ਗੁਰੂ ਨਾਨਕ ਦੇਵ ਜੀ! – Guru Nanak Dev Ji! Guru Granth Sahib

☬ ਗੁਰੂ ਨਾਨਕ ਦੇਵ ਜੀ ☬

☬ ਭਗਤਾਂ ਨੂੰ ਸ਼ਰਧਾਜਲੀ ☬

☬ Guru Nanak Dev Ji ☬

☬ Homage to Saints. ☬
☬ Steek – English and Punjabi ☬

from

☬ The Guru Granth Sahib Ji ☬

ਬਾਣੀ ਵਿੱਚ ਕੇਵਲ ਅਕਾਲ ਪੁਰਖ ਦੀ ਮਹਿਮਾਂ ਕੀਤੀ ਗਈ ਹੈ ।
ਜਿਸ ਨੇ ਜਨਮ ਲਿਆ ਹੈ ਅਤੇ ਮਰ ਗਿਆ ਹੈ, ਉਸ ਦੀ ਮਹਿਮਾਂ ਨਹੀਂ ਕੀਤੀ ਗਈ॥

"ਜੈਸੀ ਮੈਂ ਆਵੇ ਖਸਮ ਕੀ ਬਾਣੀ, ਤੇਸਾ ਕਰੀ ਗਿਆਨ ਵੇ ਲਾਲੋ ।"

- ਗੁਰੂ ਗ੍ਰੰਥ ਸਾਹਿਬ ਜੀ ਨੂੰ 11th ਅਟਲ ਗੁਰੂ ਥਾਪਿਆ ਗਿਆ ।
- ਪ੍ਰਭ ਨੇ ਜੀਵਾਂ ਨੂੰ ਸੇਧ ਦੇਣ ਵਾਸਤੇ ਭਗਤਾਂ ਦੀ ਜੀਭ ਤੇ ਸ਼ਬਦ ਬਖ਼ਸ਼ੇ ।
- ਜਿਸ ਭਗਤ ਦੀ ਬਾਣੀ ਦਰਜ਼ ਹੋ ਗਈ, ਉਹ ਸਭ ਇਕ ਬਰਾਬਰ ਹੀ ਹਨ ।
- ਮਿਲਾਪ ਕੇਵਲ ਪ੍ਰਭ ਦੀ ਰਹਿਮਤ ਨਾਲ ਹੀ ਹੁੰਦਾ ਹੈ, ਵਿਚੋਲੇ ਦੀ ਲੋੜ ਨਹੀਂ ਹੁੰਦੀ ।

ਦਾਸ: ਭਾਗ ਸਿੰਘ
bhagbhullar@gmail.com
909-636-1233

Published in the United States of America

ISBN 978-1-961507-87-6 (SC)
ISBN 979-8-89395-910-9 (HC)

Bhag Singh Bhullar
222 West 6th Street
Suite 400, San Pedro, CA, 90731
bhagbhullar@gmail.com

Ordering Information and Rights Permission:

Quantity sales. Special discounts might be available on quantity purchases by corporations, associations, and others. For details, contact the publisher at the address above.

For Book Rights Adaptation and other Rights Permission. Call us at toll-free 1-888-945-8513 or send us an email at admin@stellarliterary.com.

ਗੁਰੂ ਨਾਨਕ ਦੇਵ ਜੀ! – Guru Nanak Dev Ji! Guru Granth Sahib

About the book:

Guru Granth sahib, Sikh Holy Scripture has been compiled; the life experience teachings of 25 prophets from various religions and different time periods. The Mool Mantra carries an enlightening message of The True Master to realize the purpose of human life opportunity. Human must regret, repents, and surrenders his self-entity at His Sanctuary. He must conquer the demons of Worldly Wealth- Shakti; Three virtues **Raajas–Taamas–Satvas:** Mind; Concentration; Awareness, sanctification.

Guru Granth Sahib highlights the significance of meditation, singing His Glory in renunciation in memory, obeying the teachings of His Word; adopting the essence of His Word. Awareness of two dominating forces Shiv and **Shakti** to monitor the sincerity of His True devotee.

* Gurbani has 3695 Sabhad; each Gurbani Sabhad has **only one unique message to adopt** in day-to-day life to sanctify your soul to become Worthy of His Consideration. However, worldly scholars, ignorant from the enlightenment of essence of His Word, may preach the translation of words; fail to understand, language has evolved over time and present logic may not convey the spiritual message of our forefathers, ancient saints.

* Gurbani has 710 misc. Saloks that contains questions asked by ancient saint and enlightened with their comprehension of His Nature.

Each Sabhad carries 4 messages;

1. Highlight wrong path taken by self-minded, ignorant with intoxication of sweet poison of worldly wealth;
2. Preachers conveys that message and convince innocents with worldly logic as the right path; however, worldly logic change from time to time; place to place.
3. Singing His Glory in renunciation in the memory of separation from His Holy Spirit; however, ignorant sings the glory of His Slave, ancient saint.
4. Most significant message is hidden that must be adopted to be bestowed with His Blessed Vision, the right path of acceptance in His Court.

Guru Arjan Dev Ji, 5th guru had compiled the life experience teachings of 25 prophets from various religions and different time periods. The 8 Volumes of steeks of Guru Granth Sahib Ji convey the Spiritual Message must be adopted in own life to sanctify soul to become worthy of His Consideration!

*Note: 10th Guru Gobind Singh Ji, incorporated teachings of 9th Guru Tegh Bahadur Ji!

Guru Granth Sahib has been compiled in 31 Raags - Chapters.

Each raag compiles the teachings, Nanak Dev Ji; Angad Dev Ji; Amar Das Ji; Ram Das Ji: Arjan Dev Ji; Tegh Bahadur Ji and ancient saints Kabeer Ji, Jay Dev Ji, Nama Dev Ji; Ravi Das Ji and followed sequence with his imagination.

5 Sikhs Gurus have spread the same message-initiated by Nanak Dev Ji.

The purpose of steek of Guru Granth Sahib in Punjabi and English combined in one book is to guide new generation; who may not be able to read Punjabi; he may be enlightened with the right path; blessed souls have adopted to be sanctified their soul to become worthy of His Consideration, acceptance in His Court.

Pothi	# Sabhad	Pothi	# Sabhad
Volume 1	351	Volume 5	472
Volume 2	541	Volume 6	498
Volume 3	544	Volume 7	625
Volume 4	485	Volume 8	179
Sub Total	1921	Sub Total	1774
Misc. Sloaks	710	Total	3695

ਗੁਰੂ ਗ੍ਰੰਥ – ਦਾਸਾਂ ਦੀ ਬਾਣੀ – 11th ਸਦਾ ਅਟਲ ਗੁਰੂ ਥਾਪਿਆ॥ Ref: ਗੁਰੂ ਗੋਬਿੰਦ ਸਿੰਘ ਜੀ

6 – ਗੁਰੂ	19 – ਭਗਤ			11 – ਭੱਟ	
ਗੁਰੂ ਨਾਨਕ ਦੇਵ ਜੀ	ਕਬੀਰ ਜੀ	ਧੰਨਾ ਜੀ	ਸੂਰਦਾਸ ਜੀ	ਕਲ੍ਹ ਜੀ	ਸਲ੍ਹ ਜੀ
ਗੁਰੂ ਅੰਗਦ ਦੇਵ ਜੀ	ਨਾਮ ਦੇਵ ਜੀ	ਜੈ ਦੇਵ ਜੀ	ਰਾਮਾ ਨੰਦ ਜੀ	ਗਯੰਦ ਜੀ	ਭਲ੍ਹ ਜੀ
ਗੁਰੂ ਅਮਰ ਦਾਸ ਜੀ	ਰਵੀਦਾਸ ਜੀ	ਸੈਣ ਜੀ	ਪਰਮਾਨੰਦ ਜੀ	ਭਿਖਾ ਜੀ	ਬਲ੍ਹ ਜੀ
ਗੁਰੂ ਰਾਮ ਦਾਸ ਜੀ	ਫਰੀਦ ਜੀ	ਸਧਨੇ ਜੀ	ਮਰਦਾਨਾ ਜੀ	ਕੀਰਤ ਜੀ	ਹਰਿਬੰਸ
ਗੁਰੂ ਅਰਜਨ ਦੇਵ ਜੀ	ਤ੍ਰਿਲੋਚਨ ਜੀ	ਭੀਖਨ ਜੀ	ਸੁੰਦਰ ਜੀ	ਮਥੁਰਾ ਜੀ	ਨਲ੍ਹ ਜੀ
ਗੁਰੂ ਤੇਗ਼ ਬਹਾਦਰ ਜੀ	ਬੈਣੀ ਜੀ	ਪੀਪਾ ਜੀ	ਸੱਤਾ ਅਤੇ ਬਲਵੰਡ ਜੀ	ਝਾਲਪ ਜੀ	

गुरु नानक देव जी! – Guru Nanak Dev Ji! Guru Granth Sahib

About the Author:

Bhag Singh is engineer who studied in India and in The Unites States of America. He has 40 years professional experience in field of Engineering. He belongs to a long list of Sikh devotees dating back to Lakhi Nakaya who honored 9th Sikh guru, Guru Tegh Bahadur ji by cremating his corpse by setting his own house on fire.

His journey started with his grandfather Tara Singh Bhullar who was very close to him. He was well known for his struggle for independence of India. He was the president of the congress party of district Lahore. He was a keen devotee of Sikh Teachings. He was my guide to inspire me to accompany him in visit to Sikh shrines like Golden Temple and others.

However, he took a different route in 1994 after the death of his wife **Rajwant Kaur Bhullar-Chattha**. He was disappointed from religious practice in USA. He studied and analyzed various religious Holy Scriptures like The Torah, The New Bible, Buddha, and Hindu Holy Scripture for many years. All scriptures were pointing to similar thoughts his great grandfather Arjan Singh instilled in him.

In 1997, he started reading and analyzing The Guru Granth Sahib to create spiritual meanings in Punjabi and English translation to share with new generation. By His grace! The spiritual meanings of The Sikh Holy Scripture were completed in 2017 in Punjabi. Reading these spiritual meanings, he compiled Shabad, key dialogues that brought new light and a guide to overcome worldly rituals, suspicions created by worldly religions, religious greed.

He had published following books: Gurbani Steeks in English and Punjabi!

- **The Sikh Holy Scripture** Teachings for Mankind. (Teachings of Christianty; Islam; Hinduism; Buddhism; Sikhism)
- **Guru Granth Sahib Ji – Steek - Total 8 Volumes**. (Life Experience of 25 ancient saints in 31 Raags)
- **Treasure of Sikhism – Ambrosial Gutka – ਅਮੋਲਕ ਗੁਟਕਾ –** All Banis used by Sikhs in day-to-day life for His Blessings!
- **Guru Nanak Dev Ji - Homage to Saints**: - Spiritual Enlightenment of The One and only One, True Master, Creator and Destroyer of His Creation!

☬ Guru Granth Sahib Ji ☬
Knowledge Vs Enlightenment.
Knowledge of Holy Scripture leads to **Religion.**
Enlightenment of the essence of His Word leads to **Spirituality.**
Mankind is not human beings, going through a spiritual experience.
Mankind is a spiritual being, going through a human experience.

Structure / Layout of the book:

Each dialogue is structured for easy understanding for non-Punjabi readers: as follow.

- Poetry dialogue written in Punjabi is a copy from The Guru Granth Sahib Ji with ref. of page number and name of saint/prophet.

- Then it is written in English for reader to recite the Punjabi poetry.
- Then the spiritual meanings based on the Mool Mantra (central theme) of the Holy Scripture is written in Punjabi.
- Then the English translation of the spiritual meanings written in Punjabi for non-Punjabi readers.

Author's Name: Bhag Singh

Audience Level: Adult

Genre/ Category: Religious, Holy Spirit, His Throne!

Keyword: His Word, Blessed Soul, Devotee, Ego, The True Master, Creator!

ਦਾਸ ਦੀ ਪੁਰਾਣੀ ਯਾਦ ! 1/25/2013

ਜੈਸੀ ਮੈ ਆਵੇ ਖਸਮ ਕੀ ਬਾਣੀ, ਤੇਸਾ ਕਰੀ ਗਿਆਨ॥
ਸ਼ਰਣ ਆਉ ਤੇ **ਸਭ** ਸੁਖ ਪਾਵੇ, ਔਰ ਕਿਆ ਚੁਤਰਾਈ॥
ਨਾਮ ਵਿਸਰੇ ਤੇ ਦੁਖ ਬਿਆਪੇ, ਨਾਮ ਮੰਨਿਆ ਗਤਿ ਪਾਵੇ॥੧॥
ਗੁਰੂ **ਸ਼ਬਦ**, ਧਿਆਨ ਚੇਲਾ, ਮਨ ਤੇ **ਸ਼ਬਦ** ਬਿਭੂਤ ਲਗਾਵੇ॥
ਦੁਬਦਾ ਭਾਗੇ, ਮਨ ਲਿਵ ਲਾਗੇ, ਭਰਮ ਭੁਲੇਖਾ ਜਾਈ॥੨॥
ਸ਼ਬਦ ਲਿਵ ਲਾਵੇ, ਮਨ ਪਤੀਤ ਹੋਵੇ, ਮਤ ਉਜਲ ਹੋਵੇ॥
ਦਸਵਾਂ ਦਰ ਖੁੱਲੇ, ਪ੍ਰਭ ਆਪੇ ਰਹਿਮਤ ਪਾਈ॥
ਸ਼ਰਣ ਆਉ ਤੇ **ਸਭ** ਸੁਖ ਪਾਵੇ, ਔਰ ਕਿਆ ਚੁਤਰਾਈ॥੩॥
ਗੁਰਾਂ ਇਕ ਦੇਹ ਬੁਝਾਈ, ਆਪਣਾ ਆਪ ਗਵਾਏ ਤੇ ਸੋਹ ਪਾਵੇ, ਔਰ ਕਿਆ ਚੁਤਰਾਈ॥
ਸਭਨਾ ਜੀਆ ਕਾਂ ਇਕੋ ਦਾਤਾ, ਸੋ ਮੈਂ ਵਿਸਰ ਨਾ ਜਾਈ॥
ਨਾਮ ਵਿਸਰੇ ਤੇ ਦੁਖ ਬਿਆਪੇ, ਭਰਮ ਭੁਲੇਖਾ ਪਾਈ, ਬਿਰਥੀ ਸਭ ਘਾਲ ਜਾਈ॥੪॥
ਕਰਮ, ਧਰਮ ਕੋਈ ਸਾਥ ਨਾ ਚਲੇ, ਜੇ ਮਨ ਪ੍ਰੀਤ ਨਾ ਪਾਈ॥
ਸਭਨਾਂ ਜੀਆ ਕਾਂ ਇਕੋ ਦਾਤਾ, ਆਪੇ ਹੀ ਰਹਿਮਤ ਪਾਏ॥
ਰਹਿਮਤ ਪਾਏ ਤੇ ਸਦਾ ਰਹਿ ਸਮਾਈ, ਫਿਰ ਘਾਲ ਨਾ ਬਿਰਥੀ ਜਾਈ॥
ਸਭ ਗੁਣ ਚੰਗੀਆਈਆਂ, ਦੇਂਦੇ ਢਿਲ ਨਾ ਲਾਈ॥
ਸ਼ਰਣ ਆਉ ਤੇ **ਸਭ** ਸੁਖ ਪਾਵੇ, ਔਰ ਕਿਆ ਚੁਤਰਾਈ॥
ਨਾਮ ਵਿਸਰੇ ਤੇ ਦੁਖ ਬਿਆਪੇ, ਨਾਮ ਮੰਨਿਆ ਗਤਿ ਪਾਵੇ॥੧॥
ਗੁਰੂ **ਸ਼ਬਦ**, ਧਿਆਨ ਚੇਲਾ, ਮਨ ਤੇ **ਸ਼ਬਦ** ਬਿਭੂਤ ਲਗਾਵੇ॥
ਦੁਬਦਾ ਭਾਗੇ, ਮਨ ਲਿਵ ਲਾਗੇ, ਭਰਮ ਭੁਲੇਖਾ ਜਾਈ॥੨॥
ਸ਼ਬਦ ਲਿਵ ਲਾਵੇ, ਮਨ ਪਤੀਤ ਹੋਵੇ, ਮਤ ਉਜਲ ਹੋਵੇ॥
ਦਸਵਾਂ ਦਰ ਖੁੱਲੇ, ਪ੍ਰਭ ਆਪੇ ਰਹਿਮਤ ਪਾਈ॥
ਸ਼ਰਣ ਆਉ ਤੇ **ਸਭ** ਸੁਖ ਪਾਵੇ, ਔਰ ਕਿਆ ਚੁਤਰਾਈ॥੩॥
ਗੁਰਾਂ ਇਕ ਦੇਹ ਬੁਝਾਈ, ਆਪਣਾ ਆਪ ਗਵਾਏ ਤੇ ਸੋਹ ਪਾਵੇ, ਔਰ ਕਿਆ ਚੁਤਰਾਈ॥
ਸਭਨਾ ਜੀਆ ਕਾਂ ਇਕੋ ਦਾਤਾ, ਸੋ ਮੈਂ ਵਿਸਰ ਨਾ ਜਾਈ॥
ਨਾਮ ਵਿਸਰੇ ਤੇ ਦੁਖ ਬਿਆਪੇ, ਭਰਮ ਭੁਲੇਖਾ ਪਾਈ, ਬਿਰਥੀ ਸਭ ਘਾਲ ਜਾਈ॥੪॥
ਕਰਮ, ਧਰਮ ਕੋਈ ਸਾਥ ਨਾ ਚਲੇ, ਜੇ ਮਨ ਪ੍ਰੀਤ ਨਾ ਪਾਈ॥
ਸਭਨਾਂ ਜੀਆ ਕਾਂ ਇਕੋ ਦਾਤਾ, ਆਪੇ ਹੀ ਰਹਿਮਤ ਪਾਏ॥
ਰਹਿਮਤ ਪਾਏ ਤੇ ਸਦਾ ਰਹਿ ਸਮਾਈ, ਫਿਰ ਘਾਲ ਨਾ ਬਿਰਥੀ ਜਾਈ॥
ਸਭ ਗੁਣ ਚੰਗੀਆਈਆਂ, ਦੇਂਦੇ ਢਿਲ ਨਾ ਲਾਈ॥
ਸ਼ਬਦ ਲਿਵ ਲਾਈ, ਆਪਾ ਗਵਾਈ, **ਸਦਾ** ਰਹਿ ਸਮਾਈ॥੫॥
ਗੁਰੂ **ਸ਼ਬਦ**, **ਸ਼ਬਦ** ਹੈ ਗੁਰ, ਆਪੇ ਬੁਝ ਬਝਾਈ॥
ਬਾਣੀ ਗੁਰੂ, ਗੁਰੁ ਹੈ ਬਾਣੀ, ਵਿਚ ਬਾਣੀ ਅਮ੍ਰਿਤ ਸਾਰੇ॥
ਸ਼ਬਦ ਲਿਵ ਲਾਵੇ, **ਸਭ** ਅਮ੍ਰਿਤ ਪਾਵੇ, ਤ੍ਰਿਪਤਾ ਨਾਸੇ, ਮੰਨ ਸੀਤਲ ਹੋ ਜਾਈ॥੬॥
ਸਗਲ ਦੁਊਰ ਕੋਂ ਛੱਡ ਕੇ, ਆਉ ਤੁਹਾਰੁ ਦੁਆਰ, ਸ਼ਰਣ ਪਏ ਕੀ ਲਾਜ **ਰਖ**, ਗੋਬਿੰਦ ਦਾਮ ਤੁਹਾਰ॥੭॥
ਰਾਜ ਨਾ ਮਾਗੂ, ਮੁਕਿਤ ਨਾ ਮਾਗੂ, ਦੇ ਧੂੜ ਚਰਨਾ ਕੀ, ਮੇਰੇ ਮਸਤਕ ਦਿਤ ਲਵਾਈ॥੮॥
ਇਹਨਾਂ ਜਨਾਂ ਦੇ ਕੁਝ ਵਸ ਨਹੀ, ਗੁਰਾਂ ਇਹ ਦੇਹ ਬੇਝਾਈ॥
ਨਾ ਉਹ ਜਮੇ, ਨਾ ਮਰੇ, ਨਾ ਉਹ ਰੂਪ ਧਾਰੇ ਕਿਸੇ ਦੇਹਈ, ਸਭ ਕੁਝ ਆਪੇ ਆਪ ਵਰਤੇ, ਵਾਪਰੇ॥੯॥
ਆਪੇ ਮਾਰੇ, ਆਪੇ ਰਖੇ, ਕਹਿਣਾ ਕਥਨ ਨਾ ਜਾਈ॥
ਨਾ ਕਿਸੇ ਹੋਵੇ ਮੁਤਾਜ, ਨਾ ਕਿਸੇ ਥਾਪੇ, ਆਪੇ ਕਥਨ ਕਥਾਵੇ, ਆਪੇ ਚੁਪ ਕਰਵੇ॥੧੦॥
ਸਬਨਾ ਜੀਆ ਕਾਂ ਇਕੋ ਦਾਤਾ, ਸੋ ਮੈਂ ਵਿਸਰ ਨਾ ਜਾਈ॥
ਸ਼ਰਣ ਆਉ ਤੇ **ਸਭ** ਸੁਖ ਪਾਵੇ, ਔਰ ਕਿਆ ਚੁਤਰਾਈ॥

ਗੁਰੂ ਨਾਨਕ ਦੇਵ ਜੀ! – Guru Nanak Dev Ji! Guru Granth Sahib

ਦਾਸ ਦੀ ਅਰਦਾਸ–2/15/2013

ਪ੍ਰਭ ਅਗੇ ਅਰਦਾਸ ਹਮਾਰੀ ਜੀਓ ਪੰਡ ਸਭ ਤੇਰਾ ।
ਤੂ ਅੰਤਰਜਾਮੀ ਸਭ ਬਿਧ ਜਾਣੇ, ਤੁਮ ਤੇ ਕਿਹਾ ਛਿਪਾਈਆ ।
ਕਹਿਆ ਮਾਗੂ ਤੁਮ ਪਾਸੇ?
ਰਾਜ ਨਾ ਮਾਗੂ, ਮੁਕਤ ਨਾ ਮਾਗੂ! ਤੇਰੀ ਰਹਿਮਤ ਦੀ ਸਦਾ ਭੁਖ ਰਹਿ!
ਮਾਗੂ॥
ਤੇਰੇ ਚਰਨਾ ਕੀ ਧੂੜ, ਮੇਰੇ ਮਾਥੇ ਸਦਾ ਲਿਛਕਾਰੇ ।
ਪ੍ਰਭ ਅਗੇ ਅਰਦਾਸ ਹਮਾਰੀ ਜੀਓ ਪੰਡ ਸਭ ਤੇਰਾ ।
ਕਹੋ ਨਾਨਕ ਸਭ ਤੇਰੀ ਵਡਿਆਰੀ, ਕੋਈ ਨਾਮ ਨਾ ਜਾਣੇ ਮੇਰਾ ।

ਸੁਣੋ ਬੇਨਤੀ ਪ੍ਰੀਤਮ ਮੇਰੇ, ਸੰਤ ਟਹਿਲ ਕੀ ਬੇਲਾ ।
ਤੇਰੇ ਵਿਚ ਸਦਾ ਲਿਵ ਰਹਿ ਹਮਾਰੀ, ਤੇਰੀ ਚਰਨ ਧੂੜ ਮਸਤਕ ਲਾਵਾ॥
ਸਵਾਸ ਸਵਾਸ ਤੇਰੇ ਗੁਣ ਗਾਵਾ, ਦੁਬਦਾ ਮਨ ਤੇ ਭਾਗੇ ।
ਉਹੀ ਹੀ ਤੇਰੇ ਗਤਿ ਪਾਵੇ ਜਿਸ ਤੇ ਰਹਿਮਤ ਤੇਰੀ ।
ਉਹੀ ਹੀ ਤੇਰੇ ਭਗਤ ਕਹਾਵਣ, ਜੋ ਤੇਰੇ ਚਰਨਾ ਰਹਿਣ ਸਮਾਈ ।
ਨਾਨਕ ਨੂੰ ਤੂ ਇਹ ਸੋਝੀ ਦੀਤੀ!
ਜਿਸ ਨੇ ਅਲੋ ਅਲਖ ਨਿੰਰਜਨ ਕਹਿ ਕਹਿ, ੧ਓ ਦੀ ਡੀਗ ਵਜਾਈ!
ਉਸ ਨੇ ਵੀ ਤੇਰੀ ਪੂਰਨ ਗਤ ਨਹੀ ਜਾਣੀ, ਉਹ ਤੇਰੇ ਵਿਚ ਰਹਿਅ ਸਮਾਈ ।
ਨਾਨਕ ਵਰਗੇ ਭਗਤ ਤੂ ਭੇਜੇ, ਜੋ ਤੇਰਾ ਨਾਮ ਦਾ ਜਾਪ ਕਰਾਵੇ॥

ਕੌਡੇ ਰਾਸ਼ਕ, ਸੱਜਣ ਠੱਗ ਵਰਗੇ ਤੇਰੇ ਸੇਵਕ ਬਣ ਗਏ ।
ਜਦੋ ਤੇਰੀ ਰਹਿਮਤ ਦੀ ਨਜ਼ਰ ਆਈ ।
ਵੱਲੀ ਕਧਾਰੀ ਵਰਗੇ ਤੂ ਭਗਤ ਭੇਜੇ, ਜਿਨਹਾ ਤਿਨਕੇ ਨਾਲ ਪਰਬਤ ਹਲਾਈ ।
ਨਾਨਕ ਦੀ ਤੂ ਆਪ **ਰਖਿਆਂ ਕੀਤੀ!**
ਜਿਸਦੇ ਪੱਜੇ ਤੇ ਤੂੰ ਆਪ ਉਤਰ ਆਈਆ ।

ਜਿਹਨਾਂ ਜਿਹਨਾਂ ਆਪਣੀ ਪੀੜ੍ਹੀ ਚਲਾਈ, ਉਹਨਾਂ ਤੇਰੀ ਗਤ ਨਹੀ ਪਾਈ, ਜਾਣੀ ।
ਬਾਬਰ ਅਤੇ ਭਾਗੋ ਵਰਗੇ ਹੰਕਾਰੀਆ ਦੀ, ਇਕ ਪਲ ਵਿਚ ਅੱਖ ਖੁਲ੍ਹਾਈ ।
ਦੁੱਬਦਾ ਲਹਿਨਾ ਤਰ ਗਿਆ, ਜਬ ਤੇਰੀ ਸ਼ਰਣੀ ਆਇਆ ।
ਅਮਰਊ ਨਥਾਵਾ ਤਰ ਗਿਆ ਜਦੋ ਦੁਬਦਾ ਛੋਡ, ਤੇਰੇ ਦਰ ਆਇਆ!
ਕਰਮਾ ਤਰ ਗਿਆ ਜਦੋ ਉਸ ਨੇ ਤੇਰਾ ਦਰਸ਼ਨ ਪਾਇਆ॥
ਜਿਹਨਾਂ ਜਿਹਨਾਂ ਆਪਣੀ ਪੀੜ੍ਹੀ ਚਲਾਈ, ਉਹਨਾ ਤੇਰੀ ਗਤ ਨਹੀ ਪਾਈ, ਜਾਣੀ॥
ਅੱਲਖ ਨਿੰਰਜਨ ਨਾਨਕ ਬੋਲੇ, ਤੇਰੇ ਚਰਨਾ ਵਿਚ ਰਹਿਅ ਸਮਾਈ॥
ਨਾਮਦੇਵ ਦੀ ਆਪ **ਰਖਿਆ** ਕੀਤੀ, ਜਦੋ ਗੜੜ ਤੇ ਚੜ ਤੂੰ ਹੋਈਅ ਸਹਾਈ॥

ਜੀਸ਼ਸ਼ ਦੀ ਪ੍ਰੀਤ ਵਿਚ ਕੋਈ ਕਮੀ ਹੀ ਹੋਵੇਗੀ, ਜਿਸ ਦੀ ਖਬਰ ਨਾ ਤੂੰ ਪਾਈ, ਲਈ!
ਜਾ ਫਿਰ, ਉਸ ਦੀ ਪ੍ਰੀਤ ਪਰਖ ਕੇ, ਮਾਣਸ ਲਈ ਮਸਾਲ ਬਣਾਈ ।
ਪ੍ਰਲਾਦ ਦੀ ਪ੍ਰੀਤ ਪੱਕੀ ਰਖਣ ਲਈ, ਤੂੰ ਉਸਨੂੰ ਭੱਖਦੇ ਪਥਰ ਤੇ ਕੀੜੀ ਚਲਦੀ ਦਿਖਾਈ॥

ਅਰਜਨ ਦੀ ਪ੍ਰੀਤ ਵਿਚ ਕੋਈ ਕਮੀ ਹੋਵੇਗੀ, ਜਿਸ ਦੀ ਖੱਲ ਤੂੰ ਤੱਤੀ ਤਵੀ ਤੇ ਆਪ ਸੜਾਈ॥
ਉਸ ਦਾ ਸਿਦਕ ਵੀ ਆਪ ਹੀ ਰਖਕੇ, ਮਾਣਸ ਲਈ ਮਸਾਲ ਬਣਾਈ ।

ਕਬੀਰ ਦੀ **ਜ਼ਜ਼ੀ**ਰ ਤੋੜ ਕੇ, ਮਗਰ ਮੱਛ ਤੇ ਆਪ ਉਸ ਦੀ ਸਵਾਰੀ ਕਰਵਾਈ ।
ਅਰਜਨ ਨੇ ਜਬ ਟੁੱਬੀ ਲਾਈ, ਮਗਰ ਮੱਛ ਨਾ ਕਿਥੇ ਨਜ਼ਰ ਆਈ॥
ਤੇਰੀ ਗਤ ਮਤ ਤੂੰ ਆਪੇ ਜਾਣੇ, ਇਹ ਅਕਥ ਦੀ ਕਥਨਾ ਨਾ ਜਾਏ ਕਥਾਈ॥

ਭਗਤਾਂ ਮੁਖੋ ਤੂੰ ਆਪ ਹੀ ਅਕਥ ਦੀ ਕਥਾ ਸਣਾਈ॥
ਅਰਜਨ ਵਰਗੇ ਦਾਸ ਤੂੰ ਭੇਜੇ!
ਜਿਹਨਾਂ ਪਾਸੋਂ ਤੂੰ ਆਪ ਬ੍ਰਹਮ ਵਿਚਾਰ ਇਕੱਠੇ ਕਰਵਾ ਕੇ, ਇਕ ਬ੍ਰਹਮ ਪੋਥੀ ਬਣਾਈ, ਰਚਾਈ॥
ਪੋਥੀ ਨੂੰ ਪ੍ਰਮੇਸਰ ਦਾ ਸਥਾਨ, ਰੂਪ ਸਮਝ ਕੇ, ਮੰਨ ਕੇ, ਇਸ ਨੂੰ ਸ਼ਸਿ ਝੁੱਕਾਈ॥

ਜਨਕ ਵਰਗੇ ਭਗਤ ਭੇਜੇ!
ਜਿਨ੍ਹਾ ਅਲਖ ਨਿੰਰਜਨ ਦੀ ਡੀਗ ਵਜਾਈ!
ਤੇਰੀ ਗਤ ਮਤ ਉਹਨਾਂ ਵੀ ਨਾ ਪਾਈ, ਜਾਣੀ, ਜਿਹਨਾਂ ਹੰਕਾਰ ਤੇ ਜਿੱਤ **ਵੀ** ਪਾਈ॥

ਗੁਰੂ ਨਾਨਕ ਦੇਵ ਜੀ! – Guru Nanak Dev Ji! Guru Granth Sahib

ਪੰਜੇਂ ਤੇਰੇ ਸੱਚੇ ਸੇਵਕ (ਕਾਮ, ਕਰੋਧ, ਲੋਭ, ਮੋਹ, ਹੂੰਕਾਰ) ਜਿਨ੍ਹਾਂ ਤੇਰੇ ਦਰ ਤੇ ਪਹਿਰਾ ਲਾਇਆ!
ਖੋਟਾ ਖਰਾ ਜਾਏ ਪਿਛਾਣਾਇਆ, ਤੂੰ ਨਾ ਠਗਿਆ ਜਾਈ ।
ਇਹ ਪੰਜੇਂ ਹੀ ਭਗਤਾ ਨੂੰ ਹਰਦਮ ਘੇਰੀ ਰਖਣ!
ਕੋਈ ਵਿਰਲਾ ਹੀ ਇਹਨਾਂ ਨੂੰ ਠੋਕਰ ਮਾਰੇ, ਬਹੁਤੇ ਹੀ ਇਸ ਜਾਲ ਵਿਚ ਫਸ ਜਾਈ!
ਤੇਰਾ ਦਰ ਫਿਰ ਖੁੱਲੇ ਨਹੀਂ, ਜਿਹਨਾਂ ਇਨਹਾਂ ਨਾਲ ਪ੍ਰੀਤ ਲਗਾਈ॥

ਬ੍ਰਹਮਾ, ਇੰਦਰ, ਗੋਤਮ ਰੀਸ਼ੀ ਵਰਗੇ ਭਗਤ ਭੇਜੇ!
ਜਿਹਨਾਂ ਦੇ ਮੁਖੋ ਤੂੰ ਆਪ ਅਕਥ ਦੀ ਕਥਾ ਸੁਣਾਈ!
ਉਹ ਵੀ ਡੋਲ ਗਏ! ਜਦੋ ਇਹਨਾਂ ਪੰਜਾਂ ਦੇ ਘੇਰੇ ਆਈ, ਪ੍ਰੀਤ ਲਗਾਈ॥

ਰਾਮ ਚੰਦਰ ਵਰਗੇ ਭਗਤ ਭੇਜੇ, ਜਿਨ੍ਹਾਂ ਤੇਰੀ ਅਲੱਖ ਵਜਾਈ!
ਜਬ ਭੀੜ ਪਈ! ਤਾ ਦੂਬਦਾ ਵਸ ਆਈ!
ਹੁਣਮਾਨ ਜਾ ਧਿਆਈ!
ਰਾਵਨ ਮਾਰ ਉਸ ਤੇ ਜਿੱਤ ਪਾਈ, ਪਰ ਤੇਰੀ ਦਰਗ ਤੇ ਥਾਂ ਗਵਾਈ, ਨਾ ਪਾਈ॥

ਨਾਰਦ ਵਰਗੇ ਭਗਤ ਭੇਜੇ **ਜਿਹਨਾਂ** ਭਵਿਖ ਦੀ ਕਥਾ ਸੁਣਾਈ॥
ਕ੍ਰਿਸ਼ਨ ਵਰਗੇ ਭਗਤ ਵੀ ਕਾਮ ਵਾਸ਼ਨਾ ਦੇ ਕਾਬੂ ਵਿਚ ਆ ਗਏ!
ਰੁਕਮਨੀ ਛਡ, ਰਾਧਾ ਪ੍ਰੀਤ ਲਗਾਈ, ਤੇਰੀ ਗਤ ਨਾ ਪਾਈ ।
ਉਹਨਾਂ ਲਈ ਤੇਰਾ ਦਰ ਨਹੀ ਖੁੱਲੇ, ਕੂਕਣ ਕੂਕਣ ਤਾਈ ।

ਰਵੀਦਾਸ, ਬਾਲਮੀਕ ਵਰਗੇ ਸੂਰੇ ਤੂੰ ਭੇਜੇ!
ਜਿਹਨਾਂ ਪੰਜਾਂ ਨੂੰ ਠੋਕਰ ਲਾਈ, ਤੇਰੇ ਵਿਚ ਰਹਿ ਸਮਾਈ॥
ਉਹਨਾਂ ਤੇਰੀ ਗਤ ਪਾਈ, ਤੇਰੇ ਪੰਜਾਂ ਸੇਵਕਾ ਨੂੰ ਤੇਰੀ ਕਥਾ ਸੁਣਾਈ!
ਆਪਣੇ ਛੂਟਨ ਕਾ ਯਤਨ ਕਰੋ, ਮਹ ਛੂਟੇ ਤੂਮ ਧਿਆਈ॥

ਨਾਨਕ ਨੇ ਕਹਿੜੇ ਮੰਦਰ ਬਣਾਏ, ਜਿਸ ਕਾਰਨ ਹਰਗੋਵਿੰਦ ਨੇ ਤਲਵਾਰ ਚਲਾਈ॥
ਮੇਰੇ ਕੋਝ ਸਮਝ ਨਾ ਆਵੇ, ਨਾਨਕ ਦੀ ਅੱਲਖ ਨਿਰੰਜਨ ਦੀ ਡੀਗ ਕਿਥੇ ਜਾਈ?
ਜਿਹਨਾਂ ਜਿਹਨਾਂ ਆਪਣੀ ਪੀੜ੍ਹੀ ਚਲਾਈ, ਉਹਨਾਂ ਤੇਰੀ ਗਤਿ ਨਹੀ ਪਾਈ ।

ਮਾਣਸ ਜਾਤ ਇਕੋ ਇਕ ਧਰਮ ਹੈ, ਹੋਰ ਸਭ ਭਰਮ ਭਲਾਈ॥
ਹਰਰਾਏ ਅਤੇ ਹਰਕ੍ਰਿਸ਼ਨ ਦੀ ਮੈਨੂੰ ਸੋਝੀ ਨਹੀਂ ।
ਤੇਗ ਬਹਾਦਰ ਨੇ ਮਾਣਸ ਜਾਤ ਨੂੰ ਤੇਰਾ ਰੂਪ ਮੰਨ ਕੇ, ਉਸ ਚਰਨੀ ਚਿੱਤ ਲਾਈ!
ਉਸ ਵਿਚ ਤੂੰ ਆਪ ਪ੍ਰਗਟ ਆਈ ।
ਸੰਦਰ ਵਰਗੇ ਪੋਤੇ ਭੁਜੇ! **ਜਿਹਨਾਂ** ਬਾਪੂ ਤਾਈ ਸੁਦ ਦੀ ਕਥਾ ਸੁਣਾਈ॥

ਗੋਬਿੰਦ ਨੇ ਦਾਦੇ ਤੇ ਰਸਤਾ ਚਲਕੇ, ਉਸ ਨੇ ਵੀ ਤਲਵਾਰ ਚਲਾਈ ।
ਤੇਰਾ ਤੈਨੂੰ ਸੋਪ ਕੇ, ਤੇਰੇ ਨਾਮ ਦੀ ਡੀਗ ਚਲਾਈ॥
ਬ੍ਰਹਮਾਵਾਦ ਅਤੇ ਰਦੂਵਾਦ ਤੋਂ ਮਤ ਲੈ ਕੇ, ਨਾਨਕਵਾਦ ਦੀ ਜੜ੍ਹ, ਅਟਲ ਬਣਾਈ॥
ਭਗਤਾਂ ਦੀ ਅਕਥ ਦੀ ਕਥਾ ਨੂੰ, ਅਟਲ ਮੰਨ ਕੇ ਤੇਰਾ ਰੂਪ ਬਣਾਈ॥
ਉਸ ਨੂੰ ਸੀਸ ਝੁਕਾਈ॥
ਬਾਣੀ ਗੁਰੁ, ਗੁਰੁ ਹੈ ਬਾਣੀ, ਵਿਚ ਬਾਣੀ ਅਮ੍ਰਿਤ ਸਾਰੇ॥

ਜੋ ਜੋ ਇਸ ਬਾਣੀ ਲਿਵ ਲਾਗੇ, ਤੇਰੇ ਚਰਨ ਧੂੜ ਮਸਤਕ ਲਾਵੇ॥
ਪੰਜਾਂ ਤੋਂ ਪਾਰ ਹੋਵੇ, ਅਜਰਾਈਲ ਬਣ ਤੇਰੇ ਦਰ ਜਾਵੇ॥

ਮੁਕਤੋ ਮੁਕਤ ਹੋਵੇ ਹਰਜਨ, ਜੋ **ਸ਼ਬਦ** ਦਾ ਰੰਗ ਚੜ੍ਹਾਵੇ॥
ਨਾਨਕ ਤੇਰੇ ਦਰ ਦਾ ਭੀਖਕ, ਤੇਰੀ ਲਿਵ ਵਿਚ ਰਹਿਅ ਸਮਾਵੇ॥

The One and Only One True Master bestowed His Blessed Vision!
Moses **leads Israel out of Slavery!**
Muhammad **stood against Tyranny, oppression!**
Buddha **spread the echo of soul!**
Arjan **surrendered his life to honor His Message!**
Teg Bahadur **surrendered his life to guard mankind, Tyranny of a King!**
Gobind **sacrificed his family, to creates a league of unselfish warriors to stand against Justice-Sikh!**

Purpose of Human life – Mankind!

ਚਾਰਿ ਪਦਾਰਥ ਲੈ ਜਗਿ ਜਨਮਿਆ, ਸਿਵ ਸਕਤੀ ਘਰਿ ਵਾਸੁ ਧਰੇ॥
ਲਾਗੀ ਭੂਖ ਮਾਇਆ ਮਗੁ ਜੋਹੈ, ਮੁਕਤਿ ਪਦਾਰਥੁ ਮੋਹਿ ਖਰੇ॥੩॥– P 1014
ਸਤਿਗੁਰ ਕੈ ਵਸਿ ਚਾਰਿ ਪਦਾਰਥ॥ ਤੀਨਿ ਸਮਾਏ ਏਕ ਕ੍ਰਿਤਾਰਥ॥੫॥– P 1345

ਜੀਵ ਚਾਰ ਪਦਾਰਥ ਪਾਉਣ ਲਈ ਸੰਸਾਰ ਵਿਚ ਆਉਂਦਾ ਹੈ ।
ਧਰਮ, ਅਰਥ, ਕਾਮ, ਮੋਖ!
ਸਬਦ ਦੀ ਸੋਝੀ; ਸੁਰਿਤ –ਧਿਆਨ; ਸਬਦ ਦੀ ਸੋਝੀ; ਵਿਰਾਗ, ਮੁਕਤੀ ।

ਕਵਣੁ ਸੁ ਅਖਰੁ ਕਵਣੁ ਗੁਣੁ ਕਵਣੁ ਸੁ ਮਣੀਆ ਮੰਤੁ॥
ਕਵਣੁ ਸੁ ਵੇਸੋ ਹਉ ਕਰੀ ਜਿਤੁ ਵਸਿ ਆਵੈ ਕੰਤੁ॥੧੨੬॥ P 1384
ਨਿਵਣੁ ਸੁ ਅਖਰੁ ਖਵਣੁ ਗੁਣੁ ਜਿਹਬਾ ਮਣੀਆ ਮੰਤੁ॥
ਏ ਤ੍ਰੈ ਭੈਣੇ ਵੇਸ ਕਰਿ ਤਾ ਵਸਿ ਆਵੀ ਕੰਤੁ॥੧੨੭॥ P 1384

ਨਿਮਨ ਸੋ ਅੱਖਰ– ਕਿਸ ਨੂੰ ਕੋੜਾ ਨਹੀਂ ਬੋਲਨਾ, ਕਰੋਧ ਤਿਆਗੋ ।
ਖਵਨ ਗੁਣ– ਕੋਈ ਵਧ ਘੱਟ ਬੋਲੇ, ਨਿਮਰਤਾ ਨਾਲ ਸਹਿਣ ਕਰੋ ।
ਜੀਭਾ ਮੰਨੀਆ ਮੰਤ – ਮਿੱਠਾ ਬੋਲਕੇ, ਨਿਮਰਤਾ ਨਾਲ ਸਤਿਕਾਰ ਕਰੋ ।

ਜੀਵ ਸੰਸਾਰ ਵਿਚ ਆ ਕੇ ਮਇਆ ਦੇ ਜਾਲ ਵਿਚ ਫਸ ਜਾਂਦਾ ਹੈ । ਮਇਆ ਦੀ ਭੁੱਖ ਨਾਲ ਸੰਸਾਰਕ ਧਨ ਨਾਲ ਮੋਹ ਵਧ ਜਾਂਦਾ ਹੈ । ਸੰਸਾਰਕ ਮੋਹ, ਹੈਸੀਅਤ, ਮੁਕਤੀ ਦੀ ਥਾਂ ਲੈ ਲੈਂਦੀ ਹੈ । ਜਿਹੜਾ ਜੀਵ ਤਿੰਨਾਂ ਤੇ ਕਾਬੂ ਪੱਕਾ ਕਰ ਲੈਂਦਾ ਹੈ, ਉਸ ਨੂੰ ਪ੍ਰਭ ਦੇ ਦਰਬਾਰ ਵਿੱਚ ਪ੍ਰਵਾਨਗੀ, ਮੁਕਤੀ ਦਾ ਰਸਤਾ ਬਖਸ਼ਿਸ਼ ਹੋ ਜਾਂਦਾ ਹੈ ।

ਜਿਹੜਾ ਇਹ ਤਿੰਨੇਂ ਗੁਣ ਹਾਸਿਲ ਕਰ ਲੈਂਦਾ ਹੈ! ਪ੍ਰਭ ਦੀ ਰਹਿਮਤ ਨਾਲ ਚੌਥਾਂ ਪਦਾਰਥ ਬਖਸ਼ਿਸ਼ ਹੋ ਸਕਦਾ ਹੈ ।

ਤਿੰਨ ਪਦਾਰਥ ਹਾਸਿਲ – ਸ਼ਬਦ ਦੀ ਸੋਝੀ, ਸ਼ਬਦ ਵਿੱਚ ਧਿਆਨ, ਸ਼ਬਦ ਦੀ ਪਾਲਣਾ!
Three Virtues: Concentration His Word; enlightenment; renunciation.

ਉਹ ਸੰਸਾਰਕ ਮਾਇਆ ਦੇ ਤਿੰਨੇਂ ਰੂਪ (ਰਾਜਸ, ਤਾਪਸ, ਸਾਤਸ) ਤਿਆਗ ਦੇਂਦਾ ਹੈ ।
ਉਹ ਸੰਸਾਰਕ ਮਾਇਆ ਦੇ ਤਿੰਨੇਂ ਰੂਪ (ਅਰਥ, ਧਰਮ, ਕਾਮ) ਤਿਆਗ ਦੇਂਦਾ ਹੈ ।
Raajas–Taamas–Satvas: Mind; Concentration; Awareness, sanctification.

To become worthy of His Consideration! Salvation! 4th Virtue

Whosoever may adopt His Word with steady and stable belief that the universe is an expansion of His Holy Spirit; with His mercy and grace, he may be enlightened from within, he may be blessed with salvation.

5 Principles of meditation- True Simran	
ਪਹਿਲੇ: ਸ਼ਬਦ ਦੀ ਉਸਤਤ, ਪਾਲਣਾ ਕਰਨਾ!	First: Sing the glory and obey the teachings of His Word.
ਦੂਜਾ: ਪ੍ਰਭ ਦੇ ਬਖਸ਼ੇ ਤੇ ਸੰਤੋਖ, ਧੀਰਜ ਰਖਣਾ!	Second: Remain contented and patience with His Blessings.
ਤੀਜਾ: ਮਨ ਵਿੱਚ ਨਿਮ੍ਰਤਾ, ਹਲੀਮੀ ਨਾਲ ਜੀਵਨ ਬਤੀਤ ਕਰਨਾ!	Third: Adopt humility, tolerance of other different opinions.
ਚੌਥਾ: ਨਿਮਾਣੇ ਦੀ ਮਦਦ, ਪੁੰਨ ਕਰਨਾ ।	Fourth: Help less fortunate, charity
ਪੰਜਵਾ: ਮਨ ਦੀਆਂ ਇਛਾਂ ਨੂੰ ਕਾਬੂ ਰਖਣਾ ।	Fifth: conquer your worldly desires, expectation.

ਗੁਰੂ ਨਾਨਕ ਦੇਵ ਜੀ! – Guru Nanak Dev Ji! Guru Granth Sahib

☬ Human life Journey ☬

The One and Only One, God – His Holy Spirit, True Master, Creator.
Ocean – union of unlimited sacntified and blemished souls. Universe- like air embedded with impurities

Soul
Blemished portion of His Holy Spirit.

Universes	Worldly Ocean	Shiv Path Path of His Word.	Shakti path Path of worldly wealth.
	2 powerful forces; rescue boats. Shiv boat. Shakti boat.	Permanent resting place. Tedious, hardship path	Short term pleasures. Easy path.
Worldly Ocean is Soul sancification plateform- workshop The True Master bestows **all virtues to soul once at birth**! Technique to be rewarded remains embedded within Shiv Path; His Word! Technique to monitor the sincerity, remains embedded within Shakti path.			

Shiv: Devine Enlightenment:	Shakti: Worldly Wealth:
Eternal principle- Godhead, His Word; road map to His Court. Nectar of the essence of His Word. (14th Jewel)	Temporal principle- Divine Mother- wealth- material world. Arath, Dharam, Kaam: Raajas, Taamas, Satvas

13 ਰਤਨ– Jewel – from ocean of The Universe. – Shakti; Worldly Wealth:					
1.	ਹਲਾਹਲ (ਵਿਸ਼, ਜ਼ਹਿਰ)	ਸਿਵ ਜੀ (ਨੀਲਕੰਠ)	7.	ਕਾਮਧੇਨ ਗਊ	ਰਿਸ਼ੀਆਂ ਨੂੰ ਦੇ ਦਿਤੀਆਂ
2.	ਚੰਦਰਮਾ	ਸਿਵ ਜੀ	8.	ਧੰਨਤਰੀ ਵੈਦ	ਰਿਸ਼ੀਆਂ ਨੂੰ ਆਸਰਵੇਦ ਦਾ ਗਿਆਨ
3.	ਸਫੇਦ ਘੋੜਾ	ਬਲ ਰਾਖਜਾ ਦਾ ਰਾਜਾ	9	ਐਰਵਤ ਹਾਥੀ	ਇੰਦਰ
4.	ਕੌਤਸ਼ੁਭ ਮਣੀ	ਵਿਸਨੂ ਜੀ	10.	ਕਲਪ ਬ੍ਰਿਛ	ਇੰਦਰ
5.	ਲਖਸ਼ਮੀ ਦੇਵੀ	ਵਿਸ਼ਨੂੰ ਜੀ	11.	ਰੰਭਾ ਅਪੱਸਰਾ	ਇੰਦਰ
6.	ਸੰਖ	ਵਿਸਨੂ ਜੀ	12.	ਪਰਿਜਾਤ ਬ੍ਰਿਛ	
13.	ਵਾਰੁਣੀ (ਮਦਿਰਾ, ਸਰਾਬ)	ਕਾਦੰਬ ਦੇ ਫੁੱਲਾਂ ਤੋਂ ਤਿਆਰ – ਅਸੁਰਾਂ ਨੂੰ ਦੇ ਦਿੱਤੀ			
Shiv: Devine Enlightenment:			14	ਅੰਮ੍ਰਿਤ	ਪ੍ਰਭ ਦੇ ਦਾਸਾਂ – Nectar - Shiv

Shakti: Worldly Wealth:
Has 13 Jewels :: 3 Virtues- Raajas, Taamas, Satvas 10 traps of Satan

10 Trick- Traps of Satan: Satan is a snake. He is a liar and the Father of Lies.
ਸਾਪੇਖ-ਵਾਦ – Relativism! ਉਦਾਸੀਨਤਾ – Indifferentism! ਅੁਦਾਰਚਿੱਤ – ਸਰਬਵਿਆਪਕ – Eclecticism! ਭਾਵਨਾਤਮਕ – Sentimentalism! ਉਪਯੋਗਤਾਵਾਦ – Utilitarianism! ਵਾਧਾ–ਵਾਦ – Incrementalism! ਪਦਾਰਥ–ਵਾਦ – Materialism! ਵਿਗਿਆਨ – Scientism! ਸਥਿਥੀ ਸੰਬੰਧੀ – Situational Ethics! ਸਰਵ–ਵਿਆਪਕ – Universalism!

☬ ਸਾਰੇ ਧਰਮ ਹੀ ਜਮਦੂਤ ਦੇ ਰਸਤੇ ਤੇ ਚਲਦੇ ਹਨ! ਪ੍ਰਭ ਦੇ ਨਾਮ ਨੂੰ ਧੰਦਾ ਬਣਾਇਆ ਹੈ!

☬ All religions have adopted path of devil in practice; Begs for Charity in the name of God. Witness yoursef, no exception!

New Life – of Soul

Blemished soul, His Word, Mind
His Holy Spirit as His Word remains embedded within his soul. The True Master remains Omnipotent, Omnipresent, Omniscient, witness and The Righteous Judge, Devil of Death.

Soul.	His Word	Mind – Commander	Mind
	A road map to sanctify soul designed from judgement of his previous live deeds. Destiny; prewritten rewards based on his path adopted in new life	His mind selects his path.	Two-sided coin. Conscious mind. Sub-Conscious mind.

Who selects path	Shiv Path Path of His Word.	Shakti path Path of worldly wealth.
Mind selects path; Path of Shiv or Shakti. His body performs deeds.	Permanent resting place. Tedious path with hardships.	Short term worldly pleasures. Easy path.

- ◆ His soul endures the judgement for all deeds performed by her body under the Command of his mind.
- ◆ His Holy Spirit play no roll in selecting path.
- ◆ His Holy Spirit embedded within his soul prevails in every deed to succeed.

Shiv Path of His Word	Shakti path Path of worldly wealth.
Soul must accomplish 4 Virtues. 4 virtues remain embedded within his subconscious mind. **Concentration** to His Word; **Renunciation**, separation from His Holy Spirit. **Enlightenment** of the essence of His Word; **Salvation** - Hope for salvation.	Raajas: Taamas: Satvas: **5 demons of worldly desires.** **Sexual, Anger, Greed, Attachments, Ego**
3 Virtues – intimidation of Worldly Wealth **Raajas**: Mind concentration! The quality of energy and activity! **Taamas**: Mind Awareness! The quality of Darkness and inertia! **Satvas**: Purity, of mind! The quality of purity and light!	**5 demons of worldly desires.** **Sexual** urge with strange partner. **Anger** of disappointments in life. **Greed** to rob others possession. **Attachments** to worldly relation, assets. **Ego** of self-entity, worldly status.

Path of Shiv- His Word			
	4 Virtues	**4 Virtues**	
Arath	Adopt His Word in life.	Obey His Word	Devotion and concentration of His Word.
Dharam	Self- ethics; Surrender self-entity!	Renunciation	Renunciation, separation from His Holy Spirit.
Kaam	Conquer sexual urge for stranger!	Enlightenment	Enlightenment of the essence of His Word;
Salvation	Hope for Salvation!	Salvation	Soul entity eliminated- Khalsa

Transition from Shakti (Worhly Wealth) to Shiv (path of His Word) to become His true devote!		
	Virtue of Worldly Wealth.	**Worldly Wealth Conquered**	**Path of Shiv- His Word**
Raajas	The quality of energy and activity!	Mind concentration!	Devotion and concentration of His Word.
Taamas	The quality of Darkness and inertia!	Mind Awareness	Renunciation, separation from His Holy Spirit.
Satvas	The quality of purity and light!	Purity, of mind!	Enlightenment of the essence of His Word;
Salvation	No	Hope for Salvation; Heaven; beyond cycle of birth and Death	Soul entity eliminated- Khalsa

- • **Blemished soul** separated from His Holy Spirit with own entity.
- • **Khalsa Soul** – immersed within His Holy Spirit- entity of soul eliminated.
- • **Heaven** is a buffer zone, soul remain in bodyless existence and wait for next His Word/ Command.
- • **Prophets (Blessed soul) - Ghost, Angels, Devils** are created from buffer zone to convey His Message.

ਗੁਰੁ ਨਾਨਕ ਦੇਵ ਜੀ! – Guru Nanak Dev Ji! Guru Granth Sahib

- **Prophet (Blessed soul)** – Who may drift from His Message, initial new religion, become judge and jury or claim to be a savior, True Guru must face The Righteous Judge, in cycle of birth and death.

	Over-Ages! Ignorance from the purpose of Human life enhanced! Worldly religion has spread the ignorance and boasted the power of Shakti (Worldly Wealth)! **His true devotee always remains intoxicated in the void of His Word (path of Shiv)!**			
	Sat-jug	**Tryata Jug**	**Du-aapur Jug**	**Kul Jug**
1	Obey and concentration to His Word!	Obey and concentration to of His Word!	Obey and concentration to of His Word!	Obey and concentration to of His Word!
2	Renunciation, separation from His Holy Spirit!	influence of worldly status, for greed – **Shakti.**	influence of worldly status, for greed – **Shakti.**	influence of worldly status, for greed – **Shakti.**
3	Enlightenment of the essence of His Word!	Enlightenment of the essence of His Word!	Religion and sacrifices for worldly guru-**Shakti.**	Religion, sacrifices for worldly guru- **Shakti.**
4	Hope for salvation!	Hope for salvation!	Hope for salvation!	Gurbani-Paath- **Shakti.**
	Abandoned and replaced by Shakti (Worldly Wealth)			
		Renunciation, separation from His Holy Spirit.	Renunciation, separation from His Holy Spirit.	Renunciation, separation from His Holy Spirit.
			Enlightenment of the essence of His Word;	Enlightenment of the essence of His Word;
				Hope for salvation.

- Sat-Jug! Everybody was obeying four disciplines in his life; however, very rare may adopt and stay the path.
- In four Ages: Whosoever may remain steady and stable on the path of Shiv principles; he may be enlightened and blessed with the right path salvation.
- Renunciation of separation from His Holy Spirit leads to His Sanctuary!

Creation of Universe.

The One and Only One, God – His Holy Spirit, True Master, Creator. Remains in many Jugs (36) in void; nothing else exist, only darkness. **Created 3 Universes** - Earth, Water, Sky. Are populated with His Creation of various kinds.

7 - Higher ones (Vyahrtis) in Sky	**7 - Lower ones (Patalas) in Water**
Bhu, bhuvas, svar, mahas, janas, tapes and satyya	Atala, vitala, sutala, rasatala, talatala, mahatala, and naraka

☬ Index ☬

☬ ਗੁਰੂ ਨਾਨਕ ਦੇਵ ਜੀ - Guru Nanak Dev Ji ☬

ਗੁਰੂ ਨਾਨਕ ਦੇਵ ਜੀ! – Guru Nanak Dev Ji! Guru Granth Sahib

ਗੁਰਬਾਣੀ ਦਾ ਤੱਤ – Conclusion

The Theme of Guru Granth Sahib Ji!

ਗੁਰੂ ਗ੍ਰੰਥ ਸਾਹਿਬ ਜੀ ਦਾ ਮੰਤਵ!

ਗੁਰੂ ਅਰਜਨ ਦੇਵ ਜੀ ਨੇ ਪਰਾਤਨ ਸਮੇਂ ਦੇ 25 ਭਗਤਾਂ ਦੇ ਜੀਵਨ ਦੀ ਸਿਖਿਆਂ ਨੂੰ ਘੋਖ ਕੇ ਮਾਨਸ ਨੂੰ ਗ੍ਰੰਥ ਦੇ ਰੂਪ ਵਿੱਚ ਭੇਟਾ ਕੀਤਾ । ਗੁਰੂ ਗ੍ਰੰਥ ਸਾਹਿਬ ਵਿੱਚ, ਜਿਹੜੇ ਬੰਦਗੀ ਦੇ ਰਸਤੇ ਭਗਤਾ ਨੇ ਆਪਣੀ ਆਤਮਾ ਨੂੰ ਪਵਿੱਤਰ ਕਰਕੇ, ਪ੍ਰਭ ਦੇ ਰਹਿਮਤ ਯੋਗ ਤਿਆਰ ਕੀਤਾ । ਗੁਰਬਾਣੀ ਵਿੱਚ ਕੇਵਲ ਜੀਵਾਂ ਦੀ ਆਤਮਾ ਨੂੰ ਪਵਿੱਤਰ ਕਰਕੇ, ਪ੍ਰਭ ਦੇ ਪਰਖਣ ਯੋਗ ਬਣਾਉਣ ਦੀ ਵਿਧੀ ਦੱਸੀ ਹੈ । ਗੁਰਬਾਣੀ ਵਿੱਚ ਸ੍ਰਿਸ਼ਟੀ ਦੀ ਬਣਤਰ; ਪ੍ਰਭ ਨੇ ਬਨਾਸਪਤੀ, ਪੌਦੇ, ਜੀਵਾ ਦੇ ਭੋਜਨ ਲਈ, ਹਵਾ, ਅੱਗ ਅਤੇ ਪਾਣੀ, ਬਨਾਸਪਤੀ ਨੂੰ ਵਧਾਉਣ ਅਤੇ ਜੀਵਾਂ ਦੇ ਭੋਜਨ ਲਈ ਪੈਦਾ ਕੀਤੀ । ਸਭ ਕੁਝ ਪ੍ਰਭ ਦੀ ਦ੍ਰਿਸ਼ਟੀ, ਹੁਕਮ ਅਨੁਸਾਰ ਹੀ ਹੋਇਆ ਹੈ । ਗੁਰਬਾਣੀ ਵਿੱਚ ਕਿਸੇ ਧਰਮ, ਰੀਤ ਰੀਵਾਜ, ਬੰਦਗੀ ਦੇ ਤਰੀਕੇ, ਸੰਤ ਦੀ ਨਿੰਦਿਆਂ ਨਹੀਂ ਕੀਤੀ ਗਈ ਹੈ । ਮਨ ਦੀ ਸ਼ਰਧਾ ਨੂੰ ਹੀ ਪ੍ਰਭ ਦੇ ਦਰ ਦਾ ਅਸਲੀ ਰਸਤਾ ਦੱਸਿਆ ਹੈ । ਸਾਰੇ ਸੰਸਾਰਕ ਧਰਮਾਂ ਦੇ ਗ੍ਰੰਥਾਂ ਨੂੰ ਹੀ ਬੰਦਗੀ ਕਰਨ ਦਾ ਠੀਕ ਰਸਤਾ ਹੀ ਦੱਸਿਆ ਗਿਆ ਹੈ ।

Guru Arjan Dev Ji, 5th Sikh guru was motivated by some higher power to imagine the life experience teachings of 25 ancient saints. He was enlightened from the teachings of Baba Nanak Ji, the existence of Holy Spirit, the process of soul sanctification from the life experience teachings of ancient saints. The Holy Scripture of Guru Granth Sahib, later incarnated by 10th sikh guru, as the living Guru for the Sikh Nation. The teachings of Guru Granth Sahib enlighten the path of soul sanctification adopted by ancient saints to become worthy of His Consideration. How has The True Master provided the source of nourishment before creation of life? He has created Nature (Air, Water and Fire) before creating life in the universe, vegetation, plants as food, nourishment for next phase of life with soul (His Creation with soul). Every event in the universe remains under His Command, The One and Only One, Omnipresent, Omniscient, Omnipotent, Axiom True Master. Gurbani does not glorify any human, ancient or current, Holy saint, worldly guru nor criticize any religious practices, ritual, and claims as their belief. However, religious ritual or practice may not have any significance for the real purpose of human life opportunity. The process of soul sanctification, remains, adopting the message of subconscious mind, as the guiding principle of human life journey. All ancient saints considered Vedas as the foundation of spiritual guidance.

ਲੋਗੁ ਜਾਨੈ ਇਹੁ ਗੀਤੁ ਹੈ, ਇਹੁ ਤਉ ਬ੍ਰਹਮ ਬੀਚਾਰ॥	log jaanai ih geet hai ih ta-o barahm beechaar.
ਜਿਉ ਕਾਸੀ ਉਪਦੇਸੁ ਹੋਇ, ਮਾਨਸ ਮਰਤੀ ਬਾਰ॥੩॥ P335	Ji-o kaasee updays ho-ay maanas martee baar. ||3||

ਅਣਜਾਣ ਜੀਵ, ਸ਼ਬਦ ਦੇ ਸਿਮਰਨ, ਕੀਰਤਨ ਨੂੰ ਇਕ ਗੀਤ ਸਮਝਕੇ ਗਾਉਂਦੇ ਹਨ । ਪਰ ਇਹ ਤਾ ਜੀਵ ਦੀ ਆਤਮਾ ਦੀ ਪ੍ਰਭ ਦੇ ਦਸਵੇਂ ਘਰ ਅਰਦਾਸ ਹੈ । ਉਹ ਇਹ ਇਸਤਰ੍ਹਾਂ ਸਮਝਦੇ ਹਨ, ਜਿਵੇਂ ਕਿਸੇ ਮਰਦੇ ਹੋਏ ਨੂੰ ਪਵਿੱਤਰ ਤੀਰਥ ਤੇ ਅੰਤਮ ਸਿਖਿਆ ਦਿੱਤੀ ਜਾਂਦੀ ਹੈ ।

The ignorant humans, religious priests consider meditation on the teachings of His Word as a song. However, Gurbani is the prayer of his soul in front of the 10th house of the body and mind. There religious practice may be like the corpse of an any creature blessed with holy water and a final advice and the final prayer of his soul in front of The True Master.

Fundamentals of Essences of Guru Granth:

ਭਗਤਾ ਦੇ ਮਹੱਤਵ ਪੂਰਕ ਕਥਨ!

1. ਗੁਰੂ ਨਾਨਕ ਦੇਵ ਜੀ: ਪ੍ਰਭ ਬੁਹਤ ਤਰਸਵਾਨ, ਦਿਆਲੂ ਹੈ । ਕੇਵਲ ਪ੍ਰਭ ਹੀ ਆਪਣਾ ਸ਼ਬਦ, ਪ੍ਰਵਾਨਗੀ ਦਾ ਰਸਤਾ ਬਖਸ਼ਿਸ਼ ਸਕਦਾ ਹੈ! ਜਿਹੜਾ ਪ੍ਰਭ ਦੇ ਸ਼ਬਦ ਨੂੰ ਅਟਲ ਮੰਨਦਾ, ਪ੍ਰਭ ਦੇ ਵਿਛੋੜੇ ਦੇ ਵਿਰਾਗ ਵਿੱਚ, ਲੀਨ ਰਹਿੰਦਾ, ਸ਼ਬਦ ਦੀ ਸਿਖਿਆ ਨਾਲ ਜੀਵਨ ਢਾਲਦਾ ਹੈ । ਉਸ ਦੇ ਮਨ ਵਿੱਚ ਸਦਾ ਚਲਣ ਵਾਲੀ ਧੁਨ ਸੁਣਾਈ ਦੇਣ ਲਗ ਪੈਂਦੀ ਹੈ । ਰਹਿਮਤਾ ਦਾ ਮਾਲਕ, ਪ੍ਰਭ ਆਪਣੇ ਦਾਸ ਤੇ ਰਹਿਮਤ ਬਖਸ਼ਦਾ ਹੈ ।

   Guru Nanak Dev Ji Claims: The Merciful True Master remains very gracious on His true devotee; however, the process of enlightenment and immortal state of mind may only be blessed with His Own mercy and grace. Whosoever may remain in renunciation in the memory of his separation from His Holy Spirit; with His mercy and grace, he may hear the everlasting echo of His Word resonating within his heart.

2. ਗੁਰੂ ਅੰਗਦ ਦੇਵ ਜੀ: ਸੰਸਾਰਕ ਜੀਵ ਨੂੰ ਸਤਿਕਾਰ ਨਾਲ ਬੰਦਗੀ ਕਰਨ ਵਾਲੇ ਗੁਰੂ, ਸੰਤ, ਭਗਤ ਕਹਿਣ ਨਾਲ, ਉਸ ਨੂੰ ਦਾਸ ਅਵਸਥਾ ਬਖਸ਼ਿਸ਼ ਨਹੀਂ ਹੋ ਜਾਂਦੀ । ਉਸ ਦੇ ਜੀਵਨ ਦਾ ਰਸਤਾ, ਪ੍ਰਭ ਦੇ ਦਰਬਾਰ ਵਿੱਚ ਪ੍ਰਵਾਨਗੀ ਵਾਲਾ ਰਸਤਾ ਨਹੀਂ ਬਣ ਜਾਂਦਾ । ਉਸ ਨੂੰ ਆਪਣੇ ਸੰਸਾਰਕ ਕੰਮਾਂ ਦਾ ਲੇਖਾ ਦੇਣਾ ਪੈਂਦਾ ਹੈ । ਜੀਸਸ ਨੂੰ ਵੀ ਆਪਾ ਭੇਟਾ ਕਰਨ ਨਾਲ ਹੀ ਦਾਸ ਅਵਸਥਾ ਬਖਸ਼ਿਸ਼ ਹੋਈ ਸੀ ।

   Guru Angad Ji claims! Worldly recognition as Guru, prophet, saint may never be a sign of acceptance in His Court; everyone must face, The Righteous Judge. Even Jesus was accepted in His Court at cross after surrendering his entity and he was blessed a state of mind as Crist!

3. ਗੁਰੂ ਅਮਰ ਦਾਸ, ਕਬੀਰ ਜੀ: ਸੰਸਾਰਕ ਧਰਮ ਦੇ ਗ੍ਰੰਥ ਅੱਖਰਾਂ ਦੇ ਜੋੜ ਨਾਲ ਹੀ ਲਿਖੇ ਗਏ ਹਨ! ਲੇਖਕ ਦੇ ਮਨ ਦੀ ਅਵਸਥਾ ਨਾਲ ਹੀ ਮਾਨਸ ਨੂੰ ਸਿਖਿਆ ਦੇਣ ਲਈ ਲਿਖੇ ਗਏ ਹਨ । ਜਿਹੜਾ ਮਨ ਲਾ ਕੇ ਪੜ੍ਹਦਾ ਹੈ, ਉਸ ਨੂੰ ਗੁਰਬਾਣੀ ਦੀ ਸਮਝ ਆ ਜਾਂਦੀ ਹੈ । ਧਰਮ ਦੇ ਅਗਿਆਨੀ ਕਹਿੰਦੇ ਹਨ ਬਾਣੀ ਦੀ ਪੂਰਨ ਸਮਝ ਨਹੀਂ ਆ ਸਕਦੀ । ਉਸ ਨੂੰ ਗੁਰਬਾਣੀ ਦੇ ਸ਼ਬਦ ਵਿੱਚ ਅਤੇ ਪ੍ਰਭ ਦੇ ਸ਼ਬਦ, ਨਾਮ ਵਿੱਚ ਅੰਤਰ ਦੀ ਸੋਝੀ ਨਹੀਂ ਹੁੰਦੀ ।

   Guru Amar Das claims! Whosoever may wholeheartedly read any Holy Scripture; he may understand the teachings in Holy Scripture.

- Kabeer, all Holy Scriptures have been created by human by combing few letters of a language. Ignorant religious preachers claim; no one may fully comprehend teachings of Gurbani. He may be ignorant from distinction of Shabad of Gurbani vs His Word- Shabad.

ਗੁਰੂ ਨਾਨਕ ਦੇਵ ਜੀ! – Guru Nanak Dev Ji! Guru Granth Sahib

4. ਰਵੀਦਾਸ ਜੀ, ਬਿਆਸ ਜੀ: page 1106: ਕਿਸੇ ਵੀ ਗ੍ਰੰਥ ਵਿੱਚ ਪ੍ਰਭ ਦਾ ਸ਼ਬਦ ਲਿਖਿਆ ਨਹੀਂ ਜਾ ਸਕਦਾ । ਗੁਰਬਾਣੀ ਦਾ ਸ਼ਬਦ, ਪ੍ਰਭ ਦਾ ਸ਼ਬਦ ਨਹੀਂ ਹੈ, ਪ੍ਰਭ ਦੀ ਰਹਿਮਤ ਨਾਲ ਗੁਰਬਾਣੀ ਦਾ ਸ਼ਬਦ ਵੀ ਸਦਾ ਅਟਲ, ਰਹਿਣ ਵਾਲਾ ਸ਼ਬਦ ਬਣ ਸਕਦਾ ਹੈ । ਪ੍ਰਭ ਦਾ ਸ਼ਬਦ ਕੇਵਲ, ਪ੍ਰਭ ਆਪ ਹੀ ਜੀਵ ਦੀ ਆਤਮਾ ਤੇ ਜਨਮ ਲੈਣ ਤੋਂ ਪਹਿਲੇ ਹੀ ਉਕਾਰਦਾ ਹੈ । ਇਹ ਉਸ ਦੀ ਆਤਮਾ ਦੀ ਪਵਿੱਤਰ ਕਰਨ ਦੀ ਵਿਧੀ ਹੁੰਦੀ ਹੈ । ਹਰਇਕ ਜੀਵ ਲਈ ਵਖਰਾ ਰਸਤਾ, ਸ਼ਬਦ ਹੁੰਦਾ ਹੈ, ਉਸ ਦੇ ਪਿਛਲੇ ਜਨਮ ਦੇ ਕੰਮਾ ਦਾ ਫਲ ਬਖਸ਼ਿਸ਼ ਹੁੰਦਾ ਹੈ । ਪ੍ਰਭ ਦਾ ਸ਼ਬਦ ਤਨ ਦੇ ਨਾਸ਼ ਹੋਣ ਨਾਲ ਖਤਮ ਨਹੀਂ ਹੁੰਦਾ । ਜਿਸ ਦੀ ਆਤਮਾ ਦੀ ਹੌਂਦ ਖਤਮ ਹੋ ਜਾਂਦੀ ਹੈ, ਉਸ ਦਾ ਸਫਰ ਪੂਰਾ ਹੋ ਜਾਂਦਾ, ਸ਼ਬਦ, ਲੇਖਾ ਖਤਮ ਹੋ ਜਾਂਦਾ ਹੈ ।

   Ravidas ji quote - Bhagat- Vyass (Bieas Ji) claims page 1106!

- His Word may never be written with ink or pen a paper and in any worldly Holy Scripture.
- Anything written with ink may faint away over a period.

5. ਗੁਰੂ ਤੇਗ ਬਹਾਦਰ ਜੀ: ਪ੍ਰਭ ਦੇ ਦਾਸ ਦੀ ਕੇਵਲ ਆਤਮਾ ਨੂੰ ਪ੍ਰਭ ਦੇ ਪਰਖਣ ਯੋਗ ਬਣ ਦੀ ਹੀ ਇਛਾਂ ਹੁੰਦੀ ਹੈ । ਤਨ ਦੇ ਸੰਸਾਰਕ ਦੁਖ, ਸੁਖ ਨੂੰ ਪ੍ਰਭ ਦੀ ਬਖਸ਼ਿਸ਼ ਸਮਝਕੇ ਨਿਰਾਰਾ ਰਹਿੰਦਾ, ਪ੍ਰਭ ਦੀ ਬਖਸ਼ਿਸ਼ ਨੂੰ ਸਹਿਣ ਦੀ ਅਰਦਾਸ ਕਰਦਾ ਹੈ ।

   His true devotee, may have only one desire to become worthy of His Consideration. He remains in state of bliss in all worldly environments. He considers all worldly miseries and pleasures as His Worthy Blessings! He may only pray for His Forgiveness to endure His Blessings and sings His gratitude for human life opportunity.

☬ Essence of Guru Granth Sahib Ji: ☬

1. ਪ੍ਰਭ, ਸ੍ਰਿਸ਼ਟੀ ਵਿੱਚ ਸੰਤ ਅਵਸਥਾ ਵਾਲੀ ਆਤਮਾ, ਸਮੇਂ, ਸਮੇਂ ਮਾਨਸ ਨੂੰ ਜੀਵਨ ਵਿੱਚ ਸੇਧ ਦੇਣ, ਮਾਨਸ ਜੀਵਨ ਦਾ ਮੰਤਵ ਯਾਦ ਕਰਵਾਉਣ ਲਈ ਭੇਜਦਾ ਰਹਿੰਦਾ ਹੈ ।

- ਕੋਈ ਸੰਤ ਸ੍ਰਿਸ਼ਟੀ ਵਿੱਚ ਨਵਾਂ ਧਰਮ ਚਲਾਉਣ ਲਈ ਨਹੀਂ ਭੇਜਿਆ ਜਾਂਦਾ । ਮੁਨੱਖਤਾ ਹੀ ਮਾਨਸ ਦਾ ਇਕੋ ਇਕ ਧਰਮ ਹੈ ।
- ਜਿਹੜਾ ਸੰਤ, ਸੰਸਾਰਕ ਮਾਇਆ ਦਾ ਗੁਲਾਮ ਬਣ ਜਾਂਦਾ ਹੈ, ਉਹ ਨਵਾਂ ਧਰਮ ਚਲਾਉਂਦਾ ਹੈ ।
- ਉਹ ਆਪਣਾ ਪ੍ਰਵਾਨਗੀ ਦਾ ਰਸਤਾ ਗਵਾ ਲੈਂਦਾ, ਲਾਹਨ੍ਹਤਾਂ ਹੀ ਪੈਂਦੀਆ ਹਨ । ਆਪਣੇ ਕੀਤੇ ਦਾ ਲੇਖਾ ਦੇਣਾ ਪੈਂਦਾ ਹੈ ।

God sends enlightened souls to enlighten His Creation from time to time; to remind the real purpose of human life opportunity.

- No blessed soul, prophet may ever be sent to initiate a new religion; Mankind may be the only religion established by The True Master.
- Shakti may intoxicate, overpower some blessed soul with sweet poison, fantasy, and gimmicks of worldly wealth; he may initiate a unique new different religion.
- He may be rebuked and banned from entering His Royal Palace; he has lost the right path of acceptance in His Court. He must endure the judgement of The Righteous Judge; he may remain in the cycle of birth and death.

2. ਜਿਹੜਾ ਸੰਤ ਅਵਸਥਾ ਵਾਲਾ, ਆਪਣੀ ਆਤਮਾ ਤੇ ਉੱਕਰੇ ਸ਼ਬਦ, ਹੁਕਮ ਤੇ ਚਲਦਾ ਹੈ, ਉਹ ਪ੍ਰਭ ਦਾ ਰੂਪ ਹੀ ਬਣ ਜਾਂਦਾ ਹੈ ।

- ਸੰਤ ਅਵਸਥਾ ਵਾਲੇ ਮਾਨਸ ਨੂੰ ਵੀ ਪ੍ਰਭ ਦੀ ਅਵਸਥਾ ਦੀ ਪੂਰਨ ਸੋਝੀ ਬਖਸ਼ਿਸ਼ ਨਹੀਂ ਹੁੰਦੀ । ਪ੍ਰਭ ਦਾ ਲਿਖਿਆ ਬਦਲ ਨਹੀਂ ਸਕਦਾ, ਕਿਸੇ ਨੂੰ ਪ੍ਰਭ ਦਾ ਸ਼ਬਦ ਬਖਸ਼ ਨਹੀਂ ਸਕਦਾ, ਮੌਤ ਦਾ ਸਮਾਂ ਬਦਲ ਨਹੀਂ ਸਕਦਾ ।

Any Blessed soul remains on the charted path; engraved on his soul, His Word; he may become a symbol of The True Master.

- However, any human, blessed soul may never fully comprehend His Nature; alter, avoid, rewrite destiny, nor may bless His Word to anyone, nor extend his stay, avoid his death.

3. **ਪ੍ਰਭ ਨੇ ਬ੍ਰਹਮਾਂ ਜੀ** ਨੂੰ ਵੇਦਾ ਦੀ ਬਾਣੀ ਬਖਸ਼ੀ, ਪ੍ਰਭ ਦੀ ਕੁਦਰਤ ਦੀਆਂ 4 ਸਿਖਿਆਂ ਦੀ ਸੋਝੀ ਬਖਸ਼ੀ, ਉਸ ਨੇ ਚਾਰ ਵੇਦ, ਸ੍ਰਿਸ਼ਟੀ ਦੀ ਅਗਿਆਨਤਾ ਦੂਰ ਕਰਨ ਲਈ ਲਿਖੇ ।

- ਬ੍ਰਹਮਾਂ ਜੀ ਨੂੰ ਵੇਦਾ ਦੇ ਅੱਖਰਾਂ ਦਾ, ਸ਼ਬਦ ਦਾ ਗਿਆਨ ਬਖਸ਼ਿਸ਼ ਹੋ ਗਿਆ, ਪਰ ਉਸ ਨੂੰ ਵੇਦਾ ਦੀ ਸਿਖਿਆ ਦੀ ਸੋਝੀ ਬਖਸ਼ਿਸ਼ ਨਾ ਹੋਈ । ਉਹ ਸ਼ਕਤੀ, ਸੰਸਾਰਕ ਮਾਇਆ, ਅਹੰਕਾਰ ਦਾ ਗੁਲਾਮ ਬਣ ਗਿਆ ।

Brahma was blessed with Scripture of Vedas; 4 aspects of His Nature! Even though, he was blessed with the knowledgeable about the Holy Scriptures; however, he was not enlightened with the essence of His Word. He became a victim of sweet poison of worldly wealth, Shakti.

ਸ਼ਿਵ ਜੀ ਨੇ ਬੰਦਗੀ ਕੀਤੀ, ਉਹ ਵੀ ਸ਼ਕਤੀ, ਸੰਸਾਰਕ ਮਾਇਆ ਦੇ ਜਾਲ, ਅਹੰਕਾਰ ਵਿੱਚ ਫਸ ਗਿਆ । ਆਪ ਹੀ ਧਰਮਰਾਜ ਬਣ ਕੇ, ਮੌਤ ਦੀ ਸ਼ਜਾ ਦੇਣ ਲਗ ਪਿਆ, ਕਰੋਧ ਦਾ ਗੁਲਾਮ ਬਣ ਗਿਆ ।

- ਉਸ ਨੇ ਨਵਾਂ ਧਰਮ ਅਰੰਭ ਕੀਤਾ, ਆਪਣਾ ਪ੍ਰਭ ਦੀ ਪ੍ਰਵਾਨਗੀ ਦਾ ਰਸਤਾ ਗਵਾ ਲਿਆ ।

Shivji became a victim of Shakti; he was drifted from is right path of acceptance in His Court. He became a self-proclaimed The Righteous Judge.

- He became a judge and a jury to punish His Creation. He initiated worldly religion. He was denied from the right path of acceptance in His Court. He remained in many cycles of birth and death.

ਗੁਰੂ ਨਾਨਕ ਦੇਵ ਜੀ! – Guru Nanak Dev Ji! Guru Granth Sahib

ਵਿਸ਼ਨੂੰ ਨੂੰ ਸਿਮਰਨ ਕਰਨ ਨਾਲ ਕਰਮਾਤਾਂ ਬਖਸ਼ਿਸ਼ ਹੋ ਗਈਆਂ । ਉਸ ਨੇ ਕਰਮਤਾਂ ਦੀ ਬਖਸ਼ਿਸ਼ ਨੂੰ ਹੀ ਮੁਕਤੀ ਮੰਨ ਲਿਆ । ਆਪਣੇ ਮਾਨਸ ਜਨਮ ਦਾ ਅਸਲੀ ਮੰਤਵ ਭਲਾ ਕੇ ਅਸਲੀ ਰਸਤਾ ਗਵਾ ਲਿਆ ।

Vishnu became possessed with miracle power, other gimmicks of worldly wealth. He considered miracle power as the salvation. He forgot the real purpose of human life opportunity; he was denied the right path of acceptance in His Court.

ਰਾਮ ਚੰਦਰ ਮਨ ਦੇ ਅਹੰਕਾਰ, ਕਰੋਧ ਨਾਲ ਰਾਵਨ ਨੂੰ ਮਾਰ ਕੇ, ਪ੍ਰਵਾਨਗੀ ਦਾ ਰਸਤਾ ਗਵਾ ਲਿਆ ।

Rama forgot The Ultimate Power of The True Master; birth and death may only happen under His Command; he forgot, separation of Sita was His Miracle to test his sincerity on his charted path; to remain unaffected with miseries and pleasure of worldly environments. He lost the right path of acceptance in His Court by killing Raavan, violated the ultimate power The True Master. Whosoever may kill any of His Creation; he must own the sins of his soul; he must endure the judgement; he may be denied the right path of acceptance in His Court. Even, anyone sacrifice his own life for any religious cause or loyalty to worldly guru may not be rewarded rather punished in His Court. Worldly religions, victim of Shakti is spreading ignorance from the essence of His Word

ਕ੍ਰਿਸ਼ਨ ਨੇ ਕੰਸ ਨੂੰ ਮਾਰ ਕੇ ਪ੍ਰਵਾਨਗੀ ਦਾ ਰਸਤਾ ਗਵਾ ਲਿਆ ।

Krasihna – by Killing Kanse, slaving black Cobra.

4. ਪ੍ਰਭ ਨੇ ਤਿੰਨਾਂ ਸ੍ਰਿਸ਼ਟੀਆਂ ਵਿੱਚ ਹੀ ਦੋ ਤਾਕਤਵਾਰ, ਫੌਜਾਂ, (ਸ਼ਿਵ, ਸ਼ਕਤੀ) ਭੇਜੀਆ ਹਨ, ਜੀਵਨ ਦੇ ਦੋ ਰਸਤੇ ਹਨ । ਸ਼ਿਵ ਅਤੇ ਸ਼ਕਤੀ ਦੋ ਬੇੜੀਆਂ ਸੰਸਾਰਕ ਸਾਗਰ ਵਿੱਚ ਜੀਵਨ ਲਈ ਹਨ । ਦੋਨੇਂ ਹੀ ਵਖਰੇ ਰਸਤੇ ਹਨ, ਕਦੇ ਮਿਲਦੇ ਨਹੀਂ, ਆਤਮਾ ਨੂੰ ਇਕ ਥਾਂ ਤੇ ਨਹੀਂ ਲੈ ਜਾ ਸਕਦੇ । ਜੀਵ ਕਿਸੇ ਸਮੇਂ ਵੀ ਰਸਤਾ ਬਦਲ ਸਕਦਾ ਹੈ, ਉਸ ਦੇ ਜੀਵਨ ਦਾ ਸਮਾਂ ਜਨਮ ਤੋਂ ਪਹਿਲੇ ਹੀ ਮਿਥਿਆ ਹੈ, ਕੋਈ ਬਦਲ ਨਹੀਂ ਸਕਦਾ ।

- ਸ਼ਿਵ – ਪ੍ਰਭ ਦੇ ਸ਼ਬਦ ਦਾ ਰਸਤਾ, ਦਰਬਾਰ ਵਿੱਚ ਪ੍ਰਵਾਨਗੀ ਦਾ ਰਸਤਾ, ਮੁਕਤੀ ਦਾ ਬਹੁਤ ਕਠਨ ਰਸਤਾ ਹੈ । ਅਚੇਤ ਮਨ ਦੀ ਅਵਾਜ਼!
- ਸ਼ਕਤੀ – ਸੰਸਾਰਕ ਮਾਇਆ, (ਰਾਜਸ, ਤਾਮਸ, ਸਾਤਕ), 5 ਇਛਾਂ ਦੇ ਜਮਦੂਤ, ਸੰਸਾਰਕ ਥੋੜ੍ਹਾ ਸਮਾਂ ਅਨੰਦ ਵਾਲੀਆਂ ਸੰਸਾਰਕ ਇਛਾਂ ਹਨ ।

The True Master has infused two dominating forces, **Shiv, and Shakti** in the universe for soul to live and perform her assigned task in predetermined time. Both Shiv and Shakti are like two boats, ships in the worldly ocean. Both may arrive at different destination. He must pick one, aboard one ship. He may change his ship any time in his predetermined life time.

- **Shiv** controls the path of His Word; acceptance in His Court. Salvation; sub-conscious; need the whole time on assigned task in his human life journey. He may earn the everlasting wealth of His Word. This ship always starts at the beginning, and drops his soul as soon as her predetermined time may be exhausted. Whosoever may aboard the ship late in life, her soul would be dropped as her time exhausted; soul jumped out to other ship, her destination world be changed.
- **Shakti** the path of three virtues of worldly wealth; Raajas, Taamas, Satvas; 5 demons of worldly wealth, Sexual urge, Anger, greed, attachments, ego. This ship may be loaded with various short-lived pleasures of worldly life; along with the burden of sins.

5. ਜਿਹੜਾ ਮੂੰਲ ਮੰਤ੍ਰ ਦਾ ਤੱਤ – ਸਾਰੇ ਜੀਵਾ ਦੀ ਆਤਮਾ ਵਿੱਚ ਇਕੋ ਇਕ ਪ੍ਰਭ ਦੀ ਜੋਤ ਸਮਾਈ ਹੈ, ਆਪਣੇ ਜੀਵਨ ਵਿੱਚ ਇਹ ਤੱਤ ਧਾਰਨ ਕਰ ਲੈਂਦਾ ਹੈ । ਉਸ ਨੂੰ ਪ੍ਰਭ ਦੀ ਰਹਿਮਤ ਨਾਲ ਅਨੇਕਾਂ ਹੀ ਬਖਸ਼ਿਸ਼ਾਂ ਹੁੰਦੀਆਂ ਹਨ ।

- ਮਾਨਸ ਜੀਵਨ ਦੇ ਅਸਲੀ ਮੰਤਵ ਦੀ ਸੋਝੀ ਬਖਸ਼ਿਸ਼ ਹੋ ਜਾਂਦੀ ਹੈ । ਪ੍ਰਭ ਦੇ ਦਰਬਾਰ ਵਿੱਚ ਪ੍ਰਵਾਨਗੀ ਦਾ ਰਸਤਾ ਬਖਸ਼ਿਸ਼ ਹੋ ਜਾਂਦਾ ਹੈ । ਉਸ ਨੂੰ ਆਪਣੇ ਮਨ ਤੇ, ਮਨ ਦੀਆਂ ਸੰਸਾਰਕ ਇਛਾਂ ਤੇ ਜਿੱਤ ਬਖਸ਼ਿਸ਼ ਹੋ ਜਾਂਦੀ ਹੈ । ਉਸ ਦਾ ਸੁਚੇਤ ਮਨ, ਸੰਸਾਰਕ ਇਛਾਂ ਦਾ ਗੁਲਾਮ, ਆਪਣੇ ਅਚੇਤ ਮਨ ਦੀ ਅਵਾਜ਼ ਦਾ ਗੁਲਾਮ ਬਣ ਜਾਂਦਾ ਹੈ ।

Whosoever may adopt the essence of Mool Mentor; same Holy Spirit remains embedded within each soul and dwells within his body: His Creation is brotherhood. He may be bestowed with many blessings.

- The right path of acceptance in His Court. The real purpose of human life opportunity. He may conquer demons of sweet poison of worldly wealth, desires- Shakti. He may conquer the virtues of worldly wealth; **Raajas, Taamas; Satvas;** His concentrated mind (**Shakti**) may become a slave of his subconscious mind, **Shiv**, His Word. He may hear the everlasting echo of His Word resonating within his heart.

6. ਗੁਰਬਾਣੀ ਦਾ ਗਿਆਨ ਅਤੇ ਗੁਰਬਾਣੀ ਦੀ ਸੋਝੀ ਮਨ ਦੀਆਂ ਦੋ ਵੱਖਰੀਆਂ ਅਵਸਥਾ ਹਨ ।

- ਗਿਆਨ ਦੇਖਣਾ ਕਿ ਚੌਕ ਤੇ ਰੁਕਨ ਦਾ ਬੋਰਡ ਹੈ । ਇਹ ਗੁਰਬਾਣੀ ਦੇ ਵਿਦਵਾਨ ਦੇ ਮਨ ਦੀ ਅਵਸਥਾ ਹੁੰਦੀ ਹੈ, ਉਹ ਪ੍ਰਵਾਨਗੀ ਦੇ ਰਸਤੇ ਦੀ ਪ੍ਰੇਰਨਾ ਕਰਦਾ ਹੈ, ਦਿਖਾਵੇ ਦੀ ਬੰਦਗੀ ਕਰਦਾ, ਧਾਰਮਕ ਬਾਣ ਵੀ ਪਾਉਂਦਾ ਹੈ, ਪਰ ਆਪਣੀ ਸਿਖਿਆ ਆਪਣੇ ਜੀਵਨ ਵਿੱਚ ਨਹੀਂ ਢਾਲਦਾ ।
- ਸੋਝੀ, ਚੌਕ ਤੇ ਰੁਕ ਕੇ ਚਾਰੇ ਪਾਸੇ ਦੇਖ ਕੇ, ਫਿਰ ਚਲਣਾ । ਇਹ ਅਵਸਥਾ ਪ੍ਰਭ ਦੀ ਰਹਿਮਤ ਨਾਲ ਉਸ ਨੂੰ ਬਖਸ਼ਿਸ਼ ਹੋ ਸਕਦੀ ਹੈ, ਜਿਹੜਾ ਪ੍ਰਭ ਦੇ ਸ਼ਬਦ ਦੀ ਸਿਖਿਆਂ ਨੂੰ ਆਪਣੇ ਜੀਵਨ ਵਿੱਚ ਢਾਲਦਾ ਹੈ । ਉਹ ਪ੍ਰਭ ਦੇ ਵਿਛੋੜੇ ਦੇ ਵਿਰਾਗ ਵਿੱਚ, ਸਿਮਰਨ ਕਰਦਾ ਲੀਨ ਰਹਿੰਦਾ ਹੈ, ਉਸ ਦੇ ਮਨ ਤੇ ਸੰਸਾਰਕ ਦੁਖ, ਸੁਖ ਦਾ ਕੋਈ ਪ੍ਰਭਾਵ ਨਹੀਂ ਹੁੰਦਾ ।
- ਸੰਸਾਰਕ ਮਾਇਆ ਅਨੇਕਾਂ ਹੀ ਲਾਲਚਾਂ ਨਾਲ ਮਨ ਵਿੱਚ ਇਛਾਂ ਪੈਦਾ ਕਰਦੀਆਂ ਹਨ, ਜਿਹੜਾ ਇਛਾ ਦੇ ਪਿਛੇ ਚਲਦਾ ਹੈ, ਉਹ ਮਾਨਸ ਜਨਮ ਦਾ ਅਸਲੀ ਰਸਤਾ ਭੁਲ ਜਾਂਦਾ ਹੈ ।

ਗੁਰੂ ਨਾਨਕ ਦੇਵ ਜੀ! – Guru Nanak Dev Ji! Guru Granth Sahib

Knowledge of Gurbani and the enlightenment of His Word are two unique paths.

- Knowledge is just like to see a stop sign at the crossing of road; whereas the enlightenment may be to look the stop sign and fully stop, watch for the safety of others, and then passes the crossing.
- Knowledge of Gurbani may create anxiety to search for His Word, enlightenment; however, worldly wealth in many forms may drift even many saints, blessed souls; in real worldly life.
- Many saints may start wearing royal robe, living lofty life. Preaching many self-created, sermons, highlights the significance of charity, free food, worship; many may proclaim themselves Guru, His Blessed soul, even son of God. He may incarnate his son or daughter on self-proclaimed throne to bless others His Word. All those saints remain slave of worldly wealth; ignorant from the real purpose, path of human life opportunity.
- Whosoever may adopt the teachings of His Word with steady and stable belief in his day-to-day life; he may remain in renunciation in the memory of his separation from His Holy Spirit. He may be enlightened with the essence of His Word. He may remain unaffected with any worldly miseries or pleasures.

7. ਗੁਰਬਾਣੀ ਦਾ ਸਿਮਰਨ, ਗੁਰਬਾਣੀ ਦੇ ਸ਼ਬਦ ਦੀ ਪਾਲਣਾ, ਜੀਵਨ ਵਿੱਚ ਧਾਰਨਾ ਕਰਨਾ, ਪੁੰਨ ਦਾਨ, ਅਖੰਡ ਪਾਠ, ਲਗਰ, ਧਰਮ ਧਾਰਨ ਕਰਨਾ, ਸੰਸਾਰਕ ਗੁਰੂ ਦੀ ਸੇਵਾ ਕਰਨਾ, ਸਾਰੇ ਹੀ ਬੰਦਗੀ ਦੇ ਠੀਕ ਰਸਤੇ ਹਨ ।

- ਇਹਨਾਂ ਨਾਲ ਪ੍ਰਭ ਦੇ ਸ਼ਬਦ ਦਾ ਧਨ ਬਖਸ਼ਿਸ਼ ਹੋ ਸਕਦਾ ਹੈ । ਸ਼ਬਦ ਦੀ ਸੋਝੀ ਬਖਸ਼ਿਸ਼ ਹੋ ਸਕਦੀ ਹੈ । ਮਾਨਸ ਜਨਮ ਦੇ ਅਸਲੀ ਮੰਤਵ ਦੀ ਸੋਝੀ, ਪ੍ਰਭ ਦੇ ਦਰਬਾਰ ਵਿੱਚ ਪ੍ਰਵਾਨਗੀ ਦਾ ਰਸਤਾ ਬਖਸ਼ਿਸ਼ ਨਹੀਂ ਹੁੰਦਾ ।
- ਜਿਹੜਾ ਪ੍ਰਭ ਦੇ ਵਿਛੋੜੇ ਦੇ ਵਿਰਾਗ ਵਿੱਚ, ਪ੍ਰਭ ਦੇ ਬਖਸ਼ੇ ਤੇ ਸੰਤੋਖ, ਧੀਰਜ ਨਾਲ ਲੀਨ ਰਹਿੰਦਾ ਹੈ, ਉਸ ਦੇ ਮਨ ਵਿੱਚ ਪ੍ਰਭ ਦੀ ਸਦਾ ਚਲਣ ਵਾਲੀ ਸ਼ਬਦ ਦੀ ਧੁਨ, ਗੂੰਜ ਸੁਣਾਈ ਦੇਂਦੀ ਹੈ । ਉਸ ਨੂੰ ਪ੍ਰਭ ਦੇ ਦਰਬਾਰ ਵਿੱਚ ਪ੍ਰਵਾਨਗੀ ਦਾ ਰਸਤਾ ਬਖਸ਼ਿਸ਼ ਹੋ ਜਾਂਦਾ ਹੈ ।

Meditating, obeying, adopting the teachings of word of Gurbani, charity, reciting and serve free kitchen for needy are good paths of worship.

- He may be blessed with the everlasting wealth of His Word; however, the right path of acceptance in His Court may never be blessed.
- Whosoever may remain in renunciation in the memory of his separation from His Holy Spirit; he may hear the everlasting echo of His Word resonating within his heart. He may remain contented and in patience in the void of His Word. He may be blessed with the right path of acceptance in His Court.

8. ਪ੍ਰਭ ਦੇ ਸ਼ਬਦ ਦੀ ਪੂਜਾ ਅਤੇ ਸੰਤ ਦੀ ਪੂਜਾ ਕਰਨਾ ਦੋਨੇਂ ਹੀ ਠੀਕ ਰਸਤੇ ਹਨ ।

- ਸੰਤ ਸਦਾ ਹੀ ਪ੍ਰਭ ਦੇ ਸ਼ਬਦ ਨੂੰ ਜੀਵਨ ਵਿੱਚ ਢਾਲਣ ਦੀ ਸਿਖਿਆ ਦੇਂਦਾ ਹੈ । ਕੇਵਲ ਪ੍ਰਭ ਹੀ, ਸ਼ਬਦ ਦੇ ਲੜ ਲਾਉਂਦਾ, ਦਰਬਾਰ ਵਿੱਚ ਪ੍ਰਵਾਨਗੀ ਦਾ ਰਸਤਾ ਬਖਸ਼ਦਾ ਹੈ ।

The True Master and His Holy saint both are worthy to be worshipped. Adopting their teachings are the right path of meditation, acceptance in His Court.

- His Holy saint may always inspire to adopt the teachings of His Word with steady and stable belief in day-to-day life; however, only The True Master may bless His Word, the right path of acceptance in His Court.

9. ਜਿਹੜਾ ਕਿਸੇ ਆਸ, ਲਾਲਚ ਤੋਂ ਬਿਨਾਂ, ਆਪਾ, ਆਪਣੀ ਹੋਂਦ ਪ੍ਰਭ ਦੇ ਸ਼ਬਦ ਦੀ ਭੇਟਾ ਕਰ ਦੇਂਦਾ ਹੈ, ਉਸ ਨੂੰ ਪ੍ਰਭ ਦੇ ਦਰਬਾਰ ਵਿੱਚ ਪ੍ਰਵਾਨਗੀ ਦਾ ਰਸਤਾ ਬਖਸ਼ਿਸ਼ ਹੋ ਸਕਦਾ ਹੈ ।

- ਜਿਹੜਾ ਸ਼ਰਧਾ ਨਾਲ ਬੰਦਗੀ ਕਰਦਾ ਹੈ, ਮਨ ਵਿੱਚ ਫਲ ਦੀ ਵੀ ਆਸ ਰਖਦਾ ਹੈ, ਉਸ ਨੂੰ ਸ਼ਰਧਾ ਦਾ ਫਲ ਵੀ ਬਖਸ਼ਿਸ਼ ਨਹੀਂ ਹੁੰਦਾ! ਉਸ ਦਾ ਪ੍ਰਭ ਦੇ ਬਖਸ਼ੇ ਤੇ ਭਰੋਸਾ ਅਡੋਲ ਨਹੀਂ ਹੁੰਦਾ । ਇਸਤਰ੍ਹਾਂ ਹੀ ਪੁੰਨ ਦਾਨ, ਪੂਜਾ, ਅਖੰਡ ਪਾਠ, ਲਗਰ ਲਾਉਣਾ, ਸਾਰੇ ਧਰਮ ਦੇ ਰੀਤ ਰੀਵਾਜ, ਮਨ ਦਾ ਭਰੋਸਾ ਹੈ, ਜੀਵਨ ਦੇ ਅਸਲੀ ਮੰਤਵ ਲਈ ਕੋਈ ਮਹੱਤਤਾ ਨਹੀਂ ਹੁੰਦੀ ।

Whosoever may surrender his self-entity unconditionally, without any hope or any expectation of reward; he may be blessed with the right path of acceptance in His Court.

- Imagine! Whosoever may have a deep devotion to meditate; at the same time, he may have hope, desire for the reward, his devotion may not be rewarded. He may not have belief on His Worthy Blessings. The True Master blessed everything to His Creation, once for all, at the time of birth in the universe. Same way worldly charities, worship, donation for so called worthy cause, Akande- paath, Langar are all religious rituals. These beliefs have been infused in the mind of innocent by devious religious thugs; however, these have no benefit for the real purpose of human life opportunity.

10. ਪ੍ਰਭ ਕਦੇ ਜਨਮ ਨਹੀਂ ਲੈਂਦਾ, ਕਦੇ ਆਪ ਦੇ ਬਰਾਬਰ ਦਾ, ਸ਼ਰੀਕ ਪੈਦਾ ਨਹੀਂ ਕਰਦਾ ।

- ਹਰਇਕ ਜੀਵ ਪ੍ਰਭ ਦੇ ਹੁਕਮ ਅੰਦਰ ਹੈ, ਹਰਇਕ ਵਿੱਚ ਹੀ ਕਮੀ ਹੁੰਦੀ ਹੈ, ਕੋਈ ਪੂਰਾ, ਪ੍ਰਭ ਤੇ ਭਾਰੀ ਨਹੀਂ ਹੋ ਸਕਦਾ । ਪ੍ਰਭ ਕਿਸੇ ਵੀ ਜੀਵ ਤੋਂ ਕਰਮਾਤ ਕਰਵਾ ਸਕਦਾ ਹੈ ।
- ਕਿਸੇ ਵੀ ਮਾਨਸ ਨੂੰ ਸਤਿਗੁਰੂ ਨਹੀਂ ਕਹਿਆ ਜਾ ਸਕਦਾ, ਕੋਈ ਮਾਨਸ ਪੂਰਾ ਨਹੀਂ ਹੁੰਦਾ । ਕੋਈ ਮਾਨਸ ਪ੍ਰਭ ਦਾ ਰੂਪ ਨਹੀਂ ਬਣ ਸਕਦਾ, ਪ੍ਰਭ ਦੀ ਗੱਦੀ, ਖਾਨਦਾਨੀ ਨਹੀ ਚਲਦੀ ।

The True Master may never take birth in the universe in any body structure, nor He may ever create anyone equal or better than Himself; His comparative in the universe; everyone remains under His Command.

- His Creation always remains under His Control; He remains Omnipresent, Omniscient, Omnipotent, Axiom, bodyless, emotionless and perfect in all respects. His Creation always has some weakness, deficiency; no one may ever be created perfect; as blemished soul. Soul may never be fully sanctified, pure, complete until soul may be immersed within His Holy Spirit. The True Master may perform any miracle through anyone of His Creation.
- No human may ever be called The True Guru, Sat-Guru; no one may ever be perfect in all respects. No one may ever become worthy to be called symbol of The True Master. He does not have any genealogy, nor anyone may ever be incarnated on His Throne. His throne remains forever true and within the 10th cave of soul.

11. **ਸੰਸਾਰਕ ਜੀਵ, ਸਤਿਕਾਰ ਨਾਲ ਮਾਨਸ ਨੂੰ ਗੁਰੂ ਦੇ ਨਾਮ ਨਾਲ ਸਤਿਕਾਰ ਦੇ ਹਨ, ਇਸ ਨਾਲ ਉਸ ਨੂੰ ਦਾਸ ਅਵਸਥਾ ਬਖਸ਼ਿਸ਼ ਨਹੀਂ ਹੋ ਜਾਂਦੀ । ਉਸ ਦੇ ਜੀਵਨ ਦਾ ਰਸਤਾ ਪ੍ਰਭ ਦੇ ਦਰਬਾਰ ਵਿੱਚ ਪ੍ਰਵਾਨਗੀ ਦਾ ਰਸਤਾ ਨਹੀਂ ਬਣ ਜਾਂਦਾ ।**

His Creation may honor any devotee with the name as True Guru; or incarnate anyone as worldly guru; or incarnated any written doctrine, Holy Scripture as living worldly guru.

- However, his way of life may not become the right path of acceptance in His Court. He must endure the judgement of The Righteous Judge. He may perform miracles through His Creation any time.

12. **ਮੈਲੀ ਆਤਮਾ ਨੂੰ ਨਵੀਂ ਪਛਾਣ ਦੇ ਕੇ ਪ੍ਰਭ ਦੀ ਜੋਤ ਵਿਚੋਂ ਵਿਛੋੜ ਕੇ ਸ੍ਰਿਸ਼ਟੀ ਵਿੱਚ ਪਵਿੱਤਰ ਹੋਣ ਲਈ ਭੇਜੀ ਜਾਂਦੀ ਹੈ ।**

- **ਆਤਮਾ ਨੂੰ ਵੱਖਰੀਆਂ ਜੂੰਨਾਂ, ਜੀਵਾਂ ਦਾ ਤਨ ਬਖਸ਼ਿਆ ਜਾਂਦਾ ਹੈ । ਆਤਮਾ, ਤਨ ਦੀ ਮੌਤ, ਨਾਸ਼ ਹੋਣ ਤੇ ਮਰਦੀ ਨਹੀਂ, ਇਸ ਦੀ ਆਪਣੀ ਹੌਂਦ ਖਤਮ ਨਹੀਂ ਹੁੰਦੀ । ਮੈਲ਼ੀ ਆਤਮਾ ਸੰਸਾਰ ਵਿਚੋਂ ਵਾਪਸ ਨਹੀ ਜਾਂਦੀ, ਆਤਮਾ ਲੇਖਾ, ਆਤਮਾ ਦੀ 10th ਗੁਫਾ ਵਿਚੋਂ ਹੀ ਆਪਣੇ ਆਪ ਹੀ ਕਰਦਾ ਹੈ, ਆਪਣੇ ਕੰਮਾਂ ਨਾਲ ਹੀ ਨਵੇਂ ਜੀਵ ਦਾ ਤਨ ਬਖਸ਼ਿਸ਼ ਹੋ ਜਾਂਦਾ ਹੈ ।**
- **ਜਿਹੜੀ ਆਤਮਾ, ਪ੍ਰਭ ਦੇ ਪਰਖਣ ਯੋਗ ਹੋ ਜਾਂਦੀ ਹੈ, ਉਸ ਨੂੰ ਸਵਰਗ ਵਿੱਚ, ਫਿਰ ਪ੍ਰਭ ਦੀ ਜੋਤ ਦੇ ਮਿਲਣ ਯੋਗ ਲਈ ਪਰਖਿਆ ਜਾਂਦਾ ਹੈ । ਜਿਹੜੀ ਆਤਮਾ ਪਾਸ ਹੋ ਜਾਂਦੀ ਹੈ, ਉਸ ਦੀ ਹੌਂਦ ਮਿਟ ਜਾਂਦੀ ਹੈ, ਪ੍ਰਭ ਦੀ ਜੋਤ ਦਾ ਭਾਗ ਹੀ ਬਣ ਜਾਂਦੀ ਹੈ ।**

ਸਵਰਗ ਵਿੱਚ ਸਭ ਆਤਮਾ ਨੂੰ, ਪਵਿੱਤਰਤਾ ਦਾ ਨੰਬਰ ਬਖਸ਼ਿਆ ਜਾਂਦਾ ਹੈ, ਇਸ ਵਿਚੋਂ ਹੀ ਅਵਤਾਰ, ਸੰਤ, ਦੇਵਤੇ, ਜੀਵਾਂ ਨੂੰ ਸਿਖਿਆ ਦੇਣ ਕਈ ਭੇਜੇ ਜਾਂਦੇ ਹਨ ।

- **ਜਿਹੜਾ ਅਵਤਾਰ, ਸੰਤ, ਫਿਰ ਸੰਸਾਰ ਵਿੱਚ ਆ ਕੇ, ਪ੍ਰਭ ਦੇ ਸ਼ਬਦ ਅਨੁਸਾਰ ਜੀਵਨ ਬਤੀਤ ਕਰਦਾ ਹੈ, ਹਰਇਕ ਜੀਵਨ ਵਿੱਚ ਨਵਾਂ ਹੀ ਖੇਲ ਚਲਦਾ ਹੈ । ਉਸ ਨੂੰ ਦੁਬਾਰਾ ਪਵਿੱਤਰ ਜੋਤ ਵਿੱਚ ਮਿਲਣ ਯੋਗ ਬਣਨ ਲਈ ਪਰਖਿਆ ਜਾਂਦਾ ਹੈ ।**
- **ਜਿਹੜਾ ਅਵਤਾਰ ਰਸਤੇ ਤੇ ਨਹੀਂ ਚਲਦਾ, ਆਪਣੀ ਸੋਭਾ ਦੀ ਚਰਚਾ ਕਰਵਾਉਂਦਾ ਹੈ, ਨਵਾਂ ਧਰਮ ਚਲਾਉਂਦਾ ਹੈ । ਉਹ ਫਿਰ ਜਨਮ ਮਰਨ ਦੇ ਚੱਕਰ ਵਿੱਚ ਭੇਜ ਦਿੱਤਾ ਜਾਂਦਾ ਹੈ ।**

Blemished souls may be separated from His Holy Spirit with an assigned identity.

- Soul may be blessed with various perishable creature bodies, depending on her degree of blemish. Soul may never die with the death, destruction of perishable body; blemished soul may never leave the universe after death of perishable body rather keep moving to another body till sanctified to become worthy of His Consideration.
- Only sanctified soul may leave the universe for further purification, sanctification; as a gold- smith may repeatedly melt gold to purify. Any soul passed through final purification stage may become worthy to immerse within His Spirit,

Any soul may not pass-through final stage remain in buffer zone called Heaven by religious rituals. Angels, prophets, devils may be created from those souls- called blessed soul. All blessed souls may be assigned specific purpose, it may be devilish like Harnaakash or Holy path like Nanak Ji! engraved on his soul as His Word.

- Any soul may remain on her assigned path; she may be sanctified to become worthy of His Consideration. Every life cycle, a new play starts for his soul purification.
- Any soul may drift from her assigned path, engraved on her soul; she may be subjected to the judgement of The Righteous Judge and enters re-incarnation cycle.

13. **ਆਤਮਾ ਦੇ ਵਿੱਚ ਇਕ ਇਛਾ ਪ੍ਰਭ ਦੇ ਸ਼ਬਦ ਵਿੱਚ ਹੀ ਸਮਾਈ ਰਹਿੰਦੀ ਹੈ ।**

- **ਉਸ ਦੇ ਮਾਨਸ ਜੀਵਨ ਦਾ ਮੰਤਵ, ਤਨ ਦੇ ਨਾਸ਼ ਹੋਣ ਨਾਲ ਉਸ ਦੀ ਇਹ ਇਛਾ ਖਤਮ ਨਹੀਂ ਹੁੰਦੀ । ਜਿਹੜੀ ਆਤਮਾ ਪ੍ਰਭ ਦੀ ਜੋਤ ਵਿੱਚ ਰਲ ਜਾਂਦੀ ਹੈ, ਉਸ ਦੀ ਹੌਂਦ ਮਿਟ ਜਾਂਦੀ, ਉਸ ਦੀ ਇਛ ਵੀ ਖਤਮ ਹੋ ਜਾਂਦੀ ਹੈ ।**
- **ਜੀਵ ਦੇ ਮਨ ਵਿੱਚ ਸੰਸਾਰਕ ਇਛਾਂ, ਸੁਚੇਤ ਮਨ, ਸੰਸਾਰਕ ਮਾਇਆ ਦੇ ਨਸ਼ੇ ਵਿੱਚ ਪੈਦਾ ਹੁੰਦੀਆ ਹਨ, ਇਹ ਸਾਰੀਆਂ ਇਛਾਂ ਤਨ ਦੇ ਨਾਸ਼ ਹੋਣ ਨਾਲ ਹੀ ਨਾਸ਼ ਹੋ ਜਾਂਦੀਆਂ ਹਨ ।**

One desire has been embedded within his soul, infused within His Word; The purpose of her human life opportunity; to become worthy of His Consideration remains embedded within his sub-conscious mind as an ever-resonating echo within his mind.

- Once her soul may be immersed within His Holy Spirit, her identity may be eliminated along with her soul, His Word engraved on her soul.

- Worldly desires are created by concentrated mind and controlled by worldly wealth; demons of worldly desires all die with the death of perishable body. Shakti: 3 unique virtues, Raajas, Taamas, Satvas; 5 demons of worldly desires.

14. ਆਤਮਾ ਮਾਂ ਦੀ ਕੁਖ ਵਿਚੋਂ ਬਹੁਤ ਗ਼ਭੀਰ ਸੰਸਾਰ ਵਿੱਚ ਜਨਮ ਲੈਂਦੀ ਹੈ । ਸੰਸਾਰ ਵਿੱਚ ਤਾਕਤਵਾਰ ਹਾਕਮ, ਸ਼ਿਵ ਅਤੇ ਸ਼ਕਤੀ, ਦੋਨਾਂ ਦਾ ਬਹੁਤ ਡੂੰਘਾ ਪ੍ਰਭਾਵ ਰਹਿੰਦਾ ਹੈ ।

ਸ਼ਿਵ – ਸ਼ਬਦ ਦਾ ਰਸਤਾ, ਬਹੁਤ ਕਠਨ ਜੀਵਨ ਦਾ ਰਸਤਾ– ਅਚੇਤ ਮਨ, ਸਦਾ ਚਲਣ ਵਾਲੀ ਗੂੰਜ ਦਾ ਰਸਤਾ ਹੈ । ਜਿਹੜੀ ਆਤਮਾ, ਸ਼ਿਵ ਦਾ ਰਸਤਾ ਧਾਰਨ ਕਰਦੀ ਹੈ, ਉਸ ਨੂੰ ਪ੍ਰਭ ਦੀ ਰਹਿਮਤ ਨਾਲ ਬਖਸ਼ਿਸ਼ਾਂ ਹੁੰਦੀਆਂ ਹਨ

- ਪ੍ਰਭ ਦੇ ਦਰਬਾਰ ਵਿੱਚ ਪ੍ਰਵਾਨਗੀ ਦਾ ਰਸਤਾ ਬਖਸ਼ਿਸ਼ ਹੋ ਜਾਂਦਾ ਹੈ । ਉਹ ਪ੍ਰਭ ਦੇ ਵਿਛੋੜੇ ਦੇ ਵਿਰਾਗ ਵਿੱਚ ਹੀ ਸਿਮਰਨ ਕਰਦਾ, ਸ਼ਬਦ ਦੀ ਸਮਾਧੀ ਵਿੱਚ ਲੀਨ ਰਹਿੰਦਾ ਹੈ । ਉਸ ਨੂੰ ਸੰਸਾਰਕ ਮਾਇਆ ਦੀਆਂ ਕਮੀਆ ਦੀ ਸੋਝੀ ਬਖਸ਼ਿਸ਼ ਹੋ ਜਾਂਦੀ ਹੈ । ਉਸ ਨੂੰ ਮਨ ਵਿੱਚ ਸਦਾ ਚਲਣ ਵਾਲੀ ਧੁਨ ਸੁਣਾਈ ਦੇਦੀ ਹੈ । ਉਸ ਨੂੰ ਆਪਣੇ ਮਨ ਤੇ ਜਿੱਤ ਬਖਸ਼ਿਸ਼ ਹੋ ਜਾਂਦੀ, ਉਸ ਦਾ ਸੁਚੇਤ ਮਨ, ਅਚੇਤ ਮਨ ਦਾ ਗੁਲਾਮ ਬਣ ਜਾਂਦਾ ਹੈ । ਉਸ ਦੀ ਆਤਮਾ ਪਵਿੱਤਰ ਹੋ ਜਾਂਦੀ, ਪ੍ਰਭ ਦੇ ਪਰਖਣ ਯੋਗ ਹੋ ਜਾਂਦੀ ਹੈ ।

ਸ਼ਕਤੀ – ਸੰਸਾਰਕ ਮਾਇਆ, ਥੋੜ੍ਹਾ ਸਮਾਂ ਅਨੰਦ ਦਾ ਰਸਤਾ, ਸੁਚੇਤ ਮਨ ਦਾ ਸੰਸਾਰਕ ਇਛਾ ਦਾ, ਅਨੰਦ ਅਰਾਮ ਦਾ ਰਸਤਾ ਹੈ ।

- ਉਹ ਸੰਸਾਰਕ ਅਨੰਦ ਮਾਨਦਾ, ਸੰਸਾਰਕ ਇਛਾਂ ਦੇ ਪੰਜਾਂ ਜਮਦੂਤਾ ਦਾ ਗੁਲਾਮ ਬਣ ਜਾਂਦਾ ਹੈ । ਪਾਪਾਂ ਦਾ ਭਾਰ ਵਧਾ ਕੇ ਨਵੀਂ ਜੂੰਨ ਵਿੱਚ ਦੁਖ ਭੋਗਦਾ ਹੈ ।

Ignorant, blemish soul comes out of mother's womb into a very mysterious universe dominated with two unique rival forces; Shiv and Shakti.

Path of Shiv, His Word, sub-conscious mind, the ever-resonating echo of His Word. Whosoever may adopt the path of Shiv; She may be bestowed with many Virtues.

- She may be blessed with the right path of acceptance in His Court. He may remain in renunciation in memory of her separation from His Holy Spirit in meditation in the void of His Word. He may be enlightened with the weakness, deficiencies of worldly wealth. He may hear the everlasting echo of His Word resonating within her heart. He may conquer his own mind, worldly wealth; his concentrated mind may become a slave of his subconscious mind. His soul may be sanctified to become worthy of His Consideration.

Shakti: 3 unique virtues, Raajas, Taamas, Satvas; 5 demons of worldly desires. Whosoever may remain intoxicated with sweet poison of worldly wealth.

- She may enjoy the fantasy of short-lived pleasures of worldly wealth and enhances her burden of sins. She may remain changing body of worldly creatures as per her burden of sins.

15. ਜੀਵ ਨੂੰ ਪ੍ਰਭ ਦੀ ਰਹਿਮਤ ਦੇ ਯੋਗ ਬਣਨ ਲਈ ਕਿਹੜੀ ਅਵਸਥਾ ਧਾਰਨ ਕਰਨੀ ਪੈਂਦੀ ਹੈ? ਕਿਹੜੇ ਸ਼ਬਦ, ਕੰਮ, ਮੰਤਰ, ਬਾਣੇ ਨਾਲ ਪ੍ਰਵਾਨਗੀ ਦਾ ਰਸਤਾ ਬਖਸ਼ਿਸ਼ ਹੋ ਸਕਦਾ ਹੈ ।

- ਜਿਹੜਾ ਪ੍ਰਭ ਦੇ ਹੁਕਮ ਅਨੁਸਾਰ ਜੀਵਨ ਢਾਲਦਾ, ਉਸ ਦੀ ਆਤਮਾ ਦਾ ਪ੍ਰਭ ਦੀ ਜੋਤ ਨਾਲੋ ਪਰਦਾ ਦੂਰ ਹੋ ਜਾਂਦਾ ਹੈ ।
- ਆਪਣੀ ਹੌਂਦ ਪ੍ਰਭ ਦੀ ਸ਼ਰਣ ਵਿੱਚ ਭੇਟਾ ਕਰਨ ਨਾਲ ਹੀ ਪ੍ਰਵਾਨਗੀ ਦਾ ਅਸਲੀ ਰਸਤਾ ਬਖਸ਼ਿਸ਼ ਹੋ ਸਕਦਾ । ਨਿਮ੍ਰਤਾ ਹੀ ਸ਼ਬਦ, ਦੂਸਰੇ ਦੀ ਗਲਤੀ ਭੁਲਣਾ ਹੀ ਕਰਮ, ਮਿੱਠਾ ਬੋਲਨਾ ਮੰਤਰ, ਇਹ ਹੀ ਅਸਲੀ ਬਾਣਾ ਹੈ ।
- ਜਿਹੜਾ ਗਿਆਨ ਦਾ ਅਹੰਕਾਰ ਨਹੀਂ ਕਰਦਾ, ਬਲ ਹੁੰਦੇ ਜ਼ੁਲਮ ਨਹੀਂ ਕਰਦਾ । ਆਪਣੀ ਲੋੜ ਵਿਚੋਂ ਹੀ ਦੂਸਰੇ ਨਾਲ ਵੰਡਦਾ ਹੈ । ਉਹ ਹੀ ਪ੍ਰਭ ਦਾ ਅਸਲੀ ਸੇਵਕ ਕਹਾਉਣ ਦੇ ਯੋਗ ਹੁੰਦਾ ਹੈ । ਉਸ ਦੀ ਆਤਮਾ ਨੂੰ ਪ੍ਰਵਾਨਗੀ ਦਾ ਅਸਲੀ ਰਸਤਾ ਬਖਸ਼ਿਸ਼ ਹੋ ਸਕਦਾ ਹੈ ।
- ਜਿਹੜੀ ਆਤਮਾ ਪ੍ਰਭ ਦੇ ਵਿਛੋੜੇ ਵਿੱਚ, ਵਿਰਾਗ ਅਵਸਥਾ ਵਿੱਚ ਚਲੇ ਜਾਂਦੀ ਹੈ, ਉਸ ਨੂੰ ਆਪਣੇ ਅੰਦਰੋਂ ਰੂਹਾਨੀ ਸੋਝੀ ਬਖਸ਼ਿਸ਼ ਹੋ ਜਾਂਦੀ ਹੈ । ਉਸ ਦੇ ਮਨ ਵਿੱਚ ਸਦਾ ਚਲਣ ਵਾਲੀ ਰੂਹਾਨੀ ਧੁਨ ਸੁਣਾਈ ਦੇਂਦੀ ਹੈ । ਉਸ ਨੂੰ ਪ੍ਰਭ ਦੇ ਦਰਬਾਰ ਵਿੱਚ ਪ੍ਰਵਾਨਗੀ ਦਾ ਰਸਤਾ ਬਖਸ਼ਿਸ਼ ਹੋ ਸਕਦਾ ਹੈ ।

How the curtain of secrecy between soul and His Holy Spirt may be eliminated? What word, work, mentor, or robe may he adopt to become worthy of His Consideration?

- Whosoever may adopt the teachings of His Word, embedded within his soul in his day-to-day life; the curtain of secrecy between his soul and His Holy Spirit may be eliminated.
- Whosoever may surrender his own self-entity at His Sanctuary; his conscious mind may become a slave of his subconscious mind.
- Humility, politeness may be the word; to forgive others mistakes may be the task, deed; politely speaking may be the mentor! Whosoever may not boast about his enlightenment, knowledge; even with physical strength, he may not enforce his opinion on others; saves from his own necessity and shares with helpless, less fortunate; any one with such a state of mind may be worthy to be called His true devotee.
- Whosoever may remain in renunciation in the memory of His Separation from His Holy Spirit. He may be blessed with eternal enlightenment from within. He may be blessed with the right path of acceptance in His Court.

16. ਪ੍ਰਭ ਨੇ ਗੁਰੂ ਅਰਜਨ ਤੇ ਰਹਿਮਤ ਦੀ ਨਜ਼ਰ ਬਖਸ਼ੀ । ਉਸ ਨੇ 25 ਪਰਾਤਨ ਸਮੇਂ ਦੇ ਸੰਤਾਂ ਦੇ ਜੀਵਨ ਦੀ ਸਿਖਿਆਂ ਨੂੰ ਵਿਚਾਰਕੇ, ਵੇਦਾਂ ਵਿੱਚ ਦੱਸੇ, ਆਤਮਾ ਨੂੰ ਪਵਿੱਤਰ ਕਰਨਾ ਦਾ ਸੋਮਾ ਮਾਨਸ ਦੇ ਭੇਟਾ ਕੀਤਾ ਹੈ ।

- ਸੰਤਾ ਦੇ ਜੀਵਨ ਦੀ ਸਿਖਿਆਂ ਨੂੰ ਆਪਣੇ ਜੀਵਨ ਵਿੱਚ ਧਾਰਨ ਕਰਨ ਨਾਲ, ਜੀਵ ਦੀ ਆਤਮਾ ਪਵਿੱਤਰ, ਪ੍ਰਭ ਦੇ ਪਰਖਣ ਯੋਗ ਹੋ ਜਾਂਦੀ ਹੈ । ਪ੍ਰਭ ਦੀ ਰਹਿਮਤ ਨਾਲ ਪ੍ਰਵਾਨਗੀ ਦਾ ਰਸਤਾ ਬਖਸ਼ਿਸ਼ ਹੋ ਸਕਦਾ ਹੈ ।

Guru Arjan Dev ji! has compiled the life experience teachings of 25 ancient saints from various aspects of life to enlighten the one aspects of Vedas; how to sanctify soul to become worthy of His Consideration.

- Whosoever may adopt the life experience teachings of His Holy saint in his life; he may be blessed with the right path;
- His soul may be sanctified to become worthy of His Consideration.

17. ਸਿੱਧ ਗੋਸਿਟ – ਨਾਨਕ ਜੀ – ਤੱਤ: Conclusion (ਨਤੀਜਾ) of Sidh Ghost- Nanak Ji!

ਸਿਧ ਗੋਸਟਿ- (ਨਤੀਜਾ)
ਪ੍ਰਭ ਆਪ ਹੀ ਸਾਰੇ ਜੀਵਾਂ ਵਿੱਚ ਵਸਦਾ ਹੈ, ਆਪ ਹੀ ਸਭ ਦੇ ਮਨ ਦੀਆਂ ਇਛਾਂ ਤੋਂ ਵੱਖਰਾ ਹੀ ਰਹਿੰਦਾ ਹੈ । ਅੰਤਰਜਾਮੀ ਪ੍ਰਭ, ਜੀਵ ਦੇ ਮਨ ਦੀਆਂ ਸਾਰੀਆਂ ਇਛਾਂ, ਭਾਵਨਾਂ ਜਾਣਦਾ ਹੈ । ਆਪ ਹੀ ਇਹਨਾਂ ਇਛਾਂ ਤੋਂ ਦੂਰ ਰਹਿੰਦਾ ਹੈ । ਆਪਣਾ ਭਾਉਂਦਾ ਹੀ ਕਰਦਾ ਹੈ । ਸ਼ਬਦ ਕੇਵਲ ਪ੍ਰਭ ਤੋਂ ਹੀ ਬਖਸ਼ਿਸ਼ ਹੋ ਸਕਦਾ ਜਾਂਦਾ ਹੈ । ਜਿਸ ਦੇ ਮਨ ਅੰਦਰ ਸ਼ਬਦ ਦੀ ਧੁਨ ਘਰ ਕਰ ਜਾਂਦੀ, ਸੁਣਾਈ ਦੇਂਦੀ ਹੈ, ਉਸ ਦੇ ਮਨ ਵਿੱਚ ਦਿਨ, ਰਾਤ ਸਵਾਸ ਗਰਾਸ ਚਲਣ ਵਾਲੀ ਧੁਨ ਨਾਲ ਹੀ ਮਨ ਨੂੰ ਪੂਰਨ ਸ਼ਾਂਤੀ ਪ੍ਰਾਪਤ ਹੋ ਸਕਦੀ ਹੈ । ਸ਼ਬਦ ਦੀ ਸੋਝੀ ਨਾਲ ਹੀ ਤਿੰਨਾਂ ਸ੍ਰਿਸ਼ਟੀਆਂ ਦਾ ਭੇਦ ਖੁੱਲ੍ਹਦਾ ਹੈ । ਦਰਬਾਰ ਵਿੱਚ ਢੋਈ ਬਖਸ਼ਿਸ਼ ਹੋ ਸਕਦੀ ਹੈ । ਗੁਰਮਖ ਅਵਸਥਾ ਬਖਸ਼ਿਸ਼ ਹੋਣ ਨਾਲ ਹੀ ਸੋਝੀ ਬਖਸ਼ਿਸ਼ ਹੁੰਦੀ ਹੈ । ਪ੍ਰਭ ਅਦਿ ਤੋਂ, ਅਰੰਭ ਤੋਂ ਯੁੱਗਾਂ ਯੁੱਗਾਂ ਤੋਂ ਆਪ ਹੀ ਵਾਪਰਦਾ ਹੈ । ਹੋਰ ਪ੍ਰਭ ਦੇ ਬਰਾਬਰ, ਕੋਈ ਸ਼ਰੀਕ ਨਹੀਂ ਹੈ ।
Conclusion of Sidh Gosht! His Holy Spirit remains embedded within each soul and dwells within his body; however, The Omniscient True Master remains beyond the reach of worldly emotions of his body and mind. Only His Command prevails in the universe. Only The True Master may bestow His Word to His true devotee. Whosoever may remain drenched with the essence of His Word; he may hear the everlasting echo of His Word resonating within his heart. He may be revealed with the mystrey of three universes; contentment and acceptance in His Court. His true devotee may be enlightened! From Ancient Ages, before the Creation of universe His Word has been prevailing. No one may ever be born, equal or greater than Him nor would be worthy to be called The True Guru. The whole universe is an expansion of His Holy Spirit.

☬ ਭਗਤਾਂ ਨੂੰ ਸ਼ਰਧਾਜਲੀ – Index ☬

☬ ਨਿੱਤਨੇਮ (P1 – 13) ☬

ਮੂਲ ਮੰਤਰ ਦੇ ਪੰਜ ਭਾਗ: ਪ੍ਰਭ ਦਾ ਅਕਾਰ, ਸ੍ਰਿਸਟੀ ਦਾ ਪ੍ਰਬੰਧ, ਬਣਤਰ, ਮੁਕਤੀ, ਪ੍ਰਭ ਦੀ ਪਛਾਣ!	**Five enlightenments of Mool Mantra:** Structure; Function; Creation; Acceptance; Recognition.

ੴ ਸਤਿ ਨਾਮੁ ਕਰਤਾ ਪੁਰਖੁ, ਨਿਰਭਉ ਨਿਰਵੈਰੁ ਅਕਾਲ ਮੂਰਤਿ ਅਜੂਨੀ ਸੈਭੰ ਗੁਰ ਪ੍ਰਸਾਦਿ॥	Ik Onkar, sat naam, kartaa, purakh, nirbha-o, nirvair, akaal, moorat, ajoonee, saibhaN, gur parsaad.

1) **ਪ੍ਰਭ ਦੀ ਹੋਂਦ – ਅਕਾਰ –** Structure - **ੴ** Ik Onkar:

ੴ	**ਪ੍ਰਭ, ਇਕੋ ਇਕ, ਅਕਾਰ ਰਹਿਤ ਜੋਤ, ਸ੍ਰਿਸ਼ਟੀ ਦਾ ਮਾਲਕ!**
Ik Onkar:	The One and Only One, True Master. No form, shape, color, size, in Spirit only.
	His Holy Spirit may appear in anything, anyone, anytime at His Free Will; beyond any form, shape, size, or color, only Holy Spirit.

2) **ਸ਼੍ਰਿਸਟੀ ਦਾ ਪ੍ਰਬੰਧ:** Function and His Operation! **ਸਤਿ ਨਾਮ –** sat naam

ਨਾਮ – ਸ਼ਬਦ	**ਸ਼ਬਦ–ਹਰਇਕ ਆਤਮਾ ਲਈ, ਹਰਇਕ ਤਨ ਲਈ ਵੱਖਰਾ ਹੀ ਹੁੰਦਾ, ਸਦਾ ਚਲਣ ਵਾਲੀ ਗੂੰਜ, ਅਚੇਤ ਮਨ –ਸ਼ਿਵ, ਤਨ ਦੀ ਹੋਂਦ, ਖਤਮ ਹੋਣ ਨਾਲ ਸ਼ਬਦ ਪ੍ਰਭ ਦੀ ਜੋਤ ਵਿੱਚ ਹੀ ਸਮਾ ਜਾਂਦਾ ਹੈ! ਨਵੇਂ ਜਨਮ ਵਿੱਚ, ਤਨ ਲਈ ਨਵਾਂ ਸ਼ਬਦ ਆਤਮਾ ਤੇ ਉਕਾਰਿਆ ਜਾਂਦਾ ਹੈ! ਪ੍ਰਭ ਦਾ ਸ਼ਬਦ ਉਸ ਜਨਮ ਵਿੱਚ ਪ੍ਰਭ ਦੇ ਦਸਵਾਂ ਦਰ ਖੋਲ੍ਹਣ ਦੀ ਕੁੰਜੀ ਹੈ! ਪ੍ਰਵਾਨਗੀ ਦਾ ਅਸਲੀ ਰਸਤਾ, ਸ਼ਬਦ ਵਿੱਚ ਹੀ ਸਮਾਇਆ ਹੈ!**
ਸਤਿ	**ਪ੍ਰਭ ਦਾ ਸ਼ਬਦ, ਭਾਣਾ ਨਾ–ਬਦਲਣ, ਨਾ–ਟਾਲੇ ਜਾਣ ਵਾਲਾ; ਸਦਾ ਵਾਪਰਦਾ; ਜਨਮ ਤੇ ਹਰਇਕ ਆਤਮਾ ਤੇ ਹੀ ਪ੍ਰਭ ਉਕਾਰਦਾ ਹੈ; ਕਾਗਜ਼ ਤੇ ਲਿਖਿਆਂ ਨਹੀਂ ਜਾ ਸਕਦਾ! ਪ੍ਰਭ ਦੇ ਸ਼ਬਦ ਦੀ ਹੋਂਦ ਤਨ ਦੇ ਸਵਾਸਾਂ ਤੀਕ ਅਟਲ ਰਹਿੰਦੀ ਹੈ! ਤਨ ਨਾਸ਼ ਹੋਣ ਤੇ, ਰੂਹਾਨੀ ਜੋਤ ਵਿੱਚ ਹੀ ਸਮਾ ਜਾਂਦੀ ਹੈ!**
naam	The One and Only One, Holy Spirit remains embedded within His Word, Nature. His Word - His Command, His Existence, His Word, a unique road-map embedded within each soul and remains unchanged for the life, duration of his perishable body; after the life cycle of body, His unique Word re-absorbed, re-immersed within His Holy Spirit. Only His Word, Command pervades in the universe and nothing else exist without His Command. New life cycle of soul begins with new body and new His Word.
sat	Omnipresent, Omniscient, Omnipotent, Unchangeable, Uncompromised, True Forever. His Word remains true for life of body- re-immerses within His Holy Spirit!

3) **ਸ਼੍ਰਿਸਟੀ ਦੀ ਬਣਤਰ: –** Creation of the universe. **ਸੈਭੰ** - saibhaN:

ਸੈਭੰ	**ਪ੍ਰਭ ਆਪਣੇ ਆਪ ਵਿਚੋਂ ਹੀ ਉਤਪਤ;** **ਸਾਰੀ ਸ੍ਰਿਸ਼ਟੀ, ਬ੍ਰਹਮੰਡ ਦੀ ਉਤਪਤੀ ਹੀ ਪ੍ਰਭ ਦੀ ਰੂਹਾਨੀ ਜੋਤ ਵਿਚੋਂ ਹੁੰਦੀ ਹੈ! ਸਭ ਕੁਝ ਮਿਥਿਆ ਸਮਾਂ ਪੂਰਾ ਹੋਣ ਤੇ ਪ੍ਰਭ ਦੀ ਰੂਹਾਨੀ ਜੋਤ ਵਿੱਚ ਹੀ ਸਮਾ ਜਾਂਦਾ ਹੈ! ਮੈਲ਼ੀ, ਅਉਗਣਾਂ ਭਰੀ ਆਤਮਾ ਨੂੰ ਪ੍ਰਭ ਦੀ ਰੂਹਾਨੀ ਜੋਤ ਵਿਚੋਂ ਵਿਛੋੜ ਕੇ, ਸ੍ਰਿਸ਼ਟੀ ਵਿੱਚ ਪਛਤਾਵਾਂ ਕਰਨ, ਆਤਮਾ ਨੂੰ ਪਵਿਤਰ ਕਰਨ ਲਈ, ਤਨ ਬਖਸ਼ ਕੇ ਸ੍ਰਿਸ਼ਟੀ ਵਿੱਚ ਪੈਦਾ ਕੀਤਾ ਜਾਂਦਾ ਹੈ! ਆਤਮਾ ਨੂੰ ਜਨਮ ਤੇ ਸਭ ਕੁਝ ਇਕ ਵਾਰ ਹੀ ਬਖਸ਼ਿਸ਼ ਕੀਤਾ ਜਾਂਦਾ ਹੈ! ਉਸ ਦਾ ਪ੍ਰਵਾਨਗੀ ਦਾ ਰਸਤਾ, ਸ਼ਬਦ ਰੂਪ ਵਿੱਚ, ਆਤਮਾ ਤੇ ਪ੍ਰਭ ਦੀ ਸਹਾਈ ਰਹਿਤ ਕਲਮ ਨਾਲ ਉਕਾਰਿਆ ਜਾਂਦਾ ਹੈ! ਆਤਮਾ ਪ੍ਰਭ ਦੀ ਜੋਤ ਦਾ ਹੀ ਭਾਗ ਹੈ! ਹਰਇਕ ਜੀਵ ਹੀ ਪ੍ਰਭ ਦਾ ਰੂਪ ਹੈ! ਪ੍ਰਭ ਦੀ ਜੋਤ, ਸ਼ਬਦ ਰੂਪ ਵਿੱਚ ਆਤਮਾ ਦੇ ਮੋਹ ਤੋਂ ਰਹਿਤ, ਆਤਮਾ ਵਿੱਚ ਸਮਾਈ ਰਹਿੰਦੀ ਹੈ! ਆਤਮਾ, ਪ੍ਰਭ ਦੀ ਜੋਤ ਵਿਚੋਂ ਵਿਛੜੀ, ਜੋਤ ਦਾ ਹੀ ਭਾਗ ਹੈ! ਹਰਇਕ ਜੀਵ ਹੀ ਪ੍ਰਭ ਦਾ ਰੂਪ ਹੈ!ਪ੍ਰਭ ਦੀ ਜੋਤ, ਸ਼ਬਦ ਰੂਪ ਵਿੱਚ ਆਤਮਾ ਦੇ ਮੋਹ ਤੋਂ ਰਹਿਤ! ਆਤਮਾ ਵਿੱਚ ਸਮਾਈ ਰਹਿੰਦੀ ਹੈ!**
saibhaN:	Universe, Creation, soul is an expansion of His Holy Spirit; nothing else may exist without His Holy Spirit! Everything in universe has created for predetermined time and in the end may re-immersed within His Holy Spirit. Blemished soul separated to repent; blessed with worldly body for predetermined time with the road map once for all to be sanctified to re-immerse within origin. His road map, destiny engraved on his soul with His inkless pen. Every creature is a symbol of The True Master; His Holy Spirit as His Word remains embedded within his soul, beyond the reach of her emotions! No soul may be deprived from this opportunity.

4) **ਮੁਕਤੀ** Salvation – His Acceptance. **ਗੁਰ ਪ੍ਰਸਾਦਿ** - gur parsaad

ਗੁਰ ਪ੍ਰਸਾਦਿ	**ਪ੍ਰਭ ਦੀ ਆਪਣੀ ਮਰਜ਼ੀ, ਰਹਿਮਤ ਨਾਲ ਪ੍ਰਵਾਨਗੀ ਹੁੰਦੀ, ਕਿਸੇ ਬੰਦਗੀ, ਵਿਚੋਲੇ, ਗੁਰੂ ਦੀ ਅਰਦਾਸ, ਸਰਾਪ ਨਾਲ ਕੁਝ ਨਹੀਂ ਹੁੰਦਾ!** **ਗੁਰ – ਜਿਹੜਾ ਸ਼ਬਦ ਦੇ ਗੁਣ ਆਪਣੇ ਜੀਵਨ ਵਿੱਚ ਧਾਰਨ ਕਰ ਲੈਂਦਾ ਹੈ! ਸ਼ਬਦ ਦੀ ਕਮਾਈ ਬਖਸ਼ਿਸ਼ ਹੋ ਜਾਂਦੀ ਹੈ!** **ਪ੍ਰਸਾਦਿ – ਜਿਹੜਾ ਸ਼ਬਦ ਦੇ ਗੁਣ ਧਾਰਨ ਕਰਕੇ, ਸ਼ਬਦ ਦੇ ਰਸਤੇ ਤੇ ਅਡੋਲ ਰਹਿੰਦਾ ਹੈ, ਉਸ ਦਾ ਆਪਾ, ਪ੍ਰਭ ਦੇ ਸ਼ਬਦ ਦੀ ਸਦਾ ਚਲਣ ਵਾਲੀ ਗੂੰਜ ਵਿੱਚ ਸਮਾ ਜਾਂਦਾ, ਸ਼ਬਦ ਨੂੰ ਭੇਟਾ ਹੋ ਜਾਂਦਾ ਹੈ!**
gur parsaad	His Blessings may only be with His Blessed Vision. No one may counsel nor curse His Blessings. **gur** – Earnings of His Word, Virtues, essence of the teachings of His Word. **parsaad-** Whose earnings His Word may be as per the teachings of His Word, His conscious mind, (dominated with worldly desires) may become a slave of his sub-conscious mind; the everlasting echo of His Word resonating within His mind! His own existence re-immersed within His Holy Spirit. No worldly status has any significance! Indiscriminative Justice! Beyond comprehension of His Creation.

	How, why, Whom, When! He may bestow His Blessed Vision, limits and duration remains beyond any comprehension of His Creation.

5) **ਪ੍ਰਭ ਦੀ ਪਛਾਣ** – Recognition

ਗੁਣ	**ਕਰਤਾ, ਪੁਰਖੁ, ਨਿਰਭਉ, ਨਿਰਵੈਰੁ, ਅਕਾਲ, ਮੂਰਤਿ, ਅਜੂਨੀ!**
Virtues:	kartaa, purakh, nirbha-o, nirvair, akaal, moorat, ajoonee
	No flesh and blood creature may ever be created with all these virtues; No one may ever be incarnated on His Throne. No one may be worthy to be called True Guru or His Son!

'ਗੁਣ – Virtues	
ਕਰਤਾ	**'ਕਰਤਾ – ਕਰ = ਹਥ (ਪਾਸ); ਤਾ = ਤਾਰ (ਡੋਰੀ); ਰਚਨਹਾਰਾ, ਸਿਰਜਨਹਾਰਾ** **'ਸ੍ਰਿਸ਼ਟੀ ਵਿੱਚ ਸਭ ਕੁਝ ਪ੍ਰਭ, ਰੁਹਾਨੀ ਜੋਤ ਦੇ ਹੁਕਮ ਵਿੱਚ ਹੀ ਵਾਪਰਦਾ ਹੈ, ਜੀਵ ਦੀ ਆਤਮਾ, ਪ੍ਰਭ ਦੀ ਜੋਤ ਦਾ ਦਾਗੀ ਭਾਗ ਹੈ, ਪ੍ਰਭ ਦੀ ਜੋਤ ਵਿਚੋਂ ਹੀ ਸ੍ਰਿਸ਼ਟੀ ਵਿੱਚ ਆਪਣੇ ਆਉਗਣਾਂ ਦਾ ਪਛਤਾਵਾ ਕਰਕੇ, ਆਪਣੀ ਆਤਮਾ ਨੂੰ ਪ੍ਰਭ ਦੇ ਪਰਖਣ ਯੋਗ ਬਣਾਉਣ ਲਈ ਜਨਮ ਬਖਸ਼ਿਸ਼ ਹੁੰਦਾ ਹੈ! ਜੀਵ ਦਾ ਜਨਮ (ਨਵੇਂ ਤਨ ਦੀ ਬਖਸ਼ਿਸ਼), ਮੌਤ (ਤਨ ਦਾ ਸਮਾਂ ਪੂਰਾ ਹੋਣ ਤੇ ਨਾਸ) ਪ੍ਰਭ ਦੇ ਹੁਕਮ ਨਾਲ ਹੀ ਹੁੰਦਾ ਹੈ! ਤਨ ਦੀ ਮੌਤ ਤੇ ਆਤਮਾ ਨੂੰ ਆਤਮਾ ਦੀ ਦਸਵੀਂ ਗੁਫਾ ਵਿੱਚ ਆਪਣੇ ਕੀਤੇ ਕੰਮਾਂ ਦੇ ਲੇਖਾ; ਪ੍ਰਭ ਦਾ ਸ਼ਬਦ, ਧਰਮਰਾਜ ਦਾ ਰੂਪ ਬਣਕੇ ਨਿਰਨਾ ਕਰਦਾ ਹੈ! ਆਪਣੇ ਜੀਵਨ ਦੇ ਕੀਤੇ ਕੰਮਾਂ ਅਨੁਸਾਰ ਹੀ ਆਤਮਾ ਦੇ ਭਾਗ, ਨਵਾਂ ਰਸਤਾ, ਪ੍ਰਭ ਦਾ ਨਵਾਂ ਸ਼ਬਦ ਆਤਮਾ ਤੇ ਉਕਾਰਿਆ ਜਾਂਦਾ ਹੈ! ਜਿਹੜੀ ਆਤਮਾ ਪ੍ਰਭ ਦੇ ਪਰਖਣ ਯੋਗ ਨਹੀਂ ਹੁੰਦੀ, ਉਹ ਜੂੰਨਾਂ ਦੇ ਚੱਕਰ ਵਿੱਚ ਹੀ ਸ੍ਰਿਸ਼ਟੀ ਵਿੱਚ ਰਹਿੰਦੀ ਹੈ!**
kartaa	The True Master remains as Holy Spirit, without any structure, color, size. Everything happens in the universe under His Command. Soul of creature is blemished portion of His Holy Spirit. His soul may be blessed with a unique body, unique His Word, roadmap of acceptance in His Court to repent and regret to sanctify to become worthy of His Consideration. Birth (blessing of new perishable body for predetermined time) and death (destruction of body after predetermined time) happen under only His Command. At the time of death, soul must enter the 10th cave of soul to face the judgement of The Righteous Judge, His Word. Soul will witness the events of life to compare as per His Word, engraved; she must rate grade her life; her new life cycle begins with new unique body and unique His Word. She remains in universe in vicious cycle. Any soul may become worthy of His Consideration leaves the universe to be further sanctified to become "Khalsa". Only Khalsa soul may be immersed within His Holy Spirit; however, very rare, may be one out of million, become Khalsa; the process has been described in Pa-orhee 38 of Jupji Sahib Ji! ***The True Master, Holy Spirt is Creator and Destroyer of the everything in the universe!**
ਪੁਰਖੁ	**ਪੁਰਖੁ = ਪੂਰਨ; ਪੁਰ (ਪੂਰਨ) + ਖੁ (ਅਕਾਸ਼ ਵਾਂਗ)** **ਪ੍ਰਭ, ਰੁਹਾਨੀ ਜੋਤ ਆਪਣੇ ਆਪ ਵਿੱਚ ਪੂਰਨ, ਨਿਰਭਰ ਹੈ, ਅਕਾਸ਼ ਵਾਂਗ ਵਿਸ਼ਾਲ ਹੈ, ਸ਼ਬ ਕਰਤਬ ਕਰਨ ਦੀ ਪੂਰਨ ਸਮਰਥਾ, ਕਿਸੇ ਵੀ ਕਰਤਬ ਵਿੱਚ ਕਿਸੇ ਸਲਾਹ ਸੰਜੋਗ ਦੀ ਕੋਈ ਲੋੜ ਨਹੀਂ ਹੁੰਦੀ!**
purakh	The True Master, His Holy Spirit remains completely sanctified, self-contained with all powers, know-how, and He does not depend on anyone.
ਨਿਰਭਉ	**ਨਿਰਭਉ = ਭਉ (ਭੈਅ = ਡਰ), ਨਿਰ (ਰਹਿਤ)!** **ਪ੍ਰਭ ਡਰ, ਪ੍ਰਭਾਵ, ਪਛਤਾਵੇ ਦੀ ਪਹੁੰਚ ਵਿੱਚ ਨਹੀਂ ਹੈ!** **ਇਹ ਅਵਸਥਾ, ਪ੍ਰਭ ਦੇ ਦਾਸ ਨੂੰ ਵੀ ਬਖਸ਼ਿਸ਼ ਹੋ ਸਕਦੀ ਹੈ!**
nirbha-o	Nirbha-o; The True Master, His Holy Spirit remains beyond the reach of fear, repentance, anxiety of any separation or union on His Existence, functioning in the universe. **His true devotee may be blessed with this—nirbha-o state of mind.**
ਨਿਰਵੈਰ	**ਨਿਰਵੈਰ = ਵੈਰ (ਈਰਖਾ, ਬਦਲਾ ਲੈਣ ਦੀ ਭਾਵਨਾਂ, ਖੋਟੇ ਕੰਮ); ਨਿਰ (ਰਹਿਤ)** **ਪ੍ਰਭ ਈਰਖਾ, ਬਦਲਾ ਲੈਣ ਦੀ ਭਾਵਨਾਂ ਦੀ ਪਹੁੰਸ ਵਿੱਚ ਨਹੀਂ ਹੈ! ਕੇਵਲ ਕੀਤੇ ਕੰਮਾਂ ਨੂੰ ਪਰਖਦਾ, ਫਲ ਬਖਸ਼ਦਾ ਹੈ!** **ਇਹ ਅਵਸਥਾ, ਪ੍ਰਭ ਦੇ ਦਾਸ ਨੂੰ ਵੀ ਬਖਸ਼ਿਸ਼ ਹੋ ਸਕਦੀ ਹੈ!**
nirvair	Nirvair; The True Master, Holy Spirit remains beyond the reach of desire of revenge, intimidation, jealousy. He only judges the deeds performed in worldly life; intention behind the deeds; only rewards, judges the worldly deeds performed through his body. **His true devotee may be blessed with this—nirvair state of mind.**
ਅਕਾਲ	**ਅਕਾਲ = ਕਾਲ (ਸਮੇਂ ਦਾ ਪ੍ਰਭਾਵ) + ਅ (ਰਹਿਤ, ਉਪਰ, ਨਹੀਂ ਬਦਲਦਾ)** **ਪ੍ਰਭ ਸਮੇਂ ਦੇ ਪ੍ਰਭਾਵ ਨਾਲ ਬਦਲਦਾ ਨਹੀਂ, ਪ੍ਰਭ ਦੀ ਜੋਤ! ਕੋਈ ਨਾਸ ਹੋਣ ਵਾਲਾ, ਪਛਾਣੇ ਜਾਣ ਵਾਲਾ ਅਕਾਰ, ਹੋਂਦ ਨਹੀਂ ਹੈ!**
akaal	Akaal: The True Master, His Holy Spirit, remains beyond the influence of time; never change His Existence; remains beyond any recognizable existence; only sensation may be realized.
ਮੂਰਤਿ	**ਮੂਰਤਿ = ਅ (ਰਹਿਤ, ਬਦਲਣ ਵਾਲੀ ਨਹੀਂ) + ਮੂਰਤਿ (ਸਰੂਪ, ਅਕਾਰ)!** **ਪ੍ਰਭ ਇਕ ਰੁਹਾਨੀ ਜੋਤ, ਕਿਸੇ ਪਛਾਣੇ ਜਾਣੇ ਵਾਲੇ ਅਕਾਰ, ਰੂਪ, ਰੰਗ, ਬਣਤਰ ਵਿੱਚ ਨਹੀਂ ਹੁੰਦੀ!** **ਪ੍ਰਭ ਦੀ ਹੋਂਦ, ਸ਼ਬਦ ਦੀ ਰੁਹਾਨੀ ਗੂੰਜ ਸੁਣਨ ਨਾਲ ਹੀ ਅਨੁਭਵ, ਮਹਿਸੂਸ ਕੀਤੀ ਜਾ ਸਕਦੀ ਹੈ!**

moorat	Moorat; The True Master, His Holy Spirt remains beyond three worldly recognizable definitions of body structure, color, size etc.
ਅਜੂਨੀ	ਅਜੂਨੀ = ਅ (ਰਹਿਤ, ਉਪਰ, ਨਾ ਬਦਲਣ ਵਾਲੀ); ਜੂਨੀ (ਜਨਮ, ਮਰਨ ਦੇ ਚੱਕਰ ਵਿੱਚ ਨਹੀਂ) ਪ੍ਰਭ ਇਕ ਰੂਹਾਨੀ ਜੋਤ, ਸਦਾ ਸਥਿਤ, ਨਾ ਬਦਲਣ ਵਾਲੀ ਹੋਂਦ, ਸ੍ਰਿਸ਼ਟੀ ਵਿੱਚ ਕੀਤੇ ਕਰਤਬਾ ਦੇ ਲੇਖੇ ਤੋਂ ਉਪਰ ਹੈ, ਉਸ ਦੇ ਸਭ ਕਰਤਬ ਹੀ ਉਸ ਦੇ ਹੁਕਮ ਹੁੰਦੇ ਹਨ!
ajoone	Ajoone; The True Master, His Holy Spirit remains beyond any physical existence nor any judgement of any events performed; all His Events remains beyond the comprehension of His Creation; His Creation must endure all events of His Nature as His Worthy Blessings. No one may ever have any power to alter, change, His Command.

* ਕੋਈ ਵੀ ਪ੍ਰਭ ਦਾ ਸ਼ਰੀਕ, ਪ੍ਰਭ ਦੇ ਸਾਰੇ ਗੁਣਾ ਵਾਲਾ ਜੀਵ ਪੈਦਾ ਨਹੀਂ ਹੋ ਸਕਦਾ, ਨਾ ਹੀ ਕੋਈ ਪ੍ਰਭ ਦਾ ਰੂਪ, ਜਾ ਉਸ ਦਾ ਪੁਤਰ, ਧੀ ਕਹਾਉਣ ਦੇ ਯੋਗ ਹੈ! ਹਾਰੇ ਪ੍ਰਭ ਦੇ ਦਰ ਦੇ ਮੰਗਤੇ ਹੀ ਹਨ! ਆਪਣੇ ਕੀਤੇ ਦਾ ਫਲ ਭੋਗਦੇ ਹਨ! ਇਹ ਸਾਰੇ ਸੱਤ ਗੁਣ ਕੇਵਲ, ਪ੍ਰਭ ਵਿੱਚ, ਤਨ ਰਹਿਤ ਅਵਸਥਾ ਵਿੱਚ ਹੀ ਹੋ ਸਕਦੇ ਹਨ!

*No one may ever be created in flesh and blood equal or greater than Him, with all virtues. All 7 Virtues may not exist in any soul with body; only bodyless state of mind.

ਕੌਣ ਪੂਜਾ ਕਰਨ– ਸਤਿਗੁਰੂ –True Guru ਕਹਿਣ ਦੇ ਯੋਗ ਹੈ!

'ਜਪੁ — **Jap**

ਆਦਿ ਸਚੁ ਜੁਗਾਦਿ ਸਚੁ॥ — Aad sach, Jugaad sach.

ਹੈ ਭੀ ਸਚੁ ਨਾਨਕ ਹੋਸੀ ਭੀ ਸਚੁ॥੧॥ — Hai bhee sach, Naanak hosee bhee sach. ||1||

ਇਕੋ ਇਕ ਪ੍ਰਭ ਹੀ ਆਪਣੀ ਸਮਾਧੀ ਵਿੱਚ ਸ੍ਰਿਸ਼ਟੀ ਦੇ ਅਰੰਭ ਤੋਂ ਪਹਿਲੇ, ਹੁਣ, ਭਵਿੱਖ ਵਿੱਚ ਵੀ ਅਟਲ ਰਹਿਣ ਵਾਲਾ ਹੈ । ਕੇਵਲ ਉਸ ਦਾ ਹੁਕਮ ਹੀ ਚਲਦਾ ਹੈ । ਸਭ ਨੂੰ ਉਸ ਅਗੇ ਝੁਕਣਾ ਪੈਂਦਾ ਹੈ ।

The One and Only, True Master, Creator was intoxicated in His Void before the creation of the universe, in present envirment in His Nature and in future will remain unchanded, undestructive after destruction, elimination of the universe.

ਗੁਰੂ ਗ੍ਰੰਥ ਸਾਹਿਬ ਦੀ ਬਾਣੀ ਦਾ ਤੱਤ – ਮੂਲ ਮੰਤਰ!

ਪ੍ਰਭ ਦਾ ਦਰਬਾਰ, ਧਰਮਰਾਜ ਦੇ ਰੂਪ ਵਿੱਚ, ਸ਼ਬਦ ਵਿੱਚ ਹੀ ਸਮਾਇਆ ਰਹਿੰਦਾ ਹੈ, ਕੇਵਲ ਪਵਿੱਤਰ ਆਤਮਾ, ਪਰਖਣ ਯੋਗ ਹੀ ਸ੍ਰਿਸ਼ਟੀ ਵਿਚੋਂ ਪ੍ਰਭ ਦੀ ਆਤਮਾ ਨੂੰ ਪਵਿੱਤਰ ਕਰਨ ਵਾਲੀ ਕਠਾਲੀ (ਪੌੜੀ 38) ਵਿੱਚ ਜਾਂਦੀ ਹੈ । ਅਨੇਕਾਂ ਵਿਚੋਂ ਕੋਈ ਵਿਰਲੀ ਹੀ ਆਤਮਾ ਖਾਲਸ ਹੋ ਕੇ ਪ੍ਰਭ ਦੀ ਸਮੁੰਦਰ ਰੂਪੀ ਜੋਤ ਵਿੱਚ ਸਮਾ ਜਾਂਦੀ ਹੈ ।

His Word remains as a symbol of The Righteous Judge, Devil of Death, His 10th Cave, Royal Palace; both Shiv and Shakti. Only sanctified soul may become worthy of His Consideration; her soul may be subjected to further sanctification process as mentioned in Pa-orhee 38 of Jupji; to become worthy to be immersed with His Holy Spirit; however, very rare soul may become **"Khalsa"**; one out of million may be immersed within.

Key Message of Mool Mantra page 1-1
'ਦਸਵੇਂ' ਦਰ ਦੀ ਕੁੰਜੀ!
ਸੈਭੰ – ਜਿਸ ਨੂੰ ਸੋਝੀ ਹੋ ਜਾਂਦੀ ਹੈ, ਹਰਇਕ ਜੀਵ ਦੀ ਆਤਮਾ ਵਿੱਚ ਇਕੋ ਇਕ ਪ੍ਰਭ ਦੀ ਜੋਤ ਸਮਾਈ ਹੈ, ਹਰਇਕ ਜੀਵ ਹੀ ਆਪਣਾ ਬਣ ਜਾਂਦਾ ਹੈ, ਕੋਈ ਆਪਣਾ ਬੁਰਾ, ਨੁਕਸਾਨ ਨਹੀਂ ਕਰ ਸਕਦਾ! ਉਸ ਦਾ ਸੁਚੇਤ ਮਨ, ਉਸ ਦੇ ਅਚੇਤ ਮਨ ਦਾ ਗੁਲਾਮ ਬਣ ਜਾਂਦਾ ਹੈ! ਉਸ ਦੇ ਮਨ ਅੰਦਰ ਸਦਾ ਚਲਣ ਵਾਲੀ ਸ਼ਬਦ ਦੀ ਧੁਨ, ਗੂੰਜ ਸੁਣਾਈ ਦੇਂਦੀ ਹੈ! ਉਹ ਆਪਾ ਸ਼ਬਦ ਦੀ ਭੇਟਾ ਕਰ ਦੇਂਦਾ, ਸ਼ਬਦ ਦੀ ਸਮਾਧੀ ਵਿੱਚ ਲੀਨ ਹੋਇਆ, ਪ੍ਰਭ ਦੀ ਜੋਤ ਵਿੱਚ ਸਮਾ ਜਾਂਦਾ ਹੈ!
Master key of His Royal Palace!
The Master Key to open the door of the right path of acceptance in His Court, salvation may be "saibhaN"! Whosoever may be drenched with the essence that all souls are an expansion of His Holy Spirit; he may realize that mankind as a brotherhood. No one may want to harm and deceive himself! He may be blessed to conquer his own mind. His (cautious, vigilant) mind dominated with worldly desires, becomes a slave of his subconscious mind, "shiv". He may surrender his self-entity at His Sanctuary. He remains intoxicated in the void of His Word; her soul may immerse within His Holy Spirit.

1. **ਪ੍ਰਭ ਦੀ ਰਹਿਮਤ ਕਿਵੇਂ ਬਖਸ਼ਿਸ਼ ਹੋ ਸਕਦੀ ਹੈ? How one can be blessed by His Holy Spirit?**

ਸੋਚੈ ਸੋਚਿ ਨ ਹੋਵਈ ਜੇ ਸੋਚੀ ਲਖ ਵਾਰ॥ — Sochai soch na hova-ee, jay sochee lakh vaar.
ਚੁਪੈ ਚੁਪ ਨ ਹੋਵਈ ਜੇ ਲਾਇ ਰਹਾ ਲਿਵ ਤਾਰ॥ — Chupai chup na hova-ee, jay laa-ay rahaa liv taar.
ਭੁਖਿਆ ਭੁਖ ਨ ਉਤਰੀ ਜੇ ਬੰਨਾ ਪੁਰੀਆ ਭਾਰ॥ — Bhukhi-aa bhukh na utree, jay bannaa puree-aa bhaar.
ਸਹਸ ਸਿਆਣਪਾ ਲਖ ਹੋਹਿ ਤ ਇਕ ਨ ਚਲੈ ਨਾਲਿ॥ — Sahas si-aanpaa lakh hohi, ta ik na chalai naal.
ਕਿਵ ਸਚਿਆਰਾ ਹੋਈਐ ਕਿਵ ਕੂੜੈ ਤੁਟੈ ਪਾਲਿ॥ — Kiv sachi-aaraa ho-ee-ai, kiv koorhai tutai paal?
ਹੁਕਮਿ ਰਜਾਈ ਚਲਣਾ ਨਾਨਕ ਲਿਖਿਆ ਨਾਲਿ॥੧॥ — Hukam rajaa-ee chalnaa, Naanak likhi-aa naal. ||1||

ਬਾਰ ਬਾਰ, ਅਨੇਕਾਂ ਵਾਰ ਸੋਚਣ ਨਾਲ ਵੀ ਮਨ ਵਿਚੋਂ ਬੁਰੇ ਖਿਆਲਾਂ ਰੂਪੀ ਮੈਲ ਧੋਤੀ ਨਹੀਂ ਜਾਂਦੀ । ਆਤਮਾ ਦੀ ਪਵਿੱਤਰਤਾ, ਮਨ ਦੀ ਭਟਕਣ ਦੂਰ ਨਹੀਂ ਹੁੰਦੀ । ਤਨ ਦੇ ਇਸ਼ਨਾਨ ਕਰਨ ਨਾਲ ਮਨ ਦੀ ਮੈਲ ਧੋਤੀ ਨਹੀਂ ਜਾ ਸਕਦੀ । ਲੰਮਾ ਸਮਾਂ ਮੌਨ ਧਾਰਨ ਨਾਲ ਆਤਮਾ ਦੀ ਮੌਨਤਾ, ਸ਼ਾਂਤੀ ਨਹੀਂ ਹੁੰਦੀ । ਅਸਲੀ ਮੌਨ ਨਾਲ, ਪ੍ਰਭ ਨਾਲ ਬਿਰਤੀ ਲਗ ਜਾਂਦੀ ਹੈ । ਅਸਲੀ ਮੌਨ ਤਾ ਨਿੰਦਿਆਂ ਤੋਂ ਰਹਿਤ ਹੋਣ ਨਾਲ ਹੀ ਹੁੰਦਾ ਹੈ । ਭੁੱਖੇ ਰਹਿਣ, ਵਰਤ ਰਖਣ ਨਾਲ, ਮਨ ਵਿਚੋਂ ਇਛਾਂ, ਲਾਲਚ ਉਪਰ ਕਾਬੂ ਨਹੀਂ ਪੈਂਦਾ । ਅਸਲੀ ਵਰਤ ਤਾ ਮਨ, ਆਤਮਾ ਦਾ ਸੰਤੋਖ ਹਾਸਿਲ ਕਰਨਾ, ਪ੍ਰਭ ਦੇ ਬਖਸ਼ੇ ਤੇ ਅਡੋਲ ਭਰੋਸਾ ਹੀ ਹੁੰਦਾ ਹੈ । ਭਾਵੇਂ ਜੀਵ ਪੜ੍ਹਕੇ ਕਿਤਨਾ ਵੀ ਗਿਆਨਵਾਨ, ਸਿਆਣਾ ਹੋ ਜਾਵੇ । ਅਨੇਕ ਵਾਰ ਸੋਚਕੇ ਕੰਮ ਕਰੇ, ਫਿਰ ਵੀ ਉਹਨਾਂ ਸਿਆਣਪਾਂ ਦਾ ਪ੍ਰਭ ਦੀ ਮਰਜ਼ੀ ਅੱਗੇ ਕੋਈ ਚਾਰਾ ਨਹੀਂ ਹੁੰਦਾ ।

ਗੁਰੂ ਨਾਨਕ ਦੇਵ ਜੀ! – Guru Nanak Dev Ji! Guru Granth Sahib

ਕਿਸਤਰ੍ਹਾਂ ਮਨ ਸੰਸਾਰਕ ਮਾਇਆ ਦੇ ਬੰਧਨ ਨਾਸ ਕਰ ਸਕਦਾ ਹੈ? ਕਿਸਤਰ੍ਹਾਂ ਆਤਮਾ ਦੀ ਅਗਿਆਨਤਾ ਦਾ ਪਰਦਾ, ਭੇਦ, ਵਿਛੋੜਾ ਪ੍ਰਭ ਨਾਲੋ ਦੂਰ ਹੋ ਸਕਦਾ ਹੈ? ਪ੍ਰਭ ਦੀ ਰਹਿਮਤ, ਕਿਸੇ ਵਿਧੀ, ਚਲਾਕੀ, ਧਰਮ ਦੇ ਰੀਤੀ ਰੀਵਾਜ ਕਰਨ ਨਾਲ, ਬਖਸ਼ਿਸ਼ ਨਹੀਂ ਹੁੰਦੀ । ਕੇਵਲ ਇਕੋ ਇਕ ਹੀ ਰਸਤਾ ਹੈ! ਪ੍ਰਭ ਦੀ ਆਪਣੀ ਰਜ਼ਾ, ਰਹਿਮਤ ਨਾਲ ਹੀ ਬਖਸ਼ਿਸ਼ ਹੁੰਦੀ ਹੈ । ਆਪਣੇ ਮਨ ਦੇ ਅਹੰਕਾਰ ਨੂੰ ਤਿਆਗਕੇ ਸ਼ਬਦ ਅਨੁਸਾਰ ਜੀਵਨ ਢਾਲਣ ਨਾਲ, ਦੁਖ, ਸੁਖ ਨੂੰ ਬਖਸ਼ਿਸ਼ ਸਮਝਕੇ ਕਬੂਲ ਕਰਨ ਨਾਲ, ਆਪਾ ਭੇਟਾ ਕਰਨ ਨਾਲ, ਪ੍ਰਭ ਆਪ ਹੀ ਰਖਵਾਲਾ ਬਣ ਜਾਂਦਾ, ਤਰਸ, ਰਹਿਮਤ ਬਖਸ਼ਦਾ ਹੈ ।

Even repeatedly thinking, mind may not control the evil thoughts; his soul may not be sanctified. By repeatedly taking sanctifying bath at Holy Shrine or washing, cleaning body; inner, evil thoughts of mind may not be controlled, conquered. Same way! Keeping quiet, staying away from conversations, or living in forest; no one may concentrate on the teachings of His Word; his mind keeps worldly conversation; thinking about the gimmicks of worldly pleasures and honors within. Same way staying away from food, starving, keeping food out of his reach; still his mind may not control his worldly greed, desires. By reading Holy Scriptures and life experience of saintly souls; one may become very knowledgeable about worldly Holy Scriptures; however, he may not comprehend the reality of the real purpose of human life opportunity. His state of mind may not become beyond the reach of the influence of miseries of worldly life; His Word, Command always prevails and all worldly miseries and pleasures are blessed with His Blessed Vision.

How may I conquer my mind, worldly desires to be sanctified to become worthy of His Consideration?

How may the separation of my soul from His Holy Spirit be eliminated?

Whosoever may surrender his self-entity at His Sanctuary and accepts His Word as an ultimate, unchangeable, unavoidable Command and adopts the teachings of His Word with steady and stable belief; with His mercy and grace, he may accept worldly miseries and pleasures as His Worthy blessings. His soul may be sanctified to become worthy of His Consideration; only with His mercy and grace, the curtain of secrecy between his soul and His Holy Spirit may be eliminated.

Key Message of Japji Sahib Pa-orhee 1
'ਆਤਮਾ ਦਾ ਪ੍ਰਭ ਦੀ ਜੋਤ ਨਾਲੋ ਪਰਦਾ ਕਿਵੇਂ ਦੂਰ ਹੋ ਸਕਦਾ ਹੈ?
ਕਿਵੇਂ ਆਤਮਾ ਦਾ ਪ੍ਰਭ ਦੀ ਜੋਤ ਤੋਂ ਪਰਦਾ ਦੂਰ ਹੋ ਸਕਦਾ ਹੈ? ਕੇਵਲ ਪ੍ਰਭ ਦੇ ਸ਼ਬਦ ਦੀ ਸਿਖਿਆਂ ਨੂੰ ਆਪਣੇ ਜੀਵਨ ਵਿੱਚ ਢਾਲਣ ਨਾਲ ਹੀ, ਆਪਾ ਭੇਟਾ ਕਰਨ ਨਾਲ ਹੀ, ਜੀਵ ਦੀ ਆਤਮਾ ਦਾ ਪ੍ਰਭ ਦੀ ਜੋਤ ਨਾਲੋ ਪਰਦਾ ਦੂਰ ਹੋ ਸਕਦਾ ਹੈ ।
How may the curtain of secrecy between soul and His Spirit removed?
How the curtain of secrecy between soul and His Holy Spirit may be eliminated? Only by surrendering his self-entity at His Sanctuary and adopting the teachings of His Word in day-to-day life; the curtain of secrecy between soul and His Holy Spirit may be eliminated.

2. **ਪ੍ਰਭ ਦੇ ਸੇਵਕ, ਸਿਖ, ਹਿੰਦੂ, ਮੁਸਲਮਾਨ ਦਾ, ਰਹਿਤਨਾਮਾ** — **What is the true religious robe?**

ਮੁੰਦਾ ਸੰਤੋਖੁ ਸਰਮੁ ਪਤੁ ਝੋਲੀ ਧਿਆਨ ਕੀ ਕਰਹਿ ਬਿਭੂਤਿ॥
ਖਿੰਥਾ ਕਾਲੁ ਕੁਆਰੀ ਕਾਇਆ ਜੁਗਤਿ ਡੰਡਾ ਪਰਤੀਤਿ॥
ਆਈ ਪੰਥੀ ਸਗਲ ਜਮਾਤੀ ਮਨਿ ਜੀਤੈ ਜਗੁ ਜੀਤੁ॥
ਆਦੇਸੁ ਤਿਸੈ ਆਦੇਸੁ॥ ਆਦਿ ਅਨੀਲੁ ਅਨਾਦਿ ਅਨਾਹਤਿ,
ਜੁਗੁ ਜੁਗੁ ਏਕੋ ਵੇਸੁ॥੨੮॥

Munda santokh saram pat jholee Dhi-aan kee karahi bibhoot.
Khinthaa kaal ku-aaree kaa-i-aa jugat dandaa parteet.
Aa-ee panthee sagal jamaatee man jeetai jag jeet.
Aadays tisai aadays. Aad aneel anaad anaahat
jug jug ayko vays. ||28||

ਪ੍ਰਭ ਦੀ ਰਹਿਮਤ ਪ੍ਰਾਪਤ ਕਰਨ ਲਈ ਕਿਸਤਰ੍ਹਾਂ ਦਾ ਭੇਸ ਬਣਾਉਣਾ ਚਾਹੀਦਾ ਹੈ? ਰਹਿਤਨਾਮਾ

ਗੁਰਮਖ ਆਪਣੇ ਜੀਵਨ ਨੂੰ ਬੁਰੇ ਕੰਮਾਂ ਤੋਂ ਰਹਿਤ ਰਖਦਾ; ਬਖਸ਼ਿਸ਼ ਲਈ ਧੀਰਜ; ਬਖਸ਼ਿਸ਼ ਤੇ ਸੰਤੋਖ ਰਖਦਾ, ਰੂਪੀ ਬਾਣਾ ਧਾਰਨ ਕਰਦਾ, ਆਪਣੇ ਕੰਨਾਂ ਦੀਆਂ ਮੁੰਦਰਾਂ ਬਣਾਉਂਦਾ ਹੈ । ਪ੍ਰਭ ਦੇ ਸ਼ਬਦ ਦਾ ਸਿਮਰਨ, ਪਾਲਣਾ ਅਡੋਲ ਭਰੋਸੇ ਨਾਲ ਕਰਦਾ, ਸ਼ਬਦ ਦੀ ਸੋਝੀ ਨੂੰ ਰੋਮ ਰੋਮ ਜਾਗਰਤ ਰਖਣ ਰੂਪੀ ਸਮਾਧੀ, ਆਸਣ ਲਾਉਂਦਾ ਹੈ । ਆਪਣੀ ਆਤਮਾ ਦੀ ਪ੍ਰਭ ਦੀ ਜੋਤ ਵਿਚੋਂ ਵਿਛੋੜੇ ਨੂੰ, ਮੌਤ ਨੂੰ ਸਦਾ ਯਾਦ ਰਖਦਾ, ਪ੍ਰਭ ਦੀ ਜੋਤ ਨੂੰ ਹਰਇਕ ਜੀਵ ਵਿੱਚ ਵਸਦੀ ਸਮਝਕੇ, ਪ੍ਰਭ ਦੇ ਸ਼ਬਦ ਨੂੰ ਅਟਲ ਮੰਨਕੇ ਆਪਣੇ ਜੀਵਨ ਦਾ ਢੰਗ, ਧਾਰਮਕ ਚੋਲਾ, ਬਾਣਾ, ਬਣਾਉਂਦਾ ਹੈ । ਪ੍ਰਭ ਦੀ ਜੋਤ ਹੀ ਸਾਰਿਆਂ ਵਿੱਚ ਪ੍ਰਵੇਸ਼ ਮੰਨਕੇ, ਹਰਇਕ ਜੀਵ ਨੂੰ ਹੀ ਪ੍ਰਭ ਦਾ ਰੂਪ, ਆਪਣੀ ਆਤਮਾ ਦਾ ਭਾਗ, ਆਪਣਾ ਭਾਈ ਹੀ ਸਮਝਕੇ ਜੀਵਨ ਬਤੀਤ ਕਰਦਾ ਹੈ । ਜਿਹੜਾ ਆਪਣੇ ਮਨ ਤੇ ਕਾਬੂ ਪਾ ਲੈਂਦਾ ਹੈ, ਫਿਰ ਉਸ ਨੂੰ ਕਦੇ ਅਹੰਕਾਰ ਨਹੀਂ ਹੁੰਦਾ, ਸੰਤੋਖ ਬਖਸ਼ਿਸ਼ ਹੋ ਜਾਂਦਾ ਹੈ, ਪ੍ਰਭ ਦੀ ਸਦਾ ਚਲਣ ਵਾਲੀ ਗੂੰਜ ਮਨ ਵਿੱਚ ਸੁਣਈ ਦੇਣ ਲਗ ਪੈਂਦੀ ਹੈ । ਪ੍ਰਭ ਹੀ ਸਾਰੇ ਸੰਸਾਰ ਦਾ (ਆਦਿ) ਮੂਲ, ਜੜ੍ਹ ਰੂਪ ਹੈ । ਉਹ ਅਨੀਲੁ (ਅ+ਨੀਲੁ), ਨੀਲੇ ਅਕਾਸ਼ ਆਦਿਕ ਤੱਤਾਂ ਦੇ ਕਾਰਜ ਤੋਂ (ਅ) ਰਹਿਤ ਹੈ । ਉਹ ਕਾਲੀਆਂ, ਖੋਟੀਆਂ ਇਛਾਂ ਤੋਂ ਰਹਿਤ ਹੈ । ਉਹ ਆਦਿ ਤੋਂ ਰਹਿਤ ਹੈ । ਪ੍ਰਭ ਦਾ ਦਾਸ, ਜਿਸ ਪ੍ਰਭ ਦਾ ਕੋਈ ਆਦਿ ਨਹੀਂ, ਅਨਾਦੀ, ਜੁਗਾਂ ਜੁਗਾਂ ਵਿੱਚ ਅਟਲ, ਰਹਿਣ ਵਾਲੇ ਮਾਲਕ ਅੱਗੇ ਰਹਿਮਤ ਦੀ ਅਰਦਾਸ ਕਰਦਾ ਹੈ । ਉਸ ਦਾ ਬਖਸ਼ਿਆ ਭੇਖ, ਰੂਪ, ਸਾਦਗੀ ਵਾਲਾ ਬਸਤਰ ਪਹਿਨਦਾ ਹੈ । ਹੋਰ ਨਵਾਂ, ਭੇਖ, ਬਾਣਾ ਜਾ ਚਿੰਨ੍ਹ ਧਾਰਨ ਨਹੀਂ ਕਰਦਾ, ਧਰਮ ਨਹੀਂ ਚਲਾਉਂਦਾ ।

What should be the true robe of His true devotee? His true devotee, controls his mind, evil thoughts and adopts a way of life; **Patience for His Blessings; Contentment with His Blessings; Compassion for less fortunate as his robe,** ear-rings. He may meditate and adopts the teachings of His Word with steady and stable belief; he remains drenched with the essence of His Word; he remains intoxicated in the void of His Word. He always remains in renunciation in the memory of his separation from His Holy Spirit; unpredictable death. He realizes! His Holy Spirit remains embedded, dwells, and prevails within each body. He accepts His Word as an ultimate Command and adopts such a way of life as his robe. **Every soul is an expansion of His Holy Spirit; His Creation is brotherhood, a symbol of The True Master.** Whosoever may remain beyond the reach of sweet poison of worldly wealth; with His mercy and grace, he may conquer his own ego. He may be blessed with contentment. He may hear the everlasting echo of His Word resonating within. He may be blessed with the right path of acceptance in His Court. The Omnipotent, Omniscient, Omnipresent, Axiom, unchanged forever True Master remains beyond the reach of any intimidation of evil tricks of worldly wealth. His true devotee must surrender his self-entity at His Sanctuary, The True Master beyond, bodyless, emotionless, any beginning or end. He prays for His

Forgiveness and Refuge. His true devotee may adopt His Blessed body as robe, mankind as religion. He may never adopt any distinguished symbol, robe except mankind as religion.

Key Message of Japji Sahib Pa-orhee 28
'ਗੁਰਮਖ ਦਾ ਬਾਣਾ!
ਪ੍ਰਭ ਦੇ ਬਖਸ਼ੇ ਤੇ ਸੰਤੋਖ, ਧੀਰਜ ਰੂਪੀ ਮੁੰਦ੍ਹਾਂ ਪਾਉਣੀਆ ਚਾਹੀਦੀਆਂ ਹਨ । ਆਤਮਾ ਨੂੰ ਬੁਰੇ ਕੰਮਾਂ ਤੋਂ ਰਹਿਤ ਰਖਣਾ (ਸ਼ਰਮ ਕਰਨੀ) ਚਾਹੀਦਾ ਹੈ । ਪ੍ਰਭ ਦੀ ਰਜ਼ਾ ਸ਼ਰਧਾ ਨਾਲ ਪ੍ਰਵਾਨ ਕਰਨੀ ਚਾਹੀਦੀ ਹੈ । ਭਾਣਾ ਮੰਨਣ ਦੀ ਸਮਰਥਾ ਮੰਗਣੀ ਚਾਹੀਦੀ ਹੈ ।
True robe of His true devotee
You should adopt, patience, contentment with His Blessings, and control your mind from evil thoughts and deeds. Unconditionally acceptance of sorrows and pleasures as His Worthy Blessings. You should pray for His Forgiveness and Refuse to accept His Command as His Worthy Blessings.

3. **ਦਰਬਾਰ ਵਿੱਚ ਪ੍ਰਵਾਨ ਹੋਈ ਆਤਮਾ ਦੀ ਕੀ ਅਵਸਥਾ ਹੈ?**

Final stage- of state of mind of a Blessed soul?

ਜਤੁ ਪਾਹਾਰਾ ਧੀਰਜੁ ਸੁਨਿਆਰੁ॥ ਅਹਰਣਿ ਮਤਿ ਵੇਦੁ ਹਥੀਆਰੁ॥
ਭਉ ਖਲਾ ਅਗਨਿ ਤਪ ਤਾਉ॥ ਭਾਂਡਾ ਭਾਉ ਅੰਮ੍ਰਿਤੁ ਤਿਤੁ ਢਾਲਿ॥
ਘੜੀਐ ਸਬਦੁ ਸਚੀ ਟਕਸਾਲ॥ ਜਿਨ ਕਉ ਨਦਰਿ ਕਰਮੁ ਤਿਨ ਕਾਰ॥
ਨਾਨਕ ਨਦਰੀ ਨਦਰਿ ਨਿਹਾਲ॥੩੮॥

jat paahaaraa Dheeraj suni-aar. ahran mat vayd hathee-aar.
bha-o khalaa agan tap taa-o. bhaaNdaa bhaa-o amrit tit dhaal.
gharhee-ai sabad sachee taksaal. jin ka-o nadar karam tin kaar.
naanak nadree nadar nihaal. ||38||

ਜਤੁ –ਇੰਦ੍ਰੀਆਂ/ਵਾਸਨਾਵਾ ਨੂੰ ਆਉਗਣਾ ਤੋਂ ਰਹਿਤ	ਧੀਰਜ– ਸੰਤੋਖ– ਸਬਰ
ਪਾਹਾਰਾ – ਰਾਖੀ ਕਰਨੀ, ਕਾਬੂ ਪਾਉਣਾ	ਸੁਨਿਆਰੁ – ਸਿਰਜਨਹਾਰ

ਜਿਵੇਂ ਸੁਨਿਆਰਾ ਸੋਨੇ ਨੂੰ ਬਹੁਤ ਧੀਰਜ ਨਾਲ ਪਿਘਲਾਉਂਦਾ, ਅੱਗ ਨੂੰ ਕਾਬੂ ਵਿੱਚ ਰਖਦਾ ਹੈ । ਬਹੁਤ ਸੰਤੋਖ ਨਾਲ ਹਥੌੜੇ ਨਾਲ ਗਹਿਣੇ ਬਣਾਉਂਦਾ ਹੈ । ਇਸਤਰ੍ਹਾਂ ਹੀ ਪ੍ਰਭ ਦਾ ਦਾਸ, ਆਪਣੇ ਮਨ ਦੀਆਂ ਇਛਾਂ ਤੇ ਕਾਬੂ ਰਖਕੇ, ਸ਼ਬਦ ਦੀ ਸਿਖਿਆਂ, ਨਿਯਮਾਂ ਰੂਪੀ ਸਟਾਂ, ਰੁਕਾਵਟਾਂ ਨੂੰ ਸੰਤੋਖ ਨਾਲ ਸਹਿਦਾ, ਪ੍ਰਭ ਦੀ ਬਖਸ਼ਿਸ਼ ਦੀ ਧੀਰਜ ਨਾਲ ਉਡੀਕ ਕਰਦਾ ਹੈ । ਇਸਤਰ੍ਹਾਂ ਹੀ ਆਤਮਾ ਰੂਪੀ ਸੋਨੇ ਨੂੰ ਸੰਸਾਰਕ ਮਾਇਆ ਰੂਪੀ ਭੱਠੀ ਵਿੱਚ ਪਕਾਇਆ ਜਾਂਦਾ ਹੈ । ਉਸ ਦੇ ਮਨ ਵਿੱਚ ਅੱਗ ਜਿਆਦਾ ਤੇਜ਼ ਹੋਣ ਦਾ ਡਰ ਵੀ ਹੁੰਦਾ ਹੈ, ਅੱਗ ਨੂੰ ਹਵਾ ਦੇਂਦਾ, ਤੇਜ਼ ਵੀ ਰਖਦਾ ਹੈ, ਬਹੁਤ ਧੀਰਜ, ਪਿਆਰ ਨਾਲ ਸੰਚੇ ਵਿੱਚ ਪਾਉਂਦਾ ਹੈ । ਉਹ ਸੋਨੇ ਤੋਂ ਗਹਿਣਾ ਬਣਾਉਂਦਾ ਹੈ । ਇਸਤਰ੍ਹਾਂ ਹੀ ਗੁਰਮਖ ਆਪਣੇ ਮਨ ਦੀ ਸ਼ਰਧਾ ਰੂਪੀ ਅੱਗ ਨੂੰ ਪ੍ਰਭ ਦੇ ਵਿਛੋੜੇ ਰੂਪੀ ਡਰ ਨਾਲ ਤੇਜ਼ ਰਖਦਾ ਹੈ । ਸ਼ਬਦ ਦੀ ਸਿਖਿਆਂ ਨੂੰ ਆਪਣੇ ਮਨ ਵਿੱਚ ਵਸਾਉਂਦਾ ਹੈ । ਇਸਤਰ੍ਹਾਂ ਗੁਰਮਖ ਸ਼ਬਦ ਦੀ ਕਮਾਈ ਕਰਦਾ, ਬਖਸ਼ਿਸ਼ ਹੁੰਦੀ ਹੈ । ਜਿਹੜੀ ਆਤਮਾ ਸੰਸਰਕ ਮਾਇਆ ਦੀ ਪਹੁੰਚ ਵਿੱਚ ਨਹੀਂ ਰਹਿੰਦੀ, ਉਹ ਪ੍ਰਭ ਦੀ ਜੋਤ ਵਿੱਚ ਸਮਾਉਣ ਯੋਗ ਬਣ ਜਾਂਦੀ ਹੈ । ਜਿਸ ਤੇ ਪ੍ਰਭ ਦੀ ਰਹਿਮਤ ਦੀ ਨਜ਼ਰ ਬਖਸ਼ਦਾ ਹੈ, ਉਸ ਨੂੰ ਸੰਤ ਸਰੂਪ ਅਵਸਥਾ ਬਖਸ਼ਿਸ਼ ਹੋ ਜਾਂਦੀ ਹੈ । ਪ੍ਰਭ ਅਸਲੀ ਰਸਤਾ ਬਖਸ਼ਦਾ, ਪ੍ਰਵਾਨ ਕਰ ਲੈਂਦਾ ਹੈ ।

As goldsmith control the temperature, keeps the flame with anxiety of perfection in temperature and handles melted gold with patience to mold into astonishing jewelry. Same way, His true devotee controls his worldly desires and adopts the teachings of His Word; various restrictions of His Word. He patiently waits for reward, His Blessings and remains contented with His Blessings as worthy, justice. As gold may be melted repeatedly to remove impurities; same way his soul may be repeatedly tested with sweet poison of worldly wealth, for sincerity, perfection, patience, and contentment. As pure gold may be minted as coin; same way only sanctified soul may be passed through this rigorous sanctification. She may become **Khalsa**, worthy to be immersed within His Holy Spirit. Self-entity of his soul may be eliminated along with His Word embedded within. Whosoever may be bestowed with His Blessed Vision, only the existence of his soul may be eliminated. All other souls remain in buffer zone; worldly religions call Heaven! Worldly prophets, angels, demons, Satan may be created time to time to further sanctify their souls. His process of soul sanctification may continue.

Key Message of Japji Sahib Pa-orhee 38
'ਸਵਰਗ!
ਪ੍ਰਭ ਦੇ ਵਿਛੋੜੇ ਦੇ ਵਿਰਾਗ ਵਿੱਚ ਆਪਣੇ ਜੀਵਨ ਦੇ ਕੰਮਾਂ ਦਾ ਸੱਤ, ਅਸੱਤ ਦਾ ਨਿਰਨਾ ਕਰਨਾ ਚਾਹੀਦਾ ਹੈ । ਅਭਿਆਸ ਰੂਪੀ ਹਵਾ ਨਾਲ ਸ਼ਬਦ ਦੇ ਸ਼ੁਭ ਗੁਣ ਜੀਵਨ ਵਿੱਚ ਧਾਰਨ ਕਰਨੇ ਚਾਹੀਦੇ ਹਨ । ਕੇਵਲ ਇਸ ਅਵਸਥਾ ਵਿੱਚ ਆਤਮਾ, ਸ੍ਰਿਸ਼ਟੀ ਛੱਡਕੇ, ਪ੍ਰਭ ਦੀ ਜੋਤ ਵਿੱਚ ਮਿਲਣ ਯੋਗ ਬਣਨ ਲਈ ਪਰਖੀ ਜਾਂਦੀ ਹੈ! ਸੰਨਿਆਰ ਦੀ ਕੁਠਾਲੀ ਦੀ ਤਰ੍ਹਾਂ, ਪ੍ਰਭ ਦੀ ਪਰਖਣ ਵਾਲੀ ਕੁਠਾਲੀ ਵਿੱਚ ਖਾਲਸ, ਕੀਤੀ ਜਾਂਦੀ, ਪਰਖੀ ਜਾਂਦੀ ਹੈ! * **ਕੇਵਲ ਲੱਖਾਂ ਵਿਚੋਂ ਇਕ ਹੀ ਆਤਮਾ ਖਾਲਸ ਹੋ ਕੇ ਜੋਤ ਵਿੱਚ ਰਲ ਸਕਦੀ ਹੈ! ਬਾਕੀ ਆਤਮਾਂ ਤਨ ਰਹਿਤ ਅਵਸਥਾ ਵਿੱਚ ਰਹਿੰਦੀਆਂ ਹਨ!**
Heaven!
With the renunciation of the memory of your separation; you should evaluate your deeds. With repeated practice and patience, adopts virtues of His Word to sanctify your soul. Only in this stage! Soul leaves the universe to be evaluated, the final sanctification (to be Khalsa), to become indistinguishable from His Holy Spirit! **Only one out of lakhs may become Khalsa to become worthy to be absorbed within His Holy Spirit!**

4. **ਸਿਰੀਰਾਗੁ ਮਹਲਾ ੧॥** (60-15)

ਮਨਮੁਖਿ ਭੁਲੈ ਭੁਲਾਈਐ, ਭੂਲੀ ਠਉਰ ਨ ਕਾਇ॥
ਗੁਰ ਬਿਨੁ ਕੋ ਨ ਦਿਖਾਵਈ, ਅੰਧੀ ਆਵੈ ਜਾਇ॥
ਗਿਆਨ ਪਦਾਰਥੁ ਖੋਇਆ, ਠਗਿਆ ਮੁਠਾ ਜਾਇ॥੧॥

manmukh bhulai bhulaa-ee-ai bhoolee tha-ur na kaa-ay.
gur bin ko na dikhaava-ee anDhee aavai jaa-ay.
gi-aan padaarath kho-i-aa thagi-aa muthaa jaa-ay. ||1||

ਮਨਮੁਖ ਜੀਵ ਆਪਣੇ ਮਾਨਸ ਜਨਮ ਲੈਣ ਦਾ ਅਸਲੀ ਮੰਤਵ ਭੁਲ ਜਾਂਦਾ ਹੈ । ਉਹ ਸੰਸਾਰਕ ਇਛਾਂ ਦੀਆਂ ਭਟਕਣਾਂ ਵਿੱਚ ਹੀ ਰਹਿੰਦਾ ਹੈ, ਉਸ ਨੂੰ ਕੋਈ ਸੰਤੋਖ ਨਹੀਂ ਮਿਲਦਾ । ਪ੍ਰਭ ਦੀ ਰਹਿਮਤ ਤੋਂ ਬਿਨਾਂ, ਸ਼ਬਦ ਦੀ ਪਾਲਣਾ ਤੋਂ ਬਿਨਾਂ, ਅਸਲੀ ਰਸਤੇ ਦੀ ਸੋਝੀ ਬਖਸ਼ਿਸ਼ ਨਹੀਂ ਹੁੰਦੀ । ਅਗਿਆਨਤਾ ਵਿੱਚ ਹੀ ਜੀਵ ਗਲਤ ਰਸਤੇ ਤੇ ਚਲਦਾ, ਬਿਰਥਾ ਹੀ ਜੀਵਨ ਗਵਾ ਜਾਂਦਾ ਹੈ । ਉਸ ਨੇ ਗਿਆਨ ਹਾਸਿਲ ਕਰਨਵਾਲਾ ਰਸਤਾ ਖੋਹ ਲਿਆ ਹੈ, ਉਹ ਫਰੇਬ ਵਾਲੇ ਰਸਤੇ ਤੇ ਹੀ ਚਲਦਾ ਹੈ ।

ਗੁਰੂ ਨਾਨਕ ਦੇਵ ਜੀ! – Guru Nanak Dev Ji! Guru Granth Sahib

Self-minded may not remember the real purpose of human life. He entangles in worldly desires; he may not find any peace of mind. Without His Blessed Vision, he may not obey the teachings of His Word. He may not be enlightened with the right path of salvation. In ignorance! He may follow wrong path and wastes his human life uselessly. He has lost the right path of His Word. His way of life remains based on deceptive plans.

ਬਾਬਾ ਮਾਇਆ ਭਰਮਿ ਭੁਲਾਇ॥ baabaa maa-i-aa bharam bhulaa-ay.
ਭਰਮਿ ਭੁਲੀ ਡੋਹਾਗਣੀ, ਨਾ ਪਿਰ ਅੰਕਿ ਸਮਾਇ॥੧॥ ਰਹਾਉ॥ bharam bhulee dohaaganee naa pir ank samaa-ay. ||1|| rahaa-o.

ਸੰਸਾਰ ਵਿੱਚ ਮਾਇਆ ਦਾ ਜਾਲ ਬਹੁਤ ਭਾਰੀ ਹੈ । ਇਹ ਸੰਸਾਰਕ ਜੀਵਾਂ ਨੂੰ ਲਾਲਚ ਦੇ ਜਾਲ ਵਿੱਚ ਫਸਾ ਲੈਂਦਾ ਹੈ । ਜਿਹੜਾ ਇਸ ਦੇ ਚੱਕਰ ਵਿੱਚ ਫਸ ਜਾਂਦਾ ਹੈ, ਉਹ ਬੰਦਗੀ ਦੇ ਰਸਤੇ ਤੇ ਚਲ ਹੀ ਨਹੀਂ ਸਕਦਾ ।

Worldly wealth dominates in worldly life and captures self-minded with sweet poison of short-lived pleasures. Whosoever may become a victim of greed, he cannot meditate nor adopt the teachings of His Word in his day-to-day life.

ਭੂਲੀ ਫਿਰੈ ਦਿਸੰਤਰੀ, ਭੂਲੀ ਗ੍ਰਿਹੁ ਤਜਿ ਜਾਇ॥ bhoolee firai disantree bhoolee garihu taj jaa-ay.
ਭੂਲੀ ਡੂੰਗਰਿ ਥਲਿ ਚੜੈ, ਭਰਮੈ ਮਨੁ ਡੋਲਾਇ॥ bhoolee doongar thal charhai bharmai man dolaa-ay.
ਧੁਰਹੁ ਵਿਛੁੰਨੀ ਕਿਉ ਮਿਲੈ, ਗਰਬਿ ਮੁਠੀ ਬਿਲਲਾਇ॥੨॥ dharahu vichhunnee ki-o milai garab muthee billaa-ay. ||2||

ਧੋਖੇ ਬਾਜ ਜੀਵ ਅਣਜਾਣ ਰਸਤਿਆਂ ਤੇ ਭਉਂਦਾ ਫਿਰਦਾ ਹੈ । ਉਸ ਤੇ ਪ੍ਰਭ ਦੇ ਦਰਬਾਰ ਦੇ ਰਸਤੇ ਤੇ ਚਲਣ ਤੇ ਪਾਬੰਦੀ ਲਗ ਜਾਂਦੀ ਹੈ । ਉਹ ਵੱਖਰੀਆਂ ਵੱਖਰੀਆਂ, ਮੰਨੀਆਂ ਜਗ੍ਹਾਂ ਤੇ ਹੋਰ ਬੰਦਗੀ ਦੇ ਰਸਤਿਆਂ ਤੇ ਚਲਦਾ ਹੈ । ਉਹ ਇਕ ਰਸਤੇ ਤੇ ਟਿਕਦਾ ਨਹੀਂ, ਭਰਮ ਭੁਲੇਖਿਆਂ ਵਿੱਚ ਭਟਕਦਾ ਰਹਿੰਦਾ ਹੈ । ਇਹ ਪ੍ਰਭ ਤੋਂ ਵਿਛੜੀ ਹੋਈ ਆਤਮਾ, ਪ੍ਰਭ ਦੇ ਮਿਲਣ ਦੇ ਰਸਤੇ ਤੇ ਕਿਵੇਂ ਆ ਸਕਦੀ ਹੈ? ਇਹ ਆਪਣੇ ਸੰਸਾਰਕ ਹੈਸੀਅਤ ਦੇ ਅਹੰਕਾਰ ਵਿੱਚ ਹੀ ਕਰਲਾਉਂਦੀ ਰਹਿੰਦੀ ਹੈ ।

Cunning self-minded, wanders in ignorance from path of meditation; he may be restrained from following the teachings of His Word. He may worship at various renowned Holy Shrines and follows religious rituals. He remains intoxicated in religious suspicions; he cannot stay focused on one path. How may his separated soul be blessed with the right path? He remains frustrated in ego, pride of her worldly status.

ਵਿਛੁੜਿਆ ਗੁਰੁ ਮੇਲਸੀ, ਹਰਿ ਰਸਿ ਨਾਮ ਪਿਆਰਿ॥ vichhurhi-aa gur maylsee har ras Naam pi-aar.
ਸਾਚਿ ਸਹਜਿ ਸੋਭਾ ਘਣੀ, ਹਰਿ ਗੁਣ ਨਾਮ ਅਧਾਰਿ॥ saach sahj sobhaa ghanee har gun Naam aDhaar.
ਜਿਉ ਭਾਵੈ ਤਿਉ ਰਖੁ ਤੂੰ, ਮੈ ਤੁਝ ਬਿਨੁ ਕਵਨੁ ਭਤਾਰੁ॥੩॥ ji-o bhaavai ti-o rakh tooN mai tujh bin kavan bhataar. ||3|

ਅਗਰ ਵਿਛੜੀ ਹੋਈ ਆਤਮਾ ਬੰਦਗੀ ਦੇ ਅਸਲੀ ਰਸਤੇ ਤੇ ਆ ਜਾਵੇ, ਤਾਂ ਫਿਰ ਪ੍ਰਭ ਨਾਲ ਸੰਜੋਗ ਹੋ ਸਕਦਾ ਹੈ । ਜਿਹੜਾ ਬਾਕੀ ਸਾਰੇ ਤਰੀਕੇ ਛੱਡਕੇ ਸ਼ਬਦ ਨੂੰ ਆਪਣਾ ਅਧਾਰ ਬਣਾ ਲੈਂਦਾ ਹੈ । ਪ੍ਰਭ ਦੇ ਸ਼ਬਦ ਨੂੰ ਅਪਣਾਉਣ ਨਾਲ ਪ੍ਰਭ ਦੀ ਰਹਿਮਤ ਬਖਸ਼ਿਸ਼ ਹੋ ਸਕਦੀ ਹੈ । ਪ੍ਰਭ, ਜਿਵੇਂ ਹੀ ਤੈਨੂੰ ਚੰਗਾ ਲਗਦਾ, ਉਹ ਹੀ ਕਰਦਾ ਹੈ । ਮੇਰੀ ਇਕੋ ਇਕ ਅਰਦਾਸ ਹੈ! ਰਹਿਮਤ ਦੀ ਨਜ਼ਰ ਬਖਸ਼ੋ ।

Even separated soul may wholeheartedly adopt His Word in life; with His mercy and grace, she may be blessed with the right path. Whosoever may renounce all other paths and adopts the teachings of His Word the only purpose of his human life opportunity. He may become compassionate with less fortunate. My True Master only Your Imagination prevails in the universe. I only pray for Your Forgiveness and Refuge.

ਅਖਰ ਪੜਿ ਪੜਿ ਭੁਲੀਐ, ਭੇਖੀ ਬਹੁਤੁ ਅਭਿਮਾਨੁ॥ akhar parh parh bhulee-ai, bhaykhee bahut abhimaan.
ਤੀਰਥ ਨਾਤਾ ਕਿਆ ਕਰੇ, ਮਨ ਮਹਿ ਮੈਲੁ ਗੁਮਾਨੁ॥ tirath naataa ki-aa karay man, meh mail gumaan.
ਗੁਰ ਬਿਨੁ ਕਿਨਿ ਸਮਝਾਈਐ, ਮਨੁ ਰਾਜਾ ਸੁਲਤਾਨੁ॥੪॥ gur bin kin samjaa-ee-ai man, raajaa sultaan. ||4||

ਜੀਵ, ਬਾਣੀ ਬਾਰ ਬਾਰ ਪੜ੍ਹ ਕੇ ਸਮਝ ਕੇ ਫਿਰ ਵੀ ਗਲਤੀਆਂ ਕਰਦਾ ਹੈ! ਉਹ ਸਗੋਂ ਆਪਣੇ ਧਾਰਮਕ ਬਾਣੇ ਦਾ ਹੀ ਅਹੰਕਾਰ ਕਰਦਾ ਹੈ । ਉਹ ਮੰਨੇ ਹੋਏ ਪਵਿੱਤਰ ਤੀਰਥਾਂ ਤੇ ਇਸ਼ਨਾਨ ਕਰਦਾ ਹੈ । ਪਰ ਉਸ ਦੇ ਮਨ ਦੀ ਅਹੰਕਾਰ ਦੀ ਮੈਲ ਨਹੀਂ ਜਾਂਦੀ । ਤੀਰਤਾਂ ਤੇ ਇਸ਼ਨਾਨ ਕਰਨ ਦਾ ਕੋਈ ਲਾਭ ਨਹੀਂ ਹੁੰਦਾ । ਮਨ ਦੀ ਬੁਰੇ ਖਿਆਲਾਂ ਦੀ ਮੈਲ, ਤਨ ਨੂੰ ਧੋਣ ਨਾਲ ਕੋਈ ਫਲ ਬਖਸ਼ਿਸ਼ ਨਹੀਂ ਹੁੰਦਾ । ਸ਼ਬਦ ਦੀ ਸੋਝੀ ਤੋਂ ਬਿਨਾਂ, ਪ੍ਰਭ ਦੀ ਹੋਂਦ ਮਨ ਅੰਦਰ ਵਾਪਰਦੀ ਮਹਿਸੂਸ ਨਹੀਂ ਹੁੰਦੀ!

Self-minded may read, recites His Holy Scriptures repeatedly every day; however, he makes mistakes in his life. He rather boasts of his devotion and his religious robe. He may pilgrimage at renowned Holy Shrines to take a soul sanctifying bath. His blemished soul, his mind remains drenched with evil thoughts; washing his body with sanctifying bath, the blemish of evil thoughts may not be eliminated. He may never be blessed with the right path of human life journey. He may never realize His Existence, His Holy Spirit prevailing everyone.

ਪ੍ਰੇਮ ਪਦਾਰਥੁ ਪਾਈਐ, ਗੁਰਮੁਖਿ ਤਤੁ ਵੀਚਾਰੁ॥ paraym padaarath paa-ee-ai gurmukh tat veechaar.
ਸਾ ਧਨ ਆਪੁ ਗਵਾਇਆ, ਗੁਰ ਕੈ ਸਬਦਿ ਸੀਗਾਰੁ॥ saa Dhan aap gavaa-i-aa gur kai sabad seegaar.
ਘਰ ਹੀ ਸੋ ਪਿਰੁ ਪਾਇਆ, ਗੁਰ ਕੈ ਹੇਤਿ ਅਪਾਰੁ॥੫॥ ghar hee so pir paa-i-aa gur kai hayt apaar. ||5||

ਜਿਹੜਾ ਆਪਣਾ ਅਸਲੀ ਮੁਲ, ਮੁੱਢ, ਮਾਨਸ ਜਨਮ ਕਿਉਂ ਬਖਸ਼ਿਸ਼ ਹੋਇਆ, ਨਹੀਂ ਭੁਲਦਾ? ਉਹ ਬੰਦਗੀ ਦਾ ਅਸਲੀ ਢੰਗ ਜਾਣ ਜਾਂਦਾ ਹੈ । ਜਿਹੜਾ ਆਪਾ ਮਿਟਾ ਦੇਂਦਾ ਹੈ, ਉਸ ਦੀ ਆਤਮਾ ਪ੍ਰਭ ਦੀ ਰਹਿਮਤ ਦੇ ਯੋਗ ਹੋ ਜਾਂਦੀ ਹੈ । ਉਸ ਨੂੰ ਆਪਣੇ ਅੰਦਰ ਪ੍ਰਭ ਦੀ ਹੋਂਦ, ਜੋਤ ਜਾਗਰਤ ਹੋ ਜਾਂਦੀ, ਲਗਨ ਅਡੋਲ ਹੋ ਜਾਂਦੀ ਹੈ ।

Whosoever may not forget the real purpose of his human life! Why has he been blessed with human life opportunity? He may adopt the teachings of His Word; with His mercy and grace, he may be blessed with the right path of salvation. Whosoever may surrender his self-entity at His Sanctuary; his soul may become worthy of His Consideration. He may be enlightened with the essence of His Word from within. He remains steady and stable on obeying the teachings of His Word.

ਗੁਰ ਕੀ ਸੇਵਾ ਚਾਕਰੀ, ਮਨੁ ਨਿਰਮਲੁ ਸੁਖੁ ਹੋਇ॥ gur kee sayvaa chaakree man, nirmal sukh ho-ay.
ਗੁਰ ਕਾ ਸਬਦੁ ਮਨਿ ਵਸਿਆ, ਹਉਮੈ ਵਿਚਹੁ ਖੋਇ॥ gur kaa sabad man vasi-aa ha-umai vichahu kho-ay.
ਨਾਮੁ ਪਦਾਰਥੁ ਪਾਇਆ, ਲਾਭੁ ਸਦਾ ਮਨਿ ਹੋਇ॥੬॥ naam padaarath paa-i-aa laabh sadaa man ho-ay. ||6||

ਜਿਹੜਾ ਪ੍ਰਭ ਦੀ ਸ੍ਰਿਜੀ, ਸ੍ਰਿਸ਼ਟੀ ਦੀ ਭਲਾਈ ਦੇ ਕੰਮ ਕਰਦਾ ਹੈ । ਉਸ ਦੇ ਮਨ ਦੀ ਮੈਲ ਧੋਤੀ ਜਾਂਦੀ, ਉਸ ਨੂੰ ਸੰਤੋਖ ਬਖਸ਼ਿਸ਼ ਹੋ ਜਾਂਦਾ ਹੈ । ਉਸ ਦੇ ਮਨ ਵਿੱਚ ਸ਼ਬਦ ਘਰ ਕਰ ਜਾਂਦਾ ਹੈ, ਉਸ ਦੀ ਅਹੰਕਾਰ ਦੀ ਜੜ੍ਹ ਖਤਮ ਹੋ ਜਾਂਦੀ ਹੈ । ਉਸ ਨੂੰ ਸ਼ਬਦ ਦੀ ਸੋਝੀ, ਸਦਾ ਰਹਿਣ ਵਾਲਾ ਫਲ ਬਖਸ਼ਿਸ਼ ਹੋ ਜਾਂਦਾ ਹੈ!

ਗੁਰੂ ਨਾਨਕ ਦੇਵ ਜੀ! – Guru Nanak Dev Ji! Guru Granth Sahib

Whosoever may serve His Creation with good deeds; His soul may be sanctified and blessed with peace and contentment. He may remain drenched with the essence of His Word. He may conquer his own ego. He may be enlightened with the essence of His Word; he may be blessed with everlasting resting place.

ਕਰਮਿ ਮਿਲੈ ਤਾ ਪਾਈਐ, ਆਪਿ ਨ ਲਇਆ ਜਾਇ॥	karam milai taa paa-ee-ai aap na la-i-aa jaa-ay.
ਗੁਰ ਕੀ ਚਰਣੀ ਲਗਿ ਰਹੁ, ਵਿਚਹੁ ਆਪੁ ਗਵਾਇ॥	gur kee charnee lag rahu vichahu aap gavaa-ay.
ਸਚੇ ਸੇਤੀ ਰਤਿਆ, ਸਚੋ ਪਲੈ ਪਾਇ॥੭॥	sachay saytee rati-aa sacho palai paa-ay. ||7||

ਅਗਰ ਪਿਛਲੇ ਜੀਵਨ ਦੀ ਸ਼ਬਦ ਕਮਾਈ ਨਾਲ, ਭਾਗਾਂ ਵਿੱਚ ਪ੍ਰਭ ਦੀ ਰਹਿਮਤ ਲਿਖੀ ਹੋਵੇ, ਤਾ ਹੀ ਬਖਸ਼ਿਸ਼ ਹੁੰਦੀ ਹੈ, ਹੋਰ ਕੋਈ ਚਾਰਾ ਨਹੀਂ ਹੈ । ਜੀਵ ਆਪਾ ਮਿਟਾ ਕੇ ਅਡੋਲ ਮਨ ਨਾਲ, ਪ੍ਰਭ ਦੀ ਬੰਦਗੀ ਵਿੱਚ ਲੀਨ ਰਹਿਣ ਨਾਲ, ਮਨ ਪ੍ਰਭ ਦੇ ਸ਼ਬਦ ਦੇ ਰੰਗ ਵਿੱਚ ਰੰਗਿਆ ਜਾਂਦਾ ਹੈ । ਉਸ ਦੇ ਜੀਵਨ ਦਾ ਅਧਾਰ ਹੀ ਪ੍ਰਭ ਦੇ ਸ਼ਬਦ ਦੀ ਸਿਖਿਆ ਬਣ ਜਾਂਦਾ ਹੈ ।

Whosoever may have prewritten destiny as a reward for the earnings of his previous life, only he may be bestowed with His Blessed Vision; no other technique, meditation for His Blessings. Whosoever may surrender his self-entity and remains intoxicated in meditation in the void of His Word; he may remain drenched with the teachings of His Word. To obey the teachings of His Word may become the real purpose of his human life opportunity.

ਭੁਲਣ ਅੰਦਰਿ ਸਭੁ ਕੋ, ਅਭੁਲੁ ਗੁਰੂ ਕਰਤਾਰੁ॥	bhulan andar sabh ko abhul guroo kartaar.
ਗੁਰਮਤਿ ਮਨੁ ਸਮਝਾਇਆ, ਲਾਗਾ ਤਿਸੈ ਪਿਆਰੁ॥	gurmat man samjhaa-i-aa laagaa tisai pi-aar.
ਨਾਨਕ ਸਾਚੁ ਨ ਵੀਸਰੈ, ਮੇਲੇ ਸਬਦੁ ਅਪਾਰੁ॥੮॥12॥	naanak saach na veesrai maylay sabad apaar. ||8||12||

ਹਰਇਕ ਜੀਵ ਦਿਨ ਰਾਤ ਗਲਤੀਆਂ ਕਰਦਾ ਹੈ । ਕਈ ਜਾਣ ਕੇ ਅਤੇ ਕਈ ਅਣਜਾਣੇ ਵਿੱਚ, ਪ੍ਰਭ ਕਦੇ ਗਲਤੀ ਨਹੀਂ ਕਰਦਾ । ਉਹ ਕਿਸੇ ਦਾ ਕੀਤਾ ਕੰਮ ਨਹੀਂ ਭੁਲਦਾ, ਫਲ ਜਰੂਰ ਬਖਸ਼ਦਾ ਹੈ । ਜਿਹੜਾ ਆਪਣਾ ਧਿਆਨ ਸ਼ਬਦ ਵਿੱਚ ਲਾਉਂਦਾ ਹੈ, ਰਹਿਮਤ ਦੇ ਪਾਤਰ ਹੋ ਜਾਂਦਾ ਹੈ । ਪ੍ਰਭ ਦੇ ਸ਼ਬਦ ਨੂੰ ਕਦੇ ਮਨ ਵਿਚੋਂ ਨਹੀਂ ਵਿਸਾਰਦਾ! ਇਸ ਵਿੱਚ ਭਰੋਸਾ ਪੱਕਾ ਕਰਨ ਨਾਲ ਦਰਬਾਰ ਵਿੱਚ ਥਾਂ ਬਖਸ਼ਿਸ਼ ਹੋ ਸਕਦਾ ਹੈ ।

Everyone may make mistakes, some knowingly and others in ignorance. The One and Only One, Omniscient True Master may never make any mistake. The teachings of His Word, **echo of subconscious is always the right path**. He may never ignore any good deed performed by His true devotee. Whosoever may wholeheartedly adopt the teachings of His Word; his soul may be sanctified to become worthy of His Consideration. Whosoever may never abandon the path of His Word, with His mercy and grace, his soul may be honored in His Court.

5. **ਸਿਰੀਰਾਗੁ ਮਹਲਾ ੩॥** (35-4)

ਜੇ ਵੇਲਾ ਵਖਤੁ ਵੀਚਾਰੀਐ, ਤਾ ਕਿਤੁ ਵੇਲਾ ਭਗਤਿ ਹੋਇ॥	jay vaylaa vakhat veechaaree-ai taa kit vaylaa bhagat ho-ay.
ਅਨਦਿਨੁ ਨਾਮੇ ਰਤਿਆ, ਸਚੇ ਸਚੀ ਸੋਇ॥	An-din Naamay rati-aa sachay sachee so-ay.
ਇਕੁ ਤਿਲੁ ਪਿਆਰਾ ਵਿਸਰੈ, ਭਗਤਿ ਕਿਨੇਹੀ ਹੋਇ॥	Ik til pi-aaraa visrai bhagat kinayhee ho-ay.
ਮਨੁ ਤਨੁ ਸੀਤਲੁ ਸਾਚ ਸਿਉ, ਸਾਸੁ ਨ ਬਿਰਥਾ ਕੋਇ॥੧॥	Man, tan seetal saach si-o saas na birthaa ko-ay. ||1||

ਜੀਵ ਅਗਰ ਤੂੰ ਬੰਦਗੀ ਕਰਨ ਦਾ ਸਮਾਂ ਮਿਥਦਾ ਹੈ, ਸਵੇਰਾ, ਸ਼ਾਮ, ਪੰਜ ਨਮਾਜ਼ਾਂ ਦਾ ਸਮਾਂ, ਤਾਂ ਤੇਰੀ ਬੰਦਗੀ ਕਿਸ ਕਿਸਮ ਦੀ ਹੈ? ਬੰਦਗੀ ਕਰਨਵਾਲੇ ਭਗਤ ਦਿਨ ਰਾਤ ਪ੍ਰਭ ਦੇ ਸ਼ਬਦ ਵਿੱਚ ਲੀਨ ਰਹਿੰਦੇ ਹਨ । ਅਗਰ ਪ੍ਰਭ ਦਾ ਸ਼ਬਦ ਇਕ ਪਲ ਵੀ ਵਿਸਾਰ ਜਾਵੇ! ਉਸ ਦੀ ਭਗਤੀ ਕੀ ਮਹੱਤਤਾ ਰਖਦੀ ਹੈ? ਜਿਸ ਜੀਵ ਦਾ ਮਨ, ਤਨ ਸ਼ਬਦ ਨਾਲ ਸੰਤੋਖ ਅਤੇ ਸ਼ਾਤੀ ਵਿੱਚ ਰਹਿੰਦਾ ਹੈ! ਉਹ ਇਕ ਸਵਾਸ ਵੀ ਬਿਰਥਾ ਬਤੀਤ ਨਹੀਂ ਕਰਦਾ ।

Whosoever may perform religious rituals like 5 prayers, 5-time prayers, and specific time of prayer! What may be the significance of his devotion, meditation? His true devotee remains intoxicated in meditation in the void of His Word Day and night. Whosoever may lose his concentration even for one moment; what would be the significance of his meditation? His true devotee may remain in peace by adopting His Word in life; he may not waste even one breath without singing His glory.

ਮੇਰੇ ਮਨ ਹਰਿ ਕਾ ਨਾਮੁ ਧਿਆਇ॥	mayray man har kaa NaamDhi-aa-ay.
ਸਾਚੀ ਭਗਤਿ ਤਾ ਥੀਐ, ਜਾ ਹਰਿ ਵਸੈ ਮਨਿ ਆਇ॥੧॥ ਰਹਾਉ॥	saachee bhagattaa thee-ai jaa har vasai man aa-ay. ||1|| rahaa-o.

ਮਨ ਹਰ ਵੇਲੇ ਪ੍ਰਭ ਦੇ ਸ਼ਬਦ ਦਾ ਸਿਮਰਨ ਕਰੋ । ਜਿਸ ਦੇ ਮਨ ਵਿੱਚ ਸ਼ਬਦ ਦੀ ਸਿਖਿਆਂ ਘਰ ਕਰ ਜਾਂਦੀ, ਉਸ ਦੀ ਹੀ ਅਸਲੀ ਬੰਦਗੀ ਹੁੰਦੀ ਹੈ !

You should meditate on the teachings of His Word with each breath. Whosoever may remain drenched with the essence of His Word; only his meditation remains true and accepted.

ਸਹਜੇ ਖੇਤੀ ਰਾਹੀਐ, ਸਚੁ ਨਾਮੁ ਬੀਜੁ ਪਾਇ॥	sehjay khaytee raahee-ai sach Naam beej paa-ay.
ਖੇਤੀ ਜੰਮੀ ਅਗਲੀ, ਮਨੂਆ ਰਜਾ ਸਹਜਿ ਸੁਭਾਇ॥	khaytee jammee aglee manoo-aa rajaa sahj subhaa-ay.
ਗੁਰ ਕਾ ਸਬਦੁ ਅੰਮ੍ਰਿਤੁ ਹੈ, ਜਿਤੁ ਪੀਤੈ ਤਿਖ ਜਾਇ॥	gur kaa sabad amrit hai jit peetai tikh jaa-ay.
ਇਹੁ ਮਨੁ ਸਾਚਾ ਸਚਿ ਰਤਾ, ਸਚੇ ਰਹਿਆ ਸਮਾਇ॥੨॥	ih man saachaa sach rataa sachay rahi-aa samaa-ay. ||2||

ਮਨ ਦਾ ਭਰੋਸਾ ਅਡੋਲ ਕਰਕੇ ਆਪਣੇ ਮਨ ਦੇ ਖੇਤ ਵਿੱਚ, ਪ੍ਰਭ ਦਾ ਸ਼ਬਦ ਬੀਜੋ, ਸਿਮਰਨ ਕਰੋ! ਧੀਰਜ ਰਖਣ ਨਾਲ ਸ਼ਬਦ ਮਨ ਵਿੱਚ ਵਧਦਾ ਹੈ, ਸ਼ਬਦ ਤੇ ਭਰੋਸਾ ਅਡੋਲ ਹੋ ਜਾਂਦਾ ਹੈ, ਮਨ ਵਿੱਚ ਸੰਤੋਖ, ਖੇੜਾ ਘਰ ਕਰ ਜਾਂਦਾ ਹੈ । ਪ੍ਰਭ ਦੇ ਸ਼ਬਦ ਦੇ ਅਣਮੋਲ ਅੰਮ੍ਰਿਤ ਨਾਲ ਇਛਾਂ ਦੀ ਪਿਆਸ ਖਤਮ ਹੋ ਜਾਂਦੀ ਹੈ । ਪਵਿੱਤਰ ਹੋਇਆ ਮਨ, ਸ਼ਬਦ ਵਿੱਚ ਲੀਨ ਰਹਿੰਦਾ ਹੈ, ਹੋਰ ਪਾਸੇ ਨਹੀਂ ਘੁੰਮਦਾ ।

You should sow the seed of mediation and obey the teachings of His Word with steady and stable belief on His Ultimate Power. Whosoever may have a patience for His Blessings, his devotion to obey the teachings of His Word may be enhanced. He remains steady and stable on the right path and contented with own worldly environments. With the nectar of the essence of His Word; his state of mind may become beyond the influence of worldly desires. He may remain intoxicated in the void of His Word; his sanctified soul may never wander in various paths of meditation.

ਆਖਣੁ ਵੇਖਣੁ ਬੋਲਣਾ, ਸਬਦੇ ਰਹਿਆ ਸਮਾਇ॥	aakhan vaykhan bolnaa sabday rahi-aa samaa-ay.
ਬਾਣੀ ਵਜੀ ਚਹੁ ਜੁਗੀ, ਸਚੋ ਸਚੁ ਸੁਣਾਇ॥	banee vajee chahu jugee sacho sach sunaa-ay.
ਹਉਮੈ ਮੇਰਾ ਰਹਿ ਗਇਆ, ਸਚੈ ਲਇਆ ਮਿਲਾਇ॥	ha-umai mayraa reh ga-i-aa sachai la-i-aa milaa-ay.
ਤਿਨ ਕਉ ਮਹਲੁ ਹਦੂਰਿ ਹੈ, ਜੋ ਸਚਿ ਰਹੇ ਲਿਵ ਲਾਇ॥੩॥	tin ka-o mahal hadoor hai jo sach rahay liv laa-ay. ||3||

ਪ੍ਰਭ ਦਾ ਸ਼ਬਦ ਜੀਵ ਦੇ ਬੋਲ ਵਿੱਚ, ਦੇਖਣ ਵਿੱਚ, ਲਿਖਣ ਵਿੱਚ ਅਲੋਪ ਰਹਿੰਦਾ ਹੈ । ਪ੍ਰਭ ਦਾ ਸ਼ਬਦ ਚਾਰੇ ਜੁਗਾਂ ਵਿੱਚ ਗੂੰਜਦਾ ਹੈ, ਇਸ ਦੀ ਸਿੱਖਿਆ ਸਦਾ ਅਟਲ ਰਹਿਣ ਵਾਲੀ ਹੈ । ਇਸ ਨਾਲ ਮਨ ਵਿਚੋਂ ਅਹੰਕਾਰ ਅਤੇ ਸੰਸਾਰਕ ਮਾਇਆ ਨਾਲ ਮੋਹ ਖਤਮ ਹੋ ਜਾਂਦਾ ਹੈ । ਉਸ ਦੀ ਪਵਿੱਤਰ ਆਤਮਾ, ਪ੍ਰਭ ਦੀ ਪਵਿੱਤਰ ਜੋਤ ਵਿੱਚ ਅਭੇਦ ਹੋ ਜਾਂਦੀ ਹੈ । ਜਿਹੜਾ ਸ਼ਬਦ ਦੀ ਸਮਾਧੀ ਵਿੱਚ ਲੀਨ ਰਹਿੰਦਾ ਹੈ! ਉਸ ਨੂੰ ਪ੍ਰਭ ਦੇ ਦਰਬਾਰ ਵਿੱਚ ਥਾਂ ਬਖਸ਼ਿਸ਼ ਹੋ ਜਾਂਦੀ ਹੈ ।

His Word remains embedded within the speech, writing and deeds of His true devotee. In all Ages! The teachings of His Word remain unique, axiom, true and unchangeable for predetermined life of creature. Whosoever may adopt the teachings of His Word; he may conquer his worldly desires and ego. His soul may be sanctified to become worthy of His Consideration. He may be accepted and honored in His Court.

ਨਦਰੀ ਨਾਮੁ ਧਿਆਈਐ, ਵਿਣੁ ਕਰਮਾ ਪਾਇਆ ਨ ਜਾਇ॥	nadree NaamDhi-aa-ee-ai vin karmaa paa-i-aa na jaa-ay.
ਪੂਰੈ ਭਾਗਿ ਸਤਸੰਗਤਿ ਲਹੈ, ਸਤਗੁਰੁ ਭੇਟੈ ਜਿਸੁ ਆਇ॥	poorai bhaag satsangat lahai saT`gur bhaytai jis aa-ay.
ਅਨਦਿਨੁ ਨਾਮੇ ਰਤਿਆ, ਦੁਖੁ ਬਿਖਿਆ ਵਿਚਹੁ ਜਾਇ॥	an-din Naamay rati-aa dukh bikhi-aa vichahu jaa-ay.
ਨਾਨਕ ਸਬਦਿ ਮਿਲਾਵੜਾ, ਨਾਮੇ ਨਾਮਿ ਸਮਾਇ॥੪॥੨੨॥55॥	naanak sabad milaavrhaa Naamay Naam samaa-ay. ||4||22||55||

ਉਸ ਦੀ ਰਹਿਮਤ ਤੋਂ ਬਿਨਾਂ ਮਨ ਸ਼ਬਦ ਦੀ ਪਾਲਣਾ ਤੇ ਨਹੀਂ ਟਿਕਦਾ, ਕੇਵਲ ਪ੍ਰਭ ਦੀ ਰਹਿਮਤ ਨਾਲ ਹੀ ਮਨ ਦੀ ਲਗਨ ਸ਼ਬਦ ਵਿੱਚ ਲਗਦੀ ਹੈ । ਵੱਡੇ ਭਾਗਾਂ ਨਾਲ ਹੀ ਜੀਵ ਨੂੰ ਸੰਤ ਸਰੂਪ ਦੀ ਸੰਗਤ ਬਖਸ਼ਿਸ਼ ਹੁੰਦੀ ਹੈ, ਉਸ ਦੇ ਜੀਵਨ ਦੀ ਸਿਖਿਆ ਤੋਂ ਹੀ ਜੀਵ ਨੂੰ ਸ਼ਬਦ ਅਤੇ ਸ਼ਬਦ ਦੀ ਸੋਝੀ ਹੁੰਦੀ ਹੈ । ਦਿਨ ਰਾਤ ਸ਼ਬਦ ਵਿੱਚ ਲੀਨ ਹੋਣ ਨਾਲ ਮਨ ਵਿਚੋਂ ਇਛਾਂ, ਧੋਖੇ ਦੀ ਭਟਕਣ ਖਤਮ ਹੁੰਦੀ ਹੈ । ਸ਼ਬਦ ਨਾਲ ਜੀਵਨ ਢਾਲਣ ਨਾਲ ਹੀ ਮਨ ਸ਼ਬਦ ਵਿੱਚ ਲੀਨ, ਸ਼ਬਦ ਦੀ ਸੋਝੀ ਹੁੰਦੀ ਹੈ ।

Without His Blessed Vision, one may not remain steady and stable in meditation; only with His mercy and grace, he may remain intoxicated in devotional meditation in the void of His Word. Only with great fortune, association of His true devotee may be blessed. Whosoever may adopt his life experience teachings in his own life, he may be blessed with the enlightenment of His Word. He may conquer his worldly desires, deceptive, and evil thought. He may be enlightened from within.

6. **ਸਿਰੀਰਾਗੁ ਮਹਲਾ ੫॥ (52-18)**

ਸੰਤ ਜਨਹੁ ਸੁਣਿ ਭਾਈਹੋ, ਛੂਟਨੁ ਸਾਚੈ ਨਾਇ॥	sant janhu sunbhaa-eeho chhootan saachai naa-ay.
ਗੁਰ ਕੇ ਚਰਣ ਸਰੇਵਣੇ, ਤੀਰਥ ਹਰਿ ਕਾ ਨਾਉ॥	gur kay charan sarayvnay tirath har kaa naa-o.
ਆਗੈ ਦਰਗਹਿ ਮੰਨੀਅਹਿ, ਮਿਲੈ ਨਿਥਾਵੇ ਥਾਉ॥੧॥	aagai dargahi manee-ah milai nithaavay thaa-o. ||1||

ਸੰਸਰ ਵਿੱਚ ਬੰਦਗੀ ਕਰਨਵਾਲੇ ਭਗਤੋ! ਜਨਮ ਮਰਨ ਦਾ ਚੱਕਰ, ਕੇਵਲ ਸ਼ਬਦ ਦੀ ਪਾਲਣਾ ਕਰਨ ਨਾਲ ਹੀ ਖਤਮ ਹੋ ਸਕਦਾ ਹੈ । ਗੁਰੂ ਦੇ ਚਰਨਾਂ ਵਿੱਚ ਸੇਵਾ, ਸ਼ਬਦ ਨਾਲ ਜੀਵਨ ਬਤੀਤ ਕਰਨ ਨੂੰ ਹੀ ਤੀਰਥ ਯਾਤਰ ਸਮਝੋ! ਸ਼ਬਦ ਦੀ ਪਾਲਣਾ ਦੀ ਕਮਾਈ, ਦਰਬਾਰ ਵਿੱਚ ਸਾਥ ਜਾਂਦੀ ਹੈ, ਦਰਬਾਰ ਵਿੱਚ ਪ੍ਰਵਾਨਗੀ ਬਖਸ਼ਿਸ਼ ਹੋ ਸਕਦੀ ਹੈ । ਜਿਹੜੇ ਨਿਮਾਣੇ ਜੀਵ ਦਾ ਕੋਈ ਘਰ ਘਾਟ ਨਹੀਂ ਹੁੰਦਾ, ਉਹਨਾਂ ਨੂੰ ਵੀ ਪ੍ਰਭ ਦਰਬਾਰ ਵਿੱਚ ਅਰਾਮ ਕਰਨਵਾਲਾ ਆਸਣ ਬਖਸ਼ਿਸ਼ ਹੋ ਸਕਦਾ ਹੈ ।

Always remember! The cycle of birth and death may only be eliminated by adopting the teachings of His Word in day-to-day life. You should consider adopting the teachings of His Word as the true pilgrimage of Holy Shrine. Only the earnings of His Word may become a witness in His Court after death. Who may not have ever an earthly home, His humble true devotee may be blessed with a permanent resting place in His Palace.

ਭਾਈ ਰੇ ਸਾਚੀ ਸਤਿਗੁਰ ਸੇਵ॥	bhaa-ee ray saachee saT`gur sayv.
ਸਤਿਗੁਰ ਤੁਠੈ ਪਾਈਐ, ਪੂਰਨ ਅਲਖ ਅਭੇਵ ॥੧॥ ਰਹਾਉ॥	saT`gur tuthai paa-ee-ai pooran alakh abhayv. ||1|| rahaa-o.

ਪ੍ਰਭ ਦੇ ਸ਼ਬਦ ਦੀ ਪਾਲਣਾ ਹੀ ਅਸਲੀ, ਸਦਾ ਸਾਥ ਜਾਣ ਵਾਲੀ ਕਮਾਈ, ਧਨ ਹੈ । ਜਿਸ ਦੀ ਪ੍ਰਭ ਦੇ ਸ਼ਬਦ ਦੀ ਕਮਾਈ ਪ੍ਰਵਾਨ ਹੋ ਜਾਂਦੀ ਹੈ! ਉਸ ਦੀ ਆਤਮਾ, ਨਾ–ਦੇਖੇ ਜਾਣ ਵਾਲੇ, ਪ੍ਰਭ ਦੀ ਜੋਤ ਵਿੱਚ ਅਲੋਪ ਹੋਣ ਯੋਗ ਹੋ ਜਾਂਦੀ ਹੈ ।

Whosoever may obey the teachings of His Word, only he may be blessed with the earnings of His Word. Whose earnings of His Word may be accepted in His Court. His soul may be sanctified to become worthy of His Consideration, beyond visibility His Holy Spirit.

ਸਤਿਗੁਰ ਵਿਟਹੁ ਵਾਰਿਆ, ਜਿਨਿ ਦਿਤਾ ਸਚੁ ਨਾਉ॥	saT`gur vitahu vaari-aa jin ditaa sach naa-o.
ਅਨਦਿਨੁ ਸਚੁ ਸਲਾਹਣਾ, ਸਚੇ ਕੇ ਗੁਣ ਗਾਉ॥	an-din sach salaahnaa sachay kay gun gaa-o.
ਸਚੁ ਖਾਣਾ ਸਚੁ ਪੈਨਣਾ, ਸਚੇ ਸਚਾ ਨਾਉ॥੨॥	sach khaanaa sach painnaa sachay sachaa naa-o. ||2||

ਉਸ ਅਟਲ ਪ੍ਰਭ ਤੋਂ ਕੁਰਬਾਨ ਜਾਵਾਂ! ਜਿਸ ਨੇ ਆਪ ਹੀ ਸ਼ਬਦ ਬਖਸ਼ਿਆ ਹੈ । ਦਿਨ ਰਾਤ, ਸਵਾਸ ਗਰਾਸ ਪ੍ਰਭ ਦੇ ਸ਼ਬਦ ਦੀ ਪਾਲਣਾ ਕਰਦਾ, ਉਸਤਤ ਗਾਉਂਦਾ ਹਾਂ । ਜਿਹੜਾ ਪ੍ਰਭ ਦੇ ਸ਼ਬਦ ਨਾਲ ਜੀਵਨ ਢਾਲਦਾ ਹੈ, ਉਸ ਦਾ ਖਾਣਾ, ਪਹਿਨਣਾ, ਬੋਲਣਾ ਪ੍ਰਭ ਨੂੰ ਭਾਉਂਦਾ, ਪ੍ਰਭ ਦੀ ਰਜ਼ਾ ਹੀ ਬਣ ਜਾਂਦਾ ਹੈ ।

I remain fascinated from The True Master! Who has blessed devotion to meditate on the teachings of His Word. I am singing the glory and obey the teachings of His Word Day and Night. Whosoever may adopt the teachings of His Word in day-to-day life; with His mercy and grace, all his nourishments and robes may become acceptable in His Court.

ਸਾਸਿ ਗਿਰਾਸਿ ਨ ਵਿਸਰੈ, ਸਫਲੁ ਮੂਰਤਿ ਗੁਰੁ ਆਪਿ॥	saas giraas na visrai safal moorat gur aap.
ਗੁਰ ਜੇਵਡੁ ਅਵਰੁ ਨ ਦਿਸਈ, ਆਠ ਪਹਰ ਤਿਸੁ ਜਾਪਿ॥	gur jayvad avar na dis-ee aath pahar tis jaap.
ਨਦਰਿ ਕਰੇ ਤਾ ਪਾਈਐ, ਸਚੁ ਨਾਮੁ ਗੁਣਤਾਸਿ॥੩॥	nadar karay taa paa-ee-ai sach Naam guntaas. ||3||

ਜੀਵ ਆਪਣੇ ਸਵਾਸ ਗਰਾਸ ਪ੍ਰਭ ਦੇ ਸ਼ਬਦ ਦਾ ਸਿਮਰਨ ਕਰੋ! ਪ੍ਰਭ ਦਾ ਸ਼ਬਦ ਹੀ ਪ੍ਰਭ ਦਾ ਅਕਾਰ, ਮੂਰਤ, ਰੂਪ ਹੈ । ਦਿਨ ਰਾਤ ਸ਼ਬਦ ਦਾ ਸਿਮਰਨ, ਪਾਲਣਾ ਕਰੋ! ਪ੍ਰਭ ਦੇ ਸ਼ਬਦ ਦੇ ਬਰਾਬਰ ਹੋਰ ਕੋਈ ਨਹੀਂ ਹੈ । ਪ੍ਰਭ ਇਕ ਪਲ ਹੀ ਰਹਿਮਤ ਦੀ ਨਜ਼ਰ ਬਖਸ਼ਦਾ ਹੈ, ਤਾਂ ਮਨ ਵਿੱਚ ਸ਼ਬਦ ਜਾਗਰਤ ਹੋ ਜਾਂਦਾ ਹੈ, ਸ਼ਬਦ ਦੀ ਸੋਝੀ ਦਾ ਖਜ਼ਾਨ ਖੁੱਲ੍ਹ ਜਾਂਦਾ ਹੈ ।

You should meditate on His Word with every breath. The teachings of His Word remain embedded within adopting His Word in day-to-day life and symbol, existence of The True Master. No one is equal or greater than Him. His Word is a symbol of God. Whosoever may be blessed with His Blessed Vision even for a moment; he may be blessed with His Treasure of Virtues, enlightenment.

ਗੁਰੁ ਪਰਮੇਸਰੁ ਏਕੁ ਹੈ, ਸਭ ਮਹਿ ਰਹਿਆ ਸਮਾਇ॥	gur parmaysar ayk hai sabh meh rahi-aa samaa-ay.
ਜਿਨ ਕਉ ਪੂਰਬਿ ਲਿਖਿਆ, ਸੇਈ ਨਾਮੁ ਧਿਆਇ॥	jin ka-o poorab likhi-aa say-ee NaamDhi-aa-ay.
ਨਾਨਕ ਗੁਰ ਸਰਣਾਗਤੀ, ਮਰੈ ਨ ਆਵੈ ਜਾਇ॥੪॥੩੦॥100॥	naanak gur sarnaagatee marai na aavai jaa-ay. ||4||30||100||

ਗੁਰੂ ਨਾਨਕ ਦੇਵ ਜੀ! – Guru Nanak Dev Ji! Guru Granth Sahib

ਪ੍ਰਭ ਦੇ ਸ਼ਬਦ ਦੀ ਸਿਖਿਆਂ ਹੀ ਪ੍ਰਭ ਦਾ ਰੂਪ ਹੈ । ਪ੍ਰਭ ਦਾ ਸ਼ਬਦ ਹਰਇਕ ਤਨ ਲਈ ਵਿਸ਼ੇਸ ਹੁੰਦਾ, ਉਸ ਦੀ ਆਤਮਾ ਵਿੱਚ ਹੀ ਸਮਾਇਆ ਰਹਿੰਦਾ ਹੈ । ਜਿਸ ਦੇ ਭਾਗਾਂ ਵਿੱਚ ਪਹਿਲੇ ਹੀ ਲਿਖਿਆ ਹੁੰਦਾ ਹੈ, ਕੇਵਲ ਉਹ ਹੀ ਪ੍ਰਭ ਦੇ ਸ਼ਬਦ ਦਾ ਸਿਮਰਨ, ਪਾਲਣਾ ਕਰਦਾ ਹੈ । ਉਹਨਾਂ ਜੀਵਾਂ ਤੋਂ ਸਦਾ ਹੀ ਕੁਰਬਾਨ ਜਾਂਦਾ, ਧੰਨ ਧੰਨ ਕਹਿੰਦਾ ਹਾਂ । ਜਿਹੜੇ ਸ਼ਬਦ ਦੀ ਪਾਲਣਾ ਕਰਕੇ ਪ੍ਰਭ ਦੇ ਦਰਬਾਰ ਵਿੱਚ ਪ੍ਰਵਾਨ ਹੋ ਜਾਂਦੇ ਹਨ, ਉਹ ਫਿਰ ਕਦੇ ਜੂੰਨਾਂ ਦੇ ਚੱਕਰ ਵਿੱਚ ਨਹੀਂ ਜਾਂਦੇ ।

The True Master remains embedded within the teachings of His Word. His Word remains embedded as a unique, the right path within his soul, dwells and prevails within his body everywhere. Whosoever may have a great prewritten destiny, only he may meditate, obeys, and adopts the teachings of His Word in his day-to-day life. I remain fascinated from His true devotee; who has adopted His Word and accepted in His Court. He may never be subjected to the cycle of birth and death.

7. ਮਾਂਝ ਮਹਲਾ ੫ ਘਰੁ ੪॥ (133-5)

੧ੳ ਸਤਿਗੁਰ ਪ੍ਰਸਾਦਿ॥	ik-oNkaar saT`gur parsaad.
ਕਿਰਤਿ ਕਰਮ ਕੇ ਵੀਛੁੜੇ, ਕਰਿ ਕਿਰਪਾ ਮੇਲਹੁ ਰਾਮ॥	kirat karam kay veechhurhay kar kirpaa maylhu raam.
ਚਾਰਿ ਕੁੰਟ ਦਹ ਦਿਸ ਭ੍ਰਮੇ, ਥਕਿ ਆਏ ਪ੍ਰਭ ਕੀ ਸਾਮ॥	chaar kunt dah dis bharamay thak aa-ay parabh kee saam.
ਧੇਨੁ ਦੁਧੈ ਤੇ ਬਾਹਰੀ, ਕਿਤੈ ਨ ਆਵੈ ਕਾਮ॥	dhayn duDhai tay baahree kitai na aavai kaam.
ਜਲ ਬਿਨੁ ਸਾਖ ਕੁਮਲਾਵਤੀ, ਉਪਜਹਿ ਨਾਹੀ ਦਾਮ॥	jal bin saakh kumlaavatee upjahi naahee daam.
ਹਰਿ ਨਾਹ ਨ ਮਿਲੀਐ ਸਾਜਨੈ, ਕਤ ਪਾਈਐ ਬਿਸਰਾਮ॥	har naah na milee-ai saajnai kat paa-ee-ai bisraam.
ਜਿਤੁ ਘਰਿ ਹਰਿ ਕੰਤੁ ਨ ਪ੍ਰਗਟਈ, ਭਠਿ ਨਗਰ ਸੇ ਗ੍ਰਾਮ॥	jit ghar har kant na pargata-ee bhath nagar say garaam.
ਸ੍ਰਬ ਸੀਗਾਰ ਤੰਬੋਲ ਰਸ, ਸਣੁ ਦੇਹੀ ਸਭ ਖਾਮ॥	sarab seegaar tambol ras sandayhee sabh khaam.
ਪ੍ਰਭ ਸੁਆਮੀ ਕੰਤ ਵਿਹੂਣੀਆ, ਮੀਤ ਸਜਣ ਸਭਿ ਜਾਮ॥	parabh su-aamee kant vihoonee-aa meet sajan sabh jaam.
ਨਾਨਕ ਕੀ ਬੇਨਤੀਆ ਕਰਿ ਕਿਰਪਾ ਦੀਜੈ ਨਾਮੁ॥	naanak kee banantee-aa kar kirpaa deejai Naam.
ਹਰਿ ਮੇਲਹੁ ਸੁਆਮੀ ਸੰਗਿ ਪ੍ਰਭ, ਜਿਸ ਕਾ ਨਿਹਚਲ ਧਾਮ॥੧॥	har maylhu su-aamee sang parabh jis kaa nihchal Dhaam. ||1||

ਜੀਵ ਆਪਣੇ ਪਿਛਲੇ ਜਨਮ ਦੇ ਕੀਤੇ ਕੰਮਾਂ ਕਰਕੇ ਹੀ ਦਰਬਾਰ ਵਿਚੋਂ ਕੱਢ ਦਿੱਤਾ ਜਾਂਦਾ ਹੈ, ਪ੍ਰਭ ਦੀ ਜੋਤ ਵਿਚੋਂ ਵਿਛੋੜਾ ਹੋ ਜਾਂਦਾ ਹੈ । ਪ੍ਰਭ ਆਪ ਹੀ ਰਹਿਮਤ ਬਖਸ਼ਕੇ ਪ੍ਰਵਾਨਗੀ ਦੇ ਰਸਤੇ ਤੇ ਪਾਵੋ! ਸੰਸਾਰ ਵਿੱਚ ਚਾਰੇ ਪਾਸੇ ਘੁੰਮਕੇ ਦੇਖ ਲਿਆ ਹੈ, ਅੰਤ ਵਿੱਚ ਬੇਚਾਰ ਹੋ ਕੇ, ਨਿਮਾਣਾ ਬਣਕੇ ਤੇਰੀ ਸ਼ਰਣ ਵਿੱਚ ਆਇਆ ਹਾ । ਜਿਵੇਂ ਦੁੱਧ ਨਾ ਦੇਣ ਵਾਲੀ ਗਊ ਦੀ ਕੋਈ ਕੀਮਤ ਨਹੀਂ ਪੈਂਦੀ, ਕੋਈ ਭੋਜਨ ਨਹੀਂ ਦੇਂਦਾ । ਜਿਵੇਂ ਪਾਣੀ ਤੋਂ ਬਿਨਾਂ ਜ਼ਮੀਨ ਵਿੱਚ ਕੋਈ ਫਸਲ ਪੈਦਾ ਨਹੀਂ ਹੁੰਦੀ, ਉਸ ਜ਼ਮੀਨ ਦੀ ਕੋਈ ਕੀਮਤ ਨਹੀਂ ਪੈਂਦੀ । ਇਸਤਰ੍ਹਾਂ ਅਗਰ ਪ੍ਰਭ ਨਾਲ ਮਿਲਾਪ ਨਹੀਂ ਹੁੰਦਾ! ਉਸ ਦੀ ਆਤਮਾ ਨੂੰ ਅਰਾਮ ਕਰਨਵਾਲਾ ਘਰ, ਕਿਵੇਂ ਪ੍ਰਾਪਤ ਹੋ ਸਕਦਾ ਹੈ? ਜਿਹੜਾ ਸ਼ਬਦ ਦਾ ਸਿਮਰਨ ਨਹੀਂ ਕਰਦਾ, ਉਸ ਦਾ ਤਨ ਅੱਗ ਦੀ ਭੱਠੀ ਦੀ ਤਰ੍ਹਾਂ ਹੀ ਜਲਦਾ ਹੈ । ਸਾਰੀ ਸੰਸਾਰਕ ਸਜਾਵਟ, ਸ਼ਾਨ ਬਾਣ, ਤਨ, ਸਵਾਸ ਵੀ ਬਿਰਥਾ ਹੀ ਜਾਂਦੇ ਹਨ, ਪ੍ਰਭ ਦੇ ਦਰਬਾਰ ਵਿੱਚ ਪ੍ਰਵਾਨਗੀ ਬਖਸ਼ਿਸ਼ ਨਹੀਂ ਹੁੰਦੀ । ਪ੍ਰਭ ਦੇ ਸੰਜੋਗ ਤੋਂ ਬਿਨਾਂ ਹੋਰ ਸਾਰੇ ਸਾਥੀ ਮੌਤ ਦੇ ਜਮਦੂਤ ਹੀ ਨਜ਼ਰ ਆਉਂਦੇ ਹਨ । ਬੰਦਗੀ ਕਰਨਵਾਲਾ ਸਦਾ ਹੀ ਪ੍ਰਭ ਅੱਗੇ ਰਹਿਮਤ ਦੀ ਅਰਦਾਸ ਕਰਦਾ ਹੈ! ਆਪਣੇ ਸ਼ਬਦ ਦੇ ਲੜ ਲਾਵੋ! ਜਿਸ ਦੀ ਸ਼ਬਦ ਦੀ ਕਮਾਈ ਪ੍ਰਵਾਨ ਹੋ ਜਾਂਦੀ ਹੈ, ਉਸ ਨੂੰ ਪ੍ਰਭ ਦੀ ਸ਼ਰਣ ਵਿੱਚ ਪਨਾਹ ਬਖਸ਼ਿਸ਼ ਹੋ ਸਕਦੀ ਹੈ ।

Due to the previous life, evil deeds the soul may be separated from His Holy Spirit. My Merciful True Master blesses the right path of salvation. I have wandered on all other paths in the world; I have desperately swallowed my pride and humbly surrendered my self-entity at Your Sanctuary. As a barren cow does not produce milk, no one consider her important nor feed her properly. Same way barren land without water does not grow any grain; land may not be considered an asset. Same way, whose soul remain separated from her core, His Holy Spirit! How may she find a permanent resting place? Whosoever may not meditate on the teachings of His Word; his body may be burning like an oven. All his embellishments, royal robe, jewelry, worldly glory and all his breaths are wasted. His soul may not be accepted in His Court. No worldly companions, wealth can save from the devil of death. His true devotee always prays for His Forgiveness and Refuge to be attached with a devotional meditation on His Word. His earnings of His Word may be accepted; he may be honored in His Court.

8. ਸਲੋਕੁ ਮਹਲਾ ੨॥ (148-5)

ਮੰਤ੍ਰੀ ਹੋਇ ਅਠੂਹਿਆ, ਨਾਗੀ ਲਗੈ ਜਾਇ॥	mantree ho-ay athoohi-aa naagee lagai jaa-ay.
ਆਪਣ ਹਥੀ ਆਪਣੈ, ਦੇ ਕੂਚਾ ਆਪੇ ਲਾਇ॥	aapan hathee aapnai day koochaa aapay laa-ay.
ਹੁਕਮੁ ਪਇਆ ਧੁਰਿ ਖਸਮ ਕਾ, ਅਤੀ ਹੂ ਧਕਾ ਖਾਇ॥	hukam pa-i-aa Dhur khasam kaa atee hoo Dhakaa khaa-ay.
ਗੁਰਮੁਖ ਸਿਉ ਮਨਮੁਖੁ ਅੜੈ, ਡੁਬੈ ਹਕਿ ਨਿਆਇ॥	gurmukh si-o manmukh arhai dubai hak ni-aa-ay.
ਦੁਹਾ ਸਿਰਿਆ ਆਪੇ ਖਸਮੁ, ਵੇਖੈ ਕਰਿ ਵਿਉਪਾਇ॥	duhaa siri-aa aapay khasam vaykhai kar vi-upaa-ay.
ਨਾਨਕ ਏਵੈ ਜਾਣੀਐ, ਸਭ ਕਿਛੁ ਤਿਸਹਿ ਰਜਾਇ॥੧॥	naanak ayvai jaanee-ai sabh kichh tiseh rajaa-ay. ||1||

ਜਿਹੜਾ ਜੋਗੀ ਸੱਪਾਂ ਦਾ ਖੇਲ ਕਰਵਾਉਂਦਾ ਹੈ, ਉਹ ਆਪਣੇ ਹੱਥ ਨਾਲ ਹੀ ਸੱਪ ਦਾ ਜ਼ਹਿਰ ਵਾਲਾ ਡੰਗ ਕੱਢ ਲੈਂਦਾ ਹੈ । ਇਹ ਸਭ ਕੁਝ ਪ੍ਰਭ ਦੀ ਰਜ਼ਾ ਨਾਲ ਹੀ ਹੰਦਾ, ਸੱਪ ਨੂੰ ਗੁਲਾਮ ਬਣਾਇਆ ਜਾਂਦਾ ਹੈ । ਜਿਹੜਾ ਮਨਮੁਖ, ਗੁਰਮਖ ਨਾਲ ਝਗੜਾ ਕਰਦਾ ਹੈ, ਪ੍ਰਭ ਆਪ ਹੀ ਉਸ ਦਾ ਲੇਖਾ ਕਰਦਾ ਹੈ । ਸੰਸਾਰ ਵਿੱਚ ਅਤੇ ਮੌਤ ਤੋਂ ਪਿਛੋਂ ਦੋਨਾਂ ਥਾਂ ਤੇ ਅੰਤਰਜਾਮੀ ਆਪ ਹੀ ਵਾਪਰਦਾ ਹੈ । ਧਿਆਨ ਵਿੱਚ ਰਖੋ! ਸਭ ਕੁਝ ਆਪ ਹੀ ਕਰਦਾ, ਉਸ ਦਾ ਹੁਕਮ ਹੀ ਚਲਦਾ ਹੈ ।

As the Yogi shows the play of snake; snake dances and follows his command. He pulls the poisonous sting of the snake with his own hand. Yogi makes the snake his slave with His Command. Self-minded may rebuke, creates jealousy with His true devotee; The True Master settles his account. The Axiom, Omniscient True Master prevails at both places in worldly life and after death in His Court. Remember! Every event happens with His Blessings under His Command.

ਮਹਲਾ ੨॥

ਨਾਨਕ ਪਰਖੇ ਆਪ ਕਉ, ਤਾ ਪਾਰਖੁ ਜਾਣੁ॥	naanak parkhay aap ka-o taa paarakh jaan.
ਰੋਗੁ ਦਾਰੂ ਦੋਵੈ ਬੁਝੈ, ਤਾ ਵੈਦੁ ਸੁਜਾਣੁ॥	rog daaroo dovai bujhai taa vaid sujaan.
ਵਾਟ ਨ ਕਰਈ ਮਾਮਲਾ, ਜਾਣੈ ਮਿਹਮਾਣੁ॥	vaat na kar-ee maamlaa jaanai mihmaan.
ਮੂਲੁ ਜਾਣਿ ਗਲਾ ਕਰੇ, ਹਾਣਿ ਲਾਏ ਹਾਣੁ॥	mool jaan galaa karay haan laa-ay haan.
ਲਬਿ ਨ ਚਲਈ ਸਚਿ ਰਹੈ, ਸੋ ਵਿਸਟੁ ਪਰਵਾਣੁ॥	lab na chal-ee sach rahai so visat parvaan.
ਸਰੁ ਸੰਧੇ ਆਗਾਸ ਕਉ, ਕਿਉ ਪਹੁਚੈ ਬਾਣੁ॥	sar sanDhay aagaas ka-o ki-o pahuchai baan.

ਅਗੈ ਓਹੁ ਅਗੰਮੁ ਹੈ ਵਾਹੇਦੜੁ ਜਾਣੁ॥੨॥ agai oh agamm hai vaahaydarh jaan. ||2||

ਜਿਹੜਾ ਆਪਣੇ ਆਪ ਨੂੰ ਉਸ ਕਸਵਟੀ ਨਾਲ ਤੋਲੇ, ਜਿਸ ਨਾਲ ਬਾਕੀਆਂ ਨੂੰ ਪਰਖਦਾ ਹੈ, ਉਹ ਹੀ ਬੰਦਗੀ ਕਰਨਵਾਲਾ ਹੁੰਦਾ ਹੈ । ਜਿਹੜਾ ਜੀਵ ਮਨ ਦੇ ਰੋਗ, ਖਾਮੀ ਨੂੰ ਜਾਣ ਕੇ ਉਸ ਦਾ ਹੱਲ ਅਪਣਾਉਂਦਾ ਹੈ, ਉਹ ਹੀ ਅਸਲੀ ਦਾਸ ਬਣ ਸਕਦਾ ਹੈ । ਜੀਵ ਸੰਸਾਰ ਵਿੱਚ ਆ ਕੇ ਸੰਸਾਰਕ ਇਛਾਂ ਵਾਲੇ, ਚਲਾਕੀ ਵਾਲੇ ਕੰਮ ਨਾ ਕਰੋ! ਧਿਆਨ ਰਖੋ! ਜੀਵ ਸੰਸਾਰ ਵਿੱਚ ਥੋੜੇ ਸਮੇਂ ਦਾ ਹੀ ਮਹਿਮਾਨ ਹੈ । ਉਸ ਸੰਤ ਸਰੂਪ ਦੀ ਸੰਗਤ ਕਰੋ! ਜਿਹੜਾ ਰਸਤਾ ਜਾਣਦਾ ਹੈ, ਰਸਤੇ ਤੇ ਚਲਦਾ ਹੈ । ਜਿਹੜਾ ਸੰਸਾਰਕ ਲਾਲਚ ਦਾ ਗੁਲਾਮ ਨਹੀਂ ਹੁੰਦਾ, ਉਸ ਦੀ ਬੰਦਗੀ ਪ੍ਰਵਾਨ ਹੋ ਜਾਂਦੀ ਹੈ । ਜਿਵੇਂ ਕੋਈ ਅਕਾਸ਼ ਵੱਲ ਤੀਰ ਚਲਾਏ! ਉਸ ਨੂੰ ਕਿਸਤਰ੍ਹਾਂ ਪਤਾ ਲਗਦਾ ਹੈ, ਉਸ ਦਾ ਤੀਰ ਨਿਸ਼ਾਨੇ ਤੇ ਲਗਾ ਹੈ । ਇਸਤਰ੍ਹਾਂ ਜਾਣਿਆ ਨਹੀਂ ਜਾ ਸਕਦਾ, ਅਗਰ ਕੋਈ ਅਥਾਹ ਪ੍ਰਭ ਨੂੰ ਪ੍ਰਵਾਨ ਹੋ ਗਿਆ ਹੈ ।

Whosoever may test his own deeds with the same scale, he evaluates actions of others; he may become as His true devotee. Whosoever may realize his weakness and change his way to overcome those weakness; he may become worthy to be called His true devotee. You should not perform deceptive actions following your worldly desires and greed. Remember! Soul has been blessed with worldly life for a predetermined time, as a traveler and world is not a permanent resting place. You should associate with His true devotee; who has adopted the right path, the teachings of His Word in his own day-to-day life. Whosoever may not become a victim of worldly desires; his meditation may be accepted in His Court. Think about! Someone may shoot an arrow in the sky; how may be determined his arrow hit the target? Same way, no one may be certain! Whose meditation may be accepted in His Court of beyond any boundary, The True Master.

ਪਉੜੀ॥

ਨਾਰੀ ਪੁਰਖ ਪਿਆਰੁ ਪ੍ਰੇਮਿ ਸੀਗਾਰੀਆ॥ naaree purakh pi-aar paraym seegaaree-aa.
ਕਰਨਿ ਭਗਤਿ ਦਿਨੁ ਰਾਤਿ ਨ ਰਹਨੀ ਵਾਰੀਆ॥ karan bhagat din raat na rahnee vaaree-aa.
ਮਹਲਾ ਮੰਝਿ ਨਿਵਾਸੁ ਸਬਦਿ ਸਵਾਰੀਆ॥ mehlaa manjh nivaas sabad savaaree-aa.
ਸਚੁ ਕਹਨਿ ਅਰਦਾਸਿ ਸੇ ਵੇਚਾਰੀਆ॥ sach kahan ardaas say vaychaaree-aa.
ਸੋਹਨਿ ਖਸਮੈ ਪਾਸਿ ਹੁਕਮਿ ਸਿਧਾਰੀਆ॥ sohan khasmai paas Hukam siDhaaree-aa.
ਸਖੀ ਕਹਨਿ ਅਰਦਾਸਿ ਮਨਹੁ ਪਿਆਰੀਆ॥ sakhee kahan ardaas manhu pi-aaree-aa.
ਬਿਨੁ ਨਾਵੈ ਧ੍ਰਿਗੁ ਵਾਸੁ ਫਿਟੁ ਸੁ ਜੀਵਿਆ॥ bin naavai Dharig vaas fit so jeevi-aa.
ਸਬਦਿ ਸਵਾਰੀਆਸੁ ਅੰਮ੍ਰਿਤੁ ਪੀਵਿਆ॥੨੨॥ sabad savaaree-aas amrit peevi-aa. ||22||

ਜਿਵੇਂ ਪਤਨੀ ਦਾ ਪਿਆਰ, ਪਤੀ ਨਾਲ ਹੰਦਾ, ਇਸਤਰ੍ਹਾਂ ਭਗਤ ਦਾ ਪ੍ਰਭ ਨਾਲ ਪਿਆਰ ਹੁੰਦਾ ਹੈ । ਸ਼ਬਦ ਵਿੱਚ ਹੀ ਦਿਨ ਰਾਤ ਮਸਤ ਰਹਿੰਦਾ ਹੈ, ਕੋਈ ਉਸ ਨੂੰ ਰੋਕ ਨਹੀਂ ਸਕਦਾ । ਉਹ ਆਪਣੇ ਅੰਦਰ ਹੀ ਉਸ ਦਾ ਮੰਦਰ ਬਣਾ ਲੈਂਦਾ ਹੈ । ਉਸ ਦੀ ਅਰਦਾਸ ਨਿਮ੍ਰਤਾ ਭਰੀ, ਕੇਵਲ ਰਹਿਮਤ ਦੀ ਭੁੱਖੀ ਹੁੰਦੀ ਹੈ । ਉਸ ਨੂੰ ਪ੍ਰਭ ਦੀ ਹੋਂਦ ਅਨੁਭਵ ਹੋ ਜਾਂਦੀ, ਅਨੰਦ ਮਾਨਦਾ ਹੈ । ਆਪਣੇ ਸਾਥੀਆਂ ਨਾਲ ਮਿਲ ਕੇ, ਨਿਮਰਤਾ ਭਰੀ ਅਰਦਾਸ ਕਰਦਾ ਹੈ । ਜਿਹੜਾ ਜੀਵ ਸ਼ਬਦ ਦੀ ਬੰਦਗੀ ਤੋਂ ਬਿਨਾਂ ਹੀ ਜੀਵਨ ਬਤੀਤ ਕਰਦਾ ਹੈ, ਉਸ ਦਾ ਮਾਨਸ ਜਨਮ ਬਿਰਥਾ ਹੀ ਹੈ । ਜਿਹੜਾ ਸ਼ਬਦ ਨਾਲ ਜੀਵਨ ਢਾਲਦਾ ਹੈ, ਉਸ ਨੂੰ ਅਣਮੋਲ ਫਲ ਬਖਸ਼ਿਸ਼ ਹੋ ਸਕਦਾ ਹੈ ।

As wife and husband have a love and care for each other; Same kind of renunciation His true devotee has with His True Master. He may remain intoxicated in meditation on the teachings of His Word Day and night. No one can stop, restrict his path of meditation. His body becomes his meditation throne, His Holy Shrine. He only prays for His Forgiveness and Refuge. He may realize of His Existence. He may associate with other and humbly prays! Whosoever may waste his life without adopting the teachings His Word in day-to-day life; His human life opportunity may be uselessly. Whosoever may adopt the teachings of His Word; with His mercy and grace, he may be blessed with the priceless jewel of enlightenment; he may be accepted in His Court.

9. ਮਾਝ ਮਹਲਾ ੩॥ (126-2)

ਮੇਰਾ ਪ੍ਰਭੁ ਭਰਪੂਰਿ ਰਹਿਆ ਸਭ ਥਾਈ॥ mayraa parabh bharpoor rahi-aa sabh thaa-ee.
ਗੁਰ ਪਰਸਾਦੀ ਘਰ ਹੀ ਮਹਿ ਪਾਈ॥ gur parsaadee ghar hee meh paa-ee.
ਸਦਾ ਸਰੇਵੀ ਇਕ ਮਨਿ ਧਿਆਈ, ਗੁਰਮੁਖਿ ਸਚਿ ਸਮਾਵਣਿਆ॥੧॥ sadaa sarayvee ik man Dhi-aa-ee gurmukh sach samaavani-aa. ||1||

ਪ੍ਰਭ ਹਰਇਕ ਥਾਂ ਤੇ ਹਰਇਕ ਜੀਵ ਵਿੱਚ ਸਦਾ ਹੀ ਵਸਦਾ, ਵਾਪਰਦਾ ਹੈ । ਪ੍ਰਭ ਦੀ ਰਹਿਮਤ ਨਾਲ ਹੀ ਕਿਸੇ ਜੀਵ ਨੂੰ ਸ਼ਬਦ ਦੀ ਸੋਝੀ ਹੁੰਦੀ ਹੈ, ਸ਼ਬਦ ਮਨ ਵਿੱਚ ਘਰ ਕਰ ਜਾਂਦਾ ਹੈ । ਗੁਰਮਖ ਇਕਾਗਰ ਮਨ ਹੋ ਕੇ ਲਗਾਤਾਰ ਸ਼ਬਦ ਦੀ ਪਾਲਣਾ, ਸਿਮਰਨ ਕਰਦਾ, ਸ਼ਬਦ ਦੀ ਸਮਾਧੀ ਵਿੱਚ ਹੀ ਲੀਨ ਹੋ ਜਾਂਦਾ ਹੈ ।

The Omnipresent True Master prevails in everything. Whosoever may be bestowed with His Blessed Vision; he may be enlightened with the essence of His Word. He may be drenched with the essence of His Word. His true devotee wholeheartedly meditates and obeys His Word. He remains intoxicated in meditation in the void of His Word.

ਹਉ ਵਾਰੀ ਜੀਉ ਵਾਰੀ ਜਗਜੀਵਨੁ ਮੰਨਿ ਵਸਾਵਣਿਆ॥ ha-o vaaree jee-o vaaree jagjeevan man vasaavani-aa.
ਹਰਿ ਜਗਜੀਵਨੁ ਨਿਰਭਉ ਦਾਤਾ, ਗੁਰਮਤਿ ਸਹਜਿ ਸਮਾਵਣਿਆ॥੧॥ ਰਹਾਉ॥ har jagjeevan nirbha-o daataa gurmat sahj samaavani-aa. ||1|| rahaa-o.

ਉਸ ਜੀਵ ਤੋਂ ਕੁਰਬਾਨ ਜਾਵਾਂ! ਜਿਹਨਾਂ ਦੇ ਮਨ ਵਿੱਚ ਪ੍ਰਭ ਦਾ ਸ਼ਬਦ ਘਰ ਕਰ ਜਾਂਦਾ ਹੈ । ਸ਼ਬਦ ਨਾਲ ਜੀਵਨ ਢਾਲਣ ਨਾਲ ਹੀ ਸ਼ਬਦ ਮਨ ਵਿੱਚ ਘਰ ਕਰਦਾ, ਮਨ ਪਵਿੱਤਰ ਹੁੰਦਾ ਹੈ । ਜੀਵ ਪ੍ਰਵਾਨਗੀ ਦੇ ਰਸਤੇ ਤੇ ਅਡੋਲ ਹੋ ਜਾਂਦਾ ਹੈ ।

I am fascinated from the life of the devotee! Who may remain drenched with the essence of His Word. Whosoever may adopt the teachings of His Word in his day-to-day life; he may remain drenched within. His soul may be sanctified and he remains steady and stable on the right path of salvation.

ਘਰ ਮਹਿ ਧਰਤੀ ਧਉਲੁ ਪਾਤਾਲਾ॥ ghar meh Dhartee Dha-ul paataalaa.
ਘਰ ਹੀ ਮਹਿ ਪ੍ਰੀਤਮੁ ਸਦਾ ਹੈ ਬਾਲਾ॥ ghar hee meh pareetam sadaa hai baalaa.
ਸਦਾ ਅਨਦਿ ਰਹੈ ਸੁਖਦਾਤਾ, ਗੁਰਮਤਿ ਸਹਜਿ ਸਮਾਵਣਿਆ॥੨॥ sadaa anand rahai sukh-daata gurmat sahj samaavani-aa. ||2||

ਮਨ ਅੰਦਰ ਹੀ, ਧਰਤੀ, ਇਸ ਦੇ ਧੁਰੇ ਦੀ, ਸਾਰੇ ਖੰਡਾਂ, ਮੰਡਲਾਂ ਦੀ ਸੋਝੀ ਦਾ ਭੰਡਾਰ ਹੈ । ਉਸ ਮਨ ਅੰਦਰ ਹੀ ਸਦਾ ਅਟਲ, ਸਦਾ ਖੇੜੇ ਵਿੱਚ ਰਹਿਣ ਵਾਲਾ ਪ੍ਰਭ ਵਸਦਾ ਹੈ । ਉਸ ਦੇ ਸ਼ਬਦ ਦੀ ਪਾਲਣਾ ਕਰਨ, ਜੀਵਨ ਢਾਲਣ ਨਾਲ ਹੀ ਜੀਵ ਦੀ ਲਗਨ, ਭਰੋਸਾ ਸ਼ਬਦ ਤੇ ਅਡੋਲ ਹੁੰਦਾ ਹੈ ।

ਗੁਰੂ ਨਾਨਕ ਦੇਵ ਜੀ! – Guru Nanak Dev Ji! Guru Granth Sahib

The treasure of enlightenment of earth, center pillar of earth, knowledge of His Holy spirit remains embedded within soul. The True Master always remain in blossom and His Holy Spirit remains embedded within every soul. Whosoever may obey and adopt the teachings of His Word wholeheartedly, his belief on His Blessings remains steady and stable.

ਕਾਇਆ ਅੰਦਰਿ ਹਉਮੈ ਮੇਰਾ॥ ਜੰਮਣ ਮਰਣੁ ਨ ਚੂਕੈ ਫੇਰਾ॥ kaa-i-aa andar ha-umai mayraa. jaman maran na chookai fayraa.
ਗੁਰਮੁਖਿ ਹੋਵੈ ਸੁ ਹਉਮੈ ਮਾਰੇ, ਸਚੋ ਸਚੁ ਧਿਆਵਣਿਆ॥੩॥ gurmukh hovai so ha-umai maaray sacho sach Dhi-aavani-aa. ||3||

ਸੰਸਾਰਕ ਜੀਵਾਂ ਦਾ ਤਨ, ਮਨ ਅਹੰਕਾਰ ਅਤੇ ਲਾਲਚ ਨਾਲ ਭਰਿਆ ਰਹਿੰਦਾ ਹੈ । ਇਸ ਕਰਕੇ ਹੀ ਜੀਵ ਦਾ ਜਨਮ ਮਰਨ ਦਾ ਚੱਕਰ ਖਤਮ ਨਹੀਂ ਹੁੰਦਾ । ਜਿਹੜਾ ਆਪਣੀ ਹੈਸੀਅਤ ਦੇ ਮਾਣ ਨੂੰ ਖਤਮ ਕਰ ਲੈਂਦਾ ਹੈ, ਉਸ ਨੂੰ ਗੁਰਮਖ ਅਵਸਥਾ ਬਖਸ਼ਿਸ਼ ਹੋ ਸਕਦਾ ਹੈ । ਉਹ ਆਪਣਾ ਜੀਵਨ ਸ਼ਬਦ ਨਾਲ ਢਾਲਦਾ ਹੈ, ਸ਼ਬਦ ਦੀ ਸਮਾਧੀ ਵਿੱਚ ਅਭੇਦ ਹੋ ਸਕਦਾ ਹੈ ।

Self-minded remains overwhelmed with greed and ego; his root of ego nor his cycle of birth and death may be eliminated. Whosoever may conquer his ego of his worldly status; with His mercy and grace, he may be blessed with a state of mind as His true devotee. Whosoever may adopt the teachings of His Word; he may be absorbed within the void of His Word.

ਕਾਇਆ ਅੰਦਰਿ ਪਾਪੁ ਪੁੰਨੁ ਦੁਇ ਭਾਈ॥ kaa-i-aa andar paap punn du-ay bhaa-ee.
ਦੁਹੀ ਮਿਲਿ ਕੈ ਸ੍ਰਿਸਟਿ ਉਪਾਈ॥ duhee mil kai sarisat upaa-ee.
ਦੋਵੈ ਮਾਰਿ ਜਾਇ ਇਕਤੁ ਘਰਿ ਆਵੈ, ਗੁਰਮਤਿ ਸਹਜਿ ਸਮਾਵਣਿਆ॥੪॥ dovai maar jaa-ay ikaT`ghar aavai gurmat sahj samaavani-aa. ||4||

ਜੀਵ ਦੇ ਤਨ, ਮਨ ਵਿੱਚ ਪਾਪ ਅਤੇ ਪੁੰਨ, ਜਮਦੂਤ ਅਤੇ ਦੇਵਤੇ, ਦੋਨੋਂ ਹੀ ਭਾਈ ਹਨ । ਇਹ ਦੋਨੋਂ ਹੀ ਇਕ ਸਿੱਕੇ ਦੇ ਦੋ ਪਾਸੇ ਹਨ । ਜਦੋਂ ਇਹ ਮਿਲਦੇ ਹਨ ਤਾਂ ਹੀ ਸ੍ਰਿਸ਼ਟੀ ਦੀ ਉਤਪਤੀ ਹੁੰਦੀ ਹੈ, ਇਕ ਸਿੱਕਾ ਬਣਦਾ ਹੈ । ਜਦੋਂ ਜੀਵ ਇਹਨਾਂ ਦੋਨਾਂ ਨੂੰ ਹੀ ਖਤਮ ਕਰਦਾ ਹੈ, ਆਪਣੇ ਅੰਦਰ ਝਾਤੀ ਮਾਰਦਾ ਹੈ, ਉਹ ਹੀ ਪ੍ਰਭ ਦੇ ਸ਼ਬਦ ਨਾਲ ਜੀਵਨ ਢਾਲ ਸਕਦਾ ਹੈ । ਉਹ ਪ੍ਰਭ ਦੇ ਸ਼ਬਦ ਦੀ ਸਮਾਧੀ ਵਿੱਚ ਜਾਂਦਾ ਹੈ, ਉਸ ਦੀ ਜੋਤ ਵਿੱਚ ਅਭੇਦ ਹੋ ਸਕਦਾ ਹੈ ।

Both Shiv, good virtues (prophets), Shakti, evil thoughts (devil) remain within the mind of worldly creature. Both are the two side of a same coin. His Creation has been created with the infusion of both. Whosoever may conquer both from within; only, he may adopt the teachings of His Word; he may remain intoxicated in the void of His Word. His soul may become worthy of His Consideration.

ਘਰ ਹੀ ਮਾਹਿ ਦੂਜੈ ਭਾਇ ਅਨੇਰਾ॥ ghar hee maahi doojai bhaa-ay anayraa.
ਚਾਨਣੁ ਹੋਵੈ ਛੋਡੈ ਹਉਮੈ ਮੇਰਾ॥ chaanan hovai chhodai ha-umai mayraa.
ਪਰਗਟੁ ਸਬਦੁ ਹੈ ਸੁਖਦਾਤਾ, ਅਨਦਿਨੁ ਨਾਮੁ ਧਿਆਵਣਿਆ॥੫॥ pargat sabad hai sukh-daata an-din Naam Dhi-aavani-aa. ||5||

ਜੀਵ ਦੇ ਮਨ ਵਿੱਚ ਭਰਮਾਂ ਦਾ ਹਨੇਰਾ ਹੈ । ਜਿਸ ਤੇ ਰਹਿਮਤ ਬਖਸ਼ਦਾ ਹੈ, ਉਸ ਦੇ ਮਨ ਵਿੱਚ ਪ੍ਰਭ ਦੇ ਸ਼ਬਦ ਦੀ ਸੋਝੀ ਬਖਸ਼ਿਸ਼ ਹੋ ਜਾਂਦੀ ਹੈ । ਉਸ ਦੇ ਮਨ ਵਿਚੋਂ ਅਹੰਕਾਰ, ਹੈਸੀਅਤ, ਆਪਾ ਖਤਮ ਹੋ ਜਾਂਦਾ ਹੈ । ਸ਼ਬਦ ਦਾ ਸਿਮਰਨ ਕਰਨ ਨਾਲ ਹੀ, ਸੁਖਾਂ ਦਾ ਦਾਤਾ ਪ੍ਰਗਟ ਹੁੰਦਾ, ਮਹਿਸੂਸ ਹੁੰਦਾ ਹੈ ।

Self-minded remains overwhelmed with darkness and ignorance of suspicions. Whosoever may be bestows with His Blessed Vision, he may be enlightened with the essence of His Word. He may conquer his ego and surrenders his self-entity at His Sanctuary. Whosoever may remain intoxicated in meditation; he may realize His Existence; The True Master of comforts.

ਅੰਤਰਿ ਜੋਤਿ ਪਰਗਟੁ ਪਾਸਾਰਾ॥ ਗੁਰ ਸਾਖੀ ਮਿਟਿਆ ਅੰਧਿਆਰਾ॥ antar jot pargat paasaaraa. gur saakhee miti-aa anDhi-aaraa.
ਕਮਲੁ ਬਿਗਾਸਿ ਸਦਾ ਸੁਖੁ ਪਾਇਆ, ਜੋਤੀ ਜੋਤਿ ਮਿਲਾਵਣਿਆ॥੬॥ kamal bigaas sadaa sukh paa-i-aa jotee jot milaavani-aa. ||6||

ਜੀਵ ਦੇ ਮਨ ਅੰਦਰੋਂ ਹੀ ਪ੍ਰਭ ਦੀ ਜੋਤ ਦੀ ਰੋਸ਼ਨੀ ਹੁੰਦੀ, ਜੋਤ ਜਾਗਰਤ ਹੁੰਦੀ ਹੈ । ਪ੍ਰਭ ਦੇ ਸ਼ਬਦ ਦੀ ਸੋਝੀ ਹੋਣ ਨਾਲ, ਜੀਵਨ ਢਾਲਣ ਨਾਲ ਹੀ ਅਗਿਆਨਤਾ ਦਾ ਹਨੇਰਾ ਦੂਰ ਹੁੰਦਾ ਹੈ, ਮਨ ਦਾ ਕਮਲ ਦਾ ਫੁੱਲ ਖੇੜੇ ਵਿੱਚ ਆਉਂਦਾ ਹੈ । ਮਨ ਵਿੱਚ ਪੂਰਨ ਸ਼ਾਂਤੀ ਬਖਸ਼ਿਸ਼ ਹੋ ਜਾਂਦੀ ਹੈ । ਆਤਮਾ ਦੀ ਜੋਤ ਪ੍ਰਭ ਦੀ ਜੋਤ ਵਿੱਚ ਅਲੋਪ ਹੋ ਜਾਂਦੀ ਹੈ ।

His Holy Spirit, His Existence may be enlightened from within. Whosoever may adopt the teachings of His Word; he may be enlightened with the essence of His Word. His ignorance from the real purpose of human life opportunity may be eliminated. The lotus flower of his mind may be blossomed within. He may remain in complete peace and harmony. His soul may immerse within His Holy Spirit.

ਅੰਦਰਿ ਮਹਲ ਰਤਨੀ ਭਰੇ ਭੰਡਾਰਾ॥ andar mahal ratnee bharay bhandaaraa.
ਗੁਰਮੁਖਿ ਪਾਏ ਨਾਮੁ ਅਪਾਰਾ॥ gurmukh paa-ay Naam apaaraa.
ਗੁਰਮੁਖਿ ਵਣਜੇ ਸਦਾ ਵਾਪਾਰੀ, ਲਾਹਾ ਨਾਮੁ ਸਦ ਪਾਵਣਿਆ॥੭॥ gurmukh vanjay sadaa vaapaaree laahaa Naam sad paavni-aa. ||7||

ਜੀਵ ਦੀ ਆਤਮਾ ਦੇ ਦਸਵੇਂ ਘਰ ਵਿੱਚ ਅਣਮੋਲ ਰਤਨਾਂ ਦਾ ਬੇਅੰਤ ਭੰਡਾਰ ਹੈ । ਗੁਰਮਖ ਨੂੰ ਪ੍ਰਭ ਦੇ ਸ਼ਬਦ ਨਾਲ ਜੀਵਨ ਢਾਲਣ ਨਾਲ ਸ਼ਬਦ ਦੀ ਸੋਝੀ ਬਖਸ਼ਿਸ਼ ਹੋ ਜਾਂਦੀ ਹੈ । ਗੁਰਮਖ ਸਦਾ ਹੀ ਸ਼ਬਦ ਦੀ ਕਮਾਈ ਕਰਦਾ ਹੈ, ਉਸ ਕਮਾਈ ਦਾ ਲਾਭ ਪਾਉਂਦਾ ਹੈ ।

The treasure of priceless jewel, essence of His Word remains overwhelmed within the 10th cave of soul. His true devotee may adopt the teachings of His Word; with His mercy and grace, he may be enlightened with the essence of His Word. He may earn the wealth of His Word; he may profit from the earnings of His Word.

ਆਪੇ ਵਥੁ ਰਾਖੈ ਆਪੇ ਦੇਇ॥ ਗੁਰਮੁਖਿ ਵਣਜਹਿ ਕੇਈ ਕੇਇ॥ aapay vath raakhai aapay day-ay. gurmukh vanjahi kay-ee kay-ay.
ਨਾਨਕ ਜਿਸੁ ਨਦਰਿ ਕਰੇ ਸੋ ਪਾਏ, naanak jis nadar karay so paa-ay
ਕਰਿ ਕਿਰਪਾ ਮੰਨਿ ਵਸਾਵਣਿਆ॥ ੮॥੨੭॥੨੮॥ kar kirpaa man vasaavani-aa. ||8||27||28||

ਪ੍ਰਭ ਆਪ ਹੀ ਸ਼ਬਦ ਦੀ ਕਮਾਈ ਦਾ ਭੰਡਾਰ ਰਖਦਾ ਹੈ, ਆਪ ਹੀ ਜੀਵ ਨੂੰ ਬਖਸ਼ਦਾ ਹੈ । ਕੋਈ ਵਿਰਲਾ ਹੀ ਜੀਵ, ਇਸ ਦਾ ਵਪਾਰ ਕਰਦਾ ਹੈ । ਇਹ ਪ੍ਰਭ ਦੀ ਰਹਿਮਤ ਨਾਲ ਹੀ ਬਖਸ਼ਿਸ਼ ਹੁੰਦਾ ਹੈ । ਸ਼ਬਦ ਨਾਲ ਜੀਵਨ ਢਾਲਦਾ ਨਾਲ ਹੀ ਸ਼ਬਦ ਮਨ ਵਿੱਚ ਘਰ ਕਰ ਜਾਂਦਾ ਹੈ ।

The True Master may bless the treasure of the enlightenment of His Word to His true devotee, only His Trust; however, very rare devotee may trade the teachings of His Word. Whosoever may be bestowed with His Blessed Vision; only he may adopt the teachings of His Word. He may remain drenched with the essence of His Word.

10. ਗਉੜੀ ਮਹਲਾ ੫॥ 237-17

ਜੋ ਇਸੁ ਮਾਰੇ ਸੋਈ ਸੂਰਾ॥ ਜੋ ਇਸੁ ਮਾਰੇ ਸੋਈ ਪੂਰਾ॥ jo is maaray so-ee sooraa. jo is maaray so-ee pooraa.
ਜੋ ਇਸੁ ਮਾਰੇ ਤਿਸਹਿ ਵਡਿਆਈ॥ jo is maaray tiseh vadi-aa-ee.

ਜੋ ਇਸੁ ਮਾਰੇ ਤਿਸ ਕਾ ਦੁਖੁ ਜਾਈ॥੧॥ jo is maaray tis kaa dukh jaa-ee. ||1||

ਜਿਹੜਾ ਆਪਣੇ ਮਨ ਤੇ ਜਿੱਤ ਪਾ ਲੈਂਦਾ, ਅਹੰਕਾਰ ਨੂੰ ਮਾਰ ਦੇਂਦਾ ਹੈ । ਉਹ ਹੀ ਸੂਰਮਾ, ਬਹਾਦਰ ਹੈ । ਉਹ ਹੀ ਪੂਰਨ, ਪਵਿੱਤਰ ਆਤਮਾ ਵਾਲਾ ਮਾਨਸ ਹੈ, ਉਹ ਸੰਸਾਰ ਵਿੱਚ ਸੋਭਾ ਪਾਉਂਦਾ ਹੈ । ਉਸ ਦੇ ਸਾਰੇ ਸੰਸਾਰਕ ਦੁਖ ਦੂਰ ਹੋ ਜਾਂਦੇ ਹਨ, ਸਾਰੇ ਬੰਧਨ ਨਾਸ਼ ਹੋ ਜਾਂਦੇ ਹਨ ।

Whosoever may conquer his own ego and control his wandering mind; he may be worthy of calling the true warrior and brave soul. His soul may be sanctified; he may be honored in the universe. All his worries and frustrations of his worldly desires may be eliminated. He may conquer bonds with worldly possessions and relationship.

ਐਸਾ ਕੋਇ ਜਿ ਦੁਬਿਧਾ ਮਾਰਿ ਗਵਾਵੈ॥ aisaa ko-ay je dubiDhaa maar gavaavai.
ਇਸਹਿ ਮਾਰਿ ਰਾਜ ਜੋਗੁ ਕਮਾਵੈ॥੧॥ ਰਹਾਉ॥ iseh maar raaj jog kamaavai. ||1|| rahaa-o.

ਜਿਹੜਾ ਆਪਣੇ ਮਨ ਨੂੰ ਚਾਰੇ ਪਾਸੇ ਘੁੰਮਣ ਤੋਂ ਰੋਕ ਲੈਂਦਾ, ਉਹ ਪੂਰਨ ਜੋਗੀ ਬਣ ਜਾਂਦਾ ਹੈ । ਕੇਵਲ ਕੋਈ ਵਿਰਲਾ ਹੀ ਆਪਣੇ ਮਨ ਤੇ ਜਿੱਤ ਪਾਉਂਦਾ ਹੈ ।

Whosoever may control his wandering mind and adopts the right path of meditation; he may be worthy to be called as a true Yogi, His true devotee. However, very rare devotee may control and stop his wanderings mind.

ਜੋ ਇਸੁ ਮਾਰੇ ਤਿਸ ਕਉ ਭਉ ਨਾਹਿ॥ ਜੋ ਇਸੁ ਮਾਰੇ ਸੁ ਨਾਮਿ ਸਮਾਹਿ॥ jo is maaray tis ka-o bha-o naahi. jo is maaray so naam samaahi.
ਜੋ ਇਸੁ ਮਾਰੇ ਤਿਸ ਕੀ ਤ੍ਰਿਸਨਾ ਬੁਝੈ॥ ਜੋ ਇਸੁ ਮਾਰੇ ਸੁ ਦਰਗਹ ਸਿਝੈ॥੨॥ jo is maaray tis kee tarisnaa bujhai. jo is maaray so dargeh sijhai. ||2||

ਜਿਹੜਾ ਆਪਣੇ ਮਨ ਦੇ ਅਹੰਕਾਰ ਨੂੰ ਮਾਰ ਲੈਂਦਾ ਹੈ । ਉਹ ਸ਼ਬਦ ਦੀ ਸਮਾਧੀ ਵਿੱਚ ਵਸਣ ਲਗ ਪੈਂਦਾ, ਮਨ ਇਛਾਂ ਰਹਿਤ ਹੋ ਜਾਂਦਾ ਹੈ । ਉਸ ਨੂੰ ਪ੍ਰਭ ਦੀ ਸ਼ਰਣ ਵਿੱਚ ਪਨਾਹ ਪ੍ਰਵਾਨ ਹੋ ਜਾਂਦੀ ਹੈ ।

Whosoever may conquer his ego and controls his wandering mind; he may remain intoxicated in the void of His Word. He may become beyond the influence of worldly desires. He may be accepted in His Sanctuary.2

ਜੋ ਇਸੁ ਮਾਰੇ ਸੋ ਧਨਵੰਤਾ॥ ਜੋ ਇਸੁ ਮਾਰੇ ਸੋ ਪਤਿਵੰਤਾ॥ jo is maaray so Dhanvantaa. jo is maaray so pativantaa.
ਜੋ ਇਸੁ ਮਾਰੇ ਸੋਈ ਜਤੀ॥ ਜੋ ਇਸੁ ਮਾਰੇ ਤਿਸੁ ਹੋਵੈ ਗਤੀ॥੩॥ jo is maaray so-ee jatee. jo is maaray tis hovai gatee. ||3||

ਜਿਹੜਾ ਆਪਣੇ ਮਨ ਦੇ ਅਹੰਕਾਰ ਨੂੰ ਮਾਰ ਲੈਂਦਾ, ਮਨ ਤੇ ਜਿੱਤ ਪਾ ਲੈਂਦਾ ਹੈ । ਉਹ ਸ਼ਬਦ ਦੀ ਕਮਾਈ ਦਾ ਧੰਨਾਢ ਬਣ ਜਾਂਦਾ, ਹੋ ਜਾਂਦਾ ਹੈ । ਉਹ ਸੰਸਾਰ ਵਿੱਚ ਮੁਖੀ, ਸਤਿਕਾਰ ਯੋਗ ਬਣ ਜਾਂਦਾ ਹੈ । ਉਹ ਹੀ ਪੂਰਨ ਬੰਦਗੀ ਕਰਨ ਵਾਲਾ ਜਤੀ ਹੁੰਦਾ ਹੈ । ਉਸ ਨੂੰ ਅਮਰ ਅਵਸਥਾ ਬਖਸ਼ਿਸ਼ ਹੋ ਜਾਂਦੀ ਹੈ । ਉਸ ਦਾ ਜੂੰਨਾਂ ਦਾ ਚੱਕਰ ਖਤਮ ਹੋ ਜਾਂਦਾ, ਮੁਕਤੀ ਬਖਸ਼ਿਸ਼ ਹੋ ਜਾਂਦੀ ਹੈ ।

Whosoever may conquer the ego of his mind, he may become very rich with the wealth of His Word. He may become very respectable and honorable in his worldly life. He may be blessed with a state of mind as His true devotee. He may be blessed with immortal state of mind; his cycle of birth and death may be eliminated and blessed with salvation.3

ਜੋ ਇਸੁ ਮਾਰੇ ਤਿਸ ਕਾ ਆਇਆ ਗਨੀ॥ ਜੋ ਇਸੁ ਮਾਰੇ ਸੁ ਨਿਹਚਲੁ ਧਨੀ॥ jo is maaray tis kaa aa-i-aa ganee. jo is maaray so nihchal Dhanee.
ਜੋ ਇਸੁ ਮਾਰੇ ਸੋ ਵਡਭਾਗਾ॥ ਜੋ ਇਸੁ ਮਾਰੇ ਸੁ ਅਨਦਿਨੁ ਜਾਗਾ॥੪॥ jo is maaray so vadbhaagaa. jo is maaray so an-din jaagaa. ||4||

ਜਿਹੜਾ ਆਪਣੇ ਮਨ ਦੇ ਅਹੰਕਾਰ ਨੂੰ ਮਾਰ ਲੈਂਦਾ ਹੈ, ਉਸ ਦਾ ਮਾਨਸ ਜਨਮ ਲੈਣਾ, ਸ੍ਰਿਸ਼ਟੀ ਦੇ ਚੰਗੇ ਭਾਗ ਹੁੰਦੇ ਹਨ । ਉਸ ਦਾ ਮਨ ਸੰਤੋਖ ਅਤੇ ਖੇੜੇ ਵਿੱਚ ਵਸਦਾ, ਉਸ ਪਾਸ ਅਨੋਖਾ ਹੀ ਧਨ ਹੁੰਦਾ ਹੈ । ਉਸ ਦੇ ਵੱਡੇ ਭਾਗ ਹੋ ਜਾਂਦੇ, ਦਿਨ ਰਾਤ ਪ੍ਰਭ ਦੇ ਸ਼ਬਦ ਦੀ ਪਾਲਣਾ ਵਿੱਚ ਜਾਗਰਤ ਅਤੇ ਸਚੇਤ ਰਹਿੰਦਾ ਹੈ ।

Whosoever may conquer his own ego, his birth in the universe may be very fortune for mankind. He may remain contented and in blossom; he may be blessed with a unique wealth of His Word. He may become very fortunate! He remains awake and alert in obeying the teachings of His Word Day and night.4

ਜੋ ਇਸੁ ਮਾਰੇ ਸੁ ਜੀਵਨ ਮੁਕਤਾ॥ jo is maaray so jeevan muktaa.
ਜੋ ਇਸੁ ਮਾਰੇ ਤਿਸ ਕੀ ਨਿਰਮਲ ਜੁਗਤਾ॥ jo is maaray tis kee nirmal jugtaa.
ਜੋ ਇਸੁ ਮਾਰੇ ਸੋਈ ਸੁਗਿਆਨੀ॥ jo is maaray so-ee sugi-aanee.
ਜੋ ਇਸੁ ਮਾਰੇ ਸੁ ਸਹਜ ਧਿਆਨੀ॥੫॥ jo is maaray so sahj Dhi-aanee. ||5||

ਜਿਹੜਾ ਆਪਣੇ ਮਨ ਦੇ ਅਹੰਕਾਰ ਨੂੰ ਮਾਰ ਲੈਂਦਾ ਹੈ, ਉਸ ਨੂੰ ਮਾਨਸ ਜੀਵਨ ਵਿੱਚ ਹੀ ਅਮਰ ਅਵਸਥਾ ਬਖਸ਼ਿਸ਼ ਹੋ ਜਾਂਦੀ ਹੈ । ਉਸ ਦੇ ਜੀਵਨ ਦਾ ਢੰਗ ਪਵਿੱਤਰ ਹੋ ਜਾਂਦਾ ਹੈ, ਸ਼ਬਦ ਦਾ ਸੋਝੀਵਾਨ ਹੁੰਦਾ ਹੈ । ਉਸ ਦੀ ਪ੍ਰਭ ਦੇ ਸ਼ਬਦ ਵਿੱਚ ਲਿਵ ਲਗੀ ਰਹਿੰਦੀ ਹੈ ।

Whosoever may conquer his wandering mind; with His mercy and grace, he may be blessed with immortal state of mind. His way of life may become the right path of acceptance in His Court; he may be enlightened. He remains intoxicated in meditation in the void of His Word.5

ਇਸੁ ਮਾਰੀ ਬਿਨੁ ਥਾਇ ਨ ਪਰੈ॥ ਕੋਟਿ ਕਰਮ ਜਾਪ ਤਪ ਕਰੈ॥ is maaree bin thaa-ay na parai. kot karam jaap tap karai.
ਇਸੁ ਮਾਰੀ ਬਿਨੁ ਜਨਮੁ ਨ ਮਿਟੈ॥ is maaree bin janam na mitai.
ਇਸੁ ਮਾਰੀ ਬਿਨੁ ਜਮ ਤੇ ਨਹੀ ਛੁਟੈ॥੬॥ is maaree bin jam tay nahee chhutai. ||6||

ਆਪਣੇ ਮਨ ਦੇ ਅਹੰਕਾਰ ਨੂੰ ਮਾਰਨ ਤੋਂ ਬਿਨਾਂ ਜੀਵ ਪ੍ਰਭ ਦੇ ਦਰਬਾਰ ਵਿੱਚ ਪ੍ਰਵਾਨ ਨਹੀਂ ਹੋ ਸਕਦਾ । ਭਾਵੇਂ ਉਹ ਕਿਤਨੇ ਵੀ ਜਪ, ਤਪ, ਬੰਦਗੀ, ਚੰਗੇ ਕੰਮ ਕਰ ਲਵੇ । ਇਸ ਮਾਰੀ ਤੋਂ ਬਿਨਾਂ ਜੂੰਨਾਂ ਦਾ ਚੱਕਰ ਖਤਮ ਨਹੀਂ ਹੁੰਦਾ । ਮੌਤ ਦਾ ਜਮਦੂਤ ਪਿਛਾ ਨਹੀਂ ਛੱਡਦਾ ।

Whosoever may not be able to conquer his own mind; his soul may not be accepted in His Court. He may adopt rigorous, hard efforts, meditation, and performs good deeds; however, his cycle of birth and death may not be eliminated. The devil of death may not spare his soul.6

ਇਸੁ ਮਾਰੀ ਬਿਨੁ ਗਿਆਨੁ ਨ ਹੋਈ॥ ਇਸੁ ਮਾਰੀ ਬਿਨੁ ਜੂਠਿ ਨ ਧੋਈ॥ is maaree bin gi-aan na ho-ee. is maaree bin jooth na Dho-ee.
ਇਸੁ ਮਾਰੀ ਬਿਨੁ ਸਭੁ ਕਿਛੁ ਮੈਲਾ॥ is maaree bin sabh kichh mailaa.
ਇਸੁ ਮਾਰੀ ਬਿਨੁ ਸਭੁ ਕਿਛੁ ਜਉਲਾ॥੭॥ is maaree bin sabh kichh ja-ulaa. ||7||

ਇਸ (ਅਹੰਕਾਰ) ਮਾਰੀ ਤੋਂ ਬਿਨਾਂ ਸ਼ਬਦ ਦੀ ਸੋਝੀ ਨਹੀਂ ਹੁੰਦੀ । ਮਨ ਵਿਚੋਂ ਬੁਰੇ ਖਿਆਲ ਖਤਮ, ਮਨ ਦੀ ਮੈਲ ਨਹੀਂ ਧੋਤੀ ਜਾ ਸਕਦੀ । ਇਸ ਮਾਰੀ ਤੋਂ ਬਿਨਾਂ ਸਭ ਕੁਝ ਮੈਲਾ ਹੈ, ਮੰਦਾ ਹੀ ਧੰਦਾ ਹੈ । ਥੋੜ੍ਹਾ ਸਮਾਂ ਅਨੰਦ ਦੇਣ ਵਾਲਾ ਅਨੰਦ, ਸੁਖ ਮਿਲਦਾ ਹੈ । ਮਾਨਸ ਜਨਮ ਦਾ ਖੇਲ ਹਾਰ ਵਾਲਾ ਹੀ ਖੇਲ ਬਣ ਜਾਂਦਾ ਹੈ ।

Without conquering his ego; the blemish of evil thoughts may never be eliminated nor his soul may be sanctified to become worthy of His Acceptance; all his deeds may be sinful. He may only be blessed with short lived comforts. He may lose the play of human life journey.7

ਗੁਰੂ ਨਾਨਕ ਦੇਵ ਜੀ! – Guru Nanak Dev Ji! Guru Granth Sahib

ਜਾ ਕਉ ਭਏ ਕ੍ਰਿਪਾਲ ਕ੍ਰਿਪਾ ਨਿਧਿ॥	jaa ka-o bha-ay kirpaal kirpaa niDh.
ਤਿਸੁ ਭਈ ਖਲਾਸੀ ਹੋਈ ਸਗਲ ਸਿਧਿ॥	tis bha-ee khalaasee ho-ee sagal siDh.
ਗੁਰਿ ਦੁਬਿਧਾ ਜਾ ਕੀ ਹੈ ਮਾਰੀ॥	gur dubiDhaa jaa kee hai maaree.
ਕਹੁ ਨਾਨਕ ਸੋ ਬ੍ਰਹਮ ਬੀਚਾਰੀ॥੮॥ ੫॥	kaho naanak so barahm beechaaree. ||8||5||

ਜਿਸ ਤੇ ਪ੍ਰਭ ਆਪ ਹੀ ਦਿਆਲ ਹੁੰਦਾ ਹੈ, ਰਹਿਮਤ ਬਖਸ਼ਦਾ ਹੈ । ਉਸ ਦੇ ਸਾਰੇ ਮਾਇਆ ਦੇ ਬੰਧਨ ਨਾਸ਼ ਹੋ ਜਾਂਦੇ, ਮਨ ਪਵਿੱਤਰ ਹੋ ਜਾਂਦਾ ਹੈ । ਜਿਹੜਾ ਆਪਣੇ ਮਨ ਵਿਚੋਂ ਦੁਬਿਦਾ ਦਾ ਨਾਸ਼ ਕਰ ਲੈਂਦਾ, ਭਰੋਸਾ ਅਡੋਲ ਕਰ ਲੈਂਦਾ ਹੈ । ਉਹ ਹੀ ਪ੍ਰਭ ਦਾ ਅਸਲੀ ਦਾਸ, ਸ਼ਬਦ ਦਾ ਪੁਜਾਰੀ ਬਣ ਜਾਂਦਾ ਹੈ ।

Whosoever may be bestowed with His Blessed Vision; all his bonds of worldly wealth may be vanished; his soul may be sanctified. Whosoever may conquer his wandering mind; he may remain steady and stable on the teachings of His Word. He may be blessed with the state of mind as His true devotee. He may be the true worshiper of His Word. 8

11. ਰਾਗੁ ਗਉੜੀ ਰਵਿਦਾਸ ਜੀ॥ 345-12

ਬੇਗਮ ਪੁਰਾ ਸਹਰ ਕੋ ਨਾਉ॥ ਦੂਖੁ ਅੰਦੋਹੁ ਨਹੀ ਤਿਹਿ ਠਾਉ॥	baygam puraa sahar ko naa-o. dookh andohu nahee tihi thaa-o.
ਨਾਂ ਤਸਵੀਸ ਖਿਰਾਜੁ ਨ ਮਾਲੁ॥ ਖਉਫੁ ਨ ਖਤਾ ਨ ਤਰਸੁ ਜਵਾਲੁ॥੧॥	naaN tasvees khiraaj na maal. kha-uf na khataa na taras javaal. ||1||

ਪ੍ਰਭ ਤੇਰੇ ਘਰ ਦਾ ਨਾਮ ਹੀ <u>ਬੇਗਮ-ਪੁਰਾ</u> ਹੈ, ਜਿੱਥੇ ਕੋਈ ਦੁਖ, ਚਿੰਤਾਂ ਨਹੀਂ ਹੁੰਦੀ । ਉਸ ਦੇ ਮਨ ਵਿੱਚ ਕੋਈ ਸੰਸਾਰਕ ਇਛਾਂ, ਕੁਝ ਪਾਉਣ, ਖੋਹਣ ਦਾ ਕੋਈ ਲਾਲਚ ਵੀ ਨਹੀਂ ਹੁੰਦਾ । ਉਸ ਨੂੰ ਕਿਸੇ ਕਿਸਮ ਦਾ ਡਰ, ਦਾਗ਼ ਲਗਣ ਦਾ ਵੀ ਡਰ ਨਹੀਂ ਹੁੰਦਾ ।

My True Master, your castle, may be known as Baygumpura '**<u>The city beyond any sorrow</u>**'. Your castle remains beyond the reach of worldly desires, influence of any possession nor any worry of lose; absolutely no fear or blemish of any kind.1

ਅਬ ਮੋਹਿ ਖੂਬ ਵਤਨ ਗਹ ਪਾਈ॥	ab mohi khoob vatan gah paa-ee.
ਊਹਾਂ ਖੈਰਿ ਸਦਾ ਮੇਰੇ ਭਾਈ॥੧॥ ਰਹਾਉ॥	oohaaN khair sadaa mayray bhaa-ee. ||1|| rahaa-o.

ਪ੍ਰਭ ਤੇਰੀ ਰਹਿਮਤ ਨਾਲ, ਮੈਂ ਤੇਰਾ ਉਹ ਘਰ <u>ਬੇਗਮਪੁਰ</u> ਖੋਜ ਲਿਆ ਹੈ । ਮੈਨੂੰ ਸਦਾ ਰਹਿਣ ਵਾਲਾ ਖੇੜਾ ਬਖਸ਼ਿਸ਼ ਹੋ ਗਿਆ ਹੈ ।

With Your Blessed Vision, I have discovered Baygumpura from within. I remain in blossom with pleasure forever.

ਕਾਇਮੁ ਦਾਇਮੁ ਸਦਾ ਪਾਤਿਸਾਹੀ॥ ਦੋਮ ਨ ਸੇਮ ਏਕ ਸੋ ਆਹੀ॥	kaa-im daa-im sadaa paatisaahee. dom na saym ayk so aahee.
ਆਬਾਦਾਨੁ ਸਦਾ ਮਸਹੂਰ॥ ਊਹਾਂ ਗਨੀ ਬਸਹਿ ਮਾਮੂਰ॥੨॥	aabaadaan sadaa mashoor. oohaaN ganee baseh maamoor. ||2||

ਪ੍ਰਭ ਦਾ ਰਾਜ, ਤਖਤ ਅਟਲ, ਅਡੋਲ ਅਤੇ ਰੂਹਾਨੀ ਹੈ । ਉਥੇ ਕੋਈ ਜਾਤ ਪਾਤ ਨਹੀਂ, ਕੋਈ ਉਚਾ ਜਾ ਨੀਵਾਂ ਨਹੀਂ ਹੈ । ਇਹ ਰੁਹਾਨੀ ਗਿਆਨ ਨਾਲ ਹੀ ਮਸ਼ਹੂਰ ਹੈ । ਇਥੇ ਜਿਹੜਾ ਵੀ ਵਸਦਾ ਹੈ, ਧੰਨਵਾਨ ਅਤੇ ਆਪਣੇ ਆਪ ਵਿੱਚ ਸੰਤੋਖ ਵਿੱਚ ਹੀ ਹੈ ।

Your kingdom, throne remains eternal and unchanged forever! Accepted souls remain beyond any social class of high or low status. Your Royal Palace may be recognized for an eternal enlightenment. Whosoever may be blessed a place in Baygumpura; he remains very wealth and contented within.2

ਤਿਉ ਤਿਉ ਸੈਲ ਕਰਹਿ ਜਿਉ ਭਾਵੈ॥ ਮਹਰਮ ਮਹਲ ਨ ਕੋ ਅਟਕਾਵੈ॥	ti-o ti-o sail karahi Ji-o bhaavai. mahram mahal na ko atkaavai.
ਕਹਿ ਰਵਿਦਾਸ ਖਲਾਸ ਚਮਾਰਾ॥	kahi ravidaas khalaas chamaaraa.
ਜੋ ਹਮ ਸਹਰੀ ਸੁ ਮੀਤੁ ਹਮਾਰਾ॥੩॥੨॥	jo ham sahree so meet hamaaraa. ||3||2||

ਉਥੇ ਆਤਮਾ ਬੇਫਿਕਰੀ ਨਾਲ ਘੁੰਮਦੀ ਫਿਰਦੀ ਹੈ । ਉਸ ਨੂੰ ਪ੍ਰਭ ਦੇ ਮਹਿਲ ਦੀ ਜਾਣਕਾਰੀ ਹੈ, ਕੋਈ ਰੁਕਾਵਟ ਨਹੀਂ । ਮੈਂ ਨਿਮਾਣਾ ਰਵੀਦਾਸ ਜੁਤੀਆਂ ਗੰਢਣਵਾਲ ਹਾ । ਪਰ ਜਿਹੜਾ ਵੀ ਉਸ ਮਹਿਲ ਵਿੱਚ ਰਹਿੰਦਾ ਹੈ, ਉਹ ਮੇਰਾ ਮਿੱਤਰ, ਸਾਥੀ ਹੈ ।

In His castle, all souls roam around without any fear, any restriction; all souls have understanding and comprehension of His Castle. I am humble, helpless, with lower caste Ravi das; who amends the shoes of other to satisfy the hunger of his stomach. However, the owner of castle, The True Master remains my friend and companion.3

12. ਆਸਾ ਮਹਲਾ ੫ ਅਸਟਪਦੀਆ ਘਰੁ ੨॥ 430-13

੧ਓ ਸਤਿਗੁਰ ਪ੍ਰਸਾਦਿ॥	ik-oNkaar satgur parsaad.
ਪੰਚ ਮਨਾਏ ਪੰਚ ਰੁਸਾਏ॥ ਪੰਚ ਵਸਾਏ ਪੰਚ ਗਵਾਏ॥੧॥	panch manaa-ay panch rusaa-ay. panch vasaa-ay panch gavaa-ay. ||1||

ਜਦੋਂ ਮੇਰੀ ਆਤਮਾ ਨੇ ਪੰਜ ਗੁਣ ਹਾਸਿਲ ਕਰ ਲਏ! ਉਸ ਵਿਚੋਂ ਪੰਜੇ ਬੁਰੇ ਖਿਆਲ ਦੂਰ ਹੋ ਗਏ, ਨਾਸ਼ ਹੋ ਗਏ । ਜਦੋਂ ਮਨ ਦਾ ਪੰਜਾਂ ਜਮਦੂਤਾਂ ਤੇ ਕਾਬੂ, ਜਿੱਤ ਬਖਸ਼ਿਸ਼ ਹੋ ਗਈ, ਤਾਂ ਇਹ ਪੰਜੇ ਹੀ ਬੁਰੇ ਖਿਆਲ ਛੱਡਕੇ, ਮੇਰੇ ਸਹਾਈ ਬਣ ਗਏ ।

When my soul acquired five virtues of His Word; **patience**, **contentment**, **forgiveness**, **compassion, and tolerance**; all five demons of worldly desires disappeared from my mind. Whosoever may conquer five demons of worldly desire; all five demons of worldly desires become his slaves, helper.

ਇਨ੍ ਬਿਧਿ ਨਗਰੁ ਵੁਠਾ ਮੇਰੇ ਭਾਈ॥	inH biDh nagar vuthaa mayray bhaa-ee.
ਦੁਰਤੁ ਗਇਆ ਗੁਰਿ ਗਿਆਨੁ ਦ੍ਰਿੜਾਈ॥੧॥ ਰਹਾਉ॥	durat ga-i-aa gur gi-aan darirhaa-ee. ||1|| rahaa-o

ਮੇਰੇ ਤਨ ਦੀ ਅਵਸਥਾ ਇਸਤਰ੍ਹਾਂ ਬਣ ਗਈ ਹੈ, ਮਨ ਵਿਚੋਂ ਬੁਰੇ ਖਿਆਲ ਦੂਰ ਹੋ ਗਏ ਹਨ । ਮਨ ਵਿੱਚ ਪ੍ਰਭ ਦੇ ਸ਼ਬਦ ਦੇ ਗੁਣ ਜਾਗਰਤ ਹੋ ਗਏ ਹਨ । ਪ੍ਰਭ ਨੇ ਸ਼ਬਦ ਰੂਪੀ ਬੂਟਾ ਲਾ ਦਿੱਤਾ ਹੈ ।

My mind and body are blessed with such a state of mind; all evil thoughts disappeared from within. I am enlightened with the essence of His Word. The True Master has planted a flower, tree of His Word within my mind.

ਸਾਚ ਧਰਮ ਕੀ ਕਰਿ ਦੀਨੀ ਵਾਰਿ॥	saach Dharam kee kar deenee vaar.
ਫਰਹੇ ਮੁਹਕਮ ਗੁਰ ਗਿਆਨੁ ਬੀਚਾਰਿ॥੨	farhay muhkam gur gi-aan beechaar. 2

ਮੇਰੇ ਜੀਵਨ ਦਾ ਢੰਗ, ਸ਼ਬਦ ਦੇ ਨਿਯਮਾਂ ਦੇ ਅਧਾਰ ਤੇ ਬਣ ਗਿਆ ਹੈ । ਮਨ ਤੇ ਇਹਨਾਂ ਨਿਯਮਾਂ ਦੀ ਦੀਵਾਰ ਬਣ ਗਈ ਹੈ । ਮੇਰੇ ਮਨ ਦਾ, ਸ਼ਬਦ ਦੀ ਪਾਲਣਾ, ਸੋਝੀ ਰੁਪੀ ਮਜ਼ਬੂਤ ਦਰਵਾਜਾ ਲਗ ਗਿਆ ।

I have adopted a unique discipline of the essence of His Word in my day-to-day life. My mind has been protected with a strong shield of these disciplines. I have installed a strong gate of belief and obedience of the essence of His Word.

ਨਾਮੁ ਖੇਤੀ ਬੀਜਹੁ ਭਾਈ ਮੀਤ॥	naam khaytee beejahu bhaa-ee meet.
ਸਉਦਾ ਕਰਹੁ ਗੁਰੁ ਸੇਵਹੁ ਨੀਤ॥੩॥	sa-udaa karahu gur sayvhu neet. ||3||

ਗੁਰੂ ਨਾਨਕ ਦੇਵ ਜੀ! – Guru Nanak Dev Ji! Guru Granth Sahib

ਪ੍ਰਭ ਦੇ ਸ਼ਬਦ ਰੂਪੀ ਖੇਤੀ ਮਨ ਵਿੱਚ ਬੀਜੋ! ਕੇਵਲ ਪ੍ਰਭ ਦੇ ਸ਼ਬਦ ਰੂਪੀ ਪਦਾਰਥ ਦਾ ਵਪਾਰ ਕਰੋ!

You should only grow a crop of His Word in the earth of your mind; only trade the merchandise of His Word.

ਸਾਂਤਿ ਸਹਜ ਸੁਖ ਕੇ ਸਭਿ ਹਾਟ॥ saaNt sahj sukh kay sabh haat.
ਸਾਹ ਵਾਪਾਰੀ ਏਕੈ ਥਾਟ॥੪॥ saah vaapaaree aykai thaat. ||4||

ਸ਼ਬਦ ਰੂਪੀ ਦੁਕਾਨ, ਸੰਤੋਖ ਅਤੇ ਖੁਸ਼ੀ ਦੇ ਸਮਾਨ ਨਾਲ ਭਰੀ ਹੋਈ ਹੈ । ਪ੍ਰਭ ਆਪ ਹੀ ਬਜ਼ਾਰ ਦਾ ਮਾਲਕ, ਇਸ ਬਜ਼ਾਰ ਵਿੱਚ ਵਸਦਾ ਹੈ ।

The store of the merchandise of His Word is overflowing with the merchandise of happiness and contentment. The True Owner of this store, dwells, and trades in this outlet.

ਜੇਜੀਆ ਡੰਨੁ ਕੋ ਲਏ ਨ ਜਗਾਤਿ॥ jayjee-aa dann ko la-ay na jagaat.
ਸਤਿਗੁਰਿ ਕਰਿ ਦੀਨੀ ਧੁਰ ਕੀ ਛਾਪ॥੫॥ satgur kar deenee Dhur kee chhaap. 5

ਇਸ ਬਜ਼ਾਰ ਵਿੱਚ ਜਾਣ ਵਾਲੇ ਨੂੰ ਕੋਈ ਚੰਦਾ ਨਹੀਂ ਦੇਣਾ ਪੈਂਦਾ, ਨਾ ਹੀ ਮੌਤ ਦੀ ਸਜ਼ਾ ਹੀ ਹੁੰਦੀ ਹੈ । ਪ੍ਰਭ ਨੇ ਇਸ ਬਜ਼ਾਰ ਵਿੱਚ ਸਾਰੇ ਪਦਾਰਥਾਂ ਤੇ ਆਪਣੀ ਪ੍ਰਵਾਨਗੀ ਦੀ ਮੁਹਰ ਲਾਈ ਹੈ ।

No membership fee to shop in this outlet nor the merchant may endure the punishment of death. All merchandises have stamp of authenticity of His Approval and acceptance in His Court.

ਵਖਰੁ ਨਾਮੁ ਲਦਿ ਖੇਪ ਚਲਾਵਹੁ॥ vakhar naam lad khayp chalaavahu.
ਲੈ ਲਾਹਾ ਗੁਰਮੁਖਿ ਘਰਿ ਆਵਹੁ॥੬॥ lai laahaa gurmukh ghar aavhu. ||6||

ਜੀਵ, ਇਸ ਬਜ਼ਾਰ ਵਿਚੋਂ ਪ੍ਰਭ ਦੇ ਸ਼ਬਦ ਦੀ ਸੋਝੀ ਨਾਲ ਆਪਣਾ ਮਨ ਰੂਪੀ ਗੱਡਾ ਲਦੋਂ । ਆਪਣੇ ਮਾਨਸ ਜਨਮ ਦੀ ਯਾਤਰਾ ਅਰੰਭ ਕਰੋ! ਸ਼ਬਦ ਦੀ ਕਮਾਈ ਦਾ ਧਨ ਇਕੱਠਾ ਕਰਕੇ, ਗੁਰਮਖ ਅਵਸਥਾ ਪਾਵੋ! ਗੁਰਮਖ ਅਵਸਥਾ ਪਾ ਕੇ ਆਪਣੇ ਅਸਲੀ ਘਰ, ਪ੍ਰਭ ਦੇ ਦਰਬਾਰ ਵਿੱਚ ਵਾਪਸ ਜਾਵੋ!

You should load the cart of your mind with the merchandise of His Word from this store. You may start your human life journey! You should earn the wealth of His Word to become worthy to be His true devotee. You should return to your permanent resting place with state of mind as His true devotee.

ਸਤਿਗੁਰੁ ਸਾਹੁ ਸਿਖ ਵਣਜਾਰੇ॥ satgur saahu sikh vanjaaray.
ਪੂੰਜੀ ਨਾਮੁ ਲੇਖਾ ਸਾਚੁ ਸਮ੍ਹਾਰੇ॥੭॥ poonjee naam laykhaa saach samHaaray.7

ਇਸ ਬਜ਼ਾਰ ਦਾ ਮਾਲਕ ਪ੍ਰਭ ਆਪ ਹੀ ਸੌਦਾ ਵੇਚਦਾ ਹੈ । ਇਸ ਬਜ਼ਾਰ ਵਿੱਚ ਕੇਵਲ ਪ੍ਰਭ ਦੇ ਦਾਸ ਹੀ ਵਪਾਰੀ ਹਨ, ਸੌਦਾ ਖਰੀਦਣ ਵਾਲੇ ਹਨ । ਪ੍ਰਭ ਦੇ ਸ਼ਬਦ ਦੀ ਸੋਝੀ ਹੀ ਸੌਦਾ, ਪਦਾਰਥ ਹੈ, ਸ਼ਬਦ ਦੀ ਬੰਦਗੀ, ਪੂਜਾ ਹੀ ਉਹਨਾਂ ਦਾ ਖਾਤਾ, ਲੇਖਾ ਹੈ ।

The One and Only One, Himself the Owner and Salesman in this store, outlet; only His true devotee may be able to trade in His Store to purchase the merchandise of enlightenment of His Word. This store carries unique merchandise of the enlightenment of His Word, the right path of salvation. The earnings of His Word are the capital of His true devotee; the line of credit to purchase the merchandise of His Word.

ਸੋ ਵਸੈ ਇਤੁ ਘਰਿ ਜਿਸੁ ਗੁਰੁ ਪੂਰਾ ਸੇਵ॥ so vasai it ghar Jis gur pooraa sayv.
ਅਬਿਚਲ ਨਗਰੀ ਨਾਨਕ ਦੇਵ॥੮॥੧॥ abichal nagree naanak dayv. ||8||1||

ਜਿਹੜਾ ਪ੍ਰਭ ਦੇ ਸ਼ਬਦ ਦੀ ਪਾਲਣਾ ਕਰਦਾ ਹੈ । ਉਹ ਹੀ ਇਸ ਘਰ ਵਿੱਚ ਵਸਦਾ ਹੈ । ਇਸ ਨਗਰ ਦਾ ਨਾਮ ਅਬਿਚਲ ਨਗਰ, ਪ੍ਰਭ ਦਾ ਦਰਬਾਰ ਹੈ ।

Whosoever may wholeheartedly obey the teachings of His Word, with steady and stable belief, only he may be allowed to dwell in this house. This house is Abichal Nager, the Divine city, the throne, Court of The True Master

13. ਆਸਾ ਮਹਲਾ ੪॥ 445-7

ਸਤਜੁਗਿ ਸਭੁ ਸੰਤੋਖ ਸਰੀਰਾ, ਪਗ ਚਾਰੇ ਧਰਮੁ ਧਿਆਨੁ ਜੀਉ॥ satjug sabh santokh sareeraa pag chaaray Dharam Dhi-aan jee-o.
ਮਨਿ ਤਨਿ ਹਰਿ ਗਾਵਹਿ ਪਰਮ ਸੁਖੁ ਪਾਵਹਿ, man, tan har gaavahi param sukh paavahi
ਹਰਿ ਹਿਰਦੈ ਹਰਿ ਗੁਣ ਗਿਆਨੁ ਜੀਉ॥ har hirdai har gun gi-aan jee-o.
ਗੁਣ ਗਿਆਨੁ ਪਦਾਰਥੁ, ਹਰਿ ਹਰਿ ਕਿਰਤਾਰਥੁ, ਸੋਭਾ ਗੁਰਮੁਖਿ ਹੋਈ॥ gun gi-aan padaarath har har kirtaarath sobhaa gurmukh ho-ee.
ਅੰਤਰਿ ਬਾਹਰਿ ਹਰਿ ਪ੍ਰਭੁ ਏਕੋ, ਦੂਜਾ ਅਵਰੁ ਨ ਕੋਈ॥ antar baahar har parabh ayko doojaa avar na ko-ee.
ਹਰਿ ਹਰਿ ਲਿਵ ਲਾਈ, ਹਰਿ ਨਾਮੁ ਸਖਾਈ, har har liv laa-ee har naam sakhaa-ee
ਹਰਿ ਦਰਗਹ ਪਾਵੈ ਮਾਨੁ ਜੀਉ॥ har dargeh paavai maan jee-o.
ਸਤਜੁਗਿ ਸਭੁ ਸੰਤੋਖ ਸਰੀਰਾ, ਪਗ ਚਾਰੇ ਧਰਮੁ ਧਿਆਨੁ ਜੀਉ॥੧॥ satjug sabh santokh sareeraa pag chaaray Dharam Dhi-aan jee-o.1

ਸਤਜੁਗ ਵਿੱਚ ਜੀਵ, ਮਨ ਵਿੱਚ ਸੰਤੋਖ, ਧੀਰਜ ਅਤੇ ਭਰੋਸਾ ਰਖਕੇ, ਸਿਮਰਨ ਕਰਦੇ ਸਨ । ਉਹਨਾਂ ਦੇ ਜੀਵਨ ਦੇ ਚਾਰ ਨਿਯਮ ਹੁੰਦੇ ਹਨ । ਜਿਹਨਾਂ ਤੇ ਚਲਕੇ ਆਪਣਾ ਜੀਵਨ ਬਤੀਤ ਕਰਦੇ ਸਨ । ਤਨ, ਮਨ ਨਾਲ ਪ੍ਰਭ ਦੇ ਸ਼ਬਦ ਦੀ ਉਸਤਤ ਗਾਉਂਦੇ, ਸ਼ਬਦ ਦੀ ਪਾਲਣਾ ਕਰਦੇ ਸਨ । ਮਨ ਵਿੱਚ ਸੰਤੋਖ ਵਾਲੀ ਅਵਸਥਾ ਬਖਸ਼ਿਸ਼ ਹੋ ਜਾਂਦੀ, ਮਨ ਵਿੱਚ ਪ੍ਰਭ ਦੇ ਸ਼ਬਦ ਦੀ ਸੋਝੀ ਵਸਦੀ ਸੀ । ਉਸ ਦੀ ਕਮਾਈ, ਪ੍ਰਭ ਦੇ ਸ਼ਬਦ ਦੀ ਸੋਝੀ ਪਾਉਣਾ, ਪ੍ਰਭ ਦੇ ਸ਼ਬਦ ਦੇ ਗੁਣਾਂ ਨਾਲ ਜੀਵਨ ਢਾਲਣਾ ਹੀ ਹੁੰਦਾ ਸੀ । ਉਸ ਦਾ ਮਾਨਸ ਜਨਮ ਦੀ ਸਫਲ ਹੋ ਜਾਂਦਾ ਸੀ । ਗੁਰਮਖ ਅਵਸਥਾ ਹੀ ਉਸ ਦੀ ਸੋਭਾ, ਹੈਸੀਅਤ ਬਣ ਜਾਂਦੀ ਸੀ । ਉਹ ਆਪਣੇ ਮਨ ਦੇ ਅੰਦਰ ਅਤੇ ਸੰਸਾਰ ਵਿੱਚ ਇਕੋ ਇਕ ਪ੍ਰਭ ਹੀ ਵਾਪਰਦਾ ਦੇਖਦਾ ਸੀ । ਉਸ ਦੇ ਮਨ ਵਿੱਚ ਹੋਰ ਕੋਈ ਭਰਮ ਨਹੀਂ ਹੁੰਦਾ । ਉਹ ਇਕਾਗਰ ਮਨ ਹੋ ਕੇ ਪ੍ਰਭ ਦੇ ਸ਼ਬਦ ਦਾ ਸਿਮਰਨ ਕਰਦਾ, ਪ੍ਰਭ ਦਾ ਸ਼ਬਦ ਹੀ ਉਸ ਦਾ ਸਦਾ ਰਹਿਣ ਵਾਲਾ ਸਾਥੀ ਹੁੰਦਾ ਸੀ । ਉਹ ਪ੍ਰਭ ਦੇ ਦਰਬਾਰ ਵਿੱਚ ਪ੍ਰਵਾਨਗੀ ਪਾ ਕੇ ਸੋਭਾ ਪਾਉਂਦੇ ਸਨ ।

In the Age of Sat-Jug! Everyone has steady and stable belief on His Blessings, Command and meditates with patience and contentment with his own worldly environments. Everyone one maintains four unique guiding principles in worldly life; Concentration on His Word, Command; Obey the teachings of His Word with steady and stable belief in his day-to-day life. He may wholeheartedly sing His Glory and obeys the teachings of His Word with steady and stable belief; with His mercy and grace, he may be blessed with enlightenment of the essence of His Word and contentment in his own worldly environments. His earning remains to adopt the teachings of His Word and to be enlightened with the essence of His Word; with His mercy and grace, his human life journey may be concluded successfully. His state of mind as His true devotee may become his worldly glory and worldly status. He may realize His Existence prevailing within his mind, body and in worldly environments. He may not have any other suspicions within his mind. He may remain intoxicated in meditation and the earnings of His Word remains his everlasting companion. His soul may be accepted and honored in His Court.

Four unique Principles of Meditation - Sat-Yuga!			
ਸੁਰਤੀ-ਸ਼ਬਦ ਵਿੱਚ ਧਿਆਨ! Concentration! His Word.	ਭਰੋਸਾ, ਸ਼ਬਦ ਦੀ ਪਾਲਣਾ! Obey His Word -Belief	ਸ਼ਬਦ ਦੀ ਸੋਝੀ! ਵਿਛੋੜੇ ਦਾ ਡਰ! Enlightenment-Renunciation	ਮੁਕਤੀ ਦੀ ਆਸ! Hope for salvation!

Four Ages- Yuga - Four unique Principles of Meditation			
ਸਤਜੁਗ - Sat Yuga	**ਤ੍ਰੇਤਾ ਜੁਗ - Traytaa Yuga**	**ਦੁਆਪਰ ਜੁਗ - Du-aapur**	**ਕੱਲਜੁਗ – Kul Jug**
ਸੰਤ ਅਵਸਥਾ Shiv -His Word	**ਰਜ ਗੁਣ; Raajas Shakti-1; ਮਾਇਆ 1**	**ਸਤ ਗੁਣ; Satvas: Shakti-2; ਮਾਇਆ 2**	**ਤਮ ਗੁਣ; Taamas: Shakti-3; ਮਾਇਆ 3**
ਸੁਰਤੀ-ਸ਼ਬਦ ਵਿੱਚ ਧਿਆਨ! Concentration! His Word.	**ਮਨ ਵਿਚੋਂ ਸੁਰਤੀ – ਅਹੰਕਾਰ Concentration to Ego!**		
ਭਰੋਸਾ, ਸ਼ਬਦ ਦੀ ਪਾਲਣਾ! Obey His Word -Belief		**ਸ਼ਬਦ ਦੀ ਪਾਲਣਾ – ਗੁਰੂ, ਰੀਵਾਜ Obey His Word – Guru**	
ਸ਼ਬਦ ਦੀ ਸੋਝੀ! ਵਿਛੋੜੇ ਦਾ ਡਰ! Enlightenment Renunciation			**ਸ਼ਬਦ ਦੀ ਸੋਝੀ– ਗਿਆਨ Enlightenment to knowledge of Gurbani!**
ਮੁਕਤੀ ਦੀ ਆਸ! Hope for salvation!			
ਚਾਰੇ ਜੁਗਾਂ ਵਿੱਚ! ਜੀਵ ਨੂੰ ਸ਼ਬਦ ਦੀ ਪਾਲਣਾ ਕਰਦੇ, ਪੂਰਨ ਗੁਰੂ, ਸ਼ਬਦ ਦੀ ਸੋਝੀ ਹੋ ਜਾਂਦੀ ਹੈ! ਪ੍ਰਭ ਦੀ ਜੋਤ ਮਨ ਵਿੱਚ ਜਾਗਰਤ ਹੋ ਜਾਂਦੀ ਹੈ! **All Yuga**: Adopting His Word, Enlightenment; Salvation may be blessed.			
How to Conquer Worldly Wealth – ਸੰਸਾਰਕ ਮਾਇਆ ਤੇ ਜਿੱਤ!			
ਸੰਤ ਅਵਸਥਾ – Shiv	**ਸੰਸਾਰਕ ਮਾਇਆ – Shakti**		
ਸ਼ਬਦ –Shiv -His Word	**ਰਜ ਗੁਣ;** Raajas	**ਸਤ ਗੁਣ;** Satvas:	**ਤਮ ਗੁਣ;** Taamas:
ਸੁਰਤੀ-ਸ਼ਬਦ ਵਿੱਚ ਧਿਆਨ! Concentration! His Word.	Mind concentration	Purity, of mind!	Mind Awareness
ਭਰੋਸਾ, ਸ਼ਬਦ ਦੀ ਪਾਲਣਾ! Obey His Word -Belief	The quality of energy and activity!	The quality of purity and light!	The quality of Darkness and inertia!
ਸ਼ਬਦ ਦੀ ਸੋਝੀ! ਵਿਛੋੜੇ ਦਾ ਡਰ! Enlightenment-Renunciation	**ਧਰਮ**; Dharam:	**ਅਰਥ**; Arath	**ਕਾਮ**; Kaam:
ਮੁਕਤੀ ਦੀ ਆਸ! Hope for salvation!	Self-discipline, ethics Conquer selfishness!	Adopt His Word in life.	Conquer sexual urge for strange woman:

ਤੇਤਾ ਜੁਗੁ ਆਇਆ, ਅੰਤਰਿ ਜੋਰੁ ਪਾਇਆ,	taytaa jug aa-i-aa antar jor paa-i-aa
ਜਤੁ ਸੰਜਮ ਕਰਮ ਕਮਾਇ ਜੀਉ॥	jat sanjam karam kamaa-ay jee-o.
ਪਗੁ ਚਉਥਾ ਖਿਸਿਆ ਤ੍ਰੈ ਪਗ ਟਿਕਿਆ,	pag cha-uthaa khisi-aa tarai pag tiki-aa
ਮਨਿ ਹਿਰਦੈ ਕ੍ਰੋਧੁ ਜਲਾਇ ਜੀਉ॥	man, hirdai kroDh jalaa-ay jee-o.
ਮਨਿ ਹਿਰਦੈ ਕ੍ਰੋਧੁ ਮਹਾ ਬਿਸਲੋਧੁ,	man, hirdai kroDh mahaa bisloDh
ਨਿਰਪ ਧਾਵਹਿ ਲੜਿ ਦੁਖੁ ਪਾਇਆ॥	nirap Dhaaveh larh dukh paa-i-aa.
ਅੰਤਰਿ ਮਮਤਾ ਰੋਗੁ ਲਗਾਨਾ, ਹਉਮੈ ਅਹੰਕਾਰੁ ਵਧਾਇਆ॥	antar mamtaa rog lagaanaa ha-umai ahaNkaar vaDhaa-i-aa.
ਹਰਿ ਹਰਿ ਕ੍ਰਿਪਾ ਧਾਰੀ ਮੇਰੈ ਠਾਕੁਰਿ,	har har kirpaa Dhaaree mayrai thaakur
ਬਿਖੁ ਗੁਰਮਤਿ ਹਰਿ ਨਾਮਿ ਲਹਿ ਜਾਇ ਜੀਉ॥	bikh gurmathar naam leh jaa-ay jee-o.
ਤੇਤਾ ਜੁਗੁ ਆਇਆ ਅੰਤਰਿ ਜੋਰੁ ਪਾਇਆ,	taytaa jug aa-i-aa antar jor paa-i-aa
ਜਤੁ ਸੰਜਮ ਕਰਮ ਕਮਾਇ ਜੀਉ॥੨॥	jat sanjam karam kamaa-ay jee-o. ||2||

ਤ੍ਰੇਤਾ ਜੁਗ ਵਿੱਚ ਮਨ ਤੇ ਸ਼ਕਤੀ ਦਾ ਜ਼ੋਰ ਹੋ ਗਿਆ । ਮਨ ਦੇ ਜ਼ੋਰ ਨਾਲ ਇਛਾਂ ਕਾਬੂ ਰਖਕੇ, ਕਠਨ ਤਪਸਿਆ ਕਰਦੇ, ਚੰਗੇ ਕੰਮ ਕਰਦੇ ਸਨ । ਜੀਵਨ ਦੇ ਨਿਯਮਾਂ ਵਿਚੋਂ ਇਕ ਨਿਯਮ ਦੂਰ ਹੋ ਗਿਆ, ਧਰਮ ਦੇ ਤਿੰਨ ਪੈਰ ਬਚ ਗਏ । **ਮਨ ਵਿਚੋਂ ਸੁਰਤੀ, ਪ੍ਰਭ ਦੇ ਵਿਛੋੜੇ ਦਾ ਡਰ ਵਿਸਰ ਗਿਆ**, ਮਨ ਵਿੱਚ **ਕਰੋਧ ਹੀ ਚੋਥਾ ਪੈਰ** ਬਣ ਗਿਆ । ਮਨ ਵਿੱਚ ਕਰੋਧ ਦਾ ਜ਼ਹਿਰ ਵਧ ਗਿਆ । ਸੰਸਾਰਕ ਰਾਜੇ ਲੜਾਈ, ਜੰਗ ਵਿੱਚ ਲਗ ਪਏ, ਸ੍ਰਿਸ਼ਟੀ ਵਿੱਚ ਦੁਖ ਵਧਣ ਲਗ ਪਿਆ । ਜੀਵ ਦੇ ਮਨ ਵਿੱਚ **ਅਹੰਕਾਰ ਦੀ ਮੈਲ**, ਦਾਗ਼ ਲਗ ਗਿਆ । ਮਨ ਤੇ ਕਾਬੂ ਕਰਨਾ ਅਤੇ ਆਪਣੇ ਆਪ ਨੂੰ ਬਾਕੀਆ ਨਾਲੋ ਚੰਗਾ ਸਮਝਣਾ ਹੀ ਵਧ ਗਿਆ । ਪ੍ਰਭ ਦੀ ਰਹਿਮਤ ਨਾਲ ਜੀਵ ਦੀ ਸਹਿਣ ਸ਼ਕਤੀ ਵਧ ਗਈ । ਪ੍ਰਭ ਨੇ ਸ਼ਬਦ ਦੀ ਪਾਲਣਾ ਵਿੱਚ ਇਸ ਜ਼ਹਿਰ ਨੂੰ ਖਤਮ ਕਰਨ ਦੀ ਦਵਾਈ, ਸੋਝੀ ਬਖਸ਼ੀ ਹੈ । ਤ੍ਰੇਤਾ ਜੁੱਗ ਵਿੱਚ ਦ੍ਰਿੜ੍ਹਤਾ ਨਾਲ ਮਨ ਤੇ ਕਾਬੂ ਰਖਦੇ, ਕਠਨ ਤਪਸਿਆ ਕਰਦੇ, ਚੰਗੇ ਕਰਮ ਕਰਦੇ ਸਨ ।

Age of Traytaa Yuga, determination, power of mind becomes dominating principle. With rigid determination keeps mind beyond the reach of worldly desires, to meditate with hard discipline and good deeds for mankind. One principle, pillar of Holy religion, **concentration, fear of separation** was replaced **with anger of disappointments and ego**. The poison of anger becomes dominated in day-to-day worldly environment. The worldly kings, intoxicated with ego, will fight to dominate others; the misery in the world becomes more severe. The Merciful True Master blessed His true devotee with endurance and tolerance. The cure of poison of anger, ego remains embedded within adopting the teachings of His Word and enlightenment. In Traytaa Yuga! Meditate with self-determination and good deeds for mankind were considered as the right path of salvation.

Four unique Principles of Meditation - Traytaa-Yuga!			
ਮਨ ਵਿਚੋਂ ਸੁਰਤੀ – ਅਹੰਕਾਰ **Concentration replaced with Ego!** **ਰਜ ਗੁਣ; Raajas**	ਭਰੋਸਾ, ਸ਼ਬਦ ਦੀ ਪਾਲਣਾ! Obey His Word - Belief	ਸ਼ਬਦ ਦੀ ਸੋਝੀ! ਵਿਛੋੜੇ ਦਾ ਡਰ! Enlightenment-Renunciation	ਮੁਕਤੀ ਦੀ ਆਸ! Hope for salvation!

ਜੁਗੁ ਦੁਆਪੁਰੁ ਆਇਆ, ਭਰਮਿ ਭਰਮਾਇਆ,
ਹਰਿ ਗੋਪੀ ਕਾਨ੍ਹੁ ਉਪਾਇ ਜੀਉ॥
ਤਪੁ ਤਾਪਨ ਤਾਪਹਿ ਜਗ ਪੁੰਨ ਆਰੰਭਹਿ,
ਅਤਿ ਕਿਰਿਆ ਕਰਮ ਕਮਾਇ ਜੀਉ॥
ਕਿਰਿਆ ਕਰਮ ਕਮਾਇਆ, ਪਗ ਦੁਇ ਖਿਸਕਾਇਆ,
ਦੁਇ ਪਗ ਟਿਕੈ ਟਿਕਾਇ ਜੀਉ॥
ਮਹਾ ਜੁਧ ਜੋਧ ਬਹੁ ਕੀਨ੍ਹੇ,
ਵਿਚਿ ਹਉਮੈ ਪਚੈ ਪਚਾਇ ਜੀਉ॥
ਦੀਨ ਦਇਆਲਿ ਗੁਰੁ ਸਾਧੁ ਮਿਲਾਇਆ,
ਮਿਲਿ ਸਤਿਗੁਰ ਮਲੁ ਲਹਿ ਜਾਇ ਜੀਉ॥
ਜੁਗੁ ਦੁਆਪੁਰੁ ਆਇਆ ਭਰਮਿ ਭਰਮਾਇਆ,
ਹਰਿ ਗੋਪੀ ਕਾਨ੍ਹੁ ਉਪਾਇ ਜੀਉ॥੩॥

jug du-aapur aa-i-aa bharam bharmaa- i-aa
har gopee kaanH upaa-ay jee-o.
tap taapan taapeh jag punn aarambheh
at kiri-aa karam kamaa-ay jee-o.
kiri-aa karam kamaa-i-aa pag du-ay khiskaa-i-aa
du-ay pag tikai tikaa-ay jee-o.
mahaa juDh joDh baho keenHay
vich ha-umai pachai pachaa-ay jee-o.
deen da-i-aal gur saaDh milaa-i-aa
mil satgur mal leh jaa-ay jee-o.
jug du-aapur aa-i-aa bharam bharmaa-i-aa
har gopee kaanH upaa-ay jee-o. ||3||

ਦੁਆਪਰ ਜੁਗ ਵਿੱਚ ਭਰਮਾਂ ਦਾ ਜ਼ੋਰ ਹੋ ਗਿਆ । ਪ੍ਰਭ ਨੇ ਸੰਸਾਰਕ ਦੇਵਤੇ, ਕ੍ਰਿਸ਼ਨ (ਵਾਸੁ ਦੇਵ), ਸੇਵਾ ਕਰਨ ਵਾਲੀਆਂ ਗੋਪੀਆਂ ਪੈਦਾ ਕੀਤੀਆ । ਤਪ ਕਰਨ ਦਾ ਜ਼ੋਰ ਚਲ ਪਇਆ, ਪ੍ਰਭ ਨੂੰ ਖੁਸ਼ ਕਰਨ ਲਈ ਬਲੀ ਦੇਣਾ, ਲੰਗਰ ਲਾਉਣਾ, ਹੋਰ ਕਈ ਧਰਮ ਦੇ ਰੀਤੀ ਰੀਵਾਜ ਚਲ ਪਏ । **ਅਡੋਲ ਭਰੋਸੇ ਨਾਲ ਸ਼ਬਦ ਦੀ ਪਾਲਣਾ** ਕਰਨਾ ਵਿਸਰ ਗਿਆ । ਸੰਸਾਰਕ ਜੀਵ **ਧਰਮ ਦੇ ਅਨੇਕਾਂ ਹੀ ਰੀਤੀ ਰੀਵਾਜ** ਕਰਨ ਲਗ ਪਏ । ਇਸਤਰ੍ਹਾਂ ਜੀਵ ਦੇ ਜੀਵਨ ਦੇ ਨਿਯਮਾਂ ਦੇ ਕੇਵਲ ਦੋਂ ਪੈਰ ਹੀ ਬਚੇ, ਦੋਂ ਨਿਯਮ ਖਤਮ, ਵਿਸਰ ਗਏ । ਅਨੇਕਾਂ ਜੋਧੇ ਬਣ ਗਏ, ਉਹਨਾਂ ਨੇ ਅਨੇਕਾਂ ਜੰਗਾਂ ਕੀਤੀਆ । ਆਪਣੇ ਆਪ ਨੂੰ ਤਬਾਹ ਕਰ ਲਿਆ, ਨਾਲ ਕਈ ਹੋਰ ਤਬਾਹ ਕਰ ਦਿੱਤੇ । ਕੇਵਲ ਨਿਮਾਣੇ ਜੀਵ, ਗਰੀਬ ਹੀ ਪ੍ਰਭ ਦੇ ਭਾਣੇ ਤੇ ਵਿਸ਼ਵਾਸ ਕਰਦੇ ਸਨ । ਉਹ ਹੀ ਬੰਦਗੀ ਕਰਦੇ ਸਨ, ਪ੍ਰਭ ਉਹਨਾਂ ਦੇ ਹੀ ਪਾਪ ਬਖਸ਼ਦਾ ਸੀ । ਦੁਆਪਰ ਜੁਗ ਵਿੱਚ ਭਰਮਾਂ ਦਾ ਜ਼ੋਰ ਹੋ ਗਿਆ, ਪੂਜਾ, ਦਾਨ, ਸੰਸਾਰਕ ਗੁਰੂ, ਸੰਸਾਰਕ ਦੇਵਤੇ, **ਕ੍ਰਿਸ਼ਨ**, ਸੇਵਾਦਾਰ ਪੈਦਾ ਹੋ ਗਏ ।

Age of Du-aapur, the suspicion of worldly rituals become dominating in the world. The worldly prophet like Krishna and his devotees were established; worshiping human guru was considered the right path of salvation. Rigid meditation and self-sacrifice become the norm of meditation, charities like free food to needy, sacrificing providing a free kitchen and **sacrificing, slaughtering innocent human** becomes a religious ritual to please The Holy Master. The two pillars of Holy religion were replaced, renunciation of memory of separation was replaced; **obey His Word with steady and stable belief** was replaced **with charity, sacrifice service to others**. Several warriors sacrifice their life in wars in the name of justice to please The True Master. Only very humble and poor devotee meditates with steady and stable belief on His Ultimate Command. Whosoever may meditate with steady and stable belief; his sins may be forgiven by The True Master. In Du-aapur, the suspicions become dominated in the worldly life.

Four unique Principles of Meditation - Du-aapur-Yuga!			
ਮਨ ਵਿਚੋਂ ਸੁਰਤੀ – ਅਹੰਕਾਰ **Concentration replaced with Ego!** **ਰਜ ਗੁਣ; Raajas**	**ਸ਼ਬਦ ਦੀ ਪਾਲਣਾ – ਦੀ ਥਾਂ ਮਾਨਸ ਗੁਰੂ, ਰੀਵਾਜ** **Obey His Word replaced by human – Guru ਸਤ ਗੁਣ; Satvas:**	ਸ਼ਬਦ ਦੀ ਸੋਝੀ! ਵਿਛੋੜੇ ਦਾ ਡਰ! Enlightenment-Renunciation	ਮੁਕਤੀ ਦੀ ਆਸ! Hope for salvation!

ਕਲਿਜੁਗੁ ਹਰਿ ਕੀਆ, ਪਗ ਤ੍ਰੈ ਖਿਸਕੀਆ,
ਪਗੁ ਚਉਥਾ ਟਿਕੈ ਟਿਕਾਇ ਜੀਉ॥
ਗੁਰ ਸਬਦੁ ਕਮਾਇਆ, ਅਉਖਧੁ ਹਰਿ ਪਾਇਆ,
ਹਰਿ ਕੀਰਤਿ ਹਰਿ ਸਾਂਤਿ ਪਾਇ ਜੀਉ॥
ਹਰਿ ਕੀਰਤਿ ਰੁਤਿ ਆਈ, ਹਰਿ ਨਾਮੁ ਵਡਾਈ,
ਹਰਿ ਹਰਿ ਨਾਮੁ ਖੇਤੁ ਜਮਾਇਆ॥
ਕਲਿਜੁਗਿ ਬੀਜੁ ਬੀਜੇ ਬਿਨੁ ਨਾਵੈ,
ਸਭੁ ਲਾਹਾ ਮੂਲੁ ਗਵਾਇਆ॥
ਜਨ ਨਾਨਕਿ ਗੁਰੁ ਪੂਰਾ ਪਾਇਆ,
ਮਨਿ ਹਿਰਦੈ ਨਾਮੁ ਲਖਾਇ ਜੀਉ॥
ਕਲਜੁਗੁ ਹਰਿ ਕੀਆ ਪਗ ਤ੍ਰੈ ਖਿਸਕੀਆ,
ਪਗੁ ਚਉਥਾ ਟਿਕੈ ਟਿਕਾਇ ਜੀਉ॥ ੪॥੪॥੧੧

kalijug har kee-aa pag tarai khiskee-aa
pag cha-uthaa tikai tikaa-ay jee-o.
gur sabad kamaa-i-aa a-ukhaDh har paa-i-aa
har keerat har saaNt paa-ay jee-o.
har keerat rut aa-ee har naam vadaa-ee
har har naam khayt jamaa-i-aa.
kalijug beej beejay bin naavai
sabh laahaa mool gavaa-i-aa.
jan naanak gur pooraa paa-i-aa,
man, hirdai naam lakhaa-ay jee-o.
kaljug har kee-aa pag tarai khiskee-aa
pag cha-uthaa tikai tikaa-ay jee-o.4||4||11

ਕੱਲਯੁਗ ਦੇ ਸਮੇਂ ਵਿੱਚ ਜੀਵ ਦੇ ਜੀਵਨ ਦੇ ਨਿਯਮਾਂ ਵਿੱਚ ਤਿੰਨ ਨਿਯਮ ਦੂਰ ਹੋ ਗਿਆ, ਭੁਲ ਗਏ । ਇਸ ਧਰਮ ਦੀ ਕੇਵਲ ਇਕ ਲੱਤ ਹੀ ਬਚੀ । ਇਸ ਨਿਯਮ ਤੇ ਚਲਕੇ ਮਾਇਆ ਨਾਲ ਮੋਹ ਵਧ ਗਿਆ, ਸੰਸਾਰਕ ਮਾਇਆ ਦੇ ਤਿੰਨ ਰੂਪ ਪ੍ਰਗਟ ਹੋ ਗਏ । ਸੰਸਰਕ ਜੀਵ ਮਾਇਆ ਪਿਛੇ ਲਗ ਕੇ ਅੰਧੇਰੇ ਵਿੱਚ ਡਿੱਗ ਪਇਆ । **ਸ਼ਬਦ ਦੀ ਸੋਝੀ** ਖਤਮ ਹੋ ਗਈ! ਜੀਵ **ਵਿਦਵਾਨ ਬਣ ਗਏ, ਪ੍ਰਚਾਰਕ** ਬਣ ਗਏ । ਕੱਲਯੁਗ ਵਿੱਚ ਆਪਣਾ ਜੀਵਨ, ਸ਼ਬਦ ਨਾਲ ਢਾਲਣ ਨਾਲ, ਪ੍ਰਭ ਦੀ ਰਹਿਮਤ ਪਾਈ ਜਾ ਸਕਦੀ ਹੈ, ਰੋਗ ਦਾ ਇਲਾਜ ਹੁੰਦਾ ਹੈ । ਪ੍ਰਭ ਦੇ ਸ਼ਬਦ ਦੀ ਉਸਤਤ ਗਾਉਣ ਨਾਲ, ਮਨ ਵਿੱਚ ਸੰਤੋਖ ਬਖਸ਼ਿਸ਼ ਹੁੰਦਾ ਹੈ, ਮਨ ਵਿੱਚ ਸ਼ਬਦ ਨਾਲ ਸ਼ਰਧਾ ਵਧਣ ਲਗ ਪੈਂਦੀ ਹੈ! ਹੁਣ ਪ੍ਰਭ ਦੇ ਸ਼ਬਦ ਦੇ ਗੁਣ ਗਾਉਣ ਦਾ ਸਮਾਂ ਆ ਗਿਆ । ਕੱਲਯੁਗ ਵਿੱਚ ਜਿਹੜਾ ਕੋਈ ਸ਼ਬਦ ਤੋਂ ਬਿਨਾਂ ਹੋਰ ਕੁਝ ਬੀਜਦਾ ਹੈ , ਉਸ ਦੀ

ਗੁਰੂ ਨਾਨਕ ਦੇਵ ਜੀ! – Guru Nanak Dev Ji! Guru Granth Sahib

ਸਾਰੀ ਕੀਤੀ ਕਮਾਈ ਬਿਰਥੀ ਹੀ ਜਾਂਦੀ ਹੈ । ਬੰਦਗੀ ਕਰਨ ਵਾਲੇ ਜੀਵ ਨੂੰ ਸ਼ਬਦ ਦੀ ਪਾਲਣਾ ਕਰਦੇ, ਪੂਰਨ ਗੁਰੂ, ਸ਼ਬਦ ਦੀ ਸੋਝੀ ਹੋ ਜਾਂਦੀ ਹੈ! ਪ੍ਰਭ ਦੀ ਜੋਤ ਮਨ ਵਿੱਚ ਜਾਗਰਤ ਹੋ ਜਾਂਦੀ ਹੈ । ਕੱਲਯੁਗ ਦੇ ਸਮੇਂ ਵਿੱਚ ਸੰਸਾਰਕ ਮਾਇਆ ਦਾ ਤੀਜਾਂ ਰੂਪ ਪ੍ਰਗਟ ਹੋ ਗਿਆ, ਧਰਮ ਦੀ ਕੇਵਲ ਇਕ ਲੱਤ ਹੀ ਬਚੀ ।

Age of Kul jug, three principles, the pillars of human life were eliminated, destroyed by the worldly creatures. The religion of mankind remains left with one pillar to stand on, with that principle, attachment to worldly wealth, greed blossom within; the three colors of worldly wealth become dominating in world. Whosoever may follow the worldly wealth, he falls into the trap of ignorance from the true purpose of human life journey. The **enlightenment of the virtues** was replaced with the **knowledge of The Holy Scripture**, preachers, and scholars of the Holy Scripture. Religious Temples were considered as the house of God. In Kul jug, whosoever may adopt the teachings in his day-to-day life; he may be blessed to cure the misery of human life. By singing the glory of His Word, the devotion to meditate blossom within. This is the time to meditate and to sing the glory of His Word. Whosoever may not adopt the teachings of His Word, his life journey becomes useless. Whosoever may wholeheartedly meditate on the teachings of His Word; with His mercy and grace, he may be blessed with the enlightenment of His Word. His Holy Spirit glows within his heart and he becomes awake and alert. Worldly wealth shows the three colors to trap, His Holy Religion left with one leg.

Four unique Principles of Meditation - Kul Yuga!			
ਮਨ ਵਿਚੋਂ ਸੁਰਤੀ – ਅਹੰਕਾਰ **Concentration replaced with Ego!** **ਰਜ ਗੁਣ; Raajas**	**ਸ਼ਬਦ ਦੀ ਪਾਲਣਾ –ਦੀ ਥਾਂ ਮਾਨਸ ਗੁਰੂ, ਰੀਵਾਜ** **Obey His Word replaced by human – Guru** **ਸਤ ਗੁਣ; Satvas:**	**ਸ਼ਬਦ ਦੀ ਸੋਝੀ – ਦੀ ਥਾਂ ਗਿਆਨ, ਗੁਰਦਵਾਰਾ, ਪ੍ਰਭ ਦਾ ਘਰ!** **Enlightenment replaced with knowledge of Gurbani! (Scholar)!** Gurdwara –House of God! **ਤਮ ਗੁਣ;** Taamas:	ਮੁਕਤੀ ਦੀ ਆਸ! Hope for salvation!

14. ਰਾਗੁ ਗੂਜਰੀ ਵਾਰ – ਸਲੋਕ ਮਹਲਾ ੫॥ 517-14

ੴ ਸਤਿਗੁਰ ਪ੍ਰਸਾਦਿ॥ — oNkaar satgur parsaad.
ਅੰਤਰਿ ਗੁਰੁ ਆਰਾਧਣਾ, ਜਿਹਵਾ ਜਪਿ ਗੁਰ ਨਾਉ॥ — antar gur aaraaDh-naa, jihvaa jap gur naa-o.
ਨੇਤ੍ਰੀ ਸਤਿਗੁਰੁ ਪੇਖਣਾ, ਸ੍ਰਵਣੀ ਸੁਨਣਾ ਗੁਰ ਨਾਉ॥ — naytree satgur paykh-naa, sarvanee sunnaa gur naa-o.
ਸਤਿਗੁਰ ਸੇਤੀ ਰਤਿਆ, ਦਰਗਹ ਪਾਈਐ ਠਾਉ॥ — satgur saytee rati-aa, dargeh paa-ee-ai thaa-o.
ਕਹੁ ਨਾਨਕ ਕਿਰਪਾ ਕਰੇ, ਜਿਸ ਨੋ ਏਹ ਵਥੁ ਦੇਇ॥ — kaho naanak kirpaa karay, jis no ayh vath day-ay.
ਜਗ ਮਹਿ ਉਤਮ ਕਾਢੀਅਹਿ, ਵਿਰਲੇ ਕੇਈ ਕੇਇ॥੧॥ — jag meh utam kaadhee-ah, virlay kay-ee kay-ay. ||1||

ਮਨ ਵਿੱਚ ਪ੍ਰਭ ਦੇ ਸ਼ਬਦ ਦੀ ਅਡੋਲ ਭਰੋਸਾ ਨਾਲ ਪਾਲਣਾ ਕਰੋ! ਆਪਣੀ ਜੀਭ ਨਾਲ ਸ਼ਬਦ ਦੇ ਗੁਣ ਗਾਵੋ, ਕੀਰਤਨ ਕਰੋ! ਅੱਖਾਂ ਨਾਲ ਪ੍ਰਭ ਦੀ ਕੁਦਰਤ ਦਾ ਨਜ਼ਾਰਾ ਦੇਖੋ! ਆਪਣੇ ਕੰਨਾਂ ਨਾਲ ਸ਼ਬਦ ਦਾ ਸਰਵਨ ਕਰੋ! ਇਸਤਰ੍ਹਾਂ ਪ੍ਰਭ ਦੇ ਸ਼ਬਦ ਵਿੱਚ ਮਸਤ ਮਨ, ਦਰਬਾਰ ਵਿੱਚ ਪ੍ਰਵਾਨ ਹੋ ਸਕਦਾ ਹੈ । ਜਿਸ ਤੇ ਪ੍ਰਭ ਆਪ ਹੀ ਰਹਿਮਤ ਨਾਲ ਲਗਨ ਬਖਸ਼ਦਾ ਹੈ, ਸੰਸਾਰ ਵਿੱਚ ਇਸਤਰ੍ਹਾਂ ਦੀ ਉਤਮ ਅਵਸਥਾ ਕੋਈ ਵਿਰਲਾ ਹੀ ਪਾਉਂਦਾ ਹੈ ।

You should obey the teachings of His Word with steady and stable belief and sing the glory of His Word with your tongue. Enjoy His Nature with your eyes; hear the sermons, echo of His Word with your ears. Whosoever may remain intoxicated in meditation in such a way; he may be accepted in His Court. Whosoever may be bestowed with His Blessed Vision, he may remain devoted to meditate; however, very rare may be blessed with such a state of mind.

ਮਃ ੫॥ — mehlaa 5.
ਰਖੇ ਰਖਣਹਾਰਿ, ਆਪਿ ਉਬਾਰਿਅਨੁ॥ — rakhay rakhanhaar aap ubaari-an.
ਗੁਰ ਕੀ ਪੈਰੀ ਪਾਇ, ਕਾਜ ਸਵਾਰਿਅਨੁ॥ — gur kee pairee paa-ay kaaj savaari-an.
ਹੋਆ ਆਪਿ ਦਇਆਲੁ, ਮਨਹੁ ਨ ਵਿਸਾਰਿਅਨੁ॥ — ho-aa aap da-i-aal manhu na visaari-an.
ਸਾਧ ਜਨਾ ਕੈ ਸੰਗਿ, ਭਵਜਲੁ ਤਾਰਿਅਨੁ॥ — saaDh janaa kai sang bhavjal taari-an.
ਸਾਕਤ ਨਿੰਦਕ ਦੁਸਟ, ਖਿਨ ਮਾਹਿ ਬਿਦਾਰਿਅਨੁ॥ — saakat nindak dusat khin maahi bidaari-an.
ਤਿਸੁ ਸਾਹਿਬ ਕੀ ਟੇਕ, ਨਾਨਕ ਮਨੈ ਮਾਹਿ॥ — tis saahib kee tayk naanak manai maahi.
ਜਿਸੁ ਸਿਮਰਤ ਸੁਖੁ ਹੋਇ, ਸਗਲੇ ਦੂਖ ਜਾਹਿ॥੨॥ — jis simrat sukh ho-ay saglay dookh jaahi. ||2||

ਪ੍ਰਭ ਆਪ ਹੀ ਆਪਣੇ ਦਾਸਾਂ ਨੂੰ ਸ਼ਬਦ ਦੀ ਬੰਦਗੀ ਤੇ ਅਡੋਲ ਰਖਦਾ ਹੈ । ਸ਼ਰਣ ਵਿੱਚ ਨਿਮਾਣੇ ਬਣਕੇ ਬੰਦਗੀ, ਸ਼ਬਦ ਦੀ ਪਾਲਣਾ ਕਰਨ ਨਾਲ ਮਨ ਵਿੱਚ ਭਰੋਸਾ ਵਧਦਾ, ਪੱਕਾ ਹੁੰਦਾ ਜਾਂਦਾ ਹੈ । ਜਿਸ ਤੇ ਰਹਿਮਤ ਬਖਸ਼ਦਾ ਹੈ! ਉਹ ਕਦੇ ਵੀ ਪ੍ਰਭ ਦਾ ਸ਼ਬਦ ਮਨ ਵਿਚੋਂ ਨਹੀਂ ਵਿਸਰਦਾ । ਸੰਤਾਂ ਦੀ ਸੰਗਤ ਕਰਨ ਨਾਲ, ਸਿਖਿਆ ਨਾਲ, ਜੀਵਨ ਢਾਲਣ ਨਾਲ, ਜੀਵ ਭਿਆਨਕ ਸੰਸਾਰਕ ਸਾਗਰ ਪਾਰ ਕਰ ਸਕਦਾ ਹੈ । ਪ੍ਰਭ ਇਕ ਪਲ ਵਿੱਚ ਹੀ ਜ਼ਾਲਮਾਂ ਦਾ, ਨਿੰਦਿਆਂ ਕਰਨ ਵਾਲੇ, ਨਾ ਭਰੋਸਾ ਕਰਨ ਵਾਲੇ ਦਾ ਨਾਸ਼ ਕਰ ਸਕਦਾ ਹੈ । ਜੀਵ ਉਸ ਮਾਲਕ ਦੀ ਓਟ, ਆਸਰਾ ਹੀ ਸਦਾ ਮਨ ਵਿੱਚ ਰਖੋ! ਆਪਣਾ ਭਰੋਸ ਸਦਾ ਹੀ ਉਸ ਦੇ ਬਖਸ਼ੇ ਤੇ ਅਡੋਲ ਰਖੋ! ਉਸ ਨੂੰ ਬੰਦਗੀ ਵਿੱਚ ਸਦਾ ਯਾਦ ਰਖਣ ਨਾਲ ਮਨ ਵਿੱਚ ਖੇੜਾ ਵਸ ਜਾਂਦਾ ਹੈ । ਮਨ ਦੇ ਦੁਖ ਨਾਸ਼ ਹੋ ਜਾਂਦੇ, ਪਾਪ ਧੋਤੇ ਜਾਂਦੇ ਹਨ ।

The True Master, may keep His true devotee steady and stable on the right path of meditation. Whosoever may humbly surrender at His Sanctuary and obeys the teachings of His Word, his belief may become steady and stable. Whosoever may be bestowed with His Blessed Vision; he may never abandon His Word from his day-to-day life. Whosoever may join the conjugation of His Holy saint and adopts his life experience teachings in his own life; with His mercy and grace, he may be saved from the terrible ocean of worldly desires. The True Master may eliminate and destroys the non-believer, tyrant, slanderer in a twinkle of eyes. You should always keep your hopes on the teachings of His Word in day-to-day life. You should remain contented with His Blessings. Whosoever may remain in renunciation in the memory of his separation from His Holy Spirit; he may always remain in blossom. All his suspicions of mind and sins may be forgiven.

ਗੁਰੂ ਨਾਨਕ ਦੇਵ ਜੀ! – Guru Nanak Dev Ji! Guru Granth Sahib

ਪਉੜੀ॥ 518 pa-orhee.
ਅਕੁਲ ਨਿਰੰਜਨ ਪੁਰਖੁ, ਅਗਮੁ ਅਪਾਰੀਐ॥ akul niranjan purakh agam apaaree-ai.
ਸਚੋ ਸਚਾ ਸਚੁ, ਸਚੁ ਨਿਹਾਰੀਐ॥ sacho sachaa sach sach nihaaree-ai.
ਕੂੜੁ ਨ ਜਾਪੈ ਕਿਛੁ, ਤੇਰੀ ਧਾਰੀਐ॥ koorh na jaapai kichh tayree Dhaaree-ai.
ਸਭਸੈ ਦੇ ਦਾਤਾਰੁ, ਜੇਤ ਉਪਾਰੀਐ॥ sabhsai day daataar jayt upaaree-ai.
ਇਕਤੁ ਸੂਤਿ ਪਰੋਇ, ਜੋਤਿ ਸੰਜਾਰੀਐ॥ ikat soot paro-ay jot sanjaaree-ai.
ਹੁਕਮੇ ਭਵਜਲ ਮੰਝਿ, ਹੁਕਮੇ ਤਾਰੀਐ॥ hukmay bhavjal manjh hukmay taaree-ai.
ਪ੍ਰਭ ਜੀਉ ਤੁਧੁ ਧਿਆਏ ਸੋਇ, ਜਿਸੁ ਭਾਗੁ ਮਥਾਰੀਐ॥ parabh jee-o tuDh Dhi-aa-ay so-ay jis bhaag mathaaree-ai.
ਤੇਰੀ ਗਤਿ ਮਿਤਿ ਲਖੀ ਨ ਜਾਇ, ਹਉ ਤੁਧੁ ਬਲਿਹਾਰੀਐ॥੧॥ tayree gat mit lakhee na jaa-ay ha-o tuDh balihaaree-ai. ||1||

ਪ੍ਰਭ ਨਿਰਮਲ, ਸਰਬ ਕਲਾ ਸਮਰਥ, ਪਹੁੰਚ ਤੋਂ, ਮੋਹ ਤੋਂ ਰਹਿਤ, ਅਥਾਹ ਮਾਲਕ ਹੈ । ਪ੍ਰਭ ਨੂੰ, ਭਾਣੇ ਨੂੰ ਅਟਲ, ਅਟਲ, ਧੰਨ ਧੰਨ ਹੀ ਕਹੋ ! ਪ੍ਰਭ ਦੀ ਬਣਾਈ ਸ੍ਰਿਸ਼ਟੀ, ਸਭ ਕੁਝ ਅਟਲ, ਭੁਲੇਖਾ ਨਹੀਂ ਹੈ । ਸ੍ਰਿਸ਼ਟੀ ਦਾ ਮਾਲਕ ਸਭ ਨੂੰ ਪਾਲਣਾ ਪੋਸਨਾ ਕਰਨ ਲਈ ਪਦਾਰਥ, ਦਾਤਾਂ ਬਖਸ਼ਦਾ ਹੈ । ਉਸ ਨੇ ਸਾਰੀ ਸ੍ਰਿਸ਼ਟੀ ਨੂੰ ਇਕ ਹੀ ਡੋਰੀ ਵਿੱਚ ਪਰੋਇਆ ਹੈ । ਹਰਇਕ ਵਿੱਚ ਹੀ ਆਪਣੀ ਜੋਤ ਦੀ ਰੋਸ਼ਨੀ ਪਾਈ ਹੈ । ਉਸ ਦੇ ਹੁਕਮ ਨਾਲ ਹੀ ਕਈ ਜੀਵ ਸੰਸਾਰਕ ਮਾਇਆ ਦੇ ਜਾਲ ਵਿੱਚ ਫਸ ਜਾਂਦੇ ਹਨ । ਸਾਗਰ ਵਿੱਚ ਡੁਬ ਜਾਂਦੇ, ਜੂੰਨਾਂ ਦੇ ਚੱਕਰ ਵਿੱਚ ਬਾਰ ਬਾਰ ਜਨਮ ਲੈਂਦੇ, ਮਰਦੇ ਹਨ । ਕਈ ਜੂੰਨਾਂ ਦਾ ਚੱਕਰ ਖਤਮ ਕਰ ਜਾਂਦੇ ਹਨ । ਜਿਸ ਦੇ ਮੱਥੇ ਤੇ ਆਪ ਹੀ ਭਾਗ ਵਿੱਚ ਉਕਾਰਦਾ, ਲਿਖਦਾ ਹੈ, ਕੇਵਲ ਉਹ ਮਾਨਸ ਹੀ ਸ਼ਬਦ ਦੀ ਪਾਲਣਾ ਅਡੋਲ ਭਰੋਸੇ ਨਾਲ ਕਰ ਸਕਦਾ ਹੈ । ਪ੍ਰਭ ਦੇ ਕਿਸੇ ਕਰਤਬ ਦਾ ਕਾਰਨ, ਵਿਧੀ, ਕਿਉਂ, ਕਿਵੇਂ ਕਰਦਾ, ਇਸ ਦੀ ਵਿਆਖਿਆ ਨਹੀ ਕੀਤੀ ਜਾ ਸਕਦੀ ।

The Omnipotent True Master remains beyond reach, any attachments, any limit, and boundaries. You should always sing His glory and claim to be the greatest of All. His Creation is a reality, not an illusion. The True Master nourishes and blesses various virtues. He has threaded the whole universe in the rope of His Word. He has infused His Holy Spirit, ray of enlightenment within each soul and within everything in His Nature. Some may be trapped in worldly wealth and remains in the cycle of birth and death repeatedly; others may eliminate the cycle of birth and death. Whosoever may have great prewritten destiny, only he may meditate with steady and stable belief in his day-to-day life. His Nature, why, how, what reason, purpose, techniques his miracles created remains beyond the comprehension of His Creation.

15. ਰਾਗੁ ਗੂਜਰੀ ਸ੍ਰੀ ਤ੍ਰਿਲੋਚਨ ਜੀ॥ 526-5

ਅੰਤਿ ਕਾਲਿ ਜੋ ਲਛਮੀ ਸਿਮਰੈ ant kaal jo lachhmee simrai
ਐਸੀ ਚਿੰਤਾ ਮਹਿ ਜੇ ਮਰੈ॥ ਸਰਪ ਜੋਨਿ ਵਲਿ ਵਲਿ ਅਉਤਰੈ॥੧॥ aisee chintaa meh jay marai. sarap jon val val a-utarai. ||1||

ਜਿਹੜੇ ਜੀਵ ਦਾ ਧਿਆਨ ਮਰਨ ਸਮੇਂ, ਧਨ ਦੇ ਖਿਆਲਾਂ ਵਿੱਚ ਰਹਿੰਦਾ ਹੈ । ਉਹ ਬਾਰ ਬਾਰ ਸੱਪ ਦੀ ਜੂੰਨ ਵਿੱਚ ਪੈਂਦੇ ਹਨ ।

Whosoever may be worried about money, worldly desires of mind at the time of death; his soul may be assigned a worldly body of a mean life, like a snake.

ਅਰੀ ਬਾਈ ਗੋਬਿਦ ਨਾਮੁ ਮਤਿ ਬੀਸਰੈ॥ ਰਹਾਉ॥ aree baa-ee gobid naam mat beesrai. rahaa-o.

ਜੀਵ ਅੰਤ ਸਮੇਂ ਵੀ ਪ੍ਰਭ ਦੀ ਯਾਦ ਮਨੋ ਨਾ ਵਿਸਾਰੋ ।

You should never forget the memory of miseries of your separation from His Holy Spirit, even at the final moments of your human life journey.

ਅੰਤਿ ਕਾਲਿ ਜੋ ਇਸਤ੍ਰੀ ਸਿਮਰੈ ant kaal jo istaree simrai
ਐਸੀ ਚਿੰਤਾ ਮਹਿ ਜੇ ਮਰੈ॥ ਬੇਸਵਾ ਜੋਨਿ ਵਲਿ ਵਲਿ ਅਉਤਰੈ॥੨॥ aisee chintaa meh jay marai. baysvaa jon val val a-utarai. ||2||

ਜਿਹੜਾ ਅੰਤ (ਮੌਤ) ਸਮੇਂ ਵੀ ਔਰਤ ਦੇ ਕਾਮ ਵਾਸ਼ਨਾ ਦੇ ਖਿਆਲਾਂ ਵਿੱਚ ਹੀ ਮਰ ਜਾਂਦਾ ਹੈ । ਉਹ ਬਾਰ ਬਾਰ ਵੇਸ਼ਵਾ ਦੇ ਰੂਪ ਵਿੱਚ ਹੀ ਜਨਮ ਲੈਂਦਾ ਹੈ ।

Whosoever may have sexual urge dominating within his mind at the time of death; her state of mind in next life cycle may be like a hoe.

ਅੰਤਿ ਕਾਲਿ ਜੋ ਲੜਿਕੇ ਸਿਮਰੈ ant kaal jo larhikay simrai
ਐਸੀ ਚਿੰਤਾ ਮਹਿ ਜੇ ਮਰੈ॥ ਸੂਕਰ ਜੋਨਿ ਵਲਿ ਵਲਿ ਅਉਤਰੈ॥੩॥ aisee chintaa meh jay marai. sookar jon val val a-utarai. ||3||

ਜਿਹੜਾ ਅੰਤ ਸਮੇਂ ਬੱਚਿਆਂ ਦੀ ਚਿੰਤਾਂ ਵਿੱਚ ਹੀ ਮਰ ਜਾਂਦਾ ਹੈ । ਉਸ ਬਾਰ ਬਾਰ ਸੂਰ ਦੀ ਜੂੰਨ ਵਿੱਚ ਹੀ ਜਾਂਦਾ ਹੈ ।

Whosoever may be worried about his children at the time of death; his soul may be assigned a worldly body of a pig.

ਅੰਤਿ ਕਾਲਿ ਜੋ ਮੰਦਰ ਸਿਮਰੈ ant kaal jo mandar simrai
ਐਸੀ ਚਿੰਤਾ ਮਹਿ ਜੇ ਮਰੈ॥ ਪ੍ਰੇਤ ਜੋਨਿ ਵਲਿ ਵਲਿ ਅਉਤਰੈ॥੪॥ aisee chintaa meh jay marai. parayt jon val val a-utarai. ||4||

ਜਿਹੜਾ ਜੀਵ ਅੰਤ ਸਮੇਂ, ਵੱਡੇ ਮਹਿਲ, ਮੰਦਰ ਦੀ ਚਿੰਤਾਂ ਵਿੱਚ ਹੀ ਮਰ ਜਾਂਦਾ ਹੈ । ਉਹ ਭੂਤਾਂ ਦਾ ਜਾਮਾ ਪਾਉਂਦਾ ਹੈ ।

Whosoever may be imagining, worried about house, or big castle for living at the time of his death; his soul may become ghost after death and wanders in castle, house to house.

ਅੰਤਿ ਕਾਲਿ ਨਾਰਾਇਣੁ ਸਿਮਰੈ, ਐਸੀ ਚਿੰਤਾ ਮਹਿ ਜੇ ਮਰੈ॥ ant kaal naaraa-in simrai aisee chintaa meh jay marai.
ਬਦਤਿ ਤਿਲੋਚਨੁ ਤੇ ਨਰ ਮੁਕਤਾ, ਪੀਤੰਬਰੁ ਵਾ ਕੇ ਰਿਦੈ ਬਸੈ॥੫॥੨॥ badat tilochan tay nar muktaa peetambar vaa kay ridai basai. ||5||2||

ਜਿਹੜਾ ਅੰਤ ਸਮੇਂ ਵਿੱਚ ਵੀ ਪ੍ਰਭ ਦੇ ਸ਼ਬਦ ਵਿੱਚ ਲੀਨ ਹੋਇਆ ਮਰ ਜਾਂਦਾ ਹੈ । ਉਸ ਦੇ ਮਨ ਵਿੱਚ ਪ੍ਰਭ ਦਾ ਸ਼ਬਦ ਘਰ ਕਰ ਜਾਂਦਾ ਹੈ, ਮੁਕਤ ਹੋ ਜਾਂਦਾ ਹੈ ।

Whosoever may remain intoxicated in meditation in the void of His Word, in the end of his life, at the time of death; He may remain drenched with the essence of His Word. His soul may be accepted in His Court and blessed with salvation.

16. ਗੂਜਰੀ ਸ੍ਰੀ ਜੈਦੇਵ ਜੀਉ ਕਾ ਪਦਾ ਘਰੁ ੪॥ 526-12

ੴ ਸਤਿਗੁਰ ਪ੍ਰਸਾਦਿ॥ oNkaar satgur parsaad.
ਪਰਮਾਦਿ ਪੁਰਖ ਮਨੋਪਿਮੰ ਸਤਿ ਆਦਿ ਭਾਵ ਰਤੰ॥ parmaad purakh manopimaN sat aad bhaav rataN.
ਪਰਮ ਦਭੁਤੰ ਪਰਕ੍ਰਿਤਿ ਪਰੰ ਜਦਿਚਿੰਤਿ ਸਰਬ ਗਤੰ॥੧॥ parmad-bhutaN parkarit paraN jadchint sarab gataN. ||1||

ਸ੍ਰਿਸ਼ਟੀ ਤੋਂ ਪਹਿਲੇ, ਕੇਵਲ ਪ੍ਰਭ ਸ਼ਬਦ ਦੀ ਸਮਾਧੀ ਵਿੱਚ ਹੀ ਸੀ! ਉਸ ਦਾ ਕਥਨ ਅਟਲ, ਸਦਾ ਰਹਿਣ ਵਾਲਾ ਸੀ । ਉਹ ਬਹੁਤ ਅਨੋਖਾ, ਉਸ ਦੀ ਹੋਂਦ ਪਵਿੱਤਰ, ਅਨੋਖੀ ਹੀ ਹੈ! ਜਿਹੜਾ ਵਿਛੋੜੇ ਦੀ ਯਾਦ, ਮਨ ਵਿੱਚ, ਜੀਵਨ ਵਿੱਚ ਤਾਜ਼ਾ ਰਖਦਾ ਹੈ, ਉਸ ਨੂੰ ਪ੍ਰਭ ਦੀ ਹੋਂਦ ਮਹਿਸੂਸ ਹੋ ਜਾਂਦੀ ਹੈ ।

ਗੁਰੂ ਨਾਨਕ ਦੇਵ ਜੀ! – Guru Nanak Dev Ji! Guru Granth Sahib

Before the creation of the universe! His Holy Spirit, His Word remained embedded within His Void. The everlasting echo of His Word remains resonating within universe, His Nature. His Word remains axiom, unavoidable and prevails forever. His Holy Spirit was, is very astonishing, sanctified and living forever. Whosoever may remain in renunciation in the memory of his separation from His Holy Spirit fresh within; with His mercy and grace, he may realize His Existence prevailing everywhere.

ਕੇਵਲ ਰਾਮ ਨਾਮ ਮਨੋਰਮੰ॥ ਬਦਿ ਅੰਮ੍ਰਿਤ ਤਤ ਮਇਅੰ॥ kayval raam naam manormaN. bad amrit tat ma-i-aN.
ਨ ਦਨੋਤਿ ਜਸਮਰਣੇਨ ਜਨਮ, ਜਰਾਧਿ ਮਰਣ ਭਇਅੰ॥੧॥ ਰਹਾਉ॥ na danot jasmarnayn janam jaraaDh maran bha-i-aN. ||1|| rahaa-o.

ਜੀਵ, ਕੇਵਲ ਪ੍ਰਭ ਦੇ ਸ਼ਬਦ ਨੂੰ ਹੀ ਜੀਵਨ ਦਾ ਆਸਰਾ, ਅਧਾਰ ਬਣਾਵੋ! ਪ੍ਰਭ ਦੇ ਸ਼ਬਦ ਦੀ ਪਾਲਣਾ ਵਿੱਚ ਹੀ ਸ਼ਬਦ ਦੀ ਸੋਝੀ, ਅੰਮ੍ਰਿਤ ਸਮਾਇਆ ਰਹਿੰਦਾ ਹੈ । ਜਿਹੜਾ ਪ੍ਰਭ ਦੇ ਸ਼ਬਦ ਦਾ ਸਿਮਰਨ, ਸ਼ਬਦ ਦੀ ਪਾਲਣਾ ਕਰਦਾ ਹੈ, ਉਸ ਦਾ ਜਨਮ ਮਰਨ ਦਾ ਡਰ ਖਤਮ ਹੋ ਜਾਂਦਾ ਹੈ । ਉਸ ਨੂੰ ਬੁਢੇਪਾ, ਅਤੇ ਮੌਤ ਤੰਗ ਨਹੀਂ ਕਰਦੀ ।

You should seek for His Refuge, support, and adopts the teachings of His Word as the guiding principle of your human life journey. The treasure of nectar, enlightenment of His Word remains embedded within obeying the teachings of His Word with steady and stable belief in day-to-day life. Whosoever may meditate and adopts the teachings of His Word; with His mercy and grace, his state of mind becomes beyond the reach of fear of death, frustration of old age.

ਇਛਸਿ ਜਮਾਦਿ ਪਰਾਭਯੰ ਜਸੁ ਸ੍ਵਸਤਿ ਸੁਕ੍ਰਿਤ ਕ੍ਰਿਤੰ॥ ichhas jamaad paraabh-yaN jas savast sukarit kirt-aN.
ਭਵ ਭੂਤ ਭਾਵ ਸਮਬ੍ਯ੍ਯਿਅੰ ਪਰਮੰ ਪ੍ਰਸੰਨਮਿਦੰ॥੨॥ bhav bhoot bhaav sam-bi-yam parmaN parsanmidaN. ||2||

ਜਿਹੜਾ ਮੌਤ ਦੇ ਡਰ ਤੋਂ ਛੁਟਕਾਰ ਪਾਉਣਾ ਚਾਹੁੰਦਾ ਹੈ! ਉਸ ਦੇ ਸ਼ਬਦ ਦੀ ਉਸਤਤ, ਸ੍ਰਿਸ਼ਟੀ ਦੀ ਭਲਾਈ ਦੇ ਕੰਮ ਕਰੋ । ਪ੍ਰਭ ਪਹਿਲੇ, ਹੁਣ ਅਤੇ ਅੱਗੇ ਵੀ ਇਸਤਰ੍ਹਾਂ ਦਾ ਅਟਲ, ਨਾ ਬਦਲਨ ਵਾਲਾ, ਰਹਿਮਤਾਂ ਦਾ ਭੰਡਾਰੀ, ਦਾਤਾ ਹੈ ।

Whosoever may remain anxious to conquer his fear of devil of death? He should sing the glory of His Word and performs deeds for the welfare of mankind. The True Master, Treasurer of all virtues was, is and will remain unchanged, permanent, live forever.

ਲੋਭਾਦਿ ਦ੍ਰਿਸਟਿ ਪਰ ਗ੍ਰਿਹੰ ਜਦਿਬਿਧਿ ਆਚਰਣੰ॥ lobhaad darisat par garihaN jadibiDh aacharnaN.
ਤਜਿ ਸਕਲ ਦੁਹਕ੍ਰਿਤ ਦੁਰਮਤੀ ਭਜੁ ਚਕ੍ਰਧਰ ਸਰਣੰ॥੩॥ taj sakal duhkarit durmatee bhaj chakarDhar sarnaN. ||3||

ਜਿਹੜਾ ਪ੍ਰਭ ਦੀ ਪ੍ਰਵਾਨਗੀ ਦੇ ਰਸਤੇ ਦੀ ਭਾਲ ਕਰਦਾ ਹੈ! ਉਸ ਨੂੰ ਮਨ ਦੇ ਲਾਲਚ, ਦੂਸਰੇ ਦੀ ਦੌਲਤ ਪਾਉਣ, ਪਰਾਈ ਔਰਤ ਦੀ ਕਾਮ ਵਾਸ਼ਨਾ ਨੂੰ ਤਿਆਗਣਾ ਪੈਂਦਾ ਹੈ! ਮਨ ਵਿਚੋਂ ਬੁਰੇ ਖਿਆਲ ਛੱਡਕੇ, ਪ੍ਰਭ ਦੇ ਸ਼ਬਦ ਤੇ ਭਰੋਸਾ ਪੱਕਾ ਰਖਕੇ, ਆਪਾ ਸ਼ਰਣ ਵਿੱਚ ਭੇਟਾ ਕਰਨਾ ਪੈਂਦਾ ਹੈ!

Whosoever may wish to be blessed with the right path of meditation; he must renounce his own greed, desire to covert earnings of others, sexual urge for strange women. Whosoever may renounce his evil thoughts, surrenders his self-entity, and adopts the teachings of His Word with steady and stable belief in his day-to-day life; with His mercy and grace, he may be blessed with the right path of acceptance in His Court.

ਹਰਿ ਭਗਤ ਨਿਜ ਨਿਹਕੇਵਲਾ ਰਿਦ ਕਰਮਣਾ ਬਚਸਾ॥ har bhagat nij nihkayvlaa rid karmanaa bachsaa.
ਜੋਗੇਨ ਕਿੰ ਜਗੇਨ ਕਿੰ ਦਾਨੇਨ ਕਿੰ ਤਪਸਾ॥੪॥ jogayn kiN jagayn kiN daadayn kiN tapsaa. ||4||

ਜਿਹੜਾ ਬੰਦਗੀ ਦੇ ਮਾਰਗ ਤੇ ਚਲਦਾ ਹੈ, ਉਹ ਸ਼ਬਦ ਦੀ ਸਿਖਿਆਂ ਨੂੰ ਅਡੋਲ ਭਰੋਸੇ ਨਾਲ ਜੀਵਨ ਵਿੱਚ ਢਾਲਦਾ ਹੈ, ਮਨ ਨੂੰ ਸੰਸਾਰਕ ਮਾਇਆ ਦੇ ਪ੍ਰਭਾਵ ਤੋਂ ਰਹਿਤ ਰਖਦਾ ਹੈ! ਆਤਮਾ ਨੂੰ ਪਵਿੱਤਰ, ਪ੍ਰਭ ਦੇ ਪਰਖਣ ਯੋਗ ਬਣਾਉਂਦਾ ਹੈ! ਉਸ ਦੀ ਬੰਦਗੀ ਕੇਵਲ ਸ਼ਬਦ ਦੀ ਪਾਲਣਾ, ਪ੍ਰਭ ਦੇ ਬਖਸ਼ੇ ਤੇ ਧੀਰਜ, ਸੰਤੋਖ ਹੀ ਹੁੰਦੀ ਹੈ! ਉਸ ਦੇ ਜੀਵਨ ਵਿੱਚ ਜੋਗ (ਧਾਰਮਕ ਨਿਯਮਾ) ਦਾ, ਦਾਨ (ਧਾਰਮਕ ਰੀਤ ਰੀਵਾਜ), ਨਿੱਤਨੇਮ ਦੀ ਕੋਈ ਮਹੱਤਤਾ ਨਹੀਂ ਹੁੰਦੀ!

Whosoever may adopt the path of His true devotee; he adopts the teachings of His Word with steady and stable belief. His state of mind remains beyond the reach of influence of 3 worldly wealth. His soul may be sanctified to become worthy of His Consideration. His meditation remains to obey His Word, patience and contented with his own worldly environments. Religious fundamentals, worldly charity, and routine religious prayers may not have any signification in his way of life.

ਗੋਬਿੰਦ ਗੋਬਿੰਦੇਤਿ ਜਪਿ ਨਰ ਸਕਲ ਸਿਧਿ ਪਦੰ॥ gobind gobindayt jap nar sakal siDh padaN.
ਜੈਦੇਵ ਆਇਉ ਤਸ ਸਫੁਟੰ ਭਵ ਭੂਤ ਸਰਬ ਗਤੰ॥੫॥੧॥ jaidayv aa-i-o tas safutaN bhav bhoot sarab gataN. ||5||1||

ਪ੍ਰਭ ਦੇ ਸ਼ਬਦ ਦੀ ਪਾਲਣਾ, ਸਿਮਰਨ ਕਰੋ! ਉਹ ਹੀ ਸਾਰੇ ਗਿਆਨ ਦਾ ਮਾਲਕ, ਭੰਡਾਰੀ ਹੈ । ਮਨ ਦੇ ਸਾਰੇ ਭਰਮ ਤਿਆਗ ਕੇ ਆਪਣੀ ਡੋਰੀ, ਉਸ ਤੇ ਛੱਡਕੇ ਸਿਮਰਨ ਕਰੋ । ਉਹ ਜੁਗਾਂ ਜੁਗਾਂ ਤੋਂ ਰਹਿਮਤਾਂ ਬਖਸ਼ਦਾ ਆਇਆ ਹੈ ।

You should meditate and adopt the teachings of His Word with steady and stable belief in day-to-day life. The True Master, Treasure of enlightenment of His Word! You should renounce all religious suspicions and surrender your self-entity at His Sanctuary to meditate on the teachings of His Word. The True Master has been blessings His Creation from Ancient Ages.

17. ਦੇਵਗੰਧਾਰੀ – ਸਲੋਕ ਮਃ ੩॥ 555-10

ਰਾਮੁ ਰਾਮੁ ਕਰਤਾ ਸਭੁ ਜਗੁ ਫਿਰੈ, ਰਾਮੁ ਨ ਪਾਇਆ ਜਾਇ॥ raam raam kartaa sabh jag firai raam na paa-i-aa jaa-ay.
ਅਗਮੁ ਅਗੋਚਰੁ ਅਤਿ ਵਡਾ, ਅਤੁਲੁ ਨ ਤੁਲਿਆ ਜਾਇ॥ agam agochar at vadaa atul na tuli-aa jaa-ay.
ਕੀਮਤਿ ਕਿਨੈ ਨ ਪਾਈਆ, ਕਿਤੈ ਨ ਲਇਆ ਜਾਇ॥ keemat kinai na paa-ee-aa kitai na la-i-aa jaa-ay.
ਗੁਰ ਕੈ ਸਬਦਿ ਭੇਦਿਆ, ਇਨ ਬਿਧਿ ਵਸਿਆ ਮਨਿ ਆਇ॥ gur kai sabad bhaydi-aa in biDh vasi-aa man aa-ay.
ਨਾਨਕ ਆਪਿ ਅਮੇਉ ਹੈ, ਗੁਰ ਕਿਰਪਾ ਤੇ ਰਹਿਆ ਸਮਾਇ॥ naanak aap amay-o hai gur kirpaa tay rahi-aa samaa-ay.
ਆਪੇ ਮਿਲਿਆ ਮਿਲਿ ਰਹਿਆ, ਆਪੇ ਮਿਲਿਆ ਆਇ॥੧॥ aapay mili-aa mil rahi-aa aapay mili-aa aa-ay. ||1||

ਸਾਰੀ ਸ੍ਰਿਸ਼ਟੀ ਹੀ ਪ੍ਰਭ ਦੀ ਉਸਤਤ ਕਰਦੀ ਰਹਿੰਦੀ ਹੈ । ਰਹਿਮਤ ਪਾਉਣ ਦੀ ਖਾਹਿਸ਼ ਰਖਦੀ ਹੈ! ਪ੍ਰਭ ਦੀ ਰਹਿਮਤ ਕਿਸੇ ਵਿਧੀ ਨਾਲ ਨਹੀਂ ਪਾਈ ਜਾ ਸਕਦੀ, ਜੀਵ ਦੀ ਪਹੁੰਚ, ਜਾਣਕਾਰੀ ਵਿੱਚ ਨਹੀਂ ਹੈ । ਪ੍ਰਭ ਦੇ ਕਿਸੇ ਕਰਤਬ ਦਾ ਪੂਰਨ ਅੰਦਾਜ਼ਾ ਨਹੀਂ ਲਾਇਆ ਜਾ ਸਕਦਾ । ਰਹਿਮਤ ਦੀ ਕੀਮਤ ਜਾਣੀ ਨਹੀਂ ਜਾ ਸਕਦੀ, ਕੋਈ ਦਾਨ ਪੁੰਨ ਕਰਕੇ, ਖਰੀਦੀ ਨਹੀਂ ਜਾ ਸਕਦੀ । ਪ੍ਰਭ ਦੇ ਸ਼ਬਦ ਦੀ ਪਾਲਣਾ ਕਰਨ ਵਿੱਚ ਹੀ ਇਸ ਭੇਦ ਦੀ ਜਾਣਕਾਰੀ ਹੁੰਦੀ ਹੈ । ਉਸ ਨਾਲ ਹੀ ਪ੍ਰਭ ਦਾ ਸ਼ਬਦ ਮਨ ਵਿੱਚ ਘਰ ਕਰਦਾ ਹੈ । ਅਥਾਹ ਪ੍ਰਭ ਆਪਣੀ ਰਜ਼ਾ ਨਾਲ ਹੀ ਹਰੇਕ ਜੀਵ, ਥਾਂ ਤੇ ਵਸਦਾ, ਵਾਪਰਦਾ ਹੈ । ਆਪ ਹੀ ਜੀਵ ਦੀ ਪਵਿੱਤਰ ਆਤਮਾ ਨੂੰ ਆਪਣੇ ਵਿੱਚ ਅਲੋਪ ਕਰਦਾ, ਅਭੇਦ ਰਖਦਾ ਹੈ ।

ਗੁਰੂ ਨਾਨਕ ਦੇਵ ਜੀ! – Guru Nanak Dev Ji! Guru Granth Sahib

The whole universe remains singing, worshipping the teachings of His Word with a hope to be blessed with the right path of acceptance in His Court. His Blessed Vision may not be bestowed with any unique meditation. He may be deprived from the path of comprehension of His Nature and from the right path of acceptance in His Court. His Nature, the significance of His Miracles remains beyond imagination, comprehension of His Creation nor can be purchased with any charity, worldly wealth. The mystery of His Nature remains embedded within adopting the teachings of His Word with steady and stable belief in day to day. He may be drenched with the essence of His Word. The Omnipresent, Omniscient True Master remains beyond any known limit or boundary and prevails in each event in the universe. He may immerse any sanctified soul within His Holy Spirit.

ਮਃ ੩॥	**mehlaa 3.**
ਏ ਮਨ ਇਹੁ ਧਨੁ ਨਾਮੁ ਹੈ, ਜਿਤੁ ਸਦਾ ਸਦਾ ਸੁਖੁ ਹੋਇ॥	ay man ih Dhan naam hai Jit sadaa sadaa sukh ho-ay.
ਤੋਟਾ ਮੂਲਿ ਨ ਆਵਈ, ਲਾਹਾ ਸਦ ਹੀ ਹੋਇ॥	totaa mool na aavee laahaa sad hee ho-ay.
ਖਾਧੈ ਖਰਚਿਐ ਤੋਟਿ ਨ ਆਵਈ, ਸਦਾ ਸਦਾ ਓਹੁ ਦੇਇ॥	khaaDhai kharchi-ai tot na aavee sadaa sadaa O' day-ay.
ਸਹਸਾ ਮੂਲਿ ਨ ਹੋਵਈ, ਹਾਣਤ ਕਦੇ ਨ ਹੋਇ॥	sahsaa mool na hova-ee haanat kaday na ho-ay.
ਨਾਨਕ ਗੁਰਮੁਖਿ ਪਾਈਐ, ਜਾ ਕਉ ਨਦਰਿ ਕਰੇਇ॥੨॥	naanak gurmukh paa-ee-ai jaa ka-o nadar karay-i. ||2||

ਜਿਹੜਾ ਸ਼ਬਦ ਦੀ ਪਾਲਣਾ, ਸ਼ਬਦ ਦੀ ਕਮਾਈ ਕਰਦਾ ਹੈ, ਉਸ ਦੇ ਮਨ ਵਿੱਚ ਸਦਾ ਹੀ ਸ਼ਾਂਤੀ, ਸੰਤੋਖ ਵਸਦਾ ਹੈ । ਇਸ ਧਨ ਦੇ ਭੰਡਾਰ ਵਿੱਚ ਕਦੇ ਤੋਟ, ਘਾਟਾ ਨਹੀਂ ਹੁੰਦਾ । ਸਦਾ ਹੀ ਲਾਹਾ ਹੀ ਹੁੰਦਾ ਹੈ, ਰਹਿਮਤ ਹੀ ਬਖਸ਼ਿਸ਼ ਹੁੰਦੀ ਹੈ । ਪ੍ਰਭ ਦੀ ਰਹਿਮਤ ਨੂੰ ਵਰਤਨ ਨਾਲ, ਕਦੇ ਉਸ ਦੀ ਰਹਿਮਤ ਘਟਦੀ ਨਹੀਂ । ਉਹ ਸਦਾ ਹੀ ਦਾਤਾਂ ਬਖਸ਼ਦਾ ਰਹਿੰਦਾ ਹੈ, ਇਹ ਵਧਦੀਆਂ ਹੀ ਜਾਂਦੀਆਂ ਹਨ । ਜਿਸ ਦੇ ਮਨ ਵਿੱਚ ਕੋਈ ਭਰਮ ਨਹੀਂ ਰਹਿੰਦਾ, ਉਸ ਨੂੰ ਕਦੇ ਸ਼ਰਮਿੰਦਗੀ ਨਹੀਂ ਹੁੰਦੀ, ਦਰਬਾਰ ਵਿੱਚ ਲਾਨ੍ਹਤਾਂ ਨਹੀਂ ਪੈਂਦੀਆਂ । ਜਿਸ ਤੇ ਪ੍ਰਭ ਆਪ ਰਹਿਮਤ ਬਖਸ਼ਦਾ ਹੈ, ਉਸ ਗੁਰਮਖ ਨੂੰ ਪ੍ਰਭ ਦੇ ਸ਼ਬਦ ਦੀ ਸੋਝੀ ਬਖਸ਼ਿਸ਼ ਹੋ ਜਾਂਦੀ ਹੈ ।

Whosoever may adopt the teachings of His Word Day and night; with His mercy and grace, he may earn the wealth of His Word. He may be blessed with peace and contentment within. Earnings of His Word may be such a unique treasure; His earnings may never be diminished nor decreased with sharing, rather enhance day and night. His Blessings always enhance with steady and stable belief. Whosoever may conquer his religious suspicions; he may never face any embarrassment in worldly life nor after death in His Court. He may be blessed with the enlightenment of the essence of His Word.

ਪਉੜੀ॥	**pa-orhee.**
ਆਪੇ ਸਭ ਘਟ ਅੰਦਰੇ, ਆਪੇ ਹੀ ਬਾਹਰਿ॥	aapay sabh ghat andray aapay hee baahar.
ਆਪੇ ਗੁਪਤੁ ਵਰਤਦਾ, ਆਪੇ ਹੀ ਜਾਹਰਿ॥	aapay gupat varatdaa aapay hee jaahar.
ਜੁਗ ਛਤੀਹ ਗੁਬਾਰੁ ਕਰਿ, ਵਰਤਿਆ ਸੁੰਨਾਹਰਿ॥	jug chhateeh gubaar kar varti-aa sunnaahar.
ਓਥੈ ਵੇਦ ਪੁਰਾਨ ਨ ਸਾਸਤਾ, ਆਪੇ ਹਰਿ ਨਰਹਰਿ॥	othai vayd puraan na saastaa aapay har narhar.
ਬੈਠਾ ਤਾੜੀ ਲਾਇ, ਆਪਿ ਸਭ ਦੂ ਹੀ ਬਾਹਰਿ॥	baithaa taarhee laa-ay aap sabh doo hee baahar.
ਆਪਣੀ ਮਿਤਿ ਆਪਿ ਜਾਣਦਾ, ਆਪੇ ਹੀ ਗਉਹਰੁ॥੧੮॥	aapnee mit aap jaandaa aapay hee ga-uhar. ||18||

ਪ੍ਰਭ ਆਪ ਹੀ ਜੀਵ ਦੇ ਅੰਦਰ ਦਸਵੇਂ ਘਰ ਵਿੱਚ ਵਸਦਾ ਹੈ । ਆਪ ਹੀ ਸਾਰੀ ਸ੍ਰਿਸ਼ਟੀ ਵਿੱਚ, ਬਾਹਰ ਵਾਪਰਦਾ ਹੈ । ਆਪ ਹੀ ਗੁਪਤ ਵਾਪਰਦਾ, ਹਾਜਰ ਹਜ਼ੂਰ ਪ੍ਰਤੀਤ ਹੁੰਦਾ, ਨਜ਼ਰ ਆਉਂਦਾ, ਮਹਿਸੂਸ ਹੁੰਦਾ ਹੈ । ਪ੍ਰਭ 36 (ਅਨੇਕਾਂ) ਜੁਗਾਂ ਹੀ ਸਮਾਧੀ ਵਿੱਚ ਸੀ, ਬ੍ਰਹਮੰਡਾਂ ਵਿੱਚ ਅਧੇਰਾ, ਸੁੰਨ ਸੀ । ਉਸ ਸਮੇਂ ਧਰਮ ਦੇ ਗ੍ਰੰਥ (ਵੇਦਾ, ਸਾਸਤਰ, ਪਰਾਨ, ਕੁਰਾਨ) ਨਹੀਂ ਸਨ । ਕੇਵਲ ਪ੍ਰਭ ਹੀ ਮੌਜੂਦ ਸੀ । ਉਹ ਆਪਣੀ ਸਮਾਧੀ ਵਿੱਚ ਇਕਾਂਤਮਾਈ ਵਿੱਚ ਬੈਠਾ ਸੀ । ਅਥਾਹ ਸਮੁੰਦਰ ਪ੍ਰਭ, ਆਪ ਹੀ ਆਪਣੇ ਕਰਤਬ ਜਾਣਦਾ ਹੈ ।

The One and Only One True Master remains embedded within every soul and dwells in 10th cave of his soul and prevails within the body of all creatures and in the outside in the world. The True Master remains invisible or may appears to His Creation with His Own Imagination. The True Master remains 36 Yuga, Ages in the void of His Word and darkness, ignorance was prevailing everywhere. At that time, no Holy scripture exist, only His Holy Spirit prevails and remains peaceful. Only, The Omniscient comprehend His Miracles, His Nature and limits or boundaries of any event.

18. ਸਲੋਕੁ ਬਿਹਾਗੜਾ ਮਰਦਾਨਾ॥ 553-2

ਕਲਿ ਕਲਵਾਲੀ ਕਾਮੁ ਮਦੁ, ਮਨੂਆ ਪੀਵਣਹਾਰੁ॥	kal kalvaalee kaam mad manoo-aa peevanhaar.
ਕ੍ਰੋਧ ਕਟੋਰੀ ਮੋਹਿ ਭਰੀ, ਪੀਲਾਵਾ ਅਹੰਕਾਰੁ॥	kroDh katoree mO'i bharee peelaavaa ahaNkaar.
ਮਜਲਸ ਕੂੜੇ ਲਬ ਕੀ, ਪੀ ਪੀ ਹੋਇ ਖੁਆਰੁ॥	majlas koorhay lab kee pee pee ho-ay khu-aar.
ਕਰਣੀ ਲਾਹਣਿ ਸਤੁ ਗੁੜੁ, ਸਚੁ ਸਰਾ ਕਰਿ ਸਾਰੁ॥	karnee laahan sat gurh sach saraa kar saar.
ਗੁਣ ਮੰਡੇ ਕਰਿ ਸੀਲੁ ਘਿਉ, ਸਰਮੁ ਮਾਸੁ ਆਹਾਰੁ॥	gun manday kar seel ghi-o saram maas aahaar.
ਗੁਰਮੁਖਿ ਪਾਈਐ ਨਾਨਕਾ, ਖਾਧੈ ਜਾਹਿ ਬਿਕਾਰ॥੧॥	gurmukh paa-ee-ai naankaa khaaDhai jaahi bikaar. ||1||

ਕਲਜੁਗ ਦਾ ਜੁਗ, ਕਾਮ ਵਾਸ਼ਨਾ ਦੇ ਨਸ਼ੇ ਨਾਲ ਭਰਿਆਂ ਹੋਇਆ ਭਾਂਡਾ ਹੈ । ਮਾਨਸ ਜੀਵ ਦਾ ਮਨ ਇਸ ਨਸ਼ੇ ਵਿੱਚ ਦਿਵਾਨਾ ਹੋਇਆ ਹੈ । ਜੀਵ ਦੇ ਮਨ ਦਾ ਕਰੋਧ, ਮੋਹ ਨਾਲ ਭਰਿਆਂ ਭਾਂਡਾ, ਛੱਜਰੀ ਹੈ । ਮਨ ਦਾ ਅਹੰਕਾਰ ਇਸ ਨੂੰ ਵਰਤਾਉਣ ਵਾਲਾ ਨੋਕਰ (ਸੇਵਾਦਾਰ) ਹੈ । ਜੀਵ ਧੋਖੇ ਅਤੇ ਫਰੇਬ ਵਿੱਚ ਮਸਤ ਹੋਇਆ, ਪੀਂਦਾ, ਨਸ਼ਾਈ ਹੋ ਜਾਂਦਾ ਹੈ । ਜੀਵ ਆਪਣੇ ਚੰਗੇ, ਸ੍ਰਿਸ਼ਟੀ ਦੀ ਭਲਾਈ ਦੇ ਕੰਮਾਂ ਨੂੰ, ਸ਼ਬਦ ਦਾ ਅੰਮ੍ਰਿਤ ਕੱਢਣ ਵਾਲੀ ਵਿਧੀ ਬਣਾਵੇ । ਗੁਰਮਖ ਆਪਣੇ ਭਰੋਸੇ ਦੀ ਜਾਗ ਲਗਾ ਕੇ ਸ਼ਬਦ ਦਾ ਅੰਮ੍ਰਿਤ ਨਿਕਾਲਦਾ ਹੈ । ਜਿਹੜਾ ਆਪਣੇ ਗੁਣਾਂ ਨੂੰ ਰੋਟੀ ਦਾ ਰੂਪ; ਚੰਗੇ ਕੰਮਾਂ ਨੂੰ ਘਿਉ; ਆਪਣੇ ਜੀਵਨ ਦੀ ਸਾਦਗੀ ਨੂੰ ਖਾਣ ਵਾਲੀ ਭਾਜੀ ਬਣਾਉਂਦਾ ਹੈ! ਉਸ ਨੂੰ ਗੁਰਮਖ ਅਵਸਥਾ ਬਖਸ਼ਿਸ਼ ਹੋ ਸਕਦੀ ਹੈ । ਇਸਤਰ੍ਹਾਂ ਜੀਵਨ ਢਾਲਣ ਨਾਲ, ਪਿਛਲੇ ਕੀਤੇ ਪਾਪ ਧੋਤੇ ਜਾਂਦਾ, ਮਾਫ ਹੋ ਸਕਦੇ ਹਨ ।

The Age of Kul Yuga is an ocean of sexual obsession, overwhelmed with the intoxication of sexual urge. Self-minded remains overwhelmed intoxicated with anger and emotional attachments. His mind acts like a bar attendant to serve. Self-minded with hypocrisy, ignorance, and deceptive plans, remains intoxicated with sweet poisons of worldly emotions. His true devotee may perform good deeds for mankind as a meditation, technique to distill the nectar of essence of His Word. He adds the yeast of reality of human life, his belief on the essence of His Word to produce the nectar of the essence of His Word. Whosoever may consider his good virtues as the roti, bread; his good deeds as the ghee and his simple living as his vegetables; with His mercy and grace, he may be blessed with a state of mind as His true devotee. His sins of past lives may be forgiven.

ਕਾਇਆ ਲਾਹਣਿ ਆਪੁ ਮਦੁ, ਮਜਲਸ ਤ੍ਰਿਸਨਾ ਧਾਤੁ॥ kaa-i-aa laahan aap mad majlas tarisnaa Dhaat.
ਮਨਸਾ ਕਟੋਰੀ ਕੂੜਿ ਭਰੀ, ਪੀਲਾਏ ਜਮਕਾਲੁ॥ mansaa katoree koorh bharee peelaa-ay jamkaal.
ਇਤੁ ਮਦਿ ਪੀਤੈ ਨਾਨਕਾ, ਬਹੁਤੇ ਖਟੀਅਹਿ ਬਿਕਾਰ॥ it mad peetai naankaa bahutay khatee-ah bikaar
ਗਿਆਨੁ ਗੁੜੁ ਸਾਲਾਹ ਮੰਡੇ, ਭਉ ਮਾਸੁ ਆਹਾਰੁ॥ gi-aan gurh saalaah manday bha-o maas aahaar.
ਨਾਨਕ ਇਹੁ ਭੋਜਨੁ ਸਚੁ ਹੈ, ਸਚੁ ਨਾਮੁ ਆਧਾਰੁ॥੨॥ naanak ih bhojan sach hai sach naam aaDhaar. ||2||

ਮਾਨਸ ਦਾ ਤਨ ਇਕ ਭਾਂਡਾ ਹੈ । ਆਪਣੇ ਮਨ ਦਾ ਕਾਬੂ ਉਸ ਵਿੱਚ ਨਸ਼ਾ ਹੈ! ਮਨ ਦੀਆਂ ਇਛਾਂ, ਉਹ ਨਸ਼ੇ ਵਾਲੇ ਸਾਥੀ ਹਨ । ਜੀਵ ਦਾ ਮਨ ਇਛਾਂ, ਫਰੇਬ, ਧੋਖੇ ਨਾਲ ਭਰਿਆਂ ਹੈ । ਮੌਤ ਦਾ ਫਰਿਸ਼ਤਾ ਇਹ ਨਸ਼ਾ ਵੰਡਣ ਵਾਲਾ ਸਾਕੀ ਹੈ । ਮਨਮੁਖ, ਇਸਤਰ੍ਹਾਂ ਦਾ ਜੀਵਨ ਢਾਲਕੇ ਪਾਪਾਂ ਦਾ ਭਾਰ ਇਕੱਠਾ ਕਰਦਾ ਰਹਿੰਦਾ ਹੈ । ਜਿਹੜਾ ਸ਼ਬਦ ਦੀ ਸੋਝੀ ਨੂੰ ਜਾਗ, ਪ੍ਰਭ ਦੇ ਸ਼ਬਦ ਦੀ ਪਾਲਣਾ, ਉਸਤਤ, ਸਿਮਰਨ ਨੂੰ ਰੋਟੀ ਅਤੇ ਪ੍ਰਭ ਦੇ ਵਿਛੋੜੇ ਦੇ ਵਿਰਾਗ ਨੂੰ ਭਾਜੀ ਬਣਾਉਂਦਾ ਹੈ! ਉਸ ਨੂੰ ਆਤਮਾ ਪਵਿੱਤਰ ਕਰਨ ਵਾਲਾ ਅਸਲੀ ਭੋਜਨ ਬਖਸ਼ਿਸ਼ ਹੋ ਜਾਂਦਾ ਹੈ । ਉਹ ਕੇਵਲ ਪ੍ਰਭ ਦੇ ਸ਼ਬਦ ਨੂੰ ਆਪਣੇ ਜੀਵਨ ਦਾ ਅਧਾਰ ਬਣਾਉਂਦਾ ਹੈ!

Human body is like a vessel; control of mind is like intoxication, drink, poison, and his worldly desires are like companions of drinking party. Self-minded remains overwhelmed with hypocrisy, falsehood, deceptive thoughts. The devil of death acts like a bartender to serve the intoxication. Self-minded collects the burden of sins with his such a way of life. Whosoever may add the enlightenment of His Word as yeast, singing, obeying the teachings of His Word as bread, and the renunciation in the memory of his separation from His Holy Spirit as the vegetable; with His mercy and grace, he may be blessed with real food worthy of sanctifying his soul. Only, he may adopt the teachings of His Word as the guiding principle of his day-to-day life.

ਕਾਂਯਾਂ ਲਾਹਣਿ ਆਪੁ ਮਦੁ, ਅੰਮ੍ਰਿਤ ਤਿਸ ਕੀ ਧਾਰ॥ kaaNyaaN laahan aap mad amrit tis kee Dhaar.
ਸਤਸੰਗਤਿ ਸਿਉ ਮੇਲਾਪੁ ਹੋਇ, satsangat si-o maylaap ho-ay
ਲਿਵ ਕਟੋਰੀ ਅੰਮ੍ਰਿਤ ਭਰੀ, ਪੀ ਪੀ ਕਟਹਿ ਬਿਕਾਰ॥੩॥ liv katoree amrit bharee pee pee kateh bikaar. ||3||

ਅਗਰ ਮਾਨਸ ਦਾ ਤਨ ਇਕ ਭਾਂਡਾ ਬਣ ਜਾਵੇ । ਆਪਣੇ ਆਪ ਦੀ ਪਛਾਣ, ਉਹ ਨਸ਼ਾ ਬਣ ਜਾਵੇ, ਉਸ ਦੇ ਮਨ ਅੰਦਰੋਂ ਹੀ ਸ਼ਬਦ ਦੀ ਸੋਝੀ ਦਾ ਅੰਮ੍ਰਿਤ ਵਗਦਾ ਹੈ । ਬੰਦਗੀ ਕਰਨ ਵਾਲੇ ਦੀ ਸੰਗਤ ਕਰਨ ਨਾਲ, ਉਸ ਦੇ ਜੀਵਨ ਦੀ ਸਿਖਿਆਂ, ਆਪਣੇ ਜੀਵਨ ਵਿੱਚ ਢਾਲਣ ਨਾਲ ਉਸ ਦਾ ਮਨ ਪ੍ਰਭ ਦੇ ਸ਼ਬਦ ਦੀ ਸੋਝੀ ਨਾਲ ਭਰ ਜਾਂਦਾ ਹੈ । ਜੀਵ ਦੇ ਪਿਛਲੇ ਜਨਮਾਂ ਦੇ ਪਾਪ ਧੋਤੇ ਜਾਂਦੇ ਹਨ ।

Whosoever may consider his body as a vessel and the enlightenment of the purpose of his human life as the intoxication in that vessel; with His mercy and grace, the nectar of the essence of His Word may be oozing, flowing out from within. Whosoever may join the conjugation of His Holy saint and adopts his life experience in his own day to day life; he may be drenched with the essence of His Word within; his sins of previous may be forgiven.

ਪਉੜੀ॥ **pa-orhee.**

ਆਪੇ ਸੁਰਿ ਨਰ ਗਣ ਗੰਧਰਬਾ, ਆਪੇ ਖਟ ਦਰਸਨ ਕੀ ਬਾਣੀ॥ aapay sur nar gan ganDharbaa aapay khat darsan kee banee.
ਆਪੇ ਸਿਵ ਸੰਕਰ ਮਹੇਸਾ, ਆਪੇ ਗੁਰਮੁਖਿ ਅਕਥ ਕਹਾਣੀ॥ aapay siv sankar mahaysaa aapay gurmukh akath kahaanee.
ਆਪੇ ਜੋਗੀ ਆਪੇ ਭੋਗੀ, ਆਪੇ ਸੰਨਿਆਸੀ ਫਿਰੈ ਬਿਬਾਣੀ॥ aapay jogee aapay bhogee aapay sani-aasee firai bibaanee.
ਆਪੈ ਨਾਲਿ ਗੋਸਟਿ ਆਪਿ ਉਪਦੇਸੈ, ਆਪੇ ਸੁਘੜੁ ਸਰੂਪੁ ਸਿਆਣੀ॥ aapai naal gosat aap updaysai aapay sugharh saroop si-aanee.
ਆਪਣਾ ਚੋਜੁ ਕਰਿ ਵੇਖੈ ਆਪੇ, ਆਪੇ ਸਭਨਾ ਜੀਆ ਕਾ ਹੈ ਜਾਣੀ॥੧੨॥ aapnaa choj kar vaykhai aapay aapay sabhnaa jee-aa kaa hai jaanee. ||12

ਪ੍ਰਭ ਆਪ ਹੀ ਉਹ ਫਰਿਸ਼ਤਾ, ਆਪ ਹੀ ਰੂਹਾਨੀ ਸੰਗਤ, ਆਪ ਹੀ ਸਦਾ ਚਲਣ ਵਾਲੀ ਧੁਨ, ਆਪ ਹੀ ਉਹ ਜੋਗੀ ਹੈ! ਜਿਹੜਾ ਜੋਗ ਦੀਆਂ ਛੇ ਵਿਧੀਆਂ ਦੀ ਵਿਆਖਿਆ ਕਰਦਾ ਹੈ । ਪ੍ਰਭ ਆਪ ਹੀ ਸ਼ਿਵ, ਸੰਕਰ, ਮਹੇਸ਼ ਅਤੇ ਆਪ ਹੀ ਉਹ ਗੁਰਮਖ ਅਵਸਥਾ ਹੈ, ਜਿਹੜੀ ਅਕਥ ਕਥਾ ਕਰਦਾ, ਸ਼ਬਦ ਦੇ ਨਾ ਜਾਣੇ ਜਾਣ ਵਾਲੇ ਗੁਣ ਦੱਸਦਾ ਹੈ । ਪ੍ਰਭ ਆਪ ਹੀ ਗ੍ਰਿਸਤੀ ਸੰਸਾਰ ਵਿੱਚ ਪ੍ਰਵਾਰ ਦਾ ਅਨੰਦ ਮਾਣਦਾ ਹੈ । ਆਪ ਹੀ ਉਹ ਤਿਆਗੀ, ਸੰਨਿਆਸੀ, ਜੰਗਲਾਂ ਵਿੱਚ ਤਪ ਕਰਦਾ ਹੈ । ਉਹ ਆਪ ਹੀ ਆਪਣੇ ਆਪ ਨਾਲ ਹੀ ਸਲਾਹ ਕਰਦਾ, ਸਿਖਿਆ ਦੇਂਦਾ, ਕੀਤੇ ਦੀ ਸਜ਼ਾ ਦੇਂਦਾ ਹੈ! ਆਪ ਹੀ ਰਹਿਮਤਾਂ, ਸ਼ਬਦ ਦੀ ਸੋਝੀ ਦਾ ਮਾਲਕ ਹੈ । ਪ੍ਰਭ ਆਪ ਹੀ ਸ੍ਰਿਸ਼ਟੀ ਦਾ ਸਾਰਾ ਖੇਲ ਰਚਾਉਂਦਾ ਹੈ, ਆਪ ਹੀ ਇਸ ਦਾ ਅਨੰਦ ਮਾਨਦਾ, ਆਪ ਹੀ ਹਰੇਕ ਘਟਨਾ ਦੀ ਜਾਣਕਾਰੀ ਰਖਦਾ ਹੈ ।

The True Master, His Holy Spirit remains embedded within the soul of eternal angle, prophet; in the congregation of holy saints and the everlasting echo of His Word. His Holy Spirit prevails in Yogi to explain six principles of meditation. The True Master prevails within Shiv (the Omnipotent His Word), Sankar, Mahesh, in three worldly wealth and in His true devotee with state of salvation; who speaks unexplainable sermons, His Nature and enlightens His spiritual message. His Holy Spirit prevails within the soul of hermit, meditating in wild jungles; within family main enjoy family life. He only counsels with Himself; The Righteous Judge to judge worldly deeds of His Creation and delivers justice. He has created the whole play of the universe and remains omniscient of each activity.

19. ਵਡਹੰਸ ਮ ੫॥ 563-3

ਅੰਤਰਜਾਮੀ ਸੋ ਪ੍ਰਭੁ ਪੂਰਾ॥ antarjaamee so parabh pooraa.
ਦਾਨੁ ਦੇਇ ਸਾਧੂ ਕੀ ਧੂਰਾ॥ ੧॥ daan day-ay saaDhoo kee Dhooraa. ||1||

ਪ੍ਰਭ ਅੰਤਰਜਾਮੀ, ਦਿਲ ਦੀਆਂ ਇਛਾਂ ਜਾਣਦਾ ਹੈ । ਆਪਣੇ ਬੰਦਗੀ ਕਰਨ ਵਾਲੇ ਦਾਸਾਂ ਨੂੰ ਸੰਤਾਂ ਦੇ ਚਰਨਾਂ ਦੀ ਧੂੜ ਬਖਸ਼ਦਾ ਹੈ ।

The Omniscient True Master knows the spoken and unspoken desires, hopes, and wishes of each creature. He may bless His true devotee with the association of His Holy saints.

ਕਰਿ ਕਿਰਪਾ ਪ੍ਰਭ ਦੀਨ ਦਇਆਲਾ॥ kar kirpaa parabh deen da-i-aalaa.
ਤੇਰੀ ਓਟ ਪੂਰਨ ਗੋਪਾਲਾ॥੧॥ ਰਹਾਉ॥ tayree ot pooran gopaalaa. ||1|| rahaa-o.

ਆਪਣੇ ਨਿਮਾਣੇ ਦਾਸ ਤੇ ਰਹਿਮਤ ਬਖਸ਼ੋ! ਮੈਂ ਤੇਰੇ ਸ਼ਬਦ ਦੀ ਓਟ ਤੇ ਹੀ ਆਪਣਾ ਜੀਵਨ ਬਤੀਤ ਕਰਦਾ ਹਾ ।

My True Master bestows Your Blessed Vision; I may adopt the teachings of Your Word Day and night.

ਜਲਿ ਥਲਿ ਮਹੀਅਲਿ ਰਹਿਆ ਭਰਪੂਰੇ॥ jal thal mahee-al rahi-aa bharpooray.

ਗੁਰੂ ਨਾਨਕ ਦੇਵ ਜੀ! – Guru Nanak Dev Ji! Guru Granth Sahib

ਨਿਕਟਿ ਵਸੈ ਨਾਹੀ ਪ੍ਰਭੁ ਦੂਰੇ॥੨॥ nikat vasai naahee parabh dooray. ||2||

ਪ੍ਰਭ ਜਲ, ਥਲ ਵਿੱਚ ਭਰਪੂਰ ਵਾਪਰਦਾ ਹੈ । ਜੀਵ ਦੇ ਨੇੜੇ ਹੀ ਉਸ ਦੇ ਤਨ ਵਿੱਚ ਹੀ ਵਸਦਾ ਹੈ । ਕਦੇ ਦੂਰ ਨਹੀਂ ਜਾਂਦਾ ।

His Holy Spirit remains overwhelmed in water, in, on and under earth. His Holy Spirit remains embedded within every soul and dwells within his body. He may never abandon his soul.

ਜਿਸ ਨੋ ਨਦਰਿ ਕਰੇ ਸੋ ਧਿਆਏ॥ jis no nadar karay so Dhi-aa-ay.
ਆਠ ਪਹਰ ਹਰਿ ਕੇ ਗੁਣ ਗਾਏ॥੩॥ aath pahar har kay gun gaa-ay. ||3||

ਜਿਸ ਤੇ ਰਹਿਮਤ ਬਖਸ਼ਕੇ ਸ਼ਬਦ ਦੇ ਲੜ ਲਾਉਂਦਾ ਹੈ । ਕੇਵਲ ਉਹ ਹੀ ਸ਼ਬਦ ਦਾ ਸਿਮਰਨ, ਪਾਲਣਾ ਕਰਦਾ, ਦਿਨ ਰਾਤ ਸ਼ਬਦ ਦੇ ਗੁਣ ਗਾਉਂਦਾ ਹੈ ।

Whosoever may be bestowed with His Blessed Vision, he meditates, sings, and adopts the teachings of His Word with steady and stable belief Day and night.

ਜੀਅ ਜੰਤ ਸਗਲੇ ਪ੍ਰਤਿਪਾਰੇ॥ jee-a jant saglay partipaaray.
ਸਰਨਿ ਪਰਿਓ ਨਾਨਕ ਹਰਿ ਦੁਆਰੇ॥੪॥੪ saran pari-o naanak har du-aaray. 4||4

ਪ੍ਰਭ ਸਾਰੇ ਜੀਵਾਂ ਜੰਤਾਂ ਦੀ ਪਾਲਣਾ ਪੋਸਨਾ, ਰਖਿਆ ਕਰਦਾ ਹੈ । ਬੰਦਗੀ ਕਰਨ ਵਾਲੇ ਉਸ ਦੀ ਸ਼ਰਣ ਵਿੱਚ ਹੀ ਪਨਾਹ ਢੂੰਡਦੇ ਹਨ ।

The True Master creates, nourishes, and protects all creatures of the universe. His true devotee always surrenders his self-entity and prays for His Forgiveness and Refuge.

20. ਸੋਰਠਿ ਮਹਲਾ ੩॥ 604-3

ਸਤਿਗੁਰ ਸੇਵੇ ਤਾ ਸਹਜ ਧੁਨਿ ਉਪਜੈ, ਗਤਿ ਮਤਿ ਤਦ ਹੀ ਪਾਏ॥ satgur sayvay taa sahj Dhun upjai gat mat tad hee paa-ay.
ਹਰਿ ਕਾ ਨਾਮੁ ਸਚਾ ਮਨਿ ਵਸਿਆ, ਨਾਮੇ ਨਾਮਿ ਸਮਾਏ॥੧॥ har kaa naam sachaa man vasi-aa naamay naam samaa-ay. ||1||

ਪ੍ਰਭ ਦੇ ਸ਼ਬਦ ਦੀ ਪਾਲਣਾ ਨਾਲ ਹੀ ਮਨ ਵਿੱਚ ਪ੍ਰਭ ਦੇ ਸ਼ਬਦ ਦੀ ਧੁਨ ਚਲਦੀ ਸੁਣਾਈ ਦੇਣ ਲਗ ਪੈਂਦੀ ਹੈ । ਪ੍ਰਭ ਦੀ ਰਹਿਮਤ ਨਾਲ ਹੀ ਪ੍ਰਭ ਦਾ ਸ਼ਬਦ ਮਨ ਵਿੱਚ ਘਰ ਕਰਦਾ, ਸ਼ਬਦ ਦੀ ਸੋਝੀ ਬਖਸ਼ਿਸ਼ ਹੁੰਦੀ ਹੈ । ਮਨ ਆਪਣੇ ਅੰਦਰ ਹੀ ਪ੍ਰਭ ਦੇ ਸ਼ਬਦ ਦੀ ਜੋਤ ਵਿੱਚ ਅਭੇਦ ਹੋ ਜਾਂਦਾ ਹੈ ।

Whosoever may adopt the teachings of His Word with steady and stable belief; with His mercy and grace, he may hear the everlasting echo of His Word resonating within his heart. He may remain drenched with the nectar of His Word; He may be enlightened from within. He may immerse within His Holy Spirit within his mind and body.

ਬਿਨੁ ਸਤਿਗੁਰ ਸਭੁ ਜਗੁ ਬਉਰਾਨਾ॥ bin satgur sabh jag ba-uraanaa.
ਮਨਮੁਖਿ ਅੰਧਾ ਸਬਦੁ ਨ ਜਾਣੈ, manmukh anDhaa sabad na jaanai
ਝੂਠੈ ਭਰਮਿ ਭੁਲਾਨਾ॥ ਰਹਾਉ॥ jhoothai bharam bhulaanaa. rahaa-o.

ਪ੍ਰਭ ਦੇ ਸ਼ਬਦ ਦੀ ਸੋਝੀ ਤੋਂ ਬਿਨਾਂ ਸਾਰਾ ਸੰਸਾਰ ਹੀ ਦਿਵਾਨਾ ਹੋਇਆ ਫਿਰਦਾ ਹੈ । ਮਨਮੁਖ ਜੀਵ ਨੂੰ ਸ਼ਬਦ ਦੀ ਸੋਝੀ ਬਖਸ਼ਿਸ਼ ਨਹੀਂ ਹੁੰਦੀ । ਉਹ ਭਰਮਾਂ ਵਿੱਚ ਭਉਦਾ, ਭਟਕਦਾ ਰਹਿੰਦਾ ਹੈ ।

Without the enlightenment of His Word, whole creation wanders in frustration insanely. Self-minded may not have enlightenment of His Word; He may remain frustrated and wanders in suspicions of worldly desires.

ਤ੍ਰੈ ਗੁਣ ਮਾਇਆ ਭਰਮਿ ਭੁਲਾਇਆ, ਹਉਮੈ ਬੰਧਨ ਕਮਾਏ॥ tarai gun maa-i-aa bharam bhulaa-i-aa ha-umai banDhan kamaa-ay.
ਜੰਮਣੁ ਮਰਣੁ ਸਿਰ ਊਪਰਿ ਊਭਉ, ਗਰਭ ਜੋਨਿ ਦੁਖੁ ਪਾਏ॥੨॥ jaman maran sir oopar oobha-o garabh jon dukh paa-ay. ||2||

ਮਾਇਆ ਦੇ ਤਿੰਨੋਂ ਰੂਪ ਹੀ ਸੰਸਾਰ ਨੂੰ ਆਪਣੇ ਜਾਲ ਵਿੱਚ ਪਾਈ ਰਖਦੇ ਹਨ । ਉਹ ਭਰਮਾਂ ਵਿੱਚ ਫਸੇ ਹੋਏ, ਅਹੰਕਾਰ ਦੇ ਬੰਧਨ ਵਿੱਚ ਫਸ ਜਾਂਦੇ ਹਨ । ਉਸ ਦੇ ਮਨ ਤੇ ਮੌਤ ਦਾ ਡਰ ਭਾਰੀ ਰਹਿੰਦਾ ਹੈ । ਜੂੰਨਾਂ ਦੇ ਚੱਕਰ ਵਿੱਚ ਭਉਦਾ, ਦੁਖ ਭੋਗਦਾ ਹੈ ।

The whole creation remains a victim, slave, intoxicated with sweet poison of worldly wealth. Everyone remains in worldly suspicions and victim of his ego of his worldly status. He remains frustrated with fear of devil of death; he endures miseries in the cycle of birth and death.

ਤ੍ਰੈ ਗੁਣ ਵਰਤਹਿ ਸਗਲ ਸੰਸਾਰਾ, ਹਉਮੈ ਵਿਚਿ ਪਤਿ ਖੋਈ॥ tarai gun varteh sagal sansaaraa ha- umai vich pat kho-ee.
ਗੁਰਮੁਖਿ ਹੋਵੈ ਚਉਥਾ ਪਦੁ ਚੀਨੈ, ਰਾਮ ਨਾਮਿ ਸੁਖੁ ਹੋਈ॥੩॥ gurmukh hovai cha-uthaa pad cheenai raam naam sukh ho-ee. ||3||

ਸੰਸਾਰ ਵਿੱਚ ਮਾਇਆ ਦੇ ਤਿੰਨੋਂ ਰੂਪ ਹੀ ਵਾਪਰਦੇ ਹਨ । ਜੀਵ ਆਪਣੇ ਹੈਸੀਅਤ, ਅਹੰਕਾਰ ਦੇ ਨਸ਼ੇ ਵਿੱਚ ਆਪਣਾ ਮਾਣ ਗਵਾ ਲੈਂਦਾ, ਮਾਨਸ ਜਨਮ ਤਬਾਹ ਕਰ ਜਾਂਦਾ ਹੈ । ਜਿਸ ਗੁਰਮਖ ਨੂੰ ਚੌਥੀ ਅਵਸਥਾ ਦੀ ਸੋਝੀ ਬਖਸ਼ਿਸ਼ ਹੋ ਜਾਂਦੀ ਹੈ, ਉਹ ਅੰਨਦ ਮਾਨਦਾ ਹੈ । ਸ਼ਬਦ ਨਾਲ ਜੀਵਨ ਬਤੀਤ ਕਰਦਾ ਸੰਤੋਖ, ਸ਼ਾਂਤੀ ਵਿੱਚ ਸ਼ਬਦ ਦੇ ਗੁਣ ਗਾਉਂਦਾ ਹੈ ।

Three types of worldly wealth remain dominating and prevails in the universe. Self-minded may remain intoxicated in his ego of worldly status and loses his honor; he may waste his opportunity of human life. Whosoever may remain focused on the fourth virtue, state of salvation; he may remain contented and blossom in all worldly environments. He may adopt the teachings of His Word and sings the glory of His Virtues, Blessings.

ਤ੍ਰੈ ਗੁਣ ਸਭਿ ਤੇਰੇ ਤੂ ਆਪੇ ਕਰਤਾ, ਜੋ ਤੂ ਕਰਹਿ ਸੁ ਹੋਈ॥ tarai gun sabh tayray too aapay kartaa jo too karahi so ho-ee.
ਨਾਨਕ ਰਾਮ ਨਾਮਿ ਨਿਸਤਾਰਾ, ਸਬਦੇ ਹਉਮੈ ਖੋਈ॥੪॥੧੨॥ naanak raam naam nistaaraa sabday ha-umai kho-ee. ||4||12||

ਪ੍ਰਭ ਨੇ ਹੀ ਮਾਇਆ ਦੇ ਤਿੰਨੋਂ ਰੂਪ ਬਣਾਏ, ਪੈਦਾ ਕੀਤੇ ਹਨ । ਜੋ ਕੁਝ ਵੀ ਪ੍ਰਭ ਨੂੰ ਭਾਉਂਦਾ ਹੈ, ਉਹ ਹੀ ਵਾਪਰਦਾ, ਰੋਕਿਆ ਨਹੀਂ ਜਾ ਸਕਦਾ । ਜਿਹੜਾ ਪ੍ਰਭ ਦੇ ਸ਼ਬਦ ਦੇ ਰੰਗ ਵਿੱਚ ਰੰਗਿਆ ਰਹਿੰਦਾ ਹੈ । ਉਹ ਸ਼ਬਦ ਤੇ ਅਡੋਲ ਭਰੋਸੇ ਨਾਲ ਚਲਦਾ ਹੈ । ਸ਼ਬਦ ਦੀ ਪਾਲਣਾ ਕਰਨ ਨਾਲ ਮਨ ਵਿਚੋਂ ਅਹੰਕਾਰ ਦੀ ਜੜ੍ਹ ਨਾਸ ਹੋ ਜਾਂਦੀ ਹੈ ।

The True Master has created three symbols of worldly wealth to check the sincerity of belief of His Creation on His Word. Only His Command, unavoidable or unchanged prevails and may not be delayed. Whosoever may remain drenched with the nectar of essence of His Word; he remains steady and stable on the right path of acceptance in His Court. Whosoever may adopt the teachings of His Word in day-to-day life; with His mercy and grace, he may conquer his own ego; his root of ego may eliminate from within.

ਗੁਰੂ ਨਾਨਕ ਦੇਵ ਜੀ! – Guru Nanak Dev Ji! Guru Granth Sahib

Four Ages- Yuga - Four unique Principles of Meditation			
ਸਤਜੁਗ - Sat Yuga	**ਤ੍ਰੇਤਾ ਜੁਗ - Traytaa Yuga**	**ਦੁਆਪਰ ਜੁਗ - Du-aapur**	**ਕਲਯੁਗ – Kul Jug**
ਸੰਤ ਅਵਸਥਾ **Shiv -His Word**	**ਰਜ ਗੁਣ; Raajas** **Shakti-1; ਮਾਇਆ 1**	**ਸਤ ਗੁਣ; Satvas:** **Shakti-2; ਮਾਇਆ 2**	**ਤਮ ਗੁਣ; Taamas:** **Shakti-3; 3**
ਸੁਰਤੀ–ਸ਼ਬਦ ਵਿੱਚ ਧਿਆਨ! **Concentration! His Word.**	**ਮਨ ਵਿਚੋਂ ਸੁਰਤੀ – ਅਹੰਕਾਰ** **Concentration to Ego!**		
ਭਰੋਸਾ, ਸ਼ਬਦ ਦੀ ਪਾਲਣਾ! **Obey His Word -Belief**		**ਸ਼ਬਦ ਦੀ ਪਾਲਣਾ – ਗੁਰੂ, ਰੀਵਾਜ** **Obey His Word – Guru**	
ਸ਼ਬਦ ਦੀ ਸੋਝੀ! ਵਿਛੋੜੇ ਦਾ ਡਰ! **Enlightenment** **Renunciation**			**ਸ਼ਬਦ ਦੀ ਸੋਝੀ– ਗਿਆਨ** **Enlightenment to knowledge of Gurbani!**
ਮੁਕਤੀ ਦੀ ਆਸ! **Hope for salvation!**			
ਚਾਰੇ ਜੁਗਾਂ ਵਿੱਚ! ਜੀਵ ਨੂੰ ਸ਼ਬਦ ਦੀ ਪਾਲਣਾ ਕਰਦੇ, ਪੂਰਨ ਗੁਰੂ, ਸ਼ਬਦ ਦੀ ਸੋਝੀ ਹੋ ਜਾਂਦੀ ਹੈ! ਪ੍ਰਭ ਦੀ ਜੋਤ ਮਨ ਵਿੱਚ ਜਾਗਰਤ ਹੋ ਜਾਂਦੀ ਹੈ! **All Yuga**: Adopting His Word, Enlightenment; Salvation may be blessed.			
How to Conquer Worldly Wealth – ਸੰਸਾਰਕ ਮਾਇਆ ਤੇ ਜਿੱਤ!			
ਸੰਤ ਅਵਸਥਾ – **Shiv**	**ਸੰਸਾਰਕ ਮਾਇਆ – Shakti**		
ਸ਼ਬਦ –Shiv -His Word	**ਰਜ ਗੁਣ;** Raajas	**ਸਤ ਗੁਣ;** Satvas:	**ਤਮ ਗੁਣ;** Taamas:
ਸੁਰਤੀ–ਸ਼ਬਦ ਵਿੱਚ ਧਿਆਨ! Concentration! His Word.	Mind concentration	Purity, of mind!	Mind Awareness
ਭਰੋਸਾ, ਸ਼ਬਦ ਦੀ ਪਾਲਣਾ! Obey His Word -Belief	The quality of energy and activity!	The quality of purity and light!	The quality of Darkness and inertia!
ਸ਼ਬਦ ਦੀ ਸੋਝੀ! ਵਿਛੋੜੇ ਦਾ ਡਰ! Enlightenment-Renunciation	**ਧਰਮ**; Dharam: Self-discipline, ethics Conquer selfishness!	**ਅਰਥ**; Arath Adopt His Word in life.	**ਕਾਮ**; Kaam: Conquer sexual urge for strange woman:
ਮੁਕਤੀ ਦੀ ਆਸ! Hope for salvation!			

21. ਸੋਰਠਿ ਮਹਲਾ ੫॥ 627-19

ਪਰਮੇਸਰਿ ਦਿਤਾ ਬੰਨਾ॥ ਦੁਖ ਰੋਗ ਕਾ ਡੇਰਾ ਭੰਨਾ॥ parmaysar ditaa bannaa. dukh rog kaa dayraa bhannaa.
ਅਨਦ ਕਰਹਿ ਨਰ ਨਾਰੀ॥ ਹਰਿ ਹਰਿ ਪ੍ਰਭਿ ਕਿਰਪਾ ਧਾਰੀ॥੧॥ anad karahi nar naaree. har har parabh kirpaa Dhaaree. ||1||

ਜਿਸ ਨੂੰ ਪ੍ਰਭ ਸ਼ਬਦ ਦੇ ਲੜ ਲਾਉਂਦਾ, ਆਸਰਾ ਬਖਸ਼ਦਾ ਹੈ । ਉਸ ਦਾ ਸੰਸਾਰਕ ਇਛਾਂ ਦਾ ਦੁਖ ਦੂਰ ਹੋ ਜਾਂਦਾ ਹੈ । ਉਹ ਨਰ, ਨਾਰੀ ਅਨੰਦ, ਖੇੜੇ ਵਿੱਚ ਵਸਦਾ ਹੈ । ਪ੍ਰਭ ਦੀ ਰਹਿਮਤ ਦੀ ਨਜ਼ਰ ਬਖਸ਼ਿਸ਼ ਹੋ ਜਾਂਦੀ ਹੈ ।

Whosoever may be bestowed with His Blessed Vision, he may adopt the teachings of His Word with steady and stable belief in day-to-day life. His state of mind may become beyond the reach of miseries of worldly desires. He may remain contented and enjoys pleasure, and blossom. He may realize His Existence prevailing everywhere.

ਸੰਤਹੁ ਸੁਖੁ ਹੋਆ ਸਭ ਥਾਈ॥ santahu sukh ho-aa sabh thaa-ee.
ਪਾਰਬ੍ਰਹਮੁ ਪੂਰਨ ਪਰਮੇਸਰੁ, ਰਵਿ ਰਹਿਆ ਸਭਨੀ ਜਾਈ॥ ਰਹਾਉ॥ paarbarahm pooran parmaysar rav rahi-aa sabhnee jaa-ee. rahaa-o.

ਪੂਰਨ ਪ੍ਰਭ ਸਭ ਥਾਂ ਤੇ ਆਪ ਹੀ ਵਾਪਰਦਾ ਹੈ । ਹਰੇਕ ਥਾਂ ਤੇ ਸੰਤੋਖ ਖੇੜਾ ਵਸਦਾ ਹੈ ।

The Omnipresent True Master prevails everywhere in all universes. Contentment and blossom prevail everywhere.

ਧੁਰ ਕੀ ਬਾਣੀ ਆਈ॥ ਤਿਨਿ ਸਗਲੀ ਚਿੰਤ ਮਿਟਾਈ॥ Dhur kee banee aa-ee. tin saglee chint mitaa-ee.
ਦਇਆਲ ਪੁਰਖ ਮਿਹਰਵਾਨਾ॥ da-i-aal purakh miharvaanaa.
ਹਰਿ ਨਾਨਕ ਸਾਚੁ ਵਖਾਨਾ॥੨॥੧੩॥੭੭ har naanak saach vakhaanaa. 2||13||77

ਜਿਸ ਨੂੰ ਪ੍ਰਭ ਦੀ ਸਦਾ ਚਲਣ ਵਾਲੀ ਸ਼ਬਦ ਦੀ ਰੂਹਾਨੀ ਗੂੰਜ ਮਨ ਵਿੱਚ ਸੁਣਦੀ ਦੇਂਦੀ ਹੈ । ਉਸ ਦੇ ਮਨ ਦੀਆਂ ਚਿੰਤਾਂ ਖਤਮ ਹੋ ਜਾਂਦੀਆਂ ਹਨ । ਪ੍ਰਭ ਬਹੁਤ ਤਰਸਵਾਨ, ਦਿਆਲ ਹੈ! ਬੰਦਗੀ ਕਰਨ ਵਾਲਾ ਪ੍ਰਭ ਦੇ ਸ਼ਬਦ ਦਾ ਸਿਮਰਨ ਕਰਦਾ, ਸਦਾ ਹੀ ਰਹਿਮਤ ਦੀ ਅਰਦਾਸ ਕਰਦਾ ਹੈ ।

Whosoever may hear the everlasting echo of His Word resonating within his heart; all his worldly worries may be eliminated. The True Master remains very merciful and generous. His true devotee always meditates on the teachings of His Word and prays for His Forgiveness, and Refuge.

22. ਸੋਰਠਿ ਮਹਲਾ ੯॥ 633-15

ਜੋ ਨਰੁ ਦੁਖ ਮੈ ਦੁਖੁ ਨਹੀ ਮਾਨੈ॥ jo nar dukh mai dukh nahee maanai.
ਸੁਖ ਸਨੇਹੁ ਅਰੁ ਭੈ ਨਹੀ, ਜਾ ਕੈ ਕੰਚਨ ਮਾਟੀ ਮਾਨੈ॥੧॥ ਰਹਾਉ॥ sukh sanayhu ar bhai nahee jaa kai kanchan maatee maanai. ||1|| rahaa-o.

ਜਿਹੜਾ ਦੁਖ ਵਿੱਚ ਦੁਖ ਨਹੀਂ ਮਹਿਸੂਸ ਕਰਦਾ, ਉਸ ਨੂੰ ਸੁਖ ਮਿਲਣ ਨਾਲ ਵੀ ਕੋਈ ਪ੍ਰਭਾਵ, ਅਹੰਕਾਰ ਨਹੀਂ ਹੁੰਦਾ । ਉਸ ਨੂੰ ਪਿਆਰ ਜਾ ਨਰਾਜ਼ਗੀ ਦਾ ਕੋਈ ਪ੍ਰਭਾਵ ਨਹੀਂ ਹੁੰਦਾ । ਉਸ ਵਾਸਤੇ ਸੋਨਾ ਜਾ ਮਿੱਟੀ ਇਕ ਸਮਾਨ ਹੀ ਹੈ ।

Whose state of mind may not be influenced with worldly miseries or pleasure. He may never feel depressed, frustrated with miseries nor boast or pride with comforts. His state of mind may not by influenced with love nor disappointments. He may never feel excited with gold nor dust; no distinction.

ਨਹ ਨਿੰਦਿਆ ਨਹ ਉਸਤਤਿ ਜਾ ਕੈ, ਲੋਭੁ ਮੋਹੁ ਅਭਿਮਾਨਾ॥ nah nindi-aa nah ustat jaa kai lobh moh abhimaanaa.
ਹਰਖ ਸੋਗ ਤੇ ਰਹੈ ਨਿਆਰਉ, ਨਾਹਿ ਮਾਨ ਅਪਮਾਨਾ॥੧॥ harakh sog tay rahai ni-aara-o naahi maan apmaanaa. ||1||

ਜਿਹੜੇ ਜੀਵ ਤੇ ਉਸਤਤ ਜਾ ਨਿੰਦਿਆਂ ਦਾ ਕੋਈ ਪ੍ਰਭਾਵ ਨਾ ਹੋਵੇ । ਉਸ ਤੇ ਲਾਲਚ, ਮੋਹ, ਅਹੰਕਾਰ ਦਾ ਪ੍ਰਭਾਵ ਨਾ ਹੋਵੇ । ਉਹ ਦੁਖ, ਸੁਖ, ਮਾਣ, ਅਪਮਾਨ ਵਿੱਚ ਇਕ ਸਮਾਨ ਹੀ ਅਨੰਦ ਮਾਨਦਾ ਹੈ ।

ਗੁਰੂ ਨਾਨਕ ਦੇਵ ਜੀ! – Guru Nanak Dev Ji! Guru Granth Sahib

Whosoever may not have any influence of praises or rebuke; greed, attachments, and ego on his mind. He may remain in blossom same way with worldly misery and pleasure; honor or rebuke.

ਆਸਾ ਮਨਸਾ ਸਗਲ ਤਿਆਗੈ, ਜਗ ਤੇ ਰਹੈ ਨਿਰਾਸਾ॥ aasaa mansaa sagal ti-aagai jag tay rahai niraasaa.
ਕਾਮੁ ਕ੍ਰੋਧੁ ਜਿਹ ਪਰਸੈ ਨਾਹਨਿ, ਤਿਹ ਘਟਿ ਬ੍ਰਹਮੁ ਨਿਵਾਸਾ॥੨॥ kaam kroDh Jih parsai naahan tih ghat barahm nivaasaa. ||2||

ਜਿਹੜਾ ਮਨ ਵਿਚੋਂ ਆਸਾਂ, ਇਛਾਂ ਤਿਆਗ ਦੇਵੇ । ਸੰਸਾਰ ਵਿੱਚ ਕੁਝ ਪਾਉਣ ਦੀ ਤੁਮੰਨਾ, ਲਾਲਚ ਨਾ ਹੋਵੇ । ਜਿਸ ਦੇ ਮਨ ਵਿੱਚ ਕਾਮ ਵਾਸ਼ਨਾ, ਕਰੋਧ ਨਾ ਵਸਦਾ ਹੋਵੇ । ਉਸ ਦੇ ਮਨ ਵਿੱਚ ਪ੍ਰਭ ਦਾ ਪ੍ਰਵੇਸ਼ ਹੋਇਆ ਹੁੰਦਾ ਹੈ ।

Whosoever may conquer his hopes and worldly desires. He may not have anxiety, greed for worldly possessions; he may not remain a slave of sexuality and anger. His Holy Spirit may be already shining within his heart; he remains awake and alert within his way of life.

ਗੁਰ ਕਿਰਪਾ ਜਿਹ ਨਰ ਕਉ ਕੀਨੀ, ਤਿਹ ਇਹ ਜੁਗਤਿ ਪਛਾਨੀ॥ gur kirpaa Jih nar ka-o keenee tih ih jugat pachhaanee.
ਨਾਨਕ ਲੀਨ ਭਇਓ ਗੋਬਿੰਦ ਸਿਉ, ਜਿਉ ਪਾਨੀ ਸੰਗਿ ਪਾਨੀ॥੩॥੧੧॥ naanak leen bha-i-o gobind si-o Ji-o paanee sang paanee. ||3||11||

ਉਸ ਤੇ ਪ੍ਰਭ ਦੀ ਰਹਿਮਤ ਭਰਪੂਰ ਹੁੰਦੀ ਹੈ । ਜਿਸ ਨਾਲ ਉਸ ਨੂੰ ਸੰਸਾਰ ਦੀ ਜਾਣਕਾਰੀ ਹੋਈ ਹੈ । ਜਿਵੇਂ ਪਾਣੀ ਵਿੱਚ ਪਾਣੀ ਮਿਲਦਾ ਹੈ, ਉਸ ਆਤਮਾ ਦੀ ਜੋਤ ਪ੍ਰਭ ਦੀ ਜੋਤ ਵਿੱਚ ਮਿਲ ਜਾਂਦੀ ਹੈ ।

Whosoever may remain overwhelmed with His Blessed Vision; he may be enlightened with functioning of the world. As water mixed with water may not be distinguished nor can be separated out; same way his soul may be immersed within His Holy Spirit.

23. ਰਾਗੁ ਸੋਰਠਿ ਬਾਣੀ ਭਗਤ ਭੀਖਨ ਕੀ॥ 659

ਐਸਾ ਨਾਮੁ ਰਤਨੁ ਨਿਰਮੋਲਕੁ, ਪੁੰਨਿ ਪਦਾਰਥੁ ਪਾਇਆ॥ aisaa naam ratan nirmolak punn padaarath paa-i-aa.
ਅਨਿਕ ਜਤਨ ਕਰਿ ਹਿਰਦੈ ਰਾਖਿਆ, ਰਤਨੁ ਨ ਛਪੈ ਛਪਾਇਆ॥੧॥ anik jatan kar hirdai raakhi-aa ratan na chhapai chhapaa-i-aa. ||1||

ਚੰਗੇ ਕੰਮ ਕਰਕੇ, ਮੇਰੇ ਮਨ ਨੂੰ ਅਮੋਲਕ ਸ਼ਬਦ ਦੀ ਸੋਝੀ ਬਖਸ਼ਿਸ਼ ਹੋਈ ਹੈ । ਸ਼ਬਦ ਦੀ ਸੋਝੀ ਦੀ ਕੀਮਤ ਜਾਣੀ ਨਹੀਂ ਜਾ ਸਕਦੀ । ਇਸ ਨਾਲ ਮੇਰਾ ਮਨ ਭਰਪੂਰ ਹੈ, ਇਹ ਲੁਕਿਆ ਵੀ ਲੁਕਦਾ ਨਹੀਂ ।

As a reward of my good deeds of previous lives; I have been enlightened with the essence of His Word. The significance of the enlightenment of His Word remains beyond the comprehension of His Creation. I remain overwhelmed with the enlightenment; I may be not be able to hide His Blessings, the glow of The Holy Spirt.

ਹਰਿ ਗੁਨ ਕਹਤੇ ਕਹਨੁ ਨ ਜਾਈ॥ har gun kahtay kahan na jaa-ee.
ਜੈਸੇ ਗੂੰਗੇ ਕੀ ਮਿਠਿਆਈ॥੧॥ ਰਹਾਉ॥ jaisay goongay kee mithi-aa-ee. ||1|| rahaa-o.

ਪ੍ਰਭ ਦੇ ਸਾਰੇ ਗੁਣ ਬੋਲਿਆਂ ਦੱਸੇ ਨਹੀਂ ਜਾ ਸਕਦੇ! ਜਿਵੇਂ ਗੂੰਗਾ ਮਿੱਠਾ ਖਾਂ ਕੇ, ਉਸ ਦਾ ਸਵਾਦ ਨਹੀਂ ਦੱਸ ਸਕਦਾ ।

All the virtues of The True Master may not be imagined, or comprehend by His Creation. The state of mind of His true devotee remains like a mute; who may eat sweet delicacy; however, he may not be able to express his pleasure with his tongue. He may only express his pleasure with smile.

ਰਸਨਾ ਰਮਤ ਸੁਨਤ ਸੁਖੁ ਸ੍ਰਵਨਾ, ਚਿਤ ਚੇਤੇ ਸੁਖੁ ਹੋਈ॥ rasnaa ramat sunat sukh sarvanaa chit chaytay sukh ho-ee.
ਕਹੁ ਭੀਖਨ ਦੁਇ ਨੈਨ ਸੰਤੋਖੇ, ਜਹ ਦੇਖਾਂ ਤਹ ਸੋਈ॥੨॥੨॥ kaho bheekhan du-ay nain santokhay jah daykhaaN tah so-ee. ||2||2||

ਜਿਸ ਦੀ ਜੀਭ ਪ੍ਰਭ ਦੇ ਸ਼ਬਦ ਦੀ ਉਸਤਤ ਕਰਦੀ ਹੈ । ਕੰਨ ਉਸਤਤ ਸੁਣਦੇ, ਮਨ ਵਿੱਚ ਭਰੋਸਾ ਪੱਕਾ ਹੁੰਦਾ ਹੈ! ਪ੍ਰਭ ਦੀ ਰਹਿਮਤ ਨਾਲ ਉਸ ਦੇ ਮਨ ਵਿੱਚ ਸੰਤੋਖ, ਸ਼ਾਂਤੀ ਬਖਸ਼ਿਸ਼ ਹੁੰਦੀ ਹੈ । ਜਿਥੇ ਵੀ ਮੈਂ ਦੇਖਦਾ, ਹਰ ਪਾਸੇ ਪ੍ਰਭ ਦਾ ਰੂਪ ਹੀ ਨਜ਼ਰ ਆਉਂਦਾ ਹੈ । ਮਨ ਉਸ ਅਨੰਦ ਵਿੱਚ ਹੀ ਲੀਨ ਹੋਇਆ ਹੈ ।

Whosoever may sing the glory of His Word with his tongue; listens the sermons, glory of His Word with his ears; his belief on the teachings of His Word, remains steady and stable. He may be blessed with peace of mind and contentment in his human life journey. He may witness, realize His Holy Spirt dwelling and prevailing everywhere. He may remain intoxicated in meditation in the. void of His Word.

24. ਧਨਾਸਰੀ ਮਹਲਾ ੫॥ 682-1

ਅਉਖੀ ਘੜੀ ਨ ਦੇਖਣ ਦੇਈ, ਅਪਨਾ ਬਿਰਦੁ ਸਮਾਲੇ॥ a-ukhee gharhee na daykhan day-ee apnaa birad samaalay.
ਹਾਥ ਦੇਇ ਰਾਖੈ ਅਪਨੇ ਕਉ, ਸਾਸਿ ਸਾਸਿ ਪ੍ਰਤਿਪਾਲੇ॥੧॥ haath day-ay raakhai apnay ka-o saas saas partipaalay. ||1||

ਗੁਰਮਖ ਦੇ ਜੀਵਨ ਵਿੱਚ ਸਭ ਤੋਂ ਵੱਡੀ ਦੁਖ ਵਾਲੀ ਘਟਨਾ, ਸ਼ਬਦ ਦੀ ਪਾਲਣਾ ਕਰਨਾ ਭੁਲ ਜਾਣਾ, ਪ੍ਰਭ ਤੋਂ ਵਿਛੋੜੇ ਦੀ ਯਾਦ ਭੁਲ ਜਾਣਾ! ਉਹ ਹਮੇਸ਼ਾਂ ਰਹਿਮਤ ਦੀ ਅਰਦਾਸ ਕਰਦਾ ਹੈ! ਕਦੇ ਉਸ ਦੇ ਮਨ ਵਿਚੋਂ ਸ਼ਬਦ ਦੀ ਪਾਲਣਾ ਕਰਨਾ, ਪ੍ਰਭ ਦੇ ਵਿਛੋੜੇ ਦਾ ਯਾਦ ਨਾ ਵਿਸਰ ਜਾਵੇ! ਉਹ ਸੰਸਾਰਕ ਦੁਖ, ਸੁਖ ਪ੍ਰਭ ਦੀ ਬਖਸ਼ਿਸ਼ ਸਮਝ ਕੇ ਅਨੰਦ ਮਾਣਦਾ ਹੈ! ਉਸ ਨੂੰ ਕਿਸੇ ਵੀ ਸੰਸਾਰਕ ਹਾਲਤ ਵਿੱਚ ਪਰੇਸ਼ਾਨੀ ਮਹਿਸੂਸ ਨਹੀਂ ਹੁੰਦੀ । ਪ੍ਰਭ ਆਪਣੀ ਰਹਿਮਤ ਨਾਲ ਉਸ ਦੇ ਮਨ ਵਿੱਚ ਸੰਤੋਖ ਧੀਰਜ ਬਖਸ਼ਦਾ ਹੈ । ਸਵਾਸ ਸਵਾਸ ਉਸ ਦੀ ਪਾਲਣਾ, ਰਖਿਆ ਕਰਦਾ ਹੈ ।

The most terrible misery in the mind of His true devotee is to forget to obey His Word, the memory of his separation from His Holy Spirit. He always prays for His Blessed Vision; he may never forget to obey the teachings of His Word; he may never forget the miseries of his separation from His Holy Spirit. His true devotee accepts all worldly pleasures and miseries as His Worthy Bblessings. His state of mind may never be affected with any worldly environments. The True Master always nourishes and protects His true devotee with every breath.

ਪ੍ਰਭ ਸਿਉ ਲਾਗਿ ਰਹਿਓ ਮੇਰਾ ਚੀਤੁ॥ parabh si-o laag rahi-o mayraa cheet.
ਆਦਿ ਅੰਤਿ ਪ੍ਰਭੁ ਸਦਾ ਸਹਾਈ, ਧੰਨੁ ਹਮਾਰਾ ਮੀਤੁ॥ ਰਹਾਉ॥ aad ant parabh sadaa sahaa-ee Dhan hamaaraa meet. rahaa-o.

ਬੰਦਗੀ ਕਰਨ ਵਾਲਾ ਪ੍ਰਭ ਦੇ ਸ਼ਬਦ ਦੀ ਪਾਲਣਾ ਵਿੱਚ ਮਸਤ, ਲੀਨ ਰਹਿੰਦਾ ਹੈ । ਪ੍ਰਭ ਦਾ ਸ਼ਬਦ ਹੀ ਜਨਮ ਤੋਂ ਲੇ ਕੇ ਮੌਤ ਪਿਛੋਂ ਵੀ, ਆਤਮਾ ਦੇ ਸਾਥ ਰਹਿੰਦਾ ਹੈ । ਸ਼ਬਦ ਦੀ ਕਮਾਈ ਸਦਾ ਹੀ ਉਸ ਦੇ ਸਹਾਈ ਰਹਿੰਦੀ ਹੈ ।

His true devotee always remains intoxicated in obeying the teachings of His Word. The earnings of His Word always remain his companion in worldly life and a witness after death in His Court.

ਮਨਿ ਬਿਲਾਸ ਭਏ ਸਾਹਿਬ ਕੇ, ਅਚਰਜ ਦੇਖਿ ਬਡਾਈ॥ man bilaas bha-ay saahib kay achraj daykh badaa-ee.
ਹਰਿ ਸਿਮਰਿ ਸਿਮਰਿ ਆਨਦ ਕਰਿ, har simar simar aanad kar
ਨਾਨਕ ਪ੍ਰਭਿ ਪੂਰਨ ਪੈਜ ਰਖਾਈ॥ ੨॥੧੫॥੪੬॥ naanak parabh pooran paij rakhaa-ee. ||2||15||46||

ਬੰਦਗੀ ਕਰਨ ਵਾਲਾ, ਪ੍ਰਭ ਦੇ ਗੁਣਾਂ ਨੂੰ ਮਹਿਸੂਸ ਕਰਕੇ, ਅਨੰਦ ਖੇੜੇ ਵਿੱਚ ਰਹਿੰਦਾ ਹੈ । ਉਸ ਦੇ ਕਰਤਬਾਂ ਤੋਂ ਹੈਰਾਨ ਰਹਿੰਦਾ, ਸ਼ਬਦ ਦੇ ਗੁਣ ਗਾਉਂਦਾ ਹੈ । ਬੰਦਗੀ ਕਰਨ ਵਾਲਾ ਸ਼ਬਦ ਦੀ ਪਾਲਣਾ ਕਰਦਾ, ਸ਼ਬਦ ਦੀ ਸਮਾਧੀ ਵਿੱਚ ਵਸਦਾ ਹੈ । ਪ੍ਰਭ ਆਪ ਹੀ ਉਸ ਦਾ ਭਰੋਸਾ ਅਡੋਲ ਰਖਦਾ, ਰਖਿਆ ਕਰਦਾ ਹੈ ।

His true devotee may realize the virtues of His Word, His Blessings and remains in pleasure and blossom. He remains fascinated from His Nature and sings the glory of His Word. He always obeys the teachings of His Word with steady and stable belief. He remains intoxicated in meditation in the void of His Word. The True Master keeps His true devotee steady and stable on the right path of acceptance in His Court.

25. ਧਨਾਸਰੀ ਮਹਲਾ ੯॥ 685-3

ਤਿਹ ਜੋਗੀ ਕਉ ਜੁਗਤਿ ਨ ਜਾਨਉ॥ tih jogee ka-o jugat na jaan-o.
ਲੋਭ ਮੋਹ ਮਾਇਆ ਮਮਤਾ ਫੁਨਿ, lobh moh maa-i-aa mamtaa fun
ਜਿਹ ਘਟਿ ਮਾਹਿ ਪਛਾਨਉ॥੧॥ ਰਹਾਉ॥ jih ghat maahi pachhaana-o. ||1|| rahaa-o.

ਜਿਸ ਦਾ ਮਨ, ਲਾਲਚ, ਸੰਸਾਰਕ ਮੋਹ, ਅਹੰਕਾਰ ਨਾਲ ਭਰਿਆਂ ਹੈ । ਉਹ ਪ੍ਰਭ ਦੇ ਸ਼ਬਦ ਦੀ ਬੰਦਗੀ ਕਰਨੀ ਨਹੀਂ ਜਾਣਦਾ । ਉਸ ਨੂੰ ਸ਼ਬਦ ਦੀ ਸੋਝੀ ਬਖਸ਼ਿਸ਼ ਨਹੀਂ ਹੋ ਸਕਦੀ ।

Whosoever may remain overwhelmed with greed, emotional attachments, and ego; he may never remain steady and stable on the path of meditation. He may never be blessed with the enlightenment of His Word.

ਪਰ ਨਿੰਦਾ ਉਸਤਤਿ ਨਹ ਜਾ ਕੈ, ਕੰਚਨ ਲੋਹ ਸਮਾਨੋ॥ par nindaa ustat nah jaa kai kanchan loh samaano.
ਹਰਖ ਸੋਗ ਤੇ ਰਹੈ ਅਤੀਤਾ, ਜੋਗੀ ਤਾਹਿ ਬਖਾਨੋ॥੧॥ harakh sog tay rahai ateetaa jogee taahi bakhaano. ||1||

ਜਿਹੜਾ ਕਿਸੇ ਉਸਤਤ, ਨਿੰਦਿਆਂ, ਸੋਨੇ, ਲੋਹੇ ਵਿੱਚ ਕੋਈ ਅੰਤਰ ਨਹੀਂ ਸਮਝਦਾ । ਉਸ ਦੇ ਮਨ ਤੇ ਦੁਖ, ਸੁਖ ਦਾ ਵੀ ਕੋਈ ਪ੍ਰਭਾਵ ਨਹੀਂ ਹੁੰਦਾ । ਕੇਵਲ ਉਹ ਹੀ ਅਸਲੀ ਜੋਗੀ ਕਹਿਣ ਦੇ ਯੋਗ ਹੈ ।

Whose state of mind may not be influenced by worldly praises or rebuke, achievement of Iron or Gold in his worldly life. He may not be influenced with the worldly miseries or pleasures; only he may be worthy to be called as real Yogi.

ਚੰਚਲ ਮਨੁ ਦਹ ਦਿਸਿ ਕਉ ਧਾਵਤ, ਅਚਲ ਜਾਹਿ ਠਹਰਾਨੋ॥ chanchal man dah dis ka-o Dhaavat achal jaahi thehraano.
ਕਹੁ ਨਾਨਕ ਇਹ ਬਿਧਿ ਕੋ ਜੋ ਨਰੁ, ਮੁਕਤਿ ਤਾਹਿ ਤੁਮ ਮਾਨੋ॥੨॥੩॥ kaho naanak ih biDh ko jo nar mukat taahi tum maano. ||2||3||

ਜਿਸ ਦਾ ਮਨ ਇਕੋ ਇਕ ਤੇ ਨਹੀਂ ਟਿਕਦਾ, ਦਸ ਪਾਸੇ ਘੁੰਮਦਾ ਹੈ । ਉਸ ਨੂੰ ਇਕੋ ਇਕ ਤੇ ਲਿਵ ਲਾਉਣਾ, ਭਟਕਣਾਂ ਤੇ ਕਾਬੂ ਪਾਉਣਾ ਪੈਂਦਾ ਹੈ । ਜਿਹੜਾ ਜੀਵ ਆਪਣੇ ਮਨ ਤੇ ਕਾਬੂ ਪਾਉਣ ਦੀ ਵਿਧੀ ਜਾਣ ਜਾਂਦਾ ਹੈ । ਉਹ ਪ੍ਰਭ ਦੇ ਦਰਬਾਰ ਵਿੱਚ ਪਰਖਣ ਦੇ ਯੋਗ ਹੋ ਜਾਂਦਾ ਹੈ ।

Whosoever may not stay focused on one path of meditation and wander on different worldly gurus, religion paths. He may have to restrict and bring his mind on the right track to be attached to meditate on the teachings of His Word. Whosoever may practice the technique to conquer his own mind; he may become worthy of His Considerations.

26. ਧਨਾਸਰੀ ਸ੍ਰੀ ਸੈਣੁ॥ 695

ਧੂਪ ਦੀਪ ਘ੍ਰਿਤ ਸਾਜਿ ਆਰਤੀ॥ Dhoop deep gharit saaj aartee.
ਵਾਰਨੇ ਜਾਉ ਕਮਲਾ ਪਤੀ॥੧॥ vaarnay jaa-o kamlaa patee. ||1||

ਮੈਂ, ਧੂਪ ਜਗਾਉਂਦਾ ਹਾ, ਘਿਉ ਦੀ ਜੋਤ ਜਗਾ ਕੇ ਤੇਰੀ ਪੂਜਾ, ਆਰਤੀ ਕਰਦਾ ਹਾ । ਸੰਸਾਰਕ ਮਾਇਆ ਦੇ ਮਾਲਕ ਤੋਂ ਕੁਰਬਾਨ ਜਾਵਾ! ਇਹ ਸਾਰੀ ਉਸ ਦੀ ਹੀ ਮਹਿਮਾਂ ਹੈ ।

My True Master, I am lighting a stick of aroma, a lamp with oil to worship and sing Your Praises. I remain fascinated from The True Master. The creation of universe is all His Greatness.

ਮੰਗਲਾ ਹਰਿ ਮੰਗਲਾ॥ manglaa har manglaa.
ਨਿਤ ਮੰਗਲੁ ਰਾਜਾ ਰਾਮ ਰਾਇ ਕੋ॥੧॥ ਰਹਾਉ॥ nit mangal raajaa raam raa-ay ko. ||1|| rahaa-o.

ਪ੍ਰਭ ਸੰਸਾਰ ਵਿੱਚ ਸਾਰਾ ਖੇੜਾ, ਤੇਰਾ ਬਖਸ਼ਿਆ ਹੋਇਆ ਹੀ ਹੁੰਦਾ ਹੈ । ਤੂੰ ਹੀ ਸਾਰੀ ਸ੍ਰਿਸ਼ਟੀ ਦਾ ਅਸਲੀ ਮਾਲਕ ਹੈ ।

My True Master, all blossom in the universe has been blessed with Your Blessed Vision. The One and Only One True Master, Creator of the universe.

ਊਤਮੁ ਦੀਅਰਾ ਨਿਰਮਲ ਬਾਤੀ॥ ootam dee-araa nirmal baatee.
ਤੁਹੀਂ ਨਿਰੰਜਨੁ ਕਮਲਾ ਪਾਤੀ॥੨॥ tuheeN niranjan kamlaa paatee. ||2||

ਪ੍ਰਭ ਤੇਰੀ ਜੋਤ ਸਦਾ ਜਗਣ ਵਾਲੀ, ਸਦਾ ਅਟਲ ਰਹਿਣ ਵਾਲੀ ਹੈ । ਅਡੋਲ ਭਰੋਸੇ ਨਾਲ ਸ਼ਬਦ ਦੀ ਪਾਲਣਾ ਕਰਨਾ ਹੀ ਉਹ ਪਵਿੱਤਰ ਵੱਟੀ ਹੈ । ਪ੍ਰਭ ਤੂੰ ਅਕਾਰ ਤੋਂ ਰਹਿਤ, ਕਿਸੇ ਦਾਗ਼ ਤੋਂ ਰਹਿਤ, ਪਵਿੱਤਰ ਹੈ । ਤੂੰ ਹੀ ਸੰਸਾਰਕ ਮਾਇਆ ਦਾ ਅਸਲੀ ਮਾਲਕ, ਭੰਡਾਰੀ ਹੈ ।

The glow of Your Holy Spirit remains enlightened in the universe forever. To obey the teachings of Your Word with steady and stable belief in day-to-day life, may be the sanctifying wick of the lamp to provide enlightenment. The True Master, Treasure of all virtues and blessings remains beyond any blemish and bodyless, structureless.

ਰਾਮਾ ਭਗਤਿ ਰਾਮਾਨੰਦੁ ਜਾਨੈ॥ raamaa bhagat raamaanand jaanai.
ਪੂਰਨ ਪਰਮਾਨੰਦੁ ਬਖਾਨੈ॥੩॥ pooran parmaanand bakhaanai. ||3||

ਬੰਦਗੀ ਕਰਨ ਵਾਲਾ ਪ੍ਰਭ ਦੇ ਸ਼ਬਦ ਦੀ ਪਾਲਣਾ ਕਰਨਾ ਦੀ ਵਿਧੀ ਜਾਣਦਾ ਹੈ । ਪ੍ਰਭ ਹਰ ਥਾਂ, ਹਰੇਕ ਜੀਵ ਵਿੱਚ ਹਰ ਵੇਲੇ ਵਾਪਰਦਾ ਹੈ । ਪ੍ਰਭ ਜੀਵ ਦੀ ਪਾਲਣਾ ਕਰਦਾ ਹੈ, ਸਭ ਕੁਝ ਦੇਖਦਾ ਹੈ ।

His true devotee knows the technique to obey the teachings of His Word with steady and stable belief in his day-to-day life. The Omnipresent True Master prevails at each place in the body of a creature and in the outside world. The True Master nourishes all creatures and witness everything.

ਮਦਨ ਮੂਰਤਿ ਭੈ ਤਾਰਿ ਗੋਬਿੰਦੇ॥ madan moorat bhai taar gobinday.
ਸੈਨੁ ਭਣੈ ਭਜੁ ਪਰਮਾਨੰਦੇ॥੪॥੨॥ sain bhanai bhaj parmaananday. ||4||2||

ਅਨੋਖੀ ਅਕਾਰ ਰਹਿਤ ਮੂਰਤ, ਪ੍ਰਭ ਹੀ ਮੈਨੂੰ ਸੰਸਾਰਕ ਸਾਗਰ ਵਿਚੋਂ ਪਾਰ ਲੰਘਾ ਸਕਦਾ ਹੈ । ਪ੍ਰਭ ਦੇ ਸ਼ਬਦ ਦੀ ਪਾਲਣਾ, ਸਿਮਰਨ ਕਰਨ ਨਾਲ ਇਕ ਅਮੋਲਕ ਹੀ ਅਨੰਦ, ਖੇੜਾ ਬਖਸ਼ਿਸ਼ ਹੁੰਦਾ ਹੈ ।

Only the astonishing, bodyless Omnipotent True Master may save me and carries His true devotee across the worldly ocean of desires. By meditating and obeying the teachings of His Word with steady and stable an ambrosial pleasure and blossom may be blessed.

27. ਧਨਾਸਰੀ ਪੀਪਾ॥ 695

ਕਾਯਉ ਦੇਵਾ ਕਾਇਅਉ, ਦੇਵਲ ਕਾਇਅਉ ਜੰਗਮ ਜਾਤੀ॥ kaa-ya-o dayvaa kaa-i-a-o dayval kaa-i-a-o jangam jaatee.
ਕਾਇਅਉ ਧੂਪ ਦੀਪ ਨਈਬੇਦਾ, ਕਾਇਅਉ ਪੂਜਉ ਪਾਤੀ॥੧॥ kaa-i-a-o Dhoop deep na-eebaydaa kaa-i-a-o pooja-o paatee. ||1||

ਜੀਵ ਦੇ ਤਨ ਅੰਦਰ ਹੀ ਉਹ ਪ੍ਰਭ ਦੀ ਜੋਤ ਜਾਗਰਤ ਰਹਿੰਦੀ ਹੈ । ਮਨ ਹੀ ਉਹ ਪਵਿੱਤਰ ਮੰਦਰ ਹੈ, ਉਹ ਤੀਰਥ ਯਾਤਰਾ, ਤੀਰਥ ਇਸ਼ਨਾਨ ਹੈ । ਜੀਵ ਦੇ ਮਨ ਅੰਦਰ ਹੀ ਉਹ ਜੋਤ, ਸੋਝੀ ਦਾ ਦੀਵਾ ਹੈ । ਪੂਜਾ ਕਰਨ ਵਾਲੀ ਭੇਟਾ ਹੈ, ਉਹ ਭੇਟਾ ਕਰਨ ਵਾਲੇ ਫੁੱਲ ਹਨ ।

His Holy Spirit remains awake and alert within the body and mind of all creatures. His body is the Holy shrine; searching, concentrating, within on the teachings of His Word is a pilgrimage and sanctifying bath. The lamp of enlightenments, offering and the flowers of worship remains embedded within His body.

ਕਾਇਆ ਬਹੁ ਖੰਡ ਖੋਜਤੇ, ਨਵ ਨਿਧਿ ਪਾਈ॥ kaa-i-aa baho khand khojtay nav niDh paa-ee.
ਨਾ ਕਛੁ ਆਇਬੋ, ਨਾ ਕਛੁ ਜਾਇਬੋ, naa kachh aa-ibo naa kachh jaa-ibo
ਰਾਮ ਕੀ ਦੁਹਾਈ॥੧॥ ਰਹਾਉ॥ raam kee duhaa-ee. ||1|| rahaa-o.

ਮੈਂ ਆਪਣੇ ਮਨ ਨੂੰ ਖੋਜ ਕੇ ਦੇਖਿਆ ਹੈ! ਮਨ ਵਿਚੋਂ ਹੀ ਨੌ ਖਜ਼ਾਨੇਂ, ਨੌ ਭੰਡਾਰ ਬਖਸ਼ਿਸ਼ ਹੋਏ ਹਨ । ਇਸ ਵਿਚੋਂ ਨਾ ਹੀ ਕੁਝ ਨਿਕਲਦਾ (ਘਟਦਾ) ਹੈ । ਨਾ ਹੀ ਕੁਝ ਪਾਇਆ (ਵਧਦਾ) ਜਾਂਦਾ ਹੈ । ਮੈਂ ਰਹਿਮਤ ਦੀ ਅਰਦਾਸ ਕਰਦਾ ਹਾ, ਕੇਵਲ ਪ੍ਰਭ ਹੀ ਪ੍ਰਵਾਨਗੀ ਦੇ ਰਸਤੇ ਦੀ ਸੋਝੀ ਬਖਸ਼ਦਾ ਹੈ ।

I have searched within my mind and evaluated my deeds; I have been blessed with nine treasures of enlightenment from within my mind. Nothing may be pulled out of mind nor anything may be added within. I always pray for His Forgiveness and Refuge. Only The True Master may bless the right path of acceptance in His Court.

ਜੋ ਬ੍ਰਹਮੰਡੇ ਸੋਈ ਪਿੰਡੇ, ਜੋ ਖੋਜੈ ਸੋ ਪਾਵੈ॥ jo barahmanday so-ee pinday jo khojai so paavai.
ਪੀਪਾ ਪ੍ਰਣਵੈ ਪਰਮ ਤਤੁ ਹੈ, ਸਤਿਗੁਰੁ ਹੋਇ ਲਖਾਵੈ॥੨॥੩॥ peepaa paranvai param tat hai satgur ho-ay lakhaavai. ||2||3||

ਜਿਹੜਾ ਪ੍ਰਭ ਸ੍ਰਿਸ਼ਟੀ ਨੂੰ ਸਾਜਦਾ ਹੈ, ਉਹ ਹੀ ਹਰੇਕ ਜੀਵ ਦੇ ਮਨ ਵਿੱਚ ਵਸਦਾ ਹੈ । ਜਿਹੜਾ ਵੀ ਅਡੋਲ ਭਰੋਸੇ ਨਾਲ ਮਨ ਵਿਚੋਂ ਖੋਜਦਾ ਹੈ । ਉਸ ਨੂੰ ਮਨ ਅੰਦਰੋਂ ਹੀ ਪ੍ਰਭ ਦੀ ਹੋਂਦ ਪ੍ਰਗਟ ਹੋ ਜਾਂਦੀ ਹੈ । ਜੀਵ ਸ੍ਰਿਸ਼ਟੀ ਦੇ ਅਸਲੀ ਮਾਲਕ ਅੱਗੇ ਅਰਦਾਸ ਕਰੋ । ਹੋਰ ਕੋਈ ਅਰਦਾਸ ਕਰਨ, ਪੂਜਣ ਯੋਗ ਨਹੀਂ ਹੈ । ਇਹ ਹੀ ਸ਼ਬਦ ਦੀ ਪਾਲਣਾ ਤੋਂ ਸੋਝੀ ਬਖਸ਼ਿਸ਼ ਹੁੰਦੀ ਹੈ ।

The One and Only One, True Master, Creator of the universe, remains embedded with every soul, dwells and prevails within each creature. Whosoever may search within his own mind with steady and stable belief; he may be enlightened from within. The One and Only One, True Master is worthy of worship. By obeying the teachings of His Word; His true devotee may be enlightened with His Nature from within.

28. ਧਨਾਸਰੀ ਧੰਨਾ॥ 695

ਗੋਪਾਲ ਤੇਰਾ ਆਰਤਾ॥ gopaal tayraa aartaa.
ਜੋ ਜਨ ਤੁਮਰੀ ਭਗਤਿ ਕਰੰਤੇ, jo jan tumree bhagat karantay
ਤਿਨ ਕੇ ਕਾਜ ਸਵਾਰਤਾ॥੧॥ ਰਹਾਉ॥ tin kay kaaj savaarataa. ||1|| rahaa-o.

ਪ੍ਰਭ, ਮੈਂ, ਤੇਰੇ ਅੱਗੇ ਅਰਦਾਸ, ਆਰਤੀ ਕਰਦਾ ਹਾ । ਜਿਹੜਾ ਜੀਵ ਵੀ ਮਨ ਲਾ ਕੇ ਅਡੋਲ ਭਰੋਸੇ ਨਾਲ ਬੰਦਗੀ ਕਰਦਾ ਹੈ । ਪ੍ਰਭ ਆਪ ਹੀ ਸਹਾਈ ਹੋ ਕੇ ਉਸ ਦੇ ਸਾਰੇ ਕਾਰਜ ਸੰਵਾਰਦਾ ਹੈ ।

My True Master, I worship and pray for Your Forgiveness and Refuge. Whosoever may meditate on the teachings of Your Word with steady and stable belief in his day-to-day life; with Your mercy and grace; he may be blessed with the right path of human life opportunity. You prevail in all his worldly deeds and become the protector of his honor in his worldly life.

ਦਾਲਿ ਸੀਧਾ ਮਾਗਉ ਘੀਉ॥ ਹਮਰਾ ਖੁਸੀ ਕਰੈ ਨਿਤ ਜੀਉ॥ daal seeDhaa maaga-o ghee-o. hamraa khusee karai nit jee-o.
ਪਨ੍ਹੀਆ ਛਾਦਨੁ ਨੀਕਾ॥ ਅਨਾਜੁ ਮਗਉ ਸਤ ਸੀ ਕਾ॥੧॥ panHee-aa chhaadan neekaa. anaaj maga-o sat see kaa. ||1||

ਪ੍ਰਭ ਆਪ ਹੀ ਬਿਨਾਂ ਮੰਗੇ, ਜੀਵ ਨੂੰ ਖਾਣ ਵਾਸਤੇ, ਤਨ ਨੂੰ ਪਾਲਣ ਵਾਸਤੇ ਭੋਜਨ (ਦਾਲ, ਆਟਾ, ਘਿਉ), ਤਨ ਨੂੰ ਢੱਕਣ ਵਾਸਤੇ ਕਪੜਾ ਬਖਸ਼ਦਾ ਹੈ । ਅਰਦਾਸ ਕਰਦਾ ਹੈ! ਮੈਨੂੰ ਸੰਤੋਖ, ਆਪਣੇ ਸ਼ਬਦ ਦੀ ਲਗਨ ਅਤੇ ਸੋਝੀ ਬਖਸ਼ੋ ।

The Omniscient True Master blesses the source of nourishment, clothes to cover and to protect his body without praying for these virtues. I only pray for His Blessed Vision to be blessed with devotion to meditate on the teachings of His Word. I may remain enlightened and contented in my worldly environment.

ਗਊ ਭੈਸ ਮਗਉ ਲਾਵੇਰੀ॥ ਇਕ ਤਾਜਨਿ ਤੁਰੀ ਚੰਗੇਰੀ॥ ga-oo bhais maga-o laavayree. ik taajan turee changayree.
ਘਰ ਕੀ ਗੀਹਨਿ ਚੰਗੀ॥ ਜਨੁ ਧੰਨਾ ਲੇਵੈ ਮੰਗੀ॥੨॥੪॥ ghar kee geehan changee. jan Dhannaa layvai mangee. ||2||4||

ਪ੍ਰਭ ਤਨ ਦੀ ਪਾਲਣਾ ਕਰਨ ਲਈ ਸਭ ਕੁਝ ਬਿਨਾਂ ਮੰਗਣ ਤੋਂ ਆਪ ਹੀ ਬਖਸ਼ਦਾ ਹੈ! ਮਨਮੁਖ, ਲਾਲਚੀ ਜੀਵ, ਦੁੱਧ ਦੇਣ ਵਾਲੀ ਗਊ, ਮੱਝ ਮੰਗਦੇ, ਸਵਾਰੀ ਲਈ ਘੋੜਾ ਮੰਗਦਾ, ਘਰ ਸੰਭਾਲਨ ਲਈ ਸੁੱਚਜੀ ਔਰਤ, ਪਤਨੀ ਮੰਗਦਾ ਹੈ । ਉਹ ਸੰਸਾਰਕ, ਨਾਸ ਹੋਣ ਵਾਲੇ ਪਦਾਰਥਾ ਨੂੰ ਬਹੁਤ ਮਹੱਤਤਾ ਦੇਂਦਾ ਹੈ । ਪ੍ਰਭ, ਮੈਂ, ਕੇਵਲ ਤੇਰੀ ਰਹਿਮਤ ਹੀ ਮੰਗਦਾ ਹੈ । ਸਭ ਕੁਝ ਤੇਰੀ ਰਹਿਮਤ ਵਿੱਚ ਹੀ ਸਮਾਇਆ ਹੈ ।

The Omniscient True Master blesses the source of nourishment, clothes to cover and protect his body without praying for these virtues. However, self-minded, greedy may pray for worldly virtues like milking cow, horse to ride, intelligent life partner to help manage worldly house hold. He considers worldly perishable material more significance. I am only praying for Your Blessed Vision; all world virtues, blessings remain embedded within Your Forgiveness and Refuge.

ਗੁਰੂ ਨਾਨਕ ਦੇਵ ਜੀ! – Guru Nanak Dev Ji! Guru Granth Sahib

29. ਜੈਤਸਰੀ ਮਹਲਾ ੫ ਘਰੁ ੩॥ 700-1

ੴ ਸਤਿਗੁਰ ਪ੍ਰਸਾਦਿ॥ ik-oNkaar satgur parsaad.
ਕੋਈ ਜਾਨੈ ਕਵਨੁ ਈਹਾ ਜਗਿ ਮੀਤੁ॥ ko-ee jaanai kavan eehaa jag meet.
ਜਿਸੁ ਹੋਇ ਕ੍ਰਿਪਾਲੁ ਸੋਈ ਬਿਧਿ ਬੂਝੈ, jis ho-ay kirpaal so-ee biDh boojhai
ਤਾ ਕੀ ਨਿਰਮਲ ਰੀਤਿ॥੧॥ ਰਹਾਉ॥ taa kee nirmal reet. ||1|| rahaa-o.

ਕੌਣ ਆਪਣੇ ਅਸਲੀ ਸਾਥੀ, ਮਿੱਤਰ ਨੂੰ ਜਾਣਦਾ ਹੈ? ਜਿਸ ਤੇ ਪ੍ਰਭ ਆਪ ਹੀ ਰਹਿਮਤ ਦੀ ਨਜ਼ਰ ਬਖਸ਼ਕੇ ਸੋਝੀ ਪਾਉਂਦਾ ਹੈ । ਕੇਵਲ ਉਸ ਦੇ ਮਨ ਵਿੱਚ ਹੀ ਸ਼ਬਦ ਦੀ ਜਾਗਰਤੀ ਹੋ ਜਾਂਦੀ ਹੈ । ਉਸ ਨੂੰ ਇਸ ਦੀ ਸੋਝੀ ਬਖਸ਼ਿਸ਼ ਹੋ ਜਾਂਦੀ ਹੈ ।

Who may know, the real companion or friend of his soul? Whosoever may be enlightened with the essence of His Word; with His mercy and grace, only he may realize the reality of human life.

ਮਾਤ ਪਿਤਾ ਬਨਿਤਾ ਸੁਤ ਬੰਧਪ, ਇਸਟ ਮੀਤ ਅਰੁ ਭਾਈ॥ maat pitaa banitaa sut banDhap isat meet ar bhaa-ee.
ਪੂਰਬ ਜਨਮ ਕੇ ਮਿਲੇ ਸੰਜੋਗੀ, ਅੰਤਹਿ ਕੋ ਨ ਸਹਾਈ॥੧॥ poorab janam kay milay sanjogee anteh ko na sahaa-ee. ||1||

ਸੰਸਾਰਕ ਮਾਤਾ, ਪਿਤਾ, ਭੈਣ, ਭਾਈ, ਬੱਚੇ, ਰਿਸ਼ਤੇਦਾਰ ਪਿਛਲੇ ਜਨਮ ਦੇ ਲੇਖੇ ਦਾ ਹੀ ਸੰਜੋਗ ਹੁੰਦਾ ਹੈ । ਕੋਈ ਵੀ ਅੰਤ ਸਮੇਂ ਸਾਥ, ਮਦਦ ਨਹੀਂ ਕਰ ਸਕਦਾ ।

The Worldly relationships like mother, father, brother, sisters, spouse, and relatives have been prewritten as the reward of his previous life deeds. However, no one may be able to help for the real purpose of his human life opportunity, nor may be able to support in His Court, after death.

ਮੁਕਤਿ ਮਾਲ ਕਨਿਕ ਲਾਲ ਹੀਰਾ, ਮਨ ਰੰਜਨ ਕੀ ਮਾਇਆ॥ mukat maal kanik laal heeraa man, ranjan kee maa-i-aa.
ਹਾ ਹਾ ਕਰਮ ਬਿਹਾਨੀ ਅਵਧਹਿ, ਤਾ ਮਹਿ ਸੰਤੋਖੁ ਨ ਪਾਇਆ॥੨॥ haa haa karat bihaanee avDhahi taa meh santokh na paa-i-aa. ||2||

ਅਮੋਲਕ ਪਦਾਰਥ, ਸੋਨਾ, ਮੋਤੀ, ਹੀਰੇ, ਕੀਮਤੀ ਪਥਰ ਮਨ ਨੂੰ ਮੋਹ ਲੈਂਦੇ ਹਨ । ਇਹ ਸਭ ਸੰਸਾਰਕ ਮਾਇਆ ਦੇ ਹੀ ਰੂਪ ਹਨ । ਇਹਨਾਂ ਨੂੰ ਇਕੱਠੇ ਕਰਨ ਵਾਲਾ ਜੀਵ, ਚਿੰਤਾਂ ਵਿੱਚ ਹੀ ਜੀਵਨ ਬਤੀਤ ਕਰ ਜਾਂਦਾ ਹੈ । ਉਸ ਦੇ ਮਨ ਵਿੱਚ ਸੰਤੋਖ ਨਹੀਂ ਆਉਂਦਾ, ਭੁੱਖ ਖਤਮ ਨਹੀਂ ਹੁੰਦੀ ।

The glamour of worldly possessions, gold, pearls, diamonds may be intoxicating to human mind. All are the different types of worldly wealth. Whosoever may remain attached, collects these worldly possessions, he may remain in constant worries. He may never be blessed with any contentment nor his hunger may ever be satisfied.

ਹਸਤਿ ਰਥ ਅਸ੍ਵ ਪਵਨ ਤੇਜ ਧਣੀ, ਭੂਮਨ ਚਤੁਰਾਂਗਾ॥ hasat rath asav pavan tayj Dhanee bhooman chaturaaNgaa.
ਸੰਗਿ ਨ ਚਾਲਿਓ ਇਨ ਮਹਿ ਕਛੂਐ, ਊਠਿ ਸਿਧਾਇਓ ਨਾਂਗਾ॥੩॥ sang na chaali-o in meh kachhoo-ai ooth siDhaa-i-o naaNgaa. ||3||

ਜੀਵ ਦੇ ਇਕੱਠੇ ਕੀਤੇ ਹਾਥੀ, ਘੋੜੇ, ਰੱਥ, ਧਨ, ਦੌਲਤ, ਜ਼ਮੀਨ, ਰਖਵਾਲੇ, ਅੰਤ ਸਮੇਂ, ਮੌਤ ਤੇ ਕੋਈ ਸਾਥ ਨਹੀਂ ਜਾਂਦੇ । ਅੰਤ ਵਿੱਚ ਇਹਨਾਂ ਨੂੰ ਛਡ ਕੇ ਨੰਗਾ ਹੀ ਵਾਪਸ ਚਲੇ ਜਾਂਦਾ, ਮਰ ਜਾਂਦਾ ਹੈ ।

All his possessions of worldly wealth to provide comforts and protection may not be able to support in His Court. In end, he must leave everything on earth and return naked to endure the judgement of the righteous Judge.

ਹਰਿ ਕੇ ਸੰਤ ਪ੍ਰਿਅ ਪ੍ਰੀਤਮ ਪ੍ਰਭ ਕੇ, ਤਾ ਕੈ ਹਰਿ ਹਰਿ ਗਾਈਐ॥ har kay sant pari-a pareetam parabh ka taa kai har har gaa-ee-ai.
ਨਾਨਕ ਈਹਾ ਸੁਖੁ ਆਗੈ ਮੁਖ ਊਜਲ, ਸੰਗਿ ਸੰਤਨ ਕੈ ਪਾਈਐ॥੪॥੧॥ naanak eehaa sukh aagai mukh oojal sang santan kai paa-ee-ai. ||4||1||

ਬੰਦਗੀ ਕਰਨ ਵਾਲੇ ਪ੍ਰਭ ਦੇ ਪਿਆਰੇ, ਸ਼ਬਦ ਦੇ ਹੀ ਗੁਣ ਗਾਉਂਦੇ ਮਸਤ ਰਹਿੰਦੇ ਹਨ । ਜਿਹੜਾ ਜੀਵ ਸੰਤਾਂ ਦੇ ਜੀਵਨ ਦੀ ਸਿਖਿਆ ਨਾਲ ਜੀਵਨ ਢਾਲਦਾ ਹੈ! ਉਸ ਦੇ ਮਨ ਵਿੱਚ, ਸੰਸਾਰ ਵਿੱਚ ਵੀ ਸੰਤੋਖ, ਅਨੰਦ ਵਸਦਾ ਹੈ । ਪ੍ਰਭ ਦੇ ਦਰਬਾਰ ਵਿੱਚ ਸ਼ਬਦ ਦਾ ਨੂਰ ਚਮਕਦਾ ਹੈ, ਉਹ ਸੋਭਾ ਪਾਉਂਦਾ ਹੈ ।

His true devotee remains intoxicated and singing the glory of His Word. Whosoever may adopt the life experience teachings of His Holy Saints in his own life; he may remain overwhelmed with contentment in worldly life. His eternal spiritual glow may be shining on his forehead and honored in His Court.

30. ਟੋਡੀ ਮਹਲਾ ੫॥ 713-19

ਰਸਨਾ ਗੁਣ ਗੋਪਾਲ ਨਿਧਿ ਗਾਇਣ॥ rasnaa gun gopaal niDh gaa-in.
ਸਾਂਤਿ ਸਹਜੁ ਰਹਸੁ ਮਨਿ ਉਪਜਿਓ, ਸਗਲੇ ਦੂਖ ਪਲਾਇਣ॥੧॥ ਰਹਾਉ॥ saaNt sahj rahas man upji-o saglay dookh palaa-in. ||1|| rahaa-o.

ਬੰਦਗੀ ਕਰਨ ਵਾਲਾ ਆਪਣੀ ਜੀਭ ਨਾਲ ਪ੍ਰਭ ਦੇ ਸ਼ਬਦ ਦੇ ਗੁਣ ਗਾਉਂਦਾ ਹੈ । ਉਸ ਦੇ ਮਨ ਵਿੱਚ ਸੰਤੋਖ, ਖੇੜਾ, ਅਨੰਦ ਵਸ ਜਾਂਦਾ ਹੈ । ਮਨ ਵਿਚੋਂ ਸੰਸਾਰਕ ਇਛਾਂ ਦੇ ਦੁਖ ਨਾਸ ਹੋ ਜਾਂਦੇ ਹਨ ।

His true devotee may sing the glory of His Word with his own tongue. He may be overwhelmed with contentment, blossom, and pleasures. His state of mind may become beyond the influence of miseries of worldly desires

ਜੋ ਮਾਗਹਿ ਸੋਈ ਸੋਈ ਪਾਵਹਿ, ਸੇਵਿ ਹਰਿ ਕੇ ਚਰਣ ਰਸਾਇਣ॥ jo maageh so-ee so-ee paavahi sayv har kay charan rasaa-in.
ਜਨਮ ਮਰਣ ਦੁਹਹੂ ਤੇ ਛੂਟਹਿ, ਭਵਜਲੁ ਜਗਤੁ ਤਰਾਇਣ॥੧॥ janam maran duhhoo tay chhooteh bhavjal jagat taraa-in. ||1||

ਬੰਦਗੀ ਕਰਨ ਵਾਲਾ ਅੰਮ੍ਰਿਤ ਦੇ ਸੋਮੇ, ਪ੍ਰਭ ਦੇ ਸ਼ਬਦ ਦੀ ਪਾਲਣਾ ਕਰਦਾ ਹੈ । ਉਸ ਦੇ ਮਨ ਦੀਆਂ ਬੋਲੀਆਂ ਅਣਬੋਲੀਆਂ ਮੁਰਾਦਾਂ, ਪੂਰੀਆਂ ਹੋ ਜਾਂਦੀਆਂ ਹਨ । ਉਸ ਦੇ ਬੋਲ ਅਟਲ, ਪੂਰੇ ਹੋ ਜਾਂਦੇ, ਪ੍ਰਭ ਦਾ ਭਾਣਾ, ਸ਼ਬਦ ਬਣ ਜਾਂਦੇ ਹਨ । ਉਸ ਦਾ ਸੰਸਾਰਕ ਮੋਹ ਦਾ ਬੰਧਨ ਖਤਮ ਹੋ ਜਾਂਦਾ ਹੈ । ਉਹ ਭਿਆਨਕ ਇਛਾਂ ਭਰਿਆਂ ਸਾਗਰ ਪਾਰ ਕਰ ਜਾਂਦਾ ਹੈ ।

His true devotee may obey the teachings of His Word, the fountain of ambrosial nectar of the essence of His Word; with His mercy and grace, all his spoken and unspoken desires may be satisfied. His spoken words may be transformed as His Command and true forever. His state of mind may become beyond the influence of worldly bonds; with His mercy and grace, he may cross the terrible ocean of worldly desires. He may be accepted in His Court.

ਖੋਜਤ ਖੋਜਤ ਤਤੁ ਬੀਚਾਰਿਓ, ਦਾਸ ਗੋਵਿੰਦ ਪਰਾਇਣ॥ khojat khojat tat beechaari-o daas govind paraa-in.
ਅਬਿਨਾਸੀ ਖੇਮ ਚਾਹਹਿ ਜੇ abhinaasee khaym chaaheh jay
ਨਾਨਕ, ਸਦਾ ਸਿਮਰਿ ਨਾਰਾਇਣ॥੨॥੫॥੧੦॥ naanak sadaa simar naaraa-in. ||2||5||10||

ਬੰਦਗੀ ਕਰਨ ਵਾਲੇ ਦੀ ਸ਼ਰਧਾ ਪ੍ਰਭ ਦੇ ਸ਼ਬਦ ਨਾਲ ਡੂੰਘੀ ਰਹਿੰਦੀ ਹੈ । ਸ਼ਬਦ ਦੀ ਪਾਲਣਾ ਕਰਦੇ, ਵਿਚਾਰ ਕਰਦੇ, ਖੋਜਦੇ ਖੋਜਦੇ ਨੂੰ ਸੋਝੀ ਬਖਸ਼ਿਸ਼ ਹੋ ਜਾਂਦੀ ਹੈ । ਜੀਵ ਅਗਰ ਮਨ ਵਿੱਚ ਪ੍ਰਭ ਦੀ ਰਹਿਮਤ ਪਾਉਣ ਦੀ ਇਛਾਂ, ਸ਼ਰਧਾ ਹੈ । ਤਾਂ ਪ੍ਰਭ ਨੂੰ ਸ਼ਬਦ ਦੀ ਪਾਲਣਾ, ਸਿਮਰਨ ਵਿੱਚ ਯਾਦ ਰਖੋ!

His true devotee remains overwhelmed with devotion to meditate and obeys on the teachings of His Word with steady and stable belief in his day-to-day life. He may remain searching the essence of His Word from within his mind and body; with His mercy and grace, he may be blessed with the enlightenment of the essence of His Word. Whosoever may have deep desire to be bestowed with His Blessed Vision. He may remain in renunciation in the memory of his separation from His Holy Spirit in his meditation and obeying the teachings of His Word.

31. ਟੋਡੀ ਬਾਣੀ ਭਗਤ ਨਾਮਦੇਵ ਜੀ॥ 718

ਤੀਨਿ ਛੰਦੇ ਖੇਲੁ ਆਛੈ॥੧॥ ਰਹਾਉ॥
teen chhanday khayl aachhai. ||1|| rahaa-o.

ਸੰਸਾਰ ਇਕ, ਤਿੰਨਾਂ ਰੂਪਾਂ ਵਾਲੀ ਮਾਇਆ ਦਾ ਖੇਲ ਹੈ ।

The universe is a play of three virtues of worldly wealth known as Shakti.

ਕੁੰਭਾਰ ਕੇ ਘਰ ਹਾਂਡੀ ਆਛੈ, ਰਾਜਾ ਕੇ ਘਰ ਸਾਂਡੀ ਗੋ॥
kumbhaar kay ghar haa^{N}dee aachhai raajaa kay ghar saa^{N}dee go.
ਬਾਮਨ ਕੇ ਘਰ ਰਾਂਡੀ ਆਛੈ, ਰਾਂਡੀ ਸਾਂਡੀ ਹਾਂਡੀ ਗੋ॥੧॥
baaman kay ghar raa^{N}dee aachhai raa^{N}dee saa^{N}dee haa^{N}dee go. ||1||

ਜਿਵੇਂ ਘੁੰਮਿਆਰ ਦੇ ਘਰ ਮਿੱਟੀ ਦੇ ਭਾਂਡੇ ਹੁੰਦੇ ਹਨ । ਇਸਤਰ੍ਹਾਂ ਰਾਜੇ ਦੇ ਘਰ ਸਵਾਰੀ ਵਾਲੇ ਘੋੜੇ, ਊਠ, ਹਾਥੀ ਹੁੰਦੇ ਹਨ । ਇਸਤਰ੍ਹਾਂ ਧਰਮ ਦੇ ਪੰਖੰਡੀ ਦੇ ਘਰ ਮਾਇਆ ਦੇ ਤਿੰਨਾ ਰੂਪਾਂ ਦਾ ਕਾਬੂ ਹੁੰਦਾ ਹੈ । (ਰਾਂਡੀ, ਸਾਂਢੀ, ਹਾਂਡੀ)

As in the house of clay vessel maker, may have clay vessels. Same way, King may have horses, camels, and elephants to ride. Same way, self-minded, must be a victim short-lived pleasures of three virtues of worldly wealth.

ਬਾਣੀਏ ਕੇ ਘਰ ਹੀਂਗੁ ਆਛੈ, ਭੈਸਰ ਮਾਥੈ ਸੀਂਗੁ ਗੋ॥
baanee-ay kay ghar hee^{N}g aachhai bhaisar maathai see^{N}g go.
ਦੇਵਲ ਮਧੇ ਲੀਗੁ ਆਛੈ, ਲੀਗੁ ਸੀਗੁ ਹੀਗੁ ਗੋ॥੨॥
dayval maDhay leeg aachhai leeg seeg heeg go. ||2||

ਬਾਣੀਏ ਦੇ ਘਰ ਵਿੱਚ, ਮਨ ਵਿੱਚ, ਮਾਇਆ ਦੇ ਲਾਲਚ ਦਾ ਕਾਬੂ ਹੁੰਦਾ ਹੈ । ਸਾਰੇ ਕੰਮ, ਸੋਚ, ਵਿਚਾਰ ਸੰਸਾਰਕ ਧਨ ਨਾਲ ਹੀ ਸੰਬਧਤ ਹੁੰਦੇ ਹਨ । ਜਿਵੇਂ ਮੱਝ ਦੇ ਮੱਥੇ ਤੇ ਸਿੰਗ ਹੁੰਦੇ ਹਨ । ਇਸਤਰ੍ਹਾਂ ਸ਼ਿਵਾਂ ਦੇ ਮੰਦਰ ਵਿੱਚ ਮੂਰਤੀ ਪੂਜਾ ਦਾ ਸਮਾਨ, ਢੋਲ ਢਮੱਕਾ, ਨਾਚ, ਆਰਤੀ ਹੁੰਦੀ ਹੈ ।

A merchant, shopkeeper always remains aware of the concept of profit, model of business in his decision making. As a buffalo may have horns on her forehead; same way in the temple of Shiv may have a material to worship and sings the glory of The True Master.

ਤੇਲੀ ਕੈ ਘਰ ਤੇਲੁ ਆਛੈ ਜੰਗਲ ਮਧੇ ਬੇਲ ਗੋ॥
taylee kai ghar tayl aachhai jangal maDhay bayl go.
ਮਾਲੀ ਕੇ ਘਰ ਕੇਲ ਆਛੈ ਕੇਲ ਬੇਲ ਤੇਲ ਗੋ ॥੩॥
maalee kay ghar kayl aachhai kayl bayl tayl go. ||3||

ਤੇਲ ਕੱਢਣ ਵਾਲੇ ਦੇ ਘਰ ਤੇਲ ਹੁੰਦਾ ਹੈ । ਜੰਗਲ ਵਿੱਚ ਬ੍ਰਿਛ, ਝਾੜੀਆਂ ਹੁੰਦੀਆਂ ਹਨ । ਇਸਤਰ੍ਹਾਂ ਬਾਗ਼ ਦੇ ਮਾਲ਼ੀ ਦੇ ਘਰ, ਫਲ, ਸਬਜ਼ੀਆਂ ਹੁੰਦੀਆਂ ਹਨ ।

Whosoever may grind oil from seeds, he may have oil in his house. In the forest, jungle, there are trees and bushes. Same way in the house of a gardener, always has vegetables and fruits.

ਸੰਤਾ ਮਧੇ ਗੋਬਿੰਦੁ ਆਛੈ, ਮਧੇ ਸਿਆਮ ਗੋ॥
santaa^{N} maDhay gobind aachhai gokal maDhay si-aam go.
ਨਾਮੇ ਮਧੇ ਰਾਮੁ ਆਛੈ, ਰਾਮ ਸਿਆਮ ਗੋਬਿੰਦ ਗੋ॥੪॥੩॥
naamay maDhay raam aachhai raam si-aam gobind go. ||4||3||

ਬੰਦਗੀ ਕਰਨ ਵਾਲੇ ਦੇ ਮਨ ਵਿੱਚ ਸ਼ਬਦ ਦਾ ਸਿਮਰਨ, ਵਿਚਾਰ ਹੁੰਦੇ ਹਨ । ਇਸਤਰ੍ਹਾਂ ਨਿਮਾਣੇ ਬੰਦਗੀ ਕਰਨ ਵਾਲੇ ਦੇ ਘਰ ਹਰ ਵੇਲੇ ਸ਼ਬਦ ਦਾ ਸਿਮਰਨ ਹੁੰਦਾ ਹੈ ।

His Holy saint may always remain intoxicated in meditation and comprehension of the essence of His Word. Same way, His humble true devotee remains intoxicated in meditation and drenched with the essence of His Word with each breath.

32. ਬੈਰਾੜੀ ਮਹਲਾ ੪॥ 719-10

ਹਰਿ ਜਨੁ ਰਾਮ ਨਾਮ ਗੁਨ ਗਾਵੈ॥
har jan raam naam gun gaavai.
ਜੇ ਕੋਈ ਨਿੰਦ ਕਰੇ ਹਰਿ ਜਨ ਕੀ,
jay ko-ee nind karay har jan kee
ਅਪੁਨਾ ਗੁਨੁ ਨ ਗਵਾਵੈ॥੧॥ ਰਹਾਉ॥
apunaa gun na gavaavai. ||1|| rahaa-o.

ਪ੍ਰਭ ਦਾ ਨਿਮਾਣਾ ਦਾਸ ਪ੍ਰਭ ਦੇ ਸ਼ਬਦ ਦੇ ਗੁਣ ਗਾਉਂਦਾ ਹੈ । ਅਗਰ ਕੋਈ ਉਸ ਦਾਸ ਦੀ ਨਿੰਦਿਆਂ, ਅਪਮਾਨ ਕਰਦਾ ਹੈ । ਫਿਰ ਵੀ ਦਾਸ, ਸ਼ਬਦ ਦਾ ਸਿਮਰਨ, ਪਾਲਣਾ ਕਰਨਾ ਛੱਡਦਾ ਨਹੀਂ । ਉਹ ਆਪਣਾ ਬੰਦਗੀ ਦਾ ਰਸਤਾ ਨਹੀਂ ਬਦਲਦਾ ।

His true devotee may sing the glory and obeys of the teachings of His Word with steady and stable belief in his day-to-day life. Even others may slander and criticize his way of life; however, he may never abandon his way of meditation.

ਜੋ ਕਿਛੁ ਕਰੇ ਸੁ ਆਪੇ ਸੁਆਮੀ, ਹਰਿ ਆਪੇ ਕਾਰ ਕਮਾਵੈ॥
jo kichh karay so aapay su-aamee har aapay kaar kamaavai.
ਹਰਿ ਆਪੇ ਹੀ ਮਤਿ ਦੇਵੈ ਸੁਆਮੀ, ਹਰਿ ਆਪੇ ਬੋਲਿ ਬੁਲਾਵੈ॥੧॥
har aapay hee mat dayvai su-aamee har aapay bol bulaavai. ||1||

ਸੰਸਾਰ ਵਿੱਚ ਸਭ ਕੁਝ ਪ੍ਰਭ ਆਪ ਹੀ ਕਰਦਾ ਹੈ, ਉਸ ਦੇ ਹੁਕਮ ਅੰਦਰ ਹੀ ਸਭ ਕੁਝ ਵਾਪਰਦਾ ਹੈ । ਉਹ ਹੀ ਸਾਰੇ ਧੰਦੇ ਕਰਦਾ, ਕਰਵਾਉਂਦਾ ਹੈ । ਪ੍ਰਭ ਆਪ ਹੀ ਸ਼ਬਦ ਦੀ ਸੋਝੀ ਬਖਸ਼ਦਾ ਹੈ । ਆਪ ਹੀ ਜੀਵ ਦੀ ਜੀਭ ਤੋਂ ਬੋਲ ਬਲਾਉਂਦਾ ਹੈ ।

Whatsoever may happen in the universe, only His Command prevails, only He inspires His Creation. All worldly chores have been created and assigned by The True Master. He bestows His Blessed Vision to enlighten the essence of His Word; with His mercy and grace; His true devotee may recite His Word from his tongue

ਹਰਿ ਆਪੇ ਪੰਚ ਤਤੁ ਬਿਸਥਾਰਾ, ਵਿਚਿ ਧਾਤੂ ਪੰਚ ਆਪਿ ਪਾਵੈ॥
har aapay panch tat bisthaaraa vich Dhaatoo panch aap paavai.
ਜਨ ਨਾਨਕ ਸਤਿਗੁਰੁ ਮੇਲੇ ਆਪੇ, ਹਰਿ ਆਪੇ ਝਗਰੁ ਚੁਕਾਵੈ॥੨॥੩॥
jan naanak satgur maylay aapay har aapay jhagar chukhaavai. ||2||3||

ਪ੍ਰਭ ਆਪ ਹੀ ਇਛਾਂ ਦੇ ਪੰਜੋਂ ਜਮਦੂਤ ਪੈਦਾ ਕਰਦਾ ਹੈ । ਆਪ ਹੀ ਇਹਨਾਂ ਨੂੰ ਜੀਵ ਦੀਆਂ ਪੰਜਾਂ ਇਦ੍ਰੀਆਂ ਵਿੱਚ ਰਚਾਉਂਦਾ, ਪੰਜਾਂ ਤੇ ਇਹ ਕਾਬੂ ਪਾਉਂਦੇ ਹਨ । ਆਪ ਹੀ ਜੀਵ ਨੂੰ ਸ਼ਬਦ ਦੇ ਲੜ ਲਾਉਂਦਾ, ਸ਼ਬਦ ਦੀ ਪਾਲਣਾ ਤੇ ਅਡੋਲ ਕਰਦਾ ਹੈ । ਆਪ ਹੀ ਮਨ ਦੀਆਂ ਭਟਕਣਾਂ, ਭਰਮ ਦੂਰ ਕਰਦਾ ਹੈ ।

The True Master has created five demons of worldly desires, wealth. He has infused these demons to conquer his five senses. Whosoever may be bestowed with His Blessed Vision, he may remain attached to meditate and to obey the teachings of His Word in day-to-day life. His true devotee may conquer all his suspicions and frustrations.

33. ਤਿਲੰਗ ਮਹਲਾ ੧ ਘਰੁ ੧॥ 721-1

ੴ ਸਤਿ ਨਾਮੁ ਕਰਤਾ ਪੁਰਖੁ, ਨਿਰਭਉ ਨਿਰਵੈਰੁ ਅਕਾਲ ਮੂਰਤਿ ਅਜੂਨੀ ਸੈਭੰ ਗੁਰ ਪ੍ਰਸਾਦਿ॥

ਯਕ ਅਰਜ, ਗੁਫਤਮ ਪੇਸਿ ਤੋ, ਦਰ ਗੋਸ, ਕੁਨ ਕਰਤਾਰ॥
yak araj guftam pays to dar gos kun kartaar.

ਗੁਰੂ ਨਾਨਕ ਦੇਵ ਜੀ! – Guru Nanak Dev Ji! Guru Granth Sahib

ਹਕਾ ਕਬੀਰ ਕਰੀਮ ਤੂ, ਬੇਐਬ ਪਰਵਦਗਾਰ॥੧॥ hakaa kabeer kareem too bay-aib parvardagaar. ||1||

ਤਰਸਵਾਨ, ਪਵਿੱਤਰ ਪ੍ਰਭ, ਹੀ ਸ੍ਰਿਸ਼ਟੀ ਨੂੰ ਪੈਦਾ ਕਰਨ ਵਾਲਾ, ਸਦਾ ਅਟਲ ਰਹਿਣ ਵਾਲਾ ਮਾਲਕ ਹੈ । ਮੈਂ ਤੇਰੇ ਅੱਗੇ ਅਰਦਾਸ ਕਰਦਾ, ਮੇਰੀ ਬੇਨਤੀ ਸੁਣੋ!

The Merciful True Master, Creator remains sanctified and true forever. I whole heartedly surrendered my self-entity at His Sanctuary; I pray for His Forgiveness and Refuge.

ਦੁਨੀਆ ਮੁਕਾਮੇ ਫਾਨੀ, ਤਹਕੀਕ ਦਿਲ ਦਾਨੀ॥ dunee-aa mukaamay faanee tehkeek dil daanee.
ਮਮ ਸਰ ਮੂਇ ਅਜਰਾਈਲ, mam sar moo-ay ajraa-eel
ਗਿਰਫਤਹ ਦਿਲ ਹੇਚਿ ਨ ਦਾਨੀ॥੧॥ ਰਹਾਉ॥ girafteh dil haych na daanee. ||1|| rahaa-o.

ਪ੍ਰਭ ਨੇ ਸੰਸਾਰ ਨੂੰ ਜੂੰਨਾਂ ਬਦਲਨ ਵਾਲੀ ਥਾਂ ਹੀ ਬਣਾਇਆ ਹੈ । ਮੌਤ ਮੇਰੇ ਸਿਰ ਤੇ ਖੜੀ ਹੈ, ਮੈਨੂੰ ਇਸ ਦੀ ਕੋਈ ਸੋਝੀ ਨਹੀਂ ।

The True Master has established universe as a platform to change one body to another body for soul. My death may be knocking at my door; however, I have no awareness.

ਜਨ ਪਿਸਰ ਪਦਰ ਬਿਰਾਦਰਾਂ, ਕਸ ਨੇਸ ਦਸਤੰਗੀਰ॥ jan pisar padar biraadaraa^{N} kas nays dasta^{N}geer.
ਆਖਿਰ ਬਿਅਫਤਮ, ਕਸ ਨ ਦਾਰਦ, ਚੂੰ ਸਵਦ ਤਕਬੀਰ॥੨॥ aakhir bi-aftam kas na daarad choo^{N} savad takbeer. ||2||

ਮੇਰਾ ਪ੍ਰਵਾਰ, ਬੱਚੇ ਸਾਰੇ ਮੇਰੇ ਕੋਲ ਹਨ! ਉਹ ਕੋਈ ਵੀ ਯਤਨ ਕਰਨ, ਸਮੇਂ ਨੂੰ ਟਾਲ, ਬਦਲ ਨਹੀਂ ਸਕਦੇ । ਜਦੋਂ ਮੇਰੇ ਸਵਾਸ ਖਤਮ ਹੋ ਗਏ! ਮੇਰੇ ਆਖਰੀ ਸਮੇਂ, ਮੇਰਾ ਸਾਥ ਦੇਣ ਵਾਲਾ ਕੋਈ ਨਹੀਂ ਹੁੰਦਾ ਹੈ ।

My family and my children are all around me; however, with all their efforts, no one may avoid or alter my time of death. When the capital of my breath may be exhausted; no one would be my companion to support in His Court.

ਸਬ ਰੋਜ ਗਸਤਮ ਦਰ ਹਵਾ, ਕਰਦੇਮ ਬਦੀ ਖਿਆਲ॥ sab roj gastam dar havaa kardaym badee khi-aal.
ਗਾਹੇ ਨ ਨੇਕੀ ਕਾਰ ਕਰਦਮ, ਮਮ ਈਂ ਚਿਨੀ ਅਹਵਾਲ॥੩॥ gaahay na naykee kaar kardam mam ee^{N} chinee ahvaal. ||3||

ਮੈਂ ਆਪਣੇ ਜੀਵਨ ਵਿੱਚ ਦਿਨ ਰਾਤ ਲਾਲਚ, ਚਲਾਕੀ ਵਿੱਚ ਹੀ ਮਸਤ ਰਹਿੰਦਾ ਹਾ । ਕੋਈ ਚੰਗਾ ਕੰਮ ਨਹੀਂ ਕੀਤਾ, ਇਹ ਹੀ ਮੇਰੀ ਜੀਵਨ ਦੀ ਕਮਾਈ ਹੈ ।

I remain intoxicated with greed and evil, devious plans. I have not done any good deeds for mankind; such may be my earnings of human life journey.

ਬਦਬਖਤ ਹਮ ਚੁ ਬਖੀਲ, ਗਾਫਿਲ ਬੇਨਜਰ ਬੇਬਾਕ॥ badbakhat ham cho bakheel gaafil baynajar baybaak.
ਨਾਨਕ ਬੁਗੋਯਦ ਜਨੁ ਤੁਰਾ, ਤੇਰੇ ਚਾਕਰਾਂ ਪਾ ਖਾਕ॥੪॥੧॥ naanak bugoyad jan turaa tayray chaakraa^{N} paa khaak. ||4||1||

ਮੈਂ ਮੰਦੇ ਭਾਗਾਂ ਵਾਲਾ, ਬੇਸ਼ਰਮ, ਪ੍ਰਭ ਦੇ, ਮੌਤ ਦੇ ਡਰ ਤੋਂ ਬਿਨਾਂ ਜੀਵਨ ਬਤੀਤ ਕਰਦਾ ਹਾ । ਮੇਰੀ ਕੀਮਤ ਤੇਰੇ ਦਾਸਾਂ ਦੇ ਪੈਰਾਂ ਦੀ ਮਿੱਟੀ ਤੋਂ ਵੀ ਥੋੜ੍ਹੀ ਹੈ ।

I am unfortunate, shameless! I have wasted my life without renunciation of the memory of my separation from His Holy Spirit; without the awareness of unpredictable death. My worldly status may be less significant than the dust of the feet of His true devotees.

34. ਤਿਲੰਗ ਮਹਲਾ ੫ ਘਰੁ ੩॥ 724-5

ਮਿਹਰਵਾਨੁ ਸਾਹਿਬੁ ਮਿਹਰਵਾਨੁ॥ ਸਾਹਿਬੁ ਮੇਰਾ ਮਿਹਰਵਾਨੁ॥ miharvaan saahib miharvaan. saahib mayraa miharvaan.
ਜੀਅ ਸਗਲ ਕਉ ਦੇਇ ਦਾਨੁ॥ ਰਹਾਉ॥ jee-a sagal ka-o day-ay daan. rahaa-o.

ਪ੍ਰਭ ਬਹੁਤ ਤਰਸਵਾਨ ਹੈ । ਸਾਰੀ ਸ੍ਰਿਸ਼ਟੀ ਦੇ ਜੀਵਾਂ ਨੂੰ ਦਾਤਾਂ ਬਖਸ਼ਦਾ ਰਹਿੰਦਾ ਹੈ ।

The Merciful True Master may be very gracious! He may bestow His Virtues to His Creation without any discrimination.

ਤੂ ਕਾਹੇ ਡੋਲਹਿ ਪ੍ਰਾਣੀਆ, ਤੁਧੁ ਰਾਖੈਗਾ ਸਿਰਜਣਹਾਰੁ॥ too kaahay doleh paraanee-aa tuDh raakhaigaa sirjanhaar.
ਜਿਨਿ ਪੈਦਾਇਸਿ ਤੂ ਕੀਆ, ਸੋਈ ਦੇਇ ਆਧਾਰੁ॥੧॥ jin paidaa-is too kee-aa so-ee day-ay aaDhaar. ||1||

ਮਾਨਸ ਜੀਵ ਤੂੰ ਕਿਉਂ ਡੋਲਦਾ ਹੈ? ਸੰਸਾਰਕ ਮੁਸ਼ਕਲ ਪੈਣ ਤੇ ਬੰਦਗੀ ਦਾ ਰਸਤਾ ਛੱਡ ਦੇਂਦਾ ਹੈ । ਪ੍ਰਭ ਹੀ ਸ੍ਰਿਸ਼ਟੀ ਨੂੰ ਪੈਦਾ ਕਰਦਾ ਹੈ, ਸਭ ਕੁਝ ਉਸ ਦੇ ਵੱਸ ਵਿੱਚ ਹੀ ਹੁੰਦਾ ਹੈ । ਅਡੋਲ ਭਰੋਸੇ ਨਾਲ ਸ਼ਬਦ ਦੀ ਪਾਲਣਾ ਕਰਦੇ ਰਹੋ! ਸ੍ਰਿਸ਼ਟੀ ਪੈਦਾ ਕਰਨ ਵਾਲਾ ਮਾਲਕ, ਆਪ ਹੀ ਰਖਿਆ ਕਰਦਾ, ਪਾਲਣਾ ਪੋਸਨਾ ਕਰਦਾ ਹੈ ।

Why are you renouncing your belief on His Blessings, His Command? You may abandon the right path of meditation with worldly hardships in worldly life. The Omnipotent True Master, Creator of the universe, everything in the universe may only happen under His Command. His true devotee remains intoxicated in obeying the teachings of His Word with steady and stable belief in his day-to-day life. The True Master, Creator nourishes and protects His Creation.

ਜਿਨਿ ਉਪਾਈ ਮੇਦਨੀ, ਸੋਈ ਕਰਦਾ ਸਾਰ॥ jin upaa-ee maydnee so-ee kardaa saar.
ਘਟਿ ਘਟਿ ਮਾਲਕੁ ਦਿਲਾ ਕਾ, ਸਚਾ ਪਰਵਦਗਾਰੁ॥੨॥ ghat ghat maalak dilaa kaa sachaa parvardagaar. ||2||

ਜਿਹੜਾ ਪ੍ਰਭ ਸ੍ਰਿਸ਼ਟੀ ਨੂੰ ਪੈਦਾ ਕਰਦਾ ਹੈ । ਜਿਹੜੀ ਵੀ ਕੋਈ ਮੁਸ਼ਕਲ ਸੰਸਾਰਕ ਜੀਵਨ ਵਿੱਚ ਆਉਂਦੀ ਹੈ । ਉਸ ਦੇ ਹੁਕਮ ਨਾਲ ਹੀ ਆਉਂਦੀ ਹੈ । ਉਸ ਵਿਚੋਂ ਕੱਢਣ ਦੀ ਵਿਧੀ ਵੀ ਆਪ ਹੀ ਬਖਸ਼ਦਾ, ਜੀਵ ਨੂੰ ਰਸਤਾ ਦੇਂਦਾ ਹੈ । ਪ੍ਰਭ ਹਰਇਕ ਮਨ ਵਿੱਚ, ਦਿਲ ਵਿੱਚ ਆਪ ਹੀ ਵਸਦਾ ਹੈ, ਅਨੰਦ ਬਖਸ਼ਦਾ ਹੈ ।

The True Master, Creator also infuses worldly hardships in the life of His Creation to monitor the sincerity of His Creation. Whosoever may remain obeying the teachings of His Word with steady and stable belief; with His mercy and grace, he may be provided with the right path to endure the miseries to comes out stronger and better. His Holy Spirit remains embedded within his soul, monitors, and prevails within his body.

ਕੁਦਰਤਿ ਕੀਮ ਨ ਜਾਣੀਐ, ਵਡਾ ਵੇਪਰਵਾਹੁ॥ kudrat keem na jaanee-ai vadaa vayparvaahu.
ਕਰਿ ਬੰਦੇ ਤੂ ਬੰਦਗੀ, ਜਿਚਰੁ ਘਟ ਮਹਿ ਸਾਹੁ॥੩॥ kar banday too bandagee jichar ghat meh saahu. ||3||

ਬੇਪ੍ਰਵਾਹ, ਮਹਾਨ, ਦਿਆਲ ਪ੍ਰਭ ਦੀ ਕੁਦਰਤ, ਕਰਾਮਾਤਾਂ ਦੀ ਕੀਮਤ ਦਾ ਅੰਦਜ਼ਾ ਨਹੀਂ ਲਾਇਆ ਜਾ ਸਕਦਾ । ਜਿਤਨਾ ਚਿਰ ਤਨ ਵਿੱਚ ਸਵਾਸ ਚਲਦੇ ਹਨ । ਪ੍ਰਭ ਦੇ ਸ਼ਬਦ ਦੀ ਪਾਲਣਾ, ਸਿਮਰਨ ਕਰੋ! ਉਸ ਪ੍ਰਭ ਉਪਰ ਸਭ ਚਿੰਤਾਂ ਛੱਡ ਦੇਵੋ!

The True Master remains carefree, very merciful, generous and the greatest of All. The significance of the events of His Nature, Miracles remain beyond the imagination and comprehension of His Creation. You should meditate and obey the teachings of His Word with steady and stable with each breath in your day-to-day life. You should surrender your self-entity and all hopes on His Forgiveness and Refuge.

ਤੂ ਸਮਰਥੁ ਅਕਥੁ ਅਗੋਚਰੁ, ਜੀਉ ਪਿੰਡੁ ਤੇਰੀ ਰਾਸਿ॥ too samrath akath agochar jee-o pind tayree raas.
ਰਹਮ ਤੇਰੀ ਸੁਖੁ ਪਾਇਆ, ਸਦਾ ਨਾਨਕ ਕੀ ਅਰਦਾਸਿ॥੪॥੩॥ raham tayree sukh paa-i-aa sadaa naanak kee ardaas. ||4||3||

ਕੇਵਲ ਪ੍ਰਭ ਹੀ ਸਭ ਕੁਝ ਕਰਨ ਕਰਵਾਉਣ ਵਾਲਾ ਮਾਲਕ ਹੈ । ਜੀਵ ਦਾ ਤਨ, ਮਨ ਸਭ ਪ੍ਰਭ ਦੀ ਹੀ ਅਮਾਨਤ ਹੈ । ਸਭ ਕੁਝ ਪ੍ਰਭ ਦੇ ਵੱਸ, ਹੁਕਮ ਅੰਦਰ ਹੀ ਹੁੰਦਾ ਹੈ । ਬੰਦਗੀ ਕਰਨ ਵਾਲਾ ਸਦਾ ਹੀ ਰਹਿਮਤ ਦੀ ਅਰਦਾਸ ਕਰਦਾ ਹੈ! ਮਨ ਵਿੱਚ ਬਖਸ਼ੇ ਤੇ ਸੰਤੋਖ, ਧੀਰਜ ਘਰ ਕਰ ਜਾਵੇ ।

The Omnipotent True Master, prevails in everything and everything only happens under His Command. The body, mind and worldly status of His Creation remains only His Trust. His true devotee always prays for His Forgiveness and Refuge to bless patience and contentment with His blessings.

35. ਤਿਲੰਗ ਬਾਣੀ ਭਗਤਾ ਕੀ ਕਬੀਰ ਜੀ॥ 727-7

ੴ ਸਤਿਗੁਰ ਪ੍ਰਸਾਦਿ॥ ik-oNkaar satgur parsaad.
ਬੇਦ ਕਤੇਬ ਇਫਤਰਾ ਭਾਈ, ਦਿਲ ਕਾ ਫਿਕਰੁ ਨ ਜਾਇ॥ bayd katayb iftaraa bhaa-ee dil kaa fikar na jaa-ay.
ਟੁਕੁ ਦਮੁ ਕਰਾਰੀ ਜਉ ਕਰਹੁ, ਹਾਜਿਰ ਹਜੂਰਿ ਖੁਦਾਇ॥੧॥ tuk dam karaaree ja-o karahu haajir hajoor khudaa-ay. ||1||

ਧਾਰਮਕ ਗ੍ਰੰਥ ਪੜ੍ਹਨ, ਨਿਯਮਾਂ ਤੇ ਚਲਣ ਨਾਲ ਮਨ ਦੇ ਭਰਮ ਦੂਰ ਨਹੀਂ ਹੁੰਦੇ । ਮਨ ਦੀਆਂ ਚਿੰਤਾਂ ਦੂਰ ਨਹੀਂ ਹੁੰਦੀਆਂ । ਜਿਹੜਾ ਜੀਵ ਇਕ ਪਲ ਵੀ ਆਪਣਾ ਧਿਆਨ ਪ੍ਰਭ ਦੇ ਸ਼ਬਦ ਵਿੱਚ, ਵਿਛੋੜੇ ਵਿੱਚ ਲਾਉਂਦਾ ਹੈ! ਉਸ ਨੂੰ ਪ੍ਰਭ ਦੀ ਹੋਂਦ ਹਰਇਕ ਥਾਂ ਵਾਪਰਦੀ ਮਹਿਸੂਸ ਹੋ ਜਾਂਦੀ ਹੈ ।

Whosoever may read religious scriptures and adopts the religious principles rigidly in his day-to-day life; his suspicions and frustrations of worldly desires may not be eliminated. Whosoever may concentrate on teachings of His Word, the real purpose of his human life opportunity, in renunciation in the memory of his separation from His Holy Spirit; with His mercy and grace, he may be blessed with the right path of acceptance in His Court. He may realize His Existence.

ਬੰਦੇ ਖੋਜੁ ਦਿਲ ਹਰ ਰੋਜ਼, ਨਾ ਫਿਰੁ ਪਰੇਸਾਨੀ ਮਾਹਿ॥ banday khoj dil har roj naa fir paraysaanee maahi.
ਇਹ ਜੁ ਦੁਨੀਆ ਸਿਹਰੁ ਮੇਲਾ, ਦਸਤਗੀਰੀ ਨਾਹਿ॥੧॥ ਰਹਾਉ॥ ih jo dunee-aa sihar maylaa dasatgeeree naahi. ||1|| rahaa-o.

ਜੀਵ ਹਰ ਰੋਜ਼ ਆਪਣੇ ਦਿਲ, ਮਨ ਅੰਦਰੋਂ ਹੀ ਉਸ ਦੀ ਖੋਜ ਕਰੋ । ਹੋਰ ਕਿਸੇ ਥਾਂ ਤੇ ਭਟਕਣ ਦੀ ਕੋਈ ਜਰੂਰਤ ਨਹੀਂ । ਇਹ ਸੰਸਾਰ ਇਕ ਜਾਦੂਗਰ ਦੇ ਖੇਲ ਵਰਗਾ ਹੈ । ਇਸ ਵਿੱਚ ਕੋਈ ਤੈਨੂੰ ਹੱਥ ਪਕੜ ਕੇ ਪਾਰ ਨਹੀਂ ਲੰਘਾ ਸਕਦਾ ।

You should concentrate and search within your heart, the real purpose of your human life opportunity; You may not need to wander shrine to shrine in frustration. The worldly life may be like a play of juggler; no one may hold your hand and carries to His Court. No worldly saint or guru may be able to guide on the right path of acceptance in His Court.

ਦਰੋਗੁ ਪੜਿ ਪੜਿ ਖੁਸੀ ਹੋਇ, ਬੇਖਬਰ ਬਾਦੁ ਬਕਾਹਿ॥ darog parh parh khusee ho-ay baykhabar baad bakaahi.
ਹਕੁ ਸਚੁ ਖਾਲਕੁ ਖਲਕ ਮਿਆਨੇ, ਸਿਆਮ ਮੂਰਤਿ ਨਾਹਿ॥੨॥ hak sach khaalak khalak mi-aanay si-aam moorat naahi. ||2||

ਜੀਵ ਅਣਜਾਣਤਾ ਵਿੱਚ ਝੂਠੀਆਂ ਲਿਖਤਾਂ, ਗ੍ਰੰਥ ਪੜ੍ਹ ਕੇ ਹੀ ਖੁਸ਼ੀ ਮਨਾਉਂਦਾ ਹੈ । ਮਨ ਘੜ਼ਤ ਹੀ ਵਿਆਖਿਆ ਕਰਦਾ ਹੈ । ਪ੍ਰਭ ਆਪਣੀ ਪੈਦਾ ਕੀਤੀ ਹੋਈ ਸ੍ਰਿਸ਼ਟੀ ਵਿੱਚ ਆਪ ਹੀ ਸਮਾਇਆ ਹੈ । ਉਹ ਕਿਸੇ ਮੂਰਤੀ ਵਿੱਚ ਨਹੀਂ ਹੈ ।

Ignorant human, may read worldly religious scriptures; he may baptize with a belief that religious path may be the right path of his human life journey and celebrates. The religious saint, preacher may explain his own belief of the spiritual teachings of the scripture. The Omnipotent True Master Creator remains embedded within every soul; No carved statue nor written doctrine may be worthy to worship as His Symbol.

ਅਸਮਾਨ ਮ੍ਹਿਾਨੇ ਲਹੰਗ ਦਰੀਆ, ਗੁਸਲ ਕਰਦਨ ਬੂਦ॥ asmaan mi-yaanay lahang daree-aa gusal kardan bood.
ਕਰਿ ਫਕਰੁ ਦਾਇਮ ਲਾਇ ਚਸਮੇ, ਜਹ ਤਹਾ ਮਉਜੂਦੁ॥੩॥ kar fakar daa-im laa-ay chasmay jah tahaa ma-ujood. ||3||

ਜੀਵ ਦੀ ਆਤਮਾ ਦੇ ਦਸਵੇਂ ਘਰ ਵਿਚੋਂ ਅੰਮ੍ਰਿਤ ਦਾ ਸੋਮਾ ਵਗਦਾ ਹੈ । ਉਸ ਵਿੱਚ ਇਸ਼ਨਾਨ ਕਰਕੇ ਆਤਮਾ ਨੂੰ ਪਵਿੱਤਰ ਕਰੋ । ਸਦਾ ਰਹਿਣ ਵਾਲੇ ਪ੍ਰਭ ਦੇ ਸ਼ਬਦ ਦੀ ਬੰਦਗੀ ਕਰੋ । ਆਪਣੀ ਅੱਖਾਂ ਨਾਲ ਦੇਖੋ! ਉਹ ਹਰ ਥਾਂ, ਹਰ ਜੀਵ ਵਿੱਚ, ਹਰ ਵੇਲੇ ਹੀ ਵਾਪਰਦਾ ਹੈ ।

The fountain of the nectar of the essence of His Word may be oozing out of the 10th castle of his soul. You should take a sanctifying bath of your soul in the nectar of the essence of His Word. Whosoever may meditate on the teachings of His Word, true forever; with His mercy and grace, he may realize His Existence, His Holy Spirit prevailing everywhere.

ਅਲਾਹ ਪਾਕੰ ਪਾਕ ਹੈ, ਸਕ ਕਰਉ, ਜੇ ਦੂਸਰ ਹੋਇ॥ alaah paakaN paak hai sak kara-o jay doosar ho-ay.
ਕਬੀਰ ਕਰਮੁ ਕਰੀਮ ਕਾ, ਉਹੁ ਕਰੈ ਜਾਨੈ ਸੋਇ॥੪॥੧॥ kabeer karam kareem kaa uho karai jaanai so-ay. ||4||1||

ਪ੍ਰਭ ਦਾ ਸ਼ਬਦ ਅਮੋਲਕ, ਪਵਿੱਤਰ ਹੈ! ਜੀਵ ਭਰਮਾਂ ਵਿੱਚ ਪੈ ਕੇ ਹੀ ਹੋਰ ਪਾਸੇ ਢੂੰਡਦਾ ਹੈ, ਹੋਰ ਸਮਝਦਾ ਹੈ । ਉਸ ਤਰਸਵਾਨ ਅੰਤਰਜਾਮੀ ਪ੍ਰਭ ਵਿਚੋਂ ਸਦਾ ਹੀ ਰਹਿਮਤਾਂ ਦੀ ਵਰਖਾ ਹੁੰਦੀ ਹੈ । ਉਹ ਆਪ ਹੀ ਸਭ ਕੁਝ ਜਾਣਦਾ ਹੈ, ਕੋਈ ਜੀਵ ਕੀ ਕੰਮ ਕਰਦਾ ਹੈ ।

The teachings of His Word are priceless and the sanctifying nectar. Ignorant, self-minded remains a victim of worldly religious suspicions; he may wander shrine to shrine searching for peace of mind and contentment. His Virtues are raining continuously on His Creation. The Omniscient True Master remains aware and monitors all the activities of His Creation.

36. ਸੂਹੀ ਮਹਲਾ ੪॥ 735-14

ਜਿਨ ਕੈ ਅੰਤਰਿ ਵਸਿਆ ਮੇਰਾ ਹਰਿ ਹਰਿ, ਤਿਨ ਕੇ ਸਭਿ ਰੋਗ ਗਵਾਏ॥ jin kai antar vasi-aa mayraa har har tin kay sabh rog gavaa-ay.
ਤੇ ਮੁਕਤ ਭਏ ਜਿਨ ਹਰਿ ਨਾਮੁ ਧਿਆਇਆ, tay mukat bha-ay jin har naam Dhi-aa-i-aa
ਤਿਨ ਪਵਿਤੁ ਪਰਮ ਪਦੁ ਪਾਏ॥੧॥ tin pavit param pad paa-ay. ||1||

ਜਿਸ ਦੇ ਮਨ ਵਿੱਚ ਪ੍ਰਭ ਦੇ ਸ਼ਬਦ ਦਾ ਤੱਤ ਵਸ ਜਾਂਦਾ ਹੈ । ਉਸ ਦਾ ਮਨ, ਸੰਸਾਰਕ ਇਛਾਂ ਦੇ ਰੋਗਾ ਦਾ ਕੋਈ ਪ੍ਰਭਾਵ ਨਹੀਂ ਰਹਿੰਦਾ! ਜਿਹੜਾ ਪ੍ਰਭ ਦੇ ਸ਼ਬਦ ਦੀ ਪਾਲਣਾ ਵਿੱਚ ਅਡੋਲ ਰਹਿੰਦਾ ਹੈ, ਕੇਵਲ ਉਸ ਨੂੰ ਹੀ ਮੁਕਤੀ ਦਾ ਰਸਤਾ, ਗੁਰਮਖ ਅਵਸਥਾ, ਅਮਰ ਅਵਸਥਾ ਬਖਸ਼ਿਸ਼ ਹੁੰਦੀ ਹੈ ।

Whosoever may remain drenched with the essence of the teachings of His Word; his state of mind may become beyond the influence of miseries of worldly desires and frustration. Whosoever may adopt the teachings of His Word with steady and stable belief in his day-to-day life; with His mercy and grace, only he may be blessed with the right path of acceptance, immortal, salvation state of mind as His true devotee.

ਮੇਰੇ ਰਾਮ ਹਰਿ ਜਨ ਆਰੋਗ ਭਏ॥ mayray raam har jan aarog bha-ay.
ਗੁਰ ਬਚਨੀ ਜਿਨਾ ਜਪਿਆ ਮੇਰਾ ਹਰਿ ਹਰਿ, gur bachnee jinaa japi-aa mayraa har har
ਤਿਨ ਕੇ ਹਉਮੈ ਰੋਗ ਗਏ॥੧॥ ਰਹਾਉ॥ tin kay ha-umai rog ga-ay. ||1|| rahaa-o.

ਗੁਰੂ ਨਾਨਕ ਦੇਵ ਜੀ! – Guru Nanak Dev Ji! Guru Granth Sahib

ਜਿਹੜਾ ਪ੍ਰਭ ਦੇ ਸ਼ਬਦ ਨਾਲ ਆਪਣਾ ਜੀਵਨ ਢਾਲਦਾ ਹੈ, ਉਸ ਦੇ ਮਨ ਵਿਚੋਂ ਸੰਸਾਰਕ ਇਛਾਂ (ਰੋਗ) ਦਾ ਪ੍ਰਭਾਵ ਖਤਮ ਹੋ ਜਾਂਦੇ ਹਨ । ਉਹ ਬੰਦਗੀ ਕਰਨ ਵਾਲਾ, ਨਿਮਾਣਾ ਦਾਸ ਸੰਸਾਰਕ ਇਛਾਂ ਦੇ ਰੋਗ ਤੋਂ ਰਹਿਤ ਹੋ ਜਾਂਦਾ ਹੈ ।

Whosoever may adopt the teachings of His Word with steady and stable belief in his day-to-day life; with His mercy and grace, his state of mind may become beyond the reach of the influence of miseries, frustrations of worldly desires. His humble true devotee becomes beyond the reach of temptation of worldly desires, worldly wealth.

ਬ੍ਰਹਮਾ ਬਿਸਨੁ ਮਹਾਦੇਉ ਤ੍ਰੈ ਗੁਣ ਰੋਗੀ,
ਵਿਚਿ ਹਉਮੈ ਕਾਰ ਕਮਾਈ॥
ਜਿਨਿ ਕੀਏ ਤਿਸਹਿ ਨ ਚੇਤਹਿ ਬਪੁੜੇ,
ਹਰਿ ਗੁਰਮੁਖਿ ਸੋਝੀ ਪਾਈ॥੨॥

barahmaa bisan mahaaday-o tarai gun rogee
vich ha-umai kaar kamaa-ee.
jin kee-ay tiseh na cheeteh bapurhay
har gurmukh sojhee paa-ee. ||2||

ਬ੍ਰਹਮਾ, ਵਿਸ਼ਨੂੰ, ਸ਼ਿਵਾਂ ਤਿੰਨੇਂ ਹੀ ਮਾਇਆ ਦੇ ਤਿੰਨਾਂ ਗੁਣਾਂ ਦੇ ਜਾਲ ਵਿੱਚ ਫਸੇ ਹਨ । ਆਪਣੇ ਮਨ ਦੇ ਅਹੰਕਾਰ ਵਿੱਚ ਹੀ ਕੰਮ ਕਰਦੇ ਰਹਿੰਦੇ ਹਨ । ਉਹ ਮਨਮੁਖ ਅਣਜਾਣ, ਸਾਰਾ ਖੇਲ, ਕਰਾਮਾਤਾਂ ਕਰਨ ਵਾਲੇ ਮਾਲਕ ਨੂੰ ਯਾਦ ਨਹੀਂ ਰਖਦੇ । ਕੇਵਲ ਗੁਰਮਖ ਅਵਸਥਾ ਨਾਲ ਹੀ ਕਰਾਮਾਤਾਂ ਦੀ ਸੋਝੀ ਬਖਸ਼ਿਸ਼ ਹੁੰਦੀ ਹੈ ।

Worldly wealth remains dominating in the universe from the beginning; even the renowned worldly prophets like Brahma, Vishnu and, Mahadev-o becomes victim of temptation of three virtues of worldly wealth and performed their deeds in ego. They become the symbol of Worldly Wealth, **Raajas, Taamas, Satvas**. Ignorant prophets forgot The True Master, Creator of worldly wealth; with His mercy and grace, only His true devotee may be enlightened with the weakness of worldly wealth.

Four Ages- Yuga - Four unique Principles of Meditation			
ਸਤਜੁਗ - **Sat Yuga**	**ਤ੍ਰੇਤਾ ਜੁਗ** - **Traytaa Yuga**	**ਦੁਆਪਰ ਜੁਗ** - **Du-aapur**	**ਕੱਲਯੁਗ – Kul Jug**
ਸੰਤ ਅਵਸਥਾ **Shiv -His Word**	**ਰਜ ਗੁਣ;** Raajas **Shakti-1; ਮਾਇਆ 1**	**ਸਤ ਗੁਣ; Satvas:** **Shakti-2; ਮਾਇਆ 2**	**ਤਮ ਗੁਣ; Taamas:** **Shakti-3; ਮਾਇਅ 3**
ਸੁਰਤੀ–ਸ਼ਬਦ ਵਿੱਚ ਧਿਆਨ! **Concentration! His Word.**	**ਮਨ ਵਿਚੋਂ ਸੁਰਤੀ – ਅਹੰਕਾਰ** **Concentration to Ego!**		
ਭਰੋਸਾ, ਸ਼ਬਦ ਦੀ ਪਾਲਣਾ! **Obey His Word -Belief**		**ਸ਼ਬਦ ਦੀ ਪਾਲਣਾ – ਗੁਰੂ, ਰੀਵਾਜ** **Obey His Word – Guru**	
ਸ਼ਬਦ ਦੀ ਸੋਝੀ! ਵਿਛੋੜੇ ਦਾ ਡਰ! **Enlightenment Renunciation**			**ਸ਼ਬਦ ਦੀ ਸੋਝੀ– ਗਿਆਨ** **Enlightenment to knowledge of Gurbani!**
ਮੁਕਤੀ ਦੀ ਆਸ! **Hope for salvation!**			
ਚਾਰੇ ਜੁਗਾਂ ਵਿੱਚ! ਜੀਵ ਨੂੰ ਸ਼ਬਦ ਦੀ ਪਾਲਣਾ ਕਰਦੇ, ਪੂਰਨ ਗੁਰੂ, ਸ਼ਬਦ ਦੀ ਸੋਝੀ ਹੋ ਜਾਂਦੀ ਹੈ! ਪ੍ਰਭ ਦੀ ਜੋਤ ਮਨ ਵਿੱਚ ਜਾਗਰਤ ਹੋ ਜਾਂਦੀ ਹੈ! **All Yuga**: Adopting His Word, Enlightenment; Salvation may be blessed.			

How to Conquer Worldly Wealth – ਸੰਸਾਰਕ ਮਾਇਆ ਤੇ ਜਿੱਤ!			
ਸੰਤ ਅਵਸਥਾ – Shiv	**ਸੰਸਾਰਕ ਮਾਇਆ – Shakti**		
ਸ਼ਬਦ –Shiv -His Word	**ਰਜ ਗੁਣ;** Raajas	**ਸਤ ਗੁਣ;** Satvas:	**ਤਮ ਗੁਣ;** Taamas:
ਸੁਰਤੀ–ਸ਼ਬਦ ਵਿੱਚ ਧਿਆਨ! Concentration! His Word.	Mind concentration	Purity, of mind!	Mind Awareness
ਭਰੋਸਾ, ਸ਼ਬਦ ਦੀ ਪਾਲਣਾ! Obey His Word -Belief	The quality of energy and activity!	The quality of purity and light!	The quality of Darkness and inertia!
ਸ਼ਬਦ ਦੀ ਸੋਝੀ! ਵਿਛੋੜੇ ਦਾ ਡਰ! Enlightenment-Renunciation	**ਧਰਮ**; Dharam:	**ਅਰਥ**; Arath	**ਕਾਮ**; Kaam:
ਮੁਕਤੀ ਦੀ ਆਸ! Hope for salvation!	Self-discipline, ethics Conquer selfishness!	Adopt His Word in life.	Conquer sexual urge for strange woman:

ਹਉਮੈ ਰੋਗਿ ਸਭੁ ਜਗਤੁ ਬਿਆਪਿਆ,
ਤਿਨ ਕਉ ਜਨਮ ਮਰਣ ਦੁਖੁ ਭਾਰੀ॥
ਗੁਰ ਪਰਸਾਦੀ ਕੋ ਵਿਰਲਾ ਛੂਟੈ, ਤਿਸੁ ਜਨ ਕਉ ਹਉ ਬਲਿਹਾਰੀ॥੩॥

ha-umai rog sabh jagat bi-aapi-aa
tin ka-o janam maran dukh bhaaree.
gur parsaadee ko virlaa chhootai tis jan ka-o ha-o balihaaree. ||3||

ਸਾਰੀ ਸ੍ਰਿਸ਼ਟੀ ਹੀ ਅਹੰਕਾਰ ਦੇ ਰੋਗ ਦੀ ਸ਼ਿਕਾਰ ਹੋਈ ਹੈ । ਉਹ ਬਹੁਤ ਦਰਦਨਾਕ, ਜਨਮ ਮਰਨ ਦਾ ਦੁਖ ਪਾਉਂਦੀ ਹੈ । ਕੋਈ ਵਿਰਲਾ ਹੀ ਜੀਵ, ਜੂੰਨਾਂ ਦੇ ਚੱਕਰ ਤੋਂ ਬਚਦਾ ਹੈ । ਉਸ ਜੀਵ ਤੋਂ ਕੁਰਬਾਨ ਜਾਵਾ! ਜਿਸ ਨੂੰ ਪ੍ਰਭ ਆਪ ਹੀ ਰਹਿਮਤ ਬਖਸ਼ਕੇ ਸ਼ਬਦ ਦੀ ਪਾਲਣਾ ਤੇ ਲਾਉਂਦਾ ਹੈ ।

The whole universe remains intoxicated with the sweet poison of worldly wealth, ego of his own worldly status. Everyone may endure the misery of birth and death; however, very rare may be saved from the cycle of birth and death. I remain fascinated and astonished from the state of mind of His true devotee! Whosoever may be bestowed with His Blessed Vision, only he may obey the teachings of His Word.

ਜਿਨਿ ਸਿਸਟਿ ਸਾਜੀ ਸੋਈ ਹਰਿ ਜਾਣੈ, ਤਾ ਕਾ ਰੂਪੁ ਅਪਾਰੋ॥
ਨਾਨਕ ਆਪੇ ਵੇਖਿ ਹਰਿ ਬਿਗਸੈ, ਗੁਰਮੁਖਿ ਬ੍ਰਹਮ ਬੀਚਾਰੋ॥
੪॥੩॥੧੪॥

jin sisat saajee so-ee har jaanai taa kaa roop apaaro.
naanak aapay vaykh har bigsai gurmukh barahm beechaaro.
||4||3||14||

ਗੁਰੂ ਨਾਨਕ ਦੇਵ ਜੀ! – Guru Nanak Dev Ji! Guru Granth Sahib

ਜਿਸ ਨੇ ਸਾਰੀ ਸ੍ਰਿਸ਼ਟੀ ਸਾਜੀ ਹੈ, ਕੇਵਲ ਉਹ ਹੀ ਸਭ ਕੁਝ ਜਾਣਦਾ ਹੈ । ਉਸ ਦੇ ਅਨੋਖੇ, ਰੂਪ, ਅਕਾਰ ਦੀ ਕਿਸੇ ਨਾਲ ਤੁਲਨਾ ਨਹੀਂ ਕੀਤੀ ਜਾ ਸਕਦੀ । ਬੰਦਗੀ ਕਰਨ ਵਾਲੇ ਤੇ ਪ੍ਰਭ ਆਪ ਹੀ ਰਹਿਮਤ ਦੀ ਨਜ਼ਰ ਬਖਸ਼ਦਾ ਹੈ । ਉਹ ਨੂੰ ਗੁਰਮਖ ਅਵਸਥਾ ਬਖਸ਼ਿਸ਼ ਹੋ ਜਾਂਦੀ ਹੈ! ਉਹ ਸਵਾਸ ਸਵਾਸ ਪ੍ਰਭ ਦੇ ਸ਼ਬਦ ਦਾ ਵਿਚਾਰ ਕਰਦਾ, ਯਾਦ ਰਖਦਾ ਹੈ ।

The Omniscient True Master, Creator knows the purpose of the creation of the universe. His astonishing glory, beauty, structure, figure may not be compared with anyone else. Whosoever may be blessed with a state of mind as His true devotee' only he may remain in renunciation in the memory of his separation from His Holy Spirit.

37. ਸੂਹੀ ਮਹਲਾ ੫॥ 783-15

ਸੰਤਾ ਕੇ ਕਾਰਜਿ ਆਪਿ ਖਲੋਇਆ,	santaa kay kaaraj aap khalo-i-aa
ਹਰਿ ਕੰਮੁ ਕਰਾਵਣਿ ਆਇਆ ਰਾਮ॥	har kamm karaavan aa-i-aa raam.
ਧਰਤਿ ਸੁਹਾਵੀ ਤਾਲੁ ਸੁਹਾਵਾ, ਵਿਚਿ ਅੰਮ੍ਰਿਤ ਜਲੁ ਛਾਇਆ ਰਾਮ॥	Dharat suhaavee taal suhaavaa vich amrit jal chhaa-i-aa raam.
ਅੰਮ੍ਰਿਤ ਜਲੁ ਛਾਇਆ ਪੂਰਨ ਸਾਜੁ ਕਰਾਇਆ,	amrit jal chhaa-i-aa pooran saaj karaa- i-aa
ਸਗਲ ਮਨੋਰਥ ਪੂਰੇ॥	sagal manorath pooray.
ਜੈ ਜੈ ਕਾਰੁ ਭਇਆ ਜਗ ਅੰਤਰਿ, ਲਾਥੇ ਸਗਲ ਵਿਸੂਰੇ॥	jai jai kaar bha-i-aa jag antar laathay sagal visooray.
ਪੂਰਨ ਪੁਰਖ ਅਚੁਤ ਅਬਿਨਾਸੀ, ਜਸੁ ਵੇਦ ਪੁਰਾਣੀ ਗਾਇਆ॥	pooran purakh achut abhinaasee jas vayd puraanee gaa-i-aa.
ਅਪਨਾ ਬਿਰਦੁ ਰਖਿਆ ਪਰਮੇਸਰਿ, ਨਾਨਕ ਨਾਮੁ ਧਿਆਇਆ॥੧॥	apnaa birad rakhi-aa parmaysar naanak naam Dhi-aa-i-aa. ||1||

ਬੰਦਗੀ ਕਰਨ ਵਾਲੇ ਦੇ ਸੰਸਾਰਕ ਧੰਦੇ ਵਿੱਚ ਪ੍ਰਭ ਆਪ ਹੀ ਸਹਾਈ ਹੁੰਦਾ ਹੈ । ਉਸ ਦੇ ਜੀਵਨ ਵਿੱਚ ਧੰਦੇ ਕਰਨ ਦੇ ਆਪ ਹੀ ਕਾਰਨ ਬਣਾਉਂਦਾ, ਸਫਲ ਕਰਦਾ ਹੈ । ਜਿਥੇ ਬੰਦਗੀ ਕਰਨ ਵਾਲਾ, ਸ਼ਬਦ ਦੀ ਸੋਝੀ ਰੂਪੀ ਅੰਮ੍ਰਿਤ ਪਾਨ ਕਰਦਾ ਹੈ । ਉਹ ਥਾਂ, ਘਰ ਮੰਦਰ, ਸਰੋਵਰ ਸੁਭਾਗਾ ਬਣ ਜਾਂਦਾ ਹੈ । ਉਸ ਦੇ ਮਨ ਦੇ ਸਰੋਵਰ ਵਿੱਚ ਅੰਮ੍ਰਿਤ ਭਰਪੂਰ, ਭਰਿਆਂ ਰਹਿੰਦਾ ਹੈ । ਉਸ ਦੇ ਮਨ ਦੀਆਂ ਇਛਾਂ ਪੂਰੀਆਂ ਹੋ ਜਾਂਦੀਆਂ ਹਨ । ਉਸ ਦੇ ਮਨ ਦੇ ਸੰਸਾਰਕ ਇਛਾਂ ਦੇ ਦੁਖ, ਚਿੰਤਾਂ ਦੂਰ ਹੋ ਜਾਂਦੀਆਂ, ਚਾਰੇ ਪਾਸੇ ਹੀ ਸੋਭਾ ਹੁੰਦੀ ਹੈ । ਬੰਦਗੀ ਕਰਨ ਵਾਲਾ ਅਡੋਲ ਭਰੋਸੇ ਨਾਲ ਧਰਮ ਦੇ ਗ੍ਰੰਥਾਂ ਵਿੱਚ ਦੱਸੇ ਹੋਏ, ਪ੍ਰਭ ਦੇ ਗੁਣਾਂ ਦੀ ਉਸਤਤ ਗਾਉਂਦਾ ਹੈ । ਉਹ ਪ੍ਰਭ ਸਦਾ ਅਟਲ ਰਹਿਣ ਵਾਲਾ ਰਹਿਮਤਾਂ ਦਾ ਮਾਲਕ ਹੈ । ਪ੍ਰਭ ਦਾ ਅਟਲ ਭਾਣਾ, ਰਹਿਮਤਾਂ ਦੀ ਵਰਖਾ ਸਦਾ ਹੀ ਹੁੰਦੀ ਰਹਿੰਦੀ ਹੈ । ਬੰਦਗੀ ਕਰਨ ਵਾਲਾ ਸ਼ਬਦ ਦੇ ਸਿਮਰਨ ਵਿੱਚ ਅਡੋਲ ਰਹਿੰਦਾ ਹੈ ।

The True Master becomes helper, supporter in worldly deeds of His true devotee. He creates the purpose of his worldly chores and prevails to make all successful. Wherever, His true devotee may meditate, preaches, and obeys the teachings of His Word; with His mercy and grace, that place may become a Holy Shrine and very fortunate. All his spoken and unspoken desires may be fully satisfied; his state of mind may become beyond the influence of worldly desires. He may be honored in the universe. He may sing the glory of His Virtues as described in worldly Holy Scriptures. The Merciful ever-living True Master, remains the treasure of all virtues! His Word remains an ultimate Command. His Blessings remain pouring like rain. His true devotee remains intoxicated in meditation in the void of His Word.

ਨਵ ਨਿਧਿ ਸਿਧਿ ਰਿਧਿ ਦੀਨੇ ਕਰਤੇ, ਤੋਟਿ ਨ ਆਵੈ ਕਾਈ ਰਾਮ॥	nav niDh siDh riDh deenay kartay tot na aavai kaa-ee raam.
ਖਾਤ ਖਰਚਤ ਬਿਲਛਤ ਸੁਖੁ ਪਾਇਆ,	khaat kharchat bilchhat sukh paa-i-aa
ਕਰਤੇ ਕੀ ਦਾਤਿ ਸਵਾਈ ਰਾਮ॥	kartay kee daat savaa-ee raam.
ਦਾਤਿ ਸਵਾਈ ਨਿਖੁਟਿ ਨ ਜਾਈ, ਅੰਤਰਜਾਮੀ ਪਾਇਆ॥	daat savaa-ee nikhut na jaa-ee ntarjaamee paa-i-aa.
ਕੋਟਿ ਬਿਘਨ ਸਗਲੇ ਉਠਿ ਨਾਠੇ, ਦੂਖੁ ਨ ਨੇੜੈ ਆਇਆ॥	kot bighan saglay uth naathay dookh na nayrhai aa-i-aa.
ਸਾਂਤਿ ਸਹਜ ਆਨੰਦ ਘਨੇਰੇ, ਬਿਨਸੀ ਭੂਖ ਸਬਾਈ॥	saaNt sahj aanand ghanayray binsee bhookh sabaa-ee.
ਨਾਨਕ ਗੁਣ ਗਾਵਹਿ ਸੁਆਮੀ ਕੇ,	naanak gun gaavahi su-aamee kay
ਅਚਰਜੁ ਜਿਸੁ ਵਡਿਆਈ ਰਾਮ॥੨॥	achraj jis vadi-aa-ee raam. ||2||

ਪ੍ਰਭ ਦੇ ਘਰ ਵਿੱਚ ਕਦੇ ਕਿਸੇ ਕਿਸਮ ਦੀ ਕਮੀ ਨਹੀਂ ਹੁੰਦੀ । ਬੰਦਗੀ ਕਰਨ ਵਾਲੇ ਤੇ ਰਹਿਮਤ ਬਖਸ਼ਕੇ, ਸ਼ਬਦ ਦੀ ਸੋਝੀ, ਕਰਾਮਾਤਾਂ ਦਾ ਗਿਆਨ ਬਖਸ਼ਦਾ ਹੈ । ਸ਼ਬਦ ਦੇ ਗੁਣਾਂ ਨੂੰ ਸਾਥੀਆਂ ਨਾਲ ਸਾਂਝੀ ਕਰਨ ਨਾਲ, ਗਿਆਨ ਵਿੱਚ ਕੋਈ ਘਟਾ, ਕਮੀ ਨਹੀਂ ਆਉਂਦੀ, ਵਾਧਾ ਹੀ ਹੁੰਦਾ ਹੈ । ਬੰਦਗੀ ਕਰਨ ਵਾਲਾ ਅੰਤਰਜਾਮੀ ਪ੍ਰਭ ਦੀ ਹੋਂਦ ਮਹਿਸੂਸ ਕਰਦਾ ਹੈ । ਉਹ ਆਪਣੇ ਘਰ ਵਿੱਚ ਰਹਿਮਤ ਦੀ ਕਮੀ ਨਹੀਂ ਮਹਿਸੂਸ ਕਰਦਾ । ਦਾਸ ਦੇ ਜੀਵਨ ਵਿੱਚ ਆਉਣ ਵਾਲੀਆਂ ਅਨੇਕਾਂ ਹੀ ਮੁਸ਼ਕਲਾਂ ਦੂਰ ਹੋ ਜਾਂਦੀਆਂ ਹਨ । ਉਸ ਨੂੰ ਕੋਈ ਸੰਸਾਰਕ ਚਿੰਤਾਂ ਪਰੇਸ਼ਾਨ ਨਹੀਂ ਕਰ ਸਕਦੀ । ਉਸ ਦੇ ਮਨ ਵਿੱਚ ਸੰਤੋਖ, ਖੇੜਾ ਵਸ ਜਾਂਦਾ, ਮਨ ਵਿੱਚ ਕੋਈ ਸੰਸਾਰਕ ਇਛਾਂ ਦੀ ਭੁੱਖ ਨਹੀਂ ਰਹਿੰਦੀ । ਬੰਦਗੀ ਕਰਨ ਵਾਲਾ ਪ੍ਰਭ ਦੇ ਸ਼ਬਦ ਦੇ ਗੁਣ ਗਾਉਂਦਾ ਰਹਿੰਦਾ ਹੈ । ਪ੍ਰਭ ਦੀਆਂ ਅਨੋਖੀਆਂ ਹੀ ਵਡਿਆਈਆਂ ਹਨ ।

The Treasure of True Master may never have any shortage or deficiency of virtues. The True Master may bestow unique enlightenment of His Virtues and comprehension of His Nature to His true devotee. Whosoever may share the essence of enlightenment of His Word with others; with His mercy and grace, his enlightenment may be enhanced to deeper level. He may always realize His Existence, prevailing everywhere in activities. He may never realize any deficiency, nor any worldly desire may frustrate, influences his state of mind. He may remain overwhelmed with contentment; he may never have any hunger for worldly desires. His true devotee remains intoxicated in singing the glory of His Word. The True Master has astonishing virtues, greatness beyond the comprehension of His Creation.

ਜਿਸ ਕਾ ਕਾਰਜੁ ਤਿਨ ਹੀ ਕੀਆ, ਮਾਣਸੁ ਕਿਆ ਵੇਚਾਰਾ ਰਾਮ॥	jis kaa kaaraj tin hee kee-aa maanas ki-aa vaychaaraa raam.
ਭਗਤ ਸੋਹਨਿ ਹਰਿ ਕੇ ਗੁਣ ਗਾਵਹਿ, ਸਦਾ ਕਰਹਿ ਜੈਕਾਰਾ ਰਾਮ॥	bhagat sohan har kay gun gaavahi sadaa karahi jaikaaraa raam.
ਗੁਣ ਗਾਇ ਗੋਬਿੰਦ ਅਨਦ, ਉਪਜੇ, ਸਾਧਸੰਗਤਿ ਸੰਗਿ ਬਨੀ॥	gun gaa-ay gobind anad upjay saaDhsangat sang banee.
ਜਿਨਿ ਉਦਮੁ ਕੀਆ ਤਾਲ ਕੇਰਾ, ਤਿਸ ਕੀ ਉਪਮਾ ਕਿਆ ਗਨੀ॥	jin udam kee-aa taal kayraa tis kee upmaa ki-aa ganee.
ਅਠਸਠਿ ਤੀਰਥ ਪੁੰਨ ਕਿਰਿਆ, ਮਹਾ ਨਿਰਮਲ ਚਾਰਾ॥	athsath tirath punn kiri-aa mahaa nirmal chaaraa.
ਪਤਿਤ ਪਾਵਨੁ ਬਿਰਦੁ ਸੁਆਮੀ, ਨਾਨਕ ਸਬਦ ਅਧਾਰਾ॥੩॥	patit paavan birad su-aamee naanak sabad aDhaaraa. ||3||

ਪ੍ਰਭ ਆਪ ਹੀ ਜੀਵ ਨੂੰ ਮਾਨਸ ਜੀਵਨ ਦੇ ਧੰਦੇ ਬਖਸ਼ਦਾ ਹੈ । ਆਪ ਹੀ ਕੰਮ ਕਰਨ ਤੇ ਲਾਉਂਦਾ ਹੈ, ਮਾਨਸ ਦੇ ਵੱਸ ਵਿੱਚ ਕੁਝ ਨਹੀਂ ਹੈ । ਬੰਦਗੀ ਕਰਨ ਵਾਲਾ ਸ਼ਰਧਾ ਨਾਲ, ਭਰੋਸਾ ਅਡੋਲ ਰਖਕੇ ਸ਼ਬਦ ਦੇ ਗੁਣ ਗਾਉਂਦਾ ਹੈ । ਹਰਇਕ ਕੰਮ ਵਿੱਚ ਪ੍ਰਭ ਦੀ ਹੀ ਜੈਕਾਰ ਕਰਦਾ, ਧੰਨਵਾਦ ਹੀ ਗਾਉਂਦਾ ਹੈ । ਸੰਗਤ ਵਿੱਚ ਪ੍ਰਭ ਦੇ ਸ਼ਬਦ ਦੇ ਗੁਣ ਗਾਉਂਦੇ ਜੀਵ ਦੇ, ਮਨ ਵਿੱਚ ਸ਼ਬਦ ਨਾਲ ਸ਼ਰਧਾ ਵਧਦੀ ਹੈ । ਜਿਹੜਾ ਸ਼ਬਦ ਦੀ ਪਾਲਣਾ ਅਡੋਲ ਭਰੋਸੇ ਨਾਲ ਕਰਦਾ ਹੈ । ਉਸ ਦੀ ਉਪਮਾ, ਮਨ

ਦੀ ਅਵਸਥਾ ਕਿਵੇਂ ਵਖਿਆਣ ਕੀਤੀ ਜਾ ਸਕਦੀ ਹੈ? ਸ਼ਬਦ ਦੀ ਬੰਦਗੀ ਕਰਨ ਵਾਲੇ ਦੇ ਜੀਵਨ ਦੀ ਸਿਖਿਆ ਵਿਚੋਂ ਹੀ ਪਵਿੱਤਰ ਤੀਰਥਾਂ ਦੇ ਇਸ਼ਨਾਨਾਂ ਦਾ ਫਲ ਬਖਸ਼ਿਸ਼ ਹੁੰਦਾ ਹੈ । ਰਹਿਮਤਾਂ ਦੇ ਮਾਲਕ, ਬਖਸ਼ਣ ਹਾਰੇ ਪ੍ਰਭ ਦੀ ਅਵਸਥਾ ਇਸਤਰ੍ਹਾਂ ਦੀ ਪਵਿੱਤਰ ਹੁੰਦੀ ਹੈ । ਬੰਦਗੀ ਕਰਨ ਵਾਲਾ ਸਦਾ ਹੀ ਸ਼ਬਦ ਦੀ ਪਾਲਣਾ ਨੂੰ ਹੀ ਜੀਵਨ ਦਾ ਅਧਾਰ ਬਣਾਉਂਦਾ ਹੈ ।

All worldly chores have been created and inspired by The True Master; His Creation may not comprehend the purpose nor anything under their control. His true devotee may surrender his self-entity at His Sanctuary and sings the glory of The True Master. He may only claim His Victory in all tasks of the universe. Whosoever may sing the glory of His Word in conjugation with His Holy saint; with His mercy and grace, his devotion may become more intense. Whosoever may obey the teachings of His Word with steady and stable belief; how may his state of mind, devotion be comprehended? The life experience teachings of His true devotee may be embedded within soul sanctifying nectar as the pilgrimage of Holy Shrine. Such a fascinating, unique nature of The True Master, Trustee of all Virtues, Blessings. His true devotee may adopt the teachings of His Word as the guiding principle of his way of worldly life.

ਗੁਣ ਨਿਧਾਨ ਮੇਰਾ ਪ੍ਰਭੁ ਕਰਤਾ, ਉਸਤਤਿ ਕਉਨੁ ਕਰੀਜੈ ਰਾਮ॥ gun niDhaan mayraa parabh kartaa ustat ka-un kareejai raam.
ਸੰਤਾ ਕੀ ਬੇਨੰਤੀ ਸੁਆਮੀ, ਨਾਮੁ ਮਹਾ ਰਸੁ ਦੀਜੈ ਰਾਮ॥ santaa kee baynantee su-aamee naam mahaa ras deejai raam.
ਨਾਮੁ ਦੀਜੈ ਦਾਨੁ ਕੀਜੈ, ਬਿਸਰੁ ਨਾਹੀ ਇਕ ਖਿਨੋ॥ naam deejai daan keejai bisar naahee ik khino.
ਗੁਣ ਗੋਪਾਲ ਉਚਰੁ ਰਸਨਾ, ਸਦਾ ਗਾਈਐ ਅਨਦਿਨੋ॥ gun gopaal uchar rasnaa sadaa gaa-ee-ai andino.
ਜਿਸੁ ਪ੍ਰੀਤਿ ਲਾਗੀ ਨਾਮ ਸੇਤੀ, ਮਨੁ ਤਨੁ ਅੰਮ੍ਰਿਤ ਭੀਜੈ॥ jis pareet laagee naam saytee man tan amrit bheejai.
ਬਿਨਵੰਤਿ ਨਾਨਕ ਇਛ ਪੁੰਨੀ, ਪੇਖਿ ਦਰਸਨੁ ਜੀਜੈ॥੪॥੭॥੧੦॥ binvant naanak ichh punnee paykh darsan jeejai. ||4||7||10||

ਪ੍ਰਭ ਦੇ ਕਿਹੜੇ ਕਿਹੜੇ ਗੁਣ ਦੀ ਉਸਤਤ ਕਰਾ? ਪ੍ਰਭ ਤੂੰ ਹੀ ਗੁਣਾਂ ਦਾ, ਰਹਿਮਤਾਂ ਦਾ ਸਾਗਰ, ਖਜ਼ਾਨਾ ਹੈ । ਬੰਦਗੀ ਕਰਨ ਵਾਲਾ ਸਦਾ ਇਕੋ ਇਕ ਹੀ ਅਰਦਾਸ ਕਰਦਾ ਹੈ । ਰਹਿਮਤਾਂ ਦੇ ਮਾਲਕ ਸ਼ਬਦ ਦੇ ਲੜ ਲਾਵੋ! ਸ਼ਬਦ ਦੀ ਸੋਝੀ ਬਖਸ਼ੋ! ਸ਼ਬਦ ਦੀ ਪਾਲਣਾ, ਸਿਮਰਨ ਕਰਦੇ, ਇਕ ਪਲ ਵੀ ਸ਼ਬਦ ਨੂੰ ਮਨ ਵਿਚੋਂ ਨਾ ਵਿਸਾਰਾ । ਮੇਰੀ ਜੀਭ ਸਦਾ ਹੀ ਦਿਨ ਰਾਤ ਤੇਰੇ ਸ਼ਬਦ ਦੀ ਉਸਤਤ ਗਾਵੇ, ਕਦੇ ਮਨੋ ਨਾ ਵਿਸਾਰੇ । ਜਿਸ ਦੇ ਮਨ ਵਿੱਚ ਪ੍ਰਭ ਦਾ ਸ਼ਬਦ ਜਾਗਰਤ ਹੋ ਜਾਂਦਾ ਹੈ । ਉਸ ਦੇ ਤਨ, ਮਨ ਤੇ ਰਹਿਮਤਾਂ ਦਾ ਨੂਰ ਚਮਕਦਾ, ਰਹਿਮਤ ਭਰਪੂਰ ਰਹਿੰਦੀ ਹੈ । ਜਿਸ ਮਨ ਵਿੱਚ ਪ੍ਰਭ ਦਾ ਸ਼ਬਦ ਜਾਗਰਤ ਹੋ ਜਾਂਦਾ ਹੈ । ਉਸ ਦੇ ਮਨ ਦੀਆਂ ਮੁਰਾਦਾਂ ਪੂਰੀਆਂ ਹੋ ਜਾਂਦੀਆਂ ਹਨ ।

Which of the virtue of The True Master may I sing? The True Master remains treasure and overwhelming ocean of virtues. His true devotee may always pray for His Forgiveness and Refuge to be attached to His Word; he may never abandon the path of the teachings of His Word. My tongue may sing the glory of Your Word and the memory of my separation may never be forgotten from my mind. Whosoever may be enlightened with the essence of His Word; with His mercy and grace, he may remain overwhelmed with an eternal glow of His Word. All his spoken and unspoken desires may be satisfied.

38. ਬਿਲਾਵਲ– - ਸਲੋਕ ਮਹਲਾ ੨॥ 788-2

ਜਿਨਾ ਭਉ ਤਿਨ੍ ਨਾਹਿ ਭਉ, ਮੁਚੁ ਭਉ ਨਿਭਵਿਆਹ॥ jinaa bha-o tinH naahi bha-o much bha-o nibhvi-aah.
ਨਾਨਕ ਏਹੁ ਪਟੰਤਰਾ, ਤਿਤੁ ਦੀਬਾਣਿ ਗਇਆਹ॥੧॥ naanak ayhu patantaraa tit deebaan ga-i-aah. ||1||

ਜਿਸ ਜੀਵ ਨੂੰ ਪ੍ਰਭ ਦੇ ਵਿਛੋੜਾ ਦਾ ਡਰ ਮਨ ਵਿੱਚ ਰਹਿੰਦਾ ਹੈ । ਉਸ ਨੂੰ ਹੋਰ ਕੋਈ ਡਰ ਤੰਗ ਨਹੀਂ ਕਰਦਾ । ਜਿਸ ਮਨ ਵਿੱਚ ਪ੍ਰਭ ਦੇ ਵਿਛੋੜੇ ਦਾ ਡਰ ਨਹੀਂ ਹੁੰਦਾ, ਉਸ ਦੀ ਪ੍ਰਵਾਹ ਨਹੀਂ ਕਰਦਾ । ਉਸ ਨੂੰ ਸੰਸਾਰਕ ਇਛਾਂ ਦੇ ਡਰ, ਮੌਤ, ਜੂੰਨਾਂ ਦੇ ਡਰ ਤੰਗ ਕਰਦੇ ਰਹਿੰਦੇ ਹੈ । ਇਸ ਦੀ ਸੋਝੀ, ਆਪ ਹੀ ਸ਼ਬਦ ਦੀ ਸੋਝੀ ਵਿੱਚ ਅਨੁਭਵ ਕਰਾਉਂਦਾ ਹੈ ।

Whosoever may remain in renunciation in the memory of his separation from His Holy Spirit; no worldly desire, worries may ever influence his state of mind. Whosoever may ignore or forget the misery of his separation from His Holy Spirit, nor care about His Existence, His Command. He may endure fear of worldly miseries and death. The True Master has embedded the enlightenment of His Nature within the teachings of His Word.

ਮਃ ੨॥ mehlaa 2.
ਤੁਰਦੇ ਕਉ ਤੁਰਦਾ ਮਿਲੈ, ਉਡਤੇ ਕਉ ਉਡਤਾ॥ turday ka-o turdaa milai udtay ka-o udtaa.
ਜੀਵਤੇ ਕਉ ਜੀਵਤਾ ਮਿਲੈ, ਮੂਏ ਕਉ ਮੂਆ॥ jeevtay ka-o jeevtaa milai moo-ay ka-o moo-aa.
ਨਾਨਕ ਸੋ ਸਾਲਾਹੀਐ, ਜਿਨਿ ਕਾਰਣੁ ਕੀਆ॥੨॥ naanak so salaahee-ai jin kaaran kee-aa. ||2||

ਜਿਸਤਰ੍ਹਾਂ ਦਾ ਮਨ ਸੋਚਦਾ, ਕੰਮ ਕਰਦਾ, ਉਸਤਰ੍ਹਾਂ ਦੀ ਹੀ ਸੰਗਤ ਲੱਭ ਲੈਂਦਾ ਹੈ । ਜਿਹੜਾ ਜੀਵ ਉੱਡਦਾ ਹੈ! ਉਹ ਆਪਣੇ ਸਫਰ ਵਿੱਚ ਉਡਨ ਵਾਲੇ ਜੀਵ ਨੂੰ ਮਿਲਦਾ, ਸਾਥ ਦੇਂਦਾ ਹੈ । ਜਿਹੜਾ ਮਾਯੂਸੀ ਵਿੱਚ ਹੁੰਦਾ ਹੈ, ਉਸ ਦੀ ਸੰਗਤ ਮਾਯੂਸੀ ਵਾਲਾ ਕਰਦਾ ਹੈ । ਜਿਹੜਾ ਜੀਵਨ ਵਿੱਚ ਅਨੰਦ ਮਾਨਦਾ ਹੈ, ਉਹ ਖੇੜੇ ਵਾਲੀ ਸੰਗਤ ਲੱਭ ਲੈਂਦਾ ਹੈ । ਜੀਵ ਸਾਰੀ ਸ੍ਰਿਸ਼ਟੀ ਪੈਦਾ ਕਰਨ, ਪਾਲਣਾ ਕਰਨ ਵਾਲੇ ਪ੍ਰਭ ਨੂੰ ਢੂੰਡ ਲਵੇ ।

Whatsoever thoughts, imagination may be within the mind of anyone; he may be attracted to a person with similar interest. Whosoever may fly or travel; he may associate with person of similar interest. Whosoever may be depressed and miserable in his human life; he may find a comfort in the company of desperate or loser in life. You should only search; The Omnipotent True Master, Creator of the universe, who nourishes and protects the whole universe.

ਪਉੜੀ॥ pa-orhee.
ਸਚੁ ਧਿਆਇਨਿ ਸੇ ਸਚੇ, ਗੁਰ ਸਬਦਿ ਵੀਚਾਰੀ॥ sach Dhi-aa-in say sachay gur sabad veechaaree.
ਹਉਮੈ ਮਾਰਿ ਮਨੁ ਨਿਰਮਲਾ, ਹਰਿ ਨਾਮੁ ਉਰਿ ਧਾਰੀ॥ ha-umai maar man nirmalaa har naam ur Dhaaree.
ਕੋਠੇ ਮੰਡਪ ਮਾੜੀਆ, ਲਗਿ ਪਏ ਗਾਵਾਰੀ॥ kothay mandap maarhee-aa lag pa-ay gaavaaree.
ਜਿਨ੍ਹਿ ਕੀਏ ਤਿਸਹਿ ਨ ਜਾਣਨੀ, ਮਨਮੁਖਿ ਗੁਬਾਰੀ॥ jiniH kee-ay tiseh na jaannee manmukh gubaaree.
ਜਿਸੁ ਬੁਝਾਇਹਿ ਸੋ ਬੁਝਸੀ, ਸਚਿਆ ਕਿਆ ਜੰਤ ਵਿਚਾਰੀ॥੮॥ jis bujhaa-ihi so bujhsee sachi-aa ki-aa jant vichaaree. ||8||

ਜਿਹੜਾ ਜੀਵ ਪ੍ਰਭ ਦੀ ਸੇਵਾ, ਬੰਦਗੀ ਕਰਦਾ ਹੈ । ਉਸ ਨੂੰ ਸ਼ਬਦ ਦੀ ਪਾਲਣਾ ਕਰਦੇ ਨੂੰ ਸ਼ਬਦ ਦੀ ਸੋਝੀ ਬਖਸ਼ਿਸ਼ ਹੋ ਜਾਂਦੀ ਹੈ । ਉਹ ਆਪਣੇ ਮਨ ਦੇ ਅਹੰਕਾਰ ਤੇ ਜਿੱਤ ਪਾ ਕੇ ਮਨ ਨੂੰ ਪਵਿੱਤਰ ਕਰ ਲੈਂਦਾ ਹੈ । ਮੂਰਖ, ਅਣਜਾਣ ਸੰਸਾਰਕ ਹੈਸੀਅਤ ਨਾਲ ਹੀ ਮੋਹ ਰਖਦਾ ਹੈ । ਜਿਹੜਾ ਮਨਮਰਜ਼ੀ ਕਰਦਾ, ਉਹ ਸ੍ਰਿਸ਼ਟੀ ਨੂੰ ਪੈਦਾ

ਕਰਨ ਵਾਲੇ ਦੇ ਸ਼ਬਦ ਨੂੰ ਨਹੀਂ ਜਾਣਦਾ, ਪ੍ਰਵਾਹ ਨਹੀਂ ਕਰਦਾ । ਜਿਸ ਨੂੰ ਆਪਣੀ ਰਹਿਮਤ ਨਾਲ ਸੋਝੀ ਬਖਸ਼ਦਾ ਹੈ, ਕੇਵਲ ਉਸ ਨੂੰ ਹੀ ਸ਼ਬਦ ਦੀ ਸੋਝੀ ਹੁੰਦੀ ਹੈ । ਹੋਰ ਕੋਈ ਸੰਸਾਰੀ ਜੀਵ ਕੁਝ ਨਹੀਂ ਕਰ ਸਕਦਾ ਹੈ ।

Whosoever may meditate and serves His Creation! He may obey the teachings of His Word with steady and stable belief in his day-to-day life; with His mercy and grace, he may be blessed with enlightenment of the essence of His Word. Self-minded remains ignorance from the teachings of His Word. He remains intoxicated in the ego of his worldly status. He may not comprehend His Nature, the teachings of His Word; he has already given up on his human life opportunity. Whosoever may be blessed with the enlightenment of the essence of His Word; only he may remain drenched with the essence of His Word. No worldly guru, saint have any power or wisdom to do anything.

39. ਬਾਣੀ ਸਧਨੇ ਕੀ ਰਾਗੁ ਬਿਲਾਵਲੁ॥ 858॥ Sadhana

ੴ ਸਤਿਗੁਰ ਪ੍ਰਸਾਦਿ॥ ik-oNkaar satgur parsaad.
ਨ੍ਰਿਪ ਕੰਨਿਆ ਕੇ ਕਾਰਨੈ, ਇਕੁ ਭਇਆ ਭੇਖਧਾਰੀ॥ nrip kanniaa kay kaarnai ik bha-i-aa bhaykh-Dhaaree.
ਕਾਮਾਰਥੀ ਸੁਆਰਥੀ, ਵਾ ਕੀ ਪੈਜ ਸਵਾਰੀ॥੧॥ kaamaarathee su-aarthee vaa kee paij savaaree. ||1||

ਇਕ ਰਾਜ ਕੁਮਾਰੀ ਦੇ ਪਿਆਰ ਵਿੱਚ ਇਕ ਜੀਵ ਨੇ ਵਿਸਨੂੰ ਦਾ ਭੇਖ ਧਾਰਨ ਕੀਤਾ । ਭਾਵੇਂ ਉਸ ਦੇ ਮਨ ਦੀ ਇਛਾਂ ਉਸ ਨਾਲ ਸੰਜੋਗ ਬਣਾਉਣ ਵਾਲੀ, ਆਪਣੇ ਸਵਾਰਥ ਦੀ ਇਛਾਂ ਹੀ ਸੀ । ਫਿਰ ਵੀ ਪ੍ਰਭ ਨੇ ਉਸ ਦੀ ਲਾਜ ਰਖੀ! ਭਗਤ ਵਿਸਨੂੰ ਦਾ ਮਾਣ ਰਖਿਆ, ਰਖਿਆ ਕੀਤੀ ।

Once a prince adopted a robe like prophet **Vishnu** in a love for beautiful, gorgeous princess to win her love. Even though his intention was for his obsession for her; however, The True Master protected and honored his belief and devotion on ultimate blessings of prophet Vishnu as symbol The True Master

ਤਵ ਗੁਨ ਕਹਾ ਜਗਤ ਗੁਰਾ, ਜਉ ਕਰਮੁ ਨ ਨਾਸੈ॥ tav gun kahaa jagat guraa ja-o karam na naasai.
ਸਿੰਘ ਸਰਣ ਕਤ ਜਾਈਐ, ਜਉ ਜੰਬੁਕੁ ਗ੍ਰਾਸੈ॥੧॥ ਰਹਾਉ॥ singh saran kat jaa-ee-ai ja-o jaNbuk garaasai. ||1|| rahaa-o.

ਸੰਸਾਰ ਦੇ ਗੁਰੂ, ਤੇਰੀ ਕੀ ਕੀਮਤ, ਹੈਸੀਅਤ ਹੈ? ਅਗਰ ਤੂੰ ਕਿਸੇ ਦੇ ਕੀਤੇ ਮੰਦੇ ਕੰਮ ਮਾਫ ਨਹੀਂ ਕਰਵਾ ਸਕਦਾ! ਜੀਵ ਨੂੰ ਸ਼ੇਰ ਦੀ ਪਨਾਹ ਲੈਣ ਦਾ ਕੀ ਲਾਭ ਹੈ? ਅਗਰ ਉਸ ਦੀ ਇਜ਼ਤ ਕਿਸੇ ਗਿੱਦੜ ਨੇ ਹੀ ਲੁੱਟ ਲੈਣੀ ਹੈ । ਅਗਰ ਉਸ ਜੀਵ ਨੂੰ ਗਿੱਦੜ ਤੋਂ ਨਹੀਂ ਬੱਚਾ ਸਕਦਾ!

What may be the significance, status of worldly guru in His Court; who may not stand as witness in His Court to have the sins of his follower forgiven? What may be the benefit of taking refuge in the sanctuary of a mighty tiger; if his honor may be robbed by a Jackal? Who may not save him from Jackal?

ਏਕ ਬੂੰਦ ਜਲ ਕਾਰਨੇ, ਚਾਤ੍ਰਿਕੁ ਦੁਖੁ ਪਾਵੈ॥ ayk boond jal kaarnay chaatrik dukh paavai.
ਪ੍ਰਾਨ ਗਏ ਸਾਗਰੁ ਮਿਲੈ, ਫੁਨਿ ਕਾਮਿ ਨ ਆਵੈ॥੨॥ paraan ga-ay saagar milai fun kaam na aavai. ||2||

ਜਿਵੇਂ ਚਾਤ੍ਰਿਕ ਵਰਖਾ ਦੇ ਪਾਣੀ ਦੀ ਇਕ ਬੂੰਦ ਲਈ ਕਿਤਨੇ ਦੁਖ ਸਹਿਦਾ ਹੈ । ਅਗਰ ਉਸ ਦੇ ਸਵਾਸ ਖਤਮ ਹੋ ਜਾਣ, ਫਿਰ ਉਸ ਨੂੰ ਸਾਗਰ ਵੀ ਬਖਸ਼ਿਸ਼ ਹੋ ਜਾਵੇ । ਉਸ ਨੂੰ ਕੋਈ ਅਰਾਮ, ਅਨੰਦ ਨਹੀਂ ਮਿਲਦਾ ।

How many miseries may a rain-bird endure to be blessed with one drop of rain water in his mouth? He may be blessed with ocean after exhausting his breaths; what may be the benefit for his sufferings? His soul may never be blessed with comforts and contentment.

ਪ੍ਰਾਨ ਜੁ ਥਾਕੇ ਥਿਰੁ ਨਹੀ, ਕੈਸੇ ਬਿਰਮਾਵਉ॥ paraan jo thaakay thir nahee kaisay birmaava-o.
ਬੂਡਿ ਮੂਏ ਨਉਕਾ ਮਿਲੈ, ਕਹੁ ਕਾਹਿ ਚਢਾਵਉ॥੩॥ ood moo-ay na-ukaa milai kaho kaahi chadhaava-o. ||3||

ਪ੍ਰਭ ਹੁਣ ਮੇਰਾ ਸਰੀਰ ਕਮਜ਼ੋਰ ਹੋ ਗਿਆ ਹੈ, ਜ਼ਿਆਦਾ ਚਿਰ ਜਿਉਂਦਾ ਨਹੀਂ ਰਹਿਣਾ । ਮੈਂ ਕਿਤਨਾ ਚਿਰ ਹੋਰ ਧੀਰਜ ਕਰਾ? ਅਗਰ ਡੁੱਬਣ, ਮਰ ਜਾਣ ਤੋਂ ਪਿਛੋਂ ਬੇੜੀ ਭੇਜਣ ਦਾ ਕੀ ਲਾਭ ਹੋ ਸਕਦਾ ਹੈ! ਮੈਂ, ਉਸ ਬੇੜੀ ਤੇ ਕਿਵੇਂ ਸਵਾਰ ਹੋਵਾਗਾ?

My True Master! How much more may I keep patience and hope for Your Blessings? My perishable old, feeble body may not survive for long. What may be the benefit of rescue boat; once, I may drown in the worldly ocean of desires, died? How may my soul ride the rescue ship for Your Castle?

ਮੈ ਨਾਹੀ ਕਛੁ ਹਉ ਨਹੀ, ਕਿਛੁ ਆਹਿ ਨ ਮੋਰਾ॥ mai naahee kachh ha-o nahee kichh aahi na moraa.
ਅਉਸਰ ਲਜਾ ਰਾਖਿ ਲੇਹੁ, ਸਧਨਾ ਜਨੁ ਤੋਰਾ॥੪॥੧॥ a-osar lajaa raakh layho saDhnaa jan toraa. ||4||1||

ਮੇਰੀ ਕੋਈ ਹੈਸੀਅਤ ਨਹੀਂ, ਮੇਰੇ ਕੋਲ ਕੁਝ ਵੀ ਨਹੀਂ, ਕਿਸੇ ਨਾਲ ਸਬੰਧ, ਮੋਹ ਨਹੀਂ ਹੈ । ਮੇਰੀ ਰਖਿਆ ਕਰੋ! ਆਪਣੇ ਦਰ ਤੇ ਪ੍ਰਵਾਨਗੀ ਬਖਸ਼ੋ! ਤੇਰਾ ਹੀ ਨਿਮਾਣਾ ਦਾਸ ਹਾ ।

My True Master! I have no worldly status, any possession, worldly relationship nor any worldly bonds. I am Your humbled devotee, bestows Your Blessed Vision to enlighten the right path of acceptance in Your Court.

40. ਗੋਂਡ ਮਹਲਾ ੫॥ 864-8

ਗੁਰੂ ਗੁਰੂ ਗੁਰੁ ਕਰਿ ਮਨ ਮੋਰ॥ ਗੁਰੂ ਬਿਨਾ ਮੈ ਨਾਹੀ ਹੋਰ॥ guroo guroo gur kar man mor. guroo binaa mai naahee hor.
ਗੁਰ ਕੀ ਟੇਕ ਰਹਹੁ ਦਿਨੁ ਰਾਤਿ॥ ਜਾ ਕੀ ਕੋਇ ਨ ਮੇਟੈ ਦਾਤਿ॥੧॥ gur kee tayk rahhu din raat. jaa kee ko-ay na maytai daat. ||1||

ਪ੍ਰਭ ਤੋਂ ਬਿਨਾਂ ਹੋਰ ਕੋਈ ਆਸਰਾ, ਕੋਈ ਸਦਾ ਸਾਥ ਰਹਿਣ ਵਾਲਾ ਸਾਥੀ ਨਹੀਂ ਹੈ । ਪ੍ਰਭ ਦੇ ਸ਼ਬਦ ਦਾ ਸਵਾਸ ਸਵਾਸ ਸਿਮਰਨ ਕਰੋ! ਜੀਵ ਆਪਣਾ ਭਰੋਸਾ ਪ੍ਰਭ ਦੀ ਰਹਿਮਤ ਤੇ, ਸ਼ਬਦ ਤੇ ਅਡੋਲ ਰਖੋ! ਪ੍ਰਭ ਦੀ ਬਖਸ਼ਿਸ਼ ਕੋਈ ਖਤਮ ਨਹੀਂ ਕਰ ਸਕਦਾ, ਰੋਕ ਨਹੀਂ ਸਕਦਾ ।

The True Master remains only the true companion of soul forever. You should meditate and obey the teachings of His Word with each breath! Whosoever may obey the teachings of His Word with steady and stable belief; he may be bestowed with His Blessed Vision; No worldly guru may curse to remove, stop, or restrict His Blessing.

ਗੁਰੁ ਪਰਮੇਸਰੁ ਏਕੋ ਜਾਣੁ॥ gur parmaysar ayko jaan.
ਜੋ ਤਿਸੁ ਭਾਵੈ ਸੋ ਪਰਵਾਣੁ॥੧॥ ਰਹਾਉ॥ jo tis bhaavai so parvaan. ||1|| rahaa-o.

ਪ੍ਰਭ ਦੇ ਸ਼ਬਦ (ਗੁਰੂ) ਨੂੰ ਪ੍ਰਭ ਦਾ ਰੂਪ ਹੀ ਸਮਝੋ! ਜਿਹੜਾ ਸ਼ਬਦ ਦੀ ਸਿਖਿਆਂ ਨਾਲ ਜੀਵਨ ਢਾਲਦਾ ਹੈ । ਉਸ ਤੇ ਪ੍ਰਭ ਰਹਿਮਤ ਦੀ ਨਜ਼ਰ ਬਖਸ਼ਦਾ ਹੈ ।

ਗੁਰੂ ਨਾਨਕ ਦੇਵ ਜੀ! – Guru Nanak Dev Ji! Guru Granth Sahib

You should realize that the teachings of **His Word, are the symbol of The True Master. The enlightenment of the essence of His Word as His Blessed Vision, opening of the 10th gate**. Whosoever may adopt the teachings of His Word with steady and stable belief in his day-to-day life; with His mercy and grace, he may be accepted in His Sanctuary.

ਗੁਰ ਚਰਣੀ ਜਾ ਕਾ ਮਨੁ ਲਾਗੈ॥ ਦੂਖੁ ਦਰਦੁ ਭ੍ਰਮੁ ਤਾ ਕਾ ਭਾਗੈ॥ gur charnee jaa kaa man laagai. dookh darad bharam taa kaa bhaagai.
ਗੁਰ ਕੀ ਸੇਵਾ ਪਾਏ ਮਾਨੁ॥ ਗੁਰ ਊਪਰਿ ਸਦਾ ਕੁਰਬਾਨੁ॥੨॥ gur kee sayvaa paa-ay maan. gur oopar sadaa kurbaan. ||2||

ਜਿਸ ਜੀਵ ਦਾ ਮਨ ਪ੍ਰਭ ਦੇ ਸ਼ਬਦ ਦੀ ਪਾਲਣਾ ਵਿੱਚ ਅਡੋਲ ਹੋ ਜਾਂਦਾ । ਉਸ ਦੀ ਸੰਸਾਰਕ ਇਛਾਂ ਦੀਆਂ ਭਟਕਣਾਂ ਖਤਮ ਹੋ ਜਾਂਦੀਆਂ ਹਨ । ਉਸ ਦੇ ਭਰਮ ਨਾਸ ਹੋ ਜਾਂਦੇ ਹਨ । ਬੰਦਗੀ ਕਰਨ ਵਾਲਾ, ਸਵਾਸ ਸਵਾਸ ਪ੍ਰਭ ਦੀਆਂ ਰਹਿਮਤਾਂ ਦਾ ਧੰਨਵਾਦ ਗਾਉਂਦਾ ਹੈ ।

Whosoever may obey the teachings of His Word with steady and stable belief in his day-to-day life; with His mercy and grace, all his suspicions and frustrations of worldly desires, worldly wealth may be eliminated. His true devotee may always pray for His Forgiveness and Refuge. He may remain grateful and sings the glory of His Virtues.

ਗੁਰ ਕਾ ਦਰਸਨੁ ਦੇਖਿ ਨਿਹਾਲ॥ gur kaa darsan daykh nihaal.
ਗੁਰ ਕੇ ਸੇਵਕ ਕੀ ਪੂਰਨ ਘਾਲ॥ gur kay sayvak kee pooran ghaal.
ਗੁਰ ਕੇ ਸੇਵਕ ਕਉ ਦੁਖੁ ਨ ਬਿਆਪੈ॥ gur kay sayvak ka-o dukh na bi-aapai.
ਗੁਰ ਕਾ ਸੇਵਕੁ ਦਹ ਦਿਸਿ ਜਾਪੈ॥੩॥ gur kaa sayvak dah dis jaapai. ||3||

ਪ੍ਰਭ ਦੇ ਸ਼ਬਦ ਦੀ ਸੋਝੀ ਰੂਪੀ ਦਰਸ਼ਨ ਕਰਨ ਨਾਲ ਮਨ ਵਿੱਚ ਖੇੜਾ ਵਸ ਗਿਆ, ਮਨ ਨਿਹਾਲ ਹੋ ਗਿਆ ਹੈ । ਪ੍ਰਭ ਦੇ ਸ਼ਬਦ ਦੀ ਪਾਲਣਾ ਕਰਨਾ ਹੀ ਸਭ ਤੋਂ ਉਤਮ ਧੰਦਾ ਹੈ । ਸ਼ਬਦ ਦੀ ਬੰਦਗੀ ਕਰਨ ਵਾਲੇ ਨੂੰ ਕਦੇ, ਸੰਸਾਰਕ ਇਛਾਂ ਰੂਪੀ ਦੁਖ ਨਹੀਂ ਲਗਦਾ । ਉਸ ਦਾਸ ਦੀ ਚਾਰੇ ਪਾਸੇ ਸੋਭਾ ਹੁੰਦੀ ਹੈ ।

Whosoever may be enlightened with the essence of His Word, witness His Blessed Vision, he may remain overwhelmed with His Bliss. He may remain astonished with unimaginable eternal glow of His Holy Spirit. To obey the teachings of His Word may be the most supreme and rewarding task of human life opportunity. His true devotee may be honored all over the universe.

ਗੁਰ ਕੀ ਮਹਿਮਾ ਕਥਨੁ ਨ ਜਾਇ॥ gur kee mahimaa kathan na jaa-ay.
ਪਾਰਬ੍ਰਹਮੁ ਗੁਰੁ ਰਹਿਆ ਸਮਾਇ॥ paarbarahm, gur rahi-aa samaa-ay.
ਕਹੁ ਨਾਨਕ ਜਾ ਕੇ ਪੂਰੇ ਭਾਗ॥ kaho naanak jaa kay pooray bhaag.
ਗੁਰ ਚਰਣੀ ਤਾ ਕਾ ਮਨੁ ਲਾਗ॥੪॥੬॥੮॥ gur charnee taa kaa man laag. 4||6||8||

ਗੁਰੂ, ਸ਼ਬਦ ਦੀ ਮਹਿਮਾ, ਵਡਿਆਈ ਦੀ ਵਿਆਖਿਆ ਨਹੀਂ ਕੀਤੀ ਜਾ ਸਕਦੀ । ਪ੍ਰਭ ਆਪਣੇ ਸ਼ਬਦ ਵਿੱਚ ਹੀ ਸਮਾਇਆ ਰਹਿੰਦਾ ਹੈ । ਜਿਸ ਜੀਵ ਦੇ ਵੱਡੇ ਭਾਗ ਹੁੰਦੇ ਹਨ । ਕੇਵਲ ਉਹ ਹੀ ਪ੍ਰਭ ਦੇ ਸ਼ਬਦ ਦੀ ਪਾਲਣਾ ਵਿੱਚ ਅਡੋਲ ਰਹਿੰਦਾ ਹੈ ।

The greatness of The True Guru, teachings of His Word remain beyond the comprehension of His Creation. His Blessed Vision remains embedded within the teachings of His Word. Whosoever may have great prewritten destiny, only he may obey the teachings of His Word with steady and stable belief in his day-to-day life.

41. ਰਾਗੁ ਗੋਂਡ ਬਾਣੀ ਕਬੀਰ ਜੀ॥ 871

ਖਸਮੁ ਮਰੈ ਤਉ ਨਾਰਿ ਨ ਰੋਵੈ॥ ਉਸੁ ਰਖਵਾਰਾ ਅਉਰੋ ਹੋਵੈ॥ khasam marai ta-o naar na rovai. us rakhvaaraa a-uro hovai.
ਰਖਵਾਰੇ ਕਾ ਹੋਇ ਬਿਨਾਸ॥ ਆਗੈ ਨਰਕੁ ਈਹਾ ਭੋਗ ਬਿਲਾਸ॥੧॥ rakhvaaray kaa ho-ay binaas. aagai narak eehaa bhog bilaas. ||1||

ਜਿਵੇਂ ਕਿਸੇ ਔਰਤ ਦਾ ਪਤੀ ਮਰ ਜਾਵੇ! ਉਹ ਔਰਤ ਸੋਗ ਵਿੱਚ ਰੋਂਦੀ ਨਹੀਂ । ਉਸ ਦਾ ਹੋਰ ਕੋਈ ਮਰਦ ਰਖਵਾਲਾ ਬਣ ਜਾਂਦਾ ਹੈ । ਕਿਸੇ ਹੋਰ ਦਾ ਆਸਰਾ ਲੱਭ ਲੈਂਦੀ ਹੈ । ਅਗਰ ਉਹ ਵੀ ਮਰ ਜਾਵੇ, ਉਹ ਸੰਸਾਰ ਦੀਆਂ ਨਜ਼ਰਾਂ ਵਿੱਚ ਨਰਕੀ ਜਾਂਦੀ ਹੈ । ਉਹ ਸੰਸਾਰਕ ਕਾਮ ਵਾਸ਼ਨਾ ਵਿੱਚ ਹੀ ਰਹਿੰਦੀ ਹੈ ।

Whose husband may die due to any unfortunate reason, his spouse may not cry in grievances for long and moves on. She may restart her life with another partner. Someone else may become her support. Unfortunately, second husband may die without unexplainable circumstances; she may be considered, a cursed woman. She may remain miserable in her sexual urge.

***Kabeer Ji! As one dies, the worldly wealth may not grieve, it may provide worldly pleasure to someone else.**

ਏਕ ਸੁਹਾਗਨਿ ਜਗਤ ਪਿਆਰੀ॥ ayk suhaagan jagat pi-aaree.
ਸਗਲੇ ਜੀਅ ਜੰਤ ਕੀ ਨਾਰੀ॥੧॥ ਰਹਾਉ॥ saglay jee-a jant kee naaree. ||1|| rahaa-o.

ਸੰਸਾਰ ਵਿੱਚ ਸਾਰੇ ਜੀਵ ਹੀ ਮਾਇਆ ਨਾਲ ਮੋਹ ਕਰਦੇ ਹਨ । ਇਹ ਸਾਰੇ ਜੀਵਾਂ ਦੀ ਇਕ ਪਤਨੀ ਵਰਗੀ ਹੀ ਹੁੰਦੀ ਹੈ ।

His Creation remains attached to worldly wealth. Everyone wants to slave her. She may be like a spouse to everyone.

ਸੋਹਾਗਨਿ ਗਲਿ ਸੋਹੈ ਹਾਰੁ॥ ਸੰਤ ਕਉ ਬਿਖੁ ਬਿਗਸੈ ਸੰਸਾਰੁ॥ sohaagan gal sohai haar. sant ka-o bikh bigsai sansaar.
ਕਰਿ ਸੀਗਾਰੁ ਬਹੈ ਪਖਿਆਰੀ॥ ਸੰਤ ਕੀ ਠਿਠਕੀ ਫਿਰੈ ਬਿਚਾਰੀ॥੨॥ kar seegaar bahai pakhi-aaree. sant kee thithkee firai bichaaree. ||2||

ਜਿਸ ਦੇ ਕੋਲ ਇਹ ਹੁੰਦੀ ਹੈ, ਉਹ ਆਪਣੇ ਆਪ ਤੇ ਬਹੁਤ ਘਮੰਡ ਕਰਦਾ ਹੈ । ਬੰਦਗੀ ਕਰਨ ਵਾਲਾ, ਇਸ ਨੂੰ ਜ਼ਹਿਰ ਹੀ ਸਮਝਦਾ ਹੈ । ਪਰ ਸਾਰਾ ਸੰਸਾਰ ਹੀ ਇਸ ਨਾਲ ਅਨੰਦ ਮਾਣਦਾ ਹੈ । ਮਾਇਆ ਵੇਸਵਾ ਦੀ ਤਰ੍ਹਾਂ ਹੁੰਦੀ ਹੈ । ਇਕ ਮਾਲਕ ਨਾਲ ਸੰਜੋਗ ਨਹੀਂ ਰਖਦੀ । ਸੰਤ ਸਰੂਪ ਇਸ ਨੂੰ ਠੋਕੂਰ ਮਾਰਦਾ ਹੈ । ਇਹ ਉਸ ਤੇ ਆਪਣਾ ਪ੍ਰਭਾਵ ਪਾਉਣ ਦੇ ਯਤਨ ਕਰਦੀ ਹੈ ।

Whosoever may company gorgeous, beauty, as wife (worldly wealth); he may boast about her beauty and charms. His true devotee considers worldly wealth as a sweet poison; however, the whole universe may enjoy short-lived pleasure with worldly wealth. This worldly wealth may be classified as a worldly hoe, prostitute; she may never remain loyal to one master, husband. His true devotee kicks her out of his life; however, she may keep playing new tricks and traps repeatedly.

ਸੰਤ ਭਾਗਿ ਓਹ ਪਾਛੈ ਪਰੈ॥ ਗੁਰ ਪਰਸਾਦੀ ਮਾਰਹੁ ਡਰੈ॥ sant bhaag oh paachhai parai. gur parsaadee maarahu darai.
ਸਾਕਤ ਕੀ ਓਹ ਪਿੰਡ ਪਰਾਇਣਿ॥ saakat kee oh pind paraa-in.
ਹਮ ਕਉ ਦ੍ਰਿਸਟਿ ਪਰੈ ਤ੍ਰਖਿ ਡਾਇਣਿ॥੩॥ ham ka-o darisat parai tarakh daa-in. ||3||

ਉਹ ਸੰਤਾਂ ਦੇ ਪਿਛੇ ਪਿਛੇ ਫਿਰਦੀ ਹੈ । ਪ੍ਰਭ ਦੀ ਰਹਿਮਤ ਵਾਲੇ ਜੀਵਾਂ ਤੋਂ ਡਰਦੀ ਹੈ, ਉਹਨਾਂ ਦੀ ਗੁਲਾਮ ਰਹਿੰਦੀ ਹੈ । ਇਹ ਮਾਇਆ ਸਾਕਤ ਜੀਵ ਦਾ ਤਨ ਹੈ, ਉਸ ਦੇ ਸਵਾਸਾਂ ਦੀ ਪੂੰਜੀ ਹੈ । ਪਰ ਉਹ ਬੰਦਗੀ ਕਰਨ ਵਾਲੇ ਲਈ ਤਾ ਇਹ ਇਕ ਭੁੱਖੀ ਡੈਣ ਦੀ ਤਰ੍ਹਾਂ ਹੀ ਹੁੰਦੀ ਹੈ ।

Worldly wealth may keep begging from His true devotee, saint. She remains afraid from His true devotee and she may remain his slave. She may be the capital of breaths for the self-minded and non-believer; however, His true devotee considers worldly wealth as hungry deplorable devil.

ਹਮ ਤਿਸ ਕਾ ਬਹੁ ਜਾਨਿਆ ਭੇਉ॥ ਜਬ ਹੁਏ ਕ੍ਰਿਪਾਲ ਮਿਲੇ ਗੁਰਦੇਉ॥ ham tis kaa baho jaani-aa bhay-o. jab hoo-ay kirpaal milay gurday-o.
ਕਹੁ ਕਬੀਰ ਅਬ ਬਾਹਰਿ ਪਰੀ॥ ਸੰਸਾਰੈ ਕੈ ਅੰਚਲਿ ਲਰੀ॥੪॥੪॥੭॥ kaho kabeer ab baahar paree. sansaarai kai anchal laree. ||4||4||7||

ਜਦੋਂ ਪ੍ਰਭ ਦੀ ਰਹਿਮਤ ਦੀ ਨਜ਼ਰ ਨਾਲ ਮੈਨੂੰ ਸ਼ਬਦ ਦੀ ਸੋਝੀ ਹੋ ਗਈ । ਮੈਨੂੰ ਮਾਇਆ ਦੇ ਭੇਦ ਦੀ ਜਾਣਕਾਰੀ ਹੋ ਗਈ ਹੈ । ਉਸ ਮਾਇਆ ਨੂੰ ਆਪਣੇ ਮਨ ਤੋਂ ਤਿਆਗ ਦਿੱਤਾ ਹੈ । ਪਰ ਇਹ ਸੰਸਾਰ ਦੇ ਸਾਰੇ ਜੀਵਾਂ ਨੂੰ ਆਪਣੇ ਪਿਛੇ ਲਾਈ ਰਖਦੀ ਹੈ ।

With His mercy and grace, I have been enlightened with reality, weakness of the worldly wealth. I have renounced worldly wealth from my mind; however, she keeps a tight control, grip on the whole universe.

42. ਰਾਮਕਲੀ ਮਹਲਾ ੫॥ 901-4

ਗੁਰੁ ਪੂਰਾ ਮੇਰਾ ਗੁਰੁ ਪੂਰਾ॥ gur pooraa mayraa gur pooraa.
ਰਾਮ ਨਾਮੁ ਜਪਿ ਸਦਾ ਸੁਹੇਲੇ, ਸਗਲ ਬਿਨਾਸੇ ਰੋਗ ਕੂਰਾ॥੧॥ ਰਹਾਉ॥ raam naam jap sadaa suhaylay sagal binaasay rog kooraa. ||1|| rahaa-o

ਪ੍ਰਭ ਦਾ ਸ਼ਬਦ ਮਨ ਨੂੰ ਪਵਿੱਤਰ ਕਰਨ ਵਾਲਾ, ਆਪਣੇ ਆਪ ਵਿੱਚ ਪੂਰਾ ਹੈ । ਜਿਹੜਾ ਸ਼ਬਦ ਨਾਲ ਜੀਵਨ ਢਾਲਦਾ ਹੈ । ਸ਼ਬਦ ਦੀ ਪਾਲਣਾ ਕਰਦਾ, ਗੁਣ ਗਾਉਂਦਾ ਹੈ । ਉਸ ਦੇ ਮਨ ਦੇ ਸੰਸਾਰਕ ਇਛਾਂ ਦੇ ਰੋਗ ਦੂਰ ਹੋ ਜਾਂਦੇ ਹਨ । ਮਨ ਦੇ ਭਰਮ ਦੂਰ ਹੋ ਜਾਂਦੇ ਹਨ ।

The teachings of His Word may be a soul sanctifying nectar and remains perfect in all aspects. Whosoever may sing the glory, obeys, adopts the teachings of His Word with steady and stable belief in his day-to-day life; with His mercy and grace, all demons of his worldly desires and worldly religious suspicions may be eliminated.

ਏਕੁ ਅਰਾਧਹੁ ਸਾਚਾ ਸੋਇ॥ ayk aaraaDhahu saachaa so-ay.
ਜਾ ਕੀ ਸਰਨਿ ਸਦਾ ਸੁਖੁ ਹੋਇ॥੧॥ jaa kee saran sadaa sukh ho-ay. ||1||

ਇਕੋ ਇਕ ਪ੍ਰਭ ਦੇ ਸ਼ਬਦ ਦਾ ਸਿਮਰਨ ਕਰੋ! ਉਸ ਦੇ ਬਖਸ਼ੇ ਤੇ ਭਰੋਸਾ ਅਡੋਲ ਰਖੋ! ਜਿਸ ਨੂੰ ਸ਼ਰਣ ਵਿੱਚ ਪਨਾਹ ਬਖਸ਼ਿਸ਼ ਹੋ ਜਾਂਦੀ ਹੈ, ਉਸ ਦੇ ਮਨ ਵਿੱਚ ਸੰਤੋਖ, ਖੇੜਾ ਵਸ ਜਾਂਦਾ ਹੈ ।

You should meditate on the teachings of His Word with steady and stable belief; His Blessings as ultimate worthy reward. Whosoever may be accepted in His Sanctuary as His true devotee; he may be blessed with contentment and blossom.

ਨੀਦ ਸੁਹੇਲੀ ਨਾਮ ਕੀ ਲਾਗੀ ਭੂਖ॥ need suhaylee naam kee laagee bhookh.
ਹਰਿ ਸਿਮਰਤ ਬਿਨਸੇ ਸਭ ਦੂਖ॥੨॥ har simrat binsay sabh dookh. ||2||

ਜਿਸ ਦੇ ਮਨ ਵਿੱਚ ਸਦਾ ਹੀ ਸ਼ਬਦ ਦੇ ਸਿਮਰਨ ਦੀ ਸ਼ਰਧਾ ਅਡੋਲ ਰਹਿੰਦੀ ਹੈ । ਉਸ ਨੂੰ ਸੰਤੋਖ ਬਖਸ਼ਿਸ਼ ਹੁੰਦਾ, ਅਰਾਮ ਨਾਲ ਨੀਂਦ ਆਉਂਦੀ ਹੈ । ਸ਼ਬਦ ਦੀ ਪਾਲਣਾ ਕਰਦੇ ਮਨ ਵਿਚੋਂ ਸੰਸਾਰਕ ਇਛਾਂ ਦੇ ਸਾਰੇ ਦੁਖ ਦੂਰ ਹੋ ਜਾਂਦੇ, ਮਨ ਅਡੋਲ ਹੋ ਜਾਂਦਾ ਹੈ ।

Whosoever may remain overwhelmed with devotion and dedication to meditate on the teachings of His Word. He may be blessed with contentment with his worldly environments; he may enjoy comfortable, carefree sleep in his worldly life. Whosoever may obey the teachings of His Word with steady and stable belief in his day-to-day life; with His mercy and grace, all his demons of worldly desires may be eliminated and he remains contented.

ਸਹਜਿ ਅਨੰਦ ਕਰਹੁ ਮੇਰੇ ਭਾਈ॥ sahj anand karahu mayray bhaa-ee.
ਗੁਰਿ ਪੂਰੈ ਸਭ ਚਿੰਤ ਮਿਟਾਈ॥੩॥ gur poorai sabh chint mitaa-ee. ||3||

ਜਿਹੜਾ ਜੀਵ ਸ਼ਬਦ ਦੀ ਪਾਲਣਾ ਕਰਦਾ, ਗੁਣ ਗਾਉਂਦਾ, ਸੰਤੋਖ, ਖੇੜੇ ਵਿੱਚ ਵਸਦਾ ਹੈ । ਪ੍ਰਭ ਆਪ ਹੀ ਉਸ ਦੇ ਮਨ ਵਿਚੋਂ ਸਾਰੀਆਂ ਸੰਸਾਰਕ ਚਿੰਤਾਂ ਦੂਰ ਕਰ ਦੇਂਦਾ ਹੈ । ਉਸ ਦਾ ਮਨ ਸੰਸਾਰਕ ਇਛਾਂ ਰਹਿਤ ਹੋ ਜਾਂਦਾ ਹੈ ।

Whosoever may obey the teachings of His Word; he may remain contented and blossom with his worldly environments; with His mercy and grace, all his demon of worldly desires, worries may be eliminated. He may become beyond the reach of worldly desires.

ਆਠ ਪਹਰ ਪ੍ਰਭ ਕਾ ਜਪੁ ਜਾਪਿ॥ aath pahar parabh kaa jap jaap.
ਨਾਨਕ ਰਾਖਾ ਹੋਆ ਆਪਿ॥੪॥੨॥੫੮॥ naanak raakhaa ho-aa aap. ||4||2||58||

ਜੀਵ ਦਿਨ ਰਾਤ, ਸਵਾਸ ਸਵਾਸ ਪ੍ਰਭ ਦੇ ਸ਼ਬਦ ਦੇ ਗੁਣ ਗਾਵੋ! ਪ੍ਰਭ ਆਪ ਹੀ ਰਹਿਮਤ ਬਖਸ਼ਕੇ ਸ਼ਬਦ ਦੀ ਪਾਲਣਾ ਤੇ ਅਡੋਲ ਰਖਦਾ ਹੈ, ਦਰਬਾਰ ਵਿੱਚ ਪ੍ਰਵਾਨਗੀ ਬਖਸ਼ਦਾ ਹੈ ।

You should sing the glory of His Word with steady and stable belief in your day-to-day life. Whosoever may remain steady and stable on the right path of acceptance in His Court; with His mercy and grace, he may be honored with salvation.

43. ਰਾਮਕਲੀ ਬਾਣੀ ਕਬੀਰ ਜੀਉ॥ 970

ਜਿਹ ਮੁਖਿ ਬੇਦੁ ਗਾਇਤ੍ਰੀ ਨਿਕਸੈ, ਸੋ ਕਿਉ ਬ੍ਰਹਮਨੁ ਬਿਸਰੁ ਕਰੈ॥ jih mukh bayd gaa-itaree niksai so ki-o barahman bisar karai.
ਜਾ ਕੈ ਪਾਇ ਜਗਤੁ ਸਭੁ ਲਾਗੈ, ਸੋ ਕਿਉ ਪੰਡਿਤੁ ਹਰਿ ਨ ਕਹੈ॥੧॥ jaa kai paa-ay jagat sabh laagai so ki-o pandit har na kahai. ||1||

ਪ੍ਰਭ ਨੇ ਹੀ ਧਰਮ ਦੇ ਗ੍ਰੰਥ, ਵੇਦਾਂ, ਗਾਇਤਰੀ ਸੰਸਾਰ ਨੂੰ ਬਖਸ਼ੇ ਹਨ । ਸੰਸਾਰਕ ਧਰਮ ਦੇ ਪੁਜਾਰੀ ਤੂੰ ਪ੍ਰਭ ਨੂੰ ਕਿਵੇਂ ਭੁੱਲ ਗਿਆ ਹੈ? ਸਾਰੀ ਸ੍ਰਿਸ਼ਟੀ ਹੀ ਪ੍ਰਭ ਦੇ ਚਰਨਾਂ ਤੇ ਸਿਰ ਝੁਕਾਉਂਦੀ ਹੈ । ਤੂੰ ਕਿਉਂ ਨਹੀਂ ਪ੍ਰਭ ਦੇ ਸ਼ਬਦ ਦੀ ਪਾਲਣਾ ਕਰਦਾ, ਸਿਮਰਨ ਕਰਦਾ?

The True Master has blessed all the religious Holy Scriptures. Worldly saint, religious preacher, priest! Why have you abandoned the teachings of His Word? The whole universe bows head in gratitude for His Blessings. Why are you not meditating and obeying the teachings of His Word?

ਕਾਹੇ ਮੇਰੇ ਬਾਮ੍ਹਨ ਹਰਿ ਨ ਕਹਹਿ॥ kaahay mayray baamHan har na kaheh.
ਰਾਮੁ ਨ ਬੋਲਹਿ ਪਾਡੇ ਦੋਜਕੁ ਭਰਹਿ॥੧॥ ਰਹਾਉ॥ raam na boleh paaday dojak bhareh. ||1|| rahaa-o.

ਬ੍ਰਹਮਣ, ਤੂੰ ਕਿਉਂ ਨਹੀਂ ਪ੍ਰਭ ਦੇ ਸ਼ਬਦ ਦਾ ਸਿਮਰਨ, ਪਾਲਣਾ ਕਰਦਾ? ਅਗਰ ਤੂੰ ਸ਼ਬਦ ਨਾਲ ਜੀਵਨ ਨਹੀਂ ਢਾਲਦਾ! ਤਾ ਨਰਕਾਂ, ਜੂੰਨਾਂ ਵਿੱਚ ਹੀ ਜਾਣਾ ਪਵੇਗਾ ।

ਗੁਰੂ ਨਾਨਕ ਦੇਵ ਜੀ! – Guru Nanak Dev Ji! Guru Granth Sahib

Worldly saint! Why are you not meditating and obeying the teachings of His Word? Whosoever may not adopt the teachings of His Word in his day-to- day; he may remain in hell, in the cycle of birth and death.

ਆਪਨ ਊਚ ਨੀਚ ਘਰਿ ਭੋਜਨੁ, ਹਠੇ ਕਰਮ ਕਰਿ ਉਦਰੁ ਭਰਹਿ॥
ਚਉਦਸ ਅਮਾਵਸ ਰਚਿ ਰਚਿ ਮਾਂਗਹਿ, ਕਰ ਦੀਪਕੁ ਲੈ ਕੂਪਿ ਪਰਹਿ॥੨॥

aapan ooch neech ghar bhojan hathay karam kar udar bhareh.cha-
udas amaavas rach rach maaNgeh kar deepak lai koop pareh. ||2||

ਤੂੰ ਆਪਣੇ ਆਪ ਨੂੰ ਉੱਚਾ ਸਮਝਦਾ ਹੈ! ਪਰ ਆਪਣਾ ਭੋਜਨ ਨੀਵੀਂ ਜਾਤ ਦੇ ਘਰ ਵਿਚੋਂ ਹੀ ਮੰਗਦਾ ਹੈ । ਆਪਣੇ ਧਰਮ ਦੇ ਰੀਤ ਰੀਵਾਜ ਬਹੁਤ ਅਹੰਕਾਰ ਨਾਲ ਕਰਦਾ ਹੈ । ਤੂੰ ਨਵੇਂ ਚੰਦ ਤੇ 14 ਦਿਨ, ਰਾਤ ਬਾਕੀ ਜੀਵਾਂ ਤੋਂ ਮੰਗਦਾ ਹੈ । ਤੇਰੇ ਕੋਲ ਸ਼ਬਦ ਦੇ ਗਿਆਨ ਦਾ ਦੀਵਾ ਹੋਣ ਤੇ ਵੀ ਟੋਏ ਵਿੱਚ ਹੀ ਡਿੱਗ ਪੈਂਦਾ ਹੈ ।

You may boast to be enlightened, holy, sanctified, and better than others; however, you are begging door to door from the lower caste to feed your stomach. You may perform your religious ritual with deep devotion and pride. You are begging fourteen days of new moon from others. You have the Holy Scripture, the pillar of enlightenment; however, without adopting the teachings of His Word in your day-to-day life; you may fall in the deep ditch of worldly desires, hell.

ਤੂੰ ਬ੍ਰਹਮਨੁ ਮੈ ਕਾਸੀਕ ਜੁਲਹਾ,
ਮੁਹਿ ਤੋਹਿ ਬਰਾਬਰੀ ਕੈਸੇ ਕੈ ਬਨਹਿ॥
ਹਮਰੇ ਰਾਮ ਨਾਮ ਕਹਿ ਉਬਰੇ,
ਬੇਦ ਭਰੋਸੇ ਪਾਂਡੇ ਡੂਬਿ ਮਰਹਿ॥੩॥੫॥

ooN barahman mai kaaseek julhaa
muhi tohi baraabaree kaisay kai baneh.
hamray raam naam kahi ubray
bayd bharosay paaNday doob mareh. ||3||5||

ਧਰਮ ਦੇ ਪੁਜਾਰੀ, ਤੂੰ, ਆਪਣੇ ਆਪ ਨੂੰ ਪਵਿੱਤਰ, ਸੋਝੀ ਵਾਲਾ ਉੱਚੀ ਜਾਤ ਦਾ ਬ੍ਰਹਮਣ ਸਮਝਦਾ ਹੈ! ਮੈਂ ਤਾ ਨਿਮਾਣਾ, ਨੀਵੀਂ ਜਾਤ ਦਾ ਜਲਾਹਾ ਹੀ ਹਾ । ਮੈਂ ਕਿਵੇਂ ਤੇਰੇ ਨਾਲ ਆਪਣੀ ਤੁਲਨਾ ਕਰ ਸਕਦਾ ਹਾ? ਮੈਨੂੰ ਸ਼ਬਦ ਦੀ ਪਾਲਣਾ ਅਡੋਲ ਭਰੋਸੇ ਨਾਲ ਕਰਨ ਨਾਲ ਹੀ ਰਹਿਮਤ ਬਖਸ਼ਿਸ਼ ਹੋਈ ਹੈ । ਮੈਨੂੰ ਪ੍ਰਭ ਨੇ ਸ਼ਬਦ ਦੀ, ਮਾਨਸ ਜਨਮ ਦੀ ਸੋਝੀ ਬਖਸ਼ਿਸ਼ ਹੋਈ ਹੈ । ਤੂੰ ਵੇਦਾਂ ਦੇ ਗਿਆਨ ਦਾ ਅਹੰਕਾਰ ਕਰਦਾ ਹੈ । ਪ੍ਰਭ ਦੇ ਸ਼ਬਦ ਦੀ ਸਿਖਿਆ ਨੂੰ ਆਪਣੇ ਜੀਵਨ ਵਿੱਚ ਢਾਲਣ ਤੋਂ ਬਿਨਾਂ ਹੀ, ਵੇਦਾਂ ਦੇ ਪਿਛੇ ਚਲਕੇ, ਸੰਸਾਰ ਸਾਗਰ ਵਿੱਚ ਡੁੱਬ ਮਰਦਾ ਹੈ ।

Worldly saint! You consider yourself enlightened, **Brahman** of high worldly caste. I am a humble weaver from the lower worldly caste. How may I compare myself with your worldly status? By obeying the teachings of His Word with steady and stable belief in my day-to-day life; with His mercy and grace, I have been enlightened with the essence of His Word. You have been overwhelmed with ego of your knowledge of Holy Scripture of **Vedas;** however, without adopting the teachings Vedas, scripture in your day-to-day life; you may drown in the ocean of worldly desires.

ਪਉੜੀ॥
ਕਾਇਆ ਹੰਸੁ ਧੁਰਿ ਮੇਲੁ, ਕਰਤੈ ਲਿਖਿ ਪਾਇਆ॥
ਸਭ ਮਹਿ ਗੁਪਤੁ ਵਰਤਦਾ, ਗੁਰਮੁਖਿ ਪ੍ਰਗਟਾਇਆ॥
ਗੁਣ ਗਾਵੈ ਗੁਣ ਉਚਰੈ, ਗੁਣ ਮਾਹਿ ਸਮਾਇਆ॥
ਸਚੀ ਬਾਣੀ ਸਚੁ ਹੈ, ਸਚੁ ਮੇਲਿ ਮਿਲਾਇਆ॥
ਸਭੁ ਕਿਛੁ ਆਪੇ ਆਪਿ ਹੈ, ਆਪੇ ਦੇਇ ਵਡਿਆਈ॥੧੪॥

pa-orhee.
kaa-i-aa hans Dhur mayl kartai likh paa-i-aa.
sabh meh gupat varatdaa gurmukh paragtaa-i-aa.
gun gaavai gun uchrai gun maahi samaa-i-aa.
sachee banee sach hai sach mayl milaa-i-aa.
sabh kichh aapay aap hai aapay day-ay vadi-aa-ee. ||14||

ਪਹਿਲੇ ਲਿਖੇ ਭਾਗਾਂ ਨਾਲ ਹੀ ਆਤਮਾ ਨੂੰ ਤਨ ਬਖਸ਼ਿਸ਼ ਹੁੰਦਾ ਹੈ । ਪ੍ਰਭ ਸਭ ਵਿੱਚ ਗੁਪਤ ਹੀ ਵਾਪਰਦਾ ਹੈ । ਗੁਰਮਖ ਜੀਵ ਸ਼ਬਦ ਦੀ ਪਾਲਣਾ, ਉਸਤਤ ਵਿੱਚ ਹੀ ਲੀਨ ਰਹਿੰਦਾ ਹੈ । ਪ੍ਰਭ, ਉਸ ਨੂੰ ਇਸ ਤੱਤ ਦੀ ਸੋਝੀ ਬਖਸ਼ਦਾ ਹੈ । ਪ੍ਰਭ ਦਾ ਸ਼ਬਦ ਸਦਾ ਅਟਲ ਰਹਿਣ ਵਾਲਾ ਹੈ । ਜਿਹੜਾ ਸ਼ਬਦ ਦਾ ਸਿਮਰਨ ਕਰਦਾ ਹੈ, ਉਸ ਨੂੰ ਪ੍ਰਵਾਨਗੀ ਦਾ ਅਸਲੀ ਰਸਤਾ ਬਖਸ਼ਿਸ਼ ਹੁੰਦਾ ਹੈ । ਪ੍ਰਭ ਆਪ ਹੀ ਸਭ ਕੁਝ ਕਰਦਾ, ਆਪਣੀ ਰਹਿਮਤ ਨਾਲ ਹੀ ਜੀਵ ਨੂੰ ਸੋਭਾ, ਵਡਿਆਈ ਬਖਸ਼ਦਾ ਹੈ ।

Soul has been blessed with unique specific worldly body with his prewritten destiny. His Holy Spirit remains embedded within each soul and prevails within his mind and body secretly, invisibly. His true devotee remains intoxicated in singing and obeying the teachings of His Word; with His mercy and grace, he may be enlightened with some secrets of His Nature. The teachings of His Word remain unchanged forever. Whosoever may remain intoxicated in meditation in the void of His Word, he may be blessed with the right path of acceptance in His Court. The True Master prevails in all events in His Nature; however, He may bestow honor and glory on His true devotee in His Court.

44. ਰਾਮਕਲੀ ਸਦੁ॥ 923- 1 – ਬਾਬਾ ਸੁੰਦਰੁ ਜੀ॥

ਅੰਤੇ ਸਤਿਗੁਰੁ ਬੋਲਿਆ, ਮੈ ਪਿਛੈ ਕੀਰਤਨੁ ਕਰਿਅਹੁ ਨਿਰਬਾਣੁ ਜੀਉ॥
ਕੇਸੋ ਗੋਪਾਲ ਪੰਡਿਤ ਸਦਿਅਹੁ, ਹਰਿ ਹਰਿ ਕਥਾ ਪੜਹਿ ਪੁਰਾਣੁ ਜੀਉ॥
ਹਰਿ ਕਥਾ ਪੜੀਐ ਹਰਿ ਨਾਮੁ ਸੁਣੀਐ, ਬੇਬਾਣੁ ਹਰਿ ਰੰਗੁ ਗੁਰ ਭਾਵਏ॥
ਪਿੰਡੁ ਪਤਲਿ ਕਿਰਿਆ ਦੀਵਾ, ਫੁਲ ਹਰਿ ਸਰਿ ਪਾਵਏ॥
ਹਰਿ ਭਾਇਆ ਸਤਿਗੁਰੁ ਬੋਲਿਆ, ਹਰਿ ਮਿਲਿਆ ਪੁਰਖੁ ਸੁਜਾਣੁ ਜੀਉ॥
ਰਾਮਦਾਸ ਸੋਢੀ ਤਿਲਕੁ ਦੀਆ, ਗੁਰ ਸਬਦੁ ਸਚੁ ਨੀਸਾਣੁ ਜੀਉ॥੫॥

antay satgur boli-aa mai pichhai keertan kari-ahu nirbaan jee-o.
kayso gopaal pandit sadi-ahu har har kathaa parheh puraan jee-o.
har kathaa parhee-ai har naam sunee-ai baybaan har rang gur bhaav-ay.
pind patal kiri-aa deevaa ful har sar paav-ay.
har bhaa-i-aa satgur boli-aa har mili-aa purakh sujaan jee-o.
raamdaas sodhee tilak dee-aa gur sabad sach neesaan jee-o. ||5||

ਪ੍ਰਭ ਦਾ ਸੇਵਕ ਪ੍ਰੇਰਨਾ ਕਰਦਾ ਹੈ, ਮੇਰੇ ਸਵਾਸ ਪੂਰੇ ਹੋਣ ਤੋਂ ਬਾਅਦ ਵੀ, ਮੈਂ ਪ੍ਰਭ ਦੇ ਧੰਨਵਾਦ ਦੇ ਸ਼ਬਦ ਗਾਉਂਦਾ ਰਹਾ! ਬੰਦਗੀ ਕਰਨ ਵਾਲੇ ਦੇ ਨਾਲ ਰਲਕੇ ਪ੍ਰਭ ਦੇ ਸ਼ਬਦ ਦਾ, ਸੱਦਾ ਬਖਸ਼ਣ ਦਾ ਧੰਨਵਾਦ, ਸੰਸਾਰਕ ਪਵਿੱਤ੍ਰ ਬਾਣੀ ਨੂੰ ਪੜ੍ਹੋ, ਸੁਣੋ! ਪ੍ਰਭ ਦੀ ਰਹਿਮਤ ਨਾਲ ਪ੍ਰਭ ਦੀ ਰਜ਼ਾ ਹਿਰਦੇ ਵਿੱਚ ਪ੍ਰਵਾਨ ਹੋ ਜਾਵੇ । ਕਿਸੇ ਧਰਮ ਦੇ ਰੀਤ ਰੀਵਾਜ, ਭਰਮ ਕਰਨ ਦਾ ਕੋਈ ਲਾਭ ਨਹੀਂ ਹੁੰਦਾ । ਵਿਛੜੀ ਆਤਮਾ ਨੂੰ ਰਸਤਾ ਦਿਖਾਉਣ ਲਈ, ਮੜੀ ਤੇ ਦੀਵਾ ਜਗਾਉਣਾ, ਕੇਵਲ ਸੰਸਾਰਕ ਭਰਮ ਹੈ । ਸਗੋ ਮੇਰੇ ਤਨ ਦੀ ਸਵਾਹ, ਹੱਡੀਆਂ ਨੂੰ ਚਲਦੇ ਪਾਣੀ, ਜਲ ਪ੍ਰਵਾਨ ਕਰ ਦੇਣਾ । ਸੇਵਕਾਂ ਨੇ ਦਾਸ ਦੇ ਅਖੀਰਲੇ ਬੋਲ ਪ੍ਰਵਾਨ ਕਰਦੇ, ਰਾਮਦਾਸ ਨੂੰ ਆਪਣਾ ਮੁਖੀ ਸੇਵਕ ਬਣਾ ਲਿਆ ।

His true devotee may inspire his followers to sing the glory of His Word after his last breath. His true devotee sings the glory of The True Master for human life opportunity. You should not become victim of religious rituals; suspicions rather accept His Command and pray for His Forgiveness and Refuge. Religious rituals like lighting candle at cremation ground may not have any significance in His Court. You should sweep my ashes and spread in the running water. His followers honored the final wishes of departing soul and accepted Ram Das as their guide in worldly life.

ਗੁਰੂ ਨਾਨਕ ਦੇਵ ਜੀ! – Guru Nanak Dev Ji! Guru Granth Sahib

45. ਰਾਮਕਲੀ ਕੀ ਵਾਰ॥ ਰਾਇ ਬਲਵੰਡਿ ਤਥਾ ਸਤੈ ਡੂਮਿ ਆਖੀ॥ ਅੰਗਤ ਦੇਵ ਜੀ । 967

ਹੋਰਿੰਓ ਗੰਗ ਵਹਾਈਐ, ਦੁਨਿਆਈ ਆਖੈ ਕਿ ਕਿਓਨੁ॥
ਨਾਨਕ ਈਸਰਿ ਜਗਨਾਥਿ, ਉਚਹਦੀ ਵੈਣੁ ਵਿਰਿਕਿਓਨੁ॥
ਮਾਧਾਣਾ ਪਰਬਤੁ ਕਰਿ, ਨੇਤ੍ਰਿ ਬਾਸਕੁ ਸਬਦਿ ਰਿੜਕਿਓਨੁ॥
ਚਉਦਹ ਰਤਨ ਨਿਕਾਲਿਅਨੁ, ਕਰਿ ਆਵਾ ਗਉਣੁ ਚਿਲਕਿਓਨੁ॥
ਕੁਦਰਤਿ ਅਹਿ ਵੇਖਾਲੀਅਨੁ, ਜਿਣਿ ਐਵਡ ਪਿਡ ਠਿਣਕਿਓਨੁ॥
ਲਹਣੇ ਧਰਿਓਨੁ ਛਤ੍ਰੁ ਸਿਰਿ, ਅਸਮਾਨਿ ਕਿਆੜਾ ਛਿਕਿਓਨੁ॥
ਜੋਤਿ ਸਮਾਣੀ ਜੋਤਿ ਮਾਹਿ, ਆਪੁ ਆਪੈ ਸੇਤੀ ਮਿਕਿਓਨੁ॥
ਸਿਖਾਂ ਪੁਤ੍ਰਾਂ ਘੋਖਿ ਕੈ, ਸਭ ਉਮਤਿ ਵੇਖਹੁ ਜਿ ਕਿਓਨੁ॥
ਜਾਂ ਸੁਧੋਸੁ ਤਾਂ ਲਹਣਾ ਟਿਕਿਓਨੁ॥੪॥

horiN-o gang vahaa-ee-ai duni-aa-ee aakhai ke ki-on.
naanak eesar jagnaath uchhadee vain viriki-on.
maaDhaanaa parbat kar naitar baasak sabad rirhki-on.
cha-odah ratan nikaali-an kar aavaa ga-on chilki-on.
kudrat ah vaykhaali-an jin aivad pid thinki-on.
lahnay Dhari-on chhatar sir asmaan ki-aarhaa chhiki-on.
jot samaanee jot maahi aap aapai saytee miki-on.
sikhaaN putraaN ghokh kai sabh umat vaykhhu je ki-on.
jaaN suDhos taaN lahnaa tiki-on. ||4||

14 ਰਤਨ– Jewel – from ocean of The Universe.					
1.	ਹਲਾਹਲ (ਵਿਸ਼, ਜ਼ਹਿਰ)	ਸਿਵ ਜੀ (ਨੀਲਕੰਠ)	8.	ਧੰਨਤਰੀ ਵੈਦ	ਰਿਸ਼ੀਆਂ ਨੂੰ ਆਸਰਵੇਦ ਦਾ ਗਿਆਨ
2.	ਚੰਦਰਮਾ	ਸਿਵ ਜੀ	9	ਐਰਵਤ ਹਾਥੀ	ਇੰਦਰ
3.	ਸਫੇਦ ਘੋੜਾ	ਬਲ ਰਾਖਸ਼ਾ ਦਾ ਰਾਜਾ	10.	ਕਲਪ ਬ੍ਰਿਛ	ਇੰਦਰ
4.	ਕੌਤਸੁਭ ਮਣੀ	ਵਿਸਨੁ ਜੀ	11.	ਰੰਭਾ ਅਪੰਸਰਾ	ਇੰਦਰ
5.	ਲਖਸ਼ਮੀ ਦੇਵੀ	ਵਿਸ਼ਨੂੰ ਜੀ	12.	ਪਰਿਜਾਤ ਬ੍ਰਿਛ	
6.	ਸੰਖ	ਵਿਸਨੁ ਜੀ	13.	ਵਾਰੁਣੀ (ਮਦਿਰਾ, ਸ਼ਰਾਬ)	**ਕਾਦੰਬ** ਦੇ ਫੁੱਲਾਂ ਤੋਂ ਤਿਆਰ – ਅਸੁਰਾਂ ਨੂੰ ਦੇ ਦਿੱਤੀ
7.	ਕਾਮਧੇਨ ਗਊ	ਰਿਸ਼ੀਆਂ ਨੂੰ ਦੇ ਦਿਤੀਆ	14	ਅੰਮ੍ਰਿਤ	ਪ੍ਰਭ ਦੇ ਦਾਸਾਂ

ਬਾਬੇ ਨਾਨਕ ਨੇ ਪ੍ਰਭ ਦੇ ਸ਼ਬਦ ਦੀ ਗੰਗਾ, ਧਰਮ ਦੇ ਰੀਤ ਰੀਵਾਜ ਤੋਂ ਵੱਖਰੀ ਕਿਸਮ ਦੀ ਹੀ ਚਲਾ ਦਿੱਤੀ । ਸੰਸਾਰਕ ਜੀਵ ਹੈਰਾਨ ਹੋ ਗਏ! ਇਹ ਕੌਣ, ਪ੍ਰਭ ਦੇ ਸ਼ਬਦ ਦੀ ਗੂੰਜ ਗਾਉਂਦਾ ਹੈ? ਬਾਬੇ ਨਾਨਕ ਨੇ ਪ੍ਰਭ ਦੇ ਸ਼ਬਦ ਦਾ, ੧ਓ ਦੀ ਗੂੰਜ ਸੰਸਾਰ ਵਿੱਚ ਚਲਾ ਦਿੱਤੀ । ਉਸ ਨੇ ਧਰਮ (ਪਰਬਤ) ਨੂੰ ਮਧਾਨੀ ਦਾ ਰੂਪ ਦਿੱਤਾ ਅਤੇ ਰੀਤ ਰੀਵਾਜ (ਸੱਪ) ਨੂੰ ਇਸ ਨੂੰ ਖਿੱਚਣ, ਰਿੜਕਣ ਵਾਲੀ ਡੋਰੀ ਬਣਾਕੇ ਸ਼ਬਦ ਦਾ ਸਮੁੰਦਰ ਰਿੜਕਿਆ । ਸ਼ਬਦ ਨੂੰ ਰਿੜਕਿ ਕੇ ਇਸ ਵਿਚੋਂ 14 ਰਤਨ ਬਖਸ਼ਿਸ਼ ਹੋਏ । ਜੀਵਨ ਵਿੱਚ ਧਾਰਨ ਕਰਨ ਵਾਲੇ 14 ਗੁਣ ਪ੍ਰਗਟ ਕੀਤੇ । ਜਿਸ ਨਾਲ ਸੰਸਾਰ ਵਿੱਚ ਸ਼ਬਦ ਦੀ ਜਾਗਰਤੀ, ਰੋਸ਼ਨੀ ਹੋ ਗਈ । ਬਾਬੇ ਨਾਨਕ ਨੇ ਸ਼ਬਦ ਵਿਚੋਂ ਹੀ ਪ੍ਰਭ ਦੀ ਜੋਤ ਪ੍ਰਗਟ ਕਰਕੇ, ਪ੍ਰਭ ਦੇ ਸ਼ਬਦ ਦੀ ਜੈ ਜੈ ਕਾਰ ਸ੍ਰਿਸ਼ਟੀ ਵਿੱਚ ਚਲਾ ਦਿੱਤੀ । ਇਸ ਸਿਖਿਆਂ ਤੇ ਚਲਣ ਵਾਲੇ ਸੇਵਕ ਤੇ ਪ੍ਰਭ ਦੀ ਰਹਿਮਤ ਦਾ ਨੂਰ ਬਖਸ਼ਿਸ਼ ਹੋ ਗਿਆ । ਉਸ ਦੇ ਮਨ ਦੇ ਖਿਆਲ ਨਾਨਕ ਦੇ ਮਨ ਦੇ ਖਿਆਲਾਂ ਵਿੱਚ ਅਭੇਦ ਹੋ ਗਏ । ਬਾਬੇ ਨਾਨਕ ਨੇ ਸ਼ਬਦ ਤੇ ਚਲਣ ਵਾਲੇ ਸੇਵਕਾ ਅਤੇ ਆਪਣੇ ਪੁਤਰਾਂ ਦੇ ਭਰੋਸੇ ਦੀ ਪਰਖ ਕੀਤੀ । ਲਹਿਣਾ ਜੀ ਦਾ ਮਨ ਪਵਿੱਤਰ, ਅਡੋਲ ਦੇਖ ਕੇ ਸ਼ਬਦ ਦੀ ਡੋਰੀ ਸੌਂਪੀ ।

Nanak Dev Ji! started the Holy Ganga of the teachings of His Word to eliminate the ignorance of religious rituals. The whole universe was astonished! Who may be Nanak? Who has initiated the everlasting echo of His Word? He used the **Maadhani of self-high moral** to churn the worldly ocean of worldly desires. He used the snake of religious ritual as the rope to churn the ocean of worldly desires. He was blessed 14 ambrosial jewels of essence of His Word. The enlightenment of the nature of The True Master was blessed by adopting the teachings of His Word. A new wave of the glory of His Word spreaded in the universe. Whosoever may adopt the teachings of His Word in his day-to-day life; with His mercy and grace, he may be blessed with the eternal spiritual glow of His Holy Spirit on his forehead. His thoughts were absorbed in the teachings of Nanak Ji! He tested the sincerity of his sons and followers! Lahnah Ji was assigned to spread His message.

Moral Prefection! (Franklin) To Counteract unwanted Behavior – Control Mind (Practice 13 to hear the 14th, echo of His Word)
Temperance, Silence, Order, Resolution, Frugality, Industry, Sincerity, Justice, Moderation, Cleanliness, Tranquality, Chastity, Humility! Echo of His Word!

46. ਰਾਮਕਲੀ ਬਾਣੀ ਬੇਣੀ ਜੀਉ ਕੀ॥ 974 - Baynee Jee

ੴ ਸਤਿਗੁਰ ਪ੍ਰਸਾਦਿ॥
ਇੜਾ ਪਿੰਗੁਲਾ ਅਉਰ ਸੁਖਮਨਾ, ਤੀਨਿ ਬਸਹਿ ਇਕ ਠਾਈ॥
ਬੇਣੀ ਸੰਗਮੁ ਤਹ ਪਿਰਾਗੁ, ਮਨੁ ਮਜਨੁ ਕਰੇ ਤਿਥਾਈ॥੧॥

ik-oNkaar satgur parsaad.
irhaa pingulaa a-or sukhmanaa teen baseh ik thaa-ee.
baynee sangam tah piraag man majan karay tithaa-ee. ||1||

ਮਨ ਦੀ ਤਾਕਤ ਦੇ ਤਿੰਨੋਂ ਸੋਮੇ ਇੜਾ, ਪਿੰਗਲਾ, ਸੁਖਮਨਾ ਇਕੱਠੇ ਹੀ ਰਹਿੰਦੇ ਹਨ । ਮਨ ਵਿੱਚ ਇਹ ਉਹ ਹੀ ਘਰ ਹੈ, ਜਿਥੇ ਤਿੰਨਾਂ ਪਵਿੱਤਰ ਸਾਗਰਾ ਦਾ ਸੰਗਮ ਹੁੰਦਾ ਹੈ । ਇਹ ਹੀ ਦਸਵਾਂ ਘਰ ਹੈ! ਜਿਥੇ ਜੀਵ ਨੂੰ ਮਨ ਦਾ ਪਵਿੱਤਰਤਾ ਦਾ ਇਸ਼ਨਾਨ ਕਰਨਾ ਚਾਹੀਦਾ ਹੈ ।

Three pillars of strength of mind, fountain of life **irhaa, pingulaa, and sukhmanaa** live together; two breathing nasals left, right and filter to capture breath of life. This junction, **sukhmanaa** may be called the union **of three Holy rivers** that becomes ocean of life. This may be called His 10th door, Royal Castle. You should take a sanctifying bath in the Holy Nectar within your mind, body.

ਸੰਤਹੁ ਤਹਾ ਨਿਰੰਜਨ ਰਾਮੁ ਹੈ॥ ਗੁਰ ਗਮਿ ਚੀਨੈ ਬਿਰਲਾ ਕੋਇ॥
ਤਹਾਂ ਨਿਰੰਜਨੁ ਰਮਈਆ ਹੋਇ॥੧॥ ਰਹਾਉ॥

santahu tahaa niranjan raam hai. gur gam cheenai birlaa ko-ay.
tahaaN niranjan rama-ee-aa ho-ay. ||1|| rahaa-o.

ਉਥੇ ਹੀ ਪ੍ਰਭ ਦੀ ਜੋਤ ਜਾਗਰਤ ਰਹਿੰਦੀ ਹੈ । ਸੰਸਾਰ ਵਿੱਚ ਕੋਈ ਵਿਰਲਾ ਹੀ ਜੀਵ, ਸ਼ਬਦ ਦੀ ਪਾਲਣਾ ਕਰਕੇ, ਸੋਝੀ ਪਾ ਕੇ ਮਨ ਵਿੱਚ ਵਸਾਉਂਦਾ ਹੈ । ਹਰਇਕ ਥਾਂ ਵਾਪਰਨ ਵਾਲਾ ਪ੍ਰਭ ਉਥੇ ਹੀ ਵਸਦਾ ਹੈ ।

His Holy Spirit, His Word remains embedded within his soul and dwells at the junction, 10th door, Royal Castle. However, very rare devotee may obey the teachings of His Word with steady and stable belief; he remains drenched with the essence of His Word. The Omnipresent True Master has established His Royal Castle there at **Sukhamanaa**.

ਗੁਰੂ ਨਾਨਕ ਦੇਵ ਜੀ! – Guru Nanak Dev Ji! Guru Granth Sahib

ਦੇਵ ਸਥਾਨੈ ਕਿਆ ਨੀਸਾਣੀ॥ dayv sathaanai ki-aa neesaanee.
ਤਹ ਬਾਜੇ ਸਬਦ ਅਨਾਹਦ ਬਾਣੀ॥ tah baajay sabad anaahad banee.
ਤਹ ਚੰਦੁ ਨ ਸੂਰਜੁ ਪਉਣੁ ਨ ਪਾਣੀ॥ tah chand na sooraj pa-un na paanee.
ਸਾਖੀ ਜਾਗੀ ਗੁਰਮੁਖਿ ਜਾਣੀ॥੨॥ saakhee jaagee gurmukh jaanee. ||2||

ਪ੍ਰਭ ਦੇ ਵਸਣ ਦੀ ਕੀ ਨਿਸ਼ਾਨੀ ਹੈ? ਉਸ ਮਨ ਵਿੱਚ ਸਦਾ ਅਟਲ ਰਹਿਣ ਵਾਲੀ ਸ਼ਬਦ ਦੀ ਧੁਨ ਚਲਦੀ ਸੁਣਾਈ ਦੇਂਦੀ ਹੈ । ਉਥੇ ਕੋਈ ਚੰਦ, ਸੂਰਜ, ਹਵਾ ਜਾ ਪਾਣੀ ਨਹੀਂ ਹੁੰਦਾ ਹੈ । ਜਿਸ ਜੀਵ ਨੂੰ ਗੁਰਮਖ ਅਵਸਥਾ ਬਖਸ਼ਿਸ਼ ਹੋ ਜਾਂਦੀ ਹੈ । ਉਹ ਸੁਚੇਤ ਹੋ ਜਾਂਦਾ ਹੈ, ਉਸ ਨੂੰ ਸ਼ਬਦ ਦੀ ਸੋਝੀ ਬਖਸ਼ਿਸ਼ ਹੋ ਜਾਂਦੀ ਹੈ ।

What may be the sign of His Holy Spirit enlightened within His true devotee? He may hear the everlasting echo of His Word resonating within his heart forever. There may be no Sun light, Moon light, air, or water either. Whosoever may be blessed with such a state of mind as His true devotee. He may remain awake and alert with the essence of His Word.

ਉਪਜੈ ਗਿਆਨੁ ਦੁਰਮਤਿ ਛੀਜੈ॥ ਅੰਮ੍ਰਿਤ ਰਸਿ ਗਗਨੰਤਰਿ ਭੀਜੈ॥ upjai gi-aan durmat chheejai. amrit ras gagnantar bheejai.
ਏਸੁ ਕਲਾ ਜੋ ਜਾਣੈ ਭੇਉ॥ ਭੇਟੈ ਤਾਸੁ ਪਰਮ ਗੁਰਦੇਉ॥੩॥ ays kalaa jo jaanai bhay-o. bhaytai taas param gurday-o. ||3||

ਜਿਸ ਜੀਵ ਨੂੰ ਸ਼ਬਦ ਦੀ ਸੋਝੀ ਬਖਸ਼ਿਸ਼ ਹੋ ਜਾਂਦੀ ਹੈ, ਉਸ ਦੇ ਮਨ ਵਿਚੋਂ ਬੁਰੇ ਖਿਆਲ ਖਤਮ ਹੋ ਜਾਂਦੇ ਹਨ । ਉਸ ਦੇ ਮਨ ਦੇ ਦਸਵੇਂ ਘਰ ਵਿੱਚ ਅੰਮ੍ਰਿਤ ਸ਼ਬਦ ਦੀ ਵਰਖਾ ਭਰਪੂਰ ਹੁੰਦੀ ਹੈ । ਜਿਹੜਾ ਜੀਵ ਮਨ ਦਾ ਇਹ ਭੇਦ ਜਾਣ ਜਾਂਦਾ ਹੈ । ਉਸ ਦੀ ਆਤਮਾ ਦਾ ਸੰਜੋਗ ਪ੍ਰਭ ਦੀ ਜੋਤ ਨਾਲ ਹੋ ਜਾਂਦਾ ਹੈ, ਉਸ ਤੇ ਰਹਿਮਤ ਭਰਪੂਰ ਹੋ ਜਾਂਦੀ ਹੈ ।

Whosoever may be enlightened with the essence of His Word; with His mercy and grace, all his evil thoughts may be eliminated. The overwhelming rain of the nectar of the essence of His Word may be pouring from the 10th house, His Royal Castle of his mind. Whosoever may be enlightened with this unique secret of his own mind; with His mercy and grace, his soul may become worthy of His Consideration. He may remain overwhelmed with contentment.

ਦਸਮ ਦੁਆਰਾ ਅਗਮ ਅਪਾਰਾ, ਪਰਮ ਪੁਰਖਕੀ ਘਾਟੀ॥ dasam du-aaraa agam apaaraa param purakh kee ghaatee.
ਊਪਰਿ ਹਾਟੁ ਹਾਟ ਪਰਿ ਆਲਾ, ਆਲੇ ਭੀਤਰਿ ਥਾਤੀ॥੪॥ oopar haat haat par aalaa aalay bheetar thaatee. ||4||

ਮਨ ਦੇ ਦਸਵੇਂ ਘਰ ਵਿੱਚ ਪ੍ਰਭ ਦੀ ਜੋਤ ਦਾ ਨਿਵਾਸਾ ਹੁੰਦਾ ਹੈ । ਸ਼ਬਦ ਦਾ ਖਜ਼ਾਨਾ ਦਸਵੇਂ ਘਰ ਦੇ ਤਲ ਤੇ ਹੁੰਦਾ ਹੈ, ਜੀਵ ਨੂੰ ਮਨ ਅੰਦਰੋਂ ਹੀ ਸੋਧ ਦੇਂਦਾ ਹੈ ।

His Holy Spirit, His Word dwells at the 10th door, in His Royal Castle in his own body. The treasure of enlightenment remains on the bottom of the 10th cave, house; with His mercy and grace, He provides the enlightenment of the essence of His Word from within.

ਜਾਗਤੁ ਰਹੈ ਸੁ ਕਬਹੁ ਨ ਸੋਵੈ॥ ਤੀਨਿ ਤਿਲੋਕ ਸਮਾਧਿ ਪਲੋਵੈ॥ jaagat rahai so kabahu na sovai. teen tilok samaaDh palovai.
ਬੀਜ ਮੰਤ੍ਰੁ ਲੈ ਹਿਰਦੈ ਰਹੈ॥ ਮਨੂਆ ਉਲਟਿ ਸੁੰਨ ਮਹਿ ਗਹੈ॥੫॥ beej mantar lai hirdai rahai. manoo-aa ulat sunn meh gahai. ||5||

ਜਿਸ ਜੀਵ ਦਾ ਮਨ ਸਦਾ ਜਾਗਰਤ ਰਹਿੰਦਾ ਹੈ । ਉਹ ਪ੍ਰਭ ਦੇ ਸ਼ਬਦ ਨੂੰ ਮਨ ਵਿਚੋਂ ਵਿਸਾਰਦਾ ਨਹੀਂ । ਸੰਸਾਰ ਵਿੱਚ ਮਾਇਆ ਦੇ ਤਿੰਨੇਂ ਗੁਣ, ਤਿੰਨੇਂ ਸ੍ਰਿਸ਼ਟੀਆਂ ਨਾਸ, ਖਤਮ ਹੋ ਜਾਂਦੀਆਂ ਹਨ, ਪਰ ਉਸ ਦੇ ਮਨ ਦੀ ਸਮਾਧੀ ਭੰਗ ਨਹੀਂ ਹੁੰਦੀ । ਉਹ ਇਸ ਮੂਲ ਮੰਤਰ ਨੂੰ ਆਪਣੇ ਮਨ ਵਿੱਚ ਅਡੋਲ ਰਖਦਾ ਹੈ । ਉਹ ਜੀਵ ਆਪਣੇ ਮਨ ਨੂੰ ਸੰਸਾਰਕ ਇਛਾਂ ਦੇ ਮੋਹ ਤੋਂ ਰਹਿਤ ਰਖਦਾ, ਪ੍ਰਭ ਦੀ ਜੋਤ ਦੀ ਸਮਾਧੀ ਵਿੱਚ ਲੀਨ ਰਹਿੰਦਾ ਹੈ ।

Whosoever may remain awake, alert and enlightened with the essence of His Word; with His mercy and grace, he may never forget or abandon the teachings of His Word from his day-to-day life. All three virtues of worldly wealth, three universes may vanish over a period; however, the intoxication of His true devotee may never be disturbed. He may remain intoxicated in meditation in the void of His Word. The essence of The Mool Mantra, the essence of the real purpose of his human life opportunity may remain resonating within his heart. His state of mind may remain beyond the reach of worldly temptations and he remains intoxicated in the void of His Word.

ਜਾਗਤੁ ਰਹੈ ਨ ਅਲੀਆ ਭਾਖੈ॥ ਪਾਚਉ ਇੰਦ੍ਰੀ ਬਸਿ ਕਰਿ ਰਾਖੈ॥ jaagat rahai na alee-aa bhaakhai. paacha-o indree bas kar raakhai.
ਗੁਰ ਕੀ ਸਾਖੀ ਰਾਖੈ ਚੀਤਿ॥ ਮਨੁ ਤਨੁ ਅਰਪੈ ਕ੍ਰਿਸਨ ਪਰੀਤਿ॥੬॥ gur kee saakhee raakhai cheet. man tan arpai krisan pareet. ||6||

ਉਹ ਜੀਵ ਸੁਚੇਤ ਰਹਿੰਦਾ ਹੈ । ਕਦੇ ਗਲਤ ਨਹੀਂ ਬੋਲਦਾ, ਧੋਖੇ, ਜਾ ਫਰੇਬ ਵਿੱਚ ਨਹੀਂ ਪੈਂਦਾ । ਆਪਣੇ ਮਨ ਦੀਆਂ ਪੰਜਾਂ ਇਛਾਂ ਤੇ ਕਾਬੂ ਰਖਦਾ ਹੈ । ਉਹ ਸ਼ਬਦ ਦੀ ਸਿਖਿਆਂ ਨੂੰ ਆਪਣੇ ਮਨ ਵਿੱਚ ਵਸਾਉਂਦਾ, ਜੀਵਨ ਢਾਲਦਾ ਹੈ । ਆਪਣਾ ਤਨ, ਮਨ ਪ੍ਰਭ ਦੇ ਵਿਛੋੜੇ ਦੇ ਵਿਰਾਗ ਵਿੱਚ ਹੀ ਭੇਟਾ ਕਰ ਦੇਂਦਾ ਹੈ ।

He may remain awake and alert with the essence of His Word. He may never speak rude, disrespectful or any fraudulent thoughts within his mind. He may keep a control on his five demons of worldly desires. He may adopt the teachings of His Word with steady and stable belief in his day-to-day life. He may remain drenched with the essence of His Word within his day-to-day life. He may remain in renunciation in the memory of his separation from His Holy Spirit. He may surrender his mind, body, and worldly status at His Sanctuary.

ਕਰ ਪਲਵ ਸਾਖਾ ਬੀਚਾਰੇ॥ ਅਪਨਾ ਜਨਮੁ ਨ ਜੂਐ ਹਾਰੇ॥ kar palav saakhaa beechaaray. apnaa janam na joo-ai haaray.
ਅਸੁਰ ਨਦੀ ਕਾ ਬੰਧੈ ਮੂਲੁ॥ ਪਛਿਮ ਫੇਰਿ ਚੜਾਵੈ ਸੂਰੁ॥ asur nadee kaa banDhai mool. pachhim fayr charhaavai soor.
ਅਜਰੁ ਜਰੈ ਸੁ ਨਿਝਰੁ ਝਰੈ॥ ਜਗੰਨਾਥ ਸਿਉ ਗੋਸਟਿ ਕਰੈ॥੭॥ ajar jarai so nijhar jharai. jagannaath si-o gosat karai. ||7||

ਉਹ ਆਪਣੇ ਹੱਥਾਂ ਨੂੰ ਬ੍ਰਿਛ ਦੇ ਪੱਤੇ ਅਤੇ ਟਾਹਣੀਆਂ ਹੀ ਸਮਝਦਾ ਹੈ । ਆਪਣਾ ਜੀਵਨ ਜੁਏ ਦੀ ਬਾਜੀ ਵਿੱਚ ਨਹੀਂ ਲਾਉਂਦਾ । ਉਹ ਮਨ ਵਿਚੋਂ ਬੁਰੇ ਖਿਆਲਾਂ ਦੀ ਜੜ੍ਹ ਖਤਮ ਕਰ ਦੇਂਦਾ ਹੈ । ਉਹ ਮਨ ਦੇ ਡੋਲਣ ਵਾਲੇ ਵਿਚਾਰਾਂ (ਪੱਛਮ) ਨੂੰ ਛੱਡਕੇ, ਮਨ ਨੂੰ ਚੜ੍ਹਦੀ ਕਲਾ ਵਾਲੇ ਪਾਸ (ਪੂਰਬ), ਸ੍ਰਿਸ਼ਟੀ ਦੀ ਭਲਾਈ ਵਾਲੇ ਪਾਸੇ ਰਖਦਾ ਹੈ । ਸੰਸਾਰਕ ਦੁਖ, ਸੁਖ ਨੂੰ ਪ੍ਰਭ ਦੀ ਰਹਿਮਤ ਮੰਨਕੇ, ਪ੍ਰਭ ਦਾ ਧੰਨਵਾਦ ਗਾਉਂਦਾ ਹੈ । ਸੰਸਾਰ ਦੇ ਮਾਲਕ ਦੀ ਰਜ਼ਾ ਵਿੱਚ ਹੀ ਰਹਿੰਦਾ ਹੈ । ਪ੍ਰਭ ਦੀ ਰਹਿਮਤ ਦੀ ਹੀ ਅਰਦਾਸ ਕਰਦਾ ਹੈ ।

His true devotee may consider his hand as the branches and leaves of the tree of life. He may never gamble with the real purpose of his human life opportunity. He may eliminate the root of evil thoughts from his mind; he conquers his own mind. He may never have his thoughts drift into negative aspects of life or with domination of worldly wealth. He always thinks about the welfare of His Creation. He may consider both worldly miseries and pleasures as His Worthy Blessings. He may remain singing the glory of His Word and remains gratitude for His Blessings. He remains contented with his worldly environment. He may always pray for His Forgiveness and Refuge.

ਗੁਰੂ ਨਾਨਕ ਦੇਵ ਜੀ! – Guru Nanak Dev Ji! Guru Granth Sahib

ਚਉਮੁਖ ਦੀਵਾ ਜੋਤਿ ਦੁਆਰ॥ ਪਲੂ ਅਨਤ ਮੂਲੁ ਬਿਚਕਾਰਿ॥ cha-umukh deevaa jot du-aar. paloo anat mool bichkaar.
ਸਰਬ ਕਲਾ ਲੇ ਆਪੇ ਰਹੈ॥ ਮਨੁ ਮਾਣਕੁ ਰਤਨਾ ਮਹਿ ਗੁਹੈ॥੮॥ sarab kalaa lay aapay rahai. man maanak ratnaa meh guhai. ||8||

ਚਾਰ ਪਾਸੇ, ਦਿਸ਼ਾਂ ਵਾਲਾ ਜੋਤਾ ਦਾ ਦੀਵਾ, ਦਸਵੇਂ ਘਰ ਵਿੱਚ ਰੋਸ਼ਨੀ ਕਰਦਾ ਹੈ । ਉਹ ਅਨੇਕਾਂ ਹੀ ਪੱਤਿਆਂ ਦੇ ਕੇਂਦਰ ਵਿੱਚ ਰਹਿੰਦਾ ਹੈ । ਉਹ ਆਪਣੀ ਰਜ਼ਾ ਨਾਲ ਹੀ ਉਥੇ ਵਸਦਾ ਹੈ । ਉਹ ਲਾਲਚ ਵਾਲੇ, ਹੀਰੇ ਜਵਾਹਰ ਵਰਗੇ ਵਿਚਾਰ ਮਨ ਵਿੱਚ ਭੇਜਦਾ ਹੈ ।

The four-sided lamp, pillar of His Holy Spirit keeps His 10th house illuminated. His Holy Spirit remains within the center of all branches and leaves of His Creation. He may send ambrosial thoughts from within to provide right path in worldly life.

ਮਸਤਕਿ ਪਦਮੁ ਦੁਆਲੈ ਮਣੀ॥ mastak padam du-aalai manee.
ਮਾਹਿ ਨਿਰੰਜਨੁ ਤ੍ਰਿਭਵਣ ਧਣੀ॥ maahi niranjan taribhavan Dhanee.
ਪੰਚ ਸਬਦ ਨਿਰਮਾਇਲ ਬਾਜੇ॥ panch sabad nirmaa-il baajay.
ਢੁਲਕੇ ਚਵਰ ਸੰਖ ਘਨ ਗਾਜੇ॥ dhulkay chavar sankh ghan gaajay.
ਦਲਿ ਮਲਿ ਦੈਤਹੁ ਗੁਰਮੁਖਿ ਗਿਆਨੁ॥ dal mal daatahu gurmukh gi-aan.
ਬੇਣੀ ਜਾਚੈ ਤੇਰਾ ਨਾਮੁ॥੯॥੧॥ baynee jaachai tayraa naam. ||9||1||

ਬੰਦਗੀ ਕਰਨ ਨਾਲੇ ਦਾਸ ਦੇ ਮੱਥੇ ਤੇ ਕਮਲ ਦੇ ਫੁੱਲ ਦੇ ਘੇਰੇ ਵਿੱਚ ਜਵਾਰਤ ਦਾ ਚੱਕਰ ਬਣਿਆ ਹੁੰਦਾ ਹੈ । ਇਸ ਵਿੱਚ ਹੀ ਤਿੰਨਾਂ ਸ੍ਰਿਸ਼ਟੀਆਂ ਦਾ ਮਾਲਕ ਮਸਤ ਰਹਿੰਦਾ ਹੈ । ਇਸ ਵਿੱਚ ਉਹ ਪੰਜੇਂ ਅਮੋਲਕ ਸ਼ਬਦ, ਪੰਜੇਂ ਧੁਨਾਂ, ਪਵਿੱਤਰਤਾ ਨਾਲ ਚਲਦੀਆਂ ਹਨ । ਉਥੇ ਅਨੋਖੀਆਂ, ਟੱਲੀਆਂ, ਤਾਰਾਂ ਦੀ ਅਵਾਜ਼, ਸੰਖ ਦੀ ਗੂੰਜ, ਬੱਦਲ ਦੀ ਗਰਜ ਵਰਗੀ ਚਲਦੀ ਹੈ । ਗੁਰਮਖ ਜੀਵ ਜਮਦੂਤਾਂ ਨੂੰ ਆਪਣੇ ਪੈਰਾਂ ਥੱਲੇ ਕੁਚਲ ਦੇਂਦਾ ਹੈ । ਮਨ ਦੀਆਂ ਪੰਜਾਂ ਇਛਾਂ ਨੂੰ ਸ਼ਬਦ ਦੀ ਪਾਲਣਾ ਨਾਲ ਖਤਮ ਕਰ ਦੇਂਦੇ ਹਨ । ਬੰਦਗੀ ਕਰਨ ਵਾਲਾ (ਬੈਣੀ) ਪ੍ਰਭ ਦੇ ਸ਼ਬਦ ਦਾ ਹੀ ਸਿਮਰਨ ਕਰਦਾ ਰਹਿੰਦਾ ਹੈ ।

On the forehead of His true devotee, an ambrosial circle of lotus flower, Jewel of the essence of His Word. The True Master of all, three universes remain intoxicated in the void of His Word in that circle. Within that ambrosial eternal spiritual glow, five ambrosial Word, Naad, Dhaano; everlasting echo, melodious sound of sanctification resonates forever. There are astonishing sounds of bell ringing, music, sound horns are like thundering clouds. His true devotee in his intoxication may crush the devil of death under his feet. He may conquer all five demons of worldly desires. His true devotee **Baynee** remains intoxicated in meditation on the teachings of His Word.

Guru Granth Sahib Darpan by Prof. Sahib Singh		Page
ਪੰਜ ਸ਼ਬਦ, ਧੁਨਾਂ	ਸੁੰਨ ਸਮਾਧਿ, ਦਰਿਮਤਿ, ਨਾਮੁ ਰਾਤਨ, ਅਨਾਹਤ, ਜਾਗਿ ਰਹੇ—ਪੰਚ ਤਸਕਰ	282
ਪੰਜ ਸਾਜ	ਤਾਰ, ਚੰਮ, ਧਾਤ, ਘੜੇ, ਫੂਕ ਵਾਲੇ ਵਾਜੇ	332

ਪੰਜ ਸ਼ਬਦ -- ਸੁੰਨ ਸਮਾਧਿ, ਦਰਿਮਤਿ, ਨਾਮੁ ਰਾਤਨ, ਅਨਾਹਤ, ਜਾਗਿ ਰਹੇ—ਪੰਚ ਤਸਕਰ

47. ਨਟ ਮਹਲਾ ੪॥ 977-13

ਮਨ ਮਿਲੁ ਸੰਤਸੰਗਤਿ ਸੁਭਵੰਤੀ॥ man, mil santsangat subhvantee.
ਸੁਨਿ ਅਕਥ ਕਥਾ ਸੁਖਵੰਤੀ॥ sun akath kathaa sukhvantee.
ਸਭ ਕਿਲਵਿਖ ਪਾਪ ਲਹੰਤੀ॥ sabh kilvikh paap lahantee.
ਹਰਿ ਹੋ ਹੋ ਹੋ ਲਿਖਤੁ ਲਿਖੰਤੀ॥੧॥ ਰਹਾਉ॥ har ho ho ho likhat likhantee. ||1|| rahaa-o.

ਜਿਹੜਾ ਬੰਦਗੀ ਕਰਨ ਵਾਲੇ ਦੀ ਸੰਗਤ ਵਿੱਚ ਸਿਮਰਨ ਕਰਦਾ, ਉਸ ਦੇ ਜੀਵਨ ਦੀ ਸਿਖਿਆਂ ਨਾਲ ਜੀਵਨ ਢਾਲਦਾ ਹੈ, ਉਸ ਨੂੰ ਉਤਮ ਅਵਸਥਾ ਬਖਸ਼ਿਸ਼ ਹੋ ਜਾਂਦੀ ਹੈ । ਪ੍ਰਭ ਦੀ ਅਕਥ ਕਥਾ ਸੁਣਕੇ ਮਨ ਵਿੱਚ ਸੰਤੋਖ ਭਰ ਜਾਂਦਾ ਹੈ । ਉਸ ਦੇ ਮਨ ਦੇ ਪਾਪ ਧੋਤੇ, ਬਖਸ਼ੇ ਜਾਂਦੇ ਹਨ, ਮਨ ਵਿਚੋਂ ਬੁਰੇ ਖਿਆਲ ਦੂਰ ਹੋ ਜਾਂਦੇ ਹਨ । ਪਹਿਲੇ ਲਿਖੇ ਭਾਗਾਂ ਨਾਲ ਹੀ ਜੀਵ, ਸ਼ਬਦ ਦੇ ਲੜ ਲਗਦਾ ਹੈ ।

Whosoever may meditate in the conjugation of His true devotee and adopts his life experience teachings in his own day to day life; with His mercy and grace, he may be blessed with supreme state of mind. Whosoever may listen to the incomprehensible essence of His Word, he may be blessed with the contentment in his day-to-day life. All evil thoughts of his mind may be eliminated and his sins may be forgiven. Whosoever may have a great prewritten destiny, only he may obey the teachings of His Word.

ਹਰਿ ਕੀਰਤਿ ਕਲਜੁਗ ਵਿਚਿ ਊਤਮ, ਮਤਿ ਗੁਰਮਤਿ ਕਥਾ ਭਜੰਤੀ॥ har keerat kaljug vich ootam mat gurmat kathaa bhajantee.
ਜਿਨਿ ਜਨਿ ਸੁਣੀ ਮਨੀ ਹੈ, ਜਿਨਿ ਜਨਿ ਤਿਸੁ ਜਨ ਕੈ ਹਉ ਕੁਰਬਾਨੰਤੀ॥੧॥ jin jan sunee manee hai jin jan tis jan kai ha-o kurbaanantee.1

ਕਲਯੁੱਗ ਵਿੱਚ ਸ਼ਬਦ ਦੀ ਉਸਤਤ ਗਾਉਣਾ, ਕੀਰਤਨ ਕਰਨਾ ਸਭ ਤੋਂ ਉਤਮ ਕੰਮ ਹੈ । ਸ਼ਬਦ ਨਾਲ ਜੀਵਨ ਢਾਲਣ ਨਾਲ ਮਨ ਵਿੱਚ ਸ਼ਬਦ ਦੀ ਸੋਝੀ ਬਖਸ਼ਿਸ਼ ਹੋ ਜਾਂਦੀ ਹੈ । ਜਿਹੜਾ ਵੀ ਪ੍ਰਭ ਦੇ ਸ਼ਬਦ ਦੀ ਕਥਾ ਸੁਣਦਾ, ਮੰਨਕੇ ਜੀਵਨ ਵਿੱਚ ਢਾਲਦਾ ਹੈ, ਉਹ ਪੂਜਣ ਯੋਗ ਹੋ ਜਾਂਦਾ ਹੈ । ਉਸ ਤੋਂ ਕੁਰਬਾਨਾ ਜਾਵਾ!

Age of Kul Jug! Singing the glory of His Word may be the supreme worldly chore, deed. Whosoever may adopt the teachings of His Word with steady and stable belief in his day-to-day life; with His mercy and grace, he may be blessed with an enlightened state of mind. Whosoever may listen and adopts the teachings of His Word in his day-to-day life; with His mercy and grace, he may become worthy of worship. His true devotee remains fascinated from his way of life.

ਹਰਿ ਅਕਥ ਕਥਾ ਕਾ ਜਿਨਿ ਰਸੁ ਚਾਖਿਆ, ਤਿਸੁ ਜਨ ਸਭ ਭੂਖ ਲਹੰਤੀ॥ har akath kathaa kaa jin ras chaakhi-aa tis jan sabh bhookh lahantee.
ਨਾਨਕ ਜਨ ਹਰਿ ਕਥਾ ਸੁਣਿ ਤ੍ਰਿਪਤੇ, naanak jan har kathaa sun tariptai
ਜਪਿ ਹਰਿ ਹਰਿ ਹਰਿ ਹੋਵੰਤੀ॥੨॥੨॥੮॥ jap har har har hovantee. ||2||2||8||

ਜਿਹੜਾ ਪ੍ਰਭ ਦੀ ਅਕਥ ਕਥਾ ਦਾ ਰਸ ਮਾਣਦਾ ਹੈ । ਉਸ ਦੇ ਮਨ ਦੀ ਸੰਸਾਰਕ ਇਛਾਂ ਦੀ ਭੁੱਖ ਖਤਮ ਹੋ ਜਾਂਦੀ ਹੈ । ਜਿਹੜਾ ਬੰਦਗੀ ਕਰਨ ਵਾਲਾ, ਪ੍ਰਭ ਦੇ ਸ਼ਬਦ ਦੀ ਅਕਥਾ ਕਥਾ ਸੁਣਦਾ ਹੈ । ਉਸ ਦੇ ਮਨ ਵਿੱਚ ਸੰਤੋਖ ਵਸ ਜਾਂਦਾ ਹੈ । ਉਹ ਸ਼ਬਦ ਦੇ ਗੁਣ ਗਾਉਂਦਾ, ਮਨ ਵਿੱਚ ਵਸਾਉਂਦਾ ਹੈ । ਪ੍ਰਭ ਦੀ ਰਹਿਮਤ ਨਾਲ, ਪ੍ਰਭ ਵਿੱਚ ਹੀ ਅਭੇਦ ਹੋ ਜਾਂਦਾ ਹੈ, ਉਸ ਵਿੱਚ ਪ੍ਰਭ ਦਾ ਰੂਪ ਜਾਗਰਤ ਹੋ ਜਾਂਦਾ ਹੈ ।

Whosoever may enjoy the nectar of the incomprehensible essence of His Word. His hunger of worldly desires may be eliminated. His true devotee may hear the everlasting echo of His Word resonating within; with His mercy and grace, he may be overwhelmed with contentment in his own worldly environments. He may remain drenched with the essence of His Word, singing the glory of His Word. He may immerse within His Holy Spirit and remains enlightened within his heart.

48. ਮਾਲੀ ਗਉੜਾ ਮਹਲਾ ੪॥ 985-1

ਸਭਿ ਸਿਧ ਸਾਧਿਕ ਮੁਨਿ ਜਨਾ, ਮਨਿ ਭਾਵਨੀ ਹਰਿ ਧਿਆਇਓ॥ sabh siDh saaDhik mun janaa man, bhaavnee har Dhi-aa-i-o.
ਅਪਰੰਪਰੋ ਪਾਰਬ੍ਰਹਮੁ ਸੁਆਮੀ, aprampro paarbarahm su-aamee
ਹਰਿ ਅਲਖੁ ਗੁਰੂ ਲਖਾਇਓ॥੧॥ ਰਹਾਉ॥ har alakh guroo lakhaa-i-o. ||1|| rahaa-o.

ਜਿਹੜੇ ਵੀ ਸਿਧ, ਮੌਨੀ ਸੰਤ, ਬੰਦਗੀ ਕਰਨ ਵਾਲੇ ਦੇ ਮਨ ਵਿੱਚ ਪ੍ਰਭ ਦੇ ਵਿਛੋੜੇ ਦਾ ਵਿਰਾਗ ਭਰਿਆਂ ਹੁੰਦਾ ਹੈ । ਉਹ ਹੀ ਪ੍ਰਭ ਦੇ ਸ਼ਬਦ ਦਾ ਸਿਮਰਨ ਕਰਦਾ ਹੈ । ਅਸਲੀ ਮਾਲਕ, ਪ੍ਰਭ ਦੀ ਕੋਈ ਕਿਸੇ ਕਿਸਮ ਦੀ ਹੱਦ ਜਾਣੀ ਨਹੀਂ ਜਾ ਸਕਦੀ । ਪ੍ਰਭ ਆਪਣੀ ਰਹਿਮਤ ਨਾਲ, ਆਪਣੇ ਦਾਸ ਨੂੰ ਅਨੇਕਾਂ ਹੀ ਕੁਦਰਤ ਦੇ ਕਰਤਬਾਂ ਦੀ ਸੋਝੀ ਬਖਸ਼ਦਾ ਹੈ ।

Whosoever, worldly saint, devotee may remain overwhelmed with renunciation of the memory of his separation from His Holy Spirit. He may be meditating on the teachings of His Word. Miracles of His Nature remain beyond any known limits, comprehension of His Creation. The Merciful True Master may reveal some secrets of His Nature to His true devotee,

ਹਮ ਨੀਚ ਮਧਿਮ ਕਰਮ ਕੀਏ, ਨਹੀ ਚੇਤਿਓ ਹਰਿ ਰਾਇਓ॥ ham neech maDhim karam kee-ay nahee chayti-o har raa-i-o.
ਹਰਿ ਆਨਿ ਮੇਲਿਓ ਸਤਿਗੁਰੂ, ਖਿਨੁ ਬੰਧ ਮੁਕਤਿ ਕਰਾਇਓ॥੧॥ har aan mayli-o satguroo khin banDh mukat karaa-i-o. ||1||

ਮੈਂ ਨੀਚ ਕੰਮ ਕਰਨ ਵਾਲਾ, ਸ਼ਬਦ ਵਿੱਚ ਧਿਆਨ ਨਹੀਂ ਲਾਉਂਦਾ, ਯਾਦ ਨਹੀਂ ਕਰਦਾ । ਪ੍ਰਭ ਨੇ ਰਹਿਮਤ ਬਖਸ਼ਕੇ, ਮੈਨੂੰ ਸ਼ਬਦ ਦੀ ਪਾਲਣਾ ਦੇ ਲੜ ਲਾਇਆ ਹੈ । ਮੇਰਾ ਸੰਸਾਰਕ ਇਛਾਂ ਦਾ ਮੋਹ ਖਤਮ ਹੋ ਗਿਆ ਹੈ । ਮੇਰੇ ਮਨ ਤੇ ਜਿੱਤ ਬਖਸ਼ਿਸ਼ ਹੋ ਗਈ, ਸੰਸਾਰਕ ਬੰਧਨ, ਮੋਹ ਟੁੱਟ ਗਿਆ ਹੈ ।

I was a sinner, never paid attention to the teachings of His Word nor I was in renunciation in the memory of my separation from His Holy Spirit. I have been blessed with devotion to meditate on the teachings of His Word; with His mercy and grace, all my bonds of worldly attachments have been eliminated in a twinkle of eyes. I have been blessed to conquer my mind, worldly temptations of sweet poison of worldly wealth.

ਪ੍ਰਭਿ ਮਸਤਕੇ ਧੁਰਿ ਲੀਖਿਆ, ਗੁਰਮਤੀ ਹਰਿ ਲਿਵ ਲਾਇਓ॥ parabh mastakay Dhur leekhi-aa gurmatee har liv laa-i-o.
ਪੰਚ ਸਬਦ ਦਰਗਹ ਬਾਜਿਆ, ਹਰਿ ਮਿਲਿਓ ਮੰਗਲੁ ਗਾਇਓ॥੨॥ panch sabad dargeh baaji-aa har mili-o mangal gaa-i-o. ||2||

ਪ੍ਰਭ ਨੇ ਇਸਤਰ੍ਹਾਂ ਦੇ ਭਾਗ ਮੇਰੇ ਮੱਥੇ ਤੇ ਲਿਖੇ ਹਨ । ਪ੍ਰਭ ਦੇ ਸ਼ਬਦ ਦੀ ਪਾਲਣਾ ਕਰਨ ਨਾਲ ਸ਼ਬਦ ਮਨ ਵਿੱਚ ਵਸ ਗਿਆ ਹੈ । ਪ੍ਰਭ ਦੀ ਬਾਣੀ ਦੇ ਉਤਮ ਪੰਜ ਸ਼ਬਦ, ਪੰਜ ਧੁਨਾਂ ਪ੍ਰਭ ਦੇ ਦਰਬਾਰ ਵਿੱਚ ਚਲਦੀਆਂ ਹਨ । ਪ੍ਰਭ ਦੀ ਰਹਿਮਤ ਨਾਲ, ਮੈਂ ਸ਼ਰਧਾ ਨਾਲ ਸ਼ਬਦ ਗਾਉਂਦਾ ਹਾ ।

The True Master has prewritten, engraved such a destiny on my forehead, I am obeying the teachings of His Word. I remain drenched with the essence of His Word. His Five Ambrosial Words are resonating with five music sounds, echo in His Court forever. I am singing the glory of His Word with devotion.

Guru Granth Sahib Darpan by Prof. Sahib Singh.		Page
ਪੰਜ ਸਬਦ	ਸੁੰਨ ਸਮਾਧਿ, ਦਰਿਮਤਿ, ਨਾਮੁ ਰਾਤਨ, ਅਨਾਹਤ, ਜਾਗਿ ਰਹੇ ਪੰਚ ਤਸਕਰ	282
ਪੰਜ ਸਾਜ	ਤਾਰ, ਚੰਮ, ਧਾਤ, ਘੜੇ, ਫੂਕ ਵਾਲੇ ਵਾਜੇ	332

ਪਤਿਤ ਪਾਵਨੁ ਨਾਮੁ ਨਰਹਰਿ, ਮੰਦਭਾਗੀਆਂ ਨਹੀ ਭਾਇਓ॥ patit paavan naam narhar mand-bhaagee-aaN nahee bhaa-i-o.
ਤੇ ਗਰਭ ਜੋਨੀ ਗਾਲੀਅਹਿ, ਜਿਉ ਲੋਨੁ ਜਲਹਿ ਗਲਾਇਓ॥੩॥ tay garabh jonee gaalee-ah ji-o lon jaleh galaa-i-o. ||3||

ਮੰਦੇ ਭਾਗਾਂ ਵਾਲਾ, ਮਨ ਨੂੰ ਪਵਿੱਤਰ ਕਰਨ ਵਾਲੇ ਸ਼ਬਦ ਨੂੰ ਪਸੰਦ ਨਹੀਂ ਕਰਦਾ । ਉਸ ਦੇ ਮਨ ਨੂੰ ਚੰਗਾ ਨਹੀਂ ਲਗਦਾ । ਉਹ ਜੂੰਨਾਂ ਦੇ ਚੱਕਰ ਵਿੱਚ, ਮਾਂ ਦੀ ਕੁੱਖ ਵਿੱਚ ਰੁਲਦਾ, ਨਾਸ ਹੋ ਜਾਂਦਾ ਹੈ । ਜਿਵੇਂ ਪਾਣੀ ਵਿੱਚ ਲੂਣ ਮਿਲਦਾ ਹੈ ।

Unfortunate self-minded may not like nor care for the soul sanctifying teachings of His Word. He may endure the miseries of cycle of birth and death in the womb of mother; as salt may be dissolved in water.

ਮਤਿ ਦੇਹਿ ਹਰਿ ਪ੍ਰਭ ਅਗਮ ਠਾਕੁਰ, ਗੁਰ ਚਰਨ ਮਨੁ ਮੈ ਲਾਇਓ॥ mat deh har parabh agam thaakur gur charan man mai laa-i-o.
ਹਰਿ ਰਾਮ ਨਾਮੈ ਰਹਉ ਲਾਗੋ, ਜਨ ਨਾਨਕ ਨਾਮਿ ਸਮਾਇਓ॥੪॥੩॥ har raam naamai raha-o laago jan naanak naam samaa-i-o. ||4||3||

ਪ੍ਰਭ ਇਸਤਰ੍ਹਾਂ ਦੀ ਸੋਝੀ ਬਖਸ਼ੋ । ਮੇਰਾ ਮਨ ਪ੍ਰਭ ਦੇ ਸ਼ਬਦ ਦੀ ਪਾਲਣਾ ਵਿੱਚ ਲੀਨ ਹੋ ਜਾਵੇ । ਸ਼ਬਦ ਦੀ ਸਮਾਧੀ ਵਿੱਚ ਵਸ ਜਾਵੇ । ਬੰਦਗੀ ਕਰਨ ਵਾਲਾ ਪ੍ਰਭ ਦੇ ਸ਼ਬਦ ਦੇ ਲੜ ਲਗ ਜਾਂਦਾ ਹੈ । ਉਸ ਸ਼ਬਦ ਦੀ ਪਾਲਣਾ ਕਰਦਾ, ਸ਼ਬਦ ਵਿੱਚ ਹੀ ਅਭੇਦ ਹੋ ਜਾਂਦਾ ਹੈ ।

My Merciful True Master, blesses such a devotion to obey the teachings of Your Word; I may remain intoxicated meditating in the void of Your Word. Your true devotee remains intoxicated in meditation on the teachings of Your Word; with Your mercy and grace, he may be absorbed within Your Holy Spirit.

49. ਮਾਲੀ ਗਉੜਾ ਬਾਣੀ ਭਗਤ ਨਾਮਦੇਵ ਜੀ ਕੀ॥ 988

ਸਭੈ ਘਟ ਰਾਮੁ ਬੋਲੈ ਰਾਮਾ ਬੋਲੈ॥ sabhai ghat raam bolai raamaa bolai.
ਰਾਮ ਬਿਨਾ ਕੋ ਬੋਲੈ ਰੇ॥੧॥ ਰਹਾਉ॥ raam binaa ko bolai ray. ||1|| rahaa-o.

ਹਰਇਕ ਜੀਵ ਦੀ ਆਤਮਾ ਵਿੱਚ ਪ੍ਰਭ ਆਪ ਵਸਦਾ, ਬੋਲਦਾ, ਵਾਪਰਦਾ ਹੈ । ਪ੍ਰਭ ਤੋਂ ਬਿਨਾਂ ਹੋਰ ਕੌਣ ਹੈ, ਜੀਵ ਦੇ ਮਨ ਵਿੱਚ ਵਸਦਾ ਹੈ?

His Holy Spirit remains embedded, prevails within everyone, and speaks on his tongue. Who else may be dwelling in the mind and body of worldly creature?

ਏਕਲ ਮਾਟੀ ਕੁੰਜਰ ਚੀਟੀ, ਭਾਜਨ ਹੈਂ ਬਹੁ ਨਾਨਾ ਰੇ॥ aykal maatee kunjar cheetee bhaajan haiN baho naanaa ray.
ਅਸਥਾਵਰ ਜੰਗਮ ਕੀਟ ਪਤੰਗਮ, ਘਟਿ ਘਟਿ ਰਾਮੁ ਸਮਾਨਾ ਰੇ॥੧॥ asthaavar jangam keet patangam ghat ghat raam samaanaa ray. ||1||

ਇਕੋ ਇਕ ਹੀ ਮਿੱਟੀ ਵਿਚੋਂ ਛੋਟੇ ਤੋਂ ਛੋਟੇ ਕੀੜੇ, ਅਤੇ ਵੱਡੇ ਤੋਂ ਵੱਡੇ ਹਾਥੀ ਪੈਦਾ ਕੀਤੇ ਹਨ । ਕਈ ਨਾ ਚਲਣ ਵਾਲੇ, ਸਵਾਸ ਤੋਂ ਬਿਨਾਂ ਅਤੇ ਕਈ ਚਲਣ ਵਾਲੇ ਜੀਵ ਪੈਦਾ ਕੀਤੇ ਹਨ । ਹਰਇਕ ਦੇ ਹਿਰਦੇ ਵਿੱਚ ਹਰ ਸਮੇਂ ਹੀ ਪ੍ਰਭ ਵਸਦਾ, ਵਾਪਰਦਾ ਹੈ ।

The True Master has created smallest insect to biggest elephant from the same dirt, glued with the nectar of His Word, Holy Spirit. Many creatures may walk and crawling; others may not crawl. The Omnipresent True Master remains embedded and prevails within each creature.

ਏਕਲ ਚਿੰਤਾ ਰਾਖੁ ਅਨੰਤਾ, ਅਉਰ ਤਜਹੁ ਸਭ ਆਸਾ ਰੇ॥ aykal chintaa raakh anantaa a-or tajahu sabh aasaa ray. paranvai
ਪ੍ਰਣਵੈ ਨਾਮਾ ਭਏ ਨਿਹਕਾਮਾ, ਕੋ ਠਾਕੁਰੁ ਕੋ ਦਾਸਾ ਰੇ॥੨॥੩॥ naamaa bha-ay nihkaamaa ko thaakur ko daasaa ray. ||2||3||

ਗੁਰੂ ਨਾਨਕ ਦੇਵ ਜੀ! – Guru Nanak Dev Ji! Guru Granth Sahib

ਜੀਵ ਮਨ ਵਿੱਚ ਇਕੋ ਇਕ ਪ੍ਰਭ ਦੇ ਸ਼ਬਦ ਦਾ ਹੀ ਖਿਆਲ ਰਖੇ । ਬਾਕੀ ਸਾਰੇ ਖਿਆਲ ਤਿਆਗਕੇ, ਉਸ ਦੀ ਓਟ ਰਖੇ । ਬੰਦਗੀ ਕਰਨ ਵਾਲਾ ਨਾਮਾ, ਹੁਣ ਸੰਸਾਰਕ ਇਛਾਂ, ਮੌਤ ਤੋਂ ਰਹਿਤ ਹੋ ਗਿਆ ਹੈ । ਹੁਣ ਕੌਣ ਦਾਸ, ਕੌਣ ਮਾਲਕ ਹੈ? ਇਕੋ ਇਕ ਪ੍ਰਭ ਹੀ ਹਰਇਕ ਥਾਂ ਤੇ ਭਰਪੂਰ ਹੈ ।

You should renounce all other evil thoughts from your mind and only pray for His Forgiveness and Refuge. Nama has been blessed with a state of mind as His true devotee. He has become beyond the reach of devil of death and worldly desires. Now who may be a slave and who may be The True Master? The One and Only One, True Master remains overwhelmed and the identity of His true devotee has been eliminated.

50. ਮਾਰੂ ਮਹਲਾ ੯॥ 1008-5

ੴ ਸਤਿਗੁਰ ਪ੍ਰਸਾਦਿ॥	ik-oNkaar satgur parsaad.
ਹਰਿ ਕੋ ਨਾਮੁ ਸਦਾ ਸੁਖਦਾਈ॥	har ko naam sadaa sukh-daa-ee.
ਜਾ ਕਉ ਸਿਮਰਿ ਅਜਾਮਲੁ ਉਧਰਿਓ,	jaa ka-o simar ajaamal uDhaari-o
ਗਨਿਕਾ ਹੂ ਗਤਿ ਪਾਈ॥੧॥ ਰਹਾਉ॥	ganikaa hoo gat paa-ee. ‖1‖ rahaa-o.

ਪ੍ਰਭ ਦਾ ਸ਼ਬਦ ਸਦਾ ਹੀ ਸ਼ਾਂਤੀ, ਸੰਤੋਖ ਬਖਸ਼ਣ ਵਾਲਾ ਹੈ । ਪ੍ਰਭ ਦੇ ਵਿਛੋੜੇ ਨੂੰ ਯਾਦ ਕਰਨ ਨਾਲ ਅਜਾਮਲ ਡਾਕੂ, ਗਨਿਕਾ ਵੇਸਵਾ ਨੂੰ ਪ੍ਰਭ ਦੇ ਦਰਬਾਰ ਵਿੱਚ ਪ੍ਰਵਾਨਗੀ ਬਖਸ਼ਿਸ਼ ਹੋ ਗਈ ।

The teachings of His Word may be very soothing, comforting to the mind of His true devotee. He may remain overwhelmed with His Virtues. The **robber Ajaamal!** Remembering his own son Narnian on his death bed; in his sub-conscious, entered the void of the everlasting echo of Narnian, His Holy Spirit. Ganika, a prostitute teaching parrot the name of God, Ram; her mind enters the void of Ram, The True Master; with His mercy and grace, both were accepted in His Court.

ਪੰਚਾਲੀ ਕਉ ਰਾਜ ਸਭਾ ਮਹਿ, ਰਾਮ ਨਾਮ ਸੁਧਿ ਆਈ॥	panchaalee ka-o raaj sabhaa meh raam naam suDh aa-ee.
ਤਾ ਕੋ ਦੂਖੁ ਹਰਿਓ ਕਰੁਣਾ ਮੈ, ਅਪਨੀ ਪੈਜ ਬਢਾਈ॥੧॥	taa ko dookh hari-o karunaa mai apnee paij badhaa-ee. ‖1‖

ਜਦੋਂ ਦਰੋਪਤੀ, ਪੰਚਾਲੀ ਦੀ ਸ਼ਹਿਜ਼ਾਦੀ ਨੂੰ ਰਾਜੇ ਦੇ ਦਰਬਾਰ ਵਿੱਚ ਸਜ਼ਾ ਦੇਣ ਲਈ ਨੰਗਾ ਕਰਨ ਲਈ ਪੇਸ ਕੀਤਾ! ਪ੍ਰਭ ਨੇ ਮਨ ਦੀ ਪੁਕਾਰ ਸੁਣਕੇ, ਦੁਖ ਦੂਰ ਕਰ ਦਿੱਤਾ, ਉਸ ਦੀ ਲਾਜ ਰਖੀ । ਇਸ ਨਾਲ ਪ੍ਰਭ ਦੀ ਸ਼ਾਨ ਹੀ ਵਧੀ ।

Villain king want to bring his mighty step-brothers to his knee by publicly humiliating **Dareopati,** wife of Arjan Panda in his open Court. The Omniscient True Master, heeds her unspoken plea for Forgiveness and Refuge. The True Master protected her honor and enhanced His Own Greatness.

ਜਿਹ ਨਰ ਜਸੁ ਕਿਰਪਾ ਨਿਧਿ ਗਾਇਓ, ਤਾ ਕਉ ਭਇਓ ਸਹਾਈ॥	jih nar jas kirpaa niDh gaa-i-o taa ka-o bha-i-o sahaa-ee.
ਕਹੁ ਨਾਨਕ ਮੈ ਇਹੀ ਭਰੋਸੈ, ਗਹੀ ਆਨਿ ਸ਼ਰਣਾਈ॥੨॥੧॥	kaho naanak mai ihee bharosai gahee aan sarnaa-ee. ‖2‖1‖

ਜਿਸ ਵੀ ਜੀਵ ਨੇ ਭਰੋਸਾ ਅਡੋਲ ਕਰਕੇ ਪ੍ਰਭ ਦੇ ਸ਼ਬਦ ਦਾ ਸਿਮਰਨ ਕੀਤਾ ਹੈ । ਪ੍ਰਭ ਉਸ ਤੇ ਹੀ ਰਹਿਮਤ ਦੀ ਨਜ਼ਰ ਬਖਸ਼ਕੇ, ਰਖਿਆ ਕਰਦਾ ਹੈ । ਜੀਵ ਆਪਣਾ ਭਰੋਸਾ ਅਡੋਲ ਰਖਕੇ, ਉਸ ਦੀ ਸ਼ਰਣ ਵਿੱਚ ਆਉਣ ਨਾਲ ਪ੍ਰਭ ਆਪ ਹੀ ਰਖਵਾਲਾ ਬਣ ਜਾਂਦਾ ਹੈ ।

Whosoever may meditate and obeys the teachings of His Word with steady and stable belief; with His mercy and grace, he may be protected. Whosoever may surrender his mind, body, and worldly status at His Sanctuary; with His mercy and grace, The True Master may become his protector in the universe and after death in His Court.

51. ਮਾਰੂ ਮਹਲਾ ੧॥ 1037-10

ਸੁੰਨ ਕਲਾ ਅਪਰੰਪਰਿ ਧਾਰੀ॥ ਆਪਿ ਨਿਰਾਲਮੁ ਅਪਰ ਅਪਾਰੀ॥	sunn kalaa aprampar Dhaaree. aap niraalam apar apaaree.
ਆਪੇ ਕੁਦਰਤਿ ਕਰਿ ਕਰਿ ਦੇਖੈ, ਸੁੰਨਹੁ ਸੁੰਨੁ ਉਪਾਇਦਾ॥੧॥	aapay kudrat kar kar daykhai sunnahu sunn upaa-idaa. ‖1‖

ਪ੍ਰਭ ਨੇ ਆਪਣੀ ਸਮਾਧੀ ਵਿੱਚ ਹੀ ਸਾਰੀ ਸ੍ਰਿਸ਼ਟੀ ਦੀ ਤਾਕਤ ਕਾਬੂ ਵਿੱਚ ਕਰ ਲਈ । ਉਹ ਆਪ ਸਾਰੀ ਸ੍ਰਿਸ਼ਟੀ ਦੇ ਮੋਹ, ਤੁਲਨਾ, ਕਿਸੇ ਕਰਤਬ ਦੇ ਅੰਤ ਤੋਂ ਰਹਿਤ ਹੈ । ਪ੍ਰਭ ਹੀ ਜੀਵ ਨੂੰ ਪੈਦਾ ਕਰਨ ਦੀ ਸਮਰਥਾ ਰਖਦਾ ਹੈ । ਉਸ ਨੂੰ ਪੈਦਾ ਕਰਦਾ, ਦੇਖਦਾ, ਆਪ ਪੂਰਨ ਸਮਾਧੀ ਵਿੱਚ ਹੀ ਰਹਿੰਦਾ ਹੈ ।

The True Master has embedded all powers to control 3 universes within His Perfect Void. He remains beyond any emotional attachment, any limits, boundary of His miracles or comprehension of His Creation. Only He has the capability of creation and destruction of any creature, everything in the universe. The True Creator, creates, nourishes, monitors, protects His Creation and He remains in perfect void in blossom.

ਪਉਣੁ ਪਾਣੀ ਸੁੰਨੈ ਤੇ ਸਾਜੇ॥	pa-un paanee sunnai tay saajay.
ਸ੍ਰਿਸਟਿ ਉਪਾਇ ਕਾਇਆ ਗੜ ਰਾਜੇ॥	sarisat upaa-ay kaa-i-aa garh raajay.
ਅਗਨਿ ਪਾਣੀ ਜੀਉ ਜੋਤਿ ਤੁਮਾਰੀ, ਸੁੰਨੇ ਕਲਾ ਰਹਾਇਦਾ॥੨॥	agan paanee jee-o jot tumaaree sunnay kalaa rahaa-idaa. ‖2‖

ਪ੍ਰਭ ਨੇ ਆਪਣੀ ਸਮਾਧੀ ਵਿਚੋਂ ਹੀ ਹਵਾ, ਪਾਣੀ ਅਤੇ ਸ੍ਰਿਸ਼ਟੀ ਪੈਦਾ ਕੀਤੀ ਹੈ । ਇਸ ਸਰੀਰ ਵਿੱਚ ਮਨ ਨੂੰ ਰਾਜਾ ਥਾਪਿਆ । ਪ੍ਰਭ ਦੀ ਰੋਸ਼ਨੀ ਹੀ ਅੱਗ, ਪਾਣੀ ਅਤੇ ਆਤਮਾ ਵਿੱਚ ਵਾਪਰ ਦੀ ਹੈ । ਪ੍ਰਭ ਦੀ ਸਮਾਧੀ ਵਿੱਚ ਹੀ ਪ੍ਰਭ ਦੀ ਜੋਤ, ਕਰਮਾਤਾਂ, ਸ਼ਕਤੀ ਸਮਾਈ ਰਹਿੰਦੀ ਹੈ ।

The True Master has created Air, Water and His Creation from His Void. He has deputized his mind as the king of his body. His Holy Spirit, His Word always prevails within water, fire, and the soul of His Creation. His Holy Spirit, miracles and His Power remains embedded within His Void.

ਸੁੰਨਹੁ ਬ੍ਰਹਮਾ ਬਿਸਨੁ ਮਹੇਸੁ ਉਪਾਏ॥ ਸੁੰਨੇ ਵਰਤੇ ਜੁਗ ਸਬਾਏ॥	sunnahu barahmaa bisan mahays upaa-ay. sunnay vartay jug sabaa-ay.
ਇਸੁ ਪਦ ਵੀਚਾਰੇ ਸੋ ਜਨੁ ਪੂਰਾ, ਤਿਸੁ ਮਿਲੀਐ ਭਰਮੁ ਚੁਕਾਇਦਾ॥੩॥	is pad veechaaray so jan pooraa tis milee-ai bharam chukaa-idaa. ‖3‖

ਆਪਣੀ ਸਮਾਧੀ ਵਿਚੋਂ ਹੀ ਬ੍ਰਹਮਾ, ਬਿਸਨ ਅਤੇ ਮਹੇਸ਼ ਸੰਸਾਰ ਵਿੱਚ ਪੈਦਾ ਕੀਤੇ । ਪ੍ਰਭ ਦੀ ਸਮਾਧੀ ਸਾਰੇ ਯੁੱਗਾਂ ਵਿੱਚ ਅਡੋਲ ਰਹਿੰਦੀ ਹੈ । ਜਿਹੜਾ ਪ੍ਰਭ ਦੇ ਸ਼ਬਦ ਨੂੰ ਅਟਲ ਮੰਨ ਕੇ ਜੀਵਨ ਢਾਲਦਾ ਹੈ, ਉਸ ਨੂੰ ਪੂਰਨ ਭਗਤ ਅਵਸਥਾ ਬਖਸ਼ਿਸ਼ ਹੋ ਜਾਂਦੀ ਹੈ । ਉਸ ਜੀਵ ਦੇ ਮਿਲਣ ਨਾਲ ਸਾਰੇ ਭਰਮ ਦੂਰ ਹੋ ਜਾਂਦੇ ਹਨ ।

From His perfect Void; He has created three renowned ancient prophets; like **Brahma, Vishnu, Mahesh**. Whosoever may adopt the teachings of His Word with steady and stable belief in his day-to-day life; with His mercy and grace, he may be blessed with a state of mind as His true devotee. Whosoever may be blessed with his conjugation; he may adopt his life experience teachings in his own life; with His mercy and grace, all his suspicions may be eliminated.

ਸੁੰਨਹੁ ਸਪਤ ਸਰੋਵਰ ਥਾਪੇ॥ ਜਿਨਿ ਸਾਜੇ ਵੀਚਾਰੇ ਆਪੇ॥ sunnahu sapat sarovar thaapay. jin saajay veechaaray aapay.
ਤਿਤੁ ਸਤ ਸਰਿ ਮਨੂਆ ਗੁਰਮੁਖਿ ਨਾਵੈ, tit sat sar manoo-aa gurmukh naavai
ਫਿਰਿ ਬਾਹੁੜਿ ਜੋਨਿ ਨ ਪਾਇਦਾ॥੪॥ fir baahurh jon na paa-idaa. ||4||

ਪ੍ਰਭ ਨੇ ਆਪਣੀ ਸਮਾਧੀ ਵਿਚੋਂ ਹੀ 7 ਸਮੁੰਦਰ ਥਾਪੇ ਹਨ । ਜਿਸ ਨੇ ਇਹ ਸਭ ਕੁਝ ਕੀਤਾ ਹੈ, ਕੇਵਲ ਉਹ ਹੀ ਜਾਣਦਾ ਹੈ । ਜਿਹੜਾ ਸੇਵਕ ਨਿਮਾਣਾ ਬਣਕੇ ਪ੍ਰਭ ਦੇ ਸ਼ਬਦ ਦੇ ਸਰੋਵਰ ਵਿੱਚ ਇਸ਼ਨਾਨ ਕਰਦਾ ਹੈ । ਉਸ ਦਾ ਜਨਮ ਮਰਨ ਦਾ ਚੱਕਰ ਖਤਮ ਹੋ ਜਾਂਦਾ, ਮਾਤਾ ਦੇ ਗਰਭ ਵਿੱਚ ਨਹੀਂ ਜਾਂਦਾ ।

The True Master has created, established 7 oceans within each soul. Only, The True Creator may comprehend the true purpose of His Creations, plays of His Nature. Whosoever may humbly surrender his self-entity at His Sanctuary; he may take a sanctifying bath in the nectar of the essence of His Word. His cycle of birth and death may be eliminated. He may never endure the misery of birth in the womb of mother.

ਸੁੰਨਹੁ ਚੰਦੁ ਸੂਰਜੁ ਗੈਣਾਰੇ॥ ਤਿਸ ਕੀ ਜੋਤਿ ਤ੍ਰਿਭਵਣ ਸਾਰੇ॥ sunnahu chand sooraj gainaaray. tis kee jot taribhavan saaray.
ਸੁੰਨੇ ਅਲਖ ਅਪਾਰ ਨਿਰਾਲਮੁ, ਸੁੰਨੇ ਤਾੜੀ ਲਾਇਦਾ॥੫॥ sunnay alakh apaar niraalam sunnay taarhee laa-idaa. ||5||

ਪ੍ਰਭ ਦੀ ਸਮਾਧੀ ਵਿਚੋਂ ਹੀ ਚੰਦ, ਸੂਰਜ, ਧਰਤੀ ਪੈਦਾ ਹੋਏ ਹਨ । ਪ੍ਰਭ ਦੀ ਰੋਸ਼ਨੀ ਹੀ ਤਿੰਨਾਂ ਸ੍ਰਿਸ਼ਟੀਆਂ ਵਿੱਚ ਵਾਪਰਦੀ ਹੈ । ਪ੍ਰਭ ਦੀ ਪੂਰਨ ਸਮਾਧੀ, ਅੰਤ ਤੋਂ ਰਹਿਤ, ਅਨੋਖੀ ਹੈ । ਪ੍ਰਭ ਇਸ ਸਮਾਧੀ ਵਿੱਚ ਡੂੰਘੀ ਬੰਦਗੀ ਵਿੱਚ ਹੀ ਰਹਿੰਦਾ ਹੈ ।

The True Master has created Moon, Sun, and Earth from His Prefect Void. The glow of His Holy Spirit, shines through three universes. His Perfect, Astonishing void remains beyond any limit, boundary, and comprehension of His Creation. The True Master remains intoxicated deep in meditation, everlasting blossom in His Void.

ਸੁੰਨਹੁ ਧਰਤਿ ਅਕਾਸੁ ਉਪਾਏ॥ sunnahu Dharat akaas upaa-ay.
ਬਿਨੁ ਥੰਮਾ ਰਾਖੇ ਸਚੁ ਕਲ ਪਾਏ॥ bin thammaa raakhay sach kal paa-ay.
ਤ੍ਰਿਭਵਣ ਸਾਜਿ ਮੇਖੁਲੀ ਮਾਇਆ, ਆਪਿ ਉਪਾਇ ਖਪਾਇਦਾ॥੬॥ taribhavan saaj maykhulee maa-i-aa aap upaa-ay khapaa-idaa. ||6||

ਪ੍ਰਭ ਦੀ ਸਮਾਧੀ ਵਿਚੋਂ ਹੀ ਧਰਤੀ ਅਤੇ ਅਕਾਸ਼ ਪੈਦਾ ਹੋਏ ਹਨ । ਪ੍ਰਭ ਦੀ ਕਰਾਮਾਤ ਨਾਲ ਹੀ ਇਹ ਬਿਨਾਂ ਦੇਖੇ ਜਾਣ ਵਾਲੇ ਆਸਰੇ ਨਾਲ ਸਥਿਤ ਰਹਿੰਦੇ ਹਨ । ਪ੍ਰਭ ਨੇ ਹੀ ਤਿੰਨੇ ਸ੍ਰਿਸ਼ਟੀਆਂ ਸਾਜੀਆਂ ਹਨ । ਇਹਨਾ ਵਿੱਚ ਵੱਖਰੀ ਕਿਸਮਾਂ ਦੀ ਮਾਇਆ ਦਾ ਜਾਲ ਵਿਛਾਇਆ ਹੈ । ਆਪ ਹੀ ਜੀਵ ਨੂੰ ਜਨਮ, ਮੌਤ ਦੇਂਦਾ ਹੈ ।

The True Master has created, earth and sky from His Perfect Void. Both earth and sky remain stable without any visible supporting pillar. He has created different creatures in three universes. He has created unique different virtues of worldly wealth in the life structure of every kind of species, creature.

ਸੁੰਨਹੁ ਖਾਣੀ ਸੁੰਨਹੁ ਬਾਣੀ॥ sunnahu khaanee sunnahu banee.
ਸੁੰਨਹੁ ਉਪਜੀ ਸੁੰਨਿ ਸਮਾਣੀ॥ sunnahu upjee sunn samaanee.
ਉਤਭੁਜੁ ਚਲਤੁ ਕੀਆ ਸਿਰਿ ਕਰਤੈ, ut-bhuj chalat kee-aa sir kartai
ਬਿਸਮਾਦੁ ਸਬਦਿ ਦੇਖਾਇਦਾ॥੭॥ bismaad sabad daykhaa-idaa. ||7||

ਸਮਾਧੀ ਵਿਚੋਂ ਹੀ ਜੀਵ ਨੂੰ ਪੈਦਾ ਕਰਨ ਦੇ ਚਾਰ ਢੰਗ, ਬੋਲ, ਅਵਾਜ਼ ਪੈਦਾ ਹੋਈ ਹੈ । ਪ੍ਰਭ ਦੀ ਸਮਾਧੀ ਵਿਚੋਂ ਹੀ ਆਤਮਾ ਜੀਵ ਦੇ ਤਨ ਵਿੱਚ ਆਉਂਦੀ, ਸਮਾਧੀ ਵਿੱਚ ਹੀ ਸਮਾ ਜਾਂਦੀ ਹੈ । ਸਦਾ ਰਹਿਣ ਵਾਲੇ ਪ੍ਰਭ ਦੀ ਕੁਦਰਤ ਹੀ ਸਾਰੇ ਕੰਮ ਕਰਦੀ ਹੈ । ਪ੍ਰਭ ਦੇ ਸ਼ਬਦ ਦੀ ਸੋਝੀ ਵਿੱਚ ਹੀ ਸਾਰੀਆਂ ਅਵਸਥਾਂ ਦਿਖਾਉਂਦਾ ਹੈ ।

The True Master has created four sources of creation, reproduction of His Creation from His Perfect Void. The soul has separated from His Holy Spirit and dwells within any perishable body for predetermined period, his sanctified soul may be absorbed within His Void. His Word remains true for the existence of perishable body and prevails in all events of His Nature. The enlightenment of the essence of His Word, His Nature remains embedded within the wealth of His Word.

ਸੁੰਨਹੁ ਰਾਤਿ ਦਿਨਸੁ ਦੁਇ ਕੀਏ॥ ਓਪਤਿ ਖਪਤਿ ਸੁਖਾ ਦੁਖ ਦੀਏ॥ sunnahu raat dinas du-ay kee-ay. opat khapat sukhaa dukh dee-ay.
ਸੁਖ ਦੁਖ ਹੀ ਤੇ ਅਮਰੁ ਅਤੀਤਾ, ਗੁਰਮੁਖਿ ਨਿਜ ਘਰੁ ਪਾਇਦਾ॥੮॥ sukh dukh hee tay amar ateetaa gurmukh nij ghar paa-idaa. ||8||

ਆਪਣੀ ਸਮਾਧੀ ਵਿਚੋਂ ਹੀ ਦਿਨ ਰਾਤ, ਜੀਵ ਦਾ ਜਨਮ, ਮਰਨ, ਦੁਖ, ਸੁਖ ਪੈਦਾ ਕੀਤਾ । ਜਿਹੜਾ ਦੁਖ, ਸੁਖ ਨੂੰ ਪ੍ਰਭ ਦੀ ਬਖਸ਼ਿਸ਼ ਸਮਝਕੇ ਧੰਨਵਾਦ ਕਰਦਾ ਹੈ । ਉਸ ਗੁਰਮਖ ਨੂੰ ਅਮਰ ਅਵਸਥਾ ਬਖਸ਼ਿਸ਼ ਹੋ ਜਾਂਦੀ ਹੈ । ਆਪਣੇ ਅੰਦਰੋਂ ਹੀ ਸੋਝੀ ਪਾ ਲੈਂਦਾ, ਹੋਂਦ ਮਹਿਸੂਸ ਕਰ ਲੈਂਦਾ ਹੈ ।

The True Master has created day and night; birth and death; miseries and comforts of His Nature. Whosoever may accept miseries and pleasures of world life and sings His Glory; with His mercy and grace, he may be blessed with enlightenment and realizes His Existence from within.

ਸਾਮ ਵੇਦੁ ਰਿਗੁ ਜੁਜਰੁ ਅਥਰਬਣੁ॥ saam vayd rig jujar atharban.
ਬ੍ਰਹਮੇ ਮੁਖਿ ਮਾਇਆ ਹੈ ਤ੍ਰੈ ਗੁਣ॥ barahmay mukh maa-i-aa hai tarai gun.
ਤਾ ਕੀ ਕੀਮਤਿ ਕਹਿ ਨ ਸਕੈ ਕੋ, ਤਿਉ ਬੋਲੇ ਜਿਉ ਬੋਲਾਇਦਾ॥੯॥ taa kee keemat kahi na sakai ko ti-o bolay ji-o bolaa-idaa. ||9||

ਪ੍ਰਭ ਨੇ ਆਪ ਹੀ ਬ੍ਰਹਮਾ ਦੀ ਜੀਭ ਤੋਂ ਚਾਰ ਵੇਦ ਉਚਾਰੇ ਹਨ । ਬ੍ਰਹਮਾ ਦੀ ਜੀਭ ਵਿਚੋਂ ਹੀ ਆਤਮਾ ਨੂੰ ਮਾਇਆ ਦੇ ਤਿੰਨਾਂ ਗੁਣ, ਤਿੰਨ ਰੂਪ ਦੀ ਸੋਝੀ ਬਖਸ਼ੀ ਹੈ । ਪ੍ਰਭ ਦੇ ਕਿਸੇ ਕਰਤਬ, ਜਾ ਸ਼ਬਦ ਦੀ ਕੀਮਤ, ਮਹੱਤਤਾ ਜਾਣੀ ਨਹੀਂ ਜਾ ਸਕਦੀ । ਕੇਵਲ ਉਹ ਹੀ ਬੋਲ ਸਕਦਾ ਹੈ, ਜਿਸ ਨੂੰ ਉਹ ਆਪ ਬਲਾਉਂਦਾ ਹੈ ।

****(ਸਾਮ ਵੇਦ, ਰਿਗ ਵੇਦ, ਜੁਜਰ ਵੇਦ ਅਤੇ ਅਥਰਬਣ ਵੇਦ)**

The True Master has blessed four Vedas at the tongue of prophet Braham ji! He has blessed the enlightenment of the three virtues of worldly wealth at the tongue of prophet Braham. The significance of His Nature, and the essence of His Word remains beyond the comprehension of His Creation. Whosoever may be blessed and inspired to spread the enlightenment of His Word; only he may be able to comprehend His Nature.

**** Sham Vedas, Rigg Vedas; Jujur Vedas and Arthban Vedas.**

Virtue of Worldly Wealth.
ਕਲ–ਸੱਤਿਆ; ਛਾਇਆ, ਆਸਰਾ; ਸਇਆ; ਨਾਦੁ– ਰਾਗ; ਧੁਨ – ਰੌ; ਪ੍ਰਭ ਦਾ ਵਿਰਾਗ. Page 614 sahib

ਸੁੰਨਹੁ ਸਪਤ ਪਾਤਾਲ ਉਪਾਏ॥ ਸੁੰਨਹੁ ਭਵਣ ਰਖੇ ਲਿਵ ਲਾਏ॥ sunnahu sapat paataal upaa-ay. sunnahu bhavan rakhay liv laa-ay.
ਆਪੇ ਕਾਰਣੁ ਕੀਆ ਅਪਰੰਪਰਿ, ਸਭੁ ਤੇਰੋ ਕੀਆ ਕਮਾਇਦਾ॥੧੦॥ aapay kaaran kee-aa aprampar sabh tayro kee-aa kamaa-idaa. ||10||

ਗੁਰੂ ਨਾਨਕ ਦੇਵ ਜੀ! – Guru Nanak Dev Ji! Guru Granth Sahib

ਪ੍ਰਭ ਨੇ ਆਪਣੀ ਸਮਾਧੀ ਵਿੱਚ ਹੀ ਸੱਤ ਪਤਾਲ ਬਣਾਏ । ਆਪਣੇ ਨਾਲ ਜੋੜ ਕਰਨ ਲਈ, ਲਗਨ ਲਾਉਣ ਲਈ ਸ਼ਬਦ ਪੈਦਾ ਕੀਤਾ । ਪ੍ਰਭ, ਆਪ ਹੀ ਸ੍ਰਿਸ਼ਟੀ ਦੀ ਉਤਪਤੀ ਕਰਦਾ ਹੈ । ਹਰਇਕ ਜੀਵ ਉਹ ਕੁਝ ਹੀ ਕਰ ਸਕਦਾ ਹੈ, ਜੋ ਪ੍ਰਭ ਉਸ ਤੋਂ ਕਰਵਾਉਂਦਾ ਹੈ ।

The True Master has created the seven nether regions from His Primal Void. He has created the teachings of His Word to remain attached to the memory of his separation from His Holy Spirit. He has created His Creation as an expansion of His Holy spirit. Every creature may only perform any deed inspired under His Command.

ਰਜ ਤਮ ਸਤ ਕਲ ਤੇਰੀ ਛਾਇਆ॥	raj tam sat kal tayree chhaa-i-aa.
ਜਨਮ ਮਰਣ ਹਉਮੈ ਦੁਖੁ ਪਾਇਆ॥	janam maran ha-umai dukh paa-i-aa.
ਜਿਸ ਨੋ ਕ੍ਰਿਪਾ ਕਰੇ ਹਰਿ,	jis no kirpaa karay har,
ਗੁਰਮੁਖਿ ਗੁਣਿ ਚਉਥੈ ਮੁਕਤਿ ਕਰਾਇਦਾ॥੧੧॥	gurmukh gun cha-uthai mukat karaa-idaa. ||11||

ਪ੍ਰਭ ਦੀ ਸ਼ਕਤੀ, ਰਹਿਮਤ ਤਿੰਨਾਂ ਗੁਣਾਂ (ਰਜ, ਤਮ, ਸਤ) ਵਿੱਚ ਹੀ ਰਖੀ ਹੈ । ਇਹਨਾਂ ਤੇ ਜਿੱਤ ਪਾਉਣ ਵਿੱਚ ਹੀ ਮੁਕਤੀ ਦਾ ਰਸਤਾ ਹੈ । ਜੀਵ ਆਪਣੀ ਹੈਸੀਅਤ ਦੇ ਅਭਿਮਾਨ ਨਾਲ ਹੀ ਜਨਮ ਮਰਨ ਦੇ ਦੁਖ ਪਾਉਂਦਾ ਹੈ । ਜਿਸ ਨੂੰ ਗੁਰਮਖ ਅਵਸਥਾ ਬਖਸ਼ਦਾ ਹੈ । ਉਹ ਨੂੰ ਚੌਥਾਂ ਪਦਾਰਥ, ਮੁਕਤੀ ਬਖਸ਼ਿਸ਼ ਹੋ ਜਾਂਦੀ ਹੈ ।

All His power and blessings, the right path of acceptance in His Court remain embedded within three virtues of worldly wealth, Rajas, Tamas and Satyas. The right path of acceptance in His Court remains embedded within conquering 3 virtues of worldly wealth. Whosoever may remain intoxicated in the ego of his worldly status, he remains in the miseries of the cycle of birth and death. Whosoever may be blessed to conquer three virtues of worldly wealth; he may be blessed with a state of mind as His true devotee. Only he may be blessed with the 4th virtue, salvation from the cycle of birth and death.

ਸੁੰਨਹੁ ਉਪਜੇ ਦਸ ਅਵਤਾਰਾ॥ ਸ੍ਰਿਸਟਿ ਉਪਾਇ ਕੀਆ ਪਾਸਾਰਾ॥	sunnahu upjay das avtaaraa. sarisat upaa-ay kee-aa paasaaraa.
ਦੇਵ ਦਾਨਵ ਗਣ ਗੰਧਰਬ ਸਾਜੇ,	dayv daanav gan ganDharab saajay
ਸਭਿ ਲਿਖਿਆ ਕਰਮ ਕਮਾਇਦਾ॥੧੨॥	sabh likhi-aa karam kamaa-idaa. ||12||

ਪ੍ਰਭ ਦੀ ਸਮਾਧੀ ਵਿਚੋਂ ਹੀ <u>ਦਸ ਅਵਤਾਰ</u> ਪੈਦਾ ਹੋਏ । ਸ੍ਰਿਸ਼ਟੀ ਦੀ ਪੈਦਾ ਕਰਕੇ ਉਸ ਨੇ ਆਪਣੀ ਸਮਾਧੀ ਨੂੰ ਹੀ ਵਧਾ ਲਿਆ । ਆਪ ਹੀ ਦੇਵੀ ਦੇਵਤੇ, ਜਮਦੂਤ, ਸਵਰਨ ਅਤੇ ਸੰਗੀਤ ਵਜਉਣ ਵਾਲੇ ਪੈਦਾ ਕੀਤੇ । ਸਾਰੇ ਆਪਣੇ ਪਿਛਲੇ ਜਨਮ ਦੇ ਕਰਮਾਂ ਨਾਲ ਹੀ ਕੰਮ ਕਰਦੇ ਹਨ ।

He has created 10 prophets to enlighten His Creation from His **Primal Void**. He has created His Creation, universe as an expansion of His Void. He has created worldly gods, devils, sermons of His Word and melodious sound of musical instruments. Everyone may perform deeds in the universe with his own prewritten destiny as a reward of his deeds of his previous life.

ਗੁਰਮੁਖਿ ਸਮਝੈ ਰੋਗੁ ਨ ਹੋਈ॥	gurmukh samjhai rog na ho-ee.
ਇਹ ਗੁਰ ਕੀ ਪਉੜੀ, ਜਾਣੈ ਜਨੁ ਕੋਈ॥	ih gur kee pa-orhee jaanai jan ko-ee.
ਜੁਗਹ ਜੁਗੰਤਰਿ ਮੁਕਤਿ ਪਰਾਇਣ,	jugah jugantar mukat paraa-in
ਸੋ ਮੁਕਤਿ ਭਇਆ ਪਤਿ ਪਾਇਦਾ॥੧੩॥	so mukat bha-i-aa pat paa-idaa. ||13||

ਜਿਸ ਜੀਵ ਨੂੰ ਗੁਰਮਖ ਅਵਸਥਾ ਬਖਸ਼ਿਸ਼ ਹੋ ਜਾਂਦੀ ਹੈ । ਉਸ ਨੂੰ ਕੋਈ ਸੰਸਾਰਕ ਇਛਾਂ ਰੁਪੀ ਰੋਗ ਨਹੀਂ ਲਗਦਾ । ਵਿਰਲੇ ਹੀ ਜੀਵ ਨੂੰ ਦਰਬਾਰ ਵਿੱਚ ਇਸ ਪੌੜੀ ਦੀ ਸੋਝੀ ਬਖਸ਼ਿਸ਼ ਹੁੰਦੀ ਹੈ । ਯੁੱਗਾਂ ਯੁੱਗਾਂ ਤੋਂ ਜੀਵ, ਮੁਕਤੀ ਦੀ ਪ੍ਰਾਪਤੀ ਲਈ ਬੰਦਗੀ ਕਰਦਾ ਹੈ । ਜਿਸ ਦੀ ਲਗਨ ਅਡੋਲ ਹੋ ਜਾਂਦੀ ਹੈ, ਉਸ ਨੂੰ ਮੁਕਤੀ ਦਾ ਰਸਤਾ ਬਖਸ਼ਿਸ਼ ਹੋ ਜਾਂਦਾ ਹੈ । ਉਸ ਨੂੰ ਦਰਬਾਰ ਵਿੱਚ ਥਾਂ ਬਖਸ਼ਿਸ਼ ਹੋ ਜਾਂਦਾ ਹੈ ।

Whosoever may be blessed with a state of mind as His true devotee; he may never endure any miseries of worldly desires, frustrations. However, very rare may be blessed with such a state of mind. From Ancient Ages, worldly saints, devotees have been meditating to become worthy of His Consideration. Whosoever may remain steady and stable on the right path of meditation; with His mercy and grace, he may be blessed with the right path of acceptance in His Court. He may be blessed with a permanent resting place in His Royal Court, salvation.

ਪੰਚ ਤਤੁ ਸੁੰਨਹੁ ਪਰਗਾਸਾ॥ ਦੇਹ ਸੰਜੋਗੀ ਕਰਮ ਅਭਿਆਸਾ॥	panch tat sunnahu pargaasaa. dayh sanjogee karam abhi-aasaa.
ਬੁਰਾ ਭਲਾ ਦੁਇ ਮਸਤਕਿ ਲੀਖੇ, ਪਾਪੁ ਪੁੰਨੁ ਬੀਜਾਇਦਾ॥੧੪॥	buraa bhalaa du-ay mastak leekhay paap punn beejaa-idaa. ||14||

ਆਪਣੀ ਸਮਾਧੀ ਵਿਚੋਂ ਹੀ <u>ਪੰਜਾਂ ਤੱਤਾਂ</u> ਦੇ ਸੰਜੋਗ ਨਾਲ ਤਨ ਦਾ ਅਕਾਰ ਬਣਾਇਆ ਹੈ । ਇਸ ਨੂੰ ਧੰਦੇ ਤੇ ਲਾਇਆ ਹੈ । ਜੀਵ ਦੇ ਮੱਥੇ ਤੇ ਚੰਗੇ ਅਤੇ ਮੰਦੇ ਕੰਮਾਂ ਲਿਖੇ ਹਨ । ਇਹਨਾ ਦੋਨਾਂ ਦਾ ਬੀਜ ਉਸ ਦੇ ਮਨ ਵਿੱਚ ਹੀ ਰਖਿਆ ਹੈ ।

He has created worldly body of His Creation with the union of five elements, from His Primal Void. He assigns everyone worldly chores to nourish his stomach. He engraves his prewritten destiny, as His Word as a road map to be accepted in His Court, as a judgement of his worldly deeds. Both (Shiv and Shakti) good and evil deeds desires remain embedded within his heart.

5 <u>Elements: Male sperm, female eggs, Air, Water, and fire in womb (earth)</u>

ਊਤਮ ਸਤਿਗੁਰ ਪੁਰਖ ਨਿਰਾਲੇ॥ ਸਬਦਿ ਰਤੇ ਹਰਿ ਰਸਿ ਮਤਵਾਲੇ॥	ootam satgur purakh niraalay. sabad ratay har ras matvaalay.
ਰਿਧਿ ਬੁਧਿ ਸਿਧਿ ਗਿਆਨੁ ਗੁਰੂ ਤੇ ਪਾਈਐ,	riDh buDh siDh gi-aan guroo tay paa-ee-ai
ਪੂਰੈ ਭਾਗਿ ਮਿਲਾਇਦਾ॥੧੫॥	poorai bhaag milaa-idaa. ||15||

ਪੂਰਨ ਗੁਰੂ, ਉਤਮ, ਪਵਿੱਤਰ ਅਤੇ ਮੋਹ ਤੋਂ ਰਹਿਤ ਹੈ । ਸ਼ਬਦ ਦੀ ਪਾਲਣਾ, ਲਗਨ ਲਾਉਣ ਨਾਲ, ਮਨ ਵਿੱਚ ਸ਼ਬਦ ਦੀ ਸਿਖਿਆ ਰਚ ਜਾਂਦੀ ਹੈ । ਸੰਸਾਰਕ ਰਿਧੀਆਂ, ਸਿਧੀਆਂ, ਗਿਆਨ, ਕਰਾਮਾਤਾਂ, ਸਾਰੀਆਂ ਹੀ ਸ਼ਬਦ ਨਾਲ ਜੀਵਨ ਬਤੀਤ ਕਰਨ ਨਾਲ ਬਖਸ਼ਿਸ਼ ਹੋ ਜਾਂਦੀਆਂ ਹਨ । ਜੀਵ ਚੰਗੇ ਭਾਗਾਂ ਨਾਲ ਹੀ ਇਸ ਰਸਤੇ ਤੇ ਚਲਦਾ ਹੈ ।

The Primal True Guru remains sanctified and beyond any bonds or emotional attachments. Whosoever may wholeheartedly remain devoted to obey the teachings of His Word; with His mercy and grace, he may remain intoxicated and drenched with the essence of His Word. All miracle power, eternal vision may remain embedded within the essence of His Word. Whosoever may adopt the teachings of His Word with steady and stable belief; only he may be blessed with such a state of mind. Whosoever may have a great prewritten destiny, only he may remain steady and stable on the right path of acceptance in His Court.

ਗੁਰੂ ਨਾਨਕ ਦੇਵ ਜੀ! – Guru Nanak Dev Ji! Guru Granth Sahib

ਇਸੁ ਮਨ ਮਾਇਆ ਕਉ ਨੇਹੁ ਘਨੇਰਾ॥
is man maa-i-aa ka-o nayhu ghanayraa.
ਕੋਈ ਬੂਝਹੁ ਗਿਆਨੀ ਕਰਹੁ ਨਿਬੇਰਾ॥
ko-ee boojhhu gi-aanee karahu nibayraa.
ਆਸਾ ਮਨਸਾ ਹਉਮੈ ਸਹਸਾ, ਨਰੁ ਲੋਭੀ ਕੂੜੁ ਕਮਾਇਦਾ॥੧੬॥
aasaa mansaa ha-umai sahsaa nar lobhee koorh kamaa-idaa. ||16||

ਜੀਵ ਦਾ ਮਾਇਆ ਨਾਲ ਮੋਹ ਬਹੁਤ ਡੂੰਘਾ ਹੈ । ਕੋਈ ਵਿਰਲਾ ਹੀ ਗਿਆਨ ਵਾਲਾ ਹੁੰਦਾ ਹੈ! ਜਿਸ ਨੂੰ ਮਾਇਆ ਦੇ ਅਸਲੀ ਰੂਪ ਦੀ ਸੋਝੀ ਹੁੰਦੀ ਹੈ । ਮਨ ਦੀਆਂ ਆਸਾਂ ਅਤੇ ਖਾਹਿਸ਼ ਨਾਲ ਚੁਲਾਕੀ, ਹੈਸੀਅਤ ਦਾ ਅਭਿਮਾਨ ਵਧਦਾ ਹੈ । ਜੀਵ ਮਨ ਦੇ ਲਾਲਚ, ਧੋਖੇ ਵਿੱਚ ਫਸ ਕੇ ਸੰਸਾਰਕ ਮਾਇਆ ਦੇ ਪਿਛੇ ਲਗਦਾ ਹੈ ।

His Creation has deep intoxication of the sweet poison, short-lived worldly comforts. However, very rare, His true devotee may be enlightened with the real weakness, reality of worldly wealth. All the hopes and desires may accelerate his ego of worldly status and devious nature of his mind. Greedy mind may be trapped in the sweet poison of worldly wealth.

ਸਤਿਗੁਰ ਤੇ ਪਾਏ ਵੀਚਾਰਾ॥ ਸੁੰਨ ਸਮਾਧਿ ਸਚੇ ਘਰ ਬਾਰਾ॥
satgur tay paa-ay veechaaraa. sunn samaaDh sachay ghar baaraa.
ਨਾਨਕ ਨਿਰਮਲ ਨਾਦੁ ਸਬਦ ਧੁਨਿ,
naanak nirmal naad sabad Dhun
ਸਚੁ ਰਾਮੈ ਨਾਮਿ ਸਮਾਇਦਾ॥੧੭॥੫॥੧੭॥
sach raamai naam samaa-idaa. ||17||5||17||

ਸ਼ਬਦ ਦੀ ਸੋਝੀ ਤੋਂ ਮਾਇਆ ਦੀ ਕਮਜ਼ੋਰੀ ਦੀ ਸੋਝੀ ਬਖਸ਼ਿਸ਼ ਹੁੰਦੀ ਹੈ । ਉਸ ਨਾਲ ਜੀਵਨ ਢਾਲਣ ਨਾਲ ਜੀਵ ਪ੍ਰਭ ਦੀ ਸਮਾਧੀ ਵਿੱਚ ਸਮਾ ਜਾਂਦਾ ਹੈ । ਉਸ ਜੀਵ ਦਾ ਮਨ ਸਦਾ ਚਲਣ ਵਾਲੀ ਸ਼ਬਦ ਦੀ ਧੁਨ ਵਿੱਚ ਹੀ ਲੀਨ ਹੋ ਜਾਂਦਾ ਹੈ । ਉਸ ਵਿੱਚ ਲੀਨ ਹੋਇਆ ਹੀ ਜੀਵ ਪ੍ਰਭ ਦੀ ਜੋਤ ਵਿੱਚ ਅਲੋਪ ਹੋ ਜਾਂਦਾ ਹੈ ।

From the enlightenment of the essence of His Word; he may be enlightened with the weakness of worldly wealth. Whosoever may adopt the teachings of His Word with steady and stable belief; with His mercy and grace, he may be immersed within His Holy Spirit. His mind may remain intoxicated within the everlasting echo of His Word. He may be immersed within the void of His Word.

10 Prophets of Vishnu

Vedas	**ਸਾਮ ਵੇਦ; ਰਿਗ ਵੇਦ; ਜੁਜਰ ਵੇਦ; ਅਥਰਬਣ ਵੇਦ!** **Sham Vedas, Rigg Vedas; Jujur Vedas; Arthban Vedas**
Worldly Wealth	**ਕਲ-ਸੱਤਿਆ; ਛਾਇਆ, ਆਸਰਾ; ਸਇਆ. ---- ਨਾਦੁ- ਰਾਗ; ਧੁਨ - ਰੌ; ਪ੍ਰਭ ਦਾ ਵਿਰਾਗ.** Page 614 sahib **Raag; Echo-sound; Renunciation**
5 Elements	**Male sperm, female eggs, Air, Water, fire in womb (earth)**
10 Prophets	**Matsya; Kurma; Varaha; Narasimha; Vamana; Parashurama; Rama; Balarama; Buddha or Krishna; and Kalki.**
7 Patala	**Rasatal, Sutala, Vitala, Gabhasta, Mahatala, Sritala and Patala**

52. ਸਲੋਕੁ ਮਃ ੩॥ 1092-2

ਇਸੁ ਜਗ ਮਹਿ ਸੰਤੀ ਧਨੁ ਖਟਿਆ,
is jag meh santee Dhan khati-aa
ਜਿਨਾ ਸਤਿਗੁਰੁ ਮਿਲਿਆ ਪ੍ਰਭੁ ਆਇ॥
jinaa satgur mili-aa parabh aa-ay.
ਸਤਿਗੁਰਿ ਸਚੁ ਦ੍ਰਿੜਾਇਆ, ਇਸੁ ਧਨ ਕੀ ਕੀਮਤਿ ਕਹੀ ਨ ਜਾਇ॥
satgur sach drirh-aa-i-aa is Dhan kee keemat kahee na jaa-ay.
ਇਤੁ ਧਨਿ ਪਾਇਐ ਭੁਖ ਲਥੀ, ਸੁਖੁ ਵਸਿਆ ਮਨਿ ਆਇ॥
it Dhan paa-i-ai bhukh lathee sukh vasi-aa man aa-ay.
ਜਿੰਨ੍ਾ ਕਉ ਧੁਰਿ ਲਿਖਿਆ, ਤਿਨੀ ਪਾਇਆ ਆਇ॥
jinHaa ka-o Dhur likhi-aa tinee paa-i-aa aa-ay.
ਮਨਮੁਖੁ ਜਗਤੁ ਨਿਰਧਨੁ ਹੈ, ਮਾਇਆ ਨੋ ਬਿਲਲਾਇ॥
manmukh jagat nirDhan hai maa-i-aa no billaa-ay.
ਅਨਦਿਨੁ ਫਿਰਦਾ ਸਦਾ ਰਹੈ, ਭੁਖ ਨ ਕਦੇ ਜਾਇ॥
an-din firdaa sadaa rahai bhukh na kaday jaa-ay.
ਸਾਂਤਿ ਨ ਕਦੇ ਆਵਈ, ਨਹ ਸੁਖੁ ਵਸੈ ਮਨਿ ਆਇ॥
saaNt na kaday aavee nah sukh vasai man aa-ay.
ਸਦਾ ਚਿੰਤ ਚਿਤਵਦਾ, ਰਹੈ ਸਹਸਾ ਕਦੇ ਨ ਜਾਇ॥
sadaa chint chitvadaa rahai sahsaa kaday na jaa-ay.
ਨਾਨਕ ਵਿਣੁ ਸਤਿਗੁਰ ਮਤਿ ਭਵੀ,
naanak vin satgur mat bhavee
ਸਤਿਗੁਰ ਨੋ ਮਿਲੈ ਤਾ ਸਬਦੁ ਕਮਾਇ॥
satgur no milai taa sabad kamaa-ay.
ਸਦਾ ਸਦਾ ਸੁਖ ਮਹਿ ਰਹੈ, ਸਚੇ ਮਾਹਿ ਸਮਾਇ॥੧॥
sadaa sadaa sukh meh rahai sachay maahi samaa-ay. ||1||

ਜਿਹੜਾ ਜੀਵ ਸ੍ਰਿਸ਼ਟੀ ਵਿੱਚ ਸ਼ਬਦ ਦੀ ਕਮਾਈ ਦਾ ਧਨ ਇਕੱਠਾ ਕਰਦਾ ਹੈ । ਉਹ ਸ਼ਬਦ ਦੀ ਪਾਲਣਾ ਕਰਦਾ, ਪ੍ਰਭ ਦੇ ਦਰਬਾਰ ਵਿੱਚ ਪ੍ਰਵਾਨ ਹੋ ਜਾਂਦਾ ਹੈ । ਪ੍ਰਭ ਆਪ ਹੀ ਰਹਿਮਤ ਬਖਸ਼ਦਾ, ਮਨ ਵਿੱਚ ਸ਼ਬਦ ਦੀ ਲਗਨ ਲਾਉਂਦਾ ਹੈ । ਪ੍ਰਭ ਦੀ ਰਹਿਮਤ ਦਾ, ਸ਼ਬਦ ਦੀ ਕੀਮਤ ਦਾ ਵਖਿਆਣ ਨਹੀਂ ਕੀਤੀ ਜਾ ਸਕਦੀ । ਸ਼ਬਦ ਦੀ ਕਮਾਈ ਨਾਲ ਮਨ ਵਿਚੋਂ ਤ੍ਰਿਸ਼ਨਾ ਦੀ ਪਿਆਸ ਖਤਮ ਹੋ ਜਾਂਦੀ, ਮਨ ਵਿੱਚ ਸ਼ਾਤੀ, ਸੰਤੋਖ ਘਰ ਕਰ ਜਾਂਦਾ ਹੈ । ਜਿਸ ਦੇ ਭਾਗਾਂ ਵਿੱਚ ਪ੍ਰਭ ਨੇ ਜਨਮ ਤੋਂ ਪਹਿਲੇ ਹੀ ਲਿਖਿਆ ਹੁੰਦਾ ਹੈ । ਕੇਵਲ ਉਹ ਹੀ ਇਸ ਧਨ ਦੀ ਕਮਾਈ ਕਰਦਾ ਹੈ । ਮਨਮੁਖ, ਮਨਮਰਜ਼ੀ ਕਰਨ ਵਾਲਾ ਜੀਵ ਸ਼ਬਦ ਦੇ ਧਨ ਤੋਂ ਨਿਰਧਨ ਹੀ ਰਹਿੰਦਾ ਹੈ । ਉਸ ਦੇ ਮਨ ਵਿੱਚ ਸੰਸਾਰਕ ਇਛਾਂ ਦੀ ਭੁੱਖ ਚਮਕਦੀ ਰਹਿੰਦੀ ਹੈ । ਉਹ ਦਿਨ ਰਾਤ ਸੰਸਾਰਕ ਮਾਇਆ ਇਕੱਠੀ ਕਰਨ ਦੇ ਯਤਨ ਕਰਦਾ ਰਹਿੰਦਾ ਹੈ । ਉਹ ਸੰਸਾਰਕ ਇਛਾਂ ਨਾਲ ਭਟਕਦਾ ਰਹਿੰਦਾ, ਮਨ ਵਿੱਚ ਕਦੇ ਸੰਤੋਖ ਬਖਸ਼ਿਸ਼ ਨਹੀਂ ਹੁੰਦਾ । ਉਸ ਦੇ ਮਨ ਵਿਚੋਂ ਭਟਕਣਾਂ ਕਦੇ ਦੂਰ ਨਹੀਂ ਹੁੰਦੀਆਂ । ਉਹ ਸ਼ਬਦ ਦੀ ਪਾਲਣਾ ਤੋਂ ਬਿਨਾਂ, ਸ਼ਬਦ ਦੀ ਸੋਝੀ ਤੋਂ ਵਾਂਝਾ ਹੀ ਰਹਿੰਦਾ ਹੈ । ਜਿਹੜਾ ਸ਼ਬਦ ਨਾਲ ਜੀਵਨ ਢਾਲਦਾ, ਉਸ ਨੂੰ ਸ਼ਬਦ ਦੀ ਸੋਝੀ, ਮਨ ਵਿੱਚ ਸਦਾ ਰਹਿਣ ਵਾਲਾ ਅਨੰਦ, ਸੁਖ, ਸੰਤੋਖ ਬਖਸ਼ਿਸ਼ ਹੋ ਜਾਂਦਾ ਹੈ । ਉਹ ਸ਼ਬਦ ਦੀ ਪਾਲਣਾ ਕਰਦਾ, ਸ਼ਬਦ ਦੀ ਸਮਾਧੀ ਵਿੱਚ ਹੀ ਸਮਾ ਜਾਂਦਾ, ਅਲੋਪ ਹੋ ਜਾਂਦਾ ਹੈ ।

Whosoever may earn and collects the wealth of His Word. He may remain intoxicated in obeying the teachings of His Word; with His mercy and grace, he may be accepted in His Court. The True Master sows the seed of devotion to obey the teachings of His Word within his heart. The significance of His Blessings remains beyond the comprehension of His Creation. Whosoever may earn the wealth of His Word; with His mercy and grace, his thirst of worldly desires may be eliminated, he may be blessed with peace and contentment in his life. Whosoever have a great prewritten destiny, only he may be blessed with the earnings of His Word. Self-minded, non-believer may remain deprived from the earnings of His Word, the real purpose of his human life opportunity; he remains intoxicated with worldly desires. He may collect worldly wealth day and night; he remains frustrated in worldly desires. He may never realize any peace and contentment in his worldly life. Whosoever may adopt the teachings of His Word; with His mercy and grace, he may be blessed with everlasting pleasure, comforts, and contentment. He may remain intoxicated in the void of His Word; he may be immersed within His Holy Spirit.

ਮਃ ੩॥
ਜਿਨਿ ਉਪਾਈ ਮੇਦਨੀ, ਸੋਈ ਕਾਰ ਕਰੇਇ॥
ਏਕੋ ਸਿਮਰਹੁ ਭਾਇਰਹੁ, ਤਿਸੁ ਬਿਨੁ ਅਵਰੁ ਨ ਕੋਇ॥
ਖਾਣਾ ਸਬਦੁ ਚੰਗਿਆਈਆ, ਜਿਤੁ ਖਾਧੈ ਸਦਾ ਤ੍ਰਿਪਤਿ ਹੋਇ॥
ਪੈਨਣੁ ਸਿਫਤਿ ਸਨਾਇ ਹੈ, ਸਦਾ ਸਦਾ ਓਹੁ ਊਜਲਾ
ਮੈਲਾ ਕਦੇ ਨ ਹੋਇ॥
ਸਹਜੇ ਸਚੁ ਧਨੁ ਖਟਿਆ, ਥੋੜਾ ਕਦੇ ਨ ਹੋਇ॥
ਦੇਹੀ ਨੋ ਸਬਦੁ ਸੀਗਾਰੁ ਹੈ, ਜਿਤੁ ਸਦਾ ਸਦਾ ਸੁਖੁ ਹੋਇ॥
ਨਾਨਕ ਗੁਰਮੁਖਿ ਬੁਝੀਐ, ਜਿਸ ਨੋ ਆਪਿ ਵਿਖਾਲੇ ਸੋਇ॥੨॥

mehlaa 3.
jin upaa-ee maydnee so-ee saar karay-i.
ayko simrahu bhaa-irahu tis bin avar na ko-ay.
khaanaa sabad chang-aa-ee-aa jit khaaDhai sadaa taripat ho-ay.
painan sifat sanaa-ay hai sadaa sadaa oh oojlaa
mailaa kaday na ho-ay.
sehjay sach Dhan khati-aa thorhaa kaday na ho-ay.
dayhee no sabad seegaar hai jit sadaa sadaa sukh ho-ay.
naanak gurmukh bujhee-ai jis no aap vikhaalay so-ay. ||2||

ਜਿਸ ਪ੍ਰਭ ਨੇ ਸ੍ਰਿਸ਼ਟੀ ਸਾਜੀ ਹੈ, ਉਸ ਨੂੰ ਪਾਲਣ ਪੋਸਨ ਦਾ ਵੀ ਫਿਰਕ ਹੁੰਦਾ ਹੈ । ਉਹ ਆਪ ਹੀ ਸਭ ਕੁਝ ਦਾ ਪ੍ਰਬੰਧ ਕਰਦਾ ਹੈ । ਜੀਵ ਉਸ ਪ੍ਰਭ ਦੇ ਸ਼ਬਦ ਦੀ ਪਾਲਣਾ, ਸਿਮਰਨ ਕਰੋ! ਪ੍ਰਭ ਤੋਂ ਬਿਨਾਂ ਜੀਵ ਦੀ ਰਖਿਆ ਕਰਨ ਵਾਲਾ ਹੋਰ ਕੋਈ ਨਹੀਂ ਹੈ । ਜੀਵ ਪ੍ਰਭ ਦੇ ਸ਼ਬਦ ਦੀ ਸਿਖਿਆਂ ਨਾਲ ਜੀਵਨ ਢਾਲਣ ਨਾਲ ਮਨ ਵਿੱਚ ਸਦਾ ਰਹਿਣ ਵਾਲਾ ਸੰਤੋਖ, ਅਨੰਦ, ਖੇੜਾ ਬਖਸ਼ਿਸ਼ ਹੋ ਜਾਂਦਾ ਹੈ । ਸ਼ਬਦ ਦੀ ਉਸਤਤ ਦੇ ਗਾਉਣ ਨਾਲ, ਮਨ ਸਦਾ ਹੀ ਨਿਰਮਲ, ਪਵਿੱਤਰ ਰਹਿੰਦਾ ਹੈ । ਸ਼ਬਦ ਨੂੰ ਕਦੇ ਸੰਸਾਰਕ ਇਛਾਂ ਦੀ ਮੈਲ ਨਹੀਂ ਲਗਦੀ । ਜਿਹੜਾ ਮਨ ਵਿੱਚ ਧੀਰਜ ਰਖਕੇ, ਪ੍ਰਭ ਦੇ ਸ਼ਬਦ ਦੀ ਕਮਾਈ, ਧਨ ਇਕੱਠਾ ਕਰਦਾ ਹੈ! ਇਸ ਵਿੱਚ ਕਦੇ ਘਾਟ ਨਹੀਂ ਆਉਂਦੀ, ਇਹ ਕਦੇ ਖਤਮ ਨਹੀਂ ਹੁੰਦਾ । ਪ੍ਰਭ ਦਾ ਸ਼ਬਦ ਹੀ ਗੁਰਮਖ ਦੇ ਤਨ, ਮਨ ਦਾ ਸ਼ਿੰਗਾਰ ਬਣ ਜਾਂਦਾ ਹੈ । ਉਸ ਨੂੰ ਸਦਾ ਰਹਿਣ ਵਾਲਾ ਖੇੜਾ ਬਖਸ਼ਿਸ਼ ਹੋ ਜਾਂਦਾ ਹੈ । ਜਿਹੜਾ ਆਪਣੇ ਆਪ ਨੂੰ ਪਛਾਣ ਲੈਂਦਾ ਹੈ, ਕੇਵਲ ਉਸ ਨੂੰ ਹੀ ਪ੍ਰਭ ਦੀ ਹੋਂਦ ਮਹਿਸੂਸ ਹੁੰਦੀ ਹੈ ।

The True Master, Creator of the universe, remains concerned to nourish, protect, and about the welfare of His Creation. You should meditate and obey the teachings of His Word. Without His protection; no one else may be able to protect or be a savior of His Creation. You should adopt the teachings of His Word in your day-to-day life; with His mercy and grace, you may be blessed with pleasure, contentment, and blossom. Whosoever may adopt the robe of singing His Glory; his soul may be sanctified and remains beyond any blemish of worldly desires. He may collect the earnings of His Word and remains in patience and contented. His earnings may never be diminished nor ever be exhausted. The essence of His Word may become embellishment of his body and mind. He may be blessed with everlasting blossom in his life. Whosoever may recognize the real purpose of his human life opportunity; only he may witness His Existence, His Holy Spirit prevailing everywhere.

ਪਉੜੀ॥
ਅੰਤਰਿ ਜਪੁ ਤਪੁ ਸੰਜਮੋ, ਗੁਰ ਸਬਦੀ ਜਾਪੈ॥
ਹਰਿ ਹਰਿ ਨਾਮੁ ਧਿਆਈਐ, ਹਉਮੈ ਅਗਿਆਨੁ ਗਵਾਪੈ॥
ਅੰਦਰੁ ਅੰਮ੍ਰਿਤਿ ਭਰਪੂਰੁ ਹੈ, ਚਾਖਿਆ ਸਾਦੁ ਜਾਪੈ॥
ਜਿਨ ਚਾਖਿਆ ਸੇ ਨਿਰਭਉ ਭਏ, ਸੇ ਹਰਿ ਰਸਿ ਧ੍ਰਾਪੈ॥
ਹਰਿ ਕਿਰਪਾ ਧਾਰਿ ਪੀਆਇਆ, ਫਿਰਿ ਕਾਲੁ ਨ ਵਿਆਪੈ॥੧੭॥

pa-orhee.
antar jap tap sanjamo gur sabdee jaapai.
har har naam Dhi-aa-ee-ai ha-umai agi-aan gavaapai.
andar amrit bharpoor hai chaakhi-aa saad jaapai.
jin chaakhi-aa say nirbha-o bha-ay say har ras Dharaapai.
har kirpaa Dhaar pee-aa-i-aa fir kaal na vi-aapai. ||17||

ਜਿਸ ਨੂੰ ਪ੍ਰਭ ਦੇ ਸ਼ਬਦ ਦੀ ਸੋਝੀ ਬਖਸ਼ਿਸ਼ ਹੋ ਜਾਂਦੀ ਹੈ । ਉਸ ਨੂੰ ਆਪਣੇ ਮਨ ਅੰਦਰੋਂ ਹੀ ਜਪ (ਸਿਮਰਨ, ਬੰਦਗੀ) ਤਪ ਅਤੇ ਸੰਜਮ ਬਖਸ਼ਿਸ਼ ਹੋ ਜਾਂਦਾ ਹੈ । ਮਨ ਵਿੱਚ ਪੂਰਨ ਕਾਬੂ ਬਖਸ਼ਿਸ਼ ਹੋ ਜਾਂਦਾ ਹੈ । ਪ੍ਰਭ ਦੇ ਸ਼ਬਦ ਦੀ ਪਾਲਣਾ, ਸਿਮਰਨ ਕਰਨ ਨਾਲ ਮਨ ਵਿਚੋਂ ਅਹੰਕਾਰ ਅਤੇ ਅਗਿਆਨਤਾ ਦਾ ਨਾਸ ਹੋ ਜਾਂਦਾ ਹੈ । ਜੀਵ ਦੇ ਮਨ ਅੰਦਰ ਹੀ ਸ਼ਬਦ ਰੂਪੀ ਅੰਮ੍ਰਿਤ ਦਾ ਭਰਿਆਂ ਸਾਗਰ ਹੈ । ਸ਼ਬਦ ਨਾਲ ਜੀਵਨ ਢਾਲਣ ਨਾਲ ਹੀ ਅੰਮ੍ਰਿਤ ਰਸ, ਸਵਾਦ ਮਹਿਸੂਸ ਹੁੰਦਾ ਹੈ । ਉਹ ਜੀਵ ਨਿਡਰ ਹੋ ਜਾਂਦਾ ਹੈ । ਸੰਸਾਰਕ ਇਛਾਂ ਨਾਲ ਜੰਗ ਕਰਨ ਲਈ ਤਿਆਰ ਹੋ ਜਾਂਦਾ ਹੈ । ਉਹ ਪ੍ਰਭ ਦੀ ਰਹਿਮਤ, ਸ਼ਬਦ ਦੀ ਕਮਾਈ ਨਾਲ ਸੰਤੁਸ਼ਟ ਹੋ ਜਾਂਦਾ, ਮਨ ਵਿੱਚ ਸੰਤੋਖ ਬਖਸ਼ਿਸ਼ ਹੋ ਜਾਂਦਾ ਹੈ । ਜਿਹੜਾ ਆਪਣਾ ਜੀਵਨ ਸ਼ਬਦ ਨਾਲ ਬਤੀਤ ਕਰਦਾ ਹੈ । ਪ੍ਰਭ ਦੀ ਰਹਿਮਤ ਨਾਲ ਉਸ ਨੂੰ ਬਾਰ ਬਾਰ ਮਰਨਾ ਨਹੀਂ ਪੈਂਦਾ, ਅਮਰ ਹੋ ਜਾਂਦਾ, ਜੂੰਨਾਂ ਵਿੱਚ ਨਹੀਂ ਜਾਂਦਾ ।

Whosoever may be blessed with the enlightenment of the essence of His Word. He may be blessed with devotion to meditate, and austere self-discipline from within. He may conquer his mind. Whosoever may meditate and obeys the teachings of His Word; with His mercy and grace, his ignorance from the real purpose of human life opportunity and ego of his worldly status may be eliminated. His mind remains overwhelmed with the nectar of the essence of His Word. Whosoever may adopt the teachings of His Word; with His mercy and grace, he may realize the real taste of the nectar and becomes fearless. He may remain ready to combat with his demons of worldly desires. He may remain contented with the earnings of His Word. Whosoever may adopt the teachings of His Word; he may never enter the womb of mother again; his cycle of birth and death may be eliminated.

53. ਰਾਗੁ ਮਾਰੂ ਬਾਣੀ ਰਵਿਦਾਸ ਜੀਉ ਕੀ॥ 1106-15

ਸੁਖ ਸਾਗਰ ਸੁਰਿਤਰੁ ਚਿੰਤਾਮਨਿ, ਕਾਮਧੇਨ ਬਸਿ ਜਾ ਕੇ ਰੇ॥
ਚਾਰਿ ਪਦਾਰਥ ਅਸਟ ਮਹਾ ਸਿਧਿ, ਨਵ ਨਿਧਿ ਕਰ, ਤਲ ਤਾ ਕੈ॥੧॥

sukh saagar suritar chintaaman kaamDhayn bas jaa kay ray.
chaar padaarath asat mahaa siDh nav niDh kar tal taa kai. ||1||

ਪ੍ਰਭ ਹੀ ਸੰਤੋਖ ਦਾ ਸਮੁੰਦਰ, ਚਮਤਕਾਰਾ ਦਾ ਬ੍ਰਿਛ, ਜਵਾਹਰ, ਇਛਾਂ ਪੂਰੀ ਕਰਨ ਵਾਲੀ ਗਊ ਹੈ । ਸਭ ਕਰਾਮਾਤਾਂ ਪ੍ਰਭ ਦੇ ਵੱਸ ਵਿੱਚ ਹੀ ਹਨ । ਚਾਰ ਪਦਾਰਥ, 8 ਅੱਠ ਰੂਹਾਨੀ ਚਮਤਕਾਰ, ਸੰਸਾਰਕ ਨੌਂ ਖਜ਼ਾਨੇਂ ਸਾਰੇ ਹੀ ਉਸ ਦੇ ਹੱਥ ਵਿੱਚ ਹਨ । ਉਸ ਦੇ ਇਸ਼ਾਰੇ ਤੇ ਨੱਚਦੇ ਹਨ ।

The True Master is an ocean of contentment, an Elysian tree of life, wish-fulfilling cow. All miracles remain embedded within the teachings of His Word. Four virtues of acceptance in His Court, eight eternal miracle powers, nine treasures of human life journey may be blessed by adopting the teachings of His Word with steady and stable belief in day-to-day life. All these may only dance at His Signal, His Command.

ਗੁਰੂ ਨਾਨਕ ਦੇਵ ਜੀ! – Guru Nanak Dev Ji! Guru Granth Sahib

Four Ages- Yuga - Four unique Principles of Meditation			
ਸਤਜੁਗ - Sat Yuga	**ਤ੍ਰੇਤਾ ਜੁਗ - Traytaa Yuga**	**ਦੁਆਪਰ ਜੁਗ - Du-aapur**	**ਕੱਲਯੁਗ – Kul Jug**
ਸੰਤ ਅਵਸਥਾ **Shiv -His Word**	**ਰਜ ਗੁਣ; Raajas** **Shakti-1; ਮਾਇਆ 1**	**ਸਤ ਗੁਣ; Satvas:** **Shakti-2; ਮਾਇਆ 2**	**ਤਮ ਗੁਣ; Taamas:** **Shakti-3; ਮਾਇਆ 3**
ਸੁਰਤੀ–ਸ਼ਬਦ ਵਿੱਚ ਧਿਆਨ! **Concentration! His Word.**	**ਮਨ ਵਿਚੋਂ ਸੁਰਤੀ – ਅਹੰਕਾਰ** **Concentration to Ego!**		
ਭਰੋਸਾ, ਸ਼ਬਦ ਦੀ ਪਾਲਣਾ! **Obey His Word -Belief**		**ਸ਼ਬਦ ਦੀ ਪਾਲਣਾ – ਗੁਰੂ, ਰੀਵਾਜ** **Obey His Word – Guru**	
ਸ਼ਬਦ ਦੀ ਸੋਝੀ! ਵਿਛੋੜੇ ਦਾ ਡਰ! **Enlightenment** **Renunciation**			**ਸ਼ਬਦ ਦੀ ਸੋਝੀ– ਗਿਆਨ** **Enlightenment to knowledge of Gurbani!**
ਮੁਕਤੀ ਦੀ ਆਸ! **Hope for salvation!**			
ਚਾਰੇ ਜੁਗਾਂ ਵਿੱਚ! ਜੀਵ ਨੂੰ ਸ਼ਬਦ ਦੀ ਪਾਲਣਾ ਕਰਦੇ, ਪੂਰਨ ਗੁਰੂ, ਸ਼ਬਦ ਦੀ ਸੋਝੀ ਹੋ ਜਾਂਦੀ ਹੈ! ਪ੍ਰਭ ਦੀ ਜੋਤ ਮਨ ਵਿੱਚ ਜਾਗਰਤ ਹੋ ਜਾਂਦੀ ਹੈ! **All Yuga**: Adopting His Word, Enlightenment; Salvation may be blessed.			
How to Conquer Worldly Wealth – ਸੰਸਾਰਕ ਮਾਇਆ ਤੇ ਜਿੱਤ!			
ਸੰਤ ਅਵਸਥਾ – Shiv	**ਸੰਸਾਰਕ ਮਾਇਆ – Shakti**		
ਸ਼ਬਦ –Shiv -His Word	**ਰਜ ਗੁਣ**; Raajas	**ਸਤ ਗੁਣ**; Satvas:	**ਤਮ ਗੁਣ**; Taamas:
ਸੁਰਤੀ–ਸ਼ਬਦ ਵਿੱਚ ਧਿਆਨ! Concentration! His Word.	Mind concentration	Purity, of mind!	Mind Awareness
ਭਰੋਸਾ, ਸ਼ਬਦ ਦੀ ਪਾਲਣਾ! Obey His Word -Belief	The quality of energy and activity!	The quality of purity and light!	The quality of Darkness and inertia!
ਸ਼ਬਦ ਦੀ ਸੋਝੀ! ਵਿਛੋੜੇ ਦਾ ਡਰ! Enlightenment-Renunciation	**ਧਰਮ**; Dharam:	**ਅਰਥ**; Arath	**ਕਾਮ**; Kaam:
ਮੁਕਤੀ ਦੀ ਆਸ! Hope for salvation!	Self-discipline, ethics Conquer selfishness!	Adopt His Word in life.	Conquer sexual urge for strange woman:

ਹਰਿ ਹਰਿ, ਹਰਿ ਨ ਜਪਸਿ ਰਸਨਾ॥ har har har na japas rasnaa.
ਅਵਰ ਸਭ ਛਾਡਿ ਬਚਨ ਰਚਨਾ॥੧॥ ਰਹਾਉ॥ avar sabh chhaad bachan rachnaa. ||1|| rahaa-o.

ਜੀਵ ਤੂੰ ਕਿਉਂ ਨਹੀਂ ਸੰਸਾਰਕ ਇਛਾਂ ਨੂੰ ਤਿਆਗਕੇ ਸ਼ਬਦ ਦੀ ਪਾਲਣਾ, ਸਿਮਰਨ ਕਰਦਾ?

Why have you not renounced your worldly desires? Why have you not surrendered your self-entity at His Sanctuary to obey His Word?

ਨਾਨਾ ਖਿਆਨ ਪੁਰਾਨ ਬੇਦ ਬਿਧਿ, ਚਉਤੀਸ ਅਛਰ ਮਾਹੀ॥ naanaa khi-aan puraan bayd biDh cha-utees achhar maahee.
ਬਿਆਸ ਬੀਚਾਰਿ ਕਹਿਓ ਪਰਮਾਰਥੁ, ਰਾਮ ਨਾਮ ਸਰਿ ਨਾਹੀ॥੨॥ bi-aas beechaar kahi-o parmaarath raam naam sar naahee. ||2||

ਪਵਿੱਤਰ ਗ੍ਰੰਥ, ਪਰਾਨ, ਵੇਦ ਸਾਰੇ ਹੀ 36 ਅੱਖਰਾਂ, ਵੱਖਰੀਆਂ ਭਾਸ਼ਾਂ ਦੇ ਅੱਖਰਾਂ ਨੂੰ ਜੋੜ ਕੇ ਹੀ ਲਿਖਏ ਹਨ । ਸਾਰਿਆਂ ਨੂੰ ਘੋਖਨ ਤੋਂ ਇਹ ਹੀ ਸੋਝੀ ਹੁੰਦੀ ਹੈ । ਕੋਈ ਬੰਦਗੀ, ਦਾਨ, ਪੁਨ ਵੀ ਪ੍ਰਭ ਦੇ ਸ਼ਬਦ ਨਾਲ ਜੀਵਨ ਢਾਲਣ ਦੇ ਬਰਾਬਰ ਨਹੀਂ ਹੈ ।

All worldly Holy Scriptures have been written by arranging various letters of various language. By evaluating all! only one unique enlightenment may be blessed about His Nature. No other meditation, good deeds, charity, life disciplines may be equal, comparable to obey the teachings of His Word.

ਸਹਜ ਸਮਾਧਿ ਉਪਾਧਿ ਰਹਤ ਹੋਏ, ਬਡੇ ਭਾਗਿ ਲਿਵ ਲਾਗੀ॥ sahj samaaDh upaaDh rahat ho-ay baday bhaag liv laagee.
ਕਹਿ ਰਵਿਦਾਸ ਉਦਾਸ ਦਾਸ ਮਤਿ, ਜਨਮ ਮਰਨ ਭੈ ਭਾਗੀ॥੩॥੨॥੧੫॥ kahi ravidaas udaas daas mat janam maran bhai bhaagee. ||3||2||15||

ਪ੍ਰਭ ਦੇ ਸ਼ਬਦ ਦੀ ਸਮਾਧੀ ਵਿੱਚ ਜੀਵ ਦੀਆਂ ਸਾਰੀਆਂ ਸੰਸਾਰਕ ਭਟਕਣਾਂ ਦੂਰ ਹੋ ਜਾਂਦੀਆਂ ਹਨ । ਕੇਵਲ ਵੱਡੇ ਭਾਗਾਂ ਵਾਲਾ ਹੀ ਇਸ ਸਮਾਧੀ ਵਿੱਚ ਟਿਕਦਾ ਹੈ । ਮੈਂ ਤੇਰਾ ਨਿਮਾਣਾ ਸੇਵਕ ਸੰਸਾਰ ਨਾਲੋ ਮੋਹ ਤਿਆਗਕੇ ਤੇਰੀ ਸ਼ਰਣ ਵਿੱਚ ਆਇਆ ਹੈ । ਮੇਰੇ ਮਨ ਵਿਚੋਂ ਜਨਮ, ਮਰਨ ਦਾ ਡਰ ਖਤਮ ਹੋ ਗਿਆ ਹੈ ।

Whosoever may remain intoxicated in meditation in the void of His Word; with His mercy and grace, all his worldly frustrations may be eliminated. Whosoever may have a great prewritten destiny, only he may remain steady and stable meditating in the void of His Word. I have renounced all my worldly bonds, and surrendered my self-entity at His Sanctuary; with His mercy and grace, my fear of birth and death has been eliminated.

54. ਤੁਖਾਰੀ ਮਹਲਾ ੪॥ 1116-3

ਨਾਵਣੁ ਪੁਰਬੁ ਅਭੀਚੁ ਗੁਰ, ਸਤਿਗੁਰ ਦਰਸੁ ਭਇਆ॥ naavan purab abheech gur satgur daras bha-i-aa.
ਦੁਰਮਤਿ ਮੈਲੁ ਹਰੀ ਅਗਿਆਨੁ ਅੰਧੇਰੁ ਗਇਆ॥ durmat mail haree agi-aan anDhayr ga-i-aa.
ਗੁਰ ਦਰਸੁ ਪਾਇਆ ਅਗਿਆਨੁ ਗਵਾਇਆ, ਅੰਤਰਿ ਜੋਤਿ ਪ੍ਰਗਾਸੀ॥ gur daras paa-i-aa agi-aan gavaa-i-aa antar jot pargaasee.
ਜਨਮ ਮਰਨ ਦੁਖ ਖਿਨ ਮਹਿ ਬਿਨਸੇ, ਹਰਿ ਪਾਇਆ ਪ੍ਰਭੁ ਅਬਿਨਾਸੀ॥ janam maran dukh khin meh binsay har paa-i-aa parabh abhinaasee.
ਹਰਿ ਆਪਿ ਕਰਤੈ ਪੁਰਬੁ ਕੀਆ, ਸਤਿਗੁਰੂ ਕੁਲਖੇਤਿ ਨਾਵਣਿ ਗਇਆ॥ har aap kartai purab kee-aa satguroo kulkhayt naavan ga-i-aa.
ਨਾਵਣੁ ਪੁਰਬੁ ਅਭੀਚੁ ਗੁਰ, ਸਤਿਗੁਰ ਦਰਸੁ ਭਇਆ॥੧॥ naavan purab abheech gur satgur daras bha-i-aa. ||1||

ਪ੍ਰਭ ਦੇ ਦਰਸ਼ਨ, ਰਹਿਮਤ ਪਾਉਣ ਲਈ ਸ਼ਬਦ ਤੇ ਅਡੋਲ ਭਰੋਸੇ ਨਾਲ ਜੀਵਨਾ ਢਾਲਣਾ ਪੈਂਦਾ ਹੈ । ਮਨ ਦੀ ਮੈਲ ਧੋਤੀ ਜਾਂਦੀ, ਬੁਰੇ ਖਿਆਲਾਂ, ਅਗਿਆਨਤਾ ਦਾ ਅੰਧੇਰਾ ਨਾਸ ਹੋ ਜਾਂਦਾ ਹੈ । ਜਿਸ ਦੇ ਵੱਡੇ ਭਾਗ ਹੁੰਦੇ ਹਨ, ਉਸ ਨੂੰ ਹੀ ਪ੍ਰਭ ਦੇ ਦਰਸ਼ਨ, ਸ਼ਬਦ ਦੀ ਸੋਝੀ ਬਖਸ਼ਿਸ਼ ਹੋ ਸਕਦੀ ਹੈ । ਉਸ ਨਾਲ ਮਨ ਵਿਚੋਂ ਭਰਮ, ਅਗਿਆਨਤਾ ਦੂਰ, ਜਾਗਰਤੀ ਬਖਸ਼ਿਸ਼ ਹੋ ਜਾਂਦੀ ਹੈ । ਉਸ ਦਾ ਜਨਮ ਮਰਨ ਦਾ ਚੱਕਰ ਇਕ ਪਲ ਵਿੱਚ ਖਤਮ ਹੋ ਜਾਂਦਾ ਹੈ । ਪ੍ਰਭ ਨੇ ਆਤਮਾ ਨੂੰ ਪਵਿੱਤਰ ਕਰਨ

ਗੁਰੂ ਨਾਨਕ ਦੇਵ ਜੀ! – Guru Nanak Dev Ji! Guru Granth Sahib

ਲਈ ਸ਼ਬਦ ਦਾ ਸਰੋਵਰ ਮਨ ਵਿੱਚ ਹੀ ਬਖਸ਼ਿਆ ਹੈ । ਜਿਹੜਾ ਸ਼ਬਦ ਨਾਲ ਜੀਵਨਾ ਢਾਲਦਾ, ਅਡੋਲ ਭਰੋਸਾ ਰਖਦਾ ਹੈ, ਕੇਵਲ ਉਸ ਨੂੰ ਪ੍ਰਭ ਦੇ ਦਰਸ਼ਨ, ਪ੍ਰਵਾਨਗੀ ਦਾ ਰਸਤਾ ਬਖਸ਼ਿਸ਼ ਹੋ ਸਕਦਾ ਹੈ ।

Whosoever may wish to be blessed with the right path of acceptance in His Court; he must adopt the teachings of His Word with steady and stable belief in his day-to-day life. His blemish of evil thoughts, sinful deeds, and ignorance from the real purpose of human life opportunity may be eliminated. Whosoever may have a great prewritten destiny, only he may be blessed with the enlightenment of the essence of His Word, His Blessed Vision. All suspicions along with his cycle of birth and death may eliminated. The True Master has blessed soul sanctifying pond of nectar of the essence of His Word within his mind, body. Whosoever may adopt the teachings of His Word with steady and stable belief in day-to-day life; with His mercy and grace, he may be blessed with the right path of acceptance in His Court.

ਮਾਰਗਿ ਪੰਥਿ ਚਲੇ ਗੁਰ, ਸਤਿਗੁਰ ਸੰਗਿ ਸਿਖਾ॥	maarag panth chalay gur satgur sang sikhaa.
ਅਨਦਿਨੁ ਭਗਤਿ ਬਣੀ, ਖਿਨੁ ਖਿਨੁ ਨਿਮਖ ਵਿਖਾ॥	an-din bhagat banee khin khin nimakh vikhaa.
ਹਰਿ ਹਰਿ ਭਗਤਿ ਬਣੀ ਪ੍ਰਭ ਕੇਰੀ, ਸਭੁ ਲੋਕੁ ਵੇਖਣਿ ਆਇਆ॥	har har bhagat banee parabh kayree sabh lok vaykhan aa-i-aa.
ਜਿਨ ਦਰਸੁ ਸਤਿਗੁਰ ਗੁਰੂ ਕੀਆ, ਤਿਨ ਆਪਿ ਹਰਿ ਮੇਲਾਇਆ॥	jin daras satgur guroo kee-aa tin aap har maylaa-i-aa.
ਤੀਰਥ ਉਦਮੁ ਸਤਿਗੁਰੂ ਕੀਆ, ਸਭ ਲੋਕ ਉਧਰਣ ਅਰਥਾ॥	tirath udam satguroo kee-aa sabh lok uDhran arthaa.
ਮਾਰਗਿ ਪੰਥਿ ਚਲੇ ਗੁਰ, ਸਤਿਗੁਰ ਸੰਗਿ ਸਿਖਾ॥੨॥	maarag panth chalay gur satgur sang sikhaa. ||2||

ਜਿਹੜਾ ਸ਼ਬਦ ਦੀ ਪਾਲਣਾ, ਜੀਵਨ ਢਾਲਦਾ, ਪ੍ਰਭ ਉਸ ਦਾ ਸਾਥੀ ਬਣਕੇ ਸੰਸਾਰਕ ਜੀਵਨ ਵਿੱਚ ਅਸਲੀ ਰਸਤੇ ਦੀ ਸੋਝੀ ਬਖਸ਼ਦਾ ਹੈ । ਉਹ ਪਲ, ਪਲ ਪ੍ਰਭ ਦੇ ਸ਼ਬਦ ਦਾ ਵਿਚਾਰ ਕਰਦਾ, ਆਪਣੇ ਕੰਮ ਪਰਖਦਾ ਹੈ । ਉਸ ਦਾ ਭਰੋਸਾ ਸ਼ਬਦ ਦੀ ਪਾਲਣਾ ਤੇ ਅਡੋਲ ਰਹਿੰਦਾ ਹੈ । ਸਾਰੇ ਜੀਵ ਹੀ ਰਹਿਮਤ ਦੀ ਆਸ ਰਖਦੇ, ਪ੍ਰਭ ਦੇ ਸ਼ਬਦ ਦੀ ਬੰਦਗੀ ਦੇ ਆਸਣ ਲਾਉਂਦੇ, ਸਿਰ ਝਕਾਉਂਦੇ ਹਨ । ਵੱਡੇ ਭਾਗਾ ਵਾਲੇ ਦੀ ਸ਼ਬਦ ਦੀ ਕਮਾਈ ਪ੍ਰਵਾਨ ਹੋ ਜਾਂਦੀ, ਪ੍ਰਵਾਨਗੀ ਦਾ ਅਸਲੀ ਰਸਤਾ ਬਖਸ਼ਿਸ਼ ਹੋ ਜਾਂਦਾ ਹੈ । ਜੀਵਾਂ ਦਾ ਉਧਾਰ ਕਰਨ ਲਈ ਹੀ ਪ੍ਰਭ ਨੇ ਪਵਿੱਤਰ ਤੀਰਥ ਬਣਾਏ ਹਨ । ਜਿਹੜਾ ਸ਼ਬਦ ਦੀ ਪਾਲਣਾ ਕਰਦਾ, ਜੀਵਨ ਢਾਲਦਾ ਹੈ, ਪ੍ਰਭ ਉਸ ਦਾ ਸਾਥੀ ਬਣ ਜਾਂਦਾ ਹੈ ।

Whosoever may obey, adopts the teachings of His Word with steady and stable belief in his day-to-day life; with His mercy and grace, The True Master may become his companion and guide on the right path in his worldly life. His true devotee may remain drenched with the essence of His Word and evaluates all his worldly deeds. He may remain intoxicated in meditation in the void of His Word. Everyone may bow in gratitude to the meditation throne with a hope to be blessed with the right path of acceptance in His Court. Whosoever may have a great prewritten destiny, only his earnings of His Word may be accepted in His Court. He may be blessed with the right path of acceptance in His Court. The True Master has established worldly Holy Shrines, Scriptures to comprehend and adopt the essence of His Word in day-to-day life to sanctify his soul. Whosoever may obey, adopts the teachings of His Word with steady and stable belief in his day-to-day life; with His mercy and grace, The True Master may become his companion and guides on the right path in worldly life.

ਪ੍ਰਥਮ ਆਏ ਕੁਲਖੇਤਿ ਗੁਰ, ਸਤਿਗੁਰ ਪੁਰਬੁ ਹੋਆ॥	paratham aa-ay kulkhayt gur satgur purab ho-aa.
ਖਬਰਿ ਭਈ ਸੰਸਾਰਿ ਆਏ ਤ੍ਰੈ ਲੋਆ॥	khabar bha-ee sansaar aa-ay tarai lo-aa.
ਦੇਖਣਿ ਆਏ ਤੀਨਿ ਲੋਕ ਸੁਰਿ ਨਰ, ਮੁਨਿ ਜਨ ਸਭਿ ਆਇਆ॥	daykhan aa-ay teen lok sur nar mun jan sabh aa-i-aa.
ਜਿਨ ਪਰਸਿਆ ਗੁਰੁ ਸਤਿਗੁਰੂ ਪੂਰਾ,	jin parsi-aa gur satguroo pooraa
ਤਿਨ ਕੇ ਕਿਲਵਿਖ ਨਾਸ ਗਵਾਇਆ॥	tin kay kilvikh naas gavaa-i-aa.
ਜੋਗੀ ਦਿਗੰਬਰ ਸੰਨਿਆਸੀ, ਖਟੁ ਦਰਸਨ ਕਰਿ ਗਏ ਗੋਸਟਿ ਢੋਆ॥	jogee digambar sani-aasee khat darsan kar ga-ay gosat dho-aa.
ਪ੍ਰਥਮ ਆਏ ਕੁਲਖੇਤਿ, ਗੁਰ ਸਤਿਗੁਰ ਪੁਰਬੁ ਹੋਆ॥੩॥	paratham aa-ay kulkhayt gur satgur purab ho-aa. ||3||

ਜਿਹੜਾ ਬੰਦਗੀ ਕਰਨ ਵਾਲਾ ਸ਼ਰਧਾਂ ਨਾਲ ਕੁਲਖੇਤ (ਕੁਰਕਸ਼ੇਤਰ) ਵਿੱਚ ਜਾਂਦਾ ਹੈ । ਉਹ ਸਮਾਂ ਬਹੁਤ ਅਮੋਲਕ ਮੌਕਾ ਬਣ ਜਾਂਦਾ ਹੈ । ਸਾਰੀ ਸ੍ਰਿਸ਼ਟੀ ਵਿੱਚ ਹੀ ਇਸ ਦੀ ਖਬਰ ਹੋ ਗਈ ਹੈ । ਤਿੰਨੇਂ ਸ੍ਰਿਸ਼ਟੀਆਂ ਹੀ ਇਸ ਮੇਲੇ ਵਿੱਚ ਆ ਜਾਂਦੀਆਂ ਹਨ । ਤਿੰਨਾਂ ਸ੍ਰਿਸ਼ਟੀਆਂ ਦੇ ਦੇਵਤੇ, ਮੌਨੀ ਸੰਤ ਹੀ ਇਸ ਵਿੱਚ ਸ਼ਾਮਲ ਹੋ ਜਾਂਦੇ ਹਨ । ਪ੍ਰਭ ਦੀ ਰਹਿਮਤ ਨਾਲ ਜਿਸ ਦੀ ਸ਼ਬਦ ਦੀ ਕਮਾਈ ਪ੍ਰਵਾਨ ਹੋ ਜਾਂਦੀ ਹੈ । ਉਸ ਦੀਆਂ ਭੁੱਲਾਂ ਬਖਸ਼ੀਆਂ ਜਾਂਦੀਆਂ ਹਨ । ਜੋਗੀ, ਸੰਨਿਆਸੀ, ਨਾਗੇ, ਸਾਰੇ ਹੀ ਪ੍ਰਭ ਅੱਗੇ ਅਰਦਾਸ ਕਰਕੇ ਫਿਰ ਵਾਪਸ ਚਲੇ ਜਾਂਦੇ ਹਨ । ਜਿਹੜਾ ਬੰਦਗੀ ਕਰਨ ਵਾਲਾ ਸ਼ਰਧਾਂ ਨਾਲ ਕੁਲਖੇਤ (ਕੁਰਕਸ਼ੇਤਰ) ਵਿੱਚ ਜਾਂਦਾ ਹੈ । ਉਹ ਸਮਾਂ ਬਹੁਤ ਅਮੋਲਕ ਮੌਕਾ ਬਣ ਜਾਂਦਾ ਹੈ ।

Whosoever may go on a pilgrimage to any shrine (**Kurksater)** with deep devotion; with His mercy and grace, his pilgrimage of Holy Shrine may become an ambrosial opportunity. All Hindus believe that Qumbu gathering becomes a blessed moment. From all over the world, worshippers gather and worship on the event of **Qumbu.** All Holy saints, worshippers from various worldly religions may join the conjugation and pray for the right path of acceptance in His Court. Whose earnings of His Word, meditation may be accepted in His Court, all his sins may be forgiven. All Holy saints, devotees may return home after pay homage and participating in the auspicious event. Whosoever may pilgrimage to **Kurksater** with devotion; with His mercy and grace, his pilgrimage of Holy Shrine may become an ambrosial opportunity.

ਦੂਤੀਆ ਜਮੁਨ ਗਏ ਗੁਰਿ, ਹਰਿ ਹਰਿ ਜਪਨੁ ਕੀਆ॥	dutee-aa jamun ga-ay gur har har japan kee-aa.
ਜਾਗਾਤੀ ਮਿਲੇ ਦੇ ਭੇਟ, ਗੁਰ ਪਿਛੈ ਲੰਘਾਇ ਦੀਆਂ॥	jaagaatee milay day bhayt gur pichhai langhaa-ay dee-aa.
ਸਭ ਛੁਟੀ ਸਤਿਗੁਰੂ ਪਿਛੈ, ਜਿਨਿ ਹਰਿ ਹਰਿ ਨਾਮੁ ਧਿਆਇਆ॥	sabh chhutee satguroo pichhai jin har har naam Dhi-aa-i-aa.
ਗੁਰ ਬਚਨਿ ਮਾਰਗਿ ਜੋ ਪੰਥਿ ਚਾਲੇ,	gur bachan maarag jo panth chaalay
ਤਿਨ ਜਮੁ ਜਾਗਾਤੀ ਨੇੜਿ ਨ ਆਇਆ॥	tin jam jaagaatee nayrh na aa-i-aa.
ਸਭ ਗੁਰੂ ਗੁਰੂ ਜਗਤੁ ਬੋਲੈ, ਗੁਰ ਕੈ ਨਾਇ ਲਇਐ	sabh guroo guroo jagat bolai gur kai naa-ay la-i-ai
ਸਭਿ ਛੁਟਕਿ ਗਇਆ॥	sabh chhutak ga-i-aa.
ਦੂਤੀਆ ਜਮੁਨ ਗਏ ਗੁਰਿ, ਹਰਿ ਹਰਿ ਜਪਨੁ ਕੀਆ॥੪॥	dutee-aa jamun ga-ay gur har har japan kee-aa. ||4||

ਗੁਰੂ ਨਾਨਕ ਦੇਵ ਜੀ! – Guru Nanak Dev Ji! Guru Granth Sahib

ਉਸ ਪਿਛੋਂ ਬੰਦਗੀ ਕਰਨ ਵਾਲਾ ਸੰਤ ਨਾਨਕ, ਜਮਨਾ ਤੇ ਗਿਆ । ਸਭ ਥਾਂ ਪ੍ਰਭ ਦੇ ਸ਼ਬਦ ਦੇ ਸਿਮਰਨ ਕਰਨ ਦੀ ਹੀ ਸਿਖਿਆਂ, ਮਹੱਤਤਾ ਦੱਸੀ ਹੈ । ਜਿਹੜਾ ਅਡੋਲ ਭਰੋਸੇ ਨਾਲ ਸ਼ਬਦ ਦੀ ਪਾਲਣਾ, ਸ਼ਬਦ ਨਾਲ ਜੀਵਨ ਢਾਲਦਾ, ਉਸ ਨੂੰ ਸ਼ਬਦ ਦੀ ਸੋਝੀ ਬਖਸ਼ਿਸ਼ ਹੋ ਜਾਂਦੀ ਹੈ । ਉਹ ਪ੍ਰਵਾਨਗੀ ਦੇ ਰਸਤੇ ਤੇ ਅਡੋਲ ਰਹਿੰਦਾ, ਪ੍ਰਭ ਦੀ ਰਹਿਮਤ ਨਾਲ ਪ੍ਰਵਾਨ ਹੋ ਜਾਂਦਾ ਹੈ । ਮੌਤ ਦਾ ਜਮਦੂਤ ਉਸ ਦੇ ਨੇੜੇ ਨਹੀਂ ਆਉਂਦਾ । ਸਾਰੀ ਸ੍ਰਿਸ਼ਟੀ ਹੀ ਪ੍ਰਭ ਦੇ ਸ਼ਬਦ ਦਾ ਸਿਮਰਨ ਕਰਦੀ ਹੈ । ਜਿਸ ਦੇ ਮਨ ਵਿੱਚ ਸ਼ਬਦ ਵਸਾ ਜਾਂਦਾ ਹੈ, ਉਹ ਪ੍ਰਵਾਨ ਹੋ ਜਾਂਦਾ ਹੈ । ਉਸ ਪਿਛੋਂ ਬੰਦਗੀ ਕਰਨ ਵਾਲਾ ਜਮਨਾ ਤੇ ਜਾਂਦਾ । ਪ੍ਰਭ ਦੇ ਸ਼ਬਦ ਦਾ ਸਿਮਰਨ ਕਰਦਾ ਹੈ ।

After worshipping at **Kurkshater,** Holy saint Nanak visited Holy Shrine in the bank of **Jammna**. He worshipped and preached the significance of meditation on the teachings of His Word. Whosoever may adopt the teachings of His Word with steady and stable belief in his day-to-day life; with His mercy and grace, he may be enlightened and drenched with the essence of His Word. He may remain steady and stable on the right path of acceptance in His Court. He may become beyond the reach of the devil of death. The whole universe may be meditating on the teachings of His Word. Whosoever may be drenched with the essence of His Word; he may be accepted in His Court. After worshipping at **Kurkshater,** Holy saint Nanak visited Holy Shrine in the bank of **Jammna**.

ਤ੍ਰਿਤੀਆ ਆਏ ਸੁਰਸਰੀ, ਤਹ ਕਉਤਕੁ ਚਲਤੁ ਭਇਆ॥	taritee-aa aa-ay sursaree tah ka-utak chalat bha-i-aa.
ਸਭ ਮੋਹੀ ਦੇਖਿ ਦਰਸਨੁ ਗੁਰ ਸੰਤ, ਕਿਨੈ ਆਢੁ ਨ ਦਾਮੁ ਲਇਆ॥	sabh mohee daykh darsan gur sant kinai aadh na daam la-i-aa.
ਆਢੁ ਦਾਮੁ ਕਿਛੁ ਪਇਆ ਨ ਬੋਲਕ ਜਾਗਾਤੀਆ ਮੋਹਣ ਮੁੰਦਣਿ ਪਈ॥	aadh daam kichh pa-i-aa na bolak jaagaatee-aa mohan mundan pa-ee.
ਭਾਈ ਹਮ ਕਰਹ ਕਿਆ ਕਿਸੁ ਪਾਸਿ ਮਾਂਗਹ,	bhaa-ee ham karah ki-aa kis paas maaNgah
ਸਭ ਭਾਗਿ ਸਤਿਗੁਰ ਪਿਛੈ ਪਈ॥	sabh bhaag satgur pichhai pa-ee.
ਜਾਗਾਤੀਆ ਉਪਾਵ ਸਿਆਣਪ ਕਰਿ ਵੀਚਾਰੁ ਡਿਠਾ	jaagaatee-aa upaav si-aanap kar veechaar dithaa
ਭੰਨਿ ਬੋਲਕਾ ਸਭਿ ਉਠਿ ਗਇਆ॥	bhann bolkaa sabh uth ga-i-aa.
ਤ੍ਰਿਤੀਆ ਆਏ ਸੁਰਸਰੀ, ਤਹ ਕਉਤਕੁ ਚਲਤੁ ਭਇਆ॥੫॥	taritee-aa aa-ay sursaree tah ka-utak chalat bha-i-aa. ||5||

ਉਹ ਤੋਂ ਪਿਛੋਂ ਬੰਦਗੀ ਕਰਨ ਵਾਲਾ ਸੰਤ, ਨਾਨਕ, ਗੰਗਾ ਤੇ ਗਿਆ, ਉਥੇ ਅਨੋਖਾ ਹੀ ਕੌਤਕ ਹੋਇਆ । ਸਾਰੇ ਹੀ ਉਸ ਦੇ ਦਰਸ਼ਨ ਦੇਖਕੇ ਬਹੁਤ ਪ੍ਰਭਾਵਤ ਹੋ ਗਏ । ਉਹਨਾਂ ਬੰਦਗੀ ਕਰਨ ਵਾਲੇ ਸੰਤ ਨੂੰ ਪ੍ਰਨਾਮ ਕੀਤਾ, ਜੈਕਾਰ ਕੀਤਾ । ਉਸ ਦੀ ਸ਼ਬਦ ਦੀ ਕਥਾ ਸੁਣਕੇ, ਕਿਸੇ ਦੇ ਬੋਲ ਵਿੱਚ ਕੋਈ ਸਵਾਲ ਨਾ ਆਇਆ, ਕੋਈ ਸ਼ੱਕਾ, ਭਰਮ ਨਾ ਰਹਿਆ । ਉਸ ਨੂੰ ਪੁੱਛਿਆ ਗਿਆ! ਅਸੀ ਸੰਸਾਰ ਵਿੱਚ ਆ ਕੇ ਕੀ ਕਰੀਏ? ਕਿਸ ਤੋਂ ਸਿਖਿਆਂ ਲਈਏ? ਸਾਰੀ ਸ੍ਰਿਸ਼ਟੀ ਹੀ ਉਸ ਬੰਦਗੀ ਕਰਨ ਵਾਲੇ ਦੇ ਪਿਛੇ ਲਗ ਪਈ । ਸੰਸਾਰ ਦੇ ਜੀਵਾਂ ਵਿੱਚ ਜਾਗਰਤੀ ਆ ਗਈ । ਉਹਨਾਂ ਆਪਣਾ ਮਨ ਸੰਸਾਰਕ ਮਾਇਆ ਤੋਂ ਰੋਕ ਲਿਆ । ਉਹ ਤੋਂ ਪਿਛੋਂ ਬੰਦਗੀ ਕਰਨ ਵਾਲ ਸੰਤ(ਨਾਨਕ) ਗੰਗਾ ਤੇ ਗਿਆ । ਉਥੇ ਅਨੋਖਾ ਹੀ ਕੌਤਕ ਹੋਇਆ ।

After worshipping at **Kurkshater, Jammna**, Holy saint visited Holy Shrine in the bank of **Ganges**. A unique event of His Nature prevailed. Everyone was astonished from the miracles happen through His Holy saint. Everyone bowed in front as the symbol of God. By listening the sermons of His Word; no one raised any doubt on the teachings of His Word. What for has the human life opportunity been blessed? Whom should we pray for guidance for the right path of life? The whole universe was enlightened following the teachings of His Holy saint, His Word. They renounced the control of worldly wealth from their life. After worshipping at **Kurkshater, Jammna**, Holy saint visited Holy Shrine in the bank of **Ganges**.

ਮਿਲਿ ਆਏ ਨਗਰ ਮਹਾ ਜਨਾ, ਗੁਰ ਸਤਿਗੁਰ ਓਟ ਗਹੀ॥	mil aa-ay nagar mahaa janaa gur satgur ot gahee.
ਗੁਰੁ ਸਤਿਗੁਰੁ ਗੁਰੁ ਗੋਵਿਦੁ, ਪੁਛਿ ਸਿਮ੍ਰਿਤਿ ਕੀਤਾ ਸਹੀ॥	gur satgur gur govid puchh simrit keetaa sahee.
ਸਿਮ੍ਰਿਤਿ ਸ਼ਾਸਤਰ ਸਭਨੀ ਸਹੀ ਕੀਤਾ, ਸੁਕਿ ਪ੍ਰਹਿਲਾਦਿ ਸ੍ਰੀਰਾਮ	simrit saastar sabhnee sahee keetaa suk par-hilaad sareeraam
ਕਰਿ ਗੁਰ ਗੋਵਿਦੁ ਧਿਆਇਆ॥	kar gur govid Dhi-aa-i-aa.
ਦੇਹੀ ਨਗਰਿ ਕੋਟਿ ਪੰਚ ਚੋਰ ਵਟਵਾਰੇ,	dayhee nagar kot panch chor vatvaaray
ਤਿਨ ਕਾ ਥਾਉ ਥੇਹੁ ਗਵਾਇਆ॥	tin kaa thaa-o thayhu gavaa-i-aa.
ਕੀਰਤਨੁ ਪੁਰਾਣ ਨਿਤ ਪੁੰਨ ਹੋਵਹਿ,	keertan puraan nit punn hoveh
ਗੁਰ ਬਚਨਿ ਨਾਨਕਿ ਹਰਿ ਭਗਤਿ ਲਹੀ॥	gur bachan naanak har bhagat lahee.
ਮਿਲਿ ਆਏ ਨਗਰ ਮਹਾ ਜਨਾ, ਗੁਰ ਸਤਿਗੁਰ ਓਟ ਗਹੀ॥੬॥੪॥੧੦॥	mil aa-ay nagar mahaa janaa gur satgur ot gahee. ||6||4||10||

ਉਸ ਨਗਰ ਦੇ ਮੁਖੀ ਸੰਤ, ਰੂਹਾਨੀ ਸੰਤ ਪਾਸ ਸਿਖਿਆਂ ਲੈਣ ਲਈ ਆਇਆ । ਸ਼ਬਦ ਦੀ ਪਾਲਣਾ ਕਰਨਾ ਹੀ ਪ੍ਰਵਾਨਗੀ ਦਾ ਅਸਲੀ ਰਸਤਾ ਹੈ । ਸਾਰੇ ਧਰਮ ਦੇ ਗ੍ਰੰਥ, ਵੇਦਾਂ, ਸ਼ਾਸਤਰਾਂ, ਸਿਮ੍ਰਿਤੀਆਂ ਤੋਂ ਇਹ ਹੀ ਜਾਣਕਾਰੀ ਹੁੰਦੀ ਹੈ! ਸ਼ਬਦ ਨਾਲ ਜੀਵਨ ਢਾਲਣ ਨਾਲ ਹੀ ਸੁਖਦੇਵ, ਪ੍ਰਹਿਲਾਦ ਨੂੰ ਪ੍ਰਭ ਦੀ ਸ਼ਰਣ ਬਖਸ਼ਿਸ਼ ਹੋਈ ਹੈ । ਸ੍ਰਿਸ਼ਟੀ ਦੇ ਸਾਰੇ ਦੇਵਤੇ ਪ੍ਰਭ ਨੂੰ ਹੀ ਸਭ ਤੋਂ ਵੱਡਾ, ਅਸਲੀ ਮਾਲਕ ਮੰਨਦੇ ਹਨ । ਪ੍ਰਭ ਦੇ ਸ਼ਬਦ ਦੀ ਪਾਲਣਾ ਕਰਨ ਨਾਲ ਹੀ ਤਨ ਵਿੱਚ ਵਸਦੇ, ਇਛਾਂ ਦੇ ਚੋਰਾਂ ਤੇ ਜਿੱਤ ਬਖਸ਼ਿਸ਼ ਹੋ ਸਕਦੀ ਹੈ । ਪਰਾਨ, ਪੁੰਨ ਦਾਨ ਨੂੰ ਸਭ ਤੋਂ ਵੱਡੀ ਮਹੱਤਤਾ ਦੇਂਦਾ ਹੈ । ਪਰ, ਦਰਬਾਰ ਵਿੱਚ ਪ੍ਰਵਾਨਗੀ ਕੇਵਲ ਸ਼ਬਦ ਦੀ ਕਮਾਈ, ਜੀਵਨ ਢਾਲਣ ਨਾਲ ਹੀ ਬਖਸ਼ਿਸ਼ ਹੋ ਸਕਦੀ ਹੈ । ਉਸ ਨਗਰ ਦੇ ਮੁਖੀ ਸੰਤ ਵੀ ਰੂਹਾਨੀ ਸੰਤ ਪਾਸ ਸਿਖਿਆਂ ਲੈਣ ਲਈ ਆਇਆ ।

The main priest of that shrine, bowed to The Holy Saint, Nanak and begged for his guidance, teachings of the right path. Obeying the teachings of His Word may be the only right path of acceptance in His Court. You may read, comprehend all worldly Holy Scriptures! You may only get the same enlightenment of the essence of His Nature. Ancient saints, Sukhdev, Parhilaad were accepted in His Court by adopting the teachings of His Word. All saints, prophets believes that The True Master is the greatest of All! Five demons of worldly desires remain dominating in the worldly life of everyone. Whosoever may obey the teachings of His Word, he may conquer these demons. Even though, **Puraan** highlight the significance of worldly charity and to serve mankind. However, the right path of acceptance may be blessed by adopting the teachings of His Word. The main priest of that shrine, bowed to His Holy Saint, Nanak and begged for his guidance, of the right path of acceptance in His Court.

55. ਰਾਗ ਕੇਦਾਰਾ ਬਾਣੀ ਕਬੀਰ ਜੀਉ ਕੀ॥ 1123-18

ਕਾਮ ਕ੍ਰੋਧ ਤ੍ਰਿਸਨਾ ਕੇ ਲੀਨੇ, ਗਤਿ ਨਹੀ ਏਕੈ ਜਾਨੀ॥	kaam kroDh tarisnaa kay leenay gat nahee aykai jaanee.
ਫੂਟੀ ਆਖੈ ਕਛੂ ਨ ਸੂਝੈ, ਬੂਡਿ ਮੂਏ ਬਿਨੁ ਪਾਨੀ॥੧॥	footee aakhai kachhoo na soojhai bood moo-ay bin paanee. ||1||

ਗੁਰੂ ਨਾਨਕ ਦੇਵ ਜੀ! – Guru Nanak Dev Ji! Guru Granth Sahib

ਮਨਮੁਖ ਮਨ ਦੀ ਕਾਮ ਵਾਸ਼ਨਾ, ਮਨ ਅੰਦਰ ਦੇ ਦੱਬੇ ਕਰੋਧ ਵਿੱਚ ਹੀ ਫਸਿਆ ਰਹਿੰਦਾ ਹੈ । ਉਸ ਨੂੰ ਮਨ ਦੀ ਸੰਤੋਖ ਵਾਲੀ ਅਵਸਥਾ ਦਾ ਕੋਈ ਗਿਆਨ ਨਹੀਂ ਹੁੰਦਾ । ਸੰਸਾਰਕ ਇਛਾਂ ਵਿੱਚ ਅੰਧੇ ਨੂੰ ਬੁਰੇ, ਭਲੇ ਦੀ ਕੋਈ ਪਛਾਣ ਨਹੀਂ ਰਹਿੰਦੀ । ਉਹ ਮਾਨਸ ਜਨਮ ਨੂੰ ਬਿਰਥਾ ਹੀ ਗਵਾ ਜਾਂਦਾ ਹੈ ।

Self-minded may remain intoxicated with sexual urge and anger of disappointments embedded within. He may never comprehend the state of contentment of his mind. He may remain blind with the intoxication of worldly desires. He may never distinguish between good or evil deed. He may waste his priceless human life opportunity.

ਚਲਤ ਕਤ ਟੇਢੇ ਟੇਢੇ ਟੇਢੇ॥ chalat kat taydhay taydhay taydhay.
ਅਸਤਿ ਚਰਮ ਬਿਸਟਾ ਕੇ ਮੂੰਦੇ, ਦੁਰਗੰਧ ਹੀ ਕੇ ਬੇਢੇ॥੧॥ ਰਹਾਉ॥ asat charam bistaa kay moonday durganDh hee kay baydhay. ||1|| rahaa-o.

ਜੀਵ ਤੂੰ ਕਿਉਂ ਜੀਵਨ ਵਿੱਚ ਧੋਖੇ ਦੀਆਂ ਚਾਲਾਂ ਚਲਦਾ ਹੈ? ਜੀਵਨ ਹੱਡੀਆਂ ਦੀ ਗੰਢੜੀ ਚੱਮੜੀ ਦੀ ਲਪੇਟ ਵਿੱਚ ਗੰਦਗੀ ਨਾਲ ਹੀ ਭਰੀ ਹੋਈ ਹੈ । ਤੇਰੇ ਬੋਲ ਵਿਚੋਂ ਵੀ ਗੰਦੀ ਬੂ ਹੀ ਆਉਂਦੀ ਹੈ ।

Why are you playing risky and devious plans in your human life journey? Human body is a bundle of bones wrapped with his flesh, skin and overwhelmed with blemish of worldly desires. Even you tone remains with filthy odor.

ਰਾਮ ਨ ਜਪਹੁ ਕਵਨ ਭ੍ਰਮ ਭੂਲੇ, ਤੁਮ ਤੇ ਕਾਲੁ ਨ ਦੂਰੇ॥ raam na japahu kavan bharam bhoolay tum tay kaal na dooray.
ਅਨਿਕ ਜਤਨ ਕਰਿ ਇਹੁ ਤਨੁ ਰਾਖਹੁ, ਰਹੈ ਅਵਸਥਾ ਪੂਰੇ॥੨॥ anik jatan kar ih tan raakho rahai avasthaa pooray. ||2||

ਮਨਮੁਖ ਕਿਹੜੇ ਭਰਮਾਂ ਵਿੱਚ ਫਸਿਆ ਹੈ? ਕਿਉ ਪ੍ਰਭ ਦੇ ਸ਼ਬਦ ਦੀ ਪਾਲਣਾ, ਸਿਮਰਨ ਨਹੀਂ ਕਰਦਾ? ਮੌਤ ਤੇਰੇ ਤੋਂ ਦੂਰ ਨਹੀਂ, ਸਮਾਂ ਨੇੜੇ ਹੀ ਹੈ । ਤੂੰ ਬਹੁਤ ਯਤਨ ਕਰਕੇ ਆਪਣੇ ਤਨ ਦੀ ਸੰਭਾਲ ਕਰਦਾ ਹੈ । ਤੇਰੀ ਸਵਾਸਾਂ ਦੀ ਪੂੰਜੀ ਨਾਲ ਹੀ ਸੰਸਾਰ ਵਿੱਚ ਰਹਿਣਾ ਦਾ ਸਮਾਂ ਬਖਸ਼ਿਸ਼ ਹੋਇਆ ਹੈ ।

Self-minded! What suspicions have you been intoxicated in your worldly life? Why are you not meditating, obeying the teachings of His Word? Your unpredictable death is approaching very fast. You may try many efforts to nourish, embellish and protect your body. Your capital of breathes and time in universe has been predetermined.

ਆਪਨ ਕੀਆ ਕਛੂ ਨ ਹੋਵੈ, ਕਿਆ ਕੋ ਕਰੈ ਪਰਾਨੀ॥ aapan kee-aa kachhoo na hovai ki-aa ko karai paraanee.
ਜਾ ਤਿਸੁ ਭਾਵੈ ਸਤਿਗੁਰੁ ਭੇਟੈ, ਏਕੋ ਨਾਮੁ ਬਖਾਨੀ॥੩॥ jaa tis bhaavai satgur bhaytai ayko naam bakhaanee. ||3||

ਜੀਵ ਦੇ ਆਪਣੇ ਕੀਤੇ, ਆਪਣੀ ਸੋਚ ਨਾਲ ਕੁਝ ਨਹੀਂ ਹੁੰਦਾ । ਮਾਨਸ ਸੰਸਾਰ ਵਿੱਚ ਆਪ ਕੀ ਪ੍ਰਾਪਤ ਕਰ ਸਕਦਾ ਹੈ? ਜਿਸ ਨੂੰ ਪ੍ਰਭ ਆਪਣੀ ਰਹਿਮਤ ਨਾਲ ਸ਼ਬਦ ਦੀ ਪਾਲਣਾ ਵਿੱਚ ਲਗਨ ਲਾਉਂਦਾ ਹੈ । ਉਹ ਸ਼ਬਦ ਦੀ ਪਾਲਣਾ, ਸਿਮਰਨ ਕਰਦਾ, ਉਸ ਨੂੰ ਸੋਝੀ ਬਖਸ਼ਿਸ਼ ਹੋ ਸਕਦੀ ਹੈ ।

Self-minded may not accomplish anything with his own wisdom. What may any human accomplish with his own wisdom? Whosoever may be blessed with devotion to obey the teachings of His Word; only he may remain steady and stable on the path of meditation. He may meditate and obeys the teachings of His Word; with His mercy and grace, he may be blessed with enlightenment of the essence of His Word.

ਬਲੂਆ ਕੇ ਘਰੂਆ ਮਹਿ ਬਸਤੇ, ਫੁਲਵਤ ਦੇਹ ਅਇਆਨੇ॥ baloo-aa kay gharoo-aa meh bastay fulvat dayh a-i-aanay.
ਕਹੁ ਕਬੀਰ ਜਿਹ ਰਾਮੁ ਨ ਚੇਤਿਓ, ਬੂਡੇ ਬਹੁਤੁ ਸਿਆਨੇ॥੪॥੪॥ kaho kabeer jih raam na chayti-o booday bahut si-aanay. ||4||4||

ਜੀਵ ਰੇਤ ਦੇ ਮਕਾਨ (ਤਨ) ਵਿੱਚ ਰਹਿੰਦਾ ਹੈ । ਜੀਵ ਦਾ ਮਿੱਟੀ ਦਾ ਬਣਿਆ ਤਨ ਨਾਸ ਹੋ ਜਾਣ ਵਾਲਾ ਹੈ । ਅਣਜਾਣ, ਇਸ ਦਾ ਬਿਰਥਾ ਹੀ ਘਮੰਡ ਕਰਦਾ ਹੈ । ਜਿਹੜਾ ਪ੍ਰਭ ਦੇ ਸ਼ਬਦ ਦੀ ਪਾਲਣਾ, ਸਿਮਰਨ ਨਹੀਂ ਕਰਦਾ । ਭਾਵੇ ਉਹ ਬਹੁਤ ਗਿਆਨਵਾਨ, ਸੋਝੀਵਾਨ ਹੋਵੇ! ਫਿਰ ਵੀ ਜੂੰਨਾਂ ਦੇ ਚੱਕਰ ਵਿਚੋਂ ਨਹੀਂ ਬਚ ਸਕਦਾ ।

Self-minded remains in the castle (his body) of sand, perishable body! Ignorant may uselessly boast about his body. Whosoever may not obey the teachings of His Word in his day-to-day life. He may be a scholar, overwhelmed with the knowledge of worldly Holy Scriptures; however, he may never be able to eliminate his own cycle of birth and death.

56. ਕੇਦਾਰਾ ਛੰਤ ਮਹਲਾ ੫॥ 1122-4

ੴ ਸਤਿਗੁਰ ਪ੍ਰਸਾਦਿ॥ ik-oNkaar satgur parsaad.
ਮਿਲੁ ਮੇਰੇ ਪ੍ਰੀਤਮ ਪਿਆਰਿਆ॥ ਰਹਾਉ॥ mil mayray pareetam pi-aari-aa. rahaa-o.

ਰਹਿਮਤਾਂ ਦੇ ਮਾਲਕ ਆਪਣੇ ਦਰਸ਼ਨ ਬਖਸ਼ੋ! ਮੇਰੇ ਮਨ ਵਿੱਚ ਸ਼ਬਦ ਦੀ ਸੋਝੀ ਬਖਸ਼ੋ!

The Merciful True Master blesses the enlightenment of the essence of Your Word within my mind.

ਪੂਰਿ ਰਹਿਆ ਸਰਬਤ੍ਰ ਮੈ, ਸੋ ਪੁਰਖੁ ਬਿਧਾਤਾ॥ poor rahi-aa sarbatar mai so purakh biDhaataa.
ਮਾਰਗੁ ਪ੍ਰਭ ਕਾ ਹਰਿ ਕੀਆ, ਸੰਤਨ ਸੰਗਿ ਜਾਤਾ॥ maarag parabh kaa har kee-aa santan sang jaataa.
ਸੰਤਨ ਸੰਗਿ ਜਾਤਾ ਪੁਰਖੁ ਬਿਧਾਤਾ, ਘਟਿ ਘਟਿ ਨਦਰਿ ਨਿਹਾਲਿਆ॥ santan sang jaataa purakh biDhaataa ghat ghat nadar nihaali-aa.
ਜੋ ਸ਼ਰਣੀ ਆਵੈ ਸਰਬ ਸੁਖ ਪਾਵੈ, ਤਿਲੁ ਨਹੀ ਭੰਨੈ ਘਾਲਿਆ॥ jo sarnee aavai sarab sukh paavai til nahee bhannai ghaali-aa.
ਹਰਿ ਗੁਣ ਨਿਧਿ ਗਾਏ ਸਹਜ ਸੁਭਾਏ, ਪ੍ਰੇਮ ਮਹਾ ਰਸ ਮਾਤਾ॥ har gun niDh gaa-ay sahj subhaa-ay paraym mahaa ras maataa.
ਨਾਨਕ ਦਾਸ ਤੇਰੀ ਸਰਣਾਈ, ਤੂ ਪੂਰਨ ਪੁਰਖੁ ਬਿਧਾਤਾ॥੧॥ naanak daas tayree sarnaa-ee too pooran purakh biDhaataa. ||1||

ਜੀਵ ਦੇ ਭਾਗ ਲਿਖਣ ਵਾਲਾ ਮਾਲਕ, ਹਰਇਕ ਜੀਵ ਦੇ ਤਨ ਵਿੱਚ ਹੀ ਵਸਦਾ ਹੈ । ਜਿਹੜੇ ਬੰਦਗੀ ਕਰਨ ਵਾਲੇ ਨੂੰ ਸੰਤਾਂ ਦੀ ਸੰਗਤ ਬਖਸ਼ਦਾ ਹੈ । ਜਿਹੜਾ ਆਪਾ ਸੰਤ ਦੀ ਭੇਟਾ ਕਰਦਾ, ਉਹ ਸੰਤ ਦੇ ਜੀਵਨ ਦੀ ਸਿਖਿਆਂ ਆਪਣੇ ਜੀਵਨ ਵਿੱਚ ਢਾਲਦਾ ਹੈ, ਉਸ ਨੂੰ ਪ੍ਰਵਾਨਗੀ ਦਾ ਰਸਤਾ ਬਖਸ਼ਦਾ ਹੈ, ਉਸ ਦੇ ਮਨ ਵਿੱਚ ਪੂਰਨ ਖੇੜਾ ਵਸ ਜਾਂਦਾ ਹੈ । ਉਸ ਦੀ ਸ਼ਬਦ ਦੀ ਕਮਾਈ ਤਿਲ ਭਰ ਵੀ ਬਿਰਥੀ ਨਹੀਂ ਜਾਂਦੀ । ਜਿਹੜਾ ਪਭ ਦੇ ਸ਼ਬਦ ਦੇ ਭਰੋਸੇ ਨਾਲ ਗੁਣ ਗਾਉਂਦਾ ਹੈ, ਉਸ ਦੇ ਮਨ ਤੇ ਅਸਾਨੀ ਨਾਲ ਹੀ ਸ਼ਬਦ ਦਾ ਰੰਗ ਚੜ੍ਹ ਜਾਂਦਾ ਹੈ । ਉਹ ਪ੍ਰਭ ਦੇ ਵਿਛੋੜੇ ਦੇ ਵਿਰਾਗ ਵਿੱਚ ਹੀ ਵਸਦਾ ਹੈ । ਬੰਦਗੀ ਕਰਨ ਵਾਲੇ ਦਾ ਭਰੋਸਾ ਪ੍ਰਭ ਦੇ ਬਖਸ਼ੇ ਤੇ ਅਡੋਲ ਰਹਿੰਦਾ ਹੈ । ਉਸ ਦੀ ਸ਼ਰਣ ਵਿੱਚ ਪਨਾਹ ਦੀ ਹੀ ਅਰਦਾਸ ਕਰਦਾ ਹੈ ।

The True Master, scriber of prewritten destiny remains embedded within each soul and dwells within his body. His true devotee may be blessed with the conjugation of His Holy saint. Whosoever may adopt his life experience teachings of His Holy saint in his day-to-day life; with His mercy and grace, he may be enlightened with the essence of His Word from within. He may be blessed with the right path of acceptance in His Court. Whosoever may surrender his self-entity at the sanctuary of His Holy saint; with His mercy and grace, he may be blessed with complete pleasure and Bliss of His Holy Spirit. His earnings of His Word may never be wasted. Whosoever may sing the glory of His Word with steady and stable belief; with His mercy and grace, he may easily be drenched with the essence of His Word. He may remain in renunciation in the memory of his separation from His Holy Spirit. He may remain steady and stable on the right path of acceptance. He may only pray for His Forgiveness and Refuge.

ਹਰਿ ਪ੍ਰੇਮ ਭਗਤਿ ਜਨ ਬੇਧਿਆ, ਸੇ ਆਨ ਕਤ ਜਾਹੀ॥
har paraym bhagat jan bayDhi-aa say aan kat jaahee.
ਮੀਨੁ ਬਿਛੋਹਾ ਨਾ ਸਹੈ, ਜਲ ਬਿਨੁ ਮਰਿ ਪਾਹੀ॥
meen bichhohaa naa sahai jal bin mar paahee.
ਹਰਿ ਬਿਨੁ ਕਿਉ ਰਹੀਐ, ਦੂਖ ਕਿਨਿ ਸਹੀਐ, ਚਾਤ੍ਰਿਕ ਬੂੰਦ ਪਿਆਸਿਆ॥
har bin ki-o rahee-ai dookh kin sahee-ai chaatrik boond pi-aasi-aa.
ਕਬ ਰੈਨਿ ਬਿਹਾਵੈ ਚਕਵੀ ਸੁਖੁ ਪਾਵੈ, ਸੂਰਜ ਕਿਰਣਿ ਪ੍ਰਗਾਸਿਆ॥
kab rain bihaavai chakvee sukh paavai sooraj kiran pargaasi-aa.
ਹਰਿ ਦਰਸਿ ਮਨੁ ਲਾਗਾ ਦਿਨਸੁ ਸਭਾਗਾਂ, ਅਨਦਿਨੁ ਹਰਿ ਗੁਣ ਗਾਹੀ॥
har daras man laagaa dinas sabhaagaa an-din har gun gaahee.
ਨਾਨਕ ਦਾਸੁ ਕਹੈ ਬੇਨੰਤੀ, ਕਤ ਹਰਿ ਬਿਨੁ ਪ੍ਰਾਣ ਟਿਕਾਹੀ॥੨॥
naanak daas kahai baynantee kat har bin paraan tikaahee. ||2||

ਸ਼ਬਦ ਦੀ ਬੰਦਗੀ ਕਰਨ ਵਾਲਾ, ਪ੍ਰਭ ਦੇ ਵਿਛੋੜੇ ਦੇ ਵਿਰਾਗ ਵਿੱਚ ਮਸਤ ਰਹਿੰਦਾ ਹੈ । ਉਸ ਦੀ ਹਾਲਤ, ਪਾਣੀ ਤੋਂ ਬਿਨਾਂ ਮੱਛੀ ਵਰਗੀ ਹੁੰਦੀ ਹੈ । ਉਹ ਹੋਰ ਕਿਸ ਪਾਸੇ ਜਾ ਸਕਦਾ ਹੈ? ਉਹ ਪ੍ਰਭ ਦੇ ਵਿਛੋੜੇ ਦੇ ਵਿਰਾਗ ਵਿੱਚ ਹੀ ਜੀਵਨ ਬਤੀਤ ਕਰਦਾ ਹੈ । ਉਸ ਦੀ ਅਰਦਾਸ ਕੇਵਲ ਪ੍ਰਭ ਦੀ ਰਹਿਮਤ ਦੀ ਹੁੰਦੀ ਹੈ । ਮੈਂ ਸ਼ਬਦ ਦੀ ਪਾਲਣਾ ਤੋਂ ਬਿਨਾਂ ਕਿਵੇਂ ਜੀਵਨ ਬਤੀਤ ਕਰ ਸਕਦਾ ਹਾ? ਤੇਰੇ ਵਿਛੋੜੇ ਦਾ ਦਰਦ ਕਿਵੇਂ ਸਹਿਣ ਕਰ ਸਕਦਾ ਹਾ? ਮੇਰੀ ਹਾਲਤ ਉਸ ਬਬੀਹੇ ਵਰਗੀ ਹੈ, ਜਿਹੜਾ ਮੀਂਹ ਦੀ ਬੂੰਦ ਲਈ ਤਰਸਦਾ ਹੈ । ਉਸ ਚਕਵੀ ਦੀ ਤਰ੍ਹਾ ਹੀ ਹੁੰਦੀ ਹੈ, ਜਿਸ ਦੇ ਮਨ ਵਿੱਚ ਸੂਰਜ ਦੀਆਂ ਕਿਰਨਾਂ ਦੇਖਣ ਨਾਲ ਹੀ ਸੰਤੋਖ, ਨੀਂਦ ਆਉਂਦੀ ਹੈ । ਉਹ ਪ੍ਰਭ ਦੇ ਦਰਸ਼ਨ ਦੀ ਪਿਆਸ, ਸ਼ਬਦ ਦੀ ਪਾਲਣ ਵਿੱਚ ਲੀਨ ਰਹਿੰਦਾ ਹੈ । ਉਹ ਸੋਚਦਾ, ਰਾਤ ਕਦੋਂ ਖਤਮ ਹੋਵੇਗੀ? ਜਿਹੜਾ ਆਪਣਾ ਸਮਾਂ ਸ਼ਬਦ ਦੇ ਗੁਣ ਗਾਉਣ ਵਿੱਚ ਬਤੀਤ ਕਰਦਾ ਹੈ, ਉਸ ਦਾ ਰਾਤ, ਦਿਨ ਭਾਗਾਂ ਵਾਲਾ ਬਣ ਜਾਂਦਾ ਹੈ । ਬੰਦਗੀ ਕਰਨ ਵਾਲੇ ਦੀ ਇਕੋ ਇਕ ਹੀ ਅਰਦਾਸ ਹੁੰਦਾ ਹੈ । ਪ੍ਰਭ ਦੀ ਰਹਿਮਤ ਤੋਂ ਬਿਨਾਂ ਮੇਰੇ ਸਵਾਸ ਕਿਵੇਂ ਚਲ ਸਕਦੇ ਹਨ?

His true devotee may remain in renunciation in the memory of his separation from His Holy Spirit. His state of mind may remain like a fish without water. Where else may he search for peace of mind? He may only pray for His Forgiveness and Refuge. How may I spend my human life journey without obeying the teachings of Your Word? How may I endure the misery of my separation? He may remain miserable like a **rain bird, Chaatrik** for a drop of rain falling in her mouth? His state of mind may be like a **Chakvee**; who may only feel comfortable, seeing the first ray of the Sun. Same way, His true devotee remains anxious! When may his night be over? His thirst, anxiety may only be satisfied with the enlightenment of the essence of His Word. He remains intoxicated in obeying the teachings of His Word with steady and stable belief in his day-to-day life. He may remain meditating and singing His Word Day and night; he feels every moment has become very fortunate. His true devotee may only pray for His Forgiveness and Refuge. How may I breathe without His Blessed Vision?

ਸਾਸ ਬਿਨਾ ਜਿਉ ਦੇਹੁਰੀ, ਕਤ ਸੋਭਾ ਪਾਵੈ॥
saas binaa ji-o dayhuree kat sobhaa paavai.
ਦਰਸ ਬਿਹੂਨਾ ਸਾਧ ਜਨੁ, ਖਿਨੁ ਟਿਕਨੁ ਨ ਆਵੈ॥
daras bihoonaa saaDh jan khin tikan na aavai.
ਹਰਿ ਬਿਨੁ ਜੋ ਰਹਣਾ ਨਰਕੁ ਸੋ ਸਹਣਾ, ਚਰਨ ਕਮਲ ਮਨੁ ਬੇਧਿਆ॥
har bin jo rahnaa narak so sahnaa charan kamal man bayDhi-aa.
ਹਰਿ ਰਸਿਕ ਬੈਰਾਗੀ ਨਾਮਿ ਲਿਵ ਲਾਗੀ, ਕਤਹੁ ਨ ਜਾਇ ਨਿਖੇਧਿਆ॥
har rasik bairaagee naam liv laagee katahu na jaa-ay nikhayDhi-aa.
ਹਰਿ ਸਿਉ ਜਾਇ ਮਿਲਣਾ ਸਾਧਸੰਗਿ ਰਹਣਾ ਸੋ ਸੁਖੁ ਅੰਕਿ ਨ ਮਾਵੈ॥
har si-o jaa-ay milnaa saaDhsang rahnaa so sukh ank na maavai.
ਹੋਹੁ ਕ੍ਰਿਪਾਲ ਨਾਨਕ ਕੇ ਸੁਆਮੀ, ਹਰਿ ਚਰਨਹ ਸੰਗਿ ਸਮਾਵੈ॥੩॥
hohu kirpaal naanak kay su-aamee har charnah sang samaavai. ||3||

ਜਿਵੇਂ ਸਵਾਸ ਤੋਂ ਬਿਨਾਂ ਮਾਨਸ, ਤਨ ਦੀ ਕੋਈ ਮਹੱਤਤਾ, ਸੋਭਾ, ਸ਼ਾਨ ਨਹੀਂ ਹੁੰਦੀ । ਇਸਤਰ੍ਹਾਂ ਹੀ ਬੰਦਗੀ ਕਰਨ ਵਾਲੇ ਨੂੰ ਪ੍ਰਭ ਦੀ ਰਹਿਮਤ ਤੋਂ ਬਿਨਾਂ ਕਿਵੇਂ ਸੰਤੋਖ ਬਖਸ਼ਿਸ਼ ਹੋ ਸਕਦਾ ਹੈ? ਜਿਹੜਾ ਪ੍ਰਭ ਦੇ ਸ਼ਬਦ ਦੀ ਪਾਲਣਾ ਤੋਂ ਬਿਨਾਂ ਜੀਵਨ ਬਤੀਤ ਕਰਦਾ ਹੈ । ਉਸ ਦਾ ਜੀਵਨ ਨਰਕ ਬਰਾਬਰ ਹੁੰਦਾ ਹੈ । ਦਾਸ ਦਾ ਮਨ ਸੰਤਾਂ ਦੀ ਸ਼ਰਣ, ਸ਼ਬਦ ਦੀ ਪਾਲਣਾ ਵਿੱਚ ਅਡੋਲ ਰਹਿੰਦਾ ਹੈ । ਪ੍ਰਭ ਦੀ ਜੋਤ, ਆਤਮਾ ਦੀ ਅਵਸਥਾ ਅਨੁਭਵ ਕਰਦੀ ਹੈ । ਫਿਰ ਵੀ ਉਸ ਦੇ ਮੋਹ ਤੋਂ ਅਲਗ, ਰਹਿਤ ਰਹਿੰਦੀ ਹੈ । ਜਿਹੜਾ ਪ੍ਰਭ ਦੇ ਸ਼ਬਦ ਦੀ ਪਾਲਣਾ ਵਿੱਚ ਅਡੋਲ ਰਹਿੰਦਾ ਹੈ । ਉਸ ਨੂੰ ਕੋਈ ਪ੍ਰਭ ਦੀ ਰਹਿਮਤ ਤੋਂ ਵਾਂਝੇ ਨਹੀਂ ਕਰ ਸਕਦਾ । ਬੰਦਗੀ ਕਰਨ ਵਾਲਾ, ਪ੍ਰਭ ਅੱਗੇ ਰਹਿਮਤ ਦੀ ਹੀ ਅਰਦਾਸ ਕਰਦਾ ਹੈ! ਮੈਨੂੰ ਸ਼ਬਦ ਦੀ ਪਾਲਣਾ ਵਿੱਚ ਅਡੋਲ ਰਖੋ ।

Human body may not have any significance, honor, or glory without breaths, just a corpse. Same way, how may His true devotee remain in patience and contented without His Blessed Vision? Whosoever may waste his human life journey abandoning the teachings of His Word; his human life journey may be like a hell on earth. His true devotee my surrender his self-entity at His Sanctuary. He may remain intoxicated in obeying the teachings of His Word. He may realize, His Holy Spirit remains embedded within each soul and prevails everywhere; however, His Holy Spirit remains beyond the emotional reach of his soul. Whosoever may remain intoxicated obeying the teachings of His Word with steady and stable belief in his day-to-day life; he may never be deprived from His Blessed Vision. He may always pray for His Forgiveness and Refuge; with His mercy and grace, he may remain steady and stable on the right path of acceptance in His Court.

ਖੋਜਤ ਖੋਜਤ ਪ੍ਰਭ ਮਿਲੇ, ਹਰਿ ਕਰੁਣਾ ਧਾਰੇ॥
khojat khojat parabh milay har karunaa Dhaaray.
ਨਿਰਗੁਣੁ ਨੀਚੁ ਅਨਾਥੁ ਮੈ, ਨਹੀ ਦੋਖ ਬੀਚਾਰੇ॥
nirgun neech anaath mai nahee dokh beechaaray.
ਨਹੀ ਦੋਖ ਬੀਚਾਰੇ ਪੂਰਨ ਸੁਖ ਸਾਰੇ, ਪਾਵਨ ਬਿਰਦੁ ਬਖਾਨਿਆ॥
nahee dokh beechaaray pooran sukh saaray paavan birad bakhaani-aa.
ਭਗਤਿ ਵਛਲੁ ਸੁਨਿ ਅੰਚਲੋੁ ਗਹਿਆ, ਘਟਿ ਘਟਿ ਪੂਰ ਸਮਾਨਿਆ॥
bhagat vachhal sun anchlo gahi-aa ghat ghat poor samaani-aa.
ਸੁਖ ਸਾਗਰੋੁ ਪਾਇਆ ਸਹਜ ਸੁਭਾਇਆ, ਜਨਮ ਮਰਨ ਦੁਖ ਹਾਰੇ॥
sukh saagro paa-i-aa sahj subhaa-i-aa janam maran dukh haaray.
ਕਰੁ ਗਹਿ ਲੀਨੇ ਨਾਨਕ ਦਾਸ ਅਪਨੇ, ਰਾਮ ਨਾਮ ਉਰਿ ਹਾਰੇ॥੪॥੧॥
kar geh leenay naanak daas apnay, raam naam ur haaray. ||4||1||

ਬੰਦਗੀ ਕਰਨ ਵਾਲਾ, ਧੀਰਜ ਨਾਲ ਸ਼ਬਦ ਨੂੰ ਮਨ ਵਿੱਚ ਜਾਗਰਤ ਕਰ ਲੈਂਦਾ ਹੈ । ਪ੍ਰਭ ਆਪਣੇ, ਅਪਾਜ, ਅਉਗੁਣਾਂ ਭਰੇ ਨਿਮਾਣੇ ਦਾਸ ਦੇ ਅਉਗੁਣ ਨਹੀਂ ਚਿਤਾਰਦਾ, ਆਪਣੀ ਰਹਿਮਤ ਨਾਲ ਪਾਪ ਬਖਸ਼ ਦੇਂਦਾ, ਮਨ ਵਿਚੋਂ ਬੁਰੇ ਖਿਆਲ ਨਾਸ ਕਰ ਦੇਂਦਾ ਹੈ । ਕੇਵਲ ਇਹ ਹੀ ਮਨ ਨੂੰ ਪਵਿੱਤਰ ਕਰਨ ਦੀ ਵਿਧੀ ਹੈ । ਸੰਤਾਂ ਦਾ ਕਥਾ ਸੁਣੋ! ਤਰਸਵਾਨ ਪ੍ਰਭ ਬੰਦਗੀ ਕਰਨ ਵਾਲੇ ਦਾ ਪ੍ਰੇਮੀ ਬਣ ਜਾਂਦਾ ਹੈ । ਮੈਂ ਅਡੋਲ ਭਰੋਸੇ ਨਾਲ ਪ੍ਰਭ ਦੇ ਸ਼ਬਦ ਦੀ ਪਾਲਣਾ ਕਰਦਾ ਹਾ । ਮੇਰੇ ਮਨ ਵਿੱਚ ਸੰਤੋਖ, ਖੇੜਾ ਵਸ ਗਿਆ ਹੈ । ਬੰਦਗੀ ਕਰਨ ਵਾਲਾ ਪ੍ਰਭ ਨੂੰ ਹਰਇਕ ਤਨ ਵਿੱਚ ਵਸਦਾ ਮਹਿਸੂਸ ਕਰਦਾ ਹੈ । ਪ੍ਰਭ ਦੀ ਰਹਿਮਤ ਨਾਲ ਬੰਦਗੀ ਕਰਨ ਵਾਲੇ ਦੇ ਮਨ ਵਿੱਚ ਸੰਤੋਖ ਦੇ ਸਾਗਰ, ਪ੍ਰਭ ਦਾ ਸ਼ਬਦ ਜਾਗਰਤ ਹੋ ਜਾਂਦਾ ਹੈ । ਉਸ ਦਾ ਜਨਮ ਮਰਨ ਦਾ ਚੱਕਰ ਖਤਮ ਹੋ ਜਾਂਦਾ ਹੈ । ਪ੍ਰਭ ਆਪ ਹੀ ਬੰਦਗੀ ਕਰਨ ਵਾਲੇ ਦੀ ਬਾਂਹ ਪਕੜਦਾ ਹੈ । ਉਸ ਨੂੰ ਪ੍ਰਵਾਨਗੀ ਦੇ ਰਸਤੇ ਤੇ ਅਡੋਲ ਰਖਦਾ, ਦਰਬਾਰ ਵਿੱਚ ਸੋਭਾ ਬਖਸ਼ਦਾ ਹੈ ।

His true devotee may remain obeying the teachings of His Word with steady and stable belief and with patience; with His mercy and grace, he may be enlightened from within. The Merciful True Master may ignore deficiencies, short-comings, sins of His true devotee; with His mercy and grace, his evil thoughts may be eliminated from with. This may be the only technique to sanctify soul to become worthy of His Consideration. His Holy saint proclaims! The Merciful True Master remains anxious to accept His true devotee. I remain intoxicated in obeying the teachings of His Word with steady and stable belief; with His mercy and grace, I have been drenched with contentment and blossom in my worldly life. His true devotee believes, His Holy Spirit remains embedded within each soul and dwells within his body. His true devotee may remain overwhelmed with the ocean of contentment and enlightenment within; with His mercy and grace, his cycle of birth and death may be eliminated. The True Master always keeps His true devotee under His wings, protection; with His mercy and grace, he remains steady and stable on the right path of acceptance in His Court and honored with salvation.

57. ਰਾਗੁ ਭੈਰਉ ਮਹਲਾ ੫ ਚਉਪਦੇ ਘਰੁ ੨॥ 1138-15

ੴ ਸਤਿਗੁਰ ਪ੍ਰਸਾਦਿ॥ ik-oNkaar satgur parsaad.

ਸ੍ਰੀਧਰ ਮੋਹਨ ਸਗਲ ਉਪਾਵਨ, ਨਿਰੰਕਾਰ ਸੁਖਦਾਤਾ॥ sareeDhar mohan sagal upaavan nirankaar sukh-daata.

ਐਸਾ ਪ੍ਰਭੁ ਛੋਡਿ ਕਰਹਿ ਅਨ ਸੇਵਾ, ਕਵਨ ਬਿਖਿਆ ਰਸ ਮਾਤਾ॥੧॥ aisaa parabh chhod karahi an sayvaa kavan bikhi-aa ras maataa. ||1||

ਸ੍ਰਿਸ਼ਟੀ ਨੂੰ ਪੈਦਾ ਕਰਨ ਵਾਲਾ ਅਕਾਰ ਰਹਿਤ ਪ੍ਰਭ, ਹੀ ਸੁਖ ਬਖਸ਼ਣ ਵਾਲਾ ਮਾਲਕ ਹੈ । ਮਨ ਨੂੰ ਹੈਰਾਨ ਕਰਨ ਵਾਲੀਆਂ ਰਹਿਮਤਾਂ ਦਾ ਮਾਲਕ ਹੈ । ਜਿਹੜਾ ਸ਼ਬਦ ਦੀ ਪਾਲਣਾ, ਪ੍ਰਭ ਦੇ ਬਖਸ਼ੇ ਤੇ ਭਰੋਸਾ ਅਡੋਲ ਨਹੀਂ ਰਖਦਾ । ਉਹ ਹੋਰ ਕਿਸੇ ਮਾਨਸ ਗੁਰੂ ਨੂੰ ਮੁਕਤੀ ਦਾ ਮਾਲਕ ਮੰਨਕੇ ਮਗਰ ਲਗਾ ਰਹਿੰਦਾ ਹੈ । ਉਹ ਕਿਉਂ ਸੰਸਾਰਕ ਮਾਇਆ, ਸੰਸਾਰਕ ਪਦਾਰਥਾ ਦੇ ਅਨੰਦ ਵਿੱਚ ਮਸਤ ਹੈ?

The One and One, True Master, Creator, beyond any limitation of body structure, bodyless, Holy Spirit remains a treasure of comforts, astonishing virtues, blessings. Whosoever may never obey the teachings of His Word with steady and stable belief; he may worship worldly guru, an ancient prophet as the savior of his soul. Why has he intoxicated in short-lived comforts of worldly wealth?

ਰੇ ਮਨ ਮੇਰੇ ਤੂ ਗੋਵਿਦ ਭਾਜੁ॥ ਅਵਰ ਉਪਾਵ ਸਗਲ ਮੈ ਦੇਖੇ, ray man mayray too govid bhaaj. avar upaav sagal mai daykhay

ਜੋ ਚਿਤਵੀਐ ਤਿਤੁ ਬਿਗਰਸਿ ਕਾਜੁ॥੧॥ ਰਹਾਉ॥ jo chitvee-ai tit bigras kaaj. ||1|| rahaa-o.

ਜੀਵ, ਕੇਵਲ ਪ੍ਰਭ ਦੇ ਬਖਸ਼ੇ ਤੇ ਭਰੋਸਾ ਰਖਕੇ ਸ਼ਬਦ ਦਾ ਸਿਮਰਨ ਕਰੋ! ਬਾਕੀ ਸਾਰੇ ਬੰਦਗੀ ਦੇ ਰਸਤੇ ਮਾਨਸ ਜਨਮ ਦੇ ਸਫਰ ਲਈ ਘਾਟੇ ਵਾਲੇ ਹੀ ਹਨ! ਪ੍ਰਭ ਦੇ ਦਰਬਾਰ ਵਿੱਚ ਪ੍ਰਵਾਨਗੀ ਬਖਸ਼ਿਸ਼ ਨਹੀਂ ਹੁੰਦੀ ।

You should only meditate on the teachings of His Word with steady and stable belief! All other paths of meditation may provide short-lived pleasures of sweet poison of worldly wealth; path of disaster for the real purpose of human life journey. He may never be blessed with the right path of acceptance in His Court.

ਠਾਕੁਰੁ ਛੋਡਿ ਦਾਸੀ ਕਉ ਸਿਮਰਹਿ, ਮਨਮੁਖ ਅੰਧ ਅਗਿਆਨਾ॥ thaakur chhod daasee ka-o simrahi manmukh anDh agi-aanaa.

ਹਰਿ ਕੀ ਭਗਤਿ ਕਰਹਿ ਤਿਨ, ਨਿੰਦਹਿ ਨਿਗੁਰੇ ਪਸੂ ਸਮਾਨਾ॥੨॥ har kee bhagat karahi tin nindeh niguray pasoo samaanaa. ||2||

ਅਣਜਾਣ ਮਾਨਸ ਦਾ ਅਸਲੀ ਮਾਲਕ ਦੇ ਸ਼ਬਦ ਦੀ ਪਾਲਣਾ ਵਿੱਚ ਅਡੋਲ ਨਹੀਂ ਹੁੰਦਾ । ਪ੍ਰਭ ਦੀ ਪ੍ਰਵਾਨਗੀ ਦੇ ਰਸਤੇ ਨੂੰ ਮਨ ਵਿਚੋਂ, ਜੀਵਨ ਦੇ ਢੰਗ ਵਿਚੋਂ ਵਿਸਾਰ ਲੈਂਦਾ ਹੈ । ਪ੍ਰਭ ਦੇ ਦਾਸਾਂ, ਗੁਲਾਮਾਂ ਨੂੰ ਪੂਜਦਾ, ਮੁਕਤੀ ਦਾ ਮਾਲਕ ਸਮਝਦਾ, ਮੰਨਦਾ ਹੈ । ਮਨਮਰਜ਼ੀ ਕਰਨ ਵਾਲਾ ਮਨਮੁਖ ਸ਼ਬਦ ਦੀ ਸੋਝੀ ਤੋਂ ਅਗਿਆਨੀ ਹੀ ਹੁੰਦਾ ਹੈ । ਜਿਹੜਾ ਪ੍ਰਭ ਦੇ ਸ਼ਬਦ ਦੀ ਪਾਲਣਾ ਕਰਨ ਵਾਲੇ ਦੀ ਨਿੰਦਿਆਂ ਕਰਦਾ, ਆਪ ਸ਼ਬਦ ਦੀ ਪਾਲਣਾ ਨਹੀਂ ਕਰਦਾ । ਉਹ ਮਾਨਸ ਜਨਮ ਵਿੱਚ ਵੀ ਜਾਨਵਰਾਂ ਵਾਲਾ ਹੀ ਜੀਵਨ ਬਤੀਤ ਕਰਦਾ ਹੈ । ਉਸ ਨੂੰ ਮਾਨਸ ਜਨਮ ਦਾ ਕੋਈ ਲਾਭ ਨਹੀਂ ਹੁੰਦਾ । ਉਹ ਮਾਨਸ ਜਨਮ ਦਾ ਅਮੋਲਕ ਮੌਕਾ ਬਿਰਥਾ ਹੀ ਗਵਾ ਲੈਂਦਾ ਹੈ ।

Ignorant, human may not obey the teachings of His Word with steady and stable belief in his day-to-day life. He may abandon the right path of acceptance from his day-to-day life. He may worship worldly guru, a slave as the real savior to guide on the right path of acceptance; as interface between his soul and God. Self-minded may remain ignorant from the enlightenment of the essence of His Word, from the real path of acceptance in His Court. He may slanderer of His true devotee; he may never obey the teachings of His Word in his day-to-day life; he may waste his human life opportunity like wild beast, animals. He may not benefit from human life opportunity.

ਜੀਉ ਪਿੰਡੁ ਤਨੁ ਧਨੁ ਸਭੁ ਪ੍ਰਭ ਕਾ, ਸਾਕਤ ਕਹਤੇ ਮੇਰਾ॥ jee-o pind tan Dhan sabh parabh kaa saakat kahtay mayraa.

ਅਹੰਬੁਧਿ ਦੁਰਮਤਿ ਹੈ ਮੈਲੀ, ਬਿਨੁ ਗੁਰ ਭਵਜਲਿ ਫੇਰਾ॥੩॥ ahaN-buDh durmat hai mailee bin gur bhavjal fayraa. ||3||

ਜੀਵ ਦਾ ਤਨ, ਹੈਸੀਅਤ, ਸਵਾਸ, ਆਤਮਾ, ਜੀਵਨ ਪ੍ਰਭ ਦੀ ਹੀ ਅਮਾਨਤ ਹੁੰਦਾ ਹੈ । ਸਾਕਤ, ਪ੍ਰਭ ਦੇ ਸ਼ਬਦ ਤੇ ਭਰੋਸਾ ਨਾ ਕਰਨ ਵਾਲਾ, ਸਭ ਕੁਝ ਆਪਣਾ ਹੀ ਸਮਝਦਾ, ਅਹੰਕਾਰ ਕਰਦਾ ਹੈ । ਉਹ ਅਹੰਕਾਰੀ, ਬੁਰੇ ਖਿਆਲਾਂ ਵਾਲੇ ਜੀਵ ਦਾ ਮਨ ਦਾਗ਼ੀ, ਮੈਲਾ ਹੀ ਰਹਿੰਦਾ ਹੈ । ਸ਼ਬਦ ਨਾਲ ਜੀਵਨ ਢਾਲਣ, ਭਰੋਸਾ ਅਡੋਲ ਰਖਣ ਤੋਂ ਬਿਨਾਂ ਜੂੰਨਾਂ ਦੇ ਚੱਕਰ ਵਿੱਚ ਹੀ ਭਉਦਾ ਫਿਰਦਾ ਹੈ ।

Human body, mind, worldly status, breathes, soul and human life remains only His Trust. Self-minded may consider his own possession, assets. He remains on the high horse of ego; his soul may remain blemished with evil thoughts. Whosoever may not adopt the teachings of His Word with steady and stable belief; he may wander in the cycle of birth and death.

ਹੋਮ ਜਗ ਜਪ ਤਪ ਸਭਿ ਸੰਜਮ, ਤਟਿ ਤੀਰਥਿ ਨਹੀ ਪਾਇਆ॥ hom jag jap tap sabh sanjam tat tirath nahee paa-i-aa.

ਮਿਟਿਆ ਆਪੁ ਪਏ ਸਰਣਾਈ, miti-aa aap pa-ay sarnaa-ee

ਗੁਰਮੁਖਿ ਨਾਨਕ ਜਗਤੁ ਤਰਾਇਆ॥ ੪॥੧॥੧੪॥ gurmukh naanak jagat taraa-i-aa. ||4||1||14||

ਜਪ, ਤਪ, ਮੋਹ, ਕਰਬਾਂਨੀ ਦੇਣ, ਵਰਤ, ਰੀਤ ਰੀਵਾਜ, ਮਨ ਤੇ ਕਾਬੂ ਪਾਉਣ, ਪਵਿੱਤਰ ਤੀਰਥ ਯਾਤਰ, ਇਸ਼ਨਾਨ ਕਰਨ ਨਾਲ ਪ੍ਰਭ ਦੀ ਰਹਿਮਤ ਦੀ ਨਜ਼ਰ ਬਖਸ਼ਿਸ਼ ਨਹੀਂ ਹੁੰਦੀ । ਆਪਣੀ ਖੁਦਗਰਜ਼ੀ, ਆਪਾ ਪ੍ਰਭ ਦੇ ਭੇਟਾ ਕਰਕੇ, ਪ੍ਰਭ ਦੇ ਸ਼ਬਦ ਨਾਲ ਜੀਵਨ ਢਾਲੋ! ਪ੍ਰਭ ਦੀ ਰਹਿਮਤ ਨਾਲ ਗੁਰਮਖ ਅਵਸਥਾਂ ਬਖਸ਼ਿਸ਼ ਹੋ ਸਕਦੀ ਹੈ । ਇਸ ਅਵਸਥਾ ਵਿੱਚ ਪ੍ਰਭ ਆਪ ਹੀ ਦਰਬਾਰ ਵਿੱਚ ਪ੍ਰਵਾਨਗੀ, ਸੋਭਾ ਬਖਸ਼ਦਾ ਹੈ ।

Whosoever may adopt worldly religious path of meditation, self-disciplines, hard meditation, charity, self-sacrifice for family or loyalty to worldly guru, controlling desires of mind, worship at Holy Shrine and sanctifying bath at Holy Pond; he may never be blessed with the right path of acceptance in His Court. Whosoever may renounce his selfishness and surrenders his self-entity at His Sanctuary. He may adopt the teachings of His Word with steady and stable belief in his day-to-day life; with His mercy and grace, he may be blessed with a state of mind as His true devotee. The Merciful True Master may bless the right path of acceptance and honor in His Court.

58. ਭੈਰਉ ਅਸਟਪਦੀਆ ਮਹਲਾ ੧ ਘਰੁ ੨॥ 1153-7

ੴ ਸਤਿਗੁਰ ਪ੍ਰਸਾਦਿ॥ ik-oNkaar satgur parsaad.
ਆਤਮ ਮਹਿ ਰਾਮੁ, ਰਾਮ ਮਹਿ ਆਤਮੁ, ਚੀਨਸਿ ਗੁਰ ਬੀਚਾਰਾ॥ aatam meh raam raam meh aatam cheenas gur beechaaraa.
ਅੰਮ੍ਰਿਤ ਬਾਣੀ ਸਬਦਿ ਪਛਾਣੀ, ਦੁਖ ਕਾਟੈ ਹਉ ਮਾਰਾ॥੧॥ amrit banee sabad pachhaanee dukh kaatai ha-o maaraa. ||1||

ਜੀਵ ਦੀ ਆਤਮਾ ਵਿੱਚ ਪ੍ਰਭ ਦੀ ਜੋਤ ਹੈ! ਪ੍ਰਭ ਦੀ ਜੋਤ ਵਿੱਚ ਜੀਵ ਦੀ ਆਤਮਾ ਹੈ । ਸ਼ਬਦ ਦੀ ਸੋਝੀ ਬਖਸ਼ਿਸ਼ ਹੋਣ ਨਾਲ ਹੀ, ਇਸ ਤੱਤ ਦੀ ਸਮਝ ਬਖਸ਼ਿਸ਼ ਹੁੰਦੀ ਹੈ । ਸ਼ਬਦ ਦੀ ਪਾਲਣਾ ਕਰਨ ਨਾਲ ਹੀ ਸ਼ਬਦ ਦੀ ਸੋਝੀ ਬਖਸ਼ਿਸ਼ ਹੁੰਦੀ ਹੈ । ਇਸ ਸੋਝੀ ਨਾਲ, ਸਾਰੇ ਦੁਖ, ਭਰਮ ਦੂਰ ਹੋ ਜਾਂਦੇ, ਅਹੰਕਾਰ ਖਤਮ ਹੋ ਜਾਂਦਾ ਹੈ ।

His Holy Spirit remains embedded within every soul! Every soul remains immersed within the ocean of His Holy Spirit; still aloof from His Virtues. Whosoever may be blessed with enlightenment of the essence of His Word; with His mercy and grace, only he may comprehend the essence of His Mystery. Whosoever may obey the teachings of His Word with steady and stable belief; with His mercy and grace, only he may be enlightened with the essence of His Word. All his religious suspicions, worldly miseries and ego may be eliminated.

ਨਾਨਕ ਹਉਮੈ ਰੋਗ ਬੁਰੇ॥ naanak ha-umai rog buray.
ਜਹ ਦੇਖਾਂ ਤਹ ਏਕਾ ਬੇਦਨ, jah daykhaaN tah aykaa baydan
ਆਪੇ ਬਖਸੈ ਸਬਦਿ ਧੁਰੇ॥੧॥ ਰਹਾਉ॥ aapay bakhsai sabad Dhuray. ||1|| rahaa-o.

ਮਾਨਸ ਜੀਵਨ ਵਿੱਚ ਅਹੰਕਾਰ ਦਾ ਰੋਗ ਬਹੁਤ ਬੁਰਾ ਹੈ । ਜਿੱਥੇ ਵੀ ਦੇਖੋ, ਇਹ ਰੋਗ ਹੀ ਹੈ । ਪ੍ਰਭ ਦੀ ਰਹਿਮਤ ਨਾਲ, ਸ਼ਬਦ ਦੀ ਪਾਲਣਾ ਕਰਨ ਨਾਲ ਹੀ ਇਹ ਰੋਗ ਖਤਮ ਹੋ ਸਕਦਾ ਹੈ ।

Remember! Ego may be the most terrible, chronic disease of mind. The intoxication of ego may be overwhelmed in every part of human life journey. Whosoever may adopt the teachings of His Word with steady and stable belief in his day-to-day life; with His mercy and grace, his disease of ego may be cured, eliminated.

ਆਪੇ ਪਰਖੇ ਪਰਖਣਹਾਰੈ ਬਹੁਰਿ ਸੂਲਾਕੁ ਨ ਹੋਈ॥ aapay parkhay parkhanhaarai bahur soolaak na ho-ee.
ਜਿਨ ਕਉ ਨਦਰਿ ਭਈ ਗੁਰਿ ਮੇਲੇ, ਪ੍ਰਭ ਭਾਣਾ ਸਚੁ ਸੋਈ॥੨॥ jin ka-o nadar bha-ee gur maylay parabh bhaanaa sach so-ee. ||2||

ਜਿਸ ਨੂੰ ਪ੍ਰਭ ਆਪ ਪਰਖਦਾ, ਪ੍ਰਵਾਨ ਕਰ ਲੈਂਦਾ, ਉਸ ਨੂੰ ਫਿਰ ਲੇਖਾ ਨਹੀਂ ਦੇਣਾ ਪੈਂਦਾ । ਜਿਹੜਾ ਪ੍ਰਭ ਦੀ ਰਹਿਮਤ ਨਾਲ ਸ਼ਬਦ ਦੀ ਪਾਲਣਾ ਕਰਦਾ ਹੈ, ਉਹ ਪ੍ਰਵਾਨ ਹੋ ਜਾਂਦਾ ਹੈ । ਉਸ ਦੀ ਆਤਮਾ ਪਵਿੱਤਰ ਹੋ ਜਾਂਦੀ ਹੈ, ਪ੍ਰਭ ਨੂੰ ਭਾਉਂਦੀ ਹੈ ।

Whosoever may become worthy of His Consideration; his earnings may be accepted in His Court; with His mercy and grace, all his account of previous life deeds may be satisfied. He may never face righteous judge. Whosoever may obey the teachings of His Word; his earnings of His Word may be accepted in His Court. His soul may be sanctified to become worthy of His Consideration.

ਪਉਣੁ ਪਾਣੀ ਬੈਸੰਤਰੁ ਰੋਗੀ, ਰੋਗੀ ਧਰਤਿ ਸਭੋਗੀ॥ pa-un paanee baisantar rogee rogee Dharat sabhogee.
ਮਾਤ ਪਿਤਾ ਮਾਇਆ ਦੇਹ ਸਿ ਰੋਗੀ, ਰੋਗੀ ਕੁਟੰਬ ਸੰਜੋਗੀ॥੩॥ maat pitaa maa-i-aa dayh se rogee, rogee kutamb sanjogee. ||3||

ਹਵਾ, ਪਾਣੀ, ਅੱਗੇ ਤਿੰਨੇਂ ਹੀ ਰੋਗ ਹਨ । ਜਿਹੜਾ ਇਹਨਾਂ ਨਾਲ ਅਨੰਦ ਮਾਨਦਾ, ਉਹ ਵੀ ਰੋਗੀ ਬਣ ਜਾਂਦਾ ਹੈ । ਮਾਤਾ, ਪਿਤਾ, ਮਾਇਆ, ਤਨ ਨਾਲ ਮੋਹ ਸਾਰੇ ਹੀ ਰੋਗ ਹਨ । ਜਿਹੜਾ ਇਹਨਾਂ ਦੇ ਸਬੰਧੀਆਂ ਨੂੰ ਮਿਲਦਾ ਹੈ, ਉਹ ਵੀ ਰੋਗੀ ਹੋ ਜਾਂਦਾ ਹੈ ।

Air, water, and fire are three disease, sweet poison of worldly wealth. Whosoever may remain intoxicated with the pleasure of these three; he may be infected with chronic disease. Same way, attachment to mother, father, worldly wealth, body are also sweet poison of worldly wealth. Whosoever may remain bonded, attached to their comfort and support; he may remain far away from the real path of human life journey and miserable.

ਰੋਗੀ ਬ੍ਰਹਮਾ ਬਿਸਨੁ ਸਰੁਦ੍ਰਾ, ਰੋਗੀ ਸਗਲ ਸੰਸਾਰਾ॥ rogee barahmaa bisan sarudraa rogee sagal sansaaraa.
ਹਰਿ ਪਦੁ ਚੀਨਿ ਭਏ ਸੇ ਮੁਕਤੇ, ਗੁਰ ਕਾ ਸਬਦੁ ਵੀਚਾਰਾ॥੪॥ har pad cheen bha-ay say muktay gur kaa sabad veechaaraa. ||4||

ਬ੍ਰਹਮਾ, ਵਿਸਨੂੰ, ਸ਼ਿਵਜੀ ਸਾਰੇ ਹੀ ਰੋਗੀ ਬਣ ਗਏ । ਜਿਹੜਾ ਸ਼ਬਦ ਦੀ ਸ਼ਰਣ ਵਿੱਚ ਰਹਿੰਦਾ, ਸ਼ਬਦ ਦੀ ਪਾਲਣਾ ਕਰਦਾ ਹੈ । ਉਹ ਰੋਗ ਤੋਂ ਰਹਿਤ ਹੋ ਜਾਂਦੇ ਹਨ, ਮੁਕਤ ਹੋ ਜਾਂਦੇ ਹਨ ।

All worldly saints, blessed soul had become victim of sweet poison of worldly wealth. Three ancient prophets, Brahma, Vishnu, Shivji became as the symbolic of three unique colors of worldly wealth. Whosoever may surrender his self-entity at His Sanctuary and obeys the teachings of His Word. He may conquer all chronic disease of his mind; with His mercy and grace, he may be blessed with salvation.

Four Ages- Yuga - Four unique Principles of Meditation			
ਸਤਜੁਗ - Sat Yuga	**ਤ੍ਰੇਤਾ ਜੁਗ - Traytaa Yuga**	**ਦੁਆਪਰ ਜੁਗ - Du-aapur**	**ਕੱਲਯੁਗ – Kul Jug**
ਸੰਤ ਅਵਸਥਾ **Shiv -His Word**	**ਰਜ ਗੁਣ; Raajas** **Shakti-1; ਮਾਇਆ 1**	**ਸਤ ਗੁਣ; Satvas:** **Shakti-2; ਮਾਇਆ 2**	**ਤਮ ਗੁਣ; Taamas:** **Shakti-3; ਮਾਇਆ 3**
ਸੁਰਤੀ–ਸ਼ਬਦ ਵਿੱਚ ਧਿਆਨ! **Concentration! His Word.**	**ਮਨ ਵਿਚੋਂ ਸੁਰਤੀ – ਅਹੰਕਾਰ** **Concentration to Ego!**		
ਭਰੋਸਾ, ਸ਼ਬਦ ਦੀ ਪਾਲਣਾ! **Obey His Word -Belief**		**ਸ਼ਬਦ ਦੀ ਪਾਲਣਾ – ਗੁਰੂ, ਰੀਵਾਜ** **Obey His Word – Guru**	
ਸ਼ਬਦ ਦੀ ਸੋਝੀ! ਵਿਛੋੜੇ ਦਾ ਡਰ! **Enlightenment** **Renunciation**			**ਸ਼ਬਦ ਦੀ ਸੋਝੀ– ਗਿਆਨ** **Enlightenment to knowledge of Gurbani!**
ਮੁਕਤੀ ਦੀ ਆਸ! **Hope for salvation!**			

ਚਾਰੇ ਜੁਗਾਂ ਵਿੱਚ! ਜੀਵ ਨੂੰ ਸ਼ਬਦ ਦੀ ਪਾਲਣਾ ਕਰਦੇ, ਪੂਰਨ ਗੁਰੂ, ਸ਼ਬਦ ਦੀ ਸੋਝੀ ਹੋ ਜਾਂਦੀ ਹੈ! ਪ੍ਰਭ ਦੀ ਜੋਤ ਮਨ ਵਿੱਚ ਜਾਗਰਤ ਹੋ ਜਾਂਦੀ ਹੈ!			
All Yuga: Adopting His Word, Enlightenment; Salvation may be blessed.			
How to Conquer Worldly Wealth – ਸੰਸਾਰਕ ਮਾਇਆ ਤੇ ਜਿੱਤ!			
ਸੰਤ ਅਵਸਥਾ – Shiv	ਸੰਸਾਰਕ ਮਾਇਆ – Shakti		
ਸ਼ਬਦ –Shiv -His Word	ਰਜ ਗੁਣ; Raajas	ਸਤ ਗੁਣ; Satvas:	ਤਮ ਗੁਣ; Taamas:
ਸੁਰਤੀ-ਸ਼ਬਦ ਵਿੱਚ ਧਿਆਨ! Concentration! His Word.	Mind concentration	Purity, of mind!	Mind Awareness
ਭਰੋਸਾ, ਸ਼ਬਦ ਦੀ ਪਾਲਣਾ! Obey His Word -Belief	The quality of energy and activity!	The quality of purity and light!	The quality of Darkness and inertia!
ਸ਼ਬਦ ਦੀ ਸੋਝੀ! ਵਿਛੋੜੇ ਦਾ ਡਰ! Enlightenment-Renunciation	ਧਰਮ; Dharam:	ਅਰਥ; Arath	ਕਾਮ; Kaam:
ਮੁਕਤੀ ਦੀ ਆਸ! Hope for salvation!	Self-discipline, ethics Conquer selfishness!	Adopt His Word in life.	Conquer sexual urge for strange woman:

3 Symbol of Worldly Wealth	
Bahama	the ego of his knowledge of four Vedas; four aspects of human life journey.
Shivji	victim to fight against human injustice and started destroying His Creation.
Vishnu	a victim of miracle power and cursing others, who may cross his way?

ਰੋਗੀ ਸਾਤ ਸਮੁੰਦ ਸਨਦੀਆ, ਖੰਡ ਪਤਾਲੀ ਸਿ ਰੋਗਿ ਭਰੇ॥

ਹਰਿ ਕੇ ਲੋਕ ਸਿ ਸਾਚਿ ਸੁਹੇਲੇ, ਸਰਬੀ ਥਾਈ ਨਦਰਿ ਕਰੇ॥੫॥

rogee saat samund sandee-aa khand pataal se rog bharay.

har kay lok se saach suhaylay sarbee thaa-ee nadar karay. ||5||

ਸੱਤ ਸਮੁੰਦਰ, ਨਦੀਆਂ, ਖੰਡ, ਮੰਡਲ, ਪਤਾਲ ਵਿੱਚ ਸਾਰੇ ਰੋਗੀ ਹੀ ਹਨ । ਜਿਹੜਾ ਪ੍ਰਭ ਦਾ ਸੇਵਕ ਸ਼ਬਦ ਨਾਲ ਜੀਵਨ ਢਾਲਦਾ ਹੈ । ਪ੍ਰਭ ਰਹਿਮਤ ਬਖਸ਼ਕੇ, ਉਸ ਨੂੰ ਪ੍ਰਵਾਨ ਕਰ ਲੈਂਦਾ ਹੈ ।

All creatures lived in all universes, seven seas, rivers, island, continents, under the layers of earth, all remain intoxicated with the sweet poison of worldly wealth. Whosoever may adopt the teachings of His Word with steady and stable belief in his day-to-day life; with His mercy and grace, he may be accepted in His Court.

7 Seas
Arctic, North Atlantic, South Atlantic, North Pacific, South Pacific, Indian and Southern Oceans

ਰੋਗੀ ਖਟ ਦਰਸਨ ਭੇਖਧਾਰੀ, ਨਾਨਾ ਹਠੀ ਅਨੇਕਾ॥

ਬੇਦ ਕਤੇਬ ਕਰਹਿ ਕਹ ਬਪੁਰੇ, ਨਹ ਬੂਝਹਿ ਇਕ ਏਕਾ॥੬॥

rogee khat darsan bhaykh-Dhaaree naanaa hathee anaykaa.

bayd katayb karahi kah bapuray nah boojheh ik aykaa. ||6||

ਜਿਹੜਾ ਵੱਖਰੇ ਵੱਖਰੇ ਧਰਮਾਂ ਦੇ, ਛੇ ਸ਼ਾਸਤਰਾਂ ਦੇ ਨਿਯਮਾਂ ਦੀ ਪਾਲਣਾ ਕਰਦਾ ਹੈ, ਉਹ ਸਾਰੇ ਹੀ ਇਹਨਾਂ ਨਿਯਮਾਂ ਦੇ ਗੁਲਾਮ (ਰੋਗੀ) ਹੀ ਬਣ ਜਾਂਦੇ ਹਨ । ਧਰਮ ਦੇ ਗ੍ਰੰਥ, ਵੇਦਾਂ, ਕਿਤਾਬਾਂ ਕੀ ਕਰ ਸਕਦੀਆਂ ਹਨ? ਕੋਈ ਵੀ ਇੱਕੋ ਇਕ ਪ੍ਰਭ ਨੂੰ, ਉਸ ਦੀ ਕੁਦਰਤ ਨੂੰ ਜਾਣ ਨਹੀਂ ਸਕਦਾ ।

Whosoever may be baptized, adopts the religious principles in his day-to-day life; he may become a prisoner of the fundaments of religious concept. The One and Only One, True Master, His Nature, Mystery remains beyond the comprehension of His Creation. What may worldly Holy Scriptures, written doctrine created by human explore and enlighten His Creation? No one may fully comprehend His Nature; The One and only One True Master.

ਮਿਠ ਰਸੁ ਖਾਇ ਸੁ ਰੋਗਿ ਭਰੀਜੈ, ਕੰਦ ਮੂਲਿ ਸੁਖੁ ਨਾਹੀ॥

ਨਾਮੁ ਵਿਸਾਰਿ ਚਲਹਿ ਅਨ ਮਾਰਗਿ, ਅੰਤ ਕਾਲਿ ਪਛੁਤਾਹੀ॥੭॥

mith ras khaa-ay so rog bhareejai kand mool sukh naahee.

naam visaar chaleh an maarag ant kaal pachhutaahee. ||7||

ਜਿਹੜਾ ਸੰਸਾਰਕ ਪਦਾਰਥਾਂ ਦਾ ਅਨੰਦ ਮਾਨਦਾ ਹੈ, ਉਹ ਰੋਗਾ ਨਾਲ ਭਰ ਜਾਂਦਾ ਹੈ । ਉਸ ਨੂੰ ਸੰਤੋਖ ਬਖਸ਼ਿਸ਼ ਨਹੀਂ ਹੁੰਦਾ । ਉਹ ਸ਼ਬਦ ਦੀ ਸਿਖਿਆਂ ਨੂੰ ਵਿਸਾਰ ਕੇ ਹੋਰ, ਧਰਮ ਦੇ ਮਾਰਗਾ ਤੇ ਚਲਦਾ, ਅੰਤ ਵਿੱਚ ਸੋਗ, ਪਛਤਾਵਾ ਕਰਦਾ ਮਰ ਜਾਂਦਾ ਹੈ ।

Whosoever may enjoy the short-lived pleasures of worldly wealth; he may remain overwhelmed, intoxicated, victims of worldly pleasures. He may never be blessed with contentment in his worldly life. He may abandon the teachings of His Word and drifted on other religious paths in his human life journey. In the end, he may waste his human life opportunity grieving, repenting, and regretting.

ਤੀਰਥਿ ਭਰਮੈ ਰੋਗੁ ਨ ਛੂਟਸਿ, ਪੜਿਆ ਬਾਦੁ ਬਿਬਾਦੁ ਭਇਆ॥

ਦੁਬਿਧਾ ਰੋਗੁ ਸੁ ਅਧਿਕ ਵਡੇਰਾ, ਮਾਇਆ ਕਾ ਮੁਹਤਾਜੁ ਭਇਆ॥੮॥

tirath bharmai rog na chhootas parhi-aa baad bibaad bha-i-aa.

dubiDhaa rog so aDhik vadayraa maa-i-aa kaa muhtaaj bha-i-aa. ||8||

ਤੀਰਥਾਂ ਇਸ਼ਨਾਨ, ਯਾਤਰਾ ਕਰਨ ਨਾਲ, ਗ੍ਰੰਥ ਪੜਨ ਨਾਲ ਜਾ ਵਖਿਆਣ ਕਰਨ ਨਾਲ ਰੋਗ ਖਤਮ ਨਹੀਂ ਹੁੰਦਾ । ਸਗੋਂ ਫਾਲਤੂ ਦਾ ਝਗੜਾ ਵਧਦਾ ਹੈ । ਭਰਮਾਂ ਦਾ ਰੋਗ ਬਹੁਤ ਖਤਰਨਾਕ ਹੈ । ਇਸ ਨਾਲ ਜੀਵ ਸੰਸਾਰਕ ਮਾਇਆ ਦਾ ਗੁਲਾਮ ਬਣ ਜਾਂਦਾ ਹੈ ।

By worshipping at Holy Shrine, sanctifying bath at Holy Pond, reading, preaching, and writing spiritual message; the disease of suspicions and intoxication of worldly wealth may never be eliminated; rather unwanted quarrel, dispute may be created with difference of opinion. Worldly religious suspicions create terrible miseries in human life journey. He may become slave, victim of worldly wealth.

ਗੁਰਮੁਖਿ ਸਾਚਾ ਸਬਦਿ ਸਲਾਹੈ, ਮਨਿ ਸਾਚਾ ਤਿਸੁ ਰੋਗੁ ਗਇਆ॥

ਨਾਨਕ ਹਰਿ ਜਨ ਅਨਦਿਨ ਨਿਰਮਲ,

ਜਿਨ ਕਉ ਕਰਮਿ ਨੀਸਾਣੁ ਪਇਆ॥੯॥੧॥

gurmukh saachaa sabad salaahai man saachaa tis rog ga-i-aa.

naanak har jan an-din nirmal

jin ka-o karam neesaan pa-i-aa. ||9||1||

ਜਿਸ ਜੀਵ ਨੂੰ ਗੁਰਮਖ ਅਵਸਥਾ ਬਖਸ਼ਿਸ਼ ਹੋ ਜਾਂਦੀ ਹੈ । ਉਹ ਇਕੋ ਇਕ ਪ੍ਰਭ ਦੇ ਵਿਛੋੜੇ ਦੀ ਯਾਦ, ਮਨ ਵਿੱਚ ਰਖਕੇ ਸ਼ਬਦ ਦੀ ਉਸਤਤ ਗਾਉਂਦਾ ਹੈ । ਪ੍ਰਭ ਦੀ ਰਹਿਮਤ ਨਾਲ, ਉਸ ਦਾ ਇਹ ਰੋਗ ਖਤਮ ਹੋ ਜਾਂਦਾ ਹੈ । ਜਿਹੜਾ ਨਿਮਾਣਾ ਬਣਕੇ ਦਿਨ, ਰਾਤ ਸ਼ਬਦ ਦੀ ਪਾਲਣਾ ਵਿੱਚ ਲੀਨ ਰਹਿੰਦਾ ਹੈ । ਉਸ ਨੂੰ ਪ੍ਰਭ ਦੀ ਰਹਿਮਤ, ਰੂਹਾਨੀ ਨੂਰ ਬਖਸ਼ਿਸ਼ ਹੋ ਜਾਂਦਾ ਹੈ ।

Whosoever may be blessed with a state of mind as His true devotee. Whosoever may remain in renunciation in the memory of his separation from His Holy Spirit and sings the glory of His Word; with His mercy and grace, his intoxication, of sweet poison of worldly wealth may be eliminated. Whosoever may remain intoxicated in obeying the teachings of His Word; with His mercy and grace, he may be blessed with eternal glow of His Holy Spirit within his heart and on his forehead.

59. ਭੈਰਉ ਨਾਮਦੇਵ॥ 1167-13

ਆਉ ਕਲੰਦਰ ਕੇਸਵਾ॥ aa-o kalandar kaysvaa.
ਕਰਿ ਅਬਦਾਲੀ ਭੇਸਵਾ॥ ਰਹਾਉ॥ kar abdaalee bhaysvaa. rahaa-o.

ਸੋਹਣੇ ਵਾਲਾ ਵਾਲੇ ਪ੍ਰਭ ਆਉ! ਬੰਦਗੀ ਕਰਨ ਵਾਲੇ ਸਾਧੂ ਵਾਲਾ ਭਗਵਾ ਚੋਲਾ ਪਾਵੋ ।

The True Master with glamorous shiny hair, wears the **Saffron color (Bagwa),** crimson color robe as a holy saint.

ਜਿਨਿ ਆਕਾਸ ਕੁਲਹ ਸਿਰਿ ਕੀਨੀ, ਕਉਸੈ ਸਪਤ ਪਯਾਲਾ॥ jin aakaas kulah sir keenee ka-usai sapat pa-yaalaa.
ਚਮਰ ਪੋਸ ਕਾ ਮੰਦਰੁ ਤੇਰਾ, ਇਹ ਬਿਧਿ ਬਨੇ ਗੁਪਾਲਾ॥੧॥ chamar pos kaa mandar tayraa ih biDh banay gupaalaa. ||1||

ਅਕਾਸ਼ ਹੀ ਪ੍ਰਭ ਦਾ ਛੱਤਰ ਹੈ । ਸੱਤ ਪਤਾਲ ਪ੍ਰਭ ਦੇ ਪੈਰਾਂ ਦੀਆ ਖੜਾਵਾਂ ਹਨ । ਮਾਸ ਨਾਲ ਢੱਕਿਆ ਹੋਇਆ ਤਨ, ਪ੍ਰਭ ਦਾ ਅਨੋਖੀ ਸ਼ਾਨ ਵਾਲਾ ਮੰਦਰ ਹੈ ।

7 Paatalas – Underworld.						
Rasatala	Sutala	Vitala	Gabhastala	Mahatala	Sritala	Patala

Sky may be the crown of The True Master. All layers of earth may be His shoes. Your body covered with flesh may be His astonishing Temple.

ਛਪਨ ਕੋਟਿ ਕਾ ਪੇਹਨੁ ਤੇਰਾ, ਸੋਲਹ ਸਹਸ ਇਜਾਰਾ॥ chhapan kot kaa payhan tayraa solah sahas ijaaraa.
ਭਾਰ ਅਠਾਰਹ ਮੁਦਗਰੁ ਤੇਰਾ, ਸਹਨਕ ਸਭ ਸੰਸਾਰਾ॥੨॥ bhaar athaarah mudgar tayraa sahnak sabh sansaaraa. ||2||

56 ਕਰੋੜ ਬੱਦਲ ਤੇਰਾ ਚੋਲਾ ਹੈ, 16,000 ਹਜ਼ਾਰ ਤਾਰੇ, ਤੇਰੇ ਗਲ ਦੀ ਮਾਲ਼ਾ ਹੈ । ਸੰਸਾਰਕ 18 ਕਿਸਮ ਦੀਆਂ ਸਬਜੀਆ ਹੀ ਤੇਰਾ ਭੋਜਨ ਹਨ । ਸੰਸਾਰ ਹੀ ਭੋਜਨ ਪਾਉਣ ਵਾਲੀ ਥਲੀ ਹੈ ।

56 crores clouds may be Your Robe. Sixteen thousand stars may be Your Rosary. Eighteen kinds of vegetables may be Your nourishment, food. The universe may be Your Serving Plate.

ਦੇਹੀ ਮਹਜਿਦਿ ਮਨੁ ਮਉਲਾਨਾ, ਸਹਜ ਨਿਵਾਜ ਗੁਜਾਰੈ॥ dayhee mehjid man ma-ulaanaa sahj nivaaj gujaarai.
ਬੀਬੀ ਕਉਲਾ ਸਉ ਕਾਇਨੁ ਤੇਰਾ, ਨਿਰੰਕਾਰ ਆਕਾਰੈ॥੩॥ beebee ka-ulaa sa-o kaa-in tayraa nirankaar aakaarai. ||3||

ਜੀਵ ਦਾ ਤਨ ਹੀ ਉਹ ਮੰਦਰ ਅਤੇ ਮਨ ਇਸ ਵਿੱਚ ਪੁਜਾਰੀ ਹੈ । ਜਿਹੜਾ ਸੰਤੋਖ ਵਾਲੇ ਮਨ ਵਿੱਚ ਅਰਦਾਸ, ਬੰਦਗੀ ਕਰਦਾ ਹੈ । ਉਸ ਨੂੰ ਪ੍ਰਵਾਨਗੀ ਦਾ ਅਸਲੀ ਰਸਤਾ ਬਖਸ਼ਿਸ਼ ਹੋ ਜਾਂਦਾ ਹੈ ।

The body of a creature may be The Holy Shrine and his mind may be the priest of the temple. Whosoever may remain contented and prays for His Forgiveness and Refuge; with His mercy and grace, he may be blessed with the right path of acceptance in His Court.

ਭਗਤਿ ਕਰਤ ਮੇਰੇ ਤਾਲ ਛਿਨਾਏ, ਕਿਹ ਪਹਿ ਕਰਉ ਪੁਕਾਰਾ॥ bhagat karat mayray taal chhinaa-ay kih peh kara-o pukaaraa.
ਨਾਮੇ ਕਾ ਸੁਆਮੀ ਅੰਤਰਜਾਮੀ, ਫਿਰੇ ਸਗਲ ਬੇਦੇਸਵਾ॥੪॥੧॥ naamay kaa su-aamee antarjaamefiray sagal baydaysvaa. ||4||1||

ਪ੍ਰਭ ਦੇ ਸ਼ਬਦ ਦੀ ਅਡੋਲ ਭਰੋਸੇ ਨਾਲ ਪਾਲਣਾ ਕਰਨਾ ਹੀ ਅਸਲੀ ਸਿਮਰਨ ਹੈ । ਜਿਸ ਦੀ ਸਵਾਸ ਦੀ ਪੂੰਜੀ ਖਤਮ ਹੋ ਜਾਂਦੀ ਹੈ । ਉਹ ਕਿਸ ਅੱਗੇ ਅਰਦਾਸ, ਪੁਕਾਰ, ਸ਼ਕਿਇਤ ਕਰ ਸਕਦਾ ਹੈ? ਬੰਦਗੀ ਕਰਨ ਵਾਲੇ ਨਾਮ ਦੇਵ ਦਾ ਪ੍ਰਭ, ਮਨ ਦੇ ਅੰਦਰ ਹੀ ਵਸਦਾ, ਘੁੰਮਦਾ ਰਹਿੰਦਾ ਹੈ । ਇਹ ਇਕ ਥਾਂ ਤੇ ਨਹੀਂ ਟਿਕਦਾ ।

To meditate and to obey the teachings of His Word with steady and stable belief may be true meditation, the right path of acceptance in His Court. Whom may he pray for Forgiveness and Refuge, or complains for disappointment in his life after capital of breathes exhausted? The True Master of Naam Dev (His true devotee) dwells within his own mind and wanders within his body. He may never stay at one place.

Hindu Mythology – 14 universes:	
7 higher worlds, heavens; Vyahrts, viz.	Bhu, Bhuvas, Svar, Mahas, Janas, Tapas, Satya
Ruled by Brahama; Earth is lowest of Heavens.	
7 Underworlds, Paatalas	Atala, Vitala, Sutala, Rasaataala, talatala, Mahaatala, paatala.

60. ਬਸੰਤੁ ਹਿੰਡੋਲੁ ਮਹਲਾ ੧ ਘਰੁ ੨॥ 1190-16

ੴ ਸਤਿਗੁਰ ਪ੍ਰਸਾਦਿ ik-oNkaar satgur parsaad.
ਨਉ ਸਤ ਚਉਦਹ ਤੀਨਿ ਚਾਰਿ ਕਰਿ, ਮਹਲਤਿ ਚਾਰਿ ਬਹਾਲੀ॥ na-o sat cha-odah teen chaar kar mahlat chaar bahaalee.
ਚਾਰੇ ਦੀਵੇ ਚਹੁ ਹਥਿ ਦੀਏ, ਏਕਾ ਏਕਾ ਵਾਰੀ॥੧॥ chaaray deevay chahu hath dee-ay aykaa aykaa vaaree. ||1||

ਪ੍ਰਭ ਨੇ 9 ਖੰਡ, 7 ਦੀਪ, 14 ਸ੍ਰਿਸ਼ਟੀਆਂ, ਤਿੰਨੇਂ ਗੁਣ, ਚਾਰੇ ਜੁਗ, ਚਾਰਾਂ ਤਰੀਕਿਆਂ ਨਾਲ ਜੀਵ ਪੈਦਾ ਕੀਤੇ ਹਨ । ਸਾਰਿਆਂ ਜੀਵ ਵਿੱਚ ਹੀ ਆਪਣਾ ਤਖਤ, ਸਥਾਪਤ ਕੀਤਾ ਹੈ । ਚਾਰੇ ਜੁੱਗਾਂ ਵਿੱਚ ਇਕ ਇਕ ਕਰਕੇ ਚਾਰ ਦੀਵੇ, ਜੀਵ ਨੂੰ ਸੋਧ ਦੇਣ ਵਾਲੇ ਬਣਾਏ, ਭੇਜੇ ਹਨ ।

The True Master has created 9 Region, planet, 7 continents, 14 worlds, three virtues of worldly wealth; four Ages, 4 sources of reproduction of the universe. He remains embedded within all creatures. He has established His Throne in the center of each body structure (**Sukhmanaa ref, by Baynee Ji at page 974**). He has sent 4 pillar of enlightenment, one by one in all four Ages to enlighten His Creation.

***irhaa, pingulaa, and sukhmanaa**

9 Region smaller than four abdominopelvic quadrants;	Right hypochondriac, right lumbar, right illiac, epigastric, umbilical, hypogastric (public), left hypochondriac, left lumbar, left illiac.
14 universes;	7 higher one (Vyahrtis): Bhu, Bhuvas, svar, mahas, janas, tapas and satya.

ਗੁਰੂ ਨਾਨਕ ਦੇਵ ਜੀ! – Guru Nanak Dev Ji! Guru Granth Sahib

Puranas and Atharvaveda:	7 lower (Patalas): Atala, Vitala, sutala, rasatala, talatala, mahatala, patala -naraka.
7 Continents:	Asia, Affica, Europe, Australia, North America, South America and antarctica
4 sources of enlightenment:	pursuit of happiness, sovereignty of reason, evidence of sense as the primary source, advance idea; liberty, progress, tolerance, fraternity.

ਮਿਹਰਵਾਨ ਮਧੁਸੂਦਨ ਮਾਧੌ, miharvaan maDhusoodan maaDhou
ਐਸੀ ਸਕਤਿ ਤੁਮ੍ਾਰੀ॥੧॥ ਰਹਾਉ॥ aisee sakat tumHaaree. ||1|| rahaa-o.

ਮੇਰੇ ਤਰਸਵਾਨ ਦਿਆਲੂ, ਜਮਦੂਤਾਂ ਦੇ ਨਾਸ ਕਰਨ ਵਾਲੇ ਅਸਲੀ ਮਾਲਕ ਦੀ ਇਸਤਰ੍ਹਾਂ ਦੀ ਕੁਦਰਤ, ਹੁੰਦੀ ਹੈ ।

Such a marvelous may be the nature of my merciful, generous, destroyer of evils, devils, The True Master of the universe.

ਘਰਿ ਘਰਿ ਲਸਕਰੁ ਪਾਵਕੁ ਤੇਰਾ, ਧਰਮੁ ਕਰੇ ਸਿਕਦਾਰੀ॥ ghar ghar laskar paavak tayraa Dharam karay sikdaaree.
ਧਰਤੀ ਦੇਗ ਮਿਲੈ ਇਕ ਵੇਰਾ, ਭਾਗੁ ਤੇਰਾ ਭੰਡਾਰੀ॥੨॥ Dhartee dayg milai ik vayraa bhaag tayraa bhandaaree. ||2||

ਹਰਇਕ ਜੀਵ ਦੇ ਅੰਦਰ ਪ੍ਰਭ ਦੇ ਸ਼ਬਦ ਦੀ ਗਰਮਾਈ, ਪ੍ਰਭ ਦੀ ਜੋਤ ਵਸਦੀ ਹੈ । ਹਰਇਕ ਜੀਵ ਦੇ ਮਨ ਅੰਦਰ, ਘਰ ਵਿੱਚ, ਪ੍ਰਭ ਦਾ ਸ਼ਬਦ ਹੀ ਇਨਸਾਫ ਕਰਨ ਵਾਲਾ ਰਾਜਾ ਹੈ । ਧਰਤੀ ਪ੍ਰਭ ਦੇ ਭੋਜਨ ਦੇ ਭੰਡਾਰ ਦਾ ਖਜ਼ਾਨਾ ਹੈ । ਪ੍ਰਭ ਜੀਵ ਨੂੰ ਸਾਰੀ ਉਮਰ ਦੀ ਰੋਜ਼ੀ ਇਕ ਵਾਰ ਹੀ ਬਖਸ਼ ਦੇਂਦਾ ਹੈ । ਜੀਵ ਦੇ ਪਹਿਲੇ ਲਿਖੇ ਭਾਗ ਹੀ ਇਸ ਭੰਡਾਰ ਦੀ ਵੰਡ ਕਰਦੇ ਹਨ ।

His Holy Spirit, His Energy, His Word, The Righteous Judge remains embedded within each soul. He has established earth as a nourishing treasurer for His Creation. The True Master bestows **all the nourishment for worldly life,** once, at the time of his birth in the universe. His New Word engraved as his prewritten destiny, road map to become acceptable in His Court, controls and distributes virtues at predetermined time.

ਨਾ ਸਾਬੂਰੁ ਹੋਵੈ ਫਿਰਿ ਮੰਗੈ, ਨਾਰਦੁ ਕਰੇ ਖੁਆਰੀ॥ naa saaboor hovai fir mangai naarad karay khu-aaree.
ਲਬੁ ਅਧੇਰਾ ਬੰਦੀਖਾਨਾ, ਅਉਗਣ ਪੈਰਿ ਲੁਹਾਰੀ॥੩॥ lab aDhayraa bandeekhaanaa a-ugan pair luhaaree. ||3||

ਜਿਹੜਾ ਸੰਸਾਰਕ ਜੀਵ ਸੰਤੋਖ ਨਹੀਂ ਰਖਦਾ, ਉਹ ਹੋਰ ਮੰਗਦਾ ਰਹਿੰਦਾ ਹੈ । ਉਹ ਪ੍ਰਵਾਨਗੀ ਦੇ ਰਸਤੇ ਤੋਂ ਉਲਝ ਜਾਂਦਾ ਹੈ, ਮੌਤ ਪਿਛੋਂ ਦਰਬਾਰ ਵਿੱਚ ਸ਼ਰਮਿੰਦਗੀ ਹੀ ਮਿਲਦੀ ਹੈ । ਮਨ ਦਾ ਲਾਲਚ ਹੀ ਉਹ ਜਮਦੂਤ ਹੁੰਦਾ ਹੈ ਅਤੇ ਸੰਸਾਰ ਬੰਧਨ ਉਸ ਦੇ ਸੰਗਲ ਬਣ ਜਾਂਦੇ ਹਨ ।

Whosoever may never remain contented with His Blessings; he may **pray, and begs for more repeatedly**. He may drift from the real path of human life opportunity. He may be rebuked in His Court after death. His worldly greed may become the devil, and his worldly bonds, attachment may become the chain in his nick.

ਪੂੰਜੀ ਮਾਰ ਪਵੈ ਨਿਤ ਮੁਦਗਰ, ਪਾਪੁ ਕਰੇ ਕੋੁਟਵਾਰੀ॥ poonjee maar pavai nit mudgar paap karay kotvaaree.
ਭਾਵੈ ਚੰਗਾ ਭਾਵੈ ਮੰਦਾ, ਜੈਸੀ ਨਦਰਿ ਤੁਮ੍ਾਰੀ॥੪॥ bhaavai changa bhaavai mandaa jaisee nadar tumHaaree. ||4||

ਮਨਮੁਖ ਦੇ ਮਨ ਵਿੱਚ ਸੰਸਾਰਕ ਧਨ ਦੀ ਹੀ ਭਟਕਣ ਸਤਾਉਂਦੀ ਰਹਿੰਦੀ ਹੈ । ਉਹ ਪਾਪਾਂ ਦਾ ਗੁਲਾਮ ਬਣ ਜਾਂਦਾ, ਪਾਪਾਂ ਨੂੰ ਹੀ ਆਪਣਾ ਰਖਵਾਲਾ ਸਮਝਦਾ ਹੈ । ਪ੍ਰਭ ਦੇ ਹੁਕਮ ਅੰਦਰ ਹੀ ਚੰਗੇ, ਮੰਦੇ ਕੰਮ ਕਰਦਾ ਹੈ । ਮਨਮੁਖ ਆਪ ਕੀ ਕਰ ਸਕਦਾ ਹੈ?

Self-minded may remain frustrated with greed of worldly wealth. He may commit sin in his worldly life; he may consider his earnings, deeds as his savior and protector in his worldly life. He may perform good or evil deeds in the universe; only His Command prevails everywhere. What may be under his own control?

ਆਦਿ ਪੁਰਖ ਕਉ ਅਲਹੁ ਕਹੀਐ, ਸੇਖਾਂ ਆਈ ਵਾਰੀ॥ aad purakh ka-o alhu kahee-ai saykhaaN aa-ee vaaree.
ਦੇਵਲ ਦੇਵਤਿਆ ਕਰੁ ਲਾਗਾ, ਐਸੀ ਕੀਰਤਿ ਚਾਲੀ॥੫॥ dayval dayviti-aa kar laagaa aisee keerat chaalee. ||5||

ਪ੍ਰਭ ਦਾ ਨਾਮ ਅੱਲਾ ਹੋ ਗਿਆ ਹੈ! ਸੰਸਾਰ ਵਿੱਚ ਕਾਜ਼ੀ, ਸ਼ੇਖ, ਪਹਿਰੇਦਾਰ ਰਖਵਾਲੇ ਬਣ ਗਏ ਹਨ । ਪ੍ਰਭ ਦੇ ਨਾਮ ਤੇ ਚੰਦਾ ਇਕੱਠਾ ਕਰਦੇ ਹਨ । ਇਹ ਕੁਝ ਸੰਸਾਰ ਵਿੱਚ ਹੋਣ ਲਗ ਪਿਆ ਹੈ ।

Worldly gurus, priests claim to be the guardian, protector, and intermediator for Your Acceptance. Your Name is being enforced as "Allah". Worldly priests, gurus collect bounty as donation, charity for Your Blessings. Such a greed has been dominating in the universe.

ਕੂਜਾ ਬਾਂਗ ਨਿਵਾਜ ਮੁਸਲਾ, ਨੀਲ ਰੂਪ ਬਨਵਾਰੀ॥ koojaa baaNg nivaaj muslaa neel roop banvaaree.
ਘਰਿ ਘਰਿ ਮੀਆ ਸਭਨਾਂ ਜੀਆਂ, ਬੋਲੀ ਅਵਰ ਤੁਮਾਰੀ॥੬॥ ghar ghar mee-aa sabhnaaN jee-aaN bolee avar tumaaree. ||6||

ਮੁਸਲਮਾਨ ਧਰਮ ਜ਼ੋਰ ਵਿੱਚ ਹੈ, ਬੰਦਗੀ ਦੀ ਅਰਦਾਸ ਦੇ ਸਮੇਂ ਮਿੱਥ ਦਿੱਤੇ ਹਨ । ਉਸ ਸਮੇਂ ਤੇ ਜੀਵ ਤੇਰੇ ਅੱਗੇ ਅਰਦਾਸ ਕਰਦੇ ਹਨ । ਸਾਰੇ ਨੀਲੇ ਬਸਤਰ ਦਾ ਬਾਣਾ ਪਾਉਂਦੇ ਹਨ । ਹਰਇਕ ਦੀ ਜੀਭ ਤੇ ਸਲਾਮ ਹੀ ਤੇਰੀ ਰਹਿਮਤ ਦਾ ਉਪਦੇਸ਼ ਬਣ ਗਿਆ ਹੈ ।

Muslim religion has become a dominating in this part of the universe. They have fixed specific times to meditate and pray for Your Forgiveness and Refuge. The blue color robe has become the saintly robe for Your Creation. The word "Salam" has become a symbol of Your Blessings.

ਜੇ ਤੂ ਮੀਰ ਮਹੀਪਤਿ ਸਾਹਿਬੁ, ਕੁਦਰਤਿ ਕਉਣ ਹਮਾਰੀ॥ jay too meer maheepat saahib kudrat ka-un hamaaree.
ਚਾਰੇ ਕੁੰਟ ਸਲਾਮੁ ਕਰਹਿਗੇ, ਘਰਿ ਘਰਿ ਸਿਫਤਿ ਤੁਮ੍ਾਰੀ॥੭॥ chaaray kunt salaam karhigay ghar ghar sifat tumHaaree. ||7||

ਪ੍ਰਭ ਹੀ ਸ੍ਰਿਸ਼ਟੀ ਦਾ ਸ਼ਹਿਨਸ਼ਾਹ ਹੈ! ਤੇਰੇ ਭਾਣੇ, ਹੁਕਮ ਨੂੰ ਬਦਲਣ ਦੀ ਜੀਵ ਦੀ ਕੀ ਹੈਸੀਅਤ ਹੋ ਸਕਦੀ ਹੈ? ਚਾਰੇ ਪਾਸੇ ਹੀ ਤੇਰੇ ਦਾਸ ਨਿਮ੍ਰਤਾ ਨਾਲ ਤੇਰੇ ਸ਼ਬਦ ਦੀ ਉਸਤਤ ਗਾਉਂਦੇ ਹਨ । ਹਰਇਕ ਦੇ ਮਨ ਵਿੱਚ ਤੇਰਾ ਸ਼ਬਦ ਵਸਦਾ ਹੈ ।

My True Master, King of worldly kings! What may be the power any worldly creature have to alter any of Your Command? Your humble true devotee may remain singing the glory of Your Word. He may remain intoxicated, drenched with the teachings of Your Word.

ਤੀਰਥ ਸਿੰਮ੍ਰਿਤਿ ਪੁੰਨ ਦਾਨ, ਕਿਛੁ ਲਾਹਾ ਮਿਲੈ ਦਿਹਾੜੀ॥ tirath simrit punn daan kichh laahaa milai dihaarhee.
ਨਾਨਕ ਨਾਮੁ ਮਿਲੈ ਵਡਿਆਈ, ਮੇਕਾ ਘੜੀ ਸਮ੍ਾਲੀ॥੮॥੧॥੮॥ naanak naam milai vadi-aa-ee maykaa gharhee samHaalee. ||8||1||8||

ਤੀਰਥਾਂ ਦੇ ਇਸ਼ਨਾਨ, ਧਰਮ ਦੇ ਨਿਯਮ ਯਾਦ ਰਖਣ ਨਾਲ, ਲੋੜਵੰਦ ਨੂੰ ਦਾਨ ਦੇਣ ਨਾਲ ਕੁਝ ਲਾਭ ਜਰੂਰ ਹੁੰਦਾ ਹੈ । ਪਰ ਸ਼ਬਦ ਨਾਲ ਜੀਵਨ ਢਾਲਣ ਨਾਲ ਇਕ ਪਲ ਵਿੱਚ ਤੇਰੀ ਰਹਿਮਤ ਦੀ ਨਜ਼ਰ ਬਖਸ਼ਿਸ਼ ਹੋ ਜਾਂਦੀ ਹੈ ।

ਗੁਰੂ ਨਾਨਕ ਦੇਵ ਜੀ! – Guru Nanak Dev Ji! Guru Granth Sahib

With worldly religious rituals, like soul sanctifying bath at Holy Shrine, adopting religious principles, charity to helpless and needy may provide some short-lived comforts; however, these may enhance his ego, pride, a sweet poison of worldly wealth. Whosoever may adopt the teachings of Your Word; with Your mercy and grace, he may be blessed with the right path of acceptance in Your Court within a twinkle of eyes.

61. ਬਸੰਤੁ ਬਾਣੀ ਰਾਮਾਨੰਦ ਜੀ ਘਰੁ ੧॥ 1195

ੴ ਸਤਿਗੁਰ ਪ੍ਰਸਾਦਿ॥ ik-oNkaar satgur parsaad.
ਕਤ ਜਾਈਐ ਰੇ ਘਰ ਲਾਗੋ ਰੰਗੁ॥ kat jaa-ee-ai ray ghar laago rang.
ਮੇਰਾ ਚਿਤੁ ਨ ਚਲੈ ਮਨੁ ਭਇਓ ਪੰਗੁ॥੧॥ ਰਹਾਉ॥ mayraa chit na chalai man bha-i-o pang. ||1|| rahaa-o.

ਮੈਂ ਹਾਰ ਗਿਆ ਹਾ ਮੇਰਾ ਮਨ ਅਪਾਹਜ ਹੋ ਗਿਆ ਹੈ । ਮਨ ਵਿੱਚ ਕਿਸੇ ਪਾਸੇ ਜਾਣ ਦੀ ਕੋਈ ਖਾਹਿਸ਼ ਨਹੀਂ, ਮਨ ਬੁਰੀਆਈਆਂ ਨਾਲ ਭਰਿਆਂ ਹੈ ।

I have given up my hopes; my mind has become handicap. My mind has been overwhelmed with evil thoughts. I may not be motivated, anxiety to find or to adopt any unique way of life.

ਏਕ ਦਿਵਸ ਮਨ ਭਈ ਉਮੰਗ॥ ayk divas man bha-ee umang.
ਘਸਿ ਚੰਦਨ ਚੋਆ ਬਹੁ ਸੁਗੰਧ॥ ghas chandan cho-aa baho suganDh.
ਪੂਜਨ ਚਾਲੀ ਬ੍ਰਹਮ ਠਾਇ॥ poojan chaalee barahm thaa-ay.
ਸੋ ਬ੍ਰਹਮੁ ਬਤਾਇਓ ਗੁਰ ਮਨ ਹੀ ਮਾਹਿ॥੧॥ so barahm bataa-i-o gur man hee maahi. ||1||

ਇਕ ਦਿਨ ਮੇਰੇ ਮਨ ਵਿੱਚ ਖਾਹਿਸ਼ ਆਈ! ਚੰਦਨ ਦੀ ਲੱਕੜ ਅਤੇ ਹੋਰ ਪੂਜਣ ਵਾਲੀ ਸਮਗਰੀ ਲੈ ਕੇ, ਪੂਜਣ ਲਈ ਮੰਦਰ ਗਿਆ । ਪ੍ਰਭ ਨੇ ਮੇਰੀ ਸ਼ਰਧਾ ਤੇ ਖੁਸ਼ ਹੋ ਕੇ ਕਿਰਪਾ ਕੀਤੀ, ਸੋਝੀ ਬਖਸ਼ੀ । ਰਾਮਾ ਨੰਦ ਇਥੇ ਕੀ ਕਰਦਾ ਹੈ? ਮੈਂ ਤੇਰੇ ਅੰਦਰ ਹੀ ਵਸਦਾ ਹਾ, ਤੈਨੂੰ ਹੋਰ ਕਿਤੇ ਜਾਣ ਦੀ ਲੋੜ ਨਹੀਂ ਹੈ ।

One day, I got motivated to worship! I gathered sandalwood, others offering and walked to Holy Shrine, mender, temple. The True Master became very gracious on my devotion and enlightened the right path. An astonishing echo resonates within my heart! Rama Nand! What are you doing in the temple? I am embedded within your soul and dwells within your body. You do not need to search outside of your body in any other place, temple.

ਜਹਾ ਜਾਈਐ ਤਹ ਜਲ ਪਖਾਨ॥ ਤੂ ਪੂਰਿ ਰਹਿਓ ਹੈ ਸਭ ਸਮਾਨ॥ jahaa jaa-ee-ai tah jal pakhaan. too poor rahi-o hai sabh samaan.
ਬੇਦ ਪੁਰਾਨ ਸਭ ਦੇਖੇ ਜੋਇ॥ bayd puraan sabh daykhay jo-ay.
ਊਹਾਂ ਤਉ ਜਾਈਐ ਜਉ ਈਹਾਂ ਨ ਹੋਇ॥੨॥ oohaaN ta-o jaa-ee-ai ja-o eehaaN na ho-ay. ||2||

ਮੈਂ, ਜਿੱਥੇ ਵੀ ਜਾਂਦਾ ਹਾ, ਪਾਣੀ, ਪੱਥਰ ਵਿੱਚ ਪ੍ਰਭ ਹਰਇਕ ਥਾਂ ਤੇ ਹਾਜਰਾ ਹਜ਼ੂਰ ਮੌਜੂਦ ਹੈ । ਮੈਂ ਵੇਦਾਂ, ਪਰਾਨ, ਧਾਰਮਕ ਲਿਖਤਾਂ ਵਿਚਾਰ ਕੇ ਦੇਖ ਲਇਆ ਹੈ । ਹੁਣ ਮੈਂ ਆਪਣੇ ਅੰਦਰੋਂ ਹੀ ਪ੍ਰਭ ਨੂੰ ਢੂੰਡਦਾ ਹੈ । ਅਗਰ ਉਹ ਉਥੇ ਨਾ ਹੋਵੇ, ਤਾ ਹੀ ਮੈਂ ਮੰਦਰ, ਜਾ ਜੰਗਲ ਵਿੱਚ ਉਸ ਨੂੰ ਢੂੰਡਨ ਜਾਵਾ ।

Wherever, I may go! I may realize His Existence everywhere in water, stone and within each creature. The Omnipresent True Master prevails everywhere. I have reviewed worldly religious Holy Scriptures! Now I may only search His Existence within my own mind and body. Whosoever may believe! The True Master may not be embedded within his soul and dwelling within his body; only he may search within any temple, Holy Shrine or in void, wild jungle.

ਸਤਿਗੁਰ ਮੈ ਬਲਿਹਾਰੀ ਤੋਰ॥ ਜਿਨਿ ਸਕਲ ਬਿਕਲ ਭ੍ਰਮ ਕਾਟੇ ਮੋਰ॥ satgur mai balihaaree tor. jin sakal bikal bharam kaatay mor.
ਰਾਮਾਨੰਦ ਸੁਆਮੀ ਰਮਤ ਬ੍ਰਹਮ॥ raamaanand su-aamee ramat barahm.
ਗੁਰ ਕਾ ਸਬਦੁ ਕਾਟੈ ਕੋਟਿ ਕਰਮ॥੩॥੧॥ gur kaa sabad kaatai kot karam. ||3||1||

ਪ੍ਰਭ ਤੋਂ ਕਰਬਾਨ ਜਾਵਾ! ਪ੍ਰਭ ਨੇ ਸ਼ਬਦ ਦਾ ਸਿਮਰਨ ਕਰਨ ਨਾਲ ਮੇਰੇ ਸਾਰੇ ਹੀ ਭਰਮ ਭੁਲੇਖੇ ਦੂਰ ਕਰ ਦਿੱਤੇ ਹਨ । ਜਿਸ ਨਾਲ ਪਿਛਲੇ ਕੀਤੇ ਪਾਪ ਮਾਫ ਹੋ ਗਏ ਹਨ । ਮੈਂ ਸਵਾਸ, ਸਵਾਸ ਪ੍ਰਭ ਦੇ ਸ਼ਬਦ ਦੇ ਸਿਮਰਨ ਵਿੱਚ ਹੀ ਲੀਨ ਰਹਿੰਦਾ ਹੈ ।

I remain fascinated and astonished from His Nature! I am meditating on the teachings of His Word; with His mercy and grace, He has eliminated all my worldly suspicions. Whosoever may meditate whole heartedly, all his sins of previous lives may be forgiven. I may remain intoxicated in meditation with each breath.

62. ਸਾਰਗ ਮਹਲਾ ੫॥ 1218-16

ਠਾਕੁਰ ਤੁਮ੍ ਸਰਣਾਈ ਆਇਆ॥ thaakur tumH sarnaa-ee aa-i-aa.
ਉਤਰਿ ਗਇਓ ਮੇਰੇ ਮਨ ਕਾ ਸੰਸਾ, utar ga-i-o mayray man kaa sansaa,
ਜਬ ਤੇ ਦਰਸਨੁ ਪਾਇਆ॥੧॥ ਰਹਾਉ॥ jab tay darsan paa-i-aa. ||1|| rahaa-o.

ਪ੍ਰਭ ਮੈਂ ਤੇਰੀ ਸ਼ਰਣ ਵਿੱਚ ਆਪਾ ਭੇਟਾ ਕਰਦਾ ਹਾ । ਜਿਸ ਦੇ ਮਨ ਵਿੱਚ ਸ਼ਬਦ ਜਾਗਰਤ ਹੋ ਜਾਂਦਾ ਹੈ, ਉਹ ਮਨ ਦੀਆਂ ਅੱਖਾਂ ਨਾਲ ਪ੍ਰਭ ਦੇ ਦਰਸ਼ਨ, ਪ੍ਰਭ ਦੀ ਹੋਂਦ ਸਭ ਥਾਂ ਵਸਦੀ ਮਹਿਸੂਸ ਕਰਦਾ ਹੈ । ਉਸ ਦੇ ਮਨ ਵਿਚੋਂ ਸਾਰੇ ਭਰਮ ਨਾਸ ਹੋ ਜਾਂਦੇ ਹਨ ।

My True Master, I have surrendered my self-entity at Your Sanctuary. Whosoever may be enlightened with the essence of Your Word within; he may realize Your Holy Spirit prevailing everywhere. All his religious suspicions may be eliminated.

ਅਨਬੋਲਤ ਮੇਰੀ ਬਿਰਥਾ ਜਾਨੀ, ਅਪਨਾ ਨਾਮੁ ਜਪਾਇਆ॥ anbolat mayree birthaa jaanee apnaa naam japaa-i-aa.
ਦੁਖ ਨਾਠੇ ਸੁਖ ਸਹਜਿ ਸਮਾਏ, ਅਨਦ ਅਨਦ ਗੁਣ ਗਾਇਆ॥੧॥ dukh naathay sukh sahj samaa-ay anad anad gun gaa-i-aa. ||1||

ਪ੍ਰਭ ਤੂੰ ਮੇਰੇ ਮਨ ਦੀਆਂ ਅਣਬੋਲੀਆ ਇਛਾਂ, ਹਾਲਤ ਦਾ ਅੰਤਰਜਾਮੀ ਹੈ । ਤੂੰ ਹੀ ਸ਼ਬਦ ਦੀ ਪਾਲਣਾ ਕਰਨ ਦੀ ਪ੍ਰੇਰਨਾ ਕਰਦਾ, ਇਸ ਵਿੱਚ ਅਡੋਲ ਰਖਦਾ ਹੈ । ਤੇਰੇ ਸ਼ਬਦ ਦੇ ਗੁਣ ਗਾਉਂਦੇ ਮਨ ਵਿੱਚ ਪੂਰਨ ਸੰਤੋਖ, ਖੇੜਾ ਵਸ ਗਿਆ ਹੈ । ਤੇਰੇ ਸ਼ਬਦ ਦੀ ਸਮਾਧੀ ਵਿੱਚ ਹੀ ਲੀਨ ਹੋ ਗਿਆ ਹਾ ।

The True Master remains omniscient about the unspoken hopes and desires of His Creation. The True Master inspires and keeps His true devotee steady and stable on the right path of obeying the teachings of His Word. Whosoever may sing the glory of His Word; with His mercy and grace, he may be blessed with complete contentment and blossom in his life. He may remain intoxicated in the void of His Word.

ਬਾਹ ਪਕਰਿ ਕਢਿ ਲੀਨੇ ਅਪੁਨੇ, ਗ੍ਰਿਹ ਅੰਧ ਕੂਪ ਤੇ ਮਾਇਆ॥ baah pakar kadh leenay apunay garih anDh koop tay maa-i-aa.
ਕਹੁ ਨਾਨਕ ਗੁਰਿ ਬੰਧਨ ਕਾਟੇ, kaho naanak gur banDhan kaatay
ਬਿਛੁਰਤ ਆਨਿ ਮਿਲਾਇਆ॥੨॥੫੧॥੭੪॥ bichhurat aan milaa-i-aa. ||2||51||74||

ਪ੍ਰਭ ਤੂੰ ਆਪ ਹੀ ਮੇਰੀ ਬਾਂਹ ਪਕੜੀ ਹੈ । ਆਪਣਾ ਦਾਸ ਬਣਾਕੇ, ਸੰਸਾਰਕ ਮਾਇਆ ਰੂਪੀ ਨਰਕ ਵਿਚੋਂ ਬਾਹਰ ਕੱਢ ਲਿਆ ਹੈ । ਪ੍ਰਭ ਨੇ ਆਪ ਹੀ ਮੇਰੇ ਸੰਸਾਰਕ ਬੰਧਨ ਖਤਮ ਕਰ ਦਿੱਤੇ ਹਨ । ਮੇਰਾ ਵਿਛੋੜਾ ਦੂਰ ਕਰ ਦਿੱਤਾ ਹੈ । ਆਪਣੀ ਜੋਤ ਵਿੱਚ ਅਲੋਪ ਕਰ ਲਿਆ ਹੈ ।

The True Master has extended His Merciful Hand to become a savior of His true devotee. He has pulled me from the hell of ocean of worldly wealth; with His mercy and grace, all my worldly bonds and misery of my separation from His Holy Spirit have been eliminated. He has immersed my soul in His Holy Spirit.

63. ਸਲੋਕ ਮਃ ੧॥ 1245-10

ਸਚੁ ਵਰਤੁ ਸੰਤੋਖੁ ਤੀਰਥੁ, ਗਿਆਨੁ ਧਿਆਨੁ ਇਸਨਾਨੁ॥	sach varat santokh tirath gi-aan Dhi-aan isnaan.
ਦਇਆ ਦੇਵਤਾ ਖਿਮਾ ਜਪਮਾਲੀ, ਤੇ ਮਾਣਸ ਪਰਧਾਨ॥	da-i-aa dayvtaa khimaa japmaalee tay maanas parDhaan.
ਜੁਗਤਿ ਧੋਤੀ ਸੁਰਤਿ ਚਉਕਾ, ਤਿਲਕੁ ਕਰਣੀ ਹੋਇ॥	jugat Dhotee surat cha-ukaa tilak karnee ho-ay.
ਭਾਉ ਭੋਜਨੁ ਨਾਨਕਾ, ਵਿਰਲਾ ਤ ਕੋਈ ਕੋਇ॥੧॥	bhaa-o bhojan naankaa virlaa ta ko-ee ko-ay. ||1||

ਜਿਸ ਦੇ ਮਨ ਵਿੱਚ ਪ੍ਰਭ ਦੇ ਸ਼ਬਦ ਦੀ ਸਿਖਿਆਂ ਰਚ ਜਾਂਦੀ ਹੈ । ਉਹ ਝੂਠ, ਮੰਦੇ ਕੰਮ ਕਰਨ ਦਾ ਵਰਤ ਰਖਦਾ ਹੈ । ਪ੍ਰਭ ਦੇ ਬਖਸ਼ੇ ਤੇ ਸੰਤੋਖ ਹੀ ਉਸ ਦਾ ਤੀਰਥ, ਸ਼ਬਦ ਦੀ ਸੋਝੀ, ਧਿਆਨ, ਸੁਰਤ ਮਨ ਨੂੰ ਪਵਿੱਤਰ ਕਰਨ ਵਾਲਾ ਇਸ਼ਨਾਨ ਬਣ ਜਾਂਦਾ ਹੈ । ਤਰਸ, ਦਇਆ ਕਰਨਾ, ਉਸ ਦੇ ਦੇਵੀ ਦੇਵਤੇ ਬਣ ਜਾਂਦੇ ਹਨ । ਦੂਸਰੇ ਦੀ ਗਲਤੀ ਭੁਲਾਉਣਾ, ਉਸ ਦੀ ਬੰਦਗੀ ਕਰਨ ਵਾਲੀ ਮਾਲ਼ਾ ਬਣ ਜਾਂਦੀ ਹੈ । ਉਹ ਜੀਵ ਪ੍ਰਭ ਦਾ ਅਸਲੀ ਸੇਵਕ, ਮਹਾਨ ਬਣ ਜਾਂਦਾ ਹੈ । ਜਿਹੜਾ ਇਸਤਰ੍ਹਾਂ ਦੇ ਜੀਵਨ ਨੂੰ ਆਪਣੀ ਧੋਤੀ, ਧਰਮ ਦਾ ਬਾਣਾ ਬਣਾਉਂਦਾ ਹੈ । ਉਹ ਮਨ ਦੀ ਸੁਰਤੀ, ਚੰਗੇ ਕੰਮਾਂ ਨੂੰ ਆਪਣੇ ਮੱਥੇ ਦਾ ਤਿਲਕ ਬਣਾਉਂਦਾ ਹੈ । ਪ੍ਰਭ ਦੇ ਸ਼ਬਦ ਦੀ ਪ੍ਰੀਤ, ਸ਼ਰਧਾ ਦੇ ਭੋਜਨ ਦਾ ਅਨੰਦ ਮਾਨਦਾ ਹੈ । ਸੰਸਾਰ ਵਿੱਚ ਇਸਤਰ੍ਹਾਂ ਜੀਵਨ ਬਤੀਤ ਕਰਨ ਵਾਲਾ ਕੋਈ ਵਿਰਲਾ ਹੀ ਹੁੰਦਾ ਹੈ ।

ਅਸਲੀ ਸੇਵਕ – His true devotee!	
ਵਰਤ – Abstain food	**ਝੂਠ, ਮੰਦੇ ਕੰਮ ਦਾ ਤਿਆਗ!** Conqure lies, evil deed,
ਤੀਰਥ – Shrine	**ਪ੍ਰਭ ਦੇ ਬਖਸ਼ੇ ਤੇ ਸੰਤੋਖ!** Contentement on His Blessings
ਆਤਮਾ ਦਾ ਇਸ਼ਨਾਨ Santifying bath	**ਸ਼ਬਦ ਦੀ ਸੋਝੀ, ਧਿਆਨ, ਸੁਰਤੀ!** Enlightenment, focus, devotion
ਦੇਵੀ ਦੇਵਤੇ! Prophet	**ਦੂਸਰੇ ਤੇ ਤਰਸ, ਦਇਆ ਕਰਨਾ!** Compassion for less fortunate!
ਬੰਦਗੀ ਵਾਲੀ ਮਾਲ਼ਾ Meditation Rosary!	**ਦੂਸਰੇ ਦੀ ਗਲਤੀ ਭੁਲਾਉਣਾ!** forgive, mistake; tolerance other opinion

Whosoever may remain drenched with the essence of His Word; he may abstain from hypocrisy, evil deeds. His contentment on His Blessings may become His Holy Shrine; his enlightenment of the essence of His Word, devotion, dedication may become his soul sanctifying bath. Compassion and forgiveness others short-comings may become his rosary of meditation. He may become as His true devote, noble person in the universe. His way of life may become his religious robe. His devotion may become a vermillion on his forehead as a symbol of purity; nourishment for his soul. However, very rare devotee may have such a way of life.

ਮਹਲਾ ੩॥	mehlaa 3.
ਨਉਮੀ ਨੇਮੁ ਸਚੁ ਜੇ ਕਰੈ॥ ਕਾਮ ਕ੍ਰੋਧੁ ਤ੍ਰਿਸਨਾ ਉਚਰੈ॥	na-umee naym sach jay karai. kaam kroDh tarisnaa uchrai.
ਦਸਮੀ ਦਸੇ ਦੁਆਰ, ਜੇ ਠਾਕੈ ਏਕਾਦਸੀ ਏਕੁ ਕਰਿ ਜਾਣੈ॥	dasmee dasay du-aar jay thaakai aykaadasee ayk kar jaanai.
ਦੁਆਦਸੀ ਪੰਚ ਵਸਗਤਿ ਕਰਿ ਰਾਖੈ, ਤਉ ਨਾਨਕ ਮਨੁ ਮਾਨੈ॥	du-aadasee panch vasgat kar raakhai ta-o naanak man maanai.
ਐਸਾ ਵਰਤੁ ਰਹੀਜੈ ਪਾਡੇ, ਹੋਰ ਬਹੁਤੁ ਸਿਖ ਕਿਆ ਦੀਜੈ॥੨॥	aisaa varat raheejai paaday hor bahut sikh ki-aa deejai. ||2||

ਜਿਹੜਾ ਮਹੀਨੇ ਦੇ ਨੌਂ ਦਿਨ ਸੱਚ ਬੋਲਣ, ਸ਼ਬਦ ਦੀ ਪਾਲਣਾ ਦਾ ਪ੍ਰਾਨ ਕਰਦਾ, ਕਾਮ ਵਾਸ਼ਨਾ, ਕਰੋਧ, ਸੰਸਾਰਕ ਇਛਾਂ ਨੂੰ ਖਤਮ ਕਰ ਦੇਂਦਾ ਹੈ । ਦਸਵੇਂ ਦਿਨ ਮਨ ਦੇ ਦਸਵੇਂ ਘਰ ਦੀ ਯਾਦ ਰਖਦਾ, ਅੰਦਰੋਂ ਖੋਜ ਕਰਦਾ ਹੈ । ਗਿਆਰਵੇਂ ਦਿਨ ਉਸ ਦਾ ਮਨ ਪ੍ਰਭ ਨੂੰ ਇਕੋ ਇਕ ਮਾਲਕ ਮੰਨ ਲੈਂਦਾ ਹੈ । ਬਾਰਵੇਂ ਦਿਨ ਉਸ ਨੂੰ ਮਨ ਦੇ ਪੰਜਾਂ ਚੋਰਾਂ ਤੇ ਜਿੱਤ ਬਖਸ਼ਿਸ਼ ਹੋ ਜਾਂਦੀ ਹੈ, ਮਨ ਵਿੱਚ ਖੇੜਾ ਬਖਸ਼ਿਸ਼ ਹੋ ਜਾਂਦਾ ਹੈ । ਸੰਸਾਰਕ ਗਿਆਨੀ ਇਸਤਰ੍ਹਾਂ ਦਾ ਵਰਤ ਰਖੋ! ਬਾਕੀ ਸਾਰੀਆਂ ਸਿਖਿਆਂ ਬਿਰਥੀਆ ਹੀ ਹਨ ।

Whosoever may become steady and stable on obeying the teachings of His Word and abides by the reality of human life journey, nine days in month; with His mercy and grace, he may conquer his worldly desires. On 10th day, he may concentrate within to be enlightened with 10th door. On 11th day he may believe, The One and only One, True Master of the universe. On 12th day, he may conquer 5 demons of worldly desires. He may be blessed with blossom from within. Worldly saint, you should adopt such a discipline in your worldly life. All other meditations may be useless.

Path of meditation	
Nine Days	Obey His Word; Conquer his own worldly desires
10th day	Concentrate within; Enlightened with 10th door!
11th day	Accept One and Only One True Master
12th day	Conquer 5 demons

ਪਉੜੀ॥	pa-orhee.
ਭੂਪਤਿ ਰਾਜੇ ਰੰਗ ਰਾਇ, ਸੰਚਹਿ ਬਿਖੁ ਮਾਇਆ॥	bhoopat raajay rang raa-ay saNcheh bikh maa-i-aa.
ਕਰਿ ਕਰਿ ਹੇਤੁ ਵਧਾਇਦੇ, ਪਰ ਦਰਬੁ ਚੁਰਾਇਆ॥	kar kar hayt vaDhaa-iday par darab churaa-i-aa.
ਪੁਤ੍ਰ ਕਲਤ੍ਰ ਨ ਵਿਸਹਹਿ, ਬਹੁ ਪ੍ਰੀਤਿ ਲਗਾਇਆ॥	putar kaltar na vishahi baho pareet lagaa-i-aa.
ਵੇਖਦਿਆ ਹੀ ਮਾਇਆ, ਧੁਹਿ ਗਈ ਪਛੁਤਹਿ ਪਛੁਤਾਇਆ॥	vaykh-di-aa hee maa-i-aa Dhuhi ga-ee pachhuteh pachhutaa-i-aa.
ਜਮ ਦਰਿ ਬਧੇ ਮਾਰੀਅਹਿ, ਨਾਨਕ ਹਰਿ ਭਾਇਆ॥੨੧॥	jam dar baDhay maaree-ah naanak har bhaa-i-aa. ||21||

ਸੰਸਾਰ ਦੇ ਰਾਜਾ, ਸੰਸਾਰਕ ਮਾਇਆ ਦੇ ਪਿਆਰ, ਜਾਲ ਵਿੱਚ ਹੀ ਫਸਿਆ ਰਹਿੰਦਾ ਹੈ । ਉਸ ਦਾ ਮਾਇਆ ਨਾਲ ਇਸਤਰ੍ਹਾਂ ਦਾ ਪਿਆਰ ਹੋ ਜਾਂਦਾ ਹੈ । ਉਹ ਦੂਸਰਿਆਂ ਤੋਂ ਖੋਂਅ (ਖੋਹ) ਕੇ ਆਪਣੀ ਬਣਾਉਂਦਾ ਹੈ । ਉਹ ਆਪਣੇ ਪਰਿਵਾਰ, ਬਚਿਆ ਤੇ ਵੀ ਵਿਸ਼ਵਾਸ ਨਹੀਂ ਕਰਦਾ । ਉਸ ਦੀ ਪ੍ਰੀਤ ਕੇਵਲ ਸੰਸਾਰਕ ਧਨ ਨਾਲ

ਹੀ ਹੁੰਦਾ ਹੈ । ਉਸ ਨੂੰ ਇਕੱਠੀ ਕੀਤਾ, ਸੰਸਾਰਕ ਮਾਇਆ ਵੀ ਧੋਖਾ ਦੇ ਜਾਂਦੀ ਹੈ, ਫਿਰ ਅਪਸੋਸ, ਪਛਤਾਵਾ ਹੀ ਕਰਦਾ ਹੈ । ਆਪਣੇ ਕੀਤੇ ਕੰਮਾਂ ਨਾਲ ਹੀ ਮੌਤ ਦੇ ਜਮਦੂਤ ਦੇ ਹਵਾਲੇ ਹੋ ਜਾਂਦਾ, ਸਜ਼ਾ ਭੁਗਤਦਾ ਹੈ । ਇਹ ਹੀ ਪ੍ਰਭ ਦਾ ਭਾਣਾ ਹੁੰਦਾ ਹੈ ।

Worldly king may be so obsessed with worldly wealth and remains intoxicated with his worldly possession. He may try to rob, invade others to capture their wealth. He may not trust anyone, even his family or children. His dedication and focus remain on worldly wealth alone. His worldly wealth may deceive him; he may regret and repents after the loss. He may be captured by the devil of death; this may become His Command.

64. ਰਾਗੁ ਸਾਰੰਗ ਬਾਣੀ ਪਰਮਾਨੰਦ ਜੀ॥ 1253

੧ਓ ਸਤਿਗੁਰ ਪ੍ਰਸਾਦਿ॥	ik-oNkaar satgur parsaad.
ਤੈ ਨਰ ਕਿਆ ਪੁਰਾਨੁ ਸੁਨਿ ਕੀਨਾ॥	tai nar ki-aa puraan sun keenaa.
ਅਨਪਾਵਨੀ ਭਗਤਿ ਨਹੀ ਉਪਜੀ,	anpaavnee bhagat nahee upjee
ਭੂਖੈ ਦਾਨੁ ਨ ਦੀਨਾ॥੧॥ ਰਹਾਉ॥	bhookhai daan na deenaa. ||1|| rahaa-o.

ਜੀਵ ਤੂੰ ਪ੍ਰਭ ਦੀ ਬੰਦਗੀ ਦਾ ਸ਼ਬਦ, ਸੰਤ ਸਰੂਪ ਜੀਵਾਂ ਦੀ ਕਥਾ ਸੁਣਕੇ, ਆਪਣੇ ਜੀਵਨ ਵਿੱਚ ਕੀ ਕਮਾਈ ਕੀਤੀ, ਕੀ ਸਬਕ ਸਿਖਿਆਂ ਹੈ? ਤੇਰੇ ਮਨ ਵਿੱਚ ਪ੍ਰਭ ਦੇ ਸ਼ਬਦ ਦੀ ਸਿਖਿਆਂ ਦਾ ਕੋਈ ਅਸਰ ਨਹੀਂ ਹੋਇਆ । ਆਪਣੇ ਮਨ ਤੇ ਸ਼ਬਦ ਤੇ ਭਰੋਸਾ ਪੱਕਾ ਨਹੀਂ ਹੋਇਆ, ਸ਼ਬਦ ਦੀ ਸਿਖਿਆ ਮਨ ਵਿੱਚ ਨਹੀਂ ਵਸਾਈ । ਤੂੰ ਕਿਸੇ ਨਿਮਾਣੇ, ਬੇਵਸ, ਭੁੱਖੇ ਨੂੰ ਭੋਜਨ, ਨਿਮਾਣੇ, ਗਰੀਬ ਦੀ ਮਦਦ ਨਹੀਂ ਕੀਤੀ ।

What have you learned, from listening the sermons of His Word from His true devotee? Have you earned any wealth of His Word? You have not adopted the teachings of His Word with steady and stable belief in your day-to-day life, nor drenched with the essence of His Word within. You have not offered food to any helpless hungry, nor helped any helpless poor.

ਕਾਮੁ ਨ ਬਿਸਰਿਓ ਕ੍ਰੋਧੁ ਨ ਬਿਸਰਿਓ, ਲੋਭੁ ਨ ਛੂਟਿਓ ਦੇਵਾ॥	kaam na bisri-o kroDh na bisri-o lobh na chhooti-o dayvaa.
ਪਰ ਨਿੰਦਾ ਮੁਖ ਤੇ ਨਹੀ ਛੂਟੀ, ਨਿਫਲ ਭਈ ਸਭ ਸੇਵਾ॥੧॥	par nindaa mukh tay nahee chhootee nifal bha-ee sabh sayvaa. ||1||

ਜਿਹੜਾ ਕਾਮ ਵਾਸ਼ਨਾ, ਕਰੋਧ, ਦੂਸਰਿਆ ਦਾ ਹੱਕ ਪਾਉਣ ਦਾ ਲਾਲਚ, ਦੂਸਰਿਆਂ ਦੀ ਨਿੰਦਿਆਂ, ਚੁੰਗਲੀ ਕਰਨ ਦੀ ਆਦਤ ਖਤਮ ਕਰਦਾ, ਜਿੱਤ ਨਹੀਂ ਪਾਉਂਦਾ! ਉਸ ਦੀ ਸ਼ਬਦ ਦੀ ਬੰਦਗੀ, ਸੰਤ ਸਰੂਪ ਦੀ ਸੇਵਾ, ਪ੍ਰਭ ਦੇ ਦਰਬਾਰ ਵਿੱਚ ਪ੍ਰਵਾਨ ਨਹੀਂ ਹੁੰਦੀ । ਕਿਸੇ ਕੰਮ ਨਹੀਂ ਆਉਂਦੀ, ਬਿਰਥਾ ਹੀ ਜਾਂਦੀ ਹੈ ।

Whosoever may not conquer, controls his sexual urge, anger, greed to rob the earnest living of others, his habit of slandering and back-biting others. His meditation, obeying the teachings of His Word or serving His Holy saint may not be accepted in His Court. His human life opportunity may be wasted uselessly.

ਬਾਟ ਪਾਰਿ ਘਰੁ ਮੂਸਿ ਬਿਰਾਨੋ, ਪੇਟੁ ਭਰੈ ਅਪ੍ਰਾਧੀ॥	baat paar ghar moos biraano payt bharai apraaDhee.
ਜਿਹਿ ਪਰਲੋਕ ਜਾਇ ਅਪਕੀਰਤਿ, ਸੋਈ ਅਬਿਦਿਆ ਸਾਧੀ॥੨॥	jihi parlok jaa-ay apkeerat so-ee abidi-aa saaDhee. ||2||

ਜਿਹੜਾ ਪਰਾਇਆ ਹੱਕ ਮਾਰਕੇ ਧਨ ਇਕਠਾ ਕਰਦਾ, ਅਰਾਮ ਦਾ ਜੀਵਨ ਬਤੀਤ ਕਰਦਾ ਹੈ । ਉਹ ਸੰਸਾਰ ਵਿੱਚ ਸੋਭਾ ਵੀ ਪਾਉਂਦਾ ਹੈ । ਇਹ ਸਾਰੇ ਦੋਸ਼ੀਆ ਵਾਲੇ ਹੀ ਕੰਮ ਕਰਦਾ ਹੈ । ਪਰ ਉਸ ਦੀ ਦਰਗਾਹ ਵਿੱਚ ਲੇਖਾ ਦੇਣਾ ਪੈਂਦਾ ਹੈ । ਮੂਰਖਤਾ ਸਾਮ੍ਹਣੇ ਆਉਂਦੀ, ਸਜ਼ਾ ਭੁਗਤਨੀ ਹੀ ਪੈਣੀ ਹੈ ।

Whosoever may remain intoxicated to covert earnest living of others, worldly wealth to enjoy the short-lived pleasures of worldly life. He may be honored in his worldly life; however, all his worldly deeds may be like a criminal. He may have to endure the judgement of the righteous judge; all his foolishness and evil deeds may be exposed.

ਹਿੰਸਾ ਤਉ ਮਨ ਤੇ ਨਹੀ ਛੂਟੀ, ਜੀਅ ਦਇਆ ਨਹੀ ਪਾਲੀ॥	hinsaa ta-o man tay nahee chhootee jee-a da-i-aa nahee paalee.
ਪਰਮਾਨੰਦ ਸਾਧਸੰਗਤਿ ਮਿਲਿ, ਕਥਾ ਪੁਨੀਤ ਨ ਚਾਲੀ॥੩॥੧॥੬॥	parmaanand saaDhsangat mil kathaa puneet na chaalee. ||3||1||6||
ਛਾਡਿ ਮਨ ਹਰਿ ਬਿਮੁਖਨ ਕੋ ਸੰਗੁ॥	chhaad man har bimukhan ko sang.

ਜਿਸ ਦੇ ਮਨ ਵਿੱਚ ਦੂਸਰੇ ਜੀਵਾਂ ਨੂੰ ਮਾਰਨ ਦੀ ਇਛਾ ਖਤਮ ਨਹੀਂ ਹੋਈ । ਉਸ ਦੀ ਬਣਾਈ ਸ੍ਰਿਸ਼ਟੀ ਦੀ ਭਲਾਈ ਦਾ ਕੋਈ ਕੰਮ ਨਹੀਂ ਕਰਦਾ! ਪ੍ਰਭ ਦੇ ਸ਼ਬਦ ਦੀ ਸਿਖਿਆਂ ਨੂੰ ਮਨ ਵਿਚੋਂ ਵਿਸਾਰ ਦੇਂਦਾ ਹੈ । ਆਪਣੇ ਜੀਵਨ ਦਾ ਢੰਗ ਤਿਆਗਣ, ਬਦਲਣ ਤੋਂ ਬਿਨਾਂ ਦਰਬਾਰ ਵਿੱਚ ਸ਼ਰਮਿੰਦਗੀ ਹੀ ਮਿਲਦੀ ਹੈ । ਸੰਤ ਸਰੂਪ ਦੇ ਜੀਵਨ, ਪ੍ਰਭ ਦੇ ਸ਼ਬਦ ਤੋਂ ਸਿਖਿਆਂ ਨੂੰ ਆਪਣੇ ਜੀਵਨ ਦਾ ਅਧਾਰ ਬਣਾਉਣ ਨਾਲ ਮਾਨਸ ਜਨਮ ਦੇ ਮੰਤਵ ਦੀ ਸੋਝੀ ਬਖਸ਼ਿਸ਼ ਜੋ ਸਕਦੀ ਹੈ ।

Whosoever may not renounce his desire to kill, destroy others, nor he has served His Creation. He may abandon the teachings of His Word from his day-to-day life. Without renouncing such a way of life; he may only be embarrassed in His Court. Whosoever may adopt the life experience teachings of His Holy saint, in his own day-to-day life; with His mercy and grace, he may be blessed with the real path of human life opportunity.

65. ਸਾਰੰਗ ਮਹਲਾ ੫ ਸੂਰਦਾਸ॥ 1253

੧ਓ ਸਤਿਗੁਰ ਪ੍ਰਸਾਦਿ॥	ik-oNkaar satgur parsaad.
ਹਰਿ ਕੇ ਸੰਗ ਬਸੇ ਹਰਿ ਲੋਕ॥	har kay sang basay har lok.
ਤਨੁ ਮਨੁ ਅਰਪਿ ਸਰਬਸੁ ਸਭੁ ਅਰਪਿਓ,	tan man arap sarbas sabh arpi-o
ਅਨਦ ਸਹਜ ਧੁਨਿ ਝੋਕ॥੧॥ ਰਹਾਉ॥	anad sahj Dhun jhok. ||1|| rahaa-o.

ਬੰਦਗੀ ਕਰਨ ਵਾਲਾ ਹਰ ਸਮੇਂ ਹੀ ਪ੍ਰਭ ਦੇ ਭਾਣਾ ਵਿੱਚ ਹੀ ਰਹਿੰਦਾ ਹੈ । ਆਪਣਾ ਮਨ, ਤਨ ਪ੍ਰਭ ਦੇ ਭੇਟਾ ਕਰਕੇ, ਆਪਾ ਮਿੱਟਾ ਦੇਂਦਾ ਹੈ । ਉਸ ਦੇ ਸ਼ਬਦ ਦੇ ਨਸ਼ੇ ਵਿੱਚ ਮਸਤ ਰਹਿੰਦਾ ਹੈ ।

His true devotee may always adopt the teachings of His Word in his day-to-day life. He may surrender his self-entity at His Sanctuary. He may remain intoxicated in the void of His Word.

ਦਰਸਨੁ ਪੇਖਿ ਭਏ ਨਿਰਬਿਖਈ, ਪਾਏ ਹੈ ਸਗਲੇ ਥੋਕ॥	darsan paykh bha-ay nirbikha-ee paa-ay hai saglay thok.
ਆਨ ਬਸਤੁ ਸਿਉ ਕਾਜੁ ਨ ਕਛੂਐ, ਸੁੰਦਰ ਬਦਨ ਅਲੋਕ॥੧॥	aan basat si-o kaaj na kachhoo-ai sundar badan alok. ||1||

ਜਿਹੜਾ ਆਪਣੀ ਆਤਮਾ ਨੂੰ ਬੁਰੀਆਈਆਂ ਤੋਂ ਰਹਿਤ ਕਰ ਲੈਂਦਾ ਹੈ । ਉਸ ਨੂੰ ਸ਼ਬਦ ਦੇ ਸਿਮਰਨ, ਪਾਲਣਾ ਨਾਲ ਪੂਰਨ ਸੰਤੋਖ ਬਖਸ਼ਿਸ਼ ਹੋ ਜਾਂਦਾ ਹੈ । ਉਹ ਨੂੰ ਪ੍ਰਭ ਦੀ ਹੋਂਦ ਅਨੁਭਵ ਹੋ ਜਾਂਦੀ ਹੈ । ਉਸ ਦਾ ਸੰਸਾਰਕ ਮੋਹ ਖਤਮ ਹੋ ਜਾਂਦਾ ਹੈ । ਉਹ ਪ੍ਰਭ ਦੇ ਨੂਰ ਵਿੱਚ ਹੀ ਅਨੰਦ ਮਾਨਦਾ ਹੈ ।

Whosoever may conquer his evil thoughts, urges to commit sins; with His mercy and grace, he may be blessed with complete contentment with meditation and obeying the teachings of His Word. He may realize His Holy Spirit prevailing everywhere. He may conquer his worldly bonds, attachments; with His mercy and grace, he may be blessed with His Eternal Spiritual pleasures in his day-to-day life.

ਸਿਆਮ ਸੁੰਦਰ ਤਜਿ ਆਨ ਜੁ ਚਾਹਤ, ਜਿਉ ਕੁਸਟੀ ਤਨਿ ਜੋਕ॥ si-aam sundar taj aan jo chaahat ji-o kustee tan jok.
ਸੂਰਦਾਸ ਮਨੁ ਪ੍ਰਭਿ ਹਥਿ ਲੀਨੋ, ਦੀਨੋ ਇਹੁ ਪਰਲੋਕ॥੨॥੧॥੮॥ soordaas man parabh hath leeno deeno ih parlok. ||2||1||8||

ਪ੍ਰਭ ਦੀ ਰਹਿਮਤ ਨਾਲ ਮੇਰੇ ਮਨ ਵਿੱਚ ਬੰਦਗੀ ਤੋਂ ਬਿਨਾਂ ਹੋਰ ਕੋਈ ਇਛਾ ਨਹੀਂ ਹੈ । ਮੈਂ ਸ਼ਬਦ ਦੀ ਪਾਲਣਾ ਵਿੱਚ ਅਡੋਲ ਰਹਿੰਦਾ ਹੈ । ਪ੍ਰਭ ਨੇ ਰਹਿਮਤ ਬਖਸ਼ਕੇ, ਮੇਰਾ ਹੱਥ ਪਕੜ ਲਿਆ ਹੈ! ਮੈਂ ਸਿਮਰਨ ਵਿੱਚ ਹੀ ਲੀਨ ਰਹਿੰਦਾ ਹਾ, ਮੇਰੀ ਯਾਤਰਾ ਸਫਲ ਹੋ ਗਈ ਹੈ ।

The True Master has bestowed His Blessed Vision, I have conquered all my worldly desires and only desire, anxiety to obey the teachings of His Word with steady and stable belief remains dominating within my mind. I always remain intoxicated in obeying the teachings of His Word with steady and stable belief in my day-to-day life. The True Master has held my hand, accepted me in His Sanctuary. I remain intoxicated in the void of His Word; my human life opportunity has been rewarded.

66. ਮਲਾਰ ਮਹਲਾ ੩॥ 1276-11

ਬੇਦ ਬਾਣੀ ਜਗੁ ਵਰਤਦਾ, ਤ੍ਰੈ ਗੁਣ ਕਰੇ ਬੀਚਾਰੁ॥ bayd banee jag varatdaa tarai gun karay beechaar.
ਬਿਨੁ ਨਾਵੈ ਜਮ ਡੰਡੁ ਸਹੈ, ਮਰਿ ਜਨਮੈ ਵਾਰੋ ਵਾਰ॥ bin naavai jam dand sahai mar janmai vaaro vaar.
ਸਤਿਗੁਰ ਭੇਟੇ ਮੁਕਤਿ ਹੋਇ, ਪਾਏ ਮੋਖ ਦੁਆਰੁ॥੧॥ satgur bhaytay mukat ho-ay paa-ay mokh du-aar. ||1||

ਸਾਰਾ ਸੰਸਾਰ ਹੀ ਸੰਸਾਰਕ ਧਰਮਾਂ ਦੇ ਗ੍ਰੰਥਾਂ (ਵੇਦਾਂ) ਵਿੱਚ ਲਿਖੇ ਹੋਏ ਨਿਯਮਾਂ ਨਾਲ ਜੀਵਨ ਬਤੀਤ ਕਰਦਾ ਹੈ । ਉਹ ਸੰਸਾਰਕ ਮਾਇਆ ਦੇ ਤਿੰਨੋਂ ਗੁਣਾਂ ਦਾ ਹੀ ਵਿਚਾਰ ਕਰਦਾ ਹੈ । ਉਹ ਸੰਸਾਰਕ ਮਾਇਆ ਦੇ ਗੁਣਾ ਨੂੰ ਹੀ ਆਪਣੇ ਜੀਵਨ ਦਾ ਨਿਯਮ ਬਣਾਉਂਦਾ ਹੈ । ਪ੍ਰਭ ਦੇ ਸ਼ਬਦ ਦੀ ਪਾਲਣ ਕਰਨ ਤੋਂ ਬਿਨਾਂ ਮੌਤ ਦਾ ਜਮਦੂਤ ਹੀ ਸਜ਼ਾ ਦੇਂਦਾ ਹੈ । ਜੀਵ ਜੂੰਨਾਂ ਦੇ ਚੱਕਰ ਵਿੱਚ ਹੀ ਰਹਿੰਦਾ ਹੈ । ਜਿਹੜਾ ਜੀਵ ਸ਼ਬਦ ਦੀ ਪਾਲਣਾ, ਸ਼ਬਦ ਦੀ ਸਿਖਿਆਂ ਨਾਲ ਜੀਵਨ ਢਾਲਦਾ ਹੈ । ਉਸ ਨੂੰ ਮੁਕਤੀ ਦਾ ਰਸਤਾ ਬਖਸ਼ਿਸ਼ ਹੋ ਜਾਂਦਾ ਹੈ, ਪ੍ਰਭ ਦੀ ਸ਼ਰਣ ਵਿੱਚ ਪਨਾਹ ਬਖਸ਼ਿਸ਼ ਹੋ ਜਾਂਦੀ ਹੈ ।

All human may adopt principles described in worldly Holy Scriptures. All religious Holy Scriptures may signify the power of three unique virtues of worldly wealth (Shakti) and how to conquer these demons. In his ignorance, he may remain intoxicated in short-lived pleasures of worldly wealth as the real purpose of his human life journey. Without adopting the teachings of His Word, he may be captured by the devil of death. He may remain in the cycle of birth and death. Whosoever may obey and adopts the teachings of His Word with steady and stable belief; with His mercy and grace, he may be blessed with the right path of acceptance in His Court. He may be accepted in His Sanctuary.

ਮਨ ਰੇ ਸਤਿਗੁਰ ਸੇਵਿ ਸਮਾਇ॥ man ray satgur sayv samaa-ay.
ਵਡੈ ਭਾਗਿ ਗੁਰ ਪੂਰਾ ਪਾਇਆ, vadai bhaag gur pooraa paa-i-aa
ਹਰਿ ਹਰਿ ਨਾਮੁ ਧਿਆਇ॥੧॥ ਰਹਾਉ॥ har har naam Dhi-aa-ay. ||1|| rahaa-o.

ਜੀਵ ਪ੍ਰਭ ਦੇ ਸ਼ਬਦ ਦੀ ਪਾਲਣਾ ਵਿੱਚ ਲੀਨ ਹੋ ਜਾਵੇ! ਜੀਵ ਦੇ ਵੱਡੇ ਭਾਗਾਂ ਨਾਲ ਹੀ ਸ਼ਬਦ ਦੀ ਪਾਲਣਾ ਵਿੱਚ ਲਗਨ ਬਖਸ਼ਿਸ਼ ਹੋ ਸਕਦੀ ਹੈ । ਉਹ ਸ਼ਬਦ ਦੀ ਪਾਲਣਾ ਤੇ ਅਡੋਲ ਰਹਿੰਦਾ ਹੈ ।

You should remain intoxicated in obeying the teachings of His Word. Whosoever may have a great prewritten destiny, only he may be blessed with devotion to obey the teachings of His Word; only he may remain steady and stable on obeying the teachings of His Word.

ਹਰਿ ਆਪਣੈ ਭਾਣੈ ਸ੍ਰਿਸਟਿ ਉਪਾਈ, ਹਰਿ ਆਪੇ ਦੇਇ ਅਧਾਰੁ॥ har aapnai bhaanai sarisat upaa-ee har aapay day-ay aDhaar.
ਹਰਿ ਆਪਣੈ ਭਾਣੈ ਮਨੁ ਨਿਰਮਲੁ ਕੀਆ, ਹਰਿ ਸਿਉ ਲਾਗਾ ਪਿਆਰੁ॥ har aapnai bhaanai man nirmal kee-aa har si-o laagaa pi-aar.
ਹਰਿ ਕੈ ਭਾਣੈ ਸਤਿਗੁਰੁ ਭੇਟਿਆ, ਸਭੁ ਜਨਮੁ ਸਵਾਰਣਹਾਰੁ॥੨॥ har kai bhaanai satgur bhayti-aa sabh janam savaaranhaar. ||2||

ਪ੍ਰਭ ਆਪਣੇ ਹੁਕਮ ਨਾਲ ਹੀ ਸ੍ਰਿਸ਼ਟੀ ਸਾਜਦਾ, ਜੀਵਨ ਬੀਤਤ ਕਰਨ ਦਾ ਢੰਗ ਬਖਸ਼ਦਾ ਹੈ । ਜੀਵ ਦੀ ਲਗਨ ਸ਼ਬਦ ਦੀ ਪਾਲਣਾ ਤੇ ਲਾਉਂਦਾ ਹੈ । ਜਿਸ ਦੇ ਮਨ ਵਿੱਚ ਸ਼ਬਦ ਦਾ ਤੱਤ ਘਰ ਕਰ ਜਾਂਦਾ ਹੈ । ਪ੍ਰਭ ਆਪਣੇ ਹੁਕਮ ਨਾਲ ਹੀ ਉਸ ਜੀਵ ਦੀ ਆਤਮਾ ਪਵਿੱਤਰ ਕਰਦਾ, ਪ੍ਰਵਾਨ ਕਰਦਾ ਹੈ ।

The True Master has created the universe with His Own Imagination, Command. He has assigned unique chore to every creature in his human life journey. Whosoever may remain drenched with the essence of His Word; with His mercy and grace, he may be blessed with the right path to sanctify his soul to become worthy of His Considerations.

ਵਾਹੁ ਵਾਹੁ ਬਾਣੀ ਸਤਿ ਹੈ, ਗੁਰਮੁਖਿ ਬੂਝੈ ਕੋਇ॥ vaahu vaahu banee sat hai gurmukh boojhai ko-ay.
ਵਾਹੁ ਵਾਹੁ ਕਰਿ ਪ੍ਰਭੁ ਸਾਲਾਹੀਐ, ਤਿਸੁ ਜੇਵਡੁ ਅਵਰੁ ਨ ਕੋਇ॥ vaahu vaahu kar parabh salaahee-ai tis jayvad avar na ko-ay.
ਆਪੇ ਬਖਸੇ ਮੇਲਿ ਲਏ, ਕਰਮਿ ਪਰਾਪਤਿ ਹੋਇ॥੩॥ aapay bakhsay mayl la-ay karam paraapat ho-ay. ||3||

ਪ੍ਰਭ ਦਾ ਸ਼ਬਦ ਅਨੋਖਾ ਹੀ ਹੈ । ਵਿਰਲਾ ਹੀ ਗੁਰਮਖ ਪ੍ਰਭ ਦੇ ਸ਼ਬਦ ਨਾਲ ਆਪਣਾ ਜੀਵਨ ਢਾਲਦਾ, ਸੋਝੀ ਬਖਸ਼ਿਸ਼ ਹੁੰਦੀ ਹੈ । ਪ੍ਰਭ ਦੇ ਸ਼ਬਦ ਦੀ ਉਸਤਤ ਵੀ ਅਨੋਖੀ ਹੀ ਹੈ, ਪ੍ਰਭ ਦੇ ਬਰਾਬਰ ਦਾ ਹੋਰ ਕੋਈ ਨਹੀਂ ਹੈ । ਜਿਸ ਦੇ ਪਾਪ ਆਪ ਹੀ ਬਖਸ਼ ਦੇਂਦਾ ਹੈ । ਉਸ ਨੂੰ ਪ੍ਰਵਾਨਗੀ ਦੇ ਰਸਤੇ ਤੇ ਅਡੋਲ ਰਖਦਾ ਹੈ ।

His Word may be astonishing and enlightening pillar to sanctify his soul. Whosoever may adopt the teachings of His Word with steady and stable belief; he may be enlightened with the essence of His Word. He may be blessed with a state of mind as His true devotee. The greatness of the virtues of His Word may be astonishing. No one may be equal or comparable with the greatness of The True Master. Whose sins may be forgiven; with His mercy and grace, he may be blessed with the right path of acceptance in His Court.

ਸਾਚਾ ਸਾਹਿਬੁ ਮਾਹਰੋ, ਸਤਿਗੁਰਿ ਦੀਆ ਦਿਖਾਇ॥ saachaa saahib maahro satgur dee-aa dikhaa-ay.
ਅੰਮ੍ਰਿਤੁ ਵਰਸੈ ਮਨੁ ਸੰਤੋਖੀਐ, ਸਚਿ ਰਹੈ ਲਿਵ ਲਾਇ॥ amrit varsai man santokhee-ai sach rahai liv laa-ay.
ਹਰਿ ਕੈ ਨਾਇ ਸਦਾ ਹਰੀਆਵਲੀ, ਫਿਰਿ ਸੁਕੈ ਨਾ ਕੁਮਲਾਇ॥੪॥ har kai naa-ay sadaa haree-aavalee fir sukai naa kumlaa-ay. ||4||

ਅਟੱਲ ਸ਼ਬਦ ਦੀ ਪਾਲਣਾ ਕਰਨ ਨਾਲ ਹੀ ਪ੍ਰਭ ਦੀ ਰਹਿਮਤ ਪ੍ਰਤੱਖ ਹੁੰਦੀ ਹੈ । ਪ੍ਰਭ ਦੀ ਹੋਂਦ ਮਹਿਸੂਸ ਹੁੰਦੀ ਹੈ । ਮਨ ਦੇ ਅੰਦਰੋਂ ਹੀ ਪ੍ਰਭ ਦੇ ਸ਼ਬਦ ਦੀ ਸੋਝੀ ਰੂਪੀ ਅੰਮ੍ਰਿਤ ਵਰਸਦਾ ਹੈ । ਉਹ ਸ਼ਬਦ ਦੇ ਸਿਮਰਨ ਵਿੱਚ ਲੀਨ, ਸ਼ਬਦ ਦੀ ਸਮਾਧੀ ਵਿੱਚ ਵਸਦਾ, ਅਨੰਦ ਸੰਤੋਖ ਨਾਲ ਭਰਪੂਰ ਰਹਿੰਦਾ ਹੈ । ਉਹ ਪ੍ਰਭ ਦੇ ਸ਼ਬਦ ਦੀ ਪਾਲਣਾ ਕਰਦਾ ਸਦਾ ਹੀ ਖੇੜੇ ਵਿੱਚ ਵਸਦਾ ਹੈ । ਕਦੇ ਸੋਗ, ਸੰਸਾਰਕ ਚਿੰਤਾ ਦੀ ਭਟਕਣ ਮਹਿਸੂਸ ਨਹੀਂ ਹੁੰਦੀ ।

ਗੁਰੂ ਨਾਨਕ ਦੇਵ ਜੀ! – Guru Nanak Dev Ji! Guru Granth Sahib

Whosoever may obey the teachings of His Word with steady and stable belief; with His mercy and grace, he may be enlightened from within. He may realize His Holy Spirit prevailing within his own heart; he may remain drenched with the nectar of the essence of His Word. He may remain intoxicated in meditation and obeying the teachings of His Word, in the void of His Word. He may remain overwhelmed with contentment. He may never grievance nor frustrated from any worldly desires, miseries of his life.

ਬਿਨੁ ਸਤਿਗੁਰ ਕਿਨੈ ਨ ਪਾਇਓ, ਮਨਿ ਵੇਖਹੁ ਕੋ ਪਤੀਆਇ॥ bin satgur kinai na paa-i-o man vaykhhu ko patee-aa-ay.
ਹਰਿ ਕਿਰਪਾ ਤੇ ਸਤਿਗੁਰੁ ਪਾਈਐ, ਭੇਟੈ ਸਹਜਿ ਸੁਭਾਇ॥ har kirpaa tay satgur paa-ee-ai bhaytai sahj subhaa-ay.
ਮਨਮੁਖ ਭਰਮਿ ਭੁਲਾਇਆ, ਬਿਨੁ ਭਾਗਾ ਹਰਿ ਧਨੁ ਨ ਪਾਇ॥੫॥ manmukh bharam bhulaa-i-aa bin bhaagaa har Dhan na paa-ay. ||5||

ਪ੍ਰਭ ਦੇ ਸ਼ਬਦ ਦੀ ਪਾਲਣਾ ਤੋਂ ਬਿਨਾਂ ਕਦੇ ਪ੍ਰਭ ਦੀ ਰਹਿਮਤ, ਸ਼ਬਦ ਦੀ ਸੋਝੀ ਬਖਸ਼ਿਸ਼ ਨਹੀਂ ਹੁੰਦੀ । ਭਾਵੇਂ ਕੋਈ ਸੰਸਾਰਕ ਜੀਵ ਪਰਖ ਲਵੇ । ਪ੍ਰਭ ਦੀ ਰਹਿਮਤ ਨਾਲ ਹੀ ਜੀਵ ਨੂੰ ਸ਼ਬਦ ਦੀ ਪਾਲਣਾ ਵਿੱਚ ਲਗਨ ਬਖਸ਼ਿਸ਼ ਹੁੰਦੀ, ਮਨ ਸ਼ਬਦ ਦੀ ਪਾਲਣਾ ਵਿੱਚ ਅਡੋਲ ਰਹਿੰਦਾ ਹੈ । ਮਨਮੁਖ ਭਰਮਾਂ ਵਿੱਚ ਫਸਿਆ ਰਹਿੰਦਾ ਹੈ । ਪਹਿਲੇ ਲਿਖੇ ਭਾਗਾਂ ਤੋਂ ਬਿਨਾਂ ਪ੍ਰਭ ਦੇ ਸ਼ਬਦ ਦੀ ਕਮਾਈ ਬਖਸ਼ਿਸ਼ ਨਹੀਂ ਹੋ ਸਕਦੀ ।

Without obeying the teachings of His Word; no one may ever be blessed with the enlightenment of the essence of His Word. Anyone may test his own meditation techniques. His true devotee may be blessed with devotion to obey the teachings of His Word; with His mercy and grace, he may remain steady and stable on the right path of acceptance in His Court. Self-minded may remain intoxicated in religious suspicions. Without a great prewritten destiny, the earnings, wealth of His Word may never be blessed.

ਤ੍ਰੈ ਗੁਣ ਸਭਾ ਧਾਤੁ ਹੈ, ਪੜਿ ਪੜਿ ਕਰਹਿ ਵੀਚਾਰੁ॥ tarai gun sabhaa Dhaat hai parh parh karahi veechaar.
ਮੁਕਤਿ ਕਦੇ ਨ ਹੋਵਈ, ਨਹੁ ਪਾਇਨਿ੍ ਮੋਖ ਦੁਆਰੁ॥ mukat kaday na hova-ee nahu paa-iniH mokh du-aar.
ਬਿਨੁ ਸਤਿਗੁਰ ਬੰਧਨ ਨ ਤੁਟਹੀ, ਨਾਮਿ ਨ ਲਗੈ ਪਿਆਰੁ॥੬॥ bin satgur banDhan na tuthee naam na lagai pi-aar. ||6||

ਸੰਸਾਰਕ ਮਾਇਆ ਦੇ ਤਿੰਨੇਂ ਰੂਪ ਹੀ ਮਾਨਸ ਨੂੰ ਅਸਲੀ ਰਸਤੇ ਤੋਂ ਅਲੱਗ ਕਰਦੇ ਹਨ । ਮਾਨਸ ਜੀਵ ਧਰਮ ਦੇ ਗ੍ਰੰਥਾਂ ਵਿੱਚ ਤਿੰਨੇਂ ਗੁਣ ਪੜ੍ਹਦਾ, ਵਿਚਾਰ ਕਰਦਾ, ਅਗਿਆਨਤਾ ਵਿੱਚ ਹੀ ਇਹਨਾਂ ਦੀ ਪ੍ਰਾਪਤੀ ਵਿੱਚ ਲਗਾ ਰਹਿੰਦਾ ਹੈ । ਉਹ ਸ਼ਬਦ ਦੀ ਪਾਲਣਾ, ਪ੍ਰਵਾਨਗੀ, ਮੁਕਤੀ ਦੇ ਰਸਤੇ ਤੇ ਅਡੋਲ ਨਹੀਂ ਰਹਿੰਦਾ । ਪ੍ਰਭ ਦੀ ਰਹਿਮਤ ਤੋਂ ਬਿਨਾਂ ਉਸ ਦੀ ਲਗਨ ਸ਼ਬਦ ਦੀ ਪਾਲਣਾ ਵਿੱਚ ਅਡੋਲ ਨਹੀਂ ਹੁੰਦੀ, ਸੰਸਾਰਕ ਇਛਾਂ, ਮੋਹ ਦਾ ਬੰਧਨ ਖਤਮ ਨਹੀਂ ਹੁੰਦਾ ।

Self-minded may remain intoxicated with sweet poison of three virtues of worldly wealth, (shakti). He may be diverted from the right path of meditation, acceptance in His Court. Self-minded may read the significance of three virtues of worldly wealth. In his ignorance, he may remain intoxicated with short-lived pleasures of worldly wealth. He may never obey the teachings of His Word with steady and stable on the right path of acceptance in His Court nor salvation from the cycle of birth and death. Without His Blessed Vision, no one may stay steady and stable on obeying the teachings of His Word, nor his worldly bonds and attachment to worldly wealth may be eliminated.

ਪੜਿ ਪੜਿ ਪੰਡਿਤ ਮੋਨੀ ਥਕੇ, ਬੇਦਾਂ ਕਾ ਅਭਿਆਸੁ॥ parh parh pandit monee thakay baydaaN kaa abhi-aas.
ਹਰਿ ਨਾਮੁ ਚਿਤਿ ਨ ਆਵਈ, ਨਹ ਨਿਜ ਘਰਿ ਹੋਵੈ ਵਾਸੁ॥ har naam chit na aavee nah nij ghar hovai vaas.
ਜਮਕਾਲੁ ਸਿਰਹੁ ਨ ਉਤਰੈ, ਅੰਤਰਿ ਕਪਟ ਵਿਣਾਸੁ॥੭॥ jamkaal sirahu na utrai antar kapat vinaas. ||7||

ਵਿਦਵਾਨ, ਪੰਡਿਤ, ਗਿਆਨੀ, ਮੋਨੀ ਸੰਤ, ਧਰਮਾਂ ਦੇ ਗ੍ਰੰਥ, ਵੇਦਾਂ, ਪਰਾਨ, ਪੜ੍ਹ ਕੇ ਬੇਵਸ ਹੋ ਜਾਂਦੇ ਹਨ । ਜਿਹੜਾ ਪ੍ਰਭ ਦੇ ਸ਼ਬਦ ਦੀ ਪਾਲਣਾ ਵਿੱਚ ਧਿਆਨ, ਸ਼ਬਦ ਨਾਲ ਜੀਵਨ ਨਹੀਂ ਢਾਲਦਾ, ਉਸ ਨੂੰ ਸ਼ਬਦ ਦੀ ਸੋਝੀ ਬਖਸ਼ਿਸ਼ ਨਹੀਂ ਹੁੰਦੀ! ਉਸ ਦੇ ਮਨ ਵਿੱਚ ਸ਼ਬਦ ਦੀ ਸਿਖਿਆਂ ਘਰ ਨਹੀਂ ਕਰਦੀ । ਉਸ ਦੇ ਅੰਦਰ ਕਰੋਧ ਅਤੇ ਲਾਲਚ ਭਰਿਆਂ ਰਹਿੰਦਾ ਹੈ । ਮੌਤ ਦਾ ਜਮਦੂਤ ਉਸ ਦੇ ਸਿਰ ਉਪਰ ਹੀ ਰਹਿੰਦਾ ਹੈ ।

Worldly scholars, pandit, religious priest, quiet saints may become miserable frustrated by repeatedly reading worldly Holy Scriptures. Whosoever may not focus, obeys, nor adopts the teachings of His Word in his day-to-day life; he may never be drenched with the enlightenment of the essence of His Word within. He may remain overwhelmed with anger and greed; the devil of death may be knocking at his head.

ਹਰਿ ਨਾਵੈ ਨੋ ਸਭੁ ਕੋ ਪਰਤਾਪਦਾ, har naavai no sabh ko partaapdaa
ਵਿਣੁ ਭਾਗਾਂ ਪਾਇਆ ਨ ਜਾਇ॥ vin bhaagaaN paa-i-aa na jaa-ay.
ਨਦਰਿ ਕਰੇ ਗੁਰੁ ਭੇਟੀਐ, ਹਰਿ ਨਾਮੁ ਵਸੈ ਮਨਿ ਆਇ॥ nadar karay gur bhaytee-ai har naam vasai man aa-ay.
ਨਾਨਕ ਨਾਮੇ ਹੀ ਪਤਿ ਊਪਜੈ, ਹਰਿ ਸਿਉ ਰਹਾਂ ਸਮਾਇ॥੮॥੨॥ naanak naamay hee pat oopjai har si-o rahaaN samaa-ay. ||8||2||

ਸਾਰੇ ਮਾਨਸ ਜੀਵ ਪ੍ਰਭ ਦੀ ਰਹਿਮਤ, ਸ਼ਬਦ ਦੀ ਸੋਝੀ ਪਾਉਣ ਦੀ ਆਸ ਰਖਦੇ ਹਨ । ਵੱਡੇ ਭਾਗਾਂ ਤੋਂ ਬਿਨਾਂ ਪ੍ਰਭ ਦੇ ਸ਼ਬਦ ਦੀ ਪਾਲਣਾ ਕਰਨ ਦੀ ਲਗਨ ਬਖਸ਼ਿਸ਼ ਨਹੀਂ ਹੋ ਸਕਦੀ । ਜਿਹੜਾ ਪ੍ਰਭ ਦੇ ਸ਼ਬਦ ਦੀ ਪਾਲਣਾ, ਸ਼ਬਦ ਦੀ ਸਿਖਿਆਂ ਨਾਲ ਜੀਵਨ ਢਾਲਦਾ ਹੈ, ਉਸ ਨੂੰ ਸ਼ਬਦ ਦੀ ਸੋਝੀ ਬਖਸ਼ਿਸ਼ ਹੋ ਜਾਂਦੀ, ਸ਼ਬਦ ਦਾ ਤੱਤ ਮਨ ਵਿੱਚ ਘਰ ਕਰ ਜਾਂਦਾ ਹੈ । ਉਸ ਦੀ ਸ਼ਰਧਾ ਵਧਦੀ ਹੈ, ਸ਼ਬਦ ਦੀ ਪਾਲਣਾ ਵਿੱਚ ਲੀਨ ਰਹਿੰਦਾ ਹੈ ।

Everyone may hope to be blessed with a devotion and the enlightenment of the essence of His Word. Without a great prewritten destiny, no one may be blessed with devotion to meditate, obeys the teachings of His Word. Whosoever may adopt the teachings of His Word with steady and stable belief; with His mercy and grace, he may remain drenched with the essence of His Word. His devotion may be enhanced and he remains intoxicated in meditation in the void of His Word.

67. ਸਲੋਕ ਮਃ ੧॥ 1289-11

ਪਹਿਲਾਂ ਮਾਸਹੁ ਨਿੰਮਿਆ ਮਾਸੈ ਅੰਦਰਿ ਵਾਸੁ॥ pahilaaN maasahu nimmi-aa maasai andar vaas.
ਜੀਉ ਪਾਇ ਮਾਸੁ ਮੁਹਿ ਮਿਲਿਆ ਹਡੁ ਚੰਮੁ ਤਨੁ ਮਾਸੁ॥ jee-o paa-ay maas muhi mili-aa had chamm tan maas.
ਮਾਸਹੁ ਬਾਹਰਿ ਕਢਿਆ ਮੰਮਾ ਮਾਸੁ ਗਿਰਾਸੁ॥ maasahu baahar kadhi-aa mammaa maas giraas.
ਮੁਹੁ ਮਾਸੈ ਕਾ ਜੀਭ ਮਾਸੈ ਕੀ ਮਾਸੈ ਅੰਦਰਿ ਸਾਸੁ॥ muhu maasai kaa jeebh maasai kee maasai andar saas.
ਵਡਾ ਹੋਆ ਵੀਆਹਿਆ, ਘਰਿ ਲੈ ਆਇਆ ਮਾਸੁ॥ vadaa ho-aa vee-aahi-aa ghar lai aa-i-aa maas.
ਮਾਸਹੁ ਹੀ ਮਾਸੁ ਊਪਜੈ, ਮਾਸਹੁ ਸਭੋ ਸਾਕੁ॥ maasahu hee maas oopjai maasahu sabho saak.
ਸਤਿਗੁਰਿ ਮਿਲਿਐ ਹੁਕਮੁ ਬੁਝੀਐ, ਤਾਂ ਕੋ ਆਵੈ ਰਾਸਿ॥ satgur mili-ai hukam bujhee-ai taaN ko aavai raas.
ਆਪਿ ਛੁਟੇ ਨਹ ਛੁਟੀਐ, ਨਾਨਕ ਬਚਨਿ ਬਿਣਾਸੁ॥੧॥ aap chhutay nah chhootee-ai naanak bachan binaas. ||1||

ਗੁਰੂ ਨਾਨਕ ਦੇਵ ਜੀ! – Guru Nanak Dev Ji! Guru Granth Sahib

ਜੀਵ ਮਾਤ ਦੇ ਗਰਭ ਵਿੱਚ, ਮਾਸ ਵਿੱਚ ਹੀ ਪੈਦਾ ਹੰਦਾ, ਵਧਦਾ ਹੈ । ਸੰਸਰ ਵਿੱਚ ਆਉਂਦਾ ਵੀ ਮੂੰਹ ਵਿੱਚ ਮਾਸ ਹੀ ਹੁੰਦਾ ਹੈ । ਉਸ ਦੀ ਹੱਢ, ਚਮਵੀ ਅਤੇ ਤਨ ਮਾਸ ਦਾ ਬਾਣਿਆ ਹੈ । ਉਹ ਮਾਤਾ ਦੀ ਮਾਸ ਦੀ ਕੁੱਖ ਵਿਚੋਂ ਹੀ ਪੈਦਾ ਹੁੰਦਾ ਹੈ । ਮਾਤਾ ਦੇ ਮਾਸ ਦਾ ਬਣਿਆ ਮੰਮਾ ਹੀ ਮੂੰਹ ਵਿੱਚ ਪਾਉਂਦਾ ਹੈ । ਵੱਡਾ ਹੋ ਕੇ ਵੀ ਮਾਸ ਦੀ ਬਣੀ ਔਰਤ ਨਾਲ ਵਿਆਹ, ਸੰਜੋਗ ਬਣਾਉਂਦਾ, ਪ੍ਰਵਾਰ ਵਧਾਉਂਦਾ ਹੈ । ਇਸਤਰ੍ਹਾਂ ਮਾਸ ਵਿਚੋਂ ਹੀ ਹੋਰ ਮਾਸ ਪੈਦਾ ਹੁੰਦਾ ਹੈ । ਸੰਸਾਰ ਵਿੱਚ ਸਾਰੇ ਰਿਸ਼ਤੇ ਵੀ ਮਾਸ ਤੋਂ ਹੀ ਬਣਦੇ ਹਨ । ਜਿਹੜਾ ਪ੍ਰਭ ਦਾ ਸ਼ਬਦ ਸੁਣਦਾ, ਉਸ ਨੂੰ ਪ੍ਰਭ ਦੇ ਭਾਣੇ ਦੀ ਸੋਝੀ ਬਖਸ਼ਿਸ਼ ਹੋ ਜਾਂਦੀ ਹੈ । ਉਹ ਆਪਣੇ ਜੀਵਨ ਦਾ ਢੰਗ ਬਦਲਦਾ ਹੈ । ਕੇਵਲ ਸ਼ਬਦ ਸਮਝਣ ਨਾਲ ਕੋਈ ਲਾਭ ਨਹੀਂ ਹੁੰਦਾ । ਉਹ ਗੱਲਾਂ ਵਿੱਚ ਹੀ ਜੀਵਨ ਬਰਬਾਦ ਕਰ ਜਾਂਦਾ ਹੈ ।

Human has been created and nourished in the womb of mother, flesh. His first worldly nourishment may also be with milk, by sucking the nipples of her flesh. His bones, skin and body created out of the flesh of mother. He may marry a girl with flesh and reproduce to grow his legacy. All worldly relationships may be devolved from flesh. Whosoever may hear the everlasting echo of His Word resonating within his heart; he may be enlightened with the creation of flesh. He may transform his way of life. Only by understanding the teachings of His Word may not benefit for the real purpose of human life opportunity. Many have wasted their human life opportunity in preaching, talking, and singing His Glory, these words.

ਮਃ ੧॥ — mehlaa 1.

ਮਾਸੁ ਮਾਸੁ ਕਰਿ ਮੂਰਖੁ ਝਗੜੇ, ਗਿਆਨੁ ਧਿਆਨੁ ਨਹੀਂ ਜਾਣੈ॥ — maas maas kar moorakh jhagrhay gi-aan Dhi-aan nahee jaanai.
ਕਉਣੁ ਮਾਸੁ ਕਉਣੁ ਸਾਗੁ ਕਹਾਵੈ, ਕਿਸੁ ਮਹਿ ਪਾਪ ਸਮਾਣੇ॥ — ka-un maas ka-un saag kahaavai kis meh paap samaanay.

ਮਨਮੁਖ ਤਨ ਦੇ ਮਾਸ ਅਤੇ ਖਾਣ ਵਾਲੇ ਮਾਸ ਦੇ ਝਗੜੇ ਵਿੱਚ ਹੀ ਪਾਇਆ ਰਹਿੰਦਾ ਹੈ । ਜਿਹੜਾ ਪ੍ਰਭ ਦੇ ਸ਼ਬਦ ਦੀ ਪਾਲਣਾ, ਸਿਮਰਨ ਨਹੀਂ ਕਰਦਾ, ਉਸ ਨੂੰ ਸੋਝੀ ਬਖਸ਼ਿਸ਼ ਨਹੀਂ ਹੁੰਦੀ । ਮਾਸ ਕੀ ਹੈ ਅਤੇ ਸਬਜੀ ਕੀ ਹੈ?

1. Self-minded, religious critics may remain in debate about the flesh of human body and flesh to eat. He may never stress to meditate, obey the teachings of His Word. He may never be blessed with the enlightenment of the distinction between two fleshes. What may be the flesh to eat and any vegetable?

ਗੈਂਡਾ ਮਾਰਿ ਹੋਮ ਜਗ ਕੀਏ, ਦੇਵਤਿਆ ਕੀ ਬਾਣੇ॥ — gaiNdaa maar hom jag kee-ay dayviti-aa kee baanay.
ਮਾਸੁ ਛੋਡਿ ਬੈਸਿ ਨਕੁ ਪਕੜਹਿ, ਰਾਤੀ ਮਾਣਸ ਖਾਣੇ॥ — maas chhod bais nak pakrheh raatee maanas khaanay.
ਫੜੁ ਕਰਿ ਲੋਕਾਂ ਨੋ ਦਿਖਲਾਵਹਿ, ਗਿਆਨੁ ਧਿਆਨੁ ਨਹੀਂ ਸੂਝੈ॥ — farh kar lokaaN no dikhlaavahi gi-aan Dhi-aan nahee soojhai.

ਅਗਿਆਣਤਾ ਵਿੱਚ ਹੀ ਜੀਵ ਪਾਪਾਂ ਦਾ ਜੀਵਨ ਬਤੀਤ ਕਰਦਾ ਹੈ । ਸੰਸਾਰਕ ਦੇਵਤਿਆ ਨੇ ਸ਼ਬਦ ਦੀ ਅਗਿਆਣਤਾ ਕਾਰਨ ਹੀ ਇਹ ਰੀਤ ਬਣਾਈ ਸੀ । ਜਾਨਵਰ ਦੀ ਬਲੀ ਦੇ ਕੇ, ਅੱਗ ਵਿੱਚ ਭੁੰਨ ਕੇ ਪ੍ਰਭ ਨੂੰ ਭੇਟਾ ਕੀਤਾ ਜਾਂਦਾ ਸੀ । ਜਿਹੜਾ ਲੋਕਾ ਦੇ ਸਾਮ੍ਹਣੇ ਮਾਸ ਨਹੀਂ ਖਾਂਦਾ, ਦੇਖਦਾ ਰਹਿੰਦਾ ਹੈ । ਉਹ ਛਿਪਾ ਕੇ, ਰਾਤ ਨੂੰ ਮਾਸ ਖਾਂਦਾ, ਉਸ ਦੇ ਮਨ ਵਿੱਚ ਇਛਾਂ ਰਹਿੰਦੀ ਹੈ । ਉਹ ਲੋਕ ਦਿਖਾਵਾ ਕਰਦਾ, ਉਸ ਨੂੰ ਸ਼ਬਦ ਦੀ ਕੋਈ ਸੋਝੀ ਨਹੀਂ ਹੁੰਦੀ । ਉਹ ਬੰਦਗੀ ਦੇ ਰਸਤੇ ਤੇ ਨਹੀਂ ਚਲ ਸਕਦਾ ।

2. Self-minded in his ignorance, may commit sins and lives a sinful life. Worldly prophet remains intoxicated with sweet poison of worldly wealth! He remains ignorant from, the essence of His Word, the right path of acceptance in His Court. He may become a victim of greed, slave of the urge, taste of his tongue; such a saint has initiated, ritual to kill His Creation, innocent animal as offering to please The True Master. Whosoever may avoid eating meat in-front of others, he may eat secretly. He may never be blessed the enlightenment of the essence of His Word, His Nature. He has lost the right path of acceptance on His Court.

ਨਾਨਕ ਅੰਧੇ ਸਿਉ ਕਿਆ ਕਹੀਐ, ਕਹੈ ਨ ਕਹਿਆ ਬੂਝੈ॥ — naanak anDhay si-o ki-aa kahee-ai kahai na kahi-aa boojhai.
ਅੰਧਾ ਸੋਇ ਜਿ ਅੰਧੁ ਕਮਾਵੈ, ਤਿਸੁ ਰਿਦੈ ਸਿ ਲੋਚਨ ਨਾਹੀ॥ — anDhaa so-ay je anDh kamaavai tis ridai se lochan naahee.
<u>ਮਾਤ ਪਿਤਾ ਕੀ ਰਕਤੁ ਨਿਪੰਨੇ, ਮਛੀ ਮਾਸੁ ਨ ਖਾਂਹੀ॥</u> — maat pitaa kee rakat nipannay machhee maas na khaaNhee.
ਇਸਤ੍ਰੀ ਪੁਰਖੈ ਜਾਂ ਨਿਸਿ ਮੇਲਾ, ਓਥੈ ਮੰਧੁ ਕਮਾਹੀ॥ — istaree purkhai jaaN nis maylaa othai manDh kamaahee.
ਮਾਸਹੁ ਨਿੰਮੇ ਮਾਸਹੁ ਜੰਮੇ ਹਮ ਮਾਸੈ ਕੇ ਭਾਂਡੇ॥ ੧ — maasahu nimmay maasahu jammay ham maasai kay bhaaNday.

ਅਗਿਅਨੀ ਨੂੰ ਕੀ ਕਿਹਾ ਜਾ ਸਕਦਾ ਹੈ? ਉਹ ਤਾ ਸਿਖਿਆਂ ਦੇਣ ਨਾਲ ਵੀ ਨਹੀਂ ਸਮਝਦਾ ਸਕਦਾ । ਜਿਹੜਾ ਅੰਧੇ ਕੰਮ ਕਰਦਾ, ਕੇਵਲ ਉਹ ਹੀ ਅੰਧਾ ਹੁੰਦਾ ਹੈ । ਉਸ ਦੇ ਮਨ ਵਿੱਚ ਕੋਈ ਦੇਖਣ, ਸਮਝਣ ਵਾਲੀਆਂ ਅੱਖਾਂ ਨਹੀਂ ਹੁੰਦੀਆਂ । ਉਹ ਵੀ ਮਾਤਾ, ਪਿਤ ਦੇ ਖੂਨ ਵਿਚੋਂ ਹੀ ਪੈਦਾ ਹੁੰਦਾ ਹੈ । ਉਸ ਤੇ ਮਾਸ ਜਾ ਮੱਛੀ ਖਾਣ ਦਾ ਕੋਈ ਪ੍ਰਭਾਵ ਨਹੀਂ ਹੁੰਦਾ ।

3.What may be said about the state of mind of an ignorant from the real purpose of human life opportunity? He may never comprehend the teachings of His Word, even by explaining, the right path of human life journey. Whosoever may act like a blind, commits sinful acts, only he may be deserved to be called blind. He may not have any sense to distinguish between good or evil. He has also taken birth with a physical union of mother and father.

ਗਿਆਨੁ ਧਿਆਨੁ ਕਛੁ ਸੂਝੈ ਨਾਹੀ, ਚਤੁਰੁ ਕਹਾਵੈ ਪਾਂਡੇ॥ — ਗਿਆਨੁ ਧਿਆਨੁ ਕਛੁ ਸੂਝੈ ਨਾਹੀ, ਚਤੁਰੁ ਕਹਾਵੈ ਪਾਂਡੇ॥
ਬਾਹਰ ਕਾ ਮਾਸੁ ਮੰਦਾ ਸੁਆਮੀ, ਘਰ ਕਾ ਮਾਸੁ ਚੰਗੇਰਾ॥ — ਬਾਹਰ ਕਾ ਮਾਸੁ ਮੰਦਾ ਸੁਆਮੀ, ਘਰ ਕਾ ਮਾਸੁ ਚੰਗੇਰਾ॥
ਜੀਅ ਜੰਤ ਸਭਿ ਮਾਸਹੁ ਹੋਏ, ਜੀਇ ਲਇਆ ਵਾਸੇਰਾ॥੨॥ — ਜੀਅ ਜੰਤ ਸਭਿ ਮਾਸਹੁ ਹੋਏ, ਜੀਇ ਲਇਆ ਵਾਸੇਰਾ॥੨॥

ਜਦੋਂ ਔਰਤ ਅਤੇ ਮਰਦ ਦਾ ਸੰਜੋਗ ਹੁੰਦਾ ਹੈ! ਦੋਨਾਂ ਦੇ ਮਾਸ ਦਾ ਮੇਲ ਹੁੰਦਾ ਹੈ । ਮਾਸ ਵਿੱਚ ਹੀ ਜੀਵ ਪੈਦਾ ਹੁੰਦਾ, ਮਾਸ ਵਿੱਚ ਹੀ ਜੀਵ ਜਨਮ ਲੈਂਦਾ ਹੈ । ਜੀਵ ਦਾ ਤਨ, ਮਾਸ ਦਾ ਹੀ ਭਾਂਡਾ ਹੈ ।

4.With the physical intimacy of male and female; with flesh of both male and female, a new flesh, growth may be developed. His body is a vessel of flesh.

ਅਭਖੁ ਭਖਹਿ ਭਖੁ ਤਜਿ ਛੋਡਹਿ, ਅੰਧੁ ਗੁਰੂ ਜਿਨ ਕੇਰਾ॥ — abhakh bhakheh bhakh taj chhodeh anDh guroo jin kayraa.
ਮਾਸਹੁ ਨਿੰਮੇ ਮਾਸਹੁ ਜੰਮੇ, ਹਮ ਮਾਸੈ ਕੇ ਭਾਂਡੇ॥ — maasahu nimmay maasahu jammay ham maasai kay bhaaNday.
ਗਿਆਨੁ ਧਿਆਨੁ ਕਛੁ ਸੂਝੈ ਨਾਹੀ, ਚਤੁਰੁ ਕਹਾਵੈ ਪਾਂਡੇ॥ — gi-aan Dhi-aan kachh soojhai naahee chatur kahaavai paaNday.

ਸੰਸਾਰਕ ਗਿਆਨੀ ਆਪਣੇ ਆਪ ਨੂੰ ਭਾਵੇਂ ਕਿਤਨਾ ਵੀ ਸਿਆਣਾ, ਚਲਾਕ ਸਮਝੇ । ਉਸ ਨੂੰ ਸ਼ਬਦ ਦੀ ਕੋਈ ਸੋਝੀ ਨਹੀਂ ਹੁੰਦੀ, ਬੰਦਗੀ ਦੇ ਰਸਤੇ ਦੀ ਕੋਈ ਜਾਣਕਾਰੀ ਨਹੀਂ ਹੁੰਦੀ । ਜੀਵ ਆਪਣੇ ਸਰੀਰ ਦੇ ਮਾਸ ਨੂੰ ਚੰਗਾ, ਸੰਭਾਲਣ ਵਾਲਾ ਸਮਝਦਾ ਹੈ । ਬਾਕੀ ਜੀਵਾਂ ਦੇ ਮਾਸ ਨੂੰ ਖਾਣ ਵਾਲਾ ਹੀ ਸਮਝਦਾ, ਸੰਭਾਲ ਕਰਨ

ਵਾਲਾ ਨਹੀਂ ਸਮਝਦਾ । ਸਾਰੇ ਜੀਵ ਹੀ ਮਾਸ ਵਿਚੋਂ ਪੈਦਾ ਹੁੰਦੇ ਹਨ । ਆਤਮਾ ਮਾਸ ਵਿੱਚ ਹੀ ਆਪਣਾ ਘਰ ਵਸਾਉਂਦੀ ਹੈ । ਜਿਹੜਾ ਸੰਸਾਰਕ ਜੀਵ ਆਪ ਮਾਸ ਖਾਂਦਾ ਹੈ । ਦੂਸਰੇ ਨੂੰ ਮਾਸ ਖਾਣਾ ਨੂੰ ਮਨ੍ਹਾ ਕਰਦਾ ਹੈ । ਉਹ ਸਿਖਿਆਂ ਦੇਣ ਵਾਲਾ ਅਸਲੀ ਅੰਧਾ ਹੁੰਦਾ ਹੈ ।

5.Worldly scholar, priest may claim to be very wise and clever; however, he may not have any enlightenment of the essence of His Word, nor the right path of meditation. He may consider his flesh (same-kind flesh) better, sanctified and need to be protected; however, the flesh of others as eatable, source of protein! He may not care about His Creation. All creatures have been created with His Command from flesh. His Holy Spirit remains embedded within his soul and establishes meditation throne in flesh. Whosoever may eat meat; even he may suggest others to avoid meat. He may be a real blind, devil.

ਮਾਸੁ ਪੁਰਾਣੀ ਮਾਸੁ ਕਤੇਬੀ, ਚਹੁ ਜੁਗਿ ਮਾਸੁ ਕਮਾਣਾ॥	maas puraanee maas kaytaabeeN chahu jug maas kamaanaa.
ਜਜਿ ਕਾਜਿ ਵੀਆਹਿ ਸੁਹਾਵੈ, ਓਥੈ ਮਾਸੁ ਸਮਾਣਾ॥	jaj kaaj vee-aahi suhaavai othai maas samaanaa.
ਇਸਤ੍ਰੀ ਪੁਰਖ ਨਿਪਜਹਿ, ਮਾਸਹੁ ਪਾਤਿਸਾਹ ਸੁਲਤਾਨਾਂ॥	istaree purakh nipjahi maasahu paatisaah sultaanaaN.

ਮਾਸ ਖਾਣਾ ਪੁਰਾਨ, ਜੋਗੀਆ ਦੀ ਕਤੇਬ, ਕੁਰਾਨ ਵਿੱਚ ਠੀਕ ਦੱਸਿਆ ਗਿਆ ਹੈ । ਇਹ ਚਾਰੇ ਜੁੱਗਾਂ ਵਿੱਚ ਹੀ ਹੁੰਦਾ ਆਇਆ ਹੈ । ਇਹ ਪਵਿੱਤਰ ਮੌਕੇ ਤੇ ਧਰਮ ਦੇ ਲੰਗਰ, ਅਤੇ ਵਿਆਹ ਦੇ ਮੌਕੇ ਤੇ ਵਰਤਿਆ ਗਿਆ ਹੈ । ਔਰਤ, ਮਰਦ, ਰਾਜੇ ਮਹਾਂਰਾਜੇ ਮਾਸ ਵਿਚੋਂ ਹੀ ਪੈਦਾ ਹੋਏ ਹਨ ।

6.To eat flesh, meat has been considered acceptable in various religion; **Puraan, Quran, Bible, and Yogi- Katabs**. In all Ancient, 4 Ages this has been the practice. All holy serving of food, in the marriage ceremonies, meat has been serves as a delicacy. All male, female, kings, queens have been born out of flesh of mother.

ਜੇ ਓਇ ਦਿਸਹਿ ਨਰਕਿ ਜਾਦੇ, ਤਾਂ ਉਨ੍ ਕਾ ਦਾਨੁ ਨ ਲੈਣਾ॥	jay o-ay diseh narak jaaNday taaN unH kaa daan na lainaa.
ਦੇਂਦਾ ਨਰਕਿ ਸੁਰਗਿ ਲੈਦੇ ਦੇਖਹੁ ਏਹੁ ਧਿਙਾਣਾ॥	dayNdaa narak surag laiday daykhhu ayhu Dhinyaanaa.

ਜਿਸ ਨੂੰ ਸ਼ਬਦ ਦੀ ਸੋਝੀ ਹੋਵੇ! ਪਾਪਾਂ ਦੀ ਕਮਾਈ ਦਾ ਧਨ ਇਕੱਠਾ ਕਰਨ ਵਾਲੇ ਤੋਂ ਦਾਨ ਨਹੀਂ ਲੈਣਾ ਚਾਹੀਦਾ ।

7.Whosoever may be blessed with the enlightenment of the essence of His Word! He should never accept any charity, donation from anyone; Who may collect his living with evil sinful deeds.

ਆਪਿ ਨ ਬੂਝੈ ਲੋਕ ਬੁਝਾਏ, ਪਾਂਡੇ ਖਰਾ ਸਿਆਣਾ॥	aap na boojhai lok bujhaa-ay paaNday kharaa si-aanaa.
ਪਾਂਡੇ ਤੂ ਜਾਣੈ ਹੀ ਨਾਹੀ, ਕਿਥਹੁ ਮਾਸੁ ਉਪੰਨਾ॥	paaNday too jaanai hee naahee kithhu maas upannaa.

ਪ੍ਰਭ ਦਾ ਇਨਸਾਫ ਇਸਤਰ੍ਹਾਂ ਦਾ ਨਹੀਂ ਹੁੰਦਾ! ਜਦੋਂ ਦਾਨ ਦੇਣ ਵਾਲਾ ਆਪਣੇ ਪਾਪਾਂ ਕਰਕੇ ਨਰਕ ਵਿੱਚ ਜਾਂਦਾ ਹੈ! ਜਿਹੜਾ ਆਪਣੀ ਸਿਖਿਆਂ ਤੇ ਆਪ ਅਮਲ ਨਹੀਂ ਕਰਦਾ । ਪਰ ਉਸ ਦੀ ਪ੍ਰੇਰਨਾ ਦੂਸਰਿਆ ਨੂੰ ਕਰਦਾ ਰਹਿੰਦਾ ਹੈ । ਉਸ ਨੂੰ ਕੌਣ ਸੋਝੀਵਾਲਾ, ਸਿਆਣਾ, ਬੰਦਗੀ ਕਰਨ ਵਾਲ ਸਮਝ ਸਕਦਾ ਹੈ? ਕੀ ਪਾਪ ਦੀ ਕਮਾਈ ਦਾ ਧਨ ਦਾ ਦਾਨ ਲੈਣ ਵਾਲਾ ਸਵਰਗ ਵਿੱਚ ਜਾਵੇਂਗਾ? ਦਾਨ ਦੇਣ, ਦਾਨ ਲੈਣ ਦੀ ਮਾਨਸ ਜੀਵਨ ਦੇ ਮੰਤਵ ਲਈ ਕੋਈ ਮਹੱਤਤਾ ਨਹੀਂ ਹੁੰਦੀ!

8.The justice of the True Master may not be delivered such a way! As a sinner, who collects worldly wealth with sinful deeds; he may be cycled in hell. Whosoever may not adopt his own teachings in his own life and preach others. Who may consider him wise, enlightened, or obeying the teachings of His Word? Whosoever may accept any donation from a sinner should also go to hell; however, accepting nor donating has no significance for the real purpose of human life opportunity.

ਤੋਇਅਹੁ ਅੰਨੁ ਕਮਾਦੁ ਕਪਾਹਾਂ, ਤੋਇਅਹੁ ਤ੍ਰਿਭਵਣੁ ਗੰਨਾ॥	to-i-ahu ann kamaad kapaahaaN to-i-ahu taribhavan gannaa.
ਤੋਆ ਆਖੈ ਹਉ ਬਹੁ ਬਿਧਿ ਹਛਾ, ਤੋਐ ਬਹੁਤੁ ਬਿਕਾਰਾ॥	to-aa aakhai ha-o baho biDh hachhaa toai bahut bikaaraa.
ਏਤੇ ਰਸ ਛੋਡਿ ਹੋਵੈ ਸੰਨਿਆਸੀ, ਨਾਨਕੁ ਕਹੈ ਵਿਚਾਰਾ॥੨॥	aytay ras chhod hovai sani-aasee naanak kahai vichaaraa. ||2||

ਸੰਸਾਰ ਦੇ ਗਿਆਨੀ ਨੂੰ ਸੋਝੀ ਨਹੀਂ ਮਾਸ ਕਿਥੋ ਆਉਂਦਾ, ਪੈਦਾ ਹੁੰਦਾ ਹੈ? ਤਿੰਨੇ ਸ੍ਰਿਸ਼ਟੀਆਂ ਵੀ ਪਾਣੀ ਤੋਂ ਹੀ ਪੈਦਾ ਹੁੰਦੀਆਂ ਹਨ । ਮੱਕੀ, ਕਪਾਹ, ਗੰਨੇ ਸਾਰੇ ਪਾਣੀ ਤੋਂ ਪੈਦਾ ਹੁੰਦੇ ਹਨ । ਪਾਣੀ ਨੂੰ ਸਭ ਕੋਈ ਚੰਗਾ ਹੀ ਕਹਿੰਦਾ ਹੈ, ਪਰ ਪਾਣੀ ਦੇ ਕਈ ਰੂਪ ਹਨ । ਜਿਹੜਾ ਇਹ ਸਾਰੇ ਮਾਸ ਦੇ ਸਵਾਦਾ ਦਾ ਰਸ (ਝਗੜੇ) ਛਡ ਦੇਂਦਾ ਹੈ । ਪ੍ਰਭ ਦੇ ਵਿਛੋੜੇ ਦਾ ਵਿਰਾਗੀ ਬਣ ਜਾਵੇ । ਉਹ ਸੰਸਾਰਕ ਬੰਧਨੋ ਤੋਂ ਰਹਿਤ ਹੋ ਜਾਂਦਾ ਹੈ । ਇਹ ਹੀ ਪ੍ਰਭ ਦੇ ਸ਼ਬਦ ਦੀ ਸੋਝੀ ਹੈ ।

9.Worldly scholar, saint, may not have any enlightenment of His Nature! How has the flesh been created? All the universes have been created from water. Even corn, cotton, sugar-cane all have been produced, created out of water; every one may enjoy, comforts with water and claims water may be good; however, water may have many kinds. Whosoever may renounce all the debate of the taste, urge of goodness and sin of eating flesh; with His mercy and grace, he may become a true renunciatory of the memory of his separation from His Holy Spirit. His state of mind may become beyond any worldly bonds. **This may be the unique enlightenment of the essence of His Word.**

ਪਉੜੀ॥	pa-orhee.
ਹਉ ਕਿਆ ਆਖਾ ਇਕ ਜੀਭ, ਤੇਰਾ ਅੰਤੁ ਨ ਕਿਨ ਹੀ ਪਾਇਆ॥	ha-o ki-aa aakhaa ik jeebh tayraa ant na kin hee paa-i-aa.
ਸਚਾ ਸਬਦੁ ਵੀਚਾਰਿ ਸੇ, ਤੁਝ ਹੀ ਮਾਹਿ ਸਮਾਇਆ॥	sachaa sabad veechaar say tujh hee maahi samaa-i-aa.
ਇਕਿ ਭਗਵਾ ਵੇਸੁ ਕਰਿ ਭਰਮਦੇ, ਵਿਣੁ ਸਤਿਗੁਰ ਕਿਨੈ ਨ ਪਾਇਆ॥	ik bhagvaa vays kar bharamday vin satgur kinai na paa-i-aa.
ਦੇਸ ਦਿਸੰਤਰ ਭਵਿ ਥਕੇ, ਤੁਧੁ ਅੰਦਰਿ ਆਪੁ ਲੁਕਾਇਆ॥	days disantar bhav thakay tuDh andar aap lukaa-i-aa.
ਗੁਰ ਕਾ ਸਬਦੁ ਰਤੰਨੁ ਹੈ, ਕਰਿ ਚਾਨਣੁ ਆਪਿ ਦਿਖਾਇਆ॥	gur kaa sabad ratann hai kar chaanan aap dikhaa-i-aa.
ਆਪਣਾ ਆਪੁ ਪਛਾਣਿਆ, ਗੁਰਮਤੀ ਸਚਿ ਸਮਾਇਆ॥	aapnaa aap pachhaani-aa gurmatee sach samaa-i-aa.
ਆਵਾ ਗਉਣੁ ਬਜਾਰੀਆ, ਬਾਜਾਰੁ, ਜਿਨੀ ਰਚਾਇਆ॥	aavaa ga-on bajaaree-aa baajaar jinee rachaa-i-aa.
ਇਕੁ ਥਿਰੁ ਸਚਾ ਸਾਲਾਹਣਾ, ਜਿਨ ਮਨਿ ਸਚਾ ਭਾਇਆ॥੨੫॥	ik thir sachaa salaahnaa jin man sachaa bhaa-i-aa. ||25||

ਇਕ ਜੀਭ ਨਾਲ ਮੈਂ, ਪ੍ਰਭ ਦੀ ਕਿਹੜੀ ਕਿਹੜੀ ਵਡਿਆਈ ਗਾ ਸਕਦਾ ਹਾ? ਪ੍ਰਭ ਦੇ ਕਿਸੇ ਕਰਤਬ ਦਾ ਅੰਤ ਨਹੀਂ ਜਾਣ ਸਕਦਾ । ਜਿਹੜਾ ਪ੍ਰਭ ਦੇ ਸ਼ਬਦ ਨਾਲ ਜੀਵਨ ਢਾਲਦਾ ਹੈ, ਉਹ ਸ਼ਬਦ ਦੀ ਸਮਾਧੀ ਵਿੱਚ ਹੀ ਲੀਨ ਰਹਿੰਦਾ ਹੈ । ਕਈ ਫਕੀਰਾਂ ਵਾਲਾ ਭਗਵਾ ਬਾਣਾ ਪਾਉਂਦੇ, ਜੰਗਲਾਂ ਵਿੱਚ ਪ੍ਰਭ ਦੀ ਖੋਜ ਕਰਦੇ ਰਹਿੰਦੇ ਹਨ । ਪ੍ਰਭ ਨੂੰ ਢੂੰਡ ਨਹੀਂ ਸਕਦੇ, ਪ੍ਰਭ ਛਿਪਆ ਹੀ ਰਹਿੰਦਾ ਹੈ । ਅਮੋਲਕ ਸ਼ਬਦ ਦੀ ਸਿਖਿਆਂ ਨਾਲ ਜੀਵਨ ਢਾਲਣ ਨਾਲ ਪ੍ਰਭ ਆਪ ਹੀ ਮਨ ਵਿੱਚ ਪ੍ਰਗਟ ਹੋ ਜਾਂਦਾ ਹੈ । ਜਿਹੜਾ ਆਪਣੇ ਆਪ ਨੂੰ ਪਛਾਣ ਜਾਂਦਾ ਹੈ । ਉਹ ਆਪਣੇ ਅੰਦਰ ਹੀ ਸ਼ਬਦ ਦੀ ਸਮਾਧੀ ਵਿੱਚ ਲੀਨ ਹੋ ਜਾਂਦਾ ਹੈ । ਜੂੰਨਾਂ ਦਾ ਖੇਲ, ਬਾਜੀਗਰ ਦੇ ਚਮਤਕਾਰਾਂ ਦੀ ਤਰ੍ਹਾਂ ਹੀ ਹੁੰਦਾ ਹੈ । ਜਿਹੜਾ ਸ਼ਬਦ ਦੀ ਉਸਤਤ ਗਾਉਂਦਾ, ਭਰੋਸਾ ਅਡੋਲ ਰਖਦਾ, ਉਸ ਨੂੰ ਸਦਾ ਰਹਿਣ ਵਾਲਾ ਸੰਤੋਖ ਬਖਸ਼ਿਸ਼ ਹੋ ਜਾਂਦਾ ਹੈ ।

ਗੁਰੂ ਨਾਨਕ ਦੇਵ ਜੀ! – Guru Nanak Dev Ji! Guru Granth Sahib

I have only one tongue; how may I sing the glory of His unlimited Virtues? His miracles remain infinite and beyond the comprehension of His Creation. Whosoever may adopt the teachings of His Word with steady and stable belief in his day-to-day life; he may remain intoxicated in the void of His Word. Many may adopt religious saintly robe; many may wander, in various places, in inhabitant jungles, in quiet wilderness; however, no one may ever realize peace of mind, the right path of acceptance in His Court. Whosoever may obey the teachings of His Word; with His mercy and grace, he may recognize the real purpose of his human life opportunity; recognizes himself from within. He may remain intoxicated in the void of His Word. His cycle of re-incarnation, birth and death may be a like the play of juggler. Whosoever may sing the glory of His Word with steady and stable belief; with His mercy and grace, he may be blessed with an everlasting peace and contentment in his life.

68. ਰਾਗੁ ਕਾਨੜਾ ਬਾਣੀ ਨਾਮਦੇਵ ਜੀਉ ਕੀ॥ 1318-16

੧ੴ ਸਤਿਗੁਰ ਪ੍ਰਸਾਦਿ॥	ik-oNkaar satgur parsaad.
ਐਸੋ ਰਾਮ ਰਾਇ ਅੰਤਰਜਾਮੀ॥	aiso raam raa-ay antarjaamee.
ਜੈਸੇ ਦਰਪਨ ਮਾਹਿ ਬਦਨ ਪਰਵਾਨੀ॥੧॥ ਰਹਾਉ॥	jaisay darpan maahi badan parvaanee. ||1|| rahaa-o.

ਪ੍ਰਭ ਜੀਵ ਦੇ ਮਨ ਦੀਆਂ ਇਛਾਂ, ਖਿਆਲਾਂ ਨੂੰ ਜਾਣਦਾ ਹੈ । ਜਿਵੇਂ ਕਿਸੇ ਦਰਪਨ ਵਿੱਚ ਜੀਵ ਆਪਣਾ ਮੂੰਹ ਦੇਖਦਾ ਹੈ । ਪ੍ਰਭ ਨੂੰ ਜੀਵ ਦੇ ਮਨ ਦੀਆਂ ਇਛਾਂ ਇਸਤਰ੍ਹਾਂ ਪਰਤੱਖ ਹੁੰਦੀਆਂ ਹਨ ।

The Omniscient True Master may comprehend all desires, hopes, and thoughts of His Creation. He may know all their hopes and desires as someone may see his own face in a mirror.

ਬਸੈ ਘਟਾ ਘਟ ਲੀਪ ਨ ਛੀਪੈ॥	basai ghataa ghat leep na chheepai.
ਬੰਧਨ ਮੁਕਤਾ ਜਾਤੁ ਨ ਦੀਸੈ॥੧॥	banDhan muktaa jaat na deesai. ||1||

ਪ੍ਰਭ ਹਰਇਕ ਜੀਵ ਦੇ ਮਨ ਵਿੱਚ ਵਸਦਾ ਹੈ । ਉਸ ਨੂੰ ਕੋਈ ਦਾਗ਼ ਨਹੀਂ ਲਗ ਸਕਦਾ । ਉਹ ਜੀਵ ਦੇ ਅੰਦਰ ਰਹਿੰਦਾ ਹੋਇਆ, ਵੀ ਕਿਸੇ ਕਿਸਮ ਦੇ ਮੋਹ ਤੋਂ ਰਹਿਤ ਰਹਿੰਦਾ ਹੈ । ਪ੍ਰਭ ਸੰਸਾਰਕ, ਜਾਤ ਦਾ ਕੋਈ ਵਿਕਤਰਾ ਨਹੀਂ ਕਰਦਾ ।

The True Master, His Holy Spirit remains embedded within each soul and dwells within his body; however, He remains beyond the reach of any of his emotional attachments. The True Master has no distinction of any worldly social class.

ਪਾਨੀ ਮਾਹਿ ਦੇਖੁ ਮੁਖੁ ਜੈਸਾ॥	paanee maahi daykh mukh jaisaa.
ਨਾਮੇ ਕੋ ਸੁਆਮੀ ਬੀਠਲੁ ਐਸਾ॥੨॥੧॥	naamay ko su-aamee beethal aisaa. ||2||1||

ਜਿਵੇਂ ਕੋਈ ਜੀਵ ਪਾਣੀ ਵਿੱਚ ਆਪਣੀ ਸ਼ਕਲ ਦੇਖਦਾ ਹੈ । ਸ੍ਰਿਸ਼ਟੀ ਦੇ ਮਾਲਕ ਦੀ ਸ਼ਕਲ, ਅਕਾਰ ਉਸਤਰ੍ਹਾਂ ਦੀ ਹੀ ਹੁੰਦੀ ਹੈ ।

Someone may see his own face, picture in water; that may be the true picture, face, and structure of The True Master.

69. ਸਲੋਕ ਮਃ ੪॥ 1314-4

ਹਰਿ ਹਰਿ ਅੰਮ੍ਰਿਤੁ ਨਾਮ ਰਸੁ, ਹਰਿ ਅੰਮ੍ਰਿਤੁ ਹਰਿ ਉਰ ਧਾਰਿ॥	har har amrit naam ras har amrit har ur Dhaar.
ਵਿਚਿ ਸੰਗਤਿ ਹਰਿ ਪ੍ਰਭੁ ਵਰਤਦਾ, ਬੁਝਹੁ ਸਬਦ ਵੀਚਾਰਿ॥	vich sangat har parabh varatdaa bujhahu sabad veechaar.
ਮਨਿ ਹਰਿ ਹਰਿ ਨਾਮੁ ਧਿਆਇਆ, ਬਿਖੁ ਹਉਮੈ ਕਢੀ ਮਾਰਿ॥	man har har naam Dhi-aa-i-aa bikh ha-umai kadhee maar.
ਜਿਨ ਹਰਿ ਹਰਿ ਨਾਮੁ ਨ ਚੇਤਿਓ, ਤਿਨ ਜੂਐ ਜਨਮੁ ਸਭੁ ਹਾਰਿ॥	jin har har naam na chayti-o tin joo-ai janam sabh haar.
ਗੁਰਿ ਤੁਠੈ ਹਰਿ ਚੇਤਾਇਆ, ਹਰਿ ਨਾਮਾ ਹਰਿ ਉਰ ਧਾਰਿ॥	gur tuthai har chaytaa-i-aa har naamaa har ur Dhaar.
ਜਨ ਨਾਨਕ ਤੇ ਮੁਖ ਉਜਲੇ, ਤਿਤੁ ਸਚੈ ਦਰਬਾਰਿ॥੧॥	jan naanak tay mukh ujlay tit sachai darbaar. ||1||

ਪ੍ਰਭ ਦੇ ਸ਼ਬਦ ਦੀ ਸੋਝੀ ਰੂਪੀ ਅੰਮ੍ਰਿਤ ਬਹੁਤ ਮਿੱਠਾ ਹੈ । ਜੀਵ, ਪ੍ਰਭ ਦਾ ਅਮੋਲਕ ਅੰਮ੍ਰਿਤ, ਸ਼ਬਦ ਮਨ ਵਿੱਚ ਵਸਾਵੋ! ਬੰਦਗੀ ਕਰਨ ਵਾਲੇ ਦੀ ਸੰਗਤ ਵਿੱਚ ਹੀ ਪ੍ਰਭ ਵਸਦਾ ਹੈ । ਸ਼ਬਦ ਦੀ ਸੋਝੀ ਪਾਉਣ, ਮਨ ਵਿੱਚ ਵਸਾਉਣ ਨਾਲ ਹੀ ਰਹਿਮਤ ਹੁੰਦੀ ਹੈ । ਸ਼ਬਦ ਦੀ ਪਾਲਣਾ, ਸਿਮਰਨ ਨਾਲ ਮਨ ਵਿਚੋਂ ਅਹੰਕਾਰ ਦਾ ਰੋਗ ਖਤਮ ਹੋ ਜਾਂਦਾ ਹੈ । ਜਿਹੜਾ ਸ਼ਬਦ ਦੀ ਪਾਲਣਾ ਨਹੀਂ ਕਰਦਾ, ਉਹ ਮਾਨਸ ਜਨਮ ਦੀ ਬਾਜੀ ਹਾਰ ਜਾਂਦਾ ਹੈ । ਜਿਸ ਦੇ ਮਨ ਵਿੱਚ ਪ੍ਰਭ ਦੇ ਸ਼ਬਦ ਦੀ ਸੋਝੀ ਰਚ ਜਾਂਦੀ ਹੈ । ਪ੍ਰਭ ਦੀ ਰਹਿਮਤ ਨਾਲ ਉਸ ਤੇ ਸ਼ਬਦ ਦਾ ਨੂਰ ਬਖਸ਼ਿਸ਼ ਹੋ ਜਾਂਦਾ ਹੈ । ਉਸ ਨੂੰ ਪ੍ਰਭ ਦੇ ਦਰਬਾਰ ਵਿੱਚ ਸੋਭਾ ਬਖਸ਼ਿਸ਼ ਹੋ ਜਾਂਦੀ ਹੈ ।

The enlightenment of the essence of His Word may be very soothing to the mind of His true devotee. You should adopt the teachings of His Word and remain drench with the essence of His Word within. The existence of His Holy Spirit may be realized within the conjugation of His true devotee. Whosoever may remain enlightened and drenched with the essence of His Word; with His mercy and grace, he may be blessed with the right path of acceptance in His Court. He may conquer his ego of his mind. Whosoever may not obey the teachings of His Word; he may waste his priceless human life opportunity. Whosoever may remain drenched with the essence of His Word; with His mercy and grace, the eternal glow of His Holy Spirit may be shining within his heart and on his forehead. He may be honored in His Court.

ਮਃ ੪॥	mehlaa 4.
ਹਰਿ ਕੀਰਤਿ ਉਤਮੁ ਨਾਮੁ ਹੈ, ਵਿਚਿ ਕਲਿਜੁਗ ਕਰਣੀ ਸਾਰੁ॥	har keerat utam naam hai vich kalijug karnee saar.
ਮਤਿ ਗੁਰਮਤਿ ਕੀਰਤਿ ਪਾਈਐ, ਹਰਿ ਨਾਮਾ ਹਰਿ ਉਰਿ ਹਾਰੁ॥	mat gurmat keerat paa-ee-ai har naamaa har ur haar.
ਵਡਭਾਗੀ ਜਿਨ ਹਰਿ ਧਿਆਇਆ, ਤਿਨ ਸਉਪਿਆ ਹਰਿ ਭੰਡਾਰੁ॥	vadbhaagee jin har Dhi-aa-i-aa tin sa-upi-aa har bhandaar.
ਬਿਨੁ ਨਾਵੈ ਜਿ ਕਰਮ ਕਮਾਵਣੇ, ਨਿਤ ਹਉਮੈ ਹੋਇ ਖੁਆਰੁ॥	bin naavai je karam kamaavnay nit ha-umai ho-ay khu-aar.
ਜਲਿ ਹਸਤੀ ਮਲਿ ਨਾਵਾਲੀਐ, ਸਿਰਿ ਭੀ ਫਿਰਿ ਪਾਵੈ ਛਾਰੁ॥	jal hastee mal naavaalee-ai sir bhee fir paavai chhaar.
ਹਰਿ ਮੇਲਹੁ ਸਤਿਗੁਰੁ ਦਇਆ ਕਰਿ, ਮਨਿ ਵਸੈ ਏਕੰਕਾਰੁ॥	har maylhu satgur da-i-aa kar man vasai aykankaar.
ਜਿਨ ਗੁਰਮੁਖਿ ਸੁਣਿ ਹਰਿ ਮੰਨਿਆ, ਜਨ ਨਾਨਕ ਤਿਨ ਜੈਕਾਰੁ॥੨॥	jin gurmukh sun har mani-aa jan naanak tin jaikaar. ||2||

ਕੱਲਯੁਗ ਵਿੱਚ ਪ੍ਰਭ ਦਾ ਸ਼ਬਦ, ਸ਼ਬਦ ਦੀ ਪਾਲਣਾ ਹੀ ਸਭ ਤੋਂ ਉਤਮ ਧੰਦਾ ਹੈ । ਇਸ ਨਾਲ ਹੀ ਪ੍ਰਭ ਦੀ ਰਹਿਮਤ ਬਖਸ਼ਿਸ਼ ਹੋ ਸਕਦੀ ਹੈ । ਪ੍ਰਭ ਦੇ ਸ਼ਬਦ ਦੀ ਪਾਲਣਾ ਕਰਨ ਨਾਲ ਹੀ ਪ੍ਰਭ ਦੇ ਗੁਣਾਂ ਦੀ ਸੋਝੀ ਬਖਸ਼ਿਸ਼ ਹੁੰਦੀ ਹੈ । ਜੀਵ ਮਨ ਵਿੱਚ ਪ੍ਰਭ ਦੇ ਸ਼ਬਦ ਦਾ ਸ਼ਿੰਗਾਰ ਕਰੋ! ਜਿਹੜਾ ਪ੍ਰਭ ਦੇ ਸ਼ਬਦ ਦਾ ਸਿਮਰਨ ਕਰਦਾ ਹੈ, ਉਹ ਵੱਡੇ ਭਾਗਾਂ ਵਾਲਾ ਹੁੰਦਾ ਹੈ । ਉਸ ਨੂੰ ਅਮੋਲਕ ਖਜ਼ਾਨਾਂ, ਸ਼ਬਦ ਦੀ ਸੋਝੀ ਬਖਸ਼ਿਸ਼ ਹੋ ਜਾਂਦੀ ਹੈ । ਜਿਹੜਾ ਪ੍ਰਭ ਦੇ ਸ਼ਬਦ ਦੀ ਸਿਖਿਆਂ ਤੋਂ ਬਿਨਾਂ ਹੋਰ ਧੰਦੇ, ਧਨ ਇਕੱਠਾ ਕਰਦਾ ਹੈ । ਉਸ ਨਾਲ ਮਨ ਵਿੱਚ ਅਹੰਕਾਰ ਭਰ ਜਾਂਦਾ ਹੈ । ਜਿਵੇਂ ਹਾਥੀ ਨੂੰ ਭਾਵੇਂ ਪਾਣੀ ਨਾਲ ਇਸ਼ਨਾਨ ਕਰਾਵੋ । ਉਹ ਫਿਰ ਵੀ ਆਪਣੇ ਉਪਰ

ਧੁੜ ਹੀ ਪਾਉਂਦਾ ਹੈ । ਜਿਹੜਾ ਪ੍ਰਭ ਦੀ ਰਹਿਮਤ ਨਾਲ ਸ਼ਬਦ ਦੀ ਪਾਲਣਾ ਕਰਦਾ ਹੈ, ਉਸ ਨੂੰ ਸ਼ਬਦ ਦੀ ਸੋਝੀ ਬਖਸ਼ਿਸ਼ ਹੋ ਜਾਂਦੀ, ਸ਼ਬਦ ਮਨ ਵਿੱਚ ਵਸਦਾ ਹੈ । ਜਿਹੜਾ ਪ੍ਰਭ ਦਾ ਸ਼ਬਦ ਸੁਣਕੇ ਮਨ ਵਿੱਚ ਵਸਾਉਂਦਾ, ਜੀਵਨ ਢਾਲਦਾ ਹੈ । ਉਸ ਨੂੰ ਪ੍ਰਭ ਦੀ ਰਹਿਮਤ ਨਾਲ ਪ੍ਰਵਾਨਗੀ ਦਾ ਰਸਤਾ ਬਖਸ਼ਿਸ਼ ਹੋ ਜਾਂਦਾ ਹੈ । ਜੀਵ ਪ੍ਰਭ ਦੇ ਸ਼ਬਦ ਦਾ ਸਿਮਰਨ, ਪਾਲਣਾ ਕਰੋ! ਇਸ ਨਾਲ ਜੀਵ ਸੰਸਾਰਕ ਸਾਗਰ ਪਾਰ ਕਰਕੇ, ਦਰਬਾਰ ਵਿੱਚ ਪ੍ਰਵਾਨ ਹੋ ਸਕਦਾ ਹੈ । ਉਹ ਪੂਜਣ ਯੋਗ ਹੋ ਜਾਂਦਾ ਹੈ ।

Age of Kul-Jug! Obeying the teachings of His Word may be the most supreme profession, chore of human life journey. His true devotee may be blessed with the enlightenment of the essence of His Word. You should embellish your soul with the enlightenment of the essence of His Word. Whosoever may meditate on the teachings of His Word; he may become very fortunate, he may be blessed with ambrosial treasure, the enlightenment of the essence of His Word. Whosoever may abandon the teachings of His Word and remains intoxicated in collecting the worldly wealth; he may remain intoxicated with ego of his mind. As elephant may be showered with Holy water; he may still roll in dirt. Whosoever may remain intoxicated in obeying the teachings of His Word; with His mercy and grace, he may be blessed with enlightenment of the essence of His Word. Whosoever may listen to the sermons of His Word and adopts the teachings of His Word in his own day to day life; with His mercy and grace, he may be blessed with the right path of acceptance in His Court. You should meditate and obey the teachings of His Word; with His mercy and grace, you may be blessed with the right path of acceptance in His Court; you may become worthy of worship.

ਪਉੜੀ॥	pa-orhee.
ਰਾਮ ਨਾਮੁ ਵਖਰੁ ਹੈ ਊਤਮੁ, ਹਰਿ ਨਾਇਕੁ ਪੁਰਖੁ ਹਮਾਰਾ॥	raam naam vakhar hai ootam har naa-ik purakh hamaaraa.
ਹਰਿ ਖੇਲੁ ਕੀਆ ਹਰਿ ਆਪੇ ਵਰਤੈ, ਸਭੁ ਜਗਤੁ ਕੀਆ ਵਣਜਾਰਾ॥	har khayl kee-aa har aapay vartai sabh jagat kee-aa vanjaaraa.
ਸਭ ਜੋਤਿ ਤੇਰੀ ਜੋਤੀ ਵਿਚਿ ਕਰਤੇ, ਸਭੁ ਸਚੁ ਤੇਰਾ ਪਾਸਾਰਾ॥	sabh jot tayree jotee vich kartay sabh sach tayraa paasaaraa.
ਸਭਿ ਧਿਆਵਹਿ ਤੁਧੁ ਸਫਲ ਸੇ ਗਾਵਹਿ, ਗੁਰਮਤੀ ਹਰਿ ਨਿਰੰਕਾਰਾ॥	sabh Dhi-aavahi tuDh safal say gaavahi gurmatee har nirankaaraa.
ਸਭਿ ਚਵਹੁ ਮੁਖਹੁ ਜਗੰਨਾਥੁ ਜਗੰਨਾਥੁ ਜਗਜੀਵਨੋ,	sabh chavahu mukhahu jagannaath jagannaath jagjeevano
ਜਿਤੁ ਭਵਜਲ ਪਾਰਿ ਉਤਾਰਾ॥੪॥	jit bhavjal paar utaaraa. ||4||

ਸ੍ਰਿਸ਼ਟੀ ਦੇ ਮਾਲਕ ਦਾ ਸ਼ਬਦ ਹੀ ਉਤਮ ਅਵਸਥਾ ਬਖਸ਼ਣ ਵਾਲਾ, ਅਮੋਲਕ ਪਦਾਰਥ ਹੈ । ਪ੍ਰਭ ਆਪ ਹੀ ਸੰਸਾਰ ਦਾ ਖੇਲ੍ਹ ਰਚਾਉਂਦਾ ਹੈ । ਸਾਰੀ ਸ੍ਰਿਸ਼ਟੀ ਹੀ ਖੇਲ ਕਰਦੀ, ਆਪਣਾ ਹੀਸਾ ਪਾਉਂਦੀ ਹੈ । ਸਾਰੀ ਸ੍ਰਿਸ਼ਟੀ ਹੀ ਪ੍ਰਭ ਦੀ ਜੋਤ ਦੀ ਰੋਸ਼ਨੀ ਫੈਲਾਉਂਦੀ ਹੈ । ਜਿਹੜਾ ਵੀ ਸ਼ਬਦ ਦੀ ਪਾਲਣਾ ਕਰਦਾ, ਪ੍ਰਭ ਦੀ ਰਹਿਮਤ ਨਾਲ ਉਸ ਦਾ ਮਾਨਸ ਜਨਮ ਸਫਲ ਹੋ ਜਾਂਦਾ ਹੈ । ਉਸ ਦੇ ਮਨ ਵਿੱਚ ਸ਼ਬਦ ਦੀ ਸੋਝੀ ਰਚ ਜਾਂਦੀ ਹੈ, ਉਹ ਅਕਾਰ ਰਹਿਤ ਪ੍ਰਭ ਦੇ ਸ਼ਬਦ ਦੇ ਗੁਣ ਗਾਉਂਦਾ ਹੈ । ਸਾਰੇ ਹੀ ਪ੍ਰਭ ਦੇ ਸ਼ਬਦ ਦੇ ਗੁਣ ਗਾਉਂਦੇ, ਪ੍ਰਭ ਦੀਆਂ ਰਹਿਮਤਾਂ ਨਾਲ ਪ੍ਰਵਾਨ ਹੋ ਸਕਦੇ ਹਨ ।

The teachings of His Word may be the ambrosial virtues, soul sanctifying nectar. The True Master creates and designs the play of the universe. All worldly creatures must participle assigned role. The universe is an expansion of His Holy Spirit and spreads His Enlightenment. Whosoever may obey the teachings of His Word; with His mercy and grace, his human life journey may be rewarded. He may remain intoxicated singing the glory of the beyond limitation The True Master; with His mercy and grace, he may be blessed with acceptance in His Court.

70. ਕਲਿਆਨ ਮਹਲਾ ੪॥ 1321-1

ਪ੍ਰਭ ਕੀਜੈ ਕ੍ਰਿਪਾ ਨਿਧਾਨ, ਹਮ ਹਰਿ ਗੁਨ ਗਾਵਹਗੇ॥	parabh keejai kirpaa niDhaan ham har gun gaavhagay.
ਹਉ ਤੁਮਰੀ ਕਰਉ ਨਿਤ ਆਸ,	ha-o tumree kara-o nit aas
ਪ੍ਰਭ ਮੋਹਿ ਕਬ ਗਲਿ ਲਾਵਹਿਗੇ॥੧॥ ਰਹਾਉ॥	parabh mohi kab gal laavhigay. ||1|| rahaa-o.

ਪ੍ਰਭ, ਮੈਂ ਸਦਾ ਹੀ ਤੇਰੇ ਸ਼ਬਦ ਦਾ ਸਿਮਰਨ ਕਰਦਾ ਰਹਾ । ਮੈਂ ਆਪਣੀ ਆਸ, ਓਟ ਤੇਰੀ ਰਹਿਮਤ ਤੇ ਹੀ ਰਖੀ ਹੈ । ਉਡੀਕ ਕਰਦਾ ਹਾ, ਕਦੋਂ ਆਪਣੀ ਰਹਿਮਤ ਨਾਲ ਆਪਣੇ ਗੱਲ ਲਾਵੋਗੇ?

I may remain intoxicated in meditating on the teachings of Your Word. I always keep my belief and hope steady and stable on Your Blessings. I am waiting in patience! When may I be embraced by The True Master?

ਹਮ ਬਾਰਿਕ ਮੁਗਧ ਇਆਨ, ਪਿਤਾ ਸਮਝਾਵਹਿਗੇ॥	ham baarik mugaDh i-aan pitaa samjaavhigay.
ਸੁਤੁ ਖਿਨੁ ਖਿਨੁ ਭੂਲਿ ਬਿਗਾਰਿ, ਜਗਤ ਪਿਤ ਭਾਵਹਿਗੇ॥੧॥	sut khin khin bhool bigaar jagat pit bhaavhigay. ||1||

ਮੈਂ ਅਣਜਾਣ, ਬੱਚਾ, ਪਲ, ਪਲ ਭੁੱਲਾਂ ਕਰਦਾ ਹਾ । ਪ੍ਰਭ ਪਿਤਾ ਸਮਾਨ ਸੋਝੀ ਵਾਲਾ, ਸਿੱਧੇ ਰਸਤੇ ਤੇ ਪਾਉਣ ਵਾਲ ਮਾਲਕ ਹੈ । ਆਪਣੀ ਰਹਿਮਤ ਨਾਲ ਸ਼ਬਦ ਦੀ ਪਾਲਣਾ ਦੀ ਲਗਨ ਬਖਸ਼ੋ! ਪ੍ਰਭ ਆਪ ਹੀ ਅਣਜਾਣ ਦੀਆਂ ਭੁੱਲਾਂ ਬਖਸ਼ਕੇ ਰਖਿਆ ਕਰਦਾ ਹੈ ।

My True Master, I am ignorant like a child and make mistakes every moment in my worldly life. You are a wise like my parents to guide on the right path in worldly life. My True Master bestows Your Blessed Vision to attach me to obey the teachings of Your Word. You may ignore may mistakes and protect me in worldly journey.

ਜੋ ਹਰਿ ਸੁਆਮੀ ਤੁਮ ਦੇਹੁ, ਸੋਈ ਹਮ ਪਾਵਹਗੇ॥	jo har su-aamee tum dayh so-ee ham paavhagay.
ਮੋਹਿ ਦੂਜੀ ਨਾਹੀ ਠਉਰ, ਜਿਸੁ ਪਹਿ ਹਮ ਜਾਵਹਗੇ॥੨॥	mohi doojee naahee tha-ur jis peh ham jaavhagay. ||2||

ਜਿਸ ਨੂੰ ਪ੍ਰਭ ਆਪ ਹੀ ਗੁਣ ਬਖਸ਼ਦਾ ਹੈ, ਕੇਵਲ ਉਸ ਨੂੰ ਹੀ ਕੁਝ ਬਖਸ਼ਿਸ਼ ਹੋ ਸਕਦਾ ਹੈ । ਹੋਰ ਕੋਈ ਆਸਰਾ ਨਹੀਂ! ਜਿਸ ਅੱਗੇ ਅਰਦਾਸ ਕਰ ਸਕਦਾ ਹੈ ।

Whatsoever may be bestowed with His Blessed Vision, worldly creature may only receive that virtue. He may not have any other option or to complain to any other higher power.

ਜੋ ਹਰਿ ਭਾਵਹਿ ਭਗਤ, ਤਿਨਾ ਹਰਿ ਭਾਵਹਿਗੇ॥	jo har bhaaveh bhagat tinaa har bhaavhigay.
ਜੋਤੀ ਜੋਤਿ ਮਿਲਾਇ, ਜੋਤਿ ਰਲਿ ਜਾਵਹਗੇ॥੩॥	jotee jot milaa-ay jot ral jaavhagay. ||3||

ਜਿਹੜੇ ਬੰਦਗੀ ਕਰਨ ਵਾਲੇ ਦੀ ਕਮਾਈ ਪ੍ਰਭ ਨੂੰ ਪ੍ਰਵਾਨ ਹੋ ਜਾਂਦੀ ਹੈ । ਪ੍ਰਭ ਉਸ ਤੇ ਰਹਿਮਤ ਦੀ ਨਜ਼ਰ ਬਖਸ਼ਦਾ ਹੈ । ਉਸ ਦੀ ਆਤਮਾਂ ਦੀ ਜੋਤ ਪ੍ਰਭ ਦੀ ਜੋਤ ਵਿੱਚ ਅਲੋਪ ਹੋ ਜਾਂਦੀ ਹੈ ।

Whose earnings of His Word may be accepted in His Court. The True Master may bestow His Blessed Vision; his soul may be immersed within His Holy Spirit.

ਗੁਰੂ ਨਾਨਕ ਦੇਵ ਜੀ! – Guru Nanak Dev Ji! Guru Granth Sahib

ਹਰਿ ਆਪੇ ਹੋਇ ਕ੍ਰਿਪਾਲੁ, ਆਪਿ ਲਿਵ ਲਾਵਹਿਗੇ॥ har aapay ho-ay kirpaal aap liv laavhigay.
ਜਨੁ ਨਾਨਕੁ ਸਰਨਿ ਦੁਆਰਿ, ਹਰਿ ਲਾਜ ਰਖਾਵਹਿਗੇ॥੪॥੬॥ jan naanak saran du-aar har laaj rakhaavhigay. ||4||6||
ਛਕਾ ੧॥ chhakaa 1.

ਪ੍ਰਭ ਨੇ ਆਪਣੀ ਰਹਿਮਤ ਨਾਲ ਮੇਰੀ ਲਗਨ ਸ਼ਬਦ ਦੀ ਪਾਲਣਾ ਵਿੱਚ ਲਾਈ ਹੈ । ਮੈਂ ਆਪਾ ਪ੍ਰਭ ਦੀ ਸ਼ਰਣ ਵਿੱਚ ਭੇਟਾ ਕਰਦਾ ਹੈ । ਪ੍ਰਭ ਆਪ ਹੀ ਆਪਣੇ ਦਾਸ ਦੀ ਲਾਜ ਰਖਦਾ ਹੈ ।

The True Master has bestowed His Blessed Vision and blessed devotion to obey the teachings of His Word. He true devotee may surrender his self-entity at His Sanctuary; with His mercy and grace, The True Master always protects the honor of His true devotee.

71. (1-16) ਪ੍ਰਭਾਤੀ ਮਹਲਾ ੧॥ 1332-4

ਬਾਰਹ ਮਹਿ ਰਾਵਲ ਖਪਿ ਜਾਵਹਿ, ਚਹੁ ਛਿਅ ਮਹਿ ਸੰਨਿਆਸੀ॥ baarah meh raaval khap jaaveh chahu chhi-a meh sani-aasee.
ਜੋਗੀ ਕਾਪੜੀਆ ਸਿਰਖੂਥੇ, ਬਿਨੁ ਸਬਦੈ ਗਲਿ ਫਾਸੀ॥੧॥ jogee kaaprhee-aa sirkhoothay bin sabdai gal faasee. ||1||

ਜੋਗੀ ਮਤ ਦੇ ਜੀਵ 12 ਮੱਤਾਂ ਵਿੱਚ ਵੰਡੇ ਅਤੇ ਸੰਨਿਆਸੀ ਮਤ ਦੇ ਜੀਵ 10 ਮੱਤਾਂ ਵਿੱਚ ਵੰਡੇ ਹਨ । ਜੋਗੀ ਧਰਮਾਂ ਦਾ ਬਾਣਾ, ਚੋਲਾ ਪਾਉਂਦੇ ਹਨ । ਜੈਨ ਆਪਣੇ ਸਿਰ ਦੇ ਵਾਲ ਪੁੱਟਦੇ, ਮੁਨਦੇ ਹਨ । ਪਰ ਪ੍ਰਭ ਦੇ ਸ਼ਬਦ ਦੀ ਕਮਾਈ ਤੋਂ ਬਿਨਾਂ ਮੁਕਤੀ ਦਾ ਰਸਤਾ ਬਖਸ਼ਿਸ਼ ਨਹੀਂ ਹੋ ਸਕਦਾ । ਮੌਤ ਦੇ ਜਮਦੂਤ ਦੇ ਹਵਾਲੇ ਹੀ ਰਹਿੰਦਾ ਹੈ ।

Worldly religious concept of various religions may differ; everyone claims their method may be the only right path of acceptance in His Court. Yogis have 12 different factions, groups slightly different from each other. Sanyasis remains divided into 10 different groups. Yogis adopt religious robe of unique color; Jains pull, shave their hairs, Sikhs adopt 5 K's and so on. However, without the earnings of His Word, no one may ever be blessed with the right path of acceptance in His Court. All remains under the control of the devil of death.

ਸਬਦਿ ਰਤੇ ਪੂਰੇ ਬੈਰਾਗੀ॥ sabad ratay pooray bairaagee.
ਅਉਹਠਿ ਹਸਤ ਮਹਿ ਭੀਖਿਆ ਜਾਚੀ, a-uhath hasat meh bheekhi-aa jaachee
ਏਕ ਭਾਇ ਲਿਵ ਲਾਗੀ॥੧॥ ਰਹਾਉ॥ ayk bhaa-ay liv laagee. ||1|| rahaa-o.

ਜਿਹੜੇ ਜੀਵ ਦੇ ਮਨ ਵਿੱਚ ਸ਼ਬਦ ਦੀ ਸਿਖਿਆਂ ਘਰ ਕਰ ਜਾਂਦੀ ਹੈ, ਉਹ ਕੇਵਲ ਇਕੋ ਇਕ ਪ੍ਰਭ ਤੋਂ ਹੀ ਰਹਿਮਤ ਦੀ ਭਿੱਖਿਆ ਮੰਗਦਾ ਹੈ । ਉਸ ਨੂੰ ਹੀ ਗੁਰਮਖ, ਵਿਰਾਗੀ ਅਵਸਥਾ ਬਖਸ਼ਿਸ਼ ਹੋ ਸਕਦੀ ਹੈ ।

Whosoever may remain drenched with the essence of His Word; he may only pray for His Forgiveness and Refuge. Only he may be blessed with a state of mind as His true devotee.

ਬ੍ਰਹਮਣ ਵਾਦੁ ਪੜਹਿ ਕਰਿ ਕਿਰਿਆ, ਕਰਣੀ ਕਰਮ ਕਰਾਏ॥ barahman vaad parheh kar kiri-aa karnee karam karaa-ay.
ਬਿਨੁ ਬੂਝੇ ਕਿਛੁ ਸੂਝੈ ਨਾਹੀ, ਮਨਮੁਖੁ ਵਿਛੁੜਿ ਦੁਖੁ ਪਾਏ॥੨॥ bin boojhay kichh soojhai naahee manmukh vichhurh dukh paa-ay. ||2||

ਬ੍ਰਹਮਣ ਵੇਦਾਂ ਪੜ੍ਹਦੇ, ਵਿਚਾਰਦੇ ਹਨ, ਕਈ ਰੀਤੋ ਰੀਵਾਜ ਕਰਦੇ ਹਨ । ਬਾਕੀ ਅਣਜਾਣ ਜੀਵਾਂ ਨੂੰ ਆਪਣੇ ਨਾਲ ਰਲਾਕੇ, ਬੁੱਤ ਪੂਜਾ ਕਰਦੇ ਹਨ । ਅੰਤ ਵਿੱਚ ਅਸਲੀ ਰਸਤੇ ਦੀ ਬਖਸ਼ਿਸ਼ ਤੋਂ ਬਿਨਾਂ ਹੀ ਮਰ ਜਾਂਦੇ ਹਨ । ਦਰਗਾਹ ਵਿੱਚ ਸ਼ਰਮਿੰਦਗੀ ਹੀ ਮਿਲਦੀ ਹੈ ।

Brahmin may read The Holy Scripture of Vedas, preaches the teachings, and performs religious rituals as worship. They may influence, ignorant followers to indulged in idol worship. Whosoever may not adopt the right path of acceptance in His Court; he may be captured by the devil of death. He may only endure embarrassment in His Court.

ਸਬਦਿ ਮਿਲੇ ਸੇ ਸੂਚਾਚਾਰੀ, ਸਾਚੀ ਦਰਗਹ ਮਾਨੇ॥ sabad milay say soochaachaaree saachee dargeh maanay.
ਅਨਦਿਨੁ ਨਾਮਿ ਰਤਨਿ ਲਿਵ ਲਾਗੇ, ਜੁਗਿ ਜੁਗਿ ਸਾਚਿ ਸਮਾਨੇ॥੩॥ an-din naam ratan liv laagay jug jug saach samaanay. ||3||

ਜਿਸ ਨੂੰ ਪ੍ਰਭ ਸ਼ਬਦ ਦੀ ਪਾਲਣਾ ਦੀ ਲਗਨ ਬਖਸ਼ਦਾ ਹੈ । ਉਹ ਪ੍ਰਭ ਦੇ ਸ਼ਬਦ ਦੀ ਸਮਾਧੀ ਵਿੱਚ ਲੀਨ ਹੋ ਜਾਂਦਾ ਹੈ । ਉਹ ਸਵਾਸ ਗਰਾਸ ਪ੍ਰਭ ਦੇ ਸ਼ਬਦ ਦੀ ਪਾਲਣਾ ਵਿੱਚ ਅਡੋਲ ਰਹਿੰਦਾ ਹੈ । ਉਸ ਨੂੰ ਦਰਗਾਹ ਵਿੱਚ ਪ੍ਰਵਾਨਗੀ ਦਾ ਅਸਲੀ ਰਸਤਾ ਬਖਸ਼ਿਸ਼ ਹੋ ਜਾਂਦਾ ਹੈ ।

Whosoever may be blessed with devotion to obey the teachings of His Word; with His mercy and grace, he may remain intoxicated in the void of His Word. He may remain obeying the teachings of His Word with steady and stable belief; with His mercy and grace, he may be blessed with the right path of acceptance in His Court.

ਸਗਲੇ ਕਰਮ ਧਰਮ ਸੁਚਿ ਸੰਜਮ, ਜਪ ਤਪ ਤੀਰਥ ਸਬਦਿ ਵਸੇ॥ saglay karam Dharam such sanjam jap tap tirath sabad vasay.
ਨਾਨਕ ਸਤਿਗੁਰ ਮਿਲੈ ਮਿਲਾਇਆ, naanak satgur milai milaa-i-aa
ਦੂਖ ਪਰਾਛਤ ਕਾਲ ਨਸੇ॥੪॥੧੬॥ dookh paraachhat kaal nasay. ||4||16||

ਚੰਗੇ ਕਰਮਾਂ, ਧਾਰਮਕ ਰੀਤੋ ਰੀਵਾਜ, ਜਪ, ਤਪ, ਤੀਰਥਾਂ ਦਾ ਇਸ਼ਨਾਨ ਸਭ ਹੀ ਸ਼ਬਦ ਦੀ ਪਾਲਣਾ ਕਰਨ ਵਿੱਚ ਹੀ ਆ ਜਾਂਦੇ ਹੈ । ਜਿਸ ਦੇ ਮਨ ਵਿੱਚ ਪ੍ਰਭ ਦਾ ਸ਼ਬਦ ਜਾਗਰਤ ਹੋ ਜਾਂਦਾ ਹੈ । ਉਸ ਦਾ ਮੌਤ ਦਾ ਡਰ ਖਤਮ ਹੋ ਜਾਂਦਾ ਹੈ । ਮੌਤ ਦਾ ਸਮਾਂ ਪ੍ਰਭ ਨੂੰ ਮਿਲਣ ਦਾ ਮੌਕਾ ਬਣ ਜਾਂਦਾ ਹੈ ।

Human may be performing good deeds, charities, religious rituals, meditation, hard discipline, sanctifying bath at Holy Shrines, all remain embedded within obeying the teachings of His Word with steady and stable belief. Whosoever may be enlightened with the essence of His Word; his fear of death may be eliminated. His death may become an auspicious time of union with The True Master, Creator.

72. ਰਾਗੁ ਪ੍ਰਭਾਤੀ ਮਹਲਾ ੩ ਚਉਪਦੇ॥ 1332-17

ੴ ਸਤਿਗੁਰ ਪ੍ਰਸਾਦਿ॥ ik-oNkaar satgur parsaad.
ਗੁਰਮੁਖਿ ਵਿਰਲਾ ਕੋਈ ਬੂਝੈ, ਸਬਦੇ ਰਹਿਆ ਸਮਾਈ॥ gurmukh virlaa ko-ee boojhai sabday rahi-aa samaa-ee.
ਨਾਮਿ ਰਤੇ ਸਦਾ ਸੁਖੁ ਪਾਵੈ, ਸਾਚਿ ਰਹੈ ਲਿਵ ਲਾਈ॥੧॥ naam ratay sadaa sukh paavai saach rahai liv laa-ee. ||1||

ਕਿਸੇ ਵਿਰਲੇ ਹੀ ਜੀਵ ਨੂੰ ਸ਼ਬਦ ਦੀ ਸੋਝੀ, ਗੁਰਮਖ ਅਵਸਥਾ ਬਖਸ਼ਿਸ਼ ਹੁੰਦੀ ਹੈ । ਉਹ ਸ਼ਬਦ ਦੀ ਪਾਲਣਾ, ਸਿਮਰਨ ਵਿੱਚ ਹੀ ਲੀਨ ਰਹਿੰਦਾ ਹੈ । ਗਰਮੁਖ ਨੂੰ ਸ਼ਬਦ ਦੇ ਸਿਮਰਨ ਵਿੱਚ ਹੀ ਸਦਾ ਸਥਿਤ ਰਹਿਣ ਵਾਲਾ ਖੇੜਾ ਮਹਿਸੂਸ ਹੁੰਦਾ ਹੈ ।

ਗੁਰੂ ਨਾਨਕ ਦੇਵ ਜੀ! – Guru Nanak Dev Ji! Guru Granth Sahib

State of mind as His true devotee may only be blessed to very rare devotee; he may be enlightened with the essence of His Word. He may remain intoxicated in meditating, obeying the teachings of His Word with steady and stable belief in his day-to-day life. He remains intoxication in the void of His Word; he may realize everlasting blossom in his day-to-day life.

ਹਰਿ ਹਰਿ ਨਾਮੁ ਜਪਹੁ ਜਨ ਭਾਈ॥ har har naam japahu jan bhaa-ee.
ਗੁਰ ਪ੍ਰਸਾਦਿ ਮਨੁ ਅਸਥਿਰੁ ਹੋਵੈ, gur parsaad man asthir hovai
ਅਨਦਿਨੁ ਹਰਿ ਰਸਿ ਰਹਿਆ ਅਘਾਈ॥੧॥ ਰਹਾਉ॥ an-din har ras rahi-aa aghaa-ee. ||1|| rahaa-o.

ਜੀਵ, ਪ੍ਰਭ ਦੇ ਸ਼ਬਦ ਦਾ ਸਵਾਸ, ਗਰਾਸ ਸਿਮਰਨ ਕਰੋ! ਪ੍ਰਭ ਆਪ ਹੀ ਮਨ ਨੂੰ ਸ਼ਾਂਤੀ, ਸੰਤੋਖ ਬਖਸ਼ਦਾ ਹੈ । ਉਸ ਦੇ ਮਨ, ਤਨ ਵਿੱਚ ਪ੍ਰਭ ਦੇ ਸ਼ਬਦ ਦੀ ਸੋਝੀ ਘਰ ਕਰ ਜਾਂਦੀ ਹੈ ।

You should meditate on the teachings of His Word with steady and stable belief with each breath; with His mercy and grace, His true devotee may be blessed with peace of mind and contentment in his own worldly environments. He may remain drenched with the essence of His Word.

ਅਨਦਿਨੁ ਭਗਤਿ ਕਰਹੁ ਦਿਨੁ ਰਾਤੀ, ਇਸੁ ਜੁਗ ਕਾ ਲਾਹਾ ਭਾਈ॥ an-din bhagat karahu din raatee is jug kaa laahaa bhaa-ee.
ਸਦਾ ਜਨ ਨਿਰਮਲ ਮੈਲੁ ਨ ਲਾਗੈ, ਸਚਿ ਨਾਮਿ ਚਿਤੁ ਲਾਈ॥੨॥ sadaa jan nirmal mail na laagai sach naam chit laa-ee. ||2||

ਜਿਹੜਾ ਦਿਨ ਰਾਤ, ਸਵਾਸ ਗਰਾਸ ਪ੍ਰਭ ਦੇ ਸ਼ਬਦ ਦਾ ਸਿਮਰਨ ਕਰਦਾ ਹੈ! ਉਹ ਮਾਨਸ ਜਨਮ ਸਫਲ ਕਰ ਜਾਂਦਾ ਹੈ! ਮਾਨਸ ਜਨਮ ਦਾ ਇਹ ਹੀ ਇਕੋ ਇਕ ਮੰਤਵ ਹੈ । ਅਡੋਲ ਭਰੋਸੇ ਨਾਲ ਸ਼ਬਦ ਦੀ ਪਾਲਣਾ, ਸਿਮਰਨ ਕਰੋ! ਇਸਤਰ੍ਹਾਂ ਦੇ ਜੀਵਨ ਦੇ ਢੰਗ ਨਾਲ ਮਨ ਨਿਰਮਲ ਹੋ ਸਕਦਾ ਹੈ । ਫਿਰ ਮਨ ਨੂੰ ਦਾਗ਼, ਮੈਲ ਕਦੇ ਨਹੀਂ ਲਗਦੀ । ਮਨ ਕਿਸੇ ਭਟਕਣ ਵਿੱਚ ਨਹੀਂ ਜਾਂਦਾ ।

Whosoever may meditate on the teachings of His Word with steady and stable belief day and night; with His mercy and grace, his human life opportunity may be rewarded. This may be the unique and only real purpose of human life opportunity. His mind may become immaculate forever with his way of life. His soul may never be blemished; filth of worldly wealth may never stick to his soul. His mind may never wander in different directions.

ਸੁਖੁ ਸੀਗਾਰੁ ਸਤਿਗੁਰੂ ਦਿਖਾਇਆ, ਨਾਮਿ ਵਡੀ ਵਡਿਆਈ॥ sukh seegaar satguroo dikhaa-i-aa naam vadee vadi-aa-ee.
ਅਖੁਟ ਭੰਡਾਰ ਭਰੇ ਕਦੇ ਤੋਟਿ ਨ ਆਵੈ, ਸਦਾ ਹਰਿ ਸੇਵਹੁ ਭਾਈ॥੩॥ akhut bhandaar bharay kaday tot na aavai sadaa har sayvhu bhaa-ee. ||3||

ਪ੍ਰਭ ਦੇ ਸ਼ਬਦ ਦੀ ਪਾਲਣਾ ਵਿੱਚ ਇਤਨੀ ਵਡਿਆਈ ਹੈ । ਪ੍ਰਭ ਆਪਣੀ ਰਹਿਮਤ ਨਾਲ ਮਨ ਨੂੰ ਸੁਖ, ਸ਼ਾਂਤੀ ਬਖਸ਼ਦਾ ਹੈ । ਪ੍ਰਭ ਬੇਅੰਤ ਦਾਤਾਂ ਦਾ ਭੰਡਾਰੀ ਹੈ । ਪ੍ਰਭ ਦੇ ਭੰਡਾਰ ਵਿਚੋਂ ਜਿਤਨੀਆਂ ਵੀ ਦਾਤਾਂ ਦਿੱਤੀਆ ਜਾਣ, ਕਦੇ ਤੋਟ ਨਹੀਂ ਆਉਂਦੀ । ਪ੍ਰਭ ਦੇ ਸ਼ਬਦ ਤੇ ਅਡੋਲ ਭਰੋਸੇ ਨਾਲ ਸਿਮਰਨ ਕਰੋ ।

To obey the teachings of His Word with steady and stable belief may have a unique greatness; with His mercy and grace, His true devotee may be blessed with pleasure and peace of mind. The True Master remains the treasure of un-imaginable, unlimited virtues, blessings. His Treasure may never be exhausted with distributing any number of virtues, rather grows many times more. You should meditate on the teachings of His Word with steady and stable belief in your day-to-day life.

ਆਪੇ ਕਰਤਾ ਜਿਸ ਨੋ ਦੇਵੈ, ਤਿਸੁ ਵਸੈ ਮਨਿ ਆਈ॥ aapay kartaa jis no dayvai tis vasai man aa-ee.
ਨਾਨਕ ਨਾਮੁ ਧਿਆਇ ਸਦਾ ਤੂ, ਸਤਿਗੁਰਿ ਦੀਆ ਦਿਖਾਈ॥੪॥੧॥ naanak naam Dhi-aa-ay sadaa too satgur dee-aa dikhaa-ee. ||4||1||

ਜਿਸ ਨੂੰ ਪ੍ਰਭ ਆਪ ਹੀ ਰਹਿਮਤ ਬਖਸ਼ਕੇ ਸ਼ਬਦ ਦੇ ਲੜ ਲਾਉਂਦਾ ਹੈ! ਉਹ ਹੀ ਸ਼ਬਦ ਦੀ ਪਾਲਣਾ ਵਿੱਚ ਅਡੋਲ ਰਹਿੰਦਾ ਹੈ । ਉਸ ਦੇ ਮਨ ਵਿੱਚ ਸ਼ਬਦ ਦੀ ਸਿਖਿਆਂ ਘਰ ਕਰ ਜਾਂਦੀ ਹੈ, ਪ੍ਰਭ ਦੀ ਹੋਂਦ ਮਹਿਸੂਸ ਹੁੰਦੀ ਹੈ । ਮਨ ਵਿੱਚ ਖੇੜਾ ਵਸ ਜਾਂਦਾ, ਰਹਿੰਦਾ ਹੈ ।

Whosoever may be blessed with devotion to meditate; he may remain intoxicated in obeying the teachings of His Word in his day-to-day life. He may remain drenched with the essence of His Word; he may realize, His Holy Spirit prevailing everywhere. He may be blessed with overwhelming blossom within his mind, in his day-to-day life.

73. ਜੈਜਾਵੰਤੀ ਮਹਲਾ ੯॥ 1352-14

ਬੀਤ ਜੈਹੈ, ਬੀਤ ਜੈਹੈ ਜਨਮੁ ਅਕਾਜੁ ਰੇ॥ beet jaihai beet jaihai janam akaaj ray.
ਨਿਸਿ ਦਿਨੁ ਸੁਨਿ ਕੈ ਪੁਰਾਨ, ਸਮਝਤ ਨਹ ਰੇ ਅਜਾਨ॥ nis din sun kai puraan samjhat nah ray ajaan.
ਕਾਲੁ ਤਉ ਪਹੂਚਿਓ ਆਨਿ, ਕਹਾ ਜੈਹੈ ਭਾਜਿ ਰੇ॥੧॥ ਰਹਾਉ॥ kaal ta-o pahoochi-o aan kahaa jaihai bhaaj ray. ||1|| rahaa-o.

ਜੀਵ ਤੂੰ ਆਪਣਾ ਜੀਵਨ ਬਿਰਥਾ ਹੀ ਬਤੀਤ ਕੀਤੀ ਜਾਂਦਾ ਹੈ । ਦਿਨ ਰਾਤ ਧਾਰਮਕ ਕਥਾ, (ਪਰਾਨ) ਸੁਣਦਾ ਹੈ, ਪਰ ਸਿਖਿਆਂ ਨੂੰ ਸਮਝਦਾ ਨਹੀਂ, ਕੋਈ ਪ੍ਰਵਾਹ ਨਹੀਂ ਕਰਦਾ । ਹੁਣ ਮੌਤ ਦੇ ਜਮਦੂਤ ਨੇ ਘੇਰਾ ਪਾਇਆ ਹੈ । ਹੁਣ ਕਿਹੜੇ ਪਾਸੇ ਜਾਵੇਂਗਾ?

Self-minded! You are wasting your priceless human life opportunity uselessly. You may listen to the sermons and teachings of religious Holy Scriptures; however, you may never try to comprehend nor adopt in your day-to-day life. The devil of death is knocking at your door to reap your soul. Where may you escape from the devil of death?

ਅਸਥਿਰੁ ਜੋ ਮਾਨਿਓ ਦੇਹ, ਸੋ ਤਉ ਤੇਰਉ ਹੋਇ ਹੈ ਖੇਹ॥ asthir jo maani-o dayh so ta-o tayra-o ho-ay hai khayh.
ਕਿਉ ਨ ਹਰਿ ਕੋ ਨਾਮੁ ਲੇਹਿ, ਮੂਰਖ ਨਿਲਾਜ ਰੇ॥੧॥ ki-o na har ko naam layhi moorakh nilaaj ray. ||1||

ਮਨਮੁਖ ਆਪਣੇ ਤਨ ਨੂੰ ਸਦਾ ਰਹਿਣ ਵਾਲਾ ਹੀ ਸਮਝਦਾ ਸੀ । ਪਰ ਇਹ ਤਾ ਭਸਮ ਹੋ ਗਿਆ ਹੈ । ਜੀਵ ਪ੍ਰਭ ਦੇ ਸ਼ਬਦ ਦਾ ਸਿਮਰਨ ਕਿਉਂ ਨਹੀਂ ਕਰਦਾ?

Self-minded imagine his body may remain his companion forever; however, his body has been vanished to become dust. Why don't you meditate on the teachings of His Word?

ਰਾਮ ਭਗਤਿ ਹੀਏ ਆਨਿ, ਛਾਡਿ ਦੇ ਤੈ ਮਨ ਕੋ ਮਾਨੁ॥ raam bhagat hee-ay aan chhaad day tai man ko maan.
ਨਾਨਕ ਜਨ ਇਹ ਬਖਾਨਿ, ਜਗ ਮਹਿ ਬਿਰਾਜੁ ਰੇ॥੨॥੪॥ naanak jan ih bakhaan jag meh biraaj ray. ||2||4||

ਆਪਣੇ ਮਨ ਦੀ ਸਿਆਣਪ ਤਿਆਗ ਕੇ ਅਡੋਲ ਭਰੋਸੇ ਨਾਲ ਸ਼ਬਦ ਦਾ ਸਿਮਰਨ ਕਰੋ । ਇਹੋ ਹੀ ਇਕੋ ਇਕ ਤਰੀਕਾ ਹੈ । ਜਿਸ ਨਾਲ ਮਾਨਸ ਜੀਵਨ ਬਤੀਤ ਕਰਨਾ ਚਾਹੀਦਾ ਹੈ ।

You should renounce the clever tricks, your own wisdom and meditate on the teachings of His Word with steady and stable belief in your day-to-day life. This may be the only right path of acceptance in His Court; the right path of human life.

74. ਸਲੋਕ ਸਹਸਕ੍ਰਿਤੀ ਮਹਲਾ ੫॥ 1357-9

ਮੰਤ੍ਰੰ ਰਾਮ ਰਾਮ ਨਾਮੰ, ਧ੍ਯਾਨੰ ਸਰਬਤ੍ਰ ਪੂਰਨਹ॥ mantraN raam raam naamaN Dha-yaana sarbatar poornah.
ਗ੍ਯਾਨੰ ਸਮ ਦੁਖ ਸੁਖੰ ਜੁਗਤਿ, ਨਿਰਮਲ ਨਿਰਵੈਰਣਹ॥ ga-yaana sam dukh sukhaN jugat nirmal nirvairneh.
ਦਯਾਲੰ ਸਰਬਤ੍ਰ ਜੀਆ, ਪੰਚ ਦੋਖ ਬਿਵਰਜਿਤਹ॥ da-yaalaN sarbatar jee-aa panch dokh bivarjiteh.
ਭੋਜਨੰ ਗੋਪਾਲ ਕੀਰਤਨੰ, ਅਲਪ ਮਾਯਾ ਜਲ ਕਮਲ ਰਹਤਹ॥ bhojanaN gopaal keeratanaN alap maa-yaa jal kamal rahtah.
ਉਪਦੇਸੰ ਸਮ ਮਿਤ੍ਰ ਸਤ੍ਰਹ, ਭਗਵੰਤ ਭਗਤਿ ਭਾਵਨੀ॥ updaysaN sam mitar satreh bhagvant bhagat bhaavnee.
ਪਰ ਨਿੰਦਾ ਨਹ ਸ੍ਰੋਤਿ ਸ੍ਰਵਣੰ, ਆਪੁ ਤ੍ਯਿਾਗਿ ਸਗਲ ਰੇਣੁਕਹ॥ par nindaa nah sarot sarvanaN aap ti-yaag sagal raynukeh.
ਖਟ ਲਖ੍ਯਣ ਪੂਰਨੰ ਪੁਰਖਹ, ਨਾਨਕ ਨਾਮ ਸਾਧ ਸ੍ਵਜਨਹ॥੪੦॥ khat lakh-yan pooranaN pukhah naanak naam saaDh savajniH. ||40||

ਜੀਵ ਪ੍ਰਭ ਦੇ ਸ਼ਬਦ ਦੀ ਪਾਲਣਾ ਕਰਦੇ, ਪ੍ਰਭ ਦੇ ਗੁਣ ਗਾਵੋ! ਜਿਸ ਨੂੰ ਪ੍ਰਭ ਸੋਝੀ ਬਖਸ਼ਦਾ ਹੈ! ਉਹ ਸੰਸਾਰਕ ਦੁਖ, ਸੁਖ ਵਿੱਚ ਨਿਰਾਰਾ ਰਹਿੰਦਾ ਹੈ । ਉਸ ਦੇ ਜੀਵਨ ਦਾ ਢੰਗ ਪਵਿੱਤਰ ਹੁੰਦਾ ਹੈ, ਮਨ ਵਿੱਚ ਕੋਈ ਈਰਖਾ ਨਹੀਂ ਹੁੰਦੀ । ਉਹ ਸਭ ਨੂੰ ਇਕ ਸਮਾਨ ਹੀ ਸਮਝਦਾ ਹੈ । ਉਸ ਨੂੰ ਆਪਣੇ ਮਨ ਦੇ ਪੰਜਾਂ ਜਮਦੂਤਾਂ ਤੇ ਜਿੱਤ ਬਖਸ਼ਿਸ਼ ਹੋ ਜਾਂਦੀ ਹੈ । ਪ੍ਰਭ ਦੇ ਸ਼ਬਦ ਦਾ ਕੀਰਤਨ ਹੀ ਉਸ ਦਾ ਭੋਜਨ ਬਣ ਜਾਂਦਾ ਹੈ । ਉਹ ਸੰਸਾਰਕ ਮਾਇਆ ਦੇ ਪ੍ਰਭਾਵ ਤੋਂ ਰਹਿਤ ਰਹਿੰਦਾ ਹੈ । ਜਿਵੇਂ ਕਮਲ ਦਾ ਫੁੱਲ ਪਾਣੀ ਵਿੱਚ ਪਵਿੱਤਰ ਰਹਿੰਦਾ ਹੈ । ਉਹ ਪ੍ਰਭ ਦੇ ਸ਼ਬਦ ਦੀ ਸਿਖਿਆਂ, ਮਿੱਤਰ ਅਤੇ ਵੈਰੀ ਨਾਲ ਵੀ ਸਾਂਝੀ ਕਰਦਾ ਹੈ । ਉਸ ਦੀ ਲਗਨ ਸ਼ਬਦ ਦੀ ਪਾਲਣਾ ਵਿੱਚ ਅਡੋਲ ਰਹਿੰਦੀ, ਸੰਸਾਰਕ ਨਿੰਦਿਆਂ ਦਾ ਕੋਈ ਪ੍ਰਭਾਵ ਨਹੀਂ ਹੁੰਦਾ । ਉਹ ਆਪਣੀ ਖੁਦਗਰਜ਼ੀ ਤਿਆਗਕੇ ਨਿਮ੍ਰਤਾ ਵਾਲਾ ਬਣ ਜਾਂਦਾ ਹੈ । ਆਪਣੇ ਆਪ ਨੂੰ ਬਾਕੀ ਜੀਵਾਂ ਦੇ ਚਰਨਾਂ ਦੀ ਧੂੜ ਦੇ ਸਮਾਨ ਹੀ ਸਮਝਦਾ ਹੈ । ਜਿਸ ਜੀਵ ਵਿੱਚ ਹੀ ਇਹ 6 ਗੁਣ ਹੁੰਦੇ ਹਨ । ਬੰਦਗੀ ਕਰਨ ਵਾਲਾ, ਉਸ ਨੂੰ ਆਪਣਾ ਮਿੱਤਰ, ਸਾਥੀ ਸਮਝਦਾ ਹੈ ।

6 Virtues of a Holy Saint					
1	ਨਿਰਲੇਪ	clean, desire-free	4	ਸ਼ਬਦ ਦੀ ਪਾਲਣਾ	To adopt teachings of His Word.
2	ਸ਼ਰਧਾ	Devotion- dedication	5	ਲੀਨ- ਸ਼ਬਦ ਦੀ ਸਮਾਧੀ	intoxicated in the void of His Word
3	ਚਰਨ–ਧੂੜ –ਨਿਮ੍ਰਤਾ	Humility	6	ਆਪਾ ਤਿਆਗਣਾ	Surrender self-entity

You should sing the glory of His Word, while obeying the teachings of His Word. Whosoever may be blessed with the enlightenment of the essence of His Word; he may remain contented with his worldly environments; miseries and pleasures. He may treat everyone same way politely and respectfully. His mind remains clean, pure without any jealousy; with His mercy and grace, he may be blessed to conquer 5 demons of worldly desires. Singing the glory of His Word may become a nourishment for his soul. He remains beyond the reach of sweet poison of worldly wealth. His soul may remain sanctified as lotus flower, remains sanctified in muddy water. He may inspire both his friends and foes same way to meditate on the teachings of His Word. He may remain intoxicated in obeying the teachings of His Word. His state of mind may remain beyond the reach of criticism or rebuking of self-minded. He may renounce his greed and remains very humble, polite like the dust of the feet of others. Whosoever may have these **6 Virtues** in his way of life; everyone who may follow the path of meditation, consider him as friend and true companion.

75. ਸਲੋਕ ਸਹਸਕ੍ਰਿਤੀ ਮਹਲਾ ੧॥ 1353- 4

ੴ ਸਤਿ ਨਾਮੁ ਕਰਤਾ ਪੁਰਖੁ, ਨਿਰਭਉ ਨਿਰਵੈਰੁ ਅਕਾਲ ਮੂਰਤਿ ਅਜੂਨੀ ਸੈਭੰ ਗੁਰ ਪ੍ਰਸਾਦਿ॥

ਪੜ੍ਹਿ ਪੁਸ੍ਤਕ ਸੰਧਿਆ ਬਾਦੰ॥ ਸਿਲ ਪੂਜਸਿ ਬਗੁਲ ਸਮਾਧੰ॥ parhH pustak sanDhi-aa baadaN. sil poojas bagul samaaDhaN.
ਮੁਖਿ ਝੂਠੁ ਬਿਭੂਖਨ ਸਾਰੰ॥ ਤ੍ਰੈਪਾਲ ਤਿਹਾਲ ਬਿਚਾਰੰ॥ mukh jhooth bibhookhan saaraN. taraipaal tihaal bichaaraN.
ਗਲਿ ਮਾਲਾ ਤਿਲਕ ਲਿਲਾਟੰ॥ ਦੁਇ ਧੋਤੀ ਬਸਤ੍ਰ ਕਪਾਟੰ॥ gal maalaa tilak lilaataN. du-ay Dhotee bastar kapaataN.
ਜੋ ਜਾਨਸਿ ਬ੍ਰਹਮੰ ਕਰਮੰ॥ ਸਭ ਫੋਕਟ ਨਿਸਚੈ ਕਰਮੰ॥ jo jaanas barahmaN karmaN. sabh fokat nischai karmaN.
ਕਹੁ ਨਾਨਕ ਨਿਸਚੌ ਧ੍ਯਿਾਵੈ॥ ਬਿਨੁ ਸਤਿਗੁਰ ਬਾਟ ਨ ਪਾਵੈ॥੧॥ kaho naanak nischou Dhi-yaavai. bin satgur baat na paavai. ||1||

ਮਨਮੁਖ ਜੀਵ ਪਾਠ ਕਰਦਾ, ਬਾਣੀ ਪੜ੍ਹਦਾ, ਵਿਚਾਰ ਕਰਦਾ, ਅਰਦਾਸ ਕਰਦਾ ਹੈ । ਜਿਸ ਅੱਗੇ ਅਰਦਾਸ ਕਰਦਾ, ਉਹ ਚੁੱਪ ਕਰੀ ਰਖਦਾ ਹੈ, ਜਿਵੇਂ ਸੰਮਾਧੀ ਵਿੱਚ ਹੋਵੇ । ਬਹੁਤ ਮਿੱਠੇ ਬੋਲਾਂ ਨਾਲ ਝੂਠ ਬੋਲਦਾ ਹੈ! ਇਹ ਦਿਨ ਵਿੱਚ ਤਿੰਨ ਵਾਰੀ ਕਰਦਾ ਹੈ । ਉਹ ਧਰਮ ਦੇ ਬਾਣੇ, ਰਹਿਤਨਾਮੇ ਵਿੱਚ ਪੂਰਾ ਰਹਿੰਦਾ ਹੈ! ਜਿਸ ਨੂੰ ਥੋੜ੍ਹੀ ਵੀ ਸ਼ਬਦ ਦੀ ਸੋਝੀ ਹੋਵੇ, ਉਹ ਆਪਣੇ ਕੰਮਾ ਦਾ ਵਿਚਾਰ ਕਰਦਾ ਹੈ! ਉਹ ਜਾਣਦਾ ਹੈ, ਧਰਮ ਦੇ ਰੀਤੋ ਰੀਵਾਜ ਬਿਰਥੇ ਹੀ ਹਨ । ਜੀਵ ਪ੍ਰਭ ਅੱਗੇ ਅਡੋਲ ਭਰੋਸੇ ਨਾਲ ਅਰਦਾਸ ਕਰੋ! ਪ੍ਰਭ ਦੇ ਸ਼ਬਦ ਨਾਲ ਜੀਵਨ ਢਾਲਣ ਤੋਂ ਬਿਨਾਂ ਕੋਈ ਪ੍ਰਵਾਨਗੀ ਦੇ ਰਸਤੇ ਨਹੀਂ ਚਲ ਸਕਦਾ ।

Self-minded may recite routine Gurbani, read ceremonial reading religious Holy Scripture, think about teachings of Holy Scripture and prays for Forgiveness and Refuge from a presumed symbol of The True Master. The presumed True Master may be a statue of ancient prophet or written doctrine incarnated as guru; however, he may remain quiet as in void. Self-minded may lies with sweet words, many times a day. He may adopt religious robe and conforms to religious outlook. Whosoever may have an enlightenment of the essence of His Word; he may realize, religious robe, rituals may be useless for the real purpose of human life opportunity. You should whole heartedly with steady and stable belief on His Word as an ultimate Command. Remember! Without adopting the teachings of His Word with steady and stable belief in day-to-day life; no one may ever be blessed nor remain on the right path of acceptance in His Court.

76. ਮਹਲਾ ੫ – ਗਾਥਾ॥ 1360-10

ਮੈਲਾਗਰ ਸੰਗੇਣ ਨਿੰਮੁ, ਬਿਰਖ ਸਿ ਚੰਦਨਹ॥ mailaagar sangayn nimm birakh se chandnah.
ਨਿਕਟਿ ਬਸੰਤੋ ਬਾਂਸੋ, ਨਾਨਕ ਅਹੰ ਬੁਧਿ ਨ ਬੋਹਤੇ॥੫॥ nikat basanto baaNso naanak ahaN buDh na bohtay. ||5||

ਨਿੰਮ ਦਾ ਬ੍ਰਿਛ ਚੰਦਨ ਦੇ ਬ੍ਰਿਛ ਦੇ ਨੇੜੇ ਪੈਦਾ ਹੋਇਆ, ਚੰਦਨ ਵਰਗੀ ਸੁਗੰਧ ਦੇਂਦਾ ਹੈ । ਪਰ ਬਾਸ ਦਾ ਬ੍ਰਿਛ ਵੀ ਚੰਦਨ ਦੇ ਨੇੜੇ ਹੁੰਦਾ ਹੈ । ਚੰਦਨ ਨਾਲੋ ਬਹੁਤ ਲੰਮਾ ਹੁੰਦਾ, ਬਹੁਤ ਘਮੰਡੀ ਹੁੰਦਾ ਹੈ । ਇਸ ਦੀ ਸੁੰਗਧ ਚੰਦਨ ਵਰਗੀ ਨਹੀਂ ਹੁੰਦੀ ।

The lowly Nim tree grown near sandalwood tree may spread an aroma like sandalwood; A bamboo tall tree grown near Sandalwood; however, he remains proud of his height. He may not pick any fragrance from sandalwood.

ਦਸਨ ਬਿਹੂਨ ਭੁਯੰਗੰ ਮੰਤ੍ਰੰ ਗਾਰੁੜੀ ਨਿਵਾਰੰ॥ |dasan bihoon bhu-yaaNgaN mantraN gaarurhee nivaaraN.
ਬ੍ਯਾਧਿ ਉਪਾੜਣ ਸੰਤੰ॥ ਨਾਨਕ ਲਬਧ ਕਰਮਣਹ॥੧੬॥ bayaaDh upaarhan santaN. naanak labaDh karamneh. ||16||

ਸੱਪ ਨੂੰ ਪਕੜਣ ਵਾਲਾ ਆਪਣੇ ਮੰਤਰ ਨਾਲ ਸੱਪ ਦਾ ਜ਼ਹਿਰ ਵਾਲ ਡੰਗ ਕੱਢ ਦੇਂਦਾ ਹੈ । ਸੱਪ ਦਾ ਜ਼ਹਿਰ, ਡਰ, ਖਤਮ ਹੋ ਜਾਂਦਾ ਹੈ । ਇਸਤਰ੍ਹਾਂ ਹੀ ਬੰਦਗੀ ਵਾਲੇ ਸੰਤ, ਜੀਵ ਦੇ ਮਨ ਵਿਚੋਂ ਬੁਰੇ ਖਿਆਲ ਨਾਸ ਕਰ ਦੇਂਦੇ ਹਨ । ਉਸ ਦੀ ਸੰਗਤ ਚੰਗੇ ਭਾਗਾਂ ਨਾਲ ਹੀ ਬਖਸ਼ਿਸ਼ ਹੁੰਦੀ ਹੈ ।

The snake-charmer may remove his poisonous fang of snake. The fear of poison from snake fang may be eliminated. Same way, in conjugation of His Holy saint, the evil thoughts may be eliminated in meditation on the teachings of His Word. Whosoever may have a great prewritten destiny, only he may be blessed with the conjugation of His Holy saint.

77. ਫੁਨਹੇ ਮਹਲਾ ੫॥ 1363-5

ਜਿਥੈ ਜਾਏ ਭਗਤੁ ਸੁ ਥਾਨੁ ਸੁਹਾਵਣਾ॥ jithai jaa-ay bhagat so thaan suhaavanaa.
ਸਗਲੇ ਹੋਏ ਸੁਖ ਹਰਿ ਨਾਮੁ ਧਿਆਵਣਾ॥ saglay ho-ay sukh har naam Dhi-aavanaa.
ਜੀਅ ਕਰਨਿ ਜੈਕਾਰੁ ਨਿੰਦਕ ਮੁਏ ਪਚਿ॥ jee-a karan jaikaar nindak mu-ay pach.
ਸਾਜਨ ਮਨਿ ਆਨੰਦੁ ਨਾਨਕ ਨਾਮੁ ਜਪਿ॥੧੮॥ saajan man aanand naanak naam jap. ||18||

ਜਿੱਥੇ ਵੀ ਪ੍ਰਭ ਦੇ ਸ਼ਬਦ ਦੀ ਬੰਦਗੀ ਕਰਨ ਵਾਲੇ ਇਕੱਠੇ ਹੁੰਦੇ, ਸ਼ਬਦ ਦੇ ਗੁਣ ਗਾਉਂਦੇ ਹਨ । ਉਹ ਥਾਂ ਹੀ ਸੁਹਾਵਾਨਾ, ਪਵਿੱਤਰ, ਬਖਸ਼ਿਸ਼ ਵਾਲਾ ਬਣ ਜਾਂਦਾ ਹੈ । ਸ਼ਬਦ ਦੀ ਪਾਲਣਾ ਕਰਦੇ ਮਨ ਨੂੰ ਸਭ ਅਨੰਦ, ਖੇੜੇ, ਸੁਖ ਬਖਸ਼ਿਸ਼ ਹੋ ਜਾਂਦੇ ਹਨ । ਸੰਸਾਰਕ ਜੀਵ ਬੰਦਗੀ ਕਰਨ ਵਾਲੇ ਦੀ ਸੋਭਾ ਗਾਉਂਦਾ ਹੈ । ਨਿੰਦਿਆਂ ਕਰਨ ਵਾਲੇ ਨੂੰ ਸ਼ਰਮਿੰਦਗੀ, ਲਨ੍ਹਤਾਂ ਹੀ ਪੈਂਦੀਆਂ ਹਨ । ਜੀਵ ਪ੍ਰਭ ਦੇ ਸ਼ਬਦ ਦੇ ਗੁਣ ਗਾਉਣ ਨਾਲ ਮਨ ਵਿੱਚ ਸੰਤੋਖ, ਖੁਸ਼ੀ, ਅਨੰਦ, ਖੇੜਾ ਭਰਪੂਰ ਹੋ ਜਾਂਦਾ ਹੈ ।

Wherever, His true devotee may conjugate and sings the glory of His Word; with His mercy and grace, that place may become a Holy Shrine worthy of worship. Whosoever may obey the teachings of His Word with steady and stable belief; with His mercy and grace, he may be blessed with overwhelming peace of mind, contentment, and blossom. He may be honored in the universe. The slanderer may be embarrassed and rebuked in His Court. Whosoever may sing the glory of His Word; with His mercy and grace, he may remain overwhelmed with peace, contentment, pleasure, and blossom in his day-to-day life.

78. ਚਉਬੋਲੇ ਮਹਲਾ ੫॥ 1363-17

ੴ ਸਤਿਗੁਰ ਪ੍ਰਸਾਦਿ॥ ik-oNkaar satgur parsaad.

ਇਕੋ ਇਕ ਪ੍ਰਭ ਸ੍ਰਿਸ਼ਟੀ ਨੂੰ ਪੈਦਾ ਕਰਨ ਵਾਲਾ, ਤਿੰਨਾਂ ਗੁਣਾਂ (ਰੂਪ, ਰੰਗ, ਅਕਾਰ) ਤੋਂ ਰਹਿਤ ਹੈ । ਉਸ ਦੀ ਹੋਂਦ, ਸ਼ਬਦ, ਹੁਕਮ, ਭਾਣਾ ਅਟਲ ਹੈ । ਸ੍ਰਿਸ਼ਟੀ ਨੂੰ ਗਿਆਨ, ਚਾਨਣ ਬਖਸ਼ਣ ਵਾਲਾ ਅਟਲ ਮਾਲਕ ਹੈ । ਪ੍ਰਭ ਦੇ ਦਰਬਾਰ ਵਿੱਚ, ਪ੍ਰਵਾਨਗੀ ਕੇਵਲ ਪ੍ਰਭ ਦੀ ਰਹਿਮਤ ਨਾਲ ਹੀ ਬਖਸ਼ਿਸ਼ ਹੋ ਸਕਦੀ ਹੈ । ਕਿਸੇ ਸੰਸਾਰਕ ਗੁਰੂ ਦੀ ਅਸੀਸ ਨਾਲ ਜਾ ਕੋਈ ਇਸਤਰ੍ਹਾਂ ਦੀ ਬੰਦਗੀ ਨਹੀਂ, ਕੋਈ ਵੀ ਪ੍ਰਭਾਵ, ਦੁਬਿਆ ਨਹੀਂ ਪਾਇਆ ਜਾ ਸਕਦਾ ।

The One and only One True Master, Creator of the universe remains beyond three limitations of recognitions known to mankind; color, body structure- size, and beauty. His Word, His Existence, Command remains true forever and only His Command prevails in the universe; nothing else may exist without His Command. His Word remains the fountain of enlightenment and illumination in the universe. Whosoever may be bestowed with His Blessed Vision; only he may be blessed with the right path of acceptance in His Court; his earnings, wealth of His Word may be accepted in His Court. No external power, recommendation of any saint, prophet, worldly guru may influence His Blessings.

ਸੰਮਨ ਜਉ ਇਸ ਪ੍ਰੇਮ ਕੀ ਦਮ ਕ੍ਹਿਉ ਹੋਤੀ ਸਾਟ॥ samman ja-o is paraym kee dam ki-yahoo hotee saat.
ਰਾਵਨ ਹੁਤੇ ਸੁ ਰੰਕ ਨਹਿ, ਜਿਨਿ ਸਿਰ ਦੀਨੇ ਕਾਟਿ॥੧॥ raavan hutay so rank neh jin sir deenay kaat. ||1||

ਕਿਸੇ ਦਾ ਪਿਆਰ, ਅਡੋਲ ਲਗਨ, ਸੰਸਾਰਕ ਧਨ ਨਾਲ ਖਰੀਦੀ ਨਹੀਂ ਜਾ ਸਕਦੀ! ਰਾਵਨ ਬਹੁਤ ਵੱਡਾ, ਅਮੀਰ ਸ਼ੇਨਸਾਹ ਸੀ । ਉਹ ਵੀ ਸੀਤਾ ਦਾ ਪਿਆਰ ਨਾ ਖਰੀਦ ਸਕਿਆ! ਉਹ ਆਪਣਾ ਸਿਰ ਵੀ ਸ਼ਿਵਾਂ ਨੂੰ ਭੇਟਾ ਕਰਨ ਲਈ ਤਿਆਰ ਸੀ!

Worldly wealth cannot buy love or devotion of anyone. King **Raavan** was the greatest and the richest of all; Even then, he was not able to buy Sita's love. He was willing to offer his head to Shivji.

79. ਸਲੋਕ ਭਗਤ ਕਬੀਰ ਜੀਉ ਕੇ॥ 1365-1

ਕਬੀਰ ਚੰਦਨ ਕਾ ਬਿਰਵਾ ਭਲਾ, ਬੇੜ੍ਹਿਓ ਢਾਕ ਪਲਾਸ॥ kabeer chandan kaa birvaa bhalaa bayrheha-o dhaak palaas.
ਓਇ ਭੀ ਚੰਦਨੁ ਹੋਇ ਰਹੇ, ਬਸੇ ਜੁ ਚੰਦਨ ਪਾਸਿ॥੧੧॥ o-ay bhee chandan ho-ay rahay basay jo chandan paas. ||11||

ਜਿਸ ਜੀਵ ਦੀ ਆਤਮਾ ਨਿਰਮਲ ਹੁੰਦੀ ਹੈ । ਉਹ ਤੇ ਦੂਸਰੇ ਗਲਤ ਕੰਮ ਕਰਨ ਵਾਲੇ ਜੀਵਾਂ ਦੇ ਕੰਮਾਂ ਦਾ ਕੋਈ ਪ੍ਰਭਾਵ ਨਹੀਂ ਪੈਂਦਾ । ਸਗੋ ਬੁਰੇ ਕੰਮ ਕਰਨ ਵਾਲੇ ਜੀਵਾਂ ਤੇ ਵੀ ਚੰਗੇ ਕੰਮਾਂ ਦਾ ਅਸਰ ਹੋ ਜਾਂਦਾ ਹੈ । ਉਹ ਵੀ ਸਿੱਧੇ ਰਸਤੇ ਤੇ ਚਲਣ ਲਗ ਪੈਂਦਾ ਹੈ ।

Whose soul may remain blemish-free from worldly desires; his way of life may remain beyond the influence of evil doers, sinner. Rather, a sinner may be influenced to adopt some good virtues in his own life. He may adopt the right path, the teachings of His Word.

ਕਬੀਰ ਬਾਂਸੁ ਬਡਾਈ ਬੂਡਿਆ, ਇਉ ਮਤ ਡੂਬਹੁ ਕੋਇ॥ kabeer baaNs badaa-ee boodi-aa i-o mat doobahu ko-ay.
ਚੰਦਨ ਕੈ ਨਿਕਟੇ ਬਸੈ, ਬਾਂਸੁ ਸੁਗੰਧੁ ਨ ਹੋਇ॥੧੨॥ chandan kai niktay basai baaNs suganDh na ho-ay. ||12||

ਜਿਹੜਾ ਆਪਣੀ ਗਲਤੀ ਨੂੰ ਪਛਾਣਦਾ ਨਹੀਂ । ਪਰ ਆਪਣੀ ਘਮੰਡ ਵਿੱਚ ਹੀ ਮਸਤ ਰਹਿੰਦਾ ਹੈ । ਉਹ ਚੰਗੇ ਕਰਮ ਕਰਨ ਵਾਲੇ ਦੇ ਜੀਵਨ ਦੀ ਕੋਈ ਸਿਖਿਆਂ ਆਪਣੇ ਜੀਵਨ ਵਿੱਚ ਨਹੀਂ ਅਪਣਾਉਂਦਾ । ਸਿਮਰਨ ਕਰਨ ਵਾਲੇ ਜੀਵ ਦੇ ਚੰਗੇ ਕੰਮਾਂ ਦਾ ਉਸ ਤੇ ਕੋਈ ਅਸਰ ਨਹੀਂ ਹੁੰਦਾ । ਉਸ ਦਾ ਮਾਨਸ ਜਨਮ ਅਧੂਰਾ ਹੀ ਰਹਿੰਦਾ ਹੈ ।

Whosoever may not recognize his own mistakes, evil deeds; however, he may remain on high horse of his ego. He may never learn nor adopt any good virtues from His true devotee in his day-to-day life. He may not be blessed with the right path of human life journey. The life experience teachings of His true devotee may not have any influence of the way of life of evil doer. His human life journey may not be rewarded.

ਕਬੀਰ ਇਹੁ ਤਨੁ ਜਾਇਗਾ, ਸਕਹੁ ਤ ਲੇਹੁ ਬਹੋਰਿ॥ kabeer ih tan jaa-igaa sakahu ta layho bahor.
ਨਾਂਗੇ ਪਾਵਹੁ ਤੇ ਗਏ, ਜਿਨ ਕੇ ਲਾਖ ਕਰੋਰਿ॥੨੭॥ naaNgay paavhu tay ga-ay jin kay laakh karor. ||27||

ਗੁਰੂ ਨਾਨਕ ਦੇਵ ਜੀ! – Guru Nanak Dev Ji! Guru Granth Sahib

ਸੰਸਾਰ ਵਿਚ ਬੁਹਤ ਵੱਡੇ ਵੱਡੇ ਧੰਨਾਢ, ਬੁਹਤ ਮਾਇਆ ਧਾਰੀ ਨੂੰ ਵੀ ਮੌਤ ਆਉਂਦੀ ਹੈ । ਉਹ ਸੰਸਾਰ ਵਿੱਚੋ ਖਾਲੀ ਹੱਥ, ਨੰਗੇ ਪੈਰੀ ਹੀ ਵਾਪਸ ਜਾਂਦਾ ਹੈ । ਜੀਵ ਦਾ ਨਾਸ ਹੋਣ ਵਾਲਾ ਤਨ, ਸਵਾਸ ਖਤਮ ਹੋਣ ਤੇ ਇਕ ਦਿਨ ਖਤਮ ਹੋ ਜਾਣਾ ਹੈ । ਸ਼ਬਦ ਦੀ ਕਮਾਈ ਹੀ ਸਦਾ ਸਾਥੀ ਦੇਂਦੀ ਹੈ ।

Even worldly rich and powerful also face death at predetermined time. His soul must leave empty handed, naked without any cloth. His perishable body may be destroyed by exhausting the capital of breathes. Only the earnings of His Word may remain a true companion of his soul forever.

<u>Note: Soul enter the Court of The Righteous Judge within his own 10th cave to endure the judgement; soul never need any robe; only burden of his worldly deeds!</u>**

ਕਬੀਰ ਏਕ ਘੜੀ ਆਧੀ ਘਰੀ, ਆਧੀ ਹੂੰ ਤੇ ਆਧ॥ — kabeer ayk gharhee aaDhee gharee aaDhee hooN tay aaDh.
ਭਗਤਨ ਸੇਤੀ ਗੋਸਟੇ, ਜੋ ਕੀਨੇ ਸੋ ਲਾਭ॥੨੩੨॥ — bhagtan saytee gostay jo keenay so laabh. ||232||

ਜੀਵ ਬੰਦਗੀ ਕਰਨ ਦਾ ਕੋਈ ਮਿਥਿਆ ਸਮਾਂ ਨਹੀਂ ਹੁੰਦਾ ਹੈ । ਜਿਹੜਾ ਪਲ, ਸਵਾਸ ਵੀ ਬੰਦਗੀ ਕਰਨ ਵਿੱਚ ਲਾਇਆ ਜਾਂਦਾ ਹੈ ! ਉਸ ਦਾ ਲਾਭ ਹੀ ਲਾਭ ਹੈ, ਕੋਈ ਘਾਟੇ ਵਾਲਾ ਕੰਮ ਨਹੀਂ ਹੈ ।

To remember The True Master has no limit, no specified time, no specific routine prayer. Every meditation may always be profitable and never have any down fall.

80. ਸਲੋਕ ਸੇਖ ਫਰੀਦ ਜੀ॥ 1378 -4

ਫਰੀਦਾ ਜੇ ਤੂ ਅਕਲਿ ਲਤੀਫੁ, ਕਾਲੇ ਲਿਖੁ ਨ ਲੇਖ॥ — fareedaa jay too akal lateef kaalay likh na laykh.
ਆਪਨੜੇ ਗਿਰੀਵਾਨ ਮਹਿ ਸਿਰੁ ਨੀਵਾਂ ਕਰਿ ਦੇਖੁ॥੬॥ — aapnarhay gireevaan meh sir neeNvaaN kar daykh. ||6||

ਜਿਹੜਾ ਆਪਣੇ ਆਪ ਨੂੰ ਸੋਝੀ ਵਾਲਾ ਸਮਝਦਾ ਹੈ । ਉਹ ਹੋਰ ਕਿਸੇ ਦਾ ਬੁਰਾ, ਨਿੰਦਿਆਂ ਨਹੀਂ ਕਰਦਾ । ਸਗੋ ਆਪਣੇ ਅੰਦਰ ਝਾਤੀ ਮਾਰਕੇ, ਆਪਣੇ ਅਉਗੁਣ ਵਿਚਾਰਦਾ, ਆਪਣੇ ਮਨ ਤੇ ਜਿੱਤ ਪਾਉਂਦਾ ਹੈ ।

Whosoever may consider himself wise, enlightened. He may never do any harm or criticize others way of life. Rather, he may revisit his way of life to control his own evil thoughts and conquers his own worldly desires.

ਫਰੀਦਾ ਜੋ ਤੈ ਮਾਰਨਿ ਮੁਕੀਆਂ, ਤਿਨ੍ਹਾ ਨ ਮਾਰੇ ਘੁੰਮਿ॥ — fareedaa jo tai maaran mukee-aaN tinHaa na maaray ghumm.
ਆਪਨੜੈ ਘਰਿ ਜਾਈਐ, ਪੈਰ ਤਿਨ੍ਹਾ ਦੇ ਚੁੰਮਿ॥੭॥ — aapnarhai ghar jaa-ee-ai pair tinHaa day chumm. ||7||

ਜਿਹੜਾ ਬੰਦਗੀ ਦੇ ਰਸਤੇ ਚਲਦਾ ਹੈ, ਆਪਣੀ ਬੁਰਾਈ, ਨਿੰਦਿਆਂ ਕਰਨ ਵਾਲੇ ਨਾਲ ਨਰਾਜ਼ ਨਹੀਂ ਹੁੰਦਾ, ਮਨ ਵਿੱਚ ਬਦਲੇ ਦੀ ਭਾਵਨਾ ਨਹੀਂ ਰਖਦਾ । ਸਗੋ ਨਿਮਾਣਾ ਬਣਕੇ ਆਪਣੇ ਕੀਤੇ ਕੰਮ ਨੂੰ ਪਰਖਦਾ, ਉਸ ਦਾ ਧੰਨਵਾਦ ਕਰਦਾ ਹੈ । ਅੱਗੇ ਤੋਂ ਆਪਣੇ ਆਪ ਨੂੰ ਸੁਧਾਰ ਲੈਂਦਾ ਹੈ ।

Whosoever may adopt the teachings of His Word with steady and stable belief in his day-to-day life. He may never become angry, disappointed with his slanderer, or evil doer nor become a slave of revenge in his mind. Rather, he may humbly thank his slanderer, evaluates his way of life, and improves his way of life; his tolerance.

ਕਵਣੁ ਸੁ ਅਖਰੁ, ਕਵਣੁ ਗੁਣੁ, ਕਵਣੁ ਸੁ ਮਣੀਆ ਮੰਤੁ॥ — kavan so akhar kavan gun kavan so manee-aa mant.
ਕਵਣੁ ਸੁ ਵੇਸੋ ਹਉ ਕਰੀ, ਜਿਤੁ ਵਸਿ ਆਵੈ ਕੰਤੁ॥੧੨੬॥ — kavan so vayso ha-o karee jit vas aavai kant. ||126||

ਪ੍ਰਭ ਉਹ ਕਿਹੜਾ ਸ਼ਬਦ, ਕੰਮ, ਮੰਤਰ, ਬਾਣਾ ਹੈ? ਜਿਹੜਾ ਜੀਵਨ ਵਿੱਚ ਧਾਰਨ ਕਰਨ ਨਾਲ ਪ੍ਰਵਾਨਗੀ ਦਾ ਰਸਤਾ ਬਖਸ਼ਿਸ਼ ਹੋ ਜਾਂਦਾ ਹੈ ।

My True Master! What Word, work, mantra, or robe may I adopt in my day-to-day life to become worthy of Your Consideration? I may be blessed with the right path of acceptance in Your Court.

ਨਿਵਣੁ ਸੁ ਅਖਰੁ ਖਵਣੁ ਗੁਣੁ, ਜਿਹਬਾ ਮਣੀਆ ਮੰਤੁ॥ — nivan so akhar khavan gun jihbaa manee-aa mant.
ਏ ਤ੍ਰੈ ਭੈਣੇ ਵੇਸ ਕਰਿ, ਤਾਂ ਵਸਿ ਆਵੀ ਕੰਤੁ॥੧੨੭॥ — ay tarai bhainay vays kar taaN vas aavee kant. ||127||

ਜੀਵ ਨਿਮਰਤਾ ਉਹ ਸ਼ਬਦ ਹੈ? ਕਿਸੇ ਦੀ ਗਲਤੀ ਨੂੰ ਭੁਲ ਜਾਣਾ ਹੀ ਉਹ ਕਰਮ ਹੈ? ਮਿੱਠਾ ਬੋਲਣਾ ਹੀ ਉਹ ਮੰਤਰ ਹੈ? ਉਹ ਹੀ ਅਸਲੀ ਬਾਣਾ ਹੈ? ਜਿਸ ਨਾਲ ਅਸਲੀ ਪ੍ਰਵਾਨਗੀ ਦਾ ਰਸਤਾ ਬਖਸ਼ਿਸ਼ ਹੋ ਸਕਦਾ ਹੈ ।

Humility, politeness may be the word; to forgive others mistakes may be the task, deed; politely speaking may be the mantra. Whosoever may adopt such a robe; with His mercy and grace, he may be blessed with the right path of acceptance in His Court.

ਮਤਿ ਹੋਦੀ ਹੋਇ ਇਆਣਾ॥ ਤਾਣ ਹੋਦੇ ਹੋਇ ਨਿਤਾਣਾ॥ — mat hodee ho-ay i-aanaa. taan hoday ho-ay nitaanaa.
ਅਣਹੋਦੇ ਆਪੁ ਵੰਡਾਏ॥ ਕੋ ਐਸਾ ਭਗਤੁ ਸਦਾਏ॥੧੨੮॥ — anhoday aap vandaa-ay. ko aisaa bhagat sadaa-ay. ||128||

ਜਿਹੜਾ ਗਿਆਨ ਹੁੰਦੇ ਵੀ, ਅਹੰਕਾਰ ਨਹੀਂ ਕਰਦਾ । ਬਲ ਹੁੰਦੇ ਵੀ ਕਿਸੇ ਤੇ ਜ਼ੁਲਮ ਨਹੀ ਕਰਦਾ । ਆਪਣੇ ਲੋੜ ਵਿਚੋਂ ਹੀ ਦੂਸਰੇ ਨਾਲ ਵੰਡਦਾ ਹੈ । ਜਿਹੜਾ ਇਸਤਰ੍ਹਾਂ ਦੀ ਅਵਸਥਾ ਵਾਲਾ ਜੀਵ ਹੁੰਦਾ ਹੈ । ਉਹ ਹੀ ਪ੍ਰਭ ਦਾ ਅਸਲੀ ਸੇਵਕ ਕਹਾਉਣ ਦੇ ਯੋਗ ਹੁੰਦਾ ਹੈ ।

Whosoever may not boast about his enlightenment, knowledge; even with physical strength, he may never enforce his opinion on others; save from his own necessity and shares with helpless, less fortunate! Anyone with such a state of mind may be worthy to be called His true devotee.

81. ਸਵਈਏ ਮਹਲੇ ਪਹਿਲੇ ਕੇ ੧ (1389-10) – ਕਲ੍ਯ

ੴ ਸਤਿਗੁਰ ਪ੍ਰਸਾਦਿ॥ — ik-oNkaar satgur parsaad.
ਇਕ ਮਨਿ ਪੁਰਖੁ ਧਿਆਇ ਬਰਦਾਤਾ॥ — ik man purakh Dhi-aa-ay bardaataa.
ਸੰਤ ਸਹਾਰੁ ਸਦਾ ਬਿਖਿਆਤਾ॥ — sant sahaar sadaa bikhi-aataa.
ਤਾਸੁ ਚਰਨ ਲੇ ਰਿਦੈ ਬਸਾਵਉ॥ — taas charan lay ridai basaava-o.
ਤਉ ਪਰਮ ਗੁਰੂ ਨਾਨਕ ਗੁਨ ਗਾਵਉ॥੧॥ — ta-o param guroo naanak gun gaava-o. |1||

ਜੀਵ ਇਕ ਮਨ ਹੋ ਕੇ ਅਟਲ ਅਕਾਲ ਪੁਰਖ ਦੇ ਸ਼ਬਦ ਦਾ ਸਿਮਰਨ ਕਰੋ! ਉਸ ਦੀਆਂ ਰਹਿਮਤਾਂ ਪ੍ਰਾਪਤ ਕਰੋ । ਪ੍ਰਭ ਦੇ ਸ਼ਬਦ ਦੀ ਸਿਖਿਆਂ ਹੀ ਸੰਤ ਸਰੂਪ ਦੇ ਜੀਵਨ ਦਾ ਅਧਾਰ, ਆਸਰਾ ਹੁੰਦਾ ਹੈ । ਆਪਣੇ ਹਿਰਦੇ ਵਿੱਚ ਸ਼ਬਦ ਰੂਪੀ ਚਰਨਾਂ ਤੇ ਪੂਰਨ ਭਰੋਸੇ ਨਾਲ ਗੁਣ ਸਿਮਰਨ ਕਰੋ ।

You should meditate on the teachings of His Word, The Forever True Master, with steady and stable belief. You may be blessed with the enlightenment of the essence of His Word. The teachings of His Word remain the guiding principle of the way of life of His Holy saint. You should surrender your self-entity and meditate on the teachings of His Word.

ਗੁਰੂ ਨਾਨਕ ਦੇਵ ਜੀ! – Guru Nanak Dev Ji! Guru Granth Sahib

ਗਾਵਉ ਗੁਨ ਪਰਮ ਗੁਰੂ, ਸੁਖ ਸਾਗਰ ਦੁਰਤ ਨਿਵਾਰਣ ਸਬਦ ਸਰੇ॥	gaava-o gun param guroo sukh saagar durat nivaaran sabad saray.
ਗਾਵਹਿ ਗੰਭੀਰ ਧੀਰ ਮਤਿ ਸਾਗਰ, ਜੋਗੀ ਜੰਗਮ ਧਿਆਨੁ ਧਰੇ॥	gaavahi gambheer Dheer mat saagar jogee jangam Dhi-aan Dharay.
ਗਾਵਹਿ ਇੰਦ੍ਰਾਦਿ ਭਗਤ ਪ੍ਰਹਿਲਾਦਿਕ, ਆਤਮ ਰਸੁ ਜਿਨਿ ਜਾਣਿਓ॥	gaavahi indraad bhagat par-hilaadik aatam ras jin jaani-o.
ਕਬਿ ਕਲ ਸੁਜਸੁ ਗਾਵਉ ਗੁਰ ਨਾਨਕ, ਰਾਜੁ ਜੋਗੁ ਜਿਨਿ ਮਾਣਿਓ॥੨॥	kab kal sujas gaava-o gur naanak raaj jog jin maani-o. ||2||

ਉਸ ਅਦੁਤੀ ਹੌਂਦ ਪ੍ਰਭ ਦੇ ਸ਼ਬਦ ਦੇ ਗੁਣ ਗਾਉਣ ਨਾਲ ਸਾਗਰ ਨੂੰ ਪਾਰ ਕੀਤਾ ਜਾ ਸਕਦਾ, ਪ੍ਰਵਾਨਗੀ ਦਾ ਅਸਲੀ ਰਸਤਾ ਬਖਸ਼ਿਸ਼ ਹੋ ਜਾਂਦਾ ਹੈ । ਪ੍ਰਭ ਦੇ ਦਾਸ ਦੇ ਪਾਪ ਬਖਸ਼ੇ ਜਾਂਦੇ, ਉਹ ਪ੍ਰਭ ਦੇ ਸ਼ਬਦ ਦਾ ਸਿਮਰਨ ਕਰਦਾ, ਸ਼ਬਦ ਦੀ ਸਮਾਧੀ ਵਿੱਚ ਅਡੋਲ ਰਹਿੰਦਾ ਹੈ । ਇੰਦਰ ਅਤੇ ਪ੍ਰਹਿਲਾਦ ਵਰਗੇ ਭਗਤ, ਪ੍ਰਭ ਦੇ ਸ਼ਬਦ ਦੀ ਮਹੱਤਤਾ ਜਾਣਦੇ, ਸ਼ਬਦ ਦੇ ਗੁਣ ਗਾਉਂਦੇ ਹਨ । ਕਵੀ ਕਲ੍ਹ, ਨਾਨਕ ਦੇ ਜੀਵਨ ਤੋਂ ਹੈਰਾਨ ਰਹਿੰਦਾ, ਉਸ ਦੀ ਸਿਖਿਆਂ ਦੀ ਉਸਤਤ ਗਾਉਂਦਾ ਹੈ!

Whosoever may be singing the glory of the teachings of His Word, most exalted The True Master; with His mercy and grace, he may be blessed with the right path of acceptance in His Court. His sins of previous lives may be forgiven; he may remain intoxicated in meditation in the void of His Word. Prophets like **Inder, Parhilaad** may be enlightened with the significance of the teachings of His Word; His true devotee remain singing His Glory in the void of His Word. Poet **Kal** remains fascinating from the way of life of His true devotee Nanak Ji! He remains singing the glory of The True Master.

ਗਾਵਹਿ ਜਨਕਾਦਿ ਜੁਗਤਿ ਜੋਗੇਸੁਰ, ਹਰਿ ਰਸ ਪੂਰਨ ਸਰਬ ਕਲਾ॥	gaavahi jankaad jugat jogaysur har ras pooran sarab kalaa.
ਗਾਵਹਿ ਸਨਕਾਦਿ ਸਾਧ ਸਿਧਾਦਿਕ, ਮੁਨਿ ਜਨ ਗਾਵਹਿ ਅਛਲ ਛਲਾ॥	gaavahi sankaad saaDh siDhaadik mun jan gaavahi achhal chhalaa.
ਗਾਵੈ ਗੁਣ ਧੋਮੁ ਅਟਲ ਮੰਡਲਵੈ,	gaavai gun Dhom atal mandlavai
ਭਗਤਿ ਭਾਇ ਰਸੁ ਜਾਣਿਓ॥	bhagat bhaa-ay ras jaani-o.
ਕਬਿ ਕਲ ਸੁਜਸੁ ਗਾਵਉ ਗੁਰ ਨਾਨਕ, ਰਾਜੁ ਜੋਗੁ ਜਿਨਿ ਮਾਣਿਓ॥੩॥	kab kal sujas gaava-o gur naanak raaj jog jin maani-o. ||3||

ਰਾਜੇ ਜਨਕ ਵਰਗੇ ਭਗਤ, ਮਾਹ ਬਲੀ ਜੋਗੀ ਵੀ ਪੂਰਨ ਅਟਲ ਦਾ ਸਿਮਰਨ ਕਰਦੇ, ਰਹਿਮਤਾਂ ਦਾ ਅਨੰਦ ਮਾਣਦੇ ਹਨ । ਸ਼ੰਕਰ ਵਰਗੇ ਭਗਤ, ਸਾਧੂ, ਸਿਧ ਜੋਗੀ ਨੂੰ ਸ਼ਬਦ ਦੇ ਸਿਮਰਨ ਕਰਨ ਨਾਲ ਰਿਧੀਆਂ ਸਿਧਿਆਂ ਬਖਸ਼ਿਸ਼ ਹੋਈਆ ਹਨ । ਉਸ ਪ੍ਰਭ ਨੂੰ ਧੋਖਾ ਨਹੀਂ ਦਿੱਤਾ ਜਾ ਸਕਦਾ! ਦੇਰੋ ਦੇ ਰਾਜੇ ਧੋਮੁ ਵਰਗੇ, ਜਿਸ ਦਾ ਰਾਜ ਭਾਗ ਅਡੋਲ ਰਹਿਣ ਵਾਲਾ ਸੀ! ਉਸ ਨੂੰ ਪ੍ਰਭ ਦੇ ਸ਼ਬਦ ਦੇ ਸਿਮਰਨ ਦੀ ਮਹੱਤਤਾ ਹੋਈ ਹੈ । ਕਵੀ ਕਲ੍ਹ, ਭਗਤ ਨਾਨਕ ਦੇ ਜੀਵਨ ਤੋਂ ਹੈਰਾਨ ਰਹਿੰਦਾ ਹੈ, ਉਸ ਦੇ ਜੀਵਨ ਦੀ ਸਿਖਿਆਂ ਦੀ ਉਸਤਤ ਗਾਉਂਦਾ ਹੈ!

Saintly king **Janak, great Yogi (Maha balle**) remain meditating on the teachings of His Word; they remain contented and cherish the pleasures of His Bliss. Prophet like **Sankar**, Holy saint, **Sidh,** Yogis remains intoxicated in meditating and cherish miracle powers. The True Master remains beyond the reach of any deception of worldly wealth nor His Creation. The King of Daaroo, whose kingdom was unshakable; he believes in the ultimate power of meditating on the teachings of His Word. Poet **Kal** remains fascinating from the way of life of Nanak! He remains singing the glory of The True Master.

ਗਾਵਹਿ ਕਪਿਲਾਦਿ ਆਦਿ ਜੋਗੇਸੁਰ, ਅਪਰੰਪਰ ਅਵਤਾਰ ਵਰੋ॥	gaavahi kapilaad aad jogaysur aprampar avtaar varo.
ਗਾਵੈ ਜਮਦਗਨਿ ਪਰਸਰਾਮੇਸੁਰ, ਕਰ ਕੁਠਾਰੁ ਰਘੁ ਤੇਜੁ ਹਰਿਓ॥	gaavai jamadgan parasraamaysur kar kuthaar ragh tayj hari-o.
ਉਧੌ ਅਕ੍ਰੂਰੁ ਬਿਦਰੁ ਗੁਣ ਗਾਵੈ, ਸਰਬਾਤਮੁ ਜਿਨਿ ਜਾਣਿਓ॥	uDhou akroor bidar gun gaavai sarbaatam jin jaani-o.
ਕਬਿ ਕਲ ਸੁਜਸੁ ਗਾਵਉ ਗੁਰ ਨਾਨਕ, ਰਾਜੁ ਜੋਗੁ ਜਿਨਿ ਮਾਣਿਓ॥੪॥	kab kal sujas gaava-o gur naanak raaj jog jin maani-o. ||4||

ਜੋਗੀ ਕਪਿਲਾਦ, ਸਾਰੇ ਜੋਗ ਮਤਵਾਲੇ ਜੋਗੀ ਵੀ ਪ੍ਰਭ ਨੂੰ ਹੀ ਅਟਲ ਰਹਿਣ ਵਾਲਾ ਅਕਾਲ ਪੁਰਖ ਹੀ ਮੰਨਦੇ ਹਨ । ਜਮਦਗਨਿ, ਪੁਤਰ ਪਰਸਰਾਮੇਸੁਰ ਜਿਸ ਦਾ ਰਾਜ ਰਘੁਪਵੀਰ ਨੇ ਖਤਮ ਕੀਤਾ ਸੀ । ਪ੍ਰਭ ਦੇ ਸ਼ਬਦ ਦਾ ਹੀ ਸਿਮਰਨ ਕਰਦਾ ਹੈ । ਭਗਤ ਉਧੋ, ਅਕ੍ਰੁ, ਬਿਦਰੁ ਨੇ ਅਨੁਭਵ ਕੀਤਾ । ਪ੍ਰਭ ਹੀ ਸਾਰੀਆਂ ਸ੍ਰਿਸ਼ਟੀਆਂ ਦੀਆਂ ਆਤਮਾਂ ਦਾ ਭਾਗ ਹੀ ਹੈ । ਕਵੀ ਕਲ੍ਹ, ਭਗਤ ਨਾਨਕ ਦੇ ਜੀਵਨ ਤੋਂ ਹੈਰਾਨ ਹੁੰਦਾ, ਉਸ ਦੀ ਸਿਖਿਆਂ ਦੀ ਉਸਤਤ ਗਾਉਂਦਾ ਹੈ!

Yogi **Kalpaad**, all yogis believe the ultimate power of The Omnipotent, Forever True Master. King **Jagdamman,** son of king **Parsramaser**, whose kingdom was captured by king **Raugupveer**; he remains meditating on the teachings of His Word. Prophet **Udo, Kakuro, Bider** realized; all souls are an expansion of His Holy Spirit; His Word remains embedded within each soul and dwells in his body. Poet **Kal** remains fascinating from the way of life of His true devotee Nanak Ji! He remains singing the glory of The True Master.

ਗਾਵਹਿ ਗੁਣ ਬਰਨ ਚਾਰਿ ਖਟ ਦਰਸਨ, ਬ੍ਰਹਮਾਦਿਕ ਸਿਮਰੰਥਿ ਗੁਨਾ॥	gaavahi gun baran chaar khat darsan barahmaadik simranth gunaa.
ਗਾਵੈ ਗੁਣ ਸੇਸੁ ਸਹਸ ਜਿਹਬਾ ਰਸ, ਆਦਿ ਅੰਤਿ ਲਿਵ ਲਾਗਿ ਧੁਨਾ॥	gaavai gun says sahas jihbaa ras aad ant liv laag Dhunaa.
ਗਾਵੈ ਗੁਣ ਮਹਾਦੇਉ ਬੈਰਾਗੀ, ਜਿਨਿ ਧਿਆਨ ਨਿਰੰਤਰਿ ਜਾਣਿਓ॥	gaavai gun mahaaday-o bairaagee jin Dhi-aan nirantar jaani-o.
ਕਬਿ ਕਲ ਸੁਜਸੁ ਗਾਵਉ ਗੁਰ ਨਾਨਕ, ਰਾਜੁ ਜੋਗੁ ਜਿਨਿ ਮਾਣਿਓ॥੫॥	kab kal sujas gaava-o gur naanak raaj jog jin maani-o. ||5||

ਚਾਰੇ ਵਰਨ, ਛੇ ਸ਼ਾਸ਼ਤਰ ਵੀ ਸ਼ਬਦ ਦੇ ਸਿਮਰਨ ਦੀ ਮਹਿਮਾਂ ਹੀ ਦੱਸਦੇ ਹਨ । ਅਨੇਕਾਂ ਹੀ ਜੀਭਾਂ ਪ੍ਰਭ ਦੇ ਸ਼ਬਦ ਵਿੱਚ ਲੀਨ ਰਹਿੰਦੀਆਂ ਹਨ । ਸ਼ਿਵਾਂ ਵਰਗੇ ਵਿਰਾਗੀ ਵੀ ਸ਼ਬਦ ਦਾ ਹੀ ਸਿਮਰਨ ਕਰਦੇ, ਲੀਨ ਰਹਿੰਦੇ ਹਨ । ਕਵੀ ਕਲ੍ਹ, ਭਗਤ ਨਾਨਕ ਦੇ ਜੀਵਨ ਤੋਂ ਹੈਰਾਨ ਰਹਿੰਦਾ ਹੈ! ਉਸ ਦੀ ਸਿਖਿਆਂ ਦੀ ਉਸਤਤ ਗਾਉਂਦਾ ਹੈ!

All four social castes, **6 Shastra** all recognize the significance of meditating on the teachings of His Word. Countless tongues remain intoxicated singing the glory of His Word. Renunciatory **Shivji** remains intoxicated in meditating in the teachings of His Word. Poet **Kal** remains fascinating from the way of life of His true devotee Nanak Ji! He remains singing the glory of The True Master.

ਰਾਜੁ ਜੋਗੁ ਮਾਣਿਓ, ਬਸਿਓ ਨਿਰਵੈਰੁ ਰਿਦੰਤਰਿ॥	raaj jog maani-o basi-o nirvair ridantar.
ਸ੍ਰਿਸਟਿ ਸਗਲ ਉਧਰੀ, ਨਾਮਿ ਲੇ ਤਰਿਓ ਨਿਰੰਤਰਿ॥	sarisat sagal uDhree naam lay tari-o nirantar.
ਗੁਣ ਗਾਵਹਿ ਸਨਕਾਦਿ, ਆਦਿ ਜਨਕਾਦਿ ਜੁਗਹ ਲਗਿ॥	gun gaavahi sankaad aad jankaad jugah lag.
ਧੰਨਿ ਧੰਨਿ ਗੁਰੁ ਧੰਨਿ ਜਨਮੁ, ਸਕਯਥੁ ਭਲੌ ਜਗਿ॥	Dhan Dhan gur Dhan janam sakyath bhalou jag.
ਪਾਤਾਲ ਪੁਰੀ ਜੈਕਾਰ ਧੁਨਿ, ਕਬਿ ਜਨ ਕਲ ਵਖਾਣਿਓ॥	paataal puree jaikaar Dhun kab jan kal vakhaani-o.
ਹਰਿ ਨਾਮ ਰਸਿਕ ਨਾਨਕ ਗੁਰ, ਰਾਜੁ ਜੋਗੁ ਤੈ ਮਾਣਿਓ॥੬॥	har naam rasik naanak gur raaj jog tai maani-o. ||6||

ਪ੍ਰਭ ਹੀ ਰਾਜ ਜੋਗ (ਬੰਦਗੀ ਕਰਨ ਦੀ ਵਿਧੀ) ਮਾਲਕ ਕਿਸੇ ਵੈਰ, ਵਿਰੋਧ, ਬਦਲੇ ਦੀ ਭਾਵਨਾ ਤੋਂ ਉਪਰ ਹੈ । ਪ੍ਰਭ ਦੇ ਦਾਸ ਦੇ ਮਨ ਵਿੱਚ ਬਦਲੇ ਦੀ ਭਾਵਨਾ ਨਹੀਂ ਹੁੰਦੀ । ਸਾਰੀ ਸ੍ਰਿਸ਼ਟੀ ਹੀ ਸਿਮਰਨ ਕਰਕੇ ਸੰਸਾਰਕ ਸਾਗਰ ਨੂੰ ਪਾਰ ਕਰ ਸਕਦੀ, ਜੂੰਨਾਂ ਦਾ ਚੱਕਰ ਖਤਮ ਕਰ ਸਕਦੀ ਹੈ । ਸ਼ੰਕਰ ਅਤੇ ਜਨਕ ਵਰਗੇ ਵੀ ਪ੍ਰਭ ਦੇ

ਗੁਰੂ ਨਾਨਕ ਦੇਵ ਜੀ! – Guru Nanak Dev Ji! Guru Granth Sahib

ਸ਼ਬਦ ਦਾ ਹੀ ਸਿਮਰਦੇ ਹਨ । ਪ੍ਰਭ ਹਰ ਸਮੇਂ ਤੇ ਸ੍ਰਿਸ਼ਟੀ ਨੂੰ ਸਿੱਧੇ ਰਸਤਾ ਤੇ ਪਾਉਣ ਲਈ ਅਵਤਾਰ ਭੇਜਦਾ ਹੈ । ਉਹ ਵੀ ਸ਼ਬਦ ਦੀ ਮਹਿਮਾਂ ਹੀ ਗਾਉਂਦੇ ਹਨ, ਬਾਕੀ ਸ੍ਰਿਸ਼ਟੀ ਨੂੰ ਜਪਾਉਂਦੇ ਹਨ । ਪ੍ਰਭ ਆਪ ਹੀ, ਅਵਤਾਰਾਂ ਦੇ ਮੂੰਹ ਤੋਂ ਰੂਹਾਨੀ ਸ਼ਬਦ ਬਲਾਉਂਦਾ, ਬੰਦਗੀ ਕਰਨ ਦੀ ਵਿਧੀ ਬਖਸ਼ਦਾ ਹੈ ।

The True Master, the right path of meditation to become worthy of His Consideration remains, beyond any enmity, jealousy, hostility, desire for any revenge. His true devotee may never have any hostility with anyone nor desire for revenge. The whole universe may be accepted in His Court by meditating on the teachings of His Word with steady and stable belief in his day-to-day life; the cycle of birth and death may be eliminated. Prophets like **Sankar**, king **Janak** remain meditating many life cycles. From time to time! The True Master may send His Enlightened Souls to guide His Creation on the right path of acceptance in His Court. All Blessed Souls remains singing the glory of His Word and inspires everyone that meditating on the teachings of His Word remains the right path of acceptance in His Court. He blesses enlightening words on the tongue of His Enlightened, Blessed soul. No blessed soul may ever be blessed flesh and blood body to create, initiate new religion.

ਸਤਜੁਗਿ ਤੈ ਮਾਣਿਓ, ਛਲਿਓ ਬਲਿ ਬਾਵਨ ਭਾਇਓ॥	satjug tai maani-o chhali-o bal baavan bhaa-i-o.
ਤ੍ਰੇਤੈ ਤੈ ਮਾਣਿਓ, ਰਾਮੁ ਰਘੁਵੰਸੁ ਕਹਾਇਓ॥	taraytai tai maani-o raam raghoovans kahaa-i-o.
ਦੁਆਪੁਰਿ ਕ੍ਰਿਸਨ ਮੁਰਾਰਿ, ਕੰਸੁ ਕਿਰਤਾਰਥੁ ਕੀਓ॥	du-aapur krisan muraar kans kirtaarath kee-o.
ਉਗ੍ਰਸੈਣ ਕਉ ਰਾਜੁ, ਅਭੈ ਭਗਤਹ ਜਨ ਦੀਓ॥	ugarsain ka-o raaj abhai bhagtah jan dee-o.
ਕਲਿਜੁਗਿ ਪ੍ਰਮਾਣੁ ਨਾਨਕ, ਗੁਰੁ ਅੰਗਦੁ ਅਮਰੁ ਕਹਾਇਓ॥	kalijug parmaan naanak gur angad amar kahaa-i-o.
ਸ੍ਰੀ ਗੁਰੂ ਰਾਜੁ ਅਬਿਚਲੁ ਅਟਲੁ, ਆਦਿ ਪੁਰਖਿ ਫੁਰਮਾਇਓ॥੭॥	saree guroo raaj abichal atal aad purakh furmaa-i-o. ||7||

ਸੱਤਯੁਗ ਵਿੱਚ ਬਾਵਨ ਦਾ ਰੂਪ ਧਾਰਨ ਕਰਕੇ ਬਲਿ ਰਾਜੇ ਦੇ ਜ਼ੁਲਮ ਨੂੰ ਖਤਮ ਕੀਤਾ । ਤ੍ਰੁਤੈ ਵਿੱਚ ਰਾਮ ਚੰਦਰ, ਦੁਆਪੁਰਿ ਵਿੱਚ ਕ੍ਰਿਸ਼ਨਾ ਪ੍ਰਭ ਦੇ ਸ਼ਬਦ ਦੀ ਮਹਿਮਾਂ ਗਾਉਂਦਾ ਸੀ । ਪ੍ਰਭ ਨੇ ਹੀ ਮੁਰਾਰ ਵਰਗੇ, ਕੰਸ ਵਰਗੇ ਜ਼ਾਲਮਾਂ ਨੂੰ ਖਤਮ ਕੀਤਾ । ਬੰਦਗੀ ਕਰਨ ਵਾਲੇ ਉਗ੍ਰਸੈਣ ਨੂੰ ਰਾਜ ਭਾਗ ਬਖਸ਼ਿਆ! ਉਹ ਨਿਡਰ ਅਤੇ ਨਿਮਾਣਾ ਦਾਸ ਬਣਾਇਆ । ਕੱਲਯੁਗ ਵਿੱਚ ਨਾਨਕ ਤੇਰੀ ਮਹਿਮਾਂ ਗਾਉਂਦਾ ਹੈ । ਉਸ ਦਾ ਸਾਥ ਦੇਣ ਵਾਲੇ ਅੰਗਦ ਅਤੇ ਅਮਰਦਾਸ ਤੇਰੇ ਭਗਤ ਬਣ ਗਏ ਹਨ । ਪ੍ਰਭ ਦਾ ਰਾਜ, ਤਖਤ ਅਡੋਲ, ਸਦਾ ਰਹਿਣ ਵਾਲਾ ਹੈ, ਸ੍ਰਿਸ਼ਟੀ ਤੋਂ ਪਹਿਲੇ ਵੀ ਅਜੇਹੇ ਹੀ ਸੀ ।

The True Master appeared as **Dwarf**-man to eliminated the tyranny of king Ball in Sat Yuga; He appeared in Ram Chander in Tarayta, and in **Dwaapur** appeared in Krishna, to eliminate the tyranny of Murrar and Kanse. He also blessed kingdom to His true devotee **Ugrasian**; he became a fearless and humble true devotee. Age of Kul-Yuga! Nanak is singing the glory of His Word; his associates Angad and Amar Das become his follower. The throne of The True Master remains everlasting, permanent, and true forever.

ਗੁਣ ਗਾਵੈ ਰਵਿਦਾਸੁ, ਭਗਤੁ ਜੈਦੇਵ ਤ੍ਰਿਲੋਚਨ॥	gun gaavai ravidaas bhagat jaidayv tarilochan.
ਨਾਮਾ ਭਗਤੁ ਕਬੀਰੁ, ਸਦਾ ਗਾਵਹਿ ਸਮ ਲੋਚਨ॥	naamaa bhagat kabeer sadaa gaavahi sam lochan.
ਭਗਤੁ ਬੇਣਿ ਗੁਣ ਰਵੈ, ਸਹਜਿ ਆਤਮ ਰੰਗੁ ਮਾਣੈ॥	bhagat bayn gun ravai sahj aatam rang maanai.
ਜੋਗ ਧਿਆਨਿ ਗੁਰ ਗਿਆਨਿ ਬਿਨਾ, ਪ੍ਰਭ ਅਵਰੁ ਨ ਜਾਣੈ॥	jog Dhi-aan gur gi-aan binaa parabh avar na jaanai.
ਸੁਖਦੇਉ ਪਰੀਖਤੁ ਗੁਣ ਰਵੈ, ਗੋਤਮ ਰਿਖਿ ਜਸੁ ਗਾਇਓ॥	sukh-day-o parteekh-yat gun ravai gotam rikh jas gaa-i-o.
ਕਬਿ ਕਲ ਸੁਜਸੁ ਨਾਨਕ ਗੁਰ, ਨਿਤ ਨਵਤਨੁ ਜਗਿ ਛਾਇਓ॥ ੮॥	kab kal sujas naanak gur nit navtan jag chhaa-i-o. ||8||

ਸ਼ਬਦ ਦੀ ਮਹਿਮਾਂ, ਅਨੇਕਾਂ ਹੀ ਭਗਤ, ਰਵੀਦਾਸ, ਜੈਦੇਵ, ਤ੍ਰਿਲੋਚਨ, ਨਾਮਦੇਵ, ਕਬੀਰ, ਸੈਣ ਜੀ ਗਾਉਂਦੇ ਹਨ । ਸਦਾ ਹੀ ਉਸ ਵਿੱਚ ਲੀਨ ਰਹਿੰਦੇ ਹਨ । ਅਨੇਕਾਂ ਹੀ ਜੋਗੀ ਆਪਣੀ ਲਿਵ ਲਾ ਕੇ ਤੇਰੀ ਹੋਂਦ ਦਾ ਅਨੰਦ ਮਾਨਦੇ ਹਨ । ਭਗਤ ਸੁਖਦੇਵ, ਪਰੀਖਤੁ, ਗੋਤਮ ਰੀਸ਼ੀ ਤੇਰੇ ਸ਼ਬਦ ਵਿੱਚ ਲੀਨ ਰਹਿੰਦੇ, ਮਹਿਮਾਂ ਗਾਉਂਦੇ ਹਨ । ਕੱਲਯੁਗ ਦਾ ਕਵੀ ਕਲੂ ਭਗਤਾਂ ਦੀ ਮਹਿਮਾਂ ਗਾਉਂਦਾ ਹੈ ।

Many devotees, **Ravi Das, Jay Dev, Tarilochan, Nam Dev, Kabeer, Sain** ji remain intoxicated singing His Glory in the void of His Word. Many Yogis remain intoxicated in the void of Your Word and cherish the pleasure blossom of His Existence. Prophets **Sukdev, Parteekh, Gotam** remain intoxicated singing His Glory in void of His Word. In Kul- Jug, Poet Kal remains astonished from the life of ancient prophets.

ਗੁਣ ਗਾਵਹਿ ਪਾਯਾਲਿ ਭਗਤ, ਨਾਗਾਦਿ ਭੁਯੰਗਮ॥	gun gaavahi paa-yaal bhagat naagaad bhuyangam.
ਮਹਾਦੇਉ ਗੁਣ ਰਵੈ, ਸਦਾ ਜੋਗੀ ਜਤਿ ਜੰਗਮ॥	mahaaday-o gun ravai sadaa jogee jat jangam.
ਗੁਣ ਗਾਵੈ ਮੁਨਿ ਬਾਸੁ, ਜਿਨਿ ਬੇਦ ਬਾਕਰਣ ਬੀਚਾਰਿਅ॥	gun gaavai mun bayaas jin bayd ba-yaakaran beechaari-a.
ਬ੍ਰਹਮਾ ਗੁਣ ਉਚਰੈ, ਜਿਨਿ ਹੁਕਮਿ ਸਭ ਸ੍ਰਿਸਟਿ ਸਵਾਰੀਅ॥	barahmaa gun uchrai jin hukam sabh sarisat savaaree-a.
ਬ੍ਰਹਮੰਡ ਖੰਡ ਪੂਰਨ ਬ੍ਰਹਮੁ, ਗੁਣ ਨਿਰਗੁਣ ਸਮ ਜਾਣਿਓ॥	barahmand khand pooran barahm gun nirgun sam jaani-o.
ਜਪੁ ਕਲ ਸੁਜਸੁ ਨਾਨਕ ਗੁਰ, ਸਹਜੁ ਜੋਗੁ ਜਿਨਿ ਮਾਣਿਓ॥੯॥	jap kal sujas naanak gur sahj jog jin maani-o. ||9||

ਪ੍ਰਭ ਦੇ ਸ਼ਬਦ ਦੇ ਸਿਮਰਨ ਵਿੱਚ ਹੀ ਨਾਗਾਂ ਦਾ ਦੇਵਤਾ ਸਸ਼ੀਰ ਨਾਗ ਹੈ । ਸ਼ਿਵ ਜੋਗੀ ਸ਼ਬਦ ਦੀ ਮਹਿਮਾਂ ਵਿੱਚ ਹੀ ਲੀਨ ਰਹਿੰਦਾ ਹੈ । ਅਨੇਕਾਂ ਹੀ ਮੋਨੀ ਭਗਤ ਵੇਦਾਂ ਦਾ ਅਭਿਆਸ ਕਰਦੇ, ਘੋਖਦੇ ਹਨ । ਸ਼ਬਦ ਦੀ ਮਹਿਮਾਂ, ਬ੍ਰਹਮਾ ਵਰਗੇ ਭਗਤ ਕਰਦੇ ਹੀ ਪ੍ਰਭ ਦੀ ਜੋਤ ਵਿੱਚ ਅਭੇਦ ਹੋ ਗਏ ਹਨ । ਪ੍ਰਭ ਨੇ ਸ੍ਰਿਸ਼ਟੀਆਂ ਆਪਣੀ ਮਰਜ਼ੀ ਅਨੁਸਾਰ ਸਾਜੀਆ ਹਨ । ਪ੍ਰਭ ਦੇ ਹੁਕਮ ਅੰਦਰ ਹੀ ਚਲਦੀਆਂ ਹਨ, ਕੋਈ ਉਸ ਦਾ ਨਿਯਮ ਬਦਲ ਨਹੀਂ ਸਕਦਾ । ਕਵੀ ਕਲੂ ਪ੍ਰਭ ਦੀ ਕੁਦਰਤ ਦੇ ਨਜ਼ਾਰੇ ਮਾਨਦਾ, ਗੁਣ ਗਾਉਂਦਾ ਹੈ ।

SiShis Nag-snake king of snakes remain intoxicated in the void of His Word. Yogi Shiv Ji! Remains meditating, singing the glory of His Word. Many quiet saints remain practicing the teachings of His Word, to find the limits and extent of His Virtues. The True Master has created the universe with His Own Imagination; only remains under His Unchangeable Command. No one may avoid His Nature. Poet Kal sings the glory of His Word and enjoys the pleasure of His Nature.

ਗੁਣ ਗਾਵਹਿ ਨਵ ਨਾਥ, ਧੰਨਿ ਗੁਰੁ ਸਾਚਿ ਸਮਾਇਓ॥	gun gaavahi nav naath Dhan gur saach samaa-i-o.
ਮਾਂਧਾਤਾ ਗੁਣ ਰਵੈ, ਜੇਨ ਚਕ੍ਰਵੈ ਕਹਾਇਓ॥	maaNDhaataa gun ravai jayn chakarvai kahaa-i-o.
ਗੁਣ ਗਾਵੈ ਬਲਿ ਰਾਉ, ਸਪਤ ਪਾਤਾਲਿ ਬਸੰਤੌ॥	gun gaavai bal raa-o sapat paataal basantou.
ਭਰਥਰਿ ਗੁਣ ਉਚਰੈ, ਸਦਾ ਗੁਰ ਸੰਗਿ ਰਹੰਤੌ॥	bharthar gun uchrai sadaa gur sang rahantou.
ਦੂਰਬਾ ਪਰੂਰਉ ਅੰਗਰੈ, ਗੁਰ ਨਾਨਕ ਜਸੁ ਗਾਇਓ॥	doorbaa paroora-o angrai gur naanak jas gaa-i-o.

ਕਬਿ ਕਲ ਸੁਜਸੁ ਨਾਨਕ ਗੁਰ, ਘਟਿ ਘਟਿ ਸਹਜਿ ਸਮਾਇਓ॥੧੦॥ kab kal sujas naanak gur ghat ghat sahj samaa-i-o. ||10||

ਨੌਂ ਨਾਥ ਤੇਰੇ ਸ਼ਬਦ ਦੀ ਮਹਿਮਾਂ ਗਾਉਂਦੇ ਹਨ । ਸ਼ਬਦ ਵਿੱਚ ਲੀਨ ਹੋ ਕੇ ਤੇਰੇ ਵਿੱਚ ਅਭੇਦ ਹੋਣ ਦੇ ਢੰਗ ਧਾਰਨ ਕਰਦੇ ਹਨ । ਜਿਹੜਾ ਮਾਂਧਾਤਾ ਰਾਜਾ ਆਪਣੇ ਆਪ ਨੂੰ ਸ੍ਰਿਸ਼ਟੀ ਦਾ ਹਾਕਮ ਕਹਾਉਂਦਾ ਸੀ । ਉਹ ਵੀ ਤੇਰੇ ਸ਼ਬਦ ਦੀ ਮਹਿਮਾਂ ਹੀ ਗਾਉਂਦਾ ਹੈ । ਰਾਜਾ ਬਲਿ, ਸੱਤਾ ਸ੍ਰਿਸ਼ਟੀਆਂ ਵਿੱਚ ਵਸਦਾ ਹੈ । ਉਹ ਵੀ ਸ਼ਬਦ ਦੀ ਮਹਿਮਾਂ ਹੀ ਗਾਉਂਦਾ ਹੈ । ਭਰਥਰ ਨਾਥ ਆਪਣੇ ਗੁਰੂ ਗੋਰਖ ਨਾਥ ਦੀ ਰਜ਼ਾ ਵਿੱਚ ਰਹਿੰਦਾ, ਤੇਰੇ ਸ਼ਬਦ ਵਿੱਚ ਹੀ ਲੀਨ ਹੈ । ਦੁਰਬਾ, ਇਜੱਪ ਦਾ ਰਾਜਾ ਪੂਰੋ ਅੰਗਰੈ, ਤੇਰੇ ਸ਼ਬਦ ਦੀ ਮਹਿਮਾਂ ਹੀ ਗਾਉਂਦਾ ਹੈ । ਕੱਲਯੁਗ ਦਾ ਕਵੀ ਕਲੁ ਦੱਸਦਾ ਹੈ! ਤੇਰੇ ਸ਼ਬਦ ਦੀ ਮਹਿਮਾਂ ਹਰਇਕ ਆਤਮਾ ਵਿੱਚ ਰਚੀ, ਘਰ ਕਰ ਗਈ ਹੈ ।

Nine Nath's, Yogis remain singing the glory of Your Word! They remain intoxicated in the void of Your Word trying to adopt various techniques to practice Your Virtues. The **Maandhaataa** claims to be the king of universe remains singing the glory of Your Word. King **Bal Rao**, considered to be dwelling in seven universes remains singing the glory of Your Word. **Bharthar** Yogi remains intoxicated in the teachings of his guru **Gorakh** and remains intoxicated in the void of Your Word. **Doorbaa, the king of Egypt, Paroor-o -Angra** remains singing the glory of Your Word. In Kul-Jug, poet **Kal** claims! The enlightenment of the essence of Your Word remains embedded within each soul.

82. ਸਲੋਕ ਮਹਲਾ ੧॥ 1412-1

ਸਭਨੀ ਘਟੀ ਸਹੁ ਵਸੈ, ਸਹ ਬਿਨੁ ਘਟੁ ਨ ਕੋਇ॥ sabhnee ghatee saho vasai sah bin ghat na ko-ay.
ਨਾਨਕ ਤੇ ਸੋਹਾਗਣੀ, ਜਿਨ੍ਹਾ ਗੁਰਮੁਖਿ ਪਰਗਟੁ ਹੋਇ॥੧੯॥ naanak tay sohaaganee jinHaa gurmukh pargat ho-ay. ||19||

ਹਰਇਕ ਜੀਵ ਦੇ ਹਿਰਦੇ ਵਿੱਚ ਪ੍ਰਭ ਦੀ ਜੋਤ ਵਸਦੀ ਹੈ । ਕੋਈ ਜੀਵ ਵੀ ਪ੍ਰਭ ਦੀ ਜੋਤ ਤੋਂ ਬਿਨਾਂ ਪੈਦਾ ਨਹੀਂ ਹੋ ਸਕਦਾ । ਜਿਹੜਾ ਪ੍ਰਭ ਨੂੰ ਆਪਣੇ ਅੰਦਰੋਂ ਢੂੰਡਦਾ, ਜਾਗਰਤ ਕਰ ਲੈਂਦਾ ਹੈ, ਉਸ ਨੂੰ ਪ੍ਰਭ ਦੀ ਹੋਂਦ ਹਰ ਥਾਂ ਵਾਪਰਦੀ ਮਹਿਸੂਸ ਹੁੰਦੀ ਹੈ । ਉਸ ਵੱਡਭਾਗੀ ਨੂੰ ਗੁਰਮਖ ਅਵਸਥਾ ਬਖਸ਼ਿਸ਼ ਹੋ ਜਾਂਦੀ ਹੈ ।

His Holy Spirit remains embedded within each soul and dwells within his body. Our soul is an expansion of His Holy Spirit. No one may ever be alive, born without, soul, His Holy Spirit. Whosoever may search within his own mind and body; with His mercy and grace, he may be enlightened and realizes His Holy Spirit prevailing everywhere in the universe. He may be very fortunate; he may be blessed with a state of mind as His true devotee.

ਜਉ ਤਉ ਪ੍ਰੇਮ ਖੇਲਣ ਕਾ ਚਾਉ॥ ja-o ta-o paraym khaylan kaa chaa-o.
ਸਿਰੁ ਧਰਿ ਤਲੀ ਗਲੀ ਮੇਰੀ ਆਉ॥ sir Dhar talee galee mayree aa-o.
ਇਤੁ ਮਾਰਗਿ ਪੈਰੁ ਧਰੀਜੈ॥ ਸਿਰੁ ਦੀਜੈ ਕਾਣਿ ਨ ਕੀਜੈ॥੨੦॥ it maarag pair Dhareejai. sir deejai kaan na keejai. ||20||

ਜਿਸ ਦੇ ਮਨ ਵਿੱਚ ਪ੍ਰਭ ਦੀ ਹੋਂਦ ਮਹਿਸੂਸ ਕਰਨ ਦੀ, ਸ਼ਬਦ ਦੀ ਸੋਝੀ, ਮਾਨਸ ਜੀਵਨ ਦੇ ਮੰਤਵ ਦੀ ਸੋਝੀ ਪਾਉਣ ਦੀ ਖਾਹਿਸ਼ ਹੁੰਦੀ ਹੈ । ਉਹ ਪ੍ਰਭ ਦੇ ਸ਼ਬਦ ਦੀ ਸਿਖਿਆਂ ਨੂੰ ਪੂਰਨ ਭਰੋਸੇ ਨਾਲ ਆਪਣੇ ਜੀਵਨ ਵਿੱਚ ਢਾਲਦਾ, ਸਿਮਰਨ ਦੇ ਮਾਰਗ ਤੇ ਚਲਣਾ ਚਾਹੀਦਾ ਹੈ । ਉਸ ਨੂੰ ਹੋਰ ਪਾਸੇ, ਸੰਸਾਰਕ ਧਰਮਾਂ, ਗੁਰੂਆਂ ਦੀ ਸਿਖਿਆਂ ਪਿਛੇ ਲਗਕੇ ਮਾਨਸ ਜੀਵਨ ਦਾ ਅਮੋਲਕ ਮੌਕਾ ਬਰਬਾਦ ਨਹੀਂ ਕਰਦਾ । ਸ਼ਬਦ ਦੀ ਸਿਖਿਆਂ ਦਾ ਮਾਰਗ ਬਹੁਤ ਕਠਨ ਹੈ । ਪ੍ਰਭ ਦੇ ਭਾਣੇ, ਸ਼ਬਦ ਨੂੰ ਸਤਿ ਕਰਕੇ, ਬਿਨਾਂ ਕਿਸੇ ਦੀ ਨਿੰਦਿਆਂ ਦੀ ਪ੍ਰਵਾਹ ਕਰਦੇ ਆਪਣੇ ਜੀਵਨ ਦਾ ਅਧਾਰ ਬਣਾਵੋ ।

Whosoever may have a burning desire, anxiety to realize His Holy Spirit prevailing everywhere; to be enlightened with the essence of His Word; the real purpose of ambrosial human life opportunity. He must meditate, adopts the teachings of His Word with steady and stable belief in his day-to-day life. To adopt the teachings of His Word in own day to day life, may be very tedious, overwhelmed with sweet poison, temptations of worldly wealth. He must adopt the teachings of His Word with steady and stable belief as an Ultimate Command. He should remain beyond the reach of influence of worldly criticism, rebuking, slandering. He must renounce all his worldly desires and only one desire, anxiety should dominate within, to become worthy of His Consideration.

83. ਸਲੋਕ ਗੁਰੂ ਅਮਰਦਾਸ ਜੀ – ਮਹਲਾ ੩॥ 1418-17

ਹਰਿ ਮੰਦਰੁ ਹਰਿ ਸਾਜਿਆ, ਹਰਿ ਵਸੈ ਜਿਸੁ ਨਾਲਿ॥ har mandar har saaji-aa har vasai jis naal.
ਗੁਰਮਤੀ ਹਰਿ ਪਾਇਆ, ਮਾਇਆ ਮੋਹ ਪਰਜਾਲਿ॥ gurmatee har paa-i-aa maa-i-aa moh parjaal.
ਹਰਿ ਮੰਦਰਿ ਵਸਤੁ ਅਨੇਕ ਹੈ, ਨਵ ਨਿਧਿ ਨਾਮੁ ਸਮਾਲਿ॥ har mandar vasat anayk hai nav niDh naam samaal.
ਧਨੁ ਭਗਵੰਤੀ ਨਾਨਕਾ, ਜਿਨਾ ਗੁਰਮੁਖਿ ਲਧਾ ਹਰਿ ਭਾਲਿ॥ Dhan bhagvantee naankaa jinaa gurmukh laDhaa har bhaal.
ਵਡਭਾਗੀ ਗੜ ਮੰਦਰੁ ਖੋਜਿਆ, ਹਰਿ ਹਿਰਦੈ ਪਾਇਆ ਨਾਲਿ॥੪੮॥ vadbhaagee garh mandar khoji-aa har hirdai paa-i-aa naal. ||48||

ਜਿਹੜਾ ਜੀਵ ਪ੍ਰਭ ਦੇ ਸ਼ਬਦ ਨੂੰ ਆਪਣੇ ਜੀਵਨ ਦਾ ਅਧਾਰ ਬਣਾਉਂਦਾ ਹੈ । ਜੀਵ ਦਾ ਤਨ ਹੀ ਮੰਦਰ ਬਣ ਜਾਂਦਾ ਹੈ । ਸ਼ਬਦ ਦੀ ਸੋਝੀ ਨਾਲ ਸੰਸਾਰਕ ਧਨ ਦੀ ਇਛਾ ਅਤੇ ਸੰਸਾਰਕ ਮੋਹ ਤੇ ਜਿੱਤ ਬਖਸ਼ਿਸ਼ ਹੋ ਜਾਂਦੀ ਹੈ । ਪ੍ਰਭ ਸ਼ਬਦ ਦੀ ਸੋਝੀ, ਅਮੋਲਕ ਗੁਣਾਂ ਦਾ ਭੰਡਾਰ ਹੈ । ਜਿਹੜੇ ਜੀਵ ਨੂੰ ਸ਼ਬਦ ਦੀ ਸਿਖਿਆਂ ਦੀ ਸੋਝੀ ਬਖਸ਼ਿਸ਼ ਹੋ ਜਾਂਦੀ ਹੈ, ਉਹ ਜੀਵ ਵੱਡੇ ਭਾਗਾ ਵਾਲਾ ਹੀ ਹੁੰਦਾ ਹੈ । ਜਿਹੜਾ ਆਪਣੇ ਅੰਦਰੋਂ ਹੀ ਪ੍ਰਭ ਦੇ ਸ਼ਬਦ ਨੂੰ ਜਾਗਰਤ ਕਰ ਲੈਂਦਾ ਹੈ । ਉਸ ਨੂੰ ਸ਼ਬਦ ਦੀ ਸਿਖਿਆਂ ਦਾ ਅਮੋਲਕ ਭੰਡਾਰ ਬਖਸ਼ਿਸ਼ ਹੋ ਜਾਂਦਾ ਹੈ ।

Whosoever may adopt the teachings of His Word with steady and stable belief as the real purpose of his human life opportunity. His body may be transformed as a Holy Shrine. He may be blessed with the enlightenment of the essence of His Word; with His mercy and grace, he may be blessed to conquer the sweet poison of worldly wealth and his worldly bonds. The True Master remains the treasure of inexhaustible ambrosial virtues of His Word. Whosoever may be blessed with the enlightenment of the essence of His Word; he may become very fortunate. Whosoever may remain drenched with the essence of His Word within; with His mercy and grace, he may be blessed with ambrosial treasure of the essence of His Word.

ਜੋਗੁ ਨ ਭਗਵੀ ਕਪੜੀ, ਜੋਗੁ ਨ ਮੈਲੇ ਵੇਸਿ॥ jog na bhagvee kaprhee jog na mailay vays.
ਨਾਨਕ ਘਰਿ ਬੈਠਿਆ ਜੋਗੁ ਪਾਈਐ, ਸਤਿਗੁਰ ਕੈ ਉਪਦੇਸਿ॥੬੪॥ naanak ghar baithi-aa jog paa-ee-ai satgur kai updays. ||64||

ਸੰਸਾਰਕ ਧਰਮ ਦੇ ਰਸਤਾ ਨਾਲ ਜੀਵਨ ਢਾਲਣ, ਅੰਮ੍ਰਿਤ ਪਾਨ ਕਰਨ ਨਾਲ ਆਤਮਾ ਪਵਿੱਤਰ ਨਹੀਂ ਹੁੰਦੀ, ਪ੍ਰਵਾਨਗੀ ਦਾ ਰਸਤਾ ਬਖਸ਼ਿਸ਼ ਨਹੀਂ ਹੁੰਦਾ । ਜਿਹੜਾ ਸ਼ਬਦ ਦੀ ਸਿਖਿਆਂ ਨਾਲ ਜੀਵਨ ਢਾਲਦਾ ਹੈ, ਉਸ ਨੂੰ ਹੀ ਪ੍ਰਭ ਦੇ ਦਰਬਾਰ ਵਿੱਚ ਪ੍ਰਵਾਨਗੀ ਦਾ ਰਸਤਾ ਬਖਸ਼ਿਸ਼ ਹੋ ਸਕਦਾ ਹੈ । ਆਤਮਾ, ਪ੍ਰਭ ਦੇ ਪਰਖਣ, ਪ੍ਰਵਾਨ ਹੋਣ ਦੇ ਯੋਗ ਬਣ ਜਾਂਦੀ ਹੈ ।

ਗੁਰੂ ਨਾਨਕ ਦੇਵ ਜੀ! – Guru Nanak Dev Ji! Guru Granth Sahib

Whosoever may adopt any religious robe, baptism; he may not conquer his ego, his soul may not be sanctified nor he may be blessed with the right path of acceptance in His Court. Whosoever may adopt the teachings of His Word with steady and stable belief; with His mercy and grace, he may be blessed with the right path of acceptance in His Court. His Soul may be sanctified to become worthy of His Consideration.

84. ਸਲੋਕ ਗੁਰੂ ਰਾਮ ਦਾਸ ਜੀ – ਮਹਲਾ ੪॥ 1422-8

ਗੁਰਮੁਖਿ ਸਚੀ ਆਸਕੀ, ਜਿਤੁ ਪ੍ਰੀਤਮੁ ਸਚਾ ਪਾਈਐ॥ gurmukh sachee aaskee jit pareetam sachaa paa-ee-ai.
ਅਨਦਿਨੁ ਰਹਹਿ ਅਨੰਦਿ, ਨਾਨਕ ਸਹਜਿ ਸਮਾਈਐ॥੧੦॥ an-din raheh anand naanak sahj samaa-ee-ai. ||10||

ਗੁਰਮਖ, ਪ੍ਰਭ ਦੇ ਸ਼ਬਦ ਦੀ ਪਾਲਣਾ ਵਿੱਚ ਅਡੋਲ ਰਹਿੰਦਾ ਹੈ । ਉਸ ਨੂੰ ਪ੍ਰਵਾਨਗੀ ਦਾ ਅਸਲੀ ਰਸਤਾ ਬਖਸ਼ਿਸ਼ ਹੋ ਜਾਂਦਾ ਹੈ । ਉਸ ਦਿਨ ਰਾਤ ਪ੍ਰਭ ਦੇ ਸ਼ਬਦ ਦੀ ਪਾਲਣਾ ਵਿੱਚ ਲੀਨ ਰਹਿੰਦਾ ਹੈ ।

His true devotee may obey the teachings of His Word with steady and stable belief in his day-to-day life. He may be blessed with the right path of acceptance in His Court. He may remain intoxicated in meditation in the void of His Word.

ਸਭਨਾ ਰਾਗਾਂ ਵਿਚਿ ਸੋ ਭਲਾ ਭਾਈ, ਜਿਤੁ ਵਸਿਆ ਮਨਿ ਆਇ॥ sabhnaa raagaaN vich so bhalaa bhaa-ee jit vasi-aa man aa-ay.
ਰਾਗੁ ਨਾਦੁ ਸਭੁ ਸਚੁ ਹੈ, ਕੀਮਤਿ ਕਹੀ ਨ ਜਾਇ॥ raag naad sabh sach hai keemat kahee na jaa-ay.
ਰਾਗੈ ਨਾਦੈ ਬਾਹਰਾ, ਇਨੀ ਹੁਕਮੁ ਨ ਬੁਝਿਆ ਜਾਇ॥ raagai naadai baahraa inee hukam na boojhi-aa jaa-ay.
ਨਾਨਕ ਹੁਕਮੈ ਬੂਝੈ ਤਿਨਾ ਰਾਸਿ ਹੋਇ, ਸਤਿਗੁਰ ਤੇ ਸੋਝੀ ਪਾਇ॥ naanak hukmai boojhai tinaa raas ho-ay satgur tay sojhee paa-ay.
ਸਭੁ ਕਿਛੁ ਤਿਸ ਤੇ ਹੋਇਆ, ਜਿਉ ਤਿਸੈ ਦੀ ਰਜਾਇ॥੨੪॥ sabh kichh tis tay ho-i-aa ji-o tisai dee rajaa-ay. ||24||

ਸਾਰੇ ਰਾਗਾਂ, ਸ਼ਬਦਾਂ, ਸਿਮਰਨਾਂ ਵਿੱਚ ਇਹ ਹੀ ਵਿਧੀ, ਬਾਣੀ ਸਭ ਤੋਂ ਅਮੋਲਕ, ਉਤਮ ਹੈ । ਜਿਸ ਨਾਲ ਪ੍ਰਭ ਦੇ ਸ਼ਬਦ ਦੀ ਸਿਖਿਆਂ ਦੀ ਲਗਨ, ਸ਼ਰਧਾ ਮਨ ਵਿੱਚ ਅਡੋਲ ਹੋ ਜਾਂਦੀ ਹੈ । ਸਾਰੇ ਰਾਗਾਂ ਦੀ ਧੁਨ, ਗੂੰਜ ਹੀ ਠੀਕ, ਅਮੋਲਕ ਹੈ । ਇਸ ਦੀ ਕੀਮਤ ਦਾ ਅੰਦਾਜ਼ਾ ਨਹੀਂ ਲਾਇਆ ਜਾ ਸਕਦਾ । ਕੇਵਲ ਰਾਗਾਂ ਦੀ ਧੁਨ, ਗੂੰਜ ਨਾਲ ਪ੍ਰਭ ਦੇ ਭਾਣੇ ਨੂੰ ਸਮਝਿਆ ਨਹੀਂ ਜਾ ਸਕਦਾ, ਪ੍ਰਵਾਨਗੀ ਦਾ ਅਸਲੀ ਰਸਤਾ ਬਖਸ਼ਿਸ਼ ਨਹੀਂ ਹੋ ਸਕਦਾ । ਜਿਸ ਨੂੰ ਪ੍ਰਭ ਦੇ ਸ਼ਬਦ ਦੀ ਸੋਝੀ ਬਖਸ਼ਦਾ ਹੈ, ਉਹ ਜੀਵਨ ਵਿੱਚ, ਬੰਦਗੀ ਵਿੱਚ ਜਾਗਰਤ ਅਤੇ ਸੁਚੇਤ ਰਹਿੰਦਾ ਹੈ । ਉਹ ਜਿਹੜਾ ਰਾਗ, ਸ਼ਬਦ ਗਾਉਂਦਾ, ਉਹ ਹੀ ਮੁਕਤੀ ਦਾ ਰਸਤਾ ਬਣ ਜਾਂਦਾ ਹੈ । ਸਭ ਕੁਝ ਪ੍ਰਭ ਦੇ ਹੁਕਮ ਅਨੁਸਾਰ ਹੀ ਹੁੰਦਾ ਹੈ ।

All Holy scriptures, music tones, Raags, meditations are the right path in human life; however, only His Word, the teachings of Holy Scripture, meditation technique, singing the glory may be ambrosial that may pierce through his heart and mind. He may remain intoxicated in meditation in the void of His Word. The echo, sound of sings of all raags may be ambrosial. Whosoever may be enlightened; He may remain awake and aware in his life. Whatsoever raag, he may be singing becomes most significance and remains beyond imagination. His singing may be transformed as the right path of acceptance in His Court. He may be blessed with salvation. Everything may only prevail under His Command.

85. ਸਲੋਕ ਗੁਰੂ ਅਰਜਨ ਦੇਵ ਜੀ – ਮਹਲਾ ੫॥ 1426-4

ਮਾਇਆ ਮਨਹੁ ਨ ਵੀਸਰੈ, ਮਾਂਗੈ ਦੰਮਾਂ ਦੰਮ॥ |maa-i-aa manhu na veesrai maaNgai dammaaN damm.
ਸੋ ਪ੍ਰਭੁ ਚਿਤਿ ਨ ਆਵਈ, ਨਾਨਕ ਨਹੀ ਕਰੰਮਿ॥੧੯॥ so parabh chit na aavee naanak nahee karamm. ||19||

ਮਨਮੁਖ ਸੰਸਾਰਕ ਧਨ ਦੇ ਲਾਲਚ ਵਿੱਚ ਹੀ ਲਗਾ ਰਹਿੰਦਾ ਹੈ । ਲਾਲਚ ਵਿੱਚ ਹੋਰ ਹੀ ਡੂੰਘਾਂ ਫਸਦਾ ਜਾਂਦਾ ਹੈ । ਉਸ ਦਾ ਧਿਆਨ ਪ੍ਰਭ ਦੇ ਸ਼ਬਦ ਦੀ ਪਾਲਣਾ ਸਿਮਰਨ ਵਿੱਚ ਨਹੀਂ ਲਗਦਾ । ਉਸ ਦੇ ਪਹਿਲੇ ਲਿਖੇ ਭਾਗਾਂ ਵਿੱਚ ਹੀ ਲਿਖਿਆ ਹੁੰਦਾ ।

Self-minded may remain intoxicated in greed, short-lived pleasure of worldly wealth. He goes deeper and deeper every day. He may never even think about obeying the teachings of His Word, purpose of his human life opportunity. This may be prewritten in his destiny.

ਗੁਰ ਕੈ ਸਬਦਿ ਅਰਾਧੀਐ, ਨਾਮਿ ਰੰਗਿ ਬੈਰਾਗੁ॥ gur kai sabad araaDhee-ai naam rang bairaag.
ਜੀਤੇ ਪੰਚ ਬੈਰਾਈਆ, ਨਾਨਕ ਸਫਲ ਮਾਰੂ ਇਹੁ ਰਾਗੁ॥੩॥ jeetay panch bairaa-ee-aa naanak safal maaroo ih raag. ||3||

ਜਿਹੜਾ ਪ੍ਰਭ ਦੇ ਸ਼ਬਦ ਦਾ ਸਿਮਰਨ, ਪਾਲਣਾ ਕਰਦਾ ਹੈ, ਉਸ ਦਾ ਭਰੋਸਾ ਪ੍ਰਭ ਦੇ ਬਖਸ਼ੇ ਤੇ ਅਡੋਲ ਹੋ ਜਾਂਦਾ, ਸ਼ਬਦ ਦੀ ਪਾਲਣਾ ਵਿੱਚ ਲੀਨ ਰਹਿੰਦਾ ਹੈ । ਉਸ ਨੂੰ ਮਾਨਸ ਜੀਵਨ ਵਿੱਚ ਸੰਤੋਖ ਬਖਸ਼ਿਸ਼ ਹੋ ਜਾਂਦਾ ਹੈ । ਉਸ ਨੂੰ ਪੰਜਾਂ ਇੰਦ੍ਰੀਆਂ ਤੇ ਜਿੱਤ ਬਖਸ਼ਿਸ਼ ਹੋ ਜਾਂਦੀ, ਕਾਬੂ ਮਜ਼ਬੂਤ ਹੋਣ ਲਗ ਪੈਂਦਾ ਹੈ । ਉਸ ਨੂੰ ਸ਼ਬਦ ਦੇ ਸਿਮਰਨ, ਪਾਲਣਾ ਵਿੱਚ ਅਨੋਖਾ ਸੁਵਾਦ, ਰਸ ਮਹਿਸੂਸ ਹੋਣ ਲਗ ਪੈਂਦਾ ਹੈ ।

Whosoever may meditate, obeys the teachings of His Word with steady and stable belief; with His mercy and grace, he remains intoxicated in meditation in the void of His Word with steady and stable belief on His ultimate Command. He may be blessed to conquer the demons of worldly desires. He may be blessed with contentment in his day-to-day life. He may experience astonishing pleasure in meditation and obeying the teachings of His Word.

86. ਸਲੋਕ –ਗੁਰੂ ਤੇਗ਼ ਬਹਾਦਰ ਜੀ – ਮਹਲਾ ੯॥ 1429-4

ਚਿੰਤਾ ਤਾ ਕੀ ਕੀਜੀਐ, ਜੋ ਅਨਹੋਨੀ ਹੋਇ॥ chintaa taa kee keejee-ai jo anhonee ho-ay.
ਇਹੁ ਮਾਰਗੁ ਸੰਸਾਰ ਕੋ, ਨਾਨਕ ਥਿਰੁ ਨਹੀ ਕੋਇ॥੫੧॥ ih maarag sansaar ko naanak thir nahee ko-ay. ||51||

ਚਿੰਤ ਉਸ ਘਟਨਾ ਦੀ ਕਰਨੀ ਚਾਹੁੰਦੀ ਹੈ । ਜਿਹੜੀ ਅਨੋਖੀ ਹੋਵੇ, ਕੇਵਲ ਉਸ ਤੇ ਹੀ ਵਾਪਰੀ ਹੋਵੇ । ਪ੍ਰਭ ਨੇ ਹੀ ਜਨਮ, ਮਰਨਾ ਦਾ ਖੇਲ ਰਚਿਆ ਹੈ । ਕੋਈ ਵੀ ਸੰਸਾਰ ਵਿੱਚ ਹਮੇਸ਼ਾਂ ਨਹੀਂ ਰਹਿੰਦਾ ।

You should only worry about any event; misery only happens in your human life. The True Master has created the cycle of birth and death. No one may live in the universe forever.

ਜੋ ਉਪਜਿਓ ਸੋ ਬਿਨਸਿ ਹੈ, ਪਰੋ ਆਜੁ ਕੈ ਕਾਲਿ॥ jo upji-o so binas hai paro aaj kai kaal.
ਨਾਨਕ ਹਰਿ ਗੁਨ ਗਾਇ ਲੇ, ਛਾਡਿ ਸਗਲ ਜੰਜਾਲ॥੫੨॥ naanak har gun gaa-ay lay chhaad sagal janjaal. ||52||

ਜਿਹੜਾ ਵੀ ਸੰਸਾਰ ਵਿੱਚ ਜਨਮ ਲੈਂਦਾ ਹੈ । ਉਸ ਨੂੰ ਮਿਥੇ ਸਮੇਂ ਮੌਤ ਆਉਂਦੀ ਹੈ । ਜਨਮ ਮਰਨ ਦਾ ਖੇਲ ਅਨੋਖਾ ਹੈ । ਆਪਣੇ ਸੰਸਾਰਕ ਜੰਜਾਲ ਨੂੰ ਤਿਆਗ ਕੇ ਪ੍ਰਭ ਦਾ ਚਿਤ ਲਾ ਕੇ ਸਿਮਰਨ ਕਰੋ ।

ਗੁਰੂ ਨਾਨਕ ਦੇਵ ਜੀ! – Guru Nanak Dev Ji! Guru Granth Sahib

Whosoever may take birth in the universe, he must face death at a predetermined time; an astonishing and strange play. You should renounce the greed, worldly desires and meditate on the teachings of His Word with steady and stable belief in your day-to-day life.

ਨਾਮੁ ਰਹਿਓ ਸਾਧੂ ਰਹਿਓ, ਰਹਿਓ ਗੁਰੁ ਗੋਬਿੰਦੁ॥ naam rahi-o saaDhoo rahi-o rahi-o gur gobind.
ਕਹੁ ਨਾਨਕ ਇਹ ਜਗਤ ਮੈ, ਕਿਨ ਜਪਿਓ ਗੁਰ ਮੰਤੁ॥੫੬॥ kaho naanak ih jagat mai kin japi-o gur mant. ||56||

ਸੰਸਾਰ ਵਿੱਚ ਕੇਵਲ ਪ੍ਰਭ ਦੇ ਸ਼ਬਦ ਦੀ ਸਿਖਿਆਂ, ਪ੍ਰਭ ਦੀ ਹੌਂਦ ਅਤੇ ਸੰਤ ਸਰੂਪ ਦੀ ਸਿਖਿਆਂ ਹੀ ਸਦਾ ਅਟਲ ਰਹਿੰਦੀ ਹੈ । ਫਿਰ ਵੀ ਕੋਈ ਵਿਰਲੇ ਹੀ ਜੀਵ ਅਡੋਲ ਭਰੋਸੇ ਨਾਲ ਪ੍ਰਭ ਦੇ ਸ਼ਬਦ ਦੀ ਸਿਖਿਆਂ ਨਾਲ ਜੀਵਨ ਢਾਲਦਾ ਹੈ ।

In the universe, His Existence, essences of His Word and spoken words of His True devotee may remain true forever. However, very rare may adopt the teachings of His Word with steady and stable belief in his own day to day life.

87. ਮੁੰਦਾਵਣੀ ਮਹਲਾ ੫॥ 1429-11 -W

ਥਾਲ ਵਿਚਿ ਤਿੰਨਿ ਵਸਤੂ ਪਈਓ, ਸਤੁ ਸੰਤੋਖੁ ਵੀਚਾਰੋ॥ thaal vich tinn vastoo pa-ee-o sat santokh veechaaro.
ਅੰਮ੍ਰਿਤ ਨਾਮੁ ਠਾਕੁਰ ਕਾ ਪਇਓ, ਜਿਸ ਕਾ ਸਭਸੁ ਅਧਾਰੋ॥ amrit naam thaakur kaa pa-i-o jis kaa sabhas aDhaaro.
ਜੇ ਕੋ ਖਾਵੈ, ਜੇ ਕੋ ਭੁੰਚੈ, ਤਿਸ ਕਾ ਹੋਇ ਉਧਾਰੋ॥ jay ko khaavai jay ko bhunchai tis kaa ho-ay uDhaaro.
ਏਹ ਵਸਤੁ ਤਜੀ ਨਹ ਜਾਈ, ਨਿਤ ਨਿਤ ਰਖੁ ਉਰਿ ਧਾਰੋ॥ ayh vasat tajee nah jaa-ee nit nit rakh ur Dhaaro.
ਤਮ ਸੰਸਾਰੁ ਚਰਨ ਲਗਿ ਤਰੀਐ, ਸਭੁ ਨਾਨਕ ਬ੍ਰਹਮ ਪਸਾਰੋ॥੧॥ tam sansaar charan lag taree-ai sabh naanak barahm pasaaro. ||1||

ਪ੍ਰਭ ਨੇ ਸ੍ਰਿਸ਼ਟੀ ਵਿੱਚ ਤਿੰਨ ਪਦਾਰਥ ਜੀਵਾਂ ਦੇ ਵਿਚਾਰ ਕਰਨ ਲਈ ਰਖੇ ਹਨ । ਸਤੁ, ਸੰਤੋਖ ਅਤੇ ਪ੍ਰਭ ਦੇ ਸ਼ਬਦ ਵੱਲ ਧਿਆਨ ਰਖਿਆ ਹੈ । ਇਸ ਸਭ ਕੁਝ ਦਾ ਅਧਾਰ, ਪ੍ਰਭ ਦੇ ਸ਼ਬਦ ਦੀ ਸਿਖਿਆਂ ਹੈ । ਜਿਹੜਾ ਪ੍ਰਭ ਦੇ ਸ਼ਬਦ ਦੀ ਸਿਖਿਆਂ ਆਪਣੇ ਜੀਵਨ ਵਿੱਚ ਢਾਲਦਾ ਹੈ । ਉਸ ਦੇ ਮਾਨਸ ਜੀਵਨ ਦਾ ਅਸਲੀ ਮਨੋਰਥ ਪੂਰਾ ਹੋ ਜਾਂਦਾ ਹੈ, ਉਸ ਨੂੰ ਮੁਕਤੀ ਦਾ ਰਸਤਾ ਬਖਸ਼ਿਸ਼ ਹੋ ਜਾਂਦਾ ਸਕਦਾ ਹੈ । ਪ੍ਰਭ ਦੀ ਬਖਸ਼ਿਸ਼, ਸ਼ਬਦ ਦੀ ਸੋਝੀ ਕੋਈ ਚੋਰੀ ਨਹੀਂ ਕਰ ਸਕਦਾ । ਜਿਹੜਾ ਪ੍ਰਭ ਦੇ ਸ਼ਬਦ ਦਾ ਸਿਮਰਨ, ਪਾਲਣਾ ਅਡੋਲ ਭਰੋਸੇ ਨਾਲ ਕਰਦਾ ਹੈ । ਪ੍ਰਭ ਆਪ ਹੀ ਉਸ ਨੂੰ ਪ੍ਰਵਾਨਗੀ ਦੇ ਰਸਤੇ ਤੇ ਅਡੋਲ ਰਖਦਾ ਹੈ ।

The True Master has embedded three unique ambrosial virtues in the universe at the disposal of His Creation. Whosoever may comprehend these three virtues; accepts His Word as an Ultimate Command, and patiently wait for His Blessings; concentrate on the real purpose of human life; with His mercy and grace, he may remain contented with His Blessings. To obey the teachings of His Word may be the foundation, root, pillar of all three unique virtues. Whosoever may adopt the teachings of His Word with steady and stable belief in his day-to-day life; with His mercy and grace, he may be blessed with the right path of acceptance in His Court. His human life opportunity may be rewarded, successful. No one may ever deprive, robs His Blessed Vision, enlightenment of His Word, the right path of acceptance in His Court from His true devotee. Whosoever may surrender his self-entity at His Sanctuary; he meditates, obeys the teachings of His Word with steady and sable belief. The True Master keeps His devotee steady and stable on the right path of acceptance in His Court.

88. ਸਲੋਕ ਮਹਲਾ ੫॥ (1429-14)

ਤੇਰਾ ਕੀਤਾ ਜਾਤੋ ਨਾਹੀ, ਮੈਨੋ ਜੋਗੁ ਕੀਤੋਈ॥ tayraa keetaa jaato naahee maino jog keeto-ee.
ਮੈ ਨਿਰਗੁਣਿਆਰੇ ਕੋ ਗੁਣੁ ਨਾਹੀ, ਆਪੇ ਤਰਸੁ ਪਇਓਈ॥ mai nirguni-aaray ko gun naahee aapay taras pa-i-o-ee.
ਤਰਸੁ ਪਇਆ ਮਿਹਰਾਮਤਿ ਹੋਈ, ਸਤਿਗੁਰੁ ਸਜਣੁ ਮਿਲਿਆ॥ taras pa-i-aa mihraamat ho-ee satgur sajan mili-aa.
ਨਾਨਕ ਨਾਮੁ ਮਿਲੈ ਤਾਂ ਜੀਵਾਂ, ਤਨੁ ਮਨੁ ਥੀਵੈ ਹਰਿਆ॥੧॥ naanak naam milai taaN jeevaaN tan man theevai hari-aa. ||1||

ਪ੍ਰਭ, ਤੇਰੇ ਬਖਸ਼ੇ, ਕਿਸੇ ਕਰਤਬ ਦੇ ਕਾਰਨ ਦੀ ਸੋਝੀ, ਮਾਨਸ ਦੀ ਸਮਝ ਵਿੱਚ ਨਹੀਂ ਹੁੰਦੀ । ਅਣਜਾਣ ਮਾਨਸ ਵਿੱਚ ਕੋਈ ਸਿਆਣਪ, ਕੋਈ ਗੁਣ ਨਹੀਂ ਹੈ! ਪ੍ਰਭ ਨੇ ਆਪਣੀ ਰਹਿਮਤ ਨਾਲ ਹੀ ਮੈਨੂੰ ਸਿਮਰਨ ਦੇ ਯੋਗ ਸਮਝਿਆ, ਬਣਾਇਆ ਹੈ । ਆਪ ਹੀ ਅਸਲੀ ਰਸਤੇ ਤੇ ਪਾਉਣ ਵਾਲੇ ਸੰਤ ਦੀ ਸੰਗਤ ਬਖਸ਼ੀ ਹੈ । ਮੇਰੇ ਸਵਾਸਾਂ ਦਾ, ਮਾਨਸ ਜੀਵਨ ਦਾ ਮੰਤਵ, ਧੰਦਾ ਹੀ, ਪ੍ਰਭ ਦੇ ਸ਼ਬਦ ਦਾ ਸਿਮਰਨ, ਸ਼ਬਦ ਦੀ ਪਾਲਣਾ ਬਣ ਗਿਆ ਹੈ । ਜਿਹੜਾ ਪ੍ਰਭ ਦੇ ਸ਼ਬਦ ਦੇ ਸਿਮਰਨ ਵਿੱਚ, ਸ਼ਬਦ ਦੀ ਸਮਾਧੀ ਵਿੱਚ ਲੀਨ ਹੋ ਜਾਂਦਾ, ਰਹਿੰਦਾ ਹੈ । ਪ੍ਰਭ ਦੀ ਰਹਿਮਤ ਨਾਲ ਉਸ ਦਾ ਮਨ ਸ਼ੀਤਲ, ਠੰਡਾ, ਸੰਤੋਖ ਨਾਲ ਭਰਪੂਰ ਹੋ ਜਾਂਦਾ ਹੈ ।

My True Master, Your Blessings, purpose of Your Miracles remain beyond the imagination, comprehension of Your Creation. I am ignorant, have no wisdom, virtues to accomplish or comprehend Your Nature. The Merciful True Master has bestowed His Blessed Vision to transform my state of mind to become worthy to adopt the teachings of His Word. I have been blessed the conjugation of His Holy saint to guide on the right path of acceptance in Your Court. The purpose of my breathes, human life opportunity has become to adopt the teachings of Your Word with steady and stable belief in my day-to-day life. Whosoever may remain intoxicated in meditation in the void of His Word; with His mercy and grace, he may remain calm, peaceful, and overwhelmed with contentment in his human life journey.

ਆਰਤੀ

89. ਰਾਗੁ ਧਨਾਸਰੀ ਮਹਲਾ ੧॥ (13-1) Raag Dhanaasree Mehlaa 1

ਗਗਨ ਮੈ ਥਾਲੁ ਰਵਿ ਚੰਦੁ ਦੀਪਕ ਬਨੇ, gagan mai thaal rav chand deepak banay
ਤਾਰਿਕਾ ਮੰਡਲ ਜਨਕ ਮੋਤੀ॥ taarikaa mandal janak motee.
ਧੂਪੁ ਮਲਆਨਲੋ ਪਵਣੁ ਚਵਰੋ, Dhoop mal-aanlo pavan chavro
ਕਰੇ ਸਗਲ ਬਨਰਾਇ ਫੂਲੰਤ ਜੋਤੀ॥੧॥ karay sagal banraa-ay foolant jotee. ||1||

ਪ੍ਰਭ, ਅਕਾਸ਼ ਤੇਰੇ ਗੁਣ ਗਾਉਣ, ਧੰਨਵਾਦ ਕਰਨਵਾਲਾ ਪੰਡਾਲ ਹੈ । ਅਨੇਕਾਂ ਹੀ ਚੰਦ ਅਤੇ ਅਨੇਕਾਂ ਹੀ ਤਾਰੇ ਇਸ ਪੰਡਾਲ ਦੀ ਸ਼ਾਨ ਵਧਾਉਂਦੇ ਹਨ । ਅਨੇਕਾਂ ਹੀ ਕਿਸਮਾਂ ਦੇ ਪੌਦੇ, (ਫੁੱਲ, ਬੂਟੇ,) ਸੁਗੰਧ ਦੇਂਦੇ ਹਨ । ਇਹ ਹਵਾ ਸਾਰੇ ਮੰਡਲ ਵਿੱਚ ਮਹਿਕ ਵਰਸਾਉਂਦੀ, ਇਹ ਸ੍ਰਿਸ਼ਟੀ ਹੀ ਤੇਰੀ ਭੇਟਾ ਹੈ ।

The sky is the stage to sing Your Glory. Many moons and stars enhance Your Embellishment and Glory. Countless flowers and plants are spreading the aroma. Air spreads the fragrance and the whole universe is as Your Offering.

ਕੈਸੀ ਆਰਤੀ ਹੋਇ॥ ਭਵ ਖੰਡਨਾ ਤੇਰੀ ਆਰਤੀ॥ kaisee aartee ho-ay. bhav khandnaa tayree aartee.
ਅਨਹਤਾ ਸ਼ਬਦ ਵਾਜੰਤ ਭੇਰੀ॥੧॥ ਰਹਾਉ॥ anhataa sabad vaajant bhayree. ||1|| rahaa-o.

ਪ੍ਰਭ, ਮੈਂ ਕਿਸਤਰ੍ਹਾਂ ਦੀ ਆਰਤੀ, ਪੂਜਾ, ਧੰਨਵਾਦ ਕਰਾ । ਮੇਰੇ ਕੋਲ ਕੇਵਲ ਤੇਰਾ ਬਖਸ਼ਿਆ ਹੋਇਆ ਸ਼ਬਦ ਹੀ ਹੈ, ਸਵਾਸ ਸਵਾਸ ਨਾਲ ਸਿਮਰਨ ਕਰਦਾ ਹਾ ।

ਗੁਰੂ ਨਾਨਕ ਦੇਵ ਜੀ! – Guru Nanak Dev Ji! Guru Granth Sahib

The Axiom True Master! How may I worship, sing Your Glory, and pray for Your Forgiveness and Refuge? I am singing the glory of Your Blessed Word with each breath as my prayer for Your Forgiveness and Refuge.

ਸਹਸ ਤਵ ਨੈਨ ਨਨ, ਨੈਨ ਹਹਿ ਤੋਹਿ ਕਉ,	sahas tav nain nan nain heh tohi ka-o
ਸਹਸ ਮੂਰਤਿ ਨਨਾ ਏਕ ਤੁੋਹੀ॥	sahas moorat nanaa ayk tohee.
ਸਹਸ ਪਦ ਬਿਮਲ ਨਨ, ਏਕ ਪਦ ਗੰਧ ਬਿਨੁ,	sahas pad bimal nan ayk pad ganDh bin
ਸਹਸ ਤਵ ਗੰਧ ਇਵ ਚਲਤ ਮੋਹੀ॥੨॥	sahas tav ganDh iv chalat mohee. ‖2‖

ਪ੍ਰਭ ਮੈਂ ਦੇਖਦਾ ਹਾ! ਤੇਰੀਆ ਅਨੇਕਾਂ ਦੇਖਣ ਵਾਲੀਆਂ ਅੱਖਾਂ, ਅਨੇਕਾਂ ਹੀ ਰੂਪ, ਅਨੇਕਾਂ ਹੀ ਪੈਰ, ਅਨੇਕਾਂ ਹੀ ਸੁੰਘਣ ਵਾਲੇ ਨੱਕ, ਅਨੇਕਾਂ ਹੀ ਚਰਨ ਹਨ । ਇਹ ਵੀ ਦੇਖਦਾ ਹਾ! ਤੇਰੀ ਕੋਈ ਅੱਖ, ਪੈਰ, ਨੱਕ, ਚਰਨ ਨਹੀਂ! ਕੋਈ ਇਕ ਸਥਿਤ ਰੂਪ (ਅਕਾਰ) ਨਹੀਂ ਹੈ । ਮੈਂ ਇਸ ਤੇ ਬੁਹਤ ਅਚੰਭਾ ਹੋ ਗਿਆ ਹਾ । ਇਸ ਹੀ ਵੱਖਰੇ ਪਨ ਨੇ ਬੁਹਤ ਪ੍ਰਭਾਵਤ ਕੀਤਾ ਹੈ ।

My True Master, I may see! You have many eyes, ears, noses, feet astonishing beauty. Next moment! I may see no eyes, no ears, no noses, foot, nor any visible shape either. I am entranced from Your Unique Existence.

ਸਭ ਮਹਿ ਜੋਤਿ ਜੋਤਿ ਹੈ ਸੋਇ॥	sabh meh jot jot hai so-ay.
ਤਿਸ ਦੈ ਚਾਨਣਿ ਸਭ ਮਹਿ ਚਾਨਣੁ ਹੋਇ॥	tis dai chaanan sabh meh chaanan ho-ay.
ਗੁਰ ਸਾਖੀ ਜੋਤਿ ਪਰਗਟੁ ਹੋਇ॥	gur saakhee jot pargat ho-ay.
ਜੋ ਤਿਸੁ ਭਾਵੈ ਸੁ ਆਰਤੀ ਹੋਇ॥੩॥	jo tis bhaavai so aartee ho-ay. ‖3‖

ਪ੍ਰਭ ਸਭ ਜੀਵਾਂ ਵਿੱਚ ਤੇਰੀ ਜੋਤ ਵਸਦੀ, ਸੋਝੀ ਬਖਸ਼ੀ ਹੈ । ਇਸ ਨਾਲ ਹੀ ਸਾਰੀ ਸ੍ਰਿਸ਼ਟੀ ਵਿੱਚ ਗਿਆਨ, ਚਾਨਣ ਹੋਇਆ ਹੈ । ਤੇਰੇ ਸ਼ਬਦ ਦੀ ਸਿਖਿਆਂ ਨਾਲ ਹੀ ਸ੍ਰਿਸ਼ਟੀ ਵਿਚੋਂ ਅਗਿਆਨਤਾ ਦਾ ਅੰਧੇਰਾ ਦੂਰ, ਚਾਨਣ ਹੋ ਗਿਆ ਹੈ । ਤੇਰੀ ਰਹਿਮਤ ਨਾਲ ਹੀ ਜੀਵ ਨੂੰ ਸੋਝੀ ਬਖਸ਼ਿਸ਼ ਹੁੰਦੀ ਹੈ, ਉਹ ਤੇਰੀ ਹੋਂਦ ਮਹਿਸੂਸ ਕਰ ਸਕਦਾ ਹੈ । ਜਿਹੜੀ ਬੰਦਗੀ ਤੇਰੇ ਦਰਬਾਰ ਵਿੱਚ ਪ੍ਰਵਾਨ ਹੋ ਜਾਂਦੀ ਹੈ, ਉਹ ਹੀ ਤੇਰੀ ਪੂਜਾ, ਆਰਤੀ ਹੈ ।

Your Holy Spirit along with the enlightenment of the essence of Your Word remains embedded within every soul. The teachings of Your Word have enlightened the whole universe. Whosoever may be bestowed with Your Blessed Vision, he may realize Your Existence, Your Holy Spirt prevailing everywhere. Whose meditation may be accepted in Your Court; his meditation may be the right meditation, worship and prayer for Your Forgiveness and Refuge.

ਹਰਿ ਚਰਣ ਕਵਲ ਮਕਰੰਦ ਲੋਭਿਤ,	har charan kaval makrand lobhit
ਮਨੋ ਅਨਦਿਨੋ ਮੋਹਿ ਆਹੀ ਪਿਆਸਾ॥	mano andino mohi aahee pi-aasaa.
ਕ੍ਰਿਪਾ ਜਲੁ ਦੇਹਿ ਨਾਨਕ ਸਾਰਿੰਗ ਕਉ,	kirpaa jal deh naanak saaring ka-o
ਹੋਇ ਜਾ ਤੇ ਤੇਰੈ ਨਾਇ ਵਾਸਾ॥੪॥ ੩॥	ho-ay jaa tay tayrai naa-ay vaasaa. ‖4‖3‖

ਮੇਰੇ ਮਨ ਵਿੱਚ ਹਮੇਸ਼ਾਂ ਹੀ ਪ੍ਰਭ ਨੂੰ ਮਿਲਣ ਦੀ ਇਛਾਂ, ਲਾਲਚ, ਖਾਹਿਸ਼, ਪਿਆਸ ਰਹਿੰਦੀ ਹੈ । ਪ੍ਰਭ ਰਹਿਮਤ ਬਖਸ਼ੋ! ਮੇਰੇ ਮਨ ਵਿੱਚ ਸ਼ਬਦ ਦੀ ਸੋਝੀ ਘਰ ਕਰ ਜਾਵੇ । ਮੈਂ ਸ਼ਬਦ ਦੇ ਸਿਮਰਨ ਵਿੱਚ ਲੀਨ ਹੋਇਆ ਹੀ ਪ੍ਰਭ ਦੀ ਜੋਤ ਵਿੱਚ ਅਲੋਪ ਹੋ ਜਾਵਾ ।

My True Master! I am always anxious to be enlightened with essence of Your Word; to be blessed with the right path of acceptance in Your Court. I may be drenched with the essence of Your Word. I may remain intoxicated in meditation in the void of Your Word! I may be absorbed within Your Holy Spirit.

Key Message of Aarti, page 13-1
'ਸ਼ਬਦ ਨਾਲ ਜੀਵਨ ਢਾਲਣਾ ਹੀ ਅਸਲੀ ਪੂਜਾ ਹੈ!
ਅਕਾਸ਼ ਪ੍ਰਭ ਦੇ ਗੁਣ ਗਾਉਣ ਵਾਲਾ ਪੰਡਾਲ; ਚੰਦ, ਤਾਰੇ ਸ਼ਾਨ ਵਧਾਉਂਦੇ ਹਨ, ਸ੍ਰਿਸ਼ਟੀ ਤੇਰੀ ਹੀ ਪੈਦਾ ਕੀਤੀ ਹੈ । ਸ਼ਬਦ ਦੇ ਗੁਣ ਗਾਉਣਾ, ਜੀਵਨ ਢਾਲਣਾ ਹੀ ਤੇਰੀ ਪੂਜਾ ਹੈ!
Adopting essence of His Word in own life is true Worship!
Sky is the podium to sing Your Glory, all the stars, moons enhance the glory of Your Podium. To sing the glory of Your Virtues and to adopt in own life may be Your True Worship!

ਗੁਰੂ ਨਾਨਕ ਦੇਵ ਜੀ! – Guru Nanak Dev Ji! Guru Granth Sahib

☬ ਗੁਰੂ ਨਾਨਕ ਦੇਵ ਜੀ - Guru Nanak Dev Ji ☬

☬ ਨਿੱਤਨੇਮ (P1 – 13) ☬

ਮੂਲ ਮੰਤਰ ਦੇ ਪੰਜ ਭਾਗ:	Five enlightenments of Mool Mantra:
ਪ੍ਰਭ ਦਾ ਅਕਾਰ, ਸ਼੍ਰਿਸਟੀ ਦਾ ਪ੍ਰਬੰਧ, ਬਣਤਰ, ਮੁਕਤੀ, ਪ੍ਰਭ ਦੀ ਪਛਾਣ!	Structure; Function; Creation; Acceptance; Recognition.

੧ੴ ਸਤਿ ਨਾਮੁ ਕਰਤਾ ਪੁਰਖੁ, ਨਿਰਭਉ ਨਿਰਵੈਰੁ ਅਕਾਲ ਮੂਰਤਿ ਅਜੂਨੀ ਸੈਭੰ ਗੁਰ ਪ੍ਰਸਾਦਿ॥	Ik Onkar, sat naam, kartaa, purakh, nirbha-o, nirvair, akaal, moorat, ajoonee, saibhaN, gur parsaad.

1) ਪ੍ਰਭ ਦੀ ਹੋਂਦ – ਅਕਾਰ – Structure - ੧ੴ Ik Onkar:

੧ੴ	ਪ੍ਰਭ, ਇਕੋ ਇਕ, ਅਕਾਰ ਰਹਿਤ ਜੋਤ, ਸ੍ਰਿਸ਼ਟੀ ਦਾ ਮਾਲਕ!
Ik Onkar:	The One and Only One, True Master. No form, shape, color, size, in Spirit only.
	His Holy Spirit may appear in anything, anyone, anytime at His Free Will; beyond any form, shape, size, or color, only Holy Spirit.

2) **ਸ਼੍ਰਿਸਟੀ ਦਾ ਪ੍ਰਬੰਧ:** Function and His Operation! **ਸਤਿ ਨਾਮ** – sat naam

ਨਾਮ – ਸ਼ਬਦ	ਸ਼ਬਦ–ਹਰਇਕ ਆਤਮਾ ਲਈ, ਹਰਇਕ ਤਨ ਲਈ ਵੱਖਰਾ ਹੀ ਹੁੰਦਾ, ਸਦਾ ਚਲਣ ਵਾਲੀ ਗੂੰਜ, ਅਚੇਤ ਮਨ –ਸ਼ਿਵ, ਤਨ ਦੀ ਹੋਂਦ, ਖਤਮ ਹੋਣ ਨਾਲ ਸ਼ਬਦ ਪ੍ਰਭ ਦੀ ਜੋਤ ਵਿੱਚ ਹੀ ਸਮਾ ਜਾਂਦਾ ਹੈ! ਨਵੇਂ ਜਨਮ ਵਿੱਚ, ਤਨ ਲਈ ਨਵਾਂ ਸ਼ਬਦ ਆਤਮਾ ਤੇ ਉਕਾਰਿਆ ਜਾਂਦਾ ਹੈ! ਪ੍ਰਭ ਦਾ ਸ਼ਬਦ ਉਸ ਜਨਮ ਵਿੱਚ ਪ੍ਰਭ ਦੇ ਦਸਵਾਂ ਦਰ ਖੋਲ੍ਹਣ ਦੀ ਕੁੰਜੀ ਹੈ! ਪ੍ਰਵਾਨਗੀ ਦਾ ਅਸਲੀ ਰਸਤਾ, ਸ਼ਬਦ ਵਿੱਚ ਹੀ ਸਮਾਇਆ ਹੈ!
ਸਤਿ	ਪ੍ਰਭ ਦਾ ਸ਼ਬਦ, ਭਾਣਾ ਨਾ–ਬਦਲਣ, ਨਾ–ਟਾਲੇ ਜਾਣ ਵਾਲਾ; ਸਦਾ ਵਾਪਰਦਾ; ਜਨਮ ਤੇ ਹਰਇਕ ਆਤਮਾ ਤੇ ਹੀ ਪ੍ਰਭ ਉਕਾਰਦਾ ਹੈ; ਕਾਗਜ਼ ਤੇ ਲਿਖਿਆਂ ਨਹੀਂ ਜਾ ਸਕਦਾ! ਪ੍ਰਭ ਦੇ ਸ਼ਬਦ ਦੀ ਹੋਂਦ ਤਨ ਦੇ ਸਵਾਸਾਂ ਤੀਕ ਅਟਲ ਰਹਿੰਦੀ ਹੈ! ਤਨ ਨਾਸ਼ ਹੋਣ ਤੇ, ਰੂਹਾਨੀ ਜੋਤ ਵਿੱਚ ਹੀ ਸਮਾ ਜਾਂਦੀ ਹੈ!
naam	The One and Only One, Holy Spirit remains embedded within His Word, Nature. His Word - His Command, His Existence, His Word, a unique road-map embedded within each soul and remains unchanged for the life, duration of his perishable body; after the life cycle of body, His unique Word re-absorbed, re-immersed within His Holy Spirit. Only His Word, Command pervades in the universe and nothing else exist without His Command. New life cycle of soul begins with new body and new His Word.
sat	Omnipresent, Omniscient, Omnipotent, Unchangeable, Uncompromised, True Forever. His Word remains true for life of body- re-immerses within His Holy Spirit!

3) **ਸ਼੍ਰਿਸਟੀ ਦੀ ਬਣਤਰ:** – Creation of the universe. **ਸੈਭੰ** - saibhaN:

ਸੈਭੰ	ਪ੍ਰਭ ਆਪਣੇ ਆਪ ਵਿਚੋਂ ਹੀ ਉਤਪਤ; ਸਾਰੀ ਸ੍ਰਿਸ਼ਟੀ, ਬ੍ਰਹਮੰਡ ਦੀ ਉਤਪਤੀ ਹੀ ਪ੍ਰਭ ਦੀ ਰੂਹਾਨੀ ਜੋਤ ਵਿਚੋਂ ਹੁੰਦੀ ਹੈ! ਸਭ ਕੁਝ ਮਿਥਿਆ ਸਮਾਂ ਪੂਰਾ ਹੋਣ ਤੇ ਪ੍ਰਭ ਦੀ ਰੂਹਾਨੀ ਜੋਤ ਵਿੱਚ ਹੀ ਸਮਾ ਜਾਂਦਾ ਹੈ! ਮੈਲ਼ੀ, ਅਉਗਣਾਂ ਭਰੀ ਆਤਮਾ ਨੂੰ ਪ੍ਰਭ ਦੀ ਰੂਹਾਨੀ ਜੋਤ ਵਿਚੋਂ ਵਿਛੋੜ ਕੇ, ਸ੍ਰਿਸ਼ਟੀ ਵਿੱਚ ਪਛਤਾਵਾਂ ਕਰਨ, ਆਤਮਾ ਨੂੰ ਪਵਿਤਰ ਕਰਨ ਲਈ, ਤਨ ਬਖਸ਼ ਕੇ ਸ੍ਰਿਸ਼ਟੀ ਵਿੱਚ ਪੈਦਾ ਕੀਤਾ ਜਾਂਦਾ ਹੈ! ਆਤਮਾ ਨੂੰ ਜਨਮ ਤੇ ਸਭ ਕੁਝ ਇਕ ਵਾਰ ਹੀ ਬਖਸ਼ਿਸ਼ ਕੀਤਾ ਜਾਂਦਾ ਹੈ! ਉਸ ਦਾ ਪ੍ਰਵਾਨਗੀ ਦਾ ਰਸਤਾ, ਸ਼ਬਦ ਰੂਪ ਵਿੱਚ, ਆਤਮਾ ਤੇ ਪ੍ਰਭ ਦੀ ਸਹਾਈ ਰਹਿਤ ਕਲਮ ਨਾਲ ਉਕਾਰਿਆ ਜਾਂਦਾ ਹੈ! ਆਤਮਾ ਪ੍ਰਭ ਦੀ ਜੋਤ ਦਾ ਹੀ ਭਾਗ ਹੈ! ਹਰਇਕ ਜੀਵ ਹੀ ਪ੍ਰਭ ਦਾ ਰੂਪ ਹੈ! ਪ੍ਰਭ ਦੀ ਜੋਤ, ਸ਼ਬਦ ਰੂਪ ਵਿੱਚ ਆਤਮਾ ਦੇ ਮੋਹ ਤੋਂ ਰਹਿਤ, ਆਤਮਾ ਵਿੱਚ ਸਮਾਈ ਰਹਿੰਦੀ ਹੈ! ਆਤਮਾ, ਪ੍ਰਭ ਦੀ ਜੋਤ ਵਿਚੋਂ ਵਿਛੜੀ, ਜੋਤ ਦਾ ਹੀ ਭਾਗ ਹੈ! ਹਰਇਕ ਜੀਵ ਹੀ ਪ੍ਰਭ ਦਾ ਰੂਪ ਹੈ !ਪ੍ਰਭ ਦੀ ਜੋਤ, ਸ਼ਬਦ ਰੂਪ ਵਿੱਚ ਆਤਮਾ ਦੇ ਮੋਹ ਤੋਂ ਰਹਿਤ! ਆਤਮਾ ਵਿੱਚ ਸਮਾਈ ਰਹਿੰਦੀ ਹੈ!
saibhaN:	Universe, Creation, soul is an expansion of His Holy Spirit; nothing else may exist without His Holy Spirit! Everything in universe has created for predetermined time and in the end may re-immersed within His Holy Spirit. Blemished soul separated to repent; blessed with worldly body for predetermined time with the road map once for all to be sanctified to re-immerse within origin. His road map, destiny engraved on his soul with His inkless pen. Every creature is a symbol of The True Master; His Holy Spirit as His Word remains embedded within his soul, beyond the reach of her emotions! No soul may be deprived from this opportunity.

4) **ਮੁਕਤੀ** Salvation – His Acceptance. **ਗੁਰ ਪ੍ਰਸਾਦਿ** - gur parsaad

ਗੁਰ ਪ੍ਰਸਾਦਿ	ਪ੍ਰਭ ਦੀ ਆਪਣੀ ਮਰਜ਼ੀ, ਰਹਿਮਤ ਨਾਲ ਪ੍ਰਵਾਨਗੀ ਹੁੰਦੀ, ਕਿਸੇ ਬੰਦਗੀ, ਵਿਚੋਲੇ, ਗੁਰੂ ਦੀ ਅਰਦਾਸ, ਸਰਾਪ ਨਾਲ ਕੁਝ ਨਹੀਂ ਹੁੰਦਾ! ਗੁਰ – ਜਿਹੜਾ ਸ਼ਬਦ ਦੇ ਗੁਣ ਆਪਣੇ ਜੀਵਨ ਵਿੱਚ ਧਾਰਨ ਕਰ ਲੈਂਦਾ ਹੈ! ਸ਼ਬਦ ਦੀ ਕਮਾਈ ਬਖਸ਼ਿਸ਼ ਹੋ ਜਾਂਦੀ ਹੈ! ਪ੍ਰਸਾਦਿ – ਜਿਹੜਾ ਸ਼ਬਦ ਦੇ ਗੁਣ ਧਾਰਨ ਕਰਕੇ, ਸ਼ਬਦ ਦੇ ਰਸਤੇ ਤੇ ਅਡੋਲ ਰਹਿੰਦਾ ਹੈ, ਉਸ ਦਾ ਆਪਾ, ਪ੍ਰਭ ਦੇ ਸ਼ਬਦ ਦੀ ਸਦਾ ਚਲਣ ਵਾਲੀ ਗੂੰਜ ਵਿੱਚ ਸਮਾ ਜਾਂਦਾ, ਸ਼ਬਦ ਨੂੰ ਭੇਟਾ ਹੋ ਜਾਂਦਾ ਹੈ!
gur parsaad	His Blessings may only be with His Blessed Vision. No one may counsel nor curse His Blessings. **gur** – Earnings of His Word, Virtues, essence of the teachings of His Word. **parsaad**- Whose earnings His Word may be as per the teachings of His Word, His conscious mind, (dominated with worldly desires) may become a slave of his sub-conscious mind; the everlasting echo

	of His Word resonating within His mind! His own existence re-immersed within His Holy Spirit. No worldly status has any significance! Indiscriminative Justice! Beyond comprehension of His Creation. How, why, Whom, When! He may bestow His Blessed Vision, limits and duration remains beyond any comprehension of His Creation.

5) **ਪ੍ਰਭ ਦੀ ਪਛਾਣ** - Recognition

ਗੁਣ	**ਕਰਤਾ, ਪੁਰਖੁ, ਨਿਰਭਉ, ਨਿਰਵੈਰੁ, ਅਕਾਲ, ਮੂਰਤਿ, ਅਜੂਨੀ!**
Virtues:	kartaa, purakh, nirbha-o, nirvair, akaal, moorat, ajoonee
	No flesh and blood creature may ever be created with all these virtues; No one may ever be incarnated on His Throne. No one may be worthy to be called True Guru or His Son!

'ਗੁਣ - Virtues	
ਕਰਤਾ	**'ਕਰਤਾ - ਕਰ = ਹਥ (ਪਾਸ); ਤਾ = ਤਾਰ (ਡੋਰੀ); ਰਚਨਹਾਰਾ, ਸਿਰਜਨਹਾਰਾ** **'ਸ੍ਰਿਸ਼ਟੀ ਵਿੱਚ ਸਭ ਕੁਝ ਪ੍ਰਭ, ਰੁਹਾਨੀ ਜੋਤ ਦੇ ਹੁਕਮ ਵਿੱਚ ਹੀ ਵਾਪਰਦਾ ਹੈ, ਜੀਵ ਦੀ ਆਤਮਾ, ਪ੍ਰਭ ਦੀ ਜੋਤ ਦਾ ਦਾਗੀ ਭਾਗ ਹੈ, ਪ੍ਰਭ ਦੀ ਜੋਤ ਵਿਚੋਂ ਹੀ ਸ੍ਰਿਸ਼ਟੀ ਵਿੱਚ ਆਪਣੇ ਆਉਗਣਾਂ ਦਾ ਪਛਤਾਵਾ ਕਰਕੇ, ਆਪਣੀ ਆਤਮਾ ਨੂੰ ਪ੍ਰਭ ਦੇ ਪਰਖਣ ਯੋਗ ਬਣਾਉਣ ਲਈ ਜਨਮ ਬਖਸ਼ਿਸ਼ ਹੁੰਦਾ ਹੈ! ਜੀਵ ਦਾ ਜਨਮ (ਨਵੇਂ ਤਨ ਦੀ ਬਖਸ਼ਿਸ਼), ਮੌਤ (ਤਨ ਦਾ ਸਮਾਂ ਪੂਰਾ ਹੋਣ ਤੇ ਨਾਸ) ਪ੍ਰਭ ਦੇ ਹੁਕਮ ਨਾਲ ਹੀ ਹੁੰਦਾ ਹੈ! ਤਨ ਦੀ ਮੌਤ ਤੇ ਆਤਮਾ ਨੂੰ ਆਤਮਾ ਦੀ ਦਸਵੀਂ ਗੁਫਾ ਵਿੱਚ ਆਪਣੇ ਕੀਤੇ ਕੰਮਾਂ ਦੇ ਲੇਖਾ; ਪ੍ਰਭ ਦਾ ਸ਼ਬਦ, ਧਰਮਰਾਜ ਦਾ ਰੂਪ ਬਣਕੇ ਨਿਰਨਾ ਕਰਦਾ ਹੈ! ਆਪਣੇ ਜੀਵਨ ਦੇ ਕੀਤੇ ਕੰਮਾਂ ਅਨੁਸਾਰ ਹੀ ਆਤਮਾ ਦੇ ਭਾਗ, ਨਵਾਂ ਰਸਤਾ, ਪ੍ਰਭ ਦਾ ਨਵਾਂ ਸ਼ਬਦ ਆਤਮਾ ਤੇ ਉਕਾਰਿਆ ਜਾਂਦਾ ਹੈ! ਜਿਹੜੀ ਆਤਮਾ ਪ੍ਰਭ ਦੇ ਪਰਖਣ ਯੋਗ ਨਹੀਂ ਹੁੰਦੀ, ਉਹ ਜੂੰਨਾਂ ਦੇ ਚੱਕਰ ਵਿੱਚ ਹੀ ਸ੍ਰਿਸ਼ਟੀ ਵਿੱਚ ਰਹਿੰਦੀ ਹੈ!**
kartaa	The True Master remains as Holy Spirit, without any structure, color, size. Everything happens in the universe under His Command. Soul of creature is blemished portion of His Holy Spirit. His soul may be blessed with a unique body, unique His Word, roadmap of acceptance in His Court to repent and regret to sanctify to become worthy of His Consideration. Birth (blessing of new perishable body for predetermined time) and death (destruction of body after predetermined time) happen under only His Command. At the time of death, soul must enter the 10th cave of soul to face the judgement of The Righteous Judge, His Word. Soul will witness the events of life to compare as per His Word, engraved; she must rate grade her life; her new life cycle begins with new unique body and unique His Word. She remains in universe in vicious cycle. Any soul may become worthy of His Consideration leaves the universe to be further sanctified to become "Khalsa". Only Khalsa soul may be immersed within His Holy Spirit; however, very rare, may be one out of million, become Khalsa; the process has been described in Pa-orhee 38 of Jupji Sahib Ji! ***The True Master, Holy Spirt is Creator and Destroyer of the everything in the universe!**
ਪੁਰਖੁ	**ਪੁਰਖੁ = ਪੂਰਨ; ਪੁਰ (ਪੂਰਨ) + ਖੁ (ਅਕਾਸ਼ ਵਾਂਗ)** **ਪ੍ਰਭ, ਰੁਹਾਨੀ ਜੋਤ ਆਪਣੇ ਆਪ ਵਿੱਚ ਪੂਰਨ, ਨਿਰਭਰ ਹੈ, ਅਕਾਸ਼ ਵਾਂਗ ਵਿਸ਼ਾਲ ਹੈ, ਸ਼ਬ ਕਰਤਬ ਕਰਨ ਦੀ ਪੂਰਨ ਸਮਰਥਾ, ਕਿਸੇ ਵੀ ਕਰਤਬ ਵਿੱਚ ਕਿਸੇ ਸਲਾਹ ਸੰਜੋਗ ਦੀ ਕੋਈ ਲੋੜ ਨਹੀਂ ਹੁੰਦੀ!**
purakh	The True Master, His Holy Spirit remains completely sanctified, self-contained with all powers, know-how, and He does not depend on anyone.
ਨਿਰਭਉ	**ਨਿਰਭਉ = ਭਉ (ਭੈਅ = ਡਰ), ਨਿਰ (ਰਹਿਤ)!** **ਪ੍ਰਭ ਡਰ, ਪ੍ਰਭਾਵ, ਪਛਤਾਵੇ ਦੀ ਪਹੁੰਚ ਵਿੱਚ ਨਹੀਂ ਹੈ!** **<u>ਇਹ ਅਵਸਥਾ, ਪ੍ਰਭ ਦੇ ਦਾਸ ਨੂੰ ਵੀ ਬਖਸ਼ਿਸ਼ ਹੋ ਸਕਦੀ ਹੈ!</u>**
nirbha-o	Nirbha-o; The True Master, His Holy Spirit remains beyond the reach of fear, repentance, anxiety of any separation or union on His Existence, functioning in the universe. **<u>His true devotee may be blessed with this—nirbha-o state of mind.</u>**
ਨਿਰਵੈਰ	**ਨਿਰਵੈਰ = ਵੈਰ (ਈਰਖਾ, ਬਦਲਾ ਲੈਣ ਦੀ ਭਾਵਨਾਂ, ਖੋਟੇ ਕੰਮ); ਨਿਰ (ਰਹਿਤ)** **ਪ੍ਰਭ ਈਰਖਾ, ਬਦਲਾ ਲੈਣ ਦੀ ਭਾਵਨਾਂ ਦੀ ਪਹੁੰਸ ਵਿੱਚ ਨਹੀਂ ਹੈ! ਕੇਵਲ ਕੀਤੇ ਕੰਮਾਂ ਨੂੰ ਪਰਖਦਾ, ਫਲ ਬਖਸ਼ਦਾ ਹੈ!** **<u>ਇਹ ਅਵਸਥਾ, ਪ੍ਰਭ ਦੇ ਦਾਸ ਨੂੰ ਵੀ ਬਖਸ਼ਿਸ਼ ਹੋ ਸਕਦੀ ਹੈ!</u>**
nirvair	Nirvair; The True Master, Holy Spirit remains beyond the reach of desire of revenge, intimidation, jealousy. He only judges the deeds performed in worldly life; intention behind the deeds; only rewards, judges the worldly deeds performed through his body. **<u>His true devotee may be blessed with this—nirvair state of mind.</u>**
ਅਕਾਲ	**ਅਕਾਲ = ਕਾਲ (ਸਮੇਂ ਦਾ ਪ੍ਰਭਾਵ) + ਅ (ਰਹਿਤ, ਉਪਰ, ਨਹੀਂ ਬਦਲਦਾ)** **ਪ੍ਰਭ ਸਮੇਂ ਦੇ ਪ੍ਰਭਾਵ ਨਾਲ ਬਦਲਦਾ ਨਹੀਂ, ਪ੍ਰਭ ਦੀ ਜੋਤ! ਕੋਈ ਨਾਸ ਹੋਣ ਵਾਲਾ, ਪਛਾਣੇ ਜਾਣ ਵਾਲਾ ਅਕਾਰ, ਹੋਂਦ ਨਹੀਂ ਹੈ!**
akaal	Akaal: The True Master, His Holy Spirit, remains beyond the influence of time; never change His Existence; remains beyond any recognizable existence; only sensation may be realized.
ਮੂਰਤਿ	**ਮੂਰਤਿ = ਅ (ਰਹਿਤ, ਬਦਲਣ ਵਾਲੀ ਨਹੀਂ) + ਮੂਰਤਿ (ਸਰੂਪ, ਅਕਾਰ)!**

	ਪ੍ਰਭ ਇਕ ਰੁਹਾਨੀ ਜੋਤ, ਕਿਸੇ ਪਛਾਣੇ ਜਾਣੇ ਵਾਲੇ ਅਕਾਰ, ਰੂਪ, ਰੰਗ, ਬਣਤਰ ਵਿੱਚ ਨਹੀਂ ਹੁੰਦੀ! ਪ੍ਰਭ ਦੀ ਹੌਂਦ, ਸ਼ਬਦ ਦੀ ਰੁਹਾਨੀ ਗੂੰਜ ਸੁਣਨ ਨਾਲ ਹੀ ਅਨੁਭਵ, ਮਹਿਸੂਸ ਕੀਤੀ ਜਾ ਸਕਦੀ ਹੈ!
moorat	Moorat; The True Master, His Holy Spirt remains beyond three worldly recognizable definitions of body structure, color, size etc.
ਅਜੂਨੀ	ਅਜੂਨੀ = ਅ (ਰਹਿਤ, ਉਪਰ, ਨਾ ਬਦਲਣ ਵਾਲੀ); ਜੂਨੀ (ਜਨਮ, ਮਰਨ ਦੇ ਚੱਕਰ ਵਿੱਚ ਨਹੀਂ) ਪ੍ਰਭ ਇਕ ਰੁਹਾਨੀ ਜੋਤ, ਸਦਾ ਸਥਿਤ, ਨਾ ਬਦਲਣ ਵਾਲੀ ਹੌਂਦ, ਸ੍ਰਿਸ਼ਟੀ ਵਿੱਚ ਕੀਤੇ ਕਰਤਬਾ ਦੇ ਲੇਖੇ ਤੋਂ ਉਪਰ ਹੈ, ਉਸ ਦੇ ਸਭ ਕਰਤਬ ਹੀ ਉਸ ਦੇ ਹੁਕਮ ਹੁੰਦੇ ਹਨ!
ajoone	Ajoone; The True Master, His Holy Spirit remains beyond any physical existence nor any judgement of any events performed; all His Events remains beyond the comprehension of His Creation; His Creation must endure all events of His Nature as His Worthy Blessings. No one may ever have any power to alter, change, His Command.

*** ਕੋਈ ਵੀ ਪ੍ਰਭ ਦਾ ਸ਼ਰੀਕ, ਪ੍ਰਭ ਦੇ ਸਾਰੇ ਗੁਣਾ ਵਾਲਾ ਜੀਵ ਪੈਦਾ ਨਹੀਂ ਹੋ ਸਕਦਾ, ਨਾ ਹੀ ਕੋਈ ਪ੍ਰਭ ਦਾ ਰੂਪ, ਜਾ ਉਸ ਦਾ ਪੁਤਰ, ਧੀ ਕਹਾਉਣ ਦੇ ਯੋਗ ਹੈ! ਹਾਰੇ ਪ੍ਰਭ ਦੇ ਦਰ ਦੇ ਮੰਗਤੇ ਹੀ ਹਨ! ਆਪਣੇ ਕੀਤੇ ਦਾ ਫਲ ਭੋਗਦੇ ਹਨ! ਇਹ ਸਾਰੇ ਸੱਤ ਗੁਣ ਕੇਵਲ, ਪ੍ਰਭ ਵਿੱਚ, ਤਨ ਰਹਿਤ ਅਵਸਥਾ ਵਿੱਚ ਹੀ ਹੋ ਸਕਦੇ ਹਨ!**

*No one may ever be created in flesh and blood equal or greater than Him, with all virtues. All 7 Virtues may not exist in any soul with body; only bodyless state of mind.

ਕੌਣ ਪੂਜਾ ਕਰਨ– ਸਤਿਗੁਰੂ –True Guru ਕਹਿਣ ਦੇ ਯੋਗ ਹੈ!

'ਜਪੁ	Jap
ਆਦਿ ਸਚੁ ਜੁਗਾਦਿ ਸਚੁ॥ ਹੈ ਭੀ ਸਚੁ ਨਾਨਕ ਹੋਸੀ ਭੀ ਸਚੁ॥੧॥	Aad sach, Jugaad sach. Hai bhee sach, Naanak hosee bhee sach. ||1||

ਇਕੋ ਇਕ ਪ੍ਰਭ ਹੀ ਆਪਣੀ ਸਮਾਧੀ ਵਿੱਚ ਸ੍ਰਿਸ਼ਟੀ ਦੇ ਅਰੰਭ ਤੋਂ ਪਹਿਲੇ, ਹੁਣ, ਭਵਿੱਖ ਵਿੱਚ ਵੀ ਅਟਲ ਰਹਿਣ ਵਾਲਾ ਹੈ । ਕੇਵਲ ਉਸ ਦਾ ਹੁਕਮ ਹੀ ਚਲਦਾ ਹੈ । ਸਭ ਨੂੰ ਉਸ ਅਗੇ ਝੁਕਣਾ ਪੈਂਦਾ ਹੈ ।

The One and Only, True Master, Creator was intoxicated in His Void before the creation of the universe, in present envirment in His Nature and in future will remain unchanded, undestructive after destruction, elimination of the universe.

ਗੁਰੂ ਗ੍ਰੰਥ ਸਾਹਿਬ ਦੀ ਬਾਣੀ ਦਾ ਤੱਤ – ਮੂਲ ਮੰਤਰ!

ਪ੍ਰਭ ਦਾ ਦਰਬਾਰ, ਧਰਮਰਾਜ ਦੇ ਰੂਪ ਵਿੱਚ, ਸ਼ਬਦ ਵਿੱਚ ਹੀ ਸਮਾਇਆ ਰਹਿੰਦਾ ਹੈ, ਕੇਵਲ ਪਵਿੱਤਰ ਆਤਮਾ, ਪਰਖਣ ਯੋਗ ਹੀ ਸ੍ਰਿਸ਼ਟੀ ਵਿਚੋਂ ਪ੍ਰਭ ਦੀ ਆਤਮਾ ਨੂੰ ਪਵਿੱਤਰ ਕਰਨ ਵਾਲੀ ਕਠਾਲੀ (ਪੌੜੀ 38) ਵਿੱਚ ਜਾਂਦੀ ਹੈ । ਅਨੇਕਾਂ ਵਿਚੋਂ ਕੋਈ ਵਿਰਲੀ ਹੀ ਆਤਮਾ ਖਾਲਸ ਹੋ ਕੇ ਪ੍ਰਭ ਦੀ ਸਮੁੰਦਰ ਰੂਪੀ ਜੋਤ ਵਿੱਚ ਸਮਾ ਜਾਂਦੀ ਹੈ ।

His Word remains as a symbol of The Righteous Judge, Devil of Death, His 10th Cave, Royal Palace; both Shiv and Shakti. Only sanctified soul may become worthy of His Consideration; her soul may be subjected to further sanctification process as mentioned in Pa-orhee 38 of Jupji; to become worthy to be immersed with His Holy Spirit; however, very rare soul may become **"Khalsa"**; one out of million may be immersed within.

Key Message of Mool Mantra page 1-1
'ਦਸਵੇਂ' ਦਰ ਦੀ ਕੂੰਜੀ!
ਸੈਭੰ – ਜਿਸ ਨੂੰ ਸੋਝੀ ਹੋ ਜਾਂਦੀ ਹੈ, ਹਰਇਕ ਜੀਵ ਦੀ ਆਤਮਾ ਵਿੱਚ ਇਕੋ ਇਕ ਪ੍ਰਭ ਦੀ ਜੋਤ ਸਮਾਈ ਹੈ, ਹਰਇਕ ਜੀਵ ਹੀ ਆਪਣਾ ਬਣ ਜਾਂਦਾ ਹੈ, ਕੋਈ ਆਪਣਾ ਬੁਰਾ, ਨੁਕਸਾਨ ਨਹੀਂ ਕਰ ਸਕਦਾ! ਉਸ ਦਾ ਸੁਚੇਤ ਮਨ, ਉਸ ਦੇ ਅਚੇਤ ਮਨ ਦਾ ਗੁਲਾਮ ਬਣ ਜਾਂਦਾ ਹੈ! ਉਸ ਦੇ ਮਨ ਅੰਦਰ ਸਦਾ ਚਲਣ ਵਾਲੀ ਸ਼ਬਦ ਦੀ ਧੁਨ, ਗੂੰਜ ਸੁਣਾਈ ਦੇਂਦੀ ਹੈ! ਉਹ ਆਪਾ ਸ਼ਬਦ ਦੀ ਭੇਟਾ ਕਰ ਦੇਂਦਾ, ਸ਼ਬਦ ਦੀ ਸਮਾਧੀ ਵਿੱਚ ਲੀਨ ਹੋਇਆ, ਪ੍ਰਭ ਦੀ ਜੋ ਵਿੱਚ ਸਮਾ ਜਾਂਦਾ ਹੈ!
Master key of His Royal Palace!
The Master Key to open the door of the right path of acceptance in His Court, salvation may be "saibhaN"! Whosoever may be drenched with the essence that all souls are an expansion of His Holy Spirit; he may realize that mankind as a brotherhood. No one may want to harm and deceive himself! He may be blessed to conquer his own mind. His (cautious, vigilant) mind dominated with worldly desires, becomes a slave of his subconscious mind, "shiv". He may surrender his self-entity at His Sanctuary. He remains intoxicated in the void of His Word; her soul may immerse within His Holy Spirit.

☬ ਜਪੁਜੀ (P1 – 7) ☬

ਜਪੁਜੀ ਸਾਹਿਬ ਵਿੱਚ 2 ਸਲੋਕ ਅਤੇ 38 ਪੌੜੀਆਂ ਹਨ!

1. **ਸਲੋਕ– ਜਪੁਜੀ ਸਾਹਿਬ॥ ਕੌਣ ਪੂਜਣ ਜੋਗ – Worthy to be worshipped!**

'ਜਪੁ॥ ਆਦਿ ਸਚੁ ਜੁਗਾਦਿ ਸਚੁ॥	**Jap!** Aad sach, Jugaad sach.
ਹੈ ਭੀ ਸਚੁ ਨਾਨਕ ਹੋਸੀ ਭੀ ਸਚੁ॥੧॥	Hai bhee sach, Naanak hosee bhee sach. ||1||

ਇਕੋ ਇਕ ਪ੍ਰਭ ਹੀ ਆਪਣੀ ਸਮਾਧੀ ਵਿੱਚ ਸ੍ਰਿਸ਼ਟੀ ਦੇ ਅਰੰਭ ਤੋਂ ਪਹਿਲੇ, ਹੁਣ, ਭਵਿੱਖ ਵਿੱਚ ਵੀ ਅਟਲ ਰਹਿਣ ਵਾਲਾ ਹੈ । ਕੇਵਲ ਉਸ ਦਾ ਹੁਕਮ ਹੀ ਚਲਦਾ ਹੈ । ਸਭ ਨੂੰ ਉਸ ਅਗੇ ਝੁਕਣਾ ਪੈਂਦਾ ਹੈ ।

The One and Only, True Master, Creator was intoxicated in His Void before the creation of the universe, in present environment in His Nature and in future will remains non-destructive after destruction, elimination of the universe.

2. **ਪੌੜੀ – Pa-orhee 1**

ਸੋਚੈ ਸੋਚਿ ਨ ਹੋਵਈ ਜੇ ਸੋਚੀ ਲਖ ਵਾਰ॥	Sochai soch na hova-ee, jay sochee lakh vaar.
ਚੁਪੈ ਚੁਪ ਨ ਹੋਵਈ ਜੇ ਲਾਇ ਰਹਾ ਲਿਵ ਤਾਰ॥	Chupai chup na hova-ee, jay laa-ay rahaa liv taar.
ਭੁਖਿਆ ਭੁਖ ਨ ਉਤਰੀ ਜੇ ਬੰਨਾ ਪੁਰੀਆ ਭਾਰ॥	Bhukhi-aa bhukh na utree, jay bannaa puree-aa bhaar.
ਸਹਸ ਸਿਆਣਪਾ ਲਖ ਹੋਹਿ ਤ ਇਕ ਨ ਚਲੈ ਨਾਲਿ॥	Sahas si-aanpaa lakh hohi, ta ik na chalai naal.
ਕਿਵ ਸਚਿਆਰਾ ਹੋਈਐ ਕਿਵ ਕੂੜੈ ਤੁਟੈ ਪਾਲਿ॥	Kiv sachi-aaraa ho-ee-ai, kiv koorhai tutai paal?
ਹੁਕਮਿ ਰਜਾਈ ਚਲਣਾ ਨਾਨਕ ਲਿਖਿਆ ਨਾਲਿ॥੧॥	Hukam rajaa-ee chalnaa, Naanak likhi-aa naal. ||1||

ਬਾਰ ਬਾਰ, ਅਨੇਕਾਂ ਵਾਰ ਸੋਚਣ ਨਾਲ ਵੀ ਮਨ ਵਿਚੋਂ ਬੁਰੇ ਖਿਆਲਾਂ ਰੂਪੀ ਮੈਲ ਧੋਤੀ ਨਹੀਂ ਜਾਂਦੀ । ਆਤਮਾ ਦੀ ਪਵਿੱਤਰਤਾ, ਮਨ ਦੀ ਭਟਕਣ ਦੂਰ ਨਹੀਂ ਹੁੰਦੀ । ਤਨ ਦੇ ਇਸ਼ਨਾਨ ਕਰਨ ਨਾਲ ਮਨ ਦੀ ਮੈਲ ਧੋਤੀ ਨਹੀਂ ਜਾ ਸਕਦੀ । ਲੰਮਾ ਸਮਾਂ ਮੌਨ ਧਾਰਨ ਨਾਲ ਆਤਮਾ ਦੀ ਮੌਨਤਾ, ਸ਼ਾਂਤੀ ਨਹੀਂ ਹੁੰਦੀ । ਅਸਲੀ ਮੌਨ ਨਾਲ, ਪ੍ਰਭ ਨਾਲ ਬਿਰਤੀ ਲਗ ਜਾਂਦੀ ਹੈ । ਅਸਲੀ ਮੌਨ ਤਾ ਨਿੰਦਿਆਂ ਤੋਂ ਰਹਿਤ ਹੋਣ ਨਾਲ ਹੀ ਹੁੰਦਾ ਹੈ । ਭੁੱਖੇ ਰਹਿਣ, ਵਰਤ ਰਖਣ ਨਾਲ, ਮਨ ਵਿਚੋਂ ਇਛਾਂ, ਲਾਲਚ ਉਪਰ ਕਾਬੂ ਨਹੀਂ ਪੈਂਦਾ । ਅਸਲੀ ਵਰਤ ਤਾ ਮਨ, ਆਤਮਾ ਦਾ ਸੰਤੋਖ ਹਾਸਿਲ ਕਰਨਾ, ਪ੍ਰਭ ਦੇ ਬਖਸ਼ੇ ਤੇ ਅਡੋਲ ਭਰੋਸਾ ਹੀ ਹੁੰਦਾ ਹੈ । ਭਾਵੇਂ ਜੀਵ ਪੜ੍ਹਕੇ ਕਿਤਨਾ ਵੀ ਗਿਆਨਵਾਨ, ਸਿਆਣਾ ਹੋ ਜਾਵੇ । ਅਨੇਕ ਵਾਰ ਸੋਚਕੇ ਕੰਮ ਕਰੇ, ਫਿਰ ਵੀ ਉਹਨਾਂ ਸਿਆਣਪਾਂ ਦਾ ਪ੍ਰਭ ਦੀ ਮਰਜ਼ੀ ਅੱਗੇ ਕੋਈ ਚਾਰਾ ਨਹੀਂ ਹੁੰਦਾ । ਕਿਸਤਰ੍ਹਾਂ ਮਨ ਸੰਸਾਰਕ ਮਾਇਆ ਦੇ ਬੰਧਨ ਨਾਸ ਕਰ ਸਕਦਾ ਹੈ? ਕਿਸਤਰ੍ਹਾਂ ਆਤਮਾ ਦੀ ਅਗਿਆਨਤਾ ਦਾ ਪਰਦਾ, ਭੇਦ, ਵਿਛੋੜਾ ਪ੍ਰਭ ਨਾਲੋ ਦੂਰ ਹੋ ਸਕਦਾ ਹੈ? ਪ੍ਰਭ ਦੀ ਰਹਿਮਤ, ਕਿਸੇ ਵਿਧੀ, ਚਲਾਕੀ, ਧਰਮ ਦੇ ਰੀਤੀ ਰੀਵਾਜ ਕਰਨ ਨਾਲ, ਬਖਸ਼ਿਸ਼ ਨਹੀਂ ਹੁੰਦੀ । ਕੇਵਲ ਇਕੋ ਇਕ ਹੀ ਰਸਤਾ ਹੈ! ਪ੍ਰਭ ਦੀ ਆਪਣੀ ਰਜ਼ਾ, ਰਹਿਮਤ ਨਾਲ ਹੀ ਬਖਸ਼ਿਸ਼ ਹੁੰਦੀ ਹੈ । ਆਪਣੇ ਮਨ ਦੇ ਅਹੰਕਾਰ ਨੂੰ ਤਿਆਗਕੇ ਸ਼ਬਦ ਅਨੁਸਾਰ ਜੀਵਨ ਢਾਲਣ ਨਾਲ, ਦੁਖ, ਸੁਖ ਨੂੰ ਬਖਸ਼ਿਸ਼ ਸਮਝਕੇ ਕਬੂਲ ਕਰਨ ਨਾਲ, ਆਪਾ ਭੇਟਾ ਕਰਨ ਨਾਲ, ਪ੍ਰਭ ਆਪ ਹੀ ਰਖਵਾਲਾ ਬਣ ਜਾਂਦਾ, ਤਰਸ, ਰਹਿਮਤ ਬਖਸ਼ਦਾ ਹੈ ।

Even repeatedly thinking, mind may not control the evil thoughts; his soul may not be sanctified. By repeatedly taking sanctifying bath at Holy Shrine or washing, cleaning body; inner, evil thoughts of mind may not be controlled, conquered. Same way! Keeping quiet, staying away from conversations, or living in forest; no one may concentrate on the teachings of His Word; his mind keeps worldly conversation; thinking about the gimmicks of worldly pleasures and honors within. Same way staying away from food, starving, keeping food out of his reach; still his mind may not control his worldly greed, desires. By reading Holy Scriptures and life experience of saintly souls, one may become very knowledgeable about worldly Holy Scriptures; however, he may not comprehend the reality of the real purpose of human life opportunity. His state of mind may not become beyond the reach of the influence of miseries of worldly life; His Word, Command always prevails and all worldly miseries and pleasures are blessed with His Blessed Vision. How may I conquer my mind, worldly desires to be sanctified to become worthy of His Consideration? How may the separation of my soul from His Holy Spirit be eliminated? Whosoever may surrender his self-entity at His Sanctuary and accepts His Word as an ultimate, unchangeable, unavoidable Command and adopts the teachings of His Word with steady and stable belief; with His mercy and grace, he may accept worldly miseries and pleasures as His Worthy blessings. His soul may be sanctified to become worthy of His Consideration; only with His mercy and grace, the curtain of secrecy between his soul and His Holy Spirit may be eliminated.

Key Message of Japji Sahib Pa-orhee 1
'ਆਤਮਾ ਦਾ ਪ੍ਰਭ ਦੀ ਜੋਤ ਨਾਲੋ ਪਰਦਾ ਕਿਵੇਂ ਦੂਰ ਹੋ ਸਕਦਾ ਹੈ?
ਕਿਵੇਂ ਆਤਮਾ ਦਾ ਪ੍ਰਭ ਦੀ ਜੋਤ ਤੋਂ ਪਰਦਾ ਦੂਰ ਹੋ ਸਕਦਾ ਹੈ? ਕੇਵਲ ਪ੍ਰਭ ਦੇ ਸ਼ਬਦ ਦੀ ਸਿਖਿਆਂ ਨੂੰ ਆਪਣੇ ਜੀਵਨ ਵਿੱਚ ਢਾਲਣ ਨਾਲ ਹੀ, ਆਪਾ ਭੇਟਾ ਕਰਨ ਨਾਲ ਹੀ, ਜੀਵ ਦੀ ਆਤਮਾ ਦਾ ਪ੍ਰਭ ਦੀ ਜੋਤ ਨਾਲੋ ਪਰਦਾ ਦੂਰ ਹੋ ਸਕਦਾ ਹੈ ।
How may the curtain of secrecy between soul and His Spirit removed?
How the curtain of secrecy between soul and His Holy Spirit may be eliminated? Only by adopting the teachings of His Word and surrendering his self-entity at His Sanctuary; the curtain of secrecy between soul and His Holy Spirit may be eliminated.

3. **ਪੌੜੀ – Pa-orhee 2**

ਹੁਕਮੀ ਹੋਵਨਿ ਆਕਾਰ, ਹੁਕਮੁ ਨ ਕਹਿਆ ਜਾਈ॥	Hukmee hovan aakaar, hukam na kahi-aa jaa-ee.
ਹੁਕਮੀ ਹੋਵਨਿ ਜੀਅ, ਹੁਕਮਿ ਮਿਲੈ ਵਡਿਆਈ॥	Hukmee hovan jee-a, hukam milai vadi-aa-ee.
ਹੁਕਮੀ ਉਤਮੁ ਨੀਚੁ, ਹੁਕਮਿ ਲਿਖਿ ਦੁਖ ਸੁਖ ਪਾਈਅਹਿ॥	Hukmee utam neech, hukam likh dukh sukh paa-ee-ah.
ਇਕਨਾ ਹੁਕਮੀ ਬਖਸੀਸ, ਇਕਿ ਹੁਕਮੀ ਸਦਾ ਭਵਾਈਅਹਿ॥	Iknaa hukmee bakhsees, ik hukmee sadaa bhavaa-ee-ah.
ਹੁਕਮੈ ਅੰਦਰਿ ਸਭੁ ਕੋ, ਬਾਹਰਿ ਹੁਕਮ ਨ ਕੋਇ॥	Hukmai andar sabh ko, baahar hukam na ko-ay.
ਨਾਨਕ ਹੁਕਮੈ ਜੇ ਬੁਝੈ ਤਾ, ਹਉਮੈ ਕਹੈ ਨ ਕੋਇ॥੨॥	Naanak hukmai jay bujhai, ta ha-umai kahai na ko-ay. ||2||

ਪ੍ਰਭ ਦੇ ਹੁਕਮ ਦਾ ਪੂਰਨ ਤਰ੍ਹਾਂ ਵਖਿਆਣ ਨਹੀਂ ਕੀਤਾ ਜਾ ਸਕਦਾ । ਉਸ ਦੇ ਹੁਕਮ ਨਾਲ ਹੀ ਜੀਵਾ ਦਾ ਅਕਾਰ, ਰੂਪ, ਸੂਰਤ ਬਣਦੀ ਹੈ । ਜੀਵ ਪੈਦਾ ਹੁੰਦਾ, ਸਵਾਸ ਲੈਂਦਾ, ਮੁਕਤੀ (ਸੋਭਾ, ਵਡਿਆਈ) ਬਖਸ਼ਿਸ਼ ਹੁੰਦੀ ਹੈ । ਹੁਕਮ ਨਾਲ ਹੀ ਜੀਵ ਨੀਚ ਜਾ ਉਤਮ ਜੂੰਨਾਂ ਵਿੱਚ ਪੈਂਦਾ, ਦੁਖ, ਸੁਖ ਭੁਗਤਦਾ ਹੈ । ਕੋਈ ਜਨਮ ਮਰਨ ਦੇ ਚੱਕਰ ਤੋਂ ਰਹਿਤ (ਮੁਕਤ) ਹੋ ਜਾਂਦਾ ਹੈ । ਕੋਈ ਬਾਰ ਬਾਰ ਜਨਮ, ਮਰਨ ਦੇ ਚੱਕਰ ਵਿੱਚ ਪੈਂਦਾ ਹੈ । ਹਰਇਕ ਜੀਵ ਪ੍ਰਭ ਦੇ ਹੁਕਮ ਵਿੱਚ ਹੀ ਹੈ, ਉਸ ਦੀ ਮਰਜ਼ੀ ਸਭ ਉਪਰ ਚਲਦੀ ਹੈ । ਕੋਈ ਵੀ ਉਸ ਦੀ ਮਰਜ਼ੀ ਤੋਂ ਬਾਹਰ ਨਹੀਂ ਜਾ ਸਕਦਾ । ਜਿਹੜਾ ਵੀ ਪ੍ਰਭ ਦੀ ਮਰਜ਼ੀ ਨੂੰ ਸਮਝ ਲੈਂਦਾ ਹੈ, ਉਸ ਦੇ ਮਨ ਵਿਚੋਂ ਅਹੰਕਾਰ ਦੀ ਜੜ੍ਹ ਖਤਮ ਹੋ ਜਾਂਦੀ ਹੈ । ਪ੍ਰਭ ਦੀ ਰਹਿਮਤ, ਪ੍ਰਵਾਨਗੀ ਦੇ ਰਸਤੇ ਤੇ ਚਲ ਪੈਂਦਾ ਹੈ । ਸ਼ਬਦ ਦੀ ਪਾਲਣਾ ਕਰਦਾ ਸ਼ਬਦ ਵਿੱਚ ਲੀਨ ਹੋ ਜਾਂਦਾ ਹੈ ।

His Word, Command remains beyond any comprehension of His Creation. No one may ever fully comprehend the real message, essence of His Word nor the real purpose of His Creation. Only by His Command, creatures of various form, shapes and colors are born and vanished. Only His Holy Spirit is the source of breath and all the happiness and sorrows come by His Command. Some may remain in the cycle of birth and death; others may immerse within His Holy Spirit. Every one remains under His Command! No one may be above His Command, reach. Whosoever may be bestowed with His Blessed Vision, he may be enlightened with the essence of His Word; he may conquer his ego, mind. He may adopt the teachings of His Word in his day-to-day life. He may remain intoxicated in meditation in the void of His Word.

Key Message of Japji Sahib Pa-orhee 2
'ਪ੍ਰਭ ਦਾ ਹੁਕਮ ਸਭ ਉਪਰ ਹੀ ਚਲਦਾ ਹੈ!
ਪ੍ਰਭ ਦੇ ਹੁਕਮ ਨਾਲ ਤਨ (ਜੂੰਨ) ਬਖਸ਼ਿਸ਼ ਹੁੰਦਾ ਹੈ! ਹਰਇਕ ਜੀਵ ਪ੍ਰਭ ਦੇ ਹੁਕਮ ਵਿੱਚ ਹੀ ਚਲ ਸਕਦਾ ਹੈ । ਕੋਈ ਵੀ ਉਸ ਦੀ ਮਰਜ਼ੀ ਤੋਂ ਬਾਹਰ ਨਹੀਂ ਜਾ ਸਕਦਾ । ਜਿਹੜਾ ਵੀ ਪ੍ਰਭ ਦੀ ਮਰਜ਼ੀ ਨੂੰ ਸਮਝ ਲੈਂਦਾ ਹੈ, ਉਸ ਦੇ ਮਨ ਦੇ ਅਹੰਕਾਰ ਦੀ ਜੜ੍ਹ ਖਤਮ ਹੋ ਜਾਂਦੀ ਹੈ ।
Everyone remains under His Command!
Worldly life, body of creature may be blessed with His Command. Everybody remains under His Command! No one may be above His Command, reach. Whosoever may comprehend the essence of His Word; he may conquer his mind, ego.

4. **ਪੌੜੀ – Pa-orhee 3**

ਗਾਵੈ ਕੋ ਤਾਣੁ ਹੋਵੈ ਕਿਸੈ ਤਾਣੁ॥ ਗਾਵੈ ਕੋ ਦਾਤਿ ਜਾਣੈ ਨੀਸਾਣੁ॥	Gaavai ko taan hovai kisai taan. Gaavai ko daat jaanai neesaan.
ਗਾਵੈ ਕੋ ਗੁਣ ਵਡਿਆਈਆ ਚਾਰ॥ ਗਾਵੈ ਕੋ ਵਿਦਿਆ ਵਿਖਮੁ ਵੀਚਾਰੁ॥	Gaavai ko gun vadi-aa-ee-aa chaar. Gaavai ko vidi-aa vikham veechaar.
ਗਾਵੈ ਕੋ ਸਾਜਿ ਕਰੇ ਤਨੁ ਖੇਹ॥ ਗਾਵੈ ਕੋ ਜੀਅ ਲੈ ਫਿਰਿ ਦੇਹ॥	Gaavai ko saaj karay tan khayh. Gaavai ko jee-a lai fir dayh.
ਗਾਵੈ ਕੋ ਜਾਪੈ ਦਿਸੈ ਦੂਰਿ॥ ਗਾਵੈ ਕੋ ਵੇਖੈ ਹਾਦਰਾ ਹਦੂਰਿ॥	Gaavai ko jaapai disai door. Gaavai ko vaykhai haadraa hadoor.
ਕਥਨਾ ਕਥੀ ਨ ਆਵੈ ਤੋਟਿ॥ ਕਥਿ ਕਥਿ ਕਥੀ ਕੋਟੀ ਕੋਟਿ ਕੋਟਿ॥	Kathnaa kathee na aavai tot. Kath kath kathee kotee kot kot.
ਦੇਦਾ ਦੇ ਲੈਦੇ ਥਕਿ ਪਾਹਿ॥ ਜੁਗਾ ਜੁਗੰਤਰਿ ਖਾਹੀ ਖਾਹਿ॥	Daydaa day laiday thak paahi. Jugaa jugantar khaahee khaahi.
ਹੁਕਮੀ ਹੁਕਮੁ ਚਲਾਏ ਰਾਹੁ॥ ਨਾਨਕ ਵਿਗਸੈ ਵੇਪਰਵਾਹੁ॥ ੩॥	Hukmee hukam chalaa-ay raahu. Naanak vigsai vayparvaahu. ‖3‖

ਪ੍ਰਭ ਦੇ ਸ਼ਬਦ ਨੂੰ ਕੌਣ, ਕੌਣ ਅਤੇ ਕਿਸ ਕਾਰਨ ਕਰਕੇ ਗਾਉਂਦੇ ਹਨ? ਪ੍ਰਭ ਦੇ ਸ਼ਬਦ ਨੂੰ ਅਨੇਕ ਹੀ ਜੀਵ, ਆਪਣੇ ਆਪਣੇ ਕਾਰਨ ਕਰਕੇ ਗਾਉਂਦੇ ਹਨ । ਜਿਤਨਾ ਵੀ ਕਿਸੇ ਨੂੰ ਗਿਆਨ ਬਖਸ਼ਦਾ ਹੈ, ਉਤਨਾ ਹੀ ਵਖਿਆਣ ਕਰਦਾ, ਕਰ ਸਕਦਾ ਹੈ । ਕਈ ਦਿੱਤੀਆ ਹੋਈ ਬਖਸ਼ਿਸਾਂ ਨੂੰ, ਪ੍ਰਭ ਦੀ ਹੋਂਦ ਨੂੰ ਹਰ ਥਾਂ ਪ੍ਰਗਟ ਸਮਝਕੇ ਗਾਉਂਦੇ ਹਨ । ਪ੍ਰਭ ਦੇ ਗੁਣਾਂ, ਵਡਿਆਈ ਨੂੰ ਧਿਆਨ ਵਿੱਚ ਰਖਕੇ, ਸਾਡੇ ਖੋਟੇ ਕੰਮਾਂ ਨੂੰ ਵਿਚਾਰਦਾ ਨਹੀਂ । ਕਈ ਗਿਆਨ ਦੀ ਗੰਭੀਰਤਾ, ਅਨੇਕ ਰੂਹਾਨੀ ਕਰਾਮਾਤਾਂ ਕਰਕੇ! ਪਹਿਲੇ ਸਰੀਰ ਨੂੰ ਖੂਬਸੂਰਤ ਬਣਾਉਂਦਾ ਹੈ, ਫਿਰ ਇਸ ਨੂੰ ਭਸਮ ਕਰ ਦੇਂਦਾ ਹੈ । ਪਹਿਲੇ ਜੀਵ ਦੇ ਤਨ ਵਿੱਚ ਸਵਾਸ, ਆਤਮਾ ਬਖਸ਼ਦਾ, ਫਿਰ ਤਨ ਨੂੰ ਮੌਤ ਦੇਂਦਾ ਹੈ! ਇਹ ਅਨੁਭਵ ਕਰਕੇ, ਧਿਆਨ ਵਿੱਚ ਰਖਕੇ, ਪ੍ਰਭ ਦੀ ਹੋਂਦ ਨੂੰ ਹਰ ਸਮੇਂ ਅਤੇ ਹਰ ਜਗ੍ਹ ਤੇ ਮੌਜੂਦ ਹੈ । ਇਹ ਅਨੁਭਵ ਕਰਕੇ, ਪ੍ਰਭ ਜੀਵ ਨੂੰ ਦਖਾਈ ਨਹੀਂ ਦੇਂਦਾ, ਧਿਆਨ ਵਿੱਚ ਰਖਕੇ, ਜਸ ਗਾਉਂਦੇ, ਸਿਮਰਨ ਕਰਦੇ ਹਨ । ਕਥਾ ਕਰਨ ਨਾਲ, ਕਰਤਬਾਂ ਦਾ ਪੂਰਨ ਵਖਿਆਣ ਨਹੀਂ ਹੋ ਸਕਦਾ । ਕਥਾ (ਦੱਸਣ ਵਾਲੀਆਂ ਵਡਿਆਈ) ਦੀ ਘਾਟ ਨਹੀਂ ਹੁੰਦੀ । ਪ੍ਰਭ ਦੀ ਕਥਾ ਬਹੁਤ ਸਮੇਂ ਤੋਂ ਹੀ ਹੁੰਦੀ ਆਈ ਹੈ । ਉਹ ਹਮੇਸ਼ਾਂ ਹੀ ਦਾਤਾਂ ਬਖਸ਼ਦਾ ਰਹਿੰਦਾ ਹੈ । ਪਰ ਜੀਵ ਲੈਂਦਾ ਲੈਂਦਾ ਥੱਕ ਜਾਂਦਾ ਹੈ, ਜੀਵਨ ਭੋਗ ਕੇ ਸੰਸਰ ਵਿਚੋਂ ਚਲੇ ਜਾਂਦਾ ਹੈ । ਪੁਰਾਨੇ ਸਮੇਂ ਤੋਂ ਹੀ ਇਹ ਚਲਦਾ, ਅਗਲੇ ਸਮੇਂ ਵਿੱਚ ਵੀ ਇਹ ਚਲਦਾ ਰਹਿਣਾ ਹੈ । ਪ੍ਰਭ ਸਭ ਜੀਵਾਂ ਨੂੰ ਆਪਣੇ ਹੁਕਮ ਅੰਦਰ ਹੀ ਰਖਦਾ ਹੈ । ਸਾਰੇ ਧੰਦੇ (ਕੰਮ, ਰਸਤੇ) ਪ੍ਰਭ ਦੇ ਹੀ ਬਣਾਏ ਹੋਏ ਹਨ । ਹਰੇਕ ਹੀ ਉਸ ਦੀ ਮਰਜ਼ੀ ਅਨੁਸਾਰ ਚਲ ਸਕਦਾ ਹੈ । ਪ੍ਰਭ ਆਪ ਬਾਲਕ ਦੀ ਤਰ੍ਹਾਂ ਬੇਫਿਕਰ ਰਹਿੰਦਾ, ਆਪਣੀ ਬਣਾਈ ਸ੍ਰਿਸ਼ਟੀ ਨੂੰ ਦੇਖਕੇ ਪ੍ਰਸੰਨ ਹੁੰਦਾ ਹੈ । ਜਿਸ ਦੀ ਆਤਮਾ ਪ੍ਰਭ ਦੀ ਮਰਜ਼ੀ ਨੂੰ ਸਵੀਕਾਰ ਕਰ ਲੈਂਦੀ ਹੈ । ਉਹ ਰਹਿਮਤ ਨੂੰ ਅਨੁਭਵ ਕਰਦੀ ਹੈ, ਉਸ ਨੂੰ ਜਨਮ ਮਰਨ ਤੋਂ ਮੁਕਤੀ ਦਾ ਰਸਤਾ ਬਖਸ਼ਿਸ਼ ਹੋ ਸਕਦਾ ਹੈ ।

Many may sing His Glory due to their own reasons, purpose. Whatsoever, enlightenment may be bestowed? He may explain His Word, message in his own way. Some may sing His Glory for His Blessings, Omnipresent, treasure of all virtues, overlooks our deficiencies, weakness; others may have His unlimited powers in mind. How has He created wonderful creatures to live and prosper, then destroy their body to dust? Some remain astonished from His non-visible existence, omnipresence. There may not be any shortage of preachers, nor His Virtues may ever be fully comprehended, nor numbers of virtues completely imagined, described. His Blessings are raining from Ancient Ages, indiscriminately of any worldly social class on His Creation, as a reward for his deeds of previous lives. Self-minded may never remain contented and always praying for more. The play of the universe continues from Ancient Ages; one may die after spending his predetermined time. With His Command assigns unique task to everyone and monitor his worldly activities, sincerity in his deeds. The True Master remains carefree, worry-free in blossom and enjoy His Creation! Whosoever may surrender his self-entity and accepts His Word as an unavoidable, ultimate Command; his soul may become worthy of His Consideration. He may realize His Existence prevailing everywhere; he may be blessed with the right path of acceptance in His Court.

Key Message of Japji Sahib Pa-orhee 3
'ਪ੍ਰਭ ਦੇ ਸ਼ਬਦ ਦੇ ਗੁਣ ਕੌਣ ਗਾਉਂਦਾ, ਕੀ ਬਖਸ਼ਿਸ਼ ਹੋ ਸਕਦਾ ਹੈ?
ਹਰਇਕ ਜੀਵ ਹੀ ਪ੍ਰਭ ਨੂੰ ਅਸਲੀ ਮਾਲਕ ਮੰਨਦਾ, ਗੁਣ ਗਾਉਂਦਾ ਹੈ । ਪ੍ਰਭ ਦੀ ਮਰਜ਼ੀ ਨੂੰ ਸਵੀਕਾਰ ਕਰਕੇ ਸ਼ਬਦ ਦੀ ਸਿਖਿਆਂ ਨਾਲ ਜੀਵਨ ਢਾਲਣ ਨਾਲ, ਜਨਮ ਮਰਨ ਤੋਂ ਮੁਕਤੀ ਦਾ ਰਸਤਾ ਬਖਸ਼ਿਸ਼ ਹੋ ਜਾਂਦਾ ਹੈ । ਪ੍ਰਭ ਦਾ ਹੁਕਮ ਪੂਰਨ ਤਰ੍ਹਾਂ ਵਖਿਆਣ ਨਹੀਂ ਕੀਤਾ ਜਾ ਸਕਦਾ!
How may sing His Glory; What may be blessed?

Everybody accepts The One and only One True Master, Creator of the universe and sings His Glory. Whosoever may adopt the teachings of His Word in his day-to-day life and surrenders his self-entity at His Sanctuary. He may be blessed with the right path of acceptance in His Court; his cycle of birth may be eliminated.

5. ਪੌੜੀ – Pa-orhee 4

ਸਾਚਾ ਸਾਹਿਬੁ ਸਾਚੁ ਨਾਇ ਭਾਖਿਆ ਭਾਉ ਅਪਾਰੁ॥	Saachaa saahib saach naa-ay, bhaakhi-aa bhaa-o apaar.
ਆਖਹਿ ਮੰਗਹਿ ਦੇਹਿ ਦੇਹਿ ਦਾਤਿ ਕਰੇ ਦਾਤਾਰੁ॥	Aakhahi mangahi dayhi dayhi, daat karay daataar.
ਫੇਰਿ ਕਿ ਅਗੈ ਰਖੀਐ ਜਿਤੁ ਦਿਸੈ ਦਰਬਾਰੁ॥	Fayr ke agai rakhee-ai, jit disai darbaar.
ਮੁਹੌ ਕਿ ਬੋਲਣੁ ਬੋਲੀਐ ਜਿਤੁ ਸੁਣਿ ਧਰੇ ਪਿਆਰੁ॥	Muhou ke bolan bolee-ai, jit sun Dharay pi-aar.
ਅੰਮ੍ਰਿਤ ਵੇਲਾ ਸਚੁ ਨਾਉ ਵਡਿਆਈ ਵੀਚਾਰੁ॥	Amrit vaylaa sach naa-o, vadi-aa-ee veechaar.
ਕਰਮੀ ਆਵੈ ਕਪੜਾ ਨਦਰੀ ਮੋਖੁ ਦੁਆਰੁ॥	Karmee aavai kaprhaa, nadree mokh du-aar.
ਨਾਨਕ ਏਵੈ ਜਾਣੀਐ ਸਭੁ ਆਪੇ ਸਚਿਆਰੁ॥੪॥	Naanak ayvai jaanee-ai, sabh aapay sachiaar. ॥4॥

ਅਟਲ ਪ੍ਰਭ, ਨਾ ਮਿਟਨਵਾਲਾ, ਪ੍ਰਭ ਦੀ ਹੌਂਦ ਹਰ ਥਾਂ ਤੇ ਮੌਜੂਦ ਹੈ, ਪ੍ਰਭ ਦਾ ਸ਼ਬਦ ਸਦਾ ਅਟਲ ਰਹਿਣ ਵਾਲਾ, ਹਰਇਕ ਆਤਮਾ ਲਈ ਖਾਸ, ਪ੍ਰਵਾਨਗੀ ਦਾ ਰਸਤਾ ਹੁੰਦਾ ਹੈ । ਉਸ ਦੇ ਸ਼ਬਦ ਦੀ ਸ਼ਰਧਾ ਨਾਲ ਪਾਲਣਾ ਕਰਨ ਨਾਲ, ਸ਼ਬਦ ਦੀ ਹੌਂਦ ਦੀ ਸੋਝੀ ਬਖਸ਼ਿਸ਼ ਹੋ ਸਕਦੀ ਹੈ । ਸਾਰੇ ਹੀ ਪ੍ਰਭ ਪਾਸੋਂ ਦਾਤਾਂ ਮੰਗਦੇ ਰਹਿੰਦੇ ਹਨ, ਆਪ ਹੀ ਦਾਤਾਂ ਬਖਸ਼ਕੇ ਭਰਪੂਰ ਕਰਦਾ ਹੈ । ਪ੍ਰਭ ਮੈਂ ਕਿਹੜੀ ਭੇਟਾ ਚੜ੍ਹਾਵਾ, ਕਿਹੜੇ ਸ਼ਬਦ ਮੂੰਹ ਤੋਂ ਬੋਲਾਂ ਜਿਸ ਨੂੰ ਸੁਣਕੇ ਪ੍ਰਵਾਨਗੀ ਦਾ ਰਸਤਾ ਬਖਸ਼ਿਸ਼ ਹੋ ਜਾਵੇ? ਅੰਮ੍ਰਿਤ ਵੇਲੇ ਆਤਮਾ ਨੂੰ ਅਹੰਕਾਰ ਤੋਂ ਰਹਿਤ ਕਰਕੇ, ਅਡੋਲ ਭਰੋਸੇ ਨਾਲ ਸ਼ਬਦ ਦੇ ਸਿਮਰਨ, ਗੁਣ ਗਾਉਣ ਨਾਲ ਹੀ ਰਹਿਮਤ ਬਖਸ਼ਿਸ਼ ਹੋ ਸਕਦੀ ਹੈ । ਚੰਗੇ ਕੰਮ ਕਰਨ ਨਾਲ ਕੇਵਲ ਉਤਮ, ਮਾਨਸ ਜਨਮ ਹੀ ਬਾਰ ਬਾਰ ਬਖਸ਼ਿਸ਼ ਹੋ ਸਕਦਾ ਹੈ । ਕੇਵਲ ਪ੍ਰਭ ਦੀ ਰਹਿਮਤ ਨਾਲ ਹੀ ਜਨਮ ਮਰਨ ਤੋਂ ਮੁਕਤੀ ਦਾ ਰਸਤਾ ਬਖਸ਼ਿਸ਼ ਹੋ ਸਕਦਾ ਹੈ । ਅੰਤਰਜਾਮੀ ਪ੍ਰਭ ਦੀ ਹੌਂਦ ਨੂੰ ਹਰ ਜਗ੍ਹਾ, ਹਰ ਸਮੇਂ ਹੀ ਮੌਜੂਦ ਰਹਿਣ ਵਾਲਾ ਸਮਝਣ ਨਾਲ, ਆਪ ਹੀ ਪ੍ਰਵਾਨਗੀ ਦਾ ਰਸਤਾ ਬਖਸ਼ਦਾ ਹੈ ।

The Omnipresent, Axiom, Forever Living, True Master, His Word remains an ultimate, unchanged Command; a unique for each soul and remains embedded within each soul as a road-map for the right path of acceptance and prevails unavoidable, unchangeable everywhere. Whosoever may wholeheartedly meditate with devotion; with His mercy and grace, he may be blessed with enlightenment of the essence of His Word. He may realize His Existence within. Everyone prays for His Forgiveness and Refuge; The True Master remains blessing virtues in-discriminatively of social class and worldly status; only justice, rewards for his deeds of previous lives. What may I offer as worship, charity, meditation, singing His Glory to become worthy of His Consideration, acceptance in His Court? In the morning, before worldly desires, necessities wake up! One should sing the glory and obeys the teachings of His Word with steady and stable belief; with His mercy and grace, he may be blessed with the right path of acceptance in His Court. Whosoever may believe worldly good deeds as the right path of salvation; he may only be blessed with **superb race, human life opportunity again**. However, his cycle of birth and death may not be eliminated. Whosoever may surrender his self-entity, his ego at His Sanctuary, and accepts His Word as an ultimate Command; he may be blessed with the right path of acceptance in His Court.

Key Message of Japji Sahib Pa-orhee 4
'ਚੰਗੇ ਕੰਮਾਂ ਨਾਲ ਕੀ ਬਖਸ਼ਿਸ਼ ਹੋ ਸਕਦਾ ਹੈ?
ਚੰਗੇ ਕੰਮਾਂ ਨਾਲ ਮਾਨਸ ਜਨਮ ਬਾਰ ਬਾਰ ਬਖਸ਼ਿਸ਼ ਹੋ ਸਕਦਾ ਹੈ! ਅਹੰਕਾਰ ਤੋਂ ਰਹਿਤ ਆਤਮਾ ਨੂੰ ਹੀ ਪ੍ਰਵਾਨਗੀ ਦਾ ਰਸਤਾ ਬਖਸ਼ਿਸ਼ ਹੋ ਸਕਦਾ ਹੈ ।
What may be blessed with good deeds, charity?
Whosoever may perform worldly good deeds, charity; he may only be blessed with human body again! Whosoever may renounce, surrenders his ego at His Sanctuary; only he may be blessed with the right path of acceptance.

6. ਪੌੜੀ – Pa-orhee 5

ਥਾਪਿਆ ਨ ਜਾਇ ਕੀਤਾ ਨ ਹੋਇ॥ ਆਪੇ ਆਪਿ ਨਿਰੰਜਨੁ ਸੋਇ॥	Thaapi-aa na jaa-ay, keetaa na ho-ay. Aapay aap niranjan so-ay.
ਜਿਨਿ ਸੇਵਿਆ ਤਿਨਿ ਪਾਇਆ ਮਾਨੁ॥ ਨਾਨਕ ਗਾਵੀਐ ਗੁਣੀ ਨਿਧਾਨੁ॥	Jin sayvi-aa tin paa-i-aa maan, Naanak gaavee-ai gunee niDhaan.
ਗਾਵੀਐ ਸੁਣੀਐ ਮਨਿ ਰਖੀਐ ਭਾਉ॥	Gaavee-ai sunee-ai man rakhee-ai bhaa-o.
ਦੁਖੁ ਪਰਹਰਿ ਸੁਖੁ ਘਰਿ ਲੈ ਜਾਇ॥	Dukh parhar sukh ghar lai jaa-ay.
ਗੁਰਮੁਖਿ ਨਾਦੰ ਗੁਰਮੁਖਿ ਵੇਦੰ, ਗੁਰਮੁਖਿ ਰਹਿਆ ਸਮਾਈ॥	Gurmukh naadaN gurmukh vaydaN, gurmukh rahi-aa samaa-ee.
ਗੁਰੁ ਈਸਰੁ ਗੁਰੁ ਗੋਰਖੁ ਬਰਮਾ ਗੁਰੁ ਪਾਰਬਤੀ ਮਾਈ॥	Gur eesar gur gorakh barmaa gur paarbatee maa-ee.
ਜੇ ਹਉ ਜਾਣਾ ਆਖਾ ਨਾਹੀ ਕਹਣਾ ਕਥਨੁ ਨ ਜਾਈ	Jay ha-o jaanaa aakhaa naahee, kahnaa kathan na jaa-ee.
ਗੁਰਾ ਇਕ ਦੇਹਿ ਬੁਝਾਈ॥	Guraa ik dayhi bujhaa-ee!
ਸਭਨਾ ਜੀਆ ਕਾ ਇਕੁ ਦਾਤਾ, ਸੋ ਮੈ ਵਿਸਰਿ ਨ ਜਾਈ॥੫॥	Sabhnaa jee-aa kaa ik daataa so mai visar na jaa-ee. ॥5॥

ਮਾਨਸ ਜੀਵ ਨੂੰ ਪ੍ਰਭ ਦਾ ਰੂਪ, ਸੰਸਾਰਕ ਗੱਦੀ ਤੇ ਥਾਪਿਆ ਨਹੀਂ ਜਾ ਸਕਦਾ! ਕੋਈ ਮਾਨਸ, ਪ੍ਰਭ ਦਾ ਰੂਪ ਨਹੀਂ ਬਣ ਸਕਦਾ! ਪ੍ਰਭ ਆਪਣੀ ਹੌਂਦ ਵਿਚੋਂ ਆਪਣੀ ਰਜ਼ਾ ਨਾਲ ਹੀ ਕਿਸੇ ਵੀ ਅਕਾਰ ਵਿੱਚ ਪ੍ਰਗਟ ਹੋ ਸਕਦਾ ਹੈ! ਪ੍ਰਭ ਮਾਂ ਦੀ ਕੁੱਖ ਵਿਚੋਂ, ਮਾਂ, ਬਾਪ ਦੇ ਸੰਜੋਗ ਤੇ ਨਿਰਭਰ ਨਹੀਂ ਹੁੰਦਾ ਹੈ, ਪੂਰਨ ਸੁਤੰਤਰ ਪ੍ਰਭ ਆਪਣੀ ਮਰਜ਼ੀ ਅਨੁਸਾਰ ਹਰਇਕ ਥਾਂ ਤੇ ਮੌਜੂਦ ਹੈ । ਜਿਹੜਾ ਮਾਂ ਦੀ ਕੁੱਖ ਵਿਚੋਂ ਜਨਮ ਲੈਂਦਾ, **ਜੀਸ਼ਸ਼, ਨਾਨਕ** ਵਿੱਚ ਕੁਝ ਗੁਣ ਬਖਸ਼ਿਸ਼ ਹੋ ਗਏ, ਪ੍ਰਭ ਕਹਿਣ ਦੇ ਯੋਗ ਨਹੀਂ ਹੋ ਸਕਦੇ! ਜਿਹੜਾ ਪ੍ਰਭ ਦੇ ਸ਼ਬਦ ਦਾ ਸਿਮਰਨ ਕਰਦਾ ਹੈ, ਉਸ ਨੂੰ ਗੁਣਾਂ ਦਾ ਖਜ਼ਾਨਾ, ਪ੍ਰਭ ਦੀ ਹੌਂਦ ਅਨੁਭਵ ਹੋ ਸਕਦੀ ਹੈ । ਜਿਹੜਾ ਗੁਣਾਂ ਨਾਲ ਭਰਪੂਰ ਪ੍ਰਭ ਦੇ ਸ਼ਬਦ ਦਾ ਸਿਮਰਨ ਜਾ ਸਰਵਣ ਕਰਨ ਸਮੇਂ, ਪ੍ਰਭ ਨੂੰ ਪਰਤਖ ਰੂਪ ਸਮਝਦਾ ਹੈ, ਉਸ ਦੇ ਮਨ ਵਿੱਚ ਪ੍ਰਭ ਦੇ ਸ਼ਬਦ ਦੀ ਸਿਖਿਆਂ ਪਾਲਣ ਕਰਨ ਦੀ ਸ਼ਰਧਾ ਬਖਸ਼ਿਸ਼ ਹੋ ਜਾਂਦੀ ਹੈ । ਉਸ ਦੇ ਮਨ ਵਿਚੋਂ ਸਭ ਤੋਂ ਵਡਾ ਅਹੰਕਾਰ ਰੂਪੀ ਰੋਗ ਖਤਮ ਹੋ ਜਾਂਦਾ ਹੈ, ਉਹ ਸੰਤੋਖ, ਨਿਮ੍ਰਤਾ ਨਾਲ ਭਰਪੂਰ ਹੋ ਜਾਂਦਾ ਹੈ । ਜਿਸ ਨੂੰ ਪ੍ਰਭ ਦੀ ਰਹਿਮਤ ਦੀ ਨਜ਼ਰ ਨਾਲ ਗੁਰਮਖ ਅਵਸਥਾ ਬਖਸ਼ਿਸ਼ ਹੋ ਜਾਂਦੀ ਹੈ । ਗੁਰਮਖ ਸ਼ਬਦ ਦਾ ਸਿਮਰਨ ਕਰਦਾ, ਪ੍ਰਭ ਦੇ ਸ਼ਬਦ ਦੀ ਸਮਾਧੀ ਵਿੱਚ ਹੀ ਮਸਤ ਹੋ ਜਾਂਦਾ ਹੈ । ਉਸ ਨੂੰ ਸ਼ਬਦ ਦੀ ਸਮਾਧੀ ਵਿਚੋਂ ਹੀ ਸੋਝੀ ਬਖਸ਼ਿਸ਼ ਹੋ ਜਾਂਦੀ, ਪ੍ਰਭ ਦੀ ਹੌਂਦ ਅਨੁਭਵ, ਮਹਿਸੂਸ ਹੋ ਜਾਂਦੀ ਹੈ । ਪ੍ਰਭ ਹੀ ਸਾਰਿਆਂ ਦਾ ਪਰਤਖ ਗੁਰੂ ਹੈ । ਈਸਰ, ਬ੍ਰਹਮਾ, ਗੋਰਖੁ,

ਪਾਰਬਤੀ, ਨਾਨਕ ਵਿੱਚ ਵਸਦਾ, ਵਾਪਰਦਾ ਹੈ, ਸਾਰੇ ਹੀ ਉਸ ਦੀ ਪੂਜਾ ਕਰਦੇ ਹਨ । ਪ੍ਰਭ ਦੇ ਦਾਸ ਨੂੰ ਪ੍ਰਭ ਦੀ ਕੁਦਰਤ, ਹੌਂਦ ਦੀ ਸੋਝੀ ਬਖਸ਼ਿਸ਼ ਹੋ ਜਾਂਦੀ ਹੈ । ਫਿਰ ਵੀ ਕੋਈ ਦਾਸ ਪ੍ਰਭ ਦੀ ਹੌਂਦ, ਅੱਖਰਾਂ ਨਾਲ ਲਿਖ ਕੇ, ਬੋਲ ਕੇ ਪੂਰਨ ਤਰ੍ਹਾਂ ਵਖਿਆਣ ਨਹੀਂ ਕਰ ਸਕਦਾ । ਯਾਦ ਰਖੋ! ਸ੍ਰਿਸ਼ਟੀ ਦੇ ਪੈਦਾ ਕਰਨ ਵਾਲੇ ਨੂੰ ਮਨ ਵਿਚੋਂ ਕਦੇ ਵੀ ਭੁਲਾਉਣਾ ਨਹੀਂ ਚਾਹੀਦਾ ।

No human may ever become as good as The True Master nor ever be incarnated on His Throne as True Guru. The True Master, His Existence evolves from His Own Holy Spirit. Some of His Virtues may appear in any structure breathing or non-breathing; completely independent, Omnipresent, Omniscient, Omnipotent, Axiom, and True Forever. Whosoever may sing the glory, obeys the teachings of His Word with steady and stable belief; with His mercy and grace, he may be enlightened with the essence of His Word. He may remain overwhelmed with devotion to meditate on the teachings of His Word. He may conquer his own ego and all his miseries of worldly desires may be eliminated; with His mercy and grace, he may remain intoxicated, in the void of His Word. His true devotee may remain drenched with the essence of His Word; his soul may remain intoxicated in the everlasting echo of His Word resonating within. The True Master prevails in all events of His true devotees, Eesar, Gorakh, Brahma, Jesus, Nanak, gurus. His true devotee may realize His Existence within; however, His Existence may not be described by speaking nor can be expressed by writing. Remember! You should never forget to meditate, obey His Word.

Key Message of Japji Sahib Pa-orhee 5
'ਕੀ ਮਾਨਸ ਨੂੰ ਅਸਲੀ ਗੁਰੂ, ਪ੍ਰਭ ਦੀ ਗੱਦੀ ਤੇ ਥਾਪਿਆ ਜਾ ਸਕਦਾ ਹੈ?
ਪ੍ਰਭ ਕਿਸੇ ਮਾਂ, ਬਾਪ ਤੋਂ ਪੈਦਾ ਨਹੀਂ ਹੁੰਦਾ ਹੈ, ਕੋਈ ਉਸ ਨੂੰ ਗੱਦੀ ਤੇ ਥਾਪ ਨਹੀਂ ਸਕਦਾ ਹੈ । ਜਿਹੜਾ ਮਾਂ ਦੀ ਕੁਖ ਵਿਚੋਂ ਪੈਦਾ ਹੁੰਦਾ ਹੈ, ਉਸ ਵਿੱਚ ਕੁਝ ਗੁਣ ਬਖਸ਼ਿਸ਼ ਹੋ ਸਕਦੇ, ਪ੍ਰਭ ਦੀ ਜੋਤ ਵਿੱਚ ਸਮਾ ਸਕਦਾ ਹੈ! ਉਹ ਵੀ ਪ੍ਰਭ ਦੀ ਗੰਭੀਰਤਾ ਨੂੰ ਪੂਰਨ ਤਰ੍ਹਾਂ ਜਾਣ, ਵਖਿਆਣ ਨਹੀਂ ਕਰ ਸਕਦਾ!
Can anyone be incarnated on Throne as True Guru, to replace God?
God does not bear from womb of mother nor anyone can incarnate Him on Throne as a True Guru. Whosoever may be born in flesh and blood; he may be blessed with some virtues. He may immerse within His Holy Spirit; however, he may never comprehend the complete greatness of The True Master nor can express, or writes His complete description.

7. **ਪੳੜੀ – Pa-orhee 6**

ਤੀਰਥਿ ਨਾਵਾ ਜੇ ਤਿਸੁ ਭਾਵਾ ਵਿਣੁ ਭਾਣੇ ਕਿ ਨਾਇ ਕਰੀ॥	Tirath naavaa, jay tis bhaavaa, vin bhaanay ke naa-ay karee.
ਜੇਤੀ ਸਿਰਠਿ ਉਪਾਈ ਵੇਖਾ ਵਿਣੁ ਕਰਮਾ ਕਿ ਮਿਲੈ ਲਈ॥	Jaytee sirath upaa-ee vaykhaa vin karmaa ke milai la-ee.
ਮਤਿ ਵਿਚਿ ਰਤਨ ਜਵਾਹਰ ਮਾਣਿਕ, ਜੇ ਇਕ ਗੁਰ ਕੀ ਸਿਖ ਸੁਣੀ॥	Mat vich ratan javaahar maanik jay ik gur kee sikh sunee.
ਗੁਰਾ ਇਕ ਦੇਹਿ ਬੁਝਾਈ॥	Guraa ik dayhi bujhaa-ee!
ਸਭਨਾ ਜੀਆ ਕਾ ਇਕੁ ਦਾਤਾ, ਸੋ ਮੈ ਵਿਸਰਿ ਨ ਜਾਈ॥੬॥	Sabhnaa jee-aa kaa ik daataa so mai visar na jaa-ee. ||6||

ਜਿਹੜਾ ਆਪਾ ਪ੍ਰਭ ਦੀ ਭੇਟਾ ਕਰ ਦੇਂਦਾ ਹੈ, ਉਸ ਤੇ ਪ੍ਰਭ ਦੀ ਰਹਿਮਤ ਦੀ ਨਜ਼ਰ ਬਖਸ਼ਿਸ਼ ਹੋ ਜਾਂਦੀ! ਉਸ ਦੀ ਤੀਰਥ ਯਾਤਰਾ ਨਾਲ, ਆਤਮਾ ਦੀ ਮੈਲ ਧੋਤੀ ਜਾਂਦੀ, ਪਵਿੱਤਰਤਾ ਵਾਲਾ ਇਸ਼ਨਾਨ ਹੋ ਜਾਂਦਾ ਹੈ । ਜਿਹੜਾ ਆਪਣੇ ਅਹੰਕਾਰ ਨੂੰ ਖਤਮ ਕਰਕੇ, ਸ਼ਰਣ ਵਿੱਚ ਆਪਾ ਭੇਟਾ ਨਹੀਂ ਕਰਦਾ । ਉਸ ਦਾ ਤੀਰਥਾਂ ਤੇ ਇਸ਼ਨਾਨ ਨਾਲ ਕੋਈ ਲਾਭ ਨਹੀਂ ਹੁੰਦਾ, ਪ੍ਰਭ ਦੀ ਪ੍ਰਵਾਨਗੀ ਦਾ ਰਸਤਾ ਬਖਸ਼ਿਸ਼ ਨਹੀਂ ਹੁੰਦਾ । ਹਰਇਕ ਜੀਵ ਨੂੰ ਪਿਛਲੇ ਜਨਮ ਦੇ ਕੰਮਾਂ ਦਾ ਫਲ ਹੀ ਬਖਸ਼ਦਾ ਹੈ, ਕਿਸੇ ਦਾ ਜ਼ੋਰ ਨਹੀਂ ਹੁੰਦਾ । ਜਿਹੜਾ ਪ੍ਰਭ ਦੇ ਸ਼ਬਦ ਨੂੰ ਅਟਲ ਸਮਝਕੇ ਸਵੀਕਾਰ ਕਰਦਾ, ਸਿਖਿਆਂ ਨਾਲ ਜੀਵਨ ਢਾਲਦਾ ਹੈ । ਉਸ ਨੂੰ ਸਭ ਤੋਂ ਅਮੋਲਕ ਖਜ਼ਾਨਾ, ਪ੍ਰਭ ਦੇ ਸ਼ਬਦ ਦੀ ਸੋਝੀ, ਪ੍ਰਭ ਦੀ ਹੌਂਦ ਅਨੁਭਵ ਹੋ ਜਾਂਦੀ ਹੈ । ਯਾਦ ਰਖੋ! ਸ੍ਰਿਸ਼ਟੀ ਦੇ ਪੈਦਾ ਕਰਨ ਵਾਲੇ ਮਾਲਕ ਨੂੰ ਮਨ ਵਿਚੋਂ ਕਦੀ ਵੀ ਭੁਲਣਾ ਨਹੀਂ ਚਾਹੀਦਾ ।

Whosoever may surrender his self-entity, conquer his ego; with His mercy and grace, he may benefit from his pilgrimage and sanctifying bath at Holy Shrines. Whosoever may remain a victim of his ego of his worldly status; his pilgrimage of Holy Shrine may be useless. The destiny of every creature may be prewritten as a reward for his previous deeds; no one has any control over His Blessings. Whosoever may obey the teachings of His Word with steady and stable belief in his day-to-day life; with His mercy and grace, he may be blessed with priceless treasure of enlightenment of the essence His Word. He may realize His Existence prevailing everywhere. Remember! You should never forsake His Word from your heart.

Key Message of Japji Sahib Pa-orhee 6
'ਕੀ ਤੀਰਥ ਯਾਤਰਾ ਪ੍ਰਵਾਨਗੀ ਦਾ ਰਸਤਾ ਹੈ?
ਜਿਹੜਾ ਪ੍ਰਭ ਦੇ ਸ਼ਬਦ ਨੂੰ ਅਟਲ ਸਮਝਕੇ ਜੀਵਨ ਵਿੱਚ ਧਾਰਨ ਕਰਦਾ ਹੈ । ਉਸ ਨੂੰ ਪ੍ਰਭ ਦੀ ਹੌਂਦ ਅਨੁਭਵ ਹੋ ਜਾਂਦੀ, ਸ਼ਬਦ ਮਨ ਵਿੱਚ ਜਾਗਰਤ ਹੋ ਜਾਂਦਾ ਹੈ । ਉਸ ਦੀ ਤੀਰਥ ਯਾਤਰਾ ਸਫਲ ਹੋ ਜਾਂਦੀ ਹੈ, ਉਸ ਦੇ ਤਨ ਅੰਦਰ ਹੀ ਸ਼ਬਦ ਦੀ ਸੋਝੀ ਰੂਪੀ ਅੰਮ੍ਰਿਤ ਦਾ ਸਰੋਵਰ ਮਹਿਸੂਸ ਹੁੰਦਾ ਹੈ!
May the pilgrimage of Holy Shrine path of acceptance in His Court?
Whosoever may surrender his ego and accepts His Word as an ultimate Command; his pilgrimage to Holy Shrine may be rewarded to sanctify his soul. His soul may realize a Holy Pond, Shrine overwhelmed with nectar of the essence of His Word within; only he may be blessed with the right path of acceptance in His Court.

8. **ਪਉੜੀ – Pa-orhee 7**

ਜੇ ਜੁਗ ਚਾਰੇ ਆਰਜਾ ਹੋਰ ਦਸੂਣੀ ਹੋਇ॥	Jay jug chaaray aarjaahor dasoonee ho-ay.
ਨਵਾ ਖੰਡਾ ਵਿਚਿ ਜਾਣੀਐ ਨਾਲਿ ਚਲੈ ਸਭੁ ਕੋਇ॥	Navaa khanda vich jaanee-ai, naal chalai sabh ko-ay.
ਚੰਗਾ ਨਾਉ ਰਖਾਇ ਕੈਜਸੁ ਕੀਰਤਿ ਜਗਿ ਲੇਇ॥	Changa naa-o rakhaa-ay kai, jas keerat jag lay-ay.
ਜੇ ਤਿਸੁ ਨਦਰਿ ਨ ਆਵਈਤ ਵਾਤ ਨ ਪੁਛੈ ਕੇ॥	Jay tis nadar na aavee, ta vaat na puchhai kay.
ਕੀਟਾ ਅੰਦਰਿ ਕੀਟੁ ਕਰਿਦੋਸੀ ਦੋਸੁ ਧਰੇ॥	Keetaa andar keet kardosee dos Dharay.
ਨਾਨਕ ਨਿਰਗੁਣਿ ਗੁਣੁ ਕਰੇ ਗੁਣਵੰਤਿਆ ਗੁਣੁ ਦੇ॥	Naanak nirgun gun karay, gunvanti-aa gun day.
ਤੇਹਾ ਕੋਇ ਨ ਸੁਝਈਜਿ ਤਿਸੁ ਗੁਣੁ ਕੋਇ ਕਰੇ॥੭॥	Tayhaa ko-ay na sujh-ee je tis gun ko-ay karay. ||7||

ਗੁਰੂ ਨਾਨਕ ਦੇਵ ਜੀ! – Guru Nanak Dev Ji! Guru Granth Sahib

ਅਗਰ ਜੀਵ ਦੀ ਲੰਮੀ ਉਮਰ ਹੋ ਜਾਵੇ, ਜਾ ਬੁਹਤ ਇਲਾਕੇ ਵਿੱਚ ਪ੍ਰਸਿੱਧ ਹੋ ਜਾਵੇ । ਬਹੁਤ ਲੋਕ ਉਸ ਨਾਲ ਸਹਿਮਤ ਹੋ ਜਾਣ, ਜਾ ਚੰਗੇ ਨਾਮ ਨਾਲ ਪ੍ਰਸਿੱਧ ਹੋ ਜਾਵੇ, ਜਾ ਬੁਹਤ ਲੋਕਾ ਉਸ ਦੇ ਹੁਕਮ ਤੇ ਚਲਦੇ ਹੋਣ, ਬਹੁਤ ਲੋਕਾ ਵੀ ਉਸ ਦੀ ਪੂਜਾ ਕਰਦੇ ਹੋਣ । ਜਿਸ ਤੇ ਪ੍ਰਭ ਦੀ ਰਹਿਮਤ ਦੀ ਨਜ਼ਰ ਬਖਸ਼ਿਸ਼ ਨਹੀਂ ਹੁੰਦੀ । ਉਸ ਦੀ ਸੰਸਾਰਕ ਹੈਸੀਅਤ ਦੀ, ਪ੍ਰਭ ਦੀ ਦਰਗਾਹ ਵਿੱਚ ਕੋਈ ਮਹੱਤਤਾ ਨਹੀਂ ਹੁੰਦੀ । ਇਸ ਸੰਸਾਰਕ ਮਾਣ, ਸ਼ਾਨ ਦਾ ਵੀ ਅਸਲ ਵਿੱਚ ਕੋਈ ਲਾਭ ਨਹੀਂ ਹੁੰਦਾ ਹੈ । ਪ੍ਰਭ ਦੇ ਸ਼ਬਦ ਦੀ ਸਿਖਿਆਂ ਨਾਲ ਜੀਵਨ ਢਾਲਣ ਤੋਂ ਬਿਨਾਂ ਉਸ ਨੂੰ ਪ੍ਰਵਾਨਗੀ ਦਾ ਰਸਤਾ ਬਖਸ਼ਿਸ਼ ਨਹੀਂ ਹੁੰਦਾ । ਉਸ ਦੇ ਆਪਣੇ ਕੰਮਾਂ ਦਾ ਅਹੰਕਾਰ ਹੀ ਦਰਗਾਹ ਵਿੱਚ ਦੋਸ਼ੀ ਬਣਾਉਂਦਾ, ਨੀਚ ਜੂੰਨਾਂ ਵਿੱਚ ਬਾਰ ਬਾਰ ਜਾਣਾ ਪੈਂਦਾ ਹੈ । ਮਿਹਰਬਾਨ ਪ੍ਰਭ ਨਿਮਾਣੇ ਗੁਣਾਂ ਤੋਂ ਰਹਿਤ ਅਗਿਅਨੀਆਂ ਨੂੰ ਵੀ ਚੰਗੇ ਗੁਣਾਂ ਨਾਲ ਭਰਪੂਰ ਕਰ ਦੇਂਦਾ, ਗੁਣਾਂ ਵਾਲੇ ਬਣਾ ਦੇਂਦਾ ਹੈ । ਅਹੰਕਾਰੀ ਗੁਣਾਂ ਵਾਲਿਆਂ ਨੂੰ ਗੁਣਾਂ ਤੋਂ ਰਹਿਤ ਕਰ ਦੇਂਦਾ ਹੈ । ਅਜੇਹਾ ਕੋਈ ਨਹੀਂ ਲੱਭਦਾ, ਜਿਹੜਾ ਪ੍ਰਭ ਤੇ ਕੋਈ ਗੁਣ ਕਰ ਸਕਦਾ, ਜਾ ਹਰ ਜੀਵ ਤੇ ਇਤਨੇ ਗੁਣ ਕਰ ਸਕਦਾ ਹੈ ।

Whosoever may be blessed with a long life; becomes popular and recognized everywhere! Many may agree, follow, worship him; he may rule the world; however, his worldly status may not have any significance in His Court. No one may ever be blessed with the right path of acceptance in His Court, without adopting the teachings of His Word. His worldly status has no significance for the real purpose of human life, rather he may become culprit with his false pride of worldly status in His Court. He may remain in the cycle of birth and death. The Merciful True Master may bless humble even virtue-less with great virtues. He may render wise knowledgeable with ego, virtue less, worthless. No one may have such a greatness to favor God nor can help any other human comparable, equal to His Blessings.

Key Message of Japji Sahib Pa-orhee 7
'ਕੀ ਸੰਸਾਰਕ ਹੈਸੀਅਤ ਨਾਲ ਪ੍ਰਵਾਨਗੀ ਬਖਸ਼ਿਸ਼ ਹੋ ਸਕਦੀ ਹੈ?
ਸੰਸਾਰਕ ਹੈਸੀਅਤ ਦੀ ਦਰਗਾਹ ਵਿੱਚ ਕੋਈ ਮਹੱਤਤਾ, ਕੀਮਤ ਨਹੀਂ ਪੈਂਦੀ । ਅਹੰਕਾਰ ਵਿੱਚ ਕੀਤੇ ਕੰਮ ਹੀ ਆਤਮਾ ਨੂੰ ਦਰਗਾਹ ਵਿੱਚ ਦੋਸ਼ੀ ਬਣਾਉਂਦੇ, ਨੀਚ ਜੂੰਨਾਂ ਵਿੱਚ ਜਾਣਾ ਪੈਂਦਾ ਹੈ ।
Can worldly status a sign of acceptance in His Court?
The way of life, teachings of worldly guru, saint with distinguished worldly status and many followers may not become a path of acceptance in His Court. His hypocrisy, ego may blemish his soul and cycled through mean creature life.

9. ਸ਼ਬਦ ਦੀ ਸਿਖਿਆਂ ਸੁਣਨ ਕੇ ਜੀਵਨ ਢਾਲਣ ਦੀ ਮਹੱਤਤਾ!

ਪੌੜੀ – Pa-orhee 8

ਸੁਣਿਐ ਸਿਧ ਪੀਰ ਸੁਰਿ ਨਾਥ॥ ਸੁਣਿਐ ਧਰਤਿ ਧਵਲ ਆਕਾਸ॥
ਸੁਣਿਐ ਦੀਪ ਲੋਅ ਪਾਤਾਲ॥ ਸੁਣਿਐ ਪੋਹਿ ਨ ਸਕੈ ਕਾਲੁ॥
ਨਾਨਕ ਭਗਤਾ ਸਦਾ ਵਿਗਾਸੁ॥ ਸੁਣਿਐ ਦੂਖ ਪਾਪ ਕਾ ਨਾਸੁ॥੮॥

Suni-ai siDh peer sur naath. Suni-ai Dharat Dhaval aakaas.
Suni-ai deep lo-a paataal. Suni-ai pohi na sakai kaal.
Naanak bhagtaa sadaa vigaas. Suni-ai dookh paap kaa naas. ||8||

ਜਿਹੜਾ ਸ਼ਬਦ ਦੀ ਧੁਨ ਇਕਾਗਰ ਮਨ ਹੋ ਕੇ ਸ੍ਰਵਣਨ ਕਰਨਾ ਜਾਣ ਲੈਂਦਾ, ਸ੍ਰਵਣਨ ਕਰਦਾ ਹੈ । ਉਸ ਵਿੱਚ ਦੇਵਤਿਆਂ ਵਾਲੇ ਗੁਣ ਆ ਜਾਂਦੇ ਹਨ । ਉਸ ਨੂੰ ਅੰਤਰ ਗਿਆਨ ਪ੍ਰਾਪਤ ਹੋ ਜਾਂਦਾ ਹੈ । ਉਸ ਦੀ ਮੱਤ, ਹਿਰਦਾ ਅਕਾਸ਼ ਦੀ ਤਰ੍ਹਾਂ ਵਿਸ਼ਾਲ ਅਤੇ ਉਜਲ, ਪਵਿੱਤਰ ਹੋ ਜਾਂਦਾ ਹੈ । ਮਨ ਨੂੰ ਸੰਤੋਖ, ਖਿਮਾ ਦੀ ਕਲਾ ਦਾ ਗਿਆਨ ਹੋ ਜਾਂਦਾ ਹੈ । ਪ੍ਰਭ ਦੀ ਹੋਂਦ ਅਨੁਭਵ ਹੋ ਜਾਂਦੀ, ਡੂੰਘਾਈ ਦਾ ਗਿਆਨ ਬਖਸ਼ਿਸ਼ ਹੋ ਜਾਂਦਾ ਹੈ । ਉਸ ਦੀ ਅਹੰਕਾਰ ਦੀ, ਦੁਖਾਂ ਦੀ ਜੜ੍ਹ ਨਾਸ, ਖਤਮ ਹੋ ਜਾਂਦੀ ਹੈ । ਮਨ ਨੂੰ ਕਾਲਾ ਕਰਨ ਵਾਲਾ ਅਗਿਆਨ, ਮੌਤ ਛੋਹ ਵੀ ਨਹੀਂ ਸਕਦੀ । ਜਿਹੜਾ ਸ਼ਬਦ ਦੀ ਧੁਨ ਇਕਾਗਰ ਚਿਤ ਹੋ ਕੇ ਸ੍ਰਵਣਨ ਕਰਦਾ ਹੈ । ਉਹ ਹਮੇਸ਼ਾਂ ਹੀ ਪ੍ਰਭ ਦੀ ਰਜ਼ਾ ਵਿੱਚ ਅਨੰਦ ਵਿੱਚ ਰਹਿੰਦਾ ਹੈ । ਉਸ ਦੀ ਅਹੰਕਾਰ, ਦੁਖਾਂ ਦੀ ਜੜ੍ਹ ਨਾਸ, ਖਤਮ ਹੋ ਜਾਂਦੀ ਹੈ ।

Whosoever may wholeheartedly listen to the teachings of His Word; with His mercy and grace, he may be blessed with enlightenment, wisdom, virtues like prophets. He may be blessed with overwhelming eternal spiritual enlightenment, the essence of His Word from within. His soul may be sanctified to become worthy of His Considerations. He may be blessed the concept of forgiveness, even evil deeds of others. He may realize His Existence prevailing everywhere. He may be blessed to conquer his own ego; his state of mind may become beyond the reach of any evil thoughts, even the devil of death. Whosoever may remain drenched with essence, the sermons of His Word; with His mercy and grace, he may remain contended and the roots of his ego may be vanished.

ਪੌੜੀ – Pa-orhee 9

ਸੁਣਿਐ ਈਸਰੁ ਬਰਮਾ ਇੰਦੁ॥ ਸੁਣਿਐ ਮੁਖਿ ਸਾਲਾਹਣ ਮੰਦੁ॥
ਸੁਣਿਐ ਜੋਗ ਜੁਗਤਿ ਤਨਿ ਭੇਦ॥ ਸੁਣਿਐ ਸਾਸਤ ਸਿਮ੍ਰਿਤਿ ਵੇਦ॥
ਨਾਨਕ ਭਗਤਾ ਸਦਾ ਵਿਗਾਸੁ॥ ਸੁਣਿਐ ਦੂਖ ਪਾਪ ਕਾ ਨਾਸੁ॥੯॥

Suni-ai eesar barmaa ind. Suni-ai mukh saalaahan mand.
Suni-ai jog jugat tan bhayd. Suni-ai saasat simrit vayd.
Naanak bhagtaa sadaa vigaas. Suni-ai dookh paap kaa naas. ||9||

ਜਿਹੜਾ ਵੀ ਸ਼ਬਦ ਦੀ ਧੁਨ ਨੂੰ ਇਕਾਗਰ ਚਿਤ ਹੋ ਕੇ ਸ੍ਰਵਣਨ ਕਰਨਾ ਜਾਣ ਲੈਂਦਾ ਹੈ । ਉਸ ਵਿੱਚ ਦੇਵਤਿਆਂ (ਈਸਰ, ਬ੍ਰਮਾ, ਇੰਦ੍ਰ) ਵਾਲੇ ਗੁਣ ਬਖਸ਼ਿਸ਼ ਹੋ ਜਾਂਦੇ ਹਨ । ਜੀਭ ਤੋਂ ਪ੍ਰਭ ਦੀ ਪ੍ਰਸੰਨਤਾ ਦੇ ਹੀ ਸ਼ਬਦ ਆਉਂਦੇ ਹਨ, ਉਸ ਨੂੰ ਵਿਰਾਗ, ਗਿਆਨ ਪ੍ਰਾਪਤ ਹੋ ਜਾਂਦਾ ਹੈ । ਦੇਵੀ ਦੇਵਤੇ ਵੀ ਪ੍ਰਭ ਦੀ ਮਹਿਮਾਂ ਦਾ ਸਿਮਰਨ, ਸ੍ਰਵਣਨ ਕਰਦੇ ਹਨ । ਇਕਾਗਰ ਮਨ ਨਾਲ ਸ੍ਰਵਣਨ ਕਰਨ ਨਾਲ ਮਨ ਦਾ ਭਰੋਸਾ ਅਡੋਲ ਹੋ ਜਾਂਦਾ, ਭਰਮ ਦੂਰ ਹੋ ਜਾਂਦੇ ਹਨ । ਉਸ ਨੂੰ ਸ਼ਬਦ ਦੀ ਸੋਝੀ ਬਖਸ਼ਿਸ਼ ਹੋ ਜਾਂਦੀ ਹੈ, ਸਰੀਰ ਦੇ ਜੋੜਾਂ ਦਾ, ਸਰੀਰ ਦੀਆਂ ਵਿਧੀਆਂ ਦਾ ਗਿਆਨ ਪ੍ਰਾਪਤ ਹੋ ਜਾਂਦਾ ਹੈ । ਵੇਦਾਂ, ਸਾਸਤਾਂ ਵਿੱਚ ਲਿਖੇ ਹੋਏ ਗੁਣਾਂ, ਭੇਦਾਂ ਦਾ ਵਰਣਨ ਸਮਝ ਜਾਂਦਾ ਹੈ । ਧਾਰਮਕ ਗੰਥਾਂ ਵਿੱਚ ਲਿਖੇ, ਮਨ ਤੇ ਜਿੱਤ ਪਾਉਣ ਦੇ ਸਾਧਨਾਂ ਦੀ ਜਾਗਰਤੀ ਹੋ ਜਾਂਦੀ ਹੈ । ਉਸ ਨੂੰ ਸੰਤ ਸਰੂਪ ਦੇ ਸਿਮਰਨ ਕਰਨ ਦੀ ਵਿਧੀ ਦਾ ਗਿਆਨ ਅਨੁਭਵ ਹੋ ਜਾਂਦਾ ਹੈ । ਉਹ ਹਮੇਸ਼ਾਂ ਹੀ ਪ੍ਰਭ ਦੀ ਰਜ਼ਾ ਵਿੱਚ ਅਨੰਦ ਮਾਨਦਾ ਹੈ । ਉਸ ਦੀ ਅਹੰਕਾਰ ਦੀ, ਦੁਖਾਂ ਦੀ ਜੜ੍ਹ ਨਾਸ, ਖਤਮ ਹੋ ਜਾਂਦੀ ਹੈ । ਪਹਿਲਾ ਮੰਦੇ ਕੰਮ ਕਰਨ ਵਾਲਾ ਵੀ ਗਿਆਨੀ ਹੋ ਜਾਂਦਾ ਹੈ । ਉਹ ਪੂਜਣ ਯੋਗ ਹੋ ਜਾਂਦਾ ਹੈ ।

Whosoever may wholeheartedly listen to the teachings of His Word! He may be blessed with virtues like prophets, angels. (such as Inder, Brahma, Nanak etc.) His tongue may be blessed with virtues to sing the glory of His Word; he may be blessed with virtues of renunciation. All Blessed Souls, prophets, angels sing His Glory. Whosoever may listen to His Glory, his belief may be re-enforced on the teachings of His Word; all his suspicions may be eliminated. He may be enlightened with the essence of His Word and functions of human body. He may comprehend the meditation techniques described in Holy Scriptures to conquer mind. He may adopt the teachings of His Word with steadsy and stable belief in his day-to-day life. He remains contended with His Blessings. His self-entity and ego may be eradicated from within. Even the evil doers, tyrants may be blessed with good virtues to become worthy of worship.

ਪੌੜੀ – Pa-orhee 10

ਸੁਣਿਐ ਸਤੁ ਸੰਤੋਖੁ ਗਿਆਨੁ॥ ਸੁਣਿਐ ਅਠਸਠਿ ਕਾ ਇਸਨਾਨੁ॥ Suni-ai sat santokh gi-aan. Suni-ai athsath kaa isnaan.
ਸੁਣਿਐ ਪੜਿ ਪੜਿ ਪਾਵਹਿ ਮਾਨੁ॥ ਸੁਣਿਐ ਲਾਗੈ ਸਹਜਿ ਧਿਆਨੁ॥ Suni-ai parh parh paavahi maan. Suni-ai laagai sahj Dhi-aan.
ਨਾਨਕ ਭਗਤਾ ਸਦਾ ਵਿਗਾਸੁ॥ ਸੁਣਿਐ ਦੂਖ ਪਾਪ ਕਾ ਨਾਸੁ॥੧੦॥ Naanak bhagtaa sadaa vigaas. Suni-ai dookh paap kaa naas. ||10||

ਜਿਹੜਾ ਸ਼ਬਦ ਦੀ ਧੁਨ ਨੂੰ ਇਕਾਗਰ ਚਿਤ ਹੋ ਕੇ ਸ੍ਰਵਣਨ ਕਰਨਾ ਜਾਣ ਲੈਂਦਾ ਹੈ । ਉਸ ਨੂੰ ਪ੍ਰਭ ਦੇ ਦਰਬਾਰ ਵਿੱਚ ਪ੍ਰਵਾਨਗੀ ਦੇ ਰਸਤੇ ਵਾਲੇ ਗੁਣਾਂ (ਸਤ, ਸੰਤੋਖ, ਧੀਰਜ) ਦੀ ਸੋਝੀ ਬਖਸ਼ਿਸ਼ ਹੋ ਜਾਂਦੀ ਹੈ । ਉਸ ਦੀ ਆਤਮਾ ਪਵਿੱਤਰ ਹੋ ਜਾਂਦੀ, ਸ਼ਬਦ ਦੀ ਸੋਝੀ ਰੂਪੀ ਤੀਰਥ ਦਾ ਖਜ਼ਾਨਾ ਅਨੁਭਵ, ਬਖਸ਼ਿਸ਼ ਹੋ ਜਾਂਦਾ ਹੈ । ਉਸ ਦਾ ਮਨ ਪ੍ਰਭ ਨਾਲੋ ਦੂਰ ਕਰਨ ਵਾਲੇ ਕੰਮਾਂ ਤੋਂ ਰਹਿਤ ਹੋ ਜਾਂਦਾ, ਮੁਕਤੀ ਦਾ ਰਸਤਾ ਬਖਸ਼ਿਸ਼ ਹੋ ਜਾਂਦੀ ਹੈ । ਉਹ ਪ੍ਰਭ ਦੀ ਹੋਂਦ ਨੂੰ ਅਨੁਭਵ, ਮਰਜ਼ੀ ਨੂੰ ਸਵੀਕਾਰ ਕਰ ਲੈਂਦਾ ਹੈ । ਉਸ ਨੂੰ ਜੀਵਨ ਵਿੱਚ ਸ਼ਾਂਤੀ, ਸੰਤੋਖ, ਧੀਰਜ ਬਖਸ਼ਿਸ਼ ਹੋ ਜਾਂਦਾ ਹੈ । ਮਨ, ਧਿਆਨ ਪ੍ਰਭ ਦੀ ਜੋਤ ਵਿੱਚ ਲੀਨ, ਮਸਤ ਹੋ ਜਾਂਦਾ ਹੈ । ਉਸ ਨੂੰ ਸੰਤ ਸਰੂਪ ਦੇ ਸਿਮਰਨ ਕਰਨ ਦੀ ਵਿਧੀ ਦੀ ਸੋਝੀ ਬਖਸ਼ਿਸ਼ ਹੋ ਜਾਂਦੀ ਹੈ । ਉਹ ਸਦਾ ਹੀ ਪ੍ਰਭ ਦੀ ਰਜ਼ਾ ਵਿੱਚ ਅਨੰਦ ਮਾਨਦਾ ਹੈ । ਉਸ ਦੇ ਮਨ ਵਿਚੋਂ ਅਹੰਕਾਰ ਦੀ, ਦੁਖਾਂ ਦੀ ਜੜ੍ਹ ਨਾਸ, ਖਤਮ ਹੋ ਜਾਂਦੀ ਹੈ ।

Whosoever may comprehend technique to listen whole heartedly the teachings of His Word; he may remain contended with His Blessings. He may meditate and obeys the teachings of His Word with steady and stable belief. His pilgrimage, sanctifying bath at 68 Holy Shrines may be rewarded; his soul may be sanctified to become worthy of His Consideration. He may remain awake and alert from demons of worldly desires. He may be bestowed with His Blessed Vision to realize His Existence prevailing everywhere. He may be blessed with the right path of acceptance in His Court. He may remain intoxicated in meditation with patience and contentment in the void of His Word. His way of life may be transferred as His Blessed soul. He may conquer his ego and remains contended with His Blessings.

ਪੌੜੀ – Pa-orhee 11

ਸੁਣਿਐ ਸਰਾ ਗੁਣਾ ਕੇ ਗਾਹ॥ ਸੁਣਿਐ ਸੇਖ ਪੀਰ ਪਾਤਿਸਾਹ॥ Suni-ai saraa gunaa kay gaah. Suni-ai saykh peer paatisaah.
ਸੁਣਿਐ ਅੰਧੇ ਪਾਵਹਿ ਰਾਹੁ॥ ਸੁਣਿਐ ਹਾਥ ਹੋਵੈ ਅਸਗਾਹੁ॥ Suni-ai anDhay paavahi raahu. Suni-ai haath hovai asgaahu.
ਨਾਨਕ ਭਗਤਾ ਸਦਾ ਵਿਗਾਸੁ॥ ਸੁਣਿਐ ਦੂਖ ਪਾਪ ਕਾ ਨਾਸੁ॥੧੧॥ Naanak bhagtaa sadaa vigaas. Suni-ai dookh paap kaa naas. ||11||

ਜਿਹੜਾ ਵੀ ਸ਼ਬਦ ਦੀ ਧੁਨ ਨੂੰ ਇਕਾਗਰ ਚਿਤ ਹੋ ਕੇ ਸ੍ਰਵਣਨ ਕਰਨਾ ਜਾਣ ਲੈਂਦਾ ਹੈ । ਉਸ ਦੀ ਆਤਮਾ ਨੂੰ ਪ੍ਰਭ ਦੇ ਗੁਣਾਂ ਦੇ ਸਰੋਵਰ ਦੀ ਸੋਝੀ ਬਖਸ਼ਿਸ਼ ਹੋ ਜਾਂਦੀ ਹੈ । ਉਹ ਪ੍ਰਭ ਦੀ ਹੋਂਦ ਨੂੰ ਅਨੁਭਵ ਕਰ ਲੈਂਦਾ ਹੈ । ਉਸ ਦੀ ਆਤਮਾ ਜਨਮ, ਮਰਨ ਦੀ ਪੀੜ ਤੋਂ ਰਹਿਤ ਹੋ ਜਾਂਦੀ ਹੈ । ਅਗਿਆਨੀ ਵੀ ਗਿਆਨ ਦਾ ਰਸਤਾ ਗ੍ਰਹਿਣ ਕਰ ਲੈਂਦਾ, ਮਨ ਵਿਚੋਂ ਅਹੰਕਾਰ ਖਤਮ ਕਰਕੇ ਸਿਮਰਨ ਦੇ ਰਸਤੇ ਤੇ ਅਡੋਲ ਹੋ ਜਾਂਦਾ ਹੈ । ਉਸ ਨੂੰ ਬੇਅੰਤ ਗਿਆਨ ਵਾਲੇ ਪ੍ਰਭ ਦੇ ਕਈ ਗੁਣਾਂ ਦੀ ਸੋਝੀ ਬਖਸ਼ਿਸ਼ ਹੋ ਜਾਂਦੀ ਹੈ । ਉਸ ਨੂੰ ਸੰਤ ਸਰੂਪ ਦੇ ਸਿਮਰਨ ਕਰਨ ਦੀ ਵਿਧੀ ਦਾ ਗਿਆਨ ਹੋ ਜਾਂਦਾ ਹੈ । ਉਹ ਹਮੇਸ਼ਾਂ ਹੀ ਪ੍ਰਭ ਦੀ ਰਜ਼ਾ ਵਿੱਚ ਅਨੰਦ ਮਾਨਦਾ ਹੈ । ਉਸ ਦੀ ਅਹੰਕਾਰ ਦੀ, ਦੁਖਾਂ ਦੀ ਜੜ੍ਹ ਨਾਸ, ਖਤਮ ਹੋ ਜਾਂਦੀ ਹੈ ।

Whosoever may comprehend to listen wholeheartedly the message of His Word. He may be blessed with the treasures of enlightenment of the essence of His Word; with His mercy and grace, his cycle of birth and death may be eliminated. He may remain intoxicated in meditation in the void of His Word. Even the evil doer may adopt the teachings of His Word with steady and stable belief; with His mercy and grace, he may conquer his ego, false pride. He may be bestowed with unlimited treasures of His Virtues. He may comprehend the techniques of meditation like His blessed Soul. He may remain contended with His Blessings.

Key Message of Japji Sahib Pa-orhee 8, 9, 10, 11
'ਸ਼ਬਦ ਦੀ ਸਿਖਿਆਂ ਸੁਣਨ ਕੇ ਜੀਵਨ ਢਾਲਣ ਦੀ ਮਹੱਤਤਾ!
ਮਨ ਨੂੰ ਸੰਤੋਖ, ਖਿਮਾ ਦੀ ਕਲਾ ਦਾ ਗਿਆਨ, ਜਾਗਰਤੀ, ਭਰਮ ਦੂਰ ਹੋ ਜਾਂਦੇ ਹਨ । ਜੀਵ ਦੀ ਆਤਮਾ, ਸ਼ਾਂਤੀ, ਸੰਤੋਖ, ਧੀਰਜ ਧਾਰਨ ਕਰਦੀ ਹੈ । ਅਗਿਆਨੀ ਵੀ ਸ਼ਬਦ ਦਾ ਰਸਤਾ ਗ੍ਰਹਿਣ ਕਰ ਲੈਂਦੇ ਹਨ । ਉਸ ਦੀ ਅਹੰਕਾਰ ਦੀ, ਦੁਖਾਂ ਦੀ ਜੜ੍ਹ ਨਾਸ਼, ਖਤਮ ਹੋ ਜਾਂਦੀ ਹੈ ।
Significance of comprehending and adopting the essence of His Word!
Whosoever may adopt the concept of forgiveness and contentment; all his suspicions may be eliminated. He may adopt His Word with patience, peace of mind and contentment. Even self-minded may conquer his ego and adopts the teachings of His Word; with His mercy and grace, the roots of his ego and falsehood may be eliminated.

10. ਸ਼ਬਦ ਦੀ ਸਿਖਿਆਂ ਮੰਨ ਕੇ ਜੀਵਨ ਢਾਲਣ ਦੀ ਮਹੱਤਤਾ!

ਪੌੜੀ – Pa-orhee 12

ਮੰਨੇ ਕੀ ਗਤਿ ਕਹੀ ਨ ਜਾਇ॥ ਜੇ ਕੋ ਕਹੈ ਪਿਛੈ ਪਛੁਤਾਇ॥ Mannay kee gat kahee na jaa-ay. Jay ko kahai pichhai pachhutaa-ay.
ਕਾਗਦਿ ਕਲਮ ਨ ਲਿਖਣਹਾਰੁ॥ ਮੰਨੇ ਕਾ ਬਹਿ ਕਰਨਿ ਵੀਚਾਰੁ॥ Kaagad kalam na likhanhaar. Mannay kaa bahi karan veechaar.
ਐਸਾ ਨਾਮੁ ਨਿਰੰਜਨੁ ਹੋਇ॥ ਜੇ ਕੋ ਮੰਨਿ ਜਾਣੈ ਮਨਿ ਕੋਇ॥੧੨॥ Aisaa naam niranjan ho-ay. Jay ko man jaanai man ko-ay. ||12||

ਜਿਹੜਾ ਸ਼ਰਧਾ ਨਾਲ ਭਰੋਸਾ ਅਡੋਲ ਰਖਕੇ ਸ਼ਬਦ ਦੀ ਸਿਖਿਆਂ ਨਾਲ ਜੀਵਨ ਢਾਲਦਾ ਹੈ । ਉਸ ਜੀਵ ਨੂੰ ਕੀ ਬਖਸ਼ਿਸ਼ ਹੋ ਸਕਦਾ ਹੈ? ਉਸ ਦੇ ਮਨ ਦੀਆਂ ਮੁਰਾਦਾਂ, ਹਾਲਤ ਕਿਸਤਰ੍ਹਾਂ ਦੀ ਹੁੰਦੀ ਹੈ? ਇਹ ਕੋਈ ਵੀ ਪੂਰਨ ਤਰ੍ਹਾਂ ਵਰਣਨ ਨਹੀਂ ਕਰ ਸਕਦਾ । **ਇਥੇ ਤਾ ਯਾਤਰਾ ਅਰੰਭ ਹੀ ਹੁੰਦੀ ਹੈ**! ਜਿਸ ਨੂੰ ਸ਼ਬਦ ਦੀ ਸੋਝੀ ਬਖਸ਼ਿਸ਼ ਹੋ ਜਾਂਦੀ ਹੈ, ਕੇਵਲ ਉਹ ਹੀ ਪੂਰਨ ਤਰ੍ਹਾਂ ਵਰਣਨ ਕਰ ਸਕਦਾ ਹੈ! ਉਸ ਨੂੰ ਸੋਝੀ ਬਖਸ਼ਿਸ਼ ਹੋ ਜਾਂਦੀ ਹੈ, ਬੁਹਤ ਕੁਝ ਵਰਣਨ ਕੀਤਾ ਹੈ ਅਤੇ ਬੁਹਤ ਕੁਝ ਵਰਣਨ ਕਰਨ ਵਾਲਾ ਬਾਕੀ ਹੈ । ਉਸ ਨੂੰ ਆਪਣੀ ਸੋਚ ਤੇ ਉਦਾਸੀ, ਨਰਾਜ਼ਗੀ, ਪਛਤਾਵਾ ਹੀ ਹੁੰਦਾ ਹੈ । ਪ੍ਰਭ ਦੇ ਦਾਸ ਦੀ ਮਰਯਾਦਾ, ਹਾਲਤ ਨੂੰ ਪੂਰਨ ਤਰ੍ਹਾਂ ਵਰਣਨ ਨਹੀਂ ਕੀਤਾ ਜਾ ਸਕਦਾ । ਉਸ ਦਾ ਪੂਰਨ ਵਖਿਆਣ ਲਿਖਣ ਲਈ ਇਤਨਾ ਕਾਗਜ਼, ਕਲਮ ਹੀ ਨਹੀਂ ਬਣੇ, ਨਾ ਹੀ ਕੋਈ ਇਤਨੇ ਗਿਆਨ ਵਾਲਾ ਲਿਖਾਰੀ, ਵਿਦਵਾਨ ਹੀ ਪੈਦਾ ਹੋਇਆ ਹੈ । ਜਿਸ ਦੀ ਆਤਮਾ ਇਕਾਗਰ ਹੋ ਜਾਂਦੀ ਹੈ, ਉਸ ਤੇ ਪ੍ਰਭ ਦੀ ਰਹਿਮਤ ਦੀ ਨਜ਼ਰ ਬਖਸ਼ਿਸ਼ ਹੋ ਜਾਂਦੀ, ਪ੍ਰਵਾਨਗੀ ਦਾ ਰਸਤਾ ਬਖਸ਼ਿਸ਼ ਹੋ ਜਾਂਦਾ ਹੈ । ਉਹ ਸੰਤ ਸੰਗਤ ਵਿੱਚ ਬੈਠਕੇ ਸ਼ਬਦ, ਮਰਯਾਦਾਂ ਦੀ ਚਰਚਾ, ਸਿਮਰਨ ਕਰਦਾ ਹੈ । ਜਿਤਨੀ ਕਿਸੇ ਨੂੰ ਸੋਝੀ ਬਖਸ਼ਿਸ਼ ਹੁੰਦੀ ਹੈ, ਉਤਨਾਂ ਹੀ ਵਿਚਾਰ ਕਰਦਾ ਹੈ । ਅਟਲ

ਗੁਰੂ ਨਾਨਕ ਦੇਵ ਜੀ! – Guru Nanak Dev Ji! Guru Granth Sahib

ਅਦੁੱਤੀ ਬ੍ਰਹਮਾ ਦਾ ਸ਼ਬਦ ਪਹਿਲੇ ਵੀ, ਹੁਣ ਵੀ, ਭਵਿੱਖ ਵਿੱਚ ਵੀ ਇਸਤਰ੍ਹਾਂ ਹੀ ਰਹਿੰਦਾ ਹੈ । ਜਿਹੜਾ ਸ਼ਰਧਾ ਨਾਲ ਪ੍ਰਭ ਦੇ ਸ਼ਬਦ ਨੂੰ ਅਟਲ ਸਮਝਕੇ ਪ੍ਰਵਾਨ ਕਰ ਲੈਂਦਾ ਹੈ, ਉਸ ਨੂੰ ਪ੍ਰਭ ਦੀ ਹੋਂਦ ਅਨੁਭਵ ਹੋ ਜਾਂਦੀ ਹੈ, ਉਸ ਦੀ ਬਖਸ਼ਿਸ਼ ਹੋ ਜਾਂਦੀ ਹੈ ।

Whosoever may adopt the teachings of His Word with steady and stable belief in his day-to-day life. What may he be blessed in his human life? What may be his desires, state of mind? No one may fully comprehend. This may be the start of **marathon of spiritual** journey. As he explains His Virtues, Glory; he may realize, he has explained quite a bit and much depth need to be comprehended. He may be disappointed and repents for his shallow comprehension of such a vast treasure. No one with such a state of mind has ever born nor enough paper or ink to write complete glory of His Word, His Nature. Whosoever may remain intoxicated in the void of His Word; he may be bestowed with His Blessed Vision, the right path of acceptance in His Court. He may associate in the conjugation of His Holy saint, sings, and shares his experience, blessings with others. More he may share, deeper the comprehension enlightenment may be blessed. The True Master, His Word was same before His Creation, still in present and will remain unchanged in future; forever. Whosoever may adopt the teachings of His Word with steady and stable belief in his day-to-day life; he may realize His Existence prevailing everywhere.

ਪੌੜੀ – Pa-orhee 13

ਮੰਨੈ ਸੁਰਤਿ ਹੋਵੈ ਮਨਿ ਬੁਧਿ॥ ਮੰਨੈ ਸਗਲ ਭਵਣ ਕੀ ਸੁਧਿ॥	Mannai surat hovai man buDh. Mannai sagal bhavan kee suDh.
ਮੰਨੈ ਮੁਹਿ ਚੋਟਾ ਨਾ ਖਾਇ॥ ਮੰਨੈ ਜਮ ਕੈ ਸਾਥਿ ਨ ਜਾਇ॥	Mannai muhi chotaa naa khaa-ay. Mannai jam kai saath na jaa-ay.
ਐਸਾ ਨਾਮੁ ਨਿਰੰਜਨੁ ਹੋਇ॥ ਜੇ ਕੋ ਮੰਨਿ ਜਾਣੈ ਮਨਿ ਕੋਇ॥੧੩॥	Aisaa naam niranjan ho-ay. Jay ko man jaanai man ko-ay. ||13||

ਜਿਹੜਾ ਪ੍ਰਭ ਦੇ ਸ਼ਬਦ ਨੂੰ ਅਟਲ ਮੰਨਕੇ, ਸ਼ਰਧਾ ਨਾਲ ਭਰੋਸਾ ਅਡੋਲ ਰਖਕੇ ਆਪਣਾ ਜੀਵਨ ਢਾਲਦਾ ਹੈ । ਉਸ ਦੀ ਆਤਮਾ, ਮਨ, ਬੁੱਧੀ ਜਾਗਰਤੀ, ਧੀਰਜ, ਸੰਤੋਖ ਬਖਸ਼ਿਸ਼ ਹੋ ਜਾਂਦੀ ਹੈ । ਪ੍ਰਭ ਦੇ ਪ੍ਰਵਾਨਗੀ ਦੇ ਰਸਤੇ, ਗੁਣਾਂ ਦੇ ਭੰਡਾਰ ਦਾ ਗਿਆਨ ਬਖਸ਼ਿਸ਼ ਹੋ ਜਾਂਦਾ ਹੈ । ਉਸ ਦਾ ਮਨ ਸੰਸਾਰਕ ਥੋੜ੍ਹਾ ਸਮਾਂ ਅਨੰਦ ਦੇਣ ਵਾਲੀਆਂ ਇਛਾਂ ਤੋਂ ਰਹਿਤ ਹੋ ਜਾਂਦਾ ਹੈ । ਉਸ ਦੇ ਮਨ ਤੇ ਕੁਝ ਮਿਲਣ ਜਾ ਖੋਅ ਜਾਣ ਦਾ ਕੋਈ ਦੁਖ ਮਹਿਸੂਸ ਨਹੀਂ ਹੁੰਦਾ । ਉਹ ਪ੍ਰਭ ਦੀ ਰਜ਼ਾ, ਬਖਸ਼ਿਸ਼ ਵਿੱਚ ਅਨੰਦ ਮਾਨਦਾ ਹੈ । ਉਹ ਮੌਕੇ ਦੇ ਅਨੁਸਾਰ, ਬਦਲਦਾ ਨਹੀਂ, ਭਾਣੇ ਵਿੱਚ ਹੀ ਪ੍ਰਸੰਨ ਰਹਿੰਦਾ ਹੈ । ਮੌਤ ਦਾ ਡਰ ਖਤਮ, ਮੁਕਤ ਹੋ ਜਾਂਦਾ ਹੈ । ਸ੍ਰਿਜਨਹਾਰ ਦਾ ਸ਼ਬਦ ਪਹਿਲੇ, ਹੁਣ ਵੀ, ਭਵਿੱਖ ਵਿੱਚ ਵੀ ਅਟਲ ਹੀ ਰਹਿੰਦਾ ਹੈ । ਜਿਸ ਤੇ ਰਹਿਮਤ ਦੀ ਨਜ਼ਰ ਬਖਸ਼ਦਾ, ਉਸ ਨੂੰ ਪ੍ਰਭ ਦੀ ਹੋਂਦ ਅਨੁਭਵ ਹੋ ਜਾਂਦਾ ਹੈ ।

Whosoever may adopt the teachings of His Word with steady and stable belief in his day-to-day life; with His mercy and grace, he may be blessed with devotion and treasures of enlightenment of the essence of His Word. He may be blessed with patience, contentment, and compassion with His Blessings. He may realize His Holy Spirt prevailing everywhere. His state of mind may remain beyond the influence of any profit, loss or short-lived comforts, pleasure of worldly wealth, desires. He remains contended with His Blessings; he may never divert from the right path of acceptance in His Court with short-lived gimmicks of sweet poison of worldly wealth; with His mercy and grace, his fear of death may be eliminated. The essence of His Word remains unchanged forever from generations to generations. Whosoever may be bestowed with His Blessed Vision, he may realize His Holy Spirit prevailing everywhere.

ਪੌੜੀ – Pa-orhee 14

ਮੰਨੈ ਮਾਰਗਿ ਠਾਕ ਨ ਪਾਇ॥ ਮੰਨੈ ਪਤਿ ਸਿਉ ਪਰਗਟੁ ਜਾਇ॥	Mannai maarag thaak na paa-ay. Mannai pat si-o pargat jaa-ay.
ਮੰਨੈ ਮਗੁ ਨ ਚਲੈ ਪੰਥੁ॥ ਮੰਨੈ ਧਰਮ ਸੇਤੀ ਸਨਬੰਧੁ॥	Mannai mag na chalai panth. Mannai Dharam saytee san-banDh.
ਐਸਾ ਨਾਮੁ ਨਿਰੰਜਨੁ ਹੋਇ॥ ਜੇ ਕੋ ਮੰਨਿ ਜਾਣੈ ਮਨਿ ਕੋਇ॥੧੪॥	Aisaa naam niranjan ho-ay. Jay ko man jaanai man ko-ay. ||14||

ਜਿਹੜਾ ਸ਼ਰਧਾ ਨਾਲ ਭਰੋਸਾ ਅਡੋਲ ਰਖਕੇ ਪ੍ਰਭ ਦੇ ਸ਼ਬਦ ਨੂੰ ਅਟਲ ਮੰਨਕੇ ਆਪਣਾ ਜੀਵਨ ਢਾਲਦਾ ਹੈ । ਉਸ ਨੂੰ ਪ੍ਰਭ ਦੀ ਬੰਦਗੀ ਦੇ ਰਸਤੇ ਤੇ ਜਾਣ ਵਿੱਚ ਕਿਸੇ ਕਿਸਮ ਦੀ ਰੋਕ ਨਹੀਂ ਆਉਂਦੀ । (ਕਾਮ, ਕਰੋਧ, ਅਹੰਕਾਰ, ਮੋਹ ਦੀਆਂ ਰੁਕਾਵਟਾਂ ਨਹੀਂ ਆਉਂਦੀਆਂ) ਉਸ ਨੂੰ ਅਸਲੀ ਮਾਲਕ ਦੀ ਹੋਂਦ ਅਨੁਭਵ ਹੋ ਜਾਂਦੀ ਹੈ । ਉਸ ਦਾ ਮਾਨਸ ਜਨਮ ਸਫਲ ਹੋ ਜਾਂਦਾ, ਮੁਕਤੀ ਬਖਸ਼ਿਸ਼ ਹੋ ਜਾਂਦੀ ਹੈ । ਉਹ ਜਮਦੂਤਾਂ ਵਾਲੇ ਕੰਮ ਨਹੀਂ ਕਰਦਾ, ਜਮ ਦੇ ਕਾਬੂ ਵਿੱਚ ਨਹੀਂ ਹੁੰਦਾ । ਉਹ ਜਨਮ ਮਰਨ ਦੇ ਚੱਕਰ ਤੋਂ ਰਹਿਤ ਹੋ ਜਾਂਦਾ ਹੈ । ਉਸ ਦਾ ਧਰਮਰਾਜ ਨਾਲ (ਸੇਤੀ) ਸੰਬਧ ਹੋ ਜਾਂਦਾ ਹੈ । ਉਸ ਨੂੰ ਧਾਰਮਕ ਗੁਣ (ਸਤਿ, ਸੰਤੋਖ, ਦਇਆ) ਪ੍ਰਾਪਤ ਹੋ ਜਾਂਦੇ ਹਨ । ਸ੍ਰਿਜਨਹਾਰ ਦਾ ਸ਼ਬਦ ਪਹਿਲੇ ਵੀ, ਹੁਣ ਵੀ, ਭਵਿੱਖ ਵਿੱਚ ਵੀ ਇਸਤਰ੍ਹਾਂ ਹੀ ਰਹਿੰਦਾ ਹੈ । ਜਿਹੜਾ ਸ਼ਰਧਾ ਨਾਲ ਪ੍ਰਭ ਦੇ ਸ਼ਬਦ ਨੂੰ ਅਟਲ ਮੰਨ ਲੈਂਦਾ ਹੈ । ਉਸ ਨੂੰ ਪ੍ਰਭ ਦੀ ਹੋਂਦ ਅਨੁਭਵ ਅਨੁਭਵ ਹੋ ਜਾਂਦੀ, ਬਖਸ਼ਿਸ਼ ਹੋ ਜਾਂਦੀ ਹੈ ।

Whosoever may adopt the teachings of His Word with steady and stable belief in his day-to-day life; with His mercy and grace, he may be blessed with the right path of meditation and conquers worldly desires, attachments. He may realize His Existence and the real purpose of human life; he may be blessed with salvation. He may not perform evil deeds and his cycle of birth and death may be eliminated. He may re-enforce his bonds with The Righteous Judge; he may be blessed with three virtues, patience, contentment, and compassion for less fortunate. His Word remains unchanged from generations to generations. Whosoever may adopt the teachings of His Word with steady and stable belief; with His mercy and grace, he may realize His Existence.

ਪੌੜੀ – Pa-orhee 15

ਮੰਨੈ ਪਾਵਹਿ ਮੋਖੁ ਦੁਆਰੁ॥ ਮੰਨੈ ਪਰਵਾਰੈ ਸਾਧਾਰੁ॥	Mannai paavahi mokh du-aar. Mannai parvaarai saaDhaar.
ਮੰਨੈ ਤਰੈ ਤਾਰੇ ਗੁਰੁ ਸਿਖ॥ ਮੰਨੈ ਨਾਨਕ ਭਵਹਿ ਨ ਭਿਖ॥	Mannai tarai taaray gur sikh. Mannai naanak bhavahi na bhikh.
ਐਸਾ ਨਾਮੁ ਨਿਰੰਜਨੁ ਹੋਇ॥ ਜੇ ਕੋ ਮੰਨਿ ਜਾਣੈ ਮਨਿ ਕੋਇ॥੧੫॥	Aisaa naam niranjan ho-ay. Jay ko man jaanai man ko-ay. ||15||

ਜਿਹੜੇ ਜੀਵ ਸ਼ਰਧਾ ਨਾਲ ਭਰੋਸਾ ਅਡੋਲ ਕਰ ਕੇ ਪ੍ਰਭ ਦੀ ਮਰਜ਼ੀ ਨੂੰ ਸਵੀਕਾਰ ਕਰਦੇ ਹਨ । ਉਹਨਾਂ ਨੂੰ ਮੁਕਤੀ ਦਾ ਰਸਤਾ, ਉਸ ਦੇ ਘਰ, ਉਸ ਦੀ ਹੋਂਦ ਅਨੁਭਵ ਹੋ ਜਾਂਦੀ ਹੈ । ਉਹ ਆਪ ਵੀ ਭਗਤੀ ਕਰਦਾ, ਤਰ ਜਾਂਦਾ, ਆਪਣੇ ਸਾਥੀਆਂ ਨੂੰ ਵੀ ਸ਼ਬਦ ਦੇ ਲੜ ਲਾ ਜਾਂਦਾ ਹੈ । ਉਹਨਾਂ ਨੂੰ ਭਵਿੱਖ ਵਿੱਚ ਵੱਖਰੀਆਂ ਜੂੰਨਾਂ ਵਿੱਚ ਭਉਣਾ ਨਹੀਂ ਪੈਂਦਾ, ਮੁਕਤ ਹੋ ਜਾਂਦੇ ਹਨ । ਸ੍ਰਿਜਨਹਾਰ ਦਾ ਸ਼ਬਦ, ਪਹਿਲੇ ਵੀ, ਹੁਣ ਵੀ, ਭਵਿੱਖ ਵਿੱਚ ਵੀ ਅਟਲ ਹੀ ਰਹਿੰਦਾ ਹੈ । ਜਿਹੜਾ ਸ਼ਰਧਾ ਨਾਲ ਭਰੋਸਾ ਅਡੋਲ ਰਖਕੇ ਮਰਜ਼ੀ ਨੂੰ ਸਿਰ ਮੱਥੇ ਤੇ ਮੰਨਦਾ ਹੈ । ਉਸ ਨੂੰ ਪ੍ਰਭ ਦੀ ਹੋਂਦ ਅਨੁਭਵ ਹੋ ਜਾਂਦੀ ਹੈ ।

Whosoever may adopt the teachings of His Word with steady and stable belief in his day-to-day life; with His mercy and grace, he may be blessed with the right path of acceptance in His Court, salvation. He may realize His Existence, His Holy

Spirit prevailing everywhere. He may remain steady and stable on the right path of acceptance in His Court, Salvation. He may inspire his family and associates to adopt and to remain on the right path of acceptance in His Court; his cycle of birth and death may be eliminated. His Existence remains unchanged before the creation and after the destruction of universe. Whosoever may adopt the teachings of His Word with steady and stable belief in his day-to-day life; with His mercy and grace, he may realize His Existence.

Key Message of Japji Sahib Pa-orhee 12, 13, 14, 15
'ਸ਼ਬਦ ਦੀ ਸਿਖਿਆਂ ਮੰਨ ਕੇ ਜੀਵਨ ਢਾਲਣ ਦੀ ਮਹੱਤਤਾ!
ਜਿਹੜਾ ਸ਼ਰਧਾ ਨਾਲ ਭਰੋਸਾ ਅਡੋਲ ਕਰਕੇ ਉਸ ਦੀ ਮਰਜ਼ੀ ਨੂੰ ਸਵੀਕਾਰ ਕਰਦਾ ਹੈ । ਉਹਨਾਂ ਦੀ ਆਤਮਾ ਦੀ ਬੁੱਧੀ ਜਾਗਰਤ, ਸਤਿ, ਸੰਤੋਖ, ਦਇਆ, ਧੀਰਜ, ਬਖਸ਼ਿਸ਼ ਹੋ ਜਾਂਦਾ ਹੈ । ਉਹ ਸੰਸਾਰ ਦੀਆਂ ਮਿਟ ਜਾਣ ਵਾਲੀਆਂ ਇਛਾਂ ਦੇ ਪ੍ਰਭਾਵ ਤੋਂ ਰਹਿਤ ਹੋ ਜਾਂਦੇ ਹਨ । ਕੁਝ ਮਿਲਣ ਜਾਂ ਖੋਂਅ ਜਾਣ ਦਾ ਕੋਈ ਅੰਤਰ ਮਹਿਸੂਸ ਨਹੀਂ ਹੁੰਦਾ । ਉਹ ਆਪ ਸ਼ਬਦ ਦੀ ਸਿਖਿਆਂ ਨਾਲ ਜੀਵਨ ਢਾਲਦਾ ਹੈ, ਸਾਥੀਆ ਨੂੰ ਵੀ ਪ੍ਰੇਰਨਾ ਕਰਦਾ ਹੈ ।
Significance of accepting and adopting His Word, as an Ultimate Command!
Whosoever may adopt the teachings of His Word in his life with steady and stable belief in his day-to-day life. He may be blessed with patience, contentment, self-control and compassion, forgiveness for less fortunate. His state of mind remains beyond the influence of short-lived worldly pleasures, desires; or any worldly profit or loss. He adopts the right path of acceptance in His Court and inspires others to adopt the teachings of His Word.

11. ਪੰਉੜੀ – Pa-orhee 16

ਪੰਚ ਪਰਵਾਣ ਪੰਚ ਪਰਧਾਨੁ॥ ਪੰਚੇ ਪਾਵਹਿ ਦਰਗਹਿ ਮਾਨੁ॥
ਪੰਚੇ ਸੋਹਹਿ ਦਰਿ ਰਾਜਾਨੁ॥ ਪੰਚਾ ਕਾ ਗੁਰੁ ਏਕੁ ਧਿਆਨੁ॥
ਜੇ ਕੋ ਕਹੈ ਕਰੈ ਵੀਚਾਰੁ॥ ਕਰਤੇ ਕੈ ਕਰਣੈ ਨਾਹੀ ਸੁਮਾਰੁ॥
ਧੌਲੁ ਧਰਮੁ ਦਇਆ ਕਾ ਪੂਤੁ॥ ਸੰਤੋਖੁ ਥਾਪਿ ਰਖਿਆ ਜਿਨਿ ਸੂਤਿ॥
ਜੇ ਕੋ ਬੁਝੈ ਹੋਵੈ ਸਚਿਆਰੁ॥ ਧਵਲੈ ਉਪਰਿ ਕੇਤਾ ਭਾਰੁ॥
ਧਰਤੀ ਹੋਰੁ ਪਰੈ ਹੋਰੁ ਹੋਰ॥ ਤਿਸ ਤੇ ਭਾਰੁ ਤਲੈ ਕਵਣੁ ਜੋਰੁ॥
ਜੀਅ ਜਾਤਿ ਰੰਗਾ ਕੇ ਨਾਵ॥ ਸਭਨਾ ਲਿਖਿਆ ਵੁੜੀ ਕਲਾਮ॥
ਏਹੁ ਲੇਖਾ ਲਿਖਿ ਜਾਣੈ ਕੋਇ॥ ਲੇਖਾ ਲਿਖਿਆ ਕੇਤਾ ਹੋਇ॥
ਕੇਤਾ ਤਾਣੁ ਸੁਆਲਿਹੁ ਰੂਪੁ॥ ਕੇਤੀ ਦਾਤਿ ਜਾਣੈ ਕੌਣੁ ਕੂਤੁ॥
ਕੀਤਾ ਪਸਾਉ ਏਕੋ ਕਵਾਉ॥ ਤਿਸ ਤੇ ਹੋਏ ਲਖ ਦਰੀਆਉ॥
ਕੁਦਰਤਿ ਕਵਣ ਕਹਾ ਵੀਚਾਰੁ॥ ਵਾਰਿਆ ਨ ਜਾਵਾ ਏਕ ਵਾਰ॥
ਜੋ ਤੁਧੁ ਭਾਵੈ ਸਾਈ ਭਲੀ ਕਾਰ॥ ਤੂ ਸਦਾ ਸਲਾਮਤਿ ਨਿਰੰਕਾਰ॥੧੬॥

Panch parvaan panch parDhaan. Panchay paavahi dargahi maan.
Panchay sohahi dar raajaan. Panchaa kaa gur ayk Dhi-aan.
Jay ko kahai karai veechaar. Kartay kai karnai naahee sumaar.
Dhoul Dharam da-i-aa kaa poot. Santokh thaap rakhi-aa jin soot.
Jay ko bujhai hovai sachiaar. Dhavlai upar kaytaa bhaar.
Dhartee hor parai hor hor. Tis tay bhaar talai kavan jor.
Jee-a jaat rangaa kay naav. Sabhnaa likhi-aa vurhee kalaam.
Ayhu laykhaa likh jaanai ko-ay. Laykhaa likhi-aa kaytaa ho-ay.
Kaytaa taan su-aalihu roop. Kaytee daat jaanai koun koot.
Keetaa pasaa-o ayko kavaa-o. Tis tay ho-ay lakh daree-aa-o.
Kudrat kavan kahaa veechaar. Vaari-aa na jaavaa ayk vaar.
Jo tuDh bhaavai saa-ee bhalee kaar. Too sadaa salaamat nirankaar. ||16||

ਉਹ ਅਕਾਲ ਪੁਰਖ (ਪੰਚ), ਮੂਰਤੀਕਾਰ, ਸ੍ਰਿਜਨਹਾਰ ਆਪ ਹੀ ਆਪਣੀ ਬਣਾਈ ਹੋਈ ਮੂਰਤੀ ਵਿੱਚ ਪ੍ਰਵੇਸ਼ ਕਰਦਾ ਹੈ । ਸਾਰਿਆਂ ਤੋਂ ਵਡਾ, ਸਾਰਿਆਂ ਦਾ ਮੁਖੀ (ਪਰਧਾਨ) ਹੈ, ਕਿਸੇ ਦੇ ਹੁਕਮ ਅੰਦਰ ਨਹੀਂ ਹੁੰਦਾ । ਪ੍ਰਭ ਪੰਜਾਂ ਇੰਦ੍ਰੀਆਂ ਨਾਲ ਹਰ ਵਸਤੂ ਦਾ ਗਿਆਨ (ਮਾਣੁ), ਪਾਉਂਦਾ ਹੈ । ਉਹ ਪੰਜਾਂ ਇੰਦ੍ਰੀਆਂ ਨੂੰ ਭਟਕਣ ਤੋਂ ਰੋਕਦਾ ਹੈ । ਇਹ ਇੰਦ੍ਰੀਆਂ ਤਾ ਦਰਵਾਜੇ ਹਨ, ਜਦੋਂ ਵੱਖਰੇ ਵੱਖਰੇ ਕੰਮ ਕਰਨ, ਤਾ ਇਹ ਹੀ ਭਟਕਣ ਦੇ ਰਸਤੇ ਬਣ ਜਾਂਦੇ ਹਨ । ਪ੍ਰਭ ਪੰਜਾਂ ਗਿਆਨ ਇੰਦ੍ਰੀਆਂ ਅੰਦਰ (ਦਰਿ) ਸੋਭਦਾ ਹੈ । ਇਹ ਉਸ ਦੇ ਹੁਕਮ ਅਦੰਰ ਚਲ ਰਹੀਆਂ ਹਨ । **ਮਨ ਦਾ ਧਿਆਨ**, ਚੇਤਨਾ ਹੀ ਪੰਜਾਂ ਗਿਆਨ ਇੰਦ੍ਰੀਆਂ ਦਾ ਗੁਰੂ, ਪ੍ਰਭ ਦਾ ਸਰੂਪ ਹੈ । ਜਿਤਨਾ ਚਿਰ ਕਿਸੇ ਇੰਦ੍ਰੀ ਦੇ ਕੰਮ ਵਿੱਚ ਧਿਆਨ ਨਹੀਂ ਲਾਇਆ ਜਾਂਦਾ, ਇੰਦ੍ਰੀ ਕੇਵਲ ਦਰਵਾਜੇ ਦਾ ਕੰਮ ਹੀ ਕਰਦੀ ਹੈ । ਜਿਹੜਾ ਦਾਵਾ ਕਰਦਾ ਹੈ, ਪੂਰਨ ਤਰ੍ਹਾਂ ਮਨ ਦੀ ਅਵਸਥਾ ਦਾ ਵਰਣਨ ਕਰ ਸਕਦਾ, ਉਹ ਅਹੰਕਾਰੀ ਹੁੰਦਾ ਹੈ । ਪ੍ਰਭ ਦੇ ਕਰਤਬਾਂ ਦਾ ਕੋਈ ਅੰਤ ਨਹੀਂ, ਪੂਰਨ ਤਰ੍ਹਾਂ ਤੇ ਜਾਣੇ ਨਹੀਂ ਜਾ ਸਕਦੇ । ਸ੍ਰਿਸ਼ਟੀ ਪ੍ਰਭ ਦੇ ਬਣਾਏ ਹੋਏ ਨਿਯਮਾਂ (ਧਰਮ) ਦੇ ਧੁਰੇ (ਧੌਲ) ਅਨੁਸਾਰ ਚਲਦੀ ਹੈ ।

ਪ੍ਰਭ ਦਾ ਧਰਮ ਹੈ! ਜੀਵ ਦਇਆ ਦਾ ਪਾਤਰ ਹੋਵੇ । **ਜਿਹੜਾ ਦਇਆ ਨੂੰ ਆਪਣੇ ਜੀਵਨ ਵਿੱਚ ਢਾਲਦਾ ਹੈ, ਉਸ ਨੂੰ ਪ੍ਰਭ ਦੀ ਰਹਿਮਤ ਬਖਸ਼ਿਸ਼ ਹੋ ਸਕਦੀ ਹੈ । ਉਸ ਨੇ ਜੀਵਨ ਵਿੱਚ ਸੰਤੋਖ, ਧੀਰਜ ਨੂੰ ਧਾਰਨ (ਥਾਪਿ) ਕੀਤਾ ਹੈ** । ਉਸ ਦੀ ਮਰਿਆਦਾ, ਮਰਯਾਦਾ (ਸੂਤਿ- ਬੁੱਧੀ) ਕਦੇ ਡੋਲਦੀ ਨਹੀਂ । ਜਿਹੜਾ ਪ੍ਰਭ ਦੇ ਹੁਕਮ ਨੂੰ ਸਮਝ ਜਾਂਦਾ ਹੈ, ਉਸ ਤੇ ਰਹਿਮਤ ਦੀ ਨਜ਼ਰ ਬਖਸ਼ਿਸ਼ ਹੋ ਜਾਂਦੀ ਹੈ । ਉਹ ਜੀਵ ਸਚਿਆਈਆਂ ਵਾਲਾ, ਅਨੋਖੇ ਗੁਣਾਂ ਵਾਲਾ ਬਣ ਜਾਂਦਾ ਹੈ । ਉਸ ਨੂੰ ਸ੍ਰਿਸ਼ਟੀ ਦੀ ਬਣਤਰ, ਪ੍ਰਭ ਦੀ ਹੋਂਦ ਅਨੁਭਵ ਹੋ ਜਾਂਦੀ ਹੈ । ਪ੍ਰਭ ਨੇ ਬੁਹਤ ਹੀ ਸ੍ਰਿਸ਼ਟੀਆਂ ਰਚੀਆਂ ਹਨ । ਉਹਨਾਂ ਵਿੱਚ ਰਹਿਣ ਵਾਲੇ ਸਾਰੇ ਜੀਵ ਹੀ ਪ੍ਰਭ ਦੇ ਧਰਮ (ਨਿਯਮਾਂ) ਦੇ ਧੁਰੇ (ਧਵਲੈ) ਉੱਪਰ ਚਲਦੇ ਹਨ । ਧਰਮ ਦੇ ਧੁਰੇ ਤੇ ਕਿਤਨਾ ਭਾਰ ਹੈ? ਇਹ ਕਿਸ ਦੇ ਆਸਰੇ ਤੇ ਚਲਦਾ ਹੈ? ਇਸ ਦਾ ਅਨੁਮਾਨ ਨਹੀਂ ਲਾਇਆ ਜਾ ਸਕਦਾ । ਪ੍ਰਭ ਨੇ ਅਨੇਕਾ ਹੀ ਜੀਵ ਪੈਦਾ ਕੀਤੇ, ਅਨੇਕ ਕਿਸਮ ਦੇ ਰੰਗ, ਨਾਮ ਹਨ । ਸਾਰੇ ਜੀਵਾਂ ਦੇ ਭਾਗ ਆਪਣੀ ਹੁਕਮ ਰੂਪੀ ਕਲਮ ਨਾਲ ਲਿਖੇ ਹਨ । ਕੇਵਲ ਪ੍ਰਭ ਹੀ ਲਿਖਿਆ ਜਾਣਦਾ ਹੈ, ਹੋਰ ਕੋਈ ਜਾਣ ਨਹੀਂ ਸਕਦਾ । ਹਰ ਜੀਵ ਪਹਿਲੇ ਲਿਖੇ ਭਾਗਾਂ ਅਨੁਸਾਰ ਹੀ ਸੰਸਾਰ ਵਿੱਚ ਜੀਵਨ ਬਤੀਤ ਕਰਦਾ ਹੈ । ਉਸ ਵਿੱਚ ਕਿਤਨਾ (ਕੇਤੀ) ਕੋ ਬਲ (ਤਾਣੁ) ਹੈ, ਰੂਪ ਕਿਤਨਾ ਸੁੰਦਰ ਹੈ? ਸਲਾਹੁਣ ਯੋਗ, ਕਿਤਨੀਆ ਦਾਤਾਂ (ਕਰਮਾਤਾ) ਦਾ ਮਾਲਕ ਹੈ? ਅਨੇਕ ਬਖਸ਼ਿਸਾਂ ਵਾਲੇ ਪ੍ਰਭ ਦਾ ਪੂਰਨ ਅੰਦਾਜ਼ਾ ਨਹੀਂ ਲਾਇਆ ਜਾ ਸਕਦਾ । ਇਕ ਫਰਨੇ (ਕਵਾਉ) ਤੇ ਹੀ ਸ੍ਰਿਸ਼ਟੀ ਦਾ ਸ੍ਰਿਜਨ (ਪਸਾਉ- ਪੈਦਾ) ਕੀਤਾ ਹੈ । ਇਕ ਫਰਨੇ ਤੇ ਹੁਕਮ ਅਨੁਸਾਰ ਹੀ ਸਾਰੇ ਨਦੀਆਂ, ਦਰਿਆਂ ਬਣੇ, ਚਲਦੇ ਹਨ । ਕੋਈ ਵੀ ਪ੍ਰਭ ਦਾ ਭੇਦ ਪੂਰਨ ਤਰ੍ਹਾਂ ਜਾਣ, ਵਿਚਾਰ, ਵਰਨਣ ਨਹੀਂ ਕਰ ਸਕਦਾ ਹੈ । ਉਸ ਦੇ ਕਰਤਬ ਬਹੁਤ ਹੀ ਅਚੰਭੇ ਹਨ । ਉਸ ਨੂੰ ਸਦਾ ਧੰਨ ਧੰਨ ਹੀ ਕਰੀ ਜਾਵੋ! ਆਪਣਾ ਭਰੋਸਾ ਪ੍ਰਭ ਦੇ ਬਖਸ਼ੇ ਤੇ ਅਡੋਲ ਰਖੋ! ਉਹ ਸਭ ਕੁਝ ਚੰਗਾ, ਸ੍ਰਿਸ਼ਟੀ ਦਾ ਭਲਾ ਹੀ ਕਰਦਾ ਹੈ । ਪ੍ਰਭ ਸਦਾ ਹੀ (ਤਿਨਾਂ ਕਾਲਾ ਵਿੱਚ) (ਸਲਾਮਿਤ) ਮੌਜੂਦ, ਥਿਤ ਰੂਪ ਹੈ । ਇਸਤਰ੍ਹਾਂ ਪ੍ਰਭ ਦੇ ਸਰੂਪ ਤੇ, ਮਰਜ਼ੀ ਤੇ ਨਿਸ਼ਚਾ ਰਖੋ!

ਸੁਣਨਾ, ਦੇਖਣਾ, ਸੁੰਘਣਾ, ਸਵਾਦ, ਅਚੇਤ-ਮਨ	Ear to Hearing; Eyes to see; Nose to smell; Tough to taste; Mind (Sub-conscious) to focus

The True Master, Creator creates new life, blesses his soul with new worldly life; His Holy Spirit remains embedded within his soul and dwells within his body; The greatest of All, does not subject to anyone; nor a slave of any commond. The True Master has infused five senses within his body for welfare of soul; these play significant role for the real purpose of human life journey. These 5 senses guide his soul on her journey. The concentration of (**sub-conscious**) mind plays the commanding role; the chief, supreme. The Omniscient True Master remains aware about each action through these 5 senses. These five senses guide and protect from the worldly short-lived temptation, gimmicks; however, these 5 senses working in different directions may become source of frustration and obstructions. The True Master remains seated on His Throne among these senses; all senses may only prevail under His Command. The concentration may be the focal point, guide, commander of all five senses; concentration of mind remains as a symbol of The True Master. Whosoever may not focus on any task! he may not accomplish anything, only act like a door. Whosoever may claim to fully comprehend the function of His Nature; he may be arrogant and ignorant from the reality of life. His Nature, limits and function remains beyond any comprehension of His Creation. The universe may only function as per the fundamentals and guidance as His Command, His Word. **Forgiveness** may be the foundation of the real purpose of life. **Forgiveness** may lead to **Patience, to Contentment, to Compassion**. Whosoever may adopt these 3 disciplines in his life; he may be bestowed with His Blessed Vision. Whosoever may be enlightened with essence of His Word; with His mercy and grace, he may comprehend the **nature of 3 universes; weakness of 3 worldly wealth, Shakti.** He may be blessed with a state of mind like His true devotee. He may be enlightened with the structure of the universe. The Master has created several universes; all creatures may only prevail under His Command and adopt the principles of His Nature. How much may be the weight, burden on His Pillar of support? What may be supporting His Pillar? These remains beyond the imagination of His Creation. The True Master has created many kinds of creatures with many colors, sizes, and purpose of life. The True Master prewrites the destiny of each creature before birth and predetermined time of stay in the universe. Only, The True Master knows the destiny of everyone. Every creature may only spend his life span as per prewritten Command. How may He be glamorous, strong? How many virtues, miracles powers may be in His Treasure? His Limitless Blessings remain beyond the comprehension of His Creation. The True Master with a single command, in a twinkle of eyes has created all creations, rivers, mountains, and universes. No one may fully comprehend nor explains the mystery of His Nature. His Nature, miracles remain fascinating, astonishing. You should always sing His Glory and remain gratitude. You should always have a steady and stable belief; all His Commands are for the welfare of the universe. Sorrows and pleasures of life should be endured unconditionally as His Blessings.

**** Forgiveness may be the foundation of the real purpose of life;**
**** Forgiveness may lead to Patience, to Contentment, to Compassion.**

Key Message of Japji Sahib Pa-orhee 16
'ਸੰਸਾਰਕ ਜੀਵਨ ਦਾ ਖੇਲ ਕਿਵੇਂ ਚਲਦਾ ਹੈ?
ਸੰਸਾਰਕ ਜੀਵਨ ਵਿੱਚ **ਸ਼ਿਵ** (ਸ਼ਬਦ ਦਾ ਰਸਤਾ) ਅਤੇ **ਸ਼ਕਤੀ** (ਸੰਸਾਰਕ ਮਾਇਆ) ਦੋਂ ਵੱਖਰੇ ਰਸਤੇ ਹਨ! ਪੰਜਾਂ ਗਿਆਨ ਇੰਦ੍ਰੀਆਂ ਸੰਸਾਰਕ ਜੀਵਨ ਦਾ ਖੇਲ ਚਲਾਉਂਦੀਆ ਹਨ । ਪੰਜਾਂ ਦਾ ਗੁਰੂ, ਮਨ ਦਾ ਧਿਆਨ, ਚੇਤਨਾ ਹੀ ਪ੍ਰਭ ਦਾ ਸਰੂਪ ਹੈ । ਜਿਹੜਾ ਸ਼ਿਵ (ਸ਼ਬਦ) ਦੇ ਰਸਤੇ ਨਾਲ ਜੀਵਨ ਢਾਲਦਾ ਹੈ, ਉਸ ਦੇ ਮਨ ਵਿੱਚ **ਦਇਆ, ਸੰਤੋਖ, ਧੀਰਜ** ਬਖਸ਼ਿਸ਼ ਹੋ ਜਾਂਦਾ ਹੈ । ਉਸ ਨੂੰ ਮਾਨਸ ਜੀਵਨ ਦੇ ਮੰਤਵ ਦੀ ਸੋਝੀ, ਪ੍ਰਵਾਨਗੀ ਦਾ ਰਸਤਾ ਬਖਸ਼ਿਸ਼ ਹੋ ਜਾਂਦਾ ਹੈ । ਜਿਹੜਾ ਸ਼ਕਤੀ (ਸੰਸਾਰਕ ਮਾਇਆ ਵਿੱਚ ਮਸਤ ਰਹਿੰਦਾ) ਦਾ ਰਸਤਾ ਧਾਰਨ ਕਰਦਾ ਹੈ, ਉਹ ਧਰਮ ਦੇ ਰੀਤ ਰੀਵਾਜ ਵਿੱਚ ਫਸ ਜਾਂਦਾ, ਥੋੜ੍ਹਾ ਚਿਰ ਅਨੰਦ ਦੇਣ ਵਾਲੇ ਕੰਮਾਂ ਵਿੱਚ ਫਸ ਜਾਂਦਾ ਹੈ, ਉਹ ਜੂੰਨਾਂ ਦੇ ਚੱਕਰ ਵਿੱਚ ਹੀ ਰਹਿੰਦਾ ਹੈ । ਕੋਈ ਜੀਵ ਪ੍ਰਭ ਦੀ ਕੁਦਰਤ ਦਾ ਭੇਦ ਨੂੰ ਪੂਰਨ ਤਰ੍ਹਾਂ ਜਾਣਦਾ ਨਹੀਂ ਸਕਦਾ ।
How may the play of universe function?
Worldly ocean remains overwhelmed with **Shiv and Shakti**, two unique paths. Five senses of mind may run the play of universe, human life. The focus, concentration of mind, is a supreme commander, guru, symbol of God. Whosoever may adopt **Shiv (teachings of His Word)** as path; forgiveness is the foundation of purpose of life; leads to **patience, to contentment, to compassion**. He may be enlightened with the right path of human life journey. Whosoever may adopt **Shakti (worldly wealth)**; he remains intoxicated with religious rituals, becomes victim of short-lived pleasures of worldly wealth. He may remain in the cycle of birth and death. His Nature remains beyond comprehension of His Creation.

12. ਪੳੜੀ – Pa-orhee 17

ਅਸੰਖ ਜਪ ਅਸੰਖ ਭਾਉ॥ ਅਸੰਖ ਪੂਜਾ ਅਸੰਖ ਤਪ ਤਾਉ॥	AsaNkh jap asaNkh bhaa-o. AsaNkh poojaa asaNkh tap taa-o.
ਅਸੰਖ ਗਰੰਥ ਮੁਖਿ ਵੇਦ ਪਾਠ॥ ਅਸੰਖ ਜੋਗ ਮਨਿ ਰਹਹਿ ਉਦਾਸ॥	AsaNkh garanth mukh vayd paath. AsaNkh jog man rahahi udaas.
ਅਸੰਖ ਭਗਤ ਗੁਣ ਗਿਆਨ ਵੀਚਾਰ॥ ਅਸੰਖ ਸਤੀ ਅਸੰਖ ਦਾਤਾਰ॥	AsaNkh bhagat gun gi-aan veechaar. AsaNkh satee asaNkh daataar.
ਅਸੰਖ ਸੂਰ ਮੁਹ ਭਖ ਸਾਰ॥ ਅਸੰਖ ਮੋਨਿ ਲਿਵ ਲਾਇ ਤਾਰ॥	AsaNkh soor muh bhakh saar. AsaNkh mon liv laa-ay taar.
ਕੁਦਰਤਿ ਕਵਣ ਕਹਾ ਵੀਚਾਰੁ॥ ਵਾਰਿਆ ਨ ਜਾਵਾ ਏਕ ਵਾਰ॥	Kudrat kavan kahaa veechaar. Vaari-aa na jaavaa ayk vaar.
ਜੋ ਤੁਧੁ ਭਾਵੈ ਸਾਈ ਭਲੀ ਕਾਰ॥ ਤੂ ਸਦਾ ਸਲਾਮਤਿ ਨਿਰੰਕਾਰ॥੧੭॥	Jo tuDh bhaavai saa-ee bhalee kaar. Too sadaa salaamat nirankaar. ‖17‖

ਅਸੰਖ! ਅ+ਸੰਖ(ਗਿਨਤੀ)–ਗਿਣਤੀ ਤੋਂ ਰਹਿਤ	ਜਪ! ਭਗਤੀ ਕਰਨ ਦੇ ਸਾਧਨ, ਢੰਗ
ਪੂਜਾ! ਪੂਜਾ ਕਰਨ ਦੇ ਸਾਧਨ, ਵਿਧੀਆਂ	'ਤਾਉ! ਢੰਗ, ਤਰੀਕੇ, ਵਿਧੀਆਂ
'ਤਪ! ਅਸੂਲ, ਨਿਯਮ, ਸਿਰੜ, ਸਰਬ ਕਰਨਾ	'ਭਾਉ! ਪ੍ਰੇਮ, ਪ੍ਰੇਮ ਕਰਨ ਦੇ ਢੰਗ

ਅਨੇਕਾਂ ਹੀ ਬੰਦਗੀ ਦੀਆਂ ਬਾਣੀਆਂ, ਲਗਨ ਲਾਉਣ, ਪੂਜਾ ਕਰਨ, ਤਾਪਸਿਆ ਕਰਨ ਦੀਆਂ ਵਿਧੀਆਂ ਹਨ । ਅਨੇਕਾਂ ਹੀ ਧਰਮ ਦੇ ਗ੍ਰੰਥ, ਪਾਠ ਕਰਨ ਦੇ ਰੀਤ ਰੀਵਾਜ, ਜੋਗਾ ਦੇ ਨਿਯਮ ਆਪਣੇ ਮਨ ਨੂੰ ਸੰਸਾਰਕ ਮੋਹ ਤੋਂ ਦੂਰ ਰਖਣ ਦੀਆਂ ਵਿਧੀਆਂ ਹਨ । ਪ੍ਰਭ ਦੇ ਅਨੇਕਾਂ ਹੀ ਭਗਤ, ਸ਼ਬਦ ਦਾ ਵਿਚਾਰ ਕਰਨ ਵਾਲੇ, ਸਿਖਿਆਂ ਦੇਣ ਵਾਲੇ ਸੰਤ, ਅਵਤਾਰ ਪੈਦਾ ਹੋਏ ਹਨ । ਪ੍ਰਭ, ਅਨੇਕਾਂ ਹੀ ਬੰਦਗੀ ਕਰਨਵਾਲੇ ਰੂਹਾਨੀ ਯੋਧੇ, ਭਾਰੀ ਤੋਂ ਭਾਰੀ ਮੁਸ਼ਕਲ ਦਾ ਸਾਹਮਣੇ ਕਰਦੇ, ਬੰਦਗੀ ਦੇ ਰਸਤੇ ਤੋਂ ਡੋਲਦੇ ਨਹੀਂ । ਅਨੇਕਾਂ ਹੀ ਮੋਨੀ ਸੰਤਾਂ ਦੇ ਮਨ ਵਿੱਚ ਤੇਰੀ ਸਦਾ ਚਲਣ ਵਾਲੀ ਧੁਨ ਗੂੰਜਦੀ ਸੁਣਾਈ ਦੇਂਦੀ ਹੈ । ਪ੍ਰਭ ਤੇਰੀ ਕੁਦਰਤ ਨੂੰ ਕਿਵੇਂ ਵਖਿਆਣ ਕੀਤਾ ਜਾ ਸਕਦਾ ਹੈ? ਮੈਂ ਹੈਰਾਨ ਹੀ ਰਹਿੰਦਾ ਹਾ! ਪ੍ਰਭ ਦਾ ਬਖਸ਼ਿਆ ਸਭ ਸ੍ਰਿਸ਼ਟੀ ਦੀ ਭਲਾਈ ਦਾ ਹੀ ਹੁੰਦਾ ਹੈ । ਪ੍ਰਭ ਸਦਾ ਰਹਿਣ ਵਾਲੀ ਰੂਹਾਨੀ ਜੋਤ, ਅਸਲੀ ਮਾਲਕ ਹੈ!

In the universe! There are countless meditation techniques to develop a devotion, worship, austere, disciplines, religious Holy Scripture, ritual of reciting scripture (Paath), disciplines of Yoga, to control their mind to stay away from worldly emotions, sweet poison of worldly wealth. He has created countless holy saints, prophets to spreading the message of His Word. He has created, countless spiritual warriors to stay unmoved from path of His Word, even enduring intolerable miseries, hardships, tyranny of worldly rulers. Countless silent saints, (eternal warriors) remain intoxicated, hearing the everlasting echo of His Word resonating within. My True Master! How may I comprehend, explain Your Nature, Creation?

I always remain fascinated, astonished from Your Greatness, Miracles. Your Word, Command, Blessings always prevails for the welfare of Your Creation. The One and Only One, eternal Holy Spirit, True Master.

Key Message of Japji Sahib Pa-orhee 17
'ਬੰਦਗੀ ਕਰਨ ਦਾ ਰਸਤਾ!
ਜਿਹੜਾ ਆਪਣੇ ਜੀਵਨ ਵਿੱਚ ਸਤਿ, ਸੰਤੋਖ, ਦਇਆ ਧਾਰਨ ਕਰਕੇ, ਸਾਰਿਆਂ ਵਿੱਚ ਪ੍ਰਭ ਦੀ ਹੋਂਦਸ ਜਾਣਨਾ ਹੀ ਅਸਲੀ ਮੌਨ ਹੈ । ਪ੍ਰਭ ਦੀ ਸ਼ਕਤੀ, ਵਿਧੀ, ਕਰਤਬ ਜੀਵ ਦੀ ਜਾਣਕਾਰੀ ਤੋਂ ਬਾਹਰ ਹਨ । ਪ੍ਰਭ ਨੂੰ ਹਾਜਰਾ ਹਜ਼ੂਰ ਸਮਝਕੇ ਜੀਵਨ ਬਤੀਤ ਕਰਨਾ ਹੀ ਅਸਲੀ ਬੰਦਗੀ ਹੈ ।
The right technique of meditation!
Whosoever may adopt self-control, contentment, patience, and compassion; he believes soul is an expansion of His Holy Spirit; he may be blessed with a state of mind as His true devotee. The Nature of Omnipotent True Master remains beyond the comprehension of His Creation. Whosoever may believe The Omnipresent True Master monitors every activity and adopts the teachings of His Word; he may be blessed with a state of mind as His true devotee.

13. ਪੳੜੀ – Pa-orhee 18

ਅਸੰਖ ਮੂਰਖ ਅੰਧ ਘੋਰ॥ ਅਸੰਖ ਚੋਰ ਹਰਾਮਖੋਰ॥
ਅਸੰਖ ਅਮਰ ਕਰਿ ਜਾਹਿ ਜੋਰ॥ ਅਸੰਖ ਗਲਵਢ ਹਤਿਆ ਕਮਾਹਿ॥
ਅਸੰਖ ਪਾਪੀ ਪਾਪੁ ਕਰਿ ਜਾਹਿ॥ ਅਸੰਖ ਕੂੜਿਆਰ ਕੂੜੇ ਫਿਰਾਹਿ॥
ਅਸੰਖ ਮਲੇਛ ਮਲੁ ਭਖਿ ਖਾਹਿ॥ ਅਸੰਖ ਨਿੰਦਕ ਸਿਰਿ ਕਰਹਿ ਭਾਰੁ॥
ਨਾਨਕੁ ਨੀਚੁ ਕਹੈ ਵੀਚਾਰੁ॥ ਵਾਰਿਆ ਨ ਜਾਵਾ ਏਕ ਵਾਰ॥
ਜੋ ਤੁਧੁ ਭਾਵੈ ਸਾਈ ਭਲੀ ਕਾਰ॥ ਤੂ ਸਦਾ ਸਲਾਮਤਿ ਨਿਰੰਕਾਰ॥੧੮॥

AsaNkh moorakh anDh ghor. AsaNkh chor haraamkhor.
AsaNkh amar kar jaahi jor. AasaNkh galvadh hati-aa kamaahi.
AsaNkh paapee paap kar jaahi. AsaNkh koorhi-aar koorhay firaahi.
AsaNkh malaychh mal bhakh khaahi. AsaNkh nindak sir karahi bhaar.
Naanak neech kahai veechaar. Vaari-aa na jaavaa ayk vaar.
Jo tuDh bhaavai saa-ee bhalee kaar. Too sadaa salaamat nirankaar. ||18||

ਪ੍ਰਭ ਸ੍ਰਿਸ਼ਟੀ ਵਿੱਚ, ਅਨੇਕਾਂ ਹੀ ਸ਼ਬਦ ਦੀ ਸੋਝੀ ਤੋਂ ਅਗਿਆਨੀ, ਅੰਧ੍ਹੇ, ਅਨੇਕਾ ਚੋਰ, ਡਾਕੂ, ਆਪਣਾ ਹੁਕਮ ਠੋਸਣ ਵਾਲੇ, ਜ਼ਾਲਮ, ਕਾਤਲ, ਪਾਪੀ, ਝੂਠੇ, ਧੋਖੇਬਾਜ, ਹਰਾਮਖੋਰ, ਹਰਾਮ ਦੀ ਕਮਾਈ ਖਾਦੇ, ਨਿੰਦਿਆਂ ਕਰਨਵਾਲੇ ਪਾਪਾ ਦਾ ਭਾਰ ਲਈ ਫਿਰਦੇ ਹਨ । ਮੈਂ ਸੰਸਾਰ ਵਿੱਚ ਨੀਚ ਕੰਮ ਕਰਨਵਾਲੇ ਦੇ ਮਨ ਦੀ ਹਾਲਤ ਹੀ ਦੱਸਦਾ ਹਾ । ਮੈਂ ਤੇਰੀ ਕੁਦਰਤ ਤੋਂ ਹੈਰਾਨ ਰਹਿੰਦਾ ਹਾ, ਆਪ ਦਾ ਬਖਸ਼ਿਆ ਸਭ ਕੁਝ, ਸ੍ਰਿਸ਼ਟੀ ਦੀ ਭਲਾਈ ਦਾ ਹੀ ਹੈ! ਇਕੋ ਇਕ, ਰੂਹਾਨੀ ਜੋਤ, ਅਸਲੀ ਮਾਲਕ ਹੈ ।

My True Master! Countless self-minded arrogant, ignorant, blind from the essence of Your Word; thieves, robbers, tyrant rulers enforcing their command on innocent, helpless; liars, dishonest deceives others; narcissist covert earnest living of innocents; slanderers, carry the burden of sins for their deeds. My True Master, I am only explaining about the few mean creatures in the universe. How may I comprehend, explain Your Nature, Creation? I always remain fascinated, astonished from Your Greatness, Miracles. Your Word, Command, Blessings always remains for the welfare of Your Creation. The One and Only One, eternal Holy Spirit, True Master.

Key Message of Japji Sahib Pa-orhee 18
'ਬੰਦਗੀ ਕਰਨ ਦਾ ਰਸਤਾ!
ਜਿਹੜਾ ਪ੍ਰਭ ਦੇ ਸ਼ਬਦ ਨਾਲ ਜੀਵਨ ਢਾਲਦਾ ਹੈ । ਉਸ ਨੂੰ ਅਮਰ ਪ੍ਰਭ ਦੀ ਜੋਤ ਅਨੁਭਵ ਹੋ ਜਾਂਦੀ, ਜਨਮ ਮਰਨ ਤੋਂ ਮੁਕਤ ਹੋ ਜਾਂਦਾ ਹੈ । ਜੀਵਨ ਦੇ ਦੁਖ, ਸੁਖ ਨੂੰ ਪ੍ਰਭ ਦੀ ਬਖਸ਼ਿਸ਼ ਸਮਝਕੇ ਅਨੰਦ ਮਾਨਦਾ ਹੈ ।
The right technique of meditation!
Whosoever may adopt the teachings of His Word with steady and stable belief in his day-to-day life. He may be enlightened from within; he may conquer his ego and eliminates his cycle of birth and death. He endures, sorrows and pleasures unconditionally as His Blessings.

14. ਪੳੜੀ – Pa-orhee 19

ਅਸੰਖ ਨਾਵ ਅਸੰਖ ਥਾਵ॥ ਅਗੰਮ ਅਗੰਮ ਅਸੰਖ ਲੋਅ॥
ਅਸੰਖ ਕਹਹਿ ਸਿਰਿ ਭਾਰੁ ਹੋਇ॥ ਅਖਰੀ ਨਾਮੁ ਅਖਰੀ ਸਾਲਾਹ॥
ਅਖਰੀ ਗਿਆਨੁ ਗੀਤ ਗੁਣ ਗਾਹ॥ ਅਖਰੀ ਲਿਖਣੁ ਬੋਲਣੁ ਬਾਣਿ॥
ਅਖਰਾ ਸਿਰਿ ਸੰਜੋਗੁ ਵਖਾਣਿ॥ ਜਿਨਿ ਏਹਿ ਲਿਖੇ ਤਿਸੁ ਸਿਰਿ ਨਾਹਿ॥
ਜਿਵ ਫੁਰਮਾਏ ਤਿਵ ਤਿਵ ਪਾਹਿ॥ ਜੇਤਾ ਕੀਤਾ ਤੇਤਾ ਨਾਉ॥
ਵਿਣੁ ਨਾਵੈ ਨਾਹੀ ਕੋ ਥਾਉ॥ ਕੁਦਰਤਿ ਕਵਣ ਕਹਾ ਵੀਚਾਰੁ॥
ਵਾਰਿਆ ਨ ਜਾਵਾ ਏਕ ਵਾਰ॥ ਜੋ ਤੁਧੁ ਭਾਵੈ ਸਾਈ ਭਲੀ ਕਾਰ॥
ਤੂ ਸਦਾ ਸਲਾਮਤਿ ਨਿਰੰਕਾਰ॥੧੯॥

AsaNkh naav asaNkh thaav. Agamm agamm asaNkh lo-a.
AsaNkh kehahi sir bhaar ho-ay. Akhree naam akhree saalaah.
Akhree gi-aan geet gun gaah. Akhree likhan bolan baan.
Akhraa sir sanjog vakhaan. Jin ayhi likhay tis sir naahi.
Jiv furmaa-ay tiv tiv paahi. Jaytaa keetaa taytaa naa-o.
Vin naavai naahee ko thaa-o. Kudrat kavan kahaa veechaar.
Vaari-aa na jaavaa ayk vaar. Jo tuDh bhaavai saa-ee bhalee kaar.
Too sadaa salaamat nirankaar. ||19||

- ਅਗੰਮ– ਪੂਰਨ ਗਿਆਨ ਨਾ ਹੋਵੇ, ਜਿਸ ਤੱਕ ਪਹੁੰਚ ਨਾ ਹੋਵੇ

ਪ੍ਰਭ ਅਨੇਕਾਂ ਹੀ ਨਾਮਾਂ ਨਾਲ ਜਾਣਿਆ ਜਾਂਦਾ, ਅਨੇਕਾਂ ਹੀ ਪੂਜਾ ਕਰਨ ਵਾਲੇ ਮੰਦਰ ਹਨ, ਅਨੇਕਾ ਹੀ ਅਗਮ (ਜਾਣਕਾਰੀ, ਪਹੁੰਚ ਤੋਂ ਬਾਹਰ) ਧਰਤੀ ਦੇ ਖੰਡ ਹਨ, ਅਨੇਕ ਕਹਿਣਾ ਵੀ ਜੀਵ ਦੀ ਸੋਝੀ ਤੋਂ ਬਾਹਰ ਹੈ । ਪ੍ਰਭ ਤੇਰੇ ਬਖਸ਼ੇ ਸ਼ਬਦ ਹੀ ਬੰਦਗੀ ਕਰਨਵਾਲੀ, ਉਸਤਤ ਗਾਉਣ ਵਾਲੀ ਬਾਣੀ ਬਣ ਜਾਂਦੀ ਹੈ । ਤੇਰੇ ਸ਼ਬਦ ਦੀ ਸਿਖਿਆਂ ਵਿਚੋਂ ਰੂਹਾਨੀ ਸੋਝੀ ਬਖਸ਼ਿਸ ਹੁੰਦੀ ਹੈ, ਜੀਭ ਤੇਰੇ ਸ਼ਬਦ ਦੇ ਗੁਣ ਗਾਉਂਦੀ ਹੈ । ਤੇਰੇ ਹੁਕਮ ਨਾਲ ਹੀ ਰੂਹਾਨੀ ਸ਼ਬਦ, ਗ੍ਰੰਥ ਲਿਖੇ ਜਾਂਦੇ, ਬੋਲੇ, ਗਾਏ ਜਾਂਦੇ ਹਨ । ਜੀਵ ਦੇ ਮਸਤਕ ਤੇ ਭਾਗ ਲਿਖੇ ਜਾਂਦੇ ਹਨ । ਜਿਹੜਾ ਪ੍ਰਭ ਸਾਰੇ ਜੀਵਾ ਦੇ ਭਾਗ ਲਿਖਣ ਵਾਲਾ ਹੈ, ਪ੍ਰਭ ਦੇ ਭਾਗ ਲਿਖਣ ਵਾਲਾ ਕੋਈ ਨਹੀਂ, ਉਹ ਕੰਮਾਂ ਦੇ ਲੇਖੇ ਵਿੱਚ ਨਹੀਂ ਹੁੰਦਾ । ਪ੍ਰਭ ਦੀ ਰਹਿਮਤ ਨਾਲ ਹੀ ਸ੍ਰਿਸ਼ਟੀ ਨੂੰ ਕੁਝ ਬਖਸ਼ਿਸ਼ ਹੋ ਸਕਦਾ ਹੈ । ਪ੍ਰਭ ਦਾ ਚਲਾਇਆ ਖੇਲ ਹੀ ਸ੍ਰਿਸ਼ਟੀ ਵਿੱਚ ਹੋ ਸਕਦਾ, ਹੁਕਮ ਤੋਂ ਬਿਨਾਂ ਸ੍ਰਿਸ਼ਟੀ ਵਿੱਚ ਕੁਝ ਨਹੀਂ ਹੋ ਸਕਦਾ, ਸ੍ਰਿਸ਼ਟੀ ਦੀ ਹੋਂਦ ਵੀ ਨਹੀਂ ਰਹਿੰਦੀ । ਪ੍ਰਭ ਦੀ ਤਾਕਤ, ਸ੍ਰਿਸ਼ਟੀ ਸਾਜਨ ਦੀ ਵਿਧੀ, ਕਿਵੇਂ ਜਾਣੀ ਜਾ ਸਕਦੀ ਹੈ! ਮੈਂ ਸਦਾ ਹੀ ਕਰਤਬਾਂ ਤੋਂ ਹੈਰਾਨ ਹੀ ਰਹਿੰਦਾ ਹਾ! ਪ੍ਰਭ ਦਾ ਕੀਤਾ, ਬਖਸ਼ਿਆ ਸਭ ਕੁਝ ਸ੍ਰਿਸ਼ਟੀ ਦੀ ਭਲਾਈ ਦਾ ਹੀ ਹੈ । ਇਕੋ ਇਕ, ਰੂਹਾਨੀ ਜੋਤ ਹੀ, ਅਸਲੀ ਮਾਲਕ ਹੈ ।

The One and Only One, True Master may be remembered by countless worldly names! The True Master has created countless worldly Holy Shrines; celestial realms of earth; even saying countless may be beyond our knowledge. The True Master! Spoken words on the tongue of Your true devotee may be transformed as Your Word, Holy Scripture; Your true devotees may always sing Your Glory. The enlightenment of the essence of Your Word, Nature may remain embedded within adopting the teachings of Your Word. Whosoever may be bestowed with Your Blessed Vision! He may write The Holy Scripture, spreads Your Word, Message, and sings the glory of Your Virtues. The True Master prewrites, engraves the destiny of each creature before birth on his soul with His inkless pen. Who writes the destiny of everyone; He remains beyond any prewritten destiny, any judgement of His miracles performed, any event in the universe. Only True Master may bestow virtues on His Creation. The whole universe may only function under His Ultimate Command; the universe may never exist without His Command. How may I comprehend, explain His Power, process of Creation of the universe? I always remain fascinated, astonished from His Greatness, Miracles. His Word, Command, Blessings always remains for the welfare of His Creation. The One and Only One, True Master remains as an eternal Holy Spirit!

Key Message of Japji Sahib Pa-orhee 19
'ਪ੍ਰਭ ਦੀ ਹੋਂਦ!
ਪ੍ਰਭ ਹਰ ਥਾਂ ਤੇ ਮੌਜੂਦ, ਅਣਗਿਣਤ ਹੀ ਨਾਮ, ਵਸਣ ਵਾਲੇ ਅਸਥਾਨ ਹਨ । ਲਿਖੇ ਭਾਗਾਂ ਨਾਲ ਪ੍ਰਭ ਦੇ ਦਾਸ ਦੇ ਬੋਲੇ ਬਚਣ ਬਾਣੀ, ਸ਼ਬਦ ਦਾ ਰੂਪ ਧਾਰਨ ਕਰ ਲੈਂਦੇ ਹਨ । ਪ੍ਰਭ ਆਪ ਅਲੇਖ, ਸਪੂਰਨ, ਲੇਖਾ ਤੋਂ ਰਹਿਤ ਹੈ ।
His Existence!
The Omnipresent True Master may be worshipped with countless worldly names; His Holy Spirit remains embedded within each soul and His Nature. With prewritten destiny, words of His true devotee may transform as His Command. The True Master remains beyond any counts of His deeds.

15. ਪੌੜੀ – Pa-orhee 20

ਭਰੀਐ ਹਥੁ ਪੈਰੁ ਤਨੁ ਦੇਹ॥ ਪਾਣੀ ਧੋਤੈ ਉਤਰਸੁ ਖੇਹ॥
ਮੂਤ ਪਲੀਤੀ ਕਪੜੁ ਹੋਇ॥ ਦੇ ਸਾਬੂਣੁ ਲਈਐ ਓਹੁ ਧੋਇ॥
ਭਰੀਐ ਮਤਿ ਪਾਪਾ ਕੈ ਸੰਗਿ॥ ਓਹੁ ਧੋਪੈ ਨਾਵੈ ਕੈ ਰੰਗਿ॥
ਪੁੰਨੀ ਪਾਪੀ ਆਖਣੁ ਨਾਹਿ॥ ਕਰਿ ਕਰਿ ਕਰਣਾ ਲਿਖਿ ਲੈ ਜਾਹੁ॥
ਆਪੇ ਬੀਜਿ ਆਪੇ ਹੀ ਖਾਹੁ॥ ਨਾਨਕ ਹੁਕਮੀ ਆਵਹੁ ਜਾਹੁ॥੨੦॥

Bharee-ai hath pair tan dayh. Paanee Dhotai utras khayh.
Moot paleetee kaparh ho-ay. Day saaboon la-ee-ai oh Dho-ay.
Bharee-ai mat paapaa kai sang. Oh Dhopai naavai kai rang.
Punnee paapee aakhan naahi. Kar kar karnaa likh lai jaahu.
Aapay beej aapay hee khaahu. Naanak hukmee aavhu jaahu. ||20||

ਜਿਸ ਦੇ ਹੱਥ, ਪੈਰ, ਸਰੀਰ ਮਿੱਟੀ ਨਾਲ ਮੈਲਾ ਹੋ ਜਾਂਦਾ ਹੈ! ਪਾਣੀ ਨਾਲ ਧੋਣ ਨਾਲ ਮੈਲ ਦੂਰ, ਹੱਥ ਸਾਫ ਹੋ ਜਾਂਦੇ ਹਨ । ਜਿਹੜਾ ਕਪੜਾ ਮੂਤ੍ਰ ਨਾਲ, ਗੰਦਗੀ ਨਾਲ ਖਰਾਬ ਹੋ ਜਾਂਦਾ ਹੈ । ਕਪੜਾ ਸਾਬਣ ਨਾਲ ਧੋਣ ਨਾਲ ਸਾਫ ਹੋ ਜਾਂਦਾ ਹੈ, ਕਪੜੇ ਵਿਚੋਂ ਗੰਦਗੀ ਦੀ ਬੋਅ ਖਤਮ ਹੋ ਜਾਂਦੀ ਹੈ । ਜਿਸ ਜੀਵ ਦੀ ਆਤਮਾ ਬੁਰੇ ਕੰਮਾਂ (ਪਾਪਾ) ਨਾਲ ਭਰਿਸ਼ਟ ਹੋ ਜਾਂਦੀ ਹੈ । ਉਸ ਦੀ ਆਤਮਾ ਦੇ ਪਾਪ ਤੀਰਥ ਇਸ਼ਨਾਨ ਕਰਨ (68 ਤੀਰਥਾਂ), ਸਾਬਣ ਨਾਲ ਧੋਣ ਨਾਲ ਪਵਿੱਤਰ ਨਹੀਂ ਹੁੰਦੀ । ਜੀਵ ਦੀ ਆਤਮਾ, ਕੇਵਲ ਸ਼ਬਦ ਦਾ ਸਿਮਰਨ ਕਰਨ ਨਾਲ ਹੀ ਉਜਲ ਹੋ ਸਕਦੀ ਹੈ । ਜਿਸ ਦੀ ਆਤਮਾ ਤੇ ਪ੍ਰਭ ਦੇ ਸ਼ਬਦ ਦਾ ਰੰਗ ਚੜ੍ਹ ਜਾਂਦਾ, ਪਵਿੱਤਰ ਹੋ ਜਾਂਦਾ ਹੈ । ਉਹ **ਪਾਪੀਆਂ ਜਾ ਪੁੰਨੀਆਂ ਦੀ ਗਿਣਤੀ ਵਿੱਚ ਨਹੀਂ ਆਉਂਦਾ** । ਪ੍ਰਭ ਹੀ ਰਹਿਮਤ ਦੀ ਨਜ਼ਰ ਬਖਸ਼ਕੇ, ਮੁਕਤੀ ਦਾ ਅਸਲੀ ਰਸਤਾ ਬਖਸ਼ਦਾ ਹੈ । ਉਸ ਨੂੰ ਪ੍ਰਭ ਦੀ ਹੋਂਦ ਅਨੁਭਵ ਹੋ ਜਾਂਦੀ ਹੈ । ਜੀਵ ਦੇ ਸੰਸਾਕ ਕੰਮਾਂ ਦਾ ਲੇਖਾਂ ਪ੍ਰਲੋਕ ਵਿੱਚ ਹੁੰਦਾ ਹੈ । ਪਿਛਲੇ ਜਨਮ ਦੇ ਕੀਤੇ, ਕੰਮਾਂ ਅਨੁਸਾਰ ਹੀ ਜੀਵਨ ਵਿੱਚ ਦੁਖ, ਸੁਖ ਬਖਸ਼ਿਸ਼ ਹੁੰਦੇ ਹਨ । ਪ੍ਰਭ ਦੇ ਹੁਕਮ ਅਨੁਸਾਰ ਹੀ ਵੱਖਰੀਆਂ ਵੱਖਰੀਆਂ ਜੂੰਨਾਂ ਵਿੱਚ ਭਉਦਾ ਹੈ । ਕੇਵਲ ਪ੍ਰਭ ਦੀ ਕ੍ਰਿਪਾ ਨਾਲ ਹੀ ਬਖਸ਼ਿਸ਼ ਹੁੰਦੀ ਹੈ ।

Whose body may become dirty, filthy with mud; he may clean with water. Same way, filthy cloth, dirty or soaked with urine, may be washed, cleaned with soap. Whose soul may become blemished with evil, sinful deeds; however, his soul may never be sanctified by pilgrimage, sanctifying bath at Holy Shrines. His soul may only be sanctified by regretting and repenting for his sins; he must surrender his self-entity at His Sanctuary. He must adopt the teachings of His Word with steady and stable belief in his day-to-day life. Whosoever may remain drenched with the crimson color or the essence of His Word. His soul may not remain in category of sinner or benefactor (person perform charity). He may be blessed with the right path of salvation, acceptance in His Court, His Sanctuary. He may realize His Existence prevailing everywhere. All his good and evil deeds stay with his soul after death. He must face The Righteous Judge to endure miseries or cherishes pleasure in his next life cycle. His soul may be cycled through various creature life. Whosoever may be bestowed with His Blessed Vision, because of his earnings of His Word, only he may be blessed with the right path of salvation.

Key Message of Japji Sahib Pa-orhee 20
'ਆਤਮਾ ਨੂੰ ਪਵਿੱਤਰ ਕਰਨ ਦਾ ਰਸਤਾ!
ਪ੍ਰਭ ਮਾਨਸ ਜੀਵਨ, ਮੈਲੀ ਆਤਮਾ ਨੂੰ ਪਵਿੱਤਰ ਕਰਨ ਦਾ ਹੋਰ ਮੌਕਾ, **ਸ਼ਿਵ ਅਤੇ ਸ਼ਕਤੀ** ਦੇ ਸਾਗਰ ਵਿੱਚ ਜਨਮ ਬਖਸ਼ਿਸ਼ ਹੁੰਦਾ ਹੈ । ਜਿਹੜੀ ਆਤਮਾ ਸ਼ਿਵ, ਸ਼ਬਦ ਦਾ ਰਸਤਾ ਧਾਰਨ ਕਰਦੀ, ਅਮਰ ਅਵਸਥਾ ਬਖਸ਼ਿਸ਼ ਹੋ ਸਕਦੀ ਹੈ । ਉਹ ਪਾਪੀਆਂ ਜਾਂ ਪੁੰਨੀਆਂ ਦੀ ਗਿਣਤੀ ਵਿੱਚ ਨਹੀਂ ਰਹਿੰਦਾ ।
The real path of soul sanctification!
The True Master may bless any blemished soul, another opportunity to be sanctified; she enters the ocean of **Shiv and Shakti** in human body. Whosoever may adopt the path of His Word (Shiv); she may become immortal. Her soul becomes beyond the category of sinner or benefactor (person perform charity).

16. ਪੌੜੀ – Pa-orhee 21

ਤੀਰਥੁ ਤਪੁ ਦਇਆ ਦਤੁ ਦਾਨੁ॥ ਜੇ ਕੋ ਪਾਵੈ ਤਿਲ ਕਾ ਮਾਨੁ॥
ਸੁਣਿਆ ਮੰਨਿਆ ਮਨਿ ਕੀਤਾ ਭਾਉ॥ ਅੰਤਰਗਤਿ ਤੀਰਥਿ ਮਲਿ ਨਾਉ॥
ਸਭਿ ਗੁਣ ਤੇਰੇ ਮੈ ਨਾਹੀ ਕੋਇ॥ ਵਿਣੁ ਗੁਣ ਕੀਤੇ ਭਗਤਿ ਨ ਹੋਇ॥
ਸੁਅਸਤਿ ਆਥਿ ਬਾਣੀ ਬਰਮਾਉ॥ ਸਤਿ ਸੁਹਾਣੁ ਸਦਾ ਮਨਿ ਚਾਉ॥
ਕਵਣੁ ਸੁ ਵੇਲਾ ਵਖਤੁ ਕਵਣੁ ਕਵਣ ਥਿਤਿ ਕਵਣੁ ਵਾਰੁ॥
ਕਵਣਿ ਸਿ ਰੁਤੀ ਮਾਹੁ ਕਵਣੁ ਜਿਤੁ ਹੋਆ ਆਕਾਰੁ,
ਵੇਲ ਨ ਪਾਈਆ ਪੰਡਤੀ ਜਿ ਹੋਵੈ ਲੇਖੁ ਪੁਰਾਣੁ॥
ਵਖਤੁ ਨ ਪਾਇਓ ਕਾਦੀਆ ਜਿ ਲਿਖਨਿ ਲੇਖੁ ਕੁਰਾਣੁ॥
ਥਿਤਿ ਵਾਰੁ ਨਾ ਜੋਗੀ ਜਾਣੈ ਰੁਤਿ ਮਾਹੁ ਨਾ ਕੋਈ॥

Tirath tap da-i-aa dat daan. Jay ko paavai til kaa maan.
Suni-aa mani-aa man keetaa bhaa-o. Antargat tirath mal naa-o.
Sabh gun tayray mai naahee ko-ay. Vin gun keetay bhagat na ho-ay.
Su-asat aath banee barmaa-o. Sat suhaan sadaa man chaa-o.
Kavan so vaylaa vakhat kavan kavan thit kavan vaar.
Kavan se rutee maahu kavan jit ho-aa aakaar.
Vayl na paa-ee-aa pandtee, je hovai laykh puraan.
Vakhat na paa-i-o kaadee-aa, je likhan laykh kuraan.
Thit vaar naa jogee jaanai, rut maahu naa ko-ee.

ਗੁਰੂ ਨਾਨਕ ਦੇਵ ਜੀ! – Guru Nanak Dev Ji! Guru Granth Sahib

ਜਾ ਕਰਤਾ ਸਿਰਠੀ ਕਉ ਸਾਜੇ ਆਪੇ ਜਾਣੈ ਸੋਈ॥	Jaa kartaa sirthee ka-o saajay aapay jaanai so-ee.
ਕਿਵ ਕਰਿ ਆਖਾ ਕਿਵ ਸਾਲਾਹੀ ਕਿਉ ਵਰਨੀ ਕਿਵ ਜਾਣਾ॥	Kiv kar aakhaa kiv saalaahee, ki-o varnee kiv jaanaa.
ਨਾਨਕ ਆਖਣਿ ਸਭੁ ਕੋ ਆਖੈ ਇਕ ਦੂ ਇਕੁ ਸਿਆਣਾ॥	Naanak aakhan sabh ko aakhai, ik doo ik si-aanaa.
ਵਡਾ ਸਾਹਿਬੁ ਵਡੀ ਨਾਈ ਕੀਤਾ ਜਾ ਕਾ ਹੋਵੈ॥	Vadaa saahib vadee naa-ee keetaa jaa kaa hovai.
ਨਾਨਕ ਜੇ ਕੋ ਆਪੌ ਜਾਣੈ ਅਗੈ ਗਇਆ ਨ ਸੋਹੈ॥ ੨੧॥	Naanak jay ko aapou jaanai, agai ga-i-aa na sohai. ||21||

ਪ੍ਰਭ ਨੇ ਤੀਰਥ ਯਾਤਰਾ, ਤਪ ਕਰਨ ਦੀਆਂ ਵਿਧੀਆਂ, ਦਾਇਆ ਕਰਨਾ, ਦਾਨ ਕਰਨ ਦੀਆਂ ਵਿਧੀਆਂ, ਪ੍ਰਭ ਨੂੰ ਅੰਦਰੋਂ ਖੋਜਣ, ਲਗਨ ਲਾਉਣ, ਮਾਨਸ ਜਨਮ ਦੇ ਮੰਤਵ ਦੀ ਸੋਝੀ ਲਈ ਹੀ ਬਣਾਏ ਹਨ । ਜਿਹੜਾ ਸ਼ਬਦ ਨੂੰ ਸੁਣਦਾ, ਪ੍ਰਭ ਦੇ ਵਿਛੋੜੇ ਦੀ ਯਾਦ ਮਨ ਵਿੱਚ ਰਖਕੇ, ਆਪਣਾ ਜੀਵਨ ਸ਼ਬਦ ਦੀ ਸਿਖਿਆਂ ਨਾਲ ਢਾਲਦਾ ਹੈ, ਉਸ ਦੀ ਆਤਮਾ ਦਾ, ਪਵਿੱਤਰਤਾ ਦਾ ਤੀਰਥ ਇਸ਼ਨਾਨ ਹੋ ਜਾਂਦਾ ਹੈ । ਪ੍ਰਭ ਦੀ ਰਹਿਮਤ ਨਾਲ ਉਸ ਨੂੰ ਸਾਰੇ ਗੁਣ ਹੀ ਬਖਸ਼ਿਸ਼ ਹੋ ਜਾਂਦੇ ਹੁੰਦੇ ਹਨ, ਪ੍ਰਭ ਦੀ ਰਹਿਮਤ ਤੋਂ ਬਿਨਾਂ ਕੋਈ ਬੰਦਗੀ ਨਹੀਂ ਕਰ ਸਕਦਾ, ਕੋਈ ਗੁਣ ਬਖਸ਼ਿਸ਼ ਨਹੀਂ ਹੋ ਸਕਦਾ । ਮੈਂ ਪ੍ਰਭ ਦੇ ਸ਼ਬਦ ਨੂੰ ਸਿਰ ਝਕਾਉਂਦਾ, ਧੰਨਵਾਦੀ ਰਹਿੰਦਾ ਹਾ । ਪ੍ਰਭ ਰਹਿਮਤ ਬਖਸ਼ੋ, ਸ਼ਬਦ ਦੀ ਸਦਾ ਚਲਣ ਵਾਲੀ ਧੁਨ ਮਨ ਵਿੱਚ ਸੁਣਾਈ ਦੇਵੇ! ਮੇਰੇ ਮਨ ਵਿੱਚ ਸ਼ਬਦ ਦੀ ਸੋਝੀ, ਰੂਹਾਨੀ ਜੋਤ ਜਾਗਰਤ ਹੋ ਜਾਵੇ! ਜਿਹੜੀ ਬਾਣੀ ਸੁਣਨ, ਮਨ ਵਿੱਚ ਵਸਾਉਣ ਨਾਲ ਸੰਤ, ਸੋਭਨੀਕ, ਚੇਤਨ ਸਰੂਪ, ਅਨੰਦ ਸਰੂਪ ਮਨ ਵਿੱਚ ਅਨੁਭਵ ਹੋ ਜਾਂਦਾ ਹੈ । ਕਿਹੜਾ ਵਕਤ, ਰੁੱਤ, ਸਦੀ, ਦਿਨ, ਮਹੀਨੇ, ਪ੍ਰਭ ਨੇ ਸ੍ਰਿਸ਼ਟੀ ਦਾ ਸਿਰਜਨ, ਜੀਵ ਦਾ ਅਕਾਰ ਬਣਾਇਆ ਹੈ? ਉਸ ਸਮੇਂ ਦਾ (ਪੰਡਿਤਾ) ਵਿਦਵਾਨਾਂ, ਮੁਸਲਮਾਨ ਫਕੀਰਾਂ, ਜੋਗੀਆਂ, ਜੋਤਸ਼ੀਆਂ ਨੂੰ ਵੀ ਕੋਈ ਜਾਣਕਾਰੀ ਨਹੀਂ ਹੈ । ਅਗਰ ਜਾਣਕਾਰੀ ਹੁੰਦੀ, ਧਰਮ ਦੇ ਗ੍ਰੰਥਾਂ ਵਿੱਚ ਜਰੂਰ ਲਿਖਿਆ ਹੋਣਾ ਸੀ । ਉਹ ਸਮਾਂ ਕੇਵਲ ਅੰਤਰਜਾਮੀ ਪ੍ਰਭ, ਆਪ ਹੀ ਜਾਣਦਾ ਹੈ! ਕਿਉਂ, ਕਿਵੇਂ ਸਭ ਕੁਝ ਕਰਦਾ, ਕੀ ਮੰਤਵ, ਕਿਸਤਰ੍ਹਾਂ ਆਪਣੇ ਹੁਕਮ ਦੀ ਪਾਲਣਾ ਕਰਵਾਉਂਦਾ ਹੈ? ਕਿਸਤਰ੍ਹਾਂ ਅਤੇ ਕਿਉਂ ਸ੍ਰਿਸ਼ਟੀ ਬਣਾਈ ਹੈ? ਉਸ ਦੇ ਕਰਤਬਾਂ ਤੋਂ ਸਦਾ ਅਚੰਭੇ, ਉਸ ਨੂੰ ਧੰਨ ਧੰਨ ਹੀ ਕਹੋ । ਹਰਇਕ ਸਮਝਦਾਰ, ਗਿਆਨੀ ਬਣਕੇ, ਰਚਨਾ, ਪਾਲਣਾ, ਉਤਪਤੀ, ਅੰਤਰਯਾਮਤਾ ਨੂੰ ਵਰਣਨ ਕਰਦਾ ਹੈ । ਕੋਈ ਵੀ ਸ਼ਕਤੀ, ਬ੍ਰਿਤੀ ਨਾਲ ਸਪੂਰਨ ਕਰਤਵ ਵਰਨਣ ਨਹੀਂ ਕਰ ਸਕਦਾ । ਪ੍ਰਭ ਸਾਰਿਆਂ ਦਾ ਹੀ ਮਾਲਕ, ਸਭ ਤੋਂ ਵਡਾ, ਉਸ ਦੀ ਮਹੱਤਵ ਪੂਰਕ ਮਹਿਮਾਂ, ਵੱਡੀ ਕੁਦਰਤ ਹੈ । ਸ੍ਰਿਸ਼ਟੀ ਵਿੱਚ ਸਭ ਕੁਝ ਪ੍ਰਭ ਦਾ ਕੀਤਾ ਹੁੰਦਾ ਹੈ, ਆਪ ਹੀ ਸਭ ਜਾਣਦਾ ਹੈ । ਜਿਹੜਾ ਅਹੰਕਾਰੀ ਸਮਝਦਾ ਹੈ, ਉਸ ਨੂੰ ਪ੍ਰਭ ਦੇ ਸਾਰੇ ਕਰਤਬਾਂ ਦਾ ਗਿਆਨ ਹੈ । ਉਸ ਨੂੰ ਪ੍ਰਭ ਦੀ ਦਰਗਾਹ ਵਿੱਚ ਸੋਭਾ, ਜਨਮ ਮਰਨ ਦੇ ਚੱਕਰ ਤੋਂ ਮੁਕਤੀ ਬਖਸ਼ਿਸ਼ ਨਹੀਂ ਹੁੰਦੀ ।

The True Master has created the urge for pilgrimage of Holy Shrine, austere discipline, compassion, charity to search within own mind, body the real purpose of human life opportunity. Whosoever may listen the essence of His Word with concentration, devotion, and remains in renunciation in the memory of his separation from His Holy Spirt. He may adopt the teachings of His Word with steady and stable belief in day-to-day life; with His mercy and grace, his soul may be sanctified; his pilgrimage at 68 Holy Shrines may be rewarded. The True Master has blessed all virtues and only His Trust; without His Blessed Vision, no one may even meditate on the teachings of His Word nor any virtues may be blessed. The True Master! I bow my head in gratitude for Your Blessings. I have been blessed with devotion to adopt the teachings of Your Word; with Your mercy and grace, I remain intoxicated, drenched with essence of Your Word; Your Holy Spirit may glow within my heart. What may be the time, moment, day, month, season, of creation of the universe? No Hindu Pandits, Yogis, Muslim faqirs or any other religious prophets may be aware; otherwise, that would have been written in their respective religious Holy Scriptures. Only The True Master may know; when, how, why the universe had been created; no one else may be blessed to comprehend. You should always remain fascinating astonished from His Nature. All worldly saints, consider themselves wise and describes as much they have been enlightened. No one may fully describe His Virtues, Nature. The True Master, greatest of All! Everything happens under His Command. Whosoever may claim to know everything about His Creation; he remains a victim of sweet poison of worldly wealth, ego. He may be rebuked in His Court.

Key Message of Japji Sahib Pa-orhee 21
'ਅਸਲੀ ਤੀਰਥ ਯਾਤਰਾ! ਸ੍ਰਿਸ਼ਟੀ ਦੇ ਅਰੰਭ ਦਾ ਸਮਾਂ!
ਸ਼ਬਦ ਦੀ ਸੋਝੀ ਰੂਪੀ ਤੀਰਥ ਤਨ ਦੇ ਅੰਦਰ ਹੀ ਹੈ । ਜਿਹੜਾ ਸ਼ਬਦ ਨੂੰ ਸੁਣਦਾ, ਪ੍ਰਭ ਦੇ ਵਿਛੋੜੇ ਦੀ ਯਾਦ ਮਨ ਵਿੱਚ ਰਖਕੇ ਆਪਣਾ ਜੀਵਨ ਸ਼ਬਦ ਦੀ ਸਿਖਿਆਂ ਨਾਲ ਢਾਲਣ ਹੈ, ਉਸ ਦੀ ਆਤਮਾ ਦਾ, ਪਵਿਤਰਤਾ ਦਾ ਤੀਰਥ ਇਸ਼ਨਾਨ ਹੋ ਜਾਂਦਾ ਹੈ । ਸ੍ਰਿਸ਼ਟੀ ਦੀ ਅਰੰਭ ਦਾ ਸਮਾਂ, ਕਿਉਂ, ਕਿਵੇਂ ਸਭ ਕੁਝ ਕਰਦਾ, ਕੀ ਮੰਤਵ, ਕਿਸਤਰ੍ਹਾਂ ਆਪਣੇ ਹੁਕਮ ਦੀ ਪਾਲਣਾ ਕਰਵਾਉਂਦਾ ਹੈ! ਕੇਵਲ ਅੰਤਰਜਾਮੀ ਪ੍ਰਭ, ਆਪ ਹੀ ਜਾਣਦਾ ਹੈ! ਸਭ ਸਮੇਂ ਹੀ ਬੰਦਗੀ ਕਰਨ ਲਈ ਪਵਿੱਤਰ ਹਨ ।
The real Holy Shrine, pond! Auspicious Time to meditate!
The enlightenment of the essence of His Word as Holy Shrine remains embedded within own body. Whosoever may listen the essence of His Word and remains in renunciation in the memory of his separation from His Holy Spirit; his soul may be sanctified with nectar of the essence of His Word from within his own body, Holy Shrine Pond. When, why, how, the time, moment, day, month, season, of creation of the universe may remain beyond the comprehension of His Creation. Only The Omniscient True Master has created with His Imagination. All times, seasons are auspicious for meditation.

17. ਪ੍ਰਭ ਦੀ ਕੁਦਰਤ ਦੀ ਹੋਂਦ!

ਪੌੜੀ – Pa-orhee 22

ਪਾਤਾਲਾ ਪਾਤਾਲ ਲਖ ਆਗਾਸਾ ਆਗਾਸ॥	Paataalaa paataal lakh aagaasaa aagaas.
ਓੜਕ ਓੜਕ ਭਾਲਿ ਥਕੇ ਵੇਦ ਕਹਨਿ ਇਕ ਵਾਤ॥	Orhak orhak bhaal thakay vayd kahan ik vaat.
ਸਹਸ ਅਠਾਰਹ ਕਹਨਿ ਕਤੇਬਾ ਅਸੁਲੂ ਇਕੁ ਧਾਤੁ॥	Sahas athaarah kahan kataybaa asuloo ik Dhaat.
ਲੇਖਾ ਹੋਇ ਤ ਲਿਖੀਐ ਲੇਖੈ ਹੋਇ ਵਿਣਾਸੁ॥	Laykhaa ho-ay ta likee-ai laykhai ho-ay vinaas.
ਨਾਨਕ ਵਡਾ ਆਖੀਐ ਆਪੇ ਜਾਣੈ ਆਪੁ॥ ੨੨॥	Naanak vadaa aakhee-ai aapay jaanai aap. ||22|

ਪ੍ਰਭ ਦੇ ਕਰਤਬਾਂ ਦੇ ਅੰਤ ਦੀ ਜਾਣਕਾਰੀ ਕਰਨ ਲਈ ਵਿਦਵਾਨਾਂ, ਭਗਤਾਂ ਨੇ ਵੇਦਾਂ ਦੀਆਂ ਬੁਹਤ ਹੀ ਖੋਜਾਂ ਕੀਤੀਆਂ ਹਨ । ਉਹਨਾਂ ਨੇ ਦੇਖਿਆ ਕੇ ਅਣਗਿਣਤ ਹੀ ਅਕਾਸ਼, ਪਤਾਲ, ਧਰਤੀਆਂ ਹਨ, ਗਿਣਤੀ ਨਹੀਂ ਕੀਤੀ ਜਾ ਸਕਦੀ । ਪ੍ਰਭ ਦੀਆਂ ਚੰਗਆਈਆਂ, ਸ਼ੁਭ ਗੁਣ ਅਕਾਸ਼ ਵਾਂਗ ਵਿਸ਼ਾਲ ਅਤੇ ਨਿਮ੍ਰਤਾ, ਪਤਾਲ ਦੀ ਤਰ੍ਹਾਂ ਡੂੰਘੀ ਹੈ । ਕਿਸੇ ਵੀ ਕਰਤਬ ਦਾ ਪੂਰਨ ਵਰਣਨ ਨਹੀਂ ਕੀਤਾ ਜਾ ਸਕਦਾ । ਅਠਾਰਾਂ ਹਜ਼ਾਰ ਆਲਮ ਵਿਦਵਾਨਾਂ (ਮੁਸਲਮਾਨਾਂ ਨੇ ਆਪਣੇ ਮਤ), ਅਠਾਰਾਂ ਪਰਬਾਂ ਵਾਲਾ ਮਹਾਭਾਰਤ ਵੀ, ਕਿਤਾਬਾਂ, ਸਿੰਮ੍ਰਤੀਆਂ, ਸਾਰੇ ਸਾਸਤ੍ਰ ਹੀ, ਇਕ ਗੱਲ ਤੇ ਸਹਿਮਤ ਹਨ । ਸਾਰੀ ਸ੍ਰਿਸ਼ਟੀ ਹੀ ਇਕ ਧਾਤ ਦੀ ਤਰ੍ਹਾਂ, ਮਿਟ ਜਾਣ ਵਾਲੀ ਹੀ ਹੈ! ਕੇਵਲ ਇਕੋ ਇਕ ਪ੍ਰਭ ਹੀ ਸਦਾ ਸਥਿਤ, ਅਟਲ ਰਹਿਣ ਵਾਲਾ, ਨਾ ਮਿਟਨ ਵਾਲਾ ਹੈ । ਪ੍ਰਭ ਦੇ ਕਿਸੇ ਕਰਤਬ ਦਾ ਕੋਈ ਲੇਖਾ ਵੀ ਪੂਰਨ ਤਰ੍ਹਾਂ ਲਿਖਿਆ ਨਹੀਂ ਜਾ ਸਕਦਾ ।

ਗੁਰੂ ਨਾਨਕ ਦੇਵ ਜੀ! – Guru Nanak Dev Ji! Guru Granth Sahib

ਜਿਹੜਾ ਵੀ ਲਿਖਦਾ ਹੈ! ਉਸ ਨੂੰ ਹੋਰ ਜਾਣਕਾਰੀ ਹੋ ਜਾਂਦੀ ਹੈ, ਬੁਹਤ ਕੁਝ ਬਾਕੀ ਹੈ, ਇਹ ਪੂਰਾ ਹੋਣ ਵਾਲਾ ਕੰਮ ਨਹੀਂ ਹੈ । ਪ੍ਰਭ ਦੀ ਕੁਦਰਤ ਦਾ ਕਿਸੇ ਨੇ ਵੀ ਅੰਤ ਨਹੀਂ ਪਾਇਆ । ਜੀਵ ਦੀ ਉਮਰ ਪੂਰੀ ਹੋ ਜਾਂਦੀ, ਪਰ ਵਰਣਨ ਪੂਰਨ ਨਹੀਂ ਕਰ ਸਕਦਾ । ਪ੍ਰਭ ਸਭ ਤੋਂ ਵਡਾ, ਆਪ ਹੀ ਜਾਣਦਾ, ਕਿਤਨਾ ਵਡਾ, ਵਿਸ਼ਾਲ ਹੈ । ਉਸ ਦੇ ਕਰਤਬਾਂ ਨੂੰ ਵੀ ਬੇਅੰਤ ਬੇਅੰਤ ਸਮਝਕੇ ਹੀ ਗੁਣ ਗਾਵੋ! ਕੇਵਲ ਪ੍ਰਭ ਆਪ ਹੀ ਆਪਣੀ ਰਜ਼ਾ ਜਾਣਦਾ ਹੈ ।

Worldly scholars and prophets are searching from ancient Ages to find the mystery, true depth of His Nature. They may realize the existence of countless earths, under worlds, skies, and His Virtues; however, complete imagination may remain beyond any comprehension of His Creation. All worldly Holy Scriptures agree! The universe may be perishable; everything may exist for a predetermined time. The One and Only One True Master remains unchanged forever. His Nature, Miracles any limit, boundary cannot be full described, written by anyone. Whosoever may try to write, compiles the description, he may exhaust his capital of breathes before completing his task. The project may never be finished! Many have been trying from ancient Age in the name of science and inventions, discoveries.

Key Message of Japji Sahib Pa-orhee 22
'ਇਕੋ ਇਕ ਪ੍ਰਭ ਦੀ ਹੋਂਦ ਹੀ ਅਟਲ ਹੈ!
ਸਾਰੇ ਧਾਰਮਕ ਗ੍ਰੰਥ! ਸਾਰੀ ਸ੍ਰਿਸ਼ਟੀ ਹੀ ਇਕ ਧਾਤ ਦੀ ਤਰ੍ਹਾਂ, ਮਿਟ ਜਾਣ ਵਾਲੀ ਹੈ । ਕੇਵਲ ਇਕੋ ਇਕ ਪ੍ਰਭ ਹੀ ਸਦਾ ਸਥਿਤ, ਅਟਲ ਰਹਿਣ ਵਾਲਾ ਹੈ । ਪ੍ਰਭ ਦੀ ਕੁਦਰਤ ਦਾ ਕੋਈ ਲੇਖਾ ਵੀ ਪੂਰਨ ਤਰ੍ਹਾਂ ਲਿਖਿਆ ਨਹੀਂ ਜਾ ਸਕਦਾ ।
The One and Only One, True Master, His Existence remains unchanged!
All worldly Holy Scriptures agreed! The universe is perishable, exists for predetermines time. The One and Only, True Master remains unchanged forever, non-perishable. His Word cannot be fully described nor writings on paper.

ਪੳੜੀ – Pa-orhee 23

ਸਾਲਾਹੀ ਸਾਲਾਹਿ ਏਤੀ ਸੁਰਤਿ ਨ ਪਾਈਆ॥	Saalaahee saalaahi aytee surat na paa-ee-aa.
ਨਦੀਆ ਅਤੈ ਵਾਹ ਪਵਹਿ ਸਮੁੰਦਿ ਨ ਜਾਣੀਅਹਿ॥	Nadee-aa atai vaah pavahi samund na jaanee-ahi.
ਸਮੁੰਦ ਸਾਹ ਸੁਲਤਾਨ ਗਿਰਹਾ ਸੇਤੀ ਮਾਲੁ ਧਨੁ॥	Samund saah sultaan girhaa saytee maal Dhan.
ਕੀੜੀ ਤੁਲਿ ਨ ਹੋਵਨੀ ਜੇ ਤਿਸੁ ਮਨਹੁ ਨ ਵੀਸਰਹਿ॥੨੩॥	Keerhee tul na hovnee jay tis manhu na veesrahi. ‖23‖

ਕੋਈ ਵੀ ਇਤਨੀ ਸੋਝੀ, ਗਿਆਨ ਵਾਲਾ ਪੈਦਾ ਨਹੀਂ ਹੋਇਆ, ਜਿਹੜਾ ਸਲਾਹੁਣੇ ਯੋਗ ਪ੍ਰਭ, ਦੀ ਪੂਰਨ ਤਰ੍ਹਾਂ ਤੇ ਸਲਾਹਣਾ ਕਰ ਸਕਦਾ । ਜਿਵੇਂ ਨਦੀਆਂ, ਛੋਟੇ ਨਾਲਿਆਂ ਦਾ ਪਾਣੀ, ਸੁਮੰਦਰ ਵਿੱਚ ਰਲਕੇ ਵੀ ਸਮੁੰਦਰ ਦਾ ਅਥਾਹ ਨਹੀਂ ਜਾਣ ਸਕਦਾ । ਇਸਤਰ੍ਹਾਂ, ਜਿਹੜਾ ਭਗਤ, ਆਪਾ ਸ਼ਬਦ ਦੀ ਭੇਟਾ ਕਰਕੇ, ਪ੍ਰਭ ਦੇ ਸ਼ਬਦ ਰੂਪੀ ਸਮੁੰਦਰ ਵਿੱਚ ਅਭੇਦ ਹੋ ਜਾਂਦਾ ਹੈ, ਪ੍ਰਭ ਦੀ ਹੋਂਦ ਅਨੁਭਵ ਕਰ ਲੈਂਦਾ, ਪ੍ਰਭ ਦੀ ਜੋਤ ਦੀ ਸ਼ਾਖ ਬਣ ਜਾਂਦਾ ਹੈ, ਉਸ ਨੂੰ ਵੀ ਕੁਝ ਪ੍ਰਭ ਦੇ ਗੁਣ ਬਖਸ਼ਿਸ਼ ਹੋ ਜਾਂਦੇ ਹਨ । ਉਸ ਦੇ ਬੋਲੇ ਬਚਨ ਪੂਰੇ ਹੋ ਜਾਂਦੇ ਹਨ, ਫਿਰ ਵੀ ਪ੍ਰਭ ਦੀ ਹੋਂਦਾ ਦਾ ਪੂਰਨ ਗਿਆਨ, ਸੋਝੀ ਨਹੀਂ ਹੁੰਦੀ, ਸਾਰੀਆਂ ਕਰਾਮਾਤਾਂ ਨੂੰ ਸਮਝ ਨਹੀਂ ਸਕਦਾ, ਸਮੁੰਦਰ ਸਰੂਪ ਦਾ ਅਥਾਹ ਨਹੀਂ ਜਾਣ ਸਕਦਾ । ਜਿਹੜਾ ਵੀ ਪ੍ਰਭ ਦੇ ਵਿਛੋੜੇ ਨੂੰ ਸਦਾ ਹੀ ਯਾਦ ਰਖਦਾ ਹੈ, ਉਸ ਦੇ ਸ਼ਬਦ ਨੂੰ ਜੀਵਨ ਦਾ ਢੰਗ ਬਣਾਉਂਦਾ ਹੈ, ਉਸ ਦੇ ਮਨ ਵਿਚੋਂ ਅਹੰਕਾਰ ਦੀ ਜੜ੍ਹ ਖਤਮ ਹੋ ਜਾਂਦੀ ਹੈ । ਉਸ ਨੂੰ ਆਪਣੇ ਕੀਤੇ ਤੇ ਕੋਈ ਅਭਿਮਾਨ, ਅਹੰਕਾਰ ਨਹੀਂ ਹੁੰਦਾ । ਉਹ ਹਮੇਸ਼ਾਂ ਹੀ ਧਿਆਨ ਵਿੱਚ ਰਖਦਾ ਹੈ, ਸਭ ਕੁਝ ਕਰਨ ਕਰਾਉਣ ਵਾਲਾ ਇਕੋ ਇਕ ਪ੍ਰਭ ਹੀ ਹੈ, ਆਪਣੇ ਦਾਸ ਨੂੰ ਆਪ ਹੀ ਵਡਿਆਈ ਬਖਸ਼ਦਾ ਹੈ ।

No one has such an enlightenment to fully describe the greatness of praise worthy The True Master. As rivers, small drains of storm rain water may immerse into the ocean; become a part of the main stream, ocean; however, rivers and drains may never realize the power of ocean. His true devotee may surrender his self-entity at His Sanctuary; with His mercy and grace, his soul may immerse within His Holy Spirit. His soul becomes part of His Holy Spirit; however, she may never fully comprehend His Greatness. He may be blessed with some virtues; his prayers may be accepted in His Court. Whosoever may remain in renunciation in the memory of his separation from His Holy Spirit fresh within; he may be blessed to conquer his own ego. He remains gratitude! Everything may only happen under His Command; He bestows honor on His true devotee.

Key Message of Japji Sahib Pa-orhee 23
'ਆਪਾ ਭੇਟਾ ਕਰਨਾ ਹੀ ਪ੍ਰਵਾਨ ਹੋਣਾ ਹੈ!
ਜਿਹੜਾ ਭਗਤ, ਸਮੁੰਦਰ ਰੂਪੀ ਪ੍ਰਭ ਵਿੱਚ ਅਭੇਦ ਹੋ ਜਾਂਦਾ, ਪ੍ਰਭ ਦੀ ਸ਼ਾਖ ਬਣ ਜਾਂਦਾ ਹੈ । ਉਹ ਵੀ ਸਮੁੰਦਰ ਸਰੂਪ ਦਾ ਅਥਾਹ, ਪ੍ਰਭ ਦੀ ਕੁਦਰਤ ਨੂੰ ਪੂਰਨ ਤਰ੍ਹਾਂ ਸਮਝ ਨਹੀਂ ਸਕਦਾ ।
Surrendering Self-entity is acceptance in His Court!
His true devotee may surrender his self-entity and immerses within His Holy Spirit; however, he may not comprehend His Nature greatness, completely.

ਪੳੜੀ – Pa-orhee 24

ਅੰਤੁ ਨ ਸਿਫਤੀ ਕਹਣਿ ਨ ਅੰਤੁ॥ ਅੰਤੁ ਨ ਕਰਣੈ ਦੇਣਿ ਨ ਅੰਤੁ॥	Ant na siftee kahan na ant. Ant na karnai dayn na ant.
ਅੰਤੁ ਨ ਵੇਖਣਿ ਸੁਣਣਿ ਨ ਅੰਤੁ॥ ਅੰਤੁ ਨ ਜਾਪੈ ਕਿਆ ਮਨਿ ਮੰਤੁ॥	Ant na vaykhan sunan na ant. Ant na jaapai ki-aa man mant.
ਅੰਤੁ ਨ ਜਾਪੈ ਕੀਤਾ ਆਕਾਰੁ॥ ਅੰਤੁ ਨ ਜਾਪੈ ਪਾਰਾਵਾਰੁ॥	Ant na jaapai keetaa aakaar. Ant na jaapai paaraavaar.
ਅੰਤ ਕਾਰਣਿ ਕੇਤੇ ਬਿਲਲਾਹਿ॥ ਤਾ ਕੇ ਅੰਤ ਨ ਪਾਏ ਜਾਹਿ॥	Ant kaaran kaytay billaahi. Taa kay ant na paa-ay jaahi.
ਏਹੁ ਅੰਤੁ ਨ ਜਾਣੈ ਕੋਇ॥ ਬਹੁਤਾ ਕਹੀਐ ਬਹੁਤਾ ਹੋਇ॥	Ayhu ant na jaanai ko-ay. Bahutaa kahee-ai bahutaa ho-ay.
ਵਡਾ ਸਾਹਿਬੁ ਊਚਾ ਥਾਉ॥ ਊਚੇ ਉਪਰਿ ਊਚਾ ਨਾਉ॥	Vadaa saahib oochaa thaa-o, Oochay upar oochaa naa-o.
ਏਵਡੁ ਊਚਾ ਹੋਵੈ ਕੋਇ॥ ਤਿਸੁ ਊਚੇ ਕਉ ਜਾਣੈ ਸੋਇ॥	Ayvad oochaa hovai ko-ay. Tis oochay ka-o jaanai so-ay.
ਜੇਵਡੁ ਆਪਿ ਜਾਣੈ ਆਪਿ ਆਪਿ॥ ਨਾਨਕ ਨਦਰੀ ਕਰਮੀ ਦਾਤਿ॥੨੪॥	Jayvad aap jaanai aap aap. Naanak nadreekarmee daat. ‖24‖

ਪ੍ਰਭ ਦੀਆਂ ਸਿਫਤਾਂ, ਸਿਫਤ ਕਰਨ ਵਾਲਿਆਂ ਦਾ ਅੰਤ ਨਹੀਂ ਪਾਇਆ ਜਾ ਸਕਦਾ, ਸਿਫਤ ਨੂੰ ਵਰਣਨ ਕਰਨਵਾਲੇ ਵੀ ਬੇਅੰਤ ਹੀ ਹਨ । ਪ੍ਰਭ ਦੇ ਕੀਤੇ ਕਰਤਬਾਂ, ਸ੍ਰਿਸ਼ਟੀਆਂ, ਦਿੱਤੀਆਂ ਅਸੀਸਾਂ ਦਾ ਵੀ ਅੰਤ ਨਹੀਂ ਪਾਇਆ ਜਾ ਸਕਦਾ । ਦੇਖਣ ਨਾਲ ਵੀ ਸਾਰੀਆਂ ਰਚੀਆਂ, ਸ੍ਰਿਸ਼ਟੀਆਂ ਦਾ ਅੰਤ ਨਹੀਂ ਪਾਇਆ ਜਾ ਸਕਦਾ । ਜਿਹੜਾ ਦ੍ਰਿਸ਼ਟਾ ਰੂਪ ਸਾਰਿਆਂ ਦੀ ਆਤਮਾ ਦੇ ਅੰਦਰ ਦੇਖਦਾ ਹੈ, ਉਸ ਸਰੂਪ ਦਾ ਦੇਖਣੇ ਨਾਲ, ਵੀ ਅੰਤ ਨਹੀਂ ਆਉਂਦਾ । ਪ੍ਰਭ ਦੇ ਬਖਸ਼ੇ ਸੁਣਨ ਵਾਲੇ ਕੰਨਾਂ ਦਾ ਵੀ ਅੰਤ ਨਹੀਂ ਆਉਂਦਾ । ਜਿਹੜਾ ਸਭ ਅੰਦਰ ਬੈਠਾ ਦੇਖਦਾ, ਸੁਣਦਾ, ਉਸ ਦਾ ਭੇਦ ਸਮਝਿਆ ਨਹੀਂ ਜਾ ਸਕਦਾ । ਪ੍ਰਭ ਨੇ ਸ੍ਰਿਸ਼ਟੀ ਕਿਉਂ, ਕਿਸਤਰ੍ਹਾਂ ਬਣਾਈ, ਕੀ

ਮੰਤਵ ਹੈ? ਵੱਖਰੇ ਵੱਖਰੇ ਅਕਾਰ, ਰੂਪ, ਕਿਸਮਾਂ ਦੇ ਜੀਵ ਦੀ ਗਿਣਤੀ ਨਹੀਂ ਕੀਤੀ ਜਾ ਸਕਦੀ । ਪ੍ਰਭ ਦਾ ਸੰਸਾਰ ਵਿੱਚ ਅਤੇ ਪ੍ਰਲੋਕ ਵਿੱਚ ਚਲਣ ਵਾਲੇ ਪ੍ਰਬੰਧ, ਕਰਤਬਾਂ ਦਾ ਭੇਦ ਨਹੀਂ ਜਾਣਿਆਂ ਜਾ ਸਕਦਾ । ਪ੍ਰਭ ਦੇ ਕਰਤਬਾਂ ਦਾ ਭੇਦ ਜਾਣਨ ਲਈ, ਕਈ ਜੋਗ ਧਾਰਨ ਕਰਦੇ, ਵਿਦਵਾਨ ਵਿਦਿਆਂ, ਬੇਅੰਤ ਸਾਸਤ੍ਰ ਵਿਆਖਿਆ ਕਰਦੇ ਹਨ, ਕਈ ਬੰਦਗੀ ਕਰਦੇ ਹਨ । ਇਹ ਸਾਰੇ ਹੀ ਤਰਲੇ ਮਾਰਦੇ ਹਨ, ਪ੍ਰਭ ਦਾ ਪੂਰਨ ਗਿਆਨ, ਅੰਤ, ਭੇਦ ਉਹਨਾਂ ਤੋਂ ਵੀ ਜਾਣਿਆ ਨਹੀਂ ਗਿਆ । ਅਸਲੀ ਮਾਲਕ, ਸਭ ਤੋਂ ਹੀ ਵਡਾ, ਮਹਾਨ, ਉਸ ਦਾ ਆਸਣ (ਥਾਉ) ਵੀ ਸਭ ਤੋਂ ਵਡਾ, ਪਵਿੱਤਰ ਹੈ, ਪ੍ਰਭ ਦੇ ਬਰਾਬਰ ਹੋਰ ਕੋਈ ਪਹੁੰਚ ਨਹੀਂ ਸਕਦਾ । ਪ੍ਰਭ ਦੀ ਜਿਤਨੀ ਵੀ ਸਿਫਤ ਕੀਤੀ ਜਾਵੇ, ਥੋੜ੍ਹੀ ਹੀ ਹੁੰਦੀ ਹੈ । ਜਿਹੜਾ ਪ੍ਰਭ ਤੋਂ ਵਡਾ ਹੋਵੇ, ਕੇਵਲ ਉਹ ਹੀ ਪ੍ਰਭ ਦੇ ਕਰਤਬਾਂ ਦਾ, ਕੁਦਰਤ ਦਾ ਅੰਦਾਜ਼ਾ ਲਗਾ ਸਕਦਾ ਹੈ । ਕੇਵਲ ਪ੍ਰਭ ਹੀ ਆਪਣੇ ਆਪ ਨੂੰ ਜਾਣ ਸਕਦਾ ਹੈ, ਬ੍ਰਹਮਾ ਰੂਪ ਆਪਣੀ ਕੁਦਰਤ ਆਪ ਹੀ ਜਾਣਦਾ ਹੈ । ਜਿਸ ਤੇ ਰਹਿਮਤ ਦੀ ਨਜ਼ਰ ਬਖਸ਼ਿਸ਼ ਹੋ ਜਾਂਦੀ ਹੈ, ਉਸ ਨੂੰ ਪ੍ਰਭ ਦੀ ਹੋਂਦ ਅਨੁਭਵ ਹੋ ਜਾਂਦੀ, ਉਸ ਵਿੱਚ ਅਭੇਦ ਹੋ ਜਾਂਦਾ ਹੈ ।

The True Master has created countless creatures, virtues, Blessings, and countless worshippers sing His Glory. No one may ever fully imagine the number of His true devotees, His Virtues nor His Creations. He has blessed ambrosial ears to hear the everlasting each of His Word resonating within heart. The True Master remains seated on His Throne within the heart of everyone! The events of His Nature are countless and beyond comprehension of His Creation. How, why, what may be the purpose of His Creation? The count of His Creations, countless creatures with different body structure may remain beyond the comprehension of His Creation. His function and events in worldly life and after death in His Court remains beyond any comprehension. Countless devotees, adopt religious robes, Yogi, countless scholars research various Holy Scriptures and countless devotees meditate, all these are various paths, efforts to understand His Nature; however, no one may ever fully comprehend His Nature. The True Master, His Holy throne remains the highest and most sanctified; no one may be equal or greater than The True Master, greatest of All! His Word always prevails in the universe as an ultimate unchangeable, unavoidable Command. Whatsoever the praises, His Creation may be singing; however, may not be enough, significant; more need to be praised. Whosoever may be equal or greater; only, he may be able to comprehend, describes the extent of His Nature. Only The True Master may comprehend His Own Greatness. Whosoever may be bestowed with His Blessed Vision, he may be enlightened with the essence of His Word; he may realize His Existence and immerses within His Holy Spirit.

Key Message of Japji Sahib Pa-orhee 24
'ਸ਼ਬਦ ਦੀ ਪਾਲਣਾ ਹੀ ਉਤਮ ਬੰਦਗੀ ਹੈ!
ਅਸਲੀ ਮਾਲਕ, ਸਭ ਤੋਂ ਹੀ ਵੱਡਾ, ਮਹਾਨ, ਦੇ ਬਰਾਬਰ ਹੋਰ ਕੋਈ ਪਹੁੰਚ ਨਹੀਂ ਸਕਦਾ । ਜੀਵ ਨੂੰ ਭਗਵਾਨ, ਰੱਬ ਬਣਨ ਦੀ ਖਾਹਿਸ਼ ਨਹੀਂ ਹੋਣੀ ਚਾਹੀਦੀ । ਸ਼ਬਦ ਦੀ ਪਾਲਣਾ ਦੇ ਬਰਾਬਰ ਕੋਈ ਵੀ ਜੋਗ ਜਾ ਵਿਧੀ, ਬਖਸ਼ਿਸ਼ ਨਹੀਂ ਹੈ ।
Adopting His Word, a true meditation!
The True Master, the Greatest of All! His Word remains an ultimate Command. No creature, human, prophet, guru can become as great as God. No one should have a desire or fantasy to become or replace God nor anyone can bless, nor curse any other creature. No Holy Scripture is comparable to adopting the teachings of His Word in day-to-day life.

Key Message of Japji Sahib Pa-orhee 22, 23, 24
'ਇਕੋ ਇਕ ਪ੍ਰਭ ਦੀ ਹੋਂਦ ਹੀ ਅਟਲ ਹੈ!
ਸਾਰੇ ਧਾਰਮਕ ਗ੍ਰੰਥ! ਸਾਰੀ ਸ੍ਰਿਸ਼ਟੀ ਹੀ ਇਕ ਧਾਤ ਦੀ ਤਰ੍ਹਾਂ, ਮਿਟ ਜਾਣ ਵਾਲੀ ਹੈ । ਕੇਵਲ ਇਕੋ ਇਕ ਪ੍ਰਭ ਹੀ ਸਦਾ ਅਟਲ ਰਹਿਣ ਵਾਲਾ ਹੈ । ਜਿਹੜਾ ਭਗਤ, ਸਮੁੰਦਰ ਰੂਪੀ ਪ੍ਰਭ ਵਿੱਚ ਅਭੇਦ ਹੋ ਜਾਂਦਾ, ਪ੍ਰਭ ਦੀ ਸ਼ਾਖ ਬਣ ਜਾਂਦਾ ਹੈ । ਉਹ ਵੀ ਸਮੁੰਦਰ ਸਰੂਪ ਦਾ ਅਥਾਹ, ਪ੍ਰਭ ਦੀ ਕੁਦਰਤ ਨੂੰ ਪੂਰਨ ਤਰ੍ਹਾਂ ਸਮਝ ਨਹੀਂ ਸਕਦਾ । ਸ਼ਬਦ ਦੀ ਪਾਲਣਾ ਦੇ ਬਰਾਬਰ ਕੋਈ ਵੀ ਜੋਗ ਜਾ ਵਿਧੀ, ਬਖਸ਼ਿਸ਼ ਨਹੀਂ ਹੈ । ਅਸਲੀ ਮਾਲਕ, ਸਭ ਤੋਂ ਹੀ ਵੱਡਾ, ਮਹਾਨ, ਉਸ ਦੇ ਬਰਾਬਰ ਹੋਰ ਕੋਈ ਪਹੁੰਚ ਨਹੀਂ ਸਕਦਾ । ਪ੍ਰਭ ਦੀ ਕੁਦਰਤ ਦਾ ਕੋਈ ਲੇਖਾ ਵੀ ਪੂਰਨ ਤਰ੍ਹਾਂ ਲਿਖਿਆ ਨਹੀਂ ਜਾ ਸਕਦਾ ।
The One and Only One, True Master, His Existence!
All Holy Scriptures agreed! The universe is perishable, exists for predetermines time. The One and Only One, True Master remains unchanged forever, non-perishable. His true devotee may surrender his self-entity and immerses within His Holy Spirit; however, he may not fully comprehend His Nature greatness. No Holy Scripture is comparable to adopting the teachings of His Word in day-to-day life. God, the Greatest of All, ultimate Command! No prophet, can become as great as God. His Nature, Word, cannot be fully described in writings on paper.

18. ਪੌੜੀ – Pa-orhee 25

ਬਹੁਤਾ ਕਰਮੁ ਲਿਖਿਆ ਨਾ ਜਾਇ॥ ਵਡਾ ਦਾਤਾ ਤਿਲੁ ਨ ਤਮਾਇ॥	Bahutaa karam likhi-aa naa jaa-ay. Vadaa daataa til na tamaa-ay.
ਕੇਤੇ ਮੰਗਹਿ ਜੋਧ ਅਪਾਰ॥ ਕੇਤਿਆ ਗਣਤ ਨਹੀ ਵੀਚਾਰੁ॥	Kaytay mangahi joDh apaar. Kayti-aa ganat nahee veechaar.
ਕੇਤੇ ਖਪਿ ਤੁਟਹਿ ਵੇਕਾਰ॥ ਕੇਤੇ ਲੈ ਲੈ ਮੁਕਰੁ ਪਾਹਿ॥	Kaytay khap tutahi vaykaar. Kaytay lai lai mukar paahi.
ਕੇਤੇ ਮੂਰਖ ਖਾਹੀ ਖਾਹਿ॥ ਕੇਤਿਆ ਦੂਖ ਭੂਖ ਸਦ ਮਾਰ॥	Kaytay moorakh khaahee khaahi. Kayti-aa dookh bhookh sad maar.
ਏਹਿ ਭਿ ਦਾਤਿ ਤੇਰੀ ਦਾਤਾਰ॥ ਬੰਦਿ ਖਲਾਸੀ ਭਾਣੈ ਹੋਇ॥	Ayhi bhe daat tayree daataar. Band khalaasee bhaanai ho-ay.
ਹੋਰੁ ਆਖਿ ਨ ਸਕੈ ਕੋਇ॥ ਜੇ ਕੋ ਖਾਇਕੁ ਆਖਣਿ ਪਾਇ॥	Hor aakh na sakai ko-ay. Jay ko khaa-ik aakhan paa-ay.
ਓਹੁ ਜਾਣੈ ਜੇਤੀਆ ਮੁਹਿ ਖਾਇ॥ ਆਪੇ ਜਾਣੈ ਆਪੇ ਦੇਇ॥	Oh jaanai jaytee-aa muhi khaa-ay. Aapay jaanai aapay day-ay.
ਆਖਹਿ ਸਿ ਭਿ ਕੇਈ ਕੇਇ॥ ਜਿਸ ਨੋ ਬਖਸੇ ਸਿਫਤਿ ਸਾਲਾਹ॥	Aakhahi se bhe kay-ee kay-ay. Jis no bakhsay sifat saalaah.
ਨਾਨਕ ਪਾਤਿਸਾਹੀ ਪਾਤਿਸਾਹੁ॥੨੫॥	Naanak paatisaahee paatisaahu. ||25||

ਕੋਈ ਵੀ ਆਪਣੇ ਵਡੇ ਭਾਗ ਆਪ ਨਹੀਂ ਲਿਖ ਸਕਦਾ, ਪ੍ਰਭ ਤੇ ਕਿਸੇ ਦਾ ਜ਼ੋਰ ਨਹੀਂ ਹੈ । ਪ੍ਰਭ ਬੁਹਤ ਹੀ ਮਹਾਨ, ਸਾਰਿਆਂ ਨੂੰ ਦਾਤਾਂ, ਅਸੀਸਾਂ ਬਖਸ਼ਦਾ ਹੈ, ਪਰ ਉਸ ਨੂੰ ਕੋਈ ਰਤਾ ਭਰ ਵੀ ਭੇਟਾ ਲੈਣ ਦੀ ਖਾਹਸ਼ ਨਹੀਂ ਹੁੰਦੀ । ਪ੍ਰਭ ਤੋਂ ਬੁਹਤ ਹੀ ਜੀਵ (ਜੋਧ) ਸੂਰਮਤਾਈ ਦੀ ਦਾਤ ਮੰਗਦੇ, ਕਈ ਜੋਧੇ, ਸਰੀਰ ਨੂੰ ਵਿਕਾਰਾ ਤੋਂ ਰੋਕਣ, ਇੰਦ੍ਰੀਆਂ ਤੇ ਕਾਬੂ ਪਾਉਣ ਲਈ ਬਲ ਮੰਗਦੇ ਹਨ । ਬੇਅੰਤ ਹੀ ਜੀਵ ਹਰ ਵੇਲੇ ਅਰਦਾਸ ਕਰਦੇ ਹਨ, ਪ੍ਰਭ ਵਾਕਾਰਾਂ ਤੋਂ ਰਹਿਤ ਰਖੋ । ਬੇਅੰਤ ਹੀ ਜੀਵ ਪ੍ਰਭ ਦੀਆਂ ਦਾਤਾਂ ਲੈ ਕੇ ਭੁਲ ਜਾਂਦੇ ਹਨ, ਹਮੇਸ਼ਾਂ ਰੋਸ ਹੀ ਕਰਦੇ ਹਨ, ਸਭ ਕੁਝ ਆਪਣੀ ਹਿੰਮਤ ਨਾਲ ਹੀ ਹਾਸਿਲ ਕੀਤਾ ਹੈ । ਬੇਅੰਤ ਹੀ ਅਗਿਆਨੀ ਆਪਣੀਆਂ ਇੰਦ੍ਰੀਆਂ ਨੂੰ

ਅੱਗੇ ਰਖਦੇ, ਲਾਲਚ ਵਿੱਚ ਹੀ ਰਹਿੰਦੇ ਹਨ । ਬੇਅੰਤ ਹੀ ਹਰ ਵੇਲੇ ਦੁਖ (ਅਹੰਕਾਰ, ਭਟਕਣਾਂ), ਲਾਲਚ (ਭੁਖ) ਦੀ ਭਟਕਣ ਵਿੱਚ ਹੀ ਰਹਿੰਦੇ ਹਨ । ਉਹਨਾਂ ਨੂੰ (ਵਿਕਾਰਾ) ਸ਼ਾਂਤੀ, ਸੰਤੋਖ, ਧੀਰਜ ਬਖਸ਼ਿਸ਼ ਨਹੀਂ ਹੁੰਦਾ । ਕਈਆਂ ਨੇ ਆਪਣੀ ਵਿਕਾਰਾਂ ਦੀ ਭੁੱਖ, ਜਨਮ, ਮਰਨ ਦੇ ਦੁਖ, ਵਾਸਨਾ ਤੇ ਕਾਬੂ ਪਾਇਆ, ਮੁਕਤੀ ਦਾ ਰਸਤਾ ਬਖਸ਼ਿਸ਼ ਹੋ ਗਿਆ ਹੈ । ਪ੍ਰਭ ਸਭ ਕੁਝ ਤੇਰੀ ਹੀ ਬਖਸ਼ਿਸ਼ ਹੈ । ਜਿਹੜਾ ਪ੍ਰਭ ਦੇ (ਭਾਣੇ) ਹੁਕਮ ਵਿੱਚ ਚਲਦਾ, ਉਸ ਨੂੰ ਬੰਧਨਾ ਤੋਂ ਛੁਟਕਾਰਾ, ਮੁਕਤੀ ਬਖਸ਼ਦਾ ਹੋ ਜਾਂਦੀ ਹੈ । ਹੋਰ ਕੋਈ ਵੀ ਮੁਕਤੀ ਦੀ ਪ੍ਰਾਪਤੀ ਦਾ ਢੰਗ ਨਹੀਂ ਹੈ । ਜਿਹੜਾ ਅਗਿਆਨੀ, ਮੂਰਖ ਆਪਣੇ ਆਪ ਨੂੰ ਹੁਕਮ ਤੋਂ ਉਪਰ ਸਮਝਦਾ ਹੈ, ਕਿਸੇ ਜੀਵ ਨੂੰ ਮੁਕਤੀ ਕਰਵਾ ਸਕਦਾ ਹੈ । ਉਸ ਨੂੰ ਪ੍ਰਭ ਦੇ ਦਰਬਾਰ ਵਿੱਚ ਲਾਨ੍ਹਤਾਂ, ਜਮਾਂ ਦੀਆਂ ਸੱਟਾਂ ਪੈਂਦੀਆਂ ਹਨ । ਅੰਤਰਜਾਮੀ ਸਭ ਕੁਝ ਜਾਣਦਾ, ਸਾਰਿਆਂ ਦੇ ਹਿਰਦੇ ਵਿੱਚ ਆਪ ਹੀ ਪ੍ਰਵੇਸ਼ ਕਰਦਾ ਹੈ । ਆਪਣੇ ਭਾਣੇ ਅਨੁਸਾਰ ਹੀ ਦੰਡ, ਬਖਸ਼ਿਸ਼ਾਂ, ਨਿਸ਼ਕਾਮ ਸੇਵਾ, ਬ੍ਰਹਮ ਗਿਆਨ ਦੀ ਦਾਤ ਬਖਸ਼ਦਾ ਹੈ । ਜਿਸ ਨੂੰ ਸ਼ਬਦ ਦੇ ਲੜ ਲਾਉਂਦਾ ਹੈ, ਕੇਵਲ ਉਹ ਹੀ ਸੰਗਤ ਵਿੱਚ ਰਲਕੇ ਸਿਮਰਨ, ਕਥਾ, ਵਿਆਖਿਆ ਕਰ ਸਕਦਾ ਹੈ । ਪ੍ਰਭ ਦੀ ਰਹਿਮਤ ਤੋਂ ਬਿਨਾਂ ਸ਼ਬਦ ਦਾ ਸਿਮਰਨ ਨਹੀਂ ਕੀਤਾ ਜਾ ਸਕਦਾ । ਜਿਸ ਦੀ ਸ਼ਬਦ ਦੀ ਕਮਾਈ ਪ੍ਰਵਾਨ ਹੋ ਜਾਂਦੀ ਹੈ, ਉਸ ਨੂੰ ਪ੍ਰਵਾਨਗੀ ਦਾ ਅਸਲੀ ਰਸਤਾ, ਸੰਤ ਸਰੂਪ ਅਵਸਥਾ ਬਖਸ਼ਿਸ਼ ਹੋ ਜਾਂਦੀ, ਉਸ ਵਿੱਚ ਅਭੇਦ ਹੋ ਜਾਂਦਾ ਹੈ ।

No one can change, alter, or rewrite his own destiny. The True Master Greatest of All, engraves the destiny on every soul before birth. He has no desire to be worshipped, offered worldly charity for His Blessings. Many may be praying for bravery, good health, prosperity, control on worldly desires. So many remain intoxicated in meditation, contented, and in gratitude with His Blessings. Many ignorant, self-minded enjoy His Blessings; however, remain uncontented, unthankful and keeps begging more and more. Self-minded, egoist claims to have accomplished everything by his own wisdom and hard work. Many may endure hunger, pain, and misery all time; however, remains never contented with His Blessings. Whosoever may be blessed with devotion to meditate, only he may adopt the teachings of His Word; with His mercy and grace, his worldly bonds may be conquered; he may be accepted in His Sanctuary. There may not be any other right path of salvation. Whosoever may claim to be beyond the reach of His Command and he may guide others on the right path of salvation; he must eventually repent for his foolishness and captured by the devil of death. The Omniscient True Master remains aware all desires of His Creation; only rewards his earnings of His Word. Whosoever may acknowledge His Word as an ultimate and justice Command; he may remain intoxicated in meditation in the void of His Word. He may remain fascinated from The King of kings and His Nature.

Key Message of Japji Sahib Pa-orhee 25
'ਸ਼ਬਦ ਦੀ ਕਮਾਈ ਨਾਲ ਹੀ ਭਾਗ ਲਿਖੇ ਜਾਂਦੇ ਹਨ!
ਕੋਈ ਵੀ ਆਪਣੇ ਵੱਡੇ ਭਾਗ ਆਪ ਨਹੀਂ ਲਿਖ ਸਕਦਾ, ਪ੍ਰਭ ਤੇ ਕਿਸੇ ਦਾ ਜ਼ੋਰ ਨਹੀਂ ਹੈ । ਜਿਹੜਾ ਗੁਰੂ, ਆਪਣੇ ਆਪ ਨੂੰ ਹੁਕਮ ਤੋਂ ਉਪਰ ਸਮਝਦਾ ਹੈ; ਕਿਸੇ ਜੀਵ ਨੂੰ ਮੁਕਤੀ ਬਖਸ਼ ਸਕਦਾ ਹੈ । ਉਸ ਨੂੰ ਦਰਬਾਰ ਵਿੱਚ ਕਿਤਨੀਆਂ ਲਾਨ੍ਹਤਾਂ ਰੂਪੀ, ਜਮਾਂ ਦੀਆਂ ਸੱਟਾਂ ਪੈਂਦੀਆਂ ਹਨ । ਜਿਸ ਦਾ ਸਿਮਰਨ ਦਰਬਾਰ ਵਿੱਚ ਪ੍ਰਵਾਨ ਹੋ ਜਾਂਦਾ ਹੈ । ਉਹ ਪ੍ਰਭ ਦਾ ਹੀ ਸਰੂਪ ਬਣ ਜਾਂਦਾ, ਉਸ ਵਿੱਚ ਅਭੇਦ ਹੋ ਜਾਂਦਾ ਹੈ ।
Earnings of His Word, next path engraved on soul!
No one has any control, power, influence on God; No one can change, alter, or rewrite his own destiny. Any worldly guru claims to be above His Command; he can guide others on the right path of salvation. He may be rebuked in His Court like a worse criminal. Whose meditation may be accepted in His Court; he may become a symbol of The True Master; he may be immersed within His Holy Spirit.

19. ਪੌੜੀ – Pa-orhee 26

ਅਮੁਲ ਗੁਣ ਅਮੁਲ ਵਾਪਾਰ॥ ਅਮੁਲ ਵਾਪਾਰੀਏ ਅਮੁਲ ਭੰਡਾਰ॥	Amul gun, amul vaapaar. Amul vaapaaree-ay, amul bhandaar.
ਅਮੁਲ ਆਵਹਿ ਅਮੁਲ ਲੈ ਜਾਹਿ॥ ਅਮੁਲ ਭਾਇ ਅਮੁਲਾ ਸਮਾਹਿ॥	Amul aavahi, amul lai jaahi. Amul bhaa-ay, amulaa samaahi.
ਅਮੁਲੁ ਧਰਮੁ ਅਮੁਲੁ ਦੀਬਾਣੁ॥ ਅਮੁਲੁ ਤੁਲੁ ਅਮੁਲੁ ਪਰਵਾਣੁ॥	Amul Dharam, amul deebaan. Amul tul, amul parvaan.
ਅਮੁਲੁ ਬਖਸੀਸ ਅਮੁਲੁ ਨੀਸਾਣੁ॥ ਅਮੁਲੁ ਕਰਮੁ ਅਮੁਲੁ ਫੁਰਮਾਣੁ॥	Amul bakhsees, amul neesaan. Amul karam, amul furmaan.
ਅਮੁਲੋ ਅਮੁਲੁ ਆਖਿਆ ਨ ਜਾਇ॥ ਆਖਿ ਆਖਿ ਰਹੇ ਲਿਵ ਲਾਇ॥	Amulo amul aakhi-aa na jaa-ay. Aakh aakh rahay liv laa-ay.
ਆਖਹਿ ਵੇਦ ਪਾਠ ਪੁਰਾਣ॥ ਆਖਹਿ ਪੜੇ ਕਰਹਿ ਵਖਿਆਣ॥	Aakhahi vayd paath puraan. Aakhahi parhay karahi vakhi-aan.
ਆਖਹਿ ਬਰਮੇ ਆਖਹਿ ਇੰਦ॥ ਆਖਹਿ ਗੋਪੀ ਤੈ ਗੋਵਿੰਦ॥	Aakhahi barmay aakhahi ind. Aakhahi gopee tai govind.
ਆਖਹਿ ਈਸਰ ਆਖਹਿ ਸਿਧ॥ ਆਖਹਿ ਕੇਤੇ ਕੀਤੇ ਬੁਧ॥	Aakhahi eesar aakhahi siDh. Aakhahi kaytay keetay buDh.
ਆਖਹਿ ਦਾਨਵ ਆਖਹਿ ਦੇਵ॥ ਆਖਹਿ ਸੁਰਿ ਨਰ ਮੁਨਿ ਜਨ ਸੇਵ॥	Aakhahi daanav aakhahi dayv. Aakhahi sur nar mun jan sayv.
ਕੇਤੇ ਆਖਹਿ ਆਖਣਿ ਪਾਹਿ॥ ਕੇਤੇ ਕਹਿ ਕਹਿ ਉਠਿ ਉਠਿ ਜਾਹਿ॥	Kaytay aakhahi aakhan paahi. Kaytay kahi kahi uth uth jaahi.
ਏਤੇ ਕੀਤੇ ਹੋਰਿ ਕਰੇਹਿ॥ ਤਾ ਆਖਿ ਨ ਸਕਹਿ ਕੇਈ ਕੇਇ॥	Aytay keetay hor karayhi. Taa aakh na sakahi kay-ee kay-ay.
ਜੇਵਡੁ ਭਾਵੈ ਤੇਵਡੁ ਹੋਇ॥ ਨਾਨਕ ਜਾਣੈ ਸਾਚਾ ਸੋਇ॥	Jayvad bhaavai tayvad ho-ay. Nanak jaanai saachaa so-ay.
ਜੇ ਕੋ ਆਖੈ ਬੋਲੁਵਿਗਾੜੁ॥ ਤਾ ਲਿਖੀਐ ਸਿਰਿ ਗਾਵਾਰਾ ਗਾਵਾਰੁ॥੨੬॥	Jay ko aakhai boluvigaarh. Taa likee-ai sir gaavaaraa gaavaar. 26

ਪ੍ਰਭ ਦੇ ਸ਼ਬਦ ਦੇ ਗੁਣ ਅਮੋਲਕ ਹਨ, ਵਪਾਰ ਕਰਨਵਾਲਾ ਦਾਸ ਵੀ ਅਮੋਲਕ, ਵਡੇ ਭਾਗਾਂ ਵਾਲਾ ਹੀ ਹੁੰਦਾ ਹੈ । ਜਿਹੜਾ ਆਪਾ ਪ੍ਰਭ ਦੇ ਸ਼ਬਦ ਨੂੰ ਭੇਟਾ ਕਰਕੇ, ਸ਼ਬਦ ਨੂੰ ਜੀਵਨ ਵਿੱਚ ਢਾਲਦਾ ਹੈ, ਪ੍ਰਭ ਦੀ ਰਹਿਮਤ ਨਾਲ ਸ਼ਬਦ ਦੀ ਸੋਝੀ ਬਖਸ਼ਿਸ਼ ਹੋ ਜਾਂਦੀ ਹੈ, ਉਸ ਨੂੰ ਮਨ ਦੀ ਅਮੋਲਕ ਅਵਸਥਾ ਬਖਸ਼ਿਸ਼ ਹੋ ਜਾਂਦੀ ਹੈ, ਪ੍ਰਭ ਦੀ ਜੋਤ ਤਨ ਵਿੱਚ ਜਾਗਰਤ ਮਹਿਸੂਸ ਹੋ ਜਾਂਦੀ ਹੈ ਹੈ । ਪ੍ਰਭ ਦੇ ਮਾਨਸ ਜੀਵਨ ਦੇ ਨਿਯਮ, (ਧੀਰਜ, ਸੰਤੋਖ, ਦਾਇਆ); ਧਰਮ (ਮੁਨੱਖਤਾ); ਪ੍ਰਭ ਦਾ ਦਰਬਾਰ ਆਤਮਾ ਵਿੱਚ ਜਾਗਰਤ ਹੋਣਾ ਅਮੋਲਕ ਹੈ । ਪ੍ਰਭ ਦੇ ਦਾਸ ਦੀ ਬੰਦਗੀ, ਪਰਖ ਦੇ ਯੋਗ ਹੋਣਾ, ਪ੍ਰਭ ਦੀ ਪਰਖ ਅਟਲ, ਅਮੋਲਕ ਹੈ । ਪ੍ਰਭ ਦੇ ਸ਼ਬਦ ਦੀ ਸੋਭਾ, ਪੂਰਨ ਤਰ੍ਹਾਂ ਗਾਈ ਨਹੀਂ ਜਾ ਸਕਦੀ । ਪ੍ਰਭ ਦਾ ਦਾਸ ਬਾਰ ਬਾਰ ਸ਼ਬਦ ਦਾ ਸਿਮਰਨ ਕਰਦਾ, ਗੁਣ ਗਾਉਂਦਾ, ਸ਼ਬਦ ਦੀ ਸਮਾਧੀ ਵਿੱਚ ਅਡੋਲ ਰਹਿੰਦਾ ਹੈ । ਪ੍ਰਭ ਨੇ ਆਪ ਹੀ ਧਾਰਮਕ ਗ੍ਰੰਥ ਵਿੱਚ ਪ੍ਰਭ ਦੇ ਪ੍ਰਵਾਨ ਹੋਣ ਯੋਗ ਬਣਨ ਦੀਆਂ ਸਿਖਿਆਂ ਬਖਸ਼ੀਆਂ ਹਨ! ਪ੍ਰਭ ਆਪ ਹੀ ਸ਼ਬਦ ਦੀ ਪਾਲਣਾ ਕਰਨ ਦੀ ਮਹੱਤਤਾ ਦੀ ਪ੍ਰੇਰਨਾ ਕਰਦਾ ਹੈ । ਵਿਦਵਾਨ, ਪ੍ਰਚਾਰਕ ਧਾਰਮਕ ਗ੍ਰੰਥਾਂ ਨੂੰ ਪੜ੍ਹਕੇ ਪ੍ਰਚਾਰ ਕਰਦੇ ਹਨ । ਪ੍ਰਭ ਨੇ ਸ੍ਰਿਸ਼ਟੀ ਵਿੱਚ ਅਨੇਕਾਂ ਹੀ ਦਾਸ ਭੇਜੇ ਹਨ – ਬ੍ਰਹਮਾ, ਇੰਦ੍ਰ, ਈਸਰ, ਗੋਪੀਆ, ਨਾਨਕ, ਜੀਸ਼ਸ ਆਦਿ ਗੁਣ ਗਾਉਂਦੇ, ਪ੍ਰੇਰਨਾ ਕਰਦੇ, ਆਪਣਾ ਮਾਨਸ ਜੀਵਨ ਦਾ ਸਮਾਂ ਪੂਰਾ ਕਰਕੇ, ਵਾਪਸ ਚਲੇ ਜਾਂਦੇ ਹਨ! ਇਹ ਖੇਲ ਚਲਦਾ ਹੀ ਰਹਿੰਦਾ, ਅੱਗੇ ਵੀ ਚਲਦੇ ਰਹਿਣ ਵਾਲਾ ਹੈ । ਉਸ ਦੀ ਕੁਦਰਤ ਦਾ ਪੂਰਨ ਵਰਣਨ ਨਹੀਂ ਕੀਤਾ ਜਾ ਸਕਦਾ । ਉਤਨਾਂ ਹੀ ਮਹਾਨ, ਵਡਾ ਹੋ ਜਾਂਦਾ ਹੈ, ਜਿਤਨਾ ਉਸ ਨੂੰ ਭਾਉਂਦਾ ਹੈ, ਆਪਣੀ ਕੁਦਰਤ ਆਪ ਹੀ ਪੂਰਨ ਤਰ੍ਹਾਂ ਜਾਣਦਾ ਹੈ । ਜਿਹੜਾ ਸਮਝਦਾ ਹੈ! ਉਹ ਪੂਰਨ ਤਰ੍ਹਾਂ ਵਰਣਨ ਕਰ ਸਕਦਾ ਹੈ । ਉਹ ਬਹੁਤ ਵਡਾ ਮੂਰਖ ਹੀ ਹੁੰਦਾ ਹੈ! ਸ਼ਬਦ ਦੀ ਸੋਝੀ ਉਸ ਦੇ ਨੇੜੇ ਨਹੀਂ ਜਾਂਦੀ ।

ਗੁਰੂ ਨਾਨਕ ਦੇਵ ਜੀ! – Guru Nanak Dev Ji! Guru Granth Sahib

The teachings of His Word, Virtues, The True Master, His devotee who may adopt the teachings of His Word with steady and stable belief are very fortunate. Who may remain intoxicated in the void of His Word, his sanctified soul, may become worthy of His Consideration. His divine law **(patience, contentment, and Compassion)**, mankind remains His only **Dharma**. His Throne, 10th door remains embedded within each soul; His Word, always remains ultimate justice. His Blessings, the right path of acceptance, symbol of acceptance, His Blessed Vision, His Ultimate Command, essence of His Word, His true devotee intoxicated in the void of His Word all are ambrosial. The True Master has blessed worldly Holy Scriptures (like Vedas, Bible, Quran, Guru Grant Sahib) all inspires the significance of adopting the virtues of **His Devine law, His Dharma** in day-to-day life. Many worldly scholars, sermon, teach, inspire a humble, passionate way of life. He sends many His Blessed souls like Brahma, Indra, Nanak, Jesus, and many more to guide His Creation time to time. Many have spoken about His Greatness, significance of adopting His Word in day-to-day life. Every Blessed soul plays an assigned role and move on. The play of universe goes on uninterrupted as designed forever. From Ancient Ages, many have described His Greatness; however, His Greatness remains beyond complete explanation and comprehension of His Creation. He may become as big or as small with His Own Imagination; He remains embedded within each soul and dwells with his body from the smallest worm and as big as elephant. Only, He knows His Greatness or size; no one else can fully describe. Only ignorant, self-minded may claim, to describe Him completely. He must regret and repents, rebuked in His Court.

Key Message of Japji Sahib Pa-orhee 26

'ਮਾਨਸ ਦਾ ਧਰਮ!

ਪ੍ਰਭ ਦੇ ਮਾਨਸ ਜੀਵਨ ਦੇ ਨਿਯਮ, (ਧੀਰਜ, ਸੰਤੋਖ, ਦਾਇਆ); ਪ੍ਰਭ ਦਾ ਦਰਬਾਰ ਆਤਮਾ ਵਿੱਚ ਜਾਗਰਤ ਹੋ ਜਾਂਦਾ ਹੈ! ਪ੍ਰਭ ਦੇ ਦਾਸ ਦੀ ਬੰਦਗੀ ਪਰਖ ਦੇ ਯੋਗ ਹੋ ਜਾਂਦੀ, ਪ੍ਰਭ ਦੀ ਪਰਖ ਅਟਲ, ਅਮੋਲਕ ਹੈ । ਪ੍ਰਭ, ਅਨੇਕਾਂ ਹੀ ਦਾਸ, (ਬ੍ਰਹਮਾ, ਇੰਦ੍ਰ, ਈਸਰ, ਗੋਪੀਆ, ਨਾਨਕ, ਜੀਸ਼ਸ) ਸ੍ਰਿਸ਼ਟੀ ਵਿੱਚ ਭੇਜਦਾ ਹੈ । ਜਿਹੜਾ ਸੰਸਾਰ ਵਿੱਚ ਆਪਣਾ ਧਰਮ ਚਲਾ ਲੈਂਦਾ, ਸਮਝਦਾ, ਪੂਰਨ ਤਰ੍ਹਾਂ ਵਰਣਨ ਕਰ ਸਕਦਾ ਹੈ । ਸ਼ਬਦ ਦੀ ਸੋਝੀ, ਉਸ ਮੂਰਖ ਦੇ ਨੇੜੇ ਨਹੀਂ ਜਾਂਦੀ ।

Earnings of His Word, next path engraved on soul!

His divine law, (**patience, contentment, and Compassion**), mankind as Dharma! His Throne, 10th door remains embedded within each soul; His Word, always remains ultimate justice; His Blessings remain the right path of acceptance. Time to time, He has sent many devotees like Brahma, Vishnu, shivji, Nanak, Jesus to enlighten His Creation. Whosoever may consider enlightened and creates new religion; he may be rebuked and deprived from enlightenment, the right path of acceptance in His Court.

20. ਪਉੜੀ – Pa-orhee 27

ਸੋ ਦਰੁ ਕੇਹਾ ਸੋ ਘਰੁ ਕੇਹਾ ਜਿਤੁ ਬਹਿ ਸਰਬ ਸਮਾਲੇ॥	so dar kayhaa so ghar kayhaa, jit bahi sarab samaalay.

ਪ੍ਰਭ ਤੇਰਾ ਘਰ, ਆਸਣ ਕਿਤਨੀ ਸ਼ਾਨ ਵਾਲਾ ਹੈ? ਜਿਸ ਵਿੱਚ ਬੈਠ ਕੇ ਸਾਰੀ ਸ੍ਰਿਸ਼ਟੀ ਨੂੰ ਸੰਭਾਲਦਾ, ਰੋਜ਼ੀ, ਕ੍ਰਿਪਾ ਦੀ ਨਜ਼ਰ ਬਖਸ਼ਦਾ ਹੈ ।

How elegant may be Your Throne, Palace, to reside and performs all functions of the universe?

ਵਾਜੇ ਨਾਦ ਅਨੇਕ ਅਸੰਖਾ ਕੇਤੇ ਵਾਵਣਹਾਰੇ॥	vaajay naad anayk asankhaa, kaytay vaavanhaaray.
ਕੇਤੇ ਰਾਗ ਪਰੀ ਸਿਉ ਕਹੀਅਨਿ ਕੇਤੇ ਗਾਵਣਹਾਰੇ॥	kaytay raag paree si-o kahee-an, kaytay gaavanhaaray.
ਗਾਵਹਿ ਤੁਹਨੋ ਪਉਣੁ ਪਾਣੀ ਬੈਸੰਤਰੁ, ਗਾਵੈ ਰਾਜਾ ਧਰਮੁ ਦੁਆਰੇ॥	gaavahi tuhno pa-un paanee baisantar, gaavai raajaa Dharam du-aaray.
ਗਾਵਹਿ ਚਿਤੁ ਗੁਪਤੁ ਲਿਖਿ ਜਾਣਹਿ, ਲਿਖਿ ਲਿਖਿ ਧਰਮੁ ਵੀਚਾਰੇ॥	gaavahi chit gupat likh jaaneh likh likh Dharam veechaaray.
ਗਾਵਹਿ ਈਸਰੁ ਬਰਮਾ ਦੇਵੀ ਸੋਹਨਿ ਸਦਾ ਸਵਾਰੇ॥	gaavahi eesar barmaa dayvee sohan sadaa savaaray.
ਗਾਵਹਿ ਇੰਦ ਇਦਾਸਣਿ ਬੈਠੇ ਦੇਵਤਿਆ ਦਰਿ ਨਾਲੇ॥	gaavahi ind idaasan baithay dayviti-aa dar naalay.
ਗਾਵਹਿ ਸਿਧ ਸਮਾਧੀ ਅੰਦਰਿ ਗਾਵਨਿ ਸਾਧ ਵਿਚਾਰੇ॥	gaavahi siDh samaaDhee andar gaavan saaDh vichaaray.
ਗਾਵਨਿ ਜਤੀ ਸਤੀ ਸੰਤੋਖੀ ਗਾਵਹਿ ਵੀਰ ਕਰਾਰੇ॥	gaavan jatee satee santokhee gaavahi veer karaaray.
ਗਾਵਨਿ ਪੰਡਿਤ ਪੜਨਿ ਰਖੀਸਰ ਜੁਗੁ ਜੁਗੁ ਵੇਦਾ ਨਾਲੇ॥	gaavan pandit parhan rakheesar jug jug vaydaa naalay.
ਗਾਵਹਿ ਮੋਹਣੀਆ ਮਨੁ ਮੋਹਨਿ ਸੁਰਗਾ ਮਛ ਪਇਆਲੇ॥	gaavahi mohnee-aa man mohan surgaa machh pa-i-aalay.
ਗਾਵਨਿ ਰਤਨ ਉਪਾਏ ਤੇਰੇ ਅਠਸਠਿ ਤੀਰਥ ਨਾਲੇ॥	gaavan ratan upaa-ay tayray athsath tirath naalay.
ਗਾਵਹਿ ਜੋਧ ਮਹਾਬਲ ਸੂਰਾ ਗਾਵਹਿ ਖਾਣੀ ਚਾਰੇ॥	gaavahi joDh mahaabal sooraa gaavahi khaanee chaaray.
ਗਾਵਹਿ ਖੰਡ ਮੰਡਲ ਵਰਭੰਡਾ ਕਰਿ ਕਰਿ ਰਖੇ ਧਾਰੇ॥	gaavahi khand mandal varbhandaa kar kar rakhay Dhaaray.
ਸੇਈ ਤੁਧੁਨੋ ਗਾਵਹਿ ਜੋ ਤੁਧੁ ਭਾਵਨਿ, ਰਤੇ ਤੇਰੇ ਭਗਤ ਰਸਾਲੇ॥	say-ee tuDhuno gaavahi jo tuDh bhaavan, ratay tayray bhagat rasaalay.
ਹੋਰਿ ਕੇਤੇ ਗਾਵਨਿ ਸੇ ਮੈ ਚਿਤਿ ਨ ਆਵਨਿ ਨਾਨਕੁ ਕਿਆ ਵੀਚਾਰੇ॥	hor kaytay gaavan say mai chit na aavan naanak ki-aa veechaaray.

ਪ੍ਰਭ ਦੇ ਘਰ ਵਿੱਚ ਅਨੇਕਾਂ ਹੀ ਸੰਗੀਤ ਚਲਦੇ, ਅਨੇਕਾਂ ਹੀ ਸ਼ਬਦ ਦਾ ਵਿਚਾਰ, ਸਿਮਰਨ ਕਰਦੇ ਹਨ । ਅਨੇਕਾਂ ਹੀ ਰਾਗਾਂ ਦੀਆਂ ਪਰੀਆਂ ਹਮੇਸ਼ਾਂ ਰਾਗ ਗਾਉਂਦੀਆ ਹਨ, ਸ਼ਬਦ ਦੀ ਧੁਨ ਹਮੇਸ਼ਾਂ ਗੂੰਜ ਦੀ ਰਹਿੰਦੀ ਹੈ, ਸਿਮਰਨ ਕਰਨ ਵਾਲਿਆਂ ਦੀ ਗਿਣਤੀ ਨਹੀਂ ਕੀਤਾ ਜਾ ਸਕਦੀ । ਪ੍ਰਭ ਦਾ ਸਿਮਰਨ ਹਵਾ, ਪਾਣੀ, ਅੱਗਨੀ, ਧਰਮਰਾਜ, ਚਿਤ੍ਰ ਅਤੇ ਗੁਪਤ ਕਰਦੇ ਹਨ । ਈਸਰ, ਬ੍ਰਹਮਾ, ਹੋਰ ਸਾਰੇ ਦੇਵ ਅਤੇ ਦੇਵੀਆਂ, ਜਿਹੜੇ ਪ੍ਰਭ ਦੀ ਰਹਿਮਤ ਨਾਲ ਤੇਰੇ ਦਰਬਾਰ ਵਿੱਚ ਪ੍ਰਵਾਨ ਹਨ । ਇੰਦ੍ਰ, ਸਾਧੂ, ਵਿਦਵਾਨ ਵਿਚਾਰ ਕਰਨ ਵਾਲੇ, ਸਿਧ, ਜੋਗੀ, ਜਤੀ, ਸਤੀਆਂ, ਹੋਰ ਸੂਰਮੇ, ਸਾਸਤ੍ਰ ਦੇ ਗਿਆਨ ਵਾਲੇ ਵਿਦਵਾਨ ਕਰਬਾਨੀ ਦੇ ਮੁਕਤੇ, ਗਾਉਂਦੇ ਹਨ । ਪੰਡਿਤ, ਤੇਰੇ ਸ਼ਬਦ ਦੇ ਗਿਆਨ ਵਾਲੇ ਰਿਸ਼ੀ, ਜੁਗਾਂ, ਜੁਗਾਂ ਤੋਂ ਵੇਦਾਂ ਦੀ ਸਿਖਿਆਂ ਨਾਲ ਜੀਵਨ ਬਤੀਤ ਕਰਨ ਵਾਲੇ, ਸੰਤ ਮਹਾਤਮਾਂ, ਮਨ ਨੂੰ ਮੋਹਤ ਕਰਨ ਵਾਲੀਆਂ ਸੁਰਾਂ (ਰਾਗਾਂ) ਨਾਲ ਗੁਣ ਗਾਉਂਦੇ ਹਨ! ਸਵਰਗ ਅਤੇ ਪਤਾਲ ਵਿੱਚ ਰਹਿਣ ਵਾਲੀਆਂ ਸਾਰੀਆਂ ਸ੍ਰਿਸ਼ਟੀਆਂ ਹੀ ਸਿਮਰਨ ਕਰਦੀਆਂ, ਜਸ ਗਾਉਂਦੀਆਂ ਹਨ । ਪ੍ਰਭ ਦੇ ਪੈਦਾ ਕੀਤੇ ਰਤਨ, ਅਨਗਿਣਤ ਹੀ ਤੀਰਥ (ਅਠਾਹਠ–68), ਸਾਸਤ੍ਰ, ਵੇਦ, ਬਹੁਤ ਸੂਰਮੇ ਹਨ! ਜਿਹਨਾਂ ਨੇ ਆਪਾ ਪ੍ਰਭ ਤੇ ਅਰਪਣ ਕੀਤਾ ਹੈ । ਹੋਰ ਸਾਰੇ ਖੰਡ, ਮੰਡਲ ਵਿੱਚ ਰਹਿਣ ਵਾਲੇ ਜੀਵ ਪ੍ਰਭ ਦਾ ਜਸ ਗਾਉਂਦੇ, ਸ਼ਬਦ ਦੀ ਧੁਨ ਵਿੱਚ ਮਸਤ ਰਹਿੰਦੇ ਹਨ । ਜਿਹੜਾ ਪ੍ਰਭ ਨੂੰ ਭਾਉਂਦਾ ਹੈ ਕੇਵਲ ਉਹ ਹੀ ਸਿਮਰਨ ਕਰਦਾ, ਸ਼ਬਦ ਅਨੁਸਾਰ ਜੀਵਨ ਢਾਲਦਾ ਹੈ । ਜਿਹੜੇ ਦਾਸ ਸ਼ਬਦ ਵਿੱਚ ਰੰਗੇ, ਮਸਤ ਰਹਿੰਦੇ, ਤੇਰੀ ਮਰਜ਼ੀ ਨੂੰ ਕਬੂਲ ਕਰਕੇ, ਰਜ਼ਾ ਵਿੱਚ ਅਨੰਦ ਮਾਨਦੇ ਹਨ! ਤੇਰੇ ਹਰ ਕਰਤਬ ਦਾ ਧੰਨਵਾਦ ਕਰਦੇ ਹਨ, ਉਹ ਪੂਜਣ ਯੋਗ ਬਣ ਜਾਂਦੇ ਹਨ । ਹੋਰ ਅਨੇਕਾਂ ਹੀ ਬੰਦਗੀ ਕਰਦੇ ਹਨ, ਜਿਹਨਾਂ ਦੀ ਪੂਰਨ ਗਿਣਤੀ ਕੀਤੀ ਨਹੀਂ ਜਾ ਸਕਦੀ ।

ਗੁਰੂ ਨਾਨਕ ਦੇਵ ਜੀ! – Guru Nanak Dev Ji! Guru Granth Sahib

Countless musicians, music, and true devotees explore, discuss, and meditate on the teachings of Your Word. Countless gods, angles, devotees, holy shrines, holy priests in all ages sing Your Glory. The everlasting echo of Your Word resonates nonstop everywhere within His Nature. No one can imagine, the number of Your Worshippers. My True Master everything, the air, water, fire, The Righteous Judge, "Chattra Guppat", sings the glory, meditate (Christ, Brahma, many angels, prophets); with Your mercy and grace, many have been accepted in Your Court. Inder, prophet of rain and other devotees; several, enlightened souls, have surrendered their entity at Your Sanctuary. Several other prophets and devotees remain contented and intoxicated in the void of Your Word. Several scholars preach the teachings of Your Word! Enlightened Souls, Yogis, prophets who have conquered their mind; brave warriors, virtues of the universe, Holy Shrines, all the Bramunds, Solar systems. Whosoever may be bestowed with Your Blessed Vision, only he may sing the glory of Your Word, Your Nature. I might have forgot countless others, are beyond my comprehensions.

***"Chitra Guppat" Records the day-to-day deeds of Creation"**

ਸੋਈ ਸੋਈ ਸਦਾ ਸਚੁ ਸਾਹਿਬੁ ਸਾਚਾ ਸਾਚੀ ਨਾਈ॥ — so-ee so-ee sadaa sach saahib saachaa saachee naa-ee.
ਹੈ ਭੀ ਹੋਸੀ ਜਾਇ ਨ ਜਾਸੀ ਰਚਨਾ ਜਿਨਿ ਰਚਾਈ॥ — hai bhee hosee jaa-ay na jaasee rachnaa jin rachaa-ee.
ਰੰਗੀ ਰੰਗੀ ਭਾਤੀ ਕਰਿ ਕਰਿ, ਜਿਨਸੀ ਮਾਇਆ ਜਿਨਿ ਉਪਾਈ॥ — rangee rangee bhaatee kar kar jinsee maa-i-aa jin upaa-ee.
ਕਰਿ ਕਰਿ ਵੇਖੈ ਕੀਤਾ ਆਪਣਾ, ਜਿਵ ਤਿਸ ਦੀ ਵਡਿਆਈ॥ — kar kar vaykhai keetaa aapnaa jiv tis dee vadi-aa-ee.
ਜੋ ਤਿਸੁ ਭਾਵੈ ਸੋਈ ਕਰਸੀ, ਹੁਕਮੁ ਨ ਕਰਣਾ ਜਾਈ॥ — jo tis bhaavai so-ee karsee hukam na karnaa jaa-ee.
ਸੋ ਪਾਤਿਸਾਹੁ ਸਾਹਾ ਪਾਤਿਸਾਹਿਬੁ, ਨਾਨਕ ਰਹਣੁ ਰਜਾਈ॥੨੭॥ — so paatisaahu saahaa paatisaahib naanak rahan rajaa-ee. ||27||

ਅਨੋਖੀ ਮਹਿਮਾਂ ਵਾਲਾ, ਅਟਲ ਪ੍ਰਭ, ਪਹਿਲੇ ਵੀ ਸਪੂਰਨ ਸੀ, ਅੱਗੇ ਵੀ ਅਟਲ ਰਹਿਣ ਵਾਲਾ ਹੈ । ਸਪੂਰਨ ਰੂਪ, ਅਟਲ, ਜਨਮ ਮਰਨ ਤੋਂ ਰਹਿਤ ਪ੍ਰਭ ਦੇ ਸ਼ਬਦ ਦੀ ਅਵਾਜ਼ ਹਮੇਸ਼ਾਂ ਹੀ ਗੂੰਜਦੀ ਰਹਿੰਦੀ ਹੈ । ਸਾਰੀ ਸ੍ਰਿਸ਼ਟੀ ਹੀ ਜਨਮ ਮਰਨ ਦੇ, ਚੱਕਰ ਵਿੱਚ ਰਹਿੰਦੀ ਹੈ, ਸ੍ਰਿਸ਼ਟੀ ਦੇ ਪੈਦਾ ਕਰਨ ਵਾਲਾ ਸਦਾ ਰਹਿਣ, ਨਾ ਬਦਲਣਵਾਲਾ ਹੈ । ਪ੍ਰਭ ਦੇ ਕਰਤਬ ਵੀ ਅਣਗਿਣਤ, ਸਾਰੇ ਕੇਵਲ ਉਸ ਦੇ ਹੁਕਮ ਅਨੁਸਾਰ ਹੀ ਚਲਦੇ, ਕਿਸੇ ਦਾ ਹੁਕਮ ਨਹੀਂ ਚਲਦਾ, ਪੂਰਨ ਤਰ੍ਹਾਂ ਤੇ ਦੱਸੇ ਨਹੀਂ ਜਾ ਸਕਦੇ । ਅਨੇਕਾਂ ਹੀ ਕਿਸਮਾਂ ਦੇ ਜੀਵ, ਅਨੇਕਾਂ ਹੀ ਰੰਗ ਰੂਪ, ਹਰਇਕ ਵਿੱਚ ਵੱਖਰੇ, ਗੁਣਾਂ ਦਾ ਭੰਡਾਰ ਹੈ । ਆਪ ਹੀ ਸ੍ਰਿਸ਼ਟੀ ਨੂੰ ਪੈਦਾ ਕਰਦਾ, ਦੇਖਦਾ, ਅਨੰਦ ਮਾਨਦਾ, ਆਪਣੀ ਮੌਜ ਵਿੱਚ ਰਹਿੰਦਾ ਹੈ । ਪ੍ਰਭ ਪਹਿਲੇ ਵੀ ਅਟਲ, ਨਾ ਮਿਟਨਵਾਲਾ, ਹੁਣ ਵੀ, ਅੱਗੇ ਵੀ ਅਟਲ ਰਹਿਣ ਵਾਲਾ ਹੈ । ਸਾਰੇ ਸ੍ਰਿਸ਼ਟੀ ਦੇ ਦੇਵਤੇ, ਮਾਹਰਾਜੇ ਉਸ ਦੇ ਹੁਕਮ ਅੰਦਰ ਹੀ ਚਲ ਸਕਦੇ ਹਨ । ਸਦਾ ਹੀ ਪ੍ਰਭ ਦਾ ਭਾਣਾ ਸਤਿ ਸਮਝ ਕੇ ਕਬੂਲ ਕਰੋ! ਸਭ ਕੁਝ ਪ੍ਰਭ ਦੇ ਹੁਕਮ ਅੰਦਰ ਹੀ ਚਲਦਾ ਹੈ! ਪ੍ਰਭ ਦੇ ਸ਼ਬਦ ਨੂੰ ਅਟਲ ਮੰਨ ਕੇ ਜੀਵਨ ਢਾਲਣ ਨਾਲ ਮਨ ਵਿੱਚ ਸੰਤੋਖ, ਅਹੰਕਾਰ ਦੀ ਜੜ੍ਹ ਨਾਸ਼, ਮੁਕਤੀ ਬਖਸ਼ਿਸ਼ ਹੋ ਸਕਦੀ ਹੈ ।

The Omnipotent True Master was perfect in all respects before the creation, in present and future even after the destruction of universe. The everlasting echo of His Word resonates in the universe, non-stop forever. The One and Only One, Axiom Holy Spirit remains embedded within every soul beyond the cycle of birth and death, beyond the influence of time; however, His Creation remains in the cycle of birth and death. He has created countless creatures of various colors, forms, structure, and size. His Holy Spirt, His Throne remains embedded within every soul and never abandon the soul; soul is an integral, but blemished part of His Holy Spirit. The True Master preforms countless events, miracles, all happens only under His Command and remains beyond comprehension of His Creation. He has created countless, beyond imagination creatures, each with different virtues, size, color, purpose. He dwells, prevails, monitor all events, and remains in blossom forever. All the prophets, kings may only dance at His Word, as puppets. Everything happens under His Command and always for welfare of His universe and unavoidable. Whosoever may surrender his self-entity at His Sanctuary; he may conquer his own ego and remains contented with his own environments. He may be blessed with the right path of salvation.

Key Message of Japji Sahib Pa-orhee 27
'ਪ੍ਰਭ ਦਾ ਘਰ ਕਿਸਤਰ੍ਹਾਂ ਦਾ ਹੈ?
ਪ੍ਰਭ ਦਾ ਆਸਣ ਕਿਤਨੀ ਸ਼ਾਨ ਵਾਲਾ ਹੈ? ਜਿਸ ਵਿੱਚ ਬੈਠ ਕੇ ਸਾਰੀ ਸ੍ਰਿਸ਼ਟੀ ਨੂੰ ਸੰਭਾਲਦਾ, ਰੋਜ਼ੀ, ਕ੍ਰਿਪਾ ਦੀ ਨਜ਼ਰ ਬਖਸ਼ਦਾ ਹੈ । ਸਾਰੀ ਸ੍ਰਿਸ਼ਟੀ ਹੀ ਪ੍ਰਭ ਦੀਆਂ ਕਰਾਮਾਤਾਂ ਦੇ ਗੁਣ ਗਾਉਣ ਵਿੱਚ ਲੀਨ ਰਹਿੰਦੀ ਹੈ! ਜਿਹੜੇ ਸ਼ਬਦ ਦੇ ਰੰਗੇ ਵਿੱਚ ਮਸਤ, ਮਰਜ਼ੀ, ਰਜ਼ਾ ਵਿੱਚ ਅਨੰਦ ਮਾਨਦਾ, ਹਰ ਕਰਤਬ ਦਾ ਧੰਨਵਾਦ ਕਰਦਾ ਹੈ, ਉਹ ਪੂਜਣ ਯੋਗ ਬਣ ਜਾਂਦਾ ਹੈ । ਪ੍ਰਭ ਸ੍ਰਿਸ਼ਟੀ ਨੂੰ ਪੈਦਾ ਕਰਦਾ, ਸੰਭਾਲਦਾ, ਦੇਖਦਾ, ਖੇੜੇ ਵਿੱਚ ਰਹਿੰਦਾ ਹੈ । ਪ੍ਰਭ ਦੇ ਹੁਕਮ ਅੰਦਰ ਹੀ ਸਾਰੀ ਸ੍ਰਿਸ਼ਟੀ ਦੇ ਸਭ ਕਰਤਬ ਚਲਦੇ ਹਨ । ਜਿਹੜਾ ਆਪਣੀ ਹੌਂਦ ਪ੍ਰਭ ਦੀ ਸ਼ਰਣ ਵਿੱਚ ਭੇਟਾ ਕਰ ਦੇਂਦਾ, ਉਸ ਦੇ ਮਨ ਵਿੱਚ ਸੰਤੋਖ, ਅਹੰਕਾਰ ਦੀ ਜੜ੍ਹ ਨਾਸ, ਮੁਕਤੀ ਬਖਸ਼ਿਸ਼ ਹੋ ਸਕਦੀ ਹੈ । ਜਨਮ ਮਰਨ ਤੋਂ ਛੁਟਕਾਰਾ ਹੋ ਸਕਦਾ ਹੈ ।
How elegant may be His Throne within soul?
How splendorous may be His Throne, Palace, Void, to perform all functions of the universe. The whole universe remains intoxicated in singing the glory of His Blessings! Whosoever may remain drenched with the essence of His Word; intoxicated in the void of His Word; he may become worthy of worship! The Axiom, Forever True Master, remains embedded within His Word, His Nature; only His Command prevails in the universe. Whosoever may surrender his self-entity at His Sanctuary; he may conquer, his mind, ego and he remain contented with his worldly environments. His cycle of birth and death may be eliminated forever.

21. ਗੁਰਮਖ ਦਾ ਰਹਿਤ ਨਾਮਾ! (28, 29)

ਗੁਰਮਖ ਦਾ ਚੋਲਾ, ਬਾਣਾ! ਗੁਰਮਖ ਦਾ ਭੋਜਨ!	His Robe! His Food!

ਪੌੜੀ – Pa-orhee 28

ਮੁੰਦਾ ਸੰਤੋਖੁ ਸਰਮੁ ਪਤੁ ਝੋਲੀ ਧਿਆਨ ਕੀ ਕਰਹਿ ਬਿਭੂਤਿ॥ — Munda santokh saram pat jholee Dhi-aan kee karahi bibhoot.
ਖਿੰਥਾ ਕਾਲੁ ਕੁਆਰੀ ਕਾਇਆ ਜੁਗਤਿ ਡੰਡਾ ਪਰਤੀਤਿ॥ — Khinthaa kaal ku-aaree kaa-i-aa jugat dandaa parteet.
ਆਈ ਪੰਥੀ ਸਗਲ ਜਮਾਤੀ ਮਨਿ ਜੀਤੈ ਜਗੁ ਜੀਤੁ॥ — Aa-ee panthee sagal jamaatee man jeetai jag jeet.
ਆਦੇਸੁ ਤਿਸੈ ਆਦੇਸੁ॥ — Aadays tisai aadays.
ਆਦਿ ਅਨੀਲੁ ਅਨਾਦਿ ਅਨਾਹਤਿ, ਜੁਗੁ ਜੁਗੁ ਏਕੋ ਵੇਸੁ॥੨੮॥ — Aad aneel anaad anaahat jug jug ayko vays. ||28||

ਗੁਰੂ ਨਾਨਕ ਦੇਵ ਜੀ! – Guru Nanak Dev Ji! Guru Granth Sahib

ਪ੍ਰਭ ਦੀ ਰਹਿਮਤ ਪ੍ਰਾਪਤ ਕਰਨ ਲਈ ਕਿਸਤਰ੍ਹਾਂ ਦਾ ਭੇਸ ਬਣਾਉਣਾ ਚਾਹੀਦਾ ਹੈ? ਰਹਿਤਨਾਮਾ

ਗੁਰਮਖ ਆਪਣੇ ਜੀਵਨ ਨੂੰ ਬੁਰੇ ਕੰਮਾਂ ਤੋਂ ਰਹਿਤ ਰਖਦਾ; ਬਖਸ਼ਿਸ਼ ਲਈ ਧੀਰਜ; ਬਖਸ਼ਿਸ਼ ਤੇ ਸੰਤੋਖ ਰਖਦਾ ਰੂਪੀ ਬਾਣਾ ਧਾਰਨ ਕਰਦਾ, ਆਪਣੇ ਕੰਨਾਂ ਦੀਆਂ ਮੁੰਦਰਾਂ ਬਣਾਉਂਦਾ ਹੈ । ਪ੍ਰਭ ਦੇ ਸ਼ਬਦ ਦਾ ਸਿਮਰਨ, ਪਾਲਣਾ ਅਡੋਲ ਭਰੋਸੇ ਨਾਲ ਕਰਦਾ, ਸ਼ਬਦ ਦੀ ਸੋਝੀ ਨੂੰ ਰੋਮ ਰੋਮ ਜਾਗਰਤ ਰਖਣ ਰੂਪੀ ਸਮਾਧੀ, ਆਸਣ ਲਾਉਂਦਾ ਹੈ । ਆਪਣੀ ਆਤਮਾ ਦੀ ਪ੍ਰਭ ਦੀ ਜੋਤ ਵਿਚੋਂ ਵਿਛੋੜੇ ਨੂੰ, ਮੌਤ ਨੂੰ ਸਦਾ ਯਾਦ ਰਖਦਾ, ਪ੍ਰਭ ਦੀ ਜੋਤ ਨੂੰ ਹਰਇਕ ਜੀਵ ਵਿੱਚ ਵਸਦੀ ਸਮਝਕੇ, ਪ੍ਰਭ ਦੇ ਸ਼ਬਦ ਨੂੰ ਅਟਲ ਮੰਨਕੇ ਆਪਣੇ ਜੀਵਨ ਦਾ ਢੰਗ, ਧਾਰਮਕ ਚੋਲਾ, ਬਾਣਾ, ਬਣਾਉਂਦਾ ਹੈ । ਪ੍ਰਭ ਦੀ ਜੋਤ ਹੀ ਸਾਰਿਆਂ ਵਿੱਚ ਪ੍ਰਵੇਸ਼ ਮੰਨਕੇ, ਹਰਇਕ ਜੀਵ ਨੂੰ ਹੀ ਪ੍ਰਭ ਦਾ ਰੂਪ, ਆਪਣੀ ਆਤਮਾ ਦਾ ਭਾਗ, ਆਪਣਾ ਭਾਈ ਹੀ ਸਮਝਕੇ ਜੀਵਨ ਬਤੀਤ ਕਰਦਾ ਹੈ । ਜਿਹੜਾ ਆਪਣੇ ਮਨ ਤੇ ਕਾਬੂ ਪਾ ਲੈਂਦਾ ਹੈ, ਫਿਰ ਉਸ ਨੂੰ ਕਦੇ ਅਹੰਕਾਰ ਨਹੀਂ ਹੁੰਦਾ, ਸੰਤੋਖ ਬਖਸ਼ਿਸ਼ ਹੋ ਜਾਂਦਾ ਹੈ, ਪ੍ਰਭ ਦੀ ਸਦਾ ਚਲਣ ਵਾਲੀ ਗੂੰਜ ਮਨ ਵਿੱਚ ਸੁਣਈ ਦੇਣ ਲਗ ਪੈਂਦੀ ਹੈ । ਪ੍ਰਭ ਹੀ ਸਾਰੇ ਸੰਸਾਰ ਦਾ (ਆਦਿ) ਮੂਲ, ਜੜ੍ਹ ਰੂਪ ਹੈ । ਉਹ ਅਨੀਲੁ (ਅ+ਨੀਲੁ), ਨੀਲੇ ਅਕਾਸ਼ ਆਦਿਕ ਤੱਤਾਂ ਦੇ ਕਾਰਜ ਤੋਂ (ਅ) ਰਹਿਤ ਹੈ । ਉਹ ਕਾਲੀਆਂ, ਖੋਟੀਆਂ ਇਛਾਂ ਤੋਂ ਰਹਿਤ ਹੈ । ਉਹ ਆਦਿ ਤੋਂ ਰਹਿਤ ਹੈ । ਪ੍ਰਭ ਦਾ ਦਾਸ, ਜਿਸ ਪ੍ਰਭ ਦਾ ਕੋਈ ਆਦਿ ਨਹੀਂ, ਅਨਾਦੀ, ਜੁਗਾਂ ਜੁਗਾਂ ਵਿੱਚ ਅਟਲ, ਰਹਿਣ ਵਾਲੇ ਮਾਲਕ ਅੱਗੇ ਰਹਿਮਤ ਦੀ ਅਰਦਾਸ ਕਰਦਾ ਹੈ । ਉਸ ਦਾ ਬਖਸ਼ਿਆ ਭੇਖ, ਰੂਪ, ਸਾਦਗੀ ਵਾਲਾ ਬਸਤਰ ਪਹਿਨਦਾ ਹੈ । ਹੋਰ ਨਵਾਂ, ਭੇਖ, ਬਾਣਾ ਜਾ ਚਿੰਨ੍ਹ ਧਾਰਨ ਨਹੀਂ ਕਰਦਾ, ਧਰਮ ਨਹੀਂ ਚਲਾਉਂਦਾ ।

What should be the true robe of His true devotee? His true devotee, controls his mind, evil thoughts and adopts a way of life; **Patience for His Blessings; Contentment with His Blessings; Compassion for less fortunate as his robe,** ear-rings. He may meditate and adopts the teachings of His Word with steady and stable belief; He remains drenched with the essence of His Word; He remains intoxicated in the void of His Word. He always remains in renunciation in the memory of his separation from His Holy Spirit; unpredictable death. He realizes His Holy Spirit embedded, dwells, and prevails within each body. He accepts His Word as an ultimate Command and adopts such a way of life as his robe. **Every soul is an expansion of His Holy Spirit; His Creation is brotherhood, a symbol of The True Master.** Whosoever may remain beyond the reach of sweet poison of worldly wealth; with His mercy and grace, he may conquer his own ego. He may be blessed with contentment. He may hear the everlasting echo of His Word resonating within; he may be blessed with the right path of acceptance in His Court. The Omnipotent, Omniscient, Omnipresent, Axiom, unchanged forever True Master and remains beyond the reach of any intimidation of evil tricks of worldly wealth. His true devotee may surrender his self-entity at His Sanctuary, The True Master beyond any beginning or end. He prays for His Forgiveness and Refuge. His true devotee may adopt His Blessed body as robe, mankind as religion; He may never adopt any distinguished symbol, robe except mankind as religion.

Key Message of Japji Sahib Pa-orhee 28
'ਗੁਰਮਖ ਦਾ ਬਾਣਾ!
ਪ੍ਰਭ ਦੇ ਬਖਸ਼ੇ ਤੇ ਸੰਤੋਖ, ਧੀਰਜ ਰੂਪੀ ਮੁੰਦ੍ਰਾਂ ਪਾਉਣੀਆ ਚਾਹੀਦੀਆਂ ਹਨ । ਆਤਮਾ ਨੂੰ ਬੁਰੇ ਕੰਮਾਂ ਤੋਂ ਰਹਿਤ ਰਖਣਾ (ਸ਼ਰਮ ਕਰਨੀ) ਚਾਹੀਦਾ ਹੈ । ਪ੍ਰਭ ਦੀ ਰਜ਼ਾ ਸ਼ਰਧਾ ਨਾਲ ਪ੍ਰਵਾਨ ਕਰਨੀ ਚਾਹੀਦੀ ਹੈ । ਭਾਣਾ ਮੰਨਣ ਦੀ ਸਮਰਥਾ ਮੰਗਣੀ ਚਾਹੀਦੀ ਹੈ ।
True robe of His true devotee
You should adopt, patience, contentment with His Blessings, and Control your mind from evil thoughts and deeds. Unconditionally acceptance of sorrows and pleasures as His worthy Blessings. You should pray for His Forgiveness and Refuse to be accept His Command as His Worthy Blessings.

ਪੌੜੀ – Pa-orhee 29

ਭੁਗਤਿ ਗਿਆਨੁ ਦਇਆ ਭੰਡਾਰਣਿ, ਘਟਿ ਘਟਿ ਵਾਜਹਿ ਨਾਦ॥
ਆਪਿ ਨਾਥੁ ਨਾਥੀ ਸਭ ਜਾ ਕੀ ਰਿਧਿ ਸਿਧਿ ਅਵਰਾ ਸਾਦ॥
ਸੰਜੋਗੁ ਵਿਜੋਗੁ ਦੁਇ ਕਾਰ ਚਲਾਵਹਿ, ਲੇਖੇ ਆਵਹਿ ਭਾਗ॥
ਆਦੇਸੁ ਤਿਸੈ ਆਦੇਸੁ॥
ਆਦਿ ਅਨੀਲੁ ਅਨਾਦਿ ਅਨਾਹਤਿ, ਜੁਗੁ ਜੁਗੁ ਏਕੋ ਵੇਸੁ॥੨੯॥

Bhugat gi-aan da-i-aa bhandaaran ghat ghat vaajeh naad.
Aap naath naathee sabh jaa kee riDh siDh avraa saad.
Sanjog vijog du-ay kaar chalaaveh laykhay aavahi bhaag.
Aadays tisai aadays.
Aad aneel anaad anaahat jug jug ayko vays. ||29||

ਪ੍ਰਭ ਦੇ **ਸ਼ਬਦ ਦੀ ਸੋਝੀ ਰੂਪੀ (ਭੁਗੀਤ)** ਭੋਜਨ ਹੀ ਖਾਣੇ ਯੋਗ ਹੈ । ਦੂਸਰਿਆਂ ਉਪਰ **ਦਇਆ ਕਰਣਾ ਵਾਲੇ ਗੁਣ ਨਾਲ ਹੀ ਪ੍ਰਭ ਦੇ ਭੰਡਾਰ, ਖਜ਼ਾਨੇਂ** ਦਾ ਅਨੁਭਵ, ਬਖਸ਼ਿਸ਼ ਹੁੰਦਾ ਹੈ । ਰੋਮ ਰੋਮ ਵਿਚੋਂ **ਸਦਾ ਚਲਣ ਵਾਲੀ ਧੁਨ**, ਗਾਉਣਾ, ਹੀ (ਨਾਦ) ਵਾਜਾ, ਸੰਗੀਤ ਹੀ **ਪ੍ਰਭ ਦੇ ਧੰਨਵਾਦ ਦੀ** ਵਿਧੀ ਹੈ । ਪ੍ਰਭ ਆਪ ਹੀ ਸਭ ਦਾ ਮਾਲਕ (ਨਾਥ) ਹੈ । ਸਾਰੀ ਸ੍ਰਿਸ਼ਟੀ ਉਸ ਦੀ ਸਾਜੀ, ਉਸ ਦੇ ਹੁਕਮ ਵਿੱਚ ਬੰਧੀ (ਨੱਥੀ) ਹੋਈ ਹੈ । ਜੀਵ ਦੇ ਮਨ ਵਿੱਚ ਪ੍ਰਭ ਬਣਨ ਦੀ ਇਛਾ ਨਹੀਂ ਹੋਣੀ ਚਾਹੀਦੀ । ਪ੍ਰਭ ਆਪਣੀ ਰਹਿਮਤ ਨਾਲ, ਜਿਸ ਨੂੰ ਰਿਧੀਆਂ, ਸਿਧੀਆਂ ਬਖਸ਼ਦਾ ਹੈ । ਉਹ ਜੀਵ ਨਿਮ੍ਰਤਾ ਨਾਲ ਭਰ ਜਾਂਦਾ, ਉਸ ਨੂੰ ਰਿਧੀਆਂ ਦਾ ਕੋਈ ਸਵਾਦ, ਕੋਈ ਅਹੰਕਾਰ ਨਹੀਂ ਹੁੰਦਾ । ਇਹਨਾਂ ਰਿਧੀਆਂ ਸਿਧੀਆਂ ਦਾ ਜਦੋਂ ਵੀ ਕਿਸੇ ਨੂੰ ਸਵਾਦ ਆਉਣ ਲਗ ਪੈਂਦਾ ਹੈ । ਉਸ ਸਮੇਂ ਉਹ ਪ੍ਰਭ ਦੇ ਅਨੰਦ ਤੋਂ ਦੂਰ ਹੋ ਜਾਂਦਾ, ਇਹ ਸਵਾਦ ਹੀ ਅਹੰਕਾਰ ਦੀ ਜੜ੍ਹ ਮਜ਼ਬੂਤ ਕਰਦਾ ਹੈ । ਪ੍ਰਭ ਦੇ ਹੁਕਮ ਅਨੁਸਾਰ, ਜੀਵ ਦੀ ਆਤਮਾ ਦਾ ਪ੍ਰਭ ਦੀ ਜੋਤ ਤੋਂ ਵਿਛੋੜਾ ਹੁੰਦਾ ਹੈ । ਜੀਵ ਦੇ ਸੰਸਾਰ ਵਿੱਚ ਕੀਤੇ ਕੰਮਾਂ ਦੇ ਫਲ ਨਾਲ ਹੀ ਪ੍ਰਭ ਜੀਵ ਦੇ ਭਾਗ ਲਿਖਦਾ ਹੈ । ਜੀਵ ਸੰਸਾਰਕ ਜੀਵਨ ਬਤੀਤ ਕਰਦਾ ਹੈ । ਪ੍ਰਭ ਦਾ ਸ਼ਬਦ, ਆਤਮਾ ਵਿੱਚ ਸਮਾਇਆ ਰਹਿੰਦਾ ਹੈ । ਜਿਹੜਾ ਸ਼ਬਦ ਅਨੁਸਾਰ ਜੀਵਨ ਬਤੀਤ ਕਰਦਾ ਹੈ, ਉਸ ਨੂੰ ਸੰਸਾਰਕ ਮਾਇਆ ਰੂਪੀ ਤਿੰਨਾਂ ਪਦਾਰਥਾਂ (ਰਾਜਸ, ਤਾਮਸ, ਸਾਤਸ) ਤੇ ਜਿੱਤ ਬਖਸ਼ਿਸ਼ ਹੁੰਦੀ ਹੈ । ਪ੍ਰਭ ਦੀ ਰਹਿਮਤ ਨਾਲ ਪ੍ਰਵਾਨਗੀ ਦਾ ਅਸਲੀ ਰਸਤਾ, ਚੌਥਾਂ ਪਦਾਰਥ ਬਖਸ਼ਿਸ਼ ਹੁੰਦਾ ਹੈ । ਪ੍ਰਭ ਹੀ ਸਾਰੇ ਸੰਸਾਰ ਦਾ (ਆਦਿ) ਮੂਲ, ਜੜ੍ਹ ਰੂਪ ਹੈ । ਉਹ ਅਨੀਲੁ (ਅ+ਨੀਲੁ), ਨੀਲੇ ਅਕਾਸ਼ ਆਦਿਕ ਤੱਤਾਂ ਦੇ ਕਾਰਜ ਤੋਂ (ਅ) ਰਹਿਤ ਹੈ । ਉਹ ਕਾਲੀਆਂ, ਖੋਟੀਆਂ ਇਛਾਂ ਤੋਂ ਰਹਿਤ ਹੈ । (ਅਨਾਦਿ)– (ਅਨ+ਆਦਿ) ਉਹ ਆਦਿ ਤੋਂ ਰਹਿਤ ਹੈ । ਕੋਈ ਆਦਿ ਨਹੀਂ, ਅਨਾਦੀ ਹੈ, ਜੁਗਾਂ ਜੁਗਾਂ ਵਿੱਚ ਅਟਲ, ਮਾਲਕ ਸਮਝਕੇ ਰਹਿਮਤ ਦੀ ਅਰਦਾਸ ਕਰਨੀ ਚਾਹੀਦਾ ਹੈ ।

The enlightenment of the **essence of His Word** may be the ambrosial **worthy nourishment for soul sanctification**; with His mercy and grace, he may be blessed with **treasure of compassion, forgiveness for less fortunate**. He may **hear the everlasting echo of His Word** resonating within his heart. The One and Only One, True Master, King of kings, guru of all gurus, creates, nourishes, protects, assigns unique tasks, monitors His Creation. All miracle powers to become supreme-being may be bestowed with His Blessed Vision and remains only under His Command. Whosoever may show sign of pride with miracle powers; he may be deprived from His Sanctuary; the root of ego becomes stronger within his mind. His Holy Spirit always keeps **cleansing herself** and separates blemish soul to be sanctified; her cycle of reincarnation begins.

ਗੁਰੂ ਨਾਨਕ ਦੇਵ ਜੀ! – Guru Nanak Dev Ji! Guru Granth Sahib

The True Master prewrites his destiny as a reward for his worldly deeds. **His roadmap** to become acceptable remains **embedded as His Word** within his soul. Whosoever may adopt the teachings of His Word, embedded within his soul with steady and stable belief; with His mercy and grace, his soul may remain beyond the reach of sweet poison of worldly wealth, three virtues **(Raajas, Taamas, Satvas**) of worldly wealth. He may be blessed with the 4th virtues, the right path of acceptance in His Court, Salvation. The process of separation and immersing of the soul within His Holy Spirit, completes the play of the universe. His true devotee surrenders his self-entity at His Sanctuary and prays for His Forgiveness and Refuge! The Axiom, Omnipotent, Omniscient, Omnipresent, True Master remains unchanged forever. =

Four Ages- Yuga - Four unique Principles of Meditation			
ਸਤਜੁਗ - Sat Yuga	**ਤ੍ਰੇਤਾ ਜੁਗ - Traytaa Yuga**	**ਦੁਆਪਰ ਜੁਗ - Du-aapur**	**ਕੱਲਜੁਗ – Kul Jug**
ਸੰਤ ਅਵਸਥਾ Shiv -His Word	**ਰਜ ਗੁਣ; Raajas Shakti-1; ਮਾਇਆ 1**	**ਸਤ ਗੁਣ; Satvas: Shakti-2; ਮਾਇਆ 2**	**ਤਮ ਗੁਣ; Taamas: Shakti-3; ਮਾਇਆ 3**
ਸੁਰਤੀ–ਸ਼ਬਦ ਵਿੱਚ ਧਿਆਨ! Concentration! His Word.	**ਮਨ ਵਿਚੋਂ ਸੁਰਤੀ – ਅਹੰਕਾਰ Concentration to Ego!**		
ਭਰੋਸਾ, ਸ਼ਬਦ ਦੀ ਪਾਲਣਾ! Obey His Word -Belief		**ਸ਼ਬਦ ਦੀ ਪਾਲਣਾ – ਗੁਰੂ, ਰੀਵਾਜ Obey His Word – Guru**	
ਸ਼ਬਦ ਦੀ ਸੋਝੀ! ਵਿਛੋੜੇ ਦਾ ਡਰ! Enlightenment Renunciation			**ਸ਼ਬਦ ਦੀ ਸੋਝੀ– ਗਿਆਨ Enlightenment to knowledge of Gurbani!**
ਮੁਕਤੀ ਦੀ ਆਸ! Hope for salvation!			
ਚਾਰੇ ਜੁਗਾਂ ਵਿੱਚ! ਜੀਵ ਨੂੰ ਸ਼ਬਦ ਦੀ ਪਾਲਣਾ ਕਰਦੇ, ਪੂਰਨ ਗੁਰੂ, ਸ਼ਬਦ ਦੀ ਸੋਝੀ ਹੋ ਜਾਂਦੀ ਹੈ! ਪ੍ਰਭ ਦੀ ਜੋਤ ਮਨ ਵਿੱਚ ਜਾਗਰਤ ਹੋ ਜਾਂਦੀ ਹੈ! **All Yuga**: Adopting His Word, Enlightenment; Salvation may be blessed.			
How to Conquer Worldly Wealth – ਸੰਸਾਰਕ ਮਾਇਆ ਤੇ ਜਿੱਤ!			
ਸੰਤ ਅਵਸਥਾ – **Shiv**	**ਸੰਸਾਰਕ ਮਾਇਆ – Shakti**		
ਸ਼ਬਦ –Shiv -His Word	ਰਜ ਗੁਣ; Raajas	ਸਤ ਗੁਣ; Satvas:	ਤਮ ਗੁਣ; Taamas:
ਸੁਰਤੀ–ਸ਼ਬਦ ਵਿੱਚ ਧਿਆਨ! Concentration! His Word.	**ਮਨ ਵਿਚੋਂ ਸੁਰਤੀ – ਅਹੰਕਾਰ Concentration to Ego!**	**ਸ਼ਬਦ ਦੀ ਪਾਲਣਾ – ਗੁਰੂ, ਰੀਵਾਜ Obey His Word – Guru**	**ਸ਼ਬਦ ਦੀ ਸੋਝੀ– ਗਿਆਨ Enlightenment to knowledge of Gurbani!**
ਭਰੋਸਾ, ਸ਼ਬਦ ਦੀ ਪਾਲਣਾ! Obey His Word -Belief	Mind concentration; The quality of energy and activity!	Purity, of mind! The quality of purity and light!	Mind Awareness! The quality of Darkness and inertia!
ਸ਼ਬਦ ਦੀ ਸੋਝੀ! ਵਿਛੋੜੇ ਦਾ ਡਰ! Enlightenment-Renunciation	ਧਰਮ; Dharam:	ਅਰਥ; Arath	ਕਾਮ; Kaam:
ਮੁਕਤੀ ਦੀ ਆਸ! Hope for salvation!	Self-discipline, ethics Conquer selfishness!	Adopt His Word in life.	Conquer sexual urge for strange woman:

Key Message of Japji Sahib Pa-orhee 29
'ਗੁਰਮਖ ਦਾ ਭੋਜਨ!
ਸ਼ਬਦ ਦੀ ਸੋਝੀ ਰੂਪੀ ਭੋਜਨ ਹੀ ਖਾਣੇ ਯੋਗ; ਦੂਸਰਿਆਂ ਉਪਰ ਦਇਆ ਹੀ ਅਮੋਲਕ ਗੁਣਾਂ ਦਾ ਖਜ਼ਾਨਾ ਹੈ । ਪ੍ਰਭ ਬਣਨ ਦੀ ਇਛਾ ਨਹੀਂ ਹੋਣੀ ਚਾਹੀਦੀ ।
Way of life, Virtues!
The **essence of His Word** may be the ambrosial **worthy nourishment for soul sanctification.** Adopting forgiveness and compassion for less fortunate as the right path human life journey. Never fantasize to become equal to God or replace God in the universe.

22. ਸ੍ਰਿਸ਼ਟੀ ਦਾ ਪ੍ਰਬੰਧ! ਪੌੜੀ – Pa-orhee 30

ਏਕਾ ਮਾਈ ਜੁਗਤਿ ਵਿਆਈ ਤਿਨਿ ਚੇਲੇ ਪਰਵਾਣੁ॥
ਇਕੁ ਸੰਸਾਰੀ ਇਕੁ ਭੰਡਾਰੀ ਇਕੁ ਲਾਏ ਦੀਬਾਣੁ॥
ਜਿਵ ਤਿਸੁ ਭਾਵੈ ਤਿਵੈ ਚਲਾਵੈ ਜਿਵ ਹੋਵੈ ਫੁਰਮਾਣੁ॥
ਓਹੁ ਵੇਖੈ ਓਨਾ ਨਦਰਿ ਨ ਆਵੈ ਬਹੁਤਾ ਏਹੁ ਵਿਡਾਣੁ॥
ਆਦੇਸੁ ਤਿਸੈ ਆਦੇਸੁ॥
ਆਦਿ ਅਨੀਲੁ ਅਨਾਦਿ ਅਨਾਹਤਿ, ਜੁਗੁ ਜੁਗੁ ਏਕੋ ਵੇਸੁ॥੩੦

Aykaa maa-ee jugat vi-aa-ee tin chaylay parvaan.
Ik sansaaree ik bhandaaree ik laa-ay deebaan.
Jiv tis bhaavai tivai chalaavai jiv hovai furmaan.
Oh vaykhai onaa nadar na aavai bahutaa ayhu vidaan.
Aadays tisai aadays.
Aad aneel anaad anaahat jug jug ayko vays. ||30||

ਕੇਵਲ ਇਕੋ ਇਕ ਪ੍ਰਭ ਹੀ ਸਾਰੀ ਸ੍ਰਿਸ਼ਟੀ ਪੈਦਾ ਕਰਦਾ ਹੈ, ਸਾਰੀ ਸ੍ਰਿਸ਼ਟੀ ਪ੍ਰਭ ਦੀ ਜੋਤ ਦਾ ਪਸਾਰਾ, ਵਿਚੋਂ ਹੀ ਉਤਪਤ ਹੁੰਦੀ ਹੈ । ਜਿਹੜਾ ਸ਼ਬਦ ਦੇ ਇਸ ਤੱਤ ਤੇ ਭਰੋਸਾ ਅਡੋਲ ਰਖਕੇ, ਸ਼ਬਦ ਦਾ ਸਿਖਿਆਂ ਨਾਲ ਜੀਵਨ ਬਤੀਤ ਕਰਦਾ ਹੈ, ਉਸ ਨੂੰ ਪ੍ਰਵਾਨਗੀ ਦਾ ਰਸਤਾ ਬਖਸ਼ਿਸ਼ ਹੋ ਸਕਦਾ ਹੈ । ਇਕੋ ਇਕ ਪ੍ਰਭ ਹੀ ਸ੍ਰਿਸ਼ਟੀ ਪੈਦਾ ਕਰਦਾ, ਪਾਲਣਾ, ਪੋਸਨਾ ਕਰਦਾ, ਗੁਣਾਂ, ਸੋਝੀ ਦਾ ਖਜ਼ਾਨਾ ਬਖਸ਼ਦਾ ਹੈ । ਪ੍ਰਭ ਦੇ ਹੁਕਮ ਨਾਲ ਹੀ ਜੀਵਨ ਦਾ ਰਸਤਾ, ਤਨ ਦੀ, ਸੰਸਾਰਕ ਇਛਾਂ ਦੀ ਮੌਤ ਹੁੰਦੀ ਹੈ । ਪ੍ਰਭ ਜੀਵ ਦੇ ਸੰਸਾਰਕ ਕੀਤੇ ਕੰਮਾਂ ਨੂੰ ਪਰਖਦਾ, ਉਸ ਦੇ ਅਗਲੇ ਜੀਵਨ ਦੇ ਭਾਗ ਲਿਖਦਾ, ਨਵੀਂ ਜੂੰਨ ਵਿੱਚ ਭੇਜਦਾ ਹੈ । ਜੀਵ ਕੇਵਲ ਪ੍ਰਭ ਦੇ ਹੁਕਮ ਅੰਦਰ ਹੀ ਚਲ ਸਕਦਾ ਹੈ । ਕੇਵਲ ਪ੍ਰਭ ਦਾ ਅਟਲ ਹੁਕਮ ਹੀ ਚਲਦਾ ਹੈ । ਪ੍ਰਭ ਜੀਵ ਨੂੰ ਪੈਦਾ ਕਰਦਾ, ਪਾਲਣਾ ਪੋਸਨਾ ਕਰਦਾ, ਰਖਿਆ ਕਰਦਾ, ਰਸਤਾ ਬਖਸ਼ਦਾ ਹੈ । ਫਿਰ ਵੀ ਜੀਵ ਦੀ ਨਜ਼ਰ ਵਿੱਚ ਨਹੀਂ ਆਉਦਾ, ਇਹ ਪ੍ਰਭ ਦਾ ਅਨੋਖਾ ਹੀ ਖੇਲ ਹੈ । ਪ੍ਰਭ ਹੀ ਸਾਰੇ ਸੰਸਾਰ ਦਾ (ਆਦਿ) ਮੂਲ, ਜੜ੍ਹ ਰੂਪ ਹੈ । ਉਹ ਅਨੀਲੁ (ਅ+ਨੀਲੁ), ਨੀਲੇ ਅਕਾਸ਼ ਆਦਿਕ ਤੱਤਾਂ ਦੇ ਕਾਰਜ ਤੋਂ (ਅ) ਰਹਿਤ ਹੈ । ਉਹ ਕਾਲੀਆਂ, ਖੋਟੀਆਂ ਇਛਾਂ ਤੋਂ ਰਹਿਤ ਹੈ । (ਅਨਾਦਿ)– (ਅਨ+ਆਦਿ) ਉਹ ਆਦਿ ਤੋਂ ਰਹਿਤ ਹੈ । ਕੋਈ ਆਦਿ ਨਹੀਂ, ਆਪ ਅਨਾਦੀ ਹੈ, ਜੁਗਾਂ ਜੁਗਾਂ ਵਿੱਚ ਅਟਲ, ਮਾਲਕ ਸਮਝਕੇ ਰਹਿਮਤ ਦੀ ਅਰਦਾਸ ਕਰਨੀ ਚਾਹੀਦਾ ਹੈ ।

The One and Only One True Master creates new life, as an expansion of His Holy Spirt; only blemish soul may be separated from His Holy Spirit. His soul may be blessed with new body, His New Word as road-map embedded within his soul to sanctify and becomes worthy of His Consideration. Whosoever may adopt the teachings of His Word, embedded within his soul; with His mercy and grace, he may be blessed with the right path of acceptance in His Court. The One and Only One, True Master creates, nourishes, protects, and destroys his perishable body along with death to his worldly desires. Everything happens under His Command, The True Master, Treasures of all virtues. The True Master prevails, monitors all worldly activities of His Creation; however, He remains beyond any visibility and realization of His Creation. His true devotee surrenders his self-entity at His Sanctuary and prays for His Forgiveness and Refuge. The Omnipotent, Axiom, Omniscient, Omnipresent, True Master, before the creation of universe and after the destruction of the universe.

Key Message of Japji Sahib Pa-orhee 30
'ਗੁਰਮਖ ਦਾ ਭਰੋਸਾ!
ਆਤਮਾ ਅੰਤਰਜਾਮੀ ਪ੍ਰਭ ਦੀ ਜੋਤ ਦਾ ਪਸਾਰਾ ਹੈ । ਸ੍ਰਿਸ਼ਟੀ ਦਾ ਮੁੱਢ ਮਾਇਆ ਹੈ! ਸ੍ਰਿਸ਼ਟੀ ਦੋਨਾਂ ਗੁਣਾਂ, ਸ਼ਿਵ ਅਤੇ ਸ਼ਕਤੀ ਨਾਲ ਭਰਭੂਰ ਰਹਿੰਦੀ ਹੈ । ਸੰਸਾਰਕ ਅਵਤਾਰ, ਬ੍ਰਹਮਾ, ਵਿਸ਼ਨੂੰ, ਸ਼ਿਵਜੀ, ਮਾਇਆ ਦੇ ਤਿੰਨ ਰੂਪ ਬਣੇ! ਤਿੰਨੇ ਰੂਪ ਖੇਲ ਚਲਾਉਂਦੇ ਹਨ । ਸ਼ਿਵ ਗੁਣ ਧਾਰਨ ਕਰਨਵਾਲਾ, ਸ਼ਬਦ ਦੀ ਸਿਖਿਆਂ ਜੀਵਨ ਵਿੱਚ ਧਾਰਨ ਕਰਦਾ, ਦਾਤਾਂ ਅਵਸਥਾ ਬਖਸ਼ਿਸ਼ ਹੋ ਜਾਂਦੀ ਹੈ! ਸ਼ਕਤੀ ਧਾਰਨ ਕਰਨ ਵਾਲਾ, ਮਾਇਆ ਦਾ ਗੁਲਾਮ ਰਹਿੰਦਾ ਹੈ ।
Belief of His true devotee!
The universe is an expansion of His Holy Spirt. The origin of universe remains overwhelmed with **Shiv and Shakti**. Three ancient prophets, (Brahma, Vishnu, Shivji) became symbol of wealth- Shakti. Whosoever may adopt Shiv- path of His Word; transforms as giver, worthy of His Consideration. Whosoever may adopt Shakti remains a victim of worldly wealth, short-lived worldly pleasures.

23. ਸ੍ਰਿਸ਼ਟੀ ਦਾ ਪ੍ਰਬੰਧ! ਪੌੜੀ – Pa-orhee 31

ਆਸਣੁ ਲੋਇ ਲੋਇ ਭੰਡਾਰ॥ ਜੋ ਕਿਛੁ ਪਾਇਆ ਸੁ ਏਕਾ ਵਾਰ॥
ਕਰਿ ਕਰਿ ਵੇਖੈ ਸਿਰਜਣਹਾਰੁ॥ ਨਾਨਕ ਸਚੇ ਕੀ ਸਾਚੀ ਕਾਰ॥
ਆਦੇਸੁ ਤਿਸੈ ਆਦੇਸੁ॥
ਆਦਿ ਅਨੀਲੁ ਅਨਾਦਿ ਅਨਾਹਤਿ, ਜੁਗੁ ਜੁਗੁ ਏਕੋ ਵੇਸੁ॥੩੧॥

Aasan lo-ay lo-ay bhandaar. Jo kichh paa-i-aa so aykaa vaar.
Kar kar vaykhai sirjanhaar. Naanak sachay kee saachee kaar.
Aadays tisai aadays.
Aad aneel anaad anaahat jug jug ayko vays. ||31||

ਜੀਵ ਨੂੰ ਸ਼ਬਦ ਦਾ ਸੋਝੀ, ਪ੍ਰਭ ਦੀ ਰਹਿਮਤ ਦੀ ਬਖਸ਼ਿਸ਼ ਲਈ, ਪ੍ਰਭ ਦੀ ਸਾਜੀ ਸ੍ਰਿਸ਼ਟੀ ਵਿੱਚ ਹੀ ਆਸਣ ਲਾਉਣਾ, ਜੀਵਨ ਬਤੀਤ ਕਰਦੇ ਸਿਮਰਨ ਕਰਨਾ ਚਾਹੀਦਾ ਹੈ । ਜੀਵ ਨੂੰ ਵੱਖਰਾ ਆਸਣ ਲਾਉਣ ਦੀ ਕੋਈ ਲੋੜ ਨਹੀਂ ਹੈ । ਸਾਰਿਆਂ ਸ੍ਰਿਸ਼ਟੀਆਂ ਨੂੰ ਰੋਜ਼ੀ ਬਖਸ਼ਣਾ ਹੀ ਪ੍ਰਭ ਦਾ ਸ੍ਰਿਸ਼ਟੀ ਵਿੱਚ ਭੰਡਾਰ ਹੈ । ਪ੍ਰਭ ਨੇ ਜਨਮ ਤੋਂ ਪਹਿਲੇ ਹੀ ਹਰਇਕ ਜੀਵ ਦੇ ਭਾਗਾਂ ਵਿੱਚ ਸਭ ਕੁਝ ਲਿਖਿਆ ਹੈ । ਪ੍ਰਭ ਸਾਰਿਆਂ ਦੀ ਉਤਪਤੀ, ਪਾਲਣਾ ਕਰਦਾ ਹੈ । ਸਾਰੀਆਂ ਦੇ ਕੰਮਾਂ, ਪਾਪਾਂ, ਪੁੰਨਾਂ ਨੂੰ ਜੋਗੀਆਂ ਭੋਗੀਆਂ ਨੂੰ ਦੇਖਦਾ, ਪਰਖਦਾ ਹੈ । ਪ੍ਰਭ ਦੇ ਸ੍ਰਿਸ਼ਟੀ ਨੂੰ ਚਲਾਉਣ ਦੇ ਕਰਤਬ ਵੀ ਅਨੋਖੇ ਹਨ ।

The True Master has established His Royal Throne, 10th door within body of every creature; His Throne within his soul as His Word, The Righteous Judge. Whosoever may have a desire to be enlightened with the essence of His Word; the real path of human life opportunity to become worthy of His Consideration; he must meditate, and adopts the teachings of His Word with steady and stable belief in his day-to-day life. His Treasure remains overwhelmed with virtues to provide nourishment and protection to His Creation. **The True Master blesses all virtues once at the time of birth to new-born to survive in the universe and to sanctify his soul to become worthy of His Consideration**. The True Master creates, nourishes, protects, and monitor all activities in his life. His Creation is real and not a fiction, illusion, imagination; however, perishable after a predetermined time. His true devotee should surrender his self-entity at His Sanctuary and prays for His Forgiveness and Refuge; The Omnipotent, Axiom, Omniscient, Omnipresent, True Master true forever; before the Creation of universe and after the destruction of the universe.

Key Message of Japji Sahib Pa-orhee 31
'ਗੁਰਮਖ ਦਾ ਬੰਦਗੀ ਕਰਨ ਦਾ ਆਸਣ!
ਪ੍ਰਭ ਦੀ ਸਾਜੀ ਸ੍ਰਿਸ਼ਟੀ ਵਿੱਚ ਆਸਣ ਲਾਉਣਾ, ਜੀਵਨ ਬਤੀਤ ਕਰਦੇ ਸਿਮਰਨ ਕਰਨਾ ਚਾਹੀਦਾ ਹੈ । ਸ਼ਬਦ ਦੀ ਪਾਲਣਾ, ਜੀਵਨ ਢਾਲਣਾ, ਗੁਣ ਗਾਉਣਾ ਹੀ ਅਸਲੀ ਪੂਜਾ, ਰਜ਼ਾ ਨੂੰ ਪ੍ਰਵਾਨ ਕਰਨਾ ਹੈ ।
Meditation Throne!
You should be contented with your body structure, His Blessings. You should accept your worldly condition as His Blessings, as His Command.

24. ਗੁਰਮਖ ਦੀ ਅਰਦਾਸ! ਪੌੜੀ – Pa-orhee 32

ਇਕ ਦੂ ਜੀਭੌ ਲਖ ਹੋਹਿ, ਲਖ ਹੋਵਹਿ ਲਖ ਵੀਸ॥
ਲਖੁ ਲਖੁ ਗੇੜਾ ਆਖੀਅਹਿ, ਏਕੁ ਨਾਮੁ ਜਗਦੀਸ॥
ਏਤੁ ਰਾਹਿ ਪਤਿ ਪਵੜੀਆ, ਚੜੀਐ ਹੋਇ ਇਕੀਸ॥
ਸੁਣਿ ਗਲਾ ਆਕਾਸ ਕੀ, ਕੀਟਾ ਆਈ ਰੀਸ॥
ਨਾਨਕ ਨਦਰੀ ਪਾਈਐ, ਕੂੜੀ ਕੂੜੈ ਠੀਸ॥੩੨॥

Ik doo jeebhou lakh hohi lakh hoveh lakh vees.
Lakh lakh gayrhaa aakhee-ahi ayk naam jagdees.
Ayt raahi pat pavrhee-aa charhee-ai ho-ay ikees.
Sun galaa aakaas kee keetaa aa-ee rees.
Naanak nadree paa-ee-ai koorhee koorhai thees. ||32||

ਜੀਵ ਦੀ ਸਿਮਰਨ ਕਰਨ ਦੀ ਇਛਾਂ, ਸ਼ਰਧਾ ਇਤਨੀ ਹੋਣੀ ਚਾਹੀਦੀ ਹੈ? ਮਾਲਕ ਮੇਰੀ ਇਕ ਜੀਭ ਤੋਂ ਲਖ ਬਣ ਜਾਣ, ਫਿਰ ਹਰਇਕ ਜੀਭ ਤੋਂ ਵੀਹ ਲਖ ਬਣ ਜਾਣ! ਅਪਣੀ ਰਹਿਮਤ ਦੀ ਨਜ਼ਰ ਬਖਸ਼ਕੇ, ਹਰਇਕ ਜੀਭ ਵਿਚੋਂ ਲਖ ਲਖ ਵਾਰਾ ਸਿਮਰਨ ਕਰਨ ਦੀ ਸਮਰਥਾ ਬਖਸ਼ੋ । ਮੇਰੇ ਮਨ ਵਿੱਚ ਸਦਾ ਚਲਣ ਵਾਲੀ ਸ਼ਬਦ ਦੀ ਧੁਨ ਸੁਣਾਈ ਦੇਵੇ! ਮੈਂ ਸ਼ਬਦ ਦੇ ਸਿਮਰਨ ਵਿੱਚ ਲੀਨ ਹੋਇਆ, ਸ਼ਬਦ ਦੀ ਸਮਾਧੀ, ਪ੍ਰਭ ਦੀ ਜੋਤ ਵਿੱਚ ਸਮਾ ਜਾਵਾ! ਆਪਣੀ ਜੀਭ ਨਾਲ ਸਿਮਰਨ ਰੂਪੀ ਪੌੜੀਆਂ ਦੁਆਰਾ, ਬ੍ਰਹਮ ਵਿੱਚ ਚੜ੍ਹੀਦਾ ਹੈ । ਪ੍ਰਭ ਦੇ ਸ਼ਬਦ ਦੀ ਧੁਨ ਸੁਣਕੇ, ਪਾਪੀ ਵੀ ਬੁਰੇ ਕੰਮ ਤਿਆਗਕੇ, ਸ਼ਬਦ ਦੀ ਸਿਖਿਆਂ ਨੂੰ ਜੀਵਨ ਵਿੱਚ ਢਾਲਕੇ, ਪ੍ਰਵਾਨਗੀ ਦੇ ਰਸਤੇ ਤੇ ਅਡੋਲ ਹੋ ਜਾਂਦੇ ਹਨ ।

His true devotee should always have such a burning anxiety, devotion to meditate on the teachings of His Word? He may always pray for His Forgiveness and Refuge to transform his one tongue into lakh tongues then again, each tongue into 20 lakhs tongues. With Your Blessed Vision, I may be blessed with devotion to meditate lakhs time on the teachings of Your Word. I may hear the everlasting echo of Your Word resonating within my heart. I may remain intoxicated in meditation, in the void of His Word; my soul may be absorbed within the everlasting echo of His Word resonating in His Nature. These are steps of ladder to climb to His Royal Palace within soul! Sometimes hearing the sermons of His true devotee; even non-believers, evil doers may renounce sinful path and adopts the teachings of His Word; with His mercy and grace, he may be blessed with the right path of acceptance in His Court.

Key Message of Japji Sahib Pa-orhee 32
'ਗੁਰਮਖ ਦੀ ਅਰਦਾਸ!
ਜੀਵ ਦੀ ਸਿਮਰਨ ਕਰਨ ਦੀ ਇਛਾਂ, ਸ਼ਰਧਾ ਇਤਨੀ ਹੋਣੀ ਚਾਹੀਦੀ ਹੈ । ਆਪਣੀ ਜੀਭ ਨਾਲ ਸਿਮਰਨ ਕਰਦਾ, ਮਨ ਸ਼ਬਦ ਦੀ ਗੂੰਜ ਵਿੱਚ ਹੀ ਲੀਨ ਹੋ ਜਾਵੇ । ਪ੍ਰਭ ਦੀ ਰਹਿਮਤ ਨਾਲ ਹੀ ਪ੍ਰਭ ਦੀ ਜੋਤ ਵਿੱਚ ਅਭੇਦ ਹੋਣ ਦਾ ਰਸਤਾ ਬਖਸ਼ਿਸ਼ ਹੋ ਸਕਦਾ ਹੈ ।
Prayer of His true devotee!
He should have such a devotion to meditate on the teachings of His Word. He should sing the glory of His Word with his tongue with such a devotion; his mind should be intoxicated in everlasting echo of His Word. He may be blessed with right path of acceptance in His Court.

25. ਜੀਵ ਦੇ ਭਾਗ – Pa-orhee 33

ਆਖਣਿ ਜੋਰੁ ਚੁਪੈ ਨਹ ਜੋਰੁ॥ ਜੋਰੁ ਨ ਮੰਗਣਿ ਦੇਣਿ ਨ ਜੋਰੁ॥	Aakhan jor chupai nah jor. Jor na mangan dayn na jor.
ਜੋਰੁ ਨ ਜੀਵਣਿ ਮਰਣਿ ਨਹ ਜੋਰੁ॥ ਜੋਰੁ ਨ ਰਾਜਿ ਮਾਲਿ ਮਨਿ ਸੋਰੁ॥	Jor na jeevan maran nah jor. Jor na raaj maal man sor.
ਜੋਰੁ ਨ ਸੁਰਤੀ ਗਿਆਨਿ ਵੀਚਾਰਿ॥ ਜੋਰੁ ਨ ਜੁਗਤੀ ਛੁਟੈ ਸੰਸਾਰੁ॥	Jor na surtee gi-aan veechaar. Jor na jugtee chhutai sansaar.
ਜਸੁ ਹਥਿ ਜੋਰੁ ਕਰਿ ਵੇਖੈ ਸੋਇ॥ ਨਾਨਕ ਉਤਮੁ ਨੀਚੁ ਨ ਕੋਇ॥੩੩॥	Jis hath jor kar vaykhai so-ay. Nanak utam neech na ko-ay. ||33||

ਹਰਇਕ ਜੀਵ, ਪ੍ਰਭ ਦੇ ਅਧੀਨ ਹੈ, ਪ੍ਰਭ ਦੀ ਮਰਜ਼ੀ ਤੋਂ ਬਿਨਾਂ ਜੀਵ ਵਿੱਚ ਬੋਲਣ, ਚੁਪ ਰਹਿਣ, ਮੰਗਣ, ਦਾਨ, ਜੀਉਂਦੇ ਰਹਿਣ, ਮਰਨ, ਕਿਸੇ ਤੇ ਹੁਕਮ ਚਲਾਉਣ, ਧਨ ਇਕੱਠਾ ਕਰਨ, ਬੰਦਗੀ ਕਰਨ, ਸ਼ਬਦ ਦੀ ਸੋਝੀ ਬਖਸ਼ਿਸ਼ ਹੋਣ, ਮੌਤ ਦੇ ਜਮਦੂਤ ਤੋਂ ਬਚਨ ਦੀ ਕੋਈ ਸਮਰਥਾ, ਜ਼ੋਰ ਨਹੀਂ ਹੁੰਦਾ । ਇਕੋ ਇਕ ਪ੍ਰਭ ਦੇ ਹੁਕਮ ਅੰਦਰ ਹੀ ਸ੍ਰਿਸ਼ਟੀ ਦਾ ਸਾਰਾ ਖੇਲ ਚਲਦਾ ਹੈ । ਹਰਇਕ ਜੀਵ ਦੇ ਸੰਸਾਰ ਵਿੱਚ ਕੀਤੇ ਕੰਮ ਪਰਖਦਾ ਹੈ । ਪ੍ਰਭ ਦੇ ਭਾਣੇ, ਸ਼ਬਦ ਅਨੁਸਾਰ ਹੀ ਜੀਵ ਸੰਸਾਰ ਵਿੱਚ ਜੀਵਨ ਬਤੀਤ ਕਰ ਸਕਦਾ ਹੈ । ਪ੍ਰਭ ਦੇ ਦਰਬਾਰ ਵਿੱਚ ਸੰਸਾਰਕ ਹੈਸੀਅਤ ਦੀ ਕੋਈ ਮਹੱਤਤਾ ਨਹੀਂ ਹੁੰਦੀ, ਕੋਈ ਵੀ ਉਚਾ ਜਾ ਨੀਂਵਾ ਨਹੀ ਹੁੰਦਾ, ਕੀਤੇ ਕੰਮਾਂ ਦਾ ਫਲ ਹੀ ਬਖਸ਼ਿਸ਼ ਹੁੰਦਾ ਹੈ ।

The whole universe remains under His Command alone, as a slave. No one may have any power to control, his tongue to speak or to be quiet; to beg or give charity; live or die; to rule over any one; collect any worldly wealth; to meditate or become enlightened; to escape devil of death, alter the time of his own death. The One and Only One True Master controls all functions, plays of the universe. Worldly status, social low or high class, caste has no significance. Everyone must endure the judgement of his worldly deeds and moved to new life or acceptance in His Court.

Key Message of Japji Sahib Pa-orhee 33
'ਮਨ ਦੀ ਭਾਵਨਾਂ, ਪ੍ਰਭ ਦੇ ਹੁਕਮ ਅੰਦਰ ਹੀ ਹੈ!
ਜੀਵ ਦੇ ਮਨ ਵਿੱਚ ਬੋਲਣ, ਚੁੱਪ, ਬੰਦਗੀ ਕਰਨ, ਦਾਨ ਦੇਣ, ਬੁਰੇ, ਭਲੇ ਕੰਮ ਕਰਨ ਦੀ ਭਾਵਨਾ ਪ੍ਰਭ ਦੀ ਹੀ ਬਖਸ਼ਿਸ਼ ਹੈ । ਆਪਣੀ ਬੰਦਗੀ ਨਾਲ ਮੁਕਤੀ, ਉਚੀ, ਨੀਵੀ, ਚੰਗੀ, ਮਾੜੀ ਜੂੰਨ ਵਿੱਚ ਨਹੀਂ ਜਾ ਸਕਦਾ ।
His Command influence worldly desires!
No one has any power to speak, be quiet; beg, give charity; good or evil deeds, all His Blessings. No one may ever control, rewrite his destiny; blessing lower or upper class or accepted in His Court with his determination on meditation.

26. ਪ੍ਰਭ ਦੀ ਕੁਦਰਤ! ਪੌੜੀ – Pa-orhee 34

ਰਾਤੀ ਰੁਤੀ ਥਿਤੀ ਵਾਰ॥ ਪਵਣ ਪਾਣੀ ਅਗਨੀ ਪਾਤਾਲ॥	Raatee rutee thitee vaar. Pavan paanee agnee paataal.
ਤਿਸੁ ਵਿਚਿ ਧਰਤੀ ਥਾਪਿ ਰਖੀ ਧਰਮ ਸਾਲ॥	Tis vich Dhartee thaap rakhee Dharam saal.
ਤਿਸੁ ਵਿਚਿ ਜੀਅ ਜੁਗਤਿ ਕੇ ਰੰਗ॥	Tis vich jee-a jugat kay rang.
ਤਿਨ ਕੇ ਨਾਮ ਅਨੇਕ ਅਨੰਤ॥ ਕਰਮੀ ਕਰਮੀ ਹੋਇ ਵੀਚਾਰੁ॥	Tin kay naam anayk anant. Karmee karmee ho-ay veechaar.
ਸਚਾ ਆਪਿ ਸਚਾ ਦਰਬਾਰੁ॥ ਤਿਥੈ ਸੋਹਨਿ ਪੰਚ ਪਰਵਾਣੁ॥	Sachaa aap sachaa darbaar. Tithai sohan panch parvaan.
ਨਦਰੀ ਕਰਮਿ ਪਵੈ ਨੀਸਾਣੁ॥	Nadree karam pavai neesaan.
ਕਚ ਪਕਾਈ ਓਥੈ ਪਾਇ॥ ਨਾਨਕ ਗਇਆ ਜਾਪੈ ਜਾਇ॥੩੪॥	Kach pakaa-ee othai paa-ay. Naanak ga-i-aa jaapai jaa-ay. ||34||

ਪ੍ਰਭ ਨੇ ਸਾਰੇ ਦਿਨ, ਰਾਤ, ਸਮੇਂ, ਰੁੱਤ, ਸਦੀ, ਹਵਾ, ਪਾਣੀ, ਅਗਨੀ, ਪਤਾਲ ਬਣਾਏ ਹਨ! ਇਸ ਵਿੱਚ ਧਰਤੀ ਨੂੰ ਧਰਮ (ਨਿਯਮ, ਅਸੂਲ) ਦੀ ਜਗ੍ਹਾ ਬਣਾ ਕੇ ਸਥਾਪਨ ਕੀਤਾ ਹੈ । ਇਸ ਵਿੱਚ ਜੀਵਨ ਬਤੀਤ ਕਰਨ ਦੇ ਨਿਯਮ, ਸ਼ਬਦ ਰੂਪ ਵਿੱਚ ਹਰਇਕ ਜੀਵ ਦੀ ਆਤਮਾ ਵਿੱਚ ਬਖਸ਼ਿਆ, ਸਮਾਇਆ ਹੈ । ਇਸ ਵਿੱਚ ਅਨੇਕਾਂ ਕਿਸਮਾਂ ਦੇ ਜੀਵ ਪੈਦਾ ਕੀਤੇ ਹਨ । ਜੀਵਾਂ ਦੀਆਂ ਕਿਸਮਾਂ, ਨਾਮਾਂ ਦੀ ਗਿਣਤੀ ਨਹੀ ਕੀਤੀ ਜਾ ਸਕਦੀ । ਹਰਇਕ ਜੀਵ ਦੇ ਜਨਮ ਦਾ ਖਾਸ ਮੰਤਵ ਹੁੰਦਾ ਹੈ, ਉਸ ਦੀ ਆਤਮਾ ਵਿੱਚ ਸ਼ਬਦ ਰੂਪ ਵਿੱਚ ਸਮਾਇਆ ਰਹਿੰਦਾ ਹੈ । ਮੌਤ ਪਿਛੋਂ ਪ੍ਰਭ ਦੇ ਦਰਬਾਰ ਵਿੱਚ ਕੰਮਾਂ ਦਾ ਲੇਖਾ ਕੀਤਾ ਜਾਂਦਾ, ਪਰਖੇ ਜਾਂਦੇ, ਨਿਰਨਾ ਕੀਤਾ ਜਾਂਦਾ ਹੈ ।ਕੀ ਫਲ ਬਖਸ਼ਿਸ਼ ਹੋਵੇ ਗਾ? ਪ੍ਰਭ ਦੇ ਦਰਬਾਰ ਵਿੱਚ ਸਦਾ ਇਨਸਾਫ ਹੀ ਹੁੰਦਾ ਹੈ । ਉਸ ਦੇ ਦਰਬਾਰ ਵਿੱਚ ਝੂਠ, ਜਾ ਕਿਸੇ ਦਾ ਹੱਕ ਨਹੀਂ ਮਾਰਿਆ ਜਾਂਦਾ । ਦਰਬਾਰ ਵਿੱਚ ਕੱਚੇ, ਪੱਕੇ ਕੰਮਾਂ ਵਾਲੇ ਦੇ ਕੰਮਾਂ ਦਾ ਨਿਰਨਾ, ਪਰਖ ਹੁੰਦੀ ਹੈ । ਚੰਗੇ ਅਤੇ ਮੰਦੇ ਕੰਮਾਂ ਦੇ ਅਨੁਸਾਰ ਫਲ ਬਖਸ਼ਿਸ਼ ਹੁੰਦਾ ਹੈ । ਜਿਹੜੇ ਜੀਵ ਦੀ ਸ਼ਬਦ ਦੀ ਕਮਾਈ ਪ੍ਰਵਾਨ ਹੋ ਜਾਂਦੀ ਹੈ, ਉਹ ਜਨਮ ਮਰਨ ਦੇ ਦੁਖਾਂ ਤੋਂ ਰਹਿਤ ਹੋ ਜਾਂਦਾ ਹੈ । ਉਹ ਦਰਬਾਰ ਵਿੱਚ ਹਾਜ਼ਰ, ਮੁਖੀ, ਸੋਭਦਾ, ਪ੍ਰਭ ਨੂੰ ਪ੍ਰਵਾਨ ਹੋ ਜਾਂਦਾ ਹੈ ।

The True Master has established day, night, weak, month, time, seasons. He has created air, water, fire and under world. He has established earth as a throne to meditate on the teachings of His Word. He has established His Dharma, path of his worldly life as a road-map as His Word that remains embedded within each soul. He has created various kinds of creatures; the actual names of all creatures remain beyond any comprehension of His Creation. Everyone has been assigned a unique purpose of his journey in the universe. His purpose of life and road map to become acceptable remains embedded within his soul as His Word. After death, all his worldly deeds are subjected to judgement of The Righteous Judge. His judgement remains ultimate justice, no one may escape with any clever tricks. Whosoever may adopt the teachings of His Word, embedded within his soul; with His mercy and grace, his earnings of His Word may be accepted and honored in His Court with salvation.

Key Message of Japji Sahib Pa-orhee 34
'ਸ਼ਬਦ ਦੀ ਕਮਾਈ!
ਆਪਣੇ ਜੀਵਨ ਵਿੱਚ ਸ਼ਬਦ ਦੇ ਗੁਣ ਧਾਰਨ ਕਰਨਾ, ਦੁਸਰੀਆਂ ਲਈ ਦਇਆ, ਆਪਣੇ ਲਈ ਧੀਰਜ, ਸੰਤੋਖ ਅਸਲੀ ਬੰਦਗੀ ਹੈ । ਪ੍ਰਭ ਦੇ ਦਰਬਾਰ ਵਿੱਚ ਸਦਾ ਇਨਸਾਫ, ਸ਼ਬਦ ਦੀ ਕਮਾਈ ਦੇਕੰਮਾਂ ਦਾ ਨਿਰਨਾ, ਪਰਖ ਹੁੰਦੀ ਹੈ ।
Earnings of His Word!
Adopting His Word, forgiving other of their mistakes, evil deed; patience and contentment are one of the superb virtues. Only deeds performed by the creatures are evaluated and rewarded in His Court.

27. ਗੁਰਮਖ ਦੇ ਮਨ ਦੀ ਅਵਸਥਾ ਦੀਆਂ ਮੰਜ਼ਲਾਂ!

ਪੌੜੀ – Pa-orhee 35

ਧਰਮ ਖੰਡ ਕਾ ਏਹੋ ਧਰਮੁ॥ ਗਿਆਨ ਖੰਡ ਕਾ ਆਖਹੁ ਕਰਮੁ॥ dharam khand kaa ayho Dharam. gi-aan khand kaa aakhhu karam.
ਕੇਤੇ ਪਵਣ ਪਾਣੀ ਵੈਸੰਤਰ ਕੇਤੇ ਕਾਨ ਮਹੇਸ॥ kaytay pavan paanee vaisantar Kaytay kaan mahays.
ਕੇਤੇ ਬਰਮੇ ਘਾੜਤਿ ਘੜੀਅਹਿ ਰੂਪ ਰੰਗ ਕੇ ਵੇਸ॥ kaytay barmay ghaarhat gharhee-ahi roop rang kay vays.
ਕੇਤੀਆ ਕਰਮ ਭੂਮੀ ਮੇਰ ਕੇਤੇ ਕੇਤੇ ਧੂ ਉਪਦੇਸ॥ kaytee-aa karam bhoomee mayr kaytay kaytay Dhoo updays.
ਕੇਤੇ ਇੰਦ ਚੰਦ ਸੂਰ ਕੇਤ ਕੇਤੇ ਮੰਡਲ ਦੇਸ॥ kaytay ind chand soor kaytay kaytay mandal days.
ਕੇਤੇ ਸਿਧ ਬੁਧ ਨਾਥ ਕੇਤੇ ਕੇਤੇ ਦੇਵੀ ਵੇਸ॥ kaytay siDh buDh naath kaytay kaytay dayvee vays.
ਕੇਤੇ ਦੇਵ ਦਾਨਵ ਮੁਨਿ ਕੇਤੇ ਕੇਤੇ ਰਤਨ ਸਮੁੰਦ॥ kaytay dayv daanav mun kaytay kaytay ratan samund.
ਕੇਤੀਆ ਖਾਣੀ ਕੇਤੀਆ ਬਾਣੀ ਕੇਤੇ ਪਾਤ ਨਰਿੰਦ॥ kaytee-aa khaanee kaytee-aa banee kaytay paat narind.
ਕੇਤੀਆ ਸੁਰਤੀ ਸੇਵਕ ਕੇਤੇ ਨਾਨਕ ਅੰਤੁ ਨ ਅੰਤੁ॥੩੫॥ kaytee-aa surtee sayvak kaytay naanak ant na ant. ||35||

*** ਸ਼ਬਦ ਦੀ ਸਿਖਿਆਂ ਨਾਲ ਜੀਵਨ ਬਤੀਤ ਕਰਨ ਦੀ ਅਵਸਥਾ ਦਾ ਨਾਮ ਧਰਮ ਖੰਡ ਹੈ!**

ਇਸ ਅਵਸਥਾ ਵਿੱਚ ਜੀਵ ਨੂੰ ਪ੍ਰਭ ਦੀ ਸ੍ਰਿਸ਼ਟੀ ਦੀ, ਸ਼ਬਦ ਦੀ ਸੋਝੀ ਬਖਸ਼ਿਸ਼ ਹੋ ਜਾਂਦੀ ਹੈ । ਉਸ ਨੂੰ ਅਨੇਕਾਂ ਹੀ ਕਿਸਮਾਂ ਦੀਆਂ ਸ਼ਕਤੀਆਂ ਦੀ ਸੋਝੀ ਬਖਸ਼ਿਸ਼ ਹੋ ਜਾਂਦੀ ਹੈ । ਅਨੇਕਾਂ ਕਿਸਮ ਦੀਆਂ ਹਵਾਂ, ਧਰਤੀਆਂ, ਪਾਣੀ, ਅੱਗਨੀਆਂ, ਅਕਾਸ਼, ਪਤਾਲ ਅਨੁਭਵ ਹੋ ਜਾਂਦੇ ਹਨ । ਅਨਕਾਂ ਹੀ ਕ੍ਰਿਸ਼ਨ, ਸ਼ਿਵਜੀ, ਬ੍ਰਹਮਾਂ, ਧ੍ਰ, ਉਪਦੇਸ਼ ਦੇਣ ਵਾਲੇ ਨਾਰਦ, ਇੰਦ੍ਰ, ਚੰਦ, ਸੂਰਜ, ਸਿਧ, ਨਾਥ, ਦੇਵੀਆਂ, ਦੇਵਤੇ, ਦੈਤ, ਬੁੱਧ, ਜੋਗੀ, ਮੋਨੀ ਸੰਤ, ਫਰਿਸ਼ਤੇ ਪ੍ਰਭ ਦੇ ਹੁਕਮ ਅੰਦਰ ਮਸਤ ਅਨੁਭਵ ਮਹਿਸੂਸ ਹੁੰਦੇ ਹਨ । ਅਨੇਕਾਂ ਰਤਨਾਂ ਭਰੇ ਸਮੁੰਦਰ, ਕਿਤਨੀਆਂ ਰਾਜਵੰਸ਼, ਗ੍ਰੰਥ, ਭਾਸ਼ਾਂ, ਬੰਦਗੀ ਦੀਆ ਵਿਧੀਆਂ ਨਜ਼ਰ ਆਉਂਦੇ ਹਨ । ਅਨੇਕਾਂ ਕਿਸਮਾਂ, ਰੰਗਾਂ ਦੇ ਜੀਵ ਜੰਤ ਪੈਦਾ ਕੀਤੇ ਹਨ । ਅਨੇਕਾ ਹੀ ਪ੍ਰਭ ਦੇ ਦਾਸ, ਅਨੇਕਾਂ ਹੀ ਸੁਰਤੀਆਂ ਹਨ ।

Adopting principle of His Word may be call Dharma Khand!

We speak of the realm of spiritual wisdom. Whosoever may be blessed with such a state of mind as of **Dharma Khand**; he may realize many energies, sources of energies and enlightenment of His Nature. He may realize countless Airs, waters, types of fires, sky, earths, under water Creations, moons, Suns etc. He may witness countless Krishnas, Shivji, Brahmas, Dharoo, Inders, Naaraads, Naths, Angels, prophets, Buddhas, goddess, Siddhas, demi-gods, demons, silent sages, Yogis all remain intoxicated in the void of His Holy Spirit performing unique function, remain embedded within the everlasting echo of His Word. He may realize countless oceans overwhelmed with jewels, Dynasties, Rulers, languages, Holy Scriptures, meditation thrones, postures, techniques. He may realize countless of creatures of different color, sizes, kinds. There are countless selfless devotees and prophets preaching His Word and remain intoxicated, absorbed within the void His Word.

Key Message of Japji Sahib Pa-orhee 35
'ਧਰਮ – ਜੀਵਨ ਦੇ ਨਿਯਮ– ਖੰਡ!
ਸ਼ਬਦ ਦੀ ਸਿਖਿਆਂ ਨਾਲ ਜੀਵਨ ਬਤੀਤ ਕਰਨ ਦੀ ਅਵਸਥਾ ਦਾ ਨਾਮ ਧਰਮ ਖੰਡ ਹੈ! ਜਿਸ ਨੂੰ ਗਿਆਨ, ਰਹਿਮਤ, ਸ਼ਬਦ ਦੀ ਸੋਝੀ ਬਖਸ਼ਿਸ਼ ਹੋ ਜਾਂਦੀ ਹੈ, ਉਸ ਨੂੰ ਆਪਣੀਆਂ ਇਦ੍ਰਿਆਂ ਤੇ ਕਾਬੂ ਬਖਸ਼ਿਸ਼ ਹੋ ਜਾਂਦਾ ਹੈ । ਜਿਹੜਾ ਪ੍ਰਭ ਦੀ ਮਰਜ਼ੀ, ਬਣਾਏ ਹੋਏ ਨਿਯਮਾਂ (ਧਰਮ) ਨਾਲ ਜੀਵਨ ਢਾਲਦਾ ਹੈ । ਉਸ ਨੂੰ ਦਰਗਾਹ ਵਿੱਚ ਜਗ੍ਹਾ ਬਖਸ਼ਿਸ਼ ਹੋ ਸਕਦੀ ਹੈ ।
Disciplines of mind stage!
Adopting principle of His Word may be call Dharma Khand! Whosoever may be enlightened with the essence of His Word; he may conquer his demons of worldly desires. Whosoever may adopt the teachings of His Word; he may be accepted in His Court.

ਪੌੜੀ – Pa-orhee 36

ਗਿਆਨ ਖੰਡ ਮਹਿ ਗਿਆਨੁ ਪਰਚੰਡੁ॥ ਤਿਥੈ ਨਾਦ ਬਿਨੋਦ ਕੋਡ ਅਨੰਦੁ॥ gi-aan khand meh gi-aan parchand. tithai naad binod kod anand.
ਸਰਮ ਖੰਡ ਕੀ ਬਾਣੀ ਰੂਪੁ॥ ਤਿਥੈ ਘਾੜਤਿ ਘੜੀਐ ਬਹੁਤੁ ਅਨੂਪੁ॥ saram khand kee banee roop. tithai ghaarhat gharhee-ai bahut anoop.
ਤਾ ਕੀਆ ਗਲਾ ਕਥੀਆ ਨਾ ਜਾਹਿ॥ taa kee-aa galaa kathee-aa naa jaahi.
ਜੇ ਕੋ ਕਹੈ ਪਿਛੈ ਪਛੁਤਾਇ॥ ਤਿਥੈ ਘੜੀਐ ਸੁਰਤਿ ਮਤਿ ਮਨਿ ਬੁਧਿ॥ jay ko kahai pichhai pachhutaa-ay. tithai gharhee-ai surat mat man buDh.
ਤਿਥੈ ਘੜੀਐ ਸੁਰਾ ਸਿਧਾ ਕੀ ਸੁਧਿ॥੩੬॥ tithai gharhee-ai suraa siDhaa kee suDh. ||36||

**** ਗਿਆਨ ਖੰਡ ਰੂਹਾਨੀ ਸੋਝੀ ਦੀ ਅਵਸਥਾ ਦਾ ਨਾਮ ਹੈ ।**

ਜਿਸ ਗੁਰਮਖ ਨੂੰ ਇਹ ਅਵਸਥਾ ਬਖਸ਼ਿਸ਼ ਹੋ ਜਾਂਦੀ ਹੈ । ਉਸ ਨੂੰ ਸ਼ਬਦ ਦੀ ਸਦਾ ਚਲਣ ਵਾਲੀ ਗੂੰਜ ਮਨ ਵਿੱਚ ਸੁਣਾਈ ਦੇਂਦੀ ਹੈ ।

**** ਸ਼ਰਮ ਖੰਡ – ਨਿਮ੍ਰਤਾ, ਦਾਇਆ, ਤਰਸ, ਅਵਸਥਾ ਦਾ ਨਾਮ ਹੈ ।**

ਗੁਰੂ ਨਾਨਕ ਦੇਵ ਜੀ! – Guru Nanak Dev Ji! Guru Granth Sahib

ਉਸ ਦੇ ਮਨ ਵਿੱਚ ਅਨੋਖੇ ਹੀ ਸ਼ੁਭ ਗੁਣਾ ਦਾ ਰੰਗ ਚੜ੍ਹ ਜਾਂਦਾ ਹੈ, ਅਭਿਆਸ ਕੀਤਾ ਜਾਂਦਾ ਹੈ । ਉਸ ਦੇ ਮਨ ਦੀ ਅਵਸਥਾ ਦਾ ਵਖਿਆਣ ਨਹੀਂ ਕੀਤਾ ਜਾ ਸਕਦਾ । ਜਿਹੜਾ ਆਪਣੇ ਆਪ ਨੂੰ ਗਿਆਨੀ ਸਮਝਦਾ ਹੈ । ਉਸ ਨੂੰ ਸੋਝੀ ਬਖਸ਼ਿਸ਼ ਹੋ ਜਾਂਦੀ ਹੈ, ਬਹੁਤ ਕੁਝ ਬਾਕੀ ਹੈ । ਇਸ ਖੰਡ ਵਿੱਚ ਰੂਹਾਨੀ ਸੋਝੀ ਦਾ ਅਭਿਆਸ ਕੀਤਾ ਜਾਂਦਾ ਹੈ, ਜੀਵਨ ਵਿਚੋਂ ਕਮੀਆਂ ਨੂੰ ਦੂਰ ਕੀਤਾ ਜਾਂਦਾ ਹੈ, ਉਸ ਦੀ ਆਤਮਾ ਤਨ ਵਿਚੋਂ ਹੀ ਰੂਹਾਨੀ ਸੂਰਮੇ, ਸਿਧ, ਪੂਰਨ ਭਗਤ ਦਾਸ ਪੈਂਦਾ ਹੁੰਦੇ ਹਨ ।

**** The state of enlightenment is called Gyan Zone!**

In the realm of wisdom, spiritual wisdom reigns supreme. Whosoever may be blessed the enlightenment zone; he may hear the everlasting echo of His Word resonating within his heart forever. His spoken words may be transformed as His Word.

**** Sharm Khand is name of Compassion; realm of humility!**

Whosoever may be blessed with state of mind as compassion! His state of mind may be embedded with astonishing ambrosial virtues for welfare for His Creation. He adopts and practices those virtues in his own day-to-day life. He remains drenched with the crimson color of the essence of His Word. His state of mind may remain beyond any comprehension of His Creation. In this zone, spiritual enlightenment may be practiced in day-to-day life; deficiencies, weakness, blemish of mind may be sanctified. Spiritual warriors, blessed soul, Siddhas may be born in this state of mind.

Key Message of Japji Sahib Pa-orhee 36
'ਸ਼ਬਦ ਦੀ ਸੋਝੀ ਖੰਡ!
ਜਿਸ ਨੂੰ ਮਨ ਦੀ ਅਵਸਥਾ ਗਿਆਨ ਖੰਡ ਵਾਲੀ ਬਖਸ਼ਿਸ਼ ਹੋ ਜਾਂਦੀ ਹੈ । ਉਸ ਵੇਲੇ ਵਿਸ਼ੇਸ਼ ਕਰਕੇ, ਬੋਲਨ ਵਾਲਾ ਗਿਆਨ ਪ੍ਰਗਟ ਹੁੰਦਾ ਹੈ । ਜਿਹੜੇ ਸ਼ਰਮ ਖੰਡ ਨੂੰ ਆਪਣੇ ਜੀਵਨ ਦਾ ਅਸੂਲ, ਨਿਯਮ ਬਣਾ ਲੈਂਦਾ ਹੈ, ਉਸ ਦੀ ਬਾਣੀ (ਰੂਪ) ਸਫਾਈ ਵਾਲੀ ਹੋ ਜਾਂਦੀ ਹੈ । ਉਸ ਦੀ ਆਪਣੀ ਹੌਂਦ ਖਤਮ ਹੋ ਜਾਂਦੀ ਹੈ ।
Enlightened state of mind!
Whosoever may be blesses state of mind as enlightenment zone; his tongue may speak His Word. Whosoever may adopt the teachings of His Word as guiding principles of his life; his soul becomes under His complete protection and his own existence may be eliminated.

ਪੌੜੀ – Pa-orhee 37

ਕਰਮ ਖੰਡ ਕੀ ਬਾਣੀ ਜੋਰੁ॥ ਤਿਥੈ ਹੋਰੁ ਨ ਕੋਈ ਹੋਰੁ॥
ਤਿਥੈ ਜੋਧ ਮਹਾਬਲ ਸੂਰ॥ ਤਿਨ ਮਹਿ ਰਾਮੁ ਰਹਿਆ ਭਰਪੂਰ॥
ਤਿਥੈ ਸੀਤੋਂ ਸੀਤਾ ਮਹਿਮਾ ਮਾਹਿ॥ ਤਾ ਕੇ ਰੂਪ ਨ ਕਥਨੇ ਜਾਹਿ॥
ਨਾ ਓਹਿ ਮਰਹਿ ਨ ਠਾਗੇ ਜਾਹਿ॥ ਜਿਨ ਕੈ ਰਾਮੁ ਵਸੈ ਮਨ ਮਾਹਿ॥
ਤਿਥੈ ਭਗਤ ਵਸਹਿ ਕੇ ਲੋਅ॥ ਕਰਹਿ ਅਨੰਦੁ ਸਚਾ ਮਨਿ ਸੋਇ॥
ਸਚ ਖੰਡਿ ਵਸੈ ਨਿਰੰਕਾਰੁ॥ ਕਰਿ ਕਰਿ ਵੇਖੈ ਨਦਰਿ ਨਿਹਾਲ॥
ਤਿਥੈ ਖੰਡ ਮੰਡਲ ਵਰਭੰਡ॥ ਜੇ ਕੋ ਕਥੈ ਤ ਅੰਤ ਨ ਅੰਤ॥
ਤਿਥੈ ਲੋਅ ਲੋਅ ਆਕਾਰ॥ ਜਿਵ ਜਿਵ ਹੁਕਮੁ ਤਿਵੈ ਤਿਵ ਕਾਰ॥
ਵੇਖੈ ਵਿਗਸੈ ਕਰਿ ਵੀਚਾਰੁ॥ ਨਾਨਕ ਕਥਨਾ ਕਰੜਾ ਸਾਰੁ॥੩੭॥

karam khand kee banee jor. tithai hor na ko-ee hor.
tithai joDh mahaabal soor. tin meh raam rahi-aa bharpoor.
tithai seeto seetaa mahimaa maahi. taa kay roop na kathnay jaahi.
naa ohi mareh na thaagay jaahi. jin kai raam vasai man maahi.
tithai bhagat vaseh kay lo-a. karahi anand sachaa man so-ay.
sach khand vasai nirankaar.kar kar vaykhai nadar nihaal.
tithai khand mandal varbhand. jay ko kathai ta ant na ant.
tithai lo-a lo-a aakaar. jiv jiv hukam tivai tiv kaar.
vaykhai vigsai kar veechaar. naanak kathnaa karrhaa saar. ||37||

**ਕਰਮ, ਭਗਤੀ ਦੀ ਕਮਾਈ ਦਾ ਨਾਮ ਹੈ ।

ਕਰਮ ਖੰਡ ਵਿੱਚ ਕੇਵਲ ਸ਼ਬਦ ਦੀ ਕਮਾਈ ਦਾ ਹੀ ਜ਼ੋਰ ਹੰਦਾ ਹੈ! ਇਹ ਖੰਡ ਕੇਵਲ ਰੂਹਾਨੀ ਮਹਾਬਲੀ ਨੂੰ ਹੀ ਬਖਸ਼ਿਸ਼ ਹੁੰਦਾ ਹੈ, ਉਹ ਸੰਤੋਖ ਨਾਲ ਪ੍ਰਭ ਦੇ ਸ਼ਬਦ ਦੀ ਸਮਾਧੀ ਵਿੱਚ ਹੀ ਸਮਤ ਰਹਿੰਦਾ ਹੈ । ਉਸ ਦੇ ਮਨ ਦੀ ਅਵਸਥਾ ਦਾ ਵਖਿਆਣ ਨਹੀਂ ਕੀਤਾ ਜਾ ਸਕਦਾ । ਉਸ ਦੀ ਕਮਾਈ ਕੋਈ ਠੱਗ ਨਹੀਂ ਸਕਦਾ, ਨਾ ਹੀ ਮੌਤ ਦਾ ਡਰ ਹੀ ਹੁੰਦਾ ਹੈ । ਉਹ ਆਪਣੇ ਅੰਦਰ ਹੀ ਪ੍ਰਭ ਦੀ ਜੋਤ ਵਿੱਚ ਸਮਾਇਆ ਰਹਿੰਦਾ ਹੈ । ਉਹ ਖੰਡ ਵਿੱਚ ਅਨੇਕਾਂ ਸ੍ਰਿਸ਼ਟੀਆ ਦੀਆਂ ਆਤਮਾ ਪ੍ਰਭ ਦੇ ਸ਼ਬਦ ਦੀ ਧੁਨ ਵਿੱਚ ਅਡੋਲ ਰਹਿੰਦੀਆਂ ਹਨ, ਜੋਤ ਵਿੱਚ ਸਮਾਇਆ ਰਹਿੰਦੀਆਂ ਹਨ । ਜਿਹੜੀ ਆਤਮਾ ਤੇ ਪ੍ਰਭ ਦੀ ਰੋਸ਼ਨੀ ਦੀ ਕਿਰਨ ਪਏ ਜਾਂਦੀ ਹੈ, ਉਸ ਦੀ ਹੌਂਦ ਮਿਟ ਜਾਂਦੀ ਹੈ । ਉਸ ਦੀ ਮੁੱਢ ਦੀ ਪਛਾਣ ਖਤਮ ਹੋ ਜਾਂਦੀ ਹੈ । ਪ੍ਰਭ ਨੇ ਅਨੇਕਾਂ ਖੰਡ, ਵਰਭੰਡ ਪੈਦਾ ਕੀਤੇ ਹਨ, ਉਹਨਾਂ ਦਾ ਕੋਈ ਅੰਤ ਨਹੀਂ ਆਉਦਾ, ਪ੍ਰਭ ਆਪਣੀਆਂ ਪੈਦਾ ਕੀਤੀਆਂ ਸ੍ਰਿਸ਼ਟੀਆਂ ਵਿੱਚ ਅਨੰਦ ਮਾਨਦਾ, ਅਡੋਲ ਰਹਿੰਦਾ ਹੈ । ਉਸ ਦੀ ਅਵਸਥਾ, ਪੈਦਾ ਕੀਤੀਆਂ ਸ੍ਰਿਸ਼ਟੀਆਂ ਦਾ ਅੰਤ ਨਹੀ ਆਉਂਦਾ ।

**** Karam Khand is the name of earnings, wealth of His Word!**

Karam Khand, zone remain dominated with the wealth of His Word. Whose earnings of His Word may be accepted, only he may be blessed with state of mind of Karam Zone. The eternal spiritual warriors may be blessed with state of mind as **Karam Khand.** He may remain overwhelmed with a peace of mind, contentment, and complete bliss of His Word. His state of mind may remain beyond description of His Creation. Neither death nor deception may pull him out of the void of His Holy Spirit. His soul remains in harmony with His Holy Spirit; souls from various universes perform with the Command of His Word. Wherever His Blessed Vision may fall, the identity of his soul may be eliminated; the origin of souls cannot be fully described. He has created many planets, solar systems and galaxies beyond any limit or explanation. The True Master cherishes all His Creations. The Nature of various creations remain beyond any limits, boundary, and imagination comprehension of His Creation.

Key Message of Japji Sahib Pa-orhee 37
'ਸ਼ਬਦ ਦੀ ਕਮਾਈ ਖੰਡ!
ਜਿਸ ਨੂੰ ਕਰਮ ਖੰਡ, ਸ਼ਬਦ ਦੀ ਕਮਾਈ ਵਾਲੀ ਅਵਸਥਾ ਬਖਸ਼ਿਸ਼ ਹੋ ਜਾਂਦੀ ਹੈ । ਉਸ ਨੂੰ ਹੋਰ ਕਿਸੇ ਕਿਸਮ ਦੀਆਂ ਰਿਧੀਆਂ, ਸਿੱਧੀਆਂ ਦੀ ਲੋੜ ਨਹੀਂ ਰਹਿੰਦੀ । ਇਸ ਖੰਡ ਵਿੱਚ (ਜੋਧ-ਜੋਧੇ) ਰਥੀ (ਮਾਹਬਲ) ਜਿਹੜੇ ਮਹਾਰਥੀ, (ਸੂਰ) ਸੂਰਮੇ, ਜਿਹੜੇ ਅਰਥੀ ਹੀ ਪਹੁੰਚਦੇ ਹਨ । ਉਸ ਦੇ ਮਨ ਵਿੱਚ ਸਦਾ ਚਲਣ ਵਾਲੀ ਪ੍ਰਭ ਦੇ ਸ਼ਬਦ ਦੀ ਧੁਨ ਸੁਣਾਈ ਦੇਂਦੀ ਹੈ ।
Earnings of His Word- Stage!
Whosoever may be blessed with state of mind like **Karam Khand**; earnings of His Word. He may not have any desire for any miracle powers. Souls from various universes perform with the Command of His Word. His souls remain in harmony with His Holy Spirit.

28. ਜਪੁਜੀ ਸਾਹਿਬ ਦਾ ਤੱਤ! ਪੌੜੀ – Pa-orhee 38

ਜਤੁ ਪਾਹਾਰਾ ਧੀਰਜੁ ਸੁਨਿਆਰੁ॥ ਅਹਰਣਿ ਮਤਿ ਵੇਦੁ ਹਥੀਆਰੁ॥
ਭਉ ਖਲਾ ਅਗਨਿ ਤਪ ਤਾਉ॥ ਭਾਂਡਾ ਭਾਉ ਅੰਮ੍ਰਿਤੁ ਤਿਤੁ ਢਾਲਿ॥
ਘੜੀਐ ਸਬਦੁ ਸਚੀ ਟਕਸਾਲ॥ ਜਿਨ ਕਉ ਨਦਰਿ ਕਰਮੁ ਤਿਨ ਕਾਰ॥
ਨਾਨਕ ਨਦਰੀ ਨਦਰਿ ਨਿਹਾਲ॥੩੮॥

jat paahaaraa Dheeraj suni-aar. ahran mat vayd hathee-aar.
bha-o khalaa agan tap taa-o. bhaaNdaa bhaa-o amrit tit dhaal.
gharhee-ai sabad sachee taksaal. jin ka-o nadar karam tin kaar.
naanak nadree nadar nihaal. ||38||

ਜਤੁ –ਇੰਦ੍ਰੀਆਂ/ਵਾਸਨਾਵਾ ਨੂੰ ਆਉਗਣਾ ਤੋਂ ਰਹਿਤ	ਧੀਰਜ– ਸੰਤੋਖ– ਸਬਰ
ਪਾਹਾਰਾ – ਰਾਖੀ ਕਰਨੀ, ਕਾਬੂ ਪਾਉਣਾ	ਸੁਨਿਆਰੁ – ਸਿਰਜਨਹਾਰ

ਜਿਵੇਂ ਸੁਨਿਆਰਾ ਸੋਨੇ ਨੂੰ ਬਹੁਤ ਧੀਰਜ ਨਾਲ ਪਿਘਲਾ ਦਾ, ਅੱਗ ਨੂੰ ਕਾਬੂ ਵਿੱਚ ਰਖਦਾ ਹੈ । ਬਹੁਤ ਸੰਤੋਖ ਨਾਲ ਹਥੋੜੇ ਨਾਲ ਗਹਿਣੇ ਬਣਾਉਂਦਾ ਹੈ । ਇਸਤਰ੍ਹਾਂ ਹੀ ਪ੍ਰਭ ਦਾ ਦਾਸ ਆਪਣੇ ਮਨ ਦੀਆਂ ਤੇ ਕਾਬੂ ਰਖਕੇ, ਸ਼ਬਦ ਦੀ ਸਿਖਿਆਂ, ਨਿਯਮਾਂ ਰੂਪੀ ਸਟਾਂ, ਰੁਕਾਵਟਾਂ ਨੂੰ ਸੰਤੋਖ ਨਾਲ ਸਹਿਦਾ, ਪ੍ਰਭ ਦੀ ਬਖਸ਼ਿਸ਼ ਦੀ ਧੀਰਜ ਨਾਲ ਉਡੀਕ ਕਰਦਾ ਹੈ । ਇਸਤਰ੍ਹਾਂ ਹੀ ਆਤਮਾ ਰੂਪੀ ਸੋਨੇ ਨੂੰ ਸੰਸਾਰਕ ਮਾਇਆ ਰੂਪੀ ਭੱਠੀ ਵਿੱਚ ਪਕਾਇਆ ਜਾਂਦਾ ਹੈ । ਉਸ ਦੇ ਮਨ ਵਿੱਚ ਅੱਗ ਜਿਆਦਾ ਤੇਜ਼ ਹੋਣ ਦਾ ਡਰ ਵੀ ਹੁੰਦਾ ਹੈ, ਅੱਗ ਨੂੰ ਹਵਾ ਦੇਂਦਾ, ਤੇਜ਼ ਵੀ ਰਖਦਾ ਹੈ, ਬਹੁਤ ਧੀਰਜ, ਪਿਆਰ ਨਾਲ ਸੰਚੇ ਵਿੱਚ ਪਾਉਂਦਾ ਹੈ । ਉਹ ਸੋਨੇ ਤੋਂ ਗਹਿਣਾ ਬਣਾਉਂਦਾ ਹੈ । ਇਸਤਰ੍ਹਾਂ ਹੀ ਗੁਰਮਖ ਆਪਣੇ ਮਨ ਦੀ ਸ਼ਰਧਾ ਰੂਪੀ ਅੱਗ ਨੂੰ ਪ੍ਰਭ ਦੇ ਵਿਛੋੜੇ ਰੂਪੀ ਡਰ ਨਾਲ ਤੇਜ਼ ਰਖਦਾ ਹੈ । ਸ਼ਬਦ ਦੀ ਸਿਖਿਆਂ ਨੂੰ ਆਪਣੇ ਮਨ ਵਿੱਚ ਵਸਾਉਂਦਾ ਹੈ । ਇਸਤਰ੍ਹਾਂ ਗੁਰਮਖ ਸ਼ਬਦ ਦੀ ਕਮਾਈ ਕਰਦਾ, ਬਖਸ਼ਿਸ਼ ਹੁੰਦੀ ਹੈ । ਜਿਹੜੀ ਆਤਮਾ ਸੰਸਰਕ ਮਾਇਆ ਦੀ ਪਹੁੰਚ ਵਿੱਚ ਨਹੀਂ ਰਹਿੰਦੀ, ਉਹ ਪ੍ਰਭ ਦੀ ਜੋਤ ਵਿੱਚ ਸਮਾਉਣ ਯੋਗ ਬਣ ਜਾਂਦੀ ਹੈ । ਜਿਸ ਤੇ ਪ੍ਰਭ ਦੀ ਰਹਿਮਤ ਦੀ ਨਜ਼ਰ ਬਖਸ਼ਿਸ਼ ਹੋ ਜਾਂਦੀ ਹੈ, ਉਸ ਨੂੰ ਸੰਤ ਸਰੂਪ ਅਵਸਥਾ ਬਖਸ਼ਿਸ਼ ਹੋ ਜਾਂਦੀ ਹੈ । ਪ੍ਰਭ ਅਸਲੀ ਰਸਤਾ ਬਖਸ਼ਦਾ, ਪ੍ਰਵਾਨ ਕਰ ਲੈਂਦਾ ਹੈ ।

As goldsmith control the temperature, keeps the flame with anxiety of perfection in temperature and handles melted gold with patience to mold into astonishing jewelry. Same way, His true devotee controls his worldly desires and adopts the teachings of His Word; various restrictions of His Word. He waits patiently for reward, His Blessings and remains contented with His Blessings as worthy, justice. As gold may be melted repeatedly to remove impurities; same way his soul may be repeatedly tested with sweet poison of worldly wealth, for sincerity, perfection, patience, and contentment. As pure gold may be minted as coin; same way only sanctified soul may be passed through this rigorous sanctification. She may become **Khalsa**, worthy to be immersed within His Holy Spirit. Self-entity of his soul may be eliminated along with His Word embedded within. Whosoever may be bestowed with His Blessed Vision, only the existence of his soul may be eliminated. All other souls remain in buffer zone; worldly religions called Heaven! Worldly prophets, angels, demons, Satan may be created time to time to further sanctify their souls. His process of soul sanctification may continue.

Key Message of Japji Sahib Pa-orhee 38
'ਸਵਰਗ!
ਪ੍ਰਭ ਦੇ ਵਿਛੋੜੇ ਦੇ ਵਿਰਾਗ ਵਿੱਚ ਆਪਣੇ ਜੀਵਨ ਦੇ ਕੰਮਾਂ ਦਾ ਸੱਤ, ਅਸੱਤ ਦਾ ਨਿਰਨਾ ਕਰਨਾ ਚਾਹੀਦਾ ਹੈ । ਅਭਿਆਸ ਰੂਪੀ ਹਵਾ ਨਾਲ ਸ਼ਬਦ ਦੇ ਸ਼ੁਭ ਗੁਣ ਜੀਵਨ ਵਿੱਚ ਧਾਰਨ ਕਰਨੇ ਚਾਹੀਦੇ ਹਨ । ਕੇਵਲ ਇਸ ਅਵਸਥਾ ਵਿੱਚ ਆਤਮਾ, ਸ੍ਰਿਸ਼ਟੀ ਛੱਡਕੇ, ਪ੍ਰਭ ਦੀ ਜੋਤ ਵਿੱਚ ਮਿਲਣ ਯੋਗ ਬਣਨ ਲਈ ਪਰਖੀ ਜਾਂਦੀ ਹੈ! ਸੰਨਿਆਰ ਦੀ ਕੁਠਾਲੀ ਦੀ ਤਰ੍ਹਾਂ, ਪ੍ਰਭ ਦੀ ਪਰਖਣ ਵਾਲੀ ਕੁਠਾਲੀ ਵਿੱਚ ਖਾਲਸ, ਕੀਤੀ ਜਾਂਦੀ, ਪਰਖੀ ਜਾਂਦੀ ਹੈ! * **ਕੇਵਲ ਲੱਖਾਂ ਵਿਚੋਂ ਇਕ ਹੀ ਆਤਮਾ ਖਾਲਸ ਹੋ ਕੇ ਜੋਤ ਵਿੱਚ ਰਲ ਸਕਦੀ ਹੈ! ਬਾਕੀ ਆਤਮਾਂ ਤਨ ਰਹਿਤ ਅਵਸਥਾ ਵਿੱਚ ਰਹਿੰਦੀਆਂ ਹਨ!**
Heaven!
With the renunciation of the memory of your separation; you should evaluate your deeds. With repeated practice and patience, adopts virtues of His Word to sanctify your soul. Only in this stage! Soul leaves the universe to be evaluated, the final sanctification (to be Khalsa), to become indistinguishable from His Holy Spirit! **Only one out of lakhs may become Khalsa to become worthy to be absorbed within His Holy Spirit!**

29. ਸਲੋਕੁ॥ 8-10: ਸ੍ਰਿਸ਼ਟੀ ਦਾ ਖੇਲ ਕਿਵੇਂ ਚਲਦਾ! Play of universe!

ਪਵਣੁ ਗੁਰੂ ਪਾਣੀ ਪਿਤਾ ਮਾਤਾ ਧਰਤਿ ਮਹਤੁ॥
ਦਿਵਸੁ ਰਾਤਿ ਦੁਇ ਦਾਈ ਦਾਇਆ ਖੇਲੈ ਸਗਲ ਜਗਤੁ॥
ਚੰਗਿਆਈਆ ਬੁਰਿਆਈਆ ਵਾਚੈ ਧਰਮੁ ਹਦੂਰਿ॥
ਕਰਮੀ ਆਪੋ ਆਪਣੀ ਕੇ ਨੇੜੈ ਕੇ ਦੂਰਿ॥
ਜਿਨੀ ਨਾਮੁ ਧਿਆਇਆ ਗਏ ਮਸਕਤਿ ਘਾਲਿ॥
ਨਾਨਕ ਤੇ ਮੁਖ ਉਜਲੇ ਕੇਤੀ ਛੁਟੀ ਨਾਲਿ॥੧॥

pavan guroo paanee pitaa maataa Dharat mahat.
divas raat du-ay daa-ee daa-i-aa khaylai sagal jagat.
chang-aa-ee-aa buri-aa-ee-aa vaachai Dharam hadoor.
karmee aapo aapnee kay nayrhai kay door.
jinee naam Dhi-aa-i-aa ga-ay maskat ghaal.
naanak tay mukh ujlay kaytee chhutee naal. ||1||

ਸੰਸਾਰਕ ਤਨ ਦਾ (ਪਵਣ) ਹਵਾ (ਸਵਾਸ) ਹੀ ਮੁੱਢ ਹੈ, ਹਵਾ, ਸਵਾਸਾਂ ਤੋਂ ਬਿਨਾਂ ਜੀਵ ਦਾ ਤਨ ਨਾਸ ਹੋ ਜਾਂਦਾ ਹੈ । ਪਾਣੀ ਦੀ ਸ਼ਕਤੀ ਨਾਲ ਹੀ ਤਨ ਵਿੱਚ ਰਸ, ਧਾਤੂ, ਰਕਤ, ਚਰਬੀ, ਹੱਡੀਆਂ, ਰੋਮ ਆਦਿਕ ਅੱਠੇ ਧਾਤਾਂ ਬਣਦੀਆਂ ਹਨ । ਧਰਤੀ ਹੀ ਸਾਰਿਆਂ ਦਾ ਅਰਾਮ ਕਰਨ ਵਾਲਾ ਆਸਣ ਹੈ, ਧਰਤੀ ਵਿੱਚ ਮਾਤਾ ਵਾਲੇ ਸਾਰੇ ਗੁਣ ਹੁੰਦੇ ਹਨ, ਸਾਰੇ ਜੀਵ ਹੀ ਧਰਤੀ ਤੇ ਆਰਮ ਕਰਦੇ ਹਨ । ਇਸ ਵਿੱਚ ਉਹ ਸਾਰੇ ਨਿਮ੍ਰਤਾ ਵਾਲੇ ਗੁਣ ਹਨ, ਜਿਹੜੇ ਮਾਤਾ ਵਿੱਚ ਹੁੰਦੇ ਹਨ । ਦਿਨ ਅਤੇ ਰਾਤ ਦੋਨੋਂ, ਦੁਇ ਅਤੇ ਦਾਇਆ ਦੀ ਤਰ੍ਹਾਂ ਜੀਵ ਦੀ ਦੇਖ ਭਾਲ, ਰਖਿਆ, ਸੰਭਾਲਨਾ ਕਰਦੇ, ਵਧਣ ਵਿੱਚ ਸੇਧ ਦੇਂਦੇ ਹਨ । ਜੀਵ, ਬਾਲਕ ਦੀ ਤਰ੍ਹਾਂ ਸੰਸਾਰਕ ਧੰਦੇ ਕਰਦਾ ਹੈ । ਉਸ ਦੇ ਚੰਗੇ, ਮੰਦੇ ਕੰਮ, ਆਤਮਾ ਦੇ ਸਾਥ ਰਹਿੰਦੇ, ਪ੍ਰਲੋਕ ਵਿੱਚ, ਦਰਗਾਹ ਵਿੱਚ ਵਿਚਾਰੇ ਜਾਂਦੇ ਹਨ । ਆਪਣੇ ਕੰਮਾਂ ਅਨੁਸਾਰ ਹੀ ਪ੍ਰਭ ਦੇ ਨੇੜੇ ਜਾ ਦੂਰ ਹੋ ਜਾਂਦਾ, ਮੁਕਤੀ ਦਾ ਰਸਤਾ ਜਾ ਜਨਮ ਮਰਨ ਦੇ ਚੱਕਰ ਵਿੱਚ ਜਾਂਦਾ ਹੈ । ਜਿਹੜਾ ਆਪਣਾ ਜੀਵਨ ਸ਼ਬਦ ਦੀ ਸਿਖਿਆਂ ਨਾਲ ਢਾਲਦਾ ਹੈ, ਉਸ ਦੀ ਸ਼ਬਦ ਦੀ ਕੀਤੀ ਕਮਾਈ ਸਫਲ ਹੋ ਜਾਂਦੀ ਹੈ । ਉਹ ਸੰਸਾਰ ਵਿੱਚ ਵੀ ਮੁਖੀ, ਪ੍ਰਲੋਕ ਵਿੱਚ ਵੀ ਮੁਖੀ ਹੋ ਜਾਂਦਾ ਹੈ । ਬੇਅੰਤ ਹੀ ਜੀਵ, ਉਸ ਦਾਸ ਦੀ ਸਿਖਿਆਂ ਨਾਲ ਜੀਵਨ ਢਾਲਕੇ ਮੁਕਤੀ ਦੇ ਰਸਤੇ ਤੇ ਚਲ ਪੈਂਦੇ, ਜੂੰਨਾਂ ਤੋਂ ਛੁਟਕਾਰਾ ਬਖਸ਼ਿਸ਼ ਹੋ ਸਕਦਾ ਹੈ ।

Air may be the key element for survival of his perishable body. His Holy Spirit remains embedded within Air; his body may perish without air. Water may be second most significant source of energy, growth, survival of his perishable body. The True Master nourishes and protects his perishable body. Earth remains as a symbol of mother with all the virtues of humility, patience, and tolerance. Day and night provide the environment for growth and wellbeing of the body and soul; he performs assigned worldly chores to survive in the universe. All his good and evil deeds are recorded on his soul and to be evaluated in His Court. With his own worldly deeds, his soul may become under His Sanctuary and he may be blessed with the right path of acceptance or deprived for the right path. He remains in the cycle of birth and death. Whose earnings of His Word may be accepted; he may proceed to next level of soul purification, sanctification.

Key Message of Japji Sahib Salok 1
ਸ੍ਰਿਸ਼ਟੀ ਦਾ ਖੇਲ!
ਹਵਾ (ਸਵਾਸ) ਹੀ ਜੀਵ ਦਾ ਗੁਰੂ, ਮੁੱਢ, ਪਾਣੀ ਦੀ ਸ਼ਕਤੀ ਨਾਲ ਹੀ ਤਨ ਬਣਦਾ, ਚਲਦਾ ਹੈ । ਤਨ ਵਿੱਚ ਦੋਨੋਂ ਸ਼ਿਵ, ਸ਼ਕਤੀ, ਮਾਤਾ ਵਾਲੀ ਨਿਮ੍ਰਤਾ ਹੁੰਦੀ ਹੈ । ਜਿਹੜਾ ਸ਼ਕਤੀ ਤੇ ਜਿੱਤ ਪਾ ਕੇ, ਸ਼ਿਵ ਦਾ ਰਸਤਾ ਧਾਰਨ ਕਰਦਾ ਹੈ । ਉਸ ਨੂੰ ਮੁਕਤੀ ਬਖਸ਼ਿਸ਼ ਹੋ ਜਾਂਦੀ ਹੈ ।
The Play of Universe!
Air is the first guru; origin, life of body; water may be the strength to provide growth; Body is an ocean of shiv and shakti; the compassion like mother remains embedded within. Whosoever may conquer his own worldly desires, worldly wealth; with his mercy and grace, he may adopt the path of His Word, Shiv. He may be blessed with salvation.

Note: Jupji Sahib Ji – Essence of Teachings!

ਸੰਤ ਅਵਸਥਾ ਦੀਆਂ ਮੰਜ਼ਲਾ –Stages of Sainthood

	ਖੰਡ – Stage	ਜੀਵਨ ਦਾ ਢੰਗ– Description	Pa-orhee
1	'ਧਰਮ Eternal Dharma!	ਸ਼ਬਦ ਦੀ ਸਿਖਿਆਂ ਨਾਲ ਜੀਵਨ ਬਤੀਤ ਕਰਨ! His way of life, as per the teachings of His Word.	35
2	'ਗਿਆਨ Enlightenment!	ਰੂਹਾਨੀ ਸੋਝੀ ਦੀ ਅਵਸਥਾ ਦਾ ਨਾਮ ਹੈ! Eternal enlightenment of the essence of His Word!	36
3	'ਸ਼ਰਮ– ਅਚੇਤ ਮਨ ਬੋਲਦਾ! Speak Subconscious!	ਨਿਮ੍ਰਤਾ, ਦਾਇਆ, ਤਰਸ, ਅਵਸਥਾ ਦਾ ਨਾਮ ਹੈ! Mind (worldly desires) become a slave of Subconscious! Surrender self-entity at His Word!	36
4	'ਕਰਮ Earnings of His Word!	ਭਗਤੀ ਦੀ ਕਮਾਈ ਦਾ ਨਾਮ ਹੈ! Earns the wealth of His Word! Companion forever!	37
	'ਤਨ ਰਹਿਤ ਅਵਸਥਾ– ਸਵਰਗ–ਨਰਕ–ਖਾਲਸ Bodyless state!	ਆਤਮਾ ਦੀ ਪਵਿਤਰਾ ਦੀ ਪਰਖਣ, ਖਾਲਸ ਕਰਨ ਦੀ ਵਿਧੀ! Sanctification of soul tested, rated and final sanctification to become **"Khalsa"** worthy to become part of His Holy Spirit or moved to buffer Zone for new mission. Prophets, Angels, devils, ghosts all remain in Heaven or Hell!	38

Whosoever may pass these stages; with His mercy and grace, his soul moves out of the universe and enter next stage of sanctification, as defined in Pa-orre 38. One out of millions may pass through this sanctification and immerses within His Holy Spirit; his soul loses her identity, called salvation. All souls may not pass through this stage remain in a "Buffer Zone; all souls are graded, ranked with spectific sanctification grade; worldly **religions claim as Heaven**! All prophets, Angels and devils, demons remain in buffer Zone. **All souls wait for next assignment.**

ਰਹਿਰਾਸ !

30. **ਦਰਬਾਰ ਕਿਸਤਰ੍ਹਾਂ ਦਾ, ਉਸ ਵਿੱਚ ਕੌਣ, ਕੀ ਕਰਦੇ ਹਨ** **What kind of splendor His throne?**

ਸੋ ਦਰੁ ਕੇਹਾ ਸੋ ਘਰੁ ਕੇਹਾ ਜਿਤੁ ਬਹਿ ਸਰਬ ਸਮਾਲੇ॥	so dar kayhaa so ghar kayhaa, jit bahi sarab samaalay.

ਪ੍ਰਭ ਤੇਰਾ ਘਰ, ਆਸਣ ਕਿਤਨੀ ਸ਼ਾਨ ਵਾਲਾ ਹੈ? ਜਿਸ ਵਿੱਚ ਬੈਠ ਕੇ ਸਾਰੀ ਸ੍ਰਿਸ਼ਟੀ ਨੂੰ ਸੰਭਾਲਦਾ, ਰੋਜ਼ੀ, ਕ੍ਰਿਪਾ ਦੀ ਨਜ਼ਰ ਬਖਸ਼ਦਾ ਹੈ ।

How elegant may be Your Throne, Palace, to reside and performs all functions of the universe?

ਵਾਜੇ ਨਾਦ ਅਨੇਕ ਅਸੰਖਾ ਕੇਤੇ ਵਾਵਣਹਾਰੇ॥	vaajay naad anayk asankhaa, kaytay vaavanhaaray.
ਕੇਤੇ ਰਾਗ ਪਰੀ ਸਿਉ ਕਹੀਅਨਿ ਕੇਤੇ ਗਾਵਣਹਾਰੇ॥	kaytay raag paree si-o kahee-an, kaytay gaavanhaaray.
ਗਾਵਹਿ ਤੁਹਨੋ ਪਉਣੁ ਪਾਣੀ ਬੈਸੰਤਰੁ, ਗਾਵੈ ਰਾਜਾ ਧਰਮੁ ਦੁਆਰੇ॥	gaavahi tuhno pa-un paanee baisantar, gaavai raajaa Dharam du-aaray.
ਗਾਵਹਿ ਚਿਤੁ ਗੁਪਤੁ ਲਿਖਿ ਜਾਣਹਿ, ਲਿਖਿ ਲਿਖਿ ਧਰਮੁ ਵੀਚਾਰੇ॥	gaavahi chit gupat likh jaaneh likh likh Dharam veechaaray.
ਗਾਵਹਿ ਈਸਰੁ ਬਰਮਾ ਦੇਵੀ ਸੋਹਨਿ ਸਦਾ ਸਵਾਰੇ॥	gaavahi eesar barmaa dayvee sohan sadaa savaaray.
ਗਾਵਹਿ ਇੰਦ ਇਦਾਸਣਿ ਬੈਠੇ ਦੇਵਤਿਆ ਦਰਿ ਨਾਲੇ॥	gaavahi ind idaasan baithay dayviti-aa dar naalay.
ਗਾਵਹਿ ਸਿਧ ਸਮਾਧੀ ਅੰਦਰਿ ਗਾਵਨਿ ਸਾਧ ਵਿਚਾਰੇ॥	gaavahi siDh samaaDhee andar gaavan saaDh vichaaray.
ਗਾਵਨਿ ਜਤੀ ਸਤੀ ਸੰਤੋਖੀ ਗਾਵਹਿ ਵੀਰ ਕਰਾਰੇ॥	gaavan jatee satee santokhee gaavahi veer karaaray.
ਗਾਵਨਿ ਪੰਡਿਤ ਪੜਨਿ ਰਖੀਸਰ ਜੁਗੁ ਜੁਗੁ ਵੇਦਾ ਨਾਲੇ॥	gaavan pandit parhan rakheesar jug jug vaydaa naalay.
ਗਾਵਹਿ ਮੋਹਣੀਆ ਮਨੁ ਮੋਹਨਿ ਸੁਰਗਾ ਮਛ ਪਇਆਲੇ॥	gaavahi mohnee-aa man mohan surgaa machh pa-i-aalay.
ਗਾਵਨਿ ਰਤਨ ਉਪਾਏ ਤੇਰੇ ਅਠਸਠਿ ਤੀਰਥ ਨਾਲੇ॥	gaavan ratan upaa-ay tayray athsath tirath naalay.
ਗਾਵਹਿ ਜੋਧ ਮਹਾਬਲ ਸੂਰਾ ਗਾਵਹਿ ਖਾਣੀ ਚਾਰੇ॥	gaavahi joDh mahaabal sooraa gaavahi khaanee chaaray.
ਗਾਵਹਿ ਖੰਡ ਮੰਡਲ ਵਰਭੰਡਾ ਕਰਿ ਕਰਿ ਰਖੇ ਧਾਰੇ॥	gaavahi khand mandal varbhandaa kar kar rakhay Dhaaray.
ਸੇਈ ਤੁਧੁਨੋ ਗਾਵਹਿ ਜੋ ਤੁਧੁ ਭਾਵਨਿ, ਰਤੇ ਤੇਰੇ ਭਗਤ ਰਸਾਲੇ॥	say-ee tuDhuno gaavahi jo tuDh bhaavan, ratay tayray bhagat rasaalay.
ਹੋਰਿ ਕੇਤੇ ਗਾਵਨਿ ਸੇ ਮੈ ਚਿਤਿ ਨ ਆਵਨਿ ਨਾਨਕੁ ਕਿਆ ਵੀਚਾਰੇ॥	hor kaytay gaavan say mai chit na aavan naanak ki-aa veechaaray.

ਗੁਰੂ ਨਾਨਕ ਦੇਵ ਜੀ! – Guru Nanak Dev Ji! Guru Granth Sahib

ਪ੍ਰਭ ਦੇ ਘਰ ਵਿੱਚ ਅਨੇਕਾਂ ਹੀ ਸੰਗੀਤ ਚਲਦੇ, ਅਨੇਕਾਂ ਹੀ ਸ਼ਬਦ ਦਾ ਵਿਚਾਰ, ਸਿਮਰਨ ਕਰਦੇ ਹਨ । ਅਨੇਕਾਂ ਹੀ ਰਾਗਾਂ ਦੀਆਂ ਪਰੀਆਂ ਹਮੇਸ਼ਾਂ ਰਾਗ ਗਾਉਂਦੀਆ ਹਨ, ਸ਼ਬਦ ਦੀ ਧੁਨ ਹਮੇਸ਼ਾਂ ਗੂੰਜ ਦੀ ਰਹਿੰਦੀ ਹੈ, ਸਿਮਰਨ ਕਰਨ ਵਾਲਿਆਂ ਦੀ ਗਿਣਤੀ ਨਹੀਂ ਕੀਤਾ ਜਾ ਸਕਦੀ । ਪ੍ਰਭ ਦਾ ਸਿਮਰਨ ਹਵਾ, ਪਾਣੀ, ਅੱਗਨੀ, ਧਰਮਰਾਜ, ਚਿਤ੍ਰ ਅਤੇ ਗੁਪਤ ਕਰਦੇ ਹਨ । ਈਸਰ, ਬ੍ਰਹਮਾ, ਹੋਰ ਸਾਰੇ ਦੇਵ ਅਤੇ ਦੇਵੀਆਂ, ਜਿਹੜੇ ਪ੍ਰਭ ਦੀ ਰਹਿਮਤ ਨਾਲ ਤੇਰੇ ਦਰਬਾਰ ਵਿੱਚ ਪ੍ਰਵਾਨ ਹਨ । ਇੰਦ੍ਰ, ਸਾਧੂ, ਵਿਦਵਾਨ ਵਿਚਾਰ ਕਰਨ ਵਾਲੇ, ਸਿਧ, ਜੋਗੀ, ਜਤੀ, ਸਤੀਆਂ ਅਤੇ ਹੋਰ ਸੂਰਮੇ, ਸਾਸਤ੍ਰ ਦੇ ਗਿਆਨ ਵਾਲੇ ਵਿਦਵਾਨ, ਕਰਬਾਨੀ ਦੇ ਮੁਕਤੇ, ਗਾਉਂਦੇ ਹਨ । ਪੰਡਿਤ, ਸ਼ਬਦ ਦੇ ਗਿਆਨ ਵਾਲੇ ਰਿਸ਼ੀ, ਜੁਗਾਂ, ਜੁਗਾਂ ਤੋਂ ਵੇਦਾਂ ਦੀ ਸਿਖਿਆਂ ਨਾਲ ਜੀਵਨ ਬਤੀਤ ਕਰਨ ਵਾਲੇ, ਸੰਤ ਮਹਾਤਮਾਂ, ਮਨ ਨੂੰ ਮੋਹਤ ਕਰਨ ਵਾਲੇ ਰਾਗਾਂ, ਸੁਰਾਂ ਨਾਲ ਗੁਣ ਗਾਉਂਦੇ ਹਨ! ਸਵਰਗ ਅਤੇ ਪਤਾਲ ਵਿੱਚ ਰਹਿਣ ਵਾਲੀਆਂ ਸਾਰੀਆਂ ਸ੍ਰਿਸ਼ਟੀਆਂ ਹੀ ਸਿਮਰਨ ਕਰਦੀਆਂ, ਜਸ ਗਾਉਂਦੀਆਂ ਹਨ । ਪ੍ਰਭ ਦੇ ਪੈਦਾ ਕੀਤੇ ਰਤਨ, ਅਨਗਿਣਤ ਹੀ ਤੀਰਥ (ਅਠਾਹਠ–68), ਸਾਸਤ੍ਰ, ਵੇਦ, ਬਹੁਤ ਸੂਰਮੇ ਹਨ! ਜਿਹਨਾਂ ਨੇ ਆਪਾ ਪ੍ਰਭ ਤੇ ਅਰਪਣ ਕੀਤਾ ਹੈ । ਹੋਰ ਸਾਰੇ ਖੰਡ, ਮੰਡਲ ਵਿੱਚ ਰਹਿਣ ਵਾਲੇ ਜੀਵ ਪ੍ਰਭ ਦਾ ਜਸ ਗਾਉਂਦੇ, ਸ਼ਬਦ ਦੀ ਧੁਨ ਵਿੱਚ ਮਸਤ ਰਹਿੰਦੇ ਹਨ । ਜਿਹੜਾ ਪ੍ਰਭ ਨੂੰ ਭਾਉਂਦਾ ਹੈ ਕੇਵਲ ਉਹ ਹੀ ਸਿਮਰਨ ਕਰਦਾ, ਸ਼ਬਦ ਅਨੁਸਾਰ ਜੀਵਨ ਢਾਲਦਾ ਹੈ । ਜਿਹੜੇ ਦਾਸ ਸ਼ਬਦ ਵਿੱਚ ਰੰਗੇ, ਮਸਤ ਰਹਿੰਦੇ, ਤੇਰੀ ਮਰਜ਼ੀ ਨੂੰ ਕਬੂਲ ਕਰਕੇ, ਰਜ਼ਾ ਵਿੱਚ ਅਨੰਦ ਮਾਨਦੇ ਹਨ! ਤੇਰੇ ਹਰ ਕਰਤਬ ਦਾ ਧੰਨਵਾਦ ਕਰਦੇ ਹਨ, ਉਹ ਪੂਜਣ ਯੋਗ ਬਣ ਜਾਂਦੇ ਹਨ । ਹੋਰ ਅਨੇਕਾਂ ਹੀ ਬੰਦਗੀ ਕਰਦੇ ਹਨ, ਜਿਹਨਾਂ ਦੀ ਪੂਰਨ ਗਿਣਤੀ ਕੀਤੀ ਨਹੀਂ ਜਾ ਸਕਦੀ ।

Countless musicians, music, and true devotees explore, discuss, and meditate on the teachings of Your Word. Countless gods, angles, devotees, holy shrines, holy priests in all ages sing Your Glory. The everlasting echo of Your Word resonates nonstop everywhere within His Nature. No one can imagine, the number of Your Worshippers.My True Master everything, the air, water, fire, The Righteous Judge, "Chattra Guppat", sings the glory, meditate (Christ, Brahma, many angels, prophets); with Your mercy and grace, many have been accepted in Your Court. Inder, prophet of rain and other devotees; several, enlightened souls, have surrendered their entity at Your Sanctuary. Several other prophets and devotees remain contented and intoxicated in the void of Your Word. Several scholars preach the teachings of Your Word! Enlightened Souls, Yogis, prophets who have conquered their mind; brave warriors, virtues of the universe, Holy Shrines, all the Bramunds, Solar systems. Whosoever may be bestowed with Your Blessed Vision, only he may sing the glory of Your Word, Your Nature. I might have forgot countless others, are beyond my comprehensions.

***"Chitra Guppat" Records the day-to-day deeds of Creation"**

ਸੋਈ ਸੋਈ ਸਦਾ ਸਚੁ ਸਾਹਿਬੁ ਸਾਚਾ ਸਾਚੀ ਨਾਈ॥	so-ee so-ee sadaa sach saahib saachaa saachee naa-ee.
ਹੈ ਭੀ ਹੋਸੀ ਜਾਇ ਨ ਜਾਸੀ ਰਚਨਾ ਜਿਨਿ ਰਚਾਈ॥	hai bhee hosee jaa-ay na jaasee rachnaa jin rachaa-ee.
ਰੰਗੀ ਰੰਗੀ ਭਾਤੀ ਕਰਿ ਕਰਿ, ਜਿਨਸੀ ਮਾਇਆ ਜਿਨਿ ਉਪਾਈ॥	rangee rangee bhaatee kar kar jinsee maa-i-aa jin upaa-ee.
ਕਰਿ ਕਰਿ ਵੇਖੈ ਕੀਤਾ ਆਪਣਾ, ਜਿਵ ਤਿਸ ਦੀ ਵਡਿਆਈ॥	kar kar vaykhai keetaa aapnaa jiv tis dee vadi-aa-ee.
ਜੋ ਤਿਸੁ ਭਾਵੈ ਸੋਈ ਕਰਸੀ, ਹੁਕਮੁ ਨ ਕਰਣਾ ਜਾਈ॥	jo tis bhaavai so-ee karsee hukam na karnaa jaa-ee.
ਸੋ ਪਾਤਿਸਾਹੁ ਸਾਹਾ ਪਾਤਿਸਾਹਿਬੁ, ਨਾਨਕ ਰਹਣੁ ਰਜਾਈ॥੧॥	so paatisaahu saahaa paatisaahib naanak rahan rajaa-ee. ||1||

ਅਨੋਖੀ ਮਹਿਮਾਂ ਵਾਲਾ, ਅਟਲ ਪ੍ਰਭ, ਪਹਿਲੇ ਵੀ ਸਪੂਰਨ ਸੀ, ਅੱਗੇ ਵੀ ਅਟਲ ਰਹਿਣ ਵਾਲਾ ਹੈ । ਸਪੂਰਨ ਰੂਪ, ਅਟਲ, ਜਨਮ ਮਰਨ ਤੋਂ ਰਹਿਤ ਪ੍ਰਭ ਦੇ ਸ਼ਬਦ ਦੀ ਅਵਾਜ਼ ਹਮੇਸ਼ਾਂ ਹੀ ਗੂੰਜਦੀ ਰਹਿੰਦੀ ਹੈ । ਸਾਰੀ ਸ੍ਰਿਸ਼ਟੀ ਹੀ ਜਨਮ ਮਰਨ ਦੇ, ਚੱਕਰ ਵਿੱਚ ਰਹਿੰਦੀ ਹੈ, ਸ੍ਰਿਸ਼ਟੀ ਦੇ ਪੈਦਾ ਕਰਨ ਵਾਲਾ ਸਦਾ ਰਹਿਣ, ਨਾ ਬਦਲਣਵਾਲਾ ਹੈ । ਪ੍ਰਭ ਦੇ ਕਰਤਬ ਵੀ ਅਣਗਿਣਤ, ਸਾਰੇ ਕੇਵਲ ਉਸ ਦੇ ਹੁਕਮ ਅਨੁਸਾਰ ਹੀ ਚਲਦੇ, ਕਿਸੇ ਦਾ ਹੁਕਮ ਨਹੀਂ ਚਲਦਾ, ਪੂਰਨ ਤਰ੍ਹਾਂ ਤੇ ਦੱਸੇ ਨਹੀਂ ਜਾ ਸਕਦੇ । ਅਨੇਕਾਂ ਹੀ ਕਿਸਮਾਂ ਦੇ ਜੀਵ, ਅਨੇਕਾਂ ਹੀ ਰੰਗ ਰੂਪ, ਹਰਇਕ ਵਿੱਚ ਵੱਖਰੇ, ਗੁਣਾਂ ਦਾ ਭੰਡਾਰ ਹੈ । ਆਪ ਹੀ ਸ੍ਰਿਸ਼ਟੀ ਨੂੰ ਪੈਦਾ ਕਰਦਾ, ਦੇਖਦਾ, ਅਨੰਦ ਮਾਨਦਾ, ਆਪਣੀ ਮੌਜ ਵਿੱਚ ਰਹਿੰਦਾ ਹੈ । ਪ੍ਰਭ ਪਹਿਲੇ ਵੀ ਅਟਲ, ਨਾ ਮਿਟਨਵਾਲਾ, ਹੁਣ ਵੀ, ਅੱਗੇ ਵੀ ਅਟਲ ਰਹਿਣ ਵਾਲਾ ਹੈ । ਸਾਰੇ ਸ੍ਰਿਸ਼ਟੀ ਦੇ ਦੇਵਤੇ, ਮਾਹਰਾਜੇ ਉਸ ਦੇ ਹੁਕਮ ਅੰਦਰ ਹੀ ਚਲ ਸਕਦੇ ਹਨ । ਸਦਾ ਹੀ ਪ੍ਰਭ ਦਾ ਭਾਣਾ ਸਤਿ ਸਮਝ ਕੇ ਕਬੂਲ ਕਰੋ! ਸਭ ਕੁਝ ਪ੍ਰਭ ਦੇ ਹੁਕਮ ਅੰਦਰ ਹੀ ਚਲਦਾ ਹੈ! ਪ੍ਰਭ ਦੇ ਸ਼ਬਦ ਨੂੰ ਅਟਲ ਮੰਨ ਕੇ ਜੀਵਨ ਢਾਲਣ ਨਾਲ ਮਨ ਵਿੱਚ ਸੰਤੋਖ, ਅਹੰਕਾਰ ਦੀ ਜੜ੍ਹ ਨਾਸ਼, ਮੁਕਤੀ ਬਖਸ਼ਿਸ਼ ਹੋ ਸਕਦੀ ਹੈ ।

The Omnipotent True Master was perfect in all respects before the creation, in present and future even after the destruction of universe. The everlasting echo of His Word resonates in the universe, non-stop forever. The One and Only One, Axiom Holy Spirit remains embedded within every soul beyond the cycle of birth and death, beyond the influence of time; however, His Creation remains in the cycle of birth and death. He has created countless creatures of various colors, forms, structure, and size. His Holy Spirt, His Throne remains embedded within every soul and never abandon the soul; soul is an integral, but blemished part of His Holy Spirit. The True Master preforms countless events, miracles, all happens only under His Command and remains beyond comprehension of His Creation. He has created countless, beyond imagination creatures, each with different virtues, size, color, purpose. He dwells, prevails, monitor all events, and remains in blossom forever. All the prophets, kings may only dance at His Word, as puppets. Everything happens under His Command and always for welfare of His universe and unavoidable. Whosoever may surrender his self-entity at His Sanctuary; he may conquer his own ego and remains contented with his own environments. He may be blessed with the right path of salvation.

Key Message of Raag Aasaa, page 8-14
'ਪ੍ਰਭ ਦਾ ਘਰ ਕਿਸਤਰ੍ਹਾਂ ਦਾ ਹੈ?
ਪ੍ਰਭ ਦਾ ਆਸਣ ਕਿਤਨੀ ਸ਼ਾਨ ਵਾਲਾ ਹੈ? ਜਿਸ ਵਿੱਚ ਬੈਠ ਕੇ ਸਾਰੀ ਸ੍ਰਿਸ਼ਟੀ ਨੂੰ ਸੰਭਾਲਦਾ, ਰੋਜ਼ੀ, ਕ੍ਰਿਪਾ ਦੀ ਨਜ਼ਰ ਬਖਸ਼ਦਾ ਹੈ । ਸਾਰੀ ਸ੍ਰਿਸ਼ਟੀ ਹੀ ਪ੍ਰਭ ਦੀਆਂ ਕਰਾਮਾਤਾਂ ਦੇ ਗੁਣ ਗਾਉਣ ਵਿੱਚ ਲੀਨ ਰਹਿੰਦੀ ਹੈ! ਜਿਹੜੇ ਸ਼ਬਦ ਦੇ ਰੰਗੇ ਵਿੱਚ ਮਸਤ, ਮਰਜ਼ੀ, ਰਜ਼ਾ ਵਿੱਚ ਅਨੰਦ ਮਾਨਦਾ, ਹਰ ਕਰਤਬ ਦਾ ਧੰਨਵਾਦ ਕਰਦਾ ਹੈ, ਉਹ ਪੂਜਣ ਯੋਗ ਬਣ ਜਾਂਦਾ ਹੈ । ਪ੍ਰਭ ਸ੍ਰਿਸ਼ਟੀ ਨੂੰ ਪੈਦਾ ਕਰਦਾ, ਸੰਭਾਲਦਾ, ਦੇਖਦਾ, ਖੇੜੇ ਵਿੱਚ ਰਹਿੰਦਾ ਹੈ । ਪ੍ਰਭ ਦੇ ਹੁਕਮ ਅੰਦਰ ਹੀ ਸਾਰੀ ਸ੍ਰਿਸ਼ਟੀ ਦੇ ਸਭ ਕਰਤਬ ਚਲਦੇ ਹਨ । ਜਿਹੜਾ ਆਪਣੀ ਹੌਂਦ ਪ੍ਰਭ ਦੀ ਸ਼ਰਣ ਵਿੱਚ ਭੇਟਾ ਕਰ ਦੇਂਦਾ, ਉਸ ਦੇ ਮਨ ਵਿੱਚ ਸੰਤੋਖ, ਅਹੰਕਾਰ ਦੀ ਜੜ੍ਹ ਨਾਸ, ਮੁਕਤੀ ਬਖਸ਼ਿਸ਼ ਹੋ ਸਕਦੀ ਹੈ । ਜਨਮ ਮਰਨ ਤੋਂ ਛੁਟਕਾਰਾ ਹੋ ਸਕਦਾ ਹੈ ।
How elegant may be His Throne within soul?
How splendorous may be His Throne, Palace, Void, to perform all functions of the universe. The whole universe remains intoxicated in singing the glory of His Blessings! Whosoever may remain drenched with the essence of His Word; intoxicated in the void of His Word; he may become worthy of worship! The Axiom, Forever True Master, remains embedded within His Word, His Nature; only His Command prevails in the universe. Whosoever may surrender

his self-entity at His Sanctuary; he may conquer, his mind, ego and he remain contented with his worldly environments. His cycle of birth and death may be eliminated forever.

31. ਆਸਾ ਮਹਲਾ ੧॥ (9-9) Aasaa Mehlaa 1.

ਸੁਣਿ ਵਡਾ ਆਖੈ ਸਭੁ ਕੋਇ॥ ਕੇਵਡੁ ਵਡਾ ਡੀਠਾ ਹੋਇ॥ sun vadaa aakhai sabh ko-ay. kayvad vadaa deethaa ho-ay.
ਕੀਮਤਿ ਪਾਇ ਨ ਕਹਿਆ ਜਾਇ॥ keemat paa-ay na kahi-aa jaa-ay.
ਕਹਣੈ ਵਾਲੇ ਤੇਰੇ ਰਹੇ ਸਮਾਇ॥੧॥ kahnai vaalay tayray rahay samaa-ay. ||1||

ਜਿਹੜਾ ਸੰਤ ਸਰੂਪ, ਪ੍ਰਭ ਦੀ ਰਹਿਮਤ ਨਾਲ ਸ਼ਬਦ ਦੀ ਪਾਲਣਾ ਵਿੱਚ ਲੀਨ ਰਹਿੰਦਾ ਹੈ, ਉਸ ਦੇ ਕਥਨਾ ਨੂੰ ਸੁਣਕੇ ਜਾਣਕਾਰੀ ਹੁੰਦੀ ਹੈ । ਪ੍ਰਭ ਦੀ ਵਡਿਆਈ, ਅਣਮੋਲ ਗੁਣਾਂ ਦਾ ਕੋਈ ਪੂਰਨ ਤਰ੍ਹਾਂ ਵਿਸਥਾਰ ਨਹੀਂ ਕਰ ਸਕਦਾ । ਕੇਵਲ ਪ੍ਰਭ ਦੀ ਬਖਸ਼ੀ ਸੋਝੀ ਨਾਲ ਹੀ ਕਥਾ ਕਰਦਾ ਹੈ । ਉਹਨਾਂ ਦੇ ਕਥਨਾਂ ਨੂੰ ਸੁਣਕੇ ਸਭ ਤੇਰੀ ਵਡਿਆਈ ਕਰਦੇ ਹਨ! ਜਿਸ ਨੂੰ ਪੂਰਨ ਸੋਝੀ ਬਖਸ਼ਿਸ਼ ਹੋ ਜਾਂਦੀ ਹੈ, ਕੇਵਲ ਉਹ ਹੀ ਪ੍ਰਭ ਦੀ ਅਸਲੀ ਵਡਿਆਈ, ਕੀਮਤ ਜਾਣ ਸਕਦਾ ਹੈ ।

Whosoever may listen to the sermons of His true devotee, intoxicated in obeying the teachings of His Word. Whatsoever the enlightenment has been blessed to His Holy saint; he may only sermon, share the blessed enlightenment of His Word. The limits of virtues, greatness of The True Master, remain beyond any comprehension, imagination of His Creation. Everyone may only listen his sermons and sings the glory of His Word. Whosoever may be bestowed with complete enlightenment, only he may realize the true depth, greatness of His Virtues.

ਵਡੇ ਮੇਰੇ ਸਾਹਿਬਾ ਗਹਿਰ ਗੰਭੀਰਾ ਗੁਣੀ ਗਹੀਰਾ॥ vaday mayray saahibaa gahir gambheeraa gunee gaheeraa.
ਕੋਇ ਨ ਜਾਣੈ ਤੇਰਾ ਕੇਤਾ ਕੇਵਡੁ ਚੀਰਾ॥੧॥ ਰਹਾਉ॥ ko-ay na jaanai tayra kaytaa kayvad cheeraa. ||1|| rahaa-o.

ਪ੍ਰਭ ਸਭ ਤੋਂ ਵਡਾ, ਸ਼ਰੋਮਣੀ, ਮੁਖੀ ਹੈ । ਤੇਰੀ ਵਿਸ਼ਾਲਤਾ, ਡੂੰਘਾਈ, ਗੰਭੀਰਤਾ, ਗਿਆਨ, ਦਇਆ, ਖਿਮਾ ਦਾ ਕੋਈ ਅੰਤ ਨਹੀਂ ਹੈ । ਤੇਰੇ ਕੀਤੇ ਕਰਤਬਾਂ, ਕਾਰਨਾਂ ਨੂੰ ਪੂਰਨ ਤਰ੍ਹਾਂ ਤੇ ਕੋਈ ਵੀ ਜਾਣ ਨਹੀਂ ਸਕਦਾ ।

The Supreme True Master, Greatest of All! His virtues, unfathomable depth of His Mystery, limits of His Miracles, compassion, forgiveness may remain beyond the comprehension, imagination of His Creation.

ਸਭਿ ਸੁਰਤੀ ਮਿਲਿ ਸੁਰਤਿ ਕਮਾਈ॥ ਸਭ ਕੀਮਤਿ ਮਿਲਿ ਕੀਮਤਿ ਪਾਈ॥ sabh surtee mil surat kamaa-ee. sabh keemat mil keemat paa-ee.
ਗਿਆਨੀ ਧਿਆਨੀ ਗੁਰ ਗੁਰਹਾਈ॥ gi-aanee Dhi-aanee gur gurhaa-ee.
ਕਹਣੁ ਨ ਜਾਈ ਤੇਰੀ ਤਿਲੁ ਵਡਿਆਈ॥੨॥ kahan na jaa-ee tayree til vadi-aa-ee. 2

ਸਾਰੀਆਂ ਸ੍ਰਿਸ਼ਟੀਆਂ ਦੇ ਪੀਰ ਪੈਗੰਬਰ, ਸੰਤ ਸਰੂਪ ਜਿਤਨੀ ਵੀ ਤੇਰੀ ਵਡੀਆਈ ਦੀ ਕਥਨਾ, ਵਿਆਖਿਆ ਕਰਦੇ ਹਨ । ਅਗਰ ਸਾਰੀ ਵੀ ਇਕੱਠੀ ਕਰ ਲਈ ਜਾਵੇ, ਤਾ ਵੀ ਉਹ ਤਿਲ ਭਰ (ਬੁਹਤ ਥੋੜ੍ਹੀ) ਵਿਆਖਿਆ ਹੀ ਕਰ ਸਕਦੇ ਹਨ ।

We may compile all praises, greatness sang by His true devotees of all universes; however, their explanations, descriptions of His Greatness, may only be very insignificant enlightenment.

ਸਭਿ ਸਤ ਸਭਿ ਤਪ ਸਭਿ ਚੰਗਿਆਈਆ॥ sabh sat sabh tap sabh chang-aa-ee-aa.
ਸਿਧਾ ਪੁਰਖਾ ਕੀਆ ਵਡਿਆਈਆ॥ siDhaa purkhaa kee-aa vadi-aa-ee-aa.
ਤੁਧੁ ਵਿਣੁ ਸਿਧੀ ਕਿਨੈ ਨ ਪਾਈਆ॥ tuDh vin siDhee kinai na paa-ee-aa.
ਕਰਮਿ ਮਿਲੈ ਨਾਹੀ ਠਾਕਿ ਰਹਾਈਆ॥੩॥ karam milai naahee thaak rahaa-ee-aa. 3

ਜਿਹੜਾ ਵੀ ਭਗਤ, ਸੰਤ ਸਰੂਪ, ਪੀਰ ਪੈਗੰਬਰ, ਅਵਤਾਰ ਸ੍ਰਿਸ਼ਟੀ ਵਿੱਚ ਪੈਦਾ ਹੁੰਦਾ ਹੈ । ਉਸ ਨੂੰ ਸਭ ਕੁਝ ਤੇਰੀ ਰਹਿਮਤ ਨਾਲ ਹੀ ਬਖਸ਼ਿਸ਼ ਹੋਇਆ ਹੈ । ਤੇਰੀ ਰਹਿਮਤ ਤੋਂ ਬਿਨਾਂ ਹੋਰ ਕੋਈ ਵਿਧੀ ਨਹੀਂ, ਸਿਮਰਨ ਨਹੀਂ ਹੋ ਸਕਦਾ । ਜਿਸ ਤੇ ਰਹਿਮਤ ਬਖਸ਼ਦਾ ਹੈ, ਤੇਰੀ ਰਹਿਮਤ ਨੂੰ ਕੋਈ ਰੋਕ ਨਹੀਂ ਸਕਦਾ । ਕਿਸੇ ਪੀਰ ਦੇ ਸਰਾਫ, ਮੰਤ੍ਰ ਜਾ ਜਾਦੂ ਦਾ ਕੋਈ ਅਸਰ ਨਹੀਂ ਹੁੰਦਾ ।

Whosoever, Blessed Soul, guru, prophet has been sent in the universe; all his enlightenment has been blessed with Your Blessed Vision. There may not be any other technique, only he may meditate and stay on the right path of acceptance in Your Court; No one may even meditate in his life. Whosoever may be bestowed with Your Blessed Vision, no one may stop, restrict Your Blessings nor any curse of worldly guru with any miracle, delay, eliminate, restrict Your Blessings.

ਆਖਣ ਵਾਲਾ ਕਿਆ ਵੇਚਾਰਾ॥ ਸਿਫਤੀ ਭਰੇ ਤੇਰੇ ਭੰਡਾਰਾ॥ aakhan vaalaa ki-aa vaychaaraa. siftee bharay tayray bhandaaraa.
ਜਿਸੁ ਤੂ ਦੇਹਿ ਤਿਸੈ ਕਿਆ ਚਾਰਾ॥ jis too deh tisai ki-aa chaaraa.
ਨਾਨਕ ਸਚੁ ਸਵਾਰਣਹਾਰਾ॥੪॥੨॥ naanak sach savaaranhaaraa. ||4||2||

ਅਟਲ ਪ੍ਰਭ ਸ੍ਰਿਸ਼ਟੀ ਨੂੰ ਸਾਜਨਵਾਲੇ ਦਾ ਦਇਆ ਦਾ ਬੇਅੰਤ ਖਜ਼ਾਨਾ ਹੈ । ਨਿਮਾਣੇ ਦਾਸ, ਪ੍ਰਭ ਦੀ ਰਹਿਮਤ ਦੇ ਹਮੇਸ਼ਾਂ ਹੀ ਗੁਣ ਗਾਉਂਦੇ ਹਨ । ਜਿਸ ਦਾ ਸਿਮਰਨ ਦਰ ਤੇ ਪ੍ਰਵਾਨ ਹੋ ਜਾਂਦਾ ਹੈ, ਉਸ ਨੂੰ ਰਹਿਮਤ ਬਖਸ਼ਿਸ਼ ਹੋ ਸਕਦੀ ਹੈ! ਹੋਰ ਕੋਈ ਵਿਧੀ, ਜਾ ਚਾਰਾ ਨਹੀਂ ਹੈ । ਜਿਸ ਨੂੰ ਆਪ ਸ਼ਬਦ ਦੇ ਲੜ ਲਾਉਂਦਾ ਹੈ, ਉਹ ਹੋਰ ਕਿਸੇ ਰਹਿਮਤ ਦਾ ਸੋਚ ਵੀ ਨਹੀਂ ਸਕਦਾ । ਆਪ ਹੀ ਜੀਵ ਨੂੰ ਬੰਦਗੀ ਦੇ ਲੜ ਲਾਉਂਦਾ ਹੈ ਅਤੇ ਆਪ ਹੀ ਕਬੂਲ ਕਰਦਾ ਹੈ ।

The True Master, Creator has unlimited treasures of forgiveness and compassion. His humble devotee always remains intoxicated in singing the glory of His Word. Whose meditation may be accepted in His Court; he may be blessed with treasure of enlightenment of the essence of His Word; no other meditation may be worthy of His Blessings. Whosoever may be blessed with devotion to meditate and sings the glory of His Word; he may never think about any other blessings. He may be accepted in His Sanctuary.

Key Message of Rehras, page 9-9
'ਪ੍ਰਭ ਦੀ ਬਖਸ਼ਿਸ਼ ਰੋਕੀ ਨਹੀਂ ਜਾ ਸਕਦੀ!
ਪ੍ਰਭ ਸਭ ਤੋਂ ਵਡਾ, ਸ਼ਰੋਮਣੀ, ਮੁਖੀ ਦੀ ਵਿਸ਼ਾਲਤਾ, ਡੂੰਘਾਈ, ਗੰਭੀਰਤਾ, ਗਿਆਨ, ਦਇਆ, ਖਿਮਾ ਦਾ ਕੋਈ ਅੰਤ ਨਹੀਂ ਹੈ । ਪ੍ਰਭ ਦੀ ਬਖਸ਼ਿਸ਼ ਨੂੰ ਕੋਈ ਰੋਕ, ਕੋਈ ਪੀਰ ਦੇ ਸਰਾਫ, ਮੰਤ੍ਰ, ਜਾਦੂ ਦਾ ਕੋਈ ਅਸਰ ਨਹੀਂ ਹੁੰਦਾ । ਜਿਸ ਦੀ ਸ਼ਬਦ ਦੀ ਕਮਾਈ ਪ੍ਰਵਾਨ ਹੋ ਜਾਂਦੀ ਹੈ । ਉਹ ਹੋਰ ਕਿਸੇ ਰਹਿਮਤ ਦਾ ਸੋਚ ਵੀ ਨਹੀਂ ਸਕਦਾ ।
His Blessings beyond any curse!
The Supreme True Master, Greatest of All! His virtues, unfathomable depth of His Mystery, limits of His Miracles, compassion, forgiveness may remain beyond the comprehension, imagination of His Creation. No one, power can stop

His Blessings nor any saint or prophets can curse. Whose meditation may be accepted in His Court; he may never even think about following any worldly guru as savior.

32. ਆਸਾ ਮਹਲਾ ੧॥ (9-15)

ਆਖਾ ਜੀਵਾ ਵਿਸਰੈ ਮਰਿ ਜਾਉ॥ ਆਖਣਿ ਅਉਖਾ ਸਾਚਾ ਨਾਉ॥ aakhaa jeevaa visrai mar jaa-o. aakhan a-ukhaa saachaa naa-o.
ਸਾਚੇ ਨਾਮ ਕੀ ਲਾਗੈ ਭੂਖ॥ ਉਤੁ ਭੂਖੈ ਖਾਇ ਚਲੀਅਹਿ ਦੂਖ॥੧॥ saachay naam kee laagai bhookh. ut bhookhai khaa-ay chalee-ahi dookh. ||1||

ਅਟਲ ਪ੍ਰਭ ਦੇ ਸ਼ਬਦ ਦੇ ਮਾਰਗ ਤੇ ਚਲਕੇ ਜੀਵਨ ਬਤੀਤ ਕਰਨਾ ਬੁਹਤ ਔਖਾ ਹੈ । ਪ੍ਰਭ ਰਹਿਮਤ ਬਖਸ਼ਕੇ ਸ਼ਬਦ ਤੇ ਭਰੋਸਾ ਅਡੋਲ ਰਖੋ! ਸਵਾਸ ਸਵਾਸ ਸ਼ਬਦ ਦਾ ਸਿਮਰਨ ਕਰਾ! ਜਿਹੜਾ ਸਵਾਸ ਸਿਮਰਨ ਤੋਂ ਬਿਨਾਂ ਹੋਵੇ, ਉਹ ਮੌਤ ਮਹਿਸੂਸ ਹੋਵੇ । ਮਨ ਹਮੇਸ਼ਾਂ ਹੀ ਸ਼ਬਦ ਦੇ ਸਿਮਰਨ, ਪਾਲਣਾ ਵਿੱਚ ਅਡੋਲ ਹੋ ਜਾਵੇ । ਸਿਮਰਨ ਕਰਨ ਨਾਲ ਸਾਰੀਆਂ ਭਟਕਣਾਂ ਦੂਰ ਹੋ ਜਾਣ ।

My Axiom True Master to adopt the teachings of Your Word whole heartedly with steady and stable belief may be tedious and difficult. My True Master bestows Your Blessed Vision, I may meditate on the teachings of Your Word with each breath. Any breath without the gratitude of Your Blessings may feel like death, wastage of life. My mind always sings the glory, meditates, and obeys the teachings of Your Word with steady and stable belief; with Your mercy and grace, all my frustrations of worldly desires have been eliminated.

ਸੋ ਕਿਉ ਵਿਸਰੈ ਮੇਰੀ ਮਾਇ॥ so ki-o visrai mayree maa-ay.
ਸਾਚਾ ਸਾਹਿਬੁ, ਸਾਚੈ ਨਾਇ॥੧॥ ਰਹਾਉ॥ saachaa saahib saachai naa-ay. ||1|| rahaa-o.

ਸ੍ਰਿਸ਼ਟੀ ਨੂੰ ਸਾਜਨਵਾਲੇ ਮਾਲਕ ਦਾ ਸ਼ਬਦ ਹਰਇਕ ਤਨ ਦੀ ਹੌਂਦ ਲਈ ਅਟਲ ਰਹਿੰਦਾ ਹੈ । ਰਹਿਮਤ ਬਖਸ਼ੋ! ਤੇਰਾ ਸ਼ਬਦ ਮਨ ਵਿਚੋਂ ਵਿਸਰ ਨਾ ਜਾਵੇ ।

The Axiom True Master, Creator of the universe! His Word remains unchanged and unavoidable for predetermined life of his body. My True Master bestows Your Blessed Vision, I may never forsake Your Word from my day-to-day life.

ਸਾਚੇ ਨਾਮ ਕੀ ਤਿਲੁ ਵਡਿਆਈ॥ ਆਖਿ ਥਕੇ ਕੀਮਤਿ ਨਹੀਂ ਪਾਈ॥ saachay naam kee til vadi-aa-ee. aakh thakay keemat nahee paa-ee.
ਜੇ ਸਭਿ ਮਿਲਿ ਕੈ ਆਖਣ ਪਾਹਿ॥ ਵਡਾ ਨ ਹੋਵੈ ਘਾਟਿ ਨ ਜਾਇ॥੨॥ jay sabh mil kai aakhan paahi. vadaa na hovai ghaat na jaa-ay. ||2||

ਅਗਰ ਸਾਰੀ ਸ੍ਰਿਸ਼ਟੀ ਮਿਲਕੇ ਸ਼ਬਦ ਦੀ ਸੋਭਾ, ਕਥਾ ਕਰਦੇ, ਸ਼ਬਦ ਦੀ ਸਮਾਧੀ ਵਿੱਚ ਲੀਨ, ਸਮਾਏ ਰਹਿਣ! ਫਿਰ ਵੀ ਪ੍ਰਭ ਦੀ ਮਹਿਮਾਂ ਦਾ ਤਿਲ ਭਰ ਹੀ ਵਖਿਆਣ ਕੀਤਾ ਜਾ ਸਕਦਾ ਹੈ । ਜਿਹੜੀ ਸੋਝੀ ਬਖਸ਼ਿਸ਼ ਹੁੰਦੀ ਹੈ, ਕੇਵਲ ਉਹ ਹੀ ਵਖਿਆਣ ਕਰ ਸਕਦਾ ਹੈ । ਸਾਰੀ ਸ੍ਰਿਸ਼ਟੀ ਵੀ ਮਿਲਕੇ ਉਸਤਤ ਜਾ ਬੁਰਾਈ ਕਰਨ, ਇਸ ਨਾਲ ਸੋਭਾ ਵਧਦੀ ਜਾ ਕੋਈ ਕਮੀ ਨਹੀਂ ਆਉਂਦੀ ਹੈ ।

All creatures of all universes may sing His Virtues, Greatness with each breath and remains intoxicated in the void of His Word; however, His Creation may only recite a very little, insignificant enlightenment. Whatsoever the enlightenment may be bestowed with His Blessed Vision; he may only comprehend and explains to His Creation. All universes may sing His Greatness or slander, curse, rebuke; His greatness, glory may never be enhanced nor diminished.

ਨਾ ਓਹੁ ਮਰੈ ਨ ਹੋਵੈ ਸੋਗੁ॥ ਦੇਦਾ ਰਹੈ ਨ ਚੂਕੈ ਭੋਗੁ॥ naa oh marai na hovai sog. daydaa rahai na chookai bhog.
ਗੁਣੁ ਏਹੋ ਹੋਰੁ ਨਾਹੀ ਕੋਇ॥ ਨਾ ਕੋ ਹੋਆ ਨਾ ਕੋ ਹੋਇ॥੩॥ gun ayho hor naahee ko-ay. naa ko ho-aa naa ko ho-ay. ||3|

ਜਨਮ ਮਰਨ ਤੋਂ ਰਹਿਤ ਪ੍ਰਭ ਨੂੰ ਕਿਸੇ ਕਿਸਮ ਦਾ ਵਿਛੋੜਾ, ਵਿਰਾਗ ਨਹੀਂ ਹੈ । ਹਮੇਸ਼ਾਂ ਹੀ ਦਾਤਾਂ ਬਖਸ਼ਦਾ ਰਹਿੰਦਾ ਹੈ, ਖਜ਼ਾਨੇਂ ਵਿੱਚ ਕਦੇ ਕਮੀ, ਖਤਮ ਨਹੀਂ ਹੁੰਦਾ । ਇਹੀ ਗੁਣ ਸਭ ਤੋਂ ਅਚਰਜ, ਵੱਖਰਾ ਹੈ! ਪ੍ਰਭ ਵਰਗਾ ਨਾ ਹੀ ਕੋਈ ਹੋਇਆ ਹੈ, ਨਾ ਹੀ ਕੋਈ ਹੋਵੇਗਾ ।

The True Master, His Holy Spirit remains beyond any body structure, cycle of birth and death nor any attachment, separation, renunciation, or grievance. The True Master always bestows His Virtues to His Creation; His Treasure may never realize any shortage, deficiency. His Virtues remain unique, astonishing, and different from all others. No one has ever born nor will be born with such a unique virtue. He may never create anyone, anything; he may not control or destroy!

ਜੇਵਡੁ ਆਪਿ ਤੇਵਡ ਤੇਰੀ ਦਾਤਿ॥ ਜਿਨਿ ਦਿਨੁ ਕਰਿ ਕੈ ਕੀਤੀ ਰਾਤਿ॥ jayvad aap tayvad tayree daat. jin din kar kai keetee raat.
ਖਸਮੁ ਵਿਸਾਰਹਿ ਤੇ ਕਮਜਾਤਿ॥ ਨਾਨਕ ਨਾਵੈ ਬਾਝੁ ਸਨਾਤਿ॥੪॥੩॥ khasam visaareh tay kamjaat. naanak naavai baajh sanaat. ||4||3||

ਪ੍ਰਭ ਤੂੰ ਜਿਤਨਾ ਵਡਾ ਆਪ ਹੈ, ਉਤਨੀ ਹੀ ਵਡੀ ਉਸ ਦੀ ਰਹਿਮਤ ਹੈ, ਪ੍ਰਭ ਨੇ ਹੀ ਦਿਨ, ਰਾਤ ਬਣਾਏ, ਸੁਖ, ਦੁਖ ਬਖਸ਼ਦਾ ਹੈ । ਸਾਰੇ ਜੀਵ ਹੀ ਤੇਰੇ ਸ਼ਬਦ ਦੀ ਪਾਲਣਾ, ਅਰਦਾਸਾਂ ਕਰਦੇ ਹਨ । ਪ੍ਰਭ ਦੇ ਸ਼ਬਦ ਦੇ ਸਿਮਰਨ ਤੋਂ ਬਿਨਾਂ ਸਾਰੇ ਕੰਮ, ਸਵਾਸ ਬਿਰਥੇ ਹੀ ਹਨ । ਜਿਹੜਾ ਸ਼ਬਦ ਦੀ ਸਿਖਿਆਂ ਵਿਸਾਰਕੇ, ਹੋਰ ਰਸਤੇ ਤੇ ਚਲਦਾ ਹੈ, ਉਹ ਨੀਵੀਂ ਮੱਤ, ਜਾਤ, ਭਾਗਾਂ ਵਾਲਾ ਬਣ ਜਾਂਦਾ ਹੈ ।

The One and Only One True Master, Greatest of All; His Blessings may be as great as His Own Greatness. He has created day and night for His Creation to grow and flourish in life. He blesses pleasures and miseries in worldly life as a reward of deeds of his previous lives. Everyone obeys the teachings of His Word and prays for His Forgiveness and Refuge. Whosoever may not meditate on the teachings of His Word; all his breaths may be just wastage of priceless human life opportunity. Whosoever may ignore His Word, and may not adopt the teachings of worldly gurus; his path in his life may be misguided. He may be reprimanded with low class, wretched, outcasts in Your Court.

Key Message of Rehras, page 9-15
'ਹਰਇਕ ਤਨ ਲਈ ਖਾਸ ਸ਼ਬਦ ਆਤਮਾ ਤੇ ਉਕਾਰਦਾ ਹੈ!
ਸਾਰੀ ਸ੍ਰਿਸ਼ਟੀ ਨੂੰ ਸਾਜਨਵਾਲੇ ਮਾਲਕ ਦਾ ਸ਼ਬਦ ਹਰਇਕ ਤਨ ਲਈ ਵਿਸ਼ੇਸ਼ ਅਤੇ ਤਨ ਦੀ ਹੌਂਦ ਤਕ ਅਟਲ ਰਹਿੰਦਾ ਹੈ । ਹਮੇਸ਼ਾਂ ਹੀ ਦਾਤਾਂ ਬਖਸ਼ਦਾ ਰਹਿੰਦਾ ਹੈ, ਖਜ਼ਾਨੇਂ ਵਿੱਚ ਕਦੇ ਕਮੀ, ਖਤਮ ਨਹੀਂ ਹੁੰਦਾ । ਪ੍ਰਭ ਦੇ ਸ਼ਬਦ ਦੇ ਸਿਮਰਨ, ਪਾਲਣਾ ਤੋਂ ਬਿਨਾਂ ਸਾਰੇ ਕੰਮ, ਸਵਾਸ ਬਿਰਥੇ ਹੀ ਹਨ ।
He engraves a unique His Word on soul for each life cycle!
The Axiom True Master, Creator of the universe blesses an ultimate Command; His Word may be unique for each body, as roadmap that remains unavoidable and true for the life cycle of soul! The True Master always bestows His Virtues to His Creation; His Treasure may never realize any shortage, deficiency. Without obeying the teachings of His Word all worldly chores are useless!

ਗੁਰੂ ਨਾਨਕ ਦੇਵ ਜੀ! – Guru Nanak Dev Ji! Guru Granth Sahib

33. ਰਾਗੁ ਗੂਜਰੀ ਮਹਲਾ ੪॥ (10-1) Raag Goojree Mehlaa 4

ਹਰਿ ਕੇ ਜਨ ਸਤਿਗੁਰ ਸਤਪੁਰਖਾ, ਬਿਨਉ ਕਰਉ ਗੁਰ ਪਾਸਿ॥ har kay jan saT`gur satpurkhaa bina-o kara-o gur paas.
ਹਮ ਕੀਰੇ ਕਿਰਮ ਸਤਿਗੁਰ ਸਰਣਾਈ, ਕਰਿ ਦਇਆ ਨਾਮੁ ਪਰਗਾਸਿ॥੧॥ ham keeray kiram saT`gur sarnaa-ee kar da-i-aa naam pargaas. ||1||

ਪ੍ਰਭ ਅਟਲ, ਅਸਲੀ ਮਾਲਕ, ਸਰਬ ਕਲਾ ਸਮਰਥ ਹੈ । ਮੈਂ ਅਗਿਆਨਤਾਂ ਵਿੱਚ ਨੀਚ ਕੰਮ ਕਰਦਾ ਹਾ । ਮੈਂ ਨਿਮਾਣਾ ਬਣਕੇ, ਪ੍ਰਭ ਦੀ ਸ਼ਰਣ ਵਿੱਚ ਆਪਾ ਭੇਟਾ ਕੀਤਾ ਹੈ । ਰਹਿਮਤ ਬਖਸ਼ਕੇ ਆਪਣੇ ਸ਼ਬਦ ਦੇ ਲੜ ਲਾਵੋ! ਸ਼ਬਦ ਦੀ ਪਾਲਣਾ ਵਿੱਚ ਲੀਨ ਹੋ ਜਾਵਾ ।

The Omnipotent, Axiom, True Master remains unchangeable true forever. I have committed many sins in my ignorance. I have humbly surrendered my self-entity at Your Sanctuary. My True Master bestows Your Blessed Vision and attaches to obey the teachings of Your Word. I may remain intoxicated in meditation in the void of Your Word.

ਮੇਰੇ ਮੀਤ ਗੁਰਦੇਵ ਮੋ ਕਉ ਰਾਮ ਨਾਮੁ ਪਰਗਾਸਿ॥ mayray meet gurdayv mo ka-o raam naam pargaas.
ਗੁਰਮਤਿ ਨਾਮੁ ਮੇਰਾ ਪ੍ਰਾਨ ਸਖਾਈ, gurmat naam mayraa paraan sakhaa-ee
ਹਰਿ ਕੀਰਤਿ ਹਮਰੀ ਰਹਰਾਸਿ॥੧॥ ਰਹਾਉ॥ har keerat hamree rahraas. ||1|| rahaa-o.

ਮੇਰੇ ਅਸਲੀ ਮਾਲਕ, ਸਾਥੀ, ਤੇਰੇ ਸ਼ਬਦ ਦਾ ਸਿਮਰਨ ਹੀ ਮੇਰੇ ਸਵਾਸ ਦਾ ਮੰਤਵ ਬਣ ਜਾਣ । ਤੇਰੇ ਸ਼ਬਦ ਦੀ ਸਮਾਧੀ ਵਿੱਚ ਹਮੇਸ਼ਾਂ ਲਈ ਲੀਨ ਰਹਿਣਾ ਹੀ ਮੇਰੇ ਜੀਵਨ ਦੀ ਖਰਾਕ, ਖਜ਼ਾਨਾ, ਪੂੰਜੀ ਬਣ ਜਾਵੇ ।

My True Master with Your Blessed Vision, meditation on the teachings of Your Word may become the purpose of my human life journey. I may always remain intoxicated in meditation in the void of Your Word. My earnings of Your Word may become my nourishment and treasure for my worship.

ਹਰਿ ਜਨ ਕੇ ਵਡ ਭਾਗ ਵਡੇਰੇ, ਜਿਨ ਹਰਿ ਹਰਿ ਸਰਧਾ ਹਰਿ ਪਿਆਸ॥ har jan kay vad bhaag vadayray jin har har sarDhaa har pi-aas.
ਹਰਿ ਹਰਿ ਨਾਮੁ ਮਿਲੈ ਤ੍ਰਿਪਤਾਸਹਿ, ਮਿਲਿ ਸੰਗਤਿ ਗੁਣ ਪਰਗਾਸਿ॥੨॥ har har naam milai tariptaasahi mil sangat gun pargaas. ||2||

ਜਿਸ ਦੇ ਮਨ ਵਿੱਚ ਹਰ ਵੇਲੇ ਸਿਮਰਨ ਕਰਨ ਦੀ ਸ਼ਰਧਾ, ਪਿਆਸ ਰਹਿੰਦੀ ਹੈ, ਉਸ ਜੀਵ ਦੇ ਵਡੇ ਭਾਗ ਹੁੰਦੇ ਹਨ । ਉਹ ਸਵਾਸ ਸਵਾਸ ਸਿਮਰਨ ਕਰਕੇ ਆਪਣੀ ਤ੍ਰਿਸ਼ਨਾ, ਭਟਕਣ ਦੂਰ ਕਰਦਾ ਹੈ । ਹੋਰ ਬੰਦਗੀ ਕਰਨਵਾਲੇ ਦਾਸਾਂ ਨਾਲ ਮਿਲਕੇ ਸਿਮਰਨ ਵਿੱਚ ਲੀਨ ਰਹਿੰਦਾ ਹੈ । ਆਪ ਰਸਤੇ ਤੇ ਚਲਦਾ ਹੈ ਅਤੇ ਹੋਰਨਾਂ ਨੂੰ ਵੀ ਪ੍ਰੇਰਨਾ ਕਰਦਾ ਹੈ ।

Whosoever may have a deep devotion to meditate on the teachings of His Word; he may become very fortunate. Whosoever may meditate and sings the glory of His Word; with His mercy and grace, all his frustrations of worldly desires may be eliminated. He may join the conjugation of His Holy saint! He may remain intoxicated in meditation in the void of His Word. He may remain on the right path of adopting the teachings of His Word and inspires his followers and associated to adopt His Word in day-to-day life.

ਜਿਨ ਹਰਿ ਹਰਿ ਹਰਿ ਰਸੁ ਨਾਮੁ ਨ ਪਾਇਆ, ਤੇ ਭਾਗਹੀਣ ਜਮ ਪਾਸਿ॥ Jin har har har ras naam na paa-i-aa tay bhaagheen jam paas.
ਜੋ ਸਤਿਗੁਰ ਸਰਣਿ ਸੰਗਤਿ ਨਹੀਂ ਆਏ, ਧ੍ਰਿਗੁ ਜੀਵੇ ਧ੍ਰਿਗੁ ਜੀਵਾਸਿ॥੩॥ Jo saT`gur saran sangat nahee aa-ay Dharig jeevay Dharig jeevaas. ||3||

ਜਿਸ ਦੇ ਮਨ ਵਿੱਚ ਸਿਮਰਨ ਕਰਨ ਦੀ ਤ੍ਰਿਸ਼ਨਾ, ਪਿਆਸ ਨਹੀਂ ਹੁੰਦੀ ਹੈ, ਉਹ ਮੰਦੇ ਭਾਗਾਂ ਵਾਲਾ ਹੁੰਦਾ ਹੈ । ਜਿਹੜਾ ਪ੍ਰਭ ਦੇ ਸ਼ਬਦ ਦੀ ਸ਼ਰਣ ਨਹੀਂ ਆਉਂਦਾ, ਉਸ ਦੇ ਨਿਯਮ ਤੇ ਨਹੀਂ ਚਲਦਾ, ਉਸ ਦੀ ਸਾਜੀ ਸ੍ਰਿਸ਼ਟੀ ਨਾਲ ਰਲਕੇ ਨਹੀਂ ਚਲਦਾ । ਉਸ ਦਾ ਮਾਨਸ ਜਨਮ ਲੈਣਾ ਬਿਰਥਾ ਹੀ ਜਾਂਦਾ ਹੈ । ਉਹ ਮੁਕਤੀ, ਪ੍ਰਵਾਨਗੀ ਦੇ ਰਸਤੇ ਤੇ ਨਹੀਂ ਚਲ ਸਕਦਾ ।

Whosoever may not have any devotion, desire, thirst to meditate; he may become very unfortunate. Whosoever may not surrender at His Sanctuary nor adopts the teachings of His Word in life nor co-exist in the world; he may waste his human life uselessly. He may never be blessed with the right path of salvation.

ਜਿਨ ਹਰਿ ਜਨ ਸਤਿਗੁਰ ਸੰਗਤਿ ਪਾਈ, Jin har jan saT`gur sangat paa-ee
ਤਿਨ ਧੁਰਿ ਮਸਤਕਿ ਲਿਖਿਆ ਲਿਖਾਸਿ॥ tin Dhur mastak likhi-aa likhaas.
ਧਨੁ ਧੰਨੁ ਸਤਸੰਗਤਿ ਜਿਤੁ ਹਰਿ ਰਸੁ ਪਾਇਆ, Dhan Dhan satsangat jit har ras paa-i-aa
ਮਿਲਿ ਜਨ ਨਾਨਕ ਨਾਮੁ ਪਰਗਾਸਿ॥ ੪॥੪॥ mil jan naanak naam pargaas. ||4||4||

ਜਿਸ ਤੇ ਆਪ ਹੀ ਰਹਿਮਤ ਦੀ ਨਜ਼ਰ ਬਖਸ਼ਦਾ ਹੈ । ਉਹ ਸੰਤ ਸਰੂਪ ਦੇ ਜੀਵਨ ਦੀ ਸਿਖਿਆਂ ਨਾਲ ਜੀਵਨ ਢਾਲਦਾ ਹੈ । ਜਿਸ ਨੂੰ ਉਸ ਦੀ ਸੰਗਤ ਬਖਸ਼ਿਸ਼ ਹੋ ਜਾਂਦੀ ਹੈ, ਉਹ ਬਹੁਤ ਵਡੇ ਭਾਗਾਂ ਵਾਲਾ ਹੁੰਦਾ ਹੈ । ਉਸ ਹਰਜਨ ਦੀ ਸੰਗਤ ਵਿੱਚ ਆਉਣ, ਉਸ ਦੇ ਜੀਵਨ ਦੀ ਸਿਖਿਆਂ ਨਾਲ ਜੀਵਨ ਢਾਲਣ ਨਾਲ ਮੁਕਤੀ ਦਾ ਰਸਤਾ ਬਖਸ਼ਿਸ਼ ਹੋ ਸਕਦਾ ਹੈ ।

Whosoever may be bestowed with His Blessed Vision, he may adopt the life experience teachings of His Holy saint in his own day-to-day life. Whosoever may be blessed with his congregation, he may become very fortunate. Whosoever may join his conjugation and adopts his life experience teachings in his own day-to-day life; with His mercy and grace, he may be blessed with the right path of salvation.

Key Message of Rehras, page 10-1 ‘ਸੰਤਾ ਦੇ ਜੀਵਨ ਦੀ ਸਿਖਿਆਂ ਹੀ ਮੁਕਤੀ ਦਾ ਰਸਤਾ ਹੈ!
ਤੇਰੇ ਸ਼ਬਦ ਦਾ ਸਿਮਰਨ ਹੀ ਮੇਰੇ ਸਵਾਸਾਂ ਦਾ ਮੰਤਵ, ਮੇਰੇ ਜੀਵਨ ਦਾ ਖਜ਼ਾਨਾ, ਪੂੰਜੀ ਹੈ! ਹਰਜਨ ਦੀ ਸੰਗਤ ਵਿੱਚ ਆਉਣ, ਉਸ ਦੇ ਜੀਵਨ ਦੀ ਸਿਖਿਆਂ ਨਾਲ ਜੀਵਨ ਢਾਲਣਾ ਹੀ ਮੁਕਤੀ ਦਾ ਰਸਤਾ ਹੈ ।
Life experience teachings of His Holy saint, the right path of salvation!
My True Master, to obey the teachings of Your Word has become the purpose of my human life journey; my nourishment and treasure for my worship. The conjugation of His Holy saint and adopting his life experience teachings in own life may be the right path of salvation.

34. ਰਾਗੁ ਗੂਜਰੀ ਮਹਲਾ ੫॥ (10-8) Raag Goojree Mehlaa 5

ਕਾਹੇ ਰੇ ਮਨ ਚਿਤਵਹਿ ਉਦਮੁ, ਜਾ ਆਹਰਿ ਹਰਿ ਜੀਉ ਪਰਿਆ॥ kaahay ray man chitvahi udamjaa aahar har jee-o pari-aa.
ਸੈਲ ਪਥਰ ਮਹਿ ਜੰਤ ਉਪਾਏ, ਤਾ ਕਾ ਰਿਜਕੁ ਆਗੈ ਕਰਿ ਧਰਿਆ॥੧॥ Sail pathar meh jant upaa-ay taa kaa rijak aagai kar Dhari-aa. ||1|

ਮਨ ਵਿੱਚ ਹੋਰ ਭਟਕਣਾਂ, ਤ੍ਰਿਸ਼ਨਾ ਕਿਉਂ ਲਗੀਆਂ ਰਹਿੰਦੀਆਂ ਹਨ? ਜਿਹੜੇ ਕੰਮ ਲਈ ਮਾਨਸ ਜਨਮ ਬਖਸ਼ਿਸ਼ ਹੋਇਆ ਹੈ, ਉਸ ਰਸਤੇ ਤੇ ਚਲਕੇ ਜੀਵਨ ਸਧਾਰੋ! ਜਿਹੜੇ ਸੰਸਾਰਕ ਸੁਖ ਲਈ ਤੂੰ ਵੱਖਰੇ, ਵੱਖਰੇ ਉਦਮ ਕਰਦਾ ਹੈ । ਪ੍ਰਭ ਨੇ ਜਮਨ ਤੋਂ ਪਹਿਲੇ ਹੀ ਪ੍ਰਬੰਧ ਕੀਤਾ ਹੈ । ਸੋਚੋ! ਜਿਹੜੇ ਜੀਵ ਪਥੱਰ ਵਿੱਚ, ਬੱਲੇ ਪੈਦਾ ਕੀਤੇ ਹਨ, ਉਹਨਾਂ ਦੇ ਖਾਣ ਦਾ ਪ੍ਰਬੰਧ ਵੀ ਆਪ ਹੀ ਕਰਦਾ ਹੈ ।

Why are you frustrated in worldly worries? You should recognize the real purpose of your human life opportunity. You should adopt the teachings of His Word with steady and stable belief in your day-to-day life; with His mercy and grace, your soul may be sanctified to become worthy of His Consideration. Whatsoever efforts you are trying for comforts in your life; The True Master has already prewritten in your destiny and arranged, before your birth. Imagine! Many creatures may be born within stone; He also creates source of nourishment for their survival before birth.

ਮੇਰੇ ਮਾਧਉ ਜੀ ਸਤਸੰਗਤਿ ਮਿਲੇ ਸੁ ਤਰਿਆ॥ mayray maaDha-o jee satsangat milay so tari-aa.
ਗੁਰ ਪਰਸਾਦਿ ਪਰਮ ਪਦੁ ਪਾਇਆ, ਸੂਕੇ ਕਾਸਟ ਹਰਿਆ॥੧॥ ਰਹਾਉ॥ gur parsaad param pad paa-i-aa sookay kaasat hari-aa. ||1|| rahaa-o.

ਜਿਸ ਨੂੰ ਸਾਧ ਸੰਗਤ ਬਖਸ਼ਦਾ ਹੈ! ਜਿਹੜਾ ਸੰਤ ਸਰੂਪ ਦੇ ਜੀਵਨ ਦੀ ਸਿਖਿਆਂ ਨਾਲ ਆਪਣਾ ਜੀਵਨ ਢਾਲਦਾ ਹੈ, ਉਸ ਨੂੰ ਅੰਮ੍ਰਿਤ ਪਵਿੱਤਰ ਰਸ ਬਖਸ਼ਿਸ਼ ਹੋ ਸਕਦਾ ਹੈ । ਉਸ ਦੀ ਮਾਨਸ ਯਾਤਰਾ ਖੁਸ਼ੀਆਂ ਭਰੀ ਸਫਲ ਹੋ ਸਕਦੀ ਹੈ । ਉਸ ਦੀ ਰਹਿਮਤ ਨਾਲ ਸੁਕੇ ਹੋਏ ਵੀ ਹਰੇ ਹੋ ਸਕਦੇ ਹਨ ।

Whosoever may be blessed with the association of His Holy saint; he may adopt his life experience teachings in his own life. He may be blessed with the right path of acceptance, ambrosial nectar of the essence of His Word. His human life journey may be overwhelmed with pleasure and concluded successfully. With His Blessed Vision, even the dead plants may blossom, helpless can prosper in journey of human life.

ਜਨਨਿ ਪਿਤਾ ਲੋਕ ਸੁਤ ਬਨਿਤਾ, ਕੋਇ ਨ ਕਿਸ ਕੀ ਧਰਿਆ॥ Janan pitaa lok sut banitaa ko-ay na kis kee Dhari-aa.
ਸਿਰਿ ਸਿਰਿ ਰਿਜਕੁ ਸੰਬਾਹੇ ਠਾਕੁਰੁ, ਕਾਹੇ ਮਨ ਭਉ ਕਰਿਆ॥੨॥ Sir sir rijak sambaahay thaakur kaahay man bha-o kari-aa. ||2||

ਸੰਸਾਰਕ, ਸਬੰਧੀ, ਮਾਤਾ, ਪਿਤਾ, ਪਤਨੀ, ਬੱਚੇ ਦੇ ਸੁਖ ਲਈ ਕੀਤੇ ਯਤਨ, ਅੰਤ ਵਿੱਚ ਕੰਮ ਨਹੀਂ ਆਉਂਦੇ, ਆਸਰਾ ਨਹੀਂ ਬਣਦੇ! ਕਿਉਂ ਫਿਕਰ ਕਰਦਾ ਹੈ?

All worldly relationships, mother, father, brothers, sisters etc. may not be able to support for your human life journey. Why are you unnecessarily and uselessly worried about all these?

ਊਡੇ ਊਡਿ ਆਵੈ ਸੈ ਕੋਸਾ, ਤਿਸੁ ਪਾਛੈ ਬਚਰੇ ਛਰਿਆ॥ ooday ood aavai sai kosaa tis paachhai bachray chhari-aa.
ਤਿਨ ਕਵਣੁ ਖਲਾਵੈ ਕਵਣੁ ਚੁਗਾਵੈ, ਮਨ ਮਹਿ ਸਿਮਰਨੁ ਕਰਿਆ॥੩॥ tin kavan khalaavai kavan chugaavai man, meh simran kari-aa. ||3||

ਸੋਚੋ! ਪੰਛੀ ਆਪਣੇ ਬੱਚੇ ਪਿਛੇ ਛਡਕੇ ਕਿਤਨੀ ਦੂਰ ਉਡ ਜਾਂਦੇ ਹਨ । ਪ੍ਰਭ ਆਪ ਹੀ ਚੁਗਣ ਦਾ, ਖਾਣ ਦਾ ਤਾਰੀਕਾ ਬਖਸ਼ਦਾ ਹੈ । ਪ੍ਰਭ ਦੇ ਸ਼ਬਦ ਦਾ ਸਿਮਰਨ, ਸਿਖਿਆਂ ਨਾਲ ਜੀਵਨ ਢਾਲੋ!

Imagine! Birds, animals go far away, leaving their children behind to feed themselves and their children. Who may send them away to feed themselves? Who may feed their children? He plans to provide! You should focus on His Greatness and adopt the teachings of His Word in your own life.

ਸਭਿ ਨਿਧਾਨ ਦਸ ਅਸਟ ਸਿਧਾਨ ਠਾਕੁਰ ਕਰ ਤਲ ਧਰਿਆ॥ sabh niDhaan das asat sidhaan thaakur kar tal Dhari-aa.
ਜਨ ਨਾਨਕ ਬਲਿ ਬਲਿ ਸਦ ਬਲਿ ਜਾਈਐ, Jan naanak bal bal sad bal jaa-ee-ai
ਤੇਰਾ ਅੰਤੁ ਨ ਪਾਰਾਵਰਿਆ॥੪॥੫॥ tayraa ant na paraavari-aa. ||4||5||

ਪ੍ਰਭ ਨੇ ਜੀਵਨ ਯਾਤਰਾ ਨੂੰ ਸਫਲ ਕਰਨਵਾਲੇ ਸਭ ਤਰੀਕੇ, ਗਿਆਨ ਦੇ ਖਜ਼ਾਨੇਂ, ਸਿਮਰਨ ਕਰਨ ਦੇ ਸਾਰੇ ਅਸਥਾਨ, ਜੀਵ ਦੇ ਮਨ ਅਤੇ ਤਨ ਵਿੱਚ ਹੀ ਬਖਸ਼ੇ ਹਨ । ਕਰਾਮਾਤਾਂ ਦੇ ਦਾਤੇ ਦੀਆਂ ਦਾਤਾਂ ਦਾ, ਰਹਿਮਤਾਂ ਦਾ, ਕੋਈ ਅੰਤ ਨਹੀਂ ਪਾ ਸਕਦਾ । ਉਸ ਦੀ ਰਹਿਮਤ ਵਿੱਚ ਸ਼ਬਦ ਦੀ ਪਾਲਣਾ ਕਰੋ! ਉਸ ਨੂੰ ਸਦਾ ਧੰਨ ਧੰਨ ਕਹੋ!

The True Master has embedded all sources of success in worldly life journey, treasure of enlightenment, meditation, Holy Shrine within his mind and body of every creature. His Miracles, Virtues, Blessings remain beyond any limits, boundaries, and comprehension of His Creation. You should remain gratitude for His Blessings, sing the glory and adopt the teachings of His Word with steady and stable belief in your day-to-day life.

Key Message of Rehras, page 10-8
'ਪ੍ਰਵਾਨਗੀ ਦਾ ਰਸਤਾ, ਸ਼ਬਦ ਮਨ ਅੰਦਰ ਹੀ ਸਮਾਇਆ ਹੈ!
ਪ੍ਰਭ ਨੇ ਜੀਵਨ ਯਾਤਰਾ ਨੂੰ ਸਫਲ ਕਰਨਵਾਲੇ ਸਭ ਤਰੀਕੇ, ਗਿਆਨ ਦੇ ਖਜ਼ਾਨੇਂ, ਸਿਮਰਨ ਕਰਨ ਦੇ ਸਾਰੇ ਅਸਥਾਨ, ਜੀਵ ਦੇ ਮਨ, ਤਨ ਵਿੱਚ ਹੀ ਬਖਸ਼ੇ ਹਨ । ਜਿਹੜਾ ਆਪਣੇ ਅੰਦਰੋਂ ਖੋਜਦਾ ਹੈ, ਪ੍ਰਵਾਨਗੀ ਦਾ ਰਸਤਾ ਬਖਸ਼ਿਸ਼ ਹੋ ਜਾਂਦਾ ਹੈ!
The right path salvation, embedded within!
The True Master has embedded all sources of success in worldly life journey, treasure of enlightenment, meditation, Holy Shrine within mind and body of every creature. Whosoever may search within! He may be blessed the right path of salvation.

35. ਰਾਗੁ ਆਸਾ ਮਹਲਾ ੪ ਸੋ ਪੁਰਖੁ (10-16) Raag Aasaa Mehlaa 4 So Purakh

ੴ ਸਤਿਗੁਰ ਪ੍ਰਸਾਦਿ॥ ik-oNkaar saT`gur parsaad.
ਸੋ ਪੁਰਖੁ ਨਿਰੰਜਨੁ ਹਰਿ ਪੁਰਖੁ ਨਿਰੰਜਨੁ, so purakh niranjan har purakh niranjan
ਹਰਿ ਅਗਮਾ ਅਗਮ ਅਪਾਰਾ॥ har agmaa agam apaaraa.
ਸਭਿ ਧਿਆਵਹਿ ਸਭਿ ਧਿਆਵਹਿ ਤੁਧੁ ਜੀ, sabh Dhi-aavahi sabh Dhi-aavahi tuDh jee
ਹਰਿ ਸਚੇ ਸਿਰਜਣਹਾਰਾ॥ har sachay sirjanhaaraa.
ਸਭਿ ਜੀਅ ਤੁਮਾਰੇ ਜੀ ਤੂੰ ਜੀਆ ਕਾ ਦਾਤਾਰਾ॥ sabh jee-a tumaaray jee tooN jee-aa kaa daataaraa.
ਹਰਿ ਧਿਆਵਹੁ ਸੰਤਹੁ ਜੀ ਸਭਿ ਦੂਖ ਵਿਸਾਰਣਹਾਰਾ॥ har Dhi-aavahu santahu jee sabh dookh visaaranhaaraa.
ਹਰਿ ਆਪੇ ਠਾਕੁਰੁ ਹਰਿ ਆਪੇ ਸੇਵਕੁ ਜੀ, har aapay thaakur har aapay sayvak jee
ਕਿਆ ਨਾਨਕ ਜੰਤ ਵਿਚਾਰਾ॥੧॥ ki-aa naanak jant vichaaraa. ||1||

ਨਿਰੰਜਨ (ਨਿਰ-ਰਹਿਤ, ਸਦਾ ਖੇੜਾ); ਅਗਮਾ–ਜੀਵ ਦੀ ਸਮਝ ਤੋਂ ਪਰੇ; ਅਗਮ – ਆਪਣੇ ਆਪ ਪੂਰਨ ਬ੍ਰਹਮ (ਪੁਰਖੁ– ਪੂਰਨ)

ਗੁਰੂ ਨਾਨਕ ਦੇਵ ਜੀ! – Guru Nanak Dev Ji! Guru Granth Sahib

ਪ੍ਰਭ ਦੀ ਅਵਸਥਾ, ਗੁਰਬਾਣੀ, ਸ਼ਾਸਤਰਾਂ, ਵੇਦਾਂ, ਕੁਰਾਨ, ਪੁਰਾਨ, ਕਤੇਬ, ਬਾਈਬਲ ਦੇ ਵਿਸਥਾਰ ਨਾਲ ਪੂਰਨ ਤਰ੍ਹਾਂ ਸਮਝੀ ਨਹੀਂ ਜਾ ਸਕਦੀ । ਪ੍ਰਭ ਆਪਣੇ ਆਪ ਵਿੱਚ ਪੂਰਨ, ਸਦਾ ਹੀ ਖੇੜੇ ਵਿੱਚ ਰਹਿਣ ਵਾਲਾ ਹੈ । ਪ੍ਰਭ ਦੇ ਸ਼ਬਦ ਦੀ, ਕੁਦਰਤ ਦੀ ਸੋਝੀ, ਕਿਸੇ ਗਿਆਨ ਦੀ ਵਿਧੀ ਜਾ ਧਾਰਮਕ ਗੁਰਬਾਣੀ, ਲਿਖਤਾਂ ਦੇ ਵਿਸਥਾਰ ਨਾਲ ਪੂਰਨ ਤਰ੍ਹਾਂ ਸਮਝੀ ਨਹੀਂ ਜਾ ਸਕਦਾ । ਸਾਰੀ ਸ੍ਰਿਸ਼ਟੀ ਨੂੰ ਸ੍ਰਿਜਨਵਾਲਾ ਅਸਲੀ ਅਟਲ ਮਾਲਕ, ਅਪਾਰ ਹੈ! ਸਾਰੀ ਸ੍ਰਿਸ਼ਟੀ ਹੀ ਸ਼ਬਦ ਦਾ ਸਿਮਰਨ ਕਰਦੀ ਹੈ । ਪ੍ਰਭ ਦੇ ਬਖਸ਼ੇ ਗਿਆਨ ਤੋਂ ਹੀ ਸਮਝ ਆਉਂਦਾ ਹੈ, ਬਹੁਤ ਕੁਝ ਸਮਝਣਾ ਬਾਕੀ ਰਹਿੰਦਾ ਹੈ । ਸਾਰੀ ਸ੍ਰਿਸ਼ਟੀ ਦੀ ਰਚਨਾ ਕਰਨ ਵਾਲਾ ਪ੍ਰਭ ਹੀ, ਸਾਰਿਆਂ ਨੂੰ ਦਾਤਾਂ ਬਖਸ਼ਣ ਵਾਲਾ ਹੈ । ਪ੍ਰਭ ਆਪ ਹੀ ਮਾਲਕ, ਸਾਰੀ ਸ੍ਰਿਸ਼ਟੀ ਪੂਜਦੀ ਹੈ, ਆਪ ਹੀ ਦਾਸੀ ਦੇ ਮਨ ਵਿੱਚ ਪੂਜਾ ਕਰਦਾ, ਆਪ ਹੀ ਪ੍ਰਵਾਨ ਕਰਦਾ ਹੈ । ਜਿਹੜਾ ਪ੍ਰਭ ਦੇ ਸ਼ਬਦ ਦੇ ਸਿਮਰਨ ਵਿੱਚ ਲੀਨ, ਮਸਤ ਰਹਿੰਦਾ ਹੈ, ਉਸ ਦੇ ਸਾਰੇ ਦੁਖਾਂ ਦੂਰ ਹੋ ਜਾਂਦੇ ਹਨ ।

***(ਸ਼ਾਸਤ੍ਰਾ, ਵੇਦਾਂ, ਕੁਰਾਨ, ਪੁਰਾਨ, ਕਤੇਬ, ਬਾਈਬਲ ਆਦਿ)**

The Omnipotent True Master, Primal Being, Immaculate, Pure, Inaccessible, Unreachable and Unrivalled remains in blossom. No Holy Scripture can fully describe, comprehend His Nature and greatness nor with any meditation technique His Nature may be comprehended by His Creation. All living beings are meditating on the teachings of His Word; The True Creator, an ultimate Master of the universe. Whosoever may meditate on the teachings of His Word, he may realizes that much more remain to be explored. The Creator bestows everyone with Blessings. Everyone worships The True Master. His Holy Spirit remains embedded within his soul and dwells within his body; only He may accept His meditation. Whosoever may remain intoxicated in meditation in the void of His Word; with His mercy and grace, his state of mind may become beyond any worries of worldly desires, worldly life.

ਤੂੰ ਘਟ ਘਟ ਅੰਤਰਿ ਸਰਬ ਨਿਰੰਤਰਿ ਜੀ, ਹਰਿ ਏਕੋ ਪੁਰਖੁ ਸਮਾਣਾ॥	tooN ghat ghat antar sarab nirantar jee har ayko purakh samaanaa.
ਇਕਿ ਦਾਤੇ ਇਕਿ ਭੇਖਾਰੀ ਜੀ ਸਭਿ ਤੇਰੇ ਚੋਜ ਵਿਡਾਣਾ॥	ik daatay ik bhaykhaaree jee sabh tayray choj vidaanaa.
ਤੂੰ ਆਪੇ ਦਾਤਾ ਆਪੇ ਭੁਗਤਾ ਜੀ, ਹਉ ਤੁਧੁ ਬਿਨੁ ਅਵਰੁ ਨ ਜਾਣਾ॥	tooN aapay daataa aapay bhugtaa jee ha-o tuDh bin avar na jaanaa.
ਤੂੰ ਪਾਰਬ੍ਰਹਮੁ ਬੇਅੰਤੁ ਬੇਅੰਤੁ ਜੀ, ਤੇਰੇ ਕਿਆ ਗੁਣ ਆਖਿ ਵਖਾਣਾ॥	tooN paarbarahm bay-ant bay-ant jee tayray ki-aa gun aakh vakhaanaa.
ਜੋ ਸੇਵਹਿ ਜੋ ਸੇਵਹਿ ਤੁਧੁ ਜੀ, ਜਨੁ ਨਾਨਕੁ ਤਿਨ ਕੁਰਬਾਣਾ॥੨॥	jo sayveh jo sayveh tuDh jee jan naanak tin kurbaanaa. ||2||

ਹਰਇਕ ਜੀਵ ਵਿੱਚ ਆਪ ਹੀ ਵਿਆਪਕ, ਰੋਮ ਰੋਮ ਵਿੱਚ ਹਰ ਸਮੇਂ ਵਸਿਆ ਰਹਿੰਦਾ ਹੈ । ਸੰਸਾਰ ਵਿੱਚ ਕੋਈ ਵਡਾ, ਛੋਟਾ, ਉਚਾ, ਨੀਵਾ, ਰਾਜਾ, ਭਿਖਾਰੀ, ਦਾਨ ਦੇਣ, ਦਾਨ ਲੈਣ ਵਾਲਾ, ਇਹ ਸਭ ਪ੍ਰਭ ਦੇ ਹੀ ਕਰਤਬ ਹਨ । ਆਪ ਹੀ ਜੀਵ ਵਿੱਚ ਦਾਨ ਦੇਣ ਦੀ ਸਮਰਥਾ ਬਖਸ਼ਦਾ ਹੈ, ਆਪੇ ਹੀ ਜੀਵ ਨੂੰ ਬੇਚਾਰਾ ਬਣਾਉਂਦਾ, ਭੀਖ ਮੰਗਾਉਂਦਾ ਹੈ । ਸਭ ਕੁਝ ਪ੍ਰਭ ਦੇ ਵੱਸ ਵਿੱਚ ਹੀ ਹੈ, ਹੋਰ ਕੋਈ ਕਰਨਵਾਲਾ, ਤਾਕਤਵਾਲਾ ਨਹੀਂ ਹੈ । ਕੋਈ ਵੀ ਪੂਰਨ ਹਾਕਮ ਪ੍ਰਭ ਦੇ ਕਰਤਬਾਂ ਦਾ ਅੰਤ ਨਹੀਂ ਜਾਣ ਸਕਦਾ । ਜਿਹੜਾ ਦਾਸ, ਪ੍ਰਭ ਦੇ ਗੁਣ ਜਾਣ ਕੇ ਸਿਮਰਨ ਵਿੱਚ ਲੀਨ ਰਹਿੰਦਾ ਹੈ, ਉਸ ਜੀਵਾ ਨੂੰ ਧੰਨ ਧੰਨ ਕਹੋ!

His Holy Spirit remains embedded within each fiber of soul and body of as little as ant and as big as elephant. The Omnipotent, perfect in all respects may render someone as beggar and others honored as king to gives charity to less fortunate. His Nature remains beyond any comprehension of His Creation. He prevails in the heart of those who give charity and within the humility of beggars accepting charity. Without His Command nothing may exist in the universe. The True Master, His Nature, limits of His Virtues, miracles remain beyond any known limits. Whosoever may sing the glory and adopts the teachings of His Word with steady and stable belief; with His mercy and grace, he may become a part of His Holy Spirit. His true devotees remain astonished from His Nature.

ਹਰਿ ਧਿਆਵਹਿ ਹਰਿ ਧਿਆਵਹਿ ਤੁਧੁ ਜੀ,	har Dhi-aavahi har Dhi-aavahi tuDh jee
ਸੇ ਜਨ ਜੁਗ ਮਹਿ ਸੁਖਵਾਸੀ॥	say jan jug meh sukhvaasee.
ਸੇ ਮੁਕਤੁ ਸੇ ਮੁਕਤੁ ਭਏ ਜਿਨ ਹਰਿ ਧਿਆਇਆ ਜੀ,	say mukat say mukat bha-ay jin har Dhi-aa-i-aa jee
ਤਿਨ ਤੂਟੀ ਜਮ ਕੀ ਫਾਸੀ॥	tin tootee jam kee faasee.
ਜਿਨ ਨਿਰਭਉ ਜਿਨ ਹਰਿ ਨਿਰਭਉ ਧਿਆਇਆ ਜੀ	jin nirbha-o jin har nirbha-o Dhi-aa-i-aa jee t
ਤਿਨ ਕਾ ਭਉ ਸਭੁ ਗਵਾਸੀ॥	in kaa bha-o sabh gavaasee.
ਜਿਨ ਸੇਵਿਆ ਜਿਨ ਸੇਵਿਆ ਮੇਰਾ ਹਰਿ ਜੀ,	jin sayvi-aa jin sayvi-aa mayraa har jee
ਤੇ ਹਰਿ ਹਰਿ ਰੂਪਿ ਸਮਾਸੀ॥	tay har har roop samaasee.
ਸੇ ਧੰਨੁ ਸੇ ਧੰਨੁ ਜਿਨ ਹਰਿ ਧਿਆਇਆ ਜੀ,	say Dhan say Dhan jin har Dhi-aa-i-aa jee
ਜਨੁ ਨਾਨਕੁ ਤਿਨ ਬਲਿ ਜਾਸੀ॥੩॥	jan naanak tin bal jaasee. ||3||

ਜਿਹੜਾ ਪ੍ਰਭ ਦੀ ਰਜ਼ਾ ਵਿੱਚ ਰਹਿੰਦਾ, ਸਿਮਰਨ ਕਰਦਾ ਹੈ, ਉਸ ਨੂੰ ਸੰਸਾਰਕ ਜੀਵਨ ਵਿੱਚ ਧੀਰਜ, ਸੰਤੋਖ ਬਖਸ਼ਿਸ਼ ਹੋ ਜਾਂਦਾ ਹੈ । ਉਸ ਦੀ ਬੰਦਗੀ ਪ੍ਰਵਾਨ ਹੋ ਜਾਂਦੀ, ਜੂਨਾਂ ਦੇ ਚੱਕਰ ਤੋਂ ਮੁਕਤ ਹੋ ਜਾਂਦਾ ਹੈ । ਜਿਹੜਾ ਨਿਰਭਉ ਪ੍ਰਭ ਦੇ ਸ਼ਬਦ ਦਾ ਸਿਮਰਨ ਕਰਦਾ ਹੈ, ਉਸ ਦਾ ਮੌਤ ਦਾ ਡਰ ਦੂਰ ਹੋ ਜਾਂਦਾ ਹੈ । ਜਿਹੜਾ ਪ੍ਰਭ ਦੇ ਸ਼ਬਦ ਨੂੰ ਅਡੋਲ ਭਰੋਸੇ ਨਾਲ ਸਿਮਰਨ ਕਰਦਾ ਹੈ, ਉਹ ਪ੍ਰਭ ਦੀ ਜੋਤ ਵਿੱਚ ਹੀ ਅਭੇਦ ਹੋ ਜਾਂਦਾ, ਪ੍ਰਭ ਦਾ ਰੂਪ ਬਣ ਜਾਂਦਾ ਹੈ । ਉਸ ਸੰਤ ਸਰੂਪ ਤੋਂ ਕੁਰਬਾਨ ਜਾਵੋ! ਆਪਣੇ ਮਨ ਦੀ ਅਵਸਥਾ ਉਸ ਦੇ ਚਰਨਾਂ ਦੀ ਧੂੜ ਦੀ ਤਰ੍ਹਾਂ ਬਣਾਉਣ ਨਾਲ ਜੀਵਨ ਸਫਲ ਹੋ ਸਕਦਾ ਹੈ ।

Whosoever may meditate on the teachings of His Word with steady and stable belief; with His mercy and grace, he may be blessed with comforts and contentment in his worldly life. His cycle of birth and death may be eliminated. Whosoever may adopt the teachings of His Word with steady and stable belief; with His mercy and grace, all his doubt, suspicions and fear of death may be eliminated. He may be blessed with the right path of acceptance in His Court; he may immerse within His Holy Spirit. He may become like His Symbol. You should remain fascinated from His Holy saint and transform your state of mind as humble as the dust of his feet to become worthy of His Consideration.

ਤੇਰੀ ਭਗਤਿ ਤੇਰੀ ਭਗਤਿ ਭੰਡਾਰ ਜੀ, ਭਰੇ ਬਿਅੰਤ ਬੇਅੰਤ॥	tayree bhagat tayree bhagat bhandaar jee bharay bi-ant bay-antaa.
ਤੇਰੇ ਭਗਤ ਤੇਰੇ ਭਗਤ ਸਲਾਹਨਿ ਤੁਧੁ ਜੀ,	tayray bhagat tayray bhagat salaahan tuDh jee
ਹਰਿ ਅਨਿਕ ਅਨੇਕ ਅਨੰਤਾ॥	har anik anayk anantaa.
ਤੇਰੀ ਅਨਿਕ ਤੇਰੀ ਅਨਿਕ ਕਰਹਿ ਹਰਿ ਪੂਜਾ ਜੀ,	tayree anik tayree anik karahi har poojaa jee
ਤਪੁ ਤਾਪਹਿ ਜਪਹਿ ਬੇਅੰਤਾ॥	tap taapeh jaapeh bay-antaa.

ਗੁਰੂ ਨਾਨਕ ਦੇਵ ਜੀ! – Guru Nanak Dev Ji! Guru Granth Sahib

ਤੇਰੇ ਅਨੇਕ ਤੇਰੇ ਅਨੇਕ ਪੜਹਿ ਬਹੁ ਸਿਮ੍ਰਿਤਿ ਸਾਸਤ ਜੀ,	tayray anayk tayray anayk parheh baho simrit saasat jee
ਕਰਿ ਕਿਰਿਆ ਖਟੁ ਕਰਮ ਕਰੰਤਾ॥	kar kiri-aa khat karam karantaa.
ਸੇ ਭਗਤ ਸੇ ਭਗਤ ਭਲੇ ਜਨ ਨਾਨਕ ਜੀ,	say bhagat say bhagat bhalay jan naanak jee
ਜੋ ਭਾਵਹਿ ਮੇਰੇ ਹਰਿ ਭਗਵੰਤਾ॥੪॥	jo bhaaveh mayray har bhagvantaa. ||4||

ਤੇਰੀ ਭਗਤੀ ਦੇ ਬੇਅੰਤ ਹੀ ਭੰਡਾਰ, ਬੇਅੰਤ ਹੀ ਭਗਤੀ ਕਰਨ ਦੇ ਸਾਧਨ ਹਨ । ਅਨੇਕਾਂ ਹੀ ਭਗਤ ਤੇਰੇ ਵਿੱਚ ਲੀਨ ਹੋਏ ਰਹਿੰਦੇ ਹਨ । ਅਨੇਕਾਂ ਹੀ ਦਾਸ ਵੱਖਰੇ ਵੱਖਰੇ ਤਰੀਕੇ, ਵਿਧੀ ਨਾਲ ਤੇਰੀ ਪੂਜਾ ਕਰਦੇ ਹਨ । ਅਨੇਕਾਂ ਹੀ ਪ੍ਰਕਾਰ ਦੀਆਂ ਤੇਰੀਆਂ ਬਾਣੀਆਂ, ਆਪ ਹੀ ਭਗਤਾਂ ਦੇ ਮੁੱਖ ਤੋਂ ਉਚਾਰੀਆਂ ਹਨ । ਅਨੇਕਾਂ ਹੀ ਸ਼ੁਭ ਕਰਮ ਆਪਣੀ ਸ੍ਰਿਸ਼ਟੀ ਤੋਂ ਕਰਾਉਂਦਾ ਹੈ । ਜਿਸ ਦੀ ਸੇਵਾ ਪ੍ਰਵਾਨ ਹੋ ਜਾਂਦੀ, ਉਹ ਤੇਰੇ ਘਰ ਵਿੱਚ ਸੋਭਦਾ ਹੈ । ਰਹਿਮਤ ਨਾਲ ਹੀ ਬੰਦਗੀ ਪ੍ਰਵਾਨ ਹੁੰਦੀ ਹੈ ।

You have an unlimited treasure of enlightenment of Your Word, many Holy Scriptures to worship and to sing Your Glory. Countless devotees remain intoxicated in meditate in the void of Your Word. Countless devotees may meditate, worship with many different techniques. You have blessed countless Holy Scripture on the tongue of Your true devotees. You may inspire Your Creation to perform countless good deeds for mankind. Whose meditation may be accepted in Your Court; he may be honored in Your Royal Castle. Only You may accept the meditation of Your true devotee.

ਤੂੰ ਆਦਿ ਪੁਰਖੁ ਅਪਰੰਪਰੁ ਕਰਤਾ ਜੀ,	tooN aad purakh aprampar kartaa jee
ਤੁਧੁ ਜੇਵਡੁ ਅਵਰੁ ਨ ਕੋਈ॥	tuDh jayvad avar na ko-ee.
ਤੂੰ ਜੁਗੁ ਜੁਗੁ ਏਕੋ ਸਦਾ ਸਦਾ ਤੂੰ ਏਕੋ ਜੀ,	tooN jug jug aykosadaa sadaa tooN ayko jee
ਤੂੰ ਨਿਹਚਲੁ ਕਰਤਾ ਸੋਈ॥	tooN nihchal kartaa so-ee.
ਤੁਧੁ ਆਪੇ ਭਾਵੈ ਸੋਈ ਵਰਤੈ ਜੀ,	tuDh aapay bhaavai so-ee vartai jee
ਤੂੰ ਆਪੇ ਕਰਹਿ ਸੁ ਹੋਈ॥	tooN aapay karahi so ho-ee.
ਤੁਧੁ ਆਪੇ ਸ੍ਰਿਸਟਿ ਸਭ ਉਪਾਈ ਜੀ,	tuDh aapay sarisat sabh upaa-ee jee
ਤੁਧੁ ਆਪੇ ਸਿਰਜਿ ਸਭ ਗੋਈ॥	tuDh aapay siraj sabh go-ee.
ਜਨੁ ਨਾਨਕੁ ਗੁਣ ਗਾਵੈ ਕਰਤੇ ਕੇ ਜੀ,	jan naanak gun gaavai kartay kay jee
ਜੋ ਸਭਸੈ ਕਾ ਜਾਣੋਈ॥੫॥੧॥	jo sabhsai kaa jaano-ee. ||5||1||

ਪ੍ਰਭ, ਸ੍ਰਿਸ਼ਟੀ ਤੋਂ ਪਹਿਲੇ ਵੀ ਅਜੇਹਾ ਸੀ, ਸਭ ਕੁਝ ਪ੍ਰਭ ਦਾ ਕੀਤਾ ਹੀ ਹੁੰਦਾ ਹੈ । ਪ੍ਰਭ ਦੇ ਬਰਾਬਰ ਦਾ ਜਾ ਵਡਾ ਹੋਰ ਕੋਈ ਨਹੀਂ ਹੈ । ਅਟਲ ਨਾ ਬਦਲਨ ਵਾਲੇ ਪ੍ਰਭ ਦੇ ਕਰਤਬ ਬਹੁਤ ਹੀ ਨਿਰਾਰੇ ਹਨ, ਜੀਵ ਦੀ ਸਮਝ ਤੋਂ ਪਰੇ ਹਨ । ਪ੍ਰਭ ਦਾ ਹੁਕਮ ਹੀ ਸ੍ਰਿਸ਼ਟੀ ਵਿੱਚ ਵਾਪਰਦਾ ਹੈ, ਕੇਵਲ ਪ੍ਰਭ ਦਾ ਕੀਤਾ ਹੀ ਹੁੰਦਾ ਹੈ । ਆਪ ਹੀ ਸ੍ਰਿਸ਼ਟੀ ਨੂੰ ਪੈਦਾ ਕਰਦਾ, ਖਤਮ ਕਰਦਾ ਹੈ । ਜੀਵ ਹਮੇਸ਼ਾਂ ਹੀ ਪ੍ਰਭ ਦੇ ਗੁਣ ਸਿਮਰਨ ਕਰੋ! ਇਹ ਖੇਲ ਉਸ ਦਾ ਰਚਿਆ ਹੈ ।

The Omnipotent, Axiom, Omniscient, Omnipresent True Master was unchanged before the Creation and everything in the universe may only happen under His Command. No one may ever be born equal or greater than The True Master. From Ancient Ages! His Nature remains fascinating, astonishing and beyond the comprehension of His Creation. Everything may only happen under His Command in the universe. The True Master has created all creations with His Imagination; only He may destroy His Creation in twinkle of eyes. His true devotee remains fascinated and astonished from His Nature and always sings His glory. The play of universe has been created by His Command.

Key Message of Rehras, page 10-16
'ਧਰਮ ਦੇ ਗ੍ਰੰਥ ਵਿੱਚ ਪੂਰਨ ਵਿਖਆਣ ਨਹੀਂ ਹੈ!
ਪ੍ਰਭ ਦੀ ਅਵਸਥਾ, ਗੁਰਬਾਣੀ, ਸ਼ਾਸਤਰਾਂ, ਵੇਦਾਂ, ਕੁਰਾਨ, ਪੁਰਾਨ, ਕਤੇਬ, ਬਾਈਬਲ ਦੇ ਵਿਸਥਾਰ ਨਾਲ ਪੂਰਨ ਤਰ੍ਹਾਂ ਸਮਝੀ ਨਹੀਂ ਜਾ ਸਕਦੀ । ਹਰਇਕ ਜੀਵ ਵਿੱਚ ਆਪ ਹੀ ਵਿਆਪਕ, ਰੋਮ ਰੋਮ ਵਿੱਚ ਹਰ ਸਮੇਂ ਵਸਿਆ ਰਹਿੰਦਾ ਹੈ । ਪ੍ਰਭ ਆਪਣੇ ਆਪ ਵਿੱਚ ਪੂਰਨ, ਸਦਾ ਹੀ ਖੇੜੇ ਵਿੱਚ ਰਹਿਣ ਵਾਲਾ ਹੈ । ਜਿਹੜਾ ਪ੍ਰਭ ਦੇ ਸ਼ਬਦ ਦੇ ਸਿਮਰਨ ਵਿੱਚ ਲੀਨ, ਮਸਤ ਰਹਿੰਦਾ ਹੈ, ਉਸ ਦਾ ਮਨ ਸੰਸਾਰਕ ਦੁਖਾਂ ਦੇ ਪ੍ਰਭਾਵ ਦੀ ਪਹੁੰਚ ਤੋਂ ਦੂਰ ਹੋ ਜਾਂਦਾ ਹੈ । ਪ੍ਰਭ, ਸ੍ਰਿਸ਼ਟੀ ਤੋਂ ਪਹਿਲੇ ਵੀ ਅਜੇਹਾ ਸੀ, ਸਭ ਕੁਝ ਪ੍ਰਭ ਦਾ ਕੀਤਾ ਹੀ ਹੁੰਦਾ ਹੈ । ਪ੍ਰਭ ਦੇ ਬਰਾਬਰ ਦਾ ਜਾ ਵਡਾ ਹੋਰ ਕੋਈ ਨਹੀਂ ਹੈ । (ਸ਼ਾਸਤ੍ਰਾ, ਵੇਦਾਂ, ਕੁਰਾਨ, ਪੁਰਾਨ, ਕਤੇਬ, ਬਾਈਬਲ ਆਦਿ)
Holy Scripture may not comprehend His Greatness!
His Holy Spirit remains embedded within each fiber of body of as little as ant and as big as elephant. The Omnipotent True Master, Primal Being, Immaculate, Inaccessible, Unreachable and Unrivalled remains in blossom. No Holy Scripture can fully describe, comprehend His Nature nor with any meditation technique. Whosoever may remain intoxicated in meditation in the void of His Word; his state of mind may become beyond the influence of any worldly worries. The Omnipotent, Axiom, Omniscient, Omnipresent True Master was unchanged before the Creation of the universe and everything in the universe may only happen under His Command.

36. ਆਸਾ ਮਹਲਾ ੪॥ (11-14) Aasaa Mehlaa 4.

ਤੂੰ ਕਰਤਾ ਸਚਿਆਰੁ ਮੈਡਾ ਸਾਂਈ॥	tooN kartaa sachiaar maidaa saaN-ee.
ਜੋ ਤਉ ਭਾਵੈ ਸੋਈ ਥੀਸੀ,	Jo ta-o bhaavai so-ee theesee
ਜੋ ਤੂੰ ਦੇਹਿ ਸੋਈ ਹਉ ਪਾਈ॥੧॥ ਰਹਾਉ॥	jo tooN deh so-ee ha-o paa-ee. ||1|| rahaa-o.

ਪ੍ਰਭ, ਸ੍ਰਿਸ਼ਟੀ ਨੂੰ ਸ੍ਰਿਜਨ ਵਾਲਾ ਅਸਲੀ ਮਾਲਕ, ਹਾਕਮ ਹੈ । ਜੋ ਤੈਨੂੰ ਭਾਉਂਦਾ ਹੈ, ਤੂੰ ਉਹੀ ਕੁਝ ਕਰਦਾ ਹੈ । ਉਹ ਕੁਝ ਹੀ ਜੀਵ ਹਾਸਿਲ ਕਰ ਸਕਦਾ ਹੈ ।

The True Master, Creator, Ultimate Commander! He may only function with His Own Imagination. He may bestow His Blessed Vision on His Creation. Whatsoever may be bestowed with His Blessed Vision; His Creation may only cherish.

ਸਭ ਤੇਰੀ ਤੂੰ ਸਭਨੀ ਧਿਆਇਆ॥	sabh tayree tooN sabhnee Dhi-aa-i-aa.
ਜਿਸ ਨੋ ਕ੍ਰਿਪਾ ਕਰਹਿ, ਤਿਨਿ ਨਾਮ ਰਤਨੁ ਪਾਇਆ॥	jis no kirpaa karahi tin naam ratan paa-i-aa.
ਗੁਰਮਖ ਲਾਧਾ ਮਨਮੁਖਿ ਗਵਾਇਆ॥	gurmukh laaDhaa manmukh gavaa-i-aa.
ਤੁਧੁ ਆਪਿ ਵਿਛੋੜਿਆ ਆਪਿ ਮਿਲਾਇਆ॥੧॥	tuDh aap vichhorhi-aa aap milaa-i-aa. 1

ਗੁਰੂ ਨਾਨਕ ਦੇਵ ਜੀ! – Guru Nanak Dev Ji! Guru Granth Sahib

ਸਾਰੇ ਜੀਵ ਹੀ ਪ੍ਰਭ ਦੇ ਸ਼ਬਦ ਦਾ ਸਿਮਰਨ ਕਰਦੇ ਹਨ । ਪ੍ਰਭ ਦੀ ਰਹਿਮਤ ਨਾਲ ਹੀ ਜੀਵ ਨੂੰ ਕੁਝ ਬਖਸ਼ਿਸ਼ ਹੋ ਸਕਦਾ ਹੈ । ਜਿਸ ਨੂੰ ਸ਼ਬਦ ਨਾਲ ਲਗਨ ਬਖਸ਼ਦਾ ਹੈ, ਕੇਵਲ ਉਹ ਹੀ ਸ਼ਬਦ ਦੀ ਪਾਲਣਾ ਵਿੱਚ ਅਡੋਲ ਹੋ ਸਕਦਾ ਹੈ । ਉਸ ਨੂੰ ਪ੍ਰਵਾਨਗੀ ਦਾ ਰਸਤਾ ਬਖਸ਼ਿਸ਼ ਹੋ ਸਕਦਾ ਹੈ । ਜਿਹੜਾ ਹੋਰ ਰਸਤੇ ਤੇ ਭਟਕਦਾ ਰਹਿੰਦਾ ਹੈ, ਉਹ ਜਨਮ ਮਰਨ ਦੇ ਚੱਕਰ ਵਿੱਚ ਹੀ ਰਹਿੰਦਾ ਹੈ ।

Everyone may be meditating on the teachings of His Word. Everything may only be blessed to His Creation with His Blessed Vision. Whosoever may be blessed with devotion; only he may meditate and obeys the teachings of His Word with steady and stable in his day-to-day life. He may be blessed with the right path of salvation. Whosoever may adopt different paths in life; he may remain frustrated in the cycle of birth and death.

ਤੂੰ ਦਰੀਆਉ ਸਭ ਤੁਝ ਹੀ ਮਾਹਿ॥ ਤੁਝ ਬਿਨੁ ਦੂਜਾ ਕੋਈ ਨਾਹਿ॥	tooN daree-aa-o sabh tujh hee maahi. tujh bin doojaa ko-ee naahi.
ਜੀਅ ਜੰਤ ਸਭਿ ਤੇਰਾ ਖੇਲੁ॥	jee-a jant sabh tayraa khayl.
ਵਿਜੋਗਿ ਮਿਲਿ ਵਿਛੁੜਿਆ ਸੰਜੋਗੀ ਮੇਲੁ॥੨॥	vijog mil vichhurhi-aa sanjogee mayl. ||2||

ਵਿਸ਼ਾਲ ਪ੍ਰਭ ਦੇ ਸਾਰੇ ਗੁਣਾਂ, ਕਰਮਾਤਾਂ, ਸ਼ਬਦ ਦੀ ਪਾਲਣਾ ਕਰਨ ਨਾਲ ਹੀ ਬਖਸ਼ਿਸ਼ ਹੋ ਸਕਦੀਆਂ ਹਨ । ਹੋਰ ਕੋਈ ਤਾਕਤਵਰ ਕੁਝ ਨਹੀਂ ਕਰ ਸਕਦਾ । ਪ੍ਰਭ ਨੇ ਹੀ ਅਨੇਕਾਂ ਕਿਸਮਾਂ ਦੀਆਂ ਸ੍ਰਿਸ਼ਟੀਆਂ ਪੈਦਾ ਕੀਤੀਆਂ ਹਨ । ਪ੍ਰਭ ਦੀ ਰਹਿਮਤ ਨਾਲ ਹੀ ਸ਼ਬਦ ਦੇ ਸਿਮਰਨ ਵਿੱਚ ਲਿਵ ਲਗਦੀ, ਪ੍ਰਵਾਨਗੀ ਦਾ ਅਸਲੀ ਰਸਤਾ ਬਖਸ਼ਿਸ਼ ਹੋ ਸਕਦਾ ਹੈ । ਜਿਸ ਜੀਵ ਦੀ ਬੰਦਗੀ ਦਰਬਾਰ ਵਿੱਚ ਪ੍ਰਵਾਨ ਨਹੀਂ ਹੁੰਦੀ, ਉਸ ਨੂੰ ਵਿਛੋੜਾ ਹੀ ਰਹਿੰਦਾ ਹੈ । ਜਿਹੜਾ ਪ੍ਰਭ ਦੇ ਸ਼ਬਦ ਦਾ ਸਿਮਰਨ ਅਡੋਲ ਭਰੋਸੇ ਨਾਲ ਕਰਦਾ ਹੈ, ਉਹ ਪ੍ਰਭ ਦੀ ਰਹਿਮਤ ਦੇ ਨੇੜੇ ਹੀ ਰਹਿੰਦਾ ਹੈ । ਜਿਸ ਦਾ ਭਰੋਸਾ ਅਡੋਲ ਨਹੀਂ ਹੁੰਦਾ, ਆਪਣੇ ਤੋਂ ਦੂਰ ਹੀ ਰਖਦਾ ਹੈ ।

The True Master is like a vast ocean, treasure of virtues! Whosoever may adopt the teachings of His Word with steady and stable belief in his day-to-day life; no one else may have any power to perform any task in the universe. He has created countless creatures of different kind. Whosoever may remain intoxicated in meditation on the teachings of His Word; with His mercy and grace, he may be blessed with the right path of acceptance in His Court. Whose meditation may not be accepted in His Court; his soul remains separated and in the cycle of birth and death. Whosoever may meditate with a steady and stable belief on His Command; he may be blessed with the right path of acceptance in His Court; everyone else may remain in the cycle of birth and death.

ਜਿਸ ਨੋ ਤੂ ਜਾਣਾਇਹਿ ਸੋਈ ਜਨੁ ਜਾਣੈ॥	jis no too jaanaa-ihi so-ee jan jaanai.
ਹਰਿ ਗੁਣ ਸਦ ਹੀ ਆਖਿ ਵਖਾਣੈ॥	har gun sad hee aakh vakhaanai.
ਜਿਨਿ ਹਰਿ ਸੇਵਿਆ ਤਿਨਿ ਸੁਖੁ ਪਾਇਆ॥	jin har sayvi-aa tin sukh paa-i-aa.
ਸਹਜੇ ਹੀ ਹਰਿ ਨਾਮਿ ਸਮਾਇਆ॥੩॥	sehjay hee har naam samaa-i-aa. ||3||

ਜਿਸ ਨੂੰ ਪ੍ਰਭ ਰਹਿਮਤ ਬਖਸ਼ਕੇ, ਪ੍ਰਵਾਨਗੀ ਦੇ ਸਿੱਧੇ ਰਸਤੇ ਤੇ ਪਾਉਂਦਾ ਹੈ, ਕੇਵਲ ਉਸ ਨੂੰ ਸ਼ਬਦ ਦੀ ਸੋਝੀ ਦੀ ਮਹੱਤਤਾ ਬਖਸ਼ਿਸ਼ ਹੋ ਸਕਦੀ ਹੈ । ਉਹ ਹੀ ਸਵਾਸ ਸਵਾਸ ਸ਼ਬਦ ਦੇ ਗੁਣ ਗਾਉਂਦਾ, ਸਿਮਰਨ ਕਰਦਾ ਹੈ, ਉਸ ਨੂੰ ਸੰਤੋਖ ਬਖਸ਼ਿਸ਼ ਹੋ ਸਕਦਾ ਹੈ । ਉਹ ਪ੍ਰਭ ਦੇ ਸ਼ਬਦ ਦੀ ਸਮਾਧੀ ਵਿੱਚ ਲੀਨ ਹੋਇਆ, ਪ੍ਰਭ ਦੀ ਜੋਤ ਵਿੱਚ ਹੀ ਸਮਾ ਜਾਂਦਾ ਹੈ ।

Whosoever may be blessed with the right path of meditation, only he may recognize the significance of enlightenment of the essence of His Word. He may meditate and adopts the teachings of His Word with steady and stable belief with each breath in his day-to-day life. He may be blessed with overwhelming contentment in his life. He remains intoxicated in meditation in the void of His Word and immersed within His Holy Spirit.

ਤੂ ਆਪੇ ਕਰਤਾ ਤੇਰਾ ਕੀਆ ਸਭੁ ਹੋਇ॥	too aapay kartaa tayraa kee-aa sabh ho-ay.
ਤੁਧੁ ਬਿਨੁ ਦੂਜਾ ਅਵਰੁ ਨ ਕੋਇ॥	tuDh bin doojaa avar na ko-ay.
ਤੂ ਕਰਿ ਕਰਿ ਵੇਖਹਿ ਜਾਣਹਿ ਸੋਇ॥	too kar kar vaykheh jaaneh so-ay.
ਜਨ ਨਾਨਕ ਗੁਰਮੁਖਿ ਪਰਗਟੁ ਹੋਇ॥੪॥੨	jan naanak gurmukh pargat ho-ay. 4||2

ਪ੍ਰਭ ਆਪੇ ਹੀ ਸ੍ਰਿਸ਼ਟੀ ਦਾ ਸ੍ਰਿਜਨਹਾਰਾ ਹੈ, ਸਭ ਕੁਝ ਪ੍ਰਭ ਦਾ ਕੀਤਾ ਹੀ ਹੁੰਦਾ ਹੈ । ਪ੍ਰਭ ਤੋਂ ਬਿਨਾਂ ਹੋਰ ਕੋਈ ਦੂਜਾ, ਕੁਝ ਨਹੀਂ ਕਰ ਸਕਦਾ ਹੈ । ਆਪੇ ਹੀ ਕਰਦਾ, ਆਪ ਹੀ ਦੇਖਦਾ ਹੈ । ਪ੍ਰਭ ਦੇ ਪੈਦਾ ਕੀਤੇ ਜੀਵ ਹੀ ਸੰਤ ਸੁਰਪ ਬਣ ਜਾਂਦੇ ਹਨ ।

The One and Only One, True Master, Creator! Only His Command may prevail in the universe. No one can do anything without His Blessings. He prevails in all events of His Creation and monitors all events. His creatures may become His Holy saint and His Symbol.

Key Message of Rehras, page 11-14
ਗੁਰਮਖ ਦੇ ਜੀਵਨ ਦਾ ਮੰਤਵ ਬੀ ਆਪਾ ਭੇਟਾ ਕਰਨਾ ਹੁੰਦਾ ਹੈ!
ਪ੍ਰਭ, ਤੂੰ ਸਾਰੀ ਸ੍ਰਿਸ਼ਟੀ ਨੂੰ ਸ੍ਰਿਜਨ ਵਾਲਾ ਅਸਲੀ ਮਾਲਕ, ਹਾਕਮ ਹੈ । ਜਿਹੜਾ ਸਵਾਸ ਸਵਾਸ ਨਾਲ ਤੇਰੇ ਗੁਣ ਗਾਉਂਦਾ, ਸਿਮਰਨ ਕਰਦਾ ਹੈ । ਉਹ ਬਿਨਾਂ ਕਿਸੇ ਮੁਸ਼ਕਲ ਹੀ ਸ਼ਬਦ ਦੀ ਸਮਾਧੀ ਵਿੱਚ ਹੀ ਲੀਨ ਰਹਿੰਦਾ ਹੈ । ਉਸ ਨੂੰ ਮੁਕਤੀ ਬਖਸ਼ਿਸ਼ ਹੋ ਜਾਂਦੀ ਹੈ । ਉਸ ਨੂੰ ਸੰਤ ਸੁਰਪ ਅਵਸਥਾ ਬਖਸ਼ਿਸ਼ ਹੋ ਜਾਂਦੀ ਹੈ ।
The purpose of human life of His true devotee becomes to surrender his self-entity at His Sanctuary!
The One and only One True Creator, Master of the universe. Whosoever may meditate and sings the glory of His Word with each breath; he remains intoxicated, immerses within His Holy Spirit. He may be blessed with the right path of acceptance. Whosoever may remain drenched with the enlightenment of the essence of His Word; he may become a symbol of inspiration.

37. ਆਸਾ ਮਹਲਾ ੧॥ (12-2) Aasaa Mehlaa 1

ਤਿਤੁ ਸਰਵਰੜੈ ਭਈਲੇ ਨਿਵਾਸਾ, ਪਾਣੀ ਪਾਵਕੁ ਤਿਨਹਿ ਕੀਆ॥	tit saravrarhai bha-eelay nivaasaa paanee paavak tineh kee-aa.
ਪੰਕਜੁ ਮੋਹ ਪਗੁ ਨਹੀ ਚਾਲੈ, ਹਮ ਦੇਖਾ ਤਹ ਡੂਬੀਅਲੇ॥੧॥	pankaj moh pag nahee chaalai ham daykhaa tah doobee-alay. ||1||

ਜੀਵ, ਸਮੁੰਦਰ ਨਾਲੋ ਗੰਭੀਰ, ਨਾ ਅੰਤ ਜਾਣੇ ਵਾਲੇ ਪ੍ਰਭ ਦੀ ਰਚਾਈ ਹੋਈ ਸ੍ਰਿਸ਼ਟੀ ਵਿੱਚ ਵਸਦਾ ਹੈ । ਸ੍ਰਿਸ਼ਟੀ ਵਿੱਚ ਆਤਮਾ ਨੂੰ ਸੁਖ ਦੇਣ ਵਾਲਾ ਸਾਧਨ ਪਾਣੀ ਅਤੇ ਦੁਖ ਦੇਣ ਵਾਲਾ ਸਾਧਨ ਅੱਗ, ਸੰਸਾਰਕ ਇਛਾਂ ਹਨ । ਪ੍ਰਭ ਨੇ ਸ੍ਰਿਸ਼ਟੀ ਵੱਖਰੇ, ਵੱਖਰੇ ਲਾਲਚ ਰੂਪੀ ਰਸਤੇ ਬਣਾਏ ਹਨ । ਜਿਹੜਾ ਲਾਲਚ ਨਾਲ ਮੋਹ ਜੋੜਦਾ, ਧਿਆਨ ਲਾਉਂਦਾ ਹੈ, ਉਹ ਸੰਸਾਰ ਰੂਪੀ ਸਾਗਰ ਵਿੱਚ ਡੁੱਬ ਜਾਂਦਾ ਹੈ ।

ਗੁਰੂ ਨਾਨਕ ਦੇਵ ਜੀ! – Guru Nanak Dev Ji! Guru Granth Sahib

The True Master may be very mysterious ocean, beyond any imagination of His Creation. The True Master has blessed with various comforts for worldly life, like water and miseries, hardship like fire, worldly desires. He has infused various suspicions and greed of worldly wealth. Whosoever may remain intoxicated with sweet poison of worldly wealth; he may drown in terrible ocean of worldly wealth. He remains in the cycle of birth and death.

ਮਨ ਏਕੁ ਨ ਚੇਤਸਿ ਮੂੜ ਮਨਾ॥ — man, ayk na chaytas moorh manaa.
ਹਰਿ ਬਿਸਰਤ ਤੇਰੇ ਗੁਣ ਗਲਿਆ॥੧॥ ਰਹਾਉ॥ — har bisrat tayray gun gali-aa. ||1|| rahaa-o.

ਮੂਰਖਾਂ ਵਾਲਾ ਕੰਮ ਨਾ ਕਰੋ, ਸ਼ਬਦ ਨੂੰ ਮਨੋ ਨਾ ਵਿਸਾਰੋ! ਜਿਸ ਦੇ ਮਨ ਵਿਚੋਂ ਸ਼ਬਦ ਵਿਸਰ ਜਾਂਦਾ ਹੈ, ਉਸ ਦੇ ਸਾਰੇ ਚੰਗੇ ਕੰਮ ਵੀ ਬਿਰਥੇ ਹੀ ਜਾਂਦੇ ਹਨ ।

Don't be stubborn! You should not forsake the teachings of His Word from day-to-day life. Whosoever may forsake the teachings of His Word from his life; even his good deeds, meditation and charities may be useless; not be rewarded.

ਨਾ ਹਉ ਜਤੀ ਸਤੀ ਨਹੀ ਪੜਿਆ, — naa ha-o jatee satee nahee parhi-aa
ਮੂਰਖ ਮੁਗਧਾ ਜਨਮੁ ਭਇਆ॥ — moorakh mugDhaa janam bha-i-aa.
ਪ੍ਰਣਵਤਿ ਨਾਨਕ ਤਿਨ ਕੀ ਸਰਣਾ, ਜਿਨ ਤੂ ਨਾਹੀ ਵੀਸਰਿਆ॥੨॥੩॥ — paranvat naanak tin kee sarnaa jin too naahee veesri-aa. ||2||3||

ਜੀਵ ਆਪਣੀਆਂ ਇੰਦ੍ਰੀਆਂ ਤੇ ਕਾਬੂ ਨਹੀਂ ਰਖਦਾ (ਜਤੀ), ਪ੍ਰਭ ਦੇ ਕੀਤੇ ਤੇ ਭਰੋਸਾ ਨਹੀਂ ਰਖਦਾ, ਸੂਝਵਾਲੇ ਤੋਂ ਰਸਤੇ ਦੀ ਜਾਣਕਾਰੀ ਲੈ ਕੇ ਨਹੀਂ ਚਲਦਾ । ਆਪਣਾ ਮਾਨਸ ਜੀਵਨ ਮੂਰਖਾ ਦੀ ਤਰ੍ਹਾਂ ਹੀ ਗਵਾ ਲੈਂਦਾ ਹੈ । ਆਪਣੀ ਗਲਤੀ ਦਾ ਪਛਤਾਵਾਂ ਕਰਕੇ, ਆਪਾ ਪ੍ਰਭ ਦੀ ਸ਼ਰਣ ਵਿੱਚ ਭੇਟਾ ਕਰਨ ਨਾਲ, ਪ੍ਰਭ ਸ਼ਰਣ ਵਿੱਚ ਆਏ ਦੀ ਲਾਜ ਰਖਦਾ ਹੈ ।

Self-minded may not control his worldly desires nor keep a steady and stable belief on the teachings of His Word. He may not even try to understand the right path for human life nor adopts the teachings of His Word in his day-to-day life. He may waste his human life opportunity like a fool. Whosoever may realize his foolishness, mistakes, repent, and regret. He must surrender his self-entity at His Sanctuary. The Merciful True Master always protects the honor of His humble true devotee.

Key Message of Rehras, page 12-2
'ਆਪਾ ਭੇਟਾ ਕਰਨਾ, ਪ੍ਰਵਾਨਗੀ ਦਾ ਰਸਤਾ!
ਜੀਵ, ਸਮੁੰਦਰ ਨਾਲੋ ਗੰਭੀਰ, ਨਾ ਅੰਤ ਜਾਣੇ ਵਾਲੇ ਪ੍ਰਭ ਦੀ ਰਚਾਈ ਹੋਈ ਸ੍ਰਿਸ਼ਟੀ ਵਿੱਚ ਵਸਦਾ ਹੈ । ਜਿਹੜਾ ਆਪਣੀ ਗਲਤੀ ਜਾਣਕੇ, ਪ੍ਰਭ ਦੀ ਸ਼ਰਣ ਵਿੱਚ ਆਪਾ ਭੇਟਾ ਕਰਦਾ ਹੈ! ਪ੍ਰਭ ਸ਼ਰਣ ਵਿੱਚ ਆਏ ਦੀ ਲਾਜ ਰਖਦਾ ਹੈ ।
Surrendering Self-entity, the right path of salvation!
The True Master may be very mysterious ocean, beyond any imagination of His Creation. Whosoever may repent, regrets, and surrenders his self-entity at His Sanctuary. The True Master always protects the honor of His true devotee!

38. ਆਸਾ ਮਹਲਾ ੫॥ (12-6) Aasaa Mehlaa 5.

ਭਈ ਪਰਾਪਤਿ ਮਾਨੁਖ ਦੇਹੁਰੀਆ॥ — bha-ee paraapat maanukh dayhuree-aa.
ਗੋਬਿੰਦ ਮਿਲਣ ਕੀ ਇਹ ਤੇਰੀ ਬਰੀਆ॥ — gobind milan kee ih tayree baree-aa.
ਅਵਰਿ ਕਾਜ ਤੇਰੈ ਕਿਤੈ ਨ ਕਾਮ॥ — avar kaaj tayrai kitai na kaam.
ਮਿਲੁ ਸਾਧਸੰਗਤਿ ਭਜੁ ਕੇਵਲ ਨਾਮ॥੧॥ — mil saaDhsangat bhaj kayval naam. ||1||

ਪ੍ਰਭ ਨੇ ਮਾਨਸ ਜੀਵਨ ਕੇਵਲ ਸਿਮਰਨ ਕਰਨ ਲਈ ਹੀ ਬਖਸ਼ਿਆ ਹੈ, ਇਹ ਹੀ ਪ੍ਰਭ ਨੂੰ ਮਿਲਣ ਦਾ ਮੌਕਾ ਹੈ । ਜਿਹੜਾ ਸੰਸਾਰ ਵਿੱਚ ਹੋਰ ਦੁਨੀਆਵੀ ਸੁਖਾਂ ਲਈ ਯਤਨ, ਕੰਮ ਕਰਦਾ ਹੈ, ਸਭ ਬਿਰਥੇ ਹੀ ਹਨ । ਸੰਤ ਸਰੂਪ ਨਾਲ ਮਿਲਕੇ ਸਿਮਰਨ ਕਰੋ! ਅੰਤ ਵਿੱਚ ਇਹ ਹੀ ਕੰਮ ਆਉਂਦਾ ਹੈ ।

The True Master has blessed soul with human life to meditate and to adopt the teachings of His Word in her day-to-day life. Human life may be the only opportunity to redeem herself to become worthy of His Consideration. All other worldly chores may be useless for the purpose of human life. You should join the conjugation of His Holy saint and meditate on the teachings of His Word. Your earnings of His Word may be your witness in His Court.

ਸਰੰਜਾਮਿ ਲਾਗੁ ਭਵਜਲ ਤਰਨ ਕੈ॥ — saraNjaam laag bhavjal taran kai.
ਜਨਮੁ ਬ੍ਰਿਥਾ ਜਾਤ ਰੰਗਿ ਮਾਇਆ ਕੈ॥੧॥ ਰਹਾਉ॥ — janam baritha jaat rang maa-i-aa kai. ||1|| rahaa-o.

ਅਜੇ ਵੀ ਸਮਾਂ ਹੈ, ਕੋਸ਼ਿਸ਼ ਕਰੋ! ਉਸ ਕੰਮ ਵਿੱਚ ਲਗ ਜਾਵੋ । ਜਿਹੜੇ ਜੂੰਨਾਂ ਦੇ ਚੱਕਰ ਵਿਚੋਂ ਮੁਕਤੀ ਦੇ ਰਸਤੇ ਤੇ ਪਾਉਣ, ਤੇਰਾ ਪਾਰ ਉਤਾਰਾ ਹੋ ਜਾਵੇ । ਤੂੰ ਸੰਸਾਰਕ ਸੁਖਾਂ ਵਾਸਤੇ ਕੰਮ ਕਰਦਾ, ਧਨ ਇਕੱਠਾ ਕਰਦਾ ਹੈ, ਇਹ ਸਾਰਾ ਬਿਰਥਾ ਹੀ ਹੈ, ਸਾਥ ਨਹੀਂ ਜਾਣਾ ।

You are still alive! You may still have an opportunity to adopt the teachings of His Word with steady and stable belief; with His mercy and grace, you may be blessed with the right path of salvation. Worldly wealth, comforts may be useless for the real purpose of human life to support in His Court.

ਜਪੁ ਤਪੁ ਸੰਜਮੁ ਧਰਮੁ ਨ ਕਮਾਇਆ॥ — jap tap sanjam Dharam na kamaa-i-aa.
ਸੇਵਾ ਸਾਧ ਨ ਜਾਨਿਆ ਹਰਿ ਰਾਇਆ॥ — sayvaa saaDh na jaani-aa har raa-i-aa.
ਕਹੁ ਨਾਨਕ ਹਮ ਨੀਚ ਕਰੰਮਾ॥ — kaho naanak ham neech karammaa.
ਸਰਣਿ ਪਰੇ ਕੀ ਰਾਖਹੁ ਸਰਮਾ॥ ੨॥੪॥ — saran paray kee raakho sarmaa. ||2||4||

ਇਸ ਸੰਸਾਰ ਵਿੱਚ ਆ ਕੇ ਤੂੰ ਕੋਈ ਚੰਗਾ ਕੰਮ, ਕੋਈ ਬੰਦਗੀ, ਇੰਦ੍ਰੀਆਂ ਤੇ ਕਾਬੂ, ਸੰਤ ਸਰੂਪ ਦੀ ਸੇਵਾ ਨਹੀਂ ਕੀਤੀ ਹੈ, ਪ੍ਰਭ ਨੂੰ ਅਟਲ ਅਸਲੀ ਮਾਲਕ ਨਹੀਂ ਮੰਨਿਆ ਹੈ । ਤੂੰ ਹਰ ਵੇਲੇ ਨੀਚਾਂ ਵਾਲੇ ਕੰਮ ਕਰਦਾ ਹੈ । ਅਜੇ ਵੀ ਸਮਾਂ ਹੈ, ਆਪਣਾ ਰਸਤਾ ਬਦਲੋ! ਪ੍ਰਭ ਦੀ ਸ਼ਰਣ ਵਿੱਚ ਆਪਾ ਭੇਟਾ ਕਰੋ! ਉਹ ਭੁਲਾਂ ਬਖਸ਼ਣ ਵਾਲਾ ਮਾਲਕ ਤੇਰੇ ਤੇ ਵੀ ਰਹਿਮਤ ਬਖਸ਼ੇ ਗਾ ।

You have not done any good deed for mankind nor control your worldly desires. You have not served His Holy saint nor accepted The True Master as an ultimate, Axiom Commander. You are always performing mean deeds to hurt others. You are still alive! You may still have an opportunity to change your path, regret and repent your mistakes. You should surrender your self-entity at His Sanctuary. The Merciful True Master, ocean of forgiveness may bless the right path of human life journey.

Key Message of Rehras, page 12-6
'ਮਾਨਸ ਜਨਮ, ਆਤਮਾ ਪਵਿੱਤਰ ਕਰਨ ਦਾ ਮੌਕਾ ਹੈ!
ਪ੍ਰਭ ਨੇ ਮਾਨਸ ਜੀਵਨ ਕੇਵਲ ਸਿਮਰਨ ਕਰਨ ਲਈ ਹੀ ਬਖਸ਼ਿਆ ਹੈ, ਇਹ ਹੀ ਪ੍ਰਭ ਨੂੰ ਮਿਲਣ ਦਾ ਮੌਕਾ ਹੈ । ਸ਼ਰਣ ਵਿੱਚ ਆਪਾ ਭੇਟਾ ਕਰਨ ਨਾਲ ਪ੍ਰਵਾਨਗੀ ਦਾ ਰਸਤਾ ਬਖਸ਼ਿਸ਼ ਹੋ ਸਕਦਾ ਹੈ!
Human life opportunity, time to sanctify soul!
The True Master has blessed human life opportunity to redeem, sanctify his soul to become worthy of His Consideration. Whosoever may surrender his entity at His Sanctuary, he may be blessed with the right path of acceptance!

ਕੀਰਤਨ ਸੋਹਿਲਾ!

39. ਸੋਹਿਲਾ ਰਾਗੁ ਗਉੜੀ ਦੀਪਕੀ ਮਹਲਾ ੧॥ (12-10) Ga-orhee Deepkee Mehlaa 1

ੴ ਸਤਿਗੁਰ ਪ੍ਰਸਾਦਿ॥ — ik-oNkaar satgur parsaad.
ਜੈ ਘਰਿ ਕੀਰਤਿ ਆਖੀਐ, ਕਰਤੇ ਕਾ ਹੋਇ ਬੀਚਾਰੋ॥ — jai ghar keerat aakhee-ai kartay kaa ho-ay beechaaro.
ਤਿਤੁ ਘਰਿ ਗਾਵਹੁ ਸੋਹਿਲਾ, ਸਿਵਰਹੁ ਸਿਰਜਣਹਾਰੋ॥ ੧॥ — tit ghar gaavhu sohilaa sivrahu sirjanhaaro. ||1||

ਜਿਸ ਘਰ ਵਿੱਚ ਪ੍ਰਭ ਦੇ ਸ਼ਬਦ ਦਾ ਕੀਰਤਨ, ਸਿਮਰਨ ਹੁੰਦਾ, ਉਸ ਦੀ ਹੌਂਦ ਦਾ ਵਿਚਾਰ ਹੁੰਦਾ ਹੈ । ਉਸ ਘਰ ਵਿੱਚ ਹਮੇਸ਼ਾਂ ਹੀ ਪ੍ਰਭ ਦੀਆਂ ਰਹਿਮਤਾਂ ਦਾ ਧੰਨਵਾਦ, ਸਿਮਰਨ ਹੁੰਦਾ ਹੈ ।

In any house, any place, His true devotee may be meditating, singing, discussing, and explaining the teachings of His Word. In that place, His true devotee always sings the glory of His Word, His Blessings.

ਤੁਮ ਗਾਵਹੁ ਮੇਰੇ ਨਿਰਭਉ ਕਾ ਸੋਹਿਲਾ॥ — tum gaavhu mayray nirbha-o kaa sohilaa.
ਹਉ ਵਾਰੀ ਜਾਉ ਜਿਤੁ ਸੋਹਿਲੈ, ਸਦਾ ਸੁਖੁ ਹੋਇ॥੧॥ ਰਹਾਉ॥ — ha-o vaaree jaa-o Jit sohilaisadaa sukh ho-ay. ||1|| rahaa-o.

ਮੇਰੇ ਪਿਆਰੇ ਮਿੱਤਰੋ! ਤੁਸੀ ਵੀ ਉਸ ਸ੍ਰਿਸ਼ਟੀ ਨੂੰ ਸਾਜਨ ਵਾਲੇ ਦਾ ਸਿਮਰਨ ਕਰੋ! ਮੈ ਕਰਬਾਨ ਜਾਵਾਂ! ਸਿਮਰਨ ਕਰਨ ਨਾਲ ਸਦਾ ਖੁਸ਼ੀ, ਖੇੜਾ ਵਰਤਦਾ ਹੈ ।

Let us all join and sing the glory of The True Creator and His Word. I am fascinated from His Glory, His Word. Whosoever may meditate on the teachings of His Word; with His mercy and grace, he may be blessed with peace, and blossom.

ਨਿਤ ਨਿਤ ਜੀਅੜੇ ਸਮਾਲੀਅਨਿ, ਦੇਖੈਗਾ ਦੇਵਣਹਾਰੁ॥ — nit nit jee-arhay samaalee-an daykhaigaa dayvanhaar.
ਤੇਰੇ ਦਾਨੈ ਕੀਮਤਿ ਨ ਪਵੈ, ਤਿਸੁ ਦਾਤੇ ਕਵਣੁ ਸੁਮਾਰੁ॥੨॥ — tayray daanai keemat naa pavai tis daatay kavan sumaar. ||2||

ਪ੍ਰਭ ਆਪਣੀ ਸਾਜੀ ਹੋਈ ਸ੍ਰਿਸ਼ਟੀ ਦੀ ਹਰ ਵੇਲੇ ਹੀ ਦੇਖ ਭਾਲ (ਸੰਭਾਲਣਾ) ਕਰਦਾ ਹੈ, ਉਹ ਸਭ ਕੁਝ ਦੇਖਦਾ, ਜਾਣਦਾ ਹੈ । ਉਸ ਦੀਆਂ ਅਣਮੋਲ ਦਾਤਾਂ ਦੀ ਕੀਮਤ ਜਾਣੀ ਨਹੀਂ ਜਾ ਸਕਦੀ, ਨਾ ਹੀ ਉਸ ਮਾਲਕ ਨੂੰ ਵੀ ਕਿਸੇ ਦੇ ਬਰਾਬਰ ਤੁਲਨਾ, ਪਰਖਿਆ ਜਾ ਸਕਦਾ ।

The Omnipresent True Master always nourishes and protects His Creation. He monitors everything in their day-to-day life. His Blessings are priceless, precious jewels and the true significance of His Blessings may not be fully imagined.

ਸੰਬਤਿ ਸਾਹਾ ਲਿਖਿਆ, ਮਿਲਿ ਕਰਿ ਪਾਵਹੁ ਤੇਲੁ॥ — sambat saahaa likhi-aa mil kar paavhu tayl.
ਦੇਹੁ ਸਜਣ ਆਸੀਸੜੀਆ, ਜਿਉ ਹੋਵੈ ਸਾਹਿਬ ਸਿਉ ਮੇਲੁ॥੩॥ — dayh sajan aaseesrhee-aa Ji-o hovai saahib si-o mayl. ||3||

ਮੌਤ ਦਾ ਸਮਾਂ ਅਟਲ, ਮਿਥਿਆ ਹੈ । ਇਹ ਸੋਗ ਦਾ ਸਮਾਂ ਨਹੀਂ, ਸਗੋਂ ਪ੍ਰਭ ਨੂੰ ਮਿਲਣ ਦੀ ਘੜੀ ਹੈ । ਪ੍ਰਭ ਨੇ ਮੈਨੂੰ ਵਾਪਸ ਸੱਦ ਲਿਆ ਹੈ । ਸਾਰੇ ਮਿਲਕੇ ਇਸ ਸੱਦੇ ਲਈ ਪ੍ਰਭ ਦਾ ਧੰਨਵਾਦ ਕਰੀਏ । ਇਸ ਮੌਕੇ ਤੇ ਸਾਰੇ ਮਿੱਤਰ ਰਲ ਕੇ, ਮੇਰੇ ਲਈ ਅਰਦਾਸ ਕਰੋ । ਮੇਰਾ ਅਸਲੀ ਮਾਲਕ ਨਾਲ ਸੰਜੋਗ ਹੋ ਜਾਵੇ ।

The time of death is predetermined and unavoidable. This may not be time to grievance, rather a time to be united with The True Master. He has invited the soul back in His Court. Let us join to sing the glory and gratitude for this priceless invitation. His departing soul may be blessed and accepted in His Sanctuary.

ਘਰਿ ਘਰਿ ਏਹੋ ਪਾਹੁਚਾ, ਸਦੜੇ ਨਿਤ ਪਵੰਨਿ॥ — ghar ghar ayho paahuchaa sad-rhay nit pavann.
ਸਦਣਹਾਰਾ ਸਿਮਰੀਐ, ਨਾਨਕ ਸੇ ਦਿਹ ਅਵੰਨਿ॥੪॥੧॥੨੦॥ — sadanhaaraa simree-ai naanak say dih aavann. ||4||1||20||

ਜਿਹੜਾ ਜੀਵ ਸੰਸਾਰ ਵਿੱਚ ਜਨਮ ਲੈਂਦਾ, ਉਸ ਦੀ ਮੌਤ ਦਾ ਸਮਾਂ/ ਘੜੀ ਪਹਿਲੇ ਹੀ ਮਿਥੀ ਜਾਂਦੀ ਹੈ । ਇਹ ਕੋਈ ਅਣਹੋਣੀ ਘਟਨਾ ਨਹੀਂ ਹੈ! ਹਰ ਰੋਜ਼ ਹੀ ਕੋਈ ਨਾ ਕੋਈ ਇਸ ਸੰਸਾਰ ਵਿਚੋਂ ਜਾਂਦਾ ਹੈ (ਮਰਦਾ ਹੈ) । ਉਸ ਸੱਦਣ ਵਾਲੇ ਨੂੰ ਹਰ ਸਮੇਂ ਯਾਦ ਰਖੋ! ਤੇਰਾ ਸਮਾਂ ਵੀ ਨਜ਼ਦੀਕ ਹੈ ।

Whosoever may take a birth in the universe, his time of death has been predetermined by The True Master. Death may not be a strange event, only happen to one creature; Every day new life may be created or destroyed, death. Remember! The True Master who has sent invitation for soul to return. The time of your death is predetermined and approaching.

Key Message of Raag Gauree Mehlaa page 12-10
'ਗੁਰਮਖ ਦਾ ਮੌਤ ਦਾ ਸਮਾਂ!
ਜਿਸ ਘਰ ਵਿੱਚ ਪ੍ਰਭ ਦੇ ਸ਼ਬਦ ਦਾ ਕੀਰਤਨ, ਸਿਮਰਨ ਹੁੰਦਾ, ਉਸ ਦੀ ਹੌਂਦ ਦਾ ਵਿਚਾਰ ਹੁੰਦਾ ਹੈ । ਉਸ ਘਰ ਵਿੱਚ ਹਮੇਸ਼ਾਂ ਹੀ ਪ੍ਰਭ ਦੀਆਂ ਰਹਿਮਤਾਂ ਦਾ ਧੰਨਵਾਦ, ਹੁੰਦਾ ਹੈ । ਉਸ ਦੇ ਜੀਵਨ ਵਿੱਚ ਸਦਾ ਹੀ ਖੁਸ਼ੀ, ਖੇੜਾ ਵਰਤਦਾ ਹੈ । ਪ੍ਰਭ ਆਪਣੀ ਸਾਜੀ ਹੋਈ ਸ੍ਰਿਸ਼ਟੀ ਦੀ ਹਰ ਵੇਲੇ ਹੀ ਦੇਖ ਭਾਲ (ਸੰਭਾਲਣਾ) ਕਰਦਾ ਹੈ, ਉਹ ਸਭ ਕੁਝ ਦੇਖਦਾ, ਜਾਣਦਾ ਹੈ । ਉਸ ਮਾਲਕ ਨੂੰ ਵੀ ਕਿਸੇ ਦੇ ਬਰਾਬਰ ਤੁਲਨਾ, ਪਰਖਿਆ ਜਾ ਸਕਦਾ । ਮੌਤ ਦਾ ਸਮਾਂ ਅਟਲ, ਮਿਥਿਆ ਹੈ । ਗੁਰਮਖ ਮੌਤ ਦੇ ਸਮੇਂ ਨੂੰ ਪ੍ਰਭ ਦੇ ਮਿਲਣ ਦੀ ਘੜੀ ਸਮਝਦਾ ਹੈ ।
Time of death of His true devotee!
Whosoever may always be meditating, singing, discussing, and explaining the teachings of His Word; he may remain overwhelmed with His Blessings, peace, happiness, and blossom. The Omnipresent True Master always nourishes and protects His Creation. His Blessings are priceless, precious jewels and the true significance of His Blessings may not be fully imagined. The time of death remains predetermined, unavoidable, and unpredictable; His true devotee considers death as a time to be united with The True Master

40. ਰਾਗੁ ਆਸਾ ਮਹਲਾ ੧॥ (12-16) Raag Aasaa Mehlaa 1

ਗੁਰੂ ਨਾਨਕ ਦੇਵ ਜੀ! – Guru Nanak Dev Ji! Guru Granth Sahib

ਛਿਅ ਘਰ ਛਿਅ ਗੁਰ ਛਿਅ ਉਪਦੇਸ॥ — chhi-a ghar chhi-a gur chhi-a updays.
ਗੁਰ ਗੁਰੁ ਏਕੋ ਵੇਸ ਅਨੇਕ॥੧॥ — gur gur ayko vays anayk. ||1||

ਸੰਸਾਰ ਵਿੱਚ ਅਨੇਕਾਂ ਧਾਰਮਕ ਸੰਸਥਾਂ, ਪ੍ਰਭ ਦਾ ਸੁਨੇਹਾ ਦੇਣ ਵਾਲੀਆਂ ਜਗ੍ਹਾਂ ਹਨ । ਅਨੇਕਾਂ ਹੀ ਸੰਤ ਸਰੂਪ ਉਪਦੇਸ਼ ਕਰਨ ਵਾਲੇ ਅਤੇ ਅਨੇਕਾਂ ਹੀ ਬਾਣੀਆਂ, ਕੁਰਾਨ, ਪਰਾਨ, ਗ੍ਰੰਥ, ਆਦਿ ਹਨ, ਸਾਰੀਆਂ ਹੀ ਪ੍ਰਭ ਦੇ ਅਨੇਕਾਂ ਰੂਪ ਹਨ, ਸਾਰੇ ਹੀ ਠੀਕ ਰਸਤੇ ਹਨ ।

***(ਮੰਦਿਰ, ਮਸਜਦ, ਧਰਮਸਾਲਾ, ਗੁਰਦਾਵਾਰੇ; ਛਿਅ – ਛਿਅ ਨੰਬਰ ਤੋਂ ਨਹੀਂ, ਇਕ ਤੋਂ ਵਧ ਵਾਸਤੇ ਵਰਤਿਆ ਗਿਆ ਹੈ !)**

ਧਾਰਮਕ ਸੰਸਥਾਂ–ਮੰਦਿਰ, ਮਸਜਦ, ਧਰਮਸਾਲਾ, ਗੁਰਦਾਵਾਰੇ
ਬਾਣੀਆਂ– ਕਰਾਨ, ਪਰਾਨ, ਗੁਰੂ ਗ੍ਰੰਥ ਸਾਹਿਬ, ਆਦਿ
ਛਿਅ – ਛਿਅ ਨੰਬਰ ਤੋਂ ਨਹੀਂ, ਇਕ ਤੋਂ ਵਧ ਵਾਸਤੇ ਵਰਤਿਆ ਗਿਆ ਹੈ ।

In the world! there are countless religions to spread the spiritual message of His Holy Spirit, His Word to His Creation. Countless Holy prophets, gurus, saints to preach His Word; several Holy Scriptures to guide His Creation to the right path. All Holy Scriptures, Holy Shrines and Holy Saints are the true symbol of The True Master; all teaches the right path of acceptance in His Court.

ਜੈ ਘਰਿ ਕਰਤੇ ਕੀਰਤਿ ਹੋਇ॥ — jai ghar kartay keerat ho-ay.
ਸੋ ਘਰੁ ਰਾਖੁ ਵਡਾਈ ਤੋਹਿ॥੧॥ ਰਹਾਉ॥ — so ghar raakh vadaa-ee tohi. ||1|| rahaa-o.

ਜਿਸ ਅਸਥਾਨ ਤੇ ਜੀਵ ਪ੍ਰਭ ਦੇ ਸ਼ਬਦ ਦਾ ਕੀਰਤਨ, ਗੁਣ ਗਾਉਂਦਾ, ਸਿਮਰਨ ਕਰਦਾ ਹੈ, ਉਸ ਅਸਥਾਨ ਤੇ ਮਨ ਵਿੱਚ ਪ੍ਰਭ ਦਾ ਖੇੜਾ ਬਖਸ਼ਿਸ਼ ਹੋ ਜਾਂਦਾ ਹੈ । ਉਸ ਦੀ ਆਤਮਾ ਦੀ ਮਹਿਮਾਂ ਬੁਹਤ ਉੱਚੀ ਹੋ ਜਾਂਦੀ ਹੈ ।

Wherever, His true devotee may meditate and sings the glory of His Word; His true devotee may be blessed with blossom, and contentment. His soul may be blessed with unique status and greatness.

ਵਿਸੁਏ ਚਸਿਆ ਘੜੀਆ ਪਹਰਾ — visu-ay chasi-aa gharhee-aa pahraa
ਥਿਤੀ ਵਾਰੀ ਮਾਹੁ ਭਇਆ॥ — thitee vaaree maahu bha-i-aa.
ਸੂਰਜੁ ਏਕੋ ਰੁਤਿ ਅਨੇਕ॥ ਨਾਨਕ ਕਰਤੇ ਕੇ ਕੇਤੇ ਵੇਸ॥੨॥ ੩੦॥ — sooraj ayko rut anayk. naanak kartay kay kaytay vays. ||2||30||

ਜਿਵੇਂ ਇਕ ਸੂਰਜ ਨਾਲ ਹੀ ਵੱਖਰੀਆਂ ਰੁੱਤਾਂ, ਮੌਸਮ ਆਉਂਦੇ ਹਨ, ਇਸਤਰ੍ਹਾਂ ਇਕੋ ਇਕ ਅਸਲੀ ਮਾਲਕ ਦੇ ਅਨੇਕਾਂ ਰੂਪ, ਰੰਗ ਹਨ । ਜਿਸਤਰ੍ਹਾਂ ਦੀ ਭਾਵਨਾ ਨਾਲ ਪ੍ਰਭ ਤੇ ਭਰੋਸਾ ਰਖਕੇ ਉਸ ਦਾ ਦਾਸ ਯਾਦ ਕਰਦਾ ਹੈ । ਪ੍ਰਭ ਆਪਣੀ ਇਛਾ ਨਾਲ ਉਸ ਹੀ ਰੂਪ ਵਿੱਚ ਪ੍ਰਗਟ ਹੋ ਸਕਦਾ, ਦਾਸ ਨੂੰ ਮਹਿਸੂਸ ਹੋ ਜਾਂਦਾ ਹੈ ।

As one Sun creates various weather patterns in the universe. Same way! The One and Only One God, True Master may appear in countless colors, forms, shapes, and structures. His true devotee may remember and pray with his imagination, The True Master may appear in the same form and shape within his mind and becomes his savior.

Key Message of Raag Aasaa, page 12-16
ਪ੍ਰਭ ਦਾ ਦਸਵਾਂ ਦਰ!
ਜਿਹੜਾ ਪ੍ਰਭ ਦੇ ਵਿਛੋੜੇ ਵਿੱਚ ਸ਼ਬਦ ਦਾ ਕੀਰਤਨ, ਗੁਣ ਗਾਉਂਦਾ ਹੈ, ਉਸ ਦੇ ਮਨ ਵਿੱਚ ਸਦਾ ਚਲਣ ਵਾਲੀ ਧੁਨ ਸੁਣਾਈ ਦੇਂਦੀ ਹੈ । ਉਸ ਦਾ ਦਸਵਾਂ ਦਰ ਖੁਲ੍ਹ ਜਾਂਦਾ ਹੈ । ਜਿਸ ਭਾਵਨਾ ਨਾਲ ਪ੍ਰਭ ਦਾ ਦਾਸ, ਭਰੋਸਾ ਰਖਕੇ ਯਾਦ ਕਰਦਾ ਹੈ, ਉਸ ਹੀ ਰੂਪ ਵਿੱਚ ਆਪਣੀ ਇਛਾ ਨਾਲ ਪ੍ਰਗਟ ਹੋ ਜਾਂਦਾ ਹੈ । ਪ੍ਰਭ ਦਾ ਸ਼ਬਦ ਹੀ ਉਸ ਦੀ ਆਤਮਾ ਦੇ ਚਾਰੇ ਪਾਸੇ ਲੋਹੇ ਦੀ ਦੀਵਾਰ ਬਣ ਜਾਂਦਾ ਹੈ । ਆਤਮਾ ਪ੍ਰਭ ਦੀ ਸ਼ਰਣ ਵਿੱਚ ਦਾਖਲ ਹੋ ਜਾਂਦੀ ਹੈ ।
10th door, His Royal Throne!
Whosoever may remain in renunciation of the memory of his separation from His Holy Spirit; he may hear the everlasting echo of His Word resonate within. His 10th door, His Royal palace may be opened for his soul! His true devotee, may imagine in renunciation in the memory of his separation from His Holy Spirit; with His mercy and grace, The True Master appear in the same form and shape within his mind to comfort his soul. His Word becomes an impenetrable shield around his soul; accepted in His Sanctuary!

ਆਰਤੀ

41. ਰਾਗੁ ਧਨਾਸਰੀ ਮਹਲਾ ੧॥ (13-1) Raag Dhanaasree Mehlaa 1

ਗਗਨ ਮੈ ਥਾਲੁ ਰਵਿ ਚੰਦੁ ਦੀਪਕ ਬਨੇ, — gagan mai thaal rav chand deepak banay
ਤਾਰਿਕਾ ਮੰਡਲ ਜਨਕ ਮੋਤੀ॥ — taarikaa mandal janak motee.
ਧੂਪੁ ਮਲਆਨਲੋ ਪਵਣੁ ਚਵਰੋ, — Dhoop mal-aanlo pavan chavro
ਕਰੇ ਸਗਲ ਬਨਰਾਇ ਫੂਲੰਤ ਜੋਤੀ॥੧॥ — karay sagal banraa-ay foolant jotee. ||1||

ਪ੍ਰਭ, ਅਕਾਸ਼ ਤੇਰੇ ਗੁਣ ਗਾਉਣ, ਧੰਨਵਾਦ ਕਰਨਵਾਲਾ ਪੰਡਾਲ ਹੈ । ਅਨੇਕਾਂ ਹੀ ਚੰਦ ਅਤੇ ਅਨੇਕਾਂ ਹੀ ਤਾਰੇ ਇਸ ਪੰਡਾਲ ਦੀ ਸ਼ਾਨ ਵਧਾਉਂਦੇ ਹਨ । ਅਨੇਕਾਂ ਹੀ ਕਿਸਮਾਂ ਦੇ ਪੌਦੇ, (ਫੁੱਲ, ਬੂਟੇ,) ਸੁਗੰਧ ਦੇਂਦੇ ਹਨ । ਇਹ ਹਵਾ ਸਾਰੇ ਮੰਡਲ ਵਿੱਚ ਮਹਿਕ ਵਰਸਾਉਂਦੀ, ਇਹ ਸ੍ਰਿਸ਼ਟੀ ਹੀ ਤੇਰੀ ਭੇਟਾ ਹੈ ।

The sky is the stage to sing Your Glory. Many moons and stars enhance Your Embellishment and Glory. Countless flowers and plants are spreading the aroma. Air spreads the fragrance and the whole universe is as Your Offering.

ਕੈਸੀ ਆਰਤੀ ਹੋਇ॥ ਭਵ ਖੰਡਨਾ ਤੇਰੀ ਆਰਤੀ॥ — kaisee aartee ho-ay. bhav khandnaa tayree aartee.
ਅਨਹਤਾ ਸ਼ਬਦ ਵਾਜੰਤ ਭੇਰੀ॥੧॥ ਰਹਾਉ॥ — anhataa sabad vaajant bhayree. ||1|| rahaa-o.

ਪ੍ਰਭ, ਮੈਂ ਕਿਸਤਰ੍ਹਾਂ ਦੀ ਆਰਤੀ, ਪੂਜਾ, ਧੰਨਵਾਦ ਕਰਾ । ਮੇਰੇ ਕੋਲ ਕੇਵਲ ਤੇਰਾ ਬਖਸ਼ਿਆ ਹੋਇਆ ਸ਼ਬਦ ਹੀ ਹੈ, ਸਵਾਸ ਸਵਾਸ ਨਾਲ ਸਿਮਰਨ ਕਰਦਾ ਹਾ ।

The Axiom True Master! How may I worship, sing Your Glory, and pray for Your Forgiveness and Refuge? I am singing the glory of Your Blessed Word with each breath as my prayer for Your Forgiveness and Refuge.

ਸਹਸ ਤਵ ਨੈਨ ਨਨ, ਨੈਨ ਹਹਿ ਤੋਹਿ ਕਉ, — sahas tav nain nan nain heh tohi ka-o
ਸਹਸ ਮੂਰਤਿ ਨਨਾ ਏਕ ਤੋੁਹੀ॥ — sahas moorat nanaa ayk tohee.
ਸਹਸ ਪਦ ਬਿਮਲ ਨਨ, ਏਕ ਪਦ ਗੰਧ ਬਿਨੁ, — sahas pad bimal nan ayk pad ganDh bin
ਸਹਸ ਤਵ ਗੰਧ ਇਵ ਚਲਤ ਮੋਹੀ॥੨॥ — sahas tav ganDh iv chalat mohee. ||2||

ਗੁਰੂ ਨਾਨਕ ਦੇਵ ਜੀ! – Guru Nanak Dev Ji! Guru Granth Sahib

ਪ੍ਰਭ ਮੈਂ ਦੇਖਦਾ ਹਾ! ਤੇਰੀਆ ਅਨੇਕਾਂ ਦੇਖਣ ਵਾਲੀਆਂ ਅੱਖਾਂ, ਅਨੇਕਾਂ ਹੀ ਰੂਪ, ਅਨੇਕਾਂ ਹੀ ਪੈਰ, ਅਨੇਕਾਂ ਹੀ ਸੁੰਘਣ ਵਾਲੇ ਨੱਕ, ਅਨੇਕਾਂ ਹੀ ਚਰਨ ਹਨ । ਇਹ ਵੀ ਦੇਖਦਾ ਹਾ! ਤੇਰੀ ਕੋਈ ਅੱਖ, ਪੈਰ, ਨੱਕ, ਚਰਨ ਨਹੀਂ! ਕੋਈ ਇਕ ਸਥਿਤ ਰੂਪ (ਅਕਾਰ) ਨਹੀਂ ਹੈ । ਮੈਂ ਇਸ ਤੇ ਬੁਹਤ ਅਚੰਭਾ ਹੋ ਗਿਆ ਹਾ । ਇਸ ਹੀ ਵੱਖਰੇ ਪਨ ਨੇ ਬੁਹਤ ਪ੍ਰਭਾਵਤ ਕੀਤਾ ਹੈ ।

My True Master, I may see! You have many eyes, ears, noses, feet astonishing beauty. Next moment! I may see no eyes, no ears, no noses, foot, nor any visible shape either. I am entranced from Your Unique Existence.

ਸਭ ਮਹਿ ਜੋਤਿ ਜੋਤਿ ਹੈ ਸੋਇ॥ sabh meh jot jot hai so-ay.
ਤਿਸ ਦੈ ਚਾਨਣਿ ਸਭ ਮਹਿ ਚਾਨਣੁ ਹੋਇ॥ tis dai chaanan sabh meh chaanan ho-ay.
ਗੁਰ ਸਾਖੀ ਜੋਤਿ ਪਰਗਟੁ ਹੋਇ॥ gur saakhee jot pargat ho-ay.
ਜੋ ਤਿਸੁ ਭਾਵੈ ਸੁ ਆਰਤੀ ਹੋਇ॥੩॥ jo tis bhaavai so aartee ho-ay. ||3||

ਪ੍ਰਭ ਸਭ ਜੀਵਾਂ ਵਿੱਚ ਤੇਰੀ ਜੋਤ ਵਸਦੀ, ਸੋਝੀ ਬਖਸ਼ੀ ਹੈ । ਇਸ ਨਾਲ ਹੀ ਸਾਰੀ ਸ੍ਰਿਸ਼ਟੀ ਵਿੱਚ ਗਿਆਨ, ਚਾਨਣ ਹੋਇਆ ਹੈ । ਤੇਰੇ ਸ਼ਬਦ ਦੀ ਸਿਖਿਆਂ ਨਾਲ ਹੀ ਸ੍ਰਿਸ਼ਟੀ ਵਿਚੋਂ ਅਗਿਆਨਤਾ ਦਾ ਅੰਧੇਰਾ ਦੂਰ, ਚਾਨਣ ਹੋ ਗਿਆ ਹੈ । ਤੇਰੀ ਰਹਿਮਤ ਨਾਲ ਹੀ ਜੀਵ ਨੂੰ ਸੋਝੀ ਬਖਸ਼ਿਸ਼ ਹੁੰਦੀ ਹੈ, ਉਹ ਤੇਰੀ ਹੋਂਦ ਮਹਿਸੂਸ ਕਰ ਸਕਦਾ ਹੈ । ਜਿਹੜੀ ਬੰਦਗੀ ਤੇਰੇ ਦਰਬਾਰ ਵਿੱਚ ਪ੍ਰਵਾਨ ਹੋ ਜਾਂਦੀ ਹੈ, ਉਹ ਹੀ ਤੇਰੀ ਪੂਜਾ, ਆਰਤੀ ਹੈ ।

Your Holy Spirit along with the enlightenment of the essence of Your Word remains embedded within every soul. The teachings of Your Word have enlightened the whole universe. Whosoever may be bestowed with Your Blessed Vision, he may realize Your Existence, Your Holy Spirt prevailing everywhere. Whose meditation may be accepted in Your Court; his meditation may be the right meditation, worship and prayer for Your Forgiveness and Refuge.

ਹਰਿ ਚਰਣ ਕਵਲ ਮਕਰੰਦ ਲੋਭਿਤ, har charan kaval makrand lobhit
ਮਨੋ ਅਨਦਿਨੋ ਮੋਹਿ ਆਹੀ ਪਿਆਸਾ॥ mano andino mohi aahee pi-aasaa.
ਕ੍ਰਿਪਾ ਜਲੁ ਦੇਹਿ ਨਾਨਕ ਸਾਰਿੰਗ ਕਉ, kirpaa jal deh naanak saaring ka-o
ਹੋਇ ਜਾ ਤੇ ਤੇਰੈ ਨਾਇ ਵਾਸਾ॥੪॥ ੩॥ ho-ay jaa tay tayrai naa-ay vaasaa. ||4||3||

ਮੇਰੇ ਮਨ ਵਿੱਚ ਹਮੇਸ਼ਾਂ ਹੀ ਪ੍ਰਭ ਨੂੰ ਮਿਲਣ ਦੀ ਇਛਾਂ, ਲਾਲਚ, ਖਾਹਿਸ਼, ਪਿਆਸ ਰਹਿੰਦੀ ਹੈ । ਪ੍ਰਭ ਰਹਿਮਤ ਬਖਸ਼ੋ! ਮੇਰੇ ਮਨ ਵਿੱਚ ਸ਼ਬਦ ਦੀ ਸੋਝੀ ਘਰ ਕਰ ਜਾਵੇ । ਮੈਂ ਸ਼ਬਦ ਦੇ ਸਿਮਰਨ ਵਿੱਚ ਲੀਨ ਹੋਇਆ ਹੀ ਪ੍ਰਭ ਦੀ ਜੋਤ ਵਿੱਚ ਅਲੋਪ ਹੋ ਜਾਵਾ ।

My True Master! I am always anxious to be enlightened with essence of Your Word; to be blessed with the right path of acceptance in Your Court. I may be drenched with the essence of Your Word. I may remain intoxicated in meditation in the void of Your Word! I may be absorbed within Your Holy Spirit.

Key Message of Aarti, page 13-1
'ਸ਼ਬਦ ਨਾਲ ਜੀਵਨ ਢਾਲਣਾ ਹੀ ਅਸਲੀ ਪੂਜਾ ਹੈ!
ਅਕਾਸ਼ ਪ੍ਰਭ ਦੇ ਗੁਣ ਗਾਉਣ ਵਾਲਾ ਪੰਡਾਲ; ਚੰਦ, ਤਾਰੇ ਸ਼ਾਨ ਵਧਾਉਂਦੇ ਹਨ, ਸ੍ਰਿਸ਼ਟੀ ਤੇਰੀ ਹੀ ਪੈਦਾ ਕੀਤੀ ਹੈ । ਸ਼ਬਦ ਦੇ ਗੁਣ ਗਾਉਣਾ, ਜੀਵਨ ਢਾਲਣਾ ਹੀ ਤੇਰੀ ਪੂਜਾ ਹੈ!
Adopting essence of His Word in own life is true Worship!
Sky is the podium to sing Your Glory, all the stars, moons enhance the glory of Your Podium. To sing the glory of Your Virtues and to adopt in own life may be Your True Worship!

42. ਰਾਗੁ ਗਉੜੀ ਪੂਰਬੀ ਮਹਲਾ ੪॥ (13-8) Raag Ga-orhee Poorbee Mehlaa 4.

ਕਾਮਿ ਕਰੋਧਿ ਨਗਰੁ ਬਹੁ ਭਰਿਆ, ਮਿਲਿ ਸਾਧੂ ਖੰਡਲ ਖੰਡਾ ਹੇ॥ kaam karoDh nagar baho bhari-aa mil saaDhoo khandal khanda hay.
ਪੂਰਬਿ ਲਿਖਤ ਲਿਖੇ ਗੁਰੁ ਪਾਇਆ, ਮਨਿ ਹਰਿ ਲਿਵ ਮੰਡਲ ਮੰਡਾ ਹੇ॥੧॥ poorab likhat likhay gur paa-i-aa man, har liv mandal mandaa hay. ||1||

ਜੀਵ ਦਾ ਮਨ ਕਾਮ, ਕਰੋਧ ਨਾਲ ਭਰੇ ਭਾਂਡੇ ਦੀ ਤਰ੍ਹਾਂ ਹੈ, ਜਿਸ ਨੂੰ ਸੰਤ ਸਰੂਪ ਦੀ ਸੰਗਤ ਬਖਸ਼ਿਸ਼ ਹੋ ਜਾਂਦੀ ਹੈ । ਜਿਹੜਾ ਉਸ ਦੇ ਜੀਵਨ ਦੀ ਸਿਖਿਆਂ ਨਾਲ ਆਪਣਾ ਜੀਵਨ ਢਾਲਦਾ ਹੈ, ਉਸ ਨੂੰ ਹੀ ਮਨ ਦੀਆਂ ਬੁਰੀਆਂ ਇਛਾਂ ਤੇ ਜਿੱਤ ਬਖਸ਼ਿਸ਼ ਹੋ ਸਕਦੀ ਹੈ । ਪਿਛਲੇ ਜਨਮ ਦੇ ਕੀਤੇ ਕੰਮਾਂ ਨਾਲ ਸੰਤ ਦੀ ਸੰਗਤ, ਇਹ ਅਵਸਥਾ ਬਖਸ਼ਿਸ਼ ਹੋ ਸਕਦੀ ਹੈ । ਉਹ ਸ਼ਬਦ ਦੀ ਪਾਲਣਾ, ਸਿਮਰਨ ਵਿੱਚ ਹੀ ਸ਼ਬਦ ਦੀ ਸਮਾਧੀ ਵਿੱਚ ਲੀਨ ਰਹਿੰਦਾ ਹੈ ।

Human mind is like a vessel overflowing with anger and sexual urge with stranger partner! Whosoever may be blessed with the conjugation of His Holy saint! He may adopt his life experience teachings in his own day-to-day life; with His mercy and grace, he may conquer the evil thoughts from within his mind. Whosoever may have a great prewritten destiny as a reward for his deeds of previous lives; he may be blessed with such a state of mind as His true devotee. He may remain intoxicated in obeying the teachings of His Word in the void of His Word.

ਕਰਿ ਸਾਧੂ ਅੰਜੁਲੀ ਪੁਨੁ ਵਡਾ ਹੇ॥ kar saaDhoo anjulee pun vadaa hay.
ਕਰਿ ਡੰਡਉਤ ਪੁਨੁ ਵਡਾ ਹੇ॥੧॥ ਰਹਾਉ॥ kar dand-ut pun vadaa hay. ||1|| rahaa-o

ਸਾਧੂ, ਮਹਾਤਮਾ ਦੀ ਸੇਵਾ ਕਰਨਾ, ਭੋਜਨ ਕਰਵਾਉਣਾ ਹੀ ਵਡਾ ਪੁੰਨ ਹੈ । ਤੇਰਾ ਰੂਪ ਸਮਝਕੇ ਨਮਸਕਾਰ, ਸਤਿਕਾਰ ਕਰਨਾ ਹੀ ਤੇਰੀ ਪੂਜਾ ਕਰਨਾ ਹੈ ।

To serve His Holy saints to provide comfort and offering food may be the biggest charities. Whosoever may honor His Holy saint as the symbol of The True Master; his service may be the true worship of The True Master.

ਸਾਕਤ ਹਰਿ ਰਸ ਸਾਦੁ ਨ ਜਾਣਿਆ, ਤਿਨ ਅੰਤਰਿ ਹਉਮੈ ਕੰਡਾ ਹੇ॥ saakat har ras saad na jaani-aa tin antar ha-umai kandaa hay.
ਜਿਉ ਜਿਉ ਚਲਹਿ ਚੁਭੈ ਦੁਖੁ ਪਾਵਹਿ, ji-o ji-o chaleh chubhai dukh paavahi
ਜਮਕਾਲੁ ਸਹਹਿ ਸਿਰਿ ਡੰਡਾ ਹੇ॥੨॥ Jamkaal saheh sir dandaa hay. ||2||

ਮਨਮੁਖ ਦੇ ਮਨ ਵਿੱਚ ਪ੍ਰਭ ਦੇ ਸ਼ਬਦ ਦੀ ਕੋਈ ਸੋਝੀ ਨਹੀ ਹੁੰਦੀ । ਉਸ ਦੇ ਮਨ ਵਿੱਚ ਅਹੰਕਾਰ, ਦਾ ਜ਼ੋਰ ਰਹਿੰਦਾ ਹੈ, ਜੀਵਨ ਵਿੱਚ ਸੰਸਾਰਕ ਇਛਾਂ ਦੀਆਂ ਭਟਕਣਾਂ, ਮੁਸੀਬਤਾਂ ਹੀ ਰਹਿੰਦੀਆਂ ਹਨ । ਉਹ ਜਮਦੂਤ ਦੇ ਕਾਬੂ ਵਿੱਚ, ਜਨਮ ਮਰਨ ਦੇ ਚੱਕਰ ਵਿੱਚ ਹੀ ਰਹਿੰਦਾ ਹੈ ।

Self-minded, faithless cynics remains ignorant from the teachings and significance of obeying the teachings of His Word. He may remain embedded within ego deep within his mind. He may remain frustrated and endures miseries in life. He may remain in the cycle of birth and death.

ਹਰਿ ਜਨ ਹਰਿ ਹਰਿ ਨਾਮਿ ਸਮਾਣੇ, ਦੁਖੁ ਜਨਮ ਮਰਣ ਭਵ ਖੰਡਾ ਹੇ॥ har jan har har naam samaanay dukh janam maran bhav khanda hay.
ਅਬਿਨਾਸੀ ਪੁਰਖੁ ਪਾਇਆ ਪਰਮੇਸਰੁ, abhinaasee purakh paa-i-aa parmaysar

ਬਹੁ ਸੋਭ ਖੰਡ ਬ੍ਰਹਮੰਡਾ ਹੇ॥੩॥ baho sobh khand barahmandaa hay. ||3||

ਜੀਵ, ਹਰਜਨ (ਪਵਿਤਰ ਆਤਮਾ) ਬਣਕੇ, ਪ੍ਰਭ ਦੇ ਸ਼ਬਦ ਦਾ ਸਿਮਰਨ ਕਰੋ! ਜਿਹੜਾ ਸ਼ਬਦ ਦੇ ਸਿਮਰਨ, ਪਲਣਾ ਵਿੱਚ ਅਡੋਲ ਭਰੋਸੇ ਨਾਲ ਲੀਨ ਹੋ ਜਾਂਦਾ ਹੈ । ਪ੍ਰਭ ਦੀ ਰਹਿਮਤ ਨਾਲ ਉਸ ਦਾ ਜਨਮ ਮਰਨ ਦਾ ਦੁਖ, ਚੱਕਰ ਕਟਿਆ ਜਾ ਸਕਦਾ ਹੈ । ਪ੍ਰਭ ਦੀ ਰਹਿਮਤ ਨਾਲ ਉਸ ਦੇ ਜੀਵਨ ਵਿੱਚ ਨਿਮ੍ਰਤਾ ਘਰ ਕਰ ਜਾਂਦੀ ਹੈ, ਉਸ ਨੂੰ ਪ੍ਰਵਾਨਗੀ ਦਾ ਅਸਲੀ ਰਸਤਾ ਬਖਸ਼ਿਸ਼ ਹੋ ਜਾਂਦਾ ਹੈ । ਉਸ ਦਾ ਆਪਾ ਮਿਟ ਜਾਂਦਾ ਹੈ, ਪ੍ਰਭ ਦਰਬਾਰ ਵਿੱਚ ਪ੍ਰਵਾਨ ਹੋ ਜਾਂਦਾ ਹੈ ।

You should renounce your evil thoughts, selfishness and obey the teachings of His Word with steady and stable belief in day-to-day life. Whosoever may remain intoxicated in meditation, obeying the teachings of His Word; with His mercy and grace, his cycle of birth and death may be eliminated. He may remain overwhelmed with humility in his life; he may be blessed with the right path of acceptance in His Court. He may conquer his selfishness; his soul may be accepted in His Court.

ਹਮ ਗਰੀਬ ਮਸਕੀਨ ਪ੍ਰਭ ਤੇਰੇ, ਹਰਿ ਰਾਖੁ ਰਾਖੁ ਵਡ ਵਡਾ ਹੇ॥ ham gareeb maskeen parabh tayray har raakh raakh vad vadaa hay.
ਜਨ ਨਾਨਕ ਨਾਮੁ ਅਧਾਰੁ ਟੇਕ ਹੈ, jan naanak naam aDhaar tayk hai
ਹਰਿ ਨਾਮੇ ਹੀ ਸੁਖੁ ਮੰਡਾ ਹੇ॥੪॥੪॥ har naamay hee sukh mandaa hay. ||4||4||

ਪ੍ਰਭ ਮੈਂ ਨਿਮਾਣਾ, ਸਮਰਥਾ ਰਹਿਤ ਤੇਰਾ ਦਾਸ ਹਾ! ਮੈਂ ਆਪਣਾ ਮਨ, ਤਨ, ਹੈਸੀਅਤ ਪ੍ਰਭ ਦੀ ਸ਼ਰਣ ਵਿੱਚ ਭੇਟਾ ਕਰਕੇ ਰਹਿਮਤ ਦੀ ਅਰਦਾਸ ਕਰਦਾ ਹਾ! ਸਭ ਤੋਂ ਵਡੇ ਬਖਸ਼ਣਹਾਰੇ ਪ੍ਰਭ, ਆਪ ਹੀ ਰਖਿਆ, ਸੰਭਾਲ ਕਰੋ! ਜਿਹੜਾ ਬਾਕੀ ਸਾਰੇ ਆਸਰੇ ਛਡਕੇ, ਪ੍ਰਭ ਦੇ ਬਖਸ਼ੇ ਤੇ ਭਰੋਸਾ ਅਡੋਲ ਰਖਦਾ ਹੈ, ਪ੍ਰਭ ਦੀ ਰਹਿਮਤ ਨਾਲ, ਉਸ ਦੇ ਮਨ ਵਿੱਚ ਖੇੜਾ ਵਸ ਜਾਂਦਾ ਹੈ ।

My True Master, I am humble, meek slave of Your Word! I have humbly surrendered my mind, body, worldly status, self-entity at Your Sanctuary! I am praying for Your Forgiveness and Refuge. The True Master, greatest of All, ocean of Forgiveness, protects my honor. Whosoever may renounce all other supports, hopes, and have a steady and stable belief on His Ultimate Command; with His mercy and grace, he may be enlightened and blessed with blossom in his life.

Key Message of Aarti, page 13-8
'ਆਪਾ ਭੇਟਾ ਕਰਨਾ ਹੀ ਪ੍ਰਵਾਨਗੀ ਦਾ ਰਸਤਾ ਹੈ!
ਜਿਹੜਾ ਅਡੋਲ ਭਰੋਸੇ ਨਾਲ ਸ਼ਬਦ ਦੀ ਪਲਣਾ ਵਿੱਚ ਲੀਨ ਹੋ ਜਾਂਦਾ ਹੈ । ਉਸ ਦੇ ਜੀਵਨ ਵਿੱਚ ਨਿਮ੍ਰਤਾ ਘਰ ਕਰ ਜਾਂਦੀ, ਆਪਾ ਮਿਟ ਜਾਂਦਾ ਹੈ । ਉਸ ਨੂੰ ਪ੍ਰਵਾਗੀ ਦਾ ਅਸਲੀ ਰਸਤਾ ਬਖਸ਼ਿਸ਼ ਹੋ ਜਾਂਦਾ ਹੈ ।
Surrendering Self-entity is the right path of salvation!
Whosoever may remain intoxicated in obey the teachings of His Word. He may be overwhelmed with humility in his life; his self-entity may be eliminated. He may be blessed with the right path of acceptance in His Court!

43. ਰਾਗੁ ਗਉੜੀ ਪੂਰਬੀ ਮਹਲਾ ੫॥ (13-14) Raag Ga-orhee Poorbee Mehlaa 5.

ਕਰਉ ਬੇਨੰਤੀ ਸੁਣਹੁ ਮੇਰੇ ਮੀਤਾ, ਸੰਤ ਟਹਲ ਕੀ ਬੇਲਾ॥ kara-o baynantee sunhu mayray meetaa sant tahal kee baylaa.
ਈਹਾ ਖਾਟਿ ਚਲਹੁ ਹਰਿ ਲਾਹਾ, ਆਗੈ ਬਸਨੁ ਸੁਹੇਲਾ॥੧॥ eehaa khaat chalhu har laahaa aagai basan suhaylaa. ||1||

ਜੀਵ, ਇਹ ਮਾਨਸ ਜੀਵਨ ਹੀ ਪ੍ਰਭ ਦੇ ਸ਼ਬਦ ਦਾ ਸਿਮਰਨ ਕਰਨ ਦਾ ਮੌਕਾ, ਸਮਾਂ ਹੈ । ਜਿਹੜਾ ਮਾਨਸ ਜੀਵਨ ਵਿੱਚ ਸ਼ਬਦ ਦੀ ਕਮਾਈ ਕਰਦਾ ਹੈ, ਉਸ ਦੀ ਸੰਸਾਰਕ ਯਾਤਰਾ ਸਫਲ ਹੋ ਜਾਂਦੀ ਹੈ । ਅਰਦਾਸ ਕਰੋ! ਪ੍ਰਭ ਸੰਤ ਸਰੂਪ ਦੀ ਸੰਗਤ, ਜੀਵਨ ਦਾ ਢੰਗ ਬਖਸ਼ੇ । ਜਿਹੜਾ ਸੰਤ ਦੇ ਜੀਵਨ ਦੀ ਸਿਖਿਆਂ ਨਾਲ ਜੀਵਨ ਢਾਲਦਾ ਹੈ, ਉਸ ਨੂੰ ਮਾਨਸ ਜੀਵਨ ਵਿੱਚ ਖੇੜਾ ਅਤੇ ਅੱਗੇ ਦਰਬਾਰ ਵਿੱਚ ਪ੍ਰਵਾਨਗੀ ਬਖਸ਼ਿਸ਼ ਹੋ ਸਕਦੀ ਹੈ ।

Remember! The True Master has blessed his soul another human life opportunity to be sanctified to become worthy of His Consideration. Whosoever may adopt the teachings of His Word with steady and stable belief; he may earn the wealth of His Word; with His mercy and grace, his human life may be rewarded. He may be blessed with the conjugation of His Holy saint! Whosoever may adopt his life experience teachings in his own day-to-day life; with His mercy and grace, he may be blessed with blossom in life and acceptance in His Court.

ਅਉਧ ਘਟੈ ਦਿਨਸੁ ਰੈਣਾਰੇ॥ o-oDh ghatai dinas rainaaray.
ਮਨ ਗੁਰ ਮਿਲਿ ਕਾਜ ਸਵਾਰੇ॥੧॥ ਰਹਾਉ॥ man, gur mil kaaj savaaray. ||1|| rahaa-o.

ਜੀਵ ਪ੍ਰਭ ਦਾ ਸਿਮਰਨ ਕਰੋ! ਮਾਨਸ ਜਨਮ ਦਾ ਮਿਥਿਆ ਸਮਾਂ ਹਰ ਦਿਨ ਘੱਟਦਾ ਜਾਂਦਾ ਹੈ । ਪ੍ਰਭ ਦੀ ਰਹਿਮਤ ਨਾਲ ਜਿਸ ਨੂੰ ਪ੍ਰਵਾਨਗੀ ਦਾ ਅਸਲੀ ਰਸਤਾ ਬਖਸ਼ਿਸ਼ ਹੋ ਜਾਂਦਾ ਹੈ, ਉਸ ਦਾ ਮਾਨਸ ਜੀਵਨ ਸਫਲ ਹੋ ਜਾਵੇ, ਜਨਮ ਮਰਨ ਤੋਂ ਛੁਟਕਾਰਾ ਬਖਸ਼ਿਸ਼ ਹੋ ਜਾਂਦਾ ਹੈ ।

You should meditate on the teachings of His Word! Remember! Your predetermined time of human life journey may be diminishing every moment, every day. Whosoever may be blessed with the right path of acceptance in His Court; with His mercy and grace, his human life opportunity may be rewarded. His cycle of birth and death may be eliminated.

ਇਹੁ ਸੰਸਾਰੁ ਬਿਕਾਰੁ ਸੰਸੇ ਮਹਿ, ਤਰਿਓ ਬ੍ਰਹਮ ਗਿਆਨੀ॥ ih sansaar bikaar sansay meh tari-o barahm gi-aanee.
ਜਿਸਹਿ ਜਗਾਇ ਪੀਆਵੈ ਇਹੁ ਰਸੁ, ਅਕਥ ਕਥਾ ਤਿਨਿ ਜਾਨੀ॥੨॥ jisahi jagaa-ay pee-aavai ih ras akath kathaa tin jaanee. ||2||

ਸੰਸਾਰ ਮਾਇਆ ਦਾ ਗੰਭੀਰ ਜਾਲ ਹੈ, ਜੀਵ ਭਰਮਾਂ ਵਿੱਚ ਲਾਲਚ, ਫਰੇਬ ਦੇ ਧੰਦੇ ਕਰਦਾ ਰਹਿੰਦਾ ਹੈ । ਗੁਰਮਖ ਜੀਵ ਸ਼ਬਦ ਦਾ ਸਿਮਰਨ ਕਰਦਾ ਬਚ ਜਾਂਦਾ ਹੈ । ਜਿਸ ਨੂੰ ਆਪ ਹੀ ਸ਼ਬਦ ਦੇ ਲੜ ਲਾਉਂਦਾ ਹੈ, ਉਹ ਸ਼ਬਦ ਦੀ ਪਾਲਣਾ ਕਰਦਾ ਹੈ; ਉਸ ਨੂੰ ਪ੍ਰਵਾਨਗੀ ਦਾ ਅਸਲੀ ਰਸਤਾ, ਸ਼ਬਦ ਦੀ ਸੋਝੀ ਬਖਸ਼ਦਾ ਹੈ ।

The World may be a very mysterious ocean, overwhelmed with sweet poison of worldly wealth. Self-minded may remain intoxicated in religious suspicions and useless deceptive deeds. His true devotee may adopt the teachings of His Word; he may be saved from demon of worldly desires. Whosoever may be blessed with devotion to meditate, he may adopt the teachings of His Word; with His mercy and grace, he may be enlightened with the right path of acceptance in His Court.

ਜਾ ਕਉ ਆਏ ਸੋਈ ਬਿਹਾਝਹੁ, ਹਰਿ ਗੁਰ ਤੇ ਮਨਹਿ ਬਸੇਰਾ॥ jaa ka-o aa-ay so-ee bihaajhahu har gur tay maneh basayraa.
ਨਿਜ ਘਰਿ ਮਹਲੁ ਪਾਵਹੁ ਸੁਖ ਸਹਜੇ, ਬਹੁਰਿ ਨ ਹੋਇਗੋ ਫੇਰਾ॥੩॥ nij ghar mahal paavhu sukh sehjay bahur na ho-igo fayraa. ||3||

ਗੁਰੂ ਨਾਨਕ ਦੇਵ ਜੀ! – Guru Nanak Dev Ji! Guru Granth Sahib

ਜੀਵ ਯਾਦ ਰਖੋ! ਜਿਸ ਕਾਰਨ ਪ੍ਰਭ ਨੇ ਮਾਨਸ ਜੀਵਨ ਬਖਸ਼ਿਆ ਹੈ, ਉਹ ਹੀ ਕਰਤਬ ਕਰੋ! ਜਿਹੜਾ ਆਪਣੇ ਮਾਨਸ ਜਨਮ ਦਾ ਮੰਤਵ ਜਾਣ ਜਾਂਦਾ ਹੈ, ਉਹ ਆਪਣੇ ਮਨ ਅੰਦਰ ਹੀ ਖੋਜ ਕਰਦਾ ਹੈ । ਉਸ ਨੂੰ ਸ਼ਬਦ ਦੀ ਸੋਝੀ, ਪ੍ਰਭ ਦੀ ਹੋਂਦ ਮਹਿਸੂਸ ਹੋ ਜਾਂਦੀ ਹੈ! ਉਹ ਆਪਣੇ ਅੰਦਰ ਹੀ ਵਸਣ ਲਗ ਪੈਂਦਾ ਹੈ । ਉਸ ਨੂੰ ਸਾਰੇ ਹੀ ਸੁਖ, ਪ੍ਰਵਾਨਗੀ ਦਾ ਰਸਤਾ ਬਖਸ਼ਿਸ਼ ਹੋ ਜਾਂਦਾ ਹੈ । ਉਸ ਦਾ ਆਵਗਵਨ, ਜਨਮ ਮਰਨ ਦਾ ਚੱਕਰ ਖਤਮ ਹੋ ਜਾਂਦਾ ਹੈ ।

Remember! Why have you been blessed with another human life opportunity? You should only focus on the real purpose of human life! Whosoever may recognize the real purpose of his human life opportunity; he may search within his own mind. He may remain in renunciation in the memory of his separation from His Holy Spirit; with His mercy and grace, he may realize His Existence prevailing everywhere. He may dwell within his own body and mind. He may be blessed with the right path of acceptance in His Court and all comforts in worldly life. His cycle of reincarnation may be eliminated.

ਅੰਤਰਜਾਮੀ ਪੁਰਖ ਬਿਧਾਤੇ ਸਰਧਾ ਮਨ ਕੀ ਪੂਰੇ॥	antarjaamee purakh biDhaatay sarDhaa man kee pooray.
ਨਾਨਕ ਦਾਸੁ ਇਹੈ ਸੁਖੁ ਮਾਗੈ,	naanak daas ihai sukh maagai
ਮੋ ਕਉ ਕਰਿ ਸੰਤਨ ਕੀ ਧੂਰੇ॥੪॥੫॥	mo ka-o kar santan kee Dhooray. ||4||5||

ਅੰਤਰਜਾਮੀ ਪ੍ਰਭ, ਜੀਵ ਦੀਆਂ ਸਾਰੀਆਂ ਇਛਾਂ ਨੂੰ ਆਪ ਹੀ ਜਾਣਦਾ ਹੈ, ਅਪਣੀ ਰਜ਼ਾ ਅਨੁਸਾਰ ਪੂਰੀਆਂ ਕਰਦਾ ਹੈ । ਜੀਵ ਹਮੇਸ਼ਾ ਹੀ ਇਕੋ ਇਕ ਅਰਦਾਸ ਕਰੋ! ਪ੍ਰਭ ਦੀ ਰਜ਼ਾ, ਭਾਣਾ ਨਿਮ੍ਰਤਾ ਨਾਲ ਕਾਬੂ ਕਰਕੇ, ਉਸ ਦੇ ਧੰਨਵਾਦ ਦੇ ਗੁਣ, ਸਿਮਰਨ ਵਿੱਚ ਲੀਨ, ਮਸਤ ਹੋ ਜਾਵੋ ।

The Omniscient True Master remains aware about all worldly desires, needs, and hopes of His Creation. He may bestow His Blessed Vision with His Imagination, as a reward of his deeds of previous lives. You should always pray for His Forgiveness and Refuge! You should humbly accept His Blessings as a worthy reward for your deeds. You should remain intoxicated in meditation and sing His gratitude

Key Message of Rahras, page 13-14
'ਮਾਨਸ ਜਨਮ, ਆਤਮਾ ਪਵਿੱਤਰ ਕਰਨ ਦਾ ਮੌਕਾ ਹੈ!
ਮਾਨਸ ਜੀਵਨ ਹੀ ਪ੍ਰਭ ਦੇ ਸ਼ਬਦ ਦਾ ਸਿਮਰਨ ਕਰਨ ਦਾ ਮੌਕਾ, ਸਮਾਂ ਹੈ । ਜਿਹੜਾ ਮਾਨਸ ਜੀਵਨ ਵਿੱਚ ਸ਼ਬਦ ਦੀ ਕਮਾਈ ਕਰਦਾ ਹੈ, ਉਸ ਦੀ ਸੰਸਾਰਕ ਯਾਤਰਾ ਸਫਲ ਹੋ ਜਾਂਦੀ ਹੈ । ਜਿਹੜਾ ਆਪਣੇ ਮਾਨਸ ਜਨਮ ਦਾ ਮੰਤਵ ਜਾਣ ਜਾਂਦਾ ਹੈ, ਉਹ ਆਪਣੇ ਮਨ ਅੰਦਰ ਹੀ ਖੋਜ ਕਰਦਾ ਹੈ । ਉਹ ਆਪਣੇ ਅੰਦਰ ਹੀ ਵਸਣ ਲਗ ਪੈਂਦਾ ਹੈ । ਅੰਤਰਜਾਮੀ ਪ੍ਰਭ, ਜੀਵ ਦੀਆ ਸਾਰੀਆਂ ਇਛਾਂ ਨੂੰ ਆਪ ਹੀ ਜਾਣਦਾ ਹੈ, ਅਪਣੀ ਰਜ਼ਾ ਅਨੁਸਾਰ ਪੂਰੀਆਂ ਕਰਦਾ ਹੈ ।
Human life opportunity to sanctify soul!
Human life may be an opportunity to adopt the teachings of His Word to sanctify his soul to become worthy of His Considerations! Whosoever may earn the wealth of His Word; his human life may be rewarded. Whosoever may recognize the real purpose of his human life opportunity; he may search within. He may dwell within his own body and mind. The Omniscient True Master remains aware about all worldly desires of His Creation; only his earnings of His Word would be rewarded!

Chapter 1

☬ ਸਿਰੀਰਾਗ (14-93) ☬

ੴ ਸਤਿ ਨਾਮੁ ਕਰਤਾ ਪੁਰਖੁ, ਨਿਰਭਉ ਨਿਰਵੈਰੁ ਅਕਾਲ ਮੂਰਤਿ ਅਜੂਨੀ ਸੈਭੰ ਗੁਰ ਪ੍ਰਸਾਦਿ॥

ik-oNkaar, sat naam, kartaa, purakh, nirbha-o, nirvair, akaal, moorat, ajoonee, saibhaN, gur parsaad.

1. **ਸਿਰੀਰਾਗ ਮਹਲਾ ਪਹਿਲਾ ੧ ਘਰੁ ੧॥** (14-2) **Sireeraag mehlaa pahilaa 1.**

ੴ ਸਤਿਗੁਰ ਪ੍ਰਸਾਦਿ॥ ik-oNkaar satgur parsaad.

ਸ੍ਰਿਸ਼ਟੀ ਨੂੰ ਪੈਦਾ ਕਰਨ ਵਾਲਾ, ਇਕੋ ਇਕ ਪ੍ਰਭ, ਤਿੰਨਾਂ ਪਛਾਣਾਂ (ਰੂਪ, ਰੰਗ, ਅਕਾਰ) ਤੋਂ ਰਹਿਤ ਹੈ । ਉਸ ਦੀ ਹੋਂਦ, ਸ਼ਬਦ, ਹੁਕਮ, ਭਾਣਾ ਅਟਲ ਹੈ । ਸ੍ਰਿਸ਼ਟੀ ਨੂੰ ਸੋਝੀ, ਚਾਨਣ ਬਖਸ਼ਣ ਵਾਲਾ ਅਟਲ ਮਾਲਕ ਹੈ । ਕੇਵਲ ਪ੍ਰਭ ਦੀ ਰਹਿਮਤ ਨਾਲ ਹੀ ਪ੍ਰਭ ਦੇ ਦਰਬਾਰ ਵਿੱਚ ਪ੍ਰਵਾਨਗੀ ਦਾ ਰਸਤਾ ਬਖਸ਼ਿਸ਼ ਹੋ ਸਕਦਾ ਹੈ । ਕਿਸੇ ਸੰਸਾਰਕ ਗੁਰੂ ਦੀ ਅਸੀਸ ਨਾਲ ਜਾ ਕੋਈ ਇਸਤਰ੍ਹਾਂ ਦੀ ਬੰਦਗੀ ਨਹੀਂ ਹੈ! ਜਿਸ ਨਾਲ ਬੰਦਗੀ, ਪ੍ਰਭ ਦੇ ਦਰਬਾਰ ਵਿੱਚ ਪ੍ਰਵਾਨ ਹੋ ਸਕਦੀ ਹੈ । ਪ੍ਰਭ ਤੇ ਕੋਈ ਵੀ ਪ੍ਰਭਾਵ, ਦੁਬਿਆ ਨਹੀਂ ਪਾਇਆ ਜਾ ਸਕਦਾ ।

The One and only One True Master, Creator of the universe remains beyond three limitations of recognitions known to mankind; skin color, body structure- size, and beauty. His Word, His Existence, Command true forever, prevails in the universe; nothing else may exist without His Command. His Word remains the fountain of enlightenment in the universe. Whosoever may be bestowed with His Blessed Vision; only he may be enlightened with the right path of acceptance in His Court. His earnings of His Word may be accepted in His Court. No external power, any saint, prophet, worldly guru may influence His Blessings.

ਮੋਤੀ ਤ ਮੰਦਰ ਊਸਰਹਿ, ਰਤਨੀ ਤ ਹੋਹਿ ਜੜਾਉ॥ motee ta mandar oosreh ratnee ta hohi jarhaa-o.
ਕਸਤੂਰਿ ਕੁੰਗੂ ਅਗਰਿ ਚੰਦਨਿ, ਲੀਪਿ ਆਵੈ ਚਾਉ॥ kastoor kungoo agar Chandan leep aavai chaa-o.
ਮਤੁ ਦੇਖਿ ਭੂਲਾ ਵੀਸਰੈ, ਤੇਰਾ ਚਿਤਿ ਨ ਆਵੈ ਨਾਉ॥੧॥ mat daykh bhoolaa veesrai tayraa chit na aavai naa-o. ||1||

ਗੁਰਮਖ ਨੂੰ ਕੀਮਤੀ ਘਰ, ਜਿਸ ਵਿੱਚ ਮੋਤੀ, ਰਤਨ ਜੜੇ ਹੋਣ, ਚੰਦਨ ਦੇ ਦਰਵਾਜੇ ਅਤੇ ਸਜਾਵਟ ਹੋਵੇ! ਕਸਤੂਰ ਦੀ ਸੁਗੰਦ ਆਉਂਦੀ ਹੋਵੇ! ਸੋਹਣੇ ਰੇਸ਼ਮੀ ਬਿਸਤਰ ਵੀ ਬਖਸ਼ਿਸ਼ ਹੋ ਜਾਵੇ । ਇਹ ਸਭ ਕੁਝ ਪਾਉਣ ਤੇ ਵੀ, ਗੁਰਮਖ ਬਖਸ਼ਣ ਵਾਲੇ ਦਾ ਧੰਨਵਾਦ ਕਰਨਾ ਨਹੀਂ ਭੁਲਦਾ ।

His true devotee may be blessed with a house made of pearls, jewels, decorated with sandalwood doors, beautiful silky bed, and aroma of vermilion everywhere; even with all these luxuries. His true devotee may never forsake the teachings of His Word. He believes everything in the universe has been blessed, Trust of The True Master.

ਹਰਿ ਬਿਨੁ ਜੀਉ, ਜਲਿ ਬਲਿ ਜਾਉ॥ har bin jee-o jal bal jaa-o.
ਮੈ ਆਪਣਾ ਗੁਰੁ ਪੂਛਿ ਦੇਖਿਆ, ਅਵਰੁ ਨਾਹੀ ਥਾਉ॥੧॥ ਰਹਾਉ॥ mai aapnaa gur poochh daykhi-aa, avar naahee thaa-o. ||1|| rahaa-o.

ਪ੍ਰਭ ਦੀ ਰਹਿਮਤ ਤੋਂ ਬਿਨਾਂ ਇਹ ਸਭ ਕੁਝ ਬਖਸ਼ਿਸ਼ ਨਹੀਂ ਹੋ ਸਕਦਾ, ਹੋਰ ਕੋਈ ਇਹ ਸਮਰਥਾ ਵਾਲਾ ਨਹੀਂ ਹੈ । ਕੋਈ ਅਸਲੀ ਸਾਥੀ ਨਹੀਂ ਹੁੰਦਾ ।

Without the Blessed Vision of The True Master, nothing may be blessed nor any one may exist with such a power, greatness. No one may remain true companion of soul forever.

ਧਰਤੀ ਤ ਹੀਰੇ ਲਾਲ ਜੜਤੀ, ਪਲਘਿ ਲਾਲ ਜੜਾਉ॥ dhartee ta heeray laal jarh-tee palagh laal jarhaa-o.
ਮੋਹਣੀ ਮੁਖਿ ਮਣੀ ਸੋਹੈ, ਕਰੇ ਰੰਗਿ ਪਸਾਉ॥ mohnee mukh manee sohai karay rang pasaa-o.
ਮਤੁ ਦੇਖਿ ਭੂਲਾ ਵੀਸਰੈ, ਤੇਰਾ ਚਿਤਿ ਨ ਆਵੈ ਨਾਉ॥੨॥ mat daykh bhoolaa veesrai tayraa chit na aavai naa-o. ||2||

ਗੁਰਮਖ ਦੇ ਘਰ ਦੀ ਫਰਸ਼, ਪਲੰਘ ਤੇ ਹੀਰੇ, ਕੀਮਤੀ ਸਜਾਵਟ, ਸੋਹਣਾ ਸੁਲੱਖਣਾ ਜੀਵਨ ਸਾਥੀ, ਜੀਵਨ ਵਿਚ ਅਨੰਦ ਭਰਿਆ ਹੋਵੇ । ਇਹ ਸਭ ਕੁਝ ਪਾਉਣ ਤੇ ਵੀ ਗੁਰਮਖ ਬਖਸ਼ਣ ਵਾਲੇ ਦਾ ਧੰਨਵਾਦ ਕਰਨਾ ਨਹੀਂ ਭੁਲਦਾ ।

His true devotee may be blessed with an elegant home, castle with floor carved with diamond; bed decorated, sets with jewels, diamonds; gorgeous wise soul mate. He may have all luxuries, blossom, and comfort in his life; however, he may never forsake the teachings of His Word, The True Trustee Master.

ਸਿਧੁ ਹੋਵਾ, ਸਿਧਿ ਲਾਈ, ਰਿਧਿ ਆਖਾ ਆਉ॥ siDh hovaa siDh laa-ee riDh aakhaa aa-o.
ਗੁਪਤੁ ਪਰਗਟੁ ਹੋਇ ਬੈਸਾ, ਲੋਕੁ ਰਾਖੈ ਭਾਉ॥ gupat pargat ho-ay baisaa lok raakhai bhaa-o.
ਮਤੁ ਦੇਖਿ ਭੂਲਾ ਵੀਸਰੈ, ਤੇਰਾ ਚਿਤਿ ਨ ਆਵੈ ਨਾਉ॥੩॥ mat daykh bhoolaa veesrai tayraa chit na aavai naa-o. ||3||

ਗੁਰਮਖ ਨੂੰ ਭਗਤੀ ਨਾਲ, ਪ੍ਰਭ ਦੀ ਅਵਸਥਾ ਦੀ ਬਹੁਤ ਸੋਝੀ ਬਖਸ਼ਿਸ਼ ਹੋ ਜਾਵੇ । ਕਰਾਮਾਤਾਂ ਕਰਨ ਦੀ ਸ਼ਕਤੀ ਵੀ ਬਖਸ਼ਿਸ਼ ਹੋ ਜਾਵੇ, ਆਪਣੇ ਆਪ ਨੂੰ ਗੁਪਤ ਕਰ ਸਕੇ, ਸੰਸਾਰ ਵਿਚ ਉਸ ਦੀ ਸ਼ਕਤੀ ਦਾ ਡਰ ਹੋਵੇ । ਇਹ ਸਭ ਕੁਝ ਪਾਉਣ ਤੇ ਵੀ ਗੁਰਮਖ ਬਖਸ਼ਣ ਵਾਲੇ ਦਾ ਧੰਨਵਾਦ ਕਰਨਾ ਨਹੀਂ ਭੁਲਦਾ ।

His true devotee may be blessed with many enlightenments, secretes of His Nature; astonishing miracle power. He may disappear and appears with his own power; everyone may be afraid from his power. With all these miracles, control on other humans; however, he may never forget to sing His Glory. He remains gratitude for His Blessings.

ਸੁਲਤਾਨੁ ਹੋਵਾ ਮੇਲਿ ਲਸਕਰ, ਤਖਤਿ ਰਾਖਾ ਪਾਉ॥ sultaan hovaa mayl lascar takhat raakhaa paa-o.
ਹੁਕਮੁ ਹਾਸਲੁ ਕਰੀ ਬੈਠਾ, ਨਾਨਕਾ ਸਭ ਵਾਉ॥ hukam haasal karee baithaa naankaa sabh vaa-o
ਮਤੁ ਦੇਖਿ ਭੂਲਾ ਵੀਸਰੈ, ਤੇਰਾ ਚਿਤਿ ਨ ਆਵੈ ਨਾਉ॥4॥1॥ mat daykh bhoolaa veesrai tayraa chit na aavai naa-o._||4||2||

ਗੁਰਮਖ ਨੂੰ ਰਾਜ ਗੱਦੀ ਬਖਸ਼ਿਸ਼ ਹੋ ਜਾਵੇ, ਬਹੁਤ ਹੁਕਮ ਅੰਦਰ ਚਲਣ । ਇਤਨੀਆਂ ਸੰਸਾਰਕ ਪੱਦਵੀਆਂ ਬਖਸ਼ਿਸ਼ ਹੋਣ ਤੇ ਵੀ ਅਸਲੀ ਮਾਲਕ ਦਾ ਧੰਨਵਾਦ ਕਰਨਾ ਨਹੀਂ ਭੁਲਦਾ । ਜਿਸਤਰ੍ਹਾਂ ਪ੍ਰਭ ਦੀ ਰਹਿਮਤ ਨਾਲ ਸਭ ਕੁਝ ਬਖਸ਼ਿਸ਼ ਹੁੰਦਾ ਹੈ, ਇਕ ਪਲ ਵਿੱਚ ਪ੍ਰਭ ਸਭ ਕੁਝ ਖਤਮ ਵੀ ਹੋ ਸਕਦਾ ਹੈ ।

His true devotee may be blessed with a great kingdom; his command may prevail on many worldly powerful kings. He may be blessed with such an honor, power in the world; however, he may remain gratitude and never forgets to sing His Glory, The True Master, Trustee. Who may bestow such a greatness; He may deprive from everything in a twinkle of an eyes?

Key Message of Shree Raag page 14.2
ਪ੍ਰਭ ਦੇ ਦਾਸ ਦੀ ਮਨ ਦੀ ਅਵਸਥਾ (ਸੁਖ):
'ਗੁਰਮਖ ਨੂੰ ਭਾਵੇਂ ਸੰਸਾਰ ਵਿੱਚ ਸਭ ਕੁਝ ਪ੍ਰਾਪਤ ਵੀ ਹੋ ਜਾਵੇ, (ਧਨ, ਮਾਣ, ਤਾਕਤ)! ਫਿਰ ਵੀ ਉਸ ਦੇ ਮਨ ਵਿੱਚ ਪ੍ਰਭ ਦੀ ਰਹਿਮਤ ਦੀ ਇਛਾ ਰਹਿੰਦੀ ਹੈ । ਉਹ ਸਭ ਕੁਝ ਪ੍ਰਭ ਦੀ ਬਖਸ਼ਿਸ਼ ਸਮਝਦਾ, ਧੰਨਵਾਦ ਕਰਦਾ, ਸਿਮਰਨ ਵਿੱਚ ਹੀ ਲੀਨ ਰਹਿੰਦਾ ਹੈ ।
State of mind of His true devotee – state of comforts.
His true devotee may accomplish unlimited worldly wealth, honor, power over others as the King of kings; however, he always remembers! Everything has been blessed with His Blessed Vision, he has no virtues of his own. He remains intoxicated in renunciation in the memory of his separation from His Holy Spirit. Always remembers! He may take away everything in a twinkle of eyes.

2. **ਸਿਰੀਰਾਗੁ ਮਹਲਾ ੧॥ (14-9)**

ਕੋਟਿ ਕੋਟੀ ਮੇਰੀ ਆਰਜਾ, ਪਵਣੁ ਪੀਅਣੁ ਅਪਿਆਉ॥ kot kotee mayree aarjaa pavan pee-an api-aa-o.
ਚੰਦੁ ਸੂਰਜੁ ਦੁਇ ਗੁਫੈ ਨ ਦੇਖਾ, ਸੁਪਨੈ ਸਉਣ ਨ ਥਾਉ॥ chand sooraj du-ay gufai na daykhaa supnai sa-un na thaa-o.
ਭੀ ਤੇਰੀ ਕੀਮਤਿ ਨਾ ਪਵੈ, ਹਉ ਕੇਵਡੁ ਆਖਾ ਨਾਉ॥੧॥ bhee tayree keemat naa pavai ha-o kayvad aakhaa naa-o. ||1||

ਅਗਰ ਮੇਰੀ ਉਮਰ ਬਹੁਤ ਲੰਮੀ (ਹਜ਼ਾਰਾਂ ਹੀ ਸਾਲ) ਹੋ ਜਾਵੇ! ਜੀਵਨ ਵਾਸਤੇ ਹਵਾ ਤੋਂ ਬਿਨਾਂ ਹੋਰ ਕਿਸੇ ਭੋਜਨ ਦੀ ਜਰੂਰਤ ਨਾ ਪਵੇ । ਜਾ ਫਿਰ, ਮੈਂ ਗੁਫਾ ਵਿਚ ਰਹਿੰਦਾ ਹੋਵਾ, ਜਿਥੇ ਸੂਰਜ ਜਾ ਚੰਦ ਦੀ ਰੋਸ਼ਨੀ ਨਾ ਦੇਖਾ, ਸੌਣ ਜਾ ਅਰਾਮ ਕਰਨ ਦਾ ਕੋਈ ਮੌਕਾ ਵੀ ਨਾ ਮਿਲੇ । ਇਤਨੀਆਂ ਮੁਸ਼ਕਲਾਂ ਹੋਣ ਤੇ ਵੀ ਸ਼ਬਦ ਦੀ ਕੀਮਤ ਜਾਣੀ ਨਹੀਂ ਜਾ ਸਕਦੀ, ਫਿਰ ਵੀ ਤੇਰੀ ਰਹਿਮਤ ਦਾ ਧੰਨਵਾਦ ਹੀ ਕਰਦਾ ਜਾਵਾ ।

I may be blessed with a prosper long life of thousand years! I may not need anything, except air to survive or I may live in a cave with no light of Sun, Moon nor any resting place even in my dream. Even with all these miseries! I cannot imagine the true power of His Nature, The True Master. I remain gratitude, sing the glory of The True Master.

ਸਾਚਾ ਨਿਰੰਕਾਰੁ ਨਿਜ ਥਾਇ॥ saachaa nirankaar nij thaa-ay.
ਸੁਣਿ ਸੁਣਿ ਆਖਣੁ ਆਖਣਾ, ਜੇ ਭਾਵੈ ਕਰੇ ਤਮਾਇ॥੧॥ ਰਹਾਉ॥ sun sun aakhan aakh-naa jay bhaavai karay tamaa-ay. ||1|| rahaa-o.

ਅਟਲ ਪ੍ਰਭ ਆਪਣੀ ਮਰਜ਼ੀ ਨਾਲ ਆਪਣੀ ਬਣਾਈ ਮੂਰਤੀ ਵਿਚ ਮਸਤ ਹੈ । ਹਰਇਕ ਜੀਵ ਪੜ੍ਹਕੇ, ਕਿਸੇ ਤੋਂ ਸੁਣਕੇ, ਕਥਾ, ਕਹਾਣੀ, ਸੁਣਾਉਂਦਾ ਹੈ । ਜਿਸ ਤੇ ਆਪ ਹੀ ਰਹਿਮਤ ਦੀ ਨਜ਼ਰ ਬਖਸ਼ਦਾ ਹੈ, ਕੇਵਲ ਉਹ ਹੀ ਸ਼ਬਦ ਦੀ ਪਾਲਣਾ ਵਿਚ ਲੀਨ ਹੋ ਸਕਦਾ ਹੈ ।

The Axiom, Everlasting, Omnipresent True Master remains embedded within each soul and dwells in his body, structure of His Own Creation. Worldly saints, preachers may read Holy Scriptures or hear from others singing, preaching, sermon His Glory and Greatness. Whosoever may be bestowed with His Blessed Vision, only he may remain intoxicated in meditation in the void of His Word.

ਕੁਸਾ ਕਟੀਆ ਵਾਰ ਵਾਰ, ਪੀਸਣਿ ਪੀਸਾ ਪਾਇ॥ kusaa katee-aa vaar vaar peesan peesaa paa-ay.
ਅਗੀ ਸੇਤੀ ਜਾਲੀਆ, ਭਸਮ ਸੇਤੀ ਰਲਿ ਜਾਉ॥ agee saytee jaalee-aa bhasam saytee ral jaa-o.
ਭੀ ਤੇਰੀ ਕੀਮਤਿ ਨਾ ਪਵੈ, ਹਉ ਕੇਵਡੁ ਆਖਾ ਨਾਉ॥੨॥ bhee tayree keemat naa pavai ha-o kayvad aakhaa naa-o. ||2||

ਅਗਰ ਮੇਰੇ ਤਨ ਨੂੰ ਅੰਗ ਅੰਗ ਕੱਟ ਕੇ ਟੋਟੇ ਕੀਤੇ ਜਾਣ, ਫਿਰ ਇਸ ਨੂੰ ਪੀਸ ਕੇ ਆਟਾ ਬਣਾ ਦੇਵੇ, ਜਾ ਅੱਗ ਵਿਚ ਜਲਾ ਕੇ ਭਸਮ, ਮਿਟੀ ਵਿਚ ਰਲ ਜਾਵੇ । ਇਤਨੀਆਂ ਮੁਸ਼ਕਲਾਂ ਹੋਣ ਤੇ ਵੀ ਤੇਰੇ ਸ਼ਬਦ ਦੀ ਕੀਮਤ ਜਾਣੀ ਨਹੀਂ ਜਾ ਸਕਦੀ । ਮੈਂ ਫਿਰ ਵੀ ਤੇਰੀ ਰਹਿਮਤ ਦਾ ਧੰਨਵਾਦ ਹੀ ਕਰਦਾ ਜਾਵਾ ।

His true devotee may be blessed with such a state of mind; his limbs may be cut in pieces and grinded as powder or burned into ashes; however, even with all these hardships, the true significance of His Blessings cannot be imagined. His true devotee may never forsake singing the glory of His Word.

ਪੰਖੀ ਹੋਇ ਕੈ ਜੇ ਭਵਾ, ਸੈ ਅਸਮਾਨੀ ਜਾਉ॥ pankhee ho-ay kai jay bhavaa sai asmaanee jaa-o.
ਨਦਰੀ ਕਿਸੈ ਨ ਆਵਊ, ਨਾ ਕਿਛੁ ਪੀਆ ਨ ਖਾਉ॥ nadree kisai na aav-oo naa kichh pee-aa na khaa-o.
ਭੀ ਤੇਰੀ ਕੀਮਤਿ ਨਾ ਪਵੈ, ਹਉ ਕੇਵਡੁ ਆਖਾ ਨਾਉ॥੩॥ bhee tayree keemat naa pavai ha-o kayvad aakhaa naa-o. ||3||

ਅਗਰ ਮੈਂ ਪੰਛੀ ਦੀ ਤਰ੍ਹਾਂ ਅਸਮਾਨ ਵਿਚ ਉਡਾਰੀਆਂ ਮਾਰਾ, ਕਿਸੇ ਨੂੰ ਨਜ਼ਰ ਨਾ ਆਵਾ, ਮੈਨੂੰ ਭੁੱਖ ਜਾ ਪਿਆਸ ਨਾ ਲਗੇ । ਇਤਨੀਆਂ ਕਰਾਮਾਤਾਂ ਬਖਸ਼ਿਸ਼ ਹੋਣ ਤੇ ਵੀ ਤੇਰੇ ਸ਼ਬਦ ਦੀ ਕੀਮਤ, ਮਹੱਤਤਾ ਜਾਣੀ ਨਹੀਂ ਜਾ ਸਕਦੀ, ਫਿਰ ਵੀ ਤੇਰੀ ਰਹਿਮਤ ਦਾ ਧੰਨਵਾਦ ਹੀ ਕਰਦਾ ਜਾਵਾ ।

I may fly in the sky like a bird with my imagination! I may become invisible to others, need no food, survive on water only; however, the true significance of His Blessings cannot be imagined. His true devotee may never forsake singing the glory of His Word.

ਨਾਨਕ ਕਾਗਦ ਲਖ ਮਣਾ, ਪੜਿ ਪੜਿ ਕੀਚੈ ਭਾਉ॥ naanak kaagad lakh manaa parh parh keechai bhaa-o.
ਮਸੂ ਤੋਟਿ ਨ ਆਵਈ, ਲੇਖਣਿ ਪਉਣੁ ਚਲਾਉ॥ masoo tot na aavee laykhan pa-un chalaa-o.
ਭੀ ਤੇਰੀ ਕੀਮਤਿ ਨਾ ਪਵੈ, ਹਉ ਕੇਵਡੁ ਆਖਾ ਨਾਉ॥੪॥੨॥ bhee tayree keemat naa pavai ha-o kayvad aakhaa naa-o. ||4||||2||

ਅਨੇਕਾਂ ਲਿਖਤਾਂ ਪੜ੍ਹਕੇ, ਇਤਨੀਆਂ ਕਰਮਾਤਾਂ ਦੀ ਸੋਝੀ ਹੋ ਜਾਵੇ, ਫਿਰ ਵੀ ਤੇਰੀਆਂ ਕਰਮਾਤਾਂ, ਤੇਰੇ ਸ਼ਬਦ ਦਾ ਪੂਰਨ ਅੰਦਾਜ਼ਾ ਨਹੀਂ ਲਾਇਆ ਜਾ ਸਕਦਾ । ਇਤਨਾ ਗਿਆਨ ਹੋਣ ਤੇ ਵੀ ਤੇਰੇ ਸ਼ਬਦ ਦੀ ਕੀਮਤ ਜਾਣੀ ਨਹੀਂ ਜਾ ਸਕਦੀ, ਮੈਂ ਫਿਰ ਵੀ ਰਹਿਮਤਾਂ ਦਾ ਧੰਨਵਾਦ ਹੀ ਕਰਦਾ ਜਾਵਾ ।

I may read many Holy Scriptures and comprehend many miracles of Your Nature; however, the essence of Your Word and Nature cannot be fully imagined or comprehended. I may never forsake singing Your glory.

Key Message of Shree Raag page 14.9
ਪ੍ਰਭ ਦੇ ਦਾਸ ਦੀ ਮਨ ਦੀ ਅਵਸਥਾ (ਦੁਖ):
ਗੁਰਮਖ ਨੂੰ ਭਾਵੇਂ ਕਿਤਨੀਆਂ ਮੁਸ਼ਕਲਾ ਆ ਜਾਣ, ਕੋਈ ਸੁਖ ਦੀ ਆਸ ਵੀ ਨਾ ਹੋਵੇ! ਫਿਰ ਵੀ ਉਹ ਪ੍ਰਭ ਦੀਆਂ ਰਹਿਮਤਾਂ ਦਾ ਅੰਦਾਜ਼ਾ ਨਹੀਂ ਲਾ ਸਕਦਾ । ਉਹ ਸਭ ਕੁਝ ਪ੍ਰਭ ਦੀ ਬਖਸ਼ਿਸ਼ ਸਮਝਦਾ, ਧੰਨਵਾਦ ਕਰਦਾ, ਸਿਮਰਨ ਵਿੱਚ ਹੀ ਲੀਨ ਰਹਿੰਦਾ ਹੈ ।
State of mind of His true devotee – state of misery

His true devotee may endure unbearable tragedy in worldly life, caused by the tyrant worldly ruler. He may not see any end, hopes, or light. He cannot imagine the extent, limits of His Blessings; however, he always remembers, everything has been blessed with His Blessed Vision. No one has any power to create any misery in the worldly life. Worldly kings are only His Puppets. He remains intoxicated in renunciation of the memory of his separation from His Holy Spirit. Always remember! He may take away everything in a twinkle of eyes.

3. **ਸਿਰੀਰਾਗੁ ਮਹਲਾ ੧॥ (15-2)**

ਲੇਖੈ ਬੋਲਣੁ ਬੋਲਣਾ, ਲੇਖੈ ਖਾਣਾ ਖਾਉ॥ laykhai bolan bolnaa laykhai khaanaa khaa-o.
ਲੇਖੈ ਵਾਟ ਚਲਾਈਆ, ਲੇਖੈ ਸੁਣਿ ਵੇਖਾਉ॥ laykhai vaat chalaa-ee-aa laykhai sun vaykhaa-o.
ਲੇਖੈ ਸਾਹ ਲਵਾਈਅਹਿ, ਪੜੇ ਕਿ ਪੁਛਣ ਜਾਉ॥੧॥ laykhai saah lavaa-ee-ahi parhay ke puchhan jaa-o. ||1||

ਅਗਰ ਜਨਮ ਤੋਂ ਪਹਿਲੇ ਹੀ ਜੀਵ ਦੇ ਮੱਥੇ ਤੇ ਲਿਖਿਆ ਹੈ! ਜਿਹੜਾ ਉਸ ਨੇ ਬੋਲਣਾ, ਸੁਣਨਾ, ਸਵਾਸ ਲੈਣੇ, ਖਾਣਾ, ਜਿਸ ਥਾਂ ਤੇ ਘੁੰਮਣਾ ਹੈ, ਤਾ ਫਿਰ ਉਸ ਨੂੰ ਕਿਸੇ ਸੂਝਵਾਨ, ਸੰਤ, ਪੰਡਿਤ ਤੋਂ ਪੁਛਣ ਦੀ, ਕੋਈ ਕਰਮ ਕਰਨ ਦੀ ਕੀ ਜਰੂਰਤ ਹੈ?

As religious Holy Scripture describes everything have been prewritten before the birth of a creature! What and how much he may speak, wanders around, or listens, how many breaths be taken in life. What may be the significance, necessity to follow any wise person or saint for advice? What may be the necessity to work or earn any living either?

ਬਾਬਾ ਮਾਇਆ ਰਚਨਾ ਧੋਹੁ॥ baabaa maa-i-aa rachnaa Dhohu.
ਅੰਧੈ ਨਾਮੁ ਵਿਸਾਰਿਆ, ਨਾ ਤਿਸੁ ਏਹ ਨ ਓਹੁ॥ ੧॥ ਰਹਾਉ॥ anDhai Naam visaari-aa naa tis ayh na oh. ||1|| rahaa-o.

ਸੰਸਾਰਕ ਇਛਾਂ (ਸੰਸਾਰਕ ਵਸਤੂਆਂ, ਹੈਸੀਅਤ) ਦਾ ਖੇਲ ਬਹੁਤ ਧੋਖੇ ਵਾਲ ਚੱਕਰ ਹੈ । ਜੀਵ, ਇਸ ਵਿੱਚ ਫਸਕੇ, ਗਲਤ ਰਸਤੇ ਤੇ ਚਲ ਪੈਂਦਾ, ਮਾਨਸ ਜਨਮ ਦਾ ਅਸਲੀ ਮੰਤਵ, ਪ੍ਰਭ ਦਾ ਸ਼ਬਦ, ਆਪਣੇ ਅਸਲੀ ਕਰਤਬ ਨੂੰ ਭੁਲ ਜਾਂਦਾ ਹੈ । ਉਸ ਨੂੰ ਮਾਨਸ ਜਨਮ ਲੈਣ ਦਾ ਕੋਈ ਲਾਭ ਨਹੀਂ ਹੁੰਦਾ ।

The play of worldly desires, wealth may be very tricky and deceiving. Whosoever may be intoxicated with fantasy of sweet poison of worldly wealth; he may ignore, forgets the real purpose of human life opportunity, forsakes the teachings of His Word. He may adopt wrong path in his life. He may not benefit from his priceless human life opportunity.

ਜੀਵਨ ਮਰਣਾ ਜਾਇ ਕੈ, ਏਥੈ ਖਾਜੈ ਕਾਲਿ॥ jeevan marnaa jaa-ay kai aythai khaajai kaal.
ਜਿਥੈ ਬਹਿ ਸਮਝਾਈਐ, ਤਿਥੈ ਕੋਇ ਨ ਚਲਿਓ ਨਾਲਿ॥ jithai bahi samjaa-ee-ai tithai ko-ay na chali-o naal.
ਰੋਵਣ ਵਾਲੇ ਜੇਤੜੇ, ਸਭਿ ਬੰਨਹਿ ਪੰਡ ਪਰਾਲਿ॥੨॥ rovan vaalay jayt-rhay sabh baneh pand paraal. ||2||

ਜਿਹੜਾ ਵੀ ਜੀਵ ਸੰਸਾਰ ਵਿੱਚ ਜਨਮ ਲੈਂਦਾ ਹੈ, ਅੰਤ ਨੂੰ ਮਰ ਜਾਂਦਾ, ਸੰਸਾਰ ਵਿਚੋਂ ਚਲੇ ਜਾਂਦਾ ਹੈ । ਸੰਸਾਰਕ ਚੀਜ਼ਾਂ, ਸਬੰਧਾਂ ਨਾਲ ਜੋੜ, ਪ੍ਰਾਪਤੀ, ਪ੍ਰਭ ਦੇ ਦਰਬਾਰ ਵਿੱਚ, ਮਾਨਸ ਜਨਮ ਦੇ ਲੇਖੇ ਵਿੱਚ ਕੰਮ ਨਹੀਂ ਆਉਂਦੀ । ਜਿਹੜਾ ਕਿਸੇ ਦੀ ਮੌਤ ਦੇ ਵਿਛੋੜੇ ਵਿੱਚ ਕਲਪਦਾ ਹੈ, ਉਹ ਸੰਸਾਰਕ ਬੰਧਨਾਂ ਵਿੱਚ ਹੀ ਹੈ । ਉਸ ਨੇ ਵੀ ਮਾਨਸ ਜਨਮ ਵਿੱਚ ਕੁਝ ਨਹੀਂ ਪਾਇਆ ।

Whosoever may be born in the universe, eventually, dies at predetermined time. Worldly relationships, possessions may help in this worldly life; however, worldly possessions have no significance for the real purpose of human life opportunity. Whosoever may grieve on the death of anyone; he may remain entangled in worldly desires. He has not earned any wealth of His Word to carry along after death. He may not benefit from his human life journey.

ਸਭੁ ਕੋ ਆਖੈ, ਬਹੁਤੁ ਬਹੁਤੁ, ਘਟਿ ਨ ਆਖੈ ਕੋਇ॥ sabh ko aakhai bahut bahut ghat na aakhai ko-ay.
ਕੀਮਤਿ ਕਿਨੈ ਨ ਪਾਈਆ, ਕਹਣਿ ਨ ਵਡਾ ਹੋਇ॥ keemat kinai na paa-ee-aa kahan na vadaa ho-ay.
ਸਾਚਾ ਸਾਹਬੁ ਏਕੁ ਤੂ, ਹੋਰਿ ਜੀਆ ਕੇਤੇ ਲੋਅ॥੩॥ saachaa saahab ayk too hor jee-aa kaytay lo-a. ||3||

ਪ੍ਰਭ ਨੂੰ ਹਰਇਕ ਹੀ ਵਡਾ ਵਡਾ ਆਖਦਾ ਹੈ, ਕੋਈ ਵੀ ਛੋਟਾ ਨਹੀਂ ਆਖਦਾ । ਕਿਸੇ ਨੇ ਵੀ ਉਸ ਦੀ ਅਸਲੀ ਵਡਿਆਈ, ਪੂਰਨ ਤਰ੍ਹਾਂ ਜਾਣੀ ਨਹੀਂ ਹੈ, ਕੇਵਲ ਵਡਾ ਆਖਣ ਨਾਲ ਕੋਈ ਲਾਭ ਨਹੀਂ ਹੁੰਦਾ । ਇਕੋ ਇਕ ਪ੍ਰਭ ਹੀ, ਸ੍ਰਿਸ਼ਟੀ ਦਾ ਅਸਲੀ ਮਾਲਕ ਹੈ, ਬਾਕੀ ਸਾਰੇ ਜੀਵ ਹੀ ਉਸ ਦੇ ਭੇਜੇ ਆਏ ਹਨ ।

Everyone may read Holy Scriptures or listening from others to claim The True Master, the greatest of All! However, no one may comprehend His True Greatness nor benefit from his human life opportunity by singing His Glory, Greatness. The One and Only One, True Master, Creator of the universe! Everyone else may be only His Creation, Puppets

ਨੀਚਾ ਅੰਦਰਿ ਨੀਚ ਜਾਤਿ, ਨੀਚੀ ਹੂ ਅਤਿ ਨੀਚੁ॥ neechaa andar neech jaat neechee hoo at neech.
ਨਾਨਕੁ ਤਿਨ ਕੈ ਸੰਗਿ ਸਾਥਿ ਵਡਿਆ ਸਿਉ ਕਿਆ ਰੀਸ॥ naanak tin kai sang saath vadi-aa si-o ki-aarees.
ਜਿਥੈ ਨੀਚ ਸਮਾਲੀਅਨਿ, ਤਿਥੈ ਨਦਰਿ ਤੇਰੀ ਬਖਸੀਸ॥ ੪॥3॥ jithai neech samaalee-an tithai nadar tayree bakhsees. ||4||3||

ਆਪਣੇ ਆਪ ਨੂੰ ਛੋਟੀ ਹੈਸੀਅਤ ਵਾਲਾ, ਮਾੜਾ ਸਮਝੋ, ਨਿਮ੍ਰਤਾ ਵਾਲੇ ਬਣੋ । ਕੇਵਲ ਪ੍ਰਭ ਹੀ ਸਭ ਤੋਂ ਵਡਾ ਹੈ, ਬਾਕੀ ਸਾਰੇ ਹੀ ਉਸ ਤੋਂ ਛੋਟੇ ਹਨ । ਆਪਣੀ ਹੈਸੀਅਤ ਦਾ ਅਹੰਕਾਰ, ਪ੍ਰਭ ਦੀ ਰੀਸ ਨਾ ਕਰੋ, ਨਿਮ੍ਰਤਾ ਵਾਲੇ ਤੇ ਅਕਸਰ ਰਹਿਮਤ ਬਖਸ਼ਿਸ਼ ਹੋ ਜਾਂਦੀ ਹੈ ।

You should remain humble and consider yourself less wise, low status than others, and making mistakes in life. The One and Only One, True Master may be worthy to be called The Greatest of All. His Creation always survives on His Blessings. You should never claim to be a guru, saint nor boast about your knowledge and achievements. Only humble, meek devotee may be blessed with the right path of acceptance in His Court.

All religious Holy Scriptures claims!
The Creator, True Master prewrites the destiny of everyone before birth!
We may only perform worldly activities as prewritten!
What may be the necessity to do any work for living?

Key Message of Shree Raag page 15.2
ਅਗਰ ਜਨਮ ਤੋਂ ਪਹਿਲੇ ਹੀ ਜੀਵ ਦੇ ਭਾਗ ਮੱਥੇ ਤੇ ਲਿਖੇ ਹਨ! ਉਸ ਨੂੰ ਕੋਈ ਕਰਮ ਕਰਨ ਦੀ ਕੀ ਜਰੂਰਤ ਹੈ?
ਸੰਸਾਰਕ ਜੀਵਨ ਦਾ ਖੇਲ ਬਹੁਤ ਗੰਬੀਰ ਹੈ । ਸੰਸਾਰਕ ਮਾਇਆ ਜੀਵ ਦੇ ਸੁਚੇਤ ਮਨ ਰੂਪ ਵਿੱਚ, ਤਨ ਤੇ ਰਾਜ ਕਰਦੀ ਹੈ । ਤਿੰਨਾਂ ਰੂਪਾਂ, ਰਾਜਸ, ਸਾਤਕ, ਤਾਮਸ ਨਾਲ ਜੀਵ ਨੂੰ ਪੰਜਾਂ ਜਮਦੂਤਾਂ ਦਾ ਗੁਲਾਮ ਬਣਾ ਲੈਂਦੀ ਹੈ । ਸ਼ਿਵ, ਪ੍ਰਭ ਦੇ ਸ਼ਬਦ ਦੀ ਸਦਾ ਚਲਣ ਵਾਲੀ ਗੂੰਜ ਉਸ ਨੂੰ ਸੁਣਾਈ ਨਹੀ ਦੇਂਦੀ । ਉਹ ਮਾਨਸ ਜਨਮ ਦਾ ਅਸਲੀ ਰਸਤਾ, ਮੰਤਵ ਮਨ ਵਿਚੋਂ ਵਿਸਾਰ ਲੈਂਦਾ ਹੈ । ਉਹ ਧਾਰਮਕ ਰੀਤ ਰੀਵਾਜ ਕਰਦਾ, ਪ੍ਰਭ ਦੇ ਗੁਣ ਗਾਉਂਦਾ ਹੈ, ਉਸ ਨੂੰ ਸਭ ਤੋਂ ਵਡਾ ਵਡਾ ਪੁਕਾਰਦਾ ਹੈ । ਪ੍ਰਭ ਦੇ ਸ਼ਬਦ ਦੀ ਸਿਖਿਆਂ ਆਪਣੇ ਜੀਵਨ ਵਿੱਚ ਢਾਲਣ ਤੋਂ ਬਿਨਾਂ, ਉਸਤਤ ਗਾਉਣ, ਗੁਰੂ ਦੀ ਪੂਜਾ ਨਾਲ ਕੁਝ ਬਖਸ਼ਿਸ਼ ਨਹੀਂ ਹੁੰਦਾ । ਜਿਹੜਾ ਆਪਣੇ ਜੀਵਨ ਦਾ ਅਸਲੀ ਮੰਤਵ ਸਮਝ ਜਾਂਦਾ ਹੈ, ਸੰਸਾਰਕ ਮਾਇਆ ਦੇ ਜਾਲ ਵਿੱਚ ਨਹੀਂ ਫਸਦਾ, ਉਹ ਨਿਮਰਤਾ ਵਾਲ ਜੀਵਨ, ਸੰਤ ਸਰੂਪ ਦੇ ਜੀਵਨ ਦੀ ਸਿਖਿਆਂ ਨੂੰ ਆਪਣੇ ਜੀਵਨ ਵਿੱਚ ਢਾਲਦਾ ਹੈ । ਉਸ ਨੂੰ ਪ੍ਰਵਾਨਗੀ ਦਾ ਅਸਲੀ ਰਸਤਾ ਬਖਸ਼ਿਸ਼ ਹੋ ਜਾਂਦਾ ਹੈ!
Worldly life is a very mysterious play! Shakti, worldly wealth in three forms intoxicates the conscious mind (**ਸੁਚੇਤ ਮਨ**) to dominate the play of worldly life. Three worldly wealth control all activities of his worldly life journey. He may become a slave of 5 demons of worldly wealth. Shiv (His Word) remains embedded within his soul; he may never hear the everlasting echo of His Word resonating within his heart. He may ignore the everlasting echo of sub-conscious mind. He may forget the real purpose of human life opportunity to sanctify his soul. He performs all religious rituals and sings the glory and greatness of The True Master; however, he may never adopt the teachings of Holy Scripture in his own day-to-day life. No one may ever be blessed with any virtues by singing the glory or by worshiping any idol, worldly guru. Whosoever may always remember the real purpose of human life opportunity! He may remain focused on the right path; he may never become a victim of 5 demons of worldly desires. He may adopt his life experience teachings of His Holy saint in his own life; with His mercy and grace, he may be blessed with the right path of acceptance in His Court.

4. **ਸਿਰੀਰਾਗੁ ਮਹਲਾ ੧॥ (15-9)**

ਲਬੁ ਕੁਤਾ, ਕੂੜੁ ਚੂਹੜਾ, ਠਗਿ ਖਾਧਾ ਮੁਰਦਾਰੁ॥ lab kutaa koorh choohrhaa thag khaaDhaa murdaar.
ਪਰ ਨਿੰਦਾ, ਪਰ ਮਲੁ ਮੁਖ ਸੁਧੀ, ਅਗਨਿ ਕ੍ਰੋਧੁ ਚੰਡਾਲੁ॥ par nindaa par mal mukh suDhee agan kroDh chandaal.
ਰਸ ਕਸ ਆਪੁ ਸਲਾਹਣਾ, ਏ ਕਰਮ ਮੇਰੇ ਕਰਤਾਰ॥੧॥ ras kas aap salaahnaa ay karam mayray kartaar. ||1||

ਜਿਹੜਾ ਲਾਲਚ, ਲੋਭ ਕਰਦਾ ਹੈ, ਉਸ ਦੀ ਨੀਅਤ ਕੁੱਤੇ ਵਰਗੀ ਹੁੰਦੀ ਹੈ, ਉਸ ਦੀ ਭੁੱਖ ਕਦੇ ਖਤਮ ਨਹੀਂ ਹੁੰਦੀ । ਇਸਤਰ੍ਹਾਂ ਲਾਲਚੀ ਦੇ ਆਪਣੇ ਮਨ ਵਿੱਚ ਕਦੇ ਸੰਤੋਖ ਨਹੀਂ ਆਉਂਦਾ । ਜਿਹੜਾ ਦਿਖਾਵਾ ਕਰਦਾ, ਝੂਠੀ ਹੀ ਵਡਿਆਈ ਕਰਦਾ, ਉਹ ਜਮਾਦਾਰ ਵਰਗਾ ਹੈ । ਕਿਸੇ ਦੀ ਅਮਾਨਤ ਤੇ ਧੋਖੇ ਨਾਲ ਕਬਜਾ ਕਰਨਾ, ਮੁਰਦੇ ਦੇ ਮਾਸ ਖਾਣ ਬਰਾਬਰ ਹੈ । ਕਿਸੇ ਦੀ ਨਿੰਦਆਂ, ਗੁੱਸਾ, ਕੌੜਾ ਬੋਲਣਾ, ਬੇਅਬਦੀ ਕਰਨੀ, ਉਸ ਅੱਗ ਵਰਗੀ ਹੈ, ਭਿਆਨਕ ਬਿਮਾਰੀ ਵਾਲੇ ਮ੍ਰਿਤਕ ਸਰੀਰ ਨੂੰ ਜਲਾਉਣ ਵਾਸਤੇ ਜਲਾਈ ਜਾਂਦੀ ਹੈ । ਮੈਂ ਆਪਣੀ ਝੂਠੀ ਵਡਿਆਈ, ਸ਼ਲਾਘਾ ਕਰਨ ਅਤੇ ਕਰਾਉਣ ਵਿੱਚ ਹੀ ਮਸਤ ਹਾ ।

Whosoever may be greedy, his intention, state of mind may be mean like a dog; he may never be contented. Whosoever may be hypocrite, imitate greatness, false pride, ego; his state of mind may be like a janitor. Whosoever may covet, deceives, robs earnest living of others; his state of mind may be like eating a corpse. Whosoever may slander, back-biting, angry, speaking rudely with others; his state of mind may be like a terrible fire to dispose of corpses with terrible disease. My True Master! I am a mean, engaged in false ego; such is my state of mind.

ਬਾਬਾ ਬੋਲੀਐ ਪਤਿ ਹੋਇ॥ baabaa bolee-ai pat ho-ay.
ਊਤਮ ਸੇ ਦਰਿ ਊਤਮ ਕਹੀਅਹਿ, ਨੀਚ ਕਰਮ ਬਹਿ ਰੋਇ॥੧॥ ਰਹਾਉ॥ ootam say dar ootam kahee-ahi neech karam bahi ro-ay. ||1|| rahaa-o.

ਜਿਹੜਾ ਪ੍ਰਭ ਦੇ ਦਰਬਾਰ ਵਿੱਚ, ਲੇਖਾ ਦੇਣ ਵੇਲੇ ਉਤਮ ਹੋਵੇ, ਕੇਵਲ ਉਹ ਹੀ ਉਚਾ ਕਹਿਆ ਜਾ ਸਕਦਾ ਹੈ । ਬਾਕੀ ਸਾਰੇ ਆਪਣੇ ਮੰਦੇ ਕੰਮਾਂ ਕਾਰਨ, ਪਛਤਾਵਾ ਹੀ ਕਰਦੇ ਹਨ । ਪ੍ਰਭ ਦੇ ਦਰਬਾਰ ਵਿੱਚ ਪ੍ਰਵਾਨ ਹੋਣ ਵਾਲੇ ਹੀ ਕੰਮ ਕਰੋ!

Whosoever may be accepted in His Court; only he may be worthy to be called superb, high status. Everyone else may only regret and repents. You should only adopt path acceptable in His Court.

ਰਸੁ ਸੁਇਨਾ, ਰਸੁ ਰੁਪਾ ਕਾਮਣਿ, ਰਸੁ ਪਰਮਲ ਕੀ ਵਾਸੁ॥ ras su-inaa ras rupaa kaaman ras parmal kee vaas.
ਰਸੁ ਘੋੜੇ, ਰਸੁ ਸੇਜਾ ਮੰਦਰ, ਰਸੁ ਮੀਠਾ ਰਸੁ ਮਾਸੁ॥ ras ghorhay ras sayjaa mandar ras meethaa ras maas.
ਏਤੇ ਰਸ ਸਰੀਰ ਕੇ, ਕੈ ਘਟਿ ਨਾਮ ਨਿਵਾਸੁ॥੨॥ aytay ras sareer kay kai ghat Naam nivaas. ||2||

ਜਿਹੜੀ ਖੁਸ਼ੀ ਕੀਮਤੀ ਧਾਤ ਸੋਨਾ, ਚਾਂਦੀ, ਹਾਸਿਲ ਕਰਕੇ, ਸੁਲੱਖਣੀ ਔਰਤ ਦਾ ਸੰਜੋਗ, ਕੀਮਤੀ ਲੱਕੜ ਦੀ ਸੁਗੰਦ, ਸ਼ਾਨ ਵਾਲੀ ਸਵਾਰੀ, ਸੋਹਣੀ ਸੇਜ, ਸਾਵਦਲਾ ਭੋਜਨ ਹਾਸਿਲ ਕਰਨ ਨਾਲ ਮਨ ਨੂੰ ਮਿਲਦੀ ਹੈ । ਇਹ ਸਾਰੀਆਂ ਖੁਸ਼ੀਆ, ਪ੍ਰਭ ਦੀ ਰਹਿਮਤ ਦੀ ਖੁਸ਼ੀ ਦੇ ਤੁਲ, ਬਰਾਬਰ ਨਹੀਂ ਹੰਦਿਆਂ । ਜਿਹੜੀ ਖੁਸ਼ੀ, ਅਨੰਦ, ਪ੍ਰਭ ਦੇ ਸ਼ਬਦ ਨੂੰ ਮਨ ਵਿੱਚ ਜਾਗਰਤ ਕਰਨ ਨਾਲ ਬਖਸ਼ਿਸ਼ ਹੁੰਦਾ ਹੈ ।

As anyone may be very pleased with precious metals, like gold, silver, beautiful wife, sandalwood, glamorous home, elegant ride, and delicious food; however, these pleasures may not be comparable with His Blessed Vision, contentment, and peace; which may be blessed with the enlightenment of the essence of His Word within.

ਜਿਤੁ ਬੋਲਿਐ ਪਤਿ ਪਾਈਐ, ਸੋ ਬੋਲਿਆ ਪਰਵਾਣੁ॥ jit boli-ai pat paa-ee-ai so boli-aa parvaan.
ਫਿਕਾ ਬੋਲਿ ਵਿਗੁਚਣਾ, ਸੁਣਿ ਮੂਰਖ ਮਨ ਅਜਾਣ॥ fikaa bol viguchnaa sun moorakh man ajaan.
ਜੋ ਤਿਸੁ ਭਾਵਹਿ ਸੇ ਭਲੇ, ਹੋਰਿ ਕਿ ਕਹਣ ਵਖਾਣ॥੩॥ jo tis bhaaveh say bhalay hor ke kahan vakhaan. ||3||

ਜੀਵ ਫਿੱਕਾ ਬੋਲਣ ਨਾਲ ਅੰਤ ਵਿੱਚ ਦੁਖ ਹੀ ਮਿਲਦਾ ਹੈ । ਕੇਵਲ ਉਹ ਹੀ ਜੀਭ ਤੋਂ ਸ਼ਬਦ ਬੋਲੋ, ਜਿਹੜੇ ਪ੍ਰਭ ਨੂੰ ਭਾਉਂਦੇ ਹਨ, ਬਾਕੀ ਹੋਰ ਬੋਲਣ ਦਾ ਕੋਈ ਮਤਲਬ, ਲਾਭ ਨਹੀਂ ਹੁੰਦਾ । ਪ੍ਰਭ ਜਿਹੜਾ ਕੰਮ ਤੇਰੇ ਦਰ ਤੇ ਪ੍ਰਵਾਨ ਹੋ ਜਾਂਦਾ ਹੈ, ਕੇਵਲ ਉਹ ਹੀ ਕੰਮ, ਬੋਲ ਭਲਾ ਹੈ ।

Whosoever may speak rudely, angrily with others; in the end, he may endure miseries. His anger only results in pain and sorrows. Whatsoever may be acceptable in His Court; only that word may be worthy of speaking, all other words are useless. Whatsoever meditation, prayer may be acceptable in His Court, only that prayer may be beneficial for the real purpose of human life opportunity.

ਗੁਰੂ ਨਾਨਕ ਦੇਵ ਜੀ! – Guru Nanak Dev Ji! Guru Granth Sahib

ਤਿਨ ਮਤਿ, ਤਿਨ ਪਤਿ, ਤਿਨ ਧਨੁ ਪਲੈ, — tin mat tin pat tin Dhan palai
ਜਿਨ ਹਿਰਦੈ ਰਹਿਆ ਸਮਾਇ॥ — jin hirdai rahi-aa samaa-ay.
ਤਿਨ ਕਾ ਕਿਆ ਸਾਲਾਹਣਾ, ਅਵਰ ਸੁਆਲਿਉ ਕਾਇ॥ — tin kaa ki-aa salaahnaa avar su-aali-o kaa-ay.
ਨਾਨਕ ਨਦਰੀ ਬਾਹਰੇ, ਰਾਚਹਿ ਦਾਨਿ ਨ ਨਾਇ॥੪॥4॥ — naanak nadree baahray raacheh daan na naa-ay. ||4||4||

ਜਿਸ ਦੇ ਮਨ ਵਿੱਚ ਪ੍ਰਭ ਦੇ ਸ਼ਬਦ ਦੀ ਜੋਤ ਜਾਗਰਤ ਹੋ ਜਾਂਦੀ ਹੈ, ਉਸ ਦੇ ਪਿਛੋਂ ਪਿਛੋਂ ਸੰਸਾਰਕ ਧਨ, ਮਾਣ, ਸਿਆਣਪ ਫਿਰਦੀ ਹੈ । ਉਸ ਨੂੰ ਕਿਸੇ ਹੋਰ ਮਾਣ ਦੀ ਇਛਾ ਨਹੀਂ ਰਹਿੰਦੀ! ਉਸ ਤੋਂ ਵਡਾ ਹੋਰ ਕੋਈ ਸਤਿਕਾਰ ਦਿੱਤਾ ਨਹੀਂ ਜਾ ਸਕਦਾ । ਜਿਸ ਤੇ ਪ੍ਰਭ ਦੀ ਰਹਿਮਤ ਬਖਸ਼ਿਸ਼ ਨਹੀਂ ਹੁੰਦੀ, ਉਸ ਦੀ ਭਗਤੀ ਵਿੱਚ, ਦਾਨ ਦੇਣ ਵਿੱਚ ਅਹੰਕਾਰ ਹੁੰਦਾ ਹੈ, ਪੁੰਨ ਦਾਨ, ਭਗਤੀ ਬਿਰਥੀ ਹੀ ਜਾਂਦੀ ਹੈ ।

Whosoever may be enlightened with the essence of His Word within; worldly wealth, wisdom, honor, all become his slave. His state of mind may become beyond any worldly desires. Whosoever may be deprived from His Blessed Vision! His devotion, meditation, charity, or deeds may have some deficiency. His meditation, good deeds, and charity may not be accepted in His Court.

Key Message of Shree Raag page 15.9
ਸੰਸਾਰਕ ਮਾਨਸ, ਪ੍ਰਭ ਦੇ ਦਾਸ ਦੇ ਮਨ ਦੀ ਅਵਸਥਾ!
ਮਨਮੁਖ ਦੇ ਜੀਵਨ ਵਿੱਚ ਲੋਭ, ਝੂਠ, ਧੋਖਾ, ਨਿੰਦਿਆਂ, ਕਰੋਧ, ਆਪਣੀ ਸ਼ਲਾਘਾ ਕਰਨੀ, ਸੰਸਾਰਕ ਪਦਾਰਥਾ, ਸੋਨਾ, ਚਾਦੀ, ਸੰਸਾਰਕ ਮਾਣ, ਸੁਲੱਖਣੀ ਔਰਤ ਦਾ ਸੰਜੋਗ, ਕੀਮਤੀ ਲੱਕੜ ਦੀ ਸੁਗੰਧ, ਸ਼ਾਨ ਵਾਲੀ ਸਵਾਰੀ, ਸੋਹਣੀ ਸੇਜ, ਸਾਵਦਲਾ ਭੋਜਨ ਹਾਸਿਲ ਕਰਨ ਨਾਲ ਮਨ ਨੂੰ ਅਨੰਦ ਮਿਲਦਾ ਹੈ । ਉਹ ਧਰਮ ਦੇ ਰੀਤ ਰੀਵਾਜ ਵਿੱਚ ਮਸਤ ਰਹਿੰਦਾ ਹੈ! ਉਸ ਨੂੰ ਸ਼ਬਦ ਦੀ ਸੋਝੀ ਬਖਸ਼ਿਸ਼ ਨਹੀਂ ਹੁੰਦੀ, ਉਸ ਦੀ ਬੰਦਗੀ, ਪੁੰਨ ਦਾਨ ਵਿੱਚ ਅਹੰਕਾਰ ਹੁੰਦਾ ਹੈ! ਜੀਵਨ ਬਿਰਥਾ ਹੀ ਬਤੀਤ ਕਰ ਜਾਂਦਾ ਹੈ । ਗੁਰਮਖ ਦੇ ਮਨ ਵਿੱਚ ਸ਼ਬਦ ਦੀ ਸੋਝੀ ਹੋ ਜਾਂਦੀ ਹੈ, ਸੰਸਾਰਕ ਪਦਾਰਥ, ਖੁਸ਼ੀਆਂ ਉਸ ਦੇ ਮੁਹਤਾਜ, ਗੁਲਾਮ ਬਣ ਜਾਂਦੀਆਂ ਹਨ ।
What may be state of mind of worldly creature, human; His true devotee?
Self-minded remains dominated with greed, false, deception, criticizing others, anger, self-praise, and pleasure in worldly riches like precious metal, worldly honor, company of gorgeous woman, aroma of expensive wood, elegant ride, food delicacy. He may remain intoxicated in religious rituals; he may never aboard the ship of establishing steady and stable belief on His Ultimate Command! He may never be blessed with the right path of human life opportunity. His charity, donation may be dominated with ego, self-pride! He may never surrender his self-entity at His Sanctuary. His true devotee remains intoxicated in meditation in the void of His Word; with His mercy and grace, he may be enlightened with the essence of His Word. All worldly riches become his slave, dance at his signal!

5. **ਸਿਰੀਰਾਗੁ ਮਹਲਾ ੧॥ (15-17)**

ਅਮਲੁ ਗਲੋਲਾ ਕੂੜ ਕਾ, ਦਿਤਾ ਦੇਵਣਹਾਰਿ॥ — amal galolaa koorh kaa ditaa dayvanhaar.
ਮਤੀ ਮਰਣੁ ਵਿਸਾਰਿਆ, ਖੁਸੀ ਕੀਤੀ ਦਿਨ ਚਾਰਿ॥ — matee maran visaari-aa khusee keetee din chaar.
ਸਚੁ ਮਿਲਿਆ ਤਿਨ ਸੋਫੀਆ, ਰਾਖਣ ਕਉ ਦਰਵਾਰੁ॥੧॥ — sach mili-aa tin sofee-aa raakhan ka-o darvaar. ||1||

ਪ੍ਰਭ ਨੇ ਜੀਵ ਨੂੰ ਪੈਦਾ ਕਰਦਿਆ ਹੀ ਉਸ ਦੇ ਕੰਨ ਵਿੱਚ ਫੂਕ ਮਾਰੀ ਹੈ, ਤੂੰ ਸਭ ਤੋਂ ਚੰਗਾ ਹੈ, ਤੇਰੇ ਵਰਗਾ ਕੋਈ ਹੋਰ ਨਹੀਂ ਹੈ । ਜਿਸ ਦੇ ਮਨ ਵਿੱਚ ਇਹ ਨਸ਼ਾ ਘਰ ਕਰ ਜਾਂਦਾ ਹੈ, ਉਹ ਝੂਠੇ ਅਹੰਕਾਰ ਨਾਲ ਭਰ ਜਾਂਦਾ ਹੈ । ਉਹ ਸੰਸਾਰਕ ਖੁਸ਼ੀਆਂ ਵਿੱਚ ਆਪਣਾ ਮਾਨਸ ਜਨਮ ਬਤੀਤ ਕਰਦਾ, ਮੌਤ ਨੂੰ ਭੁਲਾਈ ਰਖਦਾ ਹੈ । ਆਪਣੇ ਆਪ ਨੂੰ ਸਭ ਤੋਂ ਸਿਆਣਾ ਸਮਝਦਾ ਹੈ, ਝੂਠ ਦੀ ਨੀਂਹ ਤੇ ਚਲਦਾ, ਮਾਨਸ ਜਨਮ ਦਾ ਅਸਲੀ ਮੰਤਵ ਭੁਲ ਜਾਂਦਾ ਹੈ । ਜਿਹੜਾ ਝੂਠੇ ਨਸ਼ੇ ਦਾ ਸ਼ਿਕਾਰੀ ਨਹੀਂ ਬਣਦਾ, ਉਹ ਆਪਣਾ ਅਸਲੀ ਮਾਰਗ ਨਹੀਂ ਭੁਲਦਾ । ਜਿਹੜਾ ਆਪਣੇ ਮੰਤਵ ਤੇ ਅਡੋਲ ਰਹਿੰਦਾ, ਉਸ ਰਸਤੇ ਤੇ ਚਲਦਾ, ਪ੍ਰਭ ਦੀ ਰਹਿਮਤ ਦਾ ਪਾਤਰ ਬਣ ਜਾਂਦਾ ਹੈ ।

The True Master blesses his soul, human body and infuse a sense of uniqueness, no one may be like him. Every departed soul from His Holy Spirit may be blessed with a unique identity, **DNA**, purpose of life and return path (unique His Word). Whosoever may become a victim of his uniqueness as superior! He may remain intoxicated with sweet poison of worldly wealth, false pride, ego, fantasy, short-lived pleasures. He may ignore the unpredictable death; he may forsake the real path of his human life. Whosoever may never become a victim of sweet poison of worldly wealth. He may adopt the real path of human life journey in his day-to-day life; with His mercy and grace, his soul may become worthy of His Consideration.

ਨਾਨਕ ਸਾਚੇ ਕਉ ਸਚੁ ਜਾਣੁ॥ — naanak saachay ka-o sach jaan.
ਜਿਤੁ ਸੇਵਿਐ ਸੁਖੁ ਪਾਈਐ, ਤੇਰੀ ਦਰਗਹ ਚਲੈ ਮਾਣੁ॥੧॥ ਰਹਾਉ॥ — tit sayvi-ai sukh paa-ee-ai tayree dargeh chalai maan. ||1|| rahaa-o.

ਅਟਲ ਪ੍ਰਭ ਨੂੰ ਅਸਲੀ ਮਾਲਕ ਮੰਨਣ ਨਾਲ, ਪ੍ਰਭ ਦੀ ਕ੍ਰਿਪਾ ਦੀ ਦ੍ਰਿਸ਼ਟੀ ਬਖਸ਼ਿਸ਼ ਹੋ ਸਕਦੀ ਹੈ । ਜਿਹੜਾ ਅਡੋਲ ਭਰੋਸੇ ਨਾਲ ਸ਼ਬਦ ਦੀ ਸਿਖਿਆਂ ਨਾਲ ਜੀਵਨ ਬਤੀਤ ਕਰਦਾ ਹੈ, ਉਸ ਨੂੰ ਪ੍ਰਵਾਨਗੀ ਦਾ ਰਸਤਾ ਬਖਸ਼ਿਸ਼ ਹੋ ਸਕਦਾ ਹੈ ।

Whosoever may accept The One and Only One, True Master, Creator, His Word as an ultimate and unavoidable Command forever; he may be bestowed with His Blessed Vision. Whosoever may adopt the teachings of His Word with a steady and stable belief in his day-to-day life; with His mercy and grace, he may be blessed with the right path of salvation.

ਸਚੁ ਸਰਾ ਗੁੜ ਬਾਹਰਾ, ਜਿਸੁ ਵਿਚਿ ਸਚਾ ਨਾਉ॥ — sach saraa gurh baahraa jis vich sachaa naa-o.
ਸੁਣਹਿ ਵਖਾਣਹਿ ਜੇਤੜੇ, ਹਉ ਤਿਨ ਬਲਿਹਾਰੈ ਜਾਉ॥ — suneh vakaaneh jayt-rhay ha-o tin balihaarai jaa-o.
ਤਾ ਮਨੁ ਖੀਵਾ ਜਾਣੀਐ, ਜਾ ਮਹਲੀ ਪਾਏ ਥਾਉ॥੨॥ — taa man kheevaa jaanee-ai jaa mahlee paa-ay thaa-o. ||2||

ਜੀਵ ਨੂੰ, ਅਟਲ ਪ੍ਰਭ ਦੇ ਸ਼ਬਦ ਦਾ ਨਸ਼ਾ, ਮਸਤੀ, ਸ਼ਬਦ ਦੀ ਪਾਲਣਾ ਨਾਲ ਹੀ ਬਖਸ਼ਿਸ਼ ਹੁੰਦੀ ਹੈ । ਉਸ ਨੂੰ ਕਿਸੇ ਵਿਚੋਲੇ ਦੀ ਲੋੜ ਨਹੀਂ ਹੁੰਦੀ । ਜਿਹੜਾ ਸ਼ਬਦ ਦੀ ਸਿਖਿਆਂ ਨਾਲ ਜੀਵਨ ਢਾਲਦਾ ਹੈ, ਪ੍ਰਭ ਦੀ ਰਹਿਮਤ ਨਾਲ ਉਹ ਜੀਵ ਪੂਜਣ ਜੋਗ ਹੋ ਜਾਂਦਾ ਹੈ, ਬਾਕੀਆਂ ਲਈ ਮਸਾਲ ਬਣ ਜਾਂਦਾ ਹੈ । ਜਿਸ ਤੇ ਕ੍ਰਿਪਾ ਦੀ ਦ੍ਰਿਸ਼ਟੀ ਹੋ ਜਾਂਦੀ ਹੈ, ਉਹ ਹੀ ਅਸਲੀ ਮਸਤੀ ਵਾਲਾ ਜਾਣਿਆ ਜਾਂਦਾ ਹੈ ।

Whosoever may obey and adopts the teachings of His Word with steady and stable belief; with His mercy and grace, he may remain intoxicated in meditation in the void of His Word. He may never need middle person, to be blessed with the right path of acceptance in His Court. He may become worthy of worship, a pillar of enlightenment for others. Whosoever may be bestowed with His Blessed Vision, only he may remain intoxicated in the void of His Word.

ਗੁਰੂ ਨਾਨਕ ਦੇਵ ਜੀ! – Guru Nanak Dev Ji! Guru Granth Sahib

ਨਾਉ ਨੀਰੁ ਚੰਗਿਆਈਆ, ਸਤੁ ਪਰਮਲੁ ਤਨਿ ਵਾਸੁ॥	naa-o neer chang-aa-ee-aa sat parmal tan vaas.
ਤਾ ਮੁਖੁ ਹੋਵੈ ਉਜਲਾ, ਲਖ ਦਾਤੀ ਇਕ ਦਾਤਿ॥	taa mukh hovai ujlaa lakh daatee ik daat.
ਦੂਖ ਤਿਸੈ ਪਹਿ ਆਖੀਅਹਿ, ਸੂਖ ਜਿਸੈ ਹੀ ਪਾਸਿ॥੩॥	dookh tisai peh aakhee-ahi sookh jisai hee paas. ||3||

ਪ੍ਰਭ ਦਾ ਸ਼ਬਦ, ਸ਼ਬਦ ਦੀ ਪਾਲਣਾ ਵਿੱਚ ਮਸਤੀ ਹੀ, ਗੁਰਮਖ ਦਾ ਤੀਰਥ ਇਸ਼ਨਾਨ ਬਣ ਜਾਂਦਾ ਹੈ । ਉਸ ਦੇ ਮਨ ਤੇ ਸ਼ਬਦ ਦੀ ਮਸਤੀ ਦਾ ਨੂਰ ਬਖਸ਼ਿਸ਼ ਹੋ ਜਾਂਦਾ, ਹੋਰ ਕੋਈ ਦਾਤ, ਇਸ ਦੇ ਬਰਾਬਰ ਨਹੀਂ ਹੁੰਦੀ । ਕੇਵਲ ਪ੍ਰਭ ਅੱਗੇ ਅਰਦਾਸ ਕਰੋ! ਉਹ ਹੀ ਸਭ ਸੁਖਾਂ ਦਾ ਮਾਲਕ, ਸੰਤੋਖ ਬਖਸ਼ਣ ਵਾਲਾ ਹੈ ।

His true devotee may remain intoxicated in obeying the teachings of His Word with steady and stable belief in day-to-day life; his way of life may become his sanctifying bath at Holy Shrine. He may be blessed with eternal glow of the enlightenment of the essence of His Word; no other accomplishment, blessings may be comparable with his enlightenment. You should only pray for His Forgiveness and Refuge. The One and Only One, True Master remains only Trustee of all comforts of life.

ਸੋ ਕਿਉ ਮਨਹੁ ਵਿਸਾਰੀਐ, ਜਾ ਕੇ ਜੀਅ ਪਰਾਣ॥	so ki-o manhu visaaree-ai jaa kay jee-a paraan.
ਤਿਸੁ ਵਿਣੁ ਸਭੁ ਅਪਵਿਤ੍ਰੁ ਹੈ, ਜੇਤਾ ਪੈਨਣੁ ਖਾਣੁ॥	tis vin sabh apvitar hai jaytaa painan khaan.
ਹੋਰਿ ਗਲਾਂ ਸਭਿ ਕੂੜੀਆ, ਤੁਧੁ ਭਾਵੈ ਪਰਵਾਣੁ॥੪॥5॥	hor galaaN sabh koorhee-aa tuDh bhaavai parvaan. ||4||5||

ਜਿਹੜਾ ਪ੍ਰਭ, ਮਾਨਸ ਤਨ, ਸਵਾਸ ਬਖਸ਼ਦਾ ਹੈ, ਉਸ ਨੂੰ ਮਨ ਵਿਚੋਂ ਕਦੇ ਨਾ ਵਿਸਾਰੋ । ਸ਼ਬਦ ਦੀ ਕਮਾਈ ਤੋਂ ਬਿਨਾਂ ਹੋਰ ਸਭ ਮਨ ਦੀਆਂ ਖੁਸ਼ੀਆਂ, ਖਾਣਾ ਥੋੜਾ ਸਮਾਂ ਹੀ ਅਨੰਦ ਦੇਂਦਾ ਹੈ । ਅਰਦਾਸ ਕਰੋ! ਪ੍ਰਭ ਦੀ ਬਖਸ਼ਿਸ਼ ਹੀ ਮਨ ਦੀ ਇਛਾ ਬਣ ਜਾਵੇ । ਬਾਕੀ ਅਰਦਾਸਾਂ ਬਿਰਥੀਆਂ ਹੀ ਹਨ ।

The True Master, Creator blesses human life opportunity to departed soul. You should never forsake the teachings of His Word. Without the earnings of His Word, all other pleasures, delicious foods, may only provide comfort for a short time. You should humbly pray for His Forgiveness and Refuge; His Command may become your only desire; all other prayers are useless for human life opportunity.

Key Message of Shree Raag page 15.17

ਬੱਚੇ ਦੇ ਜੀਵਨ ਵਿੱਚ ਮਾਤਾ ਦੀ ਮਹੱਤਤਾ!

ਪ੍ਰਭ, ਜੀਵ ਦੇ ਪਿਛਲੇ ਜਨਮਾਂ ਦੇ ਕੀਤੇ ਕੰਮਾਂ ਅਨੁਸਾਰ ਭਾਗ, ਲਿਖ ਕੇ ਮਾਨਸ ਜਨਮ ਬਖਸ਼ਦਾ ਹੈ! ਉਸ ਦੀ ਆਤਮਾ ਦਾ ਦਰਬਾਰ ਵਿੱਚ ਪ੍ਰਵਾਨ ਹੋਣ ਦਾ ਰਸਤਾ, ਸ਼ਬਦ ਰੂਪ ਵਿੱਚ ਆਤਮਾ ਤੇ ਉਕਾਰਦਾ ਹੈ । ਸੰਸਾਰ ਵਿੱਚ ਜੀਵ ਦਾ ਸਭ ਤੋਂ ਪਹਿਲਾ ਗੁਰੂ, ਮਾਤਾ ਦੇ ਰੂਪ ਵਿੱਚ ਬਖਸ਼ਿਸ਼ ਹੁੰਦਾ ਹੈ । ਮਾਤਾ ਦਾ, ਮਮਤਾ ਦਾ ਮੋਹ ਹੀ ਸੁਚੇਤ ਮਨ ਦਾ ਰੂਪ ਧਾਰਨ ਕਰ ਜਾਂਦਾ ਹੈ, ਮਾਤਾ ਵਿੱਚ ਹੀ ਸ਼ਿਵ, ਅਤੇ ਸ਼ਕਤੀ ਦੇ ਦੋਂ ਰੂਪ ਬਖਸ਼ਦਾ ਹੈ । ਇਹ ਦੋਂ ਕਿਸ਼ਤੀਆਂ ਦਾ ਰੂਪ ਹੀ ਹਨ । ਜਿਹੜੀ ਮਾਤਾ ਦਾ ਆਪਣਾ ਜੀਵਨ ਸ਼ਬਦ ਅਨੁਸਾਰ ਹੁੰਦਾ ਹੈ, ਉਹ ਜੀਵ ਨੂੰ ਸ਼ਿਵ, ਸ਼ਬਦ ਦੀ ਕਿਸ਼ਤੀ ਦੀ ਸਿਖਿਆਂ ਦੇਂਦੀ ਹੈ । ਉਹ ਮਾਨਸ ਜੀਵਨ ਦੇ ਮੰਤਵ, ਸ਼ਬਦ ਦੇ ਰਸਤੇ ਤੇ ਅਡੋਲ ਰਹਿੰਦਾ ਹੈ । ਉਹ ਆਪਾ ਸ਼ਬਦ ਦੀ ਸ਼ਰਣ ਵਿੱਚ ਭੇਟਾ ਕਰਦਾ, ਜੀਵਨ ਵਿੱਚ ਸ਼ਬਦ ਦੀ ਕਮਾਈ ਕਰਦਾ ਹੈ, ਉਸ ਦੀ ਆਤਮਾ ਦੀ ਅਵਸਥਾ ਪਵਿੱਤਰ, ਪ੍ਰਭ ਦੇ ਪਰਖਣ ਯੋਗ ਬਣ ਜਾਂਦੀ ਹੈ । ਜਿਹੜਾ ਮਾਤਾ ਦਾ ਜੀਵਨ ਸ਼ਬਦ ਦੀ ਸਿਖਿਆ ਅਨੁਸਾਰ ਨਹੀਂ ਹੁੰਦਾ, ਉਸ ਜੀਵ ਨੂੰ ਸ਼ਕਤੀ, ਸੰਸਾਰਕ ਮਾਇਆ ਦੀ ਕਿਸ਼ਤੀ ਦੀ ਸਿਖਿਆ ਦੇਂਦੀ ਹੈ । ਉਹ ਸੰਸਾਰਕ ਮਾਇਆ ਦੇ ਅਨੰਦ ਮਾਨਣ ਵਿੱਚ ਮਸਤ ਰਹਿੰਦਾ ਹੈ, ਪੰਜਾਂ ਜਮਦੂਤਾ ਦਾ ਗੁਲਮ ਬਣ ਜਾਂਦਾ ਹੈ । *ਬਾਬਾ ਨਾਨਕ ਜੀ! ਆਤਮਾ ਦੇ ਸੰਸਰਕ ਤਨ ਬਖਸ਼ਿਸ਼ ਹੋਣ ਨਾਲ ਨਵਾਂ ਖੇਲ ਅਰੰਭ ਹੁੰਦਾ ਹੈ । ਪਿਛਲੇ ਕੰਮਾਂ ਦਾ ਫਲ ਸ਼ਬਦ ਰੂਪ ਵਿੱਚ ਆਤਮਾ ਤੇ ਉਕਾਰਦਾ ਹੈ! ਹਰਇਕ ਜੀਵ ਦੀ ਆਤਮਾ, <u>ਇਕ ਜੀਵਨ ਵਿੱਚ ਹੀ ਪ੍ਰਭ ਦੇ ਪਰਖਣ ਯੋਗ ਬਣ ਸਕਦੀ ਹੈ</u> । ਮਾਤਾ ਹੀ ਜੀਵਨ ਦੇ ਅਸਲੀ ਰਸਤੇ ਦਾ ਸੋਮਾ, ਬੀਜ ਬੀਜਦੀ ਹੈ ।

The Significance of Mother, in the life of Child!

The True Master prewrites the destiny of soul before blessing human body, another opportunity to sanctify her soul to become worthy of His Consideration. He engraves His Word on his soul as the right path of acceptance in His Court! Mother becomes the first guru, angel in the life of new born. Her affection, devotion, attachment becomes his conscious mind to guide in worldly journey. Both **<u>Shiv and Shakti</u>** remain embedded within each soul, also within her mother. Both like two boats, may carry to different destination. Any mother may have adopted the teachings of His Word in her own day-to-day life; she may inspire her child to adopt the boat of Shiv, His Word. New soul may remain focused, steady, and stable on the right path of human life journey! She remains intoxicated in renunciation in the memory of her separation from His Holy Spirit. She may surrender her self-entity at His Sanctuary; with His mercy and grace, her soul may be sanctified to become worthy of His Consideration. Any mother may be ignorant from the essence of His Word, her life may not be as per the teachings of His Word; **<u>she may inspire the emotional attachment to worldly wealth</u>**, worldly comforts, pleasures. New born may adopt the boat of Shakti, worldly wealth. He may become victim of 5 demons of worldly desires.

****<u>Guru Granth Sahib, essence of His Word!</u>** In any life cycle, his soul may adopt the essence of His Unique Word embedded within, engraved on his soul to become worthy of His Consideration. She may be accepted in His Court.

6. **ਸਿਰੀਰਾਗੁ ਮਹਲੁ ੧॥ (16-5)**

ਜਾਲਿ ਮੋਹੁ, ਘਸਿ ਮਸੁ ਕਰਿ, ਮਤਿ ਕਾਗਦੁ ਕਰਿ ਸਾਰੁ॥	jaal moh ghas mas kar mat kaagad kar saar.
ਭਾਉ ਕਲਮ ਕਰਿ ਚਿਤੁ ਲੇਖਾਰੀ, ਗੁਰ ਪੁਛਿ ਲਿਖੁ ਬੀਚਾਰੁ॥	bhaa-o kalam kar chit laykhaaree gur puchh likh beechaar.
ਲਿਖੁ ਨਾਮੁ ਸਾਲਾਹ, ਲਿਖੁ, ਲਿਖੁ ਅੰਤੁ ਨ ਪਾਰਾਵਾਰੁ॥੧॥	likh Naam saalaah likh likh ant na paaraavaar. ||1||

ਆਪਣੇ ਸੰਸਾਰਕ ਸਬੰਧਾਂ ਤੇ ਕਾਬੂ ਪਾਵੋ! ਇਹਨਾਂ ਇਛਾਂ ਨੂੰ ਜਲਾ ਕੇ, ਭਸਮ ਕਰਕੇ ਸਿਆਹੀ ਦੇ, ਆਪਣੀ ਸਿਆਣਪ ਨੂੰ ਕਾਗਜ਼ ਦੇ, ਸ਼ਰਧਾ ਪਿਆਰ ਨੂੰ ਕਲਮ ਦਾ ਰੂਪ ਬਣਾ ਕੇ, ਪ੍ਰਭ ਦੇ ਭਾਣੇ ਵਿੱਚ ਆ ਕੇ ਉਸ ਪਵਿੱਤਰ ਕਾਗਜ਼ ਤੇ ਸ਼ਬਦ ਦੀ ਉਸਤਤ ਲਿਖੋ । ਉਸ ਅਟਲ ਦੇ ਸ਼ਬਦ ਦੀ ਜਿਤਨੀ ਵੀ ਉਸਤਤ ਲਿਖੇ, ਉਹ ਥੋੜ੍ਹੀ ਹੀ ਹੈ । ਪ੍ਰਭ ਹੋਰ ਸੋਝੀ ਬਖਸ਼ਦਾ ਹੈ, ਬਹੁਤ ਕੁਝ ਲਿਖਣ ਵਾਲਾ ਬਾਕੀ ਹੈ, ਇਸ ਦਾ ਅੰਤ ਨਹੀਂ ਆਉਂਦਾ ।

You should control, conquer your worldly bonds, attachments. You should burn your worldly desires to make ink; your own wisdom as paper; your memory of separation as a pen and your devotion as the scriber to write the praises of His Word. Let your conversation be with the inner embedded His Word, hear the everlasting echo of His Word, resonating within your heart. The True Master may bless much deeper enlightenment! You may realize, much more needed to be explored; His treasure of enlightenment may not have any limits.

ਗੁਰੂ ਨਾਨਕ ਦੇਵ ਜੀ! – Guru Nanak Dev Ji! Guru Granth Sahib

ਬਾਬਾ ਏਹੁ ਲੇਖਾ ਲਿਖਿ ਜਾਣੁ॥ baabaa ayhu laykhaa likh jaan.
ਜਿਥੈ ਲੇਖਾ ਮੰਗੀਐ, ਤਿਥੈ ਹੋਇ ਸਚਾ ਨੀਸਾਣੁ॥੧॥ ਰਹਾਉ॥ jithai laykhaa mangee-ai tithai ho-ay sachaa neesaan. ||1|| rahaa-o.

ਆਪਣੇ ਕੰਮਾਂ ਨੂੰ ਇਸਤਰ੍ਹਾਂ ਦੀ ਲਿਖਤ ਬਣਾਵੋ! ਦਰਬਾਰ ਵਿੱਚ ਲੇਖਾ ਪੜ੍ਹਨ ਤੇ ਪ੍ਰਭ ਆਪ ਹੀ ਸਹਾਈ ਹੋ ਕੇ ਪ੍ਰਵਾਨ ਕਰ ਲੈਂਦਾ ਹੈ ।

You should write a unique legacy of your worldly journey! After death! The True Master may become your witness to accept in His Court.

ਜਿਥੈ ਮਿਲਹਿ ਵਡਿਆਈਆ, ਸਦ ਖੁਸੀਆ ਸਦ ਚਾਉ॥ jithai mileh vadi-aa-ee-aa sad khusee-aa sad chaa-o.
ਤਿਨ ਮੁਖਿ ਟਿਕੇ ਨਿਕਲਹਿ ਜਿਨ ਮਨਿ ਸਚਾ ਨਾਉ॥ tin mukh tikay niklahi jin man sachaa naa-o.
ਕਰਮਿ ਮਿਲੈ ਤਾ ਪਾਈਐ, ਨਾਹੀ ਗਲੀ ਵਾਉ ਦੁਆਉ॥੨॥ karam milai taa paa-ee-ai naahee galee vaa-o du- aa-o. ||2||

ਜਿਸ ਦੀ ਬੰਦਗੀ ਦਰਬਾਰ ਵਿੱਚ ਪ੍ਰਵਾਨ ਹੋ ਜਾਂਦੀ ਹੈ, ਉਸ ਨੂੰ ਆਤਮਕ ਸ਼ਾਂਤੀ ਬਖਸ਼ਿਸ਼ ਹੋ ਜਾਂਦੀ ਹੈ, ਮਨ ਖੁਸ਼ੀਆਂ ਨਾਲ ਭਰ ਜਾਂਦਾ ਹੈ । ਉਹ ਹਰ ਵੇਲੇ ਹੀ ਪ੍ਰਭ ਦੇ ਚਰਨਾਂ ਵਿੱਚ, ਸ਼ਬਦ ਦੇ ਸਿਮਰਨ ਵਿੱਚ ਲੀਨ ਰਹਿੰਦਾ ਹੈ । ਜਿਸ ਤੇ ਕ੍ਰਿਪਾ ਭਰਪੂਰ ਹੁੰਦੀ ਹੈ । ਉਸ ਨੂੰ ਹੀ ਇਹ ਅਵਸਥਾ ਬਖਸ਼ਿਸ਼ ਹੁੰਦੀ ਹੈ! ਹੋਰ ਗੱਲਾਂ ਬਾਤਾਂ ਨਾਲ ਇਹ ਅਵਸਥਾ ਬਖਸ਼ਿਸ਼ ਨਹੀਂ ਹੁੰਦੀ ।

Whose earnings of His Word may be accepted in His Court. He may be blessed with overwhelming peace of mind and blossom in his life. He may remain intoxicated meditating in the void of His Word. Whosoever may be overwhelmed with His Blessed Vision, only he may be blessed with such a state of mind; any other religious technique, rituals may be useless.

ਇਕਿ ਆਵਹਿ ਇਕਿ ਜਾਹਿ, ਉਠਿ ਰਖੀਅਹਿ ਨਾਵ ਸਲਾਰ॥ ik aavahi ik jaahi uth rakhee-ahi naav salaar.
ਇਕਿ ਉਪਾਏ ਮੰਗਤੇ, ਇਕਨਾ ਵਡੇ ਦਰਵਾਰ॥ ik upaa-ay mangtay iknaa vaday darvaar.
ਅਗੈ ਗਇਆ ਜਾਣੀਐ, ਵਿਣੁ ਨਾਵੈ ਵੇਕਾਰ॥੩॥ agai ga-i-aa jaanee-ai vin naavai vaykaar. ||3||

ਇਸ ਸੰਸਾਰ ਵਿੱਚ ਕਈ ਜੰਮਦੇ, ਮਰਦੇ ਹਨ, ਉਹ ਆਪਣੇ ਆਪ ਨੂੰ ਵਡੇ ਨਾਮ ਨਾਲ, ਹੈਸੀਅਤ ਨਾਲ ਦੱਸਦੇ ਹਨ । ਪ੍ਰਭ ਦਾ ਹੀ ਖੇਲ ਹੈ! ਉਹ ਕਿਸੇ ਨੂੰ ਥੋੜੀ ਰਹਿਮਤ, ਮੰਗਤੇ ਦੀ ਤਰ੍ਹਾਂ ਅਤੇ ਕਿਸੇ ਨੂੰ ਹਾਕਮ ਬਣਾ ਕੇ ਭੇਜਦਾ ਹੈ । ਸ਼ਬਦ ਦੀ ਪਾਲਣਾ ਤੋਂ ਇਕੋ ਇਕ ਸੋਝੀ ਬਖਸ਼ਿਸ਼ ਹੁੰਦੀ ਹੈ! ਕੇਵਲ ਸ਼ਬਦ ਦੀ ਕਮਾਈ ਹੀ ਮਰਨ ਤੋਂ ਪਿਛੋਂ ਸਾਥ ਜਾਂਦੀ ਹੈ, ਬਾਕੀ ਖੇਲ ਇਥੇ ਹੀ ਖਤਮ ਹੋ ਜਾਂਦਾ ਹੈ ।

In the universe, countless creatures born and die every day. So many self-minded may be recognize with great name, high worldly status. Human life may be a unique play of The True Creator. He may send any soul as a beggar and others may be as rulers or kings as a reward for his deeds of his previous lives. Whosoever may adopt the teachings of His Word; with His mercy and grace, he may be enlightened with unique essence of His Nature. After death, only the earnings of His Word remain with his soul to support in His Court. All worldly wealth, possessions remain in world.

ਭੈ ਤੇਰੈ ਡਰੁ ਅਗਲਾ, ਖਪਿ ਖਪਿ ਛਿਜੈ ਦੇਹ॥ bhai tayrai dar aglaa khap khap chhijai dayh.
ਨਾਵ ਜਿਨਾ ਸੁਲਤਾਨ ਖਾਨ, ਹੋਂਦੇ ਡਿਠੇ ਖੇਹ॥ naav jinaa sultaan khaan hoday dithay khayh.
ਨਾਨਕ ਉਠੀ ਚਲਿਆ, ਸਭਿ ਕੂੜੇ ਤੁਟੇ ਨੇਹ॥੪॥6॥ naanak uthee chali-aa sabh koorhay tutay nayh. ||4||6||

ਮੌਤ ਦਾ ਡਰ ਬਹੁਤ ਭਿਆਨਕ ਮਹਿਸੂਸ ਹੁੰਦਾ ਹੈ । ਜਿਹੜਾ ਆਪਣੇ ਆਪ ਨੂੰ ਹਾਕਮ, ਰਾਜਾ ਸਦਾਉਂਦਾ ਸੀ । ਅੰਤ ਵਿੱਚ ਭਸਮ ਹੋ ਕੇ ਮਿੱਟੀ ਵਿੱਚ ਰਲ ਜਾਂਦਾ ਹੈ! ਉਸ ਦੀ ਸੰਸਾਰਕ ਹੈਸੀਅਤ, ਧਨ ਨਾਲ ਨਹੀਂ ਜਾਂਦਾ ।

The fear of death may be a very terrible and depressing. Whosoever may be called king on earth; after death, his perishable body becomes ashes. Worldly status and wealth remain on earth; have no significance in His Court.

Key Message of Shree Raag page 16.5
ਸੰਸਾਰੀ ਦਾ ਪ੍ਰਭ ਦੇ ਦਾਸ ਦਾ ਜੀਵਨ ਦਾ ਢੰਗ!
ਜੀਵ ਆਪਣੇ ਮੋਹ, ਸੰਸਾਰਕ ਸਬੰਧਾ, ਇਛਾਂ ਨੂੰ ਜਲਾ ਕੇ ਭਸਮ ਕਰ ਦੇਵੇ! ਆਪਣੀ ਬੁਧੀ, ਸਿਆਣਪ ਨੂੰ ਕਾਗਜ਼ ਅਤੇ ਸ਼ਰਧਾ ਨੂੰ ਕਲਮ ਬਣਾ ਕੇ ਪ੍ਰਭ ਦੀ ਉਸਤਤ, ਵਿਰਾਗ ਨੂੰ ਲਿਖੋ! ਆਪਣੇ ਜੀਵਨ ਨੂੰ ਇਸਤਰ੍ਹਾਂ ਦੀ ਲਿਖਤ ਬਣਾਵੋ! ਪ੍ਰਭ ਆਪ ਹੀ ਗਵਾਹ ਬਣ ਜਾਵੇ । ਸੰਸਾਰ ਵਿੱਚ ਅਨੇਕਾਂ ਹੀ ਜਨਮ ਮਰਨ ਦੇ ਚੱਕਰ ਵਿੱਚ ਹਨ, ਸੰਸਾਰਕ ਹੈਸੀਅਤ ਪ੍ਰਭ ਦਾ ਖੇਲ ਹੈ । ਮੌਤ ਪਿਛੋਂ ਕੇਵਲ ਸ਼ਬਦ ਦੀ ਕਮਾਈ ਹੀ ਸਹਾਈ ਹੁੰਦੀ ਹੈ, ਪ੍ਰਵਾਨਗੀ ਬਖਸ਼ਿਸ਼ ਹੋ ਸਕਦੀ ਹੈ ।
Self-minded, His true devotee way of life!
You should burn worldly attachments; make your wisdom as paper, your devotion as pen and write the praises, your gratitude, renunciation such a way; The True Master may stand as your witness of your earnings. You should not be afraid; birth and death, worldly status remains predetermined and ultimate, unchanged play of His Creation. Remember! Only the earnings of His Word remain as true companion to support in His Court.

7. ਸਿਰੀਰਾਗੁ ਮਹਲਾ ੧॥ (16-12)

ਸਭਿ ਰਸ ਮਿਠੇ ਮੰਨਿਐ, ਸੁਣਿਐ ਸਾਲੋਣੇ॥ sabh ras mithay mani-ai suni-ai saalonay.
ਖਟ ਤੁਰਸੀ ਮੁਖਿ ਬੋਲਣਾ, ਮਾਰਣ ਨਾਦ ਕੀਏ॥ khat tursee mukh bolnaa maaran naad kee-ay.
ਛਤੀਹ ਅੰਮ੍ਰਿਤ ਭਾਉ ਏਕੁ, ਜਾ ਕਉ ਨਦਰਿ ਕਰੇਇ॥੧॥ chhateeh amrit bhaa-o ayk jaa ka-o nadar karay-i. ||1||

ਜੀਭ ਦੇ ਸਾਰੇ ਸਵਾਦ ਪ੍ਰਭ ਦੇ ਸ਼ਬਦ ਦੇ ਰਾਗ, ਸ਼ਬਦ ਦੀ ਧੁਨ ਵਿਚੋਂ ਹੀ ਪੈਦਾ ਹੋਏ ਹਨ । ਕੁਝ ਦਾ ਸਵਾਦ ਮਿਠਾਸ ਵਾਲਾ ਅਤੇ ਕੁਝ ਦਾ ਨਮਕੀਨ ਹੈ । ਇਹ ਸਾਰੇ ਹੀ ਮਨ ਨੂੰ ਚੰਗੇ ਲਗਦੇ ਹਨ । ਜਿਸ ਤੇ ਪ੍ਰਭ ਰਹਿਮਤ ਬਖਸ਼ਦਾ ਹੈ! ਉਸ ਨੂੰ ਹਰਇਕ ਭੋਜਨ ਵਿਚੋਂ ਹੀ ਛੱਤੀ ਰਸ ਦਾ ਅਨੁਭਵ ਹੁੰਦਾ ਹੈ ।

All tastes of the tongue, have been evolved from the everlasting echo of His Word. Some may be sweet and others may be salty; all these are soothing to the mind of His true devotee. Whosoever may be bestowed with His Blessed Vision, he may enjoy countless tastes from the same food.

ਬਾਬਾ ਹੋਰੁ ਖਾਣਾ ਖੁਸੀ ਖੁਆਰੁ॥ baabaa hor khaanaa khusee khu-aar.
ਜਿਤੁ ਖਾਧੈ ਤਨੁ ਪੀੜੀਐ, ਮਨ ਮਹਿ ਚਲਹਿ ਵਿਕਾਰ॥੧॥ ਰਹਾਉ॥ jit khaaDhai tan peerhee-ai man, meh chaleh vikaar. ||1|| rahaa-o.

ਪ੍ਰਭ ਕੇਵਲ ਆਪਣੀ ਰਹਿਮਤ ਵਾਲਾ ਹੀ ਰਸ ਬਖਸ਼ੋ! ਜਿਹੜਾ ਰਸ ਮੇਰੇ ਮਨ ਦੀ ਭਾਵਨਾ ਬਣ ਜਾਵੇ । ਬਾਕੀ ਸਾਰੇ ਹੀ ਸੰਸਾਰਕ ਰਸਾਂ ਨਾਲ ਮਨ ਵਿੱਚ ਲਾਲਚ ਭਰਦਾ ਹੈ, ਮਨ ਅਸਲੀ ਰਸਤੇ ਤੋਂ ਦੂਰ ਜਾਂਦਾ ਹੈ ।

My True Master blesses the craving for the nectar of Your Word! The taste of the nectar may become the craving, only desire of my mind. All other cravings may be a sweet poison of worldly wealth; my mind may drift from the right path of salvation.

ਗੁਰੂ ਨਾਨਕ ਦੇਵ ਜੀ! – Guru Nanak Dev Ji! Guru Granth Sahib

ਰਤਾ ਪੈਨਣੁ ਮਨੁ ਰਤਾ, ਸੁਪੇਦੀ ਸਤੁ ਦਾਨੁ॥ rataa painan man rataa supaydee sat daan.
ਨੀਲੀ ਸਿਆਹੀ ਕਦਾ ਕਰਣੀ, ਪਹਿਰਣੁ ਪੈਰ ਧਿਆਨੁ॥ neelee si-aahee kadaa karnee pahiran pair Dhi-aan.
ਕਮਰਬੰਦੁ ਸੰਤੋਖ ਕਾ, ਧਨੁ ਜੋਬਨੁ ਤੇਰਾ ਨਾਮੁ॥੨॥ karam-band santokh kaa Dhan joban tayraa Naam. ||2||

ਮਨ ਬੰਦਗੀ ਦਾ ਪਹਿਰਾਵਾ, ਬਾਣਾ ਧਾਰਨ ਕਰੋ! ਪ੍ਰਭ ਦੇ ਸ਼ਬਦ ਵਿੱਚ ਲੀਨ ਹੋਣ ਨਾਲ ਮਨ ਦੀ ਅਵਸਥਾ, ਪ੍ਰਭ ਦੀ ਹੋਂਦ ਨੂੰ ਅਨੁਭਵ ਕਰਨ ਲਗ ਪੈਂਦੀ ਹੈ, ਮਨ ਸਾਫ ਹੋ ਜਾਂਦਾ ਹੈ । ਚੰਗੇ ਕੰਮਾਂ ਨਾਲ, ਮਨ ਵਿਚੋਂ ਬੁਰੇ ਕੰਮਾਂ ਦੀ ਇਛਾ ਖਤਮ ਹੋ ਜਾਂਦੀ ਹੈ, ਮਨ ਵਿਚੋਂ ਈਰਖਾ ਦੂਰ ਹੋ ਜਾਂਦੀ ਹੈ । ਮਨ ਵਿੱਚ ਸੰਤੋਖ, ਭਾਣਾ ਪ੍ਰਵਾਨ ਕਰਨ ਦੀ ਸਮਰਥਾ ਜਾਗਰਤ ਹੋ ਜਾਂਦੀ ਹੈ, ਪ੍ਰਭ ਦਾ ਸ਼ਬਦ ਹੀ ਧਨ, ਜੋਬਨ, ਰੂਪ ਬਣ ਜਾਂਦਾ ਹੈ ।

You should adopt the robe of meditation of His Word! Whosoever may remain intoxicated in meditation on the teachings of His Word; he may realize His Existence and his soul may be sanctified. Whosoever may perform good deeds; his evil thoughts of jealousy and desires may be eliminated. He may be blessed with patience, contentment to accept His Command as worthy Blessings. His earnings of His Word may become his glamor, glory, beauty, and worldly status.

ਬਾਬਾ ਹੋਰੁ ਪੈਨਣੁ ਖੁਸੀ ਖੁਆਰੁ॥ baabaa hor painan khusee khu-aar.
ਜਿਤੁ ਪੈਧੈ ਤਨੁ ਪੀੜੀਐ, ਮਨ ਮਹਿ ਚਲਹਿ ਵਿਕਾਰ॥੧॥ ਰਹਾਉ॥ jit paiDhai tan peerhee-ai man, meh chaleh vikaar. ||1|| rahaa-o.

ਪ੍ਰਭ ਕੇਵਲ ਆਪਣੀ ਰਹਿਮਤ ਵਾਲਾ ਪਹਿਰਾਵਾ ਬਖਸ਼ੋ । ਉਹ ਬਾਣਾ ਹੀ ਮਨ ਦੀ ਇਛਾ ਬਣ ਜਾਵੇ! ਬਾਕੀ ਸਾਰੇ ਹੀ ਸੰਸਾਰਕ ਪਹਿਰਾਵੇ ਨਾਲ ਮਨ ਵਿੱਚ ਲਾਲਚ ਭਰ ਜਾਂਦਾ ਹੈ, ਮਨ ਅਸਲੀ ਰਸਤੇ ਤੋਂ ਦੂਰ ਹੋ ਜਾਂਦਾ ਹੈ ।

My True Master blesses the robe of Your Word, Blessed Vision. Your blessed robe may become the craving of my mind. All other robes may blossom worldly greed within. My mind may drift from the real purpose of human life opportunity.

ਘੋੜੇ ਪਾਖਰ ਸੁਇਨੇ ਸਾਖਤਿ, ਬੂਝਣੁ ਤੇਰੀ ਵਾਟ॥ ghorhay paakhar su-inay saakhat boojhan tayree vaat.
ਤਰਕਸ ਤੀਰ ਕਮਾਣ ਸਾਂਗ, ਤੇਗਬੰਦ ਗੁਣ ਧਾਤੁ॥ tarkas teer kamaan saaNg taygband gun Dhaat.
ਵਾਂਜਾ ਨੇਜਾ ਪਤਿ ਸਿਉ ਪਰਗਟੁ, ਕਰਮੁ ਤੇਰਾ ਮੇਰੀ ਜਾਤਿ॥੩॥ vaajaa nayjaa pat si-o pargat karam tayraa mayree jaat. ||3||

ਜੀਵ ਸ਼ਬਦ ਦੀ ਸਿਖਿਆਂ ਦੀ ਸਵਾਰੀ ਕਰੋ! ਸ਼ਬਦ ਹੀ ਅਸਲੀ ਰਸਤਾ ਤੇ ਪਾਉਣ ਵਾਲਾ ਮਲਾਹ, ਗੁਰੂ ਬਣ ਜਾਵੇ । ਉਹ ਹੀ ਤੇਰੀ ਰਖਿਆ ਕਰਨਵਾਲਾ ਤੀਰਕਮਾਨ, ਢਾਲ ਬਣ ਜਾਵੇ । ਸਵਾਸ ਸਵਾਸ ਦੇ ਕੀਤੇ ਕੰਮਾਂ ਵਿਚੋਂ ਸ਼ਬਦ ਦੀ ਗੂੰਜ ਆਵੇ! ਇਹੀ ਤੇਰੀ ਪਛਾਣ, ਸ਼ਾਨ ਬਣ ਜਾਵੇ ।

You should adopt the teachings of His Word with steady and stable belief; the essence of His Word may become your guide, sailor to lead to the right path of acceptance in His Court. The teachings of Your Word may become your bow-arrow, shield-defender. You may hear the everlasting echo of good deeds, virtues of His Word resonating forever from breathes; your deeds may become your recognition, and worldly status.

ਬਾਬਾ ਹੋਰੁ ਚੜਣਾ ਖੁਸੀ ਖੁਆਰੁ॥ baabaa hor charh-naa khusee khu-aar.
ਜਿਤੁ ਚੜਿਐ ਤਨੁ ਪੀੜੀਐ, ਮਨ ਮਹਿ ਚਲਹਿ ਵਿਕਾਰ॥੧॥ ਰਹਾਉ॥ jit charhi-ai tan peerhee-ai man, meh chaleh vikaar. ||1|| rahaa-o.

ਪ੍ਰਭ ਕੇਵਲ ਆਪਣੀ ਰਹਿਮਤ ਦੀ ਨਜ਼ਰ ਵਾਲੀ ਹੀ ਸਵਾਰੀ ਬਖਸ਼ੋ! ਮੇਰੇ ਮਨ ਦੀ ਭਾਵਨਾ ਬਣ ਜਾਵੇ । ਬਾਕੀ ਸਵਾਰੀਆਂ ਨਾਲ ਮਨ ਵਿੱਚ ਲਾਲਚ ਭਰ ਜਾਂਦਾ ਹੈ, ਮਨ ਅਸਲੀ ਰਸਤੇ ਤੋਂ ਦੂਰ ਹੋ ਜਾਂਦਾ ਹੈ ।

My True Master only blesses the ride of Your Word that becomes the craving, anxiety of my mind. All other rides may blossom greed within. My mind may drift from the real purpose of human life opportunity.

ਘਰ ਮੰਦਰ ਖੁਸੀ ਨਾਮ ਕੀ, ਨਦਰਿ ਤੇਰੀ ਪਰਵਾਰੁ॥ ghar mandar khusee Naam kee nadar tayree parvaar.
ਹੁਕਮੁ ਸੋਈ ਤੁਧੁ ਭਾਵਸੀ, ਹੋਰੁ ਆਖਣੁ ਬਹੁਤੁ ਅਪਾਰੁ॥ hukam so-ee tuDh bhaavsee hor aakhan bahut apaar.
ਨਾਨਕ ਸਚਾ ਪਾਤਿਸਾਹੁ, ਪੂਛਿ ਨ ਕਰੇ ਬੀਚਾਰੁ॥੪॥ naanak sachaa paatisaahu poochh na karay beechaar. ||4||

ਮਨ ਨੂੰ ਪ੍ਰਭ ਦਾ ਮੰਦਰ ਬਣਾਵੋ! ਜਿਸ ਵਿੱਚ ਸਦਾ ਹੀ ਸ਼ਬਦ ਦੀ ਧੁਨ ਚਲੇ, ਪ੍ਰਭ ਦਾ ਭਾਣਾ ਹੀ ਮਨ ਦੀਆਂ ਇਛਾਂ ਬਣ ਜਾਣ । ਇਹ ਸਭ ਕੁਝ ਜੀਵ ਦੀ ਆਪਣੀ ਪਹੁੰਚ ਤੋਂ ਬਹੁਤ ਉਪਰ ਹੈ, ਕੇਵਲ ਪ੍ਰਭ ਦੀ ਰਹਿਮਤ ਨਾਲ ਹੀ ਬਖਸ਼ਿਸ਼ ਹੁੰਦਾ ਹੈ । ਜਿਹੜਾ ਆਪਣਾ ਜੀਵਨ ਸਵਾਸ ਗਰਾਸ ਪ੍ਰਭ ਦੀ ਸਿਖਿਆਂ ਨਾਲ ਢਾਲਦਾ ਹੈ, ਉਸ ਦੇ ਮਨ ਵਿਚੋਂ ਆਪਾ ਖਤਮ ਹੋ ਜਾਂਦਾ ਹੈ ।

You should make your mind as a Holy Shrine, His Temple; you may hear the everlasting echo of His Word resonates within. Such a state of mind may only be blessed with His Blessed Vision; you may remain beyond reach of worldly wealth. Whosoever may adopt the teachings of His Word with steady and stable belief with each breath; with His mercy and grace, he may conquer his own self-entity.

ਬਾਬਾ ਹੋਰੁ ਸਉਣਾ ਖੁਸੀ ਖੁਆਰੁ॥ baabaa hor sa-unaa khusee khu-aar.
ਜਿਤੁ ਸੁਤੈ ਤਨੁ ਪੀੜੀਐ, ਮਨ ਮਹਿ ਚਲਹਿ ਵਿਕਾਰ॥੧॥ ਰਹਾਉ॥੪॥7॥ jit sutai tan peerhee-ai man, meh chaleh vikaar. ||1|| rahaa-o. ||4||7||

ਪ੍ਰਭ ਕੇਵਲ ਆਪਣੀ ਨਜ਼ਰ, ਰਹਿਮਤ ਵਾਲੀ ਹੀ ਨੀਂਦ ਬਖਸ਼ੋ! ਜੋ ਮੇਰੀ ਮਨ ਦੀ ਭਾਵਨਾ ਬਣ ਜਾਵੇ । ਬਾਕੀ ਸਾਰੇ ਘਰਾਂ ਵਿੱਚ ਸੌਣ ਨਾਲ ਮਨ ਵਿੱਚ ਲਾਲਚ ਭਰਦਾ ਹੈ, ਮਨ ਅਸਲੀ ਰਸਤੇ ਤੋਂ ਦੂਰ ਹੋ ਜਾਂਦਾ ਹੈ ।

My True Master, blesses the sleep of Your Blessed Vision! That resting place may become the craving of my mind. Whosoever may be searching different resting place for comfort; he may drift from the real purpose of human life opportunity.

Key Message of Shree Raag page 16.12
ਪ੍ਰਭ ਦੇ ਦਾਸ ਦੇ ਮਨ ਦੀ ਇਛਾ, ਅਵਸਥਾ!
ਜੀਭ ਦੇ ਸਾਰੇ ਸਵਾਦ, ਪ੍ਰਭ ਦੇ ਸ਼ਬਦ ਦੀ ਧੁਨ ਵਿਚੋਂ ਹੀ ਪੈਦਾ ਹੁੰਦੇ ਹਨ! ਪ੍ਰਭ ਦਾ ਦਾਸ, ਪ੍ਰਭ ਦੇ ਸ਼ਬਦ ਦੀ ਸਿਖਿਆਂ ਵਾਲਾ ਹੀ ਭੋਜਨ, ਬਾਣਾ, ਸਵਾਰੀ, ਘਰ, ਅਰਾਮ ਕਰਨ ਵਾਲਾ ਆਸਣ ਦੀ ਮਨ ਵਿੱਚ ਇਛਾਂ ਰਖਦਾ ਹੈ, ਰਹਿਮਤ ਦੀ ਹੀ ਅਰਦਾਸ ਕਰਦਾ ਹੈ ।
State of mind and desire of His true devotee!
All the tastes of tongue have been influenced from the everlasting echo of His Word. His true devotee has only one desire to be blessed with food, robe, ride, and home that enforce the essence of His Word. He remains in renunciation in the memory of his separation from His Holy Spirit.

8. **ਸਿਰੀਰਾਗੁ ਮਹਲਾ ੧॥ (17-3)**

ਕੁੰਗੂ ਕੀ ਕਾਂਇਆ ਰਤਨਾਂ ਕੀ ਲਲਿਤਾ, ਅਗਰਿ ਵਾਸੁ ਤਨਿ ਸਾਸੁ॥ kungoo kee kaaN-i-aa ratnaa kee lalitaa agar vaas tan saas.
ਅਠਸਠਿ ਤੀਰਥ ਕਾ ਮੁਖਿ ਟਿਕਾ, ਤਿਤੁ ਘਟਿ ਮਤਿ ਵਿਗਾਸੁ॥ athsath tirath kaa mukh tikaa tit ghat mat vigaas.
ਓਤੁ ਮਤੀ ਸਾਲਾਹਣਾ, ਸਚੁ ਨਾਮੁ ਗੁਣਤਾਸੁ॥੧॥ ot matee salaahnaa sach Naam guntaas. ||1||

ਜਿਸ ਦੀ ਜੀਭ ਵਿਚੋਂ, ਅਵਾਜ਼ ਵਿਚੋਂ ਅਨਮੋਲ ਸ਼ਬਦ ਨਿਕਲਦਾ ਹੈ, ਉਸ ਦੇ ਸਵਾਸਾਂ ਵਿਚੋਂ ਸੁਹਾਗ ਦੇ ਸੰਧੂਰ ਦੀ ਸੁਗੰਧ ਆਉਂਦੀ ਹੈ । ਉਸ ਤੇ ਅਠਾਠ 68 ਤੀਰਥਾਂ ਦੀ ਸਫਲ ਯਾਤਰਾ ਦਾ ਨੂਰ, ਰੂਹਾਨੀ ਸੋਝੀ ਚਮਕਦੀ ਹੈ । ਗੁਰਮਖ ਦੇ ਮਨ ਤੇ ਇਤਨੀਆਂ ਸਿਆਣਪਾਂ ਬਖਸ਼ਿਸ਼ ਹੋਣ ਤੇ ਵੀ ਅਹੰਕਾਰ ਨਹੀਂ ਆਉਂਦਾ । ਉਹ ਇਹਨਾਂ ਸਿਆਣਪਾਂ ਨਾਲ ਅਸਲੀ ਮਾਲਕ ਦੇ ਸ਼ਬਦ ਦੀ ਮਹਿਮਾਂ ਹੀ ਗਾਉਂਦਾ ਹੈ ।

Whosoever may sing the glory with each breath from his tongue. The everlasting echo of His Word, the aroma, vermilion spreads everywhere. The eternal glow of the essence of His Word and blessings of pilgrimage of 68 Holy Shrines may be shining on his forehead. His true devotee remains humble! He may not become a victim of ego. He may remain intoxicated in meditation and singing the glory in the void of His Word.

ਬਾਬਾ ਹੋਰ ਮਤਿ ਹੋਰ ਹੋਰ॥ baabaa hor mat hor hor.
ਜੇ ਸਉ ਵੇਰ ਕਮਾਈਐ, ਕੂੜੈ ਕੂੜਾ ਜੋਰੁ॥੧॥ ਰਹਾਉ॥ jay sa-o vayr kamaa-ee-ai koorhai koorhaa jor. ||1|| rahaa-o.

ਪ੍ਰਭ ਨੂੰ ਸ਼ਬਦ ਦੀ ਰਸਨਾ ਕਰਨਵਾਲੀ ਹੀ ਅਸਲੀ ਸਿਆਣਪ ਭਾਉਂਦੀ ਹੈ । ਬਾਕੀ ਸਭ ਸਿਆਣਪਾਂ ਬੇਕਾਰ ਹੀ, ਲੋਕ ਦਿਖਾਵੇ ਵਾਲੀਆਂ ਝੂਠੀਆਂ ਹੀ ਹਨ ।

Only the wisdom to sing His Glory may be acceptable in His Court. All other wisdoms and deeds are useless and boost false ego within the mind.

ਪੂਜ ਲਗੈ ਪੀਰੁ ਆਖੀਐ, ਸਭੁ ਮਿਲੈ ਸੰਸਾਰੁ॥ pooj lagai peer aakhee-ai sabh milai sansaar.
ਨਾਉ ਸਦਾਏ ਆਪਣਾ, ਹੋਵੈ ਸਿਧੁ ਸੁਮਾਰੁ॥ naa-o sadaa-ay aapnaa hovai siDh sumaar.
ਜਾ ਪਤਿ ਲੇਖੈ ਨਾ ਪਵੈ, ਸਭਾ ਪੂਜ ਖੁਆਰੁ॥੨॥ jaa pat laykhai naa pavai sabhaa pooj khu-aar. ||2||

ਅਗਰ ਇਸ ਸੰਸਾਰ ਵਿੱਚ ਇਸਤਰ੍ਹਾਂ ਦੀ ਅਵਸਥਾ ਬਖਸ਼ਿਸ਼ ਹੋ ਜਾਵੇ! ਸੰਸਾਰਕ ਜੀਵ ਗੁਰੂ, ਪੀਰ ਮੰਨਣ ਲਗ ਪੈਣ । ਤੇਰੇ ਨਾਮ ਦੀ ਡੀਗ ਚਲ ਜਾਵੇ, ਤੇਰੇ ਵਿੱਚ ਰਿਧੀਆਂ ਸਿਧੀਆਂ ਵੀ ਬਖਸ਼ਿਸ਼ ਹੋ ਜਾਣ । ਜਿਸ ਦੀ ਬੰਦਗੀ, ਪ੍ਰਭ ਦੇ ਦਰਬਾਰ ਵਿੱਚ ਕਬੂਲ ਨਾ ਹੋਵੇ! ਉਸ ਦੇ ਜੀਵਨ ਦਾ ਢੰਗ ਮੁਕਤੀ ਦਾ ਰਸਤਾ ਨਹੀਂ, ਬੇਕਾਰ ਹੀ ਮਾਨਸ ਜਨਮ ਗਵਾ ਲਿਆ ।

Whosoever may be blessed with such a state of mind; he may be blessed with miracle powers and everyone may sing his glory as guru. Whose meditation may not be accepted in His Court; his way of life may not become the right path of acceptance in His Court. He has wasted his human life uselessly.

ਜਿਨ ਕਉ ਸਤਿਗੁਰਿ ਥਾਪਿਆ, ਤਿਨ ਮੇਟਿ ਨ ਸਕੈ ਕੋਇ॥ jin ka-o saT`gur thaapi-aa tin mayt na sakai ko-ay.
ਓਨਾ ਅੰਦਰਿ ਨਾਮੁ ਨਿਧਾਨੁ ਹੈ, ਨਾਮੋ ਪਰਗਟੁ ਹੋਇ॥ onaa andar Naam niDhaan hai Naamo pargat ho-ay.
ਨਾਉ ਪੂਜੀਐ ਨਾਉ ਮੰਨੀਐ, ਅਖੰਡੁ ਸਦਾ ਸਚੁ ਸੋਇ॥੩॥ naa-o poojee-ai naa-o mannee-ai akhand sadaa sach so-ay. ||3||

ਜਿਸ ਨੂੰ ਪ੍ਰਭ ਆਪ ਹੀ ਰਹਿਮਤ ਬਖਸ਼ਦਾ ਹੈ! ਕੋਈ ਵੀ ਇਹ ਰਹਿਮਤ ਠੱਗ ਨਹੀਂ ਸਕਦਾ । ਉਸ ਦੇ ਅੰਦਰ ਸ਼ਬਦ ਦੀ ਜੋਤ ਸਦਾ ਲਈ ਜਾਗਰਤ ਹੋ ਜਾਂਦੀ, ਕਦੇ ਖਤਮ ਨਹੀਂ ਹੁੰਦੀ । ਉਹ ਸ਼ਬਦ ਦੀ ਪਾਲਣਾ ਤੋਂ ਬਿਨਾਂ ਹੋਰ ਕੋਈ ਸਿਖਿਆਂ ਨਹੀਂ ਦੇਂਦਾ, ਸ਼ਬਦ ਦਾ ਸਿਮਰਨ ਨਹੀਂ ਕਰਦਾ, ਕੇਵਲ ਦਾਸ ਹੀ ਬਣਿਆ ਰਹਿੰਦਾ ਹੈ ।

Whosoever may be bestowed with His Blessed Vision; no one can rob his earnings of His Word. He remains enlightened within; the everlasting eternal glow of Holy Spirit may never be diminished from his heart. He may never preach any other message except His Word. He may never adopt any other teachings in his life; he may remain contented with His Blessings.

ਖੇਹੂ ਖੇਹ ਰਲਾਈਐ, ਤਾ ਜੀਉ ਕੇਹਾ ਹੋਇ॥ khayhoo khayh ralaa-ee-ai taa jee-o kayhaa ho-ay.
ਜਲੀਆ ਸਭਿ ਸਿਆਣਪਾ, ਉਠੀ ਚਲਿਆ ਰੋਇ॥ jalee-aa sabh si-aanpaa uthee chali-aa ro-ay.
ਨਾਨਕ ਨਾਮਿ ਵਿਸਾਰਿਐ, ਦਰਿ ਗਇਆ ਕਿਆ ਹੋਇ॥੪॥8॥ naanak Naam visaari-ai dar ga-i-aa ki-aa ho-ay. ||4||8||

ਜੀਵ ਦੇ ਸਵਾਸ ਖਤਮ ਹੋਣ ਨਾਲ ਤਨ ਭਸਮ ਹੋ ਜਾਂਦਾ ਹੈ । ਤਨ ਵਿੱਚ ਵਸਦੀ ਆਤਮਾ ਦੀ ਕੀ ਹੁੰਦਾ ਹੈ? ਉਸ ਦੇ ਸਾਰੇ ਸੰਸਾਰਕ ਖੇਲ, ਚਲਾਕੀਆਂ ਤਨ ਦੇ ਨਾਲ ਹੀ ਭਸਮ, ਖਤਮ ਹੋ ਜਾਂਦੀਆਂ ਹਨ, ਆਤਮਾ ਕਰਲਾਉਂਦੀ ਹੈ । ਜਿਹੜਾ ਆਪਣੇ ਮਾਨਸ ਜਨਮ ਵਿੱਚ ਸ਼ਬਦ ਨੂੰ ਚੇਤੇ ਨਹੀਂ ਰਖਦਾ, ਪ੍ਰਭ ਦੀ ਦਰਗਾਹ ਵਿੱਚ ਉਸ ਦੀ ਇਹ ਹੀ ਹਾਲਤ ਹੁੰਦੀ ਹੈ ।

Whose capital of breaths may be exhausted; his body becomes ashes, part of the dirt. What may happen to his soul dwelling within his body? All the cleaver, evil schemes, thoughts may vanish along with his body. His soul must endure the judgement of The Religious Judge. Whosoever may not adopt the teachings of His Word; his soul endures similar condition in His Court.

Key Message of Shree Raag page 17.3
ਜੀਵ ਦੀ ਮੌਤ, ਤਨ ਦਾ ਨਾਸ ਹੋਣ ਨਾਲ ਆਤਮਾ ਦਾ ਕੀ ਹੁੰਦਾ ਹੈ? ਪ੍ਰਭ ਦੇ ਦਾਸ ਦੀ ਅਵਸਥਾ!
ਜਿਸ ਦੀ ਅਵਾਜ਼ ਵਿਚੋਂ ਸਦਾ ਹੀ ਸ਼ਬਦ ਦੀ ਗੂੰਜ ਨਿਕਲਦੀ ਹੋਵੇ! ਉਸ ਦਾਸ ਤੇ 68 ਪਵਿੱਤਰ ਤੀਰਥਾਂ ਦੀ ਸਫਲ ਯਾਤਰਾ ਦੀ ਬਖਸ਼ਿਸ਼ ਨਜ਼ਰ ਆਉਂਦੀ ਹੈ । ਸ਼ਬਦ ਦੀ ਰਸਨਾ ਵਾਲੀ ਅਵਸਥਾ ਪ੍ਰਭ ਦੇ ਦਰ ਵਿੱਚ ਭਾਉਂਦੀ ਹੈ । ਸੰਸਾਰਕ ਪੂਜਾ ਕਰਵਾਉਣ ਵਾਲੀ ਅਵਸਥਾ ਪ੍ਰਭ ਦੇ ਦਰਬਾਰ ਵਿੱਚ ਪ੍ਰਵਾਨ ਨਹੀ ਹੁੰਦੀ । ਜੀਵ ਦੇ ਸਵਾਸ ਖਤਮ ਹੋਣ ਤੇ ਤਨ ਵਿੱਚ ਵਸਦੀ ਆਤਮਾ ਦਾ ਕੀ ਹੁੰਦਾ ਹੈ? ਸੰਸਾਰਕ ਚਲਾਕੀਆਂ ਦਾ ਖੇਲ ਖਤਮ ਹੋ ਜਾਂਦਾ, ਆਤਮਾ ਤਨ ਦੇ ਕੰਮਾਂ ਦਾ ਲੇਖਾ ਭੁਗਤਦੀ ਹੈ!
What may happen to soul, after capital of breath may be exhausted? State of mind of His true devotee.
Whosoever may remain intoxicated in the everlasting echo of His Word! He may be overwhelmed with His Blessed Vision. His state of mind may be acceptable in His Court. Worldly status as guru, saint may not be acceptable in His Court. When perishable body may be destroyed! What may happen to imperishable soul? All clever, devious play of his mind vanish! His soul endures the judgement of sinful deeds committed by body.

9. **ਸਿਰੀਰਾਗੁ ਮਹਲਾ ੧॥ (17-9)**

ਗੁਣਵੰਤੀ ਗੁਣ ਵੀਥਰੈ, ਅਉਗੁਣਵੰਤੀ ਝੂਰਿ॥ gunvantee gun veethrai a-ugunvantee jhoor.
ਜੇ ਲੋੜਹਿ ਵਰੁ ਕਾਮਣੀ, ਨਹ ਮਿਲੀਐ ਪਿਰ ਕੂਰਿ॥ jay lorheh var kaamnee nah milee-ai pir koor.
ਨਾ ਬੇੜੀ ਨਾ ਤੁਲਹੜਾ, ਨਾ ਪਾਈਐ ਪਿਰੁ ਦੂਰਿ॥੧॥ naa bayrhee naa tulharhaa naa paa-ee-ai pir door. ||1||

ਗੁਰੂ ਨਾਨਕ ਦੇਵ ਜੀ! – Guru Nanak Dev Ji! Guru Granth Sahib

ਜਿਹੜਾ ਆਪਣੇ ਅਸਲੀ ਮਾਲਕ ਦੇ ਦਰਬਾਰ ਵਿੱਚ ਕਬੂਲ ਹੋਣ ਦੀ ਆਸ ਰਖਦਾ ਹੈ! ਦਰਬਾਰ ਵਿੱਚ ਪਖੰਡ ਨਾਲ, ਬਾਣਾ ਪਾਉਣ ਨਾਲ, ਜਗ੍ਹਾ ਬਖਸ਼ਿਸ਼ ਨਹੀਂ ਹੁੰਦੀ । ਪ੍ਰਭ ਨੇ ਅਰਦਾਸ ਕਬੂਲ ਕਰਕੇ ਮਾਨਸ ਜਨਮ ਬਖਸ਼ਿਆ ਸੀ! ਤੇਰੇ ਵਿੱਚ ਜੋਤ ਸ਼ਰਧਾ, ਖਿੱਚ ਸੀ, ਜਿਸ ਨਾਲ ਤੂੰ ਬੰਦਗੀ ਕਰ ਸਕਦਾ ਸੀ । ਅਗਰ ਜੋਤ ਬੁਝ ਗਈ ਤਾ ਫਿਰ ਪਛਤਾਵੇ ਦਾ ਕੋਈ ਲਾਭ ਨਹੀਂ ਹੁੰਦਾ । ਪ੍ਰਭ ਦਾ ਦਰਬਾਰ ਬਹੁਤ ਦੂਰ ਹੈ, ਉਥੇ ਜਾਣ ਲਈ ਕੋਈ ਬੇੜੀ ਜਾ ਹੋਰ ਸਾਧਨ ਨਹੀਂ ਹੈ ।

Whosoever may have a desire, hope to be accepted in His Court. Remember! Any cleaver trick, hypocrisy or religious robe may not help to find the right path of acceptance in His Court. The True Master accepted your prayer and blessed your soul with human body; your soul was enlightened with His Word, His Spirit within your heart. You must keep the flame glowing within your heart. Whose flame of His Word may be extinguished from within; his regretting and repenting may be useless. His palace is far away! There may not be any boat or other source, method to help.

ਮੇਰੇ ਠਾਕੁਰ ਪੂਰੈ ਤਖਤਿ ਅਡੋਲੁ॥ mayray thaakur poorai takhat adol.
ਗੁਰਮੁਖਿ ਪੂਰਾ ਜੇ ਕਰੇ, ਪਾਈਐ ਸਾਚੁ ਅਤੋਲੁ॥੧॥ ਰਹਾਉ॥ gurmukh pooraa jay karay paa-ee-ai saach atol. ||1|| rahaa-o.

ਪ੍ਰਭ ਆਪਣੇ ਆਪ ਵਿੱਚ ਪੂਰਨ, ਸਰਬ ਕਲਾਂ ਸਮਰਥ ਹੈ, ਪ੍ਰਭ ਦੀ ਹੋਂਦ ਅਟਲ ਹੈ । ਜਿਹੜਾ ਆਪਣੀ ਆਤਮਾ ਨੂੰ ਪਵਿੱਤਰ ਕਰ ਲੈਂਦਾ ਹੈ, ਉਸ ਨੂੰ ਗੁਰਮਖ ਅਵਸਥਾ ਬਖਸ਼ਿਸ਼ ਹੋ ਸਕਦੀ ਹੈ । ਉਸ ਨੂੰ ਪ੍ਰਭ ਦੀ ਹੋਂਦ ਅਨੁਭਵ ਹੋ ਜਾਂਦੀ ਹੈ ।

The Omnipotent True Master remains perfect in all respects! His Existence remains axiom and unchangeable. Whosoever may adopt the teachings of His Word to sanctify his soul. He may be blessed with a state of mind as His true devotee; with His mercy and grace, he may realize His Existence everywhere.

ਪ੍ਰਭੁ ਹਰਿਮੰਦਰੁ ਸੋਹਣਾ, ਤਿਸੁ ਮਹਿ ਮਾਣਕ ਲਾਲ॥ parabh harmandar sohnaa tis meh maanak laal.
ਮੋਤੀ ਹੀਰਾ ਨਿਰਮਲਾ, ਕੰਚਨ ਕੋਟ ਰੀਸਾਲ॥ motee heeraa nirmalaa kanchan kot reesaal.
ਬਿਨੁ ਪਉੜੀ ਗੜਿ ਕਿਉ ਚੜਉ, ਗੁਰ ਹਰਿ ਧਿਆਨ ਨਿਹਾਲ॥੨॥ bin pa-orhee garh ki-o charha-o gur har Dhi-aan nihaal. ||2||

ਪ੍ਰਭ ਦਾ ਸ਼ਾਤੀ ਵਾਲਾ ਘਰ ਜੀਵ ਦੇ ਹਿਰਦੇ ਵਿੱਚ ਹੀ ਹੈ । ਤਨ, ਮਨ ਦੇ ਦਸਵੇਂ ਘਰ ਵਿਚੋਂ ਹੀ ਸਾਰੇ ਅਨਮੋਲ ਹੀਰੇ, ਮੋਤੀ ਬਖਸ਼ਿਸ਼ ਹੁੰਦੇ ਹਨ । ਇਸ ਮੰਦਰ ਵਿੱਚ ਜਾਣ ਲਈ ਕੋਈ ਪੌੜੀ ਨਹੀਂ, ਕਿਸਤਰ੍ਹਾਂ ਦਾਖਲ ਹੋਵੇ? ਇਸ ਮੰਦਰ ਵਿੱਚ ਜਾਣ ਦਾ ਇਕੋ ਇਕ ਸਾਧਨ ਹੈ! ਅਟਲ ਪ੍ਰਭ ਨੂੰ ਆਪਣਾ ਅਸਲੀ ਮਾਲਕ ਮੰਨਕੇ, ਸ਼ਬਦ ਨਾਲ ਜੀਵਨ ਢਾਲਣ ਨਾਲ ਹੀ ਅਸਲੀ ਰਸਤਾ ਬਖਸ਼ਿਸ਼ ਹੋ ਸਕਦਾ ਹੈ ।

His temple of peace and comforts remains within the core of your heart. All precious jewels and blessings may be bestowed from the 10th house, cave within your mind and body. There may not be any stair to climb to His Temple; how may anyone reach 10th door, His Temple? Only one unique, method, the right path to reach His Temple! Whosoever may believe, The One and Only One, True Master, Creator and adopts the teachings of His Word with steady and stable belief in day-to-day life; with His mercy and grace, he may be blessed with the right path of acceptance in His Court.

ਗੁਰੁ ਪਉੜੀ, ਬੇੜੀ ਗੁਰੂ, ਗੁਰੁ ਤੁਲਹਾ ਹਰਿ ਨਾਉ॥ gur pa-orhee bayrhee guroo gur tulhaa har naa-o.
ਗੁਰੁ ਸਰੁ ਸਾਗਰੁ ਬੋਹਿਥੋ, ਗੁਰੁ ਤੀਰਥੁ ਦਰੀਆਉ॥ gur sar saagar bohitho gur tirath daree-aa-o.
ਜੇ ਤਿਸੁ ਭਾਵੈ ਊਜਲੀ, ਸਤ ਸਰਿ ਨਾਵਣ ਜਾਉ॥੩॥ jay tis bhaavai oojlee sat sar naavan jaa-o. ||3||

ਅਟਲ ਪ੍ਰਭ ਦੇ ਸ਼ਬਦ ਦੇ ਸਿਮਰਨ ਦੀ ਪੌੜੀ, ਬੇੜੀ ਹੀ ਸਾਗਰ ਵਿਚੋਂ ਪਾਰ ਲੈ ਜਾ ਸਕਦੀ ਹੈ । ਜਿਸ ਦੀ ਬੰਦਗੀ ਪ੍ਰਭ ਨੂੰ ਪ੍ਰਵਾਨ ਹੋ ਜਾਂਦੀ ਹੈ, ਉਸ ਦਾ ਮਨ ਹੀ ਤੀਰਥ ਬਣ ਜਾਂਦਾ ਹੈ, ਨੂਰ ਚਮਕਦਾ ਹੈ ।

Whosoever may meditate on the teachings of His Word with steady and stable belief; with His mercy and grace, his earnings of His Word may be transformed as the stair, boat, to carry to His Court. The enlightenment of the essence of His Word may become His Holy Shrine; the eternal glow of His Word may be shinning within his heart.

ਪੂਰੋ ਪੂਰੋ ਆਖੀਐ, ਪੂਰੈ ਤਖਤਿ ਨਿਵਾਸ॥ pooro pooro aakhee-ai poorai takhat nivaas.
ਪੂਰੈ ਥਾਨਿ ਸੁਹਾਵਣੈ, ਪੂਰੈ ਆਸ ਨਿਰਾਸ॥ poorai thaan suhaavnai poorai aas niraas.
ਨਾਨਕ ਪੂਰਾ ਜੇ ਮਿਲੈ, ਕਿਉ ਘਾਟੈ ਗੁਣ ਤਾਸ॥੪॥੯॥ naanak pooraa jay milai ki-o ghaatai gun taas. ||4||9||

ਸਪੂਰਨ ਪ੍ਰਭ ਦਾ ਆਸਣ, ਤਖਤ ਵੀ ਪੂਰਨ ਹੈ । ਉਹ ਆਪਣੇ ਅਚੰਭੇ ਸਿੰਘਾਸਣ ਤੇ ਬੈਠਾ, ਨਿਮਾਣਿਆਂ ਦੀਆਂ ਆਸਾਂ ਪੂਰੀਆਂ ਕਰਨਵਾਲਾ ਮਾਲਕ ਹੈ । ਜਿਸ ਤੇ ਰਹਿਮਤ ਦੀ ਨਜ਼ਰ ਬਖਸ਼ਦਾ ਹੈ, ਉਸ ਦੀ ਕੋਈ ਹੋਰ ਮੰਗ ਨਹੀਂ ਰਹਿੰਦੀ, ਜੀਵਨ ਵਿੱਚ ਤੋਟ ਨਹੀਂ ਆਉਂਦੀ ।

The Omnipotent True Master remains perfect in all respects; His Holy throne remains sanctified. Seated on astonishing, wonderful Throne; He bestows virtues and satisfies the prayers of His true devotee. Whosoever may be bestowed with His Blessed Vision! He may not have any worldly desire left within his mind nor he may realize any shortcomings in his life.

Key Message of Shree Raag page 17.9
ਪ੍ਰਭ ਦੇ ਦਰਬਾਰ ਦੀ ਕੁੰਜੀ ਕਿਵੇਂ ਬਖਸ਼ਿਸ਼ ਹੋ ਸਕਦੀ ਹੈ? ਆਤਮਾ ਮਨ ਨੂੰ ਕਿਵੇਂ ਜਿੱਤ ਸਕਦੀ ਹੈ?
ਪ੍ਰਭ ਦੇ ਦਰਬਾਰ ਵਿੱਚ ਪ੍ਰਵਾਨ ਹੋਣ ਲਈ ਆਤਮਾ ਦੀ ਕਿਸਤਰ੍ਹਾਂ ਦੀ ਅਵਸਥਾ ਧਾਰਨ ਕਰਨੀ ਪੈਂਦੀ ਹੈ? ਪ੍ਰਭ ਦਾ ਆਸਣ, ਦਰਬਾਰ, ਆਤਮਾ ਦੇ ਦਸਵੇਂ ਘਰ, ਗੁਫਾ ਵਿੱਚ ਹੈ । ਪ੍ਰਭ ਦੇ ਸ਼ਬਦ ਦੀ ਸਿਖਿਆਂ ਜੀਵਨ ਵਿੱਚ ਢਾਲਣ ਨਾਲ, ਆਤਮਾ ਪਵਿੱਤਰ ਹੋ ਜਾਂਦੀ ਹੈ, ਪ੍ਰਭ ਦੇ ਸ਼ਬਦ ਦੀ ਸਿਖਿਆਂ (ਗੁਰੁ) ਹੀ ਪੌੜੀ, ਰਸਤਾ, ਦਸਵੇਂ ਦਰ ਦੀ ਕੁੰਜੀ ਬਣ ਜਾਂਦੀ ਹੈ । ਜਿਸ ਦਾ ਸੁਚੇਤ ਮਨ, ਅਚੇਤ ਮਨ ਦਾ ਗੁਲਾਮ ਬਣ ਜਾਂਦਾ ਹੈ, ਉਸ ਦੇ ਮਨ ਵਿੱਚ ਕੋਈ ਸੰਸਾਰਕ ਇਛਾ ਨਹੀ ਰਹਿੰਦੀ ।
How to Conquer your mind? How the 10th, door open for soul?
How soul may be sanctified to become worthy of His Consideration? His Holy Spirit remains embedded within his soul! Whosoever may adopt the teachings of His Word with steady and stable belief; with His mercy and grace, he may hear the everlasting echo of His Word resonating within his heart. The essence of His Word may become the key of 10th, door. His conscious mind may become a slave of His Word, his subconscious mind. All his worldly desires may disappear from his mind, conscious.

10. ਸਿਰੀਰਾਗੁ ਮਹਲਾ ੧॥ (17-16)

ਆਵਹੁ ਭੈਣੇ ਗਲਿ ਮਿਲਹ, ਅੰਕਿ ਸਹੇਲੜੀਆਹ॥ aavhu bhainay gal milah ank sahaylrhee-aah.
ਮਿਲਿ ਕੈ ਕਰਹ ਕਹਾਣੀਆ, ਸੰਮ੍ਰਥ ਕੰਤ ਕੀਆਹ॥ mil kai karah kahaanee-aa samrath kant kee-aah.
ਸਾਚੇ ਸਾਹਿਬ ਸਭਿ ਗੁਣ, ਅਉਗਣ ਸਭਿ ਅਸਾਹ॥੧॥ saachay saahib sabh gun a-ugan sabh asaah. ||1||

ਗੁਰੂ ਨਾਨਕ ਦੇਵ ਜੀ! – Guru Nanak Dev Ji! Guru Granth Sahib

ਸੰਗਤ ਵਿੱਚ ਮਿਲਕੇ ਗੁਣਾਂ ਨਾਲ ਭਰਪੂਰ ਪ੍ਰਭ ਦੇ ਗੁਣਾ ਦਾ ਖਿਆਲ, ਵਿਚਾਰ ਸਾਂਝੇ ਕਰੋ । ਪ੍ਰਭ ਦੀ ਬਖਸ਼ਿਸ਼ ਨਾਲ ਹੀ ਜੀਵ ਵਿੱਚ ਸਾਰੇ ਗੁਣ ਬਖਸ਼ਿਸ਼ ਹੁੰਦੇ ਹਨ । ਜੀਵ ਆਪ ਕੁਝ ਨਹੀਂ ਕਰ ਸਕਦਾ, ਜੋ ਉਸ ਨੂੰ ਭਾਉਂਦਾ ਹੈ, ਉਹ ਹੀ ਜੀਵ ਤੋਂ ਕਰਾਉਂਦਾ ਹੈ ।

You should join the conjugation of His Holy saint! You should sing the glory and spread the essence of His Word. Whosoever may be bestowed with His Blessed Vision, he may be blessed with all virtues. Nothing may be accomplished with own efforts; everything may only happen with His Imagination.

ਕਰਤਾ ਸਭੁ ਕੋ ਤੇਰੈ ਜੋਰਿ॥	kartaa sabh ko tayrai jor.
ਏਕੁ ਸਬਦੁ ਬੀਚਾਰੀਐ, ਜਾ ਤੂ ਤਾ ਕਿਆ ਹੋਰਿ॥੧॥ ਰਹਾਉ॥	ayk sabad beechaaree-ai jaa too taa ki-aa hor. ‖1‖ rahaa-o.

ਸਭ ਕੁਝ ਪ੍ਰਭ ਦੇ ਭਾਣੇ ਅੰਦਰ ਹੀ ਵਾਪਰਦਾ ਹੈ । ਜਿਸ ਮਨ ਵਿੱਚ ਸ਼ਬਦ ਘਰ ਕਰ ਜਾਂਦਾ ਹੈ, ਉਸ ਦੀਆਂ ਬਾਕੀ ਖਾਹਿਸ਼ਾਂ ਖਤਮ ਹੋ ਜਾਂਦੀਆਂ ਹਨ ।

Everything may be blessed by adopting the teachings of His Word in day-to-day life. Whosoever may be drenched with the enlightenment of the essence of His Word; with His Mercy and grace, his state of mind may become beyond the reach all worldly desires.

ਜਾਇ ਪੁਛਹੁ ਸੋਹਾਗਣੀ, ਤੁਸੀ ਰਾਵਿਆ ਕਿਨੀ ਗੁਣੀ॥	jaa-ay puchhahu sohaaganee tusee raavi-aa kinee gunee.
ਸਹਜਿ ਸੰਤੋਖਿ ਸੀਗਾਰੀਆ, ਮਿਠਾ ਬੋਲਣੀ॥	sahj santokh seegaaree-aa mithaa bolnee.
ਪਿਰੁ ਰੀਸਾਲੂ ਤਾ ਮਿਲੈ, ਜਾ ਗੁਰ ਕਾ ਸਬਦੁ ਸੁਣੀ॥੨॥	pir reesaaloo taa milai jaa gur kaa sabad sunee. ‖2‖

ਜੀਵ, ਸੰਤ ਸਰੂਪ ਨੂੰ ਮਿਲਕੇ, ਉਸ ਦੇ ਜੀਵਨ ਤੋਂ ਸਿਖਿਆਂ ਲਵੋ! ਉਸ ਨੂੰ ਪ੍ਰਭ ਦੀ ਰਜ਼ਾ ਕਿਸਤਰ੍ਹਾਂ ਬਖਸ਼ਿਸ਼ ਹੋਈ ਹੈ? ਪ੍ਰਭ ਦੀ ਰਜ਼ਾ, ਅਡੋਲ ਭਰੋਸੇ ਨਾਲ ਸ਼ਬਦ ਦੀ ਪਾਲਣਾ, ਜੀਵਨ ਢਾਲਣ ਨਾਲ ਹੀ ਬਖਸ਼ਿਸ਼ ਹੁੰਦੀ ਹੈ । ਉਸ ਦੀ ਰਹਿਮਤ ਦੀ ਨਜ਼ਰ ਨਾਲ ਹੀ ਮਨ ਵਿੱਚ ਧੀਰਜ ਅਤੇ ਸੰਤੋਖ ਬਖਸ਼ਿਸ਼ ਹੋ ਜਾਂਦਾ ਹੈ । ਜਿਸ ਦਾ ਭਰੋਸਾ ਪ੍ਰਭ ਦੇ ਬਖਸ਼ੇ ਤੇ ਅਡੋਲ ਰਹਿੰਦਾ ਹੈ, ਉਸ ਨੂੰ ਹੀ ਗੁਰਮਖ ਅਵਸਥਾ ਬਖਸ਼ਿਸ਼ ਹੁੰਦੀ ਹੈ ।

Join the conjugation of His Holy saint, learn from his life experience! How has he been blessed with such a contentment in his day-to-day life? Whosoever may adopt the teachings of His Word with steady and stable belief in his own life; with His grace and mercy, he may be bestowed with a state of mind as His true devotee. His soul may be sanctified to become worthy of His Consideration.

ਕੇਤੀਆ ਤੇਰੀਆ ਕੁਦਰਤੀ, ਕੇਵਡ ਤੇਰੀ ਦਾਤਿ॥	kaytee-aa tayree-aa kudratee kayvad tayree daat
ਕੇਤੇ ਤੇਰੇ ਜੀਅ ਜੰਤ, ਸਿਫਤਿ ਕਰਹਿ ਦਿਨੁ ਰਾਤਿ॥	kaytay tayray jee-a jant sifat karahi din raat.
ਕੇਤੇ ਤੇਰੇ ਰੂਪ ਰੰਗ, ਕੇਤੇ ਜਾਤਿ ਅਜਾਤਿ॥੩॥	kaytay tayray roop rang kaytay jaat ajaat. ‖3‖

ਜੀਵ ਪ੍ਰਭ ਦੀਆਂ ਪੈਦਾ ਕੀਤੀਆਂ ਸ੍ਰਿਸ਼ਟੀਆਂ, ਬਖਸ਼ਿਸ਼ਾਂ ਦੀ ਗਿਣਤੀ, ਅੰਤ ਨਹੀਂ ਜਾਣ ਸਕਦਾ । ਕੋਈ ਵੀ ਸ੍ਰਿਸ਼ਟੀ ਵਿੱਚ ਪੈਦਾ ਕੀਤੇ ਅਨੇਕਾਂ ਪ੍ਰਕਾਰ, ਭਾਤਾਂ ਦੇ (84 ਲਖ ਜੂੰਨਾਂ) ਜੀਵਾਂ ਦਾ ਵੀ ਅੰਤ ਨਹੀਂ ਪਾ ਸਕਦਾ ।

The True Master, His Blessings, Virtues, and His created universes remain beyond any imagination, and comprehension of His Creation nor types of creatures in any universe may ever be imagined.

ਸਚੁ ਮਿਲੈ ਸਚੁ ਊਪਜੈ, ਸਚ ਮਹਿ ਸਾਚਿ ਸਮਾਇ॥	sach milai sach oopjai sach meh saach samaa-ay.
ਸੁਰਤਿ ਹੋਵੈ ਪਤਿ ਊਗਵੈ, ਗੁਰਬਚਨੀ ਭਉ ਖਾਇ॥	surat hovai pat oogvai gurbachnee bha-o khaa-ay.
ਨਾਨਕ ਸਚਾ ਪਾਤਿਸਾਹੁ, ਆਪੇ ਲਏ ਮਿਲਾਇ॥੪॥ 10॥	naanak sachaa paatisaahu aapay la-ay milaa-ay. ‖4‖10‖

ਜਿਸ ਦੀ ਅਟਲ ਪ੍ਰਭ ਦੇ ਸ਼ਬਦ ਵਿੱਚ ਲਗਨ ਲਗਦੀ ਹੈ, ਉਸ ਰਸਤੇ ਤੇ ਚਲਦਾ, ਪ੍ਰਭ ਵਿੱਚ ਹੀ ਅਭੇਦ ਹੋ ਜਾਂਦਾ ਹੈ । ਉਸ ਦੇ ਮਨ ਵਿੱਚ ਪ੍ਰਭ ਦੇ ਵਿਛੋੜੇ ਦੀ ਯਾਦ ਤਾਜ਼ਾ ਰਹਿੰਦੀ ਹੈ । ਉਹ ਨੂੰ ਪ੍ਰਭ ਦੀ ਹੋਂਦ ਅਨੁਭਵ ਹੋ ਜਾਂਦੀ ਹੈ । ਪ੍ਰਭ ਦੀ ਰਹਿਮਤ ਤੇ ਕੋਈ ਜ਼ੋਰ ਨਹੀਂ, ਆਪਣੀ ਰਜ਼ਾ ਨਾਲ ਹੀ ਬਖਸ਼ਦਾ ਹੈ ।

Whosoever may remain intoxicated meditating with devotion on the teachings of His Word with steady and stable belief; with His mercy and grace, he may immerse within His Holy Spirit. He may remain in renunciation in the memory of his separation from His Holy Spirit fresh; with His mercy and grace, he may realize His Holy Spirit prevailing everywhere. Everything may only be bestowed with His Blessed Vision; no one may influence nor pressure to change.

Key Message of Shree Raag page 17.16
ਪ੍ਰਭ ਦੇ ਦਰਬਾਰ ਵਿੱਚ ਪ੍ਰਵਾਨਗੀ ਦਾ ਰਸਤਾ!
ਪ੍ਰਭ ਦੀ ਰਹਿਮਤ ਨਾਲ ਹੀ ਜੀਵ ਨੂੰ ਸਭ ਗੁਣ ਬਖਸ਼ਿਸ਼ ਹੁੰਦੇ ਹਨ! ਜਿਸ ਦੇ ਮਨ ਵਿੱਚ ਸ਼ਬਦ ਘਰ ਕਰ ਜਾਂਦਾ ਹੈ, ਉਸ ਦੀਆਂ ਬਾਕੀ ਖਾਹਿਸ਼ਾਂ ਖਤਮ ਹੋ ਜਾਂਦੀਆਂ ਹਨ । ਜਿਸ ਦੇ ਮਨ ਵਿੱਚ ਪ੍ਰਭ ਦੇ ਵਿਛੋੜੇ ਦੀ ਯਾਦ ਤਾਜ਼ਾ ਰਹਿੰਦੀ ਹੈ । ਉਹ ਸ਼ਬਦ ਦੀ ਸਿਖਿਆਂ ਦੇ ਰਸਤੇ ਤੇ ਚਲਦਾ, <u>ਪ੍ਰਭ ਵਿੱਚ ਹੀ ਅਭੇਦ ਹੋ ਜਾਂਦਾ ਹੈ ।</u>
How the right path of acceptance in His Court may be blessed?
All virtues may only be blessed with His Blessed Vision! Whosoever may remain intoxicated, drenched with the essence of His Word; with His mercy and grace, all his worldly desires may be eliminated. Whosoever may remain in renunciation in the memory of his separation from His Holy Spirit fresh within his mind. He may remain steady and stable on the teachings of His Word; with His mercy and grace, **<u>his soul may be immersed within His Holy Spirit.</u>**

11. ਸਿਰੀਰਾਗੁ ਮਹਲਾ ੧॥ (18-4)

ਭਲੀ ਸਰੀ ਜਿ ਉਬਰੀ, ਹਉਮੈ ਮੁਈ ਘਰਾਹੁ॥	bhalee saree je ubree ha-umai mu-ee gharaahu.
ਦੂਤ ਲਗੇ ਫਿਰਿ ਚਾਕਰੀ, ਸਤਿਗੁਰ ਕਾ ਵੇਸਾਹੁ॥	doot lagay fir chaakree saT`gur kaa vaysaahu.
ਕਲਪ ਤਿਆਗੀ ਬਾਦਿ ਹੈ, ਸਚਾ ਵੇਪਰਵਾਹੁ॥੧॥	kalap ti-aagee baad hai sachaa vayparvaahu. ‖1‖

ਜਿਸ ਤੇ ਪ੍ਰਭ ਰਹਿਮਤ ਦੀ ਨਜ਼ਰ ਬਖਸ਼ਦਾ ਹੈ, ਉਸ ਦੀ ਅਹੰਕਾਰ ਦੀ ਜੜ੍ਹ ਨਾਸ ਹੋ ਜਾਂਦੀ ਹੈ । ਉਸ ਦੇ ਮਨ ਦੀਆਂ ਇਛਾਂ ਦੇ ਪੰਜਾਂ ਜਮਦੂਤਾਂ ਤੇ ਜਿੱਤ ਬਖਸ਼ਿਸ਼ ਹੋ ਜਾਂਦੀ, ਉਸ ਦੇ ਸੇਵਕ ਬਣ ਜਾਂਦੀਆਂ ਹਨ । ਮਨ ਦੀਆਂ ਚਲਾਕੀਆਂ ਵਾਲੀਆਂ ਵਿਧੀਆਂ ਖਤਮ ਹੋ ਜਾਂਦੀਆਂ ਹਨ । ਪ੍ਰਭ ਦੀ ਰਹਿਮਤ ਨਾਲ ਹੀ ਸਭ ਕੁਝ ਬਖਸ਼ਿਸ਼ ਹੋ ਸਕਦਾ ਹੈ ।

Whosoever may be bestowed with His Blessed Vision, the root of his ego may be uprooted from within. The five demons of worldly desires, become his slave. All his clever plans, and evil thoughts may be eliminated from his mind. Everything may only be bestowed with His Blessed Vision.

ਗੁਰੂ ਨਾਨਕ ਦੇਵ ਜੀ! – Guru Nanak Dev Ji! Guru Granth Sahib

ਮਨ ਰੇ ਸਚੁ ਮਿਲੈ ਭਉ ਜਾਇ॥ man, ray sach milai bha-o jaa-ay.
ਭੈ ਬਿਨੁ ਨਿਰਭਉ ਕਿਉ ਥੀਐ, ਗੁਰਮੁਖਿ ਸਬਦਿ ਸਮਾਇ॥੧॥ ਰਹਾਉ॥ bhai bin nirbha-o ki-o thee-ai gurmukh sabad samaa-ay. ||1|| rahaa-o.

ਜੀਵ ਦੇ ਮਨ ਵਿਚੋਂ ਮੌਤ ਦਾ ਡਰ ਕਿਵੇਂ ਖਤਮ ਹੋ ਸਕਦਾ ਹੈ? ਜਿਸ ਤੇ ਰਹਿਮਤ ਦੀ ਨਜ਼ਰ ਬਖਸ਼ਦਾ ਹੈ, ਉਸ ਦਾ ਸ਼ਬਦ ਨਾਲ ਜੀਵਨ ਢਾਲਣ ਨਾਲ ਆਪਾ, ਮੌਤ ਦਾ ਡਰ ਵੀ ਖਤਮ ਹੋ ਜਾਂਦਾ ਹੈ । ਉਸ ਦੀ ਆਤਮਾ, ਰੂਹਾਨੀ ਜੋਤ ਵਿੱਚ ਅਲੋਪ ਹੋ ਜਾਂਦੀ ਹੈ ।

How may the fear of death be eliminated from mind? Whosoever may be bestowed with His Blessed Vision, he may adopt the teachings of His Word with steady and stable belief. He may surrender his self-entity at His Sanctuary; with His mercy and grace, his fear of death may be eliminated. His soul may be sanctified to become worthy of His Consideration.

ਕੇਤਾ ਆਖਣੁ ਆਖੀਐ, ਆਖਣਿ ਤੋਟਿ ਨ ਹੋਇ॥ kaytaa aakhan aakhee-ai aakhan tot na ho-ay.
ਮੰਗਣ ਵਾਲੇ ਕੇਤੜੇ, ਦਾਤਾ ਏਕੋ ਸੋਇ॥ mangan vaalay kayt-rhay daataa ayko so-ay.
ਜਿਸ ਕੇ ਜੀਅ ਪਰਾਣ ਹੈ, ਮਨਿ ਵਸਿਐ ਸੁਖੁ ਹੋਇ॥੨॥ jis kay jee-a paraan hai man vasi-ai sukh ho-ay. ||2||

ਪ੍ਰਭ ਕਿਹੜੇ ਅੱਖਰਾਂ ਨਾਲ ਤੇਰੀ ਹੋਂਦ ਦਾ ਵਖਿਆਨ ਕਰਾ? ਪੂਰਨ ਤਰ੍ਹਾਂ ਤੇ ਵਿਆਖਿਆ ਕਰਨ ਦੀ ਮੇਰੇ ਵਿੱਚ ਸੋਝੀ, ਸਮਰਥਾ ਨਹੀਂ ਹੈ । ਸ੍ਰਿਸ਼ਟੀ ਵਿੱਚ ਸਾਰੇ ਹੀ ਤੇਰੇ ਕੋਲੋ ਮੰਗਣ ਵਾਲੇ ਹੀ ਨਜ਼ਰ ਆਉਂਦੇ ਹਨ । ਕੇਵਲ ਇਕੋ ਇਕ ਮਾਲਕ, ਸਭ ਨੂੰ ਦਾਤਾਂ ਬਖਸ਼ਦਾ ਹੈ । ਜਿਸ ਦੇ ਮਨ ਵਿੱਚ ਸ਼ਬਦ ਘਰ ਕਰ ਜਾਂਦਾ ਹੈ, ਉਸ ਦੀਆਂ ਭਟਕਣਾਂ ਖਤਮ ਹੋ ਜਾਂਦੀਆਂ, ਸ਼ਾਂਤੀ ਬਖਸ਼ਿਸ਼ ਹੋ ਜਾਂਦੀ ਹੈ ।

How and with what letters may I explain, the greatness of Your Existence? I may not be enlightened to comprehend and explain Your Existence. The One and Only One, True Master bestows His Virtues; all creatures appear to be beggars at Your door. Whosoever may remain drenched with the essence of Your Word; with Your grace and mercy, all his frustration of worldly desires may be eliminated. He may be blessed with contentment in his day-to-day life.

ਜਗੁ ਸੁਪਨਾ ਬਾਜੀ ਬਨੀ, ਖਿਨ ਮਹਿ ਖੇਲੁ ਖੇਲਾਇ॥ jag supnaa baajee banee khin meh khayl khaylaa-ay.
ਸੰਜੋਗੀ ਮਿਲਿ ਏਕਸੇ, ਵਿਜੋਗੀ ਉਠਿ ਜਾਇ॥ sanjogee mil ayksay vijogee uth jaa-ay.
ਜੋ ਤਿਸੁ ਭਾਣਾ ਸੋ ਥੀਐ, ਅਵਰੁ ਨ ਕਰਣਾ ਜਾਇ॥੩॥ jo tis bhaanaa so thee-ai avar na karnaa jaa-ay. ||3||

ਪ੍ਰਭ, ਸ੍ਰਿਸ਼ਟੀ ਤੇਰਾ ਹੀ ਬਣਾਇਆ ਖੇਲ ਹੈ । ਜਿਸ ਤੇ ਰਹਿਮਤ ਦੀ ਨਜ਼ਰ ਬਖਸ਼ਿਸ਼ ਹੋ ਜਾਂਦੀ ਹੈ, ਕੇਵਲ ਉਹ ਹੀ ਬੰਦਗੀ ਦੇ ਮਾਰਗ ਤੇ ਚਲਦਾ ਹੈ, ਬਾਕੀ ਹੋਰ ਰਸਤਿਆਂ ਤੇ ਭਟਕਦੇ ਫਿਰਦੇ ਹਨ । ਸਭ ਕੁਝ ਤੇਰ ਭਾਣੇ ਅੰਦਰ ਹੀ ਹੁੰਦਾ, ਹੋਰ ਕੋਈ ਕੁਝ ਕਰਨਵਾਲਾ ਨਹੀਂ ਹੈ ।

The True Master has created the play of the universe with His Imagination. Whosoever may be bestowed with His Blessed Vision, only he may adopt the teachings of His Word in his day-to-day life. Everyone else may remain frustrated on other paths of meditation, worldly desires. Everything may only happen under His Command; nothing else may even exist.

ਗੁਰਮੁਖਿ ਵਸਤੁ ਵੇਸਾਹੀਐ, ਸਚੁ ਵਖਰੁ ਸਚੁ ਰਾਸਿ॥ gurmukh vasat vaysaahee-ai sach vakhar sach raas.
ਜਿਨੀ ਸਚੁ ਵਣੰਜਿਆ, ਗੁਰ ਪੂਰੇ ਸਾਬਾਸਿ॥ jinee sach vananji-aa gur pooray saabaas.
ਨਾਨਕ ਵਸਤੁ ਪਛਾਣਸੀ, ਸਚੁ ਸਉਦਾ ਜਿਸੁ ਪਾਸਿ॥੪॥11॥ naanak vasat pachhaansee sach sa-udaa jis paas. ||4||11||

ਗੁਰਮਖ ਅਡੋਲ ਭਰੋਸੇ ਨਾਲ ਸ਼ਬਦ ਦੀ ਪਾਲਣਾ ਕਰਦਾ ਹੈ, ਆਪਣਾ ਭਰੋਸਾ ਪ੍ਰਭ ਦੇ ਆਸਰੇ, ਬਖਸ਼ੇ ਤੇ ਅਡੋਲ ਰਖਦਾ ਹੈ । ਉਹ ਸੰਸਾਰਕ ਇਛਾਂ ਦੀਆਂ ਭਟਕਣਾਂ ਵਾਲੇ ਰਸਤੇ ਤੇ ਨਹੀਂ ਚਲਦਾ । ਉਹ ਪ੍ਰਭ ਨੂੰ ਹੀ ਅਸਲੀ ਮਾਲਕ ਮੰਨਕੇ ਸ਼ਬਦ ਅਨੁਸਾਰ ਹੀ ਜੀਵਨ ਢਾਲਦਾ ਹੈ । ਪ੍ਰਭ ਆਪ ਹੀ ਉਸ ਨੂੰ ਸੋਝੀ ਬਖਸ਼ਦਾ ਹੈ, ਉਸ ਨੂੰ ਅਸਲੀ ਮਾਲਕ ਦੀ ਪਛਾਣ ਆ ਜਾਂਦੀ ਹੈ ।

His true devotee may obey the teachings of His Word with steady and stable belief and keeps his hope on His Worthy Blessings. He may not follow the frustration of his worldly desires. He may adopt the teachings of His Word with steady and stable belief in his day-to-day life. He may be enlightened with the essence of His Word. He may recognize the real purpose his human life opportunity.

Key Message of Shree Raag page 18.4
ਮੌਤ ਦਾ ਡਰ ਕਿਵੇਂ ਖਤਮ ਹੋ ਸਕਦਾ ਹੈ?
ਜਿਹੜਾ ਸ਼ਬਦ ਨਾਲ ਜੀਵਨ ਢਾਲਦਾ, ਆਪਾ ਭੇਟਾ ਕਰਦਾ ਹੈ । ਪ੍ਰਭ ਆਪਾ ਹੀ, ਰਹਿਮਤ ਦੀ ਨਜ਼ਰ ਬਖਸ਼ਦਾ ਹੈ, ਉਸ ਦਾ ਮੌਤ ਦਾ ਡਰ ਖਤਮ ਕਰ ਦੇਂਦਾ ਹੈ । ਉਸ ਦੀ ਆਤਮਾ, ਰੁਹਾਨੀ ਜੋਤ ਵਿੱਚ ਅਲੋਪ ਹੋ ਜਾਂਦੀ ਹੈ ।
How may the fear of death be eliminated?
Whosoever may surrender his self-entity at His Sanctuary and adopts the teachings of His Word with steady and stable belief; with His mercy and grace, his fear of death may be eliminated.

12. ਸਿਰੀਰਾਗੁ ਮਹਲੁ ੧॥ (18-11)

ਧਾਤੁ ਮਿਲੈ ਫੁਨਿ ਧਾਤੁ ਕਉ, ਸਿਫਤੀ ਸਿਫਤਿ ਸਮਾਇ॥ dhaat milai fun Dhaat ka-o siftee sifat samaa-ay.
ਲਾਲੁ ਗੁਲਾਲੁ ਗਹਬਰਾ, ਸਚਾ ਰੰਗੁ ਚੜਾਉ॥ laal gulaal gahbaraa sachaa rang charhaa-o.
ਸਚੁ ਮਿਲੈ ਸੰਤੋਖੀਆ, ਹਰਿ ਜਪਿ ਏਕੈ ਭਾਇ॥੧॥ sach milai santokhee-aa har jap aykai bhaa-ay. ||1||

ਜਿਵੇਂ ਕਈ ਕਿਸਮਾਂ ਦੀਆਂ ਧਾਤਾਂ ਨੂੰ ਇਕੱਠਾ ਪਿਘਲਾ ਕੇ ਇਕ ਨਵੀਂ ਧਾਤ ਬਣ ਜਾਂਦੀ ਹੈ, ਫਿਰ ਧਾਤਾਂ ਨੂੰ ਅਸਾਨੀ ਨਾਲ ਅਲਗ ਨਹੀਂ ਕੀਤਾ ਜਾ ਸਕਦਾ । ਜਿਹੜਾ ਪ੍ਰਭ ਦੀ ਬੰਦਗੀ ਕਰਕੇ ਆਤਮਾ ਨੂੰ ਪਵਿੱਤਰ ਕਰ ਲੈਂਦਾ, ਸ਼ਬਦ ਵਿੱਚ ਲੀਨ ਹੋਇਆ, ਪ੍ਰਭ ਦੀ ਜੋਤ ਵਿੱਚ ਹੀ ਸਮਾ ਜਾਂਦਾ ਹੈ । ਉਸ ਦੀ ਆਤਮਾ ਤੇ ਪ੍ਰਭ ਦੀ ਰਹਿਮਤ ਦਾ ਗੂੜ੍ਹਾ ਰੰਗ ਚੜ੍ਹ ਜਾਂਦਾ ਹੈ । ਉਹ ਆਪਣੇ ਭਰੋਸੇ ਅਤੇ ਧੀਰਜ ਨੂੰ ਡੋਲਣ ਨਹੀਂ ਦੇਂਦਾ, ਪ੍ਰਭ ਦੀ ਬੰਦਗੀ ਵਿੱਚ ਹੀ ਮਸਤ ਰਹਿਦਾ ਹੈ ।

As melting various metals together to form a new metal with unique qualities. These metals may not be separated easily. Whosoever may sanctify his soul to become worthy of His Consideration; his sanctified soul may immerse within His Holy Spirit. His soul remains drench with a deep crimson color of the nectar of the essence of His Word. His patience and contentment may never be drifted. He may remain intoxicated in meditation in the void of His Word.

ਭਾਈ ਰੇ ਸੰਤ ਜਨਾ ਕੀ ਰੇਣੁ॥ bhaa-ee ray sant janaa kee rayn.
ਸੰਤ ਸਭਾ ਗੁਰੁ ਪਾਈਐ, ਮੁਕਤਿ ਪਦਾਰਥੁ ਧੇਣੁ॥੧॥ ਰਹਾਉ॥ sant sabhaa gur paa-ee-ai mukat padaarath Dhayn. ||1|| rahaa-o.

ਸੰਤ ਸਰੂਪ ਦੀ ਸੰਗਤ ਦੇ ਲੜ ਲਗੋ! ਜਿਹੜਾ ਉਸ ਦੇ ਜੀਵਨ ਦੀ ਸਿਖਿਆਂ ਨਾਲ ਆਪਣਾ ਜੀਵਨ ਢਾਲਦਾ, ਉਹ ਪ੍ਰਭ ਦੀ ਦਰਗਾਹ ਵਿੱਚ ਕਬੂਲ ਹੋ ਸਕਦਾ ਹੈ ।

ਗੁਰੂ ਨਾਨਕ ਦੇਵ ਜੀ! – Guru Nanak Dev Ji! Guru Granth Sahib

You should join the conjugation of His Holy saint! Whosoever may adopt his life experience teachings in his own day-to-day life; with His mercy and grace, he may be blessed with the right path of acceptance in His Sanctuary.

ਊਚਉ ਥਾਨੁ ਸੁਹਾਵਣਾ, ਊਪਰਿ ਮਹਲੁ ਮੁਰਾਰਿ॥	oocha-o thaan suhaavanaa oopar mahal muraar.
ਸਚੁ ਕਰਣੀ ਦੇ ਪਾਈਐ, ਦਰੁ ਘਰੁ ਮਹਲੁ ਪਿਆਰਿ॥	sach karnee day paa-ee-ai dar ghar mahal pi-aar.
ਗੁਰਮੁਖਿ ਮਨੁ ਸਮਝਾਈਐ, ਆਤਮ ਰਾਮੁ ਬੀਚਾਰਿ॥੨॥	gurmukh man samjaa-ee-ai aatam raam beechaar. ||2||

ਆਪਣੇ ਮਨ ਨੂੰ ਪ੍ਰਭ ਦੇ ਬੈਠਣ ਯੋਗ ਪਵਿੱਤਰ ਕਰੋ! ਅਟਲ ਪ੍ਰਭ ਦੇ ਸ਼ਬਦ ਅਨੁਸਾਰ ਆਪਣੇ ਜੀਵਨ ਢਾਲਣ ਨਾਲ ਹੀ ਗੁਰਮਖ ਅਵਸਥਾ ਬਖਸ਼ਿਸ਼ ਹੋ ਸਕਦੀ ਹੈ । ਉਸ ਨੂੰ ਅਟਲ ਮਾਲਕ ਦੇ ਘਰ ਦਾ ਦਰਵਾਜਾ ਦਿਖਾਈ ਦੇਂਦਾ ਹੈ । ਜਿਸ ਨੂੰ ਗੁਰਮਖ ਅਵਸਥਾ ਬਖਸ਼ਿਸ਼ ਹੋ ਜਾਂਦੀ ਹੈ, ਉਹ ਆਪਣੇ ਮਨ ਨੂੰ ਪ੍ਰਭ ਦੇ ਭਾਣੇ ਵਿੱਚ ਮਸਤ ਰਹਿਣ ਤੇ ਲਾ ਲੈਂਦਾ ਹੈ ।

You should sanctify your soul to become worthy of His Consideration. Whosoever may adopt the teachings of His Word with steady and stable belief; with His mercy and grace, he may be blessed with a state of mind as His true devotee. He may realize His Existence, His 10th door within his mind and body. He may remain in deep meditations in the void of His Word.

ਤ੍ਰਿਬਿਧਿ ਕਰਮ ਕਮਾਈਅਹਿ, ਆਸ ਅੰਦੇਸਾ ਹੋਇ॥	taribaDh karam kamaa-ee-ahi aas andaysaa ho-ay.
ਕਿਉ ਗੁਰ ਬਿਨੁ ਤ੍ਰਿਕੁਟੀ ਛੁਟਸੀ, ਸਹਜਿ ਮਿਲਿਐ ਸੁਖੁ ਹੋਇ॥	ki-o gur bin tarikutee chhutsee sahj mili-ai sukh ho-ay.
ਨਿਜ ਘਰਿ ਮਹਲੁ ਪਛਾਣੀਐ, ਨਦਰਿ ਕਰੇ ਮਲੁ ਧੋਇ॥੩॥	nij ghar mahal pachhaanee-ai nadar karay mal Dho-ay. ||3||

ਜਿਹੜਾ ਆਪਣੇ ਜੀਵਨ ਵਿੱਚ ਤਿੰਨ (ਧੀਰਜ, ਸੰਤੋਖ, ਦਇਆ) ਅਨਮੋਲ ਗੁਣ ਹਾਸਿਲ ਕਰ ਲੈਂਦਾ, ਉਸ ਨੂੰ ਤਿੰਨਾਂ ਇੰਦ੍ਰੀਆਂ, ਕਾਮ, ਕਰੋਧ, ਲੋਭ ਤੇ ਜਿਤ ਬਖਸ਼ਿਸ਼ ਹੋ ਜਾਂਦੀ ਹੈ, ਮਨ ਵਿੱਚ ਪ੍ਰਭ ਦੇ ਸ਼ਬਦ ਦੀ ਸੋਝੀ, ਪ੍ਰਭ ਨੂੰ ਮਿਲਣ ਦੀ ਖਾਹਿਸ਼ ਪੈਦਾ ਹੁੰਦੀ ਹੈ । ਉਸ ਨੂੰ ਸੰਤੋਖ, ਸ਼ਾਂਤੀ ਬਖਸ਼ਿਸ਼ ਹੋ ਜਾਂਦੀ ਹੈ, ਆਪਣੇ ਅੰਦਰੋਂ ਹੀ ਪ੍ਰਭ ਦਾ ਘਰ ਦਿਖਾਈ ਦੇਣ ਲਗ ਪੈਂਦਾ ਹੈ । ਪ੍ਰਭ ਦੀ ਰਹਿਮਤ ਤੋਂ ਬਿਨਾਂ, ਇਹਨਾਂ ਤਿੰਨਾਂ ਇਛਾਂ ਤੋਂ ਛੁਟਕਾਰਾ ਬਖਸ਼ਿਸ਼ ਨਹੀਂ ਹੁੰਦਾ ।

Whosoever may acquire three precious (patience, contentment, and compassion) virtues, disciplines in his worldly life; with His mercy and grace, he may conquer three desires of mind, sexual urge, anger, and greed. Only one desire remains dominating in his life to be accepted in His Court, enlightenment of the essences of His Word; with His mercy and grace, he may be blessed with a peace of mind and contentment. He may realize His Existence, His Royal Castle within his own mind and body. Whosoever may be bestowed with His Blessed Vision, only he may be blessed with a state of mind to conquer three worldly desires, sexual urge, anger, and greed.

ਬਿਨੁ ਗੁਰ ਮੈਲੁ ਨ ਉਤਰੈ, ਬਿਨੁ ਹਰਿ ਕਿਉ ਘਰ ਵਾਸੁ॥	bin gur mail na utrai bin har ki-o ghar vaas.
ਏਕੋ ਸਬਦੁ ਵੀਚਾਰੀਐ, ਅਵਰ ਤਿਆਗੈ ਆਸ॥	ayko sabad veechaaree-ai avar ti-aagai aas.
ਨਾਨਕ ਦੇਖਿ ਦਿਖਾਈਐ, ਹਉ ਸਦ ਬਲਿਹਾਰੈ ਜਾਸੁ॥੪॥12॥	naanak daykh dikhaa-ee-ai ha-o sad balihaarai jaas. ||4||12||

ਪ੍ਰਭ ਦੀ ਕ੍ਰਿਪਾ ਤੋਂ ਬਿਨਾਂ ਮਨ ਦੀ ਮੈਲ ਧੋਤੀ ਨਹੀਂ ਜਾ ਸਕਦੀ, ਬੰਦਗੀ ਦੇ ਰਸਤੇ ਤੇ ਅਡੋਲ ਨਹੀਂ ਹੋਇਆ ਜਾ ਸਕਦਾ । ਉਸ ਦੀ ਕ੍ਰਿਪਾ ਤੋਂ ਬਿਨਾਂ ਪ੍ਰਵਾਨਗੀ ਦਾ ਅਸਲੀ ਰਸਤਾ ਬਖਸ਼ਿਸ਼ ਨਹੀਂ ਹੁੰਦਾ । ਜਿਹੜਾ ਬਾਕੀ ਸਾਰੇ ਰਸਤੇ ਤਿਆਗਕੇ ਇਕੋ ਇਕ ਪ੍ਰਭ ਦੇ ਸ਼ਬਦ ਦਾ ਅਡੋਲ ਭਰੋਸੇ ਨਾਲ ਸਿਮਰਨ, ਪਾਲਣਾ ਕਰਦਾ ਹੈ, ਉਸ ਨੂੰ ਹੀ ਪਭ ਦੇ ਦਰਬਾਰ ਵਿੱਚ ਪ੍ਰਵਾਨਗੀ ਦਾ ਅਸਲੀ ਰਸਤਾ ਬਖਸ਼ਿਸ਼ ਹੋ ਸਕਦਾ ਹੈ । ਉਸ ਸੰਤ ਸਰੂਪ ਜੀਵ ਤੋਂ ਕਰਬਾਨ ਜਾਈਏ! ਜਿਹੜਾ ਆਪ ਸ਼ਬਦ ਦਾ ਸਿਮਰਨ ਕਰਦਾ, ਬਾਕੀਆਂ ਨੂੰ ਸ਼ਬਦ ਦੀ ਪਾਲਣਾ ਕਰਨ ਦੀ ਪ੍ਰੇਰਨਾ ਕਰਦਾ ਹੈ ।

Without His Blessed Vision, no one may adopt the teachings of His Word with steady and stable belief in his day-to-day life nor his soul may be sanctified to become worthy of His Consideration. He may never be blessed with the right path of acceptance in His Court. Whosoever may meditate and adopts the teachings of His Word with steady and stable belief in his day-to-day life and renounces all others paths and hopes; with His mercy and grace, he may be blessed with the right path of acceptance in His Court. I remain fascinated from the way of life of His true devotee! Who may adopt the teachings of His Word and inspires others to follow the same path?

Key Message of Shree Raag page 18-11
ਪ੍ਰਭ ਦੇ ਦਰਬਾਰ ਵਿੱਚ ਪ੍ਰਵਾਨਗੀ ਦਾ ਰਸਤਾ ਕਿਵੇਂ ਬਖਸ਼ਿਸ਼ ਹੋ ਸਕਦਾ ਹੈ?
ਜਿਹੜਾ ਆਪਣੇ ਜੀਵਨ ਵਿੱਚ ਤਿੰਨ (ਧੀਰਜ, ਸੰਤੋਖ, ਦਇਆ) ਅਨਮੋਲ ਗੁਣ ਹਾਸਿਲ ਕਰ ਲੈਂਦਾ, ਉਸ ਨੂੰ ਤਿੰਨਾਂ ਇੰਦ੍ਰੀਆਂ, ਕਾਮ, ਕਰੋਧ, ਲੋਭ ਤੇ ਜਿਤ ਬਖਸ਼ਿਸ਼ ਹੋ ਜਾਂਦੀ ਹੈ, ਮਨ ਵਿੱਚ ਪ੍ਰਭ ਦੇ ਸ਼ਬਦ ਦੀ ਸੋਝੀ, ਪ੍ਰਭ ਨੂੰ ਮਿਲਣ ਦੀ ਖਾਹਿਸ਼ ਪੈਦਾ ਹੁੰਦੀ ਹੈ । ਅਟਲ ਪ੍ਰਭ ਦੇ ਸ਼ਬਦ ਅਨੁਸਾਰ ਆਪਣੇ ਜੀਵਨ ਢਾਲਣ ਨਾਲ ਹੀ ਗੁਰਮਖ ਅਵਸਥਾ, ਪਭ ਦੇ ਦਰਬਾਰ ਵਿੱਚ ਪ੍ਰਵਾਨਗੀ ਦਾ ਅਸਲੀ ਰਸਤਾ ਬਖਸ਼ਿਸ਼ ਹੋ ਸਕਦਾ ਹੈ ।
How soul may be blessed with right path of acceptance in His Court?
Whosoever may acquire three precious (patience, contentment, and compassion) virtues, disciplines in his worldly life; with His mercy and grace, he may conquer three desires of mind, sexual urge, anger, and greed. Only, one desire remains dominating in his life to be accepted in His Court, enlightenment of the essences of His Word. Whosoever may renounce all others paths, hopes, and adopt the teachings of His Word with steady and stable belief in his day-to-day life; with His mercy and grace, he may be blessed with the right path of acceptance in His Court.

13. ਸਿਰੀਰਾਗੁ ਮਹਲਾ ੧॥ (18-18)

ਧ੍ਰਿਗੁ ਜੀਵਣੁ ਦੋਹਾਗਣੀ, ਮੁਠੀ ਦੂਜੈ ਭਾਇ॥	dharig jeevan duhaaganee muthee doojai bhaa-ay.
ਕਲਰ ਕੇਰੀ ਕੰਧ ਜਿਉ, ਅਹਿਨਿਸਿ ਕਿਰਿ ਢਹਿ ਪਾਇ॥	kalar kayree kanDh ji-o ahinis kir dheh paa-ay.
ਬਿਨੁ ਸਬਦੈ ਸੁਖੁ ਨਾ ਥੀਐ, ਪਿਰ ਬਿਨੁ ਦੂਖੁ ਨ ਜਾਇ॥੧॥	bin sabdai sukh naa thee-ai pir bin dookh na jaa-ay. ||1||

ਜਿਹੜਾ ਇਕੋ ਇਕ ਪ੍ਰਭ ਦੇ ਸ਼ਬਦ ਤੇ ਭਰੋਸਾ ਅਡੋਲ ਨਹੀਂ ਰਖਦਾ, ਵੱਖਰੇ ਵੱਖਰੇ ਗੁਰੂਆਂ ਮਗਰ ਭਟਕਦਾ ਫਿਰਦਾ ਹੈ । ਉਹ ਅਸਲ ਵਿੱਚ ਕਿਸੇ ਤੇ ਵੀ ਆਪਣਾ ਵਿਸ਼ਵਾਸ ਪੱਕ ਕਰਨ ਦੀ ਸਮਰਥਾ ਨਹੀਂ ਰਖਦਾ । ਉਸ ਰੇਤ ਦੀ ਬਣੀ ਕੰਧ ਵਰਗਾ ਹੁੰਦਾ ਹੈ, ਜਿਹੜੀ ਹੌਲੀ ਹੌਲੀ ਕਮਜ਼ੋਰ ਹੁੰਦੀ ਹੈ, ਅਖੀਰ ਵਿੱਚ ਡਿੱਗ ਪੈਂਦੀ ਹੈ । ਇਕੋ ਇਕ ਪ੍ਰਭ ਹੀ ਅਸਲੀ ਮਾਰਗ ਦੀ ਸੋਝੀ ਬਖਸ਼ ਸਕਦਾ ਹੈ । ਕੇਵਲ ਇਕੋ ਇਕ ਪ੍ਰਭ ਤੇ ਹੀ ਭਰੋਸਾ ਅਡੋਲ ਕਰਨ ਨਾਲ ਮਨ ਨੂੰ ਸ਼ਾਂਤੀ ਬਖਸ਼ਿਸ਼ ਹੁੰਦੀ ਹੈ ।

Whosoever may not adopt the teachings of His Word with steady and stable belief. He may remain following various worldly gurus to be blessed with the right path of acceptance. He may not be capable of truly following any path; control his desires. He may be like a sand wall; which may be weakened day by day and eventually fall. Remember! The One and Only One,

ਗੁਰੂ ਨਾਨਕ ਦੇਵ ਜੀ! – Guru Nanak Dev Ji! Guru Granth Sahib

True Master may bless the right path of acceptance in His Court. Whosoever may obey the teachings of His Word; with His mercy and grace, he may be blessed with a peace, harmony, and blossom within.

ਮੁੰਧੇ ਪਿਰ ਬਿਨੁ ਕਿਆ ਸੀਗਾਰੁ॥ munDhay pir bin ki-aa seegaar.
ਦਰਿ ਘਰਿ ਢੋਈ ਨ ਲਹੈ, ਦਰਗਹ ਝੂਠੁ ਖੁਆਰੁ॥੧॥ ਰਹਾਉ॥ dar ghar dho-ee na lahai dargeh jhooth khu-aar. ||1|| rahaa-o.

ਅਟਲ ਪ੍ਰਭ ਤੇ ਅਡੋਲ ਭਰੋਸੇ ਤੋਂ ਬਿਨਾਂ, ਕਿਸੇ ਧਾਰਮਕ ਬਾਣੇ ਨਾਲ ਅਸਲੀ ਮਾਲਕ ਦੇ ਦਰਬਾਰ ਦਾ ਰਸਤਾ ਬਖਸ਼ਿਸ਼ ਨਹੀਂ ਹੋ ਸਕਦਾ, ਮਨ ਭਟਕਣਾਂ ਵਿੱਚ ਹੀ ਰਹਿੰਦਾ ਹੈ । ਉਸ ਨੂੰ ਸੰਸਾਰ ਵਿੱਚ, ਨਾ ਹੀ ਮਰਨ ਤੋਂ ਪਿਛੋਂ ਹੀ ਸ਼ਾਂਤੀ ਬਖਸ਼ਿਸ਼ ਹੁੰਦੀ ਹੈ ।

Without obeying the teachings of His Word with steady and stable belief, only adopting religious rituals are useless. He may not be blessed with the right path of acceptance in His Court; he may remain frustrated with worldly desires. He may not realize any peace in worldly life nor any resting place after death.

ਆਪਿ ਸੁਜਾਣੁ ਨ ਭੁਲਈ, ਸਚਾ ਵਡ ਕਿਰਸਾਣੁ॥ aap sujaan na bhul-ee sachaa vad kirsaan.
ਪਹਿਲਾ ਧਰਤੀ ਸਾਧਿ ਕੈ, ਸਚੁ ਨਾਮੁ ਦੇ ਦਾਣੁ॥ pahilaa Dhartee saaDh kai sach Naam day daan.
ਨਉ ਨਿਧਿ ਉਪਜੈ ਨਾਮੁ ਏਕੁ, ਕਰਮਿ ਪਵੈ ਨੀਸਾਣੁ॥੨॥ na-o niDh upjai Naam ayk karam pavai neesaan. ||2||

ਅੰਤਰਜਾਮੀ ਮਨ ਦੀਆਂ ਭਾਵਨਾਂ ਜਾਣਦਾ ਹੈ, ਕਦੇ ਗਲਤੀ ਨਹੀਂ ਕਰਦਾ, ਹਮੇਸ਼ਾਂ ਹੀ ਠੀਕ ਹੀ ਕਰਦਾ ਹੈ । ਪਹਿਲੇ ਆਪਣੇ ਮਨ ਤੋਂ ਦੁਬਿਦਾ ਦੂਰ ਕਰੋ! ਇਕੋ ਇਕ ਦੇ ਸ਼ਬਦ ਦੀ ਅਡੋਲ ਭਰੋਸਾ ਨਾਲ ਪਾਲਣਾ ਕਰਨ ਨਾਲ, ਜਿਵੇਂ ਜਿਵੇਂ ਭਰੋਸਾ ਪੱਕਾ ਹੁੰਦਾ, ਤਿਵੇਂ ਤਿਵੇਂ ਦਰ ਦੀ ਸੋਝੀ ਬਖਸ਼ਿਸ਼ ਹੁੰਦੀ ਹੈ ।

The Omniscient, True Master remains aware about all desires of His Creation. He may never make any mistake and His Command always remains for the welfare of His Creation. You should stop wandering in duality, in various directions. You should adopt the teachings of His Word with steady and stable belief; with His mercy and grace, as he starts feeling contented with His Blessings; he may realize His Existence within his heart.

ਗੁਰ ਕਉ ਜਾਣਿ ਨ ਜਾਣਈ, ਕਿਆ ਤਿਸੁ ਚਜੁ ਅਚਾਰੁ॥ gur ka-o jaan na jaan-ee ki-aa tis chaj achaar.
ਅੰਧੁਲੈ ਨਾਮੁ ਵਿਸਾਰਿਆ, ਮਨਮੁਖਿ ਅੰਧ ਗੁਬਾਰੁ॥ anDhulai Naam visaari-aa manmukh anDh gubaar.
ਆਵਣੁ ਜਾਣੁ ਨ ਚੁਕਈ, ਮਰਿ ਜਨਮੈ ਹੋਇ ਖੁਆਰੁ॥੩॥ aavan jaan na chuk-ee mar janmai ho-ay khu-aar. ||3||

ਕੇਵਲ ਧਾਰਮਕ ਬਾਣੀਆਂ ਦੇ ਪੜ੍ਹਨ, ਅਰਥ ਜਾਣਨ ਨਾਲ, ਪ੍ਰਭ ਦੇ ਰਸਤੇ ਤੇ ਚਲਿਆ ਨਹੀਂ ਜਾ ਸਕਦਾ, ਕੇਵਲ ਬਾਣੀ ਪੜ੍ਹਨ ਨਾਲ ਮੁਕਤੀ ਬਖਸ਼ਿਸ਼ ਨਹੀਂ ਹੁੰਦੀ । ਜਿਹੜਾ ਬੰਦਗੀ ਦੇ ਅਸਲੀ ਮਾਰਗ ਤੇ ਨਹੀਂ ਚਲਦਾ, ਉਹ ਪ੍ਰਭ ਦੀ ਕ੍ਰਿਪਾ ਵਾਲੇ ਦਰਵਾਜੇ ਤੇ ਕਦੇ ਵੀ ਨਹੀਂ ਪਹੁੰਚ ਸਕਦਾ । ਉਸ ਦਾ ਜੂੰਨਾਂ ਦਾ ਚੱਕਰ ਕਦੇ ਵੀ ਨਹੀਂ ਖਤਮ ਹੁੰਦਾ ।

Only by reading or comprehending the spiritual essence of Holy Scriptures, his mind may not become firm on the teachings of His Word nor blessed with the right path of salvation. Whosoever may not adopt the teachings of His Word in his day-to-day life. He may never be blessed with the right path of acceptance nor his cycle of birth and death be eliminated.

ਚੰਦਨੁ ਮੋਲਿ ਅਣਾਇਆ, ਕੁੰਗੂ ਮਾਂਗ ਸੰਧੂਰੁ॥ chandan mol anaa-i-aa kungoo maaNg sanDhoor.
ਚੋਆ ਚੰਦਨੁ ਬਹੁ ਘਣਾ, ਪਾਨਾ ਨਾਲਿ ਕਪੂਰੁ॥ cho-aa chandan baho ghanaa paanaa naal kapoor.
ਜੇ ਧਨ ਕੰਤਿ ਨ ਭਾਵਈ, ਤ ਸਭਿ ਅਡੰਬਰ ਕੂੜੁ॥੪॥ jay Dhan kant na bhaav-ee ta sabh adambar koorh. ||4||

ਮਨਮੁਖ ਭਾਵੇਂ ਸੰਸਾਰਕ ਪੀਰਾਂ ਦੇ ਪਿਛੇ ਲਗਕੇ ਆਪਣਾ ਬਾਣਾ, ਰੂਪ, ਰੰਗ, ਸੰਤਾਂ ਵਰਗਾ ਬਣਾ ਲਵੇ; ਸੰਸਾਰਕ ਰੀਤ ਰੀਵਾਜ ਨਾਲ, ਪ੍ਰਭ ਦਾ ਦਰਬਾਰ, ਧੂਪ, ਝਾੜੂਓ, ਲੰਗਰ ਲਗਾਵੇ । ਜਿਸ ਦਾ ਸ਼ਬਦ ਦੀ ਸਿਖਿਆਂ ਤੇ ਭਰੋਸਾ ਅਡੋਲ ਨਹੀਂ ਹੁੰਦਾ, ਉਸ ਦੀ ਬੰਦਗੀ ਦਰਬਾਰ ਵਿੱਚ ਪ੍ਰਵਾਨ ਨਹੀਂ ਹੁੰਦੀ, ਸਭ ਕੁਝ ਬਿਰਥਾ ਹੀ ਜਾਂਦਾ ਹੈ ।

Self-minded may follow the teachings of worldly gurus; adopts religious robes; performs religious rituals, establishes a Holy Shrine, and performs service to the humanity. Without accepting the teachings of His Word as an ultimate Command; all his meditations may not be accepted in His Court. All religious rituals are useless for the real purpose of human life.

ਸਭਿ ਰਸ ਭੋਗਣ ਬਾਦਿ ਹਹਿ, ਸਭਿ ਸੀਗਾਰ ਵਿਕਾਰ॥ sabh ras bhogan baad heh sabh seegaar vikaar.
ਜਬ ਲਗੁ ਸਬਦਿ ਨ ਭੇਦੀਐ, ਕਿਉ ਸੋਹੈ ਗੁਰਦੁਆਰਿ॥ jab lag sabad na bhaydee-ai ki-o sohai gurdu-aar.
ਨਾਨਕ ਧੰਨੁ ਸੁਹਾਗਣੀ, ਜਿਨ ਸਹ ਨਾਲਿ ਪਿਆਰੁ॥੫॥13॥ naanak Dhan suhaaganee jin sah naal pi-aar. ||5||13||

ਜਿਹੜਾ ਆਪਣੇ ਸੰਸਾਰਕ ਕੰਮ, ਪ੍ਰਭ ਦੇ ਸ਼ਬਦ ਦੀ ਕਸਵਟੀ ਨਾਲ ਨਹੀਂ ਪਰਖਦਾ, ਸ਼ਬਦ ਨੂੰ ਆਪਣੇ ਜੀਵਨ ਵਿੱਚ ਨਹੀਂ ਢਾਲਦਾ, ਗੁਰਦਵਾਰੇ, ਮੰਦਰ, ਸਭ ਪੂਜਾਂ, ਸਜਾਵਟ ਬਿਰਥੀ ਹੀ ਹੈ । ਕੇਵਲ ਉਹ ਹੀ ਅਸਲੀ ਮੰਦਰ ਹੈ, ਜਿੱਥੇ ਪ੍ਰਭ ਦੇ ਸ਼ਬਦ ਦੀ ਗੂੰਜ ਆਉਂਦੀ ਹੋਵੇ ।

Whosoever may not synchronize his life activities with the teachings of His Word; all his worship, meditation, embellishment of Holy Shrine may be useless. Where the everlasting echo of His Word may be heard resonating nonstop; only that temple may be considered Holy Shrine.

Key Message of Shree Raag page 18.18
ਕੀ ਧਰਮ ਧਾਰਨ, ਮਾਨਸ ਗੁਰੂ ਦੀ ਪੂਜਾ, ਬਾਣੀ ਪੜ੍ਹਨ ਨਾਲ ਪ੍ਰਭ ਦੇ ਦਰਬਾਰ ਵਿੱਚ ਪ੍ਰਵਾਨਗੀ ਦਾ ਰਸਤਾ ਬਖਸ਼ਿਸ਼ ਹੋ ਸਕਦਾ ਹੈ?
ਧਰਮ ਧਾਰਨ ਕਰਨਾ, ਵੱਖਰੇ ਵੱਖਰੇ ਮਾਨਸ ਗੁਰੂ ਦੀ ਸਿਖਿਆਂ, ਕਿਸੇ ਨੂੰ ਪ੍ਰਭ ਨੂੰ ਮਿਲਣ ਦਾ ਵਿਚੋਲਾ ਮੰਨਣਾ, ਸਾਰੇ ਦੁਬਿਦਾ ਦੇ ਰਸਤੇ ਹਨ! ਇਕੋ ਇਕ ਪ੍ਰਭ ਦੇ ਸ਼ਬਦ ਦੀ ਅਡੋਲ ਭਰੋਸਾ ਨਾਲ ਪਾਲਣਾ ਨਾਲ, ਜਿਵੇਂ ਜਿਵੇਂ ਭਰੋਸਾ ਪੱਕਾ ਹੁੰਦਾ, ਤਿਵੇਂ ਤਿਵੇਂ ਦਰ ਦੀ ਸੋਝੀ ਬਖਸ਼ਿਸ਼ ਹੁੰਦੀ ਹੈ । ਕੇਵਲ ਉਹ ਹੀ ਅਸਲੀ ਮੰਦਰ ਹੈ, ਜਿੱਥੇ ਧਿਆਨ ਲਾਉਣ ਨਾਲ ਮਨ ਵਿੱਚ ਪ੍ਰਭ ਦੇ ਸ਼ਬਦ ਦੀ ਗੂੰਜ ਸੁਣਾਈ ਦੇਣ ਲਗ ਪੈਂਦੀ ਹੈ । ਧਰਮ ਦੇ ਸਾਰੇ ਰਸਤੇ, ਰੇਤ ਦੀ ਬਣੀ ਕੰਧ ਵਰਗੇ ਹਨ, ਜਿਹੜੀ ਹੌਲੀ ਹੌਲੀ ਕਮਜ਼ੋਰ ਹੁੰਦੀ ਹੈ, ਅਖੀਰ ਵਿੱਚ ਡਿੱਗ ਪੈਂਦੀ ਹੈ । ਸਾਰੇ ਬਿਰਥੇ ਹੀ ਹਨ ।
Is adopting religion, reading, preaching, routine meditation, the right path of acceptance in His Court blessed?
Adopting a religion, accepting human guru as an only accessory, middle person to be accepted in His Court, all are path of duality. Whosoever may adopt the teachings of His Word with steady and stable belief, over a period his belief may become unshakable; with His mercy and grace, he may be enlightened with His Existence. Where one may hear the everlasting echo of His Word resonating within, only that place may be worthy to be called true temple. All religious paths are like a sand wall; which may be weakened day by day and eventually fall; drive to hell in the cycle of birth and death.

14. ਸਿਰੀਰਾਗੁ ਮਹਲਾ ੧॥ (19-7)

ਸੁੰਞੀ ਦੇਹ ਡਰਾਵਣੀ, ਜਾ ਜੀਉ ਵਿਚਹੁ ਜਾਇ॥ sunjee dayh daraavanee jaa jee-o vichahu jaa-ay.
ਭਾਹਿ ਬਲੰਦੀ ਵਿਝਵੀ, ਧੂਉ ਨ ਨਿਕਸਿਓ ਕਾਇ॥ bhaahi balandee vijhvee Dhoo-o na niksi-o kaa-ay.
ਪੰਚੇ ਰੁੰਨੇ ਦੁਖਿ ਭਰੇ, ਬਿਨਸੇ ਦੂਜੈ ਭਾਇ॥੧॥ panchay runnay dukh bharay binsay doojai bhaa-ay. ||1||

ਜਿਸ ਦੇ ਸਵਾਸ ਖਤਮ ਹੋ ਜਾਂਦੇ ਹਨ ਉਸ ਦਾ ਤਨ ਵੀ ਡਰਾਉਣਾ ਲਗਣ ਲਗ ਪੈਂਦਾ ਹੈ । ਉਸ ਦੀਆਂ ਬੁਰੇ ਕੰਮਾਂ ਦੀ ਪ੍ਰੇਰਨਾ ਕਰਨ ਵਾਲੀਆਂ ਪੰਜੇਂ ਇਦ੍ਰੀਆਂ ਕਰਲਾਉਂਦੀਆਂ ਹਨ । ਅਸਲੀ ਮਾਲਕ ਤੇ ਆਪਣਾ ਭਰੋਸਾ ਅਡੋਲ ਨਾ ਹੋਣ ਨਾਲ ਭਰਮਾਂ ਭੁਲੇਖਿਆਂ ਵਿੱਚ ਹੀ ਭਟਕਦਾ ਸੀ ।

Whose capital of breathes may be exhausted, his body may look horrible like a ghost, very scary. All five demons of worldly desires, inspiring to do evil deeds, now grieves. Whosoever may not obey the teachings of His Word with steady and stable belief, he may remain in frustration in religious suspicions.

ਮੂੜੇ ਰਾਮੁ ਜਪਹੁ ਗੁਣ ਸਾਰਿ॥ moorhay raam japahu gun saar.
ਹਉਮੈ ਮਮਤਾ ਮੋਹਣੀ, ਸਭ ਮੁਠੀ ਅਹੰਕਾਰਿ॥੧॥ ਰਹਾਉ॥ ha-umai mamtaa mohnee sabh muthee ahaNkaar. ||1|| rahaa-o.

ਅਣਜਾਣ ਜੀਵ, ਆਪਣੇ ਮਨ ਦੇ ਸੰਤੋਖ ਨੂੰ ਪੱਕਾ ਰਖਕੇ ਪ੍ਰਭ ਦੀ ਬੰਦਗੀ ਕਰੋ । ਮਨ ਦਾ ਅਹੰਕਾਰ, ਸੰਸਾਰਕ ਮੋਹ ਬਹੁਤ ਭਾਰੀ ਹੈ, ਵੱਡੇ ਵੱਡੇ ਡੋਬ ਦੇਂਦਾ ਹੈ । ਜਿਹੜਾ ਸ਼ਬਦ ਦੇ ਸਿਮਰਨ ਵਿੱਚ ਅਡੋਲ ਰਹਿੰਦਾ ਹੈ, ਉਹ ਪ੍ਰਭ ਦੀ ਸ਼ਰਣ ਵਿੱਚ ਪ੍ਰਵਾਨ ਹੋ ਜਾਂਦਾ ਹੈ ।

Ignorant self-minded! You should meditate on the teachings of His Word with steady and stable belief in your day-to-day life. The domination of demons of ego and worldly bonds, attachments have ruined many intelligent and powerful. Whosoever may meditate on the teachings of His Word with steady and stable belief in his day-to-day life; with His mercy and grace, he may be accepted in His Sanctuary.

ਜਿਨੀ ਨਾਮੁ ਵਿਸਾਰਿਆ, ਦੂਜੀ ਕਾਰੈ ਲਗਿ॥ jinee Naam visaari-aa doojee kaarai lag.
ਦੁਬਿਧਾ ਲਾਗੇ ਪਚਿ ਮੁਏ, ਅੰਤਰਿ ਤ੍ਰਿਸਨਾ ਅਗਿ॥ dubiDhaa laagay pach mu-ay antar tarisnaa ag.
ਗੁਰਿ ਰਾਖੇ ਸੇ ਉਬਰੇ, ਹੋਰਿ ਮੁਠੀ ਧੰਧੈ ਠਗਿ॥੨॥ gur raakhay say ubray hor muthee DhanDhai thag. ||2||

ਜਿਹੜਾ ਪ੍ਰਭ ਦੇ ਭਾਣੇ ਤੇ ਨਹੀਂ ਚਲਦਾ, ਉਹ ਤ੍ਰਿਸ਼ਨਾ ਦੇ ਚੱਕਰ ਵਿੱਚ ਫਸ ਜਾਂਦਾ ਹੈ । ਉਹ ਮਨ ਦੀਆਂ ਇਛਾਂ ਦੀ ਪ੍ਰਾਪਤੀ ਦੇ ਚੱਕਰ ਵਿੱਚ ਭਟਕਦਾ ਰਹਿੰਦਾ ਹੈ । ਜਿਸ ਨੂੰ ਪ੍ਰਭ ਆਪ ਹੀ ਸ਼ਬਦ ਦੇ ਲੜ ਲਾਉਂਦਾ, ਅਡੋਲ ਰਖਦਾ ਹੈ, ਕੇਵਲ ਉਹ ਹੀ ਜੀਵ ਤ੍ਰਿਸ਼ਨਾ ਤੋਂ ਬਚ ਸਕਦਾ ਹੈ ।

Whosoever may not obey the teachings of His Word with steady and stable belief; he may remain intoxicated with the sweet poison of worldly desires. He may remain frustrated to satisfy his worldly desires for short-lived pleasures. Whosoever may be blessed with devotion to obey the teachings of His Word; he may remain steady and stable on the right path; with His mercy and grace, only he may be saved from frustration of worldly desires.

ਮੁਈ ਪਰੀਤਿ ਪਿਆਰੁ ਗਇਆ, ਮੁਆ ਵੈਰੁ ਵਿਰੋਧੁ॥ mu-ee pareet pi-aar ga-i-aa mu-aa vair viroDh.
ਧੰਧਾ ਥਕਾ ਹਉ ਮੁਈ, ਮਮਤਾ ਮਾਇਆ ਕ੍ਰੋਧੁ॥ dhaa thakaa ha-o mu-ee mamtaa maa-i-aa kroDh.
ਕਰਮਿ ਮਿਲੈ ਸਚੁ ਪਾਈਐ, ਗੁਰਮੁਖਿ ਸਦਾ ਨਿਰੋਧੁ॥੩॥ karam milai sach paa-ee-ai gurmukh sadaa niroDh. ||3||

ਜੀਵ ਦੇ ਸਵਾਸ ਖਤਮ ਹੋਣ ਨਾਲ, ਸਾਰੇ ਸੰਸਾਰਕ ਜਾਲ, ਕਾਮ, ਕਰੋਧ, ਲੋਭ, ਮੋਹ, ਅਹੰਕਾਰ ਵੀ, ਨਾਲ ਹੀ ਖਤਮ ਹੋ ਜਾਂਦੇ ਹਨ । ਪ੍ਰਭ ਦੇ ਬਖਸ਼ੇ ਤੇ ਸੰਤੋਖ ਨਾਲ ਸ਼ਬਦ ਦੀ ਪਾਲਣਾ ਕਰੋ! ਸਭ ਕੁਝ ਜੀਵ ਦੇ ਪਹਿਲੇ ਲਿਖੇ ਭਾਗਾਂ ਨਾਲ ਹੀ ਨਸੀਬ ਹੁੰਦਾ ਹੈ ।

Whosoever may exhaust his breath, his perishable body may become a corpse; all demons of his worldly desires (sexual urge, anger, greed, attachments ego) may vanish along with his breaths. You should adopt the teachings of His Word with steady and stable belief and contented in your day-to-day life. You will be blessed as prewritten in your destiny.

ਸਚੀ ਕਾਰੈ ਸਚੁ ਮਿਲੈ, ਗੁਰਮਤਿ ਪਲੈ ਪਾਇ॥ sachee kaarai sach milai gurmat palai paa-ay.
ਸੋ ਨਰੁ ਜੰਮੈ ਨਾ ਮਰੈ, ਨਾ ਆਵੈ ਨਾ ਜਾਇ॥ so nar jammai naa marai naa aavai naa jaa-ay.
ਨਾਨਕ ਦਰਿ ਪਰਧਾਨੁ ਸੋ, ਦਰਗਹਿ ਪੈਧਾ ਜਾਇ॥੪॥14॥ naanak dar parDhaan so dargahi paiDhaa jaa-ay. ||4||14||

ਜਿਹੜਾ ਅਸਲੀ ਪ੍ਰਭ ਦੀ ਬੰਦਗੀ ਤੇ ਅਡੋਲ ਰਹਿੰਦਾ ਹੈ, ਉਸ ਨੂੰ ਪ੍ਰਭ ਦੀ ਹੋਂਦ ਅਨੁਭਵ ਹੋ ਜਾਂਦੀ ਹੈ । ਉਸ ਦਾ ਜਨਮ ਮਰਨ ਦਾ ਚੱਕਰ ਖਤਮ ਹੋ ਜਾਂਦਾ, ਦਰਬਾਰ ਵਿੱਚ ਪ੍ਰਵਾਨਗੀ ਬਖਸ਼ਿਸ਼ ਹੋ ਜਾਂਦੀ ਹੈ ।

Whosoever may obey the teachings of His Word with steady and stable belief; with His mercy and grace, he may realize His Existence prevailing everywhere. He may be accepted and honored in His Court and his cycle of birth and death may be eliminated.

Key Message of Shree Raag page 19.7
ਕੌਣ ਜੀਵ ਦੇ ਸਵਾਸ ਪੂਰੇ ਹੋਣ ਤੇ ਅਫਸੋਸ ਕਰਦਾ ਹੈ? ਕਿਵੇਂ ਜਨਮ ਮਰਨ ਦਾ ਚੱਕਰ ਖਤਮ ਹੋ ਸਕਦਾ ਹੈ?
ਜੀਵ ਦੇ ਸਵਾਸ ਖਤਮ ਹੋਣ ਤੇ, ਬੁਰੇ ਕੰਮਾਂ ਦੀ ਪ੍ਰੇਰਨਾ ਕਰਨ ਵਾਲੀਆਂ ਪੰਜੇਂ ਇਦ੍ਰੀਆਂ ਕਰਲਾਉਂਦੀਆਂ ਹਨ । ਸਾਰੇ ਸੰਸਾਰਕ ਜਾਲ, ਕਾਮ, ਕਰੋਧ, ਲੋਭ, ਮੋਹ, ਅਹੰਕਾਰ ਵੀ ਨਾਲ ਹੀ ਖਤਮ ਹੋ ਜਾਂਦੇ ਹਨ । ਜਿਹੜਾ ਆਪਣੇ ਮਨ ਦੇ ਸੰਤੋਖ ਨੂੰ ਪੱਕਾ ਰਖਕੇ, ਪ੍ਰਭ ਦੇ ਸ਼ਬਦ ਦੀ ਪਾਲਣਾ ਤੇ ਅਡੋਲ ਰਹਿੰਦਾ ਹੈ । ਉਸ ਨੂੰ ਪ੍ਰਭ ਦੀ ਹੋਂਦ ਅਨੁਭਵ ਹੋ ਜਾਂਦੀ ਹੈ । ਉਸ ਦਾ ਜਨਮ ਮਰਨ ਦਾ ਚੱਕਰ ਖਤਮ ਹੋ ਜਾਂਦਾ, ਦਰਬਾਰ ਵਿੱਚ ਪ੍ਰਵਾਨਗੀ ਬਖਸ਼ਿਸ਼ ਹੋ ਜਾਂਦੀ ਹੈ ।
Who may grieve on exhausting breaths of perishable body? How may the cycle of birth and death be eliminated?
When the capital of breathes may be exhausted; all demons of worldly desires may be crying! All his traps of worldly desires may be eliminated. Whosoever may remain contented with His Blessings and adopts the teachings of His Word; with His mercy and grace, he may realize His Existence! His cycle of birth and death may be eliminated; he may be blessed with the right path of acceptance in His Court.

15. ਸਿਰੀਰਾਗੁ ਮਹਲ ੧॥ (19-13)

ਤਨੁ ਜਲਿ ਬਲਿ ਮਾਟੀ ਭਇਆ, ਮਨੁ ਮਾਇਆ ਮੋਹਿ ਮਨੂਰੁ॥ tan jal bal maatee bha-i-aa man maa-i-aa mohi manoor.
ਅਉਗਣ ਫਿਰਿ ਲਾਗੂ ਭਏ, ਕੂਰਿ ਵਜਾਵੈ ਤੂਰੁ॥ a-ugan fir laagoo bha-ay koor vajaavai toor.
ਬਿਨੁ ਸਬਦੈ ਭਰਮਾਈਐ, ਦੁਬਿਧਾ ਡੋਬੇ ਪੂਰੁ॥੧॥ bin sabdai bharmaa-ee-ai dubiDhaa dobay poor. ||1||

ਗੁਰੂ ਨਾਨਕ ਦੇਵ ਜੀ! – Guru Nanak Dev Ji! Guru Granth Sahib

ਜੀਵ ਦੇ ਸਵਾਸ ਖਤਮ ਹੋਣ ਨਾਲ ਤਨ ਤਾ ਮਿਟੀ ਵਿੱਚ ਰਲ ਜਾਂਦਾ ਹੈ । ਪਰ ਉਸ ਦੀ ਤ੍ਰਿਸ਼ਨਾਂ ਦੀ ਅੱਗ ਦੁਸ਼ਮਣ ਬਣਕੇ, ਪ੍ਰਭ ਦੇ ਦਰਬਾਰ ਵਿੱਚ ਖੜ੍ਹੀ ਹੁੰਦੀ ਹੈ । ਜਿਸ ਦਾ ਪ੍ਰਭ ਦੇ ਸ਼ਬਦ ਤੇ ਭਰੋਸਾ, ਅਡੋਲ ਨਹੀਂ ਹੁੰਦਾ, ਉਹ ਭਰਮਾਂ ਵਿੱਚ ਹੀ ਡੁਬ ਜਾਂਦਾ ਹੈ ।

Whose breathes may be exhausted! His perishable body may become dirt; however, all his worldly desires may become his enemies and revealed in His Court. Whosoever may not obey on the teachings of His Word with steady and stable belief; he may drown in religious suspicions.

ਮਨ ਰੇ ਸਬਦਿ ਤਰਹੁ ਚਿਤੁ ਲਾਇ॥ man, ray sabad tarahu chit laa-ay.
ਜਿਨਿ ਗੁਰਮੁਖਿ ਨਾਮੁ ਨ ਬੂਝਿਆ, ਮਰਿ ਜਨਮੈ ਆਵੈ ਜਾਇ॥੧॥ ਰਹਾਉ॥ jin gurmukh Naam na boojhi-aa mar janmai aavai jaa-ay. ||1|| rahaa-o.

ਪ੍ਰਭ ਦਾ ਸ਼ਬਦ ਹੀ ਇਕੋ ਇਕ ਆਤਮਾ ਨੂੰ ਪਾਰ ਲੈ ਜਾਣ ਵਾਲਾ ਜਹਾਜ਼ ਹੈ । ਜਿਹੜਾ ਸ਼ਬਦ ਦੀ ਪਾਲਣਾ ਅਡੋਲ ਭਰੋਸੇ ਨਾਲ ਕਰਦਾ ਹੈ, ਸ਼ਬਦ ਦੇ ਜਹਾਜ਼ ਤੇ ਸਵਾਰ ਹੋ ਜਾਂਦਾ ਹੈ । ਉਹ ਜਨਮ ਮਰਨ ਦੇ ਚੱਕਰ ਤੋਂ ਰਹਿਤ ਹੋ ਸਕਦਾ ਹੈ । ਜਿਹੜਾ ਸ਼ਬਦ ਦੀ ਪਾਲਣਾ ਵਿੱਚ ਅਡੋਲ ਭਰੋਸਾ ਨਹੀਂ ਰਖਦਾ, ਉਹ ਜਨਮ ਮਰਨ ਦੇ ਚੱਕਰ ਵਿੱਚ ਹੀ ਰਹਿੰਦਾ ਹੈ ।

The teachings of His Word may be a rescue ship to carry your soul to across the terrible worldly ocean of desires. You should wholeheartedly obey the teachings of His Word. Whosoever may adopt the teachings of His Word with steady and stable belief; with His mercy and grace, his cycle of birth and death may be eliminated. Whosoever may not adopt the teachings of His Word; his cycle of birth and death may not be eliminated.

ਤਨੁ ਸੂਚਾ ਸੋ ਆਖੀਐ, ਜਿਸੁ ਮਹਿ ਸਾਚਾ ਨਾਉ॥ tan soochaa so aakhee-ai jis meh saachaa naa-o.
ਭੈ ਸਚਿ ਰਾਤੀ ਦੇਹੁਰੀ, ਜਿਹਵਾ ਸਚੁ ਸੁਆਉ॥ bhai sach raatee dayhuree jihvaa sach su-aa-o.
ਸਚੀ ਨਦਰਿ ਨਿਹਾਲੀਐ, ਬਹੁੜਿ ਨ ਪਾਵੈ ਤਾਉ॥੨॥ sachee nadar nihaalee-ai bahurh na paavai taa-o. ||2||

ਜਿਸ ਦੇ ਮਨ ਤੇ ਪ੍ਰਭ ਦੇ ਭਾਣਾ ਦਾ ਰੰਗ ਚੜ੍ਹਿਆ ਹੈ, ਮਨ ਵਿੱਚ ਮੌਤ ਦਾ ਖੌਫ ਹੈ, ਪ੍ਰਭ ਤੇ ਭਰੋਸਾ ਪੱਕਾ ਹੁੰਦਾ ਹੈ । ਉਸ ਨੂੰ ਹੀ ਪਵਿੱਤਰ ਆਖਿਆ ਜਾ ਸਕਦਾ, ਪ੍ਰਭ ਦੀ ਰਹਿਮਤ ਨਾਲ ਉਸ ਦਾ ਜਨਮ ਮਰਨ ਦਾ ਚੱਕਰ ਖਤਮ ਹੋ ਜਾਂਦਾ ਹੈ ।

Whosoever may remain drenched with the essence of His Word. He may remain in renunciation in the memory of his separation from His Holy Spirit fresh. He may remain contented with His Blessings! Only his soul may be worthy to be called sanctified; with His mercy and grace, his cycle of birth and death may be eliminated.

ਸਾਚੇ ਤੇ ਪਵਨਾ ਭਇਆ, ਪਵਨੈ ਤੇ ਜਲੁ ਹੋਇ॥ saachay tay pavnaa bha-i-aa pavnai tay jal ho-ay.
ਜਲ ਤੇ ਤ੍ਰਿਭਵਣੁ ਸਾਜਿਆ, ਘਟਿ ਘਟਿ ਜੋਤਿ ਸਮੋਇ॥ jal tay taribhavan saaji-aa ghat ghat jot samo-ay.
ਨਿਰਮਲੁ ਮੈਲਾ ਨਾ ਥੀਐ, ਸਬਦਿ ਰਤੇ ਪਤਿ ਹੋਇ॥੩॥ nirmal mailaa naa thee-ai sabad ratay pat ho-ay. ||3||

ਪ੍ਰਭ ਦੀ ਜੋਤ ਵਿਚੋਂ ਹੀ ਹਵਾ ਪੈਦਾ ਹੋਈ ਹੈ, ਫਿਰ ਹਵਾ ਤੋਂ ਪਾਣੀ ਬਣਿਆ ਹੈ, ਫਿਰ ਪਾਣੀ ਵਿਚੋਂ ਪ੍ਰਭ ਨੇ ਤਿੰਨੋਂ ਸ੍ਰਿਸ਼ਟੀਆਂ ਸਾਜੀਆ ਹਨ । (ਜਲ, ਥਲ, ਅਕਾਸ਼) ਫਿਰ ਜੀਵ ਵਿੱਚ ਪ੍ਰਭ ਨੇ ਰੋਸ਼ਨੀ, ਸੋਝੀ, ਬਖਸ਼ੀ ਹੈ! ਸਭ ਕੁਝ ਕਰਨ ਨਾਲ ਵੀ ਉਸ ਦਾ ਜਲ ਕਦੇ ਮੈਲਾ, ਅਪਵਿੱਤਰ ਨਹੀਂ ਹੁੰਦਾ ।

The True Master has created air from His Holy Spirit; water came out of air. The True Master has created three universes from water. The True Master has created three universes - earth, ocean, sky, and all creatures. He has infused the ray of light in all His Creations. Even with so many creations, His Nectar, has not become blemish, dirty and always remains sanctified.

ਇਹੁ ਮਨੁ ਸਾਚਿ ਸੰਤੋਖਿਆ, ਨਦਰਿ ਕਰੇ ਤਿਸੁ ਮਾਹਿ॥ ih man saach santokhi-aa nadar karay tis maahi.
ਪੰਚ ਭੂਤ ਸਚਿ ਭੈ ਰਤੇ, ਜੋਤਿ ਸਚੀ ਮਨ ਮਾਹਿ॥ panch bhoot sach bhai ratay jot sachee man maahi.
ਨਾਨਕ ਅਉਗਣ ਵੀਸਰੇ, ਗੁਰਿ ਰਾਖੇ ਪਤਿ ਤਾਹਿ॥੪॥15॥ naanak a-ugan veesray gur raakhay pat taahi. ||4||15||

ਜਿਸ ਦਾ ਸੰਤੋਖ ਪੱਕਾ ਹੋ ਜਾਂਦਾ ਹੈ, ਆਪ ਹੀ ਉਸ ਤੇ ਰਹਿਮਤ ਦੀ ਨਜ਼ਰ ਬਖਸ਼ਦਾ ਹੈ । ਉਸ ਦਾ ਪੰਜਾਂ ਧਾਤਾਂ ਦਾ ਬਣਿਆ ਤਨ ਮੌਤ ਨੂੰ ਹਰ ਵੇਲੇ ਯਾਦ ਰਖਦਾ ਹੈ । ਉਸ ਦੇ ਮਨ ਅੰਦਰ ਪ੍ਰਭ ਦੀ ਰਹਿਮਤ ਦੀ ਰੋਸ਼ਨੀ ਭਰਪੂਰ ਹੁੰਦੀ ਹੈ । ਆਪ ਹੀ ਜੀਵ ਦੀਆਂ ਕਮੀਆਂ ਨੂੰ ਮਾਫ ਕਰ ਦੇਂਦਾ ਹੈ, ਆਪਣੇ ਦਰ ਵਿੱਚ ਬਖਸ਼ ਲੈਂਦਾ ਹੈ ।

Whosoever may remain contented with His Blessings; he may be blessed with His Blessed Vision. His perishable body created with the union of five elements, always remembers unpredictable death in his day-to-day play. He may remain overwhelmed with the enlightenment of the essence of His Word. The True Master may forgive his shortcomings; his soul may be accepted in His Court.

Key Message of Shree Raag page 19.13
ਕਿਹੜਾ ਜਲ ਅਪਵਿਤ੍ਰ ਨਹੀ ਹੋ ਸਕਦਾ? ਕਿਸ ਦੀ ਆਤਮਾ ਪਵਿੱਤਰ ਹੈ?
ਪ੍ਰਭ ਦੀ ਜੋਤ ਵਿਚੋਂ ਹੀ ਹਵਾ ਪੈਦਾ ਹੋਈ ਹੈ, ਫਿਰ ਹਵਾ ਤੋਂ ਪਾਣੀ ਬਣਿਆ ਹੈ, ਫਿਰ ਪਾਣੀ ਵਿਚੋਂ ਪ੍ਰਭ ਨੇ ਤਿੰਨੋਂ ਸ੍ਰਿਸ਼ਟੀਆਂ ਸਾਜੀਆ ਹਨ । (ਜਲ, ਥਲ, ਅਕਾਸ਼) ਫਿਰ ਜੀਵ ਵਿੱਚ ਪ੍ਰਭ ਨੇ ਰੋਸ਼ਨੀ, ਸੋਝੀ, ਬਖਸ਼ੀ ਹੈ, ਸਭ ਕੁਝ ਕਰਨ ਨਾਲ ਵੀ ਉਸ ਦਾ ਜਲ ਕਦੇ ਮੈਲਾ, ਅਪਵਿੱਤਰ ਨਹੀਂ ਹੁੰਦਾ । ਜਿਸ ਦੇ ਮਨ ਤੇ ਪ੍ਰਭ ਦੇ ਭਾਣਾ ਦਾ ਰੰਗ ਚੜ੍ਹਿਆ ਹੈ, ਮਨ ਵਿੱਚ ਮੌਤ ਦਾ ਖੌਫ ਹੈ, ਪ੍ਰਭ ਤੇ ਭਰੋਸਾ ਪੱਕਾ ਹੁੰਦਾ ਹੈ । ਉਸ ਨੂੰ ਹੀ ਪਵਿੱਤਰ ਆਖਿਆ ਜਾ ਸਕਦਾ ।
What cannot be contminated? Whose soul may be worthy to be called sanctified soul?
The True Master has created air from His Holy Spirit; water came out of air. From water, The True Master has created three universes - earth, ocean, sky, and all creatures. He has infused the ray of light in all His Creations. Even with so many creations, His Nectar, has not become blemish and always remains sanctified. Whosoever may remain in renunciation in the memory of his separation from His Holy Spirit; only his soul may be worthy to be called sanctified;

16. ਸਿਰੀਰਾਗੁ ਮਹਲਾ ੧॥ (20-2)

ਨਾਨਕ ਬੇੜੀ ਸਚ ਕੀ, ਤਰੀਐ ਗੁਰ ਵੀਚਾਰਿ॥ naanak bayrhee sach kee taree-ai gur veechaar.
ਇਕਿ ਆਵਹਿ ਇਕਿ ਜਾਵਹੀ, ਪੂਰਿ ਭਰੇ ਅਹੰਕਾਰਿ॥ ik aavahi ik jaavhee poor bharay ahaNkaar.
ਮਨਹਠਿ ਮਤੀ ਬੂਡੀਐ, ਗੁਰਮੁਖਿ ਸਚੁ ਸੁ ਤਾਰਿ॥੧॥ manhath matee boodee-ai gurmukh sach so taar. ||1||

ਸ਼ਬਦ ਦੀ ਪਾਲਣਾ ਕਰਨਾ ਹੀ ਅਟਲ ਪ੍ਰਭ ਦੇ ਦਰਬਾਰ ਨੂੰ ਜਾਣ ਵਾਲਾ ਜਹਾਜ਼ ਬਣ ਜਾਂਦਾ ਹੈ । ਉਸ ਤੇ ਕੇਵਲ ਆਪਣਾ ਜੀਵਨ ਸ਼ਬਦ ਨਾਲ ਢਾਲਣ ਨਾਲ ਹੀ ਚੜ੍ਹਿਆ ਜਾ ਸਕਦਾ ਹੈ । ਕਈ ਜੀਵ ਸੰਸਾਰ ਵਿੱਚ ਆਪਣੇ ਅਹੰਕਾਰ ਵਿੱਚ ਹੀ ਭਟਕਦੇ ਮਰ ਜਾਂਦੇ ਹਨ । ਜਿਹੜਾ ਆਪਣੇ ਆਪ ਨੂੰ ਬਹੁਤ ਗਿਆਨੀ, ਸੋਝੀ ਵਾਲਾ ਮੰਨਦਾ ਹੈ, ਉਹ ਆਪਣੇ ਅਪਰਾਲੇ ਕਰਦਾ ਕਰਦਾ ਮਰ ਜਾਂਦਾ ਹੈ ।

ਗੁਰੂ ਨਾਨਕ ਦੇਵ ਜੀ! – Guru Nanak Dev Ji! Guru Granth Sahib

To obey the teachings of His Word may be transformed as a ship to cross terrible worldly ocean to be accepted in His Court. Whosoever may adopt the teachings of His Word with steady and stable belief in his day-to-day life; with His mercy and grace, he may be blessed with a seat on the boat of salvation. Many creatures may die in their ego and worldly worries. Whosoever may think to be very knowledgeable and intellectual; he may die trying his own researches.

ਗੁਰ ਬਿਨੁ ਕਿਉ ਤਰੀਐ ਸੁਖੁ ਹੋਇ॥ gur bin ki-o taree-ai sukh ho-ay.
ਜਿਉ ਭਾਵੈ ਤਿਉ ਰਾਖੁ ਤੂ, ਮੈ ਅਵਰੁ ਨ ਦੂਜਾ ਕੋਇ॥੧॥ ਰਹਾਉ॥ ji-o bhaavai ti-o raakh too mai avar na doojaa ko-ay. ||1|| rahaa-o.

ਜਿਹੜਾ ਪ੍ਰਭ ਦੇ ਸ਼ਬਦ ਨਾਲ ਜੀਵਨ ਢਾਲਦਾ ਹੈ, ਆਪਣੀ ਡੋਰੀ ਪ੍ਰਭ ਦੇ ਬਖਸ਼ੇ ਤੇ ਰਖਦਾ ਹੈ, ਕੇਵਲ ਉਸ ਨੂੰ ਹੀ ਪ੍ਰਭ ਦੀ ਰਹਿਮਤ ਬਖਸ਼ਿਸ਼ ਹੋ ਸਕਦੀ ਹੈ । ਪ੍ਰਭ ਨੂੰ ਭਾਉਂਦਾ ਹੀ ਹੋ ਸਕਦਾ ਹੈ । ਤੇਰੀ ਰਹਿਮਤ ਤੋਂ ਬਿਨਾਂ, ਮਨ ਨੂੰ ਸ਼ਾਂਤੀ ਬਖਸ਼ਿਸ਼ ਨਹੀਂ ਹੁੰਦੀ । ਹੋਰ ਕੋਈ ਆਸਰਾ ਨਹੀਂ ਹੈ ।

Whosoever may adopt the teachings of His Word in day-to-day life and keeps his belief steady and stable on His Blessings. He may surrender his self-entity at His Sanctuary; only he may be bestowed with the right path of acceptance in His Court. Whatsoever may be acceptable in Your Court, only that may happen in the universe. No one may ever be blessed with any peace of mind without His Blessed Vision. I do not have any other support or refuge without His Sanctuary.

ਆਗੈ ਦੇਖਉ ਡਉ ਜਲੈ, ਪਾਛੈ ਹਰਿਓ ਅੰਗੂਰੁ॥ aagai daykh-a-u da-o jalai paachhai hari-o angoor.
ਜਿਸ ਤੇ ਉਪਜੈ ਤਿਸ ਤੇ ਬਿਨਸੈ, ਘਟਿ ਘਟਿ ਸਚੁ ਭਰਪੂਰਿ॥ jis tay upjai tis tay binsai ghat ghat sach bharpoor.
ਆਪੇ ਮੇਲਿ ਮਿਲਾਵਹੀ, ਸਾਚੈ ਮਹਲਿ ਹਦੂਰਿ॥੨॥ aapay mayl milaavahee saachai mahal hadoor. ||2||

ਮੈਂ ਸੰਸਾਰਕ ਇਛਾਂ ਵਿੱਚ ਭਟਕਦਾ, ਮਨ ਵਿੱਚ ਤ੍ਰਿਸ਼ਨਾ ਦੀ ਅੱਗ ਜਲਦੀ ਹੈ, ਪਿਛੇ ਮੌਤ ਸਮੇਟਨ ਲਈ ਘੇਰਾ ਪਾ ਖੜ੍ਹੀ ਹੈ । ਪ੍ਰਭ ਤੇਰੇ ਘਰ ਵਿੱਚ ਕੋਈ ਕਮੀ ਨਹੀਂ! ਰਹਿਮਤ ਬਖਸ਼ੋ! ਮੈਂ ਆਪਾ ਤੇਰੇ ਦਰ ਤੇ ਭੇਟਾ ਕੀਤਾ ਹੈ, ਕੇਵਲ ਤੇਰੇ ਵਿੱਚ ਅਲੋਪ ਹੋਣ ਦੀ ਇਕੋ ਇਕ ਹੀ ਖਾਹਿਸ਼, ਆਸ ਹੈ । ਤੇਰਾ ਮੰਦਰ ਮੇਰੇ ਤਨ ਵਿੱਚ ਹੀ ਉਜਾਗਰ ਹੋ ਜਾਵੇ ।

I remain frustrated with worldly desires; the fire of worldly desires remains burning uncontrolled (wild) within my mind. The devil of death knocking to capture my soul. You have no shortage of blessings in Your Treasure. I have surrendered my self-entity at Your Sanctuary; with Your mercy and grace, I may be blessed with the right path of acceptance in Your Court. Your Holy Temple may be enlightened within my heart.

ਸਾਹਿ ਸਾਹਿ ਤੁਝੁ ਸੰਮਲਾ, ਕਦੇ ਨ ਵਿਸਾਰੇਉ॥ saahi saahi tujh sammlaa kaday na vaysaara-o.
ਜਿਉ ਜਿਉ ਸਾਹਬੁ ਮਨਿ ਵਸੈ, ਗੁਰਮੁਖਿ ਅੰਮ੍ਰਿਤੁ ਪੇਉ॥ ji-o ji-o saahab man vasai gurmukh amrit pay-o.
ਮਨੁ ਤਨੁ ਤੇਰਾ ਤੂ ਧਣੀ, ਗਰਬੁ ਨਿਵਾਰਿ ਸਮੇਉ॥੩॥ man, tan tayraa too Dhanee garab nivaar samay-o. ||3||

ਪ੍ਰਭ, ਮੈਂ ਸਵਾਸ ਸਵਾਸ ਸ਼ਬਦ ਵਿੱਚ ਮਗਨ ਹੋ ਜਾਵਾ, ਤੇਰਾ ਸ਼ਬਦ ਕਦੇ ਵੀ ਵਿਸਰ ਨਾ ਜਾਵੇ । ਜਿਵੇਂ ਜਿਵੇਂ ਜੀਵ ਦੇ ਮਨ ਵਿੱਚ ਪ੍ਰਭ ਦੇ ਸ਼ਬਦ ਦਾ ਅਧਾਰ ਹੋ ਜਾਵੇਗਾ, ਗੁਰਮਖਾਂ ਦੇ ਨਾਲ ਚਲ ਪਵੇਗਾ, ਆਪਣਾ ਮਨ, ਤਨ ਅਸਲੀ ਮਾਲਕ ਨੂੰ ਭੇਟਾ ਕਰ ਦੇਵੇਗਾ । ਜਿਹੜਾ ਆਪਾ ਪ੍ਰਭ ਦੀ ਸ਼ਰਣ ਵਿੱਚ ਭੇਟਾ ਕਰ ਦੇਂਦਾ ਹੈ, ਉਸ ਦਾ ਅਹੰਕਾਰ ਤੇ ਕਾਬੂ ਪੈ ਜਾਂਦਾ ਹੈ, ਉਸ ਦੀ ਆਤਮਾ, ਪ੍ਰਭ ਦੀ ਜੋਤ ਵਿੱਚ ਹੀ ਅਲੋਪ ਹੋ ਜਾਂਦੀ ਹੈ ।

My True Master bestows Your Blessed Vision, I may remain intoxicated in meditation in the void of Your Word; I may never forsake the teachings of Your Word. Whosoever may adopt the teachings of His Word in day-to-day life; he may remain in conjugation of His Holy saints. He may surrender his self-entity at His Sanctuary; with His mercy and grace, he may conquer his own ego. He may be blessed with the right path of acceptance in His Court. His soul may be sanctified to become worthy of His Consideration.

ਜਿਨਿ ਏਹੁ ਜਗਤੁ ਉਪਾਇਆ, ਤ੍ਰਿਭਵਣੁ ਕਰਿ ਆਕਾਰੁ॥ jin ayhu jagat upaa-i-aa taribhavan kar aakaar.
ਗੁਰਮੁਖਿ ਚਾਨਣੁ ਜਾਣੀਐ, ਮਨਮੁਖਿ ਮੁਗਧੁ ਗੁਬਾਰੁ॥ gurmukh chaanan jaanee-ai manmukh mugaDh gubaar.
ਘਟਿ ਘਟਿ ਜੋਤਿ ਨਿਰੰਤਰੀ, ਬੂਝੈ ਗੁਰਮਤਿ ਸਾਰੁ॥੪॥ ghat ghat jot nirantree boojhai gurmat saar. ||4||

ਪ੍ਰਭ ਨੇ ਤਿਨੇਂ ਸ੍ਰਿਸ਼ਟੀਆਂ ਪੈਦਾ ਕੀਤੀਆਂ ਹਨ, ਉਸ ਨੇ ਹੀ ਇਹ ਵੱਖ ਵੱਖ ਅਕਾਰਾਂ ਦੇ ਜੀਵ ਪੈਦਾ ਕੀਤੇ ਹਨ । ਜਿਹੜਾ ਉਸ ਦੇ ਭਾਣੇ ਵਿੱਚ ਅਡੋਲ ਰਹਿੰਦਾ ਹੈ, ਉਸ ਨੂੰ ਸ਼ਬਦ ਦੀ ਸੋਝੀ ਬਖਸ਼ਿਸ਼ ਹੋ ਜਾਂਦੀ ਹੈ । ਉਸ ਨੂੰ ਪ੍ਰਭ ਦੇ ਭਾਣੇ, ਮਾਨਸ ਜੀਵਨ ਦਾ ਅਸਲੀ ਮੰਤਵ ਸਮਝ ਆ ਜਾਂਦਾ ਹੈ । ਬਾਕੀ ਜੀਵ ਅਣਜਾਣਤਾ ਵਿੱਚ ਹੀ ਭਟਕਦੇ ਰਹਿੰਦੇ ਹਨ ।

The True Master has created three universes and various shapes, forms, and colors of creatures. Whosoever may adopt the teachings of His Word in his day-to-day life; with His mercy and grace, he may be enlightened with the essence of His Word. He may realize the real purpose of human life. Everyone else may wander around in ignorance.

ਗੁਰਮੁਖਿ ਜਿਨੀ ਜਾਣਿਆ, ਤਿਨ ਕੀਚੈ ਸਾਬਾਸਿ॥ gurmukh jinee jaani-aa tin keechai saabaas.
ਸਚੇ ਸੇਤੀ ਰਲਿ ਮਿਲੇ, ਸਚੇ ਗੁਣ ਪਰਗਾਸਿ॥ sachay saytee ral milay sachay gun pargaas.
ਨਾਨਕ ਨਾਮਿ ਸੰਤੋਖੀਆ, ਜੀਉ ਪਿੰਡੁ ਪ੍ਰਭ ਪਾਸਿ॥੫॥16॥ naanak Naam santokhee-aa jee-o pind parabh paas. ||5||16||

ਉਸ ਤੋਂ ਕੁਰਬਾਨ ਜਾਈਏ! ਜਿਸ ਨੇ ਪ੍ਰਭ ਦੇ ਸ਼ਬਦ ਨਾਲ ਆਪਣਾ ਜੀਵਨ ਢਾਲ ਲਿਆ ਹੈ । ਉਹ ਪ੍ਰਭ ਵਿੱਚ ਅਲੋਪ ਹੋ ਗਿਆ ਹੈ, ਬਾਕੀਆਂ ਲਈ ਰੋਸ਼ਨੀ ਦਾ ਮੁਨਾਰਾ ਬਣ ਗਿਆ ਹੈ । ਉਸ ਨੇ ਆਪਾ ਮਿਟਾ ਦਿੱਤਾ ਅਤੇ ਭਾਣੇ ਵਿੱਚ ਹੀ ਸਬਰ ਕਰਦਾ ਹੈ ।

I remain fascinated from the sacrifice of His true devotee! Who has adopted the teachings of His Word in his day-to-day life; with His mercy and grace, he has been immersed within His Holy Spirit. He has become a pillar of enlightenment for others. He may surrender his self-entity; He may remain in patience and contented with His Blessings.

Key Message of Shree Raag page 20.2
ਪ੍ਰਭ ਦੇ ਦਰਬਾਰ ਦਾ ਰਸਤਾ ਕਿਹੜਾ ਹੈ? ਕਿਵੇਂ ਬਖਸ਼ਿਸ਼ ਹੋ ਸਕਦਾ ਹੈ?
ਸ਼ਬਦ ਦੀ ਪਾਲਣਾ ਕਰਨਾ ਹੀ ਅਟਲ ਪ੍ਰਭ ਦੇ ਦਰਬਾਰ ਨੂੰ ਜਾਣ ਵਾਲਾ ਜਹਾਜ਼ ਬਣ ਜਾਂਦਾ ਹੈ । ਉਸ ਤੇ ਕੇਵਲ ਆਪਣਾ ਜੀਵਨ ਸ਼ਬਦ ਨਾਲ ਢਾਲਣ ਨਾਲ ਹੀ ਚੜ੍ਹਿਆ ਜਾ ਸਕਦਾ ਹੈ । ਜਿਹੜਾ ਪ੍ਰਭ ਦੇ ਸ਼ਬਦ ਨਾਲ ਜੀਵਨ ਢਾਲਦਾ ਹੈ, ਆਪਣੀ ਡੋਰੀ ਪ੍ਰਭ ਦੇ ਬਖਸ਼ੇ ਤੇ ਰਖਦਾ ਹੈ, ਕੇਵਲ ਉਸ ਨੂੰ ਹੀ ਪ੍ਰਭ ਦੀ ਰਹਿਮਤ ਬਖਸ਼ਿਸ਼ ਹੋ ਸਕਦੀ ਹੈ ।
Which may be the right path and who may be blessed with the right path of acceptance in His Court?

To obey the teachings of His Word may be transformed as a ship to cross terrible worldly ocean to enter His Court. Whosoever may surrender his self-entity at His Sanctuary. He may adopt the teachings of His Word with steady and stable belief in his day-to-day life; with His mercy and grace, he may be blessed with a seat on this boat of salvation.

17. ਸਿਰੀਰਾਗੁ ਮਹਲਾ ੧॥ (20-10)

ਸੁਣਿ ਮਨ ਮਿਤ੍ਰ ਪਿਆਰਿਆ, ਮਿਲੁ ਵੇਲਾ ਹੈ ਏਹ॥ sun man mitar pi-aari-aa mil vaylaa hai ayh.
ਜਬ ਲਗੁ ਜੋਬਨਿ ਸਾਸੁ ਹੈ, ਤਬ ਲਗੁ ਇਹੁ ਤਨੁ ਦੇਹ॥ jab lag joban saas hai tab lag ih tan dayh.
ਬਿਨੁ ਗੁਣ ਕਾਮਿ ਨ ਆਵਈ, ਢਹਿ ਢੇਰੀ ਤਨੁ ਖੇਹ॥੧॥ bin gun kaam na aavee dheh dhayree tan khayh. ||1||

ਜਿਤਨਾ ਚਿਰ ਜੀਵ ਦੇ ਸਵਾਸ ਚਲਦੇ ਹਨ, ਓਹ ਆਪਣਾ ਰਸਤਾ ਪਾ ਸਕਦਾ ਹੈ । ਇਸ ਸਮੇਂ ਹੀ ਆਪਣੇ ਆਪ ਨੂੰ ਅਸਲੀ ਮਾਲਕ ਨੂੰ ਸੌਂਪ ਸਕਦਾ ਹੈ । ਇਸ ਸਮੇਂ ਹੀ ਬੰਦਗੀ ਦੇ ਰਸਤੇ ਤੇ ਚਲ ਸਕਦਾ ਹੈ । ਇਹ ਗੁਣ ਹਾਸਿਲ ਕਰਨ ਤੋਂ ਬਿਨਾਂ ਮਾਨਸ ਜਨਮ ਦਾ ਕੋਈ ਲਾਭ ਨਹੀਂ, ਇਹ ਤਨ ਮਿਟੀ ਵਿੱਚ ਹੀ ਰਲ ਜਾਣਾ ਹੈ ।

Whosoever may be still breathing; he may still be blessed with the right path of salvation. He may be able to surrender his self-entity at His Sanctuary, The True Master. He may still have an opportunity to adopt the teachings of His Word with steady and stable belief in his day-to-day life. Whosoever may not adopt such a way of life, nor acquires these virtues; he may not benefit from his human life opportunity. In the end, his perishable body is going to become ashes.

ਮੇਰੇ ਮਨ ਲੈ ਲਾਹਾ ਘਰਿ ਜਾਹਿ॥ mayray man lai laahaa ghar jaahi.
ਗੁਰਮੁਖਿ ਨਾਮੁ ਸਲਾਹੀਐ, ਹਉਮੈ ਨਿਵਰੀ ਭਾਹਿ॥੧॥ ਰਹਾਉ॥ gurmukh Naam salaahee-ai ha-umai nivree bhaahi. ||1|| rahaa-o.

ਇਹ ਗੁਣ ਹਾਸਿਲ ਕਰਕੇ ਤੂੰ ਆਪਣੇ ਮਾਲਕ ਦੇ ਘਰ ਜਾਵੇ । ਇਸ ਨਾਲ ਤੂੰ ਗੁਰਮਤ ਦੇ ਮਾਰਗ ਤੇ ਚਲ ਪਵੇਗਾ । ਮਨ ਵਿਚੋਂ ਅਹੰਕਾਰ ਦੀ ਜੜ੍ਹ ਖਤਮ ਹੋ ਜਾਵੇਗੀ ।

You should acquire these virtues before your last breath; before you may be called in His Court. With such a way of life, you may remain steady and stable on the right path of acceptance in His Court; with His mercy and grace, you may conquer and uproot the ego from your mind.

ਸੁਣਿ ਸੁਣਿ ਗੰਢਣੁ ਗੰਢੀਐ, ਲਿਖਿ ਪੜਿ ਬੁਝਹਿ ਭਾਰੁ॥ sun sun gandhan gandhee-ai likh parh bujheh bhaar.
ਤ੍ਰਿਸਨਾ ਅਹਿਨਿਸਿ ਅਗਲੀ, ਹਉਮੈ ਰੋਗੁ ਵਿਕਾਰੁ॥ tarisnaa ahinis aglee ha-umai rog vikaar.
ਓਹੁ ਵੇਪਰਵਾਹੁ ਅਤੋਲਵਾ, ਗੁਰਮਤਿ ਕੀਮਤਿ ਸਾਰੁ॥੨॥ oh, vayparvaahu atolvaa gurmat keemat saar. ||2||

ਜੀਵ ਹਰ ਰੋਜ਼ ਧਾਰਮਕ ਅਸਥਾਨਾਂ, ਧਾਰਮਕ ਜੀਵਾਂ ਤੋਂ ਸੁਣਦਾ ਹੈ । ਕਥਾ ਸੁਣਦਾ, ਬਾਣੀ ਬਾਬਤ ਬਹੁਤ ਗਿਆਨ ਹਾਸਿਲ ਕਰਦਾ ਹੈ । ਪਰ ਜੀਵ ਦੀ ਤ੍ਰਿਸ਼ਨਾ, ਵਧਦੀ ਜਾਂਦੀ ਹੈ, ਅਹੰਕਾਰ ਦੀ ਜੜ੍ਹ ਪੱਕੀ ਹੁੰਦੀ ਜਾਂਦੀ ਹੈ । ਪ੍ਰਭ ਦੀ ਅਨਮੋਲ ਰਹਿਮਤ ਦੀ ਅਵਸਥਾ, ਜੀਵਨ ਨੂੰ ਸ਼ਬਦ ਦੀ ਸਿਖਿਆਂ ਨਾਲ ਢਾਲਣ ਤੋਂ ਬਿਨਾਂ ਬਖਸ਼ਿਸ਼ ਨਹੀਂ ਹੋ ਸਕਦੀ ।

Self-minded may hear from Holy Shrines and from others. He may listen sermons of life of ancient saints and he may become very knowledgeable. However, his worldly desires may blossom within his heart; the roots of ego may become solid, firm within his heart. Without adopting the teachings of His Word with steady and stable belief, he may not be blessed with the right path nor recognize the significance of His Blessed Vision.

ਲਖ ਸਿਆਣਪ ਜੇ ਕਰੀ, ਲਖ ਸਿਉ ਪ੍ਰੀਤਿ ਮਿਲਾਪੁ॥ lakh si-aanap jay karee lakh si-o pareet milaap.
ਬਿਨੁ ਸੰਗਤਿ ਸਾਧ ਨ ਧ੍ਰਾਪੀਆ, ਬਿਨੁ ਨਾਵੈ ਦੂਖ ਸੰਤਾਪੁ॥ bin sangat saaDh na Dharaapee-aa bin naavai dookh santaap.
ਹਰਿ ਜਪਿ ਜੀਅਰੇ ਛੁਟੀਐ, ਗੁਰਮੁਖਿ ਚੀਨੈ ਆਪੁ॥੩॥ har jap jee-aray chhutee-ai gurmukh cheenai aap. ||3||

ਜੀਵ ਭਾਵੇਂ ਕਿਤਨੀਆਂ ਹੀ ਸਿਆਣਪਾਂ ਹਾਸਿਲ ਕਰ ਲਵੇ, ਕਿਤਨੇ ਹੀ ਸ਼ਰਧਾਲੂ ਬਣ ਜਾਣ । ਪਰ ਅਸਲੀ ਸੰਤ ਸਰੂਪ ਦੇ ਜੀਵਨ ਦੀ ਸਿਖਿਆਂ ਆਪਣੇ ਜੀਵਨ ਵਿੱਚ ਢਾਲਣ ਤੋਂ ਬਿਨਾਂ, ਮਨ ਵਿੱਚ ਤ੍ਰਿਸ਼ਨਾਂ ਦੀ ਅੱਗ ਦਾ ਦੁਖ ਹੀ ਭੁਗਤਨਾ ਪੈਂਦਾ ਹੈ । ਜਿਹੜਾ ਗੁਰਮਤ ਦੇ ਮਾਰਗ ਤੇ ਅਡੋਲ ਭਰੋਸੇ ਨਾਲ ਚਲਦਾ ਹੈ, ਪ੍ਰਭ ਆਪ ਹੀ ਉਸ ਨੂੰ ਮੁਕਤੀ ਦਾ ਰਸਤਾ ਬਖਸ਼ਦਾ ਹੈ ।

Self-minded, religious scholar may become very knowledgeable, wise; many may follow his teachings; however, without adopting his life experience teachings of His Holy saint, conjugation, in his own day-to-day life, he may suffer from the fire of worldly anxiety, desires. Whosoever may adopt the teachings of His Word with steady and stable belief in his day-to-day life; with His mercy and grace, he may be blessed with the right path of salvation, acceptance in His Court.

ਤਨੁ ਮਨੁ ਗੁਰ ਪਹਿ ਵੇਚਿਆ, ਮਨੁ ਦੀਆ ਸਿਰੁ ਨਾਲਿ॥ tan man gur peh vaychi-aa man dee-aa sir naal.
ਤ੍ਰਿਭਵਣੁ ਖੋਜਿ ਢੰਢੋਲਿਆ, ਗੁਰਮੁਖਿ ਖੋਜਿ ਨਿਹਾਲਿ॥ taribhavan khoj dhandholi-aa gurmukh khoj nihaal.
ਸਤਗੁਰਿ ਮੇਲਿ ਮਿਲਾਇਆ, ਨਾਨਕ ਸੋ ਪ੍ਰਭੁ ਨਾਲਿ॥੪॥ 17॥ saT`gur mayl milaa-i-aa naanak so parabh naal||4||17||

ਅਗਰ ਤੂੰ ਪ੍ਰਭ ਦੀ ਖੋਜ ਕਰਨਾ ਚਾਹੁੰਦਾ ਹੈ! ਅਡੋਲ ਭਰੋਸੇ ਨਾਲ ਸ਼ਬਦ ਦੀ ਸਿਖਿਆ ਨਾਲ ਆਪਣਾ ਜੀਵਨ ਢਾਲੋ! ਪ੍ਰਭ ਨੂੰ ਮਨ, ਤਨ ਅਤੇ ਆਪਣੀ ਸੋਝੀ (ਸਿਰ) ਭੇਟਾ ਕਰ ਦੇਵੋ । ਇਹ ਹੀ ਇਕੋ ਇਕ ਰਸਤਾ ਹੈ, ਜਿਸ ਤੇ ਚਲਕੇ ਤੂੰ ਉਸ ਨੂੰ ਪ੍ਰਵਾਨ ਹੋ ਸਕਦਾ ਹੈ ।

Whosoever may desire to be blessed with the right path of acceptance in His Court! He must adopt the teachings of His Word with steady and stable in his day-to-day life. He must surrender his mind, body, soul, his wisdom, and self-entity at His Sanctuary to serve His Creation. This may be the one and only one right path of salvation.

Key Message of Shree Raag page 20.2
ਪ੍ਰਭ ਦੇ ਦਰਬਾਰ ਦਾ ਰਸਤਾ ਬਖਸ਼ਿਸ਼ ਦਾ ਕਿਹੜਾ ਮੌਕਾ ਹੈ? ਮਾਨਸ ਗੁਰੂ, ਪ੍ਰਚਾਰਕ ਦੀ ਅਵਸਥਾ!
ਜਿਤਨਾ ਚਿਰ ਜੀਵ ਦੇ ਸਵਾਸ ਚਲਦੇ ਹਨ, ਓਹ ਆਪਾ ਅਸਲੀ ਮਾਲਕ ਨੂੰ ਸੌਂਪ ਸਕਦਾ ਹੈ । ਸ਼ਬਦ ਦੀ ਸਿਖਿਆਂ ਤੇ ਅਡੋਲ ਭਰੋਸੇ ਨਾਲ ਚਲਣ ਨਾਲ ਪ੍ਰਭ ਆਪ ਹੀ ਮੁਕਤੀ ਦਾ ਰਸਤਾ ਬਖਸ਼ਦਾ ਹੈ । ਮਾਨਸ ਗੁਰੂ, ਪ੍ਰਚਾਰਕ ਭਾਵੇਂ ਕਿਤਨਾ ਵੀ ਗਿਆਨਵਾਨ, ਕਿਤਨੇ ਹੀ ਸ਼ਰਧਾਲੂ ਬਣ ਜਾਣ । ਪਰ ਅਸਲੀ ਸੰਤ ਸਰੂਪ ਦੇ ਜੀਵਨ ਦੀ ਸਿਖਿਆਂ ਆਪਣੇ ਜੀਵਨ ਵਿੱਚ ਢਾਲਣ ਤੋਂ ਬਿਨਾਂ, ਮਨ ਵਿੱਚ ਤ੍ਰਿਸ਼ਨਾਂ ਦੀ ਅੱਗ ਦਾ ਦੁਖ ਹੀ ਭੁਗਤਨਾ ਪੈਂਦਾ ਹੈ ।
When may be opportunity to be blessed with the right path? State of mind of worldly guru, Scholar?
Whosoever may be still breathing; he may be able to surrender his self-entity at His Sanctuary, The True Master. Whosoever may adopt the teachings of His Word with steady and stable belief in his day-to-day life; with His mercy and grace, he may be blessed with the right path of salvation, acceptance in His Court. Self-minded, religious scholar, guru

may become very knowledgeable, wise and many may follow his teachings; however, without adopting his life experience teachings of His holy saint in his own day-to-day life, he may suffer the fire of worldly anxiety.

18. ਸਿਰੀਰਾਗੁ ਮਹਲਾ ੧॥ (20-17)

ਮਰਣੈ ਕੀ ਚਿੰਤਾ ਨਹੀ, ਜੀਵਣ ਕੀ ਨਹੀ ਆਸ॥ marnai kee chintaa naheejeevan kee nahee aas.
ਤੂ ਸਰਬ ਜੀਆ ਪ੍ਰਤਿਪਾਲਹੀ, ਲੇਖੈ ਸਾਸ ਗਿਰਾਸ॥ too sarab jee-aa partipaalahee laykhai saas giraas.
ਅੰਤਰਿ ਗੁਰਮੁਖਿ ਤੂ ਵਸਹਿ, ਜਿਉ ਭਾਵੈ ਤਿਉ ਨਿਰਜਾਸਿ॥੧॥ antar gurmukh too vaseh ji-o bhaavai ti-o nirjaas. ||1||

ਪ੍ਰਭ, ਸਭ ਜੀਵਾਂ ਨੂੰ ਪੈਦਾ ਕਰਨਵਾਲਾ ਹੈ, ਪ੍ਰਭ ਦੇ ਹੱਥ ਵਿੱਚ ਜੀਵ ਦੇ ਸਵਾਸਾਂ ਦੀ ਪੂੰਜੀ, ਖਾਣ ਵਾਲੀਆਂ ਗਰਾਹੀਆਂ ਦੀ ਵੀ ਗਿਣਤੀ ਹੈ । ਪ੍ਰਭ ਦੇ ਹੁਕਮ ਅਨੁਸਾਰ ਹੀ ਮੌਤ ਆਉਂਦੀ, ਇਸ ਦੀ ਕੋਈ ਚਿੰਤਾ, ਆਪਣੇ ਜੀਵਨ ਦੀ ਭਲਾਈ ਦੀ ਵੀ ਕੋਈ ਚਿੰਤਾ, ਆਸ ਨਹੀਂ ਹੈ । ਸਭ ਕੁਝ ਪ੍ਰਭ ਦੇ ਹੁਕਮ ਅੰਦਰ, ਪ੍ਰਭ ਨੂੰ ਭਾਉਂਦਾ ਹੀ ਵਾਪਰਦਾ ਹੈ । ਹਰਇਕ ਜੀਵ ਦੇ ਅੰਦਰ ਆਪ ਹੀ ਵਸਦਾ ਹੈ, ਜਿਸ ਤੇ ਰਹਿਮਤ ਦੀ ਨਜ਼ਰ ਬਖਸ਼ਦਾ ਹੈ, ਉਸ ਅੰਦਰ ਆਪ ਹੀ ਪ੍ਰਗਟ ਹੋ ਜਾਂਦਾ ਹੈ ।

The Omniscient True Master, Creator of the universe holds the capital of breathes and the account of his food bites. The time of death has been predetermined before his birth! His true devotee may not worry about death nor his own well-being; everything may only happen under His Command. His Holy Spirit remains embedded within each soul and dwells within his body! Whosoever may be bestowed with His Blessed Vision; he may be enlightened with the essence of His Word; he may remain awake and alert, and realize His Existence prevailing everywhere.

ਜੀਅਰੇ ਰਾਮ ਜਪਤ ਮਨੁ ਮਾਨੁ॥ jee-aray raam japat man maan.
ਅੰਤਰਿ ਲਾਗੀ ਜਲਿ ਬੁਝੀ, ਪਾਇਆ ਗੁਰਮੁਖਿ ਗਿਆਨੁ॥੧॥ ਰਹਾਉ॥ antar laagee jal bujhee paa-i-aa gurmukh gi-aan. ||1|| rahaa-o.

ਪ੍ਰਭ ਦੇ ਸ਼ਬਦ ਦਾ ਚਿਤ ਲਾ ਕੇ ਸਿਮਰਨ ਕਰਨ ਨਾਲ, ਮਨ ਅੰਦਰੋਂ ਤ੍ਰਿਸ਼ਨਾ ਦੀ ਅੱਗ ਬੁਝ ਜਾਂਦੀ ਹੈ, ਉਸ ਦੀ ਹੋਂਦ ਅਨੁਭਵ ਹੋ ਸਕਦੀ ਹੈ ।

Whosoever may wholeheartedly meditate, and sings, the glory of His Word; with His mercy and grace, he may conquer his worldly desires and extinguish the fire of anxiety from within. He may realize His Existence prevailing everywhere.

ਅੰਤਰ ਕੀ ਗਤਿ ਜਾਣੀਐ, ਗੁਰ ਮਿਲੀਐ ਸੰਕ ਉਤਾਰਿ॥ antar kee gat jaanee-ai gur milee-ai sank utaar.
ਮੁਇਆ ਜਿਤੁ ਘਰਿ ਜਾਈਐ, ਤਿਤੁ ਜੀਵਦਿਆ ਮਰੁ ਮਾਰਿ॥ mu-i-aa jit ghar jaa-ee-ai tit jeevdi-aa mar maar.
ਅਨਹਦ ਸਬਦਿ ਸੁਹਾਵਣੇ, ਪਾਈਐ ਗੁਰ ਵੀਚਾਰਿ॥੨॥ anhad sabad suhaavanay paa-ee-ai gur veechaar. ||2||

ਆਪਣੇ ਅੰਦਰੋਂ ਹੀ ਪ੍ਰਭ ਦੀ ਜੋਤ ਨੂੰ ਜਾਗਰਤ ਕਰੋ! ਮਨ ਜਾਗਰਤ ਹੋਣ ਨਾਲ ਮਨ ਦੇ ਭੁਲੇਖੇ ਦੂਰ ਹੋ ਜਾਂਦੇ ਹਨ । ਆਪਣੇ ਆਪ ਨੂੰ ਇਸਤਰ੍ਹਾਂ ਢਾਲੋ! ਜਿਹੜੀ ਅਵਸਥਾ ਮੌਤ ਤੋਂ ਪਿਛੋਂ ਮਿਲਣੀ ਹੈ, ਉਹ ਅਵਸਥਾ ਆਪਣੇ ਜੀਵਨ ਵਿੱਚ ਹੀ ਬਖਸ਼ਿਸ਼ ਹੋ ਸਕਦੀ ਹੈ । ਕੇਵਲ ਪ੍ਰਭ ਦੇ ਸ਼ਬਦ ਵਿੱਚ ਇਕ ਚਿਤ ਹੋ ਕੇ ਲੀਨ ਹੋਣ ਨਾਲ ਹੀ ਇਹ ਕੁਝ ਬਖਸ਼ਿਸ਼ ਹੁੰਦਾ ਹੈ ।

You should search the enlightenment of the essence of His Word within. Whosoever may remain enlightened, awake, and alert, he may conquer all his religious suspicions. He may be blessed with such a state of mind in worldly life; he might have imagined after death. Whosoever may remain intoxicated in meditation in the void of His Word; only he may be blessed with such a state of mind.

ਅਨਹਦ ਬਾਣੀ ਪਾਈਐ, ਤਹ ਹਉਮੈ ਹੋਇ ਬਿਨਾਸੁ॥ anhad banee paa-ee-ai tah ha-umai ho-ay binaas.
ਸਤਗੁਰੁ ਸੇਵੇ ਆਪਣਾ, ਹਉ ਸਦ ਕੁਰਬਾਣੈ ਤਾਸੁ॥ saT`gur sayvay aapnaa ha-o sad kurbaanai taas.
ਖੜਿ ਦਰਗਹ ਪੈਨਾਈਐ, ਮੁਖਿ ਹਰਿ ਨਾਮ ਨਿਵਾਸੁ॥੩॥ kharh dargeh painaa-ee-ai mukh har Naam nivaas. ||3||

ਜਿਸ ਦੇ ਮਨ ਵਿੱਚ ਪ੍ਰਭ ਦੀ ਸਦਾ ਚਲਣ ਵਾਲਾ ਧੁਨ ਸੁਣਾਈ ਦੇਂਦੀ, ਸ਼ਬਦ ਦੀ ਸੋਝੀ ਘਰ ਕਰ ਜਾਂਦੀ ਹੈ, ਉਸ ਦੇ ਮਨ ਵਿਚੋਂ ਅਹੰਕਾਰ ਦੀ ਜੜ੍ਹ ਖਤਮ ਹੋ ਜਾਂਦੀ ਹੈ । ਉਹ ਹਰ ਵੇਲੇ ਹੀ ਪ੍ਰਭ ਦਾ ਧੰਨਵਾਦ ਗਾਉਂਦਾ ਹੈ, ਸੰਸਾਰ ਵਿੱਚ ਵੀ ਪੂਜਣ ਯੋਗ ਹੋ ਜਾਂਦਾ ਹੈ । ਪ੍ਰਭ ਦੇ ਦਰਬਾਰ ਵਿੱਚ ਵੀ ਖਾਸ ਅਸਥਾਨ ਬਖਸ਼ਿਸ਼ ਹੋ ਜਾਂਦਾ ਹੈ ।

Whosoever may hear the everlasting echo of His Word resonating within his heart; with His mercy and grace, he may remain drenched with the essence of His Word; he may conquer his own ego. He may sing the glory of His Word with each breath; with His mercy and grace, he may become worthy of worship and honored in His Court.

ਜਹ ਦੇਖਾ ਤਹ ਰਵਿ ਰਹੇ, ਸਿਵ ਸਕਤੀ ਕਾ ਮੇਲੁ॥ jah daykhaa tah rav rahaysiv saktee kaa mayl.
ਤ੍ਰਿਹੁ ਗੁਣ ਬੰਧੀ ਦੇਹੁਰੀ, ਜੋ ਆਇਆ ਜਗਿ ਸੋ ਖੇਲੁ॥ tarihu gun banDhee dayhureejo aa-i-aa jag so khayl.
ਵਿਜੋਗੀ ਦੁਖਿ ਵਿਛੁੜੇ, ਮਨਮੁਖਿ ਲਹਹਿ ਨ ਮੇਲੁ॥੪॥ vijogee dukh vichhurhaymanmukh laheh na mayl. ||4||

ਪ੍ਰਭ ਹਰਇਕ ਵਿੱਚ ਹੀ ਤੇਰਾ ਰੂਪ ਹੀ ਨਜ਼ਰ ਆਉਂਦਾ ਹੈ, ਸ੍ਰਿਸ਼ਟੀ ਵਿੱਚ ਤੇਰਾ ਨੂਰ, ਸ਼ਕਤੀ ਵਸਦੀ ਹੈ । ਹਰਇਕ ਜੀਵ ਨੂੰ ਹੀ ਸੰਸਾਰਕ ਮਾਇਆ ਰੂਪੀ ਤਿੰਨਾਂ ਤ੍ਰਿਸ਼ਨਾਂ ਵਿਚੋਂ ਹੀ ਗੁਜ਼ਰਨਾ ਪੈਂਦਾ ਹੈ । ਜਿਸ ਨੂੰ ਸੰਤ ਸਰੂਪ ਅਵਸਥਾ ਬਖਸ਼ਿਸ਼ ਹੋ ਜਾਂਦੀ ਹੈ, ਉਹ ਤੇਰੇ ਵਿਛੋੜੇ ਦੇ ਵਿਰਾਗ ਵਿੱਚ ਹੀ ਲੀਨ ਹੋ ਜਾਂਦਾ ਹੈ । ਜਿਸ ਦੇ ਮਨ ਵਿੱਚ ਵਿਛੋੜੇ ਦੀ ਭਾਵਨਾ ਨਹੀਂ ਹੁੰਦੀ, ਉਹ ਬੰਦਗੀ ਦੇ ਰਸਤੇ ਤੇ ਨਹੀਂ ਚਲ ਸਕਦਾ । ਉਹ ਤ੍ਰਿਸ਼ਨਾਂ ਵਿੱਚ ਹੀ ਭਟਕਦਾ ਰਹਿੰਦਾ ਹੈ ।

The True Master! The Whole Creation may be an expansion of Your Holy Spirit. You have bestowed Your eternal glow and strength to survive in the universe. Every one may have to face the sweet poison of worldly wealth; three worldly wealth, **Raajas, Tamaas, Satvas**. Whosoever may be blessed with a state of mind as Your true devotee, he may remain intoxicated in renunciation in the memory of his separation from Your Holy Spirit. Whosoever may not follow Your Word nor remains in renunciation in the memory of his separation from Your Holy Spirit; he may remain entangled in worries of worldly desires.

ਮਨੁ ਬੈਰਾਗੀ ਘਰਿ ਵਸੈ, ਸਚ ਭੈ ਰਾਤਾ ਹੋਇ॥ man, bairaagee ghar vasai sach bhai raataa ho-ay.
ਗਿਆਨ ਮਹਾਰਸੁ ਭੋਗਵੈ, ਬਾਹੁੜਿ ਭੂਖ ਨ ਹੋਇ॥ gi-aan mahaaras bhogvai baahurh bhookh na ho-ay.
ਨਾਨਕ ਇਹੁ ਮਨੁ ਮਾਰਿ, ਮਿਲੁ ਭੀ ਫਿਰਿ ਦੁਖੁ ਨ ਹੋਇ॥੫॥18॥ naanak ih man maar mil bhee fir dukh na ho-ay. ||5||18||

ਜਿਸ ਜੀਵ ਦੇ ਮਨ ਵਿੱਚ ਪ੍ਰਭ ਦੇ ਵਿਛੋੜੇ ਦਾ ਵਿਰਾਗ ਘਰ ਕਰ ਜਾਂਦਾ ਹੈ, ਉਹ ਪ੍ਰਭ ਦੇ ਮਿਲਣ ਦੀ ਭਟਕਣਾਂ ਵਿੱਚ ਰਹਿੰਦਾ ਹੈ । ਉਸ ਨੂੰ ਪ੍ਰਭ, ਆਪ ਹੀ ਸੰਤੋਖ ਵਾਲੀ ਸਿਆਣਪ ਬਖਸ਼ਦਾ ਹੈ, ਉਸ ਦੀਆਂ ਹੋਰ ਤ੍ਰਿਸ਼ਨਾਂ ਖਤਮ ਹੋ ਜਾਂਦੀਆਂ ਹਨ । ਇਕੋ ਇਕ ਵਿਰਾਗ ਦੀ ਵਿਧੀ ਨਾਲ ਪ੍ਰਭ ਦੀ ਦਰਗਾਹ ਦਾ ਅਸਲੀ ਰਸਤਾ ਬਖਸ਼ਿਸ਼ ਹੁੰਦਾ ਹੈ, ਉਸ ਹੋਰ ਕੋਈ ਦੁਖ ਮਹਿਸੂਸ ਨਹੀਂ ਕਰਦਾ ।

Whosoever may remain in the renunciation in the memory of his separation from His Holy Spirit; he may remain anxious to be enlightened, blessed with the right path of acceptance in His Court. The True Master may bless patience and contentment. His state of mind may become beyond the reach of other worldly desires, and temptations. The renunciation may be the only one technique of meditation; he may be blessed with the right path of salvation; he may never realize any misery of worldly desires.

Four Ages- Yuga - Four unique Principles of Meditation			
ਸਤਜੁਗ - Sat Yuga	**ਤ੍ਰੇਤਾ ਜੁਗ - Traytaa Yuga**	**ਦੁਆਪਰ ਜੁਗ - Du-aapur**	**ਕਲਜੁਗ – Kul Jug**
ਸੰਤ ਅਵਸਥਾ **Shiv -His Word**	**ਰਜ ਗੁਣ; Raajas** **Shakti-1; ਮਾਇਆ 1**	**ਸਤ ਗੁਣ; Satvas:** **Shakti-2; ਮਾਇਆ 2**	**ਤਮ ਗੁਣ; Taamas:** **Shakti-3; ਮਾਇਆ 3**
ਸੁਰਤੀ-ਸ਼ਬਦ ਵਿੱਚ ਧਿਆਨ! **Concentration! His Word.**	**ਮਨ ਵਿਚੋਂ ਸੁਰਤੀ – ਅਹੰਕਾਰ** **Concentration to Ego!**	-	-
ਭਰੋਸਾ, ਸ਼ਬਦ ਦੀ ਪਾਲਣਾ! **Obey His Word -Belief**	-	**ਸ਼ਬਦ ਦੀ ਪਾਲਣਾ – ਗੁਰੂ, ਰੀਵਾਜ** **Obey His Word – Guru**	-
ਸ਼ਬਦ ਦੀ ਸੋਝੀ! ਵਿਛੋੜੇ ਦਾ ਡਰ! **Enlightenment** **Renunciation**	-	-	**ਸ਼ਬਦ ਦੀ ਸੋਝੀ– ਗਿਆਨ** **Enlightenment to knowledge of Gurbani!**
ਮੁਕਤੀ ਦੀ ਆਸ! **Hope for salvation!**	-	-	-
ਚਾਰੇ ਜੁਗਾਂ ਵਿੱਚ! ਜੀਵ ਨੂੰ ਸ਼ਬਦ ਦੀ ਪਾਲਣਾ ਕਰਦੇ, ਪੂਰਨ ਗੁਰੂ, ਸ਼ਬਦ ਦੀ ਸੋਝੀ ਹੋ ਜਾਂਦੀ ਹੈ! ਪ੍ਰਭ ਦੀ ਜੋਤ ਮਨ ਵਿੱਚ ਜਾਗਰਤ ਹੋ ਜਾਂਦੀ ਹੈ! **All Yuga**: Adopting His Word, Enlightenment; Salvation may be blessed.			

How to Conquer Worldly Wealth – ਸੰਸਾਰਕ ਮਾਇਆ ਤੇ ਜਿੱਤ!			
ਸੰਤ ਅਵਸਥਾ – Shiv	**ਸੰਸਾਰਕ ਮਾਇਆ – Shakti**		
ਸ਼ਬਦ –Shiv -His Word	**ਰਜ ਗੁਣ**; Raajas	**ਸਤ ਗੁਣ**; Satvas:	**ਤਮ ਗੁਣ**; Taamas:
ਸੁਰਤੀ-ਸ਼ਬਦ ਵਿੱਚ ਧਿਆਨ! Concentration! His Word.	Mind concentration	Purity, of mind!	Mind Awareness
ਭਰੋਸਾ, ਸ਼ਬਦ ਦੀ ਪਾਲਣਾ! Obey His Word -Belief	The quality of energy and activity!	The quality of purity and light!	The quality of Darkness and inertia!
ਸ਼ਬਦ ਦੀ ਸੋਝੀ! ਵਿਛੋੜੇ ਦਾ ਡਰ! Enlightenment-Renunciation	**ਧਰਮ**; Dharam:	**ਅਰਥ**; Arath	**ਕਾਮ**; Kaam:
ਮੁਕਤੀ ਦੀ ਆਸ! Hope for salvation!	Self-discipline, ethics Conquer selfishness!	Adopt His Word in life.	Conquer sexual urge for strange woman:

Key Message of Shree Raag page 20.17
ਪ੍ਰਭ ਦੀ ਹੋਂਦ! ਦਰਬਾਰ ਦਾ ਰਸਤਾ ਕਿਵੇਂ ਬਖਸ਼ਿਸ਼ ਹੋ ਸਕਦਾ ਹੈ?
ਪ੍ਰਭ ਹਰਇਕ ਜੀਵ ਦੇ ਅੰਦਰ ਆਪ ਹੀ ਵਸਦਾ ਹੈ, ਪ੍ਰਭ ਦੇ ਹੱਥ ਵਿੱਚ ਜੀਵ ਦੇ ਸਵਾਸਾਂ ਦੀ ਪੂੰਜੀ, ਖਾਣ ਵਾਲੀਆਂ ਗਰਾਹੀਆਂ ਦੀ ਵੀ ਗਿਣਤੀ ਹੈ । ਪ੍ਰਭ ਦੇ ਹੁਕਮ ਅਨੁਸਾਰ ਹੀ ਮੌਤ ਆਉਂਦੀ ਹੈ । ਜਿਸ ਤੇ ਰਹਿਮਤ ਦੀ ਨਜ਼ਰ ਬਖਸ਼ਦਾ ਹੈ, ਉਸ ਅੰਦਰ ਆਪ ਹੀ ਪ੍ਰਗਟ ਹੋ ਜਾਂਦਾ ਹੈ । ਜਿਸ ਜੀਵ ਦੇ ਮਨ ਵਿੱਚ ਪ੍ਰਭ ਦੇ ਵਿਛੋੜੇ ਦਾ ਵਿਰਾਗ ਘਰ ਕਰ ਜਾਂਦਾ ਹੈ, ਉਸ ਦੀਆਂ ਹੋਰ ਤ੍ਰਿਸ਼ਨਾਂ ਖਤਮ ਹੋ ਜਾਂਦੀਆਂ ਹਨ । ਇਕੋ ਇਕ ਵਿਰਾਗ ਦੀ ਵਿਧੀ ਨਾਲ ਪ੍ਰਭ ਦੀ ਦਰਗਾਹ ਦਾ ਅਸਲੀ ਰਸਤਾ ਬਖਸ਼ਿਸ਼ ਹੁੰਦਾ ਹੈ, ਉਸ ਹੋਰ ਕੋਈ ਦੁਖ ਮਹਿਸੂਸ ਨਹੀਂ ਕਰਦਾ ।
His Existence! How may be the right path of acceptance in His Court be blessed?
His Holy Spirit remains embedded within each soul and dwells within his body! The Omniscient True Master, Creator of the universe holds the capital of breathes and the account of his food bites. The time of death has been predetermined before his birth! Whosoever may be bestowed with His Blessed Vision, he may realize His Existence prevailing everywhere. Whosoever may remain in the renunciation in the memory of his separation from His Holy Spirit; his state of mind may become beyond the reach of other worldly desires, and temptations. The renunciation may be the **only one technique of meditation** to be blessed with the right path of acceptance in His Court; he may never realize any misery of worldly desires.

19. ਸਿਰੀਰਾਗੁ ਮਹਲਾ ੧॥ (21-7)

ਏਹੁ ਮਨੋ ਮੂਰਖੁ ਲੋਭੀਆ, ਲੋਭੇ ਲਗਾ ਲੋੁਭਾਨੁ॥ ayhu mano moorakh lobhee-aa lobhay lagaa lobhaan.
ਸਬਦਿ ਨ ਭੀਜੈ ਸਾਕਤਾ, ਦੁਰਮਤਿ ਆਵਨੁ ਜਾਨੁ॥ sabad na bheejai saaktaa durmat aavan jaan.
ਸਾਧੂ ਸਤਗੁਰੁ ਜੇ ਮਿਲੈ, ਤਾ ਪਾਈਐ ਗੁਣੀ ਨਿਧਾਨੁ॥੧॥ saaDhoo saT`gur jay milai taa paa-ee-ai gunee niDhaan. ||1||

ਅਣਜਾਣ, ਸੰਸਾਰਕ ਮਾਲਕੀਅਤ ਦੇ ਲਾਲਚ ਵਿੱਚ ਹੀ, ਹਰਇਕ ਦਿਨ ਡੂੰਘਾ ਫਸਦਾ ਜਾਂਦਾ ਹੈ । ਉਸ ਦਾ ਕਠੋਰ ਮਨ, ਪ੍ਰਭ ਦੇ ਸ਼ਬਦ ਵੱਲ ਖਿਆਲ ਵੀ ਨਹੀਂ ਰਖਦਾ । ਜਿਸ ਨੂੰ ਸੰਤ ਸਰੂਪ ਦੀ ਸੰਗਤ ਬਖਸ਼ਿਸ਼ ਨਹੀਂ ਹੁੰਦੀ, ਉਸ ਦਾ ਜਨਮ ਮਰਨ ਦਾ ਚੱਕਰ ਖਤਮ ਨਹੀਂ ਹੁੰਦਾ । ਜਿਸ ਦਾ ਬੰਦਗੀ ਕਰਨਵਾਲੇ ਨਾਲ ਸੰਜੋਗ ਬਖਸ਼ਿਸ਼ ਹੋ ਜਾਂਦਾ, ਉਸ ਨੂੰ ਸ਼ਬਦ ਦੀ ਸੋਝੀ ਹੋ ਜਾਂਦੀ ਹੈ । ਸ਼ਬਦ ਦੀ ਅਡੋਲ ਭਰੋਸੇ ਨਾਲ ਪਾਲਣਾ ਕਰਨ ਨਾਲ ਅਸਲੀ ਮਾਰਗ ਬਖਸ਼ਿਸ਼ ਹੋ ਸਕਦਾ ਹੈ ।

Ignorant, self-minded remains intoxicated, entangled in greed of worldly possessions; everyday he may be getting deeper and deeper. His stubborn mind may not even think about His Word or the purpose of human life. Remember! Without the conjugation of His Holy saint, his cycle of birth and death may never be eliminated. Whosoever may be blessed with the congregation of His Holy saint; he may adopt his life experience in his own day-to-day life; he may be enlightened from within; with His mercy and grace, he may be blessed with the right path of acceptance in His Court.

ਮਨ ਰੇ ਹਉਮੈ ਛੋਡਿ ਗੁਮਾਨੁ॥ man, ray ha-umai chhod gumaan.
ਹਰਿ ਗੁਰੁ ਸਰਵਰੁ ਸੇਵਿ ਤੂ, ਪਾਵਹਿ ਦਰਗਹ ਮਾਨੁ॥੧॥ ਰਹਾਉ॥ har gur sarvar sayv too paavahi dargeh maan. ||1|| rahaa-o.

ਗੁਰੂ ਨਾਨਕ ਦੇਵ ਜੀ! – Guru Nanak Dev Ji! Guru Granth Sahib

ਆਪਣੇ ਮਨ ਦੇ ਅਹੰਕਾਰ ਨੂੰ ਤਿਆਗਕੇ, ਆਪਣਾ ਜੀਵਨ ਸ਼ਬਦ ਨਾਲ ਢਾਲੋ! ਇਸ ਨਾਲ ਹੀ ਦਰਬਾਰ ਵਿੱਚ ਪ੍ਰਵਾਨਗੀ ਬਖਸ਼ਿਸ਼ ਹੋ ਸਕਦੀ ਹੈ ।

You should renounce, conquer your ego, worldly desires! You should adopt the teachings of His Word in day-to-day life; with His mercy and grace, your meditation may be accepted in His Court.

ਰਾਮ ਨਾਮੁ ਜਪਿ ਦਿਨਸੁ ਰਾਤਿ, ਗੁਰਮੁਖਿ ਹਰਿ ਧਨੁ ਜਾਨੁ॥ raam Naam jap dinas raat gurmukh har Dhan jaan.
ਸਭਿ ਸੁਖ ਹਰਿ ਰਸ ਭੋਗਣੇ, ਸੰਤ ਸਭਾ ਮਿਲਿ ਗਿਆਨੁ॥ sabh sukh har ras bhognay sant sabhaa mil gi-aan.
ਨਤਿ ਅਹਿਨਿਸਿ ਹਰਿ ਪ੍ਰਭੁ ਸੇਵਿਆ, ਸਤਗੁਰਿ ਦੀਆ ਨਾਮੁ॥੨॥ nit ahinis har parabh sayvi-aa saT`gur dee-aa Naam. ||2||

ਜਿਹੜਾ ਪ੍ਰਭ ਦੇ ਸ਼ਬਦ ਦਾ ਸਿਮਰਨ ਅਡੋਲ ਭਰੋਸੇ ਨਾਲ ਦਿਨ ਰਾਤ ਕਰਦਾ ਹੈ, ਪ੍ਰਭ ਦੀ ਰਹਿਮਤ ਨਾਲ ਉਸ ਨੂੰ ਆਪਣੇ ਅੰਦਰੋਂ ਹੀ ਸੋਝੀ ਬਖਸ਼ਿਸ਼ ਹੋ ਜਾਂਦੀ ਹੈ, ਸੰਤ ਸਰੂਪ ਦੀ ਸੰਗਤ ਬਖਸ਼ਿਸ਼ ਹੋ ਜਾਂਦੀ ਹੈ । ਜਿਹੜਾ ਸੰਤ ਸਰੂਪ ਦੇ ਜੀਵਨ ਦੀ ਸਿਖਿਆਂ ਨਾਲ ਆਪਣਾ ਜੀਵਨ ਢਾਲ ਲੈਂਦਾ ਹੈ, ਉਸ ਦੇ ਮਨ ਵਿੱਚ ਸਦਾ ਚਲਣ ਵਾਲੀ ਧੁਨ ਸੁਣਾਈ ਦੇਂਦੀ ਹੈ । ਉਹ ਪ੍ਰਭ ਦੇ ਸ਼ਬਦ ਦੀ ਸਮਾਧੀ ਵਿੱਚ ਲੀਨ ਰਹਿੰਦਾ ਹੈ ।

Whosoever may sing the glory and adopts the teachings of His Word with steady and stable belief in day-to-day life; with His mercy and grace, he may be enlightened with the essence of His Word from within. He may be blessed with the conjugation of His Holy saint. Whosoever may adopt his life experience teachings in his day-to-day life; with His mercy and grace, he may hear the everlasting echo of His Word within. He may remain intoxicated in the void of His Word.

ਕੂਕਰ ਕੂੜੁ ਕਮਾਈਐ, ਗੁਰ ਨਿੰਦਾ ਪਚੈ ਪਚਾਨੁ॥ kookar koorh kamaa-ee-ai gur nindaa pachai pachaan.
ਭਰਮੇ ਭੂਲਾ ਦੁਖੁ ਘਣੋ, ਜਮੁ ਮਾਰਿ ਕਰੈ ਖੁਲਹਾਨੁ॥ bharmay bhoolaa dukh ghano jam maar karai khulhaan.
ਮਨਮੁਖਿ ਸੁਖੁ ਨ ਪਾਈਐ, ਗੁਰਮੁਖਿ ਸੁਖੁ ਸੁਭਾਨੁ॥੩॥ manmukh sukh na paa-ee-ai gurmukh sukh subhaan. ||3||

ਜਿਹੜਾ ਸੰਤ ਸਰੂਪ ਦੀ ਨਿੰਦਿਆ, ਬਰਾਈ ਕਰਦਾ ਹੈ । ਉਹ ਆਪ ਹੀ ਇਸ ਵਿੱਚ ਜਲ ਜਾਂਦਾ, ਦੁਖ ਪਾਉਂਦਾ, ਉਹ ਵੱਖਰੇ ਵੱਖਰੇ ਭਰਮਾਂ, ਰੀਤੀ ਰੀਵਾਜਾਂ ਵਿੱਚ ਭਟਕਦਾ ਰਹਿੰਦਾ ਹੈ । ਆਪਣਾ ਮਾਨਸ ਜਨਮ ਖਤਮ ਕਰਕੇ, ਅੰਤ ਮੌਤ ਦੇ ਮੂੰਹ ਵਿੱਚ ਚਲ ਜਾਂਦਾ ਹੈ । ਕੇਵਲ ਪ੍ਰਭ ਦੇ ਭਾਣੇ ਵਿੱਚ ਰਹਿਣ ਨਾਲ ਹੀ ਸ਼ਾਂਤੀ ਬਖਸ਼ਿਸ਼ ਹੁੰਦੀ ਹੈ, ਬਾਕੀ ਤ੍ਰਿਸ਼ਨਾਂ ਦੇ ਮਗਰ ਲਗਣ ਨਾਲ ਨਹੀਂ ਮਿਲਦੀ ।

Whosoever may slander or rebukes His Holy saint; he may endure miseries with worldly frustrations. religious suspicions, and worldly desires. He may waste his human life opportunity; he may be captured by devil of death. Whosoever may adopt the teachings of His Word with steady and stable belief, he may be blessed with a peace of mind and harmony. He may never become a victim of worldly desires.

ਐਥੈ ਧੰਧੁ ਪਿਟਾਈਐ, ਸਚੁ ਲਿਖਤੁ ਪਰਵਾਨੁ॥ aithai DhanDh pitaa-ee-ai sach likhat parvaan.
ਹਰਿ ਸਜਣੁ ਗੁਰੁ ਸੇਵਦਾ, ਗੁਰ ਕਰਣੀ ਪਰਧਾਨੁ॥ har sajan gur sayvdaa gur karnee parDhaan.
ਨਾਨਕ ਨਾਮੁ ਨ ਵੀਸਰੈ, ਕਰਮਿ ਸਚੈ ਨੀਸਾਣੁ॥੪॥19॥ naanak Naam na veesrai karam sachai neesaan. ||4||19||

ਸੰਸਾਰ ਵਿੱਚ ਜੀਵ ਮਾਨਸ ਜਨਮ ਦਾ ਅਸਲੀ ਮੰਤਵ ਵਿਸਾਰ ਕੇ ਤ੍ਰਿਸ਼ਨਾ ਮਗਰ ਲਗ ਜਾਂਦਾ ਹੈ, ਪਰ ਮੌਤ ਤੋਂ ਪਿਛੋਂ ਕੇਵਲ ਸ਼ਬਦ ਦੀ ਕਮਾਈ ਦਾ ਹੀ ਫਲ ਬਖਸ਼ਿਸ਼ ਹੁੰਦਾ ਹੈ । ਪ੍ਰਭ ਦੇ ਅਸਲੀ ਦਾਸ, ਸੇਵਕ ਲਈ ਕੇਵਲ ਪ੍ਰਭ ਦੇ ਸ਼ਬਦ ਦੀ ਕਮਾਈ ਦੀ ਹੀ ਭੁੱਖ ਹੁੰਦੀ ਹੈ, ਇਹ ਹੀ ਉਸ ਨੂੰ ਪਾਰ ਲੈ ਜਾਂਦੀ ਹੈ । ਜੀਵ ਸੰਸਾਰ ਵਿੱਚ ਆ ਕੇ ਸ਼ਬਦ ਨੂੰ ਮਨ ਵਿਚੋਂ ਨਾ ਵਿਸਾਰੋ! ਭਾਣੇ ਅੰਦਰ ਚਲਣ ਨਾਲ ਹੀ ਪ੍ਰਭ ਦੀ ਰਹਿਮਤ ਬਖਸ਼ਿਸ਼ ਹੋ ਸਕਦੀ ਹੈ ।

Self-minded may forsake the real purpose of his human life journey. He may remain intoxicated with sweet poison of worldly wealth, worldly desires. After death, only the earnings of His Word may remain his companion to support in His Court. His true devotee may only remain anxious, hungry for earnings of His Word; with His mercy and grace, he may be blessed with the right path of acceptance in His Court. Whosoever may never forsake the teachings of His Word; he may be blessed with the right path of acceptance in His Court; His Blessed Vision.

Key Message of Shree Raag page 21.7
ਸੰਤ ਦੀ ਸੰਗਤ ਨਾਲ ਕੀ ਬਖਸ਼ਿਸ਼ ਹੋ ਸਕਦਾ ਹੈ? ਕਿਹੜਾ ਧਨ ਮੌਤ ਪਿਛੋਂ ਸਾਥ ਰਹਿੰਦਾ ਹੈ?
ਜਿਸ ਦਾ ਬੰਦਗੀ ਕਰਨਵਾਲੇ ਨਾਲ ਸੰਜੋਗ ਬਖਸ਼ਿਸ਼ ਹੋ ਜਾਂਦਾ, ਆਪਣਾ ਜੀਵਨ ਉਸ ਦੇ ਜੀਵਨ ਦੀ ਸਿਖਿਆ ਨਾਲ ਢਾਲਦਾ ਹੈ, ਉਸ ਨੂੰ ਅਸਲੀ ਮਾਰਗ ਬਖਸ਼ਿਸ਼ ਹੋ ਸਕਦਾ ਹੈ । ਪ੍ਰਭ ਦੇ ਅਸਲੀ ਦਾਸ, ਸੇਵਕ ਲਈ ਕੇਵਲ ਪ੍ਰਭ ਦੇ ਸ਼ਬਦ ਦੀ ਕਮਾਈ ਦੀ ਹੀ ਭੁੱਖ ਹੁੰਦੀ ਹੈ, ਮੌਤ ਤੋਂ ਪਿਛੋਂ ਕੇਵਲ ਸ਼ਬਦ ਦੀ ਕਮਾਈ ਦਾ ਹੀ ਫਲ ਬਖਸ਼ਿਸ਼ ਹੁੰਦਾ ਹੈ ।
What may be blessed with conjugation of His Holy saint? What wealth may support in His Court?
Whosoever may be blessed with the congregation of His Holy saint; he may adopt his life experience in his own day-to-day life; he may be blessed with the right path of acceptance in His Court. His true devotee may only remain anxious, hungry for earnings of His Word. After death, only the earnings of His Word may be rewarded in His Court.

20. ਸਿਰੀਰਾਗੁ ਮਹਲਾ ੧॥ (21-14)

ਇਕੁ ਤਿਲੁ ਪਿਆਰਾ ਵੀਸਰੈ ਰੋਗੁ ਵਡਾ ਮਨ ਮਾਹਿ॥ ik til pi-aaraa veesrai rog vadaa man maahi.
ਕਿਉ ਦਰਗਹ ਪਤਿ ਪਾਈਐ, ਜਾ ਹਰਿ ਨ ਵਸੈ ਮਨ ਮਾਹਿ॥ ki-o dargeh pat paa-ee-ai jaa har na vasai man maahi.
ਗੁਰਿ ਮਿਲਿਐ ਸੁਖੁ ਪਾਈਐ, ਅਗਨਿ ਮਰੈ ਗੁਣ ਮਾਹਿ॥੧॥ gur mili-ai sukh paa-ee-ai agan marai gun maahi. ||1||

ਆਪਣੇ ਮਨ ਵਿੱਚ ਇਸਤਰ੍ਹਾਂ ਦੀ ਅਵਸਥਾ ਧਾਰਨ ਕਰੋ! ਅਗਰ ਇਕ ਪਲ ਵੀ ਧਿਆਨ, ਭਾਣੇ ਵਿੱਚ ਨਾ ਚਲੇ ਤਾ ਕੁਝ ਕਮੀ ਮਹਿਸੂਸ ਹੋਵੇ । ਮਨ ਵਿੱਚ ਫਿਕਰ ਹੋਵੇ! ਮੌਤ ਤੋਂ ਪਿਛੋਂ ਕੀ ਹਾਲ ਹੋਵੇਗਾ? ਜਿਸ ਨੂੰ ਪ੍ਰਭ ਦੀ ਰਹਿਮਤ ਦੀ ਨਜ਼ਰ ਬਖਸ਼ਿਸ਼ ਹੋ ਜਾਂਦੀ ਹੈ, ਉਸ ਦੇ ਮਨ ਦੀਆਂ ਤ੍ਰਿਸ਼ਨਾ ਖਤਮ ਹੋ ਜਾਂਦੀਆਂ ਹਨ, ਮਨ ਵਿੱਚ ਸੰਤੋਖ, ਸ਼ਾਂਤੀ ਭਰ ਜਾਂਦੀ ਹੈ ।

You should adopt such a state of mind! Even forgetting the essence of His Word for a moment, you may feel something missing in your life. You may be worried! What may happen after death? Whosoever may be bestowed with His Blessed Vision, all his worldly desires and worries may vanish from within; peace and harmony may be overwhelmed within his heart.

ਮਨ ਰੇ ਅਹਿਨਿਸਿ, ਹਰਿ ਗੁਣ ਸਾਰਿ॥ man, ray ahinis har gun saar.
ਜਿਨ ਖਿਨੁ ਪਲੁ ਨਾਮੁ ਨ ਵੀਸਰੈ, ਤੇ ਜਨ ਵਿਰਲੇ ਸੰਸਾਰਿ॥੧॥ ਰਹਾਉ॥ jin khin pal Naam na veesrai tay jan virlay sansaar. ||1|| rahaa-o.

ਮਨ ਤੂੰ ਸਵਾਸ ਗਰਾਸ ਪ੍ਰਭ ਦੇ ਭਾਣੇ ਵਿੱਚ ਜੀਵਨ ਬਤੀਤ ਕਰੋ! ਸੰਸਾਰ ਵਿੱਚ ਵਿਰਲੇ ਹੀ ਸਵਾਸ ਗਰਾਸ ਉਸ ਦੇ ਭਾਣੇ ਤੇ ਚਲਦੇ ਹਨ ।

ਗੁਰੂ ਨਾਨਕ ਦੇਵ ਜੀ! – Guru Nanak Dev Ji! Guru Granth Sahib

You should obey and adopt the teachings of His Word with steady and stable belief with each breath; however, very rare devotee may obey the teaching of His Word with each breath.

ਜੋਤੀ ਜੋਤਿ ਮਿਲਾਈਐ, ਸੁਰਤੀ ਸੁਰਤਿ ਸੰਜੋਗੁ॥ jotee jot milaa-ee-ai surtee surat sanjog.
ਹਿੰਸਾ ਹਉਮੈ ਗਤੁ ਗਏ, ਨਾਹੀ ਸਹਸਾ ਸੋਗੁ॥ hinsaa ha-umai gat ga-ay naahee sahsaa sog.
ਗੁਰਮੁਖਿ ਜਿਸੁ ਹਰਿ ਮਨਿ ਵਸੈ, ਤਿਸੁ ਮੇਲੇ ਗੁਰੁ ਸੰਜੋਗੁ॥੨॥ gurmukh jis har man vasai tis maylay gur sanjog. ||2||

ਜਿਹੜਾ ਪ੍ਰਭ ਦੇ ਸ਼ਬਦ ਦੇ ਸਿਮਰਨ ਵਿੱਚ ਲੀਨ ਹੋ ਜਾਂਦਾ ਹੈ, ਪ੍ਰਭ ਦੀ ਹੋਂਦ ਉਸ ਦੇ ਮਨ ਅੰਦਰ ਜਾਗਰਤ ਹੋ ਜਾਂਦੀ ਹੈ, ਮਨ ਵਿਚੋਂ ਅਹੰਕਾਰ ਦੀ ਜੜ੍ਹ ਖਤਮ ਹੋ ਜਾਂਦੀ ਹੈ । ਉਸ ਨੂੰ ਦੁਖ, ਸੁਖ ਦਾ ਫਰਕ ਮਹਿਸੂਸ ਨਹੀਂ ਹੁੰਦਾ । ਪ੍ਰਭ ਦੀ ਰਹਿਮਤ ਨਾਲ ਉਸ ਨੂੰ ਗੁਰਮਖ ਅਵਸਥਾ ਬਖਸ਼ਿਸ਼ ਹੋ ਜਾਂਦੀ ਹੈ ।

Whosoever may remain intoxicated in meditation on the teachings of His Word; with His mercy and grace, he may realize His Holy Spirit prevailing within. His ego may be uprooted from within his heart. He may remain contented and in blossom in worldly pleasures and sorrows; with His mercy and grace, he may be blessed with a state of mind as His true devotee.

ਕਾਇਆ ਕਾਮਣਿ ਜੇ ਕਰੀ, ਭੋਗੇ ਭੋਗਣਹਾਰੁ॥ kaa-i-aa kaaman jay karee bhogay bhoganhaar.
ਤਿਸੁ ਸਿਉ ਨੇਹੁ ਨ ਕੀਜਈ, ਜੋ ਦੀਸੈ ਚਲਣਹਾਰੁ॥ tis si-o nayhu na keej-ee jo deesai chalanhaar.
ਗੁਰਮੁਖਿ ਰਵਹਿ ਸੋਹਾਗਣੀ, ਸੋ ਪ੍ਰਭੁ ਸੇਜ ਭਤਾਰੁ॥੩॥ gurmukh raveh sohaaganee so parabh sayj bhataar. ||3||

ਜਿਹੜਾ ਜੀਵ ਆਪਾ ਪ੍ਰਭ ਦੇ ਚਰਨਾਂ ਵਿੱਚ ਭੇਟਾ ਕਰ ਦੇਂਦਾ ਹੈ, ਉਸ ਨੂੰ ਮਨ ਅੰਦਰੋਂ ਹੀ ਸ਼ਬਦ ਦੀ ਜਾਗਰਤੀ ਬਖਸ਼ਿਸ਼ ਹੋ ਜਾਂਦੀ ਹੈ । ਜਿਹੜਾ ਵੀ ਸੰਸਾਰ ਵਿੱਚ ਜਨਮ ਲੈਂਦਾ ਹੈ, ਉਹ ਸਮਾਂ ਪਾ ਕੇ ਮਰ ਜਾਂਦਾ ਹੈ, ਉਹ ਸਦਾ ਅਟਲ ਰਹਿਣ ਵਾਲਾ ਮਾਲਕ ਨਹੀਂ ਹੈ । ਜਿਹੜਾ ਜੀਵ ਇਹ ਅਵਸਥਾ ਧਾਰਨ ਕਰ ਲੈਂਦਾ ਹੈ, ਉਸ ਨੂੰ ਪ੍ਰਭ ਦੇ ਦਰਬਾਰ ਵਿੱਚ ਜਗ੍ਹਾ ਬਖਸ਼ਿਸ਼ ਹੋ ਸਕਦੀ ਹੈ ।

Whosoever may surrender his selfishness, self-entity at His Sanctuary; with His mercy and grace, he may be blessed with enlightenment of the essence of His Word from within. Whosoever may be born in this world, eventually he may die! He may not be worthy to be called The True Master. Whosoever may adopt the teachings of His Word with steady and stable belief; with His mercy and grace, he may be honored with a place in His Court.

ਚਾਰੇ ਅਗਨਿ ਨਿਵਾਰਿ ਮਰੁ, ਗੁਰਮੁਖਿ ਹਰਿ ਜਲੁ ਪਾਇ॥ chaaray agan nivaar mar gurmukh har jal paa-ay.
ਅੰਤਰਿ ਕਮਲੁ ਪ੍ਰਗਾਸਿਆ, ਅੰਮ੍ਰਿਤੁ ਭਰਿਆ ਅਘਾਇ॥ antar kamal pargaasi-aa amrit bhari-aa aghaa-ay.
ਨਾਨਕ ਸਤਗੁਰੁ ਮੀਤੁ ਕਰਿ, ਸਚੁ ਪਾਵਹਿ ਦਰਗਹ ਜਾਇ॥ ੪॥20॥ naanak saT`gur meet kar sach paavahi dargeh jaa-ay. ||4||20||

ਜਿਸ ਜੀਵ ਨੂੰ ਗੁਰਮੁਖ ਅਵਸਥਾ ਬਖਸ਼ਿਸ਼ ਹੋ ਜਾਂਦੀ ਹੈ, ਉਸ ਦੇ ਅੰਦਰ ਦੀਆਂ ਚਾਰੇ (ਅਹੰਕਾਰ, ਮੋਹ, ਲੋਭ, ਕਰੋਧ) ਤ੍ਰਿਸ਼ਨਾਂ ਖਤਮ ਹੋ ਜਾਂਦੀਆਂ ਹਨ । ਉਸ ਦੇ ਅੰਦਰ ਪ੍ਰਭ ਦੀ ਕੋਮਲ ਜੋਤ ਜਾਗਰਤ ਹੋ ਜਾਂਦੀ ਹੈ, ਮਨ ਹਰ ਸਮੇਂ ਨਿਮ੍ਰਤਾ ਨਾਲ ਭਰਿਆ ਰਹਿੰਦਾ ਹੈ । ਅਟਲ ਪ੍ਰਭ ਨੂੰ ਆਪਣਾ ਸਾਥੀ ਬਣਾਵੋ! ਕੇਵਲ ਪ੍ਰਭ ਹੀ ਆਤਮਾ ਨੂੰ ਪ੍ਰਵਾਨਗੀ ਬਖਸ਼ਦਾ, ਬਖਸ਼ ਸਕਦਾ ਹੈ ।

Whosoever may be blessed with a state of mind as His true devotee; with His mercy and grace, he may conquer all four (ego, attachment, greed, anger) worldly desires. He may be enlightened with the essence of His Word within his heart, he may remain deeply drenched with humility and modesty. You should always seek his companionship; only The True Master may bless the right path of salvation.

Key Message of Shree Raag page 21.7
ਸੰਤ ਦੀ ਸੰਗਤ ਨਾਲ ਕੀ ਬਖਸ਼ਿਸ਼ ਹੋ ਸਕਦਾ ਹੈ? ਕਿਹੜਾ ਧਨ ਮੌਤ ਪਿਛੋਂ ਸਾਥ ਰਹਿੰਦਾ ਹੈ?
ਜਿਸ ਦਾ ਬੰਦਗੀ ਕਰਨਵਾਲੇ ਨਾਲ ਸੰਜੋਗ ਬਖਸ਼ਿਸ਼ ਹੋ ਜਾਂਦਾ, ਆਪਣਾ ਜੀਵਨ ਉਸ ਦੇ ਜੀਵਨ ਦੀ ਸਿਖਿਆਂ ਨਾਲ ਢਾਲਦਾ ਹੈ, ਉਸ ਨੂੰ ਅਸਲੀ ਮਾਰਗ ਬਖਸ਼ਿਸ਼ ਹੋ ਸਕਦਾ ਹੈ । ਪ੍ਰਭ ਦੇ ਅਸਲੀ ਦਾਸ, ਸੇਵਕ ਲਈ ਕੇਵਲ ਪ੍ਰਭ ਦੇ ਸ਼ਬਦ ਦੀ ਕਮਾਈ ਦੀ ਹੀ ਭੁੱਖ ਹੁੰਦੀ ਹੈ, ਪਰ ਮੌਤ ਤੋਂ ਪਿਛੋਂ ਕੇਵਲ ਸ਼ਬਦ ਦੀ ਕਮਾਈ ਦਾ ਹੀ ਫਲ ਬਖਸ਼ਿਸ਼ ਹੁੰਦਾ ਹੈ ।
What may be blessed with conjugation of His Holy saint? What wealth may support in His Court?
Whosoever may be blessed with the congregation of His Holy saint; he may adopt his life experience in his own day-to-day life; he may be blessed with the right path of acceptance in His Court. His true devotee may only remain anxious, hungry for earnings of His Word. After death, only the earnings of His Word remain his companion to support in His Court.

21. ਸਿਰੀਰਾਗੁ ਮਹਲਾ ੧॥ (22-3)

ਹਰਿ ਹਰਿ ਜਪਹੁ ਪਿਆਰਿਆ, ਗੁਰਮਤਿ ਲੇ ਹਰਿ ਬੋਲਿ॥ har har japahu pi-aari-aa gurmat lay har bol.
ਮਨੁ ਸਚ ਕਸਵਟੀ ਲਾਈਐ, ਤੁਲੀਐ ਪੂਰੈ ਤੋਲਿ॥ man, sach kasvatee laa-ee-ai tulee-ai poorai tol.
ਕੀਮਤਿ ਕਿਨੈ ਨ ਪਾਈਐ, ਰਿਦ ਮਾਣਕ ਮੋਲਿ ਅਮੋਲਿ॥੧॥ keemat kinai na paa-ee-ai rid maanak mol amol. ||1||

ਜੀਵ ਪ੍ਰਭ ਦੇ ਸ਼ਬਦ ਦਾ ਸਿਮਰਨ, ਆਪਣੇ ਜੀਵਨ ਦਾ ਅਧਾਰ ਬਣਾਵੋ! ਹਰ ਵੇਲੇ ਭਾਣੇ ਦੀ ਕਸਵਟੀ ਤੇ ਪੂਰਾ ਹੋਵੇ, ਕਦੇ ਵੀ ਹੋਰ ਪਾਸੇ ਨਾ ਲਗੋ । ਇਸ ਅਣਮੋਲ ਅਵਸਥਾ ਦੀ ਕੀਮਤ ਜਾਣੀ ਨਹੀਂ ਜਾ ਸਕਦੀ, ਕੋਈ ਖੋਹ, ਖਰੀਦ ਨਹੀਂ ਸਕਦਾ ।

You should always meditate and adopt the teachings of His Word with steady and stable belief in your day-to-day life. You should always evaluate your own deeds and way of life with the essence of His Word; you may never wander in different directions. The significance of a state of mind of His true devotee remains beyond comprehension, imagination of His Creation. No one can rob, steal his earnings, treasure of enlightenment of His Word.

ਭਾਈ ਰੇ ਹਰਿ ਹੀਰਾ ਗੁਰ ਮਾਹਿ॥ bhaa-ee ray har heeraa gur maahi.
ਸਤਸੰਗਤਿ ਸਤਗੁਰੁ ਪਾਈਐ, ਅਹਿਨਿਸਿ ਸਬਦਿ ਸਲਾਹਿ॥੧॥ ਰਹਾਉ॥ satsangat saT`gur paa-ee-ai ahinis sabad salaahi. ||1|| rahaa-o.

ਪ੍ਰਭ ਦੀ ਰਹਿਮਤ ਦੀ ਅਸਲੀ ਕੀਮਤ, ਸ਼ਬਦ ਦੀ ਪਾਲਣਾ ਵਿੱਚ ਹੀ ਸਮਾਈ ਹੈ । ਕੇਵਲ ਸੰਤ ਸਰੂਪ ਨੂੰ ਹੀ ਕੀਮਤ ਦੀ ਸੋਝੀ ਬਖਸ਼ਿਸ਼ ਹੁੰਦੀ ਹੈ, ਉਸ ਤੋਂ ਹੀ ਉਸ ਦੀ ਕੀਮਤ ਪਾਈ ਜਾ ਸਕਦੀ ਹੈ ।

The true significance of His Blessings remains embedded within adopting the teachings of His Word in day-to-day life. Only His true devotee may be blessed with the essence of His Word. Whosoever may adopt his life experience teachings in his own life, he may realize the significance of His Blessings.

ਗੁਰੂ ਨਾਨਕ ਦੇਵ ਜੀ! – Guru Nanak Dev Ji! Guru Granth Sahib

ਸਚੁ ਵਖਰੁ ਧਨੁ ਰਾਸਿ ਲੈ, ਪਾਈਐ ਗੁਰ ਪਰਗਾਸਿ॥ sach vakhar Dhan raas lai paa-ee-ai gur pargaas.
ਜਿਉ ਅਗਨਿ ਮਰੈ ਜਲਿ ਪਾਇਐ, ਤਿਉ ਤ੍ਰਿਸਨਾ ਦਾਸਨਿ ਦਾਸਿ॥ ji-o agan marai jal paa-i-ai ti-o tarisnaa daasan daas.
ਜਮ ਜੰਦਾਰੁ ਨ ਲਗਈ, ਇਉ ਭਉਜਲੁ ਤਰੈ ਤਰਾਸਿ॥੨॥ jam jandaar na lag-ee i-o bha-ojal tarai taraas. ||2||

ਅਡੋਲ ਭਰੋਸੇ ਨਾਲ ਬੰਦਗੀ ਕਰਨ ਦੀ ਸਮਰਥਾ ਵੀ ਪ੍ਰਭ ਦੀ ਰਹਿਮਤ ਨਾਲ ਹੀ ਬਖਸ਼ਿਸ਼ ਹੁੰਦੀ ਹੈ, ਉਹ ਹੀ ਜੀਵ ਨੂੰ ਇਸ ਪਾਸੇ ਲਾਉਂਦਾ ਹੈ । ਜਿਵੇਂ ਪਾਣੀ ਪਾਉਣ ਨਾਲ ਅੱਗ ਬੁਝ ਜਾਂਦੀ ਹੈ, ਇਸਤਰ੍ਹਾਂ ਸਿਮਰਨ ਕਰਨ ਨਾਲ ਮਨ ਦੀਆਂ ਤ੍ਰਿਸ਼ਨਾਂ ਦਾ ਨਾਸ ਹੋ ਜਾਂਦਾ ਹੈ । ਫਿਰ ਉਹ ਮੌਤ ਤੋਂ ਡਰਦਾ ਨਹੀਂ, ਸਗੋਂ ਪ੍ਰਭ ਨੂੰ ਮਿਲਣ ਦਾ ਸਮਾਂ ਬਣ ਜਾਂਦਾ ਹੈ ।

Whosoever may be bestowed with His Blessed Vision, only he be blessed with devotion to meditate and to obey the teachings of His Word with steady and stable belief. Only he may remain steady and stable on the path. As fire may be extinguished by spraying water; same way meditating on the teachings of His Word, may destroy his anxiety of worldly desires. His fear of death may be eliminated; death may become a time of union with The True Master.

ਗੁਰਮੁਖਿ ਕੂੜੁ ਨ ਭਾਵਈ, ਸਚਿ ਰਤੇ ਸਚ ਭਾਇ॥ gurmukh koorh na bhaav-ee sach ratay sach bhaa-ay.
ਸਾਕਤ ਸਚੁ ਨ ਭਾਵਈ, ਕੂੜੈ ਕੂੜੀ ਪਾਂਇ॥ saakat sach na bhaav-ee koorhai koorhee paaN-ay.
ਸਚਿ ਰਤੇ ਗੁਰਿ ਮੇਲਿਐ, ਸਚੇ ਸਚਿ ਸਮਾਇ॥੩॥ sach ratay gur mayli-ai sachay sach samaa-ay. ||3||

ਸ਼ਬਦ ਦੀ ਬੰਦਗੀ ਕਰਨਵਾਲਾ ਜੀਵ, ਕੇਵਲ ਅਟਲ ਪ੍ਰਭ ਦੇ ਭਾਣੇ ਅੰਦਰ ਹੀ ਚਲਦਾ ਹੈ, ਹੋਰ ਕਿਸੇ ਰੀਤ ਰੀਵਾਜ ਦਾ ਕੋਈ ਫਿਕਰ ਨਹੀਂ ਕਰਦਾ । ਜਿਹੜਾ ਭਾਣੇ ਅੰਦਰ ਨਹੀਂ ਚਲਦਾ, ਉਹ ਬਾਣੀ ਦੀਆਂ ਹੋਰ ਹੀ ਘੜਤਾਂ ਬਣਾਉਂਦਾ, ਤੋੜ ਮਰੋੜ ਕੇ ਵਿਆਖਿਆ ਕਰਦਾ ਹੈ । ਜਿਹੜਾ ਜੀਵ ਭਾਣੇ ਵਿੱਚ ਰੰਗਿਆ ਰਹਿੰਦਾ ਹੈ, ਉਸ ਨੂੰ ਪ੍ਰਭ ਆਪ ਹੀ ਆਪਣੀ ਜੋਤ ਵਿੱਚ ਅਭੇਦ ਕਰ ਲੈਂਦਾ ਹੈ ।

His true devotee may only adopt the teachings of His Word in day-to-day life; he may not consider any religious rituals, significant for the real purpose of human life. Whosoever may not obey the teachings of His Word; he may twist the spiritual meaning with ever changing worldly logic; makes up different meanings of His Word. He will explain the Holy Scripture with his own twist. Whosoever may remain drenched with the essence of His Word; with His mercy and grace, he may be immersed within His Holy Spirit.

ਮਨ ਮਹਿ ਮਾਣਕੁ ਲਾਲੁ, ਨਾਮੁ ਰਤਨੁ ਪਦਾਰਥੁ ਹੀਰੁ॥ man, meh maanak laal Naam ratan padaarath heer.
ਸਚੁ ਵਖਰੁ ਧਨੁ ਨਾਮੁ ਹੈ, ਘਟਿ ਘਟਿ ਗਹਿਰ ਗੰਭੀਰੁ॥ sach vakhar Dhan Naam hai ghat ghat gahir gambheer.
ਨਾਨਕ ਗੁਰਮੁਖਿ ਪਾਈਐ, ਦਇਆ ਕਰੇ ਹਰਿ ਹੀਰੁ॥੪॥21॥ naanak gurmukh paa-ee-ai da-i-aa karay har heer. ||4||21||

ਹਰਇਕ ਜੀਵ ਦੇ ਅੰਦਰ ਪ੍ਰਭ ਦਾ ਅਮੋਲਕ ਸ਼ਬਦ ਵਸਦਾ ਹੈ, ਇਸ ਹੀ ਅਸਲੀ ਵਪਾਰ ਕਰਨਵਾਲੀ ਵਸਤੂ ਹੈ, ਹਰ ਹਿਰਦੇ ਵਿੱਚ ਬਹੁਤ ਡੂੰਘੀ ਰਚੀ ਹੋਈ ਹੈ । ਜਿਹੜਾ ਆਪਣੇ ਜੀਵਨ ਨੂੰ ਪ੍ਰਭ ਦੇ ਭਾਣੇ ਅਨੁਸਾਰ ਢਾਲਦਾ ਹੈ, ਉਸ ਨੂੰ ਪ੍ਰਭ ਦੀ ਰਹਿਮਤ ਨਾਲ ਇਹ ਹੋਂਦ ਮਹਿਸੂਸ ਹੋ ਜਾਂਦੀ ਹੈ ।

His priceless Word remains embedded within each soul, dwells deep within his body. His Word may be the true merchandize to trade in human life journey. Whosoever may adopt the teachings of His Word in his day-to-day life; with His mercy and grace, he may realize His Existence everywhere.

Key Message of Shree Raag page 22.3
ਪ੍ਰਭ ਦੀ ਰਹਿਮਤ ਦੀ ਕੀਮਤ ਕਿਵੇਂ ਜਾਣੀ ਜਾ ਸਕਦੀ ਹੈ? ਕਿਹੜਾ ਧਨ ਮਾਨਸ ਜੀਵਨ ਵਿੱਚ ਵਪਾਰ ਕਰਨਵਾਲਾ ਹੈ?
ਪ੍ਰਭ ਦੀ ਰਹਿਮਤ ਦੀ ਅਸਲੀ ਕੀਮਤ, ਸ਼ਬਦ ਦੀ ਪਾਲਣਾ ਵਿੱਚ ਹੀ ਸਮਾਈ ਹੈ । ਕੇਵਲ ਸੰਤ ਸਰੂਪ ਨੂੰ ਹੀ ਕੀਮਤ ਦੀ ਸੋਝੀ ਬਖਸ਼ਿਸ਼ ਹੁੰਦੀ ਹੈ, ਉਸ ਤੋਂ ਹੀ ਉਸ ਦੀ ਕੀਮਤ ਪਾਈ ਜਾ ਸਕਦੀ ਹੈ । ਹਰਇਕ ਜੀਵ ਦੇ ਅੰਦਰ ਪ੍ਰਭ ਦਾ ਅਮੋਲਕ ਸ਼ਬਦ ਵਸਦਾ ਹੈ, ਇਸ ਹੀ ਅਸਲੀ ਵਪਾਰ ਕਰਨਵਾਲੀ ਵਸਤੂ ਹੈ । ਜਿਹੜਾ ਆਪਣੇ ਜੀਵਨ ਨੂੰ ਪ੍ਰਭ ਦੇ ਭਾਣੇ ਅਨੁਸਾਰ ਢਾਲਦਾ ਹੈ, ਉਸ ਨੂੰ ਪ੍ਰਭ ਦੀ ਰਹਿਮਤ ਨਾਲ ਇਹ ਹੋਂਦ ਮਹਿਸੂਸ ਹੋ ਜਾਂਦੀ ਹੈ ।
How to recognize the significance of His Blessings? What may be the real assets for human life journey?
The true significance of His Blessings remains embedded within adopting the teachings of His Word in day-to-day life. Only His true devotee may be blessed with the essence of His Word. Whosoever may adopt his life experience teachings in his own life, he may realize the significance of His Blessings. His priceless Word remains embedded within each soul, dwells within his body. His Word may be the true merchandize to trade in human life journey. Whosoever may adopt the teachings of His Word in his day-to-day life; with His mercy and grace, he may realize His Existence everywhere.

22. ਸਿਰੀਰਾਗੁ ਮਹਲਾ ੧॥ (22-10)

ਭਰਮੇ ਭਾਹਿ ਨ ਵਿਝਵੈ, ਜੇ ਭਵੈ ਦਿਸੰਤਰ ਦੇਸੁ॥ bharmay bhaahi na vijhvai jay bhavai disantar days.
ਅੰਤਰਿ ਮੈਲੁ ਨ ਉਤਰੈ, ਧ੍ਰਿਗੁ ਜੀਵਣੁ ਧ੍ਰਿਗੁ ਵੇਸੁ॥ antar mail na utrai Dharig jeevan Dharig vays.
ਹੋਰੁ ਕਿਤੈ ਭਗਤਿ ਨ ਹੋਵਈ, ਬਿਨੁ ਸਤਿਗੁਰ ਕੇ ਉਪਦੇਸ॥੧॥ hor kitai bhagat na hova-ee bin saT`gur kay updays. ||1||

ਜੀਵ ਦੇ ਅੰਦਰੋਂ ਭਰਮ ਦੀ ਜੜ੍ਹ ਕਿਸੇ ਜਾਦੂ ਟੂਣੇ, ਆਪਣੀ ਜਗ੍ਹਾ ਬਦਲਨ, ਜੰਗਲ ਵਿੱਚ ਜਾਣ ਨਾਲ ਦੂਰ ਨਹੀਂ ਹੁੰਦੀ । ਮਨ ਦੀ ਮੈਲ ਕਦੇ ਧੋਤੀ ਨਹੀਂ ਜਾ ਸਕਦੀ, ਇਹ ਤਾ ਰੱਤ ਵਿੱਚ ਸਮਾ ਗਈ ਹੈ । ਇਹ ਕੇਵਲ ਅਟਲ ਪ੍ਰਭ ਦੇ ਭਾਣੇ, ਸ਼ਬਦ ਨਾਲ ਜੀਵਨ ਢਾਲਣ ਨਾਲ ਹੀ ਦੂਰ ਹੋ ਸਕਦੀ ਹੈ ।

The root of suspicions may never be eliminated by miracles, changing place, or living in wild forests away from habitat. The blemish of evil thoughts may remain embedded within each fiber of his flesh and blood. Whosoever may adopt the teachings of His Word with steady and stable belief in his day-to-day life, only he may conquer his religious suspicions.

ਮਨ ਰੇ ਗੁਰਮੁਖਿ ਅਗਨਿ ਨਿਵਾਰਿ॥ man, ray gurmukh agan nivaar.
ਗੁਰ ਕਾ ਕਹਿਆ ਮਨਿ ਵਸੈ, ਹਉਮੈ ਤ੍ਰਿਸਨਾ ਮਾਰਿ॥੧॥ ਰਹਾਉ॥ gur kaa kahi-aa man vasai ha-umai tarisnaa maar. ||1|| rahaa-o.

ਜਿਹੜਾ ਸ਼ਬਦ ਨਾਲ ਆਪਣਾ ਜੀਵਨ ਢਾਲਦਾ ਹੈ! ਉਸ ਨੂੰ ਗੁਰਮਖ ਅਵਸਥਾ ਬਖਸ਼ਿਸ਼ ਹੋ ਸਕਦੀ ਹੈ । ਇਹ ਤ੍ਰਿਸ਼ਨਾਂ ਦੀ ਜੜ੍ਹ ਆਪਣੇ ਅੰਦਰੋਂ ਆਪ ਹੀ ਖਤਮ ਹੋ ਸਕਦੀ ਹੈ ।

Whosoever may adopt the teachings of His Word with steady and stable belief; with His mercy and grace, he may be blessed with a state of mind as His true devotee. The root of his worldly suspicions may be uprooted from within.

ਮਨੁ ਮਾਣਕੁ ਨਿਰਮੋਲੁ ਹੈ, ਰਾਮ ਨਾਮਿ ਪਤਿ ਪਾਇ॥ | man, maanak nirmol hai raam Naam pat paa-ay.
ਮਿਲਿ ਸਤਸੰਗਤਿ ਹਰਿ ਪਾਈਐ, ਗੁਰਮੁਖਿ ਹਰਿ ਲਿਵ ਲਾਇ॥ | mil satsangat har paa-ee-ai gurmukh har liv laa-ay.
ਆਪੁ ਗਇਆ ਸੁਖੁ ਪਾਇਆ, ਮਿਲਿ ਸਲਲੈ ਸਲਲ ਸਮਾਇ॥੨॥ | aap ga-i-aa sukh paa-i-aa mil sallai salal samaa-ay. ||2||

ਮਨ ਬਹੁਤ ਅਣਮੋਲ ਹੈ, ਇਸ ਦੀ ਅਸਲੀ ਕੀਮਤ, ਸ਼ਬਦ ਮਨ ਵਿੱਚ ਵਸਾਉਣ ਨਾਲ ਹੀ ਮਹਿਸੂਸ ਹੋ ਸਕਦੀ ਹੈ । ਸੰਤ ਸਰੂਪ ਵਰਗਾ ਜੀਵਨ ਬਤੀਤ ਕਰਨ, ਸ਼ਬਦ ਦੇ ਸਿਮਰਨ ਵਿੱਚ ਲੀਨ ਹੋਇਆ ਹੀ ਬਖਸ਼ਿਸ਼ ਹੁੰਦੀ ਹੈ । ਜਿਸ ਦੇ ਮਨ ਵਿਚੋਂ ਆਪਾ ਖਤਮ ਹੋ ਜਾਂਦਾ ਹੈ, ਉਸ ਨੂੰ ਪ੍ਰਭ ਦੀ ਹੋਂਦ, ਸ਼ਬਦ ਦੀ ਸਦਾ ਅਡੋਲ ਗੂੰਜ ਸੁਣਦੀ ਹੈ । ਪ੍ਰਭ ਆਪ ਹੀ ਉਸ ਦੀ ਆਤਮਾ ਨੂੰ ਪ੍ਰਵਾਨ ਕਰ ਲੈਂਦਾ ਹੈ ।

The mind is very precious ambrosial jewel! Whosoever may remain drenched with the essence of His Word, only he may realize the true significance of His Blessings. Whosoever may adopt the life experience teachings of His Holy saint in his own day-to-day life; with His mercy and grace, he may surrender his self-entity at His Sanctuary. He may realize His Existence. He may hear the everlasting echo of His Word resonating within his heart; his soul may be accepted in His Court.

ਜਿਨਿ ਹਰਿ ਹਰਿ ਨਾਮੁ ਨ ਚੇਤਿਓ, ਸੁ ਅਉਗੁਣਿ ਆਵੈ ਜਾਇ॥ | jin har har Naam na chayti-o so a-ogun aavai jaa-ay.
ਜਿਸੁ ਸਤਗੁਰੁ ਪੁਰਖੁ ਨ ਭੇਟਿਓ, ਸੁ ਭਉਜਲਿ ਪਚੈ ਪਚਾਇ॥ | jis saT`gur purakh na bhayti-o so bha-ojal pachai pachaa-ay.
ਇਹੁ ਮਾਣਕੁ ਜੀਉ ਨਿਰਮੋਲੁ ਹੈ, ਇਉ ਕਉਡੀ ਬਦਲੈ ਜਾਇ॥੩॥ | ih maanak jee-o nirmol hai i-o ka-udee badlai jaa-ay. ||3||

ਜਿਹੜਾ ਸ਼ਬਦ ਦੀ ਸਿਖਿਆਂ ਨੂੰ ਆਪਣੇ ਜੀਵਨ ਵਿੱਚ ਨਹੀਂ ਢਾਲਦਾ, ਉਹ ਵੱਖਰੀਆਂ ਜੂੰਨਾਂ ਦੇ ਚੱਕਰ ਵਿੱਚ ਹੀ ਰਹਿੰਦਾ ਹੈ । ਉਹ ਜਮਦੂਤ ਦੇ ਹਵਾਲੇ ਹੀ ਕੀਤਾ ਜਾਂਦਾ ਹੈ । ਉਸ ਨੇ ਅਣਮੋਲ ਮਾਨਸ, ਜਨਮ ਬਿਰਥਾ ਹੀ ਗਵਾ ਲਿਆ, ਕੋਈ ਲਾਭ ਨਹੀਂ ਲਿਆ ।

Whosoever may not adopt the teachings of His Word in his day-to-day life; he may remain in the cycle of birth and death as different creature life. He may remain under the control of devil of death. He wastes his priceless human life opportunity uselessly without any benefit.

ਜਿੰਨਾ ਸਤਗੁਰੁ ਰਸਿ ਮਿਲੈ, ਸੇ ਪੂਰੇ ਪੁਰਖ ਸੁਜਾਣ॥ | jinna saT`gur ras milai say pooray purakh sujaan.
ਗੁਰ ਮਿਲਿ ਭਉਜਲੁ ਲੰਘੀਐ, ਦਰਗਹ ਪਤਿ ਪਰਵਾਣੁ॥ | gur mil bha-ojal langhee-ai dargeh pat parvaan.
ਨਾਨਕ ਤੇ ਮੁਖ ਉਜਲੇ, ਧੁਨਿ ਉਪਜੈ ਸਬਦੁ ਨੀਸਾਣੁ॥੪॥22॥ | naanak tay mukh ujlay Dhun upjai sabad neesaan. ||4||22||

ਜਿਸ ਦੇ ਹਿਰਦੇ ਤੇ ਸ਼ਬਦ ਦਾ ਰੰਗ ਚੜ੍ਹ ਜਾਂਦਾ ਹੈ, ਉਸ ਨੂੰ ਸੁਝਵਾਨ ਸਮਝਿਆ ਜਾਂਦਾ ਹੈ । ਉਹ ਸ਼ਬਦ ਦੇ ਜਹਾਜ਼ ਵਿੱਚ ਚੜ੍ਹਕੇ ਸੰਸਾਰਕ ਸਾਗਰ ਨੂੰ ਪਾਰ ਕਰ ਜਾਂਦਾ ਹੈ । ਉਸ ਤੇ ਸ਼ਬਦ ਦਾ ਸਰੂਰ ਆ ਜਾਂਦਾ ਹੈ, ਪ੍ਰਭ ਦੀ ਕ੍ਰਿਪਾ ਭਰਪੂਰ ਹੋ ਜਾਂਦੀ ਹੈ ।

Whosoever may remain drenched with the crimson color of the essence of His Word; he may be considered an enlightened soul. He may be blessed with a seat on rescue ship of His Word to cross the terrible worldly ocean of desires. He may remain drench with the essence of His Word and overwhelmed with His Blessings.

Key Message of Shree Raag page 22.10
ਮਨ ਦੇ ਭਰਮਾਂ ਦੀ ਜੜ੍ਹ ਕਿਵੇਂ ਨਾਸ ਹੋ ਸਕਦੀ ਹੈ?
ਜੀਵ ਦੇ ਅੰਦਰੋਂ ਭਰਮ ਦੀ ਜੜ੍ਹ ਕਿਸੇ ਜਾਦੂ ਟੂਣੇ, ਆਪਣੀ ਜਗ੍ਹਾ ਬਦਲਨ, ਜੰਗਲ ਵਿੱਚ ਜਾਣ ਨਾਲ ਦੂਰ ਨਹੀਂ ਹੁੰਦੀ । ਜਿਹੜਾ ਸ਼ਬਦ ਨਾਲ ਆਪਣਾ ਜੀਵਨ ਢਾਲਦਾ ਹੈ! ਪ੍ਰਭ ਦੀ ਰਹਿਮਤ ਨਾਲ ਉਸ ਦੀ ਭਰਮਾਂ, ਤ੍ਰਿਸ਼ਨਾਂ ਦੀ ਜੜ੍ਹ ਆਪਣੇ ਅੰਦਰੋਂ ਆਪ ਹੀ ਖਤਮ ਹੋ ਸਕਦੀ ਹੈ!
How to uproot the root of suspicions?
The root of suspicions may never be eliminated by miracles, changing place, or living in wild forests away from habitat. Whosoever may adopt the teachings of His Word with steady and stable belief; with His mercy and grace, the root of his worldly suspicions may be uprooted from within.

23. ਸਿਰੀਰਾਗੁ ਮਹਲਾ ੧॥ (22-17)

ਵਣਜੁ ਕਰਹੁ ਵਣਜਾਰਿਹੋ, ਵਖਰੁ ਲੇਹੁ ਸਮਾਲਿ॥ | vanaj karahu vanjaariho vakhar layho samaal.
ਤੈਸੀ ਵਸਤੁ ਵਿਸਾਹੀਐ, ਜੈਸੀ ਨਿਬਹੈ ਨਾਲਿ॥ | taisee vasat visaahee-ai jaisee nibhai naal.
ਅਗੈ ਸਾਹੁ ਸੁਜਾਣੁ ਹੈ, ਲੈਸੀ ਵਸਤੁ ਸਮਾਲਿ॥੧॥ | agai saahu sujaan hai laisee vasat samaal. ||1||

ਮਾਨਸ ਜਨਮ ਦਾ ਸਮਾਂ ਬਹੁਤ ਕੀਮਤੀ ਹੈ । ਇਸ ਦੀ ਵਰਤੋਂ ਬਹੁਤ ਧਿਆਨ ਨਾਲ ਕਰੋ! ਆਪਣੇ ਜੀਵਨ ਵਿੱਚ ਸਦਾ ਸਾਥ ਰਹਿਣ ਵਾਲੀ ਕਮਾਈ ਇਕੱਠੀ ਕਰੋ! ਮੌਤ ਤੋਂ ਪਿਛੋਂ ਤੇਰੀ ਬਹੁਤ ਸਿਆਣੇ ਵਪਾਰੀ ਨਾਲ ਮੁਲਾਕਤ ਹੋਵੇਗੀ, ਉਹ ਇਸ ਦੀ ਅਸਲੀ ਕੀਮਤ ਪਾਵੇਗਾ ।

Human life opportunity may be very precious, ambrosial opportunity. You should utilize very carefully. You should only collect the wealth of His Word, a permanent companion of soul forever. After death you are going to interface a very wise merchant; who may perform a real appraisal.

ਭਾਈ ਰੇ ਰਾਮੁ ਕਹਹੁ, ਚਿਤੁ ਲਾਇ॥ | bhaa-ee ray raam kahhu chit laa-ay.
ਹਰਿ ਜਸੁ ਵਖਰੁ ਲੈ ਚਲਹੁ, | har jas vakhar lai chalhu
ਸਹੁ ਦੇਖੈ ਪਤੀਆਇ॥੧॥ ਰਹਾਉ॥ | saho daykhai patee-aa-ay. ||1|| rahaa-o.

ਆਪਣਾ ਭਰੋਸਾ ਅਡੋਲ ਰਖਕੇ ਪ੍ਰਭ ਦੇ ਸ਼ਬਦ ਦਾ ਸਿਮਰਨ ਕਰੋ! ਇਹ ਅਣਮੋਲ ਕਮਾਈ ਅਖੀਰ ਵਿੱਚ ਵੀ ਤੇਰਾ ਸਾਥ ਦੇਵੇਗੀ ।

You should wholeheartedly adopt the teachings of His Word in your day-to-day life. Only the ambrosial earnings of His Word remain companion with your soul to support in His Court.

ਜਿਨਾ ਰਾਸਿ ਨ ਸਚੁ ਹੈ, ਕਿਉ ਤਿਨਾ ਸੁਖੁ ਹੋਇ॥ | jinaa raas na sach hai ki-o tinaa sukh ho-ay.
ਖੋਟੈ ਵਣਜਿ ਵਣੰਜਿਐ, ਮਨੁ ਤਨੁ ਖੋਟਾ ਹੋਇ॥ | khotai vanaj vananji-ai man, tan khotaa ho-ay.
ਫਾਹੀ ਫਾਥੇ ਮਿਰਗ ਜਿਉ, ਦੂਖੁ ਘਣੋ ਨਿਤ ਰੋਇ॥੨॥ | faahee faathay mirag ji-o dookh ghano nit ro-ay. ||2||

ਜਿਸ ਦੇ ਕੋਲ ਸ਼ਬਦ ਦੀ ਕਮਾਈ ਨਹੀਂ ਹੁੰਦੀ! ਉਸ ਨੂੰ ਮੌਤ ਪਿਛੋਂ ਕਿਵੇਂ ਸੁਖ ਬਖਸ਼ਿਸ਼ ਹੋ ਸਕਦਾ ਹੈ? ਉਸ ਨੇ ਬਾਕੀ ਦੀਆਂ ਕਮਾਈਆਂ ਇਥੇ ਹੀ ਛਡ ਜਾਣੀਆਂ ਹਨ । ਸੰਸਾਰਕ ਧਨ ਦੀ ਪ੍ਰਭ ਦੇ ਦਰਬਾਰ ਵਿੱਚ ਕੋਈ ਕੀਮਤ ਨਹੀਂ ਹੁੰਦੀ । ਮੌਤ ਤੋਂ ਪਿਛੋਂ ਮਾਨਸ ਆਪਣੇ ਜਾਲ ਵਿੱਚ ਆਪ ਹੀ ਫਸ ਜਾਂਦਾ ਹੈ, ਆਪਣੇ ਕੀਤੇ ਦਾ ਫਲ ਭੁਗਤਦਾ ਹੈ ।

ਗੁਰੂ ਨਾਨਕ ਦੇਵ ਜੀ! – Guru Nanak Dev Ji! Guru Granth Sahib

Whosoever may not earn the wealth of His Word! How may he be blessed with any comfort in His Court? All his worldly possessions remain in world; worldly wealth, status have no assets, significance in His Court. After death, he may become a victim of his own evil thoughts and **endures the consequences of his deeds**.

ਖੋਟੇ ਪੋਤੈ ਨਾ ਪਵਹਿ, ਤਿਨ ਹਰਿ ਗੁਰ ਦਰਸੁ ਨ ਹੋਇ॥ khotay potai naa paveh tin har gur daras na ho-ay.
ਖੋਟੇ ਜਾਤਿ ਨ ਪਤਿ ਹੈ, ਖੋਟਿ ਨ ਸੀਝਸਿ ਕੋਇ॥ khotay jaat na pat hai khot na seejhas ko-ay.
ਖੋਟੇ ਖੋਟੁ ਕਮਾਵਣਾ, ਆਇ ਗਇਆ ਪਤਿ ਖੋਇ॥੩॥ khotay khot kamaavanaa aa-ay ga-i-aa pat kho-ay. ||3||

ਪ੍ਰਭ ਦੇ ਦਰਬਾਰ ਵਿੱਚ ਕੇਵਲ ਸ਼ਬਦ ਦੀ ਕਮਾਈ ਹੀ ਕੀਮਤੀ ਹੁੰਦੀ ਹੈ । ਬਾਕੀ ਸੰਸਾਰਕ ਕਮਾਈਆਂ ਦੀ ਕੋਈ ਕੀਮਤ ਨਹੀਂ ਹੁੰਦੀ । ਉਹ ਆਪਣੇ ਸੰਸਾਰਕ ਕੰਮਾਂ ਨਾਲ ਆਪਣੀ ਜਗ੍ਹਾ ਗਵਾ ਲੈਂਦਾ ਹੈ । ਬੁਰੇ ਕੰਮ ਕਰਕੇ, ਕੇਵਲ ਪਛਤਾਵਾ ਹੀ ਕਰਨਾ ਪੈਂਦਾ ਹੈ ।

Only the earnings of His Word may be rewarded and accepted in His Court. All worldly possessions and earnings may not have any significance in His Court for the real purpose of human life opportunity. He may lose his priceless human life opportunity as the judgement for his evil deeds. He may only regret and repents for his worldly deeds.

ਨਾਨਕ ਮਨੁ ਸਮਝਾਈਐ, ਗੁਰ ਕੈ ਸਬਦਿ ਸਾਲਾਹ॥ naanak man samjaa-ee-ai gur kai sabad saalaah.
ਰਾਮ ਨਾਮ ਰੰਗਿ ਰਤਿਆ, ਭਾਰੁ ਨ ਭਰਮੁ ਤਿਨਾਹ॥ raam Naam rang rati-aa bhaar na bharam tinaah.
ਹਰਿ ਜਪਿ ਲਾਹਾ ਅਗਲਾ, ਨਿਰਭਉ ਹਰਿ ਮਨ ਮਾਹ॥੪॥23॥ har jap laahaa aglaa nirbha-o har man maah. ||4||23||

ਮਨ ਤੇ ਕਾਬੂ ਪਾਵੋ! ਪ੍ਰਭ ਦੇ ਭਾਣੇ ਨੂੰ ਸਮਝਕੇ, ਜੀਵਨ ਵਿੱਚ ਢਾਲੋ! ਜਿਹੜਾ ਸ਼ਬਦ ਦੇ ਰੰਗ ਵਿੱਚ ਰੰਗਿਆ ਜਾਂਦਾ ਹੈ, ਉਸ ਦੇ ਸਾਰੇ ਭਰਮ ਭੁਲੇਖੇ ਆਪ ਹੀ ਦੂਰ ਹੋ ਜਾਂਦੇ ਹਨ । ਮੌਤ ਪਿਛੋਂ ਉਸ ਨੂੰ ਦਰਗਾਹ ਵਿੱਚ ਪ੍ਰਵਾਨਗੀ ਬਖਸ਼ਿਸ਼ ਹੋ ਸਕਦੀ ਹੈ ।

You should conquer your mind, worldly desires! You should comprehend, and adopt the teachings of His Word with steady and stable belief in day-to-day life. Whosoever may remain drenched with the crimson color of the essence of His Word; with His mercy and grace, all his suspicions may be eliminated. He may be rewarded, accepted in His Court.

Key Message of Shree Raag page 22.17
ਮਾਨਸ ਜੀਵਨ ਦੀ ਮਹੱਤਤਾ!
ਮਾਨਸ ਜਨਮ ਦਾ ਸਮਾਂ ਬਹੁਤ ਕੀਮਤੀ, ਅਮੋਲਕ ਹੈ । ਇਸ ਜੀਵਨ ਵਿੱਚ ਸਦਾ ਸਾਥ ਰਹਿਣ ਵਾਲੀ ਕਮਾਈ ਇਕੱਠੀ ਕਰੋ! ਮੌਤ ਤੋਂ ਪਿਛੋਂ ਤੇਰੀ ਬਹੁਤ ਸਿਆਣੇ ਵਪਾਰੀ ਨਾਲ ਮੁਲਾਕਤ ਹੋਵੇਗੀ, ਉਹ ਇਸ ਦੀ ਅਸਲੀ ਕੀਮਤ ਪਾਵੇਗਾ । ਜਿਹੜਾ ਸ਼ਬਦ ਦੇ ਰੰਗ ਵਿੱਚ ਰੰਗਿਆ ਜਾਂਦਾ ਹੈ, ਉਸ ਦੇ ਸਾਰੇ ਭਰਮ ਭੁਲੇਖੇ ਆਪ ਹੀ ਦੂਰ ਹੋ ਜਾਂਦੇ ਹਨ । ਮੌਤ ਪਿਛੋਂ ਉਸ ਨੂੰ ਦਰਗਾਹ ਵਿੱਚ ਪ੍ਰਵਾਨਗੀ ਬਖਸ਼ਿਸ਼ ਹੋ ਸਕਦੀ ਹੈ ।
Significance of human life opportunity!
Human life opportunity may be very precious, ambrosial opportunity. You should utilize very carefully. You should only collect the wealth of His Word, a permanent companion of soul forever. After death the real appraiser will reward you. Whosoever may remain drenched with the crimson color of the essence of His Word; with His mercy and grace, all his suspicions may be eliminated. He may be rewarded, accepted in His Court.

24. ਸਿਰੀਰਾਗੁ ਮਹਲਾ ੧ ਘਰੁ ੨॥ (23-5)

ਧਨੁ ਜੋਬਨੁ ਅਰੁ ਫੁਲੜਾ, ਨਾਠੀਅੜੇ ਦਿਨ ਚਾਰਿ॥ dhan joban ar fulrhaa naathee-arhay din chaar.
ਪਬਣਿ ਕੇਰੇ ਪਤ ਜਿਉ, ਢਲਿ ਢੁਲਿ ਜੁੰਮਣਹਾਰ॥੧॥ paban kayray pat ji-o dhal dhul jummanhaar. ||1||

ਜੀਵ ਦੀ ਜਵਾਨੀ, ਸੁੰਦਰਤਾ, ਧਨ ਥੋੜ੍ਹੇ ਦਿਨਾਂ ਦਾ ਪ੍ਰਾਹੁਣਾ ਹੈ । ਜਿਸ ਦੀ ਸਵਾਸਾਂ ਦੀ ਪੂੰਜੀ ਖਤਮ ਹੋ ਜਾਂਦੀ ਹੈ, ਉਸ ਨੂੰ ਮੌਤ ਘੇਰ ਲੈਂਦੀ ਹੈ ।

Worldly beauty, youth spirit and worldly wealth may remain short-lived in human life journey. Whose capital of breathes may be exhausted; he may be captured by the devil of death.

ਰੰਗੁ ਮਾਣਿ ਲੈ ਪਿਆਰਿਆ, ਜਾ ਜੋਬਨੁ ਨਉ ਹੁਲਾ॥ rang maan lai pi-aari-aa jaa joban na-o hulaa.
ਦਿਨ ਥੋੜੜੇ, ਥਕੇ ਭਇਆ ਪੁਰਾਣਾ ਚੋਲਾ॥੧॥ ਰਹਾਉ॥ din thorh-rhay thakay bha-i-aa puraanaa cholaa. ||1|| rahaa-o.

ਮਨਮੁਖ ਆਪਣਾ ਜੀਵਨ ਮੌਜ ਮੇਲੇ ਵਿੱਚ ਹੀ ਬਤੀਤ ਕੀਤੀ ਜਾਂਦਾ ਹੈ । ਜੀਵ ਦੀ ਉਮਰ, ਮਿਥਿਆ ਸਮਾਂ ਖਤਮ ਹੋ ਜਾਂਦਾ ਹੈ, ਅੰਤ ਵਿੱਚ ਮੌਤ ਹੀ ਆਉਣੀ ਹੈ ।

Self-minded may waste his human life in worldly pleasures. His predetermined time may be passing very rapidly. In the end, after death, he must face The Righteous Judge to endure the miseries of his worldly deeds.

ਸਜਣ ਮੇਰੇ ਰੰਗੁਲੇ, ਜਾਇ ਸੁਤੇ ਜੀਰਾਣਿ॥ sajan mayray rangulay jaa-ay sutay jaaraan.
ਹੰ ਭੀ ਵੰਞਾ ਡੁਮਣੀ, ਰੋਵਾ ਝੀਣੀ ਬਾਣਿ॥੨॥ haN bhee vanjaa dumnee rovaa jheenee baan. ||2||

ਦੇਖ ਤੇਰੇ ਮਿੱਤਰ ਸਭ ਮਰ ਗਏ ਹਨ, ਤੂੰ ਵੀ ਹਉਕੇ ਭਰਦਾ ਹੈ, ਕਿ ਤੂੰ ਵੀ ਮਰ ਜਾਣਾ ਹੈ ।

Remember! All your friends already have passed away. You are worried, your turn may be approaching rapidly.

ਕੀ ਨ ਸੁਣੇਹੀ ਗੋਰੀਏ, ਆਪਣ ਕੰਨੀ ਸੋਇ॥ kee na sunayhee goree-ay aapan kannee so-ay.
ਲਗੀ ਆਵਹਿ ਸਾਹੁਰੈ, ਨਿਤ ਨ ਪੇਈਆ ਹੋਇ॥੩॥ lagee aavahi saahurai nit na pay-ee-aa ho-ay. ||3||

ਜੀਵ ਅਜੇ ਮੌਤ ਦਾ ਸੱਦਾ ਨਹੀਂ ਆਇਆ, ਤੂੰ ਆਪਣੇ ਮਨ ਦੀ ਅਗਿਆਣਤਾ ਵਿੱਚ ਸੰਸਾਰਕ ਮਾਇਆ ਦੇ ਨਸ਼ੇ ਵਿੱਚ ਮਸਤ ਹੈ! ਸੰਸਾਰ ਵਿੱਚ ਕੋਈ ਵੀ ਸਦਾ ਨਹੀਂ ਰਹਿੰਦਾ, ਹਰਇਕ ਨੇ ਅਖੀਰ ਮਰ ਹੀ ਜਾਣਾ ਹੈ ।

The devil of death has not called your turn. You remain intoxicated in with sweet poison of worldly wealth, desires. No one may ever live forever in the world. Everyone must endure the judgement of The Righteous Judge for his worldly deeds.

ਨਾਨਕ ਸੁਤੀ ਪੇਈਐ, ਜਾਣੁ ਵਿਰਤੀ ਸੰਨਿ॥ naanak sutee pay-ee-ai jaan virtee sann.
ਗੁਣਾ ਗਵਾਈ ਗੰਠੜੀ, ਅਵਗਣ ਚਲੀ ਬੰਨਿ॥੪॥24॥ gunaa gavaa-ee ganth-rhee avgan chalee bann. ||4||24||

ਜਿਹੜਾ ਆਪਣੇ ਮਾਂ, ਬਾਪ ਦੇ ਮਰਨ ਤੇ ਵਿਰਾਗ ਕਰਦਾ ਹੈ, ਉਹ ਵੀ ਅਖੀਰ ਵਿੱਚ ਮਰ ਜਾਂਦਾ ਹੈ । ਆਪਣੇ ਕੀਤੇ ਅਉਗੁਣ ਹੀ ਨਾਲ ਲੈ ਜਾਂਦਾ ਹੈ ।

Whosoever may grieve at the death of his mother or father; he will also die. The burden of his evil deeds, sins remain with his soul and endures miseries in His Court.

Key Message of Shree Raag page 23.5
ਮਾਨਸ ਜੀਵਨ ਦਾ ਸਮਾਂ ਮਿਥਿਆ ਹੈ!
ਜੀਵ ਦੀ ਜਵਾਨੀ, ਸੁੰਦਰਤਾ, ਧਨ ਥੋੜ੍ਹੇ ਦਿਨਾਂ ਦਾ ਪ੍ਰਾਹੁਣਾ ਹੈ । ਜੀਵ ਆਪਣੇ ਮਨ ਦੀ ਅਗਿਆਣਤਾ ਵਿੱਚ ਸੰਸਾਰਕ ਮਾਇਆ ਦੇ ਨਸ਼ੇ ਵਿੱਚ ਮਸਤ ਹੈ! ਅਖੀਰ ਵਿੱਚ ਮਰ ਜਾਂਦਾ ਹੈ । ਆਪਣੇ ਕੀਤੇ ਅਉਗੁਣ ਹੀ ਨਾਲ ਲੈ ਜਾਂਦਾ ਹੈ ।
Human life opportunity has predetermined time!
Worldly beauty, youth and worldly wealth may remain short-lived in human life journey. He may remain intoxicated with sweet poison of worldly wealth, worldly desires. In the end, he will die; however, the burden of his evil deeds, sins remain with his soul and endures miseries in His Court.

25. **ਸਿਰੀਰਾਗੁ ਮਹਲਾ ੧ ਘਰੁ ਦੂਜਾ ੨॥ (23-10)**

ਆਪੇ ਰਸੀਆ ਆਪਿ ਰਸੁ, ਆਪੇ ਰਾਵਣਹਾਰੁ॥ aapay rasee-aa aap ras aapay ravanhaar.
ਆਪੇ ਹੋਵੈ ਚੋਲੜਾ, ਆਪੇ ਸੇਜ ਭਤਾਰੁ॥੧॥ aapay hovai cholrhaa aapay sayj bhataar. ||1||

ਪ੍ਰਭ ਆਪ ਹੀ ਸਭ ਕੁਝ ਕਰਨਵਾਲਾ ਹੈ, ਆਪ ਹੀ ਖੇਲ ਕਰਵਾਉਂਦਾ ਹੈ । ਆਪ ਹੀ ਸਭ ਕੁਝ ਕਰਦਾ, ਅਨੰਦ ਮਾਨਦਾ ਹੈ, ਆਪ ਹੀ ਉਹ ਤਖਤ ਹੈ ਅਤੇ ਆਪ ਹੀ ਉਸ ਉਪਰ ਬਰਾਜਮਾਨ ਹੋਣ ਵਾਲਾ ਹੈ ।

The True Master has created the play of the universe! He inspires to His Creation to performs various functions. He prevails in everything and enjoys the play. He has created His Royal Throne within every soul and honored on His Throne.

ਰੰਗਿ ਰਤਾ ਮੇਰਾ ਸਾਹਿਬੁ, ਰਵਿ ਰਹਿਆ ਭਰਪੂਰਿ॥੧॥ ਰਹਾਉ॥ rang rataa mayraa saahib rav rahi-aa bharpoor. ||1|| rahaa-o.

ਪ੍ਰਭ ਆਪ ਹੀ ਮਹਿਫਲ ਰਚਾਉਣ ਵਾਲਾ, ਆਪ ਹੀ ਰੌਣਕ ਲਾਉਣ ਵਾਲਾ ਹੈ ।

The True Master creates the show of worldly pleasure; He becomes all the excitements and enhances the glory of the show.

ਆਪੇ ਮਾਛੀ ਮਛੁਲੀ, ਆਪੇ ਪਾਣੀ ਜਾਲੁ॥ aapay maachhee machhulee aapay paanee jaal.
ਆਪੇ ਜਾਲ ਮਣਕੜਾ, ਆਪੇ ਅੰਦਰਿ ਲਾਲੁ॥੨॥ aapay jaal mankarhaa aapay andar laal. ||2||

ਪ੍ਰਭ ਆਪ ਹੀ ਜੀਵ ਨੂੰ ਇਸ ਸੰਸਾਰ ਵਿੱਚ ਭੇਜਦਾ ਹੈ । ਆਪ ਹੀ ਤ੍ਰਿਸ਼ਨਾਂ ਪੈਦਾ ਕਰਦਾ, ਆਪ ਹੀ ਜਾਲ ਵਿੱਚ ਫਸਾਉਂਦਾ ਹੈ । ਜੀਵ ਹੀ ਪ੍ਰਭ ਦਾ ਰੂਪ ਹੈ ।

The True Master, Creator, blesses new worldly body to blemished soul to be sanctified in the universe. He infuses worldly desires, the gimmicks of sweet poison of worldly desires within his mind. His Creation is an expansion of His Holy Spirit, His Own Symbol.

ਆਪੇ ਬਹੁ ਬਿਧਿ ਰੰਗੁਲਾ, ਸਖੀਏ ਮੇਰਾ ਲਾਲੁ॥ aapay baho biDh rangulaa sakhee-ay mayraa laal.
ਨਿਤ ਰਵੈ ਸੋਹਾਗਣੀ, ਦੇਖੁ ਹਮਾਰਾ ਹਾਲੁ॥੩॥ nit ravai sohaaganee daykh hamaaraa haal. ||3||

ਆਪ ਹੀ ਅਨੇਕਾਂ ਰੂਪ ਧਾਰਦਾ ਹੈ । ਜਿਹੜਾ ਇਹ ਸਮਝ ਲੈਂਦਾ ਹੈ, ਉਹ ਸਦਾ ਹੀ ਭਾਣੇ ਵਿੱਚ ਅਨੰਦ ਮਾਨਦਾ ਹੈ, ਉਸ ਨੂੰ ਪ੍ਰਭ ਦੀ ਅਵਸਥਾ ਮਹਿਸੂਸ ਹੋ ਜਾਂਦੀ ਹੈ ।

The True Master may appear in various shapes, forms, within any creature. No one may exist without His Holy Spirit. He remains embedded within each soul and dwells in his body. Whosoever may be enlightened with such ae essence; only he may realize the existence of His Holy Spirit.

ਪ੍ਰਣਵੈ ਨਾਨਕੁ ਬੇਨਤੀ, ਤੂ ਸਰਵਰੁ ਤੂ ਹੰਸੁ॥ paranvai naanak bayntee too sarvar too hans.
ਕਉਲੁ ਤੂ ਹੈ ਕਵੀਆ, ਤੂ ਹੈ ਆਪੇ ਵੇਖਿ ਵਿਗਸੁ॥੪॥25॥ ka-ul too hai kavee-aa too hai aapay vaykh vigas. ||4||25||

ਅਰਦਾਸ ਕਰੋ! ਅੰਤਰਜਾਮੀ ਪ੍ਰਭ ਤੂੰ ਹੀ ਹੰਸ ਹੈ, ਆਪ ਹੀ ਮੋਤੀਆਂ ਭਰਿਆ ਸਮੁੰਦਰ ਹੈ । ਆਪ ਹੀ ਸ਼ਬਦ ਦੀ ਸੋਝੀ ਦਾ ਖਜ਼ਾਨਾ ਹੈ । ਆਪ ਹੀ ਦਾਸ ਤੇ ਰਹਿਮਤ ਦੀ ਨਜ਼ਰ ਬਖਸ਼ਕੇ, ਆਪਣੇ ਸ਼ਬਦ ਦਾ ਵਖਿਆਣ ਕਰਵਾਉਂਦਾ ਹੈ, ਇਸ ਯੋਗ ਬਣਾਉਂਦਾ ਹੈ ।

The True Master, an eternal swan, the pond, ocean overwhelmed with jewels and pearls! He remains The Treasure of unlimited enlightenment of the essence of His Word. He may bestow His Blessed Vision; His true devotee may sermons, spread the message of His Word.

Key Message of Shree Raag page 23.10
ਸ੍ਰਿਸ਼ਟੀ ਦਾ ਪਸਾਰਾ, ਮਾਨਸ ਜੀਵਨ ਯਾਤਰਾ!
ਪ੍ਰਭ ਆਪ ਹੀ ਅਨੇਕਾਂ ਰੂਪ ਧਾਰਦਾ, ਆਤਮਾ ਨੂੰ ਸੰਸਾਰਕ ਤਨ ਬਖਸ਼ਦਾ ਹੈ । ਆਪ ਹੀ ਤ੍ਰਿਸ਼ਨਾਂ ਪੈਦਾ ਕਰਦਾ, ਜਾਲ ਵਿੱਚ ਫਸਾਉਂਦਾ ਹੈ । ਜੀਵ ਹੀ ਪ੍ਰਭ ਦਾ ਰੂਪ ਹੈ । ਜਿਹੜਾ ਇਹ ਸਮਝ ਲੈਂਦਾ! ਉਹ ਸਦਾ ਹੀ ਭਾਣੇ ਵਿੱਚ ਅਨੰਦ ਮਾਨਦਾ ਹੈ, ਉਸ ਨੂੰ ਪ੍ਰਭ ਦੀ ਅਵਸਥਾ ਮਹਿਸੂਸ ਹੋ ਜਾਂਦੀ ਹੈ ।
Creation of the universe! Function of Human life journey!
The True Master blesses worldly body to a blemished soul to be sanctified; He may appear in various shapes, forms, and within any creature. He has infused the gimmicks of sweet poison of worldly desires within his mind. His Creation is an expansion of His Holy Spirit, His Own Symbol. Whosoever may be enlightened with His Nature; His Holy Spirit remains embedded within each soul and dwells in his body; no one may exist without His Holy Spirit. He may realize His Existence prevailing everywhere.

26. **ਸਿਰੀਰਾਗੁ ਮਹਲਾ ੧ ਘਰੁ ੩॥ (23-15)**

ਇਹੁ ਤਨੁ ਧਰਤੀ ਬੀਜੁ ਕਰਮਾ ਕਰੋ, ਸਲਿਲ ਆਪਾਉ ਸਾਰਿੰਗਪਾਣੀ॥ ih tan Dhartee beej karmaa karo salil aapaa-o saaringpaanee.
ਮਨੁ ਕਿਰਸਾਣੁ ਹਰਿ ਰਿਦੈ ਜੰਮਾਇ, ਲੈ ਇਉ ਪਾਵਸਿ ਪਦੁ ਨਿਰਬਾਣੀ॥੧॥ man, kirsaan har ridai jammaa-ay lai i-o paavas pad nirbaanee. ||1||

ਆਪਣੇ ਤਨ ਨੂੰ ਉਹ ਜ਼ਮੀਨ ਬਣਾਕੇ ਜੀਵਾਂ ਦੀ ਭਲਾਈ ਦੀ ਫਸਲ ਬੀਜੋ! ਸ਼ਬਦ ਦੀ ਪਾਲਣਾ ਰੂਪੀ ਪਾਣੀ ਦੇਵੋ । ਜਿਹੜਾ ਮਨ ਨੂੰ ਜ਼ਿਮੀਂਦਾਰ ਬਣਾਕੇ, ਸ਼ਬਦ ਨੂੰ ਆਪਣੇ ਹਿਰਦੇ ਵਿੱਚ ਪਰਫੁੱਲਤ ਕਰਦਾ ਹੈ! ਉਸ ਨੂੰ ਪ੍ਰਭ ਦੀ ਰਹਿਮਤ ਨਾਲ ਗੁਰਮਖ ਅਵਸਥਾ ਬਖਸ਼ਿਸ਼ ਹੋ ਸਕਦੀ ਹੈ ।

You should make your body as a farm land to grow the crops of wellbeing of His Creation. You should transform your mind as a farmer and blossom the enlightenment of His Word within; with His mercy and grace, you may be blessed with a state of mind as His true devotee.

ਗੁਰੂ ਨਾਨਕ ਦੇਵ ਜੀ! – Guru Nanak Dev Ji! Guru Granth Sahib

ਕਾਹੇ ਗਰਬਸਿ ਮੂੜੇ ਮਾਇਆ॥ kaahay garbas moorhay maa-i-aa.
ਪਿਤ ਸੁਤੋਂ ਸਗਲ ਕਾਲਤ੍ਰ ਮਾਤਾ, pit suto sagal kaaltar maataa
ਤੇਰੇ ਹੋਹਿ ਨ ਅੰਤਿ ਸਖਾਇਆ॥ ਰਹਾਉ॥ tayray hohi na ant sakhaa-i-aa. rahaa-o.

ਅਣਜਾਣ ਜੀਵ ਸੰਸਾਰਕ ਸਬੰਧਾਂ ਦਾ ਕਿਉਂ ਅਹੰਕਾਰ ਕਰਦਾ ਹੈ? ਮਾਂ, ਬਾਪ, ਭੈਣ, ਭਾਈ, ਸਾਰੇ ਅਖੀਰ ਦੇ ਸਮੇਂ, ਮੌਤ ਤੋਂ ਪਿਛੋਂ ਸਾਥ ਨਹੀਂ ਦੇ ਸਕਦੇ ।

Ignorant self-minded! Why are you boasting about your worldly relatives and status? All worldly relationships may not support in His Court, after death. (Mother, father, brothers, sisters)

ਬਿਖੈ ਬਿਕਾਰ ਦੁਸਟ ਕਿਰਖਾ ਕਰੇ, ਇਨ ਤਜਿ ਆਤਮੈ ਹੋਇ ਧਿਆਈ॥ bikhai bikaar dusat kirkhaa karay in taj aatmai ho-ay Dhi-aa-ee.
ਜਪੁ ਤਪੁ ਸੰਜਮੁ ਹੋਹਿ ਜਬ, ਰਾਖੇ ਕਮਲੁ ਬਿਗਸੈ ਮਧੁ ਆਸ੍ਰਮਾਈ॥੨॥ jap tap sanjam hohi jab raakhay kamal bigsai maDh aasarmaa-ee. ||2||

ਆਪਣੀਆਂ ਤ੍ਰਿਸ਼ਨਾਂ ਤੇ ਕਾਬੂ ਪਾ ਕੇ, ਆਪਣੇ ਮਨ ਨੂੰ ਸਿੱਧੇ ਰਸਤੇ ਤੇ ਪਾਵੋ! ਤੇਰਾ ਤ੍ਰਿਸ਼ਨਾਂ ਦਾ ਕਾਬੂ ਹੀ, ਉਸ ਦੇ ਭਾਣੇ ਤੇ ਚਲਣ ਵਿੱਚ ਮਦਦ ਕਰੇਗਾ । ਉਸ ਦੀ ਜੋਤ ਤੇਰੇ ਅੰਦਰ ਜਾਗਰਤ ਹੋ ਜਾਵੇਗੀ ।

You should conquer your worldly desires, and adopt the teachings of His Word with steady and stable in your day-to-day life. You may be blessed with the right path of salvation. The enlightenment of the essence of His Word may keep you steady and stable on the right path of acceptance in His Court. His Word may be enlightened within your heart and mind.

ਬੀਸ ਸਪਤਾਹਰੋ ਬਾਸਰੋ ਸੰਗ੍ਰਹੈ, ਤੀਨਿ ਖੋੜਾ ਨਿਤ ਕਾਲੁ ਸਾਰੈ॥ bees saptaahro baasro sangrahai teen khorhaa nit kaal saarai.
ਦਸ ਅਠਾਰ ਮੈ ਅਪਰੰਪਰੋ ਚੀਨੈ, das athaar mai aprampro cheenai
ਕਹੈ ਨਾਨਕੁ ਇਵ ਏਕੁ ਤਾਰੈ॥੩॥26॥ kahai naanak iv ayk taarai. ||3||26||

ਗੁਰੂ ਗ੍ਰੰਥ ਸਾਹਿਬ, ਸ਼ਬਦ ਨਾਲ ਜੀਵਨ ਢਾਲਣ ਨਾਲ, ਹਮੇਸ਼ਾਂ ਮੌਤ ਨੂੰ ਅਟਲ ਸਮਝਣ ਨਾਲ ਅਸਲੀ ਰਸਤਾ ਬਖਸ਼ਿਸ਼ ਹੋ ਸਕਦਾ ਹੈ! ਪ੍ਰਭ ਦੀ ਰਹਿਮਤ ਨਾਲ ਉਸ ਨੂੰ ਪ੍ਰਭ ਦਾ ਦਸਵਾਂ ਦਰ ਦਿਖਾਈ ਦੇਂਦਾ ਹੈ । ਜਿਹੜਾ ਅਸਲੀ ਰਸਤੇ ਤੇ ਅਡੋਲ ਰਹਿੰਦਾ ਹੈ, ਪ੍ਰਭ ਆਪ ਹੀ ਸਾਗਰ ਵਿਚੋਂ ਪਾਰ ਲੰਘਾ ਲੈਂਦਾ ਹੈ ।

***ਹਿੰਦੂ ਧਰਮ ਅਨੁਸਾਰ ਮਹਿਨਾ, ਚੰਦ ਦੇ ਨਸ਼ੱਤਰਾਂ ਅਨੁਸਾਰ 27 ਦਿਨ ਦਾ ਹੁੰਦਾ ਹੈ!**

ਜੀਵ ਆਪਣੇ ਜੀਵਨ ਦੇ 27 ਤੱਤਾਂ, 27 ਨਛੱਤਰਾਂ ਨੂੰ ਆਪਣੇ ਕਾਬੂ ਵਿੱਚ ਰਖ ਕੇ, ਹਰਇਕ ਦਿਨ ਹੀ ਦਾਨ ਨੂੰ ਮਹੱਤਤਾ ਦੇਂਦੇ ਹਨ!

Whosoever may realize death may be unpredictable and unavoidable, he always adopts the teachings of His Word; with His mercy and grace, he may visualize His 10th door, His Royal Palace. He may enter through 10th door.
*Hindhu Religion! As per the cycle of moon, month has 27 days. One should control 27 senses of mind and obey 27 scriptures and high-lights the significance of charity. Religion with greed defines to donate various goods to win His Blessings.

Key Message of Shree Raag page 23.15
ਗੁਰਮਖ ਅਵਸਥਾ ਕਿਵੇਂ ਬਖਸ਼ਿਸ਼ ਹੋ ਸਕਦੀ ਹੈ?
ਜਿਹੜਾ ਆਪਣੇ ਤਨ ਨੂੰ ਜ਼ਮੀਨ ਬਣਾਕੇ ਜੀਵਾਂ ਦੀ ਭਲਾਈ ਦੀ ਫਸਲ ਬੀਜਦਾ ਹੈ! ਸ਼ਬਦ ਦਾ ਪਾਣੀ ਦੇਂਦਾ ਹੈ! ਉਸ ਨੂੰ ਪ੍ਰਭ ਦੀ ਰਹਿਮਤ ਨਾਲ ਗੁਰਮਖ ਅਵਸਥਾ ਬਖਸ਼ਿਸ਼ ਹੋ ਸਕਦੀ ਹੈ ।ਗੁਰੂ ਗ੍ਰੰਥ ਸਾਹਿਬ, ਸ਼ਬਦ ਨਾਲ ਜੀਵਨ ਢਾਲਣ ਨਾਲ, ਹਮੇਸ਼ਾਂ ਮੌਤ ਨੂੰ ਅਟਲ ਸਮਝਣ ਨਾਲ ਅਸਲੀ ਰਸਤਾ ਬਖਸ਼ਿਸ਼ ਹੋ ਸਕਦਾ ਹੈ! ਪ੍ਰਭ ਦੀ ਰਹਿਮਤ ਨਾਲ ਉਸ ਨੂੰ ਪ੍ਰਭ ਦਾ ਦਸਵਾਂ ਦਰ ਦਿਖਾਈ ਦੇਂਦਾ ਹੈ ।
*** ਹਿੰਦੂ ਧਰਮ ਦੇ ਪੁਜਾਰੀ ਆਪਣੇ ਲਾਲਚ ਨਾਲ ਜੀਵ ਨੂੰ ਭਰਮਾ ਵਿੱਚ ਪਾਉਦੇ ਹਨ! ਚੰਦ ਦੇ ਨਸ਼ੱਤਰਾਂ ਅਨੁਸਾਰ ਮਹਿਨਾ, 27 ਦਿਨ ਦਾ ਹੁੰਦਾ ਹੈ! ਜੀਵ ਆਪਣੇ ਜੀਵਨ ਦੇ 27 ਤੱਤਾਂ, 27 ਨਛੱਤਰਾਂ ਨੂੰ ਆਪਣੇ ਕਾਬੂ ਵਿੱਚ ਰਖ ਕੇ, ਹਰਇਕ ਦਿਨ ਹੀ ਦਾਨ ਨੂੰ ਮਹੱਤਤਾ ਦੇਂਦੇ ਹਨ!**
How state of mind as His true devotee may be blessed?
Whosever may consider his human body as farm land and grows the crops of wellbeing of His Creation; with His mercy and grace, he may be blessed with a state of mind as His true devotee. Whosoever may realize death may be unpredictable and unavoidable, he always adopts the teachings of His Word. He may not be influenced by the suspicions of cycle of moon; with His mercy and grace, he may visualize and enters through His 10th door, His Royal Palace. **Hindu Religion! As per the cycle of moon, month has 27 days. One should control 27 senses of mind and obey 27 scriptures and high-lights the significance of charity. Religion with greed defines to donate various goods on each day to win His Blessings.**

Bhai Vir Singh – ਭਾਈ ਵੀਰ ਸਿੰਘ ਜੀ!

4 ਵੇਦ	ਰਿਗ, ਸ਼ਾਮ, ਯੁਜਰ, ਅਥਰਬਨ
6 ਸ਼ਾਸਤ੍ਰ	ਸਾਂਖ, ਯੋਗ, ਨਯਾਯ, ਵੈਸ਼ੇਸ਼ਿਕ, ਮੀਮਾਂਸਾ, ਵੇਦਾਂਤ
18 ਪੁਰਾਣ	ਵਿਸ਼ਨ, ਸਿਵ, ਵਾਮਨ, ਮਤਸਜ, ਬੈਰਾਹ, ਕੂਕਮ, ਬ੍ਰਹਮ, ਭਾਗਵਤ, ਅਗਨੀ, ਗਰੁੜ, ਨਾਰਦ, ਲਿੰਗ, ਪਦਮ, ਬ੍ਰਹਮ ਵੈਵਰਤ, ਮਾਰਕੰਡੇਯ, ਬ੍ਰਹਮਾਂਡ, ਸਕੰਦ, ਭਵਿਖਜਤ

Name of Charity, donation, day of month! ਹਰਇਕ ਦਿਨ ਦਾਨ ਦਾ ਨਾਮ, ਮਹੱਤਤਾ!					
1	ਅਸ਼੍ਵਿਨੀ		15	ਵਿਸ਼ਾਖਾ	ਵਿੱਚ ਧੇਨੂ
2	ਭਰਣੀ		16	ਅਨੁਰਾਧਾ	ਵਿੱਚ ਉਤਰੀਯ ਸਹਿਤ ਵਸਤ੍ਰ
3	ਕ੍ਰਿਤਿਕਾ	ਵਿੱਚ ਖੀਰ	17	ਜਜੇਸ਼ਾ	
4	ਰੋਹਿਣੀ	ਵਿੱਚ ਰਤਨ, ਮਾਖੋਂ, ਘੀ ਤੇ ਦੁੱਧ	18	ਮੂਲ	ਵਿੱਚ ਮੂਲਕ
5	ਆਰ੍ਦ੍ਰਾ	ਵਿੱਚ ਖਿਚੜੀ	19	ਉੱਤਰਾ ਖਾੜਾ	
6	ਪੁਨਰਵਸੁ	ਵਿੱਚ ਅਪੂਧ= ਆਟੇ ਦੀ ਲਿਟੀ	20	ਸ਼੍ਰਵਣ	ਵਿੱਚ ਕੰਬਲ
7	ਪੁਖਜ	ਵਿੱਚ ਸੁਵਰਣ = ਸੋਨਾ	21	ਧਨਿਸ਼ਠਾ	ਵਿੱਚ ਵਸਤ੍ਰ ਤੇ ਧਨੂ
8	ਅਸ਼ਲੇਖਾ	ਵਿੱਚ ਰੋਪਜ	22	ਸ਼ਤਭਿਖਾ	ਵਿੱਚ ਗੰਧ ਦ੍ਰਵੰਗ

9	ਮਘਾ		23	ਪੂਰਵਾ ਭਾਦ੍ਰਪਦਾ	ਵਿੱਚ ਰਾਜ ਮੀਹ
10	ਪੂਰਵਾ ਫਾਲਗੁਨੀ		24	ਉੱਤਰਾ ਭਾਦ੍ਰਪਦਾ	ਵਿੱਚ ਮਾਸ
11	ਉੱਤਰਾ ਫਾਲਗੁਨੀ		25	ਰੇਵਤੀ	ਵਿੱਚ ਕਾਂਸਾ ਤੇ ਬਛੜੇ ਸਮੇਤ ਗਊ ਆਦਿ, ਆਦਿਕ
12	ਹਸੁ	ਵਿੱਚ ਹਸਤੀ ਔਰ ਰਥ	26	ਪੂਰਵਾ ਖਾੜਾ	ਵਿੱਚ ਬਰਤਨ ਸਮੇਤ ਦਹੀ ਤੇ ਸਾਨਾ ਹੋਇਆ ਸਤੂ
13	ਚਿਤ੍ਰਾ	ਵਿੱਚ ਉਤਮਾ ਧੇਨੁ	27	ਮ੍ਰਿਗ ਸ਼ਿਰਾ	ਵਿੱਚ ਸਵਤਸ਼ ਧੇਨੁ- ਅਰਥਾਤ ਵੱਛੇ ਸਮੇਤ ਗਾਂ
14	ਸ੍ਵਾਂਤੀ				

27. **ਸਿਰੀਰਾਗੁ ਮਹਲਾ ੧ ਘਰੁ ੩॥ (24-1)**

ਅਮਲੁ ਕਰਿ ਧਰਤੀ ਬੀਜੁ, ਸਬਦੋ ਕਰਿ ਸਚ ਕੀ ਆਬ, ਨਿਤ ਦੇਹਿ ਪਾਣੀ॥ amal kar Dhartee beej sabdo kar sach kee aab nit deh paanee.
ਹੋਇ ਕਿਰਸਾਣੁ ਈਮਾਨੁ ਜੰਮਾਇ, ho-ay kirsaan eemaan jammaa-ay
ਲੈ ਭਿਸਤੁ ਦੋਜਕੁ ਮੂੜੇ ਏਵ ਜਾਣੀ॥੧॥ lai bhisat dojak moorhay ayv jaanee. ||1||

ਪ੍ਰਭ ਦੇ ਭਾਣੇ ਅਨੁਸਾਰ ਕੰਮਾਂ ਨੂੰ ਜ਼ਮੀਨ ਦਾ ਰੂਪ ਬਣਾ ਕੇ, ਸ਼ਬਦ ਦਾ ਬੀਜ ਬੀਜੋ । ਆਪਣੇ ਜੀਵਨ ਨੂੰ ਸ਼ਬਦ ਦੀ ਸਿਖਿਆਂ ਨਾਲ ਜੀਵਨ ਢਾਲਕੇ, ਸ਼ਬਦ ਦੀ ਸਿਖਿਆਂ ਰੂਪੀ ਪਾਣੀ ਦੇਵੋ! ਆਪਣੇ ਆਪ ਨੂੰ ਕਿਸਾਨ ਦਾ ਰੂਪ ਸਮਝਕੇ ਆਪਣੇ ਭਰੋਸੇ ਨਾਲ ਸ਼ਬਦ ਦੀ ਸੋਝੀ ਨੂੰ ਇਸ ਵਿੱਚ ਪਰਫੁੱਲਤ ਕਰੋ । ਪ੍ਰਭ ਦੀ ਰਹਿਮਤ ਨਾਲ ਸਵਰਗ, ਨਰਕ ਦੀ ਜਾਗਰਤੀ, ਸੋਝੀ ਬਖਸ਼ਿਸ਼ ਹੋ ਜਾਂਦੀ ਹੈ ।

You should consider your deeds as a farm land and you should sow the seeds of His Word. You should adopt the teachings of His Word with steady and stable belief in your day-to-day life. You should remain contented with His Blessings. You should consider your mind as a farmer and blossoms the teachings of His Word within; with His mercy and grace, you may be enlightened with state of mind of heaven and hell within your mind.

ਮਤੁ ਜਾਣ ਸਹਿ ਗਲੀ ਪਾਇਆ॥ mat jaan seh galee paa-i-aa.
ਮਾਲ ਕੈ ਮਾਣੈ ਰੂਪ ਕੀ ਸੋਭਾ, maal kai maanai roop kee sobhaa
ਇਤੁ ਬਿਧੀ ਜਨਮੁ ਗਵਾਇਆ॥੧॥ ਰਹਾਉ॥ it biDhee janam gavaa-i-aa. ||1|| rahaa-o.

ਸੰਸਾਰਕ ਧਨ ਦੌਲਤ ਦੇ ਮਾਣ ਨਾਲ ਮਾਨਸ ਜਨਮ ਬਰਬਾਦ ਨਾ ਕਰੋ । ਕੇਵਲ ਸ਼ਬਦ ਸੁਣਨ, ਪ੍ਰਚਾਰ ਕਰਨ ਨਾਲ, ਕਿਸ ਨੂੰ ਰਹਿਮਤ ਬਖਸ਼ਿਸ਼ ਨਹੀਂ ਹੋਈ ।

You should not waste your human life opportunity with ego of your worldly status and possessions. No one has ever been accepted in His Court; only by listening or preaching the teachings of Holy Scripture.

ਐਬ ਤਨਿ ਚਿਕੜੋ ਇਹੁ ਮਨੁ ਮੀਡਕੋ, ਕਮਲ ਕੀ ਸਾਰ ਨਹੀ ਮੂਲਿ ਪਾਈ॥ aib tan chikrho ih man meedkokamal kee saar nahee mool paa-ee.
ਭਉਰੁ ਉਸਤਾਦੁ ਨਿਤ ਭਾਖਿਆ, ਬੋਲੇ ਕਿਉ ਬੂਝੈ ਜਾ ਨਹ ਬੁਝਾਈ॥੨॥ bha-ur ustaad nit bhaakhi-aabolay ki-o boojhai jaa nah bujhaa-ee. ||2||

ਮਨਮੁਖ ਸੰਸਾਰਕ ਇਛਾਂ ਕਰਕੇ, ਆਪਣੇ ਅਨਮੋਲ ਮਨ ਦੀ ਕੀਮਤ ਨਹੀਂ ਜਾਣ ਸਕਦਾ । ਪ੍ਰਭ ਦਾ ਸ਼ਬਦ ਹਮੇਸ਼ਾਂ ਹੀ ਅਸਲੀ ਰਸਤਾ ਦੱਸਦਾ ਹੈ । ਜਿਹੜਾ ਸ਼ਬਦ ਦੀ ਸਿਖਿਆਂ ਨਾਲ ਆਪਣਾ ਜੀਵਨ ਨਹੀਂ ਢਾਲਦਾ, ਉਸ ਨੂੰ ਕੋਈ ਲਾਭ ਬਖਸ਼ਿਸ਼ ਨਹੀਂ ਹੁੰਦਾ ।

Self-minded remains intoxicated in worldly greed and misdeeds; he may never realize the significance of his human life opportunity. The teachings of His Word always **inspire the right path of salvation**. Whosoever may not adopt the teachings of His Word; he may not benefit from His Blessings, of human life opportunity nor he may be accepted in His Court.

ਆਖਣੁ ਸੁਨਣਾ ਪਉਣ ਕੀ ਬਾਣੀ, ਇਹੁ ਮਨੁ ਰਤਾ ਮਾਇਆ॥ aakhan sunnaa pa-un kee banee ih man rataa maa-i-aa.
ਖਸਮ ਕੀ ਨਦਰਿ ਦਿਲਹਿ ਪਸਿੰਦੇ, ਜਿਨੀ ਕਰਿ ਏਕੁ ਧਿਆਇਆ॥੩॥ khasam kee nadar dilahi pasinday jinee kar ayk Dhi-aa-i-aa. ||3||

ਮੰਦਰ, ਗੁਰਦਵਾਰੇ, ਵਿੱਚ ਪੜ੍ਹੀ ਸੁਣੀ ਬਾਣੀ ਇਕ ਹਨੇਰੀ ਦੀ ਤਰ੍ਹਾਂ ਹੀ ਹੁੰਦੀ ਹੈ । ਜੋ ਆਈ ਤੇ ਚਲੇ ਗਈ, ਇਸ ਦਾ ਕੋਈ ਲਾਭ ਨਹੀਂ ਹੁੰਦਾ । ਜਿਹੜਾ ਸ਼ਬਦ ਦੀ ਸਿਖਿਆਂ ਨੂੰ ਅਡੋਲ ਭਰੋਸੇ ਨਾਲ ਜੀਵਨ ਵਿੱਚ ਨਹੀਂ ਢਾਲਦਾ, ਉਸ ਨੂੰ ਅਸਲੀ ਰਸਤਾ ਕਦੇ ਬਖਸ਼ਿਸ਼ ਨੂੰ ਹੋ ਸਕਦਾ ।

Listening to the rhymes of Holy Scripture in Holy Shrine may be like a storm only. The teachings of Holy Scripture may touch your heart; however, the influence of the teachings may never be drenched within. Whosoever may not adopt the teachings of His Word with steady and stable belief in his day-to-day life; he may never be blessed with the right path of salvation, acceptance in His Court.

ਤੀਹ ਕਰਿ ਰਖੇ ਪੰਜ ਕਰਿ, ਸਾਥੀ ਨਾਉ ਸੈਤਾਨੁ ਮਤੁ ਕਟਿ ਜਾਈ॥ teeh kar rakhay panj kar saathee naa-o saitaan mat kat jaa-ee.
ਨਾਨਕੁ ਆਖੈ ਰਾਹਿ ਪੈ ਚਲਣਾ, naanak aakhai raahi pai chalnaa
ਮਾਲੁ ਧਨੁ ਕਿਤ ਕੂ ਸੰਜਿਆਹੀ॥੪॥27॥ maal Dhan kit koo sanji-aahee. ||4||27||

ਜੀਵ ਭਾਵੇਂ 30 ਵਰਤ ਰਖੇ, ਭਾਵੇਂ ਪੱਜ ਨਮਾਜਾਂ, ਜਾ ਪੰਜ ਬਾਣੀਆਂ ਪੜ੍ਹੇ, ਨਿਤਨੇਮ ਕਰੇ । ਇਹ ਸਭ ਕੁਝ ਤੇਰਾ ਮਨ, ਜਮਦੂਤ (Devil) ਦੀ ਤਰ੍ਹਾਂ ਖਤਮ ਕਰ ਦੇਂਦਾ ਹੈ । ਅਖੀਰ ਵਿੱਚ ਤੂੰ ਮੌਤ ਦੇ ਰਸਤੇ ਹੀ ਚਲਣਾ ਹੈ । ਇਹ ਸੰਸਾਰਕ ਧਨ, ਮੋਹ ਦੇ ਜਾਲ ਵਿੱਚ ਕਿਉਂ ਫਸਿਆ ਹੈ?

Self-minded may follow the religious rituals of reading five prayers as morning routine, abstain from food, 20 specific days of month. His mind will destroy the influence of those teachings like a devil. In the end! He may be captured by devil of death. Why are you intoxicated with worldly wealth and worldly possessions?

Key Message of Shree Raag page 24-1
ਗੁਰਦਵਾਰੇ ਪੜ੍ਹੀ ਸੁਣੀ ਬਾਣੀ ਦਾ ਕੀ ਲਾਭ ਹੈ?
ਮੰਦਰ, ਗੁਰਦਵਾਰੇ, ਵਿੱਚ ਪੜ੍ਹੀ ਸੁਣੀ ਬਾਣੀ ਇਕ ਹਨੇਰੀ ਦੀ ਤਰ੍ਹਾਂ ਹੀ ਹੁੰਦੀ ਹੈ । ਜੋ ਆਈ ਤੇ ਚਲੇ ਗਈ, ਇਸ ਦਾ ਕੋਈ ਲਾਭ ਨਹੀਂ ਹੁੰਦਾ । ਜਿਹੜਾ ਸ਼ਬਦ ਦੀ ਸਿਖਿਆਂ ਨੂੰ ਅਡੋਲ ਭਰੋਸੇ ਨਾਲ ਜੀਵਨ ਵਿੱਚ ਨਹੀਂ ਢਾਲਦਾ, ਉਸ ਨੂੰ ਅਸਲੀ ਰਸਤਾ ਕਦੇ ਬਖਸ਼ਿਸ਼ ਨਹੀਂ ਹੋ ਸਕਦਾ । ਜਿਹੜਾ ਸ਼ਬਦ ਦੀ ਸਿਖਿਆਂ ਨਾਲ ਜੀਵਨ ਢਾਲਦਾ ਹੈ! ਪ੍ਰਭ ਦੀ ਰਹਿਮਤ ਨਾਲ ਉਸ ਨੂੰ ਸਵਰਗ, ਨਰਕ ਦੀ ਜਾਗਰਤੀ, ਸੋਝੀ ਬਖਸ਼ਿਸ਼ ਹੋ ਜਾਂਦੀ ਹੈ ।
What may be the reward of hearing sermons at Gurdwara!
Listening to the rhymes of Holy Scripture at Holy Shrine may be like a storm, tornado only. The teachings of Holy Scripture may touch his heart; however, the influence of the teachings may never be drenched within. Whosoever may adopt the

teachings of His Word with steady and stable belief; with His mercy and grace, he may be enlightened with state of mind of heaven and hell within his mind.

28. ਸਿਰੀਰਾਗੁ ਮਹਲਾ ੧ ਘਰੁ ੪॥ (24-7)

ਸੋਈ ਮਉਲਾ ਜਿਨਿ ਜਗੁ ਮਉਲਿਆ, ਹਰਿਆ ਕੀਆ ਸੰਸਾਰੋ॥ — so-ee ma-ulaa jin jag ma-oli-aa hari-aa kee-aa sansaaro.
ਆਬ ਖਾਕੁ ਜਿਨਿ ਬੰਧਿ ਰਹਾਈ, ਧੰਨੁ ਸਿਰਜਣਹਾਰੋ॥੧॥ — aab khaak jin banDh rahaa-ee Dhan sirjanhaaro. ||1||

ਇਕੋ ਇਕ ਪ੍ਰਭ, ਸ੍ਰਿਸ਼ਟੀ ਦਾ ਮਾਲਕ ਹੀ ਜਲ ਅਤੇ ਥਲ ਪੈਦਾ ਕਰਦਾ, ਇਕੱਠਾ ਹੀ ਰਖਦਾ ਹੈ । ਉਹ ਸਾਰੀ ਸ੍ਰਿਸ਼ਟੀ ਪੈਦਾ ਕਰਦਾ, ਵੱਖਰੀ ਕਿਸਮ ਦੇ ਜੀਵ ਸ੍ਰਿਸਟੀ ਵਿੱਚ ਵਸਦੇ, ਪਰਫੁੱਲਤ ਰਹਿੰਦੇ ਹਨ ।

The One and Only One, True Master creates water, earth and keeps together and stable. He creates various creatures in the universe and co-exist. Same way desires (shakti) and His Word (shiv) remain together within heart, mind, and soul. His Word remains blossoming in all creatures in all universes.

ਮਰਣਾ ਮੁਲਾ ਮਰਣਾ॥ — marnaa mulaa marnaa.
ਭੀ ਕਰਤਾਰਹੁ ਡਰਣਾ॥੧॥ ਰਹਾਉ॥ — Bhee kartaarahu darnaa. ||1|| rahaa-o.

ਸੰਸਾਰਕ ਗੁਰੂ, ਪੀਰ! ਪ੍ਰਭ ਦਾ ਖੌਫ ਰਖੋ! ਉਹ ਹੀ ਜੀਵ ਨੂੰ ਜਨਮ ਅਤੇ ਮੌਤ ਦੇਂਦਾ ਹੈ, ਉਸ ਨੂੰ ਕਦੇ ਵੀ ਨਾ ਭੁਲਾਵੋ ।

Worldly guru! You should always remember, only His Command prevails in the universe. Both, birth, and death may only prevail with His Blessings and under His Command.

ਤਾ ਤੂ ਮੁਲਾ ਤਾ ਤੂ ਕਾਜੀ, ਜਾਣਹਿ ਨਾਮੁ ਖੁਦਾਈ॥ — taa too mulaa taa too kaajee jaaneh Naam khudaa-ee.
ਜੇ ਬਹੁਤੇਰਾ ਪੜਿਆ ਹੋਵਹਿ ਕੋ ਰਹੈ ਨ ਭਰੀਐ ਪਾਈ॥੨॥ — jay bahutayraa parhi-aa hoveh ko rahai na bharee-ai paa-ee. ||2||

ਜਿਸ ਦੇ ਮਨ ਵਿੱਚ ਪ੍ਰਭ ਦੇ ਸ਼ਬਦ ਦੀ ਸਿਖਿਆਂ ਰਚ ਜਾਂਦੀ ਹੈ, ਉਹ ਗੁਰੂ, ਪੀਰ ਵਰਗਾ ਹੀ ਬਣ ਜਾਂਦਾ ਹੈ । ਕੋਈ ਕਿਤਨਾ ਵੀ ਗਿਆਨਵਾਨ ਕਿਉਂ ਨਾ ਹੋਵੇ? ਜਿਸ ਦੇ ਸਵਾਸ ਦੀ ਪੂੰਜੀ ਖਤਮ ਹੋ ਜਾਂਦੀ ਹੈ, ਉਸ ਨੂੰ ਮੌਤ ਆ ਜਾਂਦੀ ਹੈ ।

Whosoever may remain drenched with the essence of His Word within his day-to-day life; with His mercy and grace, he may be blessed with a state of mind as His true devotee. No matter how much enlightened may be worldly guru, scholar? Whose capital of breathes may be exhausted; he must die.

ਸੋਈ ਕਾਜੀ, ਜਿਨਿ ਆਪੁ ਤਜਿਆ, ਇਕੁ ਨਾਮੁ ਕੀਆ ਆਧਾਰੋ॥ — so-ee kaajee jin aap taji-aa ik Naam kee-aa aaDhaaro.
ਹੈ ਭੀ ਹੋਸੀ ਜਾਇ ਨ ਜਾਸੀ, ਸਚਾ ਸਿਰਜਣਹਾਰੋ॥੩॥ — Hai bhee 156ose jaa-ay na jaasee sachaa sirjanhaaro. ||3||

ਜਿਹੜਾ ਆਪਾ ਪ੍ਰਭ ਦੇ ਭੇਟਾ ਕਰ ਦੇਂਦਾ ਹੈ, ਉਸ ਨੂੰ ਹੀ ਅਸਲੀ ਗੁਰੂ, ਪੀਰ ਅਵਸਥਾ ਬਖਸ਼ਿਸ਼ ਹੋ ਸਕਦੀ ਹੈ । ਇਕੋ ਇਕ ਪ੍ਰਭ ਹੀ ਸਭ ਸ੍ਰਿਸ਼ਟੀ ਨੂੰ ਪੈਦਾ ਕਰਨ ਵਾਲਾ, ਪ੍ਰਭ ਆਪ ਜਨਮ ਮਰਨ ਦੇ ਚੱਕਰ ਵਿੱਚ ਨਹੀਂ ਹੁੰਦਾ ।

Whosoever may surrender his self-entity at His Sanctuary; with His mercy and grace, he may be blessed with a state of mind as His true devotee. The One and Only One, True Master creates the cycle of birth and death; however, He remains beyond the cycle of birth and death.

ਪੰਜਿ ਵਖਤ ਨਿਵਾਜ ਗੁਜਾਰਹਿ, ਪੜਹਿ ਕਤੇਬ ਕੁਰਾਣਾ॥ — panj vakhat nivaaj gujaareh parheh katayb kuraanaa.
ਨਾਨਕੁ ਆਖੈ ਗੋਰ ਸਦੇਈ, ਰਹਿਓ ਪੀਣਾ ਖਾਣਾ॥੪॥28॥ — Naanak aakhai gor saday-ee rahi-o peenaa khaanaa. ||4||28||

ਜੀਵ ਭਾਵੇਂ ਪੰਜ ਨਮਾਜ਼ਾਂ, ਪੰਜ ਬਾਣੀਆਂ ਪੜ੍ਹੇ, ਧਾਰਮਕ ਗ੍ਰੰਥਾਂ ਦਾ ਪੁਜਾਰੀ ਹੋਵੇ । ਜਿਸ ਦੇ ਸਵਾਸਾਂ ਦੀ ਪੂੰਜੀ ਖਤਮ ਹੋ ਜਾਂਦੀ ਹੈ, ਉਹ ਮੌਤ ਦੇ ਹਵਾਲੇ ਹੋ ਜਾਂਦਾ ਹੈ ।

Worldly guru, devotee may be a devotional follower, reading routine religious five prayers or a worshipper of religious five sections of religious Holy Scriptures; however, whose capital of breathes may be exhausted, he may be captured by the devil of death to endure the judgement of the devil of death.

Key Message of Shree Raag page 24.7
ਗੁਰਮਖ ਅਵਸਥਾ ਕਿਵੇਂ ਬਖਸ਼ਿਸ਼ ਹੋ ਸਕਦੀ ਹੈ?
ਜਿਹੜਾ ਆਪਾ ਪ੍ਰਭ ਦੇ ਭੇਟਾ ਕਰ ਦੇਂਦਾ ਹੈ, ਉਸ ਨੂੰ ਹੀ ਅਸਲੀ ਗੁਰੂ, ਪੀਰ ਅਵਸਥਾ ਬਖਸ਼ਿਸ਼ ਹੋ ਸਕਦੀ ਹੈ । ਇਕੋ ਇਕ ਪ੍ਰਭ ਹੀ ਸਭ ਸ੍ਰਿਸ਼ਟੀ ਨੂੰ ਪੈਦਾ ਕਰਨ ਵਾਲਾ, ਪ੍ਰਭ ਆਪ ਜਨਮ ਮਰਨ ਦੇ ਚੱਕਰ ਵਿੱਚ ਨਹੀਂ ਹੁੰਦਾ ।
How may the state of mind as His true devotee be blessed?
Whosoever may surrender his self-entity at His Sanctuary; with His mercy and grace, he may be blessed with a state of mind as His true devotee. The One and Only One, True Master, Creator remains beyond the cycle of birth and death.

29. ਸਿਰੀਰਾਗੁ ਮਹਲਾ ੧ ਘਰੁ ੪॥ (24-12)

ਏਕੁ ਸੁਆਨੁ, ਦੁਇ ਸੁਆਨੀ ਨਾਲਿ॥ — ayk su-aan du-ay su-aanee naal.
ਭਲਕੇ ਭਉਕਹਿ, ਸਦਾ ਬਇਆਲਿ॥ — bhalkay bha-ukahi sadaa ba-i-aal.
ਕੂੜੁ ਛੁਰਾ, ਮੁਠਾ ਮੁਰਦਾਰੁ॥ ਧਾਣਕ ਰੂਪਿ ਰਹਾ ਕਰਤਾਰ॥੧॥ — koorh chhuraa muthaa murdaar. dhaanak roop rahaa kartaar. ||1||

ਮੈਂ ਲਾਲਚ ਨਾਲ ਭਰਿਆਂ, ਅੰਨ੍ਹਾ ਹੋਇਆਂ ਹਾ । ਮੈਂ ਦਿਨ ਰਾਤ ਠੱਗੀਆਂ, ਚਲਾਕੀਆਂ ਦੀ ਤਰਕੀਬ ਘੜਦਾ ਰਹਿੰਦਾ ਹਾ । ਮੈਂ ਝੂਠ ਅਤੇ ਧੋਖਾ, ਬੇਮਾਨੀ ਦਾ ਧਨ ਹੀ ਖਾਂਦਾ, ਹੰਡਾਉਂਦਾ, ਮੇਰੀ ਮਾਲਕੀਅਤ, ਹਥਿਆਰ ਹੈ । ਮੇਰੀ ਅਸਲੀਅਤ ਝੂਠ, ਧੋਖਾ ਬਾਜੀ, ਫਰੇਬ ਹੀ ਮੇਰੇ ਕਰਤਬ ਹਨ ।

I am overwhelmed with greed and ignorant, blind from the essence of Your Word! I am manipulating, fabricating deceptive plans day and night. I survive and cherish on the earnings of deceit, dishonesty; deception remains my worldly status and my tools. The reality of my life remains deceptive worldly deeds and lies.

ਮੈ ਪਤਿ ਕੀ ਪੰਦਿ, ਨ ਕਰਣੀ ਕੀ ਕਾਰ॥ — mai pat kee pand na karnee kee kaar.
ਹਉ ਬਿਗੜੈ ਰੂਪਿ, ਰਹਾ ਬਿਕਰਾਲ॥ — ha-o bigrhai roop rahaa bikraal.
ਤੇਰਾ ਏਕੁ ਨਾਮੁ, ਤਾਰੇ ਸੰਸਾਰੁ॥ — tayraa ayk Naam taaray sansaar.
ਮੈ ਏਹਾ ਆਸ, ਏਹੋ ਆਧਾਰੁ॥੧॥ ਰਹਾਉ॥ — mai ayhaa aas ayho aaDhaar. ||1|| rahaa-o.

ਮੈਂ ਸ੍ਰਿਸ਼ਟੀ ਦੀ ਭਲਾਈ ਦੇ ਕੰਮਾਂ ਵਿੱਚ ਹਿਸਾ ਨਹੀਂ ਲੈਂਦਾ । ਇਹ ਮੇਰੇ ਜੀਵਨ ਦਾ ਰਸਤਾ ਹੈ । ਕੇਵਲ ਪ੍ਰਭ ਹੀ ਸਾਰੇ ਸੰਸਾਰ ਦਾ ਰਖਵਾਲਾ ਹੈ । ਮੇਰੀ ਇਕੋ ਇਕ ਹੀ ਆਸ ਹੈ! ਮੇਰੀ ਵੀ ਰਖਿਆ ਕਰੋ ।

ਗੁਰੂ ਨਾਨਕ ਦੇਵ ਜੀ! – Guru Nanak Dev Ji! Guru Granth Sahib

I have not participated in any activity for the welfare of humanity nor adopted the path of His Word in my day-to-day life. Only, The One and Only One, True Master, Protector and Savior of the universe! I only pray for His Forgiveness and Refuge! Bless me devotion to adopt His Word in my life.

ਮੁਖਿ ਨਿੰਦਾ, ਆਖਾ ਦਿਨੁ ਰਾਤਿ॥ ਪਰ ਘਰੁ ਜੋਹੀ, ਨੀਚ ਸਨਾਤਿ॥ mukh nindaa aakhaa din raat. par ghar johee neech sanaat.
ਕਾਮੁ ਕ੍ਰੋਧੁ ਤਨਿ, ਵਸਹਿ ਚੰਡਾਲ॥ ਧਾਣਕ ਰੂਪਿ, ਰਹਾ ਕਰਤਾਰ॥੨॥ kaam kroDh tan vaseh chandaal. dhaanak roop rahaa kartaar. ||2||

ਮੈਂ ਦਿਨ ਰਾਤ ਚੁਗਲੀ, ਨਿੰਦਿਆਂ ਹੀ ਕਰਦਾ ਹਾ । ਮਨ, ਕਾਮਵਾਸਨਾ ਦਾ ਗੁਲਾਮ ਹੋ ਗਿਆ ਹੈ । ਕਰੋਧ, ਨਿਰਾਸ਼ਾ ਮਨ ਵਿੱਚ ਘਰ ਕਰ ਗਈ ਹੈ । ਇਸਤਰ੍ਹਾਂ ਮੈਂ ਇਕ ਜ਼ਖਮੀ ਸ਼ਿਕਾਰੀ ਦੀ ਤਰ੍ਹਾਂ ਜੀਵਨ ਬਤੀਤ ਕਰਦਾ ਹੈ । ਇਹ ਮੇਰੇ ਮਨ ਦੀ ਅਵਸਥਾ ਹੈ ।

I may remain criticizing and slandering others, Day, and night. I have become a slave of sexual urge with strange partner; anger of disappointments has dominated my life. I am like an injured hunter, warrior.

ਫਾਹੀ ਸੁਰਤਿ ਮਲੂਕੀ ਵੇਸੁ॥ ਹਉ ਠਗਵਾੜਾ, ਠਗੀ ਦੇਸੁ॥ Faahee surat malookee vays. Ha-o thagvaarhaa thagee days.
ਖਰਾ ਸਿਆਣਾ, ਬਹੁਤਾ ਭਾਰੁ॥ ਧਾਣਕ ਰੂਪਿ, ਰਹਾ ਕਰਤਾਰ॥੩॥ Kharaa si-aanaa bahutaa bhaar. Dhaanak roop rahaa kartaar. ||3||

ਮੈਂ ਬਹੁਤ ਭੋਲੇਪਣ ਦਾ ਦਿਖਾਵਾ ਕਰਦਾ ਹਾ । ਪਰ ਮੇਰਾ ਧਿਆਨ ਹਮੇਸ਼ਾਂ ਧੋਖੇ ਦੀਆਂ ਸਕੀਮਾਂ ਘੜਦਾ ਰਹਿੰਦਾ ਹੈ । ਮੈਂ ਇਕ ਬਹੁਤ ਚਲਾਕ ਠੱਗ ਬਣ ਗਿਆ ਹਾ । ਮੈਂ ਸ੍ਰਿਸ਼ਟੀ ਨੂੰ ਠੱਗਦਾ, ਕੋਈ ਮੇਰੀ ਚਾਲ ਤੋਂ ਉਪਰ ਨਹੀਂ ਹੈ । ਮੇਰੇ ਪਾਸ ਪਾਪਾਂ ਦੀ ਬਹੁਤ ਪੂੰਜੀ, ਪਰਾਇਆ ਧਨ ਖਾਣਾ ਹੀ ਮੇਰਾ ਜੀਵਨ ਦਾ ਢੰਗ ਹੈ ।

I pretended to be an innocent; however, I always fabricate deceptive schemes. I have become a clever thug to deceive Your Creation. No one may be beyond my reach. I am a very cunning, overwhelmed with the earnings of sins. Robbing other has become my way of human life.

ਮੈ ਕੀਤਾ ਨ ਜਾਤਾ, ਹਰਾਮਖੋਰੁ॥ ਹਉ ਕਿਆ ਮੁਹੁ ਦੇਸਾ, ਦੁਸਟੁ ਚੋਰੁ॥ mai keetaa na jaataa haraamkhor. ha-o ki-aa muhu daysaa dusat chor.
ਨਾਨਕੁ ਨੀਚੁ, ਕਹੈ ਬੀਚਾਰੁ॥ ਧਾਣਕ ਰੂਪਿ, ਰਹਾ ਕਰਤਾਰ॥੪॥29॥ naanak neech kahai beechaar. Dhaanak roop rahaa kartaar. ||4||29||

ਮੈਂ ਤੇਰੀਆਂ ਦਾਤਾਂ ਦੀ ਕੋਈ ਕੀਮਤ ਨਹੀਂ ਪਾਉਂਦਾ । ਮੈਂ ਪਰਾਏ ਧਨ ਤੇ ਕਾਬਜ਼ ਹੋ ਕੇ ਉਹਨਾਂ ਦਾ ਮਖੌਲ ਉਡਾਉਂਦਾ ਹਾ । ਕਿਹੜਾ ਮੂੰਹ ਲੇ ਕੇ ਤੇਰੇ ਸਾਮ੍ਹਣੇ ਆਵਾ । ਚੋਰ ਦੀ ਤਰ੍ਹਾਂ ਹੀ ਤੇਰੇ ਦਰਬਾਰ ਵਿੱਚ ਛਿਪਆ ਹੋਇਆਂ ਹਾ । ਇਸਤਰ੍ਹਾਂ ਹੀ ਮੇਰਾ ਨੀਚਾਂ, ਜ਼ਾਲਮਾਂ ਵਾਲਾ ਜੀਵਨ ਦਾ ਢੰਗ ਹੈ ।

I do not value nor remain gratitude for Your Blessings. I have cheated others and make a mockery of their honesty. With such a way of my life! What may I pray? How may I stand in front of You? I am hiding like a thief in Your Palace. I am such a low-life life; I have wasted my precious opportunity like a tyrant.

Key Message of Shree Raag page 24-12
ਮਨਮੁਖ ਦੇ ਮਨ ਦੀ ਕੀ ਅਵਸਥਾ ਹੁੰਦੀ ਹੈ?
ਮਨਮੁਖ ਲਾਲਚ ਨਾਲ ਭਰਿਆਂ, ਅੰਨ੍ਹਾ ਹੋਇਆਂ, ਦਿਨ ਰਾਤ ਠੱਗੀਆਂ, ਚਲਾਕੀਆਂ ਦੀ ਤਰਕੀਬ ਘੜਦਾ ਰਹਿੰਦਾ ਹਾ । ਝੂਠ ਅਤੇ ਧੋਖਾ, ਬੇਮਾਨੀ ਦਾ ਧਨ ਹੀ ਖਾਂਦਾ, ਹੜਾਉਂਦਾ, ਮਾਲਕੀਅਤ, ਹਥਿਆਰ ਹੈ । ਪਰਾਏ ਧਨ ਤੇ ਕਾਬਜ਼ ਹੋ ਕੇ ਉਹਨਾਂ ਦਾ ਮਖੌਲ ਉਡਾਉਂਦਾ ਹਾ ।
The state of mind as Self-minded!
Self-minded remains ignorant and blind from the essence of His Word! He remains overwhelmed with greed and fabricate deceptive plans day and night. He survives and cherishes on the earnings of deceit, dishonesty, and deception; such a way of life remains his worldly status and tools. He cheats others and make a mockery of their honesty.

30. ਸਿਰੀਰਾਗੁ ਮਹਲਾ ੧ ਘਰੁ ੪॥ (24-19)

ਏਕਾ ਸੁਰਤਿ ਜੇਤੇ ਹੈ ਜੀਅ॥ ਸੁਰਤਿ ਵਿਹੂਣਾ ਕੋਇ ਨ ਕੀਅ॥ aykaa surat jaytay hai jee-a. surat vihoonaa ko-ay na kee-a.
ਜੇਹੀ ਸੁਰਤਿ ਤੇਹਾ ਤਿਨ ਰਾਹੁ॥ ਲੇਖਾ ਇਕੋ ਆਵਹੁ ਜਾਹੁ॥੧॥ jayhee surat tayhaa tin raahu. laykhaa iko aavhu jaahu. ||1||

ਪ੍ਰਭ ਹਰਇਕ ਵਿੱਚ ਸੋਝੀ, ਸੁਰਤ, ਗਿਆਨ ਬਖਸ਼ਕੇ ਹੀ ਸ੍ਰਿਸ਼ਟੀ ਵਿੱਚ ਪੈਦਾ ਕਰਦਾ ਹੈ! ਪ੍ਰਭ ਦੀ ਬਖਸ਼ੀ ਸੋਝੀ ਤੋਂ ਬਿਨਾਂ ਕੋਈ, ਕੁਝ ਵੀ ਨਹੀਂ ਕਰ ਸਕਦਾ! ਉਸ ਅਨੁਸਾਰ ਹੀ ਵੱਖਰੇ ਵੱਖਰੇ ਰਸਤੇ ਤੇ ਚਲਦਾ ਹੈ! ਆਪਣੇ ਕੀਤੇ ਕੰਮਾਂ ਅਨੁਸਾਰ ਜੂੰਨਾਂ ਦੇ ਚੱਕਰ ਵਿੱਚ ਜਾਂਦਾ ਹੈ ।

The True Master has infused enlightenment of the essence of His Word, the right path of acceptance in His Court before blessing worldly body to his soul. No one may be beyond His reach nor His Blessings. He inspires, assigns various task to each creature. He may be rewarded or wanders in various life cycles as per his own worldly deeds.

ਕਾਹੇ ਜੀਅ ਕਰਹਿ ਚਤੁਰਾਈ॥ kaahay jee-a karahi chaturaa-ee.
ਲੇਵੈ ਦੇਵੈ ਢਿਲ ਨ ਪਾਈ॥੧॥ ਰਹਾਉ॥ layvai dayvai dhil na paa-ee. ||1|| rahaa-o.

ਕਿਉਂ ਆਪਣੀਆਂ ਚਲਾਕੀਆਂ ਚਲਾਉਂਦਾ ਹੈ? ਪ੍ਰਭ ਦਾਤਾਂ ਬਖਸ਼ਣ ਵਾਲੇ ਜਾ ਰਹਿਮਤ ਦੀ ਨਜ਼ਰ ਦੂਰ ਕਰਨ ਵੇਲੇ ਹੀ ਕੋਈ ਢਿਲ ਕਰਦਾ ਹੈ!

Why are you intoxicated with cleaver and deceptive schemes? Remembered! The Omniscient True Master may never delay in bestowing His Blessed Vision nor delay or hesitate depriving from His Blessed Vision.

ਤੇਰੇ ਜੀਅ ਜੀਆ ਕਾ ਤੋਹਿ॥ ਕਿਤ ਕਉ ਸਾਹਿਬ ਆਵਹਿ ਰੋਹਿ॥ tayray jee-a jee-aa kaa tohi. kit ka-o saahib aavahi rohi.
ਜੇ ਤੂ ਸਾਹਿਬ ਆਵਹਿ ਰੋਹਿ॥ ਤੂ ਓਨਾ ਕਾ ਤੇਰੇ ਓਹਿ॥੨॥ jay too saahib aavahi rohi. too onaa kaa tayray ohi. ||2||

ਇਕੋ ਇਕ ਪ੍ਰਭ ਹੀ ਸ੍ਰਿਸ਼ਟੀ ਪੈਦਾ ਕਰਦਾ ਹੈ, ਅਸਲੀ ਮਾਲਕ ਆਪਣੇ ਪੈਦਾ ਕੀਤੇ ਜੀਵਾ ਨਾਲ ਨਰਾਜ਼ ਕਿਵੇਂ ਹੋ ਸਕਦਾ ਹੈ? ਅਗਰ ਨਰਾਜ਼ ਹੋ ਵੀ ਜਾਵੇ, ਫਿਰ ਵੀ ਤੇਰੇ ਪੈਦਾ ਕੀਤੇ, ਹਮੇਸ਼ਾਂ ਤੇਰੇ ਹੀ ਦਾਸ ਰਹਿਣੇ ਹਨ! ਮੁਸੀਬਤ ਵਿੱਚ ਤੂੰ ਹੀ ਉਹਨਾਂ ਦੀ ਰਖਿਆ ਕਰਨੀ ਹੈ!

The True Master, Creator! Your Creation remains an expansion of Your Holy Spirit, only Your Trust. How may You disown Your Own Imagination, Creation? You may remain disappointed with their worldly deeds; however, everything may only happen with Your Command; he may endure the judgement of The Righteous Judge. At time of any misery! he may always beg for Your Forgiveness, Refuge, and protection from the devil of death.

ਅਸੀ ਬੋਲਵਿਗਾੜ ਵਿਗਾੜਹ ਬੋਲ॥ ਤੂ ਨਦਰੀ ਅੰਦਰਿ ਤੋਲਹਿ ਤੋਲ॥ asee bolvigaarh vigaarhah bol. too nadree andar toleh tol.
ਜਹ ਕਰਣੀ ਤਹ ਪੂਰੀ ਮਤਿ॥ ਕਰਣੀ ਬਾਝਹੁ ਘਟੇ ਘਟਿ॥੩॥ jah karnee tah pooree mat. karnee baajhahu ghatay ghat. ||3||

ਅਣਜਾਣ ਸੰਸਾਰਕ ਜੀਵ ਬੁੜਬੁੜ ਕਰਦਾ ਰੀਹੰਦਾ ਹੈ, ਬਹੁਤ ਬੁਰਾ ਬੋਲ ਜਾਂਦਾ ਹੈ! ਪਰ ਤੇਰੀ ਨਜ਼ਰ ਇਸ ਤੇ ਕੋਈ ਵਿਚਾਰ ਨਹੀਂ ਕਰਦੀ! ਤੂੰ ਸਾਡੇ ਕੀਤੇ ਕੰਮਾਂ ਨੂੰ ਹੀ ਮਾਪਦਾ ਹੈ, ਦਰਬਾਰ ਵਿੱਚ ਕੇਵਲ ਪਵਿੱਤਰ ਭਾਵਨਾਂ ਨਾਲ ਕੀਤੇ ਕੰਮ ਹੀ ਪ੍ਰਵਾਨ ਕਰਦਾ ਹੈ ।

Ignorant creatures may always speak rude, nonsense in frustration, his disappointment of his worldly desires; however, The True Master ignores his stupidity, comments of frustration. His worldly deeds may only be judged with the essence of His Word; the real purpose of his human life. Only sincere deeds for the well-fare of His Creation may be accepted in His Court.

ਪ੍ਰਣਵਤਿ ਨਾਨਕ, ਗਿਆਨੀ ਕੈਸਾ ਹੋਇ॥ paranvat naanak gi-aanee kaisaa ho-ay.
ਆਪੁ ਪਛਾਣੈ ਬੂਝੈ ਸੋਇ॥ aap pachhaanai boojhai so-ay.
ਗੁਰ ਪਰਸਾਦਿ ਕਰੇ ਬੀਚਾਰੁ॥ ਸੋ ਗਿਆਨੀ ਦਰਗਹ ਪਰਵਾਣੁ॥੪॥30॥ gur parsaad karay beechaar. so gi-aanee dargeh parvaan. ||4||30||

ਬਿਨਾਂ ਨੇਕੀ ਦੇ ਕੰਮਾਂ ਤੋਂ, ਕੇਵਲ ਦਿਖਾਵੇ ਵਾਲੇ ਕੰਮਾਂ ਨਾਲ ਘਾਟਾ ਹੀ ਹੁੰਦਾ ਹੈ! ਜਿਹੜਾ ਆਪਣੇ ਆਪ ਨੂੰ ਜਾਣ ਜਾਂਦਾ, ਮਾਨਸ ਜੀਵਨ ਦਾ ਮੰਤਵ ਸਮਝ ਜਾਂਦਾ ਹੈ! ਉਹ ਹਰਇਕ ਘਟਨਾ ਵਿੱਚ ਹੀ ਪ੍ਰਭ ਦੀ ਰਹਿਮਤ ਢੂੰਡਦਾ ਹੈ! ਇਸਤਰ੍ਹਾਂ ਅਵਸਥਾ ਵਾਲਾ ਜੀਵ ਪ੍ਰਭ ਦੇ ਦਰਬਾਰ ਵਿੱਚ ਪ੍ਰਵਾਨ ਹੋ ਜਾਂਦਾ ਹੈ!

Without good intention, sincerity with the essence of His Word, all others deeds may be a losing proposition for the real purpose of human life. Whosoever may realize the real purpose of human life opportunity; with His mercy and grace, he may be seeking His Forgiveness and Refuge. His true devotee with such a state of mind may be blessed with the right path of acceptance in His Court; he may be honored in His Court.

Key Message of Shree Raag page 24-19
ਪ੍ਰਭ ਦੀ ਰਹਿਮਤ ਕਿਵੇਂ ਬਖਸ਼ਿਸ਼ ਹੁੰਦੀ ਹੈ?
ਪ੍ਰਭ ਹਰਇਕ ਵਿੱਚ ਸੋਝੀ, ਸੁਰਤ, ਗਿਆਨ ਬਖਸ਼ਕੇ ਹੀ ਸ੍ਰਿਸ਼ਟੀ ਵਿੱਚ ਪੈਦਾ ਕਰਦਾ ਹੈ! ਆਪਣੇ ਕੀਤੇ ਕੰਮਾਂ ਅਨੁਸਾਰ ਜੂੰਨਾਂ ਦੇ ਚੱਕਰ ਵਿੱਚ ਜਾਂਦਾ ਹੈ । ਅਸਲੀ ਮਾਲਕ ਆਪਣੇ ਪੈਦਾ ਕੀਤੇ ਜੀਵਾ ਨਾਲ ਕਦੇ ਨਰਾਜ਼ ਨਹੀਂ ਹੁੰਦਾ । ਪ੍ਰਭ ਸਾਡੇ ਕੀਤੇ ਕੰਮਾਂ ਨੂੰ ਹੀ ਮਾਪਦਾ ਹੈ, ਦਰਬਾਰ ਵਿੱਚ ਕੇਵਲ ਪਵਿੱਤਰ ਭਾਵਨਾਂ ਨਾਲ ਕੀਤੇ ਕੰਮ ਹੀ ਪ੍ਰਵਾਨ ਕਰਦਾ ਹੈ । ਜਿਹੜਾ ਆਪਣੇ ਆਪ ਨੂੰ ਜਾਣ ਜਾਂਦਾ, ਮਾਨਸ ਜੀਵਨ ਦਾ ਮੰਤਵ ਸਮਝ ਜਾਂਦਾ ਹੈ! ਉਹ ਹਰਇਕ ਘਟਨਾ ਵਿੱਚ ਹੀ ਪ੍ਰਭ ਦੀ ਰਹਿਮਤ ਢੂੰਡਦਾ ਹੈ!
The state of mind as Self-minded!
The True Master has infused enlightenment of the essence of His Word, the right path of acceptance in His Court before blessing worldly body to any soul. He may be rewarded or wanders in various life cycles as per his own worldly deeds. The True Master, Creator! Your Creation remains an expansion of Your Holy Spirit; You may never disown Your Own Imagination. Only sincere deeds for the well-fare of Your Creation may be accepted in Your Court. Whosoever may realize the real purpose of human life opportunity. He may always be praying for His Forgiveness and Refuge.

31. ਸਿਰੀਰਾਗੁ ਮਹਲਾ ੧ ਘਰੁ ੪॥ (25-5)

ਤੂ ਦਰੀਆਉ ਦਾਨਾ ਬੀਨਾ, ਮੈ ਮਛੁਲੀ ਕੈਸੇ ਅੰਤੁ ਲਹਾ॥ too daree-aa-o daanaa beenaa mai machhulee kaisay ant lahaa.
ਜਹ ਜਹ ਦੇਖਾ ਤਹ ਤਹ ਤੂ ਹੈ, ਤੁਝ ਤੇ ਨਿਕਸੀ ਫੂਟਿ ਮਰਾ॥੧॥ jah jah daykhaa tah tah too hai tujh tay niksee foot maraa. ||1||

ਪ੍ਰਭ ਅਥਾਹ, ਸਾਗਰ ਦੀ ਤਰ੍ਹਾਂ ਹੀ ਹੈ! ਜੀਵ ਇਕ ਛੋਟਾ, ਮਛਲੀ ਦੀ ਤਰ੍ਹਾਂ ਹੈ! ਜੀਵ, ਪ੍ਰਭ ਦੇ ਕਿਸੇ ਕਰਤਬ ਦਾ ਪੂਰਨ ਗਿਆਨ ਕਿਵੇਂ ਜਾਣ ਸਕਦਾ ਹੈ? ਪ੍ਰਭ ਹਰ ਪਾਸੇ ਹੀ ਨਜ਼ਰ ਆਉਂਦਾ ਹੈ! ਜਦੋਂ ਪਰੇ ਦੇਖਣ ਦੀ ਕੋਸ਼ਿਸ਼ ਕਰਦਾ, ਤਾ ਮੌਤ ਮਹਿਸੂਸ ਹੁੰਦੀ ਹੈ!

The Omniscient, Omnipresent True Master may be as vast as the ocean; how a worldly creation, a fish may imagine His depth, the mystery of His Action, Nature? I may only realize His Holy Spirit prevailing everywhere. His Holy Spirit remains embedded within everything in His Nature; anything beyond His Existence seams void, death.

ਨ ਜਾਣਾ ਮੇਉ, ਨ ਜਾਣਾ ਜਾਲੀ॥ na jaanaa may-o na jaanaa jaalee.
ਜਾ ਦੁਖੁ ਲਾਗੈ, ਤਾ ਤੁਝੈ ਸਮਾਲੀ॥੧॥ ਰਹਾਉ॥ jaa dukh laagai taa tujhai samaalee. ||1|| rahaa-o.

ਪ੍ਰਭ ਮੈਨੂੰ ਜਮਦੂਤ, ਉਸ ਦੀਆਂ ਚਲਾਕੀਆਂ ਦੀ ਪਛਾਣ ਨਹੀਂ ਹੈ । ਕੇਵਲ ਆਪਣੇ ਮਨ ਦੀਆਂ ਤ੍ਰਿਸ਼ਨਾਂ ਦੀ ਹੀ ਪਛਾਣ ਆਉਂਦੀ ਹੈ! ਮੈਂ ਮੁਸ਼ਕਲ ਆਉਣ ਤੇ ਸ਼ਬਦ ਦਾ ਹੀ ਆਸਰਾ ਭਾਲਦਾ ਹਾ ।

I may not recognize the demons of my worldly desires nor the sweet poison of worldly wealth, her deceptive gimmicks. In crisis! I may only pray for Your Forgiveness and Refuge.

ਤੂ ਭਰਪੂਰਿ, ਜਾਨਿਆ ਮੈ ਦੂਰਿ॥ ਜੋ ਕਛੁ ਕਰੀ ਸੁ, ਤੇਰੈ ਹਦੂਰਿ॥ too bharpoor jaani-aa mai door. jo kachh karee so tayrai hadoor.
ਤੂ ਦੇਖਹਿ, ਹਉ ਮੁਕਰਿ ਪਾਉ॥ ਤੇਰੈ ਕੰਮਿ ਨ, ਤੇਰੈ ਨਾਇ॥੨॥ too daykheh ha-o mukar paa-o. tayrai kamm na tayrai naa-ay. ||2||

ਮੈਂ, ਪ੍ਰਭ ਨੂੰ ਬਹੁਤ ਦੂਰ ਸਮਝਦਾ ਸੀ, ਪਰ ਪ੍ਰਭ ਹਰ ਜਗ੍ਹਾ, ਚੀਜ਼ ਵਿੱਚ ਹੀ ਮੌਜੂਦ ਹੈ! ਮੈਂ ਸਭ ਕੁਝ ਚੰਗੇ, ਮੰਦੇ ਕੰਮ ਪ੍ਰਭ ਦੇ ਸਾਮ੍ਹਣੇ ਹੀ ਕਰਦਾ, ਫਿਰ ਵੀ ਮੰਦੇ ਕੰਮ ਕਰਕੇ, ਅਪਣੀ ਗਲਤੀ ਨਹੀਂ ਮੰਨਦਾ । ਮੈਂ ਸ੍ਰਿਸ਼ਟੀ ਦੀ ਭਲਾਈ ਦੇ ਕੰਮ ਨਹੀਂ ਕਰਦਾ! ਮੇਰਾ ਜੀਵਨ ਦਾ ਢੰਗ ਵੀ ਪ੍ਰਭ ਦੇ ਸ਼ਬਦ ਅਨੁਸਾਰ ਨਹੀਂ ਹੈ ।

I may imagine! The True Master may be far away beyond the reach of His Creation; however, His Holy Spirit remains embedded within each soul and prevails everywhere. I perform all my good and evil deeds in His Presence; however, I may never admit my mistakes. I may not perform any good deeds for the welfare of mankind nor my way of life may be according to the teachings of His Word.

ਜੇਤਾ ਦੇਹਿ, ਤੇਤਾ ਹਉ ਖਾਉ॥ ਬਿਆ ਦਰੁ ਨਾਹੀ, ਕੈ ਦਰਿ ਜਾਉ॥ jaytaa deh taytaa ha-o khaa-o.bi-aa dar naahee kai dar jaa-o.
ਨਾਨਕੁ ਏਕ ਕਹੈ ਅਰਦਾਸਿ॥ ਜੀਉ ਪਿੰਡੁ ਸਭੁ ਤੇਰੈ ਪਾਸਿ॥੩॥ naanak ayk kahai ardaas. jee-o pind sabh tayrai paas. ||3||

ਮੈਂ, ਪ੍ਰਭ ਦਾ ਬਖਸ਼ਿਆ ਖਾਂਦਾ, ਭੋਗਦਾ ਹਾ, ਹੋਰ ਕੋਈ ਆਸਰਾ, ਰਖਵਾਲਾ, ਮਾਲਕ ਨਹੀਂ ਹੈ! ਮੇਰਾ ਤਨ, ਆਤਮਾ ਪ੍ਰਭ ਦੀ ਦਾਸ ਬਣ ਜਾਵੇ, ਇਹ ਹੀ ਮੇਰੀ ਮੰਗ, ਅਰਦਾਸ ਹੈ ।

I may only survive with His Blessed nourishment; I may not have any other support, protector! I always pray for His Forgiveness and Refuge; my body, mind, and soul have been blessed and remain His Trust only!

ਆਪੇ ਨੇੜੈ ਦੂਰਿ ਆਪੇ ਹੀ, ਆਪੇ ਮੰਝਿ ਮਿਆਨੋੁ॥ aapay nayrhai door aapay hee aapay manjh mi-aano.
ਆਪੇ ਵੇਖੈ ਸੁਣੇ ਆਪੇ ਹੀ, ਕੁਦਰਤਿ ਕਰੇ ਜਹਾਨੋੁ॥ aapay vaykhai sunay aapay hee kudrat karay jahaano.
ਜੋ ਤਿਸੁ ਭਾਵੈ ਨਾਨਕਾ, ਹੁਕਮੁ ਸੋਈ ਪਰਵਾਨੋੁ॥੪॥31॥॥੩॥ jo tis bhaavai naankaa hukam so-ee parvaano. ||4||31||

ਪ੍ਰਭ ਆਪ ਹੀ ਕਿਸੇ ਦੇ ਨੇੜੇ ਆ ਜਾਂਦਾ ਹੈ, ਆਪ ਹੀ ਕਿਸੇ ਨੂੰ ਆਪਣੇ ਤੋਂ ਦੂਰ ਕਰ ਦੇਂਦਾ ਹੈ! ਆਪ ਹੀ ਜੀਵ ਤੋਂ ਸਿਮਰਨ ਕਰਵਾਉਂਦਾ, ਆਪ ਹੀ ਸੁਣਦਾ ਹੈ! ਆਪ ਹੀ ਸ੍ਰਿਸ਼ਟੀ ਪੈਦਾ ਕਰਦਾ, ਕੰਮ ਕਰਨ ਦੀ ਸਮਰਥਾ ਬਖਸ਼ਦਾ ਹੈ । ਰਹਿਮਤ ਬਖਸ਼ੋ! ਆਪਣਾ ਜੀਵਨ ਸ਼ਬਦ ਦੀ ਸਿਖਿਆਂ ਅਨੁਸਾਰ ਹੀ ਢਾਲਣ, ਬਤੀਤ ਕਰ ਸਕਾ!

ਗੁਰੂ ਨਾਨਕ ਦੇਵ ਜੀ! – Guru Nanak Dev Ji! Guru Granth Sahib

The True Master may bestow His Blessed Vision to bring His true devotee close; he may remain intoxicated in meditation in the void of His Word. Self-minded may be deprived from the right path of acceptance in His Court. The True Master blesses devotion to meditate on the teachings of His Word and listens to the singing of His Glory. The True Master has created new life, and bestows strength to performs worldly activities to survive. The True Master, Treasure of Virtues blesses devotion to meditate and to adopt the teachings of His Word in his day-to-day life.

Key Message of Shree Raag page 25-5
ਪ੍ਰਭ ਦੀ ਰਹਿਮਤ ਕਿਵੇਂ ਬਖਸ਼ਿਸ਼ ਹੁੰਦੀ ਹੈ?
ਪ੍ਰਭ ਹਰਇਕ ਜੀਵ ਵਿੱਚ ਸੋਝੀ, ਸੁਰਤ, ਗਿਆਨ ਬਖਸ਼ਕੇ ਹੀ ਸ੍ਰਿਸ਼ਟੀ ਵਿੱਚ ਪੈਦਾ ਕਰਦਾ ਹੈ! ਆਪਣੇ ਕੀਤੇ ਕੰਮਾਂ ਅਨੁਸਾਰ ਜੂੰਨਾਂ ਦੇ ਚੱਕਰ ਵਿੱਚ ਜਾਂਦਾ ਹੈ । ਅਸਲੀ ਮਾਲਕ ਆਪਣੇ ਪੈਦਾ ਕੀਤੇ ਜੀਵਾ ਨਾਲ ਕਦੇ ਨਰਾਜ਼ ਨਹੀਂ ਹੁੰਦਾ । ਪ੍ਰਭ ਸਾਡੇ ਕੀਤੇ ਕੰਮਾਂ ਨੂੰ ਹੀ ਮਾਪਦਾ ਹੈ, ਦਰਬਾਰ ਵਿੱਚ ਕੇਵਲ ਪਵਿੱਤਰ ਭਾਵਨਾਂ ਨਾਲ ਕੀਤੇ ਕੰਮ ਹੀ ਪ੍ਰਵਾਨ ਕਰਦਾ ਹੈ । ਜਿਹੜਾ ਆਪਣੇ ਆਪ ਨੂੰ ਜਾਣ ਜਾਂਦਾ, ਮਾਨਸ ਜੀਵਨ ਦਾ ਮੰਤਵ ਸਮਝ ਜਾਂਦਾ ਹੈ! ਉਹ ਹਰਇਕ ਘਟਨਾ ਵਿੱਚ ਹੀ ਪ੍ਰਭ ਦੀ ਰਹਿਮਤ ਢੂੰਡਦਾ ਹੈ!
The state of mind as Self-minded!
The True Master has infused enlightenment of the essence of His Word, the right path of acceptance in His Court before blessing worldly body to his soul. He may be rewarded or wanders in various life cycles as per his own worldly deeds. The True Master, Creator, His Creation remains an expansion of Your Holy Spirit; He may never disown His Own Imagination. Only sincere deeds for the well-fare of His Creation may be accepted in His Court. Whosoever may realize the real purpose of human life opportunity. He may always be praying for His Forgiveness and Refuge.

32. ਸਿਰੀਰਾਗੁ ਮਹਲਾ ੧ ਘਰੁ ੪॥ (25-11)

ਕੀਤਾ ਕਹਾ, ਕਰੇ ਮਨਿ ਮਾਨੁ॥ ਦੇਵਣਹਾਰੇ ਕੈ, ਹਥਿ ਦਾਨੁ॥ — keetaa kahaa karay man maan. dayvanhaaray kai hath daan.
ਭਾਵੈ ਦੇਇ, ਨ ਦੇਈ ਸੋਇ॥ ਕੀਤੇ ਕੈ ਕਹਿਐ, ਕਿਆ ਹੋਇ॥੧॥ — bhaavai day-ay na day-ee so-ay. keetay kai kahi-ai ki-aa ho-ay. ||1||

ਜੀਵ, ਪੈਦਾ ਕਰਨਵਾਲੇ ਦੇ ਹੱਥ ਵਿੱਚ ਹੀ ਸਾਰੀਆਂ ਦਾਤਾਂ ਹਨ । ਆਪਣੀ ਰਹਿਮਤ ਨਾਲ ਹੀ ਸਭ ਕੁਝ ਕਰਦਾ ਹੈ! ਆਪਣੇ ਆਪ ਤੇ ਕਿਉਂ ਘਮੰਡ ਕਰਦਾ ਹੈ? ਉਹ ਕਿਸੇ ਨੂੰ ਦਾਤ ਬਖਸ਼ੇ, ਜਾ ਨਾ, ਤੇਰੇ ਕਹਿਣ ਤੇ ਕੁਝ ਨਹੀਂ ਹੋ ਸਕਦਾ ।

All Blessings may only be bestowed with His Command, The Creator. Why are you boasting, pride of your possessions? He may bless or not any creature with His Imagination. Nothing may happen with your prayers.

ਆਪੇ ਸਚੁ, ਭਾਵੈ ਤਿਸੁ ਸਚੁ॥ — aapay sach bhaavai tis sach.
ਅੰਧਾ ਕਚਾ, ਕਚੁ ਨਿਕਚੁ॥੧॥ ਰਹਾਉ॥ — anDhaa kachaa kach nikach. ||1|| rahaa-o.

ਸਾਰੇ ਹੀ ਜੀਵ ਮਿਟ ਜਾਣ ਵਾਲੇ ਹਨ, ਆਪਣੇ ਆਪ ਵਿੱਚ ਪੂਰਨ ਨਹੀਂ ਹਨ । ਕੇਵਲ ਸ੍ਰਿਸ਼ਟੀ ਨੂੰ ਪੈਦਾ ਕਰਨਵਾਲਾ ਹੀ ਪੂਰਨ, ਨਾ ਮਿਟਨਵਾਲਾ ਹੈ ।

All creatures are blessed with a predetermined time in perishable human body. No one may ever be perfect and complete within nor live forever. The One and Only One, Creator remains perfect and complete forever.

ਜਾ ਕੇ ਰੁਖ, ਬਿਰਖ ਆਰਾਉ॥ ਜੇਹੀ ਧਾਤੁ, ਤੇਹਾ ਤਿਨ ਨਾਉ॥ — jaa kay rukh birakh aaraa-o. jayhee Dhaat tayhaa tin naa-o.
ਫੁਲੁ ਭਾਉ, ਫਲੁ ਲਿਖਿਆ ਪਾਇ॥ ਆਪਿ ਬੀਜਿ, ਆਪੇ ਹੀ ਖਾਇ॥੨॥ — ful bhaa-o fal likhi-aa paa-ay. aap beej aapay hee khaa-ay. ||2||

ਪ੍ਰਭ ਆਪ ਹੀ ਸਾਰੇ, ਬ੍ਰਿਛ, ਪੌਦੇ, ਬਾਗ਼ ਉਗਾਉਂਦਾ ਹੈ, ਆਪ ਹੀ ਉਹਨਾਂ ਨੂੰ ਵੱਖਰੀਆਂ ਵੱਖਰੀਆਂ ਕਿਸਮਾਂ ਦੇ ਗੁਣ, ਫਲ, ਫੱਲ ਬਖਸ਼ਦਾ ਹੈ, ਆਪ ਹੀ ਉਹਨਾਂ ਨੂੰ ਵੱਖਰੇ ਨਾਮ ਦੇਂਦਾ ਹੈ । ਆਪ ਹੀ ਆਪਣੇ ਜੀਵਾਂ ਵਾਸਤੇ ਪੈਦਾ ਕੀਤੇ ਹਨ, ਆਪ ਹੀ ਉਹਨਾਂ ਨੂੰ ਪਾਲਦਾ ਹੈ ਅਤੇ ਭੋਜਨ ਕਰਵਾਉਂਦਾ ਹੈ ।

The True Master has created all plants, trees, fruits, flowers etc. He has infused various virtues, nutritional values and recognizes with different name. He has created all these as a food, nourishment for His Creation.

ਕਚੀ ਕੰਧ, ਕਚਾ ਵਿਚਿ ਰਾਜੁ॥ ਮਤਿ ਅਲੂਣੀ, ਫਿਕਾ ਸਾਦੁ॥ — kachee kanDh kachaa vich raaj. mat aloonee fikaa saad.
ਨਾਨਕ ਆਣੇ, ਆਵੈ ਰਾਸਿ॥ ਵਿਣੁ ਨਾਵੈ, ਨਾਹੀ ਸਾਬਾਸਿ॥੩॥32॥ — naanak aanay aavai raas. vin naavai naahee saabaas. ||3||32||

ਜੀਵ ਨੂੰ ਪੂਰਨ ਸੋਝੀ ਨਹੀਂ ਹੈ, ਕਿ ਤਨ ਮਿਟ ਜਾਣ ਵਾਲਾ ਹੈ । ਇਸ ਵਿੱਚ ਆਤਮਾ ਨੂੰ ਥੋੜ੍ਹੇ ਸਮੇਂ ਲਈ ਰਹਿਣ ਦਾ ਸਮਾਂ ਬਖਸ਼ਿਆ ਹੈ । ਜਿਸ ਤੇ ਰਹਿਮਤ ਬਖਸ਼ਦਾ ਹੈ, ਉਸ ਦੀ ਸੋਝੀ ਹੀ ਅਸਲੀ ਮਾਰਗ ਤੇ ਲੈ ਜਾਂਦੀ ਹੈ । ਉਹ ਸ਼ਬਦ ਨਾਲ ਜੀਵਨ ਢਾਲਦਾ ਤੋਂ ਬਿਨਾਂ ਦਰਬਾਰ ਵਿੱਚ ਢੋਈ ਬਖਸ਼ਿਸ਼ ਨਹੀਂ ਹੁੰਦੀ ।

Self-minded may not comprehend the perishable nature of human body. His soul may be blessed with a predetermined time in perishable human body. Whosoever may be enlightened with the essence of His Word; his enlightenment may lead to the right path of salvation. Without adopting the teachings of His Word; no one may be accepted in His Court.

Key Message of Shree Raag page 25-11
ਜੀਵ ਨੂੰ ਕੌਣ ਕੁਝ ਬਖਸ਼ ਸਕਦਾ ਹੈ?
ਜੀਵ, ਪੈਦਾ ਕਰਨਵਾਲੇ ਦੇ ਹੱਥ ਵਿੱਚ ਹੀ ਸਾਰੀਆਂ ਦਾਤਾਂ ਹਨ । ਆਪਣੀ ਰਹਿਮਤ ਨਾਲ ਹੀ ਸਭ ਕੁਝ ਕਰਦਾ ਹੈ! ਮਾਨਸ ਗੁਰੂ ਦੇ ਵੱਸ ਵਿੱਚ ਕੁਝ ਨਹੀਂ ਹੈ । ਕੇਵਲ ਸ੍ਰਿਸ਼ਟੀ ਨੂੰ ਪੈਦਾ ਕਰਨਵਾਲਾ ਹੀ ਪੂਰਨ, ਨਾ ਮਿਟਨਵਾਲਾ ਹੈ । ਜਿਸ ਤੇ ਰਹਿਮਤ ਬਖਸ਼ਦਾ ਹੈ, ਉਸ ਦੀ ਸੋਝੀ ਹੀ ਅਸਲੀ ਮਾਰਗ ਤੇ ਲੈ ਜਾਂਦੀ ਹੈ । ਉਹ ਸ਼ਬਦ ਨਾਲ ਜੀਵਨ ਢਾਲਦਾ ਤੋਂ ਬਿਨਾਂ ਦਰਬਾਰ ਵਿੱਚ ਢੋਈ ਬਖਸ਼ਿਸ਼ ਨਹੀਂ ਹੁੰਦੀ ।
Who may be able to bless any Viture to anyone?
All Blessings may only be bestowed with His Command, The Creator. Nothing may happen with own efforts, or with the prayers of human guru. The One and Only One, Creator remains perfect and complete forever. Whosoever may be enlightened with the essence of His Word; his enlightenment may lead to the right path of salvation. Without adopting the teachings of His Word; no one may be accepted in His Court.

33. ਸਿਰੀਰਾਗੁ ਮਹਲਾ ੧ ਘਰੁ ੫॥ (25-16)

ਅਛਲ ਛਲਾਈ ਨਹ ਛਲੈ, ਨਹ ਘਾਉ ਕਟਾਰਾ ਕਰਿ ਸਕੈ॥ — achhal chhalaa-ee nah chhalai nah ghaa-o kataaraa kar sakai.
ਜਿਉ ਸਾਹਿਬੁ ਰਾਖੈ ਤਿਉ ਰਹੈ, ਇਸੁ ਲੋਭੀ ਕਾ ਜੀਉ ਟਲ ਪਲੈ॥੧॥ — ji-o saahib raakhai ti-o rahai is lobhee kaa jee-o tal palai. ||1||

ਪ੍ਰਭ ਨੂੰ ਕੋਈ ਧੋਖਾ ਨਹੀਂ ਦੇ ਸਕਦਾ, ਕੋਈ ਹਥਿਆਰ ਜ਼ਖਮੀ ਨਹੀਂ ਕਰ ਸਕਦਾ ਹੈ । ਉਸ ਜੀਵ ਦੀ ਲਾਲਚੀ ਆਤਮਾ ਨੂੰ ਇਧਰ ਉੱਧਰ ਭਟਕਾਉਂਦੀ ਹੈ ।

ਗੁਰੂ ਨਾਨਕ ਦੇਵ ਜੀ! – Guru Nanak Dev Ji! Guru Granth Sahib

The True Master remains beyond the reach of any deception of worldly creatures, power nor any weapon may reach to injure His Holy Spirit. The True Master may motivate self-minded with sweet poison of worldly wealth.

ਬਿਨੁ ਤੇਲ ਦੀਵਾ, ਕਿਉ ਜਲੈ॥੧॥ ਰਹਾਉ॥ bin tayl deevaa ki-o jalai. ||1|| rahaa-o.

ਜਿਵੇਂ ਤੇਲ ਤੋਂ ਬਿਨਾਂ ਦੀਪਕ ਰੌਸ਼ਨੀ ਨਹੀਂ ਦੇਂਦਾ, ਇਸਤਰ੍ਹਾਂ ਸਵਾਸ ਤੋਂ ਬਿਨਾਂ ਆਤਮਾ ਕੁਝ ਨਹੀਂ ਕਰ ਸਕਦੀ ।

As a lamp without oil may not glow or light any room. Same way without breathes, soul cannot do anything.

ਪੋਥੀ ਪੁਰਾਣ ਕਮਾਈਐ॥ pothee puraan kamaa-ee-ai.
ਭਉ ਵਟੀ, ਇਤੁ ਤਨਿ ਪਾਈਐ॥ ਸਚੁ ਬੂਝਣੁ, ਆਣਿ ਜਲਾਈਐ॥੨॥ bha-o vatee it tan paa-ee-ai. sach boojhan aan jalaa-ee-ai. ||2||

ਪ੍ਰਭ ਦੀ ਹੋਂਦ ਨੂੰ ਅਟਲ ਮੰਨਕੇ ਪ੍ਰਭ ਦੇ ਭਾਣੇ ਤੇ ਚਲੋ! ਪ੍ਰਭ ਦੇ ਭਾਣੇ ਨੂੰ ਤੇਲ ਦਾ ਰੂਪ, ਅਟਲ ਹੋਂਦ ਨੂੰ ਵੱਟੀ ਬਣਾ ਕੇ ਸ਼ਬਦ ਦੀ ਸਿਖਿਆਂ ਨੂੰ ਸਮਝੋ! ਉਸ ਨੂੰ ਆਪਣੇ ਜੀਵਨ ਦਾ ਢੰਗ ਬਣਾਵੋ!

You should consider His Holy Spirit true forever and adopt the teachings of His Word in your day-to-day life. His Word, ultimate Command as oil; His Existence ultimate, true forever as the wick to understand the teachings of His Word. You should adopt the teachings of His Word as the right path, purpose of your human life opportunity.

ਇਹੁ ਤੇਲੁ, ਦੀਵਾ ਇਉ ਜਲੈ॥ ih tayl deevaa i-o jalai.
ਕਰਿ ਚਾਨਣੁ, ਸਾਹਿਬ ਤਉ ਮਿਲੈ॥੧॥ ਰਹਾਉ॥ kar chaanan saahib ta-o milai. ||1|| rahaa-o.

ਇਸਤਰ੍ਹਾਂ ਆਪਣੀ ਆਤਮਾ ਦਾ ਦੀਪਕ ਜਗਾਵੋ! ਪ੍ਰਭ ਦੇ ਸ਼ਬਦ ਦੀ ਸੋਝੀ ਨਾਲ ਆਪਣਾ ਜੀਵਨ ਢਾਲੋ!

Enlighten your soul with the essence of His Word! With the enlightenment of the essence of His Word, adopts the teachings of His Word with steady and stable belief in your day-to-day life.

ਇਤੁ ਤਨਿ ਲਾਗੈ ਬਾਣੀਆ॥ it tan laagai baanee-aa.
ਸੁਖੁ ਹੋਵੈ ਸੇਵ ਕਮਾਣੀਆ॥ ਸਭ ਦੁਨੀਆ ਆਵਣ ਜਾਣੀਆ॥੩॥ sukh hovai sayv kamaanee-aa. sabh dunee-aa aavan jaanee-aa. ||3||

ਆਪਣੇ ਮਨ ਵਿੱਚ ਪ੍ਰਭ ਦੇ ਸ਼ਬਦ ਦਾ ਸਿਮਰਨ ਕਰੋ! ਇਸ ਨਾਲ ਮਨ ਵਿੱਚ ਨਿਮ੍ਰਤਾ ਘਰ ਕਰ ਜਾਂਦੀ ਹੈ, ਮਨ ਵਿੱਚ ਸੰਤੋਖ, ਸ਼ਾਂਤੀ ਬਖਸ਼ਿਸ਼ ਹੋ ਸਕਦੀ ਹੈ । ਇਹ ਸ੍ਰਿਸ਼ਟੀ ਦਾ ਖੇਲ ਚਲਦਾ ਹੀ ਰਹਿੰਦਾ ਹੈ ।

You should wholeheartedly meditate and sing the glory of His Word. With the enlightenment of the essence of His Word; with His mercy and grace, he may be blessed with humility, patience, harmony, and blossom in his day-to-day life. The play of the universe goes on nonstop.

ਵਿਚਿ ਦੁਨੀਆ, ਸੇਵ ਕਮਾਈਐ॥ vich dunee-aa sayv kamaa-ee-ai.
ਤਾ ਦਰਗਹ ਬੈਸਣੁ ਪਾਈਐ॥ ਕਹੁ ਨਾਨਕ ਬਾਹ ਲੁਡਾਈਐ॥੪॥33॥ taa dargeh baisan paa-ee-ai. kaho naanak baah ludaa-ee-ai. ||4||33||

ਜੀਵ ਸੰਸਾਰ ਵਿੱਚ ਆ ਕੇ ਪ੍ਰਭ ਦੇ ਸ਼ਬਦ ਦੀ ਕਮਾਈ ਕਰੋ! ਜਿਹੜਾ ਸ਼ਬਦ ਨਾਲ ਆਪਣਾ ਜੀਵਨ ਢਾਲਦਾ ਹੈ, ਉਸ ਨੂੰ ਆਪਣੇ ਅੰਦਰ ਹੀ ਪ੍ਰਭ ਦਾ ਦਰਬਾਰ ਦਿਖਾਈ ਦੇਣ ਲਗ ਪੈਂਦਾ ਹੈ! ਪ੍ਰਭ ਦੀ ਰਹਿਮਤ ਨਾਲ ਦਰਬਾਰ ਵਿੱਚ ਪ੍ਰਵਾਨਗੀ ਬਖਸ਼ਿਸ਼ ਹੋ ਸਕਦੀ ਹੈ । ਉਹ ਸਦਾ ਹੀ ਪ੍ਰਭ ਦੇ ਧੰਨਵਾਦ ਦੇ ਗੁਣ ਗਾਉਂਦਾ ਹੈ ।

You should meditate and earn the wealth of His Word. Whosoever may adopt the teachings of His Word in his day-to-day life; with His mercy and grace, he may be blessed with the right path of salvation; he may visualize His 10th door. He may be blessed with the right path of acceptance in His Court. He may remain in gratitude singing the glory for His Blessings.

Key Message of Shree Raag page 25-16
'ਮਨ ਦੀ ਅਵਸਥਾ ਕਿਵੇਂ ਗੁਰਮਖ ਬਣ ਸਕਦੀ ਹੈ?
ਪ੍ਰਭ ਦੇ ਸ਼ਬਦ ਦੀ ਸਿਖਿਆਂ ਨਾਲ ਜੀਵਨ ਢਾਲਣ ਨਾਲ ਮਨ ਵਿੱਚ ਨਿਮ੍ਰਤਾ ਘਰ ਕਰ ਜਾਂਦੀ ਹੈ, ਮਨ ਵਿੱਚ ਸੰਤੋਖ, ਸ਼ਾਂਤੀ ਬਖਸ਼ਿਸ਼ ਹੋ ਸਕਦੀ ਹੈ । ਪ੍ਰਭ ਨੂੰ ਕੋਈ ਧੋਖਾ ਨਹੀਂ ਦੇ ਸਕਦਾ, ਨਾ ਹੀ ਕੋਈ ਹਥਿਆਰ ਹੀ ਜ਼ਖਮੀ ਕਰ ਸਕਦਾ ਹੈ । ਇਹ ਸ੍ਰਿਸ਼ਟੀ ਦਾ ਖੇਲ ਚਲਦਾ ਹੀ ਰਹਿੰਦਾ ਹੈ ।
Who to adopt a state of mind like His true devotee?
Whosoever may meditate and adopts the teachings of His Word with steady and stable belief; with His mercy and grace, he may be enlightened with the essence of His Word. He may be blessed with humility, patience, harmony, and blossom in his day-to-day life. The True Master remains beyond the reach of any deception of worldly creatures, power nor any weapon may reach to injure His Holy Spirit. The play of the universe goes on nonstop.

34. ਸਿਰੀਰਾਗੁ ਮਹਲਾ ੧ ਘਰੁ ੧॥ ਅਸਟਪਦੀਆ॥ (53-8)

ੴ ਸਤਿਗੁਰ ਪ੍ਰਸਾਦਿ॥ ik-oNkaar saT`gur parsaad.
ਆਖਿ ਆਖਿ ਮਨੁ ਵਾਵਣਾ, ਜਿਉ ਜਿਉ ਜਾਪੈ ਵਾਇ॥ aakh aakh man vaavnaa ji-o ji-o jaapai vaa-ay.
ਜਿਸ ਨੋ ਵਾਇ ਸੁਣਾਈਐ, ਸੋ ਕੇਵਡੁ ਕਿਤੁ ਥਾਇ॥ jis no vaa-ay sunaa-ee-ai so kayvad kit thaa-ay.
ਆਖਣ ਵਾਲੇ ਜੇਤੜੇ, ਸਭਿ ਆਖਿ ਰਹੇ ਲਿਵ ਲਾਇ॥੧॥ aakhan vaalay jayt-rhay sabh aakh rahay liv laa-ay. ||1||

ਮੈਂ ਪ੍ਰਭ ਦੇ ਗੁਣ ਗਾਉਣ ਵਿੱਚ ਹੀ ਮਸਤ ਹਾ । ਜਿਤਨੀ ਉਸਤਤ ਕਰਦਾ ਹਾ, ਉਤਨੀ ਹੀ ਹੋਰ ਸੋਝੀ ਬਖਸ਼ਿਸ਼ ਹੋ ਜਾਂਦੀ ਹੈ । ਮੈਂ ਸੋਚਾਂ ਵਿੱਚ ਪੈ ਜਾਂਦਾ ਹੈ! ਜਿਸ ਦੀ ਮੈਂ ਉਸਤਤ ਗਾਉਂਦਾ ਹਾ, ਉਸ ਦਾ ਆਸਣ ਕਿਤਨਾ ਸ਼ਾਨਦਾਰ ਹੋਵੇਗਾ? ਗੁਰਮਖ ਸ਼ਬਦ ਦਾ ਸਿਮਰਨ ਕਰਦਾ ਪ੍ਰਵਾਨ ਹੋ ਜਾਂਦਾ ਹੈ ।

I remain intoxicated in singing His Glory, The True Master! My enlightenment is enhancing day by day. I remain fascinated! How splendorous would be the throne of My True Master? His true devotee remains intoxicated in the void of His Word; he may be absorbed within His Holy Spirit.

ਬਾਬਾ, ਅਲਹੁ ਅਗਮ ਅਪਾਰੁ॥ baabaa alhu agam apaar.
ਪਾਕੀ ਨਾਈ, ਪਾਕ ਥਾਇ, ਸਚਾ ਪਰਵਦਿਗਾਰੁ॥੧॥ ਰਹਾਉ॥ paakee naa-ee paak thaa-ay sachaa paravdigaar. ||1|| rahaa-o.

ਜੀਵ ਦੀ ਪਹੁੰਚ ਵਿੱਚ ਪ੍ਰਭ ਨੂੰ ਪੂਰਨ ਜਾਨਣ ਦੀ ਸੋਝੀ ਨਹੀਂ ਹੈ । ਪ੍ਰਭ ਬਹੁਤ ਮਹਾਨ, ਸ਼ਬਦ, ਤਖਤ ਵੀ ਅਚੰਭਾ, ਅਣਮੋਲ, ਪ੍ਰਭ ਸਭ ਦਾ ਹੀ ਰਖਵਾਲਾ ਹੈ ।

The enlightenment of His Nature remains beyond any comprehension of His Creation. The Omnipotent, astonishing, the Greatest of All, remains the True Protector of the universe.

ਗੁਰੂ ਨਾਨਕ ਦੇਵ ਜੀ! – Guru Nanak Dev Ji! Guru Granth Sahib

ਤੇਰਾ ਹੁਕਮੁ ਨ ਜਾਪੀ ਕੇਤੜਾ, ਲਿਖਿ ਨ ਜਾਣੈ ਕੋਇ॥ tayraa hukam na jaapee kayt-rhaa likh na jaanai ko-ay.
ਜੇ ਸਉ ਸਾਇਰ ਮੇਲੀਅਹਿ, ਤਿਲੁ ਨ ਪੁਜਾਵਹਿ ਰੋਇ॥ jay sa-o saa-ir maylee-ah til na pujaaveh ro-ay.
ਕੀਮਤਿ ਕਿਨੈ ਨ ਪਾਈਆ, ਸਭਿ ਸੁਣਿ ਸੁਣਿ ਆਖਹਿ ਸੋਇ॥੨॥ keemat kinai na paa-ee-aa sabh sun sun aakhahi so-ay. ||2||

ਪ੍ਰਭ ਦੇ ਭਾਣੇ ਨੂੰ ਪੂਰਨ ਤਰ੍ਹਾਂ ਤੇ ਜਾਣਿਆਂ, ਲਿਖਿਆ ਨਹੀਂ ਜਾ ਸਕਦਾ ਹੈ । ਭਾਵੇਂ ਅਣਗਿਨਤ ਹੀ ਲਿਖਾਰੀ ਰਲਕੇ, ਲਿਖਣ ਦੀ ਕੋਸ਼ਿਸ਼ ਕਰਨ, ਫਿਰ ਵੀ ਕੇਵਲ ਕੁਝ ਮਾਤਰਾ ਹੀ ਲਿਖ ਸਕਦੇ ਹਨ । ਸ਼ਬਦ ਦੀ ਅਸਲੀ ਕੀਮਤ ਜਾਣੀ ਨਹੀਂ ਜਾ ਸਕਦੀ । ਸਭ ਇਕ ਦੂਜੇ ਤੋਂ ਸੁਣਕੇ ਆਪਣੀ ਸੋਝੀ ਅਨੁਸਾਰ ਹੀ ਲਿਖਦੇ ਹਨ ।

His Word, Command may never be fully comprehended nor written on paper. No one can fully understand His Word, Command nor can write the true spiritual meaning and purpose of His Word. Even all scholars may join to write their enlightenments, still a very insignificant explanation of His Word may be compiled. The true significance of His Word, Blessings may not be fully comprehended by His Creation. Everyone may listen from each other and combine with own comprehension, to write the essence of His Blessings.

ਪੀਰ ਪੈਕਾਮਰ, ਸਾਲਕ ਸਾਦਕ, ਸੁਹਦੇ ਅਉਰੁ ਸਹੀਦ॥ peer paikaamar saalak saadak suhday a-or saheed.
ਸੇਖ ਮਸਾਇਕ, ਕਾਜੀ ਮੁਲਾ, ਦਰਿ ਦਰਵੇਸ ਰਸੀਦ॥ saykh masaa-ik kaajee mulaa dar darvays raseed.
ਬਰਕਤਿ ਤਿਨ ਕਉ ਅਗਲੀ, ਪੜਦੇ ਰਹਨਿ ਦਰੂਦ॥੩॥ barkattin ka-o aglee parh-day rahan darood. ||3||

ਸੰਤ ਸਰੂਪ, ਆਪਣੇ ਤਰੀਕੇ ਨਾਲ ਤੇਰੇ ਸੇਵਕ ਬਣਕੇ, ਸਿਮਰਨ ਕਰਦੇ ਹਨ । ਆਪ ਹੀ ਹੋਰ ਸੋਝੀ ਬਖਸ਼ਦਾ ਹੈ, ਉਹ ਤੇਰੇ ਦਰ ਤੇ ਹੀ ਮਸਤ ਰਹਿੰਦੇ ਹਨ ।

Your true devotees, may humbly with own technique, meditate and patiently stand at Your door. You may enhance much deeper enlightenment of Your Word.

ਪੁਛਿ ਨ ਸਾਜੇ, ਪੁਛਿ ਨ ਢਾਹੇ, ਪੁਛਿ ਨ ਦੇਵੈ ਲੇਇ॥ puchh na saajay puchh na dhaahay puchh na dayvai lay-ay.
ਆਪਣੀ ਕੁਦਰਤਿ ਆਪੇ ਜਾਣੈ, ਆਪੇ ਕਰਣੁ ਕਰੇਇ॥ aapnee kudrat aapay jaanai aapay karan karay-i.
ਸਭਨਾ ਵੇਖੈ ਨਦਰਿ ਕਰਿ, ਜੈ ਭਾਵੈ ਤੈ ਦੇਇ॥੪॥ sabhnaa vaykhai nadar kar jai bhaavai tai day-ay. ||4||

ਆਪਣੇ ਆਪ ਵਿੱਚ ਪੂਰਨ ਪ੍ਰਭ, ਕਿਸੇ ਦੀ ਸਲਾਹ ਨਹੀਂ ਲੈਂਦਾ, ਆਪਣੀ ਮਰਜ਼ੀ ਆਪ ਹੀ ਜਾਣਦਾ ਹੈ । ਹਰਇਕ ਜੀਵ ਪ੍ਰਭ ਦੀ ਨਜ਼ਰ ਅੰਦਰ ਹੀ ਸਭ ਕੰਮ ਕਰਦਾ ਹੈ । ਜਿਸ ਦੀ ਬੰਦਗੀ ਤੇ ਪ੍ਰਸੰਨ ਹੋ ਜਾਂਦਾ ਹੈ, ਪ੍ਰਵਾਨ ਕਰਦਾ ਹੈ ।

The Omnipotent Perfect True Master may never need any counsel, for any event of His Nature, Blessings. Everyone may only perform worldly deeds, under His Command. Whose meditation may be accepted in His Court; he may be blessed with salvation.

ਥਾਵਾ ਨਾਵ ਨ ਜਾਣੀਅਹਿ, ਨਾਵਾ ਕੇਵਡੁ ਨਾਉ॥ thaavaa naav na jaanee-ahi naavaa kayvad naa-o.
ਜਿਥੈ ਵਸੈ ਮੇਰਾ ਪਾਤਿਸਾਹੁ, ਸੋ ਕੇਵਡੁ ਹੈ ਥਾਉ॥ tithai vasai mayraa paatisaahu so kayvad hai thaa-o.
ਅੰਬੜਿ ਕੋਇ ਨ ਸਕਈ, ਹਉ ਕਿਸ ਨੋ ਪੁਛਣਿ ਜਾਉ॥੫॥ ambarh ko-ay na sak-ee ha-o kis no puchhan jaa-o. ||5||

ਪ੍ਰਭ ਦੀ ਤਾਕਤ ਦਾ, ਭਾਣੇ ਦਾ, ਸ਼ਬਦ ਦਾ ਕੋਈ ਅਸਲੀ ਮਤਲਬ ਨਹੀਂ ਜਾਣ ਸਕਦਾ । ਉਹ ਕਿਤਨਾ ਕੋ ਮਹਾਨ ਹੈ? ਜਿਸ ਥਾਂ ਤੇ ਉਹ ਚਰਨ ਰਖਦਾ, ਜਿਹੜਾ ਪ੍ਰਭ ਦੇ ਸ਼ਬਦ ਦੀ ਸਿਖਿਆਂ ਨਾਲ ਜੀਵਨ ਢਾਲਦਾ ਹੈ, ਉਸ ਦੀ ਆਤਮਾ ਪਵਿੱਤਰ ਹੋ ਜਾਂਦੀ ਹੈ, ਉਸ ਨੂੰ ਪ੍ਰਭ ਦੀ ਰਹਿਮਤ ਨਾਲ ਸ਼ਬਦ ਦੀ ਸੋਝੀ ਬਖਸ਼ਿਸ਼ ਹੋ ਜਾਂਦੀ ਹੈ । ਉਸ ਦੀ ਆਤਮਾ ਨਾਲੋਂ ਹੋਰ ਕੋਈ ਪਵਿੱਤਰ ਥਾਂ ਨਹੀਂ ਹੋ ਸਕਦਾ । ਉਹ ਥਾਂ ਪਵਿੱਤਰ, ਪੂਜਣ ਯੋਗ ਬਣ ਜਾਂਦਾ ਹੈ । ਅਗਰ ਕੋਈ ਪ੍ਰਭ ਨੂੰ ਪੂਰਨ ਤਰ੍ਹਾਂ ਜਾਣ ਹੀ ਨਹੀਂ ਸਕਦਾ, ਫਿਰ ਮੈਂ ਕਿਸ ਕੋਲੋਂ ਉਸ ਨੂੰ ਮਿਲਣ ਦਾ ਰਸਤਾ ਪੁਛਾ? ਕਿਸ ਦੀ ਸਿਖਿਆਂ ਤੇ ਚਲਕੇ ਉਸ ਦੀ ਰਹਿਮਤ ਹਾਸਿਲ ਕਰਾ?

The greatness, power and the true essence of His Word remains beyond any imagination, comprehension of His Creation. How great may be The True Master? Any place His true devotee may meditate; that place may become worthy of worship. As no one may fully comprehend His Greatness and Nature! Whom should I enquire to find the right path of salvation? Whom may I follow to be blessed with the right path of accepted in His Court?

ਵਰਨਾ ਵਰਨ ਨ ਭਾਵਨੀ, ਜੇ ਕਿਸੈ ਵਡਾ ਕਰੇਇ॥ varnaa varan na bhaavnee jay kisai vadaa karay-i.
ਵਡੇ ਹਥਿ ਵਡਿਆਈਆ, ਜੈ ਭਾਵੈ ਤੈ ਦੇਇ॥ vaday hath vadi-aa-ee-aajai bhaavai tai day-ay.
ਹੁਕਮਿ ਸਵਾਰੇ ਆਪਣੈ, ਚਸਾ ਨ ਢਿਲ ਕਰੇਇ॥੬॥ hukam savaaray aapnai chasaa na dhil karay-i. ||6||

ਜਿਸ ਨੂੰ ਪ੍ਰਭ ਆਪ ਵਡਾ ਕਰਦਾ ਹੈ, ਉਸ ਦੇ ਬਰਾਬਰ ਦਾ ਕੋਈ ਹੋਰ ਨਹੀਂ ਹੋ ਸਕਦਾ । ਪ੍ਰਭ ਸਭ ਤੋਂ ਵਡਾ ਹੈ ਅਤੇ ਉਸ ਦੇ ਹੱਥ ਵਿੱਚ ਹੀ ਸਭ ਦਾਤਾਂ ਹਨ । ਉਹ ਆਪਣੀ ਮਰਜ਼ੀ ਅਨੁਸਾਰ ਹੀ ਬਖਸ਼ਦਾ ਹੈ । ਉਹ ਦਾਤ ਬਖਸ਼ਣ ਸਮੇਂ ਕਦੇ ਢਿਲ ਨਹੀਂ ਕਰਦਾ ।

Whosoever may be honored with His Blessed Vision, no one may be comparable with his greatness. The True Master, Greatest of All, Treasure of all virtues! He may never hesitate or delay Forgiveness or Blessings His Creation.

ਸਭੁ ਕੋ ਆਖੈ ਬਹੁਤੁ ਬਹੁਤੁ, ਲੈਣੈ ਕੈ ਵੀਚਾਰਿ॥ sabh ko aakhai bahut bahut lainai kai veechaar.
ਕੇਵਡੁ ਦਾਤਾ ਆਖੀਐ, ਦੇ ਕੈ ਰਹਿਆ ਸੁਮਾਰਿ॥ kayvad daataa aakhee-ai day kai rahi-aa sumaar.
ਨਾਨਕ ਤੋਟਿ ਨ ਆਵਈ, ਤੇਰੇ ਜੁਗਹ ਜੁਗਹ ਭੰਡਾਰ॥੭॥1॥ naanak tot na aavee tayray jugah jugah bhandaar. ||7||1||

ਹਰਇਕ ਹੀ ਪ੍ਰਭ ਅੱਗੇ ਵੱਡੀ ਅਰਦਾਸ ਕਰਦਾ, ਮੰਨਤ ਮੰਗਦਾ ਹੈ । ਉਹ ਸਬਰ, ਸੰਤੋਖ ਨਹੀਂ ਕਰਦਾ, ਲਾਲਚ ਨਾਲ ਹੀ ਮੰਗਦਾ ਹੈ । ਉਸ ਦਾਤੇ ਨੂੰ ਕਿਤਨਾ ਵੱਡਾ ਆਖੀਏ? ਕਿਸੇ ਦਾਤ ਦਾ ਕੋਈ ਅੰਦਾਜ਼ਾ ਨਹੀਂ ਲਾਇਆ ਜਾ ਸਕਦਾ । ਉਸ ਦੇ ਖਜ਼ਾਨੇਂ ਦਾ ਵੀ ਕੋਈ ਅੰਦਾਜ਼ਾ ਨਹੀਂ, ਕਦੇ ਕਮੀ ਨਹੀਂ ਆਉਂਦੀ ।

Everyone may pray for various, many worldly virtues. Self-minded, greedy may never be contented with any Blessings. His Greatness, significance of His Blessings, depth of His Treasure remains beyond any imagination of His Creation; never be any shortage in His Treasure.

Key Message of Shree Raag page 53-8
ਜਿਥੈ ਵਸੈ ਮੇਰਾ ਪਾਤਿਸਾਹੁ, ਸੋ ਕੇਵਡੁ ਹੈ ਥਾਉ॥
ਜਿਹੜਾ ਪ੍ਰਭ ਦੇ ਸ਼ਬਦ ਦੀ ਸਿਖਿਆਂ ਨਾਲ ਜੀਵਨ ਢਾਲਦਾ ਹੈ, ਉਸ ਦੀ ਆਤਮਾ ਪਵਿੱਤਰ ਹੋ ਜਾਂਦੀ ਹੈ, ਉਸ ਨੂੰ ਪ੍ਰਭ ਦੀ ਰਹਿਮਤ ਨਾਲ ਸ਼ਬਦ ਦੀ ਸੋਝੀ ਬਖਸ਼ਿਸ਼ ਹੋ ਜਾਂਦੀ ਹੈ । ਉਸ ਦੀ ਆਤਮਾ ਨਾਲੋਂ ਹੋਰ ਕੋਈ ਪਵਿੱਤਰ ਥਾਂ ਨਹੀਂ ਹੋ ਸਕਦਾ । ਉਹ ਥਾਂ ਪਵਿੱਤਰ, ਪੂਜਣ ਯੋਗ ਬਣ ਜਾਂਦਾ ਹੈ । ਪ੍ਰਭ ਆਪਣੇ ਆਪ ਵਿੱਚ ਪੂਰਨ ਹੈ, ਕਿਸੇ ਦੀ ਸਲਾਹ ਨਹੀਂ ਲੈਂਦਾ, ਆਪਣੀ ਮਰਜ਼ੀ ਆਪ ਹੀ ਜਾਣਦਾ ਹੈ । ਉਹ ਦਾਤ ਬਖਸ਼ਣ ਸਮੇਂ ਕਦੇ ਢਿਲ ਨਹੀਂ ਕਰਦਾ ।
Where may be His Royal Castle?

Whosoever may adopt the teachings of His Word with steady and stable belief; his soul may be sanctified to become worthy of His Blessing. He may hear the everlasting echo of His Word resonating within. His soul may become the most sanctified place, His Royal Castle. The Omnipotent Perfect True Master may never need any counsel, while performing any event of His Nature, Blessings. He may never hesitate or delay Forgiveness or Blessings His Creation.

35. ਮਹਲਾ ੧॥ (53-19)

ਸਭੇ ਕੰਤ ਮਹੇਲੀਆ, ਸਗਲੀਆ ਕਰਹਿ ਸੀਗਾਰੁ॥ sabhay kant mahaylee-aasaglee-aa karahi seegaar.
ਗਣਤ ਗਣਾਵਣਿ ਆਈਆ, ਸੂਹਾ ਵੇਸੁ ਵਿਕਾਰੁ॥ ganat ganaavan aa-ee-aasoohaa vays vikaar.
ਪਾਖੰਡਿ ਪ੍ਰੇਮੁ ਨ ਪਾਈਐ, ਖੋਟਾ ਪਾਜੁ ਖੁਆਰੁ॥੧॥ pakhand paraym na paa-ee-aikhotaa paaj khu- aar. ||1||

ਹਰਇਕ ਜੀਵ ਆਪਣੇ ਆਪ ਨੂੰ ਪ੍ਰਭ ਦੇ ਮਿਲਣ ਯੋਗ ਬਣਾਉਣ ਦੀ ਕੋਸ਼ਿਸ਼ ਕਰਦਾ ਹੈ । ਆਪਣੀ ਸੋਝੀ ਨਾਲ ਉਹ ਹੀ ਕੰਮ ਕਰਨ ਦੀ ਕੋਸ਼ਿਸ਼ ਕਰਦਾ, ਪ੍ਰਭ ਦੇ ਚਰਨਾਂ ਵਿੱਚ ਜਗ੍ਹਾ ਬਖਸ਼ਣ ਦੀ ਆਸ ਕਰਦਾ ਹੈ । ਜਿਸ ਦੀ ਬੰਦਗੀ ਪ੍ਰਭ ਦੀ ਨਜ਼ਰ ਵਿੱਚ ਪ੍ਰਵਾਨ ਹੋ ਜਾਂਦੀ ਹੈ, ਉਸ ਨੂੰ ਪ੍ਰਵਾਨਗੀ ਦਾ ਅਸਲੀ ਰਸਤਾ ਬਖਸ਼ਿਸ਼ ਹੋ ਜਾਂਦਾ ਹੈ । ਪ੍ਰਭ ਦੀ ਰਹਿਮਤ ਕਿਸੇ ਰੀਤ ਰੀਵਾਜ ਕਰਨ ਨਾਲ ਜਾ ਕੋਈ ਸਗਨ ਕਰਨ ਨਾਲ ਬਖਸ਼ਿਸ਼ ਨਹੀਂ ਹੁੰਦੀ ।

Everyone may meditate with a hope to become worthy of His Consideration. He may perform all worldly deeds with his own understanding to become acceptable in His Court. Whose meditation may be accepted in His Court; with His mercy and grace, he may be blessed with the right path of acceptance in His Court. His Blessings may never be blessed nor diminished with any religious rituals nor with any curse of worldly guru.

ਹਰਿ ਜੀਉ, ਇਉ ਪਿਰੁ, ਰਾਵੈ ਨਾਰਿ॥ har jee-o i-o pir raavai naar.
ਤੁਧੁ ਭਾਵਨਿ ਸੋਹਾਗਣੀ, ਅਪਣੀ ਕਿਰਪਾ ਲੈਹਿ ਸਵਾਰਿ॥੧॥ ਰਹਾਉ॥ tuDh bhaavan sohaaganee apnee kirpaa laihi savaar. ||1|| rahaa-o.

ਜਿਸ ਬੰਦਗੀ ਨਾਲ ਰਹਿਮਤ ਦੀ ਨਜ਼ਰ ਬਖਸ਼ਦਾ ਹੈ, ਉਹ ਹੀ ਸੁਭਾਗਾ ਕੰਮ, ਬੰਦਗੀ ਹੈ । ਆਪ ਹੀ ਰਹਿਮਤ ਬਖਸ਼ਕੇ ਦਾਸ ਨੂੰ ਪ੍ਰਵਾਨਗੀ ਦੇ ਅਸਲੀ ਰਸਤੇ ਦੀ ਸੋਝੀ ਬਖਸ਼ਦਾ ਹੈ ।

What meditation may, The True Master bestow His Blessed Vision? His mediation may become the right path of acceptance in His Court, very fortunate. The True Master may bless the right path of acceptance to His true devotee.

ਗੁਰ ਸਬਦੀ ਸੀਗਾਰੀਆ ਤਨੁ, ਮਨੁ, ਪਿਰ ਕੈ ਪਾਸਿ॥ gur sabdee seegaaree-aa tan man pir kai paas.
ਦੁਇ ਕਰ ਜੋੜਿ ਖੜੀ ਤਕੈ, ਸਚੁ ਕਹੈ ਅਰਦਾਸਿ॥ du-ay kar jorhkharhee takaisach kahai ardaas.
ਲਾਲਿ ਰਤੀ ਸਚ ਭੈ ਵਸੀ, ਭਾਇ ਰਤੀ ਰੰਗਿ ਰਾਸਿ॥੨॥ laal ratee sach bhai vasee bhaa-ay ratee rang raas. ||2||

ਜਿਹੜਾ ਆਪਣੇ ਆਪ ਨੂੰ ਸ਼ਬਦ ਦੇ ਅਨੁਸਾਰ ਢਾਲ ਲੈਂਦਾ ਹੈ, ਆਪਣਾ ਤਨ, ਮਨ ਪ੍ਰਭ ਨੂੰ ਸੌਂਪ ਦੇਂਦਾ ਹੈ, ਉਹ ਪ੍ਰਭ ਦੇ ਚਰਨਾਂ ਵਿੱਚ ਨਿਮ੍ਰਤਾ ਨਾਲ ਹਰ ਵੇਲੇ ਧੰਨਵਾਦ ਹੀ ਗਾਉਂਦਾ ਹੈ, ਉਸ ਦੀ ਅਰਦਾਸ ਪੂਰੀ ਹੋ ਜਾਂਦੀ ਹੈ । ਉਹ ਪ੍ਰਭ ਦੇ ਵਿਛੋੜੇ ਦੇ ਵਿਰਾਗ ਵਿੱਚ ਹੀ ਜੀਵਨ ਬਤੀਤ ਕਰਦਾ ਹੈ, ਉਸ ਦਾ ਮਨ ਸ਼ਰਧਾ ਨਾਲ ਰੰਗਿਆ ਰਹਿੰਦਾ ਹੈ, ਪ੍ਰਭ ਦੀ ਰੂਹਾਨੀ ਜੋਤ ਉਸ ਦੇ ਮਨ ਵਿੱਚ ਜਾਗਰਤ ਹੋ ਜਾਂਦੀ ਹੈ ।

Whosoever may adopt the teachings of His Word in day-to-day life; with His mercy and grace, he may surrender his mind and body at His Sanctuary. He may humbly sing His Glory and serves His Creation. His spoken and unspoken prayers may be fully satisfied. He may remain in renunciation in the memory of his separation from His Holy Spirit. He remains drenched with the essence of His Word within his heart.

ਪ੍ਰਿਅ ਕੀ ਚੇਰੀ ਕਾਂਢੀਐ, ਲਾਲੀ ਮਾਨੈ ਨਾਉ॥ pari-a kee chayree kaaNdhee-ai laalee maanai naa-o.
ਸਾਚੀ ਪ੍ਰੀਤਿ ਨ ਤੁਟਈ, ਸਾਚੇ ਮੇਲਿ ਮਿਲਾਉ॥ saachee pareet na tut-ee saachay mayl milaa-o.
ਸਬਦਿ ਰਤੀ ਮਨੁ ਵੇਧਿਆ, ਹਉ ਸਦ ਬਲਿਹਾਰੈ ਜਾਉ॥੩॥ sabad ratee man vayDhi-aa ha-o sad balihaarai jaa-o. ||3||

ਜਿਹੜਾ ਜੀਵ ਹਰ ਵੇਲੇ ਹੀ ਪ੍ਰਭ ਦੇ ਭਾਣੇ ਅੰਦਰ ਚਲਦਾ ਹੈ, ਉਸ ਤੇ ਕਦੇ ਨੁਕਤਾਚੀਨੀ ਨਹੀਂ ਕਰਦਾ, ਉਸ ਦਾ ਭਰੋਸਾ ਪ੍ਰਭ ਦੇ ਸ਼ਬਦ ਤੇ ਅਡੋਲ ਹੋ ਜਾਂਦਾ ਹੈ । ਉਸ ਦੇ ਮੂੰਹ ਵਿਚੋਂ ਹਮੇਸ਼ਾਂ ਹੀ ਪ੍ਰਭ ਦੇ ਸ਼ਬਦ ਦੀ ਉਸਤਤ ਹੀ ਨਿਕਲਦੀ ਹੈ ।

Whosoever may always obey and adopts the teachings of His Word with steady and stable belief; he may never grievance or criticize His Word, any worldly miseries. He may always sing the glory, praises of His Blessings.

ਸਾ ਧਨ ਰੰਡ ਨ ਬੈਸਈ, ਜੇ ਸਤਿਗੁਰ ਮਾਹਿ ਸਮਾਇ॥ saa Dhan rand na bais-ee jay saT`gur maahi samaa-ay.
ਪਿਰੁ ਰੀਸਾਲੂ ਨਉਤਨੋ, ਸਾਚਉ ਮਰੈ ਨ ਜਾਇ॥ pir reesaaloo na-otano saacha-o marai na jaa-ay.
ਨਿਤ ਰਵੈ ਸੋਹਾਗਣੀ, ਸਾਚੀ ਨਦਰਿ ਰਜਾਇ॥੪॥ nit ravai sohaaganee saachee nadar rajaa-ay. ||4||

ਜਿਹੜਾ ਪ੍ਰਭ ਦੀ ਜੋਤ ਵਿੱਚ ਲੀਨ ਰਹਿੰਦਾ, ਮਨ ਹਰ ਵੇਲੇ ਹੀ ਪ੍ਰਭ ਦੇ ਭਾਣੇ ਨੂੰ ਅਟਲ ਸਮਝਦਾ ਹੈ । ਉਹ ਸ਼ਬਦ ਅਨੁਸਾਰ ਹੀ ਜੀਵਨ ਬਤੀਤ ਕਰਦਾ ਹੈ । ਉਸ ਦੇ ਮਨ ਦੀ ਸ਼ਾਂਤੀ ਕਦੇ ਭੰਗ ਨਹੀਂ ਹੁੰਦੀ, ਉਸ ਨੂੰ ਕਿਸੇ ਪ੍ਰਾਪਤ ਹੋਣ ਜਾ ਖੋਹ ਜਾਣ ਦਾ ਕੋਈ ਅੰਤਰ ਨਹੀਂ ਹੁੰਦਾ ।

Whosoever may adopt the teachings of His Word with steady and stable in day-to-day life; with His mercy and grace, he may remain intoxicated in the void of His Word. His peace of mind may never be disturbed. His state of mind may remain above the influence of both worldly profit or loss.

ਸਾਚੁ ਧੜੀ ਧਨ ਮਾਡੀਐ, ਕਾਪੜੁ ਪ੍ਰੇਮ ਸੀਗਾਰੁ॥ saach Dharhee Dhan maadee-ai kaaparh paraym seegaar.
ਚੰਦਨੁ ਚੀਤਿ ਵਸਾਇਆ, ਮੰਦਰੁ ਦਸਵਾ ਦੁਆਰੁ॥ chandan cheet vasaa-i-aa mandar dasvaa du-aar.
ਦੀਪਕੁ ਸਬਦਿ ਵਿਗਾਸਿਆ ਰਾਮ ਨਾਮੁ ਉਰ ਹਾਰੁ॥੫॥ deepak sabad vigaasi-aa raam Naam ur haar. ||5||

ਜਿਹੜਾ ਆਪਣੇ ਮਨ ਨੂੰ ਪ੍ਰਭ ਦੇ ਭਾਣੇ ਵਿੱਚ ਰਖਦਾ ਹੈ, ਆਪਣੀ ਆਤਮਾ ਦੀ ਮੈਲ ਧੋਅ ਲੈਂਦਾ ਹੈ । ਉਸ ਦੇ ਮਨ ਵਿਚੋਂ ਨਿਮਰਤਾ ਦੀ ਹੀ ਅਵਾਜ਼ ਆਉਂਦੀ ਹੈ । ਉਸ ਦੇ ਮਨ ਵਿੱਚ ਦਸਵਾਂ ਦਰਵਾਜਾ ਦਿਖਾਈ ਦੇਂਦਾ, ਸ਼ਬਦ ਦੀ ਜੋਤ ਜਾਗਰਤ ਹੋ ਜਾਂਦੀ ਹੈ । ਪ੍ਰਭ ਆਪ ਹੀ ਰਹਿਮਤ ਬਖਸ਼ਦਾ, ਦਰਬਾਰ ਵਿੱਚ ਪ੍ਰਵਾਨ ਕਰ ਲੈਂਦਾ ਹੈ ।

Whosoever may surrender his mind, body, and worldly status at His Sanctuary; with His mercy and grace, his sins may be forgiven and his soul may be sanctified. His tongue may always remain polite and humble. He may be enlightened with the 10th gate within his heart; with His mercy and grace, his meditation may be accepted in His Court.

ਨਾਰੀ ਅੰਦਰਿ ਸੋਹਣੀ, ਮਸਤਕਿ ਮਣੀ ਪਿਆਰੁ॥ naaree andar sohnee mastak manee pi-aar.
ਸੋਭਾ ਸੁਰਤਿ ਸੁਹਾਵਣੀ, ਸਾਚੈ ਪ੍ਰੇਮਿ ਅਪਾਰ॥ sobhaa surat suhaavanee saachai paraym apaar.
ਬਿਨੁ ਪਿਰ ਪੁਰਖੁ ਨ ਜਾਣਈ, ਸਾਚੇ ਗੁਰ ਕੈ ਹੇਤਿ ਪਿਆਰਿ॥੬॥ bin pir purakh na jaan-ee saachay gur kai hayt pi-aar. ||6||

ਉਹ ਸੰਸਾਰ ਵਿੱਚ ਸਭ ਤੋਂ ਅਨੋਖਾ ਹੀ ਬਣ ਜਾਂਦਾ ਹੈ, ਉਸ ਦੇ ਮੱਥੇ ਤੇ ਪ੍ਰਭ ਦਾ ਅਨੋਖਾ ਹੀ ਨੂਰ ਚਮਕਦਾ ਹੈ । ਸੰਸਾਰਕ ਜੀਵ ਵੀ ਉਸ ਦੀ ਸੋਭਾ ਕਰਦੇ ਹਨ, ਪਰ ਉਹ ਸਭ ਕੁਝ ਤੇਰਾ ਤੇਰਾ ਹੀ ਕਹਿੰਦਾ ਹੈ । ਉਸ ਨੂੰ ਹਰਇਕ ਵਿੱਚ ਪ੍ਰਭ ਦਾ ਰੂਪ ਹੀ ਦਿਖਾਈ ਦੇਂਦਾ ਹੈ ।

His human life journey may become astonishing and unique. The eternal, spiritual glow of His Holy Spirit may be shinning on his forehead. Everyone may honor him in his worldly life; he may never boast about any events in his life. He always remain gratitude to The True Master for His Blessings. He may realize only His Holy Spirit prevails within everyone.

ਨਿਸਿ ਅੰਧਿਆਰੀ ਸੁਤੀਏ, ਕਿਉ ਪਿਰ ਬਿਨੁ ਰੈਣਿ ਵਿਹਾਇ॥ nis anDhi-aaree sutee-ay ki-o pir bin rain vihaa-ay.
ਅੰਕੁ ਜਲਉ ਤਨੁ ਜਾਲੀਅਉ, ਮਨੁ ਧਨੁ ਜਲਿ ਬਲਿ ਜਾਇ॥ ank jala-o tan jaalee-a-o man Dhan jal bal jaa-ay.
ਜਾ ਧਨ ਕੰਤਿ ਨ ਰਾਵੀਆ, ਤਾ ਬਿਰਥਾ ਜੋਬਨੁ ਜਾਇ॥੭॥ jaa Dhan kant na raavee-aa taa birthaa joban jaa-ay. ||7||

ਜਿਹੜਾ ਜੀਵ ਪ੍ਰਭ ਦੇ ਸ਼ਬਦ ਦਾ ਸਿਮਰਨ, ਬੰਦਗੀ ਨਹੀਂ ਕਰਦਾ, ਉਸ ਦੇ ਜੀਵਨ ਵਿੱਚ ਹਨੇਰਾ ਹੀ ਛਾਇਆ ਰਹਿੰਦਾ ਹੈ । ਉਸ ਨੂੰ ਅਸਲੀ ਰਸਤ ਬਖਸ਼ਿਸ਼ ਨਹੀਂ ਹੁੰਦਾ, ਉਸ ਦਾ ਜਵਾਨੀ ਵਾਲਾ ਰੂਪ ਰੰਗ, ਸੰਸਾਰਕ ਧਨ, ਸ਼ਾਨ ਹੀ ਡੂੰਘੇ ਘੇਰੇ ਵਿੱਚ ਪਾ ਦੇਂਦੀ ਹੈ । ਉਹ ਨੇ ਮਾਨਸ ਜਨਮ ਬਿਰਥਾ ਹੀ ਗਵਾ ਲਿਆ ।

Whosoever may not adopt the teachings of His Word with steady and stable belief in his day-to-day life. He may remain ignorant from the real purpose of human life opportunity. He may never be blessed with the right path of salvation. He may remain intoxicated with sweet poison of worldly wealth, youth, beauty, status. He may waste his human life uselessly.

ਸੇਜੈ ਕੰਤ ਮਹੇਲੜੀ, ਸੂਤੀ ਬੂਝ ਨ ਪਾਇ॥ sayjai kant mahaylrhee sootee boojh na paa-ay.
ਹਉ ਸੁਤੀ ਪਿਰੁ ਜਾਗਣਾ, ਕਿਸ ਕਉ ਪੂਛਉ ਜਾਇ॥ ha-o sutee pir jaagnaa kis ka-o poochha-o jaa-ay.
ਸਤਿਗੁਰਿ ਮੇਲੀ ਭੈ ਵਸੀ, ਨਾਨਕ ਪ੍ਰੇਮੁ ਸਖਾਇ॥੮॥2॥ saT`gur maylee bhai vasenaanak paraym sakhaa-ay. ||8||2||

ਜੀਵ ਤੂੰ ਕਿਉਂ ਭੁਲੇਖੇ ਵਿੱਚ ਪੈ ਗਿਆ ਹੈ? ਪ੍ਰਭ ਤੇਰੇ ਅੰਦਰ ਹੈ, ਉਥੇ ਕਿਉਂ ਨਹੀਂ ਭਾਲਦਾ? ਬਾਹਰ ਹੋਰ ਥਾਂ ਤੇ ਕੀ ਰਸਤਾ ਪੁਛਦਾ ਹੈ? ਆਪਣੇ ਅੰਦਰ ਹੀ ਢੂੰਡੋ, ਦੁਬਿਦਾ ਛਡਕੇ ਉਸ ਪਿਛੇ ਲਗੋ, ਆਪ ਹੀ ਅਸਲੀ ਰਸਤੇ ਤੇ ਅਡੋਲ ਰਖਦਾ ਹੈ ।

Why are you trapped into suspicions, religious rituals? The True Master dwells within your body! Why are you not searching within your own body? Why are you searching other places? You should stop wandering all over, renounce duality, search within your mind; with His mercy and grace, The Merciful True Master may bless the right path of salvation.

Key Message of Shree Raag page 53-19
'ਮਾਨਸ ਦੇ ਜੀਵਨ ਦੀ ਅਵਸਥਾ!
ਹਰਇਕ ਆਪਣੇ ਆਪ ਨੂੰ ਪ੍ਰਭ ਦੇ ਮਿਲਣ ਜੋਗ ਬਣਾਉਣ ਦੀ ਕੋਸ਼ਿਸ਼ ਕਰਦਾ ਹੈ । ਆਪਣੀ ਸੋਝੀ ਨਾਲ ਉਹ ਹੀ ਕੰਮ ਕਰਨ ਦੀ ਕੋਸ਼ਿਸ਼ ਕਰਦਾ, ਪ੍ਰਭ ਦੇ ਚਰਨਾਂ ਵਿੱਚ ਜਗ੍ਹਾ ਬਖਸ਼ਣ ਦੀ ਆਸ ਕਰਦਾ ਹੈ । ਜਿਸ ਦੀ ਬੰਦਗੀ ਪ੍ਰਭ ਦੀ ਨਜ਼ਰ ਵਿੱਚ ਪ੍ਰਵਾਨ ਹੋ ਜਾਂਦੀ ਹੈ, ਉਸ ਨੂੰ ਪ੍ਰਵਾਨਗੀ ਦਾ ਅਸਲੀ ਰਸਤਾ ਬਖਸ਼ਿਸ਼ ਹੋ ਜਾਂਦਾ ਹੈ । ਉਸ ਦੇ ਮਨ ਵਿਚੋਂ ਨਿਮਰਤਾ ਦੀ ਹੀ ਅਵਾਜ਼ ਆਉਂਦੀ ਹੈ । ਉਸ ਦੇ ਮਨ ਵਿੱਚ ਦਸਵਾਂ ਦਰਵਾਜਾ ਦਿਖਾਈ ਦੇਂਦਾ, ਸ਼ਬਦ ਦੀ ਜੋਤ ਜਾਗਰਤ ਹੋ ਜਾਂਦੀ ਹੈ ।
State of mind of human!
Everyone may meditate with a hope to become worthy of His Consideration. He may perform all worldly deeds with his own understanding to become acceptable in His Court. Whose meditation may be accepted in His Court, his tongue may always remain polite and humble; with His mercy and grace, he may be blessed with the right path of acceptance in His Court.

36. ਸਿਰੀਰਾਗੁ ਮਹਲਾ ੧॥ (54-13)

ਆਪੇ ਗੁਣ ਆਪੇ ਕਥੈ, ਆਪੇ ਸੁਣਿ ਵੀਚਾਰੁ॥ aapay gun aapay kathai aapay sun veechaar.
ਆਪੇ ਰਤਨੁ ਪਰਖਿ ਤੂੰ, ਆਪੇ ਮੋਲੁ ਅਪਾਰੁ॥ aapay ratan parakhtooN aapay mol apaar.
ਸਾਚਉ ਮਾਨੁ ਮਹਤੁ ਤੂੰ, ਆਪੇ ਦੇਵਣਹਾਰੁ॥੧॥ saacha-o maan mahat tooN aapay dayvanhaar. ||1||

ਪ੍ਰਭ ਤੂੰ ਆਪ ਹੀ ਸਾਰੇ ਗੁਣਾਂ ਦਾ ਭੰਡਾਰੀ ਹੈ, ਆਪ ਹੀ ਵਿਆਖਿਆ ਕਰਾਉਂਦਾ, ਆਪ ਹੀ ਇਹ ਵਿਚਾਰ ਸੁਣਦਾ ਹੈ । ਆਪ ਹੀ ਰਹਿਮਤ ਬਖਸ਼ਕੇ ਜੀਵ ਨੂੰ ਅਨਮੋਲ ਰਤਨ ਸ਼ਬਦ ਦਾ ਸੋਝੀ ਬਖਸ਼ਦਾ ਹੈ, ਆਪ ਹੀ ਵਿਆਖਿਆ ਸੁਣਕੇ ਰਹਿਮਤ ਬਖਸ਼ਦਾ ਹੈ । ਅਣਮੋਲ ਗੁਣਾਂ ਦੀ ਕੀਮਤ ਜਾਣੀ ਨਹੀਂ ਜਾ ਸਕਦੀ । ਅਟਲ ਪ੍ਰਭ ਦੀ ਸ਼ਾਨ, ਰਹਿਮਤ ਵੀ ਅਟਲ ਹੈ, ਸਾਰਿਆਂ ਨੂੰ ਦਾਤਾਂ ਬਖਸ਼ਣ ਵਾਲਾ ਮਾਲਕ ਹੈ ।

The True Master, Treasure of All Blessings, enlightens His true devotee to explain the sermons of His Word; He listens to his sermons. He may bestow His Blessed Vision on His true devotee to enlighten the essence of His Word. The significance of His Virtues, Blessings may remain beyond any imagination, comprehension of His Creation. The Glory, Greatness of Axiom True Master remains true forever! Only The True Master bestows everyone with His Blessings.

ਹਰਿ ਜੀਉ ਤੂੰ ਕਰਤਾ ਕਰਤਾਰੁ॥ har jee-o tooN kartaa kartaar.
ਜਿਉ ਭਾਵੈ ਤਿਉ ਰਾਖੁ ਤੂੰ, ਹਰਿ ਨਾਮੁ ਮਿਲੈ ਆਚਾਰੁ॥੧॥ ਰਹਾਉ॥ ji-o bhaavai ti-o raakh tooN har Naam milai aachaar. ||1|| rahaa-o.

ਪ੍ਰਭ ਆਪ ਹੀ ਸਾਰੀ ਸ੍ਰਿਸ਼ਟੀ ਨੂੰ ਸਿਰਜਨ ਵਾਲਾ ਹੈ, ਆਪ ਹੀ ਇਸ ਦਾ ਕਾਰਨ ਜਾਣਦਾ ਹੈ । ਆਪਣੀ ਰਜ਼ਾ ਨਾਲ ਹੀ ਜੀਵ ਨੂੰ ਰਹਿਮਤ ਬਖਸ਼ਦਾ । ਮੇਰੀ ਇਹ ਹੀ ਅਰਦਾਸ ਹੈ! ਮੇਰਾ ਇਹ ਮਾਨਸ ਜਨਮ ਸ਼ਬਦ ਦੇ ਲੇਖੇ ਲਾ ਦੇਵੋ ।

The True Master, Creator, know the purpose of His Creation. He blesses His Creation with His Own Imagination. I may only pray for His Forgiveness and Refuge; I may sacrifice, surrender my human life opportunity to serve His Word.

ਆਪੇ ਹੀਰਾ ਨਿਰਮਲਾ, ਆਪੇ ਰੰਗੁ ਮਜੀਠ॥ aapay heeraa nirmalaa aapay rang majeeth.
ਆਪੇ ਮੋਤੀ ਊਜਲੋ, ਆਪੇ ਭਗਤ ਬਸੀਠੁ॥ aapay motee oojlo aapay bhagat baseeth.
ਗੁਰ ਕੈ ਸਬਦਿ ਸਲਾਹਣਾ, ਘਟਿ ਘਟਿ ਡੀਠੁ ਅਡੀਠੁ॥੨॥ gur kai sabad salaahnaa ghat ghat deeth adeeth. ||2||

ਪ੍ਰਭ, ਪ੍ਰਭ ਦਾ ਸ਼ਬਦ ਹੀ ਬਿਨਾਂ ਦਾਗ਼ ਵਾਲਾ ਰਤਨ, ਮੋਤੀ ਹੈ । ਪ੍ਰਭ ਦੇ ਸ਼ਬਦ ਦੀ ਪਾਲਣਾ ਨਾਲ ਹੀ ਅਣਮੋਲ ਰੰਗ ਗੁਰਮਖ ਤੇ ਚੜ੍ਹ ਜਾਂਦਾ ਹੈ । ਆਪ ਹੀ ਬੰਦਗੀ ਕਰਨਵਾਲਾ ਸੇਵਕ, ਸਿਖਿਆਂ ਦੇਣ ਵਾਲਾ ਸੰਤ, ਪੁਜਾਰੀ ਹੈ । ਮੈਂ ਬਾਰ ਬਾਰ ਸ਼ਬਦ ਦੀ ਉਸਤਤ ਹੀ ਗਾਉਂਦਾ ਹਾ । ਪ੍ਰਭ ਜੀਵ ਦੇ ਦੇਖਣ ਤੋਂ ਉਪਰ ਹੈ, ਪਰ ਹਰ ਥਾਂ ਮੌਜੁਦਗੀ ਮਹਿਸੂਸ ਹੁੰਦੀ ਹੈ ।

ਗੁਰੂ ਨਾਨਕ ਦੇਵ ਜੀ! – Guru Nanak Dev Ji! Guru Granth Sahib

His Word is a priceless unblemished jewel. Whosoever may obey the teachings of His Word; he may remain drenched with the crimson color of the essence of His Word. The True Master prevails through His true devotee, worshipper, and blessed soul to enlighten His Creation. I may remain singing the glory of His Word repeatedly. The True Master remains beyond visibility; however, his true devotee may realize His Existence everywhere.

ਆਪੇ ਸਾਗਰੁ ਬੋਹਿਥਾ, ਆਪੇ ਪਾਰੁ ਅਪਾਰੁ॥	aapay saagar bohithaa aapay paar apaar.
ਸਾਚੀ ਵਾਟ ਸੁਜਾਣੁ ਤੂੰ, ਸਬਦਿ ਲਘਾਵਣਹਾਰੁ॥	saachee vaat sujaan tooN sabad laghaavanhaar.
ਨਿਡਰਿਆ ਡਰੁ ਜਾਣੀਐ, ਬਾਝੁ ਗੁਰੂ ਗੁਬਾਰੁ॥੩॥	nidri-aa dar jaanee-ai baajh guroo gubaar. ||3||

ਪ੍ਰਭ ਆਪ ਹੀ ਸੰਸਾਰਕ ਸਾਗਰ ਹੈ, ਸ਼ਬਦ ਹੀ ਉਹ ਬੇੜੀ ਹੈ, ਆਪ ਹੀ ਸਮੁੰਦਰ ਦਾ ਸੰਸਾਰ ਵਾਲਾ ਪਾਸਾ, ਮੌਤ ਪਿਛੋਂ ਵਾਲਾ, ਸਵਰਗ ਵਾਲਾ ਪਾਸਾ ਹੈ । ਪ੍ਰਭ ਦਾ ਸ਼ਬਦ ਹੀ ਉਹ ਅਸਲੀ ਰਸਤਾ, ਮਲਾਹ ਹੈ । ਜਿਸ ਦੀ ਸਿਖਿਆਂ ਨਾਲੇ ਜੀਵ ਪਾਰ ਹੋ ਸਕਦਾ ਹੈ । ਅਸਲੀ ਮਲਾਹ, ਪ੍ਰਭ ਦੇ ਸ਼ਬਦ ਤੋਂ ਬਿਨਾਂ, ਇਹ ਸਾਗਰ ਨੂੰ ਪਾਰ ਕਰਨਾ ਬਹੁਤ ਮੁਸ਼ਕਲ ਹੈ, ਡਰ ਵਾਲਾ ਕੰਮ, ਭਾਰੀ ਖਤਰਾ (Chance) **ਲੈਣ ਵਾਲਾ ਕੰਮ ਹੀ ਹੈ ।**

The True Master is the worldly ocean; rescue boat to carry His true devotee to the other shore. He is worldly shore and other shore of His Court. The Teachings of His Word may be the right path of acceptance in Your Court. Without, The True Sailor, Master, The Teachings of His Word, crossing worldly ocean may be tedious and difficult proposition.

ਅਸਥਿਰੁ ਕਰਤਾ ਦੇਖੀਐ, ਹੋਰੁ ਕੇਤੀ ਆਵੈ ਜਾਇ॥	asthir kartaa daykhee-ai hor kaytee aavai jaa-ay.
ਆਪੇ ਨਿਰਮਲੁ ਏਕੁ ਤੂੰ, ਹੋਰ ਬੰਧੀ ਧੰਧੈ ਪਾਇ॥	aapay nirmal ayk tooN hor banDhee DhanDhai paa-ay.
ਗੁਰਿ ਰਾਖੇ ਸੇ ਉਬਰੇ, ਸਾਚੇ ਸਿਉ ਲਿਵ ਲਾਇ॥੪॥	gur raakhay say ubray saachay si-o liv laa-ay. ||4||

ਇਕੋ ਇਕ ਪ੍ਰਭ ਹੀ, ਸਦਾ ਰਹਿਣ ਵਾਲਾ ਹੈ, ਬਾਕੀ ਸਭ ਕੁਝ ਨਾਸ ਹੋ ਜਾਣ ਵਾਲਾ ਹੈ । ਕੇਵਲ ਪ੍ਰਭ ਹੀ ਪਵਿੱਤਰ ਹੈ, ਬਾਕੀ ਸਾਰੀ ਸ੍ਰਿਸ਼ਟੀ ਹੀ ਧੰਦਿਆਂ ਦੀ ਮੁਹਤਾਜ ਹੈ । ਜਿਸ ਜੀਵ ਨੂੰ ਆਪ ਹੀ ਸ਼ਬਦ ਦੀ ਲਗਨ ਬਖਸ਼ਦਾ ਹੈ, ਸ਼ਬਦ ਦੀ ਪਾਲਣਾ ਤੇ ਅਡੋਲ ਰਖਦਾ ਹੈ, ਕੇਵਲ ਉਹ ਹੀ ਸਾਗਰ ਪਾਰ ਕਰ ਜਾਂਦਾ ਹੈ ।

The One and Only One, True Master remains true and forever-living; everyone else may be perishable after predetermined time. Only The True Master sanctified beyond any worries; everyone else may be a victim of worldly deeds, responsibilities, bonds. Whosoever may be blessed with devotion to adopt the teachings of His Word, only he may remain steady and stable on the right path; he may swim this worldly ocean.

ਹਰਿ ਜੀਉ ਸਬਦਿ ਪਛਾਣੀਐ, ਸਾਚਿ ਰਤੇ ਗੁਰ ਵਾਕਿ॥	har jee-o sabad pachhaanee-ai saach ratay gur vaak.
ਤਿਤੁ ਤਨਿ ਮੈਲੁ ਨ ਲਗਈ, ਸਚ ਘਰਿ ਜਿਸੁ ਓਤਾਕੁ॥	tit tan mail na lag-ee sach ghar jis otaak.
ਨਦਰਿ ਕਰੇ ਸਚੁ ਪਾਈਐ, ਬਿਨੁ ਨਾਵੈ ਕਿਆ ਸਾਕੁ॥੫॥	nadar karay sach paa-ee-ai bin naavai ki-aa saak. ||5||

ਜਿਹੜਾ ਅਟਲ ਪ੍ਰਭ ਦੇ ਸ਼ਬਦ ਵਿੱਚ ਲੀਨ ਹੋ ਜਾਂਦਾ ਹੈ, ਉਸ ਨੂੰ ਹੀ ਸ਼ਬਦ ਦੀ ਸੋਝੀ ਬਖਸ਼ਿਸ਼ ਹੁੰਦੀ, ਪ੍ਰਭ ਦੀ ਹੋਂਦ ਅਨੁਭਵ ਹੁੰਦੀ ਹੈ । ਜਿਹੜਾ ਸ਼ਬਦ ਦਾ ਮੂਲ ਪਛਾਣ ਜਾਂਦਾ ਹੈ, ਉਸ ਨੂੰ ਸੰਸਾਰਕ ਇਛਾਂ ਦੀ ਮੈਲ ਨਹੀਂ ਲਗਦੀ । ਉਹ ਪ੍ਰਭ ਦੇ ਦਰਬਾਰ ਵਿੱਚ, ਆਪਣੇ ਘਰ ਵਿੱਚ ਵਸਣ ਲਗ ਪੈਂਦਾ ਹੈ । ਜਿਸ ਤੇ ਪ੍ਰਭ ਕ੍ਰਿਪਾ ਦੀ ਨਜ਼ਰ ਬਖਸ਼ਦਾ ਹੈ, ਉਸ ਨੂੰ ਪ੍ਰਭ ਦੇ ਸ਼ਬਦ ਦੀ ਸੋਝੀ ਬਖਸ਼ਿਸ਼ ਹੋ ਜਾਂਦੀ ਹੈ । ਸੋਝੀ ਤੋਂ ਬਿਨਾਂ, ਪ੍ਰਭ ਦੇ ਘਰ ਨਾਲ ਕੋਈ ਸਬੰਧ ਬਖਸ਼ਿਸ਼ ਨਹੀਂ ਹੋ ਸਕਦਾ ।

Whosoever may remain intoxicated in meditating in the void of His Word; with His mercy and grace, he may be enlightened with the essence of His Word. He may realize His Existence everywhere. Whosoever may recognize the purpose of human life opportunity; his soul may never be blemished with worldly desires. He may dwell within his own body in His Royal Palace. Whosoever may be bestowed with His Blessed Vision, he may be enlightened with the essence of His Word. Without the earnings of His Word, his soul may not develop any relationship with His Holy Spirit.

ਜਿਨੀ ਸਚੁ ਪਛਾਣਿਆ, ਸੇ ਸੁਖੀਏ ਜੁਗ ਚਾਰਿ॥	jinee sach pachhaani-aa say sukhee-ay jug chaar.
ਹਉਮੈ ਤ੍ਰਿਸਨਾ ਮਾਰਿ ਕੈ, ਸਚੁ ਰਖਿਆ ਉਰ ਧਾਰਿ॥	ha-umai tarisnaa maar kai sach rakhi-aa ur Dhaar.
ਜਗ ਮਹਿ ਲਾਹਾ ਏਕੁ ਨਾਮੁ, ਪਾਈਐ ਗੁਰ ਵੀਚਾਰਿ॥੬॥	jag meh laahaa ayk Naam paa-ee-ai gur veechaar. ||6||

ਜਿਸ ਨੂੰ ਅਟਲ ਪ੍ਰਭ ਦੇ ਸ਼ਬਦ ਦੀ ਸੋਝੀ ਬਖਸ਼ਿਸ਼ ਹੋ ਜਾਂਦੀ ਹੈ, ਉਹ ਚਾਰਾਂ ਜੁਗਾਂ ਵਿੱਚ ਹੀ ਸ਼ਾਂਤੀ ਵਿੱਚ ਰਹਿੰਦਾ ਹੈ । ਉਹ ਆਪਣੀ ਅਹੰਕਾਰ ਦੀ ਜੜ੍ਹ ਖਤਮ ਕਰਕੇ, ਸ਼ਬਦ ਵਿੱਚ ਲੀਨ ਹੋ ਜਾਂਦਾ ਹੈ । ਮਾਨਸ ਜਨਮ ਦਾ ਮੰਤਵ ਕੇਵਲ ਸ਼ਬਦ ਦਾ ਸਿਮਰਨ ਕਰਨਾ ਹੀ ਹੈ । ਉਸ ਨੂੰ ਪ੍ਰਵਾਨਗੀ ਦਾ ਅਸਲੀ ਰਸਤਾ ਬਖਸ਼ਿਸ਼ ਹੋ ਜਾਂਦਾ ਹੈ ।

Whosoever may be blessed with the essence of His Word; he may remain in peace and contented in all four Ages! He may conquer his ego and adopts the teachings of His Word in day-to-day life. To meditate on the teachings of His Word may be the only real purpose of human life opportunity. He may be blessed with the right path of acceptance in His Court.

ਸਾਚਉ ਵਖਰੁ ਲਾਦੀਐ, ਲਾਭੁ ਸਦਾ ਸਚੁ ਰਾਸਿ॥	saacha-o vakhar laadee-ai laabh sadaa sach raas.
ਸਾਚੀ ਦਰਗਹ ਬੈਸਈ, ਭਗਤਿ ਸਚੀ ਅਰਦਾਸਿ॥	saachee dargeh bais-ee bhagat sachee ardaas.
ਪਤਿ ਸਿਉ ਲੇਖਾ ਨਿਬੜੈ, ਰਾਮ ਨਾਮੁ ਪਰਗਾਸਿ॥੭॥	pat si-o laykhaa nibrhai raam Naam pargaas. ||7||

ਜਿਸ ਨੂੰ ਪ੍ਰਭ ਦੀ ਰਹਿਮਤ ਨਾਲ ਸ਼ਬਦ ਦਾ ਖਜ਼ਾਨਾ ਬਖਸ਼ਿਸ਼ ਹੋ ਜਾਂਦਾ ਹੈ । ਇਹ ਉਸ ਦੇ ਸਾਥ ਹੀ ਰਹਿੰਦਾ ਹੈ, ਕੋਈ ਖੋਹ ਨਹੀਂ ਸਕਦਾ, ਇਹ ਖਜ਼ਾਨਾ ਹੀ ਜੀਵ ਨੂੰ ਪ੍ਰਭ ਦੇ ਘਰ ਵਿੱਚ ਥਾਂ ਬਖਸ਼ਦਾ ਹੈ । ਉਹ ਬੰਦਗੀ ਵਿੱਚ ਲੀਨ ਰਹਿੰਦਾ ਹੈ । ਪ੍ਰਭ ਇਸ ਖਜ਼ਾਨੇਂ ਨਾਲ ਹੀ ਜੂੰਨਾਂ ਦਾ ਲੇਖਾ ਖਤਮ, ਪੂਰਾ ਕਰ ਦੇਂਦਾ ਹੈ । ਉਹ ਪ੍ਰਭ ਦੀ ਜੋਤ, ਰੋਸ਼ਨੀ ਵਿੱਚ ਅਭੇਦ ਹੋ ਜਾਂਦਾ ਹੈ ।

Whosoever may be blessed with the treasure of His Word, no one can rob the enlightenment of the essence of His Word; his earnings of His Word always remain with him. Only with the earnings of His Word, his soul may be honored in His Court. He remains intoxicated in meditation in the void of His Word. His earnings of His Word may satisfy his account to eliminate his cycle of birth and death. His soul may immerse within His Holy Spirit.

ਊਚਾ ਊਚਉ ਆਖੀਐ, ਕਹਉ ਨ ਦੇਖਿਆ ਜਾਇ॥	oochaa oocha-o aakhee-ai kaha-o na daykhi-aa jaa-ay.
ਜਹ ਦੇਖਾ ਤਹ ਏਕੁ ਤੂੰ, ਸਤਿਗੁਰਿ ਦੀਆ ਦਿਖਾਇ॥	jah daykhaa tah ayk tooN saT`gur dee-aa dikhaa-ay.
ਜੋਤਿ ਨਿਰੰਤਰਿ ਜਾਣੀਐ, ਨਾਨਕ ਸਹਜਿ ਸੁਭਾਇ॥੮॥3॥	jot nirantar jaanee-ai naanak sahj subhaa-ay. ||8||3||

ਪ੍ਰਭ ਨੂੰ ਸਭ ਉਚਾ ਉਚਾ ਆਖਦੇ ਹਨ, ਪ੍ਰਭ ਜੀਵ ਦੀ ਪਹੁੰਚ ਤੋਂ ਉਪਰ ਹੈ । ਉਸ ਦੀ ਮਹਾਨਤਾ ਦਾ ਅੰਦਾਜ਼ਾ ਨਹੀਂ ਲਾਇਆ ਜਾ ਸਕਦਾ । ਹਰਇਕ ਥਾਂ, ਚੀਜ਼ ਵਿੱਚ ਪ੍ਰਭ ਹੀ ਨਜ਼ਰ ਆਉਂਦਾ ਹੈ, ਹੋਰ ਕੁਝ ਮਹਿਸੂਸ ਨਹੀਂ ਹੰਦਾ । ਜਿਸ ਨੂੰ ਇਹ ਅਵਸਥਾ ਬਖਸ਼ਿਸ਼ ਹੋ ਜਾਂਦੀ ਹੈ । ਪ੍ਰਭ ਦੀ ਜੋਤ ਉਸ ਦੇ ਹਿਰਦੇ ਵਿੱਚ ਜਾਗਰਤ ਹੋ ਜਾਂਦੀ ਹੈ ।

ਗੁਰੂ ਨਾਨਕ ਦੇਵ ਜੀ! – Guru Nanak Dev Ji! Guru Granth Sahib

Everyone may claim The True Master, Greatest of All! He remains beyond the reach of His Creation. His greatness may remain beyond any imagination of His Creation. His true devotee may realize His Existence everywhere; he may never realize any other existence. Whosoever may be blessed with such a state of mind; his soul may be immersed within His Holy Spirit.

Key Message of Shree Raag page 54-13
ਗੁਰਮਖ ਦੇ ਮਨ ਦੀ ਅਵਸਥਾ!
ਇਕੋ ਇਕ ਪ੍ਰਭ ਹੀ, ਸਦਾ ਰਹਿਣ ਵਾਲਾ ਹੈ, ਬਾਕੀ ਸਭ ਕੁਝ ਨਾਸ ਹੋ ਜਾਣ ਵਾਲਾ ਹੈ । ਕੇਵਲ ਪ੍ਰਭ ਹੀ ਪਵਿੱਤਰ ਹੈ, ਬਾਕੀ ਸਾਰੀ ਸ੍ਰਿਸ਼ਟੀ ਹੀ ਧੰਦਿਆਂ ਦੀ ਮੁਹਤਾਜ ਹੈ । ਜਿਹੜਾ ਸ਼ਬਦ ਦਾ ਮੂਲ ਪਛਾਣ ਜਾਂਦਾ ਹੈ, ਉਸ ਨੂੰ ਸੰਸਾਰਕ ਇਛਾਂ ਦੀ ਮੈਲ ਨਹੀਂ ਲਗਦੀ । ਉਸ ਦੀ ਆਪਣੀ ਅਹੰਕਾਰ ਦੀ ਜੜ੍ਹ ਖਤਮ ਹੋ ਜਾਂਦੀ ਹੈ । ਆਪ ਹੀ ਸ਼ਬਦ ਦੀ ਪਾਲਣਾ ਤੇ ਅਡੋਲ ਰਖਦਾ ਹੈ, ਕੇਵਲ ਉਹ ਹੀ ਸਾਗਰ ਪਾਰ ਕਰ ਜਾਂਦਾ ਹੈ ।
State of mind of His true devotee!
The One and Only One, True Master remains true and live forever; everyone else may be perishable after predetermined time. The True Master, His Holy Spirit remains sanctified beyond any worries; everyone else may be a victim of worldly bonds. Whosoever may recognize the purpose of human life opportunity; his soul may never be blemished with worldly desires. He may conquer his own ego; with His mercy and grace, he may swim this worldly ocean.

37. ਸਿਰੀਰਾਗੁ ਮਹਲਾ ੧॥ (55-7)

ਮਛੁਲੀ ਜਾਲੁ ਨ ਜਾਣਿਆ, ਸਰੁ ਖਾਰਾ ਅਸਗਾਹੁ॥	machhulee jaal na jaani-aa sar khaaraa asgaahu.
ਅਤਿ ਸਿਆਣੀ ਸੋਹਣੀ, ਕਿਉ ਕੀਤੋ ਵੇਸਾਹੁ॥	at si-aanee sohnee ki-o keeto vaysaahu.
ਕੀਤੇ ਕਾਰਣਿ ਪਾਕੜੀ, ਕਾਲੁ ਨ ਟਲੈ ਸਿਰਾਹੁ॥੧॥	keetay kaaran paakrhee kaal na talai siraahu. ||1||

ਜਿਵੇਂ ਮਛਲੀ ਬਹੁਤ ਸੁੰਦਰ, ਸਿਆਣੀ, ਚਲਾਕ ਹੁੰਦੀ ਹੈ । ਸ੍ਰਿਸ਼ਟੀ ਦੇ ਸਾਰੇ ਜੀਵ ਹੀ ਇਸ ਨੂੰ ਪਕੜਨ ਦਾ ਯਤਨ ਕਰਦੇ ਹਨ, ਪਰ ਉਹ ਬਚਦੀ ਰਹਿੰਦੀ ਹੈ । ਉਹ ਵੀ ਸਾਗਰ ਦੇ ਡੂੰਘੇ, ਧੁੰਦਲੇ ਪਾਣੀ ਵਿੱਚ ਜਾਲ ਦੀ ਪਛਾਣ ਨਹੀਂ ਕਰ ਸਕਦੀ, ਜਾਲ ਵਿੱਚ ਫਸ ਜਾਂਦੀ ਹੈ । ਇਸਤਰ੍ਹਾਂ ਜੀਵ ਵੀ ਆਪਣੀਆਂ, ਚਲਾਕੀਆਂ ਨਾਲ ਮਾਇਆ, ਇਛਾਂ ਦੇ ਜਾਲ ਤੋਂ ਬਚਦਾ ਰਹਿੰਦਾ ਹੈ । ਕਦੇ ਲਾਲਚ ਇਤਨਾ ਭਾਰੀ ਹੋ ਜਾਂਦਾ ਹੈ, ਇਸ ਚੱਕਰ ਵਿੱਚ ਫਸ ਜਾਂਦਾ ਹੈ । ਉਸ ਨੂੰ ਆਪਣੇ ਕੀਤੇ ਦੀ ਸਜ਼ਾ ਭੋਗਣੀ ਪੈਂਦੀ ਹੈ, ਉਹ ਆਪਣਾ ਮਾਨਸ ਜਨਮ ਬਿਰਥਾ ਹੀ ਗਵਾ ਲੈਂਦਾ ਹੈ ।

As a fish may be very clever! She escapes from everyone! Who may try to catch her in the ocean; however, she may not recognize the trap, net in deep, dark ocean water. Same way, human may try to escape the sweet poison of worldly wealth, desires with his wisdom, cleverness; however, sometimes the greed, sweet poison of worldly wealth may become so heavy, he may become victim. He must endure the punishment of his greed and he wastes his human life opportunity.

ਭਾਈ ਰੇ ਇਉ ਸਿਰਿ ਜਾਣਹੁ ਕਾਲੁ॥	bhaa-ee ray i-o sir jaanhu kaal.
ਜਿਉ ਮਛੀ ਤਿਉ ਮਾਣਸਾ, ਪਵੈ ਅਚਿੰਤਾ ਜਾਲੁ॥੧॥ ਰਹਾਉ॥	ji-o machhee ti-o maansaa pavai achintaa jaal. ||1||rahaa-o.

ਜਿਵੇਂ ਮਛਲੀ ਸਾਗਰ ਵਿੱਚ ਜਾਲ ਵਿੱਚ ਫਸ ਜਾਂਦੀ ਹੈ । ਇਸਤਰ੍ਹਾਂ ਮਾਨਸ ਵੀ ਸੰਸਾਰਕ ਇਛਾਂ ਦੇ ਜਾਲ ਵਿੱਚ ਫਸ ਜਾਂਦਾ ਹੈ । ਮੌਤ ਦੇ ਜਮਦੂਤਾਂ ਦੇ ਕਾਬੂ ਵਿੱਚ ਆ ਜਾਂਦਾ ਹੈ, ਆਪਣੇ ਕੀਤੇ ਦਾ ਲੇਖਾ ਦੇਣਾ ਪੈਂਦਾ ਹੈ ।

As a fish lives in the ocean! Same way, human dwells in the ocean overwhelmed with worldly desires. He may become a victim of temptation of sweet poison of worldly desires, wealth. He may be captured by the devil of death; he must endure the miseries of his worldly deeds.

ਸਭੁ ਜਗੁ ਬਾਧੋ ਕਾਲ ਕੋ, ਬਿਨੁ ਗੁਰ ਕਾਲੁ ਅਫਾਰੁ॥	sabh jag baaDho kaal ko bin gur kaal afaar.
ਸਚਿ ਰਤੇ ਸੇ ਉਬਰੇ, ਦੁਬਿਧਾ ਛੋਡਿ ਵਿਕਾਰ॥	sach ratay say ubray dubiDhaa chhod vikaar.
ਹਉ ਤਿਨ ਕੈ ਬਲਿਹਾਰਣੈ, ਦਰਿ ਸਚੈ ਸਚਿਆਰ॥੨॥	ha-o tin kai balihaarnai dar sachai sachiaar. ||2||

ਸਾਰੀ ਸ੍ਰਿਸ਼ਟੀ ਹੀ ਜਮਦੂਤਾਂ (ਮੌਤ) ਦੇ ਕਾਬੂ ਵਿੱਚ ਹੈ, ਕੇਵਲ ਪ੍ਰਭ ਦੇ ਸ਼ਬਦ ਦੇ ਲੜ ਲਗਣ ਨਾਲ ਹੀ ਜਮਾਂ ਦੇ ਕਾਬੂ ਤੋਂ ਛੁਟਕਾਰਾ ਬਖਸ਼ਿਸ਼ ਹੋ ਸਕਦਾ ਹੈ । ਉਸ ਦਾ ਮੌਤ ਦਾ ਸਮਾਂ ਪ੍ਰਭ ਨੂੰ ਮਿਲਣ ਦਾ ਸਮਾਂ ਬਣ ਜਾਂਦਾ ਹੈ । ਜਿਹੜਾ ਸੰਸਾਰਕ ਇਛਾਂ ਨੂੰ ਤਿਆਗਕੇ ਸ਼ਬਦ ਦਾ ਆਸਰਾ ਲੈਂਦਾ ਹੈ, ਉਹ ਜਮਾਂ ਦੇ ਕਾਬੂ ਵਿੱਚ ਨਹੀਂ ਰਹਿੰਦਾ । ਉਸ ਜੀਵ ਤੋਂ ਕਰਬਾਨ ਜਾਈਏ! ਜਿਹੜਾ ਸੰਸਾਰ ਵਿੱਚ ਰਹਿੰਦਾ ਹੋਇਆ ਹੀ ਇਛਾਂ ਤੋਂ ਰਹਿਤ ਹੋ ਜਾਂਦਾ ਹੈ ।

The whole creation remains under the seize of devil of death. Whosoever may remain intoxicated in meditation on the teachings of His Word, only his soul may conquer the devil of death. His time of departure from universe may become a time of union with His Holy Spirit. Whosoever may renounce his worldly desires and seeks a refuge, support of His Word; with His mercy and grace, his soul may become beyond the reach of devil of death. I remain fascinated, astonished from His true devotee; who may conquer his worldly desire, while still alive.

ਸੀਚਾਨੇ ਜਿਉ ਪੰਖੀਆ, ਜਾਲੀ ਬਧਿਕ ਹਾਥਿ॥	seechaanay ji-o pankhee-aa jaalee baDhik haath.
ਗੁਰਿ ਰਾਖੇ ਸੇ ਉਬਰੇ, ਹੋਰਿ ਫਾਥੇ ਚੋਗੈ ਸਾਥਿ॥	gur raakhay say ubray hor faathay chogai saath.
ਬਿਨੁ ਨਾਵੈ ਚੁਣਿ ਸੁਟੀਅਹਿ, ਕੋਇ ਨ ਸੰਗੀ ਸਾਥਿ॥੩॥	bin naavai chun sutee-ah ko-ay na sangee saath. ||3||

ਜਿਵੇਂ ਪੰਛੀਆਂ ਤੇ ਵਡੇ ਜਾਨਵਰ (ਇਲ) ਤਾੜ ਲਾਈ ਰਖਦੇ ਹਨ, ਇਸਤਰ੍ਹਾਂ ਹੀ ਸ਼ਰੀਕ ਜਾਲ ਲਾਈ ਰਖਦਾ ਹੈ । ਜਿਹੜਾ ਪ੍ਰਭ ਦੀ ਰਖਵਾਲੀ ਵਿੱਚ ਹੁੰਦਾ ਹੈ, ਉਹ ਹੀ ਬਚਦਾ ਹੈ, ਬਾਕੀ ਜਾਲ ਵਿੱਚ ਫਸ ਜਾਂਦੇ ਹਨ । ਜਿਹੜਾ ਸ਼ਬਦ ਅਨੁਸਾਰ ਨਹੀਂ ਚਲਦਾ, ਉਸ ਨੂੰ ਰਖਵਾਲੀ ਤੋਂ ਕੱਢ ਦਿੱਤਾ ਜਾਂਦਾ ਹੈ, ਉਸ ਦਾ ਦਰਗਾਹ ਵਿੱਚ ਕੋਈ ਸੰਜੋਗੀ ਨਹੀਂ ਰਹਿੰਦਾ ।

As a bigger bird captures the small bird for food. Same way jealous family member keeps his evil traps. Whosoever may be accepted at His Sanctuary, protection; he may be saved, others fall into sweet trap. Whosoever may not adopt the teachings of His Word, he may be deprived from His Protection. He may not have any supporter in His Court after death.

ਸਚੋ ਸਚਾ ਆਖੀਐ, ਸਚੇ ਸਚਾ ਥਾਨੁ॥	sacho sachaa aakhee-ai sachay sachaa thaan.
ਜਿਨੀ ਸਚਾ ਮੰਨਿਆ, ਤਿਨ ਮਨਿ ਸਚੁ ਧਿਆਨੁ॥	jinee sachaa mani-aa tin man sach Dhi-aan.
ਮਨਿ ਮੁਖਿ ਸੂਚੇ ਜਾਣੀਅਹਿ, ਗੁਰਮੁਖਿ ਜਿਨਾ ਗਿਆਨੁ॥੪॥	man, mukh soochay jaanee-ahi gurmukh jinaa gi-aan. ||4||

ਪ੍ਰਭ ਦੀ ਹੋਂਦ ਨੂੰ ਸਭ ਤੋਂ ਪਵਿੱਤਰ ਮੰਨਿਆ ਜਾਂਦਾ ਹੈ । ਜਿਹੜਾ ਪ੍ਰਭ ਦਾ ਭਾਣਾ ਮੰਨ ਲੈਂਦਾ ਹੈ, ਉਹ ਬੰਦਗੀ ਵਿੱਚ ਲਗ ਜਾਂਦਾ ਹੈ । ਜਿਸ ਨੂੰ ਸ਼ਬਦ ਦੀ ਸੋਝੀ, ਗੁਰਮਖ ਅਵਸਥਾ ਬਖਸ਼ਿਸ਼ ਹੋ ਸਕਦੀ ਹੈ । ਉਸ ਦੇ ਬੋਲੇ ਸ਼ਬਦ ਵੀ ਪਵਿੱਤਰ ਹੋ ਜਾਂਦੇ ਹਨ ।

ਗੁਰੂ ਨਾਨਕ ਦੇਵ ਜੀ! – Guru Nanak Dev Ji! Guru Granth Sahib

The existence of Holy Spirit, His Word are considered most sanctified. Whosoever may adopt the teachings of His Word as an ultimate Command; he may remain in deep meditation in the void of His Word. Whosoever may recognize the purpose of his human life; with His mercy and grace, he may be blessed with superb state of mind. His spoken words may be transformed as His Word, true forever.

ਸਤਿਗੁਰ ਅਗੈ ਅਰਦਾਸਿ ਕਰਿ, ਸਾਜਨੁ ਦੇਇ ਮਿਲਾਇ॥	saT`gur agai ardaas kar saajan day-ay milaa-ay.
ਸਾਜਨਿ ਮਿਲਿਐ ਸੁਖੁ ਪਾਇਆ, ਜਮਦੂਤ ਮੁਏ ਬਿਖੁ ਖਾਇ॥	saajan mili-ai sukh paa-i-aa jamdoot mu-ay bikhkhaa-ay.
ਨਾਵੈ ਅੰਦਰਿ ਹਉ ਵਸਾਂ, ਨਾਉ ਵਸੈ ਮਨਿ ਆਇ॥੫॥	naavai andar ha-o vasaaN naa-o vasai man aa-ay. ‖5‖

ਜੀਵ ਪ੍ਰਭ ਅੱਗੇ ਅਰਦਾਸ ਕਰੋ! ਉਹ ਅਸਲੀ ਮਿੱਤਰ ਨਾਲ ਮਿਲਾਪ ਕਰਵਾਉਂਦਾ ਹੈ, ਉਸ ਦੇ ਜੀਵਨ ਦੀ ਸਿਖਿਆਂ ਨੂੰ ਆਪਣੇ ਜੀਵਨ ਵਿੱਚ ਢਾਲਣ ਨਾਲ, ਮਨ ਨੂੰ ਸ਼ਾਂਤੀ, ਜਮਦੂਤਾਂ ਦਾ ਡਰ ਖਤਮ ਹੋ ਜਾਂਦਾ ਹੈ । ਜਿਸ ਦੀ ਸ਼ਬਦ ਵਿੱਚ ਲਿਵ ਲਗ ਜਾਂਦੀ ਹੈ, ਸ਼ਬਦ ਮਨ ਵਿੱਚ ਘਰ ਕਰ ਜਾਂਦਾ ਹੈ, ਉਹ ਮਨ ਨੂੰ ਭਟਕਣਾਂ ਵਾਲੇ ਪਾਸੇ ਜਾਣ ਨਹੀਂ ਦੇਂਦਾ ।

You should pray for His Forgiveness and Refuge! He may bless the conjugation of His Holy saint. Whosoever may adopt his life experience teachings in his own life; with His mercy and grace, he may be blessed with the right path of acceptance in His Court. He may be blessed with a peace and harmony in his life. Whosoever may remain intoxicated in meditation on the teachings of His Word, he may be enlightened from within. His state of mind may remain beyond the reach of worldly desires and frustrations.

ਬਾਝੁ ਗੁਰੂ ਗੁਬਾਰੁ ਹੈ, ਬਿਨੁ ਸਬਦੈ ਬੂਝ ਨ ਪਾਇ॥	baajh guroo gubaar hai bin sabdai boojh na paa-ay.
ਗੁਰਮਤੀ ਪਰਗਾਸੁ ਹੋਇ, ਸਚਿ ਰਹੈ ਲਿਵ ਲਾਇ॥	gurmatee pargaas ho-ay sach rahai liv laa-ay.
ਤਿਥੈ ਕਾਲੁ ਨ ਸੰਚਰੈ, ਜੋਤੀ ਜੋਤਿ ਸਮਾਇ॥੬॥	tithai kaal na sanchrai jotee jot samaa-ay. ‖6‖

ਪ੍ਰਭ ਦੇ ਸ਼ਬਦ ਦੀ ਸੋਝੀ, ਰੋਸ਼ਨੀ ਤੋਂ ਬਿਨਾਂ ਹਰ ਪਾਸੇ ਹਨੇਰਾ ਹੀ ਹੈ । ਪ੍ਰਭ ਦੇ ਸ਼ਬਦ ਦੀ ਪਾਲਣਾ ਤੋਂ ਬਿਨਾਂ ਸ਼ਬਦ ਦੀ ਸੋਝੀ, ਰੋਸ਼ਨੀ ਬਖਸ਼ਿਸ਼ ਨਹੀਂ ਹੁੰਦੀ । ਕੇਵਲ ਸ਼ਬਦ ਦੀ ਸਿਖਿਆਂ ਨਾਲ ਹੀ ਸੋਝੀ ਬਖਸ਼ਿਸ਼ ਹੁੰਦੀ ਹੈ । ਜਿਹੜਾ ਸ਼ਬਦ ਦੀ ਸਮਾਧੀ ਵਿੱਚ ਲੀਨ ਰਹਿੰਦਾ ਹੈ, ਉਸ ਦੀ ਆਤਮਾ ਪ੍ਰਭ ਦੀ ਜੋਤ ਵਿੱਚ ਹੀ ਅਲੋਪ ਹੋ ਜਾਂਦੀ ਹੈ, ਜਮਦੂਤ ਛੋਹ ਨਹੀਂ ਸਕਦਾ ।

Without the enlightenment of the essence of His Word, everyone remains ignorant from the real purpose of human life opportunity. Whosoever may adopt the teachings of His Word, only he may be enlightened from within. Whosoever may remain intoxicated in the void of His Word; with His mercy and grace, his soul may remain beyond the reach of devil of death; she may be immersed within His Holy Spirit.

ਤੂੰ ਹੈ ਸਾਜਨੁ ਤੂੰ ਸੁਜਾਣੁ, ਤੂੰ ਆਪੇ ਮੇਲਣਹਾਰੁ॥	tooNhai saajan tooN sujaan tooN aapay maylanhaar.
ਗੁਰ ਸਬਦੀ ਸਾਲਾਹੀਐ, ਅੰਤੁ ਨ ਪਾਰਾਵਾਰੁ॥	gur sabdee salaahee-ai ant na paaraavaar.
ਤਿਥੈ ਕਾਲੁ ਨ ਅਪੜੈ, ਜਿਥੈ ਗੁਰ ਕਾ ਸਬਦੁ ਅਪਾਰੁ॥੭॥	tithai kaal na aprhai jithai gur kaa sabad apaar. ‖7‖

ਅੰਤਰਜਾਮੀ ਪ੍ਰਭ ਹੀ ਜੀਵ ਦਾ ਅਸਲੀ ਮਿੱਤਰ ਹੈ, ਆਪ ਹੀ ਜੀਵ ਨੂੰ ਬੰਦਗੀ ਤੇ ਲਾਉਂਦਾ ਹੈ । ਉਹ ਹੀ ਪ੍ਰਭ ਦੇ ਬਖਸ਼ੇ ਦੀ ਉਸਤਤ ਗਾਉਂਦਾ ਹੈ । ਪ੍ਰਭ ਦੀ ਕੁਦਰਤ ਦਾ ਅੰਤ ਨਹੀਂ ਪਾਇਆ ਜਾ ਸਕਦਾ । ਜਿਸ ਦੇ ਅੰਦਰ ਸ਼ਬਦ ਦੀ ਸਦਾ ਚਲਣ ਵਾਲੀ ਗੂੰਜ ਸੁਣਾਈ ਦੇਂਦੀ ਹੈ, ਉਸ ਤੇ ਜਮਦੂਤ ਦਾ ਕੋਈ ਕਾਬੂ ਨਹੀਂ ਰਹਿੰਦਾ ।

The Omniscient True Master, remains true companion and blesses the devotion to meditate on the teachings His Word. His true devotee may remain singing the glory of His Word. His Nature, His Miracles, Blessings remain beyond any limit and comprehension of His Creation. Whosoever may hear the everlasting echo of His Word resonating within; he may remain beyond the reach of devil of death.

ਹੁਕਮੀ ਸਭੇ ਊਪਜਹਿ, ਹੁਕਮੀ ਕਾਰ ਕਮਾਹਿ॥	hukmee sabhay oopjahi hukmee kaar kamaahi.
ਹੁਕਮੀ ਕਾਲੈ ਵਸਿ ਹੈ, ਹੁਕਮੀ ਸਾਚਿ ਸਮਾਹਿ॥	hukmee kaalai vas hai hukmee saach samaahi.
ਨਾਨਕ, ਜੋ ਤਿਸੁ ਭਾਵੈ ਸੋ ਥੀਐ, ਇਨਾ ਜੰਤਾ ਵਸਿ ਕਿਛੁ ਨਾਹਿ॥ ੮॥ 4॥	naanak jo tis bhaavai so thee-ai inaa jantaa vas kichh naahi. ‖8‖4‖

ਪ੍ਰਭ ਦੇ ਹੁਕਮ ਨਾਲ ਹੀ ਸ੍ਰਿਸ਼ਟੀ ਦੀ ਸਾਜਨਾ ਹੋਈ ਹੈ, ਸਾਰੇ ਜੀਵ ਸੰਸਾਰਕ ਧੰਦੇ ਕਰਦੇ ਹਨ । ਪ੍ਰਭ ਦੇ ਹੁਕਮ ਨਾਲ ਹੀ ਜੀਵ ਜਮਦੂਤਾਂ ਦੇ ਕਾਬੂ ਵਿੱਚ ਜਾਂਦਾ ਹੈ, ਹੁਕਮ ਨਾਲ ਹੀ ਪ੍ਰਭ ਦੀ ਰੋਸ਼ਨੀ ਦਾ ਭਾਗ ਬਣਦਾ ਹੈ । ਸਭ ਕੁਝ ਪ੍ਰਭ ਦਾ ਕੀਤਾ ਹੀ ਹੁੰਦਾ ਹੈ, ਹੋਰ ਕਿਸੇ ਜੀਵ ਦੇ ਵੱਸ ਵਿੱਚ ਕੁਝ ਨਹੀਂ ਹੈ, ਇਹ ਸਾਰਾ ਪ੍ਰਭ ਦਾ ਖੇਲ ਹੈ ।

The True Master, Creator has created the universe with His Own Imagination, Command; only He inspires and assigns worldly chores to His Creation. With His Command the devil of death may capture any soul or any soul may become a part of His Holy Spirit. Every event in the universe may only happen under His Command, only His play, no one else has any power.

Key Message of Shree Raag page 55-7
ਗੁਰਮਖ ਦੇ ਮਨ ਦੀ ਅਵਸਥਾ!
ਜਿਹੜਾ ਸੰਸਾਰ ਵਿੱਚ ਰਹਿੰਦਾ ਹੋਇਆ ਹੀ ਇਛਾਂ ਤੋਂ ਰਹਿਤ ਹੋ ਜਾਂਦਾ ਹੈ । ਉਸ ਨੂੰ ਸੰਤ ਸਰੂਪ ਦੀ ਸੰਗਤ ਬਖਸ਼ਿਸ਼ ਹੋ ਜਾਂਦੀ ਹੈ । ਉਸ ਦੇ ਜੀਵਨ ਦੀ ਸਿਖਿਆਂ ਨੂੰ ਆਪਣੇ ਜੀਵਨ ਵਿੱਚ ਢਾਲਣ ਨਾਲ, ਮਨ ਨੂੰ ਸ਼ਾਂਤੀ, ਜਮਦੂਤਾਂ ਦਾ ਡਰ ਖਤਮ ਹੋ ਜਾਂਦਾ ਹੈ । ਉਸ ਦੇ ਅੰਦਰ ਸ਼ਬਦ ਦੀ ਸਦਾ ਚਲਣ ਵਾਲੀ ਗੂੰਜ ਸੁਣਾਈ ਦੇਂਦੀ ਹੈ, ਉਸ ਤੇ ਜਮਦੂਤ ਦਾ ਕੋਈ ਕਾਬੂ ਨਹੀਂ ਰਹਿੰਦਾ । ਉਸ ਦਾ ਮੌਤ ਦਾ ਸਮਾਂ ਪ੍ਰਭ ਨੂੰ ਮਿਲਣ ਦਾ ਸਮਾਂ ਬਣ ਜਾਂਦਾ ਹੈ
State of mind of His true devotee!
Whosoever may conquer his worldly desires, while in human life. He may be blessed with the conjugation of His Holy saint. Whosoever may adopt his life experience teachings in his own life; with His mercy and grace, he may be blessed with peace of mind; his fear of death may be eliminated. He may hear the everlasting echo of His Word resonating within; he may remain beyond the control of devil of death. His time of departure from universe may become a time of union with His Holy Spirit.

38. ਸਿਰੀਰਾਗੁ ਮਹਲਾ ੧॥ (55-19)

ਮਨਿ ਜੂਠੈ, ਤਨਿ ਜੂਠਿ ਹੈ, ਜਿਹਵਾ ਜੂਠੀ ਹੋਇ॥ man, jota tan jooth hai jihvaa joothee ho-ay.
ਮੁਖਿ ਝੂਠੈ, ਝੂਠੁ ਬੋਲਣਾ, ਕਿਉ ਕਰਿ ਸੂਚਾ ਹੋਇ॥ mukh jhoothai jhooth bolnaa ki-o kar soochaa ho-ay.
ਬਿਨੁ ਅਭ ਸ਼ਬਦ ਨ ਮਾਂਜੀਐ, ਸਾਚੇ ਤੇ ਸਚੁ ਹੋਇ॥੧॥ bin abh sabad na maaNjee-ai saachay tay sach ho-ay. ||1||

ਜਿਸ ਦੇ ਮਨ ਵਿੱਚ ਖੋਟੇ ਵਿਚਾਰ ਹੁੰਦੇ, ਉਸ ਦਾ ਸਰੀਰ ਵੀ ਬੁਰੇ ਕੰਮ ਕਰਦਾ, ਉਸ ਦੇ ਬੋਲ ਵੀ ਕੌੜੇ, ਧੋਖੇ ਵਾਲੇ ਹੋ ਜਾਂਦੇ ਹਨ । ਉਹ ਹਰ ਵੇਲੇ ਧੋਖੇ ਨੂੰ ਹੀ ਹਰ ਕੰਮ ਦਾ ਅਧਾਰ ਬਣਾਉਂਦਾ ਹੈ । ਕਿਸਤਰ੍ਹਾਂ ਮਨ ਨੂੰ ਖੋਟੇ ਕੰਮਾਂ ਤੋਂ ਰੋਕਿਆਂ ਜਾ ਸਕਦਾ ਹੈ? ਮਨ ਨੂੰ ਸਿੱਧੇ ਰਸਤੇ ਤੇ ਪਾਉਣ ਵਾਲੀ ਸਿਖਿਆਂ, ਕੇਵਲ ਪ੍ਰਭ ਦੇ ਸ਼ਬਦ ਦੀ ਪਾਲਣਾ ਨਾਲ ਹੀ ਬਖਸ਼ਿਸ਼ ਹੋ ਸਕਦੀ, ਮਨ ਪਵਿੱਤਰ ਹੋ ਸਕਦਾ ਹੈ ।

Whosoever may have evil thoughts within his mind; his body may only perform evil deeds. He may remain overwhelmed with anger, his tongue may speak rude, harsh, and deceptive words; only the deception may become the basis of his day-to-day life. How may mind be prevented from deceptive thoughts, deeds? Whosoever may adopt the teachings of His Word with steady and stable belief; with His mercy and grace, only he may be blessed with right path; his soul may be sanctified

ਮੁੰਧੇ ਗੁਣਹੀਣੀ, ਸੁਖੁ ਕੇਹਿ॥ munDhay gunheenee sukh kayhi.
ਪਿਰੁ ਰਲੀਆ, ਰਸਿ ਮਾਣਸੀ, ਸਾਚਿ ਸਬਦਿ ਸੁਖੁ ਨੇਹਿ॥੧॥ ਰਹਾਉ॥ pir ralee-aa ras maansee saach sabad sukh nayhi. ||1|| rahaa-o.

ਅਗਰ ਮਨ ਦੀ ਸ਼ਾਂਤੀ ਹਾਸਿਲ ਕਰਨੀ ਹੈ, ਤਾ ਸ਼ਬਦ ਨਾਲ ਜੀਵਨ ਢਾਲੋ । ਜਿਸ ਦਾ ਮਨ ਪ੍ਰਭ ਦੇ ਸ਼ਬਦ ਵਿੱਚ ਮਸਤ ਹੋ ਜਾਵੇਗਾ, ਗੁਣ ਹਾਸਿਲ ਕਰਨ ਤੋਂ ਬਿਨਾਂ ਮਨ ਨੂੰ ਸ਼ਾਂਤੀ ਬਖਸ਼ਿਸ਼ ਨਹੀਂ ਹੋ ਸਕਦੀ ।

Whosoever may wish to have a peace and harmony in life; he must adopt the teachings of His Word in his day-to-day life. He may remain intoxicated in meditation in the void of His Word; with His mercy and grace, he may be enlightened from within; no one may be blessed with a peace and harmony without the enlightenment of the essence of His Word

ਪਿਰੁ ਪਰਦੇਸੀ ਜੇ ਥੀਐ, ਧਨ ਵਾਂਢੀ ਝੂਰੇਇ॥ pir pardaysee jay thee-ai Dhan vaaNdhee jooray-ay.
ਜਿਉ ਜਲਿ ਥੋੜੈ ਮਛੁਲੀ, ਕਰਣ ਪਲਾਵ ਕਰੇਇ॥ ji-o jal thorhai machhulee karan palaav karay-i.
ਪਿਰ ਭਾਵੈ ਸੁਖੁ ਪਾਈਐ, ਜਾ ਆਪੇ ਨਦਰਿ ਕਰੇਇ॥੨॥ pir bhaavai sukh paa-ee-ai jaa aapay nadar karay-i. ||2||

ਜਿਹੜਾ ਪ੍ਰਭ ਦੇ ਸ਼ਬਦ ਨੂੰ ਮਨ ਵਿਚੋਂ ਵਿਸਾਰ ਦੇਂਦਾ ਹੈ, ਉਸ ਦੇ ਮਨ ਤੇ ਦੁਖਾਂ ਦਾ ਪਾਹੜ ਆ ਜਾਂਦਾ ਹੈ, ਉਸ ਦੀ ਹਾਲਤ ਦਰਦਨਾਕ ਹੋ ਜਾਂਦੀ, ਜਿਵੇਂ ਥੋੜ੍ਹੇ ਪਾਣੀ ਵਿੱਚ ਮੱਛੀ ਤੜਪਦੀ ਹੈ । ਅਗਰ ਪ੍ਰਭ ਕ੍ਰਿਪਾ ਦੀ ਨਜ਼ਰ ਬਖਸ਼ ਦੇਵੇ, ਤਾ ਫਿਰ ਖੁਸ਼ੀਆਂ ਵਾਪਸ ਆ ਜਾਂਦੀਆਂ ਹਨ

Whosoever may forsake the teachings of His Word from his day-to-day life; he may endure terrible, unbearable miseries. His state of mind may remain miserable like a fish with very little or no water. Whosoever may be bestowed with His Blessed Vision; pleasures and blossom may return in his life.

ਪਿਰੁ ਸਾਲਾਹੀ ਆਪਣਾ, ਸਖੀ ਸਹੇਲੀ ਨਾਲਿ॥ pir saalaahee aapnaa sakhee sahaylee naal.
ਤਨਿ ਸੋਹੈ ਮਨੁ ਮੋਹਿਆ, ਰਤੀ ਰੰਗਿ ਨਿਹਾਲਿ॥ tan sohai man mohi-aa ratee rang nihaal.
ਸਬਦਿ ਸਵਾਰੀ ਸੋਹਣੀ, ਪਿਰੁ ਰਾਵੇ ਗੁਣ ਨਾਲਿ॥੩॥ sabad savaaree sohnee pir raavay gun naal. ||3||

ਜੀਵ ਆਪਣੇ ਸੰਜੋਗੀਆਂ ਨਾਲ ਮਿਲਕੇ ਪ੍ਰਭ ਦੀ ਉਸਤਤ ਗਾਵੋ! ਉਸ ਨਾਲ ਮਨ, ਤਨ ਵਿੱਚ ਖੇੜਾ, ਪ੍ਰਭ ਦੀ ਰਹਿਮਤ ਦਾ ਰੰਗ ਚੜ੍ਹ ਜਾਂਦਾ ਹੈ । ਜਿਹੜਾ ਸ਼ਬਦ ਦੇ ਸਿਮਰਨ ਵਿੱਚ ਲੀਨ ਹੋ ਜਾਂਦਾ ਹੈ, ਉਸ ਦਾ ਪ੍ਰਭ ਨਾਲ ਸਬੰਧ, ਰਾਸ ਆ ਜਾਂਦਾ ਹੈ ।

You should join the conjugation of His Holy saint and wholeheartedly sing the glory of His Word. You may be drenched with the crimson color of the essence of His Word. You may remain overwhelmed with pleasure, blossom and intoxicated in deep meditation in the void of His Word; with His mercy and grace, you may be accepted in His Sanctuary.

ਕਾਮਣਿ ਕਾਮਿ ਨ ਆਵਈ, ਖੋਟੀ ਅਵਗਣਿਆਰਿ॥ kaaman kaam na aavee khotee avgani-aar.
ਨਾ ਸੁਖੁ ਪੇਈਐ ਸਾਹੁਰੈ, ਝੂਠਿ ਜਲੀ ਵੇਕਾਰਿ॥ naa sukh pay-ee-ai saahurai jhooth jalee vaykaar.
ਆਵਣੁ ਵੰਞਣੁ ਡਾਖੜੋ, ਛੋਡੀ ਕੰਤਿ ਵਿਸਾਰਿ॥੪॥ aavan vanjan daakh-rho chhodee kant visaar. ||4||

ਜਿਹੜਾ ਜੀਵ ਖੋਟੇ ਕੰਮਾਂ ਵਿੱਚ ਹੀ ਲਗਾ ਰਹਿੰਦਾ ਹੈ, ਉਸ ਦੀ ਕਮਾਈ ਮੌਤ ਤੋਂ ਪਿਛੋਂ ਕਿਸੇ ਕੰਮ ਨਹੀਂ ਆਉਂਦੀ । ਉਸ ਨੂੰ ਸੰਸਾਰਕ ਜੀਵਨ ਵਿੱਚ ਵੀ ਕੋਈ ਮਹੱਤਤਾ ਨਹੀਂ ਮਿਲਦੀ, ਉਹ ਸੰਸਾਰਕ ਇਛਾਂ ਦੀ ਭਟਕਣ ਵਿੱਚ ਹੀ ਰਹਿੰਦਾ ਹੈ । ਉਹ ਬਹੁਤ ਮਾੜੀਆਂ ਜੂੰਨਾਂ ਵਿੱਚ ਰਹਿੰਦਾ ਹੈ ।

Whosoever may perform evil deeds, his worldly earnings may have no significance after death. He remains in frustrations of worldly desires. He remains in the cycle birth and death, lower, miserable races.

ਪਿਰ ਕੀ ਨਾਰਿ ਸੁਹਾਵਣੀ, ਮੁਤੀ ਸੋ ਕਿਤੁ ਸਾਦਿ॥ pir kee naar suhaavanee mutee so kit saad.
ਪਿਰ ਕੈ ਕਾਮਿ ਨ ਆਵਈ, ਬੋਲੇ ਫਾਦਿਲੁ ਬਾਦਿ॥ pir kai kaam na aavee bolay faadil baad.
ਦਰਿ ਘਰਿ ਢੋਈ ਨਾ ਲਹੈ, ਛੂਟੀ ਦੂਜੈ ਸਾਦਿ॥੫॥ dar ghar dho-ee naa lahai chhootee doojai saad. ||5||

ਜਿਹੜਾ ਆਪਣੇ ਜੀਵਨ ਵਿੱਚ ਪ੍ਰਭ ਦੇ ਸ਼ਬਦ ਦੇ ਗੁਣ ਧਾਰਨ ਕਰ ਲੈਂਦਾ ਹੈ, ਉਸ ਨੂੰ ਬਹੁਤ ਰਹਿਮਤਾਂ ਬਖਸ਼ਿਸ਼ ਹੋ ਜਾਂਦੀਆਂ ਹੈ । ਜਿਹੜਾ ਸੰਸਾਰਕ ਇਛਾਂ ਦੇ ਪਿਛੇ ਲਗ ਕੇ ਖੋਟੇ ਕੰਮ ਕਰਦਾ ਹੈ, ਪ੍ਰਭ ਦੀ ਨਜ਼ਰ ਤੋਂ ਦੂਰ ਜਾਂਦਾ ਹੈ, ਫਿਰ ਉਸ ਨੂੰ ਕੋਈ ਸੁਖ ਨਹੀਂ, ਕੇਵਲ ਦੁਖਾਂ ਹੀ ਮਿਲਦੇ ਹਨ ।

Whosoever may adopt the teachings of His Word in day-to-day life, he may be bestowed with His Blessed Vision. Whosoever may remain intoxicated in sweet poison of worldly wealth and performs evil deeds; he may be deprived from the right path of acceptance in His Court. He may not find any peace and contentment in his life; only faces miseries.

ਪੰਡਿਤ ਵਾਚਹਿ ਪੋਥੀਆ, ਨਾ ਬੂਝਹਿ ਵੀਚਾਰੁ॥ pandit vaacheh pothee-aa naa boojheh veechaar.
ਅਨ, ਕਉ ਮਤੀ ਦੇ ਚਲਹਿ, ਮਾਇਆ ਕਾ ਵਾਪਾਰੁ॥ an, ka-o matee day chaleh maa-i-aa kaa vaapaar.
ਕਥਨੀ ਝੂਠੀ ਜਗੁ ਭਵੈ, ਰਹਣੀ ਸਬਦੁ ਸੁ ਸਾਰੁ॥੬॥ kathnee jhoothee jag bhavai rahnee sabad so saar. ||6||

ਵਿਦਵਾਨ, ਧਾਰਮਕ ਲਿਖਤਾ ਪੜ੍ਹਕੇ, ਵਖਿਆਣ ਕਰਦੇ ਹਨ, ਪਰ ਅਸਲੀ ਜੀਵਨ ਦਾ ਢੰਗ ਨਹੀਂ ਜਾਣਦੇ । ਬਾਣੀ ਦੇ ਗਿਆਨ ਨਾਲ ਬਾਕੀਆਂ ਨੂੰ ਰਸਤਾ ਦੱਸਦੇ ਹਨ, ਪਰ ਉਹਨਾਂ ਦਾ ਆਪਣਾ ਵਿਸ਼ਵਾਸ ਨਹੀਂ ਬਣਦਾ, ਆਪ ਅਮਲ ਨਹੀਂ ਕਰਦੇ । ਉਹ ਆਪ ਜਨਮ, ਮਰਨ ਦੇ ਚੱਕਰ ਵਿੱਚ ਹੀ ਭਟਕਦੇ ਰਹਿੰਦੇ ਹਨ । ਜਿਹੜਾ ਸ਼ਬਦ ਦੇ ਗਿਆਨ ਨੂੰ ਸੋਝੀ ਵਿੱਚ ਬਦਲ ਕੇ ਆਪਣੇ ਜੀਵਨ ਵਿੱਚ ਢਾਲਦਾ ਹੈ, ਉਸ ਨੂੰ ਦਰਬਾਰ ਵਿੱਚ ਪ੍ਰਵਾਨਗੀ ਦਾ ਰਸਤਾ ਬਖਸ਼ਿਸ਼ ਹੋ ਜਾਂਦਾ ਹੈ ।

ਗੁਰੂ ਨਾਨਕ ਦੇਵ ਜੀ! – Guru Nanak Dev Ji! Guru Granth Sahib

Worldly scholars, may read Holy Scripture, and explains the spiritual message of ancient Holy saint; however, he may remain ignorant from the right path of human life journey. He may educate others about the right path; however, he may not have a steady and stable belief on the teachings of His Word, nor adopts in his own day-to-day life. He may remain in the cycle of birth and death. Whosoever may transform **his knowledge to enlightenment**; he may adopt the teachings of His Word within his own life. He may be blessed with the right path of accepted in His Court.

ਕੇਤੇ ਪੰਡਿਤ ਜੋਤਕੀ, ਬੇਦਾ ਕਰਹਿ ਬੀਚਾਰੁ॥	kaytay pandit jotkee baydaa karahi beechaar.
ਵਾਦਿ ਵਿਰੋਧਿ ਸਲਾਹਣੇ, ਵਾਦੇ ਆਵਣੁ ਜਾਣੁ॥	vaad viroDh salaahnay vaaday aavan jaan.
ਬਿਨੁ ਗੁਰ ਕਰਮ ਨ ਛੁਟਸੀ, ਕਹਿ ਸੁਣਿ ਆਖਿ ਵਖਾਣੁ॥੭॥	bin gur karam na chhutsee kahi sun aakh vakhaan. ||7||

ਸੰਸਾਰ ਵਿੱਚ ਅਨੇਕਾਂ ਹੀ ਧਾਰਮਕ ਵਿਦਵਾਨ, ਜੋਤਸ਼ੀ ਧਾਰਮਕ ਗਿਆਨ ਦਾ ਵਿਚਾਰ ਕਰਦੇ, ਦਾਵਾ ਕਰਦੇ ਹਨ । ਆਪਣੇ ਵਿਚਾਰ ਨੂੰ ਬਹੁਤ ਠੋਸ ਕਥਾਂ, ਵਿਆਖਿਆ ਨਾਲ ਸਾਬਤ ਕਰਦੇ ਹਨ । ਉਹ ਆਪ ਦਲੀਲਾਂ ਵਿੱਚ ਹੀ ਰਹਿੰਦੇ ਹਨ ਅਤੇ ਜਨਮ ਮਰਨ ਦੇ ਚੱਕਰ ਵਿੱਚ ਹੀ ਰਹਿੰਦੇ ਹਨ । ਪ੍ਰਭ ਦੀ ਰਹਿਮਤ ਤੋਂ ਬਿਨਾਂ ਕਰਮਾਂ ਦਾ ਲੇਖਾ ਖਤਮ ਨਹੀਂ ਹੁੰਦਾ ।

Many scholars, astrologists, may preach His Nature, Greatness. They claim to know! How to be blessed with the right path of acceptance in His Court? They support their argument with marvelous life stories of holy saints; however, they may remain in fantasy land and not adopt in his own life. They remain in cycle of birth and death. Without His Blessed Vision, his sins may never be forgiven; his accounts may not be fully cleared.

ਸਭਿ ਗੁਣਵੰਤੀ ਆਖੀਅਹਿ, ਮੈ ਗੁਣੁ ਨਾਹੀ ਕੋਇ॥	sabh gunvantee aakhee-ahi mai gun naahee ko-ay.
ਹਰਿ ਵਰੁ ਨਾਰਿ ਸੁਹਾਵਣੀ, ਮੈ ਭਾਵੈ ਪ੍ਰਭੁ ਸੋਇ॥	har var naar suhaavanee mai bhaavai parabh so-ay.
ਨਾਨਕ ਸਬਦਿ ਮਿਲਾਵੜਾ, ਨਾ ਵੇਛੋੜਾ ਹੋਇ॥੮॥5॥	naanak sabad milaavrhaa naa vaychhorhaa ho-ay. ||8||5||

ਸਾਰਾ ਸੰਸਾਰ ਹੀ ਆਪਣੇ ਆਪ ਨੂੰ ਗੁਣਾਂ ਨਾਲ ਭਰਿਆ ਸਮਝਦਾ, ਦਾਵਾ ਕਰਦਾ ਹੈ । ਪਰ ਮੈਨੂੰ ਨਿਮਾਣੇ ਨੂੰ ਮੇਰੇ ਵਿੱਚ ਕੋਈ ਗੁਣ ਨਜ਼ਰ ਨਹੀਂ ਆਉਂਦਾ । ਜਿਸ ਦੇ ਕੰਮ ਪ੍ਰਭ ਆਪ ਹੀ ਪ੍ਰਵਾਨ ਕਰਦਾ ਹੈ, ਉਹ ਹੀ ਅਸਲੀ ਗੁਣਾਂ ਵਾਲਾ ਹੁੰਦਾ ਹੈ । ਜਿਹੜਾ ਕੰਮ ਪ੍ਰਭ ਨੂੰ ਭਾਉਂਦਾ ਹੈ, ਉਹ ਹੀ ਅਸਲੀ ਗੁਣ ਹੈ । ਜਿਸ ਦਾ ਮਨ ਸ਼ਬਦ ਵਿੱਚ ਲੀਨ ਹੋ ਜਾਂਦਾ ਹੈ, ਉਹ ਹੀ ਪ੍ਰਭ ਦੀ ਜੋਤ ਵਿੱਚ ਅਭੇਦ ਹੋ ਜਾਂਦਾ ਹੈ ।

Everyone may claim to be blessed with good virtues and following the teachings of His Word in life; however, I have not recognized any good virtues within me. Whose deeds may be accepted, recognized in His Court, only he may be worthy to be called Blessed Soul. Whatsoever may be acceptable in His Court, only his deeds may be worthy, true virtues. Whosoever may remain intoxicated in meditating in the void of His Word; he may remain carefree and immerses within His Holy Spirit.

Key Message of Shree Raag page 55-19
ਗੁਰਮਖ ਅਵਸਥਾ ਕਿਵੇਂ ਬਖਸ਼ਿਸ਼ ਹੋ ਸਕਦੀ ਹੈ?
ਜਿਹੜਾ ਸੰਸਾਰ ਵਿੱਚ ਰਹਿੰਦਾ ਹੋਇਆ ਹੀ ਇਛਾਂ ਤੋਂ ਰਹਿਤ ਹੋ ਜਾਂਦਾ ਹੈ । ਉਸ ਨੂੰ ਸੰਤ ਸਰੂਪ ਦੀ ਸੰਗਤ ਬਖਸ਼ਿਸ਼ ਹੋ ਜਾਂਦੀ ਹੈ । ਉਸ ਦੇ ਜੀਵਨ ਦੀ ਸਿਖਿਆਂ ਨੂੰ ਆਪਣੇ ਜੀਵਨ ਵਿੱਚ ਢਾਲਣ ਨਾਲ, ਮਨ ਨੂੰ ਸ਼ਾਂਤੀ, ਜਮਦੂਤਾਂ ਦਾ ਡਰ ਖਤਮ ਹੋ ਜਾਂਦਾ ਹੈ । ਉਸ ਦੇ ਅੰਦਰ ਸ਼ਬਦ ਦੀ ਸਦਾ ਚਲਣ ਵਾਲੀ ਗੂੰਜ ਸੁਣਾਈ ਦੇਂਦੀ ਹੈ, ਉਸ ਤੇ ਜਮਦੂਤ ਦਾ ਕੋਈ ਕਾਬੂ ਨਹੀਂ ਰਹਿੰਦਾ । ਉਸ ਦਾ ਮੌਤ ਦਾ ਸਮਾਂ ਪ੍ਰਭ ਨੂੰ ਮਿਲਣ ਦਾ ਸਮਾਂ ਬਣ ਜਾਂਦਾ ਹੈ
How may the state of mind as His true devotee be blessed?
Whosoever may conquer his worldly desires, while in human life. He may be blessed with the conjugation of His Holy saint. Who may adopt his life experience teachings in his own life; with His mercy and grace, he may be blessed with peace of mind; his fear of death may be eliminated. He may hear the everlasting echo of His Word resonating within; he may remain beyond the control of devil of death. His time of departure from universe may become a time of union with His Holy Spirit.

39. ਸਿਰੀਰਾਗੁ ਮਹਲਾ ੧॥ (56-12)

ਜਪੁ ਤਪੁ ਸੰਜਮੁ ਸਾਧੀਐ, ਤੀਰਥਿ ਕੀਚੈ ਵਾਸੁ॥	jap tap sanjam saaDhee-ai tirath keechai vaas.
ਪੁੰਨ ਦਾਨ ਚੰਗਿਆਈਆ, ਬਿਨੁ ਸਾਚੇ ਕਿਆ ਤਾਸੁ॥	punn daan chang-aa-ee-aabin saachay ki-aa taas.
ਜੇਹਾ ਰਾਧੇ ਤੇਹਾ ਲੁਣੈ, ਬਿਨੁ ਗੁਣ ਜਨਮੁ ਵਿਣਾਸੁ॥੧॥	jayhaa raaDhay tayhaa lunai bin gun janam vinaas. ||1||

ਜੀਵ ਭਾਵੇਂ ਬਾਣੀ ਗਾਵੇ, ਪਵਿੱਤਰ ਤੀਰਥਾਂ ਤੇ ਨਿਵਾਸ ਕਰੇ, ਮਨ ਤੇ ਕਾਬੂ ਪਾਉਣ ਦੀ ਕੋਸ਼ਿਸ਼, ਪੁੰਨ ਦਾਨ, ਚੰਗੇ ਕੰਮ ਕਰੇ! ਪਰ ਪ੍ਰਭ ਦੇ ਵਿਛੋੜੇ ਦੇ ਵਿਰਾਗ ਤੋਂ ਬਿਨਾਂ ਇਸ ਦਾ ਕੋਈ ਲਾਭ ਨਹੀਂ ਹੁੰਦਾ । ਸ਼ਬਦ ਦੇ ਰਸਤੇ ਤੇ ਚਲਣ ਤੋਂ ਬਿਨਾਂ ਜਨਮ ਬਿਰਥਾ ਹੀ ਬੀਤ ਜਾਂਦਾ ਹੈ, ਜੀਵ ਨੂੰ ਆਪਣੇ ਕੀਤੇ ਦਾ ਫਲ ਹੀ ਬਖਸ਼ਿਸ਼ ਹੁੰਦਾ ਹੈ ।

Self-minded may recite Holy Scripture, dwells at Holy Shrine, deprives his mind from worldly luxuries; performs charity and good deeds; however, without renunciation in the memory of his separation from His Holy Spirit; his deeds, efforts may not be rewarded. Whosoever may not adopt the teachings of His Word with a steady and stable belief; his human life may be wasted uselessly. His soul may endure the reward of his deeds.

ਮੁੰਧੇ ਗੁਣ ਦਾਸੀ ਸੁਖੁ ਹੋਇ॥	munDhay gun daasee sukh ho-ay.
ਅਵਗਣ ਤਿਆਗਿ ਸਮਾਈਐ, ਗੁਰਮਤਿ ਪੂਰਾ ਸੋਇ॥੧॥ ਰਹਾਉ॥	avgan ti-aag samaa-ee-ai gurmat pooraa so-ay. ||1|| rahaa-o.

ਜਿਹੜਾ ਅਸਲੀ ਮਾਲਕ ਦਾ ਗੁਲਾਮ ਬਣਕੇ, ਜੀਵਨ ਬਤੀਤ ਕਰਦਾ ਹੈ, ਆਪਣੀਆਂ ਇਛਾਂ ਨੂੰ ਤਿਆਗ ਕੇ ਸ਼ਬਦ ਦਾ ਸਿਮਰਨ ਕਰਦਾ ਹੈ । ਉਸ ਨੂੰ ਹੀ ਪ੍ਰਭ ਦੇ ਘਰ ਦਾ ਦਰਵਾਜਾ ਦਿਖਾਈ ਦੇਂਦਾ ਹੈ ।

Whosoever may renounce his worldly desires and remains as a true slave, devotee of the teachings of His Word; with His mercy and grace, he may realize, His 10th door within his own body and mind.

ਵਿਣੁ ਰਾਸੀ, ਵਾਪਾਰੀਆ ਤਕੇ ਕੁੰਡਾ ਚਾਰਿ॥	vin raasee vapaaree-aa takay kundaa chaar.
ਮੂਲੁ ਨ ਬੁਝੈ ਆਪਣਾ, ਵਸਤੁ ਰਹੀ ਘਰ ਬਾਰਿ॥	mool na bujhai aapnaa vasat rahee ghar baar.
ਵਿਣੁ ਵਖਰ ਦੁਖੁ ਅਗਲਾ, ਕੂੜਿ ਮੁਠੀ ਕੂੜਿਆਰਿ॥੨॥	vin vakhar dukh aglaa koorh muthee koorhi-aar. ||2||

ਕਿਸੇ ਅਸਲੀ ਪੂੰਜੀ ਤੋਂ ਬਿਨਾਂ ਵਪਾਰ ਕਰਨਾ, ਚਾਰੇ ਪਾਸੇ ਭਟਕਣਾ ਹੀ ਹੈ । ਜਿਹੜਾ ਆਪਣਾ ਮੂਲ ਨਹੀਂ ਪਛਾਣਦਾ, ਕਿਸੇ ਕੰਮ ਵਿੱਚ ਕਾਮਯਾਬੀ ਬਖਸ਼ਿਸ਼ ਨਹੀਂ ਹੁੰਦੀ । ਬਿਨਾਂ ਕਿਸੇ ਮਨੋਰਥ ਦੇ ਜੀਵਨ ਬਤੀਤ ਕਰਨਾ, ਮੁਸੀਬਤਾਂ ਵਿੱਚ ਹੀ ਰਹਿਣਾ ਹੈ! ਆਪਣੇ ਆਪ ਨੂੰ ਝੂਠ ਦੀ ਨੀਂਹ ਤੇ ਜੀਵਨ ਬਤੀਤ ਕਰਨਾ ਹੈ ।

ਗੁਰੂ ਨਾਨਕ ਦੇਵ ਜੀ! – Guru Nanak Dev Ji! Guru Granth Sahib

Whosoever may not have core capability, real investment, he may not succeed in any business. Same way, whosoever may not realize the purpose of his human life! How can he succeed in life? Living human life without any real purpose may be enduring miseries only. He may remain in fantasy world and wastes his life in false assumptions.

ਲਾਹਾ ਅਹਿਨਿਸਿ ਨਉਤਨਾ, ਪਰਖੇ ਰਤਨੁ ਵੀਚਾਰਿ॥ laahaa ahinis na-otanaa parkhay ratan veechaar.
ਵਸਤੁ ਲਹੈ ਘਰਿ ਆਪਣੈ, ਚਲੈ ਕਾਰਜੁ ਸਾਰਿ॥ vasat lahai ghar aapnai chalai kaaraj saar.
ਵਣਜਾਰਿਆ ਸਿਉ ਵਣਜੁ ਕਰਿ, ਗੁਰਮੁਖਿ ਬ੍ਰਹਮੁ ਬੀਚਾਰਿ॥੩॥ vanjaari-aa si-o vanaj kar gurmukh barahm beechaar. ||3||

ਜਿਹੜਾ ਸ਼ਬਦ ਰਤਨ ਨੂੰ, ਆਪਣੇ ਕੰਮਾਂ ਨੂੰ ਦਿਨ ਰਾਤ ਪਰਖਦਾ ਹੈ, ਉਹ ਅਕਸਰ ਲਾਭ ਲੈ ਜਾਂਦਾ ਹੈ । ਉਹ ਅਨਮੋਲ ਰਤਨ ਆਪਣੇ ਘਰ, ਮਨ ਵਿੱਚ ਰਖਦਾ ਹੈ । ਉਹ ਆਪਣਾ ਕਾਰਜ ਪੂਰਾ ਕਰ ਜਾਂਦਾ ਹੈ । ਜੀਵ ਅਸਲੀ ਵਪਾਰੀ ਨਾਲ ਵਪਾਰ ਕਰੋ! ਗੁਰਮਖ ਜੀਵ ਪ੍ਰਭ ਦੇ ਸ਼ਬਦ ਦਾ ਹੀ ਵਪਾਰ, ਵਿਚਾਰ ਕਰਦੇ ਹਨ ।

Whosoever may search and evaluates his deeds with essence of His Word, the true jewel, His Word Day, and night; he may be enlightened from within. He may adopt the teachings of His Word and succeed in his human life journey. You should only trade with genuine, trader. His true devotee meditates and only trades His Word.

ਸੰਤਾਂ ਸੰਗਤਿ ਪਾਈਐ, ਜੇ ਮੇਲੇ ਮੇਲਣਹਾਰੁ॥ santaaN sangat paa-ee-ai jay maylay maylanhaar.
ਮਿਲਿਆ ਹੋਇ ਨ ਵਿਛੁੜੈ, ਜਿਸੁ ਅੰਤਰਿ ਜੋਤਿ ਅਪਾਰ॥ mili-aa ho-ay na vichhurhai jis antar jot apaar.
ਸਚੈ ਆਸਣਿ ਸਚਿ ਰਹੈ, ਸਚੈ ਪ੍ਰੇਮ ਪਿਆਰ॥੪॥ sachai aasan sach rahai sachai paraym pi-aar. ||4||

ਪ੍ਰਭ ਦੀ ਰਹਿਮਤ ਨਾਲ ਹੀ ਸੰਤ ਸੁਰਪ ਦੀ ਸੰਗਤ ਬਖਸ਼ਿਸ਼ ਹੁੰਦੀ ਹੈ । ਉਸ ਦੀ ਸੰਗਤ ਵਿੱਚ ਸ਼ਬਦ ਵਿੱਚ ਲਿਵ ਲਗ ਜਾਂਦੀ ਹੈ । ਜਿਸ ਦੇ ਮਨ ਵਿੱਚ ਪ੍ਰਭ ਦੀ ਜੋਤ ਜਾਗਰਤ ਹੋ ਜਾਂਦੀ ਹੈ, ਉਸ ਦੇ ਮਨ ਵਿਚੋਂ ਜੋਤ ਕਦੇ ਬੁਝਦੀ ਨਹੀਂ । ਉਹ ਅਟਲ ਪ੍ਰਭ ਦੀ ਬੰਦਗੀ ਵਿੱਚ ਹੀ ਮਗਨ ਰਹਿੰਦਾ ਹੈ ।

Whosoever may be bestowed with His Blessed Vision, only he may be blessed with the association of His Holy saint. He may remain intoxicated in the void of His Word. Whosoever may be enlightened with eternal glow of His Holy Spirit within; with His mercy and grace, his glow may never be diminished from his forehead. He may remain intoxicated in meditation in the void of His Word, His Sanctuary.

ਜਿਨੀ ਆਪੁ ਪਛਾਣਿਆ, ਘਰ ਮਹਿ ਮਹਲੁ ਸੁਥਾਇ॥ jinee aap pachhaani-aa ghar meh mahal suthaa-ay.
ਸਚੇ ਸੇਤੀ ਰਤਿਆ, ਸਚੋ ਪਲੈ ਪਾਇ॥ sachay saytee rati-aa sacho palai paa-ay.
ਤ੍ਰਿਭਵਣਿ ਸੋ ਪ੍ਰਭੁ ਜਾਣੀਐ, ਸਾਚੋ ਸਾਚੈ ਨਾਇ॥੫॥ taribhavan so parabh jaanee-ai saacho saachai naa-ay. ||5||

ਜਿਹੜਾ ਜੀਵ ਆਪਣੇ ਆਪ ਨੂੰ ਜਾਣ ਲੈਂਦਾ ਹੈ, ਉਸ ਨੂੰ ਆਪਣੇ ਅੰਦਰੋਂ ਹੀ ਸ਼ਬਦ ਦੀ ਸੋਝੀ ਬਖਸ਼ਿਸ਼ ਹੋ ਜਾਂਦੀ ਹੈ । ਉਹ ਫਿਰ ਸ਼ਬਦ ਵਿੱਚ ਹੀ ਲੀਨ ਰਹਿੰਦਾ ਹੈ । ਪ੍ਰਭ ਤਿੰਨਾਂ ਸ੍ਰਿਸ਼ਟੀ ਵਿੱਚ ਹੀ ਹਰ ਥਾਂ ਤੇ ਮੌਜੂਦ, ਪ੍ਰਭ ਦਾ ਸ਼ਬਦ ਵੀ ਹਰ ਸਮੇਂ ਅਟਲ ਰਹਿੰਦਾ ਹੈ ।

Whosoever may recognize his own mind, he may discover the essence of His Word from within. He may remain intoxicated in meditation in the void of His Word. The Omnipresent True Master prevails in three universes; His Command, the teachings of His Word remain true forever.

ਸਾ ਧਨ ਖਰੀ ਸੁਹਾਵਣੀ, ਜਿਨਿ ਪਿਰੁ ਜਾਤਾ ਸੰਗਿ॥ saa Dhan kharee suhaavanee jin pir jaataa sang.
ਮਹਲੀ ਮਹਲਿ ਬੁਲਾਈਐ, ਸੋ ਪਿਰੁ ਰਾਵੇ ਰੰਗਿ॥ mahlee mahal bulaa-ee-ai so pir raavay rang.
ਸਚਿ ਸੁਹਾਗਣਿ ਸਾ ਭਲੀ, ਪਿਰਿ ਮੋਹੀ ਗੁਣ ਸੰਗਿ॥6॥ sach suhaagan saa bhalee pir mohee gun sang. ||6||

ਜਿਹੜਾ ਪ੍ਰਭ ਨੂੰ ਹਰ ਸਮੇਂ ਆਪਣੇ ਨਾਲ ਮਹਿਸੂਸ ਕਰਦਾ ਹੈ, ਉਹ ਹਮੇਸ਼ਾਂ ਹੀ ਖੇੜੇ ਵਿੱਚ ਰਹਿੰਦਾ ਹੈ । ਉਸ ਨੂੰ ਹਰ ਵੇਲੇ ਪ੍ਰਭ ਦੀ ਕ੍ਰਿਪਾ ਭਰਪੂਰ ਨਜ਼ਰ ਆਉਂਦੀ ਹੈ । ਉਹ ਹਰ ਵੇਲੇ ਹੀ ਸ਼ਬਦ ਵਿੱਚ ਹੀ ਲੀਨ ਰਹਿੰਦਾ, ਸ਼ਬਦ ਅਨੁਸਾਰ ਹੀ ਕੰਮ ਕਰਦਾ ਹੈ । ਜਿਹੜੇ ਅਸਲੀ ਰਸਤਾ ਨਹੀਂ ਜਾਣਦੇ, ਉਹ ਹੋਰ ਗੁਰੂਆਂ, ਪੀਰਾਂ ਮਗਰ ਲਗਕੇ, ਉਹਨਾਂ ਦੇ ਦੱਸੇ ਰਸਤੇ ਤੇ ਚਲਕੇ ਬੰਦਗੀ ਕਰਦਾ ਹੈ ।

Whosoever may realize His Existence within all the time, he may remain in peace and contentment. He always remains overwhelmed with His Blessings. He may remain intoxicated in meditation in the void of His Word. Whosoever may not know the real path or forsakes the teachings of His Word. He may follow the teachings of worldly guru, and adopts religious rituals and robes.

ਭੂਲੀ ਭੂਲੀ ਥਲਿ ਚੜਾ, ਥਲਿ ਚੜਿ ਡੂਗਰਿ ਜਾਉ॥ bhoolee bhoolee thal charhaa thal charh doogar jaa-o.
ਬਨ ਮਹਿ ਭੂਲੀ ਜੇ ਫਿਰਾ, ਬਿਨੁ ਗੁਰ ਬੂਝ ਨ ਪਾਉ॥ ban meh bhoolee jay firaa bin gur boojh na paa-o.
ਨਾਵਹੁ ਭੂਲੀ ਜੇ ਫਿਰਾ, ਫਿਰਿ ਫਿਰਿ ਆਵਉ ਜਾਉ॥੭॥ naavhu bhoolee jay firaa fir fir aava-o jaa-o. ||7||

ਉਹ ਸੰਸਾਰਕ ਗੁਰੂ ਦੀ ਸਿਖਿਆਂ ਨਾਲ ਹੀ ਸੁੰਨੇ ਥਾਂ, ਜੰਗਲਾਂ ਵਿੱਚ ਸ਼ਾਂਤੀ ਦੀ ਖੋਜ ਵਿੱਚ ਲਗਾ ਰਹਿੰਦਾ ਹੈ । ਪ੍ਰਭ ਦੇ ਸ਼ਬਦ ਦੀ ਸਿਖਿਆਂ, ਸੋਝੀ ਤੋਂ ਬਿਨਾਂ ਮੁਕਤੀ ਦਾ ਰਸਤਾ ਬਖਸ਼ਿਸ਼ ਨਹੀਂ ਹੁੰਦਾ । ਉਹ ਜਨਮ ਮਰਨ ਦੇ ਚੱਕਰ ਵਿੱਚ ਹੀ ਭਟਕਦਾ ਰਹਿੰਦਾ ਹੈ ।

Whosoever may follow the teachings of worldly guru; he may remain searching peace of mind in the forest or abandoned places. Whosoever may not adopt the teachings of His Word; he may not be blessed with the right path of acceptance in His Court. He may remain in the cycle of birth and death.

ਪੁਛਹੁ ਜਾਇ ਪਧਾਊਆ, ਚਲੇ ਚਾਕਰ ਹੋਇ॥ puchhahu jaa-ay paDhaa-oo-aa chalay chaakar ho-ay.
ਰਾਜਨੁ ਜਾਣਹਿ ਆਪਣਾ, ਦਰਿ ਘਰਿ ਠਾਕ ਨ ਹੋਇ॥ raajan jaaneh aapnaa dar ghar thaak na ho-ay.
ਨਾਨਕ ਏਕੋ ਰਵਿ ਰਹਿਆ, ਦੂਜਾ ਅਵਰੁ ਨ ਕੋਇ॥੮॥6॥ naanak ayko rav rahi-aa doojaa avar na ko-ay. ||8||6||

ਜੀਵ ਬੰਦਗੀ ਕਰਨ ਵਾਲੇ ਦੇ ਜੀਵਨ ਦੀ ਸਿਖਿਆਂ ਨੂੰ ਆਪਣੇ ਜੀਵਨ ਵਿੱਚ ਢਾਲਣ ਨਾਲ ਸੋਝੀ ਬਖਸ਼ਿਸ਼ ਹੋ ਜਾਂਦੀ ਹੈ । ਕਿਵੇਂ ਪ੍ਰਭ ਦੇ ਅਸਲੀ ਸੇਵਕ ਬਣਕੇ ਬੰਦਗੀ ਕੀਤੀ ਜਾਂਦੀ ਹੈ? ਉਹ ਆਪਣੇ ਅਸਲੀ ਮਾਲਕ ਨੂੰ ਪਛਾਣ ਜਾਂਦਾ ਹੈ । ਉਸ ਨੂੰ ਪ੍ਰਭ ਦੇ ਦਰਬਾਰ ਵਿੱਚ ਜਾਣ ਲਈ ਕੋਈ ਰੁਕਾਵਟ ਨਹੀਂ ਪੈਂਦੀ । ਹਰ ਵੇਲੇ, ਥਾਂ ਤੇ ਪ੍ਰਭ ਆਪ ਹੀ ਵਾਪਰਦਾ ਹੈ, ਹੋਰ ਕੋਈ ਦੂਜਾ ਕੁਝ ਨਹੀਂ ਕਰ ਸਕਦਾ ਹੈ ।

Whosoever may adopt the life experience teachings of His Holy saint in his day-to-day life; with His mercy and grace, he may be enlightened. How to adopt the teachings of His Word to become His true devotee, slave? He may recognize the real purpose of his human life opportunity; with His mercy and grace, all his restrictions to enter His Palace may be eliminated. The True Master prevails everywhere, no one else may exists without His Command.

Key Message of Shree Raag page 56-12
ਗੁਰਮਖ ਦੇ ਜੀਵਨ ਦਾ ਢੰਗ!
ਜਿਹੜਾ ਜੀਵ ਆਪਣੇ ਆਪ ਨੂੰ ਜਾਣ ਲੈਂਦਾ ਹੈ, ਉਸ ਨੂੰ ਆਪਣੇ ਅੰਦਰੋਂ ਹੀ ਸ਼ਬਦ ਦੀ ਸੋਝੀ ਬਖਸ਼ਿਸ਼ ਹੋ ਜਾਂਦੀ ਹੈ । ਜਿਹੜਾ ਬੰਦਗੀ ਕਰਨ ਵਾਲੇ ਦੇ ਜੀਵਨ ਦੀ ਸਿਖਿਆਂ ਨੂੰ ਆਪਣੇ ਜੀਵਨ ਵਿੱਚ ਢਾਲਦਾ ਹੈ, ਉਸ ਨੂੰ ਸੋਝੀ ਬਖਸ਼ਿਸ਼ ਹੋ ਜਾਂਦੀ ਹੈ । ਉਹ ਆਪਣੇ ਅਸਲੀ ਮਾਲਕ ਨੂੰ ਪਛਾਣ ਜਾਂਦਾ ਹੈ ।
Way of life of His true devotee!
Whosoever may recognize his own mind, he may discover the essence of His Word from within. Whosoever may adopt the life experience teachings of His Holy saint in his day-to-day life; with His mercy and grace, he may be enlightened. He may recognize the real purpose of his human life opportunity.

40. ਸਿਰੀਰਾਗੁ ਮਹਲਾ ੧॥ (57-5)

ਗੁਰ ਤੇ ਨਿਰਮਲੁ ਜਾਣੀਐ, ਨਿਰਮਲ ਦੇਹ ਸਰੀਰੁ॥ gur tay nirmal jaanee-ai nirmal dayh sareer.
ਨਿਰਮਲੁ ਸਾਚੋ ਮਨਿ ਵਸੈ, ਸੋ ਜਾਣੈ ਅਭ ਪੀਰ॥ nirmal saacho man vasai so jaanai abh peer.
ਸਹਜੈ ਤੇ ਸੁਖੁ ਅਗਲੋ, ਨਾ ਲਾਗੈ ਜਮ ਤੀਰੁ॥੧॥ sahjai tay sukh aglo naa laagai jam teer. ||1||

ਸ਼ਬਦ (ਗੁਰੁ) ਦੀ ਸੋਝੀ ਪ੍ਰਾਪਤ ਕਰਨ ਨਾਲ, ਪ੍ਰਭ ਦੀ ਹੋਂਦ ਮਹਿਸੂਸ ਹੋ ਸਕਦੀ ਹੈ । ਇਸ ਨਾਲ ਆਤਮਾ ਦੀ ਮੈਲ ਧੋਤੀ ਜਾਂਦੀ ਹੈ, ਆਤਮਾ ਨਿਰਮਲ ਹੋ ਜਾਂਦੀ ਹੈ । ਪ੍ਰਭ ਦੇ ਸ਼ਬਦ ਦੀ ਜਾਗਰਤੀ ਨਾਲ ਸ਼ਬਦ ਹਿਰਦੇ ਵਿੱਚ ਘਰ ਕਰ ਜਾਂਦਾ ਹੈ । ਪ੍ਰਭ ਆਪ ਹੀ ਆਤਮਾ ਦੀ ਇਛਾ ਦੀ ਪੀੜ ਜਾਣਦਾ ਹੈ । ਜਿਹੜਾ ਸ਼ਬਦ ਦੇ ਰਸਤੇ ਤੇ ਚਲਦਾ ਹੈ, ਉਸ ਦੇ ਮਨ ਵਿੱਚ ਸ਼ਾਂਤੀ, ਸੰਤੋਖ ਬਖਸ਼ਿਸ਼ ਹੋ ਜਾਂਦਾ ਹੈ ।

Whosoever may be enlightened from within; he may realize His Existence everywhere. All his blemish of worldly desires may be eliminated and his soul may be sanctified. He may remain drench with the essence of His Word. The Omniscient True Master remains aware of worldly desires of his soul. Whosoever may adopt the teachings of His Word; he may remain in peace and contented.

ਭਾਈ ਰੇ, ਮੈਲੁ ਨਾਹੀ, ਨਿਰਮਲ ਜਲਿ ਨਾਇ॥ bhaa-ee ray mail naahee nirmal jal naa-ay.
ਨਿਰਮਲੁ ਸਾਚਾ ਏਕੁ ਤੂ, ਹੋਰੁ ਮੈਲੁ ਭਰੀ ਸਭ ਜਾਇ॥੧॥ ਰਹਾਉ॥ nirmal saachaa ayk too hor mail bharee sabh jaa-ay. ||1|| rahaa-o.

ਪ੍ਰਭ ਦੇ ਸ਼ਬਦ ਦੀ ਸੋਝੀ ਰੂਪੀ ਨਿਰਮਲ ਜਲ ਨਾਲ ਆਤਮਾ ਪਵਿੱਤਰ ਹੋ ਸਕਦੀ ਹੈ । ਮਨ ਦੀ ਮੈਲ ਕੇਵਲ ਸ਼ਬਦ ਦੀ ਸੋਝੀ ਨਾਲ ਹੀ ਧੋਤੀ ਜਾ ਸਕਦੀ ਹੈ । ਹੋਰ ਕੋਈ ਵਿਧੀ ਨਹੀਂ ਹੈ ।

The teachings of His Word may be a sanctifying nectar to remove the blemish of soul. Whosoever may be enlightened with the essence of His Word; only his sins may be forgiven, the blemish of his soul may be eliminated. There may not be any other meditation or technique, right path.

ਹਰਿ ਕਾ ਮੰਦਰੁ ਸੋਹਣਾ, ਕੀਆ ਕਰਣੈਹਾਰਿ॥ har kaa mandar sohnaa kee-aa karnaihaar.
ਰਵਿ ਸਸਿ ਦੀਪ ਅਨੂਪ ਜੋਤਿ, ਤ੍ਰਿਭਵਣਿ ਜੋਤਿ ਅਪਾਰ॥ rav sas deep anoop jot taribhavan jot apaar.
ਹਾਟ ਪਟਣ ਗੜ ਕੋਠੜੀ, ਸਚੁ ਸਉਦਾ ਵਾਪਾਰ॥੨॥ haat patan garh koth-rhee sach sa-udaa vaapaar. ||2||

ਪ੍ਰਭ ਨੇ ਆਪ ਹੀ, ਜੀਵ ਦਾ ਤਨ, ਆਪਣਾ ਮੰਦਰ, ਬਹੁਤ ਸੋਹਣਾ, ਸ਼ਾਨਦਾਰ ਵਾਲਾ ਬਣਾਇਆ ਹੈ । ਪ੍ਰਭ ਦੀ ਜੋਤ ਦੀ ਬਹੁਤ ਅਚੰਬੀ ਰੋਸ਼ਨੀ ਨਾਲ ਤਿੰਨਾਂ ਸ੍ਰਿਸ਼ਟੀਆਂ ਵਿੱਚ ਹੀ ਜਗਮਗ ਰੋਸ਼ਨੀ ਹੁੰਦੀ ਹੈ । ਜਿਸ ਜੀਵ ਦੇ ਅੰਦਰ ਪ੍ਰਭ ਦੀ ਜੋਤ, ਸ਼ਬਦ ਜਾਗਰਤ ਹੋ ਜਾਂਦਾ ਹੈ । ਉਥੇ ਕੇਵਲ ਪ੍ਰਭ ਦੇ ਸ਼ਬਦ ਦਾ ਹੀ ਵਪਾਰ ਹੁੰਦਾ ਹੈ ।

The True Master has created his body as His Elegant Holy Temple. His astonishing Holy Spirit has illuminated in all three universes. Whosoever may be enlightened with the essence of His Word. He may adopt the teachings of His Word in day-to-day life and trades the enlightenment of the essence of His Word.

ਗਿਆਨ ਅੰਜਨੁ ਭੈ ਭੰਜਨਾ, ਦੇਖੁ ਨਿਰੰਜਨ ਭਾਇ॥ gi-aan anjan bhai bhanjnaa daykh niranjan bhaa-ay.
ਗੁਪਤੁ ਪ੍ਰਗਟੁ ਸਭ ਜਾਣੀਐ, ਜੇ ਮਨੁ ਰਾਖੈ ਠਾਇ॥ gupat pargat sabh jaanee-ai jay man raakhai thaa-ay.
ਐਸਾ ਸਤਿਗੁਰੁ ਜੇ ਮਿਲੈ, ਤਾ ਸਹਜੇ ਲਏ ਮਿਲਾਇ॥੩॥ aisaa saT`gur jay milai taa sehjay la-ay milaa-ay. ||3||

ਜਿਸ ਦਾ ਪ੍ਰਭ ਦੇ ਬਖਸ਼ੇ, ਸ਼ਬਦ ਦੀ ਸਿਖਿਆਂ ਤੇ ਭਰੋਸਾ ਅਡੋਲ ਹੋ ਜਾਂਦਾ ਹੈ, ਉਸ ਨੂੰ ਆਪਣੇ ਅੰਦਰੋਂ ਹੀ ਸੋਝੀ ਬਖਸ਼ਿਸ਼ ਹੋ ਜਾਂਦੀ ਹੈ । ਉਸ ਦੇ ਮਨ ਵਿਚੋਂ ਜਮਦੂਤਾਂ ਦਾ ਡਰ ਖਤਮ ਹੋ ਜਾਂਦਾ ਹੈ । ਜਿਸ ਨੂੰ ਇਸਤਰ੍ਹਾਂ ਦੀ ਗੁਰਮਖ ਅਵਸਥਾ ਬਖਸ਼ਿਸ਼ ਹੋ ਜਾਂਦੀ ਹੈ, ਉਹ ਸ਼ਬਦ ਵਿੱਚ ਹੀ ਲੀਨ ਰਹਿੰਦਾ ਹੈ ।

Whosoever may adopt the teachings of His Word with steady and stable belief as His Ultimate Command, Blessings; with His mercy and grace, he may be enlightened from within. His fear of devil of death may be eliminated. He may be accepted in His Sanctuary. His true devotee with such a state of mind, remains intoxicated in the void of His Word.

ਕਸਿ ਕਸਵਟੀ ਲਾਈਐ, ਪਰਖੇ ਹਿਤੁ ਚਿਤੁ ਲਾਇ॥ kas kasvatee laa-ee-ai parkhay hit chit laa-ay.
ਖੋਟੇ ਠਉਰ ਨ ਪਾਇਨੀ, ਖਰੇ ਖਜ਼ਾਨੈ ਪਾਇ॥ khotay tha-ur na paa-inee kharay khajaanai paa-ay.
ਆਸ ਅੰਦੇਸਾ ਦੂਰਿ ਕਰਿ, ਇਉ ਮਲੁ ਜਾਇ ਸਮਾਇ॥੪॥ aas andaysaa door kar i-o mal jaa-ay samaa-ay. ||4||

ਅੰਤਰਜਾਮੀ ਪ੍ਰਭ ਅਡੋਲ ਭਰੋਸੇ ਨੂੰ ਆਪ ਹੀ ਜਾਣਦਾ ਹੈ । ਜਿਸ ਦਾ ਭਰੋਸਾ ਪੱਕਾ ਨਹੀਂ ਹੁੰਦਾ, ਉਹ ਭਰਮਾਂ ਵਿੱਚ ਭਟਕਦਾ ਰਹਿੰਦਾ, ਉਥੇ ਟਿਕਦਾ ਨਹੀਂ । ਜਿਹੜਾ ਪ੍ਰਭ ਦੇ ਸ਼ਬਦ ਦੀ ਸਿਖਿਆਂ ਤੇ ਭਰੋਸਾ ਅਡੋਲ ਰਖਦਾ ਹੈ, ਉਸ ਦੀ ਦੁਬਦਾ ਦੀ ਮੈਲ ਖਤਮ ਹੋ ਜਾਂਦੀ ਹੈ ।

The Omniscient True Master remains aware about the belief of every creature. Whosoever may not have a steady and stable belief on His Word; he may remain frustrated in suspicions; he may not stay on any path for long. Whosoever may adopt the teachings of His Word with steady and stable belief; his suspicions and the blemish of duality may be eliminated.

ਸੁਖ ਕਉ ਮਾਗੈ ਸਭੁ ਕੋ, ਦੁਖੁ ਨ ਮਾਗੈ ਕੋਇ॥ sukh ka-o maagai sabh ko dukh na maagai ko-ay.
ਸੁਖੈ ਕਉ ਦੁਖੁ ਅਗਲਾ, ਮਨਮੁਖਿ ਬੂਝ ਨ ਹੋਇ॥ sukhai ka-o dukh aglaa manmukh boojh na ho-ay.
ਸੁਖ ਦੁਖ ਸਮ ਕਰਿ ਜਾਣੀਅਹਿ, ਸਬਦਿ ਭੇਦਿ ਸੁਖੁ ਹੋਇ॥੫॥ sukh dukh sam kar jaanee-ahi sabad bhayd sukh ho-ay. ||5||

ਹਰਇਕ ਜੀਵ ਹਮੇਸ਼ਾਂ ਖੁਸ਼ੀਆਂ ਹੀ ਮੰਗਦਾ ਹੈ, ਕਦੇ ਮੁਸ਼ਕਲਾਂ ਨਹੀਂ ਮੰਗਦਾ । ਸਭ ਕੁਝ ਪ੍ਰਭ ਦੀ ਰਹਿਮਤ ਨਾਲ ਹੀ ਬਖਸ਼ਿਸ਼ ਹੁੰਦਾ ਹੈ । ਜਿਸ ਦੇ ਸੁਖ ਪ੍ਰਾਪਤ ਕਰਨਵਾਲੇ ਕੰਮ ਨਹੀਂ ਹੁੰਦੇ, ਉਸ ਨੂੰ ਦੁਖ ਹੀ ਮਿਲਦਾ ਹੈ । ਜਿਸ ਨੂੰ ਸ਼ਬਦ ਦੀ ਸੋਝੀ ਬਖਸ਼ਿਸ਼ ਹੋ ਜਾਂਦੀ ਹੈ, ਉਹ ਦੁਖ, ਸੁਖ ਨੂੰ ਪ੍ਰਭ ਦੀ ਬਖਸ਼ਿਸ਼ ਸਮਝ ਕੇ ਅਨੰਦ ਮਾਨਦਾ ਹੈ, ਇਸ ਵਿੱਚ ਕੋਈ ਅੰਤਰ ਨਹੀਂ ਸਮਝਦਾ ।

Everyone prays for pleasures in worldly life and no one may pray for any miseries. However, miseries and pleasure may be blessed with His Command. Whose previous lives deeds may not be as per the teachings of His Word; he may only endure miseries in his life. Whosoever may be enlightened with the essence of His Word, he may accept pleasure and sorrows as His Blessings and his state of mind remains unchanged.

ਬੇਦੁ ਪੁਕਾਰੇ ਵਾਚੀਐ, ਬਾਣੀ ਬ੍ਰਹਮ ਬਿਆਸੁ॥
ਮੁਨਿ ਜਨ ਸੇਵਕ ਸਾਧਿਕਾ, ਨਾਮਿ ਰਤੇ ਗੁਣਤਾਸੁ॥
ਸਚਿ ਰਤੇ ਸੇ ਜਿਣਿ ਗਏ, ਹਉ ਸਦ ਬਲਿਹਾਰੈ ਜਾਸੁ॥੬॥

bayd pukaaray vaachee-ai banee barahm bi-aas.
mun jan sayvak saaDhikaa Naam ratay guntaas.
sach ratay say jin ga-ay ha-o sad balihaarai jaas. ||6||

ਜਿਹੜਾ ਵੇਦ, ਜਾ ਹੋਰ ਧਾਰਮਕ ਗੰਥ ਪੜ੍ਹਦਾ, ਵਿਚਾਰਦਾ ਹੈ, ਉਸ ਨੂੰ ਅੱਖਰਾਂ ਦੀ ਜਾਣਕਾਰੀ ਹੋ ਜਾਂਦੀ ਹੈ, ਸਮਝ ਆ ਜਾਂਦੀ ਹੈ । ਅਸਲੀ ਬੰਦਗੀ ਕਰਨਵਾਲਾ ਸ਼ਬਦ ਦੇ ਸਿਮਰਨ ਵਿੱਚ ਲੀਨ ਹੋਇਆ ਹੀ, ਪ੍ਰਭ ਦੀ ਦਰਗਾਹ ਵਿੱਚ ਪ੍ਰਵਾਨ ਹੋ ਜਾਂਦਾ ਹੈ । ਮਾਨਸ ਜਨਮ ਦੀ ਬਾਜੀ ਵਿੱਚ ਜਿੱਤ ਬਖਸ਼ਿਸ਼ ਹੋ ਜਾਂਦੀ, ਉਹ ਪੂਜਣ ਯੋਗ ਹੋ ਜਾਂਦਾ ਹੈ ।

Whosoever may read worldly religious Holy Scriptures, he may become very knowledgeable about the meaning of written words in the scripture. His true devotee remains intoxicated in the void of His Word; with His mercy and grace, he may be blessed with the right path of acceptance in His Court. He may conquer his human life journey; he may become worthy of worship.

ਚਹੁ ਜੁਗਿ ਮੈਲੇ ਮਲੁ ਭਰੇ, ਜਿਨ ਮੁਖਿ ਨਾਮੁ ਨ ਹੋਇ॥
ਭਗਤੀ ਭਾਇ ਵਿਹੂਣਿਆ, ਮੁਹੁ ਕਾਲਾ ਪਤਿ ਖੋਇ॥
ਜਿਨੀ ਨਾਮੁ ਵਿਸਾਰਿਆ, ਅਵਗਣ ਮੁਠੀ ਰੋਇ॥੭॥

chahu jug mailay mal bharay jin mukh Naam na ho-ay.
bhagtee bhaa-ay vihooni-aa muhu kaalaa pat kho-ay.
jinee Naam visaari-aa avgan muthee ro-ay. ||7||

ਜਿਹੜਾ ਸ਼ਬਦ ਨੂੰ ਆਪਣੇ ਹਿਰਦੇ ਵਿੱਚ ਨਹੀਂ ਵਸਾਉਂਦਾ, ਉਸ ਅਨੁਸਾਰ ਜੀਵਨ ਨਹੀਂ ਬਤੀਤ ਕਰਦਾ । ਉਸ ਦਾ ਮਨ ਸੰਸਾਰਕ ਇਛਾਂ ਦੀ ਭਟਕਣ ਵਿੱਚ ਹੀ ਰਹਿੰਦਾ ਹੈ । ਬੰਦਗੀ ਤੋਂ ਬਿਨਾਂ ਸ਼ਰਮਿੰਦਗੀ ਹੀ ਮਿਲਦੀ ਹੈ, ਮੌਤ ਤੋਂ ਪਿਛੋਂ ਪਛਤਾਵਾ ਹੀ ਕਰਦਾ ਹੈ ।

Whosoever may not adopt the teachings of His Word; he may remain frustrated and blemished with worldly desires. Whosoever may not meditate on the teachings of His Word; he may remain frustrated and rebuked in His Court. He may only regret and repents after death.

ਖੋਜਤ ਖੋਜਤ ਪਾਇਆ, ਡਰੁ ਕਰਿ ਮਿਲੈ ਮਿਲਾਇ॥
ਆਪੁ ਪਛਾਣੈ ਘਰਿ ਵਸੈ, ਹਉਮੈ ਤ੍ਰਿਸਨਾ ਜਾਇ॥
ਨਾਨਕ ਨਿਰਮਲ ਊਜਲੇ, ਜੋ ਰਾਤੇ ਹਰਿ ਨਾਇ॥੮॥ 7॥

khojat khojat paa-i-aa dar kar milai milaa-ay.
aap pachhaanai ghar vasai ha-umai tarisnaa jaa-ay.
naanak nirmal oojlay jo raatay har naa-ay. ||8||7||

ਜਿਹੜਾ ਜੀਵ ਪ੍ਰਭ ਦੇ ਵਿਛੋੜੇ ਦੇ ਵਿਰਾਗ ਵਿੱਚ ਪ੍ਰਭ ਦੇ ਸ਼ਬਦ ਦੀ ਸੋਝੀ ਦੀ ਖੋਜ ਕਰਦਾ ਹੈ, ਉਸ ਦਾ ਮਨ ਅਡੋਲ ਹੋ ਜਾਂਦਾ ਹੈ, ਉਹ ਪ੍ਰਭ ਨੂੰ ਖੋਜ ਲੈਂਦਾ ਹੈ । ਉਸ ਨੂੰ ਆਪਣੇ ਆਪ ਦੀ ਪਛਾਣ, ਮਾਨਸ ਜਨਮ ਦੇ ਮੰਤਵ ਦੀ ਸੋਝੀ ਬਖਸ਼ਿਸ਼ ਹੋ ਜਾਂਦੀ ਹੈ । ਉਸ ਦੀ ਸਭ ਤੋਂ ਵਡੀ ਇਛਾ, ਅਹੰਕਾਰ ਦੀ ਜੜ੍ਹ ਖਤਮ ਹੋ ਜਾਂਦੀ ਹੈ, ਬੰਦਗੀ ਵਿੱਚ ਲੀਨ ਹੋਏ ਹੀ ਪ੍ਰਵਾਨ ਹੋ ਜਾਂਦਾ, ਉਸ ਦੀ ਆਤਮਾ ਪਵਿੱਤਰ ਹੋ ਜਾਂਦੀ ਹੈ ।

Whosoever may remain in renunciation in the memory of his separation from His Holy Spirit and he keeps searching within his mind. He may become steady and stable on his path and he may be blessed with the right path, the purpose of his human life from within. He may conquer his ego of worldly status. His true devotee remains drench with the essence of His Word; his soul may be sanctified to become worthy of His Consideration.

Key Message of Shree Raag page 57-5
ਪ੍ਰਭ ਦਾ ਮੰਦਰ! ਪ੍ਰਵਾਨਗੀ ਦਾ ਰਸਤਾ!
ਪ੍ਰਭ ਨੇ ਆਪ ਹੀ, ਜੀਵ ਦਾ ਤਨ, ਆਪਣਾ ਮੰਦਰ ਬਹੁਤ ਸੋਹਣਾ, ਸ਼ਾਨਦਾਰ ਵਾਲਾ ਬਣਾਇਆ ਹੈ । ਜਿਸ ਨੂੰ ਸ਼ਬਦ ਦੀ ਸੋਝੀ ਬਖਸ਼ਿਸ਼ ਹੋ ਜਾਂਦੀ ਹੈ, ਉਹ ਦੁਖ, ਸੁਖ ਨੂੰ ਪ੍ਰਭ ਦੀ ਬਖਸ਼ਿਸ਼ ਸਮਝ ਕੇ ਅਨੰਦ ਮਾਨਦਾ ਹੈ, ਇਸ ਵਿੱਚ ਕੋਈ ਅੰਤਰ ਨਹੀਂ ਸਮਝਦਾ । ਜਿਹੜਾ ਜੀਵ ਪ੍ਰਭ ਦੇ ਵਿਛੋੜੇ ਦੇ ਵਿਰਾਗ ਵਿੱਚ ਪ੍ਰਭ ਦੇ ਸ਼ਬਦ ਦੀ ਸੋਝੀ ਦੀ ਖੋਜ ਕਰਦਾ ਹੈ, ਉਸ ਦਾ ਮਨ ਅਡੋਲ ਹੋ ਜਾਂਦਾ ਹੈ, ਉਹ ਪ੍ਰਭ ਨੂੰ ਖੋਜ ਲੈਂਦਾ ਹੈ । ਉਸ ਨੂੰ ਆਪਣੇ ਆਪ ਦੀ ਪਛਾਣ, ਮਾਨਸ ਜਨਮ ਦੇ ਮੰਤਵ ਦੀ ਸੋਝੀ ਬਖਸ਼ਿਸ਼ ਹੋ ਜਾਂਦੀ ਹੈ । ਉਸ ਦੀ ਸਭ ਤੋਂ ਵਡੀ ਇਛਾ, ਅਹੰਕਾਰ ਦੀ ਜੜ੍ਹ ਖਤਮ ਹੋ ਜਾਂਦੀ ਹੈ, ਬੰਦਗੀ ਵਿੱਚ ਲੀਨ ਹੋਏ ਹੀ ਪ੍ਰਵਾਨ ਹੋ ਜਾਂਦਾ, ਉਸ ਦੀ ਆਤਮਾ ਪਵਿੱਤਰ ਹੋ ਜਾਂਦੀ ਹੈ ।
His Royal Palace! The Right path of His Acceptance!
The True Master has created his body as His Elegant Holy Temple. Whosoever may be enlightened with the essence of His Word, he may accept pleasure and sorrows as His Blessings; his state of mind remains unchanged. Whosoever may remain in renunciation in the memory of his separation from His Holy Spirit; he keeps searching within his mind. He may become steady and stable on his path; he may be blessed with the right path, the purpose of his human life from within. He may conquer his ego of worldly status. His true devotee remains drench with the essence of His Word; his soul may be sanctified to become worthy of His Consideration.

41. ਸਿਰੀਰਾਗੁ ਮਹਲਾ ੧॥ (57-18)

ਸੁਣਿ ਮਨ ਭੂਲੇ ਬਾਵਰੇ, ਗੁਰ ਕੀ ਚਰਣੀ ਲਾਗੁ॥
ਹਰਿ ਜਪਿ ਨਾਮੁ ਧਿਆਇ ਤੂ, ਜਮੁ ਡਰਪੈ ਦੁਖ ਭਾਗੁ॥
ਦੂਖੁ ਘਣੋ ਦੋਹਾਗਣੀ, ਕਿਉ ਥਿਰੁ ਰਹੈ ਸੁਹਾਗੁ॥੧॥

Sun man bhoolay baavray gur kee charnee laag.
Har jap Naam Dhi-aa-ay too jam darpai dukh bhaag.
Dookh ghano duhaaganee ki-o thir rahai suhaag. ||1||

ਜੀਵ ਆਪਣੇ ਮਨ ਨੂੰ ਸਮਝਾ ਕੇ ਪ੍ਰਭ ਦੇ ਸ਼ਬਦ ਤੇ ਭਰੋਸਾ ਪੱਕਾ ਕਰੋ । ਜਿਸ ਦਾ ਪ੍ਰਭ ਦੇ ਸ਼ਬਦ ਦੀ ਸਿਖਿਆਂ ਤੇ ਭਰੋਸਾ ਅਡੋਲ ਰਹਿੰਦਾ ਹੈ, ਉਹ ਜਮ ਦੇ ਵੱਸ ਤੋਂ ਦੂਰ ਹੋ ਜਾਂਦਾ, ਮੌਤ ਦਾ ਡਰ ਖਤਮ ਹੋ ਜਾਂਦਾ ਹੈ । ਉਸ ਨੂੰ ਸੋਝੀ ਬਖਸ਼ਿਸ਼ ਹੋ ਜਾਂਦੀ ਹੈ! ਕੋਈ ਸੰਸਾਰ ਵਿੱਚ ਸਦਾ ਨਹੀਂ ਰਹਿੰਦਾ, ਜਨਮ ਮਰਨ ਹੀ ਸ੍ਰਿਸ਼ਟੀ ਦਾ ਖੇਲ ਹੈ, ਮੌਤ ਦਾ ਸਮਾਂ ਜਨਮ ਤੋਂ ਪਹਿਲੇ ਹੀ ਮਿਥਿਆ ਹੁੰਦਾ ਹੈ ।

Ignorant! You must obey the teachings of His Word with steady and stable belief in your day-to-day life. Whosoever may remain on the path of meditation; his soul may remain beyond the reach of the fear of death, devil of death. He may recognize, his soul has been blessed with perishable worldly body for a predetermined time and his body must perish, death. World may not be a permanent resting place for his soul.

ਗੁਰੂ ਨਾਨਕ ਦੇਵ ਜੀ! – Guru Nanak Dev Ji! Guru Granth Sahib

ਭਾਈ ਰੇ, ਅਵਰੁ ਨਾਹੀ ਮੈ ਥਾਉ॥ bhaa-ee ray avar naahee mai thaa-o.
ਮੈ ਧਨੁ ਨਾਮੁ ਨਿਧਾਨੁ ਹੈ, ਗੁਰਿ ਦੀਆ ਬਲਿ ਜਾਉ॥੧॥ ਰਹਾਉ॥ mai Dhan naam niDhaan hai gur dee-aa bal jaa-o. ||1|| rahaa-o.

ਪ੍ਰਭ ਹੀ ਸ਼ਬਦ ਦੀ ਪਾਲਣਾ ਰੁਪੀ ਧਨ ਬਖਸ਼ਦਾ ਹੈ, ਉਸ ਦਾ ਧੰਨਵਾਦ ਕਰੋ । ਇਹ ਹੀ ਅਸਲੀ ਰਸਤਾ ਹੈ, ਬਾਕੀ ਸਾਰੇ ਰਸਤੇ ਬਿਰਥੇ ਹੀ ਹਨ ।

The True Master may bless the devotion to obey the teachings of His Word; earnings of His Word! You should always sing the glory for His Blessings. Adopting the essence of His Word may be only right path; all other meditations may be useless for the journey of human life.

ਗੁਰਮਤਿ ਪਤਿ ਸਾਬਾਸਿ ਤਿਸੁ, ਤਿਸ ਕੈ ਸੰਗਿ ਮਿਲਾਉ॥ gurmat pat saabaas tis tis kai sang milaa-o.
ਤਿਸੁ ਬਿਨੁ ਘੜੀ ਨ ਜੀਵਊ, ਬਿਨੁ ਨਾਵੈ ਮਰਿ ਜਾਉ॥ tis bin gharhee na jeev-oo bin naavai mar jaa-o.
ਮੈ ਅੰਧੁਲੇ ਨਾਮੁ ਨ ਵੀਸਰੈ, ਟੇਕ ਟਿਕੀ ਘਰਿ ਜਾਉ॥੨॥ mai anDhulay naam na veesrai tayk tikee ghar jaa-o. ||2||

ਜਿਹੜਾ ਸ਼ਬਦ ਹੀ ਪਾਲਣਾ ਕਰਦਾ ਹੈ, ਉਸ ਨੂੰ ਅਸਲੀ ਰਸਤੇ ਦੀ ਸੋਝੀ ਬਖਸ਼ਿਸ਼ ਹੋ ਜਾਂਦੀ ਹੈ । ਸ਼ਬਦ ਨਾਲ ਜੀਵਨ ਢਾਲਣ ਨਾਲ ਹੀ ਪ੍ਰਭ ਦੇ ਦਰਬਾਰ ਵਿੱਚ ਥਾਂ ਬਖਸ਼ਿਸ਼ ਹੁੰਦੀ ਹੈ । ਅਣਜਾਣ ਜੀਵ ਨੂੰ ਸੋਝੀ ਨਹੀਂ ਹੁੰਦੀ! ਸ਼ਬਦ ਦੀ ਪਾਲਣਾ ਤੋਂ ਬਿਨਾਂ ਬਾਕੀ ਸਾਰੇ ਕੰਮਾਂ ਦਾ ਮਾਨਸ ਜਨਮ ਦੇ ਮੰਤਵ ਲਈ ਕੋਈ ਲਾਭ ਨਹੀਂ ਹੁੰਦਾ । ਕੇਵਲ ਸ਼ਬਦ ਦੀ ਸਿਖਿਆਂ ਅਨੁਸਾਰ ਜੀਵਨ ਬਤੀਤ ਕਰਨਾ ਹੀ ਪ੍ਰਵਾਨਗੀ ਦਾ ਰਸਤਾ ਹੈ, ਬਾਕੀ ਸਾਰੇ ਰਸਤੇ, ਉਸ ਦੇ ਘਰ, ਪ੍ਰਵਾਨਗੀ ਵਾਲੇ ਨਹੀਂ ਹਨ । ਕੇਵਲ ਸਿਮਰਨ ਵਿੱਚ ਮਨ ਅਡੋਲ ਰਖਣ ਨਾਲ ਹੀ ਮੁਕਤੀ ਬਖਸ਼ਿਸ਼ ਹੋ ਸਕਦੀ ਹੈ ।

Whosoever may obey and adopts the teachings of His Word; with His mercy and grace, he may be blessed with the right path of acceptance in His Court, he may be accepted in His Court. Ignorant, self-minded may not realize; without adopting the teachings of His Word, all other religious ritual of worship may not have any significance for the real purpose of human life journey. Whosoever may adopt the teachings of His Word with steady and stable belief in life; with His mercy and grace, he may be blessed with the right path of acceptance in His Court; only he may be blessed with salvation.

ਗੁਰੂ ਜਿਨਾ ਕਾ ਅੰਧੁਲਾ, ਚੇਲੇ ਨਾਹੀ ਠਾਉ॥ guroo jinaa kaa anDhulaa chaylay naahee thaa-o.
ਬਿਨੁ ਸਤਿਗੁਰ ਨਾਉ ਨ ਪਾਈਐ, ਬਿਨੁ ਨਾਵੈ ਕਿਆ ਸੁਆਉ॥ bin saT`gur naa-o na paa-ee-ai bin naavai ki-aa su-aa-o.
ਆਇ ਗਇਆ ਪਛੁਤਾਵਣਾ, ਜਿਉ ਸੁੰਞੈ ਘਰਿ ਕਾਉ॥੩॥ aa-ay ga-i-aa pachhutaavnaa ji-o sunjai ghar kaa-o. ||3||

ਜਿਸ ਸਿਖਿਆਂ ਦੇਣ ਵਾਲੇ ਨੂੰ ਆਪ ਸ਼ਬਦ ਦੀ ਸੋਝੀ ਨਹੀਂ ਹੁੰਦੀ! ਉਹ ਕਿਵੇਂ ਅਸਲੀ ਰਸਤੇ ਦੀ ਸਿਖਿਆਂ ਦੇ ਸਕਦਾ ਹੈ? ਉਸ ਦੇ ਸੇਵਕ ਗਲਤ ਰਸਤੇ ਤੇ ਚਲਕੇ, ਕਿਸੇ ਮਨੋਰਥ ਤੇ ਨਹੀਂ ਪਹੁੰਚਦੇ । ਪ੍ਰਭ ਦੀ ਰਹਿਮਤ ਤੋਂ ਬਿਨਾਂ ਸ਼ਬਦ ਦੀ ਸਿਖਿਆਂ ਨਾਲ ਜੀਵਨ ਢਾਲਿਆ ਨਹੀਂ ਜਾ ਸਕਦਾ, ਸੋਝੀ ਬਖਸ਼ਿਸ਼ ਨਹੀਂ ਹੁੰਦੀ, ਪ੍ਰਭ ਦੇ ਚਰਨਾਂ ਵਿੱਚ ਥਾਂ ਬਖਸ਼ਿਸ਼ ਨਹੀਂ ਹੋ ਸਕਦੀ । ਉਸ ਦਾ ਮਾਨਸ ਜਨਮ ਬਿਰਥਾ ਹੀ ਜਾਂਦਾ, ਕੋਈ ਲਾਭ ਨਹੀਂ ਮਿਲਦਾ । ਜਿਵੇਂ ਖਾਲੀ ਘਰ ਵਿੱਚ ਜਾਣ ਨਾਲ ਕਿਸੇ ਨਾਲ ਮਿਲਾਪ ਨਹੀਂ ਹੁੰਦਾ ।

Whose guide or guru may not adopt the teachings of His Word in his own life, nor enlightened with the essence of His Word! How may he guide anyone on the right path of acceptance in His Court? His follower may adopt wrong path in life; he wastes his human life opportunity. He may not be blessed with a permanent resting place in His Court. His human life may be wasted; his condition may be like a visitor in abandoned house; where no one may be there to honor him.

ਬਿਨੁ ਨਾਵੈ ਦੁਖੁ ਦੇਹੁਰੀ, ਜਿਉ ਕਲਰ ਕੀ ਭੀਤਿ॥ bin naavai dukh dayhuree ji-o kalar kee bheet.
ਤਬ ਲਗੁ ਮਹਲੁ ਨ ਪਾਈਐ, ਜਬ ਲਗੁ ਸਾਚੁ ਨ ਚੀਤਿ॥ tab lag mahal na paa-ee-ai jab lag saach na cheet.
ਸਬਦਿ ਰਪੈ ਘਰੁ ਪਾਈਐ, ਨਿਰਬਾਣੀ ਪਦੁ ਨੀਤਿ॥੪॥ sabad rapai ghar paa-ee-ai nirbaanee pad neet. ||4||

ਜਿਹੜਾ ਸ਼ਬਦ ਦੀ ਸਿਖਿਆਂ ਅਨੁਸਾਰ ਜੀਵਨ ਨਹੀਂ ਢਾਲਦਾ, ਉਸ ਨੂੰ ਦਰਬਾਰ ਵਿੱਚ ਥਾਂ ਬਖਸ਼ਿਸ਼ ਨਹੀਂ ਹੁੰਦੀ । ਮਾਨਸ ਸਰੀਰ ਮਨ ਦੀਆਂ ਇਛਾਂ ਦਾ ਗੁਲਾਮ ਹੀ ਰਹਿੰਦਾ ਹੈ, ਰੇਤ ਦੀ ਕੰਧ ਤਰ੍ਹਾਂ ਹੀ ਸਮਾਂ ਪੈਣ ਤੇ ਖਿਲਰ ਜਾਂਦਾ ਹੈ । ਜਿਹੜਾ ਸ਼ਬਦ ਦੀ ਸਿਖਿਆਂ ਤੇ ਚਲਦਾ ਹੈ, ਉਸ ਨੂੰ ਪੂਰਨ ਸ਼ਾਂਤੀ ਬਖਸ਼ਿਸ਼ ਹੋ ਜਾਂਦੀ ਹੈ, ਪ੍ਰਭ ਦੇ ਘਰ ਵਿੱਚ ਪ੍ਰਵਾਨਗੀ ਬਖਸ਼ਿਸ਼ ਹੋ ਸਕਦੀ ਹੈ ।

Whosoever may not adopt the teachings of His Word; he may not be blessed with any permanent resting place in His Court. He remains a victim of sweet poison of worldly wealth, desires; his life may be like a pillar of sand. His soul may not be accepted in His Sanctuary. Whosoever may not adopt the teachings of His Word wholeheartedly in day-to-day life; he may not be blessed with a peace of mind nor his soul may be accepted in His Sanctuary.

ਹਉ ਗੁਰ ਪੂਛਉ ਆਪਣੇ, ਗੁਰ ਪੁਛਿ ਕਾਰ ਕਮਾਉ॥ ha-o gur poochha-o aapnay gur puchh kaar kamaa-o.
ਸਬਦਿ ਸਲਾਹੀ ਮਨਿ ਵਸੈ, ਹਉਮੈ ਦੁਖੁ ਜਲਿ ਜਾਉ॥ sabad salaahee man vasai ha-umai dukh jal jaa-o.
ਸਹਜੇ ਹੋਇ ਮਿਲਾਵੜਾ, ਸਾਚੇ ਸਾਚਿ ਮਿਲਾਉ॥੫॥ sehjay ho-ay milaavrhaa saachay saach milaa-o. ||5||

ਜੀਵ ਸ਼ਬਦ ਨਾਲ ਆਪਣਾ ਜੀਵਨ ਢਾਲਣ ਨਾਲ, ਸ਼ਬਦ ਦੀ ਸੋਝੀ ਬਖਸ਼ਿਸ਼ ਹੋ ਜਾਂਦੀ ਹੈ । ਸ਼ਬਦ ਨੂੰ ਅਪਣਾਉਣ ਨਾਲ ਹੀ ਜਮਦੂਤ ਦਾ ਡਰ ਖਤਮ ਹੋ ਸਕਦਾ ਹੈ, ਮਨ ਵਿਚੋਂ ਅਹੰਕਾਰ ਦੀ ਜੜ੍ਹ ਖਤਮ ਹੋ ਜਾਂਦੀ ਹੈ, ਜਨਮ, ਮਰਨ ਦੀ ਸੋਝੀ ਹੋ ਜਾਂਦੀ ਹੈ । ਜਿਹੜਾ ਪ੍ਰਭ ਦੀ ਬਖਸ਼ਿਸ਼ ਲਈ ਧੀਰਜ ਰਖਦਾ ਹੈ, ਆਪਣੇ ਆਪ ਹੀ ਹਿਰਦੇ ਵਿੱਚ ਪ੍ਰਭ ਦੀ ਜੋਤ ਜਾਗਰਤ ਹੋ ਜਾਂਦੀ ਹੈ ।

Whosoever may adopt the teachings of His Word; with His mercy and grace, he may be blessed with the enlightenment of the essence of His Word. His fear of death may be eliminated. He may conquer his ego; with His mercy and grace, he may be enlightened with the cycle of birth and death. Whosoever may remain in patience and contented with His Blessings; His Holy Spirit may be glowing within his heart and on his forehead.

ਸਬਦਿ ਰਤੇ ਸੇ ਨਿਰਮਲੇ, ਤਜਿ ਕਾਮ ਕ੍ਰੋਧੁ ਅਹੰਕਾਰੁ॥ sabad ratay say nirmalay taj kaam kroDh ahaNkaar.
ਨਾਮੁ ਸਲਾਹਨਿ ਸਦ ਸਦਾ, ਹਰਿ ਰਾਖਹਿ ਉਰ ਧਾਰਿ॥ naam salaahan sad sadaa har raakhahi ur Dhaar.
ਸੋ ਕਿਉ ਮਨਹੁ ਵਿਸਾਰੀਐ, ਸਭ ਜੀਆ ਕਾ ਆਧਾਰੁ॥੬॥ so ki-o manhu visaaree-ai sabh jee-aa kaa aaDhaar. ||6||

ਜਿਹੜਾ ਜੀਵ ਸ਼ਬਦ ਵਿੱਚ ਲੀਨ ਹੋ ਜਾਂਦਾ ਹੈ । ਉਸ ਦਾ ਮਨ ਸੰਸਾਰਕ ਇਛਾਂ ਕਾਮ, ਕਰੋਧ, ਅਹੰਕਾਰ ਤਿਆਗ ਕੇ ਪਵਿੱਤਰ ਹੋ ਜਾਂਦਾ ਹੈ । ਉਹ ਹਰ ਵੇਲੇ ਸਿਮਰਨ ਕਰਦਾ, ਪ੍ਰਭ ਦੇ ਬਖਸ਼ੇ ਤੇ ਸੰਤੋਖ ਵਿੱਚ ਅਡੋਲ ਰਹਿੰਦਾ ਹੈ । ਉਸ ਦੇ ਮਨ ਵਿੱਚ ਸ਼ਬਦ ਦੀ ਸੋਝੀ ਘਰ ਕਰ ਜਾਂਦੀ ਹੈ, ਪ੍ਰਭ ਹੀ ਸਾਰੀ ਸ੍ਰਿਸ਼ਟੀ ਦਾ ਅਧਾਰ, ਆਸਰਾ, ਸਿਰਜਨ ਦਾ ਕਾਰਨ ਹੈ । ਉਹ ਸ਼ਬਦ ਨੂੰ ਮਨੋ ਕਦੇ ਵਿਸਾਰ ਦਾ ਨਹੀਂ ।

ਗੁਰੂ ਨਾਨਕ ਦੇਵ ਜੀ! – Guru Nanak Dev Ji! Guru Granth Sahib

Whosoever may remain drench with the essence of His Word; with His mercy and grace, he may be enlightened with the essence of His Word. He may conquer his ego and worldly desires. He may be enlightened! The One and Only One, True Master is the supporting pillar of the universe. He may never forsake the teachings of His Word from his day-to-day life.

ਸਬਦਿ ਮਰੈ ਸੋ ਮਰਿ ਰਹੈ, ਫਿਰਿ ਮਰੈ ਨ ਦੂਜੀ ਵਾਰ॥	sabad marai so mar rahai fir marai na doojee vaar.
ਸਬਦੈ ਹੀ ਤੇ ਪਾਈਐ, ਹਰਿ ਨਾਮੇ ਲਗੈ ਪਿਆਰੁ॥	sabdai hee tay paa-ee-ai har naamay lagai pi-aar.
ਬਿਨੁ ਸਬਦੈ ਜਗੁ ਭੂਲਾ ਫਿਰੈ, ਮਰਿ ਜਨਮੈ ਵਾਰੋ ਵਾਰ॥੭॥	bin sabdai jag bhoolaa firai mar janmai vaaro vaar. ||7||

ਜਿਹੜਾ ਸ਼ਬਦ ਅਨੁਸਾਰ ਜੀਵਨ ਬਤੀਤ ਕਰਦਾ ਹੈ, ਉਸ ਦਾ ਮਨ ਸ਼ਬਦ ਦੀ ਪਾਲਣਾ ਕਰਦਾ ਹੀ ਪ੍ਰਭ ਨਾਲ ਪਿਆਰ ਕਰਨ ਲਗ ਪੈਂਦਾ ਹੈ । ਉਸ ਨੂੰ ਜਨਮ ਮਰਨ ਦੇ ਚੱਕਰ ਤੋਂ ਛੁਟਕਾਰਾ ਬਖਸ਼ਿਸ਼ ਹੋ ਜਾਂਦਾ ਹੈ । ਜਿਹੜਾ ਸੰਸਾਰਕ ਇਛਾਂ ਦੇ ਅਧਾਰ ਤੇ ਜੀਵਨ ਬਤੀਤ ਕਰਦਾ, ਸ਼ਬਦ ਨਹੀਂ ਪਛਾਣਦਾ ਹੈ, ਉਹ ਜਨਮ ਮਰਨ ਦੇ ਚੱਕਰ ਵਿੱਚ ਹੀ ਰਹਿੰਦਾ ਹੈ ।

Whosoever may wholeheartedly adopt the teachings of His Word; his devotion may be enhanced while obeying the teachings of His Word. His cycle of birth and death may be eliminated. Whosoever may remain intoxicated with worldly desires; he may not realize the essence of His Word; he may remain in the cycle of birth and death.

ਸਭ ਸਾਲਾਹੈ ਆਪ ਕਉ, ਵਡਹੁ ਵਡੇਰੀ ਹੋਇ॥	sabh salaahai aap ka-o vadahu vadayree ho-ay.
ਗੁਰ ਬਿਨੁ ਆਪੁ ਨ ਚੀਨੀਐ, ਕਹੇ ਸੁਣੇ ਕਿਆ ਹੋਇ॥	gur bin aap na cheenee-ai kahay sunay ki-aa ho-ay.
ਨਾਨਕ ਸਬਦਿ ਪਛਾਣੀਐ, ਹਉਮੈ ਕਰੈ ਨ ਕੋਇ॥੮॥8॥	naanak sabad pachhaanee-ai ha-umai karai na ko-ay. ||8||8||

ਹਰਇਕ ਜੀਵ ਆਪਣੇ ਆਪ ਨੂੰ ਪਵਿੱਤਰ ਕਹਿੰਦਾ ਹੈ, ਕਿ ਉਹ ਸ਼ਬਦ ਦੇ ਅਸੂਲਾਂ ਤੇ ਚਲਣਵਾਲਾ ਹੈ । ਸ਼ਬਦ ਦੀ ਸੋਝੀ ਪਾ ਕੇ, ਜੀਵਨ ਢਾਲਣ ਤੋਂ ਬਿਨਾਂ, ਕੇਵਲ ਪੜ੍ਹਨ ਜਾ ਸੁਣਨ ਨਾਲ ਕੁਝ ਬਖਸ਼ਿਸ਼ ਨਹੀਂ ਹੁੰਦਾ । ਜਿਤਨਾ ਚਿਰ ਜੀਵਨ ਸ਼ਬਦ ਅਨੁਸਾਰ ਢਾਲਿਆ ਨਾ ਜਾਵੇ । ਜੀਵ ਨੂੰ ਆਪਣੇ ਆਪ ਦੀ ਪਛਾਣ ਨਹੀਂ ਹੁੰਦੀ, ਮਾਨਸ ਜਨਮ ਦਾ ਮੰਤਵ ਸਮਝ ਨਹੀਂ ਆਉਂਦਾ, ਅਹੰਕਾਰ ਦੀ ਜੜ੍ਹ ਖਤਮ ਨਹੀਂ ਹੁੰਦੀ ।

Everyone believes! His own way of life remains as per the teachings of His Word; his mind remains blemish free. Only reading or listening His Holy Scripture, without understanding and adopting the teachings of His Word in his day-to-day life, nothing may be blessed. Whosoever may not adopt the teachings of His Word, nor realize the purpose of human life; he may never conquer his ego and pride of his worldly status.

Key Message of Shree Raag page 57-18
'ਮਾਨਸ ਗੁਰੂ ਦੇ ਮਨ ਦੀ ਅਵਸਥਾ!
ਜਿਸ ਸਿਖਿਆਂ ਦੇਣ ਵਾਲੇ ਨੂੰ ਆਪ ਸ਼ਬਦ ਦੀ ਸੋਝੀ ਨਹੀਂ ਹੁੰਦੀ! ਉਹ ਕਿਵੇਂ ਅਸਲੀ ਰਸਤੇ ਦੀ ਸਿਖਿਆਂ ਦੇ ਸਕਦਾ ਹੈ? ਸ਼ਬਦ ਨੂੰ ਅਪਣਾਉਣ ਨਾਲ ਹੀ ਜਮਦੂਤ ਦਾ ਡਰ ਖਤਮ ਹੋ ਸਕਦਾ ਹੈ, ਮਨ ਵਿਚੋਂ ਅਹੰਕਾਰ ਦੀ ਜੜ੍ਹ ਖਤਮ ਹੋ ਜਾਂਦੀ ਹੈ, ਜਨਮ, ਮਰਨ ਦੀ ਸੋਝੀ ਹੋ ਜਾਂਦੀ ਹੈ । ਜਿਹੜਾ ਪ੍ਰਭ ਦੀ ਬਖਸ਼ਿਸ਼ ਲਈ ਧੀਰਜ ਰਖਦਾ ਹੈ, ਆਪਣੇ ਆਪ ਹੀ ਹਿਰਦੇ ਵਿੱਚ ਪ੍ਰਭ ਦੀ ਜੋਤ ਜਾਗਰਤ ਹੋ ਜਾਂਦੀ ਹੈ ।
State of mind of worldly guru!
Whose guide or guru may not adopt the teachings of His Word in his own life, nor enlightened with the essence of His Word! How may he guide anyone on the right path of acceptance in His Court? Whosoever may adopt the teachings of His Word; he may be blessed with the enlightenment of the essence of His Word. His fear of death may be eliminated. He may conquer his ego and worldly desires.

42. ਸਿਰੀਰਾਗੁ ਮਹਲਾ ੧॥ (58-12)

ਬਿਨੁ ਪਿਰ ਧਨ ਸੀਗਾਰੀਐ, ਜੋਬਨੁ ਬਾਦਿ ਖੁਆਰੁ॥	bin pir Dhan seegaaree-ai joban baad khu-aar.
ਨਾ ਮਾਣੇ ਸੁਖਿ ਸੇਜੜੀ, ਬਿਨੁ ਪਿਰ ਬਾਦਿ ਸੀਗਾਰੁ॥	naa maanay sukh sayjrhee bin pir baad seegaar.
ਦੂਖੁ ਘਣੋ ਦੋਹਾਗਣੀ, ਨਾ ਘਰਿ ਸੇਜ ਭਤਾਰੁ॥੧॥	dookh ghano duhaaganee naa ghar sayj bhataar. ||1||

ਪ੍ਰਭ ਦੇ ਸ਼ਬਦ ਨੂੰ ਆਪਣੇ ਜੀਵਨ ਵਿੱਚ ਢਾਲਣ ਤੋਂ ਬਿਨਾਂ, ਧਾਰਮਕ ਬਾਣੇ, ਨਿਤਨੇਮ, ਬਾਣੀ ਪੜ੍ਹਨ ਦਾ ਕੋਈ ਲਾਭ ਨਹੀਂ ਹੁੰਦਾ । ਮਨਮੁਖ ਆਪਣਾ ਮਾਨਸ ਜੀਵਨ ਬਿਰਥਾ ਹੀ ਬੀਤ ਕਰ ਜਾਂਦਾ ਹੈ । ਪ੍ਰਭ ਦੀ ਰਹਿਮਤ ਦੀ ਨਜ਼ਰ ਬਖਸ਼ਿਸ਼ ਨਹੀਂ ਹੁੰਦੀ । ਇਹ ਸੰਸਾਰਕ ਧਾਰਮਕ ਰਸਤੇ ਸਾਰੇ ਫਰੇਬ ਹੀ ਹਨ, ਇਸ ਨਾਲ ਪ੍ਰਭ ਦੇ ਘਰ ਥਾਂ ਬਖਸ਼ਿਸ਼ ਨਹੀਂ ਹੁੰਦੀ, ਜਨਮ ਮਰਨ ਦਾ ਚੱਕਰ ਖਤਮ ਨਹੀਂ ਹੁੰਦਾ ।

Whosoever may not adopt the teachings of His Word and only adopting, religious robes, baptizing with religious principles; all his prayers are useless. Self-minded may waste his human life opportunity uselessly. He may never be bestowed with His Blessed Vision nor the right path of acceptance in His Court. All religious rituals are deception, expansion of worldly wealth. No one may be blessed with the right path of acceptance; his cycle of birth and death may not be eliminated.

ਮਨ ਰੇ ਰਾਮ ਜਪਹੁ ਸੁਖੁ ਹੋਇ॥	man, ray raam japahu sukh ho-ay.
ਬਿਨੁ ਗੁਰ ਪ੍ਰੇਮੁ ਨ ਪਾਈਐ, ਸਬਦਿ ਮਿਲੈ ਰੰਗੁ ਹੋਇ॥੧॥ ਰਹਾਉ॥	bingur paraym na paa-ee-ai sabad milai rang ho-ay. ||1|| rahaa-o.

ਸ਼ਬਦ ਨੂੰ ਜੀਵਨ ਵਿੱਚ ਢਾਲਣ ਤੋਂ ਬਿਨਾਂ ਅਸਲੀ ਰਸਤਾ ਬਖਸ਼ਿਸ਼ ਨਹੀਂ ਹੁੰਦਾ । ਸ਼ਬਦ ਮਨ ਵਿੱਚ ਵਸਾਉਣ ਨਾਲ ਹੀ ਰਹਿਮਤ ਦਾ ਰੰਗ ਚੜ੍ਹ ਜਾਂਦਾ ਹੈ, ਸ਼ਬਦ ਦਾ ਸਿਮਰਨ ਕਰਨ ਨਾਲ ਹੀ ਮਨ ਨੂੰ ਸ਼ਾਂਤੀ, ਸੁਖ ਬਖਸ਼ਿਸ਼ ਹੁੰਦਾ ਹੈ ।

Without adopting the teachings of His Word in day-to-day life, no one may be blessed with the right path of acceptance in His Court nor he may remain drenched with the crimson color of the essence of His Word. Whosoever may meditate on the teachings of His Word with steady and stable belief in life, his may be blessed with a peace of mind and pleasures in his worldly life.

ਗੁਰ ਸੇਵਾ ਸੁਖੁ ਪਾਈਐ, ਹਰਿ ਵਰੁ ਸਹਜਿ ਸੀਗਾਰੁ॥	gur sayvaa sukh paa-ee-ai har var sahj seegaar.
ਸਚਿ ਮਾਣੇ ਪਿਰ ਸੇਜੜੀ, ਗੂੜਾ ਹੇਤੁ ਪਿਆਰੁ॥	sach maanay pir sayjrhee goorhaa hayt pi-aar.
ਗੁਰਮੁਖਿ ਜਾਣਿ ਸਿਞਾਣੀਐ, ਗੁਰਿ ਮੇਲੀ ਗੁਣ ਚਾਰੁ॥੨॥	gurmukh jaan sinjaanee-ai gur maylee gun chaar. ||2||

ਸ਼ਬਦ ਦੀ ਕਮਾਈ ਕਰਨ ਨਾਲ ਹੀ ਸਾਰੇ ਸੁਖ, ਅਨੰਦ, ਸ਼ਾਂਤੀ ਬਖਸ਼ਿਸ਼ ਹੁੰਦੀ ਹੈ । ਇਸ ਨਾਲ ਹੀ ਪ੍ਰਭ ਦੀ ਰਹਿਮਤ ਦੀ ਨਜ਼ਰ ਬਖਸ਼ਿਸ਼ ਹੋ ਸਕਦੀ ਹੈ, ਮਨ ਬੰਦਗੀ ਵਿੱਚ ਅਡੋਲ ਰਹਿੰਦਾ ਹੈ । ਗੁਰਮਖ ਅਵਸਥਾ ਹਾਸਿਲ ਕਰਨ ਨਾਲ ਹੀ ਆਪਣੇ ਅੰਦਰੋਂ ਉਸ ਦੀ ਪਛਾਣ ਹੁੰਦੀ ਹੈ । ਅੰਦਰੋਂ ਜਾਗਰਤੀ ਹੋਣ ਨਾਲ ਹੀ ਮਨ ਸ਼ਬਦ ਵਿੱਚ ਅਡੋਲ ਰਹਿੰਦਾ ਹੈ ।

ਗੁਰੂ ਨਾਨਕ ਦੇਵ ਜੀ! – Guru Nanak Dev Ji! Guru Granth Sahib

Whosoever may earn the wealth of His Word, he may be blessed with pleasure, comforts, and peace of mind; with His mercy and grace, he may remain intoxicated in meditation in the void of His Word. He may be blessed with a state of mind as His true devotee. He may recognize the purpose of his human life opportunity from within. He may be enlightened with the essence of His Word; he may remain firm on the right path of acceptance in His Court.

ਸਚਿ ਮਿਲਹੁ, ਵਰ ਕਾਮਣੀ, ਪਿਰਿ ਮੋਹੀ ਰੰਗੁ ਲਾਇ॥ — sach milhu var kaamnee pir mohee rang laa-ay.
ਮਨੁ ਤਨੁ ਸਾਚਿ ਵਿਗਸਿਆ, ਕੀਮਤਿ ਕਹਣੁ ਨ ਜਾਇ॥ — man, tan saach vigsi-aa keemat kahan na jaa-ay.
ਹਰਿ ਵਰੁ ਘਰਿ ਸੋਹਾਗਣੀ, ਨਿਰਮਲ ਸਾਚੈ ਨਾਇ॥੩॥ — har var ghar sohaaganee nirmal saachai naa-ay. ||3||

ਸ਼ਬਦ (ਗੁਰੂ) ਨੂੰ ਅਪਣਾਉਣ ਨਾਲ ਅਸਲੀ ਰਸਤਾ ਬਖਸ਼ਿਸ਼ ਹੋ ਸਕਦਾ ਹੈ । ਉਸ ਤੇ ਚਲਣ ਨਾਲ, ਪ੍ਰਭ ਦੀ ਰਜ਼ਾ ਵਿੱਚ ਮਨ ਟਿਕਣ ਲਗ ਪੈਂਦਾ ਹੈ । ਜੀਵ ਦੇ ਮਨ, ਤਨ ਵਿੱਚ ਇਕ ਅਨੋਖਾ ਹੀ ਖੇੜਾ ਬਖਸ਼ਿਸ਼ ਹੋ ਜਾਂਦਾ ਹੈ, ਜਿਸ ਦੀ ਕੀਮਤ ਦਾ ਵਖਿਆਣ ਨਹੀਂ ਕੀਤਾ ਜਾ ਸਕਦਾ । ਜਿਸ ਦਾ ਮਨ ਸ਼ਬਦ ਵਿੱਚ ਲੀਨ, ਅਡੋਲ ਹੋ ਜਾਂਦਾ, ਉਸ ਦੇ ਮਨ ਦੀ ਮੈਲ ਧੋਤੀ ਜਾਂਦੀ ਹੈ, ਉਹ ਹਰ ਵੇਲੇ ਪ੍ਰਭ ਦੀ ਰਹਿਮਤ ਨਾਲ ਖੇੜੇ ਵਿੱਚ ਹੀ ਰਹਿੰਦਾ ਹੈ ।

Whosoever may adopt the teachings of His Word; with His mercy and grace, he may be blessed with the right path of acceptance in His Court. He may remain steady and stable on the right path. He may be blessed with an astonishing enlightenment; the significance of his enlightenment may not be imagined by His Creation. Whosoever may remain intoxicated in meditation in the void of His Word; his sins may be forgiven, blemish eliminated. He may remain in blossom in his worldly life.

ਮਨ ਮਹਿ ਮਨੂਆ ਜੇ ਮਰੈ, ਤਾ ਪਿਰੁ ਰਾਵੈ ਨਾਰਿ॥ — man, meh manoo-aa jay marai taa pir raavai naar.
ਇਕਤੁ ਤਾਗੈ ਰਲਿ ਮਿਲੈ, ਗਲਿ ਮੋਤੀਅਨ ਕਾ ਹਾਰੁ॥ — ikat taagai ral milai gal motee-an kaa haar.
ਸੰਤ ਸਭਾ ਸੁਖੁ ਊਪਜੈ, ਗੁਰਮੁਖਿ ਨਾਮ ਅਧਾਰੁ॥੪॥ — sant sabhaa sukh oopjai gurmukh naam aDhaar. ||4||

ਜਿਸ ਦੇ ਮਨ ਵਿਚੋਂ ਅਹੰਕਾਰ ਦੀ ਜੜ੍ਹ ਮਰ ਜਾਂਦੀ ਹੈ, ਉਸ ਦੇ ਮਨ ਤੇ ਪ੍ਰਭ ਦੇ ਸ਼ਬਦ ਦਾ ਰੰਗ ਚੜ੍ਹ ਜਾਂਦਾ ਹੈ, ਮਨ ਬੰਦਗੀ ਕਰਨ ਵਾਲਿਆਂ ਦੀ ਲੜੀ ਵਿੱਚ ਰਲ ਜਾਂਦਾ ਹੈ, ਉਸ ਨੂੰ ਅਣਮੋਲ ਅਵਸਥਾ ਬਖਸ਼ਿਸ਼ ਹੋ ਜਾਂਦੀ ਹੈ । ਜੀਵ, ਸੰਤ ਸਰੂਪ ਦੀ ਸੰਗਤ ਵਿੱਚ ਅਨੰਦ, ਖੇੜੇ ਵਿੱਚ ਵਸਦਾ ਹੈ । ਉਸ ਦੇ ਮਨ ਦਾ ਅਧਾਰ, ਆਸਰਾ ਕੇਵਲ ਪ੍ਰਭ ਦਾ ਸ਼ਬਦ, ਭਾਣਾ ਹੀ ਬਣ ਜਾਂਦਾ ਹੈ, ਬਾਕੀ ਸਾਰੀਆਂ ਦੁਬਦਾ, ਭਰਮਾਂ ਦਾ ਨਾਸ ਹੋ ਜਾਂਦਾ ਹੈ ।

Whosoever may conquer his own ego, his mind may be drench with the essence of His Word. He may be blessed with the conjugation of His Holy saint. He may be blessed with superb state of mind. He may remain in the congregation of His Holy saint and he remains in blossom. His way of life may be on the principles of the essence of His Word. All his religious suspicions and duality may be eliminated.

ਖਿਨ ਮਹਿ ਉਪਜੈ ਖਿਨਿ ਖਪੈ, ਖਿਨੁ ਆਵੈ ਖਿਨੁ ਜਾਇ॥ — khin meh upjai khin khapai khin aavai khin jaa-ay.
ਸਬਦੁ ਪਛਾਣੈ ਰਵਿ ਰਹੈ, ਨਾ ਤਿਸੁ ਕਾਲੁ ਸੰਤਾਇ॥ — sabad pachhaanai rav rahai naa tis kaal santaa-ay.
ਸਾਹਿਬੁ ਅਤੁਲੁ ਨ ਤੋਲੀਐ, ਕਥਨਿ ਨ ਪਾਇਆ ਜਾਇ॥੫॥ — saahib atul na tolee-ai kathan na paa-i-aa jaa-ay. ||5||

ਜੀਵ ਦਾ ਜਨਮ, ਮੌਤ ਇਕ ਪਲ ਵਿੱਚ ਹੋ ਜਾਂਦਾ ਹੈ, ਇਹ ਪਲ ਜਾਣਿਆ ਨਹੀਂ ਜਾ ਸਕਦਾ । ਜਿਹੜਾ ਜੀਵ ਸ਼ਬਦ ਦਾ ਅਸਲੀ ਮਤਲਬ ਪਛਾਣ ਜਾਣ ਜਾਂਦਾ ਹੈ, ਉਹ ਪ੍ਰਭ ਨੂੰ ਮਿਲਣ ਦੇ ਰਸਤੇ ਤੇ ਚਲ ਪੈਂਦਾ ਹੈ । ਉਸ ਵਿੱਚ ਹੀ ਅਭੇਦ ਹੋ ਜਾਂਦਾ ਹੈ, ਜਨਮ ਮਰਨ ਦਾ ਲੇਖਾ ਖਤਮ ਕਰ ਜਾਂਦਾ ਹੈ । ਪ੍ਰਭ ਦੇ ਕਿਸੇ ਕਰਤਬ ਦਾ ਅੰਤ ਨਹੀਂ ਪਾਇਆ ਜਾ ਸਕਦਾ, ਉਸ ਦੇ ਕਰਤਬ ਨੂੰ ਕਿਸੇ ਵਿਧੀ ਨਾਲ ਪਰਖਿਆ ਨਹੀਂ ਜਾ ਸਕਦਾ । ਕੇਵਲ ਪੜ੍ਹਨ ਜਾ ਬੋਲਣ ਨਾਲ ਰਹਿਮਤ ਬਖਸ਼ਿਸ਼ ਨਹੀਂ ਹੁੰਦੀ ।

Birth and death of a creature remains unpredictable; that moment may never be comprehended by His Creation. Whosoever may recognize the real purpose of his human life opportunity; he may be blessed with the right path of acceptance in His Court. He may immerse within His Holy Spirit! His cycle of birth and death may be eliminated. His Nature, limits of His Blessings, Miracles may remain beyond the comprehension, prediction of His Creation. Only by reciting, preaching, writing spiritual meaning, the right path may not be blessed.

ਵਾਪਾਰੀ ਵਣਜਾਰਿਆ, ਆਏ ਵਜਹੁ ਲਿਖਾਇ॥ — vaapaaree vanjaari-aa aa-ay vajahu likhaa-ay.
ਕਾਰ ਕਮਾਵਹਿ ਸਚ ਕੀ, ਲਾਹਾ ਮਿਲੈ ਰਜਾਇ॥ — kaar kamaaveh sach kee laahaa milai rajaa-ay.
ਪੂੰਜੀ ਸਾਚੀ ਗੁਰੁ ਮਿਲੈ, ਨਾ ਤਿਸੁ ਤਿਲੁ ਨ ਤਮਾਇ॥੬॥ — poonjee saachee gur milai naa tis til na tamaa-ay. ||6||

ਹਰਇਕ ਜੀਵ ਸੰਸਾਰ ਵਿੱਚ ਪ੍ਰਭ ਦੇ ਹੁਕਮ ਨਾਲ ਹੀ ਸ਼ਬਦ ਦੀ ਕਮਾਈ ਕਰ ਸਕਦਾ ਹੈ । ਜਿਹੜਾ ਸ਼ਬਦ ਦੀ ਖੋਜ ਵਿੱਚ ਭਰੋਸਾ ਅਡੋਲ ਰਖਦਾ ਹੈ । ਉਸ ਦੇ ਭਾਣੇ ਅੰਦਰ ਹੀ ਸੰਤੋਖ ਵਿੱਚ ਰਹਿੰਦਾ ਹੈ, ਕੇਵਲ ਉਸ ਨੂੰ ਹੀ ਸ਼ਬਦ ਦੀ ਕਮਾਈ ਬਖਸ਼ਿਸ਼ ਹੁੰਦੀ ਹੈ । ਉਸ ਨੂੰ ਇਸ ਦੇ ਫਲ ਮਿਲਣ ਦੀ ਕੋਈ ਇਛਾ, ਭਾਵਨਾ ਨਹੀਂ ਹੁੰਦੀ, ਕਿਸੇ ਪ੍ਰਾਪਤੀ ਦਾ ਕੋਈ ਲਾਲਚ ਨਹੀਂ ਹੰਦਾ ।

Everyone may only meditate and earns the wealth of His Word with His Command. Whosoever may remain searching with steady and stable belief on His Word within; with His mercy and grace, he may be blessed with contentment with his own worldly condition as His Blessings. Only he may be blessed with the wealth of His Word. He may not worry to be rewarded; His state of mind may not be influenced with any worldly honor.

ਗੁਰਮੁਖਿ ਤੋਲਿ ਤੁੋਲਾਇਸੀ, ਸਚੁ ਤਰਾਜੀ ਤੋਲੁ॥ — burmukh tol tolaa-isee sach taraajee tol.
ਆਸਾ ਮਨਸਾ ਮੋਹਣੀ, ਗੁਰਿ ਠਾਕੀ ਸਚੁ ਬੋਲੁ॥ — aasaa mansaa mohnee gur thaakee sach bol.
ਆਪਿ ਤੁਲਾਏ ਤੋਲਸੀ, ਪੂਰੇ ਪੂਰਾ ਤੋਲੁ॥੭॥ — aap tulaa-ay tolsee pooray pooraa tol. ||7||

ਪ੍ਰਭ ਆਪ ਹੀ ਸ਼ਬਦ ਦੀ ਕਸਵਟੀ ਨਾਲ ਗੁਰਮਖ ਅਵਸਥਾ ਦੀ ਪਰਖ ਕਰਦਾ ਹੈ । ਆਪ ਹੀ ਉਸ ਦੀਆਂ ਸੰਸਾਰਕ ਇਛਾਂ, ਮਨ ਦੀਆਂ ਭਟਕਣਾਂ ਦੂਰ ਕਰਦਾ ਹੈ । ਸ਼ਬਦ ਦੇ ਅਸਰ ਨਾਲ ਜੀਭ ਵਿਚੋਂ ਪ੍ਰਭ ਦੀ ਉਸਤਤ ਦੇ ਹੀ ਬੋਲ ਨਿਕਲਦੇ ਹਨ, ਇਛਾਂ ਦਾ ਨਾਸ ਕਰ ਦੇਂਦੇ ਹਨ । ਪ੍ਰਭ ਆਪ ਹੀ ਸਭ ਕੁਝ ਦਾ ਨਿਰਨਾ ਕਰਦਾ ਹੈ । ਪ੍ਰਭ ਕਦੇ ਗਲਤੀ ਨਹੀਂ ਕਰਦਾ, ਕੇਵਲ ਇਨਸਾਫ ਹੀ ਕਰਦਾ ਹੈ ।

The True Master may appraise the state of mind and earnings of His true devotee with the essence of His Word. He may eliminate all his worldly desires and frustrations. He may remain drenched with the essence of His Word; he remains intoxicated singing the glory of His Word. His blemish of worldly desires may be destroyed. The True Master judges all his earnings, worldly deeds; He may never make any mistake, only justice prevails in His Court.

ਗੁਰੂ ਨਾਨਕ ਦੇਵ ਜੀ! – Guru Nanak Dev Ji! Guru Granth Sahib

ਕਥਨੈ ਕਹਣਿ ਨ ਛੁਟੀਐ, ਨਾ ਪੜਿ ਪੁਸਤਕ ਭਾਰ॥ kathnai kahan na chhutee-ai naa parh pustak bhaar.
ਕਾਇਆ ਸੋਚ ਨ ਪਾਈਐ, ਬਿਨੁ ਹਰਿ ਭਗਤਿ ਪਿਆਰ॥ kaa-i-aa soch na paa-ee-ai bin har bhagat pi-aar.
ਨਾਨਕ ਨਾਮੁ ਨ ਵੀਸਰੈ, ਮੇਲੇ ਗੁਰੁ ਕਰਤਾਰ॥੮॥9॥ naanak naam na veesrai maylay gur kartaar. ||8||9||

ਕੇਵਲ ਸ਼ਬਦ ਪੜ੍ਹਣ, ਜਾ ਪ੍ਰਚਾਰ ਕਰਨ ਨਾਲ ਰਹਿਮਤ ਦਾ ਰਸਤਾ ਬਖਸ਼ਿਸ਼ ਨਹੀਂ ਹੁੰਦਾ । ਮਨ ਨੂੰ ਸ਼ਬਦ ਅਨੁਸਾਰ ਢਾਲਣ ਤੋਂ ਬਿਨਾਂ ਮਨ ਪਵਿੱਤਰ ਨਹੀਂ ਹੁੰਦਾ, ਮਨ ਦੀਆਂ ਇਛਾਂ, ਭਟਕਣਾਂ ਤੇ ਕਾਬੂ ਨਹੀਂ ਪੈਂਦਾ । ਜੀਵ ਆਪਣੇ ਮਨ ਨੂੰ ਪ੍ਰਭ ਦੇ ਸ਼ਬਦ ਤੋਂ ਦੂਰ ਨਾ ਕਰੋ! ਇਸ ਵਿੱਚ ਭਰੋਸੇ ਅਡੋਲ ਰਖਣ ਨਾਲ ਹੀ ਪ੍ਰਭ ਦੀ ਰਹਿਮਤ ਦੀ ਨਜ਼ਰ ਬਖਸ਼ਿਸ਼ ਹੁੰਦੀ ਹੈ ।

Whosoever may only recite or preaches His Holy Scripture; he may not be blessed with the right path of acceptance in His Court. Without adopting the teachings of His Word in day-to-day life, his soul may not be sanctified nor he may conquer his ego, worldly desires. You should not forsake the teachings of His Word in your life. Whosoever may obey the teachings of His Word; only he may be bless with the right path of acceptance in His Court.

Key Message of Shree Raag page 58-12
'ਮਾਨਸ ਗੁਰੂ ਦੇ ਮਨ ਦੀ ਅਵਸਥਾ!
ਜਿਸ ਦੇ ਮਨ ਵਿਚੋਂ ਅਹੰਕਾਰ ਦੀ ਜੜ੍ਹ ਮਰ ਜਾਂਦੀ ਹੈ, ਉਸ ਦੇ ਮਨ ਤੇ ਪ੍ਰਭ ਦੇ ਸ਼ਬਦ ਦਾ ਰੰਗ ਚੜ੍ਹ ਜਾਂਦਾ ਹੈ! ਉਹ ਬੰਦਗੀ ਕਰਨ ਵਾਲਿਆਂ ਦੀ ਲੜੀ ਵਿੱਚ ਰਲ ਜਾਂਦਾ ਹੈ, ਉਸ ਨੂੰ ਅਣਮੋਲ ਅਵਸਥਾ ਬਖਸ਼ਿਸ਼ ਹੋ ਜਾਂਦੀ ਹੈ । ਜਿਹੜਾ ਪ੍ਰਭ ਦੇ ਭਾਣੇ ਅੰਦਰ ਹੀ ਸੰਤੋਖ ਵਿੱਚ ਰਹਿੰਦਾ ਹੈ, ਕੇਵਲ ਉਸ ਨੂੰ ਹੀ ਸ਼ਬਦ ਦੀ ਕਮਾਈ ਬਖਸ਼ਿਸ਼ ਹੁੰਦੀ ਹੈ । ਉਸ ਨੂੰ ਇਸ ਦੇ ਫਲ ਮਿਲਣ ਦੀ ਕੋਈ ਇਛਾ, ਭਾਵਨਾ ਨਹੀਂ ਹੁੰਦੀ, ਕਿਸੇ ਪ੍ਰਾਪਤੀ ਦਾ ਕੋਈ ਲਾਲਚ ਨਹੀਂ ਹੰਦਾ । ਸ਼ਬਦ (ਗੁਰੂ) ਨੂੰ ਅਪਣਾਉਣ ਨਾਲ ਅਸਲੀ ਰਸਤਾ ਬਖਸ਼ਿਸ਼ ਹੋ ਸਕਦਾ ਹੈ । ਉਸ ਤੇ ਚਲਣ ਨਾਲ, ਪ੍ਰਭ ਦੀ ਰਜ਼ਾ ਵਿੱਚ ਮਨ ਟਿਕਣ ਲਗ ਪੈਂਦਾ ਹੈ । ਜੀਵ ਦੇ ਮਨ, ਤਨ ਵਿੱਚ ਇਕ ਅਨੋਖਾ ਹੀ ਖੇੜਾ ਬਖਸ਼ਿਸ਼ ਹੋ ਜਾਂਦਾ ਹੈ, ਜਿਸ ਦੀ ਕੀਮਤ ਦਾ ਵਖਿਆਣ ਨਹੀਂ ਕੀਤਾ ਜਾ ਸਕਦਾ ।
State of mind of worldly guru!
Whosoever may conquer his own ego, his mind may be drench with the essence of His Word. He may be blessed with the conjugation of His Holy saint. He may be blessed with a superb state of mind. Whosoever may remain contented with his own worldly condition as His Blessings; only he may be blessed with the wealth of His Word. He may not worry to be rewarded. His state of mind may not be influenced with any honor. Whosoever may adopt the teachings of His Word; with His mercy and grace, he may be blessed with the right path of acceptance in His Court. He may remain steady and stable on the right path. He may be blessed with an astonishing enlightenment; the significance of his enlightenment may not be imagined by His Creation.

43. ਸਿਰੀਰਾਗੁ ਮਹਲਾ ੧॥ (59-6)

ਸਤਿਗੁਰੁ ਪੂਰਾ ਜੇ ਮਿਲੈ, ਪਾਈਐ ਰਤਨੁ ਬੀਚਾਰੁ॥ saT`gur pooraa jay milaipaa-ee-ai ratan beechaar.
ਮਨੁ ਦੀਜੈ ਗੁਰ ਆਪਣੇ, ਪਾਈਐ ਸਰਬ ਪਿਆਰੁ॥ man, deejai gur aapnaypaa-ee-ai sarab pi-aar.
ਮੁਕਤਿ ਪਦਾਰਥੁ ਪਾਈਐ, ਅਵਗਣ ਮੇਟਣਹਾਰੁ॥੧॥ mukat padaarath paa-ee-aiavgan maytanhaar. ||1||

ਜਿਸ ਤੇ ਪ੍ਰਭ ਦੀ ਰਹਿਮਤ ਦੀ ਨਜ਼ਰ ਬਖਸ਼ਿਸ਼ ਹੋ ਜਾਂਦੀ ਹੈ, ਉਸ ਨੂੰ ਸ਼ਬਦ ਦੀ ਸੋਝੀ ਬਖਸ਼ਿਸ਼ ਹੋ ਜਾਂਦੀ, ਪ੍ਰਵਾਨਗੀ ਦਾ ਰਸਤਾ ਬਖਸ਼ਿਸ਼ ਹੋ ਜਾਂਦਾ ਹੈ । ਜਿਹੜਾ ਸ਼ਬਦ ਦੀ ਬੰਦਗੀ, ਪਾਲਣਾ ਵਿੱਚ ਅਡੋਲ ਰਹਿੰਦਾ ਹੈ, ਆਪਾ ਭੇਟਾ ਕਰਦਾ ਹੈ, ਉਸ ਨੂੰ ਹਰ ਪਾਸੇ ਪ੍ਰਭ ਦਾ ਰੂਪ ਹੀ ਨਜ਼ਰ ਆਉਂਦਾ ਹੈ । ਜੀਵ ਦਾ ਸ੍ਰਿਸ਼ਟੀ ਨਾਲ ਪਿਆਰ, ਸੇਵਾ ਭਾਵਨਾ ਚਲ ਪੈਂਦੀ ਹੈ । ਪ੍ਰਭ ਆਪ ਹੀ ਅਉਗੁਣ ਬਖਸ਼ ਦੇਂਦਾ ਹੈ, ਮੁਕਤੀ ਦੇ ਰਸਤੇ ਤੇ ਅਡੋਲ ਰਖਦਾ ਹੈ ।

Whosoever may be bestowed with His Blessed Vision, he may be enlightened with the essence of His Word. He may be blessed with the right path of acceptance in His Court. Whosoever may adopt the teachings of His Word and surrenders his self-entity at His Sanctuary; he may realize His Existence everywhere. His desire, urge to serve His Creation may blossom within his heart. The True Master may forgive his sins and keeps him on the right path of salvation.

ਭਾਈ ਰੇ ਗੁਰ ਬਿਨੁ, ਗਿਆਨੁ ਨ ਹੋਇ॥ bhaa-ee ray gur bin gi-aan na ho-ay.
ਪੂਛਹੁ ਬ੍ਰਹਮੇ ਨਾਰਦੈ, ਬੇਦ ਬਿਆਸੈ ਕੋਇ॥੧॥ ਰਹਾਉ॥ poochhahu barahmay naardai bayd bi-aasai ko-ay. ||1|| rahaa-o.

ਸੰਸਾਰਕ ਗਿਆਨੀਆਂ, ਬੰਦਗੀ ਕਰਨ ਵਾਲਿਆਂ, ਧਾਰਮਕ ਲਿਖਤਾਂ ਤੋਂ ਇਹ ਹੀ ਸੋਝੀ ਮਿਲਦੀ ਹੈ । ਬ੍ਰਹਮਾ, ਨਾਰਦ, ਬਿਆਸ ਜੋ ਗਿਆਨੀ ਹੋਏ ਹਨ, ਉਹਨਾਂ ਦੀਆਂ ਲਿਖਤਾਂ ਖੋਜ ਕਰਕੇ ਦੇਖੋ! ਅਸਲੀ ਗੁਰੂ (ਅਟਲ ਗੁਰੂ, ਸ਼ਬਦ ਗੁਰੂ) ਤੋਂ ਬਿਨਾਂ ਬੰਦਗੀ ਕਰਨ ਦਾ ਢੰਗ ਬਖਸ਼ਿਸ਼ ਨਹੀਂ ਹੁੰਦਾ ।

Whosoever may read worldly Holy Scriptures and reviews various religious books of ancient saints; He may become very knowledgeable with unique essence of His Nature. Without adopting the teachings of His Word in day-to-day life; no one may ever be blessed with the right path of acceptance in His Court.

ਗਿਆਨੁ ਧਿਆਨੁ ਧੁਨਿ ਜਾਣੀਐ, ਅਕਥੁ ਕਹਾਵੈ ਸੋਇ॥ gi-aan Dhi-aan Dhun jaanee-ai akath kahaavai so-ay.
ਸਫਲਿਓ ਬਿਰਖੁ ਹਰੀਆਵਲਾ, ਛਾਵ ਘਣੇਰੀ ਹੋਇ॥ safli-o birakh haree-aavlaa chhaav ghanayree ho-ay.
ਲਾਲ ਜਵੇਹਰ ਮਾਣਕੀ, ਗੁਰ ਭੰਡਾਰੈ ਸੋਇ॥੨॥ laal javayhar maankee gur bhandaarai so-ay. ||2||

ਜਿਹੜਾ ਸ਼ਬਦ ਦੀ ਸਿਖਿਆਂ ਨੂੰ ਅਪਣਾਉਣ ਨਾਲ ਅਕਥ ਕਥਨਾਂ, ਕਰਤਬਾਂ ਦੀ, ਸ਼ਬਦ ਦੀ ਸੋਝੀ ਬਖਸ਼ਿਸ਼ ਹੋ ਜਾਂਦੀ ਹੈ । ਸ਼ਬਦ ਵਿੱਚ ਪ੍ਰਭ ਦੇ ਕਰਤਬਾਂ ਦੇ ਗਿਆਨ ਦਾ ਅਤੁਲ ਖਜ਼ਾਨਾ, ਭੰਡਾਰ ਹੈ । ਉਹ ਜੀਵ ਨੂੰ ਅਮੋਲਕ ਖਜ਼ਾਨਾ ਪ੍ਰਾਪਤ, ਬਖਸ਼ਿਸ਼ ਹੋ ਜਾਂਦਾ ਹੈ ।

Whosoever may adopt the teachings of His Word; with His mercy and grace, he may comprehend unexplainable events of His Nature. The teachings of His Word remain embedded within inexhaustible treasures of enlightenment of the essence of His Word. Whosoever may obey the teachings of His Word, only he may be blessed with the treasure of enlightenments.

ਗੁਰ ਭੰਡਾਰੈ ਪਾਈਐ, ਨਿਰਮਲ ਨਾਮ ਪਿਆਰੁ॥ gur bhandaarai paa-ee-ai nirmal naam pi-aar.
ਸਾਚੋ ਵਖਰੁ ਸੰਚੀਐ, ਪੂਰੈ ਕਰਮਿ ਅਪਾਰੁ॥ saacho vakhar sanchee-ai poorai karam apaar.
ਸੁਖਦਾਤਾ ਦੁਖ ਮੇਟਣੋ, ਸਤਿਗੁਰੁ ਅਸੁਰ ਸੰਘਾਰੁ॥੩॥ sukh-daata dukh maytno saT`gur asur sanghaar. ||3||

ਗੁਰਮਖ ਨੂੰ ਸ਼ਬਦ ਦੇ ਗਿਆਨ ਦੇ ਭੰਡਾਰ ਵਿਚੋਂ ਬੰਦਗੀ ਕਰਨ ਦਾ ਅਣਮੋਲ ਢੰਗ ਲੱਭ ਜਾਂਦਾ ਹੈ । ਉਹ ਕੇਵਲ ਅਟਲ ਪ੍ਰਭ ਦੇ ਸ਼ਬਦ ਦਾ ਹੀ ਜਾਪ, ਵਾਪਾਰ ਕਰਦਾ ਹੈ । ਉਸ ਦੇ ਮਨ ਦੀਆਂ ਸਾਰੀਆਂ ਸੰਸਾਰਕ ਇਛਾਂ, ਭਟਕਣਾਂ ਖਤਮ ਹੋ ਜਾਂਦੀਆਂ ਹਨ । ਪ੍ਰਭ ਆਪ ਹੀ ਸਾਰੀਆਂ ਮੁਸ਼ਕਲਾਂ ਦਾ ਹੱਲ ਬਖਸ਼ਦਾ, ਮਨ ਸੰਤੋਖ ਨਾਲ ਠੰਡਾ, ਸੀਤਲ ਹੋ ਜਾਂਦਾ ਹੈ ।

ਗੁਰੂ ਨਾਨਕ ਦੇਵ ਜੀ! – Guru Nanak Dev Ji! Guru Granth Sahib

His true devotee may discover the hidden treasure of the enlightenment by adopting the teachings of His Word. He may only remain intoxicated in meditation in the void of His Word. All the worries, frustrations of worldly desires may be eliminated. He may conquer his own mind. The True Master blesses the solutions of all problems; peace and harmony prevail within.

ਭਵਜਲੁ ਬਿਖਮੁ ਡਰਾਵਣੋ, ਨਾ ਕੰਧੀ ਨਾ ਪਾਰੁ॥	bhavjal bikham daraavno naa kanDhee naa paar.
ਨਾ ਬੇੜੀ ਨਾ ਤੁਲਹੜਾ, ਨਾ ਤਿਸੁ ਵੰਝੁ ਮਲਾਰੁ॥	naa bayrhee naa tulharhaa naa tis vanjh malaar.
ਸਤਿਗੁਰੁ ਭੈ ਕਾ ਬੋਹਿਥਾ, ਨਦਰੀ ਪਾਰਿ ਉਤਾਰੁ॥੪॥	saT`gur bhai kaa bohithaa nadree paar utaar. ||4||

ਸੰਸਾਰ ਇਛਾਂ ਨਾਲ ਭਰੇ ਭਿਆਨਕ ਸਾਗਰ ਦੀ ਤਰ੍ਹਾਂ ਹੈ, ਇਸ ਨੂੰ ਪਾਰ ਕਰਨ ਲਈ ਕੋਈ ਬੇੜੀ, ਜਹਾਜ਼, ਮਲਾਹ, ਸੋਝੀ ਦੇਣ ਵਾਲਾ ਨਹੀਂ ਹੁੰਦਾ । ਇਸ ਇਛਾਂ ਦੇ ਭਿਆਨਕ ਸਾਗਰ ਨੂੰ ਪਾਰ ਕਰਨ ਲਈ ਕੇਵਲ ਸ਼ਬਦ ਦੀ ਪਾਲਣਾ ਹੀ ਬੇੜੀ ਹੈ । ਜਿਹੜਾ ਸ਼ਬਦ ਅਨੁਸਾਰ ਜੀਵਨ ਢਾਲਦਾ ਹੈ, ਉਸ ਨੂੰ ਰਹਿਮਤ ਬਖਸ਼ਿਸ਼ ਹੋ ਸਕਦੀ ਹੈ, ਉਸ ਦੀ ਆਤਮਾ ਜਨਮ ਮਰਨ ਦੇ ਚੱਕਰ ਤੋਂ ਰਹਿਤ ਹੋ ਸਕਦੀ ਹੈ ।

The world may be a terrible ocean of worldly desires. There may not be any rescue boat or sailor to guide the soul to reach the other shore. The teachings of His Word may be the only guide, sailor, rescue boat. Whosoever may adopt the teachings of His Word; with His mercy and grace, he may be blessed with the right path of acceptance in His Court. His cycle of birth and death may be eliminated.

ਇਕੁ ਤਿਲੁ ਪਿਆਰਾ ਵਿਸਰੈ, ਦੁਖੁ ਲਾਗੈ ਸੁਖੁ ਜਾਇ॥	ik til pi-aaraa visrai dukh laagai sukh jaa-ay.
ਜਿਹਵਾ ਜਲਉ ਜਲਾਵਣੀ, ਨਾਮੁ ਨ ਜਪੈ ਰਸਾਇ॥	jihvaa jala-o jalaavanee naam na japai rasaa-ay.
ਘਟੁ ਬਿਨਸੈ ਦੁਖੁ ਅਗਲੋ, ਜਮੁ ਪਕੜੈ ਪਛੁਤਾਇ॥੫॥	ghat binsai dukh aglo jam pakrhai pachhutaa-ay. ||5||

ਜੀਵ ਆਪਣੇ ਮਨ ਦੀ ਅਵਸਥਾ ਇਸਤਰ੍ਹਾਂ ਦੀ ਢਾਲੋ! ਜਿਸ ਸਮੇਂ ਪ੍ਰਭ ਦਾ ਸ਼ਬਦ ਚੇਤੇ ਨਾ ਆਵੇ, ਉਸ ਦੇ ਵਿਛੋੜੇ ਦੇ ਵਿਰਾਗ ਦਾ ਦਰਦ ਮਹਿਸੂਸ ਹੋਵੇ । ਜਿਸ ਘੜੀ ਜੀਭ ਵਿਚੋਂ ਸ਼ਬਦ ਦੀ ਅਵਾਜ਼ ਨਾ ਨਿਕਲੇ, ਇਹ ਮਹਿਸੂਸ ਹੋਵੇ, ਕਿ ਆਤਮਾ ਵਿਛੋੜੇ ਦੀ ਅੱਗ ਵਿੱਚ ਜਲਦੀ ਹੈ । ਇਹ ਮਹਿਸੂਸ ਹੋਵੇ! ਜਿਵੇਂ ਸਰੀਰ ਭਸਮ ਹੋ ਰਹਿਆ ਹੈ, ਇਸ ਵਿਚੋਂ ਪਛਤਾਵੇਂ ਦੀ ਗੂੰਜ, ਪੁਕਾਰ ਨਿਕਲੇ ।

You should transform your state of mind such a way! Any time you may forget the teachings of His Word; you may feel miserable with the renunciation of the memory of separation from His Holy Spirit. Without singing the glory of His Word; you may feel burning in the fire of separation; your body may be converted to ashes! You may only hear the echo of repentance resonating within your heart.

ਮੇਰੀ ਮੇਰੀ ਕਰਿ ਗਏ, ਤਨੁ ਧਨੁ ਕਲਤੁ ਨ ਸਾਥਿ॥	mayree mayree kar ga-ay tan Dhan kalat na saath.
ਬਿਨੁ ਨਾਵੈ ਧਨੁ ਬਾਦਿ ਹੈ, ਭੂਲੋ ਮਾਰਗਿ ਆਥਿ॥	bin naavai Dhan baad hai bhoolo maarag aath.
ਸਾਚਉ ਸਾਹਿਬੁ ਸੇਵੀਐ, ਗੁਰਮੁਖਿ ਅਕਥੋਂ ਕਾਥਿ॥੬॥	saacha-o saahib sayvee-ai gurmukh aktho kaath. ||6||

ਜੀਵ ਸਾਰੀ ਉਮਰ ਹੀ ਮੇਰੀ ਮੇਰੀ ਕਰਦਾ, ਸੰਸਾਰਕ ਹੈਸੀਅਤ ਹਾਸਿਲ ਕਰਦਾ ਰੀਹੰਦਾ ਹੈ । ਮਰਨ ਤੋਂ ਪਿਛੋਂ ਸਰੀਰ, ਸੰਸਾਰਕ ਧਨ ਜਾ ਸਬੰਧ ਕੋਈ ਦਰਗਾਹ ਵਿੱਚ ਸਾਥ ਨਹੀਂ ਜਾਂਦਾ । ਸ਼ਬਦ ਦੀ ਕਮਾਈ ਤੋਂ ਬਿਨਾਂ ਹੋਰ ਸਭ ਕਮਾਈਆਂ ਬਿਰਥੀਆਂ ਹੀ ਹਨ । ਉਹਨਾਂ ਮਗਰ ਲਗਣਾ ਗਲਤ ਰਸਤਾ ਹੀ ਹੈ । ਜੀਵ ਸ਼ਬਦ ਦੀ ਕਮਾਈ ਕਰੋ! ਇਸ ਨਾਲ ਗੁਰਮਖ ਅਵਸਥਾ ਬਖਸ਼ਿਸ਼ ਹੋ ਸਕਦੀ ਹੈ, ਪ੍ਰਭ ਦੀਆਂ ਅਕਥ ਕਰਤਬਾਂ ਦੀ ਸੋਝੀ ਬਖਸ਼ਿਸ਼ ਹੋ ਜਾਂਦੀ ਹੈ ।

Self-minded may collect worldly possessions and struggle to maintain his worldly status, ego. After death, none of his possessions, family or friends can support in His Court. Without the earnings of His Word all other possessions are useless. All leads to the wrong paths, evil and sinful deeds. You should adopt the teachings of His Word to become His true devotee. The Merciful True Master may forgive and enlightens with the comprehension of unexplainable events of His Nature.

ਆਵੈ ਜਾਇ ਭਵਾਈਐ, ਪਇਐ ਕਿਰਤਿ ਕਮਾਇ॥	aavai jaa-ay bhavaa-ee-ai pa-i-ai kirat kamaa-ay.
ਪੂਰਬਿ ਲਿਖਿਆ ਕਿਉ ਮੇਟੀਐ, ਲਿਖਿਆ ਲੇਖੁ ਰਜਾਇ॥	poorab likhi-aa ki-o maytee-ai likhi-aa laykh rajaa-ay.
ਬਿਨੁ ਹਰਿ ਨਾਮ ਨ ਛੁਟੀਐ, ਗੁਰਮਤਿ ਮਿਲੈ ਮਿਲਾਇ॥੭॥	din har naam na chhutee-ai gurmat milai milaa-ay. ||7||

ਜੀਵ ਆਪਣੇ ਕੀਤੇ ਹੋਏ ਕੰਮਾਂ ਨਾਲ ਹੀ ਵੱਖਰੀਆਂ ਵੱਖਰੀਆਂ ਜੂੰਨਾਂ ਵਿੱਚ ਜਾਂਦਾ ਹੈ, ਆਪਣੀ ਕੋਸ਼ਿਸ਼ ਨਾਲ ਹੀ ਲਿਖੇ ਭਾਗ ਮਿਟਦੇ ਨਹੀਂ, ਸ਼ਬਦ ਦੀ ਬੰਦਗੀ ਤੋਂ ਬਿਨਾਂ ਇਹ ਲਿਖਤ ਬਦਲੀ ਨਹੀਂ ਜਾ ਸਕਦੀ । ਪ੍ਰਭ ਆਪ ਹੀ ਲਿਖਣਵਾਲਾ, ਬਖਸ਼ਣਹਾਰਾ ਹੈ । ਪ੍ਰਭ ਦੇ ਸ਼ਬਦ ਨੂੰ ਜੀਵਨ ਵਿੱਚ ਧਾਰਨ ਕਰਨ ਨਾਲ ਗੁਰਮਖ ਅਵਸਥਾ ਬਖਸ਼ਿਸ਼ ਹੋ ਸਕਦੀ, ਪ੍ਰਵਾਨ ਹੋ ਸਕਦਾ ਹੈ ।

His soul may remain in cycle of birth and death as a reward of his previous lives. Without adopting the teachings of His Word wholeheartedly in his day-to-day life; his prewritten destiny may never be changed by his own efforts. The True Master prewrites the judgement of his previous live deeds; only He may forgive his sins, settle his account. Whosoever may be blessed with a state of mind as His true devotee, he may be blessed with the right path of acceptance in His Court.

ਤਿਸੁ ਬਿਨੁ ਮੇਰਾ ਕੋ ਨਹੀਂ, ਜਿਸ ਕਾ ਜੀਉ ਪਰਾਨੁ॥	tis bin mayraa ko nahee jis kaa jee-o paraan.
ਹਉਮੈ ਮਮਤਾ ਜਲਿ ਬਲਉ, ਲੋਭੁ ਜਲਉ ਅਭਿਮਾਨੁ॥	ha-umai mamtaa jal bala-o lobh jala-o abhimaan.
ਨਾਨਕ ਸਬਦੁ ਵੀਚਾਰੀਐ, ਪਾਈਐ ਗੁਣੀ ਨਿਧਾਨੁ॥੮॥10॥	naanak sabad veechaaree-ai paa-ee-ai gunee niDhaan. ||8||10||

ਪ੍ਰਭ ਤੋਂ ਬਿਨਾਂ ਜੀਵ ਦਾ ਕੋਈ ਅਸਲੀ ਸਾਥੀ ਨਹੀਂ ਹੁੰਦਾ, ਪ੍ਰਭ ਹੀ ਜੀਵ ਨੂੰ ਸਵਾਸਾਂ ਦੀ ਪੂੰਜੀ ਬਖਸ਼ ਕੇ ਸੰਸਾਰ ਵਿੱਚ ਭੇਜਦਾ ਹੈ । ਪ੍ਰਭ ਮੇਰੀ ਅਹੰਕਾਰ ਦੀ ਜੜ੍ਹ, ਮੋਹ, ਲਾਲਚ ਨੂੰ ਮਿਟਾ, ਜਲਾ ਦੇਵੋ । ਸ਼ਬਦ ਦੀ ਸਿਖਿਆ ਨਾਲ ਆਪਣਾ ਜੀਵਨ ਢਾਲੋ! ਇਸ ਨਾਲ ਪ੍ਰਭ ਦੀ ਰਹਿਮਤ ਦੀ ਨਜ਼ਰ ਬਖਸ਼ਿਸ਼ ਹੋ ਸਕਦੀ ਹੈ ।

The True Master may be the only true friend and supporter of His Creation. He blesses the capital of breaths and worldly body to his soul. He blesses the enlightenment to conquer his ego and greed. You should wholeheartedly adopt the teachings of His Word and humbly surrender your self-entity at His Sanctuary. The Merciful True Master may bestow His Blessed Vision and keeps His true devotee on the right path of acceptance in His Court.

Key Message of Shree Raag page 59-6
'ਗੁਰਮਖ ਅਵਸਥਾ ਦਾ ਰਸਤਾ!
ਜਿਹੜਾ ਆਪਾ ਭੇਟਾ ਕਰਕੇ, ਸ਼ਬਦ ਦੀ ਪਾਲਣਾ ਵਿੱਚ ਅਡੋਲ ਰਹਿੰਦਾ ਹੈ, ਉਸ ਨੂੰ ਹਰ ਪਾਸੇ ਪ੍ਰਭ ਦਾ ਰੂਪ ਹੀ ਨਜ਼ਰ ਆਉਂਦਾ ਹੈ । ਗੁਰਮਖ ਨੂੰ ਸ਼ਬਦ ਦੇ ਗਿਆਨ ਦੇ ਭੰਡਾਰ ਵਿਚੋਂ ਬੰਦਗੀ ਕਰਨ ਦਾ ਅਣਮੋਲ ਢੰਗ ਲੱਭ ਜਾਂਦਾ ਹੈ । ਉਸ ਦੇ ਮਨ ਦੀਆਂ ਸਾਰੀਆਂ ਸੰਸਾਰਕ ਇਛਾਂ, ਭਟਕਣਾਂ ਖਤਮ ਹੋ ਜਾਂਦੀਆਂ ਹਨ । ਉਸ ਦੀ ਸ਼ਬਦ ਦੀ ਪਾਲਣਾ ਹੀ ਇਛਾਂ ਦੇ ਭਿਆਨਕ ਸਾਗਰ ਨੂੰ ਪਾਰ ਕਰਨਵਾਲਾ ਜਹਾਜ਼, ਮਲਾਹ, ਸੋਝੀ ਦੇਣ ਵਾਲਾ ਬਣ ਜਾਂਦਾ ਹੈ ।

The right path of State of mind of His true devotee!

Whosoever may surrender his self-entity at His Sanctuary and adopts the teachings of His Word with steady and stable belief in his day-to-day life; he may realize His Existence everywhere. His true devotee may discover the hidden treasure of enlightenment by adopting the teachings of His Word. All his worries, frustrations of worldly desires may be eliminated. Whosoever may adopt the teachings of His Word; the essence of His Word may become his guide, sailor, rescue boat, the right path of acceptance in His Court.

44. ਸਿਰੀਰਾਗੁ ਮਹਲਾ ੧॥ (59-18)

ਰੇ ਮਨ ਐਸੀ ਹਰਿ ਸਿਉ ਪ੍ਰੀਤਿ ਕਰਿ, ਜੈਸੀ ਜਲ ਕਮਲੇਹਿ॥ ray man aisee har si-o pareet kar jaisee jal kamlayhi.
ਲਹਰੀ ਨਾਲਿ ਪਛਾੜੀਐ, ਭੀ ਵਿਗਸੈ ਅਸਨੇਹਿ॥ lahree naal pachhaarhee-ai bhee vigsai asnayhi.
ਜਲ ਮਹਿ ਜੀਅ ਉਪਾਇ ਕੈ, ਬਿਨੁ ਜਲ ਮਰਣੁ ਤਿਨੇਹਿ॥੧॥ jal meh jee-a upaa-ay kai bin jal maran tinayhi. ||1||

ਜੀਵ ਪ੍ਰਭ ਨਾਲ ਆਪਣੀ ਪ੍ਰੀਤ, ਇਸਤਰ੍ਹਾਂ ਦੀ ਬਣਾਵੋ! ਜਿਵੇਂ ਕਮਲ ਦੇ ਫੁੱਲ ਦੀ ਪਾਣੀ ਨਾਲ ਹੁੰਦੀ, ਮੱਛੀ ਦੀ ਪਾਣੀ ਨਾਲ ਹੰਦੀ ਹੈ । ਪਾਣੀ ਦੀਆਂ ਲਹਿਰਾਂ ਦੀਆਂ ਸੱਟਾਂ ਨਾਲ ਦੁਖ ਸਹਿੰਦਾ ਹੈ, ਪਰ ਫਿਰ ਵੀ ਪਾਣੀ ਦੀ ਪ੍ਰੀਤ ਨਾਲ ਖੇੜੇ ਵਿੱਚ ਰਹਿੰਦਾ ਹੈ । ਇਸਤਰ੍ਹਾਂ ਜਿਹੜਾ ਜੀਵ ਜਲ ਵਿੱਚ ਪੈਦਾ ਕਰਦਾ ਹੈ, ਉਸ ਦੇ ਜੀਵਨ ਦਾ ਆਸਰਾ ਪਾਣੀ ਹੀ ਹੁੰਦਾ ਹੈ! ਪਾਣੀ ਤੋਂ ਅਲਗ ਕਰਨ ਨਾਲ ਨਾਸ ਹੋ ਜਾਂਦਾ ਹੈ ।

Your devotion with His Word should be like lotus flower with water. As Lotus flower suffers the blows of waves of rough water, remains in blossom. Same way! Whosoever are born in water; fish has a love for water. Water is the support of her life; without water she dies.

ਮਨ ਰੇ ਕਿਉ ਛੂਟਹਿ, ਬਿਨੁ ਪਿਆਰ॥ man, ray ki-o chhooteh bin pi-aar.
ਗੁਰਮੁਖਿ ਅੰਤਰਿ ਰਵਿ ਰਹਿਆ, gurmukh antar rav rahi-aa
ਬਖਸੇ ਭਗਤਿ ਭੰਡਾਰ॥੧॥ ਰਹਾਉ॥ bakhsay bhagat bhandaar. ||1|| rahaa-o

ਜੀਵ ਗੁਰਮਖ ਅਵਸਥਾ ਹਾਸਿਲ ਕਰੋ! ਜਿਵੇਂ ਗੁਰਮਖ ਦਾ ਮਨ ਹਰ ਵੇਲੇ ਪ੍ਰਭ ਦੇ ਸ਼ਬਦ ਵਿੱਚ ਹੀ ਲੀਨ ਰਹਿੰਦਾ ਹੈ । ਉਸ ਦੀ ਰਹਿਮਤ ਦੇ ਅਨੇਕਾਂ ਹੀ ਭੰਡਾਰ ਬਖਸ਼ਿਸ਼ ਹੋ ਜਾਂਦੇ ਹਨ । ਉਸ ਅਵਸਥਾ ਤੋਂ ਬਿਨਾਂ ਤੇਰਾ ਜਨਮ ਮਰਨ ਤੋਂ ਛੁਟਕਾਰਾ ਬਖਸ਼ਿਸ਼ ਨਹੀਂ ਹੋ ਸਕਦਾ ।

Whosoever may be blessed with a state of mind as His true devotee; he may remain intoxicated with the essence of Word. He may be blessed with a treasure of enlightenment of the essence of His Word. Without such a state of mind, his cycle of birth and death may never be eliminated.

ਰੇ ਮਨ ਐਸੀ ਹਰਿ ਸਿਉ ਪ੍ਰੀਤਿ ਕਰਿ, ਜੈਸੀ ਮਛੁਲੀ ਨੀਰ॥ ray man aisee har si-o pareet kar jaisee machhulee neer.
ਜਿਉ ਅਧਿਕਉ ਤਿਉ ਸੁਖੁ ਘਣੋ, ਮਨਿ ਤਨਿ ਸਾਂਤਿ ਸਰੀਰ॥ ji-o aDhika-o ti-o sukh ghano man tan saaNt sareer.
ਬਿਨੁ ਜਲ ਘੜੀ ਨ ਜੀਵਈ, ਪ੍ਰਭੁ ਜਾਣੈ ਅਭ ਪੀਰ॥੨॥ bin jal gharhee na jeev-ee parabh jaanai abh peer. ||2||

ਜੀਵ ਪ੍ਰਭ ਦੀ ਪ੍ਰੀਤ ਨੂੰ ਇਤਨਾ ਪੱਕੀ ਕਰੋ! ਜਿਵੇਂ ਮੱਛੀ ਦੀ ਪਾਣੀ ਨਾਲ ਹੁੰਦੀ ਹੈ, ਜਿਤਨਾ ਬਹੁਤਾ ਪਾਣੀ ਹੁੰਦਾ ਹੈ, ਉਸ ਦੇ ਮਨ ਦੀ ਖੁਸ਼ੀ ਉਤਨੀ ਹੀ ਵਧ ਜਾਂਦੀ ਹੈ । ਪਾਣੀ ਤੋਂ ਬਿਨਾਂ ਘੜੀ ਪਲ ਵੀ ਜਿਉਂਦੀ ਨਹੀਂ ਰਹਿੰਦੀ । ਪਾਣੀ ਹੀ ਜੀਵਨ ਦਾ ਅਧਾਰ, ਆਸਰਾ ਹੰਦਾ ਹੈ ।

Your devotion with His Word should be as strong as fish have with water. Deeper may be the water, more pleasure, blossom she may realize. Without water, she cannot survive for a moment; water is the support, survival of her breath, life.

ਰੇ ਮਨ ਐਸੀ ਹਰਿ ਸਿਉ ਪ੍ਰੀਤਿ ਕਰਿ, ਜੈਸੀ ਚਾਤ੍ਰਿਕ ਮੇਹ॥ ray man aisee har si-o pareet kar jaisee chaatrik mayh.
ਸਰ ਭਰਿ ਥਲ ਹਰੀਆਵਲੇ, ਇਕ ਬੂੰਦ ਨ ਪਵਈ ਕੇਹ॥ sar bhar thal haree-aavlay ik boond na pav-ee kayh.
ਕਰਮਿ ਮਿਲੈ ਸੋ ਪਾਈਐ, ਕਿਰਤੁ ਪਇਆ ਸਿਰਿ ਦੇਹ॥੩॥ karam milai so paa-ee-ai kirat pa-i-aa sir dayh. ||3||

ਜੀਵ ਆਪਣੀ ਪ੍ਰਭ ਨਾਲ ਪ੍ਰੀਤ ਇਤਨੀ ਪੱਕੀ ਕਰੋ! ਜਿਤਨੀ ਚਾਤ੍ਰਿਕ ਦੀ ਵਰਖਾ ਨਾਲ ਹੁੰਦੀ ਹੈ । ਸਾਰੀ ਧਰਤੀ ਤੇ ਭਾਵੇਂ ਕਿਤਨਾ ਵੀ ਪਾਣੀ ਆ ਜਾਵੇ, ਮੀਂਹ ਪਵੇ । ਜਿਤਨਾ ਚਿਰ ਪ੍ਰਭ ਦੀ ਰਹਿਮਤ ਨਾਲ ਮੀਂਹ ਦੀ ਬੂੰਦ ਉਸ ਦੇ ਮੂੰਹ ਵਿੱਚ ਨਾ ਪਵੇ! ਉਹ ਆਪਣੀ ਜਾਨ ਦੇ ਦੇਂਦਾ ਹੈ । ਇਹ ਕ੍ਰਿਪਾ ਉਸ ਨੂੰ ਪਿਛਲੇ ਜਨਮ ਦੇ ਕੰਮਾਂ ਨਾਲ ਹੀ ਬਖਸ਼ਿਸ਼ ਹੁੰਦੀ ਹੈ ।

Your devotion with His Word should be as strong as a singing-bird has with rain. No matter how much rain may flood the earth, unless drop of water does not fall in his mouth, he put his life at risk for that drop. You should conquer your worldly status to enlighten His Word within. His Blessings may only be the reward for your previous life deeds.

ਰੇ ਮਨ ਐਸੀ ਹਰਿ ਸਿਉ ਪ੍ਰੀਤਿ ਕਰਿ, ਜੈਸੀ ਜਲ ਦੁਧ ਹੋਇ॥ ray man aisee har si-o pareet kar jaisee jal duDh ho-ay.
ਆਵਟਣੁ ਆਪੇ ਖਵੈ, ਦੁਧ ਕਉ ਖਪਣਿ ਨ ਦੇਇ॥ aavtan aapay khavai duDh ka-o khapan na day-ay.
ਆਪੇ ਮੇਲਿ ਵਿਛੁੰਨਿਆ, ਸਚਿ ਵਡਿਆਈ ਦੇਇ॥੪॥ aapay mayl vichhunni-aa sach vadi-aa-ee day-ay. ||4||

ਜੀਵ ਪ੍ਰਭ ਨਾਲ ਆਪਣੀ ਪ੍ਰੀਤ ਇਤਨੀ ਪੱਕੀ ਕਰੋ! ਜਿਵੇਂ ਪਾਣੀ ਦੀ ਦੁੱਧ ਨਾਲ ਹੁੰਦੀ ਹੈ, ਪਾਣੀ ਅੱਗ ਦਾ ਸੇਕ ਆਪ ਸਹਿੰਦਾ ਹੈ, ਅਖੀਰ ਖਤਮ ਹੋ ਜਾਂਦਾ ਹੈ, ਪਰ ਦੁੱਧ ਨੂੰ ਜਲਨ ਤੋਂ ਬਚਾਈ ਰਖਦਾ ਹੈ । ਪ੍ਰਭ ਆਪ ਹੀ ਰਹਿਮਤ ਬਖਸ਼ਦਾ, ਆਪਣੇ ਨਾਲੋ ਵਿਛੜੇ ਹੋਏ ਦਾਸ ਨੂੰ ਸਿੱਧੇ ਰਸਤੇ ਪਾ ਕੇ ਆਪਣੇ ਸ਼ਬਦ ਨਾਲ ਜੋੜ ਲੈਂਦਾ ਹੈ ।

Your devotion with His Word should be as strong as water has with milk. As water evaporates with heat and saves the milk. You should sacrifice your selfishness to obey the teachings of His Word. The Merciful True Master may bless his soul with the right path of salvation.

ਰੇ ਮਨ ਐਸੀ ਹਰਿ ਸਿਉ ਪ੍ਰੀਤਿ ਕਰਿ, ਜੈਸੀ ਚਕਵੀ ਸੂਰ॥ ray man aisee har si-o pareet kar jaisee chakvee soor.
ਖਿਨੁ ਪਲੁ ਨੀਦ ਨ ਸੋਵਈ, ਜਾਣੈ ਦੂਰਿ ਹਜੂਰਿ॥ khin pal need na sov-ee jaanai door hajoor.
ਮਨਮੁਖਿ ਸੋਝੀ ਨਾ ਪਵੈ, ਗੁਰਮੁਖਿ ਸਦਾ ਹਜੂਰਿ॥੫॥ manmukh soJhee naa pavai gurmukh sadaa hajoor. ||5||

ਪ੍ਰਭ ਨਾਲ ਆਪਣੀ ਪ੍ਰੀਤ ਇਤਨੀ ਪੱਕੀ ਕਰੋ! ਜਿਤਨੀ, ਚੱਕਵੀ ਦੀ ਸੂਰਜ ਨਾਲ ਹੁੰਦੀ ਹੈ, ਉਹ ਇਕ ਪਲ ਵੀ ਸੌਂਦੀ ਨਹੀਂ । ਇਹ ਮਨ ਵਿੱਚ ਰਖਕੇ ਕਿ ਸੂਰਜ ਬਹੁਤ ਨਜ਼ਦੀਕ ਹੈ । ਇਸਤਰ੍ਹਾਂ ਗੁਰਮਖ ਜੀਵ ਨੂੰ ਪ੍ਰਭ ਹਮੇਸ਼ਾਂ ਹੀ ਨਜ਼ਦੀਕ ਮਹਿਸੂਸ ਹੁੰਦਾ ਹੈ । ਉਹ ਕੋਈ ਕੰਮ ਨਹੀਂ ਕਰਦਾ, ਜਿਹੜਾ ਪ੍ਰਭ ਨੂੰ ਭਾਉਂਦਾ ਨਾ ਹੋਵੇ । ਮਨਮੁਖ ਹਮੇਸ਼ਾਂ ਹੀ ਪ੍ਰਭ ਨੂੰ ਬਹੁਤ ਦੂਰ ਸਮਝਦਾ ਹੈ । ਉਸ ਦਾ ਫਿਕਰ ਨਹੀਂ ਕਰਦਾ, ਧਿਆਨ ਨਹੀਂ ਲਾਉਂਦਾ ।

ਗੁਰੂ ਨਾਨਕ ਦੇਵ ਜੀ! – Guru Nanak Dev Ji! Guru Granth Sahib

Your devotion with His Word should be as strong as chive-duck has with the Sun. She has firm belief that Sun may be very near and does not sleep until, she witnesses the Sun rises. Same way His true devotee believes His Holy Spirit within and watching everything. He adopts the teachings of His Word in life; all his deeds remain as the teachings of His Word. Non-believer thinks! God is far away; he may never worry about His Word.

ਮਨਮੁਖਿ ਗਣਤ ਗਣਾਵਣੀ, ਕਰਤਾ ਕਰੇ ਸੁ ਹੋਇ॥	manmukh ganat ganaavanee kartaa karay so ho-ay.
ਤਾ ਕੀ ਕੀਮਤਿ ਨਾ ਪਵੈ, ਜੇ ਲੋਚੈ ਸਭੁ ਕੋਇ॥	taa kee keemat naa pavai jay lochai sabh ko-ay.
ਗੁਰਮਤਿ ਹੋਇ ਤ ਪਾਈਐ, ਸਚਿ ਮਿਲੈ ਸੁਖੁ ਹੋਇ॥੬॥	gurmat ho-ay ta paa-ee-ai sach milai sukh ho-ay. ||6||

ਮਨਮੁਖ ਆਪਣੀਆਂ ਸਕੀਮਾਂ ਬਣਾਉਂਦਾ ਰਹਿੰਦਾ ਹੈ! ਕੇਵਲ ਪ੍ਰਭ ਨੂੰ ਭਾਉਂਦਾ ਹੀ ਹੋ ਸਕਦਾ ਹੈ । ਉਸ ਦੇ ਕਰਤਬਾਂ ਦੀ ਕੀਮਤ ਦਾ ਕੋਈ ਅੰਦਾਜ਼ਾ ਨਹੀਂ ਲਾਇਆ ਜਾ ਸਕਦਾ, ਭਾਵੇਂ ਹਰਇਕ ਜੀਵ ਆਪਣੀ ਆਪਣੀ ਕੋਸ਼ਿਸ਼ ਕਰਦਾ ਹੈ । ਜਿਸ ਨੂੰ ਸ਼ਬਦ ਦੀ ਸੋਝੀ ਬਖਸ਼ਿਸ਼ ਹੋ ਜਾਂਦੀ ਹੈ, ਉਸ ਨੂੰ ਹੀ ਇਸ ਦੀ ਜਾਣਕਾਰੀ ਹੁੰਦੀ ਹੈ । ਪ੍ਰਭ ਨਾਲ ਮਿਲਣ ਨਾਲ ਹੀ ਅਸਲੀ ਸ਼ਾਂਤੀ ਬਖਸ਼ਿਸ਼ ਹੁੰਦੀ ਹੈ ।

Non-believer may think about cleaver and hard efforts; however, only His Command prevails. His Nature, Miracles remain beyond the imagination of His Creation; everyone may try all his efforts. Whosoever may be enlightened with the essence of His Word, only he may comprehend the essence of His Nature. Whosoever may be blessed with the right path of acceptance in His Court, only he may be blessed with a peace, contentment, harmony, and blossom in his life.

ਸਚਾ ਨੇਹੁ ਨ ਤੁਟਈ, ਜੇ ਸਤਿਗੁਰੁ ਭੇਟੈ ਸੋਇ॥	sachaa nayhu na tut-ee jay saT`gur bhaytai so-ay.
ਗਿਆਨ ਪਦਾਰਥੁ ਪਾਈਐ, ਤ੍ਰਿਭਵਣ ਸੋਝੀ ਹੋਇ॥	gi-aan padaarath paa-ee-ai taribhavan soJhee ho-ay.
ਨਿਰਮਲੁ ਨਾਮੁ ਨ ਵੀਸਰੈ, ਜੇ ਗੁਣ ਕਾ ਗਾਹਕੁ ਹੋਇ॥੭॥	nirmal naam na veesrai jay gun kaa gaahak ho-ay. ||7||

ਜਿਸ ਨੂੰ ਸ਼ਬਦ ਦੀ ਸੋਝੀ ਹੋ ਜਾਂਦੀ ਹੈ! ਉਸ ਦਾ ਮਨ ਬੰਦਗੀ ਤੋਂ ਕਦੇ ਦੂਰ ਨਹੀਂ ਹੁੰਦਾ । ਉਹ ਰਹਿਮਤ ਦਾ ਪਾਤਰ ਹੋ ਜਾਂਦਾ ਹੈ । ਸ਼ਬਦ ਦੀ ਸੋਝੀ ਹੋਣ ਨਾਲ ਜੀਵ ਨੂੰ ਤਿੰਨਾਂ ਸ੍ਰਿਸ਼ਟੀਆਂ ਦਾ ਗਿਆਨ ਹੋ ਜਾਂਦਾ ਹੈ । ਇਸ ਅਵਸਥਾ ਵਿੱਚ ਸ਼ਬਦ ਤੇ ਭਰੋਸਾ ਅਡੋਲ ਹੋ ਜਾਂਦਾ ਹੈ ।

Whosoever may be enlightened with the essence of His Word; with His mercy and grace, he may never forsake the path of meditation on the teachings of His Word. His soul becomes worthy of His Consideration. Whosoever may be blessed with the enlightenment of the essence of His Word; with His mercy and grace, he may be enlightened with the function of three universes. His state of mind, remains steady and stable on the teachings of His Word, His Blessings.

ਖੇਲਿ ਗਏ ਸੇ ਪੰਖਣੂੰ, ਜੋ ਚੁਗਦੇ ਸਰ ਤਲਿ॥	khayl ga-ay say paNkh-nooN jo chugday sar tal.
ਘੜੀ ਕਿ ਮੁਹਤਿ ਕਿ ਚਲਣਾ, ਖੇਲਣੁ ਅਜੁ ਕਿ ਕਲਿ॥	gharhee ke muhat ke chalnaa khaylan aj ke kal.
ਜਿਸੁ ਤੂੰ ਮੇਲਹਿ ਸੋ ਮਿਲੈ, ਜਾਇ ਸਚਾ ਪਿੜੁ ਮਲਿ॥੮॥	jis tooN mayleh so milai jaa-ay sachaa pirh mal. ||8||

ਜਿਹੜੇ ਪੰਛੀ ਪਾਣੀ ਦੇ ਕਿਨਾਰੇ ਆਪਣਾ ਚੋਗਾ ਚੁਗਦੇ, ਜਿਵੇਂ ਉਹ ਉਡ ਜਾਂਦੇ ਹਨ । ਇਸਤਰ੍ਹਾਂ, ਜਿਹੜਾ ਜਨਮ ਲੈਂਦਾ ਹੈ, ਥੋੜ੍ਹਾ ਚਿਰ ਸੰਸਾਰ ਵਿੱਚ ਖੇਲ ਕਰਕੇ ਚਲਾ ਜਾਂਦਾ ਹੈ । ਜਿਸ ਤੇ ਰਹਿਮਤ ਦੀ ਨਜ਼ਰ ਬਖਸ਼ਦਾ ਹੈ, ਉਹ ਉਸ ਵਿੱਚ ਅਭੇਦ ਹੋ ਜਾਂਦਾ, ਦਰਬਾਰ ਵਿੱਚ ਥਾਂ ਪ੍ਰਾਪਤ, ਬਖਸ਼ਿਸ਼ ਹੋ ਜਾਂਦੀ ਹੈ ।

As the birds, pecking on the shore may fly away. Same way, whosoever may be born in the universe, he must die after predetermined time. Whosoever may be bestowed with Blessed Vision, he may be accepted in His Sanctuary and immerses within Holy Spirit.

ਬਿਨੁ ਗੁਰ ਪ੍ਰੀਤਿ ਨ ਊਪਜੈ, ਹਉਮੈ ਮੈਲੁ ਨ ਜਾਇ॥	bin gur pareet na oopjai ha-umai mail na jaa-ay.
ਸੋਹੰ ਆਪੁ ਪਛਾਣੀਐ, ਸਬਦਿ ਭੇਦਿ ਪਤੀਆਇ॥	sohaN aap pachhaanee-ai sabad bhayd patee-aa-ay.
ਗੁਰਮੁਖਿ ਆਪੁ ਪਛਾਣੀਐ, ਅਵਰ ਕਿ ਕਰੇ ਕਰਾਇ॥੯॥	gurmukh aap pachhaanee-ai avar ke karay karaa-ay. ||9||

ਜਿਤਨਾ ਚਿਰ ਪ੍ਰਭ ਸ਼ਬਦ ਨਾਲ ਲਗਨ ਨਹੀਂ ਬਖਸ਼ਦਾ, ਜੀਵ ਦੀ ਬੰਦਗੀ ਵਿੱਚ ਲਿਵ ਨਹੀਂ ਲਗਦੀ । ਉਸ ਦੀ ਆਤਮਾ ਪਵਿੱਤਰ ਨਹੀਂ ਹੁੰਦੀ । ਜਿਹੜਾ ਪ੍ਰਭ ਨੂੰ ਅੰਦਰੋਂ ਹੀ ਢੂੰਡ ਲੈਂਦਾ ਹੈ, ਉਸ ਨੂੰ ਸ਼ਬਦ ਦੀ ਸੋਝੀ ਹੋ ਜਾਂਦੀ ਹੈ । ਜਿਸ ਨੂੰ ਗੁਰਮਖ ਅਵਸਥਾ ਬਖਸ਼ਿਸ਼ ਹੋ ਜਾਂਦੀ ਹੈ! ਉਹ ਆਪਣੇ ਆਪ ਨੂੰ ਜਾਣ ਜਾਂਦਾ ਹੈ । ਕਿ ਪ੍ਰਭ ਉਸ ਦੇ ਅੰਦਰ ਹੀ ਵਸਦਾ ਹੈ, ਉਸ ਨੂੰ ਹੋਰ ਥਾਂ ਢੂੰਡਨ ਦੀ ਕੋਈ ਜਰੂਰਤ ਨਹੀਂ ਰਹਿੰਦੀ ।

Whosoever may not be blessed with His devotion to meditate; he may never stay steady and stable on meditation. Without meditation, his soul may not be sanctified. Whosoever may always search within; with His mercy and grace, he may be blessed with enlightenment. He may recognize the real purpose of his human life opportunity. He may realize His Existence within his own mind; he may never wander anywhere to find peace of mind.

ਮਿਲਿਆ ਕਾ ਕਿਆ ਮੇਲੀਐ, ਸਬਦਿ ਮਿਲੇ ਪਤੀਆਇ॥	mili-aa kaa ki-aa maylee-ai sabad milay patee-aa-ay.
ਮਨਮੁਖਿ ਸੋਝੀ ਨਾ ਪਵੈ, ਵੀਛੁੜਿ ਚੋਟਾ ਖਾਇ॥	manmukh soJhee naa pavai veechhurh chotaa khaa-ay.
ਨਾਨਕ ਦਰੁ ਘਰੁ ਏਕੁ ਹੈ, ਅਵਰੁ ਨ ਦੂਜੀ ਜਾਇ॥੧੦॥11॥	naanak dar ghar ayk hai avar na doojee jaa-ay. ||10||11||

ਜਿਹੜਾ ਜੀਵ ਪਹਿਲੇ ਹੀ ਪ੍ਰਭ ਦੀ ਬੰਦਗੀ ਦੇ ਰਸਤੇ ਚਲਦਾ ਹੈ! ਉਸ ਨੂੰ ਸ਼ਬਦ ਦੀ ਪਾਲਣਾ ਵਿਚੋਂ ਹੀ ਸਭ ਕੁਝ ਬਖਸ਼ਿਸ਼ ਹੋ ਜਾਂਦਾ ਹੈ । ਮਨਮੁਖ ਜੀਵ ਨੂੰ ਇਹ ਸੋਝੀ, ਸਮਝ ਨਹੀਂ ਆਉਂਦੀ । ਉਹ ਇਛਾਂ ਦੀ ਭਟਕਣ ਵਿੱਚ ਹੀ ਜਨਮ ਮਰਨ ਦੇ ਚੱਕਰ ਵਿੱਚ ਰਹਿੰਦਾ ਹੈ । ਪ੍ਰਭ ਦੇ ਦਰਬਾਰ ਵਿੱਚ ਜਾਣ ਲਈ ਇਕੋ ਇਕ ਸ਼ਬਦ ਦੀ ਪਾਲਣਾ, ਵਿਰਾਗ ਦਾ ਹੀ ਰਸਤਾ ਹੈ, ਬਾਕੀ ਸਾਰੇ ਹੀ ਗਲਤ ਰਸਤੇ ਹਨ ।

Whosoever may already obey the teachings of His Word; with His mercy and grace, he may be blessed everything from obeying the teachings of His Word. Self-minded may never realize the blessings of His Word. He remains in religious suspicions and in the cycle of birth and death. Only the renunciation in the memory of his separation from His Holy Spirit, may lead to the right path of acceptance in His Court.

Key Message of Shree Raag page 59-18
'ਗੁਰਮਖ ਦੇ ਜੀਵਨ ਦਾ ਰਸਤਾ!
ਗੁਰਮਖ ਜੀਵ ਨੂੰ ਪ੍ਰਭ ਹਮੇਸ਼ਾਂ ਹੀ ਨਜ਼ਦੀਕ ਹੀ ਮਹਿਸੂਸ ਹੁੰਦਾ ਹੈ । ਕੋਈ ਕੰਮ ਨਹੀਂ ਕਰਦਾ, ਜਿਹੜਾ ਪ੍ਰਭ ਨੂੰ ਭਾਉਂਦਾ ਨਾ ਹੋਵੇ । ਉਸ ਨੂੰ ਤਿੰਨਾਂ ਸ੍ਰਿਸ਼ਟੀਆਂ ਦਾ ਗਿਆਨ ਹੋ ਜਾਂਦਾ ਹੈ । ਉਹ ਪ੍ਰਭ ਨੂੰ ਅੰਦਰੋਂ ਹੀ ਢੂੰਡ ਲੈਂਦਾ ਹੈ, ਉਸ ਨੂੰ ਸ਼ਬਦ ਦੀ ਸੋਝੀ ਹੋ ਜਾਂਦੀ ਹੈ । ਉਹ ਆਪਣੇ ਆਪ ਨੂੰ ਜਾਣ ਜਾਂਦਾ ਹੈ । ਪ੍ਰਭ ਦੇ ਦਰਬਾਰ ਵਿੱਚ ਜਾਣ ਲਈ ਇਕੋ ਇਕ ਵਿਰਾਗ ਨਾਲ ਸ਼ਬਦ ਦੀ ਪਾਲਣਾ ਦਾ ਹੀ ਰਸਤਾ ਹੈ, ਬਾਕੀ ਸਾਰੇ ਹੀ ਗਲਤ ਰਸਤੇ ਹਨ ।
The path of human life of His true devotee!

His true devotee believes His Holy Spirit within and watching everything. He adopts the teachings of His Word in his life; all his deeds remain as the teachings of His Word. He may be enlightened with the function of all the three universes. He may be blessed with enlightenment. He may recognize the real purpose of his human life opportunity. The renunciation in the memory of his separation from His Holy Spirit, may be the only right path of acceptance in His Court.

45. ਸਿਰੀਰਾਗੁ ਮਹਲਾ ੧॥ (60-15)

ਮਨਮੁਖਿ ਭੁਲੈ ਭੁਲਾਈਐ, ਭੂਲੀ ਠਉਰ ਨ ਕਾਇ॥ manmukh bhulai bhulaa-ee-ai bhoolee tha-ur na kaa-ay.
ਗੁਰ ਬਿਨੁ ਕੋ ਨ ਦਿਖਾਵਈ, ਅੰਧੀ ਆਵੈ ਜਾਇ॥ gur bin ko na dikhaava-ee anDhee aavai jaa-ay.
ਗਿਆਨ ਪਦਾਰਥੁ ਖੋਇਆ, ਠਗਿਆ ਮੁਠਾ ਜਾਇ॥੧॥ gi-aan padaarath kho-i-aa thagi-aa muthaa jaa-ay. ||1||

ਮਨਮੁਖ ਜੀਵ ਆਪਣੇ ਮਾਨਸ ਜਨਮ ਲੈਣ ਦਾ ਅਸਲੀ ਕਾਰਨ ਭੁਲ ਜਾਂਦਾ ਹੈ । ਉਹ ਸੰਸਾਰਕ ਇਛਾਂ ਦੀਆਂ ਭਟਕਣਾਂ ਵਿੱਚ ਹੀ ਰਹਿੰਦਾ ਹੈ, ਉਸ ਨੂੰ ਕੋਈ ਸੰਤੋਖ ਨਹੀਂ ਮਿਲਦਾ । ਪ੍ਰਭ ਦੀ ਰਹਿਮਤ, ਸ਼ਬਦ ਦੀ ਪਾਲਣਾ ਤੋਂ ਬਿਨਾਂ ਅਸਲੀ ਰਸਤੇ ਦੀ ਸੋਝੀ ਬਖਸ਼ਿਸ਼ ਨਹੀਂ ਹੁੰਦੀ । ਅਗਿਆਨਤਾ ਵਿੱਚ ਹੀ ਜੀਵ ਗਲਤ ਰਸਤੇ ਤੇ ਚਲਦਾ, ਜੀਵਨ ਬਿਰਥਾ ਹੀ ਗਵਾ ਜਾਂਦਾ ਹੈ । ਉਸ ਨੇ ਗਿਆਨ ਹਾਸਿਲ ਕਰਨਵਾਲਾ ਰਸਤਾ ਖੋਹ ਲਿਆ ਹੈ, ਉਹ ਫਰੇਬ ਵਾਲੇ ਰਸਤੇ ਤੇ ਹੀ ਚਲਦਾ ਹੈ ।

Self-minded may not recognize the real purpose of human life. He remains intoxicated in sweet poison of worldly wealth, desires; he may never remain contented with any worldly achievements. He may not be bestowed with His Blessed Vision, nor adopts the teachings of His Word in his day-to-day life. He may not be blessed with the enlightenment of the essence of His Word. In ignorance! he may follow wrong path of worldly desires and wastes his human life opportunity uselessly. He has lost the right path of enlightenment of His Word; he remains on path of deception and hypocrisy.

ਬਾਬਾ ਮਾਇਆ ਭਰਮਿ ਭੁਲਾਇ॥ baabaa maa-i-aa bharam bhulaa-ay.
ਭਰਮਿ ਭੁਲੀ ਡੋਹਾਗਣੀ, ਨਾ ਪਿਰ ਅੰਕਿ ਸਮਾਇ॥੧॥ ਰਹਾਉ॥ bharam bhulee dohaaganee naa pir ank samaa-ay. ||1|| rahaa-o.

ਸੰਸਾਰ ਵਿੱਚ ਮਾਇਆ ਦਾ ਜਾਲ ਬਹੁਤ ਭਾਰੀ ਹੈ । ਇਹ ਸੰਸਾਰਕ ਜੀਵਾਂ ਨੂੰ ਲਾਲਚ ਦੇ ਜਾਲ ਵਿੱਚ ਫਸਾ ਲੈਂਦਾ ਹੈ । ਜਿਹੜਾ ਮਾਇਆ, ਲਾਲਚ ਦੇ ਚੱਕਰ ਵਿੱਚ ਫਸ ਜਾਂਦਾ ਹੈ, ਉਹ ਬੰਦਗੀ ਦੇ ਰਸਤੇ ਵੱਲ ਚਲ ਹੀ ਨਹੀਂ ਸਕਦਾ ।

The sweet poison of worldly wealth dominates worldly life. Self-minded remains intoxicated with short-lived temptations, pleasures, gimmicks of worldly wealth. Whosoever may become a victim of sweet poison of worldly wealth. He may never be able to stay on the path of medication in his life.

ਭੂਲੀ ਫਿਰੈ ਦਿਸੰਤਰੀ, ਭੂਲੀ ਗ੍ਰਿਹੁ ਤਜਿ ਜਾਇ॥ bhoolee firai disantree bhoolee garihu taj jaa-ay.
ਭੂਲੀ ਡੂੰਗਰਿ ਥਲਿ ਚੜੈ, ਭਰਮੈ ਮਨੁ ਡੋਲਾਇ॥ bhoolee doongar thal charhai bharmai man dolaa-ay.
ਧੁਰਹੁ ਵਿਛੁੰਨੀ ਕਿਉ ਮਿਲੈ, ਗਰਬਿ ਮੁਠੀ ਬਿਲਲਾਇ॥੨॥ dharahu vichhunnee ki-o milai garab muthee billaa-ay. ||2||

ਧੋਖੇ ਬਾਜ ਜੀਵ ਅਣਜਾਣ ਰਸਤਿਆਂ ਤੇ ਭਉਦਾ ਫਿਰਦਾ ਹੈ । ਉਸ ਤੇ ਪ੍ਰਭ ਦੇ ਦਰਬਾਰ ਦੇ ਰਸਤੇ ਤੇ ਚਲਣ ਤੇ ਪਾਬੰਦੀ ਲਗ ਜਾਂਦੀ ਹੈ । ਉਹ ਵੱਖਰੀਆਂ ਵੱਖਰੀਆਂ ਜਗ੍ਹਾਂ ਤੇ ਹੋਰ ਬੰਦਗੀ ਦੇ ਰਸਤਿਆਂ ਤੇ ਚਲਦਾ ਹੈ । ਉਸ ਦਾ ਮਨ ਇਕ ਰਸਤੇ ਤੇ ਟਿਕਦਾ ਨਹੀਂ, ਭਰਮ ਭੁਲੇਖਿਆਂ ਵਿੱਚ ਭਟਕਦਾ ਰਹਿੰਦਾ ਹੈ । ਪ੍ਰਭ ਤੋਂ ਵਿਛੜੀ ਆਤਮਾ ਪ੍ਰਵਾਨਗੀ ਦੇ ਰਸਤੇ ਤੇ ਕਿਵੇਂ ਆ ਸਕਦੀ ਹੈ? ਇਹ ਆਪਣੇ ਸੰਸਾਰਕ ਹੈਸੀਅਤ ਦੇ ਅਹੰਕਾਰ ਵਿੱਚ ਹੀ ਕਰਲਾਉਂਦੀ ਰਹਿੰਦੀ ਹੈ ।

Self-minded with deceptive thoughts wanders on path of ignorance in his worldly life. He has been restricted, banned from following the teachings of His Word. He may worship at various renowned shrines and meditates, performs religious rituals. He may wander in suspicions; he cannot stay focus on any one path. How may his separated soul find the right path? She remains frustrated and miserable in ego, pride of her worldly status.

ਵਿਛੁੜਿਆ ਗੁਰੁ ਮੇਲਸੀ, ਹਰਿ ਰਸਿ ਨਾਮ ਪਿਆਰਿ॥ vichhurhi-aa gur maylsee har ras Naam pi-aar.
ਸਾਚਿ ਸਹਜਿ ਸੋਭਾ ਘਣੀ, ਹਰਿ ਗੁਣ ਨਾਮ ਅਧਾਰਿ॥ saach sahj sobhaa ghanee har gun Naam aDhaar.
ਜਿਉ ਭਾਵੈ ਤਿਉ ਰਖੁ ਤੂੰ, ਮੈ ਤੁਝ ਬਿਨੁ ਕਵਨੁ ਭਤਾਰੁ॥੩॥ ji-o bhaavai ti-o rakh tooN mai tujh bin kavan bhataar. ||3||

ਜਿਹੜੀ ਵਿਛੜੀ ਹੋਈ ਆਤਮਾ ਬੰਦਗੀ ਦੇ ਬਾਕੀ ਸਾਰੇ ਰਸਤੇ ਤਿਆਗ ਕੇ, ਅਸਲੀ ਰਸਤੇ, ਪ੍ਰਭ ਦੇ ਸ਼ਬਦ ਨੂੰ ਆਪਣੇ ਜੀਵਨ ਦਾ ਅਧਾਰ ਬਣਾ ਲੈਂਦੀ, ਫਿਰ ਉਸ ਦਾ ਪ੍ਰਭ ਨਾਲ ਸੰਜੋਗ ਹੋ ਸਕਦਾ ਹੈ । ਪ੍ਰਭ ਦੇ ਸ਼ਬਦ ਨੂੰ ਅਪਣਾਉਣ ਨਾਲ ਹੀ ਰਹਿਮਤ ਬਖਸ਼ਿਸ਼ ਹੋ ਸਕਦੀ ਹੈ । ਪ੍ਰਭ ਆਪ ਹੀ ਕਾਰਨ ਬਣਾਉਂਦਾ, ਸਭ ਕੁਝ ਆਪ ਹੀ ਕਰਦਾ ਹੈ । ਮੇਰੀ ਇਕੋ ਇਕ ਅਰਦਾਸ ਹੈ! ਰਹਿਮਤ ਬਖਸ਼ੋ ।

Any separated soul may renounce all other religious paths of meditation, religious rituals and wholeheartedly adopts the teachings of His Word in life; with His mercy and grace, he may be blessed with the right path of acceptance in His Court. The True Master creates all causes and prevails in all events in the universe. I may only pray for His Forgiveness and Refuge.

ਅਖਰ ਪੜਿ ਪੜਿ ਭੁਲੀਐ, ਭੇਖੀ ਬਹੁਤੁ ਅਭਿਮਾਨੁ॥ akhar parh parh bhulee-ai bhaykhee bahut abhimaan.
ਤੀਰਥ ਨਾਤਾ ਕਿਆ ਕਰੇ, ਮਨ ਮਹਿ ਮੈਲੁ ਗੁਮਾਨੁ॥ tirath naataa ki-aa karay man meh mail gumaan.
ਗੁਰ ਬਿਨੁ ਕਿਨਿ ਸਮਝਾਈਐ, ਮਨੁ ਰਾਜਾ ਸੁਲਤਾਨੁ॥੪॥ gur bin kin samjaa-ee-ai man raajaa sultaan. ||4||

ਜੀਵ, ਬਾਣੀ ਬਾਰ ਬਾਰ ਪੜ੍ਹਕੇ, ਸਮਝਕੇ ਫਿਰ ਵੀ ਗਲਤੀਆਂ ਕਰਦਾ ਹੈ । ਉਹ ਸਗੋਂ ਆਪਣੇ ਧਾਰਮਕ ਬਾਣੇ ਦਾ ਹੀ ਅਹੰਕਾਰ ਕਰਦਾ ਹੈ । ਉਹ ਮੰਨੇ ਹੋਏ ਪਵਿੱਤਰ ਤੀਰਥਾਂ ਤੇ ਇਸ਼ਨਾਨ ਕਰਦਾ ਹੈ । ਪਰ ਉਸ ਦੇ ਮਨ ਦੀ ਅਹੰਕਾਰ ਦੀ ਮੈਲ ਨਹੀਂ ਜਾਂਦੀ । ਤੀਰਤਾਂ ਤੇ ਇਸ਼ਨਾਨ ਕਰਨ ਦਾ ਕੋਈ ਲਾਭ ਨਹੀਂ ਹੁੰਦਾ । ਤਨ ਨੂੰ ਧੋਣ ਨਾਲ ਮਨ ਦੀ ਮੈਲ ਦੂਰ ਨਹੀਂ ਹੋ ਸਕਦੀ । ਸ਼ਬਦ ਦੀ ਪਾਲਣਾ ਤੋਂ ਬਿਨਾਂ ਸੋਝੀ ਨਹੀਂ ਹੁੰਦੀ, ਕਿ ਪ੍ਰਭ ਤਾ ਤਨ ਦੇ ਅੰਦਰ ਵਸਦਾ ਹੈ ।

Self-minded may recite Holy Scriptures repeatedly, he may realize the spiritual message; however, he may make mistakes in worldly life. He may even boast about his religious robe as a symbol of his worship. He may pilgrimage at various renowned Holy Shrines to take soul sanctifying bath. His pilgrimages may not be able to remove the blemish of his mind, his evil thoughts, and deeds. Whosoever may adopt the teachings of His Word; with His mercy and grace, he may realize His Holy Spirit embedded within his soul. Whosoever may sanctify his soul; he may be blessed with the right path of acceptance in His Court. Taking a bath of body may not eliminate the blemish of evil thoughts, of his mind.

ਪ੍ਰੇਮ ਪਦਾਰਥੁ ਪਾਈਐ, ਗੁਰਮੁਖਿ ਤਤੁ ਵੀਚਾਰੁ॥ paraym padaarath paa-ee-ai gurmukh tat veechaar.
ਸਾ ਧਨ ਆਪੁ ਗਵਾਇਆ, ਗੁਰ ਕੈ ਸਬਦਿ ਸੀਗਾਰੁ॥ saa Dhan aap gavaa-i-aa gur kai sabad seegaar.
ਘਰ ਹੀ ਸੋ ਪਿਰੁ ਪਾਇਆ, ਗੁਰ ਕੈ ਹੇਤਿ ਅਪਾਰੁ॥੫॥ ghar hee so pir paa-i-aa gur kai hayt apaar. ||5||

ਜਿਹੜਾ ਜੀਵ ਆਪਣਾ ਅਸਲੀ ਮੂਲ, ਮੁੱਢ ਨਹੀਂ ਭੁਲਦਾ! ਮਾਨਸ ਜਨਮ ਕਿਉਂ ਬਖਸ਼ਿਸ਼ ਹੋਇਆ ਹੈ? ਉਹ ਪ੍ਰਭ ਦੀ ਬੰਦਗੀ ਦਾ ਅਸਲੀ ਢੰਗ ਜਾਣ ਜਾਂਦਾ ਹੈ । ਜਿਹੜੀ ਆਤਮਾ ਆਪਾ ਮਿਟਾ ਦੇਂਦੀ ਹੈ, ਉਹ ਪ੍ਰਭ ਦੀ ਰਹਿਮਤ ਦੇ ਪਾਤਰ, ਯੋਗ ਹੋ ਜਾਂਦੀ ਹੈ । ਉਹ ਆਪਣੇ ਅੰਦਰੋਂ ਹੀ ਪ੍ਰਭ ਦੀ ਜੋਤ ਜਾਗਰਤ ਕਰ ਲੈਂਦੀ ਹੈ, ਲਗਨ ਅਡੋਲ ਹੋ ਜਾਂਦੀ ਹੈ ।

Whosoever may not forget the real purpose of his human life! Why has his soul been blessed with another opportunity of human life? He may be blessed with the right path of salvation, by adopts the teachings of His Word in life. Whosoever may surrender his self-entity at His Sanctuary and adopts the teachings of His Word with steady and stable belief in his day-to-day life; with His mercy and grace, his soul may be sanctified to become worthy of His Consideration. He may be enlightened with the essence of His Word from within; he remains intoxicated in the void of His Word.

ਗੁਰ ਕੀ ਸੇਵਾ ਚਾਕਰੀ, ਮਨੁ ਨਿਰਮਲੁ ਸੁਖੁ ਹੋਇ॥ gur kee sayvaa chaakree man nirmal sukh ho-ay.
ਗੁਰ ਕਾ ਸਬਦੁ ਮਨਿ ਵਸਿਆ, ਹਉਮੈ ਵਿਚਹੁ ਖੋਇ॥ gur kaa sabad man vasi-aa ha-umai vichahu kho-ay.
ਨਾਮੁ ਪਦਾਰਥੁ ਪਾਇਆ, ਲਾਭੁ ਸਦਾ ਮਨਿ ਹੋਇ॥੬॥ naam padaarath paa-i-aa laabh sadaa man ho-ay. ||6||

ਜਿਹੜਾ ਜੀਵ ਸ੍ਰਿਸ਼ਟੀ ਦੀ ਭਲਾਈ ਦਾ ਕੰਮ ਕਰਦਾ ਹੈ । ਉਸ ਦੇ ਮਨ ਦੀ ਮੈਲ ਧੋਤੀ ਜਾਂਦੀ ਹੈ, ਉਸ ਨੂੰ ਸੰਤੋਖ ਬਖਸ਼ਿਸ਼ ਹੋ ਜਾਂਦਾ ਹੈ । ਉਸ ਦੇ ਮਨ ਵਿੱਚ ਸ਼ਬਦ ਘਰ ਕਰ ਜਾਂਦਾ ਹੈ, ਉਸ ਦੀ ਅਹੰਕਾਰ ਦੀ ਜੜ੍ਹ ਖਤਮ ਹੋ ਜਾਂਦੀ ਹੈ । ਉਸ ਨੂੰ ਸ਼ਬਦ ਦੀ ਸੋਝੀ, ਸਦਾ ਰਹਿਣ ਵਾਲੀ ਕਮਾਈ, ਫਲ ਬਖਸ਼ਿਸ਼ ਹੋ ਜਾਂਦਾ ਹੈ ।

Whosoever may perform good deeds, serves His Creation; with His mercy and grace, his soul may be sanctified. He may remain drenched with the essence of His Word. He may remain overwhelmed with peace, contentment, and blossoms in his life. He may conquer his own ego. He may be blessed with the enlightenment of the essence of His Word, everlasting wealth of His Word.

ਕਰਮਿ ਮਿਲੈ ਤਾ ਪਾਈਐ, ਆਪਿ ਨ ਲਇਆ ਜਾਇ॥ karam milai taa paa-ee-ai aap na la-i-aa jaa-ay.
ਗੁਰ ਕੀ ਚਰਣੀ ਲਗਿ ਰਹੁ, ਵਿਚਹੁ ਆਪੁ ਗਵਾਇ॥ gur kee charnee lag rahu vichahu aap gavaa-ay.
ਸਚੇ ਸੇਤੀ ਰਤਿਆ, ਸਚੋ ਪਲੈ ਪਾਇ॥੭॥ sachay saytee rati-aa sacho palai paa-ay. ||7||

ਜਿਸ ਦੇ ਭਾਗਾਂ ਵਿੱਚ ਲਿਖਿਆ ਹੋਇਆ ਹੁੰਦਾ ਹੈ, ਉਸ ਨੂੰ ਸ਼ਬਦ ਦੀ ਲਗਨ ਬਖਸ਼ਿਸ਼ ਹੁੰਦੀ ਹੈ, ਹੋਰ ਕੋਈ ਚਾਰਾ ਨਹੀਂ ਹੈ । ਉਹ ਆਪਾ ਪ੍ਰਭ ਦੇ ਭੇਟਾ ਕਰਕੇ, ਅਡੋਲ ਭਰੋਸੇ ਨਾਲ ਪ੍ਰਭ ਦੀ ਬੰਦਗੀ ਵਿੱਚ ਲੀਨ ਰਹਿੰਦਾ ਹੈ, ਪ੍ਰਭ ਦੀ ਰਹਿਮਤ ਨਾਲ ਉਸ ਦਾ ਮਨ ਪ੍ਰਭ ਦੇ ਸ਼ਬਦ ਦੇ ਰੰਗ ਵਿੱਚ ਰੰਗਿਆ ਜਾਂਦਾ ਹੈ । ਪ੍ਰਭ ਦਾ ਸ਼ਬਦ ਹੀ ਉਸ ਦੇ ਜੀਵਨ ਦਾ ਅਧਾਰ ਬਣ ਜਾਂਦਾ ਹੈ ।

Whosoever may have a prewritten destiny, only he may be blessed with devotion to obey the teachings of His Word with steady and stable belief in his day-to-day life. The right path of acceptance in His Court may not be blessed with any other meditation. Whosoever may surrender his self-entity at His Sanctuary and remains intoxicated in meditation in the void of His Word; with His mercy and grace, he may remain drenched with the crimson color of the essence of His Word. Obeying the teachings of His Word may become his only purpose of human life.

ਭੁਲਣ ਅੰਦਰਿ ਸਭੁ ਕੋ, ਅਭੁਲੁ ਗੁਰੂ ਕਰਤਾਰੁ॥ bhulan andar sabh ko abhul guroo kartaar.
ਗੁਰਮਤਿ ਮਨੁ ਸਮਝਾਇਆ, ਲਾਗਾ ਤਿਸੈ ਪਿਆਰੁ॥ gurmat man samjhaa-i-aa laagaa tisai pi-aar.
ਨਾਨਕ ਸਾਚੁ ਨ ਵੀਸਰੈ, ਮੇਲੇ ਸਬਦੁ ਅਪਾਰੁ॥੮॥12॥ naanak saach na veesrai maylay sabad apaar. ||8||12||

ਹਰਇਕ ਜੀਵ ਦਿਨ ਰਾਤ, ਜਾਣੇ, ਅਣਜਾਣੇ ਗਲਤੀਆਂ ਕਰਦਾ ਰਹਿੰਦਾ ਹੈ । ਪ੍ਰਭ ਕਦੇ ਗਲਤੀ ਨਹੀਂ ਕਰਦਾ । ਪ੍ਰਭ ਕਿਸੇ ਦਾ ਕੀਤਾ ਚੰਗਾ, ਮੰਦਾ ਕੰਮ ਨਹੀਂ ਭੁਲਦਾ, ਫਲ ਜਰੂਰ ਬਖਸ਼ਦਾ ਹੈ । ਜਿਹੜਾ ਆਪਣਾ ਧਿਆਨ ਸ਼ਬਦ ਦੀ ਪਾਲਣਾ ਵਿੱਚ ਲਾਉਂਦਾ ਹੈ, ਉਸ ਦੀ ਆਤਮਾ ਪ੍ਰਭ ਦੀ ਰਹਿਮਤ ਦੇ ਯੋਗ ਹੋ ਜਾਂਦੀ ਹੈ । ਉਹ ਪ੍ਰਭ ਦੇ ਸ਼ਬਦ ਨੂੰ ਕਦੇ ਮਨ ਵਿਚੋਂ ਨਹੀਂ ਵਸਾਰਦਾ! ਜਿਸ ਦਾ ਭਰੋਸਾ ਪ੍ਰਭ ਦੇ ਸ਼ਬਦ ਦੀ ਸਿਖਿਆਂ ਤੇ ਅਡੋਲ ਹੋ ਜਾਂਦਾ ਹੈ, ਉਸ ਨੂੰ ਦਰਬਾਰ ਵਿੱਚ ਥਾਂ ਬਖਸ਼ਿਸ਼ ਹੋ ਸਕਦਾ ਹੈ ।

Everyone may be making mistakes some intentionally and others in ignorance from the right or wrong. The True Master may never make any mistake nor repent on any event of His Nature. The Omniscient True Master always monitors all events of His Creation; he may never ignore any good or bad deeds of His Creation. Whosoever may adopt the teachings of His Word wholeheartedly; with His mercy and grace, his soul may become worthy of His Consideration. He may never forsake the teachings of His Word. Whosoever may remain intoxicated in meditation with steady and stable belief; with His mercy and grace, his soul may be blessed with a place in His Royal Palace.

Key Message of Shree Raag page 60-15
'ਗੁਰਮਖ ਦੇ ਜੀਵਨ ਦਾ ਰਸਤਾ!
ਜਿਹੜੀ ਵਿਛੜੀ ਹੋਈ ਆਤਮਾ ਬੰਦਗੀ ਦੇ ਬਾਕੀ ਸਾਰੇ ਰਸਤੇ ਤਿਆਗ ਕੇ, ਪ੍ਰਭ ਦੇ ਸ਼ਬਦ ਨੂੰ ਆਪਣੇ ਜੀਵਨ ਦਾ ਅਧਾਰ ਬਣਾ ਲੈਂਦੀ ਹੈ । ਉਸ ਨੂੰ ਆਪਣਾ ਅਸਲੀ ਮੂਲ, ਮੁੱਢ ਨਹੀਂ ਭੁਲਦਾ, ਮਾਨਸ ਜਨਮ ਕਿਉਂ ਬਖਸ਼ਿਸ਼ ਹੋਇਆ ਹੈ? ਉਸ ਦੀ ਅਹੰਕਾਰ ਦੀ ਜੜ੍ਹ ਖਤਮ ਹੋ ਜਾਂਦੀ ਹੈ । ਉਸ ਨੂੰ ਸ਼ਬਦ ਦੀ ਸੋਝੀ, ਸਦਾ ਰਹਿਣ ਵਾਲੀ ਕਮਾਈ, ਫਲ ਬਖਸ਼ਿਸ਼ ਹੋ ਜਾਂਦਾ ਹੈ । ਉਹ ਆਪ ਪ੍ਰਭ ਦੇ ਭੇਟਾ ਕਰਕੇ, ਪ੍ਰਭ ਦੀ ਬੰਦਗੀ ਵਿੱਚ ਲੀਨ ਰਹਿੰਦਾ ਹੈ, ਉਸ ਦਾ ਮਨ ਪ੍ਰਭ ਦੇ ਸ਼ਬਦ ਦੇ ਰੰਗ ਵਿੱਚ ਰੰਗਿਆ ਜਾਂਦਾ ਹੈ ।
The path of human life of His true devotee!
Any separated soul may renounce all other religious paths of meditation, religious rituals and wholeheartedly adopts the teachings of His Word. He may realize the real purpose of his human life! Why has his soul been blessed with another opportunity of human life? He may conquer his own ego. He may be blessed with the enlightenment of the essence of His Word, everlasting wealth of His Word. He may surrender his self-entity at His Sanctuary and remains intoxicated in meditation in the void of His Word; with His mercy and grace, he may remain drenched with the crimson color of the essence of His Word.

46. **ਸਿਰੀਰਾਗੁ ਮਹਲਾ ੧॥ (61-9)**

ਤ੍ਰਿਸਨਾ ਮਾਇਆ ਮੋਹਣੀ, ਸੁਤ ਬੰਧਪ ਘਰ ਨਾਰਿ॥ tarisnaa maa-i-aa mohnee sut banDhap ghar naar.
ਧਨਿ ਜੋਬਨਿ ਜਗੁ ਠਗਿਆ, ਲਬਿ ਲੋਭਿ ਅਹੰਕਾਰਿ॥ dhan joban jag thagi-aa lab lobh ahaNkaar
ਮੋਹ ਠਗਉਲੀ ਹਉ ਮੁਈ, ਸਾ ਵਰਤੈ ਸੰਸਾਰਿ॥੧॥ moh thag-ulee ha-o mu-ee saa vartai sansaar. ||1||

ਗੁਰੂ ਨਾਨਕ ਦੇਵ ਜੀ! – Guru Nanak Dev Ji! Guru Granth Sahib

ਸੰਸਾਰਕ ਇਛਾਂ, ਧਨ, ਜੀਵਾਂ ਦਾ ਮੋਹ, ਮਨ ਤੇ ਕਾਬੂ ਰਖਦੀਆਂ ਹਨ ।(ਬੱਚੇ, ਬੀਵੀ, ਮਾਤਾ, ਪਿਤਾ) ਸੰਸਾਰਕ ਹੈਸੀਅਤ, ਜਵਾਨੀ, ਲਾਲਚ ਅਤੇ ਅਹੰਕਾਰ, ਜੀਵ ਨੂੰ ਅਸਲੀਅਤ ਤੋਂ ਧੋਖੇ ਨਾਲ ਦੂਰ ਰਖਦਾ ਹੈ । ਇਛਾਂ ਦੇ ਮੋਹ ਨੇ ਜੀਵਨ ਦਾ ਰਸਤਾ ਬਦਲ ਕੇ ਸਾਰੇ ਸੰਸਾਰ ਨੂੰ ਤਬਾਹ ਕਰ ਦਿੱਤਾ, ਗੁਲਾਮ ਬਣਾਇਆ ਹੈ ।

Worldly desires, possessions, attachment to worldly families may keep a control on his day-to-day life. Worldly status, youth, greed, and ego keeps away from the reality, true purpose of life. These worldly desires, attachments, and possessions may change the path and ruin human life opportunity. These have conquered all creatures of the universe.

ਮੇਰੇ ਪ੍ਰੀਤਮਾ, ਮੈ ਤੁਝ ਬਿਨੁ ਅਵਰੁ ਨ ਕੋਇ॥	mayray pareetamaa mai tujh bin avar na ko-ay.
ਮੈ ਤੁਝ ਬਿਨੁ ਅਵਰੁ ਨ ਭਾਵਈ, ਤੂੰ ਭਾਵਹਿ ਸੁਖੁ ਹੋਇ॥੧॥ ਰਹਾਉ॥	mai tujh bin avar na bhaav-ee tooN bhaaveh sukh ho-ay. ||1|| rahaa-o.

ਪ੍ਰਭ ਤੋਂ ਬਿਨਾਂ ਮੇਰਾ ਹੋਰ ਕੋਈ ਆਸਰਾ ਨਹੀਂ ਹੈ! ਸਾਰਾ ਸੰਸਾਰ ਹੀ ਇਛਾਂ ਅਤੇ ਮੋਹ ਵਿੱਚ ਫਸਿਆ ਹੈ । ਜਿਸ ਨੂੰ ਹਰ ਵੇਲੇ ਵਿਛੋੜੇ ਦਾ ਖਿਆਲ ਰਹਿੰਦਾ ਹੈ, ਉਸ ਦੇ ਮਨ ਵਿੱਚ ਸ਼ਾਂਤੀ ਰਹਿੰਦੀ ਹੈ ।

The True Master, the teachings of His Word may be the only real support for my soul. The whole world remains a victim of worldly desires and attachment to worldly possessions. Whosoever may remain in renunciation in the memory of his separation from His Holy Spirit; he may remain in peace of mind.

ਨਾਮੁ ਸਾਲਾਹੀ ਰੰਗ ਸਿਉ, ਗੁਰ ਕੈ ਸਬਦਿ ਸੰਤੋਖੁ॥	naam saalaahee rang si-o gur kai sabad santokh.
ਜੋ ਦੀਸੈ ਸੋ ਚਲਸੀ, ਕੂੜਾ ਮੋਹੁ ਨ ਵੇਖੁ॥	jo deesai so chalsee koorhaa moh na vaykh.
ਵਾਟ ਵਟਾਊ ਆਇਆ, ਨਿਤ ਚਲਦਾ ਸਾਥੁ ਦੇਖੁ॥੨॥	vaat vataa-oo aa-i-aa nit chaldaa saath daykh. ||2||

ਜੀਵ ਮਨ ਲਾ ਕੇ ਪ੍ਰਭ ਦੇ ਸ਼ਬਦ ਦਾ ਕੀਰਤਨ ਕਰੋ! ਜਿਸ ਦੇ ਮਨ ਤੇ ਸ਼ਬਦ ਦਾ ਰੰਗ ਚੜ੍ਹ ਜਾਂਦਾ ਹੈ, ਉਸ ਨੂੰ ਮਨ ਵਿੱਚ ਸ਼ਾਂਤੀ ਬਖਸ਼ਿਸ਼ ਹੋ ਜਾਂਦੀ ਹੈ । ਸੰਸਾਰ ਵਿੱਚ ਨਜ਼ਰ ਆਉਣ ਵਾਲਾ ਸਭ ਕੁਝ ਥੋੜ੍ਹਾ ਸਮਾਂ ਹੀ ਰਹਿਣ ਵਾਲਾ ਹੈ । ਜੀਵ ਸੰਸਾਰ ਵਿੱਚ ਯਾਤਰੀ ਦੀ ਤਰ੍ਹਾਂ ਆਉਂਦਾ ਹੈ । ਪ੍ਰਭ ਦਾ ਸ਼ਬਦ ਛਡਕੇ ਇਸ ਨਾਲ ਮੋਹ ਨਾ ਲਾਵੋ । ਸਾਰੇ ਯਾਤਰੀ ਹੀ ਸਫਰ ਪੂਰਾ ਕਰਕੇ ਵਾਪਸ ਚਲੇ ਜਾਂਦੇ ਹਨ ।

You should wholeheartedly meditate, and sing the glory of His Word. Whosoever may remain drenched with the essence of His Word; with His mercy and grace, he may be overwhelmed with contentment. Everything visible in this world may vanish after a short period of time. You should not forsake His Word nor remain intoxicated in worldly desires. You should consider yourselves as a traveler in the world; you must return to settle the account for your worldly deeds.

ਆਖਣਿ ਆਖਹਿ ਕੇਤੜੇ, ਗੁਰ ਬਿਨੁ ਬੂਝ ਨ ਹੋਇ॥	aakhan aakhahi kayt-rhay gur bin boojh na ho-ay.
ਨਾਮੁ ਵਡਾਈ ਜੇ ਮਿਲੈ, ਸਚਿ ਰਪੈ ਪਤਿ ਹੋਇ॥	naam vadaa-ee jay milai sach rapai pat ho-ay.
ਜੋ ਤੁਧੁ ਭਾਵਹਿ ਸੇ ਭਲੇ, ਖੋਟਾ ਖਰਾ ਨ ਕੋਇ॥੩॥	jo tuDh bhaaveh say bhalay khotaa kharaa na ko-ay. ||3||

ਹਰ ਰੋਜ਼ ਹੀ ਪ੍ਰਚਾਰਕ ਪ੍ਰਭ ਦੇ ਸ਼ਬਦ ਦਾ ਪ੍ਰਚਾਰ ਕਰਦਾ ਹੈ, ਪਰ ਪ੍ਰਭ ਦੀ ਰਹਿਮਤ ਤੋਂ ਬਿਨਾਂ ਸ਼ਬਦ ਦੀ ਸੋਝੀ ਬਖਸ਼ਿਸ਼ ਨਹੀਂ ਹੁੰਦੀ । ਜਿਸ ਜੀਵ ਨੂੰ ਸ਼ਬਦ ਦੀ ਸੋਝੀ ਬਖਸ਼ਿਸ਼ ਹੋ ਜਾਂਦੀ ਹੈ, ਉਹ ਆਪਣੇ ਜੀਵਨ ਨੂੰ ਸ਼ਬਦ ਅਨੁਸਾਰ ਢਾਲਕੇ ਬੰਦਗੀ ਵਿੱਚ ਲੀਨ ਹੋ ਜਾਂਦਾ ਹੈ । ਜੋ ਪ੍ਰਭ ਨੂੰ ਭਾਉਂਦਾ ਹੈ, ਕੇਵਲ ਉਹ ਹੀ ਚੰਗਾ ਹੁੰਦਾ ਹੈ! ਹੋਰ ਸੰਸਾਰ ਵਿੱਚ ਕਿਸੇ ਨੂੰ ਚੰਗਾ, ਮੰਦਾ ਕਿਵੇਂ ਕਿਹਾ ਜਾ ਸਕਦਾ ਹੈ?

Many preachers may peach the teachings of the Holy Scriptures every day; however, without His Blessings, no one may comprehend the true message of His Word. Whosoever may be enlightened with the essence of His Word, he may adopt the teachings of His Word. He may remain intoxicated in the void of His Word. Whatsoever may be acceptable in His Court; only worthy to be called good. How can anyone claim, any deed as good or bad?

ਗੁਰ ਸਰਣਾਈ ਛੁਟੀਐ, ਮਨਮੁਖ ਖੋਟੀ ਰਾਸਿ॥	gur sarnaa-ee chhutee-ai manmukh khotee raas.
ਅਸਟ ਧਾਤੁ ਪਾਤਿਸਾਹ ਕੀ, ਘੜੀਐ ਸਬਦਿ ਵਿਗਾਸਿ॥	asat Dhaat paatisaah kee gharhee-ai sabad vigaas.
ਆਪੇ ਪਰਖੇ ਪਾਰਖੂ, ਪਵੈ ਖਜਾਨੈ ਰਾਸਿ॥੪॥	aapay parkhay paarkhoo pavai khajaanai raas. ||4||

ਮਨ ਦੀ ਮੱਤ ਤੇ ਚਲਣ ਨਾਲ ਕਿਸੇ ਪਾਸੇ ਨਹੀਂ ਲਗਿਆ ਜਾ ਸਕਦਾ, ਕੇਵਲ ਸ਼ਬਦ ਅਨੁਸਾਰ ਹੀ ਜੀਵਨ ਨੂੰ ਢਾਲਣ ਨਾਲ ਰਹਿਮਤ ਦੀ ਨਜ਼ਰ ਬਖਸ਼ਿਸ਼ ਹੁੰਦੀ ਹੈ । ਜਿਵੇਂ ਕੋਈ ਰਾਜਾ ਅੱਠਾਂ ਧਾਤਾਂ ਨੂੰ ਮਿਲਾ ਕੇ ਸਿੱਕਾ ਬਣਾਉਂਦਾ ਹੈ, ਇਸਤਰ੍ਹਾਂ ਸ਼ਬਦ ਵਿੱਚ ਲਗਨ ਨਾਲ ਸ਼ਬਦ ਦੀ ਕਮਾਈ ਕੀਤੀ ਜਾਂਦੀ ਹੈ । ਪ੍ਰਭ ਆਪ ਹੀ ਫਲ ਬਖਸ਼ਦਾ ਹੈ । ਜਿਸ ਦੀ ਕਮਾਈ ਮਨਜ਼ੂਰ ਕਰਦਾ, ਉਸ ਦਾ ਲੇਖਾ ਖਤਮ ਹੋ ਜਾਂਦਾ ਹੈ ।

Whosoever may remain intoxicated in his worldly desires; he may never succeed in the real purpose of his human life. Whosoever may adopt the teachings of His Word in life; with His mercy and grace, he may be blessed with the right path. As any worldly kings may mix various elements to make his own currency; same way by adopting and singing the glory of His Word wholeheartedly, he may be enlightened, blessed with the wealth of His Word. The True Master may reward his earnings. He may be accepted in His Court; all his sins may be forgiven.

ਤੇਰੀ ਕੀਮਤਿ ਨਾ ਪਵੈ, ਸਭ ਡਿਠੀ ਠੋਕਿ ਵਜਾਇ॥	tayree keemat naa pavai sabh dithee thok vajaa-ay.
ਕਹਣੈ ਹਾਥ ਨ ਲਭਈ, ਸਚਿ ਟਿਕੈ ਪਤਿ ਪਾਇ॥	kahnai haath na labh-ee sach tikai pat paa-ay.
ਗੁਰਮਤਿ ਤੂੰ ਸਾਲਾਹਣਾ, ਹੋਰੁ ਕੀਮਤਿ ਕਹਣੁ ਨ ਜਾਇ॥੫॥	gurmat tooN salaahnaa hor keemat kahan na jaa-ay. ||5||

ਪ੍ਰਭ ਦੇ ਸ਼ਬਦ ਦੀ ਕੀਮਤ ਸੰਸਾਰਕ ਪੈਮਾਨੇ ਨਾਲ ਜਾਣੀ ਨਹੀਂ ਜਾ ਸਕਦੀ । ਜੀਵ ਹਰ ਵੇਲੇ ਹੀ ਸੰਸਾਰਕ ਤਰੀਕੇ ਨਾਲ ਪਰਖਦਾ ਰਹਿੰਦਾ ਹੈ । ਜਿਹੜਾ ਸ਼ਬਦ ਨਾਲ ਜੀਵਨ ਨਹੀਂ ਢਾਲਦਾ, ਉਸ ਨੂੰ ਪੜ੍ਹਨ, ਪ੍ਰਚਾਰ ਕਰਨ ਨਾਲ ਕੁਝ ਬਖਸ਼ਿਸ਼ ਨਹੀਂ ਹੁੰਦਾ । ਕੇਵਲ ਭਰੋਸੇ ਨਾਲ ਸ਼ਬਦ ਦੀ ਸਿਖਿਆਂ ਤੇ ਚਲਣ ਨਾਲ ਹੀ ਸੰਤੋਖ ਬਖਸ਼ਿਸ਼ ਹੋ ਸਕਦਾ ਹੈ । ਸ਼ਬਦ ਦੀ ਸੋਝੀ ਨਾਲ ਹੀ ਪ੍ਰਭ ਦੀ ਉਸਤਤ ਕੀਤੀ ਜਾ ਸਕਦੀ ਹੈ । ਹੋਰ ਕਿਸੇ ਤਰੀਕੇ ਨਾਲ ਇਸ ਦੀ ਕੀਮਤ ਦਾ ਪੂਰਨ ਅੰਦਾਜ਼ਾ ਨਹੀਂ ਲਾਇਆ ਜਾ ਸਕਦਾ ।

The true worth, significance of the essence of His Word may never be comprehended with any worldly known technique. Self-minded may estimate the worth of His Word with worldly technique, own state of mind. Whosoever may not adopt the teachings of His Word in day-to-day life; his reciting and preaching the teachings of Holy Scripture may not have any significance for his human life opportunity. Whosoever may adopt the teachings of His Word with a steady and stable belief; with His mercy and grace, he may be blessed with contentment in his life; only he may sing the glory of His Word. With any other worldly renowned techniques, the significance of His Blessings may never be comprehended.

ਗੁਰੂ ਨਾਨਕ ਦੇਵ ਜੀ! – Guru Nanak Dev Ji! Guru Granth Sahib

ਜਿਤੁ ਤਨਿ ਨਾਮੁ ਨ ਭਾਵਈ, ਤਿਤੁ ਤਨਿ ਹਉਮੈ ਵਾਦੁ॥ jit tan Naam na bhaav-ee tit tan ha-umai vaad.
ਗੁਰ ਬਿਨੁ ਗਿਆਨੁ ਨ ਪਾਈਐ, ਬਿਖਿਆ ਦੂਜਾ ਸਾਦੁ॥ gur bin gi-aan na paa-ee-ai bikhi-aa doojaa saad.
ਬਿਨੁ ਗੁਣ ਕਾਮਿ ਨ ਆਵਈ, ਮਾਇਆ ਫੀਕਾ ਸਾਦੁ॥੬॥ bin gun kaam na aavee maa-i-aa feekaa saad. ||6||

ਜਿਹੜਾ ਜੀਵ ਪ੍ਰਭ ਦੇ ਸ਼ਬਦ ਨੂੰ ਮਨ ਵਿੱਚ ਨਹੀਂ ਵਸਾਉਂਦਾ, ਉਸ ਦਾ ਤਨ ਅਹੰਕਾਰ ਦੀ ਅੱਗ ਨਾਲ ਜ਼ਖਮੀ ਹੋਇਆ ਹੁੰਦਾ ਹੈ । ਪ੍ਰਭ ਦੀ ਰਹਿਮਤ ਤੋਂ ਬਿਨਾਂ ਸ਼ਬਦ ਦੀ ਸੋਝੀ ਬਖਸ਼ਿਸ਼ ਨਹੀਂ ਹੋ ਸਕਦੀ । ਬਾਕੀ ਹੋਰ ਕਿਸੇ ਤਰੀਕੇ ਨਾਲ ਰਹਿਮਤ ਬਖਸ਼ਿਸ਼ ਨਹੀਂ ਹੁੰਦੀ । ਸ਼ਬਦ ਦੀ ਕਮਾਈ ਤੋਂ ਬਿਨਾਂ ਬਾਕੀ ਕਮਾਈਆਂ ਦੀ ਦਰਬਾਰ ਵਿੱਚ ਕੋਈ ਕੀਮਤ ਨਹੀਂ ਪੈਂਦੀ! ਉਸ ਨੂੰ ਪ੍ਰਵਾਨਗੀ ਬਖਸ਼ਿਸ਼ ਨਹੀਂ ਹੁੰਦੀ, ਸ਼ਰਮਿੰਦਗੀ ਹੀ ਮਿਲਦੀ ਹੈ ।

Whosoever may not adopt the teachings of His Word in his own life; his body and mind may remain burning in the fire of ego; his soul may remain blemished with ego of his worldly status. Without the enlightenment of the essence of His Word, he may not be blessed with the right path of acceptance in His Court. Without the earnings of His Word, all worldly possessions may not have any significance in His Court nor accepted in His Court; he may only be embarrassed.

ਆਸਾ ਅੰਦਰਿ ਜੰਮਿਆ, ਆਸਾ ਰਸ ਕਸ ਖਾਇ॥ aasaa andar jammi-aa aasaa ras kas khaa-ay.
ਆਸਾ ਬੰਧਿ ਚਲਾਈਐ, ਮੁਹੇ ਮੁਹਿ ਚੋਟਾ ਖਾਇ॥ aasaa banDh chalaa-ee-ai muhay muhi chotaa khaa-ay.
ਅਵਗਣਿ ਬਧਾ ਮਾਰੀਐ, ਛੂਟੈ ਗੁਰਮਤਿ ਨਾਇ॥੭॥ avgan baDhaa maaree-ai chhootai gurmat naa-ay. ||7||

ਜੀਵ ਬਹੁਤ ਇਛਾਂ ਲੇ ਕੇ ਸੰਸਾਰ ਵਿੱਚ ਜਨਮ ਲੈਂਦਾ ਹੈ । ਉਹਨਾਂ ਨੂੰ ਪੂਰਾ ਕਰਨ ਲਈ ਕਈ ਚੰਗੇ, ਮੰਦੇ ਕੰਮ ਕਰਦਾ ਹੈ । ਜਿਹੜਾ ਸੰਸਾਰਕ ਇਛਾਂ ਦਾ ਗੁਲਾਮ ਬਣ ਜਾਂਦਾ ਹੈ! ਉਸ ਨੂੰ ਮਰਨ ਤੋਂ ਪਿਛੋਂ ਆਪਣੇ ਕੀਤੇ ਦਾ ਫਲ ਭੁਗਤਣਾ ਪੈਂਦਾ ਹੈ, ਲਾਨ੍ਹਤਾਂ ਹੀ ਪੈਂਦੀਆਂ ਹਨ । ਮੰਦੇ ਕੰਮਾਂ ਵਾਲਾ ਜਮਦੂਤਾਂ ਦੇ ਕਾਬੂ ਵਿੱਚ ਹੀ ਰਹਿੰਦਾ ਹੈ । ਸ਼ਬਦ ਦੀ ਕਮਾਈ ਕਰਨਵਾਲਾ ਦਰਬਾਰ ਵਿੱਚ ਪ੍ਰਵਾਨ ਹੋ ਜਾਂਦਾ ਹੈ ।

He may be blessed with human life opportunity with lot of hopes and expectations. He may attempt various plans, chores, good and bad deeds to accomplish his desires. Whosoever may become a slave of worldly desires, he must endure the judgement of his worldly desires. He may be rebuked in His Court. Evil doer may be captured by the devil of death. He remains in the cycle of birth and death. Whosoever may earn the wealth of His Word, he may be accepted in His Court.

ਸਰਬੇ ਥਾਈ ਏਕੁ ਤੂੰ, ਜਿਉ ਭਾਵੈ ਤਿਉ ਰਾਖੁ॥ aarbay thaa-ee ayk tooN ji-o bhaavai ti-o raakh.
ਗੁਰਮਤਿ ਸਾਚਾ ਮਨਿ ਵਸੈ, ਨਾਮੁ ਭਲੋ ਪਤਿ ਸਾਖੁ॥ gurmat saachaa man vasai Naam bhalo pat saakh.
ਹਉਮੈ ਰੋਗੁ ਗਵਾਈਐ, ਸਬਦਿ ਸਚੈ ਸਚੁ ਭਾਖੁ॥੮॥ ha-umai rog gavaa-ee-ai sabad sachai sach bhaakh. ||8||

ਪ੍ਰਭ ਹਰ ਥਾਂ ਤੇ ਹੀ ਵਾਪਰਦਾ ਹੈ, ਆਪਣੀ ਰਜ਼ਾ ਨਾਲ ਹੀ ਸਭ ਕੁਝ ਕਰਦਾ ਹੈ । ਪ੍ਰਭ ਆਪਣੀ ਰਹਿਮਤ ਨਾਲ ਸ਼ਬਦ ਦੀ ਲਗਨ ਬਖਸ਼ੇ! ਜਿਹੜਾ ਸ਼ਬਦ ਦੀ ਪਾਲਣਾ ਕਰਦਾ ਹੈ, ਉਸ ਦੇ ਮਨ ਵਿੱਚ ਸ਼ਬਦ ਦੀ ਸੋਝੀ ਘਰ ਕਰ ਜਾਂਦੀ ਹੈ, ਪ੍ਰਵਾਨਗੀ ਦਾ ਰਸਤਾ ਬਖਸ਼ਿਸ਼ ਹੋ ਜਾਂਦਾ ਹੈ । ਉਸ ਦੀ ਅਹੰਕਾਰ ਦੀ ਜੜ੍ਹ ਖਤਮ ਹੋ ਜਾਂਦੀ ਹੈ, ਮਨ ਵਿੱਚ ਸ਼ਬਦ ਦੀ ਗੂੰਜ ਚਲਦੀ ਸੁਣਾਈ ਦੇਂਦੀ ਹੈ ।

The Omnipresent True Master prevails everywhere with His Imagination. The Merciful True Master blesses a devotion to obey the teachings of His Word. Whosoever may adopt the teachings of His Word; with His mercy and grace, he may be drenched with the essence of His Word. He may be blessed with the right path of acceptance in His Court. His root of ego and worldly status may be eliminated; he may hear the everlasting echo of His Word resonating within his heart.

ਆਕਾਸੀ ਪਾਤਾਲਿ ਤੂੰ, ਤ੍ਰਿਭਵਣਿ ਰਹਿਆ ਸਮਾਇ॥ aakaasee paataal tooN taribhavan rahi-aa samaa-ay.
ਆਪੇ ਭਗਤੀ ਭਾਉ ਤੂੰ, ਆਪੇ ਮਿਲਹਿ ਮਿਲਾਇ॥ aapay bhagtee bhaa-o tooN aapay mileh milaa-ay.
ਨਾਨਕ ਨਾਮੁ ਨ ਵੀਸਰੈ, ਜਿਉ ਭਾਵੈ ਤਿਵੈ ਰਜਾਇ॥੯॥13॥ naanak Naam na veesrai ji-o bhaavai tivai rajaa-ay. ||9||13||

ਪ੍ਰਭ ਤਿੰਨਾਂ ਸ੍ਰਿਸ਼ਟੀਆਂ ਵਿੱਚ ਅਤੇ ਹਰਇਕ ਜੀਵ ਦੇ ਅੰਦਰ ਆਪ ਹੀ ਵਾਪਰਦਾ ਵਸਦਾ ਹੈ । ਆਪ ਹੀ ਜੀਵ ਨੂੰ ਬੰਦਗੀ ਤੇ ਲਾਉਂਦਾ, ਅਡੋਲ ਰਖਦਾ, ਪ੍ਰਵਾਨ ਕਰਦਾ ਹੈ । ਮੇਰੀ ਇਕੋ ਇਕ ਅਰਦਾਸ ਹੈ! ਮੇਰੇ ਮਨ ਵਿਚੋਂ ਤੇਰਾ ਸ਼ਬਦ ਨਾ ਵਿਸਰ ਜਾਵੇ । ਹਮੇਸ਼ਾਂ ਤੇਰੀ ਰਜ਼ਾ ਵਿੱਚ ਹੀ ਚਲਾ! ਤੇਰੀ ਬਖਸ਼ਿਸ਼ ਹੀ ਮੇਰੀ ਮੰਗ ਬਣ ਜਾਵੇ ।

The True Master, His Holy Spirit remains embedded within his soul and dwells within his body. He remains Omnipresent in all the three universes and in body and mind of every creature. He blesses devotional to meditate and keeps His true devotee steady and stable on the right path and accepts his meditation in His Court. I may only pray for His Forgiveness and Refuge. I may never forsake His Word from my day-to-day life. I only pray! His Blessings may become my wishes!

Key Message of Shree Raag page 61-9
'ਗੁਰਮਖ ਦੇ ਜੀਵਨ ਦਾ ਰਸਤਾ!
ਕੇਵਲ ਭਰੋਸੇ ਨਾਲ ਸ਼ਬਦ ਦੀ ਸਿਖਿਆਂ ਤੇ ਚਲਣ ਨਾਲ ਹੀ ਸੰਤੋਖ ਬਖਸ਼ਿਸ਼ ਹੋ ਸਕਦਾ ਹੈ । ਸ਼ਬਦ ਦੀ ਸੋਝੀ ਨਾਲ ਹੀ ਪ੍ਰਭ ਦੀ ਉਸਤਤ ਕੀਤੀ ਜਾ ਸਕਦੀ ਹੈ । ਉਸ ਦੇ ਮਨ ਵਿੱਚ ਸ਼ਬਦ ਦੀ ਸੋਝੀ ਘਰ ਕਰ ਜਾਂਦੀ ਹੈ । ਉਸ ਦੀ ਅਹੰਕਾਰ ਦੀ ਜੜ੍ਹ ਖਤਮ ਹੋ ਜਾਂਦੀ ਹੈ, ਮਨ ਵਿੱਚ ਸ਼ਬਦ ਦੀ ਗੂੰਜ ਚਲਦੀ ਸੁਣਾਈ ਦੇਂਦੀ ਹੈ । ਉਸ ਦੀ ਅਰਦਾਸ ਹੀ ਤੇਰੀ ਰਜ਼ਾ, ਤੇਰੀ ਬਖਸ਼ਿਸ਼ ਹੀ ਮੇਰੀ ਮੰਗ ਬਣ ਜਾਵੇ ।
The path of human life of His true devotee!
Whosoever may adopt the teachings of His Word with a steady and stable belief; only he may be blessed with contentment in his life; only he may sing the glory of His Word. He may remain drenched with the essence of His Word. His root of ego and worldly status may be eliminated; he may hear the everlasting echo of His Word resonating within his heart. He may only pray for His Forgiveness and Refuge; His Blessings may become his only desire.

47. **ਸਿਰੀਰਾਗੁ ਮਹਲਾ ੧॥ (62-3)**

ਰਾਮ ਨਾਮਿ ਮਨੁ ਬੇਧਿਆ, ਅਵਰੁ ਕਿ ਕਰੀ ਵੀਚਾਰੁ॥ raam Naam man bayDhi-aa avar ke karee veechaar.
ਸ਼ਬਦ ਸੁਰਤਿ ਸੁਖੁ ਊਪਜੈ, ਪ੍ਰਭ ਰਾਤਉ ਸੁਖ ਸਾਰੁ॥ sabad surat sukh oopjai parabh raata-o sukh saar.
ਜਿਉ ਭਾਵੈ ਤਿਉ ਰਾਖੁ ਤੂੰ, ਮੈ ਹਰਿ ਨਾਮੁ ਅਧਾਰੁ॥੧॥ ji-o bhaavai ti-o raakh tooN mai har Naam aDhaar. ||1||

ਮੇਰਾ ਮਨ ਪ੍ਰਭ ਦੇ ਸ਼ਬਦ ਦੇ ਬੰਧਨਾ ਵਿੱਚ ਬੰਧਿਆ ਹੋਇਆ ਹੈ । ਮੈਨੂੰ ਹੋਰ ਕੋਈ ਵਿਚਾਰ ਕਰਨ ਦੀ ਸੋਝੀ ਨਹੀਂ ਹੈ । ਮੈਨੂੰ ਸ਼ਬਦ ਦੀ ਸੋਝੀ ਨਾਲ ਪੂਰਨ ਸੰਤੋਖ, ਸ਼ਾਂਤੀ ਬਖਸ਼ਿਸ਼ ਹੋਈ ਹੈ । ਮਨ ਤੇ ਇਸ ਦਾ ਰੰਗ ਗੂੜ੍ਹਾ ਚੜ੍ਹਿਆ ਹੈ । ਜੋ ਤੈਨੂੰ ਭਾਉਂਦਾ, ਉਸ ਧੰਦੇ ਤੇ ਲਾਵੋ, ਕੇਵਲ ਤੂੰ ਹੀ ਮੇਰਾ ਆਸਰਾ ਹੈ ।

ਗੁਰੂ ਨਾਨਕ ਦੇਵ ਜੀ! – Guru Nanak Dev Ji! Guru Granth Sahib

My mind remains intoxicated with a devotional bond with Your Word. I have no other desires, understating to think about anything else. I am contented and in complete peace. My mind remains drenched with the essence of Your Word. Whatsoever may be acceptable in Your Court; only assigns that chore, I have only hope on your support in my life.

ਮਨ ਰੇ, ਸਾਚੀ ਖਸਮ ਰਜਾਇ॥ — man, ray saachee khasam rajaa-ay.
ਜਿਨਿ ਤਨੁ ਮਨੁ ਸਾਜਿ ਸੀਗਾਰਿਆ, — jin tan man saaj seegaari-aa
ਤਿਸੁ ਸੇਤੀ ਲਿਵ ਲਾਇ॥੧॥ ਰਹਾਉ॥ — tis saytee liv laa-ay. ||1|| rahaa-o.

ਪ੍ਰਭ ਦਾ ਭਾਣਾ ਅਟਲ ਹੈ, ਉਸ ਨਾਲ ਆਪਣੀ ਪ੍ਰੀਤ ਪੱਕੀ ਰਖੋ । ਪ੍ਰਭ ਹੀ ਜੀਵ ਨੂੰ ਪੈਦਾ ਕਰਦਾ, ਪਾਲਣਾ, ਪੋਸਨਾ ਅਤੇ ਸ਼ਿੰਗਾਰ ਕਰਦਾ ਹੈ ।

His Command remains axiom, unchangeable and true forever. You should wholeheartedly meditate on the teachings of His Word, Blessings with steady and stable belief. The True Master creates, nourishes, and embellishes His Creation.

ਤਨੁ ਬੈਸੰਤਰਿ ਹੋਮੀਐ, ਇਕ ਰਤੀ ਤੋਲਿ ਕਟਾਇ॥ — tan baisantar homee-ai ik ratee tol kataa-ay.
ਤਨੁ ਮਨੁ ਸਮਧਾ ਜੇ ਕਰੀ, ਅਨਦਿਨੁ ਅਗਨਿ ਜਲਾਇ॥ — tan man samDhaa jay karee an-din agan jalaa-ay.
ਹਰਿ ਨਾਮੈ ਤੁਲਿ ਨ ਪੁਜਈ, ਜੇ ਲਖ ਕੋਟੀ ਕਰਮ ਕਮਾਇ॥੨॥ — har Naamai tul na puj-ee jay lakh kotee karam kamaa-ay. ||2||

ਜੀਵ ਅਗਰ ਆਪਣੇ ਸਰੀਰ ਦੇ ਟੋਟੇ ਕਰਕੇ ਅੱਗ ਵਿੱਚ ਜਲਾ ਦੇਵੇਂ! ਆਪਣੇ ਤਨ, ਮਨ ਨੂੰ ਉਸ ਅੱਗ ਦਾ ਬਾਲਣ ਬਣਾ ਕੇ ਭਸਮ ਕਰ ਦੇਵੇ! ਜਾ ਲਖਾਂ ਹੀ ਧਾਰਮਕ ਰੀਤ ਰੀਵਾਜ ਕਰੇ । ਇਹਨਾਂ ਸਾਰੀਆਂ ਕੁਰਬਾਨੀਆਂ ਦੀ ਕਮਾਈ, ਸ਼ਬਦ ਦੇ ਸਿਮਰਨ ਦੇ ਬਰਾਬਰ ਨਹੀਂ ਹੁੰਦੀ, ਬਹੁਤ ਥੋੜ੍ਹੀ ਹੀ ਹੁੰਦੀ ਹੈ ।

Whosoever may sacrifice, cut his body limb into pieces and burns his mind in the fire or performs millions of religious rituals; all these sacrifices may not be equal or comparable with a devotional meditation on the teachings of His Word. All these may fall short; have no significance in His Court.

ਅਰਧ ਸਰੀਰੁ ਕਟਾਈਐ, ਸਿਰਿ ਕਰਵਤੁ ਧਰਾਇ॥ — araDh sareer kataa-ee-ai sir karvat Dharaa-ay.
ਤਨੁ ਹੈਮੰਚਲਿ ਗਾਲੀਐ, ਭੀ ਮਨ, ਤੇ ਰੋਗੁ ਨ ਜਾਇ॥ — tan haimanchal gaalee-ai bhee man tay rog na jaa-ay.
ਹਰਿ ਨਾਮੈ ਤੁਲਿ ਨ ਪੁਜਈ, ਸਭ ਡਿਠੀ ਠੋਕਿ ਵਜਾਇ॥੩॥ — har Naamai tul na puj-ee sabh dithee thok vajaa-ay. ||3||

ਜੀਵ ਤੇਰਾ ਸਰੀਰ, ਸਿਰ ਤੋਂ ਚੀਰ ਕੇ ਦੋ ਟੁੱਟੇ ਕਰ ਦਿੱਤਾ ਜਾਵੇ! ਜਾ ਇਸ ਨੂੰ ਬਰਫ ਵਿੱਚ ਦੱਬ ਦਿੱਤਾ ਜਾਵੇ, ਬਰਫ ਤਰ੍ਹਾਂ ਜੰਮਾ ਦਿੱਤਾ ਜਾਵੇ । ਫਿਰ ਵੀ ਮਨ ਦੀਆਂ ਇਛਾਂ ਦਾ ਰੋਗ ਦੂਰ ਨਹੀਂ ਹੁੰਦਾ । ਇਹ ਸਾਰੀਆਂ ਕੁਰਬਾਨੀਆਂ ਦੀ ਕਮਾਈ, ਪ੍ਰਭ ਦੇ ਸ਼ਬਦ ਦੇ ਸਿਮਰਨ ਬਰਾਬਰ ਨਹੀਂ ਹੁੰਦੀ । ਉਸ ਦੇ ਦਰਬਾਰ ਵਿੱਚ ਕੋਈ ਕੀਮਤ ਨਹੀਂ ਪੈਂਦੀ । ਸੰਸਾਰਕ ਜੀਵਾਂ ਨੇ ਇਹ ਸਭ ਕੁਝ ਪਰਖਕੇ ਦੇਖਿਆ ਹੈ ।

Your body may cut into two pieces from head to toe or your body may be buried in snow and frozen as a block; even then the disease of your worldly desires may not be eliminated from your mind. All these sacrifices may not be comparable to a devotional singing of His Word. All other religious defined sacrifices have no significance in His Court for the purpose of your life. Worldly saints have already tested these techniques.

ਕੰਚਨ ਕੇ ਕੋਟ ਦਤੁ ਕਰੀ, ਬਹੁ ਹੈਵਰ ਗੈਵਰ ਦਾਨੁ॥ — kanchan kay kot dat karee baho haivar gaivar daan.
ਭੂਮਿ ਦਾਨੁ ਗਊਆ ਘਣੀ, ਭੀ ਅੰਤਰਿ ਗਰਬੁ ਗੁਮਾਨੁ॥ — bhoom daan ga-oo-aa ghanee bhee antar garab gumaan.
ਰਾਮ ਨਾਮਿ ਮਨੁ ਬੇਧਿਆ, ਗੁਰਿ ਦੀਆ ਸਚੁ ਦਾਨੁ॥੪॥ — raam Naam man bayDhi-aa gur dee-aa sach daan. ||4||

ਜਿਹੜਾ ਬਹੁਤ ਦਾਨ, ਸੋਨਾ, ਸੰਸਾਰਕ ਧੰਨ, ਘੋੜੇ, ਹਾਥੀ, ਜ਼ਮੀਨ, ਪਵਿੱਤਰ ਜਾਨਵਰ, ਗਊ ਦਾਨ ਕਰੇ, ਫਿਰ ਵੀ ਮੰਨ ਵਿਚੋਂ ਅਹੰਕਾਰ ਦੀ ਜੜ੍ਹ ਖਤਮ ਨਹੀਂ ਹੁੰਦੀ । ਜਿਹੜਾ ਮਨ ਨੂੰ ਸ਼ਬਦ ਅਨੁਸਾਰ ਢਾਲਦਾ ਹੈ, ਪ੍ਰਭ ਆਪ ਹੀ ਅਸਲੀ ਦਾਨ ਬਖਸ਼ਦਾ ਹੈ, ਜਿਸ ਨਾਲ ਜਨਮ, ਮਰਨ ਦਾ ਚੱਕਰ ਖਤਮ ਹੋ ਜਾਂਦਾ ਹੈ ।

Whosoever may donate huge amounts of gold, worldly possessions, horses, elephants, a large piece of land or holy animals; however, the root of his ego may not be eliminated, rather enhanced. Whosoever may adopt the teachings of His Word in his day-to-day life; with His mercy and grace, he may be blessed with the right path of acceptance in His Court. His cycle of birth and death may be eliminated.

ਮਨਹਠ ਬੁਧੀ ਕੇਤੀਆ, ਕੇਤੇ ਬੇਦ ਬੀਚਾਰ॥ — manhath buDhee kaytee-aa kaytay bayd beechaar.
ਕੇਤੇ ਬੰਧਨ ਜੀਅ ਕੇ, ਗੁਰਮੁਖਿ ਮੋਖ ਦੁਆਰ॥ — kaytay banDhan jee-a kay gurmukh mokh du-aar.
ਸਚਹੁ ਓਰੈ ਸਭੁ ਕੋ, ਉਪਰਿ ਸਚੁ ਆਚਾਰੁ॥੫॥ — sachahu orai sabh ko upar sach aachaar. ||5||

ਸੰਸਾਰ ਵਿੱਚ ਅਨੇਕਾਂ ਹੀ ਦ੍ਰਿੜ੍ਹਤਾ ਵਾਲੇ ਵਿਦਵਾਨ, ਧਾਰਮਕ ਲਿਖਤਾ ਨੂੰ ਘੋਖਦੇ ਹਨ । ਪਰ ਆਤਮਾ ਅਨੇਕਾਂ ਹੀ ਜਾਲਾਂ ਵਿੱਚ ਫਸੀ ਹੈ, ਕੇਵਲ ਗੁਰਮਖ ਅਵਸਥਾ ਵਾਲੇ ਨੂੰ ਹੀ ਮੁਕਤੀ ਦਾ ਰਸਤਾ ਬਖਸ਼ਿਸ਼ ਹੁੰਦਾ ਹੈ । ਪ੍ਰਭ ਦਾ ਸ਼ਬਦ, ਸਭ ਤੋਂ ਉਚਾ ਹੈ, ਪਰ ਆਪਣਾ ਜੀਵਨ ਸ਼ਬਦ ਦੀ ਸਿਖਿਆਂ ਅਨੁਸਾਰ ਢਾਲਣਾ, ਜੀਵਨ ਬਤੀਤ ਕਰਨਾ ਇਸ ਤੋਂ ਵੀ ਮਹੱਤਤਾ ਵਾਲਾ ਹੁੰਦਾ ਹੈ ।

In this universe, there are several determined scholars, devotees, who may search and investigate all religious Holy Scriptures. However, human mind remains intoxicated with various worldly desires, greed. Whosoever may adopt the teachings of His Word, only he may be blessed with the right path of salvation. His Word may be considered, most significant and true forever; however, adopting the teachings of His Word in day-to-day life may be even be more significant.

ਸਭੁ ਕੋ ਊਚਾ ਆਖੀਐ, ਨੀਚੁ ਨ ਦੀਸੈ ਕੋਇ॥ — sabh ko oochaa aakhee-ai neech na deesai ko-ay.
ਇਕਨੈ ਭਾਂਡੇ ਸਾਜਿਐ, ਇਕੁ ਚਾਨਣੁ ਤਿਹੁ ਲੋਇ॥ — iknai bhaaNday saaji-ai ik chaanan tihu lo-ay.
ਕਰਮਿ ਮਿਲੈ ਸਚੁ ਪਾਈਐ, ਧੁਰਿ ਬਖਸ ਨ ਮੇਟੈ ਕੋਇ॥੬॥ — karam milai sach paa-ee-ai Dhur bakhas na maytai ko-ay. ||6||

ਪ੍ਰਭ ਦੇ ਪੈਦਾ ਕੀਤੇ ਜੀਵ ਨੂੰ ਉਤਮ ਹੀ ਆਖਣਾ ਚਾਹੀਦਾ ਹੈ, ਕਿਸੇ ਨੂੰ ਨੀਚ ਨਹੀਂ ਕਹਿਣਾ ਚਾਹੀਦਾ । ਸਾਰੇ ਸਰੀਰ, ਅਕਾਰ ਪ੍ਰਭ ਨੇ ਬਣਾਏ ਹਨ, ਹਰ ਵਿੱਚ ਪ੍ਰਭ ਦੀ ਜੋਤ ਵਸਦੀ ਹੈ । ਜਿਸ ਤੇ ਰਹਿਮਤ ਬਖਸ਼ਦਾ, ਉਹ ਪ੍ਰਵਾਨਗੀ ਦੇ ਰਸਤੇ ਤੇ ਚਲ ਪੈਂਦਾ ਹੈ । ਉਸ ਦੀ ਰਹਿਮਤ ਕੋਈ ਖੋਹ ਜਾ ਖਰੀਦ ਨਹੀਂ ਸਕਦਾ ।

Whosoever may be born in the world; His Creation may be called superb and unique; no one should be called a lowly class or mean spirited. The True Master has created all body structures worthy for His dwelling with His Imagination. Whosoever may be bestowed with His Blessed Vision, he may adopt the right path of salvation. No one can rob or purchase His Blessings with worldly wealth.

ਗੁਰੂ ਨਾਨਕ ਦੇਵ ਜੀ! – Guru Nanak Dev Ji! Guru Granth Sahib

ਸਾਧੁ ਮਿਲੈ ਸਾਧੂ ਜਨੈ, ਸੰਤੋਖੁ ਵਸੈ ਗੁਰ ਭਾਇ॥ saaDh milai saaDhoo janai santokh vasai gur bhaa-ay.
ਅਕਥ ਕਥਾ ਵੀਚਾਰੀਐ, ਜੇ ਸਤਿਗੁਰ ਮਾਹਿ ਸਮਾਇ॥ akath kathaa veechaaree-ai jay saT`gur maahi samaa-ay.
ਪੀ ਅੰਮ੍ਰਿਤੁ ਸੰਤੋਖਿਆ, ਦਰਗਹਿ ਪੈਧਾ ਜਾਇ॥੭॥ pee amrit santokhi-aa dargahi paiDhaa jaa-ay. ||7||

ਜਦੋਂ ਇਕ ਬੰਦਗੀ ਕਰਨਵਾਲਾ ਦੂਸਰੇ ਬੰਦਗੀ ਕਰਨਵਾਲੇ ਨੂੰ ਮਿਲਦਾ ਹੈ, ਦੋਨੋਂ ਹੀ ਪ੍ਰਭ ਦੇ ਸ਼ਬਦ ਨੂੰ ਵਿਚਾਰ ਕੇ ਸੰਤੋਖ, ਧੀਰਜ ਹਾਸਿਲ ਕਰਦੇ ਹਨ । ਉਹ ਨਾ-ਕਥੀ ਜਾਣ ਵਾਲੀਆਂ ਕਰਤਬਾਂ ਦਾ ਵਿਚਾਰ ਕਰਕੇ ਬੰਦਗੀ ਵਿੱਚ ਹੀ ਲੀਨ ਹੋ ਜਾਂਦੇ ਹਨ । ਉਹ ਸ਼ਬਦ ਦਾ ਰਸ ਮਾਨਦੇ ਦਰਬਾਰ ਵਿੱਚ ਪ੍ਰਵਾਨ ਹੋ ਜਾਂਦੇ ਹਨ ।

When more than one true devotee meets; all may discuss and learn the deeper significance, spiritual message of His Word; all remain in peace and contented. They discuss the unexplainable nature and miracles of His Nature and enter deep revelation in the void of His Word. His true devotee enjoys the nectar of His Word; he remains firm on the right path of salvation.

ਘਟਿ ਘਟਿ ਵਾਜੈ ਕਿੰਗੁਰੀ, ਅਨਦਿਨੁ ਸਬਦਿ ਸੁਭਾਇ॥ ghat ghat vaajai kinguree an-din sabad subhaa-ay.
ਵਿਰਲੇ ਕਉ ਸੋਝੀ ਪਈ, ਗੁਰਮੁਖਿ ਮਨੁ ਸਮਝਾਇ॥ virlay ka-o soJhee pa-ee gurmukh man samjhaa-ay.
ਨਾਨਕ ਨਾਮੁ ਨ ਵੀਸਰੈ, ਛੂਟੈ ਸਬਦੁ ਕਮਾਇ॥੮॥14॥ naanak Naam na veesrai chhootai sabad kamaa-ay. ||8||14||

ਹਰਇਕ ਜੀਵ ਦੇ ਹਿਰਦੇ ਵਿੱਚ ਸ਼ਬਦ ਦੀ ਧੁਨ ਚਲਦੀ ਹੈ । ਕਿਸੇ ਵਿਰਲੇ ਜੀਵ ਨੂੰ ਹੀ ਇਸ ਦਾ ਗਿਆਨ, ਸੋਝੀ ਹੁੰਦੀ, ਸੁਣਾਈ ਦੇਂਦੀ ਹੈ । ਜਿਸ ਨੂੰ ਗੁਰਮਖ ਅਵਸਥਾ ਬਖਸ਼ਿਸ਼ ਹੋ ਜਾਂਦੀ ਹੈ, ਉਸ ਨੂੰ ਇਸ ਦੀ ਸੋਝੀ ਬਖਸ਼ਿਸ਼ ਹੋ ਜਾਂਦੀ ਹੈ । ਜੀਵ ਪ੍ਰਭ ਦੇ ਸ਼ਬਦ ਨੂੰ ਕਦੇ ਆਪਣੇ ਮਨ ਵਿਚੋਂ ਨਾ ਵਸਾਰੋ! ਸ਼ਬਦ ਦੀ ਕਮਾਈ ਹੀ ਪ੍ਰਵਾਨਗੀ ਦੇ ਰਸਤੇ ਤੇ ਅਡੋਲ ਰਖਦੀ ਹੈ ।

The everlasting echo of His Word always remain resonating within each heart; however, very rare devotee may be enlightened with existence of everlasting echo or hear resonating within his own heart. Whosoever may be blessed with a state of mind as His true devotee, only he may be enlightened with the essence of His Word. You should never forsake the teachings of His Word. Earnings of His Word keep him on the right path of acceptance in His Court.

Key Message of Shree Raag page 62-3
ਪ੍ਰਭ ਦੇ ਦਰਬਾਰ ਦਾ ਰਸਤਾ!
ਸਾਰੀਆਂ ਕੁਰਬਾਨੀਆਂ ਦੀ ਕਮਾਈ, ਪ੍ਰਭ ਦੇ ਸ਼ਬਦ ਦੇ ਸਿਮਰਨ ਬਰਾਬਰ ਨਹੀਂ ਹੁੰਦੀ, ਦਰਬਾਰ ਵਿੱਚ ਕੋਈ ਕੀਮਤ ਨਹੀਂ ਪੈਂਦੀ । ਸੰਸਾਰਕ ਜੀਵਾਂ ਨੇ ਇਹ ਸਭ ਕੁਝ ਪਰਖਕੇ ਦੇਖਿਆ ਹੈ । ਜਿਹੜਾ ਮਨ ਨੂੰ ਸ਼ਬਦ ਅਨੁਸਾਰ ਢਾਲਦਾ ਹੈ, ਪ੍ਰਭ ਆਪ ਹੀ ਅਸਲੀ ਦਾਨ ਬਖਸ਼ਦਾ ਹੈ, ਸੰਸਾਰਕ ਦਾਨ ਨਾਲ ਅਹੰਕਾਰ ਦੀ ਜੜ੍ਹ ਖਤਮ ਨਹੀਂ ਹੁੰਦੀ, ਵਧਦੀ ਜਾਂਦੀ ਹੈ । ਪ੍ਰਭ ਦਾ ਸ਼ਬਦ, ਸਭ ਤੋਂ ਉਚਾ ਹੈ, ਪਰ ਆਪਣਾ ਜੀਵਨ ਸ਼ਬਦ ਦੀ ਸਿਖਿਆਂ ਅਨੁਸਾਰ ਢਾਲਣਾ, ਜੀਵਨ ਬਤੀਤ ਕਰਨਾ ਇਸ ਤੋਂ ਵੀ ਮਹੱਤਤਾ ਵਾਲਾ ਹੁੰਦਾ ਹੈ । ਪ੍ਰਭ ਦੀ ਰਹਿਮਤ ਕੋਈ ਖੋਹ ਜਾ ਖਰੀਦ ਨਹੀਂ ਸਕਦਾ । ਹਰਇਕ ਜੀਵ ਦੇ ਹਿਰਦੇ ਵਿੱਚ ਸ਼ਬਦ ਦੀ ਧੁਨ ਚਲਦੀ ਹੈ । ਕਿਸੇ ਵਿਰਲੇ ਜੀਵ ਨੂੰ ਹੀ ਇਸ ਦਾ ਗਿਆਨ, ਸੋਝੀ ਹੁੰਦੀ, ਸੁਣਾਈ ਦੇਂਦੀ ਹੈ ।
The true path of His Royal Palace!
All sacrifices defined by religious fundamentals have no significance in His Court for the real purpose of human life. Worldly saints have already tested these techniques; only the root of ego may be enhanced. Whosoever may adopt the teachings of His Word in his day-to-day life; with His mercy and grace, he may be blessed with the right path of acceptance in His Court. His Word may be considered, most significant and true forever; however, adopting the teachings of His Word in day-to-day life, may even be more significant. No one can rob or purchase His Blessings with worldly wealth. The everlasting echo of His Word always resonates within each heart; however, very rare devotee may be enlightened to hear the everlasting echo of His Word resonating within his own heart.

48. ਸਿਰੀਰਾਗੁ ਮਹਲਾ ੧॥ (62-16)

ਚਿਤੇ ਦਿਸਹਿ ਧਉਲਹਰ, ਬਗੇ ਬੰਕ ਦੁਆਰ॥ chitay diseh Dha-ulhar bagay bank du-aar.
ਕਰਿ ਮਨ ਖੁਸੀ ਉਸਾਰਿਆ, ਦੂਜੈ ਹੇਤਿ ਪਿਆਰਿ॥ kar man khusee usaari-aa doojai hayt pi-aar.
ਅੰਦਰੁ ਖਾਲੀ ਪ੍ਰੇਮ ਬਿਨੁ, ਢਹਿ ਢੇਰੀ ਤਨੁ ਛਾਰੁ॥੧॥ andar khaalee paraym bin dheh dhayree tan chhaar. ||1||

ਸੰਸਾਰ ਵਿੱਚ ਇਹ ਵਡੇ ਵਡੇ ਮਹਿਲ, ਮਾੜੀਆਂ ਸਾਰੇ ਮਨ ਨੂੰ ਖੁਸ਼ ਕਰਨ ਲਈ ਬਣਾਏ ਜਾਂਦੇ ਹਨ । ਜਿਸ ਨੂੰ ਇਹਨਾਂ ਨਾਲ ਹੀ ਖੁਸ਼ੀ ਹੁੰਦੀ ਹੈ, ਉਸ ਦਾ ਮਨ ਦੁਬਦਾ ਵਿੱਚ ਭਟਕਦਾ ਹੈ, ਮਨ ਤੇ ਅਟਲ ਪ੍ਰਭ ਦੇ ਬਖਸ਼ੇ ਤੇ ਭਰੋਸਾ ਅਡੋਲ ਨਹੀਂ ਹੁੰਦਾ । ਉਸ ਦੇ ਮਨ ਵਿੱਚ ਸ਼ਬਦ ਨਾਲ ਲਗਨ, ਸ਼ਬਦ ਦੀ ਕਮਾਈ ਨਹੀਂ ਹੁੰਦੀ । ਉਸ ਦਾ ਤਨ ਮਿੱਟੀ ਦਾ ਪੁਤਲਾ, ਮਿੱਟੀ ਵਿੱਚ ਹੀ ਰਲ ਜਾਂਦਾ ਹੈ ।
(ਮੰਦਿਰ ਗੁਰਦੁਅਰੇ, ਬਹੁਤ ਸੁੰਦਰ, ਆਲਾ ਸ਼ਾਹੀ ਘਰ)

There are many big elegant castles, temples, shrines built for the pleasure and happiness of mind. Whosoever may enjoy the worldly pleasure, elegant castles, and worldly things; he may never remain contented with His Blessings. He indulges in duality of various faiths. He may wander in frustration; he may never have a firm belief on His Blessings. He may never stay on any path with steady and stable belief. His gorgeous body may be an idol made of mud; eventually becomes a part of dirt.

ਭਾਈ ਰੇ, ਤਨੁ ਧਨੁ, ਸਾਥਿ ਨ ਹੋਇ॥ bhaa-ee ray tan Dhan saath na ho-ay.
ਰਾਮ ਨਾਮੁ ਧਨੁ ਨਿਰਮਲੋ, raam naam Dhan nirmalo
ਗੁਰੁ ਦਾਤਿ ਕਰੇ ਪ੍ਰਭੁ ਸੋਇ॥੧॥ ਰਹਾਉ॥ gur daat karay parabh so-ay. ||1|| rahaa-o.

ਜੀਵ ਇਹ ਸਰੀਰ, ਤਨ, ਸੰਸਾਰਕ ਧਨ, ਹੈਸੀਅਤ ਮਰਨ ਤੋਂ ਪਿਛੋਂ ਸਾਥ ਨਹੀਂ ਜਾਂਦੀ । ਪ੍ਰਭ ਦੇ ਸ਼ਬਦ ਦੀ ਕਮਾਈ ਹੀ ਸਾਥ ਜਾਣ ਵਾਲੀ ਹੈ । ਕੇਵਲ ਪ੍ਰਭ ਦੀ ਰਹਿਮਤ ਨਾਲ ਹੀ ਬਖਸ਼ਿਸ਼ ਹੁੰਦੀ ਹੈ ।

Your body, worldly possessions, status may not stay with your soul to support after death in His Court. Only earnings of His Word remain with soul to support in His Court; only with His mercy and grace, he may be blessed with the right path of acceptance in His Court.

ਰਾਮ ਨਾਮੁ ਧਨੁ ਨਿਰਮਲੋ, ਜੇ ਦੇਵੈ ਦੇਵਣਹਾਰੁ॥ raam naam Dhan nirmalo jay dayvai dayvanhaar.
ਆਗੈ ਪੂਛ ਨ ਹੋਵਈ, ਜਿਸੁ ਬੇਲੀ ਗੁਰੁ ਕਰਤਾਰੁ॥ aagai poochh na hova-ee jis baylee gur kartaar.
ਆਪਿ ਛਡਾਏ ਛੁਟੀਐ, ਆਪੇ ਬਖਸਣਹਾਰੁ॥੨॥ aap chhadaa-ay chhutee-ai aapay bakhsanhaar. ||2||

ਗੁਰੂ ਨਾਨਕ ਦੇਵ ਜੀ! – Guru Nanak Dev Ji! Guru Granth Sahib

ਪ੍ਰਭ ਦੇ ਸ਼ਬਦ ਦੀ ਕਮਾਈ ਹੀ ਪਵਿੱਤਰ ਕਮਾਈ ਹੈ । ਕੇਵਲ ਪ੍ਰਭ ਦੀ ਰਹਿਮਤ ਨਾਲ ਹੀ ਬਖਸ਼ਿਸ਼ ਹੋ ਸਕਦੀ ਹੈ । ਜਿਸ ਦਾ ਪ੍ਰਭ ਨਾਲ ਸੰਜੋਗ ਬਣ ਜਾਂਦਾ ਹੈ । ਉਸ ਨੂੰ ਦਰਗਾਹ ਵਿੱਚ ਕੋਈ ਲੇਖਾ ਨਹੀਂ ਦੇਣਾ ਪੈਂਦਾ । ਪ੍ਰਭ ਆਪ ਹੀ ਜੀਵ ਨੂੰ ਮੁਕਤੀ ਬਖਸ਼ਦਾ, ਆਪ ਹੀ ਜਮਦੂਤਾਂ ਦੇ ਵੱਸ ਪਾਉਂਦਾ ਹੈ ।

The earnings of His Word may be sanctified worthy of His Consideration; with His mercy and grace, only His true devotee may be blessed with the earnings of His Word. Whosoever may be blessed with the right path of acceptance in His Court. His soul may remain beyond the judgement his worldly deeds. True Master may bless salvation or he may be captured by the devil of death.

ਮਨਮੁਖੁ ਜਾਣੈ ਆਪਣੇ, ਧੀਆ ਪੂਤ ਸੰਜੋਗੁ॥	manmukh jaanai aapnay Dhee-aa poot sanjog.
ਨਾਰੀ ਦੇਖਿ ਵਿਗਾਸੀਅਹਿ, ਨਾਲੇ ਹਰਖੁ ਸੁ ਸੋਗੁ॥	naaree daykh vigaasee-ah naalay harakh so sog.
ਗੁਰਮੁਖਿ ਸਬਦਿ ਰੰਗਾਵਲੇ, ਅਹਿਨਿਸਿ ਹਰਿ ਰਸੁ ਭੋਗੁ॥੩॥	gurmukh sabad rangaavlay ahinis har ras bhog. ‖3‖

ਮਨਮੁਖੁ ਜੀਵ ਸੰਸਾਰਕ ਪਰਿਵਾਰ ਨੂੰ ਆਪਣਾ ਸਮਝਕੇ ਅਭਿਮਾਨ ਕਰਦਾ ਹੈ । ਆਪਣੀ ਸੁੰਦਰ ਪਤਨੀ ਨੂੰ ਦੇਖਕੇ ਬਹੁਤ ਖੁਸ਼ ਹੁੰਦਾ ਹੈ । ਸੰਸਾਰ ਵਿੱਚ ਇਸ ਨਾਲ ਮੁਸ਼ਕਲਾਂ ਹੀ ਆਉਂਦੀਆਂ ਹਨ । ਗੁਰਮਖ ਪ੍ਰਭ ਦੇ ਸ਼ਬਦ ਵਿੱਚ ਲੀਨ ਹੋਇਆ ਅਨੰਦ ਮਾਨਦਾ ਹੈ । ਉਹ ਇਸ ਵਿਚੋਂ ਹੀ ਸਾਰੀਆਂ ਬਖਸ਼ਿਸ਼ਾਂ ਹਾਸਿਲ ਕਰ ਲੈਂਦਾ ਹੈ ।

Self-minded boasts about his worldly family as his own possessions. He feels very delighted to see his beautiful wife and children. Worldly families may provide happiness and comforts; however, worldly greed, and miseries remains embedded within worldly wealth. His true devotee remains intoxicated in meditation in the void of His Word. He may be blessed with contentment, and harmony from his meditation.

ਚਿਤੁ ਚਲੈ ਵਿਤੁ ਜਾਵਣੋ, ਸਾਕਤ ਡੋਲਿ ਡੋਲਾਇ॥	chit chalai vit jaavno saakat dol dolaa-ay.
ਬਾਹਰਿ ਢੂੰਢਿ ਵਿਗੁਚੀਐ, ਘਰ ਮਹਿ ਵਸਤੁ ਸੁਥਾਇ॥	baahar dhoondh viguchee-ai ghar meh vasat suthaa-ay.
ਮਨਮੁਖਿ ਹਉਮੈ ਕਰਿ ਮੁਸੀ, ਗੁਰਮੁਖਿ ਪਲੈ ਪਾਇ॥੪॥	manmukh ha-umai kar musee gurmukh palai paa-ay. ‖4‖

ਜਿਸ ਦਾ ਪ੍ਰਭ ਦੇ ਬਖਸ਼ੇ ਤੇ ਵਿਸ਼ਵਾਸ ਨਹੀਂ ਹੁੰਦਾ, ਉਹ ਵੱਖਰੀਆਂ ਵੱਖਰੀਆਂ ਥਾਂ ਤੇ ਸ਼ਾਂਤੀ, ਧਨ ਖੋਜਦਾ ਰਹਿੰਦਾ ਹੈ । ਇਕ ਰਸਤੇ ਤੇ ਟਿਕਦਾ ਨਹੀਂ । ਅਣਜਾਣ, ਜਿਸ ਦੀ ਤਲਾਸ਼ ਕਰਦਾ ਹੈ! ਉਸ ਦੇ ਅੰਦਰ ਹੀ ਹੈ, ਉਸ ਪਾਸੇ ਧਿਆਨ ਨਹੀਂ ਲਾਉਂਦਾ । ਮਨਮੁਖ ਅਹੰਕਾਰ ਵਿੱਚ ਹੀ ਰਹਿੰਦਾ, ਉਸ ਨੂੰ ਪ੍ਰਵਾਨਗੀ ਦਾ ਅਸਲੀ ਰਸਤਾ ਬਖਸ਼ਿਸ਼ ਨਹੀਂ ਹੋ ਸਕਦਾ । ਗੁਰਮਖ ਜੀਵ ਸੰਤੋਖ ਨਾਲ ਬੰਦਗੀ ਕਰਦਾ, ਆਪਣੇ ਅੰਦਰੋਂ ਹੀ ਪ੍ਰਭ ਦੀ ਜੋਤ ਜਾਗਰਤ ਹੋ ਜਾਂਦੀ, ਬਖਸ਼ਿਸ਼ ਹੋ ਜਾਂਦੀ ਹੈ ।

Whosoever may not have a steady and stable belief on the teachings of His Word; he may remain wandering in pilgrimage at various Holy Shrines, religious places to find peace of mind. He may never stay focused on anyone path. The ignorant may be searching the ambrosial jewel, the enlightenment of the essence of His Word all around in world; however, he may never search within his own mind. The enlightenment of the essence of His Word remains embedded within his soul and dwells within his body. Self-minded remains intoxicated in his own ego; he may not be blessed with the right path of acceptance in His Court. His true devotee may meditate with patience, and contentment. He may be enlightened from within.

ਸਾਕਤ ਨਿਰਗੁਣਿਆਰਿਆ, ਆਪਣਾ ਮੂਲੁ ਪਛਾਣੁ॥	saakat nirguni-aari-aa aapnaa mool pachhaan.
ਰਕਤੁ ਬਿੰਦੁ ਕਾ ਇਹੁ ਤਨੋ, ਅਗਨੀ ਪਾਸਿ ਪਿਰਾਣੁ॥	rakat bind kaa ih tano agnee paas piraan.
ਪਵਣੈ ਕੈ ਵਸਿ ਦੇਹੁਰੀ, ਮਸਤਕਿ ਸਚੁ ਨੀਸਾਣੁ॥੫॥	pavnai kai vas dayhuree mastak sach neesaan. ‖5‖

ਅਣਜਾਣ ਜੀਵ, ਮਨ ਮੱਤ ਛਡਕੇ ਆਪਣੇ ਆਪ ਨੂੰ ਪਛਾਣੋ । ਤੇਰਾ ਤਨ, ਰੱਤ ਅਤੇ ਧਾਂਤ ਦਾ ਬਣਿਆ ਹੋਇਆ ਹੈ । ਅੰਤ ਵਿੱਚ ਅੱਗ ਵਿੱਚ ਹੀ ਭਸਮ ਹੋ ਜਾਣਾ ਹੈ । ਤੇਰਾ ਸਰੀਰ ਸਵਾਸਾਂ ਦਾ ਗੁਲਾਮ ਹੈ, ਤੇਰੇ ਮੱਥੇ ਤੇ, ਆਤਮਾ ਤੇ ਇਸ ਦਾ ਹਿਸਾਬ ਲਿਖਿਆ ਹੈ ।

Ignorant! You must renounce your evil thoughts and recognize the real purpose of your human life opportunity. Your body has been created with blood and semen. In the end, your body may be burned to ashes. You remain a slave of breaths; your good and bad deeds are inscribed on your soul.

ਬਹੁਤਾ ਜੀਵਣੁ ਮੰਗੀਐ, ਮੁਆ ਨ ਲੋੜੈ ਕੋਇ॥	bahutaa jeevan mangee-ai mu-aa na lorhai ko-ay.
ਸੁਖ ਜੀਵਣੁ ਤਿਸੁ ਆਖੀਐ, ਜਿਸੁ ਗੁਰਮੁਖਿ ਵਸਿਆ ਸੋਇ॥	sukh jeevan tis aakhee-ai jis gurmukh vasi-aa so-ay.
ਨਾਮ ਵਿਹੂਣੇ ਕਿਆ ਗਣੀ, ਜਿਸੁ ਹਰਿ ਗੁਰ ਦਰਸੁ ਨ ਹੋਇ॥੬॥	naam vihoonay ki-aa ganee jis har gur daras na ho-ay. ‖6‖

ਹਰਇਕ ਜੀਵ ਲੰਮੀ ਉਮਰ ਹੀ ਮੰਗਦਾ ਹੈ, ਕੋਈ ਮੌਤ ਨਹੀਂ ਮੰਗਦਾ । ਜਿਹੜਾ ਆਪਣੇ ਅੰਦਰ ਜੋਤ ਜਾਗਰਤ ਕਰ ਲੈਂਦਾ ਹੈ, ਕੇਵਲ ਉਸ ਨੂੰ ਹੀ ਸੁਖਾਂ ਵਾਲਾ ਜੀਵਨ ਬਖਸ਼ਿਸ਼ ਹੁੰਦਾ ਹੈ । ਜਿਸ ਦੀ ਲਗਨ ਪ੍ਰਭ ਦੇ ਸ਼ਬਦ ਦੀ ਪਾਲਣਾ ਵਿੱਚ ਨਹੀਂ ਹੁੰਦੀ, ਉਸ ਨੂੰ ਪ੍ਰਭ ਦੀ ਹੋਂਦ ਮਹਿਸੂਸ ਨਹੀਂ ਹੁੰਦੀ, ਉਸ ਦੇ ਮਾਨਸ ਜੀਵਨ ਦਾ ਕੋਈ ਲਾਭ ਨਹੀਂ ਹੁੰਦਾ ।

Everyone may pray for long and prosper life; no one may pray for miseries or death. Whosoever may be enlightened with the essence of His Word, only his life may be full of comforts. Whosoever may not obey the teachings of His Word; he may never realize His Existence, essence of His Word. He may not benefit from his human life opportunity.

ਜਿਉ ਸੁਪਨੈ ਨਿਸਿ ਭੁਲੀਐ, ਜਬ ਲਗਿ ਨਿਦ੍ਰਾ ਹੋਇ॥	ji-o supnai nis bhulee-ai jab lag nidraa ho-ay.
ਇਉ ਸਰਪਨਿ ਕੈ ਵਸਿ ਜੀਅੜਾ, ਅੰਤਰਿ ਹਉਮੈ ਦੋਇ॥	i-o sarpan kai vas jee-arhaa antar ha-umai do-ay.
ਗੁਰਮਤਿ ਹੋਇ ਵੀਚਾਰੀਐ ਸੁਪਨਾ ਇਹੁ ਜਗੁ ਲੋਇ॥੭॥	gurmat ho-ay veechaaree-ai supnaa ih jag lo-ay. ‖7‖

ਜਿਸ ਦੇ ਮਨ ਵਿੱਚ ਅਹੰਕਾਰ, ਭਰਮ ਭਟਕਦੇ ਰਹਿੰਦੇ ਹਨ, ਉਹ ਸੁੱਤਾ, ਸੁਪਨੇ ਵਿੱਚ ਹੀ ਘੁੰਮਦਾ ਰਹਿੰਦਾ ਹੈ । ਉਸ ਦਾ ਜੀਵਨ ਮਾਇਆ ਧਾਰੀ ਸੱਪ ਦੇ ਅਧੀਨ ਹੀ ਰਹਿੰਦਾ ਹੈ । ਜਿਹੜੇ ਜੀਵ ਨੂੰ ਗੁਰਮਖ ਅਵਸਥਾ ਬਖਸ਼ਿਸ਼ ਹੋ ਜਾਂਦੀ ਹੈ । ਉਹ ਨੂੰ ਸੋਝੀ ਬਖਸ਼ਿਸ਼ ਹੋ ਜਾਂਦੀ ਹੈ, ਇਹ ਜੀਵਨ ਵੀ ਇਕ ਸੁਪਨੇ ਵਰਗਾ ਹੈ ।

Whosoever may remain intoxicated in his ego of worldly status; he may remain frustrated in religious suspicions. He may remain ignorant from the reality of human life; he remains in fantasy world. He remains a slave of worldly possessions and under the influence of the snake of worldly wealth. Whosoever may adopt the teachings of His Word; he may be blessed with a state of mind as His true devotee. He may realize! His human life may be a fantasy, a short visit on earth.

ਅਗਨਿ ਮਰੈ ਜਲੁ ਪਾਈਐ, ਜਿਉ ਬਾਰਿਕ ਦੂਧੈ ਮਾਇ॥	agan marai jal paa-ee-ai ji-o baarik dooDhai maa-ay.
ਬਿਨੁ ਜਲ ਕਮਲ ਸੁ ਨਾ ਥੀਐ, ਬਿਨੁ ਜਲ ਮੀਨੁ ਮਰਾਇ॥	bin jal kamal so naa thee-ai bin jal meen maraa-ay.
ਨਾਨਕ ਗੁਰਮੁਖਿ ਹਰਿ ਰਸਿ ਮਿਲੈ, ਜੀਵਾ ਹਰਿ ਗੁਣ ਗਾਇ॥੮॥ 15॥	naanak gurmukh har ras milai jeevaa har gun gaa-ay. ‖8‖15‖

ਜਿਵੇਂ ਅੱਗ, ਪਾਣੀ ਮਿਲਣ ਤੇ ਖਤਮ ਹੋ ਜਾਂਦੀ ਹੈ, ਬੱਚਾ ਮਾਂ ਦਾ ਦੁਧ ਲੇ ਕੇ ਸੰਤੁਸ਼ਟ ਹੋ ਜਾਂਦਾ ਹੈ । ਜਿਵੇਂ ਕਮਲ ਫੁੱਲ ਪਾਣੀ ਬਿਨਾਂ ਨਹੀਂ ਹੁੰਦਾ, ਮੱਛੀ ਪਾਣੀ ਬਿਨਾ ਮਰ ਜਾਂਦੀ ਹੈ । ਇਸਤਰ੍ਹਾਂ ਗੁਰਮਖ ਨੂੰ ਪ੍ਰਭ ਦੇ ਸ਼ਬਦ ਦੇ ਸਿਮਰਨ ਬਿਨਾਂ ਚੈਨ ਨਹੀਂ ਆਉਂਦਾ । ਉਸ ਵਿੱਚ ਹੀ ਲੀਨ ਹੋਇਆਂ ਹੀ ਅਰਾਮ ਮਿਲਦਾ ਹੈ ।

As fire may be extinguished by pouring water; a child may stop crying, contented with mother's milk. As lotus flower cannot blossom without water; fish dies without water. Same way His true devotee may not remain comfortable and contented without singing the glory of His Word. He may feel comfortable and contented in the meditation in the void of His Word.

Key Message of Shree Raag page 62-16
‘ਮਨਮੁਖ ਅਤੇ ਗੁਰਮਖ ਦੀ ਅਵਸਥਾ ਵਿੱਚ ਅੰਤਰ!
ਜਿਸ ਨੂੰ ਵਡੇ ਵਡੇ ਮਹਿਲ, ਮਾੜੀਆਂ ਨਾਲ ਹੀ ਖੁਸ਼ੀ ਹੁੰਦੀ ਹੈ, ਉਸ ਦਾ ਮਨ ਦੁਬਦਾ ਵਿੱਚ ਭਟਕਦਾ ਹੈ, ਅਟਲ ਪ੍ਰਭ ਦੇ ਬਖਸ਼ੇ ਤੇ ਭਰੋਸਾ ਅਡੋਲ ਨਹੀਂ ਹੁੰਦਾ । ਉਹ ਤੀਰਥ ਯਾਤਰਾ ਨੂੰ ਹੀ ਬੰਦਗੀ, ਸ਼ਰਧਾ ਮੰਨਦਾ ਹੈ । ਜਿਹੜੇ ਜੀਵ ਨੂੰ ਗੁਰਮਖ ਅਵਸਥਾ ਬਖਸ਼ਿਸ਼ ਹੋ ਜਾਂਦੀ ਹੈ । ਉਹ ਨੂੰ ਸੋਝੀ ਬਖਸ਼ਿਸ਼ ਹੋ ਜਾਂਦੀ ਹੈ! ਇਹ ਜੀਵਨ ਵੀ ਇਕ ਸੁਪਨੇ ਵਰਗਾ ਹੈ ।
The difference between state of mind of Self-minded Vs His true devotee.
Whosoever may enjoy the worldly pleasure, elegant castles, and worldly things, elegant castles, temples, shrines; he may never remain contented with His Blessings. He may pilgrimage to known shrines and considers as his devotion, meditation. Whosoever may adopt the teachings of His Word; he may realize, human life is like fantasy.

49. ਸਿਰੀਰਾਗੁ ਮਹਲਾ ੧॥ (63-10)

ਡੂੰਗਰੁ ਦੇਖਿ ਡਰਾਵਣੋ, ਪੇਈਅੜੈ ਡਰੀਆਸੁ॥	doongar daykh daraavnopay-ee-arhai daree-aas.
ਊਚਉ ਪਰਬਤੁ ਗਾਖੜੋ, ਨਾ ਪਉੜੀ ਤਿਤੁ ਤਾਸੁ॥	oocha-o parbat gaakh-rhonaa pa-orhee tit taas.
ਗੁਰਮੁਖਿ ਅੰਤਰਿ ਜਾਣਿਆ, ਗੁਰਿ ਮੇਲੀ ਤਰੀਆਸੁ॥੧॥	gurmukh antar jaani-aa gur maylee taree-aas. ||1||

ਸੰਸਾਰ ਇਕ ਬਹੁਤ ਉਚਾ ਪਰਬਤ ਹੈ, ਉਸ ਤੇ ਚੜ੍ਹਨਾ ਬਹੁਤ ਕਠਨ ਹੈ । ਉਥੇ ਮੇਰੇ ਅਸਲੀ ਮਾਲਕ ਦਾ ਘਰ, ਦਰਬਾਰ ਹੈ । ਉਸ ਤੇ ਚੜ੍ਹਨ ਲਈ ਕੋਈ ਪੌੜੀ ਨਹੀਂ, ਉਸ ਤੇ ਚੜ੍ਹਨ ਦਾ ਰਸਤਾ ਬਹੁਤ ਔਖਾ ਹੈ । ਜਿਹੜੇ ਜੀਵ ਨੂੰ ਗੁਰਮਖ ਅਵਸਥਾ ਬਖਸ਼ਿਸ਼ ਹੋ ਜਾਂਦੀ ਹੈ, ਉਸ ਨੂੰ ਸ਼ਬਦ ਦੀ ਪਾਲਣਾ ਨਾਲ ਸੋਝੀ ਬਖਸ਼ਿਸ਼ ਹੋ ਜਾਂਦੀ ਹੈ, ਕਿ ਅਸਲੀ ਮਾਲਕ ਦਾ ਘਰ ਜੀਵ ਦੇ ਤਨ ਅੰਦਰ ਹੀ ਹੈ । ਪ੍ਰਭ ਨੇ ਆਪ ਹੀ ਸ਼ਬਦ ਦੀ ਪਾਲਣਾ ਵਿੱਚ ਸੋਝੀ ਬਖਸ਼ੀ ਹੈ ।

Worldly life may be like a steep mountain, very difficult to climb. The Castle of The True Master may be on the top of this mountain. No stairs to climb the mountain and the path is very tedious and difficult. Whosoever may adopt the teachings of His Word; with His mercy and grace, he may realize His Castle within his own body and mind. He must search within to be blessed with the right path of acceptance in His Court.

ਭਾਈ ਰੇ ਭਵਜਲੁ, ਬਿਖਮੁ ਡਰਾਂਉ॥	bhaa-ee ray bhavjal bikham daraaN-o.
ਪੂਰਾ ਸਤਿਗੁਰੁ ਰਸਿ ਮਿਲੈ, ਗੁਰੁ ਤਾਰੇ ਹਰਿ ਨਾਉ॥੧॥ ਰਹਾਉ॥	pooraa saT`gur ras milai gur taaray har naa-o. ||1|| rahaa-o.

ਸੰਸਾਰਕ ਸਾਗਰ ਬਹੁਤ ਭਿਆਨਕ ਹੈ, ਕੇਵਲ ਪ੍ਰਭ ਦੀ ਰਹਿਮਤ ਨਾਲ ਹੀ ਸ਼ਬਦ ਦੀ ਸੋਝੀ ਬਖਸ਼ਿਸ਼ ਹੁੰਦੀ ਹੈ, ਸਾਗਰ ਪਾਰ ਕੀਤਾ ਜਾ ਸਕਦਾ ਹੈ ।

The worldly ocean may be frightening. Whosoever may be enlightened with the essence of His Word; he may remain steady and stable to swim cross that ocean.

ਚਲਾ ਚਲਾ ਜੇ ਕਰੀ, ਜਾਣਾ ਚਲਣਹਾਰੁ॥	chalaa chalaa jay karee jaanaa chalanhaar.
ਜੋ ਆਇਆ ਸੋ ਚਲਸੀ, ਅਮਰੁ ਸੁ ਗੁਰੁ ਕਰਤਾਰੁ॥	jo aa-i-aa so chalsee amar so gur kartaar.
ਭੀ ਸਚਾ ਸਾਲਾਹਣਾ, ਸਚੈ ਥਾਨਿ ਪਿਆਰੁ॥੨॥	bhee sachaa salaahnaa sachai thaan pi-aar. ||2||

ਹਰਇਕ ਜੀਵ ਹਰ ਵੇਲੇ ਕਹਿੰਦਾ ਹੈ ਕਿ ਮੌਤ ਆਉਣੀ ਹੈ । ਅਖੀਰ ਵਿੱਚ ਜੀਵਨ ਦਾ ਅੰਤ ਆ ਹੀ ਜਾਂਦਾ ਹੈ । ਜਿਹੜਾ ਜੀਵ ਹੀ ਜਨਮ ਲੈਂਦਾ, ਉਸ ਨੂੰ ਮੌਤ ਆਉਂਦੀ ਹੈ, ਕੇਵਲ ਪ੍ਰਭ ਹੀ, ਜਨਮ, ਮਰਨ ਤੋਂ ਰਹਿਤ ਹੈ । ਅਟਲ ਪ੍ਰਭ ਦੇ ਸ਼ਬਦ ਦਾ ਸਦਾ ਹੀ ਸਿਮਰਨ ਕਰੋ । ਉਸ ਦੇ ਇਨਸਾਫ ਦੇ ਘਰ ਨਾਲ ਪਿਆਰ ਅਡੋਲ ਰਖੋ!

Everyone recognizes that death is certain and unavoidable. His death comes at predetermined moment; cycle of birth and death continue forever. Only, The One and Only One True Master remains beyond birth and death. You should always meditate on the teachings of His Word.

ਦਰ ਘਰ ਮਹਲਾ ਸੋਹਣੇ, ਪਕੇ ਕੋਟ ਹਜਾਰ॥	dar ghar mehlaa sohnay pakay kot hajaar.
ਹਸਤੀ ਘੋੜੇ ਪਾਖਰੇ, ਲਸਕਰ ਲਖ ਅਪਾਰ॥	hastee ghorhay paakhray laskar lakh apaar.
ਕਿਸ ਹੀ ਨਾਲਿ ਨ ਚਲਿਆ, ਖਪਿ ਖਪਿ ਮੁਏ ਅਸਾਰ॥੩॥	kis hee naal na chali-aa khap khap mu-ay asaar. ||3||

ਜੀਵ ਆਪਣੇ ਰਹਿਣ ਲਈ ਪੱਕੇ ਘਰ, ਮਹਿਲ ਬਣਾਉਂਦਾ ਹੈ । ਸਵਾਰੀ ਲਈ ਘੋੜੇ, ਹਾਥੀ ਰਖਦਾ ਹੈ, ਰਖਿਆ ਲਈ ਹਜ਼ਾਰਾਂ ਦੀ ਫੋਜ ਬਣਾਉਂਦਾ ਹੈ । ਜੀਵ ਇਹ ਨਹੀਂ ਜਾਣਦਾ, ਇਹ ਕੋਈ ਚੀਜ਼ ਮਰਨ ਤੇ ਸਾਥ ਨਹੀਂ ਜਾਣੀ, ਇਹ ਫੋਜ ਮੌਤ ਤੋਂ ਬਚਾ ਨਹੀਂ ਸਕਦੀ ।

Self-minded may build a strong castle for his residence and collects horses, elephants for his ride and pleasures. He may hire strong security force, an army for his protection and safety. Ignorant may not realize! His possessions may not remain with his soul after death, nor his security force or army can protect from the devil of death.

ਸੁਇਨਾ ਰੁਪਾ ਸੰਚੀਐ, ਮਾਲੁ ਜਾਲੁ ਜੰਜਾਲੁ॥	su-inaa rupaa sanchee-ai maal jaal janjaal.
ਸਭ ਜਗ ਮਹਿ ਦੋਹੀ ਫੇਰੀਐ, ਬਿਨੁ ਨਾਵੈ ਸਿਰਿ ਕਾਲੁ॥	sabh jag meh dohee fayree-ai bin naavai sir kaal.
ਪਿੰਡੁ ਪੜੈ ਜੀਉ ਖੇਲਸੀ, ਬਦਫੈਲੀ ਕਿਆ ਹਾਲੁ॥੪॥	pind parhai jee-o khaylsee badfailee ki-aa haal. ||4||

ਜੀਵ ਸੰਸਾਰ ਵਿੱਚ ਧਨ ਇਕੱਠਾ ਕਰਦਾ ਹੈ । ਸੰਸਾਰਕ ਧਨ ਹੀ ਮਾਇਆ ਦਾ ਜਾਲ ਹੈ । ਸੰਸਾਰਕ, ਹੈਸੀਅਤ, ਰਾਜ ਸਭ ਸੰਸਾਰ ਵਿੱਚ ਹੀ ਸੋਭਾ ਦੇਂਦੇ ਹਨ । ਸ਼ਬਦ ਦੇ ਧਨ ਤੋਂ ਬਿਨਾਂ ਜਮਦੂਤਾਂ ਦੇ ਵੱਸ ਹੀ ਪੈਂਦਾ ਹੈ । ਸਵਾਸ ਖਤਮ ਹੋ ਜਾਣ ਤੇ ਇਸ ਮੰਦੇ ਕੰਮਾਂ ਵਾਲੇ ਜੀਵ ਦਾ ਕੀ ਹਾਲ ਹੁੰਦਾ ਹੈ?

Self-minded may collect worldly, possessions for worldly comforts! He becomes a victim of sweet poison of worldly wealth. Worldly status, kingdom may only provide honor in worldly life. Without earnings of His Word, he may be captured by the devil of death. What would be the condition of his soul without breathes?

ਪੁਤਾ ਦੇਖਿ ਵਿਗਸੀਐ, ਨਾਰੀ ਸੇਜ ਭਤਾਰ॥	putaa daykh vigsee-ai naaree sayj bhataar.
ਚੋਆ ਚੰਦਨੁ ਲਾਈਐ, ਕਾਪੜੁ ਰੂਪੁ ਸੀਗਾਰੁ॥	cho-aa chandan laa-ee-ai kaaparh roop seegaar.
ਖੇਹੂ ਖੇਹ ਰਲਾਈਐ, ਛੋਡਿ ਚਲੈ ਘਰ ਬਾਰੁ॥੫॥	khayhoo khayh ralaa-ee-ai chhod chalai ghar baar. ||5||

ਗੁਰੂ ਨਾਨਕ ਦੇਵ ਜੀ! – Guru Nanak Dev Ji! Guru Granth Sahib

ਆਪਣੇ ਪੁਤਰ, ਪਤਨੀ ਨੂੰ ਆਪਣੇ ਪਲਗ ਦੀ ਸੇਜ ਤੇ ਦੇਖ ਕੇ ਬਹੁਤ ਅਨੰਦ ਮਾਨਦਾ ਹੈ । ਆਪਣੇ ਆਪ ਨੂੰ ਸ਼ਾਨਦਾਰ ਕਪੜਿਆਂ, ਕੀਮਤੀ ਅਤਰ ਨਾਲ ਸਜਾਉਂਦਾ ਹੈ । ਮੌਤ ਤੋਂ ਪਿਛੋਂ ਉਸ ਦਾ ਤਨ ਮਿੱਟੀ ਵਿੱਚ ਰਲ ਜਾਂਦਾ ਹੈ । ਘਰ, ਧਨ, ਸਾਰੇ ਹੀ ਸੰਸਾਰ ਵਿੱਚ ਹੀ ਛਡ ਜਾਂਦੇ ਹਨ ।

Self-minded may be very happy, proud to see his children, his beautiful wife on his elegant bed. He embellishes with elegant cloths and expensive fragments. After death his body may be burned to ashes. All his worldly possessions must be left behind; his worldly glory have no significance in His Court for the real purpose of his human life journey.

ਮਹਰ ਮਲੂਕ ਕਹਾਈਐ, ਰਾਜਾ ਰਾਉ ਕਿ ਖਾਨੁ॥ mahar malook kahaa-ee-ai raajaa raa-o ke khaan.
ਚਉਧਰੀ ਰਾਉ ਸਦਾਈਐ, ਜਲਿ ਬਲੀਐ ਅਭਿਮਾਨ॥ cha-uDhree raa-o sadaa-ee-ai jal balee-ai abhimaan.
ਮਨਮੁਖਿ ਨਾਮੁ ਵਿਸਾਰਿਆ, ਜਿਉ ਡਵਿ ਦਧਾ ਕਾਨੁ॥੬॥ manmukh Naam visaari-aa ji-o dav daDhaa kaan. ||6||

ਜੀਵ ਭਾਵੇਂ ਆਪਣੇ ਆਪ ਨੂੰ ਰਾਜਾ, ਮਹਾਰਾਜਾ, ਚੋਧਰੀ ਸਦਾਵੇ, ਉਹ ਅਹੰਕਾਰ ਦੀ ਅੱਗ ਵਿੱਚ ਜਲਦਾ ਰਹਿੰਦਾ ਹੈ । ਮਨਮੁਖ ਜੀਵ ਸ਼ਬਦ ਵਿੱਚ ਧਿਆਨ ਨਹੀਂ ਲਾਉਂਦਾ, ਉਸ ਦੀ ਸੰਸਾਰਕ ਹੈਸੀਅਤ ਘਾਹ ਦੇ ਢੇਰ ਦੀ ਤਰ੍ਹਾਂ ਹੀ ਜਲ ਜਾਂਦੀ ਹੈ ।

No matter! Self-minded may be a King of kings, chief of community; however, he always remains burning in the fire of his ego. Self-minded may not pay any attention to His Word; his worldly possessions, status may burn like a heap of grass.

ਹਉਮੈ ਕਰਿ ਕਰਿ ਜਾਇਸੀ, ਜੋ ਆਇਆ ਜਗ ਮਾਹਿ॥ ha-umai kar kar jaa-isee jo aa-i-aa jag maahi.
ਸਭੁ ਜਗੁ ਕਾਜਲ ਕੋਠੜੀ, ਤਨੁ ਮਨੁ ਦੇਹ ਸੁਆਹਿ॥ sabh jag kaajal koth-rhee tan man dayh su-aahi.
ਗੁਰਿ ਰਾਖੇ ਸੇ ਨਿਰਮਲੇ, ਸਬਦਿ ਨਿਵਾਰੀ ਭਾਹਿ॥੭॥ gur raakhay say nirmalay sabad nivaaree bhaahi. ||7||

ਜਿਹੜਾ ਜੀਵ ਸੰਸਾਰ ਵਿੱਚ ਅਹੰਕਾਰ ਵਿੱਚ ਰਹਿੰਦਾ ਹੈ, ਉਹ ਮੌਤ ਦੇ ਹਵਾਲੇ ਹੀ ਰਹਿੰਦਾ ਹੈ । ਸਾਰਾ ਸੰਸਾਰ ਹੀ ਇਕ ਗਦਾਮ ਹੀ ਹੈ, ਜਿਸ ਵਿੱਚ ਹਨੇਰਾ ਹੀ ਹੈ । ਉਸ ਦਾ ਮਨ ਮੰਦੇ ਕੰਮ ਕਰਕੇ ਮੈਲਾ ਹੋਇਆ ਹੈ । ਜਿਸ ਦੀ ਪ੍ਰਭ ਆਪ ਰਖਿਆ ਕਰਦਾ ਹੈ, ਉਸ ਨੂੰ ਸ਼ਬਦ ਦੇ ਲੜ ਲਾਉਂਦਾ ਹੈ । ਉਸ ਨੂੰ ਸ਼ਬਦ ਦੀ ਸੋਝੀ ਬਖਸ਼ਿਸ਼ ਹੋ ਜਾਂਦੀ ਹੈ, ਇਛਾਂ ਦੀ ਅੱਗ ਖਤਮ ਕਰ ਲੈਂਦਾ ਹੈ ।

Whosoever may remain in his own ego; he may be captured by the devil of death. The whole world may be like a dark warehouse. His mind may be blemished with evil deeds. Whosoever may be bestowed with His Blessed Vision, he may be attached to a devotional meditation. He may adopt the teachings of His Word in his life; with His mercy and grace, he may be enlightened with the essence of His Word; his fire of worldly desires may be extinguished.

ਨਾਨਕ ਤਰੀਐ ਸਚਿ ਨਾਮਿ, ਸਿਰਿ ਸਾਹਾ ਪਾਤਿਸਾਹੁ॥ naanak taree-ai sach Naam sir saahaa paatisaahu.
ਮੈ ਹਰਿ ਨਾਮੁ ਨ ਵੀਸਰੈ, ਹਰਿ ਨਾਮੁ ਰਤਨੁ ਵੇਸਾਹੁ॥ mai har Naam na veesrai har Naam ratan vaysaahu.
ਮਨਮੁਖ ਭਉਜਲਿ ਪਚਿ ਮੁਏ, ਗੁਰਮੁਖਿ ਤਰੇ ਅਥਾਹੁ॥੮॥16॥ manmukh bha-ojal pach mu-ay gurmukh taray athaahu. ||8||16||

ਜੀਵ ਸ਼ਬਦ ਵਿੱਚ ਲੀਨ ਹੋ ਕੇ ਸਾਗਰ ਪਾਰ ਕਰ ਜਾਂਦਾ ਹੈ । ਪ੍ਰਭ ਰਹਿਮਤ ਬਖਸ਼ੋ! ਕਿ ਪ੍ਰਭ ਦਾ ਸ਼ਬਦ ਮੇਰੇ ਦਿੱਲ ਵਿਚੋਂ ਨਾ ਵਿਸਰ ਜਾਵੇ । ਮਨਮੁਖ ਜੀਵ ਕੋਸ਼ਿਸ਼ ਕਰਦਾ, ਕਰਦਾ ਹੀ ਸਾਗਰ ਵਿੱਚ ਡੁੱਬ ਜਾਂਦਾ ਹੈ । ਗੁਰਮਖ ਨੂੰ ਸ਼ਬਦ ਦਾ ਸਿਮਰਨ ਕਰਦੇ ਨੂੰ ਸ਼ਬਦ ਦੀ ਸੋਝੀ, ਅਨਮੋਲ ਰਤਨ ਬਖਸ਼ਿਸ਼ ਹੋ ਜਾਂਦਾ ਹੈ, ਉਹ ਸਾਗਰ ਪਾਰ ਕਰ ਜਾਂਦਾ ਹੈ ।

Whosoever may remain intoxicated in meditation in the void of His Word; with His mercy and grace, he may reach the other shore. My True Master, I may never forsake the teachings of Your Word. Self-minded keeps trying various meditations, teachings of worldly gurus; he may drown in worldly ocean of greed. His true devotee remains in deep meditation in the void of His Word; with His mercy and grace, he may be enlightened with the precious jewels of His Word. He may cross the worldly ocean of greed.

Key Message of Shree Raag page 63-10
'ਮਨਮੁਖ ਅਤੇ ਗੁਰਮਖ ਦੀ ਅਵਸਥਾ ਵਿੱਚ ਅੰਤਰ!
ਸੰਸਾਰ ਇਕ ਬਹੁਤ ਉਚਾ ਪਰਬਤ ਹੈ, ਉਸ ਤੇ ਚੜ੍ਹਨਾ ਬਹੁਤ ਕਠਨ ਹੈ । ਉਥੇ ਮੇਰੇ ਅਸਲੀ ਮਾਲਕ ਦਾ ਘਰ, ਦਰਬਾਰ ਹੈ । ਜਿਹੜਾ ਜੀਵ ਸੰਸਾਰ ਵਿੱਚ ਅਹੰਕਾਰ ਵਿੱਚ ਰਹਿੰਦਾ ਹੈ, ਉਹ ਮੌਤ ਦੇ ਹਵਾਲੇ ਹੀ ਰਹਿੰਦਾ ਹੈ । ਜਿਸ ਦੀ ਪ੍ਰਭ ਆਪ ਰਖਿਆ ਕਰਦਾ ਹੈ, ਉਸ ਨੂੰ ਸ਼ਬਦ ਦੇ ਲੜ ਲਾਉਂਦਾ ਹੈ । ਉਹ ਸ਼ਬਦ ਦੀ ਸੋਝੀ ਨਾਲ ਇਛਾਂ ਦੀ ਅੱਗ ਖਤਮ ਕਰ ਲੈਂਦਾ ਹੈ । ਜਿਹੜਾ ਸ਼ਬਦ ਦੀ ਪਾਲਣਾ ਵਿੱਚ ਲੀਨ ਹੋ ਜਾਂਦਾ ਹੈ, ਉਹ ਸੰਸਾਰਕ ਸਾਗਰ ਪਾਰ ਕਰ ਜਾਂਦਾ ਹੈ ।
The difference between state of mind of Self-minded Vs His true devotee.
Worldly life may be like a steep mountain, very difficult to climb. The Castle of The True Master may be on the top of this mountain. Whosoever may remain in his own ego, he may be captured by the devil of death. He may adopt the teachings of His Word in his life; he may be enlightened with the essence of His Word; his fire of worldly desires may be extinguished. He remains intoxicated in meditation in the void of His Word; he may be enlightened with the precious jewels of His Word, to cross the worldly ocean of greed.

50. ਸਿਰੀਰਾਗੁ ਮਹਲਾ ੧ ਘਰੁ ੨॥ (64-3)

ਮੁਕਾਮੁ ਕਰਿ ਘਰਿ ਬੈਸਣਾ, ਨਿਤ ਚਲਣੈ ਕੀ ਧੋਖ॥ mukaam kar ghar baisnaa nit chalnai kee Dhokh.
ਮੁਕਾਮੁ ਤਾ ਪਰੁ ਜਾਣੀਐ, ਜਾ ਰਹੈ ਨਿਹਚਲੁ ਲੋਕ॥੧॥ mukaam taa par jaanee-ai jaa rahai nihchal lok. ||1||

ਜੀਵ ਸੰਸਾਰ ਵਿੱਚ ਆਪਣਾ ਘਰ ਬਣਾਉਂਦਾ ਹੈ । ਇਸ ਨੂੰ ਅਰਾਮ ਕਰਨਵਾਲੀ ਜਗ੍ਹਾ ਆਖਦਾ ਹੈ । ਉਸ ਦੇ ਮਨ ਵਿੱਚ ਮੌਤ ਦਾ ਖਿਆਲ ਰਹਿੰਦਾ ਹੈ, ਇਕ ਦਿਨ ਇਹ ਘਰ ਛਡਕੇ ਜਾਣਾ ਹੈ । ਅਗਰ ਸਦਾ ਹੀ ਇਥੇ ਰਹਿਣਾ ਹੋਵੇ, ਕੋਈ ਬਦਲੀ ਨਾ ਹੋਣੀ ਹੋਵੇ, ਤਾ ਹੀ ਸੰਸਾਰਕ ਘਰ ਨੂੰ ਅਰਾਮ ਕਰਨਵਾਲੀ ਜਗ੍ਹਾ ਕਿਹਾ ਜਾ ਸਕਦਾ ਹੈ ।

Self-minded may make a house in this world; he may claim as his resting place. The fear of death always consumes his thoughts; he is going to leave everything behind at death. Where, he may live forever; only such a residence may only be worthy to be called resting place. His soul must return to endure the judgement of his deeds.

ਦੁਨੀਆ ਕੈਸਿ ਮੁਕਾਮੇ॥ dunee-aa kais mukaamay.
ਕਰਿ ਸਿਦਕੁ ਕਰਣੀ ਖਰਚੁ, ਬਾਧਹੁ ਲਾਗਿ ਰਹੁ ਨਾਮੇ॥੧॥ ਰਹਾਉ॥ kar sidak karnee kharach baaDhhu laag rahu Naamay. ||1|| rahaa-o.

ਸੰਸਾਰ ਕਿਸਤਰ੍ਹਾਂ ਦੀ ਅਰਾਮ ਕਰਨਵਾਲੀ ਜਗ੍ਹਾ ਹੈ? ਜੀਵ ਇਥੇ ਧਾਰਮਕ ਕੰਮ ਕਰਦਾ, ਸ਼ਬਦ ਦੀ ਕਮਾਈ ਕਰਦਾ ਹੈ । ਸ਼ਬਦ ਕਮਾਈ ਨਾਲ ਲੈ ਕੇ ਆਪਣੇ ਅਸਲੀ ਮਾਲਕ ਦੇ ਘਰ ਚਲੇ ਜਾਂਦਾ ਹੈ ।

ਗੁਰੂ ਨਾਨਕ ਦੇਵ ਜੀ! – Guru Nanak Dev Ji! Guru Granth Sahib

What kind of resting place may be this world? He may perform various religious rituals, deeds and earns wealth of His Word. His soul may carry his wealth of His Word to support in His Court, after death.

ਜੋਗੀ ਤ ਆਸਣੁ ਕਰਿ ਬਹੈ, ਮੁਲਾ ਬਹੈ ਮੁਕਾਮਿ॥ jogee ta aasan kar bahai mulaa bahai mukaam.

ਪੰਡਿਤ ਵਖਾਣਹਿ ਪੋਥੀਆ, ਸਿਧ ਬਹਹਿ ਦੇਵ ਸਥਾਨਿ॥੨॥ pandit vakaaneh pothee-aa siDh baheh dayv sathaan. ||2||

ਸੰਸਾਰ ਵਿੱਚ ਹਰ ਧਾਰਮਕ ਵਰਗ ਦੇ ਜੀਵ ਆਪਣੇ ਆਪਣੇ ਤਰੀਕੇ ਨਾਲ ਬੰਦਗੀ ਕਰਦੇ ਹਨ । ਜੋਗੀ, ਜੋਗਾ ਦਾ ਆਸਣ ਲਾਉਂਦਾ, ਮੁੱਲਾ ਮਸੀਤ ਵਿੱਚ ਨਮਾਜ਼ ਪੜ੍ਹਦਾ, ਪੰਡਿਤ ਵੇਦਾਂ ਦਾ ਵਿਚਾਰ ਕਰਦਾ, ਸਿਧ ਆਪਣੇ ਗੁਰੂ ਦੇ ਮੰਦਰ ਵਿੱਚ ਬੰਦਗੀ ਕਰਦਾ, ਸਿਧ ਸ਼ਿਵਾਂ ਦੀ ਪੂਜਾ ਕਰਦਾ, ਮੌਨੀ, ਸ਼ੇਖ, ਪੀਰ, ਆਪਣੇ ਆਪਣੇ ਤਰੀਕੇ ਨਾਲ ਬੰਦਗੀ ਕਰਦੇ ਹਨ । ਸਿਖ ਗੁਰੂ ਗ੍ਰੰਥ ਨੂੰ ਪ੍ਰਵਾਨਗੀ ਦਾ ਰਸਤਾ ਸਮਝਦਾ ਹੈ ।

In the universe! Everyone may meditate with unique practice defined by his religious belief. Yogi establishes a program of meditation; Muslim reads 5 prayers, Namaz in mosque; Brahman reads and discuss the meaning of Vedas; sidhs worship Shivji; Sikhs read defined 5 Gurbani, scripts. However, adopting the teachings of His Word, in renunciation in the memory of his separation from His Holy Spirit; he may be the only right path of salvation.

5 Prayers - ਮੁਸਲਮ, 5 ਨਮਾਜ਼; ਸਿਖ 5 Banis				
Five Prayers, Namaz of Muslim Religion				
ਨਮਾਜ਼ –Prayer 1	Sunrise	Salat al-fajr	ਸੱਚ	Truth
ਨਮਾਜ਼ –Prayer 2	Noon	Salat al-zuhr	ਹੱਕ ਦੀ ਕਮਾਈ	Earnest living
ਨਮਾਜ਼ –Prayer 3	Afternoon	Salat al-'asr	ਸ੍ਰਿਸ਼ਟੀ ਦੇ ਭਲਾਈ	Good deeds for helpless
ਨਮਾਜ਼ –Prayer 4	Sunset	Salat al maghrib	ਨਿਮਾਣੇ ਦੀ ਰਖਿਆ	Selfless protection to helpless
ਨਮਾਜ਼ –Prayer 5	Night	Salat al-'isha	ਸੰਤੋਖ, ਰਜ਼ਾ ਤੇ ਭਰੋਸਾ	Contentment with His Blessings
Indeed, the good deeds drive away the evil deeds. This is a reminder to those! who are mindful of Allah."				

ਸੁਰ ਸਿਧ ਗਣ ਗੰਧਰਬ, ਮੁਨਿ ਜਨ ਸੇਖ ਪੀਰ ਸਲਾਰ॥ sur siDh gan ganDharab mun jan saykh peer salaar.

ਦਰਿ ਕੂਚ ਕੂਚਾ ਕਰਿ ਗਏ, ਅਵਰੇ ਭਿ ਚਲਣਹਾਰ॥੩॥ sar kooch koochaa kar ga-ay avray bhe chalanhaar. ||3||

ਪਰ ਇਹ ਸਾਰੇ (ਸਿੱਧ, ਸੇਖ, ਪੀਰ) ਹੀ ਆਪਣਾ ਜੀਵਨ ਭੋਗਕੇ ਮਰ ਜਾਂਦੇ ਹਨ । ਅੱਗੇ ਆਉਣ ਵਾਲਿਆਂ ਨੇ ਵੀ ਮਰ ਜਾਣਾ ਹੈ ।

All these religious preachers may die after predetermined time in human life. Cycle of birth and death continue forever.

ਸੁਲਤਾਨ ਖਾਨ ਮਲੂਕ ਉਮਰੇ, ਗਏ ਕਰਿ ਕਰਿ ਕੂਚੁ॥ sultaan khaan malook umray ga-ay kar kar kooch.

ਘੜੀ ਮੁਹਤਿ ਕਿ ਚਲਣਾ, ਦਿਲ ਸਮਝੁ ਤੂੰ ਭਿ ਪਹੂਚੁ॥੪॥ gharhee muhat ke chalnaa dil samajh tooN bhe pahooch. ||4||

ਸੰਸਾਰ ਵਿੱਚ ਵਡੇ ਵਡੇ ਰਾਜੇ, ਜੋਧੇ ਹੋਏ ਹਨ । ਸਭ ਹੀ ਅਖੀਰ ਵਿੱਚ ਮੌਤ ਦੇ ਹਵਾਲੇ ਹੀ ਹੋ ਗਏ ਹਨ । ਜੀਵ ਸਮਝ, ਤੂੰ ਵੀ ਘੜੀ ਮੁਹਲਤ ਦਾ ਪ੍ਰਾਹੁਣਾ ਹੈ, ਤੂੰ ਵੀ ਅਖੀਰ ਵਿੱਚ ਮਰ ਜਾਣਾ ਹੈ ।

In this world, many brave kings and warriors were born. All have died after predetermined time and captured by the devil of death. Remember! You are also a guest in the universe for a predetermined time; death is unavoidable.

ਸਬਦਾਹ ਮਾਹਿ ਵਖਾਣੀਐ, ਵਿਰਲਾ ਤ ਬੂਝੈ ਕੋਇ॥ sabdaah maahi vakhaanee-ai virlaa ta boojhai ko-ay.

ਨਾਨਕੁ ਵਖਾਣੈ ਬੇਨਤੀ, ਜਲਿ ਥਲਿ ਮਹੀਅਲਿ ਸੋਇ॥੫॥ naanak vakhaanai bayntee jal thal mahee-al so-ay. ||5||

ਕੋਈ ਵਿਰਲਾ ਹੀ ਸ਼ਬਦ ਦਾ ਇਹ ਤੱਤ ਸਮਝਦਾ ਹੈ । ਜੀਵ ਉਸ ਪ੍ਰਭ ਦੀ ਬੰਦਗੀ ਕਰੋ । ਜਿਹੜਾ ਤਿੰਨਾਂ ਸ੍ਰਿਸ਼ਟੀਆਂ ਵਿੱਚ ਹੀ ਵਾਪਰਦਾ ਹੈ, ਹਜ਼ਾਰਾ ਹਜ਼ੂਰ ਹੈ ।

Everyone believes death remains unpredictable, unavoidable, and certain; however, very rare may be enlightened with the essence of His Word. You should always adopt the teachings of His Word. The Creator of the universe prevails everywhere all the time forever.

ਅਲਾਹੁ ਅਲਖੁ ਅਗੰਮੁ ਕਾਦਰੁ, ਕਰਣਹਾਰੁ ਕਰੀਮੁ॥ alaahu alakh agamm kaadar karanhaar kareem.

ਸਭ ਦੁਨੀ ਆਵਣ ਜਾਵਣੀ, ਮੁਕਾਮੁ ਏਕੁ ਰਹੀਮੁ॥੬॥ sabh dunee aavan jaavnee mukaam ayk raheem. ||6||

ਪ੍ਰਭ ਹੀ ਬਹੁਤ ਨਾਮਾਂ ਨਾਲ ਜਾਣਿਆ ਜਾਂਦਾ ਹੈ । ਸਭ ਤੋਂ ਵਡਾ, ਰਹਿਮਤਾਂ ਦਾ ਦਾਤਾ ਅਟਲ ਹੈ । ਬਾਕੀ ਸਾਰੀ ਸ੍ਰਿਸ਼ਟੀ ਥੋੜ੍ਹਾ ਸਮਾਂ ਰਹਿਣ ਵਾਲੀ, ਖਤਮ ਹੋ ਜਾਣ ਵਾਲੀ ਹੈ ।

The One and Only One, True Master, greatest of All, Treasure of all Virtues, may be recognized by many names. All other creatures have been sent in the universe for predetermined time for unique purpose.

ਮੁਕਾਮੁ ਤਿਸ ਨੋ ਆਖੀਐ, ਜਿਸੁ ਸਿਸਿ ਨ ਹੋਵੀ ਲੇਖੁ॥ mukaam tis no aakhee-ai jis sis na hovee laykh.

ਅਸਮਾਨੁ ਧਰਤੀ ਚਲਸੀ, ਮੁਕਾਮੁ ਓਹੀ ਏਕੁ॥੭॥ asmaan Dhartee chalsee mukaam ohee ayk. ||7||

ਜਿਹੜਾ ਅਟਲ, ਲੇਖੇ ਤੋਂ ਰਹਿਤ ਹੋਵੇ, ਉਸ ਨੂੰ ਹੀ ਪ੍ਰਭ ਆਖਿਆ ਜਾ ਸਕਦਾ ਹੈ । ਧਰਤੀ ਅਤੇ ਅਕਾਸ਼ ਸਾਰੇ ਹੀ ਬੀਤ ਜਾਣ ਵਾਲੇ ਹਨ, ਕੇਵਲ ਪ੍ਰਭ ਹੀ ਸਦਾ ਅਟਲ ਰਹਿਣ ਵਾਲਾ ਹੈ ।

Whosoever may live forever; beyond any account of his deeds; only He may be worthy to be called The True Guru, True Master. Earth, Sky, and Seas shall disappear, vanish over a period; only The One and Only One, True Master remains true, lives forever, and remains unchanged.

ਦਿਨ ਰਵਿ ਚਲੈ ਨਿਸਿ ਸਸਿ, ਚਲੈ ਤਾਰਿਕਾ ਲਖ ਪਲੋਇ॥ din rav chalai nis sas chalai taarikaa lakh palo-ay.

ਮੁਕਾਮੁ ਓਹੀ ਏਕੁ ਹੈ, ਨਾਨਕਾ ਸਚੁ ਬੁਗੋਇ॥੮॥17॥ mukaam ohee ayk hai naankaa sach bugo-ay. ||8||17||

ਮਹਲੇ ਪਹਿਲੇ ਸਤਾਰਹ ਅਸਟਪਦੀਆ॥

ਦਿਨ, ਰਾਤ, ਸੂਰਜ, ਚੰਦ, ਤਾਰੇ ਸਾਰੇ ਹੀ ਬੀਤ ਜਾਂਦੇ, ਸਦਾ ਨਹੀਂ ਰਹਿੰਦੇ! ਕੇਵਲ ਪ੍ਰਭ ਹੀ ਅਟਲ ਰਹਿਣ ਵਾਲਾ ਹੈ ।

Day, night, Sun, Moon, and Stars all disappear over a period and may not live forever. The One and Only One True Master lives forever.

Key Message of Shree Raag page 64-3
'ਕਿਸ ਨੂੰ ਸਤਿਗੁਰ ਕਿਹਾ ਜਾ ਸਕਦਾ ਹੈ?
ਜਿਹੜਾ ਅਟਲ, ਲੇਖੇ ਤੋਂ ਰਹਿਤ ਹੋਵੇ, ਉਸ ਨੂੰ ਹੀ ਪ੍ਰਭ ਆਖਿਆ ਜਾ ਸਕਦਾ ਹੈ । ਧਰਤੀ ਅਤੇ ਅਕਾਸ਼, ਸਾਰੇ ਮਾਨਸ ਹੀ ਸਮੇਂ ਨਾਲ ਬੀਤ ਜਾਣ ਵਾਲੇ ਹਨ, ਕੇਵਲ ਪ੍ਰਭ ਹੀ ਸਦਾ ਅਟਲ ਰਹਿਣ ਵਾਲਾ ਹੈ ।
Who may be worthy to be called The True Guru – Sat guru?
Whosoever may live forever; beyond any account of his deeds; only he may be worthy to be called The True Guru, True Master. Earth, Sky, and Seas, human born with flesh and blood, slave of breaths shall disappear, vanish over a period; only The One and Only One, True Master remains true, lives forever, and remains unchanged.

51. ਸਿਰੀਰਾਗੁ ਮਹਲਾ ੧ ਘਰੁ ੩॥ (71-15)

ੴ ਸਤਿਗੁਰ ਪ੍ਰਸਾਦਿ॥ Ik-oNkaar saT`gur parsaad.

ਜੋਗੀ ਅੰਦਰਿ ਜੋਗੀਆ॥ ਤੂੰ ਭੋਗੀ ਅੰਦਰਿ ਭੋਗੀਆ॥ jogee andar jogee-aa. tooN bhogee andar bhogee-aa.

ਤੇਰਾ ਅੰਤੁ ਨ ਪਾਇਆ, ਸੁਰਗਿ ਮਛਿ ਪਇਆਲਿ ਜੀਉ॥੧॥ tayraa ant na paa-i-aa surag machh pa-i-aal jee-o. ||1||

ਪ੍ਰਭ, ਮੈਂ ਸੰਤਾਂ, ਜੋਗੀਆਂ ਦੇ ਜੀਵਨ ਤੇ ਝਾਤੀ ਮਾਰਦਾ ਹਾ, ਤੂੰ ਹੀ ਸਭ ਤੋਂ ਵਡਾ ਜੋਗੀ ਮਹਿਸੂਸ ਹੁੰਦਾ ਹੈ । ਅਗਰ ਸੰਸਾਰੀ ਜੀਵਾਂ ਵੱਲ ਦੇਖਦਾ, ਤੂੰ ਹੀ ਸਭ ਤੋਂ ਵਡਾ ਦੁਨੀਆਦਾਰ ਮਹਿਸੂਸ ਹੁੰਦਾ ਹੈ । ਤੇਰੇ ਕਿਸੇ ਕਰਤਬ ਦਾ ਅੰਤ ਨਹੀਂ ਪਾਇਆ ਜਾ ਸਕਦਾ ਹੈ । ਤਿੰਨਾਂ ਸ੍ਰਿਸ਼ਟੀਆਂ ਵਿੱਚ ਹੀ ਕੋਈ ਅੰਤ ਜਾਣਿਆ ਨਹੀਂ ਜਾ ਸਕਦਾ ।

My True Master! Comparing Your Greatness with the worldly saints, yogi; You seem like the greatest hermit. Comparing You with the family men of the world; You are the greatest, dedicated family man. You prevail in all three universes! The extent, limits of Your miracles, events may be beyond the imagination of Your Creation.

ਹਉ ਵਾਰੀ ਹਉ ਵਾਰਣੈ, ਕੁਰਬਾਣੁ ਤੇਰੇ ਨਾਵ ਨੋ॥੧॥ ਰਹਾਉ॥ ha-o vaaree ha-o vaarnai kurbaan tayray naav no. ||1|| rahaa-o.

ਪ੍ਰਭ ਮੈਂ ਤੇਰੇ ਤੋਂ ਅਚੰਭਾ, ਹੈਰਾਨ ਹੋਇਆ ਰਹਿੰਦਾ ਹੈ । ਮੇਰਾ ਸਿਰ ਧੰਨਵਾਦ ਨਾਲ ਝੁਕ ਜਾਂਦਾ ਹੈ ।

My True Master! I remain astonished and fascinated from Your Nature. I bow my head in gratitude for Your Blessings.

ਤੁਧੁ ਸੰਸਾਰੁ ਉਪਾਇਆ॥ ਸਿਰੇ ਸਿਰਿ ਧੰਧੇ ਲਾਇਆ॥ tuDh sansaar upaa-i-aa. siray sir DhanDhay laa-i-aa.

ਵੇਖਹਿ ਕੀਤਾ ਆਪਣਾ, ਕਰਿ ਕੁਦਰਤਿ ਪਾਸਾ ਢਾਲਿ ਜੀਉ॥੨॥ vaykheh keetaa aapnaa kar kudrat paasaa dhaal jee-o. ||2||

ਪ੍ਰਭ ਆਪ ਹੀ ਸਾਰੀ ਸ੍ਰਿਸ਼ਟੀ ਸਾਜਦਾ ਹੈ । ਹਰਇਕ ਜੀਵ ਨੂੰ ਆਪਣੇ ਆਪਣੇ ਧੰਦਿਆ ਤੇ ਰਖਦਾ ਹੈ । ਆਪਣੇ ਬਣਾਏ ਖੇਲ ਨੂੰ ਆਪ ਹੀ ਵੱਖਰੇ ਵੱਖਰੇ ਢੰਗਾਂ ਨਾਲ ਦੇਖਦਾ ਹੈ ।

The True Master creates and assigns various tasks, duties to every creature. He monitors the actions of all creatures and enjoys His own play.

ਪਰਗਟਿ ਪਾਹਾਰੈ ਜਾਪਦਾ॥ ਸਭੁ ਨਾਵੈ ਨੋ ਪਰਤਾਪਦਾ॥ pargat pahaarai jaapdaa. sabh naavai no partaapdaa.

ਸਤਿਗੁਰ ਬਾਝੁ ਨ ਪਾਇਓ, ਸਭ ਮੋਹੀ ਮਾਇਆ ਜਾਲਿ ਜੀਉ॥੩॥ saT`gur baajh na paa-i-o sabh mohee maa-i-aa jaal jee-o. ||3||

ਪ੍ਰਭ ਆਪਣੀ ਬਣਾਈ ਹੋਈ ਮੂਰਤੀ ਵਿੱਚ ਆਪ ਵਸਦਾ ਹੈ । ਸਾਰੇ ਜੀਵ ਹੀ ਪ੍ਰਭ ਦੀ ਰਹਿਮਤ, ਸ਼ਬਦ ਦੀ ਸੋਝੀ ਦੀ ਆਸ ਰਖਦੇ ਹਨ । ਜਿਸ ਤੇ ਪ੍ਰਭ ਰਹਿਮਤ ਦੀ ਨਜ਼ਰ ਬਖਸ਼ਦਾ ਹੈ, ਕੇਵਲ ਉਹ ਹੀ ਇਸ ਪਾਸੇ ਚਲਦਾ ਹੈ, ਬਾਕੀ ਸਾਰੇ ਹੀ ਸੰਸਾਰਕ, ਮਾਇਆ ਮੋਹ ਦੇ ਜਾਲ ਵਿੱਚ ਫਸੇ ਹਨ ।

The True Master creates His Creation! His Holy Spirit, His Word remains embedded within each soul. He dwells within his mind and body. Everyone may fantasize to become worthy of His Consideration, Blessings. Whosoever may be bestowed with His Blessed Vision; he may be blessed with the right path of salvation. Everyone else may remain victim of sweet poison of worldly wealth and emotional bonds.

ਸਤਿਗੁਰ ਕਉ ਬਲਿ ਜਾਈਐ॥ ਜਿਤੁ ਮਿਲਿਐ ਪਰਮ ਗਤਿ ਪਾਈਐ॥ saT`gur ka-o bal jaa-ee-ai. jit mili-ai param gat paa-ee-ai.

ਸੁਰਿ ਨਰ ਮੁਨਿ ਜਨ ਲੋਚਦੇ, ਸੋ ਸਤਿਗੁਰਿ ਦੀਆ ਬੁਝਾਇ ਜੀਉ॥੪॥ sur nar mun jan lochday so saT`gur dee-aa bujhaa-ay jee-o. ||4||

ਪ੍ਰਭ ਦੇ ਸ਼ਬਦ ਦੀ ਸੋਝੀ ਦੀ ਬਖਸ਼ਿਸ਼ ਲਈ ਸੰਤ ਮਹਾਤਮਾ ਤਰਸਦੇ ਹਨ । ਮੈਂ ਅਟਲ ਪ੍ਰਭ ਤੋਂ ਕਰਬਾਨ ਜਾਵਾ! ਆਪਣਾ ਆਪਾ ਮਿਟਾ ਦੇਵਾ! ਮੈਨੂੰ ਪੂਰਨ ਸੰਤੋਖ, ਸ਼ਬਦ ਦੀ ਸੋਝੀ ਬਖਸ਼ਿਆ ਹੋਈ ਹੈ ।

Even worldly saint remains anxious and prays for His Forgiveness and Refuge to be blessed with the enlightenment of the essence of His Word. I remain fascinated and astonished from His Greatness! I have surrendered my self-entity, human life to serve His Creation. I have been blessed with the enlightenment of the essence of His Word and contented with His Blessings.

ਸਤਸੰਗਤਿ ਕੈਸੀ ਜਾਣੀਐ॥ ਜਿਥੈ ਏਕੋ ਨਾਮੁ ਵਖਾਣੀਐ॥ satsangat kaisee jaanee-ai. jithai ayko Naam vakhaanee-ai.

ਏਕੋ ਨਾਮੁ ਹੁਕਮੁ ਹੈ, ਨਾਨਕ ਸਤਿਗੁਰਿ ਦੀਆ ਬੁਝਾਇ ਜੀਉ॥੫॥ ayko Naam hukam hai naanak saT`gur dee-aa bujhaa-ay jee- o. ||5||

ਸਤ ਸੰਗਤ ਕਿਸਤਰ੍ਹਾਂ ਦੀ ਹੁੰਦੀ ਹੈ? ਜਿੱਥੇ ਕੇਵਲ ਪ੍ਰਭ ਦੇ ਸ਼ਬਦ ਦਾ ਵਿਚਾਰ, ਚਰਚਾ ਹੁੰਦੀ ਹੈ । ਸ਼ਬਦ ਦੇ ਧੰਨਵਾਦ ਦੀ ਅਵਾਜ਼ ਚਲਦੀ ਰਹਿੰਦੀ ਹੈ । ਪ੍ਰਭ ਦੀ ਰਹਿਮਤ ਨਾਲ ਸ਼ਬਦ ਦੀ ਸੋਝੀ ਬਖਸ਼ਿਸ਼ ਹੋ ਗਈ ਹੈ ।

How may Sat-Sangat, Holy Conjugation be defined? Wherever only His Word may be recited; the essences of His Word be practice in worldly life; only such a gathering may be worthy to be called Holy conjugation, congregation. The echo of praises of His Word resonates in the air. His true devotees may be singing with each breath; with His mercy and grace, His Word may remain enlightened within the heart of devotees.

ਇਹੁ ਜਗਤੁ ਭਰਮਿ ਭੁਲਾਇਆ॥ ਆਪਹੁ ਤੁਧੁ ਖੁਆਇਆ॥ ih jagat bharam bhulaa-i-aa. aaphu tuDh khu-aa-i-aa.

ਪਰਤਾਪੁ ਲਗਾ ਦੋਹਾਗਣੀ, ਭਾਗ ਜਿਨਾ ਕੇ ਨਾਹਿ ਜੀਉ॥੬॥ partaap lagaa duhaaganee bhaag jinaa kay naahi jee-o. ||6||

ਪ੍ਰਭ, ਆਪ ਹੀ ਸੰਸਾਰ ਵਿੱਚ ਭਰਮਾਂ ਦਾ ਜਾਲ ਵਿਛਾਉਂਦਾ ਹੈ । ਆਪ ਹੀ ਜੀਵ ਨੂੰ ਇਸ ਰਸਤੇ ਤੇ ਪਾਉਂਦਾ ਹੈ । ਜਿਹੜਾ ਇਸ ਵਿੱਚ ਫਸ ਜਾਂਦਾ ਹੈ, ਉਸ ਦੇ ਭਾਗਾਂ ਵਿੱਚ ਅਸਲੀ ਰਸਤਾ ਨਹੀਂ ਹੁੰਦਾ ।

ਗੁਰੂ ਨਾਨਕ ਦੇਵ ਜੀ! – Guru Nanak Dev Ji! Guru Granth Sahib

The True Master has infused worldly suspicions, sweet poison of worldly wealth. Self-minded may remain intoxicated with the sweet poison of worldly wealth, short-lived gimmicks of worldly wealth. Whosoever may become a victim of worldly wealth; the right path of acceptance has not been prewritten in his destiny.

ਦੋਹਾਗਣੀ ਕਿਆ ਨੀਸਾਣੀਆ॥ duhaaganee ki-aa neesaanee-aa.
ਖਸਮਹੁ ਘੁਥੀਆ, ਫਿਰਹਿ ਨਿਮਾਣੀਆ॥ khasmahu ghuthee-aa fireh nimaanee-aa.
ਮੈਲੇ ਵੇਸ ਤਿਨਾ ਕਾਮਣੀ, ਦੁਖੀ ਰੈਣਿ ਵਿਹਾਇ ਜੀਉ॥੭॥ mailay vays tinaa kaamnee dukhee rain vihaa- ay jee-o. ||7||

ਅਸਲੀ ਰਸਤੇ ਤੋਂ ਵਿਛੜੀ ਆਤਮਾ ਦੀ ਕੀ ਨਿਸ਼ਾਨੀ ਹੁੰਦੀ ਹੈ? ਉਹ ਭਰਮ ਭੁਲੇਖਿਆ ਵਿੱਚ, ਰੀਤ ਰੀਵਾਜ ਵਿੱਚ ਲਗੀ ਰਹਿੰਦੀ ਹੈ, ਉਸ ਦੀ ਆਤਮਾ ਮੈਲੀ ਹੋ ਜਾਂਦੀ ਹੈ । ਉਹ ਧਾਰਮਕ ਰੀਤ ਰੀਵਾਜਾਂ ਨੂੰ ਹੀ ਅਸਲੀ ਰਸਤਾ ਸਮਝਦੀ ਹੈ । ਰਾਤ ਦਿਨ ਬੰਦਗੀ ਕਰਦੀ, ਰੋਂਦੀ ਕੁਰਲਾਉਂਦੀ ਹੈ ।

What may the sign of a separated soul from the right path? She may become a victim of religious rituals and suspicions. She may remain blemished with worldly desires. She may consider religious rituals as the right path of acceptance in His Court. She remains frustrated with worldly desires.

ਸੋਹਾਗਣੀ ਕਿਆ ਕਰਮੁ ਕਮਾਇਆ॥ ਪੂਰਬਿ ਲਿਖਿਆ ਫਲੁ ਪਾਇਆ॥ sohaaganee ki-aa karam kamaa-i-aa. poorab likhi-aa fal paa-i-aa.
ਨਦਰਿ ਕਰੇ ਕੈ ਆਪਣੀ, ਆਪੇ ਲਏ ਮਿਲਾਇ ਜੀਉ॥੮॥ nadar karay kai aapnee aapay la-ay milaa-ay jee-o. ||8||

ਜਿਸ ਆਤਮਾ ਦਾ ਪ੍ਰਭ ਤੇ ਭਰੋਸਾ ਅਡੋਲ ਹੋ ਜਾਂਦਾ ਹੈ, ਉਸ ਨੂੰ ਆਪਣੇ ਭਾਗਾਂ ਦਾ ਫਲ ਬਖਸ਼ਿਸ਼ ਹੋ ਜਾਂਦਾ ਹੈ । ਆਪ ਹੀ ਰਹਿਮਤ ਬਖਸ਼ਕੇ ਆਪਣੇ ਨਾਲ ਸੰਜੋਗ ਬਣਾ ਦੇਂਦਾ ਹੈ ।

Whosoever may have a steady and stable belief on the teachings of His Word; with His mercy and grace, he may be rewarded his prewritten destiny. He may be blessed with the right path of acceptance in His Court.

ਹੁਕਮੁ ਜਿਨਾ ਨੋ ਮਨਾਇਆ॥ ਤਿਨ ਅੰਤਰਿ ਸਬਦੁ ਵਸਾਇਆ॥ hukam jinaa no manaa-i-aa.tin antar sabad vasaa-i-aa.
ਸਹੀਆ ਸੇ ਸੋਹਾਗਣੀ, ਜਿਨ ਸਹ ਨਾਲਿ ਪਿਆਰੁ ਜੀਉ॥੯॥ sahee-aa say sohaaganee jin sah naal pi-aar jee-o. ||9||

ਜਿਹੜਾ ਜੀਵ ਪ੍ਰਭ ਦੇ ਸ਼ਬਦ ਨੂੰ ਸਦਾ ਅਟਲ ਮੰਨ ਕੇ ਪ੍ਰਵਾਨ ਕਰ ਲੈਂਦਾ ਹੈ । ਉਸ ਨੂੰ ਅੰਦਰੋਂ ਹੀ ਸ਼ਬਦ ਦੀ ਸੋਝੀ ਹੋ ਜਾਂਦੀ, ਜੋਤ ਜਾਗਰਤ ਹੋ ਜਾਂਦੀ ਹੈ । ਅਸਲੀ ਸੇਵਕ ਦਾ ਸ਼ਬਦ ਤੇ ਭਰੋਸਾ ਅਡੋਲ ਰਹਿੰਦਾ ਹੈ, ਦੁਖ ਸੁਖ ਨੂੰ ਪ੍ਰਭ ਦੀ ਬਖਸ਼ਿਸ਼ ਸਮਝਕੇ ਅਨੰਦ ਮਾਨਦਾ ਹੈ ।

Whosoever may accept His Word as an ultimate true forever. He may be enlightened from within and remains awake and alert. His true devotee always obeys the teachings of His Word with steady and stable belief. He accepts pleasures and sorrows as His Blessings and remains contented.

ਜਿਨਾ ਭਾਣੇ ਕਾ ਰਸੁ ਆਇਆ॥ ਤਿਨ ਵਿਚਹੁ ਭਰਮੁ ਚੁਕਾਇਆ॥ jinaa bhaanay kaa ras aa-i-aa.tin vichahu bharam chukaa-i-aa.
ਨਾਨਕ ਸਤਿਗੁਰੁ ਐਸਾ ਜਾਣੀਐ, ਜੋ ਸਭਸੈ ਲਏ ਮਿਲਾਇ ਜੀਉ॥੧੦॥ naanak saT`gur aisaa jaanee-ai jo sabhsai la-ay milaa-ay jee-o. ||10||

ਜਿਸ ਆਤਮਾ ਤੇ ਸ਼ਬਦ ਦਾ ਰੰਗ ਚੜ੍ਹ ਜਾਂਦਾ ਹੈ । ਉਸ ਵਿਚੋਂ ਭਰਮ ਦੀ ਜੜ੍ਹ ਖਤਮ ਹੋ ਜਾਂਦੀ ਹੈ । ਅਟਲ ਗੁਰੂ ਸਦਾ ਹੀ ਇਨਸਾਫ ਨਾਲ ਜੀਵ ਦੀ ਕਮਾਈ ਨੂੰ ਪ੍ਰਵਾਨ ਕਰਦਾ ਹੈ ।

Whosoever may remain drenched with the teachings of His Word within, his roots of suspicions may be vanished. The True Master always accepts the earnest living, wealth of His Word of His true devotee; only justice prevails in His Court.

ਸਤਿਗੁਰਿ ਮਿਲਿਐ ਫਲੁ ਪਾਇਆ॥ ਜਿਨਿ ਵਿਚਹੁ ਅਹਕਰਣੁ ਚੁਕਾਇਆ॥ saT`gur mili-ai fal paa-i-aa.jin vichahu ahkaran chukaa-i-aa.
ਦੁਰਮਤਿ ਕਾ ਦੁਖੁ ਕਟਿਆ, ਭਾਗੁ ਬੈਠਾ ਮਸਤਕਿ ਆਇ ਜੀਉ॥੧੧॥ durmat kaa dukh kati-aa bhaag baithaa mastak aa-ay jee-o. ||11||

ਜਿਸ ਦੇ ਆਪਣੇ ਅੰਦਰੋਂ ਅਹੰਕਾਰ ਦੀ ਜੜ੍ਹ ਖਤਮ ਹੋ ਜਾਂਦੀ ਹੈ, ਓਸ ਨੂੰ ਪ੍ਰਭ ਦੀ ਰਹਿਮਤ ਬਖਸ਼ਿਸ਼ ਹੋ ਸਕਦੀ ਹੈ । ਉਸ ਦੇ ਮਨ ਦਾ ਦੁਬਦਾ ਦਾ ਦੁਖ ਖਤਮ ਹੋ ਜਾਂਦਾ ਹੈ, ਆਪਣੇ ਭਾਗਾਂ ਦਾ ਫਲ ਬਖਸ਼ਿਸ਼ ਹੋ ਜਾਂਦਾ ਹੈ ।

Whosoever may conquer his ego and worldly desires; he may become worthy of His Blessings. His duality, sufferings of the wandering mind may be eliminated. His prewritten destiny may be rewarded.

ਅੰਮ੍ਰਿਤੁ ਤੇਰੀ ਬਾਣੀਆ॥ ਤੇਰਿਆ ਭਗਤਾ ਰਿਦੈ ਸਮਾਣੀਆ॥ amrit tayree baanee-aa. tayri-aa bhagtaa ridai samaanee-aa.
ਸੁਖ ਸੇਵਾ ਅੰਦਰਿ ਰਖਿਐ, ਆਪਣੀ ਨਦਰਿ ਕਰਹਿ ਨਿਸਤਾਰਿ ਜੀਉ॥੧੨॥ sukh sayvaa andar rakhi-ai aapnee nadar karahi nistaar jee-o. ||12||

ਪ੍ਰਭ ਦੇ ਸ਼ਬਦ ਦੀ ਅਮ੍ਰਿਤ ਭਰੀ ਬਾਣੀ, ਸੇਵਕਾਂ ਦੇ ਮਨ ਵਿੱਚ ਘਰ ਕਰੀ ਬੈਠੀ ਹੈ । ਜਿਹੜਾ ਨਿਮ੍ਰਤਾ ਨਾਲ ਪ੍ਰਭ ਦੇ ਸ਼ਬਦ ਦੀ ਪਾਲਣਾ ਕਰਦਾ ਹੈ । ਆਪ ਹੀ ਰਹਿਮਤਾਂ ਨਾਲ ਭਰਪੂਰ ਕਰਦਾ ਹੈ ।

His Holy Scripture are overwhelmed with the nectar of the essence of His Word! His true devotee remains drenched with the essence of His Word. Whosoever may humbly obey the teachings of His Word; with Your mercy and grace, he may remain overwhelmed with virtues of His Nature.

ਸਤਿਗੁਰੁ ਮਿਲਿਆ ਜਾਣੀਐ॥ ਜਿਤੁ ਮਿਲਿਐ ਨਾਮੁ ਵਖਾਣੀਐ॥ saT`gur mili-aa jaanee-ai.jit mili-ai Naam vakhaanee-ai.
ਸਤਿਗੁਰ ਬਾਝੁ ਨ ਪਾਇਓ, ਸਭ ਥਕੀ ਕਰਮ ਕਮਾਇ ਜੀਉ॥੧੩॥ saT`gur baajh na paa-i-o sabh thakee karam kamaa-ay jee-o. ||13||

ਉਹ ਜੀਵ ਹੀ ਪ੍ਰਭ ਦਾ ਅਸਲੀ ਦਾਸ ਹੁੰਦਾ ਹੈ । ਜਿਸ ਦੇ ਮਿਲਣ ਨਾਲ ਪ੍ਰਭ ਦੇ ਸ਼ਬਦ ਦੀ ਜਾਗ ਲਗ ਜਾਵੇ, ਅੰਦਰ ਜੋਤ ਜਾਗਰਤ ਹੋ ਜਾਵੇ । ਪ੍ਰਭ ਦੀ ਰਹਿਮਤ ਤੋਂ ਬਿਨਾਂ ਇਹ ਅਵਸਥਾ ਬਖਸ਼ਿਸ਼ ਨਹੀਂ ਹੋ ਸਕਦੀ, ਬਾਕੀ ਸਾਰੇ ਤਰੀਕੇ ਅਪਣਾ ਕੇ ਬਹੁਤ ਲੋਕ ਹਾਰ ਗਏ, ਮੌਤ ਦੇ ਹਵਾਲੇ ਹੋ ਗਏ ਹਨ ।

Whose association may ignite the urge, devotion to remain intoxicated in the void of His Word; he may be worthy to be called His true devotee. Without His Blessed Vision, no one may be blessed with such a state of mind as His true devotee. Worldly saints have become frustrated, lost faith, hopes, by evaluating all other techniques, and captured by the devil of death.

ਹਉ ਸਤਿਗੁਰ ਵਿਟਹੁ ਘੁਮਾਇਆ॥ ha-o saT`gur vitahu ghumaa-i-aa.
ਜਿਨਿ ਭ੍ਰਮਿ ਭੁਲਾ ਮਾਰਗਿ ਪਾਇਆ॥ jin bharam bhulaa maarag paa-i-aa.
ਨਦਰਿ ਕਰੇ ਜੇ ਆਪਣੀ, ਆਪੇ ਲਏ ਰਲਾਇ ਜੀਉ॥੧੪॥ nadar karay jay aapnee aapay la-ay ralaa-ay jee-o. ||14||

ਪ੍ਰਭ ਤੋਂ ਕਰਬਾਨ ਜਾਵਾ! ਜਿਸ ਨੇ ਰਹਿਮਤ ਬਖਸ਼ਕੇ, ਮਨ ਦੇ ਭਰਮ ਦੂਰ ਕਰਕੇ, ਬੰਦਗੀ ਦਾ ਰਸਤੇ ਬਖਸ਼ਿਆ ਹੈ । ਦਿਆਲੂ ਪ੍ਰਭ, ਆਪਣੀ ਰਹਿਮਤ ਨਾਲ ਹੀ ਮੁਕਤੀ ਦਾ ਰਸਤਾ ਬਖਸ਼ਦਾ ਹੈ ।

I remain fascinated from His Holy Master! Who has eliminated all my suspicions and blessed the right path of salvation? The Merciful True Master may bless the right path of salvation to His true devotee.

ਗੁਰੂ ਨਾਨਕ ਦੇਵ ਜੀ! – Guru Nanak Dev Ji! Guru Granth Sahib

ਤੂੰ ਸਭਨਾ ਮਾਹਿ ਸਮਾਇਆ॥ ਤਿਨਿ ਕਰਤੈ ਆਪੁ ਲੁਕਾਇਆ॥ tooN sabhnaa maahi samaa-i-aa.tin kartai aap lukaa-i-aa.
ਨਾਨਕ ਗੁਰਮੁਖਿ ਪਰਗਟੁ ਹੋਇਆ, naanak gurmukh pargat ho-i-aa
ਜਾ ਕਉ ਜੋਤਿ ਧਰੀ ਕਰਤਾਰਿ ਜੀਉ॥੧੫॥ jaa ka-o jot Dharee kartaar jee-o. ||15||

ਪ੍ਰਭ ਹਰਇਕ ਜੀਵ ਅੰਦਰ ਹੀ ਵਸਦਾ ਹੈ, ਪਰ ਜੀਵ ਨੂੰ ਮਹਿਸੂਸ ਨਹੀਂ ਹੰਦਾ । ਕੇਵਲ ਗੁਰਮਖ ਜੀਵ ਨੂੰ ਇਹ ਸੋਝੀ ਬਖਸ਼ਦਾ ਹੈ । ਉਸ ਦੇ ਮਨ ਵਿੱਚ ਹੀ ਜੋਤ ਜਾਗਰਤ ਹੁੰਦੀ ਹੈ ।

His Holy Spirit remains embedded within his soul and dwells within his mind and body; however, self-minded may not realize His Existence prevailing within his heart. Only His true devotee may be enlightened. The eternal glow of His Holy Spirit may be shinning within and he remains awake and alert.

ਆਪੇ ਖਸਮਿ ਨਿਵਾਜਿਆ॥ ਜੀਉ ਪਿੰਡੁ ਦੇ ਸਾਜਿਆ॥ aapay khasam nivaaji-aa.jee-o pind day saaji-aa.
ਆਪਣੇ ਸੇਵਕ ਕੀ ਪੈਜ ਰਖੀਆ, aapnay sayvak kee paij rakhee-aa
ਦੁਇ ਕਰ ਮਸਤਕਿ ਧਾਰਿ ਜੀਉ॥੧੬॥ du-ay kar mastak Dhaar jee-o. ||16||

ਪ੍ਰਭ ਆਪ ਹੀ ਜਿਸ ਨੂੰ ਸ਼ਬਦ ਦੀ ਸੋਝੀ ਦਾ ਮਾਣ ਬਖਸ਼ਦਾ ਹੈ । ਉਸ ਦਾ ਤਨ, ਮਨ ਪਵਿੱਤਰ ਹੋ ਜਾਂਦਾ ਹੈ । ਪ੍ਰਭ, ਆਪ ਹੀ ਆਪਣੇ ਸੇਵਕ ਦੀ ਰਖਿਆ ਕਰਦਾ, ਰਹਿਮਤ ਬਖਸ਼ਕੇ ਭਾਗ ਬਦਲ ਦੇਂਦਾ ਹੈ ।

Whosoever may be blessed with the enlightenment of the essence of His Word within his heart; his soul may be sanctified. The Merciful True Master may protect and changes the path of life of His true devotee forever.

ਸਭਿ ਸੰਜਮ ਰਹੇ ਸਿਆਣਪਾ॥ ਮੇਰਾ ਪ੍ਰਭੁ ਸਭੁ ਕਿਛੁ ਜਾਣਦਾ॥ sabh sanjam rahay si-aanpaa. mayraa parabh sabh kichh jaandaa.
ਪ੍ਰਗਟ ਪ੍ਰਤਾਪੁ ਵਰਤਾਇਓ, ਸਭੁ ਲੋਕੁ ਕਰੈ ਜੈਕਾਰੁ ਜੀਉ॥੧੭॥ pargat partaap vartaa-i-o sabh lok karai jaikaar jee-o. ||17||

ਧਾਰਮਕ ਰੀਤ ਰੀਵਾਜ ਸਾਰੇ ਹੀ ਚਲਾਕੀਆਂ, ਫਰੇਬ ਹਨ । ਅੰਤਰਜਾਮੀ ਸਭ ਕੁਝ ਜਾਣਦਾ ਹੈ, ਆਪਣੀ ਸ਼ਾਨ, ਮਾਣ ਹਮੇਸ਼ਾਂ ਹੀ ਸਥਿਤ ਰਹਿੰਦਾ ਹੈ । ਸਾਰੇ ਹੀ ਉਸ ਨੂੰ ਧੰਨ ਧੰਨ ਹੀ ਕਹਿੰਦੇ ਹਨ, ਕੋਈ ਅੰਤ ਨਹੀਂ ਪਾ ਸਕਦਾ ।

All worldly religious rituals may be clever tricks, deception, and greed. The Omniscient True Master remains aware of everything and preserves honor, dignity of His true devotee. Everyone claims The True Master, The Greatest of All; however, no one may ever comprehend His limits, His power.

ਮੇਰੇ ਗੁਣ ਅਵਗਨ ਨ ਬੀਚਾਰਿਆ॥ ਪ੍ਰਭਿ ਅਪਣਾ ਬਿਰਦੁ ਸਮਾਰਿਆ॥ mayray gun avgan na beechaari-aa. parabh apnaa birad samaari-aa.
ਕੰਠਿ ਲਾਇ ਕੈ ਰਖਿਓਨੁ, ਲਗੈ ਨ ਤਤੀ ਵਾਉ ਜੀਉ॥੧੮॥ kanth laa-ay kai rakhi-on lagai na tatee vaa-o jee-o. ||18||

ਤਰਸਵਾਨ ਪ੍ਰਭ, ਆਪਣੀ ਮਰਜ਼ੀ ਨਾਲ ਹੀ ਜੀਵ ਦੇ ਮੰਦੇ, ਚੰਗੇ ਕੰਮ ਦਾ ਲੇਖਾ ਨਹੀਂ ਕਰਦਾ, ਭੁਲਾ ਦੇਂਦਾ ਹੈ । ਜਿਸ ਤੇ ਰਹਿਮਤ ਦੀ ਨਜ਼ਰ ਬਖਸ਼ਦਾ ਹੈ । ਉਸ ਨੂੰ ਕੋਈ ਮੁਸ਼ਕਲ ਛੋਹ ਨਹੀਂ ਸਕਦੀ, ਸਭ ਮੁਸ਼ਕਲਾਂ ਦਾ ਹੱਲ ਬਖਸ਼ ਦੇਂਦਾ ਹੈ ।

The Merciful True Master may ignore the sins of worldly deeds of His true devotee. Whosoever may be bestowed with His Blessed Vision, his state of mind may become beyond the reach of any worldly misery or hardship. He may be blessed with cure of his misery.

ਮੈ ਮਨਿ ਤਨਿ ਪ੍ਰਭੂ ਧਿਆਇਆ॥ ਜੀਇ ਇਛਿਅੜਾ ਫਲੁ ਪਾਇਆ॥ mai man tan parabhoo Dhi-aa-i-aa.jee-ay ichhi-arhaa fal paa-i-aa.
ਸਾਹ ਪਾਤਿਸਾਹ ਸਿਰਿ ਖਸਮੁ ਤੂੰ, ਜਪਿ ਨਾਨਕ ਜੀਵੈ ਨਾਉ ਜੀਉ॥੧੯॥ saah paatisaah sir khasam tooN jap naanak jeevai naa-o jee-o. ||19||

ਮੈਂ ਮਨ, ਤਨ ਨਾਲ ਪ੍ਰਭ ਦੇ ਸ਼ਬਦ ਦੀ ਪਾਲਣਾ ਕਰਦਾ ਹਾ । ਪ੍ਰਭ ਨੇ ਬਹੁਤ ਬਖਸ਼ਿਸ਼ਾਂ ਨਾਲ ਨਿਹਾਲ ਕੀਤਾ ਹੈ । ਪ੍ਰਭ ਹੀ ਜੀਵ ਦਾ ਅਸਲੀ ਮਾਲਕ ਹੈ, ਮੈਂ ਪ੍ਰਭ ਦੇ ਸ਼ਬਦ ਦਾ ਹੀ ਸਿਮਰਨ ਕਰਦਾ ਹਾ ।

I am wholeheartedly obeying the teachings of His Word in day-to-day life; with His mercy and grace, I am overwhelmed with His Bliss. The One and Only One True Master! I am only meditating on the teachings of His Word.

ਤੁਧੁ ਆਪੇ ਆਪੁ ਉਪਾਇਆ॥ ਦੂਜਾ ਖੇਲੁ ਕਰਿ ਦਿਖਲਾਇਆ॥ tuDh aapay aap upaa-i-aa. doojaa khayl kar dikhlaa-i-aa.
ਸਭੁ ਸਚੋ ਸਚੁ ਵਰਤਦਾ, ਜਿਸੁ ਭਾਵੈ ਤਿਸੈ ਬੁਝਾਇ ਜੀਉ॥੨੦॥ sabh sacho sach varatdaa jis bhaavai tisai bujhaa-ay jee-o. ||20||

ਪ੍ਰਭ ਹੀ ਸ੍ਰਿਸ਼ਟੀ ਨੂੰ ਪੈਦਾ ਕਰਦਾ ਹੈ । ਆਪ ਹੀ ਭਰਮਾਂ ਦਾ ਖੇਲ ਬਣਾਇਆ ਹੈ । ਆਪ ਹੀ ਹਰ ਥਾਂ ਵਾਪਰਦਾ ਹੈ । ਪ੍ਰਭ ਆਪਣੀ ਰਹਿਮਤ ਨਾਲ ਹੀ ਸ਼ਬਦ ਨਾਲ ਲਗਨ ਬਖਸ਼ਦਾ ਹੈ ।

The True Master has created His Creation and the whole play of the universe. He has infused the universe with, religious suspicions, sweet poison of worldly wealth. The Omnipresent True Master prevails everywhere. His true devotee may be blessed with devotion to obey the teachings of His Word.

ਗੁਰ ਪਰਸਾਦੀ ਪਾਇਆ॥ ਤਿਥੈ ਮਾਇਆ ਮੋਹੁ ਚੁਕਾਇਆ॥ gur parsaadee paa-i-aa. tithai maa-i-aa moh chukaa-i-aa.
ਕਿਰਪਾ ਕਰਿ ਕੈ ਆਪਣੀ, ਆਪੇ ਲਏ ਸਮਾਇ ਜੀਉ॥੨੧॥ kirpaa kar kai aapnee aapay la-ay samaa-ay jee-o. ||21||

ਜਿਸ ਤੇ ਪ੍ਰਭ ਆਪ ਕ੍ਰਿਪਾ ਬਖਸ਼ਦਾ ਹੈ । ਉਸ ਜੀਵ ਦਾ ਸੰਸਾਰਕ ਮਾਇਆ ਨਾਲ ਮੋਹ ਦੂਰ, ਖਤਮ ਹੋ ਜਾਂਦਾ ਹੈ । ਆਪ ਹੀ ਸ਼ਬਦ ਦੀ ਪਾਲਣਾ, ਅਸਲੀ ਰਸਤੇ ਤੇ ਅਡੋਲ ਰਖਕੇ ਆਪਣੇ ਵਿੱਚ ਅਲੋਪ ਕਰ ਲੈਂਦਾ ਹੈ ।

Whosoever may be bestowed with His Blessed Vision, his attachment with worldly wealth, greed and emotional bonds with family may be eliminated. He may inspire and guides on the right path of meditation. He may be absorbed within His Holy Spirit.

ਗੋਪੀ ਨੈ ਗੋਆਲੀਆ॥ ਤੁਧੁ ਆਪੇ ਗੋਇ ਉਠਾਲੀਆ॥ gopee nai go-aalee-aa. tuDh aapay go-ay uthaalee-aa.
ਹੁਕਮੀ ਭਾਂਡੇ ਸਾਜਿਆ, ਤੂੰ ਆਪੇ ਭੰਨਿ ਸਵਾਰਿ ਜੀਉ॥੨੨॥ hukmee bhaaNday saaji-aa tooN aapay bhann savaar jee-o. ||22||

ਪ੍ਰਭ ਆਪ ਹੀ ਉਹ ਪੂਜਣ ਵਾਲੀਆਂ ਗੋਪੀਆਂ ਬਣਾਈਆਂ ਹਨ । ਆਪ ਹੀ ਜੀਵ ਨੂੰ ਇਹਨਾਂ ਖੇਲਾ ਵਿੱਚ ਲਾਇਆ ਹੈ । ਆਪ ਹੀ ਸ੍ਰਿਸ਼ਟੀ ਸਾਜਦਾ, ਇਸ ਨੂੰ ਖਤਮ ਕਰਦਾ ਹੈ । ਆਪ ਹੀ ਜੀਵ ਦੇ ਤਨ ਨੂੰ ਸ਼ਿੰਗਾਰਦਾ, ਆਪ ਹੀ ਭਸਮ ਕਰਦਾ ਹੈ । ਕੇਵਲ ਪ੍ਰਭ ਹੀ ਸਾਰਾ ਖੇਲ ਜਾਣਦਾ ਹੈ ।

The True Master may be the symbol of angels, worthy of worship. He assigns His Creation in various tasks in the universe. The True Master creates, nourishes, and protects His Creation; he may destroy any creature at predetermined time. He embellishes or destroys his body at predetermined time. Only He may know the true purpose of this play.

ਗੁਰੂ ਨਾਨਕ ਦੇਵ ਜੀ! – Guru Nanak Dev Ji! Guru Granth Sahib

ਜਿਨ ਸਤਿਗੁਰ ਸਿਉ ਚਿਤੁ ਲਾਇਆ॥ ਤਿਨੀ ਦੂਜਾ ਭਾਉ ਚੁਕਾਇਆ॥ jin saT`gur si-o chit laa-i-aa. tinee doojaa bhaa-o chukaa-i-aa.
ਨਿਰਮਲ ਜੋਤਿ ਤਿਨ ਪ੍ਰਾਣੀਆ, nirmal jot tin paraanee-aa
ਓਇ ਚਲੇ ਜਨਮੁ ਸਵਾਰਿ ਜੀਉ॥੨੩॥ o-ay chalay janam savaar jee-o. ||23||

ਜਿਸ ਨੇ ਸ਼ਬਦ ਵਿੱਚ ਧਿਆਨ ਲਾਇਆ ਹੈ । ਉਸ ਦਾ ਮਨ ਭਰਮਾਂ ਤੋਂ ਦੂਰ ਹੋ ਜਾਂਦਾ ਹੈ । ਉਸ ਦੀ ਆਤਮਾ ਨਿਰਮਲ, ਪਵਿੱਤਰ ਹੋ ਜਾਂਦੀ ਹੈ । ਉਹ ਆਪਣੀ ਮਾਨਸ ਯਾਤਰਾ ਸਫਲ ਕਰ ਜਾਂਦਾ ਹੈ ।

Whosoever may wholeheartedly concentrate on teachings of His Word, all his suspicions may be eliminated from within. His soul may be sanctified to become worthy of His Consideration.

ਤੇਰੀਆ ਸਦਾ ਸਦਾ ਚੰਗਿਆਈਆ॥ ਮੈ ਰਾਤਿ ਦਿਹੈ ਵਡਿਆਈਆਂ॥ tayree-aa sadaa sadaa chang-aa-ee-aa. mai raat dihai vadi-aa-ee- aaN.
ਅਣਮੰਗਿਆ ਦਾਨੁ ਦੇਵਣਾ, anmangi-aa daan dayvnaa
ਕਹੁ ਨਾਨਕ ਸਚੁ ਸਮਾਲਿ ਜੀਉ॥ ੨੪॥੧॥28॥ kaho naanak sach samaal jee-o. ||24||1||

ਪ੍ਰਭ ਦੇ ਗੁਣਾਂ ਦਾ ਅੰਤ ਨਹੀਂ ਆਉਂਦਾ । ਮੈਂ ਸਵਾਸ ਗਰਾਸ ਪ੍ਰਭ ਦੇ ਗੁਣਾਂ ਦੀ ਉਸਤਤ ਹੀ ਗਾਉਂਦਾ ਰਹਿੰਦਾ ਹਾ । ਪ੍ਰਭ ਬਿਨਾਂ ਮੰਗਣ ਤੋਂ ਹੀ ਰਹਿਮਤਾਂ ਬਖਸ਼ਦਾ ਰਹਿੰਦਾ ਹੈ । ਇਹ ਪ੍ਰਭ ਦੀ ਹੀ ਵਡਿਆਈ ਹੈ! ਪ੍ਰਭ ਸਭ ਕੁਝ ਜਾਣਦਾ, ਜੀਵ ਨੂੰ ਕੀ ਚਾਹੀਦਾ ਹੈ?

The Virtues of The True Master remains beyond any limit, or comprehension of His Creation. I am singing the glory of His Blessings with each breath, Day, and night. The True Master bestows His Virtues on His Creation, without any prayer. This may be a unique greatness of The True Master. The Omniscient True Master remains aware about any desires of His Creation?

Key Message of Shree Raag page 71-15
ਪ੍ਰਭ ਦੀ ਹੋਂਦ, ਕੁਝ ਕਰਾਮਾਤਾਂ!
ਪ੍ਰਭ ਆਪ ਹੀ ਸਾਰੀ ਸ੍ਰਿਸ਼ਟੀ ਸਾਜਦਾ ਹੈ । ਹਰਇਕ ਜੀਵ ਨੂੰ ਆਪਣੇ ਆਪਣੇ ਧੰਦਿਆ ਤੇ ਰਖਦਾ ਹੈ । ਆਪਣੀ ਬਣਾਈ ਮੂਰਤੀ ਵਿੱਚ ਆਪ ਹੀ ਵਸਦਾ ਹੈ । ਜਿੱਥੇ ਕੇਵਲ ਪ੍ਰਭ ਦੇ ਸ਼ਬਦ ਦਾ ਵਿਚਾਰ, ਚਰਚਾ ਹੁੰਦੀ ਹੈ; ਸ਼ਬਦ ਦੇ ਧੰਨਵਾਦ ਦੀ ਅਵਾਜ਼ ਚਲਦੀ ਰਹਿੰਦੀ ਹੈ, ਕੇਵਲ ਉਹ ਹੀ ਸਤ ਸੰਗਤ ਹੁੰਦੀ ਹੈ । ਜਿਹੜਾ ਭਰਮ ਭੁਲੇਖਿਆਂ, ਰੀਤ ਰੀਵਾਜ ਵਿੱਚ ਲਗਾ ਰਹਿੰਦਾ ਹੈ, ਉਸ ਦੀ ਆਤਮਾ ਅਸਲੀ ਰਸਤੇ ਤੋਂ ਵਿਛੜੀ ਹੁੰਦੀ ਹੈ । ਜਿਸ ਆਤਮਾ ਤੇ ਸ਼ਬਦ ਦਾ ਰੰਗ ਚੜ੍ਹ ਜਾਂਦਾ ਹੈ । ਉਸ ਵਿਚੋਂ ਭਰਮ ਦੀ ਜੜ੍ਹ ਖਤਮ ਹੋ ਜਾਂਦੀ ਹੈ । ਜਿਸ ਦੇ ਮਿਲਣ ਨਾਲ ਪ੍ਰਭ ਦੇ ਸ਼ਬਦ ਦੀ ਜਾਗ ਲਗ ਜਾਵੇ, ਅੰਦਰ ਜੋਤ ਜਾਗਰਤ ਹੋ ਜਾਵੇ, ਸਦਾ ਚਲਣ ਵਾਲੀ ਧੁਨ ਸੁਣਾਈ ਦੇਣ ਲਗ ਪਵੇ, ਉਹ ਹੀ ਪ੍ਰਭ ਦਾ ਅਸਲੀ ਦਾਸ ਹੁੰਦਾ ਹੈ । ਇਹ ਪ੍ਰਭ ਦੀ ਹੀ ਵਡਿਆਈ ਹੈ! ਬਿਨਾਂ ਮੰਗਣ ਤੋਂ ਹੀ ਰਹਿਮਤਾਂ ਬਖਸ਼ਦਾ ਰਹਿੰਦਾ ਹੈ ।
Some of His Virtues!
The True Master creates and assigns various tasks to every creature. He remains embedded within each soul. Wherever only His Word may be recited; the essences of His Word may be practice in worldly life; only such a gathering may be worthy to be called Holy conjugation, congregation. The echo of praises of His Word resonates in the air. Whosoever may become a victim of religious rituals and suspicions; her soul has been drifted from the right path of human life journey! Whosoever may remain drenched with the teachings of His Word within, his roots of suspicions may be vanished. Whose association may ignite the urge, devotion to remain intoxicated in the void of His Word. He may be worthy to be called His true devotee. The True Master may bestow His Virtues on His Creation, without any prayer; this may be a unique greatness of The Omniscient True Master.

52. **ਸਿਰੀਰਾਗੁ ਮਹਲਾ ੧ ਪਹਰੇ ਘਰੁ ੧॥ (74-15) –** ਜੀਵਨ ਚਾਰ ਭਾਗਾਂ ਵਿੱਚ ਵੰਡਿਆ ਹੋਇਆ ਹੈ ।

ੴ ਸਤਿਗੁਰ ਪ੍ਰਸਾਦਿ॥ ik-oNkaar saT`gur parsaad.

ਇਕੋ ਇਕ ਪ੍ਰਭ ਹੀ ਸਾਰੀਆਂ ਸ੍ਰਿਸ਼ਟੀਆਂ ਦਾ ਅਸਲੀ ਮਾਲਕ ਹੈ । ਉਹ ਤਿੰਨਾਂ ਗੁਣਾਂ (ਰੂਪ, ਰੰਗ, ਅਕਾਰ) ਤੋਂ ਰਹਿਤ ਹੈ । ਪ੍ਰਭ ਦੀ ਹੋਂਦ ਸਦਾ ਅਟਲ ਰਹਿਣ ਵਾਲੀ, ਸ਼ਬਦ ਹੀ ਸਦਾ ਅਟਲ ਵਾਪਰਦਾ ਹੈ । ਆਪਣੀ ਰਜ਼ਾ ਨਾਲ ਕਿਸੇ ਵੀ ਜੀਵ, ਚੀਜ਼ ਵਿੱਚ ਕਿਸੇ ਵੇਲੇ ਵੀ ਪ੍ਰਗਟ ਹੋ ਸਕਦਾ ਹੈ । ਰਹਿਮਤ ਕੇਵਲ ਪ੍ਰਭ ਦੀ ਆਪਣੀ ਕ੍ਰਿਪਾ ਨਾਲ ਹੀ ਬਖਸ਼ਿਸ਼ ਹੋ ਸਕਦੀ ਹੈ ।

The One and Only One, formless and shapeless Holy Spirit, True Master of the universe, remains beyond three known recognitions like color, shape, form. His Existence lives forever, His Word remains always true, prevails, unavoidable as an ultimate Command; only with His mercy and grace, He may appear in anything in breathing or non-breathing structure.

ਪਹਿਲੈ ਪਹਰੈ ਰੈਣਿ ਕੈ ਵਣਜਾਰਿਆ, pahilai pahrai rain kai vanjaari-aa
ਮਿਤ੍ਰਾ ਹੁਕਮਿ ਪਇਆ ਗਰਭਾਸਿ॥ mitraa hukam pa-i-aa garbhaas.
ਉਰਧ ਤਪੁ ਅੰਤਰਿ ਕਰੇ ਵਣਜਾਰਿਆ, ਮਿਤ੍ਰਾ ਖਸਮ ਸੇਤੀ ਅਰਦਾਸਿ॥ uraDh tap antar karay vanjaari-aa mitraa khasam saytee ardaas.
ਖਸਮ ਸੇਤੀ ਅਰਦਾਸਿ ਵਖਾਣੈ, ਉਰਧ ਧਿਆਨਿ ਲਿਵ ਲਾਗਾ॥ khasam saytee ardaas vakhaanai uraDh Dhi-aan liv laagaa.
ਨਾ ਮਰਜਾਦੁ ਆਇਆ ਕਲਿ ਭੀਤਰਿ, ਬਾਹੁੜਿ ਜਾਸੀ ਨਾਗਾ॥ naa marjaad aa-i-aa kal bheetar baahurh jaasee naagaa.
ਜੈਸੀ ਕਲਮ ਵੁੜੀ ਹੈ ਮਸਤਕਿ, ਤੈਸੀ ਜੀਅੜੇ ਪਾਸਿ॥ jaisee kalam vurhee hai mastak taisee jee-arhay paas.
ਕਹੁ ਨਾਨਕ ਪ੍ਰਾਣੀ ਪਹਿਲੈ ਪਹਰੈ, ਹੁਕਮਿ ਪਇਆ ਗਰਭਾਸਿ॥੧॥ kaho naanak paraanee pahilai pahrai hukam pa-i-aa garbhaas. ||1||

ਪਹਿਲੇ ਪਹਰੇ (ਭਾਗ) ਆਤਮਾ, ਪ੍ਰਭ ਦੀ ਰਜ਼ਾ ਨਾਲ ਮਾਨਸ ਜਨਮ ਲੈਣ ਲਈ ਮਾਤਾ ਦੇ ਗਰਭ ਵਿੱਚ ਜਾਂਦੀ ਹੈ । ਉਥੇ ਪੁੱਠੀ ਲੱਟਕੀ, ਹਰ ਸਮੇਂ ਪ੍ਰਭ ਅੱਗੇ ਅਰਦਾਸ ਕਰਦੀ ਹੈ । ਪ੍ਰਭ ਉਸ ਦੇ ਭਾਗ ਲਿਖਦਾ ਹੈ । ਆਤਮਾ ਨੂੰ ਸੰਸਾਰ ਵਿੱਚ ਬਿਨਾਂ ਲਿਬਾਸ ਦੇ ਭੇਜਦਾ ਹੈ । ਜਿਹੜੇ ਲਿਬਾਸ ਨਾਲ ਸੰਸਾਰ ਵਿੱਚ ਜਨਮ ਹੁੰਦਾ ਹੈ, ਉਹ ਹੀ ਵਾਪਸ ਲੈ ਕੇ ਜਾਣਾ ਹੈ । ਮਾਨਸ ਜੀਵਨ ਭਗਤੀ ਕਰਨ ਲਈ ਹੀ ਬਖਸ਼ਿਸ਼ ਹੋਇਆ ਹੈ । ਇਹ ਸਮਾਂ ਮਾਤਾ ਦੇ ਗਰਭ ਵਿੱਚ ਹੀ ਬੀਤ ਜਾਂਦਾ ਹੈ ।

The first stage! His soul enters the womb of mother by His Command and remains hanging upside down praying for His Forgiveness and Refuge Day and night. The True Master prewrites her destiny. She enters the world without any clothes or robe; she may return to His Court without any clothes. His soul has been blessed with human body, life to meditate on the teachings of His Word. Her journey begins in the womb of mother.

ਦੂਜੈ ਪਹਰੈ ਰੈਣਿ ਕੈ ਵਣਜਾਰਿਆ, ਮਿਤ੍ਰਾ ਵਿਸਰਿ ਗਇਆ ਧਿਆਨੁ॥ doojai pahrai rain kai vanjaari-aa mitraa visar ga-i-aa Dhi-aan.
ਹਥੋਂ ਹਥਿ ਨਚਾਈਐ ਵਣਜਾਰਿਆ, ਮਿਤ੍ਰਾ ਜਿਉ ਜਸੁਦਾ ਘਰਿ ਕਾਨੁ॥ hatho hath nachaa-ee-ai vanjaari-aa mitraa ji-o jasudaa ghar kaan.
ਹਥੋਂ ਹਥਿ ਨਚਾਈਐ ਪ੍ਰਾਣੀ, ਮਾਤ ਕਹੈ ਸੁਤੁ ਮੇਰਾ॥ hatho hath nachaa-ee-ai paraanee maat kahai sut mayraa.
ਚੇਤਿ ਅਚੇਤ ਮੂੜ ਮਨ ਮੇਰੇ, ਅੰਤਿ ਨਹੀ ਕਛੁ ਤੇਰਾ॥ chayt achayt moorh man mayray ant nahee kachh tayraa.

ਜਿਨਿ ਰਚਿ ਰਚਿਆ ਤਿਸਹਿ ਨ ਜਾਣੈ ਮਨ ਭੀਤਰਿ ਧਰਿ ਗਿਆਨੁ॥	jin rach rachi-aa tiseh na jaanai man, bheetar Dhar gi-aan.
ਕਹੁ ਨਾਨਕ ਪ੍ਰਾਣੀ ਦੂਜੈ ਪਹਰੈ ਵਿਸਰਿ ਗਇਆ ਧਿਆਨੁ॥੨॥	kaho naanak paraanee doojai pahrai visar ga-i-aa Dhi-aan. ||2||

ਦੂਜਾ ਭਾਗ: ਜੀਵ ਸੰਸਾਰ ਵਿੱਚ ਪੈਦਾ ਹੁੰਦਾ, ਸੰਸਾਰ ਵਿੱਚ ਚਾਨਣ, ਰੋਸ਼ਨੀ ਦੇਖਦਾ ਹੈ । ਸੰਸਾਰਕ ਜੀਵਾਂ ਨਾਲ ਸਬੰਧ ਜੋੜਦਾ ਹੈ । ਮਾਤਾ ਆਪਣਾ ਪੁਤਰ ਸਮਝਦੀ ਹੈ, ਉਸ ਦੇ ਸੁਖ ਲਈ ਬਿਨਾਂ ਕਿਸੇ ਲਾਲਚ ਦੇ ਆਪਣਾ ਸੁਖ ਕੁਰਬਾਨ ਕਰਦੀ ਹੈ । ਉਹ ਸੰਸਾਰਕ ਮੋਹ, ਜਾਲ ਵਿੱਚ ਆਪਣੇ ਅਸਲੀ ਮਾਲਕ ਨੂੰ ਭੁਲਾ ਲੈਂਦਾ ਹੈ । ਅਗਿਆਨੀ ਮਾਨਸ ਭੁਲ ਜਾਂਦਾ ਹੈ! ਇਹ ਉਸ ਦੇ ਕੁਝ ਨਹੀਂ ਲਗਦੇ, ਅਖਰੀਲੇ ਸਮੇਂ ਇਹਨਾਂ ਕੰਮ ਨਹੀਂ ਆਉਣਾ । ਪ੍ਰਭ ਨੂੰ ਮਨ ਵਿਚੋਂ ਨਾ ਵਿਸਾਰੋ! ਉਸ ਦਾ ਧਿਆਨ ਕਰੋ! ਇਹ ਸਾਰਾ ਉਸ ਦਾ ਹੀ ਖੇਲ ਹੈ ।

Second stage of life, starts with birth in the world! He sees the light in the universe! He develops worldly bonds, relationships, love of mother, comforts of worldly wealth. Mother feels, as her own son, possession; she will sacrifice her own comforts without any greed. He remains intoxicated with worldly bonds, attachments, love, the sweet poison of worldly wealth. He may forget the real purpose of human life, opportunity. Ignorant may not realize! Worldly relationships, bonds have no significance for the real purpose of human life opportunity. In the end, after death cannot support in His Court. You should not forsake The True Master, Creator, from your mind. You should always concentrate on the teachings of His Word! The True Master has designed the play of the universe and only He prevails in each event.

ਤੀਜੈ ਪਹਰੈ ਰੈਣਿ ਕੈ ਵਣਜਾਰਿਆ, ਮਿਤ੍ਰਾ ਧਨ ਜੋਬਨ ਸਿਉ ਚਿਤੁ॥	teejai pahrai rain kai vanjaari-aa mitraa Dhan joban si-o chit.
ਹਰਿ ਕਾ ਨਾਮੁ ਨ ਚੇਤਹੀ ਵਣਜਾਰਿਆ, ਮਿਤ੍ਰਾ ਬਧਾ ਛੁਟਹਿ ਜਿਤੁ॥	har kaa Naam na chaythee vanjaari-aa mitraa baDhaa chhuteh jit.
ਹਰਿ ਕਾ ਨਾਮੁ ਨ ਚੇਤੈ ਪ੍ਰਾਣੀ, ਬਿਕਲੁ ਭਇਆ ਸੰਗਿ ਮਾਇਆ॥	har kaa Naam na chaytai paraanee bikal bha-i-aa sang maa-i-aa.
ਧਨ ਸਿਉ ਰਤਾ ਜੋਬਨਿ ਮਤਾ, ਅਹਿਲਾ ਜਨਮੁ ਗਵਾਇਆ॥	dhan si-o rataa joban mataa ahilaa janam gavaa-i-aa.
ਧਰਮ ਸੇਤੀ ਵਾਪਾਰੁ ਨ ਕੀਤੋ, ਕਰਮੁ ਨ ਕੀਤੋਂ ਮਿਤੁ॥	dharam saytee vaapaar na keeto karam na keeto mit.
ਕਹੁ ਨਾਨਕ ਤੀਜੈ ਪਹਰੈ ਪ੍ਰਾਣੀ, ਧਨ ਜੋਬਨ ਸਿਉ ਚਿਤੁ॥੩॥	kaho naanak teejai pahrai paraanee Dhan joban si-o chit. ||3||

ਤੀਜਾਂ ਭਾਗ: ਜੀਵ ਆਪਣੇ ਪੈਰ ਸੰਭਾਲਦਾ ਹੈ । ਇਸ ਸਮੇਂ, ਸੰਸਾਰਕ ਜਾਲ ਵਿੱਚ ਪੂਰੇ ਤਰ੍ਹਾਂ ਫਸ ਜਾਂਦਾ ਹੈ । ਰੂਪ, ਜਵਾਨੀ, ਮਾਇਕ ਰੂਪੀ ਹੈਸਿਅਤ ਦਾ ਅਹੰਕਾਰ ਕਾਬੂ ਕਰ ਲੈਂਦਾ ਹੈ । ਸੰਸਾਰਕ ਮਾਇਆ ਦਾ ਭੂਤ ਸਵਾਰ ਰਹਿੰਦਾ ਹੈ, ਅਸਲੀ ਮਾਲਕ ਨੂੰ ਵਿਸਾਰ ਲੈਂਦਾ ਹੈ । ਜਵਾਨੀ ਦੀ ਉਮਰ! ਪ੍ਰਭ ਦੇ ਸਿਮਰਨ ਤੋਂ ਬਿਨਾਂ ਹੀ, ਆਪਣਾ ਜੀਵਨ ਬਤੀਤ ਕਰ ਲੈਂਦਾ ਹੈ । ਭੁਲ ਜਾਂਦਾ ਹੈ! ਸੰਸਾਰਕ ਪਦਾਰਥ ਨਾਸ ਹੋ ਜਾਣ ਵਾਲੇ ਹੀ ਹਨ ।

The third phase, stage of life begins! He starts growing up, moving around and entertains worldly pleasures, religious beliefs, and selfish ways. At this time, he may remain intoxicated with sweet poison of worldly wealth, worldly play. He remains intoxicated with youth, strength, power, and beauty; all are extension of worldly wealth. He may completely ignore His Word; his opportunity may be wasted without any meditation. He may never realize, the real purpose of his human life opportunity; He wastes his opportunity without adopting the teachings of His Word in his day-to-day life. He may forget! All these worldly possessions are perishable.

ਚਉਥੈ ਪਹਰੈ ਰੈਣਿ ਕੈ ਵਣਜਾਰਿਆ, ਮਿਤ੍ਰਾ ਲਾਵੀ ਆਇਆ ਖੇਤੁ॥	cha-uthai pahrai rain kai vanjaari-aa mitraa laavee aa-i-aa khayt.
ਜਾ ਜਮਿ ਪਕੜਿ ਚਲਾਇਆ ਵਣਜਾਰਿਆ, ਮਿਤ੍ਰਾ ਕਿਸੈ ਨ ਮਿਲਿਆ ਭੇਤੁ॥	jaa jam pakarh chalaa-i-aa vanjaari-aa mitraa kisai na mili-aa bhayt.
ਭੇਤੁ ਚੇਤੁ ਹਰਿ ਕਿਸੈ ਨ ਮਿਲਿਓ, ਜਾ ਜਮਿ ਪਕੜਿ ਚਲਾਇਆ॥	bhayt chayt har kisai na mili-o jaa jam pakarh chalaa-i-aa.
ਝੂਠਾ ਰੁਦਨੁ ਹੋਆ ਦੁੋਆਲੈ, ਖਿਨ ਮਹਿ ਭਇਆ ਪਰਾਇਆ॥	jhoothaa rudan ho-aa do-aalai khin meh bha-i-aa paraa-i-aa.
ਸਾਈ ਵਸਤੁ ਪਰਾਪਤਿ ਹੋਈ, ਜਿਸੁ ਸਿਉ ਲਾਇਆ ਹੇਤੁ॥	saa-ee vasat paraapat ho-ee jis si-o laa-i-aa hayt.
ਕਹੁ ਨਾਨਕ ਪ੍ਰਾਣੀ ਚਉਥੈ ਪਹਰੈ, ਲਾਵੀ ਲੁਣਿਆ ਖੇਤੁ॥੪॥੧॥	kaho naanak paraanee cha-uthai pahrai laavee luni-aa khayt. ||4||1||

ਜੀਵਨ ਦਾ ਚੋਥਾਂ ਭਾਗ: ਜੀਵ ਨੂੰ ਆਖਰੀ ਸਮਾਂ ਆਉਂਦਾ ਹੈ! ਭੇਜਣ ਵਾਲਾ, ਵਾਪਸ ਆਉਣ ਦਾ ਸੱਦਾ ਭੇਜਦਾ ਹੈ । ਇਸ ਸਮੇਂ, ਕੀਤੀ ਹੋਈ ਬੰਦਗੀ ਅਨੁਸਾਰ ਜਮਦੂਤ ਪਕੜ ਕੇ ਲੈ ਜਾਂਦੇ ਹਨ । ਕੋਈ ਨਹੀਂ ਜਾਣਦਾ, ਉਹ ਕਿਥੇ ਚਲੇ ਜਾਂਦਾ ਹੈ । ਉਸ ਦਾ ਸੰਸਾਰਕ ਜੀਵਾਂ, ਸੰਸਾਰਕ ਪਦਾਰਥਾਂ ਨਾਲ ਸਬੰਧ ਖਤਮ ਹੋ ਜਾਂਦਾ ਹੈ । ਅਣਜਾਣ ਸੰਸਾਰਕ ਪਰਿਵਾਰ, ਆਪਣੇ ਲਾਲਚ ਵਿੱਚ ਉਸ ਦੀ ਘਾਟ ਮਹਿਸੂਸ ਕਰਦੇ, ਵਿਰਾਗ ਕਰਦੇ ਹਨ । ਉਸ ਨੂੰ ਕੇਵਲ ਸ਼ਬਦ ਦੀ ਕਮਾਈ ਦਾ ਹੀ ਫਲ ਬਖਸ਼ਿਸ਼ ਹੁੰਦਾ ਹੈ ।

The fourth and the last stage of life! Devil of death knocks at his head. The True Master, Creator, has sent the massager of death to clear his account for his worldly deeds. Whosoever may not have wealth of His Word, he may be captured by the devil of death and endures the judgement of The Righteous Judge. No one knows, what may be next cycle of life of his soul? All his worldly bonds, attachments, relationships, possessions, and his worldly desires may be eliminated. Ignorant, worldly family may grieve, realizes his absence for own greed. Whosoever may meditate on the teachings of His Word; earns wealth of His Word; his soul may be sanctified to become worthy of His Consideration, salvation.

Key Message of Shree Raag page 74-15
ਆਤਮਾ ਦਾ ਸੰਸਾਰਕ ਜੀਵਨ ਦਾ ਖੇਲ!
ਪਹਿਲੇ ਪਹਰੇ (ਭਾਗ): ਆਤਮਾ, ਪ੍ਰਭ ਦੀ ਰਜ਼ਾ ਨਾਲ ਮਾਨਸ ਜਨਮ ਲੈਣ ਲਈ ਮਾਤਾ ਦੇ ਗਰਭ ਵਿੱਚ ਜਾਂਦੀ ਹੈ । ਉਥੇ ਪੁੱਠੀ ਲੱਟਕੀ, ਹਰ ਸਮੇਂ ਪ੍ਰਭ ਅੱਗੇ ਅਰਦਾਸ ਕਰਦੀ ਹੈ । **ਦੂਜਾ ਭਾਗ**: ਜੀਵ ਸੰਸਾਰ ਵਿੱਚ ਪੈਦਾ ਹੁੰਦਾ, ਸੰਸਾਰ ਵਿੱਚ ਚਾਨਣ, ਰੋਸ਼ਨੀ ਦੇਖਦਾ ਹੈ । ਸੰਸਾਰਕ ਜੀਵਾਂ ਨਾਲ ਸਬੰਧ ਜੋੜਦਾ ਹੈ । ਮਾਤਾ ਆਪਣਾ ਪੁਤਰ ਸਮਝਦੀ ਹੈ । **ਤੀਜਾਂ ਭਾਗ**: ਜੀਵ ਆਪਣੇ ਪੈਰ ਸੰਭਾਲਦਾ ਹੈ । ਇਸ ਸਮੇਂ, ਸੰਸਾਰਕ ਜਾਲ ਵਿੱਚ ਪੂਰੇ ਤਰ੍ਹਾਂ ਫਸ ਜਾਂਦਾ ਹੈ । ਰੂਪ, ਜਵਾਨੀ, ਮਾਇਕ ਰੂਪੀ ਹੈਸਿਅਤ ਦਾ ਅਹੰਕਾਰ ਕਾਬੂ ਕਰ ਲੈਂਦਾ ਹੈ । ਅਸਲੀ ਮਾਲਕ ਨੂੰ ਵਿਸਾਰ ਲੈਂਦਾ ਹੈ । **ਜੀਵਨ ਦਾ ਚੋਥਾਂ ਭਾਗ**: ਜੀਵ ਨੂੰ ਆਖਰੀ ਸਮਾਂ ਆਉਂਦਾ ਹੈ! ਵਾਪਸ ਜਾਣ ਦਾ ਸੱਦਾ ਆ ਜਾਂਦਾ ਹੈ । ਸ਼ਬਦ ਦੀ ਕਮਾਈ ਅਨੁਸਾਰ ਜਮਦੂਤ ਪਕੜ ਕੇ ਲੈ ਜਾਂਦੇ ਹਨ । ਕੋਈ ਨਹੀਂ ਜਾਣਦਾ, ਉਹ ਕਿਥੇ ਚਲੇ ਜਾਂਦਾ ਹੈ ।
Worldly cycle of his soul!
The first stage! His soul enters the womb of mother by His Command and remains hanging upside down praying for His Forgiveness and Refuge Day and night. **Second stage** of life, starts with your birth! He sees the light in the universe! He develops worldly bonds, relationships, love of mother, comforts of worldly wealth. Mother feels, as her own son, possession. **Third phase**, stage of life begins! He starts growing up, entertains worldly things, religious beliefs, and selfish ways. He remains intoxicated with your youth, strength, power, and beauty; all are extension of worldly wealth. He may completely ignore His Word; his opportunity may be wasted without any meditation. **Fourth and the last stage of life**!

Devil of death knocks at his head. The True Master, Creator, has sent the massager of death to clear his account for his worldly deeds. He endures the judgement of The Righteous Judge as per his earnings of His Word. No one knows, what may be next cycle of life of his soul?

53. ਸਿਰੀਰਾਗੁ ਮਹਲਾ ੧॥ (75-11)

ਪਹਿਲੈ ਪਹਰੈ ਰੈਣਿ ਕੈ ਵਣਜਾਰਿਆ, ਮਿਤ੍ਰਾ ਬਾਲਕ ਬੁਧਿ ਅਚੇਤੁ॥	pahilai pahrai rain kai vanjaari-aa mitraa baalak buDh achayt.
ਖੀਰੁ ਪੀਐ ਖੇਲਾਈਐ ਵਣਜਾਰਿਆ, ਮਿਤ੍ਰਾ ਮਾਤ ਪਿਤਾ ਸੁਤ ਹੇਤੁ॥	kheer pee-ai khaylaa-ee-ai vanjaari-aa mitraa maat pitaa sut hayt.
ਮਾਤ ਪਿਤਾ ਸੁਤ ਨੇਹੁ ਘਨੇਰਾ, ਮਾਇਆ ਮੋਹੁ ਸਬਾਈ॥	maat pitaa sut nayhu ghanayraa maa-i-aa moh sabaa-ee.
ਸੰਜੋਗੀ ਆਇਆ ਕਿਰਤੁ ਕਮਾਇਆ, ਕਰਣੀ ਕਾਰ ਕਰਾਈ॥	sanjogee aa-i-aa kirat kamaa-i-aa karnee kaar karaa-ee.
ਰਾਮ ਨਾਮ ਬਿਨੁ ਮੁਕਤਿ ਨ ਹੋਈ, ਬੂਡੀ ਦੂਜੈ ਹੇਤਿ॥	raam Naam bin mukat na ho-ee boodee doojai hayt.
ਕਹੁ ਨਾਨਕ ਪ੍ਰਾਣੀ ਪਹਿਲੈ ਪਹਰੈ, ਛੂਟਹਿਗਾ ਹਰਿ ਚੇਤਿ॥੧॥	kaho naanak paraanee pahilai pahrai chhootahigaa har chayt. ||1||

ਜੀਵ ਨੂੰ ਮਾਨਸ ਜੀਵਨ, ਪਿਛਲੇ ਜਨਮ ਦੇ ਚੰਗੇ ਕੰਮਾਂ ਦਾ ਫਲ ਬਖਸ਼ਿਸ਼ ਹੁੰਦਾ ਹੈ । ਉਸ ਦੀ ਆਤਮਾ ਸੰਸਾਰਕ ਇਛਾਂ ਤੋਂ ਰਹਿਤ ਹੁੰਦੀ ਹੈ । ਸੰਸਾਰਕ ਮਾਤਾ, ਪਿਤਾ ਅਗਿਆਨੀ ਹੀ ਹੁੰਦੇ ਹਨ । ਉਹ ਆਪਣੇ ਬੱਚੇ ਨੂੰ ਬਹੁਤ ਪਿਆਰ ਕਰਦੇ ਹਨ, ਪਰ ਸੰਸਾਰਕ ਧੰਦੇ ਵਿੱਚ ਮਗਨ ਰਹਿੰਦੇ ਹਨ । ਅਤਮਾ ਦੇ ਮਾਨਸ ਜਨਮ ਦੀ ਬਖਸ਼ਿਸ਼ ਦੇ ਅਸਲੀ ਮੰਤਵ ਵਿੱਚ ਕੋਈ ਮਦਦ ਨਹੀਂ ਕਰ ਸਕਦੇ । ਆਤਮਾ ਦਾ ਅਗਲਾ ਜੀਵਨ ਨਵਾਂ ਹੀ ਅਰੰਭ ਹੁੰਦਾ ਹੈ, ਪਿਛਲੇ ਕੰਮਾਂ ਦਾ ਲੇਖਾ ਖਤਮ ਹੋ ਜਾਂਦਾ ਹੈ, ਇਸ ਜੀਵਨ ਵਿੱਚ ਸ਼ਬਦ ਦੀ ਕਮਾਈ ਦਾ ਲੇਖਾ ਹੁੰਦਾ, ਫਲ ਬਖਸ਼ਿਸ਼ ਹੁੰਦਾ ਹੈ । ਜਿਹੜਾ ਸ਼ਬਦ ਦੀ ਕਮਾਈ ਨਹੀਂ ਕਰਦਾ, ਉਸ ਨੂੰ ਮੁਕਤੀ ਦਾ ਰਸਤਾ ਬਖਸ਼ਿਸ਼ ਨਹੀਂ ਹੁੰਦਾ! ਉਸ ਸੰਸਾਰਕ ਸਬੰਧਾ ਨਾਲ ਹੀ ਮਾਨਸ ਜਨਮ ਬਿਰਥਾ ਹੀ ਬਤੀਤ ਕਰ ਲੈਂਦਾ ਹੈ ।

The first stage, of human life journey! His soul has been rewarded for his good deeds of his previous life cycle. His soul may not have any blemish of worldly desires; even though his soul enters the universe with domination of sweet poison of worldly wealth. His worldly mother and father both remain ignorant from her real purpose of human life opportunity. Both parents love, nourish and protect in worldly life, even sacrificing own comforts; however, both remain intoxicated with necessities of worldly life. Both are ignorant to guide in the real purpose of her human life opportunity. His soul has been blessed with another opportunity to sanctify to become worthy of His Consideration. His soul starts new life cycle with no baggage of previous worldly deeds or sins; she has been blessed with a new road map, His Word to become worthy of His Consideration. In the end-of-life cycle! His soul may be rewarded for her worldly deeds. Whosoever may not adopt the teachings of His Word with steady and stable belief in life, he may not be rewarded with the wealth of His Word nor the right path of acceptance in His Court. She may become a victim of sweet poison of worldly wealth and wastes her precious human life opportunity.

ਦੂਜੈ ਪਹਰੈ ਰੈਣਿ ਕੈ ਵਣਜਾਰਿਆ, ਮਿਤ੍ਰਾ ਭਰਿ ਜੋਬਨਿ ਮੈ ਮਤਿ॥	doojai pahrai rain kai vanjaari-aa mitraa bhar joban mai mat.
ਅਹਿਨਿਸਿ ਕਾਮਿ ਵਿਆਪਿਆ ਵਣਜਾਰਿਆ, ਮਿਤ੍ਰਾ ਅੰਧੁਲੇ ਨਾਮੁ ਨ ਚਿਤਿ॥	ahinis kaam vi-aapi-aa vanjaari-aa mitraa anDhulay Naam na chit.
ਰਾਮ ਨਾਮੁ ਘਟ ਅੰਤਰਿ ਨਾਹੀ, ਹੋਰਿ ਜਾਣੈ ਰਸ ਕਸ ਮੀਠੇ॥	raam Naam ghat antar naahee hor jaanai ras kas meethay.
ਗਿਆਨੁ ਧਿਆਨੁ ਗੁਣ ਸੰਜਮੁ ਨਾਹੀ, ਜਨਮਿ ਮਰਹੁਗੇ ਝੂਠੇ॥	gi-aan Dhi-aan gun sanjam naahee janam marhugay jhoothay.
ਤੀਰਥ ਵਰਤ ਸੁਚਿ ਸੰਜਮੁ ਨਾਹੀ, ਕਰਮੁ ਧਰਮੁ ਨਹੀ ਪੂਜਾ॥	tirath varat such sanjam naahee karam Dharam nahee poojaa.
ਨਾਨਕ ਭਾਇ ਭਗਤਿ ਨਿਸਤਾਰਾ, ਦੁਬਿਧਾ ਵਿਆਪੈ ਦੂਜਾ॥੨॥	naanak bhaa-ay bhagat nistaaraa dubiDhaa vi- aapai doojaa. ||2||

ਦੂਜੇ ਪਹਰੇ, ਜਵਾਨੀ ਦਾ ਨਸਾ ਕਾਬੂ ਪਾ ਲੈਂਦਾ ਹੈ । ਉਹ ਕਾਮਵਾਸਨਾ ਵਿੱਚ ਅੰਧਾ ਹੋਇਆ ਰਹਿੰਦਾ, ਗੁਲਾਮ ਬਣ ਜਾਂਦਾ ਹੈ । ਪ੍ਰਭ ਦੇ ਸ਼ਬਦ ਦਾ ਸਿਮਰਨ ਮਨ ਵਿਚੋਂ ਵਿਸਰ ਜਾਂਦਾ, ਸੰਸਾਰਕ ਧੰਦੇ ਬੁਹਤ ਮਹੱਤਵ ਪੂਰਕ ਬਣ ਜਾਂਦੇ ਹਨ । ਉਸ ਨੂੰ ਬੰਦਗੀ ਦੀ ਕਮਾਈ, ਸ਼ਬਦ ਦਾ ਧਨ, ਸ਼ਬਦ ਦੀ ਸੋਝੀ, ਬਖਸ਼ਿਸ਼ ਨਹੀਂ ਹੁੰਦੀ, ਜੀਵਨ ਦਾ ਅਸਲੀ ਮੰਤਵ ਭੁੱਲ ਜਾਂਦਾ ਹੈ! ਜਨਮ ਮਰਨ ਦੇ ਚੱਕਰ ਵਿੱਚ ਪੈ ਜਾਂਦਾ ਹੈ । ਸੰਸਾਰਕ ਧਰਮ ਦੇ ਬਣਾਏ ਹੋਏ ਨਿਯਮਾਂ ਨਾਲ ਆਪਣੀਆਂ ਇੰਦ੍ਰੀਆਂ ਤੇ ਆਪ ਕਾਬੂ ਪਾਉਣ ਦੀਆ ਕੋਸ਼ਿਸ਼ਾਂ ਕਰਦਾ ਹੈ । ਇਹ ਬਿਰਥੇ ਹੀ ਤਾਰੀਕੇ ਧਾਰਨ ਕਰਦਾ ਹੈ!

ਯਾਦ ਰਖੋ! ਧਰਾਮਕ ਰੀਤ ਰੀਵਾਜ ਸਭ ਬਿਰਥੇ ਹੀ ਹਨ! ਕੇਵਲ ਅਡੋਲ ਭਰੋਸੇ ਨਾਲ ਬੰਦਗੀ ਕਰਨ ਨਾਲ ਹੀ ਮੁਕਤੀ ਦਾ ਰਸਤਾ ਬਖਸ਼ਿਸ਼ ਹੁੰਦਾ ਹੈ । ਉਹ ਆਪਣਾ ਰਸਤਾ ਮਜ਼ਬੂਤ ਕਰ ਲੈਂਦੇ ਹਨ । *** (ਤੀਰਥਾਂ ਤੇ ਇਸ਼ਨਾਨ ਕਰਨ, ਧਾਰਮਕ ਰਹਿਤਾ, ਪੂਜਾ)**

In the second stage! His life may be dominated with intoxication of youth, strength, and power in his day-to-day life. He may become a victim of sweet poison of worldly wealth; intoxicated with sexual urge with strange partner. His worldly necessities may become more significant; he may forget to meditate, misery of his separation from His Holy Spirit. He may not meditate nor blessed with the earnings of His Word; he may forget the real purpose of his human life opportunity. He remains in the cycle of birth and death. He may adopt religious rituals, to control his worldly desires. Remember! All worldly meditation techniques, religious rituals may be useless for the real purpose of her human life opportunity. Whosoever may adopt the teachings of His Word with steady and stable belief; with His mercy and grace, he may be blessed with the right path of acceptance in His Court. He may remain intoxicated in meditation in the void of His Word.

***Religious rituals: Sanctifying bath, baptism, worship worldly gurus, idols etc.**

ਤੀਜੈ ਪਹਰੈ ਰੈਣਿ ਕੈ ਵਣਜਾਰਿਆ, ਮਿਤ੍ਰਾ ਸਰਿ ਹੰਸ ਉਲਥੜੇ ਆਇ॥	teejai pahrai rain kai vanjaari-aa mitraa sar hans ultharhay aa-ay.
ਜੋਬਨੁ ਘਟੈ ਜਰੂਆ ਜਿਣੈ ਵਣਜਾਰਿਆ, ਮਿਤ੍ਰਾ ਆਵ ਘਟੈ ਦਿਨੁ ਜਾਇ॥	joban ghatai jaroo-aa jinai vanjaari-aa mitraa aav ghatai din jaa-ay.
ਅੰਤਿ ਕਾਲਿ ਪਛੁਤਾਸੀ ਅੰਧੁਲੇ, ਜਾ ਜਮਿ ਪਕੜਿ ਚਲਾਇਆ॥	ant kaal pachhutaasee anDhulay jaa jam pakarh chalaa-i-aa.
ਸਭੁ ਕਿਛੁ ਅਪੁਨਾ ਕਰਿ ਕਰਿ ਰਾਖਿਆ, ਖਿਨ ਮਹਿ ਭਇਆ ਪਰਾਇਆ॥	sabh kichh apunaa kar kar raakhi-aa khin meh bha-i-aa paraa-i-aa.
ਬੁਧਿ ਵਿਸਰਜੀ ਗਈ ਸਿਆਣਪ, ਕਰਿ ਅਵਗਣ ਪਛੁਤਾਇ॥	buDh visarjee ga-ee si-aanap kar avgan pachhutaa-ay.
ਕਹੁ ਨਾਨਕ ਪ੍ਰਾਣੀ ਤੀਜੈ ਪਹਰੈ, ਪ੍ਰਭੁ ਚੇਤਹੁ ਲਿਵ ਲਾਇ॥੩॥	kaho naanak paraanee teejai pahrai parabh chaytahu liv laa-ay. ||3||

ਤੀਜਾ ਪਹਰੇ! ਉਸ ਦੀ ਜਵਾਨੀ ਅਤੇ ਜੋਬਨ ਢੱਲ ਜਾਂਦਾ, ਵਾਲ ਚਿੱਟੇ ਹੋ ਜਾਂਦੇ, ਬੁਹਤ ਸਮਾਂ ਬੀਤ ਗਿਆ ਹੈ । ਅਖੀਰਲੇ ਸਮੇਂ ਪਛਤਾਵਾ ਲਗ ਜਾਂਦਾ ਹੈ । ਉਹ ਮੌਤ ਦੇ ਜਮਦੂਤ ਦੇ ਕਾਬੂ ਵਿੱਚ ਆ ਜਾਂਦਾ, ਸੰਸਾਰ ਵਿੱਚ ਸਭ ਕੁਝ ਹੀ ਪਰਾਇਆ ਹੋ ਜਾਂਦਾ ਹੈ । ਉਹ ਸਿਆਣਪ ਦਾ ਅਭਿਮਾਨ ਕਰਦਾ ਸੀ, ਉਸ ਦੀ ਸਿਆਣਪ ਸਾਰੇ ਕਾਰਜ ਸਵਾਰੇ ਗੀ! ਉਹ ਵੀ ਵਿਸਰ ਜਾਂਦੀ ਹੈ । ਉਹ ਪਛਤਾਵਾ ਕਰਦਾ, ਉਸ ਨੂੰ ਪ੍ਰਭ ਦੇ ਸ਼ਬਦ ਦੀ ਬੰਦਗੀ ਕਰਨੀ ਚਾਹੀਦਾ ਹੈ । ਜਿਹੜੇ ਆਪਣਾ ਅਸਲੀ ਮੰਤਵ ਨਹੀਂ ਭੁਲਦਾ, ਉਹ ਸ਼ਬਦ ਦੀ ਸਮਾਧੀ ਵਿੱਚ ਹੀ ਲੀਨ ਰਹਿੰਦਾ ਹੈ ।

ਗੁਰੂ ਨਾਨਕ ਦੇਵ ਜੀ! – Guru Nanak Dev Ji! Guru Granth Sahib

Third stage of life! His youth, strength, and beauty of human body may diminish; his hairs turn gray, white, and skin wrinkled. He already has been wasted much of his time. He regrets and repents for deeds of his youth. His soul may be captured the devil of death and his belongings, possessions left on earth; even his proud possession, his intelligence, wisdom has also disappeared. He regrets and repents! He should have meditated on the teachings of His Word. Whosoever may not forget the real purpose of human life, he may remain intoxicated in meditation in the void of His Word.

ਚਉਥੈ ਪਹਰੈ ਰੈਣਿ ਕੈ ਵਣਜਾਰਿਆ, ਮਿਤ੍ਰਾ ਬਿਰਧਿ ਭਇਆ ਤਨੁ ਖੀਣੁ॥	cha-uthai pahrai rain kai vanjaari-aa mitraa biraDh bha-i-aa tan kheen.
ਅਖੀ ਅੰਧੁ ਨ ਦੀਸਈ ਵਣਜਾਰਿਆ, ਮਿਤ੍ਰਾ ਕੰਨੀ ਸੁਣੈ ਨ ਵੈਣ॥	akhee anDh na dees-ee vanjaari-aa mitraa kannee sunai na vain
ਅਖੀ ਅੰਧੁ ਜੀਭ ਰਸੁ ਨਾਹੀ, ਰਹੇ ਪਰਾਕਉ ਤਾਣਾ॥	akhee anDh jeebh ras naahee rahay paraaka-o taanaa.
ਗੁਣ ਅੰਤਰਿ ਨਾਹੀ ਕਿਉ ਸੁਖੁ ਪਾਵੈ, ਮਨਮੁਖ ਆਵਣ ਜਾਣਾ॥	gun antar naahee ki-o sukh paavai manmukh aavan jaanaa.
ਖੜੁ ਪਕੀ ਕੁੜਿ ਭਜੈ ਬਿਨਸੈ, ਆਇ ਚਲੈ ਕਿਆ ਮਾਣੁ॥	kharh pakee kurh bhajai binsai aa-ay chalai ki- aa maan.
ਕਹੁ ਨਾਨਕ ਪ੍ਰਾਣੀ ਚਉਥੈ ਪਹਰੈ, ਗੁਰਮੁਖਿ ਸਬਦੁ ਪਛਾਣੁ॥੪॥	kaho naanak paraanee cha-uthai pahrai gurmukh sabad pachhaan. ||4||

ਚੌਥੇ ਪਹਰੇ, ਉਮਰ ਬੀਤ ਜਾਂਦੀ ਹੈ! ਸਰੀਰ ਵਿੱਚ ਬੁਢੇਪਾ ਆ ਜਾਂਦਾ, ਅੱਖਾਂ ਤੋਂ ਘਟ ਦਿੱਸਦਾ, ਕੰਨਾਂ ਤੋਂ ਘਟ ਸੁਣਦਾ, ਜੀਭ ਦਾ ਸਵਾਦ ਖਤਮ ਹੋ ਜਾਂਦਾ ਹੈ । ਦੂਸਰੇ ਦੇ ਆਸਰੇ ਬਾਕੀ ਦਾ ਜੀਵਨ ਬਤੀਤ ਕਰਦਾ ਹੈ । ਸਭ ਕੁਝ ਖਤਮ ਹੋਣ ਦਾ ਸਮਾਂ ਆ ਜਾਂਦਾ ਹੈ । ਜਿਹੜੇ ਸੰਸਾਰਕ ਪਦਾਰਥਾਂ ਦਾ ਬੁਹਤ ਅਹੰਕਾਰ ਕਰਦਾ ਸੀ! ਸਭ ਕੁਝ ਨਾਸ ਹੋ ਗਿਆ । ਗੁਰਮਖ, ਪ੍ਰਭ ਦੇ ਸ਼ਬਦ ਦੇ ਸਿਮਰਨ, ਸ਼ਬਦ ਦੀ ਕਮਾਈ ਦਾ ਆਸਰਾ ਲੈਂਦਾ ਹੈ ।

Fourth stage; human life is almost over! His body has become feeble, old; eye sight compromised; hearing diminished; taste of tongue gone. He spends the rest of his life depending on others. Now everything in his life may end. He was boasting about his worldly possessions; all may belong to someone else. His true devotee always prays for His Forgiveness and Refuge; his wealth of His Word remains his pillar of support in His Court.

ਓੜਕੁ ਆਇਆ ਤਿਨ ਸਾਹਿਆ ਵਣਜਾਰਿਆ, ਮਿਤ੍ਰਾ ਜਰੁ ਜਰਵਾਣਾ ਕੰਨਿ॥	orhak aa-i-aa tin saahi-aa vanjaari-aa mitraa jar jarvaanaa kann.
ਇਕ ਰਤੀ ਗੁਣ ਨ ਸਮਾਣਿਆ ਵਣਜਾਰਿਆ,	ik ratee gun na samaani-aa vanjaari-aa
ਮਿਤ੍ਰਾ ਅਵਗਣ ਖੜਸਨਿ ਬੰਨਿ॥	mitraa avgan kharhsan bann.
ਗੁਣ ਸੰਜਮਿ ਜਾਵੈ ਚੋਟ ਨ ਖਾਵੈ, ਨਾ ਤਿਸੁ ਜੰਮਣੁ ਮਰਣਾ॥	gun sanjam jaavai chot na khaavai naa tis jaman marnaa.
ਕਾਲੁ ਜਾਲੁ ਜਮੁ ਜੋਹਿ ਨ ਸਾਕੈ, ਭਾਇ ਭਗਤਿ ਭੈ ਤਰਣਾ॥	kaal jaal jam johi na saakai bhaa-ay bhagat bhai tarnaa.
ਪਤਿ ਸੇਤੀ ਜਾਵੈ ਸਹਜਿ ਸਮਾਵੈ, ਸਗਲੇ ਦੂਖ ਮਿਟਾਵੈ॥	pat saytee jaavai sahj samaavai saglay dookh mitaavai.
ਕਹੁ ਨਾਨਕ ਪ੍ਰਾਣੀ ਗੁਰਮੁਖਿ ਛੂਟੈ,	kaho naanak paraanee gurmukh chhootai
ਸਾਚੇ ਤੇ ਪਤਿ ਪਾਵੈ॥੫॥੨	saachay tay pat paavai. ||5||2||

ਮੌਤ ਦੇ ਸੱਦੇ ਤੇ ਬੁਢਾਪੇ ਵਿੱਚ ਆਖਰੀ ਸਵਾਸ ਖਤਮ ਹੋ ਜਾਂਦੇ ਹਨ । ਸੰਸਾਰਕ ਧੰਦੇ ਕਿਸੇ ਕੰਮ ਨਹੀਂ ਆਉਂਦੇ, ਬੁਰੇ ਕੰਮਾਂ, ਪਾਪਾਂ ਦਾ ਭਾਰ ਆਤਮਾ ਦੇ ਸਾਥ ਜਾਂਦਾ ਹੈ । ਜਿਹੜਾ ਆਪਣੀਆਂ ਇਛਾਂ, ਇੰਦ੍ਰੀਆਂ ਤੇ ਕਾਬੂ ਰਖਦਾ ਹੈ, ਉਹ ਜਮਦੂਤ ਦੇ ਵੱਸ ਵਿੱਚ ਨਹੀਂ ਜਾਂਦਾ! ਉਸ ਨੂੰ ਮੌਤ, ਜਮਦੂਤਾਂ ਦਾ ਡਰ ਨਹੀਂ ਹੁੰਦਾ । ਉਹ ਜਨਮ ਮਰਨ ਦੇ ਚੱਕਰ ਵਿੱਚ ਨਹੀਂ ਰਹਿੰਦਾ, ਉਹ ਸੰਸਾਰਕ ਯਾਤਰਾ ਸਫਲ ਕਰ ਜਾਂਦਾ ਹੈ । ਜਿਸ ਦੀ ਸ਼ਬਦ ਦੀ ਕਮਾਈ ਪ੍ਰਵਾਨ ਹੋ ਜਾਂਦੀ ਹੈ, ਉਸ ਦੇ ਸਾਰੇ ਦੁਖ ਸਹਿਲੇ ਹੀ ਦੂਰ ਹੋ ਜਾਂਦੇ ਹਨ । ਉਸ ਨੂੰ ਦਰਗਾਹ ਵਿੱਚ ਥਾਂ ਬਖਸ਼ਿਸ਼ ਹੋ ਜਾਂਦੀ, ਉਸ ਦੀ ਆਤਮਾ, ਪ੍ਰਭ ਦੀ ਜੋਤ ਵਿੱਚ ਹੀ ਅਭੇਦ ਹੋ ਜਾਂਦਾ ਹੈ ।

The massager, devil of death knocks at his door, his capital of breathes may be exhausted. All his worldly deeds, and possessions may not help; however, all his sins of worldly deeds remain with his soul. He must endure the judgement of The Righteous Judge. Whosoever may conquer his worldly desires! His soul remains beyond the reach of devil of death; his cycle of birth and death may be eliminated. He may conclude his purpose of human life opportunity successfully. His meditation may be accepted in His Sanctuary; all his frustrations of worldly life may be eliminated with ease. He may be blessed with the congregation of The True Master; his soul may be immersed within His Holy Spirit.

Key Message of Shree Raag page 75-11
ਆਤਮਾ ਦਾ ਸੰਸਾਰਕ ਜੀਵਨ ਦਾ ਖੇਲ!
ਜੀਵ ਨੂੰ ਮਾਨਸ ਜੀਵਨ, ਪਿਛਲੇ ਜਨਮ ਦੇ ਚੰਗੇ ਕੰਮਾਂ ਦਾ ਫਲ ਬਖਸ਼ਿਸ਼ ਹੁੰਦਾ ਹੈ । ਉਸ ਦੀ ਆਤਮਾ ਸੰਸਾਰਕ ਇਛਾਂ ਤੋਂ ਰਹਿਤ ਹੁੰਦੀ ਹੈ । ਸੰਸਾਰਕ ਮਾਤਾ, ਪਿਤਾ ਅਗਿਆਨੀ, ਅਤਮਾ ਦੇ ਮਾਨਸ ਜਨਮ ਦੀ ਬਖਸ਼ਿਸ਼ ਦੇ ਅਸਲੀ ਮੰਤਵ ਵਿੱਚ ਕੋਈ ਮਦਦ ਨਹੀਂ ਕਰ ਸਕਦੇ । ਇਸ ਜੀਵਨ ਵਿੱਚ ਸ਼ਬਦ ਦੀ ਕਮਾਈ ਦਾ ਲੇਖਾ ਹੁੰਦਾ, ਫਲ ਬਖਸ਼ਿਸ਼ ਹੁੰਦਾ ਹੈ । **ਦੂਜੇ ਪਹਰੇ**! ਸੰਸਾਰਕ ਮਾਇਆ, ਸੰਸਾਰਕ ਧਰਮ ਦੇ ਬਣਾਏ ਹੋਏ ਨਿਯਮਾਂ ਗੁਲਾਮ ਬਣ ਜਾਂਦਾ ਹੈ । ਜੀਵਨ ਦਾ ਅਸਲੀ ਮੰਤਵ ਭੁੱਲ ਜਾਂਦਾ ਹੈ! ਕੇਵਲ ਅਡੋਲ ਭਰੋਸੇ ਨਾਲ ਬੰਦਗੀ ਕਰਨ ਨਾਲ ਹੀ ਮੁਕਤੀ ਦਾ ਰਸਤਾ ਬਖਸ਼ਿਸ਼ ਹੁੰਦਾ ਹੈ । **ਤੀਜਾ ਪਹਰੇ**! ਜਵਾਨੀ ਅਤੇ ਜੋਬਨ ਢੱਲ ਜਾਂਦਾ, ਅਖੀਰਲੇ ਸਮੇਂ ਪਛਤਾਵਾ ਲਗ ਜਾਂਦਾ ਹੈ । ਜਿਹੜੇ ਆਪਣਾ ਅਸਲੀ ਮੰਤਵ ਨਹੀਂ ਭੁਲਦਾ, ਉਹ ਸ਼ਬਦ ਦੀ ਸਮਾਧੀ ਵਿੱਚ ਹੀ ਲੀਨ ਰਹਿੰਦਾ ਹੈ । **ਚੌਥੇ ਪਹਰੇ**! ਸਰੀਰ ਵਿੱਚ ਬੁਢੇਪਾ ਆ ਜਾਂਦਾ, ਸਭ ਕੁਝ ਖਤਮ ਹੋਣ ਦਾ ਸਮਾਂ ਆ ਜਾਂਦਾ ਹੈ । ਗੁਰਮਖ, ਪ੍ਰਭ ਦੇ ਸ਼ਬਦ ਸ਼ਬਦ ਦੀ ਕਮਾਈ ਦਾ ਆਸਰਾ ਲੈਂਦਾ ਹੈ । **ਮੌਤ ਦੇ ਸੱਦੇ**! ਤੇ ਬੁਢਾਪੇ ਵਿੱਚ ਆਖਰੀ ਸਵਾਸ ਖਤਮ ਹੋ ਜਾਂਦੇ ਹਨ । ਜਿਹੜਾ ਆਪਣੀਆਂ ਸੰਸਾਰਕ ਇਛਾਂ, ਇੰਦ੍ਰੀਆਂ ਤੇ ਕਾਬੂ ਰਖਦਾ ਹੈ, ਉਹ ਸੰਸਾਰਾਕ ਯਾਤਰਾ ਸਫਲ ਕਰ ਜਾਂਦਾ ਹੈ । ਜਿਸ ਦੀ ਸ਼ਬਦ ਦੀ ਕਮਾਈ ਪ੍ਰਵਾਨ ਹੋ ਜਾਂਦੀ ਹੈ । ਪ੍ਰਭ ਦੀ ਜੋਤ ਵਿੱਚ ਹੀ ਅਭੇਦ ਹੋ ਜਾਂਦਾ ਹੈ ।
Worldly cycle of his soul!
The first stage, of human life journey! His soul has been rewarded for his good deeds of his previous life cycle. His soul may not have any blemish of worldly desires. His worldly **mother and father** both remain ignorant to guide in the real purpose of her human life opportunity. In the end-of-life cycle, her soul may be rewarded for her worldly deeds. **Second stage**! His life may be dominated with intoxication of youth, strength, and power in his day-to-day life. He may become a victim of sweet poison of worldly wealth; religious rituals (all useless) and ignores the real purpose of her human life opportunity. **Third stage of life**! Youth, strength, and beauty of his human body may diminish; he regrets and repents for deeds of her youth. Whosoever may not forget the real purpose of human life, he may remain intoxicated in meditation in the void of His Word. **Fourth stage**; Human life is almost over! Now everything in his life end. His true devotee always prays for His Forgiveness and Refuge; his wealth of His Word remains his pillar of support in His Court. The massager, devil of death knocks at his door! He must endure the judgement of The Righteous Judge. Whosoever may conquer his

worldly desires! He may conclude his purpose of human life opportunity successfully. He may be blessed with the congregation of The True Master; his soul may be immersed within His Holy Spirit.

54. **ਸਿਰੀਰਾਗ ਕੀ ਵਾਰ॥ ਸਲੋਕ ਮਃ ੧:** (83-9)

ਦਾਤੀ ਸਾਹਿਬ ਸੰਦੀਆ, ਕਿਆ ਚਲੈ ਤਿਸੁ ਨਾਲਿ॥
ਇਕ ਜਾਗੰਦੇ ਨਾ ਲਹੰਨਿ, ਇਕਨਾ ਸੁਤਿਆ ਦੇਇ ਉਠਾਲਿ॥੧॥

daatee saahib sandee-aa ki-aa chalai tis naal.
ik jaaganday naa lahann iknaa suti-aa day-ay uthaal. ||1||

ਪ੍ਰਭ ਦੀਆਂ ਕਰਾਮਾਤਾਂ ਦੇ ਨਜ਼ਾਰੇ ਵੱਖਰੇ ਹੀ ਹਨ, ਮਾਨਸ ਉਸ ਨਾਲ ਤੁਲਨਾ ਨਹੀਂ ਕਰ ਸਕਦਾ । ਕਈ ਜੀਵ ਰਾਤ ਦਿਨ ਬੰਦਗੀ ਕਰਦੇ ਬੇਚਾਰ ਹੋ ਜਾਂਦੇ ਹਨ, ਮਨ ਡੋਲਣ ਕਰਕੇ ਕੁਝ ਪ੍ਰਾਪਤ ਨਹੀਂ ਕਰਦੇ । ਜਿਸ ਦਾ ਮਨ ਅਡੋਲ ਰਹਿੰਦਾ ਹੈ, ਉਸ ਨੂੰ ਆਪ ਜਗਾ ਕੇ ਰਹਿਮਤ ਨਾਲ ਨਿਹਾਲ ਕਰਦਾ ਹੈ ।

His miracles are unique and marvelous, no worldly play may be comparable with His Glory. Many may meditate day and night; however, the may not have a steady and stable belief on His Ultimate Command; he may remain miserable with frustrations. He may never be blessed with the right path of acceptance in His Court. Whosoever may obey the teachings of His Word, with steady and stable belief; with His mercy and grace, he may be overwhelmed with His Bliss.

ਮਃ ੧॥

ਸਿਦਕੁ ਸਬੂਰੀ ਸਾਦਿਕਾ, ਸਬਰੁ ਤੋਸਾ ਮਲਾਇਕਾ॥
ਦੀਦਾਰੁ ਪੂਰੇ ਪਾਇਸਾ, ਥਾਉ ਨਾਹੀ ਖਾਇਕਾ॥੨॥

sidak sabooree saadikaa sabar tosaa malaa-ikaaN.
deedaar pooray paa-isaa thaa-o naahee khaa-ikaa. ||2||

ਪ੍ਰਭ ਦੇ ਸ਼ਬਦ ਦੀ ਪਾਲਣਾ ਅਡੋਲ ਭਰੋਸਾ ਨਾਲ ਕਰਨਾ ਹੀ ਧੀਰਜ, ਸੰਤੋਖ, ਰਹਿਮਤ ਦਾ ਰਸਤਾ, ਭੋਜਨ ਹੈ । ਕੇਵਲ ਗੱਲਾਂ ਬਾਤਾਂ ਨਾਲ, ਧਾਰਮਕ ਰੀਤ ਰੀਵਾਜਾਂ ਨਾਲ ਕੁਝ ਹਾਸਿਲ ਨਹੀਂ ਹੁੰਦਾ ।

To obey the teachings of His Word with steady and stable belief, with patience, contentment, may be the right nourishment, and path of His Blessings. Only by reading, writing, preaching, and performing any religious rituals nothing may be blessed in human life.

ਪਉੜੀ॥

ਸਭ ਆਪੇ ਤੁਧੁ ਉਪਾਇ ਕੈ, ਆਪਿ ਕਾਰੈ ਲਾਈ॥
ਤੂੰ ਆਪੇ ਵੇਖਿ ਵਿਗਸਦਾ, ਆਪਣੀ ਵਡਿਆਈ॥
ਹਰਿ ਤੁਧਹੁ ਬਾਹਰਿ ਕਿਛੁ ਨਾਹੀ, ਤੂੰ ਸਚਾ ਸਾਈ॥
ਤੂੰ ਆਪੇ ਆਪਿ ਵਰਤਦਾ, ਸਭਨੀ ਹੀ ਥਾਈ॥
ਹਰਿ ਤਿਸੈ ਧਿਆਵਹੁ ਸੰਤ ਜਨਹੁ, ਜੋ ਲਏ ਛਡਾਈ॥2॥

sabh aapay tuDh upaa-ay kai aap kaarai laa-ee.
tooN aapay vaykh vigsadaa aapnee vadi-aa-ee.
har tuDhhu baahar kichh naaheetooN sachaa saa-ee.
tooN aapay aap varatdaa sabhnee hee thaa-ee.
har tisai Dhi-aavahu sant janhu jo la-ay chhadaa-ee. ||2||

ਪ੍ਰਭ ਆਪ ਹੀ ਜੀਵ ਪੈਦਾ ਕਰਦਾ, ਵੱਖਰੇ ਵੱਖਰੇ ਕੰਮਾਂ ਤੇ ਲਾਉਂਦਾ ਹੈ । ਉਹਨਾਂ ਤੋਂ ਆਪਣੀ ਵਡਿਆਈ ਸੁਣਕੇ ਪ੍ਰਸੰਨ ਹੁੰਦਾ ਹੈ । ਪ੍ਰਭ ਹੀ ਹਰਇਕ ਜੀਵ ਵਿੱਚ, ਹਰ ਥਾਂ ਵਾਪਰਦਾ, ਪ੍ਰਭ ਤੋਂ ਬਿਨਾਂ ਹੋਰ ਕੋਈ ਦੂਜਾ ਮਾਲਕ ਨਹੀਂ ਹੈ । ਸ੍ਰਿਸ਼ਟੀ ਦੇ ਸਾਰੇ ਸੰਤ ਸਰੂਪ ਤੇਰੇ ਸ਼ਬਦ ਦਾ ਹੀ ਸਿਮਰਨ ਕਰਦੇ ਹਨ ।

The True Master, Creator creates and assigns different unique task to everyone in the universe. He may remain in blossom listening praises from their tongue. The Omnipresent True Master remains embedded within each soul, dwells within his body and prevails everywhere; no one else may exist without His Command. All saints, blessed soul remains intoxicated in meditating and singing His Glory.

Key Message of Shree Raag page 83-9
ਆਤਮਾ ਦਾ ਸੰਸਾਰਕ ਜੀਵਨ ਦਾ ਖੇਲ!
ਪ੍ਰਭ ਦੀਆਂ ਕਰਾਮਾਤਾਂ ਦੇ ਨਜ਼ਾਰੇ ਵੱਖਰੇ ਹੀ ਹਨ । ਕਈ ਜੀਵ ਰਾਤ ਦਿਨ ਬੰਦਗੀ ਕਰਦੇ ਬੇਚਾਰ ਹੋ ਜਾਂਦੇ ਹਨ, ਮਨ ਡੋਲਣ ਕਰਕੇ ਕੁਝ ਪ੍ਰਾਪਤ ਨਹੀਂ ਕਰਦੇ । ਪ੍ਰਭ ਦੇ ਸ਼ਬਦ ਦੀ ਪਾਲਣਾ ਅਡੋਲ ਭਰੋਸਾ ਨਾਲ ਕਰਨਾ ਹੀ ਧੀਰਜ, ਸੰਤੋਖ, ਰਹਿਮਤ ਦਾ ਰਸਤਾ, ਭੋਜਨ ਹੈ । ਪ੍ਰਭ ਆਪ ਹੀ ਜੀਵ ਪੈਦਾ ਕਰਦਾ, ਵੱਖਰੇ ਵੱਖਰੇ ਕੰਮਾਂ ਤੇ ਲਾਉਂਦਾ ਹੈ । ਸ੍ਰਿਸ਼ਟੀ ਦੇ ਸਾਰੇ ਸੰਤ ਸਰੂਪ ਪ੍ਰਭ ਦੇ ਸ਼ਬਦ ਦਾ ਹੀ ਸਿਮਰਨ ਕਰਦੇ ਹਨ ।
Worldly cycle of his soul!
His miracles are unique and marvelous, no worldly play may be comparable with His Glory. Many may meditate day and night; however, without a steady and stable belief on His Ultimate Command, remain miserable. To obey the teachings of His Word with steady and stable belief, with patience, contentment, may be the right nourishment, and path of His Blessings. The True Master, Creator creates and assigns different unique task to everyone in the universe. All saints, blessed souls remain intoxicated in meditating and singing His Glory.

55. **ਸਲੋਕ ਮਃ ੧॥ (83-13)**

ਫਕੜ ਜਾਤੀ, ਫਕੜੁ ਨਾਉ॥ ਸਭਨਾ ਜੀਆ, ਇਕਾ ਛਾਉ॥
ਆਪਹੁ ਜੇ ਕੋ ਭਲਾ ਕਹਾਏ॥
ਨਾਨਕ ਤਾ ਪਰੁ ਜਾਪੈ, ਜਾ ਪਤਿ ਲੇਖੈ ਪਾਏ॥੧॥

fakarh jaatee fakarh naa-o. sabhnaa jee-aa ikaa chhaa-o.
aaphu jay ko bhalaa kahaa-ay.
naanak taa par jaapai jaa pat laykhai paa-ay. ||1||

ਸੰਸਾਰਕ ਜਾਤ, ਵਡੇ ਵਡੇ ਨਾਮ ਦੀ ਕੋਈ ਮਹੱਤਤਾ ਨਹੀਂ ਹੁੰਦੀ, ਸਭ ਜੀਵਾਂ ਦੀ ਆਪ ਹੀ ਰਖਿਆ ਕਰਦਾ ਹੈ । ਜੀਵ ਭਾਵੇਂ ਆਪਣੇ ਆਪ ਨੂੰ ਚੰਗੇ ਕੰਮ ਕਰਨਵਾਲਾ ਸਮਝੇ । ਜਿਸ ਦੀ ਸ਼ਬਦ ਦੀ ਕਮਾਈ ਪ੍ਰਭ ਨੂੰ ਪ੍ਰਵਾਨ ਹੋ ਜਾਂਦੀ ਹੈ, ਕੇਵਲ ਉਹ ਹੀ ਚੰਗੇ ਕੰਮਾਂ ਵਾਲਾ ਹੁੰਦਾ ਹੈ ।

Worldly social high caste or great name may not have any significance in His Court. He protects His Creation with His Own Imagination. Anyone may believe! he may be doing good deeds for community, mankind; however, whose earnings of His Word may be accepted in His Court; only his deeds may be worthy to be calling as good deeds.

ਮਃ ੨॥ (83-15)

ਜਿਸੁ ਪਿਆਰੇ ਸਿਉ ਨੇਹੁ, ਤਿਸੁ ਆਗੈ ਮਰਿ ਚਲੀਐ॥
ਧ੍ਰਿਗੁ ਜੀਵਣੁ ਸੰਸਾਰਿ, ਤਾ ਕੈ ਪਾਛੈ ਜੀਵਣਾ॥੨॥

jis pi-aaray si-o nayhu tis aagai mar chalee-ai.
dharig jeevan sansaar taa kai paachhai jeevnaa. ||2||

ਗੁਰੂ ਨਾਨਕ ਦੇਵ ਜੀ! – Guru Nanak Dev Ji! Guru Granth Sahib

ਜਿਹੜਾ ਪ੍ਰਭ ਦੇ ਬਖਸ਼ੇ ਤੇ ਅਡੋਲ ਭਰੋਸੇ ਨਾਲ ਸ਼ਬਦ ਦੀ ਪਾਲਣਾ ਕਰਦਾ ਹੈ, ਉਹ ਆਪਾ ਪ੍ਰਭ ਦੇ ਚਰਨਾਂ ਵਿੱਚ ਭੇਟਾ ਕਰਦਾ ਹੈ । ਜਿਸ ਦੇ ਮਨ ਵਿਚੋਂ, ਜੀਵਨ ਵਿਚੋਂ ਪ੍ਰਭ ਦੇ ਸ਼ਬਦ ਦੀ ਸਿਖਿਆਂ ਵਿਸਰ ਜਾਂਦੀ ਹੈ, ਉਸ ਦਾ ਮਾਨਸ ਜੀਵਨ ਬਿਰਥਾ ਹੀ ਬੀਤ ਜਾਂਦਾ ਹੈ ।

Whosoever may obey the teachings of His Word with steady and stable belief; he may surrender his self-entity at His Sanctuary. Whosoever may forsake the teachings of His Word, His Ultimate Command, Blessings; his human life opportunity may be wasted.

ਪਉੜੀ॥ (83-16)

ਤੁਧੁ ਆਪੇ ਧਰਤੀ ਸਾਜੀਐ, ਚੰਦੁ ਸੂਰਜੁ ਦੁਇ ਦੀਵੇ॥	tuDh aapay Dhartee saajee-ai chand sooraj du-ay deevay.
ਦਸ ਚਾਰਿ ਹਟ ਤੁਧੁ ਸਾਜਿਆ, ਵਾਪਾਰੁ ਕਰੀਵੇ॥	das chaar hat tuDh saaji-aa vaapaar kareevay.
ਇਕਨਾ ਨੋ ਹਰਿ ਲਾਭੁ ਦੇਇ, ਜੋ ਗੁਰਮੁਖਿ ਥੀਵੇ॥	iknaa no har laabh day-ay jo gurmukh theevay.
ਤਿਨ ਜਮਕਾਲੁ ਨ ਵਿਆਪਈ, ਜਿਨ ਸਚੁ ਅੰਮ੍ਰਿਤੁ ਪੀਵੇ॥	tin jamkaal na vi-aapa-ee jin sach amrit peevay.
ਓਇ ਆਪਿ ਛੁਟੇ ਪਰਵਾਰ ਸਿਉ, ਤਿਨ ਪਿਛੈ ਸਭੁ ਜਗਤੁ ਛੁਟੀਵੈ॥3॥	o-ay aap chhutay parvaar si-o tin pichhai sabh jagat chhuteevay. ||3|

ਪ੍ਰਭ ਨੇ ਹੀ ਧਰਤੀ ਬਣਾਈ ਹੈ, ਇਸ ਤੇ ਰੋਸ਼ਨੀ ਦੇਣ ਲਈ ਸੂਰਜ ਅਤੇ ਚੰਦ ਬਣਾਏ ਹਨ, ਆਪ ਹੀ 14 ਬੰਦਗੀ ਕਰਨ ਵਾਲੇ ਧੰਦੇ, ਵਿਧੀਆਂ, ਆਸਣ, (workshop) ਬਣਾਏ ਹਨ । ਜਿਹੜਾ ਸ਼ਬਦ ਦੀ ਪਾਲਣਾ ਰੁਪੀ ਅੰਮ੍ਰਿਤ ਪੀਂਦਾ ਹੈ, ਉਸ ਨੂੰ ਗੁਰਮਖ ਅਵਸਥਾ ਬਖਸ਼ਦਾ ਹੈ, ਉਹ ਜਮਦੂਤਾਂ ਦੇ ਕਾਬੂ ਤੋਂ ਰਹਿਤ ਹੋ ਜਾਂਦੇ ਹਨ । ਉਸ ਨੂੰ ਸ਼ਬਦ ਦੀ ਸੋਝੀ ਬਖਸ਼ਦਾ ਹੈ, ਉਹ ਸ਼ਬਦ ਦੀ ਸਮਾਧੀ ਵਿੱਚ ਹੀ ਲੀਨ ਹੋ ਜਾਂਦਾ ਹੈ । ਉਸ ਨੂੰ ਮੁਕਤ ਅਵਸਥਾ ਬਖਸ਼ਿਸ਼ ਹੋ ਜਾਂਦੀ ਹੈ, ਸੰਜੋਗੀਆਂ ਨੂੰ ਵੀ ਪ੍ਰਵਾਨਗੀ ਦੇ ਰਸਤੇ ਤੇ ਪਾ ਜਾਂਦਾ ਹੈ ।

The True Master has created two fountains of light; the sun and moon to illuminate His Creation. The Master has enlightened, established 14 techniques of mediation to conquer own mind; meditation throne on earth. Whosoever may adopt the teachings of His Word; he may be blessed with enlightenment, a state of mind as His true devotee. His state of mind may become beyond the reach of devil of death. He may remain intoxicated in deep meditation in the void of His Word. He may be blessed with the right path of salvation; he may inspire his family and followers on that right path of salvation.

Key Message of Shree Raag page 83-13
ਪ੍ਰਭ ਦੀ ਰਹਿਮਤ, ਬਖਸ਼ਿਸ਼ ਦਾ ਖੇਲ!
ਜਿਸ ਦੀ ਸ਼ਬਦ ਦੀ ਕਮਾਈ ਪ੍ਰਭ ਨੂੰ ਪ੍ਰਵਾਨ ਹੋ ਜਾਂਦੀ ਹੈ, ਕੇਵਲ ਉਹ ਹੀ ਚੰਗੇ ਕੰਮਾਂ ਵਾਲਾ ਹੁੰਦਾ ਹੈ । ਜਿਹੜਾ ਪ੍ਰਭ ਦੇ ਬਖਸ਼ੇ ਤੇ ਅਡੋਲ ਭਰੋਸੇ ਨਾਲ ਸ਼ਬਦ ਦੀ ਪਾਲਣਾ ਕਰਦਾ ਹੈ, ਉਹ ਆਪਾ ਪ੍ਰਭ ਦੇ ਚਰਨਾਂ ਵਿੱਚ ਭੇਟਾ ਕਰਦਾ ਹੈ । ਪ੍ਰਭ ਆਪ ਹੀ 14 ਬੰਦਗੀ ਕਰਨ ਵਾਲੇ ਧੰਦੇ, ਵਿਧੀਆਂ, ਆਸਣ, (workshop) ਬਣਾਏ ਹਨ । ਜਿਹੜਾ ਸ਼ਬਦ ਦੀ ਪਾਲਣਾ ਰੁਪੀ ਅੰਮ੍ਰਿਤ ਪੀਂਦਾ ਹੈ, ਉਸ ਨੂੰ ਗੁਰਮਖ ਅਵਸਥਾ ਬਖਸ਼ਦਾ ਹੈ, ਉਹ ਜਮਦੂਤਾਂ ਦੇ ਕਾਬੂ ਤੋਂ ਰਹਿਤ ਹੋ ਜਾਂਦੇ ਹਨ ।
Way of His Blessing!
Whose earnings of His Word may be accepted in His Court; only his deeds may be worthy to be calling as good deeds. Whosoever may obey the teachings of His Word with steady and stable belief; he may surrender his self-entity at His Sanctuary. The Master has enlightened, 14 techniques of mediation to conquer own mind; meditation throne on earth. He may remain intoxicated in deep meditation in the void of His Word. He may be blessed with the right path of salvation.

The 14 Mindfulness Trainings – Conquer own mind! Thich Nhat Hanh		
1	Openness:	Aware of the suffering created by fanaticism and intolerance!
• Remain determined not to be idolatrous about or bound to any written doctrine, theory, or ideology. (Guru Granth Sahib, Buddhist teachings or any Holy Scripture are guiding principles to learn to look deeply within to develop understanding and compassion. These are not doctrines to fight, kill or die for.)		

2	Non-attachment to Views	Aware of suffering created by attachment to views and wrong perceptions!
• Determined to avoid being narrow-minded and bound to present views. • Learn and practice non-attachment from views in order to be open to others' insights and experiences. • Be aware that the knowledge, I presently possess is not changeless, absolute truth. (Truth is found in life and I will observe life within and around me in every moment, ready to learn throughout my life.)		

3	Freedom of Thought:	Aware of the suffering brought about when I impose my views on others!
• Committed not to force others, even my children, by any means. Whatsoever – such as authority, threat, money, propaganda, or indoctrination – to adopt my views. (Respect the right of others to be different and to choose what to believe and how to decide. However, help others renounce fanaticism and narrowness through compassionate dialogue.)		

4	Awareness of Suffering:	Aware that looking deeply at the nature of suffering can help to develop compassion to find ways out of suffering!
• Determined not to avoid or close my eyes before suffering. • Committed to finding ways, including personal contact, images, and sounds, to be with those who suffer; • Understand their situation deeply and help them transform their suffering into compassion, peace, and joy.		

5	Simple, Healthy Living	Aware that true happiness is rooted in peace, solidity, freedom, and compassion, and not in wealth or fame!

- Determined not to take as the aim of my life fame, profit, wealth, or sexual pleasure, nor to accumulate wealth while millions are hungry and dying.
- Committed to living simply and sharing my time, energy, and material resources with those in real need.
- Practice mindful consuming, not using alcohol, drugs or any other products that bring toxins into my own and the collective body and consciousness.

6	Dealing with Anger:	Aware that anger blocks communication and creates suffering!

- Determined to take care of the energy of anger; when it arises and to recognize and transform the seeds of anger that lie deep in my consciousness.
- Determined, when anger comes up, not to do or say anything, but to practice mindful breathing or mindful walking and acknowledge, embrace, and look deeply into my anger.
- Learn to look with the eyes of compassion on those are the cause of anger.

7	Dwelling Happily in the Present Moment	Aware that life is available only in the present moment; possible to live happily in the here and now!

- Committed to training myself to live deeply each moment of daily life.
- Not to lose myself in depression or be carried away by regrets about the past, worries about the future, or craving, anger, or jealousy in the present.
- Practice mindful breathing to come back to what is happening in the present moment.
- Determined to learn the art of mindful living by touching the wondrous, refreshing and healing elements that are inside and around me.

(Nourishing seeds of joy, peace, love and understanding in myself, thus facilitating the work of transformation and healing in my consciousness.)

8	Community and Communication:	Aware that lack of communication always brings separation and suffering!

- Committed to training myself in the practice of compassionate listening and loving speech.
- Learn to listen deeply without judging or reacting; refrain from uttering words that may create discord or cause the community to break.

(Make every effort to keep communications open, to reconcile and resolve all conflicts, however small may be.)

9	Truthful and Loving Speech:	Aware that words can create suffering or happiness!

- Committed to learnings to speak truthfully and constructively, using only words that inspire hope and confidence.
- Determined not to say untruthful things for the sake of personal interest or to impress people, nor to utter words that might cause division or hatred.
- Do not spread rumor, may not know to be certain nor criticize or condemn things of which not sure.
- Do best to speak out about situations of injustice, even when doing so may threaten my safety.

10	Protecting the (Congregation)	Aware that the essence and aim of a Sangha is the practice of understanding and compassion!

- Determined not to use Holy Conjugation for personal gain or profit or transform our community into a political instrument.
- A spiritual community should, however, take a clear stand against oppression and injustice; should strive to change the situation without engaging in partisan conflicts.

11	Right Livelihood	Aware that great violence and injustice have been done to the environment and society!

- Committed not to live with a vocation that is harmful to humans and nature.
- Do best to select a livelihood that helps realize my ideal of understanding and compassion.
- Aware of global economic, political, and social realities;
- Behave responsibly as a consumer; as a citizen, not investing in companies that deprive others of their chance to live.

12	Reverence for Life	Aware that much suffering is caused by war and conflict!

- Determined to cultivate non-violence, understanding and compassion in daily life,
- To promote peace education, mindful mediation, and reconciliation, within families, communities, and in the world.
- Determined not to kill and not to let others kill.
- Diligently practice deep looking with my Sangha to discover better ways to protect life and prevent war.

13	Generosity:	Aware of the suffering caused by exploitation, social injustice, stealing and oppression!

- Committed to cultivating loving kindness and learnings ways to work for the well-being of people, animals, plants, and minerals.
- Practice generosity by sharing time, energy, and material resources with those who are in need.
- Determined not to steal nor possess anything, belong to others.
- Respect the property of others; prevent others from profiting from human suffering or the suffering of other beings.

14	Right Conduct For lay members	Aware that sexual relations motivated by craving! cannot dissipate the feeling of loneliness, but will create more suffering, frustrations, and isolation!

- Determined not to engage in sexual relations without mutual understanding, love, and a long-term commitment.
- Sexual relations, must be aware of future suffering that may be caused.
- To preserve the happiness of myself and others!
- Must respect the rights and commitments of myself and others.
- Do everything in power to protect children from sexual abuse.
- protect couples and families from being broken by sexual misconduct.
- Treat my body to preserve my vital energies (sexual, breath, spirit) for the realization of my bodhisattva ideal.
- Be fully aware of the responsibility for bringing new lives in the world.
- Meditate on the world into which we are bringing new beings.

56. ਸਲੋਕ ਮਃ ੧॥ (83-18)

ਕੁਦਰਤਿ ਕਰਿ ਕੈ ਵਸਿਆ ਸੋਇ॥ ਵਖਤੁ ਵੀਚਾਰੇ, ਸੁ ਬੰਦਾ ਹੋਇ॥	kudrat kar kai vasi-aa so-ay. vakhat veechaaray so bandaa ho-ay.
ਕੁਦਰਤਿ ਹੈ, ਕੀਮਤਿ ਨਹੀਂ ਪਾਇ॥	kudrat hai keemat nahee paa-ay.
ਜਾ ਕੀਮਤਿ ਪਾਇ, ਤ ਕਹੀ ਨ ਜਾਇ॥	jaa keemat paa-ay ta kahee na jaa-ay.
ਸਰੈ ਸਰੀਅਤਿ ਕਰਹਿ ਬੀਚਾਰੁ॥ ਬਿਨੁ ਬੂਝੇ ਕੈਸੇ ਪਾਵਹਿ ਪਾਰੁ॥	sarai saree-at karahi beechaar.bin boojhay kaisay paavahi paar.
ਸਿਦਕੁ ਕਰਿ ਸਿਜਦਾ, ਮਨੁ ਕਰਿ ਮਖਸੂਦੁ॥	sidak kar sijdaa man kar makhsood.
ਜਿਹ ਧਿਰਿ ਦੇਖਾ, ਤਿਹ ਧਿਰਿ ਮਉਜੂਦੁ॥੧॥	jih Dhir daykhaa tih Dhir ma-ujood. ॥1॥

ਪ੍ਰਭ ਆਪ ਹੀ ਸ੍ਰਿਸ਼ਟੀ ਸਾਜਕੇ ਇਸ ਵਿੱਚ ਆਪ ਹੀ ਬਰਾਜਮਾਨ, ਵਸਦਾ ਹੈ । ਜਿਸ ਨੂੰ ਇਹ ਸੋਝੀ ਹੋ ਜਾਂਦੀ ਹੈ, ਕਿ ਮਾਨਸ ਜਨਮ ਮਿਥੇ ਸਮੇਂ ਲਈ ਹੀ ਬਖਸ਼ਿਸ਼ ਹੋਇਆ ਹੈ, ਉਹ ਤੇਰਾ ਅਸਲੀ ਸੇਵਕ ਬਣ ਜਾਂਦਾ ਹੈ । ਇਸ ਅਣਮੋਲ ਦਾਤ ਦੀ ਕੀਮਤ ਜਾਣੀ ਨਹੀਂ ਜਾ ਸਕਦੀ । ਕਈ ਜੀਵ ਧਾਰਮਕ ਰੀਤ ਰੀਵਾਜ ਦੇ ਵਿਚਾਰ ਕਰਦੇ ਹਨ, ਮਹੱਤਤਾ ਦੱਸਦੇ ਹਨ । ਪਰ ਪ੍ਰਭ ਦੇ ਸ਼ਬਦ ਦੀ ਸੋਝੀ ਤੋਂ ਬਿਨਾਂ ਕੋਈ ਪ੍ਰਵਾਨਗੀ ਦੇ ਰਸਤੇ ਤੇ ਨਹੀਂ ਚਲ ਸਕਦਾ । ਧੀਰਜ, ਸੰਤੋਖ ਨਾਲ ਬੰਦਗੀ ਕਰੋ! ਆਪਣੇ ਮਨ ਤੇ ਜਿੱਤ ਪਾਉਣਾ ਹੀ ਮੰਤਵ ਹੋਣਾ ਚਾਹੀਦਾ ਹੈ । ਜਿਸ ਨੂੰ ਇਹ ਅਵਸਥਾ ਬਖਸ਼ਿਸ਼ ਹੋ ਜਾਂਦੀ ਹੈ, ਉਸ ਨੂੰ ਹਰ ਪਾਸੇ ਹੀ ਰਹਿਮਤ ਨਜ਼ਰ ਆਉਂਦੀ ਹੈ ।

The True Master has created the universe and established His Throne on earth within the soul of every creature. His Holy Spirit remains embedded within each soul and He remains seated on His Throne. Whosoever may be enlightened; his human life may be blessed only for a predetermined, limited time to become His true servant. The true significance of His Blessings remains beyond the comprehension of His Creation. Religious scholars describe the significance of religious rituals; however, without the enlightenment, of His Word, the right path of salvation may not be blessed. You should meditate on the teachings of His Word with a steady and stable belief. Your real purpose of human life should be to conquer your mind to sanctify your soul to become worthy of His Consideration. Whosoever may be enlightened with such a purpose of human life; with His mercy and grace, he may realize His Existence everywhere.

ਮਃ ੩॥ (84-3)

ਗੁਰ ਸਭਾ ਏਵ ਨ ਪਾਈਐ, ਨਾ ਨੇੜੈ ਨਾ ਦੂਰਿ॥	gur sabhaa ayv na paa-ee-ai naa nayrhai naa door.
ਨਾਨਕ ਸਤਿਗੁਰੁ ਤਾਂ ਮਿਲੈ, ਜਾ ਮਨੁ ਰਹੈ ਹਦੂਰਿ॥੨॥	naanak saT`gur taaN milai jaa man rahai hadoor. ॥2॥

ਪ੍ਰਭ ਦੀ ਰਹਿਮਤ, ਧਾਰਮਕ ਰੀਤ ਰੀਵਾਜਾਂ ਨਾਲ ਬਖਸ਼ਿਸ਼ ਨਹੀਂ ਹੋ ਸਕਦੀ । ਇਹਨਾਂ ਨਾਲ ਕੋਈ ਪ੍ਰਭ ਦੇ ਨੇੜੇ ਜਾ ਦੂਰ ਨਹੀਂ ਹੋ ਜਾਂਦਾ । ਜਿਹੜਾ ਪ੍ਰਭ ਨੂੰ ਹਮੇਸ਼ਾਂ ਹਾਜ਼ਰਾ ਹਜ਼ੂਰ ਸਮਝਕੇ ਜੀਵਨ ਬਤੀਤ ਕਰਦਾ ਹੈ, ਕੇਵਲ ਉਸ ਨੂੰ ਹੀ ਪ੍ਰਵਾਨਗੀ ਦਾ ਅਸਲੀ ਰਸਤਾ ਬਖਸ਼ਿਸ਼ ਹੋ ਸਕਦਾ ਹੈ ।

His Blessed Vision may not be bestowed by performing religious rituals. No one may become closer or afar from His Holy Spirit by performing religious rituals. Whosoever may adopt the teachings of His Word steady and stable belief; with His mercy and grace, only he may be blessed with the right path of acceptance in His Court; The Omnipresent True Master monitors all events of His Nature.

ਪਉੜੀ॥ (84-4)

ਸਪਤ ਦੀਪ ਸਪਤ ਸਾਗਰਾ, ਨਵ ਖੰਡ, ਚਾਰਿ ਵੇਦ ਦਸ ਅਸਟ ਪੁਰਾਣਾ॥	sapat deep sapat saagraa nav khand chaar vayddas asat puraanaa.
ਹਰਿ ਸਭਨਾ ਵਿਚਿ ਤੂੰ ਵਰਤਦਾ, ਹਰਿ ਸਭਨਾ ਭਾਣਾ॥	har sabhnaa vich tooN varatdaa har sabhnaa bhaanaa.
ਸਭਿ ਤੁਝੈ ਧਿਆਵਹਿ ਜੀਅ ਜੰਤ, ਹਰਿ ਸਾਰਗ ਪਾਣਾ॥	sabhtujhai Dhi-aavahi jee-a jant har saarag paanaa.
ਜੋ ਗੁਰਮੁਖਿ ਹਰਿ ਆਰਾਧਦੇ, ਤਿਨ ਹਉ ਕੁਰਬਾਣਾ॥	jo gurmukh har aaraaDhaday tin ha-o kurbaanaa.
ਤੂੰ ਆਪੇ ਆਪਿ ਵਰਤਦਾ, ਕਰਿ ਚੋਜ ਵਿਡਾਣਾ॥4॥	tooN aapay aap varatdaa kar choj vidaanaa. ॥4॥

ਸੰਸਾਰ ਵਿੱਚ ਸੱਤ ਦੀਪ, ਸੱਤ ਸਾਗਰ, ਨੌ ਖੰਡ, ਚਾਰ ਵੇਦ, ਅੱਠਾਰਾਂ ਪੁਰਾਨ ਮੰਨੇ ਗਏ ਹਨ । ਸਾਰਿਆਂ ਵਿੱਚ ਹੀ ਪ੍ਰਭ ਦੇ ਸ਼ਬਦ ਦੀ ਮਹਿਮਾਂ ਦੱਸੀ ਗਈ ਹੈ । ਸਾਰੀਆਂ ਸ੍ਰਿਸ਼ਟੀਆਂ ਹੀ ਆਪਣੇ ਢੰਗ ਨਾਲ ਸਿਮਰਨ ਕਰਦੀਆਂ, ਰਹਿਮਤਾਂ ਮੰਗਦੀਆਂ ਹਨ । ਜਿਸ ਨੂੰ ਗੁਰਮਖ ਅਵਸਥਾ ਬਖਸ਼ਿਸ਼ ਹੋ ਜਾਂਦੀ, ਉਹ ਪੂਜਣ ਯੋਗ ਹੋ ਜਾਂਦਾ ਹੈ । ਸਾਰਾ ਖੇਲ ਪ੍ਰਭ ਦਾ ਹੀ ਰਚਿਆ, ਆਪ ਹੀ ਸਭ ਥਾਂ ਵਾਪਰਦਾ ਹੈ ।

ਗੁਰੂ ਨਾਨਕ ਦੇਵ ਜੀ! – Guru Nanak Dev Ji! Guru Granth Sahib

Universe has common belief! There are 7 islands of earth, 7 oceans, nine regions, 4 Vedas, 18 Puranas. All Holy Scriptures describe the significance of adopting the teachings of His Word. Everyone meditates with own religious recognized worshiping belief and prays for His Forgiveness and Refuge. Whosoever may be blessed with a state of mind as His true devotee; with His mercy and grace, he may become worthy of worship. The True Master has created the play and prevails in each event in the universe.

Key Message of Shree Raag page 83-18
ਆਤਮਾ ਨੂੰ ਪਵਿੱਤਰ ਕਰਨ ਦਾ ਸਮਾਂ!
ਜਿਸ ਨੂੰ ਇਹ ਸੋਝੀ ਹੋ ਜਾਂਦੀ ਹੈ, ਕਿ ਮਾਨਸ ਜਨਮ ਮਿਥੇ ਸਮੇਂ ਲਈ ਹੀ ਬਖਸ਼ਿਸ਼ ਹੋਇਆ ਹੈ, ਉਹ ਤੇਰਾ ਅਸਲੀ ਸੇਵਕ ਬਣ ਜਾਂਦਾ ਹੈ । ਜਿਹੜਾ ਧੀਰਜ, ਸੰਤੋਖ ਨਾਲ ਸ਼ਬਦ ਦੀ ਪਾਲਣਾ ਕਰਦਾ ਹੈ, ਉਸ ਨੂੰ ਆਪਣੇ ਮਨ ਤੇ ਜਿੱਤ ਬਖਸ਼ਿਸ਼ ਹੋ ਸਕਦੀ ਹੈ । ਸੰਸਾਰ ਵਿੱਚ ਸੱਤ ਦੀਪ, ਸੱਤ ਸਾਗਰ, ਨੌ ਖੰਡ, ਚਾਰ ਵੇਦ, ਅੱਠਾਰਾਂ ਪੁਰਾਨ ਮੰਨੇ ਗਏ ਹਨ । ਸਾਰਿਆਂ ਵਿੱਚ ਹੀ ਪ੍ਰਭ ਦੇ ਸ਼ਬਦ ਦੀ ਮਹਿਮਾਂ ਦੱਸੀ ਗਈ ਹੈ । ਜਿਸ ਨੂੰ ਗੁਰਮਖ ਅਵਸਥਾ ਬਖਸ਼ਿਸ਼ ਹੋ ਜਾਂਦੀ, ਉਹ ਪੂਜਣ ਯੋਗ ਹੋ ਜਾਂਦਾ ਹੈ । ਸਾਰਾ ਖੇਲ ਪ੍ਰਭ ਦਾ ਹੀ ਰਚਿਆ, ਆਪ ਹੀ ਸਭ ਥਾਂ ਵਾਪਰਦਾ ਹੈ ।
Time to sanctify soul!
Whosoever may be enlightened; his human life may be blessed only for a predetermined, limited time to become His true servant. Whosoever may adopt the teachings of His Word with patience and contentment on His Blessings; he may conquer his mind to sanctify his soul to become worthy of His Consideration. In the universe has common belief! There are 7 islands of earth, 7 oceans, nine regions, 4 Vedas, 18 Puranas. All Holy Scriptures describe the significance of adopting the teachings of His Word. Whosoever may be blessed with such a state of mind as His true devotee, he may become worthy of worship. The True Master has created the play and prevails in each event in the universe.

57. ਸਲੋਕ ਮਃ ੩॥ (84-19)

ਹਉ ਹਉ ਕਰਤੀ ਸਭ ਮੁਈ, ਸੰਪਉ ਕਿਸੈ ਨ ਨਾਲਿ॥	ha-o ha-o kartee sabh mu-ee sampa-o kisai na naal.
ਦੂਜੈ ਭਾਇ, ਦੁਖੁ ਪਾਇਆ, ਸਭ ਜੋਹੀ ਜਮਕਾਲਿ॥	doojai bhaa-ay dukh paa-i-aa sabh johee jamkaal.
ਨਾਨਕ ਗੁਰਮੁਖਿ ਉਬਰੇ, ਸਾਚਾ ਨਾਮੁ ਸਮਾਲਿ॥੧॥	naanak gurmukh ubray saachaa Naam samaal. ||1||

ਜਿਹੜਾ ਸੰਸਾਰ ਵਿੱਚ ਮੇਰੀ ਮੇਰੀ ਕਰਦਾ ਅਹੰਕਾਰ ਵਿੱਚ ਮਰ ਜਾਂਦਾ ਹੈ, ਉਸ ਦੀ ਸੰਸਾਰਕ ਮਲਕੀਅਤ, ਹੈਸੀਅਤ ਉਸ ਦੇ ਸਾਥ ਨਹੀਂ ਜਾਂਦੀ, ਮੌਤ ਪਿਛੋਂ ਕਿਸੇ ਕੰਮ ਨਹੀਂ ਆਉਂਦੀ । ਉਹ ਪ੍ਰਭ ਨੂੰ ਮੁਕਤੀ ਦਾ ਦਾਤਾ ਨਹੀਂ ਮੰਨਦਾ, ਹੋਰ ਦੂਸਰੇ ਨੂੰ ਜੀਵਨ ਬਖਸ਼ਣ ਵਾਲਾ ਮੰਨਦਾ ਹੈ । ਉਹ ਸੰਸਾਰਕ ਇਛਾਂ ਦੇ ਦੁਖ ਵਿੱਚ ਹੀ ਮਰ ਜਾਂਦਾ ਹੈ । ਮੌਤ ਦਾ ਫਰਿਸ਼ਤਾ ਸਭ ਕੁਝ ਦੇਖਦਾ ਹੈ । ਜਿਹੜਾ ਹਰ ਵੇਲੇ ਸ਼ਬਦ ਦਾ ਵਿਚਾਰ ਕਰਦਾ, ਉਸ ਨੂੰ ਪ੍ਰਭ ਦੀ ਸ਼ਰਣ ਵਿੱਚ ਪ੍ਰਵਾਨਗੀ ਬਖਸ਼ਿਸ਼ ਹੋ ਜਾਂਦੀ ਹੈ ।

Whosoever may claim everything his own possession and dies in his ego; his worldly possessions and status does not support in His Court and have no significance for the real purpose for his human life journey. He may never consider The One and Only One, True Master of salvation rather someone else as his savior. He endures miseries of worldly desires and dies in worries, frustration. The devil of death monitors all activities. His true devotee always remains in renunciation in the memory of his separation from His Holy Spirit fresh; with His mercy and grace, he may be accepted in His Sanctuary.

ਮਃ ੧॥ (85-1)

ਗੱਲੀਂ ਅਸੀ ਚੰਗੀਆ, ਆਚਾਰੀ ਬੁਰੀਆਹ॥	galeeN asee changee-aa aachaaree buree-aah.
ਮਨਹੁ ਕੁਸੁਧਾ ਕਾਲੀਆ, ਬਾਹਰਿ ਚਿਟਵੀਆਹ॥	manhu kusuDhaa kaalee-aa baahar chitvee-aah.
ਰੀਸਾ ਕਰਿਹ ਤਿਨਾੜੀਆ, ਜੋ ਸੇਵਹਿ ਦਰੁ ਖੜੀਆਹ॥	reesaa karih tinaarhee-aa jo sayveh dar kharhee-aah.
ਨਾਲਿ ਖਸਮੈ ਰਤੀਆ, ਮਾਣਹਿ ਸੁਖਿ ਰਲੀਆਹ॥	naal khasmai ratee-aa maaneh sukh ralee- aah.
ਹੋਦੈ ਤਾਣਿ ਨਿਤਾਣੀਆ, ਰਹਹਿ ਨਿਮਾਨਣੀਆਹ॥	hodai taan nitaanee-aa raheh nimaannee-aah.
ਨਾਨਕ ਜਨਮੁ ਸਕਾਰਥਾ, ਜੇ ਤਿਨ ਕੈ ਸੰਗਿ ਮਿਲਾਹ॥੨॥	naanak janam sakaarthaa jay tin kai sang milaah. ||2||

ਸੰਸਾਰਕ ਵਿੱਚ ਗੱਲਾਂ ਬਾਤਾਂ ਵਿੱਚ ਬਹੁਤ ਬੰਦਗੀ ਕਰਨਵਾਲੇ ਹੁੰਦੇ ਹਨ, ਪਰ ਉਹਨਾਂ ਦੇ ਮਨ ਵਿੱਚ ਬੁਰੇ ਖਿਆਲ, ਸੋਚਾਂ ਰਹਿੰਦੀਆਂ ਹਨ । ਉਹਨਾਂ ਦਾ ਮਨ ਬੁਰੀਆਂ ਕਰਤੂਤਾਂ ਨਾਲ ਭਰਿਆਂ ਹੁੰਦਾ ਹੈ । ਉਹ ਵੀ ਬਾਣਾ, ਦਿਖਾਵਾ, ਸੰਸਾਰਕ ਭਲਾਈ ਕਰਨਵਾਲੇ ਜੀਵਾਂ ਦੀ ਤਰ੍ਹਾਂ ਹੀ ਕਰਦੇ ਹਨ । ਉਹ ਪ੍ਰਭ ਦੀ ਹਜ਼ੂਰੀ ਵਿੱਚ ਪ੍ਰਵਾਨ ਹੋਏ ਸੇਵਕਾਂ ਦੀਆਂ ਰੀਸਾਂ ਕਰਦੇ ਹਨ । ਗੁਰਮਖ ਪ੍ਰਭ ਦੇ ਵਿਛੋੜੇ ਦੇ ਵਿਰਾਗ ਵਿੱਚ ਮਸਤ ਰਹਿੰਦਾ, ਸਦਾ ਖੇੜੇ ਵਿੱਚ ਅਨੰਦ ਵਿੱਚ ਰਹਿੰਦਾ ਹੈ । ਉਹ ਬਲ ਹੁੰਦਿਆਂ ਵੀ ਬਲ ਦਾ ਜ਼ੋਰ ਨਹੀਂ ਦਿਖਾਉਂਦਾ, ਘਮੰਡ ਨਹੀਂ ਕਰਦਾ । ਉਹ ਹਰ ਵੇਲੇ ਨਿਮਰਤਾ ਨਾਲ ਨਿਮਾਣਾ ਬਣਕੇ ਜੀਵਨ ਬਤੀਤ ਕਰਦਾ ਹੈ । ਜਿਹੜਾ ਉਸ ਦੇ ਜੀਵਨ ਦੀ ਸਿਖਿਆਂ ਨਾਲ ਆਪਣਾ ਜੀਵਨ ਢਾਲਦਾ ਹੈ, ਉਸ ਦਾ ਵੀ ਜਨਮ ਸਫਲ ਹੋ ਜਾਂਦਾ ਹੈ ।

Many may pretend to meditate on the teachings of His Word; however, their mind remains overwhelmed with evil thoughts, deeds, and greed. They may adopt the religious robe and perform worldly good deeds as a gesture of meditation. They may be imitating His true devotees, who has been accepted in His Sanctuary. His true devotee remains intoxicated with the essence of His Word. He meditates in renunciation in the memory of his separation from His Holy Spirit. He remains in peace, contented and harmony in all worldly conditions. Even though he may be blessed with the physical and mental strength; however, he may remain humble and never enforce his thoughts on others. He will never boast of his enlightenments. He remains humble and passionate in his deeds in life. Whosoever may adopt his life experience teachings in his own day-to-day life; he may be blessed with the right path of salvation. His human life journey becomes a successful.

ਪਉੜੀ॥ (85-4)

ਤੂੰ ਆਪੇ ਜਲੁ ਮੀਨਾ ਹੈ, ਆਪੇ ਆਪੇ ਹੀ ਆਪਿ ਜਾਲੁ॥	tooN aapay jal meenaa hai aapay aapay hee aap jaal.
ਤੂੰ ਆਪੇ ਜਾਲੁ ਵਤਾਇਦਾ, ਆਪੇ ਵਿਚਿ ਸੇਬਾਲੁ॥	tooN aapay jaal vataa-idaa aapay vich saybaal.
ਤੂੰ ਆਪੇ ਕਮਲੁ ਅਲਿਪਤੁ ਹੈ, ਸੈ ਹਥਾ ਵਿਚਿ ਗੁਲਾਲੁ॥	tooN aapay kamal alipat hai sai hathaa vich gulaal.
ਤੂੰ ਆਪੇ ਮੁਕਤਿ ਕਰਾਇਦਾ, ਇਕ ਨਿਮਖ ਘੜੀ ਕਰਿ ਖਿਆਲੁ॥	tooN aapay mukat karaa-idaa ik nimakhgharhee kar khi-aal.
ਹਰਿ ਤੁਧਹੁ ਬਾਹਰਿ ਕਿਛੁ ਨਹੀ, ਗੁਰ ਸਬਦੀ ਵੇਖਿ ਨਿਹਾਲੁ॥7॥	har tuDhhu baahar kichh nahee gur sabdee vaykh nihaal. ||7||

ਗੁਰੂ ਨਾਨਕ ਦੇਵ ਜੀ! – Guru Nanak Dev Ji! Guru Granth Sahib

ਪ੍ਰਭ ਤੂੰ ਆਪ ਹੀ ਪਾਣੀ, ਆਪ ਹੀ ਪਾਣੀ ਵਿੱਚ ਰਹਿੰਦੀ ਮੱਛੀ, ਆਪ ਹੀ ਪਕੜਨ ਵਾਲਾ ਜਾਲ ਹੈ । ਆਪ ਹੀ ਮੱਛੀ ਨੂੰ ਪਕੜਨ ਵਾਲਾ ਜਾਲ ਪਾਣੀ ਵਿੱਚ ਪਸਾਰਦਾ ਹੈ, ਆਪ ਹੀ ਮੱਛੀ ਨੂੰ ਘੇਰਨਵਾਲਾ ਬੇਟ, ਮਾਸ ਦੀ ਬੋਟੀ ਹੈ । ਆਪ ਹੀ ਕਮਲ ਦਾ ਫੁੱਲ, ਜਿਹੜਾ ਗੰਦੇ ਟੋਬੇ ਵਿੱਚ ਖੇੜੇ ਵਿੱਚ ਰਹਿੰਦਾ ਹੈ । ਜਿਹੜਾ ਇਕ ਪਲ ਵੀ ਸ਼ਬਦ ਦਾ ਸੋਚਦਾ ਹੈ, ਆਪ ਹੀ ਉਸ ਨੂੰ ਮੁਕਤੀ ਦਾ ਰਸਤਾ ਬਖਸ਼ਦਾ ਹੈ । ਕੁਝ ਵੀ ਪ੍ਰਭ ਦੇ ਵੱਸ ਤੋਂ ਬਾਹਰ ਨਹੀਂ ਹੈ! ਮੈਂ ਸ਼ਬਦ ਦੀ ਪਾਲਣਾ ਕਰਦਾ, ਬਖਸ਼ੇ ਦਾ ਅਨੰਦ ਮਾਨਦਾ ਹਾ ।

The True Master is an ocean, and the fish lives and survive with water. He is also a fisherman, who spreads his net to catch the fish. He is also a worm on the hook to attracts the big fish to be caught. He is the lotus flower; who remains blemish free and blossoms in filthy worldly water. Whosoever may even think for a moment about His Word; with His mercy and grace, he may be blessed with the right path of salvation. Nothing in this world may be beyond His reach. I wholeheartedly meditates on the teachings of His Word with a steady and stable belief; I enjoy peace and contentment in my life.

Key Message of Shree Raag page 84-19
ਆਤਮਾ ਨੂੰ ਪਵਿੱਤਰ ਕਰਨ ਦੀ ਵਿਧੀ!
ਜਿਹੜਾ ਸੰਸਾਰ ਵਿੱਚ ਮੇਰੀ ਮੇਰੀ ਕਰਦਾ ਅਹੰਕਾਰ ਵਿੱਚ ਮਰ ਜਾਂਦਾ ਹੈ, ਉਸ ਦਾ ਪ੍ਰਭ ਦੇ ਬਖਸ਼ੇ ਤੇ ਭਰੋਸਾ ਅਡੋਲ ਨਹੀਂ ਹੋ ਸਕਦਾ । ਜਿਹੜਾ ਸ਼ਬਦ ਦਾ ਵਿਚਾਰ ਕਰਦਾ, ਉਸ ਨੂੰ ਪ੍ਰਭ ਦੀ ਸ਼ਰਣ ਵਿੱਚ ਪ੍ਰਵਾਨਗੀ ਬਖਸ਼ਿਸ਼ ਹੋ ਜਾਂਦੀ ਹੈ । ਜਿਹੜਾ ਪ੍ਰਭ ਦੀ ਹਜ਼ੂਰੀ ਵਿੱਚ ਪ੍ਰਵਾਨ ਹੋਏ ਸੇਵਕਾਂ ਦੀਆਂ ਰੀਸਾਂ ਕਰਦਾ ਹੈ । ਉਸ ਦਾ ਬਾਣਾ, ਦਿਖਾਵਾ, ਸੰਸਾਰਕ ਭਲਾਈ ਕਰਨਵਾਲੇ ਜੀਵਾਂ ਦੀ ਤਰ੍ਹਾਂ ਹੀ ਕਰਦਾ ਹੈ । ਜਿਹੜਾ ਬਲ ਹੁੰਦਿਆਂ ਵੀ ਬਲ ਦਾ ਜ਼ੋਰ ਨਹੀਂ ਦਿਖਾਉਂਦਾ, ਘਮੰਡ ਨਹੀਂ ਕਰਦਾ । ਸ਼ਬਦ ਦੀ ਸਿਖਿਆਂ ਨਾਲ ਆਪਣਾ ਜੀਵਨ ਢਾਲਦਾ ਹੈ, ਉਸ ਦਾ ਵੀ ਜਨਮ ਸਫਲ ਹੋ ਜਾਂਦਾ ਹੈ । ਜਿਹੜਾ ਇਕ ਪਲ ਵੀ ਸ਼ਬਦ ਦਾ ਸੋਚਦਾ ਹੈ, ਆਪ ਹੀ ਉਸ ਨੂੰ ਮੁਕਤੀ ਦਾ ਰਸਤਾ ਬਖਸ਼ਦਾ ਹੈ । ਕੁਝ ਵੀ ਪ੍ਰਭ ਦੇ ਵੱਸ ਤੋਂ ਬਾਹਰ ਨਹੀਂ ਹੈ!
The right path of soul sanctification!
Whosoever may claim everything as his own possession; he dies in his ego. He may not have any significance for the real purpose for his human life journey. Whosoever may always remain in renunciation in the memory of his separation from His Holy Spirit fresh within, he may be accepted in His Sanctuary. Whosoever may be imitating His true devotees, who have been accepted in His Sanctuary. He may boast about his meditation, His Blessings. Whosoever may never enforce his physical and mental strength, his thoughts on others nor boast of his enlightenments. His human life journey becomes a successful. Whosoever may even think for a moment about His Word, he may be blessed with the right path of salvation. Nothing in this world may be beyond His reach.

58. ਸਲੋਕ ਮਃ ੨॥ (89-2)

ਜੋ ਸਿਰੁ ਸਾਂਈ ਨਾ ਨਿਵੈ, ਸੋ ਸਿਰੁ ਦੀਜੈ ਡਾਰਿ॥	jo sir saaN-ee naa nivai so sir deejai daar.
ਨਾਨਕ ਜਿਸੁ ਪਿੰਜਰ ਮਹਿ ਬਿਰਹਾ ਨਹੀਂ, ਸੋ ਪਿੰਜਰੁ ਲੈ ਜਾਰਿ॥੧॥	naanak jis pinjar meh birhaa nahee so pinjar lai jaar. ‖1‖

ਜਿਹੜੇ ਜੀਵ ਦਾ ਮਨ ਪ੍ਰਭ ਦੀਆਂ ਬਖਸ਼ਿਸ਼ਾਂ ਦਾ ਧੰਨਵਾਦ ਨਹੀਂ ਕਰਦਾ, ਉਸ ਦਾ ਮਾਨਸ ਜੀਵਨ ਬਿਰਥਾ, ਕੋਈ ਲਾਭ ਨਹੀਂ ਹੁੰਦਾ । ਜਿਸ ਦੇ ਹਿਰਦੇ ਵਿੱਚ ਪ੍ਰਭ ਨਾਲੋ ਵਿਛੋੜੇ ਦਾ ਵਿਰਾਗ ਨਹੀਂ ਹੁੰਦਾ, ਉਹ ਜੀਉਂਦਾ ਹੀ ਜਲਾ ਦੇਣ ਦੇ ਯੋਗ ਹੁੰਦਾ ਹੈ ।

Whosoever may not remain gratitude for His Blessings; for priceless human life opportunity. He may never adopt the teachings of His Word in his day-to-day life to benefit from human life. Whosoever may not remain in renunciation in the memory of his separation from His Holy Spirit; he may be deserved to be burn alive.

ਮਃ ੫॥ (89-3)

ਮੁੰਢਹੁ ਭੁਲੀ ਨਾਨਕਾ, ਫਿਰਿ ਫਿਰਿ ਜਨਮਿ ਮੁਈਆਸੁ॥	mundhhu bhulee naankaa fir fir janam mu-ee- aas.
ਕਸਤੂਰੀ ਕੈ ਭੋਲੜੈ, ਗੰਦੇ ਡੁੰਮਿ ਪਈਆਸੁ॥੨॥	kastooree kai bholrhai gunday dumm pa-ee- aas. ‖2‖

ਜਿਹੜਾ ਆਪਣੇ ਅਸਲੀ ਮਾਲਕ ਨੂੰ ਭੁਲ ਜਾਂਦਾ, ਮਾਨਸ ਜਨਮ ਦਾ ਮੰਤਵ ਭੁਲ ਜਾਂਦਾ ਹੈ, ਉਹ ਜਨਮ ਮਰਨ ਦੇ ਚੱਕਰ ਵਿੱਚ ਹੀ ਰਹਿੰਦਾ ਹੈ । ਉਹ ਧਰਮ ਦੇ ਨਿਯਮਾਂ ਨਾਲ ਬੰਦਗੀ, ਨਿਤਨੇਮ ਕਰਦਾ ਹੈ, ਇਸ ਨਾਲ ਭਰਮਾਂ ਵਿੱਚ ਡੂੰਘਾ ਫਸ ਜਾਂਦਾ, ਸੰਸਾਰਕ ਮਾਇਆ ਦਾ ਗੁਲਾਮ ਬਣ ਜਾਂਦਾ ਹੈ ।

Whosoever may forget the real purpose of his human life opportunity, His Blessings, The True Master. He may remain in the cycle of birth and death. He may adopt the religious principle of meditation, daily routine; however, he may remain intoxicated with sweet poison of worldly wealth. He becomes a victim of worldly wealth.

ਪਉੜੀ॥ (89-4)

ਸੋ ਐਸਾ ਹਰਿ ਨਾਮੁ ਧਿਆਈਐ ਮਨ ਮੇਰੇ,	so aisaa har Naam japee-ai man mayray
ਜੋ ਸਭਨਾ ਉਪਰਿ ਹੁਕਮੁ ਚਲਾਏ॥	jo antee a-osar la-ay chhadaa-ay.
ਸੋ ਐਸਾ ਹਰਿ ਨਾਮੁ ਜਪੀਐ ਮਨ ਮੇਰੇ,	so aisaa har naam japee-ai man mayray
ਜੋ ਅੰਤੀ ਅਉਸਰਿ ਲਏ ਛਡਾਏ॥	jo antee a-osar la-ay chhadaa-ay.
ਸੋ ਐਸਾ ਹਰਿ ਨਾਮੁ ਜਪੀਐ ਮਨ ਮੇਰੇ,	so aisaa har Naam japee-ai man mayray
ਜੁ ਮਨ ਕੀ ਤ੍ਰਿਸਨਾ ਸਭ ਭੁਖ ਗਵਾਏ॥	jo man kee tarisnaa sabh bhukh gavaa-ay.
ਸੋ ਗੁਰਮੁਖਿ ਨਾਮੁ ਜਪਿਆ ਵਡਭਾਗੀ,	so gurmukh Naam japi-aa vadbhaagee
ਤਿਨ ਨਿੰਦਕ ਦੁਸਟ ਸਭਿ ਪੈਰੀ ਪਾਏ॥	tin nindak dusat sabh pairee paa-ay.
ਨਾਨਕ ਨਾਮੁ ਅਰਾਧਿ, ਸਭਨਾ ਤੇ ਵਡਾ,	naanak Naam araaDh sabhnaa tay vadaa
ਸਭਿ ਨਾਵੈ ਅਗੈ ਆਣਿ ਨਿਵਾਏ॥ 15॥	sabh naavai agai aan nivaa-ay. ‖15‖

ਮਾਲਕ ਦੇ ਸ਼ਬਦ ਦਾ ਸਿਮਰਨ ਕਰੋ! ਜਿਸ ਦਾ ਹੁਕਮ ਹਰਇਕ ਉਪਰ ਚਲਦਾ ਹੈ । ਜਿਹੜਾ ਮਰਨ ਤੋਂ ਪਿਛੋਂ ਜਮਾਂ ਤੋਂ ਛਡਾ ਲਵੇਗਾ । ਜਿਹੜਾ ਸੰਸਾਰਕ ਇਛਾਂ ਤੇ ਕਾਬੂ ਬਖਸ਼ ਦੇਂਦਾ, ਮਨ ਦੀਆਂ ਤ੍ਰਿਸ਼ਨਾ ਖਤਮ ਕਰ ਦੇਂਦਾ ਹੈ । ਜਿਹੜਾ ਪ੍ਰਭ ਦਾ ਸਿਮਰਨ ਕਰਦਾ ਹੈ, ਉਸ ਨੂੰ ਗੁਰਮਖ ਅਵਸਥਾ ਬਖਸ਼ਿਸ਼ ਹੋ ਜਾਂਦੀ ਹੈ । ਉਸ ਦਾ ਸੰਸਾਰ ਵਿੱਚ ਕਿਸੇ ਨਾਲ ਵੈਰ ਵਿਰੋਧ ਨਹੀਂ ਰਹਿੰਦਾ । ਸਾਰੇ ਹੀ ਮਿੱਤਰ ਬਣ ਜਾਂਦੇ, ਮਿੱਤਰ ਦਿਖਾਈ ਦੇਂਦੇ ਹਨ । ਜੀਵ ਉਸ ਅਟਲ ਪ੍ਰਭ ਦੇ ਸ਼ਬਦ ਦਾ ਸਿਮਰਨ ਕਰੋ! ਜਿਹੜਾ ਸਭ ਤੋਂ ਵਡਾ ਹੈ, ਸਾਰੇ ਹੀ ਉਸ ਅੱਗੇ ਅਰਦਾਸ ਕਰਦੇ ਹਨ ।

ਗੁਰੂ ਨਾਨਕ ਦੇਵ ਜੀ! – Guru Nanak Dev Ji! Guru Granth Sahib

You should always meditate on the teachings of His Word, The True Master; only His Ultimate Command prevails over everyone, no one may be beyond His reach. Only He may be the savior from the devil of death. He may bless to conquer and to renounce, eliminate worldly desires from his mind. Whosoever may meditate on the teachings of His Word, he may be blessed with a state of mind as His true devotee. He may not have any jealousy with anyone else on the earth; everyone seems like a friend and not an enemy. The True Master, Greatest of All! Everyone prays for His Forgiveness and Refuge. You should always meditate on the teachings of His Word.

Key Message of Shree Raag page 89-2
ਆਤਮਾ ਨੂੰ ਪਵਿੱਤਰ ਕਰਨ ਦੀ ਵਿਧੀ!
ਜਿਸ ਦੇ ਹਿਰਦੇ ਵਿੱਚ ਪ੍ਰਭ ਨਾਲੋ ਵਿਛੋੜੇ ਦਾ ਵਿਰਾਗ ਨਹੀਂ ਹੁੰਦਾ, ਉਸ ਦਾ ਮਾਨਸ ਜੀਵਨ ਬਿਰਥਾ, ਕੋਈ ਲਾਭ ਨਹੀਂ ਹੁੰਦਾ ਹੈ । ਜਿਹੜਾ ਆਪਣੇ ਮਾਨਸ ਜਨਮ ਦਾ ਮੰਤਵ ਭੁਲ ਜਾਂਦਾ ਹੈ, ਉਹ ਸੰਸਾਰਕ ਮਾਇਆ ਦਾ ਗੁਲਾਮ ਬਣ ਜਾਂਦਾ ਹੈ, ਜਨਮ ਮਰਨ ਦੇ ਚੱਕਰ ਵਿੱਚ ਹੀ ਰਹਿੰਦਾ ਹੈ । ਜਿਸ ਨੂੰ ਸੰਸਾਰਕ ਇਛਾਂ, ਮਨ ਦੀਆਂ ਤ੍ਰਿਸ਼ਨਾ ਤੇ ਜਿੱਤ ਬਖਸ਼ਿਸ਼ ਹੋ ਜਾਂਦੀ ਹੈ । ਉਸ ਦਾ ਸੰਸਾਰ ਵਿੱਚ ਕਿਸੇ ਨਾਲ ਵੈਰ ਵਿਰੋਧ ਨਹੀਂ ਰਹਿੰਦਾ, ਸਾਰੇ ਮਿੱਤਰ ਹੀ ਦਿਖਾਈ ਦੇਂਦੇ ਹਨ ।
The right path of soul sanctification!
Whosoever may not remain in renunciation in the memory of his separation from His Holy Spirit nor remains gratitude for His Blessings; he wastes his human life opportunity uselessly. Whosoever may forget the real purpose of his human life opportunity, His Blessings. He may remain intoxicated with sweet poison of worldly wealth. He remains in the cycle of birth and death. Whosoever may conquer, renounces, eliminates worldly desires from his mind. He may not have any jealousy with anyone, everyone seems like a friend and not an enemy.

59. **ਸਲੋਕ ਮਃ ੧॥** (91-3)

ਕੁਬੁਧਿ ਡੂਮਣੀ ਕੁਦਇਆ ਕਸਾਇਣਿ, ਪਰ ਨਿੰਦਾ,	kubuDh doomnee kud-i-aa kasaa-in par nindaa
ਘਟ ਚੂਹੜੀ ਮੁਠੀ, ਕ੍ਰੋਧਿ ਚੰਡਾਲਿ॥	ghat Choohrhee muthee kroDh chandaal.
ਕਾਰੀ ਕਢੀ ਕਿਆ ਥੀਐ, ਜਾਂ ਚਾਰੇ ਬੈਠੀਆ ਨਾਲਿ॥	kaaree kadhee ki-aa thee-ai jaaN chaaray baithee- aa naal.
ਸਚੁ ਸੰਜਮੁ ਕਰਣੀ ਕਾਰਾਂ, ਨਾਵਣੁ ਨਾਉ ਜਪੇਹੀ॥	sach sanjam karnee kaaraaN naavan naa-o japayhee.
ਨਾਨਕ ਅਗੈ ਊਤਮ ਸੇਈ, ਜਿ ਪਾਪਾਂ ਪੰਦਿ ਨ ਦੇਹੀ॥੧॥	naanak agai ootam say-eeje paapaaN pand na dayhee. ||1||

ਫਰੇਬ ਨਾਲ ਰਹਿਣਾ ਇਕ ਮੂਰਖ ਮੱਤ ਵਾਲੇ ਜੀਵ, ਦੀ ਨਿਸ਼ਾਨੀ ਹੁੰਦੀ ਹੈ । ਬਾਕੀ ਜੀਵਾਂ ਤੇ ਜ਼ੁਲਮ ਕਰਨਾ, ਜਲਾਲ ਦੀ ਨਿਸ਼ਾਨੀ ਹੈ । ਦੂਸਰਿਆਂ ਦੀ ਨਿੰਦਿਆਂ, ਚੁਗਲੀ ਕਰਨਾ ਨੀਚ ਕਰਮ ਕਰਨਵਾਲੇ ਦੀ ਨਿਸ਼ਾਨੀ ਹੁੰਦੀ ਹੈ । ਬਾਕੀਆਂ ਨਾਲ ਕਰੋਧ ਕਰਨਾ ਚੰਡਾਲ ਦੀ ਨਿਸ਼ਾਨੀ ਹੈ । ਜਿਸ ਦੇ ਮਨ ਵਿੱਚ, ਇਹਨਾਂ ਵਿਚੋਂ ਇਕ ਦਾ ਵੀ ਨਿਵਾਸ ਹੁੰਦਾ ਹੈ, ਉਹ ਸ਼ਬਦ ਦੀ ਕਮਾਈ ਨਹੀਂ ਕਰ ਸਕਦਾ । ਆਪਣੇ ਮਨ ਦੀਆਂ ਇਛਾ ਤੇ ਜਿੱਤ ਪਾ ਕੇ, ਪ੍ਰਭ ਦੇ ਬਖਸ਼ੇ ਤੇ ਭਰੋਸਾ ਅਡੋਲ ਰਖਕੇ, ਸ੍ਰਿਸ਼ਟੀ ਦੇ ਭਲੇ ਦੇ ਕੰਮ ਕਰੋ! ਜਿਹੜਾ ਸ਼ਬਦ ਨਾਲ ਜੀਵਨ ਢਾਲਦਾ ਹੈ, ਉਸ ਦੀ ਆਤਮਾ ਪਵਿੱਤਰ ਹੋ ਜਾਂਦੀ ਹੈ । ਜਿਹੜਾ ਪਾਪਾਂ ਵਾਲੇ ਕੰਮ ਨਹੀਂ ਸੋਚਦਾ ਉਸ ਦਾ ਮਨ ਪ੍ਰਵਾਨ ਹੋਣ ਦੇ ਯੋਗ ਬਣ ਸਕਦਾ ਹੈ ।

To be hypocritic, living deceptive life may be the sign of a foolish, unwise person. Tyranny on others may be a sign of a tyrant. Slandering, criticizing others may be a sign of mean, evil spirited person. Treating others rudely with anger may be a sign of a bitter, with low esteem, depressed, frustrated and loser. Whosoever may become a victim of any demon, out of these four demons; he may never remain on the path of acceptance in His Court. You should renounce your worldly desires and remain contented with your own worldly environment and serve His Creation. Whosoever may adopt the teachings of His Word with steady and stable belief in his day-to-day life; with His mercy and grace, his soul may be sanctified to become worthy of His Consideration.

ਮਃ ੧॥

ਕਿਆ ਹੰਸੁ ਕਿਆ ਬਗੁਲਾ, ਜਾ ਕਉ ਨਦਰਿ ਕਰੇਇ॥	ki-aa hans ki-aa bagulaa aa ka-o nadar karay-i.
ਜੋ ਤਿਸੁ ਭਾਵੈ ਨਾਨਕਾ, ਕਾਗਹੁ ਹੰਸੁ ਕਰੇਇ॥੨॥	jo tis bhaavai naankaa kaagahu hans karay-i. ||2||

ਸੰਸਾਰ ਵਿੱਚ, ਕਿਸੇ ਜੀਵ ਨੂੰ ਚੰਗਾ ਜਾ ਮਾੜਾ ਕਿਵੇਂ ਆਖਿਆ ਜਾ ਸਕਦਾ ਹੈ? ਇਹ ਸਭ ਕੁਝ ਪ੍ਰਭ ਦੇ ਹੁਕਮ ਨਾਲ ਹੀ ਹੁੰਦਾ ਹੈ । ਜਿਸ ਤੇ ਪ੍ਰਭ ਦੀ ਰਹਿਮਤ ਦੀ ਨਜ਼ਰ ਬਖਸ਼ਿਸ਼ ਹੋ ਜਾਂਦੀ ਹੈ । ਉਹ ਮੰਦੇ ਕੰਮ ਕਰਨਵਾਲਾ ਵੀ ਸਿੱਧੇ ਰਸਤੇ ਤੇ ਆ ਜਾਂਦਾ ਹੈ । ਆਪਣੇ ਕੀਤੇ ਦਾ ਪਛਤਾਵਾ ਕਰਕੇ ਚੰਗੇ ਕੰਮ ਕਰਨ ਲਗ ਪੈਂਦਾ ਹੈ । ਗੁਰਮਖ ਅਵਸਥਾ ਬਖਸ਼ਿਸ਼ ਹੋ ਜਾਂਦੀ ਹੈ ।

How may anyone be called good or evil person in the world? His Command may only prevail in every event! What may anyone accomplish at his own power, wisdom in his human life? Whosoever may be bestowed with His Blessed Vision; even the evil doer may regret, repents, and adopts the path of His Word to serve His Creation. He may be blessed with a state of mind as His true devotee.

ਪਉੜੀ॥

ਕੀਤਾ ਲੋੜੀਐ ਕੰਮੁ, ਸੁ ਹਰਿ ਪਹਿ ਆਖੀਐ॥	keetaa lorhee-ai kamm so har peh aakhee-ai.
ਕਾਰਜੁ ਦੇਇ ਸਵਾਰਿ, ਸਤਿਗੁਰ ਸਚੁ ਸਾਖੀਐ॥	kaaraj day-ay savaar saT`gur sach saakhee-ai.
ਸੰਤਾ ਸੰਗਿ ਨਿਧਾਨੁ, ਅੰਮ੍ਰਿਤੁ ਚਾਖੀਐ॥	santaa sang niDhaan amrit chaakhee-ai.
ਭੈ ਭੰਜਨ ਮਿਹਰਵਾਨ, ਦਾਸ ਕੀ ਰਾਖੀਐ॥	bhai bhanjan miharvaan daas kee raakhee-ai.
ਨਾਨਕ ਹਰਿ ਗੁਣ ਗਾਇ, ਅਲਖੁ ਪ੍ਰਭੁ ਲਾਖੀਐ॥20॥	naanak har gun gaa-ay alakh parabh laakhee-ai. ||20||

ਜੀਵ ਹਰਇਕ ਕੰਮ ਕਰਨਾ ਸਮੇਂ, ਪ੍ਰਭ ਅੱਗੇ ਰਹਿਮਤ ਦੀ ਅਰਦਾਸ ਕਰੋ! ਜਿਸ ਦਾ ਭਰੋਸਾ ਪ੍ਰਭ ਦੇ ਬਖਸ਼ੇ ਤੇ ਅਡੋਲ ਰਹਿੰਦਾ ਹੈ, ਉਸ ਦਾ ਇਛਾਂ ਵਾਲਾ, ਸੁਚੇਤ ਮਨ, ਪ੍ਰਭ ਦੇ ਸ਼ਬਦ ਦੀ ਅਵਾਜ਼ ਸੁਣਦਾ ਹੈ, ਪ੍ਰਭ ਕਦੇ ਗਲਤ ਰਸਤੇ ਤੇ ਜਾਣ ਨਹੀਂ ਦੇਂਦਾ । ਪ੍ਰਭ ਆਪ ਹੀ ਸਿੱਧਾ ਰਸਤਾ, ਕੰਮ ਵਿੱਚ ਸਫਲਤਾ ਬਖਸ਼ਦਾ ਹੈ । ਪ੍ਰਭ ਆਪ ਹੀ ਜੀਵ ਨੂੰ ਸੰਤ ਸਰੂਪ ਦੀ ਸੰਗਤ ਬਖਸ਼ਦਾ ਹੈ । ਜੀਵ ਨੂੰ ਸ਼ਬਦ ਦੀ ਸੋਝੀ ਬਖਸ਼ਿਸ਼ ਹੋ ਜਾਂਦੀ, ਸ਼ਬਦ ਦਾ ਰੰਗ ਹਿਰਦੇ ਤੇ ਚੜ੍ਹ ਜਾਂਦਾ ਹੈ । ਦਿਆਲੂ ਪ੍ਰਭ ਆਪ ਹੀ ਤਰਸ ਬਖਸ਼ਦਾ, ਆਪਣੇ ਸੇਵਕ ਦੀ ਰਖਿਆ ਕਰਦਾ ਹੈ । ਜਿਹੜਾ ਅਡੋਲ ਭਰੋਸੇ ਨਾਲ ਸ਼ਬਦ ਦੀ ਪਾਲਣਾ ਕਰਦਾ ਹੈ, ਪ੍ਰਭ ਦੀ ਰਹਿਮਤ ਨਾਲ ਉਸ ਨੂੰ ਪ੍ਰਭ ਦੀ ਜੋਤ ਅੰਦਰੋਂ ਹੀ ਅਨੁਭਵ ਹੋ ਜਾਂਦੀ ਹੈ ।

You should always pray for His Forgiveness and Guidance before initiating any task. Whosoever may have a steady and stable belief on His Ultimate Blessings; **the everlasting echo of His Word (sub-conscious mind)** may never guide on the wrong path. He may surrender his self-entity at His Sanctuary. He may guide on the right path and prevails in his task. He may be blessed with the conjugation with His Holy saint. Whosoever may adopt his life experience teachings in his own day-to-day life. He may be drenched with crimson color of the enlightenment of the essence of His Word. The Merciful True Master may protect His true devotee in worldly life. Whosoever may meditate and obey the teachings of His Word; with His mercy and grace, he may realize His Existence from within his mind.

Key Message of Shree Raag page 91-3
ਆਤਮਾ ਦੇ ਜਮਦੂਤਾ ਦੀ ਨਿਸ਼ਾਨੀ!
ਜਮਦੂਤ ਦੀ ਨਿਸ਼ਾਨੀ! ਜਿਸ ਦੇ ਮਨ ਵਿੱਚ, ਇਹਨਾਂ ਵਿਚੋਂ ਇਕ ਦਾ ਵੀ ਨਿਵਾਸ ਹੁੰਦਾ ਹੈ, ਉਹ ਸ਼ਬਦ ਦੀ ਕਮਾਈ ਨਹੀਂ ਕਰ ਸਕਦਾ । ਫਰੇਬ ਨਾਲ ਰਹਿਣਾ ਇਕ ਮੂਰਖ ਮੱਤ ਵਾਲੇ ਜੀਵ, ਦੀ ਨਿਸ਼ਾਨੀ ਹੁੰਦੀ ਹੈ । ਬਾਕੀ ਜੀਵਾਂ ਤੇ ਜ਼ੁਲਮ ਕਰਨਾ, **ਜਲਾਲ** ਦੀ ਨਿਸ਼ਾਨੀ ਹੈ । ਦੂਸਰਿਆਂ ਦੀ ਨਿੰਦਿਆਂ, ਚੁਗਲੀ ਕਰਨਾ **ਨੀਚ ਕਰਮ** ਕਰਨਵਾਲੇ ਦੀ ਨਿਸ਼ਾਨੀ ਹੁੰਦੀ ਹੈ । ਬਾਕੀਆਂ ਨਾਲ ਕਰੋਧ ਕਰਨਾ **ਚੰਡਾਲ** ਦੀ ਨਿਸ਼ਾਨੀ ਹੈ । ਜਿਹੜਾ ਆਪਣੇ ਕੀਤੇ ਦਾ ਪਛਤਾਵਾ ਕਰਕੇ ਚੰਗੇ ਕੰਮ ਕਰਨ ਲਗ ਪੈਂਦਾ ਹੈ । ਉਸ ਨੂੰ ਗੁਰਮਖ ਅਵਸਥਾ ਬਖਸ਼ਿਸ਼ ਹੋ ਸਕਦੀ ਹੈ । ਜਿਸ ਦਾ ਭਰੋਸਾ ਪ੍ਰਭ ਦੇ ਬਖਸ਼ੇ ਤੇ ਅਡੋਲ ਰਹਿੰਦਾ ਹੈ, ਉਹ ਪ੍ਰਭ ਦੇ ਸ਼ਬਦ ਦੀ ਅਵਾਜ਼ ਸੁਣਦਾ ਹੈ, ਪ੍ਰਭ ਕਦੇ ਗਲਤ ਰਸਤੇ ਤੇ ਜਾਣ ਨਹੀਂ ਦੇਂਦਾ । ਉਹ ਆਪਾ ਪ੍ਰਭ ਦੀ ਸ਼ਰਣ ਵਿੱਚ ਭੇਟਾ ਕਰ ਦੇਂਦਾ ਹੈ ।
Symbol of demons of soul!
Symbol of demons! To be hypocritic, living deceptive life may be the sign of a foolish, unwise person. Tyranny on others may be a sign of a tyrant. Slandering, criticizing others may be a sign of mean, evil spirited person. Treating others rudely with anger may be a sign of a bitter, with low esteem, depressed, frustrated and loser. Whosoever may become a victim of any such demon; he may never remain on the path of acceptance in His Court. Whosoever may regret, repents, renounces, and adopts the teachings of His Word; he may be blessed with the right path of human life journey! You should always pray for His Forgiveness and Guidance before initiating any task. Whosoever may have a steady and stable belief on His Ultimate Blessings; he may hear the everlasting echo of His Word (sub-conscious mind); The True Master may never guide on the wrong path. He may surrender his self-entity at His Sanctuary.

Chapter 2

ਰਾਗੁ ਮਾਝ (94-150)

1. **ਰਾਗੁ ਮਾਝ ਅਸਟਪਦੀਆ ਮਹਲਾ ੧ ਘਰੁ ੧॥** (109-7)

ੴ ਸਤਿਗੁਰ ਪ੍ਰਸਾਦਿ॥
ਸਬਦਿ ਰੰਗਾਏ ਹੁਕਮਿ ਸਬਾਏ॥ ਸਚੀ ਦਰਗਹ ਮਹਲਿ ਬੁਲਾਏ॥
ਸਚੇ ਦੀਨ ਦਇਆਲ ਮੇਰੇ ਸਾਹਿਬਾ, ਸਚੇ ਮਨੁ ਪਤੀਆਵਣਿਆ॥੧॥

ik-oNkaar saT`gur parsaad.
sabad rangaa-ay hukam sabaa-ay. sachee dargeh mahal bulaa-ay.
sachay deen da-i-aal mayray saahibaa sachay man patee-aavani-aa. ||1||

ਪ੍ਰਭ ਦੇ ਭਾਣੇ ਨਾਲ ਹਰਇਕ ਜੀਵ ਹੀ ਸ਼ਬਦ, ਵਿੱਚ ਰੰਗਿਆ ਹੈ । ਜਿਸ ਦੇ ਸਿਮਰਨ ਤੇ ਪ੍ਰਭ ਪ੍ਰਸੰਨ ਹੋ ਜਾਂਦਾ ਹੈ, ਉਸ ਨੂੰ ਦਰਬਾਰ ਵਿੱਚ ਥਾਂ ਬਖਸ਼ਦਾ ਹੈ । ਪ੍ਰਭ ਆਪਣੇ ਦਾਸਾਂ ਤੇ ਬਹੁਤ ਦਿਆਲ ਹੈ! ਉਹ ਪ੍ਰਭ ਦੀ ਰਹਿਮਤ ਦਾ ਅਨੰਦ ਮਾਨਦੇ ਹਨ ।

Everyone remains drenched with the essence of His Word. Whose earnings may be as per the teachings of His Word; he may be blessed with the right path of acceptance in His Court. The Merciful True Master may remain very gracious; His true devotee enjoys peace, contentment, and blossom in day-to-day life.

ਹਉ ਵਾਰੀ ਜੀਉ ਵਾਰੀ ਸਬਦਿ ਸੁਹਾਵਣਿਆ॥
ਅੰਮ੍ਰਿਤ ਨਾਮੁ ਸਦਾ ਸੁਖਦਾਤਾ,
ਗੁਰਮਤੀ ਮੰਨਿ ਵਸਾਵਣਿਆ॥੧॥ ਰਹਾਉ॥

ha-o vaaree jee-o vaaree sabad suhaavani-aa.
amrit Naam sadaa sukh-daata
gurmatee man vasaavani-aa. ||1|| rahaa-o.

ਮੇਰੀ ਉਸ ਭਗਤ ਨੂੰ ਸਲਾਮ ਹੈ! ਜਿਸ ਦੇ ਮਨ ਵਿੱਚ ਸ਼ਬਦ ਘਰ ਕਰ ਜਾਂਦਾ ਹੈ । ਜਿਹੜਾ ਸ਼ਬਦ ਦੀ ਪਾਲਣਾ ਅਡੋਲ ਭਰੋਸੇ ਨਾਲ ਕਰਦਾ ਹੈ, ਪ੍ਰਭ ਦੀ ਰਹਿਮਤ ਨਾਲ, ਉਸ ਨੂੰ ਹੀ ਸ਼ਬਦ ਦੀ ਸੋਝੀ ਬਖਸ਼ਿਸ਼ ਹੁੰਦੀ ਹੈ, ਕੇਵਲ ਉਸ ਨੂੰ ਸਦਾ ਅਟਲ ਰਹਿਣ ਵਾਲਾ ਅਨੰਦ ਬਖਸ਼ਿਸ਼ ਹੁੰਦਾ ਹੈ ।

I remain fascinated from the way of life of His true devotee! Who may remain drench with the essence of His Word. Whosoever may remain steady and stable in meditation on the teachings of His Word; with His mercy and grace, he be enlightened with the essence of His Word, only he may be blessed with a peace, contentment, and harmony forever

ਨਾ ਕੋ ਮੇਰਾ ਹਉ ਕਿਸੁ ਕੇਰਾ॥
ਸਾਚਾ ਠਾਕੁਰੁ ਤ੍ਰਿਭਵਣਿ ਮੇਰਾ॥
ਹਉਮੈ ਕਰਿ ਕਰਿ ਜਾਇ ਘਣੇਰੀ,
ਕਰਿ ਅਵਗਣ ਪਛੋਤਾਵਣਿਆ॥੨॥

naa ko mayraa ha-o kis kayraa.
saachaa thaakur taribhavan mayraa.
ha-umai kar kar jaa-ay ghanayree
kar avgan pachhotaavani-aa. ||2||

ਤਿੰਨਾਂ ਸ੍ਰਿਸ਼ਟੀਆਂ ਵਿੱਚ ਹੀ ਵਾਪਰਨ ਵਾਲਾ ਪ੍ਰਭ ਹੀ, ਕੇਵਲ ਮੇਰਾ ਅਸਲੀ ਸਾਥੀ ਹੈ । ਹੋਰ ਕਿਸੇ ਨਾਲ ਮੇਰਾ ਕੋਈ ਸਬੰਧ ਨਹੀਂ ਹੈ । ਸੰਸਾਰ ਵਿੱਚ ਬਹੁਤ ਜੀਵ ਅਹੰਕਾਰ ਵਿੱਚ ਹੀ ਕਮਾਈ ਕਰਦੇ, ਮਰਨ ਤੇ ਪਛਤਾਵਾ ਕਰਦੇ, ਖਿਮਾ ਮੰਗਦੇ ਹਨ । ਉਸ ਵੇਲੇ ਕੋਈ ਲਾਭ ਨਹੀਂ ਹੁੰਦਾ ।

The True Master prevails in all three universes; only He is my true companion in the universe. I do not have any association or relationship or emotional bonds with anyone else. So many creatures may earn their livings in ego; however, they may regret and repent after death. His repentance may not benefit, nor any sympathy may be bestowed.

ਹੁਕਮੁ ਪਛਾਣੈ ਸੁ ਹਰਿ ਗੁਣ ਵਖਾਣੈ॥ ਗੁਰ ਕੈ ਸਬਦਿ ਨਾਮਿ ਨੀਸਾਣੈ॥
ਸਭਨਾ ਕਾ ਦਰਿ ਲੇਖਾ, ਸਚੈ ਛੂਟਸਿ ਨਾਮਿ ਸੁਹਾਵਣਿਆ॥੩॥

hukam pachhaanai so har gun vakhaanai. gur kai sabad Naam neesaanai.
sabhnaa kaa dar laykhaa sachai chhootas Naam suhaavani-aa. ||3||

ਜਿਹੜਾ ਜੀਵਨ ਨੂੰ ਸ਼ਬਦ ਅਨੁਸਾਰ ਢਾਲਕੇ ਸਿਮਰਨ ਕਰਦਾ ਹੈ, ਉਸ ਨੂੰ ਸ਼ਬਦ ਦੀ ਸੋਝੀ ਬਖਸ਼ਿਸ਼ ਹੋ ਜਾਂਦੀ, ਉਸ ਦੀ ਬੰਦਗੀ ਪ੍ਰਵਾਨ ਹੋ ਜਾਂਦੀ ਹੈ । ਹਰਇਕ ਜੀਵ ਦੇ ਕੰਮਾਂ ਦਾ ਲੇਖਾ ਧਰਮਰਾਜ ਦੇ ਦਰਬਾਰ ਵਿੱਚ ਹੁੰਦਾ ਹੈ । ਜਿਸ ਦੀ ਬੰਦਗੀ ਪ੍ਰਵਾਨ ਹੋ ਜਾਂਦੀ ਹੈ, ਉਸ ਦਾ ਜਨਮ ਮਰਨ ਦਾ ਚੱਕਰ ਖਤਮ ਹੋ ਜਾਂਦਾ, ਬਾਕੀ ਜੂੰਨਾਂ ਦੇ ਚੱਕਰ ਵਿੱਚ ਹੀ ਰਹਿੰਦੇ ਹਨ ।

Whosoever may adopt the teachings of His Word with steady and stable belief in his day-to-day life; with His mercy and grace, his meditation may be accepted in His Court. He may be enlightened with the essence of His Word from within. Everyone must endure the consequences of his worldly deeds in His Court, The Righteous Judge in the 10th cave of his soul. His cycle of birth and death may be eliminated. Everyone else may remain in the cycle of birth and death.

ਮਨਮੁਖੁ ਭੂਲਾ ਠਉਰੁ ਨ ਪਾਏ॥ ਜਮ ਦਰਿ ਬਧਾ ਚੋਟਾ ਖਾਏ॥
ਬਿਨੁ ਨਾਵੈ ਕੋ ਸੰਗਿ ਨ ਸਾਥੀ, ਮੁਕਤੇ ਨਾਮੁ ਧਿਆਵਣਿਆ॥੪॥

manmukh bhoolaa tha-ur na paa-ay. jam dar baDhaa chotaa khaa-ay.
bin naavai ko sang na saathee muktay Naam Dhi-aavani-aa. ||4||

ਮਨਮੁਖ ਨੂੰ ਇਛਾਂ ਦੀਆਂ ਭਟਕਣਾਂ ਵਿੱਚ ਹੀ ਰਹਿੰਦੇ, ਮੁਸੀਬਤਾਂ ਹੀ ਆਉਂਦੀਆਂ ਹਨ । ਮੌਤ ਤੋਂ ਪਿਛੋਂ ਕੇਵਲ ਸ਼ਬਦ ਦੀ ਕਮਾਈ ਹੀ ਸਾਥ ਜਾਂਦੀ, ਬਾਕੀ ਸੰਸਾਰਕ ਕਮਾਈ ਬਿਰਥੀ ਹੈ । ਪਹਿਲੇ ਲਿਖੇ ਭਾਗਾਂ ਨਾਲ ਹੀ ਪ੍ਰਵਾਨਗੀ, ਜਨਮ ਮਰਨ ਤੋਂ ਛੁਟਕਾਰਾ ਬਖਸ਼ਿਸ਼ ਹੁੰਦਾ ਹੈ ।

Self-minded remains frustrated with worldly desires; he endures miseries in his worldly life. After death! Only the earnings of His Word remain with his soul to support in His Court. All other worldly wealth may be useless for the real purpose of his human life opportunity. Whosoever may have a great prewritten destiny, only he may be blessed with the right path of acceptance in His Court. Only his cycle of birth and death may be eliminated.

ਸਾਕਤ ਕੂੜੇ ਸਚੁ ਨ ਭਾਵੈ॥ ਦੁਬਿਧਾ ਬਾਧਾ ਆਵੈ ਜਾਵੈ॥
ਲਿਖਿਆ ਲੇਖੁ ਨ ਮੇਟੈ ਕੋਈ, ਗੁਰਮੁਖਿ ਮੁਕਤਿ ਕਰਾਵਣਿਆ॥੫॥

saakat koorhay sach na bhaavai. dubiDhaa baaDhaa aavai jaavai.
likhi-aa laykh na maytai ko-ee gurmukh mukat karaavani-aa. ||5||

ਫਰੇਬ, ਧੋਖੇ ਨਾਲ ਜੀਵਨ ਵਾਲੇ ਨੂੰ ਇਨਸਾਫ ਜਾ ਹੱਕ ਦੀ ਕਮਾਈ ਨਾਲ ਖੁਸ਼ੀ ਨਹੀਂ ਹੰਦੀ । ਉਸ ਦਾ ਭਰੋਸਾ ਪ੍ਰਭ ਦੇ ਬਖਸ਼ੇ ਤੇ ਅਡੋਲ ਨਹੀਂ ਹੁੰਦਾ, ਜੂੰਨਾਂ ਦੇ ਚੱਕਰ ਵਿੱਚ ਹੀ ਰਹਿੰਦਾ ਹੈ । ਜੀਵ ਦੇ ਪਹਿਲੇ ਲਿਖੇ ਭਾਗ ਬਦਲੇ ਨਹੀਂ ਜਾ ਸਕਦੇ, ਕੇਵਲ ਗੁਰਮਖ ਹੀ ਰਹਿਮਤ ਪਾ ਕੇ ਲੇਖਾ ਖਤਮ ਕਰਵਾ ਲੈਂਦਾ ਹੈ ।

Hypocrite dominated with deception, robbing the earnest living of others, may not remain contented with his day-to-day earnest living. He may never belief His Blessings as worthy reward for his deeds. He may remain in the cycle of birth and death. Anyone may never be changed his prewritten destiny. Only His true devotee may be bestowed with His Blessed Vision to clear his account of worldly deeds.

ਪੇਈਅੜੈ ਪਿਰੁ ਜਾਤੋਂ ਨਾਹੀ॥ ਝੂਠਿ ਵਿਛੁੰਨੀ ਰੋਵੈ ਧਾਹੀ॥
ਅਵਗਣਿ ਮੁਠੀ ਮਹਲੁ ਨ ਪਾਏ, ਅਵਗਣ ਗੁਣਿ ਬਖਸਾਵਣਿਆ॥੬॥

pay-ee-arhai pir jaato naahee. jhooth vichhunnee rovai Dhaahee.
avgan muthee mahal na paa-ay avgan gun bakhsaavani-aa. ||6||

ਗੁਰੂ ਨਾਨਕ ਦੇਵ ਜੀ! – Guru Nanak Dev Ji! Guru Granth Sahib

ਆਤਮਾ ਨੂੰ ਮਾਂ ਦੇ ਪੇਟ ਵਿੱਚ ਪ੍ਰਭ ਦੀ ਜਾਣਕਾਰੀ, ਸ਼ਬਦ ਦੀ ਸੋਝੀ ਨਹੀਂ ਹੁੰਦੀ, ਉਸ ਦੇ ਵਿਛੋੜੇ ਦੇ ਵਿਰਾਗ ਵਿੱਚ ਹੀ ਰਹਿੰਦੀ ਹੈ । ਅਉਗੁਣਾਂ ਭਰੀ ਆਤਮਾ ਮਾਲਕ ਦੇ ਘਰ ਨਹੀਂ ਜਾ ਸਕਦੀ । ਜੀਵਨ ਵਿੱਚ ਸ਼ਬਦ ਦੀ ਕਮਾਈ ਨਾਲ ਹੀ ਅਉਗੁਣ ਬਖਸ਼ੇ ਜਾ ਸਕਦੇ, ਮਾਲਕ ਦਾ ਘਰ ਫਿਰ ਬਖਸ਼ਿਸ਼ ਹੋ ਸਕਦਾ ਹੈ ।

In the womb of mother, his soul may not realize, nor enlightened with the essence of His Word. She remains in renunciation in the memory of her separation from His Holy Spirit. Her blemished soul with sins, evil thoughts cannot return to her permanent resting place.

ਪੇਈਅੜੈ ਜਿਨਿ ਜਾਤਾ ਪਿਆਰਾ॥ ਗੁਰਮੁਖਿ ਬੂਝੈ ਤਤੁ ਬੀਚਾਰਾ॥ pay-ee-arhai jin jaataa pi-aaraa. gurmukh boojhai tat beechaaraa.
ਆਵਣੁ ਜਾਣਾ ਠਾਕਿ ਰਹਾਏ, ਸਚੈ ਨਾਮਿ ਸਮਾਵਣਿਆ॥੭॥ aavan jaanaa thaak rahaa-ay sachai Naam samaavani-aa. ||7||

ਜਿਸ ਨੇ ਆਪਣੇ ਅੰਦਰੋਂ ਹੀ ਪ੍ਰਭ ਨੂੰ ਜਾਣ ਲਿਆ, ਉਸ ਨੂੰ ਗੁਰਮਖ ਅਵਸਥਾ ਬਖਸ਼ਿਸ਼ ਹੋ ਜਾਂਦੀ ਹੈ । ਉਸ ਨੂੰ ਸ਼ਬਦ ਦੀ ਸੋਝੀ ਹੋ ਜਾਂਦੀ, ਬੰਦਗੀ ਕਰਨ ਦਾ ਅਸਲੀ ਰਸਤਾ ਬਖਸ਼ਿਸ਼ ਹੋ ਜਾਂਦਾ ਹੈ । ਉਸ ਦਾ ਜੂੰਨਾਂ ਦਾ ਚੱਕਰ ਖਤਮ ਹੋ ਜਾਂਦਾ ਹੈ, ਉਸ ਵਿੱਚ ਹੀ ਅਲੋਪ ਹੋ ਜਾਂਦਾ ਹੈ ।

Whosoever may recognize His Existence, the real purpose of his human life opportunity; with His mercy and grace, he may be blessed with a state of mind as His true devotee. He may be enlightened with the essence of His Word; he may be blessed with the right path of acceptance in His Court. His cycle of birth and death may be eliminated; with His mercy and grace, his soul may immerse within His Holy Spirit.

ਗੁਰਮੁਖਿ ਬੂਝੈ ਅਕਥੁ ਕਹਾਵੈ॥ ਸਚੇ ਠਾਕੁਰ ਸਾਚੋ ਭਾਵੈ॥ gurmukh boojhai akath kahaavai. sachay thaakur saacho bhaavai.
ਨਾਨਕ ਸਚੁ ਕਹੈ ਬੇਨੰਤੀ, ਸਚੁ ਮਿਲੈ ਗੁਣ ਗਾਵਣਿਆ॥੮॥੧॥ naanak sach kahai baynantee sach milai gun gaavani-aa. ||8||1||

ਜਿਸ ਨੂੰ ਗੁਰਮਖ ਅਵਸਥਾ ਬਖਸ਼ਿਸ਼ ਹੋ ਜਾਂਦੀ ਹੈ । ਉਹ ਨਾ ਕਥੀਆ ਜਾਣ ਵਾਲੀਆਂ ਕਰਮਾਤਾਂ ਦਾ ਵਖਿਆਣ ਕਰਦਾ ਹੈ । ਮਨ ਦੀ ਪਵਿਤਰਤਾ ਪ੍ਰਭ ਨੂੰ ਬਹੁਤ ਪਿਆਰੀ ਲਗਦੀ ਹੈ । ਜੀਵ ਅਟਲ ਪ੍ਰਭ ਦੇ ਸ਼ਬਦ ਦਾ ਸਿਮਰਨ ਕਰੋ! ਉਸ ਦੇ ਗੁਣਾਂ ਦੀ ਉਸਤਤ ਗਾਵੋ, ਧੰਨਵਾਦ ਕਰੋ ।

Whosoever may be blessed with a state of mind as His true devotee; with His mercy and grace, he may be enlightened to explain indescribable events of His Nature. The sanctification of soul may be very pleasing to The True Master. You should meditate, sing the gratitude for His Blessings, and His Glory!

Key Message of Maajh Mehlaa page 109-7
ਆਤਮਾ ਦਾ ਅਸਲੀ ਸਾਥੀ!
'ਤਿੰਨਾਂ ਸ੍ਰਿਸ਼ਟੀਆਂ ਵਿੱਚ ਹੀ ਵਾਪਰਨ ਵਾਲਾ ਪ੍ਰਭ ਹੀ, ਕੇਵਲ ਮੇਰਾ ਅਸਲੀ ਸਾਥੀ ਹੈ । ਹੋਰ ਕਿਸੇ ਨਾਲ ਮੇਰੀ ਕੋਈ ਲਗਨ, ਸਬੰਧ ਨਹੀਂ ਹੈ । ਜਿਹੜਾ ਜੀਵਨ ਨੂੰ ਸ਼ਬਦ ਅਨੁਸਾਰ ਢਾਲਕੇ ਸਿਮਰਨ ਕਰਦਾ ਹੈ, ਉਸ ਨੂੰ ਸ਼ਬਦ ਦੀ ਸੋਝੀ ਬਖਸ਼ਿਸ਼ ਹੋ ਜਾਂਦੀ, ਉਸ ਦੀ ਬੰਦਗੀ ਪ੍ਰਵਾਨ ਹੋ ਜਾਂਦੀ ਹੈ । ਅਉਗੁਣਾਂ ਭਰੀ ਆਤਮਾ ਮਾਲਕ ਦੇ ਘਰ ਨਹੀਂ ਜਾ ਸਕਦੀ । ਜਿਸ ਨੂੰ ਸ਼ਬਦ ਦੀ ਸੋਝੀ ਹੋ ਜਾਂਦੀ, ਉਸ ਨੂੰ ਬੰਦਗੀ ਕਰਨ ਦਾ ਅਸਲੀ ਰਸਤਾ ਬਖਸ਼ਿਸ਼ ਹੋ ਜਾਂਦਾ ਹੈ । ਉਸ ਦਾ ਜੂੰਨਾਂ ਦਾ ਚੱਕਰ ਖਤਮ ਹੋ ਜਾਂਦਾ ਹੈ, ਉਸ ਵਿੱਚ ਹੀ ਅਲੋਪ ਹੋ ਜਾਂਦਾ ਹੈ ।
True companion of soul!
The True Master prevails in all three universes; only He may be my true companion in the universe. I do not have any association or relationship or emotional bonds with anyone else in the universe. Whosoever may adopt the teachings of His Word in his day-to-day life; with His mercy and grace, his meditation may be accepted in His Court. Blemished soul with sins, evil thoughts cannot return to her permanent resting place. Whosoever may be enlightened with the essence of His Word; with His mercy and grace, he may be blessed with the right path of acceptance in His Court. His cycle of birth and death may be eliminated, his soul may immerse within His Holy Spirit.

2. **ਵਾਰ ਮਾਝ ਕੀ ਤਥਾ ਸਲੋਕ ਮਹਲਾ 1** (137-15) **ਮਲਕ ਮੁਰੀਦ ਤਥਾ ਚੰਦ੍ਰਹੜਾ ਸੋਹੀਆ ਕੀ ਧੁਨੀ ਗਾਵਣੀ॥**

Malak mureed tathaa chandarharhaa sohee- aa kee Dhunee gaavnee.

ੴ ਸਤਿ ਨਾਮੁ ਕਰਤਾ ਪੁਰਖੁ ਗੁਰ ਪ੍ਰਸਾਦਿ॥ ik-oNkaar sat Naam kartaa purakh gur parsaad.
ਗੁਰੁ ਦਾਤਾ ਗੁਰੁ ਹਿਵੈ, ਘਰੁ ਗੁਰੁ ਦੀਪਕੁ ਤਿਹ ਲੋਇ॥ gur daataa gur hivaighar gur deepak tih lo-ay.
ਅਮਰ ਪਦਾਰਥੁ ਨਾਨਕਾ, ਮਨਿ ਮਾਨਿਐ ਸੁਖੁ ਹੋਇ॥੧॥ amar padaarath naankaa man maanee-ai sukh ho-ay. ||1||

ਪ੍ਰਭ ਹੀ ਦਾਤਾਂ ਦਾ ਭੰਡਾਰੀ, ਖਜ਼ਾਨਾ, ਸਵਾਸ ਬਖਸ਼ਣ ਵਾਲਾ ਮਾਲਕ ਹੈ । ਉਸ ਦਾ ਸ਼ਬਦ ਅਟਲ, ਸਦਾ ਰਹਿਣ ਵਾਲਾ, ਤਿੰਨਾਂ ਸ੍ਰਿਸ਼ਟੀਆਂ ਦੀ ਰੋਸ਼ਨੀ, ਸੋਝੀ ਦਾ ਸੋਮਾ, ਥੰਮਾ ਹੈ । ਭਰੋਸਾ ਅਡੋਲ ਰਖਣ ਨਾਲ ਪੂਰਨ ਸ਼ਾਂਤੀ, ਸੰਤੋਖ, ਧੀਰਜ ਪ੍ਰਾਪਤ ਹੁੰਦਾ ਹੈ ।

The True Master, Treasure of all virtues, blesses the capital of breathes to His Creation. His Word remains, true forever, the fountain of enlightenment and pillar of support of all three universes. Whosoever may adopt the teachings of His Word with steady and stable belief; with His mercy and grace, he may be blessed with peace, patience, and contentment.

ਮਃ ੧॥

ਪਹਿਲੈ ਪਿਆਰਿ ਲਗਾ ਥਣ ਦੁਧਿ॥ ਦੂਜੈ ਮਾਇ ਬਾਪ ਕੀ ਸੁਧਿ॥ pahilai pi-aar lagaa than duDh. doojai maa-ay baap kee suDh.
ਤੀਜੈ ਭਯਾ ਭਾਭੀ ਬੇਬ॥ ਚਉਥੈ ਪਿਆਰਿ ਉਪੰਨੀ ਖੇਡ॥ teejai bha-yaa bhaabhee bayb. cha-uthai pi-aar upannee khayd.
ਪੰਜਵੈ ਖਾਣ ਪੀਅਣ ਕੀ ਧਾਤੁ॥ ਛਿਵੈ ਕਾਮੁ ਨ ਪੁਛੈ ਜਾਤਿ॥ punjvai khaan pee-an kee Dhaat. chhivai kaam na puchhai jaat.
ਸਤਵੈ ਸੰਜਿ ਕੀਆ ਘਰ ਵਾਸੁ॥ ਅਠਵੈ ਕ੍ਰੋਧੁ ਹੋਆ ਤਨ ਨਾਸੁ॥ satvai sanj kee-aa ghar vaas. athvai kroDh ho-aa tan naas.
ਨਾਵੈ ਧਉਲੇ ਉਭੇ ਸਾਹ॥ ਦਸਵੈ ਦਧਾ ਹੋਆ ਸੁਆਹ॥ naavai Dha-ulay ubhay saah. dasvai daDhaa ho-aa su-aah.
ਗਏ ਸਿਗੀਤ ਪੁਕਾਰੀ ਧਾਹ॥ ਉਡਿਆ ਹੰਸੁ ਦਸਾਏ ਰਾਹ॥ ga-ay sigeet pukaaree Dhaah. udi-aa hans dasaa-ay raah.
ਆਇਆ ਗਇਆ ਮੁਇਆ ਨਾਉ॥ ਪਿਛੈ ਪਤਲਿ ਸਦਿਹੁ ਕਾਵ॥ aa-i-aa ga-i-aa mu-i-aa naa-o. pichhai patal sadihu kaav.
ਨਾਨਕ ਮਨਮੁਖਿ ਅੰਧੁ ਪਿਆਰੁ॥ ਬਾਝੁ ਗੁਰੂ ਡੁਬਾ ਸੰਸਾਰੁ॥੨॥ naanak manmukh anDh pi-aar. baajh guroo dubaa sansaar. ||2||

ਸਭ ਤੋਂ ਪਹਿਲੇ ਬੱਚੇ ਨੂੰ ਮਾਂ ਦੇ ਦੁੱਧ ਨਾਲ, ਮਮਤਾ ਨਾਲ ਪਿਆਰ, ਆਸਰਾ ਮਿਲਦਾ ਹੈ । ਉਸ ਦੇ ਮਨ ਨੂੰ ਮਾਤਾ ਅਤੇ ਪਿਤਾ ਆਪਣੇ ਲਗਦੇ ਹਨ, ਉਹਨਾਂ ਦੇ ਆਸਰੇ ਤੇ ਭਰੋਸਾ ਹੁੰਦਾ ਹੈ । ਵਡਾ ਹੋਣ ਤੇ ਉਸ ਨੂੰ ਭਾਈ, ਭੈਣ, ਭਰਜਾਈ ਆਪਣੇ ਲਗਣ ਲਗ ਪੈਂਦੇ ਹਨ, ਉਹਨਾਂ ਨਾਲ ਸਾਂਝ ਬਣਦੀ ਹੈ । ਉਸ ਤੋਂ ਪਿਛੋਂ ਸਾਥੀਆਂ ਨਾਲ ਖੇਡ ਕਰਨ ਨਾਲ ਅਨੰਦ ਮਿਲਦਾ ਹੈ । ਇਸ ਤੋਂ ਪਿਛੋਂ ਚੰਗੇ ਖਾਣ ਪੀਣ ਦਾ ਸ਼ੌਕ ਪੈਂਦਾ, ਉਸ ਵਿੱਚ ਮਨ ਲਗਦਾ ਹੈ । ਇਸ ਤੋਂ ਪਿਛੋਂ ਕਾਮਵਾਸਨਾ ਦਾ ਜ਼ੋਰ ਹੋ ਜਾਂਦਾ ਹੈ । ਸੰਸਾਰਕ ਬਣਾਏ ਰੀਵਾਜ ਚੰਗੇ ਨਹੀਂ ਲਗਦੇ, ਆਪਣੇ ਮਨ ਦੇ ਨਸ਼ੇ ਵਿੱਚ ਹੀ ਚਲਣਾ ਚਾਹੁੰਦਾ ਹੈ । ਇਸ ਤੋਂ ਪਿਛੋਂ ਉਸ ਨੂੰ ਜੀਵਨ ਦੀਆਂ ਜਰੂਰਤਾਂ ਦਾ

ਅਹਿਸਾਸ ਹੁੰਦਾ ਹੈ । ਇਹਨਾਂ ਨੂੰ ਪੂਰੀਆਂ ਕਰਨ ਲਈ ਕਮਾਈ ਕਰਦਾ, ਘਰ ਵਸਾਉਂਦਾ ਹੈ । ਇਸ ਪਿਛੋਂ ਅਹਿਸਾਸ ਹੁੰਦਾ, ਸਾਰੀਆਂ ਇਛਾਂ ਪੂਰੀਆਂ ਕਰਨੀਆਂ ਬਹੁਤ ਮੁਸ਼ਕਲ ਹਨ । ਇਸ ਨਾਲ ਨਿਰਾਜ਼ਗੀ ਦਾ ਸਾਮ੍ਹਣਾ ਕਰਨਾ ਪੈਂਦਾ ਹੈ, ਮਨ ਬੇਚਾਰ ਹੋ ਕੇ ਕਰੋਧ ਵਿੱਚ ਆਉਂਦਾ ਹੈ । ਬੁਢੇਪਾ ਆ ਜਾਂਦਾ, ਸਰੀਰ ਕਮਜ਼ੋਰ ਹੋ ਜਾਂਦਾ, ਜਵਾਨੀ ਢਲ ਗਈ, ਅੱਗਾ ਨੇੜੇ ਮਹਿਸੂਸ ਹੁੰਦਾ ਹੈ । ਉਹ ਬੇਚਾਰ ਹੋ ਜਾਂਦਾ, ਮਨ ਦੀਆਂ ਇਛਾਂ ਪੂਰੀਆਂ ਨਹੀਂ ਹੋਈਆਂ । ਮੌਤ ਦਾ ਸੱਦਾ ਆ ਜਾਂਦਾ, ਸੰਸਾਰਕ ਸਬੰਧੀਆਂ ਨਾਲੋ ਵਿਛੋੜਾ ਹੋ ਜਾਂਦਾ ਹੈ । ਉਹ ਆਪਣੇ ਜੀਵਨ ਦੇ ਲਾਲਚਾਂ ਕਰਕੇ ਉਸ ਦੇ ਵਿਛੋੜੇ ਦੇ ਵਿਰਾਗ ਵਿੱਚ ਰੋਂਦੇ ਹਨ । ਆਤਮਾ ਸਮਾਂ ਪੂਰਾ ਕਰਕੇ, ਆਪਣੇ ਕੰਮਾਂ ਦਾ ਲੇਖਾ ਦੇਣ ਲਈ ਵਾਪਸ ਚਲੀ ਜਾਂਦੀ ਹੈ । ਥੋੜ੍ਹਾ ਸਮਾਂ ਪਾ ਕੇ ਉਸ ਦਾ ਨਾਮ, ਭੁਲ ਜਾਂਦੇ ਹਨ, ਬਾਕੀ ਜੀਵ ਥੋੜ੍ਹਾ ਚਿਰ ਉਸ ਦੀ ਯਾਦ ਵਿੱਚ ਲੋੜਵੰਦਾ ਨੂੰ ਭੋਜਨ ਕਰਾਉਂਦੇ ਹਨ । ਸੰਸਾਰਕ ਜੀਵਾਂ, ਜਾਨਵਰਾਂ ਨੂੰ ਦਾਣਾ ਪਾਉਂਦੇ ਹਨ । ਮਨਮੁਖ ਜੀਵ ਦਾ ਇਸਤਰ੍ਹਾਂ ਹੀ ਜੀਵਨ ਬੀਤ ਜਾਂਦਾ ਹੈ । ਇਸ ਹਨੇਰੇ ਵਿੱਚ ਹੀ ਸੰਸਾਰਕ ਜੀਵ ਜੁਗਾਂ ਤੋਂ ਚਲਦੇ ਆਏ ਹਨ ।

At birth, first a child develops an attachment to his mother and her breast milk to nourish his body. He considers mother and father are his own; he trusts on their support and protection. As the child grows the attachment to family, brother, sister, and sister-in-law become closer; he considers these family members as his own. After that, he develops association with friends, companions, enjoys their company. He develops a taste for different kind of food and various drinks. Next stage, his sexual urge dominates his mind; he does not like the religious rituals, restrictions; he remains intoxicated in youth. Then, he may realize the necessities of life and family responsibilities. To satisfy his necessities of life; he works hard and tries to establish his house and family. He may realize, all his desires, very hard to be satisfied. He faces reality of human life, disappointments, and dissatisfaction with his achievements. His frustrations, and anger dominates, controls his mind. By that time, he realizes his old age, his body becomes weak and his youth has long gone. He realizes! His time in world may be limited and his desires are unfulfilled. At that time! The devil of death knocks at his door; he must relinquish all his worldly attachments, relatives, and possessions on the earth. His family and friends may grieve in renunciation for their own greed. His soul has completed her predetermined time on the earth and return to endure the judgement of The Righteous Judge. After a little while! His family and friends forget his name. His close family members celebrate his memory by charity to help feed the poor, and helpless animals. Such a way! Self-minded may waste his human life on earth. Such an ignorance continues in the universe from Ages.

ਮਃ ੧॥

ਦਸ ਬਾਲਤਣਿ ਬੀਸ ਰਵਣਿ, ਤੀਸਾ ਕਾ ਸੁੰਦਰੁ ਕਹਾਵੈ॥
ਚਾਲੀਸੀ ਪੁਰੁ ਹੋਇ ਪਚਾਸੀ,
ਪਗੁ ਖਿਸੈ ਸਠੀ ਕੇ ਬੋਢੇਪਾ ਆਵੈ॥
ਸਤਰਿ ਕਾ ਮਤਿਹੀਣੁ, ਅਸੀਹਾਂ ਕਾ ਵਿਉਹਾਰੁ ਨ ਪਾਵੈ॥
ਨਵੈ ਕਾ ਸਿਹਜਾਸਣੀ, ਮੂਲਿ ਨ ਜਾਣੈ ਅਪ ਬਲੁ॥
ਢੰਢੋਲਿਮੁ ਢੂਢਿਮੁ ਡਿਠੁ ਮੈ,
ਨਾਨਕ ਜਗੁ ਧੂਏ ਕਾ ਧਵਲਹਰੁ॥੩॥

das baaltan bees ravanteesaa kaa sundar kahaavai.
chaaleesee pur ho-ay pachaasee
pag khisai sathee kay bodhaypaa aavai.
satar kaa matiheen aseehaaNkaa vi-uhaar na paavai.
navai kaa sihjaasneemool na jaanai ap bal.
dhandholim dhoodhim dith mai
naanak jag Dhoo-ay kaa Dhavalhar. ||3||

ਦਸ ਸਾਲ ਤੀਕ ਜੀਵ, ਬੱਚਾ ਹੀ ਰਹਿੰਦਾ ਹੈ, ਉਸ ਦੀਆਂ ਗਲਤੀਆਂ ਨੂੰ ਅਣਜਾਣ ਹੀ ਸਮਝਿਆ ਜਾਂਦਾ ਹੈ । ਵੀਹ ਸਾਲ ਦੀ ਉਮਰ ਤੱਕ ਉਹ ਜਵਾਨੀ ਦੇ ਜ਼ੋਰ ਵਿੱਚ ਹੁੰਦਾ, ਅਸਲੀਅਤ ਦੀ ਸਮਝ ਨਹੀਂ ਹੁੰਦੀ । ਤੀਹ ਸਾਲ ਦੀ ਉਮਰ ਵਿੱਚ ਆਪਣਾ ਘਰ ਵਸਾਉਣ ਦੀ ਜ਼ੁੰਮੇਵਾਰੀ ਸੌਂਪੀ ਜਾਂਦੀ ਹੈ । ਉਸ ਨੂੰ ਗਬਰੂ ਆਖਿਆ ਜਾਂਦਾ ਹੈ । ਚਾਲੀ ਵਿੱਚ ਉਹ ਪੂਰੀ ਜਵਾਨੀ ਵਿੱਚ ਹੁੰਦਾ ਹੈ । ਪੰਜਾਹ ਸਾਲ ਦੀ ਉਮਰ ਵਿੱਚ ਜਵਾਨੀ ਢਲਣ ਲਗਦੀ ਹੈ । ਸੱਠ ਸਾਲ ਦੀ ਉਮਰ ਵਿੱਚ ਬੁਢੇਪਾ ਆ ਜਾਂਦਾ ਹੈ । ਸੱਤਰ ਸਾਲ ਦੀ ਉਮਰ ਵਿੱਚ ਯਾਦ-ਦਾਸ਼ਤ ਕਮਜ਼ੋਰ ਹੋਣ ਲਗ ਪੈਂਦੀ ਹੈ । ਅੱਸੀ ਸਾਲ ਦੀ ਉਮਰ ਵਿੱਚ ਆਪਣੇ ਸੰਸਾਰਕ ਕੰਮ ਬਹੁਤ ਘਟ ਹੀ ਕਰ ਸਕਦਾ ਹੈ । ਨੱਬੇ ਸਾਲ ਦੀ ਉਮਰ ਵਿੱਚ ਉਹ ਕੰਮਜ਼ੋਰ ਹੋ ਜਾਂਦਾ, ਘਟ ਹੀ ਚਲ ਫਿਰ ਸਕਦਾ ਹੈ । ਸੰਸਾਰਕ ਕੰਮਾਂ ਵਿੱਚ ਪੂਰਨ ਸਮਝ ਨਹੀਂ ਟਿਕਦੀ । ਇਤਨਾ ਸਮਾਂ ਬਤੀਤ ਕਰਨ ਤੋਂ ਪਿਛੋਂ ਉਸ ਨੂੰ ਸਮਝ ਆਉਂਦੀ ਹੈ, ਸੰਸਾਰਕ ਜੀਵਨ ਇਕ ਸੁਪਨਾ ਹੀ ਹੈ, ਉਸ ਦਾ ਕਾਰਨ ਸਮਝ ਨਹੀਂ ਆਉਂਦਾ ।

For the first 10 years! He may be called a child and all his mistakes are considered his ignorance. Up to 20 years of age! He may be considered intoxicated in his youth and he does not realize the reality of life; he may be called a young man. At age 30! He establishes his family and home. At age 40, he is in full youth. At 50, his youth starts going away. In 60's his body starts showing the signs of old age. At 70, he starts losing his memory. At 80, he cannot do the worldly tasks himself with strength and efficiency. At 90, his body becomes very weak and he cannot move around with ease. He does not have much awareness of worldly chores. After spending so much time! He realizes that his whole life was a dream and he may not understand the real purpose of his human life opportunity.

ਪਉੜੀ॥

ਤੂੰ ਕਰਤਾ ਪੁਰਖੁ ਅਗੰਮੁ ਹੈ, ਆਪਿ ਸ੍ਰਿਸਟਿ ਉਪਾਤੀ॥
ਰੰਗ ਪਰੰਗ ਉਪਾਰਜਨਾ, ਬਹੁ ਬਹੁ ਬਿਧਿ ਭਾਤੀ॥
ਤੂੰ ਜਾਣਹਿ ਜਿਨਿ ਉਪਾਈਐ, ਸਭੁ ਖੇਲੁ ਤੁਮਾਤੀ॥
ਇਕਿ ਆਵਹਿ ਇਕਿ ਜਾਹਿ ਉਠਿ, ਬਿਨੁ ਨਾਵੈ ਮਰਿ ਜਾਤੀ॥
ਗੁਰਮੁਖਿ ਰੰਗਿ ਚਲੂਲਿਆ, ਰੰਗਿ ਹਰਿ ਰੰਗਿ ਰਾਤੀ॥
ਸੋ ਸੇਵਹੁ ਸਤਿ ਨਿਰੰਜਨੋ, ਹਰਿ ਪੁਰਖੁ ਬਿਧਾਤੀ॥
ਤੂੰ ਆਪੇ ਆਪਿ ਸੁਜਾਣੁ ਹੈ, ਵਡ ਪੁਰਖੁ ਵਡਾਤੀ॥
ਜੋ ਮਨਿ ਚਿਤਿ ਤੁਧੁ ਧਿਆਇਦੇ,
ਮੇਰੇ ਸਚਿਆ ਬਲਿ ਬਲਿ ਹਉ ਤਿਨ ਜਾਤੀ॥੧॥

tooN kartaa purakh agamm hai aap sarisat upaatee.
rang parang upaarjanaa baho baho biDh bhaatee.
tooN jaaneh jin upaa-ee-ai sabh khayl tumaatee.
ik aavahi ik jaahi uth bin naavai mar jaatee.
gurmukh rang chalooli-aa rang har rang raatee.
so sayvhu sat niranjano har purakh biDhaatee.
tooN aapay aap sujaan hai vad purakh vadaatee.
jo man chit tuDh Dhi-aa-iday
mayray sachi-aa bal bal ha-o tin jaatee. ||1||

ਪ੍ਰਭ ਜੀਵ ਦੀ ਪਹੁੰਚ ਤੋਂ, ਜਾਣਕਾਰੀ ਤੋਂ ਉਪਰ ਹੈ । ਪ੍ਰਭ ਨੇ ਅਨੇਕਾਂ ਕਿਸਮਾਂ ਦੇ ਜੀਵ ਸ੍ਰਿਸ਼ਟੀ ਵਿੱਚ ਭੇਜੇ ਹਨ, ਆਪ ਹੀ ਪੈਦਾ ਕਰਨ ਦਾ ਕਾਰਨ ਜਾਣਦਾ ਹੈ । ਕੇਵਲ ਪ੍ਰਭ ਨੂੰ ਹੀ ਸ੍ਰਿਸ਼ਟੀ ਦੇ ਖੇਲ ਦੀ ਪੂਰਨ ਜਾਣਕਾਰੀ ਹੁੰਦੀ ਹੈ । ਕਈ ਸੰਸਾਰ ਵਿੱਚ ਬਿਨਾਂ ਕਿਸੇ ਨਾਮ ਤੋਂ ਹੀ ਜਨਮ ਲੈਂਦੇ, ਮਰ ਜਾਂਦੇ ਹਨ । ਜਿਹੜਾ ਵੀ ਸੰਸਾਰ ਵਿੱਚ ਜਨਮ ਲੈਂਦਾ ਹੈ ਉਸ ਨੂੰ ਮੌਤ ਆਉਂਦੀ ਹੈ । ਜਿਸ ਨੂੰ ਗੁਰਮਖ ਅਵਸਥਾ ਬਖਸ਼ਿਸ਼ ਹੋ ਜਾਂਦੀ ਹੈ । ਉਹ ਪ੍ਰਭ ਦੇ ਸ਼ਬਦ ਦੀ ਹੌਂਦ ਵਿੱਚ ਹੀ ਮਸਤ ਹੋ ਜਾਂਦਾ, ਲੀਨ

ਹੋਇਆ ਹੀ ਪ੍ਰਭ ਦੀ ਜੋਤ ਵਿੱਚ ਅਲੋਪ ਹੋ ਜਾਂਦਾ ਹੈ । ਅੰਤਰਜਾਮੀ ਪ੍ਰਭ, ਸਭ ਕੁਝ ਜਾਣਦਾ, ਸਭ ਤੋਂ ਵਡਾ, ਭਾਗ ਲਿਖਣ ਵਾਲਾ ਹੈ, ਉਸ ਦਾ ਦਾਸ ਬਣਕੇ ਜੀਵਨ ਬਤੀਤ ਕਰੋ। ਜਿਹੜਾ ਪ੍ਰਭ ਦੇ ਸ਼ਬਦ ਦਾ ਭਰੋਸੇ ਨਾਲ ਸਿਮਰਦਾ ਹੈ, ਉਹ ਵੀ ਪੂਜਣ ਯੋਗ ਹੋ ਜਾਂਦਾ ਹੈ, ਪ੍ਰਭ ਸਦਾ ਹੀ ਉਸ ਦੇ ਨੇੜੇ ਰਹਿੰਦਾ, ਰਖਿਆ ਕਰਦਾ ਹੈ ।

The Nature of The True Master remains beyond comprehension of His Creation. The True Master creates various kinds and colors of creatures in the universe. Only, The Omniscient True Master knows the real purpose of His Creation and comprehend the purpose and the design of play of the universe. So many creatures are born and die without any recognition by any name. Both birth and death has predetermined time, place, and cause. His true devotee remains intoxicated in meditation in the void of His Word; with His mercy and grace, he may immerse in His Holy Spirit. He remains as humble slave of The True Master, prescriber of destiny of all creatures. The Axiom, Omniscient, True Master, Greatest of All, remains aware about everything in the universe. Whosoever may meditate on the teachings of His Word with steady and stable belief; with His mercy and grace, he may become worthy of worship. The True Master remains close and dear to protect His true devotee.

Key Message of Maajh Mehlaa page 137-15
ਸੰਸਰਕ ਮਾਇਆ ਦਾ ਜਾਲ!
ਪ੍ਰਭ ਹੀ ਦਾਤਾਂ ਦਾ ਭੰਡਾਰੀ, ਖਜ਼ਾਨਾ, ਸਵਾਸ ਬਖਸ਼ਣ ਵਾਲਾ ਮਾਲਕ, ਉਸ ਦਾ ਸ਼ਬਦ ਅਟਲ, ਸਦਾ ਰਹਿਣ ਵਾਲਾ, ਤਿੰਨਾਂ ਸ੍ਰਿਸ਼ਟੀਆਂ ਦੀ ਸੋਝੀ, ਦਾ ਸੋਮਾ ਹੈ । ਸਭ ਤੋਂ ਪਹਿਲੇ ਬੱਚੇ ਨੂੰ ਮਾਂ ਦੇ ਦੁੱਧ ਨਾਲ, ਮਮਤਾ ਨਾਲ ਪਿਆਰ, ਆਸਰਾ ਮਿਲਦਾ ਹੈ । ਫਿਰ ਸੰਸਾਰਕ ਜਾਲ ਵਿੱਚ ਫਸ ਜਾਂਦਾ ਹੈ । ਪਹਿਲੇ ਜੀਵ, ਬੱਚਾ ਹੁੰਦਾ, ਅਣਜਾਣਤਾ ਵਿੱਚ ਗਲਤੀਆਂ ਕਰਦਾ, ਫਿਰ ਸੰਸਰਕ ਮਾਇਆ ਦਾ ਗੁਲਾਮ ਬਣ ਜਾਂਦਾ ਹੈ । ਹਰਇਕ ਨੂੰ ਮੌਤ ਆਉਂਦੀ ਹੈ । ਜਿਹੜਾ ਸ਼ਬਦ ਦੀ ਪਾਲਣਾ ਵਿੱਚ ਅਡੋਲ ਹੋ ਜਾਂਦਾ ਹੈ, ਉਹ ਪ੍ਰਭ ਦੇ ਸ਼ਬਦ ਦੀ ਹੌਂਦ ਵਿੱਚ ਹੀ ਮਸਤ ਹੋਇਆ, ਪ੍ਰਭ ਦੀ ਜੋਤ ਵਿੱਚ ਅਲੋਪ ਹੋ ਜਾਂਦਾ ਹੈ ।
Vicious cycle, trap of worldly wealth!
The True Master, Treasure of all Blessings, virtues, and capital of breathes to His Creation. His Word, true forever remains the fountain of enlightenment and pillar of support of all three universes. First a child has an attachment with his mother and her breast milk to nourish his body. He considers mother and father are his own; he trusts on their protection. Then, he become intoxicated with other gimmicks of worldly wealth. First as a child makes mistakes in ignorance; then he becomes a victim of worldly wealth. Death of perishable body comes at predetermined time. Whosoever may remain intoxicated in meditation in the void of His Word; with His mercy and grace, he may immerse in His Holy Spirit.

3. **ਸਲੋਕ ਮਃ ੧॥** (138-9)

ਜੀਉ ਪਾਇ ਤਨੁ ਸਾਜਿਆ, ਰਖਿਆ ਬਣਤ ਬਣਾਇ॥
ਅਖੀ ਦੇਖੈ, ਜਿਹਵਾ ਬੋਲੈ, ਕੰਨੀ ਸੁਰਤਿ ਸਮਾਇ॥
ਪੈਰੀ ਚਲੈ ਹਥੀ ਕਰਣਾ, ਦਿਤਾ ਪੈਨੈ ਖਾਇ॥
ਜਿਨਿ ਰਚਿ ਰਚਿਆ ਤਿਸਹਿ ਨ ਜਾਣੈ, ਅੰਧਾ ਅੰਧੁ ਕਮਾਇ॥
ਜਾ ਭਜੈ ਤਾ ਠੀਕਰੁ ਹੋਵੈ, ਘਾੜਤ ਘੜੀ ਨ ਜਾਇ॥
ਨਾਨਕ ਗੁਰ ਬਿਨੁ ਨਾਹਿ ਪਤਿ, ਪਤਿ ਵਿਣੁ ਪਾਰਿ ਨ ਪਾਇ॥੧॥

jee-o paa-ay tan saaji-aa rakhi-aa banat banaa-ay.
akhee daykhai jihvaa bolai kannee surat samaa-ay.
pairee chalai hathee karnaa ditaa painai khaa-ay.
jin rach rachi-aa tiseh na jaanai anDhaa anDh kamaa-ay.
jaa bhajai taa theekar hovai ghaarhat gharhee na jaa-ay.
naanak gur bin naahi pat pat vin paar na paa-ay. ||1||

ਪ੍ਰਭ ਨੇ ਆਤਮਾ ਦੇ ਰਹਿਣ ਲਈ ਜੀਵ ਨੂੰ ਸਰੀਰ, ਅਕਾਰ ਦਿੱਤਾ ਹੈ । ਉਹ ਆਪਣੇ ਪੈਦਾ ਕੀਤੇ ਜੀਵ ਦੀ ਆਪ ਹੀ ਰਖਿਆ ਕਰਦਾ ਹੈ । ਉਸ ਨੇ ਤਨ ਨੂੰ ਦੇਖਣ ਲਈ ਅੱਖਾਂ, ਬੋਲਣ, ਸਿਮਰਨ ਕਰਨ ਲਈ ਜੀਭ, ਸੁਣਨ ਲਈ ਕੰਨ, ਮਨ ਸ੍ਰਿਸ਼ਟੀ ਦੀ ਜਾਣਕਾਰੀ ਵਾਸਤੇ ਬਖਸ਼ੀ ਹੈ । ਜੀਵ ਪੈਰਾਂ ਨਾਲ ਚਲਦੇ, ਹੱਥਾ ਨਾਲ ਕਮਾਈ ਕਰਦੇ, ਸਰੀਰ ਦੀ ਪਾਲਣਾ ਲਈ ਭੋਜਨ ਖਾਂਦੇ ਹਨ । ਜੀਵ ਭੇਜਣ ਦੇ ਕਾਰਨ ਤੋਂ ਅਣਜਾਣ ਰਹਿੰਦਾ ਹੈ । ਉਹ ਅਗਿਆਨਤਾ ਵਿੱਚ ਹੀ ਚੰਗੇ, ਮੰਦੇ ਕੰਮ ਕਰਦੇ ਰਹਿੰਦਾ ਹੈ । ਉਸ ਦਾ ਤਨ ਨਾਸ ਹੋ ਜਾਣਵਾਲਾ, ਚੋਟ ਲਗਣ ਨਾਲ ਟੁਟ ਜਾਣਾ ਵਾਲਾ ਹੈ, ਫਿਰ ਇਹ ਨੂੰ ਬਣਾਇਆ ਨਹੀਂ ਜਾ ਸਕਦਾ । ਜੀਵ ਨੂੰ ਸ਼ਬਦ ਦੀ ਸੋਝੀ ਤੋਂ ਬਿਨਾਂ ਮਾਨਸ ਜਨਮ ਦੇ ਅਸਲੀ ਰਸਤੇ, ਮੰਤਵ ਸਮਝ ਨਹੀਂ ਆਉਂਦਾ । ਉਹ ਜਨਮ ਮਰਨ ਦਾ ਚੱਕਰ ਖਤਮ ਨਹੀਂ ਕੀਤਾ ਜਾ ਸਕਦਾ ।

The True Master has blessed soul a perishable body with unique structure to dwell in world. The True Master creates, nourishes, monitors, and protects His Creation. He has been blessed with eyes to see, tongue to speak, taste, and meditate, ears to hear and mind to guide in worldly life; feet to walk and hands to earn a living and nourish his body. Ignorant creature may not really comprehend the real purpose of human life opportunity. He may remain entangled in good and evil deeds. He may not realize! Once his perishable body may be broken, not repairable. Without the enlightenment of the essence of His Word, he may not be blessed with the right path of salvation nor enlightened with the real purpose of his human life journey. His cycle of birth and death may not be eliminated.

ਮਃ ੨॥

ਦੇਂਦੇ ਥਾਵਹੁ ਦਿਤਾ ਚੰਗਾ, ਮਨਮੁਖਿ ਐਸਾ ਜਾਣੀਐ॥
ਸੁਰਤਿ ਮਤਿ ਚਤੁਰਾਈ ਤਾ ਕੀ, ਕਿਆ ਕਰਿ ਆਖਿ ਵਖਾਣੀਐ॥
ਅੰਤਰਿ ਬਹਿ ਕੈ ਕਰਮ ਕਮਾਵੈ, ਸੋ ਚਹੁ ਕੁੰਡੀ ਜਾਣੀਐ॥
ਜੋ ਧਰਮੁ ਕਮਾਵੈ ਤਿਸੁ ਧਰਮ ਨਾਉ ਹੋਵੈ,
ਪਾਪਿ ਕਮਾਣੈ ਪਾਪੀ ਜਾਣੀਐ॥
ਤੂੰ ਆਪੇ ਖੇਲ ਕਰਹਿ ਸਭਿ ਕਰਤੇ,
ਕਿਆ ਦੂਜਾ ਆਖਿ ਵਖਾਣੀਐ॥
ਜਿਚਰੁ ਤੇਰੀ ਜੋਤਿ, ਤਿਚਰੁ ਜੋਤੀ ਵਿਚਿ ਤੂੰ ਬੋਲਹਿ,
ਵਿਣੁ ਜੋਤੀ ਕੋਈ ਕਿਛੁ ਕਰਿਹੁ, ਦਿਖਾ ਸਿਆਣੀਐ॥
ਨਾਨਕ ਗੁਰਮੁਖਿ ਨਦਰੀ ਆਇਆ, ਹਰਿ ਇਕੋ ਸੁਘੜੁ ਸੁਜਾਣੀਐ॥੨॥

dayNday thaavhu ditaa changa manmukh aisaa jaanee-ai.
surat mat chaturaa-ee taa kee ki-aa kar aakh vakhaanee-ai.
antar bahi kai karam kamaavai so chahu kundee jaanee-ai.
jo Dharam kamaavai tis Dharam naa-o hovai
paap kamaanai paapee jaanee-ai.
tooN aapay khayl karahi sabh kartay
ki-aa doojaa aakh vakhaanee-ai.
jichar tayree jot tichar jotee vich tooN boleh
vin Jotee ko-ee kichh karihu dikhaa si-aanee-ai.
naanak gurmukh nadree aa-i-aa har iko sugharh sujaanee-ai. ||2||

ਮਨਮੁਖ ਨੂੰ ਪ੍ਰਭ ਦੀ ਦਾਤ ਬਹੁਤ ਪਿਆਰੀ ਲਗਦੀ ਹੈ, ਬਖਸ਼ਣ ਵਾਲੇ ਨੂੰ ਵਿਸਾਰ ਦੇਂਦਾ, ਉਸ ਦਾ ਧੰਨਵਾਦ ਨਹੀਂ ਕਰਦਾ, ਉਸ ਦੀ ਰਹਿਮਤ ਵੱਲ ਧਿਆਨ ਨਹੀਂ ਕਰਦਾ । ਉਹ ਸਭ ਕੁਝ ਉਸ ਦੀ ਆਪਣੀ ਸਿਆਣਪ ਨਾਲ ਹੀ ਪ੍ਰਾਪਤ ਹੋਇਆ ਹੀ ਸਮਝਦਾ ਹੈ । ਜਿਹੜਾ ਭਾਵੇਂ ਕਿਤਨੇ ਹੀ ਪਰਦੇ ਵਿੱਚ ਕੋਈ ਕੰਮ ਕਰਦਾ ਹੈ, ਪ੍ਰਭ ਨੂੰ ਉਸ ਦੀ ਪੂਰਨ ਜਾਣਕਾਰੀ ਹੁੰਦੀ ਹੈ । ਜਿਹੜਾ ਸ੍ਰਿਸ਼ਟੀ ਦੀ ਭੁਲਾਈ ਦਾ ਕੰਮ ਕਰਦਾ ਹੈ, ਉਸ ਦੇ ਲੇਖੇ ਵਿੱਚ ਧਰਮੀ ਲਿਖਿਆ ਜਾਂਦਾ ਹੈ । ਜਿਹੜਾ ਜ਼ੁਲਮ ਦਾ

ਕੰਮ ਕਰਦਾ ਹੈ, ਉਹ ਪਾਪੀ ਲਿਖਿਆ ਜਾਂਦਾ ਹੈ । ਪ੍ਰਭ ਆਪ ਹੀ ਸਾਰਾ ਖੇਲ ਕਰਦਾ ਹੈ, ਹੋਰ ਕਿਸੇ ਨੂੰ ਕੀ ਆਖੀਏ? ਜਿਤਨਾ ਚਿਰ ਸਰੀਰ ਵਿੱਚ ਤੇਰੇ ਸਵਾਸਾਂ ਦੀ ਜੋਤ ਹੁੰਦੀ ਹੈ । ਉਸ ਜੋਤ, ਰੋਸ਼ਨੀ ਦੁਵਾਰਾ ਸੋਝੀ ਬਖਸ਼ਦਾ ਹੈ । ਜਿਸ ਦੀ ਜੋਤ ਬੁਝ ਜਾਂਦੀ ਹੈ, ਕੁਝ ਕੀਤਾ ਨਹੀਂ ਜਾ ਸਕਦਾ । ਮਾਨਸ ਨੂੰ ਹੋਰ ਕਿਸੇ ਵਿਧੀ ਦੀ ਸੋਝੀ ਨਹੀਂ । ਕੇਵਲ ਅੰਤਰਜਾਮੀ ਪੂਰਨ ਪ੍ਰਭ ਹੀ ਗੁਰਮਖ ਨੂੰ ਇਹ ਸੋਝੀ ਬਖਸ਼ਦਾ ਹੈ ।

Self-minded may remain attached with His Blessings, The True Master; however, he may forsake the teachings of His Word and ignores His Existence from within his mind. He may not remain gratitude nor pay any attention to the teachings of His Word or Command. Ignorant believes! He has achieved everything with his own wisdom and efforts. Even though, human may perform any task with utmost secretly in this universe; however, The Omniscient True Master has a complete knowledge of his activities. Whosoever may perform deeds for the welfare of His Creation, his deed may be written as a good deed, earnings of His Word; his evil deeds may be written as sin. Only His Command may prevail everywhere and nothing may be beyond His Command. How may he blame anyone for his own action? Whosoever may be breathing; all his activities are monitored through the ray of His Holy Spirit. Whose breaths may be exhausted, his soul, His Word moved on, nothing can be done. Human may not know any other method or any other path. The Omnipotent, Omniscient, and omnipresent, True Master enlightens His true devotee.

ਪਉੜੀ॥

ਤੁਧੁ ਆਪੇ ਜਗਤੁ ਉਪਾਇ ਕੈ, ਤੁਧੁ ਆਪੇ ਧੰਧੈ ਲਾਇਆ॥	tuDh aapay jagat upaa-ay kai tuDh aapay DhanDhai laa-i-aa.
ਮੋਹ ਠਗਉਲੀ ਪਾਇ ਕੈ, ਤੁਧੁ ਆਪਹੁ ਜਗਤੁ ਖੁਆਇਆ॥	moh thag-ulee paa-ay kai tuDh aaphu jagat khu-aa-i-aa.
ਤਿਸਨਾ ਅੰਦਰਿ ਅਗਨਿ ਹੈ, ਨਹ ਤਿਪਤੈ ਭੁਖਾ ਤਿਹਾਇਆ॥	tisnaa andar agan hai nah tiptai bhukhaa tihaa-i-aa.
ਸਹਸਾ ਇਹੁ ਸੰਸਾਰੁ ਹੈ, ਮਰਿ ਜੰਮੈ ਆਇਆ ਜਾਇਆ॥	sahsaa ih sansaar hai mar jammai aa-i-aa jaa-i-aa.
ਬਿਨੁ ਸਤਿਗੁਰ ਮੋਹੁ ਨ ਤੁਟਈ, ਸਭਿ ਥਕੇ ਕਰਮ ਕਮਾਇਆ॥	bin saT`gur moh na tut-ee sabh thakay karam kamaa-i-aa.
ਗੁਰਮਤੀ ਨਾਮੁ ਧਿਆਈਐ, ਸੁਖਿ ਰਜਾ ਜਾ ਤੁਧੁ ਭਾਇਆ॥	gurmatee Naam Dhi-aa-ee-ai sukh rajaa jaa tuDh bhaa-i-aa.
ਕੁਲੁ ਉਧਾਰੇ ਆਪਣਾ, ਧੰਨੁ ਜਣੇਦੀ ਮਾਇਆ॥	kul uDhaaray aapnaa Dhan janaydee maa-i-aa.
ਸੋਭਾ ਸੁਰਤਿ ਸੁਹਾਵਣੀ, ਜਿਨਿ ਹਰਿ ਸੇਤੀ ਚਿਤੁ ਲਾਇਆ॥੨॥	sobhaa surat suhaavanee jin har saytee chit laa-i-aa. ||2||

ਪ੍ਰਭ ਨੇ ਆਪ ਹੀ ਸ੍ਰਿਸ਼ਟੀ ਪੈਦਾ ਕੀਤੀ ਹੈ । ਆਪ ਹੀ ਸਾਰਿਆਂ ਨੂੰ ਵੱਖਰੇ, ਵੱਖਰੇ ਕੰਮਾਂ ਤੇ ਲਾਇਆ ਹੈ । ਜਨਮ ਤੇ ਹੀ ਮੋਹ ਦਾ ਨਸ਼ਾ ਦੇ ਕੇ ਸਾਰਿਆਂ ਨੂੰ ਭਟਕਣਾਂ ਤੇ ਲਾਇਆ ਹੈ । ਜੀਵ ਦੇ ਮਨ ਅੰਦਰ ਇਛਾਂ ਦੀ ਭਟਕਣ, ਅੱਗ ਚਲਦੀ ਹੈ । ਇਸ ਦੀ ਭੁੱਖ, ਪਿਆਸ ਪੂਰੀ ਨਹੀਂ ਕੀਤੀ ਜਾ ਸਕਦੀ । ਸੰਸਾਰ ਵਿੱਚ ਹੀ ਜਨਮ ਮਰਨ ਦਾ ਚੱਕਰ ਬਣ ਜਾਂਦਾ ਹੈ । ਪ੍ਰਭ ਦੀ ਰਹਿਮਤ ਤੋਂ ਬਿਨਾਂ, ਮੋਹ ਤੇ ਕਾਬੂ ਨਹੀਂ ਪਾਇਆ ਜਾ ਸਕਦਾ, ਸ਼ਬਦ ਦੀ ਸੋਝੀ ਬਖਸ਼ਿਸ਼ ਨਹੀਂ ਹੁੰਦੀ । ਜਿਸ ਨੂੰ ਸ਼ਬਦ ਦੀ ਸੋਝੀ ਨਾਲ ਗੁਰਮਖ ਅਵਸਥਾ ਬਖਸ਼ਿਸ਼ ਹੋ ਜਾਂਦੀ ਹੈ । ਉਹ ਆਪਣਾ ਆਪਾ ਤਿਆਗਕੇ ਭਰੋਸੇ ਨਾਲ ਬੰਦਗੀ ਕਰਦਾ ਹੈ । ਉਸ ਨੂੰ ਮਨ ਦੀਆਂ ਇਛਾਂ ਤੇ ਜਿੱਤ ਬਖਸ਼ਿਸ਼ ਹੋ ਜਾਂਦੀ ਹੈ। ਉਹ ਮਾਨਸ ਪ੍ਰਭ ਦੇ ਸ਼ਬਦ ਦੀ ਸਿਖਿਆਂ ਅਨੁਸਾਰ ਹੀ ਕੰਮ ਕਰਦਾ ਹੈ । ਉਹ ਆਪਣੇ ਸੰਜੋਗੀਆਂ ਨੂੰ ਵੀ ਸ਼ਬਦ ਦੇ ਰਸਤੇ ਤੇ ਅਡੋਲ ਕਰ ਜਾਂਦੇ ਹਨ । ਜਿਹੜੀ ਮਾਂ ਉਸ ਬੱਚੇ ਨੂੰ ਜਨਮ ਦੇਂਦੀ ਹੈ, ਉਹ ਮਾਂ ਪੂਜਣ ਯੋਗ ਹੰਦੀ ਹੈ ।

The True Master creates new life, body and assigns a unique task at the time of birth. He has infused the intoxication of worldly desires within each heart. Everyone remains frustrated with the lava of worldly desires within each mind. His thirst of worldly desires may not be fully quenched with his own efforts. The whole universe remains in the cycle of birth and death. Whosoever may not be enlightened with the essence of His Word; he may not be able to conquer his worldly desires and ego. Whosoever may be enlightened with the essence of His Word; with His mercy and grace, he may be blessed with a state of mind as His true devotee. He may conquer, his ego, his worldly desires and meditates on the teachings of His Word with steady and stable belief; with His mercy and grace, he may only perform deeds acceptable in His Court. His true devotee may inspire his associated on the right path of salvation. His birth mother may become worthy of worship.

Key Message of Maajh Mehlaa page 138-9
ਸੰਸਰਕ ਮਾਇਆ ਦਾ ਜਾਲ!
ਪ੍ਰਭ ਨੇ ਆਤਮਾ ਨੂੰ ਸਰੀਰ, ਅਕਾਰ ਬਖਸ਼ਦਾ, ਤਨ ਵਿੱਚ ਵਸਦਾ, ਸੋਝੀ ਬਖਸ਼ਦਾ, ਰਖਿਆ ਕਰਦਾ ਹੈ । ਉਸ ਨੇ ਤਨ ਨੂੰ ਦੇਖਣ ਲਈ ਅੱਖਾਂ, ਬੋਲਣ, ਸਿਮਰਨ ਕਰਨ ਲਈ ਜੀਭ, ਸੁਣਨ ਲਈ ਕੰਨ, ਮਨ, ਸ੍ਰਿਸ਼ਟੀ ਦੀ ਜਾਣਕਾਰੀ ਵਾਸਤੇ ਬਖਸ਼ੀਆ ਹੈ । ਜਨਮ ਤੇ ਹੀ ਮੋਹ ਦਾ ਨਸ਼ਾ ਦੇ ਕੇ ਸਾਰਿਆਂ ਨੂੰ ਭਟਕਣਾਂ ਤੇ ਲਾਇਆ ਹੈ । ਜਿਹੜਾ ਆਪਾ ਤਿਆਗਕੇ ਭਰੋਸੇ ਨਾਲ ਬੰਦਗੀ ਕਰਦਾ ਹੈ । ਉਸ ਨੂੰ ਮਨ ਦੀਆਂ ਇਛਾਂ ਤੇ ਜਿੱਤ ਬਖਸ਼ਿਸ਼ ਹੋ ਜਾਂਦੀ ਹੈ । ਉਹ ਆਪਣੇ ਸੰਜੋਗੀਆਂ ਨੂੰ ਵੀ ਸ਼ਬਦ ਦੇ ਰਸਤੇ ਤੇ ਅਡੋਲ ਕਰ ਜਾਂਦਾ ਹੈ । ਉਸ ਨੂੰ ਜਨਮ ਦਣ ਵਾਲੀ ਮਾਂ ਪੂਜਣ ਯੋਗ ਹੰਦੀ ਹੈ ।
Vicious cycle, trap of worldly wealth!
The True Master has blessed his soul with a perishable body, unique structure to dwell. His Holy Spirit remains embedded within his soul and dwells within. He nourishes, monitors, and protect His Creation. He has been blessed with eyes to see, tongue to speak, taste, and meditate, ears to hear and mind to guide on the real path of worldly journey. He has also infused the intoxication of worldly wealth within each heart; everyone remains frustrated with worldly desires. Whosoever may meditate on the teachings of His Word with steady and stable belief; he may conquer, his ego, and his worldly desires. He may inspire his followers on the right path of salvation. His birth mother becomes worthy of worship.

4. **ਸਲੋਕੁ ਮਃ ੨॥ (139-2)**

ਅਖੀ ਬਾਝਹੁ ਵੇਖਣਾ, ਵਿਣੁ ਕੰਨਾ ਸੁਨਣਾ॥	akhee baajhahu vaykh-naa vin kanna sunnaa.
ਪੈਰਾ ਬਾਝਹੁ ਚਲਣਾ, ਵਿਣੁ ਹਥਾ ਕਰਣਾ॥	pairaa baajhahu chalnaa vin hathaa karnaa.
ਜੀਭੈ ਬਾਝਹੁ ਬੋਲਣਾ, ਇਉ ਜੀਵਤ ਮਰਣਾ॥	jeebhai baajhahu bolnaa i-o jeevat marnaa.
ਨਾਨਕ ਹੁਕਮੁ ਪਛਾਣਿ ਕੈ, ਤਉ ਖਸਮੈ ਮਿਲਣਾ॥੧॥	naanak Hukam pachhaan kai ta-o khasmai milnaa. ||1||

ਗੁਰੂ ਨਾਨਕ ਦੇਵ ਜੀ! – Guru Nanak Dev Ji! Guru Granth Sahib

ਮਨ ਦੀ ਅਵਸਥਾ ਇਸਤਰ੍ਹਾਂ ਦੀ ਬਣਾਵੋ! ਕਿ ਅੱਖਾਂ ਖੁਲਨ ਤੋਂ ਬਿਨਾਂ ਹੀ ਪ੍ਰਭ ਹਰ ਥਾਂ ਨਜ਼ਰ ਆਵੇ । ਕੰਨਾਂ ਨੂੰ ਬੰਦ ਕਰਨ ਤੇ ਵੀ ਉਸ ਦੇ ਸ਼ਬਦ ਦੀ ਗੂੰਜ ਮਨ ਵਿੱਚ ਸੁਣਾਈ ਦੇਵੇ । ਪੈਰਾਂ ਤੇ ਚਲਣ ਤੋਂ ਬਿਨਾਂ ਹੀ ਉਸ ਦੇ ਚਰਨਾਂ ਤੇ, ਸ਼ਬਦ ਦੀ ਸਿਖਿਆਂ ਨਾਲ ਚਲੇ । ਹੱਥਾਂ ਤੋਂ ਬਿਨਾਂ ਹੀ ਉਸ ਦੀ ਸੇਵਾ ਦੀ ਕਮਾਈ ਕਰੇ । ਜੀਭ ਨੂੰ ਹਲਾਉਣ ਤੋਂ ਬਿਨਾਂ ਹੀ ਉਸ ਦਾ ਸਿਮਰਨ ਮਨ ਅੰਦਰ ਚਲ ਪਵੇ । ਜਿਹੜਾ ਆਪਾ ਮਿਟਾ ਕੇ ਹਲੀਮੀ ਨਾਲ ਸ਼ਬਦ ਨਾਲ ਜੀਵਨ ਢਾਲਦਾ ਹੈ! ਉਸ ਨੂੰ ਸ਼ਬਦ ਦੀ ਸੋਝੀ ਬਖਸ਼ਿਸ਼ ਹੋ ਜਾਂਦੀ ਹੈ, ਇਹ ਅਵਸਥਾ ਤਾ ਹੀ ਬਖਸ਼ਿਸ਼ ਹੁੰਦੀ ਹੈ । ਇਸ ਰਸਤਾ ਤੇ ਚਲਦੇ ਨੂੰ ਦਰਬਾਰ ਵਿੱਚ ਥਾਂ ਬਖਸ਼ਿਸ਼ ਹੋ ਸਕਦੀ ਹੈ ।

You should adopt and develop such a state of mind! You may realize His Holy Spirit prevailing everywhere, without opening your eyes. You may hear the everlasting echo of His Word resonating within his ears. You may realize and cherish His Nature without walking, putting weight on feet to move around. You may serve His Creation, earn the wealth of His Word, without moving your hands. You may meditate on the teachings of His Word, without moving your tongue. You should surrender your self-entity and humbly adopt the teachings of His Word. He may be blessed with a state of mind as His true devotee; with His mercy and grace, he may be enlightened within. Whosoever may adopt this right path; his soul may be sanctified to become worth of His Consideration; accepted in His Sanctuary.

ਮਃ ੨॥

ਦਿਸੈ ਸੁਣੀਐ ਜਾਣੀਐ, ਸਾਉ ਨ ਪਾਇਆ ਜਾਇ॥	disai sunee-ai jaanee-ai saa-o na paa-i-aa jaa-ay.
ਰੁਹਲਾ ਟੁੰਡਾ ਅੰਧੁਲਾ, ਕਿਉ ਗਲਿ ਲਗੈ ਧਾਇ॥	ruhlaa tundaa anDhulaa ki-o gal lagai Dhaa-ay.
ਭੈ ਕੇ ਚਰਣ ਕਰ ਭਾਵ ਕੇ, ਲੋਇਣ ਸੁਰਤਿ ਕਰੇਇ॥	bhai kay charan kar bhaav kay lo-in surat karay-i.
ਨਾਨਕੁ ਕਹੈ ਸਿਆਣੀਏ, ਇਵ ਕੰਤ ਮਿਲਾਵਾ ਹੋਇ॥੨॥	naanak kahai si-aanee-ay iv kant milaavaa ho-ay. ‖2‖

ਪ੍ਰਭ ਦੇ ਸ਼ਬਦ ਦਾ ਸਾਰੇ ਹੀ ਸਿਮਰਨ ਕਰਦੇ, ਰਹਿਮਤਾਂ ਦਾ, ਕਰਮਾਤਾ ਦਾ ਵਿਚਾਰ ਕਰਦੇ ਹਨ, ਪਰ ਹਿਰਦੇ ਅੰਦਰ ਵਿੱਚ ਉਸ ਦੀ ਹੋਂਦ ਮਹਿਸੂਸ ਨਹੀਂ ਹੁੰਦੀ, ਮਨ ਸ਼ਬਦ ਦੀ ਸੋਝੀ ਤੋਂ ਅਣਜਾਣ, ਬੰਦਗੀ ਤੋਂ ਰਹਿਤ ਰਹਿੰਦਾ ਹੈ । ਉਸ ਦੇ ਮਨ ਵਿੱਚ ਦ੍ਰਿੜ੍ਹਤਾ ਨਹੀਂ, ਬਾਂਹਾ ਵਿੱਚ ਜ਼ੋਰ ਨਹੀਂ, ਬੰਦਗੀ ਵਿੱਚ ਕੋਈ ਤੱਤ ਨਹੀਂ ਹੈ । ਉਹ ਪ੍ਰਭ ਨੂੰ ਕਿਵੇਂ ਪਾ ਸਕਦਾ ਹੈ? ਜਿਹੜਾ ਪ੍ਰਭ ਦੇ ਵਿਛੋੜੇ ਦੇ ਵਿਰਾਗ ਦੇ ਡਰ ਨੂੰ ਆਪਣੇ ਪੈਰ, ਲਗਨ ਨੂੰ ਆਪਣੇ ਹੱਥ, ਸ਼ਬਦ ਦੀ ਸੋਝੀ ਨੂੰ ਆਪਣੀਆਂ ਅੱਖਾਂ ਬਣਾ ਕੇ ਪ੍ਰਭ ਦੇ ਸ਼ਬਦ ਦੀ ਪਾਲਣਾ ਕਰਦਾ ਹੈ! ਉਸ ਨੂੰ ਪ੍ਰਭ ਦੇ ਘਰ ਦਾ ਦਰਵਾਜਾ ਦਿਖਾਈ ਦੇਂਦਾ ਹੈ ।

Everyone meditates on the teachings of His Word, talks about, and explains His Blessings and His Miracles; however, he may not realize His Existence, His Holy Spirit prevailing within nor in the universe. He may remain ignorant from the enlightenment of the essence of His Word. Self-minded may not obey the teachings of His Word with steady and stable belief. He may not have any determination within his mind nor any strength in his arms. He may not have any essence of His Word in his meditation! How may he achieve His Blessings? You should remain in renunciation in the memory, the fear of your separation from His Holy Spirit as your feet; devotion to meditate as your hand; the enlightenment of the essence of His Word as your eyes. Whosoever may meditate on the teachings of His Word with such a state of mind; with His mercy and grace, His throne, 10th door may appear within his mind and soul.

ਪਉੜੀ॥

ਸਦਾ ਸਦਾ ਤੂੰ ਏਕੁ ਹੈ, ਤੁਧੁ ਦੂਜਾ ਖੇਲੁ ਰਚਾਇਆ॥	sadaa sadaa tooN ayk hai tuDh doojaa khayl rachaa-i-aa.
ਹਉਮੈ ਗਰਬੁ ਉਪਾਇ ਕੈ, ਲੋਭੁ ਅੰਤਰਿ ਜੰਤਾ ਪਾਇਆ॥	ha-umai garab upaa-ay kai lobh antar jantaa paa-i-aa.
ਜਿਉ ਭਾਵੈ ਤਿਉ ਰਖੁ ਤੂ, ਸਭ ਕਰੇ ਤੇਰਾ ਕਰਾਇਆ॥	ji-o bhaavai ti-o rakh too sabh karay tayraa karaa-i-aa.
ਇਕਨਾ ਬਖਸਹਿ ਮੇਲਿ ਲੈਹਿ, ਗੁਰਮਤੀ ਤੁਧੈ ਲਾਇਆ॥	iknaa bakhsahi mayl laihi gurmatee tuDhai laa-i-aa.
ਇਕਿ ਖੜੇ ਕਰਹਿ ਤੇਰੀ ਚਾਕਰੀ, ਵਿਣੁ ਨਾਵੈ ਹੋਰੁ ਨ ਭਾਇਆ॥	ik kharhay karahi tayree chaakree vin naavai hor na bhaa-i-aa.
ਹੋਰੁ ਕਾਰ ਵੇਕਾਰ ਹੈ, ਇਕਿ ਸਚੀ ਕਾਰੈ ਲਾਇਆ॥	hor kaar vaykaar hai ik sachee kaarai laa-i-aa.
ਪੁਤੁ ਕਲਤੁ ਕੁਟੰਬੁ ਹੈ, ਇਕਿ ਅਲਿਪਤੁ ਰਹੇ ਜੋ ਤੁਧੁ ਭਾਇਆ॥	put kalat kutamb hai ik alipat rahay jo tuDh bhaa-i-aa.
ਓਹਿ ਅੰਦਰਹੁ ਬਾਹਰਹੁ ਨਿਰਮਲੇ, ਸਚੈ ਨਾਇ ਸਮਾਇਆ॥੩॥	ohi andrahu baahrahu nirmalay sachai naa-ay samaa-i-aa. ‖3‖

ਸਦਾ ਅਟਲ ਰਹਿਣ ਵਾਲੇ ਪ੍ਰਭ ਨੇ ਆਪ ਹੀ ਦੁਬਿਦਾ ਦਾ ਖੇਲ ਰਚਿਆ ਹੈ । ਜੀਵ ਨੂੰ ਪੈਦਾ ਕਰਕੇ ਉਸ ਦੇ ਮਨ ਅੰਦਰ ਲਾਲਚ ਭਰਿਆ ਹੈ । ਜਿਸ ਤੇ ਆਪ ਹੀ ਰਹਿਮਤ ਦੀ ਨਜ਼ਰ ਬਖਸ਼ਦਾ ਹੈ, ਉਸ ਦੀ ਰਖਿਆ ਵੀ ਕਰਦਾ ਹੈ । ਗੁਰਮਖ ਨੂੰ ਸ਼ਬਦ ਦੀ ਸੋਝੀ ਬਖਸ਼ਕੇ ਆਪਣੇ ਵਿੱਚ ਹੀ ਅਭੇਦ ਕਰ ਲੈਂਦਾ ਹੈ । ਗੁਰਮਖ ਲਈ ਸ਼ਬਦ ਦੀ ਪਾਲਣਾ, ਸੇਵਾ ਹੀ ਜੀਵਨ ਦਾ ਅਧਾਰ, ਧੰਦਾ ਬਣ ਜਾਂਦਾ ਹੈ । ਉਸ ਨੂੰ ਪ੍ਰਭ ਦੇ ਸ਼ਬਦ ਦੀ ਪਾਲਣਾ ਤੋਂ ਬਿਨਾਂ ਹੋਰ ਕੋਈ ਗੱਲ ਚੰਗੀ ਨਹੀਂ ਲਗਦੀ । ਉਸ ਨੂੰ ਹੋਰ ਕੰਮ ਸਭ ਬਿਰਥੇ ਹੀ ਜਾਪਦੇ ਹਨ । ਉਹ ਸੰਸਾਰਕ ਪਰਿਵਾਰ ਵਿੱਚ ਰਹਿੰਦੇ ਹੋਏ ਵੀ, ਮੋਹ ਤੋਂ ਰਹਿਤ ਰਹਿੰਦਾ ਹੈ । ਓਹ ਪ੍ਰਭ ਦੇ ਭਾਣੇ ਵਿੱਚ ਹੀ ਅਨੰਦ ਮਾਨਦਾ ਹੈ । ਉਸ ਦਾ ਮਨ, ਤਨ, ਆਤਮਾ ਪਵਿੱਤਰ ਰਹਿੰਦੀ ਹੈ, ਪ੍ਰਭ ਦੇ ਬਖਸ਼ੇ ਤੇ ਸੰਤੋਖ ਵਿੱਚ ਅਨੰਦ ਮਾਨਦਾ ਹੈ ।

The Axiom Forever True Master has infused duality, Shiv, Shakti, in the worldly ocean of desires. He has overwhelmed the sweet poison, short-lived gimmicks of worldly wealth within his mind. Whosoever may be bestowed with His Blessed Vision; he may be protected in his worldly life. His true devotee may be blessed with the enlightenment of the essence of His Word; with His mercy and grace, his soul may immerse within His Holy Spirit. His true devotee may adopt the teachings of His Word as the only purpose of his human life opportunity. He may not feel comfortable with any other discussion, or meditation; he considers as a useless chore. He may live in his worldly family, still he remains beyond the emotional attachment. His true devotee always remains contented and in blossom. His mind, body and soul remain sanctified. He may remain contented with his own worldly environment, His Blessings.

Key Message of Maajh Mehlaa page 139-2
ਆਤਮਾ ਦੀ ਪ੍ਰਵਾਨਗੀ ਦਾ ਰਸਤਾ!
ਆਪਾ ਪ੍ਰਭ ਦੇ ਸ਼ਬਦ ਦੀ ਸ਼ਰਣ ਵਿੱਚ ਭੇਟਾ ਕਰੋ! ਮਨ ਦੀ ਅਵਸਥਾ ਇਸਤਰ੍ਹਾਂ ਦੀ ਬਣਾਵੋ! ਕਿ ਅੱਖਾਂ ਖੁਲਨ ਤੋਂ ਬਿਨਾਂ ਹੀ ਪ੍ਰਭ ਹਰ ਥਾਂ ਨਜ਼ਰ ਆਵੇ । ਕੰਨਾਂ ਨੂੰ ਬੰਦ ਕਰਨ ਤੇ ਵੀ ਉਸ ਦੇ ਸ਼ਬਦ ਦੀ ਗੂੰਜ ਮਨ ਵਿੱਚ ਸੁਣਾਈ ਦੇਵੇ । ਪੈਰਾਂ ਤੇ ਚਲਣ ਤੋਂ ਬਿਨਾਂ ਹੀ ਉਸ ਦੇ ਚਰਨਾਂ ਤੇ, ਸ਼ਬਦ ਦੀ ਸਿਖਿਆਂ ਨਾਲ ਚਲੇ । ਹੱਥਾਂ ਤੋਂ ਬਿਨਾਂ ਹੀ ਉਸ ਦੀ ਸੇਵਾ ਦੀ ਕਮਾਈ ਕਰੇ । ਜੀਭ ਨੂੰ ਹਲਾਉਣ ਤੋਂ ਬਿਨਾਂ ਹੀ ਉਸ ਦਾ ਸਿਮਰਨ ਮਨ ਅੰਦਰ ਚਲ ਪਵੇ । ਜਿਹੜਾ ਪ੍ਰਭ ਦੇ ਵਿਛੋੜੇ ਦੇ ਵਿਰਾਗ ਦੇ ਡਰ ਨੂੰ ਆਪਣੇ ਪੈਰ, ਲਗਨ ਨੂੰ ਆਪਣੇ ਹੱਥ, ਸ਼ਬਦ ਦੀ ਸੋਝੀ ਨੂੰ ਆਪਣੀਆਂ ਅੱਖਾਂ ਬਣਾ ਕੇ ਪ੍ਰਭ ਦੇ ਸ਼ਬਦ ਦੀ ਪਾਲਣਾ ਕਰਦਾ ਹੈ! ਉਸ ਨੂੰ ਪ੍ਰਭ ਦੇ ਘਰ ਦਾ ਦਰਵਾਜਾ ਦਿਖਾਈ ਦੇਂਦਾ ਹੈ ।

The right path of soul sanctification!

You should surrender your self-entity and adopt the teachings of His Word. With such a state of mind! You may realize His Holy Spirit prevailing everywhere, without opening your eyes; You may hear the everlasting echo of His Word resonates within with plugged ears. You may cherish His Nature without walking, putting weight on feet to move around. You may serve His Creation, earn the wealth of His Word, without moving your hands. You may meditate on the teachings of His Word, without moving your tongue. Whosoever may consider the renunciation in the memory of his separation from His Holy Spirit as his feet; devotion to meditate as his hand; the enlightenment of the essence of His Word as his eyes; with His mercy and grace, His throne, 10th door may appear within his mind and soul.

5. **ਸਲੋਕੁ** ਮਃ ੧॥ (139-10)

ਸੁਇਨੇ ਕੈ ਪਰਬਤਿ ਗੁਫਾ ਕਰੀ, ਕੈ ਪਾਣੀ ਪਇਆਲਿ॥	su-inay kai parbat gufaa karee kai paanee pa-i-aal.
ਕੈ ਵਿਚਿ ਧਰਤੀ ਕੈ ਆਕਾਸੀ, ਉਰਧਿ ਰਹਾ ਸਿਰਿ ਭਾਰਿ॥	kai vich Dhartee kai aakaasee uraDh rahaa sir bhaar.
ਪੁਰੁ ਕਰਿ ਕਾਇਆ ਕਪੜੁ ਪਹਿਰਾ, ਧੋਵਾ ਸਦਾ ਕਾਰਿ॥	pur kar kaa-i-aa kaparh pahiraa Dhovaa sadaa kaar.
ਬਗਾ ਰਤਾ ਪੀਅਲਾ ਕਾਲਾ, ਬੇਦਾ ਕਰੀ ਪੁਕਾਰ॥	bagaa rataa pee-alaa kaalaa baydaa karee pukaar.
ਹੋਇ ਕੁਚੀਲੁ ਰਹਾ ਮਲੁ ਧਾਰੀ, ਦੁਰਮਤਿ ਮਤਿ ਵਿਕਾਰ॥	ho-ay kucheel rahaa mal Dhaaree durmat mat vikaar.
ਨਾ ਹਉ ਨਾ ਮੈ ਨਾ ਹਉ ਹੋਵਾ, ਨਾਨਕ ਸਬਦੁ ਵੀਚਾਰਿ॥੧॥	naa ha-o naa mai naa ha-o hovaa naanak sabad veechaar. ||1||

ਜੀਵ ਭਾਵੇਂ ਵੱਖਰੇ ਵੱਖਰੇ ਤਰੀਕੇ ਧਾਰਨ ਕਰਕੇ ਬੰਦਗੀ ਕਰੇ । ਭਾਵੇਂ ਪਵਿੱਤਰ (ਸੋਇਨੇ) ਪਰਬਤ ਦੀ ਗੁਫਾ ਵਿੱਚ, ਡੂੰਘੇ ਸਾਗਰ ਦੇ ਤਲ ਤੇ, ਧਰਤੀ ਜਾ ਅਕਾਸ਼ ਤੇ ਬੰਦਗੀ ਕਰੇ । ਆਪਣੇ ਸਿਰ ਤੇ ਖੜ੍ਹਾ ਹੋ ਕੇ, ਭਾਵੇਂ ਆਪਣੇ ਆਪ ਨੂੰ ਕਪੜੇ ਵਿੱਚ ਲਪੇਟ ਕੇ, ਸਰੀਰ ਤੇ ਲਗਤਾਰ ਪਾਣੀ ਵਿੱਚ ਖੜ੍ਹਾ ਹੋਵੇ । ਚਾਰੇ ਵੇਦ, ਚਿੱਟਾ, ਲਾਲ, ਪੀਲਾ, ਜਾ ਕਾਲੇ ਉਚੀ ਉਚੀ ਪੜ੍ਹੇ, ਜਾ ਪਾਠ ਕਰੇ । ਭਾਵੇਂ ਤਨ ਤੇ ਸਵਾਹ ਮਲ ਕੇ, ਭਾਵੇਂ ਗੰਦਗੀ ਵਿੱਚ ਬੈਠ ਕੇ ਬੰਦਗੀ ਕਰੇ । ਸਾਰੇ ਹੀ ਮਨ ਦੇ ਚਲਾਕੀ ਦੇ ਤਰੀਕੇ ਹਨ । ਇਹਨਾਂ ਨਾਲ ਕੁਝ ਪਾਇਆ ਨਹੀਂ ਜਾ ਸਕਦਾ, ਨਾ ਹੀ ਕਿਸੇ ਨੇ ਪਾਇਆ, ਨਾ ਹੀ ਕੋਈ ਪਾਵੇਗਾ । ਆਪਣੇ ਮਨ ਨੂੰ ਸ਼ਬਦ ਅਨੁਸਾਰ ਢਾਲਕੇ ਭਰੋਸੇ ਨਾਲ ਸ਼ਬਦ ਵਿੱਚ ਮਸਤ ਹੋਇਆ ਹੀ ਕੁਝ ਬਖਸ਼ਿਸ਼ ਹੋ ਸਕਦਾ ਹੈ ।

Human may adopt various methods to meditate on the teachings of His Word. He may meditate on a Holy Mountain; wraps himself in cloth; stay in water for long; reads the Four Vedas, rub ashes on his body; sit in a filthy place; all are the clever tricks of his mind; he may never be blessed with the right path of acceptance in His Court. Whosoever may be intoxicated in meditation with the essence of His Word in day-to-day life; with His mercy and grace, his soul may be sanctified to become worthy of His Consideration.

ਮਃ ੧॥

ਵਸਤ੍ਰ ਪਖਾਲਿ ਪਖਾਲੇ ਕਾਇਆ, ਆਪੇ ਸੰਜਮਿ ਹੋਵੈ॥	vastar pakhaal pakhaalay kaa-i-aa aapay sanjam hovai.
ਅੰਤਰਿ ਮੈਲੁ ਲਗੀ ਨਹੀ ਜਾਣੈ, ਬਾਹਰਹੁ ਮਲਿ ਮਲਿ ਧੋਵੈ॥	antar mail lagee nahee jaanai baahrahu mal mal Dhovai.
ਅੰਧਾ ਭੂਲਿ ਪਇਆ ਜਮ ਜਾਲੇ॥	anDhaa bhool pa-i-aa jam jaalay.
ਵਸਤੁ ਪਰਾਈ ਅਪੁਨੀ ਕਰਿ ਜਾਨੈ, ਹਉਮੈ ਵਿਚਿ ਦੁਖੁ ਘਾਲੇ॥	vasat paraa-ee apunee kar jaanai ha-umai vich dukh ghaalay.
ਨਾਨਕ ਗੁਰਮੁਖਿ ਹਉਮੈ ਤੁਟੈ, ਤਾ ਹਰਿ ਹਰਿ ਨਾਮੁ ਧਿਆਵੈ॥	naanak gurmukh ha-umai tutai taa har har Naam Dhi-aavai.
ਨਾਮੁ ਜਪੇ ਨਾਮੋ ਆਰਾਧੇ, ਨਾਮੇ ਸੁਖਿ ਸਮਾਵੈ॥੨॥	naam JAPay Naamo aaraaDhay Naamay sukh samaavai. ||2||

ਜੀਵ ਆਪਣੇ ਕਪੜੇ ਧੋਅ ਕੇ ਸਾਫ ਕਰਦਾ ਹੈ । ਆਪਣੇ ਸਰੀਰ ਨੂੰ ਸਾਫ ਕਰਕੇ ਮਨ ਦੀਆਂ ਇਛਾਂ ਤੇ ਕਾਬੂ ਪਾਉਂਦਾ ਹੈ । ਇਸ ਤਰੀਕੇ ਨਾਲ ਤਨ ਨੂੰ ਸਾਫ ਕਰਨ ਨਾਲ ਮੈਲਾ ਮਨ, ਪਵਿੱਤਰ ਨਹੀਂ ਕੀਤਾ ਜਾ ਸਕਦਾ । ਉਸ ਦਾ ਜਮਦੂਤਾਂ ਤੋਂ ਛਟਕਾਰਾ ਨਹੀਂ ਹੁੰਦਾ, ਜਨਮ ਮਰਨ ਦੇ ਚੱਕਰ ਵਿੱਚ ਹੀ ਰਹਿੰਦਾ ਹੈ । ਉਹ ਪਰਾਈ ਅਮਾਨਤ ਨੂੰ ਆਪਣੀ ਬਣਾਉਣ ਦੀ ਕੋਸ਼ਿਸ਼ ਵਿੱਚ ਹੀ ਲਗਾ ਰਹਿੰਦਾ ਹੈ! ਉਸ ਦੇ ਮਨ ਦਾ ਅਹੰਕਾਰ ਵਧਦਾ ਜਾਂਦਾ ਹੈ, ਉਸ ਨੂੰ ਦੁਖ ਭੁਗਤਣਾ ਪੈਂਦਾ ਹੈ । ਜਿਸ ਨੂੰ ਗੁਰਮਖ ਅਵਸਥਾ ਬਖਸ਼ਿਸ਼ ਹੋ ਜਾਂਦੀ ਹੈ, ਉਸ ਦੀ ਅਹੰਕਾਰ ਦੀ ਜੜ੍ਹ ਖਤਮ ਹੋ ਜਾਂਦੀ ਹੈ । ਉਸ ਨੂੰ ਪ੍ਰਭ ਦੇ ਸ਼ਬਦ ਦਾ ਸਿਮਰਨ ਕਰਦੇ, ਸ਼ਬਦ ਦੀ ਸੋਝੀ ਬਖਸ਼ਿਸ਼ ਹੋ ਜਾਂਦੀ, ਸ਼ਬਦ ਮਨ ਵਿੱਚ ਜਾਗਰਤ ਹੋ ਜਾਂਦਾ ਹੈ । ਅਡੋਲ ਭਰੋਸੇ ਨਾਲ ਸ਼ਬਦ ਵਿੱਚ ਮਗਨ ਹੋਏ ਹੀ ਅਟਲ ਪ੍ਰਭ ਵਿੱਚ ਅਭੇਦ ਹੋ ਜਾਂਦਾ ਹੈ ।

As washing cloths may remove the filth. Self-minded following religious ritual take a dip in a Holy Shrine, in Holy Pond. He may think his soul may be sanctified; his desires may be controlled; however, his mind overwhelmed with evil thoughts, deeds, may not be cleaned; his sins may not be forgiven. How may his soul be sanctified by cleaning body, taking dip in Holy Pond? He may remain in the cycle of birth and death. Whosoever may deceive others, robs others earnest living; his ego may be enhanced; he endures the consequences of his deeds. Whosoever may be blessed with a state of mind as His true devotee; his root cause of ego may be destroyed from within. Whosoever may meditate wholeheartedly on the teachings of His Word; with His mercy and grace, he may be enlightened from within. Whosoever may remain intoxicated in meditation in the void of His Word, only his soul may immerse with His Holy Spirit.

ਪਉੜੀ॥

ਕਾਇਆ ਹੰਸਿ ਸੰਜੋਗੁ, ਮੇਲਿ ਮਿਲਾਇਆ॥	kaa-i-aa hans sanjog mayl milaa-i-aa.
ਤਿਨ ਹੀ ਕੀਆ ਵਿਜੋਗੁ, ਜਿਨਿ ਉਪਾਇਆ॥	tin hee kee-aa vijog jin upaa-i-aa.
ਮੂਰਖੁ ਭੋਗੇ ਭੋਗੁ, ਦੁਖ ਸਬਾਇਆ॥	moorakh bhogay bhog dukh sabaa-i-aa.
ਸੁਖਹੁ ਉਠੇ ਰੋਗ, ਪਾਪ ਕਮਾਇਆ॥	sukhhu uthay rog paap kamaa-i-aa.
ਹਰਖਹੁ ਸੋਗੁ ਵਿਜੋਗੁ, ਉਪਾਇ ਖਪਾਇਆ॥	harkhahu sog vijog upaa-ay khapaa-i-aa.
ਮੂਰਖ ਗਣਤ ਗਣਾਇ, ਝਗੜਾ ਪਾਇਆ॥	moorakh ganat ganaa-ay jhagrhaa paa-i-aa.
ਸਤਿਗੁਰ ਹਥਿ ਨਿਬੇੜੁ, ਝਗੜੁ ਚੁਕਾਇਆ॥	saT`gur hath nibayrh jhagarh chukaa-i-aa.
ਕਰਤਾ ਕਰੇ ਸੁ ਹੋਗੁ, ਨ ਚਲੈ ਚਲਾਇਆ॥੪॥	kartaa karay so hog na chalai chalaa-i-aa. ||4||

ਆਪ ਹੀ ਆਤਮਾ ਨੂੰ ਸਰੀਰ ਬਖਸ਼ਦਾ ਹੈ ਅਤੇ ਆਪ ਹੀ ਅਲਗ (ਤਨ ਦੀ ਮੌਤ) ਕਰਦਾ ਹੈ । ਪਿਛਲੇ ਜਨਮ ਦੇ ਕੰਮਾਂ ਨਾਲ ਹੀ ਆਤਮਾ ਨੂੰ ਤਨ ਬਖਸ਼ਿਸ਼ ਹੁੰਦਾ ਹੈ । ਅਣਜਾਣ ਮਾਨਸ ਸੰਸਾਰਕ, ਅਨੰਦ ਦੇਣ ਵਾਲੇ ਕੰਮ ਕਰਦਾ ਹੈ, ਪਰ ਭੁਲ ਜਾਂਦਾ ਹੈ, ਇਹਨਾਂ ਨਾਲ ਦੁਖ ਵੀ ਮਿਲਦੇ ਹਨ । ਸੰਸਾਰਕ ਮਨੋਰੰਜਨ ਵਾਲਾ ਖੇੜਾ ਇਕ ਬਿਮਾਰੀ ਦੀ ਤਰ੍ਹਾਂ ਹੈ, ਇਸ ਨਾਲ ਆਤਮਾ ਤੇ ਪਾਪ ਚੜ੍ਹ ਜਾਂਦੇ ਹਨ, ਆਤਮਾ ਜਨਮ ਮਰਨ ਦੇ ਚੱਕਰ ਵਿੱਚ ਹੀ ਰਹਿੰਦੀ ਹੈ । ਅਣਜਾਣ, ਮਨਮੁਖ ਮੰਦੇ ਕੰਮਾਂ ਨੂੰ

ਸ੍ਰਿਸ਼ਟੀ ਦੀ ਭਲਾਈ ਦੇ ਕੰਮ ਹੀ ਸਮਝਦਾ ਹੈ । ਉਹ ਮਨ ਨੂੰ ਸਮਝਾਉਂਦਾ ਹੈ, ਇਹ ਇਨਸਾਫ ਦੇ ਹੀ ਕੰਮ ਹਨ । ਆਖਰੀ ਨਿਰਣਾ ਪ੍ਰਭ ਦੇ ਵੱਸ ਹੈ, ਉਸ ਦਾ ਪਿਛਲਾ ਹਿਸਾਬ ਹੋ ਜਾਂਦਾ ਹੈ । ਪ੍ਰਭ ਦਾ ਫੈਸਲਾ ਅਟਲ ਹੈ, ਉਹ ਹੀ ਹੋਣਾ ਹੈ ਜੋ ਉਸ ਨੂੰ ਪ੍ਰਵਾਨ ਹੈ ।

The True Master assigns a unique body to his soul and snatched his soul at a predetermined time; death. Whosoever may have a great prewritten destiny, only his soul may be blessed with the right path of acceptance in His Court. Self-minded, ignorant may perform deeds to create comforts in his life; however, he may ignore the consequences for his evil deeds. Worldly entertainments may be a disease and enhance the burden of sins of his soul; he remains in the cycle of birth and death. Ignorant self-minded believes his deeds are for the welfare of mankind. He remains convinced! His deeds are justice according to His Word. The Righteous Judge (The True Master) renders final judgment, verdict acceptable in His Court.

Key Message of Maajh Mehlaa page 139-10
ਸੰਸਾਰਕ ਕਮਾਈ ਦੀ ਆਖਰੀ ਪਰਖ!
ਆਪਣੇ ਮਨ ਨੂੰ ਸ਼ਬਦ ਅਨੁਸਾਰ ਢਾਲਕੇ ਭਰੋਸੇ ਨਾਲ ਸ਼ਬਦ ਵਿੱਚ ਮਸਤ ਹੋਇਆ ਹੀ ਕੁਝ ਬਖਸ਼ਿਸ਼ ਹੋ ਸਕਦਾ ਹੈ । ਧਰਮ ਦੇ ਰੀਤ ਰੀਵਾਜ, ਨਿੱਤਨੇਮ ਨਾਲ ਅਹੰਕਾਰ ਦੀ ਜੜ੍ਹ ਖਤਮ ਨਹੀਂ ਹੋ ਸਕਦੀ । ਜਿਹੜਾ ਸ਼ਬਦ ਦੀ ਪਾਲਣਾ ਅਡੋਲ ਭਰੋਸੇ ਨਾਲ ਕਰਦਾ ਹੈ, ਉਸ ਨੂੰ ਸ਼ਬਦ ਦੀ ਸੋਝੀ, ਪ੍ਰਵਾਨਗੀ ਦਾ ਅਸਲੀ ਰਸਤਾ ਬਖਸ਼ਿਸ਼ ਹੋ ਜਾਂਦਾ ਹੈ । ਆਪ ਹੀ ਆਤਮਾ ਨੂੰ ਸਰੀਰ ਵਿੱਚ ਪਾਉਂਦਾ ਹੈ ਅਤੇ ਆਪ ਹੀ ਅਲਗ (ਮੌਤ) ਕਰਦਾ ਹੈ । ਸੰਸਾਰਕ ਜੀਵਨ ਦੀ ਕਮਾਈ ਦਾ ਆਖਰੀ ਨਿਰਣਾ ਪ੍ਰਭ ਦੇ ਵੱਸ ਹੈ, ਉਸ ਦਾ ਪਿਛਲਾ ਹਿਸਾਬ ਹੋ ਜਾਂਦਾ ਹੈ । ਪ੍ਰਭ ਦਾ ਫੈਸਲਾ ਅਟਲ ਹੈ, ਉਹ ਹੀ ਹੋਣਾ ਹੈ ਜੋ ਉਸ ਨੂੰ ਪ੍ਰਵਾਨ ਹੈ ।
The final judgement of His deeds!
Whosoever may remain intoxicated in meditation with the essence of His Word in day-to-day life; his soul may be sanctified to become worthy of His Consideration. Whosoever may adopt religious rituals, his ego may be enhanced; he must endure the consequences of his deeds. Whosoever may adopt the teachings of His Word with steady and stable belief; he may enter in renunciation in the memory of his separation from His Holy Spirit. He may be blessed with the right path of acceptance in His Court. The True Master assigns a unique body to his soul and snatched his soul at a predetermined time; death. The final judgement of his worldly deeds remains under The Righteous Judge (The True Master). Only his verdict remains acceptable in His Court.

6. ਸਲੋਕੁ ਮਃ ੧॥ (139-19)

ਕੂੜੁ ਬੋਲਿ ਮੁਰਦਾਰੁ ਖਾਇ॥ ਅਵਰੀ ਨੋ ਸਮਝਾਵਣਿ ਜਾਇ॥ — koorh bol murdaar khaa-ay. avree no samjhaavan jaa-ay.
ਮੁਠਾ ਆਪਿ ਮੁਹਾਏ ਸਾਥੈ॥ ਨਾਨਕ ਐਸਾ ਆਗੂ ਜਾਪੈ॥੧॥ — muthaa aap muhaa-ay saathai. naanak aisaa aagoo jaapai. ||1||

ਜੀਵ ਜਾਣਦਾ ਹੈ! ਝੂਠ ਬੋਲਣਾ, ਮੁਰਦੇ ਦਾ ਮਾਸ ਖਾਨ ਦੇ ਬਰਾਬਰ ਹੈ, ਪਰ ਫਿਰ ਵੀ ਜੀਵ ਆਪ ਝੂਠ ਬੋਲਦਾ ਹੈ । ਆਪ ਸਿਆਣਾ ਬਣਕੇ ਦੂਸਰਿਆਂ ਨੂੰ ਸਿਖਿਆਂ ਦੇਂਦਾ ਹੈ । ਆਪ ਨੂੰ ਸ਼ਬਦ ਦੀ ਕੋਈ ਸੋਝੀ ਨਹੀਂ ਹੁੰਦੀ, ਗਲਤ ਰਸਤੇ ਤੇ ਹੁੰਦਾ ਹੈ, ਬਾਕੀਆਂ ਸਾਥ ਚਲਣ ਵਾਲਿਆਂ ਨੂੰ ਵੀ ਉਸ ਰਸਤੇ ਦੀ ਪ੍ਰੇਰਨਾ ਕਰਦਾ ਹੈ । ਸੰਸਾਰ ਵਿੱਚ ਇਸਤਰ੍ਹਾਂ ਦੇ ਸ਼ਬਦ ਦੀ ਸਿਖਿਆਂ ਦੇਣ ਵਾਲੇ ਬਹੁਤ ਹਨ । ਜਿਸ ਦੇ ਮਨ ਵਿੱਚ ਪ੍ਰਭ ਦਾ ਸ਼ਬਦ ਜਾਗਰਤ, ਰਚਿਆ ਹੁੰਦਾ ਹੈ । ਉਹ ਆਪਣਾ ਜੀਵਨ ਸ਼ਬਦ ਨਾਲ ਢਾਲਕੇ, ਆਪਣੇ ਜੀਵਨ ਦੀ ਸਿਖਿਆਂ ਹੀ ਹੋਰ ਜੀਵਾਂ ਨੂੰ ਦੇਂਦਾ ਹੈ ।

Every human realizes telling a lie may be as bad as eating the flesh of a corpse; however, he may lie in his day-to-day life. He may claim to be wise and enlightened and he may advise. He remains ignorant from the essence of His Word, the right path of acceptance in His Court; however, he may inspire other innocents to follow his path in day-to-day life. Many saints, worldly gurus may remain victim of the sweet poison of worldly wealth with such a state of mind. Whosoever may remain drenched with the essence of His Word; his speech and his deeds remain as per the teachings of His Word. He adopts the teachings of His Word with steady and stable belief in his own day to day life, with His mercy and grace, he may only preach, his life experience teachings to his followers.

ਮਹਲਾ ੪॥

ਜਿਸ ਦੈ ਅੰਦਰਿ ਸਚੁ ਹੈ, ਸੋ ਸਚਾ ਨਾਮੁ ਮੁਖਿ ਸਚੁ ਅਲਾਏ॥ — jis dai andar sach hai so sachaa Naam mukh sach alaa-ay.
ਓਹੁ ਹਰਿ ਮਾਰਗਿ ਆਪਿ ਚਲਦਾ, ਹੋਰਨਾ ਨੋ ਹਰਿ ਮਾਰਗਿ ਪਾਏ॥ — oh har maarag aap chaldaa hornaa no har maarag paa-ay.
ਜੇ ਅਗੈ ਤੀਰਥੁ ਹੋਇ ਤਾ ਮਲੁ ਲਹੈ, — jay agai tirath ho-ay taa mal lahai
ਛਪੜਿ ਨਾਤੈ ਸਗਵੀ ਮਲੁ ਲਾਏ॥ — chhaparh naatai sagvee mal laa-ay.
ਤੀਰਥੁ ਪੂਰਾ ਸਤਿਗੁਰੂ, ਜੋ ਅਨਦਿਨੁ ਹਰਿ ਹਰਿ ਨਾਮੁ ਧਿਆਏ॥ — tirath pooraa saT`guroo jo an-din har har Naam Dhi-aa-ay.
ਓਹੁ ਆਪਿ ਛੁਟਾ ਕੁਟੰਬ ਸਿਉ, — oh aap chhutaa kutamb si-o
ਦੇ ਹਰਿ ਹਰਿ ਨਾਮੁ ਸਭ ਸ੍ਰਿਸਟਿ ਛਡਾਏ॥ — day har har Naam sabh sarisat chhadaa-y.
ਜਨ ਨਾਨਕ ਤਿਸੁ ਬਲਿਹਾਰਣੈ, — jan naanak tis balihaarnai
ਜੋ ਆਪਿ ਜਪੈ ਅਵਰਾ ਨਾਮੁ ਜਪਾਏ॥੨॥ — jo aap japai avraa Naam JAPaa-ay. ||2||

ਜਿਸ ਦੇ ਆਪਣੇ ਮਨ ਵਿੱਚ ਸ਼ਬਦ ਦਾ ਰੰਗ ਚੜ੍ਹਿਆ ਹੰਦਾ ਹੈ । ਉਹ ਆਪਣੇ ਬੋਲ, ਕੰਮ ਅਟਲ ਪ੍ਰਭ ਦੇ ਸ਼ਬਦ ਦੀ ਸਿਖਿਆਂ ਅਨੁਸਾਰ ਹੀ ਕਰਦਾ ਹੈ । ਪ੍ਰਭ ਦੇ ਸ਼ਬਦ ਦੀ ਸਿਖਿਆਂ ਨਾਲ ਆਪਣਾ ਜੀਵਨ ਢਾਲਦਾ ਹੈ, ਉਸ ਨੂੰ ਪ੍ਰਭ ਸ਼ਬਦ ਦੀ ਸੋਝੀ ਬਖਸ਼ਦਾ ਹੈ । ਉਹ ਹੀ ਸ਼ਬਦ ਦੀ ਸਿਖਿਆਂ ਹੋਰ ਕਿਸੇ ਨਾਲ ਸਾਂਝੀ ਕਰ ਸਕਦਾ, ਪਰ੍ਹੇਨਾ ਕਰ ਸਕਦਾ ਹੈ । ਸ਼ਬਦ ਦੀ ਸੋਝੀ ਤੋਂ ਅਣਜਾਣ, ਕਿਸਤਰ੍ਹਾਂ ਹੋਰ ਜੀਵ ਨੂੰ ਸਿੱਧਾ ਰਸਤਾ ਦੱਸ ਸਕਦਾ ਹੈ? ਉਸ ਦੇ ਰਸਤੇ ਤੇ ਚਲਕੇ, ਅਣਜਾਣ ਹੋਰ ਡੂੰਘੇ ਫਸਦੇ, ਮੰਦੇ ਕੰਮ ਕਰਦੇ ਹਨ । ਅਟਲ ਪ੍ਰਭ ਦਾ ਸ਼ਬਦ ਹੀ ਪਵਿੱਤਰ ਅੰਮ੍ਰਿਤ ਦਾ ਸਰੋਵਰ ਹੈ! ਜਿਹੜਾ ਅਡੋਲ ਭਰੋਸੇ ਨਾਲ ਸ਼ਬਦ ਦੀ ਪਾਲਣਾ ਕਰਦਾ, ਉਸ ਦੀ ਆਤਮਾ ਦਾ ਅੰਮ੍ਰਿਤ ਦੇ ਸਰੋਵਰ ਵਿੱਚ ਇਸ਼ਨਾਨ, ਆਤਮਾ ਪਵਿੱਤਰ ਹੋ ਸਕਦੀ ਹੈ । ਉਸ ਨੂੰ ਮਨ ਦੀਆਂ ਇਛਾਂ ਤੇ ਕਾਬੂ ਬਖਸ਼ਿਸ਼ ਹੋ ਜਾਂਦਾ ਹੈ । ਆਪ ਮੁਕਤੀ ਦੇ ਰਸਤੇ ਤੇ ਚਲਦਾ, ਆਪਣੇ ਨਾਲ ਸਾਥੀਆਂ ਨੂੰ ਅਸਲੀ ਰਸਤੇ ਤੇ ਚਲਣ ਦੀ ਪ੍ਰੇਰਨਾ ਕਰਦਾ ਹੈ । ਜਿਹੜਾ ਆਪਣਾ ਜੀਵਨ ਸ਼ਬਦ ਨਾਲ ਢਾਲਦਾ ਹੈ, ਉਹ ਸਾਥੀਆਂ ਨੂੰ ਅਸਲੀ ਰਸਤੇ ਤੇ ਪਾਉਣ ਵਾਲੀ ਅਵਸਥਾ ਬਖਸ਼ਿਸ਼ ਹੋ ਜਾਂਦੀ, ਉਹ ਜੀਵ ਪੂਜਣ ਯੋਗ ਹੋ ਜਾਂਦਾ ਹੈ ।

Whosoever may remain drenched with the crimson color of the essence of His Word; his spoken words, deeds may remain as per the teachings of His Word and acceptable in His Court. He may be blessed to spread, inspires, and explains the enlightenment of the essence of His Word to his followers. Whosoever may be ignorant from the right path! How may he guide anyone else on the right path? By following his teachings, ignorant may be trapped deeper in the sweet poison of worldly wealth. The teachings of His Word may be an overwhelming holy pond of nectar. Whosoever may adopt the teachings of His Word with a steady and stable belief; with His mercy and grace, his soul may be sanctified to become worthy of His Consideration. He may be blessed to conquer his own worldly desires. He may be blessed with a right path of salvation; he may inspire others on the right path of salvation. He may become a worthy of Worship in his human life.

ਪਉੜੀ॥

ਇਕਿ ਕੰਦ ਮੂਲੁ ਚੁਣਿ ਖਾਹਿ, ਵਣ ਖੰਡਿ ਵਾਸਾ॥	ik kand mool chun khaahi vankhand vaasaa.
ਇਕਿ ਭਗਵਾ ਵੇਸੁ ਕਰਿ, ਫਿਰਹਿ ਜੋਗੀ ਸੰਨਿਆਸਾ॥	ik bhagvaa vays kar fireh jogee saniaasaa.
ਅੰਦਰਿ ਤ੍ਰਿਸਨਾ ਬਹੁਤੁ, ਛਾਦਨ ਭੋਜਨ ਕੀ ਆਸਾ॥	andar tarisnaa bahut chhaadan bhojan kee aasaa.
ਬਿਰਥਾ ਜਨਮੁ ਗਵਾਇ, ਨ ਗਿਰਹੀ ਨ ਉਦਾਸਾ॥	birthaa janam gavaa-ay na girhee na udaasaa.
ਜਮਕਾਲੁ ਸਿਰਹੁ ਨ ਉਤਰੈ, ਤ੍ਰਿਬਿਧਿ ਮਨਸਾ॥	jamkaal sirahu na utrai taribaDh mansaa.
ਗੁਰਮਤੀ ਕਾਲੁ ਨ ਆਵੈ ਨੇੜੈ, ਜਾ ਹੋਵੈ ਦਾਸਨਿ ਦਾਸਾ॥	gurmatee kaal na aavai nayrhai jaa hovai daasan daasaa.
ਸਚਾ ਸ਼ਬਦੁ ਸਚੁ ਮਨਿ, ਘਰ ਹੀ ਮਾਹਿ ਉਦਾਸਾ॥	sachaa sabad sach man ghar hee maahi udaasaa.
ਨਾਨਕ ਸਤਿਗੁਰੁ ਸੇਵਨਿ ਆਪਣਾ, ਸੇ ਆਸਾ ਤੇ ਨਿਰਾਸਾ॥੫॥	naanak saT`gur sayvan aapnaa say aasaa tay niraasaa. ||5||

ਕਈ ਜੀਵ ਜੰਗਲਾਂ ਵਿੱਚ ਬੰਦਗੀ ਕਰਦੇ, ਜੜ੍ਹਾਂ ਬੂਟੀਆਂ, ਫਲ, ਗਿਰੀਆਂ ਖਾ ਕੇ ਪੇਟ ਭਰਦੇ ਹਨ । ਕਈ ਜੋਗੀਆਂ ਵਾਲਾ ਬਾਣਾ ਪਾਉਂਦੇ, ਸੰਸਾਰਕ ਜੀਵਾਂ ਤੋਂ ਅਲਗ ਰਹਿੰਦੇ ਹਨ । ਫਿਰ ਵੀ ਅੰਦਰ ਪੇਟ ਦੀ ਭੁੱਖ ਪੂਰੀ ਕਰਨ ਲਈ ਭੋਜਨ ਦੀ ਇਛਾਂ ਰਹਿੰਦੀ ਹੈ । ਉਹ ਆਪਣਾ ਜੀਵਨ ਬਿਰਥਾ ਹੀ ਗਵਾ ਲੈਂਦੇ, ਉਸ ਦਾ ਭਰੋਸਾ ਇਕੋ ਇਕ ਪ੍ਰਭ ਦੇ ਬਖਸ਼ੇ ਤੇ ਅਡੋਲ ਨਹੀਂ ਹੁੰਦਾ । ਉਹ ਜੀਵ, ਨਾ ਤਾ ਸੰਸਾਰਕ ਜੀਵਾਂ ਵਾਲਾ, ਨਾ ਹੀ ਪੂਰਨ ਸੰਨਿਆਸੀਆਂ ਵਾਲਾ ਜੀਵਨ ਹੀ ਬਤੀਤ ਕਰਦਾ ਹੈ । ਮਨ ਦੀਆਂ ਇਛਾਂ ਜਨਮ ਮਰਨ ਤੋਂ ਛਟਕਾਰਾ ਨਹੀਂ ਪਾਉਣ ਦੇਂਦੀਆ । ਜਿਹੜੇ ਪ੍ਰਭ ਦੀ ਰਜ਼ਾ ਦੇ ਦਾਸ ਬਣ ਜਾਂਦੇ ਹਨ, ਭਰੋਸਾ ਅਡੋਲ ਹੋ ਜਾਂਦਾ ਹੈ, ਉਹਨਾਂ ਨੂੰ ਜਮਦੂਤ ਛੋਹ ਨਹੀਂ ਸਕਦਾ । ਉਹ ਸੰਸਾਰ ਵਿੱਚ ਰਹਿੰਦੇ ਹੀ ਮੋਹ ਤੋਂ ਰਹਿਤ ਹੋ ਜਾਂਦੇ ਹਨ, ਪੂਰਨ ਸੰਨਿਆਸੀ ਬਣ ਜਾਂਦੇ ਹਨ । ਉਹ ਸ਼ਬਦ ਅਨੁਸਾਰ ਜੀਵਨ ਬਤੀਤ ਕਰਦੇ ਹਨ । ਉਹਨਾਂ ਦੇ ਮਨ ਦੀਆਂ ਇਛਾਂ ਤੇ ਪੂਰਾ ਕਾਬੂ ਪੈ ਜਾਂਦਾ ਹੈ ।

Many devotees may meditate in abandoned forests; they may renounce family life to adopt a life like a hermit. However, they may eat, weed, nut, fruit to nourish their body. Some may adopt a saintly robe like a Yogi! He may renounce family life, inhabits; however, he has a hunger to feed his stomach, nourishment of his body. He wastes his human life opportunity uselessly. He may not remain contented nor have a steady and stable belief on the teachings of His Word. He may not cherish worldly comforts of family life nor he may be in complete renunciation in the memory of his separation from His Holy Spirit. His worldly expectation may not let him eliminate his cycle of birth and death. Whosoever may remain a slave of His Word; with His mercy and grace, his state of mind may remain beyond the reach of devil of death. He remains desireless from worldly desires, while still in his human life journey. He may become worthy to be called completely renunciatory. He may adopt the teachings of His Word in day-to-day life; with His mercy and grace, he may conquer his worldly desires completely.

Key Message of Maajh Mehlaa page 139-19
ਸੰਸਾਰਕ ਕਮਾਈ ਦੀ ਆਖਰੀ ਪਰਖ!
ਝੂਠ ਬੋਲਣਾ, ਮੁਰਦੇ ਦਾ ਮਾਸ ਖਾਨ ਦੇ ਬਰਾਬਰ ਹੈ, ਫਿਰ ਵੀ ਜੀਵ ਆਪ ਝੂਠ ਬੋਲਦਾ ਹੈ । ਜਿਸ ਦੇ ਮਨ ਵਿੱਚ ਪ੍ਰਭ ਦਾ ਸ਼ਬਦ ਜਾਗਰਤ, ਰਚਿਆ ਹੁੰਦਾ ਹੈ । ਉਹ ਆਪਣਾ ਜੀਵਨ ਸ਼ਬਦ ਨਾਲ ਢਾਲਕੇ, ਆਪਣੇ ਜੀਵਨ ਦੀ ਹੀ ਸਿਖਿਆਂ, ਹੋਰ ਜੀਵਾਂ ਨੂੰ ਦੇਂਦਾ ਹੈ । ਅਟਲ ਪ੍ਰਭ ਦਾ ਸ਼ਬਦ ਹੀ ਪਵਿੱਤਰ ਅੰਮ੍ਰਿਤ ਦਾ ਸਰੋਵਰ ਹੈ, ਅਡੋਲ ਭਰੋਸੇ ਨਾਲ ਸ਼ਬਦ ਦੀ ਪਾਲਣਾ ਕਰਨਾ ਹੀ ਆਤਮਾ ਦਾ ਅੰਮ੍ਰਿਤ ਦੇ ਸਰੋਵਰ ਵਿੱਚ ਪਵਿਤਰਤਾ ਦਾ ਇਸ਼ਨਾਨ ਹੈ । ਜਿਹੜਾ ਸੰਸਾਰ ਵਿੱਚ ਰਹਿੰਦਾ ਹੀ ਮੋਹ ਤੋਂ ਰਹਿਤ ਹੋ ਜਾਂਦਾ, ਪੂਰਨ ਸੰਨਿਆਸੀ ਬਣ ਜਾਂਦਾ ਹੈ । ਉਸ ਨੂੰ ਮਨ ਦੀਆਂ ਇਛਾਂ ਤੇ ਪੂਰਾ ਕਾਬੂ ਬਖਸ਼ਿਸ਼ ਹੋ ਜਾਂਦਾ ਹੈ ।
The final judgement of His deeds!
Everyone may realize! telling a lie may be as bad as eating the flesh of a corpse; however, he may lie in his day-to-day life. Whosoever may remain drenched with the essence of His Word; he may only preach, his life experience teachings to his followers. Whosoever may remain beyond the reach of worldly desires in his human life journey. He may become worthy to be called complete renunciatory. He may conquer his worldly desires completely.

7. **ਸਲੋਕੁ ਮਃ ੧॥ (140-9)**

ਜੇ ਰਤੁ ਲਗੈ ਕਪੜੈ, ਜਾਮਾ ਹੋਇ ਪਲੀਤੁ॥	jay rat lagai kaprhai jaamaa ho-ay paleet.
ਜੋ ਰਤੁ ਪੀਵਹਿ ਮਾਣਸਾ, ਤਿਨ ਕਿਉ ਨਿਰਮਲੁ ਚੀਤੁ॥	jo rat peeveh maansaa tin ki-o nirmal cheet.
ਨਾਨਕ ਨਾਉ ਖੁਦਾਇ ਕਾ, ਦਿਲਿ ਹਛੈ ਮੁਖਿ ਲੇਹੁ॥	naanak naa-o khudaa-ay kaa dil hachhai mukh layho.
ਅਵਰਿ ਦਿਵਾਜੇ ਦੁਨੀ ਕੇ, ਝੂਠੇ ਅਮਲ ਕਰੇਹੁ॥੧॥	avar divaajay dunee kay jhoothay amal karayhu. ||1||

ਜਿਸ ਕਪੜੇ ਨੂੰ ਰੱਤ ਲਗ ਜਾਂਦਾ ਹੈ, ਉਹ ਦਾ ਦਾਗ਼ ਪੂਰਨ ਤਰ੍ਹਾਂ ਸਾਫ ਨਹੀਂ ਹੋਂਦਾ । ਜਿਹੜਾ ਮਾਨਸ ਕਿਸੇ ਜੀਵ ਦੀ ਲਹੂ, ਪਸੀਨੇ ਦੀ ਕਮਾਈ ਤੇ ਕਬਜ਼ਾ ਕਰਦਾ, ਜੀਵ ਹਤਿਆ ਕਰਦਾ ਹੈ! ਉਸ ਦੀ ਆਤਮਾ ਦਾ ਪਾਪ ਕਿਵੇਂ ਖਤਮ ਹੋ ਸਕਦਾ ਹੈ? ਜਿਹੜਾ ਪ੍ਰਭ ਦੇ ਸ਼ਬਦ ਦਾ ਸਿਮਰਨ ਕਰਦਾ, ਆਪਣਾ ਜੀਵਨ ਸ਼ਬਦ ਦੀ ਸਿਖਿਆਂ ਨਾਲ ਢਾਲਦਾ ਹੈ, ਉਸ ਦੀ ਆਤਮਾ ਪਵਿੱਤਰ ਹੋ ਜਾਂਦੀ ਹੈ । ਉਸ ਦੀ ਜੀਭ ਵਿਚੋਂ ਪ੍ਰਭ ਦੇ ਧੰਨਵਾਦ ਦੀ ਅਵਾਜ਼ ਆਉਂਦੀ ਹੈ । ਬਾਕੀ ਸਾਰੀਆਂ ਬੰਦਗੀਆਂ ਝੂਠੀਆਂ, ਕਿਸੇ ਪਾਸੇ ਨਹੀਂ ਲਾਉਂਦੀਆਂ ।

Imagine! Any cloth may be stained with blood; stains may never be completely removed. Same way! Whosoever may rob the earnest living of others, kills any creature! How may his soul be sanctified; sins may be forgiven? Whosoever may meditate, adopts the teachings of His Word with a steady and stable belief; with His mercy and grace, his soul may be sanctified. His tongue may be humming the praises of His Word non-stop. All other meditations may be useless for the purpose of his human life opportunity.

ਗੁਰੂ ਨਾਨਕ ਦੇਵ ਜੀ! – Guru Nanak Dev Ji! Guru Granth Sahib

ਮਃ ੧॥

ਜਾ ਹਉ ਨਾਹੀ ਤਾ ਕਿਆ ਆਖਾ, ਕਿਹੁ ਨਾਹੀ ਕਿਆ ਹੋਵਾ॥
ਕੀਤਾ ਕਰਣਾ, ਕਹਿਆ ਕਥਨਾ, ਭਰਿਆ ਭਰਿ ਭਰਿ ਧੋਵਾ॥
ਆਪਿ ਨ ਬੁਝਾ ਲੋਕ ਬੁਝਾਈ, ਐਸਾ ਆਗੂ ਹੋਵਾ॥
ਨਾਨਕ ਅੰਧਾ ਹੋਇ ਕੈ, ਦਸੇ ਰਾਹੈ ਸਭਸੁ ਮੁਹਾਏ ਸਾਥੈ॥
ਅਗੈ ਗਇਆ ਮੁਹੇ ਮੁਹਿ ਪਾਹਿ, ਸੁ ਐਸਾ ਆਗੂ ਜਾਪੈ॥੨॥

jaa ha-o naahee taa ki-aa aakhaa kihu naahee ki-aa hovaa.
keetaa karnaa kahi-aa kathnaa bhari-aa bhar bhar DhovaaN.
aap na bujhaa lok bujhaa-ee aisaa aagoo hovaaN.
naanak anDhaa ho-ay kai dasay raahai sabhas muhaa-ay saathai.
agai ga-i-aa muhay muhi paahi so aisaa aagoo jaapai. ||2||

ਮੈਨੂੰ ਅਣਜਾਣ ਨੂੰ ਕੋਈ ਸੋਝੀ ਨਹੀਂ, ਮੇਰੀ ਕੋਈ ਹੈਸੀਅਤ ਨਹੀਂ ਹੈ । ਮੈਂ ਕੀ ਬੋਲ ਸਕਦਾ ਹਾ? ਸਭ ਕੁਝ ਪ੍ਰਭ ਦਾ ਕੀਤਾ ਹੀ ਹੁੰਦਾ ਹੈ, ਮੇਰੀ ਮੱਤ, ਬੋਲ ਪ੍ਰਭ ਦੇ ਬਖਸ਼ੇ ਹੋਏ ਹਨ । ਮੇਰੀ ਆਤਮਾ, ਪਿਛਲੇ ਜਨਮ ਦੇ ਪਾਪਾਂ ਨਾਲ ਭਰੀ ਹੈ । ਮੈਂ ਪਾਪ ਕਿਵੇਂ ਬਖਸ਼ਾ ਸਕਦਾ, ਖਤਮ ਕਰ ਸਕਦਾ ਹਾ? ਮੈਨੂੰ ਸ਼ਬਦ ਦੀ ਸੋਝੀ ਨਹੀਂ ਹੈ, ਮੈਂ ਹੋਰ ਜੀਵ ਨੂੰ ਕੀ ਸੋਝੀ ਦੇ ਸਕਦਾ ਹਾ? ਕਿਸਤਰ੍ਹਾਂ ਸੰਤ ਅਵਸਥਾ ਵਾਲਾ ਉਪਦੇਸ਼ ਦੇ ਸਕਦਾ ਹਾ? ਮੇਰਾ ਇਹ ਹਾਲ ਹੈ! ਆਪ ਸੋਝੀ ਨਹੀਂ, ਮੈਂ ਬਾਕੀਆਂ ਨੂੰ ਗਲਤ ਰਸਤੇ ਦੀ ਪ੍ਰੇਰਨਾ ਕਰਦਾ ਹਾ । ਇਸਤਰ੍ਹਾਂ ਦੇ ਸੋਝੀ ਦੇਣ ਵਾਲੇ ਨੂੰ ਦਰਗਹਾ ਵਿੱਚ ਸ਼ਰਮਿੰਦਗੀ ਹੀ ਮਿਲਦੀ ਹੈ, ਜੂੰਨਾਂ ਦੇ ਚੱਕਰ ਵਿੱਚ ਹੀ ਰਹਿੰਦਾ ਹੈ ।

I am ignorant! I have no enlightenment of His Word nor any worldly status. What may I say with my own wisdom? Only His Command may prevail in every action. What may I speak with my own wisdom? My soul remains overwhelmed with burden of the sins of my previous lives. How may I sanctify my soul? How may sins of my previous lives be forgiven, soul be sanctified? I am ignorant from the enlightenment of the essence of His Word. How may I teach, inspire, or guide anyone on the right path? What spiritual message may I spread? I am ignorant from the right path of salvation; I may be inspiring and guiding everyone else on the same wrong path. Worldly guru with such a state of mind may only be embarrassed in His Court. He remains in the cycle of birth and death.

ਪਉੜੀ॥

ਮਾਹਾ ਰੁਤੀ ਸਭ ਤੂੰ ਘੜੀ, ਮੂਰਤ ਵੀਚਾਰਾ॥
ਤੂੰ ਗਣਤੈ ਕਿਨੈ ਨ ਪਾਇਓ, ਸਚੇ ਅਲਖ ਅਪਾਰਾ॥
ਪੜਿਆ ਮੂਰਖੁ ਆਖੀਐ, ਜਿਸੁ ਲਬੁ ਲੋਭੁ ਅਹੰਕਾਰਾ॥
ਨਾਉ ਪੜੀਐ ਨਾਉ ਬੁਝੀਐ, ਗੁਰਮਤੀ ਵੀਚਾਰਾ॥
ਗੁਰਮਤੀ ਨਾਮੁ ਧਨੁ ਖਟਿਆ, ਭਗਤੀ ਭਰੇ ਭੰਡਾਰਾ॥
ਨਿਰਮਲੁ ਨਾਮੁ ਮੰਨਿਆ, ਦਰਿ ਸਚੈ ਸਚਿਆਰਾ॥
ਜਿਸ ਦਾ ਜੀਉ ਪਰਾਣੁ ਹੈ, ਅੰਤਰਿ ਜੋਤਿ ਅਪਾਰਾ॥
ਸਚਾ ਸਾਹੁ ਇਕੁ ਤੂੰ, ਹੋਰੁ ਜਗਤੁ ਵਣਜਾਰਾ॥੬॥

maahaa rutee sabhtooNgharhee moorat veechaaraa.
tooN gantai kinai na paa-i-o sachay alakh apaaraa.
parhi-aa moorakh aakhee-ai jis lab lobh ahaNkaaraa.
naa-o parhee-ai naa-o bujhee-ai gurmatee veechaaraa.
gurmatee Naam Dhan khati-aa bhagtee bharay bhandaaraa.
nirmal Naam mani-aa dar sachai sachi-aaraa.
jis daa jee-o paraan hai antar jot apaaraa.
sachaa saahu ik tooN hor jagat vanjaaraa. ||6||

ਪ੍ਰਭ ਆਪਣੀ ਰਹਿਮਤ ਦੀ ਨਜ਼ਰ ਬਖਸ਼ੋ! ਮੈਂ ਹਰ ਪਲ, ਦਿਨ ਰਾਤ, ਹਰ ਮੌਸਮ ਵਿੱਚ ਸ਼ਬਦ ਤੇ ਭਰੋਸਾ ਰਖਕੇ ਮਸਤ ਹੋ ਜਾਵਾ! ਹੋਰ ਕਿਸੇ ਵਿਧੀ, ਚਲਾਕੀ ਨਾਲ ਪ੍ਰਭ ਦਾ ਅਸਲੀ ਰਸਤਾ ਬਖਸ਼ਿਸ਼ ਨਹੀਂ ਹੁੰਦਾ । ਜਿਸ ਨੂੰ ਸ਼ਬਦ ਦੀ ਸੋਝੀ ਵੀ ਹੋਵੇ, ਨਾਲ ਮਨ ਅਹੰਕਾਰ, ਲਾਲਚ ਨਾਲ ਭਰਿਆ ਹੋਵੇ, ਉਸ ਗਿਆਨੀ ਮੂਰਖ ਹੀ ਹੁੰਦਾ ਹੈ । ਅਸਲੀ ਸੋਝੀ ਵਾਲਾ, ਸ਼ਬਦ ਪੜ੍ਹਕੇ, ਸਮਝਕੇ ਆਪਣਾ ਜੀਵਨ ਸ਼ਬਦ ਦੀ ਸਿਖਿਆਂ ਨਾਲ ਢਾਲਦਾ ਹੈ, ਬਾਕੀਆਂ ਨੂੰ ਆਪਣੇ ਜੀਵਨ ਦੀ ਸਿਖਿਆਂ ਤੇ ਚਲਣ ਦੀ ਪ੍ਰੇਰਨਾ ਕਰਦਾ ਹੈ । ਜਿਹੜਾ ਸ਼ਬਦ ਦੀ ਸੋਝੀ ਨਾਲ ਆਪਣੇ ਜੀਵਨ ਦਾ ਢੰਗ ਬਦਲ ਲੈਂਦਾ ਹੈ । ਉਸ ਨੂੰ ਪ੍ਰਭ ਦੀਆਂ ਰਹਿਮਤਾਂ ਦਾ ਭੰਡਾਰ ਬਖਸ਼ਿਸ਼ ਹੋ ਸਕਦਾ ਹੈ । ਉਸ ਦੀ ਆਤਮਾ ਪਵਿੱਤਰ ਹੋ ਜਾਂਦੀ, ਦਰਬਾਰ ਵਿੱਚ ਪ੍ਰਵਾਨ ਹੋ ਸਕਦੀ ਹੈ । ਮੇਰਾ ਤਨ ਪ੍ਰਭ ਦੀ ਹੀ ਅਮਾਨਤ ਹੈ! ਮੇਰੀ ਆਤਮਾ ਵਿੱਚ ਪ੍ਰਭ ਦੀ ਜੋਤ ਸਮਾਈ ਹੈ । ਮੇਰੇ ਅੰਦਰ ਅਸਲੀ ਮਾਲਕ, ਵਪਾਰੀ ਆਪ ਹੀ ਵਸਦਾ, ਵਪਾਰ ਕਰਦਾ ਹੈ, ਆਪ ਹੀ ਸ਼ਬਦ ਦੀ ਕਮਾਈ ਕਰਵਾਉਂਦਾ, ਪ੍ਰਵਾਨ ਕਰਦਾ ਹੈ ।

The Merciful True Master bestows Your Blessed Vision! I may remain intoxicated in meditation in the void of Your Word, every moment, day, and night, in all seasons. I may adopt the teachings of Your Word with steady and stable belief in my day-to-day life. I may remain drenched with the essence of Your Word. No other meditation may guide my soul to the right path of Your Sanctuary. Whosoever may be enlightened with the essence of His Word; however, his mind remains victim of ego, overwhelmed with the greed for worldly possessions. Such a scholar or devotee may be a fool, ignorant, insane! His true devotee, enlightened soul may comprehend the essence of religious Holy Scripture; he may adopt the life experience teachings of ancient holy saints in his own life. He may inspire others on the right path. Whosoever may adopt the teachings of His Word with steady and stable belief in day-to-day life, he may become very fortunate. He may be blessed with a treasure of enlightenment. His soul may be sanctified to become worthy of His Consideration. My True Master my body, predetermined capital of breathes remain only Your Trust. Your Word, as a road map for the right path of acceptance remains embedded within my soul, dwells within my body. The True Owner, Merchant, trades in the market place within my mind and body. Only He may inspire His true devotee to earn the wealth of His Word, acceptable in His Court.

Key Message of Maajh Mehlaa page 140-9
ਆਤਮਾ ਕਿਵੇਂ ਪਵਿੱਤਰ ਹੋ ਸਕਦੀ ਹੈ!
ਜਿਹੜਾ ਮਾਨਸ ਕਿਸੇ ਜੀਵ ਦੀ ਲਹੂ, ਪਸੀਨੇ ਦੀ ਕਮਾਈ ਤੇ ਕਬਜ਼ਾ ਕਰਦਾ, ਜੀਵ ਹਤਿਆ ਕਰਦਾ ਹੈ, ਉਸ ਦੀ ਆਤਮਾ ਕਦੇਂ ਪਵਿੱਤਰ ਨਹੀਂ ਹੋ ਸਕਦੀ! ਜਿਸ ਦੀ ਜੀਭ ਵਿਚੋਂ ਪ੍ਰਭ ਦੇ ਧੰਨਵਾਦ ਦੀ ਅਵਾਜ਼ ਆਉਂਦੀ ਹੈ । ਕੇਵਲ ਉਸ ਦੀ ਆਤਮਾ ਪਵਿੱਤਰ ਹੋ ਸਕਦੀ ਹੈ । ਜਿਹੜਾ ਸ਼ਬਦ ਦੀ ਸੋਝੀ ਤੋਂ ਅਣਜਾਣ ਹੁੰਦਾ ਹੈ, ਉਹ ਕਿਸਤਰ੍ਹਾਂ ਸੰਤ ਅਵਸਥਾ ਵਾਲਾ ਉਪਦੇਸ਼ ਦੇ ਸਕਦਾ ਹਾ? ਜਿਹੜਾ ਸ਼ਬਦ ਦੀ ਸੋਝੀ ਨਾਲ ਆਪਣੇ ਜੀਵਨ ਦਾ ਢੰਗ ਬਦਲ ਲੈਂਦਾ ਹੈ । ਉਸ ਨੂੰ ਪ੍ਰਭ ਦੀਆਂ ਰਹਿਮਤਾਂ ਦਾ ਭੰਡਾਰ ਬਖਸ਼ਿਸ਼ ਹੋ ਸਕਦਾ ਹੈ । ਉਹ ਆਪਾ ਭੇਟਾ ਕਰ ਦੇਂਦਾ ਹੈ ।
How the soul may be sanctified!
Whosoever may rob the earnest living of others, kills any creature! His soul may never be sanctified. Whose tongue may be humming the praises of His Word non-stop; his soul may be sanctified. Whosoever may be ignorant from the enlightenment of His Word; he may not be able to spread His Spiritual message to others. Whosoever may adopt the teachings of His Word with steady and stable belief in day-to-day life; he may surrender his self-entity at His Sanctuary to become worthy of His Consideration.

ਗੁਰੂ ਨਾਨਕ ਦੇਵ ਜੀ! – Guru Nanak Dev Ji! Guru Granth Sahib

8. **ਸਲੋਕੁ ਮਃ ੧॥** (140-18)

ਮਹਰ ਮਸੀਤਿ ਸਿਦਕੁ ਮੁਸਲਾ, ਹਕੁ ਹਲਾਲੁ ਕੁਰਾਣੁ॥	mihar maseet sidak muslaa hak halaal kuraan.
ਸਰਮ ਸੁੰਨਤਿ, ਸੀਲੁ ਰੋਜਾ, ਹੋਹੁ ਮੁਸਲਮਾਣੁ॥	saram sunat seel rojaa hohu musalmaan.
ਕਰਣੀ ਕਾਬਾ, ਸਚੁ ਪੀਰੁ, ਕਲਮਾ ਕਰਮ ਨਿਵਾਜ॥	karnee kaabaa sach peer kalmaa karam nivaaj.
ਤਸਬੀ ਸਾ ਤਿਸੁ ਭਾਵਸੀ, ਨਾਨਕ ਰਖੈ ਲਾਜ॥੧॥	tasbee saa tis bhaavsee naanak rakhai laaj. ||1||

ਜਿਹੜਾ ਆਪਣੇ ਮਨ ਨੂੰ ਨਿਮਾਣੇ ਤੇ ਤਰਸ ਨੂੰ ਪੂਜਾ ਕਰਨਵਾਲਾ ਮਸੀਤ, ਗੁਰਦਵਾਰਾ ਬਣਾਉਂਦਾ ਹੈ! ਪ੍ਰਭ ਦੇ ਕੀਤੇ ਤੇ ਭਰੋਸੇ ਨੂੰ ਅਰਦਾਸ ਕਰਨਵਾਲ ਆਸਣ, ਹੱਕ ਦੀ ਕਮਾਈ ਨੂੰ ਆਪਣਾ ਧਾਰਮਕ ਗ੍ਰੰਥ, ਸਾਦਗੀ ਨੂੰ ਸੁਨਤ, ਆਪਣਾ ਸੰਸਾਰਕ ਬਾਣਾ, ਆਪਣੇ ਮਾਣ ਬਣਾਉਂਦਾ ਹੈ! ਉਹ ਹੀ ਅਸਲੀ ਮੁਸਲਮਾਨ, ਹਿੰਦੂ, ਸਿੱਖ, ਬਣ ਸਕਦਾ ਹੈ । ਉਹ ਚੰਗੇ ਕੰਮਾਂ ਦੇ ਆਚਰਨ ਨੂੰ ਕਾਬਾ, ਮੰਦਰ; ਸੱਚ ਨੂੰ ਆਪਣਾ ਰੂਹਾਨੀ ਸੋਝੀ ਦੇਣ ਵਾਲਾ ਗੁਰੂ, ਸ੍ਰਿਸ਼ਟੀ ਦੇ ਭਲੇ ਦੇ ਕੰਮਾਂ ਨੂੰ ਆਪਣਾ ਸਿਮਰਨ, ਅਰਦਾਸ, ਆਪਣਾ ਧੰਦਾ, ਕੀਰਤਨ ਬਣਾਉਂਦਾ ਹੈ । ਉਹ ਪ੍ਰਭ ਦੀ ਮਰਜ਼ੀ, ਭਾਣੇ ਨੂੰ ਪੂਜਾ ਕਰਨਵਾਲੀ ਮਾਲ਼ਾ ਬਣਾ ਕੇ ਆਪਣੇ ਜੀਵਨ ਦਾ ਢੰਗ ਧਾਰਨ ਕਰਦਾ ਹੈ, ਪ੍ਰਭ ਆਪ ਹੀ ਉਸ ਦਾ ਰਖਵਾਲਾ ਬਣਦਾ ਹੈ ।

Whosoever may transfer his state of mind as merciful, passionate as a temple, Holy Shrine. He adopts the teachings of His Word with steady and stable as the meditation throne to pray for His Forgiveness and Refuge. Whosoever may consider his earnest living as the Holy Scripture; simple, humble living as religious robe. He may be a true religious Muslim, Hindu, or Sikh! His good deeds as Holy Shrine; his honesty as spiritual guru. Good deeds for His Creation as the meditation on the teachings of His Word, prayer; singing His Glory as the purpose of his human life journey. He makes His Word, Command as the rosary for devotional meditation on the teachings of His Word; with His mercy and grace, The True Master may become protector of your soul.

ਅਸਲੀ ਦਾਸ, ਸੰਤ, ਫਕੀਰ, ਪੰਡਤ - His true devotee, true religious Muslim, Hindu, or Sikh	
ਨਿਮਾਣੇ ਤੇ ਤਰਸ ਨੂੰ ਪੂਜਾ ਕਰਨਵਾਲਾ ਮਸੀਤ, ਗੁਰਦਵਾਰਾ	Merciful on another as a temple Holy Shrine
ਭਰੋਸੇ ਨੂੰ ਅਰਦਾਸ ਕਰਨਵਾਲ ਆਸਣ	Mediation of His Word as the throne to pray
ਹੱਕ ਦੀ ਕਮਾਈ ਨੂੰ ਆਪਣਾ ਧਾਰਮਕ ਗ੍ਰੰਥ	Your earnest living as the Holy Scripture;
ਸਾਦਗੀ ਨੂੰ ਸੁਨਤ, ਆਪਣਾ ਸੰਸਾਰਕ ਬਾਣਾ, ਆਪਣੇ ਮਾਣ ਬਣਾਵੇ	Your simple, humble living as religious robe, your religion
ਅਸਲੀ ਦਾਸ, ਮੁਸਲਮ, ਹਿੰਦੂ, ਸਿਖ - His true devotee, true religious Muslim, Hindu, or Sikh	
ਚੰਗੇ ਕੰਮਾਂ ਦੇ ਆਚਰਨ ਨੂੰ ਕਾਬਾ, ਮੰਦਰ	makes good deeds as Holy Shrine
ਸੱਚ ਨੂੰ ਆਪਣਾ ਰੂਹਾਨੀ ਸੋਝੀ ਦੇਣ ਵਾਲਾ ਗੁਰੂ	the honesty as spiritual guru
ਸ੍ਰਿਸ਼ਟੀ ਦੇ ਭਲੇ ਦੇ ਕੰਮਾਂ ਨੂੰ ਆਪਣਾ ਸਿਮਰਨ, ਅਰਦਾਸ,	good deeds for the community as the meditation
ਭਾਣੇ ਨੂੰ ਮਾਲ਼ਾ ਬਣਾ ਕੇ ਆਪਣੇ ਜੀਵਨ ਦਾ ਢੰਗ ਬਦਲੋ	His Command as the rosary for meditation

ਮਃ ੧॥ (141-1)

ਹਕੁ ਪਰਾਇਆ ਨਾਨਕਾ, ਉਸੁ ਸੂਅਰ ਉਸੁ ਗਾਇ॥	hak paraa-i-aa naankaa us soo-ar us gaa-ay.
ਗੁਰੁ ਪੀਰੁ ਹਾਮਾ ਤਾ ਭਰੇ, ਜਾ ਮੁਰਦਾਰੁ ਨ ਖਾਇ॥	gur peer haamaa taa bharay jaa murdaar na khaa-ay.
ਗਲੀ ਭਿਸਤਿ ਨ ਜਾਈਐ, ਛੁਟੈ ਸਚੁ ਕਮਾਇ॥	galee bhisat na jaa-ee-ai chhutai sach kamaa-ay.
ਮਾਰਣ ਪਾਹਿ ਹਰਾਮ ਮਹਿ, ਹੋਇ ਹਲਾਲੁ ਨ ਜਾਇ॥	maaran paahi haraam meh ho-ay halaal na jaa-ay.
ਨਾਨਕ ਗਲੀ ਕੂੜੀਈ, ਕੂੜੋ ਪਲੈ ਪਾਇ॥੨॥	naanak galee koorhee-ee koorho palai paa-ay. ||2||

ਪਰਾਏ ਧਨ ਨੂੰ ਆਪਣਾ ਬਣਾਉਣਾ ਇਸਤਰ੍ਹਾਂ ਹੈ! ਜਿਵੇਂ ਮੁਸਲਮਾਨ ਨੂੰ ਸੂਰ ਖਵਾਇਆ ਜਾਵੇ, ਹਿੰਦੂ ਨੂੰ ਗਊ ਖਵਾਈ ਜਾਵੇ । ਜਿਹੜਾ ਪਰਾਏ ਦੇ ਧਨ ਤੇ ਕਬਜ਼ਾ ਨਾ ਕਰੇ, ਤਾ ਹੀ ਕੋਈ ਪ੍ਰਭ ਦੀ ਦਾਸੀ ਆਤਮਾ ਪ੍ਰਭ ਦੀ ਦਰਗਾਹ ਵਿੱਚ ਹਾਮੀ ਭਰਦੀ, ਗਵਾਹੀ ਵਿੱਚ ਖੜ੍ਹੀ ਹੁੰਦੀ ਹੈ । ਸ਼ਬਦ ਦਾ ਪ੍ਰਚਾਰ ਜਾ ਸੰਤਾਂ ਦੀਆਂ ਕਥਾਂ ਸੁਣਨ ਨਾਲ ਸਵਰਗ ਦਾ ਰਸਤਾ ਬਖਸ਼ਿਸ਼ ਨਹੀਂ ਹੁੰਦਾ । ਪ੍ਰਭ ਦੇ ਘਰ ਸ਼ਬਦ ਦੀ ਕਮਾਈ ਨਾਲ ਹੀ ਪ੍ਰਵਾਨਗੀ ਬਖਸ਼ਿਸ਼ ਹੋ ਸਕਦੀ ਹੈ । ਚੋਰੀ ਦੇ ਮਾਲ ਵਿਚੋਂ ਕੁਝ ਸ੍ਰਿਸ਼ਟੀ ਦੇ ਭਲਾਈ ਲਈ ਦਾਨ ਕਰਨਾ, ਦਰਗਾਹ ਵਿੱਚ ਪ੍ਰਵਾਨ ਨਹੀਂ ਹੁੰਦਾ, ਹਰਾਮ ਦੀ ਕਮਾਈ ਹੀ ਰਹਿੰਦੀ ਹੈ, ਹੱਕ ਦੀ ਕਮਾਈ ਨਹੀਂ ਬਣ ਜਾਂਦੀ ।

Robbing the earnest living of others may be such as; Muslim may be forced to eat pork; Hindu may be forced to eat cow flesh-beef. Whosoever may not covet earnest living of others; with His mercy and grace, His Holy saint may stand in as his witness in His Court. No one may be blessed with the right path of salvation, only by reading Holy Scripture, listening to the religious sermons, or adopting the life experience of ancient saint in his life. Only the earnings of His Word may be accepted in His Court. Whosoever may covet earnest living of others and donates a portion as a charity for good cause; his charity may not be accepted in His Court; remains sinful earnings.

ਮਃ ੧॥

ਪੰਜਿ ਨਿਵਾਜਾ, ਵਖਤ ਪੰਜਿ, ਪੰਜਾ ਪੰਜੇ ਨਾਉ॥	panj nivaajaa vakhat panj panjaa panjay naa-o.
ਪਹਿਲਾ ਸਚੁ, ਹਲਾਲ ਦੁਇ, ਤੀਜਾ ਖੈਰ, ਖੁਦਾਇ॥	pahilaa sach halaal du-ay teejaa khair khudaa-ay.
ਚਉਥੀ ਨੀਅਤਿ ਰਾਸਿ ਮਨੁ, ਪੰਜਵੀ ਸਿਫਤਿ ਸਨਾਇ॥	cha-uthee nee-at raas man panjvee sifat sanaa-ay.
ਕਰਣੀ ਕਲਮਾ ਆਖਿ ਕੈ, ਤਾ ਮੁਸਲਮਾਣੁ ਸਦਾਇ॥	karnee kalmaa aakh kai taa musalmaan sadaa-ay.
ਨਾਨਕ ਜੇਤੇ ਕੂੜਿਆਰ, ਕੂੜੈ ਕੂੜੀ ਪਾਇ॥੩॥	naanak jaytay koorhi-aar koorhai koorhee paa-ay. ||3

ਧਾਰਮਕ ਨਿਯਮਾਂ ਵਿੱਚ ਪੰਜਾਂ ਨੂੰ ਬਹੁਤ ਮਹੱਤਤਾ ਦਿੱਤੀ ਜਾਂਦੀ ਹੈ । ਮੁਸਲਮਾਨ ਧਰਮ ਵਿੱਚ ਪੰਜਾਂ ਨਮਾਜ਼ਾ ਦੇ ਵੱਖਰੇ ਨਾਮ, ਵੱਖਰੇ ਸਮੇਂ ਤੇ ਪੜ੍ਹਦੇ ਹਨ । ਸਿੱਖ ਪੰਜਾਂ ਬਾਣੀਆਂ ਦਾ ਨਿਤਨੇਮ ਕਰਦੇ ਹਨ । ਜਿਹੜਾ ਸੱਚ ਨੂੰ ਪਹਿਲੀ ਨਮਾਜ਼, <u>ਹੱਕ ਦੀ ਕਮਾਈ</u> ਨੂੰ ਦੂਜੀ ਨਮਾਜ਼, <u>ਸ੍ਰਿਸ਼ਟੀ ਦੇ ਭਲਾਈ ਦੇ ਕੰਮ</u> ਨੂੰ ਤੀਜੀ ਨਮਾਜ਼, ਮਨ ਸਾਫ ਕਰਕੇ, <u>ਬਿਨਾਂ ਲਾਲਚ ਦੇ ਨਿਮਾਣੀਆਂ ਦੀ ਰਖਿਆ</u> ਨੂੰ ਚੌਥੀ ਨਮਾਜ਼, ਪ੍ਰਭ ਦੀ <u>ਰਜ਼ਾ ਤੇ ਭਰੋਸੇ ਨਾਲ ਸ਼ਬਦ ਦੀ ਬੰਦਗੀ</u> ਨੂੰ ਪੰਜਵੀ ਨਮਾਜ਼ ਬਣਾਉਂਦਾ ਹੈ । ਬਾਰ ਬਾਰ ਇਹ ਕਮਾਈ ਕਰਦਾ ਹੈ, ਉਹ ਹੀ ਪ੍ਰਭ ਦਾ ਅਸਲੀ ਸੇਵਕ ਬਣਾ ਸਕਦਾ ਹੈ । ਬਾਕੀ ਸਾਰੇ ਹੀ ਫਰੇਬਾ ਨਾਲ ਦਰਬਾਰ ਵਿੱਚ ਪ੍ਰਵਾਨਗੀ ਬਖਸ਼ਿਸ਼ ਨਹੀਂ ਹੋ ਸਕਦੀ!

ਗੁਰੂ ਨਾਨਕ ਦੇਵ ਜੀ! – Guru Nanak Dev Ji! Guru Granth Sahib

In all religious practices! Number five may be considered very significant. Muslims pray five different prayers, five different times, for His Forgiveness and Refuge. Sikh recites five different scriptures as a daily morning routine for His Forgiveness and Refuge. Whosoever may adopt, truth as the first prayer; earnest living as second prayer; good deeds for helpless as the third of prayer; with blemish free mind to protect helpless as fourth prayer; to adopt the teachings of His Word with steady and stable belief, contented with His Blessings as fifth prayer! He performs these five players over and over; with His mercy and grace, he may be blessed with a state of mind as His true devotee. All the other meditations are hypocrisy! He may not be accepted in His Court.

5 Prayers - ਮੁਸਲਮ, 5 ਨਮਾਜ਼; ਸਿਖ 5 Banis				
Five Prayers, Namaz of Muslim Religion				
ਨਮਾਜ਼ –Prayer 1	Sunrise	Salat al-fajr	**ਸੱਚ**	Truth
ਨਮਾਜ਼ –Prayer 2	Noon	Salat al-zuhr	**ਹੱਕ ਦੀ ਕਮਾਈ**	Earnest living
ਨਮਾਜ਼ –Prayer 3	Afternoon	Salat al-'asr	**ਸ੍ਰਿਸ਼ਟੀ ਦੇ ਭਲਾਈ**	Good deeds for helpless
ਨਮਾਜ਼ –Prayer 4	Sunset	Salat al maghrib	**ਨਿਮਾਣੇ ਦੀ ਰਖਿਆ**	Selfless protection to helpless
ਨਮਾਜ਼ –Prayer 5	Night	Salat al-'isha	**ਸੰਤੋਖ, ਰਜ਼ਾ ਤੇ ਭਰੋਸਾ**	Contentment with His Blessings
Indeed, the good deeds drive away the evil deeds. Reminder to those! who are mindful of Allah."				

ਪਉੜੀ॥

ਇਕਿ ਰਤਨ ਪਦਾਰਥ ਵਣਜਦੇ, ਇਕਿ ਕਚੈ ਦੇ ਵਾਪਾਰਾ॥
ਸਤਿਗੁਰਿ ਤੁਠੈ ਪਾਈਅਨਿ, ਅੰਦਰਿ ਰਤਨ ਭੰਡਾਰਾ॥
ਵਿਣੁ ਗੁਰ ਕਿਨੈ ਨ ਲਧਿਆ, ਅੰਧੇ ਭਉਕਿ ਮੁਏ ਕੂੜਿਆਰਾ॥
ਮਨਮੁਖ ਦੂਜੈ ਪਚਿ ਮੁਏ, ਨਾ ਬੂਝਹਿ ਵੀਚਾਰਾ॥
ਇਕਸੁ ਬਾਝਹੁ ਦੂਜਾ ਕੋ ਨਹੀ, ਕਿਸੁ ਅਗੈ ਕਰਹਿ ਪੁਕਾਰਾ॥
ਇਕਿ ਨਿਰਧਨ ਸਦਾ ਭਉਕਦੇ, ਇਕਨਾ ਭਰੇ ਤੁਜਾਰਾ॥
ਵਿਣੁ ਨਾਵੈ ਹੋਰੁ ਧਨੁ ਨਾਹੀ, ਹੋਰੁ ਬਿਖਿਆ ਸਭੁ ਛਾਰਾ॥
ਨਾਨਕ ਆਪਿ ਕਰਾਏ ਕਰੇ, ਆਪਿ ਹੁਕਮਿ ਸਵਾਰਣਹਾਰਾ॥੭॥

ik ratan padaarath vanjaday ik kachai day vaapaaraa.
saT`gur tuthai paa-ee-an andar ratan bhandaaraa.
vin gur kinai na laDhi-aa anDhay bha-uk mu-ay koorhi-aaraa.
manmukh doojai pach mu-ay naa boojheh veechaaraa.
ikas baajhahu doojaa ko nahee kis agai karahi pukaaraa.
ik nirDhan sadaa bha-ukday iknaa bharay tujaaraa.
vin naavai hor Dhan naahee hor bikhi-aa sabh chhaaraa.
naanak aap karaa-ay karay aap Hukam savaaranhaaraa. ||7||

ਕਈ ਜੀਵ ਅਣਮੋਲ ਰਤਨਾਂ (ਸ਼ਬਦ) ਦਾ ਵਪਾਰ ਕਰਦੇ ਹਨ । ਸ਼ਬਦ ਨੂੰ ਪੜ੍ਹਕੇ ਸੋਝੀ ਹਾਸਿਲ ਕਰਕੇ ਆਪਣਾ ਜੀਵਨ ਢਾਲਦੇ ਹਨ । ਕਈ ਧਾਰਮਕ ਬੰਧਨਾਂ ਨਾਲ ਨਿੱਤਨੇਮ ਕਰਦੇ ਹਨ, ਪਰ ਇਸ ਦਾ ਆਪਣੇ (ਦਿਨ ਰਾਤ) ਕੰਮਾਂ ਵਿੱਚ ਕੋਈ ਪ੍ਰਭਾਵ ਨਹੀਂ ਹੁੰਦਾ । ਜਿਸ ਦਾ ਕੰਮ ਪ੍ਰਭ ਨੂੰ ਪ੍ਰਵਾਨ ਹੰਦਾ ਹੈ, ਉਸ ਨੂੰ ਰਹਿਮਤਾਂ ਦਾ ਭੰਡਾਰ ਬਖਸ਼ਿਸ਼ ਹੋ ਸਕਦਾ ਹੈ । ਸ਼ਬਦ ਦੀ ਸੋਝੀ ਨੂੰ ਜੀਵਨ ਵਿੱਚ ਢਾਲਣ ਤੋਂ ਬਿਨਾਂ, ਦਰਗਾਹ ਵਿੱਚ ਥਾਂ ਬਖਸ਼ਿਸ਼ ਨਹੀਂ ਹੁੰਦੀ । ਬਾਕੀ ਸਾਰੇ ਅਣਜਾਣਤਾ ਦੇ ਅਨੇਕਾਂ ਹੀ ਵਸੀਲੇ ਹਨ, ਇਸ ਨਾਲ ਜਨਮ ਮਰਨ ਦਾ ਚੱਕਰ ਖਤਮ ਨਹੀਂ ਹੁੰਦਾ । ਮਨਮੁਖ ਇਹਨਾਂ ਸੰਸਾਰਕ ਤਰੀਕਿਆਂ ਵਿੱਚ ਹੀ ਰਹਿੰਦਾ, ਕੁਝ ਬਖਸ਼ਿਸ਼ ਨਹੀਂ ਹੁੰਦਾ । ਪ੍ਰਭ ਤੋਂ ਬਿਨਾਂ ਕੋਈ ਹੋਰ ਅਸਲੀ ਮਾਲਕ, ਅਰਦਾਸ ਕਰਨ ਦੇ ਯੋਗ ਨਹੀਂ ਹੋ ਸਕਦਾ ਹੈ? ਕਈ ਜੀਵ ਹਮੇਸ਼ਾਂ ਭੁੱਖੇ, ਕਰਲਾਉਂਦੇ, ਭਟਕਦੇ ਰਹਿੰਦੇ ਹਨ । ਕਈਆਂ ਨੂੰ ਪ੍ਰਭ ਰਹਿਮਤਾਂ ਨਾਲ ਭਰਪੂਰ ਕਰੀ ਰਖਦਾ ਹੈ । ਸ਼ਬਦ ਦੀ ਕਮਾਈ ਤੋਂ ਬਿਨਾਂ ਭਾਗ ਬਦਲੇ ਨਹੀਂ ਜਾ ਸਕਦੇ, ਬਾਕੀ ਸਾਰੇ ਬਰਬਾਦੀ ਦੇ ਹੀ ਰਸਤੇ ਹਨ । ਪ੍ਰਭ ਆਪ ਹੀ ਜੀਵ ਤੋਂ ਸਭ ਕੁਝ ਕਰਵਾਉਂਦਾ, ਆਪਣਾ ਹੁਕਮ ਆਪ ਹੀ ਮਨਵਾਉਂਦਾ ਹੈ । ਉਸ ਦੀ ਰਹਿਮਤ ਨਾਲ ਹੀ ਪ੍ਰਵਾਨਗੀ ਬਖਸ਼ਿਸ਼ ਹੋ ਸਕਦੀ ਹੈ ।

Some devotees may only trade the precious, priceless jewel, His Word. His true devotee may read, comprehends, and adopts the teachings of His Word in his day-to-day life. Self-minded may perform religious rituals as a daily routine; however, he may not adopt the teachings of His Word in his life. Whose meditation may be accepted in His Court; with His mercy and grace, he may be blessed with treasures of enlightenment. Whosoever may not adopt the teachings of His Word with steady and stable belief in day-to-day life, his meditation may not be accepted in His Court. All other methods are only ignorance from the real purpose of human life opportunity; his cycle of birth and death may not be eliminated. Self-minded remains intoxicated in religious rituals; he may not be blessed with any virtue. Who may be worthy of worship, to pray for Forgiveness and Refuge except The True Master? Some remains hungry, not contented, cries and frustrated with worldly desires; others may be overwhelmed with contentment in day-to-day life. Whosoever may earn the wealth of His Word; with His mercy and grace, The Merciful Master may transform the destiny of his soul. All others meditations, religious rituals are the path of destruction. The True Master may assign, and inspires His Creation to do specific tasks; He enforces His Command; his meditation, deeds may be accepted in His Court.

Key Message of Maajh Mehlaa page 140-18	
ਪ੍ਰਭ ਦੇ ਦਾਸ ਦੇ ਮਨ ਦੀ ਅਵਸਥਾ।	
ਅਸਲੀ ਦਾਸ, ਸੰਤ, ਫਕੀਰ, ਪੰਡਤ - His true devotee, true religious Muslim, Hindu, or Sikh	
ਨਿਮਾਣੇ ਤੇ ਤਰਸ ਨੂੰ ਪੂਜਾ ਕਰਨਵਾਲਾ ਮਸੀਤ, ਗੁਰਦਵਾਰਾ	Merciful on another as a temple Holy Shrine
ਭਰੋਸੇ ਨੂੰ ਅਰਦਾਸ ਕਰਨਵਾਲ ਆਸਣ	Mediation of His Word as the throne to pray
ਹੱਕ ਦੀ ਕਮਾਈ ਨੂੰ ਆਪਣਾ ਧਾਰਮਕ ਗ੍ਰੰਥ	Your earnest living as the Holy Scripture;
ਸਾਦਗੀ ਨੂੰ ਸੁਨਤ, ਆਪਣਾ ਸੰਸਾਰਕ ਬਾਣਾ, ਆਪਣੇ ਮਾਣ ਬਣਾਵੋ	Your simple, humble living as religious robe, religion
ਅਸਲੀ ਦਾਸ, ਮੁਸਲਮ, ਹਿੰਦੂ, ਸਿਖ - His true devotee, true religious Muslim, Hindu, or Sikh	
ਚੰਗੇ ਕੰਮਾਂ ਦੇ ਆਚਰਨ ਨੂੰ ਕਾਬਾ, ਮੰਦਰ	makes good deeds as Holy Shrine
ਸੱਚ ਨੂੰ ਆਪਣਾ ਰੁਹਾਨੀ ਸੋਝੀ ਦੇਣ ਵਾਲਾ ਗੁਰੂ	the honesty as spiritual guru
ਸ੍ਰਿਸ਼ਟੀ ਦੇ ਭਲੇ ਦੇ ਕੰਮਾਂ ਨੂੰ ਆਪਣਾ ਸਿਮਰਨ, ਅਰਦਾਸ,	good deeds for the community as the meditation
ਭਾਣੇ ਨੂੰ ਮਾਲ਼ਾ ਬਣਾ ਕੇ ਆਪਣੇ ਜੀਵਨ ਦਾ ਢੰਗ ਬਦਲੋ	His Command as the rosary for meditation

5 Prayers - ਮੁਸਲਮ, 5 ਨਮਾਜ਼; ਸਿਖ 5 Banis				
Five Prayers, Namaz of Muslim Religion				
ਨਮਾਜ਼ –Prayer 1	Sunrise	Salat al-fajr	ਸੱਚ	Truth
ਨਮਾਜ਼ –Prayer 2	Noon	Salat al-zuhr	ਹੱਕ ਦੀ ਕਮਾਈ	Earnest living
ਨਮਾਜ਼ –Prayer 3	Afternoon	Salat al-'asr	ਸ੍ਰਿਸ਼ਟੀ ਦੇ ਭਲਾਈ	Good deeds for helpless
ਨਮਾਜ਼ –Prayer 4	Sunset	Salat al maghrib	ਨਿਮਾਣੇ ਦੀ ਰਖਿਆ	Selfless protection to helpless
ਨਮਾਜ਼ –Prayer 5	Night	Salat al-'isha	ਸੰਤੋਖ, ਰਜ਼ਾ ਤੇ ਭਰੋਸਾ	Contentment with His Blessings
Indeed, the good deeds drive away the evil deeds. This is a reminder to those! who are mindful of Allah."				

Key Message of Maajh Mehlaa page 140-18

ਪ੍ਰਭ ਦੇ ਦਾਸ ਦੇ ਮਨ ਦੀ ਅਵਸਥਾ।

ਜਿਹੜਾ ਪਰਾਏ ਦੇ ਧਨ ਤੇ ਕਬਜ਼ਾ ਨਾ ਕਰੇ! ਤਾ ਹੀ ਕੋਈ ਪ੍ਰਭ ਦੀ ਦਾਸੀ ਆਤਮਾ ਪ੍ਰਭ ਦੀ ਦਰਗਾਹ ਵਿੱਚ ਹਾਮੀ ਭਰਦੀ, ਗਵਾਹੀ ਵਿੱਚ ਖੜ੍ਹੀ ਹੁੰਦੀ ਹੈ । ਸ਼ਬਦ ਦਾ ਪ੍ਰਚਾਰ ਜਾ ਸੰਤਾਂ ਦੀਆਂ ਕਥਾਂ ਸੁਣਨ ਨਾਲ ਸਵਰਗ ਦਾ ਰਸਤਾ ਬਖਸ਼ਿਸ਼ ਨਹੀਂ ਹੁੰਦਾ । ਪ੍ਰਭ ਦੇ ਘਰ ਸ਼ਬਦ ਦੀ ਕਮਾਈ ਨਾਲ ਹੀ ਪ੍ਰਵਾਨਗੀ ਬਖਸ਼ਿਸ਼ ਹੋ ਸਕਦੀ ਹੈ । ਸ਼ਬਦ ਦੀ ਸੋਝੀ ਨੂੰ ਜੀਵਨ ਵਿੱਚ ਢਾਲਣ ਤੋਂ ਬਿਨਾਂ, ਦਰਗਾਹ ਵਿੱਚ ਥਾਂ ਬਖਸ਼ਿਸ਼ ਨਹੀਂ ਹੁੰਦੀ ।

State of mind of His true devotee!

Whosoever may not covet earnest living of others; with His mercy and grace, His Holy saint may stand in his favor in His Court. No one may be blessed with the right path of salvation only by reading Holy Scripture, listening to the religious sermons, or adopting the life experience of ancient saint. Whosoever may earn the wealth of His Word; with His mercy and grace, The Merciful Master may transform the destiny of his soul.

9. ਸਲੋਕੁ ਮਃ ੧॥ (141-10)

ਮੁਸਲਮਾਣੁ ਕਹਾਵਣੁ, ਮੁਸਕਲੁ ਜਾ ਹੋਇ, ਤਾ ਮੁਸਲਮਾਣੁ ਕਹਾਵੈ॥
musalmaan kahaavan muskal jaa ho-ay taa musalmaan kahaavai.
ਅਵਲਿ ਅਉਲਿ ਦੀਨੁ ਕਰਿ, ਮਿਠਾ ਮਸਕਲ ਮਾਨਾ ਮਾਲੁ ਮੁਸਾਵੈ॥
aval a-ul deen kar mithaa maskal maanaa maal musaavai.
ਹੋਇ ਮੁਸਲਿਮੁ ਦੀਨ ਮੁਹਾਣੈ,
ho-ay muslim deen muhaanai
ਮਰਣ ਜੀਵਣ ਕਾ ਭਰਮੁ ਚੁਕਾਵੈ॥
maran jeevan kaa bharam chukhaavai.
ਰਬ ਕੀ ਰਜਾਇ ਮੰਨੇ ਸਿਰ ਉਪਰਿ, ਕਰਤਾ ਮੰਨੇ ਆਪੁ ਗਵਾਵੈ॥
rab kee rajaa-ay mannay sir upar kartaa mannay aap gavaavai.
ਤਉ ਨਾਨਕ ਸਰਬ ਜੀਆ ਮਿਹਰੰਮਤਿ ਹੋਇ,
ta-o naanak sarab jee-aa mihramat ho-ay
ਤਾ ਮੁਸਲਮਾਣੁ ਕਹਾਵੈ॥੧॥
ta musalmaan kahaavai. ||1||

ਜਿਸ ਦੇ ਜੀਵਨ ਦਾ ਢੰਗ ਅਸਲੀ ਮੁਸਲਮਾਨ ਹੋਵੇ, ਉਸ ਨੂੰ ਮੁਸਲਮਾਨ ਕਿਹਾ ਜਾ ਸਕਦਾ ਹੈ । ਅਸਲੀ ਮੁਸਲਮਾਨ (ਸੇਵਕ) ਬਣਨਾ ਬਹੁਤ ਕਠਨ ਹੈ । ਜਿਹੜਾ, ਪਹਿਲੇ ਮਨ ਵਿੱਚ ਆਪਣੇ ਪੈਗੰਬਰ (ਪ੍ਰਭ ਦੇ ਸੇਵਕ, ਮੁਹਮੰਦ) ਵਰਗੀ ਨਿਮ੍ਰਤਾ ਹਾਸਿਲ ਕਰਦਾ ਹੈ, ਸੰਸਾਰਕ ਹੈਸੀਅਤ ਨੂੰ ਤਿਆਗਕੇ, ਪ੍ਰਭ ਦੀ ਰਜ਼ਾ, ਮਰਜ਼ੀ ਤੇ ਭਰੋਸਾ ਰਖਦਾ, ਸਵਰਗ ਜਾ ਪ੍ਰਭ ਦੇ ਦਰਬਾਰ ਵਿੱਚ ਪ੍ਰਵਾਨਗੀ ਦਾ ਖਿਆਲ ਦਿੱਲ ਵਿਚੋਂ ਕੱਢ ਦੇਂਦਾ ਹੈ । ਪ੍ਰਭ ਦੇ ਬਖਸ਼ੇ ਨੂੰ ਸਵੀਕਾਰ ਕਰਕੇ, ਆਪਣਾ ਆਪਾ (ਮੈਂ) ਖਤਮ ਕਰ ਦੇਂਦਾ ਹੈ । ਪ੍ਰਭ ਦੀ ਰਹਿਮਤ ਨਾਲ ਉਸ ਦੀ ਕਮਾਈ ਪ੍ਰਵਾਨ ਹੋ ਜਾਂਦੀ ਹੈ । ਉਸ ਨੂੰ ਹੀ ਅਸਲੀ ਮੁਸਲਮਾਨ ਅਵਸਥਾ ਬਖਸ਼ਿਸ਼ ਹੋ ਸਕਦੀ ਹੈ ।

Whosoever may adopt way of life of as a true Muslim, only he may be worthy to be called His true devotee, true Muslim. To adopt a way of life as a true Muslim, His Holy saint may be very difficult. Whosoever may adopt the teachings of His Word with steady and stable belief in his day-to-day life; with His mercy and grace, only he may be blessed with a state of mind as a His true devotee, true Muslim, Hindu, Sikh, and Christian. First, he must adopt humility like Holy Prophet, Mohamed; renounces his worldly status. He must adopt the teachings of His Word with steady and stable belief in his day-to-day life. He must conquer his desire, hope to be accepted in His Court, or blessed with a place in heaven; he must accept his current worldly environments as His Blessings and conquers his religious suspicions from his day-to-day life; with His mercy and grace, his meditation may be accepted in His Court, he may become worthy to be called His true devotee.

ਮਹਲਾ ੪॥

ਪਰਹਰਿ ਕਾਮ ਕ੍ਰੋਧੁ ਝੂਠੁ ਨਿੰਦਾ,
parhar kaam kroDh jhooth nindaa
ਤਜਿ ਮਾਇਆ ਅਹੰਕਾਰੁ ਚੁਕਾਵੈ॥
taj maa-i-aa ahaNkaar chukhaavai.
ਤਜਿ ਕਾਮੁ ਕਾਮਿਨੀ ਮੋਹੁ ਤਜੈ, ਤਾ ਅੰਜਨ ਮਾਹਿ ਨਿਰੰਜਨੁ ਪਾਵੈ॥
taj kaam kaaminee moh tajai taa anjan maahi niranjan paavai.
ਤਜਿ ਮਾਨੁ ਅਭਿਮਾਨੁ ਪ੍ਰੀਤਿ ਸੁਤ ਦਾਰਾ,
taj maan abhimaan pareet sut daaraa
ਤਜਿ ਪਿਆਸ ਆਸ ਰਾਮ ਲਿਵ ਲਾਵੈ॥
taj pi- aas aas raam liv laavai.
ਨਾਨਕ ਸਾਚਾ ਮਨਿ ਵਸੈ, ਸਾਚ ਸਬਦਿ ਹਰਿ ਨਾਮਿ ਸਮਾਵੈ॥੨॥
naanak saachaa man vasai saach sabad har Naam samaavai. ||2||

ਜਿਹੜਾ ਮਨ ਵਿਚੋਂ ਪੰਜਾਂ ਜਮਦੂਤਾਂ ਅਤੇ ਆਪਣੀ ਹੈਸੀਅਤ ਦਾ ਅਭਿਮਾਨ ਖਤਮ ਕਰ ਦੇਂਦਾ ਹੈ! ਪਰਾਈ ਔਰਤ ਨਾਲ ਕਾਮਵਾਸਨਾ, ਪਰਿਵਾਰ ਨਾਲ ਮੋਹ ਤਿਆਗ ਦੇਂਦਾ ਹੈ । ਉਸ ਤੇ ਰਹਿਮਤ ਦੀ ਨਜ਼ਰ ਬਖਸ਼ਿਸ਼ ਹੋ ਸਕਦੀ ਹੈ, ਹਨੇਰੇ ਸੰਸਾਰ ਵਿੱਚ ਰੋਸ਼ਨੀ ਬਖਸ਼ਿਸ਼ ਹੋ ਸਕਦੀ ਹੈ । ਜਿਹੜਾ ਮਨ ਦੇ ਲਾਲਚ, ਝੂਠਾ ਅਹੰਕਾਰ, ਬੱਚਿਆਂ, ਪਤਨੀ ਨਾਲ ਮੋਹ ਤਿਆਗ ਦੇਂਦਾ, ਮਨ ਦੀਆਂ ਇਛਾਂ ਦੀ ਅੱਗ, ਆਪਣੀ ਕਮਾਈ ਦੀ ਕਾਮਯਾਬੀ ਦੀ ਆਸ ਤਿਆਗ ਦੇਂਦਾ ਹੈ! ਪ੍ਰਭ ਦੇ ਸ਼ਬਦ ਤੇ ਅਡੋਲ ਭਰੋਸਾ ਰਖਣ ਨਾਲ, ਅਟਲ ਪ੍ਰਭ ਦੀ ਰਹਿਮਤ ਨਾਲ, ਮਨ ਵਿਚੋਂ ਹੀ ਪ੍ਰਭ ਦੀ ਜੋਤ ਜਾਗਰਤ ਹੋ ਸਕਦੀ ਹੈ । ਉਹ ਪ੍ਰਭ ਦੇ ਸ਼ਬਦ ਦੇ ਸਿਮਰਨ ਵਿੱਚ ਲੀਨ, ਸਮਾਧੀ ਵਿੱਚ ਹੀ ਅਲੋਪ ਹੋ ਸਕਦਾ ਹੈ । ** ਪੰਜ ਜਮਦੂਤ – ਕਾਮਵਾਸਨਾ, ਕਰੋਧ, ਝੂਠ, ਨਿੰਦਿਆ, ਸੰਸਾਰਕ ਧਨ!

Whosoever may conquer five demons of worldly desires, and pride of your worldly status; He may renounce sexual urge with strange partner; arise above the emotional attachment to his family; with His mercy and grace, his soul may be sanctified. His ignorance from the real purpose of human life opportunity may be eliminated with His Eternal, Spiritual

Glow. Whosoever may conquer his greed, false ego, pride, and emotional attachments to his family; with His mercy and grace, he may conquer the lava of sweet poison worldly wealth. Whosoever may not worry or hope for success in worldly life, tasks; with His mercy and grace, his devotion, belief on His Blessings may become steady and stable, acceptable in His Court. The True Master may enlighten the essence of His Word from within. He may remain intoxicated in meditation in the void of His Word; with His mercy and grace, his soul may be sanctified to become worthy of His Consideration.

ਪਉੜੀ॥

ਰਾਜੇ ਰਯਤਿ ਸਿਕਦਾਰ, ਕੋਇ ਨ ਰਹਸੀਓ॥	raajay ra-yat sikdaar ko-ay na rahsee-o.
ਹਟ ਪਟਣ ਬਾਜਾਰ ਹੁਕਮੀ ਢਹਸੀਓ॥	hat patan baajaar hukmee dhahsee-o.
ਪਕੇ ਬੰਕ ਦੁਆਰ, ਮੂਰਖੁ ਜਾਣੈ ਆਪਣੇ॥	pakay bank du-aar moorakh jaanai aapnay.
ਦਰਬਿ ਭਰੇ ਭੰਡਾਰ, ਰੀਤੇ ਇਕਿ ਖਣੇ॥	darab bharay bhandaar reetay ik khanay.
ਤਾਜੀ ਰਥ ਤੁਖਾਰ ਹਾਥੀ ਪਾਖਰੇ॥	taajee rath tukhaar haathee paakhray.
ਬਾਗ ਮਿਲਖ ਘਰ ਬਾਰ ਕਿਥੈ ਸਿ ਆਪਣੇ॥	baag milakh ghar baar kithai se aapnay.
ਤੰਬੂ ਪਲੰਘ ਨਿਵਾਰ ਸਰਾਇਚੇ ਲਾਲਤੀ॥	tamboo palangh nivaar saraa-ichay laaltee.
ਨਾਨਕ ਸਚ ਦਾਤਾਰੁ ਸਿਨਾਖਤੁ ਕੁਦਰਤੀ॥੮॥	naanak sach daataar sinaakhat kudratee. 8||

ਕੋਈ ਰਾਜਾ, ਹਾਕਮ ਸਦਾ ਨਹੀਂ ਰਹਿੰਦਾ! ਸੰਸਾਰਕ ਖੇਲ, ਬਜਾਰ ਪ੍ਰਭ ਦੇ ਹੁਕਮ ਅਨੁਸਾਰ ਹੀ ਬਰਬਾਦ ਹੋ ਜਾਂਦੇ ਹਨ । ਅਣਜਾਣ ਜੀਵ, ਆਪਣੇ ਪੱਕੇ ਘਰ ਮਹਿਲ, ਕੀਮਤੀ ਖਜ਼ਾਨੇਂ, ਧੰਨ ਦੌਲਤ, ਭੋਜਨ ਦੇ ਭੰਡਾਰ, ਇਕ ਪਲ ਵਿੱਚ ਹੀ ਖਾਲੀ ਹੋ ਜਾਂਦੇ, ਲੁੱਟੇ ਜਾਂਦੇ ਹਨ । ਉਹ ਦੇ ਘੋੜੇ, ਹਾਥੀ, ਰੱਥ, ਮਹਿਲ, ਬੰਗੀਚੇ, ਤੰਬੂ, ਸ਼ਾਨਦਾਰ ਪੰਲਗ ਸਾਰੇ ਕਿਥੇ ਚਲੇ ਜਾਂਦੇ ਹਨ? ਕੇਵਲ ਇਕੋ ਇਕ ਪ੍ਰਭ ਹੀ ਸਾਰੀਆਂ ਦਾਤਾਂ ਬਖਸ਼ਣ ਵਾਲਾ ਅਸਲੀ ਮਾਲਕ ਹੈ । ਉਹ ਆਪਣੀ ਸਾਜੀ ਸ੍ਰਿਸ਼ਟੀ ਨੂੰ ਇਹ ਸਭ ਕੁਝ ਆਪ ਹੀ ਅਨੁਭਵ ਕਰਵਾਉਂਦਾ ਹੈ ।

No worldly king, ruler can live forever. The play of the universe can be destroyed by His Command. All his homes, castles, his worldly treasures, possessions, and the treasures of food may become empty in a moment, in a twinkle of the eyes. His possessions like horses, carriages, castles, gardens elegant crowns, thrones, beds may disappear. The One and Only One True Master remains the trustee of all possessions, His Blessings. The True Master makes His Creation realize His Power and His Existence.

Key Message of Maajh Mehlaa page 141-10
ਪ੍ਰਭ ਦੇ ਦਾਸ ਦੇ ਮਨ ਦੀ ਅਵਸਥਾ!
ਜਿਹੜਾ, ਪਹਿਲੇ ਮਨ ਵਿੱਚ ਆਪਣੇ ਪੈਗੰਬਰ (ਪ੍ਰਭ ਦੇ ਸੇਵਕ, ਮੁਹਮੰਦ) ਵਰਗੀ ਨਿਮ੍ਰਤਾ ਹਾਸਿਲ ਕਰਦਾ ਹੈ, ਸੰਸਾਰਕ ਹੈਸੀਅਤ ਨੂੰ ਤਿਆਗਕੇ, ਪ੍ਰਭ ਦੀ ਰਜ਼ਾ, ਮਰਜ਼ੀ ਤੇ ਭਰੋਸਾ ਰਖਦਾ, ਸਵਰਗ ਜਾ ਪ੍ਰਭ ਦੇ ਦਰਬਾਰ ਵਿੱਚ ਪ੍ਰਵਾਨਗੀ ਦਾ ਖਿਆਲ ਦਿੱਲ ਵਿਚੋਂ ਕੱਢ ਦੇਂਦਾ ਹੈ । ਉਸ ਨੂੰ ਅਸਲੀ ਹੀ ਮੁਸਲਮਾਨ ਅਵਸਥਾ ਬਖਸ਼ਿਸ਼ ਹੋ ਸਕਦੀ ਹੈ । ਜਿਹੜਾ ਮਨ ਦੇ ਲਾਲਚ, ਝੂਠਾ ਅਹੰਕਾਰ, ਬੱਚਿਆਂ, ਪਤਨੀ ਨਾਲ ਮੋਹ ਤਿਆਗ ਦੇਂਦਾ, ਮਨ ਦੀਆਂ ਇਛਾਂ ਦੀ ਅੱਗ, ਆਪਣੀ ਕਮਾਈ ਦੀ ਕਾਮਯਾਬੀ ਦੀ ਆਸ ਤਿਆਗ ਦੇਂਦਾ ਹੈ! ਉਹ ਪ੍ਰਭ ਦੇ ਸ਼ਬਦ ਦੀ ਸਮਾਧੀ ਵਿੱਚ ਹੀ ਅਲੋਪ ਹੋ ਸਕਦਾ ਹੈ । ਇਕੋ ਇਕ ਪ੍ਰਭ ਹੀ ਸਾਰੀਆਂ ਦਾਤਾਂ ਬਖਸ਼ਣ ਵਾਲਾ ਅਸਲੀ ਮਾਲਕ ਹੈ । ਪ੍ਰਭ ਆਪ ਹੀ ਆਪਣੀ ਸਾਜੀ ਸ੍ਰਿਸ਼ਟੀ ਨੂੰ ਇਹ ਸਭ ਕੁਝ ਅਨੁਭਵ ਕਰਵਾਉਂਦਾ ਹੈ ।
State of mind of His true devotee!
Whosoever may adopt humility like Holy prophet, Mohamed; renounces his worldly status to adopt the teachings of His Word with steady and stable belief in his day-to-day life; with His mercy and grace, he may conquer his desire, hope to be accepted in His Court, or blessed with a place in heaven. Only he may be worthy to be called His true devotee, true Muslim. Whosoever may conquer his greed, false ego, pride, and emotional attachments to his family (child and spouse); he may not worry or hope for success in worldly life. His soul may be sanctified to become worthy of His Consideration. The One and Only One True Master remains the trustee of all possessions; He makes His Power, Existence realized.

10. ਸਲੋਕੁ ਮਃ ੧॥ (141-19)

ਨਦੀਆ ਹੋਵਹਿ ਧੇਣਵਾ, ਸੁੰਮ ਹੋਵਹਿ ਦੁਧੁ ਘੀਉ॥	nadee-aa hoveh Dhaynvaa summ hoveh duDhghee-o.
ਸਗਲੀ ਧਰਤੀ ਸਕਰ ਹੋਵੈ, ਖੁਸੀ ਕਰੇ ਨਿਤ ਜੀਉ॥	saglee Dhartee sakar hovai khusee karay nit jee-o.
ਪਰਬਤੁ ਸੁਇਨਾ ਰੁਪਾ ਹੋਵੈ, ਹੀਰੇ ਲਾਲ ਜੜਾਉ॥	parbat su-inaa rupaa hovai heeray laal jarhaa-o.
ਭੀ ਤੂੰਹੈ ਸਾਲਾਹਣਾ, ਆਖਣ ਲਹੈ ਨ ਚਾਉ॥੧॥	bhee tooNhai salaahnaa aakhan lahai na chaa-o. ||1||

ਅਗਰ ਪ੍ਰਭ ਆਪਣੀ ਕਰਾਮਾਤ ਨਾਲ ਨਦੀਆਂ ਨੂੰ ਦੁੱਧ ਦੇਣ ਵਾਲੀ ਗਊ ਬਣਾ ਦੇਵੇ । ਉਸ ਵਿੱਚ ਪਾਣੀ ਨੂੰ ਦੁੱਧ, ਘਿਓ ਵਿੱਚ ਬਦਲ ਦੇਵੇ । ਧਰਤੀ ਦੀ ਮਿੱਟੀ ਨੂੰ ਸ਼ਕਰ ਵਿੱਚ ਬਦਲ ਦੇਵੇ! ਹਰ ਵੇਲੇ ਮਨ ਨੂੰ ਅਨੰਦ ਕਰਨ ਵੇਲੇ ਖੇਲ ਕਰੇ । ਪਰਬਤਾਂ ਨੂੰ ਸੋਨੇ, ਸੰਸਾਰਕ ਕੀਮਤੀ ਧਨ, ਰਤਨ ਜਵਾਹਰ ਨਾਲ ਭਰ ਦੇਵੇ । ਇਹ ਸਭ ਕੁਝ ਮੇਰੀ ਹੈਸੀਅਤ ਬਣਾ ਦੇਵੇ, ਤਾ ਵੀ ਮੇਰੇ ਮਨ ਦੀ ਖਾਹਿਸ਼ ਪ੍ਰਭ ਨੂੰ ਮਿਲਣ ਦੀ ਹੀ ਹੋਵੇ! ਹਰ ਸਵਾਸ ਮੈਂ ਸ਼ਬਦ ਦਾ ਸਿਮਰਨ ਹੀ ਕਰਾ ।

Imagine! The True Master may make all rivers as milking cows; water may be converted as butter, the dirt of earth converted into sugar; my life may be overwhelmed with comforts, entertainment, and pleasures; all mountains may be converted as gold like precious jewels; all these may become my worldly status. I may remain anxious to immerse into His Holy Spirit. I may remain intoxicated in meditation in the void of His Word.

ਮਃ ੧॥

ਭਾਰ ਅਠਾਰਹ ਮੇਵਾ ਹੋਵੈ, ਗਰੁੜਾ ਹੋਇ ਸੁਆਉ॥	bhaar athaarah mayvaa hovai garurhaa ho-ay su- aa-o.
ਚੰਦੁ ਸੂਰਜੁ ਦੁਇ ਫਿਰਦੇ ਰਖੀਅਹਿ, ਨਿਹਚਲੁ ਹੋਵੈ ਥਾਉ॥	chand sooraj du-ay firday rakhee-ahi nihchal hovai thaa-o.
ਭੀ ਤੂੰਹੈ ਸਾਲਾਹਣਾ, ਆਖਣ ਲਹੈ ਨ ਚਾਉ॥੨॥	bhee tooNhai salaahnaa aakhan lahai na chaa-o. ||2||

ਅਗਰ ਪ੍ਰਭ ਆਪਣੀ ਕਰਾਮਾਤ ਨਾਲ ਮੇਰੇ ਖਾਣ ਦੇ ਅਠਾਰਾ ਪਦਾਰਥ, ਫਲਾ ਦੇ ਬਣਾ ਦੇਵੇ । ਮੈਨੂੰ ਕਰਾਮਾਤ ਬਖਸ਼ਿਸ਼ ਦੇਵੇ! ਸੂਰਜ, ਚੰਦ ਕੇਵਲ ਮੇਰੇ ਹੁਕਮ ਨਾਲ ਹੀ ਚਲਣ । ਇਤਨੀਆਂ ਕਰਮਾਤਾਂ ਪ੍ਰਾਪਤ ਹੋਣ ਤੇ ਵੀ ਮੇਰੇ ਮਨ ਤੇ ਨਿਮ੍ਰਤਾ ਹੀ ਹੋਵੇ । ਮੈਂ ਪ੍ਰਭ ਦੀ ਰਜ਼ਾ ਵਿੱਚ ਹੀ ਮਸਤ, ਲੀਨ, ਕੀਰਤਨ ਕਰਾ, ਮਨ ਵਿੱਚ ਪ੍ਰਭ ਦੇ ਸ਼ਬਦ ਦੀ ਸੋਝੀ, ਮਿਲਣ ਦੀ ਪਿਆਸ, ਇਛਾਂ ਨਾ ਖਤਮ ਹੋਵੇ ।

ਗੁਰੂ ਨਾਨਕ ਦੇਵ ਜੀ! – Guru Nanak Dev Ji! Guru Granth Sahib

The True Master may bless me 18 kinds of food, delicacies; Command to control Sun and Moon in their track; even with these powers, I may remain Your humble helpless servant. I may always remain Your slave, intoxicated in the void of Your Word, anxious to be accepted in Your Court.

ਮਃ ੧॥

ਜੇ ਦੇਹੈ ਦੁਖੁ ਲਾਈਐ, ਪਾਪ ਗਰਹ ਦੁਇ ਰਾਹੁ॥	jay dayhai dukh laa-ee-ai paap garah du-ay raahu.
ਰਤੁ ਪੀਣੇ ਰਾਜੇ, ਸਿਰੈ ਉਪਰਿ ਰਖੀਅਹਿ, ਏਵੈ ਜਾਪੈ ਭਾਉ॥	rat peenay raajay sirai upar rakhee-ahi ayvai jaapai bhaa-o.
ਭੀ ਤੂੰਹੈ ਸਾਲਾਹਣਾ, ਆਖਣ ਲਹੈ ਨ ਚਾਉ॥੩॥	hee tooNhai salaahnaa aakhan lahai na chaa-o. ‖3‖

ਅਗਰ ਮੇਰੇ ਸਰੀਰ ਤੇ, ਕਿਸੇ ਸਰਾਪ ਕਰਕੇ ਛਾਲੇ ਪੈ ਜਾਣ, ਜ਼ਖਮੀ ਹੋ ਜਾਵੇ । ਜ਼ਾਲਮ ਰਾਜੇ ਮੈਨੂੰ ਤਸੀਹੇ ਦੇਣ, ਜਾਨ ਲੈਣ ਦਾ ਡਰ ਰਖਣ । ਮੇਰਾ ਫਿਰ ਵੀ ਤੇਰੇ ਸ਼ਬਦ ਤੇ ਭਰੋਸਾ ਕਦੇ ਡੋਲੇ ਨਾ, ਸ਼ਬਦ ਦੀ ਪਾਲਣਾ, ਸਿਮਰਨ ਕਰਾ, ਤੇਰੇ ਮਿਲਣ ਦੀ ਭੁੱਖ ਹੀ ਮੈਨੂੰ ਅਡੋਲ ਰਖੇ ।

With any curse, worldly disease my skin may be splashed with boils, blister. Worldly ruler may make my life miserable and threaten to kill. Even then I may never shake my belief from Your teachings. I may remain intoxicated in meditation in the void of Your Word; I may remain anxious to be accepted in Your Sanctuary.

ਮਃ ੧॥ (142-5)

ਅਗੀ ਪਾਲਾ ਕਪੜੁ ਹੋਵੈ, ਖਾਣਾ ਹੋਵੈ ਵਾਉ॥	agee paalaa kaparh hovai khaanaa hovai vaa-o.
ਸੁਰਗੈ ਦੀਆ ਮੋਹਣੀਆ ਇਸਤਰੀਆ ਹੋਵਨਿ, ਨਾਨਕ ਸਭੋ ਜਾਉ॥	surgai dee-aa mohnee-aa istaree-aa hovan naanak sabho jaa-o.
ਭੀ ਤੂਹੈ ਸਾਲਾਹਣਾ, ਆਖਣ ਲਹੈ ਨ ਚਾਉ॥੪॥	bhee toohai salaahnaa aakhan lahai na chaa-o. ‖4‖

ਅਗਰ, ਮੇਰੇ ਕਪੜੇ ਅੱਗ ਅਤੇ ਬਰਫ ਬਣ ਜਾਣ, ਹਵਾ ਖਾਣਾ ਬਣ ਜਾਵੇ । ਰੂਹਾਨੀ ਪਰੀਆਂ ਮੇਰੀਆਂ ਗੋਪੀਆਂ, ਪਤਨੀਆਂ ਬਣ ਜਾਣ । ਇਹ ਸਭ ਕੁਝ ਨਾਸ ਹੋ ਜਾਣ ਵਾਲਾ (ਸਦ ਰਹਿਣ ਵਾਲਾ ਨਹੀਂ) ਹੀ ਹੈ । ਮੇਰੇ ਮਨ ਵਿਚੋਂ ਤੇਰੇ ਮਿਲਣ ਦੀ ਭੁੱਖ, ਚਮਕ ਵਧ ਜਾਵੇ । ਮੈਂ ਤੇਰੇ ਸ਼ਬਦ ਵਿੱਚ ਮਸਤ ਹੋ ਜਾਵਾ, ਤੇਰੇ ਮਿਲਣ ਦੀ ਤ੍ਰਿਸ਼ਨਾ ਖਤਮ ਨਾ ਹੋਵੇ ।

You may make fire and snow as my cloths and only air may become my food to eat. All spiritual angels and blessed souls may become my friends. All these perishable things may not stay forever. I remain hungry for Your Blessed Vision; my anxiety to be enlighten may be enhanced. I may remain intoxicated in meditation in the void of Your Word. I remain anxious to be accepted in Your Sanctuary; You may never be vanished from my mind.

ਪਉੜੀ॥

ਬਦਫੈਲੀ ਗੈਬਾਨਾ ਖਸਮੁ ਨ ਜਾਣਈ॥	badfailee gaibaanaa khasam na jaan-ee.
ਸੋ ਕਹੀਐ ਦੇਵਾਨਾ ਆਪੁ ਨ ਪਛਾਣਈ॥	so kahee-ai dayvaanaa aap na pachhaan-ee.
ਕਲਹਿ ਬੁਰੀ ਸੰਸਾਰਿ, ਵਾਦੇ ਖਪੀਐ॥	kaleh buree sansaar vaaday khapee-ai.
ਵਿਣੁ ਨਾਵੈ ਵੇਕਾਰਿ, ਭਰਮੇ ਪਚੀਐ॥	vin naavai vaykaar bharmay pachee-ai.
ਰਾਹ ਦੋਵੈ ਇਕੁ ਜਾਣੈ, ਸੋਈ ਸਿਝਸੀ॥	raah dovai ik jaanai so-ee sijhsee.
ਕੁਫਰ ਗੋਅ ਕੁਫਰਾਣੈ, ਪਇਆ ਦਝਸੀ॥	kufar go-a kufraanai pa-i-aa dajhsee.
ਸਭ ਦੁਨੀਆ ਸੁਬਹਾਨੁ, ਸਚਿ ਸਮਾਈਐ॥	sabh dunee-aa sub-haan sach samaa-ee-ai.
ਸਿਝੈ ਦਰਿ ਦੀਵਾਨਿ, ਆਪੁ ਗਵਾਈਐ॥੯॥	sijhai dar deevaan aap gavaa-ee-ai. ‖9‖

ਮੰਦੇ ਕੰਮ ਕਰਨਵਾਲਾ ਜੀਵ ਮਨ ਵਿੱਚ ਪ੍ਰਭ ਦਾ ਡਰ ਰਖਦਾ, ਸ਼ਬਦ ਨਹੀਂ ਜਾਣਦਾ । ਜਿਹੜਾ ਆਪਣੇ ਆਪ ਨੂੰ ਪਛਾਣਦਾ ਨਹੀਂ, ਉਹ ਮਨ ਦੀਆਂ ਇਛਾਂ ਪਿਛੇ ਲਗਕੇ ਮੰਦੇ ਕੰਮ ਹੀ ਕਰਦਾ ਰਹਿੰਦਾ ਹੈ, ਉਸ ਨੂੰ ਪਾਗਲ ਹੀ ਕਿਹਾ ਜਾ ਸਕਦਾ ਹੈ । ਸ਼ਬਦ ਨਾਲ ਆਪਣੇ ਜੀਵਨ ਨੂੰ ਢਾਲਣ ਤੋਂ ਬਿਨਾਂ ਜੀਵਨ ਬਿਰਥਾ ਹੀ ਹੈ । ਹੋਰ ਰੀਤ ਰੀਵਾਜ ਨਾਲ ਬੰਦਗੀ ਕਰਨ ਨਾਲ ਕੁਝ ਲਾਭ ਨਹੀਂ ਹੁੰਦਾ । ਸ਼ਬਦ ਦੀ ਪਾਲਣਾ ਕਰਨਵਾਲੇ ਨੂੰ ਪ੍ਰਭ ਸ਼ਬਦ ਦੀ ਸੋਝੀ ਬਖਸ਼ਦਾ ਹੈ । ਜਿਹੜੇ ਝੂਠ, ਧੋਖੇ ਨੂੰ ਆਪਣੇ ਜੀਵਨ ਦਾ ਅਧਾਰ ਬਣਾਉਂਦਾ ਹੈ, ਉਹ ਪ੍ਰਭ ਦੀ ਦਰਗਾਹ ਵਿੱਚ ਪ੍ਰਵਾਨ ਨਹੀਂ ਹੁੰਦਾ । ਜਿਹੜਾ ਆਪਣਾ ਜੀਵਨ ਸ਼ਬਦ ਦੀ ਸਿਖਿਆਂ ਨਾਲ ਢਾਲਦਾ ਹੈ । ਪ੍ਰਭ ਦੇ ਭਾਣੇ ਨੂੰ ਸਤਿ ਕਰਕੇ ਮੰਨਦਾ, ਉਸ ਦੀ ਰਜ਼ਾ ਵਿੱਚ ਹੀ ਅਨੰਦ ਮਾਨਦਾ ਹੈ । ਆਪਣੀ ਹੌਂਦ ਪ੍ਰਭ ਦੇ ਸ਼ਬਦ ਦੇ ਭੇਟਾ ਕਰ ਦੇਂਦਾ ਹੈ । ਉਸ ਦੀ ਆਤਮਾ ਪ੍ਰਭ ਦੇ ਪਰਖਣ, ਪ੍ਰਵਾਨ ਹੋਣ ਦੇ ਯੋਗ ਬਣ ਜਾਂਦੀ ਹੈ ।

Evil doer may remain in fear from The True Master. He may remain ignorant from the teachings of His Word; ignorant from the real purpose of his human life opportunity. He may remain intoxicated with sweet poison of worldly wealth. He may insanely commit sins, like a crazy person. He may not adopt the teachings of His Word in day-to-day life; his human life may be wasted uselessly. No one may ever be blessed with right path of acceptance in His Court with religious rituals. Whosoever may obey the teachings of His Word with steady and stable belief in his day-to-day life; with His mercy and grace, he may be blessed with the right path of acceptance in His Court; the enlightenment of the essence of His Word. Whosoever may make deception as the guiding principle of his life, he may never be accepted in His Court. Whosoever may adopt the teachings of His Word in day-to-day life; with His mercy and grace, his state of mind may transfer such a way, he may accept pleasures, or sorrows the same way as His Blessings. He may surrender his self-entity, selfishness at His Sanctuary; with His mercy and grace, he may be accepted in His Court.

Key Message of Maajh Mehlaa page 141-19
ਪ੍ਰਭ ਦੇ ਦਾਸ ਦੇ ਮਨ ਦੀ ਅਵਸਥਾ!
ਗੁਰਮਖ ਨੂੰ ਸਭ ਸੰਸਾਰਕ ਪਦਾਰਥ, ਬਖਸ਼ਿਸ਼ ਹੋਣ ਤੇ ਵੀ ਹਰ ਦਮ ਸ਼ਬਦ ਦੇ ਸਿਮਰਨ ਵਿੱਚ ਲੀਨ ਹੋਣ ਦੀ ਇਛਾਂ ਰਹਿੰਦੀ ਹੈ । ਉਸ ਨੂੰ ਸਭ ਕਰਾਮਾਤਾਂ ਬਖਸ਼ਿਸ਼ ਹੋਣ ਨਾਲ ਵੀ ਮਨ ਵਿੱਚ ਪ੍ਰਭ ਦੇ ਸ਼ਬਦ ਦੀ ਸੋਝੀ, ਮਿਲਣ ਦੀ ਪਿਆਸ, ਇਛਾਂ ਨਾ ਖਤਮ ਹੋਵੇ । ਕੋਈ ਵੀ ਸੰਸਾਰਕ ਮੁਸ਼ਕਲ ਆ ਜਾਵੇ, ਕਦੇ ਸ਼ਬਦ ਤੇ ਭਰੋਸਾ ਡੋਲਦਾ ਨਹੀਂ, ਸ਼ਬਦ ਦੀ ਪਾਲਣਾ, ਸਿਮਰਨ ਵਿੱਚ ਮਸਤ ਰਹਿੰਦਾ ਹੈ । ਜਿਹੜਾ ਆਪਣੇ ਆਪ ਨੂੰ ਪਛਾਣਦਾ ਨਹੀਂ, ਉਹ ਮਨ ਦੀਆਂ ਇਛਾਂ ਪਿਛੇ ਲਗਕੇ ਮੰਦੇ ਕੰਮ ਹੀ ਕਰਦਾ ਰਹਿੰਦਾ ਹੈ । ਜਿਹੜਾ ਆਪਣਾ ਜੀਵਨ ਸ਼ਬਦ ਦੀ ਸਿਖਿਆਂ ਨਾਲ ਢਾਲਦਾ ਹੈ । ਆਪਣੀ ਹੌਂਦ ਪ੍ਰਭ ਦੇ ਸ਼ਬਦ ਦੇ ਭੇਟਾ ਕਰ ਦੇਂਦਾ ਹੈ । ਉਸ ਦੀ ਆਤਮਾ ਪ੍ਰਭ ਦੇ ਪਰਖਣ, ਪ੍ਰਵਾਨ ਹੋਣ ਦੇ ਯੋਗ ਬਣ ਜਾਂਦੀ ਹੈ ।
State of mind of His true devotee!

His true devotee may be blessed with all worldly pleasures. He remains intoxicated in meditation in the void of His Word and anxious to immerse into His Holy Spirit. He may be blessed with all miracle powers; still, he remains humble helpless servant and anxious to be accepted in His Court. He may face unbearable worldly miseries; he may never shake his belief from His Command. He remains intoxicated in meditation in the void of His Word. Whosoever may be ignorant from the real purpose of his human life opportunity. He may remain intoxicated with sweet poison of worldly wealth and commit sins. Whosoever may surrender his self-entity, selfishness at His Sanctuary; he may adopt the teachings of His Word in day-to-day life, he may be accepted in His Court.

11. ਮਃ ੧ ਸਲੋਕੁ॥ (142-9)

ਸੋ ਜੀਵਿਆ ਜਿਸੁ ਮਨਿ ਵਸਿਆ ਸੋਇ॥ ਨਾਨਕ ਅਵਰੁ ਨ ਜੀਵੈ ਕੋਇ॥ so jeevi-aa Jis man vasi-aa so-ay. naanak avar na jeevai ko-ay.
ਜੇ ਜੀਵੈ ਪਤਿ ਲਥੀ ਜਾਇ॥ ਸਭੁ ਹਰਾਮੁ ਜੇਤਾ ਕਿਛੁ ਖਾਇ॥ jay jeevai pat lathee jaa-ay. sabh haraam jaytaa kichh khaa-ay.
ਰਾਜਿ ਰੰਗੁ ਮਾਲਿ ਰੰਗੁ॥ ਰੰਗਿ ਰਤਾ ਨਚੈ ਨੰਗੁ॥ raaj rang maal rang. rang rataa nachai nang.
ਨਾਨਕ ਠਗਿਆ ਮੁਠਾ ਜਾਇ॥ naanak thagi-aa muthaa jaa-ay.
ਵਿਣੁ ਨਾਵੈ, ਪਤਿ ਗਇਆ ਗਵਾਇ॥੧॥ vin naavai pat ga-i-aa gavaa-ay. ||1||

ਜਿਸ ਦੇ ਅੰਦਰ ਪ੍ਰਭ ਦਾ ਸ਼ਬਦ ਜਾਗਰਤ ਹੋ ਜਾਂਦਾ ਹੈ, ਉਸ ਦੇ ਹਰ ਕੰਮ ਹੀ ਭਾਣੇ ਅੰਦਰ ਹੰਦੇ ਹਨ । ਕੇਵਲ ਉਹ ਹੀ ਅਸਲੀ ਮਾਨਸ ਜੀਵਨ ਜੀਉਂਦਾ ਹੈ । ਜਿਹੜਾ ਕੇਵਲ ਸੰਸਾਰ ਵਿੱਚ ਸਮਾਂ ਪੂਰਾ ਕਰਦਾ ਹੈ, ਉਸ ਦਾ ਪਹਿਣਨਾ, ਖਾਣਾ ਸਭ ਮੈਲਾ ਹੀ ਹੁੰਦਾ ਹੈ । ਉਸ ਨੂੰ ਮੌਤ ਤੋਂ ਪਿਛੋਂ ਸ਼ਰਮਿੰਦਗੀ ਹੀ ਹੁੰਦੀ ਹੈ । ਉਹ ਜਵਾਨੀ, ਜੋਬਨ, ਸੰਸਾਰਕ ਧਨ ਨਾਲ ਮੌਜ ਕਰਦਾ, ਲੋਕ ਦਿਖਾਵਾ ਕਰਦੇ ਨੂੰ ਕੋਈ ਸ਼ਰਮ ਨਹੀਂ ਆਉਂਦੀ, ਕਰਦੇ । ਉਹ ਪ੍ਰਭ ਦੇ ਸ਼ਬਦ ਦੀ ਬੰਦਗੀ ਤੋਂ ਬਿਨਾਂ, ਆਪਣੇ ਮਾਨਸ ਜਨਮ ਵਿੱਚ ਹੀ ਠੱਗਿਆ ਗਿਆ, ਬਿਰਥਾ ਹੀ ਗਵਾ ਲਿਆ ਹੈ ।

Whosoever may be blessed with enlightenment with the essence of His Word; his worldly deeds may become according to the essence of His Word. His soul may be sanctified to be accepted in His Court; with His mercy and grace, only his way of life may be the right path of salvation. Whosoever may waste his human life in entertainment with short-lived worldly pleasures and worldly glory; he may endure embarrassment after death in His Court. Without meditating on the teachings of His Word, he has been robbed from his priceless human life opportunity.

ਮਃ ੧॥

ਕਿਆ ਖਾਧੈ ਕਿਆ ਪੈਧੈ ਹੋਇ॥ ਜਾ ਮਨਿ ਨਾਹੀ ਸਚਾ ਸੋਇ॥ ki-aa khaaDhai ki-aa paiDhai ho-ay. jaa man naahee sachaa so-ay.
ਕਿਆ ਮੇਵਾ ਕਿਆ ਘਿਉ, ਗੁੜੁ ਮਿਠਾ ਕਿਆ ਮੈਦਾ ਕਿਆ ਮਾਸੁ॥ ki-aa mayvaa ki-aa ghi-o gurh mithaa ki-aa maidaa ki-aa maas.
ਕਿਆ ਕਪੜੁ ਕਿਆ ਸੇਜ ਸੁਖਾਲੀ, ਕੀਜਹਿ ਭੋਗ ਬਿਲਾਸ॥ ki-aa kaparh ki-aa sayj sukhaalee keejeh bhog bilaas.
ਕਿਆ ਲਸਕਰ ਕਿਆ ਨੇਬ ਖਵਾਸੀ, ਆਵੈ ਮਹਲੀ ਵਾਸੁ॥ ki-aa laskar ki-aa nayb khavaasee aavai mahlee vaas.
ਨਾਨਕ ਸਚੇ ਨਾਮ ਵਿਣੁ, ਸਭੇ ਟੋਲ ਵਿਨਾਸੁ॥੨॥ naanak sachay Naam vin sabhay tol vinaas. ||2||

ਜਿਸ ਦਾ ਸ਼ਬਦ ਦੇ ਸਿਮਰਨ ਵਿੱਚ ਧਿਆਨ ਨਹੀਂ ਹੁੰਦਾ, ਉਸ ਦੇ ਚੰਗਾ ਖਾਣ, ਪਹਿਨਣ ਦਾ ਕੋਈ ਲਾਭ ਨਹੀਂ ਹੁੰਦਾ । ਖਾਣ ਵਾਲੀਆਂ ਨਿਆਮਤਾਂ ਫਲ, ਗਰੀਆਂ, ਘਿਉ, ਚੰਗਾ ਆਟਾ, ਮਾਸ ਦਾ ਕੋਈ ਲਾਭ ਨਹੀਂ ਹੁੰਦਾ । ਉਸ ਦੇ ਚੰਗਾ ਕਪੜੇ, ਅਰਾਮ ਦੇਣ ਵਾਲਾ ਬਿਸਤਰ, ਮੌਜ ਮਨਾਉਣ ਵਾਲੀਆਂ ਇਸਤ੍ਰੀਆਂ, ਰਖਿਆ ਕਰਨਵਾਲੀ ਫੋਜ, ਨੋਕਰ, ਸ਼ਾਨਦਾਰ ਮਹਿੱਲ, ਮਾਨਸ ਜਨਮ ਦੇ ਮੰਤਵ ਲਈ ਬਿਰਥੇ ਹੀ ਹਨ, ਮੌਤ ਤੇ ਸਾਰੇ ਹੀ ਵਿਛੜ ਜਾਂਦੇ ਹਨ । ਕੇਵਲ ਅਟਲ ਪ੍ਰਭ ਦੇ ਸ਼ਬਦ ਦੀ ਕਮਾਈ ਤੋਂ ਬਿਨਾਂ ਕੋਈ ਸਾਥ ਨਹੀਂ ਜਾਂਦਾ, ਬਾਕੀ ਸਭ ਕੁਝ ਇਸ ਸੰਸਾਰ ਵਿੱਚ ਹੀ ਛਡ ਜਾਣਾ ਹੈ ।

Whosoever may not concentrate on the teachings of His Word; his eating good food and wearing elegant robe may not benefit; all nutrition foods like nuts and other delicacies may not have any significance for the purpose of his life. All these worldly luxuries like expensive clothes, comfortable beds, the entertainment of several women, army for his protection, servants to provide worldly comfort and his worldly honor may not serve any purpose in his human life journey. At death, he may be deprived from these and left behind. Without earnings of His Word, nothing may remain his companion in His Court. Everything remains on earth and belongs to someone else.

ਪਉੜੀ॥

ਜਾਤੀ ਦੈ ਕਿਆ ਹਥਿ, ਸਚੁ ਪਰਖੀਐ॥ jaatee dai ki-aa hath sach parkhee-ai.
ਮਹੁਰਾ ਹੋਵੈ ਹਥਿ, ਮਰੀਐ ਚਖੀਐ॥ mahuraa hovai hath maree-ai chakhee-ai.
ਸਚੇ ਕੀ ਸਿਰਕਾਰ, ਜੁਗੁ ਜੁਗੁ ਜਾਣੀਐ॥ sachay kee sirkaar jug jug jaanee-ai.
ਹੁਕਮੁ ਮੰਨੇ ਸਿਰਦਾਰੁ, ਦਰਿ ਦੀਬਾਣੀਐ॥ hukam mannay sirdaar dar deebaanee-ai.
ਫੁਰਮਾਨੀ ਹੈ ਕਾਰ, ਖਸਮਿ ਪਠਾਇਆ॥ fFurmaanee hai kaar khasam pathaa-i-aa.
ਤਬਲਬਾਜ ਬੀਚਾਰ ਸਬਦਿ ਸੁਣਾਇਆ॥ tabalbaaj beechaar sabad sunaa-i-aa.
ਇਕਿ ਹੋਏ ਅਸਵਾਰ ਇਕਨਾ ਸਾਖਤੀ॥ ik ho-ay asvaar iknaa saakh-tee.
ਇਕਨੀ ਬਧੇ ਭਾਰ, ਇਕਨਾ ਤਾਖਤੀ॥੧੦ iknee baDhay bhaar iknaa taakh-tee. ||10||

ਪ੍ਰਭ ਦੇ ਦਰਬਾਰ ਵਿੱਚ ਕੇਵਲ ਆਤਮਾ ਦੀ ਪਵਿਤਰਤਾ ਹੀ ਪਰਖੀ ਜਾਂਦੀ ਹੈ । ਸੰਸਾਰਕ ਹੈਸੀਅਤ ਦੀ ਕੀ ਮਹੱਤਤਾ ਹੈ? ਇਹ ਸੰਸਾਰਕ ਹੈਸੀਅਤ, ਇਕ ਜ਼ਹਿਰ ਦੇ ਪਿਆਲੇ ਵਰਗਾ ਹੈ, ਜਿਸ ਦੇ ਹੱਥ ਵਿੱਚ ਹੁੰਦਾ, ਪੀਦਾ ਹੈ । ਉਹ ਸੰਸਾਰਕ ਮਾਇਆ ਦਾ ਗੁਲਾਮ ਬਣ ਜਾਂਦਾ ਹੈ, ਮਿਥੇ ਸਮੇਂ, ਮੌਤ ਹੋ ਜਾਂਦੀ ਹੈ । ਜਿਹੜਾ ਪ੍ਰਭ ਦੇ ਭਾਣੇ ਵਿੱਚ ਚਲਦਾ ਹੈ, ਉਸ ਨੂੰ ਪ੍ਰਵਾਨਗੀ ਦਾ ਰਸਤਾ ਬਖਸ਼ਿਸ਼ ਹੋ ਸਕਦਾ ਹੈ । ਹਰ ਥਾਂ ਤੇ ਪ੍ਰਭ ਦਾ ਭਾਣਾ ਵਾਪਰਦਾ ਹੈ, ਪ੍ਰਭ ਦੇ ਹੁਕਮ ਨਾਲ ਹੀ ਜੀਵ ਦਾ ਜਨਮ, ਮਰਨ ਦਾ ਚੱਕਰ ਚਲਦਾ ਹੈ । ਧਰਮ ਦੇ ਗ੍ਰੰਥ, ਬੰਦਗੀ ਕਰਨਵਾਲੇ ਪੁਕਾਰਦੇ ਹਨ! ਸ਼ਬਦ ਦੀ ਸਿਖਿਆਂ ਮਨ ਵਿੱਚ ਵਸਾ ਕੇ, ਆਤਮਾ ਨੂੰ ਪਵਿੱਤਰ, ਪ੍ਰਭ ਦੇ ਪਰਖਣ ਯੋਗ ਬਣਾਵੋ! ਸੰਸਾਰ ਵਿੱਚ ਕਈ, ਸ਼ਬਦ ਦੇ ਘੋੜੇ ਦੀ ਸਾਵਰੀ, ਬੰਦਗੀ ਕਰਦੇ ਹਨ । ਕਈ ਕਾਠੀ ਹੱਥ ਵਿੱਚ ਪਕੜ ਕੇ ਖੜ੍ਹੇ ਰਹਿੰਦੇ, ਜਨਮ ਬਤੀਤ ਕਰ ਲੈਂਦੇ ਹਨ । ਕਈ ਸ਼ਬਦ ਦੇ ਲੜ ਲਗ ਕੇ ਆਪਣਾ ਜਨਮ ਸਵਾਰ ਲੈਂਦੇ ਹਨ ।

Only the sanctification of soul may be rewarded in His Court. What may be the significance of worldly status in human life? Worldly status may be like a cup of poison, in hand! Whosoever may drink, become a victim of sweet poison of worldly wealth. He may be deprived from the right path of salvation; devil of death captures his soul at predetermined time. Whosoever may obey and adopts the teachings of His Word with steady and stable belief in day-to-day life; with His mercy and grace, he may be blessed with the right path of salvation. Only His Command prevails! The cycle of birth and death remains under His Command. All religious Holy Scriptures and religious preachers preach loudly and clearly! You should adopt the teachings of His Word to sanctify your soul to become worthy of His Consideration. In human life journey! Someone may ride the horse of meditation on the teachings of His Word, his cycle of birth and death may be eliminated. Whosoever may remain standing, waiting for the right time to start; he may waste his human life uselessly; without adopting the teachings of His Word in his life.

Key Message of Maajh Mehlaa page 142-9
ਪ੍ਰਭ ਦੇ ਦਾਸ ਦੇ ਮਨ ਦੀ ਅਵਸਥਾ।
ਜਿਸ ਦੇ ਅੰਦਰ ਪ੍ਰਭ ਦਾ ਸ਼ਬਦ ਜਾਗਰਤ ਹੋ ਜਾਂਦਾ ਹੈ, ਉਸ ਦੇ ਹਰ ਕੰਮ ਹੀ ਭਾਣੇ ਅੰਦਰ ਹੰਦੇ ਹਨ । ਕੇਵਲ ਉਹ ਹੀ ਅਸਲੀ ਮਾਨਸ ਜੀਵਨ ਜੀਉਂਦਾ ਹੈ । ਕੇਵਲ ਅਟਲ ਪ੍ਰਭ ਦੇ ਸ਼ਬਦ ਦੀ ਕਮਾਈ ਤੋਂ ਬਿਨਾਂ ਕੋਈ ਸਾਥ ਨਹੀਂ ਜਾਂਦਾ, ਬਾਕੀ ਸਭ ਕੁਝ ਇਸ ਸੰਸਾਰ ਵਿੱਚ ਹੀ ਛਡ ਜਾਣਾ ਹੈ । ਸੰਸਾਰ ਵਿੱਚ ਕਈ, ਸ਼ਬਦ ਦੇ ਘੋੜੇ ਦੀ ਸਾਵਰੀ, ਬੰਦਗੀ ਕਰਦੇ ਹਨ । ਕਈ ਕਾਠੀ ਹੱਥ ਵਿੱਚ ਪਕੜ ਕੇ ਖੜ੍ਹੇ ਰਹਿੰਦੇ, ਜਨਮ ਬਤੀਤ ਕਰ ਲੈਂਦੇ ਹਨ । ਕਈ ਸ਼ਬਦ ਦੇ ਲੜ ਲਗ ਕੇ ਆਪਣਾ ਜਨਮ ਸਵਾਰ ਲੈਂਦੇ ਹਨ ।
State of mind of His true devotee!
Whosoever may be blessed with enlightenment with the essence of His Word; his worldly deeds may become according to the essence of His Word. His soul may be sanctified to be accepted in His Court; with His mercy and grace, only his way of life may be the right path of salvation. Without earnings of His Word nothing may remain his companion in His Court. Everything remains on earth and belongs to someone else.

12. ਸਲੋਕੁ ਮਃ ੧॥ (142-17)

ਜਾ ਪਕਾ ਤਾ ਕਟਿਆ, ਰਹੀ ਸੁ ਪਲਰਿ ਵਾੜਿ॥ — jaa pakaa taa kati-aa rahee so palar vaarh.
ਸਣੁ ਕੀਸਾਰਾ ਚਿਥਿਆ, ਕਣੁ ਲਇਆ ਤਨੁ ਝਾੜਿ॥ — san keesaaraa chithi-aa kan la-i-aa tan jhaarh.
ਦੁਇ ਪੁੜ ਚਕੀ ਜੋੜਿ ਕੈ, ਪੀਸਣ ਆਇ ਬਹਿਠੁ॥ — du-ay purh chakee jorh kai peesan aa-ay bahith.
ਜੋ ਦਰਿ ਰਹੇ ਸੁ ਉਬਰੇ, ਨਾਨਕ ਅਜਬੁ ਡਿਠੁ॥੧॥ — jo dar rahay so ubray naanak ajab dith. ||1||

ਜਿਵੇਂ ਫਸਲ ਪੱਕ ਜਾਂਦੀ ਹੈ ਤਾ ਉਸ ਵਿਚੋਂ ਅਨਾਜ ਨੂੰ ਵੱਖਰਾ ਕੀਤਾ ਜਾਂਦਾ ਹੈ । ਇਸਤਰ੍ਹਾਂ ਜੀਵ ਦਾ ਸਮਾਂ ਪੂਰਾ ਹੋ ਜਾਂਦਾ, ਉਸ ਦੀ ਮੌਤ ਹੋ ਜਾਂਦੀ ਹੈ, ਆਤਮਾ ਆਪਣਾ ਲੇਖਾ ਦੇਣ ਲਈ ਚਲੇ ਜਾਂਦੀ ਹੈ । ਜਿਵੇਂ ਮੱਕੀ ਦੀਆਂ ਛਲੀਆਂ ਤੋਂ ਦਾਣੇ ਵੱਖਰੇ ਕਰਕੇ, ਆਟਾ ਪੀਸਿਆ ਜਾਂਦਾ ਹੈ, ਕੁਝ ਦਾਣੇ ਚੱਕੀ ਦੇ ਪੁੜਾ ਥਲੇ ਆ ਕੇ ਪੀਸੇ ਜਾਂਦੇ, ਭਸਮ ਹੋ ਜਾਂਦੇ ਹਨ, ਕੁਝ ਦਾਣੇ ਧੁਰੇ ਦੇ ਨਾਲ ਲਗ ਕੇ ਬਚ ਜਾਂਦੇ ਹਨ । ਇਸਤਰ੍ਹਾਂ ਪ੍ਰਭ ਦੀ ਦਰਗਾਹ ਵਿੱਚ ਲੇਖੇ ਦੀ ਚੱਕੀ ਵਿੱਚ ਆਤਮਾ ਜਾਂਦੀ ਹੈ, ਜਿਹੜੀ ਆਤਮਾ ਧੁਰੇ ਦੇ ਨਾਲ ਲਗੀ ਰਹਿੰਦੀ, ਬੰਦਗੀ ਵਿੱਚ ਲੀਨ ਹੁੰਦੀ ਹੈ, ਉਹ ਆਤਮਾ ਬਚ ਜਾਂਦੀ, ਬਾਕੀ ਸਾਰੇ ਜੂੰਨਾਂ ਦੇ ਚੱਕਰ ਵਿੱਚ ਹੀ ਰਹਿੰਦੇ ਹਨ ।

As the mature crop ready to be cut to separate the grains! Same way at predetermined time breathes may be exhausted; the devil of death captures his soul to endure the judgement of The Righteous Judge to clear account of his worldly deeds. As the corn grains may be separated from core; the grains need to be grinded to make flour. Some grains remain attached to the main, center post, the pillar; those grains remain untouched. Same way, the soul faces the grinder of The Righteous Judge. Any soul remains, intoxicated in meditation in the void of His Word; She may be saved and others souls remain in the cycle of birth and death.

ਮਃ ੧॥

ਵੇਖੁ ਜਿ ਮਿਠਾ ਕਟਿਆ, ਕਟਿ ਕੁਟਿ ਬਧਾ ਪਾਇ॥ — vaykh je mithaa kati-aa kat kut baDhaa paa-ay.
ਖੁੰਢਾ ਅੰਦਰਿ ਰਖਿ ਕੈ, ਦੇਨਿ ਸੁ ਮਲ ਸਜਾਇ॥ — khundhaa andar rakh kai dayn so mal sajaa-ay.
ਰਸੁ ਕਸੁ ਟਟਰਿ ਪਾਈਐ, ਤਪੈ ਤੈ ਵਿਲਲਾਇ॥ — ras kas tatar paa-ee-ai tapai tai villaa-ay.
ਭੀ ਸੋ ਫੋਗੁ ਸਮਾਲੀਐ, ਦਿਚੈ ਅਗਿ ਜਾਲਾਇ॥ — bhee so fog samaalee-ai dichai ag jaalaa-ay.
ਨਾਨਕ ਮਿਠੈ ਪਤਰੀਐ, ਵੇਖਹੁ ਲੋਕਾ ਆਇ॥੨॥ — naanak mithai patree-ai vaykhhu lokaa aa-ay. ||2||

ਪੱਕਾ ਗੰਨਾ ਕਿਤਨੇ ਮਿੱਠਾਸ ਵਾਲਾ ਰਸ ਹੁੰਦਾ ਹੈ, ਉਮਰ ਪੂਰੀ ਹੋਣ ਤੇ ਕੱਟ ਕੇ ਵੇਲਨੇ ਵਿੱਚ ਉਸ ਵਿਚੋਂ ਰਸ ਨਿਚੋੜਿਆ ਜਾਂਦਾ ਹੈ, ਤਪਾ ਕੇ ਰਸ ਖਤਮ ਕੀਤਾ ਜਾਂਦਾ, ਗੁੜ ਬਣਦਾ ਹੈ । ਇਸਤਰ੍ਹਾਂ ਹੀ ਕੇਵਲ ਜ਼ਬਾਨ ਦੇ ਮਿੱਠੇ, ਜੀਵ ਦੀ, ਸ਼ਬਦ ਦੀ ਕਮਾਈ ਤੋਂ ਬਿਨਾਂ ਇਹ ਹੀ ਹਾਲਤ ਹੁੰਦੀ ਹੈ ।

Sugar cane holds sweet juices. Ripped sugar cane may be cut and crushed through juicer to squeeze juice. The juice may be heated to be concentrated to make sugar. Same way! whosoever may be only sweet with his tongue, without any good virtue, earnings of His Word; he may endure similar misery, condition after death.

ਪਉੜੀ॥

ਇਕਨਾ ਮਰਣੁ ਨ ਚਿਤਿ, ਆਸ ਘਣੇਰਿਆ॥ — iknaa maran na chit aas ghanayri-aa.
ਮਰਿ ਮਰਿ ਜੰਮਹਿ ਨਿਤ, ਕਿਸੈ ਨ ਕੇਰਿਆ॥ — mar mar jameh nit kisai na kayri-aa.
ਆਪਨੜੈ ਮਨਿ ਚਿਤਿ, ਕਹਨਿ ਚੰਗੇਰਿਆ॥ — aapnarhai man chit kahan changayri-aa.
ਜਮਰਾਜੈ ਨਿਤ ਨਿਤ, ਮਨਮੁਖ ਹੇਰਿਆ॥ — jamraajai nit nit manmukh hayri-aa.
ਮਨਮੁਖ ਲੂਣ ਹਾਰਾਮ, ਕਿਆ ਨ ਜਾਣਿਆ॥ — manmukh loon haaraam ki-aa na jaani-aa.
ਬਧੇ ਕਰਨਿ ਸਲਾਮ, ਖਸਮ ਨ ਭਾਣਿਆ॥ — baDhay karan salaam khasam na bhaani-aa.
ਸਚੁ ਮਿਲੈ ਮੁਖਿ ਨਾਮੁ ਸਾਹਿਬ ਭਾਵਸੀ॥ — sach milai mukh Naam saahib bhaavsee.
ਕਰਸਨਿ ਤਖਤਿ ਸਲਾਮੁ ਲਿਖਿਆ ਪਾਵਸੀ॥੧੧॥ — karsan takhat salaam likhi-aa paavsee. ||11||

ਕਈ ਮੌਤ ਨੂੰ ਯਾਦ ਨਹੀਂ ਰਖਦੇ, ਆਪਣੀਆਂ ਆਸਾਂ ਦੇ ਸੁਪਨੇ ਹੀ ਲੈਂਦੇ ਹਨ, ਉਹ ਬਾਰ ਬਾਰ ਜੂੰਨਾਂ ਵਿੱਚ ਹੀ ਰਹਿੰਦੇ ਹਨ, ਆਪਣਾ ਮਾਨਸ ਜਨਮ ਬਿਰਥਾ ਹੀ ਗਵਾ ਜਾਂਦੇ ਹਨ । ਉਹ ਆਪਣੇ ਆਪ ਨੂੰ ਚੰਗਾ ਹੀ ਸਮਝਦਾ ਹੈ, ਉਸ ਨੂੰ ਜਮਦੂਤ ਬਾਰ ਬਾਰ ਪਕੜ ਕੇ ਸਜ਼ਾ ਦੇਂਦਾ ਹੈ । ਉਸ ਦੇ ਮਨ ਵਿੱਚ ਕੋਈ ਇਮਾਨ ਨਹੀਂ ਹੁੰਦਾ, ਉਹ ਪ੍ਰਭ ਦੀ ਬਖਸ਼ਿਸ਼ ਦਾ ਧੰਨਵਾਦ ਨਹੀਂ ਕਰਦਾ । ਇਸਤਰ੍ਹਾਂ ਜਿਹੜਾ ਸੰਸਾਰਕ ਧਰਮਾਂ ਦੇ ਚੱਕਰ ਵਿੱਚ ਬੰਧਾ, ਕੇਵਲ ਬਾਣਾ ਪਾਉਂਦਾ, ਨਿਤਨੇਮ ਕਰਦਾ ਹੈ, ਉਸ ਦੀ ਬੰਦਗੀ ਪ੍ਰਭ ਨੂੰ ਭਾਉਂਦੀ ਨਹੀਂ । ਜਿਹੜਾ ਅਡੋਲ ਭਰੋਸੇ ਨਾਲ ਬੰਦਗੀ ਕਰਦਾ ਹੈ, ਉਹ ਸ਼ਬਦ ਦੀ ਸਿਖਿਆਂ ਨਾਲ ਜੀਵਨ ਢਾਲਦਾ ਹੈ । ਪ੍ਰਭ ਦੀ ਰਹਿਮਤ ਨਾਲ ਦਰਬਾਰ ਵਿੱਚ ਪ੍ਰਵਾਨ ਹੋ ਜਾਂਦਾ ਹੈ ।

Whosoever may not keep in mind, unpredictable, predetermined death; he may always live in his fantasy. He may remain in the cycle of birth and death. He may waste his priceless human life opportunity. He may consider himself a good person with good deeds; however, the devil of death may capture his soul repeatedly. He may not have any honor left within nor remain gratitude for His Blessings. Same way, whosoever may remain rigid with the religious rituals. He may only do routine prayers and adopts religious robe to protects his religious identity; however, his meditation may not be accepted in His Court. His true devotee may adopt the teachings of His Word with steady and stable belief in day-to-day life, with His mercy and grace, he may be accepted in His Court.

Key Message of Maajh Mehlaa page 142-17
ਸ਼ਬਦ ਦੀ ਪਾਲਣਾ ਕਰਨ ਦੀ ਬਖਸ਼ਿਸ਼!
ਪ੍ਰਭ ਦੀ ਦਰਗਾਹ ਵਿੱਚ ਲੇਖੇ ਦੀ ਚੱਕੀ ਵਿੱਚ ਆਤਮਾ ਜਾਂਦੀ ਹੈ, ਜਿਹੜੀ ਆਤਮਾ ਧੁਰੇ ਦੇ ਨਾਲ ਲਗੀ ਰਹਿੰਦੀ, ਬੰਦਗੀ ਵਿੱਚ ਲੀਨ ਹੁੰਦੀ ਹੈ, ਉਹ ਆਤਮਾ ਬਚ ਜਾਂਦੀ ਹੈ, ਬਾਕੀ ਸਾਰੇ ਜੂੰਨਾਂ ਦੇ ਚੱਕਰ ਵਿੱਚ ਹੀ ਰਹਿੰਦੇ ਹਨ । ਕੇਵਲ ਜ਼ਬਾਨ ਦੇ ਮਿੱਠੇ ਜੀਵ ਦੀ, ਸ਼ਬਦ ਦੀ ਕਮਾਈ ਤੋਂ ਬਿਨਾਂ ਦੀ ਹਾਲਤ ਵੀ ਪੱਕੇ ਗੰਨੇ ਦੀ ਤਰ੍ਹਾਂ ਹੁੰਦੀ ਹੈ! ਉਮਰ ਪੂਰੀ ਹੋਣ ਤੇ ਕੱਟ ਕੇ ਵੇਲਨੇ ਵਿੱਚ ਰਸ ਨਿਚੋੜਿਆ ਜਾਂਦਾ ਹੈ । ਜਿਹੜਾ ਮੌਤ ਨੂੰ ਯਾਦ ਨਹੀਂ ਰਖਦਾ, ਆਪਣੀਆਂ ਆਸਾਂ ਦੇ ਸੁਪਨੇ ਹੀ ਲੈਂਦਾ ਹੈ! ਸੰਸਾਰਕ ਧਰਮਾਂ ਦੇ ਚੱਕਰ ਵਿੱਚ ਬੰਧਾ, ਕੇਵਲ ਬਾਣਾ ਹੀ ਪਾਉਂਦਾ, ਨਿਤਨੇਮ ਕਰਦਾ ਹੈ, ਉਸ ਦੀ ਬੰਦਗੀ ਪ੍ਰਭ ਨੂੰ ਭਾਉਂਦੀ ਨਹੀਂ । ਜਿਹੜਾ ਸ਼ਬਦ ਦੀ ਸਿਖਿਆਂ ਨਾਲ ਜੀਵਨ ਢਾਲਦਾ ਹੈ । ਪ੍ਰਭ ਦੀ ਰਹਿਮਤ ਨਾਲ ਦਰਬਾਰ ਵਿੱਚ ਪ੍ਰਵਾਨ ਹੋ ਜਾਂਦਾ ਹੈ ।
Reward of stay Focus on real purpose of human life opportunity!
The soul may face the grinder of The Righteous Judge, any soul remains, intoxicated in meditation in the void of His Word; she may be saved. All other souls remain in the cycle of birth and death. Whosoever may be only sweet with his tongue, without any good virtue, earnings of His Word; he may endure similar misery, condition after death like sweet sugar cane. Whosoever may not keep in mind, unpredictable, predetermined death; he may always live in his fantasy. He may never remain gratitude for His Blessings. He may remain rigid with the religious rituals; performs routine prayers and adopts religious robe to protects his religious identity. His meditation may not be accepted in His Court. His true devotee may adopt the teachings of His Word with steady and stable belief in day-to-day life, he may be accepted in His Court.

13. ਮਃ ੧ ਸਲੋਕੁ॥ (143-6)

ਮਛੀ ਤਾਰੂ ਕਿਆ ਕਰੇ, ਪੰਖੀ ਕਿਆ ਆਕਾਸੁ॥	machhee taaroo ki-aa karay pankhee ki-aa aakaas.
ਪਥਰ ਪਾਲਾ ਕਿਆ ਕਰੇ, ਖੁਸਰੇ ਕਿਆ ਘਰ ਵਾਸੁ॥	pathar paalaa ki-aa karay khusray ki-aa ghar vaas.
ਕੁਤੇ ਚੰਦਨੁ ਲਾਈਐ, ਭੀ ਸੋ ਕੁਤੀ ਧਾਤੁ॥	kutay chandan laa-ee-ai bhee so kutee Dhaat.
ਬੋਲਾ ਜੇ ਸਮਝਾਈਐ, ਪੜੀਅਹਿ ਸਿੰਮ੍ਰਿਤਿ ਪਾਠ॥	bolaa jay samjaa-ee-ai parhee-ah simrit paath.
ਅੰਧਾ ਚਾਨਣਿ ਰਖੀਐ, ਦੀਵੇ ਬਲਹਿ ਪਚਾਸ॥	anDhaa chaanan rakhee-ai deevay baleh pachaas.
ਚਉਣੇ ਸੁਇਨਾ ਪਾਈਐ, ਚੁਣਿ ਚੁਣਿ ਖਾਵੈ ਘਾਸੁ॥	cha-unay su-inaa paa-ee-ai chun chun khaavai ghaas.
ਲੋਹਾ ਮਾਰਣਿ ਪਾਈਐ, ਢਹੈ ਨ ਹੋਇ ਕਪਾਸ॥	lohaa maaran paa-ee-ai dhahai na ho-ay kapaas.
ਨਾਨਕ ਮੂਰਖ ਏਹਿ ਗੁਣ, ਬੋਲੇ ਸਦਾ ਵਿਣਾਸੁ॥੧॥	naanak moorakh ayhi gun bolay sadaa vinaas. ||1||

ਜਿਵੇਂ ਸਾਗਰ ਦੇ ਪਾਣੀ ਦੀ ਡੂੰਘਾਈ ਦਾ ਮੱਛੀ ਨੂੰ, ਅਕਾਸ਼ ਦੀ ਲੰਮਾਈ ਦਾ ਪੰਛੀ ਨੂੰ ਕੋਈ ਫਰਕ ਨਹੀਂ ਪੈਂਦਾ । ਪੱਥਰ ਨੂੰ ਠੰਡ ਦਾ, ਖੁਸਰੇ ਨੂੰ ਇਸਤ੍ਰੀ, ਪਤਨੀ ਦਾ, ਕੁੱਤੇ ਨੂੰ ਅਤਰ ਲਾਉਣ ਦਾ ਕੋਈ ਫਰਕ ਨਹੀਂ ਪੈਂਦਾ, ਕੁੱਤਾ ਹੀ ਰਹਿੰਦਾ ਹੈ । ਇਸਤਰ੍ਹਾਂ ਬੋਲੇ ਨੂੰ ਸ਼ਬਦ ਸੁਣਾਉਣ ਦਾ, ਅੰਨ੍ਹੇ ਨੂੰ ਹਜ਼ਾਰਾ ਦੀਪਕਾਂ, ਰੋਸ਼ਨੀ ਦਾ ਕੋਈ ਫਰਕ ਨਹੀਂ ਪੈਂਦਾ । ਘਾਹ ਖਾਣ ਵਾਲੇ ਨੂੰ ਸੋਇਨਾ ਖਾਣ ਲਈ ਦੇਣ ਨਾਲ; ਲੋਹੇ ਨੂੰ ਪਿਘਲ ਨਾਲ ਕਪਾਹ ਵਰਗਾ ਨਰਮ ਨਹੀਂ ਹੋ ਜਾਂਦਾ । ਇਸਤਰ੍ਹਾਂ ਮੂਰਖ ਨੂੰ ਕੋਈ ਮੱਤ ਦੇਣ ਦਾ ਕੋਈ ਫਰਕ ਨਹੀਂ ਪੈਂਦਾ । ਉਸ ਦੇ ਬੋਲੇ ਦਾ, ਕੀਤੇ ਕੰਮ ਦੀ ਕੁਝ ਮਹੱਤਤਾ ਨਹੀਂ ਹੁੰਦੀ ।

As the fish may not worry about the deeper water of the ocean; a bird may not worry about the height, length of the sky. Stone may not have any effect of the cold temperature; homosexual may not have a feeling for other sex. State of mind of a dog may not be changed by spraying scent; a deaf may not have any effect of the holy singing. A blind may not see even with 1000 of lights in the room; a grass eater animal may not enjoy eating gold. Iron cannot become soft like cotton by melting repeatedly. Same way, a self-minded may not have any influence of teachings of His Word; he will always commit sinful deeds. His talking, doing any deed in worldly life may not have any significance, only serves his greed.

ਮਃ ੧॥

ਕੇਹਾ ਕੰਚਨੁ ਤੁਟੈ ਸਾਰੁ॥ ਅਗਨੀ ਗੰਢੁ ਪਾਏ ਲੋਹਾਰੁ॥	kaihaa kanchan tutai saar. agnee gandh paa-ay lohaar.
ਗੋਰੀ ਸੇਤੀ ਤੁਟੈ ਭਤਾਰੁ॥ ਪੁਤ੍ਰੀ ਗੰਢੁ ਪਵੈ ਸੰਸਾਰਿ॥	goree saytee tutai bhataar. puteeN gandh pavai sansaar.
ਰਾਜਾ ਮੰਗੈ ਦਿਤੈ ਗੰਢੁ ਪਾਇ॥ ਭੁਖਿਆ ਗੰਢੁ ਪਵੈ ਜਾ ਖਾਇ॥	raajaa mangai ditai gandh paa-ay. bhukhi-aa gandh pavai jaa khaa-ay.
ਕਾਲਾ ਗੰਢੁ ਨਦੀਆ ਮੀਹ ਝੋਲ॥ ਗੰਢੁ ਪਰੀਤੀ ਮਿਠੇ ਬੋਲ॥	kaalaa gandh nadee-aa meeh jhol. gandh pareetee mithay bol.
ਬੇਦਾ ਗੰਢੁ ਬੋਲੇ ਸਚੁ ਕੋਇ॥ ਮੁਇਆ ਗੰਢੁ ਨੇਕੀ ਸਤੁ ਹੋਇ॥	baydaa gandh bolay sach ko-ay. mu-i-aa gandh naykee sat ho-ay.
ਏਤੁ ਗੰਢਿ ਵਰਤੈ ਸੰਸਾਰੁ॥ ਮੂਰਖ ਗੰਢੁ ਪਵੈ ਮੁਹਿ ਮਾਰ॥	ayt gandh vartai sansaar. moorakh gandh pavai muhi maar.
ਨਾਨਕੁ ਆਖੈ ਏਹੁ ਬੀਚਾਰੁ॥ ਸਿਫਤੀ ਗੰਢੁ ਪਵੈ ਦਰਬਾਰਿ॥੨॥	naanak aakhai ayhu beechaar. siftee gandh pavai darbaar. ||2||

ਜਿਵੇਂ ਧਾਤ ਟੁਟ ਜਾਵੇ, ਤਾ ਲੁਹਾਰ ਅੱਗ ਨਾਲ ਜੋੜ ਲਾ ਸਕਦਾ ਹੈ । ਅਗਰ ਪਤੀ, ਪਤਨੀ ਵਿੱਚ ਨਰਾਜ਼ਗੀ ਹੋ ਜਾਵੇ ਤਾ ਬੱਚੇ ਦਾ ਪਿਆਰ ਫਿਰ ਮਿਲਾਪ ਕਰਾ ਸਕਦਾ ਹੈ । ਇਸਤਰ੍ਹਾ ਹਾਕਮ ਦਾ ਹੁਕਮ ਮੰਨਣ ਨਾਲ ਸਮਝੋਤਾ ਹੋ ਜਾਂਦਾ ਹੈ । ਅਗਰ ਭੁੱਖੇ ਨੂੰ ਭੋਜਨ ਮਿਲ ਜਾਵੇ, ਉਸ ਨੂੰ ਸੰਤੋਖ ਹੋ ਜਾਂਦਾ ਹੈ । ਅਗਰ ਹੜ੍ਹ ਆ ਜਾਵੇ ਤਾ ਨਦੀ ਦੇ ਕੰਡੇ ਉਚੇ ਕਰਨ ਨਾਲ ਪਾਣੀ ਤੇ ਕਾਬੂ ਹੋ ਜਾਂਦਾ ਹੈ । ਇਸਤਰ੍ਹਾਂ ਮਿੱਠਾ ਬੋਲਣ ਨਾਲ ਪ੍ਰੀਤ ਹੋ ਜਾਂਦੀ, ਵਧਦੀ ਹੈ । ਇਸਤਰ੍ਹਾਂ ਸੱਚ ਬੋਲਣ ਨਾਲ ਪ੍ਰਭ ਨਾਲ ਪਿਆਰ ਬਣ ਜਾਂਦਾ ਹੈ । ਇਸਤਰ੍ਹਾਂ ਚੰਗੇ ਕੰਮ ਕਰਨ ਨਾਲ ਬਜ਼ੁਰਗਾ ਦੀ ਯਾਦ ਤਾਜ਼ਾ ਹੋ ਜਾਂਦੀ ਹੈ । ਇਸਤਰ੍ਹਾਂ ਹੀ ਸੰਸਾਰ ਵਿੱਚ ਸੰਜੋਗ ਚਲਦਾ ਹੈ । ਇਸਤਰ੍ਹਾਂ ਮੂਰਖ ਦੀ ਮੰਗ ਪੂਰੀ ਨਾ ਮੰਨਣ ਕਰਨ, ਉਸ ਤੋਂ ਵਡੇ ਦੀ ਮਾਰ ਪੈਣ ਨਾਲ ਹੀ ਸਮਝ ਆਉਂਦੀ ਹੈ । ਜਿਸ ਤੇ ਪ੍ਰਭ ਦੀ ਕਰੋਪੀ ਦੀ ਨਜ਼ਰ ਆ ਜਾਵੇ! ਭੁੱਲ ਮੰਨ ਕੇ, ਸ਼ਬਦ ਦੀ ਸਿਖਿਆਂ ਨਾਲ ਜੀਵਨ ਢਾਲਣ ਨਾਲ ਹੀ ਰਹਿਮਤ ਦੀ ਨਜ਼ਰ ਬਖਸ਼ਿਸ਼ ਹੋ ਸਕਦੀ ਹੈ ।

As a black-smith may mend a broken metal rod, by melting and infusing together; any disagreement between husband and wife may be mended by a common bond of love for children. Children may become a bonding glue of relationship. Same way obeying and surrendering to the order of ruler, the tough situation may be resolved. Same way hunger may be satisfied with a food to eat; flood water in the river may be controlled by raising and strengthening the bank of the river. Same way by speaking politely, and humbly with respect, the relationships may become stronger and reinforced. Same way, honestly speaking, devotion and dedication with the essence of the Holy Scripture; the teachings may be drenched in day-to-day life. Good deeds may revive the memory of greatness of his old generations. Such a way of life may create a harmony in relationship, environments in the world. Same way, a foolish may only understand by standing against his evil thoughts and not to yielding to his desires. He may realize his strength and foolishness, only by facing a stronger and bigger opponent. Same way, any blemished soul may regret and repents for his evil deeds, sins, and adopts the teachings of His Word with a steady and stable belief; with His mercy and grace, her sins may be forgiven. She may be blessed with the right of acceptance in His Court.

ਪਉੜੀ॥

ਆਪੇ ਕੁਦਰਤਿ ਸਾਜਿ ਕੈ, ਆਪੇ ਕਰੇ ਬੀਚਾਰੁ॥ aapay kudrat saaj kai aapay karay beechaar.
ਇਕਿ ਖੋਟੇ ਇਕਿ ਖਰੇ, ਆਪੇ ਪਰਖਣਹਾਰੁ॥ ik khotay ik kharay aapay parkhanhaar.
ਖਰੇ ਖਜਾਨੈ ਪਾਈਅਹਿ, ਖੋਟੇ ਸਟੀਅਹਿ ਬਾਹਰ ਵਾਰਿ॥ kharay khajaanai paa-ee-ah khotay satee-ah baahar vaar.
ਖੋਟੇ ਸਚੀ ਦਰਗਹ ਸੁਟੀਅਹਿ, ਕਿਸੁ ਆਗੈ ਕਰਹਿ ਪੁਕਾਰ॥ khotay sachee dargeh sutee-ah kis aagai karahi pukaar.
ਸਤਿਗੁਰ ਪਿਛੈ ਭਜਿ ਪਵਹਿ, ਏਹਾ ਕਰਣੀ ਸਾਰੁ॥ saT`gur pichhai bhaj paveh ayhaa karnee saar.
ਸਤਿਗੁਰੁ ਖੋਟਿਅਹੁ ਖਰੇ ਕਰੇ, ਸਬਦਿ ਸਵਾਰਣਹਾਰੁ॥ saT`gur khoti-ahu kharay karay sabad savaaranhaar.
ਸਚੀ ਦਰਗਹ ਮੰਨੀਅਨਿ, ਗੁਰ ਕੈ ਪ੍ਰੇਮ ਪਿਆਰਿ॥ sachee dargeh mannee-an gur kai paraym pi-aar.
ਗਣਤ ਤਿਨਾ ਦੀ ਕੋ ਕਿਆ ਕਰੇ, ਜੋ ਆਪਿ ਬਖਸੇ ਕਰਤਾਰਿ॥੧੨॥ ganat tinaa dee ko ki-aa karay jo aap bakhsay kartaar. ||12||

ਪ੍ਰਭ ਆਪ ਹੀ ਸ੍ਰਿਸ਼ਟੀ ਸਾਜਦਾ, ਆਪ ਹੀ ਇਸ ਵਿੱਚ ਵਾਪਰਦਾ ਹੈ । ਪ੍ਰਭ ਆਪ ਹੀ ਜੀਵਾਂ ਦੇ ਖੋਟੇ, ਖਰੇ ਕੰਮ ਦੀ ਪਰਖ ਕਰਦਾ ਹੈ । ਖਰੇ ਕੰਮ ਕਰਨ ਵਾਲੇ ਨੂੰ ਸ਼ਬਦ ਨਾਲ ਲਗਨ ਬਖਸ਼ਦਾ ਹੈ । ਖੋਟੇ ਕੰਮ ਕਰਨ ਵਾਲਾ, ਜੂੰਨਾਂ ਦੇ ਚੱਕਰ ਵਿੱਚ ਹੀ ਰਹਿੰਦਾ ਹੈ । ਖੋਟੇ ਕੰਮ ਕਰਨਵਾਲੇ ਦਾ ਆਪਣਾ ਕੀਤਾ ਹੀ ਅੱਗੇ ਆਉਂਦਾ ਹੈ, ਹੋਰ ਕਿਸੇ ਦਾ ਕਸੂਰ ਨਹੀਂ ਹੈ, ਉਹ ਜੂੰਨਾਂ ਦੇ ਚੱਕਰ ਵਿੱਚ ਹੀ ਰਹਿੰਦਾ ਹੈ । ਜਿਹੜਾ ਖੋਟੇ ਕੰਮ ਕਰਨਵਾਲਾ, ਪਛਤਾਵਾ ਕਰਕੇ ਆਪਣੇ ਜੀਵਨ ਦਾ ਢੰਗ ਬਦਲ ਲੈਂਦਾ ਹੈ, ਰਹਿਮਤਾਂ ਦਾ ਮਾਲਕ ਉਸ ਨੂੰ ਵੀ ਪ੍ਰਵਾਨਗੀ ਦਾ ਰਸਤਾ ਬਖਸ਼ਦਾ ਹੈ । ਪ੍ਰਭ ਦੇ ਦਰਬਾਰ ਵਿੱਚ ਸ਼ਬਦ ਦੀ ਕਮਾਈ ਨਾਲ ਹੀ ਪ੍ਰਵਾਨਗੀ ਬਖਸ਼ਿਸ਼ ਹੋ ਸਕਦੀ ਹੈ । ਕੇਵਲ ਪ੍ਰਭ ਦੀ ਰਹਿਮਤ ਨਾਲ ਹੀ ਲੇਖਾ ਖਤਮ ਹੋ ਸਕਦਾ ਹੈ ।

The True Master, Creator, creates and prevails in each event of His Creation. Some may do good deeds and other evil deeds. The True Master monitors and rewards his deeds. Whosoever may do good deeds, he may be blessed with the right path of salvation; he may be accepted in His Court. Evil doer may reap his own harvest, the reward of his own deeds, he remains in the cycle of birth and death. He should not blame anyone for his miseries. Evil doer may regret and repents his sins and adopts the teachings of His Word in his life; with His mercy and grace, he may be blessed with the right path of salvation. Only the earnings of His Word may be accepted in His Court; accounts of his deeds may only be satisfied by The True Master.

Key Message of Maajh Mehlaa page 143-6
ਕਿਵੇਂ ਅਸਲੀ ਰਸਤਾ ਬਖਸ਼ਿਸ਼ ਹੋ ਸਕਦਾ ਹੈ?
ਮੂਰਖ ਨੂੰ ਕੋਈ ਮੱਤ ਦੇਣ ਦਾ ਕੋਈ ਫਰਕ ਨਹੀਂ ਪੈਂਦਾ । ਉਸ ਦੇ ਬੋਲੇ ਦਾ, ਕੀਤੇ ਕੰਮ ਦੀ ਕੁਝ ਮਹੱਤਤਾ ਨਹੀਂ ਹੁੰਦੀ । ਇਸਤਰ੍ਹਾਂ ਮੂਰਖ ਦੀ ਮੰਗ ਪੂਰੀ ਨਾ ਕਰਨ ਨਾਲ, ਉਸ ਤੋਂ ਵਡੇ ਦੀ ਮਾਰ ਪੈਣ ਨਾਲ ਹੀ ਸਮਝ ਆਉਂਦੀ ਹੈ । ਜਿਹੜਾ ਖੋਟੇ ਕੰਮ ਕਰਨਵਾਲਾ, ਪਛਤਾਵਾ ਕਰਕੇ ਆਪਣਾ ਜੀਵਨ ਦਾ ਢੰਗ ਬਦਲ ਲੈਂਦਾ ਹੈ, ਰਹਿਮਤਾਂ ਦਾ ਮਾਲਕ ਉਸ ਨੂੰ ਵੀ ਪ੍ਰਵਾਨਗੀ ਦਾ ਰਸਤਾ ਬਖਸ਼ਦਾ ਹੈ ।
How the right path may be blessed?
Self-minded may not have any influence of teachings of His Word; he always commits sinful deeds. His deeds may not have any significance, only serves his greed. Same way, a foolish may only understand by standing against his evil thoughts. He may realize his strength and foolishness, only by facing a stronger and bigger opponent. Evil doer way regret and repents his sins and adopts the teachings of His Word in his life; with His mercy and grace, he may be blessed with the right path of salvation.

14. ਸਲੋਕੁ ਮਃ ੧॥ (143-18)

ਹਮ ਜੇਰ ਜਿਮੀ ਦੁਨੀਆ, ਪੀਰਾ ਮਸਾਇਕਾ ਰਾਇਆ॥ ham jayr Jimee dunee-aa peeraa masaa-ikaa raa-i-aa.
ਮੇ ਰਵਦਿ ਬਾਦਿਸਾਹਾ ਅਫਜੂ ਖੁਦਾਇ॥ ਏਕ ਤੂਹੀ ਏਕ ਤੁਹੀ॥੧॥ may ravad baadisaahaa afjoo khudaa-ay. ayk toohee ayk tuhee. ||1||

ਸੰਸਰ ਦੇ ਧਾਰਮਕ ਪ੍ਰਚਾਰਕ, ਸਿਖਿਆਂ ਦੇਣ ਵਾਲੇ, ਉਹਨਾਂ ਦੇ ਚੇਲੇ, ਰਾਜੇ, ਮਹਾਰਾਜੇ ਸਾਰਿਆਂ ਨੂੰ ਹੀ ਮੌਤ ਆਉਣੀ ਹੈ । ਕੋਈ ਵੀ ਸਦਾ ਰਹਿਣ ਵਾਲਾ ਨਹੀਂ ਹੈ, ਕੇਵਲ ਇਕੋ ਇਕ ਪ੍ਰਭ ਹੀ ਸਦਾ ਅਟਲ ਰਹਿਣ ਵਾਲਾ ਹੈ ।

Whosoever may be sent in the universe, all religious preachers, teachers, guru, saint, kings, and slaves must die at predetermined time. Only, The One and Only One True Master lives forever.

ਮਃ ੧॥

ਨ ਦੇਵ ਦਾਨਵਾ ਨਰਾ॥ ਨ ਸਿਧ ਸਾਧਿਕਾ ਧਰਾ॥ na dayv daanvaa naraa. na siDh saaDhikaa Dharaa.
ਅਸਤਿ ਏਕ ਦਿਗਰਿ ਕੁਈ॥ ਏਕ ਤੁਈ ਏਕ ਤੁਈ॥੨॥ asat ayk digar ku-ee. ayk tu-ee ayk tu-ee. ||2||

ਦੇਵਤੇ, ਜਮਦੂਤ, ਸਿਧ, ਸੰਤ ਸਦਾ ਰਹਿਣ ਵਾਲੇ ਨਹੀਂ ਹਨ । ਹੋਰ ਕਿਹੜਾ ਮਾਨਸ ਸਦਾ ਰਹਿਣ ਵਾਲਾ ਹੈ? ਕੇਵਲ ਤੂੰ ਹੀ, ਸਦਾ ਅਟਲ ਰਹਿਣ ਵਾਲਾ ਹੈ ।

All worldly saints, Yogis, priests, prophets, teachers of Holy Scripture and the devils may not live forever. Who may live forever except The One and Only One, His Holy Spirit, True Master?

ਮਃ ੧॥

ਨ ਦਾਦੇ ਦਿਹੰਦ ਆਦਮੀ॥ ਨ ਸਪਤ ਜੇਰ ਜਿਮੀ॥ — na daaday dihand aadmee. na sapat jayr Jimee.
ਅਸਤਿ ਏਕ ਦਿਗਰਿ ਕੁਈ॥ ਏਕ ਤੁਈ ਏਕ ਤੁਈ॥੩॥ — asat ayk digar ku-ee. ayk tu-ee ayk tu-ee. ||3||

ਇਨਸਾਫ ਨਾਲ ਰਹਿਣ ਵਾਲੇ, ਦਾਨ ਕਰਨਵਾਲੇ, ਧਰਤੀ ਤੇ ਜਾ ਸੱਤਾਂ ਪਤਾਲਾ ਵਿੱਚ ਰਹਿਣ ਵਾਲੇ, ਕੋਈ ਵੀ ਸਦਾ ਨਹੀਂ ਰਹਿੰਦੇ । ਹੋਰ ਕਿਹੜਾ ਸਦਾ ਅਟਲ ਰਹਿਣ ਵਾਲਾ ਹੈ? ਕੇਵਲ ਇਕੋ ਇਕ ਪ੍ਰਭ ਹੀ ਸਦਾ ਅਟਲ ਰਹਿਣ ਵਾਲਾ ਹੈ ।

Whosoever may live with truth and justice; charity and good deeds, in, on and under earth; no one may live forever. Who may live forever except The One and Only One, True Master?

ਮਃ੧॥

ਨ ਸੂਰ ਸਸਿ ਮੰਡਲੋ॥ ਨ ਸਪਤ ਦੀਪ ਨਹ ਜਲੋ॥ — na soor sas mandlo. na sapat deep nah jalo.
ਅੰਨ ਪਉਣ ਥਿਰੁ ਨ ਕੁਈ॥ ਏਕੁ ਤੁਈ ਏਕੁ ਤੁਈ॥੪॥ — nnn pa-un thir na ku-ee. ayk tu-ee ayk tu-ee. ||4||

ਸੂਰਜ, ਚੰਦ, ਬ੍ਰਹਮੰਡ, ਸੱਤ ਦੀਪ, ਸਾਗਰ, ਭੋਜਨ, ਹਵਾ ਸਦਾ ਰਹਿਣ ਵਾਲੀ ਨਹੀਂ ਹੈ । ਕੇਵਲ ਤੂੰ ਹੀ ਸਦਾ ਅਟਲ ਰਹਿਣ ਵਾਲਾ ਹੈ ।

The universe, Sun, Moon, all islands, oceans, and all sources of foods may not stay forever. The One and Only One, True Master lives forever!

ਮਃ ੧॥

ਨ ਰਿਜਕੁ ਦਸਤ ਆ ਕਸੇ॥ ਹਮਾ ਰਾ ਏਕੁ ਆਸ ਵਸੇ॥ — na rijak dasat aa kasay. hamaa raa ayk aas vasay.
ਅਸਤਿ ਏਕੁ ਦਿਗਰ ਕੁਈ॥ ਏਕ ਤੁਈ ਏਕੁ ਤੁਈ॥੫॥ — asat ayk digar ku-ee. ayk tu-ee ayk tu-ee. ||5||

ਕਿਸੇ ਦੀ ਰਖਿਆ, ਜੀਵ ਦੇ ਵੱਸ ਵਿੱਚ ਨਹੀਂ, ਸਾਰੇ ਤੇਰੀ ਆਸ ਤੇ ਹੀ ਹਨ । ਤੇਰੇ ਤੋਂ ਬਿਨਾਂ ਹੋਰ ਕੋਈ ਇਹ ਕੁਝ ਨਹੀਂ ਕਰ ਸਕਦਾ ਹੈ । ਪ੍ਰਭ ਕੇਵਲ ਤੂੰ ਹੀ ਸਦਾ ਅਟਲ ਰਹਿਣ ਵਾਲਾ ਹੈ ।

Everyone has only hope and belief on Your Protection. No one can protect anyone nor do anything or any deed without Your Blessed Vision. The One and Only One, True Master remains unchanged, steady, and stable forever.

ਮਃ ੧॥

ਪਰੰਦਏ ਨ ਗਿਰਾਹ ਜਰ॥ ਦਰਖਤ ਆਬ ਆਸ ਕਰ॥ — paranday na giraah jar. darkhat aab aas kar.
ਦਿਹੰਦ ਸੁਈ॥ ਏਕ ਤੁਈ ਏਕ ਤੁਈ॥੬॥ — dihand su-ee. ayk tu-ee ayk tu-ee. ||6||

ਪੰਛੀਆਂ ਕੋਲ ਕੋਈ ਧਨ ਨਹੀਂ ਹੁੰਦਾ । ਉਹਨਾਂ ਦੀ ਆਸ ਦਰਖਤਾਂ ਤੇ, ਪਾਣੀ ਤੇ ਹੁੰਦੀ ਹੈ । ਤੂੰ ਹੀ ਦਾਤਾਂ ਦੇਣ ਵਾਲਾ ਹੈ । ਸਭ ਨੂੰ ਕੇਵਲ ਤੇਰਾ ਹੀ ਆਸਰਾ ਹੈ, ਹੋਰ ਕੋਈ ਨਹੀਂ ਹੈ ।

The creatures of the world, like birds and other creatures do not have worldly wealth. All their hopes are on the trees and water. Only You are The True Trustee of all treasures of all Blessings. Worldly creatures depend, only on Your Blessed Vision. There may not be any other hope or savior in the universe.

ਮਃ ੧॥

ਨਾਨਕ ਲਿਲਾਰਿ ਲਿਖਿਆ ਸੋਇ॥ ਮੇਟਿ ਨ ਸਾਕੈ ਕੋਇ॥ — naanak lilaar likhi-aa so-ay. mayt na saakai ko-ay.
ਕਲਾ ਧਰੈ ਹਿਰੈ ਸੁਈ॥ ਏਕੁ ਤੁਈ ਏਕੁ ਤੁਈ॥੭॥ — kalaa Dharai hirai su-ee. ayk tu-ee ayk tu-ee. ||7||

ਪ੍ਰਭ ਜਨਮ ਤੇ ਹੀ ਭਾਗ ਮਸਤਕ ਤੇ ਲਿਖ ਦੇਂਦਾ ਹੈ । ਉਸ ਦੀ ਲਿਖਤ ਨੂੰ ਹੋਰ ਕੋਈ ਬਦਲ ਨਹੀਂ ਸਕਦਾ । ਪ੍ਰਭ ਆਪ ਹੀ ਆਤਮਾ ਨੂੰ ਤਾਕਤ ਬਖਸ਼ਦਾ ਹੈ, ਆਪ ਹੀ ਖਤਮ ਕਰਦਾ ਹੈ । ਇਹ ਸਭ ਕੇਵਲ ਪ੍ਰਭ ਦਾ ਹੀ ਖੇਲ ਹੈ ।

The True Master prewrites the destiny of all worldly creature before birth. No one can change or alter his own prewritten destiny. The One and Only One may bless strength and endurance or destroy the strength of his soul. The play of His Creation and universe are only His Play.

ਪਉੜੀ॥

ਸਚਾ ਤੇਰਾ ਹੁਕਮੁ ਗੁਰਮੁਖਿ ਜਾਣਿਆ॥ — sachaa tayraa hukam gurmukh jaani-aa.
ਗੁਰਮਤੀ ਆਪੁ ਗਵਾਇ ਸਚੁ ਪਛਾਣਿਆ॥ — gurmatee aap gavaa-ay sach pachhaani-aa.
ਸਚੁ ਤੇਰਾ ਦਰਬਾਰੁ ਸਬਦੁ ਨੀਸਾਣਿਆ॥ — sach tayraa darbaar sabad neesaani-aa.
ਸਚਾ ਸਬਦੁ ਵੀਚਾਰਿ ਸਚਿ ਸਮਾਣਿਆ॥ — sachaa sabad veechaar sach samaani-aa.
ਮਨਮੁਖ ਸਦਾ ਕੂੜਿਆਰ ਭਰਮਿ ਭੁਲਾਣਿਆ॥ — manmukh sadaa koorhi-aar bharam bhoolaani-aa.
ਵਿਸਟਾ ਅੰਦਰਿ ਵਾਸੁ ਸਾਦੁ ਨ ਜਾਣਿਆ॥ — vistaa andar vaas saad na jaani-aa.
ਵਿਣੁ ਨਾਵੈ ਦੁਖੁ ਪਾਇ ਆਵਣ ਜਾਣਿਆ॥ — vin naavai dukh paa-ay aavan jaani-aa.
ਨਾਨਕ ਪਾਰਖੁ ਆਪਿ, ਜਿਨਿ ਖੋਟਾ ਖਰਾ ਪਛਾਣਿਆ॥੧੩॥ — naanak paarakh aap Jin khotaa kharaa pachhaani-aa. ||13||

ਪ੍ਰਭ ਦਾ ਭਾਣਾ ਅਟਲ ਹੈ, ਆਪ ਹੀ ਗੁਰਮਖ ਨੂੰ ਸੋਝੀ ਬਖਸ਼ਦਾ ਹੈ । ਉਹ ਸ਼ਬਦ ਦੀ ਸੋਝੀ ਨਾਲ ਆਪਣਾ ਆਪਾ ਪ੍ਰਭ ਦੇ ਭੇਟਾ ਕਰਕੇ, ਪ੍ਰਭ ਦੇ ਸ਼ਬਦ ਦੀ ਸਮਾਧੀ ਵਿੱਚ ਲੀਨ ਹੋ ਜਾਂਦਾ ਹੈ । ਜਿਹੜਾ ਸ਼ਬਦ ਦੀ ਪਾਲਣਾ ਵਿੱਚ ਅਡੋਲ ਰਹਿੰਦਾ, ਸ਼ਬਦ ਦੀ ਸੋਝੀ ਨਾਲ ਸ਼ਬਦ ਦੀ ਸਮਾਧੀ ਵਿੱਚ ਹੀ ਲੀਨ ਰਹਿੰਦਾ ਹੈ । ਪ੍ਰਭ ਦੀ ਰਹਿਮਤ ਨਾਲ, ਉਸ ਨੂੰ ਦਰਬਾਰ ਵਿੱਚ ਪ੍ਰਵਾਨਗੀ ਦਾ ਅਸਲੀ ਰਸਤਾ ਬਖਸ਼ਿਸ਼ ਹੋ ਸਕਦਾ ਹੈ । ਮਨਮੁਖ ਹਮੇਸ਼ਾਂ ਹੀ ਝੂਠ, ਧੋਖੇ ਦੇ ਆਸਰੇ ਤੇ ਜੀਵਨ ਬਤੀਤ ਕਰਦਾ ਹੈ । ਉਹ ਭਰਮਾਂ ਭਲੇਖਿਆਂ ਵਿੱਚ ਹੀ ਭਟਕਦਾ ਰਹਿੰਦਾ ਹੈ । ਉਹ ਇਛਾਂ ਦੀ ਮੈਲ ਵਿੱਚ ਹੀ ਰਹਿੰਦਾ, ਉਸ ਨੂੰ ਸ਼ਬਦ ਦੀ ਸੋਝੀ ਬਖਸ਼ਿਸ਼ ਨਹੀਂ ਹੁੰਦੀ । ਸ਼ਬਦ ਦੀ ਬੰਦਗੀ ਤੋਂ ਬਿਨਾਂ ਜੂੰਨਾਂ ਦੇ ਚੱਕਰ ਵਿੱਚ ਹੀ ਰਹਿੰਦਾ ਹੈ । ਆਪ ਹੀ ਜੀਵ ਦੀ ਕਮਾਈ ਪਰਖਦਾ, ਚੰਗੇ ਮੰਦੇ ਕੰਮਾਂ ਦਾ ਨਿਰਨਾ ਹੋ ਜਾਂਦਾ ਹੈ ।

Your Commands, Word remains unchangeable, unavoidable, and true forever. Your true devotee may be blessed with the enlightenment of the essence of Your Word. He may surrender his selfishness, self-entity at Your Sanctuary to serve Your Word, Your Creation. He may be blessed with the right path of acceptance in Your Court. Self-minded always lies and spends his time on deception. He remains frustrated and miserable in worldly suspicions. His soul remains blemished with the worldly desires; he may never be blessed with enlightenment of the essence of Your Word. Without the earnings of Your Word; he may remain in the cycle of birth and death. The True Master may differentiate good or evil deeds.

Key Message of Maajh Mehlaa page 143-18
ਕੌਣ ਸਦਾ ਅਟਲ ਰਹਿੰਦਾ ਹੈ?
ਕੋਈ ਵੀ ਸਦਾ ਰਹਿਣ ਵਾਲਾ ਨਹੀਂ ਹੈ, ਕੇਵਲ ਇਕੋ ਇਕ ਪ੍ਰਭ ਹੀ ਸਦਾ ਅਟਲ ਰਹਿਣ ਵਾਲਾ ਹੈ । ਕਿਸੇ ਦੀ ਰਖਿਆ, ਜੀਵ ਦੇ ਵੱਸ ਵਿੱਚ ਨਹੀਂ, ਸਾਰੇ ਤੇਰੀ ਆਸ ਤੇ ਹੀ ਹਨ । ਤੇਰੇ ਤੋਂ ਬਿਨਾਂ ਹੋਰ ਕੋਈ ਇਹ ਕੁਝ ਨਹੀਂ ਕਰ ਸਕਦਾ ਹੈ । ਤੂੰ ਹੀ ਦਾਤਾਂ ਦੇਣ ਵਾਲਾ ਹੈ । ਪ੍ਰਭ ਜਨਮ ਤੇ ਹੀ ਭਾਗ ਮਸਤਕ ਤੇ ਲਿਖ ਦੇਂਦਾ ਹੈ । ਪ੍ਰਭ ਆਪ ਹੀ ਆਤਮਾ ਨੂੰ ਤਾਕਤ ਬਖਸ਼ਦਾ ਹੈ, ਆਪ ਹੀ ਖਤਮ ਕਰਦਾ ਹੈ । ਇਹ ਸਭ ਕੇਵਲ ਪ੍ਰਭ ਦਾ ਹੀ ਖੇਲ ਹੈ । ਜਿਹੜਾ ਸ਼ਬਦ ਦੀ ਪਾਲਣਾ ਵਿੱਚ ਅਡੋਲ ਰਹਿੰਦਾ, ਸ਼ਬਦ ਦੀ ਸੋਝੀ ਨਾਲ ਸ਼ਬਦ ਦੀ ਸਮਾਧੀ ਵਿੱਚ ਹੀ ਲੀਨ ਰਹਿੰਦਾ ਹੈ । ਉਸ ਨੂੰ ਪ੍ਰਵਾਨਗੀ ਦਾ ਅਸਲੀ ਰਸਤਾ ਬਖਸ਼ਿਸ਼ ਹੋ ਸਕਦਾ ਹੈ
Who may remain Axiom forever?
Only, The One and Only One True Master lives forever. No one can protect anyone else. Everyone has hope and belief on Your Protection. Only You are The True Trustee of all treasures of Blessings. The True Master prewrites the destiny of all worldly creature before birth. The One and Only One may bless strength and endurance or destroy the strength of his soul. Your Creation and universe are only Your play. Whosoever may surrender his selfishness, self-entity at Your Sanctuary; he may be blessed with the right path of acceptance in Your Court.

15. ਸਲੋਕੁ ਮਃ ੧॥ (144-10)

ਸੀਹਾ ਬਾਜਾ ਚਰਗਾ ਕੁਹੀਆ, ਏਨਾ ਖਵਾਲੇ ਘਾਹ॥
ਘਾਹੁ ਖਾਨਿ ਤਿਨਾ ਮਾਸੁ ਖਵਾਲੇ, ਏਹਿ ਚਲਾਏ ਰਾਹ॥
ਨਦੀਆ ਵਿਚਿ ਟਿਬੇ ਦੇਖਾਲੇ, ਥਲੀ ਕਰੇ ਅਸਗਾਹ॥
ਕੀੜਾ ਥਾਪਿ, ਦੇਇ ਪਾਤਿਸਾਹੀ, ਲਸਕਰ ਕਰੇ ਸੁਆਹ॥
ਜੇਤੇ ਜੀਅ ਜੀਵਹਿ ਲੈ ਸਾਹਾ, ਜੀਵਾਲੇ ਤਾ ਕਿ ਅਸਾਹ॥
ਨਾਨਕ ਜਿਉ ਜਿਉ ਸਚੇ ਭਾਵੈ, ਤਿਉ ਤਿਉ ਦੇਇ ਗਿਰਾਹ॥੧॥

seehaa baajaa chargaa kuhee-aa aynaa khavaalay ghaah.
ghaahu khaan tinaa maas khavaalay ayhi chalaa-ay raah.
nadee-aa vich tibay daykhaalay thalee karay asgaah.
keerhaa thaap day-ay paatisaahee laskar karay su-aah.
jaytay jee-a jeeveh lai saahaa jeevaalay taa ke asaah.
naanak Ji-o Ji-o sachay bhaavai ti-o ti-o day-ay giraah. ||1||

ਪ੍ਰਭ ਦੀ ਕੁਦਰਤ, ਕਰਾਮਾਤ ਦੇਖੋ! ਅਗਰ ਪ੍ਰਭ ਦੀ ਰਜ਼ਾ ਹੋਵੇ! ਜਿਹੜੇ ਜਾਨਵਰ ਸ਼ਿਕਾਰੀ ਸਨ, ਜੀਵ ਮਾਸ ਖਾਂਦੇ ਹਨ, ਉਹਨਾਂ ਨੂੰ ਘਾਹ ਖਾਣ ਤੇ ਲਾ ਸਕਦਾ ਹੈ । ਜਿਹੜੇ ਘਾਹ ਖਾਂਦੇ ਸਨ, ਉਹਨਾਂ ਨੂੰ ਸ਼ਿਕਾਰੀ ਬਣਾ ਕੇ ਮਾਸ ਖਾਣ ਤੇ ਲਾ ਸਕਦਾ ਹੈ । ਸਾਗਰ ਨੂੰ ਰੇਗਸਤਾਨ ਅਤੇ ਰੇਗਸਤਾਨ ਨੂੰ ਸਾਗਰ ਬਣਾ ਸਕਦਾ ਹੈ । ਆਪਣੀ ਰਜ਼ਾ ਨਾਲ ਨਿਮਾਣੇ ਸੇਵਕ ਨੂੰ ਵਡੇ ਸ਼ੇਨਸਾਹ ਅੱਗੇ ਖੜ੍ਹਾ ਕਰਕੇ, ਉਸ ਦੀ ਸਾਰੀ ਫੋਜ ਨੂੰ ਖਤਮ ਕਰ ਸਕਦਾ, ਜਿੱਤ ਪਾ ਸਕਦਾ ਹੈ । ਸਾਰੇ ਜੀਵ ਸਵਾਸਾਂ ਤੋਂ ਬਿਨਾਂ ਮਰ ਜਾਂਦੇ ਹਨ, ਅਗਰ ਰਜ਼ਾ ਹੋਵੇ ਤਾ ਉਸ ਨੂੰ ਬਿਨਾਂ ਸਵਾਸਾਂ ਤੋਂ ਹੀ ਰਖ ਸਕਦਾ ਹੈ । ਸਭ ਕੁਝ ਪ੍ਰਭ ਦੀ ਰਜ਼ਾ ਅੰਦਰ ਹੀ ਹੁੰਦੀ ਹੈ, ਉਹ ਹੀ ਸਭ ਨੂੰ ਦਾਤਾਂ ਬਖਸ਼ਦਾ ਹੈ, ਹੋਰ ਕਿਸੇ ਦਾ ਜ਼ੋਰ ਨਹੀਂ ।

You should be fascinated from His Nature, Miracles, and Power. He may transform a meat eater creature to become vegetarian and vice versa. Whosoever was vegetarian makes him a meat eater, the killers. He may convert an ocean into a desert and a desert into running water and ocean. Whosoever may be bestowed with His Blessed Vision; a helpless humble devotee may stand against a mighty king; with His mercy and grace, he may become a victorious to defeat his whole army. All creatures may die without breaths; the treasure of a breath; however, He may keep the creature alive without any breath. Only His Command, prevails in the universe. The One and Only One, True Master of all Blessings may bestow anyone with any virtue; none of His Creation has any power to alter His Command.

ਮਃ ੧॥

ਇਕਿ ਮਾਸਹਾਰੀ, ਇਕਿ ਤ੍ਰਿਣੁ ਖਾਹਿ॥ ਇਕਨਾ ਛਤੀਹ ਅੰਮ੍ਰਿਤ ਪਾਹਿ॥
ਇਕਿ ਮਿਟੀਆ ਮਹਿ ਮਿਟੀਆ ਖਾਹਿ॥
ਇਕਿ ਪਉਣ ਸੁਮਾਰੀ ਪਉਣ ਸੁਮਾਰਿ॥
ਇਕਿ ਨਿਰੰਕਾਰੀ ਨਾਮ ਆਧਾਰਿ॥ ਜੀਵੈ ਦਾਤਾ ਮਰੈ ਨ ਕੋਇ॥
ਨਾਨਕ ਮੁਠੇ ਜਾਹਿ ਨਾਹੀ ਮਨਿ ਸੋਇ॥੨॥

ik maashaaree ik tarin khaahi. iknaa chhateeh amrit paahi.
ik mitee-aa meh mitee-aa khaahi.
ik pa-un sumaaree pa-un sumaar.
ik nirankaaree Naam aaDhaar. jeevai daataa marai na ko-ay.
naanak muthay jaahi naahee man so-ay. ||2||

ਕਈ ਜੀਵ ਮਾਸ ਖਾਂਦੇ, ਕਈ ਵੇਸ਼ਨੋ, ਸਬਜੀਆਂ ਹੀ ਖਾਂਦੇ ਹਨ । ਕਿਸੇ ਨੂੰ ਛੱਤੀ ਤਰ੍ਹਾਂ ਦੇ ਭੋਜਨ, ਕਿਸੇ ਨੂੰ ਇਕ ਡੰਗ ਦੀ ਰੋਟੀ ਮਸਾ ਨਸੀਬ ਹੁੰਦੀ ਹੈ, ਕੇਵਲ ਖਰਾਬ ਹੋਇਆ ਹੀ ਖਾਣ ਲਈ ਨਸੀਬ ਹੁੰਦਾ ਹੈ । ਕਈ ਆਪਣੇ ਸਵਾਸ ਤੇ ਕਾਬੂ ਪਾਉਣ ਦੀ ਕੋਸ਼ਿਸ਼ ਕਰਦੇ ਹਨ, ਕਈ ਸਵਾਸ ਲੈਂਦੇ ਹਨ । ਕਈ ਸ਼ਬਦ ਤੇ ਭਰੋਸੇ ਨਾਲ ਬੰਦਗੀ ਕਰਦੇ ਹਨ, ਉਹ ਪਹੁੰਚ ਤੋਂ ਉਪਰ ਵਾਲੇ ਪ੍ਰਭ ਦਾ ਧੰਨਵਾਦ ਕਰਦੇ ਹਨ । ਜਿਸ ਦਾ ਪ੍ਰਭ ਰਖਵਾਲਾ ਬਣ ਜਾਂਦਾ, ਉਸ ਨੂੰ ਕੋਈ ਆਫਤ ਵੀ ਖਤਮ ਨਹੀਂ ਕਰ ਸਕਦੀ । ਜਿਹੜੇ ਪ੍ਰਭ ਦੇ ਸ਼ਬਦ ਨਾਲ ਜੀਵਨ ਨਹੀਂ ਬਤੀਤ ਕਰਦਾ, ਉਹ ਰਸਤੇ ਤੋਂ ਭੁਲਿਆਂ ਹੋਇਆ ਹੈ ।

In the universe! Some may eat meat and others may be vegetarian. Some may be blessed with various kinds of food and others may not have enough food to survive for one day; only eat leftover, spoiled, wasted food. Some devotee may try to control his own breath and some may be breathing. Some may obey the teachings of His Word with steady and stable belief and remains gratitude for His Blessings. Whosever may be accepted in His Sanctuary, no one can destroy, harm, or change his state of mind. Whosoever may not adopt the teachings of His Word in day-to-day life; he may be deprived from the right path of salvation.

ਪਉੜੀ॥

ਪੂਰੇ ਗੁਰ ਕੀ ਕਾਰ ਕਰਮਿ ਕਮਾਈਐ॥
ਗੁਰਮਤੀ ਆਪੁ ਗਵਾਇ ਨਾਮੁ ਧਿਆਈਐ॥
ਦੂਜੀ ਕਾਰੈ ਲਗਿ ਜਨਮੁ ਗਵਾਈਐ॥
ਵਿਣੁ ਨਾਵੈ ਸਭ ਵਿਸੁ ਪੈਝੈ ਖਾਈਐ॥
ਸਚਾ ਸਬਦੁ ਸਾਲਾਹਿ ਸਚਿ ਸਮਾਈਐ॥
ਵਿਣੁ ਸਤਿਗੁਰੁ ਸੇਵੇ ਨਾਹੀ ਸੁਖਿ, ਨਿਵਾਸੁ ਫਿਰਿ ਫਿਰਿ ਆਈਐ॥
ਦੁਨੀਆ ਖੋਟੀ ਰਾਸਿ ਕੂੜੁ ਕਮਾਈਐ॥
ਨਾਨਕ ਸਚੁ ਖਰਾ ਸਾਲਾਹਿ, ਪਤਿ ਸਿਉ ਜਾਈਐ॥੧੪॥

pooray gur kee kaar karam kamaa-ee-ai.
gurmatee aap gavaa-ay Naam Dhi-aa-ee-ai.
doojee kaarai lag janam gavaa-ee-ai.
vin naavai sabh vis paijhai khaa-ee-ai.
sachaa sabad saalaahi sach samaa-ee-ai.
vin saT`gur sayvay naahee sukh nivaas fir fir aa-ee-ai.
dunee-aa khotee raas koorh kamaa-ee-ai.
naanak sach kharaa saalaahi pat si-o jaa-ee-ai. ||14||

ਗੁਰੂ ਨਾਨਕ ਦੇਵ ਜੀ! – Guru Nanak Dev Ji! Guru Granth Sahib

ਅਟਲ ਪ੍ਰਭ ਦੇ ਸ਼ਬਦ ਦੀ ਸਿਖਿਆਂ ਨੂੰ ਮਨ ਵਿੱਚ ਰਖਕੇ ਸ੍ਰਿਸ਼ਟੀ ਦੀ ਭਲਾਈ ਦੇ ਕੰਮ ਕਰੋ! ਜਿਸ ਨੂੰ ਸ਼ਬਦ ਦੀ ਸੋਝੀ ਬਖਸ਼ਿਸ਼ ਹੋ ਜਾਂਦੀ ਹੈ, ਉਸ ਨੂੰ ਇਛਾਂ ਤੇ ਕਾਬੂ ਬਖਸ਼ਿਸ਼ ਹੋ ਜਾਂਦਾ, ਆਪਾ ਮਿਟਾ ਜਾਂਦਾ ਹੈ । ਸ਼ਬਦ ਦੀ ਕਮਾਈ ਤੋਂ ਬਿਨਾਂ, ਬਾਕੀ ਸਾਰੀਆਂ ਕਮਾਈਆਂ ਬੇਕਾਰ, ਤਬਾਹੀ ਕਰਨ ਵਾਲੀਆਂ ਹੀ ਹਨ । ਪ੍ਰਭ ਦੇ ਸ਼ਬਦ ਨਾਲ ਜੀਵਨ ਢਾਲਣ ਨਾਲ ਮਨ ਅਡੋਲ ਹੋ ਸਕਦਾ ਹੈ । ਸ਼ਬਦ ਦੀ ਕਾਮਾਈ ਤੋਂ ਬਿਨਾਂ ਕੋਈ ਸੁਖ ਨਹੀਂ, ਜੂੰਨਾਂ ਵਿੱਚ ਹੀ ਰਹਿੰਦਾ ਹੈ । ਸੰਸਾਰਕ ਇਛਾਂ ਪਿਛੇ ਲਗਕੇ ਕੰਮ ਕਰਨ ਨਾਲ ਘਾਟਾ ਹੀ ਨਸੀਬ ਹੁੰਦਾ ਹੈ, ਕੇਵਲ ਧੰਨਵਾਦ ਕਰਨ ਨਾਲ ਹੀ ਦਰਬਾਰ ਵਿੱਚ ਪ੍ਰਵਾਨਗੀ ਬਖਸ਼ਿਸ਼ ਹੋ ਸਕਦੀ ਹੈ ।

You should always adopt the teachings of His Word with steady and stable belief and, perform good deeds for the welfare of mankind. Whosoever may be enlightened with the essence of His Word; he may conquer his worldly desires and surrenders his self-entity at His Sanctuary. All other deeds, meditations are useless for the real purpose of human life opportunity. Without devotional meditation on the teachings of His Word, earnings of His Word; all other meditations lead to destruction and destroy peace of mind. Whosoever may adopt the teachings of His Word with steady and stable belief in day-to-day life; with His mercy and grace, he may remain intoxicated in meditation in the void of His Word. Whosoever may not earn the wealth of His Word; he may never be blessed with a peace of mind and contentment. He may remain in the cycle of birth and death. Self-minded may follow his own instinct, he may remain on the wrong path of the journey of life. Whosoever may sing the glory of The True Master and remains gratitude for His Blessings; with His mercy and grace, only his soul may be accepted in His Court.

Key Message of Maajh Mehlaa page 144-10
ਪ੍ਰਭ ਦੀ ਅਵਸਥਾ!
ਸਭ ਕੁਝ ਪ੍ਰਭ ਦੀ ਰਜ਼ਾ ਅੰਦਰ ਹੀ ਹੁੰਦੀ ਹੈ, ਸਭ ਨੂੰ ਦਾਤਾਂ ਬਖਸ਼ਦਾ ਹੈ, ਹੋਰ ਕਿਸੇ ਦਾ ਜ਼ੋਰ ਨਹੀਂ । ਉਹ ਜੀਵ ਨੂੰ ਬਿਨਾਂ ਸਵਾਸਾਂ ਤੋਂ ਹੀ ਰਖ ਸਕਦਾ ਹੈ । ਜਿਹੜਾ ਪ੍ਰਭ ਦੇ ਸ਼ਬਦ ਨਾਲ ਜੀਵਨ ਬਤੀਤ ਕਰਦਾ ਹੈ, ਉਸ ਦਾ ਪ੍ਰਭ ਰਖਵਾਲਾ ਬਣ ਜਾਂਦਾ, ਉਸ ਨੂੰ ਕੋਈ ਆਫਤ ਵੀ ਖਤਮ ਨਹੀਂ ਕਰ ਸਕਦੀ । ਪ੍ਰਭ ਦੇ ਸ਼ਬਦ ਨਾਲ ਜੀਵਨ ਢਾਲਣ ਨਾਲ ਮਨ ਅਡੋਲ ਹੋ ਸਕਦਾ ਹੈ । ਉਸ ਨੂੰ ਸ਼ਬਦ ਦੀ ਸੋਝੀ ਬਖਸ਼ਿਸ਼ ਹੋ ਜਾਂਦੀ ਹੈ, ਉਸ ਨੂੰ ਇਛਾਂ ਤੇ ਕਾਬੂ ਬਖਸ਼ਿਸ਼ ਹੋ ਜਾਂਦਾ, ਆਪਾ ਮਿਟਾ ਜਾਂਦਾ ਹੈ ।
His Nature and Existence!
Only, His Command, prevails in the universe! He may keep the creature alive without any breath. Whosoever may obey the teachings of His Word with steady and stable belief and remains gratitude for His Blessings. He may be accepted in His Sanctuary, no one can destroy, harm, or change his state of mind. Whosoever may adopt the teachings of His Word with steady and stable belief in day-to-day life; he may be enlightened with the essence of His Word; he may conquer his worldly desires and surrenders his self-entity at His Sanctuary.

16. ਸਲੋਕ ਮਃ ੧॥ (144-19)

ਤੁਧੁ ਭਾਵੈ ਤਾ ਵਾਵਹਿ ਗਾਵਹਿ, ਤੁਧੁ ਭਾਵੈ ਜਲਿ ਨਾਵਹਿ॥
ਜਾ ਤੁਧੁ ਭਾਵਹਿ ਤਾ ਕਰਹਿ ਬਿਭੂਤਾ, ਸਿੰਙੀ ਨਾਦੁ ਵਜਾਵਹਿ॥
ਜਾ ਤੁਧੁ ਭਾਵੈ ਤਾ ਪੜਹਿ ਕਤੇਬਾ, ਮੁਲਾ ਸੇਖ ਕਹਾਵਹਿ॥
ਜਾ ਤੁਧੁ ਭਾਵੈ ਤਾ ਹੋਵਹਿ ਰਾਜੇ, ਰਸ ਕਸ ਬਹੁਤੁ ਕਮਾਵਹਿ॥
ਜਾ ਤੁਧੁ ਭਾਵੈ ਤੇਗ ਵਗਾਵਹਿ, ਸਿਰ ਮੁੰਡੀ ਕਟਿ ਜਾਵਹਿ॥
ਜਾ ਤੁਧੁ ਭਾਵੈ ਜਾਹਿ ਦਿਸੰਤਰਿ, ਸੁਣਿ ਗਲਾ ਘਰਿ ਆਵਹਿ॥
ਜਾ ਤੁਧੁ ਭਾਵੈ ਨਾਇ ਰਚਾਵਹਿ, ਤੁਧੁ ਭਾਣੇ ਤੂੰ ਭਾਵਹਿ॥
ਨਾਨਕੁ ਏਕ ਕਹੈ ਬੇਨੰਤੀ, ਹੋਰਿ ਸਗਲੇ ਕੂੜੁ ਕਮਾਵਹਿ॥੧॥

tuDh bhaavai taa vaaveh gaavahi tuDh bhaavai jal naaveh.
jaa tuDh bhaaveh taa karahi bibhootaa sinyee naad vajaavah.
jaa tuDh bhaavai taa parheh kataybaa mulaa saykh kahaaveh.
jaa tuDh bhaavai taa hoveh raajay ras kas bahut kamaaveh.
jaa tuDh bhaavai tayg vagaaveh. sir mundee kat jaaveh.
jaa tuDh bhaavai jaahi disantar sun galaa ghar aavahi.
jaa tuDh bhaavai naa-ay rachaaveh tuDh bhaanay tooN bhaaveh.
naanak ayk kahai baynantee hor saglay koorh kamaaveh. ||1||

ਪ੍ਰਭ ਦੀ ਰਹਿਮਤ ਨਾਲ ਹੀ ਜੀਵ ਸ਼ਬਦ ਦਾ ਕੀਰਤਨ, ਜਾ ਇਸ਼ਨਾਨ ਕਰਦਾ ਹਾ । ਤਨ ਤੇ ਸਵਾਹ ਮਲਦਾ, ਸੰਖ ਵਜਾਉਂਦਾ ਹਾ । ਜਿਸ ਤੇ ਰਹਿਮਤ ਬਖਸ਼ਦਾ ਹੈ, ਉਹ ਹੀ ਗ੍ਰੰਥ ਪੜ੍ਹਦਾ, ਸਿਖਿਆਂ ਨਾਲ ਜੀਵਨ ਢਾਲਦਾ, ਪ੍ਰਭ ਦਾ ਸੇਵਕ ਕਹਾਉਂਦਾ ਹਾ । ਪ੍ਰਭ ਦੀ ਰਹਿਮਤ ਨਾਲ ਹੀ, ਉਸ ਦਾ ਸੇਵਕ ਤਲਵਾਰ ਪਕੜ ਲੈਂਦਾ, ਵੈਰੀ ਨੂੰ ਖਤਮ ਕਰ ਦੇਂਦਾ ਹੈ । ਪ੍ਰਭ ਦੀ ਰਹਿਮਤ ਨਾਲ ਹੀ ਜੀਵ ਅਣਜਾਣ ਧਰਤੀ ਤੇ ਜਾਂਦਾ ਹੈ, ਘਰ ਦੀ ਖਬਰ ਮਿਲਣ ਤੇ ਵਾਪਸ ਆਉਂਦਾ ਹੈ । ਪ੍ਰਭ ਦੀ ਰਹਿਮਤ ਨਾਲ ਹੀ ਜੀਵ ਸ਼ਬਦ ਦੀ ਸਮਾਧੀ ਵਿੱਚ ਲੀਨ ਰਹਿੰਦਾ ਹੈ । ਪ੍ਰਭ ਤੇਰੀ ਰਹਿਮਤ, ਸ਼ਬਦ ਦੇ ਰਸਤੇ ਤੋਂ ਬਿਨਾਂ ਬਾਕੀ ਸਾਰੇ ਕੰਮ ਹੀ ਮੰਦੇ, ਸਾਰੇ ਰਸਤੇ ਹੀ ਗਲਤ ਹੈ ।

Whosoever may be blessed with devotional attachment to His Word, only he may sing the glory of His Word and takes a soul sanctifying bath in the ocean of nectar of the essence of His Word. Someone may rub ashes on his body and sings His Glory. Someone may read Holy Scripture! He may be called as His true devotee. The Merciful True Master may bestow His Blessed Vision, His humble true devotee my pick-up sword to eliminate the tyranny of a brutal mighty king, enemy of mankind. His true devotee may go to a different land; with His mercy and grace, he may be inspired to return home to adopt the right path of his human life journey. His true devotee may remain intoxicated in deep meditation in the void of His Word. Without obeying, meditating, and adopting the teachings of His Word, all other tasks are evil deeds.

ਮਃ ੧॥

ਜਾ ਤੂੰ ਵਡਾ ਸਭਿ ਵਡਿਆਂਈਆ ਚੰਗੈ ਚੰਗਾ ਹੋਈ॥
ਜਾ ਤੂੰ ਸਚਾ ਤਾ ਸਭੁ ਕੋ ਸਚਾ, ਕੂੜਾ ਕੋਇ ਨ ਕੋਈ॥
ਆਖਣੁ ਵੇਖਣੁ ਬੋਲਣੁ ਚਲਣੁ ਜੀਵਣੁ ਮਰਣਾ ਧਾਤੁ॥
ਹੁਕਮੁ ਸਾਜਿ ਹੁਕਮੈ ਵਿਚਿ ਰਖੈ, ਨਾਨਕ ਸਚਾ ਆਪਿ॥੨॥

jaa tooN vadaa sabh vadi-aaN-ee-aa changai changa ho-ee.
jaa tooN sachaa taa sabh ko sachaa koorhaa ko-ay na ko-ee.
aakhan vaykhan bolan chalan jeevan marnaa Dhaat.
hukam saaj hukmai vich rakhai naanak sachaa aap. ||2||

ਪ੍ਰਭ ਬਹੁਤ ਮਹਾਨ ਹੈ, ਸਭ ਚੰਗਆਈਆਂ ਪ੍ਰਭ ਹੀ ਬਖਸ਼ਿਸ਼ ਹਨ । ਤੇਰਾ ਅਟਲ ਭਾਣੇ, ਸ਼ਬਦ ਦੀ ਸਿਖਿਆਂ ਵਿੱਚ ਕੋਈ ਫਰੇਬ ਨਹੀਂ ਹੈ । ਜੀਵ ਦਾ ਕੁਝ ਬੋਲਣਾ, ਪੁਛਣਾ, ਚਲਣਾ, ਬੈਠਨਾ, ਜਨਮ, ਮਰਨ ਇਕ ਅਵਸਥਾ ਦਾ ਬਦਲਨਾ ਹੀ ਹੈ । ਪ੍ਰਭ ਆਪਣੇ ਹੁਕਮ ਨਾਲ ਹੀ ਜੀਵ ਨੂੰ ਪੈਦਾ ਕਰਦਾ, ਪਾਲਣਾ ਕਰਦਾ, ਰਖਿਆ ਕਰਦਾ ਹੈ । ਉਸ ਦੇ ਸਾਰੇ ਕਰਤਬ ਹੀ ਅਟਲ, ਅਚੰਬੇ ਹੀ ਹਨ ।

ਗੁਰੂ ਨਾਨਕ ਦੇਵ ਜੀ! – Guru Nanak Dev Ji! Guru Granth Sahib

The True Master, Greatest of All! All virtues have been blessed with His Blessed Vision. His Command remains unavoidable true forever; there may not be any deception, malice in the essence of His Word. The sound, speech, inquires, sitting, standing, birth and death are just a change of state of mind of his soul. The True Master creates, nourishes, monitors, and protects His Creation; His Nature remains unpredictable and unavoidable.

ਪਉੜੀ॥

ਸਤਿਗੁਰੁ ਸੇਵਿ ਨਿਸੰਗੁ ਭਰਮੁ ਚੁਕਾਈਐ॥	saT`gur sayv nisang bharam chukhaa-ee-ai.
ਸਤਿਗੁਰੁ ਆਖੈ ਕਾਰ ਸੁ ਕਾਰ ਕਮਾਈਐ॥	saT`gur aakhai kaar so kaar kamaa-ee-ai.
ਸਤਿਗੁਰੁ ਹੋਇ ਦਇਆਲੁ ਤ ਨਾਮੁ ਧਿਆਈਐ॥	saT`gur ho-ay da-i-aal ta Naam Dhi-aa-ee-ai.
ਲਾਹਾ ਭਗਤਿ ਸੁ ਸਾਰੁ ਗੁਰਮੁਖਿ ਪਾਈਐ॥	laahaa bhagat so saar gurmukh paa-ee-ai.
ਮਨਮੁਖਿ ਕੂੜੁ ਗੁਬਾਰੁ ਕੂੜੁ ਕਮਾਈਐ॥	manmukh koorh gubaar koorh kamaa-ee-ai.
ਸਚੇ ਦੈ ਦਰਿ ਜਾਇ ਸਚੁ ਚਵਾਂਈਐ॥	sachay dai dar jaa-ay sach chavaaN-ee-ai.
ਸਚੈ ਅੰਦਰਿ ਮਹਲਿ ਸਚਿ ਬੁਲਾਈਐ॥	sachai andar mahal sach bulaa-ee-ai.
ਨਾਨਕ ਸਚੁ ਸਦਾ ਸਚਿਆਰੁ ਸਚਿ ਸਮਾਈਐ॥੧੫॥	naanak sach sadaa sachiaar sach samaa-ee-ai. ||15||

ਜਿਹੜਾ ਅਡੋਲ ਭਰੋਸੇ ਨਾਲ ਪ੍ਰਭ ਦੇ ਸ਼ਬਦ ਦੀ ਸਿਖਿਆਂ ਨਾਲ ਜੀਵਨ ਢਾਲਦਾ ਹੈ, ਉਸ ਦੇ ਜੀਵਨ ਦੇ ਸਾਰੇ ਭਰਮ ਦੂਰ ਹੋ ਜਾਂਦੇ ਹਨ । ਜਿਸ ਤੇ ਪ੍ਰਭ ਰਹਿਮਤ ਬਖਸ਼ਦਾ ਹੈ, ਕੇਵਲ ਉਹ ਹੀ ਬੰਦਗੀ ਕਰ ਸਕਦਾ ਹੈ, ਉਸ ਨੂੰ ਹੀ ਗੁਰਮਖ ਅਵਸਥਾ ਬਖਸ਼ਿਸ਼ ਹੋ ਸਕਦੀ ਹੈ । ਮਨਮੁਖ ਮਨ ਦੀਆਂ ਇਛਾਂ ਤੇ ਚਲਕੇ ਮੰਦੇ ਕੰਮ ਕਰਦਾ ਹੈ, ਧੋਖਾ ਹੀ ਉਸ ਦਾ ਅਧਾਰ ਹੁੰਦਾ ਹੈ । ਉਸ ਨੂੰ ਪ੍ਰਭ ਆਪਣੇ ਦਰਬਾਰ ਵਿੱਚ ਪ੍ਰਵਾਨਗੀ ਬਖਸ਼ਦਾ ਨਹੀਂ ਹੁੰਦੀ ਹੈ । ਪ੍ਰਭ ਦੇ ਦਰਬਾਰ ਵਿੱਚ ਕੇਵਲ ਸ਼ਬਦ ਦੀ ਕਮਾਈ ਹੀ ਪ੍ਰਵਾਨ ਹੁੰਦੀ ਹੈ, ਗੁਰਮਖ ਸ਼ਬਦ ਦੀ ਪਾਲਣਾ ਵਿੱਚ ਅਡੋਲ ਰਹਿੰਦਾ ਹੈ । ਪ੍ਰਭ ਦੀ ਜੋਤ ਵਿੱਚ ਹੀ ਅਲੋਪ ਹੋ ਜਾਂਦਾ ਹੈ ।

Whosoever may meditate, and adopts the teachings of His Word with steady and stable belief in day-to-day life; with His mercy and grace, all his worldly suspicions may be eliminated. Whosoever may remain intoxicated, meditating on the teachings of His Word, he may be blessed with a state of mind as His true devotee. Self-minded always follows his own worldly desires, his instinct and remains on evil path. Deception remains the basis of his day-to-day life. He may not be blessed with the right path of acceptance in His Court. Only the earnings of His Word may be accepted in His Court. His true devotee may remain obeying the teaching of His Word with steady and stable belief; with His mercy and grace, his soul may be immersed within His Holy Spirit.

Key Message of Maajh Mehlaa page 144-19
ਪ੍ਰਭ ਦੇ ਦਰਬਾਰ ਵਿੱਚ ਪ੍ਰਵਾਨਗੀ ਦਾ ਰਸਤਾ!
ਪ੍ਰਭ ਦੇ ਸ਼ਬਦ ਦੀ ਪਾਲਣਾ ਤੋਂ ਬਿਨਾਂ ਬਾਕੀ ਸਾਰੇ ਕੰਮ ਹੀ ਮੰਦੇ, ਸਾਰੇ ਰਸਤੇ ਹੀ ਗਲਤ ਹੈ । ਪ੍ਰਭ ਆਪਣੇ ਹੁਕਮ ਨਾਲ ਹੀ ਜੀਵ ਨੂੰ ਪੈਦਾ ਕਰਦਾ, ਪਾਲਣਾ ਕਰਦਾ, ਰਖਿਆ ਕਰਦਾ ਹੈ । ਉਸ ਦੇ ਸਾਰੇ ਕਰਤਬ ਹੀ ਅਟਲ, ਅਚੰਬੇ ਹੀ ਹਨ । ਜੀਵ ਦਾ ਕੁਝ ਬੋਲਣਾ, ਪੁਛਣਾ, ਚਲਣਾ, ਬੈਠਨਾ, ਜਨਮ, ਮਰਨ ਇਕ ਅਵਸਥਾ ਦਾ ਬਦਲਨਾ ਹੀ ਹੈ । ਪ੍ਰਭ ਦੇ ਦਰਬਾਰ ਵਿੱਚ ਕੇਵਲ ਸ਼ਬਦ ਦੀ ਕਮਾਈ ਹੀ ਪ੍ਰਵਾਨ ਹੁੰਦੀ ਹੈ, ਜਿਹੜਾ ਸ਼ਬਦ ਦੀ ਪਾਲਣਾ ਵਿੱਚ ਅਡੋਲ ਰਹਿੰਦਾ ਹੈ । ਪ੍ਰਭ ਦੀ ਜੋਤ ਵਿੱਚ ਹੀ ਅਲੋਪ ਹੋ ਜਾਂਦਾ ਹੈ ।
The right path of acceptance in His Court!
Without obeying, meditating, and adopting the teachings of His Word, all other tasks are evil deeds. The True Master creates, nourishes, monitors, and protects His Creation. His Nature remains unpredictable and cannot be altered. The sound, speech, inquires, sitting, standing, birth and death are just a change of state of mind of his soul. Only the earnings of His Word may be accepted in His Court. Whosoever may remain intoxicated in obeying the teaching of His Word; his soul may be immersed within His Holy Spirit.

17. ਸਲੋਕੁ ਮਃ ੧॥ (145-10)

ਕਲਿ ਕਾਤੀ ਰਾਜੇ ਕਾਸਾਈ, ਧਰਮੁ ਪੰਖ ਕਰਿ ਉਡਰਿਆ॥	kal kaatee raajay kaasaa-ee Dharam pankh kar udri-aa.
ਕੂੜੁ ਅਮਾਵਸ ਸਚੁ ਚੰਦ੍ਰਮਾ, ਦੀਸੈ ਨਾਹੀ ਕਹ ਚੜਿਆ॥	koorh amaavas sach chandarmaa deesai naahee kah charhi-aa.
ਹਉ ਭਾਲਿ ਵਿਕੁੰਨੀ ਹੋਈ॥ ਆਧੇਰੈ ਰਾਹੁ ਨ ਕੋਈ॥	ha-o bhaal vikunnee ho-ee. aaDhaarai raahu na ko-ee.
ਵਿਚਿ ਹਉਮੈ ਕਰਿ ਦੁਖੁ ਰੋਈ॥	vich ha-umai kar dukh ro-ee.
ਕਹੁ ਨਾਨਕ ਕਿਨਿ ਬਿਧਿ ਗਤਿ ਹੋਈ॥੧॥	kaho naanak kin biDh gat ho-ee. ||1||

ਕੱਲਯੁਗ ਵਿੱਚ ਇਨਸਾਫ ਕਰਨਵਾਲੇ ਜ਼ਾਲਮਾ ਵਾਲਾ ਇਨਸਾਫ ਕਰਦੇ ਹਨ । ਇਨਸਾਫ ਦੀ ਅਵਾਜ਼ ਸੰਸਾਰ ਵਿਚੋਂ ਉਠ ਗਈ, ਖਤਮ ਹੋ ਗਈ ਹੈ । ਇਸ ਜ਼ੁਲਮ ਭਰੀ ਰਾਤ ਵਿੱਚ ਇਨਸਾਫ ਵਾਲੀ ਅਵਾਜ਼ ਨਹੀਂ ਲੱਭਦੀ । ਜੀਵ ਬਿਨਾਂ ਕਿਸੇ ਆਸ ਤੋਂ ਇਨਸਾਫ ਢੂੰਡਦਾ ਹੈ । ਜ਼ੁਲਮਾਂ ਨਾਲ ਭਰੇ ਸੰਸਾਰ ਵਿੱਚ ਇਨਸਾਫ ਦਾ ਰਸਤਾ ਨਹੀਂ ਲੱਭਦਾ । ਜੀਵ ਆਪਣੇ ਅਹੰਕਾਰ ਵਿੱਚ ਹੀ ਕੰਮ ਕਰਦਾ, ਦੁਖ ਹੀ ਪਾਉਂਦਾ ਹੈ । ਇਸ ਸੰਸਾਰ ਵਿੱਚ ਜੀਵ ਦੀ ਤੇਰੇ ਸ਼ਬਦ ਵੱਲ ਲਗਨ ਕਿਵੇਂ ਲਗ ਸਕਦੀ ਹੈ? ਮੁਕਤੀ ਦਾ ਰਸਤਾ ਕਿਵੇਂ ਬਖਸ਼ਿਸ਼ ਹੋ ਸਕਦਾ ਹੈ?

In this Age of Kul Jug! Whosoever may be assigned to do justice; he does justice of tyranny? In this night of tyranny! There is no sound of justice; order of justice has disappeared. Your humble Creation may be seeking justice without any hope. This worldly ocean remains overwhelmed with tyranny; no one may find the right path of justice. Worldly creatures remain intoxication with ego and endures miseries in the cycle of birth and death. Imagine! How may anyone remain dedicate to meditate on Your Word? How may the path of salvation be blessed?

ਮਃ ੩॥

ਕਲਿ ਕੀਰਤਿ ਪਰਗਟੁ ਚਾਨਣੁ ਸੰਸਾਰਿ॥	kal keerat pargat chaanan sansaar.
ਗੁਰਮੁਖਿ ਕੋਈ ਉਤਰੈ ਪਾਰਿ॥	gurmukh ko-ee utrai paar.
ਜਿਸ ਨੋ ਨਦਰਿ ਕਰੇ ਤਿਸੁ ਦੇਵੈ॥	jis no nadar karay tis dayvai.
ਨਾਨਕ ਗੁਰਮੁਖਿ ਰਤਨੁ ਸੋ ਲੇਵੈ॥੨॥	naanak gurmukh ratan so layvai. ||2||

ਗੁਰੂ ਨਾਨਕ ਦੇਵ ਜੀ! – Guru Nanak Dev Ji! Guru Granth Sahib

ਕੱਲਯੁਗ ਵਿੱਚ ਸ਼ਬਦ ਦਾ ਕੀਰਤਨ, ਸਿਖਿਆਂ ਹੀ ਇਕ ਚਾਨਣ ਦੀ ਕਿਰਨ ਹੈ । ਜਿਸ ਨੂੰ ਸ਼ਬਦ ਦੇ ਲੜ ਲਾਉਂਦਾ, ਉਹ ਹੀ ਸ਼ਬਦ ਦੀ ਪਾਲਣਾ ਕਰਦਾ, ਉਸ ਨੂੰ ਹੀ ਸ਼ਬਦ ਦੀ ਸੋਝੀ ਰੂਪੀ ਰਤਨ ਬਖਸ਼ਿਸ਼ ਹੁੰਦਾ ਹੈ । ਕੋਈ ਵਿਰਲਾ ਹੀ ਗੁਰਮਖ, ਇਸ ਸੰਸਾਰਕ ਸਾਗਰ ਨੂੰ ਪਾਰ ਕਰ ਸਕਦਾ ਹੈ ।

In this Age of Kul Jug! Singing the glory of Your Word in renunciation may be the only hope and pillar of enlightenment. Whosoever may be blessed with a devotion to meditate on the teachings of Your Word; he may remain obeying the teachings of Your Word; with Your mercy and grace, he may be blessed with priceless jewel, the enlightenment of Your Word. However, very rare devotee remains on the right path to cross worldly ocean of desires.

ਪਉੜੀ॥

ਭਗਤਾ ਤੈ ਸੈਸਾਰੀਆ ਜੋੜੁ ਕਦੇ ਨ ਆਇਆ॥	Bhagtaa tai saisaaree-aa jorh kaday na aa-i-aa.
ਕਰਤਾ ਆਪਿ ਅਭੁਲੁ ਹੈ, ਨ ਭੁਲੈ ਕਿਸੈ ਦਾ ਭੁਲਾਇਆ॥	Kartaa aap abhul hai na bhulai kisai daa bhulaa-i-aa.
ਭਗਤ ਆਪੇ ਮੇਲਿਅਨੁ, ਜਿਨੀ ਸਚੋ ਸਚੁ ਕਮਾਇਆ॥	Bhagat aapay mayli-an Jinee sacho sach kamaa-i-aa.
ਸੈਸਾਰੀ ਆਪਿ ਖੁਆਇਅਨੁ, ਜਿਨੀ ਕੂੜੁ ਬੋਲਿ ਬੋਲਿ ਬਿਖੁ ਖਾਇਆ॥	Saisaaree aap khu-aa-i-an Jinee koorh bol bol bikh khaa-i-aa.
ਚਲਣ ਸਾਰ ਨ ਜਾਣਨੀ, ਕਾਮੁ ਕਰੋਧੁ ਵਿਸੁ ਵਧਾਇਆ॥	Chalan saar na jaannee kaam karoDh vis vaDhaa-i-aa.
ਭਗਤ ਕਰਨਿ ਹਰਿ ਚਾਕਰੀ, ਜਿਨੀ ਅਨਦਿਨੁ ਨਾਮੁ ਧਿਆਇਆ॥	Bhagat karan har chaakreeJinee an-din Naam Dhi-aa-i-aa.
ਦਾਸਨਿ ਦਾਸ ਹੋਇ ਕੈ, ਜਿਨੀ ਵਿਚਹੁ ਆਪੁ ਗਵਾਇਆ॥	Daasan daas ho-ay kai Jinee vichahu aap gavaa-i-aa.
ਓਨਾ ਖਸਮੈ ਕੈ ਦਰਿ ਮੁਖ ਉਜਲੇ, ਸਚੈ ਸਬਦਿ ਸੁਹਾਇਆ॥ ੧੬॥	Onaa khasmai kai dar mukh ujlay sachai sabad suhaa-i-aa. ||16||

ਮਨਮੁਖ (ਸੰਸਾਰਕ ਇਛਾਂ ਤੇ ਚਲਣਾ) ਅਤੇ ਗੁਰਮਖ (ਸ਼ਬਦ ਦੇ ਅਨੁਸਾਰ ਚਲਣ) ਦਾ ਕਦੇ ਸੰਜੋਗ ਨਹੀਂ ਬਣ ਸਕਦਾ । ਅੰਤਰਜਾਮੀ ਪ੍ਰਭ! ਕਿਸੇ ਦੀ ਕੀਤੀ ਕਮਾਈ ਨੂੰ ਬਿਰਥਾ ਨਹੀਂ ਜਾਣ ਦੇਂਦਾ, ਹਮੇਸ਼ਾਂ ਹੀ ਫਲ ਬਖਸ਼ਦਾ ਹੈ । ਜਿਹੜਾ ਮਨ ਸਾਫ ਕਰਕੇ ਬੰਦਗੀ ਕਰਦਾ, ਉਸ ਦੀ ਬੰਦਗੀ ਪ੍ਰਵਾਨ ਹੋ ਜਾਂਦੀ ਹੈ । ਜਿਹੜਾ ਸੰਸਾਰਕ ਇਛਾਂ ਦਾ ਗੁਲਾਮ ਹੁੰਦਾ, ਜੂੰਨਾਂ ਦੇ ਚੱਕਰ ਵਿੱਚ ਹੀ ਰਹਿੰਦਾ ਹੈ । ਉਹ ਝੂਠ ਬੋਲ ਕੇ ਆਪਣਾ ਪਾਪ ਵਧਾਉਂਦਾ ਹੈ, ਅਸਲੀਅਤ ਨਹੀਂ ਜਾਣਦਾ, ਨਰਾਜ਼ਗੀ, ਕਾਮ, ਕਰੋਧ ਹੀ ਵਧਾਉਂਦਾ ਰਹਿੰਦਾ ਹੈ । ਬੰਦਗੀ ਕਰਨਵਾਲਾ ਅਡੋਲ ਭਰੋਸੇ ਨਾਲ ਸ਼ਬਦ ਦੀ ਪਾਲਣਾ, ਸਿਮਰਨ ਵਿੱਚ ਵਿੱਚ ਲੀਨ ਰਹਿੰਦਾ ਹੈ, ਉਹ ਆਪਾ ਪ੍ਰਭ ਦੀ ਸ਼ਰਣ ਵਿੱਚ ਭੇਟਾ ਕਰ ਦੇਂਦਾ, ਉਸ ਨੂੰ ਅਸਲੀ ਦਾਸ ਅਵਸਥਾ ਬਖਸ਼ਿਸ਼ ਹੋ ਜਾਂਦੀ ਹੈ । ਉਸ ਨੂੰ ਪ੍ਰਭ ਦੇ ਦਰਬਾਰ ਵਿੱਚ ਥਾਂ ਬਖਸ਼ਿਸ਼ ਹੋ ਸਕਦੀ ਹੈ ।

Both Shiv and Shakti remain overwhelmed in the worldly ocean. His true devotee and self-minded may never remain on the same path; have a union. His true devotee adopts the teachings of His Word in day-to-day life; self-minded may remain intoxicated with the sweet poison of worldly wealth, desires. The Merciful Omniscient True Master may never forget, ignore the hard earnings of His Word of His Creation. Whosoever may meditate on the teachings of His Word with steady and stable belief on His Blessings, justice; he may be accepted in His Court. Whosoever may remain a slave of the worldly desires; he remains in the cycle of birth and death. Self-minded may increase the burden of his sins with deception and falsehood. He may never know the real purpose of human life opportunity. He may endure disappointment, sexual urge with strange partner, and anger within. His true devotee may surrender his self-entity at His Sanctuary and remains intoxicated in meditation in the void of His Word; with His mercy and grace, he may be blessed with a state of mind as His true devotee. He may be blessed with unique place, honor in His Court.

Key Message of Maajh Mehlaa page 145-10
ਮਨਮੁਖ ਅਤੇ ਗੁਰਮਖ ਦੇ ਜੀਵਨ ਦਾ ਰਸਤਾ!
ਇਸ ਕੱਲਯੁਗ ਵਿੱਚ ਇਨਸਾਫ ਦੀ ਅਵਾਜ਼ ਸੰਸਾਰ ਵਿਚੋਂ ਉਠ ਗਈ, ਖਤਮ ਹੋ ਗਈ ਹੈ । ਜੀਵ ਆਪਣੇ ਅਹੰਕਾਰ ਵਿੱਚ ਹੀ ਕੰਮ ਕਰਦਾ, ਦੁਖ ਹੀ ਪਾਉਂਦਾ ਹੈ । ਸ਼ਬਦ ਦੀ ਸਿਖਿਆਂ ਹੀ ਇਕ ਚਾਨਣ ਦੀ ਕਿਰਨ ਹੈ । ਕੋਈ ਵਿਰਲਾ ਹੀ ਸ਼ਬਦ ਦੀ ਪਾਲਣਾ ਕਰਦਾ, ਉਸ ਨੂੰ ਸ਼ਬਦ ਦੀ ਸੋਝੀ ਰੂਪੀ ਰਤਨ ਬਖਸ਼ਿਸ਼ ਹੁੰਦਾ ਹੈ । ਮਨਮੁਖ (ਸੰਸਾਰਕ ਇਛਾਂ ਤੇ ਚਲਣਾ) ਅਤੇ ਗੁਰਮਖ (ਸ਼ਬਦ ਦੇ ਅਨੁਸਾਰ ਚਲਣ) ਦਾ ਕਦੇ ਸੰਜੋਗ ਨਹੀਂ ਬਣ ਸਕਦਾ । ਅੰਤਰਜਾਮੀ ਪ੍ਰਭ! ਕਿਸੇ ਦੀ ਕੀਤੀ ਕਮਾਈ ਨੂੰ ਬਿਰਥਾ ਨਹੀਂ ਜਾਣ ਦੇਂਦਾ, ਹਮੇਸ਼ਾਂ ਹੀ ਫਲ ਬਖਸ਼ਦਾ ਹੈ । ਜਿਹੜਾ ਆਪਾ ਪ੍ਰਭ ਦੀ ਸ਼ਰਣ ਵਿੱਚ ਭੇਟਾ ਕਰ ਦੇਂਦਾ, ਸ਼ਬਦ ਦੀ ਪਾਲਣਾ, ਸਿਮਰਨ ਵਿੱਚ ਵਿੱਚ ਲੀਨ ਰਹਿੰਦਾ ਹੈ, ਉਸ ਨੂੰ ਅਸਲੀ ਦਾਸ ਅਵਸਥਾ ਬਖਸ਼ਿਸ਼ ਹੋ ਜਾਂਦੀ ਹੈ । ਉਸ ਨੂੰ ਪ੍ਰਭ ਦੇ ਦਰਬਾਰ ਵਿੱਚ ਥਾਂ ਬਖਸ਼ਿਸ਼ ਹੋ ਸਕਦੀ ਹੈ ।
His true devotee, and Self-minded - way of life!
In this Age of Kul Jug! In this night of tyranny! There is no sound of justice; order of justice has disappeared. Worldly creatures remain intoxication with ego and endures miseries in the cycle of birth and death. Singing the glory of Your Word in renunciation, adopting teachings may be the only hope and pillar of enlightenment. However, very rare devotee remains on the right path to cross worldly ocean of desires. Both Shiv and Shakti remain overwhelmed in the worldly ocean. His true devotee and self-minded may never remain on the same path; have a union. The Merciful Omniscient True Master may never forget, ignore the hard earnings of His Word of His Creation. Whosoever may surrender his self-entity at His Sanctuary; he may remain intoxicated in meditation in the void of His Word; he may be blessed with a state of mind as His true devotee. He may be blessed with unique place, honor in His Court.

18. ਸਲੋਕੁ ਮਃ ੧॥ (145-18)

ਸਬਾਹੀ ਸਾਲਾਹ ਜਿਨੀ ਧਿਆਇਆ ਇਕ ਮਨਿ॥	sabaahee saalaah Jinee Dhi-aa-i-aa ik man.
ਸੇਈ ਪੂਰੇ ਸਾਹ ਵਖਤੈ ਉਪਰਿ ਲੜਿ ਮੁਏ॥	say-ee pooray saah vakh-tai upar larh mu-ay.
ਦੂਜੈ ਬਹੁਤੇ ਰਾਹ ਮਨ ਕੀਆ ਮਤੀ ਖਿੰਡੀਆ॥	doojai bahutay raah man kee-aa matee khindee-aa.
ਬਹੁਤੁ ਪਏ ਅਸਗਾਹ ਗੋਤੇ ਖਾਹਿ ਨ ਨਿਕਲਹਿ॥	bahut pa-ay asgaah gotay khaahi na niklahi.
ਤੀਜੈ ਮੁਹੀ ਗਿਰਾਹ ਭੁਖ ਤਿਖਾ ਦੁਇ ਭਉਕੀਆ॥	teejai muhee giraah bhukh tikhaa du-ay bha-ukee-aa.
ਖਾਧਾ ਹੋਇ ਸੁਆਹ ਭੀ ਖਾਣੇ ਸਿਉ ਦੋਸਤੀ॥	khaaDhaa ho-ay su-aah bhee khaanay si-o dostee.
ਚਉਥੈ ਆਈ ਊਂਘ ਅਖੀ ਮੀਟਿ ਪਵਾਰਿ ਗਇਆ॥	cha-uthai aa-ee ooNgh akhee meet pavaar ga-i-aa.
ਭੀ ਉਠਿ ਰਚਿਓਨੁ ਵਾਦੁ ਸੈ ਵਰ੍ਹਿਆ ਕੀ ਪਿੜ ਬਧੀ॥	bhee uth rachi-on vaad sai vareh-aa kee pirh baDhee.
ਸਭੇ ਵੇਲਾ ਵਖਤ ਸਭਿ ਜੇ ਅਠੀ ਭਉ ਹੋਇ॥	sabhay vaylaa vakhat sabh jay athee bha-o ho-ay.
ਨਾਨਕ ਸਾਹਿਬੁ ਮਨਿ ਵਸੈ, ਸਚਾ ਨਾਵਣੁ ਹੋਇ॥੧॥	naanak saahib man vasai sachaa naavan ho-ay. ||1||

ਜਿਹੜਾ ਜੀਵ ਸਵੇਰੇ ਉੱਠਕੇ, ਇਕ ਚਿਤ ਹੋ ਕੇ ਪ੍ਰਭ ਦੇ ਸ਼ਬਦ ਦਾ ਸਿਮਰਨ ਕਰਦਾ ਹੈ । ਉਹ ਪੂਰਾ ਬੰਦਗੀ ਕਰਨ ਵਾਲਾ ਹੁੰਦਾ ਹੈ । ਉਹ ਮਨ ਦੀਆਂ ਇਛਾਂ ਤੇ ਕਾਬੂ ਪਾਉਣਾ ਆਰੰਭ ਕਰਦਾ ਹੈ । **ਦੂਜੇ ਪਹਿਰੇ**, ਉਸ ਦਾ ਮਨ ਜਰੂਰਤਾਂ ਵਿੱਚ ਵੱਖਰੀਆਂ ਵੱਖਰੀਆਂ ਦਿਸ਼ਾਂ ਵੱਲ ਸੋਚਦਾ, ਸੋਚਾ ਵਿੱਚ ਡੂੰਘੇ, ਚੱਕਰਾਂ ਵਿੱਚ ਫਸ ਜਾਂਦਾ ਹੈ । ਜਿਸ ਵਿਚੋਂ ਨਿਕਲਨਾ ਮੁਸ਼ਕਲ ਹੋ ਜਾਂਦਾ ਹੈ । **ਤੀਜੇ ਪਹਿਰੇ** ਪੇਟ ਦੀ ਭੁੱਖ ਨੂੰ ਪੂਰੀ ਕਰਨ ਲਈ ਭੋਜਨ ਨਾਲ ਪ੍ਰੀਤ ਲਾਉਂਦਾ ਹੈ । ਉਹ ਜਾਣਦਾ ਹੈ, ਭੋਜਨ ਨਾਲ ਪ੍ਰੀਤ ਦਾ ਕੋਈ ਲਾਭ ਨਹੀਂ, ਸਰੀਰ ਤਾ ਅੰਤ ਨੂੰ ਭਸਮ ਹੀ ਹੋਣਾ ਹੈ, ਜਰੂਰਤ ਨਾਲ ਹੀ ਖਾਣਾ ਚਾਹੀਦਾ ਹੈ । **ਚੋਥੇ ਪਹਿਰੇ** ਮਨ ਤੇ ਨੀਂਦ ਜ਼ੋਰ ਪਾਉਂਦੀ ਹੈ, ਅਰਾਮ ਕਰਨ ਲਈ ਅੱਖਾਂ ਮੀਟ ਲੈਂਦਾ ਹੈ । ਉੱਠਕੇ ਯੋਜਨਾ ਬਣਾਉਂਦਾ ਹੈ ਜਿਵੇਂ ਉਸ ਨੇ ਸੈਕੜੇਂ ਸਾਲ ਹੀ ਰਹਿਣਾ ਹੋਵੇ । ਹਰ ਵੇਲੇ ਮੌਤ ਦਾ ਡਰ, ਜਮਦੂਤ ਚੱਕਰ ਕੱਢਦਾ ਹੈ । ਜਿਸ ਦੇ ਮਨ ਵਿੱਚ ਪ੍ਰਭ ਦੇ ਵਿਛੋੜੇ ਦਾ ਵਿਰਾਗ ਘਰ ਕਰ ਜਾਂਦਾ ਹੈ, ਉਸ ਦੀ ਆਤਮਾ ਦਾ ਪਵਿਤਰਤਾ ਵਾਲਾ ਇਸ਼ਨਾਨ ਹੋ ਜਾਂਦਾ, ਪਾਪ ਬਖਸ਼ੇ ਜਾਂਦੇ, ਆਤਮਾ ਦੀ ਮੈਲ ਧੋਤੀ ਜਾਂਦੀ ਹੈ ।

Whosoever may wake up early morning and meditates on the teachings of His Word; he may remain on the path to become His true devotees. He may start his day evaluating his own deeds and controlling worldly desires. In **second stage** of the day! his mind may be entangled in various worldly necessities; and in deep thoughts and sometime difficult to come out. The **third stage** of the day! His mind may remain attached to food to satisfy his hunger; even though he realizes too much importance to food, may not benefit for the purpose of his human life opportunity. He knows his perishable body! He must eat enough to survive. In the **fourth stage** of day! Sleep may overpower his mind; he closes his eyes to rest. He makes his plans as if he is going to live forever; however, the devil of death remains hanging on his head. Whosoever may remain in renunciation in the memory of his separation from His Holy Spirit; with His mercy and grace, his fear of death; his sins may be forgiven; he has taken a soul sanctifying bath in the nectar of the essence of His Word.

ਮਃ ੨॥

ਸੇਈ ਪੂਰੇ ਸਾਹ, ਜਿਨੀ ਪੂਰਾ ਪਾਇਆ॥	say-ee pooray saah Jinee pooraa paa-i-aa.
ਅਠੀ ਵੇਪਰਵਾਹ ਰਹਨਿ ਇਕਤੈ ਰੰਗਿ॥	athee vayparvaah rahan iktai rang.
ਦਰਸਨਿ ਰੂਪਿ ਅਥਾਹ ਵਿਰਲੇ ਪਾਈਅਹਿ॥	darsan roop athaah virlay paa-ee-ah.
ਕਰਮਿ ਪੂਰੈ ਪੂਰਾ ਗੁਰੂ ਪੂਰਾ ਜਾ ਕਾ ਬੋਲੁ॥	karam poorai pooraa guroo pooraa jaa kaa bol.
ਨਾਨਕ ਪੂਰਾ ਜੇ ਕਰੇ ਘਟੈ ਨਾਹੀ ਤੋਲੁ॥੨॥	naanak pooraa jay karay ghatai naahee tol. ||2||

ਜਿਸ ਦੇ ਆਪਣੇ ਮਨ ਅੰਦਰ ਪ੍ਰਭ ਦੀ ਜੋਤ ਜਾਗਰਤ ਹੋ ਜਾਂਦੀ ਹੈ, ਕੇਵਲ ਉਹ ਹੀ ਪ੍ਰਭ ਦਾ ਸੇਵਕ ਬਣ ਸਕਦਾ ਹੈ । ਉਹ ਹਰ ਵੇਲੇ ਸਵਾਸ ਗਰਾਸ ਭਾਣੇ ਵਿੱਚ ਹੀ ਮਸਤ ਰਹਿੰਦਾ ਹੈ । ਕਿਸੇ ਵਿਰਲੇ ਹੀ ਜੀਵ ਨੂੰ ਪ੍ਰਭ ਆਪਣੇ ਅੰਦਰ ਦਿਖਾਈ ਦੇਂਦਾ, ਜੋਤ ਜਾਗਰਤ ਹੁੰਦੀ ਹੈ । ਸ਼ਬਦ ਅਨੁਸਾਰ ਕੰਮ ਕਰਨ ਨਾਲ ਹੀ ਰਹਿਮਤ ਦੇ ਬੋਲ ਬਖਸ਼ਿਸ਼ ਹੁੰਦੇ ਹਨ । ਜਿਸ ਨੂੰ ਰਹਿਮਤ ਬਖਸ਼ਕੇ ਬੰਦਗੀ ਤੇ ਲਾਉਂਦਾ ਹੈ, ਕੇਵਲ ਉਹ ਹੀ ਸ਼ਬਦ ਦੇ ਲੜ ਲਗਦਾ ਹੈ ।

Whosoever may be blessed with enlightenments of the essence of His Word, he may remain awake and alert; only he may become His true devotee. He may remain intoxicated with the essence of His Word with each breath. However, very rare may be enlightened to realize His Existence prevailing everywhere, he may remain awake and alert. Whosoever may adopt the teachings of His Word wholeheartedly in his day-to-day life; with His mercy and grace, his spoken words may be transformed as His Word, true forever. Whosoever may be blessed with devotion to meditate on the teachings of His Word; only he may remain intoxicated in meditation in the void of His Word.

ਪਉੜੀ॥

ਜਾ ਤੂੰ ਤਾ ਕਿਆ ਹੋਰਿ, ਮੈ ਸਚੁ ਸੁਣਾਈਐ॥	jaa tooN taa ki-aa hor mai sach sunaa-ee-ai.
ਮੁਠੀ ਧੰਧੈ ਚੋਰਿ, ਮਹਲੁ ਨ ਪਾਈਐ॥	muthee DhanDhai chor mahal na paa-ee-ai.
ਏਨੈ ਚਿਤਿ ਕਠੋਰਿ, ਸੇਵ ਗਵਾਈਐ॥	aynai chit kathor sayv gavaa-ee-ai.
ਜਿਤੁ ਘਟਿ ਸਚੁ ਨ ਪਾਇ, ਸੁ ਭੰਨਿ ਘੜਾਈਐ॥	jit ghat sach na paa-ay so bhann gharhaa-ee-ai.
ਕਿਉ ਕਰਿ ਪੂਰੈ ਵਟਿ ਤੋਲਿ ਤੁਲਾਈਐ॥	ki-o kar poorai vat tol tulaa-ee-ai.
ਕੋਇ ਨ ਆਖੈ ਘਟਿ, ਹਉਮੈ ਜਾਈਐ॥	ko-ay na aakhai ghat ha-umai jaa-ee-ai.
ਲਈਅਨਿ ਖਰੇ ਪਰਖਿ, ਦਰਿ ਬੀਨਾਈਐ॥	la-ee-an kharay parakh dar beenaa-ee-ai.
ਸਉਦਾ ਇਕਤੁ ਹਟਿ ਪੂਰੈ ਗੁਰਿ ਪਾਈਐ॥੧੭॥	sa-udaa ikat hat poorai gur paa-ee-ai. ||17||

ਪ੍ਰਭ ਨੇ ਆਪ ਹੀ ਮੇਰੇ ਅੰਦਰ ਆਸਣ ਲਾਇਆ ਹੈ, ਮੈਨੂੰ ਹੋਰ ਕੁਝ ਮੰਗਣ ਦੀ ਕੋਈ ਭੁੱਖ ਨਹੀਂ, ਇਹ ਮੇਰੀ ਹਕੀਕਤ ਹੈ । ਇਸ ਨਾਲ ਸੰਸਾਰਕ ਇਛਾਂ ਦਾ ਮੇਰੇ ਤੇ ਕੋਈ ਜ਼ੋਰ ਨਹੀਂ ਚਲਦਾ । ਮਨ ਦੀਆਂ ਇਛਾਂ ਦੀ ਗੁਲਾਮ ਆਤਮਾ ਨੂੰ ਪ੍ਰਵਾਨਗੀ ਦਾ ਰਸਤਾ ਬਖਸ਼ਿਸ਼ ਨਹੀਂ ਹੋ ਸਕਦਾ । ਸੰਸਾਰਕ ਇਛਾਂ ਨਾਲ ਮਨ ਪੱਥਰ ਦਿੱਲ ਬਣ ਜਾਂਦਾ ਹੈ । ਉਸ ਦਾ ਮਨ ਬੰਦਗੀ ਵਾਲੇ ਪਾਸੇ ਨਹੀਂ ਆਉਂਦਾ । ਜਿਸ ਮਨ ਦਾ ਧਿਆਨ ਪ੍ਰਭ ਦੇ ਸ਼ਬਦ, ਧੰਨਵਾਦ ਵਿੱਚ ਨਹੀਂ ਹੁੰਦਾ । ਉਸ ਤਨ ਨੂੰ ਟੋਟੇ ਕਰਕੇ ਫਿਰ ਨਵੇਂ ਸਿਰੇ ਤੋਂ ਹੀ ਬਣਾਉਣਾ ਚਾਹੀਦਾ ਹੈ । ਦੁਬਾਰਾ ਜਨਮ ਲੈਣਾ ਪੈਂਦਾ, ਤਾ ਹੀ ਆਤਮਾ ਬੰਦਗੀ ਵਿੱਚ ਲਗ ਸਕਦੀ ਹੈ । ਆਤਮਾ ਦੀ ਪਵਿਤਰਤਾ, ਤਰਾਜੂ ਤੇ ਤੋਲੀ ਨਹੀਂ ਜਾ ਸਕਦੀ, ਸੰਸਾਰਕ ਤਰਾਜੂ ਮਨ ਦੀ ਪਵਿਤਰਤਾ ਤੋਲਨ ਦੇ ਯੋਗ ਨਹੀਂ ਹਨ । ਜਿਹੜਾ ਜੀਵ ਆਪਣੇ ਅਹੰਕਾਰ ਦੇ ਘੋੜੇ ਤੇ ਸਵਾਰ ਹੁੰਦਾ ਹੈ, ਉਹ ਆਪਣੇ ਆਪ ਨੂੰ ਪੂਰੀ ਬੰਦਗੀ ਕਰਨਵਾਲਾ ਹੀ ਦੱਸਦਾ, ਲੋਕ ਦਿਖਾਵੇ ਦੇ ਨਿਤਨੇਮ ਕਰਦਾ ਹੈ । ਮੌਤ ਪਿਛੋਂ ਆਤਮਾ ਦੀ ਸ਼ਬਦ ਦੀ ਕਮਾਈ ਦਰਬਾਰ ਵਿੱਚ ਪਰਖੀ ਜਾਂਦੀ, ਪ੍ਰਵਾਨ ਹੁੰਦੀ ਹੈ । ਕੇਵਲ ਅਟਲ ਪ੍ਰਭ ਦੀ ਰਹਿਮਤ ਨਾਲ ਹੀ, ਸ਼ਬਦ ਦੀ ਸੋਝੀ, ਬੰਦਗੀ ਦੀ ਕਮਾਈ ਬਖਸ਼ਿਸ਼ ਹੋ ਸਕਦੀ ਹੈ ।

His Holy Spirit remains embedded within my soul, dwells within my body and His Throne remains in the 10th cave of my soul. What other desire may remain within my mind? I have no worldly desire within my mind. My state of mind remains beyond the influence of any worldly desires. Whosoever may become a victim of sweet poison of worldly wealth, desires; he may be deprived from the right path of acceptance in His Court. His mind may become like a stone with worldly desires; he may not even consider to meditate on the teachings of His Word. His body should be destroyed to restart his journey all over again. Whosoever may conquer his worldly desires, only he may adopt the path of meditation. Sanctification of soul may never be measured with any worldly scale. Whosoever may meditate in his ego; his meditation routine prayers may be to impress others; he remains in the cycle of birth and death. After death, only the earnings of His Word may be accepted in His Court. Whosoever may be bestowed with His Blessed Vision, only he may be blessed with the earnings, and enlightenment of the essence of His Word.

Key Message of Maajh Mehlaa page 145-18

ਪ੍ਰਭ ਦਾ ਅਸਲੀ ਸੇਵਕ!

ਹਰ ਵੇਲੇ ਮੌਤ ਦਾ ਡਰ, ਜਮਦੂਤ ਚੱਕਰ ਕੱਢਦਾ ਹੈ । ਜਿਸ ਦੇ ਮਨ ਵਿੱਚ ਪ੍ਰਭ ਦੇ ਵਿਛੋੜੇ ਦਾ ਵਿਰਾਗ ਘਰ ਕਰ ਜਾਂਦਾ ਹੈ, ਉਸ ਦੀ ਆਤਮਾ ਦਾ ਪਵਿਤਰਤਾ ਵਾਲਾ ਇਸ਼ਨਾਨ ਹੋ ਜਾਂਦਾ, ਪਾਪ ਬਖਸ਼ੇ ਜਾਂਦੇ, ਆਤਮਾ ਦੀ ਮੈਲ ਧੋਤੀ ਜਾਂਦੀ ਹੈ । ਜਿਸ ਦੇ ਆਪਣੇ ਮਨ ਅੰਦਰ ਪ੍ਰਭ ਦੀ ਜੋਤ ਜਾਗਰਤ ਹੋ ਜਾਂਦੀ ਹੈ, ਕੇਵਲ ਉਹ ਹੀ ਪ੍ਰਭ ਦਾ ਸੇਵਕ ਬਣ ਸਕਦਾ ਹੈ । ਮਨ ਦੀਆਂ ਇਛਾਂ ਦੀ ਗੁਲਾਮ ਆਤਮਾ ਨੂੰ ਪ੍ਰਵਾਨਗੀ ਦਾ ਰਸਤਾ ਬਖਸ਼ਿਸ਼ ਨਹੀਂ ਹੋ ਸਕਦਾ । ਜਿਹੜਾ ਜੀਵ ਆਪਣੇ ਅਹੰਕਾਰ ਦੇ ਘੋੜੇ ਤੇ ਸਵਾਰ ਹੁੰਦਾ ਹੈ, ਉਹ ਆਪਣੇ ਆਪ ਨੂੰ ਪੂਰੀ ਬੰਦਗੀ ਕਰਨਵਾਲਾ ਹੀ ਦੱਸਦਾ, ਲੋਕ ਦਿਖਾਵੇ ਦੇ ਨਿਤਨੇਮ ਕਰਦਾ ਹੈ । ਮੌਤ ਪਿਛੋਂ ਆਤਮਾ ਦੀ ਸ਼ਬਦ ਦੀ ਕਮਾਈ ਦਰਬਾਰ ਵਿੱਚ ਪਰਖੀ ਜਾਂਦੀ, ਪ੍ਰਵਾਨ ਹੁੰਦੀ ਹੈ ।

His true devotee!

The devil of death remains hanging on his head. Whosoever may remain in renunciation in the memory of his separation from His Holy Spirit; his soul takes a sanctifying bath in the nectar of the essence of His Word. His fear of death, sins may be forgiven. Whosoever may be blessed with enlightenments of the essence of His Word, he may remain awake and alert; only he may be blessed with a state of mind as His true devotee. Whosoever may become a victim of sweet poison of worldly wealth, desires; he may be deprived from the right path of acceptance in His Court. Whosoever may meditate in his ego; his meditation routine prayers may be to impress others. After death, only the earnings of His Word may be accepted in His Court.

19. ਸਲੋਕ ਮਃ ੨॥ (146-9)

ਅਠੀ ਪਹਰੀ ਅਠ ਖੰਡ, ਨਾਵਾ ਖੰਡੁ ਸਰੀਰੁ॥	athee pahree ath khand naavaa khand sareer.
ਤਿਸੁ ਵਿਚਿ ਨਉ ਨਿਧਿ ਨਾਮੁ ਏਕੁ, ਭਾਲਹਿ ਗੁਣੀ ਗਹੀਰੁ॥	iis vich na-o niDh Naam ayk bhaaleh gunee gaheer.
ਕਰਮਵੰਤੀ ਸਾਲਾਹਿਆ, ਨਾਨਕ ਕਰਿ ਗੁਰੁ ਪੀਰੁ॥	karamvantee salaahi-aa naanak kar gur peer.
ਚਉਥੈ ਪਹਰਿ ਸਬਾਹ ਕੈ, ਸੁਰਤਿਆ ਉਪਜੈ ਚਾਉ॥	cha-uthai pahar sabaah kai surti-aa upjai chaa-o.
ਤਿਨਾ ਦਰੀਆਵਾ ਸਿਉ ਦੋਸਤੀ, ਮਨਿ ਮੁਖਿ ਸਚਾ ਨਾਉ॥	tinaa daree-aavaa si-o dostee man mukh sachaa naa-o.
ਓਥੈ ਅੰਮ੍ਰਿਤੁ ਵੰਡੀਐ ਕਰਮੀ ਹੋਇ ਪਸਾਉ॥	othai amrit vandee-ai karmee ho-ay pasaa-o.
ਕੰਚਨ ਕਾਇਆ ਕਸੀਐ ਵੰਨੀ ਚੜੈ ਚੜਾਉ॥	kanchan kaa-i-aa kasee-ai vannee charhai charhaa-o.
ਜੇ ਹੋਵੈ ਨਦਰਿ ਸਰਾਫ ਕੀ, ਬਹੁੜਿ ਨ ਪਾਈ ਤਾਉ॥	jay hovai nadar saraaf kee bahurh na paa-ee taa-o.
ਸਤੀ ਪਹਰੀ ਸਤੁ ਭਲਾ, ਬਹੀਐ ਪੜਿਆ ਪਾਸਿ॥	satee pahree sat bhalaa bahee-ai parhi-aa paas.
ਓਥੈ ਪਾਪੁ ਪੁੰਨੁ ਬੀਚਾਰੀਐ, ਕੂੜੈ ਘਟੈ ਰਾਸਿ॥	othai paap pun beechaaree-ai koorhai ghatai raas.
ਓਥੈ ਖੋਟੇ ਸਟੀਅਹਿ, ਖਰੇ ਕੀਚਹਿ ਸਾਬਾਸਿ॥	othai khotay satee-ah kharay keecheh saabaas.
ਬੋਲਣੁ ਫਾਦਲੁ ਨਾਨਕਾ ਦੁਖੁ ਸੁਖੁ ਖਸਮੈ ਪਾਸਿ॥੧॥	bolan faadal naankaa dukh sukh khasmai paas. ||1||

ਸੰਸਾਰ ਵਿੱਚ ਦਿਨ ਰਾਤ ਨੂੰ ਅੱਠਾ ਭਾਗਾਂ ਵਿੱਚ ਵੰਡਿਆ ਹੈ । ਇਹਨਾਂ ਅੱਠਾ ਪਹਿਰਾ ਵਿੱਚ ਹੀ ਸੰਸਾਰਕ ਇਛਾਂ ਮਨ ਤੇ ਜਿੱਤ ਪਾ ਲੈਂਦੀਆਂ ਹਨ । ਇਸ ਤੋਂ ਪਿਛੋਂ ਇਹ ਤਨ, ਮਨ (ਨਾਵਾਂ ਖੰਡਾਂ) ਤੇ ਜਿੱਤ ਪਾਉਂਦੀ ਹੈ । ਆਤਮਾ ਦੀਆਂ 10 ਗੁਫਾਂ ਹਨ, ਇਕ ਵਿਚੋਂ ਪਾਰ ਹੋ ਕੇ ਦੂਸਰੀ ਵਿੱਚ ਜਾਇਆ ਜਾ ਸਕਦਾ ਹੈ । 9 ਗਫਾਂ ਦੀ ਮਨ ਨੂੰ ਆਤਮਾ ਨੂੰ ਸੋਝੀ ਬਖਸ਼ੀ ਹੈ, ਦਸਵੀ ਗੁਫਾ ਵਿੱਚ ਪ੍ਰਭ ਦੀ ਜੋਤ, ਸ਼ਬਦ ਦੇ ਰੂਪ ਵਿੱਚ ਸਦਾ ਖੇੜੇ ਵਿੱਚ ਵਿੱਚ ਆਤਮਾ ਦੇ ਮੋਹ ਤੋਂ ਰਹਿਤ ਰਹਿੰਦੀ ਹੈ । ਜਿਸ ਨੂੰ ਆਪਣੇ ਪਿਛਲੇ ਜੀਵਨ ਦੇ ਚੰਗੇ ਕੰਮਾਂ ਕਰਕੇ ਬੰਦਗੀ ਕਰਨ ਦੀ ਰਹਿਮਤ ਬਖਸ਼ਿਸ਼ ਹੁੰਦੀ ਹੈ, ਉਹ ਆਪਣੇ ਅੰਦਰੋਂ ਹੀ ਪ੍ਰਭ ਦੀ ਜੋਤ ਨੂੰ ਜਾਗਰਤ ਕਰ ਲੈਂਦਾ ਹੈ । ਉਸ ਦੇ ਮਨ ਵਿੱਚ ਸਵੇਰ ਦੇ ਤੜਕੇ, ਪ੍ਰਭ ਦੀ ਜੋਤ ਜਾਗਰਤ ਹੁੰਦੀ ਹੈ, ਉਸ ਨਾਲ ਮਨ ਅਮ੍ਰਿਤ ਭਰੇ ਸ਼ਬਦ ਦੀ ਨਦੀ ਵਿੱਚ ਜਾ ਮਿਲਦਾ ਹੈ । ਉਸ ਦਾ ਮਨ ਪਵਿੱਤਰ ਹੋ ਜਾਂਦਾ ਹੈ, ਉਸ ਦੀ ਜੀਭ ਵਿਚੋਂ ਧੰਨਵਾਦ ਦੇ ਬੋਲ ਨਿਕਲਦੇ ਹਨ । ਉਥੇ ਪ੍ਰਭ ਦੀਆਂ ਰਹਿਮਤਾਂ ਦਾ ਭੰਡਾਰ ਵੰਡਿਆ ਜਾਂਦਾ ਹੈ । ਜਿਸ ਤੇ ਰਹਿਮਤ ਬਖਸ਼ਿਸ਼ ਹੋ ਜਾਂਦੀ ਹੈ, ਉਸ ਭਗਤ ਦਾ ਤਨ, ਮਨ ਸੋਨੇ ਵਾਂਗ ਅਣਮੋਲ ਬਣ ਜਾਂਦਾ ਹੈ । ਉਸ ਤੇ ਰੂਹਾਨੀ ਰੂਪ ਦਾ ਰੰਗ ਚੜ੍ਹ ਜਾਂਦਾ ਹੈ । ਜਿਸ ਤੇ ਪ੍ਰਭ ਰਹਿਮਤ ਦੀ ਨਜ਼ਰ ਬਖਸ਼ਦਾ ਹੈ, ਉਸ ਦੀ ਆਤਮਾ ਦਾ ਲੇਖਾ ਖਤਮ ਹੋ ਸਕਦਾ ਹੈ, ਉਹ ਸੁਭਾਗਾਂ ਹੀ ਹੰਦਾ ਹੈ । ਗੁਰਮਖ ਬਾਕੀ ਸੱਤ ਪਹਿਰ ਸ਼ਬਦ ਅਨੁਸਾਰ ਕਮਾਈ ਕਰਦਾ ਹੈ । ਪ੍ਰਭ ਦੇ ਦਰਬਾਰ ਵਿੱਚ ਪਾਪਾਂ ਜਾ ਪੁੰਨਾਂ ਦੀ ਪਰਖ ਹੁੰਦੀ ਹੈ, ਪਾਪ ਦੀ ਕੀਮਤ ਕੋਈ ਨਹੀਂ ਪੈਂਦੀ । ਜੀਵ ਨੂੰ ਸੰਸਾਰ ਵਿੱਚ ਦੁਖ, ਸੁਖ, ਪਿਛਲੇ ਕੰਮਾਂ ਦਾ ਫਲ, ਪ੍ਰਭ ਦਾ ਬਖਸ਼ਿਆ ਹੀ ਭੁਗਦਾ ਹੈ । ਜੀਵ ਆਪਣੇ ਮੂਹੋਂ ਤੋਂ ਕੁਝ ਕਹਿਣ, ਅਰਦਾਸ ਕਰਨ ਦਾ ਕੋਈ ਲਾਭ ਹੀ ਨਹੀਂ ਹੁੰਦਾ ।

For the understandings of His Creation! Day and night are split into eight time zones called eight stages. In these eight stages, his worldly desires may conquer his mind. After that, his worldly desires conquer his body and nine regions, senses. His mind and body have been blessed with nine treasures of awareness. His soul may be considered a cave with 10 layers; his mind may roam within 9 outer caves; however, His Holy Spirit, as His Word may dwell within 10th cave, beyond the reach of worldly desires of his mind and body; awake and alert in blossom. Whosoever may have a great prewritten destiny, only he may be blessed with devotion to meditate and to be enlightened with the essence of His Word. In early morning, the last stage of night! When all worldly desires are still sleeping, the ray of His Holy Spirit shines brighter. His soul may immerse in the ray of His Holy Spirit; his mind becomes pure; his soul may be sanctified and only the praises of His Glory may resonate on his tongue. At His House, 10th cave, His Blessings are distributed indiscriminately. Awake and alert mind may become priceless likely gold, jewels. He may be enlightened with spiritual glory; with His mercy and grace, all accounts of his sins may be forgiven. Whosoever may spend, rest of the seven zones of the day meditating, obeying, and adopting the teachings of His Word, he may become very fortunate. In His Court! Only the earnings of His Word may be rewarded; sins, worldly wealth, status have no value. Worldly pleasures and sufferings have been as a reward of previous life deeds; His Command may not be avoided or altered.

ਮਃ ੨॥

ਪਉਣੁ ਗੁਰੂ ਪਾਣੀ ਪਿਤਾ ਮਾਤਾ ਧਰਤਿ ਮਹਤੁ॥	pa-un guroo paanee pitaa maataa Dharat mahat.
ਦਿਨਸੁ ਰਾਤਿ ਦੁਇ ਦਾਈ ਦਾਇਆ ਖੇਲੈ ਸਗਲ ਜਗਤੁ॥	dinas raat du-ay daa-ee daa-i-aa khaylai sagal jagat.
ਚੰਗਿਆਈਆ ਬੁਰਿਆਈਆ ਵਾਚੇ ਧਰਮੁ ਹਦੂਰਿ॥	chang-aa-ee-aa buri-aa-ee-aa vaachay Dharam hadoor.
ਕਰਮੀ ਆਪੋ ਆਪਣੀ ਕੇ ਨੇੜੈ ਕੇ ਦੂਰਿ॥	karmee aapo aapnee kay nayrhai kay door.

ਗੁਰੂ ਨਾਨਕ ਦੇਵ ਜੀ! – Guru Nanak Dev Ji! Guru Granth Sahib

ਜਿਨੀ ਨਾਮੁ ਧਿਆਇਆ ਗਏ ਮਸਕਤਿ ਘਾਲਿ॥
ਨਾਨਕ ਤੇ ਮੁਖ ਉਜਲੇ ਹੋਰ ਕੇਤੀ ਛੁਟੀ ਨਾਲਿ॥੨॥

jinee Naam Dhi-aa-i-aa ga-ay maskat ghaal.
naanak tay mukh ujlay hor kaytee chhutee naal. ||2||

ਸੰਸਾਰਕ ਜੀਵ ਦਾ ਹਵਾ (ਸਵਾਸ) ਹੀ ਗੁਰੂ, ਮੁੱਢ ਹੈ, ਬਿਨਾਂ ਸਵਾਸਾਂ ਦੇ ਕੋਈ ਜੀਉਂਦਾ ਨਹੀਂ । ਪਾਣੀ ਦੀ ਸ਼ਕਤੀ ਕਰਕੇ ਹੀ ਸਾਰੀਆਂ ਵਿੱਚ ਰਸ, ਧਾਤੂ, ਰਕਤ, ਚਰਬੀ, ਹੱਡੀਆਂ, ਰੋਮ ਆਦਿਕ ਅੱਠ ਧਾਤਾਂ ਬਣਦੀਆਂ ਹਨ । ਧਰਤੀ ਹੀ ਸਾਰੀਆਂ ਦੀ (ਮਹਤੁ–ਵੱਡੀ) ਮਾਤਾ ਹੈ । ਉਸ ਵਿੱਚ ਸਾਰੇ ਮਾਤਾ ਦੇ ਨਿਮ੍ਰਤਾ ਵਾਲੇ ਗੁਣ ਹੁੰਦੇ ਹਨ । ਦਿਨ (ਦਿਵਸ) ਅਤੇ ਰਾਤ (ਰਾਤਿ) ਦੋਨੋਂ, ਦੁਇ ਅਤੇ ਦਾਇਆ ਦੀ ਤਰ੍ਹਾਂ ਜੀਵ ਦੀ ਦੇਖ ਭਾਲ, ਰਖਿਆ, ਸੰਭਾਲਨਾ ਕਰਦੇ, ਵਧਣ ਵਿੱਚ ਸੇਧ ਦੇਂਦੇ ਹਨ । ਜੀਵ ਬਾਲਕ ਦੀ ਨਿਆਈ ਸੰਸਾਰਕ ਧੰਦੇ ਕਰਦਾ, ਖੇਲ ਕਰਦਾ ਹੈ । ਜੀਵਨ ਦੇ ਸੰਸਾਰਕ ਚੰਗੇ, ਮੰਦੇ ਕਰਤਬ, ਉਸ ਦੀ ਆਤਮਾ ਤੇ ਉਕਾਰੇ ਜਾਂਦੇ ਹਨ । ਸਮਾਂ ਪੂਰਾ ਹੋਣ ਤੇ ਦਸਵੀ ਗੁਫਾਂ, ਪ੍ਰਭ ਦੇ ਦਰਬਾਰ ਵਿੱਚ ਪਰਖੇ ਜਾਂਦੇ ਹਨ । ਜੀਵ ਆਪਣੇ ਆਪਣੇ ਕੰਮਾਂ ਅਨੁਸਾਰ ਹੀ ਪ੍ਰਭ ਦੇ ਨੇੜੇ ਜਾ ਦੂਰ ਹੋ ਜਾਂਦਾ ਹੈ । ਜਿਹੜਾ ਪ੍ਰਭ ਦੇ ਨੇੜੇ ਹੋ ਜਾਂਦਾ, ਉਸ ਦਾ ਜਨਮ, ਮਰਨ ਦਾ ਚੱਕਰ ਖਤਮ ਹੋ ਜਾਂਦਾ ਹੈ । ਜਿਹੜਾ ਦੂਰ ਹੋ ਜਾਂਦਾ, ਜੂੰਨਾਂ ਵਿੱਚ ਵਿੱਚ ਰਹਿੰਦੀ ਹੈ । ਆਤਮਾ ਨੂੰ ਆਪਣੇ ਕੰਮਾਂ ਦੇ ਫਲ ਨਾਲ ਹੋਰ ਤਨ, ਮਾਨਸ ਜਾ ਹੋਰ ਜੀਵ ਵਾਲਾ ਤਨ ਬਖਸ਼ਿਸ਼ ਹੋ ਜਾਂਦਾ ਹੈ । ਸਿਮਰਨ ਕਰਨਵਾਲੇ ਦੀ ਕਮਾਈ ਸਫਲ ਹੋ ਜਾਂਦੀ ਹੈ । ਉਹ ਸੰਸਾਰ ਵਿੱਚ ਵੀ ਮੁਖੀ ਅਤੇ ਪ੍ਰਲੋਕ ਵਿੱਚ ਵੀ ਮੁਖੀ ਹੋ ਜਾਂਦਾ ਹੈ । ਬੇਅੰਤ ਹੀ ਉਸ ਦਾ ਸਾਥ ਕਰਕੇ ਜਨਮ ਮਰਨ ਤੋਂ ਛੁਟਕਾਰਾ ਪਾ ਜਾਂਦੇ ਹਨ ।

Air may be the origin, foundation of His Creation, first guru; without breathing, no one can survive in the universe. With water, his body may be blessed with blood, flesh, bones, and other nutrition and eight elements. The earth has all significant virtues of a mother, like humility, self-sacrifice, without any greed and she plays significant roles in his journey. Day and night play the role of the protector, caretaker and help to grow and follow the right path. Creature plays like a child and does worldly chores. His worldly good and evil deeds are engraved on his soul. After death, his deeds are evaluated and rewarded by The True Master. As a reward of his own deeds; he may become closer or afar from His Holy Spirit. He may be blessed with the right path of salvation, or he remains in the cycle of birth and death. Whosoever may earn the wealth of His Word; his meditation, may be accepted in His Court. His human life opportunity may become rewarding. He may be honored in worldly life and in His Court. Whosoever may follow his footsteps, he may be blessed with the right path of salvation.

ਪਉੜੀ॥

ਸਚਾ ਭੋਜਨੁ ਭਾਉ, ਸਤਿਗੁਰਿ ਦਸਿਆ॥ sachaa bhojan bhaa-o saT`gur dasi-aa.
ਸਚੇ ਹੀ ਪਤੀਆਇ, ਸਚਿ ਵਿਗਸਿਆ॥ sachay hee patee-aa-ay sach vigsi-aa.
ਸਚੈ ਕੋਟਿ ਗਿਰਾਂਇ, ਨਿਜ ਘਰਿ ਵਸਿਆ॥ sachai kot giraaN-ay nij ghar vasi-aa.
ਸਤਿਗੁਰਿ ਤੁਠੈ ਨਾਉ, ਪ੍ਰੇਮਿ ਰਹਸਿਆ॥ saT`gur tuthai naa-o paraym rehsi-aa.
ਸਚੈ ਦੈ ਦੀਬਾਣਿ ਕੂੜਿ ਨ ਜਾਈਐ॥ sachai dai deebaan koorh na jaa-ee-ai.
ਝੂਠੋ ਝੂਠੁ ਵਖਾਣਿ ਸੁ ਮਹਲੁ ਖੁਆਈਐ॥ jhootho jhooth vakhaan so mahal khu-aa-ee-ai.
ਸਚੈ ਸਬਦਿ ਨੀਸਾਣਿ ਠਾਕ ਨ ਪਾਈਐ॥ sachai sabad neesaan thaak na paa-ee-ai.
ਸਚੁ ਸੁਣਿ ਬੁਝਿ ਵਖਾਣਿ ਮਹਲਿ ਬੁਲਾਈਐ॥੧੮॥ sach sun bujh vakhaan mahal bulaa-ee-ai. ||18||

ਪ੍ਰਭ ਦੀ ਬੰਦਗੀ ਹੀ ਅਮ੍ਰਿਤ ਭੋਜਨ, ਆਤਮਾ ਦੇ ਖਾਣ ਦੇ ਯੋਗ ਹੈ । ਪ੍ਰਭ ਨੇ ਆਪ ਹੀ ਆਤਮਾ ਨੂੰ ਇਸ ਦੀ ਸੋਝੀ ਬਖਸ਼ੀ ਹੈ । ਇਸ ਭੋਜਨ ਨਾਲ ਮਨ ਨੂੰ ਸ਼ਾਂਤੀ ਅਤੇ ਅਨੰਦ ਬਖਸ਼ਿਸ਼ ਹੋ ਸਕਦਾ ਹੈ । ਜਿਸ ਦੇ ਅੰਦਰ ਉਸ ਦੀ ਜੋਤ ਜਾਗਰਤ ਹੋ ਜਾਂਦੀ ਹੈ, ਉਹ ਜੀਵ ਪੂਜਣ ਯੋਗ ਹੋ ਜਾਂਦਾ ਹੈ । ਪ੍ਰਭ ਦੀ ਰਹਿਮਤ ਨਾਲ ਹੀ ਜੀਵ ਦਾ ਮਨ ਸ਼ਬਦ ਦੀ ਬੰਦਗੀ ਵਿੱਚ ਲੀਨ ਹੋ ਕੇ ਅਨੰਦ ਮਾਨਦਾ ਹੈ । ਪ੍ਰਭ ਦੇ ਦਰਬਾਰ ਵਿੱਚ ਕੇਵਲ ਬੰਦਗੀ ਕਰਨਵਾਲੇ ਦੀ ਹੀ ਪਰਖ ਹੁੰਦੀ ਹੈ । ਝੂਠੇ ਰਸਤੇ ਚਲਣ ਵਾਲਿਆਂ ਦਾ ਹਿਸਾਬ ਜਮਦੂਤ ਦੀ ਅਦਾਲਤ ਵਿੱਚ ਕੀਤਾ ਜਾਂਦਾ ਹੈ । ਜਿਹੜਾ ਪ੍ਰਭ ਦੀ ਰਹਿਮਤ ਨਾਲ ਬੰਦਗੀ ਕਰਦਾ ਹੈ, ਉਸ ਨੂੰ ਦਰਬਾਰ ਵਿੱਚ ਕੋਈ ਰੁਕਾਵਟ ਨਹੀਂ ਪੈਂਦੀ । ਉਸ ਨੂੰ ਦਰਬਾਰ ਵਿੱਚ ਥਾਂ ਬਖਸ਼ਿਸ਼ ਹੋ ਸਕਦੀ, ਜਨਮ ਮਰਨ ਦਾ ਚੱਕਰ ਖਤਮ ਹੋ ਸਕਦਾ ਹੈ ।

Meditation and enlightenment of the essence of His Word may be the only delicacy worthy for soul. Whosoever may adopt the essence of His Word; he may be blessed with a peace and harmony. He may remain awake and alert! He may become worthy of worship? His true devotee may remain intoxicated in a deep meditation in the void of His Word. He may enjoy the essence of His Word. Only the earnings of His Word may be rewarded in His Court. Whosoever may adopt the path of deception; he endures the judgement of The Righteous Judge and he remains in the cycle of birth and death. Whosoever may meditate and adopts the teachings of His Word with steady and stable belief in day-to-day life; with His mercy and grace, he may not have any restriction in His Court. He may be honored in worldly life and blessed with a permanent resting place in His Court; his cycle of birth and death may be eliminated forever.

Key Message of Maajh Mehlaa page 146-9
ਆਤਮਾ ਪ੍ਰਭ ਦੇ ਨੇੜੇ ਜਾ ਦੂਰ ਕਿਵੇਂ ਹੁੰਦੀ ਹੈ?
ਸੰਸਾਰ ਵਿੱਚ ਦਿਨ ਰਾਤ ਨੂੰ ਅੱਠਾ ਭਾਗਾਂ ਵਿੱਚ ਵੰਡਿਆ ਹੈ । ਇਹਨਾਂ ਅੱਠਾ ਪਹਿਰਾ ਵਿੱਚ ਹੀ ਸੰਸਾਰਕ ਇਛਾਂ ਮਨ ਤੇ ਜਿੱਤ ਪਾ ਲੈਂਦੀਆਂ ਹਨ । ਇਸ ਤੋਂ ਪਿਛੋਂ ਇਹ ਤਨ, ਮਨ (ਨਾਵਾਂ ਖੰਡਾਂ) ਤੇ ਜਿੱਤ ਪਾਉਂਦੀ ਹੈ । ਆਤਮਾ ਦੀ ਦਸਵੀ ਗੁਫਾ ਵਿੱਚ ਪ੍ਰਭ ਦੀ ਜੋਤ, ਸ਼ਬਦ ਦੇ ਰੂਪ ਵਿੱਚ ਸਦਾ ਖੇੜੇ ਵਿੱਚ ਵਿੱਚ ਆਤਮਾ ਦੇ ਮੋਹ ਤੋਂ ਰਹਿਤ ਰਹਿੰਦੀ ਹੈ । ਸੰਸਾਰਕ ਜੀਵ ਦਾ ਹਵਾ (ਸਵਾਸ) ਹੀ ਗੁਰੂ, ਮੁੱਢ ਹੈ, ਬਿਨਾਂ ਸਵਾਸਾਂ ਦੇ ਕੋਈ ਜੀਉਂਦਾ ਨਹੀਂ । ਸਮਾਂ ਪੂਰਾ ਹੋਣ ਤੇ ਦਸਵੀ ਗੁਫਾਂ, ਪ੍ਰਭ ਦੇ ਦਰਬਾਰ ਵਿੱਚ ਪਰਖੇ ਜਾਂਦੇ ਹਨ । ਜੀਵ ਆਪਣੇ ਆਪਣੇ ਕੰਮਾਂ ਅਨੁਸਾਰ ਹੀ ਪ੍ਰਭ ਦੇ ਨੇੜੇ ਜਾ ਦੂਰ ਹੋ ਜਾਂਦਾ ਹੈ । ਜਿਸ ਦੀ ਸ਼ਬਦ ਦੀ ਕਮਾਈ ਸਫਲ ਹੋ ਜਾਂਦੀ ਹੈ । ਉਹ ਸੰਸਾਰ ਵਿੱਚ ਵੀ ਮੁਖੀ ਅਤੇ ਪ੍ਰਲੋਕ ਵਿੱਚ ਵੀ ਮੁਖੀ ਹੋ ਜਾਂਦਾ ਹੈ । ਪ੍ਰਭ ਦੀ ਬੰਦਗੀ ਹੀ ਅਮ੍ਰਿਤ ਭੋਜਨ, ਆਤਮਾ ਦੇ ਖਾਣ ਦੇ ਯੋਗ ਹੈ । ਪ੍ਰਭ ਨੇ ਆਪ ਹੀ ਆਤਮਾ ਨੂੰ ਇਸ ਦੀ ਸੋਝੀ ਬਖਸ਼ੀ ਹੈ । ਪ੍ਰਭ ਦੇ ਦਰਬਾਰ ਵਿੱਚ ਕੇਵਲ ਬੰਦਗੀ ਕਰਨਵਾਲੇ ਦੀ ਹੀ ਪਰਖ ਹੁੰਦੀ ਹੈ ।
How the soul may be near or close to His Holy Spirit?
For the understandings of His Creation! Day and night are split into eight time zones called eight stages. In these eight stages, his worldly desires may conquer his mind. His Holy Spirit, as His Word may dwell within 10th cave, beyond the reach of worldly desires of his mind and body. Air may be the origin, foundation of His Creation, first guru; without breathing, no one can survive in the universe. After death, his deeds are evaluated and rewarded by The True Master. As a reward of his own deeds; he may become closer or afar from His Holy Spirit. Whose meditation may be accepted in His Court. His human life opportunity may become rewarding. He may be honored in worldly life and in His Court.

Meditation and enlightenment of the essence of His Word may be the only delicacy worthy for soul. Whosoever may adopt the essence of His Word; he may be blessed with a peace and harmony. Whose meditation may be accepted; he may not have any restriction in His Court.

20. ਸਲੋਕੁ ਮਃ ੧॥ (147-1)

ਪਹਿਰਾ ਅਗਨਿ ਹਿਵੈ ਘਰੁ ਬਾਧਾ, ਭੋਜਨੁ ਸਾਰੁ ਕਰਾਈ॥	pahiraa agan hivai ghar baaDhaa bhojan saar karaa-ee.
ਸਗਲੇ ਦੂਖ ਪਾਣੀ ਕਰਿ ਪੀਵਾ, ਧਰਤੀ ਹਾਕ ਚਲਾਈ॥	saglay dookh paanee kar peevaa Dhartee haak chalaa-ee.
ਧਰਿ ਤਾਰਾਜੀ ਅੰਬਰੁ ਤੋਲੀ, ਪਿਛੈ ਟੰਕੁ ਚੜਾਈ॥	dhar taaraajee ambar tolee pichhai tank charhaa-ee.
ਏਵਡੁ ਵਧਾ ਮਾਵਾ ਨਾਹੀ, ਸਭਸੈ ਨਥਿ ਚਲਾਈ॥	ayvad vaDhaa maavaa naahee sabhsai nath chalaa-ee.
ਏਤਾ ਤਾਣੁ ਹੋਵੈ ਮਨ ਅੰਦਰਿ, ਕਰੀ ਭਿ ਆਖਿ ਕਰਾਈ॥	aytaa taan hovai man andar karee bhe aakh karaa-ee.
ਜੇਵਡੁ ਸਾਹਿਬੁ ਤੇਵਡ ਦਾਤੀ, ਦੇ ਦੇ ਕਰੇ ਰਜਾਈ॥	jayvad saahib tayvad daatee day day karay rajaa-ee.
ਨਾਨਕ ਨਦਰਿ ਕਰੇ ਜਿਸੁ ਉਪਰਿ, ਸਚਿ ਨਾਮਿ ਵਡਿਆਈ॥੧॥	naanak nadar karay Jis upar sach Naam vadi-aa-ee. ||1||

ਅਗਰ ਪ੍ਰਭ ਦੀ ਕਰਮਾਤ ਨਾਲ ਮੇਰੇ ਬਸਤਰ ਅੱਗ ਦੇ ਬਣ ਜਾਣ । ਮੇਰਾ ਘਰ ਬਰਫ ਵਾਲੀ ਜਗ੍ਹਾ ਤੇ ਹੋਵੇ, ਮੇਰਾ ਭੋਜਨ ਲੋਹਾ ਬਣ ਜਾਵੇ, ਸੰਸਾਰਕ ਦੁਖਾਂ ਨੂੰ ਪਾਣੀ ਦੀ ਤਰ੍ਹਾਂ ਪੀਵਾ, ਸਾਰੀ ਧਰਤੀ ਹੀ ਮੇਰੇ ਘੁੰਮਣ ਵਾਸਤੇ ਹੋਵੇ, ਮੈਂ ਧਰਤੀ ਅਤੇ ਅਕਾਸ਼, ਆਪਣੇ ਧਨ ਨਾਲ ਤੋਲ ਸਕਾ । ਇਤਨੀ ਤਾਕਤ ਹੋਵੇ, ਬਾਕੀ ਸਾਰੇ ਜੀਵਾਂ ਤੇ ਹੀ ਮੇਰਾ ਹੁਕਮ ਚਲਦਾ ਹੋਵੇ । ਇਤਨਾ ਕੁਝ ਪਾਉਣ ਤੇ ਵੀ ਮੈਂ ਪ੍ਰਭ ਦੀਆਂ ਕਰਮਾਤਾਂ, ਦਾਤਾਂ ਦਾ ਲੇਖਾ ਨਹੀਂ ਕਰ ਸਕਦਾ, ਵਿਆਖਿਆ ਨਹੀਂ ਕਰ ਸਕਦਾ । ਪ੍ਰਭ ਜਿਤਨਾ ਵਡਾ ਆਪ ਹੈ, ਉਤਨੀਆਂ ਹੀ ਵਡੀਆਂ ਦਾਤਾਂ ਦਾ ਮਾਲਕ ਹੈ । ਉਹ ਸਭ ਕੁਝ ਆਪਣੀ ਰਜ਼ਾ ਨਾਲ ਹੀ ਬਖਸ਼ਦਾ ਹੈ । ਉਸ ਦੀ ਰਹਿਮਤ ਨਾਲ ਮਨ ਤੇ ਸ਼ਬਦ ਦਾ ਰੰਗ ਗੂੜ੍ਹਾ ਚੜ੍ਹ ਜਾਂਦਾ ਹੈ ।

The True Master may transform my robe, as fire and my house of snow and ice; my food may be to eat steel; I may drink the miseries of my life like a drinking water. The universe may be my garden; my wealth may be more than the weight of earth and sky; with His mercy and grace, the whole universe my obey my Command. Even then, I cannot fully explain and counts or evaluates His Miracles and Blessings. How great may be The True Master? He remains The Trustee of such great Virtues and Blessings! Whosoever may be bestowed with His Blessed Vision, he may remain drenched with the crimson color of the essence of His Word.

ਮਃ ੨॥ (147)

ਆਖਣੁ ਆਖਿ ਨ ਰਜਿਆ, ਸੁਨਣਿ ਨ ਰਜੇ ਕੰਨ॥	aakhan aakh na raJi-aa sunan na rajay kann.
ਅਖੀ ਦੇਖਿ ਨ ਰਜੀਆ, ਗੁਣ ਗਾਹਕ ਇਕ ਵੰਨ॥	akhee daykh na rajee-aa gun gaahak ik vann.
ਭੁਖਿਆ ਭੁਖ ਨ ਉਤਰੈ, ਗਲੀ ਭੁਖ ਨ ਜਾਇ॥	ahukhi-aa bhukh na utrai galee bhukh na jaa-ay.
ਨਾਨਕ ਭੁਖਾ ਤਾ ਰਜੈ, ਜਾ ਗੁਣ ਕਹਿ ਗੁਣੀ ਸਮਾਇ॥੨॥	naanak bhukhaa taa rajai jaa gun kahi gunee samaa-ay. ||2||

ਜੀਵ ਕਦੇ ਮੰਗਦਾ ਰੱਜਦਾ ਨਹੀਂ, ਇਕ ਇਛਾਂ ਪੂਰੀ ਹੋਣ ਤੇ ਹੋਰ ਸ਼ੁਰੂ ਹੋ ਜਾਂਦੀ ਹੈ । ਆਪਣੀ ਸਿਫਤ ਸੁਣਕੇ ਵੀ ਕਦੇ ਥੱਕਦਾ ਨਹੀਂ । ਦੇਖਣ ਨਾਲ ਵੀ ਤ੍ਰਿਸ਼ਨਾ ਹੋਰ ਦੇਖਣਾ ਚਾਹੁੰਦੀ ਹੈ, ਮਨ ਅਨੰਦ ਨਾਲ ਨਹੀਂ ਭਰਦਾ, ਹੋਰ ਉਸ ਤੋਂ ਵੀ ਅਚੰਭਾ ਦੇਖਣ ਨੂੰ ਦਿੱਲ ਕਰਦਾ ਹੈ । ਭੁੱਖ ਕੇਵਲ ਭੋਜਨ ਨੂੰ ਦੇਖਣ ਨਾਲ ਜਾ ਗੱਲਾਂ ਕਰਨ ਨਾਲ ਨਹੀਂ ਮਿਟਦੀ । ਜਿਸ ਦਾ ਮਨ ਪ੍ਰਭ ਦੇ ਬਖਸ਼ੇ ਤੇ ਭਰੋਸਾ, ਧੀਰਜ ਰਖਦਾ ਹੈ, ਕੇਵਲ ਉਸ ਦੇ ਮਨ ਦੀਆਂ ਤ੍ਰਿਸ਼ਨਾ ਵਿੱਚ ਸੰਤੋਖ ਬਖਸ਼ਿਸ਼ ਹੁੰਦਾ ਹੈ । ਪ੍ਰਭ ਦੇ ਬਖਸ਼ੇ ਦਾ ਧੰਨਵਾਦ ਕਰੋ, ਸ਼ਬਦ ਵਿੱਚ ਲੀਨ ਹੋ ਜਾਵੇ ।

Human mind may never be contented with any blessings; by satisfying any of his desires. One desire may be satisfied, a new bigger desire may pop-up in his mind. Same way, no one may be tired of hearing his own praises. Same way seeing the wonders of the world, his mind and eyes may never be satisfied with all sceneries and wonders. He desires to see bigger and more wonderful events of natures. As the hunger of stomach may not be satisfied by just looking at the food; the worldly desires may not be satisfied only by talking. You should remain contented on his justice and patience with His Blessings. You should always remain gratitude for His Blessings and always meditate on the teachings of His Word.

ਪਉੜੀ॥

ਵਿਣੁ ਸਚੇ ਸਭੁ ਕੂੜੁ ਕੂੜੁ ਕਮਾਈਐ॥	vin sachay sabh koorh koorh kamaa-ee-ai.
ਵਿਣੁ ਸਚੇ ਕੂੜਿਆਰੁ ਬੰਨਿ ਚਲਾਈਐ॥	vin sachay koorhi-aar bann chalaa-ee-ai.
ਵਿਣੁ ਸਚੇ ਤਨੁ ਛਾਰੁ ਛਾਰੁ ਰਲਾਈਐ॥	vin sachay tan chhaar chhaar ralaa-ee-ai.
ਵਿਣੁ ਸਚੇ ਸਭ ਭੁਖ ਜਿ ਪੈਝੈ ਖਾਈਐ॥	vin sachay sabh bhukh je paijhai khaa-ee-ai.
ਵਿਣੁ ਸਚੇ ਦਰਬਾਰੁ ਕੂੜਿ ਨ ਪਾਈਐ॥	vin sachay darbaar koorh na paa-ee-ai.
ਕੂੜੈ ਲਾਲਚਿ ਲਗਿ ਮਹਲੁ ਖੁਆਈਐ॥	koorhai laalach lag mahal khu-aa-ee-ai.
ਸਭੁ ਜਗੁ ਠਗਿਓ ਠਗਿ ਆਈਐ ਜਾਈਐ॥	sabh jag thagi-o thag aa-ee-ai jaa-ee-ai.
ਤਨ ਮਹਿ ਤ੍ਰਿਸਨਾ ਅਗਿ ਸਬਦਿ ਬੁਝਾਈਐ॥੧੯॥	tan meh tarisnaa ag sabad bujhaa-ee-ai. ||19||

ਸ਼ਬਦ ਦੀ ਕਮਾਈ ਤੋਂ ਬਿਨਾਂ ਸਭ ਕਮਾਈਆਂ ਮਿਟ ਜਾਣ ਵਾਲੀਆਂ, ਥੋੜ੍ਹਾ ਸਮਾਂ ਹੀ ਅਨੰਦ ਦੇਂਦੀਆ ਹਨ । ਉਸ ਦੀ ਬੰਦਗੀ ਤੋਂ ਬਿਨਾਂ ਜੀਵ ਨੇ ਜਮਦੂਤ ਦੇ ਵੱਸ ਵਿੱਚ ਹੀ ਪੈਣਾ ਹੈ । ਬੰਦਗੀ ਤੋਂ ਬਿਨਾਂ ਮਿੱਟੀ ਦਾ ਪੁੱਤਲਾ ਤਨ, ਮਿੱਟੀ ਵਿੱਚ ਰਲ ਜਾਣਾ ਹੈ, ਮਾਨਸ ਜਨਮ, ਤਨ ਦਾ ਕੋਈ ਲਾਭ ਨਹੀਂ ਹੈ । ਸ਼ਬਦ ਦੀ ਬੰਦਗੀ ਤੋਂ ਬਿਨਾਂ ਇਛਾਂ ਤੋਂ ਛੁਟਕਾਰਾ ਬਖਸ਼ਿਸ਼ ਨਹੀਂ ਹੁੰਦਾ, ਮਨ ਭਟਕਣਾਂ ਵਿੱਚ ਹੀ ਲਗਾ ਰਹਿੰਦਾ ਹੈ । ਚੰਗਾ ਖਾਣ, ਪਹਿਨਣ ਨਾਲ ਵੀ ਸ਼ਾਂਤੀ ਨਹੀਂ ਮਿਲਦੀ । ਦਰਬਾਰ ਵਿੱਚ ਸ਼ਬਦ ਦੀ ਬੰਦਗੀ ਤੋਂ ਬਿਨਾਂ ਕੋਈ ਢੋਈ ਨਹੀਂ ਮਿਲਦੀ । ਸੰਸਾਰਕ ਇਛਾਂ ਤੇ ਚਲਕੇ ਜਨਮ ਮਰਨ ਦਾ ਚੱਕਰ ਖਤਮ ਨਹੀਂ ਕੀਤਾ ਜਾ ਸਕਦਾ । ਇਸ ਖੇਲ ਵਿੱਚ ਹੀ ਸਾਰੀ ਸ੍ਰਿਸ਼ਟੀ ਭਟਕਦੀ ਫਿਰਦੀ ਹੈ, ਆਪਣਾ ਅਸਲੀ ਮੰਤਵ ਖੋਹ ਬੈਠੀ ਹੈ । ਇਹ ਸੰਸਾਰਕ ਇਛਾਂ ਕਦੇ ਪੂਰੀਆਂ ਨਹੀਂ ਹੁੰਦੀਆਂ, ਵਧਦੀਆਂ ਹੀ ਜਾਂਦੀਆਂ ਹਨ, ਅੰਤ ਵਿੱਚ ਬੇਚਾਰ ਕਰ ਦੇਂਦੀਆ ਹਨ ।

Without the earnings of His Word nothing may stay with his soul to support in His Court; all worldly possessions, wealth may provide short-lived comforts in worldly life. His soul may be captured by the devil of death. Without the earnings of His Word, his perishable body may become a part of dirt. His soul may not benefit from his human life opportunity. He may never conquer his worldly desires, remains frustrated and disappointed with worldly desires. By eating delicacy and embellishing with glamorous robes; he may not feel peace of mind nor contented. Only the earnings of His Word may support of his soul in His Court; worldly status or wealth have no significance. Whosoever may remain intoxicated with his worldly desires; his cycle of birth and death cannot be eliminated. He may remain frustrated and waste the priceless human life opportunity. Worldly desires may never be satisfied. Once, one desire may be satisfied, a bigger more intense desire may make his mind helpless, frustrated, and powerless.

Key Message of Maajh Mehlaa page 147-1
'ਮਨ ਵਿੱਚ ਸੰਤੋਖ ਕਿਵੇਂ ਹੋ ਸਕਦਾ ਹੈ?
ਪ੍ਰਭ ਜਿਤਨਾ ਵਡਾ ਆਪ ਹੈ, ਉਤਨੀਆਂ ਹੀ ਵਡੀਆਂ ਦਾਤਾਂ ਦਾ ਮਾਲਕ ਹੈ । ਉਹ ਸਭ ਕੁਝ ਆਪਣੀ ਰਜ਼ਾ ਨਾਲ ਹੀ ਬਖਸ਼ਦਾ ਹੈ । ਉਸ ਦੀ ਰਹਿਮਤ ਨਾਲ ਮਨ ਤੇ ਸ਼ਬਦ ਦਾ ਰੰਗ ਗੂੜ੍ਹਾ ਚੜ੍ਹ ਜਾਂਦਾ ਹੈ । ਜਿਸ ਦਾ ਮਨ ਪ੍ਰਭ ਦੇ ਬਖਸ਼ੇ ਤੇ ਭਰੋਸਾ, ਧੀਰਜ ਰਖਦਾ ਹੈ, ਕੇਵਲ ਉਸ ਦੇ ਮਨ ਦੀਆਂ ਤ੍ਰਿਸ਼ਨਾ ਵਿੱਚ ਸੰਤੋਖ ਬਖਸ਼ਿਸ਼ ਹੁੰਦਾ ਹੈ । ਸ਼ਬਦ ਦੀ ਕਮਾਈ ਤੋਂ ਬਿਨਾਂ ਸਭ ਕਮਾਈਆਂ ਮਿਟ ਜਾਣ ਵਾਲੀਆਂ, ਥੋੜ੍ਹਾ ਸਮਾਂ ਹੀ ਅਨੰਦ ਦੇਂਦੀਆ ਹਨ । ਸੰਸਾਰਕ ਇਛਾਂ ਕਦੇ ਪੂਰੀਆਂ ਨਹੀਂ ਹੁੰਦੀਆਂ, ਵਧਦੀਆਂ ਹੀ ਜਾਂਦੀਆਂ ਹਨ, ਅੰਤ ਵਿੱਚ ਬੇਚਾਰ ਕਰ ਦੇਂਦੀਆ ਹਨ ।
How one may remain contented?
How great may be The True Master? He remains The Trustee of such great Virtues and Blessings! Whosoever may be bestowed with His Blessed Vision, he may remain drenched with the crimson color of the essence of His Word. Whosoever may remain contented on his justice and patience with His Blessings. You should always remain gratitude for His Blessings and conquer his worldly desires. Without the earnings of His Word, nothing may stay with his soul to support in His Court; all worldly possessions, wealth may provide short-lived comforts in worldly life. Worldly desires may never be fully satisfied; Once, one desire may be satisfied a bigger more intense desire may make his mind helpless, frustrated, and powerless.

21. ਸਲੋਕ ਮਃ ੧॥ (147-10)

ਨਾਨਕ ਗੁਰੁ ਸੰਤੋਖੁ ਰੁਖੁ, ਧਰਮੁ ਫੁਲੁ ਫਲ ਗਿਆਨੁ॥ naanak gur santokh rukh Dharam ful fal gi- aan.
ਰਸਿ ਰਸਿਆ ਹਰਿਆ ਸਦਾ ਪਕੈ ਕਰਮਿ ਧਿਆਨਿ॥ ras rasi-aa hari-aa sadaa pakai karam Dhi-aan.
ਪਤਿ ਕੇ ਸਾਦ ਖਾਦਾ ਲਹੈ, ਦਾਨਾ ਕੈ ਸਿਰਿ ਦਾਨੁ॥੧॥ pat kay saad khaadaa lahai daanaa kai sir daan. ||1||

ਪ੍ਰਭ ਸ਼ਾਂਤੀ, ਸੰਤੋਖ ਦਾ ਪੌਦਾ, ਬ੍ਰਿਛ ਹੈ । ਅਡੋਲ ਭਰੋਸੇ ਨਾਲ ਸ਼ਬਦ ਨਾਲ ਜੀਵਨ ਢਾਲਣ ਨਾਲ ਹੀ ਸ਼ਬਦ ਦੀ ਸੋਝੀ ਬਖਸ਼ਿਸ਼ ਹੋ ਸਕਦੀ ਹੈ । ਸਿਮਰਨ ਦੇ ਪਾਣੀ ਨਾਲ ਮਨ ਹਮੇਸ਼ਾਂ ਹੀ ਹਰਿਆ ਰਹਿੰਦਾ, ਕਦੇ ਮੁਰਝਾਉਂਦਾ ਨਹੀਂ । ਚੰਗੇ ਕੰਮ, ਸ਼ਬਦ ਦੀ ਬੰਦਗੀ ਕਰਨ ਨਾਲ ਹੀ ਪ੍ਰਭ ਦੀ ਰਹਿਮਤ ਦੀ ਦਾਤ ਬਖਸ਼ਿਸ਼ ਹੁੰਦੀ ਹੈ । ਇਹ ਦਾਤ ਸਭ ਤੋਂ ਉਤਮ, ਵਡੀ ਦਾਤ ਹੈ ।

The True Master, His Word may be a tree of peace and contentment. Whosoever may adopt the teachings of His Word with steady and stable belief in his day-to-day life; with His mercy and grace, he may be blessed with the enlightenment of the essence of His Word from within. With the water, nectar of essence His Word, the blossom within his heart may never be diminished. Whosoever may do good deeds for His Creation and meditates on the teachings of His Word; with His mercy and grace, he may be blessed with the right path of acceptance in His Court. His Blessings may be the most priceless supreme, compare to any worldly possession.

ਮਃ ੧॥

ਸੁਇਨੇ ਕਾ ਬਿਰਖੁ ਪਤ ਪਰਵਾਲਾ, ਫੁਲ ਜਵੇਹਰ ਲਾਲ॥ su-inay kaa birakh pat parvaalaa ful javayhar laal.
ਤਿਤੁ ਫਲ ਰਤਨ ਲਗਹਿ, ਮੁਖਿ ਭਾਖਿਤ ਹਿਰਦੈ ਰਿਦੈ ਨਿਹਾਲੁ॥ tit fal ratan lageh mukh bhaakhit hirdai ridai nihaal.
ਨਾਨਕ ਕਰਮੁ ਹੋਵੈ ਮੁਖਿ ਮਸਤਕਿ, ਲਿਖਿਆ ਹੋਵੈ ਲੇਖੁ॥ naanak karam hovai mukh mastak likhi-aa hovai laykh.
ਅਠਿਸਠਿ ਤੀਰਥ ਗੁਰ ਕੀ ਚਰਣੀ, ਪੂਜੈ ਸਦਾ ਵਿਸੇਖੁ॥ athisath tirath gur kee charnee poojai sadaa visaykh.
ਹੰਸੁ ਹੇਤੁ ਲੋਭੁ ਕੋਪੁ, ਚਾਰੇ ਨਦੀਆ ਅਗਿ॥ hans hayt lobh kop chaaray nadee-aa ag.
ਪਵਹਿ ਦਝਹਿ ਨਾਨਕਾ ਤਰੀਐ ਕਰਮੀ ਲਗਿ॥੨॥ paveh dajheh naankaa taree-ai karmee lag. ||2||

ਪ੍ਰਭ ਨੂੰ ਇਕ ਅਣਮੋਲ (ਸੋਇਨੇ) ਬ੍ਰਿਛ ਨਾਲ ਤੁਲਨਾ ਕਰੋ! ਜਿਸ ਦੇ ਫੁੱਲ, ਫਲ ਜਵਾਹਰ, ਮੋਤੀਆਂ ਦੇ ਹਨ, ਉਸ ਦੀ ਜੀਭ ਤੋਂ ਨਿਕਲਦੇ ਬੋਲ ਰਤਨ ਹਨ । ਜਿਸ ਨੂੰ ਪ੍ਰਭ ਦੇ ਸ਼ਬਦ ਦੀ ਸੋਝੀ ਬਖਸ਼ਿਸ਼ ਹੋ ਜਾਂਦੀ ਹੈ, ਉਸ ਦੇ ਤਨ, ਮਨ ਵਿੱਚ ਪ੍ਰਭ ਦੀ ਜੋਤ ਜਾਗਰਤ ਹੋ ਜਾਂਦੀ ਹੈ । ਜਿਸ ਦੇ ਕਰਮਾਂ ਵਿੱਚ ਪਹਿਲੇ ਹੀ ਲਿਖਿਆ ਹੋਵੇ, ਇਹ ਸ਼ਬਦ ਰਤਨ ਉਸ ਨੂੰ ਹੀ ਬਖਸ਼ਿਸ਼ ਹੁੰਦਾ ਹੈ । 68 ਤੀਰਥਾਂ ਦੇ ਇਸ਼ਨਾਨ ਦਾ ਫਲ ਸਿਮਰਨ ਕਰਨ ਨਾਲ ਬਖਸ਼ਿਸ਼ ਹੋ ਸਕਦਾ ਹੈ । ਸੰਸਾਰਕ ਇਛਾਂ, ਧੰਦੇ, ਜ਼ੁਲਮ, ਲਾਲਚ, ਕਰੋਧ, ਸਬੰਧ, ਹੈਸੀਅਤ ਚਾਰ ਅੱਗ ਦੇ ਦਰਿਆ ਹਨ । ਜਿਹੜਾ ਸੰਸਾਰਕ ਇਛਾਂ ਦੇ ਚੱਕਰ ਵਿੱਚ ਫਸ ਜਾਂਦਾ ਹੈ, ਉਹ ਇਸ ਅੱਗ ਵਿੱਚ ਭਸਮ ਹੋ ਜਾਂਦਾ ਹੈ । ਜਿਹੜਾ ਭਰੋਸੇ ਨਾਲ ਸਿਮਰਨ ਕਰਦਾ ਹੈ, ਉਹ ਬਚ ਜਾਂਦਾ ਹੈ ।

The True Master, His Word may be compared with an Ambrosial, priceless tree. Whose flowers and fruits are like jewels and pearls; words coming out of his tongue are priceless jewels. Whosoever may remain enlightened with the essence of His Word, the eternal glow of enlightenment may shine within his heart and he remains awake and alert. Whosoever may have a prewritten destiny, he may be blesses with such a state of mind. He may be blessed with reward of pilgrimage at 68 Holy Shrines. His worldly desires, worldly chores, are four rivers of fire; terrors - anger, greed, attachment-worldly bond, and worldly status. Whosoever may become a victim of worldly desires, he may be burned to ashes. Whosoever may meditate on the teachings of His Word with steady and stable belief in his day-to-day life; with His mercy and grace, he may be saved from the demons of death.

ਇਛਾਂ ਦੀਆਂ 4 ਅੱਗਾਂ	4 Fires of Desires
ਜ਼ੁਲਮ ਕਰੋਧ	terrors; anger
ਲਾਲਚ	greed
ਸਬੰਧ	attachment; worldly bond
ਹੈਸੀਅਤ	worldly status; self-entity

ਪਉੜੀ॥

ਜੀਵਦਿਆ ਮਰੁ ਮਾਰਿ ਨ ਪਛੋਤਾਈਐ॥	jeevdi-aa mar maar na pachhotaa-ee-ai.
ਝੂਠਾ ਇਹੁ ਸੰਸਾਰੁ ਕਿਨਿ ਸਮਝਾਈਐ॥	jhoothaa ih sansaar kin samjaa-ee-ai.
ਸਚਿ ਨ ਧਰੇ ਪਿਆਰੁ ਧੰਧੈ ਧਾਈਐ॥	sach na Dharay pi-aar DhanDhai Dhaa-ee-ai.
ਕਾਲੁ ਬੁਰਾ ਖੈ ਕਾਲੁ ਸਿਰਿ ਦੁਨੀਆਈਐ॥	kaal buraa khai kaal sir dunee-aa-ee-ai.
ਹੁਕਮੀ ਸਿਰਿ ਜੰਦਾਰੁ ਮਾਰੇ ਦਾਈਐ॥	hukmee sir jandaar maaray daa-ee-ai.
ਆਪੇ ਦੇਇ ਪਿਆਰੁ ਮੰਨਿ ਵਸਾਈਐ॥	aapay day-ay pi-aar man vasaa-ee-ai.
ਮੁਹਤੁ ਨ ਚਸਾ ਵਿਲੰਮੁ ਭਰੀਐ ਪਾਈਐ॥	muhat na chasaa vilamm bharee-ai paa-ee-ai.
ਗੁਰ ਪਰਸਾਦੀ ਬੁਝਿ ਸਚਿ ਸਮਾਈਐ॥੨੦॥	gur parsaadee bujh sach samaa-ee-ai. ||20||

ਜਿਹੜਾ ਜੀਵ ਮਾਨਸ ਜੀਵਨ ਵਿੱਚ ਮੌਤ ਦੇ ਡਰ ਤੇ ਕਾਬੂ ਪਾ ਲੈਂਦਾ ਹੈ, ਉਸ ਨੂੰ ਮੌਤ ਤੋਂ ਪਿਛੋਂ ਕੋਈ ਪਛਤਾਵਾ ਨਹੀਂ ਹੁੰਦਾ । ਕੋਈ ਵਿਰਲਾ ਹੀ ਜੀਵ ਸ੍ਰਿਸ਼ਟੀ ਨੂੰ ਮਿਟ ਜਾਣਵਾਲੀ ਸਮਝਕੇ ਜੀਵਨ ਬਤੀਤ ਕਰਦਾ ਹੈ । ਜੀਵ ਸ਼ਬਦ ਨਾਲ ਪ੍ਰੀਤ ਨਹੀਂ ਲਾਉਂਦਾ, ਸੰਸਾਰਕ ਇਛਾਂ ਨਾਲ ਸਬੰਧ ਬਣਾਉਂਦਾ ਹੈ । ਸੰਸਾਰ ਵਿੱਚ ਜੀਵ ਦਾ ਸਮਾਂ ਮਿਥਿਆ ਹੈ, ਪ੍ਰਭ ਦੇ ਹੁਕਮ ਨਾਲ ਜੀਵ ਦੀ ਮੌਤ ਹੋ ਜਾਂਦੀ ਹੈ । ਪ੍ਰਭ ਗੁਰਮਖ ਦੇ ਅੰਦਰ ਆਪ ਹੀ ਸ਼ਬਦ ਦੀ ਸੋਝੀ ਬਖਸ਼ਦਾ ਹੈ, ਉਸ ਦਾ ਮੌਤ ਦਾ ਸਮਾਂ ਬਦਲਿਆ ਨਹੀਂ ਜਾ ਸਕਦਾ । ਜਿਸ ਨੂੰ ਇਸ ਹੀ ਸੋਝੀ ਹੋ ਜਾਂਦੀ ਹੈ, ਉਹ ਸ਼ਬਦ ਵਿੱਚ ਹੀ ਲੀਨ ਰਹਿੰਦਾ ਹੈ ।

Whosoever may conquer the fear of death in his worldly life; he may not have to regret and repents after death. However, very rare devotee may live his life with the essence that universe is perishable. Instead of meditating and adopting the teachings of His Word; he may remain intoxicated with sweet poison of worldly wealth, bonds with worldly desires. The time of death is predetermined before his birth under His Command. The True Master may enlighten His true devotee; the time of death cannot be altered or changed or avoided. He may remain intoxicated in meditation in the void of His Word.

Key Message of Maajh Mehlaa page 147-10
'ਮਾਨਸ ਜੀਵਨ ਵਿੱਚ ਸਭ ਤੋਂ ਵੱਡੀ ਬਖਸ਼ਿਸ਼ ਕੀ ਹੈ?
ਪ੍ਰਭ ਸ਼ਾਂਤੀ, ਸੰਤੋਖ ਦਾ ਪੌਦਾ, ਸ਼ਬਦ ਨਾਲ ਜੀਵਨ ਢਾਲਣ ਨਾਲ ਹੀ ਸ਼ਬਦ ਦੀ ਸੋਝੀ ਬਖਸ਼ਿਸ਼ ਹੁੰਦੀ ਹੈ, ਇਹ ਹੀ ਸਭ ਤੋਂ ਉਤਮ, ਵਡੀ ਦਾਤ ਹੈ । ਸੰਸਾਰਕ ਇਛਾਂ, ਧੰਦੇ, ਜ਼ੁਲਮ, ਲਾਲਚ, ਕਰੋਧ, ਸਬੰਧ, ਹੈਸੀਅਤ ਚਾਰ ਅੱਗ ਦੇ ਦਰਿਆ ਹਨ । ਜਿਹੜਾ ਭਰੋਸੇ ਨਾਲ ਸਿਮਰਨ ਕਰਦਾ ਹੈ, ਉਹ ਬਚ ਜਾਂਦਾ ਹੈ । ਜਿਸ ਨੂੰ ਸੋਝੀ ਹੋ ਜਾਂਦੀ, ਮੌਤ ਦਾ ਸਮਾਂ ਬਦਲਿਆ ਨਹੀਂ ਜਾ ਸਕਦਾ । ਉਹ ਸ਼ਬਦ ਵਿੱਚ ਹੀ ਲੀਨ ਰਹਿੰਦਾ ਹੈ । ਕੋਈ ਵਿਰਲਾ ਹੀ ਜੀਵ ਸ੍ਰਿਸ਼ਟੀ ਨੂੰ ਮਿਟ ਜਾਣਵਾਲੀ ਸਮਝਕੇ ਜੀਵਨ ਬਤੀਤ ਕਰਦਾ ਹੈ ।
What may be the supreme Blessing in human life?
The tree of peace and contentment, True Master may bless the enlightenment of the essence of His Word as a reward of earnings of His Word. His Blessings may be the most priceless supreme, compare to any worldly possession. His worldly desires, worldly chores, are four rivers of fire; terrors - anger, greed, attachment-worldly bond, and worldly status. Whosoever may meditate on the teachings of His Word with steady and stable belief in his day-to-day life; he may be saved from the demons of death. Whosoever may be enlightened, universe is perishable; time of death cannot be altered or changed or avoided. He may remain intoxicated in meditation in the void of His Word. Whosoever may conquer the fear of death in his worldly life; he may not have to regret and repents after death; however, very rare devotee may live his life such a way.

22. ਸਲੋਕੁ ਮਃ ੧॥ (147-18)

ਤੁਮੀ ਤੁਮਾ ਵਿਸੁ ਅਕੁ ਧਤੂਰਾ ਨਿਮੁ ਫਲੁ॥	tumee tumaa vis ak Dhatooraa nim fal.
ਮਨਿ ਮੁਖਿ ਵਸਹਿ ਤਿਸ, ਜਿਸੁ ਤੂੰ ਚਿਤਿ ਨ ਆਵਹੀ॥	man, mukh vaseh tis Jis tooN chit na aavhee.
ਨਾਨਕ ਕਹੀਐ ਕਿਸੁ ਹੰਢਨਿ ਕਰਮਾ ਬਾਹਰੇ॥੧॥	naanak kahee-ai kis handhan karmaa baahray. ||1||

ਜਿਹੜਾ ਜੀਵ ਪ੍ਰਭ ਦੇ ਸ਼ਬਦ ਵਿੱਚ ਚਿਤ ਨਹੀਂ ਲਾਉਂਦਾ, ਉਸ ਦੇ ਜੀਵਨ ਵਿੱਚ, ਜਿਵੇਂ ਕੋਈ ਅੱਕ, ਤੁੰਮਾ ਜਾ ਧਤੂਰ ਖਾਂਦਾ ਹੈ, ਇਸਤਰ੍ਹਾਂ ਦਾ ਸਵਾਦ ਆਉਂਦਾ ਹੈ, ਇਹਨਾਂ ਜ਼ਹਿਰੀਲੀਆਂ ਦਾ ਹੀ ਨਸ਼ਾ ਰਹਿੰਦਾ ਹੈ । ਉਸ ਨੂੰ ਕਿਵੇਂ ਸੋਝੀ ਦਿੱਤੀ ਜਾਵੇ? ਉਹ ਨੇਕੀ ਦੇ ਕੰਮ ਕਰਨ ਤੋਂ ਬਿਨਾਂ ਹੀ ਮਾਨਸ ਜਨਮ ਬਰਬਾਦ ਕਰ ਜਾਂਦਾ ਹੈ ।

Whosoever may not pay any attention to meditate on the teachings of His Word, his life may remain such a miserable as some poisonous fire burning within his mind and body. He may remain intoxicated with poisonous odor, smoke of the fire within. How may he be enlightened? Without good deeds, the priceless human life opportunity may not be blessed again.

ਮਃ ੧॥

ਮਤਿ ਪੰਖੇਰੂ ਕਿਰਤੁ ਸਾਥਿ, ਕਬ ਉਤਮ ਕਬ ਨੀਚ॥	mat pankhayroo kirat saath kab utam kab neech.
ਕਬ ਚੰਦਨਿ ਕਬ ਅਕਿ ਡਾਲਿ, ਕਬ ਉਚੀ ਪਰੀਤਿ॥	kab chandan kab ak daal kab uchee pareet.
ਨਾਨਕ ਹੁਕਮਿ ਚਲਾਈਐ, ਸਾਹਿਬ ਲਗੀ ਰੀਤਿ॥੨॥	naanak Hukam chalaa-ee-ai saahib lagee reet. ||2||

ਪੰਛੀ ਦੀ ਮੱਤ ਦਾ ਅੰਦਾਜ਼ਾ ਉਸ ਦੇ ਕੰਮਾਂ ਤੋਂ ਹੀ ਲਾਇਆ ਜਾਂਦਾ ਹੈ । ਕਦੇ ਬਹੁਤ ਮਹੱਤਵ ਪੂਰਕ ਕੰਮ ਕਰਦਾ, ਕਦੇ ਨੀਚ ਕਰਦਾ ਹੈ । ਕਦੇ ਉਹ ਖ਼ਸ਼ਬੂ ਦੇਣ ਵਾਲੇ ਬ੍ਰਿਖ ਤੇ ਬੈਠਦਾ ਹੈ, ਕਦੇ ਜ਼ਹਰੀਲੇ ਬ੍ਰਿਛ ਤੇ ਬੈਠਦਾ ਹੈ, ਕਦੇ ਸਵਰਗ ਵਿੱਚ ਉਡਾਰੀਆਂ ਮਾਰਦਾ ਹੈ । ਇਹ ਸਭ ਕੁਝ ਪ੍ਰਭ ਦੇ ਹੁਕਮ ਨਾਲ ਹੀ ਹੁੰਦਾ ਹੈ । ਆਪਣੇ ਜੀਵਾਂ ਨੂੰ ਅਸਲੀ ਰਸਤੇ ਦੀ ਸੋਝੀ ਬਖਸ਼ੋ!

The intelligence of a bird may be imagined from his deeds. Sometime, he may do very significant task, other time very horrible task. Sometime, he may sit on a very splendorous, fragment giving tree; or sits on a poisonous tree. Sometime he may fly in heaven and other times in hell. Only His Command may prevail in every event of His Nature. The Merciful True Master may bestow His Blessed Vision to enlighten the reality of life and the right path of salvation.

ਪਉੜੀ॥

ਕੇਤੇ ਕਹਹਿ ਵਖਾਣ, ਕਹਿ ਕਹਿ ਜਾਵਣਾ॥	kaytay kaheh vakhaan kahi kahi jaavnaa.
ਵੇਦ ਕਹਹਿ ਵਖਿਆਣ, ਅੰਤੁ ਨ ਪਾਵਣਾ॥	vayd kaheh vakhi-aan ant na paavnaa.
ਪੜਿਐ ਨਾਹੀ ਭੇਦੁ, ਬੁਝਿਐ ਪਾਵਣਾ॥	parhi-ai naahee bhayd bujhi-ai paavnaa.
ਖਟੁ ਦਰਸਨ ਕੈ ਭੇਖਿ, ਕਿਸੈ ਸਚਿ ਸਮਾਵਣਾ॥	khat darsan kai bhaykh kisai sach samaavnaa.
ਸਚਾ ਪੁਰਖੁ ਅਲਖੁ, ਸਬਦਿ ਸੁਹਾਵਣਾ॥	sachaa purakh alakh sabad suhaavanaa.
ਮੰਨੇ ਨਾਉ ਬਿਸੰਖ ਦਰਗਹ ਪਾਵਣਾ॥	mannay naa-o bisankh dargeh paavnaa.
ਖਾਲਕ ਕਉ ਆਦੇਸੁ, ਢਾਢੀ ਗਾਵਣਾ॥	khaalak ka-o aadays dhaadhee gaavnaa.
ਨਾਨਕ ਜੁਗੁ ਜੁਗੁ ਏਕੁ ਮੰਨਿ ਵਸਾਵਣਾ॥੨੧॥	naanak jug jug ayk man vasaavnaa. ||21||

ਕਈ ਸ਼ਬਦ ਦਾ ਪ੍ਰਚਾਰ, ਵਿਆਖਿਆ ਕਰਦੇ ਚਲੇ ਜਾਂਦੇ, ਮੌਤ ਨੂੰ ਪੂਰੇ ਹੋ ਜਾਂਦੇ ਹਨ । ਇਸਤਰ੍ਹਾਂ ਹੀ ਧਾਰਮਕ ਗ੍ਰੰਥ, ਪ੍ਰਭ ਦੇ ਸ਼ਬਦ, ਹੌਂਦ ਬਾਬਤ ਕਹਿੰਦੇ ਹਨ, ਪੂਰਨ ਤਰ੍ਹਾਂ ਕਹਿਆ ਨਹੀਂ ਜਾ ਸਕਦਾ । ਪੜ੍ਹਿਆਂ ਜਾ ਪਾਠ ਕਰਨ ਨਾਲ ਇਸ ਦਾ ਭੇਦ ਨਹੀਂ ਮਿਲਦਾ, ਕੇਵਲ ਇਸ ਨੂੰ ਜੀਵਨ ਵਿੱਚ ਢਾਲਣ ਨਾਲ ਹੀ ਇਸ ਦੀ ਸੋਝੀ ਬਖਸ਼ਿਸ਼ ਹੋ ਸਕਦੀ ਹੈ । ਸਾਸ਼ਤਰ ਵਿੱਚ ਪ੍ਰਭ ਨੂੰ ਮਿਲਣ ਦੇ 6 ਰਸਤੇ, ਤਾਰੀਕੇ ਦੱਸੇ ਗਏ ਹਨ । ਦੇਖੋ ਕਿ ਉਹਨਾਂ ਨਾਲ ਕਿਤਨਾ ਕੋ ਗਿਆਨ ਹੋ ਸਕਦਾ ਹੈ? ਪ੍ਰਭ ਸਮਝ ਤੋਂ ਉਪਰ ਹੈ! ਅਡੋਲ ਭਰੋਸੇ ਨਾਲ ਹੀ ਸ਼ਬਦ ਵਿੱਚ ਲੀਨ ਹੋਇਆ ਜਾ ਸਕਦਾ ਹੈ । ਜਿਸ ਦਾ ਭਰੋਸਾ ਅਡੋਲ ਹੋ ਜਾਂਦਾ ਹੈ, ਉਸ ਨੂੰ ਪ੍ਰਭ ਦੇ ਦਰਬਾਰ ਵਿੱਚ ਪ੍ਰਵਾਨਗੀ ਬਖਸ਼ਿਸ਼ ਹੋ ਸਕਦੀ ਹੈ । ਜੀਵ, ਪ੍ਰਭ ਦੇ ਧੰਨਵਾਦ ਦੇ ਸ਼ਬਦ ਦਾ ਕੀਰਤਨ ਕਰੋ! ਉਸ ਦਾ ਆਸਣ ਮਨ ਵਿੱਚ ਸਥਾਪਤ ਕਰੋ!

Some devotee may preach and explains the spiritual meaning of His Word and wastes his life. Worldly Holy Scripture describes His Existence and His Word such a way; however, His Nature, Existence may not be fully comprehended by reading worldly Holy Scriptures. The secrecy of His Nature may not be discovered, by meditating, reading, and evaluating the teachings of Religious Holy Scriptures. Whosoever may adopt the teachings of His Word with steady and stable belief in day-to-day life; with His mercy and grace, he may be blessed with enlightenment of the essence of His Word from within. Religious Scripture Shastra describes six right paths to be accepted in His Court. Imagine! How much enlightenments may be comprehended, by following these six methods of meditation? The True Master remains beyond any comprehension of His Creation. Whosoever may obey the teachings of His Word with steady and stable in his day-to-day life; with His mercy and grace, he may remain intoxicated in the void of His Word. He may be blessed with the right path of acceptance in His Court. You should remain gratitude, sing the glory of His Word, and enlighten His Throne within.

Key Message of Maajh Mehlaa page 147-18

'ਪ੍ਰਭ ਦੀ ਹੌਂਦ ਦੀ ਸੋਝੀ ਕਿਵੇਂ' ਬਖਸ਼ਿਸ਼ ਹੋ ਸਕਦੀ ਹੈ?

ਜਿਹੜਾ ਪ੍ਰਭ ਦੇ ਸ਼ਬਦ ਵਿੱਚ ਚਿਤ ਨਹੀਂ ਲਾਉਂਦਾ! ਉਸ ਦੇ ਜੀਵਨ ਵਿੱਚ, ਜਿਵੇਂ ਕੋਈ ਅੱਕ, ਤੁੰਮਾ ਜਾ ਧਤੂਰ ਖਾਂਦਾ ਹੈ, ਇਸਤਰ੍ਹਾਂ ਦਾ ਸਵਾਦ ਆਉਂਦਾ ਹੈ । ਉਸ ਨੂੰ ਕਿਵੇਂ ਸੋਝੀ ਦਿੱਤੀ ਜਾਵੇ? ਜੀਵ ਦੀ ਮੱਤ ਦਾ ਅੰਦਾਜ਼ਾ ਉਸ ਦੇ ਕੰਮਾਂ ਤੋਂ ਹੀ ਲਾਇਆ ਜਾਂਦਾ ਹੈ । ਇਹ ਸਭ ਕੁਝ ਪ੍ਰਭ ਦੇ ਹੁਕਮ ਨਾਲ ਹੀ ਹੁੰਦਾ ਹੈ । ਪ੍ਰਭ ਦੀ ਹੌਂਦ ਦਾ ਪੜ੍ਹਿਆਂ ਜਾ ਪਾਠ ਕਰਨ ਨਾਲ ਭੇਦ ਨਹੀਂ ਮਿਲਦਾ, ਕੇਵਲ ਇਸ ਨੂੰ ਜੀਵਨ ਵਿੱਚ ਢਾਲਣ ਨਾਲ ਹੀ ਸੋਝੀ ਬਖਸ਼ਿਸ਼ ਹੋ ਸਕਦੀ ਹੈ । ਜਿਸ ਦਾ ਭਰੋਸਾ ਅਡੋਲ ਹੋ ਜਾਂਦਾ ਹੈ, ਉਸ ਨੂੰ ਪ੍ਰਭ ਦੇ ਦਰਬਾਰ ਵਿੱਚ ਪ੍ਰਵਾਨਗੀ ਬਖਸ਼ਿਸ਼ ਹੋ ਸਕਦੀ ਹੈ ।

How His Existence may be realized?

Whosoever may not meditate on the teachings of His Word, he may remain such a miserable as some poisonous fire burning within his mind and body. How may he be counselled, enlightened? The intelligence of any creature may be imagined or known from his deeds. Only His Command may prevail in every event of His Nature. His Nature, Existence may not be fully explained nor comprehended by reading worldly Holy Scriptures. Whosoever may adopt the teachings of His Word with steady and stable belief in day-to-day life; he may be blessed with enlightenment of the essence of His Word from within.

23. ਸਲੋਕੁ ਮਹਲਾ ੨॥ (148-5)

ਮੰਤ੍ਰੀ ਹੋਇ ਅਠੂਹਿਆ, ਨਾਗੀ ਲਗੈ ਜਾਇ॥	mantree ho-ay athoohi-aa naagee lagai jaa-ay.
ਆਪਣ ਹਥੀ ਆਪਣੈ ਦੇ ਕੂਚਾ ਆਪੇ ਲਾਇ॥	aapan hathee aapnai day koochaa aapay laa-ay.
ਹੁਕਮੁ ਪਇਆ ਧੁਰਿ ਖਸਮ ਕਾ, ਅਤੀ ਹੂ ਧਕਾ ਖਾਇ॥	hukam pa-i-aa Dhur khasam kaa atee hoo Dhakaa khaa-ay.
ਗੁਰਮੁਖ ਸਿਉ ਮਨਮੁਖੁ ਅੜੈ, ਡੁਬੈ ਹਕਿ ਨਿਆਇ॥	gurmukh si-o manmukh arhai dubai hak ni-aa-ay.
ਦੁਹਾ ਸਿਰਿਆ ਆਪੇ ਖਸਮੁ, ਵੇਖੈ ਕਰਿ ਵਿਉਪਾਇ॥	duhaa siri-aa aapay khasam vaykhai kar vi-upaa-ay.
ਨਾਨਕ ਏਵੈ ਜਾਣੀਐ, ਸਭ ਕਿਛੁ ਤਿਸਹਿ ਰਜਾਇ॥੧॥	naanak ayvai jaanee-ai sabh kichh tiseh rajaa-ay. ||1||

ਜਿਹੜਾ ਜੋਗੀ ਸੱਪਾਂ ਦਾ ਖੇਲ ਕਰਵਾਉਂਦਾ ਹੈ, ਉਹ ਆਪਣੇ ਹੱਥ ਨਾਲ ਹੀ ਸੱਪ ਦਾ ਜ਼ਹਿਰ ਵਾਲਾ ਡੰਗ ਕੱਢ ਲੈਂਦੇ ਹਨ । ਇਹ ਸਭ ਕੁਝ ਪ੍ਰਭ ਦੀ ਰਜ਼ਾ ਨਾਲ ਹੀ ਹੰਦਾ, ਸੱਪ ਨੂੰ ਗੁਲਾਮ ਬਣਾਇਆ ਜਾਂਦਾ ਹੈ । ਅਗਰ ਕੋਈ ਮਨਮੁਖ, ਗੁਰਮਖ ਨਾਲ ਝਗੜਾ ਕਰੇ, ਪ੍ਰਭ ਹੀ ਉਸ ਨੂੰ ਸਜ਼ਾ ਦੇਂਦਾ ਹੈ । ਸੰਸਾਰ ਵਿੱਚ ਅਤੇ ਮੌਤ ਤੋਂ ਪਿਛੋਂ ਦੋਨਾਂ ਥਾਂ ਤੇ ਅੰਤਰਜਾਮੀ ਆਪ ਹੀ ਵਾਪਰਦਾ ਹੈ । ਧਿਆਨ ਵਿੱਚ ਰਖੋ! ਸਭ ਕੁਝ ਆਪ ਹੀ ਕਰਦਾ ਹੈ, ਉਸ ਦਾ ਹੁਕਮ ਹੀ ਚਲਦਾ ਹੈ ।

As a Yogi shows the play of snake; the snake dances and follows His Command. He takes poisonous sting of the snake with his own hand. All this happens with His Command. Yogi makes the snake his slave. Same way, self-minded may become jealous with His true devotee; The True Master may settle his account. The Axiom Omniscient True Master, His Command prevails at both places in the universe and after death. The Axiom, Omniscient True Master remains aware about every event in His Nature. Always Remember! Everything happens with His Blessings, only His Command prevails everywhere, all time.

ਮਹਲਾ ੨॥

ਨਾਨਕ ਪਰਖੇ ਆਪ ਕਉ, ਤਾ ਪਾਰਖੁ ਜਾਣੁ॥	naanak parkhay aap ka-o taa paarakh jaan.
ਰੋਗੁ ਦਾਰੂ ਦੋਵੈ ਬੁਝੈ, ਤਾ ਵੈਦੁ ਸੁਜਾਣੁ॥	rog daaroo dovai bujhai taa vaid sujaan.
ਵਾਟ ਨ ਕਰਈ ਮਾਮਲਾ, ਜਾਣੈ ਮਿਹਮਾਣੁ॥	vaat na kar-ee maamlaa jaanai mihmaan.

ਗੁਰੂ ਨਾਨਕ ਦੇਵ ਜੀ! – Guru Nanak Dev Ji! Guru Granth Sahib

ਮੂਲੁ ਜਾਣਿ ਗਲਾ ਕਰੇ, ਹਾਣਿ ਲਾਏ ਹਾਣੁ॥	mool jaan galaa karay haan laa-ay haan.
ਲਬਿ ਨ ਚਲਈ ਸਚਿ ਰਹੈ, ਸੋ ਵਿਸਟੁ ਪਰਵਾਣੁ॥	lab na chal-ee sach rahai so visat parvaan.
ਸਰੁ ਸੰਧੇ ਆਗਾਸ ਕਉ, ਕਿਉ ਪਹੁਚੈ ਬਾਣੁ॥	sar sanDhay aagaas ka-o ki-o pahuchai baan.
ਅਗੈ ਓਹੁ ਅਗੰਮੁ ਹੈ ਵਾਹੇਦੜੁ ਜਾਣੁ॥੨॥	agai oh agamm hai vaahaydarh jaan. ||2||

ਜਿਹੜਾ ਆਪਣੇ ਆਪ ਨੂੰ ਉਸ ਕਸਵਟੀ ਨਾਲ ਤੋਲੇ, ਜਿਸ ਨਾਲ ਬਾਕੀਆਂ ਨੂੰ ਪਰਖਦਾ ਹੈ, ਉਹ ਹੀ ਬੰਦਗੀ ਕਰਨਵਾਲਾ ਹੁੰਦਾ ਹੈ । ਜਿਹੜਾ ਜੀਵ ਮਨ ਦੇ ਰੋਗ, ਖਾਮੀ ਨੂੰ ਜਾਣਕੇ ਉਸ ਦਾ ਹੱਲ ਅਪਣਾਉਂਦਾ ਹੈ, ਉਹ ਹੀ ਅਸਲੀ ਦਾਸ ਬਣ ਸਕਦਾ ਹੈ । ਜੀਵ ਸੰਸਾਰ ਵਿੱਚ ਆ ਕੇ ਸੰਸਾਰਕ ਇਛਾਂ ਵਾਲੇ, ਚਲਾਕੀ ਵਾਲੇ ਕੰਮ ਨਾ ਕਰੋ! ਇਹ ਧਿਆਨ ਰਖੋ! ਜੀਵ ਇਸ ਸੰਸਾਰ ਵਿੱਚ ਥੋੜ੍ਹੇ ਸਮੇਂ ਦਾ ਹੀ ਮਹਿਮਾਨ ਹੈ । ਜਿਹੜਾ ਸੰਤ ਬੰਦਗੀ ਦਾ ਰਸਤਾ ਜਾਣਦਾ ਹੈ, ਰਸਤੇ ਤੇ ਚਲਦਾ ਹੈ, ਉਸ ਸੰਤ ਸਰੂਪ ਦੇ ਜੀਵਨ ਦੀ ਸਿਖਿਆਂ ਨਾਲ ਜੀਵਨ ਢਾਲੋ! ਜਿਹੜੇ ਜੀਵ ਸੰਸਾਰਕ ਲਾਲਚ ਤੇ ਨਹੀਂ ਚਲਦੇ, ਉਸ ਦੀ ਬੰਦਗੀ ਪ੍ਰਵਾਨ ਹੋ ਜਾਂਦੀ ਹੈ । ਜਿਵੇਂ ਕੋਈ ਅਕਾਸ਼ ਵੱਲ ਤੀਰ ਚਲਾਉਂਦਾ ਹੈ! ਉਸ ਨੂੰ ਕਿਸਤਰ੍ਹਾਂ ਪਤਾ ਲਗਦਾ ਹੈ ਕਿ ਇਹ ਨਿਸ਼ਾਨੇ ਤੇ ਲਗਾ ਹੈ । ਇਸਤਰ੍ਹਾਂ ਹੀ ਪ੍ਰਭ ਅਥਾਹ ਹੈ, ਇਹ ਨਹੀਂ ਜਾਣਿਆ ਜਾ ਸਕਦਾ । ਅਗਰ ਕੋਈ ਉਸ ਨੂੰ ਪ੍ਰਵਾਨ ਹੋ ਗਿਆ ਹੈ ।

Whosoever may evaluate his own deeds with the same scale, as he assesses others actions and deeds; only be may be on the path to become as His true devotee. Whosoever may realize his weakness and adopts way of to overcome his weakness; he may become worthy to be called His true devotee. You should not indulge in deceptive practice to satisfy your worldly desires and greed. Always Remember! Human life opportunity has been blessed for a predetermine time to sanctify your soul to become worthy of His Consideration. You should join the conjugation of His Holy saint and adopt his life experience teachings in your day-to-day life. Whosoever may renounce his worldly desires, his meditation may be accepted in His Court. Imagine! Someone may shoot his arrow in the sky! How may he determine his arrow hits the target? Same way! The True Master remains beyond any boundaries, limitless, comprehension of His Creation! Whose meditation may be accepted in His Court, remains mystery.

ਪਉੜੀ॥

ਨਾਰੀ ਪੁਰਖ ਪਿਆਰੁ ਪ੍ਰੇਮਿ ਸੀਗਾਰੀਆ॥	naaree purakh pi-aar paraym seegaaree-aa.
ਕਰਨਿ ਭਗਤਿ ਦਿਨੁ ਰਾਤਿ ਨ ਰਹਨੀ ਵਾਰੀਆ॥	karan bhagat din raat na rahnee vaaree-aa.
ਮਹਲਾ ਮੰਝਿ ਨਿਵਾਸੁ ਸਬਦਿ ਸਵਾਰੀਆ॥	mehlaa manjh nivaas sabad savaaree-aa.
ਸਚੁ ਕਹਨਿ ਅਰਦਾਸਿ ਸੇ ਵੇਚਾਰੀਆ॥	sach kahan ardaas say vaychaaree-aa.
ਸੋਹਨਿ ਖਸਮੈ ਪਾਸਿ ਹੁਕਮਿ ਸਿਧਾਰੀਆ॥	sohan khasmai paas Hukam siDhaaree-aa.
ਸਖੀ ਕਹਨਿ ਅਰਦਾਸਿ ਮਨਹੁ ਪਿਆਰੀਆ॥	sakhee kahan ardaas manhu pi-aaree-aa.
ਬਿਨੁ ਨਾਵੈ ਧ੍ਰਿਗੁ ਵਾਸੁ ਫਿਟੁ ਸੁ ਜੀਵਿਆ॥	bin naavai Dharig vaas fit so jeevi-aa.
ਸਬਦਿ ਸਵਾਰੀਆਸੁ ਅੰਮ੍ਰਿਤੁ ਪੀਵਿਆ॥੨੨॥	sabad savaaree-aas amrit peevi-aa. ||22||

ਜਿਵੇਂ ਪਤਨੀ ਦਾ ਪਿਆਰ ਪਤੀ ਨਾਲ ਹੁੰਦਾ, ਇਸਤਰ੍ਹਾਂ ਭਗਤ ਦਾ ਪ੍ਰਭ ਨਾਲ ਪਿਆਰ ਹੁੰਦਾ ਹੈ । ਜਿਹੜਾ ਸ਼ਬਦ ਵਿੱਚ ਹੀ ਦਿਨ ਰਾਤ ਮਸਤ ਰਹਿੰਦਾ ਹੈ, ਕੋਈ ਉਸ ਨੂੰ ਰੋਕ ਨਹੀਂ ਸਕਦਾ । ਉਹ ਆਪਣੇ ਅੰਦਰ ਹੀ ਉਸ ਦਾ ਮੰਦਰ ਬਣਾ ਲੈਂਦਾ ਹੈ । ਉਸ ਦੀ ਅਰਦਾਸ ਨਿਮ੍ਰਤਾ ਭਰੀ, ਕੇਵਲ ਉਸ ਦੀ ਰਹਿਮਤ ਦੀ ਭੁੱਖੀ ਹੁੰਦੀ ਹੈ । ਉਸ ਨੂੰ ਪ੍ਰਭ ਦੀ ਹੋਂਦ ਅਨੁਭਵ ਹੋ ਜਾਂਦੀ ਹੈ! ਉਹ ਆਪਣੇ ਸਾਥੀਆਂ ਨਾਲ ਮਿਲਕੇ, ਨਿਮਰਤਾ ਭਰੀ ਅਰਦਾਸ ਕਰਦਾ ਹੈ । ਜਿਹੜਾ ਜੀਵ ਸ਼ਬਦ ਦੀ ਬੰਦਗੀ ਤੋਂ ਬਿਨਾਂ ਹੀ ਜੀਵਨ ਬਤੀਤ ਕਰਦਾ ਹੈ, ਉਸ ਦਾ ਮਾਨਸ ਜਨਮ ਬਿਰਥਾ ਹੀ ਬੀਤ ਜਾਂਦਾ ਹੈ । ਜਿਹੜਾ ਸ਼ਬਦ ਨਾਲ ਜੀਵਨ ਢਾਲਦਾ ਹੈ, ਉਸ ਨੂੰ ਅਣਮੋਲ ਫਲ ਬਖਸ਼ਿਸ਼ ਹੋ ਸਕਦਾ ਹੈ ।

As wife and husband have a caring and passionate association with each other; The True Master may have a such a passion with His true devotee. His true devotee remains intoxicated in meditation in the void of His Word. No one can restrict his path of meditation acceptance in His Court. His Holy Spirit remains embedded within every soul and dwells within his body. His body remains His Throne, His Temple. Whosoever may pray for His Forgiveness and Refuge; he may realize His Existence prevailing everywhere. Whosoever may not meditate nor remain gratitude for His Blessings; He may waste his priceless human life opportunity uselessly. Whosoever may adopt the teachings of His Word with steady and stable belief, he may be blessed with the priceless jewel of salvation, the place in His Court.

Key Message of Maajh Mehlaa page 148-5
'ਗੁਰਮਖ ਦੇ ਮਨ ਦੀ ਅਵਸਥਾ?
ਅੰਤਰਜਾਮੀ ਪ੍ਰਭ ਆਪ ਹੀ, ਸੰਸਾਰ ਵਿੱਚ ਅਤੇ ਮੌਤ ਤੋਂ ਪਿਛੋਂ ਦੋਨਾਂ ਥਾਂ ਤੇ ਵਾਪਰਦਾ ਹੈ । ਅਗਰ ਕੋਈ ਮਨਮੁਖ, ਗੁਰਮਖ ਨਾਲ ਝਗੜਾ ਕਰਦਾ ਹੈ! ਪ੍ਰਭ ਹੀ ਉਸ ਦਾ ਲੇਖਾ ਕਰਦਾ ਹੈ । ਜਿਹੜਾ ਆਪਣੇ ਆਪ ਨੂੰ ਉਸ ਕਸਵਟੀ ਨਾਲ ਤੋਲਦਾ ਹੈ, ਜਿਸ ਨਾਲ ਬਾਕੀਆਂ ਨੂੰ ਪਰਖਦਾ ਹੈ, ਉਹ ਹੀ ਬੰਦਗੀ ਕਰਨਵਾਲਾ ਹੁੰਦਾ ਹੈ । ਜਿਹੜਾ ਜੀਵ ਮਨ ਦੇ ਰੋਗ, ਖਾਮੀ ਨੂੰ ਜਾਣਕੇ, ਉਸ ਦਾ ਹੱਲ ਅਪਣਾਉਂਦਾ ਹੈ, ਉਹ ਹੀ ਅਸਲੀ ਦਾਸ ਬਣ ਸਕਦਾ ਹੈ । ਅਥਾਹ ਪ੍ਰਭ ਨੂੰ ਜਾਣਿਆ ਨਹੀਂ ਜਾ ਸਕਦਾ । ਜਿਵੇਂ ਕੋਈ ਅਕਾਸ਼ ਵੱਲ ਤੀਰ ਚਲਾਉਂਦਾ ਹੈ! ਉਸ ਨੂੰ ਕਿਸਤਰ੍ਹਾਂ ਪਤਾ ਲਗਦਾ ਹੈ ਕਿ ਇਹ ਨਿਸ਼ਾਨੇ ਤੇ ਲਗਾ ਹੈ । ਅਗਰ ਕੋਈ ਉਸ ਨੂੰ ਪ੍ਰਵਾਨ ਹੋ ਗਿਆ ਹੈ । ਜਿਹੜਾ ਸ਼ਬਦ ਦੀ ਪਾਲਣਾ ਵਿੱਚ ਹੀ ਦਿਨ ਰਾਤ ਮਸਤ ਰਹਿੰਦਾ ਹੈ, ਉਹ ਆਪਣੇ ਅੰਦਰ ਹੀ ਉਸ ਦਾ ਮੰਦਰ ਬਣਾ ਲੈਂਦਾ ਹੈ । ਉਸ ਦੀ ਅਰਦਾਸ ਨਿਮ੍ਰਤਾ ਭਰੀ, ਕੇਵਲ ਉਸ ਦੀ ਰਹਿਮਤ ਦੀ ਭੁੱਖੀ ਹੁੰਦੀ ਹੈ ।
State of mind of His true devotee?
The Axiom Omniscient True Master, His Command prevails both places in the universe and after death. Self-minded may become jealous and argues with His true devotee; The True Master may settle his account. Whosoever may realize his weakness and adopts changes in his life to overcome his weakness; he may become worthy to be called His true devotee. The True Master remains beyond any boundaries, limitless, comprehension of His Creation! Someone may shoot his arrow in the sky; how may he determine his arrow hit the target? Same way! Whose meditation may be accepted in His Court remains a mystery. His true devotee remains intoxicated in meditation in the void of His Word; his body transforms as His Holy Throne, Temple. He always humbly prays for His Forgiveness and Refuge.

24. **ਸਲੋਕੁ ਮਹਲਾ 1॥** (148-14)

ਮਾਰੂ ਮੀਹਿ ਨ ਤ੍ਰਿਪਤਿਆ ਅਗੀ ਲਹੈ ਨ ਭੁਖ॥	maaroo meehi na taripti-aa agee lahai na bhukh.
ਰਾਜਾ ਰਾਜਿ ਨ ਤ੍ਰਿਪਤਿਆ ਸਾਇਰ ਭਰੇ ਕਿਸੁਕ॥	raajaa raaj na taripti-aa saa-ir bharay kisuk.
ਨਾਨਕ ਸਚੇ ਨਾਮ ਕੀ ਕੇਤੀ ਪੁਛਾ ਪੁਛ॥੧॥	naanak sachay Naam kee kaytee puchhaa puchh. ‖1‖

ਜਿਵੇਂ ਰੇਗਸਥਾਨ ਦੀ ਮੀਂਹ ਨਾਲ ਪਿਆਸ ਪੂਰੀ ਨਹੀਂ ਹੁੰਦੀ । ਇਸਤਰ੍ਹਾਂ ਮਨ ਦੇ ਲਾਲਚ ਦੀ ਭੁੱਖ ਕੁਝ ਵੀ ਹਾਸਿਲ ਕਰਨ ਨਾਲ ਮਿਟਦੀ ਨਹੀਂ, ਇਛਾਂ ਵਧਦੀ ਜਾਂਦੀ ਹੈ । ਜਿਵੇਂ ਕੋਈ ਰਾਜਾ ਕਦੇ ਆਪਣੇ ਰਾਜ ਦੀ ਹੱਦ ਨਾਲ ਜਾ ਵਿਸ਼ਾਲਤਾ ਨਾਲ ਸੰਤੁਸ਼ਟ ਨਹੀਂ ਹੁੰਦਾ । ਹੋਰ ਇਲਾਕਾ ਆਪਣੇ ਕਾਬੂ ਵਿੱਚ ਕਰਨਾ ਚਾਹੁੰਦਾ ਹੈ । ਇਸਤਰ੍ਹਾਂ ਸਮੁੰਦਰ ਕਦੇ ਵੀ ਪਾਣੀ ਆਉਣ ਨਾਲ ਭਰਦਾ ਨਹੀਂ । ਪ੍ਰਭ ਅੱਗੇ ਅਰਦਾਸ ਕਰੋ! ਕਿਸਤਰ੍ਹਾਂ ਮਨ ਨੂੰ ਸ਼ਾਂਤੀ ਮਿਲ ਸਕਦੀ ਹੈ?

As the thirst and drought of desert may not be completely satisfied with rain. Same way, greedy mind may never be fully satisfied with any achievement; his desire grows bigger and bigger. As a king may never be satisfied or contented with the boundary of his kingdom; he always remains anxious, jealous to expand his boundary and capture more territory. Same way! Ocean may never overflow with water or rain. You should always pray for His Forgiveness and Refuge. How may I be satisfied and contented with His Blessings?

ਮਹਲਾ ੨॥

ਨਿਹਫਲੰ ਤਸਿ ਜਨਮਸਿ ਜਾਵਤੁ ਬ੍ਰਹਮ ਨ ਬਿੰਦਤੇ॥	nihfalaN tas janmas jaavat barahm na bindtay.
ਸਾਗਰੰ ਸੰਸਾਰਸਿ ਗੁਰ ਪਰਸਾਦੀ ਤਰਹਿ ਕੇ॥	saagraN sansaaras gur parsaadee tareh kay.
ਕਰਣ ਕਾਰਣ ਸਮਰਥੁ ਹੈ ਕਹੁ ਨਾਨਕ ਬੀਚਾਰਿ॥	karan kaaran samrath hai kaho naanak beechaar.
ਕਾਰਣੁ ਕਰਤੇ ਵਸਿ ਹੈ ਜਿਨਿ ਕਲ ਰਖੀ ਧਾਰਿ॥੨॥	kaaran kartay vas hai Jin kal rakhee Dhaar. ‖2‖

ਜਿਸ ਮਨ ਵਿੱਚ ਪ੍ਰਭ ਦੇ ਵਿਛੋੜੇ ਦਾ ਵਿਰਾਗਾ ਨਹੀਂ ਹੁੰਦਾ, ਉਸ ਦਾ ਮਾਨਸ ਜਨਮ ਬਿਰਥਾ ਹੀ ਬੀਤ ਜਾਂਦਾ ਹੈ । ਪ੍ਰਭ ਦੀ ਰਹਿਮਤ ਨਾਲ ਹੀ ਸੰਸਰਕ ਸਾਗਰ ਨੂੰ ਪਾਰ ਕੀਤਾ ਜਾ ਸਕਦਾ ਹੈ । ਪ੍ਰਭ ਹੀ ਸਾਰੇ ਕਰਤਬਾਂ ਦਾ ਕਾਰਨ ਅਤੇ ਆਪ ਹੀ ਕਰਦਾ ਹੈ । ਸਾਰੀ ਸ੍ਰਿਸ਼ਟੀ ਹੀ ਸ੍ਰਿਜਨਹਾਰੇ ਦੇ ਵੱਸ ਵਿੱਚ ਹੈ । ਆਪ ਹੀ ਪੈਦਾ ਕਰਦਾ ਹੈ ਅਤੇ ਆਪ ਹੀ ਪਾਲਣਾ, ਰਖਿਆ ਕਰਦਾ ਹੈ ।

Whosoever may not have a renunciation in the memory of his separation from His Holy Spirit fresh within. He may waste his human life opportunity uselessly. The True Master creates the causes of all worldly events and every event prevails under His Command only. The True Master Creator creates, nourishes, and protects His Creation.

ਪਉੜੀ॥

ਖਸਮੈ ਕੈ ਦਰਬਾਰਿ ਢਾਢੀ ਵਸਿਆ॥	khasmai kai darbaar dhaadhee vasi-aa.
ਸਚਾ ਖਸਮੁ ਕਲਾਣਿ ਕਮਲੁ ਵਿਗਸਿਆ॥	sachaa khasam kalaan kamal vigsi-aa.
ਖਸਮਹੁ ਪੂਰਾ ਪਾਇ ਮਨਹੁ ਰਹਸਿਆ॥	khasmahu pooraa paa-ay manhu rehsi-aa.
ਦੁਸਮਨ ਕਢੇ ਮਾਰਿ ਸਜਣ ਸਰਸਿਆ॥	dusman kadhay maar sajan sarsi-aa.
ਸਚਾ ਸਤਿਗੁਰੁ ਸੇਵਨਿ ਸਚਾ ਮਾਰਗੁ ਦਸਿਆ॥	schaa saT`gur sayvan sachaa maarag dasi-aa.
ਸਚਾ ਸਬਦੁ ਬੀਚਾਰਿ ਕਾਲੁ ਵਿਧਉਸਿਆ॥	sachaa sabad beechaar kaal viDh-usi-aa.
ਢਾਢੀ ਕਥੇ ਅਕਥੁ ਸਬਦਿ ਸਵਾਰਿਆ॥	dhaadhee kathay akath sabad savaari-aa.
ਨਾਨਕ ਗੁਣ ਗਹਿ ਰਾਸਿ, ਹਰਿ ਜੀਉ ਮਿਲੇ ਪਿਆਰਿਆ॥੨੩॥	naanak gun geh raas har jee-o milay pi-aari-aa. ‖23‖

ਅਸਲੀ ਸੇਵਕ ਹਮੇਸ਼ਾਂ ਹੀ ਪ੍ਰਭ ਦੇ ਭਾਣੇ ਅੰਦਰ ਚਲਦਾ ਹੈ । ਸ਼ਬਦ ਦੀ ਪਾਲਣਾ ਕਰਨ ਨਾਲ ਮਨ ਅੰਦਰ ਕਮਲ ਦਾ ਫੁੱਲ ਖੇੜੇ ਵਿੱਚ ਆਉਂਦਾ ਹੈ । ਪ੍ਰਭ ਦੇ ਸ਼ਬਦ ਵਿੱਚ ਮਨ ਲਾਉਣ ਨਾਲ ਉਸ ਦੀ ਦ੍ਰਿਸ਼ਟੀ ਹੀ ਬਦਲ ਜਾਂਦੀ ਹੈ । ਉਸ ਦੇ ਮਨ ਅੰਦਰੋਂ ਸੰਸਾਰਕ ਕਾਮ, ਕਰੋਧ, ਲੋਭ, ਮੋਹ, ਅਹੰਕਾਰ ਖਤਮ ਹੋ ਜਾਂਦਾ ਹੈ । ਉਸ ਨੂੰ ਮਨ ਅੰਦਰੋਂ ਹੀ ਸੋਝੀ, ਅਸਲੀ ਬੰਦਗੀ ਦਾ ਰਸਤਾ ਬਖਸ਼ਿਸ਼ ਹੋ ਜਾਂਦਾ ਹੈ । ਸ਼ਬਦ ਦੀ ਸੋਝੀ ਨਾਲ ਜਮਦੂਤਾਂ ਦਾ ਡਰ ਖਤਮ ਹੋ ਜਾਂਦਾ ਹੈ । ਉਸ ਸੇਵਕ ਦੇ ਮੂੰਹ ਤੋਂ ਪ੍ਰਭ ਦੇ ਅਕਥ ਸ਼ਬਦਾ ਦੀ ਵਿਆਖਿਆ ਨਿਕਲਦੀ ਹੈ । ਉਹ ਬੰਦਗੀ ਵਿੱਚ ਲੀਨ ਰਹਿੰਦਾ ਹੈ, ਹੋਰ ਕੋਈ ਭਟਕਣਾਂ ਨਹੀਂ ਰਹਿੰਦੀ ।

His true devotee remains intoxicated in obeying the teachings of His Word with steady and stable belief in day-to-day life; with His mercy and grace, the lotus flower of his mind remains in blossoms. Whosoever may remain dedicated to obey the teachings of His Word with steady and stable belief; with His mercy and grace, his state of mind may be transformed forever. He may conquer all five demons of worldly desires from within. He may be enlightened with the right path of acceptance from within. His fear of devil of death may be eliminated. The explanation of unexplainable miracles of His Nature may be spoken from the tongue of His true devotee. He remains intoxicated in meditation in the void of His Word. His state of mind may become beyond the reach of worldly frustrations.

5 ਇਛਾਂ ਦੇ ਜਮਦੂਤ		5 Demons of mind.		
ਕਾਮ Sexual urge	ਕਰੋਧ Anger	ਲੋਭ Greed	ਮੋਹ Worldly bonds	ਅਹੰਕਾਰ Ego of his status

Key Message of Maajh Mehlaa page 148-14
'ਗੁਰਮਖ ਦੇ ਮਨ ਦੀ ਅਵਸਥਾ?
ਮਨ ਦੇ ਲਾਲਚ ਦੀ ਭੁੱਖ ਕੁਝ ਵੀ ਹਾਸਿਲ ਕਰਨ ਨਾਲ ਮਿਟਦੀ ਨਹੀਂ, ਇਛਾਂ ਵਧਦੀ ਜਾਂਦੀ ਹੈ । ਪ੍ਰਭ ਹੀ ਸਾਰੇ ਕਰਤਬਾਂ ਦਾ ਕਾਰਨ ਅਤੇ ਆਪ ਹੀ ਕਰਦਾ ਹੈ । ਪ੍ਰਭ ਦੇ ਵਿਛੋੜੇ ਦੇ ਵਿਰਾਗ ਤੋਂ ਬਿਨਾਂ, ਮਾਨਸ ਜਨਮ ਬਿਰਥਾ ਹੀ ਬੀਤ ਜਾਂਦਾ ਹੈ । ਪ੍ਰਭ ਦੀ ਰਹਿਮਤ ਨਾਲ ਹੀ ਸੰਸਰਕ ਸਾਗਰ ਨੂੰ ਪਾਰ ਕੀਤਾ ਜਾ ਸਕਦਾ ਹੈ । ਜਿਹੜਾ ਸ਼ਬਦ ਦੀ ਪਾਲਣਾ ਕਰਦਾ ਹੈ, ਉਸ ਦੇ ਮਨ ਅੰਦਰ ਦਾ ਕਮਲ ਦਾ ਫੁੱਲ ਖੇੜੇ ਵਿੱਚ ਆਉਂਦਾ ਹੈ । ਉਸ ਦੇ ਮਨ ਅੰਦਰੋਂ ਸੰਸਾਰਕ ਕਾਮ, ਕਰੋਧ, ਲੋਭ, ਮੋਹ, ਅਹੰਕਾਰ ਖਤਮ ਹੋ ਜਾਂਦਾ ਹੈ । ਉਸ ਨੂੰ ਮਨ ਅੰਦਰੋਂ ਹੀ ਸੋਝੀ, ਅਸਲੀ ਬੰਦਗੀ ਦਾ ਰਸਤਾ ਬਖਸ਼ਿਸ਼ ਹੋ ਜਾਂਦਾ ਹੈ । ਹੋਰ ਕੋਈ ਭਟਕਣਾਂ ਨਹੀਂ ਰਹਿੰਦੀ ।
State of mind of His true devotee?
A greedy mind may never be fully satisfied with any achievement; his desires, ego blossom, grows even bigger. The True Master creates all the causes of worldly events and only His Command prevails in every event in His Nature. Whosoever may not have a renunciation in the memory of his separation from His Holy Spirit. He may waste his human

life. The True Master may become a rescue boat to cross the worldly ocean of desires. Whosoever may remain dedicated to obey the teachings of His Word with steady and stable belief; the lotus flower of his mind remains in blossoms. He may conquer all five demons of worldly desires from within. He may be enlightened with the right path of acceptance from within. He may remain beyond the reach of worldly frustrations.

25. ਸਲੋਕੁ ਮਃ ੧॥ (149-2)

ਖਤਿਅਹੁ ਜੰਮੇ ਖਤੇ ਕਰਨਿ ਤ ਖਤਿਆ ਵਿਚਿ ਪਾਹਿ॥ jhati-ahu jammay khatay karan ta khati-aa vich paahi.
ਧੋਤੇ ਮੂਲਿ ਨ ਉਤਰਹਿ, ਜੇ ਸਉ ਧੋਵਣ ਪਾਹਿ॥ dhotay mool na utreh jay sa-o Dhovan paahi.
ਨਾਨਕ ਬਖਸੇ ਬਖਸੀਅਹਿ, ਨਾਹਿ ਤ ਪਾਹੀ ਪਾਹਿ॥੧॥ naanak bakhsay bakhsee-ahi naahi ta paahee paahi. ||1

ਜੀਵ ਪਿਛਲੇ ਜਨਮ ਦੀਆਂ ਖਾਮੀਆਂ, ਗਲਤੀਆਂ, ਮੰਦੇ ਕੰਮਾਂ ਕਰਕੇ ਹੀ ਫਿਰ ਜਨਮ ਲੈਂਦਾ ਹੈ । ਜਿਸ ਨੂੰ ਮਾਨਸ ਜਨਮ ਬਖਸ਼ਦਾ ਹੈ, ਉਸ ਨੂੰ ਫਿਰ ਲੇਖਾ ਪੂਰਾ ਕਰਨ ਦਾ ਮੌਕਾ ਬਖਸ਼ਦਾ ਹੈ । ਜਿਹੜਾ ਹੋਰ ਗਲਤੀਆਂ ਕਰਕੇ ਆਪਣਾ ਭਾਰ ਵਧਾ ਲੈਂਦਾ, ਉਸ ਨੂੰ ਫਿਰ ਜੂੰਨਾ ਦੇ ਚੱਕਰ ਵਿੱਚ ਹੀ ਜਾਣਾ ਪੈਂਦਾ ਹੈ । ਤਨ ਦਾ ਇਸ਼ਨਾਨ ਕਰਨ ਨਾਲ ਮਨ ਦੀਆਂ ਇਛਾਂ ਦੀ ਮੈਲ ਖਤਮ ਨਹੀਂ ਹੰਦੀ । ਭਾਵੇਂ ਕਿਤਨੇ ਵੀ ਪਵਿੱਤਰ ਤੀਰਥਾਂ ਤੇ ਇਸ਼ਨਾਨ ਕਰ ਲਵੇ । ਜਿਹੜਾ ਸ਼ਬਦ ਦੀ ਸੋਝੀ ਰੂਪੀ, ਅੰਮ੍ਰਿਤ ਵਿੱਚ ਮਨ ਦੀਆ ਇਛਾਂ ਦਾ ਇਸ਼ਨਾਨ ਕਰ ਲੈਂਦਾ ਹੈ । ਉਸ ਦਾ ਮਨ ਅਤੇ ਤਨ ਦੋਨੋਂ ਹੀ ਪਵਿੱਤਰ ਹੋ ਜਾਂਦੇ ਹਨ!

His soul may be cycled through birth and death as a judgement of his previous live deeds. His soul may be blessed with a human body another opportunity, to regret, and repents to sanctify his soul to become worthy of His Consideration. Whosoever may increase the burden of his sins in his human life, he may remain in the cycle of birth of death. Whosoever may take a sanctifying bath at Holy Shrine with belief to sanctify his soul; by washing, bathing may clean dirt and sweating of his body; however, his thoughts, urge of sinful deeds may never be eliminated. Misleading religious notion! to take a soul sanctifying bath at Holy Shrine Pond. Whosoever may take a soul sanctifying bath in nectar of the essence of His Word within his own body and mind, only his soul may be sanctified.

ਮਃ ੧॥

ਨਾਨਕ ਬੋਲਣੁ ਝਖਣਾ, ਦੁਖ ਛਡਿ ਮੰਗੀਅਹਿ ਸੁਖ॥ naanak bolan jhakh-naa dukh chhad mangee-ah sukh.
ਸੁਖੁ ਦੁਖੁ ਦੁਇ ਦਰਿ ਕਪੜੇ, ਪਹਿਰਹਿ ਜਾਇ ਮਨੁਖ॥ sukh dukh du-ay dar kaprhay pahirahi jaa-ay manukh.
ਜਿਥੈ ਬੋਲਣਿ ਹਾਰੀਐ ਤਿਥੈ ਚੰਗੀ ਚੁਪ॥੨॥ jithai bolan haaree-ai tithai changee chup. ||2||

ਸੁਖਾਂ ਦੀ ਅਰਦਾਸ ਕਰਨ ਨਾਲ ਦੁਖ ਤੋਂ ਬਚਾ ਨਹੀਂ ਹੁੰਦਾ, ਇਹ ਮਨ ਦੀ ਅਗਿਆਨਤਾ ਹੀ ਹੈ । ਜੀਵ ਨੂੰ ਸੰਸਾਰਕ ਜੀਵਨ ਵਿੱਚ ਦੁਖ, ਸੁਖ ਇਕ ਸਮਾਨ ਆਪਣੇ ਕੰਮਾਂ ਦਾ ਫਲ, ਬਖਸ਼ਿਸ਼ ਸਮਝਕੇ ਹੀ ਸਹਿਣੇ ਚਾਹੀਦੇ ਹਨ । ਦੋਨੋਂ ਹੀ ਪ੍ਰਭ ਦੀ ਰਹਿਮਤ, ਹੁਕਮ ਨਾਲ ਹੀ ਬਖਸ਼ਿਸ਼ ਹੁੰਦੇ ਹਨ । ਜਿਸ ਮਾਲਕ ਦੇ ਹੁਕਮ ਨੂੰ ਟਾਲਿਆ ਨਹੀਂ ਜਾ ਸਕਦਾ, ਬੋਲਿਆਂ ਪੂਰੀ ਨਹੀਂ ਪੈਂਦੀ, ਗੱਲ ਮੰਨੀ ਨਹੀਂ ਜਾਣੀ । ਉਸ ਮਾਲਕ ਦੇ ਭਾਣੇ ਨੂੰ ਸਤਿ ਕਰਕੇ ਮੰਨ ਵਿੱਚ ਹੀ ਭਲਾ ਹੈ ।

By praying for comforts and pleasures in life, the sufferings of human life may not be avoided. In worldly life, pleasures and miseries have been blessed as the judgement of his own worldly deeds of his previous lives. He must endure both as His Worthy Blessings. Whose Command cannot be disobeyed, altered, or avoid by complaining to anyone. Accepting, surrendering to His Command may be beneficial.

ਪਉੜੀ॥

ਚਾਰੇ ਕੁੰਡਾ ਦੇਖਿ ਅੰਦਰੁ ਭਾਲਿਆ॥ chaaray kundaa daykh andar bhaali-aa.
ਸਚੈ ਪੁਰਖਿ ਅਲਖਿ ਸਿਰਜਿ ਨਿਹਾਲਿਆ॥ sachai purakh alakh siraj nihaali-aa.
ਉਝੜਿ ਭੁਲੇ ਰਾਹ ਗੁਰਿ ਵੇਖਾਲਿਆ॥ ujharh bhulay raah gur vaykhaali-aa.
ਸਤਿਗੁਰ ਸਚੇ ਵਾਹੁ ਸਚੁ ਸਮਾਲਿਆ॥ saT`gur sachay vaahu sach samaali-aa.
ਪਾਇਆ ਰਤਨੁ ਘਰਾਹੁ ਦੀਵਾ ਬਾਲਿਆ॥ paa-i-aa ratan gharaahu deevaa baali-aa.
ਸਚੈ ਸਬਦਿ ਸਲਾਹਿ ਸੁਖੀਏ ਸਚ ਵਾਲਿਆ॥ sachai sabad salaahi sukhee-ay sach vaali-aa.
ਨਿਡਰਿਆ ਡਰੁ ਲਗਿ ਗਰਬਿ ਸਿ ਗਾਲਿਆ॥ nidri-aa dar lag garab se gaali-aa.
ਨਾਵਹੁ ਭੁਲਾ ਜਗੁ ਫਿਰੈ ਬੇਤਾਲਿਆ॥੨੪॥ naavhu bhulaa jag firai baytaali-aa. ||24||

ਮਨਮੁਖ ਜੀਵ ਚਾਰੇ ਪਾਸੇ ਭਟਕਦਾ ਫਿਰਦਾ ਹੈ । ਜਿਹੜਾ ਮਨ ਲਾ ਕੇ ਆਪਣੇ ਅੰਦਰੋਂ ਹੀ ਖੋਜ ਕਰਦਾ ਹੈ, ਉਸ ਨੂੰ ਮਨ ਅੰਦਰੋਂ ਹੀ ਸ਼ਬਦ ਦੀ ਸੋਝੀ ਬਖਸ਼ਿਸ਼ ਹੋ ਸਕਦੀ ਹੈ । ਪ੍ਰਭ ਆਪ ਹੀ ਪ੍ਰਵਾਨਗੀ ਦੇ ਅਸਲੀ ਰਸਤੇ ਦੀ ਸੋਝੀ ਬਖਸ਼ਦਾ ਹੈ । ਉਸ ਦੀ ਸ਼ਬਦ ਵਿੱਚ ਲਗਨ ਲਗ ਜਾਂਦੀ ਹੈ, ਜੀਵ ਦੇ ਅੰਦਰ ਪ੍ਰਭ ਦੇ ਸ਼ਬਦ ਦੀ ਜੋਤ ਜਾਗਰਤ ਹੋ ਜਾਂਦੀ ਹੈ, ਅਣਮੋਲ ਰਤਨ, ਸ਼ਬਦ ਦੀ ਸੋਝੀ ਬਖਸ਼ਿਸ਼ ਹੋ ਜਾਂਦੀ ਹੈ । ਜਿਹੜਾ ਪ੍ਰਭ ਦੇ ਵਿਛੋੜੇ ਦਾ ਵਿਰਾਗ ਮਹਿਸੂਸ ਨਹੀਂ ਕਰਦਾ! ਉਸ ਨੂੰ ਜਮਦੂਤਾਂ ਦੇ ਡਰ ਦੀ ਭਟਕਣ ਹੀ ਲਗੀ ਰਹਿੰਦੀ ਹੈ । ਉਹ ਆਪਣੇ ਅਹੰਕਾਰ ਦੀ ਅੱਗ ਵਿੱਚ ਹੀ ਜਲਦਾ ਹੈ । ਸਾਰਾ ਸੰਸਾਰ ਹੀ ਪ੍ਰਭ ਦੇ ਸ਼ਬਦ ਨੂੰ ਵਿਸਾਰ ਕੇ ਇਛਾਂ, ਧਾਰਮਕ ਰੀਤ ਰੀਵਾਜਾਂ ਵਿੱਚ ਲਗਾ ਰਹਿੰਦਾ ਹੈ ।

Self-minded may wander in worldly frustration in all directions. Whosoever may wholeheartedly search within his own mind; with His mercy and grace, he be blessed with the enlightenment from within. He may discover the right path of acceptance in His Court and devotion to meditate from within his mind. He may be blessed with priceless jewel, the enlightenment of the essence of His Word. He may remain intoxicated in devotional meditation; with His mercy and grace, he may be enlightened with the essence of His Word, the ambrosial jewels from within. Whosoever may not remain in renunciation in the memory of his separation from His Holy Spirit; he may remain frustrated in fear of devil of death. He remains burning in his own ego. His Creation may forsake the teaching of His Word; he remains slaves of worldly desires and religious rituals.

Key Message of Maajh Mehlaa page 149-2
'ਗੁਰਮਖ ਦੇ ਮਨ ਦੀ ਅਵਸਥਾ?
ਜਿਹੜਾ ਹੋਰ ਗਲਤੀਆਂ ਕਰਕੇ ਆਪਣਾ ਭਾਰ ਵਡਾ ਕਰ ਲਵੇ! ਉਸ ਨੂੰ ਫਿਰ ਜੂੰਨਾਂ ਦੇ ਚੱਕਰ ਵਿੱਚ ਹੀ ਜਾਣਾ ਪੈਂਦਾ ਹੈ । ਜੀਵ ਨੂੰ ਸੰਸਾਰਕ ਜੀਵਨ ਵਿੱਚ ਦੁਖ, ਸੁਖ, ਦੋਨੋਂ ਹੀ ਪ੍ਰਭ ਦੀ ਰਹਿਮਤ, ਹੁਕਮ ਨਾਲ ਹੀ ਬਖਸ਼ਿਸ਼ ਹੁੰਦੇ ਹਨ । ਇਕ ਸਮਾਨ ਆਪਣੇ ਕੰਮਾਂ ਦਾ ਫਲ, ਬਖਸ਼ਿਸ਼ ਸਮਝਕੇ ਹੀ ਸਹਿਣੇ ਚਾਹੀਦੇ ਹਨ । ਜਿਹੜਾ ਮਨ ਲਾ ਕੇ ਆਪਣੇ ਅੰਦਰੋਂ ਹੀ ਖੋਜ ਕਰਦਾ ਹੈ, ਉਸ ਨੂੰ ਮਨ ਅੰਦਰੋਂ ਹੀ ਸ਼ਬਦ ਦੀ ਸੋਝੀ ਬਖਸ਼ਿਸ਼ ਹੋ ਸਕਦੀ ਹੈ । ਪ੍ਰਭ ਆਪ ਹੀ ਪ੍ਰਵਾਨਗੀ ਦੇ ਅਸਲੀ ਰਸਤੇ ਦੀ ਸੋਝੀ ਬਖਸ਼ਦਾ ਹੈ ।
State of mind of His true devotee?
Whosoever may increase the burden of his sins in his human life; he remains in the cycle of birth of death. In worldly life pleasures and miseries, both have been blessed as the judgement of his own worldly deeds of his previous lives; His true devotee accepts and endure as His Worthy Blessings. Whosoever may search wholeheartedly within his own mind; he may be blessed with enlightenment from within. He may discover the right path of acceptance in His Court from within.

26. ਸਲੋਕੁ ਮਃ ੧॥ (149-14)

ਸਿਰੁ ਖੋਹਾਇ ਪੀਅਹਿ ਮਲਵਾਣੀ ਜੂਠਾ ਮੰਗਿ ਮੰਗਿ ਖਾਹੀ॥
ਫੋਲਿ ਫਦੀਹਤਿ ਮੁਹਿ ਲੈਨਿ ਭੜਾਸਾ ਪਾਣੀ ਦੇਖਿ ਸਗਾਹੀ॥
ਭੇਡਾ ਵਾਗੀ ਸਿਰੁ ਖੋਹਾਇਨਿ, ਭਰੀਅਨਿ ਹਥ ਸੁਆਹੀ॥
ਮਾਊ ਪੀਊ ਕਿਰਤੁ ਗਵਾਇਨਿ, ਟਬਰ ਰੋਵਨਿ ਧਾਹੀ॥
ਓਨਾ ਪਿੰਡੁ ਨ ਪਤਲਿ ਕਿਰਿਆ, ਨ ਦੀਵਾ ਮੁਏ ਕਿਥਾਊ ਪਾਹੀ॥
ਅਠਸਠਿ ਤੀਰਥ ਦੇਨਿ ਨ ਢੋਈ, ਬ੍ਰਹਮਣ ਅੰਨੁ ਨ ਖਾਹੀ॥
ਸਦਾ ਕੁਚੀਲ ਰਹਹਿ ਦਿਨੁ ਰਾਤੀ, ਮਥੈ ਟਿਕੇ ਨਾਹੀ॥
ਝੁੰਡੀ ਪਾਇ ਬਹਨਿ ਨਿਤਿ ਮਰਣੈ, ਦੜਿ ਦੀਬਾਣਿ ਨ ਜਾਹੀ॥
ਲਕੀ ਕਾਸੇ ਹਥੀ ਫੁੰਮਣ ਅਗੋ ਪਿਛੀ ਜਾਹੀ॥
ਨਾ ਓਇ ਜੋਗੀ ਨਾ ਓਇ ਜੰਗਮ, ਨਾ ਓਇ ਕਾਜੀ ਮੁੰਲਾ॥
ਦਯਿ ਵਿਗੋਏ ਫਿਰਹਿ ਵਿਗੁਤੇ ਫਿਟਾ ਵਤੈ ਗਲਾ॥
ਜੀਆ ਮਾਰਿ ਜੀਵਾਲੇ ਸੋਈ ਅਵਰੁ ਨ ਕੋਈ ਰਖੈ॥
ਦਾਨਹੁ ਤੈ ਇਸਨਾਨਹੁ ਵੰਜੇ, ਭਸੁ ਪਈ ਸਿਰਿ ਖੁਥੈ॥
ਪਾਣੀ ਵਿਚਹੁ ਰਤਨ ਉਪੰਨੇ, ਮੇਰੁ ਕੀਆ ਮਾਧਾਣੀ॥
ਅਠਸਠਿ ਤੀਰਥ ਦੇਵੀ ਥਾਪੇ ਪੁਰਬੀ ਲਗੈ ਬਾਣੀ॥
ਨਾਇ ਨਿਵਾਂਝਾ ਨਾਤੈ ਪੂਜਾ, ਨਾਵਨਿ ਸਦਾ ਸੁਜਾਣੀ॥
ਮੁਇਆ ਜੀਵਦਿਆ ਗਤਿ ਹੋਵੈ, ਜਾਂ ਸਿਰਿ ਪਾਈਐ ਪਾਣੀ॥
ਨਾਨਕ ਸਿਰਖੁਥੇ ਸੈਤਾਨੀ, ਏਨਾ ਗਲ ਨ ਭਾਣੀ॥
ਵੁਠੈ ਹੋਇਐ ਹੋਇ ਬਿਲਾਵਲੁ, ਜੀਆ ਜੁਗਤਿ ਸਮਾਣੀ॥
ਵੁਠੈ ਅੰਨੁ ਕਮਾਦੁ ਕਪਾਹਾ, ਸਭਸੈ ਪੜਦਾ ਹੋਵੈ॥
ਵੁਠੈ ਘਾਹੁ ਚਰਹਿ ਨਿਤਿ ਸੁਰਹੀ, ਸਾ ਧਨ ਦਹੀ ਵਿਲੋਵੈ॥
ਤਿਤੁ ਘਿਇ ਹੋਮ ਜਗ, ਸਦ ਪੂਜਾ ਪਇਐ ਕਾਰਜੁ ਸੋਹੈ॥
ਗੁਰੂ ਸਮੁੰਦੁ ਨਦੀ ਸਭਿ ਸਿਖੀ, ਨਾਤੈ ਜਿਤੁ ਵਡਿਆਈ॥
ਨਾਨਕ ਜੇ ਸਿਰਖੁਥੇ ਨਾਵਨਿ ਨਾਹੀ
ਤਾ ਸਤ ਚਟੇ ਸਿਰਿ ਛਾਈ॥੧॥

sir khohaa-ay pee-ah malvaanee joothaa mang mang khaahee.
fol fadeehat muhi lain bharhaasaa paanee daykh sagaahee.
bhaydaa vaagee sir khohaa-in bharee-an hath su-aahee.
maa-oo pee-oo kirat gavaa-in tabar rovan Dhaahee.
onaa pind na patal kiri-aa na deevaa mu-ay kithaa-oo paahee.
athsath tirath dayn na dho-ee barahman ann na khaahee.
sadaa kucheel raheh din raatee mathai tikay naahee.
jhundee paa-ay bahan nit marnai darh deebaan na jaahee.
lakee kaasay hathee fumman ago pichhee jaahee.
naa o-ay jogee naa o-ay jangam naa o-ay kaajee muNlaa.
da-yi vigo-ay fireh vigutay fitaa vatai galaa.
jee-aa maar jeevaalay so-ee avar na ko-ee rakhai.
daanhu tai isnaanhu vanjay bhas pa-ee sir khuthai.
paanee vichahu ratan upannay mayr kee-aa maaDhaanee.
athsath tirath dayvee thaapay purbee lagai banee.
naa-ay nivaajaa naatai poojaa naavan sadaa sujaanee.
mu-i-aa jeevdi-aa gat hovai jaaN sir paa-ee-ai paanee.
naanak sirkhutay saitaanee aynaa gal na bhaanee.
vuthai ho-i-ai ho-ay bilaaval jee-aa jugat samaanee.
vuthai ann kamaad kapaahaa sabhsai parh- daa hovai.
vuthai ghaahu chareh nit surhee saa Dhan dahee vilovai.
tit ghi-ay hom jag sad poojaa pa-i-ai kaaraj sohai.
guroo samund nadee sabh sikhee naatai Jit vadi-aa-ee.
naanak jay sirkhutay naavan naahee
taa sat chatay sir chhaa-ee. ||1||

ਜਿਹੜਾ ਪ੍ਰਭ ਦੇ ਸ਼ਬਦ ਨੂੰ ਮਨ ਵਿਚੋਂ ਵਿਸਾਰ ਕੇ ਹੋਰ ਭਰਮਾਂ ਭਲੇਖਿਆਂ ਵਿੱਚ ਮੁਕਤੀ ਢੂੰਡਦਾ ਹੈ । ਉਸ ਅੰਤ ਵਿੱਚ ਸੰਸਾਰਕ ਇਛਾਂ ਨਾਲ ਬੇਚਾਰ ਹੋ ਜਾਂਦਾ ਹੈ, ਸਿਰ ਦੇ ਵਾਲ ਪੁੱਟਦਾ ਹੈ । ਕਿ ਉਹ ਕਿਹੜੇ ਰਸਤੇ ਤੇ ਚਲਦਾ ਹੈ? ਉਸ ਨੂੰ ਸ਼ਬਦ ਦੀ ਸੋਝੀ ਰੂਪੀ ਪਵਿੱਤਰ ਅੰਮ੍ਰਿਤ ਬਖਸ਼ਿਸ਼ ਨਹੀਂ ਹੁੰਦਾ! ਉਹ ਭਗਤਾਂ ਦੇ ਤਿਆਗੇ ਬੰਦਗੀ ਦੇ ਢੰਗ ਆਪਣੇ ਜੀਵਨ ਵਿੱਚ ਅਪਣਾਉਂਦਾ ਹੈ । ਉਸ ਦਾ ਕੋਈ ਕੰਮ ਸ੍ਰਿਸ਼ਟੀ ਦੀ ਭਲਾਈ ਵਾਲਾ ਨਹੀਂ ਹੁੰਦਾ। ਆਪ ਅਗਿਆਨਤਾਂ ਦੀ ਗੰਦਗੀ ਵਿੱਚ ਰਹਿੰਦਾ, ਇਸ ਦਾ ਹੀ ਪ੍ਰਚਾਰ ਕਰਦਾ ਹੈ । ਉਸ ਦੇ ਹੱਥ ਮੰਦੇ ਕੰਮਾਂ ਨਾਲ ਮੈਲੇ ਹੁੰਦੇ ਹਨ, ਉਹ ਧਰਮ ਦੇ ਬਾਣੇ ਵਿੱਚ ਭੇਡਾ ਵਾਂਗ ਹੀ ਰਹਿੰਦਾ ਹੈ । ਉਹ ਆਪਣੇ ਬਜ਼ੁਰਗਾ ਦੇ ਨੇਕੀ ਵਾਲੇ ਕੰਮ ਨਹੀਂ ਕਰਦਾ, ਅਖੀਰਲੇ ਸਮੇਂ ਬੇਵਸੀ ਵਿੱਚ ਰਹਿੰਦਾ ਹੈ । ਮੌਤ ਤੋਂ ਪਿਛੋਂ ਕੋਈ ਯਾਦ ਵੀ ਨਹੀਂ ਕਰਦਾ, ਅੱਗੇ ਵੀ ਢੋਈ ਨਹੀਂ ਮਿਲਦੀ ਹੈ । ਸੰਸਾਰਕ 68 ਤੀਰਥ ਵੀ ਉਸ ਨੂੰ ਕੋਈ ਮਹੱਤਤਾ ਨਹੀਂ ਦੇਂਦੇ ਹਨ, ਨਾ ਹੀ ਬ੍ਰਹਮਣ (ਪੁਜਾਰੀ) ਉਸ ਦਾ ਦਾਨ, ਭੋਜਨ ਵੀ ਪਵਿੱਤਰ ਸਮਝ ਕੇ ਕਬੂਲ ਕਰਦਾ ਹੈ । ਉਹ ਰਾਤ ਦਿਨ, ਸੰਸਾਰਕ ਇਛਾਂ ਦੀ ਗੰਦਗੀ ਵਿੱਚ ਹੀ ਰਹਿੰਦਾ ਹੈ । ਉਹ ਨਾ ਹੀ ਧਾਰਮਕ ਨਿਤਨੇਮ ਜਾ ਇਸ਼ਨਾਨ, ਤਿਲਕ ਹੀ ਲਾਉਂਦਾ ਹੈ, ਉਹ ਮੌਨ ਵਿੱਚ ਰਹਿੰਦਾ, ਜਿਵੇਂ ਸੋਗ ਵਿੱਚ ਰਹਿੰਦਾ ਹੈ । ਉਹ ਪ੍ਰਭ ਦੇ ਦਰਬਾਰ ਤੋਂ ਵੀ ਛੇਕਿਆ ਜਾਂਦਾ ਹੈ । ਉਹ ਨਾ ਤਾ ਬੰਦਗੀ ਕਰਨਵਾਲਾ ਜੋਗੀ, ਨਾ ਹੀ ਸ਼ਬਦ ਦੀ ਸੋਝੀ ਦੇਣ ਵਾਲੇ ਸ਼ਿਵ ਦਾ ਪੁਜਾਰੀ ਹੀ ਹੈ । ਉਹ ਪ੍ਰਭ ਦੀ ਰਹਿਮਤ ਤੋਂ ਦੂਰ ਹੀ ਰਹਿੰਦਾ ਹੈ, ਜੀਵਨ ਬਿਰਥਾ ਹੀ ਬਤੀਤ ਕਰ ਜਾਂਦਾ ਹੈ । ਕੇਵਲ ਪ੍ਰਭ ਹੀ ਜਨਮ, ਮੌਤ ਅਤੇ ਮੁਕਤੀ ਬਖਸ਼ਦਾ ਹੈ । ਉਸ ਦੀ ਰਹਿਮਤ ਤੋਂ ਬਿਨਾਂ ਹੋਰ ਕੋਈ ਪ੍ਰਵਾਨਗੀ ਦਾ ਰਸਤਾ ਨਹੀਂ ਹੈ । ਜਿਹੜਾ ਬੰਦਗੀ ਦਾ ਰਸਤਾ ਜਾਣਨ ਤੋਂ ਬਿਨਾਂ ਹੀ ਵੱਖਰੇ ਵੱਖਰੇ ਤਰੀਕਿਆਂ ਨਾਲ ਪ੍ਰਭ ਦੀ ਰਹਿਮਤ ਪਾਉਣ ਦੀ ਕੋਸ਼ਿਸ਼ ਕਰਦਾ ਹੈ, ਇਸ਼ਨਾਨ ਕਰਨਾ, ਸਿਰ ਦੇ ਵਾਲ ਪੁੱਟਨ, ਇਸ ਨਾਲ ਸਿਰ ਤੇ ਘੱਟਾ ਹੀ ਪੈਂਦਾ ਹੈ । ਜਿਹੜਾ ਸ਼ਬਦ ਦੀ ਸਿਖਿਆਂ, ਪ੍ਰਭ ਦੇ ਬਖਸ਼ੇ ਤੇ ਅਡੋਲ ਭਰੋਸੇ ਨਾਲ, ਆਪਣੀ ਲਿਵ ਰੂਪੀ ਮਧਾਣੀ ਨਾਲ ਸ਼ਬਦ ਨੂੰ ਰਿੜਕਦਾ ਹੈ । ਉਸ ਨੂੰ ਸ਼ਬਦ ਦੀ ਪਾਲਣਾ ਵਿਚੋਂ ਹੀ ਅਮੋਲਕ ਰਤਨ ਬਖਸ਼ਿਸ਼ ਹੋ ਜਾਂਦੇ ਹਨ । ਸੰਸਾਰਕ ਦੇਵਤਿਆਂ ਨੇ ਹੀ 68 ਤੀਰਥ ਸਥਾਪਣ ਕੀਤੇ ਹਨ, ਜਿੱਥੇ ਬੰਦਗੀ ਕਰਨਵਾਲੇ ਪ੍ਰਭ ਦੇ ਸ਼ਬਦ ਦੀ ਚਰਚਾ ਗਾਉਂਦੇ ਹਨ । ਇਥੇ ਸੰਸਾਰਕ ਧਾਰਮਕ ਜੀਵ ਇਸ਼ਨਾਨ ਕਰਕੇ ਅਰਦਾਸਾਂ ਕਰਦੇ ਹਨ । (ਮੁਸਲਮਾਨ ਨਮਾਜਾਂ, ਹਿੰਦ ਸ਼ਬਦ ਗਾਇਨ ਕਰਦੇ ਹਨ) ਪ੍ਰਭ ਦਾ ਸੇਵਕ, ਗੁਰਮਖ ਆਪਣੀ ਆਤਮਾ ਨੂੰ ਪਵਿੱਤਰ ਕਰਨਵਾਲਾ ਵਾਲਾ, ਆਪਣੇ ਮਨ ਵਿੱਚ ਹੀ ਆਤਮਾ ਦਾ ਪਵਿਤਰਤਾ ਦਾ ਇਸ਼ਨਾਨ ਕਰਦਾ ਹੈ । ਜਿਸ ਦੀ ਆਤਮਾ ਨੂੰ ਪਵਿੱਤਰ ਕਰਨਵਾਲੇ ਜਲ ਨਾਲ ਇਸ਼ਨਾਨ ਹੁੰਦਾ ਹੈ, ਉਸ ਨੂੰ ਜਨਮ ਮਰਨ ਤੋਂ ਮੁਕਤੀ ਬਖਸ਼ਿਸ਼ ਹੋ ਜਾਂਦੀ ਹੈ । ਜਿਵੇਂ ਪਾਣੀ ਜੀਵ ਦੇ ਜੀਵਨ ਦਾ ਇਕ ਤੱਤ ਹੈ, ਇਸ ਲਈ ਮੀਂਹ ਨਾਲ ਖੁਸ਼ੀ ਹੁੰਦੀ ਹੈ । ਇਸ ਨਾਲ ਅੰਨ ਪੈਦਾ ਹੁੰਦਾ, ਸਰੀਰ ਢੱਕਣ ਲਈ ਕਪੜਾ ਬਣਦਾ ਹੈ, ਜਾਨਵਰ ਦੁੱਧ ਦੇਂਦੇ, ਘੀ ਬਣਦਾ, ਸੰਸਾਰਕ ਪੂਜਾ ਹੁੰਦੀ ਹੈ । ਪ੍ਰਭ ਦਾ ਸ਼ਬਦ ਹੀ ਇਕ ਸਾਗਰ ਹੈ, ਇਸ ਦੀ

ਗੁਰੂ ਨਾਨਕ ਦੇਵ ਜੀ! – Guru Nanak Dev Ji! Guru Granth Sahib

ਸਿਖਿਆਂ, ਇਕ ਨਦੀ ਰੂਪ ਹੈ, ਜਿਸ ਨਾਲ ਰਹਿਮਤ ਦਾ ਅਨੰਦ ਬਖਸ਼ਿਸ਼ ਹੁੰਦਾ ਹੈ । ਜਿਹੜਾ ਜੀਵ ਬਾਣੇ ਨੂੰ ਮਹੱਤਤਾ ਦੇਂਦਾ ਹੈ, ਉਸ ਦਾ ਮਨ ਸ਼ਬਦ ਵਿੱਚ ਨਹੀਂ ਲਗਦਾ । ਜਿਹੜਾ ਬਾਣੇ ਨੂੰ ਹੀ ਪਹਿਲਾ ਨਿਯਮ ਸਮਝਦਾ ਹੈ, ਉਸ ਅਗਿਆਨੀ ਨੂੰ ਦਰਬਾਰ ਵਿੱਚ ਸ਼ਰਿਮੰਦਗੀ ਹੀ ਮਿਲਦੀ ਹੈ ।

Whosoever may forsake the teachings of His Word from his life; he may remain intoxicated with sweet poison of worldly wealth. He may remain intoxicated in religious suspicions, rigidly adopt religious rituals as the right path of salvation. What may be his state of his mind? He may not be blessed with the right path of salvation; he may remain frustrated and helpless with his worldly desires. He may adopt the technique of meditation, renounced by His true devotees. His deed may not be for the welfare of His Creation. He may remain in ignorance from His Word and preaches the same ignorance to others. His soul may remain blemished with evil deeds; he may remain hiding in religious robe like a sheep. He may not follow the traditional teachings of his elders. In the end, he becomes frustrated and helpless. No one may even remember his name after death nor he may be accepted in His Court. His pilgrimage at 68 Holy Shrines may not be accepted, rewarded nor any of His true devotee may accept his charity. His donation may be considered malice with his evil and greedy intention. He remains intoxicated with sweet poison of worldly wealth; however, he may follow religious rituals. He may perform routine morning prayers, takes a soul sanctifying bath at Holy Shrines and insignia of purity on his forehand. He may remain in quiet, abandoned places, as if he is grieving. He remains rebuked from His Court. He may not become His true devotee nor a true worshipper of Shivji, Blessed soul! He may be deprived from His Blessed Vision, the right path of acceptance in His Court; he wastes his human life opportunity uselessly. Whosoever may be bestowed with His Blessed Vision, his soul may be blessed with salvation after death. Whosoever may adopt different meditations routines, like pilgrimage at Holy Shrine for soul sanctifying bath; adopts religious robes, like pulling his hair out or believing in any other religious symbol; he may be embarrassed, only dust may fall on his head. Whosoever may adopt the teachings of His Word with steady and stable belief and churns the essence of His Word; with His mercy and grace, he may be blessed with ambrosial jewels of the enlightenment of the essence of His Word. All 68 Holy Shrines have been established by the worldly prophets and gurus; where religious worldly creatures take holy baths and pray for His Forgiveness and Refuge. His true devotee may only take a soul sanctifying bath in the nectar of the essence of His Word within his own mind. He may be blessed with salvation from the cycle of birth and death. As water is the key ingredient for survival of all creature, with rain his mind enjoy pleasure and rejuvenated. With rain grains are grown on earth; cloth is made from the crops; animals give milk to produce ghee for worship. Same way the teachings of His Word is an ocean of enlightenment. Whosoever may adopt the teachings of His Word in his day-to-day life, his mind may be blessed with a peace and pleasure. Whosoever may give significance to the outlook and religious robe, symbols; he may not have a steady and stable belief, devotion to meditate on the teachings of His Word. Ignorant, may be embarrassed in His Court.

ਮਃ ੨॥

ਅਗੀ ਪਾਲਾ ਕਿ ਕਰੇ, ਸੂਰਜ ਕੇਹੀ ਰਾਤਿ॥	agee paalaa ke karay sooraj kayhee raat.
ਚੰਦ ਅਨੇਰਾ ਕਿ ਕਰੇ ਪਉਣ ਪਾਣੀ ਕਿਆ ਜਾਤਿ॥	chand anayraa ke karay pa-un paanee ki-aa jaat.
ਧਰਤੀ ਚੀਜੀ ਕਿ ਕਰੇ, ਜਿਸੁ ਵਿਚਿ ਸਭੁ ਕਿਛੁ ਹੋਇ॥	dhartee cheejee ke karay Jis vich sabh kichh ho-ay.
ਨਾਨਕ ਤਾ ਪਤਿ ਜਾਣੀਐ, ਜਾ ਪਤਿ ਰਖੈ ਸੋਇ॥ ੨॥	naanak taa pat jaanee-ai jaa pat rakhai so-ay. ||2||

ਜਿਵੇਂ ਠੰਡ ਨੂੰ ਅੱਗ ਕੁਝ ਨਹੀਂ ਕਰ ਸਕਦੀ । ਰਾਤ ਸੂਰਜ ਨੂੰ ਕੁਝ ਨਹੀਂ ਕਰ ਸਕਦੀ । ਚੰਦ ਦੀ ਰੋਸ਼ਨੀ ਨੂੰ ਹਨੇਰਾ ਕੁਝ ਨਹੀਂ ਕਰ ਸਕਦਾ । ਇਸਤਰ੍ਹਾਂ ਸੰਸਾਰਕ ਹੈਸੀਅਤ, ਹਵਾ ਜਾ ਪਾਣੀ ਨੂੰ ਕੁਝ ਨਹੀਂ ਕਰ ਸਕਦੀ । ਸਭ ਕੁਝ ਪ੍ਰਭ ਆਪ ਹੀ ਕਰਦਾ ਹੈ, ਜਿਸ ਦੀ ਰਖਿਆ ਆਪ ਹੀ ਕਰਦਾ ਹੈ, ਉਸ ਦੀ ਯਾਤਰਾ ਸਫਲ ਹੋ ਜਾਂਦੀ ਹੈ ।

As fire cannot do anything to cold weather; night cannot do anything to Sun; darkness of night cannot do anything to the light of Moon. Same way worldly status cannot do anything to air or water. Only, His Holy Spirit His Command prevails in the universe. Whosoever may be accepted in His Sanctuary; with His mercy and grace, his human life journey may become successful. His cycle of birth and death may be eliminated forever.

ਪਉੜੀ॥

ਤੁਧੁ ਸਚੇ ਸੁਬਹਾਨੁ ਸਦਾ ਕਲਾਣਿਆ॥	tuDh sachay sub-haan sadaa kalaani-aa.
ਤੂੰ ਸਚਾ ਦੀਬਾਣੁ ਹੋਰਿ ਆਵਣ ਜਾਣਿਆ॥	tooN sachaa deebaan hor aavan jaani-aa.
ਸਚੁ ਜਿ ਮੰਗਹਿ ਦਾਨੁ ਸਿ ਤੁਧੈ ਜੇਹਿਆ॥	sach je mangeh daan se tuDhai jayhi-aa.
ਸਚੁ ਤੇਰਾ ਫੁਰਮਾਨੁ ਸਬਦੇ ਸੋਹਿਆ॥	sach tayraa furmaan sabday sohi-aa.
ਮੰਨਿਐ ਗਿਆਨੁ ਧਿਆਨੁ ਤੁਧੈ ਤੇ ਪਾਇਆ॥	mani-ai gi-aan Dhi-aan tuDhai tay paa-i-aa.
ਕਰਮਿ ਪਵੈ ਨੀਸਾਨੁ ਨ ਚਲੈ ਚਲਾਇਆ॥	karam pavai neesaan na chalai chalaa-i-aa.
ਤੂੰ ਸਚਾ ਦਾਤਾਰੁ ਨਿਤ ਦੇਵਹਿ ਚੜਹਿ ਸਵਾਇਆ॥	tooN sachaa daataar nit dayveh charheh savaa-i-aa.
ਨਾਨਕੁ ਮੰਗੈ ਦਾਨੁ ਜੋ ਤੁਧੁ ਭਾਇਆ॥ ੨੬॥	naanak mangai daan jo tuDh bhaa-i-aa. ||26||

ਕੇਵਲ ਪ੍ਰਭ ਹੀ ਸਦਾ ਅਟਲ ਰਹਿਣ ਵਾਲਾ, ਪੂਜਣ ਯੋਗ ਹੈ, ਬਾਕੀ ਸਾਰੇ ਮਿਟ ਜਾਣਵਾਲੇ ਹੀ ਹਨ । ਜਿਹੜਾ ਪ੍ਰਭ ਦੇ ਸ਼ਬਦ ਦੀ ਦਾਤ ਮੰਗਦਾ ਹੈ, ਉਹ ਪ੍ਰਭ ਦਾ ਹੀ ਰੂਪ ਬਣ ਜਾਂਦਾ ਹੈ । ਪ੍ਰਭ ਦਾ ਸ਼ਬਦ, ਭਾਣਾ ਅਟਲ ਹੈ! ਪ੍ਰਭ ਦੇ ਸ਼ਬਦ ਦੀ ਪਾਲਣਾ ਨਾਲ ਹੀ ਇਹ ਸੋਝੀ ਬਖਸ਼ਿਸ਼ ਹੁੰਦੀ ਹੈ । ਭਰੋਸੇ ਨਾਲ ਅਰਦਾਸ ਕਰਨ ਨਾਲ, ਸ਼ਬਦ ਦੀ ਸੋਝੀ ਬਖਸ਼ਿਸ਼ ਹੋ ਸਕਦੀ ਹੈ । ਪ੍ਰਭ ਦੀ ਰਹਿਮਤ, ਸੋਝੀ, ਰਹਿਮਤ ਜੀਵ ਤੋਂ ਕੋਈ ਖੋਹ ਨਹੀਂ ਸਕਦਾ । ਪ੍ਰਭ ਦਾਤਾਂ ਬਖਸ਼ਣ ਵਾਲਾ, ਅਣਗਿਣਤ ਦਾਤਾਂ ਦਾ ਭੰਡਾਰੀ ਹੈ । ਆਪਣੇ ਸੇਵਕਾਂ ਨੂੰ ਸਦਾ ਹੀ ਦਾਤਾਂ ਬਖਸ਼ਦਾ ਹੈ, ਕਮਾਈ ਵਿੱਚ ਬਰਕਤ ਪਾਉਂਦਾ ਹੈ । ਜੀਵ ਹਮੇਸ਼ਾਂ ਪ੍ਰਭ ਅੱਗੇ ਅਰਦਾਸ ਕਰੋ! ਪ੍ਰਭ ਆਪਣੇ ਦਰਬਾਰ ਵਿੱਚ ਪ੍ਰਵਾਨ ਹੋਣ ਵਾਲੀ ਹੀ ਦਾਤ ਬਖਸ਼ੋ! ਤੇਰੀ ਬਖਸ਼ੀ ਦਾਤ ਹੀ ਮੇਰੇ ਮੰਨ ਦੀ ਮੰਗ ਬਣ ਜਾਵੇ ।

ਗੁਰੂ ਨਾਨਕ ਦੇਵ ਜੀ! – Guru Nanak Dev Ji! Guru Granth Sahib

The One and Only One, Axiom, true forever, True Master is only worthy of worship. Everyone else may be perishable, and remains true for predetermined time. Whosoever may only pray a devotion to meditate and the enlightenment of the essence of His Word; with His mercy and grace, he may become His Symbol. Whosoever may obey the teachings of His Word with steady and stable belief, only he may be blessed with enlightenment of His Nature. Whosoever may pray with blemish free, malice free, without any worldly greed; with His mercy and grace, his spoken and unspoken desires may be satisfied. No worldly power can rob that enlightenment or eliminate with any curse. The True Master remains unlimited Treasure of His Virtues, Blessings, bestows and enhances the earnings of His Word of His true devotee. You should always pray for His Forgiveness and Refuge; His Blessings may become earnest desire of your mind.

Key Message of Maajh Mehlaa page 149-14
'ਗੁਰਮਖ ਦੇ ਮਨ ਦੀ ਅਵਸਥਾ?
ਜਿਹੜਾ ਪ੍ਰਭ ਦਾ ਸ਼ਬਦ ਨੂੰ ਮਨ ਵਿਚੋਂ ਵਿਸਾਰ ਕੇ ਹੋਰ ਭਰਮਾਂ ਭਲੇਖਿਆਂ ਵਿੱਚ ਮੁਕਤੀ ਢੂੰਡਦਾ ਹੈ । ਉਹ ਰਸਤਾ ਜਾਣਨ ਤੋਂ ਬਿਨਾਂ ਹੀ ਵੱਖਰੇ ਵੱਖਰੇ ਤਰੀਕਿਆਂ ਨਾਲ ਪ੍ਰਭ ਦੀ ਰਹਿਮਤ ਪਾਉਣ ਦੀ ਕੋਸ਼ਿਸ਼ ਕਰਦਾ ਹੈ, ਇਸ਼ਨਾਨ ਕਰਨਾ, ਸਿਰ ਦੇ ਵਾਲ ਪੁੱਟਨ, ਇਸ ਨਾਲ ਸਿਰ ਤੇ ਘੱਟਾ ਹੀ ਪੈਂਦਾ ਹੈ । ਜਿਹੜਾ ਸ਼ਬਦ ਦੀ ਸਿਖਿਆਂ, ਪ੍ਰਭ ਦੇ ਬਖਸ਼ੇ ਤੇ ਅਡੋਲ ਭਰੋਸੇ ਨਾਲ, ਆਪਣੀ ਲਿਵ ਰੂਪੀ ਮਧਾਣੀ ਨਾਲ ਸ਼ਬਦ ਨੂੰ ਰਿੜਕਦਾ ਹੈ । ਉਸ ਨੂੰ ਸ਼ਬਦ ਦੀ ਪਾਲਣਾ ਵਿਚੋਂ ਹੀ ਅਮੋਲਕ ਰਤਨ ਬਖਸ਼ਿਸ਼ ਹੋ ਜਾਂਦੇ ਹਨ । ਪ੍ਰਭ ਦਾ ਸੇਵਕ, ਗੁਰਮਖ ਆਪਣੀ ਆਤਮਾ ਦਾ ਸ਼ਬਦ ਰੂਪੀ ਅੰਮ੍ਰਿਤ ਵਿੱਚ ਪਵਿਤਰਤਾ ਦਾ ਇਸ਼ਨਾਨ ਕਰਦਾ ਹੈ । ਉਸ ਨੂੰ ਜਨਮ ਮਰਨ ਤੋਂ ਮੁਕਤੀ ਬਖਸ਼ਿਸ਼ ਹੋ ਜਾਂਦੀ ਹੈ । ਸਭ ਕੁਝ ਪ੍ਰਭ ਆਪ ਹੀ ਕਰਦਾ ਹੈ! ਜਿਸ ਦੀ ਰਖਿਆ ਆਪ ਹੀ ਕਰਦਾ ਹੈ, ਉਸ ਦੀ ਯਾਤਰਾ ਸਫਲ ਹੋ ਜਾਂਦੀ ਹੈ । ਕੇਵਲ ਪ੍ਰਭ ਹੀ ਸਦਾ ਅਟਲ ਰਹਿਣ ਵਾਲਾ, ਪੂਜਣ ਯੋਗ ਹੈ, ਬਾਕੀ ਸਾਰੇ ਮਿਟ ਜਾਣਵਾਲੇ ਹੀ ਹਨ । ਅਟਲ, ਪ੍ਰਭ ਦੇ ਸ਼ਬਦ ਦੀ ਪਾਲਣਾ ਨਾਲ ਹੀ ਇਹ ਸੋਝੀ ਬਖਸ਼ਿਸ਼ ਹੁੰਦੀ ਹੈ । ਜੀਵ ਤੋਂ ਪ੍ਰਭ ਦੇ ਸ਼ਬਦ ਦੀ ਸੋਝੀ, ਰਹਿਮਤ ਕੋਈ ਖੋਹ ਨਹੀਂ ਜਾ ਸਕਦੀ ।
State of mind of His true devotee?
Whosoever may forsake the teachings of His Word; he may remain intoxicated with sweet poison of worldly wealth. He may remain intoxicated in religious suspicions, rigidly adopt religious rituals as the right path of salvation. Whosoever may adopt the teachings of His Word with steady and stable belief and churns the essence of His Word; he may be blessed with ambrosial jewels of the enlightenment of the essence of His Word. His true devotee may only take a soul sanctifying in the nectar of the essence of His Word within. He may be blessed with salvation from the cycle of birth and death. His Holy Spirit prevails in the universe, only under His Command. Only The One and Only One, True Master, Axiom, true forever may be worthy of worship. Everyone else may be perishable, true for predetermined time. Whosoever may pray with blemish free, malice free, without any worldly greed; his spoken and unspoken desires may be satisfied. No worldly power can rob that enlightenment or eliminate with any curse.

27. ਸਲੋਕੁ ਮਃ ੨॥ (150-13)

ਦੀਖਿਆ ਆਖਿ ਬੁਝਾਇਆ, ਸਿਫਤੀ ਸਚਿ ਸਮੇਉ॥ deekhi-aa aakh bujhaa-i-aa siftee sach samay-o.
ਤਿਨ ਕਉ ਕਿਆ ਉਪਦੇਸੀਐ, ਜਿਨ ਗੁਰੁ ਨਾਨਕ ਦੇਉ॥੧॥ tin ka-o ki-aa updaysee-ai Jin gur naanak day-o. ||1||

ਜਿਹੜਾ ਭਰੋਸਾ ਅਡੋਲ ਕਰਕੇ ਪ੍ਰਭ ਦੇ ਸ਼ਬਦ ਨੂੰ ਅਟਲ ਮੰਨ ਕੇ ਜੀਵਨ ਵਿੱਚ ਢਾਲ ਲੈਂਦਾ ਹੈ । ਉਹ ਰਸਤੇ ਤੋਂ ਕਦੇ ਨਹੀਂ ਡੋਲਦਾ । ਉਹ ਬੰਦਗੀ ਵਿੱਚ ਹੀ ਲੀਨ ਰਹਿੰਦਾ ਹੈ । ਜਿਸ ਨੂੰ ਪ੍ਰਭ ਦੀ ਰਹਿਮਤ ਨਾਲ ਸ਼ਬਦ ਦੀ ਸੋਝੀ ਬਖਸ਼ਿਸ਼ ਹੋ ਜਾਂਦੀ ਹੈ । ਉਸ ਨੂੰ ਹੋਰ ਸਿਖਿਆਂ ਨਹੀਂ ਦਿੱਤੀ ਜਾ ਸਕਦੀ ।

Whosoever may adopt the teachings of His Word with steady and stable belief in his day-to-day life; he may never forsake the right path of salvation. Whosoever may be bestowed with His Blessed Vision, he may be enlightened with the essence of His Word; he may never be influenced with any other teachings.

ਮਃ ੧॥

ਆਪਿ ਬੁਝਾਏ ਸੋਈ ਬੂਝੈ॥ aap bujhaa-ay so-ee boojhai.
ਜਿਸੁ ਆਪਿ ਸੁਝਾਏ ਤਿਸੁ ਸਭੁ ਕਿਛੁ ਸੂਝੈ॥ jis aap sujhaa-ay tis sabh kichh soojhai.
ਕਹਿ ਕਹਿ ਕਥਨਾ ਮਾਇਆ ਲੂਝੈ॥ kahi kahi kathnaa maa-i-aa loojhai.
ਹੁਕਮੀ ਸਗਲ ਕਰੇ ਆਕਾਰ॥ hukmee sagal karay aakaar.
ਆਪੇ ਜਾਣੈ ਸਰਬ ਵੀਚਾਰ॥ ਅਖਰ ਨਾਨਕ ਅਖਿਓ ਆਪਿ॥ aapay jaanai sarab veechaar. akhar naanak akhi-o aap.
ਲਹੈ ਭਰਾਂਤਿ, ਹੋਵੈ ਜਿਸੁ ਦਾਤਿ॥੨॥ lahai bharaat hovai Jis daat. ||2||

ਜਿਸ ਨੂੰ ਆਪ ਹੀ ਬੰਦਗੀ ਤੇ ਲਾਉਂਦਾ, ਉਹ ਹੀ ਬੰਦਗੀ ਕਰ ਸਕਦਾ, ਰਸਤੇ ਤੇ ਚਲਦਾ ਹੈ । ਜਿਹੜਾ ਉਸ ਰਸਤੇ ਤੇ ਅਡੋਲ ਰਹਿੰਦਾ ਹੈ, ਉਸ ਨੂੰ ਹੀ ਸ਼ਬਦ ਦੀ ਸੋਝੀ ਬਖਸ਼ਿਸ਼ ਹੁੰਦੀ ਹੈ । ਕਈ ਜੀਵ ਸ਼ਬਦ ਦਾ ਪ੍ਰਚਾਰ ਕਰਦੇ ਹਨ, ਕਥਾ, ਵਿਖਿਆਨ ਕਰਦੇ ਹਨ, ਪਰ ਮਨ ਵਿੱਚ ਮਾਇਆ ਇਕੱਠੀ ਕਰਨ ਦਾ ਲਾਲਚ ਵੀ ਰਖਦੇ ਹਨ । ਪ੍ਰਭ ਦੇ ਹੁਕਮ ਨਾਲ ਹੀ ਜੀਵ ਦੀ ਰਚਨਾ ਹੁੰਦੀ ਹੈ, ਆਪ ਹੀ ਸਭ ਕੁਝ ਕਰਦਾ, ਵਾਪਰਦਾ ਹੈ । ਉਹ ਆਪ ਹੀ ਸ਼ਬਦ ਬਖਸ਼ਦਾ ਹੈ, ਭਰੋਸੇ ਵਾਲਾ ਸੋਝੀ ਪਾ ਲੈਂਦਾ ਹੈ, ਨਾ ਭਰੋਸੇ ਵਾਲਾ ਵਾਂਝਾ ਹੀ ਰਹਿੰਦਾ ਹੈ, ਕੇਵਲ ਇਹ ਹੀ ਇਕ ਫਰਕ ਹੈ ।

Whosoever may be inspired, blessed with devotion to meditate on the teachings of His Word; he may adopt the right path of acceptance in His Court. Whosoever may remain steady and stable on the right path of meditation; with His mercy and grace, he may be enlightened with the essence of His Word from within. Many scholars may preach and explain the spiritual meaning of His Word; however, they remain trapped in the worldly greed to collect worldly wealth. The True Master brings new life in the universe with His Own Imagination; He prevails in all events in the universe. The True Master blesses devotion to meditation on the teachings of His Word. His true devotee may adopt the teachings of His Word with steady and stable in his day-to-day life; with His mercy and grace, he may be enlightened with the essence of His Word. Self-minded may not adopt the teachings of His Word, rather adopt religious rituals, baptism as a path of salvation. This may be a unique distinction between His true devotee and self-minded.

ਗੁਰੂ ਨਾਨਕ ਦੇਵ ਜੀ! – Guru Nanak Dev Ji! Guru Granth Sahib

ਪਉੜੀ॥

ਹਉ ਢਾਢੀ ਵੇਕਾਰੁ ਕਾਰੈ ਲਾਇਆ॥	ha-o dhaadhee vaykaar kaarai laa-i-aa.
ਰਾਤਿ ਦਿਹੈ ਕੈ ਵਾਰ ਧੁਰਹੁ ਫੁਰਮਾਇਆ॥	raat dihai kai vaar Dharahu furmaa-i-aa.
ਢਾਢੀ ਸਚੈ ਮਹਲਿ ਖਸਮਿ ਬੁਲਾਇਆ॥	dhaadhee sachai mahal khasam bulaa-i-aa.
ਸਚੀ ਸਿਫਤਿ ਸਾਲਾਹ ਕਪੜਾ ਪਾਇਆ॥	sachee sifat saalaah kaprhaa paa-i-aa.
ਸਚਾ ਅੰਮ੍ਰਿਤ ਨਾਮੁ ਭੋਜਨੁ ਆਇਆ॥	sachaa amrit Naam bhojan aa-i-aa.
ਗੁਰਮਤੀ ਖਾਧਾ ਰਜਿ, ਤਿਨਿ ਸੁਖੁ ਪਾਇਆ॥	gurmatee khaaDhaa raj tin sukh paa-i-aa.
ਢਾਢੀ ਕਰੇ ਪਸਾਉ ਸਬਦੁ ਵਜਾਇਆ॥	dhaadhee karay pasaa-o sabad vajaa-i-aa.
ਨਾਨਕ ਸਚੁ ਸਾਲਾਹਿ, ਪੂਰਾ ਪਾਇਆ॥੨੭॥ ਸੁਧੁ॥	naanak sach saalaahi pooraa paa-i-aa. ||27|| suDhu

ਪ੍ਰਭ ਬੰਦਗੀ ਕਰਨਵਾਲੇ ਨੂੰ ਆਪ ਹੀ ਇਹ ਰੋਜ਼ਗਾਰ, ਧੰਦਾ ਬਖਸ਼ਦਾ ਹੈ । ਉਹ ਰਾਤ ਦਿਨ ਸ਼ਬਦ ਦੇ ਗੀਤ ਹੀ ਗਾਉਂਦਾ ਹੈ । ਬੰਦਗੀ, ਕੀਰਤਨ ਕਰਨਵਾਲੇ ਨੂੰ ਪ੍ਰਭ ਆਪ ਹੀ ਦਰਬਾਰ ਵਿੱਚ ਸੱਦਾ ਬਖਸ਼ਦਾ, ਆਪ ਹੀ ਰਹਿਮਤ ਨਾਲ ਭਰਪੂਰ ਰਖਦਾ ਹੈ । ਉਸ ਦਾ ਜੀਵਨ ਦੇਣ ਵਾਲਾ ਭੋਜਨ ਹੀ ਸ਼ਬਦ ਦਾ ਕੀਰਤਨ ਬਣ ਜਾਂਦਾ ਹੈ । ਪ੍ਰਭ ਦੇ ਸ਼ਬਦ ਦੀ ਉਸਤਤ ਦੀ ਗੂੰਜ ਹੀ ਉਸ ਦੇ ਮਨ ਵਿੱਚ, ਜੀਭ ਤੇ ਚਲਦੀ ਹੈ । ਬਾਰ ਬਾਰ ਉਸਤਤ ਗਾਉਣ ਨਾਲ ਉਸ ਦੀ ਲਿਵ ਹੋਰ ਪਵਿੱਤਰ ਹੋ ਜਾਂਦੀ ਹੈ ।

The True Master blesses, assigns the task of singing the glory of His Word to His true devotee. He remains intoxicated singing His Glory with each breath. The True Master may bestow overwhelming, unlimited treasures of virtues to His true devotee. He may consider singing the glory of His Word as his nourishment and the real purpose of his human life opportunity. The echo of praises of His Word may resonate within his heart and on his tongue. He remains repeatedly singing His Glory; with His mercy and grace, his soul may be sanctified to become worthy of His Consideration.

Key Message of Maajh Mehlaa page 150-13
'ਗੁਰਮਖ ਤੇ ਮਨਮੁਖ ਵਿੱਚ ਅੰਤਰ!
ਜਿਹੜਾ ਭਰੋਸਾ ਅਡੋਲ ਕਰਕੇ ਪ੍ਰਭ ਦੇ ਸ਼ਬਦ ਨੂੰ ਅਟਲ ਮੰਨ ਕੇ ਜੀਵਨ ਵਿੱਚ ਢਾਲ ਲੈਂਦਾ ਹੈ । ਪ੍ਰਭ ਦੀ ਰਹਿਮਤ ਨਾਲ ਸ਼ਬਦ ਦੀ ਸੋਝੀ ਬਖਸ਼ਿਸ਼ ਹੋ ਜਾਂਦੀ ਹੈ । ਉਸ ਤੇ ਹੋਰ ਸਿਖਿਆਂ ਦਾ ਕੋਈ ਪ੍ਰਭਾਵ ਨਹੀਂ ਹੁੰਦਾ । ਪ੍ਰਭ ਦੇ ਹੁਕਮ ਨਾਲ ਹੀ ਸਭ ਕੁਝ ਕਰਦਾ, ਵਾਪਰਦਾ ਹੈ । ਉਹ ਆਪ ਹੀ ਸਭ ਨੂੰ ਸ਼ਬਦ ਬਖਸ਼ਦਾ ਹੈ, ਭਰੋਸੇ ਵਾਲਾ ਸੋਝੀ ਪਾ ਲੈਂਦਾ ਹੈ, ਨਾ ਭਰੋਸੇ ਵਾਲਾ ਵਾਂਝਾ ਹੀ ਰਹਿੰਦਾ ਹੈ, ਕੇਵਲ ਇਹ ਹੀ ਇਕ ਫਰਕ ਹੈ । ਪ੍ਰਭ ਆਪ ਹੀ ਗੁਰਮਖ ਨੂੰ ਸ਼ਬਦ ਦੀ ਪਾਲਣਾ ਰੂਪੀ ਜੀਵਨ ਦੇਣ ਵਾਲਾ ਭੋਜਨ ਬਖਸ਼ਦਾ ਹੈ । ਪ੍ਰਭ ਦੇ ਸ਼ਬਦ ਦੀ ਉਸਤਤ ਦੀ ਗੂੰਜ ਹੀ ਉਸ ਦੇ ਮਨ ਵਿੱਚ ਸੁਣਾਈ ਦੇਂਦੀ, ਜੀਭ ਤੇ ਚਲਦੀ ਹੈ ।
State of mind of His true devotee vs Self-minded!
Whosoever may adopt the teachings of His Word with steady and stable belief in his day-to-day life; with His Blessed Vision, he may be enlightened with the essence of His Word. His state of mind may become beyond the influence of any other teachings. The True Master blesses devotion to meditation on the teachings of His Word to everyone. Whosoever may adopt the teachings of His Word with steady and stable, he may be blessed with a state of mind as His true devotee. Self-minded may not adopt the teachings of His Word, rather adopts religious rituals, baptism as a path of salvation. This may be a unique distinction between His true devotee and self-minded. The True Master blesses, assigns the task of singing the glory of His Word to His true devotee; as his nourishment and the real purpose of his human life opportunity. He may hear the echo of praises of His Word resonating within his heart and on his tongue.

ਦੋਹਰਾ॥

ਸਗਲ ਦੁਆਰ ਕਉ ਛਾਡਿ ਕੈ, ਗਹਯੋ ਤੁਹਾਰੋ ਦੁਆਰ॥
ਬਾਂਹਿ ਗਹੇ ਕੀ ਲਾਜ ਅਸਿ, ਗੋਬਿੰਦ ਦਾਸ ਤੁਹਾਰ॥੯੬੪॥
ਸੰਤ ਕਾ ਮਾਰਗ ਧਰਮ ਕੀ ਪੌੜੀ ਕੋਈ ਵਿਰਲਾ ਪਾਵੇ!

Chapter 3
☬ ਰਾਗੁ ਗਉੜੀ (151-346) ☬

1. **ਮਹਲਾ ੧ ਚਉਪਦੇ ਦੁਪਦੇ॥ 151**

ੴ ਸਤਿਨਾਮੁ, ਕਰਤਾ, ਪੁਰਖੁ, ਨਿਰਭਉ, ਨਿਰਵੈਰੁ, ਅਕਾਲ, ਮੂਰਤਿ,
ਅਜੂਨੀ, ਸੈਭੰ, ਗੁਰ ਪ੍ਰਸਾਦਿ॥

ik-oNkaar Satnaam, kartaa, purakh, nirbha-o, nirvair, akaal,
moorat, ajoonee, saibhaN, gur parsaad!

ਭਉ ਮੁਚੁ ਭਾਰਾ ਵਡਾ ਤੋਲੁ॥ ਮਨ ਮਤਿ ਹਉਲੀ ਬੋਲੇ ਬੋਲ॥
ਸਿਰਿ ਧਰਿ ਚਲੀਐ ਸਹੀਐ ਭਾਰੁ॥
ਨਦਰੀ ਕਰਮੀ ਗੁਰ ਬੀਚਾਰੁ॥੧॥

bha-o much bhaaraa vadaa tol. man, mat ha-ulee bolay bol.
sir Dhar chalee-ai sahee-ai bhaar.
nadree karmee gur beechaar. ||1||

ਹਰ ਵੇਲੇ ਪ੍ਰਭ ਦਾ, ਮੌਤ ਦਾ ਡਰ ਮਨ ਨੂੰ ਦੁਡਾਬੀ ਰਖਦਾ ਹੈ, ਸ਼ਬਦ ਦੀ ਸੋਝੀ ਬਹੁਤ ਡੂੰਘੀ ਹੈ । ਅਨਜਾਣ ਮਨ ਵਿਚੋਂ ਸ਼ਬਦ ਦੀ ਅਵਾਜ਼ ਬਹੁਤ ਮੱਧਮ ਨਿਕਲਦੀ ਹੈ । ਪ੍ਰਭ ਦੇ, ਮੌਤ ਦੇ ਡਰ ਨੂੰ ਆਪਣੇ ਸਿਰ ਤੇ ਰਖੋ! ਪੀੜਾਂ ਨਾਲ ਸਹਿਣ ਲਈ ਤਿਆਰ ਰਹੋ! ਜੀਵਨ ਵਿਚ ਸ਼ਬਦ ਦੀ ਸਿਖਿਆ ਨੂੰ ਅਡੋਲ ਭਰੋਸੇ ਨਾਲ ਧਾਰਨ ਕਰੋ!

The essence of His Word is very mysterious; human may always remain worried about the fear of God and fear of unpredictable death within. Whosoever may be ignorant from the understanding of His Word; the sound of His Word comes out of his mind, very low. You should always keep the fear of death fresh in your mind. You should adopt the teachings of His Word with steady and stable belief in day-to-day life. You must have a patience to endure His Command, Word. 1

ਭੈ ਬਿਨੁ ਕੋਇ ਨ ਲੰਘਸਿ ਪਾਰਿ॥
ਭੈ ਭਉ ਰਾਖਿਆ ਭਾਇ ਸਵਾਰਿ॥੧॥ ਰਹਾਉ॥

bhai bin ko-ay na langhas paar.
bhai bha-o raakhi-aa bhaa-ay savaar. ||1|| rahaa-o.

ਪ੍ਰਭ ਦੇ ਡਰ ਤੋਂ ਬਿਨਾਂ, ਕੋਈ ਬੰਦਗੀ ਵਾਲੇ ਪਾਸੇ ਚਲ ਨਹੀਂ ਸਕਦਾ । ਇਹ ਡਰ ਹੀ ਪ੍ਰਭ ਦੇ ਸ਼ਬਦ ਨਾਲ ਪ੍ਰੀਤ ਅਡੋਲ ਰਖਦਾ ਹੈ । ਬੰਦਗੀ ਤੋਂ ਬਿਨਾਂ ਪ੍ਰਵਾਨਗੀ, ਮੁਕਤੀ ਬਖਸ਼ਿਸ਼ ਨਹੀਂ ਹੁੰਦੀ ।

No one can adopt or meditates on the teachings of His Word in day-to-day life, without the fear of The True Master within. With fear of His disappointment, he remains steady and stable on the right path of devotional meditation. No one may ever be blessed with the right path of acceptance, without meditating, earnings on His Word

ਭੈ ਤਨਿ ਅਗਨਿ ਭਖੈ ਭੈ ਨਾਲਿ॥ ਭੈ ਭਉ ਘੜੀਐ ਸਬਦਿ ਸਵਾਰਿ॥
ਭੈ ਬਿਨੁ ਘਾੜਤ ਕਚੁ ਨਿਕਚ॥ ਅੰਧਾ ਸਚਾ ਅੰਧੀ ਸਟ॥੨॥

bhai tan agan bhakhai bhai naal. bhai bha-o gharhee-ai sabad savaar.
bhai bin ghaarhat kach nikach. anDhaa sachaa anDhee sat. ||2||

ਪ੍ਰਭ ਦਾ, ਮੌਤ ਦਾ ਡਰ ਮਨ ਦੀਆਂ ਇਛਾਂ ਦੀ ਅੱਗ ਨੂੰ ਜਲਾ ਦੇਂਦਾ ਹੈ । ਮੌਤ ਦੇ ਡਰ ਨਾਲ ਹੀ ਜੀਵ ਸ਼ਬਦ ਦੀ ਖੋਜ ਕਰਦਾ, ਸੋਝੀ ਢੂੰਡਦਾ ਹੈ । ਬੰਦਗੀ ਨੂੰ ਪ੍ਰਭ ਦੇ ਡਰ ਦੀ ਕਸਵਟੀ ਨਾਲ ਪਰਖਣ ਤੋਂ ਬਿਨਾਂ ਸ਼ਬਦ ਤੇ ਭਰੋਸਾ ਅਡੋਲ ਨਹੀਂ ਹੁੰਦਾ, ਆਪਣੇ ਜੀਵਨ ਦੇ ਢੰਗ ਨੂੰ ਸ਼ਬਦ ਨਾਲ ਵਿਚਾਰਿਆ ਨਹੀਂ ਜਾ ਸਕਦਾ । ਬੰਦਗੀ ਦਾ ਰਸਤਾ ਪਵਿੱਤਰ ਨਹੀਂ ਹੁੰਦਾ ।

The fear of death may overpower, burns worldly desires from within his mind. He may search the enlightenment of His Word from within. Without evaluating your meditations, worldly deeds with the measuring stick of His Word; no one may keep his belief steady and stable on His Word. His path of meditation may not become sanctified.

ਬੁਧੀ ਬਾਜੀ ਉਪਜੈ ਚਾਓ॥ ਸਹਸ ਸਿਆਣਪ ਪਵੈ ਨ ਤਾਓ॥
ਨਾਨਕ ਮਨਮੁਖਿ ਬੋਲਣੁ ਵਾਓ॥ ਅੰਧਾ ਅਖਰੁ ਵਾਓ ਦੁਆਓ॥੩॥੧॥

buDhee baajee upjai chaa-o. sahas si-aanap pavai na taa-o.
naanak manmukh bolan vaa-o. anDhaa akhar vaa-o du-aa-o. ||3||1||

ਮਨ ਦੀ ਸੋਚ ਵਿਚ ਸੰਸਾਰਕ ਇਛਾਂ ਆਉਂਦੀਆਂ ਹਨ । ਮਨ ਦੀਆਂ ਹਜ਼ਾਰਾਂ ਹੀ ਸਿਆਣਪਾਂ ਨਾਲ ਮੌਤ ਦੇ ਡਰ ਦਾ ਕੋਈ ਹੱਲ ਨਹੀਂ ਮਿਲਦਾ, ਜਨਮ ਮਰਨ ਦਾ ਚੱਕਰ ਖਤਮ ਕਰਨ ਦਾ ਕੋਈ ਰਸਤਾ ਨਹੀਂ ਲੱਭਦਾ । ਮਨਮੁਖ ਦਾ ਬੋਲਿਆ ਜਾ ਦੱਸਿਆ ਰਸਤਾ ਕਿਸੇ ਪਾਸੇ ਨਹੀਂ ਲਾਉਂਦਾ, ਉਹ ਬਿਰਥਾ ਹੀ ਪ੍ਰਚਾਰ ਹੁੰਦਾ ਹੈ ।

Various worldly desires become very dominating, powerful within mind. With his own wisdom and thousands of worldly plannings, he may not conquer the fear of death, his cycle of birth and death. He may not find the right path of meditation. Advice, counsel of self-minded may not provide any guidance to the right path of salvation. His preaching remains useless for the purpose of human life.

Key Message of Raag Gauree   page 151-1
ਮੌਤ ਦਾ ਡਰ ਕਿਵੇਂ ਦੂਰ ਹੋ ਸਕਦਾ ਹੈ!
ਪ੍ਰਭ ਦੇ, ਮੌਤ ਦੇ ਡਰ ਨੂੰ ਆਪਣੇ ਧਿਆਨ ਵਿਚ ਰਖਕੇ, ਪੀੜਾਂ ਨਾਲ ਸਹਿਣ ਲਈ ਤਿਆਰ ਰਹਿਣ ਨਾਲ ਹੀ ਪ੍ਰਭ ਦੇ ਸ਼ਬਦ ਨਾਲ ਪ੍ਰੀਤ ਅਡੋਲ ਰਹਿੰਦੀ ਹੈ! ਪ੍ਰਭ ਦਾ, ਮੌਤ ਦਾ ਡਰ ਮਨ ਦੀਆਂ ਇਛਾਂ ਦੀ ਅੱਗ ਨੂੰ ਜਲਾ ਦੇਂਦਾ ਹੈ । ਮੌਤ ਦੇ ਡਰ ਨਾਲ ਹੀ ਜੀਵ ਸ਼ਬਦ ਦੀ ਖੋਜ ਕਰਦਾ, ਸੋਝੀ ਢੂੰਡਦਾ ਹੈ । ਮਨ ਦੀਆਂ ਹਜ਼ਾਰਾਂ ਹੀ ਸਿਆਣਪਾਂ ਨਾਲ ਮੌਤ ਦੇ ਡਰ ਦਾ ਕੋਈ ਹੱਲ, ਖਤਮ ਕਰਨ ਦਾ ਕੋਈ ਰਸਤਾ ਨਹੀਂ ਲੱਭਦਾ ।
How to conquer fear of Death?
Whosoever may keep the fear of unpredictable death within his mind and accept and ready to endure His Command; with His mercy and grace, his devotion to meditate on the teachings of His Word remains steady and stable on the right path of acceptance in His Court. The fear of unpredictable death may overpower, burns his worldly desires. He may search the essence of His Word from within. No one may ever find the path to avoid unpredictable death nor can eliminate his cycle of birth and death, with his own wisdom or thousands of plannings.

2. **ਗਉੜੀ ਮਹਲਾ ੧॥ 151-7**

ਦਰਿ ਘਰੁ ਘਰਿ ਦਰੁ ਦਰਿ ਦਰਿ ਜਾਇ॥
ਸੋ ਦਰੁ ਕੇਹਾ ਜਿਤੁ ਦਰਿ ਦਰੁ ਪਾਇ॥
ਤੁਧੁ ਬਿਨੁ ਦੂਜੀ ਨਾਹੀ ਜਾਇ॥
ਜੋ ਕਿਛੁ ਵਰਤੈ ਸਭ ਤੇਰੀ ਰਜਾਇ॥੧॥

dar ghar ghar dar dar dar jaa-ay.
so dar kayhaa Jit dar dar paa-ay.
tuDh bin doojee naahee jaa-ay.
jo kichh vartai sabh tayree rajaa-ay. ||1||

ਗੁਰੂ ਨਾਨਕ ਦੇਵ ਜੀ! – Guru Nanak Dev Ji! Guru Granth Sahib

ਜਿਹੜਾ ਪ੍ਰਭ ਦਾ ਡਰ, ਮੌਤ ਦਾ ਡਰ ਆਪਣੇ ਹਿਰਦੇ ਵਿੱਚ ਰਖਕੇ, ਆਪਣੇ ਹਰਇਕ ਕੰਮ ਨੂੰ ਸ਼ਬਦ ਦੀ ਕਸਵਟੀ ਨਾਲ ਪਰਖਦਾ ਹੈ! ਉਸ ਦੇ ਬਾਕੀ ਸਾਰੇ ਡਰ, ਮਨ ਵਿਚੋਂ ਦੂਰ, ਖਤਮ ਹੋ ਜਾਣਗੇ । ਪ੍ਰਭ ਦਾ ਡਰ ਕਿਸਤਰ੍ਹਾਂ ਦਾ ਅਨੋਖਾ ਹੀ ਹੈ, ਜਿਸ ਨਾਲ ਬਾਕੀ ਸਾਰੇ ਡਰ ਖਤਮ ਹੋ ਜਾਂਦੇ ਹਨ? ਪ੍ਰਭ ਤੋਂ ਬਿਨਾਂ ਮੇਰਾ ਹੋਰ ਕੋਈ ਅਰਾਮ ਕਰਨ ਵਾਲਾ ਟਿਕਾਣਾ ਨਹੀਂ ਹੈ । ਸੰਸਾਰ ਵਿੱਚ ਸਭ ਕੁਝ, ਪ੍ਰਭ ਦੇ ਭਾਣੇ ਨਾਲ ਹੀ ਹੁੰਦਾ ਹੈ ।

Whosoever may always keep the fear of death, His Word, Command within his mind; he may always evaluate his worldly deeds with the teachings of His Word. His awareness of fear of death, His Word, Command may eliminate all other worries of worldly desires, miseries from his mind. How astonishing, fascinating may be the fear of God, all worldly fears may be eliminated from mind? Everything happens under His Command; I may not have any support without His Blessed Vision.

ਡਰੀਐ ਜੇ ਡਰੁ ਹੋਵੈ ਹੋਰੁ॥ daree-ai jay dar hovai hor.
ਡਰਿ ਡਰਿ ਡਰਣਾ ਮਨ ਕਾ ਸੋਰੁ॥੧॥ ਰਹਾਉ॥ dar dar darnaa man kaa sor. ||1|| rahaa-o.

ਪ੍ਰਭ ਦਾ, ਮੌਤ ਦਾ ਡਰ ਤਾ ਸਦਾ ਹੀ ਨਾਲ ਰਹਿਣਾ ਹੈ, ਇਸ ਤੋਂ ਕਿਉਂ ਡਰੀਏ? ਅਗਰ ਕੋਈ ਹੋਰ ਕਿਸਮ ਦਾ ਡਰ ਹੋਵੇ ਤਾ ਹੀ ਡਰਨਾ ਚਾਹੀਦਾ ਹੈ । ਸੰਸਾਰਕ ਇਛਾਂ ਦੇ ਡਰ ਵਿੱਚ ਰਹਿਣਾ, ਮਨ ਨੂੰ ਇਛਾਂ ਦੇ ਗੁਲਾਮ ਕਰਨਾ ਹੀ ਹੈ ।

The fear of unpredictable death always remains hanging on head. Why should I be afraid of death, reality of life? I should only be concerned, worried from any fear under my control. To live in constant anxiety of worldly desires is to become a slave of worldly desires.

ਨ ਜੀਉ ਮਰੈ ਨ ਡੂਬੈ ਤਰੈ॥ ਜਿਨਿ ਕਿਛੁ ਕੀਆ ਸੋ ਕਿਛੁ ਕਰੈ॥ naa jee-o marai na doobai tarai. Jin kichh kee-aa so kichh karai.
ਹੁਕਮੇ ਆਵੈ ਹੁਕਮੇ ਜਾਇ॥ ਆਗੈ ਪਾਛੈ ਹੁਕਮਿ ਸਮਾਇ॥੨॥ hukmay aavai hukmay jaa-ay. aagai paachhai hukam samaa-ay. ||2||

ਆਤਮਾ ਕਦੇ ਮਰਦੀ, ਡੁੱਬਦੀ, ਨਾ ਹੀ ਕੋਈ ਸਾਗਰ ਤਰ ਕੇ ਪਾਰ ਕਰਦੀ ਹੈ । ਪ੍ਰਭ ਆਪ ਹੀ ਭੇਜਦਾ ਹੈ, ਆਪ ਹੀ ਸਭ ਕੁਝ ਕਰਦਾ ਹੈ । ਪ੍ਰਭ ਦੇ ਹੁਕਮ ਨਾਲ ਆਤਮਾ ਨੂੰ ਤਨ ਬਖਸ਼ਿਸ਼ ਹੁੰਦਾ, ਤਨ ਨਾਸ ਹੁੰਦਾ, ਮੌਤ ਹੁੰਦੀ ਹੈ । ਸੰਸਾਰਕ ਜੀਵਨ ਵਿੱਚ ਅਤੇ ਮੌਤ ਤੋਂ ਪਿਛੋਂ ਦੋਨਾਂ ਪਾਸੇ ਪ੍ਰਭ ਆਪ ਹੀ ਵਾਪਰਦਾ ਹੈ ।

The soul may never die, drown nor swim across any worldly ocean. The True Master sends the soul in the universe and everything happens with His Command. His soul may be blessed with perishable body, his worldly identity for predetermined time; his perishable body would be destroyed, called death of body. The True Master, His Holy Spirits prevails in his worldly life and after death in His Court.

ਹੰਸੁ ਹੇਤੁ ਆਸਾ ਅਸਮਾਨੁ॥ ਤਿਸੁ ਵਿਚਿ ਭੂਖ ਬਹੁਤੁ ਨੈ ਸਾਨੁ॥ hans hayt aasaa asmaan. tis vich bhookh bahut nai saan.
ਭਉ ਖਾਣਾ ਪੀਣਾ ਆਧਾਰੁ॥ ਵਿਣੁ ਖਾਧੇ ਮਰਿ ਹੋਹਿ ਗਵਾਰ॥੩॥ bha-o khaanaa peenaa aaDhaar. vinkhaaDhay mar hohi gavaar. ||3||

ਕ੍ਰੋਧ, ਜ਼ੁਲਮ, ਮੋਹ, ਇਛਾਂ, ਅਹੰਕਾਰ ਦੀ ਭੁੱਖ ਤੁਫਾਨ ਵਰਗੀ, ਨਾ ਪੂਰੀ ਹੋਣ ਵਾਲੀ ਹੈ । ਮੌਤ ਦੇ ਡਰ ਨੂੰ ਖਾਣ ਵਾਲਾ ਭੋਜਨ, ਪੀਣ ਵਾਲਾ ਪਾਣੀ ਅਤੇ ਜੀਵਨ ਦਾ ਅਧਾਰ ਬਣਾਵੋ । ਇਸ ਤੋਂ ਬਿਨਾਂ ਜੀਵਨ ਬਤੀਤ ਕਰਨਾ, ਕੇਵਲ ਜਨਮ ਮਰਨ ਵਿੱਚ ਹੀ ਰਹਿਣਾ ਹੈ ।

Anger, tyranny, attachment, worldly desires, the ego are like a tornado and never be fully satisfied. You should accept the fear of death as food, drinking water and support of your worldly life. All other paths lead to the cycle of birth and death.

ਜਿਸ ਕਾ ਕੋਇ ਕੋਈ ਕੋਇ ਕੋਇ॥ Jis kaa ko-ay ko-ee ko-ay ko-ay.
ਸਭੁ ਕੋ ਤੇਰਾ ਤੂੰ ਸਭਨਾ ਕਾ ਸੋਇ॥ sabh ko tayraa tooN sabhnaa kaa so-ay.
ਜਾ ਕੇ ਜੀਅ ਜੰਤ ਧਨੁ ਮਾਲੁ॥ jaa kay jee-a jantDhan maal.
ਨਾਨਕ ਆਖਣੁ ਬਿਖਮੁ ਬੀਚਾਰੁ॥੪॥੨॥ naanak aakhan bikham beechaar. ||4||2||

ਸਾਰੀ ਸ੍ਰਿਸ਼ਟੀ, ਸੰਸਾਰਕ ਧਨ ਪ੍ਰਭ ਦਾ ਬਖਸ਼ਿਆ ਹੀ ਹੈ, ਪ੍ਰਭ ਹੀ ਸਭ ਦਾ ਰਖਵਾਲਾ ਹੈ । ਕੋਈ ਵਿਰਲਾ ਹੀ ਜੀਵ ਹੈ, ਜਿਸ ਦਾ ਪ੍ਰਭ ਤੋਂ ਬਿਨਾਂ ਕੋਈ ਹੋਰ ਰਖਵਾਲਾ ਹੈ । ਜੀਵ ਨੂੰ ਪ੍ਰਭ ਦੀ ਹੋਂਦ, ਹੈਸੀਅਤ ਦੀ ਪੂਰਨ ਵਿਆਖਿਆ ਕਰਨਾ ਦੀ ਸੋਝੀ ਨਹੀਂ ਹੁੰਦੀ ।

The True Master has created universe and blessed worldly wealth to His Creation and remains protector and Trustee. Very rare creature may have any other savior or protector without His Blessed Vision, Protection. His Word, Existence remains beyond the comprehension and control of His Creation.

Key Message of Raag Gauree page 151-7
ਮੌਤ ਦਾ ਡਰ ਕਿਵੇਂ ਦੂਰ ਹੋ ਸਕਦਾ ਹੈ!
ਪ੍ਰਭ ਦਾ, ਮੌਤ ਦਾ ਡਰ ਕਿਸਤਰ੍ਹਾਂ ਦਾ ਅਨੋਖਾ ਹੀ ਡਰ ਹੈ? ਜਿਸ ਨਾਲ ਬਾਕੀ ਸਾਰੇ ਡਰ ਖਤਮ ਹੋ ਜਾਂਦੇ ਹਨ । ਸੰਸਾਰਕ ਇਛਾਂ ਦੇ ਡਰ ਵਿੱਚ ਰਹਿਣਾ, ਮਨ ਨੂੰ ਇਛਾਂ ਦੇ ਗੁਲਾਮ ਕਰਨਾ ਹੀ ਹੈ । ਆਤਮਾ ਕਦੇ ਮਰਦੀ, ਡੁੱਬਦੀ, ਨਾ ਹੀ ਸਾਗਰ ਪਾਰ ਕਰਦੀ ਹੈ । ਪ੍ਰਭ ਹੀ ਸੰਸਾਰਕ ਜੀਵਨ ਵਿੱਚ ਅਤੇ ਮੌਤ ਤੋਂ ਪਿਛੋਂ, ਦੋਨਾਂ ਪਾਸੇ ਆਪ ਹੀ ਵਾਪਰਦਾ ਹੈ । ਕ੍ਰੋਧ, ਜ਼ੁਲਮ, ਮੋਹ, ਇਛਾਂ, ਅਹੰਕਾਰ ਦੀ ਭੁੱਖ ਤੁਫਾਨ ਵਰਗੀ, ਨਾ ਪੂਰੀ ਹੋਣ ਵਾਲੀ ਹੈ । ਮੌਤ ਦੇ ਡਰ ਨੂੰ ਖਾਣ ਵਾਲਾ ਭੋਜਨ, ਪੀਣ ਵਾਲਾ ਪਾਣੀ ਅਤੇ ਜੀਵਨ ਦਾ ਆਸਰਾ ਬਣਾਵੋ । ਪ੍ਰਭ ਤੋਂ ਬਿਨਾਂ ਕੋਈ ਹੋਰ ਰਖਵਾਲਾ ਨਹੀਂ ਹੈ । ਪ੍ਰਭ ਦੀ ਹੈਸੀਅਤ ਦੀ ਪੂਰਨ ਵਿਆਖਿਆ ਕਰਨਾ ਜੀਵ ਦੇ ਵੱਸ, ਸੋਝੀ ਵਿੱਚ ਨਹੀਂ ਹੈ ।
How to conquer fear of Death?
How astonishing, fascinating may be the fear of God, fear of death? Whosoever may keep the fear of death fresh within; all his worldly fears of desires may be eliminated. Always worrying, anxious about worldly desires is to remain a slave of worldly desires. The soul may never die, drown nor swims across any worldly ocean. Only His Command prevails in worldly life and after death. Anger, tyranny, attachment, worldly desires, ego are like a tornado that may never be fully satisfied. You should consider the fear of death as food, drinking water to support of your worldly life. The One and Only One, True Protector of the whole universe! His Existence remains beyond any comprehension and control of His Creation.

3. ਗਉੜੀ ਮਹਲਾ ੧॥ 151-13

ਮਾਤਾ ਮਤਿ, ਪਿਤਾ ਸੰਤੋਖੁ॥ ਸਤੁ ਭਾਈ ਕਰਿ ਏਹੁ ਵਿਸੇਖੁ॥੧॥ maataa mat pitaa santokh. satbhaa-ee kar ayhu visaykh. ||1||

ਜੀਵ ਆਪਣੀ ਮੱਤ ਨੂੰ ਮਾਤਾ ਵਰਗੀ ਨਿਮਰਤਾ ਵਾਲੀ ਬਣਾਵੋ! ਆਪਣੇ ਭਰੋਸੇ ਨੂੰ ਪਿਤਾ ਵਰਗਾ ਧੀਰਜ ਵਾਲਾ ਬਣਾਵੋ । ਆਪਣੀ ਹੱਕ ਦੀ ਕਮਾਈ ਨੂੰ ਭਾਈ ਵਰਗਾ ਸਾਥੀ ਬਣਾਵੋ । ਇਹ ਹੀ ਤੇਰੇ ਜੀਵਨ ਦੇ ਸਬੰਧੀ ਹੋਣ ।

You should make your wisdom as humble as the nature of your mother; your belief as strong as the patience of your father. Your earnest living as your brother and true friend. These should be your true companions, relatives in this world.

ਗੁਰੂ ਨਾਨਕ ਦੇਵ ਜੀ! – Guru Nanak Dev Ji! Guru Granth Sahib

ਕਹਣਾ ਹੈ ਕਿਛੁ ਕਹਣੁ ਨ ਜਾਇ॥ kahnaa hai kichh kahan na jaa-ay.
ਤਉ ਕੁਦਰਤਿ ਕੀਮਤਿ ਨਹੀਂ ਪਾਇ॥੧॥ ਰਹਾਉ॥ ta-o kudrat keemat nahee paa-ay. ||1|| rahaa-o.

ਪ੍ਰਭ ਤੇਰੇ ਬਾਬਤ ਬਹੁਤ ਕੁਝ ਕਹਿਣ ਨੂੰ ਦਿਲ ਕਰਦਾ ਹੈ! ਥੋੜ੍ਹੀ ਮੱਤ ਨਾਲ ਪੂਰਨ ਵਖਿਆਣ ਨਹੀਂ ਕੀਤਾ ਜਾ ਸਕਦਾ । ਤੇਰੀ ਕੁਦਰਤ ਸਭ ਵਿੱਚ ਵਰਤਦੀ ਹੈ, ਇਸ ਦਾ ਅੰਦਾਜ਼ਾ ਨਹੀਂ ਲਾਇਆ ਜਾ ਸਕਦਾ ।

I have a burning desire in my mind to say quite a bit about His Nature; however, I have a very little wisdom to fully comprehend His Nature, Existence. His Word prevails everywhere, the power of His Nature cannot be fully imagined.

ਸਰਮ ਸੁਰਤਿ ਦੁਇ ਸਸੁਰ ਭਏ॥ ਕਰਣੀ ਕਾਮਣਿ ਕਰਿ ਮਨ ਲਏ॥੨॥ saram suratdu-ay sasur bha-ay. karnee kaaman kar man la-ay. ||2||

ਪ੍ਰਭ ਮੈਂ ਆਪਣੀ ਮੱਤ, ਨਿਮ੍ਰਤਾ ਅਤੇ ਨਿਮਾਣੇ ਪਣ ਨੂੰ ਆਪਣਾ ਆਦਰਸ਼ ਬਣਾਇਆ ਹੈ, (ਸੱਸ, ਸੋਹਰੇ ਦਾ ਰੂਪ ਸਮਝਿਆ ਹੈ)! ਆਪਣੇ ਚੰਗੇ ਕੰਮਾਂ ਨੂੰ ਆਪਣੀ ਪਤਨੀ ਦਾ ਰੂਪ ਸਮਝਿਆ ਹੈ । ਜਿਵੇਂ ਪਤੀ, ਪਤਨੀ ਤੋਂ ਕਦੇ ਕੁਝ ਛਿਪਾ ਕੇ ਨਹੀਂ ਰਖਦਾ ।

I have made my wisdom, humility and humble living as moto, the guiding principles of my day-to-day worldly life. I considered all my good deeds as a symbol of my wife. As wife and husband may never keep any secret from each other; same way I do not keep anything hidden from My True Master.

ਸਾਹਾ ਸੰਜੋਗੁ ਵੀਆਹੁ ਵਿਜੋਗੁ॥ ਸਚੁ ਸੰਤਤਿ ਕਹੁ ਨਾਨਕ ਜੋਗੁ॥ ੩॥ ੩॥ saahaa sanjog vee-aahu vijog. sach santat kaho naanak jog. ||3||3||.

ਪ੍ਰਭ ਨਾਲ ਮਿਲਾਪ, ਸ਼ਬਦ ਦੀ ਸੋਝੀ ਨੂੰ ਮੈਂ ਆਪਣੀ ਵਿਆਹ ਦੀ ਤਰੀਕ ਮਿਥੀ ਹੈ । ਮੌਤ ਨੂੰ ਮੈਂ ਆਪਣਾ ਵਿਆਹ ਸੰਪੂਰਨ ਸਮਝਦਾ ਹਾ । ਹੱਕ ਦੀ ਕਮਾਈ ਨੂੰ ਮੈਂ ਇਸ ਸੰਜੋਗ, ਮਿਲਾਪ ਦਾ ਬੱਚਾ ਸਮਝਦਾ ਹਾ ।

I consider the moment of the enlightenment of His Word as my marriage ceremony with His Holy Spirit. My death as successfully concluded, completion of my marriage ceremony. My earnest living and enlightenment of His Word as the union with His Holy Spirit; as my child of that marriage, union.

Key Message of Raag Gauree page 151-13
ਗੁਰਮਖ ਦੇ ਮਨ ਦੀ ਅਵਸਥਾ!
ਜੀਵ, ਆਪਣੀ ਮੱਤ ਨੂੰ ਮਾਤਾ ਵਰਗੀ ਨਿਮਰਤਾ, ਆਪਣੇ ਭਰੋਸੇ ਨੂੰ ਪਿਤਾ ਵਰਗਾ ਧੀਰਜ ਵਾਲਾ, ਆਪਣੀ ਹੱਕ ਦੀ ਕਮਾਈ ਨੂੰ ਭਾਈ ਵਰਗਾ ਸਾਥੀ ਬਣਾਵੇ । ਪ੍ਰਭ ਦੀ ਕੁਦਰਤ ਸਭ ਵਿੱਚ ਵਰਤਦੀ ਹੈ, ਇਸ ਦਾ ਅੰਦਾਜ਼ਾ ਨਹੀਂ ਲਾਇਆ ਜਾ ਸਕਦਾ । ਮੈਂ ਆਪਣੀ ਮੱਤ, ਨਿਮ੍ਰਤਾ ਅਤੇ ਨਿਮਾਣੇ ਪਣ ਨੂੰ ਆਪਣਾ ਆਦਰਸ਼ ਬਣਾਇਆ ਹੈ । ਮੈਂ ਮੌਤ ਨੂੰ ਵਿਛੜੀ ਹੋਈ ਆਤਮਾ ਦਾ ਸੰਜੋਗ ਦਾ ਸਮਾਂ ਸਮਝਦਾ ਹਾ ।
State of mind of His true devotee!
You should make your wisdom as humble as the nature of your mother; your belief as strong as the patience of your father. Your earnest living as your brother and true friend. His Word prevails within every creature, and His Nature remains beyond any imagination. I have made my wisdom, humility and humble living as my moto, the guiding principles of my day-to-day life. I consider time of death as the union of my separated soul with His Holy Spirit.

4. ਗਉੜੀ ਮਹਲਾ ੧॥ 152-2

ਪਉਣੈ, ਪਾਣੀ ਅਗਨੀ ਕਾ ਮੇਲੁ॥ ਚੰਚਲ ਚਪਲ ਬੁਧਿ ਕਾ ਖੇਲੁ॥ pa-unai paanee agnee kaa mayl. chanchal chapal buDh kaa khayl.
ਨਉ ਦਰਵਾਜੇ ਦਸਵਾ ਦੁਆਰੁ॥ ਬੁਝੁ ਰੇ ਗਿਆਨੀ ਏਹੁ ਬੀਚਾਰੁ॥੧॥ na-o darvaajay dasvaa du-aar. bujh ray gi-aanee ayhu beechaar. ||1||

ਜਿਵੇਂ ਹਵਾ, ਪਾਣੀ, ਅੱਗ ਦਾ ਮੇਲ ਹੈ । ਹਵਾ ਅੱਗ ਨੂੰ ਤੇਜ਼ ਕਰਦੀ ਹੈ, ਪਾਣੀ ਅੱਗ ਨੂੰ ਖਤਮ ਕਰਦਾ ਹੈ । ਇਸਤਰ੍ਹਾਂ ਹੀ ਮਨ ਦੀ ਸਿਆਣਪ ਦਾ ਤਨ ਨਾਲ ਅਚੰਭਾ ਹੀ ਸਬੰਧ ਹੈ । ਪ੍ਰਭ ਨੇ ਜੀਵ ਨੂੰ ਨੌਂ ਰਸਤੇ (ਦਰਵਾਜੇ, ਤਰੀਕੇ) ਬਖਸ਼ੇ ਹਨ । ਇਹਨਾਂ ਨਾਲ ਜੀਵ, ਦਸਵੇਂ ਦਰਵਾਜੇ ਤੇ ਪਹੁੰਚਾ ਸਕਦਾ ਹੈ, ਜਿੱਥੇ ਪ੍ਰਭ ਦਾ ਦਰਬਾਰ, ਘਰ ਹੈ । ਸੋਝੀਵਾਨ ਜੀਵ ਇਸ ਦਾ ਮਨ ਵਿੱਚ ਸਦਾ ਖਿਆਲ ਰਖਦਾ ਹੈ ।

As air and water have a unique, astonishing relationship; air ignites the fire, makes stronger and water extinguished the fire. Same way the wisdom of mind and body have a unique relationship with each other. God has blessed His Creation with nine paths of enlightenment. By concentrating on these nine paths of enlightenment, can lead the soul to the 10th door, His Castle.

ਕਥਤਾ ਬਕਤਾ ਸੁਨਤਾ ਸੋਈ॥ kathtaa baktaa suntaa so-ee.
ਆਪੁ ਬੀਚਾਰੇ ਸੁ ਗਿਆਨੀ ਹੋਈ॥੧॥ ਰਹਾਉ॥ aap beechaaray so gi-aanee ho-ee. ||1|| rahaa-o.

ਪ੍ਰਭ ਆਪ ਹੀ ਜੀਵ ਦੇ ਅੰਦਰੋਂ ਬੋਲਦਾ, ਬੋਲਣ ਦੀ ਸਮਰਥਾ ਬਖਸ਼ਦਾ ਹੈ । ਆਪ ਹੀ ਸ਼ਬਦ ਦੀ ਸੋਝੀ ਬਖਸ਼ਦਾ, ਆਪ ਹੀ ਸੁਣਦਾ ਹੈ । ਜਿਹੜਾ ਆਪਣੇ ਆਪ ਨੂੰ ਪਛਾਣ ਲੈਂਦਾ ਹੈ, ਉਸ ਨੂੰ ਹੀ ਅਸਲੀ ਦਾਸ ਅਵਸਥਾ ਬਖਸ਼ਿਸ਼ ਹੋ ਸਕਦੀ ਹੈ!

The everlasting echo of His Word remains resonating within the mind of His Creation and He blesses strength to speak any word. He enlightens the essence of His Word within and listens to his prayers. Whosoever may recognize the real purpose of his human life opportunity, only he may be blessed with a state of mind as His true devotee.

ਦੇਹੀ ਮਾਟੀ, ਬੋਲੈ ਪਉਣੁ॥ ਬੁਝੁ ਰੇ ਗਿਆਨੀ ਮੂਆ ਹੈ ਕਉਣੁ॥ dayhee maatee bolai pa-un. bujh ray gi-aanee moo-aa hai ka-un.
ਮੂਈ ਸੁਰਤਿ, ਬਾਦੁ ਅਹੰਕਾਰੁ॥ ਓਹੁ ਨ ਮੂਆ ਜੋ ਦੇਖਣਹਾਰੁ॥੨॥ moo-ee surat baad ahaNkaar. oh na moo-aa jo daykhanhaar. ||2||

ਜੀਵ ਦਾ ਤਨ ਮਿੱਟੀ ਦਾ ਬਣਾਇਆ ਹੈ! ਜਿਤਨਾ ਚਿਰ ਇਸ ਵਿੱਚ ਸਵਾਸ ਚਲਦੇ ਹਨ, ਇਹ ਕੁਝ ਬੋਲਦਾ, ਕਹਿੰਦਾ ਹੈ । ਜਦੋਂ ਸਵਾਸ ਖਤਮ ਹੋ ਜਾਂਦੇ, ਬੋਲਤੀ ਖਤਮ ਹੋ ਜਾਂਦੀ ਹੈ । ਆਤਮਾ ਪ੍ਰਭ ਦਾ ਅੰਗ ਹੈ, ਕਦੇ ਅਹੰਕਾਰ ਨਹੀਂ ਕਰਦੀ, ਨਾ ਹੀ ਕਦੇ ਮਰਦੀ ਹੈ! ਕੇਵਲ ਤਨ, ਅਕਲ, ਸੋਝੀ ਹੀ ਖਤਮ ਹੋ ਜਾਂਦੀ ਹੈ ।

The body is made of clay with breathing within; he can speak any word. Whose capital of breath may be exhausted, he does not have any strength, awareness to speak anything, any word. Soul is an expansion of His Holy Spirit. Soul has no ego nor die, only his perishable body and conscious of his mind vanished.

ਜੈ ਕਾਰਣਿ ਤਟਿ ਤੀਰਥ ਜਾਹੀ॥ ਰਤਨ ਪਦਾਰਥ ਘਟ ਹੀ ਮਾਹੀ॥ jai kaaran tat tirath jaahee. ratan padaarath ghat hee maahee.
ਪੜਿ ਪੜਿ ਪੰਡਿਤੁ ਬਾਦੁ ਵਖਾਣੈ॥ ਭੀਤਰਿ ਹੋਦੀ ਵਸਤੁ ਨ ਜਾਣੈ॥੩॥ parh parh pandit baad vakhaanai. bheetar hodee vasat na jaanai. ||3||

ਪ੍ਰਭ ਦੇ ਸ਼ਬਦ ਦੀ ਸੋਝੀ, ਅਣਮੋਲ ਰਤਨ ਜੀਵ ਦੇ ਤਨ ਵਿੱਚ, ਆਤਮਾ ਵਿੱਚ ਹੀ ਸਮਾਇਆ ਰਹਿੰਦਾ ਹੈ! ਅਣਜਾਣ ਜੀਵ, ਸ਼ਬਦ ਦੀ ਸੋਝੀ ਖੋਜਣ ਲਈ ਤੀਰਥਾਂ ਦੀ ਯਾਤਰਾ ਕਰਦਾ ਹੈ । ਜਿਹੜਾ ਧਾਰਮਕ ਗਿਆਨੀ, ਗ੍ਰੰਥ, ਲਿਖਤਾਂ ਪੜ੍ਹ ਕੇ ਇਹਨਾਂ ਨੂੰ ਸਾਬਤ ਕਰਨ ਲਈ ਵਿਚਾਰਦਾ ਹੈ, ਉਸ ਨੂੰ ਇਸ ਦੀ ਡੂੰਘੀ ਸੋਝੀ ਨਹੀਂ ਹੁੰਦੀ ।

ਗੁਰੂ ਨਾਨਕ ਦੇਵ ਜੀ! – Guru Nanak Dev Ji! Guru Granth Sahib

The priceless precious jewel, the enlightenment of His Word, remains embedded within his soul and dwells in his body. Ignorant, self-minded may pilgrimage shrine to shrine to search the enlightenment of His Word. Whosoever may read the Holy Scriptures and try to prove these writings of scripture. He may not have any enlightenment of the essence of His Word.

ਹਉ ਨ ਮੂਆ ਮੇਰੀ ਮੁਈ ਬਲਾਇ॥ ha-o na moo-aa mayree mu-ee balaa-ay.
ਓਹੁ ਨ ਮੂਆ ਜੋ ਰਹਿਆ ਸਮਾਇ॥ oh na moo-aa jo rahi-aa samaa-ay.
ਕਹੁ ਨਾਨਕ ਗੁਰਿ ਬ੍ਰਹਮੁ ਦਿਖਾਇਆ॥ kaho naanak gur barahm dikhaa-i-aa.
ਮਰਤਾ ਜਾਤਾ ਨਦਰਿ ਨ ਆਇਆ॥ ੪॥ ੪॥ martaa jaataa nadar na aa-i-aa. ||4||4||

ਪ੍ਰਭ ਮੇਰੇ ਅੰਦਰ ਵਸਦਾ ਹੈ, ਆਪ ਹੀ ਵਾਪਰਦਾ ਹੈ, ਕਦੇ ਮਰਦਾ, ਨਸ਼ਟ ਨਹੀਂ ਹੁੰਦਾ । ਮੇਰੇ ਅੰਦਰੋਂ ਬੁਰੇ ਕੰਮਾਂ ਦੇ ਵਿਚਾਰ ਖਤਮ ਹੋ ਗਏ ਹਨ! ਪ੍ਰਭ ਨੇ ਆਪ ਹੀ ਸ਼ਬਦ ਦੀ ਸੋਝੀ ਬਖਸ਼ੀ ਹੈ! ਜਨਮ ਮਰਨ ਇਕ ਖੇਲ ਹੀ ਹੈ, ਆਤਮਾ ਕਦੇ ਮਰਦੀ ਨਹੀਂ ।

The True Master, His Word remains embedded within soul, dwells and prevails in all events within my body. Soul is an expansion of ever-living Holy Spirit; never dies nor vanishes. Whosoever may conquer his own evil thoughts from within; only he may be blessed with the enlightenment of His Word from within. The cycle of birth and death is a unique play.

Key Message of Raag Gauree page 152-1
ਆਤਮਾ ਦੀ ਹੋਂਦ!
ਜਿਵੇਂ ਹਵਾ, ਪਾਣੀ, ਅੱਗ ਦਾ ਮੇਲ ਹੈ । ਹਵਾ ਅੱਗ ਨੂੰ ਤੇਜ਼ ਕਰਦੀ ਹੈ, ਪਾਣੀ ਅੱਗ ਨੂੰ ਖਤਮ ਕਰਦਾ ਹੈ । ਇਸਤਰ੍ਹਾਂ ਹੀ ਮਨ ਦੀ ਸਿਆਣਪ ਦਾ ਤਨ ਨਾਲ ਅਚੰਭਾ ਸਬੰਧ ਹੈ । ਪ੍ਰਭ ਆਪ ਹੀ ਸ਼ਬਦ ਦੀ ਸੋਝੀ ਬਖਸ਼ਦਾ, ਆਪ ਹੀ ਸੁਣਦਾ ਹੈ । ਜਿਹੜਾ ਆਪਣੇ ਆਪ ਨੂੰ ਪਛਾਣ ਜਾਂਦਾ ਹੈ, ਉਸ ਨੂੰ ਹੀ ਅਸਲੀ ਦਾਸ ਅਵਸਥਾ ਬਖਸ਼ਿਸ਼ ਹੁੰਦੀ ਹੈ । ਆਤਮਾ, ਪ੍ਰਭ ਦੀ ਜੋਤ ਦਾ ਪਸਾਰਾ ਹੈ, ਆਤਮਾ ਕਦੇ ਅਹੰਕਾਰ ਨਹੀਂ ਕਰਦੀ, ਕਦੇ ਮਰਦੀ ਨਹੀਂ, ਕੇਵਲ ਤਨ, ਅਕਲ, ਸੋਝੀ ਹੀ ਖਤਮ ਹੋ ਜਾਂਦੀ ਹੈ । ਅਣਜਾਣ, ਅਮੋਲਕ ਰਤਨ, ਸ਼ਬਦ ਦੀ ਸੋਝੀ ਨੂੰ ਖੋਜਣ ਲਈ ਤੀਰਥਾਂ ਦੀ ਯਾਤਰਾ ਕਰਦਾ ਹੈ, ਸ਼ਬਦ ਦੀ ਸੋਝੀ ਆਤਮਾ ਵਿੱਚ, ਸ਼ਬਦ ਦੀ ਸਿਖਿਆ ਵਿੱਚ ਹੀ ਸਮਾਈ ਰਹਿੰਦੀ ਹੈ!
What may be a Soul!
As air and water have a unique, astonishing relationship; air ignites the fire, makes stronger and water extinguishes the fire. Same way the wisdom of mind and body have a unique relationship with each other. The True Master blesses enlightenment of His Word and listens to his prayers. Whosoever may recognize the real purpose of his human life opportunity; with His mercy and grace, only he may be blessed with a state of mind as His true devotee. Soul is an expansion of His Holy Spirit; soul has no ego nor dies, only his body and conscious of his mind vanishes. Ignorant may pilgrimage shrine to shrine to search the enlightenment of His Word; however, the priceless precious jewel, the enlightenment of His Word remains embedded within his soul and in obeying the teachings of His Word. The cycle of birth and death is merely a unique play of His Nature.

5. ਗਉੜੀ ਮਹਲਾ ੧॥ ਦਖਣੀ॥ 152-9

ਸੁਣਿ ਸੁਣਿ ਬੂਝੈ ਮਾਨੈ ਨਾਉ॥ ਤਾ ਕੈ ਸਦ ਬਲਿਹਾਰੈ ਜਾਉ॥ sun sun boojhai maanai naa-o. taa kai sad balihaarai jaa-o.
ਆਪਿ ਭੁਲਾਏ ਠਉਰ ਨ ਠਾਉ॥ ਤੂੰ ਸਮਝਾਵਹਿ ਮੇਲਿ ਮਿਲਾਉ॥੧॥ aap bhulaa-ay tha-ur na thaa-o. tooN samjhaavahi mayl milaa-o. ||1||

ਜਿਹੜਾ ਸ਼ਬਦ ਨੂੰ ਸੁਣਦਾ, ਵਿਚਾਰ ਕੇ, ਸਮਝਕੇ, ਸਿਖਿਆਂ ਨਾਲ ਆਪਣਾ ਜੀਵਨ ਢਾਲਦਾ ਹੈ, ਉਹ ਪੂਜਣ ਯੋਗ ਹੋ ਜਾਂਦਾ ਹੈ । ਜਿਸ ਨੂੰ ਆਪ ਹੀ ਭਰਮਾਂ ਵਿੱਚ ਪਾਉਂਦਾ ਹੈ, ਉਸ ਨੂੰ ਬੰਦਗੀ ਦਾ ਰਸਤਾ ਨਹੀਂ ਮਿਲਦਾ । ਪ੍ਰਭ ਹੀ ਜੀਵ ਨੂੰ ਸ਼ਬਦ ਦੀ ਸੋਝੀ ਬਖਸ਼ਣ ਵਾਲਾ ਹੈ, ਆਪ ਹੀ ਰਸਤੇ ਤੇ ਪਾ ਕੇ ਆਪਣੇ ਨਾਲ ਮਿਲਾਪ ਕਰਾਉਣ ਵਾਲਾ ਹੈ ।

Whosoever may listen, concentrate to comprehend the essence of His Word; he may adopt the teachings of His Word in his day-to-day life, he becomes worthy of worship. Whosoever may remain intoxicated in religious ritual, worldly suspicions; he may never find the right path of salvation, meditation. The One and Only One, Holy Spirit, His Word remains embedded within every soul. Only The True Master may bestow the right path to his soul to become worthy of His Consideration.

ਨਾਮੁ ਮਿਲੈ ਚਲੈ ਮੈ ਨਾਲਿ॥ Naam milai chalai mai naal.
ਬਿਨੁ ਨਾਵੈ ਬਾਧੀ ਸਭ ਕਾਲਿ॥੧॥ ਰਹਾਉ॥ bin naavai baaDhee sabh kaal. ||1|| rahaa-o.

ਜਿਹੜਾ ਸ਼ਬਦ ਦੀ ਕਮਾਈ ਕਰਦਾ ਹੈ, ਸ਼ਬਦ ਦੀ ਕਮਾਈ ਦਰਗਾਹ ਵਿੱਚ ਸਾਥ ਦੇਂਦੀ ਹੈ । ਸ਼ਬਦ ਦੀ ਕਮਾਈ ਤੋਂ ਬਿਨਾਂ ਜੂੰਨਾਂ ਵਿੱਚ ਹੀ ਭਉਦਾ ਰਹਿੰਦਾ ਹੈ ।

Whosoever may earn the wealth of His Word; his earnings remain with soul to support in His Court. Whosoever may not have the wealth of His Word, he remains in the cycle of birth and death.

ਖੇਤੀ ਵਣਜੁ ਨਾਵੈ ਕੀ ਓਟ॥ ਪਾਪੁ ਪੁੰਨੁ ਬੀਜ ਕੀ ਪੋਟ॥ khaytee vanaj naavai kee ot. paap punn beej kee pot.
ਕਾਮੁ ਕ੍ਰੋਧੁ ਜੀਅ ਮਹਿ ਚੋਟ॥ ਨਾਮੁ ਵਿਸਾਰਿ ਚਲੇ ਮਨਿ ਖੋਟ॥੨॥ kaam kroDh jee-a meh chot. Naam visaar chalay man khot. ||2||

ਜੀਵ ਇਸ ਸੰਸਾਰ ਵਿੱਚ ਸ਼ਬਦ ਦੀ ਕਮਾਈ ਕਰੋ! ਪਾਪ, ਪੰਨ ਦੋਨੋਂ ਹੀ ਆਤਮਾ ਦੇ ਸਾਥ ਰਹਿੰਦੇ ਹਨ । ਕਾਮਵਾਸਨਾ, ਕਰੋਧ, ਆਤਮਾ ਦੇ ਜ਼ਖਮ ਬਣ ਜਾਂਦੇ ਹਨ । ਜਿਸ ਮਨ ਤੇ ਬੁਰੇ ਕੰਮਾਂ ਦਾ ਜ਼ੋਰ ਹੋ ਜਾਂਦਾ ਹੈ । ਉਸ ਦੇ ਮਨ ਵਿਚੋਂ ਸ਼ਬਦ, ਪ੍ਰਭ ਦਾ ਡਰ ਵਿਸਰ ਜਾਂਦਾ ਹੈ, ਇਸ ਧੋਖੇ ਵਿੱਚ ਫਸ ਜਾਂਦਾ ਹੈ ।

You should meditate and earn the wealth of His Word, sow the seeds of His Word within your mind. Good virtues and evil thoughts both remain within your mind all time. Sexual urge and anger become wounds and hurt his soul. Whose mind may be overpowered by the evil desires; His Word, and the fear of death both disappear from his mind. He may become a victim of worldly wealth, deception.

ਸਾਚੇ ਗੁਰ ਕੀ ਸਾਚੀ ਸੀਖ॥ ਤਨੁ ਮਨੁ ਸੀਤਲੁ ਸਾਚੁ ਪਰੀਖ॥ saachay gur kee saachee seekh. tan man seetal saach pareekh.
ਜਲ ਪੁਰਾਇਨਿ ਰਸ ਕਮਲ ਪਰੀਖ॥ ਸਬਦਿ ਰਤੇ ਮੀਠੇ ਰਸ ਈਖ॥੩॥ jal puraa-in ras kamal pareekh. sabad ratay meethay ras eekh. ||3||

ਅਟਲ ਪ੍ਰਭ ਦੀ ਸਿਖਿਆਂ ਵੀ ਅਟਲ, ਸਦਾ ਸਾਥ ਦੇਣ ਵਾਲੀ ਹੈ । ਜਿਸ ਤੇ ਸ਼ਬਦ ਦੀ ਸਿਖਿਆਂ ਦਾ ਰੰਗ ਚੜ੍ਹ ਜਾਂਦਾ, ਉਹ ਸੀਤਲ, ਸੰਤੋਖ, ਸ਼ਾਂਤੀ ਵਿੱਚ ਰਹਿੰਦਾ ਹੈ । ਉਹ ਸੰਸਾਰ ਵਿੱਚ ਰਹਿੰਦੇ ਹੋਏ ਵੀ ਸੰਸਾਰਕ ਮੋਹ ਤੋਂ ਰਹਿਤ ਹੋ ਜਾਂਦਾ ਹੈ । ਜਿਵੇਂ ਲਿੱਲੀ ਅਤੇ ਕਮਲ ਦਾ ਫੁੱਲ ਰਹਿੰਦਾ ਹੈ । ਸ਼ਬਦ ਵਿੱਚ ਲੀਨ ਹੋਣ ਨਾਲ ਜੀਵ ਦੀ ਆਤਮਾ ਮਿੱਠਸ ਵਾਲੀ ਬਣ ਜਾਂਦੀ ਹੈ । ਜਿਵੇਂ ਗੰਨੇ ਦਾ ਰਸ ਹੁੰਦਾ ਹੈ ।

ਗੁਰੂ ਨਾਨਕ ਦੇਵ ਜੀ! – Guru Nanak Dev Ji! Guru Granth Sahib

The teachings of His Word are axiom and accompany his soul forever. Whosoever may remain drenched with the essence of His Word; he may be blessed with peace, contentment, and harmony in his life. He may become beyond the reach of worldly attachments and desires. He always remains in blossom like Lilly or lotus flowers. His soul may be blessed with sweetness and humility, like the juice of sugar cane.

ਹੁਕਮਿ ਸੰਜੋਗੀ ਗੜਿ ਦਸ ਦੁਆਰ॥ ਪੰਚ ਵਸਹਿ ਮਿਲਿ ਜੋਤਿ ਅਪਾਰ॥ Hukam sanjogee garh das du-aar. panch vaseh mil jot apaar.
ਆਪਿ ਤੁਲੈ ਆਪੇ ਵਣਜਾਰੁ॥ ਨਾਨਕ ਨਾਮਿ ਸਵਾਰਣਹਾਰੁ॥੪॥੫॥ aap tulai aapay vanjaar. naanak Naam savaaranhaar. ||4||5||

ਪ੍ਰਭ ਦੇ ਹੁਕਮ ਨਾਲ ਹੀ ਜੀਵ ਨੂੰ ਦਸਵੇਂ ਦਰ ਦਾ ਰਸਤਾ ਬਖਸ਼ਿਸ਼ ਹੁੰਦਾ ਹੈ । ਉਸ ਦੇ ਮਨ ਦੀਆਂ ਇਛਾਂ ਪ੍ਰਭ ਦੇ ਨੂਰ ਨਾਲ ਸ਼ਾਂਤ ਹੋ ਜਾਂਦੀਆਂ ਹਨ । ਪ੍ਰਭ ਆਪ ਹੀ ਵਾਪਾਰੀ, ਆਪ ਹੀ ਅਣਮੋਲ ਸ਼ਬਦ ਬਖਸ਼ਦਾ ਅਤੇ ਜੀਵ ਤੋਂ ਖਰੀਦ ਦਾ ਹੈ । ਸ਼ਬਦ ਨਾਲ ਜੀਵਨ ਢਾਲਣ ਨਾਲ ਆਤਮਾ, ਪ੍ਰਭ ਵਿੱਚ ਅਲੋਪ ਹੋ ਜਾਂਦੀ ਹੈ ।

Whosoever may be blessed with His Blessed Vision; with His mercy and grace, his soul may be enlightened with the right path of salvation, meditation. All his worldly desires may be subdued with the glow of His Word. The True Master may bless His Word, purchases the earning from His true devotee, evaluates the earnings of His Word. The True Master, Trader of earnings of His Word! His soul may become worthy of His Consideration to be accepted in His Court.

Key Message of Raag Gauree page 152-9
ਦਰਬਾਰ ਵਿੱਚ ਪ੍ਰਵਾਨਗੀ ਦਾ ਰਸਤਾ!
ਜਿਹੜਾ ਸ਼ਬਦ ਨੂੰ ਸੁਣਦਾ, ਵਿਚਾਰ ਕੇ, ਸਮਝਕੇ, ਉਸ ਨਾਲ ਆਪਣਾ ਜੀਵਨ ਢਾਲਦਾ ਹੈ, ਉਹ ਪੂਜਣ ਯੋਗ ਹੋ ਜਾਂਦਾ ਹੈ । ਜਿਹੜਾ ਸ਼ਬਦ ਦੀ ਕਮਾਈ ਕਰਦਾ ਹੈ, ਸ਼ਬਦ ਦੀ ਕਮਾਈ ਨਾਲ ਹੀ ਦਰਗਾਹ ਵਿੱਚ ਸਾਥ ਜਾਂਦੀ ਹੈ । ਸੰਸਾਰਕ ਜੀਵਨ ਵਿੱਚ ਕੀਤੇ ਪਾਪ ਪੰਨ ਦੋਨੇਂ ਹੀ ਆਤਮਾ ਦੇ ਸਾਥ ਰਹਿੰਦੇ ਹਨ । ਜਿਸ ਤੇ ਸ਼ਬਦ ਦਾ ਰੰਗ ਚੜ੍ਹ ਜਾਂਦਾ ਹੈ, ਉਹ ਸੀਤਲ, ਸੰਤੋਖ, ਸ਼ਾਂਤੀ ਵਿੱਚ ਰਹਿੰਦਾ ਹੈ । ਉਹ ਸੰਸਾਰ ਵਿੱਚ ਰਹਿੰਦੇ ਹੋਏ ਵੀ ਸੰਸਾਰਕ ਮੋਹ ਤੋਂ ਰਹਿਤ ਹੋ ਜਾਂਦਾ ਹੈ । ਸ਼ਬਦ ਨਾਲ ਜੀਵਨ ਢਾਲਣ ਨਾਲ ਆਤਮਾ, ਪ੍ਰਭ ਵਿੱਚ ਅਲੋਪ ਹੋ ਜਾਂਦੀ ਹੈ ।
The right path of acceptance in His Court!
Whosoever may listen, concentrates, and adopts the teachings of His Word in his day-to-day life; with His mercy and grace, he may become worthy of worship. Earnings of His Word remain with his soul to support in His Court. Good virtues and evil thoughts both remain with his soul after death. Whosoever may remain drenched with the essence of His Word, he may be blessed with peace, contentment, and harmony in his life. In his worldly life, he may become beyond the reach of worldly attachments and worldly desires. His soul may become worthy of His Consideration, acceptance in His Court.

6. ਗਉੜੀ ਮਹਲਾ ੧॥ 152-15

ਜਾਤੋ ਜਾਇ ਕਹਾ ਤੇ ਆਵੈ॥ ਕਹ ਉਪਜੈ ਕਹ ਜਾਇ ਸਮਾਵੈ॥ jaato jaa-ay kahaa tay aavai. kah upjai kah jaa-ay samaavai.
ਕਿਉ ਬਾਧਿਓ ਕਿਉ ਮੁਕਤੀ ਪਾਵੈ॥ ਕਿਉ ਅਬਿਨਾਸੀ ਸਹਜਿ ਸਮਾਵੈ॥੧ ki-o baaDhi-o ki-o muktee paavai. ki-o abhinaasee sahj samaavai. 1

ਜੀਵ ਕਿਵੇਂ ਜਾਣ ਸਕਦਾ ਹੈ, ਉਹ ਕਿਥੋਂ ਆਇਆ ਹੈ? ਕਿਥੋਂ ਪੈਦਾ ਹੋਇਆ ਹੈ ਅਤੇ ਮਰਨ ਤੋਂ ਪਿਛੋਂ ਕਿਥੇ ਜਾਣੇ ਹੈ? ਕਿਸ ਕਾਰਨ ਆਤਮਾ ਜੂੰਨਾਂ ਦੇ ਚੱਕਰ ਵਿੱਚ ਬੰਧੀ ਹੈ? ਕਿਵੇਂ ਮੁਕਤੀ ਮਿਲ ਸਕਦੀ ਹੈ? ਕਿਹੜੀ ਬੰਦਗੀ, ਕੰਮ ਨਾਲ ਅਕਾਲ ਪੁਰਖ ਵਿੱਚ ਅਲੋਪ ਹੋ ਸਕਦੀ ਹੈ?

How may anyone know from where he come? From where has he born or go after death? Why was his soul stuck in the cycle of birth and death? How may his soul be blessed with salvation? What deeds may he perform to become worthy of His Consideration, to be immersed within His Holy Spirit?

ਨਾਮੁ ਰਿਦੈ ਅੰਮ੍ਰਿਤੁ ਮੁਖਿ ਨਾਮੁ॥ Naam ridai amrit mukh Naam.
ਨਰਹਰ ਨਾਮੁ, ਨਰਹਰ ਨਿਹਕਾਮੁ॥੧॥ ਰਹਾਉ॥ narhar Naam narhar nihkaam. ||1|| rahaa-o.

ਸ਼ਬਦ ਨੂੰ ਮਨ ਵਿੱਚ ਵਸਾ ਕੇ ਬੰਦਗੀ ਕਰਨ ਨਾਲ ਮਨ ਇਛਾਂ ਤੋਂ ਰਹਿਤ ਹੋ ਜਾਂਦਾ ਹੈ । ਜਿਵੇਂ ਪ੍ਰਭ ਇਛਾਂ ਤੋਂ ਰਹਿਤ ਹੈ ।

Whosoever may adopt the teachings of His Word with a steady and stable belief; with His mercy and grace, his mind may become beyond the reach of worldly desires. As The True Master remains beyond an attachment.

ਸਹਜੇ ਆਵੈ ਸਹਜੇ ਜਾਇ॥ ਮਨ ਤੇ ਉਪਜੈ ਮਨ ਮਾਹਿ ਸਮਾਇ॥ sehjay aavai sehjay jaa-ay. man tay upjai man maahi samaa-ay.
ਗੁਰਮਖ ਮੁਕਤੋ ਬੰਧੁ ਨ ਪਾਇ॥ gurmukh mukto banDh na paa-ay.
ਸ਼ਬਦੁ ਬੀਚਾਰਿ ਛੁਟੈ ਹਰਿ ਨਾਇ॥੨॥ sabad beechaar chhutai har naa-ay. ||2||

ਸੰਤੋਖ ਹਾਸਿਲ ਕਰਨ ਨਾਲ ਜੀਵਨ ਅਤੇ ਮੌਤ ਸ਼ਾਂਤੀ ਨਾਲ ਹੀ ਬੀਤ ਜਾਂਦੀ ਹੈ । ਇਛਾਂ ਮਨ ਵਿਚੋਂ ਹੀ ਨਿਕਲਦੀਆਂ ਹਨ ਅਤੇ ਮਨ ਵਿੱਚ ਹੀ ਮਿਟ ਜਾਂਦੀਆਂ ਹਨ । ਗੁਰਮਖ ਅਵਸਥਾ ਹਾਸਿਲ ਕਰਨ ਨਾਲ ਮੁਕਤੀ ਬਖਸ਼ਿਸ਼ ਹੋ ਜਾਂਦੀ, ਜਮਾਂ ਦੇ ਕਾਬੂ ਵਿੱਚ ਨਹੀਂ ਰਹਿੰਦਾ! ਜਿਹੜਾ ਸ਼ਬਦ ਦੀ ਸੋਝੀ ਪਾ ਕੇ, ਸ਼ਬਦ ਦੀ ਸਿਖਿਆ ਨਾਲ ਜੀਵਨ ਢਾਲਣ ਹੈ, ਉਸ ਨੂੰ ਸੋਝੀ ਬਖਸ਼ਿਸ਼ ਹੋ ਸਕਦੀ, ਗੁਰਮਖ ਅਵਸਥਾ ਬਖਸ਼ਿਸ਼ ਹੋ ਸਕਦੀ ਹੈ ।

Whosoever may remain in patience and contented with His Blessings; he may accept his death with peace of mind and dignity. He may become beyond the reach of worldly desires. His soul may be blessed with a state of mind as His true devotee. His state of mind remains beyond the fear of devil of death. He may adopt the teachings of His Word with steady and stable belief in his day-to-day life; he may be enlightened from within and blessed with the state of mind as His true devotee.

ਤਰਵਰ ਪੰਖੀ ਬਹੁ ਨਿਸਿ ਬਾਸੁ॥ ਸੁਖ ਦੁਖੀਆ ਮਨਿ ਮੋਹ ਵਿਣਾਸੁ॥ tarvar pankhee baho nis baas. sukh dukhee-aa man moh vinaas.
ਸਾਝ ਬਿਹਾਗ ਤਕਹਿ ਆਗਾਸੁ॥ saajh bihaag takeh aagaas.
ਦਹ ਦਿਸਿ ਧਾਵਹਿ ਕਰਮਿ ਲਿਖਿਆਸੁ॥੩॥ dah dis Dhaaveh karam likhi-aas. ||3||

ਜਿਵੇਂ ਬਹੁਤ ਹੀ ਪੰਛੀ ਬ੍ਰਿਛਾਂ ਤੇ ਬੈਠ ਕੇ ਰਾਤ ਬਤੀਤ ਕਰਦੇ ਹਨ । ਕਈ ਖੁਸ਼, ਕਈ ਨਰਾਜ਼, ਇਹ ਸਭ ਕੁਝ ਮਨ ਦੀਆਂ ਇਛਾਂ ਕਾਰਨ ਹੀ ਹੈ । ਜਦੋਂ ਸਵੇਰਾ ਹੁੰਦਾ ਹੈ, ਉਹ ਅਕਾਸ਼ ਵੱਲ ਦੇਖਦੇ ਹਨ, ਆਪਣੇ ਭਾਗਾਂ ਅਨੁਸਾਰ ਵੱਖਰੇ ਵੱਖਰੇ ਪਾਸੇ ਉੱਡ ਜਾਂਦੇ ਹਨ ।

As many birds may sit on the branches of the tree to spend night. Some may be happy, others sad; all due to the desires of their own mind. When the sun rises in the morning, all may look at sky and fly in different directions as per prewritten destiny.

ਨਾਮ ਸੰਜੋਗੀ ਗੋਇਲਿ ਥਾਟੁ॥ ਕਾਮ ਕ੍ਰੋਧ ਫੂਟੈ ਬਿਖੁ ਮਾਟੁ॥ Naam sanjogee go-il thaat. kaam kroDh footai bikh maat.
ਬਿਨੁ ਵਖਰ ਸੂਨੋ ਘਰੁ ਹਾਟੁ॥ ਗੁਰ ਮਿਲਿ ਖੋਲੇ ਬਜਰ ਕਪਾਟ॥੪॥ bin vakhar soono ghar haat. gur mil kholay bajar kapaat. ||4||

ਜਿਹੜਾ ਸ਼ਬਦ ਦਾ ਆਸਰਾ ਲੈਂਦਾ ਹੈ, ਉਹ ਸੰਸਾਰ ਨੂੰ ਥੋੜ੍ਹੇ ਸਮਾਂ ਰਹਿਣ ਵਾਲਾ ਥਾਂ ਹੀ ਸਮਝਦਾ ਹੈ । ਉਹ ਸੰਸਾਰਕ ਇਛਾਂ, ਕਾਮ, ਕਰੋਧ ਨੂੰ ਜ਼ਹਿਰ ਦਾ ਕੱਪ ਸਮਝਕੇ ਤੋੜ ਦੇਂਦੇ ਹਨ । ਜਿਹੜਾ ਜੀਵ ਸ਼ਬਦ ਦੀ ਕਮਾਈ ਤੋਂ ਬਿਨਾਂ ਜੀਵਨ ਬਤੀਤ ਕਰਦਾ ਹੈ । ਉਸ ਕੋਲ ਸ਼ਬਦ ਦੀ ਕਮਾਈ ਦਾ ਕੋਈ ਧੰਨ, ਨਾ ਹੀ ਕੋਈ ਕੀਮਤੀ ਚੀਜ ਹੀ ਹੁੰਦੀ ਹੈ । ਸ਼ਬਦ ਦੀ ਕਮਾਈ ਨਾਲ ਦਰਬਾਰ ਦਾ ਭਾਰਾ ਦਰਵਾਜਾ ਖੁੱਲ੍ਹ ਜਾਂਦਾ ਹੈ ।

Whosoever may seek the refuge of His Word, he may realize that world not his permanent resting place. Human body has been blessed for limited, predetermined period. He may break worldly desires (sexual urge and anger) as a cup of poison. Whosoever wastes his life without meditating and adopting the teachings of His Word, he may not carry any valuable possessions to His Court. Earnings of His Word may easily open the heavy door of His Castle.

ਸਾਧੁ ਮਿਲੈ ਪੂਰਬ ਸੰਜੋਗ॥ ਸਚਿ ਰਹਸੇ ਪੂਰੇ ਹਰਿ ਲੋਗ॥ saaDh milai poorab sanjog. sach rahsay pooray har log.
ਮਨੁ ਤਨੁ ਦੇ ਲੈ ਸਹਜਿ ਸੁਭਾਇ॥ man tan day lai sahj subhaa-ay.
ਨਾਨਕ ਤਿਨ ਕੈ ਲਾਗਉ ਪਾਇ॥੫॥੬॥ naanak tin kai laaga-o paa-ay. ||5||6||

ਸੰਤ ਸਰੂਪ ਜੀਵ ਨਾਲ ਮਿਲਾਪ ਹੋਣਾ, ਭਾਗਾਂ ਦਾ ਹੀ ਖੇਲ ਹੈ । ਭਗਤ ਜਨ, ਅਟਲ ਪ੍ਰਭ ਦੇ ਸ਼ਬਦ ਵਿੱਚ ਹੀ ਮਸਤ ਰਹਿੰਦੇ ਹਨ । ਉਹ ਆਪਣਾ ਆਪਾ ਪ੍ਰਭ ਨੂੰ ਅਰਪਣ ਕਰ ਦੇਂਦੇ ਹਨ । ਉਹ ਪੂਜਣ ਯੋਗ ਹੋ ਜਾਂਦੇ ਹਨ ।

Only with great prewritten destiny the congregation of His Holy saint may be blessed. His true devotee always remains intoxicated in meditation in the void of His Word. Whosoever may surrender his self-entity at His Service. He may become worthy of worship.

Key Message of Raag Gauree page 152-15
ਆਤਮਾ ਦੀ ਸੰਸਾਰਕ ਯਾਤਰਾ!
ਜੀਵ ਕਿਵੇਂ ਜਾਣ ਸਕਦਾ ਹੈ, ਉਹ ਕਿਥੋਂ ਆਇਆ ਹੈ? ਕਿਥੋਂ ਪੈਦਾ ਹੋਇਆ ਹੈ ਅਤੇ ਮਰਨ ਤੋਂ ਪਿਛੋਂ ਕਿਥੇ ਜਾਣੇ ਹੈ? ਕਿਸ ਕਾਰਨ ਆਤਮਾ ਜੂਨਾਂ ਦੇ ਚੱਕਰ ਵਿੱਚ ਬੰਧੀ ਹੈ? ਕਿਵੇਂ ਮੁਕਤੀ ਮਿਲ ਸਕਦੀ ਹੈ? ਕਿਹੜੀ ਬੰਦਗੀ, ਕੰਮ ਨਾਲ ਅਕਾਲ ਪੁਰਖ ਵਿੱਚ ਅਲੋਪ ਹੋ ਸਕਦੀ ਹੈ? ਸ਼ਬਦ ਨੂੰ ਮਨ ਵਿੱਚ ਵਸਾ ਕੇ ਬੰਦਗੀ ਕਰਨ ਨਾਲ ਮਨ ਇਛਾਂ ਤੋਂ ਰਹਿਤ ਹੋ ਜਾਂਦਾ ਹੈ । ਜਿਵੇਂ ਪ੍ਰਭ ਇਛਾਂ ਤੋਂ ਰਹਿਤ ਹੈ । ਜਿਹੜਾ ਸ਼ਬਦ ਦਾ ਆਸਰਾ ਲੈਂਦਾ ਹੈ, ਉਹ ਸੰਸਾਰ ਨੂੰ ਥੋੜ੍ਹੇ ਸਮਾਂ ਰਹਿਣ ਵਾਲਾ ਥਾਂ ਹੀ ਸਮਝਦਾ ਹੈ । ਉਹ ਆਪਾ ਪ੍ਰਭ ਨੂੰ ਭੇਟਾ ਕਰ ਦੇਂਦੇ, ਉਹ ਪੂਜਣ ਯੋਗ ਹੋ ਜਾਂਦਾ ਹੈ । ਸ਼ਬਦ ਦੀ ਕਮਾਈ ਨਾਲ ਦਰਬਾਰ ਦਾ ਭਾਰਾ ਦਰਵਾਜਾ ਖੁੱਲ੍ਹ ਜਾਂਦਾ ਹੈ ।
Worldly cycle of Soul!
How may anyone know; where has he come from and where may he go after death? Why has his soul been in the cycle of birth and death? How may his soul be blessed with salvation? What deeds may he perform to become worthy of His Consideration; to be immersed within His Holy Spirit? Whosoever may remain contented with His Blessings; his soul remains in peace in worldly life and after death. His state of mind may become beyond the reach of worldly desires. Whosoever may seek the refuge of His Word; he may realize! world is not a permanent resting place for soul; human body has been blessed for limited, predetermined period. He may surrender his self-entity at His Sanctuary; he may become worthy of worship. Earnings of His Word may easily open the heavy door of His Castle.

7. **ਗਉੜੀ ਮਹਲਾ ੧॥ 153 -3**

ਕਾਮੁ ਕ੍ਰੋਧੁ ਮਾਇਆ ਮਹਿ ਚੀਤੁ॥ ਝੂਠ ਵਿਕਾਰਿ ਜਾਗੈ ਹਿਤ ਚੀਤੁ॥ kaam kroDh maa-i-aa meh cheet. jhooth vikaar jaagai hit cheet.
ਪੂੰਜੀ ਪਾਪ ਲੋਭ ਕੀ ਕੀਤੁ॥ ਤਰੁ ਤਾਰੀ ਮਨਿ ਨਾਮੁ ਸੁਚੀਤੁ॥੧॥ poonjee paap lobh kee keet. tar taaree man naam sucheet. ||1||

ਜੀਵ ਦਾ ਮਨ ਕਾਮ, ਕਰੋਧ ਅਤੇ ਸੰਸਾਰਕ ਧਨ ਦੀ ਸੋਚ ਵਿੱਚ ਹੀ ਲਗਾ ਰਹਿੰਦਾ ਹੈ । ਆਪਣਾ ਸਮਾਂ, ਲਾਲਚ, ਫਰੇਬ ਅਤੇ ਮੋਹ ਵਿੱਚ ਹੀ ਬਤੀਤ ਕਰਦਾ ਹੈ । ਉਸ ਦੀ ਕਮਾਈ ਪਾਪਾਂ ਦੀ ਸਮੱਗਰੀ ਹੀ ਹੁੰਦੀ ਹੈ । ਸੰਸਾਰਕ ਸਾਗਰ ਪਾਰ ਕਰਨ ਲਈ ਕੇਵਲ ਸ਼ਬਦ ਦੀ ਕਮਾਈ ਹੀ ਪਾਰ ਕਰ ਸਕਦੀ ਹੈ ।

Human mind remains entangled in the thoughts of sexual urge, anger and hungry for worldly wealth. He wastes his human life in greed, deception and attachment to worldly possessions and relationships. The earnings of His Word may be the only boat to sail across the terrible worldly ocean of desires.

ਵਾਹੁ ਵਾਹੁ ਸਾਚੇ ਮੈ ਤੇਰੀ ਟੇਕ॥ vaahu vaahu saachay mai tayree tayk.
ਹਉ ਪਾਪੀ ਤੂੰ ਨਿਰਮਲੁ ਏਕੁ॥੧॥ ਰਹਾਉ॥ ha-o paapee tooN nirmal ayk. ||1|| rahaa-o.

ਪ੍ਰਭ ਤੂੰ ਬਹੁਤ ਤਰਸਵਾਨ ਹੈ! ਬੰਦਗੀ ਕਰਨ ਵਾਲੇ ਦਾਸ ਨੂੰ ਕੇਵਲ ਤੇਰਾ ਹੀ ਆਸਰਾ ਹੈ । ਮੈਂ ਪਾਪਾਂ ਭਰਿਆ ਜੀਵ ਹਾ, ਕੇਵਲ ਇਕੋ ਇਕ ਤੂੰ ਹੀ ਪਵਿੱਤਰ ਹੈ । ਰਹਿਮਤ ਬਖਸ਼ੋ ।

The Merciful True Master! Your true devote only seeks Your Forgiveness and Refuge in day-to-day life. My soul remains overwhelmed with sins and evil thoughts. My True Master bestows Your Blessed Vision to attach me to obey the teachings of Your Word! Only You are a Sanctified Spirit!

ਅਗਨਿ ਪਾਣੀ ਬੋਲੈ ਭੜਵਾਉ॥ ਜਿਹਵਾ ਇੰਦ੍ਰੀ ਏਕੁ ਸੁਆਉ॥ agan paanee bolai bharhvaa-o. jihvaa indree ayk su-aa-o.
ਦਿਸਟਿ ਵਿਕਾਰੀ ਨਾਹੀ ਭਉ ਭਾਉ॥ disat vikaaree naahee bha-o bhaa-o.
ਆਪੁ ਮਾਰੇ ਤਾ ਪਾਏ ਨਾਉ॥੨॥ aap maaray taa paa-ay naa-o. ||2||

ਅੱਗ ਅਤੇ ਪਾਣੀ ਦਾ ਮੇਲ ਨਾਲ ਇਸ ਵਿਚੋਂ ਧੂੰਆ ਉਪਰ ਜਾਂਦਾ ਹੈ । ਇਸਤਰ੍ਹਾਂ ਜੀਭ ਅਤੇ ਕਾਮਵਾਸਨਾ ਦੋਨੋਂ ਹੀ ਸਵਾਦ ਭਾਲਦੇ ਹਨ । ਜਿਸ ਤੇ ਲਾਲਚ ਦਾ ਜ਼ੋਰ ਹੋਵੇ, ਉਹ ਸ਼ਬਦ ਦੀ ਸੋਝੀ ਨਹੀਂ ਪਾ ਸਕਦਾ । ਇਛਾਂ ਤੇ ਕਾਬੂ ਪਾਉਣ ਨਾਲ ਹੀ ਸ਼ਬਦ ਦੀ ਸੋਝੀ ਵੱਲ ਧਿਆਨ ਲਗਦਾ ਹੈ ।

When water is sprayed on fire that creates smoke! Same way tongue and sexual urge, both are searching for flavor, unique taste. Whosoever remains overpowered with greed; he may never find the enlightenment of His Word. Whosoever may conquer his worldly desires; only he may concentrate on the path of meditation and enlightenment of His World.

ਸਬਦਿ ਮਰੈ ਫਿਰਿ ਮਰਣੁ ਨ ਹੋਇ॥ ਬਿਨੁ ਮੂਏ ਕਿਉ ਪੂਰਾ ਹੋਇ॥ sabad marai fir maran na ho-ay. bin moo-ay ki-o pooraa ho-ay.
ਪਰਪੰਚਿ ਵਿਆਪਿ ਰਹਿਆ ਮਨੁ ਦੋਇ॥ parpanch vi-aap rahi-aa man do-ay.
ਥਿਰੁ ਨਾਰਾਇਣੁ ਕਰੇ ਸੁ ਹੋਇ॥੩॥ thir naaraa-in karay so ho-ay. ||3||

ਗੁਰੂ ਨਾਨਕ ਦੇਵ ਜੀ! – Guru Nanak Dev Ji! Guru Granth Sahib

ਜਿਹੜਾ ਜੀਵ ਸ਼ਬਦ ਨਾਲ ਆਪਣਾ ਜੀਵਨ ਢਾਲਦਾ ਹੈ । ਉਸ ਨੂੰ ਫਿਰ ਬਾਰ ਬਾਰ ਮੌਤ ਨਹੀਂ ਆਉਂਦੀ, ਮਰਨਾ ਨਹੀਂ ਪੈਂਦਾ । ਇਸਤਰ੍ਹਾਂ ਮਨ ਦੀਆਂ ਇਛਾਂ ਨੂੰ ਮਾਰਨ ਤੋਂ ਬਿਨਾਂ ਆਤਮਾ ਪਵਿੱਤਰ ਨਹੀਂ ਹੋ ਸਕਦੀ । ਸੰਸਾਰ ਵਿੱਚ ਸਭ ਕੁਝ ਪ੍ਰਭ ਦੇ ਹੁਕਮ ਅੰਦਰ ਹੀ ਹੁੰਦਾ ਹੈ । ਮਾਨਸ ਧੋਖੇ, ਜ਼ੁਲਮ ਦੇ ਕੰਮਾਂ, ਭਰਮਾਂ ਵਿੱਚ ਪਾਇਆ ਰਹਿੰਦਾ ।

Whosoever may adopt the teachings of His Word in day-to-day life; he may not have to die time and again. Same way without conquering own worldly desires; his soul cannot be sanctified. Only His Word can prevail in the universe. Self-minded remains in suspicions and entangled in deception and sinful acts, deeds.

ਬੋਹਿਥਿ ਚੜਉ ਜਾ ਆਵੈ ਵਾਰੁ॥ ਠਾਕੇ ਬੋਹਿਥ ਦਰਗਹ ਮਾਰ॥ bohith charha-o jaa aavai vaar. thaakay bohith dargeh maar.
ਸਚੁ ਸਾਲਾਹੀ ਧੰਨੁ ਗੁਰਦੁਆਰੁ॥ ਨਾਨਕ ਦਰਿ ਘਰਿ ਏਕੰਕਾਰੁ॥੪॥੭॥ sach saalaahee Dhan gurdu-aar. naanak dar ghar aykankaar. ||4||7||

ਜੀਵ ਸਦਾ ਤਿਆਰ, ਸ਼ਬਦ ਦੀ ਪਾਲਣਾ ਵਿੱਚ ਅਡੋਲ ਰਹੋ! ਜਦੋਂ ਤੇਰੀ ਵਾਰੀ ਆਉਂਦੀ, ਸ਼ਬਦ ਦੀ ਬੇੜੀ ਤੇ ਚੜ੍ਹੋ । ਜਿਹੜੇ ਪਿਛੇ ਰਹਿਣਗੇ ਉਹਨਾਂ ਨੂੰ ਦੁਖ ਹੀ ਮਿਲਣੇ ਹਨ । ਜਿਸ ਤਨ ਵਿੱਚ ਪ੍ਰਭ ਦੇ ਸ਼ਬਦ ਦੀ ਜੋਤ ਜਾਗਰਤ ਹੋ ਜਾਂਦੀ, ਵੱਡਭਾਗੀ ਹੋ ਜਾਂਦਾ ਹੈ! ਜੀਵਨ ਅਤੇ ਮੌਤ ਪਿਛੋਂ ਕੇਵਲ ਪ੍ਰਭ ਦਾ ਭਾਣਾ ਹੀ ਵਾਪਰਦਾ ਹੈ ।

You should always remain steady and stable in obeying His Command, His Word; You should always be prepared to ride the boat of His Word, as you may be blessed with your turn. Whosoever may become lazy; he may be left behind and faces miseries in his life. Whosoever may be enlightened with the essence of His Word; he may become very fortunate. In worldly life and after death, at both places, only, The True Master prevails.

Key Message of Raag Gauree page 153-3
ਆਤਮਾ ਕਿਵੇਂ ਪਵਿੱਤਰ ਹੋ ਸਕਦੀ ਹੈ?
ਸੰਸਾਰਕ ਸਾਗਰ ਨੂੰ ਕੇਵਲ ਸ਼ਬਦ ਦੀ ਕਮਾਈ ਹੀ ਪਾਰ ਕਰ ਸਕਦੀ ਹੈ । ਜੀਭ ਅਤੇ ਕਾਮਵਾਸਨਾ ਦੋਨੋਂ ਹੀ ਸਵਾਦ ਭਾਲਦੇ ਹਨ । ਇਛਾਂ ਤੇ ਕਾਬੂ ਪਾਉਣ ਨਾਲ ਹੀ ਸ਼ਬਦ ਦੀ ਸੋਝੀ ਵੱਲ ਧਿਆਨ ਲਗਦਾ ਹੈ । ਮਨ ਦੀਆਂ ਇਛਾਂ ਨੂੰ ਮਾਰਨ ਤੋਂ ਬਿਨਾਂ, ਆਤਮਾ ਪਵਿੱਤਰ ਨਹੀਂ ਹੋ ਸਕਦੀ । ਜਿਸ ਦੇ ਮਨ ਵਿੱਚ ਪ੍ਰਭ ਦੇ ਸ਼ਬਦ ਦੀ ਜੋਤ ਜਾਗਰਤ ਹੋ ਜਾਂਦੀ ਹੈ, ਉਹ ਘਰ, ਤਨ ਧੰਨ ਹੁੰਦਾ ਹੈ ।
How soul may be sanctified?
The earnings of His Word may be the only rescue boat to across the terrible ocean of worldly desires. Both tongue and sexual urge, are searching for flavor, unique taste. Whosoever may conquer his worldly desires, only he may concentrate on the path of meditation and the enlightenment of His World. Only, his soul may be sanctified. He may hear the everlasting echo of His Word resonating within; he may become very fortunate with the enlightenment of His Word.

8. ਗਉੜੀ ਮਹਲਾ ੧॥ 153-9

ਉਲਟਿਓ ਕਮਲੁ ਬ੍ਰਹਮੁ ਬੀਚਾਰਿ॥ ਅੰਮ੍ਰਿਤ ਧਾਰ ਗਗਨਿ ਦਸ ਦੁਆਰਿ॥ ulti-o kamal barahm beechaar. amrit Dhaar gagan das du-aar.
ਤ੍ਰਿਭਵਣੁ ਬੇਧਿਆ ਆਪਿ ਮੁਰਾਰਿ॥੧॥ taribhavan bayDhi-aa aap muraar. ||1||

ਜਿਸ ਦੇ ਮਨ ਵਿੱਚ ਸ਼ਬਦ ਜਾਗਰਤ ਹੋ ਜਾਂਦਾ, ਘਰ ਕਰ ਜਾਂਦਾ ਹੈ, ਉਸ ਦਾ ਮਨ ਪ੍ਰਭ ਦੀ ਸ਼ਰਣ ਵਿੱਚ ਆਪਾ ਭੇਟਾ ਕਰ ਦੇਂਦਾ ਹੈ । ਉਸ ਦੇ ਮਨ ਵਿੱਚ ਪ੍ਰਭ ਦੇ ਸ਼ਬਦ ਦੀ ਸੋਝੀ ਰੂਪੀ ਅੰਮ੍ਰਿਤ ਦੀ ਨਦੀ ਚਲ ਪੈਂਦੀ ਹੈ । ਤਿੰਨਾਂ ਸ੍ਰਿਸ਼ਟੀਆਂ ਵਿੱਚ ਪ੍ਰਭ ਆਪ ਹੀ ਵਾਪਰਦਾ ਹੈ । ਉਸ ਦੇ ਭਰਮ ਦੂਰ ਹੋ ਜਾਂਦੇ, ਆਪਾ ਪ੍ਰਭ ਦੇ ਚਰਨਾਂ ਤੇ ਸੌਂਪ ਦੇਂਦਾ ਹੈ । ਮਨ ਵਿੱਚ ਸ਼ਬਦ ਦਾ ਅੰਮ੍ਰਿਤ ਭਰ ਜਾਂਦਾ ਹੈ ।

Whosoever may be drenched with the enlightenment of the essence of His Word; he may surrender his self-entity at His Sanctuary. The Holy River of the nectar of the essence of His Word may flow within his mind. He may realize His Holy Spirit prevailing in all three universes. All his suspicions may be eliminated and he may be accepted at His Sanctuary. His mind remains overwhelmed with the nectar of the teachings of His Word.

ਰੇ ਮਨ ਮੇਰੇ ਭਰਮੁ ਨ ਕੀਜੈ॥ ray man mayray bharam na keejai.
ਮਨਿ ਮਾਨਿਐ ਅੰਮ੍ਰਿਤ ਰਸੁ ਪੀਜੈ॥੧॥ ਰਹਾਉ॥ man maanee-ai amrit ras peejai. ||1|| rahaa-o.

ਜਿਹੜਾ ਮਨ ਦੇ ਭਰਮ ਦੂਰ ਕਰਕੇ ਆਪਾ ਪ੍ਰਭ ਦੇ ਚਰਨਾਂ ਤੇ ਸੌਂਪ, ਭੇਟਾ ਕਰ ਦੇਂਦਾ ਹੈ! ਉਸ ਦਾ ਮਨ ਸ਼ਬਦ ਦੇ ਅੰਮ੍ਰਿਤ ਦੇ ਰਸ ਦਾ ਅਨੰਦ ਮਾਨਦਾ ਹੈ ।

Whosoever may conquer his all suspicions and surrenders his self-entity at His Sanctuary. He may be overwhelmed with essence of His Word.

ਜਨਮੁ ਜੀਤਿ ਮਰਣਿ ਮਨੁ ਮਾਨਿਆ॥ janam jeet maran man maani-aa.
ਆਪਿ ਮੂਆ ਮਨੁ ਮਨ ਤੇ ਜਾਨਿਆ॥ aap moo-aa man man tay jaani-aa.
ਨਜਰਿ ਭਈ ਘਰੁ ਘਰ ਤੇ ਜਾਨਿਆ॥੨॥ najar bha-ee ghar ghar tay jaani-aa. ||2||

ਜਿਹੜਾ ਮਨ ਦੀਆਂ ਇਛਾਂ ਦੀ ਮੌਤ ਕਰ ਦੇਂਦਾ ਹੈ, ਉਸ ਨੂੰ ਮਨ ਤੇ ਜਿੱਤ ਬਖਸ਼ਿਸ਼ ਹੋ ਜਾਂਦੀ ਹੈ । ਜਿਸ ਦਾ ਆਪਾ ਖਤਮ ਹੋ ਜਾਂਦਾ ਹੈ, ਉਸ ਨੂੰ ਪ੍ਰਭ ਦੀ ਪਛਾਣ, ਹੋਂਦ ਮਹਿਸੂਸ ਹੋ ਜਾਂਦੀ ਹੈ । ਉਸ ਨੂੰ ਆਪਣੇ ਅੰਦਰੋਂ ਹੀ ਸ਼ਬਦ ਦੀ ਸੋਝੀ ਬਖਸ਼ਿਸ਼ ਹੋ ਜਾਂਦੀ ਹੈ ।

Whosoever may renounce his worldly desires of his mind; he may conquer his own mind. Whosoever may surrender his self-entity; he may realize His Existence, His Holy Spirit prevailing everywhere. He may be enlightened from within. His eternal glory may shine within his heart.

ਜਤੁ ਸਤੁ ਤੀਰਥੁ ਮਜਨੁ ਨਾਮਿ॥ ਅਧਿਕ ਬਿਥਾਰੁ ਕਰਉ ਕਿਸੁ ਕਾਮਿ॥ jat sat tirath majan Naam. aDhik bithaar kara-o kis kaam.
ਨਰ ਨਾਰਾਇਣ ਅੰਤਰਜਾਮਿ॥੩॥ nar naaraa-in antarjaam. ||3||

ਸ਼ਬਦ ਨਾਲ ਜੀਵਨ ਢਾਲਣ ਵਿੱਚ ਹੀ ਸਭ ਜਤ, ਸਤ, ਤੀਰਥਾਂ ਇਸ਼ਨਾਨ ਦਾ ਫਲ ਬਖਸ਼ਿਸ਼ ਹੋ ਜਾਂਦਾ ਹੈ, ਬਾਕੀ ਲੋਕ ਦਿਖਾਵਾ ਬੇਕਾਰ ਹੀ ਹੈ । ਅੰਤਰਜਾਮੀ ਮਨ ਦੀਆਂ ਸਾਰੀਆਂ ਇਛਾਂ ਹੀ ਜਾਣਦਾ ਹੈ ।

By adopting His Word wholeheartedly in day-to-day life; his soul may be rewarded for his meditation, control of mind, sanctifying bath, pilgrimage at Holy Shrines. All other meditations may be a hypocrisy! The Omniscient True Master remains aware all desires of His Creation.

ਆਨ ਮਨਉ ਤਉ ਪਰ ਘਰ ਜਾਉ॥ ਕਿਸੁ ਜਾਚਉ ਨਾਹੀ ਕੋ ਥਾਉ॥ aan man-o ta-o par ghar jaa-o. kis jaacha-o naahee ko thaa-o.
ਨਾਨਕ ਗੁਰਮਤਿ ਸਹਜਿ ਸਮਾਉ॥੪॥੮॥ naanak gurmat sahj samaa-o. ||4||8||

ਜਿਸ ਤੇ ਭਰੋਸਾ ਹੁੰਦਾ ਹੈ, ਜੀਵ ਆਪਣੀ ਆਸ ਪੂਰੀ ਕਰਨ ਲਈ ਉਸ ਦੇ ਦਰ ਤੇ ਜਾਂਦਾ ਹੈ! ਜਿਸ ਦਾ ਹੋਰ ਕੋਈ ਨਹੀਂ ਹੁੰਦਾ ਉਹ ਕਿਸ ਤੋਂ ਮੰਗਣ ਲਈ ਜਾ ਸਕਦਾ ਹੈ? ਪ੍ਰਭ, ਤੇਰੇ ਤੋਂ ਬਿਨਾਂ ਮੇਰਾ ਹੋਰ ਕੋਈ ਨਹੀਂ ਹੈ! ਸ਼ਬਦ ਦੀ ਸੋਝੀ ਨਾਲ ਤੇਰੇ ਸ਼ਬਦ ਵਿੱਚ ਹੀ ਲੀਨ ਰਹਿੰਦਾ ਹਾ ।

Whosoever may have confidence, belief on anyone; he may beg for his help and support. My True Master, I have no one else to support in world! Where may I pray for help to save me? You are my only hope! I have surrendered my self-entity at Your Sanctuary; I remain intoxicated in meditation in the void of Your Word.

Key Message of Raag Gauree page 153-9
ਅਸਲੀ ਮਾਲਕ ਕੌਣ ਹੈ?
ਜਿਹੜਾ ਆਪਾ ਪ੍ਰਭ ਦੇ ਚਰਨਾ ਵਿੱਚ ਅਰਪਣ ਕਰ ਦੇਂਦਾ ਹੈ, ਉਸ ਦੇ ਮਨ ਵਿੱਚ ਸ਼ਬਦ ਜਾਗਰਤ ਹੋ ਜਾਂਦਾ ਹੈ । ਉਸ ਨੂੰ ਪ੍ਰਭ ਦੀ ਪਛਾਣ ਆ ਜਾਂਦੀ ਹੈ । ਸ਼ਬਦ ਨਾਲ ਜੀਵਨ ਢਾਲਣ ਵਿੱਚ ਹੀ ਸਭ ਜਤ, ਸਤ, ਤੀਰਥਾਂ ਇਸ਼ਨਾਨ ਦਾ ਫਲ ਬਖਸ਼ਿਸ਼ ਹੋ ਜਾਂਦਾ ਹੈ, ਬਾਕੀ ਲੋਕ ਦਿਖਾਵਾ ਬੇਕਾਰ ਹੀ ਹੈ । ਪ੍ਰਭ, ਮੇਰਾ ਹੋਰ ਕੋਈ ਨਹੀਂ, ਮੈਂ ਆਪਣੀ ਆਸ ਪੂਰੀ ਕਰਨ ਲਈ ਕੇਵਲ ਤੇਰੇ ਦਰ ਹੀ ਜਾਂਦਾ ਹਾ! ਸ਼ਬਦ ਦੀ ਸੋਝੀ ਨਾਲ ਤੇਰੇ ਸ਼ਬਦ ਵਿੱਚ ਹੀ ਲੀਨ ਰਹਿੰਦਾ ਹਾ ।
Who may be The Ture Trustee of soul?
Whosoever may surrender his self-entity at His Sanctuary; he may be enlightened with the essence of His Word. He may realize the purpose of his human life opportunity, His Existence. Whosoever may adopt the teachings of His Word; all the reward of meditation, sanctifying bath, pilgrimage of Holy Shrines remains embedded within the essence of His Word. God, I do not have anyone else as my supporter; where may I pray for Forgiveness and Refuge? With the enlightenment of Your Word, I remain intoxicated in meditation in the void of Your Word.

9. ਗਉੜੀ ਮਹਲਾ ੧॥ 153-14

ਸਤਿਗੁਰੁ ਮਿਲੈ ਸੁ ਮਰਣੁ ਦਿਖਾਏ॥ ਮਰਣੁ ਰਹਣ ਰਸੁ ਅੰਤਰਿ ਭਾਏ॥ satgur milai so maran dikhaa-ay. maran rahan ras antar bhaa-ay.
ਗਰਬੁ ਨਿਵਾਰਿ ਗਗਨ ਪੁਰੁ ਪਾਏ॥੧॥ garab nivaar gagan pur paa-ay. ||1||

ਸ਼ਬਦ ਦੀ ਸੋਝੀ ਹੋਣ ਨਾਲ, ਜੀਵ ਨੂੰ ਅਸਲੀ ਮਰਨ ਦੀ ਵਿਧੀ ਬਖਸ਼ਿਸ਼ ਹੋ ਜਾਂਦੀ ਹੈ । ਆਪਣੇ ਅੰਦਰੋਂ ਹੀ ਸੋਝੀ ਹੋ ਜਾਂਦੀ, ਮੌਤ ਵਿੱਚ ਆਤਮਾ ਕਿਵੇਂ ਰਹਿੰਦੀ ਹੈ? ਇਸ ਮੌਤ ਨਾਲ ਹੀ ਅਮਰ ਅਵਸਥਾ ਬਖਸ਼ਿਸ਼ ਹੋ ਜਾਂਦੀ ਹੈ । ਅਹੰਕਾਰ ਤੇ ਜਿੱਤ ਪਾਉਣ ਨਾਲ ਹੀ ਪ੍ਰਭ ਦਾ ਦਸਵਾਂ ਦਰਵਾਜਾ ਨਜ਼ਰ ਆਉਂਦਾ ਹੈ ।

Whosoever may be enlightened with the essence of His Word; he may be enlightened with the right process of true death. How may the soul endure, remains, alive in the process of death? His soul may be blessed with immortal status. Whosoever may conquer his own ego, his soul may visualize the 10th gate, His throne with his eyes of his mind.

ਮਰਣੁ ਲਿਖਾਇ ਆਏ ਨਹੀ ਰਹਣਾ॥ maran likhaa-ay aa-ay nahee rahnaa.
ਹਰਿ ਜਪਿ ਜਾਪਿ ਰਹਣੁ ਹਰਿ ਸਰਣਾ॥੧॥ ਰਹਾਉ॥ har jap jaap rahan har sarnaa. ||1|| rahaa-o.

ਜਿਹੜਾ ਜਨਮ ਲੈਂਦਾ ਹੈ, ਉਸ ਦੀ ਮੌਤ ਦਾ ਸਮਾਂ ਮਿਥਿਆ ਹੈ । ਸਿਮਰਨ ਕਰੋ! ਜਿਸ ਨਾਲ ਪ੍ਰਭ ਦੀ ਪਨਾਹ ਵਿੱਚ ਹੀ ਪ੍ਰਵਾਨ ਹੋ ਜਾਵੇ ।

Everyone must die after spending predetermined time in his worldly body. Whosoever may meditate; with His mercy and grace, he may be blessed with acceptance in His Court.

ਸਤਿਗੁਰੁ ਮਿਲੈ ਤ ਦੁਬਿਧਾ ਭਾਗੈ॥ satgur milai ta dubiDhaa bhaagai.
ਕਮਲੁ ਬਿਗਾਸਿ ਮਨੁ ਹਰਿ ਪ੍ਰਭ ਲਾਗੈ॥ Kamal bigaas man har parabh laagai.
ਜੀਵਤੁ ਮਰੈ ਮਹਾ ਰਸੁ ਆਗੈ॥ ੨॥ Jeevat marai mahaa ras aagai. ||2||

ਜਿਸ ਜੀਵ ਨੂੰ ਸ਼ਬਦ ਦੀ ਸੋਝੀ ਬਖਸ਼ਿਸ਼ ਹੋ ਜਾਂਦੀ ਹੈ, ਉਸ ਦੇ ਭਰਮ ਨਾਸ਼ ਹੋ ਜਾਂਦੇ ਹਨ! ਉਸ ਦੇ ਮਨ ਦਾ ਕਮਲ ਦਾ ਫੁੱਲ ਖੇੜੇ ਵਿੱਚ ਆ ਜਾਂਦਾ ਹੈ । ਉਸ ਦੀ ਲਗਨ ਪ੍ਰਭ ਦੇ ਸ਼ਬਦ ਵਿੱਚ ਅਡੋਲ ਹੋ ਜਾਂਦੀ ਹੈ । ਜਿਹੜਾ ਜੀਵਨ ਵਿੱਚ ਹੀ ਆਪਣੀ ਹੈਸੀਅਤ ਮਰਿਆ ਦੇ ਸਮਾਨ ਰਹਿਣਾ ਜਾਣ ਜਾਂਦਾ ਹੈ । ਉਸ ਦਾ ਮਨ ਸਦਾ ਖੇੜੇ ਵਿੱਚ ਹੀ ਰਹਿੰਦਾ ਹੈ ।

Whosoever may be enlightened with the essence of His Word within; all his suspicions may be eliminated from within. His soul blossoms like the lotus flower. He becomes steady and stable on the meditation of His Word. Whosoever may conquer his ego to live humble life, egoless like a dead; he always remains in peace and harmony in his worldly life.

ਸਤਿਗੁਰਿ ਮਿਲਿਐ ਸਚ ਸੰਜਮਿ ਸੂਚਾ॥ ਗੁਰ ਕੀ ਪਉੜੀ ਊਚੋ ਊਚਾ॥ satgur mili-ai sach sanjam soochaa. gur kee pa-orhee oocho oochaa.
ਕਰਮਿ ਮਿਲੈ ਜਮ ਕਾ ਭਉ ਮੂਚਾ॥੩॥ karam milai jam kaa bha-o moochaa. ||3||

ਸ਼ਬਦ ਦੀ ਸੋਝੀ ਨਾਲ ਮਨ ਪਵਿੱਤਰ ਹੋ ਜਾਂਦਾ ਹੈ । ਸ਼ਬਦ ਦੀ ਬੰਦਗੀ ਦੇ ਰਸਤੇ ਤੇ ਚਲਕੇ, ਪ੍ਰਭ ਦੇ ਉੱਚੇ ਦਰ ਤੇ ਪਹੁੰਚ ਸਕਦਾ ਹੈ । ਅਗਰ ਪ੍ਰਭ ਆਪ ਹੀ ਰਹਿਮਤ ਬਖਸ਼ੇ! ਤਾ ਹੀ ਜੂੰਨਾਂ ਦਾ ਚੱਕਰ ਖਤਮ ਹੋ ਸਕਦਾ ਹੈ ।

Whosoever may be enlightened with the teachings of His Word, his soul may be sanctified. Whosoever may adopt the teachings of His Word in day-to-day life, he may be accepted in His Court. Whosoever may be bestowed with His Blessed Vision, only his cycle of birth and death may be eliminated.

ਗੁਰਿ ਮਿਲਿਐ ਮਿਲਿ ਅੰਕਿ ਸਮਾਇਆ॥ gur mili-ai mil ank samaa-i-aa.
ਕਰਿ ਕਿਰਪਾ ਘਰੁ ਮਹਲੁ ਦਿਖਾਇਆ॥ kar kirpaa ghar mahal dikhaa-i-aa.
ਨਾਨਕ ਹਉਮੈ ਮਾਰਿ ਮਿਲਾਇਆ॥੪॥੯॥ naanak ha-umai maar milaa-i-aa. ||4||9||

ਆਪਣੇ ਅਹੰਕਾਰ ਨੂੰ ਖਤਮ ਕਰਨ ਨਾਲ, ਸ਼ਬਦ ਦੀ ਸੋਝੀ ਹੋ ਜਾਂਦੀ, ਮਨ ਦੀ ਸ਼ਬਦ ਦੀ ਪਾਲਣਾ ਵਿੱਚ ਲਿਵ ਲਗ ਜਾਂਦੀ ਹੈ । ਮਨ ਨੂੰ ਆਪਣੇ ਅੰਦਰ ਹੀ ਪ੍ਰਭ ਦਾ ਦਰਬਾਰ ਲੱਭ ਜਾਂਦਾ ਹੈ ।

Whosoever may be enlightened with the essence of His Word; he may conquer his own ego. He may remain intoxicated in meditation in the void of His Word. He may realize His Existence, His Throne within.

Key Message of Raag Gauree page 153-14
'ਤਨ ਦੀ ਮੌਤ ਸਮੇਂ ਆਤਮਾ ਕਿਵੇਂ ਅਡੋਲ ਰਹਿੰਦੀ ਹੈ?
ਅਹੰਕਾਰ ਤੇ ਜਿੱਤ ਪਾਉਣ ਨਾਲ ਹੀ ਪ੍ਰਭ ਦਾ ਦਸਵਾਂ ਦਰਵਾਜਾ ਨਜ਼ਰ ਆਉਂਦਾ ਹੈ । ਮਨ ਦੀ ਸ਼ਬਦ ਦੀ ਪਾਲਣਾ ਵਿੱਚ ਲਿਵ ਲਗ ਜਾਂਦੀ ਹੈ । ਜੀਵ ਨੂੰ ਅਸਲੀ ਮਰਨ ਦੀ ਵਿਧੀ ਲੱਭ ਜਾਂਦੀ ਹੈ । ਆਪਣੇ ਅੰਦਰੋਂ ਹੀ ਸੋਝੀ ਹੋ ਜਾਂਦੀ, ਮੌਤ ਵਿੱਚ ਆਤਮਾ ਕਿਵੇਂ ਰਹਿੰਦੀ ਹੈ? ਜਿਹੜਾ ਜੀਵਨ ਵਿੱਚ ਹੀ ਆਪਣੀ ਹੈਸੀਅਤ ਮਰਿਆ ਦੇ ਸਮਾਨ ਰਹਿਣਾ ਜਾਣ ਜਾਂਦਾ ਹੈ । ਉਸ ਦਾ ਮਨ ਸਦਾ ਖੇੜੇ ਵਿੱਚ ਹੀ ਰਹਿੰਦਾ ਹੈ ।

How soul remain alive on the death of perishable body?
Whosoever may conquer his own ego, his soul may visualize the 10th gate, His throne within. He may remain intoxicated in the void of His Word. He may be enlightened with the process of true death. He may be enlightened; how may the soul remains alive in the process of death? Whosoever may consider his worldly status insignificant like dead, he always remains in peace and harmony in his worldly life.

10. ਗਉੜੀ ਮਹਲਾ ੧॥ 154-1

ਕਿਰਤੁ ਪਇਆ ਨਹ ਮੇਟੈ ਕੋਇ॥ ਕਿਆ ਜਾਣਾ ਕਿਆ ਆਗੈ ਹੋਇ॥ kirat pa-i-aa nah maytai ko-ay. ki-aa jaanaa ki-aa aagai ho-ay.
ਜੋ ਤਿਸੁ ਭਾਣਾ ਸੋਈ ਹੂਆ॥ ਅਵਰੁ ਨ ਕਰਣੈ ਵਾਲਾ ਦੂਆ॥੧॥ jo tis bhaanaa so-ee hoo-aa. avar na karnai vaalaa doo-aa. ||1||

ਜੀਵ ਦੇ ਪਿਛਲੇ ਜਨਮ ਦੇ ਕੰਮ ਮਿਟਾਏ ਨਹੀਂ ਜਾ ਸਕਦੇ । ਇਸ ਜੀਵਨ ਵਿੱਚ ਜੋ ਵੀ ਹੋਣਾ ਹੈ, ਉਸ ਦਾ ਕੋਈ ਪਤਾ ਨਹੀਂ ਹੈ? ਜੋ ਪ੍ਰਭ ਨੂੰ ਭਾਉਂਦਾ, ਉਹ ਹੀ ਹੋਣਾ, ਹੋਰ ਕੋਈ ਕੁਝ ਕਰ ਨਹੀਂ ਸਕਦਾ ।

The evil deeds of previous life may not be eliminated from his destiny. No one may know; wWhat may happen in his current life? Whatsoever may be acceptable to God only that may happen.1

ਨਾ ਜਾਣਾ ਕਰਮ ਕੇਵਡ ਤੇਰੀ ਦਾਤਿ॥ naa jaanaa karam kayvad tayree daat.
ਕਰਮੁ ਧਰਮੁ ਤੇਰੇ ਨਾਮ ਕੀ ਜਾਤਿ॥੧॥ ਰਹਾਉ॥ karam Dharam tayray Naam kee jaat. ||1|| rahaa-o.

ਮੈਨੂੰ ਕੋਈ ਜਾਣਕਾਰੀ ਨਹੀਂ ਕਿ ਚੰਗੇ ਕੰਮਾਂ ਦਾ ਕੀ ਫਲ ਬਖਸ਼ਿਸ਼ ਹੋਣਾ ਹੈ? ਸਾਰੇ ਚੰਗੇ ਕੰਮ, ਧਾਰਮਕ ਕੰਮ, ਸੰਸਾਰਕ ਹੈਸੀਅਤ, ਸ਼ਬਦ ਦੀ ਪਾਲਣਾ ਵਿੱਚ ਹੀ ਹੈ । ਇਸ ਦਾ ਗਿਆਨ ਵੀ ਸ਼ਬਦ ਦੀ ਪਾਲਣਾ ਨਾਲ ਹੀ ਬਖਸ਼ਿਸ਼ ਹੁੰਦਾ ਹੈ ।

I am ignorant! What may be the true reward of good deeds? All good deeds, religious deeds, worldly status may be blessed by obeying and adopting His Word in day-to-day life. Whosoever may adopt the teachings of His Word in his day-to-day life; with His mercy and grace, he may be enlightened with the essence of His Word.

ਤੂ ਏਵਡੁ ਦਾਤਾ ਦੇਵਣਹਾਰੁ॥ ਤੋਟਿ ਨਾਹੀ ਤੁਧੁ ਭਗਤਿ ਭੰਡਾਰ॥ too ayvad daataa dayvanhaar. tot naahee tuDh bhagat bhandaar.
ਕੀਆ ਗਰਬੁ ਨ ਆਵੈ ਰਾਸਿ॥ ਜੀਉ ਪਿੰਡੁ ਸਭੁ ਤੇਰੈ ਪਾਸਿ॥੨॥ kee-aa garab na aavai raas. jee-o pind sabh tayrai paas. ||2||

ਪ੍ਰਭ ਤੂੰ ਬਹੁਤ ਤਰਸਵਾਨ, ਬੁਹਤ ਮਹਾਨ ਹੈ, ਤੇਰੀਆਂ ਦਾਤਾਂ ਦੇ ਭੰਡਾਰ ਦਾ ਅੰਤ ਨਹੀਂ, ਇਹ ਕਦੇ ਖਤਮ ਹੋਣ ਵਾਲੀਆਂ ਨਹੀਂ ਹਨ । ਜਿਹੜਾ ਆਪਣੇ ਕੀਤੇ ਦਾ ਘਮੰਡ ਕਰਦਾ ਹੈ, ਉਹ ਗਲਤ ਰਸਤੇ ਤੇ ਹੀ ਹੈ । ਜੀਵ ਦਾ ਤਨ, ਆਤਮਾ, ਪ੍ਰਭ ਤੇਰੀ ਹੀ ਗੁਲਾਮ ਹੈ ।

The Merciful True Master, greatest of All! His Treasure of unlimited blessings may never be exhausted. Whosoever may boast about his own deeds; he remains on the wrong path in his life. The True Master remains the sole trustee of soul and body of every creature.

ਤੂ ਮਾਰਿ ਜੀਵਾਲਹਿ ਬਖਸਿ ਮਿਲਾਇ॥ too maar jeevaaleh bakhas milaa-ay.
ਜਿਉ ਭਾਵੀ ਤਿਉ ਨਾਮੁ ਜਪਾਇ॥ Ji-o bhaavee ti-o Naam japaa-ay.
ਤੂੰ ਦਾਨਾ ਬੀਨਾ ਸਾਚਾ ਸਿਰਿ ਮੇਰੈ॥ tooNdaanaa beenaa saachaa sir mayrai.
ਗੁਰਮਤਿ ਦੇਇ ਭਰੋਸੈ ਤੇਰੈ॥੩॥ gurmatday-ay bharosai tayrai. 3||

ਪ੍ਰਭ, ਜੀਵ ਨੂੰ ਮੌਤ ਵਿਚੋਂ ਵੀ ਉਠਾ ਸਕਦਾ ਹੈ । ਜੀਵ ਦੀਆਂ ਕਮੀਆਂ ਨੂੰ ਬਖਸ਼ਕੇ ਆਪਣੇ ਮਿਲਣ ਦੇ ਰਸਤੇ ਤੇ ਪਾ ਦੇਂਦਾ ਹੈ । ਜਿਵੇਂ ਪ੍ਰਭ ਨੂੰ ਭਾਉਂਦਾ ਹੈ, ਜੀਵ ਤੋਂ ਸ਼ਬਦ ਦੀ ਬੰਦਗੀ, ਕੀਰਤਨ ਕਰਾਉਂਦਾ ਹੈ । ਪ੍ਰਭ ਸਭ ਕੁਝ ਜਾਣਦਾ, ਦੇਖਦਾ ਹੈ । ਪ੍ਰਭ ਦਾ ਸ਼ਬਦ ਅਟਲ ਸਭ ਤੋਂ ਸ਼੍ਰੋਮਨੀ ਹੈ! ਰਹਿਮਤ ਬਖਸ਼ਕੇ, ਸ਼ਬਦ ਦੀ ਪਾਲਣਾ ਤੇ ਅਡੋਲ ਰਖਕੇ, ਸੋਝੀ ਬਖਸ਼ੋ!

The True Master may arise any soul from **his death, from corpse**. He may ignore, forgives his shortcomings, and blesses the right path of salvation. Whosoever may be attached to a devotional meditation, only he may sing the glory of His Word. The Omniscient True Master remains aware of all events. His Word remains Axiom and supreme. My True Master bestows Your Blessed Vision, to keep me on the right path of meditation and enlightens with the essence of Your Word.

ਤਨ ਮਹਿ ਮੈਲੁ ਨਾਹੀ ਮਨੁ ਰਾਤਾ॥ tan meh mail naahee man raataa.
ਗੁਰ ਬਚਨੀ ਸਚੁ ਸਬਦਿ ਪਛਾਤਾ॥ gur bachnee sach sabad pachhaataa.
ਤੇਰਾ ਤਾਣੁ ਨਾਮ ਕੀ ਵਡਿਆਈ॥ tayraa taanNaam kee vadi-aa-ee.
ਨਾਨਕ ਰਹਣਾ ਭਗਤਿ ਸਰਣਾਈ॥੪॥੧੦॥ naanak rahnaa bhagat sarnaa-ee. ||4||10||

ਜਿਸ ਦਾ ਮਨ ਸ਼ਬਦ ਵਿੱਚ ਲੀਨ ਹੋ ਜਾਂਦਾ ਹੈ । ਉਸ ਦੇ ਤਨ ਤੇ ਮੈਲ ਨਹੀਂ ਰਹਿੰਦੀ, ਮਨ ਤੇ ਕੋਈ ਇਛਾਂ ਨਹੀਂ ਰਹਿੰਦੀ । ਪ੍ਰਭ ਦੀ ਰਹਿਮਤ ਨਾਲ ਹੀ ਸ਼ਬਦ ਦੀ ਸੋਝੀ ਬਖਸ਼ਿਸ਼ ਹੁੰਦੀ ਹੈ । ਸੰਸਾਰ ਵਿੱਚ ਸਾਰੀਆਂ ਕਰਾਮਾਤਾਂ, ਪ੍ਰਭ ਦੇ ਸ਼ਬਦ ਦੀ ਪਾਲਣਾ ਨਾਲ ਹੀ ਬਖਸ਼ਿਸ਼ ਹੁੰਦੀਆਂ ਹਨ । ਜੀਵ ਸਦਾ ਪ੍ਰਭ ਦੇ ਭਾਣੇ ਅੰਦਰ ਜੀਵਨ ਬਤੀਤ ਕਰੋ! ਉਸ ਦੀ ਸ਼ਰਣ, ਰਖਿਆ ਬਖਸ਼ਿਸ਼ ਹੋ ਸਕਦੀ ਹੈ ।

Whosoever may remain intoxicated in meditation on the teachings of His Word. His mind may never remain blemished; his mind may remain beyond the reach of worldly desires. He may be blessed with the enlightenment of the essence of His Word. In the universe! All miracles may be blessed by obeying and adopting His Word in day-to-day life. You should always accept His Command as an ultimate, unavoidable; with His mercy and grace, you may be accepted in His Sanctuary, Protection.

Key Message of Raag Gauree page 154-1
'ਕੀ ਪਿਛਲੇ ਜੀਵਨ ਦੇ ਕਰਮ ਮਿਟ ਸਕਦੇ ਹਨ?
ਜੀਵ ਦੇ ਪਿਛਲੇ ਜਨਮ ਦੇ ਕੰਮ ਮਿਟਾਏ ਨਹੀਂ ਜਾ ਸਕਦੇ । ਸਾਰੇ ਚੰਗੇ ਕੰਮ, ਧਾਰਮਕ ਕੰਮ, ਸੰਸਾਰਕ ਹੈਸੀਅਤ, ਸ਼ਬਦ ਦੀ ਪਾਲਣਾ ਵਿੱਚ ਹੀ ਹੈ । ਪ੍ਰਭ ਦੀਆਂ ਰਹਿਮਤ ਦਾ ਭੰਡਾਰ ਕਦੇ ਖਤਮ ਹੋਣ ਵਾਲਾ ਨਹੀਂ ਹੈ । ਜਿਸ ਦਾ ਮਨ ਸ਼ਬਦ ਵਿੱਚ ਲੀਨ ਹੋ ਜਾਂਦਾ ਹੈ । ਉਸ ਦੇ ਮਨ ਤੇ ਕੋਈ ਇਛਾਂ ਨਹੀਂ ਰਹਿੰਦੀ । ਸ਼ਬਦ ਦੀ ਪਾਲਣਾ ਨਾਲ ਹੀ ਸਾਰੀਆਂ ਕਰਾਮਾਤਾਂ ਬਖਸ਼ਿਸ਼ ਹੁੰਦੀਆਂ ਹਨ ।
Are the sins of previous life be forgiven?
The evil deeds of previous life of anyone may not be eliminated from his destiny. All good deeds, religious deeds, worldly status remains embedded within obeying and adopting the teachings of His Word in day-to-day life. The unlimited treasure of His Blessings may never be exhausted. Whosoever may remain drenched with the essence of His Word; his

mind may become beyond the reach of worldly desires. All miracles may be blessed by obeying and adopting the teachings of His Word in day-to-day life.

11. ਗਉੜੀ ਮਹਲਾ ੧॥ 154-7

ਜਿਨਿ ਅਕਥੁ ਕਹਾਇਆ ਅਪਿਓ ਪੀਆਇਆ॥ jin akath kahaa-i-aa api-o pee-aa-i-aa.
ਅਨ ਭੈ ਵਿਸਰੇ ਨਾਮਿ ਸਮਾਇਆ॥੧॥ an bhai visray Naam samaa-i-aa. ||1||

ਜਿਹੜਾ ਅਕਥ ਬਾਣੀ ਦਾ ਪਿਆਲਾ ਪੀ ਲੈਂਦਾ ਹੈ, ਉਸ ਦੇ ਮਨ ਦੀ ਅਵਸਥਾ ਹੀ ਬਦਲ ਜਾਂਦੀ ਹੈ । ਸੰਸਾਰਕ ਇਛਾਂ ਦਾ ਡਰ ਭੁਲ ਜਾਂਦਾ ਹੈ, ਉਹ ਸ਼ਬਦ ਵਿੱਚ ਹੀ ਲੀਨ ਹੋ ਜਾਂਦਾ ਹੈ ।

Whosoever may drink the cup of unspeakable essence of teachings of His Word; his state of mind may be completely transformed. He may overcome the fear of worldly desires and remains intoxicated in meditation in the void of His Word.

ਕਿਆ ਡਰੀਐ ਡਰੁ ਡਰਹਿ ਸਮਾਨਾ॥ ki-aa daree-ai dar dareh samaanaa.
ਪੂਰੇ ਗੁਰ ਕੈ ਸਬਦਿ ਪਛਾਨਾ॥੧॥ ਰਹਾਉ॥ pooray gur kai sabad pachhaanaa.1

ਮੌਤ ਦੇ ਡਰ ਨਾਲ ਬਾਕੀ ਸਾਰੇ ਡਰ ਹੀ ਖਤਮ ਹੋ ਜਾਂਦੇ ਹਨ । ਜਿਸ ਨੂੰ ਸ਼ਬਦ ਦੀ ਸੋਝੀ, ਅਟਲ ਪ੍ਰਭ ਦੇ ਸ਼ਬਦ ਦਾ ਗਿਆਨ ਹੋ ਜਾਂਦਾ ਹੈ, ਉਸ ਨੂੰ ਪ੍ਰਭ ਦੀ ਹੋਂਦ ਮਹਿਸੂਸ ਹੋ ਜਾਂਦੀ ਹੈ ।

The fear of death may subdue all other worries and fears of mind. Whosoever may be enlightened with the essence of His Word; He may realize His Existence prevailing everywhere.

ਜਿਸੁ ਨਰ ਰਾਮੁ ਰਿਦੈ ਹਰਿ ਰਾਸਿ॥ jis nar raam ridai har raas.
ਸਹਜਿ ਸੁਭਾਇ ਮਿਲੇ ਸਾਬਾਸਿ॥੨॥ sahj subhaa-ay milay saabaas. ||2||

ਜਿਸ ਦੇ ਹਿਰਦੇ ਵਿੱਚ ਪ੍ਰਭ ਦੇ ਸ਼ਬਦ ਤੇ ਭਰੋਸਾ ਅਡੋਲ ਹੁੰਦਾ ਹੈ । ਉਸ ਦਾ ਮਨ ਬੰਦਗੀ, ਸਿਮਰਨ ਵਿੱਚ ਲੀਨ ਹੋ ਜਾਂਦਾ ਹੈ ।

Whosoever may have a steady and stable belief on His Word, His Blessings; he may remain intoxicated in meditation in the void of His Word.

ਜਾਹਿ ਸਵਾਰੈ ਸਾਝ ਬਿਆਲ॥ ਇਤ ਉਤ ਮਨਮੁਖ ਬਾਧੇ ਕਾਲ॥੩॥ jaahi savaarai saajh bi-aal. it ut manmukh baaDhay kaal. ||3||

ਜਿਹੜਾ ਪ੍ਰਭ ਦੇ ਸ਼ਬਦ ਦੀ ਸਿਖਿਆ ਵਿਸਾਰ ਦਿੱਤਾ ਹੈ, ਉਹ ਮਨ ਦੀ ਮਸਤੀ ਵਿੱਚ ਹੀ ਸੌਂਦਾ, ਜਾਗਦਾ ਹੈ । ਅੰਤ, ਜੂੰਨਾਂ ਦੇ ਚੱਕਰ ਵਿੱਚ ਹੀ ਰਹਿੰਦਾ ਹੈ ।

Whosoever, self-minded may ignore, abandons the teachings of His Word from day-to-day life; he may remain intoxicated in his fantasy, in his day-to-day life. In the end, he remains in the cycle of birth and death.

ਅਹਿਨਿਸਿ ਰਾਮੁ ਰਿਦੈ ਸੇ ਪੂਰੇ॥ ahinis raam ridai say pooray.
ਨਾਨਕ ਰਾਮ ਮਿਲੇ ਭ੍ਰਮ ਦੂਰੇ॥੪॥ ੧੧॥ naanak raam milay bharam dooray. ||4||11||

ਜਿਹੜਾ ਦਿਨ ਰਾਤ, ਪ੍ਰਭ ਦੇ ਸ਼ਬਦ ਦੀ ਮਸਤੀ ਵਿੱਚ ਰਹਿੰਦਾ ਹੈ, ਉਸ ਦੇ ਭਰਮ ਦੂਰ ਹੋ ਜਾਂਦੇ ਹਨ । ਉਹ ਪ੍ਰਭ ਦੇ ਸ਼ਬਦ ਵਿੱਚ ਲੀਨ ਹੋਇਆ ਹੀ ਪ੍ਰਭ ਦੀ ਜੋਤ ਵਿੱਚ ਅਲੋਪ ਹੋ ਜਾਂਦਾ ਹੈ ।

Whosoever may remain intoxicated with the essence of His Word Day and night; with His mercy and grace, he may conquer all his worldly suspicions. He remains intoxicated in the void of His Word; he may immerse in His Holy Spirit.

Key Message of Raag Gauree page 154-7
'ਮੌਤ ਦਾ ਡਰ ਨਾਲ ਬਾਕੀ ਸਾਰੇ ਡਰ ਖਤਮ ਹੋ ਜਾਂਦੇ ਹਨ!
ਜਿਹੜਾ ਅਕਥ ਬਾਣੀ ਦਾ ਪਿਆਲਾ ਪੀ ਲੈਂਦਾ ਹੈ, ਉਸ ਦੇ ਮਨ ਦੀ ਅਵਸਥਾ ਹੀ ਬਦਲ ਜਾਂਦੀ ਹੈ । ਉਹ ਪ੍ਰਭ ਦੇ ਸ਼ਬਦ ਵਿੱਚ ਲੀਨ ਹੋਇਆ ਹੀ ਪ੍ਰਭ ਦੀ ਜੋਤ ਵਿੱਚ ਅਲੋਪ ਹੋ ਜਾਂਦਾ ਹੈ । ਮੌਤ ਦੇ ਡਰ ਨਾਲ ਬਾਕੀ ਸਾਰੇ ਡਰ ਹੀ ਖਤਮ ਹੋ ਜਾਂਦੇ ਹਨ । ਜਿਹੜਾ ਪ੍ਰਭ ਦੇ ਸ਼ਬਦ ਦੀ ਸਿਖਿਆ ਵਿਸਾਰ ਦਿੱਤਾ ਹੈ, ਅੰਤ, ਜੂੰਨਾਂ ਦੇ ਚੱਕਰ ਵਿੱਚ ਹੀ ਰਹਿੰਦਾ ਹੈ ।
Fear death may conquer all other fears!
Whosoever may drink the cup of unspeakable essence of the teachings of His Word; his state of mind may be completely transformed. He remains intoxicated in the void of His Word; he may immerse in His Holy Spirit. The fear of death may subdue all other worries and fears of mind. Whosoever may ignore, abandons the teachings of His Word from his day-to-day life; he remains in the cycle of birth and death.

12. ਗਉੜੀ ਮਹਲਾ ੧॥ 154-10

ਜਨਮਿ ਮਰੈ ਤ੍ਰੈ ਗੁਣ ਹਿਤਕਾਰੁ॥ ਚਾਰੇ ਬੇਦ ਕਥਹਿ ਆਕਾਰੁ॥ janam marai tarai gun hitkaar. chaaray bayd katheh aakaar.
ਤੀਨਿ ਅਵਸਥਾ ਕਹਹਿ ਵਖਿਆਨੁ॥ teen avasthaa kaheh vakhi-aan.
ਤੁਰੀਆ ਵਸਥਾ ਸਤਿਗੁਰ ਤੇ ਹਰਿ ਜਾਨੁ॥੧॥ turee-aavasthaa satgur tay har jaan.1

ਚਾਰੇ ਵੇਦ ਕੇਵਲ ਪ੍ਰਭ ਦੀ ਦੇਖੇ ਜਾਣ ਵਾਲੀਆਂ ਅਵਸਥਾ ਦੀ ਹੀ ਵਿਆਖਿਆ ਕਰਦੇ ਹਨ । ਇਹਨਾਂ ਵਿੱਚ ਮਨ ਦੀਆਂ ਤਿੰਨਾਂ ਅਵਸਥਾ ਦੀ ਵਿਆਖਿਆ, ਗਿਆਨ ਦੱਸਿਆ ਗਿਆ ਹੈ । ਜਿਹੜਾ ਇਹਨਾਂ ਤਿੰਨਾਂ ਨੂੰ ਪਿਆਰ ਕਰਦਾ, ਲਗਨ ਲਾਉਂਦਾ ਹੈ, ਉਹ ਜਨਮ ਮਰਨ ਦੇ ਚੱਕਰ ਵਿੱਚ ਹੀ ਰਹਿੰਦਾ ਹੈ ।

All four Vedas and all other religious scriptures may only describe the visible nature of His Word. All describe the three states of worldly wealth and enlighten the mind with understanding. Whosoever may remain indulge and attached to three worldly wealth, he remains in the cycle of birth and death.

ਰਾਮ ਭਗਤਿ ਗੁਰ ਸੇਵਾ ਤਰਣਾ॥ raam bhagat gur sayvaa tarnaa.
ਬਾਹੁੜਿ ਜਨਮੁ ਨ ਹੋਇ ਹੈ ਮਰਣਾ॥੧॥ ਰਹਾਉ॥ baahurh janam na ho-ay hai marnaa. ||1|| rahaa-o.

ਚੌਥੀਂ, ਮੁਕਤੀ ਦੀ ਅਵਸਥਾ ਦੀ ਸੋਝੀ, ਸ਼ਬਦ ਦੀ ਪਾਲਣਾ, ਸੋਝੀ ਨਾਲ ਹੀ ਬਖਸ਼ਿਸ਼ ਹੋ ਸਕਦੀ ਹੈ । ਉਹ ਫਿਰ ਜਨਮ ਮਰਨ ਵਿੱਚ ਨਹੀਂ ਰਹਿੰਦਾ ।

The enlightenment, path of salvation, union with His Holy Spirit may only be realized by adopting and enlightenment of the essence of His Word. His soul may not enter the womb of mother again.

ਗੁਰੂ ਨਾਨਕ ਦੇਵ ਜੀ! – Guru Nanak Dev Ji! Guru Granth Sahib

ਚਾਰਿ ਪਦਾਰਥ ਕਹੈ ਸਭੁ ਕੋਈ॥	chaar padaarath kahai sabh ko-ee.
ਸਿੰਮ੍ਰਿਤਿ ਸਾਸਤ ਪੰਡਿਤ ਮੁਖਿ ਸੋਈ॥	simrit saasat pandit mukh so-ee.
ਬਿਨੁ ਗੁਰ ਅਰਥੁ ਬੀਚਾਰੁ ਨ ਪਾਇਆ॥	bin gur arath beechaar na paa-i-aa.
ਮੁਕਤਿ ਪਦਾਰਥੁ ਭਗਤਿ ਹਰਿ ਪਾਇਆ॥ ੨॥	mukat padaarath bhagat har paa-i-aa. ||2||

ਅਡੋਲ ਭਰੋਸੇ ਨਾਲ ਸਿਮਰਨ, ਸ੍ਰਿਸ਼ਟੀ ਦੀ ਭਲਾਈ ਦੇ ਕੰਮ, ਸੇਵਾ ਕਰਨ ਨਾਲ ਜੀਵ ਸੰਸਾਰਕ ਸਾਗਰ ਪਾਰ ਕਰ ਜਾਂਦਾ ਹੈ । ਫਿਰ ਉਸ ਨੂੰ ਬਾਰ ਬਾਰ ਜਨਮ ਮਰਨ ਵਿੱਚ ਨਹੀਂ ਜਾਣਾ ਪੈਂਦਾ । ਹਰਇਕ ਜੀਵ ਚਾਰ ਪਦਾਰਥਾਂ ਦੀ ਵਿਸ਼ੇਸ਼ਤਾ ਦੱਸਦਾ, ਸਿਮ੍ਰਿਤੀ, ਸਾਸਤ, ਧਾਰਮਕ ਗ੍ਰੰਥਾਂ ਦੇ ਗਿਆਨ ਦਾ ਪ੍ਰਚਾਰ ਕਰਦਾ ਹੈ । ਸ਼ਬਦ ਦੀ ਸੋਝੀ ਤੋਂ ਬਿਨਾਂ ਇਹਨਾਂ ਦੀ ਮਹੱਤਤਾ ਸਮਝ ਨਹੀਂ ਆਉਂਦੀ । ਕੇਵਲ ਸ਼ਬਦ ਦੀ ਪਾਲਣਾ ਕਰਨ ਨਾਲ ਹੀ ਮੁਕਤ ਅਵਸਥਾ ਬਖਸ਼ਿਸ਼ ਹੋ ਸਕਦੀ ਹੈ ।

Whosoever may obey the teachings of His Word with steady and stable belief, good deeds and serve the humanity; he may swim the terrible ocean of worldly desires. He may never enter the womb of mother again. All religious scriptures and preachers describe the unique significance of four virtues. However, without the enlightenment of the essence of His Word; he may never comprehend the significance of four virtues. The salvation may only be blessed by adopting His Word with steady and stable belief in day-to-day life.

ਜਾ ਕੈ ਹਿਰਦੈ ਵਸਿਆ ਹਰਿ ਸੋਈ॥	jaa kai hirdai vasi-aa har so-ee.
ਗੁਰਮਖ ਭਗਤਿ ਪਰਾਪਤਿ ਹੋਈ॥	gurmukh bhagat paraapat ho-ee.
ਹਰਿ ਕੀ ਭਗਤਿ ਮੁਕਤਿ ਆਨੰਦੁ॥ ਗੁਰਮਤਿ ਪਾਏ ਪਰਮਾਨੰਦੁ॥੩॥	har kee bhagat mukat aanand. gurmat paa-ay parmaanand. ||3||

ਜਿਸ ਦੇ ਮਨ ਵਿੱਚ ਪ੍ਰਭ ਦਾ ਸ਼ਬਦ ਘਰ ਕਰ ਜਾਂਦਾ ਹੈ । ਉਸ ਨੂੰ ਪ੍ਰਭ ਦੀ ਰਹਿਮਤ ਨਾਲ ਗੁਰਮਖ ਅਵਸਥਾ ਬਖਸ਼ਿਸ਼ ਹੋ ਸਕਦੀ ਹੈ । ਉਹ ਅਡੋਲ ਭਰੋਸੇ ਨਾਲ ਸ਼ਬਦ ਦਾ ਸਿਮਰਨ ਕਰਦਾ, ਪ੍ਰਭ ਦੀ ਰਹਿਮਤ ਨਾਲ ਜਨਮ ਮਰਨ ਦਾ ਚੱਕਰ ਖਤਮ ਹੋ ਜਾਂਦਾ ਹੈ । ਸ਼ਬਦ ਦੀ ਸੋਝੀ ਨਾਲ ਆਤਮਾ ਪਵਿੱਤਰ ਹੋ ਜਾਂਦੀ ਹੈ ।

Whosoever may remain drenched with the essence of His Word; with His mercy and grace, he may be blessed with a state of mind as His true devotee. Whosoever may meditate on the teachings of His Word with stable and steady belief; his cycle of birth and death may be eliminated. With the enlightening of the essence of His Word, his soul may be sanctified.

ਜਿਨਿ ਪਾਇਆ ਗੁਰਿ ਦੇਖਿ ਦਿਖਾਇਆ॥	jin paa-i-aa gur daykh dikhaa-i-aa.
ਆਸਾ ਮਾਹਿ ਨਿਰਾਸੁ ਬੁਝਾਇਆ॥	aasaa maahi niraas bujhaa-i-aa.
ਦੀਨਾ ਨਾਥੁ ਸਰਬ ਸੁਖਦਾਤਾ॥	deenaa naath sarab sukh-daata.
ਨਾਨਕ ਹਰਿ ਚਰਣੀ ਮਨੁ ਰਾਤਾ॥੪॥੧੨॥	naanak har charnee man raataa. ||4||12||

ਜਿਹਨਾਂ ਦੇ ਮਨ ਵਿੱਚ ਸ਼ਬਦ ਘਰ ਕਰ ਜਾਂਦਾ ਹੈ । ਉਹ ਸ਼ਬਦ ਦੀ ਪ੍ਰੇਰਨਾ ਸਾਥੀਆਂ ਨੂੰ ਕਰਦੇ ਹਨ, ਪ੍ਰਭ ਦੀ ਚਰਚਾ ਹੀ ਚਲਦੀ ਰਹਿੰਦੀ ਹੈ । ਸ਼ਬਦ ਦੀ ਸੋਝੀ ਨਾਲ ਆਸਾਂ ਵਿਚੋਂ ਲੰਘਦਾ ਹੋਇਆ ਮਨ ਇਛਾਂ ਤੋਂ ਰਹਿਤ ਹੀ ਰਹਿੰਦਾ ਹੈ । ਪ੍ਰਭ ਨਿਮਾਣਿਆਂ ਦਾ ਮਾਣ ਰਖਣ ਵਾਲਾ, ਸ੍ਰਿਸ਼ਟੀ ਨੂੰ ਸੰਤੋਖ ਬਖਸ਼ਣ ਵਾਲਾ ਹੈ । ਹਰ ਵੇਲੇ ਆਪਣਾ ਮਨ ਪ੍ਰਭ ਦੇ ਚਰਨਾਂ ਵਿੱਚ ਰਖੋ! ਅਹੰਕਾਰ ਤੋਂ ਰਹਿਤ ਹੋ ਕੇ, ਨਿਮਾਣਾ ਬਣ ਕੇ ਜੀਵਨ ਬਤੀਤ ਕਰੋ!

Whosoever may remain drenched with the essence of His Word; he may inspire his followers to adopt the teachings of His Word in day-to-day life. He may sing the glory of His Word Day and night. With the enlightenment of His Word within, even though worldly ocean full of worldly desires, he remains desire-less. The True Master remains the savior, protector of honors of humble and helpless! He blesses patience and contentment to all His Creations. You should meditate and concentrate on the teachings of His Word and remains beyond the reach of ego.

Key Message of Raag Gauree page 154-10
'ਚੌਥੀਂ ਅਵਸਥਾ ਦੀ ਸੋਝੀ!
ਚਾਰੇ ਵੇਦ, ਕੇਵਲ ਪ੍ਰਭ ਦੀ ਦੇਖੇ ਜਾਣ ਵਾਲੀਆਂ ਅਵਸਥਾ ਦੀ ਹੀ ਵਿਆਖਿਆ ਕਰਦੇ ਹਨ । ਇਹਨਾਂ ਵਿੱਚ ਮਨ ਦੀਆਂ ਤਿੰਨਾਂ ਅਵਸਥਾ ਦੀ ਵਿਆਖਿਆ, ਗਿਆਨ ਦੱਸਿਆ ਗਿਆ ਹੈ । ਚੌਥੀਂ, ਮੁਕਤੀ ਦੀ ਅਵਸਥਾ ਦੀ ਸੋਝੀ, ਸ਼ਬਦ ਦੀ ਪਾਲਣਾ ਨਾਲ ਹੀ ਬਖਸ਼ਿਸ਼ ਹੋ ਸਕਦੀ ਹੈ । ਜਿਸ ਦੇ ਮਨ ਵਿੱਚ ਪ੍ਰਭ ਦਾ ਸ਼ਬਦ ਘਰ ਕਰ ਜਾਂਦਾ ਹੈ । ਸ਼ਬਦ ਦੀ ਸੋਝੀ ਨਾਲ ਆਤਮਾ ਪਵਿੱਤਰ ਹੋ ਜਾਂਦੀ ਹੈ । ਉਸ ਦਾ ਮਨ ਆਸਾਂ ਵਿਚੋਂ ਲੰਘਦਾ ਹੋਇਆ ਮਨ ਇਛਾਂ ਤੋਂ ਰਹਿਤ ਹੀ ਰਹਿੰਦਾ ਹੈ ।
Enlightenment of 4th Virtues.
All four Vedas and all other religious scriptures may only describe the visible nature of His Word. All describe the three states of worldly wealth and enlighten the mind with understanding. The enlightenment, path of salvation, union with His Holy Spirit may only be realized by adopting and enlightenment of the essence of His Word. Whosoever may remain drenched with the essence of His Word; his soul may be sanctified. He may live in ocean of worldly hopes and desires; he remains desire less.

13. ਗਉੜੀ ਚੇਤੀ ਮਹਲਾ॥ ੧॥ 154-17

ਅੰਮ੍ਰਿਤ ਕਾਇਆ ਰਹੈ ਸੁਖਾਲੀ, ਬਾਜੀ ਇਹੁ ਸੰਸਾਰੋ॥	amrit kaa-i-aa rahai sukhaalee baajee ih sansaaro.
ਲਬੁ ਲੋਭੁ ਮੁਚੁ ਕੂੜੁ ਕਮਾਵਹਿ, ਬਹੁਤੁ ਉਠਾਵਹਿ ਭਾਰੋ॥	lab lobh much koorh kamaaveh bahut uthaaveh bhaaro.
ਤੂੰ ਕਾਇਆ ਮੈ ਰੁਲਦੀ ਦੇਖੀ, ਜਿਉ ਧਰ ਉਪਰਿ ਛਾਰੋ॥੧॥	tooN kaa-i-aa mai ruldee daykhee Ji-o Dhar upar chhaaro. ||1||

ਜਿਹੜਾ ਆਪਣੇ ਤਨ ਨੂੰ ਸਜਾਉਂਦਾ, ਅਰਾਮ ਵਿੱਚ ਰਖਦਾ, ਪ੍ਰਭ ਦਾ ਸ਼ਬਦ ਵਿਸਾਰ ਛਡਦਾ ਹੈ, ਸਮਾਂ ਬੀਤ ਦਾ ਜਾਂਦਾ ਹੈ । ਸੰਸਾਰ ਵਿੱਚ ਲਾਲਚ, ਮੋਹ, ਫਰੇਬ ਪਿਛੇ ਲਗ ਕੇ ਪਾਪਾਂ ਦਾ ਭਾਰ ਵਧਾਈ ਜਾਂਦਾ ਹੈ । ਮਨ ਨੂੰ ਸਮਝਾਵੋ! ਇਹ ਤਨ ਮਿੱਟੀ ਦਾ ਪੁਤਲਾ ਅਤੇ ਮਿੱਟੀ ਵਿੱਚ ਹੀ ਰਲ ਜਾਣਾ ਹੈ ।

Self-minded may embellish his body, and enjoys worldly comforts. He may waste his human life opportunity by abandoning His Word. He remains intoxicated in greed, deception, and worldly attachments. His burden of sins grows bigger. Be aware! Human body is perishable and becomes a part of dust after death.

ਸੁਣਿ ਸੁਣਿ ਸਿਖ ਹਮਾਰੀ॥	sun sun sikh hamaaree.
ਸੁਕ੍ਰਿਤੁ ਕੀਤਾ ਰਹਸੀ ਮੇਰੇ ਜੀਅੜੇ,	sukarit keetaa rahsee mayray jee-arhay
ਬਹੁੜਿ ਨ ਆਵੈ ਵਾਰੀ॥੧॥ ਰਹਾਉ॥	bahurh na aavai vaaree. ||1|| rahaa-o.

ਇਹ ਮਾਨਸ ਜਨਮ ਦਾ ਮੌਕਾ ਬਾਰ ਬਾਰ ਬਖਸ਼ਿਸ਼ ਨਹੀਂ ਹੁੰਦਾ, ਬਿਰਥਾ ਹੀ ਨਾ ਬਤੀਤ ਕਰੋ! ਕੇਵਲ ਚੰਗੇ ਕੰਮ ਹੀ ਮੌਤ ਤੋਂ ਪਿਛੋਂ ਸਾਥ ਜਾਂਦੇ ਹਨ ।

ਗੁਰੂ ਨਾਨਕ ਦੇਵ ਜੀ! – Guru Nanak Dev Ji! Guru Granth Sahib

Be aware! Human life may not be blessed so often! You should not waste this opportunity uselessly. Only good deeds and earnings of His Word accompanies your soul after death to support in His Court.

ਹਉ ਤੁਧੁ ਆਖਾ ਮੇਰੀ ਕਾਇਆ, ਤੂੰ ਸੁਣਿ ਸਿਖ ਹਮਾਰੀ॥ ha-o tuDh aakhaa mayree kaa-i-aa tooN sun sikh hamaaree.
ਨਿੰਦਾ ਚਿੰਦਾ ਕਰਹਿ ਪਰਾਈ, ਝੂਠੀ ਲਾਇਤਬਾਰੀ॥ nindaa chindaa karahi paraa-ee jhoothee laa- itbaaree.
ਵੇਲਿ ਪਰਾਈ ਜੋਹਹਿ ਜੀਅੜੇ, ਕਰਹਿ ਚੋਰੀ ਬੁਰਿਆਰੀ॥ vayl paraa-ee joheh jee-arhay karahi choree buri- aaree.
ਹੰਸੁ ਚਲਿਆ ਤੂੰ ਪਿਛੈ ਰਹੀ, ਏਹਿ ਛੁਟੜਿ ਹੋਈ ਅਹਿ ਨਾਰੀ॥੨॥ hans chali-aa tooN pichhai rahee- ayhi chhutarh ho-ee-ah naaree. ||2||

ਜੀਵ ਆਪਣੇ ਮਨ ਨੂੰ ਸਮਝਾਵੋ! ਉਹ ਚੁਗਲੀ ਨਿੰਦਿਆ, ਝੂਠੀ ਉਸਤਤ ਵਿੱਚ ਲਗ ਕੇ ਸੁਪਨੇ ਵਿੱਚ ਹੀ ਜੀਵਨ ਬਤੀਤ ਕਰਦਾ ਹੈ! ਪਰਾਈ ਇਸਤ੍ਰੀ ਦੇ ਲਾਲਚ ਵਿੱਚ, ਚੋਰੀ, ਮੰਦੇ ਕੰਮਾਂ ਨਾਲ ਪਾਪ ਇਕਠੇ ਕਰਦਾ ਹੈ । ਸਵਾਸ ਖਤਮ ਹੋਣ ਤੇ ਤਨ ਬੇ-ਵਾਇਰਿਸ ਇਸਤ੍ਰੀ ਵਾਰਗਾ ਹੋ ਜਾਣਾ ਹੈ ।

Be aware! Your mind remains indulged in falsehood, backbiting and wastes human life in fantasy. By indulging in sexual urge for strange women and robbing others earnest living; you are increasing the burden of sins. As soon as your breaths are exhausted, your body becomes like a wandering helpless woman. 2

ਤੂੰ ਕਾਇਆ ਰਹੀਅਹਿ ਸੁਪਨੰਤਰਿ, ਤੁਧੁ ਕਿਆ ਕਰਮ ਕਮਾਇਆ॥ tooN kaa-i-aa rahee-ah supnantar tuDh ki-aa karam kamaa-i-aa.
ਕਰਿ ਚੋਰੀ ਮੈ ਜਾ ਕਿਛੁ ਲੀਆ, ਤਾ ਮਨਿ ਭਲਾ ਭਾਇਆ॥ kar choree mai jaa kichh lee-aa taa man bhalaa bhaa-i-aa.
ਹਲਤਿ ਨ ਸੋਭਾ ਪਲਤਿ ਨ ਢੋਈ, ਅਹਿਲਾ ਜਨਮੁ ਗਵਾਇਆ॥੩॥ halat na sobhaa palat na dho-ee ahilaa janam gavaa-i-aa. ||3||

ਜੀਵ ਤੂੰ ਸੁਪਨੇ ਵਿੱਚ ਹੀ ਜੀਵਨ ਬਤੀਤ ਕਰਦਾ ਹੈ, ਆਪਣੇ ਚੰਗੇ ਕੰਮਾਂ ਦਾ ਲੇਖਾ ਕਰਕੇ ਦੇਖੋ । ਜਿਸ ਦੇ ਮਨ ਨੂੰ ਧੋਖੇ ਨਾਲ ਕੁਝ ਹਾਸਿਲ ਕਰਨ ਨਾਲ, ਮਨ ਬਹੁਤ ਖੁਸ਼ ਹੁੰਦਾ ਹੈ, ਉਸ ਨੂੰ ਸੰਸਾਰ ਵਿੱਚ ਵੀ ਕੋਈ ਮਾਣ ਨਹੀਂ ਮਿਲਦਾ, ਨਾ ਹੀ ਮੌਤ ਤੋਂ ਪਿਛੋਂ ਵੀ ਕੋਈ ਲਾਭ, ਮਾਣ ਬਖਸ਼ਿਸ਼ ਹੁੰਦਾ ਹੈ ।

Why are you wasting your life in fantasy? You should account the wealth of your good deeds. Whosoever may enjoy short-lived pleasures by deceiving earnest living of others. He may not be honored in worldly life nor blessed after your death, in His Court.

ਹਉ ਖਰੀ ਦੁਹੇਲੀ ਹੋਈ, ਬਾਬਾ ਨਾਨਕ, ha-o kharee duhaylee ho-ee baabaa naanak
ਮੇਰੀ ਬਾਤ ਨ ਪੁਛੈ ਕੋਈ॥੧॥ ਰਹਾਉ॥ mayree baat na puchhai ko-ee. ||1|| rahaa-o.

ਮੌਤ ਤੋਂ ਪਿਛੋਂ ਤੂੰ ਪਛਤਾਵੇਗਾ ਕਿ ਤੇਰਾ ਕੋਈ ਸਾਥ ਨਹੀਂ ਦੇਂਦਾ ।

After death! You will regret and repents that you do not have any true companion to stand by you.

ਤਾਜੀ ਤੁਰਕੀ ਸੁਇਨਾ ਰੁਪਾ ਕਪੜ ਕੇਰੇ ਭਾਰਾ॥ taajee turkee su-inaa rupaa kaparh kayray bhaaraa.
ਕਿਸ ਹੀ ਨਾਲਿ ਨ ਚਲੇ ਨਾਨਕ, ਝੜਿ ਝੜਿ ਪਏ ਗਵਾਰਾ॥ kis hee naal na chalay naanak jharh jharh pa-ay gavaaraa.
ਕੂਜਾ ਮੇਵਾ ਮੈ ਸਭ ਕਿਛੁ ਚਾਖਿਆ, koojaa mayvaa mai sabh kichh chaakhiaa
ਇਕੁ ਅੰਮ੍ਰਿਤੁ ਨਾਮੁ ਤੁਮਾਰਾ॥੪॥ ik amrit Naam tumaaraa. ||4||

ਸੰਸਾਰਕ ਧਨ, ਸੋਨਾ, ਚਾਂਦੀ, ਸ਼ਾਨਦਾਰ ਕਪੜ, ਮੌਤ ਤੋਂ ਪਿਛੋਂ ਸਾਥ ਨਹੀਂ ਜਾਂਦੇ, ਇਥੇ ਹੀ ਛਡ ਜਾਣੇ ਹਨ । ਇਸਤਰ੍ਹਾਂ ਗਿਰੀ ਸੋਹਾਰੇ, ਖਾਣ ਵਾਲੇ ਪਦਾਰਥ ਕਿਸੇ ਕੰਮ ਨਹੀਂ ਆਉਂਦੇ । ਕੇਵਲ ਸ਼ਬਦ ਦੇ ਸਿਮਰਨ ਦੀ ਕਮਾਈ ਅੰਤ ਵਿੱਚ ਕੰਮ ਆਉਂਦਾ ਹੈ । ਮੌਤ ਤੋਂ ਪਿਛੋਂ ਪਛਤਾਵੇਗਾ ਕਿ ਤੇਰਾ ਕੋਈ ਸਾਥੀ ਨਹੀਂ ਹੈ ।

All worldly possessions like precious metals, gold, silver glamorous cloths do not go along with soul after death. All remain on earth and belongs to someone else. All delicious foods like raisins, nuts and other delicacies do not help for the real purpose of human life. Only the earnings of His Word and meditation remain with his soul to support in His Court. After death he will regret and repents; he may not have any true helper, supporter in His Court.

ਦੇ ਦੇ ਨੀਵ ਦਿਵਾਲ ਉਸਾਰੀ, ਭਸਮੰਦਰ ਕੀ ਢੇਰੀ॥ day day neev divaal usaaree bhasmandar kee dhayree.
ਸੰਚੇ ਸੰਚਿ ਨ ਦੇਈ ਕਿਸ ਹੀ, ਅੰਧੁ ਜਾਣੈ ਸਭ ਮੇਰੀ॥ sanchay sanch na day-ee kis hee anDh jaanai sabh mayree.
ਸੋਇਨ ਲੰਕਾ ਸੋਇਨ ਮਾੜੀ, ਸੰਪੈ ਕਿਸੈ ਨ ਕੇਰੀ॥੫॥ so-in lankaa so-in maarhee sampai kisai na kayree. ||5||

ਆਪਣੇ ਅਰਾਮ ਕਰਨ ਲਈ ਜੀਵਨ ਦੇ ਸਾਧਨ, ਬਹੁਤ ਮਜ਼ਬੂਤ ਬਣਾਉਂਦਾ ਹੈ । ਅੰਤ ਵਿੱਚ ਸਵਾਸ ਖਤਮ ਹੋਣ ਤੇ ਇਹ ਸਭ ਕੁਝ ਮਿੱਟੀ ਵਿੱਚ ਹੀ ਰਲ ਜਾਣਾ ਹੈ । ਜੀਵ ਸਾਰੀ ਉਮਰ ਧਨ, ਹੋਰ ਸੰਸਾਰਕ ਹੈਸੀਅਤ ਬਣਾਉਂਦਾ, ਆਪਣੀ ਕਰਕੇ ਰਖਦਾ ਹੈ, ਸਵਾਸ ਖਤਮ ਹੋਣ ਤੇ ਸਾਰੀ ਪਰਾਈ ਹੋ ਜਾਂਦੀ ਹੈ । ਜਿਹਨਾਂ ਨੇ ਸੋਇਨੇ ਦੇ ਮਹਿਲ ਬਣਾਏ, ਉਹ ਭੀ ਮਰ ਗਏ, ਸਦਾ ਨਹੀਂ ਰਹਿੰਦੇ ।

All humans make all his worldly resources very strong for comfortable living. In the end after death! All become useless for the real purpose of his human life. He has accumulated worldly wealth and established his worldly status; he considers all his possessions belongs to him. After his death! all his worldly possessions belong to someone else. Whosoever has built the castles of gold and marbles, he also dies and went back empty handed; no one live forever.

ਸੁਣਿ ਮੂਰਖ ਮੰਨ ਅਜਾਣਾ॥ sun moorakh man ajaanaa.
ਹੋਗੁ ਤਿਸੈ ਕਾ ਭਾਣਾ॥੧॥ ਰਹਾਉ॥ hog tisai kaa bhaanaa. ||1|| rahaa-o.

ਜੀਵ ਆਪਣੇ ਅਣਜਾਣ ਮਨ ਨੂੰ ਸਮਝਾਵੋ! ਸਭ ਕੁਝ ਪ੍ਰਭ ਦੇ ਭਾਣੇ ਨਾਲ ਹੀ ਹੁੰਦਾ ਹੈ, ਪ੍ਰਭ ਦਾ ਭਾਣਾ ਹੀ ਹਰ ਸਮੇਂ ਵਾਪਰਦਾ ਹੈ ।

You should be aware that everything happens with His Command; only His Word, Command prevails in each event.

ਸਾਹੁ ਹਮਾਰਾ ਠਾਕੁਰੁ ਭਾਰਾ, ਹਮ ਤਿਸ ਕੇ ਵਣਜਾਰੇ॥ saahu hamaaraa thaakur bhaaraa ham tis kay vanjaaray.
ਜੀਉ ਪਿੰਡੁ ਸਭ ਰਾਸਿ ਤਿਸੈ ਕੀ, ਮਾਰਿ ਆਪੇ ਜੀਵਾਲੇ॥੬॥੧॥੧੩॥ jee-o pind sabh raas tisai kee maar aapay jeevaalay. ||6||1||13||

ਮਨ, ਤਨ ਪ੍ਰਭ ਦੀ ਬਖਸ਼ਿਸ਼ ਹੀ ਹੈ, ਜਦੋਂ ਚਾਹੇ ਮੌਤ ਦੇਵੇ, ਕਿਸੇ ਦਾ ਕੋਈ ਜ਼ੋਰ ਨਹੀਂ ਚਲਦਾ । ਪ੍ਰਭ ਹੀ ਅਸਲੀ ਅਟਲ ਮਾਲਕ, ਜੀਵ ਉਸ ਦੇ ਪੁਤਲੇ ਹਨ ।

Your mind and body have been blessed with His Blessings and only His Trust. Unpredictable death may knock on your head any time. No one has any power, control on His Word, Command. All creatures are just like puppet of the play; only He is true forever, lives forever.

Key Message of Raag Gauree page 154-17
'ਮਾਨਸ ਜਨਮ ਦਾ ਮੌਕਾ ਬਾਰ ਬਾਰ ਬਖਸ਼ਿਸ਼ ਨਹੀਂ ਹੁੰਦਾ!
ਮਾਨਸ ਜਨਮ ਦਾ ਮੌਕਾ ਬਾਰ ਬਾਰ ਬਖਸ਼ਿਸ਼ ਨਹੀਂ ਹੁੰਦਾ! ਕੇਵਲ ਚੰਗੇ ਕੰਮ ਹੀ ਮੌਤ ਤੋਂ ਪਿਛੋਂ ਸਾਥ ਜਾਂਦੇ ਹਨ । ਸਵਾਸ ਖਤਮ ਹੋਣ ਤੇ ਤਨ ਬੇ-ਵਾਇਰਿਸ ਇਸਤ੍ਰੀ ਵਾਰਗਾ ਹੋ ਜਾਣਾ ਹੈ । ਜਿਹੜਾ ਧੋਖੇ ਨਾਲ ਕੁਝ ਹਾਸਿਲ ਕਰਨ ਨਾਲ ਖੁਸ਼ ਹੁੰਦਾ ਹੈ, ਉਸ ਨੂੰ ਸੰਸਾਰ ਵਿੱਚ ਵੀ ਕੋਈ ਮਾਣ ਨਹੀਂ ਮਿਲਦਾ, ਨਾ ਹੀ ਮੌਤ

ਤੋਂ ਪਿਛੋਂ ਵੀ ਕੋਈ ਲਾਭ, ਮਾਣ ਬਖਸ਼ਿਸ਼ ਹੁੰਦਾ ਹੈ । ਸਭ ਕੁਝ ਪ੍ਰਭ ਦੇ ਭਾਣੇ ਨਾਲ ਹੀ ਹੁੰਦਾ ਹੈ, ਪ੍ਰਭ ਦਾ ਭਾਣਾ ਹੀ ਹਰ ਸਮੇਂ ਵਾਪਰਦਾ ਹੈ । ਜਦੋਂ ਚਾਹੇ ਮੌਤ ਦੇਵੇ, ਕਿਸੇ ਦਾ ਕੋਈ ਜ਼ੋਰ ਨਹੀਂ ਚਲਦਾ । ਜੀਵ ਤਾਂ ਉਸ ਦਾ ਪੁਤਲੇ ਹਨ, ਪ੍ਰਭ ਹੀ ਅਸਲੀ ਅਟਲ ਮਾਲਕ ਹੈ ।

Human life opportunity may not be blessed too often!

Human life opportunity may not be blessed too often; only the earnings of His Word remain with soul after death to support in His Court. As soon as your breaths are exhausted, your body becomes like a wandering helpless woman. Whosoever becomes happy by deceiving earnest living of others; he may not be honored in worldly life nor honored in His Court. Everything happens with His Command, only His Word, prevails in each event. No one has any control on unpredictable death, His Word, Command. All creatures are just like puppet of the play; only He is true forever, lives forever.

14. ਗਉੜੀ ਚੇਤੀ ਮਹਲਾ ੧॥ 155-10

ਅਵਰਿ ਪੰਚ ਹਮ ਏਕ ਜਨਾ, ਕਿਉ ਰਾਖਉ ਘਰ ਬਾਰੁ ਮਨਾ॥ avar panch ham ayk janaa ki-o raakha-o ghar baar manaa.
ਮਾਰਹਿ ਲੂਟਹਿ ਨੀਤ ਨੀਤ, ਕਿਸੁ ਆਗੈ ਕਰੀ ਪੁਕਾਰ ਜਨਾ॥੧॥ maareh looteh neet neet kis aagai karee pukaar janaa. ||1||

ਇਛਾਂ ਦੇ ਪੰਜ ਜਮਦੂਤ, ਮੇਰੇ ਇਕ ਮਨ ਨੂੰ ਲੁੱਟਦੇ ਹਨ! ਮੈਂ ਕਿਸਤਰ੍ਹਾਂ ਇਹਨਾਂ ਤੋਂ ਬਚ ਸਕਦਾ ਹੈ? ਬਾਰ ਬਾਰ ਭਟਕਣਾਂ ਪਰੇਸ਼ਾਨ ਕਰਦੀਆਂ ਹਨ । ਮੈਂ ਕਿਸ ਅੱਗੇ ਅਰਦਾਸ ਕਰਾ?

Five demons of worldly desires are robbing my mind! How may I escape, save myself? These worldly desires are frustrating repeatedly. Whom may I pray for Forgiveness and Refuge?

ਸ੍ਰੀ ਰਾਮ ਨਾਮਾ ਉਚਰੁ ਮਨਾ॥ saree raam Naamaa uchar manaa.
ਆਗੈ ਜਮ ਦਲੁ ਬਿਖਮੁ ਘਨਾ॥੧॥ ਰਹਾਉ॥ aagai jam dal bikham ghanaa. ||1||

ਜਿਹੜਾ ਮਨ ਨੂੰ ਸ਼ਬਦ ਦੇ ਸਿਮਰਨ ਵਿੱਚ ਨਾਲ ਮਸਤ ਰਖਦਾ ਹੈ! ਉਸ ਨੂੰ ਮੌਤ ਪਿਛੋਂ ਜਮਦੂਤਾਂ ਦੇ ਵੱਸ ਵਿੱਚ ਨਹੀਂ ਜਾਣਾ ਪੈਂਦਾ!

Whosoever may remain intoxicated in meditation on the teachings of His Word! He may never remain under the control of devil of death.

ਉਸਾਰਿ ਮੜੋਲੀ ਰਾਖੈ ਦੁਆਰਾ, ਭੀਤਰਿ ਬੈਠੀ ਸਾ ਧਨਾ॥ usaar marholee raakhai du-aaraa bheetar baithee saa Dhanaa.
ਅੰਮ੍ਰਿਤ ਕੇਲ ਕਰੇ ਨਿਤ ਕਾਮਣਿ, ਅਵਰਿ ਲੁਟੇਨਿ ਸੁ ਪੰਚ ਜਨਾ॥੨॥ amrit kayl karay nit kaaman avar lutayn so panch janaa. ||2||

ਪ੍ਰਭ ਦੀ ਜੋਤ ਜੀਵ ਦੀ ਆਤਮਾ ਵਿੱਚ ਸਮਾਈ ਰਹਿੰਦੀ ਹੈ, ਉਸ ਦੇ ਤਨ ਵਿੱਚ ਹੀ ਵਸਦੀ ਹੈ! ਜੀਵ ਦਾ ਤਨ ਹੀ ਪ੍ਰਭ ਦਾ ਮੰਦਰ, ਦਰਬਾਰ ਹੈ! ਪ੍ਰਭ ਪੰਜਾਂ ਇਛਾਂ ਦਾ ਖੇਲ ਦੇਖਦਾ, ਅਨੰਦ ਮਾਣਦਾ ਹੈ । ਪੰਜੇ ਬਾਰ ਬਾਰ ਮਨ ਨੂੰ ਇਛਾਂ ਦੀਆਂ ਭਟਕਣਾਂ, ਲਾਲਚ ਦੇਂਦੇ ਹਨ ।

His Holy Spirit remains embedded within his soul and dwells in his body! His body is His Temple, Holy Throne. The True Master witnesses and enjoys the play of five demons of worldly desires. All five desires create various illusions of short-lived pleasure and comforts to entice and victimize his mind.

ਢਾਹਿ ਮੜੋਲੀ ਲੂਟਿਆ ਦੇਹੁਰਾ, ਸਾ ਧਨ ਪਕੜੀ ਏਕ ਜਨਾ॥ dhaahi marholee looti-aa dayhuraa saa Dhan pakrhee ayk janaa.
ਜਮ ਡੰਡਾ ਗਲਿ ਸੰਗਲੁ ਪੜਿਆ, ਭਾਗਿ ਗਏ ਸੇ ਪੰਚ ਜਨਾ॥੩॥ Jam dandaa gal sangal parhi-aa bhaag ga-ay say panch janaa. ||3||

ਪੰਜੇ ਇਛਾਂ, ਹੌਲੀ ਹੌਲੀ ਮਨ ਤੇ ਕਾਬੂ ਪਾ ਲੈਂਦੀਆਂ ਹਨ, ਆਤਮਾ ਬੇਚਾਰ ਹੋ ਜਾਂਦੀ ਹੈ । ਸਵਾਸ ਖਤਮ ਹੋਣ ਤੇ ਮੌਤ ਆ ਜਾਂਦੀ ਹੈ । ਇਹ ਪੰਜੇਂ ਜਿਹੜੇ ਸੰਸਾਰ ਵਿੱਚ ਉਸ ਦੇ ਸਾਥੀ ਬਣੇ ਰਹਿੰਦੇ ਸਨ, ਇਕ ਪਲ ਵਿੱਚ ਹੀ ਸਾਥ ਛਡ ਜਾਂਦੇ ਹਨ ।

These five worldly demons slowly and slowly conquer his mind and his soul becomes helpless. When the capital of breaths may be exhausted, death knocks at his head. These five demons of worldly desires so-called his companions in his worldly life, may abandon him! His soul may endure judgement of The Righteous Judge.

ਕਾਮਣਿ ਲੋੜੈ ਸੁਇਨਾ ਰੁਪਾ, ਮਿਤ੍ਰ ਲੁੜੇਨਿ ਸੁ ਖਾਧਾਤਾ॥ kaaman lorhai su-inaa rupaa mitar lurhayn so khaaDhaataa.
ਨਾਨਕ ਪਾਪ ਕਰੇ ਤਿਨ ਕਾਰਣਿ, naanak paap karay tin kaaran
ਜਾਸੀ ਜਮ ਪੁਰਿ ਬਾਧਾਤਾ॥੪॥੨॥੧੪॥ jaasee jampur baaDhaataa. ||4||2||14||

ਜੀਵਨ ਸਾਥੀ, ਉਸ ਦੀ ਸੰਸਾਰਕ ਦੌਲਤ ਹਾਸਿਲ ਕਰ ਲੈਂਦਾ ਹੈ । ਮਿੱਤਰ ਖਾਣ ਵਿੱਚ ਹੀ ਅਨੰਦ ਮਾਣਦੇ ਹਨ । ਜਿਸ ਸੰਸਾਰਕ ਪਰਿਵਾਰ ਦੇ ਸੁਖਾਂ ਵਾਸਤੇ, ਇਹ ਸਾਰੇ ਪਾਪ ਕੀਤੇ ਸਨ । ਉਹ ਮੌਤ ਤੋਂ ਪਿਛੋਂ ਕੋਈ ਸਾਥ ਨਹੀਂ ਦੇ ਸਕਦੇ ।

His worldly life spouse takes over his worldly possessions, and his worldly friends enjoy the food and drinks. He was committing various evil deeds, sins for his family; after death his family cannot help or support in His Court.

Key Message of Raag Gauree page 155-10

'ਇਛਾਂ ਦੇ ਜਮਦੂਤਾਂ ਦਾ ਆਤਮਾ ਨਾਲ ਸਬੰਧ!

ਇਛਾਂ ਦੇ ਪੰਜਾਂ ਜਮਦੂਤ ਤੋਂ ਕਿਸਤਰ੍ਹਾਂ ਬਚ ਸਕਦਾ ਹੈ? ਪ੍ਰਭ ਦੀ ਜੋਤ ਆਤਮਾ ਵਿੱਚ ਸਮਾਈ, ਤਨ ਰੂਪੀ ਮੰਦਰ ਵਿੱਚ ਰਹਿੰਦੀ ਹੈ! ਇਛਾਂ ਦੇ ਪੰਜਾਂ ਜਮਦੂਤਾਂ ਦੇ ਖੇਲ ਦਾ ਅਨੰਦ ਮਾਣਦੀ ਹੈ । ਆਤਮਾ ਬੇਚਾਰ ਹੋ ਜਾਂਦੀ ਹੈ । ਸਵਾਸ ਖਤਮ ਹੋਣ ਤੇ ਪੰਜੇ ਜਮਦੂਤ ਇਕ ਪਲ ਵਿੱਚ ਹੀ ਸਾਥ ਛਡ ਜਾਂਦੇ ਹਨ ।

Demons of worldly desires relatin with Soul!

How may I escape the five demons of worldly desires? His Holy Spirit remains embedded within soul and dwells within his body. Five demons of worldly desires create various illusions of short-lived pleasures to entice to overpower his mind; his soul becomes helpless. At predetermined time, devil of death knocks at his head to capture his soul. These five worldly demons so-called his companions in his worldly life, may abandon his soul.

15. ਗਉੜੀ ਚੇਤੀ ਮਹਲਾ ੧॥ 155-16

ਮੁੰਦ੍ਰਾ ਤੇ ਘਟ ਭੀਤਰਿ ਮੁੰਦ੍ਰਾ, ਕਾਂਇਆ ਕੀਜੈ ਖਿੰਥਾਤਾ॥ mundraa tay ghat bheetar mundraa kaaN-i-aa keejai khinthaataa.
ਪੰਚ ਚੇਲੇ ਵਸਿ ਕੀਜਹਿ ਰਾਵਲ, ਇਹੁ ਮਨੁ ਕੀਜੈ ਡੰਡਾਤਾ॥੧॥ panch chaylay vas keejeh raaval ih man keejai dandaataa. ||1||

ਭਗਤ ਜਨ! ਆਪਣੇ ਕੰਨਾਂ ਵਿੱਚ ਉਹ ਮੁੰਦ੍ਰਾਂ ਪਾਵੋ! ਜਿਹੜੀਆਂ ਦਿਲ ਵਿੱਚ ਛੇਕ ਕਰ ਦੇਣ ਅਤੇ ਤਨ ਬੰਦਗੀ ਕਰਨ ਵਾਲਾ ਬਾਣਾ ਬਣ ਜਾਵੇ । ਪੰਜੇ ਇਛਾਂ ਕਾਬੂ ਵਿੱਚ ਰਹਿਣ ਅਤੇ ਸ੍ਰਿਸ਼ਟੀ ਦੀ ਭਲਾਈ ਦੇ ਕੰਮ ਕਰ ਕੇ ਜੀਵਨ ਬਤੀਤ ਕਰੋ ।

ਗੁਰੂ ਨਾਨਕ ਦੇਵ ਜੀ! – Guru Nanak Dev Ji! Guru Granth Sahib

Worldly devotee! You should wear such ear-rings; which may pierce through your heart, your body may become His Temple. You should conquer your worldly desires and good deeds for mankind may become your way of life.

ਜੋਗ ਜੁਗਤਿ ਇਵ ਪਾਵਸਿਤਾ॥ jog jugat iv paavsitaa.
ਏਕੁ ਸਬਦੁ ਦੂਜਾ ਹੋਰੁ ਨਾਸਤਿ, ayk sabad doojaa hor naasat
ਕੰਦ ਮੂਲਿ ਮਨੁ ਲਾਵਸਿਤਾ॥੧॥ ਰਹਾਉ॥ kand mool man laavsitaa. ||1|| rahaa-o.

ਸੰਸਾਰ ਵਿੱਚ ਸਭ ਕੁਝ ਨਾਸ਼, ਖਤਮ ਹੋ ਜਾਣ ਵਾਲਾ ਹੈ, ਕੇਵਲ ਸ਼ਬਦ ਹੀ ਸਦਾ ਅਟਲ ਰਹਿਣ ਵਾਲਾ ਹੈ । ਸ਼ਬਦ ਦੀ ਅਡੋਲ ਭਰੋਸੇ ਨਾਲ ਪਾਲਣਾ ਕਰਨ ਨਾਲ ਹੀ ਅਸਲੀ ਜੋਗ ਪਾਇਆ ਜਾਂਦਾ ਹੈ । ਇਹ ਹੀ ਮਨ ਦਾ ਨਿਸ਼ਾਨਾ, ਬੰਦਗੀ ਦੀਆਂ ਜੜ੍ਹ ਬਣਾਵੋ!

Everything in the universe perishes, vanishes after a predetermined period; only The One and Only One True Master remains Axiom and live forever. Whosoever may meditate and adopts the teachings of His Word with steady and stable belief; with His mercy and grace, he may be blessed with a state of mind as His true devotee. These are the symbol of true ear-rings and roots of true devotional meditation.

ਮੂੰਡਿ ਮੁੰਡਾਇਐ ਜੇ ਗੁਰੁ ਪਾਈਐ, ਹਮ ਗੁਰੁ ਕੀਨੀ ਗੰਗਾਤਾ॥ moond moondaa-i-ai jay gur paa-ee-ai ham gur keenee gangaataa.
ਤ੍ਰਿਭਵਣ ਤਾਰਣਹਾਰੁ ਸੁਆਮੀ, ਏਕੁ ਨ ਚੇਤਸਿ ਅੰਧਾਤਾ॥੨॥ taribhavan taaranhaar su-aamee ayk na chaytas anDhaataa. ||2||

ਜੀਵ ਸ਼ਬਦ ਦੀ ਪਾਲਣਾ ਨੂੰ ਹੀ ਪਵਿੱਤਰ ਗੰਗਾ ਸਮਝੋ! ਜਿਹੜੇ ਗੰਗਾ ਤੇ ਜਾ ਕੇ ਸਿਰ ਮੁੰਨਾਉਣ ਨਾਲ ਪ੍ਰਭ (ਗੁਰੂ) ਦੀ ਰਹਿਮਤ ਪਾਉਣਾ ਚਹੁੰਦੇ, ਸਮਝਦੇ ਹਨ । ਉਹ ਤਿੰਨਾਂ ਸ੍ਰਿਸ਼ਟੀਆਂ ਵਿੱਚ ਵਾਪਰਨ ਵਾਲੇ ਪ੍ਰਭ ਦੀ ਸੋਝੀ ਤੋਂ ਹਨੇਰੇ ਵਿੱਚ ਹੀ ਰਹਿੰਦੇ ਹਨ ।

You should meditate and adopt the teachings of His Word as sanctifying pilgrimage of The Holy Ganges. Whosoever may believe shaving head and bathing at Ganges and adopting a religious robe as the right path of His Blessings; he remains ignorant from the right path of salvation. He remains ignorant from the existence of God; who prevails in all three universes.

ਕਰਿ ਪਟੰਬੁ ਗਲੀ ਮਨੁ ਲਾਵਸਿ, ਸੰਸਾ ਮੂਲਿ ਨ ਜਾਵਸਿਤਾ॥ kar patamb galee man laavas sansaa mool na jaavsitaa.
ਏਕਸੁ ਚਰਣੀ ਜੇ ਚਿਤੁ ਲਾਵਹਿ, ਲਬਿ ਲੋਭਿ ਕੀ ਧਾਵਸਿਤਾ॥੩॥ aykas charnee jay chit laaveh lab lobh kee Dhaavsitaa. ||3||

ਜਿਹੜਾ ਲੋਕ ਦਿਖਾਵੇ ਦੀ ਬੰਦਗੀ ਕਰਦਾ ਹੈ । ਆਪਣੇ ਮਨ ਨੂੰ ਸੰਸਾਰਕ ਧਨ ਇਕੱਠਾ ਕਰਨ ਵਿੱਚ ਧਿਆਨ ਰਖਦਾ ਹੈ! ਉਸ ਦੇ ਭਰਮ ਦੂਰ ਨਹੀਂ ਹੁੰਦੇ । ਜਿਸ ਦਾ ਮਨ ਪ੍ਰਭ ਦੇ ਚਰਨਾਂ ਵਿੱਚ ਲਗ ਜਾਂਦਾ ਹੈ । ਉਸ ਨੂੰ ਸੰਸਾਰਕ ਲਾਲਚ ਪਿਛੇ ਭਟਕਣਾਂ ਨਹੀਂ ਪੈਂਦਾ ।

Whosoever may meditate to impress the worldly creatures! He remains intoxicated in religious suspicions and victim of worldly wealth. Whosoever may surrender his self-entity to obey the teachings of His Word. He may never be frustrated with worldly desires.

ਜਪਸਿ ਨਿਰੰਜਨੁ ਰਚਸਿ ਮਨਾ॥ japas niranjan rachas manaa.
ਕਾਹੇ ਬੋਲਹਿ ਜੋਗੀ ਕਪਟੁ ਘਨਾ॥੧॥ ਰਹਾਉ॥ kaahay boleh jogee kapat ghanaa. ||1|| rahaa-o.

ਇਕੋ ਇਕ ਅਟਲ ਪ੍ਰਭ ਦੇ ਸ਼ਬਦ ਤੇ ਭਰੋਸਾ ਰਖਕੇ ਬੰਦਗੀ ਕਰੋ! ਹੋਰ ਲੋਕ ਦਿਖਾਵੇ ਦੀਆਂ ਮਨ ਘਾੜਤ ਅਰਦਾਸਾਂ ਨਾ ਕਰੋ ।

You should wholeheartedly meditate on the teachings of His Word with steady and stable belief in your day-to-day life! All other prayers are a hypocrisy, ego of mind.

ਕਾਇਆ ਕਮਲੀ ਹੰਸੁ ਇਆਣਾ, ਮੇਰੀ ਮੇਰੀ ਕਰਤ ਬਿਹਾਣੀਤਾ॥ kaa-i-aa kamlee hans i-aanaa mayree mayree karat bihaaneetaa.
ਪ੍ਰਣਵਤਿ ਨਾਨਕੁ ਨਾਗੀ ਦਾਝੈ, ਫਿਰਿ ਪਾਛੈ ਪਛੁਤਾਣੀਤਾ॥੪॥੩॥੧੫॥ paranvat naanak naagee daajhai fir paachhai pachhutaaneetaa. ||4||3||15||

ਅਣਜਾਣ ਜੀਵ ਜਵਾਨੀ ਦੀ ਮਸਤੀ ਵਿੱਚ ਹੀ ਰਹਿੰਦਾ ਹੈ, ਅਹੰਕਾਰ, ਲਾਲਚ, ਧੋਖੇ ਨਾਲ ਆਪਣਾ ਸਮਾਂ ਖਤਮ ਕਰਦਾ ਹੈ । ਮੌਤ ਪਿਛੋਂ ਤਨ ਨੂੰ ਨੰਗੇ ਹੀ ਜਲਾ ਦਿੱਤਾ ਜਾਂਦਾ ਹੈ, ਫਿਰ ਪਛਤਾਵਾ ਕਰਨਾ ਪੈਂਦਾ ਹੈ ।

Self-minded, ignorant remains intoxicated with the power of his youth. He wastes his life in the ego, greed, and deceptions. After death, his body, corpse is burned naked; he regrets and repents for his worldly deeds.

Key Message of Raag Gauree page 155-16
'ਦਰਬਾਰ ਵਿੱਚ ਪ੍ਰਵਾਨਗੀ ਦਾ ਰਸਤਾ!
'ਆਪਣੇ ਕੰਨਾਂ ਵਿੱਚ ਇਸਤਰ੍ਹਾਂ ਦੀਆਂ ਮੁੰਦ੍ਰਾਂ ਪਾਵੋ! ਜਿਹੜੀਆਂ ਦਿਲ ਵਿੱਚ ਛੇਕ ਕਰ ਦੇਣ, ਜੀਵ ਬੰਦਗੀ ਵਿੱਚ ਲੀਨ ਹੋ ਜਾਵੇ । ਕੇਵਲ ਸ਼ਬਦ ਹੀ ਅਟਲ ਰਹਿਣ ਵਾਲਾ ਹੈ, ਬਾਕੀ ਸਭ ਕੁਝ ਨਾਸ਼, ਖਤਮ ਹੋ ਜਾਣ ਵਾਲਾ ਹੈ । ਜਿਹੜੇ ਮੰਦਰ, ਗੁਰਦਵਾਰੇ ਜਾਣਾ ਨਾਲ ਹੀ ਪ੍ਰਭ (ਗੁਰੂ) ਦੀ ਰਹਿਮਤ ਪਾਉਣਾ ਸਮਝਦੇ ਹਨ । ਉਹ ਤਿੰਨਾਂ ਸ੍ਰਿਸ਼ਟੀਆਂ ਵਿੱਚ ਵਾਪਰਨ ਵਾਲੇ ਪ੍ਰਭ ਦੀ ਸੋਝੀ ਤੋਂ ਹਨੇਰੇ ਵਿੱਚ ਹੀ ਰਹਿੰਦੇ ਹਨ । ਜਿਹੜਾ ਆਪਾ ਪ੍ਰਭ ਦੇ ਚਰਨਾਂ ਵਿੱਚ ਭੇਟਾ ਕਰ ਦੇਂਦਾ ਹੈ, ਉਸ ਦੇ ਭਰਮ ਦੂਰ ਹੋ ਜਾਂਦੇ ਹਨ ।
The Right path of acceptance in His Court!
You should wear such ear-rings of contentment; which may pierce through your heart to remain intoxicated in the void of His Word. Everything in the universe may perish after a predetermined time; only His Holy Spirit remains Axiom, true forever. Whosoever may believe worshiping at Holy Shrine, and adopting religious robe as the right path of His Blessings. He remains ignorant from His Existence, right path of acceptance in His Court. The Omnipresent True Master remains embedded within every soul in all three universes. Whosoever may surrender his self-entity at His Sanctuary; with His mercy and grace, all his suspicions may be eliminated.

16. ਗਉੜੀ ਚੇਤੀ ਮਹਲਾ ੧॥ 156-3

ਅਉਖਧ ਮੰਤ੍ਰ ਮੂਲੁ ਮਨ ਏਕੈ, ਜੇ ਕਰਿ ਦ੍ਰਿੜੁ ਚਿਤੁ ਕੀਜੈ ਰੇ॥ a-ukhaDh mantar mool man aykai jay kar darirh chit keejai ray.
ਜਨਮ ਜਨਮ ਕੇ ਪਾਪ ਕਰਮ ਕੇ, ਕਾਟਨਹਾਰਾ ਲੀਜੈ ਰੇ॥੧॥ janam janam kay paap karam kay katanhaaraa leejai ray. ||1||

ਅਡੋਲ ਭਰੋਸੇ ਨਾਲ ਸ਼ਬਦ ਦੀ ਬੰਦਗੀ ਕਰਨਾ ਹੀ ਕੇਵਲ ਇਕੋ ਇਕ ਮੰਤ੍ਰ ਨਾਲ, ਪਾਪਾਂ ਦੇ ਨਾਸ਼ ਕਰਨ ਵਾਲੇ ਪ੍ਰਭ ਨੂੰ ਪ੍ਰਵਾਨ ਹੋਇਆ ਜਾ ਸਕਦਾ ਹੈ ।

To meditate on the teachings of His Word with steady and stable belief may be the only True Mantra to become worthy of His Consideration; with His mercy and grace, all his sins of His true devotee may be forgiven.

ਗੁਰੂ ਨਾਨਕ ਦੇਵ ਜੀ! – Guru Nanak Dev Ji! Guru Granth Sahib

ਮਨ ਏਕੋ ਸਾਹਿਬੁ ਭਾਈ ਰੇ॥ man ayko saahib bhaa-ee ray.
ਤੇਰੇ ਤੀਨਿ ਗੁਣਾਂ ਸੰਸਾਰਿ ਸਮਾਵਹਿ, tayray teen gunaa sansaar samaaveh
ਅਲਖੁ ਨ ਲਖਣਾ ਜਾਈ ਰੇ॥੧॥ ਰਹਾਉ॥ alakh na lakh-naa jaa-ee ray. ||1|| rahaa-o.

ਸਾਰਾ ਸੰਸਾਰ ਹੀ ਪ੍ਰਭ ਦੇ ਮਾਇਆ ਦੇ ਤਿੰਨਾਂ ਗੁਣਾਂ ਵਿੱਚ ਹੀ ਅਚੰਭਾ ਰਹਿੰਦਾ ਹੈ । ਪ੍ਰਭ ਦੇ ਸ਼ਬਦ ਦਾ ਪੂਰਨ ਗਿਆਨ ਜੀਵ ਦੀ ਸਮਝ ਤੋਂ ਬਾਹਰ ਹੈ ।

All worldly creatures remain fascinated from three virtues, glamors of worldly wealth. The enlightenment of His Word, Nature remains beyond the reach, comprehension of His Creation.

ਸਕਰ ਖੰਡੁ ਮਾਇਆ ਤਨਿ ਮੀਠੀ, ਹਮ ਤਉ ਪੰਡ ਉਚਾਈ ਰੇ॥ sakar khand maa-i-aa tan meethee ham ta-o pand uchaa-ee ray.
ਰਾਤਿ ਅਨੇਰੀ ਸੂਝਸਿ ਨਾਹੀ, ਲਜੁ ਟੂਕਸਿ ਮੂਸਾ ਭਾਈ ਰੇ॥੨॥ raat anayree soojhas naahee laj tookas moosaa bhaa-ee ray. ||2||

ਸੰਸਾਰਕ ਮਾਇਆ, ਜੀਵ ਨੂੰ ਬਹੁਤ ਮਿੱਠੀ ਲਗਦੀ ਹੈ, ਸਾਰੇ ਹੀ ਇਸ ਦਾ ਭਾਰ ਲਈ ਫਿਰਦੇ ਹਨ । ਸੰਸਾਰ ਵਿੱਚ ਅਣਜਾਣ ਮਨ ਨੂੰ ਅੰਧੇਰ ਹੀ ਛਾਇਆ ਹੈ, ਇਸ ਵਿੱਚ ਮੌਤ ਦਾ ਜਮਦੂਤ ਜੀਵਨ ਦੀ ਡੋਰੀ ਹੌਲੀ ਹੌਲੀ ਕੱਟੀ ਜਾਂਦਾ ਹੈ ।

Worldly wealth becomes very soothing, appeasing to the ignorant mind. Everyone carries the burden of worldly wealth. He remains ignorant from the teachings of His Word. In his ignorance! The devil of death slowly and slowly weakens the string of his life.2

ਮਨਮੁਖਿ ਕਰਹਿ ਤੇਤਾ ਦੁਖੁ ਲਾਗੈ, ਗੁਰਮੁਖਿ ਮਿਲੈ ਵਡਾਈ ਰੇ॥ manmukh karahi taytaa dukh laagai gurmukh milai vadaa-ee ray.
ਜੋ ਤਿਨਿ ਕੀਆ ਸੋਈ ਹੋਆ, ਕਿਰਤੁ ਨ ਮੇਟਿਆ ਜਾਈ ਰੇ॥੩॥ jo tin kee-aa so-ee ho-aa kirat na mayti-aa jaa-ee ray. ||3||

ਮਨਮੁਖ ਨੂੰ ਆਪਣੇ ਕੀਤੇ ਕੰਮਾਂ ਨਾਲ ਮੌਤ ਤੋਂ ਪਿਛੋਂ ਦੁਖ ਸਹਿਣਾ ਪੈਂਦਾ ਹੈ । ਗੁਰਮਖ, ਪ੍ਰਭ ਦੇ ਕੀਤੇ, ਬਖਸ਼ੇ ਤੇ ਭਰੋਸਾ ਅਡੋਲ ਰਖਦਾ, ਪ੍ਰਵਾਨਗੀ ਦੇ ਰਸਤੇ ਤੇ ਅਨੰਦ ਮਾਨਦਾ ਹੈ । ਪ੍ਰਭ ਕਿਸੇ ਦੇ ਕੀਤੇ ਚੰਗੇ ਕੰਮ ਕਦੇ ਭੁਲਦਾ ਨਹੀਂ, ਉਸ ਦਾ ਫਲ ਬਖਸ਼ਿਸ਼ ਹੈ ।

Self-minded endures the punishment of his evil deeds, after his death. His true devotee remains contented with His Blessings; he remains focused on the right path of salvation. He believes that everything happens under His Command. The True Master may never ignore any good deed; He always rewards his earnest meditation, deeds.

ਸੁਭਰ ਭਰੇ ਨ ਹੋਵਹਿ ਊਣੇ, ਜੋ ਰਾਤੇ ਰੰਗੁ ਲਾਈ ਰੇ॥ subhar bharay na hoveh oonay jo raatay rang laa-ee ray.
ਤਿਨ ਕੀ ਪੰਕ ਹੋਵੈ ਜੇ ਨਾਨਕੁ, tin kee pank hovai jay naanak
ਤਉ ਮੂੜਾ ਕਿਛੁ ਪਾਈ ਰੇ॥੪॥੪॥੧੬॥ ta-o moorhaa kichh paa-ee ray. ||4||4||16||

ਜਿਸ ਦੇ ਮਨ ਤੇ ਪ੍ਰਭ ਦੇ ਸ਼ਬਦ ਦਾ ਰੰਗ ਗੂੜਾ ਚੜ੍ਹਿਆ ਹੁੰਦਾ ਹੈ, ਉਸ ਨੂੰ ਕਿਸੇ ਕਿਸਮ ਦੀ ਤੋਟ ਨਹੀਂ ਹੁੰਦੀ । ਅਗਰ ਉਸ ਦੀ ਸੰਗਤ ਕਿਸੇ ਅਣਜਾਣ ਨੂੰ ਵੀ ਮਿਲ ਜਾਵੇ! ਤਾ ਉਹ ਵੀ ਬੰਦਗੀ ਦੇ ਰਸਤੇ ਤੇ ਚਲਕੇ ਪ੍ਰਵਾਨ ਹੋ ਜਾਂਦੇ ਹਨ ।

Whosoever may be drenched with the essence of His Word. He may never experience any deficiency in any of his worldly events. Even, the ignorant creature may be blessed with his association; he may adopt the teachings of His Word in day-to-day life. He may be blessed with salvation, acceptance in His Court.

Key Message of Raag Gauree page 156-3
'ਪ੍ਰਵਾਨਗੀ ਦਾ ਮੰਤ੍ਰ, ਰਸਤਾ!
ਸ਼ਬਦ ਦੀ ਸਿਖਿਆਂ ਨੂੰ ਆਪਣੇ ਜੀਵਨ ਵਿੱਚ ਧਾਰਨ ਕਰਨਾ ਹੀ, ਕੇਵਲ ਇਕੋ ਇਕ ਮੰਤ੍ਰ ਹੈ, । ਜਿਸ ਨਾਲ ਪ੍ਰਵਾਨਗੀ ਦਾ ਰਸਤਾ ਬਖਸ਼ਿਸ਼ ਹੋ ਸਕਦਾ ਹੈ । ਸਾਰਾ ਸੰਸਾਰ ਹੀ ਪ੍ਰਭ ਦੇ ਮਾਇਆ ਦੇ ਤਿੰਨਾਂ ਗੁਣਾਂ ਦਾ ਗੁਲਾਮ ਰਹਿੰਦਾ ਹੈ । ਪ੍ਰਭ ਕਿਸੇ ਦੇ ਕੀਤੇ ਕੰਮ ਕਦੇ ਭੁਲਦਾ ਨਹੀਂ, ਉਸ ਦਾ ਫਲ ਬਖਸ਼ਿਸ਼ ਹੈ । ਗੁਰਮਖ, ਪ੍ਰਭ ਦੇ ਬਖਸ਼ੇ ਤੇ ਭਰੋਸਾ ਅਡੋਲ ਰਖਦਾ, ਪ੍ਰਵਾਨਗੀ ਦੇ ਰਸਤੇ ਤੇ ਅਨੰਦ ਮਾਨਦਾ ਹੈ । ਜਿਸ ਦੇ ਮਨ ਤੇ ਪ੍ਰਭ ਦੇ ਸ਼ਬਦ ਦਾ ਰੰਗ ਗੂੜਾ ਚੜ੍ਹਿਆ ਹੁੰਦਾ ਹੈ, ਉਸ ਦੀ ਸੰਗਤ ਵਿੱਚ ਅਣਜਾਣ ਵੀ ਆਪਣਾ ਰਸਤਾ ਬਦਲ ਕੇ, ਬੰਦਗੀ ਦੇ ਰਸਤੇ ਤੇ ਚਲਕੇ ਕੇ ਪ੍ਰਵਾਨ ਹੋ ਜਾਂਦਾ ਹੈ ।
The Manter, Right path of acceptance in His Court!
Adopting the teachings of His Word, may be the only True Mantra, the right path to sanctify soul to become worthy of His Consideration. All worldly creatures remain intoxicated and victim of three virtues of worldly wealth. God may never ignore nor forgets any worldly deed; his earnings are always rewarded. His true devotee remains contented and intoxicated in meditation on the teachings of His Word. Whosoever may be drenched with the essence of His Word. Whosoever may join his conjugation! he may adopt the path of meditation, acceptance in His Court.

17. ਗਉੜੀ ਚੇਤੀ ਮਹਲਾ ੧॥ 156-9

ਕਤ ਕੀ ਮਾਈ, ਬਾਪੁ ਕਤ ਕੇਰਾ, ਕਿਦੂ ਥਾਵਹੁ ਹਮ ਆਏ॥ kat kee maa-ee baap kat kayraa kidoo thaavhu ham aa-ay.
ਅਗਨਿ ਬਿੰਬ ਜਲ ਭੀਤਰਿ ਨਿਪਜੇ, ਕਾਹੇ ਕੰਮਿ ਉਪਾਏ॥੧॥ agan bimb jal bheetar nipjay kaahay kamm upaa-ay. ||1||

ਜੀਵ ਦਾ ਮਾਤਾ ਪਿਤਾ ਕੌਣ ਹੈ? ਜੀਵ ਕਿਥੋਂ ਆਇਆ ਹੈ? ਕਿਸ ਕਾਰਨ ਜਨਮ ਹੋਇਆ ਹੈ? ਮਾਤਾ ਦੇ ਗਰਭ ਦੀ ਗਰਮਾਈ ਨਾਲ ਧਾਤ (Semen) ਦੇ ਬੱਲਬੱਲੇ ਵਿਚੋਂ ਪੈਦਾ ਹੋਇਆ ਹੈ ।

Who may be the mother and father of the creature? From where has he come in the universe? What may be the purpose of his birth in the universe? New life has been created with the semen of male and eggs of female; his fetus has been matured in the heat of the womb of mother.

ਮੇਰੇ ਸਾਹਿਬਾ ਕਉਣੁ ਜਾਣੈ ਗੁਣ ਤੇਰੇ॥ mayray saahibaa ka-un jaanai guntayray.
ਕਹੇ ਨ ਜਾਨੀ ਅਉਗਣ ਮੇਰੇ॥੧॥ ਰਹਾਉ॥ kahay na jaanee a-ugan mayray. ||1|| rahaa-o.

ਪ੍ਰਭ ਤੇਰੇ ਗੁਣਾਂ ਦੀ ਗਿਣਤੀ ਨਹੀਂ ਕੀਤੀ ਜਾ ਸਕਦੀ । ਜੀਵ ਵਿੱਚ ਇਤਨੇ ਅਉਗੁਣ ਹਨ, ਜਿਹਨਾਂ ਦੀ ਗਿਣਤੀ ਨਹੀਂ ਕੀਤੀ ਜਾ ਸਕਦੀ ।

No one can comprehend nor count unlimited and mysterious virtues of Your Nature. Worldly creature has so many blemishes of evil, misdeeds in his life; no one can fully comprehend, counts his misdeeds.

ਕੇਤੇ ਰੁਖ ਬਿਰਖ ਹਮ ਚੀਨੇ, ਕੇਤੇ ਪਸੂ ਉਪਾਏ॥ kaytay rukh birakh ham cheenay kaytay pasoo upaa-ay.
ਕੇਤੇ ਨਾਗ ਕੁਲੀ ਮਹਿ ਆਏ, ਕੇਤੇ ਪੰਖ ਉਡਾਏ॥੨॥ kaytay naag kulee meh aa-ay kaytay pankh udaa-ay. ||2||

ਮੇਰੀ ਆਤਮਾ ਨੇ ਅਨੇਕਾਂ ਜੂੰਨਾਂ ਵਿੱਚ ਬਾਰ ਬਾਰ ਜਨਮ ਲਿਆ ਹੈ । ਬ੍ਰਿਛਾਂ, ਬੂਟੀਆਂ, ਜਾਨਵਰਾਂ, ਸੱਪਾਂ ਜਾ ਉਡਣ ਵਾਲੇ ਜਾਨਵਰਾਂ ਦਾ ਜਨਮ ਲਿਆ ਹੈ ।

I cannot imagine! How many times my soul had entered the womb of different mothers. Sometimes came as trees, plants, animals like snakes or flying birds.

ਹਟ ਪਟਣ ਬਿਜ ਮੰਦਰ ਭੰਨੈ, ਕਰਿ ਚੋਰੀ ਘਰਿ ਆਵੈ॥ hat patan bij mandar bhannai kar choree ghar aavai.
ਅਗਹੁ ਦੇਖੈ ਪਿਛਹੁ ਦੇਖੈ, ਤੁਝ ਤੇ ਕਹਾ ਛਪਾਵੈ॥੩॥ agahu daykhai pichhahu daykhai tujhtay kahaa chhapaavai. ||3||

ਜੀਵ ਸਾਰਾ ਦਿਨ ਲੁੱਟ ਮਾਰ ਕਰਕੇ, ਚੋਰੀ, ਠੱਗੀ ਕਰ ਕੇ ਘਰ ਜਾਂਦਾ ਹੈ । ਇਹ ਸਾਰੇ ਕੰਮ ਬਹੁਤ ਚਲਾਕੀ ਨਾਲ ਅੱਗੇ, ਪਿਛੇ ਦੇਖਕੇ, ਛਿਪਾ ਕੇ ਕਰਦਾ ਹੈ । ਪਰ ਅੰਤਰਜਾਮੀ ਪ੍ਰਭ ਸਭ ਕੁਝ ਜਾਣਦਾ ਹੈ, ਕੁਝ ਛੁਪਿਆ ਨਹੀਂ ਜਾ ਸਕਦਾ ।

Self-minded remains indulged in various deceptions in his day-to-day life. He may perform all clever deeds, deceptions very secretly hiding from everyone. However, nothing can be hidden from The Omniscient True Master.

ਤਟ ਤੀਰਥ ਹਮ ਨਵ ਖੰਡ ਦੇਖੇ, ਹਟ ਪਟਣ ਬਾਜਾਰਾ॥ tat tirath ham nav khand daykhay hat patan baajaaraa.
ਲੈ ਕੈ ਤਕੜੀ ਤੋਲਣਿ ਲਾਗਾ, ਘਟ ਹੀ ਮਹਿ ਵਣਜਾਰਾ॥੪॥ lai kai takrhee tolan laagaa ghat hee meh vanjaaraa. ||4||

ਮੈਂ ਪਵਿੱਤਰ ਨਦੀ ਦੇ ਕਨਾਰੇ, ਨੌਂ ਖੰਡ, ਸ਼ਹਿਰ ਦੇ ਬਜਾਰ ਦੇਖੇ ਹਨ । ਮੈਂ ਆਪਣੇ ਅੰਦਰ ਝਾਤੀ ਮਾਰ ਕੇ ਆਪਣੇ ਚੰਗੇ, ਮੰਦੇ ਕੰਮਾਂ ਦਾ ਲੇਖਾ ਕਰਦਾ ਹਾ ।

I have seen the Holy brims of various rivers, nine regions, cities, and market places. I remain concentrated within to focus on my own good and evil deeds all time.

ਜੇਤਾ ਸਮੁੰਦੁ ਸਾਗਰੁ ਨੀਰਿ ਭਰਿਆ, ਤੇਤੇ ਅਉਗਣ ਹਮਾਰੇ॥ jaytaa samund saagar neer bhari-aa taytay a- ugan hamaaray.
ਦਇਆ ਕਰਹੁ ਕਿਛੁ ਮਿਹਰ ਉਪਾਵਹੁ, ਡੁਬਦੇ ਪਥਰ ਤਾਰੇ॥੫॥ da-i-aa karahu kichh mihar upaavhu dubday pathar taaray. ||5||

ਜਿਵੇਂ ਸਮੁੰਦਰ ਪਾਣੀ ਨਾਲ ਭਰਿਆ ਹੁੰਦਾ ਹੈ । ਇਸਤਰ੍ਹਾਂ ਮੇਰਾ ਮਨ ਅਉਗੁਣਾਂ ਨਾਲ ਭਰਿਆਂ, ਡੁੱਬਦਾ ਜਾਂਦਾ ਹੈ । ਰਹਿਮਤ ਬਖਸ਼ੋ! ਸੰਸਾਰਕ ਸਾਗਰ ਵਿਚੋਂ ਬਚਾਵੋ ।

As the ocean remains filled with unlimited amount of water. Same way my mind remains overwhelmed with unlimited misdeeds, evil virtues; I am drowning in the ocean of my own sins. My True Master bestows Your Blessed Vision to save me from drowning in the worldly ocean of desires and evil deeds.

ਜੀਅੜਾ ਅਗਨਿ ਬਰਾਬਰਿ ਤਪੈ, ਭੀਤਰਿ ਵਗੈ ਕਾਤੀ॥ jee-arhaa agan baraabar tapai bheetar vagai kaatee.
ਪ੍ਰਣਵਤਿ ਨਾਨਕੁ ਹੁਕਮੁ ਪਛਾਣੈ, paranvat naanak hukam pachhaanai
ਸੁਖੁ ਹੋਵੈ ਦਿਨੁ ਰਾਤੀ॥੬॥੫॥੧੭॥ sukh hovai din raatee. ||6||5||17||

ਮੇਰੀ ਆਤਮਾ ਪਾਪਾਂ ਦੀ ਅੱਗ ਵਿੱਚ ਜਲਦੀ ਹੈ, ਇਹ ਮਨ ਵਿੱਚ ਤੇਜ਼ ਤਲਵਾਰ ਵਾਗੂੰ ਡੂੰਘਾ ਚੀਰ ਪਾਈ ਜਾਂਦੀ ਹੈ । ਜਿਹੜਾ ਜੀਵ ਪ੍ਰਭ ਦੇ ਸ਼ਬਦ ਦੀ ਪਾਲਣਾ ਅਡੋਲ ਭਰੋਸਾ ਨਾਲ ਕਰਦਾ, ਜੀਵਨ ਢਾਲਦਾ ਹੈ, ਉਸ ਦੇ ਮਨ ਨੂੰ ਸੰਤੋਖ, ਸ਼ਾਂਤੀ ਬਖਸ਼ਿਸ਼ ਹੋ ਜਾਂਦੀ ਹੈ ।

My soul remains burning in the lava of sinful worldly desires. My frustrations are piercing my mind like a sharp dagger. Whosoever may adopt the teachings of His Word with steady and stable belief in day-to-day life; with His mercy and grace, he may be blessed with peace and harmony.

Key Message of Raag Gauree page 156-9
'ਮਾਨਸ ਜਨਮ ਕਿਉਂ' ਬਖਸ਼ਿਸ਼ ਹੋਇਆ ਹੈ?
ਜੀਵ ਮਾਤਾ ਦੇ ਗਰਭ ਦੀ ਗਰਮਾਈ ਨਾਲ ਧਾਤ (Semen) ਦੇ ਬੱਲਬੱਲੇ ਵਿਚੋਂ ਪੈਦਾ ਹੋਇਆ ਹੈ । ਜੀਵ ਦਾ ਮਾਤਾ ਪਿਤਾ ਕੌਣ ਹੈ? ਜੀਵ ਕਿਥੋਂ ਆਇਆ ਹੈ? ਕਿਸ ਕਾਰਨ ਜਨਮ ਹੋਇਆ ਹੈ? ਪ੍ਰਭ ਤੇਰੇ ਗੁਣਾਂ ਦੀ ਗਿਣਤੀ ਨਹੀਂ ਕੀਤੀ ਜਾ ਸਕਦੀ । ਅੰਤਰਜਾਮੀ ਪ੍ਰਭ ਸਭ ਕੁਝ ਜਾਣਦਾ ਹੈ, ਕੁਝ ਛੁਪਿਆ ਨਹੀਂ ਜਾ ਸਕਦਾ । ਮੈਂ ਆਪਣੇ ਅੰਦਰ ਝਾਤੀ ਮਾਰ ਕੇ ਆਪਣੇ ਚੰਗੇ ਮੰਦੇ ਕੰਮਾਂ ਦਾ ਲੇਖਾ ਕਰਦਾ ਹਾਂ । ਜਿਹੜਾ ਜੀਵ ਪ੍ਰਭ ਦੇ ਸ਼ਬਦ ਨੂੰ ਅਡੋਲ ਭਰੋਸਾ ਨਾਲ ਪਾਲਣਾ ਕਰਦਾ ਜੀਵਨ ਢਾਲਦਾ ਹੈ, ਉਸ ਦੇ ਮਨ ਨੂੰ ਸੰਤੋਖ, ਸ਼ਾਂਤੀ ਬਖਸ਼ਿਸ਼ ਹੋ ਜਾਂਦੀ ਹੈ ।
Why was the human life blessed?
Who may be the mother and father of the creature and from where has he come in the universe? What may be the purpose of his birth in the universe? New life has been created from the semen of male, eggs of female and matured in the heat of the womb of mother. The unlimited, mysterious virtues of The True Master remain beyond any comprehension of His Creation. Nothing can be hidden from The Omniscient True Master. I evaluate my good and evil deeds all time. Whosoever may adopt the teachings of His Word with steady and stable belief in day-to-day life; with His mercy and grace, he may be blessed with peace and harmony.

18. ਗਉੜੀ ਬੈਰਾਗਣਿ ਮਹਲਾ ੧॥ 156-16

ਰੈਣਿ ਗਵਾਈ ਸੋਇ ਕੈ, ਦਿਵਸੁ ਗਵਾਇਆ ਖਾਇ॥ rain gavaa-ee so-ay kai divas gavaa-i-aa khaa-ay.
ਹੀਰੇ ਜੈਸਾ ਜਨਮੁ ਹੈ, ਕਉਡੀ ਬਦਲੇ ਜਾਇ॥੧॥ heeray jaisaa janam hai ka-udee badlay jaa-ay. ||1||

ਜੀਵ ਰਾਤ ਸੌਣ ਵਿੱਚ ਅਤੇ ਦਿਨ ਖਾਣ ਵਿੱਚ ਹੀ ਬਤੀਤ ਕਰੀ ਜਾਂਦਾ ਹੈ । ਇਹ ਅਣਮੋਲ ਮੌਕੇ, ਮਾਨਸ ਜਨਮ ਬਿਰਥਾ ਗਵਾ ਜਾਂਦਾ ਹੈ ।

Self-minded wastes his night in sleeping and his day eating, enjoying worldly glamor. He wastes his priceless human life blessings uselessly.

ਨਾਮੁ ਨ ਜਾਨਿਆ ਰਾਮ ਕਾ॥ Naam na jaani-aa raam kaa.
ਮੂੜੇ ਫਿਰਿ ਪਾਛੈ ਪਛੁਤਾਹਿ ਰੇ॥੧॥ ਰਹਾਉ॥ moorhay fir paachhai pachhutaahi ray. ||1|| rahaa-o.

ਜੀਵ ਤੂੰ ਕਿਸੇ ਸਮੇਂ ਪ੍ਰਭ ਦੇ ਸ਼ਬਦ ਵਿੱਚ ਧਿਆਨ ਨਹੀਂ ਲਾਇਆ । ਤੈਨੂੰ ਮੌਤ ਤੋਂ ਪਿਛੋਂ ਪਛਤਾਵਾ ਹੀ ਹੋਣਾ ਹੈ ।

Self-minded may never concentrated on the teachings of His Word. He may only regret and repents after death.

ਅਨਤਾ ਧਨੁ ਧਰਣੀ ਧਰੇ, ਅਨਤ ਨ ਚਾਹਿਆ ਜਾਇ॥ antaa Dhan Dharnee Dharay anat na chaahi-aa jaa-ay.
ਅਨਤ ਕਉ ਚਾਹਨ ਜੋ ਗਏ, ਸੇ ਆਏ ਅਨਤ ਗਵਾਇ॥੨॥ anat ka-o chaahan jo ga-ay say aa-ay anat gavaa-ay. ||2||

ਜੀਵ, ਥੋੜ੍ਹਾ ਚਿਰ ਰਹਿਣ ਵਾਲੇ ਸੰਸਾਰਕ ਧਨ ਨੂੰ ਸੰਭਾਲ ਕੇ ਰਖਦਾ ਹੈ, ਬਹੁਤ ਮੋਹ ਕਰਦਾ, ਅਹੰਕਾਰ ਕਰਦਾ ਹੈ । ਜਿਹੜਾ ਸੰਸਾਰਕ ਧਨ ਦੀ ਇਛਾ ਲੈ ਕੇ ਮਰ ਜਾਂਦਾ ਹੈ! ਉਹ ਸੰਸਾਰਕ ਧਨ ਇਥੇ ਹੀ ਛਡ ਕੇ ਖਾਲੀ ਵਾਪਸ ਚਲੇ ਜਾਂਦਾ ਹੈ ।

Self-minded may protect his short living worldly wealth very carefully; he remains intoxicated in worldly attachments and pride of his possessions. Whosoever may die with a desire of worldly wealth. He may return empty-handed to His Court leaving all his earnings behind on earth.2

ਆਪਣ ਲੀਆ ਜੇ ਮਿਲੈ, ਤਾ ਸਭੁ ਕੋ ਭਾਗਠੁ ਹੋਇ॥ aapan lee-aa jay milai taa sabh ko bhaagath ho-ay.
ਕਰਮਾ ਉਪਰਿ ਨਿਬੜੈ, ਜੇ ਲੋਚੈ ਸਭੁ ਕੋਇ॥੩॥ karmaa upar nibrhai jay lochai sabh ko-ay. ||3||

ਅਗਰ ਆਪਣਾ ਇਕੱਠਾ ਕੀਤਾ ਧਨ ਮਿਲਣਾ ਹੋਵੇ ਤਾ ਸਾਰੇ ਹੀ ਵੱਡੇ ਭਾਗਾਂ ਵਾਲੇ ਹੋਣ । ਕੇਵਲ ਆਪਣੇ ਪਿਛਲੇ ਕੀਤੇ ਕੰਮਾਂ ਨਾਲ ਹੀ ਭਾਗ ਲਿਖੇ ਜਾਂਦੇ ਹਨ । ਭਾਵੇਂ ਹਰ ਕੋਈ ਆਪਣੇ ਆਪ ਨੂੰ ਵੱਡੇ ਭਾਗਾਂ ਵਾਲਾ ਬਣਾਉਣਾ ਚਹੁੰਦਾ ਹੈ ।

If the destiny can be written by our worldly possessions, then everyone would have a great prewritten destiny. The True Master prewrites the destiny as a reward of his past deeds; even though everyone wants to make himself very fortunate.

ਨਾਨਕ ਕਰਣਾ ਜਿਨਿ ਕੀਆ, ਸੋਈ ਸਾਰ ਕਰੇਇ॥ naanak karnaa Jin kee-aa so-ee saar karay-i.
ਹੁਕਮੁ ਨ ਜਾਪੀ ਖਸਮ ਕਾ, ਕਿਸੈ ਵਡਾਈ ਦੇਇ॥੪॥੧॥੧੮॥ hukam na jaapee khasam kaa kisai vadaa-ee day-ay. ||4||1||18||

ਸ੍ਰਿਸ਼ਟੀ ਦਾ ਸਿਜਨਹਾਰਾ ਹੀ ਸਭ ਦੀ ਪਾਲਣਾ, ਸੰਭਾਲ ਕਰਦਾ ਹੈ । ਆਪਣੀ ਰਜ਼ਾ ਨਾਲ ਹੀ ਦਾਤਾਂ ਬਖਸ਼ਦਾ ਹੈ, ਉਸ ਦਾ ਭਾਣਾ ਜਾਣਿਆ ਨਹੀਂ ਜਾ ਸਕਦਾ ।

The True Master creates nourishes, protects, and bestows virtues to His Creation. His Word, His Command may not be fully comprehended by His Creation.

Key Message of Raag Gauree page 156-16
'ਜੀਵ ਦੇ ਭਾਗ ਕਿਵੇਂ ਲਿਖੇ ਜਾਂਦੇ ਹਨ?
ਜਿਹੜਾ ਜੀਵ ਰਾਤ ਸੌਣ ਵਿੱਚ ਅਤੇ ਦਿਨ ਖਾਣ ਵਿੱਚ ਹੀ ਬਤੀਤ ਕਰੀ ਜਾਂਦਾ ਹੈ । ਉਹ ਮਾਨਸ ਜਨਮ ਦਾ ਅਣਮੋਲ ਮੌਕੇ, ਬਿਰਥਾ ਹੀ ਗਵਾ ਜਾਂਦਾ ਹੈ । ਕੇਵਲ ਆਪਣੇ ਪਿਛਲੇ ਕੀਤੇ ਕੰਮਾਂ ਨਾਲ ਹੀ ਭਾਗ ਲਿਖੇ ਜਾਂਦੇ ਹਨ । ਸ੍ਰਿਸ਼ਟੀ ਦਾ ਸਿਜਨਹਾਰਾ ਹੀ ਸਭ ਦੀ ਪਾਲਣਾ, ਸੰਭਾਲ ਕਰਦਾ ਹੈ । ਆਪਣੀ ਰਜ਼ਾ ਨਾਲ ਹੀ ਦਾਤਾਂ ਬਖਸ਼ਦਾ ਹੈ, ਉਸ ਦਾ ਭਾਣਾ ਜਾਣਿਆ ਨਹੀਂ ਜਾ ਸਕਦਾ ।
How may the destiny be prewritten?
Whosoever may waste his night in sleeping and his day eating, enjoying worldly glamor; he wastes his priceless human life blessings uselessly. The True Master nourishes, protects, and bestows virtues to His Creation with His Own Imagination. His Word, His Command may not be fully comprehended by His Creation.

19. ਗਉੜੀ ਬੈਰਾਗਣਿ ਮਹਲਾ ੧॥ 157-2

ਹਰਣੀ ਹੋਵਾ ਬਨਿ ਬਸਾ, ਕੰਦ ਮੂਲ ਚੁਣਿ ਖਾਉ॥ harnee hovaa ban basaa kand mool chunkhaa-o.
ਗੁਰ ਪਰਸਾਦੀ ਮੇਰਾ ਸਹੁ ਮਿਲੈ, ਵਾਰਿ ਵਾਰਿ ਹਉ ਜਾਉ ਜੀਉ॥੧॥ gur parsaadee mayraa saho milai vaar vaar ha-o jaa-o jee-o. ||1||

ਅਗਰ ਮੈਂ ਹਰਨ ਦਾ ਜਨਮ ਲਵਾ ਅਤੇ ਜੰਗਲ ਵਿਚੋਂ ਘਾਹ, ਬੂਟੀ ਨਾਲ ਪੇਟ ਭਰਾ । ਜਿਸ ਤੇ ਪ੍ਰਭ ਦੀ ਰਹਿਮਤ ਦੀ ਨਜ਼ਰ ਬਖਸ਼ਿਸ਼ ਹੋ ਜਾਂਦੀ ਹੈ, ਉਹ ਪ੍ਰਭ ਦੇ ਬਖਸ਼ੇ ਦੇ ਧੰਨਵਾਦ ਵਿੱਚ ਹੀ ਮਸਤ ਹੋ ਜਾਂਦਾ ਹੈ ।

I may be blessed with a life of a deer and I may only eat grass and other plants to survive. Whosoever may be bestowed with His Blessed Vision, he may remain intoxicated in singing the gratitude of His Blessings.

ਮੈਂ ਬਨਜਾਰਨਿ ਰਾਮ ਕੀ॥ mai banjaaran raam kee.
ਤੇਰਾ ਨਾਮੁ ਵਖਰੁ ਵਾਪਾਰੁ ਜੀ॥੧॥ ਰਹਾਉ॥ tayraa Naam vakhar vaapaar jee. ||1|| rahaa-o.

ਤੇਰਾ ਹੀ ਸੇਵਕ, ਤੇਰੇ ਸ਼ਬਦ ਦਾ ਹੀ ਮੇਰੇ ਕੋਲ ਸਮਾਨ, ਧਨ ਹੈ । ਤੇਰੇ ਸ਼ਬਦ ਦਾ ਹੀ ਮੈਂ ਵਪਾਰ ਕਰਦਾ, ਖਰੀਦ ਦਾ, ਵੇਚਦਾ ਹਾ ।

I am only Your servant, slave! I have only Your Blessed Word as my possession, assets. I only trade the merchandise of Your Word; I may only buy and sell Your Word.

ਕੋਕਿਲ ਹੋਵਾ ਅੰਬਿ ਬਸਾ, ਸਹਜਿ ਸ਼ਬਦ ਬੀਚਾਰੁ॥ kokil hovaa amb basaa sahj sabad beechaar.
ਸਹਜਿ ਸੁਭਾਇ ਮੇਰਾ ਸਹੁ ਮਿਲੈ, ਦਰਸਨਿ ਰੂਪਿ ਅਪਾਰੁ॥੨॥ sahj subhaa-ay mayraa saho milai darsan roop apaar. ||2||

ਅਗਰ ਕੋਕਿਲ ਦਾ ਜਨਮ ਬਖਸ਼ੇ ਅਤੇ ਅੰਬ ਦੇ ਬ੍ਰਿਛ ਤੇ ਵਸਾ! ਪ੍ਰਭ ਦਾ ਸ਼ਬਦ ਹੀ ਮੇਰੇ ਜੀਵਨ ਦਾ ਅਧਾਰ ਬਣਿਆ ਰਹੇ । ਫਿਰ ਵੀ ਮੇਰੇ ਵਿੱਚ ਪ੍ਰਭ ਨੂੰ ਮਿਲਣ ਦੀ ਤ੍ਰਿਸ਼ਨਾਂ ਚਮਕਦੀ ਰਹੇ, ਉਸਤਤ ਹੀ ਗਾਉਂਦਾ ਰਹਾ ।

I may be blessed with a life of a singing bird and I dwell on mango tree! The meditation of Your Word remains the basis, the guiding principles of my worldly life. I remain anxious, burning desire to be united with Your Holy Spirit, and sing the glory of Your Word with each breath.

ਮਛੁਲੀ ਹੋਵਾ ਜਲਿ ਬਸਾ, ਜੀਅ ਜੰਤ ਸਭਿ ਸਾਰਿ॥ machhulee hovaa jal basaa jee-a jant sabh saar.
ਉਰਵਾਰਿ ਪਾਰਿ ਮੇਰਾ ਸਹੁ ਵਸੈ, ਹਉ ਮਿਲਉਗੀ ਬਾਹ ਪਸਾਰਿ॥੩॥ urvaar paar mayraa saho vasai ha-o mila-ugee baah pasaar. ||3||

ਅਗਰ ਮੈਂ ਮਛਲੀ ਦਾ ਜਨਮ ਲਵਾ ਅਤੇ ਪਾਣੀ ਵਿੱਚ ਹੀ ਰਹਾ । ਫਿਰ ਵੀ ਪ੍ਰਭ ਦਾ ਸ਼ਬਦ ਨਾ ਵਿਸਾਰਾ, ਜਿਹੜਾ ਸਾਰੇ ਜੀਵਾਂ ਦੀ ਰਖਿਆ ਕਰਦਾ ਹੈ । ਮੇਰਾ ਮਾਲਕ ਕਿਨਾਰੇ ਤੇ ਹੋਵੇ, ਮੇਰਾ ਮਨ ਉਸ ਨੂੰ ਮਿਲਣ ਲਈ ਤਰਸਦਾ ਰਹੇ ।

I may be blessed with a life of a fish! I live and survive in water! I may never abandon Your Word from my day-to-day life. I remain anxious with a burning desire to see My True Master on the brim of the ocean. I pray to be accepted in His Sanctuary.

ਨਾਗਨਿ ਹੋਵਾ ਧਰ ਵਸਾ, ਸਬਦੁ ਵਸੈ ਭਉ ਜਾਇ॥ naagan hovaa Dhar vasaa sabad vasai bha-o jaa-ay.
ਨਾਨਕ ਸਦਾ ਸੋਹਾਗਣੀ, ਜਿਨ ਜੋਤੀ ਜੋਤਿ ਸਮਾਇ॥੪॥੨॥੧੯॥ naanak sadaa sohaaganee Jin jotee jot samaa-ay. ||4||2||19||

ਅਗਰ ਮੈਂ ਸੱਪ ਹੋਵਾ ਅਤੇ ਧਰਤੀ ਵਿੱਚ ਵਸਾ । ਫਿਰ ਵੀ ਪ੍ਰਭ ਦਾ ਨਾਮ ਨਾ ਵਿਸਾਰਾ, ਮੇਰੇ ਮਨ ਦੇ ਸਾਰੇ ਦੁਖ ਦੂਰ ਹੋ ਜਾਣ । ਜਿਸ ਦੀ ਜੋਤ ਉਸ ਅਸਲੀ ਮਾਲਕ ਦੀ ਜੋਤ ਵਿੱਚ ਮਿਲ ਜਾਂਦੀ ਹੈ । ਉਹ ਸਦਾ ਸ਼ਾਂਤੀ ਪਾ ਲੈਂਦਾ ਹੈ ।

I may be blessed with a life of a snake and live in the earth! I may never abandon His Word from my day-to-day life. I remain anxious with a burning desire, to be immersed within His Holy Spirit; I may be blessed with peace forever.

Key Message of Raag Gauree page 157-2
'ਗੁਰਮਖ ਦੇ ਜੀਵਨ ਦਾ ਧੰਦਾ!
ਜਿਸ ਤੇ ਪ੍ਰਭ ਦੀ ਰਹਿਮਤ ਦੀ ਨਜ਼ਰ ਬਖਸ਼ਿਸ਼ ਹੋ ਜਾਂਦੀ ਹੈ, ਉਹ ਹਰਇਕ ਜਨਮ ਵਿੱਚ ਹੀ ਪ੍ਰਭ ਦੇ ਬਖਸ਼ੇ ਦੇ ਧੰਨਵਾਦ ਵਿੱਚ ਹੀ ਮਸਤ ਹੋ ਜਾਂਦਾ ਹੈ । ਗੁਰਮਖ ਦੇ ਮਨ ਵਿੱਚ ਪ੍ਰਭ ਦੇ ਸ਼ਬਦ ਦੀ ਸਿਖਿਆਂ ਨੂੰ ਹੀ ਜੀਵਨ ਵਿੱਚ ਢਾਲਣ ਦੀ ਸ਼ਰਧਾ ਰਹਿੰਦੀ ਹੈ । ਜਿਹੜਾ ਸਾਰੇ ਜੀਵਾਂ ਦੀ ਰਖਿਆ ਕਰਦਾ ਹੈ । ਜਿਸ ਦੀ ਆਤਮਾ ਅਸਲੀ ਮਾਲਕ ਦੀ ਜੋਤ ਵਿੱਚ ਮਿਲ ਜਾਂਦੀ ਹੈ । ਉਹ ਸਦਾ ਸ਼ਾਂਤੀ ਪਾ ਲੈਂਦੇ ਹਨ ।

Way of life of His true devotee!
Whosoever may be blessed with His Blessed Vision, he may remain intoxicated with gratitude of His Blessings in all worldly life. His true devotee remains intoxicated in meditation in the void of His Word, The True Protector, Savior. Whose soul may be immersed within His Holy Spirit, he may be blessed with peace forever.

20. ਗਉੜੀ ਪੂਰਬੀ ਦੀਪਕੀ ਮਹਲਾ ੧॥ 157-8

ੴ ਸਤਿਗੁਰ ਪ੍ਰਸਾਦਿ॥ ik-oNkaar satgur parsaad.
ਜੈ ਘਰਿ ਕੀਰਤਿ ਆਖੀਐ, ਕਰਤੇ ਕਾ ਹੋਇ ਬੀਚਾਰੋ॥ jai ghar keerat aakhee-ai kartay kaa ho-ay beechaaro.
ਤਿਤੁ ਘਰਿ ਗਾਵਹੁ ਸੋਹਿਲਾ, ਸਿਵਰਹੁ ਸਿਰਜਣਹਾਰੋ॥ ੧॥ tit ghar gaavhu sohilaa sivrahu sirjanhaaro. ||1||

ਜਿਸ ਘਰ ਵਿੱਚ ਪ੍ਰਭ ਦੇ ਸ਼ਬਦ ਦਾ ਕੀਰਤਨ, ਸਿਮਰਨ ਹੁੰਦਾ, ਉਸ ਦੀ ਹੋਂਦ ਦਾ ਵਿਚਾਰ ਹੁੰਦਾ ਹੈ । ਉਸ ਘਰ ਵਿੱਚ ਹਮੇਸ਼ਾਂ ਹੀ ਪ੍ਰਭ ਦੀਆਂ ਰਹਿਮਤਾਂ ਦਾ ਧੰਨਵਾਦ, ਸਿਮਰਨ ਹੁੰਦਾ ਹੈ ।

Wherever, His true devotee may be meditating, singing, discussing, and explaining the teachings of His Word. That place, His true devotee always sings the glory of His Word, His Blessings.

ਤੁਮ ਗਾਵਹੁ ਮੇਰੇ ਨਿਰਭਉ ਕਾ ਸੋਹਿਲਾ॥ tum gaavhu mayray nirbha-o kaa sohilaa.
ਹਉ ਵਾਰੀ ਜਾਉ ਜਿਤੁ ਸੋਹਿਲੈ, ਸਦਾ ਸੁਖੁ ਹੋਇ॥੧॥ ਰਹਾਉ॥ ha-o vaaree jaa-o Jit sohilaisadaa sukh ho-ay. ||1|| rahaa-o.

ਸਭ ਸ੍ਰਿਸ਼ਟੀ ਨੂੰ ਸਾਜਨ ਵਾਲੇ ਦਾ ਸਿਮਰਨ ਕਰੋ! ਮੈ ਕਰਬਾਨ ਜਾਵਾਂ! ਸਿਮਰਨ ਕਰਨ ਨਾਲ ਸਦਾ ਖੁਸ਼ੀ, ਖੇੜਾ ਵਰਤਦਾ ਹੈ ।

Let us all join and sing the glory of The True Creator and His Word. I am fascinated from His Glory, His Word. Whosoever may meditate on the teachings of His Word; with His mercy and grace, he may be blessed with peace, and blossom.

ਨਿਤ ਨਿਤ ਜੀਅੜੇ ਸਮਾਲੀਅਨਿ, ਦੇਖੈਗਾ ਦੇਵਣਹਾਰੁ॥ nit nit jee-arhay samaalee-an daykhaigaa dayvanhaar.
ਤੇਰੇ ਦਾਨੈ ਕੀਮਤਿ ਨ ਪਵੈ, ਤਿਸੁ ਦਾਤੇ ਕਵਣੁ ਸੁਮਾਰੁ॥੨॥ tayray daanai keemat naa pavai tis daatay kavan sumaar. ||2||

ਪ੍ਰਭ ਆਪਣੀ ਸਾਜੀ ਹੋਈ ਸ੍ਰਿਸ਼ਟੀ ਦੀ ਹਰ ਵੇਲੇ ਹੀ ਦੇਖ ਭਾਲ (ਸੰਭਾਲਣਾ) ਕਰਦਾ ਹੈ, ਉਹ ਸਭ ਕੁਝ ਦੇਖਦਾ, ਜਾਣਦਾ ਹੈ । ਉਸ ਦੀਆਂ ਅਣਮੋਲ ਦਾਤਾਂ ਦੀ ਕੀਮਤ ਜਾਣੀ ਨਹੀਂ ਜਾ ਸਕਦੀ, ਨਾ ਹੀ ਉਸ ਮਾਲਕ ਨੂੰ ਵੀ ਕਿਸੇ ਦੇ ਬਰਾਬਰ ਤੁਲਨਾ, ਪਰਖਿਆ ਜਾ ਸਕਦਾ ।

The Omnipresent True Master always nourishes and protects and monitors all activities of His Creation. The true significance of His Blessings, priceless, precious jewels may not be fully imagined.

ਸੰਬਤਿ ਸਾਹਾ ਲਿਖਿਆ, ਮਿਲਿ ਕਰਿ ਪਾਵਹੁ ਤੇਲੁ॥ sambat saahaa likhi-aa mil kar paavhu tayl.
ਦੇਹੁ ਸਜਣ ਆਸੀਸੜੀਆ, ਜਿਉ ਹੋਵੈ ਸਾਹਿਬ ਸਿਉ ਮੇਲੁ॥੩॥ dayh sajan aaseesrhee-aa Ji-o hovai saahib si-o mayl. ||3||

ਮੌਤ ਦਾ ਸਮਾਂ ਅਟਲ, ਮਿਥਿਆ ਹੈ । ਇਹ ਸੋਗ ਦਾ ਸਮਾਂ ਨਹੀਂ, ਸਗੋਂ ਪ੍ਰਭ ਨੂੰ ਮਿਲਨ ਦੀ ਘੜੀ ਹੈ । ਉਸ ਪ੍ਰਭ ਨੇ ਵਾਪਸ ਸੱਦ ਲਿਆ ਹੈ । ਸਾਰੇ ਮਿਲਕੇ ਇਸ ਸੱਦੇ ਲਈ ਪ੍ਰਭ ਦਾ ਧੰਨਵਾਦ ਕਰੀਏ । ਇਸ ਮੌਕੇ ਤੇ ਸਾਰੇ ਮਿੱਤਰ ਰਲਕੇ, ਮੇਰੇ ਲਈ ਅਰਦਾਸ ਕਰੋ । ਮੇਰਾ ਅਸਲੀ ਮਾਲਕ ਨਾਲ ਸੰਜੋਗ ਹੋ ਜਾਵੇ ।

The time of death has a been predetermined and unavoidable. This may not be time of grievance rather, a time to be united with The True Master. He has invited my soul back in His Court. Join to sing the gratitude for this priceless invitation. The departing soul may be blessed and accepted in His Sanctuary.

ਘਰਿ ਘਰਿ ਏਹੋ ਪਾਹੁਚਾ, ਸਦੜੇ ਨਿਤ ਪਵੰਨਿ॥ ghar ghar ayho paahuchaa sad-rhay nit pavann.
ਸਦਣਹਾਰਾ ਸਿਮਰੀਐ, ਨਾਨਕ ਸੇ ਦਿਹ ਅਵੰਨਿ॥੪॥੧॥੨੦॥ sadanhaaraa simree-ai naanak say dih aavann. ||4||1||20||

ਜਿਹੜਾ ਜੀਵ ਸੰਸਾਰ ਵਿੱਚ ਜਨਮ ਲੈਂਦਾ, ਉਸ ਦੀ ਮੌਤ ਦਾ ਸਮਾਂ/ ਘੜੀ ਪਹਿਲੇ ਹੀ ਮਿਥੀ ਜਾਂਦੀ ਹੈ । ਇਹ ਕੋਈ ਅਣਹੋਣੀ ਘਟਨਾ ਨਹੀਂ ਹੈ! ਹਰ ਰੋਜ਼ ਹੀ ਕੋਈ ਨਾ ਕੋਈ ਇਸ ਸੰਸਾਰ ਵਿਚੋਂ ਜਾਂਦਾ ਹੈ (ਮਰਦਾ ਹੈ) । ਉਸ ਸੱਦਣ ਵਾਲੇ ਨੂੰ ਹਰ ਸਮੇਂ ਯਾਦ ਰਖੋ! ਤੇਰਾ ਸਮਾਂ ਵੀ ਨਜ਼ਦੀਕ ਹੈ ।

Whosoever may take a birth in the universe, his time of death has been predetermined by The True Master. Death may not be a strange event, only happen to one creature. Every day new life may be created or destroyed, death. Always remember, The True Master for invitation for soul to return. Your time of death have been predetermined and approaching.

Key Message of Raag Gauree page 157-8
'ਗੁਰਮਖ ਦਾ ਮੌਤ ਦਾ ਸਮਾਂ!
ਜਿਸ ਘਰ ਵਿੱਚ ਪ੍ਰਭ ਦੇ ਸ਼ਬਦ ਦਾ ਕੀਰਤਨ, ਸਿਮਰਨ ਹੁੰਦਾ, ਉਸ ਦੀ ਹੋਂਦ ਦਾ ਵਿਚਾਰ ਹੁੰਦਾ ਹੈ । ਉਸ ਘਰ ਵਿੱਚ ਹਮੇਸ਼ਾਂ ਹੀ ਪ੍ਰਭ ਦੀਆਂ ਰਹਿਮਤਾਂ ਦਾ ਧੰਨਵਾਦ, ਹੁੰਦਾ ਹੈ । ਉਸ ਦੇ ਜੀਵਨ ਵਿੱਚ ਸਦਾ ਹੀ ਖੁਸ਼ੀ, ਖੇੜਾ ਵਰਤਦਾ ਹੈ । ਪ੍ਰਭ ਆਪਣੀ ਸਾਜੀ ਹੋਈ ਸ੍ਰਿਸ਼ਟੀ ਦੀ ਹਰ ਵੇਲੇ ਹੀ ਦੇਖ ਭਾਲ (ਸੰਭਾਲਣਾ) ਕਰਦਾ ਹੈ, ਉਹ ਸਭ ਕੁਝ ਦੇਖਦਾ, ਜਾਣਦਾ ਹੈ । ਉਸ ਮਾਲਕ ਨੂੰ ਵੀ ਕਿਸੇ ਦੇ ਬਰਾਬਰ ਤੁਲਨਾ, ਪਰਖਿਆ ਨਹੀਂ ਜਾ ਸਕਦਾ । ਮੌਤ ਦਾ ਸਮਾਂ ਅਟਲ, ਮਿਥਿਆ ਹੈ । ਗੁਰਮਖ ਮੌਤ ਦੇ ਸਮੇਂ ਨੂੰ ਪ੍ਰਭ ਦੇ ਮਿਲਣ ਦੀ ਘੜੀ ਸਮਝਦਾ ਹੈ ।
Time of death of His true devotee!
Whosoever may always be meditating, singing, discussing, and explaining the teachings of His Word; he may remain overwhelmed with His Blessings, peace, happiness, and blossom. The Omnipresent True Master always nourishes and protects His Creation. The true significance of His Blessings, priceless, precious jewels may not be fully imagined. The time of death remains predetermined, unavoidable, and unpredictable; His true devotee considers death as a time to be united with The True Master

21. ਰਾਗੁ ਗਉੜੀ ਅਸਟਪਦੀਆਂ ਮਹਲਾ ੧॥ 220-18

ੴ ਸਤਿਨਾਮੁ, ਕਰਤਾ ਪੁਰਖੁ ਗੁਰ ਪ੍ਰਸਾਦਿ॥ ik-oNkaar satnaam kartaa purakh gur parsaad.
ਨਿਧਿ ਸਿਧਿ ਨਿਰਮਲ ਨਾਮੁ ਬੀਚਾਰੁ॥ niDh siDh nirmal naam beechaar.
ਪੂਰਨ ਪੂਰਿ ਰਹਿਆ ਬਿਖੁ ਮਾਰਿ॥ pooran poor rahi-aa bikh maar.
ਤ੍ਰਿਕੁਟੀ ਛੂਟੀ ਬਿਮਲ ਮਝਾਰਿ॥ tarikutee chhootee bimal majhaar.
ਗੁਰ ਕੀ ਮਤਿ ਜੀਇ ਆਈ ਕਾਰਿ॥੧॥ gur kee mat jee-ay aa-ee kaar. ||1||

ਪੂਰਨ ਪ੍ਰਭ ਸਭ ਥਾਂ ਤੇ ਵਾਪਰਦਾ ਹੈ, ਪ੍ਰਭ ਦੀ ਹੋਂਦ ਦੇ ਗਿਆਨ ਦੇ ਨੌ ਖਜ਼ਾਨੇ, ਸ਼ਬਦ ਦੇ ਸਿਮਰਨ ਵਿੱਚ ਹੀ ਹਨ । ਉਸ ਦੇ ਸ਼ਬਦ ਦੀ ਪਾਲਣਾ ਨਾਲ ਮਾਇਆ ਦਾ ਜ਼ਹਿਰ ਨਾਸ਼ ਹੋ ਜਾਂਦਾ ਹੈ । ਜਿਸ ਦੇ ਮਨ ਵਿੱਚ ਸ਼ਬਦ ਘਰ ਕਰ ਜਾਂਦਾ ਹੈ, ਉਸ ਦੇ ਮਨ ਵਿਚੋਂ ਤਿੰਨਾਂ ਸੰਸਾਰਕ ਰੂਪੀ ਮਾਇਆ ਦਾ ਨਾਸ਼ ਹੋ ਜਾਂਦਾ ਹੈ । ਸ਼ਬਦ ਦੀ ਸੋਝੀ ਆਤਮਾ ਨੂੰ ਬੰਦਗੀ ਦੇ ਰਸਤੇ ਤੇ ਅਡੋਲ ਰਖਦੀ ਹੈ ।

The True Master, perfect Guru prevails at every place and within each heart. Nine treasures of enlightenment of His Word remain embedded within the meditation of His Word. Whosoever may obey, and adopts the teachings of His Word; with His mercy and grace, he may remain drenched with the essence of His Word. His state of mind may remain beyond the reach of the poison of three forms worldly wealth. He may remain steady and stable on the right path of salvation, acceptance in His Court with the enlightenment of His Word.

ਇਨ ਬਿਧਿ ਰਾਮ ਰਮਤ ਮਨੁ ਮਾਨਿਆ॥ — in biDh raam ramat man maani-aa.
ਗਿਆਨ ਅੰਜਨੁ ਗੁਰ ਸਬਦਿ ਪਛਾਨਿਆ॥ ੧॥ ਰਹਾਉ॥ — gi-aan anjan gur sabad pachhaani-aa. ||1||rahaa-o.

ਜਿਹੜਾ ਸ਼ਬਦ ਦਾ ਸਿਮਰਨ, ਪਾਲਣਾ ਕਰਦਾ ਹੈ, ਉਸ ਦੇ ਮਨ ਵਿੱਚ ਸ਼ਾਂਤੀ ਬਖਸ਼ਿਸ਼ ਹੋ ਜਾਂਦੀ ਹੈ । ਸ਼ਬਦ ਦੀ ਸੋਝੀ ਨਾਲ ਰੁਹਾਨੀ ਸਿਆਣਪ, ਪ੍ਰਭ ਦੀ ਹੋਂਦ ਦਾ ਗਿਆਨ ਬਖਸ਼ਿਸ਼ ਹੋ ਜਾਂਦਾ ਹੈ ।

Whosoever may meditate and adopt the teachings of His Word with steady and stable belief; with His mercy and grace, he may be blessed with spiritual wisdom of His Word. He may realize the existence of His Holy Spirit.

ਇਕੁ ਸੁਖੁ ਮਾਨਿਆ ਸਹਜਿ ਮਿਲਾਇਆ॥ — ik sukh maani-aa sahj milaa-i-aa.
ਨਿਰਮਲ ਬਾਣੀ ਭਰਮੁ ਚੁਕਾਇਆ॥ — nirmal banee bharam chukaa-i-aa.
ਲਾਲ ਭਏ ਸੂਹਾ ਰੰਗੁ ਮਾਇਆ॥ — laal bha-ay soohaa rang maa-i-aa.
ਨਦਰਿ ਭਈ ਬਿਖੁ ਠਾਕਿ ਰਹਾਇਆ॥੨॥ — nadar bha-ee bikh thaak rahaa-i-aa. ||2||

ਇਕ ਮਨ ਹੋ ਕੇ ਸ਼ਬਦ ਦਾ ਸਿਮਰਨ ਕਰਨ ਨਾਲ ਮਨ ਨੂੰ ਸ਼ਾਂਤੀ ਮਿਲ ਗਈ । ਭਾਣੇ ਦੇ ਪਵਿੱਤਰ ਸ਼ਬਦ ਦੀ ਸੋਝੀ ਹੋਣ ਨਾਲ ਸਾਰੇ ਭਰਮ ਦੂਰ ਹੋ ਗਏ । ਚੇਹਰੇ ਤੇ ਪ੍ਰਭ ਦਾ ਨੂੰਰ ਆ ਗਿਆ ਹੈ । ਜਿਸ ਨਾਲ ਸ਼ਬਦ ਤੇ ਭਰੋਸਾ ਅਡੋਲ ਹੋ ਗਇਆ ਹੈ । ਕ੍ਰਿਪਾ ਦੀ ਨਜ਼ਰ ਨਾਲ, ਇਛਾਂ ਦਾ ਜ਼ਹਿਰ ਖਤਮ ਹੋ ਗਿਆ ਹੈ ।

By wholeheartedly meditating on the teachings of His Word, my mind has been blessed with complete peace. With the enlightenment of the essence of His Word, all my suspicions have been eliminated. The eternal spiritual glow of His Holy Spirit remains shining on my forehead. I have a steady and stable on the teachings of His Word; with His mercy and grace, the poison of worldly desires has been eliminated from my mind.

ਉਲਟ ਭਈ ਜੀਵਤ ਮਰਿ ਜਾਗਿਆ॥ — ulat bha-ee jeevat mar jaagi-aa.
ਸਬਦਿ ਰਵੇ ਮਨੁ ਹਰਿ ਸਿਉ ਲਾਗਿਆ॥ — sabad ravay man har si-o laagi-aa.
ਰਸੁ ਸੰਗ੍ਰਹਿ ਬਿਖੁ ਪਰਹਰਿ ਤਿਆਗਿਆ॥ — ras sangrahi bikh parhar ti-aagi-aa.
ਭਾਇ ਬਸੇ ਜਮ ਕਾ ਭਉ ਭਾਗਿਆ॥੩॥ — bhaa-ay basay jam kaa bha-o bhaagi-aa. ||3||

ਜਿਹੜਾ ਆਪਣਾ ਧਿਆਨ ਸੰਸਾਰਕ ਇਛਾਂ ਤੋਂ ਬਦਲ ਕੇ ਸ਼ਬਦ ਦੀ ਪਾਲਣਾ ਵਿੱਚ ਲਾਉਂਦਾ ਹੈ, ਉਹ ਸੰਸਾਰ ਵਿੱਚ ਰਹਿੰਦਾ ਹੋਇਆ ਵੀ ਸੰਸਾਰਕ ਮੋਹ ਤੋਂ ਰਹਿਤ ਹੋ ਜਾਂਦਾ ਹੈ । ਜਿਹੜਾ ਜੀਵਨ ਵਿੱਚ ਨਿਮ੍ਰਤਾ ਵਾਲੀ ਹੈਸੀਅਤ ਹਾਸਿਲ ਕਰ ਲੈਂਦਾ ਹੈ, ਉਸ ਦੇ ਮਨ ਅੰਦਰ ਪ੍ਰਭ ਦੀ ਜੋਤ ਪ੍ਰਗਟ ਹੋ ਜਾਂਦੀ ਹੈ । ਉਹ ਸ਼ਬਦ ਦਾ ਸਿਮਰਨ, ਪਾਲਣਾ ਕਰਦਾ ਪ੍ਰਭ ਦੀ ਸ਼ਰਣ ਵਿੱਚ ਪ੍ਰਵਾਨ ਜੋ ਜਾਂਦਾ, ਮਨ ਵਿਚੋਂ ਇਛਾਂ ਦਾ ਜ਼ਹਿਰ ਨਾਸ਼ ਹੋ ਜਾਂਦਾ ਹੈ । ਉਸ ਦਾ ਮੌਤ ਦਾ ਡਰ ਅਲੋਪ ਹੋ ਜਾਂਦਾ ਹੈ ।

Whosoever may divert his mind from worldly desires to obey the teachings of His Word; he may become beyond the reach of worldly desires in his human life. Whosoever becomes humble and forgiving; the eternal glow of His Holy Spirit may be shining on his forehead. He may be accepted in His Sanctuary. His fear of death may disappear from his mind.

ਸਾਦ ਰਹੇ ਬਾਦੰ ਅਹੰਕਾਰਾ॥ — saad rahay baadaN ahaNkaaraa.
ਚਿਤੁ ਹਰਿ ਸਿਉ ਰਾਤਾ ਹੁਕਮਿ ਅਪਾਰਾ॥ — chit har si-o raataa hukam apaaraa.
ਜਾਤਿ ਰਹੇ ਪਤਿ ਕੇ ਆਚਾਰਾ॥ — jaat rahay pat kay aachaaraa.
ਦ੍ਰਿਸਟਿ ਭਈ ਸੁਖੁ ਆਤਮ ਧਾਰਾ॥੪॥ — darisat bha-ee sukh aatam Dhaaraa. ||4||

ਪ੍ਰਭ ਦੇ ਭਾਣੇ ਨਾਲ ਮੇਰਾ ਮਨ ਸ਼ਬਦ ਵਿੱਚ ਲੀਨ ਹੋ ਗਿਆ ਹੈ । ਮਨ ਵਿਚੋਂ ਅਹੰਕਾਰ, ਝੂਠੀ ਹੈਸੀਅਤ ਦਾ ਅਨੰਦ ਦੇਣ ਵਾਲੀਆਂ ਇਛਾਂ ਖਤਮ ਹੋ ਗਈਆਂ ਹਨ । ਮਨ ਵਿਚੋਂ ਸੰਸਾਰਕ ਧਨ ਇਕੱਠਾ ਕਰਨ ਦੀ ਖਾਹਿਸ਼ ਖਤਮ ਹੋ ਗਈ ਹੈ । ਪ੍ਰਭ ਦੀ ਰਹਿਮਤ ਨਾਲ ਮਨ ਸੀਤਲ ਹੋ ਗਿਆ ਹੈ ।

My mind has been in deep intoxication in meditation in the void of His Word; with His mercy and grace, all my worldly desires, pleasure, ego, falsehood have been eliminated. I have conquered my desire to collect worldly wealth; with His mercy and grace, my soul has become calm and peaceful.

ਤੁਝ ਬਿਨੁ ਕੋਇ ਨ ਦੇਖਉ ਮੀਤੁ॥ — tujh bin ko-ay na daykh-a-u meet.
ਕਿਸੁ ਸੇਵਉ ਕਿਸੁ ਦੇਵਉ ਚੀਤੁ॥ — kis sayva-o kis dayva-o cheet.
ਕਿਸੁ ਪੂਛਉ ਕਿਸੁ ਲਾਗਉ ਪਾਇ॥ — kis poochha-o kis laaga-o paa-ay.
ਕਿਸੁ ਉਪਦੇਸਿ ਰਹਾ ਲਿਵ ਲਾਇ॥੫॥ — kis updays rahaa liv laa-ay. ||5||

ਪ੍ਰਭ ਤੋਂ ਬਿਨਾਂ ਹੋਰ ਕਿਸੇ ਨੂੰ ਆਪਣਾ ਮਿੱਤਰ ਨਹੀਂ ਸਮਝਦਾ । ਮੈਂ ਹੋਰ ਕਿਸ ਦਾ ਗੁਲਾਮ ਬਣਾ, ਆਪਣਾ ਮਨ, ਤਨ ਕਿਸ ਦੇ ਲੇਖੇ ਲਾਵਾਂ? ਇਹ ਮੈਂ ਕਿਸ ਤੋਂ ਪੁੱਛਾ, ਕਿਸ ਦੀ ਸ਼ਰਣ ਵਿੱਚ ਆਵਾ? ਕਿਸ ਦੇ ਉਪਦੇਸ਼ ਤੇ ਚਲਕੇ, ਸ਼ਬਦ ਨਾਲ ਵਿੱਚ ਲੀਨ ਹੋ ਜਾਵਾਂ?

I do not consider anyone else my true friend, except The True Master. Whom should I surrender my self-entity to become his slave? Whom can I ask for the right path of acceptance in His Court? Whose teachings may I adopt to become worthy to enter the void of His Word?

ਗੁਰ ਸੇਵੀ ਗੁਰ ਲਾਗਉ ਪਾਇ॥ — gur sayvee gur laaga-o paa-ay.
ਭਗਤਿ ਕਰੀ ਰਾਚਉ ਹਰਿ ਨਾਇ॥ — bhagat karee raacha-o har naa-ay.
ਸਿਖਿਆ ਦੀਖਿਆ ਭੋਜਨ ਭਾਉ॥ — sikhi-aa deekhi-aa bhojan bhaa-o.
ਹੁਕਮਿ ਸੰਜੋਗੀ ਨਿਜ ਘਰਿ ਜਾਉ॥੬॥ — hukam sanjogee nij ghar jaa-o. ||6||

ਗੁਰੂ ਨਾਨਕ ਦੇਵ ਜੀ! – Guru Nanak Dev Ji! Guru Granth Sahib

ਜਿਹੜਾ ਪ੍ਰਭ ਦੇ ਸ਼ਬਦ ਦੀ ਪਾਲਨ ਕਰਦਾ, ਆਪਾ ਪ੍ਰਭ ਦੀ ਸ਼ਰਣ ਵਿੱਚ ਭੇਟਾ ਕਰ ਦੇਂਦਾ ਹੈ! ਉਹ ਪ੍ਰਭ ਦੇ ਸ਼ਬਦ ਦੀ ਬੰਦਗੀ ਵਿੱਚ ਹੀ ਲੀਨ ਹੋ ਜਾਂਦਾ ਹੈ! ਪ੍ਰਭ ਦਾ ਸ਼ਬਦ ਹੀ ਜੀਵਨ ਨੂੰ ਸੇਧ ਦੇਣ ਵਾਲਾ ਰਸਤਾ ਬਣ ਜਾਂਦਾ ਹੈ । ਉਸ ਦੇ ਮਨ ਦੀ ਭੁੱਖ ਪੂਰੀ ਕਰਨ ਵਾਲਾ ਖਾਣਾ ਬਣ ਜਾਂਦਾ ਹੈ । ਇਹ ਅਵਸਥਾ ਵਿੱਚ ਨਾਲ ਮਨ ਆਪਣੇ ਆਪ ਨੂੰ ਪਛਾਣ ਸਕਦਾ ਹੈ । ਉਸ ਦੀ ਜੋਤ ਜਾਗਰਤ ਹੋ ਸਕਦੀ ।

Whosoever may obey and adopts the teachings of His Word in day-to-day life; he may surrender his self-entity at His Sanctuary. He may remain intoxicated in meditation in the void of His Word. His enlightenment of the essence of His Word, may guide on the right path of meditation. The essence of His Word becomes his food to satisfy his hunger of mind. He may be blessed with a state of mind, to recognize himself; he may be enlightened from within.

ਗਰਬ ਗਤੰ ਸੁਖ ਆਤਮ ਧਿਆਨਾ॥	garab gataN sukh aatam Dhi-aanaa.
ਜੋਤਿ ਭਈ ਜੋਤੀ ਮਾਹਿ ਸਮਾਨਾ॥	jot bha-ee jotee maahi samaanaa.
ਲਿਖਤੁ ਮਿਟੈ ਨਹੀ ਸਬਦੁ ਨੀਸਾਨਾ॥	likhat mitai nahee sabad neesaanaa.
ਕਰਤਾ ਕਰਣਾ ਕਰਤਾ ਜਾਨਾ॥੭॥	kartaa karnaa kartaa jaanaa. ||7||

ਮਨ ਦੇ ਅਹੰਕਾਰ ਨੂੰ ਖਤਮ ਕਰਨ ਨਾਲ ਆਤਮਾ ਨੂੰ ਪੂਰਨ ਠੰਡ, ਸੰਤੋਖ ਬਖਸ਼ਿਸ਼ ਹੋ ਜਾਂਦਾ ਹੈ । ਮਨ ਆਪਣੇ ਆਪ ਵਿੱਚ ਹੀ ਮਗਨ ਹੋ ਜਾਂਦਾ ਹੈ, ਜੋਤ ਅੰਦਰ ਜਾਗਰਤ ਹੋ ਜਾਂਦੀ ਹੈ । ਪਿਛਲੇ ਜਨਮ ਦੇ ਕੰਮਾਂ ਦਾ ਲੇਖਾ ਮਿਟਦਾ ਨਹੀਂ! ਉਸ ਦੇ ਮਾਨਸ ਜਨਮ ਦਾ ਮੰਤਵ ਹੀ ਸ਼ਬਦ ਦੀ ਪਾਲਣਾ ਜਾਂਦਾ ਹੈ । ਕੇਵਲ ਅੰਤਰਜਾਮੀ ਹੀ ਜਾਣਦਾ ਹੈ! ਉਸ ਨਾਲ ਕੀ ਵਾਪਰਨਾ ਹੈ?

Whosoever may conquer his ego; he may be blessed with complete peace and contentment. He may remain intoxicated in the void of His Word; with His mercy and grace, he may be enlightened from within. The accounts of previous life cannot be eliminated; however, the sole purpose of human life may to adopt the teachings of His Word. The True Master may become his protector. What may happen to his soul in future, only The Omniscient know?

ਨਹ ਪੰਡਿਤੁ ਨਹ ਚਤੁਰੁ ਸਿਆਨਾ॥	nah pandit nah chatur si-aanaa.
ਨਹ ਭੂਲੋ ਨਹ ਭਰਮਿ ਭੁਲਾਨਾ॥	nah bhoolo nah bharam bhulaanaa.
ਕਥਉ ਨ ਕਥਨੀ ਹੁਕਮੁ ਪਛਾਨਾ॥	katha-o na kathnee hukam pachhaanaa.
ਨਾਨਕ ਗੁਰਮਤਿ ਸਹਜਿ ਸਮਾਨਾ॥ ੮॥੧॥	naanak gurmat sahj samaanaa. ||8||1||

ਮੈਂ ਕੋਈ ਸੋਝੀਵਾਨ, ਚੁਤਰ ਚਲਾਕ ਨਹੀਂ, ਨਾ ਹੀ ਮੈਂ ਚਾਰੇ ਪਾਸੇ ਭਉਂਦਾ, ਭਰਮਾਂ ਵਿੱਚ ਡੁੱਬਿਆ ਹਾ । ਮੈਂ ਕਿਸੇ ਅਕਥ ਕਥਾ, ਕਰਤਬ ਦੀ ਵਿਆਖਿਆ ਕਰਨਾ ਨਹੀਂ ਜਾਣਦਾ । ਅਡੋਲ ਭਰੋਸੇ ਨਾਲ ਸ਼ਬਦ ਦੀ ਪਾਲਣਾ ਕਰਦਾ ਜੀਵਨ ਬਤੀਤ ਕਰਦਾ ਹਾ! ਮੈਂ ਸ਼ਬਦ ਦੀ ਸਮਾਧੀ ਵਿੱਚ ਹੀ ਲੀਨ ਰਹਿੰਦਾ ਹਾ ।

I may not be clever, devious nor wise and enlightened. I am not wandering in all directions nor I am drowning in worldly suspicions. I can explain the unspeakable events of nature; however, I have adopted the teachings of His Word with steady and stable belief in my day-to-day life. I remain intoxicated in deep meditation in the void of His Word.

Key Message of Raag Gauree page 220-18
'ਦਰਬਾਰ ਵਿੱਚ ਪ੍ਰਵਾਨਗੀ ਦਾ ਰਸਤਾ!
ਪੂਰਨ ਪ੍ਰਭ ਸਭ ਥਾਂ ਤੇ ਵਾਪਰਦਾ ਹੈ, ਪ੍ਰਭ ਦੀ ਹੌਂਦ ਦੇ ਗਿਆਨ ਦੇ ਨੌਂ ਖਜ਼ਾਨੇ, ਸ਼ਬਦ ਦੇ ਸਿਮਰਨ ਵਿੱਚ ਹੀ ਸਮਾਏ ਹਨ । ਜਿਸ ਦੇ ਮਨ ਵਿੱਚ ਸ਼ਬਦ ਦੇ ਗੁਣ ਘਰ ਕਰ ਜਾਂਦੇ ਹਨ, ਉਸ ਦੇ ਮਨ ਵਿਚੋਂ ਤਿੰਨਾਂ ਸੰਸਾਰਕ ਰੂਪੀ ਮਾਇਆ ਦਾ ਨਾਸ਼ ਹੋ ਜਾਂਦਾ, ਮਨ ਵਿੱਚ ਸ਼ਾਂਤੀ ਬਖਸ਼ਿਸ਼ ਹੋ ਜਾਂਦੀ ਹੈ । ਜਿਹੜਾ ਜੀਵਨ ਵਿੱਚ ਨਿਮ੍ਰਤਾ ਵਾਲੀ ਹੈਸੀਅਤ ਹਾਸਿਲ ਕਰ ਲੈਂਦਾ ਹੈ, ਉਸ ਦੇ ਮਨ ਅੰਦਰ ਪ੍ਰਭ ਦੀ ਜੋਤ ਪ੍ਰਗਟ ਹੋ ਜਾਂਦੀ ਹੈ । ਉਸ ਦੇ ਮਨ ਵਿਚੋਂ ਸੰਸਾਰਕ ਧਨ ਇਕੱਠਾ ਕਰਨ ਦੀ ਖਾਹਿਸ਼ ਖਤਮ ਹੋ ਗਈ ਹੈ । ਪ੍ਰਭ ਦਾ ਸ਼ਬਦ ਹੀ ਜੀਵਨ ਨੂੰ ਸੇਧ ਦੇਣ ਵਾਲਾ ਰਸਤਾ ਬਣ ਜਾਂਦਾ ਹੈ । ਉਹ ਆਪਣੇ ਆਪ ਨੂੰ ਪਛਾਣ ਸਕਦਾ ਹੈ । ਉਹ ਸ਼ਬਦ ਦੀ ਸਮਾਧੀ ਵਿੱਚ ਲੀਨ ਰਹਿੰਦਾ ਹਾ ।
The right path of acceptance in His Court.
The True Master, perfect Guru prevails in each heart; nine treasures of enlightenment of His Word remain embedded within the meditation of His Word. Whosoever may be drenched with the essence of His Word; the poison of all three virtues of worldly wealth may be eliminated from his mind. He may be blessed with peace and contentment. Whosoever may become humble and forgiving; his state of mind may become beyond the reach of desire to collect worldly wealth. The enlightenment of His Word may become the right path of acceptance in His Court. He may recognize the real purpose of human life opportunity. He may remain intoxicated in the void of His Word.

22. ਗਉੜੀ ਗੁਆਰੇਰੀ ਮਹਲਾ ੧॥ 221-11

ਮਨੁ ਕੁੰਚਰੁ ਕਾਇਆ ਉਦਿਆਨੈ॥	man kunchar kaa-i-aa udi-aanai.
ਗੁਰੁ ਅੰਕਸੁ ਸਚੁ ਸਬਦੁ ਨੀਸਾਨੈ॥	gur ankas sach sabad neesaanai.
ਰਾਜ ਦੁਆਰੈ ਸੋਭ ਸੁ ਮਾਨੈ॥੧॥	raaj du-aarai sobh so maanai. ||1||

ਮਨ ਹਾਥੀ ਦੀ ਤਰ੍ਹਾਂ ਬਹੁਤ ਸ਼ਕਤੀਵਾਨ ਹੈ, ਤਨ ਦੇ ਜੰਗਲ ਵਿੱਚ ਮਸਤੀ ਨਾਲ ਚਲਦਾ ਹੈ । ਸ਼ਬਦ ਦੀ ਸਿਖਿਆਂ ਹੀ ਉਹ ਸੇਧ ਦੇਣ ਵਾਲੀ, ਕਾਬੂ ਵਿੱਚ ਰਖਣ ਵਾਲੀ ਸੋਟੀ ਹੈ । ਜਿਹੜਾ ਸ਼ਬਦ ਨਾਲ ਜੀਵਨ ਢਾਲ ਲੈਂਦਾ ਹੈ, ਉਹ ਦਰਬਾਰ ਵਿੱਚ ਪ੍ਰਵਾਨ ਹੋ ਸਕਦਾ ਹੈ ।

Mind is very powerful and stubborn; he remains intoxicated like an elephant and wanders in the jungle of body. The teachings of His Word may be the only controlling guide on the right path of meditation. Whosoever may adopt the teachings of His Word in day-to-day life; he may be accepted in His Court.

ਚਤੁਰਾਈ ਨਹ ਚੀਨਿਆ ਜਾਇ॥	chaturaa-ee nah cheeni-aa jaa-ay.
ਬਿਨੁ ਮਾਰੇ ਕਿਉ ਕੀਮਤਿ ਪਾਇ॥੧॥ ਰਹਾਉ॥	bin maaray ki-o keemat paa-ay. ||1|| rahaa-o.

ਪ੍ਰਭ ਦੀ ਰਹਿਮਤ, ਕਿਸੇ ਚਲਾਕੀ, ਚਤੁਰਾਈ ਨਾਲ ਹਾਸਿਲ ਨਹੀਂ ਕੀਤੀ ਜਾ ਸਕਦੀ । ਮਨ ਦਾ ਭਰੋਸਾ ਅਡੋਲ ਰਖਕੇ ਜੀਵਨ ਸ਼ਬਦ ਅਨੁਸਾਰ ਢਾਲਣ ਤੋਂ ਬਿਨਾਂ ਪ੍ਰਭ ਦੀ ਰਹਿਮਤ ਦੀ ਕੀਮਤ ਜਾਣੀ ਨਹੀਂ ਜਾ ਸਕਦੀ ।

His Blessings may never be bestowed with any clever tricks or the intelligence of mind. Whosoever may adopt the teachings of His Word with steady and stable belief in his day-to-day life; with His mercy and grace, he may recognize the significance on His Blessings.

ਗੁਰੂ ਨਾਨਕ ਦੇਵ ਜੀ! – Guru Nanak Dev Ji! Guru Granth Sahib

ਘਰ ਮਹਿ ਅੰਮ੍ਰਿਤੁ ਤਸਕਰੁ ਲੇਈ॥ ਨੰਨਾਕਾਰੁ ਨ ਕੋਇ ਕਰੇਈ॥ ghar meh amrit taskar lay-ee. nannaakaar na ko-ay karay-ee.
ਰਾਖੈ ਆਪਿ ਵਡਿਆਈ ਦੇਈ॥੨॥ raakhai aap vadi-aa-ee day-ee. ||2||

ਮਨ ਦੇ ਅੰਦਰ ਹੀ ਪ੍ਰਭ ਦੇ ਸ਼ਬਦ ਦੀ ਸੋਝੀ ਦਾ ਅੰਮ੍ਰਿਤ ਹੈ । ਇਸ ਨੂੰ ਸੰਸਾਰਕ ਇਛਾਂ (ਪੰਜ ਚੋਰ) ਲੁੱਟੀ ਜਾਂਦੀਆਂ, ਕਮਜ਼ੋਰ ਕੀਤੀ ਜਾਂਦੀਆਂ ਹਨ । ਪੰਜ ਚੋਰ ਬਹੁਤ ਜ਼ੋਰਵਾਲੇ ਹਨ, ਇਹਨਾਂ ਨੂੰ ਕੋਈ ਵਿਰਲਾ ਹੀ ਰੋਕ ਸਕਦਾ ਹੈ ।

The true nectar of the essence of His Word remains embedded within the mind of all creatures. The demons of worldly desires are robbing and weakening the nectar with his mind. Five demons of worldly desires are very dominating; very rare may be able to control these demons.

ਨੀਲ ਅਨੀਲ ਅਗਨਿ ਇਕ ਠਾਈ॥ neel aneel agan ik thaa-ee.
ਜਲਿ ਨਿਵਰੀ ਗੁਰਿ ਬੂਝ ਬੁਝਾਈ॥ jal nivree gur boojh bujhaa-ee.
ਮਨੁ ਦੇ ਲੀਆ ਰਹਸਿ ਗੁਣ ਗਾਈ॥੩॥ man day lee-aa rahas gun gaa-ee. ||3||

ਅਨੇਕਾਂ ਹੀ ਸੰਸਾਰਕ ਇਛਾਂ ਮਨ ਤੇ ਕਾਬੂ ਪਾਉਣ ਦੀ ਕੋਸ਼ਿਸ ਕਰਦੀਆਂ ਹਨ । ਕੇਵਲ ਸ਼ਬਦ ਦੀ ਸੋਝੀ ਨਾਲ, ਜੀਵਨ ਢਾਲਣ ਨਾਲ ਹੀ ਇਹ ਖਤਮ ਹੋ ਸਕਦੀਆਂ ਹਨ । ਅਡੋਲ ਭਰੋਸੇ ਨਾਲ ਹੀ ਮਨ ਸ਼ਬਦ ਵਿੱਚ ਲੀਨ ਹੋ ਸਕਦਾ ਹੈ, ਪ੍ਰਭ ਦੀ ਉਸਤਤ ਦੇ ਗੀਤ ਗਾ ਸਕਦਾ ਹੈ ।

Several worldly desires may create many illusions of short-lived pleasures of worldly wealth. Whosoever may adopt the teachings of His Word with steady and stable belief in day-to-day life; with His mercy and grace, he may be enlightened with the essence of His Word. He may conquer these demons of worldly wealth. He may remain intoxicated in meditation in the void of His Word and sings the glory of His Word.

ਜੈਸਾ ਘਰਿ ਬਾਹਰਿ ਸੋ ਤੈਸਾ॥ jaisaa ghar baahar so taisaa.
ਬੈਸਿ ਗੁਫਾ ਮਹਿ ਆਖਉ ਕੈਸਾ॥ bais gufaa meh aakha-o kaisaa.
ਸਾਗਰਿ ਡੂਗਰਿ ਨਿਰਭਉ ਐਸਾ॥੪॥ saagar doogar nirbha-o aisaa. ||4||

ਅਟਲ ਪ੍ਰਭ, ਜਿਸਤਰ੍ਹਾਂ ਦਾ ਜੀਵ ਦੇ ਅੰਦਰ ਹੈ, ਉਸ ਤਰ੍ਹਾਂ ਦਾ ਹੀ ਬਾਹਰ ਸੰਸਾਰ ਵਿੱਚ ਵਾਪਰਦਾ ਹੈ । ਜਿਸਤਰ੍ਹਾਂ ਦਾ ਮਨ ਦੀ ਅਵਸਥਾ ਉਸ ਨੂੰ ਮੰਨਦੀ ਹੈ, ਉਸ ਤਰ੍ਹਾਂ ਦਾ ਹੀ ਮਹਿਸੂਸ ਹੁੰਦਾ ਹੈ । ਗੁਫਾ ਵਿੱਚ ਬੈਠ ਕੇ ਵਿਆਖਿਆ ਕਰਨ ਨਾਲ ਉਸ ਦੀ ਹੋਂਦ ਬਦਲਦੀ ਨਹੀਂ । ਜਿਸਤਰ੍ਹਾਂ ਸਮੁੰਦਰ ਵਿੱਚ ਜੀਵਾਂ ਦੀ ਪਾਲਣਾ, ਰਖਵਾਲੀ ਕਰਦਾ ਹੈ, ਉਸ ਤਰ੍ਹਾਂ ਪਰਬਤਾਂ ਤੇ ਵੀ ਵਾਪਰਦਾ ਹੈ ।

The Axiom Omnipresent True Master, His Command remains unchangeable and unavoidable; His Holy Spirit prevails everywhere, within the body, and in His Nature same way. Whosoever may adopt the teachings of His Word with steady and stable belief, only he may realize His Existence prevailing everywhere. His Existence cannot be altered by meditating and explaining in cave or in temple. He protects His Creation in a deep ocean, same way as on the top of mountains.

ਮੂਏ ਕਉ ਕਹੁ ਮਾਰੇ ਕਉਨੁ॥ ਨਿਡਰੇ ਕਉ ਕੈਸਾ ਡਰੁ ਕਵਨੁ॥ moo-ay ka-o kaho maaray ka-un. nidray ka-o kaisaa dar kavan.
ਸਬਦਿ ਪਛਾਨੈ ਤੀਨੇ ਭਉਨ॥੫॥ sabad pachhaanai teenay bha-un. ||5||

ਜਿਵੇਂ ਕੋਈ ਕਿਸੇ ਮਰੇ ਹੋਏ ਨੂੰ ਹੋਰ ਮਾਰ ਨਹੀਂ ਸਕਦਾ । ਇਸਤਰ੍ਹਾਂ ਨਿਡਰ ਨੂੰ ਕੋਈ ਡਰਾ ਨਹੀਂ ਸਕਦਾ । ਜਿਹੜਾ ਤਿੰਨਾਂ ਸ੍ਰਿਸ਼ਟੀਆਂ ਵਿੱਚ ਹੀ ਉਸ ਦੀ ਹੋਂਦ, ਤਾਕਤ ਨੂੰ ਮੰਨ ਲੈਂਦਾ, ਕਬੂਲ ਕਰ ਲੈਂਦਾ ਹੈ । ਉਸ ਨੂੰ ਹੋਰ ਕਿਸੇ ਇਛਾ ਦੇ ਡਰ ਦਾ ਕਾਬੂ ਨਹੀਂ ਰਹਿੰਦਾ ।

No one can hurt more a dead person, corpse. Same way whosoever may become fearless with His mercy and grace, he may never be scared anymore. Whosoever may recognize and accepts His Command prevails in all three universes; his state of mind may become beyond the reach of any worldly desire nor be frustrated with any worldly miseries.

ਜਿਨਿ ਕਹਿਆ ਤਿਨਿ ਕਹਨੁ ਵਖਾਨਿਆ॥ jin kahi-aa tin kahan vakhaani-aa.
ਜਿਨਿ ਬੂਝਿਆ ਤਿਨਿ ਸਹਜਿ ਪਛਾਨਿਆ॥ jin boojhi-aa tin sahj pachhaani-aa.
ਦੇਖਿ ਬੀਚਾਰਿ ਮੇਰਾ ਮਨੁ ਮਾਨਿਆ॥੬॥ daykh beechaar mayraa man maani-aa. ||6||

ਜਿਹੜਾ ਪ੍ਰਭ ਦੇ ਸ਼ਬਦ ਦਾ ਪ੍ਰਚਾਰ, ਵਖਿਆਣ ਕਰਦਾ ਹੈ । ਉਹ ਦਾ ਮੰਤਵ ਸ਼ਬਦ ਦੇ ਅਰਥ ਤੀਕ ਹੀ ਹੁੰਦੀ ਹੈ । ਜਿਹੜਾ ਸ਼ਬਦ ਦੀ ਸੋਝੀ ਪਾ ਕੇ ਆਪਣਾ ਜੀਵਨ ਢਾਲ ਲੈਂਦਾ ਹੈ । ਉਸ ਨੂੰ ਪ੍ਰਭ ਦੀ ਹੋਂਦ ਮਹਿਸੂਸ ਹੋ ਜਾਂਦੀ, ਅਨੰਦ ਮਾਨਦਾ ਹੈ । ਸ਼ਬਦ ਦੀ ਸੋਝੀ ਨਾਲ ਜੀਵਨ ਢਾਲਣ ਨਾਲ, ਆਪਾ ਖਤਮ ਹੋ ਜਾਂਦਾ ਹੈ ।

Whosoever may preach and explains the meaning of Gurbani, any religious Scripture; His scope, purpose of his preaching remains only limited to the meaning of words of Holy Scripture. Whosoever may adopt the teachings of Holy Scripture, he may be enlightened with the essence of His Word; he may realize the existence of The True Master. His self-entity may be eliminated and he may be blessed with contentment and blossom in his worldly life.

ਕੀਰਤਿ ਸੂਰਤਿ ਮੁਕਤਿ ਇਕ ਨਾਈ॥ keerat soorat mukat ik naa-ee.
ਤਹੀ ਨਿਰੰਜਨੁ ਰਹਿਆ ਸਮਾਈ॥ tahee niranjan rahi-aa samaa-ee.
ਨਿਜ ਘਰਿ ਬਿਆਪਿ ਰਹਿਆ ਨਿਜ ਠਾਈ॥੭॥ nij ghar bi-aap rahi-aa nij thaa-ee. ||7||

ਇਕੋ ਇਕ ਪ੍ਰਭ ਦੇ ਸ਼ਬਦ ਦੀ ਪਾਲਣਾ ਵਿੱਚ ਹੀ ਪ੍ਰਭ ਦੀ ਉਸਤਤ, ਨੂਰ, ਮੁਕਤੀ ਸਮਾਈ ਰਹਿੰਦੀ ਹੈ । ਪ੍ਰਭ ਹਰ ਥਾਂ ਅਟਲ ਮੌਜੂਦ ਵਾਪਰਦਾ ਹੈ । ਹਰਇਕ ਦੇ ਅੰਦਰ ਹੀ ਵਸਦਾ ਹੈ, ਉਥੇ ਹੀ ਉਸ ਦਾ ਦਰਬਾਰ, ਤਖਤ ਹੈ ।

The glory, praises, eternal glow of His Hos Holy Spirit, the right path of salvation remains embedded within obeying the teachings of His Word. His Holy Spirit, Axiom Omnipresent remains embedded with every soul, dwells, and prevails everywhere. His Throne remains within his body.

ਉਸਤਤਿ ਕਰਹਿ ਕੇਤੇ ਮੁਨਿ ਪ੍ਰੀਤਿ॥ ustat karahi kaytay mun pareet.
ਤਨਿ ਮਨਿ ਸੂਚੈ ਸਾਚੁ ਸੁ ਚੀਤਿ॥ tan man soochai saach so cheet.
ਨਾਨਕ ਹਰਿ ਭਜੁ ਨੀਤਾ ਨੀਤਿ॥੮॥੨॥ naanak har bhaj neetaa neet. ||8||2||

ਅਨੇਕਾਂ ਭਗਤ ਪ੍ਰੀਤ ਨਾਲ ਸਵਾਸ ਗਰਾਸ ਪ੍ਰਭ ਦੇ ਸ਼ਬਦ ਦੀ ਉਸਤਤ ਗਾਉਂਦੇ ਰਹਿੰਦੇ ਹਨ । ਉਹਨਾਂ ਦਾ ਮਨ ਸ਼ਬਦ ਵਿੱਚ ਲੀਨ ਹੋਇਆ ਪਵਿੱਤਰ ਰਹਿੰਦਾ ਹੈ । ਜੀਵ ਪ੍ਰਭ ਦੇ ਸ਼ਬਦ ਦਾ ਸਿਮਰਨ ਰਾਤ ਦਿਨ ਕਰੋ!

There are several devotees sing the glory of His Word with each breath. They remain intoxicated in meditation in the void of His Word; their soul remains sanctified from worldly temptations. Meditate day and night on the teachings of His Word.

Key Message of Raag Gauree page 221-11
'ਦਰਬਾਰ ਵਿੱਚ ਪ੍ਰਵਾਨਗੀ ਦਾ ਰਸਤਾ!
ਮਨ ਬਹੁਤ ਸ਼ਕਤੀਵਾਨ, ਤਨ ਦੇ ਜੰਗਲ ਵਿੱਚ ਹਾਥੀ ਦੀ ਤਰ੍ਹਾਂ ਮਸਤੀ ਨਾਲ ਚਲਦਾ ਹੈ । ਜਿਹੜਾ ਸ਼ਬਦ ਨਾਲ ਜੀਵਨ ਢਾਲ ਲੈਂਦਾ ਹੈ, ਉਹ ਦਰਬਾਰ ਵਿੱਚ ਪ੍ਰਵਾਨ ਹੋ ਸਕਦਾ ਹੈ । ਮਨ ਦੇ ਅੰਦਰ ਹੀ ਪ੍ਰਭ ਦੇ ਸ਼ਬਦ ਦੀ ਸੋਝੀ ਦਾ ਅੰਮ੍ਰਿਤ ਹੈ । ਕੇਵਲ ਸ਼ਬਦ ਦੀ ਸਿਖਿਆਂ ਨਾਲ ਜੀਵਨ ਢਾਲਣ ਨਾਲ ਸ਼ਬਦ ਦੀ ਸੋਝੀ ਬਖਸ਼ਿਸ਼ ਹੋ ਜਾਂਦੀ ਹੈ! ਮਨ ਦੀਆਂ ਇਛਾਂ ਤੇ ਜਿੱਤ ਬਖਸ਼ਿਸ਼ ਹੋ ਸਕਦੀ ਹੈ । ਜਿਹੜਾ ਤਿੰਨਾਂ ਸ੍ਰਿਸ਼ਟੀਆਂ ਵਿੱਚ ਹੀ ਪ੍ਰਭ ਦੀ ਹੋਂਦ, ਤਾਕਤ ਨੂੰ ਕਬੂਲ ਕਰ ਲੈਂਦਾ ਹੈ । ਉਸ ਨੂੰ ਹੋਰ ਕਿਸੇ ਇਛਾ ਦੇ ਡਰ ਦਾ ਕਾਬੂ ਨਹੀਂ ਰਹਿੰਦਾ । ਪ੍ਰਭ ਹਰ ਥਾਂ, ਹਰਇਕ ਦੇ ਅੰਦਰ ਅਟਲ ਮੌਜੂਦ ਵਾਪਰਦਾ, ਵਸਦਾ ਹੈ । ਜਿਹੜਾ ਸ਼ਬਦ ਦੀ ਸਮਾਧੀ ਵਿੱਚ ਲੀਨ ਰਹਿੰਦਾ ਹੈ, ਉਸ ਦੀ ਆਤਮਾ ਪਵਿੱਤਰ ਹੋ ਜਾਂਦੀ ਹੈ ।
The right path of acceptance in His Court.
Mind is very powerful and stubborn; he wanders in the jungle of body like an intoxicated elephant. Whosoever may adopt the teachings of His Word; he may remain on the right path of acceptance in His Court. The true nectar of the essence of His Word remains embedded within. Whosoever may adopt the teachings of His Word, only he may conquer his worldly desires. Whosoever may recognize and accepts His Word as an Ultimate Command prevailing in all three universes; no worldly miseries may ever control or frustrate his state of mind. The Axiom Omnipresent True Master, dwells, and prevails everywhere. His Throne is within each soul. Whosoever may remain intoxicated in the void of His Word; his soul may remain sanctified.

23. ਗਉੜੀ ਗੁਆਰੇਰੀ ਮਹਲਾ ੧॥ 222-1

ਨਾ ਮਨੁ ਮਰੈ ਨ ਕਾਰਜੁ ਹੋਇ॥ — naa man marai na kaaraj ho-ay.
ਮਨੁ ਵਸਿ ਦੂਤਾ ਦੁਰਮਤਿ ਦੋਇ॥ — man vas dootaa durmat do-ay.
ਮਨੁ ਮਾਨੈ ਗੁਰ ਤੇ ਇਕੁ ਹੋਇ॥੧॥ — man maanai gur tay ik ho-ay. ||1||

ਜੀਵ ਦਾ ਮਨ ਸੰਸਾਰਕ ਇਛਾਂ ਦੇ ਕਾਬੂ ਵਿੱਚ, ਭਰਮਾਂ ਵਿੱਚ ਭਟਕਦਾ ਰਹਿੰਦਾ ਹੈ । ਜਿਤਨਾਂ ਚਿਰ ਮਨ ਦੀਆਂ ਇਛਾਂ ਤੇ ਕਾਬੂ, ਜਿੱਤ ਨਹੀਂ ਪੈ ਜਾਂਦੀ, ਉਹ ਸ਼ਬਦ ਦੇ ਰਸਤੇ ਤੇ ਚਲ ਨਹੀਂ ਸਕਦਾ । ਜਦੋਂ ਜੀਵ ਸ਼ਬਦ ਤੇ ਭਰੋਸਾ ਅਡੋਲ ਕਰਕੇ ਮਨ ਨੂੰ ਸ਼ਬਦ ਦੇ ਹਵਾਲੇ ਕਰ ਦੇਵੇ, ਤਾ ਆਤਮਾ ਪ੍ਰਭ ਦੇ ਦਰ ਪ੍ਰਵਾਨ, ਹੋ ਜਾਂਦੀ ਹੈ ।

Self-minded remains under the control of worldly desires and wanders around in worldly suspicions. Whosoever may not conquer his worldly desires; he may not follow the teachings of His Word wholeheartedly. Whosoever may obey the teachings of His Word with steady and stable belief; he may surrender his self-entity at His Sanctuary. His soul may be sanctified to become worthy of His Consideration and he may be accepted in His Court.

ਨਿਰਗੁਣ ਰਾਮੁ ਗੁਣਹ ਵਸਿ ਹੋਇ॥ — nirgun raam gunah vas ho-ay.
ਆਪੁ ਨਿਵਾਰਿ ਬੀਚਾਰੇ ਸੋਇ॥੧॥ ਰਹਾਉ॥ — aap nivaar beechaaray so-ay. ||1|| rahaa-o.

ਪ੍ਰਭ ਅਉਗੁਣਾਂ ਤੋਂ ਰਹਿਤ, ਗੁਣਾਂ ਦਾ ਭਰਪੂਰ ਖਜ਼ਾਨਾ ਹੈ । ਜਿਹੜਾ ਆਪਾ ਮਿਟਾ ਦੇਂਦਾ ਹੈ, ਉਹ ਹੀ ਪ੍ਰਭ ਦੀ ਹੋਂਦ ਮਹਿਸੂਸ ਕਰ ਸਕਦਾ ਹੈ ।

The True Master, blemished-free remains unlimited treasures of Virtues. Whosoever may surrender his self-entity at His Sanctuary; with His mercy and grace, only he may realize the existence of The True Master.

ਮਨੁ ਭੂਲੋ ਬਹੁ ਚਿਤੈ ਵਿਕਾਰੁ॥ ਮਨੁ ਭੂਲੋ ਸਿਰਿ ਆਵੈ ਭਾਰੁ॥ — man bhoolo baho chitai vikaar. man bhoolo sir aavai bhaar.
ਮਨੁ ਮਾਨੈ ਹਰਿ ਏਕੰਕਾਰੁ॥੨॥ — man maanai har aykankaar. ||2||

ਜਿਹੜਾ ਮਨ ਆਪਣੀਆਂ ਸਿਆਣਪਾਂ ਤੇ ਚਲਦਾ ਹੈ, ਮਨ ਵਿੱਚ ਬਹੁਤ ਚਲਾਕੀ ਦੀਆਂ ਸੋਚਾਂ ਆਉਂਦੀਆਂ ਹਨ । ਉਹ ਮੰਦੇ ਕੰਮਾਂ ਵਿੱਚ ਹੀ ਫਸ ਜਾਂਦਾ, ਪਾਪਾਂ ਦਾ ਭਾਰ ਚੜ੍ਹ ਜਾਂਦਾ ਹੈ । ਜਿਹੜਾ ਆਪਣੇ ਆਪ ਨੂੰ ਸ਼ਬਦ ਦੇ ਲੜ ਲਾਉਂਦਾ ਹੈ । ਸ਼ਬਦ ਦੀ ਸੋਝੀ ਨਾਲ ਜੀਵਨ ਢਾਲਦਾ ਹੈ, ਉਸ ਨੂੰ ਪ੍ਰਭ ਦੀ ਹੋਂਦ ਮਹਿਸੂਸ ਹੁੰਦੀ ਹੈ ।

Whosoever may be driven by his desires, wisdom, the intelligence of his mind; his mind may remain dominated with many clever tricks. He may become a victim of evil thoughts and enhances the burden of sins on his soul. Whosoever may adopt the teachings of His Word and surrenders at His Sanctuary; he may realize the existence of The True Master.

ਮਨੁ ਭੂਲੋ ਮਾਇਆ ਘਰਿ ਜਾਇ॥ — man bhoolo maa-i-aa ghar jaa-ay.
ਕਾਮਿ ਬਿਰੂਧਉ ਰਹੈ ਨ ਠਾਇ॥ — kaam birooDha-o rahai na thaa-ay.
ਹਰਿ ਭਜੁ ਪ੍ਰਾਣੀ ਰਸਨ ਰਸਾਇ॥੩॥ — har bhaj paraanee rasan rasaa-ay. ||3||

ਜਿਹੜਾ ਮਨ ਆਪਣੀ ਸਿਆਣਪ ਤੇ ਚਲਦਾ ਹੈ । ਸੰਸਾਰਕ ਮਾਇਆ ਦੇ ਜਾਲ ਵਿੱਚ ਫਸ ਜਾਂਦਾ, ਕਾਮਵਾਸਨਾ ਦੇ ਕਾਬੂ ਵਿੱਚ ਆ ਜਾਂਦਾ ਹੈ । ਉਸ ਦਾ ਇਕੋ ਇਕ ਪ੍ਰਭ ਦੇ ਬਖਸ਼ੇ ਤੇ ਭਰੋਸਾ ਅਡੋਲ ਨਹੀਂ ਹੁੰਦਾ । ਅਡੋਲ ਭਰੋਸਾ ਨਾਲ ਪ੍ਰਭ ਦੇ ਸ਼ਬਦ ਦਾ ਸਿਮਰਨ ਕਰੋ ।

Whosoever may be driven by his desires, wisdom, the intelligence of his mind; he may become a victim of worldly desires; his sexual urge may control his mind. His belief may never remain steady and stable on His Blessings. You should meditate on the teachings of His Word with a steady and stable belief.

ਗੈਵਰ ਹੈਵਰ ਕੰਚਨ ਸੁਤ ਨਾਰੀ॥ — gaivar haivar kanchan sut naaree.
ਬਹੁ ਚਿੰਤਾ ਪਿੜ ਚਾਲੈ ਹਾਰੀ॥ — baho chintaa pirh chaalai haaree.
ਜੂਐ ਖੇਲਣੁ ਕਾਚੀ ਸਾਰੀ॥੪॥ — joo-ai khaylan kaachee saaree. ||4||

ਸੰਸਾਰਕ ਧਨ, ਘਰ, ਹਾਥੀ, ਘੋੜੇ, ਸੋਨਾ, ਬੱਚੇ, ਬੀਵੀ ਇਹ ਸਾਰੇ ਸੰਸਾਰਕ ਮਾਇਆ ਦੇ ਜਾਲ ਹਨ । ਜਿਹੜੇ ਇਸ ਵਿੱਚ ਲਗ ਜਾਂਦਾ ਹੈ, ਉਹ ਖੇਲ ਹਾਰ ਕੇ ਮਰ ਜਾਂਦਾ ਹੈ । ਮਾਨਸ ਜਨਮ ਇਕ ਅਨੋਖਾ ਹੀ ਖੇਲ ਹੈ, ਸੰਸਾਰਕ ਇਛਾਂ ਮਗਰ ਲਗ ਕੇ ਯਾਤਰਾ ਸਫਲ ਨਹੀਂ ਹੁੰਦੀ ।

All worldly wealth, possessions like grand house, elephants, horses, gold, children, and spouse are the traps of worldly wealth. Whosoever may indulge in these desires; he may fall into worldly traps; he may lose the game, the purpose of his life. Human life is a unique and astonishing play of His Nature. His human life journey may not be concluded successfully following worldly desires.

ਸੰਪਉ ਸੰਚੀ ਭਏ ਵਿਕਾਰ॥ ਹਰਖ ਸੋਕ ਉਭੇ ਦਰਵਾਰਿ॥ — sampa-o sanchee bha-ay vikaar. harakh sok ubhay darvaar.
ਸੁਖੁ ਸਹਜੇ ਜਪਿ ਰਿਦੈ ਮੁਰਾਰਿ॥੫॥ — sukh sehjay jap ridai muraar. ||5||

ਸੰਸਾਰਕ ਧਨ ਇਕੱਠਾ ਕਰਨ ਨਾਲ ਮਨ ਵਿੱਚ ਅਹੰਕਾਰ, ਮੰਦੇ ਕੰਮਾਂ ਦਾ ਵਿਚਾਰ ਆਉਂਦਾ ਹੈ । ਸੰਸਾਰਕ ਅਰਾਮ, ਅਨੰਦ ਮਿਲਦਾ ਹੈ, ਨਾਲ ਮੁਸੀਬਤਾਂ ਵੀ ਘੇਰ ਲੈਂਦੀਆਂ ਹਨ । ਜੀਵ ਚਿਤ ਲਾ ਕੇ ਸਿਮਰਨ ਕਰਕੇ ਉਸ ਦੀ ਜੋਤ ਜਾਗਰਤ ਕਰੋ ।

Whosoever may remain intoxicated in collecting the worldly wealth; his ego may dominate his mind; he may become a victim of evil thoughts, plans. He may enjoy the comforts and pleasures of worldly life with worldly wealth; Worldly wealth carries a heavy trap of miseries. You should wholeheartedly meditate and remains awake and alert.

ਨਦਰਿ ਕਰੇ ਤਾ ਮੇਲਿ ਮਿਲਾਏ॥	nadar karay taa mayl milaa-ay.
ਗੁਣ ਸੰਗ੍ਰਹਿ ਅਉਗਣ ਸਬਦਿ ਜਲਾਏ॥	gun sangrahi a-ugan sabad jalaa-ay.
ਗੁਰਮੁਖਿ ਨਾਮੁ ਪਦਾਰਥੁ ਪਾਏ॥੬॥	gurmukh naam padaarath paa-ay. ||6||

ਪ੍ਰਭ ਦੀ ਰਹਿਮਤ ਨਾਲ ਹੀ ਜੀਵ ਸ਼ਬਦ ਦੀ ਬੰਦਗੀ ਵਿੱਚ ਲਗਦਾ ਹੈ । ਜਿਹੜਾ ਸ਼ਬਦ ਦੀ ਸਿਖਿਆ ਨਾਲ ਜੀਵਨ ਢਾਲਦਾ ਹੈ, ਉਹ ਸ਼ਬਦ ਦੀ ਕਮਾਈ ਇਕੱਠੀ ਕਰ ਸਕਦਾ ਹੈ । ਮਨ ਵਿਚੋਂ ਮੰਦੇ ਕੰਮਾਂ ਦੀ ਇਛਾਂ, ਖਿਆਲ ਖਤਮ ਹੋ ਜਾਂਦੇ ਹਨ । ਮਨ ਵਿੱਚ ਸ਼ਬਦ ਜਾਗਰਤ ਹੋ ਜਾਂਦਾ ਹੈ, ਗੁਰਮਖ ਅਵਸਥਾ ਬਖਸ਼ਿਸ਼ ਹੋ ਸਕਦੀ ਹੈ ।

Whosoever may be blessed with His Blessed Vision, he may meditate and adopts wholeheartedly the teachings of His Word; with His mercy and grace, he may earn the wealth of His Word. He may conquer his demons of evil thoughts and desires. He may be enlightened with the essence of His Word; with His mercy and grace, he may be blessed with state of mind as His true devotee.

ਬਿਨੁ ਨਾਵੈ ਸਭ ਦੂਖ ਨਿਵਾਸੁ॥	bin naavai sabh dookh nivaas.
ਮਨਮੁਖ ਮੂੜ ਮਾਇਆ ਚਿਤ ਵਾਸੁ॥	manmukh moorh maa-i-aa chit vaas.
ਗੁਰਮੁਖਿ ਗਿਆਨੁ ਧੁਰਿ ਕਰਮਿ ਲਿਖਿਆਸੁ॥੭॥	gurmukh gi-aan Dhur karam likhi-aas. ||7||

ਮਨਮੁਖ ਸੰਸਾਰਕ ਧਨ, ਅਰਾਮ ਇਕੱਠਾ ਕਰਦੇ ਰਹਿੰਦੇ ਹਨ । ਭਾਣੇ ਅਨੁਸਾਰ ਚਲਣ ਤੋਂ ਬਿਨਾਂ ਜੀਵ ਨੂੰ ਸੰਸਾਰਕ ਇਛਾਂ, ਦੁਖਾਂ ਦਾ ਸਾਹਮਣਾ ਕਰਨਾ ਪੈਂਦਾ ਹੈ । ਗੁਰਮਖ ਆਪਣੇ ਭਾਗਾਂ ਨਾਲ ਸ਼ਬਦ ਦੀ ਸੋਝੀ ਪਾ ਕੇ ਪ੍ਰਵਾਨ ਹੋ ਜਾਂਦੇ ਹਨ ।

Self-minded, nonbelievers may remain obsessed with collecting worldly wealth and worldly comforts of life. Whosoever may not obey the teachings of His Word in day-to-day life, he may face the miseries, frustrations of worldly desires. His true devotee adopts the teachings of His Word in day-to-day life. He may be enlightened and accepted in His Court.

ਮਨੁ ਚੰਚਲੁ ਧਾਵਤੁ ਫੁਨਿ ਧਾਵੈ॥	man chanchal Dhaavat fun Dhaavai.
ਸਾਚੇ ਸੂਚੇ ਮੈਲੁ ਨ ਭਾਵੈ॥	saachay soochay mail na bhaavai.
ਨਾਨਕ ਗੁਰਮੁਖਿ ਹਰਿ ਗੁਣ ਗਾਵੈ॥੮॥੩॥	naanak gurmukh har gun gaavai.

ਮਾਨਸ ਦੇ ਮਨ ਦੀ ਇਕ ਅਨੋਖੀ ਹੀ ਅਵਸਥਾ ਹੈ! ਸੰਸਾਰਕ ਨਾਸ਼ ਹੋ ਜਾਣ ਵਾਲੇ ਪਦਾਰਥ ਹਾਸਿਲ ਕਰਦਾ ਰਹਿੰਦਾ ਹੈ । ਪਵਿੱਤਰ ਪ੍ਰਭ ਨੂੰ ਸੰਸਾਰਕ ਇਛਾਂ ਦੀ ਗੰਦਗੀ ਪ੍ਰਵਾਨ ਨਹੀਂ ਹੁੰਦੀ । ਜਿਹੜਾ ਪ੍ਰਭ ਦੇ ਸ਼ਬਦ ਦੀ ਬੰਦਗੀ ਵਿੱਚ ਹੀ ਲੀਨ ਰਹਿੰਦਾ ਹੈ, ਉਸ ਨੂੰ ਗੁਰਮਖ ਅਵਸਥਾ ਬਖਸ਼ਿਸ਼ ਹੋ ਸਕਦੀ ਹੈ ।

Human mind remains an astonishing unique state of mind. He remains obsessed collecting perishable worldly possessions. The True Master may never accept the filth of worldly wealth. Whosoever may remain intoxicated in meditation in the void of His Word; with His mercy and grace, he may be blessed with a state of mind as His true devotee.

Key Message of Raag Gauree page 222-1
'ਮਾਨਸ ਦੇ ਮਨ ਦੀ ਅਵਸਥਾ!
ਜਿਹੜਾ ਸ਼ਬਦ ਤੇ ਭਰੋਸਾ ਅਡੋਲ ਰਖਕੇ, ਮਨ ਨੂੰ ਸ਼ਬਦ ਦੇ ਹਵਾਲੇ ਕਰ ਦੇਂਦਾ, ਆਪਾ ਮਿਟਾ ਦੇਂਦਾ ਹੈ । ਉਸ ਨੂੰ ਪ੍ਰਭ ਦੇ ਦਰ ਪ੍ਰਵਾਨਗੀ ਦਾ ਰਸਤਾ ਬਖਸ਼ਿਸ਼ ਹੋ ਜਾਂਦਾ ਹੈ । ਜਿਹੜਾ ਸ਼ਬਦ ਦੀ ਸੋਝੀ ਨਾਲ ਜੀਵਨ ਢਾਲਦਾ ਹੈ, ਉਸ ਨੂੰ ਪ੍ਰਭ ਦੀ ਹੋਂਦ ਮਹਿਸੂਸ ਹੁੰਦੀ ਹੈ । ਜਿਹੜਾ ਮਨ ਆਪਣੀ ਸਿਆਣਪ ਤੇ ਚਲਦਾ ਹੈ । ਉਸ ਦਾ ਇਕੋ ਇਕ ਪ੍ਰਭ ਦੇ ਬਖਸ਼ੇ ਤੇ ਭਰੋਸਾ ਅਡੋਲ ਨਹੀਂ ਹੁੰਦਾ । ਮਾਨਸ ਜਨਮ ਇਕ ਅਨੋਖਾ ਹੀ ਖੇਲ ਹੈ, ਸੰਸਾਰਕ ਇਛਾਂ ਮਗਰ ਲਗ ਕੇ ਯਾਤਰਾ ਸਫਲ ਨਹੀਂ ਹੁੰਦੀ । ਸੰਸਾਰਕ ਧਨ ਇਕੱਠਾ ਕਰਨ ਨਾਲ ਮਨ ਵਿੱਚ ਅਹੰਕਾਰ, ਸੰਸਾਰਕ ਅਰਾਮ, ਅਨੰਦ ਮਿਲਦਾ ਹੈ, ਨਾਲ ਮੁਸੀਬਤਾਂ ਵੀ ਘੇਰ ਲੈਂਦੀਆਂ ਹਨ । ਜਿਸ ਦੇ ਮਨ ਵਿੱਚ ਸ਼ਬਦ ਜਾਗਰਤ ਹੋ ਜਾਂਦਾ ਹੈ, ਉਸ ਨੂੰ ਗੁਰਮਖ ਅਵਸਥਾ ਬਖਸ਼ਿਸ਼ ਹੋ ਸਕਦੀ ਹੈ ।
Human state of mind!
Whosoever may surrender his self-entity at the service of His Word; he may be blessed with the right path of acceptance. Whosoever may adopt the teachings of His Word; he may realize His Existence prevailing everywhere. Whosoever may follow his own wisdom; he may never develop a steady and stable belief on the teachings of His Word, Blessings. Human life is a unique play of the universe. Whosoever may follow his worldly desires, he may never conclude his human life journey successfully. Worldly wealth, brings comforts, pleasures, and ego, along with heavy burden of miseries of worldly life. Whosoever may be drenched with the teachings of His Word; he may be blessed with state of mind as His true devotee.

24. ਗਉੜੀ ਗੁਆਰੇਰੀ ਮਹਲਾ ੧॥ 222-10

ਹਉਮੈ ਕਰਤਿਆ ਨਹ ਸੁਖੁ ਹੋਇ॥ ਮਨਮਤਿ ਝੂਠੀ ਸਚਾ ਸੋਇ॥	ha-umai karti-aa nah sukh ho-ay. manmat jhoothee sachaa so-ay.
ਸਗਲ ਬਿਗੂਤੇ ਭਾਵੈ ਦੋਇ॥	sagal bigootay bhaavai do-ay.
ਸੋ ਕਮਾਵੈ ਧੁਰਿ ਲਿਖਿਆ ਹੋਇ॥੧॥	so kamaavai Dhur likhi-aa ho-ay. ||1||

ਅਹੰਕਾਰ ਵਿੱਚ ਚਲਦੇ ਮਨ ਨੂੰ ਸੰਤੋਖ ਨਹੀਂ ਮਿਲਦਾ । ਆਪਣੇ ਮਨ ਦੀਆਂ ਸਿਆਣਪਾਂ ਨਾਲ ਅਸਲੀ ਰਸਤਾ ਨਹੀਂ ਮਿਲਦਾ । ਕੇਵਲ ਸ਼ਬਦ ਦੀ ਸੋਝੀ ਹੀ ਅਟਲ ਪ੍ਰਭ ਦੇ ਦਰਬਾਰ ਦੇ ਰਸਤੇ ਤੇ ਪਾਉਂਦੀ ਹੈ । ਜਿਹੜਾ ਇਕੋ ਇਕ ਪ੍ਰਭ ਤੇ ਭਰੋਸਾ ਅਡੋਲ ਨਹੀਂ ਰਖਦਾ, ਚਾਰੇ ਪਾਸੇ ਘੁੰਮਦੇ ਰਹਿੰਦਾ ਹੈ, ਉਹ ਮਾਨਸ ਜਨਮ ਬਿਰਥਾ ਹੀ ਬਤੀਤ ਕਰ ਜਾਂਦੇ ਹਨ । ਮਾਨਸ ਆਪਣੇ ਪਹਿਲੇ ਲਿਖੇ ਭਾਗਾਂ ਨਾਲ ਹੀ ਸੰਸਾਰ ਵਿੱਚ ਕੰਮ ਕਰ ਸਕਦਾ ਹੈ ।

By following the desires and wisdom of mind, the right path of human life may not be blessed. By his efforts and ego of mind, he may never be contented with His Blessings. Only the enlightenment of the essence of His Word may guide on the right path of acceptance in His Court. Whosoever may not have a steady and stable belief on the teachings of His Word; he always remains wandering in all directions and wastes his human life uselessly. Whatsoever may be prewritten in his destiny; he may only perform the task in his worldly life.

ਗੁਰੂ ਨਾਨਕ ਦੇਵ ਜੀ! – Guru Nanak Dev Ji! Guru Granth Sahib

ਐਸਾ ਜਗੁ ਦੇਖਿਆ ਜੂਆਰੀ॥ aisaa jag daykhi-aa joo-aaree.
ਸਭਿ ਸੁਖ ਮਾਗੈ ਨਾਮੁ ਬਿਸਾਰੀ॥੧॥ ਰਹਾਉ॥ sabh sukh maagai naam bisaaree. ||1|| rahaa-o.

ਮਾਨਸ ਆਪਣਾ ਜੀਵਨ ਜੁਏ ਦੀ ਬਾਜੀ ਤੇ ਲਾਈ ਰਖਦਾ ਹੈ । ਹਰ ਵੇਲੇ ਸੁਖਾਂ ਦੀ ਅਰਦਾਸ ਕਰਦਾ ਹੈ । ਪਰ ਮਨ ਨੂੰ ਸ਼ਬਦ ਦੇ ਰਸਤਾ ਤੇ ਨਹੀਂ ਪਾਉਂਦਾ ।

Self-minded always keeps his human life on a risky path, in the play of gambling. He always prays for the comforts in life; however, he may not adopt the right path of His Word in day-to-day life.

ਅਦਿਸਟੁ ਦਿਸੈ ਤਾ ਕਹਿਆ ਜਾਇ॥ adisat disai taa kahi-aa jaa-ay.
ਬਿਨੁ ਦੇਖੇ ਕਹਣਾ ਬਿਰਥਾ ਜਾਇ॥ bin daykhay kahnaa birthaa jaa-ay.
ਗੁਰਮੁਖਿ ਦੀਸੈ ਸਹਜਿ ਸੁਭਾਇ॥ gurmukh deesai sahj subhaa-ay.
ਸੇਵਾ ਸੁਰਤਿ ਏਕ ਲਿਵ ਲਾਇ॥੨॥ sayvaa surat ayk liv laa-ay. ||2||

ਅਗਰ ਕਿਸੇ ਨੇ ਪ੍ਰਭ ਨੂੰ ਦੇਖਿਆ ਹੋਵੇ ਤਾ ਹੀ ਵਿਆਖਿਆ ਕਰ ਸਕਦਾ ਹੈ । ਬਿਨਾਂ ਦੇਖਣ ਤੋਂ ਉਸ ਬਾਬਤ ਕਹਿਣ ਦੀ ਕੋਈ ਮਹੱਤਤਾ ਨਹੀਂ ਹੁੰਦੀ । ਜਿਸ ਨੂੰ ਗੁਰਮਖ ਅਵਸਥਾ ਬਖਸ਼ਿਸ਼ ਹੋ ਜਾਂਦੀ ਹੈ, ਉਹ ਪ੍ਰਭ ਦੀ ਹੋਂਦ ਮਹਿਸੂਸ ਕਰਦਾ, ਜਾਣਦਾ ਹੈ । ਉਹ ਸੁਚੇਤ ਹੋ ਕੇ ਸ਼ਬਦ ਦੀ ਪਾਲਣਾ ਵਿੱਚ ਅਡੋਲ ਰਹਿੰਦਾ ਹੈ ।

The True Master beyond any physical structure, visibility; His Existence, Nature may not be fully comprehended. Without visualizing His Existence, talking about His Glory may not have much significance. Whosoever may be blessed with a state of mind as His true devotee, he may realize His Existence. He may remain awake and alert in obeying the teachings of His Word in day-to-day life.

ਸੁਖੁ ਮਾਂਗਤ ਦੁਖੁ ਆਗਲ ਹੋਇ॥ sukh maaNgat dukh aagal ho-ay.
ਸਗਲ ਵਿਕਾਰੀ ਹਾਰੁ ਪਰੋਇ॥ sagal vikaaree haar paro-ay.
ਏਕ ਬਿਨਾ ਝੂਠੇ ਮੁਕਤਿ ਨ ਹੋਇ॥ ayk binaa jhoothay mukat na ho-ay.
ਕਰਿ ਕਰਿ ਕਰਤਾ ਦੇਖੈ ਸੋਇ॥੩॥ kar kar kartaa daykhai so-ay. ||3||

ਸੰਸਾਰ ਵਿੱਚ ਜੀਵ ਅਹੰਕਾਰ ਵਿੱਚ ਹੀ ਲਾਲਚ ਦੀ ਕਮਾਈ ਕਰਦਾ ਹੈ । ਉਹ ਜੀਵਨ ਵਿੱਚ ਸੁਖ ਦੀਆਂ ਅਰਦਾਸਾ ਕਰਦਾ ਹੈ, ਪਰ ਉਸ ਨੂੰ ਮੁਸੀਬਤਾਂ ਹੀ ਮਿਲਦੀਆਂ ਹਨ । ਸ਼ਬਦ ਦੀ ਪਾਲਣਾ ਕਰਨਾ ਹੀ ਰਹਿਮਤ ਪਾਉਣ ਦਾ ਇਕੋ ਇਕ ਰਸਤਾ ਹੈ, ਬਾਕੀ ਸਾਰੇ ਗਲਤ ਰਸਤੇ ਹੀ ਹਨ । ਪ੍ਰਭ ਆਪ ਹੀ ਸ੍ਰਿਸ਼ਟੀ ਸਾਜਦਾ ਹੈ, ਆਪ ਹੀ ਇਹਨਾਂ ਦੀ ਕਮਾਈ ਦੇਖਦਾ ਹੈ ।

Self-minded remains in the ego of worldly status and collects the wealth of greed. He prays for the comforts in his worldly life; however, he endures miseries in his human life. Whosoever may adopt the teachings of His Word in day-to-day life; only he be blessed with the right path of acceptance in His Court. The True Master creates the universe, monitors, and evaluates the earning of his human life.

ਤ੍ਰਿਸ਼ਨਾਂ ਅਗਨਿ ਸਬਦਿ ਬੁਝਾਏ॥ ਦੂਜਾ ਭਰਮੁ ਸਹਜਿ ਸੁਭਾਏ॥ tarisnaa agan sabad bujhaa-ay. doojaa bharam sahj subhaa-ay.
ਗੁਰਮਤੀ ਨਾਮੁ ਰਿਦੈ ਵਸਾਏ॥ ਸਾਚੀ ਬਾਣੀ ਹਰਿ ਗੁਣ ਗਾਏ॥੪॥ gurmatee naam ridai vasaa-ay. saachee banee har gun gaa-ay. ||4||

ਸ਼ਬਦ ਦਾ ਸਿਮਰਨ ਕਰਨ ਨਾਲ ਤ੍ਰਿਸ਼ਨਾਂ ਦੀ ਅੱਗ, ਭਟਕਣ ਖਤਮ ਹੋ ਜਾਂਦੀ ਹੈ । ਮਨ ਦੇ ਭਰਮ ਖਤਮ ਹੋ ਜਾਂਦੇ, ਮਨ ਹੋਰ ਪਾਸੇ ਆਸ ਨਹੀਂ ਰਖਦਾ । ਸ਼ਬਦ ਦੀ ਸੋਝੀ ਨਾਲ ਸ਼ਬਦ ਜੀਵ ਦੇ ਅੰਦਰ ਘਰ ਕਰ ਜਾਂਦਾ ਹੈ । ਉਹ ਅਟਲ ਪ੍ਰਭ ਦੇ ਸ਼ਬਦ ਦਾ ਸਿਮਰਨ, ਪ੍ਰਭ ਦੀ ਉਸਤਤ ਗਾਉਂਦਾ ਹੈ ।

Whosoever may meditate wholeheartedly on the teachings of His Word, all his frustrations of worldly desires and suspicions may be eliminated. His mind may not wander around in all directions. Whosoever may be enlightened with the essence of His Word; he may remain drenched with the essence of His Word. He remains meditating and singing the praises of His Ultimate Power, axiom God.

ਤਨ ਮਹਿ ਸਾਚੋ ਗੁਰਮੁਖਿ ਭਾਉ॥ tan meh saacho gurmukh bhaa-o.
ਨਾਮ ਬਿਨਾ ਨਾਹੀ ਨਿਜ ਠਾਉ॥ naam binaa naahee nij thaa-o.
ਪ੍ਰੇਮ ਪਰਾਇਣ ਪ੍ਰੀਤਮ ਰਾਉ॥ paraym paraa-in pareetam raa-o.
ਨਦਰਿ ਕਰੇ ਤਾ ਬੂਝੈ ਨਾਉ॥੫॥ nadar karay taa boojhai naa-o. ||5||

ਜਿਹੜਾ ਗੁਰਮਖ ਹਰ ਵੇਲੇ ਹੀ ਪ੍ਰਭ ਦੇ ਸ਼ਬਦ ਨੂੰ ਯਾਦ ਰਖਦਾ ਹੈ । ਉਸ ਨਾਲ ਜੀਵਨ ਬਤੀਤ ਕਰਦਾ ਹੈ, ਪ੍ਰਭ ਉਸ ਦੇ ਤਨ ਵਿੱਚ ਜਾਗਰਤ ਹੋ ਜਾਂਦਾ ਹੈ । ਸ਼ਬਦ ਨੂੰ ਅਪਣਾਉਨ ਤੋਂ ਬਿਨਾਂ ਕੋਈ ਮਨ ਵਿੱਚ ਜੋਤ ਜਾਗਰਤ ਨਹੀਂ ਕਰ ਸਕਦਾ । ਅਟਲ ਪ੍ਰਭ, ਸੇਵਕ ਦੀ ਪ੍ਰੀਤ ਦਾ ਹੀ ਦਿਵਾਨਾ ਹੈ । ਅਗਰ ਆਪ ਹੀ ਰਹਿਮਤ ਬਖਸ਼ੇ ਤਾਂ ਹੀ ਜੀਵ ਸ਼ਬਦ ਦਾ ਸਿਮਰਨ ਕਰ ਸਕਦਾ ਹੈ ।

Whosoever may keep the memory of his separation from His Holy Spirit fresh within his mind. He may adopt the teachings of His Word with steady and stable belief in his day-to-day life; he may be enlightened from within. Without adopting the teachings of His Word in day-to-day life, no one may ever be enlightened. The True Master remains anxious to accept a His true devotee. Whosoever may be bestowed with His Blessed Vision, only he may meditate on the teachings of His Word.

ਮਾਇਆ ਮੋਹੁ ਸਰਬ ਜੰਜਾਲਾ॥ maa-i-aa moh sarab janjaalaa.
ਮਨਮੁਖ ਕੁਚੀਲ ਕੁਛਿਤ ਬਿਕਰਾਲਾ॥ manmukh kucheel khuchhit bikraalaa.
ਸਤਿਗੁਰੁ ਸੇਵੇ ਚੂਕੈ ਜੰਜਾਲਾ॥ satgur sayvay chookai janjaalaa.
ਅੰਮ੍ਰਿਤ ਨਾਮੁ ਸਦਾ ਸੁਖੁ ਨਾਲਾ॥੬॥ amrit naam sadaa sukh naalaa. ||6||

ਸਾਰੀ ਸ੍ਰਿਸ਼ਟੀ ਹੀ ਸੰਸਾਰਕ ਮਾਇਆ, ਮੋਹ ਦੇ ਜਾਲ ਵਿੱਚ ਫਸੀ ਹੈ । ਮਨਮੁਖ ਜੀਵ ਆਪਣੀ ਆਤਮਾ ਨੂੰ ਇਸ ਨਾਲ ਮੈਲਾ ਕਰੀ ਰਖਦਾ ਹੈ । ਜਿਹੜਾ ਸ਼ਬਦ ਅਨੁਸਾਰ ਜੀਵਨ ਢਾਲਦਾ, ਉਸ ਦਾ ਹੀ ਮਾਇਆ ਦਾ ਜੰਜਾਲ ਟੁੱਟ ਸਕਦਾ ਹੈ । ਸ਼ਬਦ ਦੀ ਸੋਝੀ ਨਾਲ ਹੀ ਆਤਮਾ ਨੂੰ ਪੂਰਨ ਸ਼ਾਂਤੀ ਬਖਸ਼ਿਸ਼ ਹੋ ਸਕਦੀ ਹੈ ।

The whole universe remains trapped into the attachment of worldly wealth. Self-minded, nonbeliever keeps his soul blemished, with the filth of the worldly wealth. Whosoever may adopt the teachings of His Word, only he may conquer worldly wealth. He may be blessed with the enlightenment; he may be blessed with complete peace and harmony.6

ਗੁਰਮੁਖਿ ਬੂਝੈ ਏਕ ਲਿਵ ਲਾਏ॥ gurmukh boojhai ayk liv laa-ay.
ਨਿਜ ਘਰਿ ਵਾਸੈ ਸਾਚਿ ਸਮਾਏ॥ nij ghar vaasai saach samaa-ay.
ਜੰਮਣੁ ਮਰਣਾ ਠਾਕਿ ਰਹਾਏ॥ jaman marnaa thaak rahaa-ay.
ਪੂਰੇ ਗੁਰ ਤੇ ਇਹ ਮਤਿ ਪਾਏ॥੭॥ pooray gur tay ih mat paa-ay. ||7||

ਗੁਰੂ ਨਾਨਕ ਦੇਵ ਜੀ! – Guru Nanak Dev Ji! Guru Granth Sahib

ਗੁਰਮਖ ਨੂੰ ਸ਼ਬਦ ਦੀ ਸੋਝੀ ਹੋਣ ਨਾਲ ਹੀ ਪ੍ਰਭ ਦੀ ਬੰਦਗੀ ਵਿੱਚ ਲਿਵ ਲਗੀ ਰਹਿੰਦੀ ਹੈ । ਉਸ ਨਾਲ ਆਪਣੇ ਅੰਦਰੋਂ ਹੀ ਜੋਤ ਜਗਾ ਲੈਂਦਾ ਹੈ । ਉਸ ਦਾ ਜਨਮ ਮਰਨ ਦਾ ਚੱਕਰ ਖਤਮ ਹੋ ਜਾਂਦਾ ਹੈ । ਅਟਲ, ਪੂਰਨ ਪ੍ਰਭ ਦੇ ਸ਼ਬਦ ਤੋਂ ਇਹ ਸੋਝੀ ਬਖਸ਼ਿਸ਼ ਹੁੰਦੀ ਹੈ ।

His true devotee may remain intoxicated in meditation in the void of His Word. He may be enlightened from within. His cycle of birth and death may be eliminated. Only by adopting the teaching of His Word; he may be enlightened.

ਕਥਨੀ ਕਥਉ ਨ ਆਵੈ ਓਰੁ॥ kathnee katha-o na aavai or.
ਗੁਰ ਪੁਛਿ ਦੇਖਿਆ ਨਾਹੀ ਦਰੁ ਹੋਰੁ॥ gur puchh daykhi-aa naahee dar hor.
ਦੁਖੁ ਸੁਖੁ ਭਾਣੈ ਤਿਸੈ ਰਜਾਇ॥ dukh sukh bhaanai tisai rajaa-ay.
ਨਾਨਕੁ ਨੀਚੁ ਕਹੈ ਲਿਵ ਲਾਇ॥੮॥੪॥ naanak neech kahai liv laa-ay. ||8||4||

ਪ੍ਰਭ ਦੀਆਂ ਸਿਫਤਾਂ ਕਰਨ ਨਾਲ, ਗੁਣਾਂ ਦਾ ਅੰਤ ਨਹੀਂ, ਖਤਮ ਨਹੀਂ ਹੰਦੀਆਂ, ਸਾਰੀਆਂ ਦੱਸੀਆਂ ਨਹੀਂ ਜਾ ਸਕਦੀਆਂ । ਸ਼ਬਦ ਨੂੰ ਵਿਚਾਰਿਆ ਹੀ ਸੋਝੀ ਹੁੰਦੀ ਹੈ! ਪ੍ਰਭ ਤੋਂ ਬਿਨਾਂ ਹੋਰ ਕੋਈ ਮੁਕਤੀ ਬਖਸ਼ਣ ਵਾਲਾ ਨਹੀਂ ਹੈ । ਜੀਵਨ ਵਿੱਚ ਸੁਖ, ਦੁਖ ਪ੍ਰਭ ਦੇ ਹੁਕਮ ਨਾਲ ਹੀ ਆਉਂਦਾ, ਖਤਮ ਹੁੰਦਾ ਹੈ । ਜੀਵ ਨਿਮਾਣਾ ਬਣ ਕੇ ਉਸ ਨਾਲ ਆਪਣੀ ਪ੍ਰੀਤ ਅਡੋਲ ਰਖੋ ।

By singing the glory of His Word and praising His virtues; all His Virtues may not be fully explained. Whosoever may concentrate on the teachings of His Word; he may be enlightened. The True Master may bless salvation. All pleasures, sorrows, miseries, are blessed with His Command and all may pass. You should be humble and keep your faith steady and stable on the teachings of His Word.

Key Message of Raag Gauree page 222-10
'ਦਰਬਾਰ ਵਿੱਚ ਪ੍ਰਵਾਨਗੀ ਦਾ ਰਸਤਾ!
ਸ਼ਬਦ ਦੀ ਪਾਲਣਾ ਕਰਨਾ ਹੀ ਰਹਿਮਤ ਪਾਉਣ ਦਾ ਇਕੋ ਇਕ ਰਸਤਾ ਹੈ । ਕੇਵਲ ਸ਼ਬਦ ਦੀ ਸੋਝੀ ਹੀ ਅਟਲ ਪ੍ਰਭ ਦੇ ਦਰਬਾਰ ਦੇ ਰਸਤੇ ਤੇ ਪਾਉਂਦੀ ਹੈ । ਜਿਹੜਾ ਸੁਚੇਤ ਹੋ ਕੇ ਸ਼ਬਦ ਦੀ ਪਾਲਣਾ ਵਿੱਚ ਅਡੋਲ ਰਹਿੰਦਾ ਹੈ । ਉਹ ਨੂੰ ਪ੍ਰਭ ਦੀ ਹੋਂਦ ਮਹਿਸੂਸ ਹੋ ਸਕਦੀ ਹੈ । ਉਸ ਦੇ ਮਨ ਦੀਆਂ ਤ੍ਰਿਸ਼ਨਾਂ ਦੀ ਅੱਗ, ਭਟਕਣ ਖਤਮ ਹੋ ਜਾਂਦੀ, ਮਨ ਦੇ ਭਰਮ ਖਤਮ ਹੋ ਜਾਂਦੇ ਹਨ । ਗੁਰਮਖ ਹਰ ਵੇਲੇ ਹੀ ਪ੍ਰਭ ਦੇ ਸ਼ਬਦ ਨੂੰ ਯਾਦ ਰਖਦਾ, ਵਿਛੋੜੇ ਦੇ ਵਿਰਾਗ ਵਿੱਚ ਹੀ ਲੀਨ ਰਹਿੰਦਾ ਹੈ । ਅਟਲ ਪ੍ਰਭ, ਸੇਵਕ ਦੀ ਪ੍ਰੀਤ ਦਾ ਹੀ ਦਿਵਾਨਾ ਹੈ । ਸ਼ਬਦ ਦੀ ਸੋਝੀ ਨਾਲ ਹੀ ਆਤਮਾ ਨੂੰ ਪੂਰਨ ਸ਼ਾਂਤੀ ਬਖਸ਼ਿਸ਼ ਹੋ ਸਕਦੀ ਹੈ । ਪ੍ਰਭ ਤੋਂ ਬਿਨਾਂ ਹੋਰ ਕੋਈ ਮਾਨਸ ਗੁਰੂ, ਮੁਕਤੀ ਬਖਸ਼ਣ ਵਾਲਾ ਨਹੀਂ ਹੈ ।
The right path of acceptance in His Court!
Adopting the teachings of His Word in day-to-day life may be the one and only one right path of His Blessings. Only the enlightenment of the essence of His Word may guide the mind on the right path of acceptance in His Court. Whosoever may remain awake and alert all time and adopts the teachings of His Word; he may realize His Existence. His lava of greed of worldly desires, frustrations and suspicions may be eliminated. His true devotee remains in renunciation in the memory of his separation from His Holy Spirit. The True Master remains a lover of the devotional of His true devotee. Whosoever may be enlightened with the essence of His Word, his soul may be blessed with complete peace. The One and Only One, True Master may bless the salvation; no worldly guru has any power or control.

25. ਗਉੜੀ ਮਹਲਾ ੧॥ 223-2

ਦੂਜੀ ਮਾਇਆ ਜਗਤ ਚਿਤ ਵਾਸੁ॥ ਕਾਮ ਕ੍ਰੋਧ ਅਹੰਕਾਰ ਬਿਨਾਸੁ॥੧॥ doojee maa-i-aa jagat chit vaas. kaam kroDh ahaNkaar binaas. ||1||

ਸੰਸਾਰਕ ਜੀਵ ਦੇ ਮਨ ਤੇ ਸੰਸਾਰਕ ਮਾਇਆ ਦਾ ਬਹੁਤ ਪ੍ਰਭਾਵ ਹੈ । ਆਪਣਾ ਜੀਵਨ, ਕਾਮਵਾਸਨਾ, ਕਰੋਧ, ਅਹੰਕਾਰ ਪਿਛੇ ਲਗਕੇ ਬਰਬਾਦ ਕਰ ਲੈਂਦਾ ਹੈ ।

Worldly wealth has a deep influence and control on the mind of human. He remains a victim of sexual urge, anger, and ego of his mind; he wastes his human life opportunity.

ਦੂਜਾ ਕਉਣੁ ਕਹਾ ਨਹੀ ਕੋਈ॥ doojaa ka-un kahaa nahee ko-ee.
ਸਭ ਮਹਿ ਏਕੁ ਨਿਰੰਜਨੁ ਸੋਈ॥੧॥ ਰਹਾਉ॥ sabh meh ayk niranjan so-ee. ||1|| rahaa-o.

ਪ੍ਰਭ ਤੋਂ ਬਿਨਾਂ ਹੋਰ ਕੋਈ, ਕੁਝ ਕਰਨ ਵਾਲਾ ਨਹੀਂ ਹੈ! ਮੈਂ ਹੋਰ ਕਿਸ ਅੱਗੇ ਅਰਦਾਸ ਕਰਾ? ਪ੍ਰਭ ਹੀ ਸਭ ਜੀਵਾਂ ਦੇ ਅੰਦਰ ਵਸਦਾ, ਵਾਪਰਦਾ ਹੈ ।

No one else can do anything in this universe, except The True Master. Whom may I pray for Forgiveness and Refuge? His Holy Spirit remains embedded within every soul, dwells within his body and prevails everywhere.

ਦੂਜੀ ਦੁਰਮਤਿ ਆਖੈ ਦੋਇ॥ ਆਵੈ ਜਾਇ ਮਰਿ ਦੂਜਾ ਹੋਇ॥੨॥ doojee durmat aakhai do-ay. aavai jaa-ay mar doojaa ho-ay. ||2||

ਜਿਸ ਦੇ ਮਨ ਵਿੱਚ ਬੁਰੇ ਖਿਆਲ ਹੁੰਦੇ ਹਨ, ਉਹ ਹੋਰ ਪਾਸੋਂ ਰਸਤਾ ਲੱਭਦਾ ਹੈ । ਉਹ ਜਨਮ ਮਰਨ ਦੇ ਚੱਕਰ ਵਿੱਚ ਹੀ ਰਹਿੰਦਾ ਹੈ ।

Whosoever may have evil thoughts within his mind; he may be searching different path. He may remain in reincarnation cycle of birth and death.

ਧਰਣਿ ਗਗਨ ਨਹ ਦੇਖਉ ਦੋਇ॥ ਨਾਰੀ ਪੁਰਖ ਸਬਾਈ ਲੋਇ॥੩॥ Dharan gagan nah daykh-a-u do-ay. naaree purakh sabaa-ee lo-ay. ||3||

ਕੇਵਲ ਇਕੋ ਇਕ ਪ੍ਰਭ ਹੀ ਹਰਇਕ ਪੁਰਖ, ਨਾਰੀ ਵਿੱਚ ਵਸਦਾ, ਵਾਪਰਦਾ ਹੈ । ਧਰਤੀ ਅਤੇ ਅਕਾਸ਼ ਤੇ ਹੋਰ ਕੋਈ ਦੂਜਾ ਨਹੀਂ, ਸਭ ਵਿੱਚ ਪ੍ਰਭ ਦੀ ਜੋਤ ਹੀ ਹੈ ।

The One and Only One, Holy Spirit remains embedded within every soul and dwells within his body. The universe is an expansion of His Holy Spirit; No one may exist in the universe without His Command.

ਰਵਿ ਸਸਿ ਦੇਖਉ ਦੀਪਕ ਉਜਿਆਲਾ॥ ਸਰਬ ਨਿਰੰਤਰਿ ਪ੍ਰੀਤਮੁ ਬਾਲਾ॥੪॥ rav sas daykh-a-u deepak uji-aalaa. sarab nirantar pareetam baalaa. ||4||

ਸੂਰਜ ਅਤੇ ਚੰਦ ਵਿੱਚ ਵੀ ਉਸ ਦੀ ਹੀ ਰੋਸ਼ਨੀ ਹੈ । ਸਾਰੀ ਸ੍ਰਿਸ਼ਟੀ ਵਿੱਚ ਉਹ ਬਾਲਕ ਦੀ ਤਰ੍ਹਾਂ ਪ੍ਰੀਤ ਨਾਲ ਵਸਦਾ ਹੈ ।

His glow also shines through Sun and Moon. He remains carefree like a child and cherish His Own Creation.

ਕਰਿ ਕਿਰਪਾ ਮੇਰਾ ਚਿਤੁ ਲਾਇਆ॥ ਸਤਿਗੁਰਿ ਮੋ ਕਉ ਏਕੁ ਬੁਝਾਇਆ॥੫॥ kar kirpaa mayraa chit laa-i-aa. satgur mo ka-o ayk bujhaa-i-aa. ||5||

ਪ੍ਰਭ ਦੀ ਕ੍ਰਿਪਾ ਨਾਲ ਮਨ ਇਕੋ ਇਕ ਪ੍ਰਭ ਵਿੱਚ ਹੀ ਲੀਨ ਹੋਇਆ ਹੈ । ਸ਼ਬਦ ਦੀ ਪਾਲਣਾ ਨਾਲ ਇਕੋ ਇਕ ਸਦਾ ਅਟਲ ਰਹਿਣ ਵਾਲੇ ਪ੍ਰਭ ਨੇ ਸੋਝੀ ਬਖਸ਼ੀ ਹੈ ।

I remain intoxicated in meditation in the void of His Word. Whosoever may obey the teachings of His Word; with His mercy and grace, he may realize His Existence of The Axiom True Master.

ਏਕੁ ਨਿਰੰਜਨੁ ਗੁਰਮੁਖਿ ਜਾਤਾ॥ ਦੂਜਾ ਮਾਰਿ ਸਬਦਿ ਪਛਾਤਾ॥੬॥ ayk niranjan gurmukh jaataa. doojaa maar sabad pachhaataa. ||6||

ਗੁਰਮਖ ਅਟਲ ਪ੍ਰਭ ਦੀ ਹੋਂਦ ਜਾਣਦਾ, ਪਛਾਣਦਾ ਹੈ । ਉਹ ਆਪਣੇ ਭਰਮ ਖਤਮ ਕਰਕੇ ਸ਼ਬਦ ਦੀ ਸੋਝੀ ਹਾਸਿਲ ਕਰ ਲੈਂਦਾ ਹੈ ।

His true devotee may recognize and realizes His Existence. He may conquer all his worldly suspicions. He may be blessed with the enlightenment of His Word.

ਏਕੋ ਹੁਕਮੁ ਵਰਤੈ ਸਭ ਲੋਈ॥ ਏਕਸੁ ਤੇ ਸਭ ਓਪਤਿ ਹੋਈ॥੭॥ ayko hukam vartai sabh lo-ee. aykas tay sabh opat ho-ee. ||7||

ਕੇਵਲ ਇਕੋ ਇਕ ਪ੍ਰਭ ਦਾ ਭਾਣਾ ਹੀ ਸਾਰੀਆਂ ਸ੍ਰਿਸ਼ਟੀਆਂ ਵਿੱਚ ਵਾਪਰਦਾ ਹੈ । ਹਰ ਜੀਵ ਉਸ ਇਕੋ ਇਕ ਵਿਚੋਂ ਹੀ ਪੈਦਾ ਹੁੰਦਾ ਹੈ ।

Every creature comes out, as an expansion of His Holy Spirit. Only His Command prevails in the whole universe.

ਰਾਹ ਦੋਵੈ ਖਸਮੁ ਏਕੋ ਜਾਣੁ॥ raah dovai khasam ayko jaan.
ਗੁਰ ਕੈ ਸਬਦਿ ਹੁਕਮੁ ਪਛਾਣੁ॥੮॥ gur kai sabad hukam pachhaan. ||8||

ਬੰਦਗੀ ਕਰਨ ਦੇ ਬਹੁਤ ਰਸਤੇ ਹਨ (ਦੋਵੇ-ਇਕ ਤੋਂ ਵਧ) ਪਰ ਪ੍ਰਭ ਕੇਵਲ ਇਕੋ ਇਕ ਹੀ ਹੈ । ਸ਼ਬਦ ਦੀ ਸੋਝੀ, ਭਾਣੇ ਦੀ ਜਾਣਕਾਰੀ ਨਾਲ ਉਸ ਦੀ ਪਾਲਣਾ ਕਰੋ!

Humans adopts various techniques of meditation; however, The One and Only One True Master, Creator of mankind. You should comprehend and adopt the teachings of His Word in day-to-day life.

ਸਗਲ ਰੂਪ ਵਰਨ ਮਨ ਮਾਹੀ॥ sagal roop varan man maahee.
ਕਹੁ ਨਾਨਕ ਏਕੋ ਸਾਲਾਹੀ॥ ੯॥੫॥ kaho naanak ayko saalaahee. ||9||5||

ਪ੍ਰਭ ਸਾਰੀਆਂ ਕਿਸਮਾਂ ਦੇ ਰੰਗਾਂ, ਅਕਾਰਾਂ ਦੇ ਜੀਵਾਂ ਦੇ ਮਨ ਵਿੱਚ ਵਸਦਾ ਹੈ । ਜੀਵ ਉਸ ਪ੍ਰਭ ਦਾ ਧੰਨਵਾਦ ਹੀ ਕਰੋ ।

His Holy Spirit remains embedded within every soul and dwells with the body of every color or body structure. You should always sing the glory of His Word wholeheartedly.

Key Message of Raag Gauree page 223-2

'ਇਕੋ ਇਕ ਪ੍ਰਭ ਹੀ ਮੁਕਤੀ ਬਖਸ਼ਣ ਵਾਲਾ ਮਾਲਕ ਹੈ!

ਪ੍ਰਭ ਹੀ ਸਭ ਜੀਵਾਂ ਦੇ ਅੰਦਰ ਵਸਦਾ, ਵਾਪਰਦਾ ਹੈ । ਪ੍ਰਭ ਤੋਂ ਬਿਨਾਂ ਹੋਰ ਕੋਈ, ਕੁਝ ਕਰਨ ਵਾਲਾ ਹੀ ਨਹੀਂ ਹੈ । ਸ਼ਬਦ ਦੀ ਪਾਲਣਾ ਨਾਲ ਇਕੋ ਇਕ ਸਦਾ ਅਟਲ ਰਹਿਣ ਵਾਲੇ ਪ੍ਰਭ ਨੇ ਸੋਝੀ ਬਖਸ਼ੀ ਹੈ । ਗੁਰਮਖ ਅਟਲ ਪ੍ਰਭ ਦੀ ਹੋਂਦ ਜਾਣਦਾ, ਪਛਾਣਦਾ ਹੈ । ਉਹ ਆਪਣੇ ਭਰਮ ਖਤਮ ਕਰਕੇ ਸ਼ਬਦ ਦੀ ਸੋਝੀ ਹਾਸਿਲ ਕਰ ਲੈਂਦਾ ਹੈ । ਹਰਇਕ ਜੀਵ, ਇਕੋ ਇਕ ਜੋਤ ਵਿਚੋਂ ਹੀ ਪੈਦਾ ਹੁੰਦਾ, ਪ੍ਰਭ ਦਾ ਰੂਪ ਹੀ ਹੈ । ਬੰਦਗੀ ਕਰਨ ਦੇ ਬਹੁਤ ਰਸਤੇ ਹਨ (ਦੋਵੇ-ਇਕ ਤੋਂ ਵਧ) ਪਰ ਪ੍ਰਭ ਕੇਵਲ ਇਕੋ ਇਕ ਹੀ ਹੈ ।

The One and Only One True Master of Salvation!

The One and Only One, True Master, His Word remains embedded within each soul and only His Command prevails in every event in His Nature. Whosoever may adopt the teachings of His Word with steady and stable belief; he may be enlighten the essence of His Axiom Word. His true devotee recognizes and realizes His Existence. Whosoever may conquer all his worldly suspicions; he may be enlightened, blessed with the right path. Every creature comes out of His Holy Spirit; His Creation is an expansion of His Holy Spirit. Self-minded adopts various techniques of meditation; however, The One and Only One True Master of mankind.

26. ਗਉੜੀ ਮਹਲਾ ੧॥ 223-9

ਅਧਿਆਤਮ ਕਰਮ ਕਰੇ ਤਾ ਸਾਚਾ॥ aDhi-aatam karam karay taa saachaa.
ਮੁਕਤਿ ਭੇਦੁ ਕਿਆ ਜਾਣੈ ਕਾਚਾ॥੧॥ mukat bhayd ki-aa jaanai kaachaa. ||1||

ਜਿਹੜਾ ਸ਼ਬਦ ਨਾਲ ਜੀਵਨ ਢਾਲਦਾ ਹੈ, ਕੇਵਲ ਉਹ ਹੀ ਪ੍ਰਵਾਨਗੀ ਦੇ ਅਸਲੀ ਰਸਤੇ ਤੇ ਚਲ ਸਕਦਾ ਹੈ । ਜਿਸ ਦਾ ਜੀਵਨ ਸ਼ਬਦ ਅਨੁਸਾਰ ਨਹੀਂ ਹੁੰਦਾ, ਉਹ ਮੁਕਤੀ ਪਾਉਣ ਦਾ ਭੇਦ ਕਿਵੇਂ ਜਾਣ ਸਕਦਾ ਹੈ?

Whosoever may adopt the teachings of His Word in day-to-day life; only he may adopt the right path of salvation. Whosoever may not adopt His Word! How may he know the secret of salvation?

ਐਸਾ ਜੋਗੀ ਜੁਗਤਿ ਬੀਚਾਰੈ॥ aisaa jogee jugat beechaarai.
ਪੰਚ ਮਾਰਿ ਸਾਚੁ ਉਰਿ ਧਾਰੈ॥੧॥ ਰਹਾਉ॥ panch maar saach ur Dhaarai. ||1|| rahaa-o.

ਜਿਹੜਾ ਗੁਰਮਖ ਅਵਸਥਾ ਪਾਉਣ ਦਾ ਸੋਚਦਾ ਹੈ । ਉਹ ਆਪਣੀਆਂ ਸੰਸਾਰਕ ਇਛਾਂ ਤੇ ਜਿੱਤ ਪਾ ਕੇ ਸ਼ਬਦ ਨੂੰ ਆਪਣੇ ਅੰਦਰ ਜਾਗਰਤ ਕਰੇ ।

Whosoever has a deep desire to be blessed with the state of mind as His true devotee. He should conquer his worldly desires and he enlightens the essence of His Word from within and remains awake and alert.

ਜਿਸ ਕੈ ਅੰਤਰਿ ਸਾਚੁ ਵਸਾਵੈ॥ ਜੋਗ ਜੁਗਤਿ ਕੀ ਕੀਮਤਿ ਪਾਵੈ॥੨॥ jis kai antar saach vasaavai. jog jugat kee keemat paavai. ||2||

ਜਿਸ ਦੇ ਅੰਦਰ ਸ਼ਬਦ ਜਾਗਰਤ ਹੋ ਜਾਂਦਾ ਹੈ । ਉਸ ਨੂੰ ਬੰਦਗੀ ਦੀ ਕੀਮਤ ਦੀ ਸੋਝੀ ਹੋ ਜਾਂਦੀ ਹੈ ।

Whosoever may be enlightened with the teachings of His Word; he may realize the significance of enlightenment.

ਰਵਿ ਸਸਿ ਏਕੋ ਗ੍ਰਿਹ ਉਦਿਆਨੈ॥ ਕਰਣੀ ਕੀਰਤਿ ਕਰਮ ਸਮਾਨੈ॥੩॥ rav sas ayko garih udi-aanai. karnee keerat karam samaanai. ||3||

ਉਹ ਸੂਰਜ ਜਾ ਚੰਦ ਤੇ ਵਸਣ ਵਾਲਾ ਘਰ, ਜਾ ਜੰਗਲ ਇਕ ਸਮਾਨ ਸਮਝਦਾ ਹੈ । ਉਹ ਪ੍ਰਭ ਦੀ ਉਸਤਤ ਕਰਨਾ ਹੀ ਆਪਣਾ ਧੰਦਾ ਸਮਝਦਾ, ਕਰਦਾ ਹੈ ।

Whosoever may consider all places, living in, on earth, family life, in the wild forest are same. He considers meditating and singing the glory of His Word may be the only purpose of his human life opportunity.

ਏਕ ਸ਼ਬਦ ਇਕ ਭਿਖਿਆ ਮਾਗੈ॥ ayk sabad ik bhikhi-aa maagai.
ਗਿਆਨੁ ਧਿਆਨੁ ਜੁਗਤਿ ਸਚੁ ਜਾਗੈ॥੪॥ gi-aan Dhi-aan jugat sach jaagai. ||4||

ਉਹ ਕੇਵਲ ਪ੍ਰਭ ਦੇ ਸ਼ਬਦ ਦੀ ਬਖਸ਼ਿਸ ਦੀ ਹੀ ਅਰਦਾਸ ਕਰਦਾ ਹੈ । ਉਸ ਦੀ ਸੋਚ ਹਰ ਵੇਲੇ ਭਾਣੇ ਅਨੁਸਾਰ ਜੀਵਨ ਬਤੀਤ ਕਰਨ ਵਿੱਚ ਹੀ ਰਹਿੰਦੀ ਹੈ ।

Whosoever may only pray for devotion, attachment to His Word; His concentration always remains in adopting the teachings of His Word in day-to-day life.

ਭੈ ਰਚਿ ਰਹੈ ਨ ਬਾਹਰਿ ਜਾਇ॥ bhai rach rahai na baahar jaa-ay.
ਕੀਮਤਿ ਕਉਣ ਰਹੈ ਲਿਵ ਲਾਇ॥੫॥ keemat ka-un rahai liv laa-ay. ||5||

ਜਿਹੜਾ ਪ੍ਰਭ ਦੇ ਵਿਛੋੜੇ ਦੇ ਵਿਰਾਗ ਵਿੱਚ ਲੀਨ ਰਹਿੰਦਾ, ਇਸ ਵਿਚੋਂ ਬਾਹਰ ਨਹੀਂ ਜਾਂਦਾ । ਉਸ ਨੂੰ ਬੰਦਗੀ ਦੀ ਕੀਮਤ ਦੀ ਸੋਝੀ ਹੋ ਜਾਂਦੀ ਹੈ । ਉਹ ਸਵਾਸ ਗਰਾਸ ਇਸ ਵਿੱਚ ਹੀ ਲੀਨ ਰਹਿੰਦਾ ਹੈ ।

ਗੁਰੂ ਨਾਨਕ ਦੇਵ ਜੀ! – Guru Nanak Dev Ji! Guru Granth Sahib

Whosoever may remain in the renunciation, in the memory of his separation from His Holy Spirit; he may never come out of the void of His Word. Whosoever may recognize the significance of meditation; he may remain intoxicated in meditation in the void of His Word.

ਆਪੇ ਮੇਲੇ ਭਰਮੁ ਚੁਕਾਏ॥ aapay maylay bharam chukaa-ay.
ਘੁਰ ਪ੍ਰਸਾਦਿ ਪਰਮ ਪਦੁ ਪਾਏ॥੬॥ gur parsaad param pad paa-ay. ||6||

ਜਿਸ ਤੇ ਆਪ ਹੀ ਰਹਿਮਤ ਬਖਸ਼ਕੇ, ਮਨ ਦੇ ਭਰਮ ਖਤਮ ਕਰਕੇ ਬੰਦਗੀ ਤੇ ਅਡੋਲ ਰਖਦਾ ਹੈ । ਉਸ ਨੂੰ ਪ੍ਰਭ ਦੀ ਕ੍ਰਿਪਾ ਨਾਲ ਵਿਸ਼ੇਸ਼ ਥਾਂ ਬਖਸ਼ਿਸ਼ ਹੋ ਜਾਂਦਾ ਹੈ ।

Whosoever may conquer his suspicion; he may remain steady and stable on the path of meditation; with His mercy and grace, his soul may be blessed with a unique place in His Court.

ਗੁਰ ਕੀ ਸੇਵਾ ਸਬਦੁ ਵੀਚਾਰੁ॥ gur kee sayvaa sabad veechaar.
ਹਉਮੈ ਮਾਰੇ ਕਰਣੀ ਸਾਰੁ॥੭॥ ha-umai maaray karnee saar. ||7||

ਪ੍ਰਭ ਦੀ ਸੇਵਾ, ਸ਼ਬਦ ਦੀ ਪਾਲਣਾ ਵਿੱਚ ਹੀ ਹੈ । ਇਸ ਨਾਲ ਅਹੰਕਾਰ ਖਤਮ ਹੋ ਜਾਂਦਾ, ਜੀਵ ਦੇ ਸਾਰੇ ਕੰਮ ਸ੍ਰਿਸ਼ਟੀ ਦੀ ਭਲਾਈ ਵਾਲੇ ਹੋ ਜਾਂਦੇ ਹਨ ।

The true worship may be to adopt the teachings of His Word in day-to-day life. He may conquer his ego; all his deeds may become for the welfare of mankind.

ਜਪ ਤਪ ਸੰਜਮ ਪਾਠ ਪੁਰਾਣੁ॥ jap tap sanjam paath puraan.
ਕਹੁ ਨਾਨਕ ਅਪਰੰਪਰ ਮਾਨੁ॥੮॥੬॥ kaho naanak aprampar maan. ||8||6||

ਪਾਠ, ਜਾ ਨਿਤਨੇਮ ਜਾ ਧਾਰਮਕ ਗ੍ਰੰਥ ਪੜ੍ਹਨਾ ਸਾਰੇ ਆਪਣੇ ਮਨ ਨੂੰ, ਜੀਵਨ ਨੂੰ ਸ਼ਬਦ ਦੇ ਲੇਖ ਲਾਉਣ ਵਿੱਚ ਹੀ ਆ ਜਾਂਦੇ ਹਨ ।

Morning routine prayers, path or reciting the Holy Scripture, all becomes offering mind and body at His Service.

Key Message of Raag Gauree page 223-9
ਆਪਾ ਭੇਟਾ ਕਰਨ ਦੀ ਮਹੱਤਤਾ!
ਜਿਹੜਾ ਸ਼ਬਦ ਨਾਲ ਜੀਵਨ ਨੂੰ ਢਾਲਦਾ ਹੈ, ਕੇਵਲ ਉਹ ਹੀ ਪ੍ਰਵਾਨਗੀ ਦੇ ਅਸਲੀ ਰਸਤੇ ਤੇ ਚਲ ਸਕਦਾ ਹੈ । ਜਿਹੜਾ ਆਪਣੀਆਂ ਸੰਸਾਰਕ ਇਛਾਂ ਤੇ ਜਿੱਤ ਪਾ ਲੈਂਦਾ ਹੈ, ਉਸ ਨੂੰ ਬੰਦਗੀ ਦੀ ਕੀਮਤ ਦੀ ਸੋਝੀ ਹੋ ਜਾਂਦੀ ਹੈ । ਜਿਹੜਾ ਸੂਰਜ ਜਾ ਚੰਦ ਤੇ ਵਸਣ ਵਾਲਾ ਘਰ, ਜਾ ਜੰਗਲ ਵਸਣਾ ਬੰਦਗੀ ਵਾਸਤੇ ਇਕ ਸਮਾਨ ਹੀ ਸਮਝਦਾ ਹੈ । ਉਹ ਪ੍ਰਭ ਦੀ ਉਸਤਤ ਕਰਨਾ ਹੀ ਆਪਣਾ ਧੰਦਾ ਸਮਝਦਾ ਹੈ । ਉਹ ਪ੍ਰਭ ਦੇ ਵਿਛੋੜੇ ਦੇ ਵਿਰਾਗ ਵਿੱਚ ਲੀਨ ਰਹਿੰਦਾ ਹੈ! ਜਿਹੜਾ ਮਨ ਦੇ ਭਰਮ ਖਤਮ ਕਰਕੇ ਬੰਦਗੀ ਤੇ ਅਡੋਲ ਰਖਦਾ ਹੈ । ਉਸ ਦੇ ਮਨ ਵਿਚੋਂ ਅਹੰਕਾਰ ਖਤਮ ਹੋ ਜਾਂਦਾ, ਉਸ ਦੇ ਸਾਰੇ ਕੰਮ ਸ੍ਰਿਸ਼ਟੀ ਦੀ ਭਲਾਈ ਵਾਲੇ ਹੋ ਜਾਂਦੇ ਹਨ । ਪਾਠ, ਜਾ ਨਿਤਨੇਮ ਜਾ ਧਾਰਮਕ ਗ੍ਰੰਥ ਪੜ੍ਹਨਾ ਸਾਰੇ ਆਪਣੇ ਮਨ ਨੂੰ, ਜੀਵਨ ਨੂੰ ਸ਼ਬਦ ਦੇ ਲੇਖ ਲਾਉਣ ਵਿੱਚ ਹੀ ਆ ਜਾਂਦੇ ਹਨ ।
Significance of surrending yourself at His Sanctuary!
Whosoever may adopt the teachings of His Word in day-to-day life; only he may remain on the right path of salvation. Whosoever may conquer his worldly desires; he may realize the significance of enlightenment of His Word. Whosoever may consider all places, living in Sun, on earth, in a family life, in the wild forest as same for meditation. He considers meditating and singing the glory of His Word, may be the only purpose of his life. He remains in the renunciation, in the memory of his separation from His Holy Spirit. Whosoever may conquer all his suspicions, his ego; all his deeds become for the welfare of mankind. Morning routine prayers, paath or reciting the Holy Scripture, all are as offering your mind, body, as surrendering your self-entity at the service of His Word.

27. ਗਉੜੀ ਮਹਲਾ ੧॥ 223-15

ਖਿਮਾ ਗਹੀ ਬ੍ਰਤੁ ਸੀਲ ਸੰਤੋਖੰ॥ ਰੋਗੁ ਨ ਬਿਆਪੈ ਨਾ ਜਮ ਦੋਖੰ॥ khimaa gahee barat seel santokhaN. rog na bi-aapai naa jam dokhaN.
ਮੁਕਤ ਭਏ ਪ੍ਰਭ ਰੂਪ ਨ ਰੇਖੰ॥੧॥ mukat bha-ay parabh roop na raykhaN. ||1||

ਜਿਹੜੇ ਜੀਵ ਦੇ ਜੀਵਨ ਦਾ ਢੰਗ, ਦੂਸਰੇ ਦੀ ਗਲਤੀ ਨੂੰ ਨਾ ਚਿਤਾਰਨ ਵਾਲਾ ਹੋਵੇ! ਉਸ ਦਾ ਹੀ ਅਸਲੀ ਵਰਤ ਰਖਣਾ ਹੈ । ਚੰਗੇ ਕੰਮ ਕਰਨ ਦੀ ਧੀਰਜ ਹੈ । ਪ੍ਰਭ ਦੇ ਭਾਣੇ ਤੇ ਉਸ ਦਾ ਅਸਲੀ ਸੰਤੋਖ ਬਣ ਜਾਂਦਾ ਹੈ । ਉਸ ਨੂੰ ਕੋਈ ਸੰਸਾਰਕ ਮੁਸੀਬਤ, ਮੌਤ ਦਾ ਡਰ ਸਤਾਉਂਦਾ ਨਹੀਂ । ਉਹ ਅਕਾਰ, ਰੰਗ, ਰੂਪ, ਜਾਤ ਤੋਂ ਰਹਿਤ ਪ੍ਰਭ ਵਿੱਚ ਹੀ ਸਮਾ ਜਾਂਦਾ ਹੈ ।

Whose may not criticize or explore the weakness and mistakes of others; his way of life may be a true worship; true varat in day-to-day life. Whosoever may perform good deeds, remains in patience on His Blessings; he may be blessed with contentment in his life. He may not be frustrated by any worldly miseries nor from the fear of death. He may be absorbed in the formless, colorless, casteless glow of His Holy Spirit.

*** Varat (abstaining from food to clean soul)**

ਜੋਗੀ ਕਉ ਕੈਸਾ ਡਰੁ ਹੋਇ॥ jogee ka-o kaisaa dar ho-ay.
ਰੂਖਿ ਬਿਰਖਿ ਗ੍ਰਿਹਿ ਬਾਹਰਿ ਸੋਇ॥ ੧॥ ਰਹਾਉ॥ rookh birakh garihi baahar so-ay. ||1||rahaa-o.

ਬੰਦਗੀ ਕਰਨ ਵਾਲੇ ਨੂੰ ਕਿਵੇਂ ਕਿਸੇ ਕਿਸਮ ਦਾ ਡਰ ਹੋਵੇ? ਉਹ ਜਾਣ ਜਾਂਦਾ ਹੈ! ਕੇਵਲ ਪ੍ਰਭ ਹੀ ਬ੍ਰਿਛਾਂ, ਬੂਟਿਆਂ, ਘਰਾਂ ਅਤੇ ਜੰਗਲਾਂ ਵਿੱਚ ਹਰ ਥਾਂ ਵਾਪਰਦਾ ਹੈ ।

How may any worldly fear change state of mind of His true devotee? He realizes! The One and only One, True Master prevails, even in all plants, trees in forest and within the heart of every creature.

ਨਿਰਭਉ ਜੋਗੀ ਨਿਰੰਜਨੁ ਧਿਆਵੈ॥ nirbha-o jogee niranjan Dhi-aavai.
ਅਨਦਿਨੁ ਜਾਗੈ ਸਚਿ ਲਿਵ ਲਾਵੈ॥ an-din jaagai sach liv laavai.
ਸੋ ਜੋਗੀ ਮੇਰੈ ਮਨਿ ਭਾਵੈ॥੨॥ so jogee mayrai man bhaavai. ||2||

ਜਿਹੜਾ ਪ੍ਰਭ ਦੇ ਸ਼ਬਦ ਦਾ ਸਿਮਰਨ ਕਰਦਾ ਹੈ, ਉਹ ਰਾਤ ਦਿਨ ਪ੍ਰਭ ਦੇ ਵਿਛੋੜੇ ਦੇ ਵਿਰਾਗ ਵਿੱਚ ਹੀ ਰਹਿੰਦਾ ਹੈ । ਓਹੁ, ਪ੍ਰਭ ਨੂੰ ਪਿਆਰੇ ਹੋ ਜਾਂਦਾ ਹੈ ।

Whosoever may meditate on the teachings of His Word! He may remain in the renunciation, in the memory of his separation from His Holy Spirit, Day and night. He (Yogi) may be blessed with state of mind as His true devotee.

ਕਾਲੁ ਜਾਲੁ ਬ੍ਰਹਮ ਅਗਨੀ ਜਾਰੇ॥ ਜਰਾ ਮਰਣ ਗਤੁ ਗਰਬੁ ਨਿਵਾਰੇ॥ kaal jaal barahm agnee jaaray. jaraa maran gat garab nivaaray.
ਆਪਿ ਤਰੈ ਪਿਤਰੀ ਨਿਸਤਾਰੇ॥੩॥ aap tarai pitree nistaaray. ||3||

ਪ੍ਰਭ ਦੇ ਵਿਰਾਗ ਦੀ ਅੱਗ, ਮੌਤ ਦਾ ਡਰ ਜਲਾ ਦੇਂਦੀ ਹੈ । ਉਹ ਬੁਢੇਪੇ, ਮੌਤ ਅਤੇ ਅਹੰਕਾਰ ਤੇ ਜਿੱਤ ਪਾ ਲੈਂਦਾ ਹੈ । ਸੰਸਾਰਕ ਸਾਗਰ ਪਾਰ ਕਰ ਜਾਂਦਾ ਹੈ, ਆਪਣੇ ਬਜ਼ੁਰਗਾ ਦੇ ਵੀ ਪਾਪ ਧੋ ਜਾਂਦਾ ਹੈ ।

The renunciation of the memory of his separation from His Holy Spirit, may be a unique lava; his fear of death may be burned, eliminated forever. He may conquer his ego, fear of old age, and his death. He may sail terrible worldly ocean of desires; he may save the legacy of his old generations.

ਸਤਿਗੁਰੁ ਸੇਵੇ ਸੋ ਜੋਗੀ ਹੋਇ॥ ਭੈ ਰਚਿ ਰਹੈ ਸੁ ਨਿਰਭਉ ਹੋਇ॥ ਜੈਸਾ ਸੇਵੈ ਤੈਸੋ ਹੋਇ॥ ੪॥

satgur sayvay so jogee ho-ay. bhai rach rahai so nirbha-o ho-ay. jaisaa sayvai taiso ho-ay. ||4||

ਜਿਹੜਾ ਪ੍ਰਭ ਦੇ ਸ਼ਬਦ ਦੀ ਪਾਲਣਾ ਕਰਦਾ ਹੈ । ਉਹ ਹੀ ਅਸਲੀ ਭਗਤ (ਜੋਗੀ) ਹੁੰਦਾ ਹੈ । ਉਹ ਹਰ ਵੇਲੇ ਉਸ ਦੇ ਵਿਰਾਗ ਵਿੱਚ ਹੀ ਰਹਿੰਦਾ ਹੈ । ਜਿਸ ਦੀ ਸੇਵਾ, ਸਿਮਰਨ ਕਰਦਾ ਹੈ, ਉਸ ਦਾ ਹੀ ਰੂਪ ਬਣ ਜਾਂਦਾ ਹੈ ।

Whosoever may obey the teachings of His Word in his day-to-day life; with His mercy and grace, he may be blessed with a state of mind as His true devotee. He remains in renunciation in the memory of his separation from His Holy Spirit. He remains intoxicated in meditation in the void of His Word; he may become a symbol of The True Master.

ਨਰ ਨਿਹਕੇਵਲ ਨਿਰਭਉ ਨਾਉ॥ ਅਨਾਥਹ ਨਾਥ ਕਰੇ ਬਲਿ ਜਾਉ॥ ਫੁਨਰਪਿ ਜਨਮੁ ਨਾਹੀ ਗੁਣ ਗਾਉ॥ ੫॥

nar nihkayval nirbha-o naa-o. anaathah naath karay bal jaa-o. punrap janam naahee gun gaa-o. ||5

ਜਿਹੜਾ ਸ਼ਬਦ ਦਾ ਸਿਮਰਨ ਕਰਦਾ ਹੈ, ਉਸ ਦੀ ਆਤਮਾ ਪਵਿੱਤਰ ਅਤੇ ਡਰ ਤੋਂ ਰਹਿਤ ਹੋ ਜਾਂਦੀ ਹੈ । ਜਿਸ ਜੀਵ ਦਾ ਸੰਸਾਰ ਵਿੱਚ ਕੋਈ ਮਾਲਕ ਨਹੀਂ ਹੁੰਦਾ, ਪ੍ਰਭ ਆਪ ਹੀ ਮਾਲਕ ਬਣ ਜਾਂਦਾ ਹੈ । ਉਹ ਜੂੰਨਾਂ ਦੇ ਚੱਕਰ ਵਿੱਚ ਨਹੀਂ ਰਹਿੰਦਾ, ਪੂਜਣ ਯੋਗ ਹੋ ਜਾਂਦਾ ਹੈ ।

Whosoever may meditate on the teachings of His Word; his soul may be sanctifies and fearless. Whosoever may not have any true companion, master in the universe; The True Master may become his true companion and supporter. He may not remain in the cycle of birth and death; he may become worthy of worship.

ਅੰਤਰਿ ਬਾਹਰਿ ਏਕੋ ਜਾਣੈ॥ ਗੁਰ ਕੈ ਸਬਦੇ ਆਪੁ ਪਛਾਣੈ॥ ਸਾਚੈ ਸਬਦਿ ਦਰਿ ਨੀਸਾਣੈ॥੬॥

antar baahar ayko jaanai. gur kai sabday aap pachhaanai. saachai sabad dar neesaanai. ||6||

ਉਹ ਹਰ ਥਾਂ, ਅੰਦਰ, ਬਾਹਰ ਪ੍ਰਭ ਨੂੰ ਹੀ ਵਾਪਰਦਾ ਮਹਿਸੂਸ ਕਰਦਾ ਹੈ । ਉਹ ਸ਼ਬਦ ਦੀ ਸੋਝੀ ਪਾ ਕੇ ਆਪਣੇ ਆਪ ਨੂੰ ਪਛਾਣ ਲੈਂਦਾ ਹੈ । ਉਹ ਸ਼ਬਦ ਦੀ ਬੰਦਗੀ ਕਰਨ ਦਾ ਨਿਸ਼ਾਨ ਬਣ ਜਾਂਦਾ ਹੈ ।

His true devotee may realize His Holy Spirit prevails in every heart and outside in the universe. He may be enlightened to recognize the real purpose of his human life opportunity. He may become a pillar, symbol of meditation.

ਸਬਦਿ ਮਰੈ ਤਿਸੁ ਨਿਜ ਘਰਿ ਵਾਸਾ॥ ਆਵੈ ਨ ਜਾਵੈ ਚੂਕੈ ਆਸਾ॥ ਗੁਰ ਕੈ ਸਬਦਿ ਕਮਲੁ ਪਰਗਾਸਾ॥੭॥

sabad marai tis nij ghar vaasaa. aavai na jaavai chookai aasaa. gur kai sabad kamal pargaasaa. ||7||

ਜਿਹੜਾ ਸ਼ਬਦ ਦੀ ਪਾਲਣਾ ਕਰਦਾ ਮਰ ਜਾਂਦਾ ਹੈ । ਉਹ ਪ੍ਰਭ ਦੇ ਦਰਬਾਰ ਵਿੱਚ ਆਪਣਾ ਘਰ ਵਸਾ ਲੈਂਦਾ ਹੈ । ਉਸ ਦਾ ਜਨਮ ਮਰਨ ਦਾ ਲੇਖਾ ਖਤਮ ਹੋ ਜਾਂਦਾ ਹੈ । ਪ੍ਰਭ ਦੇ ਸ਼ਬਦ ਨਾਲ ਉਸ ਦੇ ਚੇਹਰੇ ਤੇ ਨੂਰ ਬਖਸ਼ਿਸ਼ ਹੋ ਜਾਂਦਾ ਹੈ ।

Whosoever may die obeying the teachings of His Word; he may be blessed with a permanent place in His Court. His cycle of birth and death may be eliminated. His eternal spiritual glow may be shining on his forehead.

ਜੋ ਦੀਸੈ ਸੋ ਆਸ ਨਿਰਾਸਾ॥ ਕਾਮ ਕਰੋਧ ਬਿਖੁ ਭੂਖ ਪਿਆਸਾ॥ ਨਾਨਕ ਬਿਰਲੇ ਮਿਲਹਿ ਉਦਾਸਾ॥੮॥੭॥

jo deesai so aas niraasaa. kaam karoDh bikh bhookh pi-aasaa. naanak birlay mileh udaasaa. ||8||7||

ਸੰਸਾਰ ਵਿੱਚ ਸਭ ਕੋਈ ਆਸਾ ਤੇ ਨਿਰਾਸ਼ਾ ਵਿੱਚ ਹੀ ਰਹਿੰਦਾ ਹੈ । ਮਨ ਵਿਚੋਂ ਕਾਮ, ਕਰੋਧ, ਲਾਲਚ ਦੀ ਭੁੱਖ ਦੀ ਪਿਆਸ ਖਤਮ ਨਹੀਂ ਹੁੰਦੀ । ਕੋਈ ਵਿਰਲਾ ਹੀ ਪ੍ਰਭ ਦੇ ਵਿਰਾਗ ਵਿੱਚ ਜੀਵਨ ਬਤੀਤ ਕਰਦਾ ਹੈ ।

Everyone in the universe may remain in hopes and disappointments. He may never conquer his sexual urge, anger, and greed. Very rare devotee may remain in renunciation in the memory of his separation from His Holy Spirit.

Key Message of Raag Gauree page 223-15
ਅਸਲੀ ਵਰਤ ਕਿਸਤਰ੍ਹਾਂ ਦਾ ਹੁੰਦਾ ਹੈ?
ਜਿਹੜਾ ਦੂਸਰੇ ਦੀ ਗਲਤੀ ਨਾ ਚਿਤਾਰੇ, ਉਸ ਦਾ ਹੀ ਅਸਲੀ ਵਰਤ ਰਖਣਾ ਹੁੰਦਾ ਹੈ । ਉਹ ਅਕਾਰ, ਰੰਗ, ਰੂਪ, ਜਾਤ ਤੋਂ ਰਹਿਤ ਜੋਤ ਵਿੱਚ ਹੀ ਸਮਾ ਜਾਂਦਾ ਹੈ । ਜਿਹੜਾ ਰਾਤ ਦਿਨ ਪ੍ਰਭ ਦੇ ਵਿਰਾਗ ਵਿੱਚ ਹੀ ਰਹਿੰਦਾ ਹੈ! ਉਸ ਨੂੰ ਜੋਗੀ ਅਵਸਥਾ ਬਖਸ਼ਿਸ਼ ਹੋ ਜਾਂਦੀ ਹੈ । ਉਸ ਨੂੰ ਬੁਢੇਪੇ, ਮੌਤ ਅਤੇ ਅਹੰਕਾਰ ਤੇ ਜਿੱਤ ਬਖਸ਼ਿਸ਼ ਹੋ ਜਾਂਦੀ ਹੈ । ਜਿਸ ਦੀ ਸੇਵਾ, ਸਿਮਰਨ ਕਰਦਾ ਹੈ, ਉਸ ਦਾ ਹੀ ਰੂਪ ਬਣ ਜਾਂਦਾ, ਪੂਜਣ ਯੋਗ ਹੋ ਜਾਂਦਾ ਹੈ । ਉਹ ਸ਼ਬਦ ਦੀ ਬੰਦਗੀ ਕਰਨ ਦਾ ਨਿਸ਼ਾਨ ਬਣ ਜਾਂਦਾ ਹੈ । ਉਸ ਦਾ ਜਨਮ ਮਰਨ ਦਾ ਲੇਖਾ ਖਤਮ ਹੋ ਜਾਂਦਾ ਹੈ । ਕੋਈ ਵਿਰਲਾ ਹੀ ਪ੍ਰਭ ਦੇ ਵਿਰਾਗ ਵਿੱਚ ਜੀਵਨ ਬਤੀਤ ਕਰਦਾ ਹੈ ।
What may be true abstaining of food, devotion?
Whosoever may not criticize or explore the weakness of others; his way of life may be a true worship. He may be absorbed within the formless, colorless, casteless His Holy Spirit. Whosoever may remain in the renunciation, in the memory of his separation from His Holy Spirit, Day and night; he may be blessed with a state of mind as His true devotee, Yogi! He may conquer the fear of his old age, his death, and his ego. He may become the symbol of His Holy Spirit; worthy of worship. He may become a pillar, symbol of meditation! His cycle of birth and death may be eliminated; however, very rare devotee may remain in renunciation in the memory of his separation from His Holy Spirit.

28. ਗਉੜੀ ਮਹਲਾ॥ ੧॥ 224-4

ਐਸੋ ਦਾਸੁ ਮਿਲੈ ਸੁਖੁ ਹੋਈ॥ ਦੁਖੁ ਵਿਸਰੈ ਪਾਵੈ ਸਚੁ ਸੋਈ॥੧॥

aiso daas milai sukh ho-ee. dukh visrai paavai sach so-ee. ||1||

ਪ੍ਰਭ ਰਹਿਮਤ ਬਖਸ਼ੋ! ਉਸ ਸੰਤ ਸਰੂਪ ਨਾਲ ਮਿਲਾਪ ਬਖਸ਼ੋ! ਜਿਹੜਾ ਤੇਰੇ ਮਿਲਣ ਦੇ ਰਸਤੇ ਦੀ ਸੋਝੀ ਦੇਵੇ । ਜਿਸ ਨੂੰ ਸ਼ਬਦ ਦੀ ਸੋਝੀ ਹੋਵੇ, ਆਪ ਰਸਤੇ ਤੇ ਚਲਦਾ ਹੋਵੇ । ਜਿਸ ਦੇ ਮਿਲਣ ਨਾਲ ਮਨ ਦੇ ਦੁਖ ਦੂਰ ਹੋ ਜਾਣ, ਮਨ ਨੂੰ ਸ਼ਾਂਤੀ, ਸੰਤੋਖ ਬਖਸ਼ਿਸ਼ ਹੋ ਜਾਵੇ ।

My True Master bestow Your Blessed Vision to associate with Your true devotee. Who may have adopted the right path and blessed with enlightenment of the essence of Your Word. Who may be enlightened to guide on the right path of acceptance in Your Court; all my worries may be purpose of human life may be eliminated. I may realize peace and contentment in my human life journey!

ਦਰਸਨੁ ਦੇਖਿ ਭਈ ਮਤਿ ਪੂਰੀ॥ darsan daykh bha-ee mat pooree.
ਅਠਸਠਿ ਮਜਨੁ ਚਰਨਹ ਧੂਰੀ॥੧॥ ਰਹਾਉ॥ athsath majan charnah Dhooree. ||1|| rahaa-o.

ਜਿਸ ਨੂੰ ਪ੍ਰਭ ਦੀ ਰਹਿਮਤ ਨਾਲ ਪ੍ਰਭ ਦੀ ਹੋਂਦ ਮਹਿਸੂਸ ਹੋ ਜਾਂਦੀ ਹੈ । ਉਸ ਦੇ ਦਰਸ਼ਨ ਕਰਨ, ਮਿਲਣ ਨਾਲ ਸ਼ਬਦ ਦੀ ਪੂਰਨ ਸੋਝੀ ਹੋ ਜਾਂਦੀ ਹੈ । ਉਸ ਸੰਤ ਦੀ ਸ਼ਰਣ ਵਿੱਚ ਆਇਆ, ਆਤਮਾ ਨੂੰ 68 ਤੀਰਥਾਂ ਦੇ ਇਸ਼ਨਾਨ ਕਰਨ ਵਾਲੀ ਪਵਿਤਰਤਾ ਬਖਸ਼ਿਸ਼ ਹੋ ਜਾਂਦੀ ਹੈ ।

Whosoever may realize His Existence, The True Master! Whosoever may adopt his life experience teachings in his own life; he may be enlightened with the essence of His Word. Whosoever may surrender his self-entity in his conjugation; he may experience a soul sanctification as with the pilgrimage and sanctifying bath of 68 Holy shrines.

ਨੇਤ੍ਰ ਸੰਤੋਖੇ ਏਕ ਲਿਵ ਤਾਰਾ॥ naytar santokhay ayk liv taaraa.
ਜਿਹਵਾ ਸੂਚੀ ਹਰਿ ਰਸ ਸਾਰਾ॥੨॥ jihvaa soochee har ras saaraa. ||2||

ਉਸ ਦੇ ਦਰਸ਼ਨਾ ਨਾਲ ਮੇਰੇ ਨੇਤ੍ਰਾ, ਮਨ ਵਿੱਚ ਪੂਰਨ ਸੰਤੋਖ ਬਖਸ਼ਿਸ਼ ਹੋ ਗਿਆ ਹੈ । ਮੇਰੀ ਲਿਵ ਪ੍ਰਭ ਦੇ ਸ਼ਬਦ ਵਿੱਚ ਲਗੀ ਹੈ । ਮੇਰੀ ਜੀਭ ਪਵਿੱਤਰ ਹੋ ਕੇ ਪ੍ਰਭ ਦਾ ਕੀਰਤਨ ਕਰਦੀ ਹੈ ।

By adopting his life experience teaching in own life; I have been blessed with complete contentment. I am intoxicated in meditation in the void on His Word. My tongue has been sanctified and sings the glory of His Word.

ਸਚੁ ਕਰਣੀ ਅਭ ਅੰਤਰਿ ਸੇਵਾ॥ sach karnee abh antar sayvaa.
ਮਨੁ ਤ੍ਰਿਪਤਾਸਿਆ ਅਲਖ ਅਭੇਵਾ॥੩॥ man tariptaasi-aa alakh abhayvaa. ||3||

ਮੇਰੇ ਕੰਮ ਸ੍ਰਿਸ਼ਟੀ ਦੇ ਭਲਾਈ ਦੇ ਬਣ ਗਏ । ਮਨ ਵਿੱਚ ਪ੍ਰਭ ਦੀ ਸੇਵਾ, ਬੰਦਗੀ ਦੀ ਲਿਵ ਹੀ ਹੈ । ਮੈਂ ਸ਼ਬਦ ਦੀ ਸਮਾਧੀ ਵਿੱਚ ਸੰਤੋਖ, ਅਨੰਦ ਮਾਨਦਾ ਹੈ ।

All my worldly deeds have become for the welfare of mankind. I remain intoxicated in meditation to serve His Word. I remain in pleasures and peace in the void of His Holy Spirit.

ਜਹ ਜਹ ਦੇਖਉ ਤਹ ਤਹ ਸਾਚਾ॥ jah jah daykh-a-u tah tah saachaa.
ਬਿਨੁ ਬੂਝੇ ਝਗਰਤ ਜਗੁ ਕਾਚਾ॥੪॥ bin boojhay jhagrat jag kaachaa. ||4||

ਪ੍ਰਭ ਦੀ ਰਹਿਮਤ ਨਾਲ ਹਰ ਜੀਵ ਵਿੱਚ ਪ੍ਰਭ ਹੀ ਵਸਦਾ ਮਹਿਸੂਸ ਹੁੰਦਾ ਹੈ । ਸ਼ਬਦ ਦੀ ਸੋਝੀ ਤੋਂ ਬਿਨਾਂ ਜੀਵ ਝੂਠੀਆਂ ਹੀ ਕਥਾ ਕਰਦਾ ਰਹਿੰਦਾ ਹੈ ।

I may realize His Holy Spirit embedded and prevailing within every soul and dwells within his body. Without the enlightenment of the essence of His Word; all preaching and sermons are hypothetical stories.

ਗੁਰੁ ਸਮਝਾਵੈ ਸੋਝੀ ਹੋਈ॥ gur samjhaavai sojhee ho-ee.
ਗੁਰਮੁਖਿ ਵਿਰਲਾ ਬੂਝੈ ਕੋਈ॥੫॥ gurmukh virlaa boojhai ko-ee. ||5||

ਜਿਸ ਤੇ ਪ੍ਰਭ ਆਪ ਹੀ ਰਹਿਮਤ ਦੀ ਨਜ਼ਰ ਬਖਸ਼ਦਾ ਹੈ, ਉਸ ਨੂੰ ਸ਼ਬਦ ਦੀ ਸੋਝੀ ਹੁੰਦੀ ਹੈ । ਕਿਸੇ ਵਿਰਲੇ ਹੀ ਜੀਵ ਨੂੰ ਸ਼ਬਦ ਦੀ ਪੂਰਨ ਸੋਝੀ ਬਖਸ਼ਿਸ਼ ਹੁੰਦੀ ਹੈ ।

Whosoever may be bestowed with His Blessed Vision, only he may be enlightened within the essence of His Word; however, very rare human may be blessed with the enlightenment of His Word, a state of mind as His true devotee.

ਕਰਿ ਕਿਰਪਾ ਰਾਖਹੁ ਰਖਵਾਲੇ॥ kar kirpaa raakho rakhvaalay.
ਬਿਨੁ ਬੂਝੇ ਪਸੂ ਭਏ ਬੇਤਾਲੇ॥੬॥ bin boojhay pasoo bha-ay baytaalay. ||6||

ਪ੍ਰਭ ਆਪ ਹੀ ਰਹਿਮਤ ਬਖਸ਼ੋ! ਮੇਰੀ ਰਖਿਆ ਕਰੋ, ਸ਼ਬਦ ਦੀ ਸੋਝੀ ਬਖਸ਼ੋ । ਸੋਝੀ ਤੋਂ ਬਿਨਾਂ ਜੀਵ ਜਾਨਵਰਾਂ ਅਤੇ ਦੇਤਾਂ ਵਾਲੇ ਕੰਮ ਹੀ ਕਰਦਾ ਹੈ ।

My True Master blesses the enlightenment of Your Word and protects me from worldly desires. All humans perform all deeds like wild beasts, without the enlightenment of His Word.

ਗੁਰਿ ਕਹਿਆ ਅਵਰੁ ਨਹੀ ਦੂਜਾ॥ gur kahi-aa avar nahee doojaa.
ਕਿਸੁ ਕਹੁ ਦੇਖਿ ਕਰਉ ਅਨ ਪੂਜਾ॥੭॥ kis kaho daykh kara-o an poojaa. ||7||

ਕੇਵਲ ਇਕੋ ਇਕ ਪ੍ਰਭ ਹੀ ਸਭ ਕੁਝ ਕਰਨ ਵਾਲਾ ਹੈ । ਮੈਂ ਕਿਸ ਨੂੰ ਦੇਖਾ ਅਤੇ ਕਿਸ ਨੂੰ ਪੂਜਾਂ, ਸਿਮਰਨ ਕਰਾ?

The One and Only One True Master prevails in every event of His Nature. Whom may I worship for His Blessings?

ਸੰਤ ਹੇਤਿ ਪ੍ਰਭਿ ਤ੍ਰਿਭਵਣ ਧਾਰੇ॥ sant hayt parabh taribhavan Dhaaray.
ਆਤਮੁ ਚੀਨੈ ਸੁ ਤਤੁ ਬੀਚਾਰੇ॥੮॥ aatam cheenai so tat beechaaray. ||8||

ਪ੍ਰਭ ਨੇ ਤਿੰਨੇ ਸ੍ਰਿਸ਼ਟੀਆਂ ਹੀ ਬੰਦਗੀ ਕਰਨ ਲਈ ਪੈਦਾ ਕੀਤੀਆਂ ਹਨ । ਜਿਹੜੀ ਆਤਮਾ ਆਪਣੇ ਆਪ ਨੂੰ (ਇਹ ਤੱਤ) ਜਾਣ ਲੈਂਦੀ ਹੈ । ਉਸ ਨੂੰ ਪ੍ਰਭ ਦੀ ਹੋਂਦ ਮਹਿਸੂਸ ਹੋ ਜਾਂਦੀ ਹੈ ।

The True Master has created all three universes to meditate on the teachings of His Word. Whosoever may recognize and accepts the essence of His Nature. He may realize His Existence prevailing everywhere.

ਸਾਚੁ ਰਿਦੈ ਸਚੁ ਪ੍ਰੇਮ ਨਿਵਾਸ॥ saach ridai sach paraym nivaas.
ਪ੍ਰਣਵਤਿ ਨਾਨਕ ਹਮ ਤਾ ਕੇ ਦਾਸ॥ ੯॥੮॥ paranvat naanak ham taa kay daas. ||9||8||

ਜਿਸ ਦਾ ਹਿਰਦਾ ਪ੍ਰਭ ਦੇ ਵਿਰਾਗ ਨਾਲ ਭਰਿਆ ਹੋਵੇ । ਉਹ ਪੂਜਣ ਯੋਗ ਹੋ ਜਾਂਦਾ ਹੈ ।

Whosoever remains overwhelmed with renunciation in the memory of his separation from His Holy Spirit; he may become worthy of worship in the universe.

Key Message of Raag Gauree page 224-4
'ਵਿਛੋੜੇ ਦੇ ਵਿਰਾਗ ਦੀ ਮਹੱਤਤਾਂ!
ਜਿਹੜਾ ਆਪ ਸ਼ਬਦ ਦੀ ਸਿਖਿਆਂ ਤੇ ਚਲਦਾ, ਉਸ ਦੇ ਸੰਜੋਗ ਨਾਲ ਮਨ ਨੂੰ ਸ਼ਾਂਤੀ, ਸੰਤੋਖ ਬਖਸ਼ਿਸ਼ ਹੋ ਜਾਂਦਾ ਹੈ! ਉਸ ਸੰਤ ਦੀ ਸ਼ਰਣ ਵਿੱਚ ਆਉਣ ਨਾਲ, ਆਤਮਾ ਨੂੰ 68 ਤੀਰਥਾਂ ਦੇ ਇਸ਼ਨਾਨ ਕਰਨ ਵਾਲੀ ਪਵਿਤਰਤਾ ਬਖਸ਼ਿਸ਼ ਹੋ ਜਾਂਦੀ ਹੈ । ਸ਼ਬਦ ਦੀ ਸੋਝੀ ਤੋਂ ਬਿਨਾਂ, ਜੀਵ ਝੂਠੀਆਂ ਹੀ ਕਥਾ ਕਰਦਾ ਰਹਿੰਦਾ ਹੈ । ਕਿਸੇ ਵਿਰਲਾ ਹੀ ਗੁਰਮਖ ਨੂੰ ਸ਼ਬਦ ਦੀ ਪੂਰਨ ਸੋਝੀ ਹੈ । ਪ੍ਰਭ ਨੇ ਤਿੰਨੇ ਸ੍ਰਿਸ਼ਟੀਆਂ ਹੀ ਬੰਦਗੀ ਕਰਨ ਲਈ ਪੈਦਾ ਕੀਤੀਆਂ ਹਨ । ਜਿਹੜੀ ਆਤਮਾ ਆਪਣੇ ਆਪ ਨੂੰ, ਇਹ ਤੱਤ ਜਾਣ ਲੈਂਦੀ ਹੈ । ਉਸ ਨੂੰ ਪ੍ਰਭ ਦੀ ਹੋਂਦ ਮਹਿਸੂਸ ਹੋ ਜਾਂਦੀ, ਹਿਰਦਾ ਪ੍ਰਭ ਦੇ ਵਿਰਾਗ ਨਾਲ ਭਰ ਜਾਂਦਾ, ਉਹ ਪੂਜਣ ਯੋਗ ਹੋ ਜਾਂਦਾ ਹੈ ।

Significance of renunciation in the memory of separation from His Holy Spirit!

Whosoever may adopt the teachings of His Word in his own life; with his conjugation, adopting his life experience teachings, of such a saint, his soul may be rewarded pilgrimage, and sanctifying bath at 68 Holy Shrines. Without the enlightenment of His Word, all preaching and sermons are hypothetical stories. However, very rare devotee may be blessed with the complete enlightenment of the essence of His Word. He may realize, all three universes have been created to meditate. Whosoever may recognize and accepts this essence of His Nature. He may realize His Existence prevailing everywhere. He may remain overwhelmed with renunciation in the memory of his separation from His Holy Spirit; he may become worthy of worship in the universe.

29. ਗਉੜੀ ਮਹਲਾ ੧॥ 224-11

ਬ੍ਰਹਮੈ ਗਰਬੁ ਕੀਆ ਨਹੀ ਜਾਨਿਆ॥ barahmai garab kee-aa nahee jaani-aa.
ਬੇਦ ਕੀ ਬਿਪਤਿ ਪੜੀ ਪਛੁਤਾਨਿਆ॥ bayd kee bipat parhee pachhutaani-aa.
ਜਹ ਪ੍ਰਭ ਸਿਮਰੇ ਤਹੀ ਮਨੁ ਮਾਨਿਆ॥ ੧॥ jah parabh simray tahee man maani-aa. ||1||

ਜਦੋਂ ਬ੍ਰਹਮਾ ਦੇ ਮੁੱਖ ਤੋਂ ਪ੍ਰਭ ਨੇ ਵੇਦ ਉਚਾਰੇ ਤਾ ਬ੍ਰਹਮਾ ਅਹੰਕਾਰੀ ਹੋ ਗਿਆ । ਉਸ ਨੂੰ ਵੇਦ ਦੀ ਸੋਝੀ ਨਾ ਹੋਈ । ਜਦੋਂ ਉਸ ਨੇ ਪੜ੍ਹੇ ਤਾ ਉਸ ਨੂੰ ਪਛਤਾਵਾ ਕਰਨਾ ਪਿਆ । ਜਿਹੜਾ ਪ੍ਰਭ ਨੂੰ ਅਟਲ ਮਾਲਕ ਮੰਨਕੇ ਸ਼ਬਦ ਦਾ ਸਿਮਰਨ ਕਰਦਾ ਹੈ । ਉਸ ਨੂੰ ਸ਼ਬਦ ਦੀ ਸੋਝੀ, ਸੰਤੋਖ ਬਖਸ਼ਿਸ਼ ਹੋ ਜਾਂਦੀ ਹੈ ।

When Brahma was blessed with Holy Vedas at his tongue, he became a victim of ego. He was deprived from the essence of His Word. He must regret and repents for his ignorance. Whosoever may accept His Word as an ultimate Command. He may adopt the teachings of His Word in his day-to-day life. He may be blessed with the enlightenment and contentment.

ਐਸਾ ਗਰਬੁ ਬੁਰਾ ਸੰਸਾਰੈ॥ aisaa garab buraa sansaarai.
ਜਿਸੁ ਗੁਰੁ ਮਿਲੈ ਤਿਸੁ ਗਰਬੁ ਨਿਵਾਰੈ॥੧॥ ਰਹਾਉ॥ jis gur milai tis garab nivaarai. ||1|| rahaa-o.

ਸੰਸਾਰ ਵਿੱਚ ਅਹੰਕਾਰ ਹੀ ਸਾਰੇ ਦੁਖਾਂ ਦੀ ਜੜ੍ਹ ਹੈ । ਜਿਸ ਤੇ ਪ੍ਰਭ ਰਹਿਮਤ ਬਖਸ਼ਦਾ ਹੈ, ਉਸ ਦੀ ਅਹੰਕਾਰ ਦੀ ਜੜ੍ਹ ਖਤਮ ਹੋ ਜਾਂਦੀ ਹੈ ।

The ego may the root cause of all miseries in the universe. Whosoever may be bestowed with His Blessed Vision, only he may conquer his own ego!

ਬਲਿ ਰਾਜਾ ਮਾਇਆ ਅਹੰਕਾਰੀ॥ ਜਗਨ ਕਰੈ ਬਹੁ ਭਾਰ ਅਫਾਰੀ॥ bal raajaa maa-i-aa ahaNkaaree. jagan karai baho bhaar afaaree.
ਬਿਨੁ ਗੁਰ ਪੂਛੇ ਜਾਇ ਪਇਆਰੀ॥੨॥ bin gur poochhay jaa-ay pa-i-aaree. ||2||

ਬਲਿ ਰਾਜੇ ਨੂੰ ਸੰਸਾਰਕ ਧਨ ਦਾ, ਮਾਲਕੀਅਤ ਦਾ ਬਹੁਤ ਅਹੰਕਾਰ ਹੋ ਗਿਆ । ਉਹ ਲੋਕ ਦਿਖਾਵੇ ਲਈ ਵੱਡੇ ਲੰਗਰ ਅਤੇ ਦਾਨ ਕਰਦਾ ਸੀ । ਅਹੰਕਾਰ ਕਾਰਨ ਹੀ ਪਤਾਲ ਵਿੱਚ ਜੂੰਨ ਭੁਗਤਨ ਲਈ ਜਾਣਾ ਪਿਆ । ਪ੍ਰਭ ਆਪ ਹੀ ਭਲੇਖਿਆ ਵਿੱਚ ਪਾਉਂਦਾ, ਆਪ ਹੀ ਸੋਝੀ ਬਖਸ਼ਦਾ ਹੈ ।

King Bal was very proud of his worldly wealth and worldly possessions. In his ego, he performs charities and food for poor. He became a victim of ego and endures miseries in cycle of birth and death and lived under earth for many life cycles. Whosoever may be misguided and confused by The True Master, only He may guide on the right path of salvation.

ਹਰੀਚੰਦੁ ਦਾਨੁ ਕਰੈ ਜਸੁ ਲੇਵੈ॥ hareechand daan karai jas layvai.
ਬਿਨੁ ਗੁਰ ਅੰਤੁ ਨ ਪਾਇ ਅਭੇਵੈ॥ bin gur ant na paa-ay abhayvai.
ਆਪਿ ਭੁਲਾਇ ਆਪੇ ਮਤਿ ਦੇਵੈ॥੩॥ aap bhulaa-ay aapay mat dayvai. ||3||

ਰਾਜਾ ਹਰੀਚੰਦ ਬਹੁਤ ਦਾਨੀ ਸੀ, ਲੋਕ ਉਸ ਦੀ ਬਹੁਤ ਉਸਤਤ ਕਰਦੇ ਸਨ । ਪਰ ਪ੍ਰਭ ਦੀ ਰਹਿਮਤ ਤੋਂ ਬਿਨਾਂ ਪ੍ਰਭ ਦੀਆਂ ਕਰਾਮਾਤਾਂ ਦਾ ਗਿਆਨ ਨਹੀਂ ਹੁੰਦਾ । ਪ੍ਰਭ ਦਾ ਕਦੇ ਅੰਤ ਨਹੀਂ ਪਾਇਆ ਜਾ ਸਕਦਾ ।

King Hari Chand was very charitable and everyone was singing the praises of his charities. However, without His Blessed Vision; His Miracles may not be comprehended. No one may ever find the limit of any of His Blessings.

ਦੁਰਮਤਿ ਹਰਣਾਖਸੁ ਦੁਰਾਚਾਰੀ॥ durmat harnaakhas duraachaaree.
ਪ੍ਰਭੁ ਨਾਰਾਇਣੁ ਗਰਬ ਪ੍ਰਹਾਰੀ॥ parabh naaraa-in garab par-haaree.
ਪ੍ਰਹਲਾਦ ਉਧਾਰੇ ਕਿਰਪਾ ਧਾਰੀ॥੪॥ parahlaad uDhaaray kirpaa Dhaaree. ||4||

ਰਾਜੇ ਹਰਣਾਖਸ ਦੀ ਮੱਤ ਮਾਰੀ ਗਈ, ਜ਼ਾਲਮ ਬਣ ਗਿਆ । ਪ੍ਰਭ ਆਪ ਹੀ ਅਹੰਕਾਰੀ ਨੂੰ ਸ਼ਰਮਿੰਦਾ ਕਰਨ ਵਾਲਾ, ਅਹੰਕਾਰ ਖਤਮ ਕਰਨ ਵਾਲਾ ਹੈ । ਅਹੰਕਾਰ ਨਾਸ਼ ਕਰਨ ਲਈ ਪ੍ਰਹਲਾਦ ਤੇ ਤਰਸ ਕੀਤਾ, ਰਖਿਆ ਕੀਤੀ ।

King Hernakish lost his wisdom and he became tyrant king. He was embarrassed and killed due to his ego. The True Master protected His true devotee Pariah. His tyrant father realized his mistake.

ਭੂਲੋ ਰਾਵਣੁ ਮੁਗਧੁ ਅਚੇਤਿ॥ bhoolo raavan mugaDh achayt.
ਲੂਟੀ ਲੰਕਾ ਸੀਸ ਸਮੇਤਿ॥ lootee lankaa sees samayt.
ਗਰਬਿ ਗਇਆ ਬਿਨੁ ਸਤਿਗੁਰ ਹੇਤਿ॥੫॥ garab ga-i-aa bin satgur hayt. ||5||

ਰਾਵਣ ਆਪਣੇ ਆਪ ਨੂੰ ਬਹੁਤ ਸੋਝੀਵਾਨ, ਚਲਾਕ ਸਮਝਦਾ ਸੀ । ਆਪਣੀ ਸਿਆਣਪ ਨਾਲ ਮਨਮਰਜ਼ੀ ਕਰਨ ਲਗ ਪਿਆ । ਰਾਜ (ਲੰਕਾ) ਬਰਬਾਦ ਹੋ ਗਈ ਉਸ ਦਾ ਸਿਰ ਕੱਟ ਦਿੱਤਾ ਗਿਆ । ਵਿਰਾਗ ਵਿੱਚ ਬੰਦਗੀ ਕਰਨ ਤੋਂ ਬਿਨਾਂ, ਸਾਰੇ ਕੰਮ ਮਨਮਰਜ਼ੀ, ਅਹੰਕਾਰ ਦੇ ਹੀ ਹਨ ।

Raven was very knowledgeable and enlightened. Following his own wisdom, he enforced his decree on everyone. His great kingdom was ruined and his head was cut off from his body. Without the renunciation in the memory of his separation from His Holy Spirit, all other meditations blossom ego!

ਸਹਸਬਾਹੁ ਮਧੁ ਕੀਟ ਮਹਿਖਾਸਾ॥ sahasbaahu maDh keet mahikhaasaa.
ਹਰਣਾਖਸੁ ਲੇ ਨਖਹੁ ਬਿਧਾਸਾ॥ harnaakhas lay nakhahu biDhaasaa.
ਦੈਤ ਸੰਘਾਰੇ ਬਿਨੁ ਭਗਤਿ ਅਭਿਆਸਾ॥੬॥ dait sanghaaray bin bhagat abhi-aasaa. ||6||

ਪ੍ਰਭ ਨੇ ਜ਼ਾਲਮ ਮੁਧ ਅਤੇ ਮਹਿਖਾਸਾ ਦੈਤਾ ਦਾ, ਉਹਨਾਂ ਦੀ ਫੌਜ ਦਾ ਨਾਸ਼ ਕਰ ਦਿੱਤਾ । ਹਰਨਾਖਸ਼ ਨੂੰ ਪਕੜ ਕੇ ਨੂੰਹਾਂ ਨਾਲ ਹੀ ਚੀਰ, ਪਾੜ ਦਿੱਤਾ । ਸਾਰੇ ਜ਼ਾਲਮ ਜੋ ਭਾਣੇ ਤੇ ਨਹੀਂ ਚਲਦੇ ਸਨ ਮਾਰ ਦਿੱਤੇ ।

The True Master created a miracle to destroy the whole army of Mugdh and Makasr and saved His True devotees. He appeared as wild beast to captured Hernakish and pierced his body with his nails. All tyrants, who were not adopting, following His Word were eliminated.

ਜਰਾਸੰਧਿ ਕਾਲਜਮੁਨ ਸੰਘਾਰੇ॥ ਰਕਤਬੀਜੁ ਕਾਲੁਨੇਮੁ ਬਿਦਾਰੇ॥ jaraasanDh kaalajmun sanghaaray. rakatbeej kaalunaym bidaaray.
ਦੈਤ ਸੰਘਾਰਿ ਸੰਤ ਨਿਸਤਾਰੇ॥੭॥ dait sanghaar sant nistaaray. ||7||

ਦੇਤਾਂ ਦਾ ਨਾਸ਼ ਕਰਕੇ ਬੰਦਗੀ ਕਰਨ ਵਾਲਿਆਂ ਦੀ ਰਖਿਆ ਕੀਤੀ । ਪ੍ਰਭ ਆਪ ਹੀ ਅਟਲ ਮਾਲਕ, ਸ਼ਬਦ ਦੀ ਸੋਝੀ ਵਾਲਾ ਹੈ । ਦੇਤਾਂ ਦਾ ਭਰੋਸਾ ਇਕੋ ਇਕ ਪ੍ਰਭ ਤੇ ਅਡੋਲ ਨਹੀਂ ਸੀ । ਹੋਰ ਕਿਸੇ ਨੂੰ ਮਾਲਕ, ਜਨਮ ਮਰਨ ਦੇਣ ਵਾਲਾ ਮੰਨਦੇ ਸਨ । ਇਸ ਕਰਕੇ ਉਹਨਾਂ ਦਾ ਨਾਸ਼ ਕੀਤਾ ।

** (ਜਰਾਸੰਧਿ, ਕਾਲਜਮੁਨ, ਰਕਤਬੀਜੁ ਅਤੇ ਕਾਲਨੇਮ)

He destroyed all tyrants and protected His true devotees. The One and Only One, Axiom, True Master, Treasure of enlightenment of His Word. These tyrants do not have a steady and stable belief on The True Master. They were considering someone else as the creator and savior of the universe; They were eliminated from the face of birth.

ਆਪੇ ਸਤਿਗੁਰੁ ਸਬਦੁ ਬੀਚਾਰੇ॥ aapay satgur sabad beechaaray.
ਦੂਜੈ ਭਾਇ ਦੈਤ ਸੰਘਾਰੇ॥ doojai bhaa-ay dait sanghaaray.
ਗੁਰਮੁਖਿ ਸਾਚਿ ਭਗਤਿ ਨਿਸਤਾਰੇ॥੮॥ gurmukh saach bhagat nistaaray. ||8||

ਜਿਸ ਨੂੰ ਗੁਰਮਖ ਅਵਸਥਾ ਬਖਸ਼ਿਸ਼ ਹੋ ਜਾਂਦੀ ਹੈ, ਉਸ ਦਾ ਭਰੋਸਾ ਪ੍ਰਭ ਤੇ ਅਡੋਲ ਹੋ ਜਾਂਦਾ ਹੈ । ਪ੍ਰਭ ਆਪ ਹੀ ਉਸ ਦਾ ਰਖਵਾਲਾ ਬਣ ਜਾਂਦਾ ਹੈ ।

Whosoever may be blessed with the state of mind as His true devotee; his belief becomes steady and stable, unshakable on His Word, His Blessings. The True Master became his true protector, savior.

ਬੂਡਾ ਦੁਰਜੋਧਨੁ ਪਤਿ ਖੋਈ॥ ਰਾਮੁ ਨ ਜਾਨਿਆ ਕਰਤਾ ਸੋਈ॥ boodaa durjoDhan pat kho-ee. raam na jaani-aa kartaa so-ee.
ਜਨ ਕਉ ਦੂਖਿ ਪਚੈ ਦੁਖੁ ਹੋਈ॥੯॥ jan ka-o dookh pachai dukh ho-ee. ||9||

ਦਰਜੋਧਨ ਦੀ ਮੱਤ ਮਾਰੀ ਗਈ ਉਹ ਪ੍ਰਭ ਨੂੰ ਜਨਮ ਮਰਨ ਦਾ ਦਾਤਾ ਨਹੀਂ ਸੀ ਮੰਨਦਾ । ਪ੍ਰਭ ਦੀ ਬੰਦਗੀ ਕਰਨਵਾਲਿਆਂ ਨੂੰ ਦੁਖ ਦੇਂਦਾ ਸੀ । ਪ੍ਰਭ ਨੇ ਆਪ ਹੀ ਉਸ ਨੂੰ ਦੁਖ ਦਿੱਤਾ ।

DeRozan lost his marbles, he does not consider God as The True Creator of the universe, all creatures. He was terrifying His true devotees. God made his life miserable and punished to taste his own medicine.

ਜਨਮੇਜੈ ਗੁਰ ਸਬਦੁ ਨ ਜਾਨਿਆ॥ ਕਿਉ ਸੁਖੁ ਪਾਵੈ ਭਰਮਿ ਭੁਲਾਨਿਆ॥ janmayjai gur sabad na jaani-aa. ki-o sukh paavai bharam bhulaani-aa.
ਇਕੁ ਤਿਲੁ ਭੂਲੇ ਬਹੁਰਿ ਪਛੁਤਾਨਿਆ॥ ੧੦॥ ik til bhoolay bahur pachhutaani-aa. ||10||

ਜਨਮੇਜਾ ਪ੍ਰਭ ਦੇ ਭਾਣੇ ਤੇ ਨਹੀਂ ਸੀ ਚਲਦਾ, ਹੋਰ ਥਾਂ ਤੇ ਸੁਖ ਭਾਲਦਾ ਸੀ । ਉਹ ਸੰਸਾਰਕ ਇਛਾਂ ਵਿੱਚ ਹੀ ਭਟਕਦਾ ਰਹਿੰਦਾ । ਜੋ ਇਕ ਪਲ ਵੀ ਗਲਤੀ ਕਰਦਾ ਹੈ, ਉਸ ਨੂੰ ਪਛਤਾਵਾ ਹੀ ਕਰਨਾ ਪੈਂਦਾ ਹੈ ।

Zenmaja was not obeying His Command, His Word; he was searching comforts in life at some other places. He remains frustrated in the worldly desires. Whosoever may commit evil deed, even once; he must repent for his sins.

ਕੰਸੁ ਕੇਸੁ ਚਾਂਡੂਰੁ ਨ ਕੋਈ॥ kans kays chaaNdoor na ko-ee.
ਰਾਮੁ ਨ ਚੀਨਿਆ ਅਪਨੀ ਪਤਿ ਖੋਈ॥ raam na cheeni-aa apnee pat kho-ee.
ਬਿਨੁ ਜਗਦੀਸ ਨ ਰਾਖੈ ਕੋਈ॥੧੧॥ bin jagdees na raakhai ko-ee. ||11||

ਤਿੰਨਾਂ ਸ੍ਰਿਸ਼ਟੀਆਂ ਵਿੱਚ ਹੋਰ ਕੋਈ ਰਖਵਾਲਾ ਨਹੀਂ ਹੈ । ਰਾਜੇ ਕੰਸ ਅਤੇ ਉਸ ਦੇ ਫੋਜ ਨਾਲੋ ਵੱਡਾ ਜ਼ਾਲਮ ਕੋਈ ਨਹੀਂ ਹੋ ਸਕਦਾ । ਉਹ ਪ੍ਰਭ ਦੀ ਸ੍ਰਿਸ਼ਟੀ ਦੀ, ਭਾਣੇ ਦੀ ਕੋਈ ਪ੍ਰਵਾਹ ਨਹੀਂ ਕਰਦਾ ਸੀ । ਉਸ ਨੂੰ ਨਰਾਜ਼ਗੀ ਹੀ ਮਿਲੀ ।

The One and Only One True Master, Protector, Savior of all three universes, no one else may not exist without His Command. No one else may be worse, dominating tyrant than king Kanas and his army. He does not care about His Creation nor His Command; he endured misery and disappointments.

ਬਿਨੁ ਗੁਰ ਗਰਬੁ ਨ ਮੇਟਿਆ ਜਾਇ॥ bin gur garab na mayti-aa jaa-ay.
ਗੁਰਮਤਿ ਧਰਮੁ ਧੀਰਜੁ ਹਰਿ ਨਾਇ॥ gurmat Dharam Dheeraj har naa-ay.
ਨਾਨਕ ਨਾਮੁ ਮਿਲੈ ਗੁਣ ਗਾਇ॥੧੨॥੯॥ naanak naam milai gun gaa-ay. ||12||9||

ਪ੍ਰਭ ਦੀ ਕ੍ਰਿਪਾ ਤੋਂ ਬਿਨਾਂ ਅਹੰਕਾਰ ਖਤਮ ਨਹੀਂ ਹੁੰਦਾ । ਧੀਰਜ ਨਾਲ ਸ਼ਬਦ ਨੂੰ ਵਿਚਾਰਨ ਤੋਂ ਬਿਨਾਂ ਸ਼ਬਦ ਦੀ ਸੋਝੀ ਬਖਸ਼ਿਸ਼ ਨਹੀਂ ਹੁੰਦੀ । ਪ੍ਰਭ ਦਾ ਅਸਲੀ ਧਰਮ ਨਹੀਂ ਪਾਇਆ ਜਾ ਸਕਦਾ । ਸਿਮਰਨ, ਕੀਰਤਨ ਕਰਨ ਤੋਂ ਬਿਨਾਂ ਸ਼ਬਦ ਦੀ ਸੋਝੀ ਨਹੀਂ ਹੁੰਦੀ ।

Without His Blessed Vision, no one may conquer his own mind nor his ego. Whosoever may not have patience, on the teachings of His Word; he may never comprehend His Nature nor adopt mankind as the true religion of God. Whosoever may not meditate and sings the glory of His Word; he may never be enlightened.

Key Message of Raag Gauree page 224-11
'ਪ੍ਰਭ ਨੂੰ ਅਟਲ ਮਾਲਕ ਮੰਨਣ ਦੀ ਮਹੱਤਤਾਂ!
ਜਦੋਂ ਬ੍ਰਹਮਾ ਦੇ ਮੁੱਖ ਤੋਂ ਪ੍ਰਭ ਨੇ ਵੇਦ ਉਚਾਰੇ ਤਾਂ ਬ੍ਰਹਮਾ ਅਹੰਕਾਰੀ ਹੋ ਗਿਆ । ਜਿਹੜਾ ਪ੍ਰਭ ਨੂੰ ਅਟਲ ਮਾਲਕ ਮੰਨਦਾ ਹੈ । ਉਸ ਨੂੰ ਸੋਝੀ, ਸੰਤੋਖ ਬਖਸ਼ਿਸ਼ ਹੋ ਜਾਂਦਾ ਹੈ । ਸੰਸਾਰ ਵਿੱਚ ਅਹੰਕਾਰ ਹੀ ਸਾਰੇ ਦੁਖਾਂ ਦੀ ਜੜ੍ਹ ਹੈ । ਪ੍ਰਭ ਆਪ ਹੀ ਭਲੇਖਿਆ ਵਿੱਚ ਪਾਉਂਦਾ, ਆਪ ਹੀ ਸੋਝੀ ਬਖਸ਼ਦਾ ਹੈ । ਰਾਜੇ ਹਰਣਾਖੁਸ ਦਾ ਅਹੰਕਾਰ ਨਾਸ਼ ਕਰਨ ਲਈ ਪ੍ਰਹਲਾਦ ਤੇ ਤਰਸ ਕੀਤਾ, ਰਖਿਆ ਕੀਤੀ । ਵਿਰਾਗ ਵਿੱਚ ਬੰਦਗੀ ਕਰਨ ਤੋਂ ਬਿਨਾਂ, ਸਾਰੇ ਕੰਮ ਮਨਮਰਜ਼ੀ, ਅਹੰਕਾਰ ਦੇ ਹੀ ਹਨ । ਜਿਹੜਾ ਗੁਰਮਖ ਅਵਸਥਾ ਹਾਸਿਲ ਕਰ ਲੈਂਦਾ ਹੈ, ਉਸ ਦਾ ਭਰੋਸਾ ਪ੍ਰਭ ਤੇ ਅਡੋਲ ਹੁੰਦਾ ਹੈ । ਪ੍ਰਭ ਆਪ ਹੀ ਉਸ ਦਾ ਰਖਵਾਲਾ ਬਣ ਜਾਂਦਾ ਹੈ । ਤਿੰਨਾਂ ਸ੍ਰਿਸ਼ਟੀਆਂ ਵਿੱਚ ਹੋਰ ਕੋਈ ਰਖਵਾਲਾ ਨਹੀਂ ਹੁੰਦਾ । ਧੀਰਜ ਨਾਲ ਸ਼ਬਦ ਨੂੰ ਵਿਚਾਰਨ ਤੋਂ ਬਿਨਾਂ ਸ਼ਬਦ ਦੀ ਸੋਝੀ ਬਖਸ਼ਿਸ਼ ਨਹੀਂ ਹੁੰਦੀ ।
Significance of accepting His Ultimate Command!
When Brahma was blessed with Holy Vedas at his tongue, he became a victim of ego. Whosoever may accept, The One and Only One, True Master, Creator of the universe; he may be blessed with the enlightenment and contentment. The ego may be the root cause of all miseries in the universe. Whosoever may be misguided and confused by The True Master, only He may guide on the right path of salvation. The True Master, protected His true devotee Parladh and

embarrassed the mighty King Hernakish. Without the renunciation in the memory of his separation from His Holy Spirit, all other meditation blossom ego! Whosoever may become steady and stable, unshakable on His Word, His Blessings. God becomes his true protector. In all three universes, no one else may be The True Savior of the universe. Without patience on the teachings of His Word; no one may ever be enlightened.

30. ਗਉੜੀ ਮਹਲਾ ੧॥ 225-6

ਚੋਆ ਚੰਦਨੁ ਅੰਕਿ ਚੜਾਵਉ॥ ਪਾਟ ਪਟੰਬਰ ਪਹਿਰਿ ਹਢਾਵਉ॥ cho-aa chandan ank charhaava-o. paat patambar pahir hadhaava-o.
ਬਿਨੁ ਹਰਿ ਨਾਮ ਕਹਾ ਸੁਖੁ ਪਾਵਉ॥੧॥ bin har naam kahaa sukh paava-o. ||1||

ਜਿਸ ਦੇ ਮਨ ਵਿੱਚ ਪ੍ਰਭ ਦਾ ਵਿਰਾਗ, ਸ਼ਬਦ ਦੀ ਸੋਝੀ ਨਹੀਂ ਹੁੰਦੀ, ਉਸ ਦੇ ਮਨ ਵਿੱਚ ਸੰਤੋਖ, ਸ਼ਾਂਤੀ ਬਖਸ਼ਿਸ਼ ਨਹੀਂ ਹੁੰਦੀ । ਉਹ ਭਾਵੇਂ ਤਨ ਨੂੰ ਅਤਰ ਲਾਵੇ, ਧੁਪ ਜਗਾਵੇ, ਰੇਸ਼ਮੀ ਬਾਣਾ ਪਾਵੇ, ਸ਼ਾਨਦਾਰ ਸੇਜ ਬਣਾਵੇ ।

Whosoever may not have a renunciation in the memory of his separation from His Holy Spirit; the enlightenment of His Word; he may not realize any peace or contentment in his worldly life. He may spray fragrant oil, ignite a stick for aroma; he may dress up with silk robe and establish Holy Throne for meditation; all may be useless.

ਕਿਆ ਪਹਿਰਉ ਕਿਆ ਓਢਿ ਦਿਖਾਵਉ॥ ki-aa pahira-o ki-aa odh dikhaava-o.
ਬਿਨੁ ਜਗਦੀਸ ਕਹਾ ਸੁਖੁ ਪਾਵਉ॥੧॥ ਰਹਾਉ॥ bin jagdees kahaa sukh paava-o. ||1|| rahaa-o.

ਧਾਰਮਕ ਬਾਣੇ, ਦਿਖਾਵੇ ਦੀ ਬੰਦਗੀ ਕਰਨ ਨਾਲ ਕੁਝ ਹਾਸਿਲ ਨਹੀਂ ਹੁੰਦਾ । ਭਰੋਸੇ ਨਾਲ ਸ਼ਬਦ ਦੀ ਪਾਲਨਾ ਤੋਂ ਬਿਨਾਂ ਸੰਤੋਖ ਬਖਸ਼ਿਸ਼ ਨਹੀਂ ਹੁੰਦਾ ।

Whosoever may adopt religious robe, meditating to win worldly honor; he may not be blessed with the right path of acceptance in His Court. Without adopting the teachings of His Word with steady and stable belief, he may never be blessed with contentment with His Blessings.

ਕਾਨੀ ਕੁੰਡਲ ਗਲਿ ਮੋਤੀਅਨ ਕੀ ਮਾਲਾ॥ kaanee kundal gal motee-an kee maalaa.
ਲਾਲ ਨਿਹਾਲੀ ਫੂਲ ਗੁਲਾਲਾ॥ laal nihaalee fool gulaalaa.
ਬਿਨੁ ਜਗਦੀਸ ਕਹਾ ਸੁਖੁ ਭਾਲਾ॥੨॥ bin jagdees kahaa sukh bhaalaa. ||2||

ਭਾਵੇਂ, ਜੋਗੀਆਂ ਦਾ ਬਾਣਾ ਪਾਵੇ, ਕੰਨਾਂ ਵਿੱਚ ਮੰਦ੍ਰਾਂ ਪਾਵੇ । ਗਲ ਵਿੱਚ ਬੰਦਗੀ ਕਰਨ ਵਾਲੀ ਮਾਲ਼ਾ, ਬੰਦਗੀ ਕਰਨ ਵਾਲ ਸ਼ਾਨਦਾਰ ਆਸਣ ਲਾਵੇ । ਆਪਣੇ ਜੀਵਨ ਨੂੰ ਸ਼ਬਦ ਅਨੁਸਾਰ ਢਾਲਣ ਤੋਂ ਬਿਨਾਂ ਸੰਤੋਖ ਬਖਸ਼ਿਸ਼ ਨਹੀਂ ਹੁੰਦਾ ।

Whosoever may dress up as Yogi with a robe; ear rings of contentment, a rosary in neck, install a glamorous throne to meditate; however, without adopting the teachings of His Word; he may never be blessed with contentment.

ਨੈਨ ਸਲੋਨੀ ਸੁੰਦਰ ਨਾਰੀ॥ ਖੋੜ ਸੀਗਾਰ ਕਰੈ ਅਤਿ ਪਿਆਰੀ॥ nain salonee sundar naaree. khorh seegaar karai at pi-aaree.
ਬਿਨੁ ਜਗਦੀਸ ਭਜੇ ਨਿਤ ਖੁਆਰੀ॥੩॥ bin jagdees bhajay nit khu-aaree. ||3||

ਭਾਵੇਂ ਕੋਈ ਸੁੰਦਰ, ਮਨ ਨੂੰ ਮੋਹਨ ਵਾਲੀ ਔਰਤ ਹੋਵੇ । ਆਪਣੇ ਆਪ ਨੂੰ ਅਨੇਕਾਂ ਕਿਸਮਾਂ ਦੇ ਸ਼ਿਗਾਰ ਕਰੇ, ਹਰਇਕ ਦੇ ਮਨ ਨੂੰ ਮੋਹਤ ਕਰ ਦੇਵੇ । ਸ਼ਬਦ ਦੀ ਬੰਦਗੀ ਤੋਂ ਬਿਨਾਂ ਉਸ ਨੂੰ ਸੰਸਾਰਕ ਮੁਸੀਬਤਾਂ ਹੀ ਆਉਂਦੀਆਂ ਹਨ ।

She may be very beautiful woman; she may embellish with expense jewelry; she may create astonishing fancies in every mind. However, without obeying and adopting His Word in day-to-day life; she may endure miseries in her human life.

ਦਰ ਘਰ ਮਹਲਾ ਸੇਜ ਸੁਖਾਲੀ॥ dar ghar mehlaa sayj sukhaalee.
ਅਹਿਨਿਸਿ ਫੂਲ ਬਿਛਾਵੈ ਮਾਲੀ॥ ahinis fool bichhaavai maalee.
ਬਿਨੁ ਹਰਿ ਨਾਮ ਸੁ ਦੇਹ ਦੁਖਾਲੀ॥੪॥ bin har naam so dayh dukhaalee. ||4||

ਭਾਵੇਂ ਉਸ ਔਰਤ ਨੂੰ ਸ਼ਾਨਦਾਰ ਮਹਿਲ ਵਿੱਚ, ਅਰਾਮ ਦੇਣ ਵਾਲਾ ਪੰਲਗ ਮਿਲ ਜਾਵੇ, ਨੌਕਰ ਚਾਕਰ ਫੁੱਲਾਂ, ਫਲਾਂ ਨਾਲ ਉਸ ਨੂੰ ਖੁਸ਼ ਕਰਨ, ਪਰ ਸ਼ਬਦ ਦੀ ਬੰਦਗੀ ਤੋਂ ਬਿਨਾਂ ਤਨ, ਮਨ ਭਟਕਦਾ ਹੀ ਰਹਿੰਦਾ ਹੈ ।

Even though the woman may be living in an elegant castle with worldly comforts and worldly luxuries; many servants to entertain her with fruits and flowers. However, without the meditation on the teachings of His Word, she remains frustrated and desperate in worldly life.

ਹੈਵਰ ਗੈਵਰ ਨੇਜੇ ਵਾਜੇ॥ haivar gaivar nayjay vaajay.
ਲਸਕਰ ਨੇਬ ਖਵਾਸੀ ਪਾਜੇ॥ laskar nayb khavaasee paajay.
ਬਿਨੁ ਜਗਦੀਸ ਝੂਠੇ ਦਿਵਾਜੇ॥੫॥ bin jagdees jhoothay divaajay. ||5||

ਭਾਵੇਂ ਜੀਵ ਦੀ ਹੈਸੀਅਤ ਵਿੱਚ ਘੋੜੇ, ਹਾਥੀ, ਕਮਰਬੰਦ ਫੌਜੀ ਰਖਿਆ ਕਰਨ ਵਾਲੇ ਹੋਣ । ਤਾਕਤ ਅਤੇ ਦੌਲਤ ਦਾ ਦਿਖਾਵਾ ਵੀ ਹੋਵੇ । ਫਿਰ ਵੀ ਪ੍ਰਭ ਦੀ ਰਹਿਮਤ, ਸ਼ਬਦ ਦੀ ਬੰਦਗੀ ਤੋਂ ਬਿਨਾਂ, ਇਹ ਸਭ ਕੁਝ ਬਿਰਥਾ ਹੀ ਹੈ ।

Self-minded may have fast horses, elephants, and army to protect from worldly danger; also has worldly power and worldly wealth. However, without the meditating on the teachings of His Word, all his worldly pleasures and protections are worthless for the purpose of human life.

ਸਿਧੁ ਕਹਾਵਉ ਰਿਧਿ ਸਿਧਿ ਬੁਲਾਵਉ॥ siDh kahaava-o riDh siDh bulaava-o.
ਤਾਜ ਕੁਲਹ ਸਿਰਿ ਛਤ੍ਰੁ ਬਨਾਵਉ॥ taaj kulah sir chhatar banaava-o.
ਬਿਨੁ ਜਗਦੀਸ ਕਹਾ ਸਚੁ ਪਾਵਉ॥੬॥ bin jagdees kahaa sach paava-o. ||6||

ਭਾਵੇਂ ਜੀਵ ਰਿਧੀਆਂ ਸਿਧੀਆਂ ਪਾ ਲਵੇ, ਸਿਰ ਤੇ ਤਾਜ ਅਤੇ ਸ਼ਤਰ ਹੋਵੇ । ਫਿਰ ਵੀ ਪ੍ਰਭ ਦੀ ਰਹਿਮਤ ਤੋਂ ਬਿਨਾਂ ਮੁਕਤੀ ਦਾ ਰਸਤਾ ਬਖਸ਼ਿਸ਼ ਨਹੀਂ ਹੁੰਦਾ ।

Even though he may have a miracle power, a crown on his head and servants to provide him comfort; still without His mercy and grace, the right path of acceptance in His Court, salvation may not be blessed.

ਖਾਨੁ ਮਲੂਕੁ ਕਹਾਵਉ ਰਾਜਾ॥ ਅਬੇ ਤਬੇ ਕੂੜੇ ਹੈ ਪਾਜਾ॥ khaan malook kahaava-o raajaa. abay tabay koorhay hai paajaa.
ਬਿਨੁ ਗੁਰ ਸ਼ਬਦ ਨ ਸਵਰਸਿ ਕਾਜਾ॥ ੭॥ bin gur sabad na savras kaajaa. ||7||

ਭਾਵੇਂ ਸ਼ੇਨਸ਼ਾਹ ਬਣ ਜਾਵੇ, ਅੱਗੇ ਪਿਛੇ ਉਸ ਦਾ ਹੁਕਮ ਚਲਦਾ ਹੋਵੇ । ਫਿਰ ਵੀ ਆਪਣੇ ਜੀਵਨ ਨੂੰ ਸ਼ਬਦ ਨਾਲ ਢਾਲਣ ਤੋਂ ਬਿਨਾਂ ਕੁਝ ਬਖਸ਼ਿਸ਼ ਨਹੀਂ ਹੁੰਦਾ । ਜੂਨਾਂ ਦੇ ਚੱਕਰ ਵਿੱਚ ਹੀ ਜਾਂਦਾ ਹੈ ।

Even though, he may become a mighty king and his command may be prevailing everywhere; still without adopting the teachings of His Word; he may not be blessed with the right path for the purpose of his human life. He remains in the cycle of birth and death.

ਹਉਮੈ ਮਮਤਾ ਗੁਰ ਸਬਦਿ ਵਿਸਾਰੀ॥ ha-umai mamtaa gur sabad visaaree.
ਗੁਰਮਤਿ ਜਾਨਿਆ ਰਿਦੈ ਮੁਰਾਰੀ॥ gurmat jaani-aa ridai muraaree.
ਪ੍ਰਣਵਤਿ ਨਾਨਕ ਸਰਣਿ ਤੁਮਾਰੀ॥੮॥੧੦॥ paranvat naanak saran tumaaree. ||8||10||

ਰਹਿਮਤ ਨਾਲ, ਸ਼ਬਦ ਦੀ ਸੋਝੀ ਨਾਲ, ਅਹੰਕਾਰ ਅਤੇ ਮੋਹ ਤੋਂ ਛੁਟਕਾਰਾ ਬਖਸ਼ਿਸ਼ ਹੋ ਸਕਦਾ ਹੈ । ਸ਼ਬਦ ਮਨ ਵਿੱਚ ਘਰ ਕਰ ਜਾਣ ਨਾਲ ਪ੍ਰਭ ਦੀ ਜੋਤ ਜਾਗਰਤ ਹੋ ਜਾਂਦੀ ਹੈ । ਮਨ ਬੰਦਗੀ ਵਿੱਚ ਲੀਨ ਹੋ ਜਾਂਦਾ, ਪ੍ਰਭ ਦੀ ਸ਼ਰਣਾ ਵਿੱਚ ਪ੍ਰਵਾਨ ਹੋ ਜਾਂਦਾ ਹੈ ।

Whosoever may be bestowed with His Blessed Vision, he may be enlightened and blessed to conquer his own ego and the attachment to worldly possessions. He may remain drenched with the essence of His Word; the glow of His Holy Spirit may shine on his forehead. He may remain intoxicated in meditation in the void of His Word; he may be accepted in His Sanctuary.

Key Message of Raag Gauree page 225-6
'ਸ਼ਬਦ ਦੀ ਸੋਝੀ ਦੀ ਮਹੱਤਤਾਂ!
ਪ੍ਰਭ ਦੀ ਰਹਿਮਤ, ਸ਼ਬਦ ਦੀ ਬੰਦਗੀ ਤੋਂ, ਬਿਨਾਂ ਸੰਸਾਰਕ ਸ਼ਾਨ, ਸਭ ਕੁਝ ਬਿਰਥਾ ਹੀ ਹੈ । ਰਹਿਮਤ ਨਾਲ, ਸ਼ਬਦ ਦੀ ਸੋਝੀ ਨਾਲ, ਅਹੰਕਾਰ ਅਤੇ ਮੋਹ ਤੋਂ ਛੁਟਕਾਰਾ ਬਖਸ਼ਿਸ਼ ਹੋ ਸਕਦਾ ਹੈ । ਮਨ ਬੰਦਗੀ ਵਿੱਚ ਲੀਨ ਹੋ ਜਾਂਦਾ, ਪ੍ਰਭ ਦੀ ਸ਼ਰਣਾ ਵਿੱਚ ਪ੍ਰਵਾਨ ਹੋ ਜਾਂਦਾ ਹੈ ।
Significance of enlightenment of the essence of His Word!
Without His Blessed Vision and meditation of His Word, all worldly pleasures and protections are worthless. Whosoever may be enlightened with the essence of His Word; with His Blessed Vision, he may conquer his own ego and worldly attachments. He may remain intoxicated in the void of His Word and he may be accepted in His Sanctuary.

31. ਗਉੜੀ ਮਹਲਾ ੧॥ 225 -15

ਸੇਵਾ ਏਕ ਨ ਜਾਨਸਿ ਅਵਰੇ॥ ਪਰਪੰਚ ਬਿਆਧਿ ਤਿਆਗੈ ਕਵਰੇ॥ sayvaa ayk na jaanas avray. parpanch bi-aaDh ti-aagai kavray.
ਭਾਇ ਮਿਲੈ ਸਚੁ ਸਾਚੈ ਸਚੁ ਰੇ॥੧॥ bhaa-ay milai sach saachai sach ray. ||1||

ਜਿਹੜਾ ਪ੍ਰਭ ਨੂੰ ਅਸਲੀ ਮਾਲਕ ਮੰਨ ਕੇ ਕੇਵਲ ਉਸ ਦੀ ਬੰਦਗੀ, ਸੇਵਾ ਕਰਦਾ ਹੈ, ਹੋਰ ਕਿਸੇ ਨੂੰ ਮਾਲਕ ਨਹੀਂ ਸਮਝਦਾ । ਉਸ ਦਾ ਸੰਸਾਰਕ ਭਰਮਾਂ, ਰੀਤ ਰੀਵਾਜਾਂ ਦਾ ਤਿਆਗ ਹੋ ਜਾਂਦਾ ਹੈ । ਉਸ ਦਾ ਸਭ ਤੋਂ ਪਵਿੱਤਰ ਪ੍ਰਭ ਨਾਲ ਮਿਲਾਪ ਹੋ ਸਕਦਾ ਹੈ ।

Whosoever may accept The One and Only One, True Master, as an ultimate power and only meditates and service His Creation. The influence of worldly suspicions and religious rituals may be eliminated from his mind. He may be blessed union with the most sanctified Holy Spirit.

ਐਸਾ ਰਾਮ ਭਗਤੁ ਜਨੁ ਹੋਈ॥ aisaa raam bhagat jan ho-ee.
ਹਰਿ ਗੁਣ ਗਾਇ ਮਿਲੈ ਮਲੁ ਧੋਈ॥੧॥ ਰਹਾਉ॥ har gun gaa-ay milai mal Dho-ee. ||1|| rahaa-o.

ਗੁਰਮਖ ਇਸਤਰ੍ਹਾਂ ਬੰਦਗੀ ਵਾਲਾ ਬਾਰ ਬਾਰ ਪ੍ਰਭ ਦੀ ਉਸਤਤ ਕਰਕੇ ਆਪਣੇ ਪਾਪ ਧੋ ਲੈਂਦਾ ਹੈ ।

Such a way, His true devotee may meditate and sings the glory of His Word over and over; all his sins may be forgiven.

ਊਂਧੋ ਕਵਲੁ ਸਗਲ ਸੰਸਾਰੈ॥ ਦੁਰਮਤਿ ਅਗਨਿ ਜਗਤ ਪਰਜਾਰੈ॥ ooNDho kaval sagal sansaarai. durmat agan jagat parjaarai.
ਸੋ ਉਬਰੈ ਗੁਰ ਸਬਦੁ ਬੀਚਾਰੈ॥੨॥ so ubrai gur sabad beechaarai. ||2||

ਸਾਰੇ ਸੰਸਾਰਕ ਜੀਵ ਹੀ ਅਭਿਮਾਨ, ਪਾਪਾਂ ਦੀਆਂ ਸੋਚਾਂ, ਕੰਮਾਂ ਨਾਲ ਭਰੇ, ਚਾਰੇ ਪਾਸੇ ਘੁੰਮਦਾ ਹੈ, ਇਕੋ ਇਕ ਤੇ ਭਰੋਸਾ ਅਡੋਲ ਨਹੀਂ ਰਖਦੇ । ਜਿਸ ਦਾ ਮਨ ਪ੍ਰਭ ਦੇ ਸ਼ਬਦ ਦੇ ਲੜ ਲਗ ਜਾਂਦਾ ਹੈ, ਕੇਵਲ ਉਹ ਹੀ ਤਰ ਜਾਂਦਾ, ਪ੍ਰਭ ਨੂੰ ਪ੍ਰਵਾਨ ਹੋ ਜਾਂਦਾ ਹੈ ।

All creatures of the universe are overwhelmed with ego; wanders in all directions with evil thoughts and deeds. They may not have a steady and stable belief on the teachings of His Word. Whosoever may be attached to a devotional meditation on the teachings of His Word; only he may be saved from the terrible ocean of worldly desires and accepted in His Court.

ਭ੍ਰਿੰਗ ਪਤੰਗੁ ਕੁੰਚਰੁ ਅਰੁ ਮੀਨਾ॥ bharing patang kunchar ar meenaa.
ਮਿਰਗੁ ਮਰੈ ਸਹਿ ਅਪੁਨਾ ਕੀਨਾ॥ mirag marai seh apunaa keenaa.
ਤ੍ਰਿਸਨਾ ਰਾਚਿ ਤਤੁ ਨਹੀ ਬੀਨਾ॥੩॥ tarisnaa raach tat nahee beenaa. ||3||

ਸਾਰੇ ਜੀਵ ਹੀ ਆਪਣੇ ਕੀਤੇ ਕੰਮਾਂ ਦੇ ਹੀ ਦੁਖ ਭੋਗਦੇ ਹਨ । ਉਹ ਮਨ ਦੀਆਂ ਤ੍ਰਿਸ਼ਨਾਂ ਦੇ ਗੁਲਾਮ, ਸ਼ਿਕਾਰੀ ਹੋ ਜਾਂਦੇ ਹਨ । ਉਹਨਾਂ ਨੂੰ ਜੀਵਨ ਦੀ ਅਸਲੀਅਤ ਦਾ ਕੋਈ ਗਿਆਨ ਨਹੀਂ ਹੁੰਦਾ! (ਕੀੜੇ, ਮਕੋੜੇ, ਕੀੜੀਆਂ, ਮੱਖੀਆਂ, ਹਾਥੀ, ਮਛਲੀਆਂ, ਹਰਨ)

All creatures endure the misery of their own worldly deeds and remain the victim of worldly desires. They may not have any understanding of the purpose of human life blessings. (Creatures- like ants, flies, elephants, deeds, fish etc.)

ਕਾਮੁ ਚਿਤੈ ਕਾਮਣਿ ਹਿਤਕਾਰੀ॥ kaam chitai kaaman hitkaaree.
ਕ੍ਰੋਧੁ ਬਿਨਾਸੈ ਸਗਲ ਵਿਕਾਰੀ॥ kroDh binaasai sagal vikaaree.
ਪਤਿ ਮਤਿ ਖੋਵਹਿ ਨਾਮੁ ਵਿਸਾਰੀ॥੪॥ pat mat khoveh naam visaaree. ||4||

ਜਿਵੇਂ ਪ੍ਰੇਮੀ ਕਾਮਵਾਸਨਾ ਨਾਲ ਅੰਧਾ ਹੋ ਜਾਂਦਾ ਹੈ । ਇਸਤਰ੍ਹਾਂ ਸਾਰੀ ਸ੍ਰਿਸ਼ਟੀ ਹੀ ਕਰੋਧ ਵਿੱਚ ਜਲਦੀ ਰਹਿੰਦੀ ਹੈ । ਜਿਹੜਾ ਪ੍ਰਭ ਦੇ ਸ਼ਬਦ ਨੂੰ ਵਿਸਾਰ ਦੇਂਦਾ, ਭਾਣੇ ਦੀ ਪ੍ਰਵਾਹ ਨਹੀਂ ਕਰਦਾ । ਉਸ ਦਾ ਮਨ, ਚੰਗੇ ਕੰਮ ਕਰਨ ਦੀ ਸੋਝੀ ਗਵਾ ਲੈਂਦਾ ਹੈ ।

As a lover remains obsessed with his sexual urge! Same way the whole universe remains burning in the anger. Whosoever may abandon His Word or may not pay any attention to the teachings of His Word; he may lose his sense and wisdom to perform good deeds for mankind.

ਪਰ ਘਰਿ ਚੀਤੁ ਮਨਮੁਖਿ ਡੋਲਾਇ॥ Par ghar cheet manmukh dolaa-ay.
ਗਲਿ ਜੇਵਰੀ ਧੰਧੈ ਲਪਟਾਇ॥ gal jayvree DhanDhai laptaa-ay.
ਗੁਰਮੁਖਿ ਛੂਟਸਿ ਹਰਿ ਗੁਣ ਗਾਇ॥੫॥ gurmukh chhootas har gun gaa-ay. ||5||

ਗੁਰੂ ਨਾਨਕ ਦੇਵ ਜੀ! – Guru Nanak Dev Ji! Guru Granth Sahib

ਜਿਹੜਾ ਪਰਾਈ ਔਰਤ ਨਾਲ ਕਾਮਵਾਸਨਾ ਪੂਰੀ ਕਰਨ ਵਿੱਚ ਲਗਾ ਰਹਿੰਦਾ ਹੈ । ਉਹ ਸੰਸਾਰਕ ਝਗੜੇ ਵਿੱਚ ਹੀ ਫਸਿਆ ਰਹਿੰਦਾ ਹੈ । ਉਸ ਨੂੰ ਸੰਸਾਰਕ ਮੁਸ਼ਕਲਾਂ ਹੀ ਆਉਦੀਆਂ ਹਨ । ਜਿਹੜਾ ਜੀਵ ਗੁਰਮਖ ਅਵਸਥਾ ਵੱਲ ਜਾਂਦਾ ਹੈ, ਉਹ ਪ੍ਰਭ ਦੀ ਬੰਦਗੀ ਵਿੱਚ ਹੀ ਅਡੋਲ ਰਹਿੰਦਾ, ਅਨੰਦ ਮਾਨਦਾ ਹੈ ।

Whosoever remains intoxicated with a sexual urge with strange woman; he remains entangled in the worldly quarrels, fights and endures constant worldly miseries. Whosoever may adopt the teachings of His Word, he may be blessed with a state of mind as His true devotee. He remains intoxicated in meditation in the void of His Word and enjoys His Blessings.

ਜਿਉ ਤਨੁ ਬਿਧਵਾ ਪਰ ਕਉ ਦੇਈ॥ ji-o tan biDhvaa par ka-o day-ee.
ਕਾਮਿ ਦਾਮਿ ਚਿਤੁ ਪਰ ਵਸਿ ਸੇਈ॥ kaam daam chit par vas say-ee.
ਬਿਨੁ ਪਿਰ ਤ੍ਰਿਪਤਿ ਨ ਕਬਹੂੰ ਹੋਈ॥੬॥ bin pir taripat na kabahooN ho-ee. ||6||

ਜਿਵੇਂ ਵਿਧਵਾ ਆਪਣਾ ਤਨ, ਅਜ਼ਨਬੀ ਨੂੰ ਸੌਂਪ ਦੇਂਦੀ ਹੈ । ਕਾਮਵਾਸਨਾ, ਧਨ ਵਾਸਤੇ ਆਪਣੇ ਤਨ ਤੇ ਕਿਸੇ ਬਗਾਨੇ ਦਾ ਕਾਬੂ ਮਨਜ਼ੂਰ ਕਰਦੀ ਹੈ । ਉਸ ਨੂੰ ਕਦੇ ਇਕ ਨਾਲ ਭੋਗ ਕੀਤਿਆ ਸੰਤੋਖ ਨਹੀਂ ਮਿਲਦਾ, ਮਨ ਦੀ ਖਾਹਿਸ਼ ਪੂਰੀ ਨਹੀਂ ਹੁੰਦੀ ।

As a divorced, widow may surrender her body to stranger for sexual pleasures or worldly wealth; she accepts the slavery of other to control her body. She may never be contented, satisfied by having sexual relationship with one person.

ਪੜਿ ਪੜਿ ਪੋਥੀ ਸਿੰਮ੍ਰਿਤਿ ਪਾਠਾ॥ parh parh pothee simrit paathaa.
ਬੇਦ ਪੁਰਾਣ ਪੜੈ ਸੁਣਿ ਥਾਟਾ॥ bayd puraan parhai sun thaataa.
ਬਿਨੁ ਰਸ ਰਾਤੇ ਮਨੁ ਬਹੁ ਨਾਟਾ॥੭॥ bin ras raatay man baho naataa. ||7||

ਭਾਵੇਂ ਜੀਵ ਨਿਤ ਪਾਠ ਕਰੇ, ਵੇਦ, ਕੁਰਾਨ, ਪੁਰਾਨ, ਸਿਮ੍ਰਤੀਆਂ ਜਾ ਗ੍ਰੰਥ ਪੜ੍ਹੇ । ਜਿਤਨਾ ਚਿਰ ਆਪਣਾ ਜੀਵਨ ਸ਼ਬਦ ਦੀ ਸਿਖਿਆ ਨਾਲ ਢਾਲਦਾ ਨਹੀਂ, ਉਸ ਦੇ ਮਨ ਦੇ ਭਰਮ ਭਲੇਖੇ ਦੂਰ ਨਹੀਂ ਹੁੰਦੇ, ਮਨ ਇਕੋ ਇਕ ਤੇ ਟਿਕਦਾ ਨਹੀਂ ।

Even though, self-minded may meditate, daily prayer and reads the Holy Scriptures; however, without adopting the teachings of His Word in day-to-day life, his suspicions may not be eliminated. He may not remain contented with His Blessings,

ਜਿਉ ਚਾਤ੍ਰਿਕ ਜਲ ਪ੍ਰੇਮ ਪਿਆਸਾ॥ ji-o chaatrik jal paraym pi-aasaa.
ਜਿਉ ਮੀਨਾ ਜਲ ਮਾਹਿ ਉਲਾਸਾ॥ ji-o meenaa jal maahi ulaasaa.
ਨਾਨਕ ਹਰਿ ਰਸੁ ਪੀ ਤ੍ਰਿਪਤਾਸਾ॥੮॥੧੧॥ naanak har ras pee tariptaasaa. ||8||11||

ਜਿਵੇਂ ਬਾਬੀਹਾ, ਚਾਤ੍ਰਿਕ ਦੀ ਪਿਆਸ ਕੇਵਲ ਮੀਂਹ ਦੀ ਬੂੰਦ ਉਸ ਦੇ ਮੂੰਹ ਵਿੱਚ ਪੈਣ ਨਾਲ ਹੀ ਬੁਝਦੀ ਹੈ । ਜਿਸਤਰ੍ਹਾਂ ਮਛਲੀ ਨੂੰ ਪਾਣੀ ਮਿਲਣ ਤੇ ਬਹੁਤ ਅਨੰਦ ਮਿਲਦਾ ਹੈ । ਇਸਤਰ੍ਹਾਂ ਦਾਸ ਕੇਵਲ ਸ਼ਬਦ ਦੀ ਬੰਦਗੀ ਵਿੱਚ ਲੀਨ ਹੋ ਕੇ ਹੀ ਸੰਤੁਸ਼ਟ ਹੁੰਦਾ ਹੈ ।

As the thrust of a rain bird may only be quenched with a drop of rain water falling in his mouth. As fish enjoys comforts and happy swimming in water; same way His true devotee only be contented by meditating on the teachings of His Word.

Key Message of Raag Gauree page 225-15
'ਸ਼ਬਦ ਦੇ ਲੜ ਲਗਣ ਦੀ ਮਹੱਤਤਾਂ!
ਜਿਸ ਦਾ ਮਨ ਪ੍ਰਭ ਦੇ ਸ਼ਬਦ ਦੇ ਲੜ ਲਗ ਜਾਂਦਾ ਹੈ, ਕੇਵਲ ਉਹ ਹੀ ਤਰ ਜਾਂਦਾ, ਪ੍ਰਭ ਨੂੰ ਪ੍ਰਵਾਨ ਹੋ ਜਾਂਦਾ ਹੈ । ਜਿਹੜਾ ਜੀਵ ਗੁਰਮਖ ਅਵਸਥਾ ਵੱਲ ਜਾਂਦਾ ਹੈ, ਉਹ ਪ੍ਰਭ ਦੀ ਬੰਦਗੀ ਵਿੱਚ ਹੀ ਅਡੋਲ ਰਹਿੰਦਾ, ਅਨੰਦ ਮਾਨਦਾ ਹੈ । ਨਿਤਨੇਮ, ਪਾਠ ਕਰੇ, ਵੇਦ, ਕੁਰਾਨ, ਪੁਰਾਨ, ਸਿਮ੍ਰਤੀਆ ਜਾ ਗ੍ਰੰਥ ਪੜ੍ਹਨ ਨਾਲ ਮਨ ਦੇ ਭਰਮ ਭਲੇਖੇ ਦੂਰ ਨਹੀਂ ਹੁੰਦੇ, ਮਨ ਇਕੋ ਇਕ ਤੇ ਟਿਕਦਾ ਨਹੀਂ । ਪ੍ਰਭ ਦਾ ਦਾਸ ਕੇਵਲ ਸ਼ਬਦ ਦੀ ਬੰਦਗੀ ਵਿੱਚ ਲੀਨ ਹੋ ਕੇ ਹੀ ਸੰਤੁਸ਼ਟ ਹੁੰਦਾ ਹੈ ।
Significance of surrending to the essence of His Word!
Whosoever may be attached to a devotional meditation on His Word; only he may be saved from the terrible ocean of worldly desires and accepted in His Court. Whosoever may adopt the teachings of His Word; he may remain intoxicated in deep meditation in the void of His Word and enjoys His Blessings. Performing daily prayer and reading the Holy Scriptures time and again; suspicions may not be eliminated nor he remains steady and stable on the teachings of His Word. His true devotee only remains contented by meditating on the teachings of His Word.

32. ਗਉੜੀ ਮਹਲਾ ੧॥ 226-5

ਹਠੁ ਕਰਿ ਮਰੈ ਨ ਲੇਖੈ ਪਾਵੈ॥ hath kar marai na laykhai paavai.
ਵੇਸ ਕਰੈ ਬਹੁ ਭਸਮ ਲਗਾਵੈ॥ vays karai baho bhasam lagaavai.
ਨਾਮੁ ਬਿਸਾਰਿ ਬਹੁਰਿ ਪਛੁਤਾਵੈ॥੧॥ naam bisaar bahur pachhutaavai. ||1||

ਜਿਹੜਾ ਮਨਮਰਜ਼ੀ ਦੇ ਤਰੀਕੇ ਨਾਲ ਕਰਬਾਨੀ ਦੇਂਦਾ ਹੈ । ਉਸ ਦੀ ਕਰਬਾਨੀ ਆਤਮਾ ਦੇ ਲੇਖੇ ਵਿੱਚ ਪ੍ਰਵਾਨ ਨਹੀਂ ਹੁੰਦੀ । ਭਾਵੇਂ ਕਿਸੇ ਵੀ ਧਰਮਾਂ ਦਾ ਬਾਣਾ ਪਾਵੇ, ਜਾ ਸਰੀਰ ਤੇ ਭਸਮ ਲਗਾਵੇ । ਜਿਹੜਾ ਭਾਣੇ ਦੀ ਪਾਲਣਾ ਨਹੀਂ ਕਰਦਾ, ਸ਼ਬਦ ਮਨ ਵਿਚੋਂ ਵਿਸਾਰ ਦੇਂਦਾ ਹੈ । ਉਸ ਨੂੰ ਪਛਤਾਵਾ ਹੀ ਕਰਨਾ ਪੈਂਦਾ ਹੈ ।

Whosoever may sacrifice his life with his determination, ego of his own mind, his sacrifice may not be accepted in His Court. He may adopt any religious robe, or rubbing ashes on his body; however, without obeying the teachings of His Word from day-to-day life; he must repent in the end, after death.1

ਤੂੰ ਮਨਿ ਹਰਿ ਜੀਉ ਤੂੰ ਮਨਿ ਸੂਖ॥ tooN man har jee-o tooN man sookh.
ਨਾਮੁ ਬਿਸਾਰਿ ਸਹਹਿ ਜਮ ਦੂਖ॥੧॥ ਰਹਾਉ॥ naam bisaar saheh jam dookh. ||1|| rahaa-o.

ਜਿਹੜਾ ਪ੍ਰਭ ਦੀ ਹੋਂਦ ਤੇ ਭਰੋਸਾ ਅਡੋਲ ਰਖਕੇ ਬੰਦਗੀ ਕਰਦਾ ਹੈ, ਉਸ ਨੂੰ ਸੁਖ ਹੀ ਮਿਲਦੇ ਹਨ । ਜਿਹੜਾ ਸ਼ਬਦ ਨੂੰ ਵਿਸਾਰਦਾ, ਮਨਮਰਜ਼ੀ ਕਰਦਾ ਹੈ, ਉਸ ਨੂੰ ਦੁਖ ਹੀ ਨਸੀਬ ਹੁੰਦੇ ਹਨ ।

Whosoever may meditate with a steady and stable belief on His Existence; he may be blessed with comfort in his life. Whosoever may abandon the teachings of His Word and remains victim of worldly desires, he may endure miseries in life.

ਚੋਆ ਚੰਦਨ ਅਗਰ ਕਪੂਰਿ॥ ਮਾਇਆ ਮਗਨੁ ਪਰਮ ਪਦੁ ਦੂਰਿ॥ cho-aa chandan agar kapoor. maa-i-aa magan param pad door.
ਨਾਮਿ ਬਿਸਾਰਿਐ ਸਭੁ ਕੂੜੋ ਕੂਰਿ॥੨॥ naam bisaari-ai sabh koorho koor. ||2||

ਧੂਪ, ਅਤਰ, ਚੰਦਨ ਦੀ ਕੀਮਤੀ ਲੱਕੜੀ ਦੀ ਸੁਗੰਧ, ਇਹ ਸਾਰੀਆਂ ਮਾਇਆ ਦੀ ਸੁਗੰਦ ਹੀ ਹਨ । ਇਸ ਨਾਲ ਬੰਦਗੀ ਦੀ ਪਵਿਤਰਤਾ ਨਾਸ਼ ਹੋ ਜਾਂਦੀ ਹੈ । ਅਗਰ ਸ਼ਬਦ ਤੇ ਭਰੋਸਾ ਨਹੀਂ ਤਾਂ ਬੰਦਗੀ ਕਿਸੇ ਕੰਮ ਨਹੀਂ ਆਉਂਦੀ ।

ਗੁਰੂ ਨਾਨਕ ਦੇਵ ਜੀ! – Guru Nanak Dev Ji! Guru Granth Sahib

Worldly rituals to burn stick for aroma; fragrance, sandalwood; all are the aroma of worldly wealth. With all these rituals, the sanctification of mind may be ruined. Whosoever may not have steady and stable belief on His Word; his meditation may be worthless for the purpose of life.

ਨੇਜੇ ਵਾਜੇ ਤਖਤਿ ਸਲਾਮੁ॥ ਅਧਕੀ ਤ੍ਰਿਸਨਾ ਵਿਆਪੈ ਕਾਮੁ॥ nayjay vaajay takhat salaam. aDhkee tarisnaa vi-aapai kaam.
ਬਿਨੁ ਹਰਿ ਜਾਚੇ ਭਗਤਿ ਨ ਨਾਮੁ॥੩॥ bin har jaachay bhagat na naam. ||3||

ਸੰਸਾਰਕ ਇਜ਼ਤ, ਮਾਣ, ਸੰਸਾਰਕ ਹੈਸੀਅਤ ਦਾ ਕੋਈ ਲਾਭ ਨਹੀਂ । ਇਹ ਅਹੰਕਾਰ ਦੀ ਅੱਗ ਤੇਜ਼ ਕਰਦੀਆਂ ਹਨ । ਅਡੋਲ ਭਰੋਸੇ ਨਾਲ ਸ਼ਬਦ ਦੀ ਪਾਲਣਾ ਤੋਂ ਬਿਨਾਂ ਸ਼ਬਦ ਦੀ ਸੋਝੀ ਨਹੀ ਹੁੰਦੀ, ਬੰਦਗੀ ਵਿੱਚ ਲੀਨ ਨਹੀਂ ਹੋਇਆ ਜਾਂਦਾ ਹੈ ।

Worldly honor, respect and status may not have any significance for the purpose of human life opportunity; all may rather feed the fire of ego within. Without obeying the teachings of His Word with a steady and stable belief; he may not be blessed with the enlightenment or the essence of His Word, nor he may remain intoxicated in meditation.

ਵਾਦਿ ਅਹੰਕਾਰਿ ਨਾਹੀ ਪ੍ਰਭ ਮੇਲਾ॥ vaad ahaNkaar naahee parabh maylaa.
ਮਨੁ ਦੇ ਪਾਵਹਿ ਨਾਮੁ ਸੁਹੇਲਾ॥ man day paavahi naam suhaylaa.
ਦੂਜੈ ਭਾਇ ਅਗਿਆਨੁ ਦੁਹੇਲਾ॥੪॥ doojai bhaa-ay agi-aan duhaylaa. ||4||

ਬਾਣੀ ਦੀ ਕਥਾ, ਪ੍ਰਚਾਰ ਨਾਲ ਜਾ ਹੈਸੀਅਤ ਦੇ ਘਮੰਡ ਨਾਲ ਰਹਿਮਤ ਬਖਸ਼ਿਸ਼ ਨਹੀਂ ਹੁੰਦੀ । ਕੇਵਲ ਆਪਣੇ ਮਨ ਨੂੰ ਬਿਨਾਂ ਕਿਸੇ ਸ਼ਰਤ ਤੋਂ ਸ਼ਬਦ ਦੇ ਲੜ ਲਾਉਣ ਨਾਲ ਹੀ ਸੋਝੀ ਬਖਸ਼ਿਸ਼ ਹੋ ਸਕਦੀ ਹੈ । ਹੋਰ ਰਸਤੇ ਤੇ ਚਲਣ ਜਾ ਅਣਜਾਣਤਾ ਨਾਲ ਦੁਖ ਹੀ ਮਿਲਦੇ ਹਨ ।

Whosoever may preach and recites the sermons of His Word with the ego of worldly status; he may not be blessed with the enlightenment of the essence His Word. Whosoever may surrender his entity without any pre-conditions to meditate, obeys the teachings of His Word; only he may be blessed with the enlightenment of the essence of His Word. All other meditations are paths of ignorance, his soul may endure only miseries in life.

ਬਿਨੁ ਦਮ ਕੇ ਸਉਦਾ ਨਹੀ ਹਾਟ॥ ਬਿਨੁ ਬੋਹਿਥ ਸਾਗਰ ਨਹੀ ਵਾਟ॥ bin dam kay sa-udaa nahee haat. bin bohith saagar nahee vaat.
ਬਿਨੁ ਗੁਰ ਸੇਵੇ ਘਾਟੇ ਘਾਟਿ॥੫॥ bin gur sayvay ghaatay ghaat. ||5||

ਜਿਵੇਂ ਬਿਨਾਂ ਬੇੜੀ ਦੇ ਸਾਗਰ ਪਾਰ ਨਹੀਂ ਕੀਤਾ ਜਾ ਸਕਦਾ । ਇਸਤਰ੍ਹਾਂ ਸੰਸਾਰਕ ਧਨ ਤੋਂ ਬਿਨਾਂ ਸੰਸਾਰ ਵਿੱਚ ਕੋਈ ਚੀਜ ਖਰੀਦੀ ਨਹੀਂ ਜਾ ਸਕਦੀ । ਇਸਤਰ੍ਹਾਂ ਜੀਵਨ ਪ੍ਰਭ ਦੇ ਲੇਖੇ ਲਾਉਣ ਤੋਂ ਬਿਨਾਂ, ਸਾਰੇ ਘਾਟੇ ਦੇ ਹੀ ਕੰਮ ਹਨ ।

As without a boat, the ocean may not be conquered or crossed. Without worldly wealth, nothing can be purchased in the world. Same way without surrendering self-entity at His Service; all other chores are useless for the purpose of human life.

ਤਿਸ ਕਉ ਵਾਹੁ ਵਾਹੁ ਜਿ ਵਾਟ ਦਿਖਾਵੈ॥ tis ka-o vaahu vaahu je vaat dikhaavai.
ਤਿਸ ਕਉ ਵਾਹੁ ਵਾਹੁ ਜਿ ਸਬਦੁ ਸੁਣਾਵੈ॥ tis ka-o vaahu vaahu je sabad sunaavai.
ਤਿਸ ਕਉ ਵਾਹੁ ਵਾਹੁ ਜਿ ਮੇਲਿ ਮਿਲਾਵੈ॥੬॥ tis ka-o vaahu vaahu je mayl milaavai. ||6||

ਜਿਹੜਾ ਅਸਲੀ ਰਸਤੇ ਦੀ, ਸ਼ਬਦ ਦੀ ਸੋਝੀ ਪਾਉਂਦਾ ਹੈ, ਉਹ ਉਸਤਾਦ ਧੰਨ ਹੈ । ਜਿਸ ਵਿਧੀ ਨਾਲ ਜੀਵਨ ਢਾਲਣ ਨਾਲ ਪ੍ਰਭ ਨਾਲ ਮਿਲਾਪ, ਸ਼ਬਦ ਮਨ ਵਿੱਚ ਜਾਗਰਤ ਹੋ ਜਾਂਦਾ ਹੈ, ਉਹ ਵਿਧੀ, ਰਸਤਾ ਧੰਨ ਹੈ ।

Whosoever may enlighten the right path of meditation; he may be a great teacher, worthy worship. By adopting the technique of meditation, his soul may be accepted in His Court. He may be enlightened within the right path; his meditation technique may be very significant and fortunate.

ਵਾਹੁ ਵਾਹੁ ਤਿਸ ਕਉ ਜਿਸ ਕਾ ਇਹੁ ਜੀਉ॥ vaahu vaahu tis ka-o jis kaa ih jee-o.
ਗੁਰ ਸਬਦੀ ਮਥਿ ਅੰਮ੍ਰਿਤੁ ਪੀਉ॥ gur sabdee math amrit pee-o.
ਨਾਮ ਵਡਾਈ ਤੁਧੁ ਭਾਣੈ ਦੀਉ॥੭॥ naam vadaa-ee tuDh bhaanai dee-o. ||7||

ਜਿਹੜਾ ਆਤਮਾ ਦਾ ਅਸਲੀ ਰਖਵਾਲਾ ਹੁੰਦਾ ਹੈ, ਉਹ ਮਾਲਕ ਧੰਨ, ਪੂਜਣ ਯੋਗ ਹੈ । ਪ੍ਰਭ ਦੇ ਸ਼ਬਦ ਦੀ ਸੋਝੀ ਨਾਲ ਅਣਮੋਲ ਰਸ ਬਖਸ਼ਿਸ਼ ਹੁੰਦਾ ਹੈ । ਸ਼ਬਦ ਦੀ ਪਾਲਣਾ, ਸਿਮਰਨ ਦੀ ਸਮਰਥਾ, ਕੇਵਲ ਪ੍ਰਭ ਦੀ ਰਹਿਮਤ ਨਾਲ ਹੀ ਬਖਸ਼ਿਸ਼ ਹੁੰਦੀ ਹੈ ।

The True Master, True protector of the soul may be worthy of worship. Whosoever may be enlightened from within; he may be blessed with the true nectar of the essence of His Word. Whosoever may be bestowed with His Blessed Vision, only he may remain steady and stable to meditate and obey the teachings of His Word.

ਨਾਮ ਬਿਨਾ ਕਿਉ ਜੀਵਾ ਮਾਇ॥ naam binaa ki-o jeevaa maa-ay.
ਅਨਦਿਨੁ ਜਪਤੁ ਰਹਉ ਤੇਰੀ ਸਰਣਾਇ॥ an-din japat raha-o tayree sarnaa-ay.
ਨਾਨਕ ਨਾਮਿ ਰਤੇ ਪਤਿ ਪਾਇ॥੮॥ ੧੨॥ naanak naam ratay pat paa-ay. ||8||12||

ਪ੍ਰਭ ਤੇਰੇ ਨਾਮ ਤੋਂ ਬਿਨਾਂ, ਮੈਂ ਕਿਵੇਂ ਜੀਵਨ ਬਤੀਤ ਕਰਾ? ਦਿਨ ਰਾਤ ਤੇਰੇ ਚਰਨਾਂ ਵਿੱਚ, ਤੇਰੇ ਸ਼ਬਦ ਦੀ ਪਨਾਹ ਵਿੱਚ ਹੀ ਰਹਿੰਦਾ ਹਾ । ਤੇਰੇ ਸ਼ਬਦ ਵਿੱਚ ਲੀਨ ਹੋਣ ਨਾਲ ਹੀ ਪ੍ਰਵਾਨ ਹੋਇਆ ਜਾ ਸਕਦਾ ਹੈ ।

How may I spend my life without the meditation of Your Word? I remain intoxicated in meditation in the void of Your Sanctuary. To remain intoxicated in the void of Your Word may be the right path of acceptance in His Court.

Key Message of Raag Gauree page 226-5
'ਸ਼ਬਦ ਦੇ ਲੜ ਲਗਣ ਦੀ ਮਹੱਤਤਾਂ!
ਜਿਹੜਾ ਮਨਮਰਜ਼ੀ ਦੇ ਤਰੀਕੇ, ਹੱਠ ਨਾਲ ਕਰਬਾਨੀ ਦੇਂਦਾ ਹੈ । ਉਸ ਦੀ ਕਰਬਾਨੀ ਆਤਮਾ ਦੇ ਲੇਖੇ ਵਿੱਚ ਪ੍ਰਵਾਨ ਨਹੀਂ ਹੁੰਦੀ ਹੈ । ਕੇਵਲ ਆਪਣੇ ਮਨ ਨੂੰ ਬਿਨਾਂ ਕਿਸੇ ਸ਼ਰਤ ਤੋਂ ਸ਼ਬਦ ਦੇ ਲੜ ਲਾਉਣ ਨਾਲ ਹੀ ਸੋਝੀ ਬਖਸ਼ਿਸ਼ ਹੁੰਦੀ ਹੈ । ਜੀਵਨ ਪ੍ਰਭ ਦੇ ਲੇਖੇ ਲਾਉਣ ਤੋਂ ਬਿਨਾਂ, ਸਾਰੇ ਘਾਟੇ ਦੇ ਹੀ ਕੰਮ ਹਨ । ਜਿਹੜੇ ਰਸਤੇ ਤੇ ਚਲਣ ਨਾਲ ਸ਼ਬਦ ਦੀ ਸੋਝੀ ਬਖਸ਼ਿਸ਼ ਹੋ ਜਾਂਦੀ ਹੈ, ਉਹ ਹੀ ਪ੍ਰਵਾਨਗੀ ਦਾ ਅਸਲੀ ਰਸਤਾ ਹੈ । ਪ੍ਰਭ ਦੇ ਸ਼ਬਦ ਦੀ ਸੋਝੀ ਨਾਲ ਅਣਮੋਲ ਰਸ ਬਖਸ਼ਿਸ਼ ਹੁੰਦਾ ਹੈ । ਸ਼ਬਦ ਵਿੱਚ ਲੀਨ ਹੋਣ ਨਾਲ ਹੀ ਪ੍ਰਵਾਨ ਹੋਇਆ ਜਾ ਸਕਦਾ ਹੈ ।
Significance of surrending to the essence of His Word!
Whosoever may sacrifice his life with his own determination, ego; his sacrifice may not be accepted in His Court. Only meditating with steady and stable belief, without any pre-conditions; he may be blessed with the enlightenment of the

essence of His Word. Without surrendering your self-entity at His Service, all other chores are useless for the real purpose of human life. By adopting any technique of meditation, he may be enlightened the right path from with. Only his technique, way of life, may be the right meditation. Whosoever may be enlightened with the essence of His Word; he may be blessed with the true nectar of His Word. Whosoever may remain intoxicated in the void of His Word; only his soul may be accepted in His Court.

33. ਗਉੜੀ ਮਹਲਾ ੧॥ 226-14

ਹਉਮੈ ਕਰਤ ਭੇਖੀ ਨਹੀ ਜਾਨਿਆ॥ ha-umai karat bhaykhee nahee jaani-aa.
ਗੁਰਮੁਖਿ ਭਗਤਿ ਵਿਰਲੇ ਮਨੁ ਮਾਨਿਆ॥੧॥ gurmukh bhagat virlay man maani-aa. ||1||

ਅਹੰਕਾਰ ਵਿੱਚ ਚਲਦੇ ਜੀਵ ਨੂੰ ਪ੍ਰਭ ਦੇ ਸ਼ਬਦ ਦੀ ਸੋਝੀ ਨਹੀਂ ਹੁੰਦੀ । ਭਾਵੇਂ ਜੀਵ ਧਾਰਮਕ ਬਾਣਾ ਜਾ ਧਾਰਮਕ ਸਰੋਪਾ ਪਹਿਣੇ ।

Whosoever may remain a victim of ego of his mind; he may never be enlightened with the essence of His Word. Even though, he may adopt religious robe or honor in world.

ਹਉ ਹਉ ਕਰਤ ਨਹੀ ਸਚੁ ਪਾਈਐ॥ ha-o ha-o karat nahee sach paa-ee-ai.
ਹਉਮੈ ਜਾਇ ਪਰਮ ਪਦੁ ਪਾਈਐ॥੧॥ ਰਹਾਉ॥ ha-umai jaa-ay param pad paa-ee-ai. ||1|| rahaa-o.

ਜਿਹੜਾ ਸ਼ਬਦ ਤੇ ਭਰੋਸਾ ਨਹੀਂ ਰਖਦਾ, ਅਹੰਕਾਰ ਵਿੱਚ ਚਾਰੇ ਪਾਸੇ ਘੁੰਮਦਾ ਰਹਿੰਦਾ ਹੈ । ਉਸ ਨੂੰ ਸ਼ਬਦ ਦੀ ਸੋਝੀ ਨਹੀਂ ਹੁੰਦੀ, ਜਨਮ ਬਿਰਥਾ ਹੀ ਬਤੀਤ ਕਰ ਜਾਂਦਾ ਹੈ । ਜਿਹੜੇ ਆਪਣੇ ਮਨ ਵਿੱਚ ਅਹੰਕਾਰ ਤੇ ਜਿੱਤ ਪਾ ਲੈਂਦੇ ਹਨ, ਉਸ ਨੂੰ ਉਤਮ ਅਵਸਥਾ ਬਖਸ਼ਿਸ਼ ਹੋ ਜਾਂਦੀ ਹੈ । ਕੋਈ ਵਿਰਲਾ ਹੀ ਗੁਰਮਖ ਆਪਣਾ ਤਨ ਮਨ ਪ੍ਰਭ ਦੇ ਲੇਖੇ ਲਾਉਂਦਾ ਹੈ । ਆਪਣੇ ਆਪ ਨੂੰ ਸ਼ਰਣ ਵਿੱਚ ਲਿਆਉਂਦਾ ਹੈ ।

Whosoever does not have a steady and stable belief on the teachings of His Word, he remains wandering in all around in his ego. Whosoever may not have any enlightenment of the essence of His Word; his human life opportunity may be wasted uselessly. Whosoever may conquer his ego; with His mercy and grace, he may be blessed with supreme state of mind. However, very rare devotee may surrender his self-entity at His Sanctuary.

ਹਉਮੈ ਕਰਿ ਰਾਜੇ ਬਹੁ ਧਾਵਹਿ॥ ਹਉਮੈ ਖਪਹਿ ਜਨਮਿ ਮਰਿ ਆਵਹਿ॥੨॥ ha-umai kar raajay baho Dhaaveh. ha-umai khapeh janam mar aavahi. ||2||

ਆਪਣੇ ਅਹੰਕਾਰ ਵਿੱਚ ਚਲਣ ਨਾਲ ਕਦੇ ਸ਼ਬਦ ਦੀ ਸੋਝੀ ਨਹੀਂ ਮਿਲਦੀ । ਜਦੋਂ ਅਹੰਕਾਰ ਦੀ ਜੜ੍ਹ ਖਤਮ ਹੋ ਜਾਂਦੀ ਹੈ । ਅਟਲ ਦੀ ਹੋਂਦ ਮਹਿਸੂਸ ਹੋ ਜਾਂਦੀ ਹੈ ।

Whosoever may remain in ego; he may not have any enlightenment of His Word. Whosoever may conquer his ego; with His mercy and grace, he may realize His Existence prevailing everywhere.

ਹਉਮੈ ਨਿਵਰੈ ਗੁਰ ਸਬਦੁ ਵੀਚਾਰੈ॥ ha-umai nivrai gur sabad veechaarai.
ਚੰਚਲ ਮਤਿ ਤਿਆਗੈ ਪੰਚ ਸੰਘਾਰੈ॥ ੩॥ chanchal mat ti-aagai panch sanghaarai. ||3||

ਰਾਜੇ ਆਪਣੀ ਤਾਕਤ, ਸਿਆਣਪ ਦੇ ਅਹੰਕਾਰ ਵਿੱਚ ਰਾਜ ਨੂੰ ਵਧਾਉਣ ਦੇ ਕੰਮ ਕਰਦੇ ਹਨ । ਉਹ ਅਹੰਕਾਰ ਨਾਲ ਹੀ ਤਬਾਹ ਹੋ ਜਾਂਦਾ, ਜਨਮ ਮਰਨ ਵਿੱਚ ਹੀ ਰਹਿੰਦਾ ਹੈ ।

Worldly king with his mighty power, his wisdom and ego always remain entangled to increase his kingdom. He may be ruined with his ego; he remains in the cycle of birth and death.

ਅੰਤਰਿ ਸਾਚੁ ਸਹਜ ਘਰਿ ਆਵਹਿ॥ antar saach sahj ghar aavahi.
ਰਾਜਨੁ ਜਾਣਿ ਪਰਮ ਗਤਿ ਪਾਵਹਿ॥੪॥ raajan jaan param gat paavahi. ||4||

ਅਹੰਕਾਰ ਦੀ ਜੜ੍ਹ, ਕੇਵਲ ਸ਼ਬਦ ਦੀ ਸੋਝੀ ਨਾਲ ਹੀ ਖਤਮ ਹੁੰਦੀ ਹੈ । ਮਨ ਦੀਆਂ ਚਲਾਕੀਆਂ ਤਿਆਗਣ ਨਾਲ ਹੀ ਇਛਾਂ ਦੇ ਪੰਜਾਂ ਜਮਦੂਤਾਂ ਤੇ ਕਾਬੂ ਪੈਂਦਾ ਹੈ ।

The root of ego may only be eliminated with the enlightenment of the essence of His Word. Whosoever may renounce his own clever tricks; with His mercy and grace, he may conquer his worldly desires.

ਸਚੁ ਕਰਣੀ ਗੁਰ ਭਰਮੁ ਚੁਕਾਵੈ॥ sach karnee gur bharam chukhaavai.
ਨਿਰਭਉ ਕੈ ਘਰਿ ਤਾੜੀ ਲਾਵੈ॥੫॥ nirbha-o kai ghar taarhee laavai. ||5||

ਪ੍ਰਭ ਜੀਵ ਦੇ ਅੰਦਰ ਵਸਦਾ ਹੈ! ਜਦੋਂ ਮਨ ਦਾ ਭਰੋਸਾ ਅਡੋਲ ਹੋ ਜਾਂਦਾ ਹੈ, ਉਸ ਨੂੰ ਪ੍ਰਭ ਦੀ ਹੋਂਦ ਮਹਿਸੂਸ ਹੋ ਜਾਂਦੀ ਹੈ । ਉਸ ਨੂੰ ਵਿਸ਼ੇਸ਼ ਅਵਸਥਾ ਬਖਸ਼ਿਸ਼ ਹੋ ਜਾਂਦੀ ਹੈ । ਜਿਹੜਾ ਹੱਕ ਦੀ ਕਮਾਈ ਕਰਦਾ ਹੈ । ਪ੍ਰਭ ਦੀ ਰਹਿਮਤ ਨਾਲ ਉਸ ਦੇ ਭਰਮ ਦੂਰ ਹੋ ਜਾਂਦੇ ਹਨ, ਪ੍ਰਭ ਦੇ ਸ਼ਬਦ ਨਾਲ ਲਿਵ ਲਗ ਜਾਂਦੀ ਹੈ ।

His Holy Spirit remains embedded within his soul and dwells within his body. Whosoever may remain steady and stable on the teachings of His Word; he may realize the existence of The True Master. He may be blessed with this unique, the state of mind as His true devotee. Whosoever may earn honest living; with His mercy and grace, all his worldly suspicions may be eliminated. He may remain intoxicated in the void of His Word.

ਹਉ ਹਉ ਕਰਿ ਮਰਣਾ ਕਿਆ ਪਾਵੈ॥ ha-o ha-o kar marnaa ki-aa paavai.
ਪੂਰਾ ਗੁਰੁ ਭੇਟੇ ਸੋ ਝਗਰੁ ਚੁਕਾਵੈ॥੬॥ pooraa gur bhaytay so jhagar chukhaavai. ||6||

ਜਿਹੜਾਂ ਅਹੰਕਾਰ ਵਿੱਚ ਆਪਣੀ ਮਨਮਰਜ਼ੀ ਵਿੱਚ ਹੀ ਜੀਵਨ ਬਤੀਤ ਕਰਦਾ ਹੈ । ਉਹ ਇਸ ਮਾਨਸ ਜਨਮ ਵਿੱਚ ਕੁਝ ਨਹੀਂ ਪਾ ਸਕਦਾ । ਜਿਹੜਾ ਪ੍ਰਵਾਨ ਹੋ ਜਾਂਦਾ ਹੈ, ਉਹ ਜਨਮ ਮਰਨ ਦਾ ਖੇਲ ਖਤਮ ਕਰ ਜਾਂਦਾ ਹੈ ।

Whosoever may remain in his ego and follows his own wisdom; he may not accomplish the purpose of human life. Whosoever may be accepted in His Court, his cycle of birth and death may be eliminated forever.

ਜੇਤੀ ਹੈ ਤੇਤੀ ਕਿਹੁ ਨਾਹੀ॥ jaytee hai taytee kihu naahee.
ਗੁਰਮੁਖਿ ਗਿਆਨ ਭੇਟਿ ਗੁਣ ਗਾਹੀ॥੭॥ gurmukh gi-aan bhayt gun gaahee. ||7||

ਸੰਸਾਰ ਇਕ ਸੁਪਨੇ ਦੀ ਤਰ੍ਹਾਂ, ਸਭ ਕੁਝ ਖਤਮ ਹੋ ਜਾਣ ਵਾਲਾ ਹੈ । ਜਿਸ ਨੂੰ ਗੁਰਮਖ ਅਵਸਥਾ ਬਖਸ਼ਿਸ਼ ਹੋ ਜਾਂਦੀ ਹੈ! ਉਸ ਨੂੰ ਸ਼ਬਦ ਦਾ ਸਿਮਰਨ ਕਰਦੇ, ਕਰਦੇ, ਸ਼ਬਦ ਦੀ ਸੋਝੀ ਹੋ ਜਾਂਦੀ ਹੈ ।

Worldly life is like fantasy, illusion, everything visible in the universe, all passes away and disappears. Whosoever may be blessed with a state of mind as His true devotee; he may be enlightened, meditating in the void of His Word.

ਹਉਮੈ ਬੰਧਨ ਬੰਧਿ ਭਵਾਵੈ॥ ha-umai banDhan banDh bhavaavai.
ਨਾਨਕ ਰਾਮ ਭਗਤਿ ਸੁਖੁ ਪਾਵੈ॥੮॥੧੩॥ naanak raam bhagat sukh paavai. ||8||13||

ਅਹੰਕਾਰ ਹੀ ਜੀਵਾਂ ਦਾ ਇਕ ਦੂਜੇ ਨਾਲ ਮੋਹ ਵਧਾਉਂਦਾ ਹੈ, ਆਪਸ ਵਿੱਚ ਜੋੜਦਾ ਹੈ, ਇਕ ਦੂਜੇ ਦਾ ਆਸਰ ਬਣਾਉਂਦਾ ਹੈ । ਜਿਹੜੇ ਪ੍ਰਭ ਦੇ ਸ਼ਬਦ ਦੇ ਲੜ ਲਗ ਜਾਂਦੇ, ਉਹ ਦਰਬਾਰ ਵਿੱਚ ਸੁਖ ਮਾਨਦੇ ਹਨ ।

The ego of the mind may feed to the emotional attachments, love with other human to make their union. They become the support for each other in worldly life. Whosoever remains in deep meditation in the void of His Word, he may be blessed with comforts in His Court.

Key Message of Raag Gauree page 226-14
'ਅਹੰਕਾਰ ਤੇ ਜਿੱਤ ਕਿਵੇਂ ਪਾਈ ਜਾ ਸਕਦੀ ਹੈ?
ਅਹੰਕਾਰ ਹੀ ਜੀਵਾਂ ਦਾ ਇਕ ਦੂਜੇ ਨਾਲ ਮੋਹ ਨੂੰ ਵਧਾਉਂਦਾ ਹੈ, ਆਪਸ ਵਿੱਚ ਜੋੜਦਾ ਹੈ, ਇਕ ਦੂਜੇ ਦਾ ਆਸਰ ਬਣਾਉਂਦਾ ਹੈ । ਅਹੰਕਾਰ ਦੀ ਜੜ੍ਹ ਕੇਵਲ ਸ਼ਬਦ ਦੀ ਸੋਝੀ ਨਾਲ ਹੀ ਖਤਮ ਹੁੰਦੀ ਹੈ! ਜਿਹੜੇ ਆਪਣੇ ਮਨ ਵਿੱਚ ਅਹੰਕਾਰ ਤੇ ਜਿੱਤ ਪਾ ਲੈਂਦੇ ਹਨ, ਉਹਨਾਂ ਨੂੰ ਉਤਮ ਅਵਸਥਾ ਬਖਸ਼ਿਸ਼ ਹੋ ਜਾਂਦੀ ਹੈ । ਕੋਈ ਵਿਰਲਾ ਹੀ ਗੁਰਮਖ ਆਪਣਾ ਤਨ, ਮਨ ਪ੍ਰਭ ਦੇ ਲੇਖੇ ਲਾਉਂਦਾ ਹੈ । ਉਸ ਨੂੰ ਅਟਲ ਦੀ ਹੋਂਦ ਮਹਿਸੂਸ ਹੋ ਜਾਂਦੀ ਹੈ । । ਜਿਹੜਾ ਹੱਕ ਦੀ ਕਮਾਈ ਕਰਦਾ ਹੈ । ਉਸ ਦੇ ਭਰਮ ਦੂਰ ਹੋ ਜਾਂਦੇ ਹਨ, ਪ੍ਰਭ ਦੇ ਸ਼ਬਦ ਨਾਲ ਲਿਵ ਲਗ ਜਾਂਦੀ ਹੈ । ਉਹ ਪ੍ਰਵਾਨ ਹੋ ਜਾਂਦਾ, ਜਨਮ ਮਰਨ ਦਾ ਖੇਲ ਖਤਮ ਹੋ ਜਾਂਦਾ ਹੈ ।
How to conquer ego?
The ego of mind may feed to the emotional attachments, love with other may develop a union, relationship. The root of ego may only be eliminated with the enlightenment of the essence of His Word. Whosoever may conquer his ego; with His mercy and grace, he may be blessed with supreme state of mind. However, very rare devotee may surrender his self-entity at His Sanctuary; he may realize His Existence. Whosoever may collect honest earnings; all his worldly suspicions may be eliminated. He may remain intoxicated in the void of His Word. Whosoever may be accepted in His Court, his cycle of birth and death may be eliminated forever.

34. ਗਉੜੀ ਮਹਲਾ ੧॥ 227-1

ਪ੍ਰਥਮੇ ਬ੍ਰਹਮਾ ਕਾਲੈ ਘਰਿ ਆਇਆ॥	parathmay barahmaa kaalai ghar aa-i-aa.
ਬ੍ਰਹਮ ਕਮਲੁ ਪਇਆਲਿ ਨ ਪਾਇਆ॥	barahm kamal pa-i-aal na paa-i-aa.
ਆਗਿਆ ਨਹੀ ਲੀਨੀ ਭਰਮਿ ਭੁਲਾਇਆ॥੧॥	aagi-aa nahee leenee bharam bhulaa-i-aa. ||1||

ਜਦੋਂ ਬ੍ਰਹਮਾ ਦੀ ਮੌਤ ਹੋਈ, ਆਤਮਾ ਦੇ ਦਸਵੀਂ ਗੁਫਾ ਵਿੱਚ ਲੇਖਾ ਹੋਇਆ । ਦਰਬਾਰ ਵਿੱਚ ਆਪਣੀ ਥਾਂ ਲੱਭ ਦਾ ਰਿਹਾ, ਪਰ ਉਸ ਨੂੰ ਦਰਬਾਰ ਵਿੱਚ ਥਾਂ ਹਾਸਿਲ, ਬਖਸ਼ਿਸ਼ ਨਹੀਂ ਹੋਈ । ਉਸ ਨੇ ਪ੍ਰਭ ਦੇ ਭਾਣੇ ਅਨੁਸਾਰ ਜੀਵਨ ਬਤੀਤ ਨਹੀਂ ਕੀਤਾ । ਪ੍ਰਭ ਦੀ ਹੋਂਦ ਤੇ ਭਰੋਸਾ ਪੱਕਾ ਨਹੀਂ ਸੀ, ਮਨ ਵਿੱਚ ਭਰਮ ਭਲੇਖੇ ਸਨ ।

After death, Brahma's soul enters His Court, 10th cave of his own soul to face The Righteous Judge! She was looking for a place in His Court; however, she was not blessed any place in His Court, not accepted in His Court. He did not adopt the teachings of His Word in day-to-day life. He did not have steady and stable on the ultimate power of The True Master. He was overwhelmed with worldly suspicions within his mind.

ਜੋ ਉਪਜੈ ਸੋ ਕਾਲਿ ਸੰਘਾਰਿਆ॥	jo upjai so kaal sanghaari-aa.
ਹਮ ਹਰਿ ਰਾਖੇ ਗੁਰ ਸਬਦੁ ਬੀਚਾਰਿਆ॥੧॥ ਰਹਾਉ॥	ham har raakhay gur sabad beechaari-aa. ||1|| rahaa-o.

ਜੋ ਵੀ ਸੰਸਾਰ ਵਿੱਚ ਜਨਮ ਲੈਂਦਾ ਹੈ, ਉਸ ਨੇ ਮਰਨਾ ਹੀ ਹੈ । ਜਿਹੜੇ ਪ੍ਰਭ ਦੇ ਸ਼ਬਦ ਤੇ ਭਰੋਸਾ ਪੱਕਾ ਕਰ ਲੈਂਦੇ ਹਨ । ਉਹ ਮਰਨ ਤੇ ਪ੍ਰਭ ਦੇ ਦਰਬਾਰ ਵਿੱਚ, ਪ੍ਰਭ ਆਪ ਹੀ ਰਖਵਾਲਾ ਬਣ ਜਾਂਦਾ ਹੈ ।

Everyone must face death of his perishable body at predetermined time. Whosoever may obey the teachings of His Word, with steady and stable belief; with His mercy and grace, he may be accepted in His Court. The True Master may become his protector after his death.

ਮਾਇਆ ਮੋਹੇ ਦੇਵੀ ਸਭਿ ਦੇਵਾ॥	maa-i-aa mohay dayvee sabh dayvaa.
ਕਾਲੁ ਨ ਛੋਡੈ ਬਿਨੁ ਗੁਰ ਕੀ ਸੇਵਾ॥	kaal na chhodai bin gur kee sayvaa.
ਓਹੁ ਅਬਿਨਾਸੀ ਅਲਖ ਅਭੇਵਾ॥੨॥	oh abhinaasee alakh abhayvaa. ||2||

ਸਾਰੇ ਦੇਵੀ, ਦੇਵਤੇ, ਪੀਰ ਪੈਗੰਬਰ, ਅਵਤਾਰ ਸੰਸਾਰਕ ਮਾਇਆ ਦੇ ਜਾਲ ਵਿੱਚ ਫਸੇ ਰਹਿੰਦੇ ਹਨ । ਪ੍ਰਭ ਦੇ ਸ਼ਬਦ ਦੀ ਬੰਦਗੀ ਤੋਂ ਬਿਨਾਂ ਜਮਦੂਤਾਂ ਤੋਂ ਛੁਟਕਾਰਾ ਬਖਸ਼ਿਸ਼ ਨਹੀਂ ਹੁੰਦਾ । ਪ੍ਰਭ ਜੀਵ ਦੀ ਪਹੁੰਚ ਤੋਂ ਉਪਰ ਹੈ, ਦਿਖਾਈ ਨਹੀਂ ਦੇਂਦਾ, ਸਮਝਿਆ ਨਹੀਂ ਜਾ ਸਕਦਾ, ਨਾਸ਼ ਨਹੀਂ ਕੀਤਾ ਜਾ ਸਕਦਾ ਹੈ ।

All worldly gurus, prophets remain entangled in the trap of worldly wealth. Without meditating on the teachings of His Word; the fear of devil of death may never be eliminated from within. The True Master, His Existence, His Nature remain beyond reach, visibility, destruction, and comprehension of His Creation.

ਸੁਲਤਾਨ ਖਾਨ ਬਾਦਿਸਾਹ ਨਹੀ ਰਹਨਾ॥	sultaan khaan baadisaah nahee rahnaa.
ਨਾਮਹੁ ਭੂਲੈ ਜਮ ਕਾ ਦੁਖੁ ਸਹਨਾ॥	naamhu bhoolai jam kaa dukh sahnaa.
ਮੈ ਧਰ ਨਾਮੁ ਜਿਉ ਰਾਖਹੁ ਰਹਨਾ॥੩॥	mai Dhar naam ji-o raakho rahnaa. ||3||

ਸੰਸਾਰਕ, ਰਾਜੇ, ਸੂਰਬੀਰ ਸਾਰੇ ਹੀ ਮੌਤ ਦੇ ਹਵਾਲੇ ਹੋ ਜਾਂਦੇ ਹਨ । ਜਿਹੜਾ ਸ਼ਬਦ ਨੂੰ ਵਿਸਾਰ ਛੱਡਦਾ ਹੈ, ਉਸ ਨੂੰ ਮੌਤ ਦੀ ਪੀੜ ਝੱਲਣੀ ਪੈਂਦੀ ਹੈ । ਪ੍ਰਭ ਦੇ ਸ਼ਬਦ ਤੇ ਅਡੋਲ ਭਰੋਸੇ ਨਾਲ ਜੀਵਨ ਬਤੀਤ ਕਰੋ! ਪ੍ਰਭ ਹੀ ਸਾਰਿਆਂ ਦਾ ਰਖਵਾਲਾ ਹੈ ।

All worldly kings, warriors must face death. Whosoever may abandon His Word from day-to-day life; he must endure the misery of the womb of mother. You should adopt the teachings of His Word with steady and stable belief in day-to-day life. The True Master remains the true protector of all universes.

ਚਉਧਰੀ ਰਾਜੇ ਨਹੀ ਕਿਸੈ ਮੁਕਾਮੁ॥	cha-uDhree raajay nahee kisai mukaam.
ਸਾਹ ਮਰਹਿ ਸੰਚਹਿ ਮਾਇਆ ਦਾਮ॥	saah mareh saNcheh maa-i-aa daam.
ਮੈ ਧਨੁ ਦੀਜੈ ਹਰਿ ਅੰਮ੍ਰਿਤ ਨਾਮੁ॥੪॥	mai Dhan deejai har amrit naam. ||4||

ਕੋਈ ਚੋਧਰੀ, ਰਾਜਾ ਸਦਾ ਜੀਉਂਦਾ ਨਹੀਂ, ਸ਼ਾਹ ਧਨ ਇਕੱਠਾ ਕਰਦਾ ਮਰ ਜਾਂਦਾ ਹੈ । ਪ੍ਰਭ ਤੋਂ ਸਦਾ ਰਹਿਣ ਵਾਲੇ ਸ਼ਬਦ ਦੇ ਧਨ ਦੀ ਭੀਖ ਮੰਗੋ ।

No worldly mighty king or ruler or chief can live forever! Worldly rich dies while collecting the worldly wealth. You should only beg for devotion to meditate; everlasting earnings, wealth of His Word.

ਗੁਰੂ ਨਾਨਕ ਦੇਵ ਜੀ! – Guru Nanak Dev Ji! Guru Granth Sahib

ਰਜਤਿ ਮਹਰ ਮੁਕਦਮ ਸਿਕਦਾਰੈ॥	ra-yat mahar mukdam sikdaarai.
ਨਿਹਚਲੁ ਕੋਇ ਨ ਦਿਸੈ ਸੰਸਾਰੈ॥	nihchal ko-ay na disai sansaarai.
ਅਫਰਿਉ ਕਾਲੁ ਕੂੜੁ ਸਿਰਿ ਮਾਰੈ॥੫॥	afri-o kaal koorh sir maarai. ||5||

ਸਾਰੇ ਹਾਕਮ, ਲੀਡਰ, ਮੁਖੀ ਸਾਰੇ ਹੀ ਅਖੀਰ ਖਤਮ ਹੋ ਗਏ ਹਨ । ਉਹਨਾਂ ਵਿਚੋਂ ਕੋਈ ਨਜ਼ਰ ਨਹੀਂ ਆਉਂਦਾ । ਮੌਤ ਨੂੰ ਟਾਲਿਆ ਨਹੀਂ ਜਾ ਸਕਦਾ, ਇਹ ਇਕ ਪਲ ਵੀ ਰੋਕੀ ਨਹੀਂ ਜਾ ਸਕਦੀ ।

All worldly rulers, commanders, chiefs, and kings are dead; eliminated from the universe. No one is now visible in the universe. The time of death may not be altered or changed even for a moment with any power of any worldly prophet.

ਨਿਹਚਲੁ ਏਕੁ ਸਚਾ ਸਚੁ ਸੋਈ॥	nihchal ayk sachaa sach so-ee.
ਜਿਨਿ ਕਰਿ ਸਾਜੀ ਤਿਨਹਿ ਸਭ ਗੋਈ॥	jin kar saajee tineh sabh go-ee.
ਓਹੁ ਗੁਰਮੁਖਿ ਜਾਪੈ ਤਾਂ ਪਤਿ ਹੋਈ॥੬॥	oh gurmukh jaapai taaN pat ho-ee. ||6||

ਇਕੋ ਇਕ ਪ੍ਰਭ ਹੀ ਸਦਾ ਅਟਲ ਰਹਿਣ ਵਾਲਾ ਹੈ । ਉਹ ਹੀ ਸ੍ਰਿਸ਼ਟੀ ਨੂੰ ਪੈਦਾ ਅਤੇ ਨਾਸ਼ ਕਰ ਸਕਦਾ ਹੈ । ਜਿਸ ਨੂੰ ਗੁਰਮਖ ਅਵਸਥਾ ਬਖਸ਼ਿਸ਼ ਹੋ ਜਾਂਦੀ ਹੈ । ਉਹ ਪ੍ਰਭ ਦੇ ਸ਼ਬਦ ਤੇ ਅਡੋਲ ਭਰੋਸੇ ਨਾਲ ਬੰਦਗੀ ਕਰਦਾ, ਪ੍ਰਵਾਨ ਹੋ ਜਾਂਦਾ ਹੈ ।

The One and Only One, True Master remains steady and stable, unchanged forever. Only the True Master may create or destroys the universe, His Creation. Whosoever may be blessed with state of mind as His true devotee, his belief remains steady and stable on His Word, His Existence. He remains intoxicated in devotional meditation in the void of His Word. He may be accepted in His Court.

ਕਾਜੀ ਸੇਖ ਭੇਖ ਫਕੀਰਾ॥ ਵਡੇ ਕਹਾਵਹਿ ਹਉਮੈ ਤਨਿ ਪੀਰਾ॥	kaajee saykh bhaykh fakeeraa. vaday kahaaveh ha-umai tan peeraa.
ਕਾਲੁ ਨ ਛੋਡੈ ਬਿਨੁ ਸਤਿਗੁਰ ਕੀ ਧੀਰਾ॥੭॥	kaal na chhodai bin satgur kee Dheeraa. ||7||

ਕਾਜ਼ੀ, ਸੇਖ, ਵੱਡੇ ਵੱਡੇ ਫਕੀਰ ਜਿਹੜੇ ਆਪਣੇ ਆਪ ਨੂੰ ਵੱਡੇ ਪੀਰ ਸਦਾਉਂਦੇ ਸਨ । ਉਹ ਆਪਣੇ ਅਹੰਕਾਰ ਵਿੱਚ ਹੀ ਜੂੰਨਾਂ ਦਾ ਦੁਖ ਭੁਗਤਦੇ ਹਨ । ਪ੍ਰਭ ਦੀ ਬੰਦਗੀ ਤੋਂ ਬਿਨਾਂ ਜਨਮ ਮਰਨ ਦਾ ਚੱਕਰ ਖਤਮ ਨਹੀਂ ਹੁੰਦਾ ।

All worldly gurus, prophets claim to be the greatest of All; suffered the misery of own ego. They remain in the cycle of birth and death. Whosoever may not meditate, adopt the teachings of His Word; he may remain in cycle of birth and death.

ਕਾਲੁ ਜਾਲੁ ਜਿਹਵਾ ਅਰੁ ਨੈਣੀ॥ ਕਾਨੀ ਕਾਲੁ ਸੁਣੈ ਬਿਖੁ ਬੈਣੀ॥	kaal jaal jihvaa ar nainee. kaanee kaal sunai bikh bainee.
ਬਿਨੁ ਸਬਦੈ ਮੂਠੇ ਦਿਨੁ ਰੈਣੀ॥੮॥	bin sabdai moothay din rainee. ||8||

ਮੌਤ ਦਾ ਫਰਿਸ਼ਤਾ ਜੀਵ ਦੇ ਸਿਰ ਉਪਰ ਘੁੰਮਦਾ ਹੈ । ਉਹ ਜੀਭ ਦੇ ਬੋਲ, ਅੱਖਾਂ ਦੀ ਮੈਲ, ਕੰਨਾਂ ਦੀ ਨਿੰਦਿਆ, ਮਨ ਦੇ ਬੁਰੇ ਖਿਆਲ ਸੁਣਦਾ ਹੈ । ਜੀਵ ਬੰਦਗੀ ਤੋਂ ਬਿਨਾਂ ਇਸ ਚਿੱਕੜ ਵਿੱਚ ਡੂੰਘਾ ਫਸਦਾ ਜਾਂਦਾ ਹੈ ।

The devil of death remains omnipresent around the worldly creatures. He always listens the tone of tongue, the filth of eyes, jealousy, backbiting of ears and evil thoughts of his mind. Without meditating on the teachings of His Word, worldly creature may be getting deeper and deeper in the filth of universe, the worldly desires.

ਹਿਰਦੈ ਸਾਚੁ ਵਸੈ ਹਰਿ ਨਾਇ॥ ਕਾਲੁ ਨ ਜੋਹਿ ਸਕੈ ਗੁਣ ਗਾਇ॥	hirdai saach vasai har naa-ay. kaal na johi sakai gun gaa-ay.
ਨਾਨਕ ਗੁਰਮੁਖਿ ਸਬਦਿ ਸਮਾਇ॥੯॥੧੪॥	naanak gurmukh sabad samaa-ay. ||9||14||

ਜਿਸ ਦੇ ਹਿਰਦੇ ਵਿੱਚ ਸ਼ਬਦ ਘਰ ਕਰ ਜਾਂਦਾ ਹੈ । ਉਸ ਨੂੰ ਮੌਤ ਦਾ ਫਰਿਸ਼ਤਾ ਛੋਹ ਨਹੀਂ ਸਕਦਾ । ਉਹ ਹਰਵੇਲੇ ਪ੍ਰਭ ਦੇ ਗੁਣ ਹੀ ਗਾਉਂਦਾ ਰਹਿੰਦਾ ਹੈ । ਗੁਰਮਖ ਜੀਵ ਬੰਦਗੀ ਵਿੱਚ ਲੀਨ ਹੋਏ ਹੀ ਪ੍ਰਭ ਵਿੱਚ ਅਲੋਪ ਹੋ ਜਾਂਦੇ ਹਨ ।

Whosoever may be drenched with the teachings of His Word; he may become beyond the reach of devil of death. He remains singing the glory of His Word with each breath. His true devotee remains in deep meditation in void of His Word; he may immerse within His Holy Spirit.

Key Message of Raag Gauree page 227-1
'ਮਾਨਸ ਅਵਤਾਰ, ਗੁਰੂ ਦੀ ਅਵਸਥਾ!
ਬ੍ਰਹਮਾ ਦੀ ਮੌਤ ਹੋਈ ਤਾਂ ਉਹ ਆਤਮਾ ਦੇ ਦਸਵੀਂ ਗੁਫਾ, ਦਰਬਾਰ ਵਿੱਚ ਦਾਖਲ ਹੋਇਆ । ਦਰਬਾਰ ਵਿੱਚ ਆਪਣੀ ਥਾਂ ਗਵਾ ਲਈ । ਜੀਵਨ, ਪ੍ਰਭ ਦੇ ਭਾਣੇ ਅਨੁਸਾਰ ਬਤੀਤ ਨਹੀਂ ਕੀਤਾ । ਜਿਸ ਦਾ ਪ੍ਰਭ ਦੇ ਸ਼ਬਦ ਤੇ ਭਰੋਸਾ ਅਡੋਲ ਰਹਿੰਦਾ ਹੈ, ਪ੍ਰਭ ਆਪ ਹੀ ਰਖਵਾਲਾ ਬਣ ਜਾਂਦਾ ਹੈ । ਪ੍ਰਭ ਤੋਂ ਸਦਾ ਰਹਿਣ ਵਾਲੇ ਸ਼ਬਦ ਦੇ ਧਨ ਦੀ ਭੀਖ ਮੰਗੋ । ਜਿਸ ਦੇ ਹਿਰਦੇ ਵਿੱਚ ਸ਼ਬਦ ਘਰ ਕਰ ਜਾਂਦਾ ਹੈ । ਉਹ ਬੰਦਗੀ ਵਿੱਚ ਲੀਨ ਹੋਇਆ ਹੀ ਪ੍ਰਭ ਵਿੱਚ ਅਲੋਪ ਹੋ ਜਾਂਦੇ ਹਨ ।
State of mind of worldly guru, prophet!
When Brahma died, his soul entered His Court, 10th cave within his own soul to face The Righteous Judge! She lost her permanent resting place in His Court! He did not accept His Word as Ultimate Command! Whosoever may establish his belief steady and stable on the teachings of His Word; The True Master may become his protector after death. You should only pray for everlasting wealth of His Word. Whosoever may be drenched with the teachings of His Word; he remains intoxicated in the void of His Word; he may immerse in His Holy Spirit.

35. ਗਉੜੀ ਮਹਲਾ ੧॥ 227-12

ਬੋਲਹਿ ਸਾਚੁ ਮਿਥਿਆ ਨਹੀ ਰਾਈ॥	boleh saach mithi-aa nahee raa-ee.
ਚਾਲਹਿ ਗੁਰਮੁਖਿ ਹੁਕਮਿ ਰਜਾਈ॥	chaaleh gurmukh hukam rajaa-ee.
ਰਹਹਿ ਅਤੀਤ ਸਚੇ ਸਰਣਾਈ॥੧॥	raheh ateet sachay sarnaa-ee. ||1||

ਗੁਰਮਖ ਜੀਵ ਆਪਣਾ ਜੀਵਨ ਪ੍ਰਭ ਦੇ ਭਾਣੇ ਅਨੁਸਾਰ ਬਤੀਤ ਕਰਦਾ ਹੈ । ਹਰ ਵੇਲੇ ਸੱਚ ਬੋਲਦਾ, ਕਿਸੇ ਕੰਮ ਵਿੱਚ ਕੋਈ ਚਲਾਕੀ ਨਹੀਂ ਹੁੰਦੀ । ਬੰਦਗੀ ਵਿੱਚ ਮਸਤ ਹੋਏ, ਸੰਸਾਰਕ ਮੋਹ ਤੋਂ ਰਹਿਤ ਰਹਿੰਦਾ ਹੈ ।

His true devotee adopts the teachings of His Word with steady and stable belief in day-to-day life. He always supports and speaks truth; he may never have any clever or deceptive thoughts within any of his deed. He remains intoxicated in deep meditation in the void of His Word; he may become beyond the reach of worldly attachments.

ਸਚ ਘਰਿ ਬੈਸੈ ਕਾਲੁ ਨ ਜੋਹੈ॥	sach ghar baisai kaal na johai.

ਗੁਰੂ ਨਾਨਕ ਦੇਵ ਜੀ! – Guru Nanak Dev Ji! Guru Granth Sahib

ਮਨਮੁਖ ਕਉ ਆਵਤ ਜਾਵਤ ਦੁਖੁ ਮੋਹੈ॥੧॥ ਰਹਾਉ॥ — manmukh ka-o aavat jaavat dukh mohai. ||1|| rahaa-o.

ਗੁਰਮਖ ਜੀਵ ਹਮੇਸ਼ਾਂ ਪ੍ਰਭ ਦੇ ਚਰਨਾਂ ਵਿੱਚ ਲਿਵ ਰਖਦਾ ਹੈ । ਉਸ ਨੂੰ ਮੌਤ, ਜਮਦੂਤ ਦਾ ਕੋਈ ਡਰ ਨਹੀਂ ਰਹਿੰਦਾ । ਮਨਮੁਖ ਜੀਵ ਸੰਸਾਰਕ ਮੋਹ ਦੇ ਜਾਲ ਵਿੱਚ ਫਸਿਆ ਰਹਿੰਦਾ ਹੈ । ਉਹ ਜਨਮ ਮਰਨ ਦੇ ਚੱਕਰ ਵਿੱਚ ਹੀ ਰਹਿੰਦਾ ਹੈ ।

His true devotee always remains in a devotional meditation in the void of His Word, in His Sanctuary. He may not have any fear of devil of death. Self-minded remains a victim of worldly attachments. He remains in the cycle of birth and death.

ਅਪਿਉ ਪੀਅਉ ਅਕਥੁ ਕਥਿ ਰਹੀਐ॥ — api-o pee-a-o akath kath rahee-ai.
ਨਿਜ ਘਰਿ ਬੈਸਿ ਸਹਜ ਘਰੁ ਲਹੀਐ॥ — nij ghar bais sahj ghar lahee-ai.
ਹਰਿ ਰਸਿ ਮਾਤੇ ਇਹੁ ਸੁਖੁ ਕਹੀਐ॥੨॥ — har ras maatay ih sukh kahee-ai. ||2||

ਜਿਸ ਨੂੰ ਪ੍ਰਭ ਦੇ ਸ਼ਬਦ ਦੀ ਸੋਝੀ ਬਖਸ਼ਿਸ਼ ਹੋ ਜਾਂਦੀ ਹੈ, ਉਹ ਆਪਣੇ ਅੰਦਰ ਹੀ ਪ੍ਰਭ ਦਾ ਆਸਣ ਲੱਭ ਲੈਂਦਾ ਹੈ । ਉਹ ਪ੍ਰਭ ਦੀ ਰਹਿਮਤ ਨਾਲ ਪ੍ਰਭ ਦੀਆਂ ਅਕਥ ਕਰਤਬਾਂ ਦੀ ਵਿਆਖਿਆ ਕਰਦਾ ਹੈ । ਉਸ ਨੂੰ ਪ੍ਰਭ ਦੀ ਸ਼ਰਣ ਵਿੱਚ ਹੀ ਆਤਮਕ ਸ਼ਾਂਤੀ ਬਖਸ਼ਿਸ਼ ਹੋ ਜਾਂਦੀ ਹੈ ।

Whosoever may be blessed with the enlightenment of the essence of His Word, he may be enlightened with His Throne within his mind and body; with His mercy and grace, he may be enlightened to comprehend the unspoken events of His Nature. He remains in complete peace and contentment in the Sanctuary of The True Master.

ਗੁਰਮਤਿ ਚਾਲ ਨਿਹਚਲ ਨਹੀ ਡੋਲੈ॥ — gurmat chaal nihchal nahee dolai.
ਗੁਰਮਤਿ ਸਾਚਿ ਸਹਜਿ ਹਰਿ ਬੋਲੈ॥ — gurmat saach sahj har bolai.
ਪੀਵੈ ਅੰਮ੍ਰਿਤੁ ਤਤੁ ਵਿਰੋਲੈ॥੩॥ — peevai amrit tat virolai. ||3||

ਜਿਹੜਾ ਪ੍ਰਭ ਦੇ ਸ਼ਬਦ ਦੀ ਸਿਖਿਆ ਨਾਲ ਸ਼ਬਦ ਦਾ ਸਿਮਰਨ ਕਰਦਾ ਹੈ । ਉਸ ਦੇ ਮਨ ਵਿਚੋਂ ਭਰਮ ਭਲੇਖੇ, ਹੋਰ ਕਿਸੇ ਦਾ ਆਸਰਾ ਦੂਰ ਹੋ ਜਾਂਦਾ ਹੈ । ਮਨ ਦਾ ਭਰੋਸਾ ਪੱਕਾ ਹੋ ਜਾਂਦਾ, ਦੁਖ ਸੁਖ ਵਿੱਚ ਅਡੋਲ ਰਹਿੰਦਾ ਹੈ ।

Whosoever may meditate on the teachings of His Word; he may conquer all his worldly suspicions. His desire to find other support may be eliminated. His belief becomes steady and stable on His Blessings. His state of mind remains unchanged in the pleasures or miseries of worldly life.

ਸਤਿਗੁਰੁ ਦੇਖਿਆ ਦੀਖਿਆ ਲੀਨੀ॥ — satgur daykhi-aa deekhi-aa leenee.
ਮਨੁ ਤਨੁ ਅਰਪਿਓ ਅੰਤਰ ਗਤਿ ਕੀਨੀ॥ — man tan arpi-o antar gat keenee.
ਗਤਿ ਮਿਤਿ ਪਾਈ ਆਤਮੁ ਚੀਨੀ॥੪॥ — gat mit paa-ee aatam cheenee. ||4||

ਪ੍ਰਭ ਦੇ ਸ਼ਬਦ ਦਾ ਸਿਮਰਨ ਕਰਦੇ ਕਰਦੇ ਉਸ ਵਿੱਚ ਲੀਨ ਹੋ ਜਾਂਦਾ ਹੈ । ਉਹ ਆਪਣਾ ਮਨ ਤਨ ਪ੍ਰਭ ਦੇ ਸ਼ਬਦ ਦੇ ਲੇਖੇ ਲਾ ਦੇਂਦਾ ਹੈ । ਸ਼ਬਦ ਦੀ ਸੋਝੀ, ਪ੍ਰਭ ਦੀ ਜੋਤ ਆਪਣੇ ਅੰਦਰੋਂ ਹੀ ਖੋਜ ਲੈਂਦਾ ਹੈ । ਆਪਣੇ ਆਪ ਨੂੰ ਪਛਾਣਨ ਦੀ ਕੀਮਤ ਦਾ ਗਿਆਨ ਹੋ ਜਾਂਦਾ ਹੈ ।

His true devotee may meditate on the teachings of His Word, he remains in deep devotional meditation in the void of His Word. He surrenders his self-entity at the service of His Word. He may be enlightened with the treasures of His Word. He may realize His Existence from within. He may recognize the significance of the purpose of his human life.

ਭੋਜਨੁ ਨਾਮੁ ਨਿਰੰਜਨ ਸਾਰੁ॥ ਪਰਮ ਹੰਸੁ ਸਚੁ ਜੋਤਿ ਅਪਾਰ॥ — bhojan naam niranjan saar. param hans sach jot apaar.
ਜਹ ਦੇਖਉ ਤਹ ਏਕੰਕਾਰੁ॥੫॥ — jah daykh-a-u tah aykankaar. ||5||

ਉਸ ਨੂੰ ਪ੍ਰਭ ਦੇ ਸ਼ਬਦ ਦਾ ਸਿਮਰਨ ਹੀ ਅਣਮੋਲ ਭੋਜਨ ਮਹਿਸੂਸ ਹੁੰਦਾ ਹੈ । ਉਸ ਨਾਲ ਹੀ ਧੀਰਜ ਆਉਂਦਾ ਹੈ । ਉਸ ਦੀ ਆਤਮਾਂ ਪਵਿੱਤਰ ਹੁੰਦੀ ਹੈ, ਪ੍ਰਭ ਦੀ ਜੋਤ ਦੀ ਰੋਸ਼ਨੀ ਬਖਸ਼ਿਸ਼ ਹੋ ਜਾਂਦੀ ਹੈ । ਹਰ ਪਾਸੇ, ਹਰ ਪਦਾਰਥ ਵਿੱਚ ਪ੍ਰਭ ਦਾ ਰੂਪ ਹੀ ਨਜ਼ਰ ਆਉਂਦਾ ਹੈ ।

He may realize that meditation of His Word as the true priceless food for his soul. He may be blessed with patience. His soul may be sanctified and immerses within His Holy Spirit; He may visualize His Holy Spirit prevailing within each soul.

ਰਹੈ ਨਿਰਾਲਮੁ ਏਕਾ ਸਚੁ ਕਰਣੀ॥ — rahai niraalam aykaa sach karnee.
ਪਰਮ ਪਦੁ ਪਾਇਆ ਸੇਵਾ ਗੁਰ ਚਰਣੀ॥ — param pad paa-i-aa sayvaa gur charnee.
ਮਨ ਤੇ ਮਨੁ ਮਾਨਿਆ ਚੂਕੀ ਅਹੰ ਭ੍ਰਮਣੀ॥੬॥ — man tay man maani-aa chookee ahaN bharmanee. ||6||

ਜਿਹੜਾ ਮਨ ਨੂੰ ਪਵਿੱਤਰ ਰਖਦਾ ਹੈ, ਹਮੇਸ਼ਾਂ ਹੀ ਭਾਣੇ ਅਨੁਸਾਰ ਹੀ ਕਮਾਈ ਕਰਦਾ ਹੈ । ਉਸ ਨੂੰ ਸ਼ਬਦ ਵਿੱਚ ਮਸਤ ਹੋਇਆ ਹੀ ਇਹ ਨਿਰਮਲ ਅਵਸਥਾ, ਸ਼ਰਣ, ਬਖਸ਼ਿਸ਼ ਹੁੰਦੀ ਹੈ । ਉਸ ਦੇ ਮਨ ਦੀਆਂ ਇਛਾਂ, ਪ੍ਰਭ ਦਾ ਭਾਣਾ ਹੀ ਬਣ ਜਾਂਦੀਆਂ ਹਨ । ਉਸ ਦੇ ਮਨ ਦੀ ਅਹੰਕਾਰ ਦੀ ਜੜ੍ਹ ਖਤਮ ਹੋ ਜਾਂਦੀ ਹੈ ।

Whosoever may keep his mind blemish free, he always adopts His Word in day-to-day life. He remains intoxicated in meditation in the void of His Word; he may be blessed with a unique state of mind and acceptance in His Sanctuary. The blessings of The True Master may become his desires of mind. His root of ego may be eliminated from his mind.

ਇਨ ਬਿਧਿ ਕਉਣੁ ਕਉਣੁ ਨਹੀ ਤਾਰਿਆ॥ — in biDh ka-un ka-un nahee taari-aa.
ਹਰਿ ਜਸਿ ਸੰਤ ਭਗਤ ਨਸਤਾਰਿਆ॥ — har jas sant bhagat nistaari-aa.
ਪ੍ਰਭ ਪਾਏ ਹਮ ਅਵਰੁ ਨ ਭਾਰਿਆ॥੭॥ — parabh paa-ay ham avar na bhaari-aa. ||7||

ਬੰਦਗੀ ਕਰਨ ਵਾਲੇ ਪ੍ਰਭ ਦੇ ਸ਼ਬਦ ਦਾ ਸਿਮਰਨ ਕਰਦੇ ਕਰਦੇ ਪ੍ਰਵਾਨ ਹੋ ਜਾਂਦੇ ਹਨ । ਕੋਈ ਅਜੇਹਾ ਨਹੀਂ, ਜਿਹੜਾ ਇਸ ਰਸਤੇ ਤੇ ਚਲਕੇ ਪਾਰ ਨਾ ਹੋਇਆ ਹੋਵੇ । ਜਦੋਂ ਸ਼ਬਦ ਦੀ ਸੋਝੀ ਹੋ ਜਾਂਦੀ ਹੈ ਤਾਂ ਬਾਕੀ ਖੋਜ ਖਤਮ ਹੋ ਜਾਂਦੀ ਹੈ ।

His true devotee, while meditating on the teachings of His Word may be accepted in His Court. Is there anyone! Who might have not been accepted in His Court; by adopting His Word with steady and stable belief in day-to-day life? Whosoever may be blessed with the enlightenment of the essence of His Word; all his searches to find truth may seize, stop.

ਸਾਚ ਮਹਲਿ ਗੁਰਿ ਅਲਖੁ ਲਖਾਇਆ॥ — saach mahal gur alakh lakhaa-i-aa.
ਨਿਹਚਲ ਮਹਲੁ ਨਹੀ ਛਾਇਆ ਮਾਇਆ॥ — nihchal mahal nahee chhaa-i-aa maa-i-aa.
ਸਾਚਿ ਸੰਤੋਖੇ ਭਰਮੁ ਚੁਕਾਇਆ॥੮॥ — saach santokhay bharam chukaa-i-aa. ||8||

ਪ੍ਰਭ ਦੀ ਰਹਿਮਤ ਨਾਲ ਉਸ ਨੂੰ ਪ੍ਰਭ ਦੇ ਮਹਿਲ, ਤਖਤ ਦੀ ਹੋਂਦ ਮਹਿਸੂਸ ਹੋ ਜਾਂਦੀ ਹੈ । ਕਿ ਇਹ ਅਨੋਖਾ ਹੀ ਅਟਲ, ਨਾ ਬਦਲਨ ਵਾਲਾ ਰੁਹਾਨੀ ਮਹਿਲ ਹੈ, ਜਿੱਥੇ ਮਾਇਆ ਦਾ ਕੋਈ ਪ੍ਰਭਾਵ ਨਹੀਂ ਹੁੰਦਾ । ਇਥੇ ਜਾਣ ਨਾਲ ਮਨ ਸੰਤੋਖ ਨਾਲ ਭਰ ਜਾਂਦਾ ਹੈ, ਸਾਰੇ ਭਰਮ ਭਲੇਖੇ ਦੂਰ ਹੋ ਜਾਂਦੇ ਹਨ ।

Whosoever may be blessed with His Blessed Vision, he may realize His Existence, His throne within his own heart. His throne is a unique, axiom and spiritual castle; where worldly wealth may not have any significance. He may remain fully contented and all his worldly suspicions may be eliminated from his mind.

ਜਿਨ ਕੈ ਮਨਿ ਵਸਿਆ ਸਚੁ ਸੋਈ॥ jin kai man vasi-aa sach so-ee.
ਤਿਨ ਕੀ ਸੰਗਤਿ ਗੁਰਮੁਖਿ ਹੋਈ॥ tin kee sangat gurmukh ho-ee.
ਨਾਨਕ ਸਾਚਿ ਨਾਮਿ ਮਲੁ ਖੋਈ॥੯॥੧੫॥ naanak saach naam mal kho-ee. ||9||15||

ਜਿਸ ਦੇ ਮਨ ਵਿੱਚ ਪ੍ਰਭ ਦੀ ਜੋਤ ਜਾਗਰਤ ਹੋ ਜਾਂਦੀ ਹੈ । ਉਸ ਦਾ ਸਾਥ ਕਰਨ ਨਾਲ ਗੁਰਮਖ ਅਵਸਥਾ ਬਖਸ਼ਿਸ਼ ਹੋ ਸਕਦੀ ਹੈ । ਮਨ ਦੀ ਮੈਲ ਧੋਤੀ ਜਾਂਦੀ ਹੈ, ਆਤਮਾ ਪਵਿੱਤਰ ਹੋ ਜਾਂਦੀ ਹੈ ।

Whosoever may be enlightened with the eternal glow of Holy Spirit within his heart. Whosoever may adopt his life experience teachings; he may be blessed with the state of mind as His true devotee. His filth of evil thoughts may be eliminated and his soul may be sanctified.

Key Message of Raag Gauree page 227-12
'ਗੁਰਮਖ ਦੇ ਮਨ ਦੀ ਅਵਸਥਾ!
ਗੁਰਮਖ ਜੀਵ ਆਪਣਾ ਜੀਵਨ ਪ੍ਰਭ ਦੇ ਭਾਣੇ ਅਨੁਸਾਰ ਬਤੀਤ ਕਰਦਾ, ਸੰਸਾਰਕ ਮੋਹ ਤੋਂ ਰਹਿਤ ਰਹਿੰਦਾ ਹੈ । ਉਸ ਨੂੰ ਪ੍ਰਭ ਦੀ ਸ਼ਰਣ ਵਿੱਚ ਹੀ ਆਤਮਕ ਸ਼ਾਂਤੀ ਬਖਸ਼ਿਸ਼ ਹੋ ਜਾਂਦੀ ਹੈ । ਉਸ ਨੂੰ ਆਪਣੇ ਆਪ ਨੂੰ ਪਛਾਣਨ ਦੀ ਕੀਮਤ ਦਾ ਗਿਆਨ ਹੋ ਜਾਂਦਾ ਹੈ । ਉਸ ਨੂੰ ਹਰ ਪਾਸੇ, ਹਰ ਪਦਾਰਥ ਵਿੱਚ ਹੀ ਪ੍ਰਭ ਦਾ ਰੂਪ ਨਜ਼ਰ ਆਉਂਦਾ ਹੈ । ਉਸ ਦੇ ਮਨ ਦੀ ਅਹੰਕਾਰ ਦੀ ਜੜ੍ਹ ਖਤਮ ਹੋ ਜਾਂਦੀ ਹੈ । ਉਸ ਦੀ ਬਾਕੀ ਖੋਜ ਖਤਮ ਹੋ ਜਾਂਦੀ, ਸਾਰੇ ਭਰਮ ਭਲੇਖੇ ਦੂਰ ਹੋ ਜਾਂਦੇ, ਆਤਮਾ ਪਵਿੱਤਰ ਹੋ ਜਾਂਦੀ ਹੈ ।
State of mind of His true devotee!
His true devotee may adopt the teachings of His Word with steady and stable belief in his day-to-day life. He remains beyond the reach of worldly attachments. He remains in complete peace and contentment in His Sanctuary. He may recognize the significance of the purpose of his human life. He may realize His Existence, prevails in each heart and everywhere. His root of ego may completely be eliminated. All his searches to find truth may seize; all his worldly suspicions may be eliminated; his soul may be sanctified to become worthy of His Consideration.

36. ਗਉੜੀ ਮਹਲਾ ੧॥ 228-3

ਰਾਮਿ ਨਾਮਿ ਚਿਤੁ ਰਾਪੈ ਜਾ ਕਾ॥ raam naam chit raapai jaa kaa.
ਉਪਜੰਪਿ ਦਰਸਨੁ ਕੀਜੈ ਤਾ ਕਾ॥੧॥ upjamp darsan keejai taa kaa. ||1||

ਜਿਸ ਦੇ ਮਨ ਵਿੱਚ ਸ਼ਬਦ ਘਰ ਕਰ ਜਾਂਦਾ ਹੈ, ਉਸ ਦਾ ਸੁਚੇ ਮੂੰਹ ਦਰਸ਼ਨ ਕਰੋ ।

Whosoever may be drenched with the teachings of His Word; you should see his face first thing in the morning.

ਰਾਮ ਨ ਜਪਹੁ ਅਭਾਗੁ ਤੁਮਾਰਾ॥ raam na japahu abhaag tumaaraa.
ਜੁਗਿ ਜੁਗਿ ਦਾਤਾ ਪ੍ਰਭੁ ਰਾਮੁ ਹਮਾਰਾ॥੧॥ ਰਹਾਉ॥ jug jug daataa parabh raam hamaaraa. ||1|| rahaa-o.

ਜਿਹੜਾ ਸ਼ਬਦ ਦਾ ਸਿਮਰਨ ਨਹੀਂ ਕਰਦਾ, ਉਸ ਦੇ ਮੰਦੇ ਭਾਗ ਹੀ ਹੁੰਦੇ ਹਨ । ਅਟਲ ਪ੍ਰਭ ਦਾਤਾਂ ਬਖਸ਼ਣ ਵਾਲ ਦਿਆਲੂ ਮਾਲਕ ਹਰਇਕ ਅੰਦਰ ਵਸਦਾ ਹੈ ।

Whosoever may not meditate on the teachings of His Word; he may become misfortune. The Merciful True Master of all blessings remains steady and stable within every heart forever.

ਗੁਰਮਤਿ ਰਾਮੁ ਜਪੈ ਜਨੁ ਪੂਰਾ॥ ਤਿਤੁ ਘਟ ਅਨਹਤ ਬਾਜੇ ਤੂਰਾ॥੨॥ gurmat raam japai jan pooraa. tit ghat anhat baajay tooraa. ||2||

ਜਿਹੜਾ ਭਰੋਸੇ ਨਾਲ ਸ਼ਬਦ ਦਾ ਸਿਮਰਨ ਕਰਦਾ ਹੈ, ਉਸ ਦੀ ਪ੍ਰਭ ਨਾਲ ਪ੍ਰੀਤ ਪੱਕੀ ਹੋ ਜਾਂਦੀ ਹੈ । ਪ੍ਰਭ ਆਪ ਹੀ ਉਸ ਦਾ ਰਖਵਾਲਾ ਬਣ ਜਾਂਦਾ ਹੈ ।

Whosoever may meditate on the teachings of His Word; His belief may remain steady and stable on His Existence. The True Master becomes his true savior.

ਜੋ ਜਨ ਰਾਮ ਭਗਤਿ ਹਰਿ ਪਿਆਰਿ॥ jo jan raam bhagat har pi-aar.
ਸੇ ਪ੍ਰਭਿ ਰਾਖੇ ਕਿਰਪਾ ਧਾਰਿ॥੩॥ say parabh raakhay kirpaa Dhaar. ||3||

ਸ਼ਬਦ ਦੀ ਸੋਝੀ ਵਾਲੇ ਪ੍ਰਭ ਦੇ ਸ਼ਬਦ ਦਾ ਭਰੋਸੇ ਨਾਲ ਸਿਮਰਨ ਕਰਦੇ ਹਨ । ਉਹਨਾਂ ਦੇ ਅੰਦਰ ਪ੍ਰਭ ਦੇ ਸ਼ਬਦ ਦੀ ਗੂੰਜ ਚਲ ਪੈਂਦੀ ਹੈ ।

Whosoever may be enlightened with the teachings of His Word within; he always meditates with steady and stable belief on the teachings of His Word; He may hear the everlasting echo of His Word resonates within his mind, forever.

ਜਿਨ ਕੈ ਹਿਰਦੈ ਹਰਿ ਹਰਿ ਸੋਈ॥ ਤਿਨ ਕਾ ਦਰਸੁ ਪਰਸਿ ਸੁਖੁ ਹੋਈ॥੪॥ jin kai hirdai har har so-ee. tin kaa daras paras sukh ho-ee. ||4||

ਜਿਸ ਦੇ ਮਨ ਅੰਦਰ ਪ੍ਰਭ ਦਾ ਸ਼ਬਦ ਘਰ ਕਰ ਜਾਂਦਾ ਹੈ । ਉਸ ਦੇ ਦਰਸ਼ਨ ਕਰਨ ਨਾਲ ਮਨ ਨੂੰ ਸ਼ਾਂਤੀ ਮਿਲਦੀ, ਸੰਸਾਰਕ ਭਟਕਣਾਂ ਦੂਰ ਹੋ ਜਾਂਦੀਆਂ ਹਨ ।

Whosoever may be drenched with the teachings of His Word. Whosoever may adopt his life experience teachings in his own life; he may be blessed with a complete peace within. All his worldly frustrations may be eliminated.

ਸਰਬ ਜੀਆ ਮਹਿ ਏਕੋ ਰਵੈ॥ sarab jee-aa meh ayko ravai.
ਮਨਮੁਖਿ ਅਹੰਕਾਰੀ ਫਿਰਿ ਜੂਨੀ ਭਵੈ॥ ੫॥ manmukh ahaNkaaree fir joonee bhavai. ||5||

ਹਰਇਕ ਦੇ ਅੰਦਰ ਇਕੋ ਇਕ ਅਟਲ ਹੀ ਵਾਪਰਦਾ ਹੈ । ਮਨਮਰਜ਼ੀ ਕਰਨ ਵਾਲੇ ਜੀਵ ਭਾਣੇ ਦੀ ਪ੍ਰਵਾਹ ਨਹੀਂ ਕਰਦੇ, ਜੂੰਨਾਂ ਵਿੱਚ ਭਉਂਦੇ ਰਹਿੰਦੇ ਹਨ ।

The One and Only One, His Holy Spirit remains embedded within each soul and prevails in every event. Self-minded may not pay any attention to the teachings of His Word. He remains in the cycle of birth and death.

ਸੋ ਬੂਝੈ ਜੋ ਸਤਿਗੁਰੁ ਪਾਏ॥ so boojhai jo satgur paa-ay.
ਹਉਮੈ ਮਾਰੇ ਗੁਰ ਸਬਦੇ ਪਾਏ॥੬॥ ha-umai maaray gur sabday paa-ay. ||6||

ਜਿਹੜਾ ਅਹੰਕਾਰ ਨੂੰ ਖਤਮ ਕਰ ਲੈਂਦਾ ਹੈ, ਉਸ ਨੂੰ ਸ਼ਬਦ ਦੀ ਸੋਝੀ ਬਖਸ਼ਿਸ਼ ਹੋ ਜਾਂਦੀ ਹੈ । ਉਸ ਨੂੰ ਆਪਣੇ ਅੰਦਰੋਂ ਹੀ ਪ੍ਰਭ ਦੀ ਜੋਤ ਨਜ਼ਰ ਆਉਂਦੀ ਹੈ ।

Whosoever may conquer his ego; he may be blessed with the enlightenment of the essence of His Word from within. He may realize His Existence prevailing everywhere.

ਅਰਧ ਉਰਧ ਕੀ ਸੰਧਿ ਕਿਉ ਜਾਨੈ॥ araDh uraDh kee sanDh ki-o jaanai.

ਗੁਰਮੁਖਿ ਸੰਧਿ ਮਿਲੈ ਮਨੁ ਮਾਨੈ॥੭॥ gurmukh sanDh milai man maanai. ||7||

ਕੌਣ, ਤਿੰਨਾਂ ਸ੍ਰਿਸ਼ਟੀਆਂ ਦੇ ਜੀਵ ਦੇ ਪ੍ਰਭ ਨਾਲ ਮੇਲ ਬਾਬਤ ਜਾਣਦਾ ਹੈ? ਜਿਸ ਨੂੰ ਗੁਰਮਖ ਅਵਸਥਾ ਬਖਸ਼ਿਸ਼ ਹੋ ਜਾਂਦੀ ਹੈ, ਉਸ ਨੂੰ ਸੋਝੀ ਬਖਸ਼ਿਸ਼ ਹੋ ਜਾਂਦੀ ਹੈ ।

Who may know anything about the union of creatures of three universes with The True Master? Whosoever may be blessed with the state of mind as His true devotee; he may be blessed with the enlightenment of His Nature.

ਹਮ ਪਾਪੀ ਨਿਰਗੁਣ ਕਉ ਗੁਣੁ ਕਰੀਐ॥ ham paapee nirgun ka-o gun karee-ai.
ਪ੍ਰਭ ਹੋਇ ਦਇਆਲੁ ਨਾਨਕ ਜਨ ਤਰੀਐ॥ ੮॥੧੬॥ parabh ho-ay da-i-aal naanak jan taree-ai. ||8||16||

ਮਾਨਸ ਜੀਵ ਅਉਗੁਣਾਂ ਨਾਲ ਭਰਿਆ ਹੈ, ਸੰਸਾਰਕ ਇਛਾਂ ਤੋਂ ਛੁਟਕਾਰ ਨਹੀਂ ਪਾ ਸਕਦਾ । ਆਪ ਹੀ ਰਹਿਮਤ ਬਖਸ਼ਕੇ! ਮਨ ਨੂੰ ਸੰਸਾਰਕ ਮੋਹ ਤੋਂ ਰਹਿਤ ਕਰਕੇ, ਸ਼ਰਣ ਵਿੱਚ ਪਨਾਹ ਬਖਸ਼ੋ ।

Self-minded may be overwhelmed with evil thoughts: he may not eliminate worldly desires from his mind. My True Master bestow Your Blessed Vision to eliminate my attachment with worldly possessions and blesses the right path of acceptance in Your Court.

Key Message of Raag Gauree page 228-3
'ਸ਼ਬਦ ਦੀ ਸਿਖਿਆਂ ਨਾਲ ਜੀਵਨ ਢਾਲਣ ਨਾਲ ਕੀ ਬਖਸ਼ਿਸ਼ ਹੋ ਸਕਦਾ ਹੈ?
ਜਿਹੜਾ ਭਰੋਸੇ ਨਾਲ ਸ਼ਬਦ ਦਾ ਸਿਮਰਨ ਕਰਦਾ ਹੈ, ਪ੍ਰਭ ਆਪ ਹੀ ਉਸ ਦਾ ਰਖਵਾਲਾ ਬਣ ਜਾਂਦਾ ਹੈ, ਉਸ ਦੇ ਮਨ ਅੰਦਰ ਪ੍ਰਭ ਦੀ ਸਦਾ ਚਲਣ ਵਾਲੀ ਸ਼ਬਦ ਦੀ ਗੰਜੂ ਸੁਣਾਈ ਦੇਣ ਲਗ ਪੈਂਦੀ ਹੈ । ਹਰਇਕ ਅੰਦਰ ਇਕੋ ਇਕ ਅਟਲ ਪ੍ਰਭ ਹੀ ਵਸਦਾ, ਵਾਪਰਦਾ ਹੈ । ਜਿਹੜਾ ਅਹੰਕਾਰ ਨੂੰ ਖਤਮ ਕਰ ਲੈਂਦਾ ਹੈ, ਉਸ ਨੂੰ ਆਪਣੇ ਅੰਦਰੋਂ ਹੀ ਪ੍ਰਭ ਦੀ ਜੋਤ ਨਜ਼ਰ ਆਉਂਦੀ ਹੈ । ਉਸ ਨੂੰ ਤਿੰਨਾਂ ਸ੍ਰਿਸ਼ਟੀਆਂ ਦੇ ਜੀਵ ਦੇ ਪ੍ਰਭ ਨਾਲ ਮੇਲ ਬਾਬਤ, ਸੋਝੀ ਬਖਸ਼ਿਸ਼ ਹੋ ਜਾਂਦੀ ਹੈ ।
What may be blessed, by adopting the teachings of His Word?
Whosoever may adopt the teachings of His Word with steady and stable belief; The True Master becomes his true protector. He may hear the everlasting echo of His Word resonating within his mind. The One and Only One, Holy Spirit remains embedded and prevails within every soul. Whosoever may conquer his own ego; he may realize His Holy Spirit shining within his heart. He may be enlightened about the union with The True Master, in three universes.

37. ਸੋਲਹ ਅਸਟਪਦੀਆਂ ਗੁਆਰੇਰੀ ਗਉੜੀ ਕੀਆ – ਮਹਲਾ ੧॥ 228-11

ੴ ਸਤਿਗੁਰ ਪ੍ਰਸਾਦਿ॥ ik-oNkaar satgur parsaad.
ਜਿਉ ਗਾਈ ਕਉ ਗੋਇਲੀ, ਰਾਖਹਿ ਕਰਿ ਸਾਰਾ॥ ji-o gaa-ee ka-o go-ilee raakhahi kar saaraa.
ਅਹਿਨਿਸਿ ਪਾਲਹਿ ਰਾਖਿ ਲੇਹਿ, ਆਤਮ ਸੁਖੁ ਧਾਰਾ॥੧॥ ahinis paaleh raakh layhi aatam sukh Dhaaraa. ||1||

ਜਿਵੇਂ ਗਊ ਚਾਰਨਵਾਲਾ ਆਪਣੇ ਜਾਨਵਰਾਂ ਦੀ ਰਖਿਆ ਕਰਦਾ ਹੈ । ਇਸਤਰ੍ਹਾਂ ਪ੍ਰਭ ਰਾਤ ਦਿਨ ਆਤਮਾ ਦੀ ਰਖਵਾਲੀ ਕਰਦਾ, ਰਹਿਮਤ ਬਖਸ਼ਦਾ ਹੈ ।

As the shepherd, caretaker of animals protects his herd, animals under his care. Same way God protects the soul day and night and remains merciful.

ਇਤ ਉਤ ਰਾਖਹੁ ਦੀਨ ਦਇਆਲਾ॥ it ut raakho deen da-i-aalaa.
ਤਉ ਸਰਣਾਗਤਿ ਨਦਰਿ ਨਿਹਾਲਾ॥੧॥ ਰਹਾਉ॥ ta-o sarnaagat nadar nihaalaa. ||1|| rahaa-o.

ਬਹੁਤ ਦਿਆਲੂ, ਤਰਸਵਾਨ ਪ੍ਰਭ, ਮੇਰੀ ਰਖਿਆ ਕਰੋ! ਤੇਰੇ ਚਰਨਾਂ ਦੀ ਧੂੜ ਹੀ ਮੰਗਦਾ ਹਾ, ਆਪਣੇ ਚਰਨਾਂ ਵਿੱਚ ਥਾਂ ਬਖਸ਼ੋ ।

The Merciful True Master bestows Your protection in this universe. I always pray for the dust of the feet of Your true devotee; I may be accepted in Your Sanctuary.

ਜਹ ਦੇਖਉ ਤਹ ਰਵਿ ਰਹੇ, ਰਖੁ ਰਾਖਨਹਾਰਾ॥ jah daykh-a-u tah rav rahay rakh raakhanhaaraa.
ਤੂੰ ਦਾਤਾ ਭੁਗਤਾ ਤੂੰ ਹੈ, ਤੂੰ ਪ੍ਰਾਣ ਅਧਾਰਾ॥੨॥ tooN daataa bhugtaa tooNhai tooN paraan aDhaaraa. ||2||

ਪ੍ਰਭ ਤੂੰ ਹਰ ਥਾਂ ਤੇ ਹੀ ਵਾਪਰਦਾ, ਮੌਜੂਦ ਹੈ । ਰਹਿਮਤ ਬਖਸ਼ੋ, ਰਖਿਆ ਕਰੋ । ਤੂੰ ਆਪ ਹੀ ਦਾਤਾਂ ਬਖਸ਼ਦਾ, ਦਾਨ ਪ੍ਰਵਾਨ ਕਰਦਾ ਹੈ । ਤੂੰ ਹੀ ਬੰਦਗੀ ਕਰਨ ਵਾਲਿਆਂ ਦਾ ਆਸਰਾ, ਓਟ ਹੈ ।

His Holy Spirit remains Omnipresent, embedded within each soul, and prevails in each event. The True Master bestows Your Blessed Vision! The true Master bestows His Virtues and accepts the charity of His true devotee. He remains the supporting pillar and savior of His Creation.

ਕਿਰਤੁ ਪਇਆ ਅਧ ਊਰਧੀ, ਬਿਨੁ ਗਿਆਨ ਬੀਚਾਰਾ॥ kirat pa-i-aa aDh oorDhee bin gi-aan beechaaraa.
ਬਿਨੁ ਉਪਮਾ ਜਗਦੀਸ ਕੀ, ਬਿਨਸੈ ਨ ਅੰਧਿਆਰਾ॥੩॥ bin upmaa jagdees kee binsai na anDhi-aaraa. ||3||

ਜਿਤਨਾ ਚਿਰ ਜੀਵ ਤੇਰੇ ਸ਼ਬਦ ਦਾ ਆਸਰਾ ਨਹੀਂ ਲੈਂਦੇ । ਜੀਵ ਪਿਛਲੇ ਜਨਮ ਦੇ ਕੀਤੇ ਕੰਮਾਂ ਕਾਰਨ ਹੀ ਜੰਮਦੇ ਮਰਦੇ, ਉਚ, ਨੀਚ ਜਾਤ ਵਿੱਚ ਜਾਂਦੇ ਹਨ । ਪ੍ਰਭ ਤੇਰੇ ਸ਼ਬਦ ਦੇ ਸਿਮਰਨ ਤੋਂ ਬਿਨਾਂ ਇਹ ਸੰਸਾਰਕ ਅੰਧੇਰ ਦੂਰ ਨਹੀਂ ਹੁੰਦਾ ਹੈ । ਭਰਮਾਂ ਦਾ ਜਾਲ ਖਤਮ ਨਹੀਂ ਹੁੰਦਾ ।

Whosoever may not pray for Forgiveness and Refuge of teachings of His Word; he may remain in the cycle of birth and death; as a reward of his evil deeds of his previous life. He remains in mean kind of creature life. Whosoever may not meditate on the teachings of His Word; his darkness and ignorance from His Nature, worldly suspicions may not be eliminated.

ਜਗੁ ਬਿਨਸਤ ਹਮ ਦੇਖਿਆ, ਲੋਭੇ ਅਹੰਕਾਰਾ॥ jag binsat ham daykhi-aa lobhay ahaNkaaraa.
ਗੁਰ ਸੇਵਾ ਪ੍ਰਭੁ ਪਾਇਆ, ਸਚੁ ਮੁਕਤਿ ਦੁਆਰਾ॥੪॥ gur sayvaa parabh paa-i-aa sach mukat du-aaraa. ||4||

ਸਾਰਾ ਸੰਸਾਰ ਹੀ ਲਾਲਚ ਅਤੇ ਅਹੰਕਾਰ ਦੇ ਜਾਲ ਵਿੱਚ ਫਸਿਆ ਹੈ । ਪ੍ਰਭ ਦੇ ਸ਼ਬਦ ਤੇ ਚਲਣ, ਸ੍ਰਿਸ਼ਟੀ ਦੀ ਸੇਵਾ ਤੋਂ ਬਿਨਾਂ, ਮੁਕਤੀ ਦਾ ਦਰਵਾਜਾ ਨਹੀਂ ਖੁੱਲ੍ਹਦਾ ।

The whole universe remains as a victim of the greed and ego of his mind. Without adopting His Word with steady and stable belief and serving His Creation; the right path of salvation may never be blessed.

ਨਿਜ ਘਰਿ ਮਹਲੁ ਅਪਾਰ ਕੋ, ਅਪਰੰਪਰੁ ਸੋਈ॥ nij ghar mahal apaar ko aprampar so-ee.
ਬਿਨੁ ਸਬਦੈ ਥਿਰੁ ਕੋ ਨਹੀ, ਬੂਝੈ ਸੁਖੁ ਹੋਈ॥੫॥ bin sabdai thir ko nahee boojhai sukh ho-ee. ||5||

ਪ੍ਰਭ ਦਾ ਮਹਿਲ ਜੀਵ ਦੇ ਹਿਰਦੇ ਵਿੱਚ ਹੀ ਹੈ । ਪਰ ਪਹੁੰਚ ਤੋਂ ਉਪਰ ਹੈ, ਮੋਹ ਤੋਂ ਰਹਿਤ ਹੈ । ਭਰੋਸੇ ਨਾਲ ਸ਼ਬਦ ਦੇ ਸਿਮਰਨ, ਸ਼ਬਦ ਦੀ ਸੋਝੀ ਪਾਉਣ, ਜੀਵਨ ਢਾਲਣ ਤੋਂ ਬਿਨਾਂ ਕੋਈ ਚਾਰਾ, ਸੁਖ ਬਖਸ਼ਿਸ਼ ਨਹੀਂ ਹੁੰਦਾ ।

His Throne, His Castle remains within the mind and body of all creatures. He remains beyond the reach of emotional attachment with the soul of creature. Whosoever may meditate adopts the teachings of His Word with steady and stable belief; with His mercy and grace, he may be blessed with the enlightenment of the essence of His Word. There may not be any other technique to become worthy of His Consideration.

ਕਿਆ ਲੈ ਆਇਆ ਲੇ ਜਾਇ, ਕਿਆ ਫਾਸਹਿ ਜਮ ਜਾਲਾ॥ ki-aa lai aa-i-aa lay jaa-ay ki-aa faaseh jam jaalaa.
ਡੋਲੁ ਬਧਾ ਕਸਿ ਜੇਵਰੀ ਆਕਾਸਿ ਪਤਾਲਾ॥੬॥ dol baDhaa kas jayvree aakaas pataalaa. ||6||

ਜੀਵ ਇਸ ਜਗ ਵਿੱਚ ਕੀ ਲੈ ਕੇ ਆਇਆ ਸੀ? ਮਰਨ ਤੋਂ ਪਿਛੋਂ ਕੀ ਸਾਥ ਲੈ ਕੇ ਜਾਣਾ ਹੈ? ਜਿਵੇਂ ਖੂਹ ਵਿਚੋਂ ਪਾਣੀ ਕੱਢਣ ਵਾਲਾ ਡੋਲ ਰਸੀ ਨਾਲ ਬੰਧਾ ਹੁੰਦਾ ਹੈ, ਤੂੰ ਵੀ ਅਕਾਸ਼ ਵਿਚੋਂ ਇਕ ਡੋਰੀ ਨਾਲ ਬੰਧਾ ਹੈ । ਮੌਤ ਤੋਂ ਪਿਛੋਂ ਪਤਾ ਨਹੀਂ ਤੂੰ ਧਰਤੀ, ਅਕਾਸ਼ ਵਿੱਚ ਜਾ ਪਤਾਲ ਵਿੱਚ ਜਾ ਪੈਂਣਾ ਹੈ ।

Realize! What may you soul might have brought with her in the world? What may she carry with her after death to support in His Court? As the bucket pulling water from any well remains tied with the rope to pull it out; same way soul remains tied with the rope in the sky. No one may be aware! Where may she fall after death, in sky, on or under earth.

ਗੁਰਮਤਿ ਨਾਮੁ ਨ ਵੀਸਰੈ, ਸਹਜੇ ਪਤਿ ਪਾਈਐ॥ gurmat naam na veesrai sehjay pat paa-ee-ai.
ਅੰਤਰਿ ਸਬਦੁ ਨਿਧਾਨੁ ਹੈ, ਮਿਲਿ ਆਪੁ ਗਵਾਈਐ॥੭॥ antar sabad niDhaan hai mil aap gavaa-ee-ai. ||7||

ਪ੍ਰਭ ਦੇ ਸ਼ਬਦ ਨੂੰ ਅਪਨਾਉਨ ਨਾਲ ਹੀ ਪ੍ਰਭ ਦੀ ਸ਼ਰਣ ਵਿੱਚ ਆ ਸਕਦਾ ਹੈ । ਮਨ ਅੰਦਰ ਹੀ ਸ਼ਬਦ ਦਾ ਖਜ਼ਾਨਾ ਹੈ, ਇਸ ਨੂੰ ਖੋਜਣ ਨਾਲ, ਲਾਲਚ ਦੂਰ ਕਰਨ ਨਾਲ, ਸ਼ਬਦ ਦੀ ਸੋਝੀ ਬਖਸ਼ਿਸ਼ ਹੁੰਦੀ ਹੈ, ਆਪਾ ਮਿਟ ਜਾਂਦਾ ਹੈ ।

Whosoever may adopt the teachings of His Word with steady and stable belief; with His mercy and grace, his soul may be accepted in His Sanctuary. The treasure of enlightenment remains overwhelmed within his mind. Whosoever may search within, all his greed may be eliminated, along with his self-entity.

ਨਦਰਿ ਕਰੇ ਪ੍ਰਭੁ ਆਪਣੀ, ਗੁਣ ਅੰਕਿ ਸਮਾਵੈ॥ nadar karay parabh aapnee gun ank samaavai.
ਨਾਨਕ ਮੇਲੁ ਨ ਚੂਕਈ, ਲਾਹਾ ਸਚੁ ਪਾਵੈ॥੮॥੧॥੧੭॥ Naanak mayl na chook-ee laahaa sach paavai. ||8||1||17||

ਜਿਸ ਤੇ ਪ੍ਰਭ ਰਹਿਮਤ ਬਖਸ਼ਦਾ ਹੈ ਉਸ ਜੀਵ ਦਾ ਮਨ ਸ਼ਬਦ ਵਿੱਚ ਲਗਦਾ, ਅਡੋਲ ਹੋ ਜਾਂਦਾ ਹੈ । ਇਕ ਵਾਰ ਸੋਝੀ ਹੋਣ ਨਾਲ ਇਹ ਮਨ ਦਾ ਜੋੜ ਕਦੇ ਟੁੱਟਦਾ, ਡੋਲਦਾ ਨਹੀਂ ।

Only with His mercy and grace; he may meditate and adopts the teachings of His Word in day-to-day life. Whosoever may be enlightened and remains awake and alert once; he may never abandon His Word from his day-to-day life.

Key Message of Raag Gauree page 228-11
'ਤਨ ਦੀ ਮੌਤ ਤੇ ਆਤਮਾ ਕਿੱਥੇ ਜਾਂਦੀ ਹੈ?
ਪ੍ਰਭ, ਰਾਤ ਦਿਨ ਆਤਮਾ ਦੀ ਰਖਵਾਲੀ ਕਰਦਾ, ਰਹਿਮਤ ਬਖਸ਼ਦਾ ਹੈ । ਪਹੁੰਚ ਤੋਂ ਉਪਰ, ਮੋਹ ਤੋਂ ਰਹਿਤ, ਪ੍ਰਭ ਦਾ ਮਹਿਲ ਜੀਵ ਦੇ ਹਿਰਦੇ ਵਿੱਚ ਹੀ ਹੈ । ਜੀਵ ਦੀ ਆਤਮਾ, ਖੂਹ ਵਿਚੋਂ ਪਾਣੀ ਕੱਢਣ ਵਾਲੇ ਡੋਲ ਦੀ ਤਰ੍ਹਾਂ ਰਸੀ ਨਾਲ ਬੰਧੀ ਹੈ । ਤਨ ਦੀ ਮੌਤ ਤੋਂ ਪਿਛੋਂ ਪਤਾ ਨਹੀਂ ਧਰਤੀ, ਅਕਾਸ਼ ਜਾ ਪਤਾਲ ਵਿੱਚ ਜਾ ਪੈਣਾ ਹੈ । ਮਨ ਅੰਦਰੋਂ ਸ਼ਬਦ ਦਾ ਖਜ਼ਾਨਾ ਖੋਜਣ ਨਾਲ, ਆਪਾ ਮਿਟ ਜਾਂਦਾ, ਸ਼ਬਦ ਦੀ ਸੋਝੀ ਬਖਸ਼ਿਸ਼ ਹੁੰਦੀ ਹੈ ।
Where may soul go after death of her perishable body?
The True Master remains merciful and protects his soul day and night. His Throne, Castle remains embedded within his mind; however, remains beyond reach of emotional attachment. His soul may be tied with rope of attachment of His Holy Spirit in sky, just like the bucket tied with rope to pulls water from well. No one may ever comprehend, his soul remains on earth, in sky, or under earth after death of perishable body. Whosoever may be enlightened with the ambrosial treasure of His Word from within, his self-entity may be eliminated. He may be blessed with the right path of acceptance in His Court.

38. ਗਉੜੀ ਮਹਲਾ ੧॥ 229-1

ਗੁਰ ਪਰਸਾਦੀ ਬੂਝਿ ਲੇ, ਤਉ ਹੋਇ ਨਿਬੇਰਾ॥ gur parsaadee boojh lay ta-o ho-ay nibayraa.
ਘਰਿ ਘਰਿ ਨਾਮੁ ਨਿਰੰਜਨਾ, ਸੋ ਠਾਕੁਰੁ ਮੇਰਾ॥੧॥ ghar ghar naam niranjanaa so thaakur mayraa. ||1||

ਪ੍ਰਭ ਦੀ ਕ੍ਰਿਪਾ ਨਾਲ ਹੀ ਸੋਝੀ ਬਖਸ਼ਿਸ਼ ਹੁੰਦੀ ਹੈ! ਉਹ ਹੀ ਅਸਲੀ ਮਾਲਕ ਹਰਇਕ ਜੀਵ ਦੇ ਹਿਰਦੇ ਵਿੱਚ ਵਸਦਾ ਹੈ । ਜਿਸ ਦੇ ਮਨ ਵਿੱਚ ਇਹ ਗੱਲ ਘਰ ਕਰ ਜਾਂਦੀ ਹੈ, ਉਸ ਦਾ ਲੇਖਾ ਖਤਮ ਹੋ ਜਾਂਦਾ ਹੈ ।

Whosoever may be bestowed with His Blessed Vision, he may be enlightened and realizes that His Holy Spirit remains embedded within his soul and dwells within heart and body. Whosoever may be drenched with this essence of His Word; with His mercy and grace, his accounts of all previous deeds may be satisfied.

ਬਿਨੁ ਗੁਰ ਸ਼ਬਦ ਨ ਛੂਟੀਐ, ਦੇਖਹੁ ਵੀਚਾਰਾ॥ bin gur sabad na chhootee-ai daykhhu veechaaraa.
ਜੇ ਲਖ ਕਰਮ ਕਮਾਵਹੀ, ਬਿਨ ਗੁਰ ਅੰਧਿਆਰਾ॥੧॥ ਰਹਾਉ॥ jay lakh karam kamaavahee bin gur anDhi-aaraa. ||1|| rahaa-o.

ਅਨੇਕਾਂ ਹੀ ਚੰਗੇ ਕਰਮ ਕਰਨ ਨਾਲ ਮਨ ਦਾ ਭਰਮ, ਸੰਸਾਰਕ ਅੰਧੇਰਾ ਦੂਰ ਨਹੀਂ ਹੁੰਦਾ । ਸਿਮਰਨ ਕਰਨ ਤੋਂ ਬਿਨਾਂ ਕੋਈ ਪ੍ਰਵਾਨਗੀ ਦੇ ਰਸਤੇ ਨਹੀਂ ਚਲ ਸਕਦਾ ।

Even by good deeds in life, the suspicions, the darkness, and ignorance of mind may never be eliminated, vanished. No one may follow the right path of acceptance in His Court, without meditating on the teachings of His Word.

ਅੰਧੇ ਅਕਲੀ ਬਾਹਰੇ, ਕਿਆ ਤਿਨ ਸਿਉ ਕਹੀਐ॥ anDhay aklee baahray ki-aa tin si-o kahee-ai.
ਬਿਨੁ ਗੁਰ ਪੰਥੁ ਨ ਸੂਝਈ, ਕਿਤੁ ਬਿਧਿ ਨਿਰਬਹੀਐ॥੨॥ bin gur panth na soojh-ee kit biDh nirabahee-ai. ||2||

ਅਕਲ ਤੋਂ ਅੰਧੇ, ਗਿਆਨ ਤੋਂ ਵਾਂਝੇ ਨੂੰ ਕੀ ਕਿਹਾ ਜਾ ਸਕਦਾ ਹੈ? ਕੀ ਦੋਸ਼ ਦਿੱਤਾ ਜਾ ਸਕਦਾ ਹੈ? ਪ੍ਰਭ ਦੀ ਰਹਿਮਤ ਤੋਂ ਬਿਨਾਂ ਸ਼ਬਦ ਦੀ ਸੋਝੀ ਬਖਸ਼ਿਸ਼ ਨਹੀਂ ਹੁੰਦੀ, ਸ਼ਬਦ ਨਾਲ ਜੀਵਨ ਢਾਲਿਆ ਨਹੀਂ ਜਾ ਸਕਦਾ ।

What may be counselled to an ignorant and blind from the essence of His Word? Who could be blamed? Without His mercy and grace; no one may adopt the teachings of His Word nor he may be enlightened with the essence of His Word.

ਖੋਟੇ ਕਉ ਖਰਾ ਕਹੈ, ਖਰੇ ਸਾਰ ਨ ਜਾਣੈ॥ khotay ka-o kharaa kahai kharay saar na jaanai.
ਅੰਧੇ ਕਾ ਨਾਉ ਪਾਰਖੂ, ਕਲੀ ਕਾਲ ਵਿਡਾਣੈ॥੩॥ anDhay kaa naa-o paarkhoo kalee kaal vidaanai. ||3||

ਗੁਰੂ ਨਾਨਕ ਦੇਵ ਜੀ! – Guru Nanak Dev Ji! Guru Granth Sahib

ਜਿਹੜਾ ਖੋਟੇ ਨੂੰ ਖਰਾ ਸਮਝਦਾ ਹੈ, ਉਸ ਨੂੰ ਖਰੇ ਦੀ ਪਛਾਣ ਨਹੀਂ ਹੁੰਦੀ । ਜਿਹੜੇ ਪ੍ਰਭ ਦੇ ਸ਼ਬਦ ਦੇ ਗਿਆਨ ਤੋਂ ਅਣਜਾਣ ਹਨ, ਕਲਜੁਗ ਦੇ ਜਮਾਣੇ ਵਿੱਚ ਉਹ ਹੀ ਗਿਆਨ ਦਾ ਪ੍ਰਚਾਰ ਕਰਨ ਵਾਲੇ ਆਗੂ, ਪੰਡਿਤ, ਗ੍ਰੰਥੀ, ਪਾਦਰੀ ਹਨ ।

Whosoever considers a fake coin as a real coin; he may not understand and know the real coin. Whosoever may be ignorant from the teachings of His Word; in this age of Kul jug, he may be considered a saint and guide and teaches others about the teachings of His Word.

ਸੁਤੇ ਕਉ ਜਾਗਤੁ ਕਹੈ, ਜਾਗਤ ਕਉ ਸੂਤਾ॥ sootay ka-o jaagat kahai jaagat ka-o sootaa.
ਜੀਵਤ ਕਉ ਮੂਆ ਕਹੈ, ਮੂਏ ਨਹੀ ਰੋਤਾ॥੪॥ jeevat ka-o moo-aa kahai moo-ay nahee rotaa. ||4||

ਸੰਸਾਰ ਵਿੱਚ ਅਗਿਆਨੀ ਜੀਵ ਨੂੰ ਗਿਆਨਵਾਨ ਮੰਨ ਕੇ ਬਾਣੀ ਪ੍ਰਚਾਰ ਕਰਨ ਦਾ ਧੰਦਾ ਦਿੱਤਾ ਜਾਂਦਾ ਹੈ । ਸ਼ਬਦ ਦੀ ਸੋਝੀ ਵਾਲੇ ਨੂੰ ਨਾਸਤਕ ਕਹਿੰਦੇ, ਦੁਰਕਾਰਦੇ ਹਨ । ਜਿਹੜੇ ਸ਼ਬਦ ਦੇ ਰਸਤੇ ਤੇ ਚਲਣ ਵਾਲੇ ਦੀ ਨਿੰਦਿਆ ਕਰਦੇ ਹਨ, ਸ਼ਬਦ ਦੀ ਪਾਲਣਾ ਨਹੀਂ ਕਰਦੇ, ਉਹ ਕਿਸੇ ਨੂੰ ਸਿੱਧੇ ਰਸਤੇ ਤੇ ਪਾ ਨਹੀਂ ਸਕਦੇ ।

In world! An ignorant from the teachings of His Word may be assigned a profession to preach the essence of His Word and guide others. Whosoever may be enlightened with the essence of His Word; he may be rebuked called demons. Whosoever may slander, rebuke His true devotee on the path of His Word; he may never obey the teachings of His Word in his own day to day life. How may he inspire and guide others on the right path?

ਆਵਤ ਕਉ ਜਾਤਾ ਕਹੈ, ਜਾਤੇ ਕਉ ਆਇਆ॥ aavat ka-o jaataa kahai jaatay ka-o aa-i-aa.
ਪਰ ਕੀ ਕਉ ਅਪੁਨੀ ਕਹੈ, ਅਪੁਨੋ ਨਹੀ ਭਾਇਆ॥੫॥ par kee ka-o apunee kahai apuno nahee bhaa-i-aa. ||5||

ਜਿਹੜੇ ਬੰਦਗੀ ਦੇ ਰਸਤੇ ਤੇ ਚਲਦੇ ਹਨ, ਉਹਨਾਂ ਨੂੰ ਨਾਸਤਕ ਕਹਿੰਦੇ ਹਨ । ਅਹੰਕਾਰੀ ਨੂੰ ਸੰਤ ਸਰੂਪ ਕਹਿੰਦੇ, ਸਤਿਕਾਰ ਦੇ ਹਨ । ਉਹ ਪਰਾਈ ਅਮਾਨਤ ਨੂੰ ਆਪਣੀ ਕਹਿਕੇ ਕਬਜ਼ਾ ਕਰਦੇ ਹਨ । ਪਰ ਉਹਨਾਂ ਨੂੰ ਆਪਣੀ ਹੈਸੀਅਤ ਦੀ ਕੋਈ ਸੋਝੀ ਨਹੀਂ ।

Whosoever may be meditating on the teachings of His Word, he may be called nonbeliever in the universe. Whosoever may be a victim of ego; he may be honored as a Holy saint. Worldly Holy saints may rob the earnest living of others; he may not have any enlightenment of his own status in His Court.

ਮੀਠੇ ਕਉ ਕਉੜਾ ਕਹੈ, ਕੜੂਏ ਕਉ ਮੀਠਾ॥ meethay ka-o ka-urhaa kahai karhoo-ay ka-o meethaa.
ਰਾਤੇ ਕੀ ਨਿੰਦਾ ਕਰਹਿ, ਐਸਾ ਕਲਿ ਮਹਿ ਡੀਠਾ॥੬॥ raatay kee nindaa karahi aisaa kal meh deethaa. ||6||

ਉਹ ਪਾਪ ਕਰਨ ਵਾਲੇ ਨੂੰ ਦਾਨੀ ਕਹਿੰਦੇ ਹਨ, ਪੁੰਨ ਕਰਨ ਵਾਲਾ, ਸ੍ਰਿਸ਼ਟੀ ਦੀ ਭਲਾਈ ਦੇ ਕੰਮ ਕਰਨ ਵਾਲੇ ਨੂੰ ਪਾਪੀ ਕਹਿੰਦੇ ਹਨ । ਜਿਹੜੇ ਰਾਤ ਦਿਨ ਬੰਦਗੀ ਕਰਦੇ ਹਨ, ਉਹਨਾਂ ਨੂੰ ਨਾਸਤਕ ਕਹਿੰਦੇ ਹਨ । ਇਹ ਕੁਝ ਹੀ ਕਲਜੁਗ ਵਿੱਚ ਵਾਪਰਦਾ ਹੈ, ਹੁੰਦਾ ਹੈ ।

Self-minded considers sinner, a true worshipper, a person who gives charity, charitable. Whosoever does real charity from his earnest living and good deeds for mankind; he may be considered a sinner. Whosoever may meditate on the teachings of His Word Day and night; he may be considered a nonbeliever of His Word. Such may be the way of life in Age of Kul Jug.

ਚੇਰੀ ਕੀ ਸੇਵਾ ਕਰਹਿ, ਠਾਕੁਰੁ ਨਹੀ ਦੀਸੈ॥ chayree kee sayvaa karahi thaakur nahee deesai.
ਪੋਖਰੁ ਨੀਰੁ ਵਿਰੋਲੀਐ, ਮਾਖਨੁ ਨਹੀ ਰੀਸੈ॥੭॥ pokhar neer virolee-ai maakhan nahee reesai. ||7||

ਉਹ ਜੀਵ ਅੰਧੇ ਹਨ! ਉਹ ਗੁਲਾਮ ਨੂੰ ਹੀ ਮਾਲਕ ਸਮਝਕੇ ਪੂਜਾ ਕਰਦੇ ਹਨ । ਸੰਸਾਰਕ ਗੁਰੂ ਨੂੰ ਪ੍ਰਭ ਦਾ ਰੂਪ ਮੰਨ ਕੇ ਉਸ ਅੱਗੇ ਅਰਦਾਸ ਕਰਦੇ ਹਨ । ਉਸ ਨੂੰ ਅਸਲੀ ਮਾਲਕ ਪ੍ਰਭ ਨਜ਼ਰ ਨਹੀਂ ਆਉਂਦਾ । ਭਾਣੇ ਤੇ ਅਮਲ ਨਹੀਂ ਕਰਦੇ, ਜੀਵਨ ਸ਼ਬਦ ਨਾਲ ਨਹੀਂ ਢਾਲਦੇ ।

Self-minded remains blind and ignorant from the teachings of His Word. In Kul Jug, such a way a slave may be incarnated as worldly Guru; Self-minded may worship his teachings and abandon the teachings of His Word, The True Master. He prays for Forgiveness and Refuge from worldly guru, a slave, a beggar at His door, The True Master. He may never realize His Existence nor adopt the teachings of His Word in his own day to day life.

ਇਸੁ ਪਦ ਜੋ ਅਰਥਾਇ ਲੇਇ, ਸੋ ਗੁਰੂ ਹਮਾਰਾ॥ is pad jo arthaa-ay lay-ay so guroo hamaaraa.
ਨਾਨਕ ਚੀਨੈ ਆਪ ਕਉ, ਸੋ ਅਪਰ ਅਪਾਰਾ॥ ੮॥ naanak cheenai aap ka-o so apar apaaraa. ||8||

ਜਿਹੜਾ ਜੀਵ ਆਪਣੇ ਮਨ ਨੂੰ ਜਿੱਤ ਲਵੇ, ਆਪਣੇ ਆਪ ਨੂੰ ਪਛਾਣ ਲਵੇ । ਉਹ ਜੀਵ ਪੂਜਣ ਯੋਗ ਹੋ ਜਾਂਦਾ ਹੈ ।

Whosoever may conquer his own mind; he may recognize the real purpose of his human life. He may become worthy of worship, while still living in the universe.

ਸਭੁ ਆਪੇ ਆਪਿ ਵਰਤਦਾ, ਆਪੇ ਭਰਮਾਇਆ॥ sabh aapay aap varatdaa aapay bharmaa-i-aa.
ਗੁਰ ਕਿਰਪਾ ਤੇ ਬੂਝੀਐ, ਸਭੁ ਬ੍ਰਹਮੁ ਸਮਾਇਆ॥੯॥੨॥੧੮॥ gur kirpaa tay boojhee-ai sabh barahm samaa-i-aa. ||9||2||18||

ਪ੍ਰਭ ਹਰਇਕ ਵਿੱਚ, ਹਰ ਥਾਂ ਤੇ ਆਪ ਹੀ ਵਾਪਰਦਾ ਹੈ । ਆਪ ਹੀ ਜੀਵ ਨੂੰ ਭਰਮਾਂ ਵਿੱਚ ਪਾਉਂਦਾ ਹੈ । ਜਿਸ ਤੇ ਆਪ ਹੀ ਰਹਿਮਤ ਬਖਸ਼ਦਾ ਹੈ, ਉਸ ਨੂੰ ਇਸ ਦੀ ਸੋਝੀ ਬਖਸ਼ਿਸ਼ ਹੋ ਜਾਂਦੀ ਹੈ ।

The True Master remains embedded within each soul and dwells within his body and prevails in every event in His Nature. He creates worldly suspicions to monitor the sincerity of His true devotee. Whosoever may be bestowed with His Blessed Vision, only he may be enlightened His true devotee.

Key Message of Raag Gauree page 229-1
'ਕੀ ਮਾਨਸ ਗੁਰੂ ਦੇ ਜੀਵਨ ਦੀ ਸਿਖਿਆਂ, ਪ੍ਰਵਾਨਗੀ ਦਾ ਰਸਤਾ ਹੈ?
ਜਿਸ ਦੇ ਮਨ ਵਿੱਚ ਸ਼ਬਦ ਦੀ ਸੋਝੀ ਬਖਸ਼ਿਸ਼ ਹੁੰਦੀ ਹੈ, ਅਸਲੀ ਮਾਲਕ ਹਰਇਕ ਜੀਵ ਦੇ ਹਿਰਦੇ ਵਿੱਚ ਵਸਦਾ ਹੈ, ਉਸ ਦਾ ਲੇਖਾ ਖਤਮ ਹੋ ਜਾਂਦਾ ਹੈ । ਜਿਹੜਾ ਖੋਟੇ ਨੂੰ ਖਰਾ ਸਮਝਦਾ ਹੈ, ਉਸ ਨੂੰ ਖਰੇ ਦੀ ਪਛਾਣ ਨਹੀਂ ਹੁੰਦੀ । ਜਿਹੜਾ ਮਾਨਸ ਗੁਰੂ ਨੂੰ ਮੁਕਤੀ ਬਖਸ਼ਣ ਵਾਲਾ ਸਮਝਦਾ ਹੈ, ਉਸ ਨੂੰ ਪ੍ਰਵਾਨਗੀ ਦਾ ਅਸਲੀ ਰਸਤਾ ਕਦੇ ਬਖਸ਼ਿਸ਼ ਨਹੀ ਹੁੰਦਾ । ਅਗਿਆਨੀ ਜੀਵ ਗੁਲਾਮ ਨੂੰ ਹੀ ਮਾਲਕ ਸਮਝਕੇ ਪੂਜਾ ਕਰਦੇ ਹਨ । ਜਿਹੜਾ ਆਪਣੇ ਮਨ ਨੂੰ ਜਿੱਤ ਲੈਂਦਾ, ਆਪਣੇ ਆਪ ਨੂੰ ਪਛਾਣ ਲੈਂਦਾ, ਉਹ ਪੂਜਣ ਯੋਗ ਹੋ ਜਾਂਦਾ ਹੈ ।
Is the way of life of human, worldly guru, the right path of salvation?
Whosoever may be drenched with this essence of His Word; His Holy Spirit remains embedded within every soul; all his accounts of previous deeds may be satisfied. Whosoever may consider a fake coin as a real coin; he may not be

intelligent, enlightened to recognize the real coin. Whosoever may worship a worldly guru in flesh and blood as the savior of soul; he may never be blessed with the right path of acceptance in His Court. Ignorant worships a slave and pray from Forgiveness and Refuge from a slave. Whosoever may conquer his own mind; he may recognize the real purpose of his human life. He may become worthy of worship.

39. ਰਾਗੁ ਗਉੜੀ ਪੂਰਬੀ ਛੰਤ ਮਹਲਾ ੧॥ 242-7

੧ੳ ਸਤਿਨਾਮੁ ਕਰਤਾ ਪੁਰਖੁ ਗੁਰਪ੍ਰਸਾਦਿ॥	ik-oNkaar satnaam kartaa purakh gurparsaad.
ਮੁੰਧ ਰੈਣਿ ਦੁਹੇਲੜੀਆ ਜੀਉ ਨੀਦ ਨ ਆਵੈ॥	munDh rain duhaylrhee-aa jee-o need na aavai.
ਸਾ ਧਨ ਦੁਬਲੀਆ ਜੀਉ ਪਿਰ ਕੈ ਹਾਵੈ॥	saa Dhan dublee-aa jee-o pir kai haavai.
ਧਨ ਥੀਈ ਦੁਬਲਿ ਕੰਤ ਹਾਵੈ, ਕੇਵ ਨੈਣੀ ਦੇਖਏ॥	Dhan thee-ee dubal kant haavai kayv nainee daykh-ay.
ਸੀਗਾਰ ਮਿਠ ਰਸ ਭੋਗ ਭੋਜਨ, ਸਭੁ ਝੂਠੁ ਕਿਤੈ ਨ ਲੇਖਏ॥	seegaar mith ras bhog bhojan sabh jhooth kitai na laykh-ay.
ਮੈ ਮਤ ਜੋਬਨਿ ਗਰਬਿ ਗਾਲੀ, ਦੁਧਾ ਥਣੀ ਨ ਆਵਏ॥	mai mat joban garab gaalee duDhaa thanee na aav-ay.
ਨਾਨਕ ਸਾ ਧਨ ਮਿਲੈ ਮਿਲਾਈ, ਬਿਨੁ ਪਿਰ ਨੀਦ ਨ ਆਵਏ॥੧॥	naanak saa Dhan milai milaa-ee bin pir need na aav-ay. ||1||

ਜਿਵੇਂ ਸਵਾਹਗ ਰਾਤ ਸਮੇਂ, ਸਵਾਹਗਨ ਦਾ ਬਿਸਤਰ ਸ਼ਿਗਾਰਿਆ ਜਾਂਦਾ ਹੈ । ਸਵਾਦਲੇ ਖਾਣੇ ਪਰੋਸੇ ਜਾਂਦੇ ਹਨ । ਅਗਰ ਉਸ ਦਾ ਪਤੀ ਉਸ ਦੇ ਕੋਲ ਨਾ ਆਵੇ ਉਸ ਤੋਂ ਦੂਰ ਹੋਵੇ । ਉਸ ਨੂੰ ਅਰਾਮਦਾਰ ਬਿਸਤਰ ਤੇ ਨੀਂਦ ਨਹੀਂ ਆਉਂਦੀ, ਵਿਛੋੜਾ ਹੀ ਦੁਖ ਦੇਂਦਾ ਹੈ, ਉਸ ਦਾ ਜੋਬਨ ਭਟਕਦਾ ਹੈ । ਉਹ ਆਪਣੇ ਆਪ ਨੂੰ ਮਾਂ ਬਣਨ ਕੇ ਬੱਚੇ ਨੂੰ ਦੁੱਧ ਦੇਣ ਵਾਲੀ ਮਾਂ ਮਹਿਸੂਸ ਨਹੀਂ ਕਰਦੀ । ਇਸਤਰ੍ਹਾਂ ਜੀਵ ਦੀ ਆਤਮਾ ਪ੍ਰਭ ਦੇ ਵਿਰਾਗ, ਵਿਛੋੜੇ ਵਿੱਚ ਭਟਕਦੀ ਹੈ । ਜਿਤਨਾ ਚਿਰ ਪ੍ਰਭ ਆਪ ਕ੍ਰਿਪਾ ਕਰਕੇ ਆਪਣੇ ਆਪ ਨਾਲ ਮਿਲਾਪ ਨਾ ਬਖਸ਼ੇ ।

As on wedding night, the bed of bride may be decorated with grace; she may be offered with various delicacies to enjoy. Whose new husband may not come close and stay away from her; she may not feel any comfort in her bed. She remains miserable of her separation and rejection. Her youth and beauty frustrate her with the thought that she may not be fortunate to become a mother of a child. Same way, soul remains frustrated in renunciation in her memory of her separation from His Holy Spirit. Only The Merciful True Master may bless and accept her in His Sanctuary.

ਮੁੰਧ ਨਿਮਾਨੜੀਆ ਜੀਉ ਬਿਨੁ ਧਨੀ ਪਿਆਰੇ॥	munDh nimaanrhee-aa jee-o bin Dhanee pi-aaray.
ਕਿਉ ਸੁਖੁ ਪਾਵੈਗੀ ਬਿਨੁ ਉਰ ਧਾਰੇ॥	ki-o sukh paarhaigee bin ur Dhaaray.
ਨਾਹ ਬਿਨੁ ਘਰ ਵਾਸੁ ਨਾਹੀ, ਪੁਛਹੁ ਸਖੀ ਸਹੇਲੀਆ॥	naah bin ghar vaas naahee puchhahu sakhee sahaylee-aa.
ਬਿਨੁ ਨਾਮ ਪ੍ਰੀਤਿ ਪਿਆਰੁ ਨਾਹੀ, ਵਸਹਿ ਸਾਚਿ ਸੁਹੇਲੀਆ॥	bin naam pareet pi-aar naahee vaseh saach suhaylee-aa.
ਸਚੁ ਮਨਿ ਸਜਨ ਸੰਤੋਖਿ, ਮੇਲਾ ਗੁਰਮਤੀ ਸਹੁ ਜਾਣਿਆ॥	sach man sajan santokh maylaa gurmatee saho jaani-aa.
ਨਾਨਕ ਨਾਮੁ ਨ ਛੋਡੈ ਸਾ ਧਨ, ਨਾਮਿ ਸਹਜਿ ਸਮਾਣੀਆ॥੨॥	naanak naam na chhodai saa Dhan naam sahj samaanee-aa. ||2||

ਜਿਵੇਂ ਪਤੀ ਤੋਂ ਬਿਨਾਂ ਪਤਨੀ ਦਾ ਘਰ ਵਿੱਚ ਕੋਈ ਮਾਣ ਨਹੀਂ ਹੁੰਦਾ । ਪਤਨੀ ਨੂੰ ਪਤੀ ਤੋਂ ਬਿਨਾਂ ਮਨ ਵਿੱਚ ਸ਼ਾਂਤੀ ਸੰਤੁਸ਼ਟਾ ਨਹੀਂ ਮਿਲਦਾ । ਪਤੀ ਤੋਂ ਬਿਨਾਂ ਉਹ ਘਰ ਰਹਿਣ ਵਾਸਤੇ ਚੰਗਾ ਨਹੀਂ ਲਗਦਾ । ਕਦੇ ਇਹ ਆਪਣੀਆਂ ਸਹਿਲੀਆਂ ਜਾ ਭੈਣਾਂ ਤੋਂ ਪੁੱਛਕੇ ਦੇਖ ਲਵੋ । ਇਸਤਰ੍ਹਾਂ ਸ਼ਬਦ ਨਾਲ ਜੀਵਨ ਢਾਲਣ ਤੋਂ ਬਿਨਾਂ, ਪ੍ਰਭ ਨਾਲ ਪਿਆਰ ਪੱਕਾ ਨਹੀਂ ਹੁੰਦਾ, ਮਨ ਬੰਦਗੀ ਵਿੱਚ ਅਡੋਲ ਨਹੀਂ ਹੁੰਦਾ । ਪ੍ਰਭ ਦੇ ਸ਼ਬਦ ਤੇ ਭਰੋਸਾ ਅਡੋਲ ਹੋਣ ਨਾਲ ਹੀ ਸ਼ਬਦ ਦੀ ਸੋਝੀ ਬਖਸ਼ਿਸ਼ ਹੁੰਦੀ ਹੈ । ਜਿਹੜੀ ਆਤਮਾ ਸ਼ਬਦ ਵਿੱਚ ਲੀਨ ਰਹਿੰਦੀ, ਲੜ ਨਹੀਂ ਛੱਡਦੀ, ਉਸ ਦਾ ਮਨ ਪ੍ਰਭ ਦੇ ਬਖਸ਼ੇ ਤੇ ਅਡੋਲ ਰਹਿੰਦਾ ਹੈ ।

As the wife may not feel honored in the house without her husband. She may not be contented and peaceful without her husband; the house may not feel worthy, comfortable to live in peace. You may inquire the reality of life from your close friends. Same way without adopting the teachings of His Word in day-to-day life, the devotion may not become steady and stable on the teachings of His Word. He may not enter in deep meditation in the void of His Word. Whosoever may remain steady and stable belief on the teachings of His Word; he may be blessed with enlightenment of His Word. His soul may never abandon the teachings of His Word.

ਮਿਲੁ ਸਖੀ ਸਹੇਲੜੀਹੋ, ਹਮ ਪਿਰੁ ਰਾਵੇਹਾ॥	mil sakhee sahaylrheeho ham pir raavayhaa.
ਗੁਰ ਪੁਛਿ ਲਿਖਉਗੀ, ਜੀਉ ਸਬਦਿ ਸਨੇਹਾ॥	gur puchh likh-ugee jee-o sabad sanayhaa.
ਸਬਦੁ ਸਾਚਾ ਗੁਰਿ ਦਿਖਾਇਆ, ਮਨਮੁਖੀ ਪਛੁਤਾਣੀਆ॥	sabad saachaa gur dikhaa-i-aa manmukhee pachhutaanee-aa.
ਨਿਕਸਿ ਜਾਤਉ ਰਹੈ ਅਸਥਿਰੁ, ਜਾਮਿ ਸਚੁ ਪਛਾਣਿਆ॥	nikas jaata-o rahai asthir jaam sach pachhaani-aa.
ਸਾਚ ਕੀ ਮਤਿ ਸਦਾ ਨਉਤਨ, ਸਬਦਿ ਨੇਹੁ ਨਵੇਲਓ॥	saach kee mat sadaa na-utan sabad nayhu navayla-o.
ਨਾਨਕ ਨਦਰੀ ਸਹਜਿ ਸਾਚਾ, ਮਿਲਹੁ ਸਖੀ ਸਹੇਲੀਹੋ॥੩॥	naanak nadree sahj saachaa milhu sakhee sahayleeho. ||3||

ਆਓ ਮੇਰੇ ਸਾਜਨੋ! ਅਸੀ ਰਲਕੇ ਪ੍ਰਭ ਦੇ ਸ਼ਬਦ ਦਾ ਸਿਮਰਨ ਕਰੀਏ । ਸ਼ਬਦ ਨੂੰ ਵਿਚਾਰ ਕੇ ਇਸ ਨੂੰ ਆਪਣੇ ਹਿਰਦੇ ਵਿੱਚੇ ਵਸਾ ਲਈਏ । ਪ੍ਰਭ ਨੇ ਆਪ ਹੀ ਸ਼ਬਦ ਦੀ ਪਾਲਣਾ ਵਿੱਚ ਹੀ ਇਸ ਦੀ ਸੋਝੀ ਬਖਸ਼ੀ ਹੈ । ਮਨਮਰਜ਼ੀ ਕਰਨ ਵਾਲੇ ਨੂੰ ਸ਼ਬਦ ਦੀ ਸੋਝੀ ਬਖਸ਼ਿਸ਼ ਨਹੀਂ ਹੁੰਦੀ । ਪ੍ਰਭ ਦੇ ਸ਼ਬਦ ਦੀ ਸੋਝੀ ਨਾਲ ਮਨ ਡੋਲਣ ਤੋਂ ਰੁਕ ਜਾਂਦਾ ਹੈ । ਪ੍ਰਭ ਦੇ ਸ਼ਬਦ ਵਿਚੋਂ ਹਮੇਸ਼ਾਂ ਹੀ ਕੋਈ ਨਵੀਂ ਸਦਾ ਹੀ ਰਹਿਣ ਵਾਲੀ ਸੋਝੀ ਬਖਸ਼ਿਸ਼ ਹੁੰਦੀ ਹੈ ।

Let us join and meditate on the teachings of His Word; We should discuss, explore, and drench the teachings of His Word within. The Merciful True Master has blessed the enlightenment in obey the teachings of His Word. Self-minded may not be blessed with the enlightenment of His Word. Whosoever may be enlightened with the essence of His Word; his wandering mind may become steady and stable; he may be rejuvenated, enlightened with everlasting new virtue of His Word.

ਮੇਰੀ ਇਛ ਪੁਨੀ ਜੀਉ ਹਮ ਘਰਿ ਸਾਜਨੁ ਆਇਆ॥	mayree ichh punee jee-o ham ghar saajan aa-i-aa.
ਮਿਲਿ ਵਰੁ ਨਾਰੀ ਮੰਗਲੁ ਗਾਇਆ॥	mil var naaree mangal gaa-i-aa.
ਗੁਣ ਗਾਇ ਮੰਗਲੁ ਪ੍ਰੇਮਿ ਰਹਸੀ, ਮੁੰਧ ਮਨਿ ਓਮਾਹਓ॥	gun gaa-ay mangal paraym rahsee munDh man omaaha-o.
ਸਾਜਨ ਰਹੰਸੇ ਦੁਸਟ ਵਿਆਪੇ, ਸਾਚੁ ਜਪਿ ਸਚੁ ਲਾਹਓ॥	saajan rahansay dusat vi-aapay saach jap sach laaha-o.
ਕਰ ਜੋੜਿ ਸਾ ਧਨ ਕਰੈ ਬਿਨਤੀ, ਰੈਣਿ ਦਿਨੁ ਰਸਿ ਭਿੰਨੀਆ॥	kar jorh saa Dhan karai bintee rain din ras bhinnee-aa.
ਨਾਨਕ ਪਿਰੁ ਧਨ ਕਰੀ ਰਲੀਆ, ਇਛ ਮੇਰੀ ਪੁੰਨੀਆ॥੪॥੧॥	naanak pir Dhan karahi ralee-aa ichh mayree punnee-aa. ||4||1||

ਗੁਰੂ ਨਾਨਕ ਦੇਵ ਜੀ! – Guru Nanak Dev Ji! Guru Granth Sahib

ਜਿਸ ਤੇ ਪ੍ਰਭ ਆਪ ਹੀ ਰਹਿਮਤ ਬਖਸ਼ਦਾ ਹੈ, ਉਹ ਸ਼ਬਦ ਵਿੱਚ ਲੀਨ ਹੋ ਕੇ ਸਾਥੀਆਂ ਨਾਲ ਮਿਲਕੇ ਸਿਮਰਨ ਕਰਦਾ ਹੈ । ਜਿਸ ਦੇ ਅੰਦਰ ਪ੍ਰਭ ਦੀ ਜੋਤ ਜਾਗਰਤ ਹੋ ਜਾਂਦੀ ਹੈ, ਉਸ ਦੇ ਮਨ ਦੀਆਂ ਇਛਾਂ ਪੂਰੀਆਂ ਹੋ ਜਾਂਦੀਆਂ ਹਨ । ਉਸ ਦੇ ਮਿਲਣ ਨਾਲ, ਮਨ ਸ਼ਬਦ ਦੇ ਸਿਮਰਨ ਵਿੱਚ ਮਸਤ ਹੋ ਜਾਂਦਾ ਹੈ । ਮੇਰਾ ਮਨ ਉਸ ਦੇ ਪਿਆਰ ਨਾਲ, ਖੇੜੇ ਨਾਲ ਭਰ ਗਿਆ ਹੈ । ਆਪਣੀ ਰਹਿਮਤ ਬਖਸ਼ਕੇ ਆਪਣੇ ਚਰਨਾਂ ਵਿੱਚ ਰਾਤ ਦਿਨ ਲੀਨ ਰਖੋ । ਮਨ ਦੀਆਂ ਇਛਾਂ ਪੂਰੀ ਹੋ ਗਈਆ ਹਨ ।

Whosoever may be bestowed with His Blessed Vision, he may associate with His true devotees and meditates on the teachings of His Word. Whosoever may be enlightened with the teachings of His Word from within; all his desires may be satisfied. He may remain intoxicated with the teachings of His Word and overwhelmed with contentment and blossom. My True Master keeps me in Your Sanctuary Day and night; all my desires have been satisfied.

Key Message of Raag Gauree page 242-7
'ਕੀ ਮਾਨਸ ਗੁਰੂ ਦੇ ਜੀਵਨ ਦੀ ਸਿਖਿਆਂ, ਪ੍ਰਵਾਨਗੀ ਦਾ ਰਸਤਾ ਹੈ?
ਜੀਵ ਦੀ ਆਤਮਾ ਪ੍ਰਭ ਦੇ ਵਿਰਾਗ, ਵਿਛੋੜੇ ਵਿੱਚ ਭਟਕਦੀ ਰਹਿੰਦੀ ਹੈ । ਜਿਸਤਰ੍ਹਾਂ ਸਵਾਹਗ ਰਾਤ ਸਮੇਂ, ਸਵਾਹਗਨ ਦਾ ਪਤੀ ਤੋਂ ਬਿਨਾਂ ਹਾਲਤ ਹੁੰਦੀ ਹੈ । ਸ਼ਬਦ ਨਾਲ ਜੀਵਨ ਢਾਲਣ ਤੋਂ ਬਿਨਾਂ, ਆਤਮਾ ਦਾ ਵੀ ਪਤੀ ਤੋਂ ਬਿਨਾਂ ਪਤਨੀ ਵਰਗੀ ਹਾਲਤ ਹੁੰਦੀ ਹੈ । ਪ੍ਰਭ ਦੇ ਸ਼ਬਦ ਦੀ ਸੋਝੀ ਨਾਲ ਮਨ ਡੋਲਣ ਤੋਂ ਰੁਕ ਜਾਂਦਾ, ਹਮੇਸ਼ਾਂ ਹੀ ਕੋਈ ਨਵੀਂ ਸਦਾ ਹੀ ਰਹਿਣ ਵਾਲੀ ਸੋਝੀ ਬਖਸ਼ਿਸ਼ ਹੁੰਦੀ ਹੈ । ਜਿਹੜਾ ਸ਼ਬਦ ਦੀ ਪਾਲਣਾ ਵਿੱਚ ਲੀਨ ਰਹਿੰਦਾ ਹੈ, ਉਸ ਦੇ ਮਨ ਦੀਆਂ ਇਛਾਂ ਪੂਰੀ ਹੋ ਜਾਂਦੀਆਂ ਹਨ ।
Is the way of life of human, worldly guru, the right path of salvation?
Soul may remain frustrated and in renunciation in the memory of her separation from His Holy Spirit; as bride on wedding night, without the comforts of her husband. Whosoever may not adopt the teachings of His Word in day-to-day life, his soul remains miserable as wife without comfort of her husband. Whosoever may be enlightenment of the essence of His Word; he may be rejuvenated, enlightened with everlasting new virtue of His Word; all his desires may be satisfied.

40. ਗਉੜੀ ਛੰਤ ਮਹਲਾ ੧॥ 243-1

ਸੁਣਿ ਨਾਹ ਪ੍ਰਭੂ ਜੀਉ ਏਕਲੜੀ ਬਨ ਮਾਹੇ॥	sun naah parabhoo jee-o aykalrhee ban maahay.
ਕਿਉ ਧੀਰੈਗੀ ਨਾਹ ਬਿਨਾ ਪ੍ਰਭ ਵੇਪਰਵਾਹੇ॥	ki-o Dheeraigee naah binaa parabh vayparvaahay.
ਧਨ ਨਾਹ ਬਾਝਹੁ ਰਹਿ ਨ ਸਾਕੈ, ਬਿਖਮ ਰੈਣਿ ਘਣੇਰੀਆ॥	Dhan naah baajhahu reh na saakai bikham rain ghanayree-aa.
ਨਹ ਨੀਦ ਆਵੈ ਪ੍ਰੇਮੁ ਭਾਵੈ, ਸੁਣਿ ਬੇਨੰਤੀ ਮੇਰੀਆ॥	nah need aavai paraym bhaavai sun baynantee mayree-aa.
ਬਾਝਹੁ ਪਿਆਰੇ ਕੋਇ ਨ ਸਾਰੇ, ਏਕਲੜੀ ਕੁਰਲਾਏ॥	baajhahu pi-aaray ko-ay na saaray aykalrhee kurlaa-ay.
ਨਾਨਕ ਸਾ ਧਨ ਮਿਲੈ ਮਿਲਾਈ, ਬਿਨੁ ਪ੍ਰੀਤਮ ਦੁਖੁ ਪਾਏ॥੧॥	naanak saa Dhan milai milaa-ee bin pareetam dukh paa-ay. ||1||

ਪ੍ਰਭ ਮੇਰੀ ਅਰਦਾਸ ਸੁਣੋ! ਮੈ ਭਿਆਨਕ ਸੰਸਾਰ ਵਿੱਚ ਇਕੇਲਾ ਹਾ । ਤੇਰੇ ਮਿਲਣ ਤੋਂ ਬਿਨਾਂ ਕੋਈ ਸ਼ਾਂਤੀ ਨਹੀਂ ਮਿਲਦੀ, ਦੁਖਾਂ ਭਰੀਆਂ ਰਾਤਾਂ ਨਹੀਂ ਲੰਘਦੀਆਂ । ਤੇਰੇ ਵਿਰਾਗ ਵਿੱਚ ਨੀਂਦ ਨਹੀਂ ਆਉਂਦੀ, ਮੇਰਾ ਹੋਰ ਕੋਈ ਰਖਿਆ, ਦੇਖ ਭਾਲ ਕਰਨ ਵਾਲਾ ਨਹੀਂ ਹੈ । ਮੈਂ ਇਕੇਲਾ ਵਿਰਾਗ ਨਾਲ ਕਰਲਾਉਂਦਾ ਹਾ । ਉਸ ਸਮੇਂ ਹੀ ਮਿਲਾਪ ਹੋ ਸਕਦਾ ਹੈ । ਜਦੋਂ ਤੂੰ ਆਪਣੀ ਰਹਿਮਤ ਨਾਲ ਸੰਜੋਗ ਬਖਸ਼ਦਾ ਹੈ, ਇਸ ਤੋਂ ਬਿਨਾਂ ਮੇਰਾ ਵਿਰਾਗ ਦਾ ਦੁਖ ਖਤਮ ਨਹੀਂ ਹੁੰਦਾ ।

The Merciful True Master, I am praying for Your Forgiveness and Refuge. I am all alone in this terrible ocean of worldly desires. Without the enlightenment of Your Word, my mind may not feel any comfort, peace and I remain miserable at night. I remain in renunciation in the memory of my separation from You Holy Spirit. I have no help or support or protection. I am crying all alone. Only with Your Blessed Vision; I may be accepted in Your Sanctuary. Without Your mercy and grace, the misery of my renunciation, separation from the Your Holy Spirit may not be eliminated.

ਪਿਰਿ ਛੋਡਿਅੜੀ ਜੀਉ ਕਵਣੁ ਮਿਲਾਵੈ॥	pir chhodi-arhee jee-o kavan milaavai.
ਰਸਿ ਪ੍ਰੇਮਿ ਮਿਲੀ, ਜੀਉ ਸਬਦਿ ਸੁਹਾਵੈ॥	ras paraym milee jee-o sabad suhaavai.
ਸਬਦੇ ਸੁਹਾਵੈ ਤਾ ਪਤਿ ਪਾਵੈ, ਦੀਪਕ ਦੇਹ ਉਜਾਰੈ॥	sabday suhaavai taa pat paavai deepak dayh ujaarai.
ਸੁਣਿ ਸਖੀ ਸਹੇਲੀ ਸਾਚਿ ਸੁਹੇਲੀ, ਸਾਚੇ ਕੇ ਗੁਣ ਸਾਰੈ॥	sun sakhee sahaylee saach suhaylee saachay kay gun saarai.
ਸਤਿਗੁਰਿ ਮੇਲੀ ਤਾ ਪਿਰਿ ਰਾਵੀ, ਬਿਗਸੀ ਅੰਮ੍ਰਿਤ ਬਾਣੀ॥	satgur maylee taa pir raavee bigsee amrit banee.
ਨਾਨਕ ਸਾ ਧਨ ਤਾ ਪਿਰੁ ਰਾਵੇ, ਜਾ ਤਿਸ ਕੈ ਮਨਿ ਭਾਣੀ॥੨॥	naanak saa Dhan taa pir raavay jaa tis kai man bhaanee. ||2||

ਜਿਸ ਨੂੰ ਪ੍ਰਭ ਆਪ ਵਿਛੋੜ ਦੇਵੇ, ਕੌਣ ਉਸ ਨਾਲ ਸੰਜੋਗ ਬਣਾ ਸਕਦਾ ਹੈ? ਅਗਰ ਸ਼ਬਦ ਦੀ ਪਾਲਣਾ ਕਰੇ, ਪ੍ਰਭ ਆਪ ਦੀ ਰਹਿਮਤ ਦੀ ਨਜ਼ਰ ਬਖਸ਼ਦਾ ਹੈ! ਜਿਸ ਦਾ ਸ਼ਬਦ ਤੇ ਭਰੋਸਾ ਅਡੋਲ ਹੋ ਜਾਂਦਾ ਹੈ, ਉਸ ਤੇ ਪ੍ਰਭ ਆਪਣੀ ਰਹਿਮਤ ਨਾਲ ਮਿਲਾਪ ਬਖਸ਼ਦਾ ਹੈ । ਉਸ ਦੀ ਲਗਨ ਸ਼ਬਦ ਦੀ ਪਾਲਣਾ ਵਿੱਚ ਲਗ ਜਾਂਦੀ ਹੈ । ਪ੍ਰਭ ਦੇ ਸ਼ਬਦ ਵਿੱਚ ਲੀਨ ਹੋਇਆ ਹੀ, ਸਦਾ ਚਲਣ ਵਾਲੀ ਸ਼ਬਦ ਦੀ ਗੂੰਜ ਮਨ ਵਿੱਚ ਸੁਣਾਈ ਦੇਂਦੀ ਹੈ, ਪ੍ਰਭ ਉਸ ਦੀ ਆਤਮਾ ਨੂੰ ਪ੍ਰਵਾਨ ਕਰ ਲੈਂਦਾ ਹੈ । ਉਸ ਦੀ ਆਤਮਾ ਪਵਿੱਤਰ ਹੋ ਜਾਂਦੀ, ਮਿਲਣ ਦੇ ਯੋਗ ਹੋ ਜਾਂਦੀ ਹੈ ।

Whosoever may be rebuked and separated by The True Master! Who may guide him on the right path of acceptance in His Court? Whosoever may adopt the teachings of His Word wholeheartedly in day-to-day life; The merciful True Master may forgive his soul. Whosoever may remain steady and stable on path of meditation; with His mercy and grace, He may keep on the right path of acceptance. His mind may remain attached to a devotional meditation on the teachings of His Word. Whosoever may remain intoxicated in the void of His Word; with His mercy and grace, he may hear the everlasting echo of His Word resonating within. His soul may become sanctified and worthy of His Consideration. Only then her soul may be accepted in His Sanctuary.

ਮਾਇਆ ਮੋਹਣੀ ਨੀਘਰੀਆ, ਜੀਉ ਕੂੜਿ ਮੁਠੀ ਕੂੜਿਆਰੇ॥	maa-i-aa mohnee neeghree-aa jee-o koorh muthee koorhi-aaray.
ਕਿਉ ਖੂਲੈ ਗਲ ਜੇਵੜੀਆ, ਜੀਉ ਬਿਨੁ ਗੁਰ ਅਤਿ ਪਿਆਰੇ॥	ki-o khoolai gal jayvarhee-aa jee-o bin gur at pi-aaray.
ਹਰਿ ਪ੍ਰੀਤਿ ਪਿਆਰੇ ਸਬਦਿ ਵੀਚਾਰੇ, ਤਿਸ ਹੀ ਕਾ ਸੋ ਹੋਵੈ॥	har pareet pi-aaray sabad veechaaray tis hee kaa so hovai.
ਪੁੰਨ ਦਾਨ ਅਨੇਕਾਂ ਨਾਵਣ, ਕਿਉ ਅੰਤਰ ਮਲੁ ਧੋਵੈ॥	punn daan anayk naavan ki-o antar mal Dhovai.
ਨਾਮ ਬਿਨਾ ਗਤਿ ਕੋਇ ਨ ਪਾਵੈ, ਹਠਿ ਨਿਗ੍ਰਹਿ ਬੇਬਾਣੈ॥	naam binaa gat ko-ay na paavai hath nigrahi baybaanai.

ਗੁਰੂ ਨਾਨਕ ਦੇਵ ਜੀ! – Guru Nanak Dev Ji! Guru Granth Sahib

ਨਾਨਕ ਸਚ ਘਰੁ ਸਬਦਿ ਸਿਞਾਪੈ, ਦੁਬਿਧਾ ਮਹਲੁ ਕਿ ਜਾਣੈ॥ ੩॥ naanak sach ghar sabad sinjaapai dubiDhaa mahal ke jaanai. ||3||

ਜੀਵ ਸੰਸਾਰਕ ਮੋਹ, ਮਾਇਆ ਦੇ ਜਾਲ ਵਿੱਚ ਇਤਨਾ ਫਸ ਜਾਂਦਾ ਹੈ । ਉਹ ਪ੍ਰਭ ਦੀ ਹੋਂਦ, ਮੌਤ ਦਾ ਡਰ ਵਿਸਾਰ ਲੈਂਦਾ ਹੈ । ਸ਼ਬਦ ਦੀ ਸੋਝੀ ਤੋਂ ਬਿਨਾਂ ਮੌਤ ਦਾ ਡਰ ਦੂਰ ਨਹੀਂ ਹੁੰਦਾ । ਜਿਸ ਦੇ ਮਨ ਤੇ ਸ਼ਬਦ ਘਰ ਕਰ ਜਾਂਦਾ ਹੈ, ਉਸ ਦਾ ਮੌਤ ਦਾ ਡਰ ਦੂਰ ਹੋ ਜਾਂਦਾ ਹੈ । ਸੰਸਾਰ ਵਿੱਚ ਪੁੰਨ, ਦਾਨ, ਚੰਗੇ ਕੰਮ ਕਰਨ ਨਾਲ ਮਨ ਦੀ ਮੈਲ ਧੋਤੀ ਨਹੀਂ ਜਾਂਦੀ, ਆਤਮਾ ਪਵਿੱਤਰ ਨਹੀਂ ਹੁੰਦਾ । ਪ੍ਰਭ ਦੇ ਸ਼ਬਦ ਨੂੰ ਅਪਣਾਉਣ ਤੋਂ ਬਿਨਾਂ ਕੋਈ ਮੁਕਤੀ ਨਹੀਂ ਪਾ ਸਕਦਾ । ਮਨ ਤੇ ਕਾਬੂ ਪਾਉਣ ਲਈ ਜੰਗਲਾਂ ਵਿੱਚ ਰਹਿਣ ਦਾ ਕੋਈ ਲਾਭ ਨਹੀਂ । ਜਿਹੜੇ ਸੰਸਾਰ ਵਿੱਚ ਰਹਿੰਦੇ ਹੋਏ, ਸ਼ਬਦ ਨੂੰ ਮਨ ਵਿੱਚ ਜਾਗਰਤ ਕਰ ਲੈਂਦੇ ਹਨ । ਉਹਨਾਂ ਦੇ ਮਨ ਦੇ ਭਰਮ ਦੂਰ ਹੋ ਜਾਂਦੇ ਹਨ । ਆਪਣੇ ਆਪ ਨੂੰ ਪਛਾਣ ਲੈਂਦੇ, ਅੰਦਰ ਹੀ ਪ੍ਰਭ ਨੂੰ ਢੂੰਡ ਲੈਂਦੇ ਹਨ ।

The Whole Creation remains entangled in greed of worldly wealth and abandons the existence of God and fear of death. Without enlightening the essence of His Word within; his fear of death may never be eliminated. Whosoever may be drenched with the essence of His Word; his fear of death may be eliminated. Whosoever may only perform charity, worship, and good deeds; his filth, of evil thoughts of mind may never be eliminated. His soul may not be sanctified. Whosoever may not adopt the teachings of His Word in day-to-day life, his soul may never be blessed with salvation. To control own mind by keeping worldly pleasures beyond reach, living in the jungles, forests, may not benefit for the purpose of life. Whosoever may be enlightened with the essence of His Word, while living in family and remains awake and alert. All his worldly suspicions may be eliminated. He may recognize the real purpose of human life opportunity. He may search His Existence from within.

ਤੇਰਾ ਨਾਮੁ ਸਚਾ ਜੀਉ, ਸਬਦੁ ਸਚਾ ਵੀਚਾਰੋ॥ tayraa naam sachaa jee-o sabad sachaa veechaaro.
ਤੇਰਾ ਮਹਲੁ ਸਚਾ ਜੀਉ, ਨਾਮੁ ਸਚਾ ਵਾਪਾਰੋ॥ tayraa mahal sachaa jee-o naam sachaa vaapaaro.
ਨਾਮ ਕਾ ਵਾਪਾਰੁ ਮੀਠਾ, ਭਗਤਿ ਲਾਹਾ ਅਨਦਿਨੋ॥ naam kaa vaapaar meethaa bhagat laahaa andino.
ਤਿਸੁ ਬਾਝੁ ਵਖਰੁ ਕੋਇ ਨ ਸੂਝੈ, ਨਾਮੁ ਲੇਵਹੁ ਖਿਨੁ ਖਿਨੋ॥ tis baajh vakhar ko-ay na soojhai naam layvhu khin khino.
ਪਰਖਿ ਲੇਖਾ ਨਦਰਿ ਸਾਚੀ, ਕਰਮਿ ਪੂਰੈ ਪਾਇਆ॥ parakh laykhaa nadar saachee karam poorai paa-i-aa.
ਨਾਨਕ ਨਾਮੁ ਮਹਾ ਰਸੁ ਮੀਠਾ, ਗੁਰਿ ਪੂਰੈ ਸਚੁ ਪਾਇਆ॥ ੪॥ ੨॥ naanak naam mahaa ras meethaa gur poorai sach paa-i-aa. ||4||2||

ਪ੍ਰਭ ਦਾ ਸ਼ਬਦ, ਪ੍ਰਭ ਦੀ ਹੋਂਦ ਅਟਲ, ਨਾ ਨਾਸ਼ ਹੋਣ ਵਾਲੀ ਹੈ । ਪ੍ਰਭ ਦਰਬਾਰ, ਆਤਮਾ ਦੇ ਅੰਦਰ, ਅਟਲ ਤਖਤ ਹੈ । ਸ਼ਬਦ ਦਾ ਵਪਾਰ ਹੀ ਅਸਲੀ ਸਦਾ ਅਟਲ ਰਹਿਣ ਵਾਲੀ ਕਮਾਈ ਹੈ । ਮੈਨੂੰ ਸ਼ਬਦ ਦੀ ਪਾਲਣਾ ਤੋਂ ਬਿਨਾਂ ਹੋਰ ਕਿਸੇ ਕੰਮ ਦੀ ਸੋਝੀ ਨਹੀਂ । ਮੈਂ ਸਵਾਸ ਗਰਾਸ ਤੇਰੇ ਸ਼ਬਦ ਦਾ ਹੀ ਸਿਮਰਨ ਕਰਦਾ ਹਾ । ਕੇਵਲ ਤੇਰੀ ਰਹਿਮਤ ਨਾਲ ਹੀ ਮੇਰੇ ਜੀਵਨ ਵਿੱਚ ਕੀਤੇ ਕੰਮਾਂ ਦਾ ਲੇਖਾ ਖਤਮ ਹੋ ਸਕਦਾ ਹੈ । ਤੇਰੀ ਰਹਿਮਤ ਨਾਲ ਮੇਰਾ ਲੇਖਾ ਖਤਮ ਹੋ ਜਾਵੇ, ਪ੍ਰਵਾਨ ਹੋ ਜਾਵੇ । ਪ੍ਰਭ ਤੇਰਾ ਸ਼ਬਦ ਮਨ ਨੂੰ ਸੰਤੋਖ ਦੇਣ ਵਾਲਾ ਹੈ । ਇਸ ਦੀ ਸੋਝੀ ਤੇਰੀ ਰਹਿਮਤ ਨਾਲ ਹੀ ਬਖਸ਼ਿਸ਼ ਹੋ ਸਕਦੀ ਹੈ ।

God, Your Word, and Your Existence may never be vanished. Your throne within the soul remains axiom, steady and stable. Only the trade of Your Word may be the true wealth, earning for soul. Without the enlightenment of Your Word, I have no other desire. I meditate on the teachings of Your Word with each breath. Whose sins may be forgiven and only his account of deeds may be satisfied in Your Court. Your Word is the pillar of comfort and contentment. I have been enlightened with this essence of Your Word with Your Blessings.

Key Message of Raag Gauree page 243-1
‘ਕਿਹੜਾ ਸਦਾ ਸਾਥ ਰਹਿਣ ਵਾਲਾ ਧਨ ਹੈ?
ਮੈਂ ਇਕੇਲਾ ਤੇਰੇ ਵਿਛੋੜੇ ਦੇ ਵਿਰਾਗ ਨਾਲ ਕਰਲਾਉਂਦਾ ਹਾ । ਜਿਹੜਾ ਪ੍ਰਭ ਦੇ ਸ਼ਬਦ ਦੀ ਪਾਲਣਾ ਵਿੱਚ ਲੀਨ ਰਹਿੰਦਾ ਹੈ, ਉਸ ਦੇ ਮਨ ਵਿੱਚ ਸਦਾ ਚਲਣ ਵਾਲੀ ਸ਼ਬਦ ਦੀ ਗੂੰਜ ਸੁਣਾਈ ਦੇਂਦੀ ਹੈ, ਉਸ ਦੀ ਪਵਿੱਤਰ ਆਤਮਾ, ਮਿਲਣ ਦੇ ਯੋਗ ਹੋ ਜਾਂਦੀ ਹੈ । ਜੀਵ ਸੰਸਾਰਕ ਮੋਹ ਮਾਇਆ ਦੇ ਜਾਲ ਵਿੱਚ ਫਸਕੇ, ਪ੍ਰਭ ਦੀ ਹੋਂਦ, ਮੌਤ ਦਾ ਡਰ ਵਿਸਾਰ ਲੈਂਦਾ ਹੈ । ਜਿਹੜੇ ਸੰਸਾਰ ਵਿੱਚ ਰਹਿੰਦੇ ਹੋਏ, ਆਪਣੇ ਮਨ ਅੰਦਰੋਂ ਢੂੰਡਦਾ ਹੈ, ਆਪਣੇ ਆਪ ਨੂੰ ਪਛਾਣ ਲੈਂਦਾ ਹੈ । ਪ੍ਰਭ ਤੇਰਾ ਸ਼ਬਦ, ਤੇਰੀ ਹੋਂਦ, ਤੇਰਾ ਦਰਬਾਰ, ਆਤਮਾ ਦੇ ਅੰਦਰ ਤੇਰਾ ਤਖਤ ਸਭ ਅਟਲ ਹੈ । ਸ਼ਬਦ ਦਾ ਵਪਾਰ ਹੀ ਅਸਲੀ ਸਦਾ ਅਟਲ ਰਹਿਣ ਵਾਲੀ ਕਮਾਈ ਹੈ ।
What may be the everlasting wealth of soul?
I am miserable in renunciation in the memory of my separation from Your Holy Spirit. Whosoever may remain intoxicated in the void of Your Word; he may hear the everlasting echo of His Word resonates within. His soul may be sanctified to become worthy of Your Consideration. Your Word, and Your Existence, Your Throne within soul all are axiom. Only the trade of Your Word may be the true wealth, everlasting earning for soul.

Chapter 4

☬ ਰਾਗੁ ਆਸਾ (347 – 488) ☬

1. **ਰਾਗੁ ਆਸਾ ਮਹਲਾ ੧ ਘਰੁ ੧॥ 347-1** ਸੋ ਦਰੁ॥

ਸੋ ਦਰੁ ਕੇਹਾ ਸੋ ਘਰੁ ਕੇਹਾ ਜਿਤੁ ਬਹਿ ਸਰਬ ਸਮਾਲੇ॥ so dar kayhaa so ghar kayhaa, jit bahi sarab samaalay.

ਪ੍ਰਭ ਤੇਰਾ ਘਰ, ਆਸਣ ਕਿਤਨੀ ਸ਼ਾਨ ਵਾਲਾ ਹੈ? ਜਿਸ ਵਿੱਚ ਬੈਠ ਕੇ ਸਾਰੀ ਸ੍ਰਿਸ਼ਟੀ ਨੂੰ ਸੰਭਾਲਦਾ, ਰੋਜ਼ੀ, ਕ੍ਰਿਪਾ ਦੀ ਨਜ਼ਰ ਬਖ਼ਸ਼ਦਾ ਹੈ ।

How elegant may be Your Throne, Palace, to reside and performs all functions of the universe?

ਵਾਜੇ ਨਾਦ ਅਨੇਕ ਅਸੰਖਾ ਕੇਤੇ ਵਾਵਣਹਾਰੇ॥ vaajay naad anayk asankhaa, kaytay vaavanhaaray.
ਕੇਤੇ ਰਾਗ ਪਰੀ ਸਿਉ ਕਹੀਅਨਿ ਕੇਤੇ ਗਾਵਣਹਾਰੇ॥ kaytay raag paree si-o kahee-an, kaytay gaavanhaaray.
ਗਾਵਹਿ ਤੁਹਨੋ ਪਉਣੁ ਪਾਣੀ ਬੈਸੰਤਰੁ, ਗਾਵੈ ਰਾਜਾ ਧਰਮੁ ਦੁਆਰੇ॥ gaavahi tuhno pa-un paanee baisantar, gaavai raajaa Dharam du-aaray.
ਗਾਵਹਿ ਚਿਤੁ ਗੁਪਤੁ ਲਿਖਿ ਜਾਣਹਿ, ਲਿਖਿ ਲਿਖਿ ਧਰਮੁ ਵੀਚਾਰੇ॥ gaavahi chit gupat likh jaaneh likh likh Dharam veechaaray.
ਗਾਵਹਿ ਈਸਰੁ ਬਰਮਾ ਦੇਵੀ ਸੋਹਨਿ ਸਦਾ ਸਵਾਰੇ॥ gaavahi eesar barmaa dayvee sohan sadaa savaaray.
ਗਾਵਹਿ ਇੰਦ ਇਦਾਸਣਿ ਬੈਠੇ ਦੇਵਤਿਆ ਦਰਿ ਨਾਲੇ॥ gaavahi ind idaasan baithay dayviti-aa dar naalay.
ਗਾਵਹਿ ਸਿਧ ਸਮਾਧੀ ਅੰਦਰਿ ਗਾਵਨਿ ਸਾਧ ਵਿਚਾਰੇ॥ gaavahi siDh samaaDhee andar gaavan saaDh vichaaray.
ਗਾਵਨਿ ਜਤੀ ਸਤੀ ਸੰਤੋਖੀ ਗਾਵਹਿ ਵੀਰ ਕਰਾਰੇ॥ gaavan jatee satee santokhee gaavahi veer karaaray.
ਗਾਵਨਿ ਪੰਡਿਤ ਪੜਨਿ ਰਖੀਸਰ ਜੁਗੁ ਜੁਗੁ ਵੇਦਾ ਨਾਲੇ॥ gaavan pandit parhan rakheesar jug jug vaydaa naalay.
ਗਾਵਹਿ ਮੋਹਣੀਆ ਮਨੁ ਮੋਹਨਿ ਸੁਰਗਾ ਮਛ ਪਇਆਲੇ॥ gaavahi mohnee-aa man mohan surgaa machh pa-i-aalay.
ਗਾਵਨਿ ਰਤਨ ਉਪਾਏ ਤੇਰੇ ਅਠਸਠਿ ਤੀਰਥ ਨਾਲੇ॥ gaavan ratan upaa-ay tayray athsath tirath naalay.
ਗਾਵਹਿ ਜੋਧ ਮਹਾਬਲ ਸੂਰਾ ਗਾਵਹਿ ਖਾਣੀ ਚਾਰੇ॥ gaavahi joDh mahaabal sooraa gaavahi khaanee chaaray.
ਗਾਵਹਿ ਖੰਡ ਮੰਡਲ ਵਰਭੰਡਾ ਕਰਿ ਕਰਿ ਰਖੇ ਧਾਰੇ॥ gaavahi khand mandal varbhandaa kar kar rakhay Dhaaray.
ਸੇਈ ਤੁਧੁਨੋ ਗਾਵਹਿ ਜੋ ਤੁਧੁ ਭਾਵਨਿ, ਰਤੇ ਤੇਰੇ ਭਗਤ ਰਸਾਲੇ॥ say-ee tuDhuno gaavahi jo tuDh bhaavan, ratay tayray bhagat rasaalay.
ਹੋਰਿ ਕੇਤੇ ਗਾਵਨਿ ਸੇ ਮੈ ਚਿਤਿ ਨ ਆਵਨਿ ਨਾਨਕੁ ਕਿਆ ਵੀਚਾਰੇ॥ hor kaytay gaavan say mai chit na aavan naanak ki-aa veechaaray.

ਪ੍ਰਭ ਦੇ ਘਰ ਵਿੱਚ ਅਨੇਕਾਂ ਹੀ ਸੰਗੀਤ ਚਲਦੇ, ਅਨੇਕਾਂ ਹੀ ਸ਼ਬਦ ਦਾ ਵਿਚਾਰ, ਸਿਮਰਨ ਕਰਦੇ ਹਨ । ਅਨੇਕਾਂ ਹੀ ਰਾਗਾਂ ਦੀਆਂ ਪਰੀਆਂ ਹਮੇਸ਼ਾਂ ਰਾਗ ਗਾਉਂਦੀਆ ਹਨ, ਸ਼ਬਦ ਦੀ ਧੁਨ ਹਮੇਸ਼ਾਂ ਗੂੰਜ ਦੀ ਰਹਿੰਦੀ ਹੈ, ਸਿਮਰਨ ਕਰਨ ਵਾਲਿਆਂ ਦੀ ਗਿਣਤੀ ਨਹੀਂ ਕੀਤਾ ਜਾ ਸਕਦੀ । ਪ੍ਰਭ ਦਾ ਸਿਮਰਨ ਹਵਾ, ਪਾਣੀ, ਅੱਗਨੀ, ਧਰਮਰਾਜ, ਚਿਤ੍ਰ ਅਤੇ ਗੁਪਤ ਕਰਦੇ ਹਨ । ਈਸਰ, ਬ੍ਰਹਮਾ, ਹੋਰ ਸਾਰੇ ਦੇਵ ਅਤੇ ਦੇਵੀਆਂ, ਜਿਹੜੇ ਪ੍ਰਭ ਦੀ ਰਹਿਮਤ ਨਾਲ ਤੇਰੇ ਦਰਬਾਰ ਵਿੱਚ ਪ੍ਰਵਾਨ ਹਨ । ਇੰਦ੍ਰ, ਸਾਧੂ, ਵਿਦਵਾਨ ਵਿਚਾਰ ਕਰਨ ਵਾਲੇ, ਸਿਧ, ਜੋਗੀ, ਜਤੀ, ਸਤੀਆਂ ਅਤੇ ਹੋਰ ਸੂਰਮੇ, ਸਾਸਤ੍ਰ ਦੇ ਗਿਆਨ ਵਾਲੇ ਵਿਦਵਾਨ, ਕਰਬਾਨੀ ਦੇ ਮੁਕਤੇ, ਗਾਉਂਦੇ ਹਨ । ਪੰਡਿਤ, ਸ਼ਬਦ ਦੇ ਗਿਆਨ ਵਾਲੇ ਰਿਸ਼ੀ, ਜੁਗਾਂ, ਜੁਗਾਂ ਤੋਂ ਵੇਦਾਂ ਦੀ ਸਿਖਿਆਂ ਨਾਲ ਜੀਵਨ ਬਤੀਤ ਕਰਨ ਵਾਲੇ, ਸੰਤ ਮਹਾਤਮਾਂ, ਮਨ ਨੂੰ ਮੋਹਤ ਕਰਨ ਵਾਲੇ ਰਾਗਾਂ, ਸੁਰਾਂ ਨਾਲ ਗੁਣ ਗਾਉਂਦੇ ਹਨ! ਸਵਰਗ ਅਤੇ ਪਤਾਲ ਵਿੱਚ ਰਹਿਣ ਵਾਲੀਆਂ ਸਾਰੀਆਂ ਸ੍ਰਿਸ਼ਟੀਆਂ ਹੀ ਸਿਮਰਨ ਕਰਦੀਆਂ, ਜਸ ਗਾਉਂਦੀਆਂ ਹਨ । ਪ੍ਰਭ ਦੇ ਪੈਦਾ ਕੀਤੇ ਰਤਨ, ਅਨਗਿਣਤ ਹੀ ਤੀਰਥ (ਅਠਾਹਠ–68), ਸਾਸਤ੍ਰ, ਵੇਦ, ਬਹੁਤ ਸੂਰਮੇ ਹਨ! ਜਿਹਨਾਂ ਨੇ ਆਪਾ ਪ੍ਰਭ ਤੇ ਅਰਪਣ ਕੀਤਾ ਹੈ । ਹੋਰ ਸਾਰੇ ਖੰਡ, ਮੰਡਲ ਵਿੱਚ ਰਹਿਣ ਵਾਲੇ ਜੀਵ ਪ੍ਰਭ ਦਾ ਜਸ ਗਾਉਂਦੇ, ਸ਼ਬਦ ਦੀ ਧੁਨ ਵਿੱਚ ਮਸਤ ਰਹਿੰਦੇ ਹਨ । ਜਿਹੜਾ ਪ੍ਰਭ ਨੂੰ ਭਾਉਂਦਾ ਹੈ ਕੇਵਲ ਉਹ ਹੀ ਸਿਮਰਨ ਕਰਦਾ, ਸ਼ਬਦ ਅਨੁਸਾਰ ਜੀਵਨ ਢਾਲਦਾ ਹੈ । ਜਿਹੜੇ ਦਾਸ ਸ਼ਬਦ ਵਿੱਚ ਰੰਗੇ, ਮਸਤ ਰਹਿੰਦੇ, ਤੇਰੀ ਮਰਜ਼ੀ ਨੂੰ ਕਬੂਲ ਕਰਕੇ, ਰਜ਼ਾ ਵਿੱਚ ਅਨੰਦ ਮਾਨਦੇ ਹਨ! ਤੇਰੇ ਹਰ ਕਰਤਬ ਦਾ ਧੰਨਵਾਦ ਕਰਦੇ ਹਨ, ਉਹ ਪੂਜਣ ਯੋਗ ਬਣ ਜਾਂਦੇ ਹਨ । ਹੋਰ ਅਨੇਕਾਂ ਹੀ ਬੰਦਗੀ ਕਰਦੇ ਹਨ, ਜਿਹਨਾਂ ਦੀ ਪੂਰਨ ਗਿਣਤੀ ਕੀਤੀ ਨਹੀਂ ਜਾ ਸਕਦੀ ।

Countless musicians, music, and true devotees explore, discuss, and meditate on the teachings of Your Word. Countless gods, angles, devotees, holy shrines, holy priests in all ages sing Your Glory. The everlasting echo of Your Word resonates nonstop everywhere within His Nature. No one can imagine, the number of Your Worshippers.My True Master everything, the air, water, fire, The Righteous Judge, "Chattra Guppat", sings the glory, meditate (Christ, Brahma, many angels, prophets); with Your mercy and grace, many have been accepted in Your Court. Inder, prophet of rain and other devotees; several, enlightened souls, have surrendered their entity at Your Sanctuary. Several other prophets and devotees remain contented and intoxicated in the void of Your Word. Several scholars preach the teachings of Your Word! Enlightened Souls, Yogis, prophets who have conquered their mind; brave warriors, virtues of the universe, Holy Shrines, all the Bramunds, Solar systems. Whosoever may be bestowed with Your Blessed Vision, only he may sing the glory of Your Word, Your Nature. I might have forgot countless others, are beyond my comprehensions.

***"Chitra Guppat" Records the day-to-day deeds of Creation"**

ਸੋਈ ਸੋਈ ਸਦਾ ਸਚੁ ਸਾਹਿਬੁ ਸਾਚਾ ਸਾਚੀ ਨਾਈ॥ so-ee so-ee sadaa sach saahib saachaa saachee naa-ee.
ਹੈ ਭੀ ਹੋਸੀ ਜਾਇ ਨ ਜਾਸੀ ਰਚਨਾ ਜਿਨਿ ਰਚਾਈ॥ hai bhee hosee jaa-ay na jaasee rachnaa jin rachaa-ee.
ਰੰਗੀ ਰੰਗੀ ਭਾਤੀ ਕਰਿ ਕਰਿ, ਜਿਨਸੀ ਮਾਇਆ ਜਿਨਿ ਉਪਾਈ॥ rangee rangee bhaatee kar kar jinsee maa-i-aa jin upaa-ee.
ਕਰਿ ਕਰਿ ਵੇਖੈ ਕੀਤਾ ਆਪਣਾ, ਜਿਵ ਤਿਸ ਦੀ ਵਡਿਆਈ॥ kar kar vaykhai keetaa aapnaa jiv tis dee vadi-aa-ee.
ਜੋ ਤਿਸੁ ਭਾਵੈ ਸੋਈ ਕਰਸੀ, ਹੁਕਮੁ ਨ ਕਰਣਾ ਜਾਈ॥ jo tis bhaavai so-ee karsee hukam na karnaa jaa-ee.
ਸੋ ਪਾਤਿਸਾਹੁ ਸਾਹਾ ਪਾਤਿਸਾਹਿਬੁ, ਨਾਨਕ ਰਹਣੁ ਰਜਾਈ॥੧॥ so paatisaahu saahaa paatisaahib naanak rahan rajaa-ee. ||27||

ਅਨੋਖੀ ਮਹਿਮਾਂ ਵਾਲਾ, ਅਟਲ ਪ੍ਰਭ, ਪਹਿਲੇ ਵੀ ਸਪੂਰਨ ਸੀ, ਅੱਗੇ ਵੀ ਅਟਲ ਰਹਿਣ ਵਾਲਾ ਹੈ । ਸਪੂਰਨ ਰੂਪ, ਅਟਲ, ਜਨਮ ਮਰਨ ਤੋਂ ਰਹਿਤ ਪ੍ਰਭ ਦੇ ਸ਼ਬਦ ਦੀ ਅਵਾਜ਼ ਹਮੇਸ਼ਾਂ ਹੀ ਗੂੰਜਦੀ ਰਹਿੰਦੀ ਹੈ । ਸਾਰੀ ਸ੍ਰਿਸ਼ਟੀ ਹੀ ਜਨਮ ਮਰਨ ਦੇ, ਚੱਕਰ ਵਿੱਚ ਰਹਿੰਦੀ ਹੈ, ਸ੍ਰਿਸ਼ਟੀ ਦੇ ਪੈਦਾ ਕਰਨ ਵਾਲਾ ਸਦਾ ਰਹਿਣ, ਨਾ ਬਦਲਣਵਾਲਾ ਹੈ । ਪ੍ਰਭ ਦੇ ਕਰਤਬ ਵੀ ਅਣਗਿਣਤ, ਸਾਰੇ ਕੇਵਲ ਉਸ ਦੇ ਹੁਕਮ ਅਨੁਸਾਰ ਹੀ ਚਲਦੇ, ਕਿਸੇ ਦਾ ਹੁਕਮ ਨਹੀਂ ਚਲਦਾ, ਪੂਰਨ ਤਰ੍ਹਾਂ ਤੇ ਦੱਸੇ ਨਹੀਂ ਜਾ ਸਕਦੇ । ਅਨੇਕਾਂ ਹੀ ਕਿਸਮਾਂ ਦੇ ਜੀਵ, ਅਨੇਕਾਂ ਹੀ ਰੰਗ ਰੂਪ, ਹਰਇਕ ਵਿੱਚ ਵੱਖਰੇ, ਗੁਣਾਂ ਦਾ ਭੰਡਾਰ ਹੈ । ਆਪ ਹੀ ਸ੍ਰਿਸ਼ਟੀ ਨੂੰ ਪੈਦਾ ਕਰਦਾ, ਦੇਖਦਾ, ਅਨੰਦ ਮਾਨਦਾ, ਆਪਣੀ ਮੌਜ ਵਿੱਚ ਰਹਿੰਦਾ ਹੈ । ਪ੍ਰਭ ਪਹਿਲੇ ਵੀ ਅਟਲ, ਨਾ ਮਿਟਨਵਾਲਾ, ਹੁਣ ਵੀ, ਅੱਗੇ ਵੀ ਅਟਲ ਰਹਿਣ ਵਾਲਾ ਹੈ । ਸਾਰੇ ਸ੍ਰਿਸ਼ਟੀ ਦੇ ਦੇਵਤੇ,

ਗੁਰੂ ਨਾਨਕ ਦੇਵ ਜੀ! – Guru Nanak Dev Ji! Guru Granth Sahib

ਮਾਹਰਾਜੇ ਉਸ ਦੇ ਹੁਕਮ ਅੰਦਰ ਹੀ ਚਲ ਸਕਦੇ ਹਨ । ਸਦਾ ਹੀ ਪ੍ਰਭ ਦਾ ਭਾਣਾ ਸਤਿ ਸਮਝ ਕੇ ਕਬੂਲ ਕਰੋ! ਸਭ ਕੁਝ ਪ੍ਰਭ ਦੇ ਹੁਕਮ ਅੰਦਰ ਹੀ ਚਲਦਾ ਹੈ! ਪ੍ਰਭ ਦੇ ਸ਼ਬਦ ਨੂੰ ਅਟਲ ਮੰਨ ਕੇ ਜੀਵਨ ਢਾਲਣ ਨਾਲ ਮਨ ਵਿੱਚ ਸੰਤੋਖ, ਅਹੰਕਾਰ ਦੀ ਜੜ੍ਹ ਨਾਸ਼, ਮੁਕਤੀ ਬਖਸ਼ਿਸ਼ ਹੋ ਸਕਦੀ ਹੈ ।

The Omnipotent True Master was perfect in all respects before the creation, in present and future even after the destruction of universe. The everlasting echo of His Word resonates in the universe, non-stop forever. The One and Only One, Axiom Holy Spirit remains embedded within every soul beyond the cycle of birth and death, beyond the influence of time; however, His Creation remains in the cycle of birth and death. He has created countless creatures of various colors, forms, structure, and size. His Holy Spirt, His Throne remains embedded within every soul and never abandon the soul; soul is an integral, but blemished part of His Holy Spirit. The True Master preforms countless events, miracles, all happens only under His Command and remains beyond comprehension of His Creation. He has created countless, beyond imagination creatures, each with different virtues, size, color, purpose. He dwells, prevails, monitor all events, and remains in blossom forever. All the prophets, kings may only dance at His Word, as puppets. Everything happens under His Command and always for welfare of His universe and unavoidable. Whosoever may surrender his self-entity at His Sanctuary; he may conquer his own ego and remains contented with his own environments. He may be blessed with the right path of salvation.

Key Message of Raag Aasaa, page 347-1
'ਪ੍ਰਭ ਦਾ ਘਰ ਕਿਸਤਰ੍ਹਾਂ ਦਾ ਹੈ?
ਪ੍ਰਭ ਦਾ ਆਸਣ ਕਿਤਨੀ ਸ਼ਾਨ ਵਾਲਾ ਹੈ? ਜਿਸ ਵਿੱਚ ਬੈਠ ਕੇ ਸਾਰੀ ਸ੍ਰਿਸ਼ਟੀ ਨੂੰ ਸੰਭਾਲਦਾ, ਰੋਜ਼ੀ, ਕ੍ਰਿਪਾ ਦੀ ਨਜ਼ਰ ਬਖਸ਼ਦਾ ਹੈ । ਸਾਰੀ ਸ੍ਰਿਸ਼ਟੀ ਹੀ ਪ੍ਰਭ ਦੀਆਂ ਕਰਾਮਾਤਾਂ ਦੇ ਗੁਣ ਗਾਉਣ ਵਿੱਚ ਲੀਨ ਰਹਿੰਦੀ ਹੈ! ਜਿਹੜੇ ਸ਼ਬਦ ਦੇ ਰੰਗੇ ਵਿੱਚ ਮਸਤ, ਮਰਜ਼ੀ, ਰਜ਼ਾ ਵਿੱਚ ਅਨੰਦ ਮਾਣਦਾ, ਹਰ ਕਰਤਬ ਦਾ ਧੰਨਵਾਦ ਕਰਦਾ ਹੈ, ਉਹ ਪੂਜਣ ਯੋਗ ਬਣ ਜਾਂਦਾ ਹੈ । ਪ੍ਰਭ ਸ੍ਰਿਸ਼ਟੀ ਨੂੰ ਪੈਦਾ ਕਰਦਾ, ਸੰਭਾਲਦਾ, ਦੇਖਦਾ, ਖੇੜੇ ਵਿੱਚ ਰਹਿੰਦਾ ਹੈ । ਪ੍ਰਭ ਦੇ ਹੁਕਮ ਅੰਦਰ ਹੀ ਸਾਰੀ ਸ੍ਰਿਸ਼ਟੀ ਦੇ ਸਭ ਕਰਤਬ ਚਲਦੇ ਹਨ । ਜਿਹੜਾ ਆਪਣੀ ਹੌਂਦ ਪ੍ਰਭ ਦੀ ਸ਼ਰਣ ਵਿੱਚ ਭੇਟਾ ਕਰ ਦੇਂਦਾ, ਉਸ ਦੇ ਮਨ ਵਿੱਚ ਸੰਤੋਖ, ਅਹੰਕਾਰ ਦੀ ਜੜ੍ਹ ਨਾਸ, ਮੁਕਤੀ ਬਖਸ਼ਿਸ਼ ਹੋ ਸਕਦੀ ਹੈ । ਜਨਮ ਮਰਨ ਤੋਂ ਛੁਟਕਾਰਾ ਹੋ ਸਕਦਾ ਹੈ ।
How elegant may be His Throne within soul?
How splendorous may be His Throne, Palace, Void, to perform all functions of the universe. The whole universe remains intoxicated in singing the glory of His Blessings! Whosoever may remain drenched with the essence of His Word; intoxicated in the void of His Word; he may become worthy of worship! The Axiom, Forever True Master, remains embedded within His Word, His Nature; only His Command prevails in the universe. Whosoever may surrender his self-entity at His Sanctuary; he may conquer, his mind, ego and he remain contented with his worldly environments. His cycle of birth and death may be eliminated forever.

2. **ਰਾਗੁ ਆਸਾ ਮਹਲਾ ੧ ਚਉਪਦੇ ਘਰੁ ੨॥** 348-18

ੴ ਸਤਿਗੁਰ ਪ੍ਰਸਾਦਿ॥ — ik-oNkaar satgur parsaad.
ਸੁਣਿ ਵਡਾ ਆਖੈ ਸਭ ਕੋਈ॥ ਕੇਵਡੁ ਵਡਾ ਡੀਠਾ ਹੋਈ॥ — sun vadaa aakhai sabh ko-ee. kayvad vadaa deethaa ho-ee.
ਕੀਮਤਿ ਪਾਇ ਨ ਕਹਿਆ ਜਾਇ॥ — keemat paa-ay na kahi-aa jaa-ay.
ਕਹਣੈ ਵਾਲੇ ਤੇਰੇ ਰਹੇ ਸਮਾਇ॥੧॥ — kahnai vaalay tayray rahay samaa-ay.1

ਹਰਇਕ ਜੀਵ, ਇਕ ਦੂਜੇ ਤੋਂ ਸੁਣਕੇ ਵੱਡਾ ਵੱਡਾ ਆਖਦੇ ਹਨ, ਉਸ ਰੂਹਾਨੀ ਜੋਤ, ਕੇਵਲ ਮਹਿਸੂਸ ਕੀਤੀ ਜਾ ਸਕਦੀ, ਦਰਸ਼ਨ ਨਹੀਂ ਕੀਤੇ ਜਾ ਸਕਦੇ! ਜਿਹੜਾ ਪ੍ਰਭ ਦੀ ਹੌਂਦ ਮਹਿਸੂਸ ਕਰ ਲੈਂਦਾ, ਉਹ ਸ਼ਬਦ ਦੀ ਸਮਾਧੀ ਵਿੱਚ ਲੀਨ ਰਹਿੰਦਾ ਹੈ ।

Everyone may hear from each other; reads worldly Holy Scripture and claims The True Master as the greatest of All. He remains beyond any limitation of physical body; beyond any visibility to His Creation. His Existence may only be realized within His Nature. No one may fully comprehend His Greatness! Whosoever may surrender his self-entity at His Sanctuary! He may remain intoxicated in meditation in the void of His Word.

ਮੇਰੇ ਸਾਹਿਬਾ, ਗਹਿਰ ਗੰਭੀਰਾ ਗੁਣੀ ਗਹੀਰਾ॥ — vaday mayray saahibaa gahir gambheeraa gunee gaheeraa.
ਕੋਈ ਨ ਜਾਣੈ ਤੇਰਾ, ਕੇਤਾ ਕੇਵਡੁ ਚੀਰਾ॥੧॥ ਰਹਾਉ॥ — ko-ee na jaanai tayraa kaytaa kayvad cheeraa. ||1||rahaa-o.

ਪ੍ਰਭ ਦੀ ਅਵਸਥਾ ਬਹੁਤ ਗੰਭੀਰ, ਡੂੰਘੀ, ਇਸ ਦੀ ਪੂਰਨ ਵਿਆਖਿਆ ਨਹੀਂ ਹੋ ਸਕਦੀ । ਇਹ ਮਾਨਸ ਦੀ ਸਮਝ ਤੋਂ ਉਪਰ ਹੈ ।

The True Master, His Your Nature remains a deep mysterious, beyond comprehension, explanation of His Creation.

ਸਭਿ ਸੁਰਤੀ ਮਿਲਿ ਸੁਰਤਿ ਕਮਾਈ॥ — sabh surtee mil surat kamaa-ee.
ਸਭ ਕੀਮਤਿ ਮਿਲਿ ਕੀਮਤਿ ਪਾਈ॥ — sabh keemat mil keemat paa-ee.
ਗਿਆਨੀ ਧਿਆਨੀ ਗੁਰ ਗੁਰ ਹਾਈ॥ — gi-aanee Dhi-aanee gur gur haa-ee.
ਕਹਣੁ ਨ ਜਾਈ ਤੇਰੀ ਤਿਲੁ ਵਡਿਆਈ॥੨॥ — kahan na jaa-ee tayree til vadi-aaee.

ਅਗਰ ਸਾਰੀ ਸ੍ਰਿਸ਼ਟੀ ਹੀ ਆਪਣੀ ਸਿਆਣਪ ਨਾਲ ਅਦੰਜ਼ਾ ਲਾਉਣ! ਸ੍ਰਿਸ਼ਟੀ ਦੇ ਸਾਰੇ ਪੀਰ ਪੈਗੰਬਰ, ਸੋਝੀਵਾਨਾ ਦੀ ਵਿਆਖਿਆ ਨੂੰ ਇਕੱਠਾ ਕੀਤਾ ਜਾਵੇ, ਤਾ ਵੀ ਥੋੜ੍ਹੀ ਮਾਤਰਾ ਵਿੱਚ ਸੋਝੀ ਮਿਲਦੀ ਹੈ ।

The whole universe, creation, all prophets, Enlightened Souls may combine their wisdom to explain His Nature; however, only very insignificant comprehension of His Nature may be explained.

ਸਭਿ ਸਤ ਸਭਿ ਤਪ ਸਭਿ ਚੰਗਿਆਈਆ॥ — sabh sat sabh tap sabh chang-aaee-aa.
ਸਿਧਾ ਪੁਰਖਾ ਕੀਆ ਵਡਿਆਈਆਂ॥ — siDhaa purkhaa kee-aa vadi-aa-eeaaN.
ਤੁਧੁ ਵਿਣੁ ਸਿਧੀ ਕਿਨੈ ਨ ਪਾਈਆ॥ — tuDh vin siDhee kinai na paa-ee-aa.
ਕਰਮਿ ਮਿਲੈ ਨਾਹੀ ਠਾਕਿ ਰਹਾਈਆ॥ ੩॥ — karam milai naahee thaak rahaa-eeaa.

ਪ੍ਰਭ ਦੀ ਰਹਿਮਤ ਨਾਲ ਹੀ ਸਾਰੀ ਸ੍ਰਿਸ਼ਟੀ ਦੇ ਬੰਦਗੀ ਕਰਨ ਵਾਲੇ ਵਿਰਾਗੀਆਂ ਨੂੰ ਸਾਰੇ ਗੁਣ ਬਖਸ਼ਿਸ਼ ਹੋਏ ਹਨ । ਪ੍ਰਭ ਦੀ ਰਹਿਮਤ ਨੂੰ ਕੋਈ ਰੋਕ ਨਹੀਂ ਸਕਦਾ ।

ਗੁਰੂ ਨਾਨਕ ਦੇਵ ਜੀ! – Guru Nanak Dev Ji! Guru Granth Sahib

The True Master with His Blessed Vision has bestowed all virtues to all worldly devotees, Saints, renunciatory. His Blessings on His true devotee may never be removed by any curse of any worldly guru, prophet, saint.

ਆਖਣ ਵਾਲਾ ਕਿਆ ਬੇਚਾਰਾ॥ ਸਿਫਤੀ ਭਰੇ ਤੇਰੇ ਭੰਡਾਰਾ॥ aakhan vaalaa ki-aa baychaaraa. siftee bharay tayray bhandaaraa.
ਜਿਸੁ ਤੂੰ ਦੇਹਿ ਤਿਸੈ ਕਿਆ ਚਾਰਾ॥ Jis tooN deh tisai ki-aa chaaraa.
ਨਾਨਕ ਸਚੁ ਸਵਾਰਣਹਾਰਾ॥੪॥੧॥ naanak sach savaaranhaaraa. ||4||1||

ਪ੍ਰਭ ਬਾਬਤ ਮਾਨਸ ਕੀ ਦੱਸ ਸਕਦਾ ਹੈ? ਪ੍ਰਭ ਹੀ ਗੁਣਾਂ, ਸਿਫਤਾਂ ਦਾ ਬੇਅੰਤ ਭੰਡਾਰ ਹੈ । ਜਿਸ ਤੇ ਰਹਿਮਤ ਦੀ ਨਜ਼ਰ ਬਖਸ਼ਦਾ ਹੈ, ਉਸ ਦੀ ਕੋਈ ਹੋਰ ਇਛਾਂ ਨਹੀਂ ਰਹਿੰਦੀ । ਅਟਲ ਪ੍ਰਭ ਹੀ ਸਾਰੇ ਕਾਰਜ ਸਫਲ ਕਰਨ ਵਾਲਾ ਮਾਲਕ ਹੈ ।

What may any human explain about His Nature? The True Master remains an unlimited treasure of virtues and greatness. Whosoever may be bestowed with His Blessed Vision, he may never have any worldly desire within his mind. The Axiom, Omnipotent True Master accomplish all worldly task of His true devotee.

Key Message of Raag Aasaa, page 348-18
'ਪ੍ਰਭ ਦੀ ਸ਼ਾਨ, ਬਖਸ਼ਿਸ਼!
ਹਰਇਕ ਜੀਵ ਇਕ ਦੂਜੇ ਤੋਂ ਸੁਣਕੇ ਵੱਡਾ ਵੱਡਾ ਆਖਦੇ ਹਨ, ਉਸ ਰੂਹਾਨੀ ਜੋਤ, ਕੇਵਲ ਮਹਿਸੂਸ ਕੀਤੀ ਜਾ ਸਕਦੀ, ਦਰਸ਼ਨ ਨਹੀਂ ਕੀਤੇ ਜਾ ਸਕਦੇ! ਜਿਹੜਾ ਪ੍ਰਭ ਦੀ ਹੋਂਦ ਮਹਿਸੂਸ ਕਰ ਲੈਂਦਾ, ਉਹ ਸ਼ਬਦ ਦੀ ਸਮਾਧੀ ਵਿੱਚ ਲੀਨ ਰਹਿੰਦਾ ਹੈ । ਸ੍ਰਿਸ਼ਟੀ ਵਿੱਚ ਸਾਰਿਆਂ ਚੰਗੀਆਈਆਂ ਪ੍ਰਭ ਦੀ ਹੀ ਬਖਸ਼ਿਸ਼ ਹਨ । ਪ੍ਰਭ ਦੀ ਰਹਿਮਤ ਨੂੰ ਕੋਈ ਰੋਕ ਨਹੀਂ ਸਕਦਾ ।
Glory and Greatness of The True Master!
Everyone may hear from each other; reads worldly Holy Scripture and claims The True Master as the greatest of All. He remains beyond any limitation of physical body; beyond any visibility to His Creation. Whosoever may realize His Existence; he may remain intoxicated in the void of His Word. In the universe! All virtues have been bestowed on His Creation, only with His Blessed Vision. His Blessings remains beyond any curse of any worldly power, guru, prophet.

3. ਆਸਾ ਮਹਲਾ ੧॥ 349-6

ਆਖਾ ਜੀਵਾ ਵਿਸਰੈ ਮਰਿ ਜਾਉ॥ ਆਖਣਿ ਅਉਖਾ ਸਾਚਾ ਨਾਉ॥ aakhaa jeevaa visrai mar jaa-o. aakhan a-ukhaa saachaa naa-o.
ਸਾਚੇ ਨਾਮ ਕੀ ਲਾਗੈ ਭੂਖ॥ saachay naam kee laagai bhookh.
ਤਿਤੁ ਭੂਖੈ ਖਾਇ ਚਲੀਅਹਿ ਦੂਖ॥੧॥ tit bhookhai khaa-ay chalee-ahi dookh.

ਪ੍ਰਭ ਦੇ ਸ਼ਬਦ ਦੀ ਪਾਲਣਾ ਕਰਨਾ, ਬਹੁਤ ਔਖਾ, ਕਠਨ ਧੰਦਾ ਹੈ । ਅਸਲੀ ਬੰਦਗੀ ਕਰਨ ਵਾਲੇ ਦੇ ਮਨ ਦੀ ਅਵਸਥਾ ਇਸਤਰ੍ਹਾਂ ਦੀ ਹੋ ਜਾਂਦੀ ਹੈ, ਮਨ ਵਿਚੋਂ ਸ਼ਬਦ ਵਿਸਰ ਜਾਣ ਨਾਲ ਆਪਣੇ ਆਪ ਨੂੰ ਮੁਰਦਾ ਹੀ ਸਮਝਦਾ ਹੈ । ਜਿਹੜਾ ਸ਼ਬਦ ਦੀ ਬੰਦਗੀ ਕਰਦਾ ਹੈ, ਉਸ ਦੇ ਮਨ ਵਿੱਚ ਖੇੜੇ ਆ ਜਾਂਦਾ ਹੈ ।

To fully obey and adopt the teachings of His Word may be very tedious and difficult task. The state of mind of His true devotee may be transformed such a way, as the thoughts of His Word disappear from his mind, he may feel his human life may not be worth living. He may not feel any real purpose of his human life. Whosoever may meditate and adopts the teachings of His Word in his day-to-day life; he may remain overwhelmed with contentment and blossom within.

ਸੋ ਕਿਉ ਵਿਸਰੈ ਮੇਰੀ ਮਾਇ॥ so ki-o visrai mayree maa-ay.
ਸਾਚਾ ਸਾਹਿਬੁ ਸਾਚੈ ਨਾਇ॥੧॥ ਰਹਾਉ॥ saachaa saahib saachai naa-ay. ||1|| rahaa-o.

ਜਿਸ ਜੀਵ ਨੂੰ ਪ੍ਰਭ ਦੇ ਸਿਮਰਨ ਦੀ ਸ਼ਰਧਾ, ਭੁੱਖ ਰਹਿੰਦੀ ਹੈ । ਉਸ ਦੀ ਸਿਮਰਨ ਦੀ ਭੁੱਖ, ਸੰਸਾਰਕ ਦੁਖਾਂ ਨੂੰ ਆਪਣੇ ਮਨ ਵਿਚੋਂ ਖਤਮ ਕਰ ਦੇਂਦੀ ਹੈ । ਜੀਵ ਸਦਾ ਰਹਿਣ ਵਾਲੇ ਮਾਲਕ ਨੂੰ ਤੂੰ ਕਿਵੇਂ ਮਨੋ ਵਿਸਾਰ ਦੇਂਦਾ ਹੈ?

Whosoever may always remain anxious to meditate on the teachings of His Word. His devotion to meditate on the teachings of His Word may burn and eliminates all his worldly miseries and desires from his mind. How can anyone abandon the teachings of The True Master from his mind?

ਸਾਚੇ ਨਾਮ ਕੀ ਤਿਲੁ ਵਡਿਆਈ॥ ਆਖਿ ਥਕੇ ਕੀਮਤਿ ਨਹੀ ਪਾਈ॥ saachay naam kee til vadi-aa-ee. aakh thakay keemat nahee paa-ee.
ਜੇ ਸਭਿ ਮਿਲਿ ਕੈ ਆਖਣ ਪਾਹਿ॥ jay sabh mil kai aakhan paahi.
ਵਡਾ ਨ ਹੋਵੈ ਘਾਟਿ ਨ ਜਾਇ॥੨॥ vadaa na hovai ghaat na jaa-ay. ||2||

ਜਿਹੜੇ ਸ਼ਬਦ ਦੀ ਵਿਆਖਿਆ ਕਰਨ ਤੇ ਹੀ ਲਗੇ ਰਹਿੰਦੇ ਹਨ, ਇਸ ਨੂੰ ਹੀ ਆਪਣੀ ਬੰਦਗੀ ਸਮਝਦੇ ਹਨ । ਉਹ ਕੇਵਲ ਇਕ ਮਾਤਰਾ ਹੀ ਵਿਸ਼ਾਲ ਪ੍ਰਭ ਦੇ ਸ਼ਬਦ ਦੀ ਜਾਣਕਾਰੀ ਕਰ ਸਕਦੇ ਹਨ । ਅਗਰ ਸਾਰੀ ਸ੍ਰਿਸ਼ਟੀ ਹੀ ਰਲਕੇ ਵੀ ਉਸ ਦੀਆਂ ਕਰਾਮਾਤਾਂ ਦੀ ਉਸਤਤ ਜਾ ਨਿੰਦਿਆਂ ਕਰਨ, ਇਸ ਨਾਲ ਨਾ ਤਾ ਉਹ ਵੱਡਾ ਹੁੰਦਾ, ਨਾ ਹੀ ਕੁਝ ਘੱਟਦਾ ਹੀ ਹੈ ।

Whosoever may focus only on explaining the spiritual meanings of the teachings of His Word and he may consider as his meditation. He may only comprehend a very insignificant understanding of His Nature. His greatness and the treasure of His virtues are vast and mysterious. His Greatness may never be enhanced singing His Glory nor His Greatness may be diminished by criticizing His Virtues by His Creation.

ਨਾ ਓਹੁ ਮਰੈ ਨ ਹੋਵੈ ਸੋਗੁ॥ ਦੇਂਦਾ ਰਹੈ ਨ ਚੂਕੈ ਭੋਗੁ॥ naa oh marai na hovai sog. dayNdaa rahai na chookai bhog.
ਗੁਣੁ ਏਹੋ ਹੋਰੁ ਨਾਹੀ ਕੋਇ॥ ਨਾ ਕੋ ਹੋਆ ਨਾ ਕੋ ਹੋਇ॥੩॥ gun ayho hor naahee ko-ay. naa ko ho-aa naa ko ho-ay. ||3||

ਜਨਮ ਮਰਨ ਤੋਂ ਰਹਿਤ ਪ੍ਰਭ ਨੂੰ ਕਿਸੇ ਨਾਲ ਮੋਹ, ਵਿਛੜ ਜਾਣ ਦਾ ਸੋਗ ਨਹੀਂ ਹੁੰਦਾ । ਪ੍ਰਭ ਦਾਤਾਂ ਬਖਸ਼ਦਾ ਕਦੇ ਅੱਕਦਾ, ਥੱਕਦਾ ਨਹੀਂ ਹੈ । ਇਹ ਹੀ ਸਭ ਤੋਂ ਵੱਖਰਾ ਗੁਣ ਹੈ । ਉਸ ਦੀ ਕਿਸੇ ਕਿਸਮ ਦੀ ਸੀਮਾ, ਹੱਦ ਨਹੀਂ ਹੁੰਦੀ! ਪ੍ਰਭ, ਆਪਣੇ ਬਰਾਬਰ ਦਾ ਦਾਨੀ, **ਸ਼ਰੀਕ ਸੰਸਾਰ ਵਿੱਚ ਪੈਦਾ ਨਹੀਂ ਕਰਦਾ**, ਜਿਸ ਨੂੰ ਪ੍ਰਭ ਖਤਮ ਨਹੀਂ ਕਰ ਸਕਦਾ!

The True Master remains beyond the cycle of birth and death, any emotional attachment nor any grieve for anything. The Merciful Generous, True Master may never be exhausted nor frustrated bestowing His Blessings. His greatness, Virtues remain unique from anyone; worldly prophets, guru, goddess etc. The Omnipotent True Master remains beyond any limitations, boundaries of any of His Blessings and Miracles. He may **never create anyone equal or greater**, more power, beyond His Control to be destroyed.

ਗੁਰੂ ਨਾਨਕ ਦੇਵ ਜੀ! – Guru Nanak Dev Ji! Guru Granth Sahib

ਜੇਵਡੁ ਆਪਿ ਤੇਵਡ ਤੇਰੀ ਦਾਤਿ॥ ਜਿਨਿ ਦਿਨੁ ਕਰਿ ਕੈ ਕੀਤੀ ਰਾਤਿ॥ jayvad aap tayvad tayree daat. Jin din kar kai keetee raat.
ਖਸਮੁ ਵਿਸਾਰਹਿ ਤੇ ਕਮਜਾਤਿ॥ ਨਾਨਕ ਨਾਵੈ ਬਾਝੁ ਸਨਾਤਿ॥੪॥੨॥ khasam visaareh tay kamjaat. naanak naavai baajh sanaat. ||4||2||

ਜਿਤਨਾ ਵੱਡਾ ਪ੍ਰਭ ਆਪ ਹੈ, ਉਤਨੀਆਂ ਵੱਡੀਆਂ ਹੀ ਪ੍ਰਭ ਦੀਆਂ ਬਖਸ਼ਿਆਂ ਹਨ । ਪ੍ਰਭ ਨੇ ਦਿਨ ਧੰਦਾ ਕਰਨ, ਰਾਤ ਅਰਾਮ ਕਰਨ ਲਈ ਬਣਾਈ ਹੈ! ਜਿਹੜੇ ਆਪਣੇ ਮਾਨਸ ਜੀਵਨ ਦਾ ਮੰਤਵ, ਅਸਲੀ ਮਾਲਕ ਨੂੰ ਭੁਲ ਜਾਂਦਾ ਹੈ! ਉਹ ਨੀਚ ਜਾਤ, ਹੈਸੀਅਤ ਵਾਲੇ ਹੀ ਬਣ ਜਾਂਦਾ ਹੈ । ਜਿਹੜਾ ਸ਼ਬਦ ਦੀ ਪਾਲਣਾ ਤੋਂ ਬਿਨਾਂ ਹੀ ਜੀਵਨ ਬਤੀਤ ਕਰਦਾ ਹੈ, ਉਹ ਸ਼ਮਸ਼ਾਨ ਵਿੱਚ ਹੀ ਵਸਦਾ ਹੈ ।

The True Master, Greatest of All! His Blessing and Miracles remain beyond the imagination, comprehension of His Creation. He has created day, for His Creation to work to nourish his own body and night for rest and comforts. Whosoever may remain ignorant from the real purpose of human life; abandons the teaching of His Word from his day-to-day life; he may become a mean spirited. Whosoever may not adopt the teachings of His Word, his life remains miserable like dwelling in mortuary.

Key Message of Raag Aasaa, page 349-6
'ਪ੍ਰਭ ਦੀ ਅਨੋਖੀ ਵਡਿਆਈ!
ਪ੍ਰਭ ਦੇ ਸ਼ਬਦ ਦੀ ਪਾਲਣਾ ਕਰਨਾ, ਬਹੁਤ ਔਖਾ, ਕਠਨ ਧੰਦਾ ਹੈ । ਦਾਸ ਦੀ ਸਿਮਰਨ ਦੀ ਸ਼ਰਧਾ ਨਾਲ, ਮਨ ਦੀ ਅਵਸਥਾ, ਸੰਸਾਰਕ ਦੁਖਾਂ ਦੇ ਪ੍ਰਭਾਵ ਦੀ ਪਹੁੰਚ ਵਿੱਚ ਨਹੀਂ ਰਹਿੰਦੀ! ਪ੍ਰਭ ਦੀ ਉਸਤਤ ਜਾ ਨਿੰਦਿਆਂ ਕਰਨ ਨਾਲ ਕੁਝ ਬਖਸ਼ਿਸ਼ ਜਾ ਸਿਰਾਪ ਨਹੀਂ ਲਗਦਾ! ਪ੍ਰਭ ਜਨਮ ਮਰਨ, ਮੋਹ, ਸੋਗ ਤੋਂ ਰਹਿਤ; ਜੀਵਾਂ ਨੂੰ ਦਾਤਾਂ ਬਖਸ਼ਦਾ ਅੱਕਦਾ, ਥੱਕਦਾ ਨਹੀਂ ਹੈ ।
Unique Greatness of The True Master!
To fully obey and adopt the teachings of His Word may be very tedious and difficult task. His true devote may remain intoxicated with overwhelming devotion to meditate; his state of mind may become beyond the influence of worldly miseries. His Greatness, Nature may not be enhanced by singing His Glory, nor diminished by slandering by His Creation. The True Master remains beyond cycle of birth and death, any emotional attachments, or any grievances. He may never be tired, frustrated from bestowing His Blessings to His Creation.

4. ਆਸਾ ਮਹਲਾ ੧॥ 349-12

ਜੇ ਦਰਿ ਮਾਂਗਤੁ ਕੂਕ ਕਰੇ, ਮਹਲੀ ਖਸਮੁ ਸੁਣੇ॥ jay dar maaNgat kook karay mahlee khasam sunay.
ਭਾਵੈ ਧੀਰਕ ਭਾਵੈ ਧਕੇ, ਏਕ ਵਡਾਈ ਦੇਇ॥੧॥ bhaavai Dheerak bhaavai Dhakay ayk vadaa-ee day-ay. ||1||

ਅਗਰ ਕੋਈ ਕਿਸੇ ਦੇ ਦਰ ਤੇ ਮੰਗਣ ਜਾਵੇ, ਘਰ ਦਾ ਮਾਲਕ ਉਸ ਦੀ ਪੁਕਾਰ ਸੁਣਦਾ ਹੈ । ਉਸ ਦੀ ਵਡਿਆਈ ਹੈ, ਭਿਖਿਆ ਦੇਵੇ ਜਾ ਨਾ ਦੇਵੇ, ਇਸ ਤੇ ਕਿਸੇ ਦਾ ਕੋਈ ਜ਼ੋਰ ਨਹੀਂ ਹੁੰਦਾ ।

If someone begs at some door, house; the owner can hear his cry and request; however, he may or may not give any alms, any charity, no one can force him.

ਜਾਣਹੁ ਜੋਤਿ ਨ ਪੂਛਹੁ ਜਾਤੀ, ਆਗੈ ਜਾਤਿ ਨ ਹੇ॥੧॥ ਰਹਾਉ॥ jaanhu jot na poochhahu jaatee aagai jaat na hay. ||1|| rahaa-o.

ਜਿਸ ਜੀਵ ਦੇ ਅੰਦਰ ਪ੍ਰਭ ਦੀ ਜੋਤ ਜਾਗਰਤ ਹੋ ਜਾਂਦੀ ਹੈ, ਪ੍ਰਭ ਦੀ ਜੋਤ ਜੀਵ ਦੀ ਜਾਤ ਨਹੀਂ ਪੁੱਛਦੀ । ਆਤਮਾ ਦੀ ਕੋਈ ਜਾਤ ਨਹੀਂ ਹੁੰਦੀ । ਮਰਨ ਤੋਂ ਪਿਛੋਂ, ਪ੍ਰਭ ਦੇ ਦਰਬਾਰ ਵਿੱਚ ਜਾਤ, ਸੰਸਾਰਕ ਹੈਸੀਅਤ ਦਾ ਕੋਈ ਫਰਕ ਨਹੀਂ ਹੁੰਦਾ ।

Whosever may be enlightened within the essence of His Word; his enlightenment may never discriminate, nor distinguish his worldly caste or worldly status. After death! Worldly caste and worldly status have no significance in His Court. The soul, an expansion of His Holy Spirit has no worldly caste or status, only blemish portion of His Holy Spirit.

ਆਪਿ ਕਰਾਏ ਆਪਿ ਕਰੇਇ॥ ਆਪਿ ਉਲਾਮ੍ਹੇ ਚਿਤਿ ਧਰੇਇ॥ aap karaa-ay aap karay-i. aap ulaamayH chit Dharay-ay.
ਜਾ ਤੂੰ ਕਰਣਹਾਰੁ ਕਰਤਾਰੁ॥ ਕਿਆ ਮੁਹਤਾਜੀ ਕਿਆ ਸੰਸਾਰੁ॥੨॥ jaa toonN karanhaar kartaar. ki-aa muhtaajee ki-aa sansaar. ||2||

ਪ੍ਰਭ ਆਪ ਹੀ ਮਨ ਵਿੱਚ ਕੰਮ ਕਰਨ ਦੀਆਂ ਦੋਂ ਭਾਵਨਾ ਪੈਦਾ ਕਰਦਾ, ਉਸ ਦੇ ਜੀਵਨ ਦੇ ਰਸਤੇ ਵਿੱਚ ਆਪ ਹੀ ਵਾਪਰਦਾ ਹੈ! ਦਾਸ ਦੀ ਸ਼ਬਦ ਅਨੁਸਾਰ ਕਮਾਈ ਨੂੰ ਵਿਚਾਰਦਾ, ਪ੍ਰਵਾਨ ਕਰਦਾ ਹੈ । ਸ੍ਰਿਸ਼ਟੀ ਦਾ ਸ੍ਰਿਜਨਵਾਲਾ, ਆਪ ਹੀ ਜੀਵ ਦੀ ਪਾਲਣਾ, ਰਖਿਆ ਕਰਦਾ ਹੈ । ਮੈਂ ਕਿਉਂ ਕਿਸੇ ਦਾ ਦਾਸੀ ਬਣਾ, ਪੂਜਾ ਕਰਾ?

The True Master, Creator inspires two desires, sensation, paths within his mind, and prevails in each action. The True Master judges and rewards his earnings of His Word. The True Master creates, nourishes, monitor, and protects His Creation. Why should I worship or adopt any worldly guru, as a savior?

ਆਪਿ ਉਪਾਏ ਆਪੇ ਦੇਇ॥ ਆਪੇ ਦੁਰਮਤਿ ਮਨਹਿ ਕਰੇਇ॥ aap upaa-ay aapay day-ay. aapay durmat maneh karay-i.
ਗੁਰ ਪਰਸਾਦਿ ਵਸੈ ਮਨਿ ਆਇ॥ ਦੁਖੁ ਅਨ੍ਹੇਰਾ ਵਿਚਹੁ ਜਾਇ॥੩॥ gur parsaad vasai man aa-ay. dukh anHayraa vichahu jaa-ay. ||3||

ਪ੍ਰਭ ਆਪ ਹੀ ਦਾਤਾਂ ਬਖਸ਼ਣ ਵਾਲਾ ਮਾਲਕ, ਸਭ ਕੁਝ ਕਰਦਾ ਹੈ, ਆਪ ਹੀ ਜੀਵ ਦੇ ਭਰਮ ਭੁਲੇਖੇ ਦੂਰ ਕਰਦਾ ਹੈ । ਪ੍ਰਭ ਦੀ ਰਹਿਮਤ ਨਾਲ ਹੀ ਮਨ ਸ਼ਬਦ ਦੀ ਬੰਦਗੀ ਤੇ ਲਗਦਾ ਹੈ । ਜਿਹੜਾ ਸ਼ਬਦ ਦੀ ਪਾਲਣਾ ਕਰਦਾ, ਉਸ ਨੂੰ ਆਪਣੇ ਅੰਦਰੋਂ ਹੀ ਸੋਝੀ ਬਖਸ਼ਿਸ਼ ਹੋ ਜਾਂਦੀ ਹੈ । ਉਸ ਦੇ ਮਨ ਦੀ ਅਵਸਥਾ, ਸਾਰੇ ਸੰਸਾਰਕ ਇਛਾਂ ਦੇ ਪ੍ਰਭਾਵ ਦੀ ਪਹੁੰਚ ਤੋਂ ਦੂਰ ਹੋ ਜਾਂਦੀ ਹੈ ।

The True Master, Treasure of all blessings, prevails in each action in the universe; with His mercy and grace, all worldly suspicions of His true devotee may be eliminated. He may remain intoxicated in meditation on the teachings of His Word. Whosoever may obey the teachings of His Word; he may be enlightened from within. His state of mind may become beyond the reach of any influence of worldly miseries, desires.

ਸਾਚੁ ਪਿਆਰਾ ਆਪਿ ਕਰੇਇ॥ ਅਵਰੀ ਕਉ ਸਾਚੁ ਨ ਦੇਇ॥ saach pi-aaraa aap karay-i. avree ka-o saach na day-ay.
ਜੇ ਕਿਸੈ ਦੇਇ ਵਖਾਣੈ, ਨਾਨਕੁ ਆਗੈ ਪੂਛ ਨ ਲੇਇ॥੪॥੩॥ jay kisai day-ay vakhaanai naanak aagai poochh na lay-ay. ||4||3||

ਜਿਸ ਤੇ ਪ੍ਰਭ ਰਹਿਮਤ ਬਖਸ਼ਦਾ ਹੈ! ਉਸ ਨੂੰ ਸ਼ਬਦ ਨਾਲ ਪਿਆਰ, ਬੰਦਗੀ ਵਿੱਚ ਮਨ ਲਗਦਾ ਹੈ । ਮਰਨ ਤੋਂ ਪਿਛੋਂ ਕੋਈ ਲੇਖਾ ਨਹੀਂ ਰਹਿੰਦਾ, ਜਨਮ ਮਰਨ ਦਾ ਚੱਕਰ ਖਤਮ ਹੋ ਜਾਂਦਾ ਹੈ ।

ਗੁਰੂ ਨਾਨਕ ਦੇਵ ਜੀ! – Guru Nanak Dev Ji! Guru Granth Sahib

Whosoever may be bestowed with His Blessed Vision, a devotion to meditate on the teachings of His Word. The Merciful True Master may forgive all his sins. He may become beyond the account of his worldly deeds and his cycle of birth and death may be eliminated.

Key Message of Raag Aasaa, page 349-12
'ਆਤਮਾ ਦੀ ਦਰਬਾਰ ਵਿੱਚ ਹੈਸੀਅਤ!
ਮੰਗਤੇ ਨੂੰ ਭਿਖਿਆ ਦੇਣਾ ਮਾਲਕ ਦੀ ਵਡਿਆਈ ਹੈ, ਕਿਸੇ ਦਾ ਕੋਈ ਜ਼ੋਰ ਨਹੀਂ ਹੁੰਦਾ । ਪ੍ਰਭ ਦੇ ਸ਼ਬਦ ਦੀ ਸੋਝੀ, ਆਤਮਾ ਦੀ ਸੰਸਾਰਕ ਜਾਤ ਨਹੀਂ ਪੁੱਛਦੀ । ਦਰਬਾਰ ਵਿੱਚ ਸੰਸਾਰਕ ਹੈਸੀਅਤ ਦਾ ਕੋਈ ਫਰਕ ਨਹੀਂ ਹੁੰਦਾ । ਪ੍ਰਭ ਆਪ ਹੀ ਦਾਸ ਦੀ ਸ਼ਬਦ ਦੀ ਕਮਾਈ ਨੂੰ ਵਿਚਾਰਦਾ, ਪ੍ਰਵਾਨ ਕਰਦਾ ਹੈ । ਸ਼ਬਦ ਦੀ ਪਾਲਣਾ ਕਰਦੇ ਦਾਸ ਨੂੰ ਆਪਣੇ ਅੰਦਰੋਂ ਹੀ ਸੋਝੀ ਬਖਸ਼ਿਸ਼ ਹੋ ਜਾਂਦੀ ਹੈ । ਉਸ ਦੇ ਮਨ ਦੀ ਅਵਸਥਾ, ਸੰਸਾਰਕ ਇਛਾਂ ਦੇ ਦੁਖ ਦੀ ਪਹੁੰਚ ਵਿੱਚ ਨਹੀਂ ਰਹਿੰਦੀ! ਉਸ ਦਾ ਮਰਨ ਤੋਂ ਪਿਛੋਂ ਕੋਈ ਲੇਖਾ ਨਹੀਂ ਰਹਿੰਦਾ, ਜਨਮ ਮਰਨ ਦਾ ਚੱਕਰ ਖਤਮ ਹੋ ਜਾਂਦਾ ਹੈ ।
Status of Soul in His Court!
To give any alms, any charity, may be the greatness of owner of house; no one can force him. The enlightenment of His Word may never discriminate, nor distinguish any worldly caste or worldly status. Worldly status has no significance in His Court. The True Master, Creator evaluates and accepts the earnest earnings of soul in worldly life. Whosoever may adopt the teachings of His Word; he may be enlightened from within. His state of mind may become beyond reach of miseries of worldly desires. All his sins may be forgiven; his cycle of birth and death may be eliminated.

5. ਆਸਾ ਮਹਲਾ ੧॥ 349-17

ਤਾਲ ਮਦੀਰੇ ਘਟ ਕੇ ਘਾਟ॥ ਦੋਲਕ ਦੁਨੀਆ ਵਾਜਹਿ ਵਾਜ॥ taal madeeray ghat kay ghaat. dolak dunee-aa vaajeh vaaj.
ਨਾਰਦੁ ਨਾਚੈ ਕਲਿ ਕਾ ਭਾਉ॥ ਜਤੀ ਸਤੀ ਕਹ ਰਾਖਹਿ ਪਾਉ॥੧॥ naarad naachai kal kaa bhaa-o. jatee satee kah raakhahi paa-o. ||1||

ਜੀਵ ਦੇ ਮਨ ਦੀਆਂ ਇਛਾਂ ਦੀਆਂ ਭਟਕਣਾਂ, ਪੈਰਾਂ ਦੀਆਂ ਝਾਂਜਰਾਂ ਦੀ ਤਰ੍ਹਾਂ ਹਨ । ਮਨ ਇਛਾਂ ਦੇ ਇਸ਼ਾਰੇ ਤੇ ਨੱਚਦਾ ਹੈ, ਮਨ ਇਛਾਂ ਮਗਰ ਹੀ ਲਗਾ ਰਹਿੰਦਾ ਹੈ । ਕੱਲਯੁਗ ਵਿੱਚ ਸੰਸਾਰਕ ਗੁਰੂ ਵੀ ਇਛਾਂ ਦੇ ਮਗਰ ਹੀ ਭਟਕਦੇ ਰਹਿੰਦੇ ਹਨ । ਜਿਹੜਾ ਆਪਣੇ ਮਨ ਦਾ ਭਰੋਸਾ ਪ੍ਰਭ ਤੇ ਅਡੋਲ ਕਰ ਲੈਂਦਾ ਹੈ । ਉਹ ਆਪਣਾ ਕੋਈ ਕਰਤਬ ਸੰਸਾਰਕ ਇਛਾਂ ਦੇ ਮਗਰ ਲਗਕੇ ਨਹੀਂ ਕਰਦਾ ।

The frustrations of worldly desires are like anklets. He dances at the signal of the worldly desires. In the dark Age of Kuljug! Even so-called worldly gurus, prophets may also become victim, slave of worldly wealth and frustrations. Whosoever may accept His Blessings as His Ultimate Unavoidable Command; he may become beyond the reach of worldly desires.

ਨਾਨਕ ਨਾਮ ਵਿਟਹੁ ਕੁਰਬਾਣੁ॥ naanak naam vitahu kurbaan.
ਅੰਧੀ ਦੁਨੀਆ ਸਾਹਿਬੁ ਜਾਣੁ॥੧॥ ਰਹਾਉ॥ anDhee dunee-aa saahib jaan. ||1|| rahaa-o.

ਸੰਸਾਰਕ ਜੀਵ ਸ਼ਬਦ ਦੇ ਗਿਆਨ ਤੋਂ ਰਹਿਤ ਹਨ, ਪ੍ਰਭ ਸਭ ਕੁਝ ਦੇਖਦਾ ਹੈ । ਜਿਹੜੇ ਜੀਵ ਸ਼ਬਦ ਤੇ ਭਰੋਸਾ ਪੱਕਾ ਕਰਕੇ ਉਸ ਵਿੱਚ ਮਗਨ ਰਹਿੰਦੇ ਹਨ । ਉਹ ਪੂਜਣ ਯੋਗ ਹੋ ਜਾਂਦੇ ਹਨ ।

Human, worldly creatures are ignorant from the enlightenment of the essence of His Word. The Omniscient True Master always witnesses, monitors all deeds, actions. Whosoever may obey the teachings of His Word with steady and stable belief; with His mercy and grace, he may remain intoxicated in meditation in the void of His Word. He may become worthy of worship.

ਗੁਰੂ ਪਾਸਹੁ ਫਿਰਿ ਚੇਲਾ ਖਾਇ॥ ਤਾਮਿ ਪਰੀਤਿ ਵਸੈ ਘਰਿ ਆਇ॥ guroo paashu fir chaylaa khaa-ay. taam pareet vasai ghar aa-ay.
ਜੇ ਸਉ ਵਰ੍ਹਿਆ ਜੀਵਣ ਖਾਣੁ॥ jay sa-o var-hi-aa jeevan khaan.
ਖਸਮ ਪਛਾਣੈ ਸੋ ਦਿਨੁ ਪਰਵਾਣੁ॥੨॥ khasam pachhaanai so din parvaan. ||2||

ਪ੍ਰਭ ਦਾ ਅਸਲੀ ਸੇਵਕ, ਪ੍ਰਭ ਦੇ ਬਖਸ਼ੇ ਤੇ ਸੰਤੋਖ ਰਖਦਾ ਹੈ । ਇਸ ਧੀਰਜ ਨਾਲ ਹੀ ਉਸ ਦਾ ਸ਼ਬਦ ਨਾਲ ਪਿਆਰ ਵਧਦਾ ਜਾਂਦਾ ਹੈ । ਜੀਵ ਨੇ ਸਾਰੀ ਉਮਰ ਹੀ ਪ੍ਰਭ ਦਾ ਦਿੱਤਾ ਹੀ ਖਾਣਾ, ਪਹਿਨਣਾ ਹੈ । ਜਿਹੜਾ ਪ੍ਰਭ ਨੂੰ ਅਸਲੀ ਮਾਲਕ ਮੰਨਕੇ ਆਪਣੇ ਜੀਵਨ ਦੀ ਡੋਰੀ ਪ੍ਰਭ ਦੇ ਬਖਸ਼ੇ ਤੇ ਛਡ ਦੇਂਦਾ ਹੈ, ਉਹ ਘੜੀ ਹੀ ਭਾਗਾਂ ਵਾਲੀ ਹੋ ਜਾਂਦੀ ਹੈ ।

His true devotee always remains contented with His Blessings, his worldly environments. His patience for His Blessings may enhance his devotion to meditate on His Word. He may realize! He enjoys the food and cloths, blessed by The True Master in his whole life. Whosoever may accept The True Master and His Word as an Ultimate, Unavoidable Command; with His mercy and grace, he may surrender his self-entity to His Will, that moment in his life, may become very fortunate.

ਦਰਸਨਿ ਦੇਖਿਐ ਦਇਆ ਨ ਹੋਇ॥ ਲਏ ਦਿਤੇ ਵਿਣੁ ਰਹੈ ਨ ਕੋਇ॥ darsan daykhi-ai da-i-aa na ho-ay. la-ay ditay vin rahai na ko-ay.
ਰਾਜਾ ਨਿਆਉ ਕਰੇ ਹਥਿ ਹੋਇ॥ raajaa ni-aa-o karay hath ho-ay.
ਕਹੈ ਖੁਦਾਇ ਨ ਮਾਨੈ ਕੋਇ॥੩॥ kahai khudaa-ay na maanai ko-ay. ||3||

ਕੇਵਲ ਪ੍ਰਭ ਦੇ, ਸੰਤ ਸਰੂਪ ਦੇ ਦਰਸ਼ਨ ਕਰਨ, ਗੁਰੂ ਗ੍ਰੰਥ ਦਾ ਪ੍ਰਕਾਸ਼ ਕਰਨ ਨਾਲ ਮੁਕਤੀ ਦਾ ਰਸਤਾ ਬਖਸ਼ਿਸ਼ ਨਹੀਂ ਹੁੰਦਾ । ਪ੍ਰਭ ਦੇ ਸ਼ਬਦ ਦੀ ਸਿਖਿਆ ਨਾਲ ਜੀਵਨ ਢਾਲਣ, ਸ਼ਬਦ ਦੀ ਕਾਮਈ ਕਰਨ ਨਾਲ ਹੀ ਰਹਿਮਤ ਬਖਸ਼ਿਸ਼ ਹੋ ਸਕਦੀ ਹੈ । ਜਿਵੇਂ ਸੰਸਾਰਕ ਇਨਸਾਫ ਕਰਨ ਵਾਲਾ ਵੀ ਇਨਸਾਫ ਨਹੀਂ ਕਰਦਾ, ਜਿਤਨਾ ਚਿਰ ਉਸ ਨੂੰ ਇਸ ਵਿੱਚ ਕੋਈ ਲਾਭ ਨਾ ਹੁੰਦਾ ਹੋਵੇ । ਇਸਤਰ੍ਹਾਂ ਜਿਤਨਾ ਚਿਰ ਸ਼ਬਦ ਨੂੰ ਸੁਣਕੇ ਅਮਲ ਨਾ ਕੀਤਾ ਜਾਵੇ, ਕੇਵਲ ਸ਼ਬਦ ਦੇ ਸੁਣਨ ਨਾਲ ਉਸ ਦਾ ਜੀਵਨ ਵਿੱਚ ਕੋਈ ਅਸਰ ਨਹੀਂ ਹੁੰਦਾ ।

Only by seeing His Word, reading the Hukamnama and installing Guru Granth sahib on platform, throne to worship, his soul may not be blessed with the right path of acceptance in His Court. Whosoever may adopt the teachings of His Word and earnings the wealth of His Word; with His mercy and grace, only he may be blessed with the right path of acceptance. In the world, even the judge may not perform un-biased justice; he may benefit from that justice. Same way! Whosoever may not adopt the teachings of His Word in his own day-to-day life; his meditation, reciting the Holy Scripture may not have any influence on his soul. He may not be blessed with the right path of salvation.

ਗੁਰੂ ਨਾਨਕ ਦੇਵ ਜੀ! – Guru Nanak Dev Ji! Guru Granth Sahib

ਮਾਣਸ ਮੂਰਤਿ ਨਾਨਕੁ ਨਾਮੁ॥ ਕਰਣੀ ਕੁਤਾ ਦਰਿ ਫੁਰਮਾਨੁ॥ maanas moorat naanak naam. karnee kutaa dar furmaan.
ਗੁਰ ਪਰਸਾਦਿ ਜਾਣੈ ਮਿਹਮਾਨੁ॥ ਤਾ ਕਿਛੁ ਦਰਗਹ ਪਾਵੈ ਮਾਨੁ॥੪॥੪॥ gur parsaad jaanai mihmaan. taa kichh dargeh paavai maan. ||4||4||

ਸੰਸਾਰਕ ਜੀਵ ਕਹਿਣ ਲਈ ਹੀ ਮਾਨਸ ਹਨ । ਪ੍ਰਭ ਦੀ ਦਰਗਾਹ ਵਿੱਚ ਉਹ ਜਾਨਵਰ (ਕੁੱਤੇ) ਨੀਚ ਜਾਤ ਵਾਲੇ ਹੀ ਹਨ । ਜਿਸ ਨੂੰ ਪ੍ਰਭ ਦੀ ਰਹਿਮਤ ਨਾਲ ਦੀ ਸੋਝੀ ਬਖਸ਼ਿਸ਼ ਹੋ ਜਾਂਦੀ ਹੈ, ਮਾਨਸ ਜੀਵਨ ਥੋੜ੍ਹੇ ਸਮੇਂ ਲਈ ਹੀ ਬਖਸ਼ਿਸ਼ ਹੁੰਦਾ ਹੈ ! ਉਹ ਅਸਲੀ ਰਸਤੇ ਤੇ ਚਲਕੇ, ਦਰਬਾਰ ਵਿੱਚ ਪ੍ਰਵਾਨ ਹੋ ਸਕਦਾ ਹੈ ।

Self-minded may only have body, form, and structure of human; however, he may remain as a mean beast in His Court. Whosoever may realize! Human life has been blessed for a predetermined period to repent and to transform his state of mind. He may adopt the right path, the teachings of His Word; with His mercy and grace, he may be accepted in His Court.

Key Message of Raag Aasaa, page 349-17
'ਕੀ ਗੁਰੂ ਗ੍ਰੰਥ ਦਾ ਪ੍ਰਕਾਸ਼ ਕਰਨ ਨਾਲ ਮੁਕਤੀ ਬਖਸ਼ਿਸ਼ ਹੋ ਸਕਦੀ ਹੈ?
ਜੀਵ ਦੇ ਮਨ ਦੀਆਂ ਇਛਾਂ ਦੀਆਂ ਭਟਕਣਾਂ, ਪੈਰਾਂ ਦੀਆਂ ਝਾਂਜਰਾਂ ਦੀ ਤਰ੍ਹਾਂ ਹਨ । ਕੱਲਯੁਗ ਵਿੱਚ ਸੰਸਾਰਕ ਗੁਰੂ ਵੀ ਇਛਾਂ ਦੇ ਮਗਰ ਹੀ ਭਟਕਦੇ ਰਹਿੰਦੇ ਹਨ । ਪ੍ਰਭ ਦਾ ਅਸਲੀ ਸੇਵਕ, ਪ੍ਰਭ ਦੇ ਬਖਸ਼ੇ ਤੇ ਸੰਤੋਖ ਰਖਦਾ, ਧੀਰਜ ਨਾਲ ਸ਼ਰਧਾ ਵਧਦੀ, ਸ਼ਬਦ ਦੀ ਸਮਾਧੀ ਵਿੱਚ ਲੀਨ ਰਹਿੰਦਾ ਹੈ । ਕੇਵਲ ਪ੍ਰਭ ਦੇ, ਸੰਤ ਸਰੂਪ ਦੇ ਦਰਸ਼ਨ ਕਰਨ, ਗੁਰੂ ਗ੍ਰੰਥ ਦਾ ਪ੍ਰਕਾਸ਼ ਕਰਨ ਨਾਲ ਮੁਕਤੀ ਦਾ ਰਸਤਾ ਬਖਸ਼ਿਸ਼ ਨਹੀਂ ਹੁੰਦਾ ! ਕੇਵਲ ਸ਼ਬਦ ਦੀ ਸਿਖਿਆ ਨਾਲ ਜੀਵਨ ਢਾਲਣ ਨਾਲ ਹੀ ਸ਼ਬਦ ਦੀ ਕਾਮਈ ਬਖਸ਼ਿਸ਼ ਹੋ ਸਕਦੀ ਹੈ ।
Can salvation be blessed by only worshiping worldly Guru?
The frustrations of worldly desires are like anklets. In the dark Age of Kul jug! Even so-called worldly gurus, prophets may become victim of worldly wealth and frustrations. His true devotee always remains contented with His Blessing; his patience enhances his devotion. He may remain intoxicated in the void of His Word. Whosoever only seeing the word Gurbani, reading the Hukmnama and installing Guru Granth sahib on platform to worship. He may never be blessed with, the right path of acceptance in His Court. Whosoever may adopt the teachings of His Word; with His mercy and grace, he may be blessed with earnings of His Word, the right path of acceptance in His Court.

6. **ਆਸਾ ਮਹਲਾ ੧॥ 350-4**

ਜੇਤਾ ਸਬਦੁ, ਸੁਰਤਿ ਧੁਨਿ ਤੇਤੀ, ਜੇਤਾ ਰੂਪੁ ਕਾਇਆ ਤੇਰੀ॥ jaytaa sabad surat Dhun taytee jaytaa roop kaa-i-aa tayree.
ਤੂੰ ਆਪੇ ਰਸਨਾ ਆਪੇ ਬਸਨਾ, ਅਵਰੁ ਨ ਦੂਜਾ ਕਹਉ ਮਾਈ॥੧॥ tooN aapay rasnaa aapay basnaa avar na doojaa kaha-o maa-ee. ||1||

ਜੀਵ ਜਿਤਨਾ ਸ਼ਬਦ ਨੂੰ ਆਪਣੇ ਜੀਵਨ ਵਿੱਚ ਢਾਲਦਾ ਹੈ ! ਉਤਨਾ ਹੀ ਉਸ ਦੇ ਮਨ ਵਿੱਚ ਸੰਤੋਖ ਅਤੇ ਸੰਸਾਰਕ ਇਛਾਂ ਤੇ ਕਾਬੂ ਹੁੰਦਾ ਜਾਂਦਾ ਹੈ । ਪ੍ਰਭ ਹੀ ਜੀਵ ਤੋਂ ਕੀਰਤਨ, ਸਿਮਰਨ ਕਰਾਉਂਦਾ ਹੈ । ਆਪ ਹੀ ਸ਼ਬਦ ਰੂਪ ਵਿੱਚ ਜੀਵ ਦੇ ਤਨ ਅੰਦਰ ਹੀ ਵਸਦਾ, ਵਾਪਰਦਾ ਹੈ । ਹੋਰ ਕੋਈ ਤਨ ਦਾ ਅਸਲੀ ਮਾਲਕ ਨਹੀਂ ਹੈ ।

Whosoever may adopt the teachings of His Word in his day-to-day life; as his belief remains steady and stable; he may be blessed with patience and control on his worldly desires. The True Master, as His Word remains embedded within his soul and dwells within his body. He inspires to meditate and sing the glory of His Virtues. The Creator, True Master is the only trustee of body and soul of creature.

ਸਾਹਿਬੁ ਮੇਰਾ ਏਕੋ ਹੈ॥ ਏਕੋ ਹੈ ਭਾਈ ਏਕੋ ਹੈ॥੧॥ ਰਹਾਉ॥ saahib mayraa ayko hai. ayko hai bhaa-ee ayko hai. ||1|| rahaa-o.

ਕੇਵਲ ਇਕੋ ਇਕ ਪ੍ਰਭ ਹੀ ਸਾਰੀ ਸ੍ਰਿਸ਼ਟੀ ਦੇ ਜੀਵਾਂ ਦਾ ਸ੍ਰਿਜਨਹਾਰਾ, ਮਾਲਕ ਹੈ ।

The One and Only One, True Master, is The Creator and the only trustee of the universe.

ਆਪੇ ਮਾਰੇ ਆਪੇ ਛੋਡੈ ਆਪੇ ਲੇਵੈ ਦੇਇ॥ aapay maaray aapay chhodai aapay layvai day-ay.
ਆਪੇ ਵੇਖੈ ਆਪੇ ਵਿਗਸੈ ਆਪੇ ਨਦਰਿ ਕਰੇਇ॥੨॥ aapay vaykhai aapay vigsai aapay nadar karay-i. ||2||

ਪ੍ਰਭ ਆਪ ਹੀ ਜੀਵ ਨੂੰ ਜਨਮ, ਮੌਤ, ਰਹਿਮਤਾਂ ਅਤੇ ਮੁਸੀਬਤਾਂ ਬਖਸ਼ਦਾ ਹੈ । ਆਪ ਹੀ ਜੀਵ ਦੀ ਪਾਲਣਾ, ਰਖਿਆ ਕਰਦਾ ਹੈ । ਆਪ ਹੀ ਰਹਿਮਤ ਬਖਸ਼ਕੇ ਬੰਦਗੀ ਤੇ ਲਾਉਂਦਾ, ਉਸ ਦੀ ਬੰਦਗੀ ਦਾ ਅਨੰਦ ਮਾਣਦਾ ਹੈ ।

Both birth, death; pleasure, and miseries are blessed under His Command. The True Master creates, nourishes, and protects His Creation. He inspires to a devotional meditation and to singing the glory of His Word.

ਜੋ ਕਿਛੁ ਕਰਣਾ ਸੋ ਕਰਿ ਰਹਿਆ, ਅਵਰੁ ਨ ਕਰਣਾ ਜਾਈ॥ jo kichh karnaa so kar rahi-aa avar na karnaa jaa-ee.
ਜੈਸਾ ਵਰਤੈ ਤੈਸੋ ਕਹੀਐ, ਸਭ ਤੇਰੀ ਵਡਿਆਈ॥੩॥ jaisaa vartai taiso kahee-ai sabh tayree vadi-aa-ee. ||3||

ਸਭ ਕੁਝ ਪ੍ਰਭ ਦਾ ਕੀਤਾ ਹੀ ਹੁੰਦਾ ਹੈ, ਇਸ ਤੇ ਹੋਰ ਕਿਸੇ ਦਾ ਜ਼ੋਰ ਨਹੀਂ ਹੈ । ਜੀਵ ਨੂੰ ਪ੍ਰਭ ਦੇ ਭਾਣੇ ਅਨੁਸਾਰ, ਹਾਲਤ ਵਿੱਚ ਹੀ ਜੀਵਨ ਬਤੀਤ ਕਰਨਾ ਪੈਂਦਾ ਹੈ । ਇਹ ਪ੍ਰਭ ਦੀ ਹੀ ਵਡਿਆਈ ਹੈ ! ਜੀਵ ਪ੍ਰਭ ਦੇ ਕਾਰਨ ਦੀ ਵਿਆਖਿਆ ਨਹੀਂ ਕਰ ਸਕਦਾ ।

The True Master prevails in the universe with His Own Imagination; no one can perform any other event or action. His Creation must endure and spends life in His blessed worldly environment. His true devotee may be enlightened to comprehend and explains the real purpose of His Nature.

ਕਲਿ ਕਲਵਾਲੀ ਮਾਇਆ ਮਦੁ ਮੀਠਾ, ਮਨੁ ਮਤਵਾਲਾ ਪੀਵਤੁ ਰਹੈ॥ kal kalvaalee maa-i-aa mad meethaa man matvaalaa peevat rahai.
ਆਪੇ ਰੂਪ ਕਰੇ ਬਹੁ ਭਾਂਤੀਂ, ਨਾਨਕੁ ਬਪੁੜਾ ਏਵ ਕਹੈ॥੪॥੫॥ aapay roop karay baho bhaanteeN naanak bapurhaa ayv kahai. ||4||5||

ਕੱਲਯੁਗ ਵਿੱਚ ਸੰਸਾਰਕ ਮਾਇਆ ਇਕ ਮਿੱਠਾ ਜ਼ੀਹਰ ਹੀ ਹੈ । ਅਮਲੀ ਮਨ ਨਸ਼ੇ ਵਿੱਚ ਮਸਤ ਰਹਿੰਦਾ ਹੈ । ਪ੍ਰਭ ਆਪ ਹੀ ਸੰਸਾਰਕ ਮਾਇਆ ਦਾ ਰੂਪ ਧਾਰਦਾ ਰਹਿੰਦਾ ਹੈ । ਪ੍ਰਭ ਕਿਉਂ ਕਰਦਾ, ਜੀਵ ਦੀ ਸੋਝੀ ਵਿੱਚ ਨਹੀਂ ਹੈ?

In the dark Age of Kul jug! Worldly wealth remains likely a sweet poison. Self-minded remain addicted and intoxicated with sweet poison of worldly wealth. The True Master appears in various form as the symbol of worldly wealth. Why may The True Master create the illusion of worldly wealth, remains beyond the comprehension of His Creation?

Key Message of Raag Aasaa, page 350-4
'ਸੰਸਾਰਕ ਮਾਇਆ ਦੀ ਹੋਂਦ!
ਜਿਹੜਾ ਆਪਣਾ ਜੀਵਨ ਸ਼ਬਦ ਦੀ ਸਿਖਿਆ ਨਾਲ ਢਾਲਦਾ ਹੈ ! ਜਿਸ ਦਾ ਭਰੋਸਾ ਅਡੋਲ ਰਹਿੰਦਾ ਹੈ, ਉਸ ਦੇ ਮਨ ਵਿੱਚ ਸੰਤੋਖ, ਇਛਾਂ ਤੇ ਕਾਬੂ ਹੋ ਜਾਂਦਾ ਹੈ । ਪ੍ਰਭ ਦੇ ਕੀਤੇ ਤੇ ਜ਼ੋਰ ਨਹੀਂ ਹੁੰਦਾ, ਸਭ ਕੁਝ ਪ੍ਰਭ ਦਾ ਕੀਤਾ ਹੀ ਹੁੰਦਾ ਹੈ । ਪ੍ਰਭ ਦੀ ਬਖਸ਼ੀ ਹਾਲਤ ਵਿੱਚ ਹੀ ਜੀਵਨ ਬਤੀਤ ਕਰਨਾ ਪੈਂਦਾ ਹੈ । ਕੱਲਯੁਗ ਵਿੱਚ ਸੰਸਾਰਕ ਮਾਇਆ ਇਕ ਮਿੱਠਾ ਜ਼ੀਹਰ ਹੀ ਹੈ । ਪ੍ਰਭ ਆਪ ਹੀ ਸੰਸਾਰਕ ਮਾਇਆ ਦਾ ਰੂਪ ਧਾਰਦਾ ਰਹਿੰਦਾ ਹੈ ।

Existence of Worldly wealth!

Whosoever may adopt the teachings of His Word in his day-to-day life; as his belief remains steady and stable; he may be blessed with patience and control on his worldly desires. Only, His Command prevails in the universe. His Creation must endure his own worldly environment. In the dark Age of Kul jug! Worldly wealth is likely a sweet poison. The True Master appears in various form to create illusion of worldly wealth to monitor the sincerity of His Creation.

7. **ਆਸਾ ਮਹਲਾ ੧॥ 350-9**

ਵਾਜਾ ਮਤਿ ਪਖਾਵਜੁ ਭਾਉ॥ ਹੋਇ ਅਨੰਦੁ ਸਦਾ ਮਨਿ ਚਾਉ॥   vaajaa mat pakhaavaj bhaa-o. ho-ay anand sadaa man chaa-o.
ਏਹਾ ਭਗਤਿ ਏਹੋ ਤਪ ਤਾਉ॥ ਇਤੁ ਰੰਗਿ ਨਾਚਹੁ ਰਖਿ ਰਖਿ ਪਾਉ॥੧॥   ayhaa ayho tap taa-o. it rang naachahu rakh rakh paa-o. ||1||

ਜੀਵ ਆਪਣੀ ਸਿਆਣਪ, ਅਕਲ ਨੂੰ ਸੰਗੀਤ ਵਾਲਾ ਵਾਜਾ ਬਣਾਵੋ! ਪ੍ਰਭ ਦੇ ਵਿਛੋੜੇ ਦੇ ਵਿਰਾਗ ਦੀ ਸੰਗੀਤ ਵਿਚੋਂ ਨਿਕਲੀ ਵਾਲੀ ਧੁਨ ਬਣਾਵੋ। ਇਸ ਨਾਲ ਸਦਾ ਰਹਿਣ ਵਾਲਾ ਅਨੰਦ ਮਨ ਵਿੱਚ ਚਲ ਪੈਂਦਾ ਹੈ। **ਇਹ ਹੀ ਬੰਦਗੀ ਕਰਨ ਦੀ ਵਿਧੀ ਹੈ।** ਇਸ ਧੁਨ ਦੀ ਮਸਤੀ ਵਿੱਚ ਪ੍ਰਭ ਦੇ ਸ਼ਬਦ ਦਾ ਸਿਮਰਨ ਕਰੋ।

You should make your wisdom as the music instrument to sing His Glory. You should make the renunciation of the memory of your separation from His Holy Spirit as the music tone from that instrument. Your mind may be blessed with the everlasting satisfaction, patience, and contentment within your mind. This may be the One and Only One right technique to meditate on the teachings of His Word. With intoxication of the everlasting echo of His Word, you should meditate and sing the glory of His Virtues.

ਪੂਰੇ ਤਾਲ ਜਾਣੈ ਸਾਲਾਹ॥   pooray taal jaanai saalaah.
ਹੋਰੁ ਨਚਣਾ ਖੁਸੀਆ ਮਨ ਮਾਹ॥ ੧॥ ਰਹਾਉ॥   hor nachnaa khusee-aa man maah. ||1|| rahaa-o.

ਇਸ ਨਾਚ, ਸਿਮਰਨ ਨਾਲ ਹੀ ਮਨ ਵਿੱਚ ਸਦਾ ਰਹਿਣ ਵਾਲ ਅਨੰਦ ਬਖਸ਼ਿਸ਼ ਹੋ ਸਕਦਾ ਹੈ। ਬਾਕੀ ਸਾਰੇ ਨਾਚ ਥੋੜ੍ਹਾ ਚਿਰ ਮਨੋਰੰਜਨ ਕਰਨ ਵਾਲੇ ਹਨ।

Whosoever may meditate and dance with the intoxication of the teachings of His Word; with His Blessings, he may be blessed with blossom forever. All other singing and dancing may only provide short lived entertainment and enhances the greed of worldly desires.

ਸਤੁ ਸੰਤੋਖੁ ਵਜਹਿ ਦੁਇ ਤਾਲ॥ ਪੈਰੀ ਵਾਜਾ ਸਦਾ ਨਿਹਾਲ॥   sat santokh vajeh du-ay taal. pairee vaajaa sadaa nihaal.
ਰਾਗੁ ਨਾਦੁ ਨਹੀ ਦੂਜਾ ਭਾਉ॥   raag naad nahee doojaa bhaa-o.
ਇਤੁ ਰੰਗਿ ਨਾਚਹੁ ਰਖਿ ਰਖਿ ਪਾਉ॥੨॥   it rang naachahu rakh rakh paa-o. ||2||

ਮਨ ਦਾ ਭਰੋਸਾ, ਦ੍ਰਿੜ੍ਹਤਾ, ਪ੍ਰਭ ਦੇ ਬਖਸ਼ੇ ਤੇ ਸੰਤੋਖ, ਖੁਸ਼ ਰਹਿਣਾ ਹੀ ਦੋਨੋਂ ਬੰਦਗੀ ਦੇ ਸੰਗੀਤ ਦੀਆਂ ਧੁਨਾਂ ਹਨ। ਇਸ ਨਾਲ ਪ੍ਰਭ ਦੀ ਰਹਿਮਤ ਨੂੰ ਮਹਿਸੂਸ ਕੀਤਾ ਜਾ ਸਕਦਾ ਹੈ। ਇਸ ਰਾਗ, ਨਾਦ ਨਾਲ ਮਨ ਦੇ ਭਰਮ ਭੁਲੇਖੇ ਖਤਮ ਹੋ ਜਾਂਦੇ ਹਨ। ਮਨ ਨੂੰ ਪ੍ਰਭ ਦੇ ਵਿਛੋੜੇ ਦੇ ਵਿਰਾਗ ਵਿੱਚ ਹੀ ਲੀਨ ਰਖੋ।

The steady and stable belief, the determination of mind, patience, and contentment with His Blessings are the two melodious tones of the music to sing His Word. Whosoever may have such a state of mind; he may realize His Existence. He may be enlightened from within. Whosoever may hear the everlasting echo of His Word, all his suspicions may be eliminated forever. You should remain intoxicated in renunciation in the memory of your separation from His Holy Spirit.

ਭਉ ਫੇਰੀ ਹੋਵੈ ਮਨ ਚੀਤਿ॥ ਬਹਦਿਆ ਉਠਦਿਆ ਨੀਤਾ ਨੀਤਿ॥   bha-o fayree hovai man cheet. bahdi-aa uth-di-aa neetaa neet.
ਲੇਟਣਿ ਲੇਟਿ ਜਾਣੈ ਤਨੁ ਸੁਆਹੁ॥   laytan layt jaanai tan su-aahu.
ਇਤੁ ਰੰਗਿ ਨਾਚਹੁ ਰਖਿ ਰਖਿ ਪਾਉ॥੩॥   it rang naachahu rakh rakh paa-o. ||3||

ਪ੍ਰਭ ਦੇ ਵਿਛੋੜੇ ਦੇ ਵਿਰਾਗ ਨੂੰ ਹੀ ਮਨ ਦੇ ਭਰੋਸੇ ਨੂੰ ਪੱਕਾ ਕਰਨ ਵਾਲੀ ਸ਼ਰਧਾ ਬਣਾਵੋ! ਸਵਾਸ ਗਰਾਸ, ਜਾਗਦੇ ਅਤੇ ਸੁੱਤੇ ਇਹ ਸਿਮਰਨ, ਨਾਚ ਕਰੋ। ਜਿਹੜਾ ਤਨ ਨੂੰ ਮਿੱਟੀ ਵਿੱਚ ਲੇਟੇਗਾ, ਤਾ ਇਹ ਹੀ ਜਾਣੇਗਾ ਕਿ ਤਨ ਮਿੱਟੀ ਦਾ ਹੀ ਬਣਿਆ ਹੈ। ਅਸਲੀ ਨਾਚ, ਵਿਛੋੜੇ ਦੇ ਵਿਰਾਗ ਵਿੱਚ ਸ਼ਬਦ ਵਿੱਚ ਲੀਨ ਹੋਣਾ ਹੀ ਹੈ।

You should make the renunciation of the memory of your separation from His Holy Spirit as your devotion to keep your belief steady and stable on His Blessings. You should meditate and dance on the music tone of His Word with each breath, bite of food, while awake and sleeping. Whosoever may roll in dirt or rub ashes on his body, he may only realize his body made of clay. Renunciation in the memory of his separation from His Holy Spirit may be the true dance of mind.

ਸਿਖ ਸਭਾ ਦੀਖਿਆ ਕਾ ਭਾਉ॥ ਗੁਰਮੁਖਿ ਸੁਨਣਾ ਸਾਚਾ ਨਾਉ॥   sikh sabhaa deekhi-aa kaa bhaa-o. gurmukh sun-naa saachaa naa-o.
ਨਾਨਕ ਆਖਣੁ ਵੇਰਾ ਵੇਰ॥   naanak aakhan vayraa vayr.
ਇਤੁ ਰੰਗਿ ਨਾਚਹੁ ਰਖਿ ਰਖਿ ਪੈਰ॥੪॥੬॥   it rang naachahu rakh rakh pair. ||4||6||

ਸੰਤ ਸਰੂਪ ਦੀ ਸੰਗਤ ਵਿੱਚ ਰਹਿਣ ਨਾਲ, ਸ਼ਬਦ ਦਾ ਕੀਰਤਨ, ਰਸਨਾ ਕਰਨ ਨਾਲ ਗੁਰਮੁਖ ਨੂੰ ਪ੍ਰਭ ਦੇ ਸ਼ਬਦ ਦੀ ਸੋਝੀ ਬਖਸ਼ਿਸ਼ ਹੋ ਸਕਦੀ ਹੈ। ਇਹ ਸ਼ਬਦ ਬਾਰ ਬਾਰ ਰਸਨਾ ਕਰਕੇ, ਇਸ ਦੀ ਧੁਨ ਵਿੱਚ ਹੀ ਮਨ ਨੂੰ ਮਸਤ ਰਖੋ।

By joining the congregation of His Holy saint and singing, listening to the glory of His Word; you may be enlightened with the essence of His Word. You should meditate and sing the glory of His Word repeatedly. You should remain intoxicated in the everlasting echo of His Word.

Key Message of Raag Aasaa, page 350-9
'ਦਰਬਾਰ ਵਿੱਚ ਪ੍ਰਵਾਨਗੀ ਦਾ ਰਸਤਾ।

ਪ੍ਰਭ ਦੇ ਵਿਛੋੜੇ ਦੇ ਵਿਰਾਗ ਨੂੰ ਸੰਗੀਤ ਵਾਲੀ ਧੁਨ ਬਣਾਉਣਾ ਹੀ **ਬੰਦਗੀ ਕਰਨ ਦੀ ਅਸਲੀ ਵਿਧੀ ਹੈ।** ਇਸ ਨਾਲ ਹੀ ਮਨ ਵਿੱਚ ਸਦਾ ਰਹਿਣ ਵਾਲ ਅਨੰਦ ਬਖਸ਼ਿਸ਼ ਹੋ ਸਕਦਾ ਹੈ। ਮਨ ਦਾ ਭਰੋਸਾ, ਦ੍ਰਿੜ੍ਹਤਾ, ਪ੍ਰਭ ਦੇ ਬਖਸ਼ੇ ਤੇ ਸੰਤੋਖ ਵਿੱਚ ਖੁਸ਼ ਰਹਿਣਾ ਹੀ, ਦੋਨੋਂ ਬੰਦਗੀ ਕਰਨ ਦੇ ਸੰਗੀਤ ਦੀਆਂ ਧੁਨਾਂ ਹਨ। ਪ੍ਰਭ ਦੇ ਵਿਛੋੜੇ ਦੇ ਵਿਰਾਗ ਵਿੱਚ ਲੀਨ ਹੋਣਾ ਹੀ ਅਸਲੀ ਸਮਾਧੀ, ਪ੍ਰਭ ਦੀ ਸ਼ਰਣ ਹੈ। ਸੰਤ ਸਰੂਪ ਦੇ ਜੀਵਨ ਦੀ ਸਿਖਿਆਂ ਨੂੰ ਆਪਣੇ ਜੀਵਨ ਵਿੱਚ ਧਾਰਨ ਕਰਨ ਨਾਲ, ਦਾਸ ਸਦਾ ਚਲਣ ਵਾਲੀ ਧੁਨ ਵਿੱਚ ਹੀ ਅਭੇਦ ਹੋ ਜਾਂਦਾ ਹੈ।

The right path of acceptance in His Sanctuary!

The echo of renunciation in the memory his separation from His Holy Spirit may be the One and Only One right technique to meditate. He may be blessed with everlasting intoxication, contentment, and blossom forever. Accepting His Command with patience, contentment are the two true tones of the everlasting echo of His Word. To remain intoxicated in renunciation in the memory of his separation from His Holy Spirit may be His True Sanctuary. Whosoever may adopt the life experience teachings of His Holy saint; he may remain intoxicated in the everlasting echo of His Word.

8. ਆਸਾ ਮਹਲਾ ੧॥ 350-15

ਪਉਣੁ ਉਪਾਇ ਧਰੀ ਸਭ ਧਰਤੀ, ਜਲ ਅਗਨੀ ਕਾ ਬੰਧੁ ਕੀਆ॥ pa-un upaa-ay Dharee sabh Dhartee jal agnee kaa banDh kee-aa.
ਅੰਧੁਲੈ ਦਹਸਿਰਿ ਮੂੰਡੁ ਕਟਾਇਆ, anDhulai dehsir moond kataa-i-aa
ਰਾਵਣੁ ਮਾਰਿ ਕਿਆ ਵਡਾ ਭਇਆ॥੧॥ raavan maar ki-aa vadaa bha-i-aa. ||1||

ਪ੍ਰਭ ਨੇ ਹਵਾ, ਧਰਤੀ ਅਤੇ ਸੰਸਾਰ ਨੂੰ ਪੈਦਾ ਕੀਤਾ ਹੈ । ਪਾਣੀ ਅਤੇ ਅੱਗ ਵਿੱਚ ਇਸ ਸ੍ਰਿਸ਼ਟੀ ਦੀ ਭਲਾਈ ਦੇ ਗੁਣ ਪੈਦਾ ਕੀਤੇ ਹਨ । ਮੂਰਖ ਰਾਵਨ ਨੇ ਆਪਣੀ ਮਨਮਰਜ਼ੀ ਕਰਕੇ ਆਪਣੀ ਜਾਨ ਗਵਾਈ । ਪਰ ਉਹ ਨੂੰ ਮਾਰਨ ਵਾਲੇ ਨੇ ਵੀ ਕੀ ਮਹਾਨਤਾ ਹਾਸਿਲ ਕੀਤੀ?

The True Master has created Air, Earth, and the universe. He has infused, bestowed good virtues in Water and Fire for the welfare of mankind, His Creation. Imagine! Ravan the mighty king, lost his human life and beheaded in the ego of his worldly power. However, king Ram Chandar, murdered, destroyed the creation of The True Master! He became a victim of Shakti, worldly wealth; however, he drifted from the right path; he was rebuked in His Court by not accepting His Command.

ਕਿਆ ਉਪਮਾ ਤੇਰੀ ਆਖੀ ਜਾਇ॥ ki-aa upmaa tayree aakhee jaa-ay.
ਤੂੰ ਸਰਬੇ ਪੂਰਿ ਰਹਿਆ ਲਿਵ ਲਾਇ॥ ੧॥ ਰਹਾਉ॥ tooN sarbay poor rahi-aa liv laa-ay. ||1|| rahaa-o.

ਮੈਂ, ਪ੍ਰਭ ਦੀ ਕਿਹੜੀ ਕਿਹੜੀ ਵਡਿਆਈ ਦਾ ਵਰਣਨ ਕਰਾ? ਪ੍ਰਭ ਹਰ ਥਾਂ, ਹਰ ਸਮੇਂ ਹੀ ਵਾਪਰਦਾ ਰਹਿੰਦਾ ਹੈ ।

What specific virtue of His Greatness may I explain, sing? The Omnipotent, Omniscient and Omnipresent True Master remains embedded within His Nature and prevail in every action in the universe.

ਜੀਅ ਉਪਾਇ ਜੁਗਤਿ ਹਥਿ ਕੀਨੀ, ਕਾਲੀ ਨਥਿ ਕਿਆ ਵਡਾ ਭਇਆ॥ jee-a upaa-ay jugat hath keenee kaalee nath ki-aa vadaa bha-i-aa.
ਕਿਸੁ ਤੂੰ ਪੁਰਖੁ ਜੋਰੂ ਕਉਣ ਕਹੀਐ ਸਰਬ ਨਿਰੰਤਰਿ ਰਵਿ ਰਹਿਆ॥੨॥ kis tooN purakh joroo ka-un kahee-ai sarab nirantar rav rahi-aa. ||2||

ਪ੍ਰਭ ਦੇ ਸ਼ਬਦ ਦੀ ਪਾਲਣ ਵਿੱਚ ਲੀਨ ਹੋਇਆ ਹੀ ਅੰਨਦ ਬਖਸ਼ਿਸ਼ ਹੁੰਦਾ ਹੈ । ਸਾਰੇ ਜੀਵ ਹੀ ਸ੍ਰਿਸ਼ਟੀ ਨੂੰ ਪੈਦਾ ਕਰਨ ਵਾਲੇ ਮਾਲਕ ਦੇ ਵੱਸ ਵਿੱਚ ਹੀ ਹਨ । ਫਿਰ ਕ੍ਰਿਸ਼ਨ ਨੇ ਕਾਲੇ ਨਾਗ ਦੇ ਨੱਕ ਵਿੱਚ ਨੱਥ ਪਾ ਕੇ ਕੀ ਮਹਾਨ ਕੰਮ ਕੀਤਾ? ਉਸ ਦੀ ਕੀ ਵਡਿਆਈ ਕੀਤੀ ਜਾਵੇ?

Whosoever may remain intoxicated in obeying the teachings of His Word; with His mercy and grace, he may be bestowed with His Bliss, remains contented and in blossom. The whole creation remains under control, command of The One and Only One, True Master, Creator. What has Krishna done astonishing by pierced the nose of the black snake? Only His Command may prevail in the universe. What may be the greatness of Krishna?

ਨਾਲਿ ਕੁਟੰਬੁ ਸਾਥਿ ਵਰਦਾਤਾ, ਬ੍ਰਹਮਾ ਭਾਲਣ ਸ੍ਰਿਸਟਿ ਗਇਆ॥ naal kutamb saath vardaataa barahmaa bhaalan sarisat ga-i-aa.
ਆਗੈ ਅੰਤੁ ਨ ਪਾਇਓ ਤਾ ਕਾ, ਕੰਸੁ ਛੇਦਿ ਕਿਆ ਵਡਾ ਭਇਆ॥੩॥ aagai ant na paa-i-o taa kaa kans chhayd ki-aa vadaa bha-i-aa. ||3||

ਪ੍ਰਭ ਨੇ ਬ੍ਰਹਮਾ ਤੇ ਰਹਿਮਤ ਬਖਸ਼ੀ (ਵੇਦ ਉੱਚਰੇ)! ਉਹ ਆਪਣੇ ਸਾਥੀ ਨਾਲ, ਸ੍ਰਿਸ਼ਟੀ ਰੂਪੀ ਸਮੁੰਦਰ ਵਿੱਚ ਕਮਲ ਦੇ ਫੁੱਲ ਦੀ ਤਰ੍ਹਾਂ ਤਰ ਗਿਆ । ਸੰਸਾਰਕ ਮਾਇਆ ਦੇ ਅਹੰਕਾਰ ਰੂਪੀ ਜਾਲ ਵਿੱਚ ਫਸ ਕੇ, ਕੁਦਰਤ ਦੀ ਖੋਜ ਕਰਨ ਲਗਾ । ਪ੍ਰਭ ਦੀ ਕੁਦਰਤ ਦਾ ਅੰਤ ਨਹੀਂ, ਉਸ ਨੂੰ ਪਛਤਾਵਾ ਹੀ ਕਰਨਾ ਪਇਆ! ਜਨਮ, ਮੌਤ ਕੇਵਲ ਪ੍ਰਭ ਦੇ ਹੁਕਮ ਅੰਦਰ ਹੈ, ਕ੍ਰਿਸ਼ਨ ਨੇ ਰਾਜੇ ਕੰਸ ਨੂੰ ਮਾਰ ਕੇ ਪ੍ਰਭ ਦਾ ਸ਼ਰੀਕ ਬਣ ਕੇ, ਆਪਣਾ ਥਾਂ ਗਵਾ ਲਿਆ! ਉਸ ਦੀ ਕੀ ਮਹਾਨਤਾ ਕੀਤੀ?

The True Master bestowed His Blessed Vision on Brahma; he was blessed with the word of Vedas! His sanctified soul floated like a lotus flower in the worldly ocean of desires, along with his companions. He became a victim of worldly wealth, ego of his enlightenment. He started exploring the limits of beyond boundary, limits of His Nature; he had to regret and repent! Both birth and death remain only under His Command! What may be the greatness of Krishna? By challenging His Command, murdering king Kans, and destroying His Creation.

ਰਤਨ ਉਪਾਇ ਧਰੇ ਖੀਰੁ ਮਥਿਆ, ਹੋਰਿ ਭਖਲਾਏ ਜਿ ਅਸੀ ਕੀਆ॥ ratan upaa-ay Dharay kheer mathi-aa hor bhakhlaa-ay je asee kee-aa.
ਕਹੈ ਨਾਨਕੁ ਛਪੈ ਕਿਉ ਛਪਿਆ, ਏਕੀ ਏਕੀ ਵੰਡਿ ਦੀਆ॥੪॥੭॥ kahai naanak chhapai ki-o chhapi-aa aykee aykee vand dee-aa. ||4||7||

ਜਿਵੇਂ ਦੁੱਧ ਦੇ ਸਮੁੰਦਰ ਨੂੰ ਰਿੜਕ ਕੇ ਬਹੁਤ ਜ਼ਿਆਦਾ ਮੱਖਣ ਕੱਢਿਆ ਜਾ ਸਕਦਾ ਹੈ । ਇਸਤਰ੍ਹਾਂ ਦੀ ਰਹਿਮਤ ਨਾਲ ਹੀ ਅਮੋਲਕ ਰਤਨ, ਮਾਨਸ ਜੀਵ ਬਖਸ਼ਿਸ਼ ਹੁੰਦਾ ਹੈ! ਸੰਸਾਰਕ ਗੁਰੂ, ਪੀਰ ਆਪਣੀ ਅਗਿਆਤਨਤਾ ਕਾਰਨ, ਆਪਣੀਆਂ ਰਿਧੀਆਂ ਸਿਧੀਆਂ ਨੂੰ ਮਹੱਤਤਾ ਦੇਂਦੇ ਹਨ! ਪ੍ਰਭ ਦੇ ਕਰਤਬ ਛਿਪਾਏ ਨਹੀਂ ਜਾ ਸਕਦੇ । ਪ੍ਰਭ ਹਰਇਕ ਜੀਵਾਂ ਨੂੰ ਵੱਖਰਾ ਸ਼ਬਦ, ਦਾਤ ਬਖਸ਼ਦਾ ਹੈ ।

Imagine! Churning an ocean of milk, may render huge amount of butter! Same way, his earnings of His Word, priceless, ambrosial human life opportunity may be blessed. Ignorant, worldly gurus attach too much significance to miracles, enlightenment, technique of meditation to create miracles. His Nature, Miracles may never remain hidden from His Creation. The True Master bestows different Virtues, Blessings, His unique Word, the right path to every creature.

Key Message of Raag Aasaa, page 350-15
'ਪ੍ਰਭ ਦੀ ਬਖਸ਼ਿਸ਼ ਦਾ ਰਸਤਾ!
ਪ੍ਰਭ ਨੇ ਹਵਾ, ਧਰਤੀ ਅਤੇ ਸੰਸਾਰ ਨੂੰ ਪੈਦਾ ਕਰਕੇ, ਪਾਣੀ ਅਤੇ ਅੱਗ ਵਿੱਚ ਸ੍ਰਿਸ਼ਟੀ ਦੀ ਭਲਾਈ ਦੇ ਗੁਣ ਬਖਸ਼ੇ ਹਨ । ਜਿਹੜਾ ਪ੍ਰਭ ਦੇ ਸ਼ਬਦ ਦਾ ਦਾਸ ਬਣ ਜਾਂਦਾ ਹੈ, ਉਹ ਸੰਸਾਰਕ ਸਮੁੰਦਰ ਵਿੱਚ ਕਮਲ ਦੇ ਫੁੱਲ ਦੀ ਤਰ੍ਹਾਂ ਤਰ ਜਾਂਦਾ ਹੈ । ਅਹੰਕਾਰੀ ਨੂੰ ਸ੍ਰਿਸ਼ਟੀ ਦੀ ਕੁਦਰਤ ਦੀ ਖੋਜ ਕਰਦੇ, ਪਛਤਾਵਾ ਹੀ ਕਰਨਾ ਪੈਂਦਾ ਹੈ! ਪ੍ਰਭ ਦੀ ਕੁਦਰਤ ਦਾ ਅੰਤ ਨਹੀਂ ਜਾਣਿਆ ਸਕਦਾ! ਅਣਜਾਣ, ਸੰਸਾਰਕ ਗੁਰੂ ਪੀਰ, ਆਪਣੀਆਂ ਰਿਧੀਆਂ ਸਿਧੀਆਂ ਨੂੰ ਮਹੱਤਤਾ ਦੇਂਦੇ ਹਨ! ਪ੍ਰਭ ਹਰਇਕ ਜੀਵਾਂ ਨੂੰ ਵੱਖਰੀਆਂ ਵੱਖਰੀਆਂ ਦਾਤਾਂ ਬਖਸ਼ਦਾ ਹੈ ।
The right path of His Blessings!
The True Master has created Air, Earth, and the universe; He has infused good virtues in Water and Fire for the welfare of mankind, His Creation. Whosoever may surrender his self-entity at His Sanctuary; his sanctified soul may float, swims the worldly ocean of desires. Whosoever may remain intoxicated with the ego of his enlightenment to find the

limits of His Nature, miracles; he may remain frustrated. Ignorant, worldly gurus claim! He may create miracles with the power of his meditation, his enlightenment. The True Master bestows unique virtues, His Word, right path to everyone.

9. ਆਸਾ ਮਹਲਾ ੧॥ 351-2

ਕਰਮ ਕਰਤੂਤਿ ਬੇਲਿ ਬਿਸਥਾਰੀ, ਰਾਮ ਨਾਮੁ ਫਲੁ ਹੂਆ॥ karam kartoot bayl bisthaaree raam naam fal hoo-aa.
ਤਿਸੁ ਰੂਪੁ ਨ ਰੇਖ ਅਨਾਹਦੁ ਵਾਜੈ, ਸਬਦੁ ਨਿਰੰਜਨਿ ਕੀਆ॥੧॥ tis roop na raykh anaahad vaajai sabad niranjan kee-aa. ||1||

ਜੀਵ ਦੇ ਚੰਗੇ ਕੰਮਾਂ ਅਤੇ ਇਖਲਾਕ ਦੀ ਵੇਲ ਵਧਣ ਨਾਲ ਸ਼ਬਦ ਦਾ ਫਲ ਬਖਸ਼ਿਸ਼ ਹੁੰਦਾ ਹੈ । ਇਸ ਸ਼ਬਦ ਦਾ ਕੀ ਅਕਾਰ ਜਾ ਨਿਸ਼ਾਨੀ ਹੈ? ਮਨ ਵਿੱਚ ਪ੍ਰਭ ਦੇ ਵਿਛੋੜੇ ਦੇ ਵਿਰਾਗ ਦੀ ਧੁਨ ਨਾਲ ਹੀ ਸ਼ਬਦ ਬਖਸ਼ਿਸ਼ ਹੁੰਦਾ ਹੈ । ਇਸ ਦੀ ਸੋਝੀ ਨਾਲ ਹੀ ਪ੍ਰਭ ਦੀ ਰਹਿਮਤ ਮਹਿਸੂਸ ਹੋ ਸਕਦੀ ਹੈ ।

By good virtues of previous life and the goodness of character (ethics), his soul may be rewarded with the earnings of His Word. What may be the shape, form, structure, and identification of His Word? Whosoever may remain in renunciation in the memory of separation from His Holy Spirit. He may realize His Existence from within.

ਕਰੇ ਵਖਿਆਣੁ ਜਾਣੈ ਜੇ ਕੋਈ॥ karay vakhi-aan jaanai jay ko-ee.
ਅੰਮ੍ਰਿਤੁ ਪੀਵੈ ਸੋਈ॥੧॥ ਰਹਾਉ॥ amrit peevai so-ee. ||1|| rahaa-o.

ਜਿਸ ਨੂੰ ਸ਼ਬਦ ਦੀ ਸੋਝੀ ਹੁੰਦੀ ਹੈ, ਉਹ ਹੀ ਵਿਆਖਿਆ ਕਰ ਸਕਦਾ ਹੈ । ਉਹ ਹੀ ਇਸ ਨੂੰ ਆਪਣੇ ਜੀਵਨ ਵਿੱਚ ਢਾਲ ਸਕਦਾ ਹੈ ।

Whosoever may be enlightened with the essence of His Word, only he may be able to explain the true message, the purpose of His Word. Only he may adopt the teachings of His Word in day-to-day life.

ਜਿਨੑ ਪੀਆ ਸੇ ਮਸਤ ਭਏ ਹੈ, ਤੂਟੇ ਬੰਧਨ ਫਾਹੇ॥ jinH pee-aa say masat bha-ay hai tootay banDhan faahay.
ਜੋਤੀ ਜੋਤਿ ਸਮਾਣੀ ਭੀਤਰਿ, ਤਾ ਛੋਡੇ ਮਾਇਆ ਕੇ ਲਾਹੇ॥੨॥ jotee jot samaanee bheetar taa chhoday maa-i-aa kay laahay. ||2||

ਜਿਸ ਨੇ ਆਪਣੇ ਜੀਵਨ ਨੂੰ ਸ਼ਬਦ ਨਾਲ ਢਾਲ ਲਿਆ ਹੈ । ਉਸ ਦੇ ਸਾਰੇ ਬੰਧਨ, ਜਨਮ ਮਰਨ ਦਾ ਚੱਕਰ ਖਤਮ ਹੋ ਸਕਦਾ ਹੈ । ਉਹ ਪ੍ਰਭ ਦੀ ਜੋਤ ਵਿੱਚ ਅਲੋਪ ਹੋ ਸਕਦਾ, ਸੰਸਾਰਕ ਇਛਾਂ ਖਤਮ ਹੋ ਸਕਦੀਆਂ ਹਨ ।

Whosoever may have adopted the teachings of His Word in his day-to-day life, all his worldly bonds, attachment to worldly possessions and his cycle of birth and death may be eliminated forever. All his worldly desires may be subdued, eliminated from his mind; with His mercy and grace, he may immerse within His Holy Spirit.

ਸਰਬ ਜੋਤਿ ਰੂਪੁ ਤੇਰਾ ਦੇਖਿਆ, ਸਗਲ ਭਵਨ ਤੇਰੀ ਮਾਇਆ॥ sarab jot roop tayraa daykhi-aa sagal bhavan tayree maa-i-aa.
ਰਾਰੈ ਰੂਪਿ ਨਿਰਾਲਮੁ ਬੈਠਾ, ਨਦਰਿ ਕਰੇ ਵਿਚਿ ਛਾਇਆ॥੩॥ raarai roop niraalam baithaa nadar karay vich chhaa-i-aa. ||3||

ਹਰਇਕ ਦੇ ਅੰਦਰ ਪ੍ਰਭ ਜੋਤ ਚਲਦੀ ਹੈ, ਸਾਰੀਆਂ ਇਛਾਂ ਵੀ ਪ੍ਰਭ ਦੇ ਵੱਸ ਵਿੱਚ ਹੀ ਹਨ । ਸ਼ਾਤੀ ਦਾ ਸੋਮਾ, ਪ੍ਰਭ ਹਰਇਕ ਆਤਮਾ ਦੇ ਅੰਦਰ ਹੀ ਅਸਾਣ ਲਾਉਂਦਾ! ਪ੍ਰਭ ਆਤਮਾ ਦੀ ਪਹੁੰਚ, ਮੋਹ, ਲਗਨ ਤੋਂ ਰਹਿਤ ਰਹਿੰਦਾ ਹੈ । ਜਿਹੜਾ ਅਡੋਲ ਭਰੋਸਾ ਨਾਲ ਬੰਦਗੀ ਕਰਦਾ ਹੈ, ਉਸ ਨੂੰ ਕ੍ਰਿਪਾ ਨਾਲ ਨਿਹਾਲ ਕਰਦਾ ਹੈ ।

The True Master, the ray of light of His Holy Spirit remains embedded within his soul and body; all his worldly desires remain under His Command. The fountain of peace remains intoxicated within his soul, in the void of His Word; however, He remains beyond the reach and any emotional attachment to the creature. Whosoever may meditate and adopt the teachings of His Word with the steady and stable belief in day-to-day life, he may realize His Existence prevailing everywhere. He may be blessed with peace, contentment, and blossom in his worldly life.

ਬੀਣਾ ਸਬਦੁ ਵਜਾਵੈ ਜੋਗੀ, ਦਰਸਨਿ ਰੂਪਿ ਅਪਾਰਾ॥ beenaa sabad vajaavai jogee darsan roop apaaraa.
ਸਬਦਿ ਅਨਾਹਦਿ ਸੋ ਸਹੁ ਰਾਤਾ, ਨਾਨਕੁ ਕਹੈ ਵਿਚਾਰਾ॥੪॥੮॥ sabad anaahad so saho raataa naanak kahai vichaaraa. ||4||8||

ਜਿਹੜਾ ਬੰਦਗੀ ਕਰਨ ਵਾਲਾ ਸ਼ਬਦ ਅਨੁਸਾਰ ਜੀਵਨ ਢਾਲ ਲੈਂਦਾ ਹੈ । ਉਹ ਪ੍ਰਭ ਦੀ ਰਹਿਮਤ ਨਾਲ ਸ਼ਬਦ ਵਿੱਚ ਲੀਨ ਹੋ ਜਾਂਦੇ ਹਨ! ਉਸ ਨੂੰ ਪ੍ਰਭ ਦੀ ਹੋਂਦ ਮਹਿਸੂਸ ਹੋ ਜਾਂਦੀ ਹੈ, ਸ਼ਬਦ ਦੀ ਗੂੰਜ ਵਿੱਚ ਹੀ ਸਮਾ ਜਾਂਦਾ ਹੈ ।

Whosoever may adopt the teachings of His Word wholeheartedly in his day-to-day life, he may be blessed with the right path of acceptance in His Court. Whosoever may remain intoxicated in deep meditation in the void of His Word; he may realize His Existence prevailing everywhere. He may hear the everlasting echo of His Word resonating within his heart.

Key Message of Raag Aasaa, page 351-2
'ਸ਼ਬਦ ਦੇ ਅਕਾਰ ਜਾ ਨਿਸ਼ਾਨੀ!
ਜੀਵ ਦੇ ਕੰਮਾਂ ਅਤੇ ਇਖਲਾਕ ਦੀ ਵੇਲ ਵਧਣ ਨਾਲ ਸ਼ਬਦ ਦਾ ਫਲ ਬਖਸ਼ਿਸ਼ ਹੁੰਦਾ ਹੈ । ਇਸ ਸ਼ਬਦ ਦਾ ਕੀ ਅਕਾਰ ਜਾ ਨਿਸ਼ਾਨੀ ਹੈ? ਸ਼ਬਦ ਦੀ ਸਿਖਿਆਂ ਨਾਲ ਜੀਵਨ ਢਾਲਣ ਨਾਲ, ਸੰਸਾਰਕ ਇਛਾਂ ਖਤਮ ਹੋ ਸਕਦੀਆਂ ਹਨ! ਪ੍ਰਭ ਦਾ ਸ਼ਬਦ ਹਰਇਕ ਦੇ ਅੰਦਰ ਸਮਾਇਆ, ਵਾਪਰਦਾ, ਫਿਰ ਵੀ ਆਤਮਾ ਦੀ ਪਹੁੰਚ, ਮੋਹ, ਲਗਨ ਤੋਂ ਰਹਿਤ ਰਹਿੰਦਾ ਹੈ । ਜਿਹੜਾ ਸ਼ਬਦ ਦੀ ਸਮਾਧੀ ਵਿੱਚ ਲੀਨ ਹੋ ਜਾਂਦਾ, ਉਸ ਨੂੰ ਪ੍ਰਭ ਦੀ ਹੋਂਦ ਮਹਿਸੂਸ ਹੋ ਜਾਂਦੀ ਹੈ, ਸ਼ਬਦ ਦੀ ਗੂੰਜ ਵਿੱਚ ਹੀ ਸਮਾ ਜਾਂਦਾ ਹੈ ।
The shape, form, structure, and identification of His Word!
By good deeds of previous life and the goodness of character; his soul may be rewarded the earnings of His Word. What may be the shape, form, structure, and identification of His Word? By adopting the teachings of His Word in day-to-day life, he may conquer all his worldly bonds, and attachment to worldly possessions. His Holy Spirit remains embedded and prevails within each soul beyond reach of any emotion attachment. Whosoever may remain intoxicated in the void of His Word. He may realize His Existence prevailing everywhere, His soul may immerse within the everlasting echo of His Word forever.

10. ਆਸਾ ਮਹਲਾ ੧॥ 351-7

ਮੈ ਗੁਣ ਗਲਾ ਕੇ ਸਿਰਿ ਭਾਰ॥ ਗਲੀ ਗਲਾ ਸਿਰਜਣਹਾਰ॥ mai gun galaa kay sir bhaar. galee galaa sirjanhaar.
ਖਾਣਾ ਪੀਣਾ ਹਸਣਾ ਬਾਦਿ॥ ਜਬ ਲਗੁ ਰਿਦੈ ਨ ਆਵਹਿ ਯਾਦਿ॥੧॥ khaanaa peenaa hasnaa baad. jab lag ridai na aavahi yaad. ||1||

ਜੀਵ ਆਪਣੇ ਕੀਤੇ ਦਾ, ਆਪਣੇ ਬੋਲੇ ਦਾ, ਭਾਰ ਹੀ ਲਈ ਫਿਰਦਾ ਹੈ, ਉਸ ਦੇ ਲੇਖੇ ਵਿੱਚ ਲਿਖਿਆ ਜਾਂਦਾ ਹੈ । ਕੇਵਲ ਪ੍ਰਭ ਦਾ ਸ਼ਬਦ, ਪ੍ਰਭ ਦਾ ਭਾਣਾ ਹੀ ਅਸਲੀ ਬੋਲਣ ਵਾਲਾ ਸ਼ਬਦ ਹੈ । ਜਿਸ ਦੇ ਹਿਰਦੇ ਵਿੱਚ ਪ੍ਰਭ ਦੇ ਵਿਛੋੜੇ ਦੀ ਯਾਦ ਨਹੀਂ ਹੁੰਦੀ! ਉਸ ਦਾ ਖਾਣਾ ਪੀਣਾ, ਹੱਸਣਾ, ਅਨੰਦ ਮਾਨਣਾ ਸਭ ਬੇਕਾਰ ਹੀ ਹੁੰਦਾ ਹੈ ।

ਗੁਰੂ ਨਾਨਕ ਦੇਵ ਜੀ! – Guru Nanak Dev Ji! Guru Granth Sahib

Self-minded may carry the burden of his deeds and his own spoken words in the universe. All his deeds and actions are inscribed in the account of his soul. Only His Word may be worthy of speaking; His Virtues may be worthy of singing. Whosoever may not be in renunciation in the memory of his separation from His Holy Spirit, all his actions, eating, drinking, laughing, entertainment and enjoyment may be useless for the purpose of his human life blessings.

ਤੁਧੁ ਪਰਵਾਹ ਕੇਹੀ ਕਿਆ ਕੀਜੈ॥ ta-o parvaah kayhee ki-aa keejai.
ਜਨਮਿ ਜਨਮਿ ਕਿਛੁ ਲੀਜੀ ਲੀਜੈ॥੧॥ ਰਹਾਉ॥ janam janam kichh leejee leejai. ||1|| rahaa-o.

ਜਿਹੜਾ ਕੇਵਲ ਸ਼ਬਦ ਹੀ ਕਮਾਈ ਕਰਦਾ ਹੈ, ਉਸ ਦੀ ਕਮਾਈ ਮਰਨ ਤੋਂ ਪਿਛੋਂ ਸਾਥ ਜਾਂਦੀ ਹੈ । ਉਸ ਨੂੰ ਹੋਰ ਕਿਸੇ ਕਮਾਈ, ਇਛਾਂ ਦੀ ਕੋਈ ਪ੍ਰਵਾਹ ਨਹੀਂ ਹੁੰਦੀ ।

Whosoever may only earn the wealth of His Word; his wealth may go along with him after death in His Court. He may not have any worldly desire to collect any other possessions nor pay any attention to any worldly possessions, desires.

ਮਨ ਕੀ ਮਤਿ ਮਤਾਗਲੁ ਮਤਾ॥ ਜੋ ਕਿਛੁ ਬੋਲੀਐ ਸਭੁ ਖਤੋ ਖਤਾ॥ man kee mat mataagal mataa. jo kichh bolee-ai sabh khato khataa.
ਕਿਆ ਮੁਹੁ ਲੈ ਕੀਚੈ ਅਰਦਾਸਿ॥ ਪਾਪੁ ਪੁੰਨੁ ਦੁਇ ਸਾਖੀ ਪਾਸਿ॥੨॥ ki-aa muhu lai keechai ardaas. paap punn du-ay saakhee paas. ||2||

ਜੀਵ ਦੇ ਮਨ ਦੀ ਮੱਤ, ਉਸ ਨਿਸ਼ਾਈ ਹਾਥੀ ਵਰਗੀ ਹੈ । ਉਸ ਦੇ ਬੋਲੇ ਦੀ ਕੋਈ ਮੁਹਲਤ, ਸਾਥ ਜਾਣਵਾਲੀ ਕਮਾਈ ਨਹੀਂ ਹੁੰਦੀ । ਮਾਨਸ ਕਿਸਤਰ੍ਹਾਂ ਅਰਦਾਸ ਕਰ ਸਕਦਾ ਹੈ? ਅੰਤਰਜਾਮੀ ਪ੍ਰਭ ਤੋਂ ਜੀਵ ਦੇ ਪਾਪ, ਪੁੰਨ ਛਿਪਏ ਨਹੀਂ, ਕੇਵਲ ਇਨਸਾਫ ਹੀ ਕਰਦਾ ਹੈ ।

Self-minded may be like an intoxicated elephant. His spoken words have no significance nor his worldly wealth go along with him after his death. How may he pray for Forgiveness and Refuge? All our good and evil deeds may never be hidden from The Omniscient True Master; only justice may prevail as per the deeds of His Creation.

ਜੈਸਾ ਤੂੰ ਕਰਹਿ ਤੈਸਾ ਕੋ ਹੋਇ॥ ਤੁਝ ਬਿਨੁ ਦੂਜਾ ਨਾਹੀ ਕੋਇ॥ jaisaa tooN karahi taisaa ko ho-ay. tujh bin doojaa naahee ko-ay.
ਜੇਹੀ ਤੂੰ ਮਤਿ ਦੇਹਿ ਤੇਹੀ ਕੋ ਪਾਵੈ॥ jayhee tooN mat deh tayhee ko paavai.
ਤੁਧੁ ਆਪੇ ਭਾਵੈ ਤਿਵੈ ਚਲਾਵੈ॥੩॥ tuDh aapay bhaavai tivai chalaavai. ||3||

ਜਿਹੜਾ ਕੰਮ ਪ੍ਰਭ, ਜੀਵ ਤੋਂ ਕਰਾਉਂਦਾ ਹੈ, ਕੇਵਲ ਉਹ ਕੰਮ ਹੀ ਕਰ ਸਕਦਾ ਹੈ । ਪ੍ਰਭ ਦੇ ਹੁਕਮ ਤੋਂ ਬਿਨਾਂ ਹੋਰ ਕੋਈ ਦੂਸਰਾ ਕੰਮ ਨਹੀਂ, ਕੁਝ ਹੋ ਨਹੀਂ ਸਕਦਾ । ਪ੍ਰਭ ਹੀ ਮੱਤ ਬਖਸ਼ਦਾ, ਉਸਤਰ੍ਹਾਂ ਦੀ ਹੀ ਸੋਝੀ ਬਖਸ਼ਿਸ਼ ਹੁੰਦੀ ਹੈ । ਨਿਮਾਣੇ ਦਾਸ ਦੀ ਅਰਦਾਸ ਹੈ! ਆਪਣੀ ਰਜ਼ਾ ਵਿੱਚ ਰਖੋ! ਧੰਦੇ ਕਰਨ ਦੀ ਸਮਰਥਾ ਬਖਸ਼ੋ ।

Whatsoever the thoughts may be inspired within, he may only perform such a deed in his worldly life. Only His Command may prevail in the universe; no one else can do anything in the universe. Whatsoever wisdom may be bestowed; he may be enlightened with the essence of His Word. His humble devotee always prays for His Forgiveness and Refuge. He may pray to accept His Command and remains intoxicated in the void of His Court.

ਰਾਗ ਰਤਨ ਪਰੀਆ ਪਰਵਾਰ॥ ਤਿਸੁ ਵਿਚਿ ਉਪਜੈ ਅੰਮ੍ਰਿਤੁ ਸਾਰ॥ raag ratan paree-aa parvaar. tis vich upjai amrit saar.
ਨਾਨਕ ਕਰਤੇ ਕਾ ਇਹੁ ਧਨੁ ਮਾਲੁ॥ naanak kartay kaa ih Dhan maal.
ਜੇ ਕੋ ਬੂਝੈ ਏਹੁ ਬੀਚਾਰੁ॥੪॥੯॥ jay ko boojhai ayhu beechaar. ||4||9||

ਸ਼ਬਦ ਅਤੇ ਸ਼ਬਦ ਦਾ ਰਾਗ ਹੀ ਤੇਰਾ ਰੂਪ, ਤੇਰਾ ਪਰਿਵਾਰ ਹੈ । ਉਸ ਵਿਚੋਂ ਹੀ ਸ਼ਬਦ ਦੀ ਸੋਝੀ, ਅੰਮ੍ਰਿਤ ਪੈਦਾ ਹੁੰਦਾ ਹੈ । ਪ੍ਰਭ ਇਹ ਹੀ ਤੇਰੀ ਵਡਿਆਈ ਹੈ! ਜਿਹੜਾ ਇਹ ਤੱਤ ਸਮਝ ਜਾਂਦਾ ਹੈ, ਉਹ ਪ੍ਰਭ ਨੂੰ ਆਪਣੇ ਅੰਦਰੋਂ ਹੀ ਢੂੰਡ ਲੈਂਦਾ ਹੈ ।

His Word, the everlasting echo of His Word may be His Existence, shape, and His family. From the enlightenment of the essence of His Word, the nectar may be oozing. Such may be His unique greatness and priceless wealth. Whosoever may realize the essence of His Word; He may search the enlightenment of His Word from within.

Key Message of Raag Aasaa, page 351-7
'ਸ਼ਬਦ ਦੇ ਅਕਾਰ ਜਾ ਨਿਸ਼ਾਨੀ!
ਜੀਵ ਆਪਣੇ ਕੀਤੇ ਦਾ, ਆਪਣੇ ਬੋਲੇ ਦਾ, ਭਾਰ ਹੀ ਲਈ ਫਿਰਦਾ ਹੈ, ਉਸ ਦੇ ਲੇਖੇ ਵਿੱਚ ਲਿਖਿਆ ਜਾਂਦਾ ਹੈ । ਜਿਹੜਾ ਕੇਵਲ ਸ਼ਬਦ ਹੀ ਕਮਾਈ ਕਰਦਾ, ਮਰਨ ਤੋਂ ਪਿਛੋਂ ਸਾਥ ਜਾਂਦੀ ਹੈ । ਉਸ ਨੂੰ ਸੰਸਾਰਕ ਇਛਾਂ ਦੀ ਕੋਈ ਪ੍ਰਵਾਹ ਨਹੀਂ ਹੁੰਦੀ । ਮਨ ਦੀ ਮੱਤ, ਨਿਸ਼ਾਈ ਹਾਥੀ ਵਰਗੀ ਹੁੰਦੀ ਹੈ । ਜੀਵ ਦੇ ਪਾਪ ਪੁੰਨ ਛਿਪਏ ਨਹੀਂ ਰਹਿੰਦੇ, ਪ੍ਰਭ ਕੇਵਲ ਇਨਸਾਫ ਹੀ ਕਰਦਾ ਹੈ । ਸ਼ਬਦ ਅਤੇ ਰਾਗ ਹੀ ਪ੍ਰਭ ਦਾ ਰੂਪ, ਪਰਿਵਾਰ ਹੈ, ਸ਼ਬਦ ਦੀ ਸੋਝੀ ਵਿਚੋਂ ਅੰਮ੍ਰਿਤ ਪੈਦਾ ਹੁੰਦਾ ਹੈ ।
The shape, form, structure, and identification of His Word!
Self-minded carries the burden of his deeds and his worldly deeds may be written in his account. Whosoever may only earn the wealth of His Word; his earnings support in His Court. He may not worry about worldly desires, status. Self-minded may be like an intoxicated elephant. The Omniscient True Master remains aware about all his good and evil deeds; only justice may prevail in His Court. His Word, the everlasting echo of His Word may be the His Existence, shape, and family. The nectar may be oozing from the enlightenment of His Word.

11. ਆਸਾ ਮਹਲਾ ੧॥ 351-13

ਕਰਿ ਕਿਰਪਾ ਅਪਨੈ ਘਰਿ ਆਇਆ, kar kirpaa apnai ghar aa-i-aa
ਤਾ ਮਿਲਿ ਸਖੀਆ ਕਾਜੁ ਰਚਾਇਆ॥ taa mil sakhee-aa kaaj rachaa-i-aa.
ਖੇਲੁ ਦੇਖਿ ਮਨਿ ਅਨਦੁ ਭਇਆ, ਸਹੁ ਵੀਆਹਣ ਆਇਆ॥੧॥ khayl daykh man anad bha-i-aa saho vee-aahan aa-i-aa. ||1||

ਪ੍ਰਭ ਦੀ ਰਹਿਮਤ ਨਾਲ ਮੇਰੇ ਅੰਦਰ ਪ੍ਰਭ ਦੀ ਜੋਤ ਜਾਗਰਤ ਹੋ ਗਈ! ਸੰਤ ਸਰੂਪ ਦੀ ਸੰਗਤ ਵਿੱਚ ਸ਼ਬਦ ਦੇ ਸਿਮਰਨ ਵਿੱਚ ਮਸਤ, ਲੀਨ ਹੋ ਗਿਆ ਹਾ । ਪ੍ਰਭ ਦੇ ਸ਼ਬਦ ਦੀ ਸੋਝੀ ਨਾਲ ਮੇਰੇ ਮਨ ਵਿੱਚ ਖੇੜਾ ਬਖਸ਼ਿਸ਼ ਹੋ ਗਿਆ ਹੈ! ਆਤਮਾ ਦਾ ਪ੍ਰਭ ਨਾਲ ਸੰਜੋਗ ਹੋ ਗਿਆ ਹੈ ।

The True Master has bestowed His Blessed Vision, I am enlightened with the essence of His Word within. In the congregation of His Holy saint, I am meditating in the void of His Word. I have been enlightened with the essence of His Word within. I am overwhelmed with contentment and blossom; my soul may be united with His Holy Spirit.

ਗਾਵਹੁ ਗਾਵਹੁ ਕਾਮਣੀ ਬਿਬੇਕ ਬੀਚਾਰੁ॥ gaavhu gaavhu kaamnee bibayk beechaar.
ਹਮਰੈ ਘਰਿ ਆਇਆ ਜਗਜੀਵਨੁ ਭਤਾਰੁ॥੧॥ ਰਹਾਉ॥ hamrai ghar aa-i-aa jagjeevan bhataar. ||1||rahaa-o.

ਸਾਧ ਸੰਗਤ ਵਿੱਚ ਪ੍ਰਭ ਦੇ ਵਿਰਗ ਦੇ ਗੀਤ, ਸ਼ਬਦ ਦਾ ਸਿਮਰਨ ਕਰੋ! ਪ੍ਰਭ ਦਾ ਦਰਬਾਰ ਜੀਵ ਦੇ ਤਨ ਅੰਦਰ ਹੀ ਹੈ ।

ਗੁਰੂ ਨਾਨਕ ਦੇਵ ਜੀ! – Guru Nanak Dev Ji! Guru Granth Sahib

In the conjugation of His Holy saint meditates on the teachings of His Word. You should keep the memory of your separation from His Holy Spirit fresh. His Holy Throne remains embedded within soul and body of every creature.

ਗੁਰੂ ਦੁਆਰੈ ਹਮਰਾ ਵੀਆਹੁ ਜਿ ਹੋਆ, guroo du-aarai hamraa vee-aahu je ho-aa
ਜਾ ਸਹੁ ਮਿਲਿਆ ਤਾਂ ਜਾਨਿਆ॥ jaaN saho mili-aa taaN jaani-aa.
ਤਿਹੁ ਲੋਕਾ ਮਹਿ ਸਬਦੁ ਰਵਿਆ ਹੈ, ਆਪੁ ਗਇਆ ਮਨੁ ਮਾਨਿਆ॥੨॥ tihu lokaa meh sabad ravi-aa hai aap ga-i-aa man maani-aa. ||2||

ਮੈਂ ਆਪਾ ਪ੍ਰਭ ਦੇ ਸ਼ਬਦ ਦੇ ਲੇਖੇ ਲਾ ਦਿੱਤਾ ਹੈ, ਮੇਰੀ ਆਤਮਾ ਦਰਬਾਰ ਵਿੱਚ ਪ੍ਰਵਾਨ ਹੋ ਗਈ! ਮੈਨੂੰ ਪ੍ਰਭ ਦੀ ਜੋਤ ਮਹਿਸੂਸ ਹੋ ਗਈ! ਤਿੰਨਾਂ ਸ੍ਰਿਸ਼ਟੀਆਂ ਵਿੱਚ ਪ੍ਰਭ ਆਪ ਹੀ ਵਾਪਰਦਾ ਹੈ । ਜਿਹੜਾ ਸ਼ਬਦ ਤੇ ਭਰੋਸਾ ਅਡੋਲ ਰਖਦਾ, ਉਸ ਦੇ ਮਨ ਦਾ ਅਹੰਕਾਰ ਨਾਸ ਹੋ ਜਾਂਦਾ, ਮਨ ਵਿੱਚ ਖੇੜਾ ਬਖਸ਼ਿਸ਼ ਹੋ ਜਾਂਦਾ ਹੈ ।

I have surrendered may self-entity at His Sanctuary; I have realized His Existence prevailing everywhere and only The True Master prevails in all three universes. Whosoever may obey the teachings of His Word with steady and stable belief; with His mercy and grace, he may conquer his own ego. He may remain contented and overwhelmed with blossom.

ਆਪਣਾ ਕਾਰਜੁ ਆਪਿ ਸਵਾਰੇ, ਹੋਰਨਿ ਕਾਰਜੁ ਨ ਹੋਈ॥ aapnaa kaaraj aap savaaray horan kaaraj na ho-ee.
ਜਿਤੁ ਕਾਰਜਿ ਸਤੁ ਸੰਤੋਖੁ ਦਇਆ ਧਰਮੁ ਹੈ, jit kaaraj sat santokh da-i-aa Dharam hai
ਗੁਰਮੁਖਿ ਬੂਝੈ ਕੋਈ॥੩॥ gurmukh boojhai ko-ee. ||3||

ਸ੍ਰਿਸ਼ਟੀ ਵਿੱਚ ਸਾਰੇ ਧੰਦੇ, ਕਾਰਜ ਪ੍ਰਭ ਹੀ ਬਣਾਉਣ ਵਾਲਾ ਹੈ । ਉਹ ਆਪ ਹੀ ਸਭ ਕੁਝ ਕਰਦਾ ਹੈ, ਹੋਰ ਕਿਸੇ ਜੀਵ ਦੇ ਵੱਸ ਵਿੱਚ ਕੁਝ ਨਹੀਂ ਹੈ । ਜਿਹੜਾ ਕੰਮ ਧੀਰਜ, ਸੰਤੋਖ, ਕਿਸੇ ਤੇ ਤਰਸ, ਇਨਸਾਫ ਲਈ ਕੀਤਾ ਜਾਂਦਾ ਹੈ, ਉਹ ਕੰਮ ਹੀ ਪ੍ਰਭ ਦੇ ਭਾਣੇ ਅਨੁਸਾਰ ਹੋ ਜਾਂਦਾ ਹੈ । ਕੋਈ ਵਿਰਲਾ ਹੀ ਗੁਰਮਖ ਇਹ ਤੱਤ ਜਾਣਦਾ, ਇਸਤਰ੍ਹਾਂ ਕੰਮ ਕਰਦਾ ਹੈ ।

The Ture Master has created the purpose of all worldly chores and prevails in all chores in the universe; nothing may be under control of His Creation. Any worldly deeds may be performed with patience, contentment, compassion for helpless, and justice become acceptable in His Court; however, very rare devotee may realize this essence of His Nature, Command.

ਭਨਤਿ ਨਾਨਕੁ ਸਭਨਾ ਕਾ ਪਿਰੁ ਏਕੋ ਸੋਇ॥ bhanat naanak sabhnaa kaa pir ayko so-ay.
ਜਿਸ ਨੋ ਨਦਰਿ ਕਰੇ, ਸਾ ਸੋਹਾਗਣਿ ਹੋਇ॥ ੪॥੧੦॥ jis no nadar karay saa sohagan ho-ay. ||4||10||

ਸਭ ਜੀਵਾਂ ਦਾ ਇਕੋ ਇਕ ਪ੍ਰਭ ਹੀ ਅਸਲੀ ਮਾਲਕ ਹੈ! ਜਿਸ ਤੇ ਰਹਿਮਤ ਬਖਸ਼ਦਾ ਹੈ, ਉਸ ਦੇ ਮਨ ਵਿੱਚ ਖੇੜਾ ਬਖਸ਼ਿਸ਼ ਹੋ ਜਾਂਦਾ ਹੈ ।

The One and only One, True Master remains the only The True Trustee of His Creation. Whosoever may be bestowed with His Blessed Vision, he may remain contented and in blossom forever.

Key Message of Raag Aasaa, page 351-13
'ਪ੍ਰਭ ਦਾ ਤਖਤ ਕਿਥੇ ਹੈ?
ਪ੍ਰਭ ਦਾ ਦਰਬਾਰ ਜੀਵ ਦੇ ਤਨ ਅੰਦਰ ਹੀ ਹੈ । ਤਿੰਨਾਂ ਸ੍ਰਿਸ਼ਟੀਆਂ ਵਿੱਚ ਪ੍ਰਭ ਆਪ ਹੀ ਵਾਪਰਦਾ ਹੈ । ਪ੍ਰਭ ਦੇ ਵਿਛੋੜੇ ਦੇ ਵਿਰਗ ਨਾਲ ਅਹੰਕਾਰ ਨਾਸ ਹੋ ਜਾਂਦਾ, ਮਨ ਵਿੱਚ ਖੇੜਾ ਬਖਸ਼ਿਸ਼ ਹੋ ਜਾਂਦਾ ਹੈ । ਜਿਹੜਾ ਕੰਮ **ਧੀਰਜ, ਸੰਤੋਖ, ਕਿਸੇ ਤੇ ਤਰਸ, ਇਨਸਾਫ** ਲਈ ਹੀ ਕੀਤਾ ਜਾਂਦਾ ਹੈ, ਉਹ ਕੰਮ ਹੀ ਪ੍ਰਭ ਦੇ ਭਾਣੇ ਅਨੁਸਾਰ ਹੋ ਜਾਂਦਾ ਹੈ । ਕੋਈ ਵਿਰਲਾ ਹੀ ਇਹ ਤੱਤ ਜਾਣਦਾ, ਇਸਤਰ੍ਹਾਂ ਕੰਮ ਕਰਦਾ ਹੈ ।
Where may be His Throne!
His Holy throne, Spirit remains embedded within each soul and body. Whosoever may remain in renunciation in the memory of his separation from His Holy Spirit; he may conquer his own ego and overwhelmed with blossom. Any deeds performed with patience on His Blessings; contentment on His Blessings; compassion on helpless, and justice are all become as per His Command. However, very rare may be enlightened with such an essence of His Nature.

12. ਆਸਾ ਮਹਲਾ ੧॥ 351-18

ਗ੍ਰਿਹੁ ਬਨੁ ਸਮਸਰਿ ਸਹਜਿ ਸੁਭਾਇ॥ garihu ban samsar sahj subhaa-ay.
ਦੁਰਮਤਿ ਗਤੁ ਭਈ ਕੀਰਤਿ ਠਾਇ॥ durmat gat bha-ee keerat thaa-ay.
ਸਚ ਪਉੜੀ ਸਾਚਉ ਮੁਖਿ ਨਾਂਉ॥ sach pa-orhee saacha-o mukh naaN-o.
ਸਤਿਗੁਰੁ ਸੇਵਿ ਪਾਏ ਨਿਜ ਥਾਉ॥੧॥ satgur sayv paa-ay nij thaa-o. ||1||

ਜਿਹੜਾ ਜੀਵ ਪ੍ਰਭ ਦੇ ਸ਼ਬਦ ਨਾਲ ਜੀਵਨ ਢਾਲ ਲੈਂਦਾ ਹੈ, ਉਸ ਨੂੰ ਜੰਗਲਾਂ ਜਾ ਸੰਸਾਰ ਵਿੱਚ ਰਹਿਣ ਵਿੱਚ ਕੋਈ ਫਰਕ ਮਹਿਸੂਸ ਨਹੀਂ ਹੁੰਦਾ । ਜਿਵੇਂ ਜਿਵੇਂ ਸ਼ਬਦ ਮਨ ਵਿੱਚ ਘਰ ਜਾਂਦਾ ਹੈ, ਉਸ ਦੇ ਭਰਮ, ਭੁਲੇਖੇ ਦੂਰ ਹੋ ਜਾਂਦੇ ਹਨ । ਉਸ ਦੇ ਹਰ ਕੰਮ ਵਿੱਚ ਹੀ ਸ਼ਬਦ ਦੀ ਲਗਨ ਹੁੰਦੀ ਹੈ । ਇਹ ਹੀ ਪ੍ਰਭ ਦੇ ਦਰਬਾਰ ਵਿੱਚ ਜਾਣ ਲਈ ਪੌੜੀ ਬਣ ਜਾਂਦੀ ਹੈ । ਸ੍ਰਿਸ਼ਟੀ ਦੀ ਸੇਵਾ ਕਰਨ ਨਾਲ ਜੀਵ ਦੇ ਅੰਦਰੋਂ ਹੀ ਪ੍ਰਭ ਦਾ ਆਸਣ ਬਖਸ਼ਿਸ਼ ਹੋ ਜਾਂਦਾ ਹੈ ।

Whosoever may adopt the teachings of His Word in his day-to-day life. He may not experience any different comfort level, living in family life or in wild forest beyond the reach of worldly comforts. Whosoever may be drenched with the essence of His Word, all his suspicions of religious rituals may be eliminated from his mind. In each worldly deed, he seeks His Counsel and adopts the teachings of His Word. He realizes such a way of life may be the right path, the stair leading to His Court. Whosoever may serve His Creation, His throne may be enlightened within his heart.

ਮਨ ਚੂਰੇ ਖਟੁ ਦਰਸਨ ਜਾਣੁ॥ man chooray khat darsan jaan.
ਸਰਬ ਜੋਤਿ ਪੂਰਨ ਭਗਵਾਨੁ॥੧॥ ਰਹਾਉ॥ sarab jot pooran bhagvaan. ||1||rahaa-o.

ਮਨ ਤੇ ਜਿੱਤ, ਇਛਾਂ ਤੇ ਕਾਬੂ ਪਾਉਣਾ ਹੀ ਛੇ ਸ਼ਾਸਤਰਾਂ ਦਾ ਗਿਆਨ ਪਾਉਣਾ ਹੈ । ਛੇ ਸ਼ਾਸਤਰਾਂ ਦਾ ਗਿਆਨ! ਪ੍ਰਭ ਪੂਰਨ ਜੋਤ ਹਰ ਥਾਂ ਹੀ ਵਾਪਰਦੀ ਹੈ ।

To conquer own worldly desire are the essence of all religious scriptures. All religious scriptures enlighten! The Omnipotent Holy Spirit, perfect in all respects, prevails everywhere and in each activity of the universe.

ਅਧਿਕ ਤਿਆਸ ਭੇਖ ਬਹੁ ਕਰੈ॥ ਦੁਖੁ ਬਿਖਿਆ ਸੁਖੁ ਤਨਿ ਪਰਹਰੈ॥ aDhik ti-aas bhaykh baho karai. dukh bikhi-aa sukh tan parharai.
ਕਾਮੁ ਕ੍ਰੋਧੁ ਅੰਤਰਿ ਧਨੁ ਹਿਰੈ॥ ਦੁਬਿਧਾ ਛੋਡਿ ਨਾਮਿ ਨਿਸਤਰੈ॥੨॥ kaam kroDh antar Dhan hirai. dubiDhaa chhod naam nistarai. ||2||

ਮਾਇਆ ਨਾਲ ਲਗਨ, ਲਾਲਚ ਕਰਕੇ ਹੀ ਜੀਵ ਧਾਰਮਕ ਬਾਣਾ ਪਾਉਂਦਾ, ਧਰਮ ਧਾਰਦਾ ਹੈ । ਮਾਇਆ ਦੇ ਮੋਹ, ਲਾਲਚ ਕਾਰਨ ਹੀ ਤਨ ਨੂੰ ਦੁਖ ਮਿਲਦੇ, ਮਨ ਦੀ ਸ਼ਾਂਤੀ ਭੰਗ ਹੁੰਦੀ ਹੈ । ਕਾਮ ਅਤੇ ਕਰੋਧ ਮਨ ਦੀ ਅਮੋਲਕ ਅਵਸਥਾ ਲੁੱਟ ਲੈਂਦੇ, ਚੋਰੀ ਕਰ ਲੈਂਦੇ ਹਨ ।

The greed of worldly wealth, may inspire to adopt religion, religious robe, and to baptism by the religious rituals. He may endure miseries in his life and ruins his peace of mind. The sexual urge with strange partner and the anger are robing, his priceless contentment, state of mind from his day-to-day life.

ਸਿਫਤਿ ਸਲਾਹਣੁ ਸਹਜ ਅਨੰਦ॥ ਸਖਾ ਸੈਨੁ ਪ੍ਰੇਮੁ ਗੋਬਿੰਦ॥ sifat salaahan sahj anand. sakhaa sain paraym gobind.
ਆਪੇ ਕਰੇ ਆਪੇ ਬਖਸਿੰਦੁ॥ ਤਨੁ ਮਨੁ ਹਰਿ ਪਹਿ ਆਗੈ ਜਿੰਦੁ॥੩॥ aapay karay aapay bakhsind. tan man har peh aagai jind. ||3||

ਪ੍ਰਭ ਦੇ ਸ਼ਬਦ ਦੀ ਉਸਤਤ ਗਾਉਣ ਨਾਲ ਹੀ ਮਨ ਦੀ ਸ਼ਾਂਤੀ, ਸੰਤੋਖ, ਧੀਰਜ ਵਾਪਸ ਬਖਸ਼ਿਸ਼ ਹੋ ਸਕਦਾ ਹੈ । ਸ਼ਬਦ ਨਾਲ ਲਗਨ ਹੀ ਆਤਮਾ ਦਾ ਅਸਲੀ ਮਿੱਤਰ, ਸੰਬਧੀ ਹੈ । ਪ੍ਰਭ ਆਪ ਹੀ ਸਭ ਕੁਝ ਕਰਾਉਂਦਾ, ਆਪ ਹੀ ਗਲਤੀਆਂ ਮਾਫ ਕਰਦਾ ਹੈ । ਜੀਵ ਦਾ ਮਨ, ਤਨ ਪ੍ਰਭ ਦੀ ਅਮਾਨਤ ਹੈ, ਅਡੋਲ ਭਰੋਸੇ ਨਾਲ ਪ੍ਰਭ ਅੱਗੇ ਆਪਾ ਭੇਟਾ ਕਰ ਦੇਵੋ!

Whosoever may sing the glory of His Word; with His mercy and grace, he may be blessed with a peace of mind, patients, and contentment in life. The devotional attachment to the teachings of His Word may be the true companion of his soul to support in His Court. The True Master inspires His Creation to do all worldly deeds; only He may forgive his mistakes, evil deeds. Your mind and body remain only His Trust. You should surrender your self-entity at His Sanctuary, serve mankind.

ਝੂਠ ਵਿਕਾਰ ਮਹਾ ਦੁਖੁ ਦੇਹ॥ ਭੇਖ ਵਰਨ ਦੀਸਹਿ ਸਭਿ ਖੇਹ॥ jhooth vikaar mahaa dukh dayh. bhaykh varan deeseh sabh khayh.
ਜੋ ਉਪਜੈ ਸੋ ਆਵੈ ਜਾਇ॥ ਨਾਨਕ ਅਸਥਿਰੁ ਨਾਮੁ ਰਜਾਇ॥੪॥੧੧॥ jo upjai so aavai jaa-ay. naanak asthir naam rajaa-ay. ||4||11||

ਝੂਠ, ਦਿਖਾਵਾ, ਲਾਲਚ ਹੀ ਸਭ ਦੁਖਾਂ ਦੀ ਜੜ੍ਹ ਹੈ । ਸਾਰੇ ਧਾਰਮਕ ਬਾਣੇ, ਧਰਮ ਜਾ ਸੰਸਾਰਕ ਹੈਸੀਅਤ ਸਭ ਮਿੱਟੀ ਦੇ ਬਰਾਬਰ ਹੀ ਹਨ, ਕੋਈ ਮਹੱਤਤਾ ਨਹੀਂ ਰਖਦੇ । ਜਿਹੜਾ ਸੰਸਾਰ ਵਿੱਚ ਜਨਮ ਲੈਂਦਾ ਹੈ, ਉਸ ਨੂੰ ਮੌਤ ਆਉਣੀ ਹੈ । ਕੇਵਲ ਇਕੋ ਇਕ ਪ੍ਰਭ ਹੀ ਸਦਾ ਅਟਲ ਰਹਿਣ ਵਾਲਾ ਮਾਲਕ ਹੈ ।

The root cause of all miseries in life may be hypocrisy, deception, falsehood, lie, and greed. All religions, religious robes, worldly status have no significance in His Court for the purpose of human life journey. The One and only One, True Master remains unchanged forever; everyone else remains in the cycle of birth and death.

Key Message of Raag Aasaa, page 351-18
'ਆਤਮਾ ਦਾ ਅਸਲੀ ਸਾਥੀ!
ਸ੍ਰਿਸ਼ਟੀ ਦੀ ਸੇਵਾ ਕਰਨ ਨਾਲ ਜੀਵ ਦੇ ਅੰਦਰੋਂ ਹੀ ਪ੍ਰਭ ਦਾ ਆਸਣ ਜਾਗਰਤ ਹੋ ਜਾਂਦਾ ਹੈ । ਵਿਰਾਗ ਹੀ ਪ੍ਰਭ ਦੇ ਦਰਬਾਰ ਵਿੱਚ ਜਾਣ ਲਈ ਪੌੜੀ ਹੈ । ਮਨ ਤੇ ਜਿੱਤ, ਇਛਾਂ ਤੇ ਕਾਬੂ ਪਾਉਣਾ ਹੀ ਛੇ ਸ਼ਾਸਤਰਾਂ ਦੀ ਸੋਝੀ ਹੈ । ਸ਼ਬਦ ਨਾਲ ਲਗਨ ਹੀ ਆਤਮਾ ਦਾ ਅਸਲੀ ਮਿੱਤਰ, ਸੰਬਧੀ ਹੈ । ਮਨ ਦੀ ਸ਼ਾਂਤੀ, ਸੰਤੋਖ, ਧੀਰਜ ਬਖਸ਼ਿਸ਼ ਹੋ ਸਕਦਾ ਹੈ । ਕੇਵਲ ਇਕੋ ਇਕ ਪ੍ਰਭ, ਸ਼ਬਦ ਦੀ ਕਮਾਈ ਹੀ ਸਦਾ ਅਟਲ ਰਹਿਣ ਵਾਲੀ ਹੈ ।
True companion of soul!
By serving His Creation, His Throne may be realized within; renunciation in the memory of his separation from His Holy Spirit, may be the right path, stair leads to His Court. Conquering own worldly desires may be the enlightenment of all religious Holy Scriptures. Intoxication in the void of His Word may be the true companion of the soul to support in His Court; he may be blessed with peace of mind, patience, and contentment. The One and only One, True Master, and earnings of His Word remain true forever.

13. ਆਸਾ ਮਹਲਾ ੧॥ 352-5

ਏਕੋ ਸਰਵਰੁ ਕਮਲ ਅਨੂਪ॥ ਸਦਾ ਬਿਗਾਸੈ ਪਰਮਲ ਰੂਪ॥ ayko sarvar kamal anoop. sadaa bigaasai parmal roop.
ਊਜਲ ਮੋਤੀ ਚੂਗਹਿ ਹੰਸ॥ ਸਰਬ ਕਲਾ ਜਗਦੀਸੈ ਅੰਸ॥੧॥ oojal motee choogeh hans. sarab kalaa jagdeesai ans. ||1||

ਸੰਸਾਰਕ ਸਾਗਰ ਵਿੱਚ ਇਕੋ ਇਕ ਪ੍ਰਭ ਹੀ ਅਣਮੋਲ, ਅਨੋਖਾ, ਕਮਲ ਦੇ ਫੁੱਲ ਵਰਗਾ ਹੈ । ਜਿਹੜਾ ਸਦਾ ਹੀ ਖੇੜੇ ਵਿੱਚ ਰਹਿੰਦਾ, ਕਦੇ ਨਿਰਾਸਤਾ, ਵਿਜੋਗ ਵਿੱਚ ਨਹੀਂ ਹੁੰਦਾ । ਭਗਤ ਜਨ ਕੇਵਲ ਪ੍ਰਭ ਦੀ ਭਾਲ ਵਿੱਚ ਹੀ ਰਹਿੰਦੇ ਹਨ । ਸ਼ਬਦ ਦੀ ਬੰਦਗੀ ਵਿੱਚ ਲੀਨ ਹੋਏ ਨੂੰ ਰਹਿਮਤ ਨਾਲ ਪ੍ਰਵਾਨਗੀ ਬਖਸ਼ਿਸ਼ ਹੋ ਸਕਦੀ ਹੈ ।

In the worldly ocean of desires, The One and Only One, True Master may be sanctified, like the lotus flower. He always remains in blossom, beyond any grievances, grief of separation from His Holy Spirit. His true devotee may always seek the enlightenment of His Word and only His Forgiveness and Refuge. Whosoever may remain intoxicated in meditation in the void of His Word; he may be accepted in His Sanctuary.

ਜੋ ਦੀਸੈ ਸੋ ਉਪਜੈ ਬਿਨਸੈ॥ jo deesai so upjai binsai.
ਬਿਨੁ ਜਲ ਸਰਵਰਿ ਕਮਲੁ ਨ ਦੀਸੈ॥੧॥ ਰਹਾਉ॥ bin jal sarvar kamal na deesai. ||1|| rahaa-o.

ਜਿਹੜਾ ਵੀ ਸੰਸਾਰ ਵਿੱਚ ਜਨਮ ਲੈਂਦਾ ਹੈ, ਉਸ ਨੂੰ ਮੌਤ ਆਉਣੀ ਹੈ । ਸੰਸਾਰ ਵਿੱਚ ਪ੍ਰਭ ਦੇ ਅੰਮ੍ਰਿਤ ਦੇ ਜਲ ਤੋਂ ਬਿਨਾਂ ਕੋਈ ਕਮਲ ਦਾ ਫੁੱਲ ਨਹੀਂ ਦਿੱਸਦਾ । ਸ਼ਬਦ ਦੇ ਸਿਮਰਨ ਤੋਂ ਬਿਨਾਂ ਕੋਈ ਕਮਲ ਵਰਗਾ ਅਣਮੋਲ ਨਹੀਂ ਬਣ ਸਕਦਾ ।

Both birth and death have been predetermined and unavoidable play of His Creation. In the universe! There may not be any other sanctified lotus flower than the nectar of His Word. Without adopting the teachings of His Word with steady and stable belief in day-to-day life, no one may be sanctified, unblemished like the lotus flower.

ਬਿਰਲਾ ਬੂਝੈ ਪਾਵੈ ਭੇਦੁ॥ ਸਾਖਾ ਤੀਨਿ ਕਹੈ ਨਿਤ ਬੇਦੁ॥ birlaa boojhai paavai bhayd. saakhaa teen kahai nit bayd.
ਨਾਦ ਬਿੰਦ ਕੀ ਸੁਰਤਿ ਸਮਾਇ॥ naad bind kee surat samaa-ay.
ਸਤਿਗੁਰੁ ਸੇਵਿ ਪਰਮ ਪਦੁ ਪਾਇ॥੨॥ satgur sayv param pad paa-ay. ||2||

ਧਾਰਮਕ ਗ੍ਰੰਥ (ਵੇਦ) ਬਹੁਤ ਚੰਗੇ ਢੰਗ ਨਾਲ ਹੀ ਬੰਦਗੀ ਦੀਆਂ ਤਿੰਨਾਂ ਅਵਸਥਾ ਦਾ ਵਖਿਆਣ ਕਰਦੇ ਹਨ । ਪਰ ਕੋਈ ਵਿਰਲਾ ਹੀ ਜੀਵ ਸਮਝਦਾ, ਹਾਸਿਲ ਕਰਨ ਦੀ ਵਿਧੀ ਧਾਰਨ ਕਰ ਸਕਦਾ ਹੈ । ਇਹ ਤਿੰਨੇ, ਨਾਦ, ਬਿੰਦ ਅਤੇ ਸੁਰਾ ਕੇਵਲ ਭਰੋਸਾ ਪੱਕਾ ਕਰਕੇ ਸ਼ਬਦ ਦੀ ਪਾਲਣਾ ਨਾਲ ਹੀ ਬਖਸ਼ਿਸ਼ ਹੁੰਦੇ ਹਨ । ਸ੍ਰਿਸ਼ਟੀ ਦੀ ਸੇਵਾ ਕਰਨ ਨਾਲ ਹੀ ਰਹਿਮਤ ਬਖਸ਼ਿਸ਼ ਹੋ ਸਕਦੀ ਹੈ ।

The religious Holy Scriptures clearly and descriptively defines three unique stages, state of mind of meditation. However, very rare devotee may comprehend these three stages of meditation or he may adopt these unique techniques of meditation in his day-to-day life. Whosoever may adopt the teachings of His Word with steady and stable belief in day-to-day life. He may be bestowed with three unique virtues, techniques: Echo of His Word; Conquer sexual urge; Concentrate of mind.

ਗੁਰੂ ਨਾਨਕ ਦੇਵ ਜੀ! – Guru Nanak Dev Ji! Guru Granth Sahib

3 Unique essence of Meditation.	
ਨਾਦ	**Hear the everlasting echo of His Word resonaing within.**
ਬਿੰਦ	**beyond the reach of sexual urge with strange partner.**
ਸੁਰਾ	**Concentration of purpose of human life opportunity.**

ਮੁਕਤੌ ਰਾਤਉ ਰੰਗਿ ਰਵਾਂਤਉ॥ ਰਾਜਨ ਰਾਜਿ ਸਦਾ ਬਿਗਸਾਂਤਉ॥ mukto raata-o rang ravaanta-o. raajan raaj sadaa bigsaanta-o.
ਜਿਸੁ ਤੂੰ ਰਾਖਹਿ ਕਿਰਪਾ ਧਾਰਿ॥ ਬੂਡਤ ਪਾਹਨ ਤਾਰਹਿ ਤਾਰਿ॥੩॥ jis toon raakhahi kirpaa Dhaar. boodat paahan taareh taar. ||3||

ਜਿਹੜਾ ਪ੍ਰਭ ਦੇ ਭਾਣੇ ਵਿੱਚ ਲੀਨ ਰਹਿੰਦਾ ਹੈ, ਉਸ ਨੂੰ ਪ੍ਰਭ ਦੀ ਰਹਿਮਤ ਨਾਲ ਮੁਕਤੀ ਬਖਸ਼ਿਸ਼ ਹੋ ਸਕਦੀ ਹੈ । ਸ਼ੇਨਸਾਹ ਦਾ ਸ਼ੇਨਸਾਹ ਹਮੇਸ਼ਾਂ ਹੀ ਖੇੜੇ ਵਿੱਚ ਰਹਿੰਦਾ ਹੈ । ਜਿਸ ਤੇ ਰਹਿਮਤ ਦੀ ਨਜ਼ਰ ਬਖਸ਼ਦਾ ਹੈ, ਉਹ ਪ੍ਰਵਾਨ ਹੋ ਜਾਂਦੇ ਹਨ । ਪੱਥਰ ਵੀ ਪਾਣੀ ਉਪਰ ਤਰ ਕੇ ਸਮੁੰਦਰ ਦੇ ਪਾਰ ਹੋ ਜਾਂਦਾ ਹੈ ।

Whosoever may remain intoxicated in devotional meditation in the void of His Word, he may be blessed with the right path of salvation. The True Master, the King of kings remains in blossom forever. Whosoever may be bestowed with His Blessed Vision, he may be accepted in His Court; even stone hearted, may adopt the teachings of His Word in day-to-day life. His sins may be forgiven and he may be accepted in His Court.

ਤ੍ਰਿਭਵਣ ਮਹਿ ਜੋਤਿ ਤ੍ਰਿਭਵਣ ਮਹਿ ਜਾਣਿਆ॥ taribhavan meh jot taribhavan meh jaani-aa.
ਉਲਟ ਭਈ ਘਰੁ ਘਰ ਮਹਿ ਆਣਿਆ॥ ulat bha-ee ghar ghar meh aani-aa.
ਅਹਿਨਿਸਿ ਭਗਤਿ ਕਰੇ ਲਿਵ ਲਾਇ॥ ahinis bhagat karay liv laa-ay.
ਨਾਨਕੁ ਤਿਨ ਕੈ ਲਾਗੈ ਪਾਇ॥੪॥੧੨॥ naanak tin kai laagai paa-ay. ||4||12||

ਪ੍ਰਭ ਤੇਰੇ ਗਿਆਨ ਦੀ ਜੋਤ ਤਿੰਨਾਂ ਸ੍ਰਿਸ਼ਟੀਆਂ ਵਿੱਚ ਹੀ ਜਾਗਰਤ ਰਹਿੰਦੀ ਹੈ । ਤਿੰਨਾਂ ਵਿੱਚ ਪ੍ਰਭ ਦਾ ਭਾਣਾ ਹੀ ਵਾਪਰਦਾ ਹੈ । ਜਿਹੜੇ ਜੀਵ ਦਾ ਧਿਆਨ ਸੰਸਾਰਕ ਇਛਾਂ (ਮਾਇਆ) ਤੋਂ ਹੱਟ ਜਾਂਦਾ ਹੈ, ਉਸ ਨੂੰ ਪ੍ਰਭ ਦੀ ਜੋਤ ਅਨੁਭਵ ਹੋ ਜਾਂਦੀ ਹੈ । ਜਿਹੜਾ ਅਡੋਲ ਭਰੋਸੇ ਨਾਲ ਬੰਦਗੀ ਕਰਦਾ ਹੈ, ਉਹ ਪੂਜਣ ਯੋਗ ਹੋ ਜਾਂਦਾ ਹੈ ।

His Holy Spirit remains glowing, shining with enlightenments in all three universes. His Command prevails in three universes and remains only under His Command. Whosoever may divert his concentration away from worldly desires, and adopts the teachings of His Word; with His mercy and grace, he may realize His Existence. Whosoever may meditate on the teachings of His Word with steady and stable belief, he may become worthy of worship.

Key Message of Raag Aasaa, page 352-5
'ਬੰਦਗੀ ਕਰਨ ਦੀਆਂ ਅਵਸਥਾਂ'।
ਸੰਸਾਰਕ ਸਾਗਰ ਵਿੱਚ ਇਕੋ ਇਕ ਪ੍ਰਭ ਦਾ ਸ਼ਬਦ ਹੀ ਅਣਮੋਲ, ਅਨੋਖਾ, ਕਮਲ ਦੇ ਫੁੱਲ ਵਰਗਾ ਹੈ । ਸ਼ਬਦ ਦੀ ਸ਼ਰਣ ਵਿੱਚ ਲੀਨ ਹੋਣ ਨਾਲ ਪ੍ਰਵਾਨਗੀ ਦਾ ਰਸਤਾ ਬਖਸ਼ਿਸ਼ ਹੋ ਸਕਦਾ ਹੈ । ਧਾਰਮਕ ਗ੍ਰੰਥ ਬੰਦਗੀ ਦੀਆਂ ਤਿੰਨਾਂ, ਅਵਸਥਾਂ ਨਾਦ, ਬਿੰਦ ਅਤੇ ਸੁਰਾ ਹੀ ਪ੍ਰਵਾਨਗੀ ਦੀ ਅਸਲੀ ਵਿਧੀ ਹੈ । ਜਿਹੜੇ ਜੀਵ ਦਾ ਧਿਆਨ ਸੰਸਾਰਕ ਇਛਾਂ (ਮਾਇਆ) ਤੋਂ ਹੱਟ ਜਾਂਦਾ, ਉਸ ਨੂੰ ਤੇਰੀ ਜੋਤ ਅਨੁਭਵ ਹੋ ਜਾਂਦੀ ਹੈ । ਉਹ ਪੂਜਣ ਯੋਗ ਹੋ ਜਾਂਦਾ ਹੈ ।
State of mind of meditation!
The essence of His Word may be sanctified, like the lotus flower! Intoxication in the void of His Word, Sanctuary may be the right path of acceptance in His Court. Holy Scriptures clearly and descriptively defines three unique techniques of serving His Creation, **hearing echo of His Word**; **conquer sexual urge**; **concentration of mind**, as the only real technique of meditation. Whosoever may renounce his worldly desires; he may realize His Existence! He may become worthy of worship.

14. ਆਸਾ ਮਹਲਾ ੧॥ 352-11

ਗੁਰਮਤਿ ਸਾਚੀ ਹੁਜਤਿ ਦੂਰਿ॥ ਬਹੁਤੁ ਸਿਆਣਪ ਲਾਗੈ ਧੂਰਿ॥ gurmat saachee hujat door. bahut si-aanap laagai Dhoor.
ਲਾਗੀ ਮੈਲੁ ਮਿਟੈ ਸਚ ਨਾਇ॥ ਗੁਰ ਪਰਸਾਦਿ ਰਹੈ ਲਿਵ ਲਾਇ॥੧॥ laagee mail mitai sach naa-ay. gur parsaad rahai liv laa-ay. ||1||

ਪ੍ਰਭ ਦੀ ਰਹਿਮਤ ਨਾਲ, ਸ਼ਬਦ ਦੀ ਸੋਝੀ ਹੋਣ ਨਾਲ, ਭਰਮ ਭੁਲੇਖੇ ਦੂਰ ਹੋ ਜਾਂਦੇ ਹਨ । ਮਨ ਦੀ ਚਲਾਕੀ ਨਾਲ ਸੰਸਾਰਕ ਇਛਾਂ ਦੇ ਜਾਲ ਵਿੱਚ ਹੀ ਡੂੰਘਾਂ ਫਸ ਜਾਂਦਾ ਹੈ । ਇਛਾਂ ਦਾ ਮੋਹ ਕੇਵਲ ਸ਼ਬਦ ਵਿੱਚ ਧਿਆਨ ਲਾਉਣ ਨਾਲ ਹੀ ਦੂਰ ਹੁੰਦਾ ਹੈ । ਪ੍ਰਭ ਦੀ ਕ੍ਰਿਪਾ ਨਾਲ ਹੀ ਕਿਸੇ ਦਾ ਧਿਆਨ ਸ਼ਬਦ ਵਿੱਚ ਅਡੋਲ ਹੋ ਸਕਦਾ ਹੈ ।

Whosoever may be bestowed with His Blessed Vision, with his enlightenment of essence of His Word within, all his suspicions created by religious rituals may be eliminated. With the clever tricks of his mind, he may be trapped deep in worldly desires. The attachment of worldly possessions may only be eliminated by concentrating and adopting the teachings of His Word in his day-to-day life. Whosoever may be bestowed with His Blessed Vision, His true devotee may remain stay steady and stable on the teachings of His Word.

ਹੈ ਹਜੂਰਿ ਹਾਜ਼ਰੁ ਅਰਦਾਸਿ॥ hai hajoor haajar ardaas.
ਦੁਖੁ ਸੁਖੁ ਸਾਚੁ ਕਰਤੇ ਪ੍ਰਭ ਪਾਸਿ॥੧॥ ਰਹਾਉ॥ dukh sukh saach kartay parabh paas. ||1|| rahaa-o.

ਜੀਵ, ਸਦਾ ਅਟਲ ਰਹਿਣ ਵਾਲੇ ਪ੍ਰਭ ਅੱਗੇ ਹੀ ਅਰਦਾਸ ਕਰੋ! ਸੰਸਾਰਕ ਇਛਾਂ ਦੇ ਦੁਖ ਸੁਖ ਉਸ ਦੇ ਵੱਸ ਅੰਦਰ ਹੀ ਹਨ ।

You should wholeheartedly pray for His Blessed Vision; all worldly comforts and miseries are under His Command.

ਕੂੜੁ ਕਮਾਵੈ ਆਵੈ ਜਾਵੈ॥ ਕਹਣਿ ਕਥਨਿ ਵਾਰਾ ਨਹੀ ਆਵੈ॥ koorh kamaavai aavai jaavai. kahan kathan vaaraa nahee aavai.
ਕਿਆ ਦੇਖਾ ਸੂਝ ਬੂਝ ਨ ਪਾਵੈ॥ ki-aa daykhaa soojh boojh na paavai.
ਬਿਨੁ ਨਾਵੈ ਮਨਿ ਤ੍ਰਿਪਤਿ ਨ ਆਵੈ॥੨॥ bin naavai man taripat na aavai. ||2||

ਜਿਹੜੇ ਜੀਵ ਸੰਸਾਰਕ ਇਛਾਂ ਤੇ ਮਨਮਰਜ਼ੀ ਨਾਲ ਜੀਵਨ ਬਤੀਤ ਕਰਦੇ ਹਨ । ਉਹ ਜੂੰਨਾਂ ਦੇ ਚੱਕਰ ਵਿੱਚ ਹੀ ਰਹਿੰਦੇ ਹਨ । ਕੇਵਲ ਸ਼ਬਦ ਦੀ ਵਿਆਖਿਆ ਕਰਨ ਨਾਲ, ਪ੍ਰਭ ਦੇ ਕਰਤਬਾਂ ਦੀ ਜਾਣਕਾਰੀ, ਕਰਤਬਾਂ ਦੀ ਹੱਦ, ਸੀਮਾ, ਕੁਦਰਤ ਦੇ ਕਾਰਨ ਦੀ ਸੋਝੀ ਨਹੀਂ ਪਾਈ ਜਾ ਸਕਦੀ ਹੈ । ਸ਼ਬਦ ਤੇ ਭਰੋਸਾ ਅਡੋਲ ਰਖਕੇ ਚਲਣ ਤੋਂ ਬਿਨਾਂ ਮਨ ਨੂੰ ਸ਼ਾਂਤੀ ਬਖਸ਼ਿਸ਼ ਨਹੀਂ ਹੁੰਦੀ ।

ਗੁਰੂ ਨਾਨਕ ਦੇਵ ਜੀ! – Guru Nanak Dev Ji! Guru Granth Sahib

Whosoever may follow his worldly desires, he may remain in the cycle of birth and death. Whosoever may only preach, writes the spiritual message of His Word; he may never be enlightened with the events of His Nature, limits nor the purpose of events of His Nature. Without adopting the teachings of His Word with steady and stable belief; no one may ever be blessed with contentment and peace in his life.

ਜੋ ਜਨਮੇ ਸੇ ਰੋਗਿ ਵਿਆਪੇ॥ ਹਉਮੈ ਮਾਇਆ ਦੂਖਿ ਸੰਤਾਪੇ॥ jo janmay say rog vi-aapay. ha-umai maa-i-aa dookh santaapay.
ਸੇ ਜਨ ਬਾਚੇ ਜੋ ਪ੍ਰਭਿ ਰਾਖੇ॥੩॥ ਸਤਿਗੁਰੁ ਸੇਵਿ ਅੰਮ੍ਰਿਤ ਰਸੁ ਚਾਖੇ॥੩॥ say jan baachay jo parabh raakhay. satgur sayv amrit ras chaakhay. ||3||

ਸਾਰੀ ਸ੍ਰਿਸ਼ਟੀ ਹੀ ਸੰਸਾਰਕ ਇਛਾਂ ਦੇ ਜਾਲ ਵਿੱਚ ਫਸੀ ਹੋਈ ਹੈ । ਅਹੰਕਾਰ ਅਤੇ ਮੋਹ ਦੀਆਂ ਭਟਕਣਾਂ ਮਨ ਵਿੱਚ ਰਹਿੰਦੀ ਹੈ । ਜਿਸ ਤੇ ਆਪ ਰਹਿਮਤ ਬਖਸ਼ਦਾ ਹੈ, ਕੇਵਲ ਉਹ ਹੀ ਸ਼ਬਦ ਦਾ ਸਿਮਰਨ ਕਰਦਾ ਇਸ ਤੋਂ ਬਚ ਸਕਦਾ ਹੈ ।

The whole universe remains intoxicated in the greed of worldly desires. Self-minded may remain frustrated with ego of his worldly status and emotional attachment to possessions and relationship. Whosoever may be bestowed with His Blessed Vision, only he may meditate and be saved from the miseries of life.

ਚਲਤਉ ਮਨੁ ਰਾਖੈ ਅੰਮ੍ਰਿਤੁ ਚਾਖੈ॥ chalta-o man raakhai amrit chaakhai.
ਸਤਿਗੁਰ ਸੇਵਿ ਅੰਮ੍ਰਿਤ ਸ਼ਬਦੁ ਭਾਖੈ॥ satgur sayv amrit sabad bhaakhai.
ਸਾਚੈ ਸਬਦਿ ਮੁਕਤਿ ਗਤਿ ਪਾਏ॥ saachai sabad mukat gat paa-ay.
ਨਾਨਕ ਵਿਚਹੁ ਆਪੁ ਗਵਾਏ॥੪॥੧੩॥ naanak vichahu aap gavaa-ay. ||4||13|

ਜਿਸ ਦਾ ਮਨ ਚਾਰੇ ਪਾਸੇ ਘੁੰਮਦਾ ਹੋਵੇ, ਉਸ ਦਾ ਇਕੋ ਇਕ ਪ੍ਰਭ ਦੇ ਸ਼ਬਦ ਤੇ ਭਰੋਸਾ ਅਡੋਲ ਨਹੀ ਹੋ ਸਕਦਾ । ਉਹ ਬੰਦਗੀ ਵਾਲੇ ਪਾਸੇ ਧਿਆਨ ਨਹੀਂ ਲਾਉਂਦਾ । ਸ਼ਬਦ ਨਾਲ ਜੀਵਨ ਢਾਲਣ ਨਾਲ ਹੀ ਬੰਦਗੀ ਵਿੱਚ ਲੀਨ ਹੋਇਆ ਜਾ ਸਕਦਾ ਹੈ, ਆਪਾ ਖਤਮ ਹੋ ਸਕਦਾ ਹੈ ।

Whosoever may be wandering in many directions; he may not be able to obey the teachings of His Word with steady and stable belief on the teachings of His Word. He may not be able to concentrate and remains focused on meditating on the teachings of His Word. Whosoever may adopt the teachings of His Word in day-to-day life, only he may remain intoxicated in meditation; he may conquer his selfishness and his identity may be eliminated.

Key Message of Raag Aasaa, page 352-11
'ਅਹੰਕਾਰ ਤੇ ਜਿੱਤ ਕਿਵੇਂ ਬਖਸ਼ਿਸ਼ ਹੋ ਸਕਦੀ ਹੈ?
ਸ਼ਬਦ ਦੀ ਸੋਝੀ ਹੋਣ ਨਾਲ, ਇਛਾਂ ਦਾ ਮੋਹ, ਭਰਮ ਭੁਲੇਖੇ ਦੂਰ ਹੋ ਜਾਂਦੇ ਹਨ । ਸ਼ਬਦ ਤੇ ਭੋਰਸਾ ਅਡੋਲ ਰਖਕੇ ਚਲਣ ਨਾਲ ਮਨ ਨੂੰ ਸ਼ਾਂਤੀ ਬਖਸ਼ਿਸ਼ ਹੋ ਜਾਂਦੀ ਹੈ! ਕੇਵਲ ਸ਼ਬਦ ਦੀ ਬੰਦਗੀ ਕਰਨ ਨਾਲ ਹੀ ਅਹੰਕਾਰ ਅਤੇ ਮੋਹ ਦੀਆਂ ਭਟਕਣਾਂ ਤੇ ਜਿੱਤ ਬਖਸ਼ਿਸ਼ ਹੋ ਸਕਦੀ ਹੈ । ਸ਼ਬਦ ਨਾਲ ਜੀਵਨ ਢਾਲਣ, ਬੰਦਗੀ ਵਿੱਚ ਲੀਨ ਹੋਣ ਨਾਲ ਆਪਾ ਖਤਮ ਹੋ ਸਕਦਾ ਹੈ ।

How to conquer your ego?
With enlightenment of His Word! His true devotee may conquer the attachment of worldly possessions, and suspicions. Whosoever may wholeheartedly adopt the teachings of His Word; he may be blessed with contentment and peace in his life. He may conquer his frustrations of ego and attachments to worldly possessions. His self-entity may be eliminated; he may be immersed within His Holy Spirit.

15. ਆਸਾ ਮਹਲਾ ੧॥ 352-18

ਜੋ ਤਿਨਿ ਕੀਆ ਸੋ ਸਚੁ ਥੀਆ॥ ਅੰਮ੍ਰਿਤ ਨਾਮੁ ਸਤਿਗੁਰਿ ਦੀਆ॥ tin kee-aa so sach thee-aa. amrit naam satgur dee-aa.
ਹਿਰਦੈ ਨਾਮੁ ਨਾਹੀ ਮਨਿ ਭੰਗੁ॥ ਅਨਦਿਨੁ ਨਾਲਿ ਪਿਆਰੇ ਸੰਗੁ॥੧॥ hirdai naam naahee man bhang. an-din naal pi-aaray sang. ||1||

ਪ੍ਰਭ ਦਾ ਕੀਤਾ, ਭਾਣਾ, ਸ਼ਬਦ ਅਟਲ ਵਾਪਰਦਾ ਹੈ, ਬਦਲਿਆ ਨਹੀਂ ਜਾ ਸਕਦਾ, ਨਾ ਮਿਟਨ ਵਾਲਾ ਹੈ । ਪ੍ਰਭ ਆਪ ਹੀ ਜੀਵ ਨੂੰ ਬੰਦਗੀ ਕਰਨ ਵਾਲਾ ਸ਼ਬਦ ਬਖਸ਼ਦਾ ਹੈ । ਜਿਸ ਦੇ ਮਨ ਵਿੱਚ ਪ੍ਰਭ ਦਾ ਸ਼ਬਦ ਘਰ ਕਰ ਜਾਂਦਾ ਹੈ । ਉਸ ਦੀ ਲਗਨ ਕਦੇਂ ਪ੍ਰਭ ਨਾਲੋ, ਸ਼ਬਦ ਨਾਲੋ ਟੁੱਟਦੀ ਨਹੀਂ । ਉਹ ਰਾਤ ਦਿਨ, ਸਵਾਸ ਗਰਾਸ ਉਸ ਵਿੱਚ ਹੀ ਲੀਨ ਰਹਿੰਦਾ ਹੈ ।

The Command of The True Master remains Axiom, unchanged and cannot be avoided. Only, The True Master may bestow His Word to His Creation. Whosoever may remain drenched with the teachings of His Word, his devotion and dedication to obey His Word will never change; he may never abandon His Word from his day-to-day life. He remains intoxicated in the void of His Word with each breath.

ਹਰਿ ਜੀਉ ਰਾਖਹੁ ਅਪਨੀ ਸਰਣਾਈ॥ har jee-o raakho apnee sarnaa-ee.
ਗੁਰ ਪਰਸਾਦੀ ਹਰਿ ਰਸੁ ਪਾਇਆ, gur parsaadee har ras paa-i-aa
ਨਾਮੁ ਪਦਾਰਥੁ ਨਉ ਨਿਧਿ ਪਾਈ॥੧॥ ਰਹਾਉ॥ naam padaarath na-o niDh paa-ee. ||1|| rahaa-o.

ਪ੍ਰਭ ਸਦਾ ਹੀ ਚਰਨਾਂ ਵਿੱਚ, ਆਪਣੀ ਰਜ਼ਾ ਵਿੱਚ ਰਖੋ । ਪ੍ਰਭ ਦੀ ਰਹਿਮਤ ਨਾਲ ਹੀ ਸ਼ਬਦ ਪਾਲਣਾ ਵਿੱਚ ਧਿਆਨ ਲਾਇਆ, ਸ਼ਬਦ ਦੀ ਸਿਖਿਆਂ ਨੂੰ ਆਪਣੇ ਜੀਵਨ ਦਾ ਰਸਤਾ ਬਣਾਇਆ ਹੈ । ਇਸ ਨਾਲ ਸ਼ਬਦ ਦੀ ਸੋਝੀ ਦੇ ਨੌਂ ਖਜ਼ਾਨੇ ਬਖਸ਼ਿਸ਼ ਹੋ ਗਏ ਹਨ ।

My True Master bestows Your Blessed Vision and keeps me in Your Sanctuary. I have adopted the teachings of Your Word and meditating with steady and stable belief in my day-to-day life; with Your mercy and grace, I have been blessed with nine treasures of enlightenment of Your Word.

ਕਰਮ ਧਰਮ ਸਚੁ ਸਾਚਾ ਨਾਉ॥ ਤਾ ਕੈ ਸਦ ਬਲਿਹਾਰੈ ਜਾਉ॥ karam Dharam sach saachaa naa-o. taa kai sad balihaarai jaa-o.
ਜੋ ਹਰਿ ਰਾਤੇ ਸੇ ਜਨ ਪਰਵਾਣੁ॥ jo har raatay say jan parvaan.
ਤਿਨ ਕੀ ਸੰਗਤਿ ਪਰਮ ਨਿਧਾਨੁ॥੨॥ tin kee sangat param niDhaan. ||2||

ਜਿਸ ਦੇ ਕੰਮ ਅਤੇ ਜੀਵਨ ਸ਼ਬਦ ਅਨੁਸਾਰ ਬਣ ਜਾਂਦਾ, ਉਹ ਪੂਜਣ ਯੋਗ ਹੋ ਜਾਂਦਾ ਹੈ । ਜਿਹੜਾ ਜੀਵ ਸ਼ਬਦ ਦੀ ਬੰਦਗੀ ਵਿੱਚ ਲੀਨ ਰਹਿੰਦਾ, ਪ੍ਰਵਾਨ ਹੋ ਜਾਂਦਾ ਹੈ । ਉਸ ਦੀ ਸੰਗਤ ਕਰਕੇ, ਆਪਣਾ ਜੀਵਨ ਉਸ ਦੀ ਸਿਖਿਆ ਨਾਲ ਢਾਲਣ ਨਾਲ ਪ੍ਰਵਾਨਗੀ ਦੇ ਰਸਤੇ ਦੀ ਸੋਝੀ ਬਖਸ਼ਿਸ਼ ਹੋ ਸਕਦੀ ਹੈ ।

Whosoever may adopt the teachings of His Word in his day-to-day life; with His mercy and grace, he may become worthy of worship in the universe. Whosoever may remain intoxicated in meditates in the void of His Word; he may be accepted in His Court. Whosoever may associate with His true devotee and adopts his life experience teachings in his own day-to-day life, he may be blessed with the right path of salvation.

ਹਰਿ ਵਰੁ ਜਿਨਿ ਪਾਇਆ ਧਨ ਨਾਰੀ॥ har var jin paa-i-aa Dhan naaree.
ਹਰਿ ਸਿਉ ਰਾਤੀ ਸਬਦੁ ਵੀਚਾਰੀ॥ har si-o raatee sabad veechaaree.
ਆਪਿ ਤਰੈ ਸੰਗਤਿ ਕੁਲ ਤਾਰੈ॥ ਸਤਿਗੁਰੁ ਸੇਵਿ ਤਤੁ ਵੀਚਾਰੈ॥੩॥ aap tarai sangat kul taarai. satgur sayv tat veechaarai. ||3||

ਜਿਸ ਦਾ ਪ੍ਰਭ ਦੀ ਰਹਿਮਤ ਨਾਲ ਸ਼ਬਦ ਵਿੱਚ ਧਿਆਨ ਲਗ ਜਾਂਦਾ ਹੈ । ਉਸ ਨੂੰ ਸ਼ਬਦ ਦੀ ਪਾਲਣਾ ਕਰਨ ਨਾਲ ਸ਼ਬਦ ਦੀ ਸੋਝੀ ਬਖਸ਼ਿਸ਼ ਹੋ ਸਕਦੀ ਹੈ । ਉਹ ਆਪ ਪ੍ਰਵਾਨਗੀ ਦੇ ਰਸਤੇ ਤੇ ਚਲਦਾ, ਆਪਣੇ ਸਾਥੀਆਂ ਨੂੰ ਵੀ ਪ੍ਰੇਰਨਾ ਕਰਕੇ ਇਸ ਰਸਤੇ ਤੇ ਅਡੋਲ ਕਰ ਦੇਂਦੇ ਹੈ । ਉਹ ਸ਼ਬਦ ਦੀ ਪਾਲਣਾ ਕਰਦਾ, ਪ੍ਰਭ ਨੂੰ ਆਪਣੇ ਅੰਦਰੋਂ ਹੀ ਜਾਗਰਤ ਕਰ ਲੈਂਦਾ ਹੈ ।

Whosoever may be bestowed with His Blessed Vision, he may remain concentrated and focus on the teachings of His Word. He may obey the teachings of His Word; he may be blessed with the enlightenment of His Word. He remains on the right path and inspires his followers to adopt the right path of meditation. He may be enlightened with the essence of His Word from within. He may remain awake and alert all time.

ਹਮਰੀ ਜਾਤਿ ਪਤਿ ਸਚੁ ਨਾਉ॥ ਕਰਮ ਧਰਮ ਸੰਜਮੁ ਸਤ ਭਾਉ॥ hamree jaat pat sach naa-o. karam Dharam sanjam sat bhaa-o.
ਨਾਨਕ ਬਖਸੇ ਪੂਛ ਨ ਹੋਇ॥ ਦੂਜਾ ਮੇਟੇ ਏਕੋ ਸੋਇ॥੪॥੧੪॥ naanak bakhsay poochh na ho-ay. doojaa maytay ayko so-ay. ||4||14||

ਪ੍ਰਭ, ਸ਼ਬਦ ਦੀ ਪਾਲਣਾ ਕਰਨਾ ਹੀ ਮੇਰੀ ਹੈਸੀਅਤ ਅਤੇ ਮਾਣ ਬਣ ਗਿਆ ਹੈ । ਸ਼ਬਦ ਤੇ ਭਰੋਸਾ ਹੀ ਮੇਰੇ ਕੰਮ ਅਤੇ ਇਖਲਾਕ ਹੈ । ਇਸ ਨਾਲ ਹੀ ਮੈਨੂੰ ਧੀਰਜ, ਸੰਤੋਖ ਅਤੇ ਇਛਾਂ ਤੇ ਕਾਬੂ ਬਖਸ਼ਿਸ਼ ਹੋਇਆ ਹੈ । ਜਿਸ ਤੇ ਆਪ ਰਹਿਮਤ ਬਖਸ਼ਦਾ ਹੈ, ਉਸ ਦਾ ਜਨਮ ਮਰਨ ਦਾ ਲੇਖਾ, ਮਨ ਦੇ ਭਰਮ ਖਤਮ ਕਰ ਦੇਂਦਾ ਹੈ ।

My True Master, my honor and worldly status has become meditation and obeying the teachings of Your Word. My worldly deeds and character are my steady and stable belief on the teachings of Your Word. With patience, and contentment, I have conquered my worldly desires. Whosoever may be bestowed with His Blessed Vision; his cycle of birth and death and all his worldly suspicions may be eliminated.

Key Message of Raag Aasaa, page 352-18
'ਗੁਰਮਖ ਦੀ ਹੈਸੀਅਤ!
ਜਿਸ ਦੇ ਮਨ ਵਿੱਚ ਪ੍ਰਭ ਦਾ ਸ਼ਬਦ ਘਰ ਕਰ ਜਾਂਦਾ ਹੈ । ਉਹ ਰਾਤ ਦਿਨ, ਸਵਾਸ ਗਰਾਸ ਸ਼ਬਦ ਦੀ ਸਮਾਧੀ ਵਿੱਚ ਹੀ ਲੀਨ ਰਹਿੰਦਾ ਹੈ । ਉਸ ਨੂੰ ਸ਼ਬਦ ਦੀ ਸੋਝੀ ਦੇ ਨੌ ਖਜ਼ਾਨੇ ਬਖਸ਼ਿਸ਼ ਹੋ ਜਾਂਦੇ ਹਨ । ਉਹ ਪੂਜਣ ਯੋਗ ਹੋ ਜਾਂਦਾ, ਪ੍ਰਵਾਨ ਹੋ ਜਾਂਦਾ ਹੈ । ਉਸ ਦੀ ਹੈਸੀਅਤ ਅਤੇ ਮਾਣ ਸ਼ਬਦ ਦੀ ਪਾਲਣਾ ਬਣ ਜਾਂਦਾ, ਜਨਮ ਮਰਨ ਦਾ ਲੇਖਾ ਖਤਮ ਹੋ ਜਾਂਦਾ ਹੈ ।
Worldly status of His true devotee!
Whosoever may remain drenched with the essence of His Word; he remains intoxicated in the void of His Word with each breath day and night. He may be blessed with nine treasures of enlightenment from within. He may become worthy of worship; he may be accepted in His Court. His worldly status becomes obeying the teachings of His Word; his cycle of birth and death may be eliminated.

16. ਆਸਾ ਮਹਲਾ ੧॥ 353-5

ਇਕਿ ਆਵਹਿ ਇਕਿ ਜਾਵਹਿ ਆਈ॥ ik aavahi ik jaaveh aa-ee.
ਇਕਿ ਹਰਿ ਰਾਤੇ ਰਹਹਿ ਸਮਾਈ॥ ik har raatay raheh samaa-ee.
ਇਕਿ ਧਰਨਿ ਗਗਨ ਮਹਿ ਠਉਰ ਨ ਪਾਵਹਿ॥ ik Dharan gagan meh tha-ur na paavahi.
ਸੇ ਕਰਮਹੀਣ ਹਰਿ ਨਾਮੁ ਨ ਧਿਆਵਹਿ॥੧॥ say karamheen har naam na Dhi-aavahi. ||1||

ਕਈ ਜੀਵ ਜੂੰਨਾਂ ਦੇ ਚੱਕਰ ਵਿੱਚ ਹੀ ਰਹਿੰਦੇ ਹਨ । ਕਈ ਜੀਵ ਰਾਤ ਦਿਨ, ਸਵਾਸ ਗਰਾਸ ਪ੍ਰਭ ਦੇ ਸ਼ਬਦ ਵਿੱਚ ਹੀ ਲੀਨ ਰਹਿੰਦੇ ਹਨ । ਜਿਹੜਾ ਸ਼ਬਦ ਦੀ ਬੰਦਗੀ ਨਹੀਂ ਕਰਦਾ, ਉਸ ਦੇ ਮੰਦੇ ਭਾਗ ਹੀ ਹਨ । ਉਸ ਨੂੰ ਸੰਸਾਰਕ ਜੀਵਨ ਵਿੱਚ ਜਾ ਮੌਤ ਤੋਂ ਪਿਛੋਂ ਵੀ ਕੋਈ ਅਰਾਮ ਕਰਨ ਵਾਲਾ ਥਾਂ ਨਸੀਬ ਨਹੀਂ ਹੁੰਦਾ ਹੈ ।

So many may remain in the cycle of birth and death; many may remain intoxicated in meditation in the void of His Word with each breath. Whosoever may not meditate or obey the teachings of His Word, he may be very unfortunate. He may not find any peace and comfort in his worldly life nor after death in His Court.

ਗੁਰ ਪੂਰੇ ਤੇ ਗਤਿ ਮਿਤਿ ਪਾਈ॥ gur pooray tay gat mit paa-ee.
ਇਹੁ ਸੰਸਾਰੁ ਬਿਖੁ ਵਤ ਅਤਿ ਭਉਜਲੁ, ih sansaar bikh vat at bha-ojal
ਗੁਰ ਸ਼ਬਦੀ ਹਰਿ ਪਾਰਿ ਲੰਘਾਈ॥੧॥ ਰਹਾਉ॥ gur sabdee har paar langhaa-ee. ||1|| rahaa-o.

ਸ਼ਬਦ ਦੀ ਪਾਲਣਾ ਨਾਲ ਹੀ ਸ਼ਬਦ ਦੀ ਸੋਝੀ, ਮੁਕਤੀ ਦੇ ਅਸਲੀ ਰਸਤੇ ਦੀ ਸੋਝੀ ਬਖਸ਼ਿਸ਼ ਹੋ ਸਕਦੀ ਹੈ । ਸੰਸਾਰ ਇਕ ਉਲਝਣਾਂ ਭਰਿਆਂ ਸਾਗਰ ਹੈ । ਇਸ ਵਿੱਚ ਸ਼ਬਦ ਨਾਲ ਜੀਵਨ ਢਾਲਣ ਨਾਲ ਹੀ ਦਰਬਾਰ ਵਿੱਚ ਪ੍ਰਵਾਨਗੀ ਬਖਸ਼ਿਸ਼ ਹੋ ਸਕਦੀ ਹੈ ।

Whosoever may obey and adopt the teachings of His Word, he may be enlightened with the right path of salvation. The world is a terrible ocean of worldly frustrations. Whosoever may adopt the teachings of His Word in day-to-day life; with His mercy and grace, his soul may be accepted in His Court.

ਜਿਨ੍ ਕਉ ਆਪ ਲਏ ਪ੍ਰਭੁ ਮੇਲਿ॥ ਤਿਨ ਕਉ ਕਾਲੁ ਨ ਸਾਕੈ ਪੇਲਿ॥ jinH ka-o aap la-ay parabh mayl. tin ka-o kaal na saakai payl.
ਗੁਰਮੁਖਿ ਨਿਰਮਲ ਰਹਹਿ ਪਿਆਰੇ॥ gurmukh nirmal raheh pi-aaray.
ਜਿਉ ਜਲ ਅੰਭ ਊਪਰਿ ਕਮਲ ਨਿਰਾਰੇ॥੨॥ ji-o jal ambh oopar kamal niraaray. ||2

ਜਿਸ ਨੂੰ ਪ੍ਰਭ ਰਹਿਮਤ ਬਖਸ਼ਕੇ ਬੰਦਗੀ ਤੇ ਲਾਉਂਦਾ ਹੈ, ਉਸ ਨੂੰ ਜਮਦੂਤ ਛੋਹ ਨਹੀਂ ਸਕਦਾ । ਉਹ ਸੰਸਰਕ ਇਛਾਂ ਤੋਂ ਰਹਿਤ ਰਹਿੰਦਾ ਹੈ । ਜਿਵੇਂ ਕਮਲ ਦਾ ਫੁੱਲ ਗੰਦੇ ਪਾਣੀ ਵਿੱਚ ਰਹਿੰਦਾ ਹੋਏ ਵੀ, ਉਸ ਵਿਚੋਂ ਗੰਦਗੀ ਦੀ ਬਦਬੂ ਨਹੀਂ ਆਉਂਦੀ ।

Whosoever may be attached to a devotional meditation; with His mercy and grace, he may become beyond the reach of devil of death. His mind may conquer his own ego and worldly desires. He may become as a Lotus flower! He may remain beyond the reach of worldly desires, blemish dwelling in ocean of worldly desires.

ਬੁਰਾ ਭਲਾ ਕਹੁ ਕਿਸ ਨੋ ਕਹੀਐ॥ buraa bhalaa kaho kis no kahee-ai.
ਦੀਸੈ ਬ੍ਰਹਮੁ ਗੁਰਮੁਖਿ ਸਚੁ ਲਹੀਐ॥ deesai barahm gurmukh sach lahee-ai.
ਅਕਥੁ ਕਥਉ ਗੁਰਮਤਿ ਵੀਚਾਰੁ॥ ਮਿਲਿ ਗੁਰ ਸੰਗਤਿ ਪਾਵਉ ਪਾਰੁ॥੩॥ akath katha-o gurmat veechaar. mil gur sangat paava-o paar. ||3||

ਸੰਸਾਰ ਵਿੱਚ ਕਿਵੇਂ ਕਿਸੇ ਜੀਵ ਨੂੰ ਬੁਰਾ ਜਾ ਭਲਾ ਕਹਿਆ ਜਾ ਸਕਦਾ ਹੈ? ਜਿਹੜਾ ਪ੍ਰਭ ਦੇ ਸ਼ਬਦ ਦੀ ਪਾਲਣਾ ਵਿੱਚ ਅਡੋਲ ਰਹਿੰਦਾ ਹੈ, ਉਸ ਨੂੰ ਸ਼ਬਦ ਦੀ ਸੋਝੀ ਬਖਸ਼ਿਸ਼ ਹੋ ਸਕਦੀ ਹੈ । ਉਹ ਨਾ ਕਥੀਆ ਜਾਣ ਵਾਲੀਆਂ ਕਰਮਾਤਾਂ ਦੀ ਵਿਆਖਿਆ ਕਰਦਾ ਹੈ । ਉਸ ਦੀ ਸੰਗਤ ਕਰਨ ਨਾਲ, ਜੀਵ ਬੰਦਗੀ ਦੇ ਰਸਤੇ ਤੇ ਚਲਕੇ ਪ੍ਰਵਾਨਗੀ ਪਾ ਸਕਦਾ ਹੈ ।

How may anyone be called as good or evil doer? Whosoever may obey the teachings of His Word with steady and stable belief; he may be enlightened with the essence of His Nature. Only he may be able to explain the unexplainable events of His Nature. Whosoever may associate and adopts the teachings of His Word, he may be blessed with a right path of acceptance in His Court.

ਸਾਸਤ ਬੇਦ ਸਿੰਮ੍ਰਿਤਿ ਬਹੁ ਭੇਦ॥ ਅਠਸਠਿ ਮਜਨੁ ਹਰਿ ਰਸੁ ਰੇਦ॥ saasat bayd simrit baho bhayd. athsath majan har ras rayd.
ਗੁਰਮੁਖਿ ਨਿਰਮਲੁ ਮੈਲੁ ਨ ਲਾਗੈ॥ gurmukh nirmal mail na laagai.
ਨਾਨਕ ਹਿਰਦੈ ਨਾਮੁ ਵਡੇ ਧੁਰਿ ਭਾਗੈ॥ ੪॥੧੫॥ naanak hirdai naam vaday Dhur bhaagai. ||4||15||

ਧਾਰਮਕ ਗ੍ਰੰਥ ਵੇਦ, ਸ਼ਾਸਤ੍ਰ, ਸਿਮਰ੍ਤਿਆਂ ਵਿੱਚ ਮਨ ਨੂੰ ਪਵਿੱਤਰ ਕਰਨ ਦੀਆਂ ਕਈ ਵਿਧੀਆਂ ਦੱਸਦੀਆ ਹਨ । ਜਿਵੇਂ 68 ਪਵਿੱਤਰ ਤੀਰਥਾਂ ਤੇ ਇਸ਼ਨਾਨ ਕਰਨਾ । ਪਰ ਇਹ ਸਾਰੇ ਹੀ ਅਡੋਲ ਭਰੋਸੇ ਨਾਲ ਸ਼ਬਦ ਦੀ ਪਾਲਣਾ ਕਰਨ ਨਾਲ ਹੀ ਬਖਸ਼ਿਸ਼ ਹੋ ਸਕਦੇ ਹਨ । ਜਿਹੜਾ ਅਡੋਲ ਭਰੋਸੇ ਨਾਲ ਸ਼ਬਦ ਦੀ ਬੰਦਗੀ ਕਰਦਾ ਹੈ, ਉਸ ਨੂੰ ਸੰਸਾਰਕ ਇਛਾਂ ਦੀ ਭਟਕਣ (ਮੈਲ) ਨਹੀਂ ਲਗਦੀ । ਜਿਸ ਦੇ ਪਿਛਲੇ ਜਨਮ ਦੇ ਵੱਡੇ ਭਾਗ ਹੁੰਦੇ ਹਨ, ਕੇਵਲ ਉਹ ਹੀ ਬੰਦਗੀ ਵਿੱਚ ਅਡੋਲ ਰਹਿੰਦਾ ਹੈ ।

Religious Holy Scriptures describe various unique techniques to sanctify soul, like taking a sanctifying bath at renowned 68 Holy shrines. However, by adopting the teachings of His Word with steady and stable; with His mercy and grace, he may be blessed with the right path of acceptance in His Court. His state of mind may become beyond the reach of blemish of worldly desires. Only with prewritten destiny, His true devotee may stay steady and stable on meditating on His Word.

Key Message of Raag Aasaa, page 353-5
'ਆਤਮਾ ਪਵਿੱਤਰ ਕਰਨ ਦੀ ਵਿਧੀ!
ਸ਼ਬਦ ਦੀ ਸਿਖਿਆਂ ਨਾਲ ਜੀਵਨ ਢਾਲਣ ਨਾਲ ਸ਼ਬਦ ਦੀ, ਮੁਕਤੀ ਦੇ ਅਸਲੀ ਰਸਤੇ ਦੀ ਸੋਝੀ ਬਖਸ਼ਿਸ਼ ਹੋ ਸਕਦੀ ਹੈ । ਉਹ ਕਮਲ ਦੇ ਫੁੱਲ ਦੀ ਤਰ੍ਹਾਂ ਸੰਸਰਕ ਇਛਾਂ ਤੋਂ ਰਹਿਤ ਰਹਿੰਦਾ ਹੈ । ਧਾਰਮਕ ਗ੍ਰੰਥ ਵੇਦ, ਸ਼ਾਸਤ੍ਰ, ਸਿਮਰ੍ਤਿਆਂ ਦੇ ਆਤਮਾ ਨੂੰ ਪਵਿੱਤਰ ਕਰਨ ਦੀਆਂ ਸਾਰੀਆਂ ਵਿਧੀਆਂ ਹੀ, ਅਡੋਲ ਭਰੋਸੇ ਨਾਲ ਸ਼ਬਦ ਦੀ ਪਾਲਣਾ ਕਰਨ ਨਾਲ ਹੀ ਬਖਸ਼ਿਸ਼ ਹੋ ਸਕਦੀਆਂ ਹਨ ।
The right path of soul sanctification!
Whosoever may adopt the teachings of His Word; he may be enlightened with the right path of salvation. He may remain unblemished like a Lotus flower; conquer his own ego and worldly desires. Religious Holy Scriptures describe various unique techniques to sanctify soul; all techniques remain embedded within adopting the teachings of His Word.

17. ਆਸਾ ਮਹਲਾ ੧॥ 353-12

ਨਿਵਿ ਨਿਵਿ ਪਾਇ ਲਗਉ ਗੁਰ ਅਪੁਨੇ, ਆਤਮ ਰਾਮੁ ਨਿਹਾਰਿਆ॥ niv niv paa-ay laga-o gur apunay aatam raam nihaari-aa.
ਕਰਤ ਬੀਚਾਰੁ ਹਿਰਦੈ ਹਰਿ ਰਵਿਆ, ਹਿਰਦੈ ਦੇਖਿ ਬੀਚਾਰਿਆ॥੧॥ karat beechaar hirdai har ravi-aa hirdai daykh beechaari-aa. ||1||

ਅਟਲ ਪ੍ਰਭ ਦਾ ਧੰਨਵਾਦ, ਸਿਮਰਨ ਕਰੋ! ਜਿਸ ਨੇ ਅਨਮੋਲ ਸ਼ਬਦ ਨਾਲ ਧਿਆਨ ਲਾਇਆ ਹੈ । ਉਸ ਦੇ ਸ਼ਬਦ ਦੀ ਬੰਦਗੀ ਨਾਲ ਸ਼ਬਦ ਦੀ ਸੋਝੀ ਬਖਸ਼ਿਸ਼ ਹੋਈ ਹੈ, ਸ਼ਬਦ ਮਨ ਵਿੱਚ ਘਰ ਕਰ ਗਿਆ ਹੈ, ਮਨ ਅੰਦਰ ਹੀ ਪ੍ਰਭ ਦੀ ਜੋਤ ਜਾਗਰਤ ਹੋ ਗਈ ਹੈ ।

You should meditate and sing the glory of The True Master; with His mercy and grace, I am wholeheartedly meditating on the teachings of His Word. I have been blessed with enlightenment of the essence of His Word. I remain drenched with the teachings of His Word. I am enlightened from within and remain awake and alert all time.

ਬੋਲਹੁ ਰਾਮੁ ਕਰੇ ਨਿਸਤਾਰਾ॥ bolhu raam karay nistaaraa.
ਗੁਰ ਪਰਸਾਦਿ ਰਤਨੁ ਹਰਿ ਲਾਭੈ, gur parsaad ratan har laabhai
ਮਿਟੈ ਅਗਿਆਨੁ ਹੋਇ ਉਜੀਆਰਾ॥੧॥ ਰਹਾਉ॥ mitai agi-aan ho-ay ujee-aaraa. ||1|| rahaa-o.

ਸ਼ਬਦ ਦਾ ਸਿਮਰਨ ਕਰਨ ਨਾਲ ਮਨ ਪ੍ਰਵਾਨਗੀ ਦੇ ਰਸਤੇ ਤੇ ਚਲ ਪੈਂਦਾ ਹੈ । ਪ੍ਰਭ ਦੀ ਰਹਿਮਤ ਨਾਲ ਇਸ ਅਨਮੋਲ ਸ਼ਬਦ (ਰਤਨ) ਦੀ ਸੋਝੀ ਹੋ ਗਈ ਹੈ । ਜਿਸ ਨਾਲ ਮੇਰਾ ਅਗਿਆਨਤਾ ਦਾ ਅੰਧੇਰਾ ਦੂਰ ਹੋ ਗਿਆ, ਭਰਮ ਦੂਰ ਹੋ ਗਏ ਹਨ ।

Whosoever may meditate on the teachings of His Word; he may be blessed with the right path of acceptance in His Court. I have adopted the right path of acceptance in His Court. I have been enlightened with the ambrosial enlightenment of the essence of His Word from within. All my ignorance and suspicions of worldly rituals has been eliminated forever.

ਰਵਨੀ ਰਵੈ ਬੰਧਨ ਨਹੀ ਤੂਟਹਿ, ਵਿਚਿ ਹਉਮੈ ਭਰਮੁ ਨ ਜਾਈ॥ ravnee ravai banDhan nahee tooteh vich ha-umai bharam na jaa-ee.
ਸਤਿਗੁਰੁ ਮਿਲੈ ਤ ਹਉਮੈ ਤੂਟੈ, ਤਾ ਕੋ ਲੇਖੈ ਪਾਈ॥੨॥ satgur milai ta ha-umai tootai taa ko laykhai paa-ee. ||2||

ਕੇਵਲ ਕਹਿਣ ਨਾਲ ਜਾ ਮੰਨ ਲੈਣ ਨਾਲ ਸੰਸਾਰਕ ਇਛਾਂ ਤੇ ਜਿੱਤ ਬਖਸ਼ਿਸ਼ ਨਹੀਂ ਹੁੰਦੀ, ਮਨ ਵਿਚੋਂ ਲਾਲਚ, ਅਹੰਕਾਰ, ਦੁਬਿਦਾ, ਭਰਮ ਖਤਮ ਨਹੀਂ ਹੁੰਦੇ । ਕੇਵਲ ਪ੍ਰਭ ਦੀ ਰਹਿਮਤ ਨਾਲ ਹੀ ਮਨ ਵਿਚੋਂ ਭਰਮ ਦੂਰ, ਅਹੰਕਾਰ ਖਤਮ ਹੁੰਦਾ ਹੈ । ਜੀਵ ਆਪਣੇ ਪਿਛਲੇ ਜਨਮ ਦੇ ਕੀਤੇ ਕੰਮਾਂ ਦਾ ਫਲ ਪਾ ਸਕਦਾ ਹੈ ।

No one may ever conquer his ego, worldly desires, only by admitting and believing in His Word. He may not be able to eliminate greed, ego, suspicions and controls the wandering mind. Whosoever may be bestowed with His Blessed Vision, only he may conquer his ego and suspicions. His prewritten destiny may be rewarded.

ਗੁਰੂ ਨਾਨਕ ਦੇਵ ਜੀ! – Guru Nanak Dev Ji! Guru Granth Sahib

ਹਰਿ ਹਰਿ ਨਾਮੁ ਭਗਤਿ ਪ੍ਰਿਅ ਪ੍ਰੀਤਮੁ, ਸੁਖ ਸਾਗਰੁ ਉਰ ਧਾਰੇ॥ har har naam bhagat pari-a pareetam such saagar ur Dhaaray.
ਭਗਤਿ ਵਛਲੁ ਜਗਜੀਵਨੁ ਦਾਤਾ, bhagat vachhal jagjeevan daataa
ਮਤਿ ਗੁਰਮਤਿ ਹਰਿ ਨਿਸਤਾਰੇ॥੩॥ mat gurmat har nistaaray. ||3||

ਪ੍ਰਭ ਦਾ ਸ਼ਬਦ ਭਗਤਾਂ ਨੂੰ ਬਹੁਤ ਪਿਆਰਾ ਲਗਦਾ ਹੈ । ਪ੍ਰਭ ਦਾ ਸ਼ਬਦ ਹੀ ਸੁਖ ਦਾ ਸਾਗਰ, ਭਗਤਾਂ ਦੇ ਮਨ ਵਿੱਚ ਵਗਦਾ ਹੈ ।

The essence of His Word may be very soothing to the mind of His true devotee. His Word is an ocean of comforts, overflowing within the mind of His true devotees.

ਮਨ ਸਿਉ ਜੂਝਿ ਮਰੈ ਪ੍ਰਭੁ ਪਾਏ, ਮਨਸਾ ਮਨਹਿ ਸਮਾਏ॥ man si-o joojh marai parabh paa-ay mansaa maneh samaa-ay.
ਨਾਨਕ ਕ੍ਰਿਪਾ ਕਰੇ ਜਗਜੀਵਨੁ, ਸਹਜ ਭਾਇ ਲਿਵ ਲਾਏ॥੪॥੧੬॥ naanak kirpaa karay jagjeevan sahj bhaa-ay liv laa-ay. ||4||16||

ਜਿਹੜਾ ਆਪਣੇ ਮਨ ਦੀਆਂ ਇਛਾਂ ਤੇ ਜਿੱਤ ਪਾਉਂਦਾ ਮਰ ਜਾਂਦਾ ਹੈ । ਉਹ ਆਪਣੇ ਮਨ ਵਿਚੋਂ ਹੀ ਪ੍ਰਭ ਦੇ ਸ਼ਬਦ ਦੀ ਖੋਜ ਕਰ ਲੈਂਦਾ ਹੈ, ਮਨ ਵਿਚੋਂ ਇਛਾਂ ਖਤਮ ਹੋ ਜਾਂਦੀਆਂ ਹਨ । ਪ੍ਰਭ ਦੀ ਰਹਿਮਤ ਨਾਲ ਹੀ ਇਹ ਅਵਸਥਾ ਬਖਸ਼ਿਸ਼ ਹੋ ਸਕਦੀ ਹੈ, ਮਨ ਸ਼ਬਦ ਦੀ ਪਾਲਣਾ ਤੇ ਅਡੋਲ ਹੋ ਸਕਦਾ ਹੈ ।

Whosoever may die while trying to control, conquers his worldly desires; with His mercy and grace, he may be blessed with the enlightenment of His Word from within. All his worldly desires may be eliminated from his mind. He may be blessed with such a state of mind; he may remain steady and stable on meditating in the void of His Word.

Key Message of Raag Aasaa, page 353-12
'ਦੁਬਿਧਾ ਖਤਮ ਕਰਨ ਦਾ ਰਸਤਾ!
ਜੀਵ ਆਪਣੇ ਪਿਛਲੇ ਜਨਮ ਦੇ ਕੀਤੇ ਕੰਮਾਂ ਦਾ ਫਲ ਪਾ ਸਕਦਾ ਹੈ । ਅਣਮੋਲ ਸ਼ਬਦ ਵਿੱਚ ਧਿਆਨ ਲਾਉਣ ਨਾਲ, ਸ਼ਬਦ ਮਨ ਵਿੱਚ ਘਰ ਕਰ ਜਾਂਦਾ, ਮਨ ਅੰਦਰ ਹੀ ਪ੍ਰਭ ਦੀ ਜੋਤ ਜਾਗਰਤ ਹੋ ਜਾਂਦੀ ਹੈ । ਅਗਿਆਨਤਾ ਦਾ ਅੰਧੇਰਾ ਦੂਰ ਹੋ ਗਿਆ, ਭਰਮ ਦੂਰ ਹੋ ਗਏ ਹਨ । ਅਹੰਕਾਰ, ਦੁਬਿਧਾ ਖਤਮ ਹੋ ਜਾਂਦਾ ਹੈ । ਪ੍ਰਭ ਦਾ ਸ਼ਬਦ ਹੀ ਸੁਖ ਦਾ ਸਾਗਰ, ਭਗਤਾਂ ਦੇ ਮਨ ਵਿੱਚ ਵਗਦਾ ਹੈ । ਜਿਹੜਾ ਆਪਣੇ ਮਨ ਦੀਆਂ ਇਛਾਂ ਤੇ ਜਿੱਤ ਪਾਉਂਦਾ, ਮਨ ਵਿਚੋਂ ਹੀ ਪ੍ਰਭ ਦੇ ਸ਼ਬਦ ਨੂੰ ਖੋਜ ਲੈਂਦਾ ਹੈ, ਮਨ ਵਿਚੋਂ ਇਛਾਂ ਖਤਮ ਹੋ ਜਾਂਦੀਆਂ ਹਨ
The right path to conquer duality in meditation!
Soul may only be rewarded for deeds of previous lives. Whosoever may concentrate on the teachings of His Word; he may remain drenched with the essence of His Word; he may hear the everlasting echo resonating within heart. His ignorance and all suspicions of worldly rituals may be eliminated. He may conquer his ego, duality of wandering mind. His Word is an ocean of comforts, overflows within the mind of His true devotees. Whosoever may conquer his worldly desires; he may be enlightened from within! All his worldly desires may be eliminated from his mind.

18. ਆਸਾ ਮਹਲਾ ੧॥ 353-18

ਕਿਸ ਕਉ ਕਹਹਿ ਸੁਣਾਵਹਿ ਕਿਸ ਕਉ, ਕਿਸੁ ਸਮਝਾਵਹਿ ਸਮਝਿ ਰਹੇ॥ kis ka-o kaheh sunaaveh kis ka-o kis samjhaavahi samajh rahay.
ਕਿਸੈ ਪੜਾਵਹਿ ਪੜਿ ਗੁਣਿ ਬੂਝੇ, ਸਤਿਗੁਰ ਸਬਦਿ ਸੰਤੋਖਿ ਰਹੇ॥੧॥ kisai parhaaveh parh gun boojhay satgur sabad santokh rahay. ||1||

ਪ੍ਰਚਾਰਕ ਕਿਸ ਨੂੰ ਸੁਣਾਉਂਦੇ, ਕਿਸ ਨੂੰ ਪ੍ਰੇਰਨਾ ਕਰਦਾ, ਕੌਣ ਉਸ ਦਾ ਪ੍ਰਚਾਰ ਸਮਝਦਾ ਹੈ, ਉਸ ਨੂੰ ਆਪ ਇਹ ਸਮਝਣਾ, ਜੀਵਨ ਵਿੱਚ ਢਾਲਣਾ ਚਾਹੀਦਾ ਹੈ । ਉਹ ਆਪ ਤਾ ਲਿਖਤਾਂ ਪੜ੍ਹਕੇ, ਪ੍ਰਭ ਦੀ ਮਹਾਨਤਾ ਬਾਬਤ ਜਾਣਕਾਰੀ ਕਰਦਾ ਹੈ । ਕੇਵਲ ਸ਼ਬਦ ਨੂੰ ਆਪਣੇ ਜੀਵਨ ਵਿੱਚ ਢਾਲਣ ਨਾਲ ਹੀ ਸ਼ਬਦ ਮਨ ਵਿੱਚ ਘਰ ਕਰਦਾ ਹੈ । ਪ੍ਰਭ ਦੀ ਜੋਤ ਮਨ ਅੰਦਰ ਜਾਗਰਤ ਹੋ ਸਕਦੀ ਹੈ ।

Worldly preacher may hear and inspires others; Who may comprehend his preaching, the virtues of His Word? The preacher should adopt the teachings in his day-to-day life before preaching others. He may read the worldly Scriptures to understand the importance, significance of His Word. Whosoever may adopt the teachings of His Word in day-to-day life; only he may remain drenched with the teachings of His Word within. He may be enlightened from within.

ਐਸਾ ਗੁਰਮਤਿ ਰਮਤੁ ਸਰੀਰਾ॥ aisaa gurmat ramat sareeraa.
ਹਰਿ ਭਜੁ ਮੇਰੇ ਮਨ ਗਹਿਰ ਗੰਭੀਰਾ॥੧॥ ਰਹਾਉ॥ har bhaj mayray man gahir gambheeraa. ||1|| rahaa-o.

ਪ੍ਰਭ ਹਰ ਤਨ ਵਿੱਚ ਹੀ ਵਸਦਾ ਹੈ, ਕੇਵਲ ਸ਼ਬਦ ਦੀ ਪਾਲਣਾ ਨਾਲ ਹੀ ਸੋਝੀ ਬਖਸ਼ਿਸ਼ ਹੁੰਦੀ ਹੈ । ਪ੍ਰਭ ਬਹੁਤ ਗੰਭੀਰ, ਜੀਵ ਦੀ ਜਾਣਕਾਰੀ ਤੋਂ ਉਪਰ ਹੈ । ਪ੍ਰਭ ਦਾ ਧੰਨਵਾਦ ਹੀ ਕਰਦੇ ਰਹੋ ।

The True Master remains embedded within every soul and dwells within his body! Whosoever may adopt the teachings of His Word in day-to-day life, only he may be enlightened. The Mystrey of His Nature remains beyond the comprehension of His Creation. You should always meditate and sing the gratitude of His virtues.

ਅਨਤ ਤਰੰਗ ਭਗਤਿ ਹਰਿ ਰੰਗਾ॥ ਅਨਦਿਨੁ ਸੂਚੇ ਹਰਿ ਗੁਣ ਸੰਗਾ॥ anat tarang bhagat har rangaa. an-din soochay har gun sangaa.
ਮਿਥਿਆ ਜਨਮੁ ਸਾਕਤ ਸੰਸਾਰਾ॥ ਰਾਮ ਭਗਤਿ ਜਨੁ ਰਹੈ ਨਿਰਾਰਾ॥੨॥ mithi-aa janam saakat sansaaraa. raam bhagat jan rahai niraaraa. ||2||

ਪ੍ਰਭ ਦੇ ਸ਼ਬਦ ਦੀ ਬੰਦਗੀ ਕਰਨ ਵਾਲੇ ਨੂੰ ਬੰਦਗੀ ਵਿਚੋਂ ਅਨੇਕਾਂ ਹੀ ਰਹਿਮਤਾਂ ਬਖਸ਼ਿਸ਼ ਹੁੰਦੀਆ ਹਨ । ਜਿਹੜਾ ਰਾਤ ਦਿਨ, ਸਵਾਸ ਗਰਾਸ ਪ੍ਰਭ ਦਾ ਸਿਮਰਨ ਕਰਦਾ ਹੈ । ਉਹ ਪ੍ਰਭ ਦੀ ਸ਼ਰਣ ਵਿੱਚ ਪ੍ਰਵਾਨ ਹੋ ਜਾਂਦਾ ਹੈ, ਪ੍ਰਭ ਆਪ ਹੀ ਰਖਵਾਲਾ ਬਣ ਜਾਂਦਾ ਹੈ । ਜਿਸ ਦਾ ਭਰੋਸਾ ਅਡੋਲ ਨਹੀਂ ਹੁੰਦਾ, ਉਸ ਦਾ ਮਾਨਸ ਜੀਵਨ ਬਿਰਥਾ ਹੀ ਬੀਤ ਜਾਂਦਾ ਹੈ । ਜਿਹੜਾ ਨਿਮ੍ਰਤਾ ਨਾਲ ਸ਼ਬਦ ਦੀ ਬੰਦਗੀ ਕਰਦਾ ਹੈ । ਉਹ ਸੰਸਰਕ ਇਛਾਂ ਦੇ ਪ੍ਰਭਾਵ, ਮੋਹ ਤੋਂ ਰਹਿਤ ਰਹਿੰਦਾ ਹੈ ।

Whosoever may meditate on the teachings of His Word; with His mercy and grace, he may be blessed with unlimited blessings. He may be accepted in His Sanctuary; The True Master may become his protector. Whosoever may not obey the teachings of His Word, he may waste his human life blessings uselessly. Whosoever may humbly meditate on the teachings of His Word, he may be blessed with a state of mind, beyond the reach of worldly desires and attachments.

ਸੂਚੀ ਕਾਇਆ ਹਰਿ ਗੁਣ ਗਾਇਆ॥ soochee kaa-i-aa har gun gaa-i-aa.
ਆਤਮੁ ਚੀਨਿ ਰਹੈ ਲਿਵ ਲਾਇਆ॥ aatam cheen rahai liv laa-i-aa.
ਆਦਿ ਅਪਾਰੁ ਅਪਰੰਪਰੁ ਹੀਰਾ॥ aad apaar aprampar heeraa.
ਲਾਲਿ ਰਤਾ ਮੇਰਾ ਮਨੁ ਧੀਰਾ॥੩॥ laal rataa mayraa man Dheeraa. ||3||

ਬੰਦਗੀ ਕਰਨ ਵਾਲੇ ਦੀ ਆਤਮਾ ਪਵਿੱਤਰ, ਇਛਾਂ ਤੋਂ ਰਹਿਤ ਰਹਿੰਦੀ ਹੈ । ਉਸ ਦੀ ਆਤਮਾ ਹਮੇਸ਼ਾਂ ਹੀ ਪ੍ਰਭ ਨੂੰ, ਮੌਤ ਨੂੰ, ਵਿਛੋੜੇ ਨੂੰ ਯਾਦ ਰਖਦੀ, ਲੀਨ ਰਹਿੰਦੀ ਹੈ । ਪ੍ਰਭ ਦੀ ਹੋਂਦ, ਸ਼ਬਦ ਦੀ ਸੋਝੀ ਦੀ ਕੀਮਤ ਸਭ ਅਨਮੋਲ ਰਤਨਾਂ ਤੋਂ, ਅਣਗਿਣਤ ਗੁਣਾਂ ਤੋਂ ਵੱਧ ਹੈ । ਉਸ ਦੇ ਮਨ ਤੇ ਸ਼ਬਦ ਦਾ ਅਨੋਖਾ ਹੀ ਨੂਰ ਰਹਿੰਦਾ ਹੈ ।

Whosoever may wholeheartedly meditate on the teachings of His Word, his soul may be sanctified and becomes beyond the reach of worldly desires. He always remembers unpredictable death; his soul remains in renunciation in the memory of his separation from His Holy Spirit. The significance of realization of His Existence, enlightenment of the essence of His Word may be much more valuable than the precious jewels, worldly possessions. An eternal astonishing glow may always be shining on the forehead of His true devotee.

ਕਥਨੀ ਕਹਹਿ ਕਹਹਿ ਸੇ ਮੂਏ॥	kathnee kaheh kaheh say moo-ay.
ਸੋ ਪ੍ਰਭੁ ਦੂਰਿ ਨਾਹੀ ਪ੍ਰਭੁ ਤੂੰ ਹੈ॥	so parabh door naahee parabh tooN hai.
ਸਭੁ ਜਗੁ ਦੇਖਿਆ ਮਾਇਆ ਛਾਇਆ॥	sabh jag daykhi-aa maa-i-aa chhaa-i-aa.
ਨਾਨਕ ਗੁਰਮਤਿ ਨਾਮੁ ਧਿਆਇਆ॥ ੪॥੧੭॥	naanak gurmat naam Dhi-aa-i-aa. ‖4‖17‖

ਜਿਹੜਾ ਪ੍ਰਭ ਦੇ ਸ਼ਬਦ ਦੀ ਵਿਅਖਿਆ ਕਰਦਾ ਹੈ । ਆਪਣਾ ਵਿਚਾਰ ਵੱਖਰੇ ਵੱਖਰੇ ਸ਼ਬਦਾਂ ਨਾਲ ਸਾਬਤ ਕਰਦਾ ਰਹਿੰਦਾ ਹੈ । ਉਹ ਪ੍ਰਭ ਨੂੰ ਬਹੁਤ ਦੂਰ, ਜਾਣਕਾਰੀ, ਪਹੁੰਚ ਤੋਂ ਉਪਰ ਸਮਝਦਾ ਹੈ । ਪ੍ਰਭ, ਜੀਵ ਦੇ ਮਨ ਅੰਦਰ ਹੀ ਵਸਦਾ ਹੈ । ਸਾਰਾ ਸੰਸਾਰ ਹੀ, ਮਾਇਆ ਦੇ ਜਾਲ ਵਿੱਚ ਫਸਿਆ ਹੈ । ਆਪਣਾ ਜੀਵਨ ਸ਼ਬਦ ਦੀ ਸਿਖਿਆ ਨਾਲ ਢਾਲੋ, ਸ਼ਬਦ ਦਾ ਸਿਮਰਨ ਕਰੋ ।

Whosoever may preach and explains the true spiritual meanings of His Word. He may try various logics, techniques to prove his point of view as true and correct. He believes! The True Master remains far away and beyond the comprehension of His Creation. Ignorant may not realize! His Holy Spirit remains embedded within his soul and dwells within his body. The whole universe remains a victim of emotional attachments and worldly desires. You should wholeheartedly meditate and adopt the teachings of His Word in day-to-day life.

Key Message of Raag Aasaa, page 353-18 'ਸ਼ਬਦ ਦਾ ਰਸਤਾ ਧਾਰਨ ਕਰਨ ਦੀ ਬਖਸ਼ਿਸ਼!
ਜਿਹੜਾ ਸ਼ਬਦ ਦੀ ਸਿਖਿਆਂ ਨਾਲ ਆਪਣਾ ਜੀਵਨ ਢਾਲਦਾ ਹੈ, ਉਸ ਦੇ ਮਨ ਵਿੱਚ ਸ਼ਬਦ ਦਾ ਤੱਤ ਘਰ ਜਾਂਦਾ ਹੈ । ਪ੍ਰਭ ਦੀ ਜੋਤ ਮਨ ਅੰਦਰ ਜਾਗਰਤ ਹੋ ਜਾਂਦੀ, ਪ੍ਰਭ ਆਪ ਹੀ ਰਖਵਾਲਾ ਬਣ ਜਾਂਦਾ ਹੈ । ਉਹ ਸੰਸਰਕ ਇਛਾਂ ਦੇ ਪ੍ਰਭਾਵ, ਮੋਹ ਤੋਂ ਰਹਿਤ ਰਹਿੰਦਾ ਹੈ । ਉਸ ਦੇ ਮਨ ਤੇ ਸ਼ਬਦ ਦਾ ਅਨੋਖਾ ਹੀ ਨੂਰ ਰਹਿੰਦਾ, ਉਸ ਨੂੰ ਸੋਝੀ ਬਖਸ਼ਿਸ਼ ਹੋ ਜਾਂਦੀ ਹੈ, ਜਾਣਕਾਰੀ, ਪਹੁੰਚ ਤੋਂ ਉਪਰ, ਪ੍ਰਭ, ਜੀਵ ਦੇ ਮਨ ਅੰਦਰ ਹੀ ਵਸਦਾ ਹੈ ।
Blessings of adopting the essence of His Word!
Whosoever may adopt the teachings of His Word in his day-to-day life; he may remain drenched with the teachings of His Word within. He may be enlightened and remains awake, and alert; he may be accepted in His Sanctuary. His state of mind may become beyond the reach of worldly desires and attachments. An eternal astonishing glow of His Holy Spirit may be shining on his forehead. He may believe His Existence remains beyond realizarion, comprehension; however, The True Master remains embedded and prevails within every soul.

19. ਆਸਾ ਮਹਲਾ ੧ ਤਿਤੁਕਾ॥ 354-6

ਕੋਈ ਭੀਖਕੁ ਭੀਖਿਆ ਖਾਇ॥ ਕੋਈ ਰਾਜਾ ਰਹਿਆ ਸਮਾਇ॥	ko-ee bheekhak bheekhi-aa khaa-ay. ko-ee raajaa rahi-aa samaa-ay.
ਕਿਸ ਹੀ ਮਾਨੁ ਕਿਸੈ ਅਪਮਾਨੁ॥ ਢਾਹਿ ਉਸਾਰੇ ਧਰੇ ਧਿਆਨੁ॥	kis hee maan kisai apmaan. dhaahi usaaray Dharay Dhi-aan.
ਤੁਝ ਤੇ ਵਡਾ ਨਾਹੀ ਕੋਇ॥ ਕਿਸੁ ਵੇਖਾਲੀ ਚੰਗਾ ਹੋਇ॥੧॥	tujh tay vadaa naahee ko-ay. kis vaykhaalee changa ho-ay. ‖1‖

ਕਈ ਜੀਵ ਭਿਖਾਰੀ ਜੰਮਦੇ, ਸਾਰੀ ਉਮਰ ਭਿੱਖਿਆ ਹੀ ਮੰਗਦੇ ਹਨ । ਕਈ ਰਾਜੇ ਜੰਮਦੇ, ਉਹ ਆਪਣੇ ਆਪ ਵਿੱਚ ਹੀ ਮਸਤ ਰਹਿੰਦੇ ਹਨ । ਕਿਸੇ ਨੂੰ ਜੀਵਨ ਵਿੱਚ ਮਾਣ ਅਤੇ ਕਿਸੇ ਨੂੰ ਅਪਮਾਨ ਬਖਸ਼ਿਸ਼ ਹੁੰਦਾ ਹੈ । ਇਹ ਪ੍ਰਭ ਦਾ ਹੀ ਖੇਲ ਹੈ, ਜਿਸ ਤੇ ਰਹਿਮਤ ਬਖਸ਼ਦਾ, ਉਹ ਤਰ ਜਾਂਦਾ ਹੈ । ਜਿਸ ਤੋਂ ਰਹਿਮਤ ਦੀ ਨਜ਼ਰ ਦੂਰ ਹੋ ਜਾਂਦੀ, ਬਰਬਾਦ ਹੋ ਜਾਂਦਾ ਹੈ । ਕਿਹੜਾ ਪੀਰ ਇਸ ਅਵਸਥਾ ਵਾਲਾ ਹੈ, ਜਿਸ ਤੋਂ ਰਹਿਮਤ ਦੀ ਅਰਦਾਸ ਕਰਵਾ? ਤੇਰੇ ਤੋਂ ਕੋਈ ਹੋਰ ਵੱਡਾ ਨਹੀਂ ਹੈ ।

In the universe! Some may be born as beggar and remain begging for his whole life; others may be blessed with comforts in life and remain intoxicated in the pleasure of worldly attachments possessions. Some may be honored; others may be rebuked for whole life. The universe is a unique play of His Nature! Whosoever may be bestowed with His Blessed Vision, he may be accepted in His Court; and others may waste their human life opportunity uselessly. Is there any worldly devotee with such a state of mind, worthy of praying for Forgiveness and Refuge? No one may be equal or greater than The True Master.

ਮੈ ਤਾਂ ਨਾਮੁ ਤੇਰਾ ਆਧਾਰੁ॥	mai taaN naam tayraa aaDhaar.
ਤੂੰ ਦਾਤਾ ਕਰਣਹਾਰੁ ਕਰਤਾਰੁ॥੧॥ ਰਹਾਉ॥	tooN daataa karanhaar kartaar. ‖1‖ rahaa-o.

ਪ੍ਰਭ ਹੀ ਜੀਵਨ ਦਾ ਆਸਰਾ, ਅਧਾਰ ਹੈ । ਜੀਵ ਨੂੰ ਪੈਦਾ ਕਰਦਾ, ਪਾਲਣਾ ਕਰਦਾ, ਦਾਤਾਂ ਬਖਸ਼ਣ ਵਾਲਾ ਮਾਲਕ ਹੈ ।

The True Master, Creator creates, nourishes, and bestows virtues and remains the pillar of support His Creation.

ਵਾਟ ਨ ਪਾਵਉ ਵੀਗਾ ਜਾਉ॥ ਦਰਗਹ ਬੈਸਣ ਨਾਹੀ ਥਾਉ॥	vaat na paava-o veegaa jaa-o. dargeh baisan naahee thaa-o.
ਮਨ ਕਾ ਅੰਧੁਲਾ ਮਾਇਆ ਕਾ ਬੰਧੁ॥	man kaa anDhulaa maa-i-aa kaa banDh.
ਖੀਨ ਖਰਾਬੁ ਹੋਵੈ ਨਿਤ ਕੰਧੁ॥	kheen kharaab hovai nit kanDh.
ਖਾਣ ਜੀਵਣ ਕੀ ਬਹੁਤੀ ਆਸ॥ ਲੇਖੈ ਤੇਰੈ ਸਾਸ ਗਿਰਾਸ॥੨॥	khaan jeevan kee bahutee aas. laykhai tayrai saas giraas. ‖2‖

ਮਨਮੁਖ ਭਰਮਾਂ ਵਿੱਚ ਫਸਿਆ, ਸ਼ਬਦ ਅਨੁਸਾਰ ਜੀਵਨ ਬਤੀਤ ਨਹੀਂ ਕਰਦਾ ਹੈ । ਇਸ ਨਾਲ ਪ੍ਰਭ ਦੇ ਦਰਬਾਰ ਵਿੱਚ ਥਾਂ ਬਖਸ਼ਿਸ਼ ਨਹੀਂ ਹੋ ਸਕਦੀ । ਉਹ ਸ਼ਬਦ ਦੀ ਸੋਝੀ ਤੋਂ ਅਣਜਾਣ, ਸੰਸਾਰਕ ਮਾਇਆ ਦੇ ਜਾਲ ਵਿੱਚ ਹੀ ਫਸਿਆ ਰਹਿੰਦਾ ਹੈ । ਉਸ ਦਾ ਤਨ ਕਮਜ਼ੋਰ ਹੋ ਜਾਂਦਾ, ਮਨ ਦਾ ਧੀਰਜ ਟੁੱਟ ਜਾਂਦਾ ਹੈ । ਉਹ ਖਾਣ ਅਤੇ ਅਰਾਮ ਵਾਲਾ ਜੀਵਨ ਹੀ ਬਤੀਤ ਕਰਨਾ ਚਾਹੁੰਦਾ ਹੈ । ਉਸ ਦੇ ਦਿਨ ਅਤੇ ਗਰਾਸਾਂ ਦੀ ਗਿਣਤੀ ਮਿੱਥੀ ਹੈ ।

ਗੁਰੂ ਨਾਨਕ ਦੇਵ ਜੀ! – Guru Nanak Dev Ji! Guru Granth Sahib

Self-minded remains intoxicated in the religious suspicions; he may never adopt the teachings of His Word in day-to-day life. His soul may never be accepted in His Court. Ignorant from the essence of His Word; he remains a victim of greed of worldly wealth. His body may become feeble within old age; his patience may be exhausted. He always enjoys the delicacy of food and seeks worldly comforts in life. He may not realize! numbers of his breaths and food bites have been predetermined before his birth.

ਅਹਿਨਿਸਿ ਅੰਧੁਲੇ ਦੀਪਕੁ ਦੇਇ॥ ਭਉਜਲ ਡੂਬਤ ਚਿੰਤ ਕਰੇਇ॥ ahinis anDhulay deepak day-ay. bha-ojal doobat chint karay-i.
ਕਹਹਿ ਸੁਣਹਿ ਜੋ ਮਾਨਹਿ ਨਾਉ॥ ਹਉ ਬਲਿਹਾਰੈ ਤਾ ਕੈ ਜਾਉ॥ kaheh suneh jo maaneh naa-o. ha-o balihaarai taa kai jaa-o.
ਨਾਨਕੁ ਏਕ ਕਹੈ ਅਰਦਾਸਿ॥ ਜੀਉ ਪਿੰਡੁ ਸਭ ਤੇਰੈ ਪਾਸਿ॥੩॥ naanak ayk kahai ardaas. jee-o pind sabh tayrai paas. ||3||

ਸੰਸਾਰ ਵਿੱਚ ਅਗਿਆਨਤਾ ਦਾ ਅੰਧੇਰਾ ਛਾਇਆ ਹੈ! ਪ੍ਰਭ ਆਪਣੀ ਰਹਿਮਤ ਨਾਲ ਜੀਵਾਂ ਨੂੰ ਸੇਧ ਬਖਸ਼ੋ । ਜੀਵ (ਭਿਆਨਕ) ਸਾਗਰ ਵਿੱਚ ਡੁੱਬਦੇ ਜਾਂਦੇ ਹਨ । ਜਿਹੜ ਅਡੋਲ ਭਰੋਸੇ ਨਾਲ ਸਿਮਰਨ ਕਰਦਾ, ਪੂਜਣ ਯੋਗ ਹੋ ਜਾਂਦਾ ਹੈ । ਪ੍ਰਭ ਰਖਿਆ ਕਰੋ! ਆਤਮਾ, ਮਨ, ਤਨ, ਸਭ ਤੇਰੀ ਬਖਸ਼ਿਸ਼, ਅਮਾਨਤ ਹੈ!

The whole world remains under the cloud of ignorance. The True Master, bestows Your Blessed Vision to enlighten the right path of salvation. Ignorant creatures are drowning in a terrible ocean of worldly desires. Whosoever may meditate and adopts the teachings of Your Word with steady and stable belief, he may become worthy of worship in the universe. My soul, mind, and body remain Your Trust; Your Blessings.

ਜਾਂ ਤੂੰ ਦੇਹਿ ਜਪੀ ਤੇਰਾ ਨਾਉ॥ ਦਰਗਹ ਬੈਸਣ ਹੋਵੈ ਥਾਉ॥ jaaN tooN deh japee tayraa naa-o. dargeh baisan hovai thaa-o.
ਜਾਂ ਤੁਧੁ ਭਾਵੈ ਤਾ ਦੁਰਮਤਿ ਜਾਇ॥ jaaN tuDh bhaavai taa durmat jaa-ay.
ਗਿਆਨ ਰਤਨੁ ਮਨਿ ਵਸੈ ਆਇ॥ gi-aan ratan man vasai aa-ay.
ਨਦਰਿ ਕਰੇ ਤਾ ਸਤਿਗੁਰੁ ਮਿਲੈ॥ nadar karay taa satgur milai.
ਪ੍ਰਣਵਤਿ ਨਾਨਕੁ ਭਵਜਲੁ ਤਰੈ॥੪॥੧੮॥ paranvat naanak bhavjal tarai. ||4||18||

ਜਿਸ ਤੇ ਰਹਿਮਤ ਦੀ ਨਜ਼ਰ ਬਖਸ਼ਦਾ ਹੈ, ਉਹ ਸ਼ਬਦ ਦਾ ਸਿਮਰਨ ਅਡੋਲ ਭਰੋਸੇ ਨਾਲ ਕਰ ਸਕਦਾ ਹੈ । ਉਸ ਨੂੰ ਦਰਬਾਰ ਵਿੱਚ ਪ੍ਰਵਾਨਗੀ ਬਖਸ਼ਿਸ਼ ਹੋ ਸਕਦੀ ਹੈ । ਉਸ ਨੂੰ ਸ਼ਬਦ ਦੀ ਸੋਝੀ ਬਖਸ਼ਿਸ਼ ਹੋ ਜਾਂਦੀ, ਮਨ ਦੇ ਭਰਮ ਦੂਰ ਹੋ ਜਾਂਦੇ ਹਨ! ਉਸ ਦੇ ਮਨ ਵਿੱਚ ਸ਼ਬਦ ਘਰ ਕਰ ਜਾਂਦਾ, ਪ੍ਰਵਾਨਗੀ ਦੇ ਰਸਤੇ ਤੇ ਚਲਦਾ ਹੈ! ਉਸ ਨੂੰ ਪ੍ਰਭ ਦੀ ਹੌਂਦ ਮਹਿਸੂਸ ਹੋ ਜਾਂਦੀ ਹੈ । ਪ੍ਰਭ ਅੱਗੇ ਰਹਿਮਤ, ਆਪਣੀ ਰਜ਼ਾ ਵਿੱਚ ਰਖਣ ਦੀ ਅਰਦਾਸ ਕਰੋ!

Whosoever may be blessed with His Blessed Vision, only he may be able to meditates on the teachings of Your Word with steady and stable belief. He may be blessed with the right path of acceptance in His Court. He may be enlightened with the teachings of His Word; all his suspicions may be eliminated. He may be drenched with the essence of His Word and he remains on the right path of acceptance. His may realize His Existence prevailing everywhere. Always pray for His Forgiveness and Refuge.

Key Message of Raag Aasaa, page 354-6
'ਆਤਮਾ ਦਾ ਅਸਲੀ ਮਾਲਕ ਕੌਣ ਹੈ?
ਜੀਵ ਦੀ ਆਤਮਾ, ਮਨ, ਤਨ ਪ੍ਰਭ ਦੀ ਬਖਸ਼ੀ ਹੋਈ ਹੀ ਅਮਾਨਤ ਹੈ । ਜਿਹੜੇ ਅਡੋਲ ਭਰੋਸੇ ਨਾਲ ਸਿਮਰਨ ਕਰਦਾ ਹੈ । ਉਸ ਨੂੰ ਦਰਬਾਰ ਵਿੱਚ ਪ੍ਰਵਾਨਗੀ, ਸ਼ਬਦ ਦੀ ਸੋਝੀ ਬਖਸ਼ਿਸ਼ ਹੋ ਜਾਂਦੀ ਹੈ । ਉਸ ਦੇ ਮਨ ਵਿੱਚ ਸ਼ਬਦ ਘਰ ਕਰ ਜਾਂਦਾ ਹੈ, ਪੂਜਣ ਯੋਗ ਹੋ ਜਾਂਦਾ ਹੈ ।
Who may be true Trustee of Soul?
The True Master has blessed soul with mind, and body and remains only His Trust. Whosoever may adopt the teachings of His Word with steady and stable belief. He may be blessed with the right path of acceptance in His Court. He may remain drenched with enlightenment; he may become worthy of worship in the universe.

20. ਮਹਲਾ ੧ ਪੰਚਪਦੇ॥ 354-14

ਦੁਧ ਬਿਨੁ ਧੇਨੁ, ਪੰਖ ਬਿਨੁ ਪੰਖੀ, ਜਲ ਬਿਨੁ ਉਤਭੁਜ ਕਾਮਿ ਨਾਹੀ॥ duDh bin Dhayn pankh bin pankhee jal bin ut-bhuj kaam naahee.
ਕਿਆ ਸੁਲਤਾਨੁ ਸਲਾਮ ਵਿਹੂਣਾ, ਅੰਧੀ ਕੋਠੀ ਤੇਰਾ ਨਾਮੁ ਨਾਹੀ॥੧॥ ki-aa sultaan salaam vihoonaa anDhee kothee tayraa naam naahee. ||1||

ਜਿਵੇਂ ਨਾ ਦੁੱਧ ਦੇਣ ਵਾਲੀ ਗਾਂ, ਖੰਭਾਂ ਤੋਂ ਬਿਨਾਂ ਪੰਛੀ, ਪਾਣੀ ਤੋਂ ਬਿਨਾਂ ਬਾਗ, ਫੁੱਲਵਾਵੀ ਦੀ ਕੋਈ ਕੀਮਤ ਨਹੀਂ ਹੁੰਦੀ । ਜਿਥੇ ਰਾਜੇ ਦਾ ਆਦਰ ਨਾ ਹੋਵੇ, ਉਸ ਰਾਜ ਦੀ ਕੋਈ ਮਹੱਤਤਾ ਨਹੀਂ ਹੁੰਦੀ । ਇਸਤਰ੍ਹਾਂ ਆਤਮਾ ਵੀ ਸ਼ਬਦ ਦੀ ਸੋਝੀ ਤੋਂ ਬਿਨਾਂ ਅੰਧੀ, ਮਾਨਸ ਜਨਮ ਬਿਰਥਾ ਹੀ ਹੁੰਦਾ ਹੈ ।

As a barren cow, featherless bird, barren land, garden without water may not have any significant value. Where a king may not be honored or obeyed; his kingdom may not have any significance. Same way! Who may be ignorant from the essence of His Word; his human life opportunity may be useless.

ਕੀ ਵਿਸਰਹਿ ਦੁਖੁ ਬਹੁਤਾ ਲਾਗੈ॥ kee visrahi dukh bahutaa laagai.
ਦੁਖੁ ਲਾਗੈ ਤੂੰ ਵਿਸਰੁ ਨਾਹੀ॥੧॥ ਰਹਾਉ॥ dukh laagai tooN visar naahee. ||1|| rahaa-o.

ਪ੍ਰਭ ਨੂੰ ਮਨ ਵਿਚੋਂ ਵਿਸਾਰਨ ਨਾਲ ਬਹੁਤ ਮੁਸੀਬਤਾਂ ਆਉਂਦੀਆ ਹਨ! ਪ੍ਰਭ ਨੂੰ ਮਨ ਵਿਚੋਂ ਕਿਵੇਂ ਵਿਸਾਰੀਆ ਜਾ ਸਕਦਾ ਹੈ? ਇਸਤਰ੍ਹਾਂ ਸ਼ਬਦ ਨੂੰ ਵਿਸਾਰਨ ਨਾਲ ਮਨ ਭਟਕਣਾਂ ਵਿੱਚ ਹੀ ਰੀਹੰਦਾ ਹੈ ।

Whosoever may abandon the teachings of His Word from day-to-day life; he may endure many miseries in life! How may the teachings of His Word, be abandoned from day-to-day life? Same way! Whosoever may abandon the teachings of His Word from day-to-day life, he may remain overwhelmed with frustrations of worldly desires.

ਅਖੀ ਅੰਧੁ ਜੀਭ ਰਸੁ ਨਾਹੀ ਕੰਨੀ ਪਵਣੁ ਨ ਵਾਜੈ॥ akhee anDh jeebh ras naahee kannee pavan na vaajai.
ਚਰਣੀ ਚਲੈ ਪਜੂਤਾ ਆਗੈ, ਵਿਣੁ ਸੇਵਾ ਫਲ ਲਾਗੇ॥੨॥ charnee chalai pajootaa aagai vin sayvaa fal laagay. ||2||

ਸ਼ਬਦ ਦੀ ਪਾਲਣਾ ਨਾ ਕਰਨ ਵਾਲੇ ਦੀ ਕੀ ਹਾਲਤ ਹੁੰਦੀ ਹੈ? ਕੀ ਜੀਵਨ ਵਿੱਚ ਫਲ ਬਖਸ਼ਿਸ਼ ਹੁੰਦਾ ਹੈ? ਉਸ ਦੀ ਹਾਲਤ, ਅੱਖਾਂ ਤੋਂ ਅੰਧੇ, ਜੀਭ ਦੇ ਸਵਾਦ ਤੋਂ ਰਹਿਤ, ਕੰਨਾਂ ਤੋਂ ਬੋਲੇ, ਲਗੜੇ ਵਰਗੀ ਹੀ ਹਾਲਤ ਹੁੰਦੀ ਹੈ ।

What may be the state of mind, worldly conditions of self-minded without obeying the essence of His Word in his day-to-day life? What may he be rewarded for his worldly deeds? His state of mind may be miserable like a blind, without eye sight, without the sensation, taste of tongue, deaf, without hearing sensation, a leprous, impaired, handicap.

ਗੁਰੂ ਨਾਨਕ ਦੇਵ ਜੀ! – Guru Nanak Dev Ji! Guru Granth Sahib

ਅਖਰ ਬਿਰਖ ਬਾਗ ਭੁਇ ਚੋਖੀ, ਸਿੰਚਿਤ ਭਾਉ ਕਰੇਹੀ॥ akhar birakh baag bhu-ay chokhee sinchit bhaa-o karayhee.
ਸਭਨਾ ਫਲੁ ਲਾਗੈ ਨਾਮੁ ਏਕੋ, ਬਿਨੁ ਕਰਮਾ ਕੈਸੇ ਲੇਹੀ॥੩॥ sabhnaa fal laagai naam ayko bin karma kaisay layhee. ||3||

ਜੀਵ ਸ਼ਬਦ ਨੂੰ ਬ੍ਰਿਛ, ਆਪਣੇ ਹਿਰਦੇ ਨੂੰ ਖੇਤ, ਧਰਤੀ ਬਣਾਕੇ, ਪ੍ਰਭ ਦੇ ਵਿਰਾਗ ਵਾਲੇ ਪਾਣੀ ਦੇਣ ਨਾਲ ਸ਼ਬਦ ਦੇ ਬ੍ਰਿਛ ਨੂੰ ਫਲ ਲਗਦਾ ਹੈ । ਪਿਛਲੇ ਕੀਤੇ ਚੰਗੇ ਕੰਮਾਂ ਤੋਂ ਬਿਨਾਂ ਇਹ ਫਲ ਨਸੀਬ ਨਹੀਂ ਹੁੰਦਾ ।

You should imagine His Word as a fruit tree, your mind as the field, fertile land; by irrigating with the water of your renunciation of memory of your separation from His Holy Spirit; the True Master. Your soul may be blessed with the fruit of the enlightenment of His Word. Such a state of mind may only be blessed with prewritten destiny.

ਜੇਤੇ ਜੀਅ ਤੇਤੇ ਸਭਿ ਤੇਰੇ, ਵਿਣੁ ਸੇਵਾ ਫਲੁ ਕਿਸੈ ਨਾਹੀ॥ jaytay jee-a taytay sabh tayray vin sayvaa fal kisai naahee.
ਦੁਖੁ ਸੁਖੁ ਭਾਣਾ ਤੇਰਾ ਹੋਵੈ, ਵਿਣੁ ਨਾਵੈ ਜੀਉ ਰਹੈ ਨਾਹੀ॥੪॥ dukh sukh bhaanaa tayraa hovai vin naavai jee-o rahai naahee. ||4||

ਸ੍ਰਿਸ਼ਟੀ ਦੇ ਸਾਰੇ ਜੀਵ ਹੀ ਪੈਦਾ ਕਰਨ ਵਾਲੇ ਪ੍ਰਭ ਦੇ ਗੁਲਾਮ ਹਨ! ਜਿਹੜਾ ਮਨ ਲਾ ਕੇ ਸ਼ਬਦ ਦੀ ਬੰਦਗੀ, ਸੇਵਾ ਨਹੀਂ ਕਰਦਾ, ਉਸ ਨੂੰ ਕੋਈ ਲਾਭ ਨਹੀਂ ਹੁੰਦਾ । ਪ੍ਰਭ ਦੇ ਭਾਣੇ ਨਾਲ ਹੀ ਸੰਸਾਰ ਵਿੱਚ ਸਾਰੇ ਦੁਖ, ਸੁਖ ਬਖਸ਼ਿਸ਼ ਹੁੰਦੇ ਹਨ! ਸ਼ਬਦ ਦੀ ਪਾਲਣਾ ਤੋਂ ਬਿਨਾਂ ਮਾਨਸ ਜੀਵਨ ਬਿਰਥਾ ਹੀ ਹੈ ।

All the creatures of the universe remain slave of The True Master, Creator. Whosoever may not wholeheartedly obey and adopts the teachings of His Word in day-to-day life, his worldly deeds may not be rewarded. All worldly pleasures and miseries have been blessed with His Command. Human life may be wasted, without obeying the teachings of His Word.

ਮਤਿ ਵਿਚਿ ਮਰਣੁ ਜੀਵਣੁ ਹੋਰੁ ਕੈਸਾ, ਜਾ ਜੀਵਾ ਤਾਂ ਜੁਗਤਿ ਨਾਹੀ॥ mat vich maran jeevan hor kaisaa jaa jeevaa taaN jugat naahee.
ਕਹੈ ਨਾਨਕੁ ਜੀਵਾਲੇ ਜੀਆ, ਜਹ ਭਾਵੈ ਤਹ ਰਾਖੁ ਤੁਹੀ॥੫॥੧੯॥ kahai naanak jeevaalay jee-aa jah bhaavai tah raakh tuhee. ||5||19||

ਪ੍ਰਭ ਦੇ ਸ਼ਬਦ ਦੀ ਪਾਲਣਾ ਕਰਨਾ ਹੀ ਜੀਵਨ ਦਾ ਹੀ ਅਸਲੀ ਧੰਦਾ ਹੁੰਦਾ ਹੈ । ਸਿਮਰਨ ਤੋਂ ਬਿਨਾਂ ਮਾਨਸ ਜੀਵਨ ਦਾ ਕੋਈ ਮੰਤਵ, ਜੀਵਨ ਦਾ ਤਰੀਕਾ ਨਹੀਂ ਹੈ । ਪ੍ਰਭ, ਸ੍ਰਿਸ਼ਟੀ ਵਿੱਚ ਜੀਵਾਂ ਨੂੰ ਮਿਥਿਆ ਸਮਾਂ ਮਾਨਸ ਜੀਵਨ ਬਖਸ਼ਦਾ ਹੈ । ਪ੍ਰਭ ਆਪਣੇ ਭਾਣੇ ਦੀ ਪਾਲਣਾ ਵਿੱਚ ਅਡੋਲ ਰਖੋ!

To adopt the teachings of His Word may be true purpose of human life, the only right path of life. Human life may be wasted without any significance without meditating and adopting the teachings of His Word. The True Master blesses each soul, human body for limited predetermined time to sanctify. My True Master blesses a devotion, dedication to remain intoxicated in obeying the teachings of Your Word.

Key Message of Raag Aasaa, page 354-14
'ਆਤਮਾ ਦਾ ਅਸਲੀ ਮਾਲਕ ਕੌਣ ਹੈ?
ਜਿਹੜਾ ਸ਼ਬਦ ਦੀ ਸੋਝੀ ਤੋਂ ਅੰਧਾ ਰਹਿੰਦਾ ਹੈ, ਉਸ ਦਾ ਮਾਨਸ ਜਨਮ ਬਿਰਥਾ ਹੀ ਹੁੰਦਾ ਹੈ । ਉਸ ਦੀ ਹਾਲਤ, ਅੱਖਾਂ ਤੋਂ ਅੰਧੇ, ਜੀਭ ਦੇ ਸਵਾਦ ਤੋਂ ਰਹਿਤ, ਕੰਨਾਂ ਤੋਂ ਬੋਲਾ, ਲਗੜੇ, ਅਪਾਹਜ ਦੀ ਤਰ੍ਹਾਂ ਦੀ ਹੀ ਹੁੰਦੀ ਹੈ । ਪ੍ਰਭ ਦੇ ਵਿਰਾਗ ਵਾਲੇ ਪਾਣੀ ਨਾਲ ਸ਼ਬਦ ਦੇ ਬ੍ਰਿਛ ਨੂੰ ਫਲ ਲਗਦਾ ਹੈ । ਸਾਰੀ ਸ੍ਰਿਸ਼ਟੀ ਹੀ ਪ੍ਰਭ ਦੇ ਸ਼ਬਦ ਦੀ ਗੁਲਾਮ ਰਹਿੰਦੀ ਹੈ! ਪ੍ਰਭ ਜੀਵ ਨੂੰ ਮਾਨਸ ਜੀਵਨ, ਮਿਥੇ ਸਮਾਂ ਲਈ, ਆਤਮਾ ਨੂੰ ਪਵਿੱਤਰ ਕਰਨ ਲਈ ਬਖਸ਼ਦਾ ਹੈ । ਸ਼ਬਦ ਦੀ ਪਾਲਣਾ ਹੀ ਮਾਨਸ ਜੀਵਨ ਦਾ ਅਸਲੀ ਧੰਦਾ, ਮੰਤਵ ਹੁੰਦਾ ਹੈ ।
Who may be true Trustee of Soul?
Whosoever may remain ignorant from the enlightenment of His Word, his human life opportunity may be wasted. His state of mind may be miserable like a blind, without eye sight, without the taste and sensation of his tongue, deaf, without hearing sensation, a leprous, impaired, handicap. The renunciation of the memory of his separation from His Holy Spirit may be the water to blossom the fruit tree of enlightenment of His Word. He may bless a predetermined time to sanctify his soul, in the universe. To adopt the teachings of His Word may be the only right path of life.

21. ਆਸਾ ਮਹਲਾ ੧॥ 355-2

ਕਾਇਆ ਬ੍ਰਹਮਾ ਮਨੁ ਹੈ ਧੋਤੀ॥ kaa-i-aa barahmaa man hai Dhotee.
ਗਿਆਨੁ ਜਨੇਊ ਧਿਆਨੁ ਕੁਸਪਾਤੀ॥ gi-aan janay-oo Dhi-aan kuspaatee.
ਹਰਿ ਨਾਮਾ ਜਸੁ ਜਾਚਉ ਨਾਉ॥ ਗੁਰ ਪਰਸਾਦੀ ਬ੍ਰਹਮਿ ਸਮਾਉ॥੧॥ har naamaa jas jaacha-o naa-o. gur parsaadee barahm samaa-o. ||1||

ਜੀਵ ਆਪਣੇ ਮਨ ਨੂੰ ਗਿਆਨਵਾਨ ਸਮਝੋ! ਮਨ ਨੂੰ ਪਰਦਾ ਢੱਕਣ ਵਾਲੀ ਧੋਤੀ ਬਣਾਵੋ! ਸ਼ਬਦ ਦੀ ਸੋਝੀ ਨੂੰ ਪਵਿੱਤਰ ਧਾਗਾ, ਬੰਧਨ, ਜਨੇਊ ਬਣਾਵੋ! ਸਿਮਰਨ ਨੂੰ ਵਹਿਦਾ, ਪ੍ਰੀਤ ਦੀ ਨਿਸ਼ਾਨੀ ਨੂੰ ਛਾਪ ਸਮਝੋ । ਇਸਤਰ੍ਹਾਂ ਸ਼ਬਦ ਦੀ ਪਾਲਣਾ ਕਰਕੇ ਆਪਣੀ ਆਤਮਾ ਦੀ ਪਵਿੱਤਤ੍ਰਾ ਵਾਲਾ ਇਸ਼ਨਾਨ ਕਰਨ ਨਾਲ, ਦਰਬਾਰ ਵਿੱਚ ਪ੍ਰਵਾਨਗੀ ਬਖਸ਼ਿਸ਼ ਹੋ ਸਕਦੀ ਹੈ ।

You should consider your mind as an enlightened, knowledgeable; transforms your mind as a robe to preserve your privacy, honor. You should consider the enlightenment of His Word as the Holy thread, a religious insignia, baptism. You should consider your dedication to meditate on the teachings of His Word as symbol of your love, steady and stable belief as promise ring. Whosoever may adopt the teachings of His Word in day-to-day life; he may consider his meditation as a sanctifying bath in the Holy Pond, Nectar. He may be blessed with the right path of acceptance in His Court.

ਪਾਂਡੇ ਐਸਾ ਬ੍ਰਹਮ ਬੀਚਾਰੁ॥ paaNday aisaa barahm beechaar.
ਨਾਮੇ ਸੁਚਿ ਨਾਮੋ ਪੜਉ, ਨਾਮੇ ਚਜੁ ਆਚਾਰੁ॥ ੧॥ ਰਹਾਉ॥ naamay such naamo parha-o naamay chaj aachaar. ||1|| rahaa-o.

ਪ੍ਰਭ ਦੇ ਸ਼ਬਦ ਨੂੰ ਅਟਲ ਮੰਨਕੇ, ਆਪਣੇ ਮਨ ਅੰਦਰ ਖੋਜ ਕਰਕੇ, ਸ਼ਬਦ ਦੀ ਸੋਝੀ ਨਾਲ ਆਪਣਾ ਜੀਵਨ ਢਾਲੋ, ਅਡੋਲ ਭਰੋਸੇ ਨਾਲ ਸ਼ਬਦ ਦਾ ਸਿਮਰਨ ਕਰੋ!

You should accept the teachings of His Word as an Ultimate Command. You should search the enlightenment within and adopt the teachings of His Word with steady and stable belief in day-to-day life.

ਬਾਹਰਿ ਜਨੇਊ ਜਿਚਰੁ ਜੋਤਿ ਹੈ ਨਾਲਿ॥ ਧੋਤੀ ਟਿਕਾ ਨਾਮੁ ਸਮਾਲਿ॥ baahar janay-oo jichar jot hai naal. Dhotee tikaa naam samaal.
ਐਥੈ ਓਥੈ ਨਿਬਹੀ ਨਾਲਿ॥ ਵਿਣੁ ਨਾਵੈ ਹੋਰਿ ਕਰਮ ਨ ਭਾਲਿ॥੨॥ aithai othai nibhee naal. vin naavai hor karam na bhaal. ||2||

ਜਿਸ ਦੇ ਮਨ ਵਿੱਚ ਪ੍ਰਭ ਦਾ ਸ਼ਬਦ ਘਰ ਕਰ ਜਾਂਦਾ ਹੈ, ਉਸ ਦੇ ਜੀਵਨ ਵਿੱਚ ਧਾਰਮਕ ਬਾਣੇ ਦੀ ਕੋਈ ਮਹੱਤਤਾ ਨਹੀਂ ਰਹਿੰਦੀ । ਸ਼ਬਦ ਹੀ ਉਸ ਦੀ ਧੋਤੀ, ਟਿਕਾ ਨਿਸ਼ਾਨੀਆ, ਧਾਰਮਕ ਬਾਣਾ ਬਣਾ ਜਾਂਦਾ ਹੈ । ਇਹ ਹੀ ਮੌਤ ਤੋਂ ਪਿਛੋਂ ਸਾਥ ਦੇਵੇਗਾ । ਸ਼ਬਦ ਨਾਲ ਜੀਵਨ ਢਾਲਣ ਤੋਂ ਬਿਨਾਂ ਹੋਰ ਕੰਮ ਕਰਨਾ ਬਿਰਥਾ ਹੀ ਹੈ ।

ਗੁਰੂ ਨਾਨਕ ਦੇਵ ਜੀ! – Guru Nanak Dev Ji! Guru Granth Sahib

Whosoever may be drenched with the essence of His Word; religious robe, baptism may not have any significance in his life. Obeying the teachings of His Word may become his religious robe, baptism, symbol of sanctification to witness in His Court. All other worldly chores may be useless for the purpose of human life journey.

ਪੂਜਾ ਪ੍ਰੇਮ ਮਾਇਆ ਪਰਜਾਲਿ॥ ਏਕੋ ਵੇਖਹੁ ਅਵਰੁ ਨ ਭਾਲਿ॥ poojaa paraym maa-i-aa parjaal. ayko vaykhhu avar na bhaal.
ਚੀਨੈ ਤਤੁ ਗਗਨ ਦਸ ਦੁਆਰ॥ ਹਰਿ ਮੁਖਿ ਪਾਠ ਪੜੈ ਬੀਚਾਰ॥੩॥ cheenhai tat gagan das du-aar. har mukh paath parhai beechaar. ||3||

ਜੀਵ ਸੰਸਾਰਕ ਮਾਇਆ ਤਿਆਗ ਕੇ, ਅਡੋਲ ਭਰੋਸੇ ਨਾਲ ਸ਼ਬਦ ਦਾ ਸਿਮਰਨ ਕਰੋ । ਪ੍ਰਭ ਦੇ ਸ਼ਬਦ ਦੀ ਪਾਲਣਾ ਤੋਂ ਬਿਨਾਂ ਹੋਰ ਰੀਤ ਰੀਵਾਜ ਨਾਲ ਮੁਕਤੀ ਦਾ ਰਸਤਾ ਬਖਸ਼ਿਸ਼ ਨਹੀਂ ਹੋ ਸਕਦਾ । ਪ੍ਰਭ ਦਾ ਦਰਬਾਰ, ਆਤਮਾ ਵਿੱਚ ਦਸਵੇਂ ਘਰ ਵਸਦਾ ਹੈ । ਪ੍ਰਭ ਦੇ ਸ਼ਬਦ ਨੂੰ ਪੜ੍ਹਕੇ, ਵਿਚਾਰਕੇ, ਸ਼ਬਦ ਦੀ ਸੋਝੀ ਨਾਲ ਜੀਵਨ ਬਤੀਤ ਕਰੋ ।

You should renounce worldly desires, wealth and meditate on the teachings of His Word with steady and stable belief. All other religious rituals may not lead to the right path of acceptance in His Court. His throne, remains in 10th cave of his soul. You should comprehend and adopt the teachings of His Word with steady and stable belief in your day-to-day life

ਭੋਜਨੁ ਭਾਉ ਭਰਮੁ ਭਉ ਭਾਗੈ॥ bhojan bhaa-o bharam bha-o bhaagai.
ਪਾਹਰੂਅਰਾ ਛਬਿ ਚੋਰੁ ਨ ਲਾਗੈ॥ paahroo-araa chhab chor na laagai.
ਤਿਲਕੁ ਲਿਲਾਟਿ ਜਾਣੈ ਪ੍ਰਭੁ ਏਕੁ॥ ਬੂਝੈ ਬ੍ਰਹਮੁ ਅੰਤਰਿ ਬਿਬੇਕੁ॥੪॥ tilak lilaat jaanai parabh ayk. boojhai barahm antar bibayk. ||4||

ਜਿਹੜਾ ਪ੍ਰਭ ਦੇ ਵਿਛੋੜੇ ਦੇ ਵਿਰਾਗ ਨੂੰ ਆਪਣੀ ਆਤਮਾ ਦਾ ਭੋਜਨ ਬਣਾਉਂਦਾ ਹੈ, ਉਸ ਦੇ ਮਨ ਵਿਚੋਂ ਭਰਮਾਂ, ਸੰਸਾਰਕ ਇਛਾਂ ਦਾ ਡਰ ਖਤਮ ਹੋ ਜਾਂਦਾ ਹੈ । ਜਿਸ ਦਾ ਪ੍ਰਭ ਆਪ ਰਖਵਾਲਾ ਬਣ ਜਾਂਦਾ ਹੈ, ਉਸ ਦੀ ਰਹਿਮਤ ਨੂੰ ਕੋਈ ਖੋਂਅ ਨਹੀਂ ਸਕਦਾ । ਇਕੋ ਇਕ ਪ੍ਰਭ ਹੀ ਸਾਰੀ ਸ੍ਰਿਸ਼ਟੀ ਦਾ ਅਸਲੀ ਮਾਲਕ ਹੈ, ਸ਼ਬਦ ਦੀ ਸੋਝੀ ਹੀ ਮੱਥੇ ਦਾ ਤਿਲਕ ਬਣ ਜਾਂਦਾ, ਮਨ ਵਿੱਚ ਜਾਗਰਤ ਹੋ ਜਾਂਦਾ ਹੈ! ਪ੍ਰਭ ਹਰਇਕ ਦੇ ਅੰਦਰ ਕਿਸੇ ਵਿਤਕਰੋ ਤੋਂ ਬਿਨਾਂ ਵਸਦਾ ਹੈ ।

Whosoever may consider the renunciation of the memory of his separation from His Holy Spirit as food for his soul; all his suspicions and fear of worldly desires may be eliminated. Whosoever may be accepted in His Sanctuary; No one can rob His Blessings. The One and Only One, True Master of universe becomes the insignia of sanctification on his forehead; he may be enlightened from within. The True Master dwells within every soul without any discrimination.

ਆਚਾਰੀ ਨਹੀ ਜੀਤਿਆ ਜਾਇ॥ ਪਾਠ ਪੜੈ ਨਹੀ ਕੀਮਤਿ ਪਾਇ॥ aachaaree nahee jeeti-aa jaa-ay. paath parhai nahee keemat paa-ay.
ਅਸਟ ਦਸੀ ਚਹੁ ਭੇਦੁ ਨ ਪਾਇਆ॥ asat dasee chahu bhayd na paa-i-aa.
ਨਾਨਕ ਸਤਿਗੁਰਿ ਬ੍ਰਹਮੁ ਦਿਖਾਇਆ॥ ੫॥੨੦॥ naanak satgur barahm dikhaa-i-aa. ||5||20||

ਸੰਸਾਰਕ ਰੀਤ ਰੀਵਾਜ ਨਾਲ ਪ੍ਰਭ ਦੀ ਰਹਿਮਤ ਬਖਸ਼ਿਸ਼ ਨਹੀਂ ਹੁੰਦੀ । ਪ੍ਰਭ ਦੇ ਦਰਬਾਰ ਵਿੱਚ ਪਾਠ ਪੜ੍ਹਨ, ਨਿੱਤਨੇਮ ਕਰਨ ਦੀ ਕੋਈ ਮਹੱਤਤਾ ਨਹੀਂ । ਧਾਰਮਕ ਗ੍ਰੰਥਾਂ, 18 ਪਰਾਨਾਂ, ਚਾਰ ਵੇਦਾਂ ਵਿੱਚ ਕੁਦਰਤ ਦੀ ਪੂਰਨ ਵਿਆਖਿਆ ਲਿਖੀ ਨਹੀਂ ਜਾ ਸਕਦੀ । ਪ੍ਰਭ ਨੇ ਸ਼ਬਦ ਦੀ ਪਾਲਣਾ ਨਾਲ ਹੀ ਇਸ ਤੱਤ ਦੀ ਸੋਝੀ ਬਖਸ਼ਿਸ਼ ਹੁੰਦੀ ਹੈ ।

The right path of acceptance may not be blessed with religious rituals. Reciting the Holy Scripture and daily prayers may not have any significance for the purpose of human life journey. In worldly religious Holy scriptures, various details of His Nature have been described; however, His Word can never be written on any piece of paper nor His Nature can be fully described in any Holy Scripture. Whosoever may adopt the teachings of His Word in day-to-day life, only he may be blessed with the enlightenment of this essence of His Word.

Key Message of Raag Aasaa, page 355-2
'ਪ੍ਰਵਾਨਗੀ ਦਾ ਰਸਤਾ ਕਿਵੇਂ ਬਖਸ਼ਿਸ਼ ਹੋ ਸਕਦਾ ਹੈ?
ਜਿਹੜਾ ਮਨ ਨੂੰ ਪਰਦਾ ਢੱਕਣ ਵਾਲੀ ਧੋਤੀ, ਸ਼ਬਦ ਦੀ ਸੋਝੀ ਨੂੰ ਪਵਿੱਤਰ ਧਾਗਾ, ਸਿਮਰਨ ਨੂੰ ਵਹਿਦਾ, ਪ੍ਰੀਤ ਦੀ ਨਿਸ਼ਾਨੀ ਨੂੰ ਛਾਪ ਸਮਝਕੇ, ਆਤਮਾ ਦਾ ਪਵਿੱਤਤ੍ਰਾ ਵਾਲਾ ਇਸ਼ਨਾਨ ਆਪਣੇ ਅੰਦਰ ਕਰਦਾ ਹੈ, ਉਸ ਨੂੰ ਦਰਬਾਰ ਵਿੱਚ ਪ੍ਰਵਾਨਗੀ ਬਖਸ਼ਿਸ਼ ਹੋ ਸਕਦੀ ਹੈ । ਜਿਹੜਾ ਆਪਣੇ ਮਨ ਅੰਦਰ ਖੋਜ ਕਰਕੇ, ਸ਼ਬਦ ਦੀ ਸੋਝੀ ਨਾਲ ਆਪਣਾ ਜੀਵਨ ਢਾਲਦਾ ਹੈ, ਉਸ ਨੂੰ ਮੌਤ ਤੋਂ ਪਿਛੋਂ ਸਾਥ ਜਾਣਵਾਲਾ ਧਨ ਬਖਸ਼ਿਸ਼ ਹੁੰਦਾ ਹੈ । ਪ੍ਰਭ ਦਾ ਦਰਬਾਰ, ਆਤਮਾ ਦੇ ਦਸਵੇਂ ਘਰ ਵਿੱਚ ਹੀ ਹੈ । ਪ੍ਰਭ ਦੀ ਰਹਿਮਤ ਨੂੰ ਕੋਈ ਖੋਂਅ ਨਹੀਂ ਸਕਦਾ । ਪ੍ਰਭ ਨੇ ਸ਼ਬਦ ਦੀ ਪਾਲਣਾ ਨਾਲ ਹੀ ਸ਼ਬਦ ਦੀ ਸੋਝੀ ਬਖਸ਼ਿਸ਼ ਹੁੰਦੀ ਹੈ ।
How the right path of acceptance may be blessed?
Whosoever may transform his mind as a robe to preserve his privacy, honor; his enlightenment of His Word as the Holy thread, a religious insignia, baptism; devotion to meditate as symbol of his devotion, to take a soul sanctifying bath in the Holy Nectar within. He may be blessed with the right path of acceptance in His Court. Whosoever may search within and adopt the teachings of His Word; he may be blessed with everlasting wealth of His Word. His throne, His Royal Castle remains within the 10th cave of his soul. No one can rob His Blessings from his soul. Whosoever may adopt the teachings of His Word in day-to-day life; only he may be blessed with the essence of His Word.

22. ਆਸਾ ਮਹਲਾ ੧॥ 355-9

ਸੇਵਕੁ ਦਾਸੁ ਭਗਤੁ ਜਨੁ ਸੋਈ॥ ਠਾਕੁਰ ਕਾ ਦਾਸੁ ਗੁਰਮੁਖਿ ਹੋਈ॥ sayvak daas bhagat jan so-ee. thaakur kaa daas gurmukh ho-ee.
ਜਿਨਿ ਸਿਰਿ ਸਾਜੀ ਤਿਨਿ ਫੁਨਿ ਗੋਈ॥ ਤਿਸੁ ਬਿਨੁ ਦੂਜਾ ਅਵਰੁ ਨ ਕੋਈ॥੧॥ jin sir saajee tin fun go-ee. tis bin doojaa avar na ko-ee. ||1||

ਜਿਹੜਾ ਸੇਵਕ ਅਟਲ ਪ੍ਰਭ ਦੇ ਸ਼ਬਦ ਦਾ ਦਾਸ, ਗੁਲਾਮ ਬਣਕੇ ਸ਼ਬਦ ਨਾਲ ਜੀਵਨ ਢਾਲਦਾ ਹੈ । ਉਹ ਹੀ ਇਛਾਂ ਰਹਿਤ, ਨਿਮਾਣਾ ਬੰਦਗੀ ਕਰਨ ਵਾਲਾ ਦਾਸ ਹੁੰਦਾ ਹੈ । ਜੀਵ ਦਾ ਜਨਮ ਅਤੇ ਮੌਤ ਪ੍ਰਭ ਦੇ ਹੁਕਮ ਨਾਲ ਹੀ ਆਉਂਦੀ ਹੈ, ਹੋਰ ਕਿਸੇ ਦਾ ਕੋਈ ਜ਼ੋਰ ਨਹੀਂ ਹੁੰਦਾ ।

Whosoever may adopt the teachings of His Word with steady and stable belief in his day-to-day life. He may become humble, beyond worldly desires, His true devotee. Both birth and death remain only under His Command and beyond any comprehension of anyone else.

ਸਾਚ ਨਾਮੁ ਗੁਰ ਸਬਦਿ ਵੀਚਾਰਿ॥ saach naam gur sabad veechaar.
ਗੁਰਮੁਖਿ ਸਾਚੇ ਸਾਚੈ ਦਰਬਾਰਿ॥੧॥ ਰਹਾਉ॥ gurmukh saachay saachai darbaar. ||1||rahaa-o.

ਪ੍ਰਭ ਦੇ ਸ਼ਬਦ ਦੀ ਬੰਦਗੀ ਕਰਨ ਨਾਲ ਹੀ ਸ਼ਬਦ ਦੀ ਸੋਝੀ ਬਖਸ਼ਿਸ਼ ਹੋ ਸਕਦੀ ਹੈ, ਸ਼ਬਦ ਮਨ ਵਿੱਚ ਜਾਗਰਤ ਹੋ ਜਾਂਦਾ ਹੈ । ਉਹ ਜੀਵ ਪ੍ਰਭ ਦੇ ਦਰਬਾਰ ਵਿੱਚ ਪ੍ਰਵਾਨ ਹੋ ਸਕਦਾ ਹੈ ।

Whosoever may meditate and adopt the teachings of His Word in day-to-day life; he may be enlightened from within. He may be blessed with the right path of His Acceptance.

ਸਚਾ ਅਰਜੁ ਸਚੀ ਅਰਦਾਸਿ॥ ਮਹਲੀ ਖਸਮੁ ਸੁਣੇ ਸਾਬਾਸਿ॥ sachaa araj sachee ardaas. mahlee khasam sunay saabaas.
ਸਚੈ ਤਖਤਿ ਬੁਲਾਵੈ ਸੋਇ॥ ਦੇ ਵਡਿਆਈ ਕਰੇ ਸੁ ਹੋਇ॥੨॥ sachai takhat bulaavai so-ay. day vadi-aa-ee karay so ho-ay. ||2||

ਜਿਹੜਾ ਜੀਵ ਬਿਨਾਂ ਲਾਲਚ ਤੋਂ ਰਹਿਮਤ ਦੀ ਅਰਦਾਸ ਕਰਦਾ ਹੈ । ਅੰਤਰਜਾਮੀ ਉਸ ਦੀ ਪੁਕਾਰ, ਅਰਦਾਸ ਸੁਣਦਾ, ਸ਼ਬਦ ਦੀ ਕਮਾਈ ਅਨੁਸਾਰ ਬਖਸ਼ਦਾ ਹੈ । ਪ੍ਰਭ ਆਪ ਹੀ ਮਨ ਅੰਦਰੋਂ ਦਸਵੇਂ ਘਰ, ਦਰਬਾਰ ਵਿਚੋਂ ਸੋਝੀ ਬਖਸ਼ਦਾ ਹੈ । ਉਸ ਦਾ ਮਨ ਮੁਸੀਬਤ ਵਿੱਚ ਡੋਲਦਾ ਨਹੀਂ, ਉਹ ਘੜੀ ਬੀਤ ਜਾਂਦੀ ਹੈ ।

Whosoever may pray without any worldly greed! The Omniscient True Master may heed his prayer and bestows virtues as per his earnings of His Word. The True Master may enlighten the essence of His Word from within of his mind, 10th Castle. He may remain unchanged enduring hardship in worldly miseries. The True Master blesses him endurance the worldly miseries and time passes away.

ਤੇਰਾ ਤਾਣੁ ਤੂਹੈ ਦੀਬਾਣੁ॥ ਗੁਰ ਕਾ ਸਬਦੁ ਸਚੁ ਨੀਸਾਣੁ॥ tayraa taan toohai deebaan. gur kaa sabad sach neesaan.
ਮੰਨੇ ਹੁਕਮੁ ਸੁ ਪਰਗਟੁ ਜਾਇ॥ ਸਚੁ ਨੀਸਾਣੈ ਠਾਕ ਨ ਪਾਇ॥੩॥ mannay hukam so pargat jaa-ay. sach neesaanai thaak na paa-ay. ||3||

ਸ੍ਰਿਸ਼ਟੀ ਵਿੱਚ ਕੇਵਲ ਪ੍ਰਭ ਦਾ ਭਾਣਾ ਚਲਦਾ, ਕੇਵਲ ਪ੍ਰਭ ਦਾ ਹੀ ਆਸਰਾ ਹੈ । ਮਾਨਸ ਜੀਵਨ ਦਾ ਅਸਲੀ ਮੰਤਵ ਹੀ ਅਡੋਲ ਭਰੋਸੇ ਨਾਲ ਸ਼ਬਦ ਦੀ ਪਾਲਣਾ ਕਰਨਾ ਹੈ । ਜਿਹੜਾ ਸ਼ਬਦ ਨਾਲ ਜੀਵਨ ਢਾਲਦਾ, ਉਸ ਨੂੰ ਪ੍ਰਵਾਨਗੀ ਦਾ ਰਸਤਾ ਬਖਸ਼ਿਸ਼ ਹੋ ਸਕਦਾ ਹੈ । ਉਸ ਰਸਤੇ ਵਿੱਚ ਕੋਈ ਰੁਕਾਵਟ ਨਹੀਂ ਆਉਂਦੀ ।

The True Master remains the pillar of support and only His Command may prevail in the universe. The true purpose of human life may be to adopt the teachings of His Word with steady and stable belief in day-to-day life; with His mercy and grace, he may be blessed with the right path of salvation. He may not face any restriction in His Court.

ਪੰਡਿਤ ਪੜਹਿ ਵਖਾਣਹਿ ਵੇਦੁ॥ ਅੰਤਰਿ ਵਸਤੁ ਨ ਜਾਣਹਿ ਭੇਦੁ॥ pandit parheh vakaaneh vayd. antar vasat na jaaneh bhayd.
ਗੁਰ ਬਿਨੁ ਸੋਝੀ ਬੂਝ ਨ ਹੋਇ॥ gur bin sojhee boojh na ho-ay.
ਸਾਚਾ ਰਵਿ ਰਹਿਆ ਪ੍ਰਭੁ ਸੋਇ॥੪॥ saachaa rav rahi-aa parabh so-ay. ||4||

ਧਾਰਮਕ ਪ੍ਰਚਾਰਕ, ਧਾਰਮਕ ਗ੍ਰੰਥ ਪੜ੍ਹ ਕੇ ਵਿਆਖਿਆ ਕਰਦੇ ਹਨ । ਪਰ ਸ਼ਬਦ ਦੇ ਤੱਤ ਨੂੰ ਆਪਣੇ ਜੀਵਨ ਵਿੱਚ ਨਹੀਂ ਢਾਲਦੇ । ਪ੍ਰਭ ਦੀ ਰਹਿਮਤ ਤੋਂ ਬਿਨਾਂ, ਸ਼ਬਦ ਦੀ ਸੋਝੀ ਬਖਸ਼ਿਸ਼ ਨਹੀਂ ਹੁੰਦੀ । ਅਟਲ ਪ੍ਰਭ ਹਰ ਥਾਂ, ਹਰ ਜੀਵ ਦੇ ਤਨ ਵਿੱਚ ਹੀ ਵਸਦਾ ਰਹਿੰਦਾ ਹੈ ।

The religious preacher may read and explains the teachings of the Holy Scripture; however, he may never adopt the teachings in his own day-to-day life. Whosoever may be blessed with His Blessed Vision, only he may be blessed with the enlightened of the essence of His Word. The True Master remains embedded within his soul and prevails everywhere.

ਕਿਆ ਹਉ ਆਖਾ ਆਖਿ ਵਖਾਣੀ॥ ki-aa ha-o aakhaa aakh vakhaanee.
ਤੂੰ ਆਪੇ ਜਾਣਹਿ ਸਰਬ ਵਿਡਾਣੀ॥ tooN aapay jaaneh sarab vidaanee.
ਨਾਨਕ ਏਕੋ ਦਰੁ ਦੀਬਾਣੁ॥ ਗੁਰਮੁਖਿ ਸਾਚੁ ਤਹਾ ਗੁਦਰਾਣੁ॥੫॥੨੧॥ naanak ayko dar deebaan. gurmukh saach tahaa gudraan. ||5||21||

ਮਾਨਸ ਜੀਵ, ਪ੍ਰਭ ਦੇ ਭਾਣੇ ਦੀ ਕਿਵੇਂ ਵਿਆਖਿਆ ਕਰ ਸਕਦਾ ਹੈ? ਕੇਵਲ ਪ੍ਰਭ ਆਪ ਹੀ ਆਪਣੀ ਕੁਦਰਤ ਨੂੰ ਜਾਣਦਾ ਹੈ । ਜੀਵ ਕੇਵਲ ਅਟਲ ਪ੍ਰਭ ਦਾ ਆਸਰਾ, ਮਨ ਵਿੱਚ ਰਖੋ । ਜਿਸ ਨੂੰ ਗੁਰਮਖ ਅਵਸਥਾ ਬਖਸ਼ਿਸ਼ ਹੋ ਜਾਂਦੀ ਹੈ । ਉਸ ਦਾ ਪ੍ਰਭ ਆਪ ਹੀ ਰਖਵਾਲਾ ਬਣ ਜਾਂਦਾ, ਆਪ ਹੀ ਸਹਾਈ ਹੁੰਦਾ ਹੈ ।

How may anyone explain, comprehend the teachings of Your Word? Only, The Omniscient True Master may comprehend His Own Nature. You should only pray for His Forgiveness and Refuge. Whosoever may be blessed with a state of mind as His true devotee; he may be accepted in His Sanctuary. The True Master may become his protector, companion.

Key Message of Raag Aasaa, page 355-9
'ਪ੍ਰਵਾਨਗੀ ਦਾ ਰਸਤਾ ਕਿਵੇਂ ਬਖਸ਼ਿਸ਼ ਹੋ ਸਕਦਾ ਹੈ?
ਜਿਹੜਾ ਸੇਵਕ ਅਟਲ ਪ੍ਰਭ ਦੇ ਸ਼ਬਦ ਦਾ ਦਾਸ, ਬਣਕੇ ਸ਼ਬਦ ਨਾਲ ਜੀਵਨ ਢਾਲ ਲੈਂਦਾ ਹੈ । ਉਸ ਨੂੰ ਸੰਸਾਰਕ ਇਛਾਂ ਤੇ ਜਿੱਤ ਬਖਸ਼ਿਸ਼ ਹੋ ਜਾਂਦੀ ਹੈ । ਉਸ ਨੂੰ ਸਦਾ ਚਲਣ ਵਾਲੀ ਧੁਨ ਸੁਣਾਈ ਦੇਂਦੀ ਹੈ, ਉਸ ਨੂੰ ਪ੍ਰਵਾਨਗੀ ਦਾ ਰਸਤਾ ਬਖਸ਼ਿਸ਼ ਹੋ ਸਕਦਾ ਹੈ । ਉਸ ਦਾ ਮਨ ਮੁਸੀਬਤ ਵਿੱਚ ਡੋਲਦਾ ਨਹੀਂ! ਸ਼ਬਦ ਦੀ ਪਾਲਣਾ ਕਰਨਾ ਹੀ ਮਾਨਸ ਜੀਵਨ ਦਾ ਅਸਲੀ ਮੰਤਵ ਹੈ! ਜਿਹੜਾ ਧਾਰਮਕ ਗ੍ਰੰਥ ਪੜ੍ਹ ਕੇ ਵਿਆਖਿਆ ਕਰਦਾ, ਸ਼ਬਦ ਦਾ ਤੱਤ ਆਪਣੇ ਜੀਵਨ ਵਿੱਚ ਨਹੀਂ ਢਾਲਦਾ, ਉਸ ਨੂੰ ਸ਼ਬਦ ਦੀ, ਤਨ ਵਿੱਚ ਵਸਣ ਵਾਲੇ ਪ੍ਰਭ ਦੀ ਸੋਝੀ ਬਖਸ਼ਿਸ਼ ਨਹੀਂ ਹੁੰਦੀ । ਕੇਵਲ ਅਟਲ ਪ੍ਰਭ ਦੇ ਸ਼ਬਦ ਦਾ ਆਸਰਾ ਲੈਣ ਨਾਲ ਹੀ ਪ੍ਰਭ ਆਪ ਹੀ ਰਖਵਾਲਾ ਬਣ ਜਾਂਦਾ, ਆਪ ਹੀ ਸਹਾਈ ਹੁੰਦਾ ਹੈ ।
How the right path of acceptance may be blessed?
Whosoever may surrender his self-entity at His Sanctuary and adopts the teachings of His Word with steady and stable belief; he may conquer his worldly desires. He may hear the everlasting echo of His Word resonating within; he may be blessed with the right path of acceptance in His Court. He may remain in patience and contented, even enduring worldly miseries! The real purpose of human life opportunity may be to adopt the teachings of His Word. Whosoever may read and preaches the teachings of the Holy Scripture; however, he may not adopt in his life! He may not realize His Existence embedded within his soul. Whosoever may surrender his self-entity at His Sanctuary and pray for His Forgiveness and Refuge; The True Master may become his protector, companion in every moment.

23. ਆਸਾ ਮਹਲਾ ੧॥ 355-16

ਕਾਚੀ ਗਾਗਰਿ ਦੇਹ ਦੁਹੇਲੀ, ਉਪਜੈ ਬਿਨਸੈ ਦੁਖੁ ਪਾਈ॥ kaachee gaagar dayh duhaylee upjai binsai dukh paa-ee.
ਇਹੁ ਜਗੁ ਸਾਗਰੁ ਦੁਤਰੁ ਕਿਉ ਤਰੀਐ, ਬਿਨੁ ਹਰਿ ਗੁਰ ਪਾਰਿ ਨ ਪਾਈ॥੧॥ ih jag saagar dutar ki-o taree-aibin har gur paar na paa-ee. ||1||

ਜੀਵ ਦਾ ਤਨ ਇਕ ਕੱਚੇ ਭਾਂਡੇ ਦੀ ਤਰ੍ਹਾਂ ਹੀ ਹੈ । ਉਹ ਸਾਰਾ ਮਾਨਸ ਜੀਵਨ ਹੀ ਸੰਸਾਰਕ ਇਛਾਂ ਦੀ ਭਟਕਣ ਵਿੱਚ ਬਤੀਤ ਕਰਦਾ ਹੈ । ਸੰਸਾਰਕ ਸਾਗਰ ਨੂੰ ਪ੍ਰਭ ਦੀ ਰਹਿਮਤ ਤੋਂ ਬਿਨਾਂ ਪਾਰ ਨਹੀਂ ਕੀਤਾ ਜਾ ਸਕਦਾ ।

The body of a creature may be like an unbaked clay vessel. He remains intoxicated in worldly desires and frustration in his life. Whosoever may be bestowed with His Blessed Vision, only he may sail worldly ocean of desires.

ਤੁਝ ਬਿਨੁ ਅਵਰੁ ਨ ਕੋਈ ਮੇਰੇ ਪਿਆਰੇ, ਤੁਝ ਬਿਨੁ ਅਵਰੁ ਨ ਕੋਇ ਹਰੇ॥ tujh bin avar na ko-ee mayray pi-aaray tujh bin avar na ko-ay haray.
ਸਰਬੀ ਰੰਗੀ ਰੂਪੀ ਤੂੰਹੈ, ਤਿਸੁ ਬਖਸੇ ਜਿਸੁ ਨਦਰਿ ਕਰੇ॥੧॥ ਰਹਾਉ॥ sarbee rangee roopee tooNhai tis bakhsay jis nadar karay. ||1|| rahaa-o.

ਗੁਰੂ ਨਾਨਕ ਦੇਵ ਜੀ! – Guru Nanak Dev Ji! Guru Granth Sahib

ਮੇਰਾ ਸੰਸਾਰ ਵਿੱਚ ਪ੍ਰਭ ਤੋਂ ਬਿਨਾਂ ਹੋਰ ਕੋਈ ਮਿੱਤਰ, ਆਸਰਾ ਨਹੀਂ ਹੈ । ਹਰ ਜੀਵ ਅੰਦਰ ਪ੍ਰਭ ਦਾ ਭਾਣਾ ਹੀ ਵਾਪਰਦਾ ਹੈ । ਕੇਵਲ ਪ੍ਰਭ ਹੀ ਪਾਪ ਬਖਸ਼ਦਾ ਹੈ!

I may not have any other friend or support in the universe except The One and Only One True Master! Only His Command prevails in the universe. Only, He may forgive all his sins and blesses the right path of acceptance in His Court.

ਸਾਸੁ ਬੁਰੀ ਘਰਿ ਵਾਸੁ ਨ ਦੇਵੈ, ਪਿਰ ਸਿਉ ਮਿਲਣ ਨ ਦੇਇ ਬੁਰੀ॥ saas buree ghar vaas na dayvai pir si-o milan na day-ay buree.
ਸਖੀ ਸਾਜਨੀ ਕੇ ਹਉ ਚਰਨ ਸਰੇਵਉ, sakhee saajnee kay ha-o charan sarayvao
ਹਰਿ ਗੁਰ ਕਿਰਪਾ ਤੇ ਨਦਰਿ ਧਰੀ॥੨॥ har gur kirpaa tay nadar Dharee. ||2||

ਸੰਸਾਰਕ ਇਛਾਂ ਰੂਪੀ ਸੱਪ, ਮਨ ਤੇ ਕਾਬੂ ਪਾਈ ਰਖਦਾ ਹੈ । ਮਨ ਨੂੰ ਸ਼ਬਦ ਦੀ ਬੰਦਗੀ ਦੇ ਰਸਤੇ ਤੇ ਚਲਣ ਨਹੀਂ ਦੇਂਦਾ । ਜਿਹੜਾ ਆਪਣੇ ਅਸਲੀ ਮਾਲਕ ਦੇ ਸ਼ਬਦ ਦੀ ਬੰਦਗੀ ਕਰਦਾ ਹੈ, ਉਸ ਨੂੰ ਪ੍ਰਭ ਦੀ ਰਹਿਮਤ ਨਾਲ ਅਸਲੀ ਰਸਤਾ ਬਖਸ਼ਿਸ਼ ਹੋ ਜਾਂਦਾ ਹੈ!

The snake of worldly desires may always control the emotion of my mind. I may not be able to adopt the teachings of His Word in my day-to-day life. Whosoever may adopt the teachings of His Word my day-to-day life; with His mercy and grace, he may realize His Existence within.

ਆਪੁ ਬੀਚਾਰਿ ਮਾਰਿ ਮਨੁ ਦੇਖਿਆ, ਤੁਮ ਸਾ ਮੀਤੁ ਨ ਅਵਰੁ ਕੋਈ॥ aap beechaar maar man daykhi-aa tum saa meet na avar ko-ee.
ਜਿਉ ਤੂੰ ਰਾਖਹਿ ਤਿਵ ਹੀ ਰਹਣਾ, ਦੁਖੁ ਸੁਖੁ ਦੇਵਹਿ ਕਰਹਿ ਸੋਈ॥੩॥ ji-o tooN raakhahi tiv hee rahnaa dukh sukh dayveh karahi so-ee. ||3||

ਜਿਹੜਾ ਆਪਣੇ ਆਪ ਨੂੰ ਪਛਾਣ ਲੈਂਦਾ, ਮਨ ਤੇ ਕਾਬੂ ਪਾ ਲੈਂਦਾ ਹੈ, ਉਸ ਨੂੰ ਸੋਝੀ ਬਖਸ਼ਿਸ਼ ਹੋ ਜਾਂਦੀ ਹੈ! ਪ੍ਰਭ ਤੋਂ ਬਿਨ ਹੋਰ ਕੋਈ ਜੀਵ ਦਾ ਰਖਵਾਲਾ ਨਹੀਂ ਹੈ । ਪ੍ਰਭ ਆਪਣੇ ਭਾਣੇ ਵਿੱਚ ਰਖੋ! ਦੁਖ ਅਤੇ ਸੁਖ ਤੇਰੇ ਵੱਸ ਵਿੱਚ ਹੀ ਹਨ! ਸੰਸਾਰਕ ਮੁਸ਼ਕਲਾਂ ਦਾ ਹੱਲ ਵੀ ਸ਼ਬਦ ਦੀ ਪਾਲਣਾ ਕਰਨ ਨਾਲ ਬਖਸ਼ਿਸ਼ ਹੋ ਸਕਦਾ ਹੈ, ਇਹ ਸਮਾਂ ਵੀ ਪ੍ਰਭ ਦੀ ਰਹਿਮਤ ਨਾਲ ਬੀਤ ਜਾਂਦਾ ਹੈ ।

Whosoever may recognize the real purpose of his human life journey; he may conquer his own mind. He may be blessed with the enlightenment from within; only The True Master, protector of the universe. He always begs for Forgiveness and Refuge. He may realize! Worldly pleasures and miseries remain under His Command. The remedy of all worldly miseries remains embedded within the essence of His Word. He may be blessed with endurance to tolerate worldly miseries and tough time may passed.

ਆਸਾ ਮਨਸਾ ਦੋਊ ਬਿਨਾਸਤ, ਤ੍ਰਿਹੁ ਗੁਣ ਆਸ ਨਿਰਾਸ ਭਈ॥ aasaa mansaa do-oo binaasat tarihu gun aas niraas bha-ee.
ਤੁਰੀ ਆਵਸਥਾ ਗੁਰਮੁਖਿ ਪਾਈਐ, ਸੰਤ ਸਭਾ ਕੀ ਓਟ ਲਹੀ॥੪॥ turee-aavasthaa gurmukh paa-ee-ai sant sabhaa kee ot lahee. ||4||

ਜਿਸ ਦੇ ਮਨ ਵਿੱਚ ਤਿੰਨੇਂ ਗੁਣ ਨੂੰ ਹਾਸਿਲ ਕਰਨ ਦੀ ਇਛਾਂ, ਸ਼ਰਧਾ ਆ ਜਾਂਦੀ ਹੈ! ਉਸ ਦੇ ਮਨ ਵਿੱਚ ਆਸਾਂ, ਨਿਰਾਸਾਂ ਦੋਨਾਂ ਦਾ ਪ੍ਰਭਾਵ ਹੀ ਖਤਮ ਹੋ ਜਾਂਦਾ ਹੈ! ਜਿਹੜਾ ਸੰਤਾਂ ਦੇ ਜੀਵਨ ਦੀ, ਸਿਖਿਆਂ ਨਾਲ ਜੀਵਨ ਢਾਲਦਾ ਹੈ, ਉਹ ਪ੍ਰਭ ਦੀ ਸ਼ਰਣ ਵਿੱਚ ਪ੍ਰਵਾਨ ਹੋ ਜਾਂਦਾ ਹੈ!

Whosoever may remain anxious to conquer the three worldly wealth; with His mercy and grace, his state of mind may remain beyond the reach of both and disappointments. Whosoever may adopt the life experience teachings of His Holy saint in his own life; he may be accepted in His Sanctuary.

ਗਿਆਨ ਧਿਆਨ ਸਗਲੇ ਸਭਿ ਜਪ, ਤਪ, ਜਿਸੁ ਹਰਿ ਹਿਰਦੈ ਅਲਖ ਅਭੇਵਾ॥ gi-aan Dhi-aan saglay sabh jap tap jis har hirdai alakh abhayvaa.
ਨਾਨਕ ਰਾਮ ਨਾਮਿ ਮਨੁ ਰਾਤਾ, ਗੁਰਮਤਿ ਪਾਏ ਸਹਜ ਸੇਵਾ॥੫॥੨੨॥ naanak raam naam man raataa gurmat paa-ay sahj sayvaa. ||5||22||

ਜਿਸ ਨੂੰ ਸ਼ਬਦ ਦੀ ਸੋਝੀ ਹੋ ਬਖਸ਼ਿਸ਼ ਹੋ ਜਾਂਦੀ ਹੈ, ਉਸ ਦਾ ਮਨ ਜਾਗਰਤ ਹੋ ਜਾਂਦਾ ਹੈ । ਸ਼ਬਦ ਦੀ ਪਾਲਣਾ ਹੀ ਬੰਦਗੀ, ਸਿਮਰਨ ਦੀ ਸਮਰਥਾ, ਵਿਧੀ ਹੈ ।

Whosoever may be enlightened with the essence of His Word; he may become awake and alert all time. To adopt the teachings of His Word may be the only unique technique to meditate on His Word.

Key Message of Raag Aasaa, page 355-16
'ਸਿਮਰਨ ਕਰਨ ਦੀ ਵਿਧੀ!
ਪ੍ਰਭ ਦਾ ਭਾਣਾ ਹੀ ਹਰਇਕ ਜੀਵ ਅੰਦਰ ਵਾਪਰਦਾ ਹੈ । ਕੇਵਲ ਸ਼ਬਦ ਦੀ ਕਮਾਈ ਹੀ ਆਤਮਾ ਦਾ ਅਸਲੀ ਮਿੱਤਰ ਆਸਰਾ ਹੁੰਦਾ ਹੈ । ਜਿਹੜਾ ਅਸਲੀ ਮਾਲਕ ਦੇ ਵਿਛੋੜੇ ਦੀ ਯਾਦ ਵਿੱਚ ਲੀਨ ਰਹਿੰਦਾ ਹੈ, ਉਸ ਨੂੰ ਪ੍ਰਭ ਦੀ ਹੋਂਦ ਮਹਿਸੂਸ ਹੋ ਜਾਂਦੀ ਹੈ । ਜਿਹੜਾ ਆਪਣੇ ਆਪ ਨੂੰ ਪਛਾਣ ਲੈਂਦਾ, ਉਸ ਨੂੰ ਆਪਣੇ ਮਨ ਤੇ ਜਿੱਤ ਬਖਸ਼ਿਸ਼ ਹੋ ਜਾਂਦੀ ਹੈ! ਜਿਸ ਦੇ ਮਨ ਵਿੱਚ ਤਿੰਨਾਂ ਗੁਣ ਨੂੰ ਹਾਸਿਲ ਕਰਨ ਦੀ ਇਛਾਂ, ਸ਼ਰਧਾ ਹੁੰਦੀ ਹੈ, ਉਸ ਦੇ ਮਨ ਦੀਆਂ ਆਸਾਂ, ਨਿਰਾਸਾਂ ਦੋਨੇਂ ਖਤਮ ਹੀ ਜਾਂਦੀਆਂ ਹਨ! ਸ਼ਬਦ ਦੀ ਪਾਲਣਾ ਹੀ ਸਾਰੀ ਬੰਦਗੀ, ਸਿਮਰਨ ਦੀ ਸਮਰਥਾ, ਵਿਧੀ ਹੈ ।
Unique technique of meditation!
The One and Only One True Master, remains embedded within each soul and prevails within every creature! Only, earnings of His Word remain the savior of soul every moment. Whosoever may remain intoxicated in the void of His Word; he may realize His Existence. Whosoever may recognize the true purpose of His human life journey; he may conquer his worldly desires. He may remain anxious to conquer the three worldly wealth; three virtues, **patience, contentment, and forgiveness** others. His state of mind may become beyond the reach of hopes and disappointments. To adopt the teachings of His Word may be the only right path, unique technique to meditate on His Word.

24. ਆਸਾ ਮਹਲਾ ੧ ਪੰਚਪਦੇ॥ 356-5

ਮੋਹੁ ਕੁਟੰਬੁ ਮੋਹੁ ਸਭ ਕਾਰ॥ ਮੋਹੁ ਤੁਮ ਤਜਹੁ ਸਗਲ ਵੇਕਾਰ॥੧॥ moh kutamb moh sabh kaar. moh tum tajahu sagal vaykaar. ||1||

ਜੀਵ ਆਪਣਾ ਮੋਹ, ਸੰਸਾਰਕ ਪਰਿਵਾਰ ਅਤੇ ਸੰਸਾਰਕ ਮਾਲਕੀਅਤ ਨਾਲੋ ਤਿਆਗ ਦੇਵੋ! ਇਹ ਸਾਰੇ ਹੀ ਲਾਲਚ, ਮੈਲ ਨਾਲ ਭਰੇ ਹਨ ।

You should renounce, your attachment to family and possessions. All attachments are embedded within blemish of worldly desires.

ਮੋਹੁ ਅਰੁ ਭਰਮੁ ਤਜਹੁ ਤੁਮ੍ ਬੀਰ॥ moh ar bharam tajahu tumH beer.
ਸਾਚੁ ਨਾਮੁ ਰਿਦੇ ਰਵੈ ਸਰੀਰ॥੧॥ ਰਹਾਉ॥ saach naam riday ravai sareer. ||1|| rahaa-o.

ਜੀਵ ਸੰਸਾਰਕ ਮੋਹ ਅਤੇ ਭਰਮ ਭੁਲੇਖੇ ਤਿਆਗ ਦੇਵੋ! ਪ੍ਰਭ ਦੇ ਸ਼ਬਦ ਅਨੁਸਾਰ ਜੀਵਨ ਨੂੰ ਢਾਲਕੇ, ਸ਼ਬਦ ਨੂੰ ਘਰ ਵਸਾਵੋ ।

You should renounce all worldly religious rituals, suspicions, and attachment to worldly possessions. You should adopt the teachings of His Word and remain intoxicated, drenched within the essence if His Word within your mind.

ਸਚੁ ਨਾਮੁ ਜਾ ਨਵ ਨਿਧਿ ਪਾਈ॥ ਰੋਵੈ ਪੂਤੁ ਨ ਕਲਪੈ ਮਾਈ॥੨॥ sach naam jaa nav niDh paa-ee. rovai poot na kalpai maa-ee. ||2||

ਜਿਸ ਨੂੰ ਸ਼ਬਦ ਦੇ ਨੌ ਖਾਜ਼ਨੇ ਦੀ ਸੋਝੀ ਬਖਸ਼ਿਸ਼ ਹੋ ਜਾਂਦੀ ਹੈ । ਉਹ ਸੰਸਾਰਕ ਪਰਿਵਾਰ ਦੇ ਮੋਹ ਤੋਂ ਰਹਿਤ ਹੋ ਜਾਂਦਾ ਹੈ ।

Whosoever may be enlightened with the nine treasures of His Word. His state mind remains beyond the reach of any emotional attachments of worldly family and possessions.

ਏਤੁ ਮੋਹਿ ਡੂਬਾ ਸੰਸਾਰੁ॥ ਗੁਰਮੁਖਿ ਕੋਈ ਉਤਰੈ ਪਾਰ॥੩॥ ayt mohi doobaa sansaar. gurmukh ko-ee utrai paar. ||3||

ਸੰਸਾਰਕ ਮੋਹ ਦੇ ਜਾਲ ਵਿੱਚ ਸਾਰਾ ਸੰਸਾਰ ਹੀ ਫਸਿਆ ਹੈ । ਕੋਈ ਵਿਰਲਾ ਹੀ ਗੁਰਮਖ ਇਸ ਤੇ ਜਿੱਤ ਪਾਉਂਦਾ, ਰਹਿਤ ਹੋ ਸਕਦਾ ਹੈ ।

The whole universe remains victim of worldly attachments, worldly desires. However, very rare devotee may conquer and remains beyond the reach of worldly attachments.

ਏਤੁ ਮੋਹਿ ਫਿਰਿ ਜੂਨੀ ਪਾਹਿ॥ ਮੋਹੇ ਲਾਗਾ ਜਮ ਪੁਰਿ ਜਾਹਿ॥੪॥ ayt mohi fir joonee paahi. mohay laagaa jam pur jaahi. ||4||

ਜੀਵ, ਸੰਸਾਰਕ ਮੋਹ ਕਾਰਨ ਹੀ ਜੂੰਨਾਂ ਵਿੱਚ ਭਉਦਾ ਫਿਰਦਾ ਹੈ । ਮੋਹ ਨਾਲ ਹੀ ਮੰਦੇ ਕੰਮ ਕਰਦਾ ਹੈ, ਜਮਦੂਤ ਦੇ ਕਾਬੂ ਵਿੱਚ ਜਾਣਾ ਪੈਂਦਾ ਹੈ ।

The worldly attachments are the root cause of his cycle of birth and death. He may perform sinful deeds; he may be captured by the devil of death.

ਗੁਰ ਦੀਖਿਆ ਲੇ ਜਪੁ ਤਪੁ ਕਮਾਹਿ॥ gur deekhi-aa lay jap tap kamaahi.
ਨਾ ਮੋਹੁ ਤੂਟੈ ਨਾ ਥਾਇ ਪਾਹਿ॥ ੫॥ naa moh tootai naa thaa-ay paahi. ||5||

ਜੀਵ ਸ਼ਬਦ ਵਿਚੋਂ ਸੋਝੀ ਬਖਸ਼ਿਸ਼ ਹੁੰਦੀ ਹੈ, ਉਸ ਨਾਲ ਸਿਮਰਨ ਕਰੋ । ਸੰਸਾਰਕ ਮੋਹ ਤੇ ਜਿੱਤ ਪਾਉਣ ਤੋਂ ਬਿਨਾਂ ਬੰਦਗੀ ਪ੍ਰਵਾਨ ਨਹੀਂ ਹੁੰਦੀ!

Whatsoever may enlightenment of the teachings of His Word be blessed; you should meditate with steady and stable belief. Without conquering worldly attachments; your meditation may not be accepted in His Court.

ਨਦਰਿ ਕਰੇ ਤਾ ਏਹੁ ਮੋਹੁ ਜਾਇ॥ nadar karay taa ayhu moh jaa-ay.
ਨਾਨਕ ਹਰਿ ਸਿਉ ਰਹੈ ਸਮਾਇ॥੬॥੨੩॥ naanak har si-o rahai samaa-ay. |6|| 23

ਪ੍ਰਭ ਦੀ ਰਹਿਮਤ ਦੀ ਨਜ਼ਰ ਨਾਲ ਹੀ ਜੀਵ ਮੋਹ ਰਹਿਤ ਹੋ ਸਕਦਾ ਹੈ । ਸ਼ਬਦ ਦੀ ਸਮਾਧੀ ਵਿੱਚ ਹੀ ਅਟਲ ਪ੍ਰਭ ਦੀ ਜੋਤ ਵਿੱਚ ਹੀ ਅਲੋਪ ਹੋ ਜਾਂਦਾ ਹੈ ।

Whosoever may be bestowed with His Blessed Vision, he may conquer his worldly attachments. He may remain intoxicated in the void of His Void. His soul may be absorbed within His Holy Spirit.

Key Message of Raag Aasaa, page 356-5
'ਮੋਹ ਤੇ ਜਿੱਤ ਨਾਲ ਕੀ ਬਖਸ਼ਿਸ਼ ਹੁੰਦਾ ਹੈ?
ਜਿਹੜਾ ਆਪਣਾ ਸੰਸਾਰਕ ਪਰਿਵਾਰ, ਸੰਸਾਰਕ ਮਾਲਕੀਅਤ ਨਾਲ ਮੋਹ ਤਿਆਗ ਕੇ ਆਪਣੇ ਜੀਵਨ ਨੂੰ ਸ਼ਬਦ ਦੀ ਸਿਖਿਆਂ ਨਾਲ ਢਾਲਦਾ ਹੈ! ਉਸ ਨੂੰ ਸ਼ਬਦ ਦੀ ਸੋਝੀ ਦੇ ਨੌ ਖਾਜ਼ਨੇ ਬਖਸ਼ਿਸ਼ ਹੋ ਜਾਂਦੇ ਹਨ! ਕੋਈ ਵਿਰਲਾ ਹੀ ਇਸ ਤੇ ਜਿੱਤ ਪਾਉਂਦਾ, ਰਹਿਤ ਹੋ ਸਕਦਾ ਹੈ । ਉਸ ਦੀ ਆਤਮਾ, ਅਟਲ ਪ੍ਰਭ ਦੀ ਜੋਤ ਵਿੱਚ ਹੀ ਅਲੋਪ ਹੋਣ ਦੇ ਯੋਗ ਹੋ ਜਾਂਦੀ ਹੈ ।
What may be reward by conquering worldly attachments?
Whosoever may conquer the influence of worldly family, worldly wealth and adopts the teachings of His Word in his day-to-day life; he may be blessed with the nine treasures of enlightenment of His Word. His soul may become worthy to be absorbed within His Holy Spirit. However, very rare devotee may conquer his attachments.

25. ਆਸਾ ਮਹਲਾ ੧॥ 356-10

ਆਪਿ ਕਰੇ ਸਚੁ ਅਲਖ ਅਪਾਰੁ॥ ਹਉ ਪਾਪੀ ਤੂੰ ਬਖਸਣਹਾਰੁ॥੧॥ aap karay sach alakh apaar. ha-o paapee tooN bakhsanhaar. ||1||

ਪ੍ਰਭ ਆਪ ਹੀ ਸਭ ਕੁਝ ਕਰਨ ਵਾਲਾ ਹੈ, ਪ੍ਰਭ ਦੀ ਕੁਦਰਤ ਜੀਵ ਦੀ ਸਮਝ ਤੋਂ ਉਪਰ ਹੈ । ਜੀਵ ਦਾ ਜੀਵਨ ਪਾਪਾਂ ਨਾਲ ਭਰਿਆਂ ਹੈ, ਆਪ ਹੀ ਪਾਪ ਨੂੰ ਬਖਸ਼ਣਹਾਰਾ ਹੈ ।

The True Master, His Holy Spirit remains embedded within every soul; however, His Nature remains beyond the comprehension of His Creation. Human remains overwhelmed with the evil, sinful deeds in his life; Only, The True Master may forgive and blesses the right path.

ਤੇਰਾ ਭਾਣਾ ਸਭੁ ਕਿਛੁ ਹੋਵੈ॥ tayraa bhaanaa sabh kichh hovai.
ਮਨਹਠਿ ਕੀਚੈ ਅੰਤਿ ਵਿਗੋਵੈ॥੧॥ ਰਹਾਉ॥ manhath keechai ant vigovai. ||1|| rahaa-o.

ਸ੍ਰਿਸ਼ਟੀ ਵਿੱਚ ਸਭ ਕੁਝ ਪ੍ਰਭ ਦੇ ਭਾਣੇ ਅੰਦਰ ਹੀ ਹੁੰਦਾ ਹੈ । ਮਨਮਰਜ਼ੀ ਕਰਨ ਵਾਲੇ ਅੰਤ ਨੂੰ ਬਰਬਾਦ ਹੀ ਹੁੰਦੇ, ਪਛਤਾਵਾ ਹੀ ਕਰਦੇ ਹਨ ।

Everything happens under His Command. Self-minded may ruin, his priceless opportunity of human life. In the end, he may only regret and repents for his foolishness

ਮਨਮੁਖ ਕੀ ਮਤਿ ਕੂੜਿ ਵਿਆਪੀ॥ manmukh kee mat koorh vi-aapee.
ਬਿਨੁ ਹਰਿ ਸਿਮਰਣ ਪਾਪਿ ਸੰਤਾਪੀ॥੨॥ bin har simran paap santaapee. ||2||

ਮਨਮੁਖ ਦੀ ਅਕਲ ਵਿੱਚ ਕੋਈ ਤੱਤ ਨਹੀਂ ਹੁੰਦਾ, ਝੂਠ, ਫਰੇਬ ਅਨੁਸਾਰ ਹੀ ਹੁੰਦੀ ਹੈ । ਸ਼ਬਦ ਦਾ ਸਿਮਰਨ, ਪਾਲਣਾ ਤੋਂ ਬਿਨਾਂ, ਜੀਵਨ ਪਾਪਾਂ ਦੇ ਦੁਖਾਂ ਵਿੱਚ ਹੀ ਬਤੀਤ ਜਾਂਦਾ ਹੈ ।

Self-minded may not have essence or truth in his wisdom; his way of human life may be based on shallow knowledge of the purpose of human life, hypocrisy, falsehood, and deception. Without meditating and adopting the teachings of His Word in day-to-day life, his life may be dominated by evil deeds and miseries.

ਦੁਰਮਤਿ ਤਿਆਗਿ ਲਾਹਾ ਕਿਛੁ ਲੇਵਹੁ॥ durmat ti-aag laahaa kichh layvhu.
ਜੋ ਉਪਜੈ ਸੋ ਅਲਖ ਅਭੇਵਹੁ॥੩॥ jo upjai so alakh abhayvhu. ||3||

ਜਿਹੜਾ ਮਨਮਰਜ਼ੀ ਤਿਆਗ ਕੇ ਸ਼ਬਦ ਨਾਲ ਜੀਵਨ ਬਤੀਤ ਕਰਦਾ ਹੈ । ਉਸ ਨੂੰ ਆਪਣੀ ਬੰਦਗੀ ਦਾ ਫਲ ਬਖਸ਼ਿਸ਼ ਹੋ ਸਕਦਾ ਹੈ । ਜਿਹੜਾ ਵੀ ਜੀਵ ਜਨਮ ਲੈਂਦਾ ਹੈ! ਉਸ ਨੂੰ ਪ੍ਰਭ ਦੀ ਨਾ ਸਮਝ ਆਉਣ ਵਾਲੀ ਕੁਦਰਤ ਵਿਚੋਂ ਹੀ ਨਿਕਲਨਾ ਪੈਂਦਾ ਹੈ ।

Whosoever may renounce his worldly desires; he may adopt the teachings in his of His Word in his day-to-day life. His earnings of His Word may be rewarded. Everyone must endure His unpredictable Nature; such may be the reality of life.

ਐਸਾ ਹਮਰਾ ਸਖਾ ਸਹਾਈ॥ aisaa hamraa sakhaa sahaa-ee.
ਗੁਰ ਹਰਿ ਮਿਲਿਆ ਭਗਤਿ ਦ੍ਰਿੜਾਈ॥੪॥ gur har mili-aa bhagat darirhaa-ee. ||4||

ਪ੍ਰਭ ਇਸਤਰ੍ਹਾਂ ਦੀ ਅਵਸਥਾ ਵਾਲਾ ਅਸਲੀ ਮਾਲਕ ਹੈ । ਜਿਹੜਾ ਆਪਾ ਪ੍ਰਭ ਦੇ ਚਰਨਾਂ ਵਿੱਚ ਭੇਟਾ ਕਰ ਦੇਂਦਾ ਹੈ, ਉਸ ਦੇ ਮਨ ਵਿੱਚ ਆਪ ਹੀ ਸ਼ਬਦ ਦਾ ਬੀਜ ਬੋ ਦੇਂਦਾ ਹੈ, ਸ਼ਬਦ ਦੀ ਪਾਲਣਾ ਵਿੱਚ ਲਗਨ ਬਖ਼ਸ਼ਦਾ ਹੈ ।

The True Master has such a unique nature! Whosoever may surrender his self-entity at His Sanctuary. He may be bestowed with devotion to meditate; with His mercy and grace, He may infuse the essence of His Word within his heart.

ਸਗਲੀਂ ਸਉਦੀਂ ਤੋਟਾ ਆਵੈ॥	sagleeN sa-odeeN totaa aavai.
ਨਾਨਕ ਰਾਮ ਨਾਮੁ ਮਨਿ ਭਾਵੈ॥੫॥੨੪॥	naanak raam naam man bhaavai. 5||24 ||

ਸਾਰੇ ਸੰਸਾਰਕ ਕੰਮ ਹੀ ਮਾਨਸ ਜਨਮ ਦੇ ਸਫਰ ਲਈ ਘਾਟੇ ਵਾਲੇ ਹੀ ਹਨ । ਕੇਵਲ ਬੰਦਗੀ ਦਾ ਕੰਮ ਹੀ ਪ੍ਰਵਾਨ ਹੁੰਦਾ ਹੈ ।

All chores of worldly life may be the path of destruction. Only his earnings of His Word may be accepted in His Court.

Key Message of Raag Aasaa, page 356-10
'ਸੁਚੇਤ ਮਨ ਅਤੇ ਅਚੇਤ ਮਨ!
ਜਿਹੜਾ ਮਨਮਰਜ਼ੀ ਤਿਆਗ ਕੇ ਸ਼ਬਦ ਨਾਲ ਜੀਵਨ ਬਤੀਤ ਕਰਦਾ ਹੈ । ਉਸ ਨੂੰ ਆਪਣੀ ਬੰਦਗੀ ਦਾ ਫਲ ਬਖ਼ਸ਼ਿਸ਼ ਹੋ ਸਕਦਾ ਹੈ । ਹਰਇਕ ਜੀਵ ਨੂੰ ਪ੍ਰਭ ਦੀ ਨਾ ਸਮਝ ਆਉਣ ਵਾਲੀ ਕੁਦਰਤ ਵਿਚੋਂ ਹੀ ਨਿਕਲਨਾ ਪੈਂਦਾ ਹੈ । ਜਿਹੜਾ ਆਪਾ ਭੇਟਾ ਕਰ ਦੇਂਦਾ ਹੈ, ਉਸ ਦੀ ਸ਼ਬਦ ਦੀ ਪਾਲਣਾ ਵਿੱਚ ਲਗਨ ਬਖ਼ਸ਼ਿਸ਼ ਹੋ ਜਾਂਦੀ ਹੈ । ਉਸ ਨੂੰ ਸ਼ਬਦ ਦੀ ਸਦਾ ਚਲਣ ਵਾਲੀ ਧੁਨ ਮਨ ਵਿੱਚ ਸੁਣਾਈ ਦੇਂਦੀ ਹੈ । ਕੇਵਲ ਸ਼ਬਦ ਦੀ ਕਮਾਈ ਹੀ ਪ੍ਰਭ ਦੇ ਦਰਬਾਰ ਵਿੱਚ ਪ੍ਰਵਾਨ ਹੁੰਦਾ ਹੈ ।
Mind of worldly desires Vs Subconscious!
Whose conscious mind may surrender to his own subconscious mind; his meditation, earnings of His Word may be rewarded. Everyone must endure unpredictable Nature, the reality of human life. Whosoever may surrender his self-entity, he may remain intoxicated in the void of His Word. He may hear the everlasting echo of His Word resonating within. Only the earnings of His Word may be accepted in His Court.

26. ਆਸਾ ਮਹਲਾ ੧ ਚਉਪਦੇ॥ 356-14

ਵਿਦਿਆ ਵੀਚਾਰੀ ਤਾਂ ਪਰਉਪਕਾਰੀ॥	vidi-aa veechaaree taaN par-upkaaree.
ਜਾਂ ਪੰਚ ਰਾਸੀ ਤਾਂ ਤੀਰਥ ਵਾਸੀ॥੧॥	jaaN panch raasee taaN tirath vaasee. ||1||

ਸ਼ਬਦ ਦੀ ਸੋਝੀ ਹਾਸਿਲ ਕਰਨਾ ਹੀ ਬੰਦਗੀ ਦਾ ਧਨ, ਕਮਾਈ ਹੈ । ਸ਼ਬਦ ਦੀ ਸੋਝੀ ਨਾਲ ਬਾਕੀ ਜੀਵਾਂ ਨੂੰ ਸਿਧਾ ਰਸਤਾ ਬਖ਼ਸ਼ਿਸ਼ ਹੋ ਸਕਦਾ ਹੈ । ਪੰਜਾਂ ਸੰਸਾਰਕ ਇਛਾਂ ਤੇ ਕਾਬੂ ਪਾਉਣ ਨਾਲ ਮਨ ਵਿੱਚ ਸ਼ਬਦ ਜਾਗਰਤ ਹੋ ਸਕਦਾ ਹੈ, ਦਰਬਾਰ ਵਿੱਚ ਪ੍ਰਵਾਨ ਹੋ ਸਕਦਾ ਹੈ ।

To comprehend the teachings of His Word may be the only wealth that may support after death in His Court. Whosoever may be enlightened with the essence of His Word; he may be able to guide his followers on the right path of meditation. Whosoever may conquer demons of his worldly desires; he may be blessed with enlightenment from within. His meditation may be acceptance in His Court.

ਘੁੰਘਰੂ ਵਾਜੈ ਜੇ ਮਨੁ ਲਾਗੈ॥	ghunghroo vaajai jay man laagai.
ਤਉ ਜਮੁ ਕਹਾ ਕਰੇ ਮੋ ਸਿਉ ਆਗੈ॥ ੧॥ ਰਹਾਉ॥	ta-o jam kahaa karay mo si-o aagai. ||1|| rahaa-o.

ਜਿਸ ਦਾ ਭਰੋਸਾ ਪ੍ਰਭ ਦੇ ਸ਼ਬਦ ਤੇ ਅਡੋਲ ਹੋ ਜਾਂਦਾ ਹੈ, ਉਸ ਦੇ ਮਨ ਵਿੱਚ ਸ਼ਬਦ ਦੀ ਗੂੰਜ ਚਲ ਪੈਂਦੀ ਹੈ । ਉਸ ਨੂੰ ਜਮਦੂਤ ਛੋਹ ਨਹੀਂ ਸਕਦਾ ।

Whosoever may become steady and stable on the teachings of His Word; he may hear the everlasting echo of His Word resonating within his mind continuously. He may become beyond the reach of devil of death.

ਆਸ ਨਿਰਾਸੀ ਤਉ ਸੰਨਿਆਸੀ॥	aas niraasee ta-o sani-aasee.
ਜਾਂ ਜਤੁ ਜੋਗੀ ਤਾਂ ਕਾਇਆ ਭੋਗੀ॥੨॥	jaaN jat jogee taaN kaa-i-aa bhogee. ||2||

ਜਿਸ ਦੇ ਮਨ ਵਿਚੋਂ ਆਸਾਂ ਖਤਮ ਹੋ ਜਾਂਦੀਆਂ, ਉਸ ਦੀਆਂ ਨਿਰਾਸਾਂ ਵੀ ਖਤਮ ਹੋ ਜਾਂਦੀਆਂ ਹਨ । ਉਹ ਅਸਲੀ ਬੰਦਗੀ ਕਰਨ ਵਾਲਾ ਭਗਤ ਬਣ ਸਕਦਾ ਹੈ । ਜਿਹੜਾ ਇਹ ਵਿਧੀ ਅਪਣਾਉਂਦਾ ਹੈ, ਉਹ ਆਪਣੇ ਮਾਨਸ ਜੀਵਨ ਦਾ ਅਸਲੀ ਅਨੰਦ ਮਾਨਦਾ ਹੈ ।

Whosoever may conquer his all hopes of worldly desires; all his disappointments may also disappear from his mind. He may be blessed with a state of mind of as His true devotee. Whosoever may adopt this essence of His Word, he may enjoy the true pleasures of his human life.

ਦਇਆ ਦਿਗੰਬਰੁ ਦੇਹ ਬੀਚਾਰੀ॥	da-i-aa digambar dayh beechaaree.
ਆਪਿ ਮਰੈ ਅਵਰਾ ਨਹ ਮਾਰੀ॥੩॥	aap marai avraa nah maaree. ||3||

ਜਿਸ ਦੇ ਮਨ ਤੇ ਦਇਆ ਆਉਂਦੀ ਹੈ, ਉਹ ਆਪਣੇ ਅੰਦਰ, ਆਪਣੇ ਕੰਮਾਂ ਨੂੰ ਪਰਖਦਾ ਹੈ । ਆਪਣੀ ਗਲਤੀ ਬਾਬਤ ਸੋਚਦਾ, ਸੁਧਾਰਦਾ ਹੈ । ਜਿਸ ਦਾ ਆਪਾ ਖਤਮ ਹੋ ਜਾਂਦਾ ਹੈ, ਉਸ ਨੂੰ ਹੋਰ ਕਿਸੇ ਦੀ ਨਿੰਦਿਆਂ ਕਰਨ ਦੀ ਭਾਵਨਾ ਖਤਮ ਹੋ ਜਾਂਦੀ ਹੈ ।

Whosoever may be overwhelmed with forgiveness for the others, he may evaluate his own worldly deeds. He may realize his own weakness, deficiencies, and mistakes. He may conquer selfishness and ego of his self-entity. His urge to criticize anyone else may be eliminated.

ਏਕੁ ਤੂ ਹੋਰਿ ਵੇਸ ਬਹੁਤੇਰੇ॥	ayk too hor vays bahutayray.
ਨਾਨਕੁ ਜਾਣੈ ਚੋਜ ਨ ਤੇਰੇ॥੪॥੨੫॥	naanak jaanai choj na tayray. ||4||25||

ਸੰਸਾਰ ਵਿੱਚ ਰਸਤਾ ਦੱਸਣ ਵਾਲੇ ਬਹੁਤ ਹਨ । ਪਰ ਅਸਲੀ ਰਸਤੇ ਦੀ ਕੇਵਲ ਪ੍ਰਭ ਨੂੰ ਹੀ ਜਾਣਕਾਰੀ ਹੈ । ਪ੍ਰਭ ਦੀ ਕੁਦਰਤ ਜੀਵ ਦੀ ਸੋਝੀ ਤੋਂ ਉਪਰ ਹੈ, ਪੂਰਨ ਜਾਣਕਾਰੀ ਨਹੀਂ ਪਾਈ ਜਾ ਸਕਦੀ ।

They are so many teachers, guides to inspire and teaches the right path of human life; however, only The True Master may comprehend and blesses the right path. His Nature remains beyond the comprehension of His Creation.

Key Message of Raag Aasaa, page 356-14
'ਸ਼ਬਦ ਦੇ ਦੀ ਕਮਾਈ ਕਿਵੇਂ ਬਖ਼ਸ਼ਿਸ਼ ਹੋ ਸਕਦੀ ਹੈ?
ਸ਼ਬਦ ਦੀ ਸੋਝੀ ਹਾਸਿਲ ਕਰਨਾ ਹੀ ਬੰਦਗੀ ਦਾ ਧਨ, ਕਮਾਈ ਹੈ । ਪੰਜਾਂ ਸੰਸਾਰਕ ਇਛਾਂ ਤੇ ਜਿੱਤ ਬਖ਼ਸ਼ਿਸ਼ ਹੋ ਸਕਦੀ ਹੈ । ਉਸ ਦੇ ਮਨ ਵਿੱਚ ਸ਼ਬਦ ਦੀ ਗੂੰਜ ਚਲਦੀ ਸੁਣਾਈ ਦੇਣ ਲਗ ਪੈਂਦੀ ਹੈ । ਜਿਹੜਾ ਮਨ ਦੀਆਂ ਆਸਾਂ ਤੇ ਜਿੱਤ ਪਾ ਲੈਂਦਾ ਹੈ, ਉਸ ਦੀਆਂ ਨਿਰਸਾਂ ਵੀ ਖਤਮ ਹੋ ਜਾਂਦੀਆਂ ਹਨ । ਉਹ ਆਪਣੇ ਮਾਨਸ ਜੀਵਨ ਦਾ ਅਸਲੀ ਅਨੰਦ ਮਾਨਦਾ ਹੈ । ਉਸ ਦੇ ਮਨ ਤੇ ਦਇਆ ਭਰ ਜਾਂਦੀ, ਆਪਣੇ ਕੰਮਾਂ ਨੂੰ ਪਰਖਦਾ ਹੈ ।

How the earnings of His Word blessed?
To comprehend the teachings of His Word may be the only earnings of His Word. He may conquer demons of worldly desires. He may hear the everlasting echo of His Word resonating within his mind. Whosoever may conquer all his hopes of worldly desires; all his disappointments may also disappear. Only he may enjoy the true pleasures of his human life. He may be overwhelmed with forgiveness; he evaluates his own deeds.

27. ਆਸਾ ਮਹਲਾ ੧॥ 356-18

ਏਕ ਨ ਭਰੀਆ ਗੁਣ ਕਰਿ ਧੋਵਾ॥ ayk na bharee-aa gun kar Dhovaa.
ਮੇਰਾ ਸਹੁ ਜਾਗੈ ਹਉ ਨਿਸਿ ਭਰਿ ਸੋਵਾ॥੧॥ mayraa saho jaagai ha-o nis bhar sovaa. ||1||

ਪ੍ਰਭ ਮੇਰੇ ਵਿੱਚ ਅਗਰ ਇਕ ਅਉਗੁਣ ਹੋਵੇ, ਮੈਂ ਚੰਗੇ ਕੰਮ ਕਰਕੇ ਇਸ ਦੀ ਮੈਲ ਧੋਅ ਲਵਾਂ । ਪ੍ਰਭ ਦਾ ਸ਼ਬਦ ਤਾ ਮੇਰੇ ਅੰਦਰ ਜਾਗਰਤ ਹੈ । ਪਰ ਮੈਨੂੰ ਕੋਈ ਖਬਰ ਨਹੀਂ, ਪ੍ਰਭ ਦੀ ਹੋਂਦ ਮਹਿਸੂਸ ਨਹੀਂ ਹੁੰਦੀ ।

Have I only one deficiency and one evil deed? I may perform good deeds to remove the blemish of my mind. My True Master remains awake and alert within my heart; however, I have no awareness nor realize His Existence within.

ਇਉ ਕਿਉ ਕੰਤ ਪਿਆਰੀ ਹੋਵਾ॥ i-o ki-o kant pi-aaree hovaa.
ਸਹੁ ਜਾਗੈ ਹਉ ਨਿਸ ਭਰਿ ਸੋਵਾ॥੧॥ ਰਹਾਉ॥ saho jaagai ha-o nis bhar sovaa. ||1|| rahaa-o.

ਮੇਰੇ ਜੀਵਨ ਦੇ ਢੰਗ ਨਾਲ ਮੈਨੂੰ ਸ਼ਬਦ ਦੀ ਸੋਝੀ ਕਿਸਤਰ੍ਹਾਂ ਬਖਸ਼ਿਸ਼ ਹੋ ਸਕਦੀ ਹੈ? ਅਗਰ ਮੇਰੇ ਮਨ ਵਿੱਚ ਪ੍ਰਭ ਦੇ ਵਿਛੋੜੇ ਦਾ ਵਿਰਾਗ ਜਾਗਰਤ ਹੋ ਜਾਵੇ, ਮੇਰੇ ਮਨ ਦੀਆਂ ਬਾਕੀ ਸਾਰੀਆਂ ਇਛਾਂ ਹੀ ਖਤਮ ਹੋ ਸਕਦੀਆਂ ਹਨ ।

How may I be enlightened with the teachings of His Word with my way of life? Only by reviving the renunciation of the memory of my separation from His Holy Spirit within. All my worldly desires and hopes may be eliminated from within.

ਆਸ ਪਿਆਸੀ ਸੇਜੈ ਆਵਾ॥ ਆਗੈ ਸਹ ਭਾਵਾ ਕਿ ਨ ਭਾਵਾ॥੨॥ aas pi-aasee sayjai aavaa. aagai sah bhaavaa ke na bhaavaa. ||2||

ਮੈਂ ਮਨ ਵਿਚ ਆਸ, ਸ਼ਰਧਾ ਨਾਲ ਸ਼ਬਦ ਦੀ ਬੰਦਗੀ ਕਰਦਾ ਹਾ । ਮੈਨੂੰ ਸੋਝੀ ਨਹੀਂ ਕਿ ਇਹ ਬੰਦਗੀ, ਪ੍ਰਭ ਨੂੰ ਪ੍ਰਵਾਨ ਵੀ ਹੈ ਜਾ ਨਹੀਂ?

I meditate on the teachings of His Word with devotion and hope. I may not imagine! My meditation may even be worthy of His Consideration, Acceptance?

ਕਿਆ ਜਾਨਾ ਕਿਆ ਹੋਇਗਾ ਰੀ ਮਾਈ॥ ki-aa jaanaa ki-aa ho-igaa ree maa-ee.
ਹਰਿ ਦਰਸਨ ਬਿਨੁ ਰਹਨੁ ਨ ਜਾਈ॥੧॥ ਰਹਾਉ॥ har darsan bin rahan na jaa-ee. ||1|| rahaa-o.

ਮੈਨੂੰ ਸੋਝੀ ਨਹੀਂ ਕਿ ਮੇਰਾ ਕੀ ਬਣਨਾ ਹੈ । ਮੇਰਾ ਬੰਦਗੀ ਤੇ ਭਰੋਸਾ ਅਡੋਲ ਨਹੀਂ ਹੁੰਦਾ । ਮੈਂ ਤੇਰੀ ਰਹਿਮਤ ਤੋਂ ਬਿਨਾਂ ਜਿਉਂਦਾ ਨਹੀਂ ਰਹ ਸਕਦਾ!

My True Master, I may not imagine! What may happen to my soul after death? I may not stay focused on obeying the teachings of His Word; however, I may not survive without His Blessed Vision.

ਪ੍ਰੇਮੁ ਨ ਚਾਖਿਆ ਮੇਰੀ ਤਿਸ ਨ ਬੁਝਾਨੀ॥ paraym na chaakhi-aa mayree tis na bujhaanee.
ਗਇਆ ਸੁ ਜੋਬਨੁ ਧਨ ਪਛੁਤਾਨੀ॥੩॥ ga-i-aa so joban Dhan pachhutaanee.3

ਮਨ ਦਾ ਪ੍ਰਭ ਦੇ ਸ਼ਬਦ ਤੇ ਭਰੋਸਾ ਪੱਕਾ ਨਹੀਂ ਹੋਇਆ । ਮਨ ਵਿਚੋਂ ਸੰਸਾਰਕ ਇਛਾਂ ਦੀ ਭਟਕਣ ਖਤਮ ਨਹੀਂ ਹੋਈ । ਮੇਰੀ ਜਵਾਨੀ ਖਤਮ ਹੋ ਗਈ ਹੈ, ਮੇਰਾ ਅਖੀਰਲਾ ਸਮਾਂ ਆ ਗਿਆ ਹੈ । ਹੁਣ ਮੈਨੂੰ ਪਛਤਾਵਾ ਹੀ ਸਤਾਉਂਦਾ ਹੈ ।

I have not established a steady and stable belief on the teachings of His Word. I cannot conquer my own frustration of worldly desires from within. My youth has already passed and end-of-life may be approaching very fast. I may remain frustration with my repentance.

ਅਜੈ ਸੁ ਜਾਗਉ ਆਸ ਪਿਆਸੀ॥ ajai so jaaga-o aas pi-aasee.
ਭਈਲੇ ਉਦਾਸੀ ਰਹਉ ਨਿਰਾਸੀ॥੧॥ ਰਹਾਉ॥ bha-eelay udaasee raha-o niraasee. ||1|| rahaa-o.

ਅਜੇ ਵੀ ਮੈਂ ਹਿੰਮਤ ਨਹੀਂ ਹਾਰੀ, ਅਜੇ ਵੀ ਆਸ ਰਖਦਾ ਹਾ । ਮੈਂ ਬਹੁਤ ਮਾਯੂਸ ਹਾ, ਆਸ ਪੂਰੀ ਹੋਣ ਦੀ ਕੋਈ ਉਮੀਦ ਨਹੀਂ ਹੈ ।

I have not given up my efforts and hope on His Blessed Vision. I am desperate and miserable; I may not have any expectation of satisfying the purpose of life.

ਹਉਮੈ ਖੋਇ ਕਰੇ ਸੀਗਾਰੁ॥ ha-umai kho-ay karay seegaar.
ਤਉ ਕਾਮਣਿ ਸੇਜੈ ਰਵੈ ਭਤਾਰੁ॥੪॥ ta-o kaaman sayjai ravai bhataar. ||4||

ਜਿਹੜਾ ਆਪਣੀ ਅਹੰਕਾਰ ਨੂੰ ਖਤਮ ਕਰਕੇ ਮਨੋ ਸ਼ਬਦ ਦੀ ਪਾਲਣਾ ਕਰਦਾ ਹੈ । ਪ੍ਰਭ, ਰਹਿਮਤ ਬਖਸ਼ਕੇ ਬੰਦਗੀ ਪ੍ਰਵਾਨ ਕਰ ਸਕਦਾ ਹੈ ।

Whosoever may conquer his ego of worldly status and adopts the teachings of His Word in day-to-day life; The Merciful True Master may bless the right path of acceptance in His Court. His meditation may be accepted.

ਤਉ ਨਾਨਕ ਕੰਤੈ ਮਨਿ ਭਾਵੈ॥ ta-o naanak kantai man bhaavai.
ਛੋਡਿ ਵਡਾਈ ਅਪਣੇ ਖਸਮ ਸਮਾਵੈ॥ ੧॥ ਰਹਾਉ॥ ੨੬॥ chhod vadaa-ee apnay khasam samaavai. ||1|| rahaa-o. ||26||

ਆਪਾ ਤਿਆਗ ਕੇ ਬੰਦਗੀ ਕਰਨ ਨਾਲ ਪ੍ਰਭ ਦੀ ਰਹਿਮਤ ਬਖਸ਼ਿਸ਼ ਹੋ ਸਕਦੀ ਹੈ । ਸਿਮਰਨ ਵਿੱਚ ਲੀਨ ਹੋਇਆ ਜੀਵ ਪ੍ਰਭ ਨੂੰ ਪ੍ਰਵਾਨ ਹੋ ਸਕਦਾ ਹੈ ।

Whosoever may surrender his self-entity, ego at His Sanctuary; with His mercy and grace, he may be blessed with the right path of acceptance in His Court. Whosoever may remain intoxicated in meditation in the void of His Word; his meditation may be accepted in His Court.

Key Message of Raag Aasaa, page 356-18
'ਪ੍ਰਵਾਨਗੀ ਦਾ ਰਸਤਾ!
ਜਿਹੜਾ ਪ੍ਰਭ ਦੇ ਵਿਛੋੜੇ ਦੇ ਵਿਰਾਗ ਵਿੱਚ ਲੀਨ ਰਹਿੰਦਾ ਹੈ, ਉਸ ਦੇ ਮਨ ਦੀਆਂ ਬਾਕੀ ਸਾਰੀਆਂ ਇਛਾਂ ਹੀ ਖਤਮ ਹੋ ਜਾਂਦੀਆਂ ਹਨ । ਜਿਹੜਾ ਮਨ ਦੀਆਂ ਆਸਾਂ ਲੈ ਕੇ ਬੰਦਗੀ ਕਰਦਾ ਹੈ, ਉਸ ਨੂੰ ਪ੍ਰਭ ਦੇ ਬਖਸ਼ੇ ਤੇ ਭਰੋਸਾ ਅਡੋਲ ਨਹੀਂ ਹੋ ਸਕਦਾ । ਆਪਣਾ ਆਪਾ, ਅਹੰਕਾਰ ਤਿਆਗ ਕੇ ਬੰਦਗੀ ਕਰਨੀ, ਪ੍ਰਭ ਦੇ ਦਰਬਾਰ ਵਿੱਚ ਪ੍ਰਵਾਨ ਹੋ ਸਕਦੀ ਹੈ!
The right path of acceptance in His Court!

Whosoever may remain in renunciation in the memory of his separation from His Holy Spirit; his state of mind may become beyond the reach of his worldly desires. Whosoever may pre-assume hopes, blessing before meditation; he may never be contented with His Blessings. Whosoever may surrender his self-entity and meditates; he may be accepted in His Court.

28. ਆਸਾ ਮਹਲਾ ੧॥ 357-5

ਪੇਵਕੜੈ ਧਨ ਖਰੀ ਇਆਣੀ॥ payvkarhai Dhan kharee i-aanee.
ਤਿਸੁ ਸਹ ਕੀ ਮੈ ਸਾਰ ਨ ਜਾਣੀ॥੧॥ tis sah kee mai saar na jaanee. ||1||

ਜੀਵ ਦੇ ਮਨ ਵਿੱਚ ਪ੍ਰਭ ਦਾ ਨਿਵਾਸਾ ਹੈ । ਫਿਰ ਵੀ ਜੀਵ ਅਣਜਾਣਤਾ ਵਾਲੇ ਹੀ ਕੰਮ ਕਰਦਾ ਹੈ ।

Even though His Holy Spirit remains embedded within his soul and dwells his mind and body; however, he may perform all his deed in ignorance from the essence of His Word.

ਸਹੁ ਮੇਰਾ ਏਕੁ ਦੂਜਾ ਨਹੀ ਕੋਈ॥ saho mayraa ayk doojaa nahee ko-ee.
ਨਦਰਿ ਕਰੇ ਮੇਲਾਵਾ ਹੋਈ॥੧॥ ਰਹਾਉ॥ nadar karay maylaavaa ho-ee. ||1|| rahaa-o.

ਅਨੋਖੇ, ਪ੍ਰਭ ਦੇ ਬਰਾਬਰ ਦਾ ਹੋਰ ਕੋਈ ਨਹੀਂ ਹੈ । ਜਿਸ ਤੇ ਰਹਿਮਤ ਬਖਸ਼ਦਾ, ਉਸ ਦਾ ਭਰੋਸਾ ਪੱਕਾ ਹੋ ਜਾਂਦਾ ਹੈ ਅਤੇ ਮਨ ਬੰਦਗੀ ਵਿੱਚ ਲਗ ਜਾਂਦਾ ਹੈ ।

No one may be equal, greater, or comparable with the marvelous and astonishing The True Master. Whosoever may be bestowed with His Blessed Vision; he may remain steady and stable on the teachings His Word. He may remain intoxicated in the void of His Word.

ਸਾਹੁਰੜੈ ਧਨ ਸਾਚੁ ਪਛਾਣਿਆ॥ saahurrhai Dhan saach pachhaani-aa.
ਸਹਜਿ ਸੁਭਾਇ ਅਪਣਾ ਪਿਰੁ ਜਾਣਿਆ॥੨॥ sahj subhaa-ay apnaa pir jaani-aa. ||2||

ਜਿਹੜਾ ਆਪਣੇ ਸਰੀਰ ਨੂੰ ਪ੍ਰਭ ਦਾ ਘਰ ਮੰਨ ਲੈਂਦਾ ਹੈ । ਉਸ ਨੂੰ ਸ਼ਬਦ ਦੀ ਅਸਲੀ ਕੀਮਤ ਦੀ ਸੋਝੀ ਬਖਸ਼ਿਸ਼ ਹੋ ਜਾਂਦੀ ਹੈ । ਉਸ ਦੇ ਮਨ ਵਿੱਚ ਸ਼ਾਂਤੀ ਬਖਸ਼ਿਸ਼ ਹੋ ਸਕਦੀ ਹੈ ।

Whosoever may believe that his body as His Castle, His Trust. He may realize the true essence of the teachings of His Word. He may be blessed with peace, contentment, and blossom.

ਗੁਰ ਪਰਸਾਦੀ ਐਸੀ ਮਤਿ ਆਵੈ॥ gur parsaadee aisee mat aavai.
ਤਾਂ ਕਾਮਣਿ ਕੰਤੈ ਮਨਿ ਭਾਵੈ॥੩॥ taan kaaman kantai man bhaavai. ||3||

ਪ੍ਰਭ ਦੀ ਰਹਿਮਤ ਨਾਲ ਹੀ ਜੀਵ ਨੂੰ ਸ਼ਬਦ ਦੀ ਸੋਝੀ ਹੁੰਦੀ ਹੈ । ਉਸ ਦੇ ਮਨ ਵਿੱਚ ਸ਼ਬਦ ਤੇ ਭਰੋਸਾ ਅਡੋਲ ਹੋ ਜਾਂਦਾ ਹੈ, ਬੰਦਗੀ ਪ੍ਰਭ ਨੂੰ ਪ੍ਰਵਾਨ ਹੋ ਜਾਂਦੀ ਹੈ ।

Whosoever may be bestowed with His Blessed Vision, only he may be enlightened with the essence of His Word from within. He may remain steady and stable on the right path and his meditation may be accepted in His Court.

ਕਹਤੁ ਨਾਨਕੁ ਭੈ ਭਾਵ ਕਾ ਕਰੇ ਸੀਗਾਰੁ॥ kahat naanak bhai bhaav kaa karay seegaar.
ਸਦ ਹੀ ਸੇਜੈ ਰਵੈ ਭਤਾਰੁ॥੪॥੨੭॥ sad hee sayjai ravai bhataar. ||4||27||

ਜਿਸ ਦੇ ਮਨ ਤੇ ਪ੍ਰਭ ਦੇ ਵਿਛੋੜੇ ਦੇ ਵਿਰਾਗ ਦਾ ਰੰਗ ਚੜ੍ਹ ਜਾਂਦਾ ਹੈ । ਉਸ ਦੇ ਮਨ ਦਾ ਭਰੋਸਾ ਅਡੋਲ ਹੋ ਜਾਂਦਾ ਹੈ, ਬੰਦਗੀ ਵਿਚੋਂ ਲਿਵ ਕਦੇ ਟੁੱਟਦੀ ਨਹੀਂ ।

Whosoever may remain in renunciation in the memory of his separation from His Holy Spirit; he may be drenched with the crimson color of the essence of His Word. His belief may become steady and stable on the teachings of His Word. His intoxication may never be interrupted, disturbed in the void of His Word.

Key Message of Raag Aasaa, page 357-5
'ਪ੍ਰਭ ਦਾ ਤਖਤ!
ਜੀਵ ਦੇ ਮਨ ਵਿੱਚ ਪ੍ਰਭ ਵਸਦਾ ਹੈ । ਫਿਰ ਵੀ ਅਣਜਾਣਤਾ ਵਾਲੇ ਕੰਮ ਕਰਦਾ ਹੈ । ਜਿਹੜਾ ਆਪਣੇ ਸਰੀਰ ਨੂੰ ਪ੍ਰਭ ਦਾ ਘਰ ਮੰਨ ਲੈਂਦਾ ਹੈ । ਉਸ ਨੂੰ ਸ਼ਬਦ ਦੀ ਅਸਲੀ ਕੀਮਤ ਦੀ ਸੋਝੀ ਬਖਸ਼ਿਸ਼ ਹੋ ਜਾਂਦੀ ਹੈ । ਉਸ ਦਾ ਮਨ ਪ੍ਰਭ ਦੇ ਸ਼ਬਦ, ਬਖਸ਼ੇ ਤੇ ਅਡੋਲ ਹੋ ਜਾਂਦਾ ਹੈ, ਉਸ ਦੇ ਮਨ ਤੇ ਪ੍ਰਭ ਦੇ ਵਿਛੋੜੇ ਦੇ ਵਿਰਾਗ ਦਾ ਰੰਗ ਚੜ੍ਹ ਜਾਂਦਾ ਹੈ, ਉਸ ਲਿਵ ਕਦੇ ਟੁੱਟਦੀ ਨਹੀਂ ।
His Throne!
His Holy Spirit remains embedded within each soul and dwells within his body and mind; however, he remains ignorant performing worldly deeds. Whosoever may accept his body as His Royal Castle, he may realize the true essence of the teachings of His Word. He may remain contented with His Blessings. He may remain in renunciation in the memory of his separation from His Holy Spirit; drenched with the crimson color of essence of His Word. He may never come out the void of His Word.

29. ਆਸਾ ਮਹਲਾ ੧॥ 357-9

ਨ ਕਿਸ ਕਾ ਪੂਤੁ ਨ ਕਿਸ ਕੀ ਮਾਈ॥ na kis kaa poot na kis kee maa-ee.
ਝੂਠੈ ਮੋਹਿ ਭਰਮਿ ਭੁਲਾਈ॥੧॥ jhoothai mohi bharam bhulaa-ee. ||1||

ਸੰਸਾਰਕ ਰਿਸ਼ਤੇ, ਸੰਬਧ ਪਿਛਲੇ ਜੀਵਨ ਦਾ ਦੇਣ ਲੈਣ ਹੀ ਹੈ । ਸੰਸਾਰਕ ਮਾਂ, ਬਾਪ, ਬੱਚੇ, ਪਤੀ, ਪਤਨੀ, ਸਾਰੇ ਰਿਸ਼ਤਾ, ਸੰਸਾਰਕ ਮੋਹ ਦਾ ਜਾਲ ਹੀ ਹੈ । ਇਸ ਭਰਮ ਵਿੱਚ ਹੀ ਸੰਸਾਰ ਘੁੰਮਦਾ ਫਿਰਦਾ ਹੈ, ਜੰਮਦਾ ਮਰਦਾ ਰਹਿੰਦਾ ਹੈ ।

All worldly relationships like brother, sister, son, mother, and father have been established by The True Master as the reward for his previous life deeds. All relationships, attachments are only traps of worldly wealth. The whole universe wanders in these suspicions and remains in the cycle of birth and death.

ਮੇਰੇ ਸਾਹਿਬ ਹਉ ਕੀਤਾ ਤੇਰਾ॥ mayray saahib ha-o keetaa tayraa.
ਜਾਂ ਤੂੰ ਦੇਹਿ ਜਪੀ ਨਾਉ ਤੇਰਾ॥੧॥ ਰਹਾਉ॥ jaan toon deh japee naa-o tayraa. ||1|| rahaa-o.

ਪ੍ਰਭ ਹੀ ਆਤਮਾ ਨੂੰ ਮਾਨਸ ਤਨ ਬਖਸ਼ਦਾ ਹੈ! ਜਿਸ ਤੇ ਰਹਿਮਤ ਦੀ ਨਜ਼ਰ ਬਖਸ਼ਦਾ ਹੈ, ਉਹ ਹੀ ਸਿਮਰਨ ਵਿੱਚ ਲੀਨ ਹੋ ਸਕਦਾ ਹੈ!

The True Master, may bless his soul, human body, human life opportunity. Whosoever may be bestowed with His Blessed Vision, he may remain intoxicated in meditation in the void of His Word.

ਬਹੁਤੇ ਅਉਗਣ ਕੂਕੈ ਕੋਈ॥ ਜਾ ਤਿਸੁ ਭਾਵੈ ਬਖਸੇ ਸੋਈ॥੨॥ bahutay a-ugan kookai ko-ee. jaa tis bhaavai bakhsay so-ee. ||2||

ਜਿਹੜਾ ਅਉਗੁਣਾਂ ਨਾਲ ਭਰਿਆਂ ਹੁੰਦਾ ਹੈ, ਉਹ ਲੰਮੀਆਂ ਅਰਦਾਸਾਂ ਕਰਦਾ ਹੈ । ਜਿਹੜੀ ਅਰਦਾਸ ਪ੍ਰਭ ਦੇ ਭਾਣੇ ਅੰਦਰ ਹੁੰਦੀ ਹੈ, ਕੇਵਲ ਉਹ ਹੀ ਅਰਦਾਸ ਪੂਰੀ ਕਰਦਾ ਹੈ ।

Whosoever may be overwhelmed with evil thoughts, sinful deeds, and deficiencies in his way of life; he may always humbly pray for long prayers, blessings. The True Master always heeds all prayers; however, only blesses as per his earnings of His Word.

ਗੁਰ ਪਰਸਾਦੀ ਦੁਰਮਤਿ ਖੋਈ॥ ਜਹ ਦੇਖਾ ਤਹ ਏਕੋ ਸੋਈ॥੩॥ gur parsaadee durmat kho-ee. jah daykhaa tah ayko so-ee. ||3||

ਪ੍ਰਭ ਦੀ ਰਹਿਮਤ ਨਾਲ ਹੀ ਮਨਮਰਜ਼ੀ ਖਤਮ ਹੋ ਸਕਦੀ ਹੈ । ਜਿਸ ਦਾ ਆਪਾ ਖਤਮ ਹੋ ਜਾਵੇ, ਉਸ ਨੂੰ ਹਰ ਥਾਂ, ਪ੍ਰਭ ਦੀ ਮੌਜੂਦਗੀ ਨਜ਼ਰ ਆਉਂਦੀ ਹੈ ।

The selfishness of mind may only be subdued, conquered with His Blessed Vision. Whosoever may surrender his self-entity; with His mercy and grace, he may realize His Existence prevailing everywhere.

ਕਹਤ ਨਾਨਕ ਐਸੀ ਮਤਿ ਆਵੈ॥ ਤਾਂ ਕੋ ਸਚੇ ਸਚਿ ਸਮਾਵੈ॥੪॥੨੮॥ kahat naanak aisee mat aavai. taaN ko sachay sach samaavai. ||4||28||

ਜੀਵ ਪ੍ਰਭ ਅੱਗੇ ਸਮਰਥ ਬਖਸ਼ਣ ਦੀ ਅਰਦਾਸ ਕਰੋ । ਜਿਸ ਨਾਲ ਮਨ ਦਾ ਭਰੋਸਾ ਸ਼ਬਦ ਤੇ ਅਡੋਲ ਹੋ ਜਾਵੇ । ਸਿਮਰਨ ਕਰਦਾ ਪ੍ਰਭ ਨੂੰ ਪ੍ਰਵਾਨ ਹੋ ਜਾਵੇ ।

You should always pray for His Forgiveness and Refuge to be blessed with devotion to meditation on the teachings of His Word. Whose soul may remain intoxicated in the void of His Word; his meditation may be accepted in His Court.

Key Message of Raag Aasaa, page 357-9
'ਸੰਸਾਰਕ ਰਿਸ਼ਤੇ !
ਸੰਸਾਰਕ ਰਿਸ਼ਤੇ, ਮਾਂ, ਬਾਪ, ਬੱਚੇ, ਪਤੀ, ਪਤਨੀ ਦਾ ਰਿਸ਼ਤਾ, ਸੰਸਾਰਕ ਮੋਹ ਦਾ ਜਾਲ ਹੀ ਹੈ । ਅਉਗੁਣਾਂ ਭਰਿਆਂ ਜੀਵ ਹੀ ਲੰਮੀਆਂ ਅਰਦਾਸਾਂ ਕਰਦਾ ਹੈ । ਜਿਸ ਦਾ ਆਪਾ ਖਤਮ ਹੋ ਜਾਂਦਾ, ਉਹ ਹਰ ਥਾਂ, ਪ੍ਰਭ ਦੀ ਮੌਜੂਦਗੀ ਮਹਿਸੂਸ ਕਰਦਾ ਹੈ । ਉਸ ਦੀ ਅਰਦਾਸ ਪ੍ਰਭ ਨੂੰ ਪ੍ਰਵਾਨ ਹੋ ਜਾਂਦੀ ਹੈ ।
Worldly Relationships!
All worldly relationships like brother, sister, son, mother, and father are an extension, traps of worldly wealth. Whosoever may be overwhelmed with evil, sinful thoughts; he may always perform for long prayers. Whosoever may surrender his self-entity at His Sanctuary; he may realize His Existence everywhere. He may be accepted in His Court.

30. ਆਸਾ ਮਹਲਾ ੧ ਦੁਪਦੇ॥ 357-12

ਤਿਤੁ ਸਰਵਰੜੈ ਭਈਲੇ ਨਿਵਾਸਾ, ਪਾਣੀ ਪਾਵਕੁ ਤਿਨਹਿ ਕੀਆ॥ tit saravrarhai bha-eelay nivaasaa paanee paavak tineh kee-aa.
ਪੰਕਜੁ ਮੋਹ ਪਗੁ ਨਹੀ ਚਾਲੈ, ਹਮ ਦੇਖਾ ਤਹ ਡੂਬੀਅਲੇ॥੧॥ pankaj moh pag nahee chaalai ham daykhaa tah doobee-alay. ||1||

ਸੰਸਾਰ ਰੂਪੀ ਸਾਗਰ ਵਿੱਚ ਜੀਵ ਦਾ ਨਿਵਾਸ, ਘਰ ਹੈ । ਇਹ ਪਾਣੀ (ਮੋਹ) ਅਤੇ ਅੱਗ (ਤ੍ਰਿਸ਼ਨਾ) ਪ੍ਰਭ ਨੇ ਹੀ ਪੈਦਾ ਕੀਤੀ ਹੈ । ਜਿਹੜਾ ਮੋਹ ਅਤੇ ਇਛਾ ਦੇ ਜਾਲ, ਚਿੱਕੜ ਵਿੱਚ ਫਸ ਜਾਂਦਾ ਹੈ । ਉਹ ਜਨਮ ਮਰਨ ਦੇ ਚੱਕਰ ਵਿੱਚ ਹੀ ਰਹਿੰਦਾ ਹੈ ।

The worldly creature has a temporary dwelling in the ocean of worldly desires. The True Master has created both worldly attachments (like water) and frustration, desires (like fire). Whosoever may become a victim of worldly attachments; he may remain burning in the fire of frustration. He remains stuck and buried under the mud of worldly desires. He may remain in the cycle of birth and death.

ਮਨ ਏਕੁ ਨ ਚੇਤਸਿ ਮੂੜ ਮਨਾ॥ man ayk na chaytas moorh manaa.
ਹਰਿ ਬਿਸਰਤ ਤੇਰੇ ਗੁਣ ਗਲਿਆ॥੧॥ ਰਹਾਉ॥ har bisrat tayray gun gali-aa. ||1|| rahaa-o.

ਅਣਜਾਣ ਪ੍ਰਭ ਨੂੰ ਮਨੋ ਕਿਓ ਵਿਸਾਰ ਦਿੱਤਾ ਹੈ? ਉਸ ਦੇ ਵਿਸਾਰਨ ਨਾਲ ਆਪਣੇ ਭਾਗਾਂ ਦਾ ਫਲ ਬਖਸ਼ਿਸ਼ ਨਹੀਂ ਹੋ ਸਕਦਾ । ਮੰਦੇ ਭਾਗ ਬਣ ਜਾਣੇ ਹਨ ।

Ignorant, why have you abandoned The True Master, His Word from your day-to-day life? Whosoever may abandon the teachings of His Word; even his deeds may not be rewarded. He may be very unfortunate.

ਨਾ ਹਉ ਜਤੀ ਸਤੀ ਨਹੀ ਪੜਿਆ, naa ha-o jatee satee nahee parhi-aa
ਮੂਰਖ ਮੁਗਧਾ ਜਨਮੁ ਭਇਆ॥ moorakh mugDhaa janam bha-i-aa.
ਪ੍ਰਣਵਤਿ ਨਾਨਕ ਤਿਨ੍ ਕੀ ਸਰਣਾ, paranvat naanak tinH kee sarnaa
ਜਿਨ੍ ਤੂੰ ਨਾਹੀ ਵੀਸਰਿਆ॥੨॥੨੯ jinH tooN naahee veesri-aa. ||2||29||

ਪ੍ਰਭ ਮੇਰੇ ਵਿੱਚ ਕੋਈ ਧੀਰਜ, ਸੰਤੋਖ, ਸ਼ਬਦ ਦੀ ਸੋਝੀ ਨਹੀਂ । ਮੈਂ ਅਣਜਾਣ ਮੂਰਖਾਂ ਵਾਲੇ, ਅਣਜਾਣਾਂ ਵਾਲੇ ਕੰਮ ਕਰਦਾ ਹਾ । ਰਹਿਮਤ ਬਖਸ਼ਕੇ ਸੰਤ ਸਰੂਪ ਦੀ ਸੰਗਤ ਬਖਸ਼ੋ । ਜਿਹੜਾ ਤੇਰੇ ਸ਼ਬਦ ਦੀ ਅਡੋਲ ਭਰੋਸਾ ਨਾਲ ਪਾਲਣਾ ਕਰਦਾ ਹੈ ।

My True Master! I may not have any patience, contentment, nor the enlightenment of Your Word within. I am always doing foolish and unwise deeds in my ignorance. The True Master blesses me the conjugation of Your Holy saint; who may obey the teachings of Your Word with steady and stable belief in his day-to-day life.

Key Message of Raag Aasaa, page 357-12
'ਸ੍ਰਿਸ਼ਟੀ ਕੀ ਹੈ?
ਜੀਵ ਦੀ ਆਤਮਾ ਨੂੰ ਮੋਹ (ਪਾਣੀ) ਅਤੇ ਅੱਗ (ਤ੍ਰਿਸ਼ਨਾ) ਰੂਪੀ ਸੰਸਾਰ ਸਾਗਰ ਵਿੱਚ ਦਾ ਨਿਵਾਸ ਕਰਨਾ ਪੈਂਦਾ ਹੈ । ਜਿਹੜਾ ਅਣਜਾਣ, ਪ੍ਰਭ ਨੂੰ ਮਨੋ ਵਿਸਾਰ ਦੇਂਦਾ, ਆਪਣੇ ਕੀਤੇ ਦਾ ਫਲ ਭੋਗਦਾ ਹੈ । ਜਿਹੜਾ ਪ੍ਰਭ ਦੇ ਬਖਸ਼ੇ ਤੇ ਧੀਰਜ, ਸੰਤੋਖ, ਰਖਦਾ ਹੈ, ਉਸ ਨੂੰ ਸ਼ਬਦ ਦੀ ਸੋਝੀ, ਭਰੋਸਾ ਅਡੋਲ ਰਹਿੰਦਾ ਹੈ ।
What may be the universe?
Soul must dwell in worldly ocean overwhelmed with attachment (like water) and his frustration of desires (like fire). Whosoever may abandon the teachings of His Word from his day-to-day life; he may endure the miseries of his own sinful deeds. Whosoever may accept His Blessings with patience, contentment; he may remain enlightened and intoxicated in the void of His Word.

31. ਆਸਾ ਮਹਲਾ ੧॥ 357-16

ਛਿਅ ਘਰ ਛਿਅ ਗੁਰ ਛਿਅ ਉਪਦੇਸ॥ chhi-a ghar chhi-a gur chhi-a updays.
ਗੁਰ ਗੁਰੁ ਏਕੋ ਵੇਸ ਅਨੇਕ॥੧॥ gur gur ayko vays anayk. ||1||

ਸੰਸਾਰ ਵਿੱਚ ਅਨੇਕਾਂ ਧਾਰਮਕ ਸੰਸਥਾਂ, ਪ੍ਰਭ ਦਾ ਸੁਨੇਹਾ ਦੇਣ ਵਾਲੀਆਂ ਜਗ੍ਹਾਂ ਹਨ । ਅਨੇਕਾਂ ਹੀ ਸੰਤ ਸਰੂਪ ਉਪਦੇਸ਼ ਕਰਨ ਵਾਲੇ ਅਤੇ ਅਨੇਕਾਂ ਹੀ ਬਾਣੀਆਂ, ਕੁਰਾਨ, ਪਰਾਨ, ਗ੍ਰੰਥ, ਆਦਿ ਹਨ, ਸਾਰੀਆਂ ਹੀ ਪ੍ਰਭ ਦੇ ਅਨੇਕਾਂ ਰੂਪ ਹਨ, ਸਾਰੇ ਹੀ ਠੀਕ ਰਸਤੇ ਹਨ ।

*(ਮੰਦਿਰ, ਮਸਜਦ, ਧਰਮਸਾਲਾ, ਗੁਰਦਾਵਾਰੇ; ਫਿਅ – ਫਿਅ ਨੰਬਰ ਤੋਂ ਨਹੀਂ', ਇਕ ਤੋਂ ਵਧ ਵਾਸਤੇ ਵਰਤਿਆ ਗਿਆ ਹੈ)

In the world, there are countless religions to spread the spiritual message of His Holy Spirit, His Word to His Creation. Countless Holy prophets, gurus, saints to preach His Word; several Holy Scriptures to guide His Creation to the right path. All Holy Scriptures, Holy shrines and Holy saints are the symbol of The True Master; all teaches the right path of acceptance in His Court.

ਜੈ ਘਰਿ ਕਰਤੇ ਕੀਰਤਿ ਹੋਇ॥ jai ghar kartay keerat ho-ay.
ਸੋ ਘਰੁ ਰਾਖੁ ਵਡਾਈ ਤੋਹਿ॥੧॥ ਰਹਾਉ॥ so ghar raakh vadaa-ee tohi. ||1|| rahaa-o.

ਜਿਸ ਅਸਥਾਨ ਤੇ ਜੀਵ ਪ੍ਰਭ ਦੇ ਸ਼ਬਦ ਦਾ ਕੀਰਤਨ, ਗੁਣ ਗਾਉਂਦਾ, ਸਿਮਰਨ ਕਰਦਾ ਹੈ, ਉਸ ਅਸਥਾਨ ਤੇ ਮਨ ਵਿੱਚ ਪ੍ਰਭ ਦਾ ਖੇੜਾ ਬਖਸ਼ਿਸ਼ ਹੋ ਜਾਂਦਾ ਹੈ । ਉਸ ਦੀ ਆਤਮਾ ਦੀ ਮਹਿਮਾਂ ਬੁਹਤ ਉੱਚੀ ਹੋ ਜਾਂਦੀ ਹੈ ।

Wherever, His true devotee may meditate and sings the glory of His Word; His true devotee may be blessed with blossom, and contentment. His soul may be blessed with unique status and greatness.

ਵਿਸੁਏ ਚਸਿਆ ਘੜੀਆ ਪਹਰਾ visu-ay chasi-aa gharhee-aa pahraa
ਥਿਤੀ ਵਾਰੀ ਮਾਹੁ ਭਇਆ॥ thitee vaaree maahu bha-i-aa.
ਸੂਰਜੁ ਏਕੋ ਰੁਤਿ ਅਨੇਕ॥ ਨਾਨਕ ਕਰਤੇ ਕੇ ਕੇਤੇ ਵੇਸ॥ ੨॥ ੩੦॥ sooraj ayko rut anayk. naanak kartay kay kaytay vays. ||2||30||

ਜਿਵੇਂ ਇਕ ਸੂਰਜ ਨਾਲ ਹੀ ਵੱਖਰੀਆਂ ਰੱਤਾਂ, ਮੌਸਮ ਆਉਂਦੇ ਹਨ, ਇਸਤਰ੍ਹਾਂ ਇਕੋ ਇਕ ਅਸਲੀ ਮਾਲਕ ਦੇ ਅਨੇਕਾਂ ਰੂਪ, ਰੰਗ ਹਨ । ਜਿਸਤਰ੍ਹਾਂ ਦੀ ਭਾਵਨਾ ਨਾਲ ਪ੍ਰਭ ਤੇ ਭਰੋਸਾ ਰਖਕੇ, ਦਾਸ ਯਾਦ ਕਰਦਾ ਹੈ । ਪ੍ਰਭ ਆਪਣੀ ਇਛਾ ਨਾਲ ਉਸ ਹੀ ਰੂਪ ਵਿੱਚ ਪ੍ਰਗਟ ਹੋ ਸਕਦਾ, ਦਾਸ ਨੂੰ ਮਹਿਸੂਸ ਹੋ ਜਾਂਦਾ ਹੈ ।

As one Sun creates various weather patterns in the universe. Same way! The One and Only One God, True Master may appear in countless colors, forms, shapes, and structures. His true devotee may remember and pray with his desires and imagination; The True Master may appear in the same form and shape within his mind and becomes his savior.

Key Message of Raag Aasaa, page 357-16
ਪ੍ਰਭ ਦਾ ਦਸਵਾਂ ਦਰ!
ਜਿਹੜਾ ਪ੍ਰਭ ਦੇ ਵਿਛੋੜੇ ਵਿੱਚ ਸ਼ਬਦ ਦਾ ਕੀਰਤਨ, ਗੁਣ ਗਾਉਂਦਾ ਹੈ, ਉਸ ਦੇ ਮਨ ਵਿੱਚ ਸਦਾ ਚਲਣ ਵਾਲੀ ਧੁਨ ਸੁਣਾਈ ਦੇਂਦੀ ਹੈ । ਉਸ ਦਾ ਦਸਵਾਂ ਦਰ ਖੁਲ੍ਹ ਜਾਂਦਾ ਹੈ । ਜਿਸ ਭਾਵਨਾ ਨਾਲ ਪ੍ਰਭ ਦਾ ਦਾਸ, ਭਰੋਸਾ ਰਖਕੇ ਯਾਦ ਕਰਦਾ ਹੈ, ਉਸ ਹੀ ਰੂਪ ਵਿੱਚ ਆਪਣੀ ਇਛਾ ਨਾਲ ਪ੍ਰਗਟ ਹੋ ਜਾਂਦਾ ਹੈ । ਪ੍ਰਭ ਦਾ ਸ਼ਬਦ ਹੀ ਉਸ ਦੀ ਆਤਮਾ ਦੇ ਚਾਰੇ ਪਾਸੇ ਲੋਹੇ ਦੀ ਦੀਵਾਰ ਬਣ ਜਾਂਦਾ ਹੈ । ਆਤਮਾ ਪ੍ਰਭ ਦੀ ਸ਼ਰਣ ਵਿੱਚ ਦਾਖਲ ਹੋ ਜਾਂਦੀ ਹੈ ।
10th door, His Royal Throne!
Whosoever may remain in renunciation of the memory of his separation from His Holy Spirit; he may hear the everlasting echo of His Word resonate within. His 10th door, His Royal palace may open for his soul! Whatsoever may His true devotee imagine in renunciation in the memory of his separation from His Holy Spirit; with His mercy and grace, He may appear in the same form and shape within his mind to comfort his soul. His Word becomes an impenetrable shield around his soul; accepted in His Sanctuary!

32. ਆਸਾ ਘਰੁ ੩ ਮਹਲਾ ੧॥ (358-1)

ੴ ਸਤਿਗੁਰ ਪ੍ਰਸਾਦਿ॥ ik-oNkaar satgur parsaad.
ਲਖ ਲਸਕਰ ਲਖ ਵਾਜੇ ਨੇਜੇ, ਲਖ ਉਠਿ ਕਰਹਿ ਸਲਾਮੁ॥ lakh laskar lakh vaajay nayjay lakh uth karahi salaam.
ਲਖਾ ਉਪਰਿ ਫੁਰਮਾਇਸਿ ਤੇਰੀ, ਲਖ ਉਠਿ ਰਾਖਹਿ ਮਾਨੁ॥ lakhaa upar furmaa-is tayree lakh uth raakhahi maan.
ਜਾਂ ਪਤਿ ਲੇਖੈ ਨਾ ਪਵੈ, ਤਾਂ ਸਭਿ ਨਿਰਾਫਲ ਕਾਮ॥੧॥ jaaN pat laykhai naa pavai taaN sabh niraafal kaam. ||1||

ਜੀਵ ਦੀ ਸੰਸਾਰਕ ਹੈਸੀਅਤ ਭਾਵੇਂ ਇਤਨੀ ਵੱਡੀ ਹੋਵੇ । ਉਸ ਦੇ ਲਖਾਂ ਹੀ ਸੇਵਾਦਾਰ, ਗੁਲਾਮ, ਰਖਿਆ ਕਰਨ ਵਾਲੇ ਬਹਾਦਰ ਵਫਾਦਾਰ, ਪ੍ਰਨਾਮ ਕਰਨ ਵਾਲੇ ਹੋਣ । ਲਖਾਂ ਉਪਰ ਹੀ ਹੁਕਮ ਚਲਦਾ ਹੋਵੇ, ਮਾਣ ਕਰਨ ਵਾਲੇ ਹੋਣ । ਜਿਸ ਦੀ ਸੰਸਾਰ ਵਿੱਚ ਕੀਤੀ ਕਮਾਈ ਪ੍ਰਭ ਦੇ ਸ਼ਬਦ ਅਨੁਸਾਰ ਨਾਲ ਨਹੀਂ ਹੁੰਦੀ, ਪ੍ਰਭ ਦੇ ਦਰਬਾਰ ਵਿੱਚ ਪ੍ਰਵਾਨਗੀ ਬਖਸ਼ਿਸ਼ ਨਹੀਂ ਹੋ ਸਕਦੀ । ਉਸ ਦਾ ਸ਼ਾਨ, ਹੈਸੀਅਤ ਵਾਲਾ ਮਾਨਸ ਜਨਮ ਬਿਰਥਾ ਹੀ ਹੁੰਦਾ ਹੈ । ਪਾਪਾਂ ਦਾ ਭਾਰ ਵਧਾਕੇ ਵਾਪਸ ਨੀਚ ਜੂਨਾਂ ਵਿੱਚ ਹੀ ਜਾਂਦਾ ਹੈ ।

Self-minded may have a great worldly status; he may have thousands of servants, slave, loyal and brave shoulders to protect and bow their head. His Command may prevail over thousands and all honor him with best regard. Whose way of life may not be as per the teachings of His Word, he may not be accepted in His Court. His worldly status may be useless for the real purpose of human life. He may return with bigger burden of sins; he remains in the cycle of birth and death.

ਹਰਿ ਕੇ ਨਾਮ ਬਿਨਾ ਜਗੁ ਧੰਧਾ॥ har kay naam binaa jag DhanDhaa.
ਜੇ ਬਹੁਤਾ ਸਮਝਾਈਐ ਭੋਲਾ ਭੀ ਸੋ ਅੰਧੋ ਅੰਧਾ॥੧॥ ਰਹਾਉ॥ jay bahutaa samjaa-ee-ai bholaa bhee so anDho anDhaa. ||1|| rahaa-o.

ਪ੍ਰਭ ਦੇ ਸ਼ਬਦ ਦੀ ਪਾਲਣਾ ਤੋਂ ਬਿਨਾਂ ਸੰਸਾਰ ਵਿੱਚ ਮਾਨਸ ਜਨਮ ਵਿੱਚ ਦੁਖ ਹੀ ਦੁਖ ਹਨ । ਮੂਰਖ ਨੂੰ ਭਾਵੇਂ ਬਾਰ ਬਾਰ ਸਮਝਿਆ ਜਾਵੇ, ਫਿਰ ਵੀ ਉਹ ਅਗਿਆਨੀ ਹੀ ਰਹਿੰਦਾ ਹੈ, ਉਸ ਦੇ ਮਨ ਤੇ ਸ਼ਬਦ ਦਾ ਕੋਈ ਅਸਰ ਨਹੀਂ ਹੁੰਦਾ ।

Self-minded without obeying the teachings of His Word in day-to-day life! He remains overwhelmed with miseries. He may be taught, guided repeatedly; he remains ignorant from the right path of his human life. The teachings of His Word may not have any everlasting influence in his own way of life.

ਲਖ ਖਟੀਅਹਿ ਲਖ ਸੰਜੀਅਹਿ, ਖਾਜਹਿ ਲਖ ਆਵਹਿ ਲਖ ਜਾਹਿ॥ lakh khatee-ah lakh sanjee-ah khaajeh lakh aavahi lakh jaahi.
ਜਾਂ ਪਤਿ ਲੇਖੈ ਨਾ ਪਵੈ, ਤਾਂ ਜੀਅ ਕਿਥੈ ਫਿਰਿ ਪਾਹਿ॥੨॥ jaaN pat laykhai naa pavai taaN jee-a kithai fir paahi. ||2||

ਮਾਨਸ ਜੀਵਨ ਵਿੱਚ ਭਾਵੇਂ ਬਹੁਤਾ ਧਨ ਇਕਠ ਕਰ ਲਵੇ, ਸ਼ਾਨ, ਹੈਸੀਅਤ, ਪੁੰਨ ਦਾਨ ਵਿੱਚ ਲਖਾਂ ਹੀ ਖਰਚ ਕਰ ਦੇਵੇ । ਅਗਰ ਉਸ ਦੀ ਕਮਾਈ ਪ੍ਰਭ ਦੇ ਦਰਬਾਰ ਵਿੱਚ ਪ੍ਰਵਾਨ ਨਾ ਹੋਵੇ! ਉਹ ਕਿਥੇ ਜਾਵੇਗਾ? ਕਿਹੜੀ ਅਰਾਮ ਕਰਨ ਵਾਲੀ ਥਾਂ ਹਾਸਿਲ ਕਰੇਗਾ?

Self-minded may earn a huge sum of worldly wealth, glory, honor, great worldly status and perform charity and donations. Whose earnings may not be accepted in His Court! Where may he find a resting place after death?

ਲਖ ਸਾਸਤ ਸਮਝਾਵਣੀ, ਲਖ ਪੰਡਿਤ ਪੜਹਿ ਪੁਰਾਣ॥ lakh saasat samjhaavanee lakh pandit parheh puraan.
ਜਾਂ ਪਤਿ ਲੇਖੈ ਨਾ ਪਵੈ, ਤਾਂ ਸਭੇ ਕੁਪਰਵਾਣ॥੩॥ jaaN pat laykhai naa pavai taaN sabhay kuparvaan. ||3||

ਮਾਨਸ ਨੂੰ ਭਾਵੇਂ ਹਜ਼ਾਰਾ ਹੀ ਧਾਰਮਕ ਗ੍ਰੰਥਾਂ ਦਾ ਗਿਆਨ, ਜਾਣਕਾਰੀ ਹੋ ਜਾਵੇ । ਅਨੇਕਾਂ ਹੀ ਵਿਦਵਾਨ ਸਿਖਿਆ ਦੇਣ ਵਾਲੇ ਉਸ ਨੂੰ ਸਿਖਿਆ ਦੇਣ । ਅਗਰ ਉਸ ਦੇ ਜੀਵਨ ਦੇ ਕੰਮ ਸ਼ਬਦ ਅਨੁਸਾਰ ਨਾ ਹੋਣ, ਪ੍ਰਭ ਨੂੰ ਪ੍ਰਵਾਨ ਨਾ ਹੋਣ । ਉਸ ਦਾ ਪੁੰਨ ਦਾਨ, ਪੂਜਾ ਬਿਰਥਾ ਹੀ ਜਾਂਦੀ ਹੈ, ਕੋਈ ਲਾਭ ਨਹੀਂ ਹੁੰਦਾ ।

Someone may become very knowledgeable with the teachings of thousands of Holy Scriptures; he may have many teachers to educate, to enlighten him with spiritual wisdom. Whose way of life, worldly deeds may not be as per the teachings of His Word, nor accepted in His Court. All his meditation, good deeds for mankind, charities may be useless for the purpose of his human life journey.

ਸਚ ਨਾਮਿ ਪਤਿ ਊਪਜੈ, ਕਰਮਿ ਨਾਮੁ ਕਰਤਾਰੁ॥ sach naam pat oopjai karam naam kartaar.
ਅਹਿਨਿਸਿ ਹਿਰਦੈ ਜੇ ਵਸੈ, ਨਾਨਕ ਨਦਰੀ ਪਾਰੁ॥੪॥੧॥੩੧॥ ahinis hirdai jay vasai naanak nadree paar. ||4||1||31||

ਪ੍ਰਭ ਦੇ ਦਰਬਾਰ ਵਿੱਚ ਮਾਣ ਪਾਉਣ ਵਾਲੀ ਮਾਨਸ ਦੀ ਕਮਾਈ, ਕੇਵਲ ਸ਼ਬਦ ਨਾਲ ਜੀਵਨ ਢਾਲਣ ਨਾਲ ਹੀ ਪ੍ਰਵਾਨ ਹੁੰਦੀ ਹੈ । ਅਗਰ ਇਹ ਸ਼ਬਦ ਦਾ ਤੱਤ ਮਨ ਵਿੱਚ ਵਸ ਜਾਵੇ, ਘਰ ਕਰ ਜਾਵੇ । ਉਹ ਪ੍ਰਭ ਦੇ ਦਰਬਾਰ ਵਿੱਚ ਪ੍ਰਵਾਨ ਹੋ ਸਕਦਾ ਹੈ ।

Only earnings of His Word by adopting His Word in day-to-day life; he may be accepted and awarded in His Court. Whosoever may be drenched with the essence of His Word within; his soul may be accepted and honored in His Court.

Key Message of Raag Aasaa, page 358-1
ਦਰਬਾਰ ਵਿੱਚ ਪ੍ਰਵਾਨਗੀ ਦਾ ਰਸਤਾ!
ਕੇਵਲ ਪ੍ਰਭ ਦੇ ਸ਼ਬਦ ਦੀ ਕਮਾਈ ਹੀ ਪ੍ਰਭ ਦੇ ਦਰਬਾਰ ਵਿੱਚ ਪ੍ਰਵਾਨ ਹੋ ਸਕਦੀ ਹੈ, ਸੰਸਾਰਕ ਸ਼ਾਨ, ਹੈਸੀਅਤ ਬਿਰਥੀ ਹੀ ਹੁੰਦਾ ਹੈ । ਉਸ ਦਾ ਪੁੰਨ ਦਾਨ, ਪੂਜਾ ਬਿਰਥਾ ਹੀ ਜਾਂਦੀ ਹੈ, ਕੋਈ ਲਾਭ ਨਹੀਂ ਹੁੰਦਾ । ਜਿਸ ਦੇ ਮਨ ਵਿੱਚ ਸ਼ਬਦ ਨਾਲ ਜੀਵਨ ਢਾਲਣ ਨਾਲ, ਸ਼ਬਦ ਦਾ ਤੱਤ ਰਚ, ਵਸ ਜਾਂਦਾ ਹੈ, ਉਸ ਨੂੰ ਪ੍ਰਭ ਦੇ ਦਰਬਾਰ ਵਿੱਚ ਪ੍ਰਵਾਨਗੀ ਦਾ ਰਸਤਾ ਬਖਸ਼ਿਸ਼ ਹੋ ਸਕਦਾ ਹੈ ।
The right path of acceptance in His Court!
Only the earnings of His Word may be accepted in His Court. Worldly status and glory are useless for the true purpose of human life. All his meditation, good deeds for mankind, charities may be useless for the purpose of his human life. Whosoever may adopt the teachings of His Word and remains drenched with the essence of His Word within; his soul may be accepted and honored in His Court.

33. ਆਸਾ ਮਹਲਾ ੧॥ (358-7)

ਦੀਵਾ ਮੇਰਾ ਏਕੁ ਨਾਮੁ, ਦੁਖੁ ਵਿਚਿ ਪਾਇਆ ਤੇਲੁ॥ deevaa mayraa ayk naam dukh vich paa-i-aa tayl.
ਉਨਿ ਚਾਨਣਿ ਓਹੁ ਸੋਖਿਆ, ਚੂਕਾ ਜਮ ਸਿਉ ਮੇਲੁ॥੧॥ un chaanan oh sokhi-aa chookaa jam si-o mayl. ||1||

ਪ੍ਰਭ ਦਾ ਸ਼ਬਦ ਹੀ ਮਨ ਨੂੰ ਚਾਨਣ ਦੇਣ ਵਾਲਾ ਦੀਵਾ ਹੈ । ਮੈਂ ਇਸ ਸੰਸਾਰਕ ਇਛਾਂ ਦੀਆਂ ਭਟਕਨਾਂ, ਦੁਖਾਂ ਦਾ ਤੇਲ ਇਸ ਵਿੱਚ ਪਾਇਆ ਹੈ । ਇਸ ਸ਼ਬਦ ਦੀ ਲਾਟ, ਅੱਗ ਨੇ ਇਸ ਇਛਾਂ ਦੇ ਤੇਲ ਨੂੰ ਜਲਾ ਦਿੱਤਾ ਹੈ, ਖਤਮ ਕਰ ਦਿੱਤਾ ਹੈ । ਇਸ ਨਾਲ ਹੀ ਮੌਤ ਦੇ ਜਮਦੂਤ ਨਾਲ ਮਿਲਾਪ ਹੋਣ ਤੋਂ ਬਚਾ ਹੋ ਗਿਆ ਹੈ ।

The teachings of His Word are the pillar, lamp of light within mind. I have added the oil of my worldly frustrations and miseries in this lamp. The flame of this lamp of His Word has burned the oil of my worldly miseries. All my worldly desires have been eliminated from within my mind. With such a state of mind, I may be saved from the devil of death.

ਲੋਕਾ ਮਤ ਕੋ ਫਕੜਿ ਪਾਇ॥ lokaa mat ko fakarh paa-ay.
ਲਖ ਮੜਿਆ ਕਰਿ ਏਕਠੇ, ਏਕ ਰਤੀ ਲੇ ਭਾਹਿ॥੧॥ ਰਹਾਉ॥ lakh marhi-aa kar aykthay ayk ratee lay bhaahi. ||1|| rahaa-o.

ਸੰਸਰਕ ਜੀਵ ਮੇਰਾ ਮਖੌਲ, ਮਜ਼ਾਕ ਨਾ ਉਡਾਵੋ! ਅੱਗ ਦੀ ਇਕ ਚੰਗਿਆੜੀ ਲੱਕੜ ਦੇ ਢੇਰ ਨੂੰ ਭਸਮ ਕਰ ਦੇਂਦੀ ਹੈ, ਇਸਤਰ੍ਹਾਂ ਪ੍ਰਭ ਦੇ ਸ਼ਬਦ ਦੀ ਇਕ ਕਿਰਨ, ਮਨ ਦੀਆਂ ਭਟਕਣਾਂ ਨੂੰ ਨਾਸ ਕਰ ਦੇਂਦੀ ਹੈ ।

You should not make fun of my way of life! Imagine a small spark of fire may burn a big heap of wood into ashes; same way, ray of enlightenment of His Word may conquer all worldly frustrations.

ਪਿੰਡੁ ਪਤਲਿ ਮੇਰੀ ਕੇਸਉ ਕਿਰਿਆ ਸਚੁ ਨਾਮੁ ਕਰਤਾਰੁ॥ pind patal mayree kaysa-o kiri-aa sach naam kartaar.
ਐਥੈ ਓਥੈ ਆਗੈ ਪਾਛੈ ਏਹੁ ਮੇਰਾ ਆਧਾਰੁ॥੨॥ aithai othai aagai paachhai ayhu mayraa aaDhaar. ||2||

ਪ੍ਰਭ ਦਾ ਸ਼ਬਦ ਹੀ ਮੇਰੇ ਜੀਵਨ ਦਾ ਅਨੰਦ ਮਾਨਣ ਵਾਲਾ ਖੇਲ ਹੈ । ਪ੍ਰਭ ਦਾ ਸ਼ਬਦ ਹੀ ਮੇਰੇ ਮ੍ਰਿਤਕ ਤਨ ਦੀ ਕਿਰਿਆ, ਅੰਤਮ ਸੰਸਕਾਰ ਹੈ । ਸੰਸਾਰ ਵਿੱਚ ਅਤੇ ਮੌਤ ਪਿਛੋਂ, ਕੇਵਲ ਪ੍ਰਭ ਹੀ ਮੇਰਾ ਅਸਲੀ ਸਾਥੀ, ਰਖਵਾਲਾ ਹੈ ।

To adopt the teachings of His Word is the play of pleasure and contentment in worldly life. The teachings of His Word are the final cremation of my worldly desires. His Word always remains my companion and protector in this worldly life and after death.

ਗੰਗ ਬਨਾਰਸਿ ਸਿਫਤਿ ਤੁਮਾਰੀ ਨਾਵੈ ਆਤਮ ਰਾਉ॥ gang banaaras sifat tumaaree naavai aatam raa-o.
ਸਚਾ ਨਾਵਣੁ ਤਾਂ ਥੀਐ ਜਾਂ ਅਹਿਨਿਸਿ ਲਾਗੈ ਭਾਉ॥੩॥ sachaa naavan taaN thee-ai jaaN ahinis laagai bhaa-o. ||3||

ਪ੍ਰਭ ਦਾ ਸ਼ਬਦ ਹੀ ਮੇਰੇ ਲਈ ਪਵਿੱਤਰ ਗੰਗਾ, ਬਨਾਰਸ ਤੀਰਥਾ ਹੈ । ਮੇਰੀ ਆਤਮਾ ਇਸ ਪਵਿੱਤਰ ਸਰੋਵਰ ਵਿੱਚ ਇਸ਼ਨਾਨ ਕਰਦੀ ਹੈ । ਅਗਰ ਪ੍ਰਭ ਦਾ ਸ਼ਬਦ ਦਿਨ ਰਾਤ ਮਨ ਵਿੱਚ ਵਸ ਜਾਵੇ, ਸ਼ਬਦ ਦੀ ਧੁਨ ਮਨ ਵਿੱਚ ਸੁਣਾਈ ਦੇਣ ਲਗ ਪਵੇ! ਇਹ ਹੀ ਮੇਰਾ ਆਤਮਾ ਨੂੰ ਪਵਿੱਤਰ ਕਰਨ ਵਾਲਾ ਇਸ਼ਨਾਨ ਹੈ ।

The teachings of His Word are my sanctifying bath at Holy Shrine, like Ganga and Bananas. My soul takes a sanctifying bath in the nectar of the teachings of His Word. By drenching my mind with the essence of His Word! I may hear the everlasting echo of His Word resonating within forever; my soul may be sanctified with a dip in Holy Nectar within.

ਇਕ ਲੋਕੀ ਹੋਰੁ ਛਮਿਛਰੀ ਬ੍ਰਾਹਮਣੁ ਵਟਿ ਪਿੰਡੁ ਖਾਇ॥ ik lokee hor chhamichharee baraahman vat pind khaa-ay.
ਨਾਨਕ ਪਿੰਡੁ ਬਖਸੀਸ ਕਾ ਕਬਹੂੰ ਨਿਖੂਟਸਿ ਨਾਹਿ॥੪॥੨॥੩੨॥ naanak pind bakhsees kaa kabahooN nikhootas naahi. ||4||2||32||

ਗੁਰੂ ਨਾਨਕ ਦੇਵ ਜੀ! – Guru Nanak Dev Ji! Guru Granth Sahib

ਸੰਸਾਰ ਜੀਵ, ਦੇਵਤਿਆਂ ਨੂੰ ਆਪਣੇ ਬਜ਼ੁਰਗਾ ਦੇ ਨਾਮ ਤੇ ਪੁੰਨ ਦਾਣ, ਖੀਰ ਭੇਟਾ ਕਰਦੇ ਹਨ । ਪਰ ਇਹ ਖੀਰ, ਪੁੰਨ ਦਾਨ, ਬ੍ਰਹਮਣ, ਗੁਰਦੁਵਾਰੇ ਦਾ ਮਹੰਤ ਹੀ ਖਾਂਦਾ ਹੈ । ਪ੍ਰਭ ਦੇ ਸ਼ਬਦ ਦੀ ਖੀਰ ਨਾ ਖਤਮ ਹੋਣ ਵਾਲੀ ਹੈ । ਪ੍ਰਭ ਦੇ ਸ਼ਬਦ ਦੀ ਪਾਲਣਾ ਨਾਲ ਜੀਵਨ ਢਾਲੋ!

Self-minded may offer charity and delicacies of food to the deceased prophets in the memory of their forefathers. However, these delicacies and the charity may be enjoyed by the religious priest. However, the delicacy of food of His Word may never be exhausted; You should obey and adopt the teachings of His Word in your day-to-day life.

Key Message of Raag Aasaa, page 358-7
'ਮਾਨਸ ਯਾਤਰ!
ਸੰਸਾਰਕ ਮਾਨਸ ਯਾਤਰਾ, ਇਛਾਂ ਦੀਆਂ ਭਟਕਣਾਂ ਭਰੇ ਦੀਵੇ ਦੀ ਤਰ੍ਹਾਂ ਹੈ! ਜਿਹੜਾ ਇਸ ਵਿੱਚ ਸ਼ਬਦ ਦੀ ਸ਼ਰਧਾ, ਸਿਮਰਨ ਦਾ ਤੇਲ ਪਾਉਦਾ ਹੈ, ਉਸ ਦੇ ਮਨ ਦਾ ਚਾਨਣ ਦੇਣ ਵਾਲਾ ਦੀਵਾ, ਅਸਲੀ ਰਸਤਾ ਦੀ ਸੋਝੀ ਵਾਲਾ ਦੀਵਾ ਬਣ ਜਾਂਦਾ ਹੈ । ਅੱਗ ਦੀ ਇਕ ਚੰਗਿਆੜੀ ਲੱਕੜ ਦੇ ਢੇਰ ਨੂੰ ਭਸਮ ਕਰ ਦੇਂਦੀ ਹੈ, ਇਸਤਰ੍ਹਾਂ ਪ੍ਰਭ ਦੇ ਸ਼ਬਦ ਦੀ ਇਕ ਕਿਰਨ, ਮਨ ਦੀਆਂ ਭਟਕਣਾਂ ਨੂੰ ਨਾਸ ਕਰ ਦੇਂਦੀ ਹੈ । ਜਿਸ ਦੀ ਆਤਮਾ ਸ਼ਬਦ ਦੇ ਪਵਿੱਤਰ ਸਰੋਵਰ ਵਿੱਚ ਇਸ਼ਨਾਨ ਕਰ ਲੈਂਦੀ ਹੈ, ਉਸ ਦੇ ਮਨ ਵਿੱਚ ਸਦਾ ਚਲਣ ਵਾਲੀ ਸ਼ਬਦ ਦੀ ਧੁਨ ਸੁਣਾਈ ਦੇਣ ਲਗ ਪੈਂਦੀ ਹੈ ।
Human life journey!
Human life journey may be like a lamp overwhelmed with frustration of worldly desires! Whosoever may add the oil of devotion to meditate; it transforms as the pillar, lamp of enlightenment of the right path of human life. Imagine a small spark of fire may burn a big heap of wood into ashes; same way, a ray of enlightenment of His Word may conquer all worldly frustrations. Whose soul may take a sanctifying bath in the Holy nectar of the essence of His Word; he may hear the everlasting echo of His Word resonating within.

34. ਆਸਾ ਘਰੁ ੪ ਮਹਲਾ ੧ (358-12)

ੴ ਸਤਿਗੁਰ ਪ੍ਰਸਾਦਿ॥ ik-oNkaar satgur parsaad.
ਦੇਵਤਿਆ ਦਰਸਨ ਕੈ ਤਾਈ, ਦੂਖ ਭੂਖ ਤੀਰਥ ਕੀਏ॥ dayviti-aa darsan kai taa-ee dookh bhookh tirath kee-ay.
ਜੋਗੀ ਜਤੀ ਜੁਗਤਿ ਮਹਿ ਰਹਤੇ, ਕਰਿ ਕਰਿ ਭਗਵੇ ਭੇਖ ਭਏ॥੧॥ jogee jatee jugat meh rahtay kar kar bhagvay bhaykh bha-ay. ||1||

ਸੰਸਾਰਕ ਜੀਵ ਪ੍ਰਭ ਦੀ ਰਹਿਮਤ ਪਾਉਣ ਲਈ, ਪ੍ਰਭ ਦੇ ਦਰਸ਼ਨ ਕਰਨ ਲਈ, ਤੀਰਥ ਯਾਤਰਾ ਕਰਦੇ, ਮੁਸ਼ਕਲਾਂ ਸਹਿਦੇ, ਭੁੱਖੇ ਰਹਿੰਦੇ ਹਨ । ਜੋਗੀ, ਤਪ ਕਰਨ ਵਾਲੇ, ਬੰਦਗੀ ਕਰਨ ਵਾਲੇ ਆਪਣਾ ਜੀਵਨ, ਸਾਦਗੀ ਨਾਲ, ਮਨ ਦੀਆਂ ਇਛਾਂ ਨੂੰ ਕਾਬੂ ਵਿੱਚ ਰਖਕੇ ਜੀਵਨ ਬਤੀਤ ਕਰਦੇ ਹਨ । ਪਾਖੰਡੀ, ਵੱਖਰੇ ਵੱਖਰੇ ਬਾਣਾ ਪਾਉਂਦੇ, ਭੇਸ ਕਰਦੇ ਰਹਿੰਦੇ ਹਨ ।

Human performs Holy shrine, pilgrimage, endure hardships, and keeps the worldly food nourishment away from his stomach; he remains hungry to become worthy of His Consideration to realize the existence of The True Master. The devotee, Yogi does hard meditation and endures various hardship, keeps his way of life simple, modest, humble, keeps worldly comforts beyond the reach of his mind in his day-to-day life; however, false prophet adopts various religious robes to impress others.

ਤਉ ਕਾਰਣਿ ਸਾਹਿਬਾ ਰੰਗਿ ਰਤੇ॥ ta-o kaaran saahibaa rang ratay.
ਤੇਰੇ ਨਾਮ ਅਨੇਕਾ ਰੂਪ ਅਨੰਤਾ, tayray naam anaykaa roop anantaa
ਕਹਣੁ ਨ ਜਾਹੀ ਤੇਰੇ ਗੁਣ ਕੇਤੇ॥੧॥ ਰਹਾਉ॥ kahan na jaahee tayray gun kaytay. ||1|| rahaa-o.

ਬੰਦਗੀ ਕਰਨ ਵਾਲੇ, ਪ੍ਰਭ ਦੀ ਰਹਿਮਤ ਪਾਉਣ ਲਈ, ਪ੍ਰਭ ਦੇ ਵਿਛੋੜੇ ਦੇ ਵਿਰਾਗ ਵਿੱਚ ਰਹਿੰਦੇ ਹਨ । ਪ੍ਰਭ ਅਨੇਕਾਂ ਹੀ ਨਾਮਾਂ, ਅਕਾਰਾਂ ਨਾਲ ਜਾਣਿਆ ਜਾਂਦਾ ਹੈ । ਕੋਈ ਪ੍ਰਭ ਦੇ ਗੁਣਾਂ ਦੀ ਪੂਰਨ ਤਰ੍ਹਾਂ ਤੇ ਵਿਆਖਿਆ ਨਹੀਂ ਕਰ ਸਕਦਾ ।

His true devotee remains in renunciation in the memory of his separation from His Holy Spirit to be become worthy of His Consideration. The True Master may be worshipped with countless names, colors, and shapes. The true limits of His Virtues and Miracles may never be fully comprehend and explain by His Creation.

ਦਰ ਘਰ ਮਹਲਾ ਹਸਤੀ ਘੋੜੇ ਛੋਡਿ ਵਿਲਾਇਤਿ ਦੇਸ ਗਏ॥ dar ghar mehlaa hastee ghorhay chhod vilaa-it days ga-ay.
ਪੀਰ ਪੇਕਾਂਬਰ ਸਾਲਿਕ ਸਾਦਿਕ ਛੋਡੀ ਦੁਨੀਆ ਥਾਇ ਪਏ॥੨॥ peer paykaaNbar saalik saadik chhodee dunee-aa thaa-ay pa-ay. ||2||

ਅਨੇਕਾਂ ਹੀ ਜੀਵ ਘਰ ਦੇ ਅਰਾਮ ਛਡ ਕੇ ਬਾਹਰਲੀ ਧਰਤੀ ਤੇ ਘੁੰਮਦੇ ਰਹਿੰਦੇ ਹਨ । ਜੰਗਲਾਂ ਵਿੱਚ ਬੰਦਗੀ ਕਰਦੇ, ਵਸਦੇ ਹਨ । ਬੰਦਗੀ ਕਰਨ ਵਾਲੇ ਸੰਸਾਰ ਵਿੱਚ ਰਹਿੰਦੇ ਹੀ, ਸੰਸਾਰਕ ਇਛਾਂ ਤੋਂ ਰਹਿਤ ਰਹਿੰਦੇ ਹੋਏ! ਪ੍ਰਭ ਦੇ ਦਰਬਾਰ ਵਿੱਚ ਪ੍ਰਵਾਨ ਹੋ ਜਾਂਦੇ ਹਨ ।

There are several devotees may abandon the comfort of home, worldly life and wander around in the void, wild jungle. His true devotee may become beyond the reach of worldly desires living in family life. He remains on the right path! He may be accepted in His Court.

ਸਾਦ ਸਹਜ ਸੁਖ ਰਸ ਕਸ ਤਜੀਅਲੇ, ਕਾਪੜ ਛੋਡੇ ਚਮੜ ਲੀਏ॥ saad sahj sukh ras kas tajee-alay kaaparh chhoday chamarh lee-ay.
ਦੁਖੀਏ ਦਰਦਵੰਦ ਦਰਿ ਤੇਰੈ, ਨਾਮਿ ਰਤੇ ਦਰਵੇਸ ਭਏ॥੩॥ dukhee-ay daradvand dar tayrai naam ratay darvays bha-ay. ||3||

ਕਈ ਜੀਵ ਸੰਸਾਰ ਦੇ ਅਰਾਮ ਤਿਆਗ ਕੇ, ਤਨ ਤੇ ਕਪੜਾ ਪਾਉਣਾ ਵੀ ਛਡ ਦੇਂਦੇ ਹਨ । ਉਹ ਜਾਨਵਰਾਂ ਦੀ ਚੰਮੜੀ ਨਾਲ ਤਨ ਢੱਕਦੇ ਹਨ । ਜਿਹੜੇ ਤੇਰੇ ਵਿਛੋੜੇ ਦੇ ਵਿਰਾਗ ਵਿੱਚ ਰਹਿੰਦੇ ਹਨ । ਉਹ ਤੇਰੇ ਦਰ ਦੇ ਮੰਗਤੇ ਬਣ ਜਾਂਦੇ ਹਨ, ਤੇਰੀ ਰਹਿਮਤ ਹੀ ਮੰਗਦੇ ਹਨ ।

Many devotees may abandon the worldly comforts, avoid even cloths to cover their body. They cover the body with the skin of animals. Whosoever may remain in renunciation in the memory of his separation from His Holy Spirit; he may become a beggar at His Door. He always prays for His Forgiveness and Refuge.

ਖਲੜੀ ਖਪਰੀ ਲਕੜੀ ਚਮੜੀ ਸਿਖਾ ਸੂਤੁ ਧੋਤੀ ਕੀਨ੍ਹ੍ਹੀ॥ khalrhee khapree lakrhee chamrhee sikhaa soot Dhotee keenHee.
ਤੂੰ ਸਾਹਿਬੁ ਹਉ ਸਾਂਗੀ ਤੇਰਾ tooN saahib ha-o saaNgee tayraa
ਪ੍ਰਣਵੈ ਨਾਨਕੁ ਜਾਤਿ ਕੈਸੀ॥੪॥੧॥੩੩॥ paranvai naanak jaat kaisee. ||4||1||33||

ਕਈ ਜਾਨਵਰ ਦੀ ਚੰਮੜੀ ਪਹਿਨਦੇ ਹਨ, ਹੱਥ ਵਿੱਚ ਮੰਗਣ ਵਾਲਾ ਬਾਟਾ, ਡਗੋਰੀ ਰਖਦੇ ਹਨ । ਕਈ ਹਰਨ ਦੀ ਚੰਮੜੀ ਤੇ ਬੈਠਦੇ ਹਨ, ਕਈ ਧੋਤੀ, ਲਗੋਟੀ ਹੀ ਪਹਿਨਦੇ ਹਨ । ਪ੍ਰਭ ਮੈਂ ਤਾ ਤੇਰਾ ਹੀ ਖਡਾਉਣਾ ਹਾ । ਮੇਰੀ ਕੋਈ ਸੰਸਾਰ ਵਿੱਚ ਹੈਸੀਅਤ, ਹੋਂਦ ਨਹੀਂ ਹੈ ।

ਗੁਰੂ ਨਾਨਕ ਦੇਵ ਜੀ! – Guru Nanak Dev Ji! Guru Granth Sahib

Some may wear the skin of animals, keeps a begging bowl and a supporting stick in his hand all time. Some may sit on the skin of an animal, deer and others may wear a piece of cloth only to cover his private. I am only Your puppet; I have no worldly status or unique identity.

Key Message of Raag Aasaa, page 358-12
ਗੁਰਮਖ ਦੇ ਜੀਵਨ ਦੀ ਅਵਸਥਾ!
ਪ੍ਰਭ ਦਾ ਦਾਸ ਸਾਦਗੀ ਨਾਲ, ਮਨ ਦੀਆਂ ਇਛਾਂ ਨੂੰ ਕਾਬੂ ਵਿੱਚ ਰਖਕੇ ਜੀਵਨ ਬਤੀਤ ਕਰਦਾ ਹੈ । ਉਹ ਵਿਛੋੜੇ ਦੇ ਵਿਰਾਗ ਵਿੱਚ ਲੀਨ ਰਹਿੰਦਾ ਹੈ । ਜਿਹੜਾ ਸੰਸਾਰ ਵਿੱਚ ਰਹਿੰਦਾ ਹੀ ਸੰਸਾਰਕ ਇਛਾਂ ਤੋਂ ਰਹਿਤ ਰਹਿੰਦਾ ਹੈ, ਉਸ ਨੂੰ ਪ੍ਰਵਾਨਗੀ ਦਾ ਅਸਲੀ ਰਸਤਾ ਬਖਸ਼ਿਸ਼ ਹੋ ਜਾਂਦਾ ਹੈ! ਉਹ ਤੇਰੀ ਰਹਿਮਤ ਦਾ ਹੀ ਮੰਗਤਾ ਬਣ ਜਾਂਦਾ ਹੈ । ਉਹ ਸੰਸਾਰਕ ਹੈਸੀਅਤ, ਹੌਂਦ ਦੀ ਪ੍ਰਵਾਹ ਨਹੀਂ ਕਰਦਾ ।
State of mind of His true Devotee!
His true devotee, lives simple, modest life, and his state of mind remains beyond the reach of worldly desires and frustrations. He remains in renunciation in the memory of his separation from His Holy Spirit. Whosoever may remain beyond the reach of worldly desires, frustration living in worldly life; he may be on the right path of acceptance in His Court! He may become a beggar for His Forgiveness and Refuge! He may not worry about his worldly status or unique identity.

35. ਆਸਾ ਘਰੁ ੫ ਮਹਲਾ ੧॥ (359-1)

ੴ ਸਤਿਗੁਰ ਪ੍ਰਸਾਦਿ॥ ik-onkaar satgur parsaad.
ਭੀਤਰਿ ਪੰਚ ਗੁਪਤ ਮਨਿ ਵਾਸੇ॥ bheetar panch gupat man vaasay.
ਥਿਰੁ ਨ ਰਹਹਿ ਜੈਸੇ ਭਵਹਿ ਉਦਾਸੇ॥੧॥ thir na raheh jaisay bhaveh udaasay. 1

ਜੀਵ ਦੇ ਮਨ ਵਿੱਚ ਇਛਾਂ ਰੂਪੀ ਪੰਜੇ ਜਮਦੂਤ ਗੁਪਤ ਵਸਦੇ ਹਨ । ਇਹ ਮਨ ਨੂੰ ਇਕ ਥਾਂ ਤੇ ਇਕ ਵਿਚਾਰ ਵਿੱਚ ਅਡੋਲ ਨਹੀਂ ਰਹਿਣ ਦੇਂਦੇ । ਮੰਗਤਿਆਂ ਦੀ ਤਰ੍ਹਾਂ ਚਾਰੇ ਪਾਸੇ ਘੁੰਮਾਉਂਦੇ ਰਹਿੰਦੇ ਹਨ ।

Five demons of worldly desires remain hidden within his mind and body. These demons control his mind; he may never stick to one path, plan. He may wander all around like a beggar.

ਮਨੁ ਮੇਰਾ ਦਇਆਲ ਸੇਤੀ ਥਿਰੁ ਨ ਰਹੈ॥ man mayraa da-i-aal saytee thir na rahai.
ਲੋਭੀ ਕਪਟੀ ਪਾਪੀ ਪਾਖੰਡੀ ਮਾਇਆ ਅਧਿਕ ਲਗੈ॥੧॥ ਰਹਾਉ॥ lobhee kaptee paapee paakhandee maa-i-aa aDhik lagai. ||1|| rahaa-o.

ਮੈਂ ਪ੍ਰਭ ਦੇ ਤਰਸ ਤੇ ਭਰੋਸਾ ਅਡੋਲ ਨਹੀਂ ਰਖਦਾ । ਮਨ ਲਾਲਚੀ, ਚਲਾਕੀਆਂ ਵਾਲਾ, ਦਿਖਾਵੇ ਦੇ ਕੰਮ ਕਰਦਾ ਹੈ । ਇਸ ਦਾ ਮੋਹ, ਲਗਨ ਸੰਸਾਰਕ ਮਾਇਆ ਨਾਲ ਹੈ, ਮਾਇਆ ਦਾ ਮਨ ਤੇ ਕਾਬੂ ਹੈ ।

I may not remain steady and stable on the teachings of His Word, His Blessings. My greedy mind remains hypocritic and plays very clever tricks; he always pretends to be nice and performs deeds to enhance his worldly status. I remain deeply attachment to worldly wealth and remain a slave of worldly wealth.

ਫੂਲ ਮਾਲਾ ਗਲਿ ਪਹਿਰਉਗੀ ਹਾਰੋ॥ fool maalaa gal pahir-ugee haaro.
ਮਿਲੈਗਾ ਪ੍ਰੀਤਮੁ ਤਬ ਕਰਉਗੀ ਸੀਗਾਰੋ॥੨॥ milaigaa pareetam tab kar-ugee seegaaro. ||2||

ਜਿਹੜਾ ਪ੍ਰਭ ਦੇ ਸ਼ਬਦ ਦੀ ਪਾਲਣਾ ਤੇ ਅਡੋਲ ਹੋ ਜਾਂਦਾ ਹੈ, ਉਸ ਨੂੰ ਪ੍ਰਵਾਨਗੀ ਦਾ ਰਸਤਾ ਬਖਸ਼ਿਸ਼ ਹੋ ਜਾਂਦਾ ਹੈ! ਪ੍ਰਭ ਦੇ ਸ਼ਬਦ ਦੀ ਸੋਝੀ ਹੀ ਉਸ ਦਾ ਫੁੱਲਾਂ ਦਾ ਹਾਰ, ਸਤਿਕਾਰ ਰੂਪੀ ਸਰੋਪਾ, ਸ਼ਿੰਗਾਰ ਬਣ ਜਾਂਦਾ ਹੈ!

Whosoever may obey the teachings of His Word with steady and stable belief; with His mercy and grace, he may be blessed with the right path of acceptance in His Court. His enlightenment of the essence of His Word may become his embellishment, as a garland; as a saroopa of worldly honor.

ਪੰਚ ਸਖੀ ਹਮ ਏਕੁ ਭਤਾਰੋ॥ panch sakhee ham ayk bhataaro.
ਪੇਡਿ ਲਗੀ ਹੈ ਜੀਅੜਾ ਚਾਲਣਹਾਰੋ॥੩॥ payd lagee hai jee-arhaa chaalanhaaro.

ਮੇਰੀ ਆਤਮਾ ਕੇਵਲ ਇਕ ਹੀ ਹੈ, ਇਸ ਦੇ ਮਾਲਕ, ਕਾਬੂ ਪਾਉਣ ਵਾਲੇ, ਪੰਜ ਇਛਾਂ ਦੇ ਜਮਦੂਤ ਹਨ, ਮਨ ਦੀਆਂ ਇਛਾਂ ਰੂਪੀ ਪੰਜ ਪਤੀ, ਮਾਲਕ ਹਨ । ਮੇਰੇ ਮਨ ਨੂੰ ਇਹ ਜਾਣਕਾਰੀ, ਸੋਝੀ ਹੈ! ਅੰਤ ਵਿੱਚ ਆਤਮਾ ਨੇ ਇਸ ਜੂੰਨ ਵਿਚੋਂ ਵਾਪਸਾ ਹੀ ਜਾਣਾ ਹੈ ।

My soul is only one; however, five demons of worldly desires, everyone claims to be the owner, commander of my mind. Imagine mind like a woman, who may have five lovers to control her body. Even though, I am aware that my soul must return to The True Master after predetermined time from this current human life journey.

ਪੰਚ ਸਖੀ ਮਿਲਿ ਰੁਦਨੁ ਕਰੇਹਾ॥ panch sakhee mil rudan karayhaa.
ਸਾਹੁ ਪਜੂਤਾ ਪ੍ਰਣਵਤਿ ਨਾਨਕ ਲੇਖਾ ਦੇਹਾ॥ ੪॥੧॥ ੩੪॥ saahu pajootaa paranvat naanak laykhaa dayhaa. ||4||1||34||

ਮਨ ਦੀਆਂ ਇਛਾਂ ਰੂਪੀ ਪੰਜ ਪਤੀ, ਇਸ ਨੂੰ ਆਪਣੇ ਘੇਰੇ, ਕਾਬੂ ਵਿੱਚ ਰਖਦੇ ਹਨ । ਜਿਹੜਾ ਪ੍ਰਭ ਨੂੰ ਆਪਣੇ ਮਨ ਵਿੱਚ ਯਾਦ ਰਖਦਾ ਹੈ । ਉਸ ਦਾ ਲੇਖਾ ਪ੍ਰਭ ਆਪ ਹੀ ਸਾਫ, ਪੂਰਾ ਕਰਦਾ ਹੈ ।

These five demons of worldly desires keep mind under their control. Whosoever may remain in renunciation in the memory of his separation from His Holy Spirit fresh within his mind; with His mercy and grace, all his accounts may be satisfied.

Key Message of Raag Aasaa, page 359-1
ਗੁਰਮਖ ਦੇ ਜੀਵਨ ਦੀ ਅਵਸਥਾ!
ਜੀਵ ਦੇ ਮਨ ਵਿੱਚ ਇਛਾਂ ਰੂਪੀ ਪੰਜੇ ਜਮਦੂਤ ਗੁਪਤ ਵਸਦੇ, ਮੋਹ, ਸੰਸਾਰਕ ਮਾਇਆ ਨਾਲ ਮਨ ਨੂੰ ਗੁਲਾਮ ਬਣਾ ਲੈਂਦੇ ਹਨ । ਉਸ ਦੀ ਆਤਮਾ, ਉਸ ਔਰਤ ਦਾ ਰੂਪ ਬਣ ਜਾਂਦੀ ਹੈ, ਜਿਸ ਦੇ ਪੰਜ (ਇਛਾਂ ਦੇ ਜਮਦੂਤਾਂ) ਪਤੀ, ਆਸ਼ਕ ਆਪਣੇ ਕਾਬੂ ਵਿੱਚ ਰਖਦੇ ਹਨ! ਅੰਤ ਵਿੱਚ, ਮੌਤ ਪਿਛੋਂ, ਆਤਮਾ ਨੇ ਇਸ ਜੂੰਨ ਵਿਚੋਂ ਵਾਪਸਾ ਹੀ ਜਾਣਾ ਹੈ । ਜਿਹੜਾ ਪ੍ਰਭ ਦੇ ਵਿਛੋੜੇ ਦੇ ਵਿਰਾਗ ਵਿੱਚ ਪ੍ਰਭ ਨੂੰ ਯਾਦ ਰਖਦਾ ਹੈ । ਉਸ ਦਾ ਲੇਖਾ ਪ੍ਰਭ ਆਪ ਹੀ ਸਾਫ, ਪੂਰਾ ਕਰਦਾ ਹੈ ।
State of mind of His true Devotee!
Five demons of worldly desires remain hidden within and conquer his mind with the short-lived gimmicks of worldly wealth. Whosoever may become a victim, slave of five demons of worldly desires; his state of mind may be like a

woman with five lovers to control her body and emotions. He remains in the cycle of birth and death. Whosoever may remain in renunciation in the memory of his separation from His Holy Spirit fresh; all his accounts may be satisfied.

36. ਆਸਾ ਘਰੁ ੬ ਮਹਲਾ ੧॥ (359-8)

੧ੴ ਸਤਿਗੁਰ ਪ੍ਰਸਾਦਿ॥	ik-oNkaar satgur parsaad.
ਮਨੁ ਮੋਤੀ ਜੇ ਗਹਣਾ ਹੋਵੈ, ਪਉਣੁ ਹੋਵੈ ਸੂਤ ਧਾਰੀ॥	man motee jay gahnaa hovai pa-un hovai soot Dhaaree.
ਖਿਮਾ ਸੀਗਾਰੁ ਕਾਮਣਿ ਤਨਿ ਪਹਿਰੈ, ਰਾਵੈ ਲਾਲ ਪਿਆਰੀ॥੧॥	khimaa seegaar kaaman tan pahirai raavai laal pi-aaree. ‖1‖

ਅਗਰ ਮਨ ਦੇ ਚੰਗੇ ਵਿਚਾਰ ਅਣਮੋਲ ਮੋਤੀ ਬਣ ਜਾਣ । ਉਸ ਦੇ ਮੂੰਹ ਤੋਂ ਬੋਲ ਇਸਤਰ੍ਹਾਂ ਸਵਾਸ ਸਵਾਸ ਨਾਲ ਨਿਕਲਨ, ਜਿਵੇਂ ਬੰਦਗੀ ਕਰਨ ਵਾਲੀ ਮਾਲ਼ਾ ਹੋਵੇ । ਉਸ ਦਾ ਪਿਆਰ, ਤਰਸ, ਦੂਸਰੇ ਦੀਆਂ ਗਲਤੀਆਂ ਮਾਫ ਕਰਨ ਵਾਲਾ ਹੋਵੇ । ਉਸ ਦੀ ਬੰਦਗੀ ਪ੍ਰਭ ਨੂੰ ਪ੍ਰਵਾਨ ਹੋ ਸਕਦੀ ਹੈ ।

If the state of my mind may become such that all thoughts of mind become gracious, priceless pearls. With each breath, the praises of His Word sounds like a rosary of meditation. Whosoever may remain overwhelmed with forgiveness weaknesses, and mistakes of others; his meditation may become worthy of His Consideration. He may be accepted in His Court.

ਲਾਲ ਬਹੁ ਗੁਣਿ ਕਾਮਣਿ ਮੋਹੀ॥	laal baho gun kaaman mohee.
ਤੇਰੇ ਗੁਣ ਹੋਹਿ ਨ ਅਵਰੀ॥੧॥ ਰਹਾਉ॥	tayray gun hohi na avree. ‖1‖ rahaa-o.

ਤੇਰੇ ਗੁਣਾਂ ਤੋਂ ਅਚੰਭਾ ਹੀ ਹੋਇਆ ਰਹਿੰਦਾ, ਇਸ ਨੂੰ ਧੰਨ ਹੀ ਕਹਿੰਦਾ ਹਾ । ਇਸਤਰ੍ਹਾਂ ਦੇ ਗੁਣ ਹੋਰ ਕਿਸ ਵਿੱਚ ਨਹੀਂ ਹਨ ।

I remain fascinated and astonished from Your Virtues and sing the Your Glory; claim as the greatest of All. No one has any virtue close to Your Greatness.

ਹਰਿ ਹਰਿ ਹਾਰੁ ਕੰਠਿ ਲੇ ਪਹਿਰੈ ਦਾਮੋਦਰੁ ਦੰਤੁ ਲੇਈ॥	har har haar kanth lay pahirai daamodar dant lay-ee.
ਕਰ ਕਰਿ ਕਰਤਾ ਕੰਗਨ ਪਹਿਰੈ ਇਨ ਬਿਧਿ ਚਿਤੁ ਧਰੇਈ॥੨॥	kar kar kartaa kangan pahirai in biDh chit Dharay-ee. ‖2‖

ਜਿਹੜਾ ਪ੍ਰਭ ਦੇ ਸ਼ਬਦ ਦਾ ਹਾਰ ਗਲ ਵਿੱਚ ਸਜਾਉਂਦਾ ਹੈ । ਆਪਣੇ ਦੰਦਾਂ ਨਾਲ, ਪ੍ਰਭ ਦੇ ਸ਼ਬਦ ਦੇ ਸਿਮਰਨ ਨਾਲ ਸੰਸਾਰਕ ਇਛਾਂ ਦੀ ਗੰਦਗੀ ਦੂਰ ਕਰਦਾ ਹੈ । ਆਪਣੇ ਹੱਥਾਂ ਵਿੱਚ ਪ੍ਰਭ ਦੇ ਸ਼ਬਦ ਦੇ ਭਰੋਸਾ ਦਾ ਕੜਾ ਪਾਉਂਦਾ ਹੇ, ਉਸ ਦਾ ਭਰੋਸਾ ਪ੍ਰਭ ਦੇ ਸ਼ਬਦ ਵਿੱਚ ਅਡੋਲ ਹੋ ਸਕਦਾ ਹੈ ।

Whosoever may embellish his neck with the teachings of His Word as garland of flowers; his teeth, with meditation on the teachings of His Word eliminates the filth, blemish of his worldly desires. He may wear the bracelet of the teachings of His Word with steady and stable belief. He may remain steady and stable on the teachings of His Word in his day-to-day life.

ਮਧੁਸੂਦਨੁ ਕਰ ਮੁੰਦਰੀ ਪਹਿਰੈ, ਪਰਮੇਸਰੁ ਪਟੁ ਲੇਈ॥	maDhusoodan kar mundree pahirai parmaysar pat lay-ee.
ਧੀਰਜੁ ਧੜੀ ਬੰਧਾਵੈ ਕਾਮਣਿ, ਸ੍ਰੀਰੰਗੁ ਸੁਰਮਾ ਦੇਈ॥੩॥	Dheeraj Dharhee banDhaavai kaaman sareerang surmaa day-ee. ‖3‖

ਜਿਹੜਾ ਸ਼ਬਦ ਨੂੰ ਸੰਸਾਰਕ ਇਛਾਂ ਤੋਂ ਰਖਿਆ ਕਰਨ ਵਾਲੀ, ਆਪਣੇ ਭਰੋਸੇ ਦੀ ਛਾਂ ਬਣਾਉਂਦਾ ਹੈ । ਮਨ ਦੀ ਪਵਿਤਰਤਾ ਨੂੰ ਰੇਸ਼ਮੀ ਕਪੜੇ ਦਾ ਰਮਾਲਾ ਬਣਾਉਂਦਾ ਹੈ! ਆਪਣੇ ਮਨ ਦੇ ਧੀਰਜ ਨੂੰ ਆਪਣੇ ਸਿਰ ਦਾ ਤਾਜ ਬਣਾਉਂਦਾ, ਪ੍ਰਭ ਦੇ ਵਿਛੋੜੇ ਦੇ ਵਿਰਾਗ ਦਾ ਅਤਰ ਲਾਉਂਦਾ ਹੈ! ਉਸ ਦੀ ਆਤਮਾ ਪ੍ਰਭ ਦੇ ਦਰਬਾਰ ਵਿੱਚ ਪ੍ਰਵਾਨ ਹੋਣ ਯੋਗ ਬਣ ਸਕਦੀ ਹੈ ।

Whosoever may make the teachings of His Word as a protector from worldly desires; his steady and stable belief on the teachings of His Word as a comforting shadow of a tree; the purity of his mind as the silky shawl; his patience on His Blessings as the crown of his head; his renunciation in memory of his separation from His Holy Spirit as scent, fragrance on his body. Only his soul may become worthy of His Consideration and she may be accepted in His Court.

ਮਨ ਮੰਦਰਿ ਜੇ ਦੀਪਕੁ ਜਾਲੇ, ਕਾਇਆ ਸੇਜ ਕਰੇਈ॥	man mandar jay deepak jaalay kaa-i-aa sayj karay-ee.
ਗਿਆਨ ਰਾਉ ਜਬ ਸੇਜੈ ਆਵੈ, ਤ ਨਾਨਕ ਭੋਗੁ ਕਰੇਈ॥੪॥੧॥੩੫॥	gi-aan raa-o jab sayjai aavai ta naanak bhog karay-ee. ‖4‖1‖35‖

ਜਿਹੜਾ ਆਪਣੇ ਮਨ ਵਿੱਚ ਪ੍ਰਭ ਦੇ ਸ਼ਬਦ ਦੀ ਸੋਝੀ ਨਾਲ ਰੋਸ਼ਨੀ ਕਰਦਾ ਹੈ । ਮਨ ਨੂੰ ਪ੍ਰਭ ਦੇ ਵਸਣ ਵਾਲਾ ਮੰਦਰ ਬਣਾਉਂਦਾ ਹੈ । ਪ੍ਰਭ ਦੀ ਹੋਂਦ, ਸੋਝੀ ਦੇ ਮਾਲਕ ਦੀ ਜੋਤ ਮਨ ਅੰਦਰ ਜੋਤ ਜਾਗਰਤ ਹੋ ਸਕਦੀ ਹੈ । ਸ਼ਬਦ ਤੇ ਭਰੋਸਾ ਅਡੋਲ ਹੋ ਸਕਦਾ ਹੈ ।

Whosoever may enlighten his mind with the teachings of His Word; sanctify his mind and body as a temple worthy for The True Master. He may be enlightened with the essence of His Word within. He may remain awake and alert in his meditation. He may remain contented with His Blessings; remains steady and stable on the right path.

Key Message of Raag Aasaa, page 359-8
'ਦਰਬਾਰ ਵਿੱਚ ਪ੍ਰਵਾਨਗੀ ਦਾ ਰਸਤਾ!
ਜਿਸ ਦਾ ਜੀਵਨ ਤਰਸ, ਦੂਸਰੇ ਦੀਆਂ ਗਲਤੀਆਂ ਮਾਫ ਕਰਨ ਵਾਲਾ ਬਣ ਜਾਂਦਾ ਹੈ, ਉਸ ਦੇ ਬੋਲ ਹੀ ਬੰਦਗੀ ਕਰਨ ਵਾਲੀ ਮਾਲ਼ਾ ਬਣ ਜਾਂਦੀ ਹੈ! ਪ੍ਰਭ ਦੇ ਤੁਲ ਗੁਣ, ਹੋਰ ਕਿਸੇ ਵਿੱਚ ਨਹੀਂ ਹੁੰਦੇ! ਜਿਹੜਾ ਸ਼ਬਦ ਦੀ ਪਾਲਣਾ ਨੂੰ ਗਲ ਦੀ ਮਾਲ਼ਾ, ਮਨ ਦੀ ਪਵਿਤਰਤਾ ਨੂੰ ਬਾਣਾ, ਧੀਰਜ ਨੂੰ ਆਪਣਾ ਤਾਜ ਬਣਾਉਂਦਾ, ਪ੍ਰਭ ਦੇ ਵਿਛੋੜੇ ਦੇ ਵਿਰਾਗ ਦਾ ਅਤਰ ਲਾਉਂਦਾ ਹੈ, ਉਸ ਦੀ ਆਤਮਾ ਪ੍ਰਭ ਦੇ ਦਰਬਾਰ ਵਿੱਚ ਪ੍ਰਵਾਨ ਹੋ ਸਕਦੀ ਹੈ । ਉਸ ਦਾ ਮਨ, ਪ੍ਰਭ ਦਾ ਮੰਦਰ ਬਣਾ ਜਾਂਦਾ, ਮਨ ਅੰਦਰ ਸ਼ਬਦ ਦੀ ਸਦਾ ਚਲਣ ਵਾਲੀ ਧੁਨ ਚਲਦੀ ਸੁਣਾਈ ਦੇਂਦੀ ਹੈ!
The right path of acceptance in His Court!
Whosoever may remain overwhelmed with forgiveness of weaknesses, and mistakes of others; his spoken words, may become a rosary for meditation. No one, born in flesh and blood may ever have virtues close to His Greatness. Whosoever may embellish with the essence of His Word as rosary, his sanctified soul as robe, his patience on His Blessings as his crown, his renunciation in memory of his separation as a scent, fragrance; his soul may become worthy of His Consideration. His soul may be sanctified as His Holy Shrine. He may hear the everlasting echo of His Word within.

37. ਆਸਾ ਮਹਲਾ ੧॥ 359-13

ਕੀਤਾ ਹੋਵੈ ਕਰੇ ਕਰਾਇਆ, ਤਿਸੁ ਕਿਆ ਕਹੀਐ ਭਾਈ॥	keetaa hovai karay karaa-i-aa tis ki-aa kahee-ai bhaa-ee.
ਜੋ ਕਿਛੁ ਕਰਣਾ ਸੋ ਕਰਿ ਰਹਿਆ, ਕੀਤੇ ਕਿਆ ਚਤੁਰਾਈ॥੧॥	jo kichh karnaa so kar rahi-aa keetay ki-aa chaturaa-ee. ‖1‖

ਪ੍ਰਭ ਆਪ ਹੀ ਸਾਰੇ ਕੰਮਾਂ ਦੇ ਕਰਨ ਵਾਲਾ ਅਤੇ ਕਾਰਨ ਜਾਣਦਾ ਹੈ । ਉਸ ਬਾਬਤ ਹੋਰ ਕੁਝ ਕਹਿਣਾ ਜੀਵ ਦੀ ਸੋਝੀ ਵਿੱਚ ਨਹੀਂ । ਉਸ ਦੀ ਰਜ਼ਾ ਵਿੱਚ ਹੀ ਸਭ ਕੁਝ ਹੋ ਸਕਦਾ, ਹੁੰਦਾ ਹੈ, ਕੋਈ ਚਲਾਕੀ, ਸਿਆਣਪ ਨਹੀਂ ਚਲਦੀ ।

The True Master prevails in every task, events; Only He knows the real purpose of any activity. His Nature remains beyond any comprehension of His Creation. Only His Command always prevails, no other wisdom or clever tricks may make any difference in day-to-day life.

ਤੇਰਾ ਹੁਕਮੁ ਭਲਾ ਤੁਧੁ ਭਾਵੈ॥ tayraa hukam bhalaa tuDh bhaavai.
ਨਾਨਕ ਤਾ ਕਉ ਮਿਲੈ ਵਡਾਈ, ਸਾਚੇ ਨਾਮਿ ਸਮਾਵੈ॥੧॥ ਰਹਾਉ॥ naanak taa ka-o milai vadaa-ee saachay naam samaavai. ||1|| rahaa-o.

ਤੇਰਾ ਭਾਣਾ, ਸ਼ਬਦ ਮੈਨੂੰ ਚੰਗਾ ਲਗਦਾ ਹੈ । ਜਿਹੜਾ ਸਤਿ ਕਰਕੇ ਮੰਨਦਾ, ਜੀਵਨ ਵਿੱਚ ਢਾਲਦਾ ਹੈ, ਉਹ ਪੂਜਣ ਯੋਗ ਹੋ ਜਾਂਦਾ ਹੈ ।

The teachings of His Word are soothing to my mind. Whosoever may accept His Word, unconditionally as an ultimate Command. He may adopt the teachings of His Word in his day-to-day life and he may become worthy of worship.

ਕਿਰਤੁ ਪਇਆ ਪਰਵਾਣਾ ਲਿਖਿਆ, ਬਾਹੁੜਿ ਹੁਕਮੁ ਨ ਹੋਈ॥ kirat pa-i-aa parvaanaa likhi-aa baahurh hukam na ho-ee.
ਜੈਸਾ ਲਿਖਿਆ ਤੈਸਾ ਪੜਿਆ, ਮੇਟਿ ਨ ਸਕੈ ਕੋਈ॥੨॥ jaisaa likhi-aa taisaa parhi-aa mayt na sakai ko-ee. ||2||

ਜੀਵ ਦੇ ਪਿਛਲੇ ਜਨਮ ਦੇ ਕੰਮਾਂ ਨਾਲ, ਉਸ ਦੀ ਆਤਮਾ ਤੇ ਪ੍ਰਭ ਦੇ ਸ਼ਬਦ ਰੂਪੀ, ਪ੍ਰਵਾਨਗੀ ਦਾ ਰਸਤਾ ਉਕਾਰਿਆ ਜਾਂਦਾ, ਭਾਗਾਂ ਨਾਲ ਲਿਖੇ ਜਾਂਦੇ ਹਨ! ਕੇਵਲ ਸ਼ਬਦ ਦੀ ਸਿਖਿਆਂ ਤੇ ਚਲ ਕੇ ਹੀ ਉਸ ਦੀ ਆਤਮਾ ਪ੍ਰਵਾਨ ਹੋ ਸਕਦੀ ਹੈ! ਉਸ ਦੇ ਜੀਵਨ ਦੇ ਰਸਤੇ ਧਾਰਨ ਕਰਨ ਨਾਲ ਹੀ ਸਭ ਕੁਝ ਵਾਪਰਦਾ ਹੈ, ਇਸ ਨੂੰ ਕੋਈ ਜੀਵ ਬਦਲ ਨਹੀਂ ਸਕਦਾ ।

His destiny, his right path in worldly life as His Word has been engraved on his soul as a reward of his previous life deeds. His soul may only become worthy of acceptance in His Court. Whatsoever path, he may adopt in his worldly life, The True Master prevails in his worldly events. Every turn, event in life, The True Master, inspires two paths, Shiv - path of His Word and Shakti – path of short-lived pleasures, easy way. The life events of his life may only happen based on his selection of path. No one may have any power to change the outcome of his adopted path.

ਜੇ ਕੋ ਦਰਗਹ ਬਹੁਤਾ ਬੋਲੈ, ਨਾਉ ਪਵੈ ਬਾਜਾਰੀ॥ jay ko dargeh bahutaa bolai naa-o pavai baajaaree.
ਸਤਰੰਜ ਬਾਜੀ ਪਕੈ ਨਾਹੀ, ਕਚੀ ਆਵੈ ਸਾਰੀ॥੩॥ satranj baajee pakai naahee kachee aavai saaree. ||3||

ਜਿਹੜਾ ਪ੍ਰਭ ਦੇ ਦਰਬਾਰ ਵਿੱਚ, ਸੰਗਤ ਵਿੱਚ ਬਹੁਤਾ ਬੋਲਦਾ ਹੈ । ਉਸ ਨੂੰ ਤਮਾਸ਼ਾ ਕਰਨ ਵਾਲਾ ਹੀ ਜਾਣਿਆ ਜਾਂਦਾ ਹੈ । ਦਰਬਾਰ ਵਿੱਚ ਕੋਈ ਚਲਾਕੀ ਨਾਲ ਪ੍ਰਵਾਨ ਨਹੀਂ ਹੋ ਜਾ ਸਕਦਾ ।

Whosoever may consider to be wise, knowledgeable and talk too much about His Nature; he may be considered as a joker or foolish. No one may be accepted in His Court by any clever tricks or own wisdom.

ਨਾ ਕੋ ਪੜਿਆ ਪੰਡਿਤੁ ਬੀਨਾ, ਨਾ ਕੋ ਮੂਰਖੁ ਮੰਦਾ॥ naa ko parhi-aa pandit beenaa naa ko moorakh mandaa.
ਬੰਦੀ ਅੰਦਰਿ ਸਿਫਤਿ ਕਰਾਏ, ਤਾ ਕਉ ਕਹੀਐ ਬੰਦਾ॥੪॥੨॥੩੬॥ bandee andar sifat karaa-ay taa ka-o kahee-ai bandaa. ||4||2||36||

ਕੋਈ ਵੀ ਆਪਣੇ ਆਪ ਸਿਆਣਾ, ਸੋਭਵਾਨ, ਮੂਰਖ ਜਾ ਜ਼ਾਲਮ ਨਹੀਂ ਬਣ ਸਕਦਾ । ਜਿਹੜਾ ਪ੍ਰਭ ਦਾ ਦਾਸ ਬਣਕੇ, ਸੰਸਾਰ ਵਿੱਚ ਜੀਵਨ ਬਤੀਤ ਕਰਦਾ ਹੈ । ਉਹ ਹੀ ਅਸਲੀ ਮਾਨਸ ਬਣ ਸਕਦਾ ਹੈ ।

No one may become a wise, enlightened, foolish, ignorant, talented, tyrant by his own efforts. Whosoever may adopt humility and the teachings of His Word in his day-to-day life, he may be accepted as His true devotee.

Key Message of Raag Aasaa, page 359-13
'ਦਰਬਾਰ ਵਿੱਚ ਪ੍ਰਵਾਨਗੀ ਦਾ ਰਸਤਾ!
ਪ੍ਰਭ ਆਪ ਹੀ ਸਾਰੇ ਕੰਮਾਂ ਦੇ ਕਰਨ ਵਾਲਾ ਅਤੇ ਕਾਰਨ ਜਾਣਦਾ ਹੈ । ਜਿਹੜਾ ਪ੍ਰਭ ਦੇ ਸ਼ਬਦ ਨੂੰ ਸਤਿ ਕਰਕੇ ਮੰਨਦਾ, ਜੀਵਨ ਵਿੱਚ ਢਾਲਦਾ ਹੈ, ਉਹ ਪੂਜਣ ਯੋਗ ਹੋ ਜਾਂਦਾ ਹੈ । ਪ੍ਰਭ ਦਾ ਦਾਸ ਬਣਕੇ ਜੀਵਨ ਬਤੀਤ ਕਰਨਾ ਹੀ ਅਸਲੀ ਪ੍ਰਵਾਨਗੀ ਦਾ ਰਸਤਾ ਹੈ ।
The right path of acceptance in His Court!
Only, The True Master knows the true purpose of any chore, activities and prevails in each task. Whosoever may accept His Word, unconditionally as an ultimate Command; he may adopt the teachings in his day-to-day life. He may become worthy of worship. Whosoever may adopt the teachings of His Word as an ultimate Command in his day-to-day life, he may be blessed with the right path of acceptance in His Court.

38. ਆਸਾ ਮਹਲਾ ੧॥ 359-18

ਗੁਰ ਕਾ ਸਬਦੁ ਮਨੈ ਮਹਿ ਮੁੰਦ੍ਰਾ, ਖਿੰਥਾ ਖਿਮਾ ਹਢਾਵਉ॥ gur kaa sabad manai meh mundra khinthaa khimaa hadhaava-o.
ਜੋ ਕਿਛੁ ਕਰੈ ਭਲਾ ਕਰਿ ਮਾਨਉ, ਸਹਜ ਜੋਗ ਨਿਧਿ ਪਾਵਉ॥੧॥ jo kichh karai bhalaa kar maan- sahj jog niDh paava-o. ||1||

ਜਿਹੜਾ ਪ੍ਰਭ ਦੇ ਸ਼ਬਦ ਨੂੰ ਆਪਣੇ ਮਨ ਦੀਆਂ ਧੀਰਜ ਵਾਲੀਆਂ ਮੁੰਦ੍ਰਾਂ ਬਣਾਉਂਦਾ, ਖਿਮਾ, ਦੂਸਰੇ ਦੀ ਗਲਤੀ ਨੂੰ ਮਾਫ ਕਰਨ ਨੂੰ ਆਪਣਾ ਧਾਰਮਕ ਬਾਣਾ ਬਣਾਉਂਦਾ, ਪ੍ਰਭ ਦੇ ਭਾਣਾ ਨੂੰ ਸਤਿ ਮੰਨ ਕੇ ਪਾਲਣਾ ਕਰਦਾ ਹੈ! ਉਹ ਪ੍ਰਭ ਦੇ ਦਰਬਾਰ ਵਿੱਚ ਪ੍ਰਵਾਨ ਹੋਣ ਯੋਗ, ਜੋਗੀ ਬਣ ਸਕਦਾ ਹੈ ।

Whosoever may make the teachings of His Word as ear rings of **patience** of your mind. **Forgiveness**! Forgiving the weakness, mistakes of others as **his religious robe**. He obeys the teachings of His Word with steady and stable belief, unconditionally accept as an ultimate Command in day-to-day life; he may become a Yogi worthy of His Consideration.

ਬਾਬਾ ਜੁਗਤਾ ਜੀਉ ਜੁਗਹ ਜੁਗ ਜੋਗੀ, ਪਰਮ ਤੰਤ ਮਹਿ ਜੋਗੰ॥ baabaa jugtaa jee-o jugah jug jogee param tant meh jogaN.
ਅੰਮ੍ਰਿਤੁ ਨਾਮੁ ਨਿਰੰਜਨ ਪਾਇਆ, amrit naam niranjan paa-i-aa
ਗਿਆਨ ਕਾਇਆ ਰਸ ਭੋਗੰ॥੧॥ ਰਹਾਉ॥ gi-aan kaa-i-aa ras bhogaN. ||1|| rahaao.

ਜਿਹੜੀ ਆਤਮਾ ਪ੍ਰਭ ਦੇ ਸ਼ਬਦ ਦੀ ਪਾਲਣਾ, ਬੰਦਗੀ ਵਿੱਚ ਲੀਨ ਰਹਿੰਦੀ ਹੈ । ਇਸ ਅਵਸਥਾ ਨਾਲ ਹੀ ਪ੍ਰਭ ਦੇ ਅਨਮੋਲ ਸ਼ਬਦ ਦੀ ਸੋਝੀ ਬਖਸ਼ਿਸ਼ ਹੋ ਸਕਦੀ ਹੈ । ਮਨ ਵਿੱਚ ਪ੍ਰਭ ਦੀ ਜੋਤ ਜਾਗਰਤ ਹੋ ਜਾਂਦੀ ਹੈ, ਤਨ ਅਨੰਦ ਮਾਨਦਾ ਹੈ ।

Whosoever may remain intoxicated in meditation and adopting the teachings of His Word; with His mercy and grace, he may be enlightened with the essence of His Word. The eternal Holy Spirit may glow within his heart and he remains awake and alert in meditation, he may enjoy blossom in my worldly life.

ਗੁਰੂ ਨਾਨਕ ਦੇਵ ਜੀ! – Guru Nanak Dev Ji! Guru Granth Sahib

ਸਿਵ ਨਗਰੀ ਮਹਿ ਆਸਣਿ ਬੈਸਉ, ਕਲਪ ਤਿਆਗੀ ਬਾਦੰ॥ siv nagree meh aasan baisa-o kalap ti-aagee baadaN.
ਸਿੰਙੀ ਸਬਦੁ ਸਦਾ ਧੁਨਿ ਸੋਹੈ, ਅਹਿਨਿਸਿ ਪੂਰੈ ਨਾਦੰ॥੨॥ sinyee sabad sadaa Dhun sohai ahinis poorai naadaN. ||2||

ਜਿਹੜਾ ਪ੍ਰਭ ਦੀ ਬਖਸ਼ ਨਾਲ ਆਪਣੀਆ ਸੰਸਾਰਕ ਇਛਾਂ ਨੂੰ ਤਿਆਗ ਦੇਂਦਾ, ਜਿੱਤ ਪਾ ਲੈਂਦਾ ਹੈ! ਉਹ ਪ੍ਰਭ ਦੇ ਸ਼ਬਦ ਦੀ ਪਾਲਣਾ ਵਿੱਚ ਮਸਤ ਰਹਿੰਦਾ ਹੈ, ਉਸ ਦੇ ਮਨ ਵਿੱਚ ਪ੍ਰਭ ਦੇ ਸ਼ਬਦ ਦੀ ਗੂੰਜ ਚਲਦੀ ਸੁਣਾਈ ਦੇਣ ਲਗ ਪੈਂਦੀ ਹੈ । ਇਹ ਵਿਰਾਗ ਦਿਨ ਰਾਤ ਚਲਦਾ ਰਹਿੰਦਾ ਹੈ ।

Whosoever may renounce and conquer his worldly desires; with His mercy and grace, he may remain intoxicated in adopting the teachings of His Word. He may hear the everlasting echo of His Word resonating within his heart non-stop, forever. His memory of renunciation of his separation from His Holy Spirit remains fresh within his mind.

ਪਤੁ ਵੀਚਾਰੁ ਗਿਆਨ ਮਤਿ ਡੰਡਾ ਵਰਤਮਾਨ ਬਿਭੂਤੰ॥ pat veechaar gi-aan mat dandaa varatmaan bibhootaN.
ਹਰਿ ਕੀਰਤਿ ਰਹਰਾਸਿ ਹਮਾਰੀ, ਗੁਰਮੁਖਿ ਪੰਥੁ ਅਤੀਤੰ॥੩॥ har keerat rahraas hamaaree gurmukh panth ateetaN. ||3||

ਜਿਹੜਾ ਜੀਵ ਸ਼ਬਦ ਦੀ ਬੰਦਗੀ ਕਰਦਾ, ਸ਼ਬਦ ਦੀ ਸੋਝੀ ਨੂੰ ਆਸਰਾ ਦੇਣ ਵਾਲੀ ਸੋਟੀ ਬਣਾਉਂਦਾ, ਸ਼ਬਦ ਦੇ ਸਿਮਰਨ ਨੂੰ ਆਪਣੇ ਤਨ ਤੇ ਲਾਉਣ ਵਾਲੀ ਭਸਮ ਬਣਾਉਂਦਾ ਹੈ । ਪ੍ਰਭ ਦਾ ਧੰਨਵਾਦ ਕਰਨਾ ਆਪਣਾ ਧੰਦਾ ਬਣਾਉਂਦਾ ਹੈ! ਉਹ ਗੁਰਮਖ ਦੀ ਤਰ੍ਹਾਂ ਆਪਣੇ ਮਨ ਨੂੰ ਸੰਸਾਰਕ ਇਛਾਂ ਤੋਂ ਰਹਿਤ ਰਖਦਾ ਹੈ ।

Whosoever may meditate and considers the enlightenment of His Word as a guiding rod, to support on the right path of His Acceptance. He may consider the meditation of His Word as the ashes to rub on his body as an insignia of His Blessings. Singing the glory of His Virtue may become a real purpose of his day-to-day life. As His true devotee, he may conquer his worldly desires and his soul remains blemish free.

ਸਗਲੀ ਜੋਤਿ ਹਮਾਰੀ ਸੰਮਿਆ ਨਾਨਾ ਵਰਨ ਅਨੇਕੰ॥ saglee jot hamaaree sammi-aa naanaa varan anaykaN.
ਕਹੁ ਨਾਨਕ ਸੁਣਿ ਭਰਥਰਿ ਜੋਗੀ, ਪਾਰਬ੍ਰਹਮ ਲਿਵ ਏਕੰ॥੪॥੩॥੩੭॥ kaho naanak sun bharthar jogee paarbarahm liv aykaN. ||4||3||37||

ਜਿਹੜਾ ਪ੍ਰਭ ਦੇ ਸ਼ਬਦ ਦੀ ਪਾਲਣਾ, ਸਿਮਰਨ ਤੇ ਅਡੋਲ ਰਹਿੰਦਾ ਹੈ! ਉਸ ਨੂੰ ਹਰਇਕ ਜੀਵ ਵਿੱਚ ਹੀ ਪ੍ਰਭ ਦੀ ਜੋਤ ਨਜ਼ਰ ਆਉਂਦੀ ਹੈ । ਪ੍ਰਭ ਦੀ ਜੋਤ ਹੀ ਵੱਖਰੇ, ਰੰਗਾਂ ਜਾ ਕਿਸਮਾਂ ਵਿੱਚ ਸਮਾਇਆ ਰਹਿੰਦੀ ਹੈ! ਸਭ ਤੋਂ ਸ਼੍ਰੋਮਣੀ ਅਟਲ ਪ੍ਰਭ ਦੇ ਸ਼ਬਦ ਦੀ ਬੰਦਗੀ ਕਰੋ ।

Whosoever may meditate and obeys the teachings of His Word with steady and stable belief; with His mercy and grace, he may realize His Existence, embedded within every soul, and prevails everywhere. Even though all creatures are of different colors, forms, and shapes. You should always meditate on the teachings of His Word, The True Master.

Key Message of Raag Aasaa, page 359-18
'ਬੰਦਗੀ ਕਰਨ ਦੀ ਵਿਧੀ!
ਜਿਹੜਾ ਪ੍ਰਭ ਦੇ ਸ਼ਬਦ ਨੂੰ ਆਪਣੇ ਮਨ ਦੀਆਂ ਧੀਰਜ ਵਾਲੀਆਂ ਮੁੰਦ੍ਰਾਂ; ਖਿਮਾ, ਦੂਸਰੇ ਦੀ ਗਲਤੀ ਨੂੰ ਮਾਫ ਕਰਨ ਨੂੰ ਆਪਣਾ ਧਾਰਮਕ ਬਾਣਾ, ਪ੍ਰਭ ਦੇ ਭਾਣਾ ਨੂੰ ਸਤਿ ਕਰਕੇ ਪਾਲਣਾ ਕਰਦਾ ਹੈ! ਉਸ ਨੂੰ ਦਾਸ ਅਵਸਥਾ ਬਖਸ਼ਿਸ਼ ਹੋ ਸਕਦੀ ਹੈ! ਪ੍ਰਭ ਦੇ ਅਣਮੋਲ ਸ਼ਬਦ ਦੀ ਸੋਝੀ ਬਖਸ਼ਿਸ਼ ਹੋ ਸਕਦੀ ਹੈ । ਜਿਹੜਾ ਸੰਸਾਰਕ ਇਛਾਂ ਤੇ ਜਿੱਤ ਪਾ ਲੈਂਦਾ, ਉਹ ਵਿਰਾਗ ਵਿੱਚ, ਸਦਾ ਚਲਣ ਵਾਲੀ ਸ਼ਬਦ ਦੀ ਗੂੰਜ ਵਿੱਚ ਲੀਨ ਹੋ ਜਾਂਦਾ ਹੈ । ਉਹ ਹਰਇਕ ਜੀਵ ਵਿੱਚ ਹੀ ਪ੍ਰਭ ਦੀ ਜੋਤ ਮਹਿਸੂਸ ਕਰਦਾ ਹੈ!
Techniques of meditation!
Whosoever may adopt the teachings of His Word as ear rings of **patience; forgiveness**, forgiving the weakness, mistakes of others as religious robe; unconditionally accept His Word as an ultimate Command; he may be blessed with the state of mind as His true devotee, worthy of His Consideration. He may be enlightened with the teachings of His Word. Whosoever may conquer his worldly desires; he remains in renunciation in the memory of his separation; he remains intoxicated in the everlasting echo of His Word. He may realize, His Holy Spirit prevails with in each creature.

39. ਆਸਾ ਮਹਲਾ ੧॥ 360-5

ਗੁੜੁ ਕਰਿ ਗਿਆਨੁ, ਧਿਆਨੁ ਕਰਿ ਧਾਵੈ, ਕਰਿ ਕਰਣੀ ਕਸੁ ਪਾਈਐ॥ gurh kar gi-aan Dhi-aan kar Dhaavai kar karnee kas paa-ee-ai.
ਭਾਠੀ ਭਵਨੁ ਪ੍ਰੇਮ ਕਾ ਪੋਚਾ, ਇਤੁ ਰਸਿ ਅਮਿਉ ਚੁਆਈਐ॥੧॥ bhaathee bhavan paraym kaa pochaa it ras ami-o chu-aa-ee-ai. ||1||

ਜਿਹੜਾ ਜੀਵ ਆਪਣੇ ਗਿਆਨ, ਸ਼ਬਦ ਦੀ ਸੋਝੀ ਨੂੰ ਬੰਦਗੀ ਦਾ ਮੂਲ ਬਣਾਉਂਦਾ ਹੈ! ਆਪਣੀ ਲਗਨ, ਧਿਆਨ ਨੂੰ ਭਰੋਸਾ ਅਡੋਲ ਕਰਨ ਵਾਲੀ ਗੂੰਦ ਬਣਾਉਂਦਾ ਹੈ! ਆਪਣੇ ਚੰਗੇ ਕੰਮਾਂ ਨੂੰ ਬਮਾਰੀ ਠੀਕ ਕਰਨ ਵਾਲੀ ਦਵਾਈ, ਬਾਮ; ਆਪਣੇ ਭਰੋਸੇ ਨੂੰ ਅਰਕ ਕੱਢਣਵਾਲੀ ਅੱਗ ਬਣਾਉਂਦਾ ਹੈ! ਆਪਣੇ ਪਿਆਰ, ਲਗਨ ਨੂੰ ਉਹ ਬਾਟਾ ਬਣਾਉਂਦਾ ਹੈ! ਇਸਤਰ੍ਹਾਂ ਜੀਵਨ ਢਾਲਣ ਨਾਲ ਪ੍ਰਭ ਦੀ ਰਹਿਮਤ ਬਖਸ਼ਿਸ਼ ਹੋ ਸਕਦੀ ਹੈ ।

Whosoever may consider the enlightenment of His Word as the guiding principle of his life. He makes his devotion, concentration as a glue to keep his belief steady and stable on His Blessings. He makes his good deeds as medicine, bam to cure the disease; his belief as a fire to extract the essence of the teachings of His Word. He makes his devotion as a bowl to collect alms. With such a way of life, The True Master may become merciful on his soul.

ਬਾਬਾ ਮਨੁ ਮਤਵਾਰੋ ਨਾਮ ਰਸੁ ਪੀਵੈ, ਸਹਜ ਰੰਗ ਰਚਿ ਰਹਿਆ॥ baabaa man matvaaro naam ras peevai sahj rang rach rahi-aa.
ਅਹਿਨਿਸਿ ਬਨੀ ਪ੍ਰੇਮ ਲਿਵ ਲਾਗੀ, ਸਬਦੁ ਅਨਾਹਦ ਗਹਿਆ॥੧॥ ahinis banee paraym liv laagee sabad anaahad gahi-aa. ||1||
ਰਹਾਉ॥ rahaa-o.

ਪ੍ਰਭ ਮੇਰਾ ਮਨ ਸ਼ਬਦ ਦੇ ਨਸ਼ੇ ਨਾਲ ਮਸਤ, ਸ਼ਬਦ ਵਿੱਚ ਲੀਨ ਹੋਇਆ ਹੈ । ਇਸ ਤੇ ਸ਼ਬਦ ਦਾ ਰੰਗ ਚੜ੍ਹਿਆ ਹੈ । ਇਸਤਰ੍ਹਾਂ ਹੀ ਰਾਤ ਦਿਨ ਸ਼ਬਦ ਵਿੱਚ ਲਿਵ ਲਗੀ ਰਹਿੰਦੀ ਹੈ । ਮਨ ਵਿੱਚ ਸ਼ਬਦ ਦੀ ਗੂੰਜ ਚਲਦੀ ਸੁਣਾਈ ਦੇਂਦੀ ਹੈ ।

I remain intoxicated in meditation in the void of His Word. I am drenched with the crimson color of the essence of His Word. Such a way, I remain intoxicated in meditation Day and night. I hear the everlasting echo of His Word resonating within my mind forever.

ਪੂਰਾ ਸਾਚੁ ਪਿਆਲਾ ਸਹਜੇ, ਤਿਸਹਿ ਪੀਆਏ ਜਾ ਕਉ ਨਦਰਿ ਕਰੇ॥ pooraa saach pi-aalaa sehjay tiseh pee-aa-ay jaa ka-o nadar karay.
ਅੰਮ੍ਰਿਤ ਕਾ ਵਾਪਾਰੀ ਹੋਵੈ, amrit kaa vaapaaree hovai
ਕਿਆ ਮਦਿ ਛੂਛੈ ਭਾਉ ਧਰੇ॥੨॥ ki-aa mad chhoochhai bhaa-o Dharay. 2

ਜਿਸ ਤੇ ਆਪ ਹੀ ਰਹਿਮਤ ਬਖਸ਼ਦਾ ਹੈ, ਉਸ ਦੀ ਹੀ ਸ਼ਬਦ ਵਿੱਚ ਲਗਨ, ਸ਼ਬਦ ਦੀ ਸੋਝੀ ਬਖਸ਼ਿਸ਼ ਹੁੰਦੀ ਹੈ । ਜਿਹੜਾ ਸ਼ਬਦ ਦੀ ਪਾਲਣਾ ਨੂੰ ਆਪਣੇ ਜੀਵਨ ਦਾ ਮੰਤਵ ਬਣਾ ਲੈਂਦਾ ਹੈ । ਉਹ ਸੰਸਾਰਕ ਇਛਾਂ ਦੇ ਜਾਲ ਵਿੱਚ ਨਹੀਂ ਫਸਦਾ ।

ਗੁਰੂ ਨਾਨਕ ਦੇਵ ਜੀ! – Guru Nanak Dev Ji! Guru Granth Sahib

Whosoever may be bestowed with His Blessed Vision, he may remain intoxicated in meditation on the teachings of His Word. He may be blessed with enlightenment of His Word from within. Whosoever makes the meditation on the teachings of His Word as the only purpose of his life; he may never become a salve, victim of worldly desires.

ਗੁਰ ਕੀ ਸਾਖੀ ਅੰਮ੍ਰਿਤ ਬਾਣੀ, ਪਵਿੱਤ ਹੀ ਪਰਵਾਣੁ ਭਇਆ॥ gur kee saakhee amrit bane peevat hee parvaan bha-i-aa.
ਦਰ ਦਰਸਨ ਕਾ ਪ੍ਰੀਤਮੁ ਹੋਵੈ, ਮੁਕਤਿ ਬੈਕੁੰਠੈ ਕਰੈ ਕਿਆ॥੩॥ dar darsan kaa pareetam hovai mukat baikunthay karai ki-aa. ||3||

ਪ੍ਰਭ ਦੇ ਸ਼ਬਦ ਦੀ ਕਥਾ, ਕਹਾਣੀ, ਬਾਣੀ ਪਵਿੱਤਰ ਹੈ । ਜਿਹੜਾ ਸ਼ਬਦ ਨਾਲ ਜੀਵਨ ਢਾਲਦਾ ਹੈ, ਉਸ ਨੂੰ ਪ੍ਰਵਾਨਗੀ ਦਾ ਰਸਤਾ ਬਖਸ਼ਿਸ਼ ਹੋ ਸਕਦਾ ਹੈ । ਜਿਸ ਜੀਵ ਦੇ ਮਨ ਵਿੱਚ ਪ੍ਰਭ ਦੇ ਦਰਸ਼ਨ, ਸ਼ਬਦ ਦੀ ਸੋਝੀ ਦੀ ਪਿਆਸ ਹੋਵੇ । ਉਸ ਨੂੰ ਸਵਰਗ ਜਾ ਮੁਕਤੀ ਦੀ ਕੋਈ ਪ੍ਰਵਾਹ, ਫਿਕਰ ਨਹੀਂ ਹੁੰਦਾ ।

The sermons of the teachings of His Word, the life story of His true devotee and Holy Scriptures, all remain sanctified. Whosoever may adopt the teachings of His Word in his day-to-day life; with His mercy and grace, he may be blessed with the right path of salvation. Whosoever may remain anxious for enlightenment of His Word. He may never fantasize heaven, hell, or salvation.

ਸਿਫਤੀ ਰਤਾ ਸਦ ਬੈਰਾਗੀ, ਜੂਐ ਜਨਮੁ ਨ ਹਾਰੇ॥ siftee rataa sad bairaagee joo-ai janam na haarai.
ਕਹੁ ਨਾਨਕ ਸੁਣਿ ਭਰਥਰਿ ਜੋਗੀ, ਖੀਵਾ ਅੰਮ੍ਰਿਤ ਧਾਰੇ॥੪॥੪॥੩੮॥ kaho naanak sun bharthar jogee kheevaa amrit Dhaarai. ||4||4||38||

ਜਿਹੜਾ ਪ੍ਰਭ ਦੀ ਉਸਤਤ ਵਿੱਚ ਹੀ ਲੀਨ ਹੋਇਆ ਰਹਿੰਦਾ ਹੈ, ਉਸ ਦੇ ਮਨ ਵਿੱਚ ਨਰਾਜ਼ਗੀ ਨਹੀਂ ਹੁੰਦੀ, ਆਪਣਾ ਮਾਨਸ ਜਨਮ ਸਫਲ ਕਰ ਜਾਂਦਾ ਹੈ । ਭਗਤ ਜਨ! ਪ੍ਰਭ ਦੇ ਸ਼ਬਦ ਦੇ ਸਿਮਰਨ ਨੂੰ ਹੀ ਆਪਣੇ ਜੀਵਨ ਦਾ ਮੰਤਵ ਬਣਾਉਂਦੇ ਹਨ!

Whosoever may remain intoxicated in singing the glory of His Word, he may not feel any disappointed. He may make his human life journey a fruitful, successful. His Holy saint! he makes the meditation on the teachings of His Word as the sole purpose of his human life blessings.

Key Message of Raag Aasaa, page 360-5
'ਦਾਸ ਦੇ ਮਨ ਦੀ ਅਵਸਥਾ!
ਜਿਹੜਾ ਸ਼ਬਦ ਦੀ ਸੋਝੀ ਨੂੰ ਜੀਵਨ ਦਾ ਮੁਲ; ਧਿਆਨ ਨੂੰ ਭਰੋਸਾ ਅਡੋਲ ਕਰਨ ਵਾਲੀ ਗੂੰਦ; ਚੰਗੇ ਕੰਮਾਂ ਨੂੰ ਬਮਾਰੀ ਠੀਕ ਕਰਨ ਵਾਲੀ ਦਵਾਈ, ਬਾਮ; ਲਗਨ ਨੂੰ ਅਰਕ ਕੱਢਣਵਾਲੀ ਅੱਗ; ਸ਼ਰਧਾ ਨੂੰ ਬਾਟਾ ਬਣਾ ਕੇ ਜੀਵਨ ਢਾਲਦਾ ਹੈ । ਉਸ ਨੂੰ ਪ੍ਰਵਾਨਗੀ ਦਾ ਅਸਲੀ ਰਸਤਾ ਬਖਸ਼ਿਸ਼ ਹੋ ਸਕਦਾ ਹੈ । ਉਸ ਦੇ ਮਨ ਵਿੱਚ ਸ਼ਬਦ ਦੀ ਗੂੰਜ ਚਲਦੀ ਸੁਣਾਈ ਦੇਂਦੀ ਹੈ । ਉਸ ਨੂੰ ਸਵਰਗ ਜਾ ਮੁਕਤੀ ਦੀ ਕੋਈ ਪ੍ਰਵਾਹ, ਫਿਕਰ ਨਹੀਂ ਹੁੰਦਾ ।
State of mind of His true devotee!
You should make the enlightenment of His Word as the guiding principle of your life; his concentration as a glue to keep belief steady and stable; good deeds as a bam to cure the disease; his belief as a fire to extract the essence of His Word and his devotion as a bowl to collect alms as way of life. He may be blessed with the right path of acceptance in His Court. He may hear the everlasting echo of His Word resonating within his mind forever. He may never pray for heaven or salvation; only Forgiveness and Refuge.

40. ਆਸਾ ਮਹਲਾ ੧॥ 360-12

ਖੁਰਾਸਾਨ ਖਸਮਾਨਾ ਕੀਆ, ਹਿੰਦੁਸਤਾਨੁ ਡਰਾਇਆ॥ khuraasaan khasmaanaa kee-aa hindusataan daraa-i-aa.
ਆਪੈ ਦੋਸੁ ਨ ਦੇਈ ਕਰਤਾ, ਜਮੁ ਕਰਿ ਮੁਗਲੁ ਚੜਾਇਆ॥ aapai dos na day-ee kartaa jam kar mugal charhaa-i-aa.
ਏਤੀ ਮਾਰ ਪਈ ਕਰਲਾਣੇ, ਤੈਂ ਕੀ ਦਰਦੁ ਨ ਆਇਆ॥੧॥ aytee maar pa-ee karlaanay taiN kee darad na aa-i-aa. ||1||

ਪ੍ਰਭ, ਆਤਮਾ ਦੇ ਪਿਛਲੇ ਜਨਮ ਦੀ ਕਮਾਈ ਦਾ ਫਲ ਬਖਸ਼ ਕੇ, ਜਿਸ ਆਤਮਾ ਨੂੰ ਸੰਸਾਰ ਵਿੱਚ ਰਾਜ ਭਾਗ ਬਖਸ਼ਦਾ ਹੈ । ਅਗਰ ਉਹ ਸੰਸਾਰ ਵਿੱਚ ਆ ਕੇ ਸੰਸਾਰਕ ਮਾਇਆ ਦਾ ਗੁਲਾਮ ਬਣ ਕੇ, ਮਸੂਮਾਂ ਤੇ ਜ਼ੁਲਮ ਕਰਦਾ ਹੈ! ਇਸ ਦਾ ਦੋਸ਼ ਪ੍ਰਭ ਨੂੰ, ਸ਼ਬਦ ਦੀ ਕਮਾਈ ਦੀ ਬਖਸ਼ਿਸ਼ ਨੂੰ ਨਹੀਂ ਦਿੱਤਾ ਜਾ ਸਕਦਾ! ਇਸਤਰ੍ਹਾਂ ਹੀ ਬਾਬਰ, ਮੌਤ ਦਾ ਜਮਦੂਤ ਬਣ ਗਿਆ ਹੈ । ਉਸ ਨੇ ਹਿੰਦੁਸਤਾਨ ਦੀ ਧਰਤੀ ਤੇ ਅਤਿਆਚਾਰ ਫੈਲਾ ਦਿੱਤੀ ਹੈ । ਇਤਨੇ ਜੀਵ ਕਤਲ ਕੀਤੇ, ਚਾਰੇ ਪਾਸੇ ਜੀਵ ਬੇਵੱਸ ਹੋ ਕੇ ਕਰਲਾਉਂਦੇ ਹਨ । ਪ੍ਰਭ, ਉਹਨਾਂ ਤੇ ਤਰਸ ਕਰਨ ਵਾਲਾ ਕੋਈ ਨਹੀਂ ਹੈ ।

The True Master may reward the previous life deeds of soul with a royal kingdom; however, he may become a victim, slave of worldly wealth and commits atrocity. The True Master may not be blamed or held responsible for the atrocity. King Babar has become a devil of death; he has created a havoc in the universe, in Hindustan. He has murdered countless innocents; everyone is crying in misery. My True Master! No one may be a savior, protector, merciful of Your Creation.

ਕਰਤਾ ਤੂੰ ਸਭਨਾ ਕਾ ਸੋਈ॥ kartaa tooN sabhnaa kaa so-ee.
ਜੇ ਸਕਤਾ ਸਕਤੇ ਕਉ ਮਾਰੇ, ਤਾ ਮਨਿ ਰੋਸੁ ਨ ਹੋਈ॥੧॥ ਰਹਾਉ॥ jay saktaa saktay ka-o maaray taa man ros na ho-ee. ||1|| rahaa-o.

ਪ੍ਰਭ ਆਪ ਹੀ ਸਭ ਕੁਝ ਕਰਨ ਵਾਲਾ ਹੈ, ਸਭ ਕੁਝ ਕੇਵਲ ਪ੍ਰਭ ਰਜ਼ਾ ਨਾਲ ਹੀ ਹੋ ਸਕਦਾ ਹੈ । ਪ੍ਰਭ ਦੀ ਕੁਦਰਤ ਮਾਨਸ ਜੀਵ ਦੀ ਸਮਝ ਤੋਂ ਉਪਰ ਹੈ! ਪ੍ਰਭ ਹੀ ਸਾਰੇ ਜੀਵਾਂ ਦਾ ਮਾਲਕ ਹੈ । ਅਗਰ ਕੋਈ ਜ਼ੋਰਵਾਰ, ਦੂਸਰੇ ਜ਼ੋਰਵਾਰ ਨੂੰ ਮਾਰੇ, ਅਸਲ ਵਿੱਚ ਉਹ ਜ਼ੁਲਮ ਨਹੀਂ ਹੁੰਦਾ ।

The True Master, only Your Command prevails in every event in the universe. Your Nature remains beyond the comprehension of Your Creation; only You are the protector of Your Creation. When two powerful collide with each other; their fight may not be considered as a tyranny.

ਸਕਤਾ ਸੀਹੁ ਮਾਰੇ ਪੈ ਵਗੈ, ਖਸਮੈ ਸਾ ਪੁਰਸਾਈ॥ saktaa seehu maaray pai vagai khasmai saa pursaa-ee.
ਰਤਨ ਵਿਗਾੜਿ ਵਿਗੋਏ ਕੁਤੀ, ਮੁਇਆ ਸਾਰ ਨ ਕਾਈ॥ ratan vigaarh vigo-ay kuteeN mu-i-aa saar na kaa-ee.
ਆਪੇ ਜੋੜਿ ਵਿਛੋੜੇ ਆਪੇ, ਵੇਖੁ ਤੇਰੀ ਵਡਿਆਈ॥੨॥ aapay jorh vichhorhay aapay vaykh tayree vadi-aa-ee. ||2||

ਅਗਰ ਕੋਈ ਸ਼ੇਰ, ਭੇਡਾਂ ਦੇ ਸਾਰੇ ਵੱਗ, ਇਜੜ ਤੇ ਹਮਲਾ ਕਰਕੇ ਖਤਮ ਕੇਰ ਦੇਵੇ । ਉਸ ਦੇ ਰਖਵਾਲੇ, ਗਵਾਲੇ ਨੂੰ ਜਵਾਬ ਦੇਣਾ ਪੈਂਦਾ ਹੈ । ਧਰਤੀ ਤੇ ਤੇਰੇ ਅਣਮੋਲ ਜੀਵਾਂ ਦੀਆਂ ਲਾਸ਼ਾਂ ਨੂੰ ਥਾਂ ਥਾਂ ਕੁੱਤੇ ਖਾਂਦੇ ਹਨ । ਮੈਂ ਤੇਰੀ ਕਰਮਾਤਾਂ ਤੋਂ ਅਚੰਭਾ, ਕੁਰਬਾਨ ਹੀ ਰਹਿੰਦਾ ਹਾ! ਪ੍ਰਭ ਇਹ ਤੇਰੀ ਕੁਦਰਤ, ਵਡਿਆਈ ਹੈ । ਆਪ ਹੀ ਜੀਵਾਂ ਨੂੰ ਆਪਣੇ ਨਾਲੋ ਵਿਛੋੜਦਾ, ਆਪ ਹੀ ਨਾਲ ਜੋੜਦਾ ਹੈ ।

ਗੁਰੂ ਨਾਨਕ ਦੇਵ ਜੀ! – Guru Nanak Dev Ji! Guru Granth Sahib

If a tiger may slaughter all sheep of herd, then the caretaker must answer, for his negligence. On earth, many innocent souls are being slaughtered and dogs are eating their corpses everywhere. I am fascinated and astonished from the miracles of Your Nature. You may separate the soul from Your Holy Spirit and only by Your Forgiveness; she may be absorbed within Your Holy Spirit; a unique greatness of Your Nature.

ਜੇ ਕੋ ਨਾਉ ਧਰਾਏ ਵਡਾ, ਸਾਦ ਕਰੇ ਮਨਿ ਭਾਣੇ॥ jay ko naa-o Dharaa-ay vadaa saad karay man bhaanay.
ਖਸਮੈ ਨਦਰੀ ਕੀੜਾ ਆਵੈ, ਜੇਤੇ ਚੁਗੈ ਦਾਣੇ॥ khasmai nadree keerhaa aavai jaytay chugai daanay.
ਮਰਿ ਮਰਿ ਜੀਵੈ ਤਾ ਕਿਛੁ ਪਾਏ, ਨਾਨਕ ਨਾਮੁ ਵਖਾਣੇ॥੩॥੫॥੩੯॥ mar mar jeevai taa kichh paa-ay naanak naam vakhaanay. ||3||5||39||

ਜਿਹੜਾ ਆਪਣੇ ਆਪ ਨੂੰ ਵੱਡੇ ਨਾਮ ਨਾਲ ਜਾਣਿਆ ਜਾਵੇ, ਉਸ ਦੇ ਮਨ ਵਿੱਚ ਘਮੰਡ ਹੁੰਦਾ ਹੈ । ਉਹ ਆਪਣੀ ਮਨਮਰਜ਼ੀ ਕਰਨ ਲਗ ਪੈਂਦਾ ਹੈ, ਪ੍ਰਭ ਆਪ ਹੀ ਉਸ ਨੂੰ ਖਤਮ ਕਰਨ ਲਈ ਉਸ ਤੋਂ ਤਾਕਤਵਾਰ ਜੀਵ ਨੂੰ ਜਨਮ ਦੇਂਦਾ, ਭੇਜਦਾ ਹੈ । ਪ੍ਰਭ ਦੀ ਨਜ਼ਰ ਵਿੱਚ ਉਸ ਜ਼ਾਲਮ ਦੀ ਹੈਸੀਅਤ ਇਕ ਕੀੜੀ ਦੀ ਤਰ੍ਹਾਂ ਹੀ ਹੁੰਦੀ ਹੈ । ਉਹ ਆਪਣਾ ਆਪਣਾ ਪੇਟ ਭਰਦੇ ਹਨ । ਆਪਣੀ ਹੈਸੀਅਤ ਮੋਇਆ ਵਰਗੀ, ਨਿਮਾਣੀ ਬਣਾ ਕੇ ਜੀਵਨ ਬਤੀਤ ਕਰਨ ਨਾਲ ਹੀ ਰਹਿਮਤ ਬਖਸ਼ਿਸ਼ ਹੁੰਦੀ ਹੈ ।

Whosoever may be recognized with a great, distinguished name; he may be proud of his worldly status and his notoriety. He may enforce his will on others. The True Master may create more powerful to show His True Power; The Almighty may vanish His Existence. Status of tyrant king may be like a miserable worm in His Court; who may be trying to satisfy his hunger. Whosoever may remain humble, compensate in his day-to-day life; with His mercy and grace, only he may be blessed with enlightenment of His Word.

Key Message of Raag Aasaa, page 360-12
'ਗੁਰਮਖ ਜ਼ੁਲਮ ਸਹਿਦਾ ਵੀ ਸ਼ਬਦ ਦੇ ਗੁਣ ਗਾਉਂਦਾ ਹੈ ।
ਪ੍ਰਭ ਆਤਮਾ ਦੇ ਪਿਛਲੇ ਜਨਮ ਦੀ ਕਮਾਈ ਦਾ ਫਲ ਬਖਸ਼ ਕੇ, ਜਿਸ ਆਤਮਾ ਨੂੰ ਸੰਸਾਰ ਵਿੱਚ ਰਾਜ ਭਾਗ ਬਖਸ਼ਦਾ ਹੈ । ਅਗਰ ਉਹ ਸੰਸਾਰ ਵਿੱਚ ਆ ਕੇ ਸੰਸਾਰਕ ਮਾਇਆ ਦਾ ਗੁਲਾਮ ਬਣ ਕੇ, ਮਸੂਮਾਂ ਤੇ ਜ਼ੁਲਮ ਕਰਦਾ ਹੈ! ਇਸ ਦਾ ਦੋਸ਼ ਪ੍ਰਭ ਨੂੰ, ਸ਼ਬਦ ਦੀ ਕਮਾਈ ਦੀ ਬਖਸ਼ਿਸ਼ ਨੂੰ ਨਹੀਂ ਦਿੱਤਾ ਜਾ ਸਕਦਾ! ਪ੍ਰਭ ਆਪ ਹੀ ਸਭ ਕੁਝ ਕਰਨ ਵਾਲਾ ਹੈ, ਸਭ ਕੁਝ ਕੇਵਲ ਪ੍ਰਭ ਦੀ ਰਜ਼ਾ ਨਾਲ ਹੀ ਹੋ ਸਕਦਾ ਹੈ । ਸੰਸਾਰਕ ਜੀਵ ਅਣਜਾਣਤਾ ਵਿੱਚ ਸ੍ਰਿਸ਼ਟੀ ਦੇ ਰਖਵਾਲੇ ਨੂੰ ਜ਼ਿੰਮੇਵਾਰ ਸਮਝਦੇ ਹਨ! ਪ੍ਰਭ ਦੇ ਕਰਤਬ ਅਚੰਭੇ ਹੀ ਹਨ! ਪ੍ਰਭ ਆਪ ਹੀ ਜੀਵ ਨੂੰ ਆਪਣੇ ਨਾਲੋਂ ਵਿਛੋੜਦਾ, ਆਪ ਹੀ ਨਾਲ ਜੋੜਦਾ ਹੈ । ਪ੍ਰਭ ਆਪ ਹੀ ਉਸ ਨੂੰ ਖਤਮ ਕਰਨ ਲਈ, ਉਸ ਤੋਂ ਤਾਕਤਵਾਰ ਜੀਵ ਨੂੰ ਜਨਮ ਦੇਂਦਾ, ਭੇਜਦਾ ਹੈ । ਪ੍ਰਭ ਦੀ ਨਜ਼ਰ ਵਿੱਚ ਜ਼ਾਲਮ ਦੀ ਹੈਸੀਅਤ ਇਕ ਕੀੜੀ ਦੀ ਤਰ੍ਹਾਂ ਹੀ ਹੁੰਦੀ ਹੈ । ਜਿਹੜਾ ਮਾਨਸ ਆਪਣੀ ਹੈਸੀਅਤ ਮੋਇਆ ਵਰਗੀ, ਨਿਮਾਣੀ ਬਣਕੇ ਜੀਵਨ ਬਤੀਤ ਕਰਦਾ ਹੈ, ਕੇਵਲ ਉਸ ਨੂੰ ਹੀ ਰਹਿਮਤ ਬਖਸ਼ਿਸ਼ ਹੁੰਦੀ ਹੈ ।
His true devotee Consides Worldly miseries as His Blessings!
The True Master may reward the previous life deeds of soul with a royal kingdom; however, he may become a victim, of worldly wealth and commits atrocity. The True Master may not be blamed or held responsible for his atrocity. The True Master, only His Command prevails in every event in the universe. His Nature remains beyond the comprehension of His Creation. Ignorant creatures may blame The True Master, protector of His Creation for his negligence. His true devotee remains fascinated and astonished from His Nature. Only, The True Master may separate or re-immerses any soul within His Holy Spirit. The True Master creates much more powerful to show His True Power, to vanish his existence. The status of tyrant king may be like a miserable worm in His Court. Whosoever may remain compassionate, humble intoxicated in the void of His Word; only he may be blessed with the right path of acceptance in His Court.

41. ਰਾਗੁ ਆਸਾ ਮਹਲਾ ੧ ਅਸਟਪਦੀਆ ਘਰੁ ੨॥ 411-9

ੴ ਸਤਿਗੁਰ ਪ੍ਰਸਾਦਿ॥ ik-oNkaar satgur parsaad.
ਉਤਰਿ ਅਵਘਟਿ ਸਰਵਰਿ ਨ੍ਹਾਵੈ॥ ਬਕੈ ਨ ਬੋਲੈ ਹਰਿ ਗੁਣ ਗਾਵੈ॥ utar avghat sarvar nHaavai. bakai na bolai har gun gaavai.
ਜਲੁ ਆਕਾਸੀ ਸੁੰਨਿ ਸਮਾਵੈ॥ ਰਸੁ ਸਤੁ ਝੋਲਿ ਮਹਾ ਰਸੁ ਪਾਵੈ॥੧॥ jal aakaasee sunn samaavai. ras sat jhol mahaa ras paavai. ||1||

ਜਿਹੜਾ ਜੀਵ ਪਵਿੱਤਰ ਤੀਰਥ, ਸਰੋਵਰ ਵਿੱਚ ਮਨ ਨੂੰ ਪਵਿੱਤਰ ਕਰਨ ਜਾਵੇ । ਹੋਰ ਕੁਝ ਕਹਿਣ ਤੋਂ ਬਿਨਾਂ ਹੀ ਪ੍ਰਭ ਦੇ ਸ਼ਬਦ ਦੀ ਉਸਤਤ ਗਾਵੇ । ਜਿਵੇਂ ਪਾਣੀ ਅਕਾਸ਼, ਹਵਾ ਵਿੱਚ ਸਮਾਇਆ ਰਹਿੰਦਾ ਹੈ, ਇਸਤਰ੍ਹਾਂ ਹੀ ਉਹ ਜੀਵ ਪ੍ਰਭ ਦੇ ਸਿਮਰਨ ਵਿੱਚ ਮਸਤ ਹੋ ਜਾਂਦਾ ਹੈ । ਉਸ ਨੂੰ ਪ੍ਰਭ ਦੇ ਸ਼ਬਦ ਦਾ ਅਮੋਲਕ ਰਸ ਅਨੁਭਵ ਹੋ ਜਾਂਦਾ ਹੈ, ਉਹ ਜੀਵ ਵੀ ਪ੍ਰਭ ਦੇ ਸ਼ਬਦ ਵਿੱਚ ਸਮਾ ਜਾਂਦਾ ਹੈ ।

Whosoever may go to Holy Shrine for sanctification of his soul; just sings the glory of The True Master without any hope, desire for any blessings. As the water remains absorbed in air, in sky; with His mercy and grace, he may be intoxicated in meditation in the void of His Word. He may realize the nectar of the teachings of His Word within. He may be immersed within His Holy Spirit.

ਐਸਾ ਗਿਆਨੁ ਸੁਨਹੁ ਅਭ ਮੋਰੇ॥ aisaa gi-aan sunhu abh moray.
ਭਰਿਪੁਰਿ ਧਾਰਿ ਰਹਿਆ ਸਭ ਠਉਰੇ॥੧॥ ਰਹਾਉ॥ bharipur Dhaar rahi-aa sabh tha-uray. ||1|| rahaa-o.

ਜੀਵ ਆਪਣੇ ਮਨ ਨੂੰ ਇਸਤਰ੍ਹਾਂ ਦੇ ਰੂਹਾਨੀ ਸ਼ਬਦ ਵਿੱਚ ਲਿਵ ਲਾਵੇ! ਜਿਵੇਂ ਪ੍ਰਭ ਹਰ ਥਾਂ ਵਾਪਰਦਾ, ਹਾਜ਼ਰ ਹਜ਼ੂਰ ਰਹਿੰਦਾ ਹੈ ।

You should concentrate and meditate on the teachings of His Word in such a way, as The True Master remains omnipresent everywhere and prevails in every action.

ਸਚੁ ਬ੍ਰਤੁ ਨੇਮੁ ਨ ਕਾਲੁ ਸੰਤਾਵੈ॥ sach barat naym na kaal santaavai.
ਸਤਿਗੁਰ ਸਬਦਿ ਕਰੋਧੁ ਜਲਾਵੈ॥ satgur sabad karoDh jalaavai.
ਗਗਨਿ ਨਿਵਾਸਿ ਸਮਾਧਿ ਲਗਾਵੈ॥ gagan nivaas samaaDh lagaavai.
ਪਾਰਸੁ ਪਰਸਿ ਪਰਮ ਪਦੁ ਪਾਵੈ॥੨॥ paaras paras param pad paavai. ||2

ਜਿਹੜਾ ਜੀਵ ਪ੍ਰਭ ਦੇ ਵਿਛੋੜੇ ਦੇ ਵਿਰਾਗ ਵਿੱਚ ਮੌਨ ਵਰਤ ਰਖਦਾ ਹੈ, ਜਾ ਧਾਰਮਕ ਨਿੱਤਨੇਮ ਕਰਦਾ ਹੈ, ਉਸ ਨੂੰ ਮੌਤ ਦਾ ਦੁਖ ਮਹਿਸੂਸ ਨਹੀਂ ਹੁੰਦਾ । ਸ਼ਬਦ ਦੀ ਪਾਲਣਾ ਕਰਨ ਨਾਲ ਮਨ ਦਾ ਕਰੋਧ ਖਤਮ ਹੋ ਜਾਂਦਾ ਹੈ । ਉਹ ਬੰਦਗੀ ਵਿੱਚ ਲੀਨ ਹੋਇਆ ਹੀ ਪ੍ਰਭ ਦੇ ਦਸਵੇਂ ਦਰ ਤੇ ਸਮਾਧੀ ਲਾ ਲੈਂਦਾ ਹੈ । ਉਹ ਪਾਰਸ ਪੱਥਰ, ਸ਼ਬਦ ਨੂੰ ਛੋਹ ਕੇ ਸ਼੍ਰੋਮਣੀ ਅਵਸਥਾ ਪਾ ਲੈਂਦਾ ਹੈ ।

ਗੁਰੂ ਨਾਨਕ ਦੇਵ ਜੀ! - Guru Nanak Dev Ji! Guru Granth Sahib

Whosoever may remain in renunciation in memory of his separation from His Holy Spirit and abstain food or performs the routine prayers, he may not endure any misery at the time of his death. By adopting the teachings of His Word in his day-to-day life, he may conquer his anger of mind. He may remain intoxicated in meditation and absorbed in the void of His Word, enters 10th Castle. His soul touches the philosopher's stone and blessed with immortal state of mind.

ਸਚੁ ਮਨ ਕਾਰਣਿ ਤਤੁ ਬਿਲੋਵੈ॥ ਸੁਭਰ ਸਰਵਰਿ ਮੈਲੁ ਨ ਧੋਵੈ॥ sach man kaaran tat bilovai. subhar sarvar mail na Dhovai.
ਜੈ ਸਿਉ ਰਾਤਾ ਤੈਸੋ ਹੋਵੈ॥ ਆਪੇ ਕਰਤਾ ਕਰੇ ਸੁ ਹੋਵੈ॥੩॥ jai si-o raataa taiso hovai. aapay kartaa karay so hovai. ||3||

ਸ਼ਬਦ ਤੇ ਭਰੋਸਾ ਅਡੋਲ ਰਖਣ ਨਾਲ, ਮਾਨਸ ਜੀਵਨ ਦੇ ਅਸਲੀ ਮੰਤਵ ਦੀ ਸੋਝੀ ਬਖਸ਼ਿਸ਼ ਹੋ ਜਾਂਦੀ ਹੈ । ਸ਼ਬਦ ਦੇ ਅੰਮ੍ਰਿਤ ਭਰੇ ਸਰੋਵਰ ਵਿੱਚ ਇਸ਼ਨਾਨ ਕਰਨ ਨਾਲ, ਸ਼ਬਦ ਵਿੱਚ ਲਿਵ ਲਾਉਣ ਨਾਲ, ਮਨ ਦੀ ਮੈਲ ਧੋਅ ਲੈਂਦਾ ਹੈ । ਜਿਸ ਦੇ ਚਰਨਾਂ ਵਿੱਚ ਲਿਵ, ਸਮਾਧੀ ਲਾਉਂਦਾ ਹੈ, ਉਸ ਦਾ ਹੀ ਰੂਪ ਬਣ ਜਾਂਦਾ ਹੈ । ਪ੍ਰਭ ਦੀ ਰਹਿਮਤ ਨਾਲ ਜੀਵਨ ਵਿੱਚ ਆਉਣ ਵਾਲੀ ਮੁਸ਼ਕਲ ਸੂਲੀ ਤੋਂ ਸੂਲ ਬਣ ਕੇ, ਉਸ ਨੂੰ ਛੋਹੇ ਬਿਨਾਂ ਆਪਣੇ ਆਪ ਹੀ ਬੀਤ ਜਾਂਦਾ ਹੈ ।

Whosoever may obey the teachings of His Word with steady and stable belief; with His mercy and grace, he may be enlightened with the true purpose of his human life blessings. He may take a soul sanctifying bath in the nectar of the essence of His Word, he may remain intoxicated in the void of His Word; all filth of his soul may be sanctified. Whose sanctuary, he may surrender his self-entity; he may be transformed as His Symbol. All worldly miseries in his life may be transformed as His Blessing and drifted from his path of life.

ਗੁਰ ਹਿਵ ਸੀਤਲੁ ਅਗਨਿ ਬੁਝਾਵੈ॥ ਸੇਵਾ ਸੁਰਤਿ ਬਿਭੂਤ ਚੜਾਵੈ॥ gur hiv seetal agan bujhaavai. sayvaa surat bibhoot charhaavai.
ਦਰਸਨੁ ਆਪਿ ਸਹਜ ਘਰਿ ਆਵੈ॥ ਨਿਰਮਲ ਬਾਣੀ ਨਾਦੁ ਵਜਾਵੈ॥੪॥ darsan aap sahj ghar aavai. nirmal banee naad vajaavai. ||4||

ਸ਼ਬਦ ਦੀ ਗੂੰਜ ਠੰਡੀ ਹਵਾ ਦੀ ਤਰ੍ਹਾਂ ਮਨ ਦੀਆਂ ਇਛਾਂ ਦੀ ਭਟਕਣ ਖਤਮ ਕਰ ਦੇਂਦੀ ਹੈ । ਆਪਣੇ ਤਨ ਨੂੰ ਸ਼ਬਦ ਦੀ ਲਗਨ ਦੀ ਭਸਮ ਲਗਾ ਕੇ ਸ਼ਬਦ ਦਾ ਰੰਗ ਚੜ੍ਹਾਵੋ । ਆਪਣਾ ਭਰੋਸਾ ਪ੍ਰਭ ਦੇ ਸ਼ਬਦ ਤੇ ਅਡੋਲ ਰਖ ਕੇ, ਪ੍ਰਭ ਦੀ ਜੋਤ ਆਪਣੇ ਅੰਦਰੋਂ ਜਾਗਰਤ ਕਰੋ! ਮਨ ਵਿੱਚ ਪ੍ਰਭ ਦੇ ਸ਼ਬਦ ਦੀ ਗੂੰਜ ਚਲਦੀ ਸੁਣਾਈ ਦੇਣ ਲਗ ਪੈਂਦੀ ਹੈ ।

The everlasting echo of the teachings of His Word may be like a cool breeze to eliminate all frustrations of your mind. You should always rub the ashes of your devotion, attachment of meditation of His Word. You should drench the teachings of His Word within. You should obey the teachings of His Word with steady and stable belief to enlighten His Holy Spirit within. You may hear the everlasting echo of His Word resonating within.

ਅੰਤਰਿ ਗਿਆਨੁ ਮਹਾ ਰਸੁ ਸਾਰਾ॥ ਤੀਰਥ ਮਜਨੁ ਗੁਰ ਵੀਚਾਰਾ॥ antar gi-aan mahaa ras saaraa. tirath majan gur veechaaraa.
ਅੰਤਰਿ ਪੂਜਾ ਥਾਨੁ ਮੁਰਾਰਾ॥ ਜੋਤੀ ਜੋਤਿ ਮਿਲਾਵਣਹਾਰਾ॥੫॥ antar poojaa thaan muraaraa. jotee jot milaavanhaaraa. ||5||

ਸ਼ਬਦ ਦੀ ਸੋਝੀ ਵਿੱਚ ਅੰਮ੍ਰਿਤ ਦੇ ਸਾਰੇ ਹੀ ਰਸ ਹਨ । ਸ਼ਬਦ ਦੀ ਪਾਲਣਾ, ਜੀਵਨ ਢਾਲਣ ਵਿੱਚ ਸਾਰੇ ਤੀਰਥ ਦੇ ਇਸ਼ਨਾਨ ਦਾ ਫਲ ਬਖਸ਼ਿਸ਼ ਹੋ ਜਾਂਦਾ ਹੈ । ਆਪਣੇ ਅੰਦਰ ਪ੍ਰਭ ਦੀ ਜੋਤ ਜਾਗਰਤ ਕਰਕੇ ਲੀਨ ਹੋਵੋ! ਪ੍ਰਭ ਰਹਿਮਤ ਬਖਸ਼ਕੇ ਆਤਮਾ ਨੂੰ ਆਪਣੀ ਜੋਤ ਵਿੱਚ ਹੀ ਅਲੋਪ ਕਰ ਲੈਂਦਾ ਹੈ ।

All the essences of the nectar of the essence of His Word, remain embedded within obeying and adopting the teachings of His Word in day-to-day life. His soul may be blessed with the reward pilgrimage of all worldly Holy shrines. You should ignite your devotion and remain intoxicated in obeying the teachings of His Word. The Merciful True Master may absorb your soul within His Holy Spirit.

ਰਸਿ ਰਸਿਆ ਮਤਿ ਏਕੈ ਭਾਇ॥ ਤਖਤ ਨਿਵਾਸੀ ਪੰਚ ਸਮਾਇ॥ ras rasi-aa mat aykai bhaa-ay. takhat nivaasee panch samaa-ay.
ਕਾਰ ਕਮਾਈ ਖਸਮ ਰਜਾਇ॥ ਅਵਿਗਤ ਨਾਥੁ ਨ ਲਖਿਆ ਜਾਇ॥੬॥ kaar kamaa-ee khasam rajaa-ay. avigat naath na lakhi-aa jaa-ay. ||6||

ਜਿਹੜਾ ਜੀਵ ਪ੍ਰਭ ਦੇ ਭਾਣੇ ਵਿੱਚ ਅਨੰਦ ਮਾਨਦਾ, ਸਦਾ ਖੇੜੇ ਵਿੱਚ ਰਹਿੰਦਾ ਹੈ । ਉਹ ਆਪਣੇ ਆਪ ਨੂੰ ਇਤਨਾ ਪਵਿੱਤਰ ਕਰ ਲੈਂਦਾ ਹੈ, ਉਸ ਦੀ ਆਤਮਾ ਪ੍ਰਭ ਦੀ ਜੋਤ ਵਿੱਚ ਮਿਲਣ ਦੇ ਯੋਗ ਬਣ ਜਾਂਦੀ ਹੈ । ਉਹ ਸਾਰੇ ਕੰਮ ਪ੍ਰਭ ਦੇ ਭਾਣੇ ਅਨੁਸਾਰ ਹੀ ਕਰਦਾ ਹੈ । ਅਨੋਖਾ ਪ੍ਰਭ ਜਣਿਆ ਨਹੀਂ ਜਾ ਸਕਦਾ । ਇਸ ਦੇ ਕਿਸੇ ਵੀ ਕਰਤਬ ਦੀ ਪੂਰਨ ਸਮਝ, ਜਾਣਕਾਰੀ ਜੀਵ ਦੀ ਸੋਝੀ ਤੋਂ ਉਪਰ ਹੈ ।

Whosoever may remain contented in obeying and adopting the teachings of His Word, his soul may be sanctified and becomes worthy of His Consideration. All his worldly chores may become as per the teachings of His Word. The astonishing True Master and His Nature remains beyond any comprehension of His Creation.

ਜਲ ਮਹਿ ਉਪਜੈ ਜਲ ਤੇ ਦੂਰਿ॥ ਜਲ ਮਹਿ ਜੋਤਿ ਰਹਿਆ ਭਰਪੂਰਿ॥ jal meh upjai jal tay door. jal meh jot rahi-aa bharpoor.
ਕਿਸੁ ਨੇੜੈ ਕਿਸੁ ਆਖਾ ਦੂਰਿ॥ ਨਿਧਿ ਗੁਣ ਗਾਵਾ ਦੇਖਿ ਹਦੂਰਿ॥੭॥ kis nayrhai kis aakhaa door. niDh gun gaavaa daykh hadoor. ||7||

ਸਾਰੀ ਸ੍ਰਿਸ਼ਟੀ, ਪ੍ਰਭ ਦੀ ਜੋਤ ਵਿਚੋਂ ਹੀ ਪੈਦਾ ਹੁੰਦੀ ਹੈ । ਫਿਰ ਵੀ ਪ੍ਰਭ ਦੀ ਜੋਤ, ਜੀਵ ਦੀ ਆਤਮਾ ਦੇ ਮੋਹ ਤੋਂ ਅਲਗ ਰਹਿੰਦੀ ਹੈ । ਪ੍ਰਭ ਦੀ ਜੋਤ, ਜੀਵ ਦੀ ਆਤਮਾ ਵਿੱਚ ਸਦਾ ਹਾਜ਼ਰ, ਸਮਾਈ ਰਹਿੰਦੀ, ਵਾਪਰਦੀ ਹੈ । ਕੇਵਲ ਪ੍ਰਭ ਆਪ ਹੀ ਜਾਣਦਾ ਹੈ, ਕੌਣ ਉਸ ਦੇ ਨੇੜੇ, ਕੌਣ ਉਸ ਤੋਂ ਦੂਰ ਹੈ । ਮਾਨਸ ਦੀ ਸਮਝ ਵਿੱਚ ਨਹੀਂ ਹੈ । ਜੀਵ ਅਡੋਲ ਭਰੋਸੇ ਨਾਲ ਪ੍ਰਭ ਦੇ ਸ਼ਬਦ ਦਾ ਸਿਮਰਨ ਕਰੋ! ਹਰ ਸਮੇਂ, ਸਦਾ ਹੀ ਉਸ ਨੂੰ ਨੇੜੇ ਸਮਝ ਕੇ ਕੰਮ ਕਰੋ ।

The whole creation is an expansion of His Holy Spirit; however, The True Master remains beyond the reach of emotional attachment of his soul. The Omnipresent True Master remains embedded with each soul and prevails in each action. To be close or far away from The Omniscient True Master remains beyond the comprehension of His Creation, only The Omniscient True Master knows! You should meditate on the teachings of His Word with steady and stable belief, The Omnipresent True Master is watching.

ਅੰਤਰਿ ਬਾਹਰਿ ਅਵਰੁ ਨ ਕੋਇ॥ ਜੋ ਤਿਸੁ ਭਾਵੈ ਸੋ ਫੁਨਿ ਹੋਇ॥ antar baahar avar na ko-ay. jo tis bhaavai so fun ho-ay.
ਸੁਣਿ ਭਰਥਰਿ ਨਾਨਕੁ ਕਹੈ ਬੀਚਾਰੁ॥ sun bharthar naanak kahai beechaar.
ਨਿਰਮਲ ਨਾਮੁ ਮੇਰਾ ਆਧਾਰੁ॥ ੮॥੧॥ nirmal naam mayraa aaDhaar. ||8||1||

ਜੀਵ ਦੇ ਅੰਦਰ, ਬਾਹਰ, ਸ੍ਰਿਸ਼ਟੀ ਵਿੱਚ ਅਤੇ ਮੌਤ ਤੋਂ ਪਿਛੇ ਵੀ ਕੇਵਲ ਇਕੋ ਇਕ ਪ੍ਰਭ ਹੀ ਹੈ । ਸ੍ਰਿਸ਼ਟੀ ਵਿੱਚ ਸਭ ਕੁਝ ਉਸ ਦੇ ਹੁਕਮ ਨਾਲ ਹੀ ਵਾਪਰਦਾ ਹੈ । ਬੰਦਗੀ ਕਰਨਵਾਲੇ ਬਾਕੀ ਜੀਵਾਂ ਨੂੰ ਇਹ ਸਿਖਿਆ ਦੇਂਦੇ ਹਨ । ਪਵਿੱਤਰ ਸ਼ਬਦ ਨੂੰ ਆਪਣੇ ਜੀਵਨ ਦਾ ਅਧਾਰ ਬਣਾ ਕੇ ਸ਼ਬਦ ਦੀ ਸਿਖਿਆ ਨਾਲ ਜੀਵਨ ਢਾਲੋ ।

Only His Command prevails within the body of every creature, also outside in the universe and after death in His Court. Only, His Command may prevail in the universe. His true devotee explains the essence of the teachings of His Word such a way. You should always adopt the teachings of His Word as the guiding principle of your human life and only pray for His Forgiveness and Refuge.

Key Message of Raag Aasaa, page 411-09
'ਆਤਮਾ ਦੀ ਹੋਂਦ!
ਜਿਹੜਾ ਪ੍ਰਭ ਦੇ ਵਿਛੋੜੇ ਦੇ ਵਿਰਾਗ ਵਿੱਚ ਸ਼ਬਦ ਦੀ ਪਾਲਣਾ ਕਰਦਾ, ਕਰੋਧ ਦਾ ਵਰਤ ਰਖਦਾ ਹੈ! ਉਹ ਪ੍ਰਭ ਦੇ ਦਸਵੇਂ ਦਰ ਤੇ ਸਮਾਧੀ ਲੀਨ ਹੋਇਆ ਪਾਰਸ ਪੱਥਰ, ਸ਼ਬਦ ਨੂੰ ਛੋਹ ਲੈਂਦਾ ਹੈ । ਉਸ ਦੀ ਆਤਮਾ ਦਾ ਸ਼ਬਦ ਦੇ ਅੰਮ੍ਰਿਤ ਭਰੇ ਸਰੋਵਰ ਵਿੱਚ ਇਸ਼ਨਾਨ ਹੋ ਜਾਂਦਾ, ਸ਼ਬਦ ਦੀ ਸਮਾਧੀ ਵਿੱਚ ਪ੍ਰਭ ਦਾ ਹੀ ਰੂਪ ਬਣ ਜਾਂਦਾ ਹੈ । ਉਸ ਦੀ ਆਤਮਾ ਪ੍ਰਭ ਦੀ ਜੋਤ ਵਿੱਚ ਮਿਲਣ ਦੇ ਯੋਗ ਪਵਿੱਤਰ ਹੋ ਜਾਂਦੀ ਹੈ । ਸਾਰੀ ਸ੍ਰਿਸ਼ਟੀ ਪ੍ਰਭ ਦੀ ਜੋਤ ਵਿਚੋਂ ਹੀ ਪੈਦਾ ਹੰਦੀ, ਪ੍ਰਭ ਦਾ ਸ਼ਬਦ ਆਤਮਾ ਵਿੱਚ ਮੋਹ ਤੋਂ ਅਲਗ ਸਮਾਇਆ ਰਹਿੰਦਾ ਹੈ । ਸ੍ਰਿਸ਼ਟੀ ਵਿੱਚ ਅਤੇ ਮੌਤ ਤੋਂ ਪਿਛੇ ਵੀ ਕੇਵਲ ਇਕੋ ਇਕ ਪ੍ਰਭ ਦਾ ਹੁਕਮ ਹੀ ਵਾਪਰਦਾ ਹੈ!
Existence of Soul!
Whosoever may remain in renunciation in memory of his separation, adopts the teachings of His Word, he may conquer his anger of mind. He may enter the void of His Word, 10th Castle, touches the philosopher's stone, His Word. He may be blessed with immortal state of mind. His soul takes a sanctifying bath in the nectar of His Word; he may remain in the void of His Word. He may become the symbol of The True Master. His soul may be sanctified and becomes worthy of His Consideration. Soul is an expansion of His Holy Spirit; His Word remains embedded within and beyond the reach of her emotions. Only His Command prevails in worldly life and after death in His Court.

42. ਆਸਾ ਮਹਲਾ ੧॥ 412-2

ਸਭਿ ਜਪ ਸਭਿ ਤਪ ਸਭ ਚਤੁਰਾਈ॥ ਊਝੜਿ ਭਰਮੈ ਰਾਹਿ ਨ ਪਾਈ॥ sabh jap sabh tap sabh chaturaa-ee. oojharh bharmai raahi na paa-ee.
ਬਿਨੁ ਬੂਝੇ ਕੋ ਥਾਇ ਨ ਪਾਈ॥ bin boojhay ko thaa-ay na paa-ee.
ਨਾਮ ਬਿਹੂਣੈ ਮਾਥੇ ਛਾਈ॥੧॥ naam bihoonai maathay chhaa-ee. ||1||

ਧਾਰਮਕ ਬੰਦਗੀ ਦੇ ਤਰੀਕੇ, ਨਿੱਤਨੇਮ, ਬਾਣਾ, ਸਿਆਣਪ ਜੀਵ ਨੂੰ ਭਰਮਾਂ ਵਿੱਚ ਪਾ ਦੇਂਦੇ ਹਨ, ਅਸਲੀ ਮੁਕਤੀ ਪਾਉਣ ਦੇ ਰਸਤਾ ਦੀ ਸੋਝੀ ਨਹੀਂ ਹੁੰਦੀ । ਸ਼ਬਦ ਨਾਲ ਜੀਵਨ ਢਾਲਣ, ਸੋਝੀ ਤੋਂ ਬਿਨਾਂ, ਪ੍ਰਵਾਨਗੀ ਬਖਸ਼ਿਸ਼ ਨਹੀਂ ਹੁੰਦੀ, ਸ਼ਰਮਿੰਦਗੀ ਹੀ ਮਿਲਦੀ ਹੈ ।

All religious techniques to meditate, nit-name, religious robe, wisdom of mind creates worldly suspicion within his mind. He may not be blessed with the right path of salvation. Religious preachers, guides, priests may not comprehend the right path of meditation. Without adopting the teachings of His Word in day-to-day life, the right path of meditation may not be discovered, only embarrassment in His Court.

ਸਾਚ ਧਣੀ ਜਗੁ ਆਇ ਬਿਨਾਸਾ॥ saach Dhanee jag aa-ay binaasaa.
ਛੂਟਸਿ ਪ੍ਰਾਣੀ ਗੁਰਮੁਖਿ ਦਾਸਾ॥੧॥ ਰਹਾਉ॥ chhootas paraanee gurmukh daasaa. ||1|| rahaa-o.

ਸਾਰੀ ਸ੍ਰਿਸ਼ਟੀ ਜਨਮ ਮਰਨ ਦੇ ਚੱਕਰ ਵਿੱਚ ਹੀ ਹੈ । ਕੇਵਲ ਇਕੋ ਇਕ ਪ੍ਰਭ ਹੀ ਸਦਾ ਅਟਲ ਰਹਿਣ ਵਾਲਾ ਹੈ । ਜਿਹੜਾ ਗੁਰਮਖ ਅਵਸਥਾ ਪਾ ਕੇ ਜੀਵਨ ਬਤੀਤ ਕਰਦਾ ਹੈ । ਉਹ ਹੀ ਪ੍ਰਭ ਦਾ ਅਸਲੀ ਦਾਸ, ਸੇਵਕ ਹੁੰਦਾ ਹੈ!

The whole universe remains in the cycle of birth and death; only The True Master remains beyond cycle of birth and death and stays steady and stable forever. Whosoever may adopt the teachings of His Word; with His mercy and grace, he may be blessed with a state of mind as His true devotee. Only he may become His true servant, slave, and devotee.

ਜਗੁ ਮੋਹਿ ਬਾਧਾ ਬਹੁਤੀ ਆਸਾ॥ ਗੁਰਮਤੀ ਇਕਿ ਭਏ ਉਦਾਸਾ॥ jag mohi baaDhaa bahutee aasaa. gurmatee ik bha-ay udaasaa.
ਅੰਤਰਿ ਨਾਮੁ ਕਮਲੁ ਪਰਗਾਸਾ॥ ਤਿਨ੍ ਕਉ ਨਾਹੀ ਜਮ ਕੀ ਤ੍ਰਾਸਾ॥੨॥ antar naam kamal pargaasaa. tinH ka-o naahee jam kee taraasaa. ||2||

ਸਾਰੀ ਸ੍ਰਿਸ਼ਟੀ ਹੀ ਇਛਾਂ ਦੇ ਜਾਲ ਵਿੱਚ ਫਸੀ ਹੈ । ਸ਼ਬਦ ਦੀ ਸੋਝੀ ਨਾਲ ਜੀਵ ਸੰਸਾਰਕ ਇਛਾਂ ਤੋਂ ਰਹਿਤ ਹੋ ਜਾਂਦਾ ਹੈ । ਜਿਸ ਦੇ ਅੰਦਰ ਪ੍ਰਭ ਦੀ ਜੋਤ ਜਾਗਰਤ ਹੋ ਜਾਂਦੀ ਹੈ, ਉਸ ਦੇ ਮਨ ਵਿੱਚ ਸਦਾ ਰਹਿਣ ਵਾਲਾ ਖੇੜਾ ਵਸ ਜਾਂਦਾ, ਮੌਤ ਦਾ ਡਰ ਖਤਮ ਹੋ ਜਾਂਦਾ ਹੈ ।

The whole universe remains a slave of worldly desires. With the enlightenment of the essence of His Word, he may conquer his worldly desires to become desire free. Whosoever may be enlightened with the teachings of His Word, he may be blessed with everlasting contentment and blossom. His fear of death may be eliminated forever.

ਜਗੁ ਤ੍ਰਿਅ ਜਿਤੁ ਕਾਮਣਿ ਹਿਤਕਾਰੀ॥ ਪੁਤ੍ਰ ਕਲਤ੍ਰ ਲਗਿ ਨਾਮੁ ਵਿਸਾਰੀ॥ jag tari-a jit kaaman hitkaaree. putar kaltar lag naam visaaree.
ਬਿਰਥਾ ਜਨਮੁ ਗਵਾਇਆ ਬਾਜੀ ਹਾਰੀ॥ birthaa janam gavaa-i-aa baajee haaree.
ਸਤਿਗੁਰੁ ਸੇਵੇ ਕਰਣੀ ਸਾਰੀ॥੩॥ satgur sayvay karnee saaree. ||3||

ਸੰਸਾਰਕ ਜੀਵ, ਕਾਮਵਾਸਨਾ ਦੀ ਇਛਾਂ ਨਾਲ ਔਰਤ ਦੇ ਪਿਆਰ ਦੇ ਜਾਦੂ ਅੰਦਰ ਆ ਜਾਂਦਾ ਹੈ । ਪਰਿਵਾਰ, ਬੱਚੇ ਬੀਵੀ ਦੇ ਮੋਹ ਨਾਲ, ਸ਼ਬਦ ਦੇ ਮੋਹ ਤੋਂ ਦੂਰ ਹੋ ਜਾਂਦੇ ਹਨ । ਇਸ ਰਸਤੇ ਤੇ ਚਲਣ ਨਾਲ ਮਾਨਸ ਜਨਮ ਬਿਰਥਾ ਹੀ ਗਵਾ ਲੈਂਦਾ ਹੈ । ਮਾਨਸ ਦਾ ਅਸਲੀ ਰਸਤਾ ਪ੍ਰਭ ਦੇ ਭਾਣੇ ਦੀ ਪਾਲਣਾ ਕਰਨਾ ਹੀ ਹੁੰਦਾ ਹੈ ।

Self-minded may remain intoxicated with the sexual urge. He may remain emotionally attached to his family, children, and spouse; he may stay away from devotion to obey the teachings of His Word. He may waste his human life uselessly. Whosoever may adopt the teachings of His Word in his day-to-day life; with His mercy and grace, he may be blessed with the right path of human life journey!

ਬਾਹਰਹੁ ਹਉਮੈ ਕਹੈ ਕਹਾਏ॥ ਅੰਦਰਹੁ ਮੁਕਤੁ ਲੇਪੁ ਕਦੇ ਨ ਲਾਏ॥ baahrahu ha-umai kahai kahaa-ay. andrahu mukat layp kaday na laa-ay.
ਮਾਇਆ ਮੋਹੁ ਗੁਰ ਸਬਦਿ ਜਲਾਏ॥ maa-i-aa moh gur sabad jalaa-ay.
ਨਿਰਮਲ ਨਾਮੁ ਸਦ ਹਿਰਦੈ ਧਿਆਏ॥੪॥ nirmal naam sad hirdai Dhi-aa-ay. ||4||

ਜਿਹੜਾ ਅਹੰਕਾਰੀ ਨਿਮ੍ਰਤਾ ਨਾਲ ਨਹੀਂ ਬੋਲਦਾ, ਉਹ ਮੁਕਤੀ ਦੇ ਰਸਤੇ ਚਲ ਹੀ ਨਹੀਂ ਸਕਦਾ । ਜਿਹੜਾ ਸੰਸਾਰਕ ਮਾਇਆ, ਮੋਹ ਨੂੰ ਤਿਆਗ ਦੇਂਦਾ ਹੈ । ਉਸ ਦਾ ਮਨ ਸਦਾ ਅਟਲ ਰਹਿਣ ਵਾਲੇ ਪ੍ਰਭ ਦੀ ਬੰਦਗੀ ਵਿੱਚ ਲਗ ਜਾਂਦਾ ਹੈ ।

Whosoever may not speak politely in the ego of his worldly status, he may never adopt the right path of salvation. Whosoever may renounce his attachment to the worldly wealth; he may enter the void of His Word.

ਧਾਵਤੁ ਰਾਖੈ ਠਾਕਿ ਰਹਾਏ॥ ਸਿਖ ਸੰਗਤਿ ਕਰਮਿ ਮਿਲਾਏ॥ Dhaavat raakhai thaak rahaa-ay. sikh sangat karam milaa-ay.
ਗੁਰ ਬਿਨੁ ਭੂਲੋ ਆਵੈ ਜਾਏ॥ ਨਦਰਿ ਕਰੇ ਸੰਜੋਗਿ ਮਿਲਾਏ॥੫॥ gur bin bhoolo aavai jaa-ay. nadar karay sanjog milaa-ay. ||5||

ਜਿਹੜਾ ਮਨ ਨੂੰ ਆਪਣੇ ਕਾਬੂ ਵਿੱਚ, ਇਛਾਂ ਦੀ ਭਟਕਣ ਤੋਂ ਦੂਰ ਰਖਦਾ ਹੈ । ਉਸ ਦੀ ਸੰਗਤ ਚੰਗੇ ਭਾਗਾਂ ਨਾਲ ਹੀ ਨਸੀਬ ਹੁੰਦੀ ਹੈ । ਸ਼ਬਦ ਦੀ ਸਿਖਿਆਂ ਨਾਲ ਜੀਵਨ ਢਾਲਣ ਤੋਂ ਬਿਨਾਂ, ਜੀਵ ਜਨਮ ਮਰਨ ਦੇ ਚੱਕਰ ਵਿੱਚ ਹੀ ਰਹਿੰਦਾ ਹੈ । ਕੇਵਲ ਪ੍ਰਭ ਦੀ ਰਹਿਮਤ ਨਾਲ ਹੀ ਇਸ ਮਾਰਗ ਤੇ ਚਲ ਸਕਦਾ ਹੈ ।

Whosoever may conquer his own mind to stay away from worldly desires and frustrations. His association may only be blessed with great fortune. Whosoever may not adopt the teachings of His Word, he remains in the cycle of birth and death. Whosoever may be bestowed with His Blessed Vision, only he may adopt the teachings of His Word in his life.

ਰੂੜੋ ਕਹਉ ਨ ਕਹਿਆ ਜਾਈ॥ ਅਕਥ ਕਥਉ ਨਹ ਕੀਮਤਿ ਪਾਈ॥ roorho kaha-o na kahi-aa jaa-ee. akath katha-o nah keemat paa-ee.
ਸਭ ਦੁਖ ਤੇਰੇ ਸੂਖ ਰਜਾਈ॥ sabh dukh tayray sookh rajaa-ee.
ਸਭਿ ਦੁਖ ਮੇਟੇ ਸਾਚੈ ਨਾਈ॥੬॥ sabh dukh maytay saachai naa-ee. ||6||

ਪ੍ਰਭ ਦੇ ਨੂਰ ਦੀ, ਅਕਥ ਕਰਤਬਾਂ ਦੀ ਪੂਰਨ ਵਿਆਖਿਆ ਨਹੀਂ ਕੀਤੀਆ ਜਾ ਸਕਦੀ, ਪੂਰਨ ਕੀਮਤ ਨਹੀਂ ਜਾਣੀ ਜਾ ਸਕਦੀ । ਸਾਰੇ ਦੁਖ, ਸੁਖ ਪ੍ਰਭ ਦੇ ਭਾਣੇ ਅੰਦਰ ਹੀ ਵਾਪਰਦੇ ਹਨ । ਉਸ ਦੀ ਰਹਿਮਤ ਨਾਲ ਹੀ ਦੁਖ ਦੂਰ ਹੋ ਸਕਦੇ, ਮਿਟ ਜਾਂਦੇ ਹਨ ।

His Holy Spirit, His Nature, miracles may not be fully explained nor the true value be fully comprehended by His Creation. All pleasures and miseries prevail under His Command. Only He may eliminate, cure all miseries of life.

ਕਰ ਬਿਨੁ ਵਾਜਾ ਪਗ ਬਿਨੁ ਤਾਲਾ॥ ਜੇ ਸਬਦੁ ਬੁਝੈ ਤਾ ਸਚੁ ਨਿਹਾਲਾ॥ kar bin vaajaa pag bin taalaa. jay sabad bujhai taa sach nihaalaa.
ਅੰਤਰਿ ਸਾਚੁ ਸਭੇ ਸੁਖ ਨਾਲਾ॥ antar saach sabhay sukh naalaa.
ਨਦਰਿ ਕਰੇ ਰਾਖੈ ਰਖਵਾਲਾ॥੭॥ nadar karay raakhai rakhvaalaa. ||7||

ਜਿਹੜਾ ਸ਼ਬਦ ਦੀ ਸੋਝੀ ਨਾਲ ਸ਼ਬਦ ਦੀ ਪਾਲਣਾ ਕਰਦਾ ਹੈ, ਉਸ ਦੇ ਅੰਦਰ ਕਿਸੇ ਸੰਗੀਤ ਵਾਲੇ ਵਾਜੇ ਤੋਂ ਬਿਨਾਂ ਹੀ ਸ਼ਬਦ ਦੀ ਗੂੰਜ ਚਲਦੀ ਸੁਣਾਈ ਦੇਂਦੀ ਹੈ । ਉਸ ਨੂੰ ਸ਼ਬਦ ਦੀ ਸਮਾਧੀ, ਖੇੜੇ ਵਿੱਚ ਨਾਚ ਦਾ ਅਨੰਦ ਮਿਲਦਾ ਹੈ । ਉਸ ਦੇ ਅੰਦਰ ਸ਼ਬਦ ਘਰ ਕਰ ਜਾਂਦਾ, ਸਦਾ ਰਹਿਣ ਵਾਲਾ ਅਨੰਦ ਮਾਨਦਾ ਹੈ । ਹਰਇਕ ਥਾਂ ਤੇ ਵਾਪਰਨ ਵਾਲਾ ਮਾਲਕ ਰਹਿਮਤ ਬਖਸ਼ਕੇ ਆਪ ਹੀ ਰਖਵਾਲਾ ਬਣ ਜਾਂਦਾ ਹੈ ।

Whosoever may obey and adopts the teachings of His Word; with His mercy and grace, he may be enlightened with the essence of His Word. He may hear the everlasting echo of His Word resonating within his mind, without any external musical instrument or music tone. He may remain in the void of His Word, in blossom and dances on the tune of the everlasting echo of His Word. Whosoever may remain drenched with the essence of His Word, he may realize the contentment and pleasure forever. The Omnipresent, Omnipotent True Master may remain his savior, protector all time.

ਤ੍ਰਿਭਵਣ ਸੂਝੈ ਆਪੁ ਗਵਾਵੈ॥ ਬਾਣੀ ਬੂਝੈ ਸਚਿ ਸਮਾਵੈ॥ taribhavan soojhai aap gavaavai. banee boojhai sach samaavai.
ਸਬਦੁ ਵੀਚਾਰੇ ਏਕ ਲਿਵ ਤਾਰਾ॥ ਨਾਨਕ ਧੰਨੁ ਸਵਾਰਣਹਾਰਾ॥੮॥੨॥ sabad veechaaray ayk liv taaraa. naanak Dhan savaaranhaaraa. ||8||2||

ਜਿਹੜਾ ਆਪਣੇ ਆਪ ਤੇ ਜਿੱਤ ਪਾ ਲੈਂਦਾ, ਆਪਾ ਗਵਾ ਦੇਂਦਾ ਹੈ । ਉਸ ਨੂੰ ਤਿੰਨਾਂ ਸ੍ਰਿਸ਼ਟੀਆਂ ਦੀ ਸੋਝੀ ਬਖਸ਼ਿਸ਼ ਹੋ ਜਾਂਦੀ ਹੈ । ਉਹ ਸ਼ਬਦ ਦੀ ਸੋਝੀ ਨਾਲ ਸ਼ਬਦ ਦੀ ਸਮਾਧੀ ਵਿੱਚ ਹੀ ਲੀਨ ਹੋ ਜਾਂਦਾ ਹੈ । ਜਿਹੜਾ ਅਡੋਲ ਭਰੋਸੇ ਨਾਲ, ਸ਼ਬਦ ਦੀ ਸਿਖਿਆਂ ਨਾਲ ਜੀਵਨ ਢਾਲਦਾ ਹੈ, ਪ੍ਰਭ ਰਹਿਮਤ ਬਖਸ਼ਕੇ ਸਾਰੇ ਕਾਰਜ ਆਪ ਹੀ ਸਫਲ ਕਰਦਾ ਹੈ ।

Whosoever may conquer his mind and surrenders his self-entity at His Service. He may be blessed with the enlightenment of the three universes. He may remain intoxicated in the void of His Word. He may meditate and adopts the teachings of His Word with steady and stable belief; with His mercy and grace, all his task of human life journey may be concluded; all his sins may be forgiven forever.

Key Message of Raag Aasaa, page 412-2
'ਮਾਨਸ ਜੀਵਨ ਦਾ ਅਸਲੀ ਰਸਤਾ!
ਧਾਰਮਕ ਬੰਦਗੀ ਦੇ ਤਰੀਕੇ, ਨਿੱਤਨੇਮ, ਬਾਣਾ, ਸਿਆਣਪ ਜੀਵ ਨੂੰ ਭਰਮਾਂ ਵਿੱਚ ਪਾ ਦੇਂਦੇ ਹਨ । ਸਾਰੀ ਸ੍ਰਿਸ਼ਟੀ ਹੀ ਇਛਾਂ ਦੇ ਜਾਲ ਵਿੱਚ ਫਸੀ ਹੈ । ਸ਼ਬਦ ਦੀ ਸੋਝੀ ਨਾਲ ਜੀਵ ਸੰਸਾਰਕ ਇਛਾਂ ਤੋਂ ਰਹਿਤ ਹੋ ਸਕਦਾ ਹੈ । ਮਾਨਸ ਜਨਮ ਦਾ ਅਸਲੀ ਰਸਤਾ ਪ੍ਰਭ ਦੇ ਭਾਣੇ ਦੀ ਪਾਲਣਾ ਕਰਨਾ ਹੀ ਹੁੰਦਾ ਹੈ । ਜੀਵਨ ਵਿੱਚ ਦੁਖ, ਸੁਖ ਪ੍ਰਭ ਦੇ ਭਾਣੇ ਅੰਦਰ ਹੀ ਵਾਪਰਦੇ ਹਨ । ਜਿਹੜਾ ਆਸਾਂ ਤੋਂ ਬਿਨਾਂ ਸ਼ਬਦ ਦੀ ਪਾਲਣਾ ਕਰਦਾ, ਉਸ ਨੂੰ ਸ਼ਬਦ ਦੀ ਸੋਝੀ, ਮਨ ਅੰਦਰ ਸਦਾ ਚਲਣ ਵਾਲੀ ਸ਼ਬਦ ਦੀ ਗੂੰਜ ਚਲਦੀ ਸੁਣਾਈ ਦੇਂਦੀ ਹੈ । ਜਿਹੜਾ ਆਪਾ ਸ਼ਬਦ ਦੀ ਸ਼ਰਣ, ਪਾਲਣਾ ਵਿੱਚ ਭੇਟਾ ਕਰ ਦੇਂਦਾ ਹੈ, ਉਸ ਨੂੰ ਤਿੰਨਾਂ ਸ੍ਰਿਸ਼ਟੀਆਂ ਦੀ ਸੋਝੀ ਬਖਸ਼ਿਸ਼ ਹੋ ਜਾਂਦੀ ਹੈ । ਉਹ ਸ਼ਬਦ ਦੀ ਸਮਾਧੀ ਵਿੱਚ ਹੀ ਲੀਨ ਹੋ ਜਾਂਦਾ ਹੈ ।
The right path of human life journey!
All religious techniques to meditate, nit-name, religious robe, wisdom of mind may create worldly suspicion within. The whole universe remains victim, slave of worldly desires. Whosoever may be enlightened with the essence of His Word; he may conquer his worldly desires. The right path of human life may be to adopt the teachings of His Word. All pleasures and suffering remain under His Command. Whosoever may adopt the teachings of His Word, without any hope; he may hear the everlasting echo of His Word resonating within. Whosoever may surrender his self-entity at His Sanctuary; he may be enlightened the nature of three universes. He may remain intoxicated into the void of His Word.

43. ਆਸਾ ਮਹਲਾ ੧॥ 412-13

ਲੇਖ ਅਸੰਖ ਲਿਖਿ ਲਿਖਿ ਮਾਨੁ॥ ਮਨਿ ਮਾਨਿਐ ਸਚੁ ਸੁਰਤਿ ਵਖਾਨੁ॥ laykh asaNkh likh likh maan. man maanee-ai sach surat vakhaan.
ਕਥਨੀ ਬਦਨੀ ਪੜਿ ਪੜਿ ਭਾਰੁ॥ ਲੇਖ ਅਸੰਖ ਅਲੇਖੁ ਅਪਾਰੁ॥੧॥ kathnee badnee parh parh bhaar. laykh asaNkh alaykh apaar. ||1||

ਪ੍ਰਭ ਦੀ ਹੋਂਦ ਦਾ ਵਖਿਆਣ ਕਰਨ ਵਾਲੀਆਂ ਅਨਗਿਣਤ ਹੀ ਲਿਖਤਾਂ, ਗ੍ਰੰਥ ਹਨ । ਉਹਨਾਂ ਨੂੰ ਲਿਖਣ ਵਾਲੇ ਆਪਣੀ ਸੋਝੀ ਨਾਲ ਪ੍ਰਭ ਦਾ ਬਹੁਤ ਧੰਨਵਾਦ ਕਰਦੇ ਹਨ । ਬਾਕੀ ਜੀਵ ਉਹਨਾਂ ਦਾ ਬਹੁਤ ਮਾਣ ਕਰਦੇ ਹਨ । ਜਿਹੜਾ ਪ੍ਰਭ ਦੇ ਭਾਣੇ ਨੂੰ ਭਰੋਸੇ ਨਾਲ ਮੰਨ ਲੈਂਦਾ ਹੈ । ਉਸ ਨੂੰ ਸ਼ਬਦ ਦੀ ਸੋਝੀ ਬਖਸ਼ਿਸ਼ ਹੋ ਜਾਂਦੀ ਹੈ, ਕੇਵਲ ਉਹ ਹੀ ਇਸ ਬਾਬਤ ਕੁਝ ਬੋਲ ਸਕਦਾ ਹੈ । ਗ੍ਰੰਥਾਂ, ਲਿਖਤਾਂ ਨੂੰ ਬਾਰ ਬਾਰ ਪੜ੍ਹਨ, ਵਿਆਖਿਆ ਕਰਨ ਨਾਲ ਕੋਈ ਲਾਭ ਨਹੀਂ ਹੁੰਦਾ । ਭਾਵੇਂ ਸੰਸਾਰ ਵਿੱਚ ਅਨਗਿਣਤ ਹੀ ਲਿਖਤਾਂ ਹਨ, ਫਿਰ ਵੀ ਪੂਰਨ ਵਿਆਖਿਆ ਲਿਖਣ ਲਈ ਬਹੁਤ ਕੁਝ ਬਾਕੀ ਹੀ ਹੈ ।

In the universe, there are countless Holy Scriptures describe the nature and existence of The True Master. Everyone may writer with their own wisdom and enlightenment, the praise of virtues of The True Master; he may be honored in worldly life. Whosoever may adopt the teachings of His Word with steady and stable belief, he may be enlightened, only he may be able to comprehend and explain His Nature. No one may benefit from reciting Holy Scriptures repeatedly and explaining the greatness, the virtues of The True Master. Even though countless Holy Scriptures have been compiled, written about the nature of The True Master; still much more need to be explored. His Creation may never fully comprehend his unpredictable Nature.

ਐਸਾ ਸਾਚਾ ਤੂੰ ਏਕੋ ਜਾਣੁ॥ aisaa saachaa tooN ayko jaan.
ਜੰਮਣੁ ਮਰਣਾ ਹੁਕਮੁ ਪਛਾਣੁ॥੧॥ ਰਹਾਉ॥ jaman marnaa hukam pachhaan. ||1|| rahaa-o.

ਕੇਵਲ ਸਦਾ ਅਟਲ ਰਹਿਣ ਵਾਲਾ ਇਕੋ ਇਕ ਪ੍ਰਭ ਹੀ ਸਭ ਥਾਂ ਤੇ ਵਾਪਰਦਾ ਹੈ । ਪ੍ਰਭ ਦੇ ਹੁਕਮ ਨਾਲ ਹੀ ਜਨਮ ਅਤੇ ਮੌਤ ਆਉਂਦੀ ਹੈ ।

The One and Only One, God, Omnipresent True Master, prevails everywhere forever. Both birth and death may only happen under His Command.

ਮਾਇਆ ਮੋਹਿ ਜਗੁ ਬਾਧਾ ਜਮਕਾਲਿ॥ maa-i-aa mohi jag baaDhaa jamkaal.
ਬਾਂਧਾ ਛੂਟੈ ਨਾਮੁ ਸਮ੍ਹਾਲਿ॥ baaNDhaa chhootai naam samHaal.
ਗੁਰੁ ਸੁਖਦਾਤਾ ਅਵਰੁ ਨ ਭਾਲਿ॥ ਹਲਤਿ ਪਲਤਿ ਨਿਬਹੀ ਤੁਧੁ ਨਾਲਿ॥੨॥ gur sukh-daata avar na bhaal. halat palat nibhee tuDh naal. ||2||

ਸਾਰੀ ਸ੍ਰਿਸ਼ਟੀ ਹੀ ਸੰਸਾਰਕ ਮਾਇਆ, ਮਾਲਕੀਅਤ ਦੇ ਮੋਹ ਦੇ ਜਾਲ ਵਿੱਚ ਫਸੀ, ਜਮਕਾਲ ਦੇ ਅਧੀਨ ਹੈ । ਜਿਸ ਦਾ ਭਰੋਸਾ ਅਡੋਲ ਰਹਿੰਦਾ ਹੈ, ਕੇਵਲ ਉਸ ਦਾ ਹੀ ਛੁਟਕਾਰਾ ਹੁੰਦਾ ਹੈ । ਪ੍ਰਭ ਹੀ ਸੁਖਾਂ ਦੀਆਂ ਦਾਤਾਂ ਬਖਸ਼ਣ ਵਾਲਾ ਹੈ! ਹੋਰ ਕਿਸੇ ਦਾ ਆਸਰਾ ਕਦੇ ਨਾ ਭਾਲੋ । ਉਹ ਹੀ ਜੀਵਨ ਵਿੱਚ ਅਤੇ ਮੌਤ ਤੋਂ ਪਿਛੋਂ ਦਰਬਾਰ ਵਿੱਚ ਸਾਥ ਦੇ ਸਕਦਾ ਹੈ ।

The whole universe remains a victim of worldly wealth, attachment to his possessions; His attachment may be the root cause of souls to be captured by the devil of death. Whose may accept His Word as an ultimate command and worthy blessings. He may conquer his worldly desires. The True Master, Treasure of unlimited comforts in life! Always pray for His Forgiveness and Refuge and never expect protection of anyone else. Only, The True Master remains a true friend of the soul in worldly life and after death in His Court.

ਸਬਦਿ ਮਰੈ ਤਾਂ ਏਕ ਲਿਵ ਲਾਏ॥ sabad marai taaN ayk liv laa-ay.
ਅਚਰੁ ਚਰੈ ਤਾਂ ਭਰਮੁ ਚੁਕਾਏ॥ achar charai taaN bharam chukaa-ay.
ਜੀਵਨ ਮੁਕਤੁ ਮਨਿ ਨਾਮੁ ਵਸਾਏ॥ jeevan mukat man naam vasaa-ay.
ਗੁਰਮੁਖਿ ਹੋਇ ਤ ਸਚਿ ਸਮਾਏ॥੩॥ gurmukh ho-ay ta sach samaa-ay. ||3||

ਜਿਹੜਾ ਸ਼ਬਦ ਦੀ ਪਾਲਣਾ ਕਰਦਾ ਮਰ ਜਾਂਦਾ ਹੈ, ਉਹ ਪ੍ਰਭ ਨੂੰ ਪ੍ਰਵਾਨ ਹੋ ਜਾਂਦਾ ਹੈ । ਜਿਹੜਾ ਸ਼ਬਦ ਨੂੰ ਹੀ ਆਪਣਾ ਖਾਣ ਵਾਲਾ ਭੋਜਨ ਬਣਾ ਲੈਂਦਾ ਹੈ, ਉਸ ਦੇ ਭਰਮ ਦੂਰ ਹੋ ਜਾਂਦੇ ਹਨ । ਜਿਸ ਦੇ ਮਨ ਵਿੱਚ ਸ਼ਬਦ ਘਰ ਕਰ ਜਾਂਦਾ ਹੈ, ਉਹ ਜੀਵਨ ਵਿੱਚ ਉਹ ਕੰਮ ਕਰਦਾ ਹੈ, ਜਿਹੜੇ ਜੀਵ ਦੀ ਪਹੁੰਚ ਤੋਂ ਉਪਰ ਹੁੰਦੇ ਹਨ । ਉਹ ਮਾਨਸ ਜੀਵਨ ਵਿੱਚ ਰਹਿੰਦਾ ਹੋਇਆ ਹੀ ਮੁਕਤ ਹੋ ਜਾਂਦਾ ਹੈ । ਉਸ ਨੂੰ ਗੁਰਮਖ ਅਵਸਥਾ ਬਖਸ਼ਿਸ਼ ਹੋ ਜਾਂਦੀ ਹੈ, ਪ੍ਰਭ ਨੂੰ ਪ੍ਰਵਾਨ ਹੋ ਜਾਂਦਾ ਹੈ ।

Whosoever may die while obeying the teachings of His Word in his day-to-day life, he may be accepted in His Sanctuary. Whosoever may adopt the teachings of His Word and considers essence of His Word as a worthy food for his soul, all his suspicions may be eliminated from his mind. Whosoever may remain drenched with the essence of His Word, he may be able to perform tasks beyond the reach of any human. In his human life journey, he may be blessed with immortal state of salvation. He may be blessed with a state of mind as His true devotee; he may be accepted in His Court.

ਜਿਨਿ ਧਰ ਸਾਜੀ ਗਗਨੁ ਅਕਾਸੁ॥ ਜਿਨਿ ਸਭ ਥਾਪੀ ਥਾਪਿ ਉਥਾਪਿ॥ jin Dhar saajee gagan akaas. jin sabh thaapee thaap uthaap.
ਸਰਬ ਨਿਰੰਤਰਿ ਆਪੇ ਆਪਿ॥ sarab nirantar aapay aap.
ਕਿਸੈ ਨ ਪੂਛੇ ਬਖਸੇ ਆਪਿ॥੪॥ kisai na poochhay bakhsay aap. ||4||

ਜਿਹੜੇ ਪ੍ਰਭ ਨੇ ਤਿੰਨੇ ਸ੍ਰਿਸ਼ਟੀਆਂ ਬਣਾਈਆ ਹਨ । ਉਹ ਹੀ ਜੀਵਾਂ ਨੂੰ ਜਨਮ ਅਤੇ ਮੌਤ ਦੇਂਦਾ ਹੈ । ਉਹ ਹਰ ਜੀਵ ਦੇ ਅੰਦਰ ਵਸਦਾ, ਵਾਪਰਦਾ ਹੈ । ਪ੍ਰਭ ਜਿਸ ਜੀਵ ਨੂੰ ਬਖਸ਼ਿਸ਼ਾ ਦੇਂਦਾ ਹੈ, ਆਪਣੇ ਮਨ ਨੂੰ ਭਾਉਂਦਾ ਹੀ ਕਰਦਾ ਹੈ, ਕਿਸੇ ਦੀ ਸਲਾਹ ਨਹੀਂ ਲੈਂਦਾ ।

The One and Only One, Creator of the three universes! Both birth and death happen under His Command only. He dwells and prevails within the body and mind of every creature in his all functions. The True treasure of all virtues, blessings may only bless His Creation; Whatsoever may be the best for mankind. He may not seek any counsel from anyone.

ਤੂ ਪੁਰੁ ਸਾਗਰੁ ਮਾਣਕ ਹੀਰੁ॥ ਤੂ ਨਿਰਮਲੁ ਸਚੁ ਗੁਣੀ ਗਹੀਰੁ॥ too pur saagar maanak heer. too nirmal sach gunee gaheer.
ਸੁਖੁ ਮਾਨੈ ਭੇਟੈ ਗੁਰ ਪੀਰੁ॥ ਏਕੋ ਸਾਹਿਬੁ ਏਕੁ ਵਜੀਰੁ॥੫॥ sukh maanai bhaytai gur peer. ayko saahib ayk vajeer. ||5||

ਪ੍ਰਭ ਅਮੋਲਕ ਰਤਨਾਂ ਦਾ ਭਰਿਆਂ ਸਾਗਰ, ਸਦਾ ਅਟਲ ਰਹਿਣ ਵਾਲਾ, ਦਾਤਾਂ ਦੇ ਖਜ਼ਾਨੇਂ ਦਾ ਇਕੋ ਇਕ ਅਸਲੀ ਮਾਲਕ ਹੈ । ਜਿਹੜਾ ਆਪ ਸ਼ਬਦ ਦੀ ਪਾਲਣਾ ਦੇ ਰਸਤੇ ਤੇ ਚਲਦਾ ਹੈ, ਪ੍ਰੇਰਨਾ ਕਰਦਾ ਹੈ । ਉਸ ਸੰਤ, ਨੂੰ ਮਿਲਣ ਨਾਲ ਮਨ ਨੂੰ ਸ਼ਾਂਤੀ ਬਖਸ਼ਿਸ਼ ਹੋ ਜਾਂਦੀ ਹੈ । ਉਹ ਪ੍ਰਭ ਦਾ ਹੀ ਦੂਤ ਬਣ ਜਾਂਦਾ ਹੈ, ਉਸ ਦੀ ਆਪਣੀ ਹੈਸੀਅਤ ਕੁਝ ਨਹੀਂ ਹੁੰਦੀ, ਪ੍ਰਭ ਹੀ ਇਕੋ ਇਕ ਅਸਲੀ ਮਾਲਕ ਹੈ ।

The One and Only One, Axiom True Master remains an ocean of priceless jewels and treasures of all virtues. Whosoever may adopt the teachings of His Word and inspires others to adopt the teachings of His Word; In his associating, peace and contentment may be blessed in life. He may become the messenger of The One and Only One True Master. He may not have any unique worldly status of his own.

ਜਗੁ ਬੰਦੀ ਮੁਕਤੇ ਹਉ ਮਾਰੀ॥ ਜਗਿ ਗਿਆਨੀ ਵਿਰਲਾ ਆਚਾਰੀ॥ jag bandee muktay ha-o maaree. jag gi-aanee virlaa aachaaree.
ਜਗਿ ਪੰਡਿਤੁ ਵਿਰਲਾ ਵੀਚਾਰੀ॥ jag pandit virlaa veechaaree.
ਬਿਨੁ ਸਤਿਗੁਰੁ ਭੇਟੇ ਸਭ ਫਿਰੈ ਅਹੰਕਾਰੀ॥ ੬॥ bin satgur bhaytay sabh firai ahaNkaaree. ||6||

ਸਾਰਾ ਸੰਸਾਰ ਹੀ ਮੋਹ ਦੇ ਜਾਲ ਵਿੱਚ ਫਸਿਆ ਹੈ । ਜਿਹੜਾ ਆਪਣੇ ਅਹੰਕਾਰ ਨੂੰ ਤਿਆਗ ਦੇਂਦਾ ਹੈ, ਕੇਵਲ ਉਹ ਹੀ ਬਚ ਸਕਦਾ ਹੈ । ਸੰਸਾਰ ਵਿੱਚ ਬਹੁਤ ਗਿਆਨੀ, ਸੋਝੀਵਾਨ ਵਾਲੇ ਜੀਵ ਹਨ, ਪਰ ਕੋਈ ਵਿਰਲਾ ਹੀ ਸ਼ਬਦ ਨਾਲ ਜੀਵਨ ਢਾਲਦਾ ਹੈ । ਇਸ ਸੰਸਾਰ ਵਿੱਚ ਬਹੁਤ ਵਿਦਵਾਨ (ਪੰਡਿਤ) ਹਨ, ਪਰ ਕੋਈ ਵਿਰਲਾ ਹੀ ਇਸ ਦੀ ਵਿਆਖਿਆ ਕਰ ਸਕਦਾ ਹੈ । ਮਾਲਕ ਦੀ ਰਹਿਮਤ ਤੋਂ ਬਿਨਾਂ ਸਾਰੇ ਹੀ ਅਹੰਕਾਰ ਵਿੱਚ ਭਉਦੇ ਫਿਰਦੇ ਹਨ ।

The whole universe remains slave of worldly wealth, attachments, and possessions. Whosoever may renounce his ego, only he may be saved from the trap of worldly wealth. In the universe! There may be several knowledgeable and wise human beings; however, very rare may adopt the teachings of His Word with steady and stable belief in his day-to-day life. There may be several scholars; however, very rare may be enlightened and fully comprehend His Word. Without His Blessed Vision, everyone remains entangled in the ego of his mind.

ਜਗੁ ਦੁਖੀਆ ਸੁਖੀਆ ਜਨੁ ਕੋਇ॥ ਜਗੁ ਰੋਗੀ ਭੋਗੀ ਗੁਣ ਰੋਇ॥ jag dukhee-aa sukhee-aa jan ko-ay. jag rogee bhogee gun ro-ay.
ਜਗੁ ਉਪਜੈ ਬਿਨਸੈ ਪਤਿ ਖੋਇ॥ ਗੁਰਮੁਖਿ ਹੋਵੈ ਬੂਝੈ ਸੋਇ॥੭॥ jag upjai binsai pat kho-ay. gurmukh hovai boojhai so-ay. ||7||

ਸਾਰਾ ਸੰਸਾਰ ਹੀ ਦੁਖਾਂ, ਚਿੰਤਾਂ ਵਿੱਚ ਰਹਿੰਦਾ, ਕੋਈ ਵਿਰਲਾ ਹੀ ਸੁਖ, ਸ਼ਾਂਤੀ ਨਾਲ ਰਹਿੰਦਾ ਹੈ । ਸਾਰਿਆਂ ਨੂੰ ਹੀ ਸੰਸਾਰਕ ਇਛਾਂ ਦੀ ਬਿਮਾਰੀ ਲਗੀ ਹੈ । ਆਪਣੇ ਮੰਦੇ ਭਾਗਾਂ ਨੂੰ, ਆਪਣੀ ਅਧੂਰੀ ਇਛਾਂ ਨੂੰ ਹੀ ਰੋਂਦੇ ਰਹਿੰਦੇ ਹਨ । ਸੰਸਾਰਕ ਜੀਵ ਸ਼ਬਦ ਦੇ ਰਸਤੇ ਤੇ ਚਲਦਾ, ਵਿਚੋਂ ਹੀ ਅਟਕ ਜਾਂਦਾ, ਜਮਦੂਤਾਂ ਦੇ ਜਾਲ ਵਿੱਚ ਫਸ ਜਾਂਦਾ ਹੈ । ਜਿਸ ਨੂੰ ਗੁਰਮਖ ਅਵਸਥਾ ਬਖਸ਼ਿਸ਼ ਹੋ ਜਾਂਦੀ ਹੈ, ਕੇਵਲ ਉਹ ਹੀ ਸੋਝੀ ਪਾਉਂਦਾ ਹੈ ।

The whole universe remains in worries and miseries in worldly life; however, very rare may enjoy peace and contentment in his life with His Blessings. Everyone may become a victim, infected with the disease of worldly desires. He remains regretting, repenting and crying about the unfulfilled desire of his mind and bad luck. Many devotees may adopt the teachings of His Word; however, many may be distracted and become a victim of trap of demons of worldly desires. Whosoever may remain steady and stable on the right path; he may be blessed with a state of mind as His true devotee. He may remain awake and alert on his path.

ਮਹਘੋ ਮੋਲਿ ਭਾਰਿ ਅਫਾਰੁ॥ ਅਟਲ ਅਛਲੁ ਗੁਰਮਤੀ ਧਾਰੁ॥ mahgho mol bhaar afaar. atal achhal gurmatee Dhaar.
ਭਾਇ ਮਿਲੈ ਭਾਵੈ ਭਇਕਾਰੁ॥ bhaa-ay milai bhaavai bha-ikaar.
ਨਾਨਕੁ ਨੀਚੁ ਕਹੈ ਬੀਚਾਰੁ॥੮॥੩॥ naanak neech kahai beechaar. ||8||3||

ਸ਼ਬਦ ਦੀ ਪਾਲਣਾ ਕਰਨਾ ਬਹੁਤ ਕਠਨ ਹੈ, ਇਸ ਦੀ ਕੀਮਤ ਬਹੁਤ ਅਮੋਲਕ ਹੈ । ਜੀਵ ਤੋਂ ਖੋਹਿਆ, ਖਰੀਦਿਆ ਨਹੀਂ ਜਾ ਸਕਦਾ, ਕੋਈ ਧੋਖਾ ਨਹੀਂ ਦੇ ਸਕਦਾ । ਸ਼ਬਦ ਨੂੰ ਮਨ ਵਿੱਚ ਵਸਾਉਣ, ਸ਼ਬਦ ਦੀ ਪਾਲਣਾ ਕਰਨ ਨਾਲ ਹੀ ਸ਼ਬਦ ਦਾ ਧਨ ਬਖਸ਼ਿਸ਼ ਹੋ ਸਕਦਾ ਹੈ । ਪ੍ਰਭ ਦੇ ਵਿਛੋੜੇ ਦੇ ਵਿਰਾਗ, ਮਿਲ ਕੇ ਵਿਛੜ ਜਾਣ ਦੇ ਡਰ ਨਾਲ ਸਿਮਰਨ ਕਰੋ । ਨਿਮਾਣੇ ਬਣਕੇ ਬੰਦਗੀ ਕਰਨ ਨਾਲ ਹੀ ਰਹਿਮਤ ਬਖਸ਼ਿਸ਼ ਹੋ ਸਕਦੀ ਹੈ ।

To adopt the teachings of His Word in day-to-day life, may be very tedious task; however, the reward of obeying His Word may be priceless. His Blessings cannot be robbed, purchased, or cheated by anyone else. Whosoever may wholeheartedly adopt the teachings of His Word in day-to-day life; he may remain drenching with the essence of His Word from within. He may be bestowed with state of mind as His true devotee. You should remain in the renunciation in the memory of your separation; fear of separation after union and meditate. The right path may be blessed only by humbly serving His Creation.

Key Message of Raag Aasaa, page 412-13
ਧਰਮਕ ਗ੍ਰੰਥ!
ਪ੍ਰਭ ਦੀ ਹੋਂਦ ਦਾ ਵਖਿਆਣ ਕਰਨ ਵਾਲੀਆਂ ਅਨਗਿਣਤ ਹੀ ਲਿਖਤਾਂ, ਗ੍ਰੰਥ ਹਨ । ਫਿਰ ਵੀ ਪੂਰਨ ਵਿਆਖਿਆ ਲਿਖਣ ਲਈ ਬਹੁਤ ਕੁਝ ਬਾਕੀ ਹੈ । ਪ੍ਰਭ ਦੇ ਸ਼ਬਦ ਦੀ ਕਮਾਈ ਹੀ ਜੀਵਨ ਵਿੱਚ ਅਤੇ ਮੌਤ ਤੋਂ ਪਿਛੋਂ ਦਰਬਾਰ ਵਿੱਚ ਸਾਥ ਦੇ ਸਕਦੀ ਹੈ । ਜਿਸ ਦੇ ਮਨ ਵਿੱਚ ਸ਼ਬਦ ਘਰ ਕਰ ਜਾਂਦਾ ਹੈ, ਉਹ ਮਾਨਸ ਜੀਵਨ ਵਿੱਚ ਰਹਿੰਦਾ ਹੋਇਆ ਹੀ ਮੁਕਤ ਹੋ ਜਾਂਦਾ ਹੈ । ਜਿਹੜਾ ਆਪਣੇ ਅਹੰਕਾਰ ਨੂੰ ਤਿਆਗ ਦੇਂਦਾ ਹੈ, ਉਸ ਨੂੰ ਤਿੰਨਾਂ ਸ੍ਰਿਸ਼ਟੀਆਂ ਦੀ ਸੋਝੀ ਹੋ ਜਾਂਦੀ ਹੈ । ਪਰ ਕੋਈ ਵਿਰਲਾ ਹੀ ਸ਼ਬਦ ਨਾਲ ਜੀਵਨ ਢਾਲਦਾ ਹੈ । ਪ੍ਰਭ ਦੇ ਵਿਛੋੜੇ ਦੇ ਵਿਰਾਗ ਨਾਲ ਸ਼ਬਦ ਦੀ ਪਾਲਣਾ ਕਰਨਾ ਬਹੁਤ ਕਠਨ ਹੈ । ਪ੍ਰਭ ਦੀ ਰਹਿਮਤ, ਜੀਵ ਤੋਂ ਖੋਹੀ, ਖਰੀਦੀ ਨਹੀਂ ਜਾ ਸਕਦੀ!
Religious Holy Scripture!
In the universe, countless Holy Scriptures describe the nature and existence of The True Master; still much more need to be explored about His Nature. Only, earnings of His Word may remain as a true companion after death in His Court. Whosoever may remain drenched with the essence of His Word, he may be blessed with immortal state of salvation. Whosoever may conquer his own ego; he may be enlightened with the nature of three universes; however, very rare may adopt the teachings of His Word with steady and stable belief in his day-to-day life. To adopt the teachings of His Word in renunciation in the memory of his separation from His Holy Spirit may be very tedious task. His Blessings cannot be robbed, purchased, or cheated by anyone.

44. ਆਸਾ ਮਹਲਾ ੧॥ 413-5

ਏਕੁ ਮਰੈ ਪੰਚੇ ਮਿਲਿ ਰੋਵਹਿ॥ ਹਉਮੈ ਜਾਇ ਸਬਦਿ ਮਲੁ ਧੋਵਹਿ॥ ayk marai panchay mil roveh. ha-umai jaa-ay sabad mal Dhoveh.
ਸਮਝਿ ਸੂਝਿ ਸਹਜ ਘਰਿ ਹੋਵਹਿ॥ ਬਿਨੁ ਬੂਝੇ ਸਗਲੀ ਪਤਿ ਖੋਵਹਿ॥੧॥ samajh soojh sahj ghar hoveh. bin boojhay saglee pat khoveh. ||1||

ਜੀਵ ਦੀ ਮੌਤ ਹੋਣ ਤੇ ਉਸ ਦਾ ਅਸਲੀ ਸੋਗ, ਮਨ ਦੀਆਂ ਪੰਜ ਇਛਾਂ (ਕਾਮ, ਕਰੋਧ, ਮੋਹ, ਲੋਭ ਅਤੇ ਅਹੰਕਾਰ) ਕਰਦੀਆਂ ਹਨ । ਜਿਹੜਾ ਸ਼ਬਦ ਦੀ ਪਾਲਣਾ ਕਰਦਾ, ਆਪਣੇ ਅਹੰਕਾਰ ਤੇ ਕਾਬੂ ਪਾ ਲੈਂਦਾ ਹੈ, ਉਹ ਆਪਣੀ ਆਤਮਾ ਦੀ ਪਾਪਾਂ ਦੀ ਮੈਲ ਧੋਅ ਲੈਂਦਾ ਹੈ । ਉਸ ਨੂੰ ਸ਼ਬਦ ਦੀ ਸੋਝੀ, ਅਟਲ ਪ੍ਰਭ ਦੇ ਦਰਬਾਰ ਵਿੱਚ ਪ੍ਰਵਾਨਗੀ ਬਖਸ਼ਿਸ਼ ਹੋ ਸਕਦੀ ਹੈ । ਜੀਵ, ਸ਼ਬਦ ਦੀ ਸੋਝੀ ਤੋਂ ਬਿਨਾਂ ਆਪਣਾ ਥਾਂ ਗਵਾ ਲੈਂਦਾ ਹੈ ।

The five demons of worldly desires (sexual urge, anger, attachment, greed, and ego) truly grieve for the loss at the death of human. Whosoever may wholeheartedly obey and adopts the teachings of His Word; with His mercy and grace, he may conquer the ego of his own mind. He may sanctify and cleans the blemish, filth of worldly desires from his mind. He may be blessed enlightenment and acceptance in His Court. He may lose his place in His Court, without the enlightenment of the essence of His Word.

ਕਉਣੁ ਮਰੈ ਕਉਣੁ ਰੋਵੈ ਓਹੀ॥ ka-un marai ka-un rovai ohee.
ਕਰਣ ਕਾਰਣ ਸਭਸੈ ਸਿਰਿ ਤੋਹੀ॥੧॥ ਰਹਾਉ॥ karan kaaran sabhsai sir tohee. ||1|| rahaa-o.

ਪ੍ਰਭ ਆਪ ਹੀ ਸਭ ਕਰਤਬ ਕਰਨ ਵਾਲਾ ਜੀਵਾਂ ਦਾ ਮਾਲਕ ਹੈ । ਸੰਸਾਰ ਵਿੱਚ ਕੌਣ ਮਰਦਾ ਅਤੇ ਕੌਣ ਉਸ ਨੂੰ ਰੋਂਦਾ ਹੈ?

The One and Only One, True Master prevails in every event in the universe. Who may die, grieves, on his death?

ਮੁਏ ਕਉ ਰੋਵੈ ਦੁਖੁ ਕੋਇ॥ ਸੋ ਰੋਵੈ ਜਿਸੁ ਬੇਦਨ ਹੋਇ॥ moo-ay ka-o rovai dukh ko-ay. so rovai jis baydan ho-ay.
ਜਿਸੁ ਬੀਤੀ ਜਾਣੈ ਪ੍ਰਭ ਸੋਇ॥ ਆਪੇ ਕਰਤਾ ਕਰੇ ਸੁ ਹੋਇ॥੨॥ jis beetee jaanai parabh so-ay. aapay kartaa karay so ho-ay. ||2

ਗੁਰੂ ਨਾਨਕ ਦੇਵ ਜੀ! – Guru Nanak Dev Ji! Guru Granth Sahib

ਜੀਵ ਦੀ ਮੌਤ ਤੇ ਉਸ ਦਾ ਪਰਿਵਾਰ ਆਪਣੀਆਂ ਲੋੜਾਂ ਕਰਕੇ ਰੋਂਦਾ, ਉਦਾਸ ਹੁੰਦਾ ਹੈ । ਹਰਇਕ ਜੀਵ ਨੂੰ ਵੱਖਰਾ ਵੱਖਰਾ ਦੁਖ ਮਹਿਸੂਸ ਹੁੰਦਾ ਹੈ । ਜਿਤਨਾ ਆਸਰਾ, ਉਤਨਾ ਹੀ ਦੁਖ ਮਹਿਸੂਸ ਹੁੰਦਾ ਹੈ, ਕੇਵਲ ਪ੍ਰਭ ਹੀ ਇਸ ਦੀ ਹੱਦ ਜਾਣਦਾ ਹੈ । ਪ੍ਰਭ ਦਾ ਭਾਣਾ ਵਾਪਰ ਕੇ ਬੀਤ ਜਾਂਦਾ ਹੈ ।

At the death of a human, his family, and relatives may cry and grieve, for own greed of worldly desires. Everyone may realize grieve different unique way. His grief may depend on level of compassion and support from departed soul. Only, The True Master may comprehend the extent of his sufferings. His Command always prevails and passes away.

ਜੀਵਤ ਮਰਣਾ ਤਾਰੇ ਤਰਣਾ॥ ਜੈ ਜਗਦੀਸ ਪਰਮ ਗਤਿ ਸਰਣਾ॥ jeevat marnaa taaray tarnaa. jai jagdees param gat sarnaa.
ਹਉ ਬਲਿਹਾਰੀ ਸਤਿਗੁਰ ਚਰਣਾ॥ ha-o balihaaree satgur charnaa.
ਗੁਰੁ ਬੋਹਿਥੁ ਸਬਦਿ ਭੈ ਤਰਣਾ॥੩॥ gur bohith sabad bhai tarnaa. ||3||

ਜਿਹੜਾ ਜੀਵਨ ਵਿੱਚ ਲੰਘਦਾ ਹੋਇਆ, ਮਰਨਾ ਜਾਣ ਲੈਂਦਾ, ਇਸ ਅਵਸਥਾ ਵਿੱਚ ਜੀਵਨ ਬਤੀਤ ਕਰਦਾ ਹੈ! ਉਹ ਆਪ ਪ੍ਰਵਾਨ ਹੋ ਜਾਂਦਾ, ਆਪਣੇ ਸੰਜੋਗੀਆਂ ਨੂੰ ਰਸਤੇ ਤੇ ਪਾ ਜਾਂਦਾ ਹੈ । ਉਹ ਪ੍ਰਭ ਦੇ ਬਖਸ਼ੇ ਦਾ ਧੰਨਵਾਦ ਕਰਦੇ, ਚਰਨਾਂ ਵਿੱਚ ਪ੍ਰਵਾਨਗੀ ਪਾ ਲੈਂਦੇ ਹਨ । ਪ੍ਰਭ ਦੀ ਸ਼ਰਣ ਤੋਂ ਕੁਰਬਾਨ ਜਾਈਏ! ਕੇਵਲ ਸ਼ਬਦ ਦੀ ਪਾਲਣਾ ਰੂਪੀ ਬੇੜੀ ਵਿੱਚ ਸਵਾਰ ਹੋਣ ਨਾਲ ਹੀ ਸੰਸਾਰਕ ਇਛਾਂ ਭਰਿਆਂ ਸਾਗਰ ਪਾਰ ਕੀਤਾ ਜਾ ਸਕਦਾ ਹੈ ।

Whosoever may realize the right way of dying, in his day-to-day life. He may realize! Birth is a separation from His Holy Spirit and death of body may be the path of acceptance in His Sanctuary. He may remain on the right path of acceptance in His Court; he inspires his family and followers on the right path of meditation. He always sings the glory, gratitude, and praises of The True Master; he may be accepted in His Sanctuary. I am fascinated from the greatness of His Sanctuary. Only by adopting the teachings of His Word may be the boat to cross the terrible ocean of worldly desires.

ਨਿਰਭਉ ਆਪਿ ਨਿਰੰਤਰਿ ਜੋਤਿ॥ ਬਿਨੁ ਨਾਵੈ ਸੂਤਕੁ ਜਗਿ ਛੋਤਿ॥ nirbha-o aap nirantar jot. bin naavai sootak jag chhot.
ਦੁਰਮਤਿ ਬਿਨਸੈ ਕਿਆ ਕਹਿ ਰੋਤਿ॥ durmat binsai ki-aa kahi rot.
ਜਨਮਿ ਮੁਏ ਬਿਨੁ ਭਗਤਿ ਸਰੋਤਿ॥੪॥ janam moo-ay bin bhagat sarot. ||4||

ਪ੍ਰਭ ਦੀ ਜੋਤ, ਡਰ ਤੋਂ ਰਹਿਤ, ਜੀਵ ਦੇ ਅੰਦਰ ਚਲਦੀ ਹੈ । ਸ਼ਬਦ ਦੀ ਪਾਲਣਾ ਤੋਂ ਬਿਨਾਂ ਜੀਵ ਭਰਮਾਂ, ਭੁਲੇਖਿਆਂ ਦਾ ਹੀ ਸ਼ਿਕਾਰ ਹੁੰਦਾ ਹੈ । ਮਨਮੁਖ, ਮਨਮਰਜ਼ੀ ਕਰਨ ਵਾਲਾ, ਸ਼ਬਦ ਦੀ ਪਾਲਣਾ ਨਹੀਂ ਕਰਦਾ, ਮੌਕਾ ਗਵਾ ਲੈਂਦਾ ਹੈ! ਫਿਰ ਪਛਤਾਵੇ ਦਾ ਕੋਈ ਲਾਭ ਨਹੀਂ ਹੁੰਦਾ । ਉਹ ਸ਼ਬਦ ਦੀ ਬੰਦਗੀ ਤੋਂ ਬਿਨਾਂ ਜੂੰਨਾਂ ਦੇ ਚੱਕਰ ਵਿੱਚ ਹੀ ਰਹਿੰਦਾ ਹੈ ।

The Fearless True Master remains embedded with every soul, dwells, and prevails within his body. Self-minded, without obeying the teachings of His Word in his life; he remains a victim of worldly suspicions and rituals. He may waste his priceless human life opportunity; his regretting and repenting may be useless. He remains in the cycle of birth and death.

ਮੁਏ ਕਉ ਸਚੁ ਰੋਵਹਿ ਮੀਤ॥ ਤ੍ਰੈ ਗੁਣ ਰੋਵਹਿ ਨੀਤਾ ਨੀਤ॥ moo-ay ka-o sach roveh meet. tarai gun roveh neetaa neet.
ਦੁਖੁ ਸੁਖੁ ਪਰਹਰਿ ਸਹਜਿ ਸੁਚੀਤ॥ dukh sukh parhar sahj sucheet.
ਤਨੁ ਮਨੁ ਸਉਪਉ ਕ੍ਰਿਸਨ ਪਰੀਤਿ॥੫॥ tan man sa-opa-o krisan pareet. ||5||

ਕੇਵਲ ਅਸਲੀ ਮਿੱਤਰ ਹੀ ਮੌਤ ਤੇ ਵਿਰਾਗ ਕਰਦਾ, ਉਦਾਸ ਹੁੰਦਾ ਹੈ । ਜਿਹੜਾ ਆਪਣੇ ਸੁਖਾਂ, ਇਛਾਂ, ਆਸਾਂ ਕਰਕੇ ਰੋਂਦਾ ਹੈ, ਉਹ ਲੋਕ ਦਿਖਾਵਾ ਹੀ ਕਰਦਾ ਹੈ । ਗੁਰਮਖ ਦੁਖ, ਸੁਖ ਦੇ ਅੰਤਰ ਤੋਂ ਰਹਿਤ ਹੋ ਕੇ ਸ਼ਬਦ ਦੀ ਪਾਲਣਾ ਵਿੱਚ ਅਡੋਲ ਰਹਿੰਦਾ, ਆਤਮਾ ਦੇ ਵਿਛੋੜੇ ਦੇ ਵਿਰਾਗ ਵਿੱਚ ਹੀ ਲੀਨ ਰਹਿੰਦਾ ਹੈ!

Only a true friend may really grieve, becomes miserable in renunciation of in the memory of his loss. Whosoever may cry and grieve for his own comforts, desires, and hopes, he may be hypocrite; he may only cry for sympathy from others. His true devotee arises above the comforts and miseries of day-to-day life; he may wholeheartedly obey and adopts the teachings of His Word. He remains in renunciation in the memory of his separation from His Holy Spirit.

ਭੀਤਰਿ ਏਕੁ ਅਨੇਕ ਅਸੰਖ॥ ਕਰਮ ਧਰਮ ਬਹੁ ਸੰਖ ਅਸੰਖ॥ bheetar ayk anayk asaNkh. karam Dharam baho sankh asaNkh.
ਬਿਨੁ ਭੈ ਭਗਤੀ ਜਨਮੁ ਬਿਰੰਥ॥ bin bhai bhagtee janam biranth.
ਹਰਿ ਗੁਣ ਗਾਵਹਿ ਮਿਲਿ ਪਰਮਾਰੰਥ॥੬॥ har gun gaavahi mil parmaaranth. ||6||

ਇਕੋ ਇਕ ਪ੍ਰਭ ਹੀ ਹਰਇਕ ਜੀਵ ਦੇ ਹਿਰਦੇ ਵਿੱਚ ਵਸਦਾ ਹੈ । ਸੰਸਾਰ ਵਿੱਚ ਅਨੇਕਾਂ ਹੀ ਧਰਮ, ਰੀਤੀ ਰੀਵਾਜ, ਬੰਦਗੀ ਕਰਨ ਦੇ ਤਰੀਕੇ ਹਨ । ਪ੍ਰਭ ਦੇ ਵਿਛੋੜੇ ਦੇ ਵਿਰਾਗ ਵਿੱਚ ਭਰੋਸਾ ਅਡੋਲ ਰਖਕੇ ਸ਼ਬਦ ਦੀ ਪਾਲਣਾ ਕਰਨ ਤੋਂ ਬਿਨਾਂ ਸਾਰੇ ਬੰਦਗੀ ਦੇ ਰਸਤੇ ਬਿਰਥਾ ਹੀ ਹਨ । ਸ਼ਬਦ ਦੀ ਪਾਲਣਾ, ਉਸਤਤ ਗਾਉਣ ਨਾਲ ਹੀ ਅਮੋਲਕ ਅਵਸਥਾ ਬਖਸ਼ਿਸ਼ ਹੋ ਸਕਦੀ ਹੈ ।

The One and Only One, True Master remains embedded within every soul, and dwells within his body. There are countless religions, religious rituals, and techniques to meditate; however, without obeying and adopting the teachings of His Word in renunciation in the memory of his separation from His Holy Spirit; all other techniques are useless for the real purpose of human life. Whosoever may sing and adopts the teachings of His Word; with His mercy and grace, only he may be blessed with priceless state of mind as His true devotee.

ਆਪਿ ਮਰੈ ਮਾਰੇ ਭੀ ਆਪਿ॥ ਆਪਿ ਉਪਾਏ ਥਾਪਿ ਉਥਾਪਿ॥ aap marai maaray bhee aap. aap upaa-ay thaap uthaap.
ਸ੍ਰਿਸਟਿ ਉਪਾਈ ਜੋਤੀ ਤੂ ਜਾਤਿ॥ sarisat upaa-ee jotee too jaat.
ਸਬਦੁ ਵੀਚਾਰਿ ਮਿਲਣੁ ਨਹੀ ਭ੍ਰਾਤਿ॥੭॥ sabad veechaar milan nahee bharaat. ||7||

ਆਤਮਾ, ਪ੍ਰਭ ਦੀ ਜੋਤ ਦਾ ਹੀ ਅੰਗ ਹੈ । ਪ੍ਰਭ ਆਪ ਹੀ ਤਨ ਨੂੰ ਪੈਦਾ ਕਰਦਾ ਹੈ, ਆਪ ਹੀ ਤਨ ਦਾ ਨਾਸ ਕਰਦਾ, ਮੌਤ ਦੇਂਦਾ ਹੈ! ਆਪਣਾ ਸੰਸਾਰ ਵਾਲਾ ਮੰਦਰ ਭਸਮ ਕਰਦਾ ਹੈ । ਆਪ ਹੀ ਜਨਮ ਬਖਸ਼ਦਾ, ਪਾਲਣਾ ਕਰਦਾ, ਖਤਮ ਕਰਦਾ ਹੈ । ਸਾਰੀ ਸ੍ਰਿਸ਼ਟੀ ਹੀ ਆਪਣੀ ਕਰਮਾਤ ਨਾਲ ਬਣਾ ਕੇ ਹਰ ਵਿੱਚ ਆਪਣੀ ਜੋਤ ਬਖਸ਼ਦਾ ਹੈ । ਜਿਹੜਾ ਸ਼ਬਦ ਦਾ ਧਿਆਨ, ਪਾਲਣਾ ਕਰਦਾ ਹੈ । ਉਸ ਨੂੰ ਆਪਣੀ ਸ਼ਬਦ ਦੀ ਸਮਾਧੀ ਵਿੱਚ ਅਲੋਪ ਕਰ ਲੈਂਦਾ ਹੈ ।

The soul is an expansion of His Holy Spirit, The True Master. He has created body for separated soul as His Throne for predetermined time and He destroys His Temple. The soul may be separated from her body, considers death of her worldly identity. Soul may never die; only keep changing body until becomes worthy to be immersed within His Holy Spirit. He has created the whole universe with His Imagination; His Holy Spirit remains embedded within soul and dwells within his body. Whosoever may adopt the teachings of His Word; his soul may be immersed within His Holy Spirit.

ਗੁਰੂ ਨਾਨਕ ਦੇਵ ਜੀ! – Guru Nanak Dev Ji! Guru Granth Sahib

ਸੂਤਕੁ ਅਗਨਿ ਭਖੈ ਜਗੁ ਖਾਇ॥ sootak agan bhakhai jag khaa-ay.
ਸੂਤਕੁ ਜਲਿ ਥਲਿ ਸਭ ਹੀ ਥਾਇ॥ sootak jal thal sabh hee thaa-ay.
ਨਾਨਕ ਸੂਤਕਿ ਜਨਮਿ ਮਰੀਜੈ॥ naanak sootak janam mareejai.
ਗੁਰ ਪਰਸਾਦੀ ਹਰਿ ਰਸੁ ਪੀਜੈ॥੮॥੪॥ gur parsaadee har ras peejai. ||8||4||

ਭਰਮਾਂ/ਸੂਤਕਾਂ ਦੀ ਅੱਗ ਨੇ ਸਾਰੀ ਸ੍ਰਿਸ਼ਟੀ ਨੂੰ ਆਪਣੇ ਕਾਬੂ ਵਿੱਚ ਘੇਰਿਆ ਹੈ । ਇਹ ਅੱਗ ਤਿੰਨਾਂ ਸ੍ਰਿਸ਼ਟੀਆਂ ਵਿੱਚ ਹੀ ਫੈਲੀ ਹੋਈ ਹੈ । ਜੀਵ ਇਸ ਅੱਗ ਵਿੱਚ ਹੀ ਜਨਮ ਲੈਂਦਾ, ਅੱਗ ਵਿੱਚ ਹੀ ਮਰ ਜਾਂਦਾ ਹੈ । ਜਿਸ ਤੇ ਪ੍ਰਭ ਆਪ ਹੀ ਰਹਿਮਤ ਬਖਸ਼ਕੇ ਸ਼ਬਦ ਦੇ ਲੜ ਲਾਉਂਦਾ ਹੈ, ਕੇਵਲ ਉਸ ਨੂੰ ਹੀ ਪ੍ਰਭ ਦੇ ਚਰਨਾਂ ਵਿੱਚ ਪਨਾਹ ਬਖਸ਼ਿਸ਼ ਹੁੰਦੀ ਹੈ ।

The whole universe remains a victim, dominated with the fire of suspicions. All three universes remain dominated with suspicions. All creatures born and die in this fire. Whosoever may be bestowed with His Blessed Vision; he may remain attached to His Word, only he may be saved and accepted in His Sanctuary.

Key Message of Raag Aasaa, page 413-5
ਜੀਵ ਦੀ ਮੌਤ ਤੇ ਕੌਣ ਸੋਗ ਕਰਦਾ ਹੈ?
ਜੀਵ ਦੀ ਮੌਤ ਹੋਣ ਤੇ ਉਸ ਦਾ ਅਸਲੀ ਸੋਗ, ਮਨ ਦੀਆਂ ਪੰਜ ਇਛਾਂ (ਕਾਮ, ਕਰੋਧ, ਮੋਹ, ਲੋਭ ਅਤੇ ਅਹੰਕਾਰ) ਕਰਦੀਆਂ ਹਨ । ਮੌਤ ਤੇ ਉਸ ਦਾ ਪਰਿਵਾਰ ਆਪਣੀਆਂ ਲੋੜਾਂ ਕਰਕੇ ਉਦਾਸ ਹੁੰਦਾ ਹੈ । ਜਿਹੜਾ ਜੀਵਨ ਵਿੱਚ ਲੰਘਦਾ ਹੋਇਆ ਹੀ ਮਰਨਾ ਜਾਣ ਲੈਂਦਾ ਹੈ । ਉਹ ਸ਼ਬਦ ਰੂਪੀ ਬੇੜੀ ਵਿੱਚ ਸਵਾਰ ਹੋ ਕੇ, ਸੰਸਾਰਕ ਇਛਾਂ ਭਰਿਆਂ ਸਾਗਰ ਪਾਰ ਕਰ ਸਕਦਾ ਹੈ । ਆਤਮਾ, ਪ੍ਰਭ ਦੀ ਜੋਤ ਦਾ ਹੀ ਅੰਗ ਹੈ, ਹਰਇਕ ਆਤਮਾ ਅੰਦਰ ਇਕੋ ਇਕ ਪ੍ਰਭ ਦੀ ਜੋਤ ਹੀ ਵਸਦੀ ਹੈ! ਜਿਹੜਾ ਸ਼ਬਦ ਦੀ ਪਾਲਣਾ ਕਰਦਾ, ਸ਼ਬਦ ਦੀ ਸਮਾਧੀ ਵਿੱਚ ਲੀਨ ਹੋ ਜਾਂਦਾ, ਉਹ ਸ਼ਬਦ ਦੀ ਸਮਾਧੀ ਵਿੱਚ ਹੀ ਅਲੋਪ ਹੋ ਜਾਂਦਾ ਹੈ । ਤਿੰਨੇਂ ਸ੍ਰਿਸ਼ਟੀਆਂ ਹੀ ਭਰਮਾਂ ਦੀ ਅੱਗ ਦੇ ਕਾਬੂ ਵਿੱਚ ਹਨ । ਜਿਹੜਾ ਆਪਾ ਭੇਟਾ ਕਰ ਦੇਂਦਾ ਹੈ, ਕੇਵਲ ਉਸ ਨੂੰ ਪਨਾਹ ਬਖਸ਼ਿਸ਼ ਹੁੰਦੀ ਹੈ ।
Who may grievances on death?
The five demons of worldly desires (sexual urge, anger, attachment, greed, and ego) truly grieve for the death of human body. His family may grieve for own greed of worldly desires and needs. Whosoever may realize the right way of dying; he realizes birth as a separation of soul and death as acceptance in His Sanctuary. The One and Only One, True Master remains embedded within soul and dwells in his body. Whosoever may remain intoxicated in the void of His Word; his soul may be immersed within His Holy Spirit; soul is an expansion of His Holy Spirit. The fire of suspicions has dominated the whole universe. Whosoever may surrender his self-entity; he may be accepted in His Sanctuary.

45. ਰਾਗ ਆਸਾ ਮਹਲਾ ੧॥ 413-16

ਆਪੁ ਵੀਚਾਰੈ ਸੁ ਪਰਖੇ ਹੀਰਾ॥ ਏਕ ਦ੍ਰਿਸਟਿ ਤਾਰੇ ਗੁਰ ਪੂਰਾ॥ aap veechaarai so parkhay heeraa. ayk darisat taaray gur pooraa.
ਗੁਰੁ ਮਾਨੈ ਮਨ ਤੇ ਮਨੁ ਧੀਰਾ॥੧॥ gur maanai man tay man Dheeraa. ||1||

ਜਿਹੜਾ ਆਪਣੇ ਜੀਵਨ ਨੂੰ ਸ਼ਬਦ ਨਾਲ ਪਰਖਦਾ ਹੈ, ਉਹ ਸ਼ਬਦ ਦੀ ਅਸਲੀ ਕੀਮਤ ਜਾਣਦਾ ਹੈ । ਉਸ ਨੂੰ ਪ੍ਰਭ ਦੀ ਇਕ ਨਜ਼ਰ ਨਾਲ ਹੀ ਮਨ ਵਿੱਚ ਸ਼ਾਤੀ, ਸੰਤੋਖ ਭਰ ਜਾਂਦਾ ਹੈ ।

Whosoever may evaluate his own deeds with the teachings of His Word, only he may realize the true value of His Word, Blessings. The Merciful True Master may bestow His Blessed Vision; in a twinkle of eyes, he may become overwhelmed with peace and contentment in his day-to-day life.

ਐਸਾ ਸਾਹੁ ਸਰਾਫੀ ਕਰੇ॥ aisaa saahu saraafee karai.
ਸਾਚੀ ਨਦਰਿ ਏਕ ਲਿਵ ਤਰੇ॥੧॥ ਰਹਾਉ॥ saachee nadar ayk liv tarai. ||1|| rahaa-o.

ਪ੍ਰਭ, ਇਸਤਰ੍ਹਾਂ ਦਾ ਇਨਸਾਫ ਕਰਨ ਵਾਲਾ ਮਾਲਕ ਹੈ । ਇਕ ਝਲਕ ਨਾਲ ਹੀ ਮਨ ਨੂੰ ਸਾਂਤੀ ਹੋ ਜਾਂਦੀ, ਜੀਵ ਪ੍ਰਵਾਨ ਹੋ ਜਾਂਦਾ ਹੈ ।

The justice of My True Master remains such a fascinating, astonishing. With one glimpse of His Blessed Vision, His true devotee may be overwhelmed with peace and contentment; his soul may be accepted in His Sanctuary.

ਪੂੰਜੀ ਨਾਮੁ ਨਿਰੰਜਨ ਸਾਰੁ॥ ਨਿਰਮਲੁ ਸਾਚਿ ਰਤਾ ਪੈਕਾਰੁ॥ poonjee naam niranjan saar. nirmal saach rataa paikaar.
ਸਿਫਤਿ ਸਹਜ ਘਰਿ ਗੁਰੁ ਕਰਤਾਰੁ॥੨॥ sifat sahj ghar gur kartaar. ||2||

ਸ਼ਬਦ ਵਿੱਚ ਅਡੋਲ ਭਰੋਸਾ ਰਖਕੇ ਜੀਵਨ ਵਿੱਚ ਢਾਲਣਾ ਹੀ ਬੰਦਗੀ ਦਾ ਮੂਲ ਹੈ । ਉਸ ਦੇ ਮਨ ਦੀਆਂ ਇਛਾਂ ਤੇ ਕਾਬੂ ਬਖਸ਼ਿਸ਼ ਹੋ ਜਾਂਦਾ ਹੈ । ਜਿਸ ਦਾ ਭਰੋਸਾ ਅਡੋਲ ਹੋ ਜਾਂਦਾ, ਉਸ ਨੂੰ ਸ਼ਬਦ ਦੀ ਪਾਲਣਾ, ਉਸਤਤ ਕਰਨ ਨਾਲ ਦਰਬਾਰ ਵਿਚੋਂ ਸੱਦਾ ਆਉਂਦਾ ਹੈ ।

The key essence of meditation is to adopt the teachings of His Word with steady and stable belief on His Existence. He may be blessed to conquer all worldly desires. Whosoever may adopt the teachings of His Word with steady and stable belief, he may be invited, accepted in His Court.

ਆਸਾ ਮਨਸਾ ਸਬਦਿ ਜਲਾਏ॥ ਰਾਮ ਨਰਾਇਣੁ ਕਹੈ ਕਹਾਏ॥ aasaa mansaa sabad jalaa-ay. raam naraa-in kahai kahaa-ay.
ਗੁਰ ਤੇ ਵਾਟ ਮਹਲੁ ਘਰੁ ਪਾਏ॥੩॥ gur tay vaat mahal ghar paa-ay. ||3||

ਜਿਹੜਾ ਸ਼ਬਦ ਦੀ ਪਾਲਣਾ ਕਰਦਾ, ਉਸ ਦੇ ਮਨ ਦੀਆਂ ਇਛਾਂ ਦੀ ਅੱਗ ਖਤਮ ਹੋ ਜਾਂਦੀ, ਬੁਝ ਜਾਂਦੀ ਹੈ । ਉਹ ਸ਼ਬਦ ਦਾ ਸਿਮਰਨ, ਪਾਲਣਾ ਕਰਦਾ, ਸਾਥੀਆਂ ਨੂੰ ਸਿਮਰਨ ਦੀ ਪ੍ਰੇਰਨਾ ਕਰਦਾ ਹੈ । ਸ਼ਬਦ ਦੀ ਸੋਝੀ ਨਾਲ ਮਨ ਅੰਦਰੋਂ ਹੀ ਅਸਲੀ ਰਸਤਾ ਬਖਸ਼ਿਸ਼ ਹੋ ਜਾਂਦਾ ਹੈ ।

Whosoever may adopt the teachings of His Word with steady and stable belief, all hunger, thirst of worldly desires may be quenched. He may meditate and adopts the teachings of His Word and inspires his companions on the same path of meditation. He may be enlightened from within; he may be blessed with right path of acceptance in His Court.

ਕੰਚਨ ਕਾਇਆ ਜੋਤਿ ਅਨੂਪੁ॥ ਤ੍ਰਿਭਵਣ ਦੇਵਾ ਸਗਲ ਸਰੂਪੁ॥ kanchan kaa-i-aa jot anoop. taribhavan dayvaa sagal saroop.
ਮੈ ਸੋ ਧਨੁ ਪਲੈ ਸਾਚੁ ਅਖੂਟੁ॥੪॥ mai so Dhan palai saach akhoot. ||4||

ਤਿੰਨਾਂ ਸ੍ਰਿਸ਼ਟੀਆਂ ਵਿੱਚ ਹੀ ਪ੍ਰਭ ਦਾ ਨੂਰ ਚਮਕਦਾ ਹੈ । ਜਿਹੜਾ ਸ਼ਬਦ ਦੀ ਪਾਲਣਾ ਕਰਦਾ ਹੈ, ਉਸ ਦਾ ਤਨ ਰੂਹਾਨੀ ਨੂਰ ਨਾਲ ਸੋਨੇ ਦੀ ਤਰ੍ਹਾਂ ਅਮੋਲਕ ਬਣ ਜਾਂਦਾ ਹੈ । ਉਸ ਨੂੰ ਸ਼ਬਦ ਦਾ ਅਮੋਲਕ ਖਜ਼ਾਨਾ ਬਖਸ਼ਿਸ਼ ਹੋ ਜਾਂਦਾ ਹੈ ।

His Eternal Holy Spirit shines in all three universes. Whosoever may adopt the teachings of His Word; his mind and body may become priceless like gold. He may be blessed with the ambrosial treasure of the enlightenment of His Word.

ਪੰਚ ਤੀਨਿ ਨਵ ਚਾਰਿ ਸਮਾਵੈ॥ ਧਰਣਿ ਗਗਨੁ ਕਲ ਧਾਰਿ ਰਹਾਵੈ॥ panch teen nav chaar samaavai. Dharan gagan kal Dhaar rahaavai.
ਬਾਹਰਿ ਜਾਤਉ ਉਲਟਿ ਪਰਾਵੈ॥ ੫॥ baahar jaata-o ulat paraavai. ||5||

ਪ੍ਰਭ ਪੰਜਾਂ ਇਛਾਂ, ਤਿੰਨਾਂ ਸ੍ਰਿਸ਼ਟੀਆਂ, ਨੌ ਖੰਡਾਂ, ਚਾਰਾਂ ਦਿਸ਼ਾਂ ਵਿੱਚ ਹਾਜ਼ਰਾ ਹਜੂਰ ਵਾਪਰਦਾ ਹੈ, ਸਭ ਕੁਝ ਪ੍ਰਭ ਦੇ ਵੱਸ ਵਿੱਚ ਹੀ ਹਨ । ਪ੍ਰਭ ਦੇ ਆਸਰੇ ਹੀ ਧਰਤੀ, ਅਕਾਸ਼ ਖੜ੍ਹੇ ਹਨ, ਹੁਕਮ ਤੇ ਚਲਦਾ ਹਨ । ਉਸ ਦੇ ਹੁਕਮ ਨਾਲ ਹੀ ਮਨ ਚਾਰੇ ਪਾਸੇ ਵੀ ਘੁੰਮਦਾ ਹੈ ।

The True Master remains omnipresent in all five worldly desires, demons of worldly desires, three universes, nine regions and four directions, The Omnipresent True Master prevails in each activity and everything is under His control and only His Word prevails in each action. The earth and skies are standing stable with His support and remains under His Command. All creatures of the world also wander around under His Command.

ਮੂਰਖੁ ਹੋਇ ਨ ਆਖੀ ਸੂਝੈ॥ ਜਿਹਵਾ ਰਸੁ ਨਹੀ ਕਹਿਆ ਬੂਝੈ॥ moorakh ho-ay na aakhee soojhai. jihvaa ras nahee kahi-aa boojhai.
ਬਿਖੁ ਕਾ ਮਾਤਾ ਜਗ ਸਿਉ ਲੂਝੈ॥੬॥ bikh kaa maataa jag si-o loojhai. ||6||

ਅਣਜਾਣ ਨੂੰ ਆਪਣੀਆ ਅੱਖਾਂ ਨਾਲ ਦੇਖਣ ਨਾਲ ਵੀ ਕੋਈ ਸਮਝ ਨਹੀਂ ਆਉਂਦੀ । ਉਹ ਸ਼ਬਦ ਦਾ ਰਸ ਜੀਭ ਨਾਲ ਨਹੀਂ ਮਾਣਦਾ, ਜੋ ਵੀ ਉਹ ਸੁਣਦਾ ਹੈ, ਉਸ ਨੂੰ ਕੁਝ ਸਮਝ ਨਹੀਂ ਆਉਂਦਾ । ਉਹ ਇਛਾਂ ਦੇ ਜ਼ਹਿਰ ਦੇ ਨਸ਼ੇ ਵਿੱਚ ਰਹਿੰਦਾ ਹੈ । ਉਹ ਸਾਰੇ ਸੰਸਾਰ ਨਾਲ ਹੀ ਚਰਚਾ ਕਰਦਾ, ਦਾਲੀਲਾਂ ਕਰਦਾ ਹੈ ।

Ignorant human may not even understand, whatsoever he may witness with his own eyes. He may not enjoy the nectar of the teachings of His Word within. He may not understand the essence of the message by hearing. He remains intoxicated with the poison of worldly desires. In his whole life, he may remain arguing with everyone about His Nature.

ਊਤਮ ਸੰਗਤਿ ਊਤਮੁ ਹੋਵੈ॥ ਗੁਣ ਕਉ ਧਾਵੈ ਅਵਗਣ ਧੋਵੈ॥ ootam sangat ootam hovai. gun ka-o Dhaavai avgan Dhovai.
ਬਿਨੁ ਗੁਰ ਸੇਵੇ ਸਹਜੁ ਨ ਹੋਵੈ॥੭॥ bin gur sayvay sahj na hovai. ||7||

ਜਿਹੜਾ ਜੀਵ ਬੰਦਗੀ ਕਰਨ ਵਾਲਿਆਂ ਦੀ ਸੰਗਤ ਕਰਦਾ ਹੈ । ਉਹ ਅਕਸਰ ਬੰਦਗੀ ਦੇ ਰਸਤੇ ਚਲਣ ਲਗ ਪੈਂਦਾ ਹੈ । ਜਿਹੜਾ ਚੰਗੇ ਕੰਮਾਂ ਵਿੱਚ ਧਿਆਨ ਲਾਉਂਦਾ ਹੈ, ਉਸ ਦੇ ਮਨ ਵਿਚੋਂ ਬੁਰੇ ਕੰਮਾਂ ਦਾ ਖਿਆਲ ਦੂਰ ਹੋਣ ਲਗ ਪੈਂਦਾ ਹੈ । ਸ਼ਬਦ ਦੀ ਪਾਲਣਾ ਤੋਂ ਬਿਨਾਂ ਸ਼ਬਦ ਦੀ ਬੰਦਗੀ ਵਿੱਚ ਮਨ ਨਹੀਂ ਟਿਕਦਾ ।

Whosoever may associate with His true devotee and meditate wholeheartedly on the teachings of His Word, he may be blessed with the right path of meditation, acceptance in His Court. Whosoever may concentrate on good deeds for mankind! All his evil thoughts slowly and slowly, may disappear from his mind, from his day-to-day life activities. Without meditating and adopting the teachings of His Word, he may not remain steady and stable on the right path of meditation.

ਹੀਰਾ ਨਾਮੁ ਜਵੇਹਰ ਲਾਲੁ॥ ਮਨੁ ਮੋਤੀ ਹੈ ਤਿਸ ਕਾ ਮਾਲੁ॥ heeraa naam javayhar laal. man motee hai tis kaa maal.
ਨਾਨਕ ਪਰਖੈ ਨਦਰਿ ਨਿਹਾਲੁ॥੮॥੫॥ naanak parkhai nadar nihaal. ||8||5||

ਪ੍ਰਭ ਦਾ ਸ਼ਬਦ ਅਮੋਲਕ, ਰਤਨ, ਜਵਾਹਰ ਹੈ । ਜਿਹੜਾ ਸ਼ਬਦ ਦੀ ਪਾਲਣਾ ਕਰਦਾ ਹੈ, ਉਸ ਦਾ ਮਨ ਇਕ ਮੋਤੀ ਦੀ ਤਰ੍ਹਾਂ ਪਵਿੱਤਰ ਹੋ ਜਾਂਦਾ ਹੈ । ਅੰਤਰਜਾਮੀ ਇਕ ਨਜ਼ਰ ਨਾਲ ਹੀ ਪਰਖ ਲੈਂਦਾ ਹੈ, ਰਹਿਮਤਾਂ ਨਾਲ ਭਰਪੂਰ ਕਰ ਦੇਂਦਾ ਹੈ ।

The teachings of His Word are priceless jewels. Whosoever may wholeheartedly adopt the teachings of His Word, he may become pure like pearl and his soul may be sanctified. The Omniscient True Master evaluates his deeds and bestows overwhelming virtues.

Key Message of Raag Aasaa, page 413-16
'ਸਿਮਰਨ ਦਾ ਮੂਲ!
ਜਿਹੜਾ ਆਪਣੇ ਜੀਵਨ ਨੂੰ ਸ਼ਬਦ ਨਾਲ ਪਰਖਦਾ ਹੈ, ਉਹ ਸ਼ਬਦ ਦੀ ਅਸਲੀ ਕੀਮਤ ਜਾਣ ਜਾਂਦਾ ਹੈ । ਬੰਦਗੀ ਦਾ ਮੂਲ ਹੀ ਸ਼ਬਦ ਵਿੱਚ ਅਡੋਲ ਭਰੋਸਾ ਰਖਕੇ ਜੀਵਨ ਵਿੱਚ ਢਾਲਣਾ ਹੈ । ਸ਼ਬਦ ਦੀ ਪਾਲਣਾ ਕਰਨ ਨਾਲ ਆਸਾਂ, ਇਛਾਂ ਦੀ ਅੱਗ ਬੁਝ ਜਾਂਦੀ ਹੈ । ਪ੍ਰਭ ਪੰਜਾਂ ਇਛਾਂ, ਤਿੰਨਾਂ ਸ੍ਰਿਸ਼ਟੀਆਂ, ਨੌ ਖੰਡਾਂ, ਚਾਰਾਂ ਦਿਸ਼ਾਂ ਵਿੱਚ ਹਾਜ਼ਰਾ ਹਜੂਰ ਵਾਪਰਦਾ ਹੈ, ਸਭ ਉਸ ਦੇ ਵੱਸ ਵਿੱਚ ਹੀ ਹਨ । ਚੰਗੇ ਕੰਮਾਂ ਵਿੱਚ ਧਿਆਨ ਲਾਉਣ ਬੁਰੇ ਕੰਮਾਂ ਦਾ ਖਿਆਲ ਦੂਰ ਹੋਣ ਲਗ ਪੈਂਦਾ ਹੈ । ਅੰਤਰਜਾਮੀ ਇਕ ਨਜ਼ਰ ਨਾਲ ਹੀ ਸ਼ਬਦ ਦੀ ਕਮਾਈ ਪਰਖ ਲੈਂਦਾ ਹੈ ।
Fundamentals of meditation!
Whosoever may evaluate his own deeds with the teachings of His Word, only he may recognize the true value of His Word. The key essence of meditation is to adopt the teachings of His Word with steady and stable belief on His Existence and His Blessings. By adopting the teachings of His Word with steady and stable belief, all his hunger, thirst of worldly desires may be quenched. The Omnipresent True Master prevails in all five demons of worldly desires, three universes, nine regions and four directions; everything remains under His control. Whosoever may concentrate on good deeds for mankind, all his evil thoughts slowly disappear from his mind. The Omniscient True Master evaluates his deeds and intentions.

46. ਆਸਾ ਮਹਲਾ ੧॥ 314-5

ਗੁਰਮੁਖਿ ਗਿਆਨੁ ਧਿਆਨੁ ਮਨਿ ਮਾਨੁ॥ gurmukh gi-aan Dhi-aan man maan.
ਗੁਰਮੁਖਿ ਮਹਲੀ ਮਹਲੁ ਪਛਾਨੁ॥ gurmukh mahlee mahal pachhaan.
ਗੁਰਮੁਖਿ ਸੁਰਤਿ ਸਬਦੁ ਨੀਸਾਨੁ॥੧॥ gurmukh surat sabad neesaan. ||1||

ਗੁਰਮਖ ਸ਼ਬਦ ਦੀ ਸੋਝੀ ਪਾ ਕੇ ਸ਼ਬਦ ਦੇ ਸਿਮਰਨ ਵਿੱਚ ਧਿਆਨ ਰਖਦਾ ਹੈ । ਸ਼ਬਦ ਦੀ ਸੋਝੀ ਮਨ ਨੂੰ ਅਡੋਲ ਰਖਦੀ, ਮਨ ਵਿੱਚ ਸੰਤੋਖ ਘਰ ਕਰ ਜਾਂਦਾ ਹੈ । ਉਹ ਪ੍ਰਭ ਦੀ ਹੋਂਦ ਮਹਿਸੂਸ ਕਰਦਾ ਹੈ, ਸ਼ਬਦ ਦੀ ਪਾਲਣਾ ਕਰਨਾ ਹੀ ਜੀਵਨ ਦਾ ਮੰਤਵ ਬਣਾਉਂਦਾ ਹੈ ।

His true devotee, with the enlightenment of His Word focus on the teachings of His Word. The enlightenment of His Word keeps him contented with His Blessings. He realizes the existence and greatness of The True Master. To obey and adopt the teachings of His Word becomes the sole purpose of his human life journey.

ਐਸੇ ਪ੍ਰੇਮ ਭਗਤਿ ਵੀਚਾਰੀ॥ aisay paraym bhagat veechaaree.
ਗੁਰਮੁਖਿ ਸਾਚਾ ਨਾਮੁ ਮੁਰਾਰੀ॥੧॥ ਰਹਾਉ॥ gurmukh saachaa naam muraaree. ||1|| rahaa-o.

ਇਸਤਰ੍ਹਾਂ ਪ੍ਰੀਤ ਨਾਲ ਸ਼ਬਦ ਦੇ ਸਿਮਰਨ ਕਰਨ ਨਾਲ ਪ੍ਰਭ ਦੀ ਰਹਿਮਤ ਦੀ ਨਜ਼ਰ ਬਖਸ਼ਿਸ਼ ਹੋ ਜਾਂਦੀ ਹੈ । ਜਿਸ ਨਾਲ ਅਹੰਕਾਰ ਦੀ ਜੜ੍ਹ ਨਾਸ਼ ਹੋ ਜਾਂਦੀ ਹੈ ।

Whosoever may meditate on the teachings of His Word with devotion. The Merciful True Master may bestow His Blessed Vision; he may conquer the ego of his own mind.

ਅਹਿਨਿਸਿ ਨਿਰਮਲੁ ਥਾਨਿ ਸੁਥਾਨੁ॥ ਤੀਨ ਭਵਨ ਨਿਹਕੇਵਲ ਗਿਆਨੁ॥ ahinis nirmal thaan suthaan. teen bhavan nihkayval gi-aan.
ਸਾਚੇ ਗੁਰ ਤੇ ਹੁਕਮੁ ਪਛਾਨੁ॥੨॥ saachay gur tay hukam pachhaan. ||2||

ਜਿਹੜਾ ਦਿਨ ਰਾਤ ਸ਼ਬਦ ਦੀ ਸਿਖਿਆ ਨਾਲ ਜੀਵਨ ਢਾਲਦਾ, ਬੰਦਗੀ ਵਿੱਚ ਲੀਨ ਰਹਿੰਦਾ ਹੈ! ਉਸ ਦੀ ਆਤਮਾ ਪਵਿੱਤਰ ਰਹਿੰਦੀ ਹੈ, ਉਸ ਨੂੰ ਤਿੰਨਾਂ ਸ੍ਰਿਸ਼ਟੀਆਂ, ਸ਼ਬਦ ਦੀ ਸੋਝੀ ਬਖਸ਼ਿਸ਼ ਹੋ ਜਾਂਦੀ ਹੈ ।

Whosoever may adopt the teachings of His Word with the steady and stable belief, his soul may be sanctified. He may be blessed with the enlightenment of three universe, essence of His Word from within.

ਸਾਚਾ ਹਰਖੁ ਨਾਹੀ ਤਿਸੁ ਸੋਗੁ॥ ਅੰਮ੍ਰਿਤੁ ਗਿਆਨੁ ਮਹਾ ਰਸੁ ਭੋਗੁ॥ saachaa harakh naahee tis sog. amrit gi-aan mahaa ras bhog.
ਪੰਚ ਸਮਾਈ ਸੁਖੀ ਸਭੁ ਲੋਗੁ॥੩॥ panch samaa-ee sukhee sabh log. ||3||

ਉਹ ਪ੍ਰਭ ਦੀ ਬਖਸ਼ਿਸ਼ ਦਾ ਅਨੰਦ ਮਾਨਦਾ ਹੈ, ਉਸ ਤੇ ਨਰਾਜ਼, ਗਿਲਾ ਨਹੀਂ ਕਰਦਾ । ਸ਼ਬਦ ਦੀ ਸੋਝੀ ਦਾ ਅਨੰਦ ਮਾਨਦੇ ਨੂੰ ਅਮੋਲਕ ਅਵਸਥਾ ਬਖਸ਼ਿਸ਼ ਹੋ ਜਾਂਦੀ ਹੈ । ਉਸ ਨੂੰ ਸੰਸਾਰਕ ਪੰਜਾਂ ਜਮਦੂਤਾਂ, ਕਾਮ, ਕਰੋਧ, ਲੋਭ, ਮੋਹ, ਅਹੰਕਾਰ ਤੇ ਜਿੱਤ ਬਖਸ਼ਿਸ਼ ਹੋ ਜਾਂਦੀ ਹੈ । ਸੰਸਾਰ ਵਿੱਚ ਵੱਡੇ ਭਾਗਾਂ ਵਾਲਾ ਬਣ ਜਾਂਦਾ ਹੈ ।

He may remain contented with His Blessings without any regrets, doubt, disappointments, nor any grievances. He may be blessed with the enlightenment of His Word, superb state of mind. He may conquer all five demons of worldly desires, sexual urge, anger, greed, attachment, and ego forever. He becomes very fortunate and honored in worldly life.

ਸਗਲੀ ਜੋਤਿ ਤੇਰਾ ਸਭੁ ਕੋਈ॥ ਆਪੇ ਜੋੜਿ ਵਿਛੋੜੇ ਸੋਈ॥ saglee jot tayraa sabh ko-ee. aapay jorh vichhorhay so-ee.
ਆਪੇ ਕਰਤਾ ਕਰੇ ਸੁ ਹੋਈ॥੪॥ aapay kartaa karay so ho-ee. ||4||

ਸਭ ਵਿੱਚ ਹੀ ਪ੍ਰਭ ਦੀ ਜੋਤ ਚਲਦੀ ਹੈ, ਪ੍ਰਭ ਹੀ ਸਾਰੀਆਂ ਦਾ ਮਾਲਕ ਹੈ । ਆਪ ਹੀ ਜੀਵ ਨੂੰ ਆਪਣੇ ਨਾਲੋ ਵਿਛੋੜਦਾ, ਜਨਮ ਦੇਂਦਾ ਹੈ । ਆਪ ਹੀ ਸ਼ਬਦ ਦੇ ਲੜ ਲਾਉਂਦਾ, ਪ੍ਰਵਾਨ ਕਰਕੇ ਆਪਣੀ ਜੋਤ ਵਿੱਚ ਅਲੋਪ ਕਰ ਲੈਂਦਾ ਹੈ ।

The One and Only One, True Master creator of the universe; His Holy Spirit remains embedded within each soul, dwells and prevails within his body. Souls may be separated from His Holy Spirit and blessed with human body with His Command. Whosoever may be attached to a devotional meditation on the teachings of His Word; he may be absorbed within His Holy Spirit.

ਢਾਹਿ ਉਸਾਰੇ ਹੁਕਮਿ ਸਮਾਵੈ॥ ਹੁਕਮੋ ਵਰਤੈ ਜੋ ਤਿਸੁ ਭਾਵੈ॥ dhaahi usaaray hukam samaavai. hukmo vartai jo tis bhaavai.
ਗੁਰ ਬਿਨੁ ਪੂਰਾ ਕੋਇ ਨ ਪਾਵੈ॥੫॥ gur bin pooraa ko-ay na paavai. ||5||

ਪ੍ਰਭ ਤੂੰ ਆਪਣੇ ਹੁਕਮ ਨਾਲ ਹੀ ਜੀਵ ਨੂੰ ਪੈਦਾ ਕਰਦਾ, ਮੌਤ ਦੇਂਦਾ ਹੈ । ਭਾਣੇ ਨਾਲ ਹੀ ਕਿਸੇ ਨੂੰ ਆਪਣੇ ਵਿੱਚ ਅਭੇਦ ਕਰ ਲੈਂਦਾ ਹੈ । ਪ੍ਰਭ ਦੇ ਸ਼ਬਦ ਨੂੰ ਜੀਵਨ ਵਿੱਚ ਅਪਣਾਉਨ ਤੋਂ ਬਿਨਾਂ ਕੋਈ ਪ੍ਰਭ ਦੀ ਪ੍ਰਵਾਨਗੀ ਦੇ ਰਸਤੇ ਤੇ ਨਹੀਂ ਚਲ ਸਕਦਾ ।

The soul may be blessed with new body, birth, and death of body with His Command. His soul may be absorbed in His Holy Spirit. No one may adopt the teachings of His Word with steady and stable belief, nor stay on the right path of acceptance in His Court; without His Blessed Vision.

ਬਾਲਕ ਬਿਰਧਿ ਨ ਸੁਰਤਿ ਪਰਾਨਿ॥ ਭਰਿ ਜੋਬਨਿ ਬੂਡੈ ਅਭਿਮਾਨਿ॥ baalak biraDh na surat paraan. bhar joban boodai abhimaan.
ਬਿਨੁ ਨਾਵੈ ਕਿਆ ਲਹਸਿ ਨਿਦਾਨਿ॥੬॥ bin naavai ki-aa lahas nidaan. ||6||

ਸੰਸਾਰਕ ਜੀਵ ਨੂੰ ਬਚਪਨ ਅਤੇ ਬੁਢੇਪੇ ਵਿੱਚ ਸੋਝੀ ਨਹੀਂ ਹੁੰਦੀ । ਉਹ ਆਪਣੀ ਜਵਾਨੀ ਬੇਪਰਵਾਈ ਅਤੇ ਅਹੰਕਾਰ ਵਿੱਚ ਗਵਾ ਦੇਂਦਾ ਹੈ । ਅਣਜਾਣ ਜੀਵ ਜਾਣਦਾ ਨਹੀਂ, ਸ਼ਬਦ ਦੀ ਕਮਾਈ ਤੋਂ ਬਿਨਾਂ ਹੋਰ ਕੁਝ ਮੌਤ ਤੋਂ ਪਿਛੋਂ ਸਾਥ ਨਹੀਂ ਜਾਣਾ ਹੈ ।

Self-minded may not understand the teachings of His Word in his childhood nor in old age. He wastes his youth in carelessness and ego of his worldly status. Ignorant may not realizes; only the earnings of His Word, may support in His Court after death for the purpose of his human life blessings, journey.

ਜਿਸ ਕਾ ਅਨੁ ਧਨੁ ਸਹਜਿ ਨ ਜਾਨਾ॥ jis kaa an Dhan sahj na jaanaa.
ਭਰਮਿ ਭੁਲਾਨਾ ਫਿਰਿ ਪਛੁਤਾਨਾ॥ bharam bhulaanaa fir pachhutaanaa.
ਗਲਿ ਫਾਹੀ ਬਉਰਾ ਬਉਰਾਨਾ॥੭॥ gal faahee ba-uraa ba-uraanaa. ||7||

ਪ੍ਰਭ ਦੀ ਰਹਿਮਤ ਨਾਲ ਪੇਟ ਭਰਨ ਲਈ ਭੋਜਨ, ਸੰਸਾਰਕ ਧੰਦੇ, ਧਨ ਬਖਸ਼ਿਸ਼ ਹੁੰਦਾ ਹੈ । ਮਨਮੁਖ ਪ੍ਰਭ ਦੀਆਂ ਰਹਿਮਤਾਂ ਦਾ ਧੰਨਵਾਦ ਨਹੀਂ ਕਰਦਾ! ਉਹ ਭਰਮ, ਭੁਲੇਖੇ ਵਿੱਚ ਹੀ ਜੀਵਨ ਬਤੀਤ ਕਰ ਜਾਂਦਾ ਹੈ । ਉਸ ਨੂੰ ਹਿਰਖ, ਪਛਤਾਵਾ ਕਰਨਾ ਪੈਂਦਾ ਹੈ । ਉਸ ਪਾਗਲ ਜੀਵ, ਦੇ ਗਲ ਵਿੱਚ ਜਮਦੂਤਾਂ ਦਾ ਸੰਗਲ ਪੈਂਦਾ ਹੈ, ਜਨਮ ਮਰਨ ਦਾ ਦੁਖ ਸਹਿਣਾ ਪੈਂਦਾ ਹੈ ।

The True Master may be blessed food to nourish his body and worldly wealth to perform all worldly chores and worldly comforts; however, self-minded may not appreciate all His Blessings. He wastes his life in suspicions and fantasies. In the end, he must regret and repents for his mistakes, foolishness. The chain of the devil of death remains in his neck; He endures the misery of cycle of birth and death.

ਬੂਡਤ ਜਗੁ ਦੇਖਿਆ ਤਉ ਡਰਿ ਭਾਗੇ॥ boodat jag daykhi-aa ta-o dar bhaagay.
ਸਤਿਗੁਰਿ ਰਾਖੇ ਸੇ ਵਡਭਾਗੇ॥ satgur raakhay say vadbhaagay.
ਨਾਨਕ ਗੁਰ ਕੀ ਚਰਣੀ ਲਾਗੇ॥੮॥੬॥ naanak gur kee charnee laagay. ||8||6||

ਸੰਸਾਰਕ ਜੀਵਾਂ ਨੂੰ ਮੰਦੇ ਕੰਮ ਕਰਦੇ ਦੇਖਕੇ ਆਪਣਾ ਬਚਾ ਕਰੋ! ਰੱਬ ਦਾ ਖੌਫ ਕਰੋ! ਜਿਹੜਾ ਸ਼ਬਦ ਦੇ ਲੜ ਲਗ ਜਾਂਦਾ ਹੈ, ਉਹ ਬਚ ਜਾਂਦਾ ਹੈ । ਜਿਹੜਾ ਮਨ, ਤਨ ਸ਼ਬਦ ਦੀ ਪਾਲਣਾ ਤੇ ਲਾ ਦੇਂਦਾ, ਭਰੋਸਾ ਅਡੋਲ ਰਖਦਾ ਹੈ । ਉਹ ਵੱਡੇ ਭਾਗਾਂ ਵਾਲਾ ਹੀ ਹੁੰਦਾ ਹੈ ।

By witnessing, the others performing sinful deeds, you should protect yourself from that path; fear of His punishments. Whosoever may remain dedicated to a devotional meditation with steady and stable belief. He may become very fortunate in his human life journey.

Key Message of Raag Aasaa, page 414-5
ਗੁਰਮਖ ਜੀਵ ਦੇ ਜੀਵਨ ਦਾ ਮੰਤਵ!
ਗੁਰਮਖ ਸ਼ਬਦ ਦੀ ਪਾਲਣਾ ਕਰਨਾ, ਸੋਝੀ ਹੀ ਜੀਵਨ ਦਾ ਮੰਤਵ ਬਣਾਉਂਦਾ ਹੈ । ਉਸ ਨੂੰ ਸੰਸਾਰਕ ਪੰਜਾਂ ਜਮਦੂਤਾਂ, ਕਾਮ, ਕਰੋਧ, ਲੋਭ, ਮੋਹ, ਅਹੰਕਾਰ ਤੇ ਜਿੱਤ ਬਖਸ਼ਿਸ਼ ਹੋ ਜਾਂਦੀ ਹੈ । ਸ਼ਬਦ ਨੂੰ ਅਪਣਾਉਨ ਤੋਂ ਬਿਨਾਂ ਕੋਈ ਪ੍ਰਭ ਦੀ ਪ੍ਰਵਾਨਗੀ ਦੇ ਰਸਤੇ ਤੇ ਨਹੀਂ ਚਲ ਸਕਦਾ । ਸ਼ਬਦ ਦੀ ਕਮਾਈ ਤੋਂ ਬਿਨਾਂ ਹੋਰ ਕੁਝ ਮੌਤ ਤੋਂ ਪਿਛੋਂ ਸਾਥ ਨਹੀਂ ਜਾਂਦਾ! ਜਿਹੜਾ ਆਪਣਾ ਮਾਨਸ ਜੀਵਨ, ਮਨ, ਤਨ ਸ਼ਬਦ ਦੀ ਪਾਲਣਾ ਤੇ ਲਾ ਦੇਂਦਾ ਹੈ । ਉਹ ਵੱਡੇ ਭਾਗਾਂ ਵਾਲਾ ਹੀ ਹੁੰਦਾ ਹੈ ।
Purpose of human life journey of His true devotee!
His true devotee may adopt the teachings of His Word as the sole purpose of his human life journey. He may conquer five demons of worldly desires, sexual urge, anger, greed, attachment, and ego forever. Without adopting the teachings of His Word; no one may ever find and stay on the right path of acceptance in His Court. Without the earnings of His Word, nothing else may support in His Court after death for the purpose of his human life blessings, journey. Whosoever may surrender his mind and body at His Sanctuary; he may become very fortunate in his human life journey.

47. **ਆਸਾ** ਮਹਲਾ ੧॥ 414-14

ਗਾਵਹਿ ਗੀਤੇ ਚੀਤਿ ਅਨੀਤੇ॥ ਰਾਗ ਸੁਣਾਇ ਕਹਾਵਹਿ ਬੀਤੇ॥
ਬਿਨੁ ਨਾਵੈ ਮਨਿ ਝੂਠੁ ਅਨੀਤੇ॥੧॥

gaavahi geetay cheet aneetay. raag sunaa-ay kahaaveh beetay.
bin naavai man jhooth aneetay. ||1||

ਜਿਹੜਾ ਧਾਰਮਕ ਸ਼ਬਦ ਦਾ ਕੀਰਤਨ ਕਰਦਾ ਹੈ, ਪਰ ਆਪਣਾ ਜੀਵਨ ਸ਼ਬਦ ਨਾਲ ਢਾਲਦਾ ਨਹੀਂ । ਉਹ ਇਹ ਕੀਰਤਨ, ਕਥਾ ਕਰਦਾ ਆਪਣੇ ਆਪ ਨੂੰ ਸੰਤ, ਧਰਮੀ ਸਦਾਉਂਦਾ ਹੈ । ਸ਼ਬਦ ਦੀ ਪਾਲਣਾ ਤੋਂ ਬਿਨਾਂ ਮਨ ਸੰਸਾਰਕ ਇਛਾਂ ਪਿਛੇ ਹੀ ਲਗਾ ਰਹਿੰਦਾ ਹੈ ।

Whosoever may sing the religious spiritual melodies; however, he may not adopt the teachings of the Holy Scripture in his own day-to-day life. He may claim to be religious teacher, saint. He may remain a slave of worldly desires in his life, without adopting the teachings of His Word.

ਕਹਾ ਚਲਹੁ ਮਨ ਰਹਹੁ ਘਰੇ॥
ਗੁਰਮੁਖਿ ਰਾਮ ਨਾਮਿ ਤ੍ਰਿਪਤਾਸੇ, ਖੋਜਤ ਪਾਵਹੁ ਸਹਜਿ ਹਰੇ॥੧॥
ਰਹਾਉ॥

kahaa chalhu man rahhu gharay.
gurmukh raam naam tariptaasay khojat paavhu sahj haray. ||1||
rahaa-o.

ਜੀਵ, ਕਿਹੜੇ ਭਰਮਾਂ ਵਿੱਚ ਭਉਦਾ ਫਿਰਦਾ ਹੈ, ਸ਼ਬਦ ਦਾ ਸਿਮਰਨ ਕਰੋ । ਗੁਰਮਖ ਜੀਵ ਪ੍ਰਭ ਦੇ ਸ਼ਬਦ ਦੀ ਪਾਲਣਾ ਵਿੱਚ ਅਡੋਲ ਰਹਿੰਦਾ ਹੈ, ਉਸ ਨੂੰ ਆਪਣੇ ਅੰਦਰੋਂ ਹੀ ਪ੍ਰਭ ਦੀ ਜੋਤ ਜਾਗਰਤ ਹੋ ਜਾਂਦੀ ਹੈ ।

Why are you wandering in worldly religious rituals and suspicions? You should wholeheartedly meditate! His true devotee always obeys and adopts the teachings of His Word in his day-to-day life; with His mercy and grace, he may realize His Existence from within.

ਕਾਮੁ ਕ੍ਰੋਧੁ ਮਨਿ ਮੋਹੁ ਸਰੀਰਾ॥ ਲਬੁ ਲੋਭੁ ਅਹੰਕਾਰੁ ਸੁ ਪੀਰਾ॥
ਰਾਮ ਨਾਮ ਬਿਨੁ ਕਿਉ ਮਨੁ ਧੀਰਾ॥੨॥

kaam kroDh man moh sareeraa. lab lobh ahaNkaar so peeraa.
raam naam bin ki-o man Dheeraa. ||2||

ਜੀਵ ਸੰਸਾਰਕ ਕਾਮ, ਕਰੋਧ, ਮੋਹ ਮਨ, ਤਨ ਤੇ ਕਾਬੂ ਪਾਈ ਰਖਦਾ ਹੈ । ਲਾਲਚ ਅਤੇ ਅਹੰਕਾਰ ਮਨ ਦੀਆਂ ਭਟਕਣਾਂ ਬਣ ਜਾਂਦੀਆਂ ਹਨ । ਪ੍ਰਭ ਦੇ ਸ਼ਬਦ ਨਾਲ ਜੀਵਨ ਢਾਲਣ ਤੋਂ ਬਿਨਾਂ ਮਨ ਨੂੰ ਧੀਰਜ, ਸੰਤੋਖ ਬਖਸ਼ਿਸ਼ ਨਹੀਂ ਹੁੰਦਾ ।

The demons of worldly desires like his sexual urge, anger, and attachment, may control his mind and body. The greed and ego may become the frustration of his day-to-day life. He may not realize patience or contentment, without adopting the teachings of His Word with steady and stable belief, in his day-to-day life.

ਅੰਤਰਿ ਨਾਵਣੁ ਸਾਚੁ ਪਛਾਣੈ॥ ਅੰਤਰ ਕੀ ਗਤਿ ਗੁਰਮੁਖਿ ਜਾਣੈ॥
ਸਾਚ ਸ਼ਬਦ ਬਿਨੁ ਮਹਲੁ ਨ ਪਛਾਣੈ॥੩॥

antar naavan saach pachhaanai. antar kee gat gurmukh jaanai.
saach sabad bin mahal na pachhaanai.3

ਜਿਹੜਾ ਆਪਣੇ ਮਨ ਤੇ ਕਾਬੂ ਰਖਦਾ ਹੈ, ਉਹ ਪ੍ਰਭ ਦੀ ਹੋਂਦ ਮਹਿਸੂਸ ਕਰ ਲੈਂਦਾ ਹੈ । ਗੁਰਮਖ ਜੀਵ ਆਪਣੇ ਆਪ ਨੂੰ ਜਾਣ ਜਾਂਦਾ ਹੈ! ਉਸ ਨੂੰ ਸੋਝੀ ਹੋ ਜਾਂਦੀ, ਸ਼ਬਦ ਨੂੰ ਜੀਵਨ ਵਿੱਚ ਢਾਲਣ ਤੋਂ ਬਿਨਾਂ, ਪ੍ਰਭ ਦੀ ਰਹਿਮਤ, ਦਰਬਾਰ ਵਿੱਚ ਪ੍ਰਵਾਨਗੀ ਬਖਸ਼ਿਸ਼ ਨਹੀਂ ਹੁੰਦੀ ।

Whosoever may conquer his worldly desires of his own mind; with His mercy and grace, he may recognize His Existence. His true devotee recognizes the purpose of human life blessings. He may recognize, without adopting the teachings of His Word in day-to-day life; his soul may not be accepted in His Court and the remains in the cycle of birth and death.

ਨਿਰੰਕਾਰ ਮਹਿ ਆਕਾਰੁ ਸਮਾਵੈ॥ ਅਕਲ ਕਲਾ ਸਚੁ ਸਾਚਿ ਟਿਕਾਵੈ॥
ਸੋ ਨਰੁ ਗਰਭ ਜੋਨਿ ਨਹੀ ਆਵੈ॥੪॥

nirankaar meh aakaar samaavai. akal kalaa sach saach tikaavai.
so nar garabh jon nahee aavai. ||4||

ਜਿਹੜਾ ਪ੍ਰਭ ਦੀ ਅਕਾਰ ਤੋਂ ਰਹਿਤ ਅਵਸਥਾ ਵਿੱਚ ਅਲੋਪ ਹੋ ਜਾਂਦਾ ਹੈ । ਉਹ ਪ੍ਰਭ ਦੇ ਭਾਣੇ ਨਾਲ ਜਨਮ ਮਰਨ ਵਿੱਚ ਨਹੀਂ ਜਾਂਦਾ ।

Whosoever may be absorbed in structureless existence of His Holy Spirit, his soul may be blessed with a permanent place in His Court. His cycle of birth and death may be eliminated forever.

ਜਹਾਂ ਨਾਮੁ ਮਿਲੈ ਤਹ ਜਾਉ॥ ਗੁਰ ਪਰਸਾਦੀ ਕਰਮ ਕਮਾਉ॥
ਨਾਮੇ ਰਾਤਾ ਹਰਿ ਗੁਣ ਗਾਉ॥੫॥

jahaaN naam milai tah jaa-o. gur parsaadee karam kamaa-o.
naamay raataa har gun gaa-o. ||5||

ਜੀਵ ਉਸ ਮੰਦਰ ਵਿੱਚ ਜਾਵੋ! ਜਿਥੇ ਪ੍ਰਭ ਦੇ ਸ਼ਬਦ ਦੀ ਸੋਝੀ ਬਖਸ਼ਿਸ਼ ਹੁੰਦੀ ਹੈ । ਉਸ ਦੇ ਸ਼ਬਦ ਨਾਲ ਜੀਵਨ ਢਾਲਕੇ ਸ੍ਰਿਸ਼ਟੀ ਦੀ ਭਲਾਈ ਦੀ ਕਮਾਈ, ਚੰਗੇ ਕੰਮ ਕਰੋ । ਉਸ ਦੇ ਸ਼ਬਦ ਵਿੱਚ ਮਸਤ ਹੋ ਕੇ ਉਸ ਦੀ ਉਸਤਤ ਕਰੋ, ਧੰਨਵਾਦ ਕਰੋ ।

You should worship in such a shrine; where you may learn the essence of His Word. You should adopt the teachings of His Word, and serve His mankind with good deeds. You should remain intoxicated, singing the gratitude of His Blessings.

ਗੁਰ ਸੇਵਾ ਤੇ ਆਪੁ ਪਛਾਤਾ॥ ਅੰਮ੍ਰਿਤ ਨਾਮੁ ਵਸਿਆ ਸੁਖਦਾਤਾ॥
ਅਨਦਿਨੁ ਬਾਣੀ ਨਾਮੇ ਰਾਤਾ॥੬॥

gur sayvaa tay aap pachhaataa. amrit naam vasi-aa sukh-daata.
an-din banee naamay raataa. ||6||

ਸ਼ਬਦ ਦੀ ਪਾਲਣਾ ਕਰਨ ਨਾਲ ਜੀਵ ਆਪਣੇ ਆਪ ਨੂੰ ਪਛਾਣ ਜਾਂਦਾ ਹੈ । ਸ਼ਬਦ ਤੇ ਭਰੋਸਾ ਅਡੋਲ ਰਖਣ ਨਾਲ ਸ਼ਾਂਤੀ ਦੇਣ ਵਾਲੇ ਪ੍ਰਭ ਦੀ ਰਹਿਮਤ ਭਰਭੂਰ ਹੋ ਜਾਂਦੀ ਹੈ । ਮਨ ਅੰਦਰੋਂ ਹੀ ਸ਼ਾਂਤੀ ਬਖਸ਼ਿਸ਼ ਹੋ ਜਾਂਦੀ ਹੈ, ਮਨ ਦਿਨ ਰਾਤ ਹੀ ਸ਼ਬਦ ਦੀ ਬੰਦਗੀ ਵਿੱਚ ਲੀਨ ਹੋ ਜਾਂਦਾ ਹੈ ।

ਗੁਰੂ ਨਾਨਕ ਦੇਵ ਜੀ! – Guru Nanak Dev Ji! Guru Granth Sahib

Whosoever may obey and adopt the teachings of His Word, he may recognize the real purpose of human life journey. He may remain steady and stable belief on His Word, as Ultimate Command; with His mercy and grace. He may remain intoxicated in meditation in the void of His Word.

ਮੇਰਾ ਪ੍ਰਭੁ ਲਾਏ ਤਾ ਕੋ ਲਾਗੈ॥ ਹਉਮੈ ਮਾਰੇ ਸਬਦੇ ਜਾਗੈ॥ mayraa parabh laa-ay taa ko laagai. ha-umai maaray sabday jaagai.
ਐਥੈ ਓਥੈ ਸਦਾ ਸੁਖੁ ਆਗੈ॥੭॥ aithai othai sadaa sukh aagai. ||7||

ਜਿਸ ਤੇ ਪ੍ਰਭ ਰਹਿਮਤ ਦੀ ਨਜ਼ਰ ਬਖਸ਼ਦਾ ਹੈ, ਉਹ ਸ਼ਬਦ ਦੇ ਸਿਮਰਨ ਦੇ ਲੜ ਲਗਦਾ ਹੈ । ਪ੍ਰਭ ਆਪ ਹੀ ਅਹੰਕਾਰ ਖਤਮ ਕਰਕੇ, ਆਪਣੇ ਅੰਦਰੋਂ ਹੀ ਸੋਝੀ ਬਖਸ਼ਦਾ ਹੈ । ਸੰਸਾਰ ਵਿੱਚ ਅਤੇ ਮੌਤ ਤੋਂ ਪਿਛੋਂ ਵੀ ਸਦਾ ਰਹਿਣ ਵਾਲੀ ਸ਼ਾਂਤੀ ਬਖਸ਼ਿਸ਼ ਹੋ ਜਾਂਦੀ ਹੈ ।

Whosoever may be bestowed with His Blessed Vision, he may remain dedicated to meditate. He may conquer his ego and enlightened from within. He may be blessed with everlasting peace and contentment in worldly life and after death.

ਮਨੁ ਚੰਚਲੁ ਬਿਧਿ ਨਾਹੀ ਜਾਣੈ॥ man chanchal biDh naahee jaanai.
ਮਨਮੁਖਿ ਮੈਲਾ ਸਬਦੁ ਨ ਪਛਾਣੈ॥ manmukh mailaa sabad na pachhaanai.
ਗੁਰਮੁਖਿ ਨਿਰਮਲੁ ਨਾਮੁ ਵਖਾਣੈ॥੮॥ gurmukh nirmal naam vakhaanai. ||8||

ਅਣਜਾਣ, ਬੇਸਮਝ ਮਨ ਬੰਦਗੀ ਦੀ ਵਿਧੀ ਨਹੀਂ ਜਾਣਦਾ । ਮਨਮਰਜ਼ੀ ਕਰਨ ਵਾਲਾ ਸ਼ਬਦ ਨੂੰ ਜਾਣ ਨਹੀਂ ਸਕਦਾ, ਧਿਆਨ ਨਹੀਂ ਲਾ ਸਕਦਾ । ਗੁਰਮਖ ਆਪਣੇ ਮਨ ਤੇ ਕਾਬੂ ਰਖਦਾ, ਭਾਣੇ ਵਿੱਚ ਮਸਤ ਰਹਿੰਦਾ ਹੈ ।

Ignorant, mind may not understand the techniques of meditation on the teachings of His Word. Self-minded may not comprehend nor remain focused on the teachings of His Word. His true devotee may always control his worldly desires; he may remain intoxicated in the void of His Word and His Blessings.

ਹਰਿ ਜੀਉ ਆਗੈ ਕਰੀ ਅਰਦਾਸਿ॥ har jee-o aagai karee ardaas.
ਸਾਧੂ ਜਨ ਸੰਗਤਿ ਹੋਇ ਨਿਵਾਸੁ॥ saaDhoo jan sangat ho-ay nivaas.
ਕਿਲਵਿਖ ਦੁਖ ਕਾਟੇ ਹਰਿ ਨਾਮੁ ਪ੍ਰਗਾਸੁ॥ ੯॥ kilvikh dukh kaatay har naam pargaas. ||9||

ਪ੍ਰਭ ਅੱਗੇ ਅਰਦਾਸ ਕਰੋ! ਪ੍ਰਭ ਰਹਿਮਤ ਨਾਲ ਸੰਤ ਸਰੂਪ ਜੀਵ ਦੀ ਸੰਗਤ ਬਖਸ਼ੇ । ਉਸ ਦੀ ਸੰਗਤ ਵਿੱਚ ਸ਼ਬਦ ਦੀ ਸੋਝੀ ਬਖਸ਼ਿਸ਼ ਹੁੰਦੀ ਹੈ । ਸ਼ਬਦ ਨਾਲ ਜੀਵਨ ਢਾਲਣ ਨਾਲ ਹੀ ਰਹਿਮਤ ਬਖਸ਼ਿਸ਼ ਹੁੰਦੀ ਹੈ ।

You should pray for the association of His Holy saint. Whosoever may remain meditating in conjugation of His Holy saint; he may be enlightened with the teachings of His Word. Whosoever may adopt his life experience teachings; he may be overwhelmed with contentment and blossom.

ਕਰਿ ਬੀਚਾਰੁ ਆਚਾਰੁ ਪਰਾਤਾ॥ ਸਤਿਗੁਰ ਬਚਨੀ ਏਕੋ ਜਾਤਾ॥ kar beechaar aachaar paraataa. satgur bachnee ayko jaataa.
ਨਾਨਕ ਰਾਮ ਨਾਮਿ ਮਨੁ॥੧੦॥੭॥ naanak raam naam man raataa. ||10||7||

ਸ਼ਬਦ ਦੀ ਬੰਦਗੀ ਨਾਲ ਮੇਰੇ ਜੀਵਨ ਦਾ ਰਸਤਾ ਬਦਲ ਗਿਆ ਹੈ । ਸ਼ਬਦ ਨਾਲ ਜੀਵਨ ਢਾਲਣ ਨਾਲ ਸ਼ਬਦ ਦੀ ਸੋਝੀ, ਪ੍ਰਭ ਦੀ ਹੋਂਦ ਮਹਿਸੂਸ ਹੋਈ ਹੈ । ਮਨ ਬੰਦਗੀ ਵਿੱਚ ਹੀ ਅਡੋਲ, ਲੀਨ ਹੈ ।

I have transformed my way of life by meditating on the teachings of His Word. Whosoever may adopt the teachings of His Word; he may be enlightened and realizes His Existence. He may remain intoxicated in meditation in the void of His Word.

Key Message of Raag Aasaa, page 414-14
ਪ੍ਰਭ ਦੀ ਸ਼ਰਣ ਵਿੱਚ ਆਤਮਾ ਦੀ ਅਵਸਥਾ!
ਗੁਰਮਖ ਜੀਵ ਪ੍ਰਭ ਦੇ ਸ਼ਬਦ ਦੀ ਪਾਲਣਾ ਵਿੱਚ ਅਡੋਲ ਰਹਿੰਦਾ ਹੈ, ਉਸ ਨੂੰ ਆਪਣੇ ਅੰਦਰੋਂ ਹੀ ਪ੍ਰਭ ਦੀ ਜੋਤ ਜਾਗਰਤ ਹੋ ਜਾਂਦੀ ਹੈ । ਜਿਹੜਾ ਆਪਣੇ ਮਨ ਤੇ ਕਾਬੂ ਰਖਦਾ, ਸ਼ਬਦ ਦੀ ਪਾਲਣਾ ਕਰਦਾ, ਆਪਣੇ ਆਪ ਨੂੰ ਪਛਾਣ ਜਾਂਦਾ, ਉਹ ਪ੍ਰਭ ਦੀ ਹੋਂਦ ਮਹਿਸੂਸ ਕਰ ਲੈਂਦਾ ਹੈ । ਉਹ ਆਪਣੇ ਅਹੰਕਾਰ ਤੇ ਜਿੱਤ ਪਾ ਲੈਂਦਾ ਹੈ, ਉਸ ਨੂੰ ਸੰਸਾਰ ਵਿੱਚ ਅਤੇ ਮੌਤ ਤੋਂ ਪਿਛੋਂ ਵੀ ਸਦਾ ਰਹਿਣ ਵਾਲੀ ਸ਼ਾਂਤੀ ਬਖਸ਼ਿਸ਼ ਹੋ ਜਾਂਦੀ ਹੈ । ਉਹ ਪ੍ਰਭ ਦੀ ਅਕਾਰ ਤੋਂ ਰਹਿਤ ਅਵਸਥਾ ਵਿੱਚ ਅਲੋਪ ਹੋ ਜਾਂਦਾ ਹੈ । ਜਨਮ ਮਰਨ ਦਾ ਚੱਕਰ ਖਤਮ ਹੋ ਜਾਂਦਾ ਹੈ ।
State of mind of soul in His Sanctuary!
His true devotee may obey the teachings of His Word with steady and stable belief; he may be enlightened from within. He may realize His Existence. Whosoever may conquer his worldly desires; he may recognize the real purpose of his human life opportunity. Whosoever may conquer his own ego. He may be blessed with the everlasting peace and contentment in his worldly life and after death in His Court. He may be absorbed within His Holy Spirit; he may be blessed with a permanent place in His Court. His cycle of birth and death may be eliminated forever.

48. ਆਸਾ ਮਹਲਾ ੧॥ 415-6

ਮਨੁ ਮੈਗਲੁ ਸਾਕਤੁ ਦੇਵਾਨਾ॥ ਬਨ ਖੰਡਿ ਮਾਇਆ ਮੋਹਿ ਹੈਰਾਨਾ॥ man maigal saakat dayvaanaa. ban khand maa-i-aa mohi hairaanaa.
ਇਤ ਉਤ ਜਾਹਿ ਕਾਲ ਕੇ ਚਾਪੇ॥ it ut jaahi kaal kay chaapay.
ਗੁਰਮੁਖਿ ਖੋਜਿ ਲਹੈ ਘਰੁ ਆਪੇ॥੧॥ gurmukh khoj lahai ghar aapay. ||1||

ਪ੍ਰਭ ਦੇ ਸ਼ਬਦ ਦੇ ਭਰੋਸੇ ਤੋਂ ਬਿਨਾਂ ਜੀਵ ਦਾ ਮਨ, ਪਾਗਲ ਹਾਥੀ ਦੀ ਤਰ੍ਹਾਂ ਹੀ ਹੁੰਦਾ ਹੈ । ਸੰਸਾਰਕ ਜੰਗਲ ਵਿੱਚ ਪ੍ਰਭ ਦੇ ਸ਼ਬਦ ਨੂੰ ਵਿਸਾਰ ਕੇ ਸੰਸਾਰਕ ਧਨ ਦੇ ਮੋਹ ਦੇ ਜਾਲ ਵਿੱਚ ਫਸਿਆ, ਹਜ਼ਾਰਾ ਹੀ ਜੂੰਨਾਂ ਵਿਚੋਂ ਲੰਘਦਾ ਹੈ । ਗੁਰਮਖ ਸ਼ਬਦ ਪਿਛੇ ਲਗ ਕੇ ਆਪਣਾ ਅਸਲੀ ਰਸਤਾ, ਘਰ ਲੱਭ ਲੈਂਦਾ ਹੈ, ਬਖਸ਼ਿਸ਼ ਹੋ ਜਾਂਦਾ ਹੈ ।

Whosoever may not have belief on the teachings of His Word, he may remain insane like an intoxicated elephant in the wild jungle. He may abandon the teachings His Word, he may become a slave of worldly wealth. He may remain in the cycle of birth and death. His true devotee remains in deep meditation on the teachings of His Word and he may be blessed with the right path of meditation. He may be blessed with a permanent resting place in His Court.

ਬਿਨੁ ਗੁਰ ਸਬਦੈ ਮਨੁ ਨਹੀ ਠਉਰਾ॥ bin gur sabdai man nahee tha-uraa.
ਸਿਮਰਹੁ ਰਾਮ ਨਾਮੁ ਅਤਿ ਨਿਰਮਲੁ, simrahu raam naam at nirmal
ਅਵਰ ਤਿਆਗਹੁ ਹਉਮੈ ਕਉਰਾ॥੧॥ ਰਹਾਉ॥ avar ti-aagahu ha-umai ka-uraa. ||1|| rahaa-o.

ਗੁਰੂ ਨਾਨਕ ਦੇਵ ਜੀ! – Guru Nanak Dev Ji! Guru Granth Sahib

ਸ਼ਬਦ ਦੀ ਪਾਲਣਾ ਕਰਨ ਤੋਂ ਬਿਨਾਂ ਮਨ ਨੂੰ ਸ਼ਾਂਤੀ ਬਖਸ਼ਿਸ਼ ਨਹੀਂ ਹੁੰਦੀ, ਮਨ ਇਕੋ ਇਕ ਤੇ ਟਿਕਦਾ ਨਹੀਂ । ਜੀਵ ਪ੍ਰਭ ਦੇ ਸ਼ਬਦ ਤੇ ਅਡੋਲ ਭਰੋਸੇ ਨਾਲ ਬੰਦਗੀ ਕਰੋ! ਪ੍ਰਭ ਸਭ ਤੋਂ ਪਵਿੱਤਰ ਹੈ, ਆਪਣੇ ਮਨ ਦੇ ਅਹੰਕਾਰ ਨੂੰ ਤਿਆਗੋ ।

Whosoever may not obey the teachings of His Word, his mind may not realize any peace nor he may stay focused on one path of meditation. Whosoever may obey the teachings of His Word with steady and stable belief. The True Master remains the most sanctified Holy Spirit. You should conquer your ego.

ਇਹੁ ਮਨੁ ਮੁਗਧੁ ਕਹਹੁ ਕਿਉ ਰਹਸੀ॥	ih man mugaDh kahhu ki-o rahsee.
ਬਿਨੁ ਸਮਝੇ ਜਮ ਕਾ ਦੁਖੁ ਸਹਸੀ॥	bin samjhay jam kaa dukh sahsee.
ਆਪੇ ਬਖਸੇ ਸਤਿਗੁਰੁ ਮੇਲੈ॥ ਕਾਲੁ ਕੰਟਕੁ ਮਾਰੇ ਸਚੁ ਪੇਲੈ॥੨॥	aapay bakhsay satgur maylai. kaal kantak maaray sach paylai. ||2||

ਮੂਰਖ ਮਨ ਨੂੰ ਕਿਵੇਂ ਸਮਝਾਇਆ ਜਾਵੇ? ਸ਼ਬਦ ਦੀ ਪਾਲਣਾ ਤੋਂ ਬਿਨਾਂ ਜਮਦੂਤਾਂ ਦੇ ਵੱਸ ਹੀ ਪੈਂਦਾ ਹੈ । ਅਗਰ ਜੀਵ ਅਡੋਲ ਭਰੋਸਾ ਨਾਲ ਸ਼ਬਦ ਨਾਲ ਜੀਵਨ ਢਾਲੇ, ਪ੍ਰਭ ਆਪ ਹੀ ਗਲਤੀਆਂ ਬਖਸ਼ਕੇ ਅਸਲੀ ਰਸਤੇ ਤੇ ਪਾਉਂਦਾ ਹੈ । ਪ੍ਰਭ ਆਪ ਹੀ ਜਮਦੂਤਾਂ ਦੀ ਮਾਰ ਤੋਂ ਬਚਾ ਲੈਂਦਾ ਹੈ ।

How to convince or taught an ignorant and innocent mind? Without adopting the teachings of His Word in day-to-day life, he may remain under the control of devil of death. Whosoever may adopt the teachings of His Word with steady and stable belief; The True Master may forgive his innocent mistakes and inspires, on the right path of meditation. He may be protected from the miseries of devil of death.

ਇਹੁ ਮਨੁ ਕਰਮਾ ਇਹੁ ਮਨੁ ਧਰਮਾ॥ ਇਹੁ ਮਨੁ ਪੰਚ ਤਤੁ ਤੇ ਜਨਮਾ॥	ih man karmaa ih man Dharmaa. ih man panch tat tay janmaa.
ਸਾਕਤੁ ਲੋਭੀ ਇਹੁ ਮਨੁ ਮੂੜਾ॥	saakat lobhee ih man moorhaa.
ਗੁਰਮੁਖਿ ਨਾਮੁ ਜਪੈ ਮਨੁ ਰੂੜਾ॥੩॥	gurmukh naam japai man roorhaa. ||3||

ਸੰਸਾਰਕ ਜੀਵ ਚੰਗੇ ਕੰਮਾਂ ਅਤੇ ਧਾਰਮਕ ਕੰਮਾਂ ਤੇ ਭਰੋਸਾ ਰਖਦਾ ਹੈ । ਜੀਵ ਦਾ ਮਨ ਪੰਜਾਂ ਤੱਤਾਂ ਵਿਚੋਂ ਹੀ ਨਿਕਲਿਆ ਹੈ । ਮਨ ਲਾਲਚ ਅਤੇ ਮੋਹ, ਮਨਮਰਜ਼ੀ ਦੇ ਇਰਾਦੇ ਤੇ ਪੱਕਾ ਹੈ । ਗੁਰਮਖ ਭਰੋਸੇ ਨਾਲ ਸ਼ਬਦ ਦਾ ਸਿਮਰਨ ਕਰਕੇ ਮਨ ਨੂੰ ਪਵਿੱਤਰ ਕਰ ਲੈਂਦੇ ਹਨ ।

Worldly creature believes in religious and good deeds for mankind. His mind has been created from 5 elements of his body. The five demons of worldly desires have been created from his mind due to worldly desires. Self-minded remains firm on greed, worldly attachment, and his own wisdom. His true devotee meditates on the teachings of His Word with steady and stable belief; his soul may be sanctified to become worthy of His Consideration.

ਗੁਰਮੁਖਿ ਮਨੁ ਅਸਥਾਨੇ ਸੋਈ॥ ਗੁਰਮੁਖਿ ਤ੍ਰਿਭਵਣਿ ਸੋਝੀ ਹੋਈ॥	gurmukh man asthaanay so-ee. gurmukh taribhavan sojhee ho-ee.
ਇਹੁ ਮਨੁ ਜੋਗੀ ਭੋਗੀ ਤਪੁ ਤਾਪੈ॥	ih man jogee bhogee tap taapai.
ਗੁਰਮੁਖਿ ਚੀਨੈ੍ ਹਰਿ ਪ੍ਰਭੁ ਆਪੈ॥੪॥	gurmukh cheenHai har parabh aapai. ||4||

ਗੁਰਮਖ ਜੀਵ ਦਾ ਮਨ ਪ੍ਰਭ ਦੇ ਸ਼ਬਦ ਦੀ ਅਡੋਲ ਭਰੋਸੇ ਨਾਲ ਪਾਲਣਾ ਕਰਦਾ ਹੈ, ਉਸ ਨੂੰ ਅਸਲੀ ਰਸਤਾ ਬਖਸ਼ਿਸ਼ ਹੋ ਜਾਂਦਾ ਹੈ । ਉਸ ਨੂੰ ਤਿੰਨਾਂ ਸ੍ਰਿਸ਼ਟੀਆਂ ਦੀ ਸੋਝੀ ਬਖਸ਼ਿਸ਼ ਹੋ ਜਾਂਦੀ ਹੈ । ਜੀਵ ਮਨ ਨੂੰ ਨਿਯਮਾਂ ਨਾਲ ਬੰਨ ਕੇ ਬੰਦਗੀ ਕਰਦਾ, ਇਛਾਂ ਤੋਂ ਵਾਂਝਾ ਰਖਦਾ ਹੈ । ਸੰਸਾਰਕ ਪਦਾਰਥਾਂ ਤੋਂ ਦੂਰ ਰਖਣ ਨੂੰ ਹੀ ਅਸਲੀ ਬੰਦਗੀ ਦਾ ਰਸਤਾ ਸਮਝਦਾ ਹੈ । ਗੁਰਮਖ ਨੂੰ ਸ਼ਬਦ ਦੀ ਪਾਲਣਾ ਕਰਦੇ ਨੂੰ ਸ਼ਬਦ ਦੀ ਸੋਝੀ ਬਖਸ਼ਿਸ਼ ਹੋ ਜਾਂਦੀ ਹੈ ।

His true devotee adopts the teachings of His Word with steady and stable belief, he may be blessed with the right path of acceptance in His Court. He may be enlightened with the nature of three universes. Worldly devotee may control his mind with religious disciplines and deprives from worldly desires and comforts. He may believe, keeping the mind beyond the reach of worldly comforts; the right path of acceptance in His Court. His true devotee wholeheartedly adopts the teachings of His Word; he may be enlightened from within.

ਮਨੁ ਬੈਰਾਗੀ ਹਉਮੈ ਤਿਆਗੀ॥	man bairaagee ha-umai ti-aagee.
ਘਟਿ ਘਟਿ ਮਨਸਾ ਦੁਬਿਧਾ ਲਾਗੀ॥	ghat ghat mansaa dubiDhaa laagee.
ਰਾਮ ਰਸਾਇਣੁ ਗੁਰਮੁਖਿ ਚਾਖੈ॥	raam rasaa-in gurmukh chaakhai.
ਦਰਿ ਘਰਿ ਮਹਲੀ ਹਰਿ ਪਤਿ ਰਾਖੈ॥੫॥	dar ghar mahlee har pat raakhai. ||5||

ਵਿਰਾਗੀ ਦਾ ਮਨ ਆਪਣੇ ਆਪ ਨੂੰ ਸੰਸਾਰਕ ਮੋਹ ਤੋਂ ਦੂਰ ਕਰ ਸਕਦਾ ਹੈ, ਪਰ ਆਪਣੇ ਹੰਕਾਰ ਨੂੰ ਖਤਮ ਨਹੀਂ ਕਰ ਸਕਦਾ । ਜਿਹੜੇ ਭਰਮ, ਭੁਲੇਖੇ ਹਰਇਕ ਦੇ ਹਿਰਦੇ ਵਿੱਚ ਹਨ, ਇਹਨਾਂ ਦੇ ਜਾਲ ਤੋਂ ਬਚ ਨਹੀਂ ਸਕਦਾ । ਗੁਰਮਖ ਜੀਵ ਭਰੋਸੇ ਨਾਲ ਸ਼ਬਦ ਦੀ ਬੰਦਗੀ ਵਿੱਚ ਲੀਨ ਰਹਿੰਦਾ ਹੈ । ਪ੍ਰਭ ਆਪ ਹੀ ਉਸ ਨੂੰ ਦਰਬਾਰ ਵਿੱਚ ਮਾਣ ਬਖਸ਼ਦਾ ਹੈ ।

The renunciatory may keep himself beyond the reach of worldly attachments; however, he may not conquer the ego of his mind. Worldly suspicions dominate the whole universe, he falls into the traps of those worldly suspicions and rituals. His true devotee adopts the teachings of His Word with steady and stable belief and he remains intoxicated in the void of His Word. The Merciful True Master may accept and honors his soul with salvation in His Court.

ਇਹੁ ਮਨੁ ਰਾਜਾ ਸੂਰ ਸੰਗ੍ਰਾਮਿ॥	ih man raajaa soor sangraam.
ਇਹੁ ਮਨੁ ਨਿਰਭਉ ਗੁਰਮੁਖਿ ਨਾਮਿ॥	ih man nirbha-o gurmukh naam.
ਮਾਰੇ ਪੰਚ ਅਪੁਨੈ ਵਸਿ ਕੀਏ॥	maaray panch apunai vas kee-ay.
ਹਉਮੈ ਗ੍ਰਾਸਿ ਇਕਤੁ ਥਾਇ ਕੀਏ॥੬॥	ha-umai garaas ikat thaa-ay kee-ay. ||6||

ਮਨ ਆਪਣੇ ਆਪ ਨੂੰ ਰਾਜਾ, ਚੰਗੇ ਕੰਮ ਕਰਨ ਵਾਲ ਸੂਰਮਾ ਸਮਝਦਾ ਹੈ । ਪਰ ਗੁਰਮਖ ਸ਼ਬਦ ਦੀ ਪਾਲਣਾ ਕਰਦਾ ਹੋਇਆ, ਕਿਸੇ ਖੋਅ ਜਾਣ ਦੇ ਡਰ ਤੋਂ ਰਹਿਤ ਹੋ ਜਾਂਦਾ ਹੈ । ਉਹ ਆਪਣੇ ਪੰਜਾਂ ਜਮਦੂਤਾਂ ਨੂੰ ਮਾਰ ਲੈਂਦਾ, ਜਿੱਤ ਪਾ ਲੈਂਦਾ ਹੈ । ਉਹ ਆਪਣੇ ਅਹੰਕਾਰ ਨੂੰ ਕਾਬੂ ਵਿੱਚ ਰਖਦਾ ਹੈ ।

Mind considers himself as the king, the warrior to do good deeds for the mankind. However, His true devotee adopts the teachings of His Word without any worries of worldly profit or loss. He may conquer the five demons of worldly desires and ego of his mind.

ਗੁਰਮੁਖਿ ਰਾਗ ਸੁਆਦ ਅਨ ਤਿਆਗੇ॥	gurmukh raag su-aad an ti-aagay.
ਗੁਰਮੁਖਿ ਇਹੁ ਮਨੁ ਭਗਤੀ ਜਾਗੇ॥	gurmukh ih man bhagtee jaagay.
ਅਨਹਦ ਸੁਣਿ ਮਾਨਿਆ ਸਬਦੁ ਵੀਚਾਰੀ॥	anhad sun maani-aa sabad veechaaree.
ਆਤਮੁ ਚੀਨਿ੍ ਭਏ ਨਿਰੰਕਾਰੀ॥੭॥	aatam cheeneh bha-ay nirankaaree. ||7|

ਗੁਰੂ ਨਾਨਕ ਦੇਵ ਜੀ! – Guru Nanak Dev Ji! Guru Granth Sahib

ਗੁਰਮਖ ਜੀਵ ਕੇਵਲ ਸ਼ਬਦ ਦੇ ਰਾਗ ਦੀ ਗੂੰਜ ਵਿੱਚ ਹੀ ਮਸਤ ਰਹਿੰਦਾ ਹੈ, ਬਾਕੀ ਰਾਗ, ਨਾਦ ਨੂੰ ਤਿਆਗ ਦੇਂਦਾ ਹੈ । ਉਸ ਨੂੰ ਸ਼ਬਦ ਦੇ ਰਾਗ ਦੀ ਗੂੰਜ ਹੀ ਦਿਨ ਰਾਤ ਸੁਣਦੀ ਹੈ, ਉਸ ਨਾਲ ਹੀ ਉਸ ਦਾ ਮਨ ਟਿਕ ਜਾਂਦਾ ਹੈ । ਉਹ ਆਪਣੇ ਆਪ ਦੀ ਸੋਝੀ ਪਾ ਲੈਂਦਾ ਹੈ । ਇਸ ਨਾਲ ਉਸ ਦੀ ਆਤਮਾ ਅਕਾਰ ਰਹਿਤ ਪ੍ਰਭ ਵਿੱਚ ਹੀ ਲੀਨ ਹੋਈ ਰਹਿੰਦੀ ਹੈ ।

His true devotee only remains intoxicated in everlasting echo of His Word; he abandons all others music tones from his mind. The everlasting echo of His Word may resonate within his mind day and night nonstop. He may remain steady and stable on meditation in the void of His Word. He may be enlightened with the true purpose of his human life journey. His soul may be absorbed within the shapeless, formless True Master of the universe.

ਇਹੁ ਮਨੁ ਨਿਰਮਲੁ ਦਰਿ ਘਰਿ ਸੋਈ॥	ih man nirmal dar ghar so-ee.
ਗੁਰਮੁਖਿ ਭਗਤਿ ਭਾਉ ਧੁਨਿ ਹੋਈ॥	gurmukh bhagat bhaa-o Dhun ho-ee.
ਅਹਿਨਿਸਿ ਹਰਿ ਜਸੁ ਗੁਰ ਪਰਸਾਦਿ॥	ahinis har jas gur parsaad.
ਘਟਿ ਘਟਿ ਸੋ ਪ੍ਰਭੁ ਆਦਿ ਜੁਗਾਦਿ॥੮॥	ghat ghat so parabh aad jugaad. ||8||

ਉਸ ਦਾ ਮਨ ਪਵਿੱਤਰ ਹੋਇਆ ਰਹਿੰਦਾ ਹੈ । ਆਪਣਾ ਪਿਆਰ ਸੰਸਾਰ ਵਿੱਚ, ਦਰਬਾਰ ਵਿੱਚ ਵੀ ਸ਼ਬਦ ਦੀ ਪਾਲਣਾ ਕਰਨ ਵਿੱਚ ਸਮਝਦਾ ਹੈ । ਉਹ ਦਿਨ ਰਾਤ ਉਸ ਦੀ ਉਸਤਤ ਹੀ ਗਾਉਂਦਾ ਰਹਿੰਦਾ ਹੈ । ਪ੍ਰਭ ਜੁਗੋ ਜੁਗ ਜੀਵ ਦੇ ਹਿਰਦੇ ਵਿੱਚ ਹੀ ਵਸਦਾ ਰਹਿੰਦਾ ਹੈ ।

His true devotee, his mind remains sanctified all time. He believes, his devotion to adopt the teachings of His Word, may be the sign of His Acceptance. He sings the glory of His Virtues. His Holy Spirit remains embedded within soul and dwells in his body.

ਰਾਮ ਰਸਾਇਣਿ ਇਹੁ ਮਨੁ ਮਾਤਾ॥ ਸਰਬ ਰਸਾਇਣੁ ਗੁਰਮੁਖਿ ਜਾਤਾ॥	raam rasaa-in ih man maataa. sarab rasaa-in gurmukh jaataa.
ਭਗਤਿ ਹੇਤੁ ਗੁਰ ਚਰਣ ਨਿਵਾਸਾ॥	bhagat hayt gur charan nivaasaa.
ਨਾਨਕ ਹਰਿ ਜਨ ਕੇ ਦਾਸਨਿ ਦਾਸਾ॥ ੯॥੮॥	naanak har jan kay daasan daasaa. ||9||8||

ਗੁਰਮਖ ਦਾ ਮਨ ਸ਼ਬਦ ਦੀ ਬੰਦਗੀ ਦੇ ਨਸ਼ੇ ਵਿੱਚ ਹੀ ਮਸਤ ਰਹਿੰਦਾ ਹੈ । ਉਸ ਨੂੰ ਸਭ ਵਿੱਚ ਵਾਪਰਨ ਵਾਲੇ ਪ੍ਰਭ ਦੀ ਹੋਂਦ ਮਹਿਸੂਸ ਹੋ ਜਾਂਦੀ ਹੈ । ਉਹ ਹਰ ਵੇਲੇ ਪ੍ਰਭ ਨੂੰ ਹਾਜ਼ਰ ਹਜ਼ੂਰ ਮੰਨਦਾ ਹੈ । ਉਸ ਦੇ ਚਰਨਾਂ ਵਿੱਚ ਆਸਣ ਲਾ ਕੇ ਸ਼ਬਦ ਦਾ ਸਿਮਰਨ ਕਰਦਾ ਹੈ । ਜਿਸ ਨੂੰ ਇਹ ਅਵਸਥਾ ਬਖਸ਼ਿਸ਼ ਹੋ ਜਾਂਦੀ ਹੈ, ਉਹ ਪੂਜਣ ਯੋਗ ਹੋ ਜਾਂਦਾ ਹੈ ।

His true devotee remains intoxicated in the meditation on the teachings of His Word. He may realize His Existence omnipresent and prevails everywhere. He remains intoxicated in meditation in His Sanctuary. Whosoever may be blessed with such a state of mind; his soul may become worthy of His Consideration.

Key Message of Raag Aasaa, page 415-6
ਧਰਮ ਹੀ ਸੰਸਾਰਕ ਮਾਇਆ ਦਾ ਜਾਲ ਹੈ!
ਸੰਸਾਰਕ ਜੀਵ ਚੰਗੇ ਕੰਮਾਂ ਅਤੇ ਧਾਰਮਕ ਕੰਮਾਂ ਤੇ ਭਰੋਸਾ ਰਖਦਾ ਹੈ । ਜੀਵ ਦਾ ਮਨ, ਤਨ ਦੇ ਪੰਜਾਂ ਤੱਤਾਂ ਵਿਚੋਂ ਹੀ ਨਿਕਲਿਆ ਹੈ । ਇੱਛਾ ਦੇ ਜਮਦੂਤ ਮਨ ਦੇ ਵਿਚੋਂ ਹੀ ਨਿਕਲੇ ਹਨ, ਅਸਲੀ ਰਸਤੇ ਤੋਂ ਦੂਰ ਰਖਦੇ ਹਨ! ਗੁਰਮਖ ਭਰੋਸੇ ਨਾਲ ਸ਼ਬਦ ਦਾ ਸਿਮਰਨ ਕਰਕੇ ਮਨ ਨੂੰ ਪਵਿੱਤਰ ਕਰ ਲੈਂਦੇ ਹਨ । ਉਸ ਨੂੰ ਤਿੰਨਾਂ ਸ੍ਰਿਸ਼ਟੀਆਂ ਦੀ ਸੋਝੀ ਬਖਸ਼ਿਸ਼ ਹੋ ਜਾਂਦੀ ਹੈ । ਉਹ ਮਨ ਨੂੰ ਸੰਸਾਰਕ ਪਦਾਰਥਾਂ ਤੋਂ ਦੂਰ ਰਖਣ ਨੂੰ ਹੀ ਅਸਲੀ ਬੰਦਗੀ ਦਾ ਰਸਤਾ ਸਮਝਦਾ ਹੈ । ਵਿਰਾਗੀ ਦਾ ਮਨ ਆਪਣੇ ਆਪ ਨੂੰ ਸੰਸਾਰਕ ਮੋਹ ਤੋਂ ਦੂਰ ਕਰ ਸਕਦਾ ਹੈ, ਪਰ ਆਪਣੇ ਹੰਕਾਰ ਨੂੰ ਖਤਮ ਨਹੀਂ ਕਰ ਸਕਦਾ । ਗੁਰਮਖ ਸ਼ਬਦ ਦੀ ਪਾਲਣਾ ਕਰਦਾ, ਖੋਅ ਜਾਣ ਦੇ ਡਰ ਤੋਂ ਰਹਿਤ ਹੋ ਜਾਂਦਾ ਹੈ । ਉਹ ਆਪਣੇ ਪੰਜਾਂ ਜਮਦੂਤਾਂ ਨੂੰ ਮਾਰ ਲੈਂਦਾ, ਜਿੱਤ ਪਾ ਲੈਂਦਾ ਹੈ । ਗੁਰਮਖ ਕੇਵਲ ਸ਼ਬਦ ਦੇ ਰਾਗ ਦੀ ਗੂੰਜ ਵਿੱਚ ਹੀ ਮਸਤ ਰਹਿੰਦਾ ਹੈ, ਬਾਕੀ ਰਾਗ, ਨਾਦ ਨੂੰ ਤਿਆਗ ਦੇਂਦਾ ਹੈ । ਉਹ ਹਰ ਵੇਲੇ ਪ੍ਰਭ ਨੂੰ ਹਾਜ਼ਰ ਹਜ਼ੂਰ ਮੰਨਦਾ ਹੈ । ਉਸ ਦੀ ਅਵਸਥਾ ਪੂਜਣ ਯੋਗ ਹੋ ਜਾਂਦੀ ਹੈ ।
Religion is an expansion of Worldly wealth!
Worldly creature believes in religious and good deeds for mankind. These are created from five elements of body creation. Five demons of worldly desires have been created from mind as extension of worldly wealth. His true devotee meditates on the teachings of His Word with steady and stable belief to sanctify his soul to become worthy of His Consideration. He may be enlightened with the nature of three universes. He considers depriving from worldly comforts may be the right path of acceptance in His Court. The renunciatory may keep mind beyond the reach of worldly attachments, however, he may not conquer his ego. His true devotee adopts the teachings of His Word and remains beyond the reach of any worries of worldly profit or loss. He may conquer five demons of worldly desires. His true devotee only remains intoxicated in everlasting echo of His Word, he abandons all others music tones from his mind. He may realize His Existence within every creature. His soul may become worthy of His Consideration.

49. ਆਸਾ ਮਹਲਾ ੧॥ 416 -1

ਤਨੁ ਬਿਨਸੈ ਧਨੁ ਕਾ ਕੋ ਕਹੀਐ॥ ਬਿਨੁ ਗੁਰ ਰਾਮ ਨਾਮੁ ਕਤ ਲਹੀਐ॥	tan binsai Dhan kaa ko kahee-ai. bin gur raam naam kat lahee-ai.
ਰਾਮ ਨਾਮ ਧਨੁ ਸੰਗਿ ਸਖਾਈ॥ ਅਹਿਨਿਸਿ ਨਿਰਮਲੁ ਹਰਿ ਲਿਵ ਲਾਈ॥੧॥	raam naam Dhan sang sakhaa-ee. ahinis nirmal har liv laa-ee. ||1||

ਜਦੋਂ ਜੀਵ ਦੀ ਮੌਤ ਹੋ ਜਾਂਦੀ ਹੈ, ਉਸ ਵੇਲੇ ਸੰਸਾਰਕ ਧਨ ਦਾ ਕੀ ਲਾਭ ਹੁੰਦਾ ਹੈ? ਪ੍ਰਭ ਦੀ ਰਹਿਮਤ ਤੋਂ ਬਿਨਾਂ ਕਿਵੇਂ ਸ਼ਬਦ ਨਾਲ ਜੀਵਨ ਢਾਲਿਆ ਜਾ ਸਕਦਾ ਹੈ? ਜੀਵ ਦਿਨ ਰਾਤ ਆਪਣੇ ਮਨ ਨੂੰ ਭਰੋਸੇ ਨਾਲ ਬੰਦਗੀ ਵਿੱਚ ਰਖੋ! ਕੇਵਲ ਸ਼ਬਦ ਦੀ ਕਮਾਈ ਹੀ ਮੌਤ ਤੋਂ ਪਿਛੋਂ ਆਤਮਾ ਦੇ ਸਾਥੀ ਜਾਂਦੀ ਹੈ ।

After death! What may be the benefit of worldly wealth for his soul? How may soul adopt the teachings of His Word with steady and stable belief in his day-to-day life, without His Blessed Vision? You should meditate on the teachings of His Word with steady and stable belief day and night. Only earnings of His Word may support his soul in His Court.

ਰਾਮ ਨਾਮ ਬਿਨੁ ਕਵਨੁ ਹਮਾਰਾ॥	raam naam bin kavan hamaaraa.
ਸੁਖ ਦੁਖ ਸਮ ਕਰਿ ਨਾਮੁ ਨ ਛੋਡਉ,	sukh dukh sam kar naam na chhoda-o
ਆਪੇ ਬਖਸਿ ਮਿਲਾਵਣਹਾਰਾ॥੧॥ ਰਹਾਉ॥	aapay bakhas milaavanhaaraa. ||1|| rahaa-o.

ਪ੍ਰਭ ਹੀ ਇਕੋ ਇਕ ਅਸਲੀ ਮਾਲਕ ਹੈ! ਜਿਹੜਾ ਦੁਖ, ਸੁਖ ਨੂੰ ਇਕ ਸਮਾਨ, ਪ੍ਰਭ ਦੀ ਬਖਸ਼ਿਸ਼ ਸਮਝਕੇ ਅਨੰਦ ਵਿੱਚ ਰਹਿੰਦਾ, ਆਪਣਾ ਭਰੋਸਾ ਅਡੋਲ ਰਖਦਾ ਹੈ । ਪ੍ਰਭ ਰਹਿਮਤ ਬਖਸ਼ਕੇ ਆਪਣੇ ਵਿੱਚ ਅਲੋਪ ਕਰ ਲੈਂਦਾ ਹੈ ।

ਗੁਰੂ ਨਾਨਕ ਦੇਵ ਜੀ! – Guru Nanak Dev Ji! Guru Granth Sahib

The One and Only One, God, True Master Creator of the universe! Whosoever may accept all miseries and pleasures as His Blessings; he may remain conteded, obeying the teachings of His Word with steady and stable belief in his life. His soul may be absorbed within His Holy Spirit.

ਕਨਿਕ ਕਾਮਨੀ ਹੇਤੁ ਗਵਾਰਾ॥ ਦੁਬਿਧਾ ਲਾਗੇ ਨਾਮੁ ਵਿਸਾਰਾ॥ kanik kaamnee hayt gavaaraa. dubiDhaa laagay naam visaaraa.
ਜਿਸੁ ਤੂੰ ਬਖਸਹਿ ਨਾਮੁ ਜਪਾਇ॥ ਦੂਤੁ ਨ ਲਾਗਿ ਸਕੈ ਗੁਨ ਗਾਇ॥੨॥ jis tooN bakhsahi naam japaa-ay. doot na laag sakai gun gaa-ay. ||2||

ਅਣਜਾਣ, ਮਨਮੁਖ ਸੰਸਾਰਕ ਧਨ ਅਤੇ ਕਾਮਵਾਸਨਾ ਵਿੱਚ ਜੀਵਨ ਬਤੀਤ ਕਰ ਜਾਂਦਾ ਹੈ । ਧਰਮਾਂ ਦੇ ਭਰਮਾਂ ਵਿੱਚ ਫਸਿਆ ਪ੍ਰਭ ਨੂੰ ਮਨੋ ਵਿਸਾਰ ਲੈਂਦਾ ਹੈ । ਜਿਸ ਨੂੰ ਰਹਿਮਤ ਬਖਸ਼ਕੇ ਸ਼ਬਦ ਦੇ ਲੜ ਲਾਉਂਦਾ ਹੈ, ਕੇਵਲ ਉਹ ਹੀ ਸਿਮਰਨ ਕਰਦਾ ਹੈ । ਸ਼ਬਦ ਦਾ ਸਿਮਰਨ ਕਰਨ ਵਾਲੇ ਨੇੜੇ ਜਮਦੂਤ ਨਹੀਂ ਜਾ ਸਕਦਾ ।

Ignorant, self-minded remains intoxicated in his sexual urge and worldly wealth in his day-to-day life. He remains a victim of religious rituals, suspicions; he may abandon the teachings of His Word from his day-to-day life. Whosoever may be attached to a devotional meditation; only he may meditate and adopts the teachings of His Word with steady and stable belief in day-to-day life! He may become beyond the reach of devil of death.

ਹਰਿ ਗੁਰੁ ਦਾਤਾ ਰਾਮ ਗੁਪਾਲਾ॥ ਜਿਉ ਭਾਵੈ ਤਿਉ ਰਾਖੁ ਦਇਆਲਾ॥ har gur daataa raam gupaalaa. ji-o bhaavai ti-o raakh da-i-aalaa.
ਗੁਰਮੁਖਿ ਰਾਮੁ ਮੇਰੈ ਮਨਿ ਭਾਇਆ॥ gurmukh raam mayrai man bhaa-i-aa.
ਰੋਗ ਮਿਟੇ ਦੁਖੁ ਠਾਕਿ ਰਹਾਇਆ॥੩॥ rog mitay dukh thaak rahaa-i-aa. ||3||

ਪ੍ਰਭ ਹੀ ਅਸਲੀ ਦਾਤਾਂ ਬਖਸ਼ਣ ਵਾਲਾ, ਪਾਲਣਾ, ਰਖਿਆ ਕਰਨ ਵਾਲਾ ਮਾਲਕ ਹੈ । ਰਹਿਮਤ ਬਖਸ਼ਕੇ ਆਪਣੀ ਰਜ਼ਾ ਵਿੱਚ ਰਖੋ । ਗੁਰਮਖ ਦੇ ਮਨ ਦੀ ਅਵਸਥਾ, ਪ੍ਰਭ ਨੂੰ ਭਾਉਂਦੀ ਹੈ! ਆਪ ਹੀ ਰਹਿਮਤ ਬਖਸ਼ਕੇ ਸੰਸਾਰਕ ਬੰਧਨ ਤੋੜ ਦੇਂਦਾ, ਵਿਛੋੜੇ ਦੇ ਦੁਖ ਖਤਮ ਕਰ ਦੇਂਦਾ ਹੈ ।

The True Master, Treasure of All Virtues nourishes, protects, and bestows His Virtues to His Creation. My True Master bestows Your Blessed Vision to keep steady and stable on the right path of acceptance in Your Court. State of mind of His true devotee appeases The True Master; with His mercy and grace, all his worldly bonds along with the misery of the cycle of birth and death may be eliminated forever

ਅਵਰੁ ਨ ਅਉਖਧੁ ਤੰਤ ਨ ਮੰਤਾ॥ avar na a-ukhaDh tant na manntaa.
ਹਰਿ ਹਰਿ ਸਿਮਰਣੁ ਕਿਲਵਿਖ ਹੰਤਾ॥ har har simran kilvikh hantaa.
ਤੂੰ ਆਪਿ ਭੁਲਾਵਹਿ ਨਾਮੁ ਵਿਸਾਰਿ॥ tooN aap bhulaaveh naam visaar.
ਤੂੰ ਆਪੇ ਰਾਖਹਿ ਕਿਰਪਾ ਧਾਰਿ॥੪॥ tooN aapay raakhahi kirpaa Dhaar. ||4||

ਪ੍ਰਭ ਦੇ ਸ਼ਬਦ ਦੀ ਪਾਲਣਾ ਕਰਨ ਨਾਲ ਹੀ ਜੀਵ ਦੇ ਪਾਪ ਬਖਸ਼ੇ ਜਾਂਦੇ ਹਨ । ਹੋਰ ਕੋਈ ਦਵਾਈ, ਮੰਤ੍ਰ ਨਾਲ ਪਾਪ ਬਖਸ਼ੇ ਨਹੀਂ ਜਾ ਸਕਦੇ ਹਨ । ਆਪ ਹੀ ਭਰਮਾਂ ਵਿੱਚ ਪਾਉਂਦਾ, ਸ਼ਬਦ ਦੀ ਪਾਲਣਾ ਤੋਂ ਦੂਰ ਕਰਦਾ, ਭਰੋਸੇ ਤੋਂ ਡੋਲ ਦੇਂਦਾ ਹੈ । ਆਪ ਹੀ ਸ਼ਬਦ ਦੀ ਪਾਲਣਾ ਦੇ ਲੜ ਲਾਉਂਦਾ, ਪ੍ਰਵਾਨ ਕਰਦਾ ਹੈ ।

Whosoever may adopt the teachings of His Word with steady and stable belief in day-to-day life; with His mercy and grace, his sins may be forgiven; No other unique meditation nor Mantra! The True Master also creates temptation of short-lived glamor of worldly wealth, religious suspicions to monitor the sincerity, devotion of His true devotee. The True Master may bless devotion and accepts his earnings of His Word.

ਰੋਗੁ ਭਰਮੁ ਭੇਦੁ ਮਨਿ ਦੂਜਾ॥ rog bharam bhayd man doojaa.
ਗੁਰ ਬਿਨੁ ਭਰਮਿ ਜਪਹਿ ਜਪੁ ਦੂਜਾ॥ gur bin bharam jaapeh jap doojaa.
ਆਦਿ ਪੁਰਖ ਗੁਰ ਦਰਸ ਨ ਦੇਖਹਿ॥ aad purakh gur daras na daykheh.
ਵਿਣੁ ਗੁਰ ਸਬਦੈ ਜਨਮੁ ਕਿ ਲੇਖਹਿ॥੫॥ vin gur sabdai janam ke laykheh. ||5||

ਪ੍ਰਭ ਦੀ ਰਹਿਮਤ ਤੋਂ ਬਿਨਾਂ, ਜੀਵ ਨੂੰ ਭਰਮਾਂ, ਰੀਤੀ ਰੀਵਾਜ ਦਾ ਰੋਗ ਲਗਾ ਰਹਿੰਦਾ, ਹੋਰ ਰਸਤੇ ਖੋਜਦਾ ਰਹਿੰਦਾ ਹੈ । ਜਿਸ ਤੇ ਰਹਿਮਤ ਦੀ ਨਜ਼ਰ ਬਖਸ਼ਦਾ ਹੈ, ਕੇਵਲ ਉਹ ਹੀ ਬੰਦਗੀ ਤੇ ਅਡੋਲ ਰਹਿੰਦਾ ਹੈ! ਪ੍ਰਭ ਦੇ ਸ਼ਬਦ ਦੀ ਕਮਾਈ ਤੋਂ ਬਿਨਾਂ ਮਾਨਸ ਜੀਵਨ ਬਿਰਥਾ ਹੀ ਬੀਤ ਜਾਂਦਾ, ਕੋਈ ਲਾਭ ਨਹੀਂ ਹੁੰਦਾ ।

Self-minded may remain entangled in worldly suspicions, religious rituals and keeps searching different technique to be accepted in His Court. Whosoever may be blessed with His Blessed Vision with His mercy and grace, only he may meditate on the teachings of His Word with steady and stable belief in his day-to-day life. Without earnings of His Word, his human life may be wasted uselessly.

ਦੇਖਿ ਅਚਰਜੁ ਰਹੇ ਬਿਸਮਾਦਿ॥ ਘਟਿ ਘਟਿ ਸੁਰ ਨਰ ਸਹਜ ਸਮਾਧਿ॥ daykh achraj rahay bismaad. ghat ghat sur nar sahj samaaDh.
ਭਰਿਪੁਰਿ ਧਾਰਿ ਰਹੇ ਮਨ ਮਾਹੀ॥ ਤੁਮ ਸਮਸਰਿ ਅਵਰੁ ਕੋ ਨਾਹੀ॥੬॥ bharipur Dhaar rahay man maahee. tum samsar avar ko naahee. ||6||

ਹਰਇਕ ਜੀਵ ਦੇ ਹਿਰਦੇ ਵਿੱਚ ਪ੍ਰਭ ਦੀ ਜੋਤ, ਸਮਾਧੀ ਹੈ । ਉਸ ਨੂੰ ਮਹਿਸੂਸ ਕਰਕੇ ਮਨ ਅਚੰਭਾ, ਹੈਰਾਨ ਹੀ ਰਹਿੰਦਾ ਹੈ । ਜਿਸ ਨੂੰ ਮਨ ਵਿੱਚ ਉਸ ਦੀ ਜੋਤ ਦੀ ਪਛਾਣ ਆ ਜਾਂਦੀ ਹੈ । ਉਸ ਨੂੰ ਸੋਝੀ ਹੋ ਜਾਂਦੀ ਹੈ, ਪ੍ਰਭ ਦੇ ਬਰਾਬਰ ਦਾ ਜਾ ਵੱਡਾ ਹੋਰ ਕੋਈ ਨਹੀਂ ਹੈ ।

His Holy Spirit remains embedded within every soul, in the void of His Word. Whosoever may realize His Existence; he may remain fascinated and astonished from His Nature. Whosoever may realize the real purpose of his human life opportunity; He may realize, no one may be equal or greater than The Omnipotent, Omniscient, Omnipresent Creator.

ਜਾ ਕੀ ਭਗਤਿ ਹੇਤੁ ਮੁਖਿ ਨਾਮੁ॥ ਸੰਤ ਭਗਤ ਕੀ ਸੰਗਤਿ ਰਾਮੁ॥ jaa kee bhagat hayt mukh naam. sant bhagat kee sangat raam.
ਬੰਧਨ ਤੋਰੇ ਸਹਜਿ ਧਿਆਨੁ॥ ਛੂਟੈ ਗੁਰਮੁਖਿ ਹਰਿ ਗੁਰ ਗਿਆਨੁ॥੭॥ banDhan toray sahj Dhi-aan. chhootai gurmukh har gur gi-aan. ||7||

ਪ੍ਰਭ ਬੰਦਗੀ ਕਰਨ ਵਾਲੀਆਂ ਦੀ ਸੰਗਤ ਵਿੱਚ ਰਹਿੰਦਾ ਹੈ । ਉਹ ਭਰੋਸੇ ਨਾਲ ਸ਼ਬਦ ਦੀ ਬੰਦਗੀ, ਸਿਮਰਨ, ਵਿਚਾਰ ਕਰਦਾ ਹੈ । ਜਿਹੜਾ ਅਡੋਲ ਭਰੋਸੇ ਨਾਲ ਸਿਮਰਨ ਕਰਦਾ ਹੈ, ਪ੍ਰਭ ਦੀ ਰਹਿਮਤ ਨਾਲ, ਉਹ ਸੰਸਾਰਕ ਬੰਧਨਾਂ ਤੋ ਮੁਕਤ ਹੋ ਜਾਂਦਾ ਹੈ । ਗੁਰਮਖ ਸ਼ਬਦ ਦੀ ਪਾਲਣਾ ਕਰਦਾ, ਸੋਝੀ ਪਾ ਲੈਂਦਾ, ਪ੍ਰਵਾਨ ਹੋ ਜਾਂਦਾ ਹੈ ।

The True Master remains in the conjugation of His Holy saint. His true devotee meditates and sings the glory of His Word with steady and stable belief; with His mercy and grace, he may remain intoxicated in the void of His Word. All his worldly bonds may be eliminated. He may adopt the teachings of His Word; he may be enlightened and accepted in His Court.

ਨਾ ਜਮਦੂਤ ਦੂਖੁ ਤਿਸੁ ਲਾਗੈ॥ ਜੋ ਜਨੁ ਰਾਮ ਨਾਮਿ ਲਿਵ ਜਾਗੈ॥ naa jamdoot dookh tis laagai. jo jan raam naam liv jaagai.
ਭਗਤਿ ਵਛਲੁ ਭਗਤਾ ਹਰਿ ਸੰਗਿ॥ bhagat vachhal bhagtaa har sang.
ਨਾਨਕ ਮੁਕਤਿ ਭਏ ਹਰਿ ਰੰਗਿ॥੮॥੯॥ naanak mukat bha-ay har rang. ||8||9

ਗੁਰੂ ਨਾਨਕ ਦੇਵ ਜੀ! – Guru Nanak Dev Ji! Guru Granth Sahib

ਜਿਹੜਾ ਬੰਦਗੀ ਵਿੱਚ ਮਸਤ ਰਹਿੰਦਾ ਹੈ, ਉਸ ਨੂੰ ਮੌਤ ਦੇ ਫਰਿਸ਼ਤੇ ਦੀ ਮਾਰ ਨਹੀਂ ਪੈਂਦੀ । ਪ੍ਰਭ ਆਪਣੇ ਸੇਵਕ ਦਾ ਆਸ਼ਕ ਬਣ ਜਾਂਦਾ ਹੈ, ਉਸ ਦਾ ਸਦਾ ਹੀ ਸਹਾਈ ਰਹਿੰਦਾ ਹੈ । ਉਹ ਸ਼ਬਦ ਦੀ ਪਾਲਣਾ ਕਰਦਾ ਪ੍ਰਵਾਨ ਹੋ ਜਾਂਦਾ ਹੈ ।

Whosoever may remain intoxicated in meditation in the void of His Word, his soul may become beyond the reach of devil of death. The True Master becomes lover of his soul and supports as a true companion. He may remain intoxicated in obeying the teachings of His Word; he may be accepted in His Court.

Key Message of Raag Aasaa, page 416-1
'ਆਤਮਾ ਦਾ ਸਦਾ ਸਾਥ ਜਾਣ ਵਾਲਾ ਧਨ!
ਮੌਤ ਤੋਂ ਪਿਛੋਂ! ਕੇਵਲ ਸ਼ਬਦ ਦੀ ਕਮਾਈ ਹੀ ਆਤਮਾ ਦੇ ਸਾਥੀ ਜਾਂਦੀ ਹੈ, ਸੰਸਾਰਕ ਧਨ ਬਿਰਥਾ ਹੀ ਹੁੰਦਾ ਹੈ । ਜਿਹੜਾ ਦੁਖ, ਸੁਖ ਵਿੱਚ ਨਿਰਾਰਾ ਰਹਿੰਦਾ, ਪ੍ਰਭ ਦੀ ਬਖਸ਼ਿਸ਼ ਸਮਝਦਾ ਹੈ, ਉਸ ਨੂੰ ਅਸਲੀ ਰਸਤਾ ਬਖਸ਼ਿਸ਼ ਹੋ ਸਕਦਾ ਹੈ! ਜਿਹੜਾ ਭਰਮਾਂ, ਰੀਤੀ ਰੀਵਾਜ ਵਿੱਚ ਲਗਾ ਰਹਿੰਦਾ, ਸ਼ਬਦ ਦੀ ਬੰਦਗੀ ਤੋਂ ਬਿਨਾਂ ਮਾਨਸ ਜੀਵਨ ਬਿਰਥਾ ਹੀ ਗਵਾ ਲੈਂਦਾ ਹੈ । ਪ੍ਰਭ ਦੀ ਜੋਤ ਹਰਇਕ ਆਤਮਾ ਵਿੱਚ ਹੀ ਸਮਾਈ ਰਹਿੰਦੀ ਹੈ! ਜਿਹੜਾ ਪ੍ਰਭ ਦੀ ਹੋਂਦ ਮਹਿਸੂਸ ਕਰਦਾ, ਅਚੰਭਾ, ਹੈਰਾਨ ਹੀ ਰਹਿੰਦਾ ਹੈ । ਪ੍ਰਭ ਆਪਣੇ ਸੇਵਕ ਦਾ ਆਸ਼ਕ ਬਣ ਜਾਂਦਾ, ਸਦਾ ਹੀ ਸਹਾਈ ਰਹਿੰਦਾ ਹੈ । ਉਹ ਸ਼ਬਦ ਦੀ ਪਾਲਨਾ ਕਰਦਾ ਪ੍ਰਵਾਨ ਹੋ ਜਾਂਦਾ ਹੈ ।
Forever true Assets of Soul!
After death! Only the earnings of His Word may support his soul in His Court; worldly possessions remain on earth, have no significance for the real purpose of human life opportunity! Whosoever may accept miseries and pleasures of worldly environments as His Blessings; he may be blessed with the right path of acceptance in His Court! Self-minded may remain entangled in worldly suspicions; religious rituals; he may waste his human life journey without adopting the teachings of His Word! His Holy Spirit remains embedded within every soul! Whosoever may realize His Existence, he remains fascinated and astonished. The True Master remain anxious to absorb his soul and supports as a true companion.

50. ਆਸਾ ਮਹਲਾ ੧ ਇਕਤੁਕੀ 416-13

ਗੁਰ ਸੇਵੇ ਸੋ ਠਾਕੁਰ ਜਾਨੈ॥ ਦੂਖੁ ਮਿਟੈ ਸਚੁ ਸਬਦਿ ਪਛਾਨੈ॥੧॥ gur sayvay so thaakur jaanai. dookh mitai sach sabad pachhaanai. ||1||

ਜਿਹੜਾ ਸ਼ਬਦ ਦੀ ਪਾਲਣਾ ਕਰਦਾ, ਉਹ ਮਾਲਕ ਨੂੰ ਜਾਣ ਜਾਂਦਾ ਹੈ । ਉਹ ਸ਼ਬਦ ਦੀ ਬੰਦਗੀ ਕਰਕੇ ਆਪਣੇ ਸੰਸਾਰਕ ਇਛਾਂ ਦੇ ਦੁਖ ਖਤਮ ਕਰ ਲੈਂਦਾ ਹੈ ।

Whosoever may adopt the teachings of His Word wholeheartedly with steady and stable belief; he may realize the existence of The True Master. Whosoever may adopt the teachings of His Word; with His mercy and grace, his miseries of worldly desires may be eliminate.

ਰਾਮੁ ਜਪਹੁ ਮੇਰੀ ਸਖੀ ਸਖੈਨੀ॥ raam japahu mayree sakhee sakhainee.

ਸਤਿਗੁਰੁ ਸੇਵਿ ਦੇਖਹੁ ਪ੍ਰਭੁ ਨੈਨੀ॥੧॥ ਰਹਾਉ॥ satgur sayv daykhhu parabh nainee. ||1|| rahaa-o.

ਪ੍ਰਭ ਦੇ ਸ਼ਬਦ ਦਾ ਸਿਮਰਨ, ਪਾਲਣਾ ਕਰਨ ਨਾਲ ਪ੍ਰਭ ਦੀ ਹੋਂਦ ਅਨੁਭਵ ਹੋ ਜਾਂਦੀ ਹੈ । ਜੀਵ ਆਪਣੀਆਂ ਮਨ ਦੀਆਂ ਅੱਖਾਂ ਨਾਲ ਪ੍ਰਭ ਦੇ ਦਰਸ਼ਨ ਕਰ ਲੈਂਦਾ ਹੈ ।

Whosoever may meditate and obeys the teachings of His Word; he may realize His Existence, His Holy Spirit prevailing everywhere.

ਬੰਧਨ ਮਾਤ ਪਿਤਾ ਸੰਸਾਰਿ॥ ਬੰਧਨ ਸੁਤ ਕੰਨਿਆ ਅਰੁ ਨਾਰਿ॥੨॥ banDhan maat pitaa sansaar. banDhan sut kanniaa ar naar. ||2|

ਜੀਵ ਸੰਸਾਰ ਵਿੱਚ ਮਾਤਾ, ਪਿਤਾ, ਬੱਚੇ ਅਤੇ ਪਤਨੀ ਦੇ ਮੋਹ ਵਿੱਚ ਫਸਿਆ ਹੈ ।

Self-minded may remain entangled in emotional attachment to his worldly mother, father, children, and his spouse.

ਬੰਧਨ ਕਰਮ ਧਰਮ ਹਉ ਕੀਆ॥ banDhan karam Dharam ha-o kee-aa.

ਬੰਧਨ ਪੁਤੁ ਕਲਤੁ ਮਨਿ ਬੀਆ॥੩॥ banDhan put kalat man bee-aa. ||3|

ਧਰਮ ਦੇ ਭਰੋਸੇ, ਰੀਤੀ ਰੀਵਾਜ ਅਤੇ ਹੈਸੀਅਤ ਵਿੱਚ, ਉਸ ਦੇ ਮਨ ਤੇ ਬੱਚੇ ਅਤੇ ਪਤਨੀ ਦੀ ਹਿਫਾਜ਼ਤ ਦਾ ਫਿਕਰ ਰਹਿੰਦਾ ਹੈ ।

His religious belief, suspicions, rituals, and his ego creates worries about the protection of his spouse and children.

ਬੰਧਨ ਕਿਰਖੀ ਕਰਹਿ ਕਿਰਸਾਨੁ॥ banDhan kirkhee karahi kirsaan.

ਹਉਮੈ ਡੰਨੁ ਸਹੈ ਰਾਜਾ ਮੰਗੈ ਦਾਨ॥੪ ha-umai dann sahai raajaa mangai daan.4

ਕਿਰਸਾਨ ਪੇਟ ਭਰਨ ਲਈ ਖੇਤੀ ਵਿੱਚ ਉਲਝਿਆ ਰਹਿੰਦਾ ਹੈ । ਸੰਸਾਰਕ ਜੀਵ ਆਪਣੇ ਅਹੰਕਾਰ ਵਿੱਚ ਕੀਤੇ ਕੰਮਾ ਕਰਕੇ ਮੁਸੀਬਤ ਵਿੱਚ ਫਸਿਆ ਰਹਿੰਦਾ ਹੈ । ਰਾਜਾ ਆਪਣੇ ਲੋਭ ਵਿੱਚ ਧਨ ਇਕੱਠਾ ਕਰਦਾ ਹੈ ।

The farmer remains entangled in day-to-day life to satisfy his worldly family needs, hunger. Self-minded may remain in his ego and endures miseries in his day-to-day life. Worldly king remains in his greed to collect wealth and possessions.

ਬੰਧਨ ਸਉਦਾ ਅਣਵੀਚਾਰੀ॥ banDhan sa-udaa anveechaaree.

ਤਿਪਤਿ ਨਾਹੀ ਮਾਇਆ ਮੋਹ ਪਸਾਰੀ॥੫॥ tipat naahee maa-i-aa moh pasaaree.5

ਸਾਰੇ ਸੰਸਾਰਕ ਧਨ ਇਕੱਠਾ ਕਰਨ ਵਿੱਚ ਲਗੇ ਰਹਿੰਦੇ ਹਨ! ਸੰਸਾਰਕ ਧਨ ਨਾਲ ਮਨ ਨੂੰ ਸੰਤੋਖ ਨਹੀਂ ਹੁੰਦਾ, ਹੋਰ ਲਾਲਚ ਵਧਦਾ ਰਹਿੰਦਾ ਹੈ ।

The whole universe remains entangled to collect worldly wealth. He may never be contented with worldly possessions. He always remains anxious to increase his possessions in the universe.

ਬੰਧਨ ਸਾਹ ਸੰਚਹਿ ਧਨੁ ਜਾਇ॥ banDhan saah saNcheh Dhan jaa-ay.

ਬਿਨੁ ਹਰਿ ਭਗਤਿ ਨ ਪਵਈ ਥਾਇ॥੬॥ bin har bhagat na pav-ee thaa-ay. ||6||

ਸਾਰੇ ਹੀ ਧਨ ਦੇ ਚੱਕਰ ਵਿੱਚ ਫਸੇ, ਮਾਨਸ ਜੀਵਨ ਦਾ ਮੰਤਵ ਭੁਲ ਜਾਂਦੇ ਹਨ! ਸ਼ਬਦ ਦੀ ਕਮਾਈ ਤੋਂ ਬਿਨਾਂ ਸੰਤੋਖ, ਪ੍ਰਵਾਨਗੀ ਬਖਸ਼ਿਸ਼ ਨਹੀਂ ਹੁੰਦੀ!

The whole world remains intoxicated in collecting worldly wealth; they may forget the real purpose of his human life opportunity. Without the earnings of His Word, he may never be contented nor accepted in His Court.

ਬੰਧਨ ਬੇਦੁ ਬਾਦੁ ਅਹੰਕਾਰ॥ ਬੰਧਨਿ ਬਿਨਸੈ ਮੋਹ ਵਿਕਾਰ॥੭॥ banDhan bayd baad ahaNkaar. banDhan binsai moh vikaar. ||7|

ਮਨਮੁਖ ਧਾਰਮਕ ਲਿਖਤਾਂ, ਧਰਮ ਦੇ ਰੀਤੀ ਰੀਵਾਜਾਂ, ਹੈਸੀਅਤ ਦੇ ਅਹੰਕਾਰ ਵਿੱਚ ਹੀ ਰਹਿੰਦਾ ਹੈ । ਸੰਸਾਰ ਵਿੱਚ ਨਾਸ਼ ਹੋ ਜਾਣ ਵਾਲੀ ਮਾਲਕੀਅਤ ਦੇ ਲਾਲਚ ਵਿੱਚ ਹੀ ਲਗਾ ਰਹਿੰਦਾ ਹੈ ।

Self-minded remains entangled in worldly religious Holy Scriptures, religious rituals and in his ego of worldly status. He always remains greedy in collecting perishable worldly possessions.

ਗੁਰੂ ਨਾਨਕ ਦੇਵ ਜੀ! – Guru Nanak Dev Ji! Guru Granth Sahib

ਨਾਨਕ ਰਾਮ ਨਾਮ ਸਰਣਾਈ॥ naanak raam naam sarnaa-ee.
ਸਤਿਗੁਰਿ ਰਾਖੇ ਬੰਧੁ ਨ ਪਾਈ॥੮॥੧੦॥ satgur raakhay banDh na paa-ee. |8||10

ਜਿਹੜਾ ਪ੍ਰਭ ਦੀ ਰਹਿਮਤ ਨਾਲ ਸ਼ਬਦ ਦੇ ਲੜ ਲਗ ਜਾਂਦਾ ਹੈ । ਉਸ ਨੂੰ ਸੰਸਾਰਕ ਬੰਧਨਾ ਦੀ ਭਟਕਣ ਨਹੀਂ ਰਹਿੰਦੀ । ਉਹ ਪੂਜਣ ਯੋਗ ਬਣ ਜਾਂਦਾ ਹੈ ।

Whosoever may be blessed a devotion to meditate and stay focused on the teachings of His Word; with His mercy and grace, he may remain beyond the frustration of worldly attachments. He may become worthy of worship in the universe.

Key Message of Raag Aasaa, page 416-13
'ਦਰਬਾਰ ਵਿੱਚ ਪ੍ਰਵਾਨਗੀ ਦਾ ਰਸਤਾ!
ਜਿਹੜਾ ਸ਼ਬਦ ਦੀ ਪਾਲਣਾ ਕਰਦਾ ਹੈ, ਉਸ ਨੂੰ ਪ੍ਰਭ ਦੀ ਹੋਂਦ ਅਨੁਭਵ ਹੋ ਜਾਂਦੀ ਹੈ । ਜਿਹੜਾ ਧਰਮ ਦੇ ਭਰੋਸੇ, ਰੀਤੀ ਰੀਵਾਜ ਅਤੇ ਹੈਸੀਅਤ ਦੇ ਅਹੰਕਾਰ ਵਿੱਚ ਮਸਤ ਰਹਿੰਦਾ, ਮੁਸੀਬਤ ਵਿੱਚ ਹੀ ਰਹਿੰਦਾ ਹੈ । ਸੰਸਾਰਕ ਧਨ ਇਕੱਠਾ ਕਰਨ ਨਾਲ ਮਨ ਨੂੰ ਸੰਤੋਖ ਬਖਸ਼ਿਸ਼ ਨਹੀਂ ਹੁੰਦਾ । ਜਿਹੜਾ ਸ਼ਬਦ ਦੇ ਲੜ ਲਗਦਾ, ਉਸ ਦੇ ਸੰਸਾਰਕ ਬੰਧਨਾ ਦੀ ਭਟਕਣ ਖਤਮ ਹੋ ਜਾਂਦੀਆਂ ਹਨ, । ਉਹ ਪੂਜਣ ਯੋਗ ਬਣ ਜਾਂਦਾ ਹੈ ।
The right path of acceptance in His Court!
Whosoever may adopt the teachings of His Word; he may realize His Existence. Whosoever may remain intoxicated in religious suspicions, rituals, and ego; he endures worldly miseries. His possessions may not bring contentment or peace of mind. Whosoever may remain intoxicated in adopting the teachings of His Word; with His mercy and grace, his frustration of worldly attachments may be eliminated. He may become worthy of worship in the universe.

51. ਰਾਗੁ ਆਸਾ ਮਹਲਾ ੧ ਅਸਟਪਦੀਆ ਘਰੁ ੩॥ 417-1

ੴ ਸਤਿਗੁਰ ਪ੍ਰਸਾਦਿ॥ ik-oNkaar satgur parsaad.
ਜਿਨ ਸਿਰਿ ਸੋਹਨਿ ਪਟੀਆ, ਮਾਂਗੀ ਪਾਇ ਸੰਧੂਰੁ॥ jin sir sohan patee-aa maaNgee paa-ay sanDhoor.
ਸੇ ਸਿਰ ਕਾਤੀ ਮੁੰਨੀਅਨਿ੍, ਗਲ ਵਿਚਿ ਆਵੈ ਧੂੜਿ॥ say sir kaatee munnee-aniH gal vich aavai Dhoorh.
ਮਹਲਾ ਅੰਦਰਿ ਹੋਦੀਆ, ਹੁਣਿ ਬਹਣਿ ਨ ਮਿਲਨਿ੍ ਹਦੂਰਿ॥੧॥ mehlaa andar hodee-aa hun bahan na milniH hadoor. ||1||

ਪ੍ਰਭ ਦੀ ਕੁਦਰਤ ਅਨੋਖੀ ਹੀ ਹੈ! ਜਿਹਨਾਂ ਸੋਹਣੀਆਂ ਔਰਤਾਂ ਦੇ ਵਾਲਾਂ ਵਿੱਚ ਸੁਹਾਗ ਦਾ ਸੰਧੂਰ, ਕੀਮਤੀ ਦਸ਼ਾਲੇ, ਸਵਾਦਲੇ ਭੋਜਨ ਬਖਸ਼ਦਾ ਹੈ । ਪਲ ਵਿੱਚ ਹੀ ਵਾਲ ਮੁੰਨਕੇ, ਗਲ ਵਿੱਚ ਫੰਧਾ, ਮੂੰਹ ਵਿੱਚ ਮਿੱਟੀ ਪਾ ਦੇਂਦਾ ਹੈ । ਜਿਹੜਾ ਮਹਿਲਾ ਵਿੱਚ ਰਹਿੰਦਾ, ਪਲ ਵਿੱਚ ਹੀ ਬੇਘਰ ਕਰ ਦੇਂਦਾ, ਕੋਈ ਥਾਂ ਨਹੀਂ ਮਿਲਦੀ ।

Imagine Your fascinating Nature! Those georgeous women may ravish with vermillion on her beautiful hairs, comfort of glamorous clothes and food delicacy; a moment later their hairs are shaved, hanged, executed and dirt in their mouth. Whosoever were dwelling, comfort of glamorous castles; a moment later they become homeless and nowhere to stay.

ਆਦੇਸੁ ਬਾਬਾ ਆਦੇਸੁ॥ aadays baabaa aadays.
ਆਦਿ ਪੁਰਖ ਤੇਰਾ ਅੰਤੁ ਨ ਪਾਇਆ, ਕਰਿ ਕਰਿ ਦੇਖਹਿ ਵੇਸ॥੧॥ aad purakh tayraa ant na paa-i-aa kar kar daykheh vays. ||1||
ਰਹਾਉ॥ rahaa-o.

ਪ੍ਰਭ ਦੀ ਕਰਮਾਤ ਦਾ ਅੰਤ ਜਾਣਿਆ ਨਹੀਂ ਜਾ ਸਕਦਾ । ਕੇਵਲ ਵਾਹਾ ਵਾਹਾ, ਧੰਨ ਧੰਨ ਹੀ ਆਖ ਸਕਦੇ ਹਾ ।

No one may comprehend the limit of His Miracles, Nature. I remain astonished, fascinated, claims greatest of All!

ਜਦਹੁ ਸੀਆ ਵੀਆਹੀਆ ਲਾੜੇ ਸੋਹਨਿ ਪਾਸਿ॥ jadahu see-aa vee-aahee-a laarhay sohan paas.
ਹੀਡੋਲੀ ਚੜਿ ਆਈਆ ਦੰਦ ਖੰਡ ਕੀਤੇ ਰਾਸਿ॥ heedolee charh aa-ee-aa dand khand keetay raas.
ਉਪਰਹੁ ਪਾਣੀ ਵਾਰੀਐ ਝਲੇ ਝਿਮਕਨਿ ਪਾਸਿ॥੨॥ uprahu paanee vaaree-ai jhalay jhimkan paas. ||2||

ਜਦੋਂ ਔਰਤ ਦਾ ਵਿਆਹ ਹੁੰਦਾ ਹੈ, ਉਸ ਦਾ ਜੀਵਨ ਸਾਥੀ ਉਸ ਨਾਲ ਬਹੁਤ ਸੁਹਣਾ ਲਗਦਾ ਹੈ । ਉਹ ਗਹਿਣੇ ਨਾਲ ਸੱਜਕੇ ਪਤੀ ਦੇ ਘਰ ਆਉਂਦੀ ਹੈ । ਪਤੀ ਦੇ ਮਾਂ ਬਾਪ ਬਹੁਤ ਰੀਝਾਂ ਕਰਦੇ, ਸਵਾਗਤ ਕਰਦੇ, ਉਸ ਦਾ ਮੂੰਹ ਮਿੱਠਾ ਕਰਾਉਂਦੇ ਹਨ । ਉਪਰੋਂ ਪਾਣੀ ਵਾਰਦੇ, ਚਮਕਦਾਰ ਪੱਖੇ ਨਾਲ ਹਵਾ ਦੇ ਕੇ ਅਰਾਮ ਦੇਂਦੇ ਹਨ ।

A newly married girl, her life partner, husband looks amazingly at the wedding day. Embellished with expensive jewelry. He comes to the new house with her husband. Her in-law, parents, performs all rituals of celebration. She may be treated with most delicacies of un-imaginable taste of food! They try to provide the most respect and comforts of life.

ਇਕੁ ਲਖੁ ਲਹਨਿ੍ ਬਹਿਠੀਆ, ਲਖੁ ਲਹਨਿ੍ ਖੜੀਆ॥ ik lakh lehniH behthee-aa lakh lehniH kharhee-aa.
ਗਰੀ ਛੁਹਾਰੇ ਖਾਦੀਆ ਮਾਣਨਿ੍ ਸੇਜੜੀਆ॥ garee chhuhaaray khaaNdee-aa maanniH sayjrhee-aa.
ਤਿਨ੍ ਗਲਿ ਸਿਲਕਾ ਪਾਈਆ, ਤੁਟਨਿ੍ ਮੋਤਸਰੀਆ॥੩॥ tinH gal silkaa paa-ee-aa tutniH motsaree-aa. ||3||

ਉਸ ਦੇ ਬਹਿਦਿਆ ਉਠਦਿਆ ਕਸ਼ਾਮਤਾਂ ਹੁੰਦੀਆਂ ਹਨ । ਉਸ ਨੂੰ ਚੰਗੇ ਗੀਰੀ ਸੁਹਰੇ, ਮਨ ਪਸੰਦ ਖਾਣਾ, ਸ਼ਾਨਦਾਰ ਸੇਜ ਅਰਾਮ ਕਰਨ ਲਈ ਦੇਂਦੇ ਹਨ । ਉਸ ਦੇ ਗਲ ਵਿੱਚ ਅਮੋਲਕ ਮੋਤੀਆਂ ਦੇ ਹਾਰ ਪਾਉਂਦੇ ਹਨ । ਜਦੋਂ ਹੱਸ ਦੀ ਹੈ, ਜਿਵੇਂ ਫੁੱਲ ਖੇੜਦੇ ਹਨ ।

She may be provided with extraordinary comfort and honor in her new home. She may be treated with very nutritious food, comfortable bed to rest. She may be honored with expensive jewelry. Her laughter seems like a blossom of flowers.

ਧਨੁ ਜੋਬਨੁ ਦੁਇ ਵੈਰੀ ਹੋਏ, ਜਿਨ੍ਹੀ ਰਖੇ ਰੰਗੁ ਲਾਇ॥ Dhan joban du-ay vairee ho-a jinHee rakhay rang laa-ay.
ਦੂਤਾ ਨੋ ਫੁਰਮਾਇਆ ਲੈ ਚਲੇ ਪਤਿ ਗਵਾਇ॥ dootaa no furmaa-i-aa lai chalay pat gavaa-ay.
ਜੇ ਤਿਸੁ ਭਾਵੈ ਦੇ ਵਡਿਆਈ, ਜੇ ਭਾਵੈ ਦੇਇ ਸਜਾਇ॥੪॥ jay tis bhaavai day vadi-aa-ee jay bhaavai day-ay sajaa-ay. ||4||

ਜਿਹੜੇ ਜੋਬਨ ਨਾਲ ਉਸ ਨੂੰ ਇਤਨਾ ਸਤਿਕਾਰ ਮਾਣ ਮਿਲਿਆ ਸੀ । ਉਹ ਜੋਬਨ ਹੀ ਵੈਰੀ ਬਣ ਜਾਂਦਾ ਹੈ, ਉਸ ਦੀ ਇਜ਼ਤ ਲੁੱਟਦੇ, ਗੁਲਾਮ ਬਣਾ ਲੈਂਦੇ ਹਨ । ਸਭ ਕੁਝ ਪ੍ਰਭ ਦੀ ਰਜ਼ਾ ਨਾਲ ਹੀ ਹੁੰਦਾ ਹੈ! ਪ੍ਰਭ ਦੀ ਰਹਿਮਤ ਨਾਲ ਹੀ ਮਾਣ ਬਖਸ਼ਿਸ਼ ਹੁੰਦਾ, ਸਜ਼ਾ ਭੁਗਤਣੀ ਪੈਂਦੀ ਹੈ । ਸਭ ਕੁਝ ਮਾਨਸ ਦੀ ਸੋਝੀ ਤੋਂ ਉਪਰ ਹੈ ।

She was honored in the new house, with her beauty and elegance; her beauty becomes a curse and her own enemy. Her honor may be robbed and she becomes a slave in the universe. Only His Word, Command may prevail, happen in the universe! Only with His Command! She may be honored or endure misery in day-to-day life. His Nature remains beyond the comprehension of His Creation.

ਅਗੋ ਦੇ ਜੇ ਚੇਤੀਐ, ਤਾਂ ਕਾਇਤੁ ਮਿਲੈ ਸਜਾਇ॥ ago day jay chaytee-ai taaN kaa-it milai sajaa-ay.
ਸਾਹਾਂ ਸੁਰਤਿ ਗਵਾਈਆ, ਰੰਗਿ ਤਮਾਸੈ ਚਾਇ॥ saahaaN surat gavaa-ee-aa rang tamaasai chaa-ay.
ਬਾਬਰਵਾਣੀ ਫਿਰਿ ਗਈ, ਕੁਇਰੁ ਨ ਰੋਟੀ ਖਾਇ॥੫॥ baabarvaanee fir ga-ee ku-ir na rotee khaa-ay. ||5||

ਜਿਹੜੇ ਜੀਵ ਪਹਿਲੇ ਹੀ ਤੇਰੇ ਭਾਣੇ ਵਿੱਚ ਚਲਦੇ ਹਨ । ਉਹਨਾਂ ਨੂੰ ਸਜ਼ਾ ਕਿਉਂ ਮਿਲਦੀ ਹੈ? ਰਾਜ ਕਰਨ ਵਾਲੇ ਆਪਣਾ ਮਾਣ ਗਵਾ ਕੇ, ਮੌਜ ਮੇਲੇ ਤੇ ਚਲਦੇ ਹਨ । ਸੰਸਾਰ ਵਿੱਚ ਇਸਤਰ੍ਹਾਂ ਦਾ ਜ਼ੁਲਮ ਹੁੰਦਾ ਹੈ, ਜਿਹੜੇ ਚੰਗੇ ਕੰਮ ਕਰਨ ਵਾਲੇ ਰਾਜੇ ਹਨ । ਉਹਨਾਂ ਨੂੰ ਵੀ ਖਾਣ ਲਈ ਰੋਟੀ ਨਸੀਬ ਨਹੀਂ ਹੁੰਦੀ ।

My True Master! I remain fascinated from Your Nature! Whosoever has already adopted Your Word with steady and stable belief in day-to-day life! Why may he endure punishment in the universe? Worldly kings have lost their dignity and conscious of their mind and indulged in the worldly entertainment and pleasures of life. Such a tyranny is prevailing in the world. Your true devotee, worldly kings performing good deeds for mankind; even they also endure misery and starve.

ਇਕਨਾ ਵਖਤ ਖੁਆਈਅਹਿ, ਇਕਨ੍ਹਾ ਪੂਜਾ ਜਾਇ॥	iknaa vakhat khu-aa-ee-ah iknHaa poojaa jaa-ay.
ਚਉਕੇ ਵਿਣੁ ਹਿੰਦਵਾਣੀਆ, ਕਿਉ ਟਿਕੇ ਕਢਹਿ ਨਾਇ॥	cha-ukay vin hindvaanee-aa ki-o tikay kadheh naa-ay.
ਰਾਮੁ ਨ ਕਬਹੂ ਚੇਤਿਓ, ਹੁਣਿ ਕਹਣਿ ਨ ਮਿਲੈ ਖੁਦਾਇ॥੬॥	raam na kabhoo chayti-o hun kahan na milai khudaa-ay. ||6||

ਮੁਸਲਮਾਨ ਆਪਣੀ ਨਮਾਜ਼ ਕਰਨਾ ਭੁਲ ਗਏ, ਨਮਾਜ਼ ਨਹੀਂ ਪੜ੍ਹ ਸਕਦੇ । ਹਿੰਦੂ ਪੂਜਾ ਨਹੀਂ ਕਰ ਸਕਦੇ! ਹਿੰਦੂ ਔਰਤਾਂ ਨੂੰ ਪੂਜਾ ਕਰਨ ਵਾਲਾ ਚੌਂਕਾ ਨਹੀਂ ਮਿਲਦਾ । ਤੇਰੇ ਨਾਮ ਦੀ ਪੂਜਾ ਦਾ ਨਿਸ਼ਾਨ ਕਿਵੇਂ ਮੱਥੇ ਤੇ ਲਾਉਣ । ਜਿਹਨਾਂ ਨੇ ਕਦੇ ਤੇਰਾ ਨਾਮ ਨਹੀਂ ਯਾਦ ਕੀਤਾ । ਹੁਣ ਉਹ ਤੈਨੂੰ ਖੁੱਦਾ ਵੀ ਨਹੀਂ ਕਹਿ ਸਕਦੇ ।

Even, true Muslim has forgotten to meditates on the teachings of Quran! Hindus cannot even perform the worship. Hindus women cannot worship on Your Name! How can Hindus woman put the symbol of purity, on her forehead. Now who may never even remember Your name as Hindu goddess; he cannot even call You the Muslim goddess.

ਇਕਿ ਘਰਿ ਆਵਹਿ ਆਪਣੈ, ਇਕਿ ਮਿਲਿ ਮਿਲਿ ਪੁਛਹਿ ਸੁਖ॥	ik ghar aavahi aapnai ik mil mil puchheh sukh.
ਇਕਨ੍ਹਾ ਏਹੋ ਲਿਖਿਆ, ਬਹਿ ਬਹਿ ਰੋਵਹਿ ਦੁਖ॥	iknHaa ayho likhi-aa bahi bahi roveh dukh.
ਜੋ ਤਿਸੁ ਭਾਵੈ ਸੋ ਥੀਐ, ਨਾਨਕ ਕਿਆ ਮਾਨੁਖ॥੭॥੧੧॥	jo tis bhaavai so thee-ai naanak ki-aa maanukh. ||7||11||

ਇਕ ਆਪਣੇ ਘਰ ਆ ਕੇ ਪਰਿਵਾਰ ਦੀ ਸੁਖ ਸਾਦ ਪੁਛਦੇ ਹਨ । ਇਕਨਾ ਦੇ ਭਾਗਾਂ ਵਿੱਚ ਆਪਣੇ ਵਿਛੜੇ ਪਰਿਵਾਰ ਦੇ ਵਿਰਾਗ ਵਿੱਚ ਸੋਗ ਕਰਨਾ ਹੀ ਹੁੰਦਾ ਹੈ । ਜੋ ਤੈਨੂੰ ਭਾਉਂਦਾ ਹੈ, ਉਹ ਕੁਝ ਹੀ ਹੁੰਦਾ ਹੈ, ਸੰਸਾਰਕ ਜੀਵ ਦਾ ਕੋਈ ਜੋਰ ਨਹੀਂ । ਉਸ ਨੂੰ ਇਹ ਸਹਿਣਾ ਹੀ ਪੈਂਦਾ ਹੈ । ਇਹ ਹੀ ਉਸ ਦੇ ਭਾਗ ਹਨ ।

Someone comes to their house and inquiries about the welfare of the family. Some may grieve in renunciation of their separated family. Only, Your Command may prevail in the universe! Your Nature remains beyond any comprehension and control of Your Creation. He must endure his prewritten destiny, the misery of worldly life.

Key Message of Raag Aasaa, page 417-1
'ਪ੍ਰਭ ਦੀ ਕੁਦਰਤ!
ਪ੍ਰਭ ਦੀ ਕੁਦਰਤ ਜੀਵ ਦੀ ਸੋਝੀ ਵਿੱਚ ਨਹੀਂ, ਜਿਹੜਾ ਇਕ ਪਲ ਮਹਿਲਾ ਵਿੱਚ ਅਨੰਦ ਮਾਣਦਾ, ਦੂਸਰੇ ਪਲ ਘਰ ਤੋਂ ਬੇਘਰ ਕਰ ਦੇਂਦਾ ਹੈ । ਜਿਹੜੇ ਜੋਬਨ, ਸੰਸਾਰਕ ਧਨ ਨਾਲ ਸੰਸਾਰ ਵਿੱਚ ਸਤਿਕਾਰ, ਸ਼ਾਨ ਮਿਲਦੀ ਸੀ, ਉਹ ਹੀ ਕਰੋਪੀ ਦਾ ਕਾਰਨ ਬਣ ਜਾਂਦਾ ਹੈ । ਜਿਹੜੇ ਧਰਮ ਦੇ ਨਿਯਮਾਂ ਨਾਲ ਜੀਵਨ ਬਤੀਤ ਕਰਦੇ ਸਨ, ਉਹ ਵੀ ਜ਼ੁਲਮ ਸਹਿਦੇ ਹਨ! ਇਹ ਸਭ ਕੁਝ ਮਾਨਸ ਜੀਵ ਦੀ ਸੋਝੀ ਤੋਂ ਉਪਰ ਹੈ ।
The Miracles of His Nature!
My True Master, Your Nature remains very fascinating, beyond any comprehension of Your Creation! Whosoever may dwell in glamorous castles with all comforts of worldly life, in the other moment, he may become homeless with unbearable miseries! All worldly assets like, youth, beauty, worldly riches bring glory, become the root cause of worldly atrocity. Whosoever may adopt the principles of worldly religions; eventhey may not escape the tyranny. Your Nature remains beyond the comprehension of Your Creation!

52. ਆਸਾ ਮਹਲਾ ੧॥ 417-13

ਕਹਾ ਸੁ ਖੇਲ ਤਬੇਲਾ ਘੋੜੇ, ਕਹਾ ਭੇਰੀ ਸਹਨਾਈ॥	kahaa so khayl tabaylaa ghorhay kahaa bhayree sehnaa-ee.
ਕਹਾ ਸੁ ਤੇਗਬੰਦ ਗਾਡੇਰੜਿ, ਕਹਾ ਸੁ ਲਾਲ ਕਵਾਈ॥	kahaa so taygband gaadayrarh kahaa so laal kavaa-ee.
ਕਹਾ ਸੁ ਆਰਸੀਆ ਮੁਹ ਬੰਕੇ, ਐਥੈ ਦਿਸਹਿ ਨਾਹੀ॥੧॥	kahaa so aarsee-aa muh bankay aithai diseh naahee. ||1||

ਪ੍ਰਭ ਉਹ ਘੋੜੇ, ਤਬੇਲਾ, ਖੇਡ ਵਾਲਾ ਮੈਦਾਨ, ਉਹ ਡਰੱਮ, ਵਾਜੇ, ਬੀਡੇ ਕਿਥੇ ਗਏ ਹਨ? ਉਹ ਸੂਰਬੀਰ ਜੋਧੇ, ਰਥ, ਸਲਾਮ ਕਰਨ ਵਾਲੇ ਫੋਜੀ ਕਿਥੇ ਗਏ ਹਨ? ਉਹ ਛਾਪਾਂ, ਛਲੇ, ਸੋਹਣੇ ਮੁੱਖ, ਕਿਥੇ ਗਏ ਹਨ? ਕੋਈ ਨਜ਼ਰ ਨਹੀਂ ਆਉਂਦਾ, ਸਭ ਨਸ਼ਟ ਹੋ ਗਏ ਹਨ ।

My True Master! I am wondering! Where those horses, the playgrounds and the drums, the music disappeared from the world? Where have those warriors and the army to salute the king, disappeared in the universe? Where have those diamond rings, pearls, beautiful and glamorous faces disappeared from the universe? Everything has been ruined and disappeared from the face of earth; nothing is visible in the universe.

ਇਹੁ ਜਗੁ ਤੇਰਾ ਤੂ ਗੋਸਾਈ॥	ih jag tayraa too gosaa-ee.
ਏਕ ਘੜੀ ਮਹਿ ਥਾਪਿ ਉਥਾਪੇ, ਜਰੁ ਵੰਡਿ ਦੇਵੈ ਭਾਂਈ॥੧॥	ayk gharhee meh thaap uthaapay jar vand dayvai bhaaN-ee. ||1||
ਰਹਾਉ॥	rahaa-o.

ਪ੍ਰਭ ਇਕ ਪਲ ਵਿੱਚ ਤੂੰ ਸਾਰੀ ਸ੍ਰਿਸ਼ਟੀ ਉਸਾਰਦਾ ਹੈ, ਇਕ ਪਲ ਵਿੱਚ ਹੀ ਨਾਸ਼ ਕਰ ਸਕਦਾ ਹੈ । ਜਿਸ ਨੂੰ ਚਾਹੇ, ਧਨ ਦੇਵੇ, ਇਹ ਤੇਰੀ ਹੀ ਵਡਿਆਈ ਹੈ ।

My True Master! You may create or destroy the whole creation in a twinkle of eyes. Only Your Greatness, Trust! You may bestow worldly wealth, and honor to Your true devotee.

ਕਹਾਂ ਸੁ ਘਰ ਦਰ ਮੰਡਪ ਮਹਲਾ, ਕਹਾ ਸੁ ਬੰਕ ਸਰਾਈ॥	kahaaN so ghar dar mandap mehlaa kahaa so bank saraa-ee.
ਕਹਾਂ ਸੁ ਸੇਜ ਸੁਖਾਲੀ ਕਾਮਣਿ, ਜਿਸੁ ਵੇਖਿ ਨੀਦ ਨ ਪਾਈ॥	kahaaN so sayj sukhaalee kaaman jis vaykh need na paa-ee.
ਕਹਾ ਸੁ ਪਾਨ ਤੰਬੋਲੀ ਹਰਮਾ, ਹੋਈਆ ਛਾਈ ਮਾਈ॥੨॥	kahaa so paan tambolee harmaa ho-ee-aa chhaa-ee maa-ee. ||2||

ਉਹ ਸ਼ਾਨਦਰ ਘਰ, ਵੱਡੇ ਦਰਵਾਜੇ, ਮਹਿਲ, ਵੱਡੇ ਤੋਲਨਵਾਲੇ ਅੱਡੇ, ਸੋਹਣੀਆ ਪਰੀਆਂ, ਔਰਤਾਂ, ਜਿਹਨਾਂ ਦੀ ਜਵਾਨੀ ਸੁੰਦਰਤਾ ਦੇਖਕੇ ਨੀਂਦ ਉਠ ਜਾਂਦੀ ਹੈ । ਉਹ ਪਾਨ ਵੇਚਣ ਵਾਲੇ ਸਾਰੇ ਹੀ ਨਾਸ਼ ਹੋ ਗਏ ਹਨ ।

My True Master! All those glamorous, elegant castles with grand doors; merchants of the world; gorgeous women, angels, one may lose sleep with one glance; beetle shop-keepers; everyone has been destroyed, vanished, and eliminated from the face of earth.

ਇਸ ਜਰ ਕਾਰਣਿ ਘਣੀ ਵਿਗੁਤੀ, ਇਨਿ ਜਰ ਘਣੀ ਖੁਆਈ॥
ਪਾਪਾ ਬਾਝਹੁ ਹੋਵੈ ਨਾਹੀ, ਮੁਇਆ ਸਾਥਿ ਨ ਜਾਈ॥
ਜਿਸ ਨੋ ਆਪਿ ਖੁਆਏ ਕਰਤਾ, ਖੁਸਿ ਲਏ ਚੰਗਿਆਈ॥ ੩॥

is jar kaaran ghanee vigutee in jar ghanee khu-aa-ee.
paapaa baajhahu hovai naahee mu-i-aa saath na jaa-ee.
jis no aap khu-aa-ay kartaa khus la-ay changi-aa-ee. ||3||

ਧਨ ਇਕੱਠਾ ਕਰਦੇ, ਕਈ ਤਬਾਹ ਹੋਏ, ਧਨ ਨੇ ਕਈਆਂ ਦਾ ਅਪਮਾਨ ਕੀਤਾ । ਇਹ ਧਨ ਪਾਪ ਕਰਨ ਤੋਂ ਬਿਨਾਂ ਇਕੱਠਾ ਨਹੀਂ ਹੁੰਦਾ, ਮਰਨ ਤੇ ਜੀਵ ਦੇ ਸਾਥ ਨਹੀਂ ਜਾਂਦਾ । ਜਿਸ ਨੂੰ ਪ੍ਰਭ ਆਪ ਨਾਸ਼ ਕਰਦਾ, ਸਭ ਤੋਂ ਪਹਿਲੇ ਉਸ ਤੋਂ ਚੰਗੇ ਕੰਮ ਖੋਂਅ ਲੈਂਦਾ ਹੈ ।

So many have been ruined by collecting worldly wealth; So many have been rebuked by worldly wealth. This worldly wealth may not be accumulated beyond certain limit without indulging in sinful deeds; however, worldly wealth may not support after death in His Court. Whosoever may be deprived from His Blessed Vision; first, his thoughts of doing good deeds for the mankind may be eliminated.

ਕੋਟੀ ਹੂ ਪੀਰ ਵਰਜਿ ਰਹਾਏ, ਜਾ ਮੀਰੁ ਸੁਣਿਆ ਧਾਇਆ॥
ਥਾਨ ਮੁਕਾਮ ਜਲੇ ਬਿਜ ਮੰਦਰ, ਮੁਛਿ ਮੁਛਿ ਕੁਇਰ ਰੁਲਾਇਆ॥
ਕੋਈ ਮੁਗਲੁ ਨ ਹੋਆ ਅੰਧਾ, ਕਿਨੈ ਨ ਪਰਚਾ ਲਾਇਆ॥ ੪॥

kotee hoo peer varaj rahaa-ay jaa meer suni-aa Dhaa-i-aa.
thaan mukaam jalay bij mandar muchh muchh ku-ir rulaa-i-aa.
ko-ee mugal na ho-aa anDhaa kinai na parchaa laa-i-aa. ||4||

ਅਨੇਕਾਂ ਹੀ ਸੰਸਾਰਕ ਪੀਰ ਪੈਗੰਬਰਾਂ ਨੇ ਆਪਣੇ ਮੰਤਰਾਂ ਨਾਲ, ਅਰਦਾਸਾਂ ਕੀਤੀਆ । ਪਰ ਹਮਲੇਵਾਰ ਜ਼ਾਲਮ ਨੂੰ ਨਾ ਰੋਕ ਸਕੇ । ਉਸ ਨੇ ਪਵਿੱਤਰ ਪੂਜਾ ਕਰਨ ਵਾਲੇ ਅਸਥਾਨ ਤਬਾਹ ਕਰ ਦਿੱਤੇ । ਸਲਤਾਨਾਂ ਦੇ ਅੰਗ ਅੰਗ ਕੱਟਕੇ ਮਿੱਟੀ ਵਿੱਚ ਰੋਲ ਦਿੱਤੇ । ਸੰਸਾਰਕ ਪੀਰਾਂ ਦੇ ਕੋਈ ਮੰਤਰ, ਕੋਈ ਅਰਦਾਸ ਪੂਰੀ ਨਾ ਹੋਈ । ਕੋਈ ਵੀ ਜ਼ਾਲਮ, ਮੁਗਲ ਅੰਧਾ ਨਾ ਹੋਇਆ ।

So many worldly prophets, enlightened were meditating with own mantras and praying for His Protection; however, no one was able to avoid the tyranny of the invader, his sinful actions. Holy Shrines were destroyed. Even the kings, the protector of those Holy Shrines were slaughtered like animals and bodies were all over the earth. None of the prayer of any worldly Holy saint were heeded, accepted in Your Court. None of the tyrant were punished or blinded with their curses.

ਮੁਗਲ ਪਠਾਣਾ ਭਈ ਲੜਾਈ, ਰਣ ਮਹਿ ਤੇਗ ਵਗਾਈ॥
ਓਨ੍ਹੀ ਤੁਪਕ ਤਾਣਿ ਚਲਾਈ, ਓਨ੍ਹੀ ਹਸਤਿ ਚਿੜਾਈ॥
ਜਿਨ੍ ਕੀ ਚੀਰੀ ਦਰਗਹ ਪਾਟੀ, ਤਿਨ੍ਹਾ ਮਰਣਾ ਭਾਈ॥ ੫॥

mugal pathaanaa bha-ee larhaa-ee ran meh tayg vagaa-ee.
onHee tupak taan chalaa-ee onHee hasat chirhaa-ee.
jinH kee cheeree dargeh paatee tinHaa marnaa bhaa-ee. ||5||

ਮੁਗਲਾਂ ਅਤੇ ਪਠਾਨਾਂ ਵਿੱਚ ਭਾਰਾ ਜੁਧ ਹੋਇਆ । ਇਕਨਾਂ ਨੇ ਤੋਂਫਾਂ ਚਲਾਈਆ, ਦੂਸਰਿਆਂ ਨੇ ਹਾਥੀਆਂ ਨਾਲ ਹਮਲਾ ਕੀਤਾ । ਜਿਸਤਰ੍ਹਾਂ ਦਾ ਪ੍ਰਭ ਦਾ ਹੁਕਮ ਹੁੰਦਾ ਹੈ, ਉਸ ਤਰੀਕੇ ਨਾਲ ਹੀ ਮੌਤ ਆਉਂਦੀ ਹੈ । ਉਹਨਾਂ ਦੀ ਕਿਸਮਤ ਵਿੱਚ ਇਹ ਹੁੰਦਾ ਹੈ ।

Both Muslims and Pathans fought with bravery. Both used the most destructive weapon at their disposal to destroy the other. I remain fascinated from Your Nature! Whatsoever may be predetermined, prewritten, the creature must die that way.

ਇਕ ਹਿੰਦਵਾਣੀ ਅਵਰ ਤੁਰਕਾਣੀ, ਭਟਿਆਣੀ ਠਕੁਰਾਣੀ॥
ਇਕਨ੍ਹਾ ਪੇਰਣ ਸਿਰ ਖੁਰ ਪਾਟੇ, ਇਕਨ੍ਹਾ ਵਾਸੁ ਮਸਾਣੀ॥
ਜਿਨ੍ ਕੇ ਬੰਕੇ ਘਰੀ ਨ ਆਇਆ, ਤਿਨ੍ ਕਿਉ ਰੈਣਿ ਵਿਹਾਣੀ॥੬॥

ik hindvaanee avar turkaanee bhati-aanee thakuraanee.
iknHaa payran sir khur paatay iknHaa vaas masaanee.
jinH kay bankay gharee na aa-i-aa tinH ki-o rain vihaanee. ||6||

ਕਈ ਮੁਸਲਮਾਨ, ਹਿੰਦੂ, ਰਾਜਪੂਤ ਔਰਤਾਂ, ਕਈਆ ਦੇ ਕਪੜੇ ਪਾਟੇ, ਕਈ ਜ਼ਖਮੀ ਹੋਈਆ! ਕਈ ਸ਼ਮਸਾਨ ਵਿੱਚ ਚਲੇ ਗਈਆਂ । ਜਿਹਨਾਂ ਦੇ ਰਖਵਾਲੇ, ਪਤੀ ਮਰ ਗਏ, ਘਰ ਵਾਪਸ ਨਹੀਂ ਆਏ, ਉਹਨਾਂ ਦਾ ਕੀ ਹਾਲ ਹੋਇਆ ਹੋਵੇਗਾ?

The women of all religion were robbed from their dignity and many were slaughtered. Whose husband, protector was slaughtered and does not come home to protect their honor. What would be their worldly condition and state of mind?

ਆਪੇ ਕਰੇ ਕਰਾਏ ਕਰਤਾ, ਕਿਸ ਨੋ ਆਖਿ ਸੁਣਾਈਐ॥
ਦੁਖੁ ਸੁਖੁ ਤੇਰੈ ਭਾਣੈ ਹੋਵੈ, ਕਿਸ ਥੈ ਜਾਇ ਰੂਆਈਐ॥
ਹੁਕਮੀ ਹੁਕਮਿ ਚਲਾਏ ਵਿਗਸੈ,
ਨਾਨਕ ਲਿਖਿਆ ਪਾਈਐ॥੭॥੧੨॥

aapay karay karaa-ay kartaa kis no aakh sunaa-ee-ai.
dukh sukh tayrai bhaanai hovai kis thai jaa-ay roo-aa-ee-ai.
hukmee hukam chalaa-ay vigsa
naanak likhi-aa paa-ee-ai. ||7||12||

ਪ੍ਰਭ ਆਪ ਹੀ ਸਭ ਕੁਝ ਕਰਦਾ, ਕਰਾਉਂਦਾ ਹੈ, ਕਿਸ ਨੂੰ ਫਰਿਆਦ ਸੁਣਾਈਏ? ਸੰਸਾਰ ਵਿੱਚ ਦੁਖ, ਸੁਖ ਤੇਰੇ ਹੁਕਮ ਨਾਲ ਹੀ ਹੁੰਦਾ ਹੈ । ਕਿਸ ਨੂੰ ਆਪਣੀ ਪੀੜ ਸੁਣਈਏ? ਪ੍ਰਭ ਸਭ ਕੁਝ ਤੇਰੇ ਲਿਖੇ ਅਨੁਸਾਰ ਹੀ ਹੁੰਦਾ ਹੈ । ਜੋ ਤੂੰ ਜੀਵ ਦੇ ਭਾਗਾਂ ਵਿੱਚ ਲਿਖਿਆ ਹੈ, ਉਹ ਹੀ ਜੀਵ ਨੂੰ ਬਖਸ਼ਿਸ਼ ਹੁੰਦਾ ਹੈ ।

The True Master! Only Your Command prevails in the universe in all actions; You may inspire someone to become tyrant, whom may the innocent human pray for misery? All miseries and pleasures are all blessed with Your Command. To whom may the worldly creature cry for help? Everything happens with prewritten destiny, Your Command. Only the prewritten destiny may be rewarded, blessed in his life.

Key Message of Raag Aasaa, page 417-13
'ਜੀਵਨ ਵਿੱਚ ਸੰਸਾਰਕ, ਦੁਖ, ਸੁਖ ਕਿਉ ਭੁਗਤਣੇ ਪੈਂਦੇ ਹਨ?
ਪ੍ਰਭ ਸਾਰੀ ਤੇਰੀ ਹੀ ਸ੍ਰਿਸ਼ਟੀ ਹੈ! ਇਕ ਪਲ ਵਿੱਚ ਤੂੰ ਉਸਾਰਦਾ, ਇਕ ਪਲ ਵਿੱਚ ਹੀ ਨਸ਼ਟ ਕਰ ਸਕਦਾ ਹੈ । ਸੰਸਾਰਕ ਧਨ ਪਾਪ ਕਰਨ ਤੋਂ ਬਿਨਾਂ ਇਕੱਠਾ ਨਹੀਂ ਹੁੰਦਾ, ਅਪਮਾਨ ਕੀਤਾ, ਮਰਨ ਤੇ ਜੀਵ ਦੇ ਸਾਥ ਨਹੀਂ ਜਾਂਦਾ, ਧਨ ਨੇ ਕਈ ਤਬਾਹ ਕੀਤੇ । ਜਿਸ ਤੋਂ ਰਹਿਮਤ ਦੀ ਨਜ਼ਰ ਦੂਰ ਕਰਦਾ ਹੈ, ਸਭ ਤੋਂ ਪਹਿਲੇ ਉਸ ਤੋਂ ਚੰਗੇ ਕੰਮ ਖੋਂਅ ਲੈਂਦਾ ਹੈ । ਪ੍ਰਭ ਨੇ ਆਤਮਾ ਤੇ ਆਪਣਾ ਸ਼ਬਦ ਉਕਾਰਿਆ ਹੈ! ਜੀਵ ਨੂੰ ਅਚੇਤ ਮਨ ਸੇਧ ਦੇਂਦਾ ਹੈ! ਜੀਵ ਦੇ ਸੰਸਾਰ ਜੀਵਨ ਵਿੱਚ ਰਸਤਾ ਅਪਣਾਉਣ ਨਾਲ ਹੀ ਜੀਵਨ ਵਿੱਚ ਦੁਖ, ਸੁਖ ਬਖਸ਼ਿਸ਼ ਹੁੰਦੇ ਹਨ!
Why someone experience worldly pleasures or miseries?
My True Master, this universe, worldly creation remains Your Trust! You may create or destroy in a twinkle of eyes. Worldly wealth may not be accumulated beyond certain limit without indulging in sinful deeds; so many have been ruined, rebuked. Worldly wealth may not support after death. Whom, The True Master removes His Blessed Vision; his thoughts of doing good deeds for the mankind may be eliminated. The True Master has engraved His Word, roadmap of his human life journey on his soul; his subconscious guides on his path of life. Whatsoever path may he adopted; he may experience worldly pleasures or miseries for his own deeds?

53. ਆਸਾ ਕਾਫੀ ਮਹਲਾ ੧ ਘਰੁ ੮ ਅਸਟਪਦੀਆ॥ 418-7

ੴ ਸਤਿਗੁਰ ਪ੍ਰਸਾਦਿ॥
ik-oNkaar satgur parsaad.

ਜੈਸੇ ਗੋਇਲਿ ਗੋਇਲੀ ਤੈਸੇ ਸੰਸਾਰਾ॥
jaisay go-il go-ilee taisay sansaaraa.

ਕੂੜੁ ਕਮਾਵਹਿ ਆਦਮੀ, ਬਾਂਧਹਿ ਘਰ ਬਾਰਾ॥੧॥
koorh kamaaveh aadmee baaNDheh ghar baaraa. ||1||

ਜਿਵੇਂ ਖੇਤ ਦਾ ਰਖਵਾਲਾ ਮਿੱਥੇ (ਥੋੜ੍ਹੇ) ਸਮੇਂ ਲਈ ਖੇਤ ਦੀ ਰਾਖੀ ਕਰਨ ਆਉਂਦਾ ਹੈ । ਇਸਤਰ੍ਹਾਂ ਜੀਵ ਸੰਸਾਰ ਵਿੱਚ ਮਿੱਥੇ ਸਮੇ ਲਈ ਆਉਂਦਾ ਹੈ । ਅਣਜਾਣ ਝੂਠੇ ਧੰਦੇ ਵਿੱਚ ਲਗ ਕੇ ਸੰਸਾਰ ਨੂੰ ਹੀ ਆਪਣਾ ਘਰ ਸਮਝਣ ਲਗ ਪੈਂਦਾ ਹੈ ।

As a guard of the field comes and protects the field for a limited period; Same way, his soul may be blessed with human body for a predetermined time to adopt the teachings of His Word to become worthy of His Consideration. However, ignorant falls into the trap of false worldly chores; he considers, the earth as his permanent resting place.

ਜਾਗਹੁ ਜਾਗਹੁ ਸੂਤਿਹੋ, ਚਲਿਆ ਵਣਜਾਰਾ॥੧॥ ਰਹਾਉ॥
jaagahu jaagahu sootiho chali-aa vanjaaraa. ||1|| rahaa-o.

ਉਸ ਸਮੇਂ ਹੀ ਪਤਾ ਲਗਦਾ ਹੈ ਜਦੋਂ ਮੌਤ ਦਾ ਫਰਿਸ਼ਤਾ ਆ ਜਾਂਦਾ ਹੈ ।

When the devil of death may knock at his door, his head; he may realize the true purpose of life.

ਨੀਤ ਨੀਤ ਘਰ ਬਾਂਧੀਅਹਿ, ਜੇ ਰਹਣਾ ਹੋਈ॥
neet neet ghar baaNDhee-ah jay rahnaa ho-ee.

ਪਿੰਡੁ ਪਵੈ ਜੀਉ ਚਲਸੀ, ਜੇ ਜਾਣੈ ਕੋਈ॥੨॥
pind pavai jee-o chalsee jay jaanai ko-ee. ||2||

ਅਗਰ ਜੀਵ ਨੇ ਸੰਸਾਰ ਵਿੱਚ ਸਦਾ ਰਹਿਣਾ ਹੋਵੇ ਤਾ ਇਥੇ ਆਪਣਾ ਘਰ ਬਣਾਵੇ । ਉਸ ਨੂੰ ਸੋਝੀ ਨਹੀਂ, ਸਰੀਰ ਵਿਚੋਂ ਸਵਾਸ ਖਤਮ ਹੋਣ ਨਾਲ ਤਨ ਨੇ ਮਿੱਟੀ ਵਿੱਚ ਮਿਲ ਜਾਣਾ, ਨਾਸ਼ ਹੋ ਜਾਣਾ ਹੈ ।

Whosoever may want to stay permanent on earth, then he should establish a permanent house, residents on earth. He may realize as soon as his breaths may be exhausted; his body will be destroyed, vanished, and becomes a part of dirt.

ਓਹੀ ਓਹੀ ਕਿਆ ਕਰਹੁ, ਹੈ ਹੋਸੀ ਸੋਈ॥
ohee ohee ki-aa karahu hai hosee so-ee.

ਤੁਮ ਰੋਵਹੁਗੇ ਓਸ ਨੋ, ਤੁਮ੍ ਕਉ ਕਉਣੁ ਰੋਈ॥੩॥
tum rovhugay os no tumH ka-o ka-un ro-ee. ||3||

ਜੀਵ ਦਾ ਮਿਥਿਆ ਸਮਾਂ ਪੂਰਾ ਹੋਣ ਤੇ ਮੌਤ ਆ ਜਾਂਦੀ ਹੈ । ਸਭ ਕੁਝ ਪ੍ਰਭ ਦਾ ਕੀਤਾ ਹੋਇਆ ਹੀ ਹੁੰਦਾ ਹੈ । ਜਿਹੜਾ ਉਸ ਜੀਵ ਦੇ ਮਰਨ ਦਾ ਅਫਸੋਸ ਕਰਦਾ ਹੈ! ਥੋੜ੍ਹੇ ਸਮੇਂ ਨੂੰ ਉਸ ਦੀ ਵਾਰੀ ਆਉਣੀ ਹੈ, ਉਸ ਨੂੰ ਕੋਣ ਰੋਵੇਂ ਗਾ?

At predetermined, everyone faces unavoidable death; everything may happen only under His Command. Whosoever may grieve on death of anyone! Ignorant may not know his turn, time of his death. Who will cry and grieve on his departure?

ਧੰਧਾ ਪਿਟਿਹੁ ਭਾਈਹੋ, ਤੁਮ੍ ਕੂੜੁ ਕਮਾਵਹੁ॥
DhanDhaa pitihu bhaa-eeh tumH koorh kamaavahu.

ਓਹੁ ਨ ਸੁਣਈ ਕਤ ਹੀ, ਤੁਮ੍ ਲੋਕ ਸੁਣਾਵਹੁ॥੪॥
oh na sun-ee kat hee tumH lok sunavhu. ||4||

ਜੀਵ ਤੂੰ ਸੰਸਾਰਕ ਇਛਾਂ ਮਗਰ ਲਗਕੇ ਸਦਾ ਨਾ ਰਹਿਣ ਵਾਲੇ ਧੰਦੇ ਕਰਦਾ ਹੈ । ਤੇਰਾ ਰੋਣਾ, ਮਰਨ ਵਾਲਾ ਨਹੀਂ ਸੁਣਦਾ, ਕੇਵਲ ਬਾਕੀ ਜੀਵ ਹੀ ਸੁਣਦੇ ਹਨ ।

You remain indulged in false, short-lived chores in worldly life. Departed soul cannot hear your crying and grieving! Only the others living creatures may hear your misery.

ਜਿਸ ਤੇ ਸੁਤਾ ਨਾਨਕਾ, ਜਾਗਾਏ ਸੋਈ॥
jis tay sutaa naankaa jaagaa-ay so-ee.

ਜੇ ਘਰੁ ਬੂਝੈ ਆਪਣਾ, ਤਾਂ ਨੀਦ ਨ ਹੋਈ॥੫॥
jay ghar boojhai aapnaa taaN need na ho-ee. ||5||

ਜਿਹੜਾ ਪ੍ਰਭ, ਜੀਵ ਦੇ ਸਵਾਸ ਖਤਮ ਕਰਦਾ, ਮੌਤ ਦੀ ਨੀਂਦ ਵਿੱਚ ਭੇਜਦਾ ਹੈ! ਉਹ ਹੀ ਸਵਾਸ ਬਖਸ਼ ਕੇ ਜਗਾ ਸਕਦਾ ਹੈ । ਜਿਹੜਾ ਪ੍ਰਭ ਦਾ ਭਾਣਾ ਸਮਝ ਜਾਂਦਾ ਹੈ, ਉਸ ਨੂੰ ਮੌਤ ਦੀ ਨੀਂਦ ਨਹੀਂ ਆਉਂਦੀ ।

The True Master has taken away, exhausted the breaths and has send to the sleep of death. Only He may bless, restore his breaths to revive. Whosoever may be enlightened with the essence of His Word; he may not fear the devil of death.

ਜੇ ਚਲਦਾ ਲੈ ਚਲਿਆ, ਕਿਛੁ ਸੰਪੈ ਨਾਲੇ॥
jay chaldaa lai chali-aa kichh sampai naalay.

ਤਾ ਧਨੁ ਸੰਚਹੁ ਦੇਖਿ ਕੈ, ਬੂਝਹੁ ਬੀਚਾਰੇ॥੬॥
taa Dhan sanchahu daykh kai boojhhu beechaaray. ||6||

ਜਿਹੜਾ ਸੰਸਾਰਕ ਧਨ ਮੌਤ ਤੋਂ ਪਿਛੋਂ ਸਾਥ ਨਹੀਂ ਜਾਂਦਾ, ਉਸ ਧਨ ਨੂੰ ਇਕੱਠਾ ਕਰਨਾ ਬਿਰਥਾ ਹੀ ਹੈ । ਜੀਵ ਦੀ ਆਤਮਾ, ਉਸ ਤਨ ਵਿੱਚ ਵਾਪਸ ਨਹੀਂ ਆਉਂਦੀ!

Worldly wealth may accompany after death, for the purpose of human life journey nor his soul may ever return to same identity, body in the universe to benefit from his collected wealth.

ਵਣਜੁ ਕਰਹੁ ਮਖਸੂਦੁ ਲੈਹੁ, ਮਤ ਪਛੋਤਾਵਹੁ॥
vanaj karahu makhsood laih mat pachhotaavahu.

ਅਉਗਣ ਛੋਡਹੁ ਗੁਣ ਕਰਹੁ, ਐਸੇ ਤਤੁ ਪਰਾਵਹੁ॥੭॥
a-ugan chhodahu gun karah aisay tat paraavahu. ||7||

ਸਦਾ ਸਾਥ ਦੇਣ ਵਾਲੀ ਕਮਾਈ ਤੋਂ ਬਿਨਾਂ ਪਛਤਾਵਾ ਹੀ ਕਰਨਾ ਪੈਂਦਾ ਹੈ । ਸੰਸਾਰਕ ਇਛਾਂ ਪਿਛੇ ਲਗ ਕੇ ਮੰਦੇ ਕੰਮ ਛਡਕੇ, ਸ੍ਰਿਸ਼ਟੀ ਦੇ ਭਲੇ ਦੇ ਕੰਮ ਕਰੋ ।

Whosoever may not have the everlasting earnings of His Word; he may only regret and repents. You should abandon the sinful deeds following your greed! You should always perform good deeds for the welfare of His Creation.

ਧਰਮੁ ਭੂਮਿ ਸਤੁ ਬੀਜੁ ਕਰਿ, ਐਸੀ ਕਿਰਸ ਕਮਾਵਹੁ॥
Dharam bhoom sat beej kar aisee kiras kamaavahu.

ਤਾਂ ਵਾਪਾਰੀ ਜਾਣੀਅਹੁ, ਲਾਹਾ ਲੈ ਜਾਵਹੁ॥੮॥
taaN vaapaaree jaanee-ahu laahaa lai jaavhu. ||8||

ਜਿਸ ਦੀ ਸੰਸਾਰ ਵਿੱਚ ਕੀਤੇ ਕੰਮਾਂ ਦੀ ਕਮਾਈ ਦਰਬਾਰ ਵਿੱਚ ਪ੍ਰਵਾਨ ਹੋ ਜਾਂਦੀ ਹੈ, ਉਹ ਹੀ ਅਸਲੀ ਵਪਾਰੀ ਹੁੰਦਾ ਹੈ! ਅਡੋਲ ਭਰੋਸੇ ਨਾਲ ਸ਼ਬਦ ਦੀ ਪਾਲਣਾ, ਜੀਵਨ ਬਤੀਤ ਕਰੋ ।

Whose earnings of His Word may be accepted in His Court, only he may be known as the true trader, of His Word. You should obey and adopt the teachings of His Word with steady and stable belief in your day-to-day life.

ਕਰਮੁ ਹੋਵੈ ਸਤਿਗੁਰੁ ਮਿਲੈ, ਬੂਝੈ ਬੀਸੁਰਗੰਧ॥
karam hovai satgur mila boojhai beechaaraa.

ਨਾਮੁ ਵਖਾਣੈ ਸੁਣੇ, ਨਾਮੁ ਨਾਮੇ ਬਿਉਹਾਰਾ॥੯॥
naam vakhaanai sunay naam naamay bi-uhaaraa. ||9||

ਪ੍ਰਭ ਦੀ ਰਹਿਮਤ ਨਾਲ ਹੀ ਭਾਣੇ ਦੀ, ਸ਼ਬਦ ਦੀ ਸੋਝੀ ਬਖਸ਼ਿਸ਼ ਹੁੰਦੀ ਹੈ । ਉਹ ਨੂੰ ਮਨ ਅੰਦਰ ਸ਼ਬਦ ਦੀ ਗੂੰਜ ਸੁਣਾਈ ਦੇਂਦੀ ਹੈ । ਉਹ ਪ੍ਰਭ ਦੇ ਸ਼ਬਦ ਦੀ ਸਿਖਿਆ ਨਾਲ ਹੀ ਜੀਵਨ ਬਤੀਤ ਕਰਦਾ ਹੈ ।

Whosoever may be bestowed with His Blessed Vision, only, he may be enlightened within the essence of His Word from within. He may hear the everlasting echo of His Word resonating within his mind, he only speaks His Word and adopts the teachings of His Word in day-to-day life.

ਜਿਉ ਲਾਹਾ ਤੋਟਾ ਤਿਵੈ, ਵਾਟ ਚਲਦੀ ਆਈ॥ ji-o laahaa totaa tivai vaat chaldee aa-ee.
ਜੋ ਤਿਸੁ ਭਾਵੈ ਨਾਨਕਾ, ਸਾਈ ਵਡਿਆਈ॥੧੦॥੧੩॥ jo tis bhaavai naankaa saa-e vadi-aa-ee. ||10||13||

ਜਿਵੇਂ ਘਾਟਾ, ਵਾਧਾ ਦੋਨੋਂ ਹੀ ਸੰਸਾਰਕ ਜੀਵਨ ਦੇ ਪਖ ਹਨ । ਇਸਤਰ੍ਹਾਂ ਜਿਸ ਦੀ ਕਮਾਈ ਪ੍ਰਭ ਨੂੰ ਭਾਉਂਦੀ ਹੈ, ਉਹ ਪ੍ਰਵਾਨ ਕਰਦਾ ਹੈ ।

As both profit and loss are part of doing business, part of human life journey. Same way! Whose meditation may be as per the teachings of His Word, he may be accepted in His Court.

Key Message of Raag Aasaa, page 418-7
'ਆਤਮਾ ਦਾ ਅਸਲੀ ਘਰ!
ਜੀਵ ਸੰਸਾਰ ਵਿੱਚ ਮਿੱਥੇ ਸਮੇ ਲਈ ਆਉਂਦਾ ਹੈ । ਅਣਜਾਣ ਸੰਸਾਰ ਨੂੰ ਹੀ ਆਪਣਾ ਘਰ ਸਮਝਣ ਲਗ ਪੈਂਦਾ ਹੈ । ਜਿਹੜਾ ਪ੍ਰਭ ਦਾ ਭਾਣਾ ਸਮਝ ਜਾਂਦਾ ਹੈ, ਉਹ ਸੰਸਾਰਕ ਇਛਾਂ ਦਾ ਗੁਲਾਮ ਨਹੀਂ ਬਣਦਾ, ਮੰਦੇ ਕੰਮ ਤਿਆਗ ਦੇਂਦਾ ਹੈ! ਜਿਸ ਦੀ ਸੰਸਾਰ ਵਿੱਚ ਕੀਤੀ, ਸ਼ਬਦ ਦੀ ਕਮਾਈ ਦਰਬਾਰ ਵਿੱਚ ਪ੍ਰਵਾਨ ਹੋ ਜਾਂਦੀ ਹੈ! ਉਸ ਨੂੰ ਸਦਾ ਚਲਣ ਵਾਲੀ ਸ਼ਬਦ ਦੀ ਗੂੰਜ ਸੁਣਈ ਦੇਂਦੀ ਹੈ । ਉਹ ਸ਼ਬਦ ਦੀ ਸਿਖਿਆ ਨਾਲ ਹੀ ਜੀਵਨ ਬਤੀਤ ਕਰਦਾ ਹੈ । ਜੀਵਨ ਵਿੱਚ ਘਾਟਾ, ਵਾਧਾ ਦੋਨੋਂ ਹੀ ਸੰਸਾਰਕ ਜੀਵਨ ਦੇ ਪਖ ਹਨ । ਜਿਸ ਦੀ ਕਮਾਈ ਪ੍ਰਭ ਨੂੰ ਭਾਉਂਦੀ ਹੈ, ਉਹ ਪ੍ਰਵਾਨ ਕਰਦਾ ਹੈ ।
Permanent resting place for soul!
His soul may be blessed human body for a predetermined time to be sanctified; however, ignorant considers, the earth as his permanent resting place. Whosoever may be enlightened with the essence of the teachings of His Word; he may not become a victim of worldly desires; he may renounce his sinful deeds. His earnings of His Word may be accepted in His Court. Both profit and loss are part of doing business, the part of human life journey. Whose meditation may be as per the teachings of His Word, he may be accepted in His Court.

54. ਆਸਾ ਮਹਲਾ ੧॥ 418-16

ਚਾਰੇ ਕੁੰਡਾ ਢੂਢੀਆ ਕੋ ਨੀਮੀ ਮੈਡਾ॥ chaaray kundaa dhoodhee-aa ko neemHee maidaa.
ਜੇ ਤੁਧੁ ਭਾਵੈ ਸਾਹਿਬਾ, ਤੂ ਮੈ ਹਉ ਤੈਡਾ॥੧॥ jay tuDh bhaavai saahibaa too mai ha-o taidaa. ||1||

ਮੈਂ ਚਾਰੇ ਪਾਸੇ ਢੂੰਡ ਕੇ ਦੇਖਿਆ ਹੈ, ਕੋਈ ਵੀ ਆਪਣਾ ਨਹੀਂ ਲੱਭਦਾ । ਅਗਰ ਮੇਰੀ ਕਮਾਈ ਤੈਨੂੰ ਭਾਉਂਦੀ ਹੈ! ਮੇਰਾ ਬਣ ਜਾਵੇਂ, ਮੈਂ ਤੇਰਾ ਬਣ ਜਾਵਾ ।

My True Master, I am wondering around everywhere; however, I could not find anyone as my true friend. If my meditation may be acceptable in Your Court. You may become my true friend; I may become Your true slave, devotee.

ਦਰੁ ਬੀਭਾ ਮੈ ਨੀਮਿ੍ ਕੋ, ਕੈ ਕਰੀ ਸਲਾਮੁ॥ dar beebhaa mai neemiH ko kai karee salaam.
ਹਿਕੋ ਮੈਡਾ ਤੂ ਧਣੀ, ਸਾਚਾ ਮੁਖਿ ਨਾਮੁ॥੧॥ ਰਹਾਉ॥ hiko maidaa too Dhanee saachaa mukh naam. ||1|| rahaa-o.

ਮੇਰਾ ਹੋਰ ਕੋਈ ਮਾਲਕ ਨਹੀਂ, ਜਿਸ ਅੱਗੇ ਮੈਂ ਅਰਦਾਸ, ਪੂਜਾ ਕਰਾ! ਕੇਵਲ ਇਕੋ ਇਕ ਤੂੰ ਹੀ ਮੇਰਾ ਮਾਲਕ ਹੈ, ਜੀਭ ਤੇ ਤੇਰੇ ਸ਼ਬਦ ਦਾ ਹੀ ਸਿਮਰਨ ਹੈ ।

My True Master, I have no one else as my True Master! Whom may I pray, worship, and beg for Forgiveness and Refuge? My True Master, my tongue remains drench with the gratitude and praises of Your Word.

ਸਿਧਾ ਸੇਵਨਿ ਸਿਧ, ਪੀਰ ਮਾਗਹਿ ਰਿਧਿ ਸਿਧਿ॥ siDhaa sayvan siDh peer maageh riDh siDh.
ਮੈ ਇਕੁ ਨਾਮੁ ਨ ਵੀਸਰੈ, ਸਾਚੇ ਗੁਰ ਬੁਧਿ॥੨॥ mai ik naam na veesrai saachay gur buDh. ||2||

ਜਿਹੜਾ ਜੀਵ ਸੰਸਾਰਕ ਗੁਰੂਆਂ, ਪੀਰਾਂ (ਸਿਧ) ਨੂੰ ਪੂਜਦਾ, ਸੇਵਾ ਕਰਦਾ ਹੈ । ਉਹਨਾਂ ਅੱਗੇ ਅਰਦਾਸ ਕਰਦਾ, ਦਾਤਾਂ ਮੰਗਦਾ ਹੈ । ਪਰ ਮੇਰੇ ਦਿਲ ਵਿੱਚ ਇਕੋ ਇਕ ਸ਼ਬਦ ਹੀ ਚਲਦਾ ਹੈ! ਤੇਰਾ ਸ਼ਬਦ ਨਾ ਵਿਸਰ ਜਾਵੇ । ਇਹ ਹੀ ਮੇਰੀ ਪੂਜਾ, ਮੇਰੀ ਸੋਝੀ ਹੈ ।

Whosoever may follow, worships, and serves worldly guru! He may pray for His Forgiveness and Refuge. He may beg for virtues, blessings in his life. However, I only hear the everlasting echo of Your Word resonating within me forever. I may never abandon Your Word. This remains my enlightenment of Your Word and my only worship.

ਜੋਗੀ ਭੋਗੀ ਕਾਪੜੀ, ਕਿਆ ਭਵਹਿ ਦਿਸੰਤਰ॥ jogee bhogee kaaprhee ki-aa bhaveh disantar.
ਗੁਰ ਕਾ ਸਬਦੁ ਨ ਚੀਨਹੀ, ਤਤੁ ਸਾਰੁ ਨਿਰੰਤਰ॥੩॥ gur kaa sabad na cheenhee tat saar nirantar. ||3||

ਜੋਗੀ, ਮੰਗਣ ਵਾਲੇ ਕਿਵੇਂ ਵੱਖਰੇ ਵੱਖਰੇ ਥਾਂ ਤੇ ਘੁੰਮਦੇ ਫਿਰਦੇ ਹਨ? ਉਹਨਾਂ ਨੂੰ ਸ਼ਬਦ ਦੀ ਸੋਝੀ ਨਹੀਂ ਕਿ ਪ੍ਰਭ ਤਾ ਉਹਨਾਂ ਦੇ ਅੰਦਰ ਹੀ ਵਸਦਾ ਹੈ ।

Why may Yogis, worldly saints wonder around all over begging for alms? They are not enlightened with the essence of His Word; The True Master dwells within their own body and mind.

ਪੰਡਿਤ ਪਾਧੇ ਜੋਇਸੀ, ਨਿਤ ਪੜ੍ਹਹਿ ਪੁਰਾਣਾ॥ pandit paaDhay jo-isee nit parheh puraanaa.
ਅੰਤਰਿ ਵਸਤੁ ਨ ਜਾਣਨ੍ਹੀ, ਘਟਿ ਬ੍ਰਹਮੁ ਲੁਕਾਣਾ॥੪॥ antar vasat na jaananHee ghat barahm lukaanaa. ||4||

ਧਰਮ ਦੇ ਗਿਆਨੀ, ਧਾਰਮਕ ਗ੍ਰੰਥ ਪੜ੍ਹ ਕੇ ਬਾਕੀਆਂ ਨੂੰ ਸਿਖਿਆ ਦੇਂਦਾ ਹੈ । ਅਣਜਾਣ ਨੂੰ ਸੋਝੀ ਨਹੀਂ! ਆਪਣੇ ਅੰਦਰ ਵਸਦੇ ਪ੍ਰਭ ਨੂੰ ਮਨ ਅੰਦਰੋਂ ਜਾਗਰਤ ਨਹੀਂ ਕਰਦਾ ।

The religious scholars, preachers may read religious Holy Scripture; he may pick up few convenient lines to teach. They remain unaware, enlightened! The True Master dwells within everyone. Why may he not search, enlightenment from within?

ਇਕਿ ਤਪਸੀ ਬਨ ਮਹਿ ਤਪੁ ਕਰਹਿ, ਨਿਤ ਤੀਰਥ ਵਾਸਾ॥ ik tapsee ban meh tap karahi nit tirath vaasaa.
ਆਪੁ ਨ ਚੀਨਹਿ ਤਾਮਸੀ, ਕਾਹੇ ਭਏ ਉਦਾਸਾ॥੫॥ aap na cheeneh taamsee kaahay bha-ay udaasaa. ||5||

ਕਈ ਜੰਗਲਾਂ ਵਿੱਚ ਬੰਦਗੀ ਕਰਦੇ, ਕਈ ਤੀਰਥਾਂ ਦੇ ਕਿਨਾਰੇ ਹੀ ਰਹਿੰਦੇ ਹਨ । ਉਹ ਸੰਸਾਰਕ ਸੁਖ ਤਿਆਗ ਕੇ ਵਿਰਾਗੀ ਬਣਦੇ ਹਨ । ਉਹਨਾਂ ਨੂੰ ਸ਼ਬਦ ਦੀ ਸੋਝੀ ਨਹੀਂ ਹੈ । ਇਹ ਵੀ ਸੋਝੀ ਨਹੀਂ, ਉਹ ਉਦਾਸੀ ਕਿਉਂ ਬਣੇ ਹਨ?

So many mediate in the wild forest, dwell on the bank of Holy Ocean, Shrine. They abandon worldly comforts to become renunciatory. However, they remain ignorant from the essence of His Word. Even forget! Why have they become renunciatory, hermit.?

ਗੁਰੂ ਨਾਨਕ ਦੇਵ ਜੀ! – Guru Nanak Dev Ji! Guru Granth Sahib

ਇਕਿ ਬਿੰਦੁ ਜਤਨ ਕਰਿ ਰਾਖਦੇ, ਸੇ ਜਤੀ ਕਹਾਵਹਿ॥ ik bind jatan kar raakh-day say jatee kahaaveh.
ਬਿਨੁ ਗੁਰ ਸ਼ਬਦ ਨ ਛੂਟਹੀ, ਭ੍ਰਮਿ ਆਵਹਿ ਜਾਵਹਿ॥੬॥ bin gur sabad na chhoothee bharam aavahi jaaveh. ||6||

ਕਈ ਜੀਵ ਕਾਮਵਾਸਨਾ ਤੇ ਕਾਬੂ ਰਖਦੇ ਹਨ, ਉਹਨਾਂ ਨੂੰ ਸੰਸਾਰ ਜਤੀ ਕਹਿੰਦਾ ਹੈ । ਜਿਹੜਾ ਆਪਣਾ ਜੀਵਨ, ਸ਼ਬਦ ਅਨੁਸਾਰ ਨਹੀਂ ਢਾਲਦਾ, ਉਸ ਨੂੰ ਪ੍ਰਵਾਨਗੀ ਦਾ ਰਸਤਾ ਬਖਸ਼ਿਸ਼ ਨਹੀਂ ਹੁੰਦਾ । ਉਹ ਜਨਮ ਮਰਨ ਦੇ ਚੱਕਰ ਵਿੱਚ ਹੀ ਰਹਿੰਦਾ ਹੈ ।

Someone may keep a good control on his sexual urge; he may be called celibates in the universe. Whosoever may not adopt the teachings of His Word in his day-to-day life; he may not be blessed with the right path of accepted in His Court. He may remain in the cycle of birth and death.

ਇਕਿ ਗਿਰਹੀ ਸੇਵਕ ਸਾਧਿਕਾ, ਗੁਰਮਤੀ ਲਾਗੇ॥ ik girhee sayvak saaDhikaa gurmatee laagay.
ਨਾਮੁ ਦਾਨੁ ਇਸਨਾਨੁ ਦ੍ਰਿੜੁ, ਹਰਿ ਭਗਤਿ ਸੁ ਜਾਗੇ॥੭॥ naam daan isnaan darirh har bhagat so jaagay. ||7||

ਕਈ ਜੀਵ ਮਜ਼ਦੂਰੀ ਕਰਦੇ, ਪੇਟ ਭਰਨ ਲਈ ਕਿਸੇ ਦਾ ਕੰਮ ਕਰਦੇ ਹਨ । ਆਪਣਾ ਮਨ ਸ਼ਬਦ ਵਿੱਚ ਰਖਦੇ ਹਨ । ਇਸ ਨਾਲ ਜੀਵਨ ਢਾਲਕੇ, ਮਨ ਨੂੰ ਪਵਿੱਤਰ ਰਖਦੇ ਹਨ । ਉਹਨਾਂ ਦੀ ਲਗਨ, ਸ਼ਬਦ ਵਿੱਚ ਰਹਿੰਦੀ ਹੈ ।

Someone may do very hard labor to satisfy the hunger of his stomach; He may become a servant of other. However, he may keep the teachings of His Word within his mind. He may adopt the teachings of His Word to sanctify his soul. His dedication and devotion remain steady and stable on the teachings of His Word.

ਗੁਰ ਤੇ ਦਰੁ ਘਰੁ ਜਾਣੀਐ, ਸੋ ਜਾਇ ਸਿਞਾਣੈ॥ gur tay dar ghar jaanee-ai so jaa-ay sinjaanai.
ਨਾਨਕ ਨਾਮੁ ਨ ਵੀਸਰੈ, ਸਾਚੇ ਮਨੁ ਮਾਨੈ॥੮॥ ੧੪॥ naanak naam na veesrai saachay man maanai. ||8||14||

ਉਹ ਪ੍ਰਭ ਦੇ ਸ਼ਬਦ ਦੀ ਪਾਲਣਾ ਕਰਦੇ, ਦਰਬਾਰ ਵਿੱਚ ਪ੍ਰਵਾਨ ਹੋ ਜਾਂਦੇ ਹਨ । ਮਨ ਵਿਚੋਂ ਸ਼ਬਦ ਕਦੇ ਵਿਸਾਰਦੇ ਨਹੀਂ, ਮਨ ਪ੍ਰਭ ਦੇ ਲੇਖੇ ਵਿੱਚ ਲਗ ਜਾਂਦਾ ਹੈ ।

He may obey the teachings of His Word with steady in stable belief in his day-to-day life; with His mercy and grace, he may be accepted in His Court. He may never abandon the teachings of His Word from his life; His meditation may be accepted in His Court.

Key Message of Raag Aasaa, page 418-16
'ਸ਼ਬਦ ਦਾ ਧਨ!
ਜਿਹੜਾ ਪੇਟ ਭਰਨ ਲਈ ਕੰਮ ਕਰਦਾ, ਆਪਣੇ ਮਨ ਵਿੱਚ ਸ਼ਬਦ ਦੀ ਸਿਖਿਆਂ ਯਾਦ ਰਖਦਾ ਹੈ! ਉਹ ਆਪਣਾ ਜੀਵਨ ਸ਼ਬਦ ਨਾਲ ਢਾਲਕੇ, ਆਤਮਾ ਨੂੰ ਪਵਿੱਤਰ ਰਖਦਾ ਹੈ । ਉਸ ਦੀ ਲਗਨ, ਸ਼ਬਦ ਦੀ ਸਮਾਧੀ ਵਿੱਚ ਹੀ ਰਹਿੰਦੀ ਹੈ । ਉਹ ਪ੍ਰਭ ਦੇ ਸ਼ਬਦ ਦੀ ਪਾਲਣਾ ਕਰਦਾ, ਆਪਣਾ ਮਨ, ਤਨ ਪ੍ਰਭ ਦੇ ਲੇਖੇ ਲਾ ਜਾਂਦਾ ਹੈ! ਉਹ ਦਰਬਾਰ ਵਿੱਚ ਪ੍ਰਵਾਨ ਹੋ ਜਾਂਦਾ ਹੈ ।
Earnings of His Word!
Whosoever may work hard to earn honest living; however, he may keep the teachings of His Word within his mind. His soul may be sanctified to become worthy of His Consideration. He may remain intoxicated in the void of His Word. He may obey the teachings of His Word with steady in stable belief. He may surrender his mind and body at His Service; his meditation may be accepted in His Court.

55. ਆਸਾ ਮਹਲਾ ੧॥ 419-6

ਮਨਸਾ ਮਨਹਿ ਸਮਾਇਲੇ, ਭਉਜਲੁ ਸਚਿ ਤਰਣਾ॥ mansaa maneh samaa-ilay bha-ojal sach tarnaa.
ਆਦਿ ਜੁਗਾਦਿ ਦਇਆਲੁ ਤੂ ਠਾਕੁਰ ਤੇਰੀ ਸਰਣਾ॥੧॥ aad jugaad da-i-aal too thaakur tayree sarnaa. ||1||

ਹਰਇਕ ਜੀਵ ਦੇ ਮਨ ਵਿੱਚ ਮਾਨਸ ਜਨਮ ਸਫਲ ਕਰਕੇ, ਪ੍ਰਭ ਦੇ ਦਰਬਾਰ ਵਿੱਚ ਪ੍ਰਵਾਨ ਹੋਣ ਦੀ ਇਛਾਂ ਹੁੰਦੀ ਹੈ । ਰਹਿਮਤਾਂ ਦਾ ਦਾਤਾ, ਜੁਗਾਂ ਤੋਂ ਜੀਵ ਨੂੰ ਸ਼ਬਦ ਦੇ ਲੜ ਲਾ ਕੇ ਪ੍ਰਵਾਨ ਕਰਦਾ ਅਇਆ ਹੈ । ਆਪਣੀ ਰਹਿਮਤ ਬਖਸ਼ਕੇ ਆਪਣੇ ਚਰਨਾਂ ਵਿੱਚ ਰਖੋ ।

Everyone has a burning desire to adopt the teachings of His Word and becomes worthy of His Consideration. From ancient Ages; The Merciful True Master has been inspiring His true devotee to meditates and become worthy of acceptance in His Court; with His mercy and grace, keeps me in Your Sanctuary.

ਤੂ ਦਾਤੌਂ ਹਮ ਜਾਚਿਕਾ, ਹਰਿ ਦਰਸਨੁ ਦੀਜੈ॥ too daatou ham jaachikaa har darsan deejai.
ਗੁਰਮੁਖਿ ਨਾਮੁ ਧਿਆਈਐ, ਮਨ ਮੰਦਰੁ ਭੀਜੈ॥੧॥ ਰਹਾਉ॥ gurmukh naam Dhi-aa-ee-ai man mandar bheejai. ||1|| rahaa-o.

ਪ੍ਰਭ ਤੂੰ ਦਾਤਾਂ ਦਾ ਮਾਲਕ ਹੈ, ਜੀਵ ਤਾਂ ਇਕ ਮੰਗਤਾ ਹੈ । ਇਸ ਮੰਗਤੇ ਨੂੰ ਆਪਣੇ ਸ਼ਬਦ ਦੀ ਸੋਝੀ ਦੀ ਭਿੱਖਿਆਂ ਪਾਵੋ । ਗੁਰਮਖ ਸ਼ਬਦ ਦੀ ਬੰਦਗੀ ਕਰਕੇ ਆਪਣੇ ਅੰਦਰੋਂ ਹੀ ਖੁਸ਼ੀ ਪਾ ਲੈਂਦੇ ਹਨ । ਜੋਤ ਜਾਗਰਤ ਕਰ ਲੈਂਦੇ ਹਨ ।

The True Master, Trustee of all blessings; I am a poor and humble beggar. The True Master bestows Your Blessed Vison to bless me devotion to meditate and enlightenment of Your Word. His true devotee meditates on the teachings of His Word, with steady and stable belief, he may be blessed with contentment and blossom from within his own mind.

ਕੂੜਾ ਲਾਲਚੁ ਛੋਡੀਐ, ਤਉ ਸਾਚੁ ਪਛਾਣੈ॥ koorhaa laalach chhodee-ai ta-o saach pachhaanai.
ਗੁਰ ਕੈ ਸਬਦਿ ਸਮਾਈਐ, ਪਰਮਾਰਥੁ ਜਾਣੈ॥੨॥ gur kai sabad samaa-ee-ai parmaarath jaanai. ||2||

ਜਿਹੜਾ ਲਾਲਚ ਨੂੰ ਤਿਆਗ ਦੰਦਾ ਹੈ, ਉਸ ਨੂੰ ਸ਼ਬਦ ਦੀ ਕੀਮਤ ਦੀ ਜਾਣਕਾਰੀ ਬਖਸ਼ਿਸ਼ ਹੋ ਸਕਦੀ ਹੈ । ਜਿਹੜਾ ਸ਼ਬਦ ਦੇ ਲੜ ਲਗ ਜਾਂਦਾ ਹੈ, ਉਸ ਨੂੰ ਅਟਲ ਜੋਤ ਦੀ ਪਛਾਣ ਬਖਸ਼ਿਸ਼ ਹੋ ਸਕਦੀ ਹੈ ।

Whosoever may renounce his greed of worldly desires; he may realize the significance of the enlightenment of His Word. Whosoever may adopt the teachings of His Word; he may realize the His Existence within.

ਇਹੁ ਮਨੁ ਰਾਜਾ ਲੋਭੀਆ, ਲੁਭਤਉ ਲੋਭਾਈ॥ ih man raajaa lobhee-aa lubh-ta-o lobhaa-ee.
ਗੁਰਮੁਖਿ ਲੋਭੁ ਨਿਵਾਰੀਐ, ਹਰਿ ਸਿਉ ਬਣਿ ਆਈ॥ ੩॥ gurmukh lobh nivaaree-ai har si-o ban aa-ee. ||3||

ਜੀਵ ਦਾ ਮਨ ਲਾਲਚੀ ਰਾਜੇ ਦੀ ਤਰ੍ਹਾਂ, ਲਾਲਚ ਦੇ ਕੰਮ ਵਿੱਚ ਹੀ ਲਗਾ ਰਹਿੰਦਾ ਹੈ । ਗੁਰਮਖ ਜੀਵ ਆਪਣੇ ਮਨ ਦਾ ਲਾਲਚ ਤਿਆਗ ਦੇਂਦਾ ਹੈ । ਉਸ ਨੂੰ ਸ਼ਬਦ ਦੀ ਸੋਝੀ, ਸ਼ਬਦ ਨਾਲ ਜੀਵਨ ਢਾਲਣ ਦੀ ਵਿਧੀ ਹਾਸਿਲ ਹੋ ਜਾਂਦੀ ਹੈ ।

Self-minded may remain like a greedy king! He may always perform all his deeds with greed for worldly possessions. His true devotee may renounce his greed of worldly desires! He may be blessed with the right path acceptance in His Court.

ਗੁਰੂ ਨਾਨਕ ਦੇਵ ਜੀ! – Guru Nanak Dev Ji! Guru Granth Sahib

ਕਲਰਿ ਖੇਤੀ ਬੀਜੀਐ, ਕਿਉ ਲਾਹਾ ਪਾਵੈ॥ kalar khaytee beejee-ai ki-o laahaa paavai.
ਮਨਮੁਖੁ ਸਚਿ ਨ ਭੀਜਈ, ਕੂੜੁ ਕੂੜਿ ਗਡਾਵੈ॥ ੪॥ manmukh sach na bheej-ee koorh koorh gadaavai. ||4||

ਜਿਵੇਂ ਕਲਰੀ ਜ਼ਮੀਨ ਵਿੱਚ ਕੋਈ ਫਸਲ ਨਹੀਂ ਹੁੰਦੀ, ਕੋਈ ਲਾਭ ਨਹੀਂ ਹੁੰਦਾ । ਇਸਤਰ੍ਹਾਂ ਮਨਮੁਖ ਦਾ ਮਨ ਸ਼ਬਦ ਦੀ ਪਾਲਣਾ ਤੇ ਅਡੋਲ ਨਹੀਂ ਰਹਿੰਦਾ, ਧੋਖੇ ਅਤੇ ਫਰੇਬ ਵਿੱਚ ਹੀ ਲਗਾ ਰਹਿੰਦਾ ਹੈ ।

As the rocky, barren soil, land may not grow any crops and not considered any profitable asset. Same way a self-minded may not stay steady and stable on the teachings of His Word. He may always remain entangled in deception, falsehood, and hypocrisy in his day-to-day life.

ਲਾਲਚੁ ਛੋਡਹੁ ਅੰਧਿਹੋ, ਲਾਲਚਿ ਦੁਖੁ ਭਾਰੀ॥ laalach chhodahu anDhiho laalach dukh bhaaree.
ਸਾਚੌ ਸਾਹਿਬੁ ਮਨਿ ਵਸੈ, ਹਉਮੈ ਬਿਖੁ ਮਾਰੀ॥ ੫॥ saachou saahib man vasai ha-umai bikh maaree. ||5||

ਅਣਜਾਣ ਜੀਵ ਆਪਣੇ ਮਨ ਦਾ ਲਾਲਚ ਤਿਆਗੋ! ਇਸ ਨਾਲ ਦੁਖ ਹੀ ਮਿਲਦੇ, ਪੂਰੀ ਨਹੀਂ ਪੈਂਦੀ । ਜਿਸ ਦੇ ਮਨ ਵਿੱਚ ਪ੍ਰਭ ਦਾ ਸ਼ਬਦ ਘਰ ਕਰ ਜਾਂਦਾ ਹੈ, ਉਸ ਨੂੰ ਮਨ ਦੇ ਅਹੰਕਾਰ ਤੇ ਜਿੱਤ ਬਖਸ਼ਿਸ਼ ਹੋ ਜਾਂਦੀ ਹੈ ।

Ignorant, you should abandon the greed of worldly desires from your mind. You may only endure miseries with greed and you may not succeed in human life journey. Whosoever may remain drenched with the essence of His Word, he may conquer his ego forever.

ਦੁਬਿਧਾ ਛੋਡਿ ਕੁਵਾਟੜੀ, ਮੂਸਹੁਗੇ ਭਾਈ॥ dubiDhaa chhod kuvaatarhee mooshugay bhaa-ee.
ਅਹਿਨਿਸਿ ਨਾਮੁ ਸਲਾਹੀਐ, ਸਤਿਗੁਰ ਸਰਣਾਈ॥ ੬॥ ahinis naam salaahee-ai satgur sarnaa-ee. ||6||

ਜਿਹੜੇ ਮੰਦੇ ਕੰਮ, ਸੰਸਾਰਕ ਵਿੱਚ ਭਰਮਾਂ ਪਿਛੇ ਲਗ ਕੇ, ਕਰਦਾ ਹੈ, ਉਹ ਤਿਆਗ ਦੇਵੋ! ਇਸ ਨਾਲ ਕੇਵਲ ਸ਼ਰਮਿੰਦਗੀ ਹੀ ਮਿਲਦੀ ਹੈ । ਪ੍ਰਭ ਦੇ ਸ਼ਬਦ ਸਿਮਰਨ ਕਰਨ ਨਾਲ, ਪ੍ਰਭ ਆਪ ਰਖਵਾਲਾ ਬਣ ਜਾਂਦਾ ਹੈ, ਉਸ ਦੇ ਚਰਨਾਂ ਵਿੱਚ ਆਸਣ ਬਖਸ਼ਿਸ਼ ਹੋ ਜਾਂਦਾ ਹੈ ।

Whatsoever the evil deeds! You may perform following religious rituals and suspicions; you should renounce from your life. You may only be embarrassed in His Court after your death. Whosoever may meditate on the teachings of His Word Day and night; with His mercy and grace, he may be accepted in His Sanctuary. He may be blessed a place in His Court.

ਮਨਮੁਖ ਪਥਰੁ ਸੈਲੁ ਹੈ, ਧ੍ਰਿਗੁ ਜੀਵਣੁ ਫੀਕਾ॥ manmukh pathar sail hai Dharig jeevan feekaa.
ਜਲ ਮਹਿ ਕੇਤਾ ਰਾਖੀਐ, ਅਭ ਅੰਤਰਿ ਸੂਕਾ॥ ੭॥ jal meh kaytaa raakhee-ai abh antar sookaa. ||7||

ਮਨਮੁਖ ਜੀਵ ਦਾ ਮਨ ਇਕ ਪੱਥਰ ਦੀ ਤਰ੍ਹਾਂ ਠੋਸ ਹੈ । ਉਸ ਦਾ ਜੀਵਨ ਬਿਰਥਾ, ਸਰਾਪੀ ਹੀ ਹੈ । ਮਨ ਤੇ ਸ਼ਬਦ ਦਾ ਕੋਈ ਅਸਰ ਨਹੀਂ ਹੁੰਦਾ । ਜਿਵੇਂ ਪੱਥਰ ਨੂੰ ਲੰਮਾਂ ਸਮਾਂ ਪਾਣੀ ਵਿੱਚ ਰਖਣ ਨਾਲ ਵੀ ਅੰਦਰੋਂ ਸੁਕਾ ਹੀ ਰਹਿੰਦਾ ਹੈ ।

Self-minded may be like a hard stone! His human life journey may be useless, curse only. The teachings of His Word may not influence on his state of mind. As the stone may remain dry from within, even immersed within water for long time.

ਹਰਿ ਕਾ ਨਾਮੁ ਨਿਧਾਨੁ ਹੈ, ਪੂਰੈ ਗੁਰਿ ਦੀਆ॥ har kaa naam niDhaan hai poorai gur dee-aa.
ਨਾਨਕ ਨਾਮੁ ਨ ਵੀਸਰੈ, ਮਥਿ ਅੰਮ੍ਰਿਤੁ ਪੀਆ॥ ੮॥ ੧੫॥ naanak naam na veesrai math amrit pee-aa. ||8||15||

ਪ੍ਰਭ ਦਾ ਸ਼ਬਦ ਇਕ ਅਮੋਲਕ ਖਜ਼ਾਨਾ ਹੈ, ਪ੍ਰਭ ਨੇ ਆਪ ਹੀ ਜੀਵ ਨੂੰ ਬਖਸ਼ਿਆ ਹੈ । ਜਿਹੜਾ ਸ਼ਬਦ ਨੂੰ ਮਨ ਵਿਚੋਂ ਵਿਸਾਰਦਾ ਨਹੀਂ, ਉਹ ਇਸ ਦੀ ਖੋਜ ਆਪਣੇ ਅੰਦਰੋਂ ਹੀ ਕਰ ਲੈਂਦਾ ਹੈ ।

The True Master has blessed the priceless treasure of His Word to every soul. Whosoever may not abandon the teachings of His Word; he may discover the enlightenment of His Word from within.

Key Message of Raag Aasaa, page 419-6
'ਆਤਮਾ ਪ੍ਰਭ ਦੇ ਪਰਖਣ ਜੋਗ ਕਿਵੇਂ ਬਣ ਸਕਦੀ ਹੈ?
ਹਰਇਕ ਜੀਵ ਦੇ ਮਨ ਵਿੱਚ ਮਾਨਸ ਜਨਮ ਸਫਲ ਕਰਕੇ, ਪ੍ਰਭ ਦੇ ਦਰਬਾਰ ਵਿੱਚ ਪ੍ਰਵਾਨ ਹੋਣ ਦੀ ਇਛਾਂ ਹੁੰਦੀ ਹੈ । ਗੁਰਮਖ ਸ਼ਬਦ ਦੀ ਬੰਦਗੀ ਕਰਦਾ ਆਪਣੇ ਅੰਦਰੋਂ ਹੀ ਜੋਤ ਜਾਗਰਤ ਕਰ ਲੈਂਦਾ ਹੈ । ਜਿਹੜਾ ਮਨ ਦੀਆਂ ਇਛਾਂ ਤੇ ਜਿੱਤ ਪਾ ਲੈਂਦਾ, ਉਸ ਨੂੰ ਸ਼ਬਦ ਨਾਲ ਜੀਵਨ ਢਾਲਣ ਦੀ ਵਿਧੀ ਹਾਸਿਲ ਹੋ ਜਾਂਦੀ ਹੈ । ਮਨ ਵਿੱਚ ਪ੍ਰਭ ਦਾ ਸ਼ਬਦ ਘਰ ਕਰ ਜਾਣ ਨਾਲ ਅਹੰਕਾਰ ਤੇ ਜਿੱਤ ਬਖਸ਼ਿਸ਼ ਹੋ ਜਾਂਦੀ ਹੈ । ਪ੍ਰਭ ਆਪ ਹੀ ਰਖਵਾਲਾ ਬਣ ਜਾਂਦਾ ਹੈ । ਉਹ ਸ਼ਬਦ ਦਾ ਅਮੋਲਕ ਖਜ਼ਾਨਾ, ਆਪਣੇ ਅੰਦਰੋਂ ਹੀ ਖੋਜ ਲੈਂਦਾ ਹੈ ।
Who the soul may be sanctified to become worthy of His Consideration?
Everyone has a burning desire to adopt the teachings of His Word to become worthy of His Consideration. His true devotee may adopt the teachings of His Word, with steady and stable belief; with His mercy and grace, he may realize His Existence from within. Whosoever may conquer his worldly desires, he may be enlightened with the technique to adopt the teachings of His Word. Whosoever may remain drenched with the essence of His Word, he may conquer his ego forever. He may be accepted in His Sanctuary forever.

56. ਆਸਾ ਮਹਲਾ ੧॥ 419-15

ਚਲੇ ਚਲਣਹਾਰ ਵਾਟ ਵਟਾਇਆ॥ chalay chalanhaar vaat vataa-i-aa.
ਧੰਧੁ ਪਿਟੇ ਸੰਸਾਰੁ, ਸਚੁ ਨ ਭਾਇਆ॥ ੧॥ DhanDh pitay sansaar sach na bhaa-i-aa. ||1||

ਜੀਵ ਸੰਸਾਰ ਵਿੱਚ ਯਾਤਰੀ ਦੀ ਤਰ੍ਹਾਂ ਹੀ ਹੈ, ਉਹ ਦੂਸਰੇ ਰਸਤੇ ਤੇ ਚਲਦਾ ਰਹਿੰਦਾ ਹੈ । ਉਹ ਸੰਸਾਰਕ ਧੰਦਿਆ ਦੇ ਜਾਲ ਵਿੱਚ ਇਤਨਾ ਫਸ ਜਾਂਦਾ ਹੈ । ਉਸ ਨੂੰ ਸ਼ਬਦ ਦੀ ਮਹੱਤਤਾ ਦੀ ਸਮਝ ਨਹੀਂ ਰਹਿੰਦੀ ।

In the world, human may be like a traveler; however, he follows different routes in his life. In this process, he may become entangled deep into the worldly chores. He may forget the significance of the teachings of His Word in his life.

ਕਿਆ ਭਵੀਐ ਕਿਆ ਢੂਢੀਐ, ਗੁਰ ਸਬਦਿ ਦਿਖਾਇਆ॥ ki-aa bhavee-ai ki-aa dhoodhee-ai gur sabad dikhaa-i-aa.
ਮਮਤਾ ਮੋਹੁ ਵਿਸਰਜਿਆ, ਅਪਨੈ ਘਰਿ ਆਇਆ॥ ੧॥ ਰਹਾਉ॥ mamtaa moh visarji-aa apnai ghar aa-i-aa. ||1|| rahaa-o.

ਕਿਉਂ ਚਾਰੇ ਪਾਸੇ ਘੁੰਮਦਾ ਫਿਰਦਾ! ਪ੍ਰਭ ਨੇ ਸਾਰੀ ਸੋਝੀ ਸ਼ਬਦ ਦੀ ਪਾਲਣਾ ਵਿੱਚ ਹੀ ਬਖਸ਼ੀ ਹੈ । ਜਿਹੜਾ ਜੀਵ ਅਹੰਕਾਰ ਅਤੇ ਸੰਸਾਰਕ ਮੋਹ ਤਿਆਗ ਦੇਂਦਾ ਹੈ, ਉਸ ਨੂੰ ਪ੍ਰਵਾਨਗੀ ਦੇ ਰਸਤੇ ਦੀ ਸੋਝੀ ਬਖਸ਼ਿਸ਼ ਹੋ ਜਾਂਦੀ ਹੈ ।

ਗੁਰੂ ਨਾਨਕ ਦੇਵ ਜੀ! – Guru Nanak Dev Ji! Guru Granth Sahib

Why may he wonder in all directions? The True Master has embedded the enlightenment of His Word in adopting the teachings of His Word. Whosoever may renounce his worldly ego and attachment to worldly possessions; he may be enlightened with the right path of acceptance in His Court.

ਸਚਿ ਮਿਲੈ ਸਚਿਆਰੁ, ਕੂੜਿ ਨ ਪਾਈਐ॥ sach milai sachiaar koorh na paa-ee-ai.
ਸਚੇ ਸਿਉ ਚਿਤੁ ਲਾਇ, ਬਹੁੜਿ ਨ ਆਈਐ॥੨॥ sachay si-o chit laa-ay bahurh na aa-ee-ai. ||2||

ਜਿਹੜਾ ਅਡੋਲ ਭਰੋਸੇ ਨਾਲ ਸ਼ਬਦ ਦੀ ਪਾਲਣਾ ਕਰਦਾ ਹੈ, ਪ੍ਰਭ ਉਸ ਨੂੰ ਸ਼ਬਦ ਦੀ ਸੋਝੀ ਬਖਸ਼ਦਾ ਹੈ । ਜਿਸ ਦੇ ਮਨ ਵਿੱਚ ਫਰੇਬ, ਦਿਖਾਵਾ ਹੁੰਦਾ ਹੈ, ਉਸ ਨੂੰ ਸ਼ਬਦ ਦੀ ਸੋਝੀ ਬਖਸ਼ਿਸ਼ ਨਹੀਂ ਹੁੰਦੀ । ਜਿਹੜਾ ਇਕ ਵਾਰ ਸ਼ਬਦ ਦੀ ਪਾਲਣਾ ਤੇ ਅਡੋਲ ਹੋ ਜਾਂਦਾ ਹੈ । ਉਸ ਨੂੰ ਜਨਮ ਮਰਨ ਦੇ ਚੱਕਰ ਵਿੱਚ ਨਹੀਂ ਜਾਣਾ ਪੈਂਦਾ ।

Whosoever may adopt the teachings of His Word with steady and stable belief in his day-to-day life, he may be blessed with the enlightenment of His Word from within. The enlightenment of the teachings of His Word may not be blessed with deception, falsehood, and hypocrisy. Whosoever may remain steady and stable on the path of His Word and sings the glory of His virtues over and over; with His mercy and grace, his cycle of birth and death may be eliminated.

ਮੋਇਆ ਕਉ ਕਿਆ ਰੋਵਹੁ, ਰੋਇ ਨ ਜਾਣਹੂ॥ mo-i-aa ka-o ki-aa rovhu ro-ay na jaanhoo.
ਰੋਵਹੁ ਸਚੁ ਸਲਾਹਿ, ਹੁਕਮੁ ਪਛਾਣਹੂ॥੩॥ rovhu sach salaahi hukam pachhaanhoo. ||3||

ਜੀਵ, ਮੋਇਆ ਨੂੰ ਕਿਉਂ ਰੋਂਦਾ ਹੈ? ਤੈਨੂੰ ਰੋਣ ਦੇ ਅਸਲੀ ਢੰਗ ਦੀ ਸੋਝੀ ਨਹੀਂ । ਪ੍ਰਭ ਦੇ ਵਿਛੜੇ ਦੇ ਵਿਰਾਗ ਵਿੱਚ ਜੀਵਨ ਬਤੀਤ ਕਰਨਾ ਹੀ ਅਸਲੀ ਬੰਦਗੀ ਕਰਨਾ ਹੈ । ਇਸ ਨਾਲ ਸ਼ਬਦ ਦੀ ਸੋਝੀ ਹੋ ਜਾਂਦੀ ਹੈ ।

Why are you crying at the death of any relative? You may not comprehend the true, right way to grieve on death of a close friend. To remain in renunciation in the memory of your separation from His Holy Spirit may be a true grieving, the true meditation acceptable in His Court. You may be blessed with the enlightenment of His Word.

ਹੁਕਮੀ ਵਜਹੁ ਲਿਖਾਇ, ਆਇਆ ਜਾਣੀਐ॥ hukmee vajahu likhaa-ay aa-i-aa jaanee-ai.
ਲਾਹਾ ਪਲੈ ਪਾਇ, ਹੁਕਮੁ ਸਿਞਾਣੀਐ॥੪॥ laahaa palai paa-ay hukam sinjaanee-ai. ||4||

ਉਹ ਜੀਵ ਜਨਮ ਤੋਂ ਹੀ ਵੱਡੇ ਭਾਗਾਂ ਵਾਲਾ ਹੁੰਦਾ ਹੈ, ਜਿਸ ਨੂੰ ਸ਼ਬਦ ਦੀ ਬੰਦਗੀ ਵਿੱਚ ਲਗਨ ਬਖਸ਼ਿਸ਼ ਹੁੰਦੀ ਹੈ । ਉਹ ਸ਼ਬਦ ਦੀ ਸੋਝੀ ਨਾਲ ਜੀਵਨ ਢਾਲਦਾ ਹੈ, ਉਹ ਮਾਨਸ ਜਨਮ ਦਾ ਪੂਰਾ ਲਾਹਾ ਲੈ ਜਾਂਦਾ ਹੈ ।

Whosoever may be blessed with dedication to meditate on the teachings of His Word; he may be very fortunate from birth. He may adopt the teachings of His Word in his day-to-day life; with His mercy and grace, he may be enlightened with the essence of His Word. He may enjoy the full benefit of the opportunity of human life blessings.

ਹੁਕਮੀ ਪੈਧਾ ਜਾਇ, ਦਰਗਹ ਭਾਣੀਐ॥ hukmee paiDhaa jaa-ay dargeh bhaanee-ai.
ਹੁਕਮੇ ਹੀ ਸਿਰਿ ਮਾਰ, ਬੰਦਿ ਰਬਾਣੀਐ॥੫॥ hukmay hee sir maar band rabaanee-ai. ||5||

ਜਿਸ ਦੀ ਬੰਦਗੀ ਪ੍ਰਵਾਨ ਹੋ ਜਾਂਦੀ ਹੈ, ਉਸ ਨੂੰ ਹੀ ਦਰਬਾਰ ਵਿੱਚ ਸੱਦਾ ਮਿਲਦਾ ਹੈ । ਪ੍ਰਭ ਦੇ ਹੁਕਮ ਨਾਲ ਹੀ ਜੀਵ ਨੂੰ ਦੁਖ ਸਹਿਣੇ ਪੈਂਦੇ ਹਨ ।

Whose meditation may be accepted, he may be honored in His Court. Everyone must endure all miseries in life with His Command.

ਲਾਹਾ ਸਚੁ ਨਿਆਉ, ਮਨਿ ਵਸਾਈਐ॥ laahaa sach ni-aa-o man vasaa-ee-ai.
ਲਿਖਿਆ ਪਲੈ ਪਾਇ, ਗਰਬੁ ਵਞਾਈਐ॥੬॥ likhi-aa palai paa-ay garab vanjaa-ee-ai. ||6||

ਜਿਹੜਾ ਸ਼ਬਦ ਨੂੰ ਮਨ ਵਿੱਚ ਵਸਾ ਕੇ ਜੀਵਨ ਢਾਲਣਾ ਲੈਂਦਾ, ਉਹ ਮਾਨਸ ਜਨਮ ਦਾ ਲਾਹਾ ਲੈਂਦਾ ਹੈ । ਜਿਹੜਾ ਆਪਣੇ ਅਹੰਕਾਰ ਤੇ ਕਾਬੂ ਰਖਦਾ, ਆਪਣੇ ਭਾਗਾਂ ਦਾ ਫਲ ਪਾ ਲੈਂਦਾ ਹੈ ।

Whosoever may adopt and remains drenched with the teachings of His Word in day-to-day life; with His mercy and grace, he may benefit from his human life. Whosoever may conquer his ego; he may be blessed with the reward of his destiny.

ਮਨਮੁਖੀਆ ਸਿਰਿ ਮਾਰ, ਵਾਦਿ ਖਪਾਈਐ॥ manmukhee-aa sir maar vaad khapaa-ee-ai.
ਠਗਿ ਮੁਠੀ ਕੂੜਿਆਰ, ਬੰਨਿ੍ ਚਲਾਈਐ॥੭॥ thag muthee koorhi-aar baneh chalaa-ee-ai. ||7||

ਮਨਮੁਖ ਨੂੰ ਜਮਦੂਤਾਂ ਦੇ ਦੁਖ ਹੀ ਮਿਲਦੇ ਹਨ । ਉਹ ਧੋਖੇ, ਫਰੇਬ ਦਾ ਜੀਵਨ ਬਤੀਤ ਕਰਦਾ, ਜੂੰਨਾਂ ਦੇ ਚੱਕਰ ਵਿੱਚ ਹੀ ਰਹਿੰਦਾ ਹੈ ।

Self-minded must endure misery of devil of death. He may spend his life in deception and falsehood; he remains in the cycle of birth and death.

ਸਾਹਿਬੁ ਰਿਦੈ ਵਸਾਇ ਨ ਪਛੋਤਾਵਹੀ॥ saahib ridai vasaa-ay na pachhotaavhee.
ਗੁਨਹਾਂ ਬਖਸਣਹਾਰੁ, ਸਬਦੁ ਕਮਾਵਹੀ॥੮॥ gunhaaN bakhsanhaar sabad kamaavahee. ||8||

ਜਿਸ ਦੇ ਮਨ ਵਿੱਚ ਸ਼ਬਦ ਘਰ ਕਰ ਜਾਂਦਾ ਹੈ, ਉਸ ਨੂੰ ਪਛਤਾਵਾ ਨਹੀਂ ਕਰਨਾ ਪੈਂਦਾ । ਜਿਹੜਾ ਸ਼ਬਦ ਨਾਲ ਜੀਵਨ ਢਾਲਦਾ ਹੈ, ਪ੍ਰਭ ਆਪ ਹੀ ਗਲਤੀਆਂ ਬਖਸ਼ ਦੇਂਦਾ ਹੈ ।

Whosoever may be drenched with the teachings of His Word, he may not have any regret in his day-to-day life. Whosoever may adopt the teachings of His Word; with His mercy and grace, all his innocent mistakes, and account of his sinful deeds may be forgiven, eliminated,

ਨਾਨਕੁ ਮੰਗੈ ਸਚੁ ਗੁਰਮੁਖਿ ਘਾਲੀਐ॥ naanak mangai sach gurmukh ghaalee-ai.
ਮੈ ਤੁਝ ਬਿਨੁ ਅਵਰੁ ਨ ਕੋਇ, ਨਦਰਿ ਨਿਹਾਲੀਐ॥ ੯॥ ੧੬॥ mai tujh bin avar na ko-ay nadar nihaalee-ai. ||9||16||

ਬੰਦਗੀ ਕਰਨ ਵਾਲੇ ਜੀਵ! ਪ੍ਰਭ ਤੋਂ ਸ਼ਬਦ ਦੀ ਸੋਝੀ ਦੀ ਭਿੱਖਿਆ ਮੰਗਦੇ ਹਨ! ਕੇਵਲ ਗੁਰਮਖ ਜੀਵ ਦੀ ਬੰਦਗੀ ਹੀ ਪ੍ਰਵਾਨ ਹੁੰਦੀ ਹੈ । ਅਟਲ ਪ੍ਰਭ ਤੋਂ ਬਿਨਾਂ ਹੋਰ ਕੋਈ ਦਾਤਾਂ ਦਾ ਮਾਲਕ ਨਹੀਂ ਹੈ । ਉਸ ਤੋਂ ਰਹਿਮਤ ਦੀ ਨਜ਼ਰ ਹੀ ਮੰਗੋ ।

His true devotee always prays for His Forgiveness and Refuge, the enlightenment of His Word. Only the meditation of His true devotee may be accepted in His Court. The One and Only One, True Master, remains the trustee of all Virtues, blessings. You should always pray for His Blessed Vision.

Key Message of Raag Aasaa, page 419-15
'ਅਹੰਕਾਰ ਤੇ ਕਿਵੇਂ ਜਿੱਤ ਪਾਈ ਜਾ ਸਕਦੀ ਹੈ?
ਜੀਵ ਸੰਸਾਰ ਵਿੱਚ ਯਾਤਰੀ ਦੀ ਤਰ੍ਹਾਂ ਹੀ ਹੈ! ਉਹ ਸ਼ਬਦ ਦੀ ਸੋਝੀ, ਮਹੱਤਤਾ ਤੋਂ ਅਣਜਾਣ, ਸੰਸਾਰਕ ਧੰਦਿਆ ਦੇ ਜਾਲ ਵਿੱਚ ਫਸ ਜਾਂਦਾ ਹੈ । ਜਿਹੜਾ ਅਹੰਕਾਰ ਅਤੇ ਸੰਸਾਰਕ ਮੋਹ ਤੇ ਜਿੱਤ ਪ ਲੈਂਦਾ ਹੈ, ਉਸ ਨੂੰ ਪ੍ਰਵਾਨਗੀ ਦੇ ਰਸਤੇ ਦੀ, ਸ਼ਬਦ ਦੀ ਸੋਝੀ ਬਖਸ਼ਿਸ਼ ਹੋ ਜਾਂਦੀ ਹੈ । ਜਿਸ ਦਾ ਮਨ ਸ਼ਬਦ ਦੀ ਸਿਖਿਆਂ ਤੇ ਅਡੋਲ ਹੋ ਜਾਂਦਾ ਹੈ । ਉਸ ਨੂੰ ਸੋਝੀ ਹੋ ਜਾਂਦੀ ਹੈ, ਪ੍ਰਭ ਦੇ ਵਿਛੜੇ ਦੇ ਵਿਰਾਗ ਵਿੱਚ ਜੀਵਨ ਬਤੀਤ ਕਰਨਾ ਹੀ ਅਸਲੀ ਬੰਦਗੀ ਦਾ ਰਸਤਾ ਹੈ । ਜਿਸ ਦੇ ਮਨ ਵਿੱਚ ਸ਼ਬਦ ਦੀ ਸਿਖਿਆਂ ਵਸ ਜਾਂਦੀ ਹੈ, ਉਸ ਨੂੰ ਅਹੰਕਾਰ ਤੇ ਜਿੱਤ, ਮਾਨਸ ਜਨਮ ਦਾ ਲਾਹਾ ਬਖਸ਼ਿਸ਼ ਹੋ ਜਾਂਦਾ ਹੈ!
Who to conquer own ego?
Human body, has been blessed for a predetermined, his status is as a visitor on earth. Ignorant from the significance of the teachings of His Word; he may become a victim of worldly chores. Whosoever may conquer his ego and worldly attachments; he may be enlightened with the right path of acceptance in His Court. He may realize, the renunciation in the memory of his separation from His Holy Spirit; This may be a true meditation acceptable in His Court. Whosoever may remain drenched with the essence of His Word, his human life journey may be fruitful; he may conquer his ego.

57. ਆਸਾ ਮਹਲਾ ੧॥ 420-5

ਕਿਆ ਜੰਗਲੁ ਢੂਢੀ ਜਾਇ, ਮੈ ਘਰਿ ਬਨੁ ਹਰੀਆਵਲਾ॥ ki-aa jangal dhoodhee jaa-ay mai ghar ban haree-aavlaa.
ਸਚਿ ਟਿਕੈ ਘਰਿ ਆਇ, ਸਬਦਿ ਉਤਾਵਲਾ॥੧॥ sach tikai ghar aa-ay sabad utaavalaa. ||1||

ਜਿਹੜਾ ਪ੍ਰਭ ਦੇ ਬਖਸ਼ੇ, ਸ਼ਬਦ ਤੇ ਅਡੋਲ ਭਰੋਸੇ ਨਾਲ ਖੇੜੇ ਵਿੱਚ ਜੀਵਨ ਬਤੀਤ ਕਰਦਾ ਹੈ । ਉਸ ਨੂੰ ਗ੍ਰਿਸਤੀ ਤਿਆਗ ਕੇ, ਜੰਗਲ ਵਿੱਚ ਜਾ ਕੇ ਮਨ ਨੂੰ ਤਿਆਰ ਕਰਨ ਦੀ ਕੋਈ ਲੋੜ ਨਹੀਂ ਹੁੰਦੀ । ਉਸ ਦੇ ਮਨ ਵਿੱਚ ਸ਼ਬਦ ਦੀ ਸੋਝੀ ਘਰ ਕਰ ਜਾਂਦੀ ਹੈ ।

Whosoever may remain contented and in blossom with His Blessings, essence of His Word. He may not have to renounce, family life, worldly comforts nor go to the wild forest, inhabit places to prepare his mind. He may remain drenched with the teachings of His Word with ease.

ਜਹ ਦੇਖਾ ਤਹ ਸੋਇ ਅਵਰੁ ਨ ਜਾਣੀਐ॥ jah daykhaa tah so-ay avar na jaanee-ai.
ਗੁਰ ਕੀ ਕਾਰ ਕਮਾਇ, ਮਹਲੁ ਪਛਾਣੀਐ॥੧॥ ਰਹਾਉ॥ gur kee kaar kamaa-ay mahal pachhaanee-ai. ||1|| rahaa-o.

ਜਿਹੜਾ ਸ਼ਬਦ ਦੀ ਕਮਾਈ ਕਰਦਾ ਹੈ, ਉਸ ਨੂੰ ਦਰਬਾਰ ਦਾ ਰਸਤਾ ਬਖਸ਼ਿਸ਼ ਹੋ ਜਾਂਦਾ ਹੈ । ਉਸ ਨੂੰ ਹਰਇਕ ਜੀਵ ਵਿੱਚ ਹੀ ਪ੍ਰਭ ਦੀ ਜੋਤ ਨਜ਼ਰ ਆਉਂਦੀ ਹੈ ।

Whosoever may earn the wealth of His Word; he may be blessed with the right path of acceptance in His Court. He may realize His Existence, His Holy Spirit prevailing in each creature in the universe.

ਆਪਿ ਮਿਲਾਵੈ, ਸਚੁ ਤਾ ਮਨਿ ਭਾਵਈ॥ aap milaavai sach taa man bhaav-ee.
ਚਲੈ ਸਦਾ ਰਜਾਇ ਅੰਕਿ ਸਮਾਵਈ॥੨ chalai sadaa rajaa-ay ank samaava-ee. 2

ਜਿਸ ਦੀ ਕਮਾਈ ਪ੍ਰਭ ਨੂੰ ਪ੍ਰਵਾਨ ਹੋ ਜਾਂਦੀ ਹੈ, ਪ੍ਰਭ ਉਸ ਨੂੰ ਪ੍ਰਵਾਨਗੀ ਦੇ ਰਸਤੇ ਤੇ ਪਾਉਂਦਾ ਹੈ । ਜਿਹੜਾ ਸ਼ਬਦ ਨਾਲ ਜੀਵਨ ਢਾਲਦਾ ਹੈ, ਉਹ ਬੰਦਗੀ ਵਿੱਚ ਲੀਨ ਹੋ ਜਾਂਦਾ ਹੈ ।

Whose earnings of His Word may be accepted in His Court; he may be inspired on the right path of acceptance. Whosoever may adopt the teachings of His Word; he may remain intoxicated in meditation in the void of His Word.

ਸਚਾ ਸਾਹਿਬੁ ਮਨਿ ਵਸੈ, ਵਸਿਆ ਮਨਿ ਸੋਈ॥ sachaa saahib man vasai vasi-aa man so-ee.
ਆਪੇ ਦੇ ਵਡਿਆਈਆ, ਦੇ ਤੋਟਿ ਨ ਹੋਈ॥ ੩॥ aapay day vadi-aa-ee-aa day tot na ho-ee. ||3||

ਜਿਸ ਦੇ ਮਨ ਵਿੱਚ ਸ਼ਬਦ ਘਰ ਕਰ ਜਾਂਦਾ ਹੈ, ਉਸ ਦਾ ਮਨ ਖੇੜੇ ਵਿੱਚ ਆ ਜਾਂਦਾ ਹੈ । ਪ੍ਰਭ ਆਪ ਹੀ ਆਪਣੇ ਸੇਵਕ ਨੂੰ ਵਡਿਆਈ ਬਖਸ਼ਦਾ ਹੈ । ਉਸ ਦਾ ਦਾਤਾਂ ਦਾ ਭੰਡਾਰ ਕਦੇ ਖਾਲੀ ਨਹੀਂ ਹੁੰਦਾ, ਤੋਟ ਨਹੀਂ ਆਉਂਦੀ ।

Whosoever may be drenched with the teachings of His Word, he may be blessed with contentment and blossom in his day-to-day life. The True Master may enhance his glory and honor. His treasure of blessings may never be exhausted nor shortage or any deficiency.

ਅਬੇ ਤਬੇ ਕੀ ਚਾਕਰੀ, ਕਿਉ ਦਰਗਹ ਪਾਵੈ॥ abay tabay kee chaakree ki-o dargeh paavai.
ਪਥਰ ਕੀ ਬੇੜੀ ਜੇ ਚੜੈ, ਭਰ ਨਾਲਿ ਬੁਡਾਵੈ॥ ੪॥ pathar kee bayrhee jay charha bhar naal budaavai. ||4||

ਜਿਹੜਾ ਸੰਸਾਰਕ ਗੁਰੂਆਂ ਪੀਰਾਂ ਦੀ ਚਾਰਕੀ ਕਰਦਾ ਹੈ! ਉਸ ਨੂੰ ਪ੍ਰਭ ਦੇ ਦਰਬਾਰ ਵਿੱਚ ਕਿਵੇਂ ਥਾਂ ਬਖਸ਼ਿਸ਼ ਹੋ ਸਕਦਾ ਹੈ? ਜਿਵੇਂ ਕੋਈ ਪੱਥਰ ਦੀ ਬੇੜੀ ਤੇ ਸਾਗਰ ਪਾਰ ਕਰਨ ਲਈ ਚੜ੍ਹਦਾ ਹੈ, ਉਹ ਡੁੱਬ ਹੀ ਜਾਂਦਾ ਹੈ । ਉਸ ਜੀਵਾਂ ਦਾ ਵੀ ਇਹ ਹਾਲ ਹੀ ਹੁੰਦਾ ਹੈ ।

Whosoever may consider worldly guru as a savior and follows his teachings; his mind remains on path of duality! How may he be accepted in His Court? Whosoever may aboard a stone boat, he is going to drown in the ocean. Same may be the situation of the follower of worldly guru.

ਆਪਨੜਾ ਮਨੁ ਵੇਚੀਐ, ਸਿਰੁ ਦੀਜੈ ਨਾਲੇ॥ aapnarhaa man vaychee-ai sir deejai naalay.
ਗੁਰਮੁਖਿ ਵਸਤੁ ਪਛਾਣੀਐ, ਅਪਨਾ ਘਰੁ ਭਾਲੇ॥ ੫॥ gurmukh vasat pachhaanee-ai apnaa ghar bhaalay. ||5||

ਜੀਵ ਆਪਣਾ ਮਨ ਤਨ ਪ੍ਰਭ ਦੇ ਲੇਖੇ ਲਾ ਦੇਵੋ । ਜਿਸ ਨੂੰ ਗੁਰਮਖ ਅਵਸਥਾ ਬਖਸ਼ਿਸ਼ ਹੋ ਜਾਂਦੀ ਹੈ, ਉਹ ਆਪਣੇ ਅੰਦਰੋਂ ਹੀ ਪ੍ਰਭ ਦੀ ਜੋਤ ਢੂੰਡ ਲੈਂਦਾ ਹੈ ।

You should surrender your self-entity at the service of The True Master! Whosoever may be blessed with a state of mind of as His true devotee; he may search within to be enlightened with the essence of His Word, His Existence.

ਜੰਮਣੁ ਮਰਣਾ ਆਖੀਐ, ਤਿਨਿ ਕਰਤੈ ਕੀਆ॥ jaman marnaa aakhee-ai tin kartai kee-aa.
ਆਪੁ ਗਵਾਇਆ ਮਰਿ ਰਹੇ, ਫਿਰਿ ਮਰਣੁ ਨ ਥੀਆ॥ ੬॥ aap gavaa-i-aa mar rahay fir maran na thee-aa. ||6||

ਪ੍ਰਭ ਨੇ ਜਨਮ ਮਰਨ ਦਾ ਖੇਲ, ਆਤਮਾ ਨੂੰ ਪਵਿੱਤਰ ਕਰਨ ਲਈ ਬਣਾਇਆ ਹੈ, ਹਰਇਕ ਜੀਵ ਨੂੰ ਇਸ ਵਿਚੋਂ ਹੀ ਲੰਘਣਾ ਪੈਂਦਾ ਹੈ! ਜਿਹੜਾ ਆਪਣੇ ਮਨ ਤੇ ਜਿੱਤ ਪਾ ਲੈਂਦਾ ਹੈ, ਉਹ ਨਿਮਾਣਾ ਬਣਕੇ ਜੀਵਨ ਬਤੀਤ ਕਰਦਾ ਹੈ! ਉਸ ਦਾ ਜਨਮ ਮਰਨ ਦਾ ਲੇਖਾ ਖਤਮ ਹੋ ਜਾਂਦਾ ਹੈ ।

The True Master has created a cycle of birth and death to sanctify blemish soul! Everyone must endure the process of various worldly environments, His Nature. Whosoever may conquer his worldly desires, he may become humble in his day-to-day life. He may realize, this unique play prevails under His Command. He may conquer devil of death.

ਗੁਰੂ ਨਾਨਕ ਦੇਵ ਜੀ! – Guru Nanak Dev Ji! Guru Granth Sahib

ਸਾਈ ਕਾਰ ਕਮਾਵਣੀ, ਧੁਰ ਕੀ ਫੁਰਮਾਈ॥ saa-ee kaar kamaavnee Dhur kee furmaa-ee.
ਜੇ ਮਨੁ ਸਤਿਗੁਰ ਦੇ ਮਿਲੈ, ਕਿਨਿ ਕੀਮਤਿ ਪਾਈ॥ ੭॥ jay man satgur day milai kin keemat paa-ee. ||7||

ਜਿਹੜਾ ਸ਼ਬਦ ਨਾਲ ਜੀਵਨ ਬਤੀਤ ਕਰਦਾ ਹੈ, ਉਸ ਦਾ ਆਪਾ ਖਤਮ ਹੋ ਜਾਂਦਾ ਹੈ । ਉਸ ਨੂੰ ਸ਼ਬਦ ਦੀ ਸੋਝੀ ਦੀ ਕੀਮਤ ਦੀ ਜਾਣਕਾਰੀ ਹੋ ਜਾਂਦੀ ਹੈ ।

Whosoever may adopt the teachings of His Word with steady and stable belief in his day-to-day life; with His mercy and grace, he may conquer his selfishness, self-entity. He may be enlightened with the significance of the essence of His Word.

ਰਤਨਾ ਪਾਰਖੁ ਸੋ ਧਣੀ, ਤਿਨਿ ਕੀਮਤਿ ਪਾਈ॥ ratnaa paarakh so Dhanee tin keemat paa-ee.
ਨਾਨਕ ਸਾਹਿਬੁ ਮਨਿ ਵਸੈ, ਸਚੀ ਵਡਿਆਈ॥੮॥੧੭॥ naanak saahib man vasai sachee vadi-aa-ee. ||8||17||

ਪ੍ਰਭ ਆਪ ਹੀ ਸ਼ਬਦ ਦੀ ਕਮਾਈ ਪਰਖਦਾ, ਦਾਤਾਂ ਬਖਸ਼ਦਾ ਹੈ । ਜਿਸ ਦੇ ਮਨ ਵਿੱਚ ਸ਼ਬਦ ਘਰ ਕਰ ਜਾਂਦਾ ਹੈ, ਉਸ ਦੇ ਵੱਡੇ ਭਾਗ ਹੋ ਜਾਂਦੇ ਹਨ ।

Only, The Omniscient True Master knows, evaluates the earnings of His Word; He may bless His Virtues. Whosoever may remain drenched with the teachings of His Word; he may become very fortunate in his human life journey.

Key Message of Raag Aasaa, page 420-5
'ਸੰਸਾਰਕ ਗੁਰੂ ਦੀ ਅਵਸਥਾ!
ਜਿਹੜਾ ਸ਼ਬਦ ਨਾਲ ਜੀਵਨ ਢਾਲਦਾ ਹੈ, ਉਸ ਦੀ ਸ਼ਬਦ ਦੀ ਕਮਾਈ ਪ੍ਰਵਾਨ ਹੋ ਜਾਂਦੀ ਹੈ! ਉਸ ਨੂੰ ਹਰਇਕ ਜੀਵ ਵਿੱਚ ਹੀ ਪ੍ਰਭ ਦੀ ਜੋਤ ਨਜ਼ਰ ਆਉਂਦੀ ਹੈ । ਸੰਸਾਰਕ ਗੁਰੂਆਂ ਪੀਰਾਂ ਦੀ ਚਾਰਕੀ ਕਰਨਾ, ਪੱਥਰ ਦੀ ਬੇੜੀ ਤੇ ਸਾਗਰ ਪਾਰ ਕਰਨ ਹੀ ਹੈ! ਜਿਹੜਾ ਪ੍ਰਭ ਦੇ ਸ਼ਬਦ ਦੀ ਸ਼ਰਣ ਵਿੱਚ ਆਪਾ ਭੇਟਾ ਕਰਦਾ ਹੈ । ਉਸ ਨੂੰ ਸ਼ਬਦ ਦੀ ਸੋਝੀ ਦੀ ਕੀਮਤ ਦੀ ਜਾਣਕਾਰੀ ਹੋ ਜਾਂਦੀ ਹੈ ।
Status of worldly Guru in His Court!
Whosoever may adopt the teachings of His Word with steady and stable belief; his earnings of His Word may be accepted in His Court. He may visualize, His Holy Spirit prevailing within every soul. Worshipping worldly guru as a savior may be boarding a stone boat to cross ocean. Whosoever may surrender his self-entity at His Sanctuary; he may realize the true significance of the essence of His Word

58. ਆਸਾ ਮਹਲਾ ੧॥ 420-14

ਜਿਨੀ ਨਾਮੁ ਵਿਸਾਰਿਆ, ਦੂਜੈ ਭਰਮਿ ਭੁਲਾਈ॥ jinHee naam visaari-aa doojai bharam bhulaa-ee.
ਮੂਲੁ ਛੋਡਿ ਡਾਲੀ ਲਗੇ, ਕਿਆ ਪਾਵਹਿ ਛਾਈ॥੧॥ mool chhod daalee lagay ki-aa paavahi chhaa-ee. ||1||

ਜਿਹੜਾ ਜੀਵ ਪ੍ਰਭ ਦੇ ਸ਼ਬਦ ਨੂੰ ਵਿਸਾਰਦਾ ਹੈ, ਉਹ ਭਰਮਾਂ ਵਿੱਚ ਫਸ ਜਾਂਦਾ ਹੈ । ਉਹ ਮੁੱਢ, ਮੂਲ ਛਡਕੇ ਟਾਹਣੀਆਂ ਦਾ ਅਸਾਰਾ ਲੈਂਦਾ ਹੈ । ਅਖੀਰ ਵਿੱਚ ਟਾਹਣੀਆਂ ਕੱਟਕੇ ਜਲ ਜਾਂਦੀਆਂ ਹਨ ਅਤੇ ਭਸਮ ਹੀ ਹੋ ਜਾਂਦੀਆਂ ਹਨ ।

Whosoever may abandon the teachings of His Word, he may become a victim of religious worldly suspicions. He may abandon the teachings of His Word from his day-to-day life. He may remain attached to the branches in his day-to-day life. In the end, these branches are burned to ashes.

ਬਿਨੁ ਨਾਵੈ ਕਿਉ ਛੂਟੀਐ, ਜੇ ਜਾਣੈ ਕੋਈ॥ bin naavai ki-o chhootee-ai jay jaanai ko-ee.
ਗੁਰਮੁਖਿ ਹੋਇ ਤ ਛੂਟੀਐ, ਮਨਮੁਖਿ ਪਤਿ ਖੋਈ॥ ੧॥ ਰਹਾਉ॥ gurmukh ho-ay ta chhootee-a manmukh pat kho-ee. ||1|| rahaa-o.

ਜਿਹੜਾ ਸ਼ਬਦ ਦੀ ਪਾਲਣਾ ਕਰਦਾ ਹੈ, ਉਸ ਨੂੰ ਗਤੀ, ਗੁਰਮਖ ਅਵਸਥਾ ਬਖਸ਼ਿਸ਼ ਹੋ ਜਾਂਦੀ ਹੈ, ਉਹ ਪ੍ਰਭ ਦੀ ਰਹਿਮਤ ਨਾਲ ਪ੍ਰਵਾਨ ਹੋ ਜਾਂਦਾ ਹੈ । ਮਨਮੁਖ ਬਾਜੀ ਹਾਰ ਜਾਂਦਾ, ਜਨਮ ਮਰਨ ਦੇ ਚੱਕਰ ਵਿੱਚ ਹੀ ਰਹਿੰਦਾ ਹੈ ।

Whosoever may adopt the teachings of His Word with steady and stable belief in day-to-day life; his soul may be blessed with the right path of salvation. He may be blessed with a state of mind as His true devotee; his meditation may be accepted in His Sanctuary. Self-minded remains in the cycle of birth and death.

ਜਿਨੀ ਏਕੋ ਸੇਵਿਆ, ਪੂਰੀ ਮਤਿ ਭਾਈ॥ jinHee ayko sayvi-aa pooree mat bhaa-ee.
ਆਦਿ ਜੁਗਾਦਿ ਨਿਰੰਜਨਾ, ਜਨ ਹਰਿ ਸਰਣਾਈ॥੨॥ aad jugaad niranjanaa jan har sarnaa-ee. ||2||

ਜਿਹੜਾ ਇਕੋ ਇਕ ਪ੍ਰਭ ਦੇ ਸ਼ਬਦ ਦੀ ਪਾਲਣਾ ਅਡੋਲ ਭਰੋਸਾ ਨਾਲ ਕਰਦਾ ਹੈ । ਉਹ ਸ੍ਰਿਸ਼ਟੀ ਤੋਂ ਪਹਿਲੇ, ਅਟਲ ਪ੍ਰਭ ਦੀ ਸ਼ਰਣ ਵਿੱਚ ਪ੍ਰਵਾਨ ਹੋ ਜਾਂਦਾ ਹੈ ।

Whosoever may adopt the teachings of His Word with steady and stable belief in his day-to-day life, he may be accepted in His Sanctuary, The Omnipotent, Omniscient, Omnipresent and Axiom True Master, even before His Creation.

ਸਾਹਿਬੁ ਮੇਰਾ ਏਕੁ ਹੈ, ਅਵਰੁ ਨਹੀ ਭਾਈ॥ saahib mayraa ayk hai avar nahee bhaa-ee.
ਕਰਪਾ ਤੇ ਸੁਖੁ ਪਾਇਆ, ਸਾਚੇ ਪਰਥਾਈ॥੩॥ kirpaa tay sukh paa-i-aa saachay parthaa-ee. ||3||

ਇਕੋ ਇਕ ਪ੍ਰਭ ਹੀ ਸ੍ਰਿਸ਼ਟੀ ਦਾ ਮਾਲਕ, ਰਖਵਾਲਾ ਹੈ! ਜਿਹੜਾ ਆਪਣਾ ਭਰੋਸਾ ਕੇਵਲ ਪ੍ਰਭ ਦੇ ਬਖਸ਼ੇ ਤੇ ਅਡੋਲ ਰਖਦਾ ਹੈ! ਉਸ ਦੇ ਮਨ ਵਿੱਚ ਸ਼ਾਂਤੀ ਬਖਸ਼ਿਸ਼ ਹੋ ਜਾਂਦੀ ਹੈ ।

The One and Only One True Master, Creator, and protector of the universe. Whosoever may obey the teachings of His Word with steady and stable belief in his day-to-day life; with His mercy and grace, he may be blessed with peace and contentment in worldly life. No one else may be equal or greater or comparable to His greatness.

ਗੁਰ ਬਿਨੁ ਕਿਨੈ ਨ ਪਾਇਓ, ਕੇਤੀ ਕਹੈ ਕਹਾਏ॥ gur bin kinai na paa-i-o kaytee kahai kahaa-ay.
ਆਪਿ ਦਿਖਾਵੈ ਵਾਟੜੀਂ, ਸਚੀ ਭਗਤਿ ਦ੍ਰਿੜਾਏ॥ ੪॥ aap dikhaavai vaatreeN sachee bhagat drirh-aa-ay. ||4||

ਪ੍ਰਭ ਦੇ ਸ਼ਬਦ ਦੀ ਪਾਲਣਾ ਤੋਂ ਬਿਨਾਂ ਕਿਸੇ ਨੇ ਗਤੀ ਨਹੀਂ ਪਾਈ । ਭਾਵੇਂ ਸੰਸਾਰਕ ਜੀਵ ਕਹਿਣ, ਉਹ ਪ੍ਰਵਾਨਗੀ ਦੇ ਰਸਤੇ ਪਾ ਸਕਦੇ ਹਨ । ਪ੍ਰਭ ਆਪ ਹੀ ਬੰਦਗੀ ਦਾ ਰਸਤਾ ਬਖਸ਼ਦਾ ਹੈ, ਆਪ ਹੀ ਮਨ ਦਾ ਭਰੋਸਾ ਅਡੋਲ ਰਖਕੇ ਬੰਦਗੀ ਵਿੱਚ ਲੀਨ ਰਖਦਾ ਹੈ ।

Without adopting the teachings of His Word with steady and stable belief in day-to-day life, no one may be blessed with the right path of salvation. Ignorant, worldly gurus may claim to bless the right path of acceptance in His Court; all are beggars at His Door. The True Master may enlighten the right path of meditation; only with His mercy and grace, His true devotee may remain intoxicated in meditation in the void of His Word.

ਮਨਮੁਖੁ ਜੇ ਸਮਝਾਈਐ, ਭੀ ਉਝੜਿ ਜਾਏ॥ manmukh jay samjaa-ee-ai bhee ujharh jaa-ay.
ਬਿਨੁ ਹਰਿ ਨਾਮ ਨ ਛੂਟਸੀ, ਮਰਿ ਨਰਕ ਸਮਾਏ॥ ੫॥ bin har naam na chhootsee mar narak samaa-ay. ||5||

ਮਨਮੁਖ ਨੂੰ ਕਿਤਨਾ ਵੀ ਗਿਆਨ ਹੋ ਜਾਵੇ, ਸਮਝਾ ਲਵੋ । ਫਿਰ ਵੀ ਉਹ ਥੋੜ੍ਹੀ ਮੁਸੀਬਤ ਪੈਣ ਤੇ ਰਸਤਾ ਛਡ ਦੇਂਦਾ ਹੈ । ਸ਼ਬਦ ਦੀ ਪਾਲਣਾ ਤੋਂ ਬਿਨਾਂ ਪ੍ਰਵਾਨਗੀ ਨਹੀਂ ਪਾ ਸਕਦਾ, ਜੂੰਨਾਂ ਵਿੱਚ ਹੀ ਜਾਂਦਾ ਹੈ ।

Self-minded may become very knowledgeable or may be counselled; however, he may abandon the right path of meditation with minor setback, hardship in his life. Whosoever may adopt the teachings of His Word with steady and stable belief in his life; with His mercy and grace, only he may be blessed with the right path of acceptance in His Court. Everyone else may remain in the cycle of birth and death.

ਜਨਮਿ ਮਰੈ ਭਰਮਾਈਐ, ਹਰਿ ਨਾਮੁ ਨ ਲੇਵੈ॥ janam marai bharmaa-ee-ai har naam na layvai.
ਤਾ ਕੀ ਕੀਮਤਿ ਨਾ ਪਵੈ, ਬਿਨੁ ਗੁਰ ਕੀ ਸੇਵੈ॥੬॥ taa kee keemat naa pavai bin gur kee sayvai. ||6||

ਮਨਮੁਖ ਜੂੰਨਾਂ ਵਿੱਚ ਭਉਦਾ ਫਿਰਦਾ ਹੈ, ਪਰ ਸ਼ਬਦ ਦਾ ਸਿਮਰਨ ਨਹੀਂ ਕਰਦਾ । ਜਿਹੜਾ ਸ਼ਬਦ ਦੀ ਪਾਲਣਾ ਨਹੀਂ ਕਰਦਾ । ਉਸ ਨੂੰ ਮਾਨਸ ਜਨਮ ਦੀ ਕੀਮਤ ਦੀ ਸੋਝੀ ਬਖਸ਼ਿਸ਼ ਨਹੀਂ ਹੁੰਦੀ ।

Self-minded remains wondering in the cycle of birth and death; however, he may not meditate on the teachings of His Word. Whosoever may not adopt the teachings of His Word; he may not comprehend the significance of human life.

ਜੇਹੀ ਸੇਵ ਕਰਾਈਐ, ਕਰਣੀ ਭੀ ਸਾਈ॥ jayhee sayv karaa-ee-ai karnee bhee saa-ee.
ਆਪਿ ਕਰੇ ਕਿਸੁ ਆਖੀਐ, ਵੇਖੈ ਵਡਿਆਈ॥੭॥ aap karay kis aakhee-ai vaykhai vadi-aa-ee. ||7||

ਪ੍ਰਭ ਆਪ ਹੀ ਸਭ ਕੁਝ ਕਰਦਾ ਹੈ, ਹੋਰ ਕੋਈ ਕਰਨ ਦੀ ਸਮਰਥਾ ਵਾਲਾ ਨਹੀਂ ਹੈ । ਪ੍ਰਭ ਆਪਣੇ ਹੁਕਮ ਨਾਲ ਹੀ ਜੀਵ ਤੋਂ ਕੰਮ ਕਰਾਉਂਦਾ ਹੈ, ਜੀਵ ਉਹ ਹੀ ਕਰ ਸਕਦਾ ਹੈ । ਆਪ ਹੀ ਜੀਵ ਨੂੰ ਵਡਿਆਈ ਬਖਸ਼ਦਾ, ਜੀਵ ਦੇ ਕੰਮ ਕਰਨ ਦਾ ਬਹਾਨਾ ਬਣਾਉਂਦਾ ਹੈ ।

The One and Only One True Master prevails in every worldly deed. No one else has any capability at his own. Whatsoever task may be assigned, he may only perform that deed in his day-to-day life. The True Master may bestow honor and enhance the greatness of His true devotee with any miracles in the universe.

ਗੁਰ ਕੀ ਸੇਵਾ ਸੋ ਕਰੇ, ਜਿਸੁ ਆਪਿ ਕਰਾਏ॥ gur kee sayvaa so karay jis aap karaa-ay.
ਨਾਨਕ ਸਿਰੁ ਦੇ ਛੂਟੀਐ, ਦਰਗਹ ਪਤਿ ਪਾਏ॥੮॥ ੧੮॥ naanak sir day chhootee-a dargeh pat paa-ay. ||8||18||

ਜਿਸ ਤੋਂ ਪ੍ਰਭ ਆਪ ਹੀ ਸ਼ਬਦ ਦੀ ਪਾਲਣਾ ਕਰਾਉਂਦਾ ਹੈ । ਕੇਵਲ ਉਹ ਹੀ ਸ਼ਬਦ ਦੀ ਬੰਦਗੀ, ਪਾਲਣਾ ਕਰ ਸਕਦਾ ਹੈ! ਜਿਹੜਾ ਆਪਾ ਪ੍ਰਭ ਨੂੰ ਭੇਟਾ ਕਰ ਦੇਂਦਾ ਹੈ, ਪ੍ਰਭ ਆਪ ਹੀ ਰਖਵਾਲਾ ਬਣ ਜਾਂਦਾ ਹੈ ।

Whosoever may be blessed, attached to a devotional meditation, only he may meditate and adopts the teachings of His Word in his day-to-day life. Whosoever may surrender his self-entity at His Sanctuary; The True Master may become his savior, protector.

Key Message of Raag Aasaa, page 420-14
'ਸੰਸਾਰਕ ਗੁਰੂ, ਧਰਮ ਨੂੰ ਮਾਲਕ ਸਮਝਣ ਵਾਲੇ ਦੀ ਅਵਸਥਾ!
ਜਿਹੜਾ ਮੁੱਢ, ਮੂਲ ਛਡਕੇ, ਟਾਹਣੀਆਂ ਦਾ ਅਸਾਰਾ ਲੈਂਦਾ ਹੈ । ਅਖੀਰ ਵਿੱਚ ਟਾਹਣੀਆਂ ਜਲ ਕੇ ਭਸਮ ਹੀ ਹੋ ਜਾਂਦੀਆਂ ਹਨ । ਇਸਤਰ੍ਹਾਂ ਜਿਹੜਾ ਪ੍ਰਭ ਦੇ ਸ਼ਬਦ ਨੂੰ ਵਿਸਾਰ ਕੇ ਸੰਸਾਰਕ ਗੁਰੂ ਨੂੰ ਅਸਲੀ ਸਾਥੀ ਸਮਝਦਾ ਹੈ, ਉਹ ਭਰਮਾਂ ਵਿੱਚ ਫਸ ਜਾਂਦਾ ਹੈ । ਉਹ ਥੋੜ੍ਹੀ ਮੁਸੀਬਤ ਪੈਣ ਤੇ ਰਸਤਾ ਛਡ ਦੇਂਦਾ ਹੈ । ਜਿਹੜਾ ਇਕੋ ਇਕ ਅਟਲ ਪ੍ਰਭ ਦੇ ਸ਼ਬਦ ਦੀ ਪਾਲਣਾ ਵਿੱਚ ਅਡੋਲ ਰਹਿੰਦਾ ਹੈ, ਉਹ ਆਦਿ, ਜੁਗਾਦਿ ਅਟਲ ਪ੍ਰਭ ਦੀ ਸ਼ਰਣ ਵਿੱਚ ਪ੍ਰਵਾਨ ਹੋ ਜਾਂਦਾ ਹੈ । ਜਿਹੜਾ ਆਪਾ ਪ੍ਰਭ ਦੇ ਸ਼ਬਦ ਦੀ ਸਿਖਿਆ ਨੂੰ ਭੇਟਾ ਕਰਦਾ ਹੈ, ਪ੍ਰਭ ਆਪ ਹੀ ਰਖਵਾਲਾ ਬਣ ਜਾਂਦਾ ਹੈ ।
Whosoever may consider worldly guru, Religion as savior, his status of mind?
Whosoever may abandon the teachings of His Word and follows worldly guru; he may become victim of religion rituals. He may become a victim of duality; religious path (Shakti) and His Word (Shiv); both carries soul at different unique destination. He may abandon his path, with minor setback, hardship in his life and becomes a victim of short-term glamor of worldly wealth. Whosoever may adopt the teachings of His Word with steady and stable belief; he may be accepted at His Sanctuary; The Omnipotent, Omniscient, Omnipresent, Axiom True Master. Whosoever may surrender self-entity at His Sanctuary of His Word; The True Master may become his savior, protector.

59. ਆਸਾ ਮਹਲਾ ੧॥ 421-2

ਰੂੜੋ ਠਾਕੁਰ ਮਾਹਰੋ, ਰੂੜੀ ਗੁਰਬਾਣੀ॥ roorho thaakur maahro roorhee gurbaanee.
ਵਡੈ ਭਾਗਿ ਸਤਿਗੁਰੁ ਮਿਲੈ, ਪਾਈਐ ਪਦੁ ਨਿਰਬਾਣੀ॥੧॥ vadai bhaag satgur milai paa-ee-ai pad nirbaanee. ||1||

ਪ੍ਰਭ ਦਾ ਨੂਰ, ਬਾਣੀ, ਸ਼ਬਦ ਬਹੁਤ ਸੁੰਦਰ, ਅਨੋਖਾ, ਅਮੋਲਕ ਹੈ । ਜਿਸ ਨੂੰ ਪ੍ਰਭ ਦੀ ਰਹਿਮਤ ਨਾਲ, ਸ਼ਬਦ ਦੀ ਸੋਝੀ ਹੋ ਜਾਂਦੀ ਹੈ । ਉਸ ਜੀਵ ਦੇ ਵੱਡੇ ਭਾਗ ਹੁੰਦੇ ਹਨ, ਉਸ ਦੇ ਮਨ ਨੂੰ ਪੂਰਨ ਸ਼ਾਂਤੀ, ਸੰਤੋਖ ਬਖਸ਼ਿਸ਼ ਹੋ ਜਾਂਦਾ ਹੈ । (ਪ੍ਰਭ ਦੇ ਦਰਸ਼ਨ ਹੋ ਜਾਂਦੇ ਹਨ)

His Holy Scripture, Word, and His Eternal glow remains astonishing and priceless. Whosoever may be enlightened with the essence of His Word from within; he may become very fortunate. He remains contented with his worldly conditions.

ਮੈ ਓਲ੍ਹਗੀਆ ਓਲ੍ਹਗੀ, ਹਮ ਛੋਰੂ ਥਾਰੇ॥ mai olHgee-aa olHgee ham chhoroo thaaray.
ਜਿਉ ਤੂੰ ਰਾਖਹਿ ਤਿਉ ਰਹਾ, ਮੁਖਿ ਨਾਮੁ ਹਮਾਰੇ॥ ੧॥ ਰਹਾਉ॥ Ji-o tooN raakhahi ti-o rahaa mukh naam hamaaray. ||1|| rahaa-o.

ਮੈਂ ਦਾਸਾਂ ਦਾ ਦਾਸ, ਪ੍ਰਭ ਦਾ ਸਭ ਤੋਂ ਨਿਮਾਣਾ ਗੁਲਾਮ ਹਾ । ਜਿਸ ਹਾਲਤ ਵਿੱਚ ਤੂੰ ਰਖਦਾ, ਧੰਨਵਾਦ ਕਰਦਾ ਖੇੜੇ ਵਿੱਚ ਰਹਿੰਦਾ ਹਾ! ਮੈਂ ਸ਼ਬਦ ਦੀ ਉਸਤਤ ਗਾਉਣ ਵਿੱਚ ਮਸਤ ਰਹਿੰਦਾ ਹਾ!

I am a humble slave of Your Slaves. I always remain contented and in blossom in my worldly environment. I remain intoxicated singing Your Gratitude in the void of Your Word.

ਦਰਸਨ ਕੀ ਪਿਆਸਾ ਘਣੀ, ਭਾਣੈ ਮਨਿ ਭਾਈਐ॥ darsan kee pi-aasaa ghanee bhaanai man bhaa-ee-ai.
ਮੇਰੇ ਠਾਕੁਰ ਹਾਥਿ ਵਡਿਆਈਆ, ਭਾਣੈ ਪਤਿ ਪਾਈਐ॥੨॥ mayray thaakur haath vadi-aa-ee-aa bhaanai pat paa-ee-ai. ||2||

ਤੇਰੇ ਦਰਸ਼ਨ ਦੀ ਪਿਆਸ, ਭਟਕਣ ਲਗੀ ਰਹਿੰਦੀ ਹੈ । ਭਾਣੇ ਨੂੰ ਸਤਿ ਕਰਕੇ ਪਾਲਣਾ ਕਰਦਾ ਹਾ, ਇਹ ਤੇਰੀ ਰਹਿਮਤ ਨਾਲ ਹੀ ਹੁੰਦਾ ਹੈ । ਸਾਰੀਆਂ ਦਾਤਾਂ ਤੇਰੇ ਵੱਸ ਵਿੱਚ ਹੀ ਹਨ । ਤੇਰੀ ਰਹਿਮਤ ਨਾਲ ਹੀ ਤੇਰੇ ਦਰਬਾਰ ਵਿੱਚ ਪ੍ਰਵਾਨਗੀ ਬਖਸ਼ਿਸ਼ ਹੋ ਸਕਦੀ ਹੈ ।

ਗੁਰੂ ਨਾਨਕ ਦੇਵ ਜੀ! – Guru Nanak Dev Ji! Guru Granth Sahib

I remain anxious, hungry for Your Blessed Vision; I have adopted the teachings of Your Word in my day-to-day life. All virtues, blessings are under Your Command, only with Your mercy and grace, meditation may be accepted in Your Court.

ਸਾਚਉ ਦੂਰਿ ਨ ਜਾਣੀਐ, ਅੰਤਰਿ ਹੈ ਸੋਈ॥ saacha-o door na jaanee-ai antar hai so-ee.
ਜਹ ਦੇਖਾ ਤਹ ਰਵਿ ਰਹੇ, ਕਿਨਿ ਕੀਮਤਿ ਹੋਈ॥ ੩॥ jah daykhaa tah rav rahay kin keemat ho-ee. ||3||

ਪ੍ਰਭ ਜੀਵ ਦੇ ਤਨ, ਵਿੱਚ ਹੀ ਵਸਦਾ ਹੈ, ਉਸ ਨੂੰ ਦੂਰ ਨਾ ਸਮਝੋ । ਹਰਇਕ ਥਾਂ ਤੇ ਕੇਵਲ ਪ੍ਰਭ ਦੀ ਕੁਦਰਤ ਹੀ ਵਾਪਰਦੀ ਹੈ । ਪ੍ਰਭ ਦੀ ਰਹਿਮਤ ਦੀ ਕੀਮਤ ਜਾਣੀ ਨਹੀਂ ਜਾ ਸਕਦੀ ।

The True Master, His Holy Spirit remains embedded within every soul and dwells within his body. He may not be far away from His Creation. He prevails everywhere in each action in the universe. His Nature, significance of His Blessings remains beyond the comprehension of His Creation.

ਆਪਿ ਕਰੇ ਆਪੇ ਹਰੇ, ਵੇਖੈ ਵਡਿਆਈ॥ aap karay aapay haray vaykhai vadi-aa-ee.
ਗੁਰਮੁਖਿ ਹੋਇ ਨਿਹਾਲੀਐ, ਇਉ ਕੀਮਤਿ ਪਾਈ॥ ੪॥ gurmukh ho-ay nihaalee-ai i-o keemat paa-ee. ||4||

ਆਪ ਹੀ ਜਨਮ ਦੇਂਦਾ, ਮੌਤ ਦੇਂਦਾ, ਕੁਝ ਬਣਾਉਂਦਾ, ਖਤਮ ਕਰਦਾ ਹੈ । ਉਹ ਆਪਣੀ ਵਡਿਆਈ ਦਾ ਆਪ ਹੀ ਮਾਲਕ ਹੈ । ਜਿਸ ਨੂੰ ਗੁਰਮਖ ਅਵਸਥਾ ਬਖਸ਼ਦਾ ਹੈ, ਉਸ ਨੂੰ ਕੀਮਤ ਦੀ ਸੋਝੀ ਹੋ ਜਾਂਦੀ ਹੈ ।

Both birth and death remain only under His Command; He may create or destroys anything in a twinkle of eyes with His Own imagination. Only He comprehends His Own Greatness. Whosoever may be blessed with a state of mind as His true devotee; he may be enlightened with the significance of the essence of His Word.

ਜੀਵਦਿਆ ਲਾਹਾ ਮਿਲੈ, ਗੁਰ ਕਾਰ ਕਮਾਵੈ॥ jeevdi-aa laahaa milai gur kaar kamaavai.
ਪੂਰਬਿ ਹੋਵੈ ਲਿਖਿਆ, ਤਾ ਸਤਿਗੁਰੁ ਪਾਵੈ॥੫॥ poorab hovai likhi-aa taa satgur paavai. ||5||

ਮਾਨਸ ਜੀਵਨ ਦਾ ਲਾਹਾ ਹੀ, ਸ਼ਬਦ ਦਾ ਸਿਮਰਨ, ਪਾਲਣਾ ਕਰਕੇ ਆਤਮਾ ਨੂੰ ਪਵਿੱਤਰ ਕਰਨ ਹੁੰਦਾ ਹੈ! ਜਿਸ ਦੇ ਭਾਗਾਂ ਵਿੱਚ ਪਹਿਲੇ ਹੀ ਲਿਖਿਆ ਹੁੰਦਾ ਹੈ, ਕੇਵਲ ਉਸ ਨੂੰ ਹੀ ਸ਼ਬਦ ਦੀ ਸੋਝੀ ਬਖਸ਼ਿਸ਼ ਹੁੰਦੀ ਹੈ ।

The real purpose of human life opportunity may be to meditate and adopt the teachings of His Word to sanctify own soul to become worthy of His Consideration. Whosoever may have a great prewritten destiny, only, he may be enlightened with essence of the teachings of His Word.

ਮਨਮੁਖ ਤੋਟਾ ਨਿਤ ਹੈ ਭਰਮਹਿ ਭਰਮਾਏ॥ manmukh totaa nit hai bharmeh bharmaa-ay.
ਮਨਮੁਖੁ ਅੰਧੁ ਨ ਚੇਤਈ, ਕਿਉ ਦਰਸਨੁ ਪਾਏ॥ ੬॥ manmukh anDh na chayt-ee ki-o darsan paa-ay. ||6||

ਮਨਮੁਖ ਭਰਮਾਂ ਵਿੱਚ ਹੀ ਭਟਕਦਾ ਰਹਿੰਦਾ ਹੈ, ਉਸ ਨੂੰ ਥਾਂ ਥਾਂ ਤੇ ਹਾਰ ਹੁੰਦੀ ਹੈ । ਅਗਿਆਨੀ, ਪ੍ਰਭ ਨੂੰ ਯਾਦ ਨਹੀਂ ਕਰਦਾ, ਸ਼ਬਦ ਦੀ ਪਾਲਣਾ ਨਹੀਂ ਕਰਦਾ । ਉਸ ਤੇ ਰਹਿਮਤ ਕਿਵੇਂ ਹੋ ਸਕਦੀ ਹੈ?

Self-minded always remains indulged in suspicions and frustrations of worldly desires; he remains disappointed in every play of human life. Ignorant may not remember or adopts the teachings of His Word in his day-to-day life. How may he be blessed with the right path of acceptance in His Court?

ਤਾ ਜਗਿ ਆਇਆ ਜਾਣੀਐ, ਸਾਚੈ ਲਿਵ ਲਾਏ॥ taa jag aa-i-aa jaanee-ai saachai liv laa-ay.
ਗੁਰ ਭੇਟੇ ਪਾਰਸੁ ਭਏ, ਜੋਤੀ ਜੋਤਿ ਮਿਲਾਏ॥੭॥ gur bhaytay paaras bha-ay jotee jot milaa-ay. ||7||

ਜਿਹੜਾ ਸ਼ਬਦ ਦੇ ਸਿਮਰਨ ਵਿੱਚ ਲੀਨ ਰਹਿੰਦਾ ਹੈ । ਉਸ ਦਾ ਮਾਨਸ ਜਨਮ ਸਫਲ ਹੋ ਜਾਂਦਾ ਹੈ । ਉਸ ਨੂੰ ਅਮੋਲਕ ਅਵਸਥਾ, ਗੁਰਮਖ ਅਵਸਥਾ ਬਖਸ਼ਿਸ਼ ਹੋ ਜਾਂਦੀ ਹੈ । ਉਸ ਦੀ ਆਤਮਾ ਅਟਲ ਪ੍ਰਭ ਦੀ ਜੋਤ ਵਿੱਚ ਅਲੋਪ ਹੋ ਜਾਂਦੀ ਹੈ ।

Whosoever may remain intoxicated in meditation in the void of His Word; with His mercy and grace, he may be blessed with the right path of human life journey. His soul may be sanctified to become worthy of His Consideration. He may be blessed with a state of mind as His true devotee. His soul may be absorbed within His Holy Spirit.

ਅਹਿਨਿਸਿ ਰਹੈ ਨਿਰਾਲਮੋ, ਕਾਰ ਧੁਰ ਕੀ ਕਰਣੀ॥ ahinis rahai niraalmo kaar Dhur kee karnee.
ਨਾਨਕ ਨਾਮਿ ਸੰਤੋਖੀਆ, ਰਾਤੇ ਹਰਿ ਚਰਣੀ॥੮॥੧੯॥ naanak naam santokhee-aa raatay har charnee. ||8||19||

ਜਿਹੜਾ ਸੰਸਾਰਕ ਇਛਾਂ ਤੋਂ ਰਹਿਤ ਹੋ ਕੇ, ਦਿਨ ਰਾਤ ਸ਼ਬਦ ਦੇ ਸਿਮਰਨ ਵਿੱਚ ਲੀਨ ਰਹਿੰਦਾ ਹੈ । ਉਸ ਨੂੰ ਪ੍ਰਭ ਦੇ ਸ਼ਬਦ ਦੀ ਪਾਲਣਾ ਨਾਲ ਪੂਰਨ ਸ਼ਾਂਤੀ, ਸੰਤੋਖ ਬਖਸ਼ਿਸ਼ ਹੋ ਜਾਂਦਾ ਹੈ । ਉਹ ਪ੍ਰਭ ਦੇ ਬਖਸ਼ੇ ਤੇ ਖੇੜੇ ਵਿੱਚ ਮਸਤ ਰਹਿੰਦਾ, ਮਨ ਵਿਚੋਂ ਹੋਰ ਇਛਾਂ ਖਤਮ ਹੋ ਜਾਂਦੀਆਂ ਹਨ ।

Whosoever may remain beyond the reach of worldly desires and remains intoxicated in meditating in the void of His Word; with His mercy and grace, He may be blessed with complete patience, peace, and contentment in his day-to-day life. He may remain in blossom in his own worldly environment. His state of mind may become beyond the reach of the blemish of any worldly desire.

Key Message of Raag Aasaa, page 421-2
'ਪ੍ਰਭ ਦੇ ਦਰਸ਼ਨ!
ਪ੍ਰਭ ਦੇ ਸ਼ਬਦ ਦੀ ਸੋਝੀ ਹੀ ਪ੍ਰਭ ਦੇ ਦਰਸ਼ਨ ਹਨ । ਪ੍ਰਭ ਜੀਵ ਦੇ ਤਨ ਵਿੱਚ ਹੀ ਵਸਦਾ ਹੈ, ਹਰ ਥਾਂ ਉਸ ਦੀ ਕੁਦਰਤ ਹੀ ਵਾਪਰਦੀ ਹੈ । ਸ਼ਬਦ ਦੀ ਪਾਲਣਾ ਕਰਨਾ ਹੀ ਮਾਨਸ ਜੀਵਨ ਦਾ ਲਾਹਾ ਹੈ । ਜਿਹੜਾ ਸੰਸਾਰਕ ਇਛਾਂ ਤੋਂ ਰਹਿਤ ਹੋ ਕੇ ਸ਼ਬਦ ਦੀ ਪਾਲਣਾ ਵਿੱਚ ਲੀਨ ਰਹਿੰਦਾ ਹੈ । ਉਸ ਦੇ ਮਨ ਵਿਚੋਂ ਹੋਰ ਇਛਾਂ ਖਤਮ ਹੋ ਜਾਂਦੀਆਂ ਹਨ ।
Witnessing His Blessed Vision!
The enlightenment of the essence of His Word may be His Blessed Vision; realization of His Existence. His Holy Spirit remains embedded within every soul, dwells in his body and prevails everywhere in His Nature. The only purpose of human life blessings, opportunity may be to adopt the teachings of His Word to become worthy of His Consideration. Whosoever may remain beyond the reach of worldly desires and remains intoxicated in obeying the teachings of His Word. His soul may be blemish-free, sanctified to become worthy of His Consideration.

ਗੁਰੂ ਨਾਨਕ ਦੇਵ ਜੀ! – Guru Nanak Dev Ji! Guru Granth Sahib

60. ਆਸਾ ਮਹਲਾ ੧॥ 421-10

ਕੇਤਾ ਆਖਣੁ ਆਖੀਐ, ਤਾ ਕੇ ਅੰਤ ਨ ਜਾਣਾ॥ kaytaa aakhan aakhee-ai taa kay ant na jaanaa.
ਮੈ ਨਿਧਰਿਆ ਧਰ ਏਕ ਤੂੰ, ਮੈ ਤਾਣੁ ਸਤਾਣਾ॥੧॥ mai niDhri-aa Dhar ayk tooN mai taan sataanaa. ||1||

ਪ੍ਰਭ ਦੇ ਸ਼ਬਦ ਦੀ ਪੂਰਨ ਵਿਆਖਿਆ ਨਹੀਂ ਕੀਤਾ ਜਾ ਸਕਦਾ । ਜਿਤਨੀ ਵੀ ਵਿਆਖਿਆ ਕੀਤਾ ਜਾਵੇ, ਕੁਝ ਹੋਰ ਕਹਿਣਾ ਬਾਕੀ ਬਚ ਜਾਂਦਾ ਹੈ । ਪ੍ਰਭ ਹੀ ਮੇਰਾ ਸਭ ਤੋਂ ਵੱਡਾ ਆਸਰਾ ਹੈ । ਮੈਨੂੰ ਹੋਰ ਕੋਈ ਆਸਰਾ ਨਹੀਂ ਹੈ ।

The true essence of His Word, Command may not be fully comprehended by His Creation. No matter, how much, virtues of His Word may be explained or praised, still much more remains unexplained. The True Master, greatest of All, His Blessed Vision may only be my savior in this universe!

ਨਾਨਕ ਕੀ ਅਰਦਾਸਿ ਹੈ, ਸਚਿ ਨਾਮਿ ਸੁਹੇਲਾ॥ naanak kee ardaas hai sach naam suhaylaa.
ਆਪੁ ਗਇਆ ਸੋਝੀ ਪਈ, ਗੁਰ ਸਬਦੀ ਮੇਲਾ॥ ੧॥ ਰਹਾਉ॥ aap ga-i-aa sojhee pa-ee gur sabdee maylaa. ||1|| rahaa-o.

ਪ੍ਰਭ ਦਾ ਦਾਸ ਇਕੋ ਇਕ ਅਰਦਾਸ ਕਰਦਾ ਹੈ, ਆਪਣੇ ਸ਼ਬਦ ਦਾ ਲੜ ਬਖਸ਼ੋ । ਜਿਹੜਾ ਆਪਣੇ ਆਪ ਨੂੰ ਪਛਾਣ ਲੈਂਦਾ, ਆਪਾ ਮਿੱਟਾ ਦੇਂਦਾ ਹੈ, ਉਸ ਨੂੰ ਸ਼ਬਦ ਦੀ ਸੋਝੀ ਬਖਸ਼ਿਸ਼ ਹੋ ਸਕਦੀ ਹੈ, ਪ੍ਰਭ ਦੀ ਪ੍ਰਵਾਨਗੀ ਦੇ ਰਸਤੇ ਤੇ ਚਲ ਸਕਦਾ ਹੈ ।

His true devotee may only pray for His Forgiveness and Refuge to be blessed with a devotion to mediate on the teachings of His Word. Whosoever may recognize the real purpose of his human life journey; he may conquer and surrenders his own self-entity at His Sanctuary. He may be enlightened with the essence of His Word from within. He may remain steady and stable on the right path of meditation, acceptance in His Court.

ਹਉਮੈ ਗਰਬੁ ਗਵਾਈਐ, ਪਾਈਐ ਵੀਚਾਰੁ॥ ha-umai garab gavaa-ee-ai paa-ee-ai veechaar.
ਸਾਹਿਬ ਸਿਉ ਮਨੁ ਮਾਨਿਆ, ਦੇ ਸਾਚੁ ਅਧਾਰੁ॥ ੨॥ saahib si-o man maani-aa day saach aDhaar. ||2||

ਜਿਹੜਾ ਆਪਣੀ ਹੈਸੀਅਤ, ਅਹੰਕਾਰ ਤੇ ਜਿੱਤ ਪਾ ਲੈਂਦਾ ਹੈ, ਉਸ ਨੂੰ ਸ਼ਬਦ ਦੀ ਸੋਝੀ ਬਖਸ਼ਿਸ਼ ਹੋ ਜਾਂਦੀ ਹੈ । ਜਿਹੜਾ ਆਪਾ ਮਿੱਟਾ ਦੇਂਦਾ ਹੈ, ਉਸ ਨੂੰ ਰਹਿਮਤ ਦੀ ਨਜ਼ਰ ਬਖਸ਼ਿਸ਼ ਹੋ ਜਾਂਦੀ ਹੈ ।

Whosoever may conquer his own ego of worldly status; he may be blessed with the enlightenment of His Word. Whosoever may surrender his own self-entity, he may be accepted in His Sanctuary.

ਅਹਿਨਿਸਿ ਨਾਮਿ ਸੰਤੋਖੀਆ, ਸੇਵਾ ਸਚੁ ਸਾਈ॥ ahinis naam santokhee-aa sayvaa sach saa-ee.
ਤਾ ਕਉ ਬਿਘਨੁ ਨ ਲਾਗਈ, ਚਾਲੈ ਹੁਕਮਿ ਰਜਾਈ॥ ੩॥ taa ka-o bighan na laag-ee chaalai hukam rajaa-ee. ||3||

ਜਿਹੜਾ ਪ੍ਰਭ ਦੇ ਸ਼ਬਦ ਦੀ ਪਾਲਣਾ, ਸ਼ਬਦ ਨਾਲ ਜੀਵਨ ਢਾਲਦਾ ਹੈ, ਉਹ ਹੀ ਪ੍ਰਭ ਦਾ ਅਸਲੀ ਦਾਸ ਬਣ ਜਾਂਦਾ ਹੈ । ਉਸ ਨੂੰ ਪ੍ਰਭ ਦੇ ਹੁਕਮ ਵਿੱਚ ਚਲਦੇ, ਕੋਈ ਸੰਸਾਰਕ ਇਛਾਂ ਪਰੇਸ਼ਾਨ ਨਹੀਂ ਕਰ ਸਕਦੀ ।

Whosoever may obey and adopts the teachings of His Word with steady and stable belief in day-to-day life; only he may be blessed with a state of mind as His true devotee. Whosoever may remain contented with His Blessings, path of His Word; no worldly desire may frustrate his state of mind.

ਹੁਕਮਿ ਰਜਾਈ ਜੋ ਚਲੈ, ਸੋ ਪਵੈ ਖਜਾਨੈ॥ hukam rajaa-ee jo chalai so pavai khajaanai.
ਖੋਟੇ ਠਵਰ ਨ ਪਾਇਨੀ, ਰਲੇ ਜੂਠਾਨੈ॥੪॥ khotay thavar na paa-inee ralay joothaanai. ||4||

ਜਿਹੜਾ ਪ੍ਰਭ ਦੇ ਸ਼ਬਦ ਦੀ ਪਾਲਣਾ ਕਰਦਾ ਹੈ, ਉਸ ਨੂੰ ਪ੍ਰਵਨਗੀ ਦਾ, ਸ਼ਬਦ ਦੀ ਸੋਝੀ ਦਾ ਖਜ਼ਾਨਾ ਬਖਸ਼ਿਸ਼ ਹੋ ਸਕਦਾ ਹੈ । ਪ੍ਰਭ ਦੇ ਦਰਬਾਰ ਵਿੱਚ ਝੂਠੀ, ਦਿਖਾਵੇ ਦੀ ਕਮਾਈ ਨਾਲ ਪ੍ਰਵਾਨਗੀ ਬਖਸ਼ਿਸ਼ ਨਹੀਂ ਹੋ ਸਕਦੀ ।

Whosoever may adopt the teachings of His Word in his day-to-day life; with His mercy and grace, he may be blessed with the treasure of enlightenment of His Word. With hypocrisy, religious rituals, fraud, no one may ever be blessed with the right path nor acceptance in His Court.

ਨਿਤ ਨਿਤ ਖਰਾ ਸਮਾਲੀਐ, ਸਚੁ ਸਉਦਾ ਪਾਈਐ॥ nit nit kharaa samaalee-ai sach sa-udaa paa-ee-ai.
ਖੋਟੇ ਨਦਰਿ ਨ ਆਵਨੀ, ਲੇ ਅਗਨਿ ਜਲਾਈਐ॥੫॥ khotay nadar na aavnee lay agan jalaa-ee-ai. ||5||

ਪ੍ਰਭ ਦੇ ਦਰਬਾਰ ਵਿੱਚ ਕੇਵਲ ਸ਼ਬਦ ਦੀ ਬੰਦਗੀ ਦੀ ਕਮਾਈ ਦੀ ਕੀਮਤ ਪੈਂਦੀ ਹੈ, ਪ੍ਰਭ ਉਸ ਦਾ ਹੀ ਵਪਾਰੀ ਹੈ । ਅੰਤਰਜਾਮੀ ਪ੍ਰਭ ਦੇ ਦਰਬਾਰ ਵਿੱਚ ਝੂਠ, ਫਰੇਬ ਨਾਲ ਦਾਖਲ ਨਹੀਂ ਹੋਇਆ ਜਾ ਸਕਦਾ! ਉਹ ਜਮਦੂਤਾਂ ਦੇ ਹਵਾਲੇ, ਜੂੰਨਾਂ ਦੇ ਚੱਕਰ ਵਿੱਚ ਹੀ ਜਾਂਦਾ ਹੈ ।

Earnings of His Word may only be accepted, an asset for his soul in His Court. The True Master may be only the trader of earnings of His Word. No one may be accepted in His Court with hypocrisy, deception, or religious rituals. He remains in the cycle of birth and death.

ਜਿਨੀ ਆਤਮੁ ਚੀਨਿਆ, ਪਰਮਾਤਮੁ ਸੋਈ॥ Jinee aatam cheeni-aa parmaatam so-ee.
ਏਕੋ ਅੰਮ੍ਰਿਤ ਬਿਰਖੁ ਹੈ, ਫਲੁ ਅੰਮ੍ਰਿਤੁ ਹੋਈ॥੬॥ ayko amrit birakh hai fal amrit ho-ee. ||6||

ਜਿਹੜਾ ਆਪਣੀ ਆਤਮਾ ਨੂੰ ਪਛਾਣ ਲੈਂਦੇ, ਮਾਨਸ ਜੀਵਨ ਦਾ ਮੰਤਵ ਜਾਣ ਜਾਂਦਾ ਹੈ । ਉਸ ਦੀ ਆਤਮਾ ਨੂੰ ਉਤਮ ਅਵਸਥਾ ਬਖਸ਼ਿਸ਼ ਹੋ ਜਾਂਦੀ ਹੈ । ਪ੍ਰਭ ਆਪ ਹੀ ਸ਼ਬਦ ਦੇ ਅੰਮ੍ਰਿਤ ਦਾ ਮਾਲਕ, ਅੰਮ੍ਰਿਤ ਦੀਆਂ ਦਾਤਾਂ ਬਖਸ਼ਦਾ ਹੈ ।

Whosoever may recognize his own identity, his own mind, the purpose of human life blessings; his soul be sanctified. He may be blessed with supreme state of mind. The Omnipotent True Master, Trustee of all virtues may bless the nectar, virtues of His Word to His true devotee.

ਅੰਮ੍ਰਿਤ ਫਲੁ ਜਿਨੀ ਚਾਖਿਆ, ਸਚਿ ਰਹੇ ਅਘਾਈ॥ amrit fal Jinee chaakhi-aa sach rahay aghaa-ee.
ਤਿੰਨਾ ਭਰਮੁ ਨ ਭੇਦੁ ਹੈ, ਹਰਿ ਰਸਨ ਰਸਾਈ॥ ੭॥ tinnaa bharam na bhayd hai har rasan rasaa-ee. ||7||

ਜਿਹੜਾ ਜੀਵ ਪ੍ਰਭ ਦੇ ਸ਼ਬਦ ਦੇ ਰਸ ਦਾ ਸੁਆਦ ਜਾਣ ਜਾਂਦਾ ਹੈ, ਉਸ ਨੂੰ ਸੰਤੋਖ ਬਖਸ਼ਿਸ਼ ਹੋ ਜਾਂਦਾ ਹੈ । ਉਸ ਦੇ ਮਨ ਵਿੱਚ ਕੋਈ ਭਰਮ ਭੁਲੇਖਾ ਨਹੀ ਰਹਿੰਦਾ । ਉਸ ਦੀ ਜੀਭ ਤੇ ਪ੍ਰਭ ਦੇ ਸ਼ਬਦ ਦਾ ਹੀ ਰਸ ਬਖਸ਼ਿਸ਼ ਹੋ ਜਾਂਦਾ ਹੈ ।

Whosoever may be blessed with the enlightenment, the taste of the nectar of the teachings of His Word; with His mercy and grace, he may enjoy the contentment in his day-to-day life. All his suspicions may be eliminated forever. His tongue remains drenched with the nectar of the essence of His Word.

ਹੁਕਮਿ ਸੰਜੋਗੀ ਆਇਆ, ਚਲੁ ਸਦਾ ਰਜਾਈ॥ hukam sanjogee aa-i-aa chal sadaa rajaa-ee.

ਅਉਗਣਿਆਰੇ ਕਉ ਗੁਣੁ ਨਾਨਕੈ, ਸਚੁ ਮਿਲੈ ਵਡਾਈ॥੮॥੨੦॥ a-ogani-aaray ka-o gun naankai sach milai vadaa-ee. ||8||20||

ਜੀਵ ਪਿਛਲੇ ਕੀਤੇ ਕੰਮਾਂ ਕਰਕੇ ਹੀ ਪ੍ਰਭ ਦੇ ਹੁਕਮ ਨਾਲ ਸੰਸਾਰ ਵਿੱਚ ਜਨਮ ਲੈਂਦਾ ਹੈ । ਕੇਵਲ ਪ੍ਰਭ ਦੇ ਸ਼ਬਦ ਦੀ ਪਾਲਣਾ ਕਰਨਾ ਹੀ ਜੀਵਨ ਦਾ ਮੰਤਵ ਹੁੰਦਾ ਹੈ । ਜਿਸ ਦਾ ਭਰੋਸਾ ਸ਼ਬਦ ਤੇ ਅਡੋਲ ਹੋ ਜਾਂਦਾ ਹੈ, ਪ੍ਰਭ ਆਪ ਹੀ ਉਸ ਦੀਆਂ ਗਲਤੀਆਂ ਬਖਸ਼ ਦੇਂਦਾ ਹੈ, ਚੰਗੇ ਕੰਮ ਕਰਨ ਵਾਲ ਬਣਾ ਦੇਂਦਾ ਹੈ ।

As a reward of previous life deeds, his soul must remain in the cycle of birth and death, in a different body. The only true purpose of human life blessings may be to obey and adopt the teachings of His Word in his day-to-day life. Whosoever may obey the teachings of His Word with steady and stable belief in his day-to-day life, The True Master may forgive his ignorant mistakes and inspires to do good deeds for mankind.

Key Message of Raag Aasaa, page 421-10
'ਮਾਨਸ ਜੀਵਨ ਦਾ ਮੰਤਵ!
ਜਿਹੜਾ ਆਪਣੇ ਆਪ ਨੂੰ ਪਛਾਣ ਲੈਂਦਾ, ਆਪਾ ਸ਼ਬਦ ਦੀ ਸ਼ਰਣ ਵਿੱਚ ਭੇਟਾ ਕਰ ਦੇਂਦਾ ਹੈ । ਆਪਣੇ ਅੰਦਰੋਂ ਹੀ ਪ੍ਰਵਾਨਗੀ ਦਾ ਰਸਤਾ ਖੋਜ ਲੈਂਦਾ ਹੈ । ਪ੍ਰਭ ਦੇ ਦਰਬਾਰ ਵਿੱਚ, ਕੇਵਲ ਸ਼ਬਦ ਦੀ ਬੰਦਗੀ ਦੀ ਕਮਾਈ ਦੀ ਕੀਮਤ ਪੈਂਦੀ ਹੈ । ਜੀਵ ਦੇ ਪਿਛਲੇ ਕੀਤੇ ਕੰਮਾਂ ਨਾਲ ਹੀ ਸੰਸਾਰ ਵਿੱਚ ਜਨਮ ਲੈਂਦਾ ਹੈ । ਜੀਵਨ ਦਾ ਮੰਤਵ, ਕੇਵਲ ਪ੍ਰਭ ਦੇ ਸ਼ਬਦ ਦੀ ਪਾਲਣਾ ਕਰਨਾ ਹੀ ਹੁੰਦਾ ਹੈ ।
The real purpose of human life blessings!
Whosoever may recognize the real purpose of his human life journey; he may surrender his self-entity at His Sanctuary. He may be enlightened with the right path of acceptance in His Court. His earnings of His Word may be the only asset to support in His Court. He may be blessed another human life opportunity to sanctify his soul to become worthy of His Considerations. The only true purpose of human life blessings is to adopt the teachings of His Word.

61. ਆਸਾ ਮਹਲਾ ੧॥ 421-19

ਮਨੁ ਰਾਤਉ ਹਰਿ ਨਾਇ, ਸਚੁ ਵਖਾਣਿਆ॥ man raata-o har naa-ay sach vakhaani-aa.

ਲੋਕਾ ਦਾ ਕਿਆ ਜਾਇ, ਜਾ ਤੁਧੁ ਭਾਣਿਆ॥ ੧॥ lokaa daa ki-aa jaa-ay jaa tuDh bhaani-aa. ||1||

ਜਿਸ ਜੀਵ ਦਾ ਮਨ ਪ੍ਰਭ ਦੇ ਸ਼ਬਦ ਵਿੱਚ ਲੀਨ ਹੋ ਜਾਂਦਾ ਹੈ, ਉਹ ਹਰ ਵੇਲੇ ਪ੍ਰਭ ਦੇ ਸ਼ਬਦ ਦੀ ਹੀ ਉਸਤਤ ਗਾਉਂਦਾ ਹੈ । ਅਗਰ ਕੋਈ ਜੀਵ ਪ੍ਰਭ ਨੂੰ ਪਿਆਰਾ ਹੋ ਜਾਵੇ, ਇਸ ਨਾਲ ਹੋਰ ਕਿਸੇ ਜੀਵ ਦਾ ਕੋਈ ਬੁਰਾ ਨਹੀਂ ਹੁੰਦਾ ।

Whosoever may remain intoxicated in meditation on the teachings of His Word; he may always sing the glory of His Word. He may remain intoxicated in meditation in the void of His Word. Acceptance of anyone by The True Master, may never bring any curse to anyone else.

ਜਉ ਲਗੁ ਜੀਉ ਪਰਾਣ, ਸਚੁ ਧਿਆਈਐ॥ ja-o lag jee-o paraan sach Dhi-aa-ee-ai.

ਲਾਹਾ ਹਰਿ ਗੁਣ ਗਾਇ, ਮਿਲੈ ਸੁਖੁ ਪਾਈਐ॥੧॥ ਰਹਾਉ॥ laahaa har gun gaa-ay milai sukh paa-ee-ai. ||1|| rahaa-o.

ਜਿਤਨਾ ਚਿਰ ਸਵਾਸ ਚਲਦੇ ਹਨ, ਪ੍ਰਭ ਦੇ ਸ਼ਬਦ ਦੀ ਬੰਦਗੀ ਕਰੋ! ਪ੍ਰਭ ਦੇ ਸ਼ਬਦ ਦੇ ਗੁਣ ਗਾਉਣ ਨਾਲ ਮਨ ਨੂੰ ਸ਼ਾਂਤੀ, ਸੰਤੋਖ ਬਖਸ਼ਿਸ਼ ਹੋ ਜਾਂਦਾ ਹੈ ।

You should meditate and obey the teachings of His Word, with each breath. Whosoever may sing the glory of His Word; with His mercy and grace, he may be blessed with peace and contentment in day-to-day life.

ਸਚੀ ਤੇਰੀ ਕਾਰ ਦੇਹਿ ਦਇਆਲੁ ਤੂੰ॥ sachee tayree kaar deh da-i-aal tooN.

ਹਉ ਜੀਵਾ ਤੁਧੁ ਸਾਲਾਹਿ, ਮੈ ਟੇਕ ਅਧਾਰੁ ਤੂੰ॥ ੨॥ ha-o jeevaa tuDh saalaahi mai tayk aDhaar tooN. ||2||

ਪ੍ਰਭ ਦੇ ਸ਼ਬਦ ਦੀ ਪਾਲਣਾ ਕਰਨੀ ਹੀ ਅਸਲੀ ਕਮਾਈ ਹੈ! ਰਹਿਮਤ ਬਖਸ਼ਕੇ ਆਪਣੀ ਰਜ਼ਾ ਵਿੱਚ ਰਖੋ! ਜਿਹੜਾ ਸ਼ਬਦ ਦੀ ਹੀ ਉਸਤਤ ਗਾਉਂਦਾ ਹੈ, ਪ੍ਰਭ ਆਪ ਹੀ ਆਸਰਾ, ਰਖਵਾਲਾ ਬਣ ਜਾਂਦਾ ਹੈ ।

To obey and adopt the teachings of His Word may be the true earnings of His Word acceptable in His Court. My Merciful True Master I have unconditionally accepted Your Command. Whosoever may sing His Glory; The True Master may become his savior, protector.

ਦਰਿ ਸੇਵਕੁ ਦਰਵਾਨੁ, ਦਰਦੁ ਤੂੰ ਜਾਣਹੀ॥ dar sayvak darvaan darad tooN jaanhee.

ਭਗਤਿ ਤੇਰੀ ਹੈਰਾਨੁ ਦਰਦੁ ਗਵਾਵਹੀ॥੩॥ bhagat tayree hairaan darad gavaavhee. ||3||

ਪ੍ਰਭ ਤੂੰ ਆਪਣੇ ਦਾਸ, ਸੇਵਕ ਦੀਆਂ ਸਾਰੀਆਂ ਮੁਸੀਬਤਾਂ ਨੂੰ ਜਾਣਦਾ ਹੈ । ਤੇਰੇ ਸ਼ਬਦ ਦੀ ਪਾਲਣਾ ਕਰਨ ਨਾਲ ਸੰਸਾਰਕ ਮੁਸੀਬਤਾਂ ਖਤਮ ਹੋ ਜਾਂਦੀਆਂ ਹਨ ।

The Omniscient True Master knows all frustrations and hardships as His true devotee in his day-to-day life. Whosoever may obey the teachings of Your Word with steady and stable belief; his state of mind may become beyond the influence of worldly hardships, difficulties in his day-to-day life.

ਦਰਗਹ ਨਾਮੁ ਹਦੂਰਿ ਗੁਰਮੁਖਿ ਜਾਣਸੀ॥ dargeh naam hadoor gurmukh jaansee.

ਵੇਲਾ ਸਚੁ ਪਰਵਾਣੁ, ਸਬਦੁ ਪਛਾਣਸੀ॥੪॥ vaylaa sach parvaan sabad pachhaansee. ||4||

ਗੁਰਮਖ ਜੀਵ ਨੂੰ ਸੋਝੀ ਬਖਸ਼ਿਸ਼ ਹੋ ਜਾਂਦੀ ਹੈ, ਉਹ ਬੰਦਗੀ, ਪ੍ਰਭ ਦੇ ਸ਼ਬਦ ਦੀ ਪਾਲਣਾ ਕਰਨ ਦੇ ਰਸਤੇ ਤੇ ਚਲ ਪੈਂਦਾ ਹੈ । ਜਿਸ ਪਲ ਜੀਵ ਨੂੰ ਸ਼ਬਦ ਦੀ ਸੋਝੀ ਬਖਸ਼ਿਸ਼ ਹੋ ਜਾਂਦੀ ਹੈ, ਉਹ ਪਲ ਮਹੱਤਵ ਪੂਰਕ ਹੈ ।

His true devotee may be enlightened with the essence of His Word. He may remain steady and stable on the right path of acceptance in His Court. The moment of enlightenment of His Word may become very fortunate in his life journey.

ਸਤੁ ਸੰਤੋਖੁ ਕਰਿ ਭਾਉ, ਤੋਸਾ ਹਰਿ ਨਾਮੁ ਸੇਇ॥ sat santokh kar bhaa-o tosaa har naam say-ay.

ਮਨਹੁ ਛੋਡਿ ਵਿਕਾਰ, ਸਚਾ ਸਚੁ ਦੇਇ॥੫॥ manhu chhod vikaar sachaa sach day-ay. ||5||

ਜਿਹੜਾ ਸ਼ਬਦ ਦੀ ਪਾਲਣਾ ਕਰਦਾ ਹੈ । ਉਸ ਨੂੰ ਪ੍ਰਭ ਲੋੜ ਅਨੁਸਾਰ ਸ਼ਬਦ ਦੀ ਸੋਝੀ ਬਖਸ਼ਦਾ ਹੈ । ਪ੍ਰਭ ਦੀ ਰਹਿਮਤ ਨਾਲ ਉਸ ਦਾ ਲਾਲਚ ਖਤਮ ਹੋ ਜਾਂਦਾ ਹੈ ।

Whosoever may obey the teachings of His Word with steady and stable belief in his day-to-day life; with His mercy and grace, he may be enlightened with a certain level of comprehension of His Word. He may be bestowed with His Blessed Vision! his state of mind may become beyond the influence of worldly greed.

ਗੁਰੂ ਨਾਨਕ ਦੇਵ ਜੀ! – Guru Nanak Dev Ji! Guru Granth Sahib

ਸਚੇ ਸਚਾ ਨੇਹੁ, ਸਚੈ ਲਾਇਆ॥ sachay sachaa nayhu sachai laa-i-aa.
ਆਪੇ ਕਰੇ ਨਿਆਉ ਜੋ ਤਿਸੁ ਭਾਇਆ॥੬॥ aapay karay ni-aa-o jo tis bhaa-i-aa. ||6||

ਅਟਲ ਪ੍ਰਭ ਆਪ ਹੀ ਸੇਵਕ ਨੂੰ ਸ਼ਬਦ ਦੀ ਬੰਦਗੀ ਦੇ ਲੜ ਲਾਉਂਦਾ, ਅਡੋਲ ਰਖਦਾ ਹੈ । ਆਪ ਹੀ ਰਹਿਮਤ ਨਾਲ ਫਲ, ਦਾਤਾਂ ਬਖਸ਼ਦਾ ਹੈ ।

The True Master inspires His true devotee to obey and adopt the teachings of His Word with steady and stable belief in his day-to-day life. He may be bestowed with His Virtues and His Blessed Vision.

ਸਚੇ ਸਚੀ ਦਾਤਿ, ਦੇਹਿ ਦਇਆਲੁ ਹੈ॥ sachay sachee daat deh da-i-aal hai.
ਤਿਸੁ ਸੇਵੀ ਦਿਨੁ ਰਾਤਿ, ਨਾਮੁ ਅਮੋਲੁ ਹੈ॥੭ tis sayvee din raat naam amol hai. 7

ਪ੍ਰਭ ਦੇ ਸ਼ਬਦ ਦੀ ਬੰਦਗੀ ਕਰੋ! ਪ੍ਰਭ ਦੇ ਸ਼ਬਦ ਦੀ ਲਗਨ, ਪਾਲਣਾ ਹੀ ਅਮੋਲਕ ਦਾਤ ਹੈ । ਅਮੋਲਕ ਸ਼ਬਦ ਦੀ ਕੀਮਤ ਜਾਣੀ ਨਹੀਂ ਜਾ ਸਕਦੀ ।

You should meditate and adopt the teachings of His Word; your devotion may be the priceless blessings. The true significance of His Blessings may never be fully comprehended by His Creation.

ਤੂੰ ਉਤਮੁ ਹਉ ਨੀਚੁ, ਸੇਵਕੁ ਕਾਂਢੀਆ॥ tooN utam ha-o neech sayvak kaaNdhee-aa.
ਨਾਨਕ ਨਦਰਿ ਕਰੇਹੁ, ਮਿਲੈ ਸਚੁ ਵਾਂਢੀਆ॥ ੮॥੨੧॥ naanak nadar karayhu milai sach vaaNdhee-aa. ||8||21||

ਪ੍ਰਭ ਸਭ ਤੋਂ ਉਤਮ, ਵੱਡਾ ਹੈ । ਮੈਂ ਨਿਮਾਣੇ ਤੋਂ ਨਿਮਾਣਾ, ਆਪਣੇ ਆਪ ਨੂੰ ਤੇਰਾ ਦਾਸ, ਗੁਲਾਮ ਮੰਨਦਾ ਹਾ । ਰਹਿਮਤ ਬਖਸ਼ਕੇ, ਵਿਛੜੇ ਹੋਏ ਨਿਮਾਣੇ ਸੇਵਕ ਨੂੰ ਆਪਣੇ ਸ਼ਬਦ ਦੀ ਸਮਾਧੀ ਵਿੱਚ ਅਲੋਪ ਕਰ ਲਵੋ ।

The True Master, greatest of All, supreme! I am humble and lower than the lowest; however, I consider myself as Your Slave. My True Master bestows Your Blessed Vision to absorb my separated soul in the void of Your Word.

Key Message of Raag Aasaa, page 421-19
'ਮਾਨਸ ਜੀਵਨ ਵਿੱਚ ਸਭ ਤੋਂ ਅਮੋਲਕ ਦਾਤ!
ਜਿਹੜਾ ਪ੍ਰਭ ਦੇ ਸ਼ਬਦ ਵਿੱਚ ਲੀਨ ਹੋ ਜਾਂਦਾ ਹੈ, ਉਹ ਹਰ ਵੇਲੇ ਪ੍ਰਭ ਦੇ ਸ਼ਬਦ ਦੀ ਹੀ ਉਸਤਤ ਗਾਉਂਦਾ ਹੈ । ਪ੍ਰਭ ਆਪਣੇ ਦਾਸ, ਸੇਵਕ ਦੀਆਂ ਸਾਰੀਆਂ ਮੁਸੀਬਤਾਂ ਨੂੰ ਜਾਣਦਾ ਹੈ । ਪ੍ਰਭ ਦੇ ਸ਼ਬਦ ਦੀ ਲਗਨ, ਪਾਲਣਾ ਹੀ ਅਮੋਲਕ ਦਾਤ ਹੈ । ਪ੍ਰਭ ਆਪ ਹੀ ਵਿਛੜੇ ਹੋਏ ਨਿਮਾਣੇ ਸੇਵਕ ਨੂੰ ਆਪਣੇ ਸ਼ਬਦ ਦੀ ਸਮਾਧੀ ਵਿੱਚ ਅਲੋਪ ਕਰ ਲੈਂਦਾ ਹੈ ।
Most Ambrosial blessing in human life!
Whosoever may remain intoxicated in the void of His Word; he may always sing the glory of His Word. The Omniscient True Master remains aware of all frustrations and hardships of His true devotee. The devotion to adopt the teachings of His Word may be His Ambrosial Blessings. The True Master may immerse the separated soul of His true devotee in the void of His Word.

62. ਆਸਾ ਮਹਲਾ ੧॥ 422-8

ਆਵਣ ਜਾਣਾ ਕਿਉ ਰਹੈ, ਕਿਉ ਮੇਲਾ ਹੋਈ॥ aavan jaanaa ki-o rahai ki-o maylaa ho-ee.
ਜਨਮ ਮਰਣ ਕਾ ਦੁਖੁ ਘਣੋ, ਨਿਤ ਸਹਸਾ ਦੋਈ॥ ੧॥ janam maran kaa dukh ghano nit sahsaa do-ee. ||1||

ਜੀਵ ਦਾ ਆਵਾਗਉਣ ਕਿਵੇਂ ਖਤਮ ਹੋ ਸਕਦਾ ਹੈ? ਕਿਸਤਰ੍ਹਾਂ ਆਤਮਾ ਦਾ ਵਿਛੜੇ ਪ੍ਰਭ ਨਾਲ ਸੰਜੋਗ ਹੋ ਸਕਦਾ ਹੈ? ਪ੍ਰਭ, ਸ਼ਬਦ ਦੀ ਬੰਦਗੀ ਤੋਂ ਬਿਨਾਂ ਮਾਨਸ ਜੀਵਨ ਦਾ ਹੋਰ ਕੀ ਧੰਦਾ ਹੈ?

How may the cycle of birth and death be eliminated? How may his separated soul be united with His Holy Spirit? Is there any other real purpose of human life journey, beyond the meditation on the teachings of His Word?

ਬਿਨੁ ਨਾਵੈ ਕਿਆ ਜੀਵਨਾ, ਫਿਟੁ ਧ੍ਰਿਗੁ ਚਤੁਰਾਈ॥ bin naavai ki-aa jeevnaa fit Dharig chaturaa-ee.
ਸਤਿਗੁਰ ਸਾਧੁ ਨ ਸੇਵਿਆ, ਹਰਿ ਭਗਤਿ ਨ ਭਾਈ॥੧॥ ਰਹਾਉ॥ satgur saaDh na sayvi-aa har bhagat na bhaa-ee. ||1|| rahaa-o.

ਪ੍ਰਭ ਦੇ ਸ਼ਬਦ ਨਾਲ ਜੀਵਨ ਢਾਲਣ ਤੋਂ ਬਿਨਾਂ ਮਾਨਸ ਜੀਵਨ ਦਾ ਹੋਰ ਕੀ ਮੰਤਵ ਹੈ? ਪ੍ਰਭ ਦੇ ਸ਼ਬਦ ਦੀ ਕਮਾਈ ਤੋਂ ਬਿਨਾਂ ਕਿਸੇ ਚੁਤਰਾਈ ਨਾਲ ਪ੍ਰਵਾਨਗੀ ਬਖਸ਼ਿਸ਼ ਨਹੀਂ ਹੋ ਸਕਦੀ । ਜਿਹੜਾ ਬੰਦਗੀ ਕਰਨ ਵਾਲੇ ਦੀ ਸੇਵਾ, ਉਸ ਦੇ ਜੀਵਨ ਨੂੰ ਆਪਣੇ ਜੀਵਨ ਦਾ ਅਧਾਰ ਨਹੀ ਬਣਾਉਂਦਾ, ਉਸ ਦੀ ਬੰਦਗੀ ਪ੍ਰਵਾਨ ਨਹੀਂ ਹੁੰਦੀ ।

Is there any other real purpose of human life blessing, without adopting the teachings of His Word in day-to-day life? No one may ever be accepted in His Court, without earnings of His Word, with any religious rituals, clever tricks. Whosoever may not serve His Holy saint nor adopt his life experience teachings of his own life; he may not be accepted in His Court.

ਆਵਣੁ ਜਾਵਣੁ ਤਉ ਰਹੈ, ਪਾਈਐ ਗੁਰੁ ਪੂਰਾ॥ aavan jaavan ta-o rahai paa-ee-ai gur pooraa.
ਰਾਮ ਨਾਮੁ ਧਨੁ ਰਾਸਿ ਦੇਇ, ਬਿਨਸੈ ਭ੍ਰਮੁ ਕੂਰਾ॥ ੨॥ raam naam Dhan raas day-ay binsai bharam kooraa. ||2||

ਪੂਰਨ ਗੁਰੂ, ਪ੍ਰਭ ਦੀ ਰਹਿਮਤ ਨਾਲ ਹੀ ਆਵਾਗਉਣ ਮਿਟ ਸਕਦਾ ਹੈ । ਜਿਹੜਾ ਜੀਵ ਸ਼ਬਦ ਦੀ ਕਮਾਈ ਕਰਦਾ ਹੈ, ਉਸ ਦੇ ਭਰਮ ਨਾਸ਼ ਹੋ ਸਕਦੇ ਹਨ ।

Whosoever may be bestowed with His Blessed Vision, only his cycle of birth and death, re-incarnation may be eliminated. Whosoever may earn the wealth of His Word, all his suspicions of worldly rituals may be eliminated.

ਸੰਤ ਜਨਾ ਕਉ ਮਿਲਿ ਰਹੈ, ਧਨੁ ਧਨੁ ਜਸੁ ਗਾਏ॥ sant janaa ka-o mil rahai Dhan Dhan jas gaa-ay.
ਆਦਿ ਪੁਰਖੁ ਅਪਰੰਪਰਾ, ਗੁਰਮੁਖਿ ਹਰਿ ਪਾਏ॥ ੩॥ aad purakh aprampraa gurmukh har paa-ay. ||3||

ਬੰਦਗੀ ਕਰਨਵਾਲਿਆਂ ਸੰਤ ਸਰੂਪਾਂ ਨਾਲ ਮਿਲ ਕੇ ਸਿਮਰਨ ਕਰੋ! ਇਸ ਨਾਲ ਪ੍ਰਭ ਦੀ ਰਹਿਮਤ, ਗੁਰਮਖ ਅਵਸਥਾ ਬਖਸ਼ਿਸ਼ ਹੋ ਸਕਦੀ ਹੈ ।

You should associate with His true believer, His true devotee to meditate on the teachings of His Word; with His mercy and grace, you may be blessed with a state of mind as His true devotee.

ਨਟੂਐ ਸਾਂਗੁ ਬਣਾਇਆ, ਬਾਜੀ ਸੰਸਾਰਾ॥ natoo-ai saaNg banaa-i-aa baajee sansaaraa.
ਖਿਨੁ ਪਲੁ ਬਾਜੀ ਦੇਖੀਐ, ਉਝਰਤ ਨਹੀ ਬਾਰਾ॥ ੪॥ khin pal baajee daykhee-ai ujhrat nahee baaraa. ||4||

ਸੰਸਾਰਕ ਜੀਵਨ ਬਾਜ਼ੀਗਰ ਦੇ ਖੇਲ ਦੀ ਤਰ੍ਹਾਂ ਹੀ ਹੈ । ਜਿਹੜਾ ਇਕ ਪਲ ਖੇਲ ਦੇਖਦੇ, ਦੂਜੇ ਪਲ ਪ੍ਰਭ ਦਾ ਖੇਲ ਨਜ਼ਰ ਨਹੀਂ ਆਉਂਦਾ, ਖਤਮ ਹੋ ਜਾਂਦਾ ਹੈ ।

Human life may be like a juggler play. You may witness play of His Nature; in a twinkle of eyes nothing may exist.

ਹਉਮੈ ਚਉਪੜਿ ਖੇਲਣਾ, ਝੂਠੇ ਅਹੰਕਾਰਾ॥ ha-umai cha-uparh khaylnaa jhoothay ahaNkaaraa.
ਸਭੁ ਜਗੁ ਹਾਰੈ ਸੋ ਜਿਣੈ, ਗੁਰ ਸਬਦੁ ਵੀਚਾਰਾ॥ ੫॥ sabh jag haarai so Jinai gur sabad veechaaraa. ||5||

ਜਿਹੜਾ ਅਹੰਕਾਰ ਅਤੇ ਹੈਸੀਅਤ ਦੇ ਜ਼ੋਰ ਤੇ ਜੀਵਨ ਬਤੀਤ ਕਰਦਾ ਹੈ, ਉਹ ਮਾਨਸ ਜਨਮ ਦੀ ਬਾਜੀ ਹਾਰ ਜਾਂਦਾ ਹੈ । ਜਿਹੜਾ ਪ੍ਰਭ ਦੇ ਸ਼ਬਦ ਦੀ ਪਾਲਣਾ ਕਰਦਾ ਹੈ, ਕੇਵਲ ਉਹ ਹੀ ਸਫਲ ਹੁੰਦਾ ਹੈ ।

Whosoever may remain intoxicated in ego of his worldly status and performs his worldly deeds; he may lose the play of human life journey. Whosoever may obey the teachings of His Word in his day-to-day life, only his human life journey may become successful.

ਜਿਉ ਅੰਧੁਲੈ ਹਥਿ ਟੋਹਣੀ, ਹਰਿ ਨਾਮੁ ਹਮਾਰੈ॥ — Ji-o anDhulai hath tohnee har naam hamaarai.
ਰਾਮ ਨਾਮੁ ਹਰਿ ਟੇਕ ਹੈ, ਨਿਸਿ ਦਉਤ ਸਵਾਰੈ॥ ੬॥ — raam naam har tayk hai nis da-ut savaarai. ||6||

ਜਿਵੇਂ ਅੰਧੇ ਜੀਵ ਨੂੰ ਸੋਟੀ ਨਾਲ ਹੀ ਰਸਤਾ ਲੱਭਦਾ ਹੈ । ਇਸਤਰ੍ਹਾਂ ਪ੍ਰਭ ਦਾ ਸ਼ਬਦ ਹੀ ਮੇਰੇ ਵਾਸਤੇ ਰਸਤਾ ਦੱਸਣ ਵਾਲੀ ਸੋਟੀ ਹੈ । ਪ੍ਰਭ ਦਾ ਸਿਮਰਨ ਹੀ ਦਿਨ ਰਾਤ ਮੇਰੇ ਜੀਵਨ ਦਾ ਮੰਤਵ ਹੈ ।

As a blind may find his path with a guiding stick. Same way, the teachings of His Word, may be a guiding stick in my human life journey. The real purpose of my human life journey may be to meditate on the teachings of His Word.

ਜਿਉ ਤੂੰ ਰਾਖਹਿ ਤਿਉ ਰਹਾ, ਹਰਿ ਨਾਮ ਅਧਾਰਾ॥ — Ji-o tooN raakhahi ti-o rahaa har naam aDhaaraa.
ਅੰਤਿ ਸਖਾਈ ਪਾਇਆ, ਜਨ ਮੁਕਤਿ ਦੁਆਰਾ॥੭॥ — ant sakhaa-ee paa-i-aa jan mukat du-aaraa. ||7||

ਪ੍ਰਭ ਆਪਣੀ ਰਜ਼ਾ ਵਿੱਚ ਹੀ ਰਖੋ! ਮੇਰੀ ਹੋਰ ਕੋਈ ਮੰਗ, ਮੇਰਾ ਆਸਰਾ ਨਹੀਂ ਹੈ । ਜਿਸ ਦਾਸ ਨੂੰ ਦਰਬਾਰ ਵਿੱਚ ਪ੍ਰਵਾਨਗੀ ਹਾਸਿਲ ਹੋ ਜਾਂਦੀ ਹੈ । ਉਸ ਦੇ ਮਨ ਨੂੰ ਬਹੁਤ ਸ਼ਾਤੀ ਬਖਸ਼ਿਸ਼ ਹੁੰਦੀ ਹੈ!

My True Master, keeps me contented in my worldly environments; only You are my pillar of support. Whose soul may becomes worthy of Your Consideration; he may remain overwhelmed with peace of mind and contentment.

ਜਨਮ ਮਰਣ ਦੁਖ ਮੇਟਿਆ, ਜਪਿ ਨਾਮੁ ਮੁਰਾਰੇ॥ — janam maran dukh mayti-aa jap naam muraaray.
ਨਾਨਕ ਨਾਮੁ ਨ ਵੀਸਰੈ, ਪੂਰਾ ਗੁਰੁ ਤਾਰੇ॥੮॥੨੨॥ — naanak naam na veesrai pooraa gur taaray. ||8||22||

ਜਿਹੜਾ ਜੀਵ ਭਰੋਸਾ ਅਡੋਲ ਰਖਕੇ, ਸ਼ਬਦ ਦੀ ਪਾਲਣਾ ਕਰਦਾ ਹੈ, ਪ੍ਰਭ ਦੀ ਰਹਿਮਤ ਨਾਲ ਉਸ ਦਾ ਜਨਮ ਮਰਨ ਦਾ ਚੱਕਰ ਖਤਮ ਹੋ ਸਕਦਾ ਹੈ । ਜਿਹੜਾ ਪ੍ਰਭ ਦੇ ਸ਼ਬਦ ਦੇ ਨਾਲ ਜੀਵਨ ਢਾਲਦਾ ਹੈ, ਉਸ ਨੂੰ ਪ੍ਰਭ ਦੇ ਦਰਬਾਰ ਵਿੱਚ ਪ੍ਰਵਾਨਗੀ ਬਖਸ਼ਿਸ਼ ਹੋ ਸਕਦੀ ਹੈ ।

Whosoever may adopt the teachings of His Word with steady and stable in his day-to-day life; with His mercy and grace, his cycle of birth and death may be eliminated. His soul may be accepted in His Court.

Key Message of Raag Aasaa, page 422-8
'ਆਵਾਗਉਣ ਦਾ ਚੱਕਰ ਕਿਵੇਂ ਖਤਮ ਹੋ ਸਕਦਾ ਹੈ?
ਜੀਵ ਦਾ ਆਵਾਗਉਣ, ਪ੍ਰਭ ਦੇ ਸ਼ਬਦ ਨਾਲ ਜੀਵਨ ਢਾਲਣ ਨਾਲ ਹੀ ਖਤਮ ਹੋ ਸਕਦਾ ਹੈ! ਮਾਨਸ ਜੀਵਨ ਦਾ ਕੇਵਲ ਇਕੋ ਇਕ ਹੀ ਮੰਤਵ ਹੈ । ਜਿਹੜਾ ਜੀਵ ਸ਼ਬਦ ਦੀ ਕਮਾਈ ਕਰਦਾ ਹੈ, ਉਸ ਦੇ ਭਰਮ ਨਾਸ਼ ਹੋ ਸਕਦੇ ਹਨ । ਜਿਵੇਂ ਅੰਧੇ ਜੀਵ ਨੂੰ ਸੋਟੀ ਨਾਲ ਹੀ ਰਸਤਾ ਲੱਭ ਸਕਦਾ ਹੈ । ਇਸਤਰ੍ਹਾਂ ਪ੍ਰਭ ਦਾ ਸ਼ਬਦ ਹੀ ਰਸਤਾ ਦੱਸਣ ਵਾਲੀ ਸੋਟੀ ਹੈ । ਜਿਹੜੇ ਪ੍ਰਭ ਦੇ ਸ਼ਬਦ ਦੇ ਨਾਲ ਜੀਵਨ ਢਾਲ ਲੈਂਦਾ ਹੈ, ਉਸ ਨੂੰ ਪ੍ਰਵਾਨਗੀ ਦਾ ਰਸਤਾ ਬਖਸ਼ਿਸ਼ ਹੋ ਸਕਦਾ ਹੈ ।
How the cycle of birth and death may be eliminated?
Whosoever may adopt the teachings of His Word; only, his re-incarnation, cycle of birth and death only be eliminated. Earnings of His Word may be the only real purpose of human life opportunity; with His mercy and grace, all his suspicions of worldly rituals may be eliminated. As a blind may find his path with the guiding stick; same way the teachings of His Word, may be the guiding stick in human life journey.

63. ਰਾਗੁ ਆਸਾ ਮਹਲਾ ੧ ਪਟੀ ਲਿਖੀ॥ 432-8

ੴ ਸਤਿਗੁਰ ਪ੍ਰਸਾਦਿ॥ — ik-oNkaar satgur parsaad.
ਸਸੈ – ਸੋਇ ਸ੍ਰਿਸਟਿ ਜਿਨਿ ਸਾਜੀ, ਸਭਨਾ ਸਾਹਿਬੁ ਏਕੁ ਭਇਆ॥ — sasai so-ay sarisat jin saajee sabhnaa saahib ayk bha-i-aa.
ਸੇਵਤ ਰਹੇ ਚਿਤੁ ਜਿਨੑ ਕਾ ਲਾਗਾ, — sayvat rahay chit jinH kaa laagaa
ਆਇਆ ਤਿਨੑ ਕਾ ਸਫਲੁ ਭਇਆ॥੧॥ — aa-i-aa tinH kaa safal bha-i-aa. ||1||
ਮਨ ਕਾਹੇ ਭੂਲੇ ਮੂੜ ਮਨਾ॥ — man kaahay bhoolay moorh manaa.
ਜਬ ਲੇਖਾ ਦੇਵਹਿ ਬੀਰਾ ਤਉ ਪੜਿਆ॥੧॥ ਰਹਾਉ॥ — jab laykhaa dayveh beeraa ta-o parhi-aa. ||1|| rahaa-o.

ਸਾਰੀ ਸ੍ਰਿਸ਼ਟੀ ਨੂੰ ਪੈਦਾ ਕਰਨਵਾਲਾ ਇਕੋ ਇਕ ਪ੍ਰਭ ਆਪ ਹੀ ਹੈ । ਉਹ ਹੀ ਸਾਰੇ ਜੀਵਾਂ ਦਾ ਅਸਲੀ, ਅਟਲ ਸਦਾ ਰਹਿਣ ਵਾਲਾ ਮਾਲਕ ਹੈ । ਜਿਹੜਾ ਸੰਸਾਰ ਵਿੱਚ ਸ੍ਰਿਸ਼ਟੀ ਦੀ ਭਲਾਈ ਦੀ ਕਮਾਈ ਕਰਦਾ ਹੈ । ਉਦ ਦਾ ਜਨਮ ਸਫਲ ਹੋ ਜਾਂਦਾ ਹੈ, ਉਸ ਨੂੰ ਰਹਿਮਤ ਬਖਸ਼ਿਸ਼ ਹੋ ਸਕਦੀ ਹੈ । ਅਣਜਾਣ ਜੀਵ ਪ੍ਰਭ ਦੇ ਵਿਛੋੜੇ ਦੀ ਯਾਦ, ਸ਼ਬਦ ਦੀ ਸਿਖਿਆਂ ਨੂੰ ਕਿਉਂ ਵਿਸਾਰ ਦਿੱਤਾ ਹੈ? ਮੌਤ ਤੋਂ ਪਿਛੋਂ, ਜੀਵਨ ਦਾ ਲੇਖਾ ਕਰਨ ਵਾਲਾ ਮਾਲਕ, ਧਰਮਰਾਜ ਕੇਵਲ ਇਕੋ ਇਕ ਪ੍ਰਭ ਹੀ ਹੈ ।

The One and Only One, Axiom True Master, may be the only creator protector of all creatures of the universe. Whosoever may perform good deeds for mankind in his day-to-day; with His mercy and grace, he may be blessed with the right path of acceptance in His Court. Why may ignorant, self-minded abandon the memory of separation from His Holy Spirit, teachings of His Word? After death! only, The True Master, may be The Righteous Judge to clear his account of worldly deeds of His true devotee.

ਈਵੜੀ – ਆਦਿ ਪੁਰਖੁ ਹੈ ਦਾਤਾ, ਆਪੇ ਸਚਾ ਸੋਈ॥ — eevrhee aad purakh hai daataa aapay sachaa so-ee.
ਏਨਾ ਅੱਖਰਾ ਮਹਿ ਜੋ ਗੁਰਮੁਖਿ ਬੂਝੈ, ਤਿਸੁ ਸਿਰਿ ਲੇਖੁ ਨ ਹੋਈ॥੨॥ — aynaa akhraa meh jo gurmukh boojhai tis sir laykh na ho-ee. ||2||

ਅਟਲ ਪ੍ਰਭ ਹੀ ਜੀਵ ਨੂੰ ਦਾਤਾਂ ਬਖਸ਼ਣ ਵਾਲਾ ਅਸਲੀ ਮਾਲਕ ਹੈ । ਜਿਹੜਾ ਸ਼ਬਦ ਦੀ ਕਮਾਈ ਕਰਦਾ, ਉਸ ਦਾ ਲੇਖਾ ਖਤਮ ਕਰ ਦੇਂਦਾ, ਬਖਸ਼ ਦੇਂਦਾ ਹੈ ।

The One and Only One, True Master, Treasure, may bestow His virtues on His Creation. Whosoever may earn the wealth of His Word, all his innocent mistakes may be forgiven by The True Master.

ਊੜੈ – ਉਪਮਾਂ ਤਾ ਕੀ ਕੀਜੈ, ਜਾ ਕਾ ਅੰਤੁ ਨ ਪਾਇਆ॥ — oorhai upmaa taa kee keejai jaa kaa ant na paa-i-aa.
ਸੇਵਾ ਕਰਹਿ ਸੇਈ ਫਲੁ ਪਾਵਹਿ, ਜਿਨੀ ਸਚੁ ਕਮਾਇਆ॥੩॥ — sayvaa karahi say-ee fal paavahi jinHee sach kamaa-i-aa. ||3||

ਅੰਤ ਤੋਂ ਰਹਿਤ ਪ੍ਰਭ ਦੇ ਗੁਣਾਂ ਦੀ ਉਸਤਤ ਕਰੋ! ਜਿਸ ਦੀ ਸ਼ਬਦ ਦੀ ਕਮਾਈ ਪ੍ਰਵਾਨ ਹੋ ਜਾਂਦੀ ਹੈ, ਉਸ ਨੂੰ ਕਮਾਈ ਦਾ ਫਲ ਬਖਸ਼ਿਸ਼ ਹੋ ਜਾਂਦਾ ਹੈ ।

ਗੁਰੂ ਨਾਨਕ ਦੇਵ ਜੀ! – Guru Nanak Dev Ji! Guru Granth Sahib

You should sing the glory of the virtues of The Limitless True Master. Whosoever earnings of His Word may be accepted in His Court; with His mercy and grace, he may be blessed with the right path of acceptance in His Court.

ਞੰਞੈ – ਞਿਆਨੁ ਬੂਝੈ ਜੇ ਕੋਈ, ਪੜਿਆ ਪੰਡਿਤੁ ਸੋਈ॥ nyanyai nyi-aan boojhai jay ko-ee parhi-aa pandit so-ee.
ਸਰਬ ਜੀਆ ਮਹਿ ਏਕੋ ਜਾਣੈ, ਤਾ ਹਉਮੈ ਕਹੈ ਨ ਕੋਈ॥੪॥ sarab jee-aa meh ayko jaanai taa ha-umai kahai na ko-ee. ||4||

ਜਿਹੜਾ ਜੀਵ ਆਪਣਾ ਧਿਆਨ ਸ਼ਬਦ ਦੀ ਪਾਲਣਾ ਵਿੱਚ ਰਖਦਾ ਹੈ । ਉਸ ਨੂੰ ਸ਼ਬਦ ਦੀ ਸੋਝੀ ਹੋ ਜਾਂਦੀ ਹੈ, ਉਹ ਸੰਤ ਸਰੂਪ, ਸਿਆਣਾ ਬਣ ਜਾਂਦਾ ਹੈ । ਜਿਹੜਾ ਸਭ ਜੀਵਾਂ ਵਿੱਚ ਇਕੋ ਇਕ ਪ੍ਰਭ ਦੀ ਜੋਤ ਸਮਝਦਾ ਹੈ, ਉਸ ਦੇ ਮਨ ਵਿੱਚ ਕਦੇ ਅਹੰਕਾਰ ਨਹੀਂ ਹੁੰਦਾ ।

Whosoever may concentrate and meditates on the teachings of His Word with steady and stable belief; with His mercy and grace, he may be blessed with the enlightenment of the essence of His Word. He may be blessed with a state of mind as His true devotee. Whosoever may accept His Holy Spirit, remains embedded within every soul, dwells and prevails in every event of His Nature; he may conquer his own ego.

ਕਕੈ – ਕੇਸ ਪੁੰਡਰ ਜਬ ਹੂਏ, ਵਿਣੁ ਸਾਬੂਣੈ ਉਜਲਿਆ॥ kakai kays pundar jab hoo-ay vin saaboonai ujli-aa.
ਜਮ ਰਾਜੇ ਕੇ ਹੇਰੂ ਆਏ, jam raajay kay hayroo aa-ay
ਮਾਇਆ ਕੈ ਸੰਗਲਿ ਬੰਧਿ ਲਇਆ॥੫॥ maa-i-aa kai sangal banDh la-i-aa. ||5||

ਜਦੋਂ ਵਾਲ ਚਿੱਟੇ ਹੋ ਜਾਂਦੇ ਹਨ, ਇਹ ਧੋਣ ਤੋਂ ਬਿਨਾਂ ਹੀ ਚਮਕਦੇ ਹਨ । ਜਿਸ ਜੀਵ ਨੂੰ ਬੰਦਗੀ ਕਰਦੇ ਨੂੰ ਸ਼ਬਦ ਦੀ ਸੋਝੀ ਬਖਸ਼ਿਸ਼ ਹੋ ਜਾਂਦੀ ਹੈ । ਉਸ ਤੇ ਸੰਤ ਸਰੂਪ ਵਾਲਾ ਨੂਰ ਬਖਸ਼ਿਸ਼ ਹੋ ਜਾਂਦਾ ਹੈ । ਜਿਹੜਾ ਸੰਸਾਰਕ ਮਾਇਆ, ਮੋਹ ਦੇ ਜਾਲ ਵਿੱਚ ਫਸਿਆ ਹੁੰਦਾ ਹੈ, ਮੌਤ ਦੇ ਫਰਿਸ਼ਤੇ ਦੇ ਕਾਬੂ ਵਿੱਚ ਹੀ ਰਹਿੰਦਾ ਹੈ ।

Whose hair become white with old age; his hairs remain shining without even washing. Same way, whosoever may adopt the teachings of His Word with steady and stable belief in his day-to-day life; with His mercy and grace, he may be enlightened with the essence of His Word; the eternal spiritual glow may shine on his forehead. Whosoever may remain intoxicated in greed of worldly wealth; he may remain in the cycle of birth and death.

ਖਖੈ – ਖੁੰਦਕਾਰੁ ਸਾਹ ਆਲਮੁ, ਕਰਿ ਖਰੀਦਿ ਜਿਨਿ ਖਰਚੁ ਦੀਆ॥ khakhai khundkaar saah aalam kar khareed jin kharach dee-aa.
ਬੰਧਨਿ ਜਾ ਕੈ ਸਭੁ ਜਗੁ ਬਾਧਿਆ, banDhan jaa kai sabh jag baaDhi-aa
ਅਵਰੀ ਕਾ ਨਹੀ ਹੁਕਮੁ ਪਇਆ॥੬॥ avree kaa nahee hukam pa-i-aa. ||6||

ਸਾਰਿਆਂ ਦਾ ਅਸਲੀ ਮਾਲਕ, ਪ੍ਰਭ ਹੀ ਜੀਵਾਂ ਨੂੰ ਦਾਤਾਂ ਬਖਸ਼ਕੇ ਸ਼ਬਦ ਵਿੱਚ ਅਡੋਲ ਰਖਦਾ ਹੈ । ਸਭ ਉਸ ਦੇ ਹੁਕਮ ਅੰਦਰ ਹੀ ਚਲ ਸਕਦੇ ਹਨ । ਹੋਰ ਕਿਸੇ ਦਾ ਜ਼ੋਰ ਨਹੀਂ ਚਲਦਾ ।

The One and Only One, True Master bestows His Virtues to keep steady and stable on the path of obeying the teachings of His Word. Everyone may only function under His Command; no one may avoid His Command.

ਗਗੈ ਗੋਇ ਗਾਇ ਜਿਨਿ ਛੋਡੀ, ਗਲੀ ਗੋਬਿਦੁ ਗਰਬਿ ਭਇਆ॥ gagai go-ay gaa-ay jin chhodee galee gobid garab bha-i-aa.
ਘੜਿ ਭਾਂਡੇ ਜਿਨਿ ਆਵੀ ਸਾਜੀ, ਚਾੜਣ ਵਾਹੈ ਤਈ ਕੀਆ॥੭॥ gharh bhaaNday jin aavee saajee chaarhan vaahai ta-ee kee-aa. ||7||

ਜਿਹੜਾ ਸ਼ਬਦ ਦਾ ਸਿਮਰਨ ਨਹੀਂ ਕਰਦਾ, ਉਹ ਜੀਵਨ ਦੇ ਸਫਰ ਵਿੱਚ ਅਣਜਾਣ ਹੀ ਹੁੰਦਾ ਹੈ । ਅਸਲੀ ਮਾਲਕ ਪ੍ਰਭ ਆਪ ਹੀ ਰਹਿਮਤ ਬਖਸ਼ਕੇ, ਜੀਵ ਨੂੰ ਬੰਦਗੀ ਤੇ ਲਾਉਂਦਾ ਹੈ ।

Whosoever may not meditate and adopts the teachings of His Word in his day-to-day life; he may remain ignorant from the real purpose of human life journey. The True Master may bestow His Blessed Vision to attach anyone to meditate on the teachings of His Word.

ਘਘੈ – ਘਾਲ ਸੇਵਕੁ ਜੇ ਘਾਲੈ, ਸਬਦਿ ਗੁਰੂ ਕੈ ਲਾਗਿ ਰਹੈ॥ ghaghai ghaal sayvak jay ghaalai sabad guroo kai laag rahai.
ਬੁਰਾ ਭਲਾ ਜੇ ਸਮ ਕਰਿ ਜਾਣੈ, ਇਨ ਬਿਧਿ ਸਾਹਿਬੁ ਰਮਤੁ ਰਹੈ॥੮॥ buraa bhalaa jay sam kar jaanai in biDh saahib ramat rahai. ||8||

ਜਿਹੜਾ ਸੇਵਕ ਅਡੋਲ ਹੋ ਕੇ ਪ੍ਰਭ ਦੇ ਸ਼ਬਦ ਦੇ ਲੜ ਲਗਦਾ, ਪਾਲਣਾ ਕਰਦਾ ਹੈ । ਉਹ ਬੁਰਾ ਭਲਾ ਪ੍ਰਭ ਦੀ ਬਖਸ਼ਿਸ਼ ਹੀ ਸਮਝ ਕੇ ਅਨੰਦ ਮਾਨਦਾ ਹੈ ।

Whosoever may obey and adopts the teachings of His Word with steady and stable belief in his day-to-day life. He may accept the worldly miseries and pleasures as His Blessings. He may remain contented in blossom in all worldly conditions.

ਚਚੈ – ਚਾਰਿ ਵੇਦ ਜਿਨਿ ਸਾਜੇ, ਚਾਰੇ ਖਾਣੀ ਚਾਰਿ ਜੁਗਾ॥ chachai chaar vayd jin saajay chaaray khaanee chaar jugaa.
ਜੁਗੁ ਜੁਗੁ ਜੋਗੀ ਖਾਣੀ ਭੋਗੀ, ਪੜਿਆ ਪੰਡਿਤੁ ਆਪਿ ਥੀਆ॥੯॥ jug jug jogee khaanee bhogee parhi-aa pandit aap thee-aa. ||9||

ਪ੍ਰਭ ਨੇ ਹੀ ਚਾਰੇ ਵੇਦ, ਚਾਰ ਜਨਮ ਦੇ ਤਰੀਕੇ, ਚਾਰ ਜੁਗ ਬਣਾਏ ਹਨ । ਇਹਨਾਂ ਸਭਨਾਂ ਵਿੱਚ ਉਹ ਆਪ ਹੀ ਕੰਮ ਕਰਨ ਵਾਲਾ, ਅਨੰਦ ਮਾਨਣ ਵਾਲਾ, ਸੋਝੀ ਦੇਣਵਾਲਾ, ਵਿਆਖਿਆ ਕਰਨ ਵਾਲਾ, ਬਖਸ਼ਣ ਵਾਲਾ ਮਾਲਕ ਹੈ ।

The True Master has created, four Vedas, four source of Creation and four Ages. From Ancient Ages! The One and Only One, True Master prevails, enjoys the pleasures and entertainment, source of enlightenment, comprehension of His Nature, the teachings of His Word and, The Merciful True Master of Forgiveness.

ਛਛੈ – ਛਾਇਆ ਵਰਤੀ ਸਭ ਅੰਤਰਿ, ਤੇਰਾ ਕੀਆ ਭਰਮੁ ਹੋਆ॥ chhachhai chhaa-i-aa vartee sabh antar tayraa kee-aa bharam ho-aa.
ਭਰਮੁ ਉਪਾਇ ਭੁਲਾਈਅਨੁ ਆਪੇ, bharam upaa-ay bhulaa-ee-an aapay
ਤੇਰਾ ਕਰਮੁ ਹੋਆ ਤਿਨ੍ ਗੁਰੂ ਮਿਲਿਆ॥ ੧੦ tayraa karam ho-aa tinH guroo mili-aa. ||10||

ਸੰਸਾਰ ਵਿੱਚ ਸਾਰੇ ਭਰਮ ਭੁਲੇਖੇ ਪ੍ਰਭ ਆਪ ਹੀ ਪਾਉਂਦਾ ਹੈ! ਆਪ ਹੀ ਜੀਵਾਂ ਨੂੰ ਵੱਖਰੇ ਵੱਖਰੇ ਰਸਤੇ ਤੇ ਪਾਉਂਦਾ ਹੈ । ਆਪ ਹੀ ਰਹਿਮਤ ਬਖਸ਼ਕੇ, ਸ਼ਬਦ ਦੀ ਬੰਦਗੀ ਦੇ ਰਸਤੇ ਤੇ ਪਾਉਂਦਾ ਹੈ, ਸ਼ਬਦ ਦੀ ਸੋਝੀ ਬਖਸ਼ਦਾ ਹੈ ।

All worldly suspicions have been created to monitor the sincerity of His true devotee. Only, He may inspire every creature on different ways of life. Whosoever may be blessed with devotion to meditate on the right path of salvation; he may be blessed with the enlightenment of His Word.

ਜਜੈ – ਜਾਨੁ ਮੰਗਤ ਜਨੁ ਜਾਚੈ, ਲਖ ਚਉਰਾਸੀਹ ਭੀਖ ਭਵਿਆ॥ jajai jaan mangat jan jaachai lakh cha-oraaseeh bheekh bhavi-aa.
ਏਕੋ ਲੇਵੈ ਏਕੋ ਦੇਵੈ, ਅਵਰੁ ਨ ਦੂਜਾ ਮੈ ਸੁਣਿਆ॥੧੧॥ ayko layvai ayko dayvai avar na doojaa mai suni-aa. ||11||

ਜਿਹੜਾ ਸੰਸਾਰਕ ਸਿਆਣਪ ਦੀ ਮੰਗ ਕਰਦਾ ਹੈ । ਉਹ 84 ਲਖਾਂ ਜੂੰਨਾਂ ਵਿੱਚ ਭਉਦਾ ਰਹਿੰਦਾ ਹੈ । ਪ੍ਰਭ ਹੀ ਦਾਤਾਂ ਦੇਣ ਵਾਲਾ, ਖਤਮ ਕਰਨ ਵਾਲਾ ਮਾਲਕ ਹੈ । ਹੋਰ ਕਿਸੇ ਦਾ ਕੋਈ ਜ਼ੋਰ ਨਹੀਂ ।

ਗੁਰੂ ਨਾਨਕ ਦੇਵ ਜੀ! – Guru Nanak Dev Ji! Guru Granth Sahib

Whosoever may pray for wisdom, the knowledge of His Creation, he may remain in the cycle of birth and death. Only He may bestow His Virtues to enhance the glory of anyone; he may deprive His Virtue to make anyone insane, foolish. No one has any power to avoid Your Command, Nature.

ਝਝੈ – ਝੂਰਿ ਮਰਹੁ ਕਿਆ ਪ੍ਰਾਣੀ, ਜੋ ਕਿਛੁ ਦੇਣਾ ਸੁ ਦੇ ਰਹਿਆ॥ jhajhai jhoor marahu ki-aa paraanee jo kichh daynaa so day rahi-aa.
ਦੇ ਦੇ ਵੇਖੈ ਹੁਕਮੁ ਚਲਾਏ, ਜਿਉ ਜੀਆ ਕਾ ਰਿਜਕੁ ਪਇਆ॥੧੨॥ day day vaykhai hukam chalaa-ay ji-o jee-aa kaa rijak pa-i-aa. ||12||

ਜੀਵ, ਕਿਉਂ ਸੋਚਾਂ, ਤ੍ਰਿਸ਼ਨਾਂ ਮਗਰ ਲਗਾ ਭਟਕਦਾ ਹੈ? ਪ੍ਰਭ ਆਪਣੇ ਭਾਣੇ ਨਾਲ ਹੀ ਦਾਤਾਂ ਬਖਸ਼ਦਾ ਹੈ । ਆਪ ਹੀ ਦੇਖਦਾ ਹੈ, ਕਿ ਜੀਵ ਭੋਜਨ ਖਾਂਦੇ ਹਨ ।

Why are you in deep thoughts, worries and running after the worldly desires and frustrations? The True Master always bestows His Virtues on everyone. His virtues always remain raining without any discrimination. He watches and provides each creature with nourishment without discriminating of his worldly deeds.

ਞੰਞੈ – ਨਦਰਿ ਕਰੇ ਜਾ ਦੇਖਾ ਦੂਜਾ ਕੋਈ ਨਾਹੀ॥ njanjai nadar karay jaa daykhaa doojaa ko-ee naahee.
ਏਕੋ ਰਵਿ ਰਹਿਆ ਸਭ ਥਾਈ, ਏਕੁ ਵਸਿਆ ਮਨ ਮਾਹੀ॥੧੩॥ ayko rav rahi-aa sabh thaa-ee ayk vasi-aa man maahee. ||13||

ਜਿਸ ਤੇ ਪ੍ਰਭ ਰਹਿਮਤ ਨਾਲ ਸ਼ਬਦ ਦੀ ਸੋਝੀ ਬਖਸ਼ਦਾ ਹੈ । ਉਹ ਹੀ ਮਹਿਸੂਸ ਕਰਦਾ ਹੈ, ਇਕੋ ਇਕ ਪ੍ਰਭ ਤੋਂ ਬਿਨਾਂ ਹੋਰ ਕੋਈ ਅਸਲੀ ਮਾਲਕ ਨਹੀਂ ਹੈ । ਪ੍ਰਭ ਹੀ ਹਰ ਥਾਂ ਤੇ ਵਾਪਰਦਾ ਹੈ, ਹਰਇਕ ਦੇ ਅੰਦਰ ਵਸਦਾ ਹੈ ।

Whosoever may be blessed with enlightenments; only, he may realize His Blessed Vision, no one else may exist without His Command. His Holy Spirit, His Word remains embedded within his soul, dwells, and prevails within and everywhere.

ਟਟੈ – ਟੰਚੁ ਕਰਹੁ ਕਿਆ ਪ੍ਰਾਣੀ, ਘੜੀ ਕਿ ਮੁਹਤਿ ਕਿ ਉਠਿ ਚਲਣਾ॥ tatai tanch karahu ki-aa paraanee gharhee ke muhat ke uth chalnaa.
ਜੂਐ ਜਨਮੁ ਨ ਹਾਰਹੁ ਅਪਣਾ, ਭਾਜਿ ਪੜਹੁ ਤੁਮ ਹਰਿ ਸਰਣਾ॥੧੪॥ joo-ai janam na haarahu apnaa bhaaj parhahu tum har sarnaa. ||14||

ਜੀਵ ਤੂੰ ਦਿਖਾਵਾ ਕਿਉਂ ਕਰਦਾ ਹੈ? ਆਪਣੇ ਮਾਨਸ ਜਨਮ ਨੂੰ ਜੂਐ ਦੀ ਬਾਜੀ ਤੇ ਨਾ ਲਾਵੋਂ । ਮੌਤ ਕਿਸੇ ਵੇਲੇ ਵੀ ਆ ਸਕਦੀ ਹੈ । ਸ਼ਬਦ ਦੀ ਬੰਦਗੀ ਕਰਨ ਨਾਲ ਪ੍ਰਭ ਦੀ ਸ਼ਰਣ ਵਿੱਚ ਪ੍ਰਵਾਨਗੀ ਬਖਸ਼ਿਸ਼ ਹੋ ਸਕਦੀ ਹੈ ।

Why are you pretending to be a devotee, showing your hypocrisy to everyone else? You are gambling your priceless opportunity of human life journey. Unpredictable death may knock at your head to capture your soul. Whosoever may meditate on the teachings of His Word with steady and stable belief; he may be accepted in His Sanctuary.

ਠਠੈ – ਠਾਢਿ ਵਰਤੀ ਤਿਨ ਅੰਤਰਿ, ਹਰਿ ਚਰਣੀ ਜਿਨ੍ ਕਾ ਚਿਤੁ ਲਾਗਾ॥ thathai thaadh vartee tin antar har charnee jinH kaa chit laagaa.
ਚਿਤੁ ਲਾਗਾ ਸੇਈ ਜਨ ਨਿਸਤਰੇ, ਤਉ ਪਰਸਾਦੀ ਸੁਖੁ ਪਾਇਆ॥੧੫॥ chit laagaa say-ee jan nistaray ta-o parsaadee sukh paa-i-aa. ||15||

ਜਿਸ ਦਾ ਮਨ ਸ਼ਬਦ ਦੀ ਬੰਦਗੀ ਵਿੱਚ ਲਗ ਜਾਂਦਾ ਹੈ, ਉਸ ਦੇ ਮਨ ਵਿੱਚ ਸ਼ਾਂਤੀ ਬਖਸ਼ਿਸ਼ ਹੋ ਸਕਦੀ ਹੈ । ਜਿਸ ਦਾ ਮਨ ਸ਼ਬਦ ਦੀ ਪਾਲਣਾ ਵਿੱਚ ਅਡੋਲ ਹੋ ਜਾਂਦਾ ਹੈ, ਪ੍ਰਭ ਆਪ ਹੀ ਰਹਿਮਤ ਬਖਸ਼ਕੇ ਉਸ ਨੂੰ ਪ੍ਰਵਾਨਗੀ ਦੇ ਰਸਤੇ ਤੇ ਅਡੋਲ ਰਖਦਾ ਹੈ ।

Whosoever may meditate and adopts the teachings of His Word with steady and stable belief in his day-to-day life, he may be blessed with peace of mind in his human life journey. Whosoever may remain steady and stable on the right path of meditation, his meditation may be accepted in His Court.

ਡਡੈ – ਡੰਫੁ ਕਰਹੁ ਕਿਆ ਪ੍ਰਾਣੀ, ਜੋ ਕਿਛੁ ਹੋਆ ਸੁ ਸਭੁ ਚਲਣਾ॥ dadai damf karahu ki-aa paraanee jo kichh ho-aa so sabh chalnaa.
ਤਿਸੈ ਸਰੇਵਹੁ ਤਾ ਸੁਖੁ ਪਾਵਹੁ, ਸਰਬ ਨਿਰੰਤਰਿ ਰਵਿ ਰਹਿਆ॥੧੬॥ tisai sarayvhu taa sukh paavhu sarab nirantar rav rahi-aa. ||16||

ਜੀਵ, ਕੋਈ ਦਿਖਾਵਾ, ਆਪਣੇ ਕੀਤੇ ਦਾ ਅਭਿਮਾਨ ਨਾ ਕਰੋ! ਜੋ ਕੁਝ ਵੀ ਹੁੰਦਾ ਹੈ, ਬੀਤ ਜਾਂਦਾ ਹੈ । ਜਿਹੜਾ ਸ਼ਬਦ ਦੀ ਪਾਲਣਾ ਵਿੱਚ ਅਡੋਲ ਰਹਿੰਦਾ ਹੈ! ਉਸ ਨੂੰ ਸੋਝੀ ਬਖਸ਼ਿਸ਼ ਹੋ ਜਾਂਦੀ ਹੈ, ਪ੍ਰਭ ਹਰਇਕ ਦੇ ਹਿਰਦੇ ਵਿੱਚ ਵਸਦਾ, ਹਰ ਥਾਂ ਵਾਪਰਦਾ, ਸੁਖ ਸਾਂਤੀ ਬਖਸ਼ਦਾ ਹੈ ।

You should not pretend to be a devotee; you should not boast about your meditation, charity, or ego of your worldly status. Whatsoever may happen in the universe, always passes away. Whosoever may adopt the teachings of His Word with steady and stable in his day-to-day life, he may be enlightened. His Holy Spirit remains embedded within every soul, dwells and prevails in each body, everywhere in the universe. Only He may bless peace and comfort in human life journey.

ਢਢੈ – ਢਾਹਿ ਉਸਾਰੈ ਆਪੇ, ਜਿਉ ਤਿਸੁ ਭਾਵੈ ਤਿਵੈ ਕਰੇ॥ dhadhai dhaahi usaarai aapay ji-o tis bhaavai tivai karay.
ਕਰਿ ਕਰਿ ਵੇਖੈ ਹੁਕਮੁ ਚਲਾਏ, kar kar vaykhai hukam chalaa-ay
ਤਿਸੁ ਨਿਸਤਾਰੇ ਜਾ ਕਉ ਨਦਰਿ ਕਰੇ॥੧੭॥ tis nistaaray jaa ka-o nadar karay. ||17||

ਆਪ ਹੀ ਸ੍ਰਿਸ਼ਟੀ ਵਿੱਚ ਸਭ ਕੁਝ ਬਣਾਉਂਦਾ, ਪੈਦਾ ਕਰਦਾ, ਢਾਹ ਦੇਂਦਾ, ਮੌਤ ਦੇਂਦਾ ਹੈ, ਸਭ ਕੁਝ ਉਸ ਦੇ ਹੁਕਮ ਅੰਦਰ ਹੀ ਹੁੰਦਾ ਹੈ । ਆਪ ਹੀ ਪੈਦਾ ਕੀਤੇ ਜੀਵ ਦੀ ਪਾਲਣਾ ਕਰਦਾ ਹੈ । ਜਿਸ ਤੇ ਰਹਿਮਤ ਬਖਸ਼ਦਾ ਹੈ, ਉਸ ਨੂੰ ਪ੍ਰਵਾਨ ਕਰ ਲੈਂਦਾ ਹੈ ।

Everything in the universe has been created and destroyed only with His Command. Both birth and death remain under His Command; only His Command may prevail in the universe. He may be the true protector, savior of s His Creations. Whosoever may be bestowed with His Blessed Vision, his soul may be accepted in His Court.

ਣਾਣੈ – ਰਵਤੁ ਰਹੈ ਘਟ ਅੰਤਰਿ ਹਰਿ ਗੁਣ ਗਾਵੈ ਸੋਈ॥ naanai ravat rahai ghat antar har gun gaavai so-ee.
ਆਪੇ ਆਪਿ ਮਿਲਾਏ ਕਰਤਾ ਪੁਨਰਪਿ ਜਨਮੁ ਨ ਹੋਈ॥੧੮॥ aapay aap milaa-ay kartaa punrap janam na ho-ee. ||18||

ਜਿਸ ਦੇ ਹਿਰਦੇ ਵਿੱਚ ਸ਼ਬਦ ਘਰ ਕਰ ਜਾਂਦਾ ਹੈ, ਉਹ ਹੀ ਸ਼ਬਦ ਦਾ ਸਿਮਰਨ ਕਰਦਾ ਹੈ । ਜਿਸ ਤੇ ਪ੍ਰਭ ਰਹਿਮਤ ਬਖਸ਼ਦਾ ਹੈ! ਉਸ ਨੂੰ ਆਪਣੇ ਵਿੱਚ ਅਭੇਦ ਕਰ ਲੈਂਦਾ ਹੈ! ਉਹ ਜਨਮ ਮਰਨ ਤੋਂ ਰਹਿਤ ਹੋ ਜਾਂਦਾ ਹੈ ।

Whosoever may remain drenched with the essence of His Word; only he may remain intoxicated in meditation in the void of His Word. Whosoever may be bestowed with His Blessed Vision, his meditation may be accepted in His Court. His cycle of birth and death may be eliminated forever

ਤਤੈ – ਤਾਰੂ ਭਵਜਲੁ ਹੋਆ ਤਾ ਕਾ ਅੰਤੁ ਨ ਪਾਇਆ॥ tatai taaroo bhavjal ho-aa taa kaa ant na paa-i-aa.
ਨਾ ਤਰ ਨਾ ਤੁਲਹਾ ਹਮ ਬੂਡਸਿ, ਤਾਰਿ ਲੇਹਿ ਤਾਰਣ ਰਾਇਆ॥੧੯॥ naa tar naa tulhaa ham boodas taar layhi taaran raa-i-aa. ||19||

ਪ੍ਰਭ, ਸੰਸਾਰਕ ਸਾਗਰ ਬਹੁਤ ਭਿਆਨਕ ਅਤੇ ਡੂੰਘਾਂ ਹੈ । ਇਸ ਨੂੰ ਪਾਰ ਕਰਨ ਲਈ ਕੋਈ ਬੇੜੀ ਜਾ ਹੋਰ ਸਾਧਨ ਨਹੀਂ ਹੈ । ਮੈਂ ਇਸ ਵਿੱਚ ਡੁੱਬਦਾ ਜਾਂਦਾ ਹਾ । ਰਹਿਮਤ ਬਖਸ਼ਕੇ ਇਸ ਵਿਚੋਂ ਪਾਰ ਕਰੋ । ਜਿਹੜਾ ਸੰਸਾਰਕ ਇਛਾਂ ਦੇ ਸਾਗਰ ਵਿੱਚ ਫਸ ਜਾਂਦਾ ਹੈ! ਪ੍ਰਭ ਦੀ ਰਹਿਮਤ ਨਾਲ ਹੀ ਜੀਵ ਇਛਾਂ ਰਹਿਤ ਹੋ ਸਕਦਾ ਹੈ ।

ਗੁਰੂ ਨਾਨਕ ਦੇਵ ਜੀ! – Guru Nanak Dev Ji! Guru Granth Sahib

The worldly ocean is very mysterious, tedious, and horrible. There may not be any rescue boat to sail the ocean of worldly desires. I am drowning in this worldly ocean of desires; with Your mercy and grace, save me from drowning in this ocean of worldly desires. Whosoever may be buried under these worldly desires; only with His mercy and grace, his soul may be sanctified to become worthy of His Considerations.

ਥਥੈ – ਥਾਨਿ ਥਾਨੰਤਰਿ ਸੋਈ ਜਾ ਕਾ ਕੀਆ ਸਭੁ ਹੋਆ॥ ਕਿਆ ਭਰਮੁ ਕਿਆ ਮਾਇਆ ਕਹੀਐ, ਜੋ ਤਿਸੁ ਭਾਵੈ ਸੋਈ ਭਲਾ॥੨੦॥

thathai thaan thaanantar so-ee jaa kaa kee-aa sabh ho-aa. ki-aa bharam ki-aa maa-i-aa kahee-ai jo tis bhaavai so-ee bhalaa. ||20|

ਪ੍ਰਭ ਹਰਇਕ ਜੀਵ, ਹਰਇਕ ਕਰਤਬ ਵਿੱਚ ਆਪ ਹੀ ਵਾਪਰਦਾ ਹੈ । ਇਸ ਸੰਸਾਰ ਵਿੱਚ ਕਿਸ ਨੂੰ ਭਰਮਾਂ, ਮਾਇਆ, ਜਾ ਮੋਹ ਆਖੀਏ । ਜੋ ਕੁਝ ਉਸ ਨੂੰ ਭਾਉਂਦਾ ਹੈ, ਉਹ ਹੀ ਚੰਗਾ ਹੈ ।

Only, The True Master prevails within mind, body of everyone, and in each opportunity in the universe. Self-minded may not distinguish between suspicions, worldly wealth, attachment to worldly possessions. His Command always remains for the welfare of His Creation.

ਦਦੈ – ਦੋਸੁ ਨ ਦੇਊ ਕਿਸੈ ਦੋਸੁ ਕਰੰਮਾ ਆਪਣਿਆ॥ ਜੋ ਮੈ ਕੀਆ ਸੋ ਮੈ ਪਾਇਆ, ਦੋਸੁ ਨ ਦੀਜੈ ਅਵਰ ਜਨਾ॥੨੧॥

dadai dos na day-oo kisai dos karammaa aapni-aa. jo mai kee-aa so mai paa-i-aa dos na deejai avar janaa. ||21||

ਜੀਵ ਕਿਸੇ ਹੋਰ ਨੂੰ ਕਿਸੇ ਬੁਰੇ ਕੰਮ ਦਾ ਦੋਸ਼ੀ ਨਾ ਆਖੋ! ਸਗੋਂ ਆਪਣੇ ਅੰਦਰ ਝਾਤੀ ਮਾਰੋ, ਆਪਣੇ ਅਉਗੁਣ ਦੇਖੋ । ਤੂੰ ਆਪਣੇ ਕੀਤੇ ਦਾ ਫਲ ਹੀ ਭੁਗਤਦਾ ਹੈ ।

You should not blame anyone for your mistakes and misfortunes. Rather evaluate your own day-to-day deeds; your deficiencies, shortcomings in your day-to-day activities. Whatsoever deeds you may perform in the universe! You are enduring the miseries of your own deeds.

ਧਧੈ – ਧਾਰਿ ਕਲਾ ਜਿਨਿ ਛੋਡੀ ਹਰਿ ਚੀਜੀ ਜਿਨਿ ਰੰਗ ਕੀਆ॥ ਤਸ ਦਾ ਦੀਆ ਸਭਨੀ ਲੀਆ, ਕਰਮੀ ਕਰਮੀ ਹੁਕਮੁ ਪਇਆ॥੨੨॥

DhaDhai Dhaar kalaa jin chhodee har cheejee jin rang kee-aa. tis daa dee-aa sabhnee lee-aa karmee karmee hukam pa-i-aa. ||22||

ਸਾਰੀ ਸ੍ਰਿਸ਼ਟੀ ਹੀ ਪ੍ਰਭ ਦੇ ਆਸਰੇ ਤੇ ਖੜ੍ਹੀ ਹੈ, ਹਰਇਕ ਵਿੱਚ ਹੀ ਉਸ ਦਾ ਰੰਗ, ਪ੍ਰਭਾਵ ਹੈ । ਉਹ ਹਰਇਕ ਜੀਵ ਨੂੰ ਉਸ ਦੇ ਕੰਮਾਂ ਅਨੁਸਾਰ ਹੀ ਬਖਸ਼ਦਾ ਹੈ ।

The whole universe remains steady and stable on His Support; everyone remains under the influence, color of His Nature. Everyone may be rewarded for his own deeds in the universe

ਞੰਞੈ – ਨਾਹ ਭੋਗ ਨਿਤ ਭੋਗੈ, ਨਾ ਡੀਠਾ ਨਾ ਸੰਮ੍ਹਲਿਆ॥ ਗਲੀ ਹਉ ਸੋਹਾਗਣਿ ਭੈਣੇ, ਕੰਤੁ ਨ ਕਬਹੂੰ ਮੈ ਮਿਲਿਆ॥੨੩॥

nannai naah bhog nit bhogai naa deethaa naa sammli-aa. galee ha-o sohagan bhainay kant na kabahooN mai mili-aa. ||23||

ਪ੍ਰਭ ਦੀ ਕੁਦਰਤ ਪੂਰਨ ਤਰ੍ਹਾਂ ਤੇ ਦੇਖੀ, ਸਮਝੀ ਨਹੀਂ ਜਾ ਸਕਦੀ । ਜਿਸ ਜੀਵ ਦੀ ਬੰਦਗੀ ਨਾਲ ਪ੍ਰਭ ਪ੍ਰਸੰਨ ਹੁੰਦਾ ਹੈ । ਉਹ ਹੀ ਪ੍ਰਭ ਦੀ ਹੋਂਦ ਮਹਿਸੂਸ ਕਰਕੇ ਹੀ ਸ਼ਾਂਤੀ ਸੰਤੋਖ ਮਾਨਦਾ ਹੈ ।

His Nature may not be completely comprehended by His Creation. Whose meditation may be accepted in His Court, he may realize His Existence. He may be blessed with peace and contentment.

ਪਪੈ – ਪਾਤਿਸਾਹੁ ਪਰਮੇਸਰੁ, ਵੇਖਣ ਕਉ ਪਰਪੰਚੁ ਕੀਆ॥ ਦੇਖੈ ਬੂਝੈ ਸਭੁ ਕਿਛੁ ਜਾਣੈ, ਅੰਤਰਿ ਬਾਹਰਿ ਰਵਿ ਰਹਿਆ॥੨੪॥

papai paatisaahu parmaysar vaykhan ka-o parpanch kee-aa daykhai boojhai sabh kichh jaanai antar baahar rav rahi-aa. ||24||

ਪ੍ਰਭ ਹੀ ਸ਼ੇਨਸਾਹ ਦਾ ਸ਼ੇਨਸਾਹ, ਸਾਰੀ ਸ੍ਰਿਸ਼ਟੀ ਨੂੰ ਪੈਦਾ ਕਰਨ, ਦੇਖਭਾਲ, ਪਾਲਣਾ ਕਰਨ ਵਾਲਾ ਅਸਲੀ ਮਾਲਕ ਹੈ । ਅੰਤਰਜਾਮੀ ਪ੍ਰਭ ਸਭ ਕੁਝ ਦੇਖਦਾ, ਜੀਵ ਦੇ ਅੰਦਰ ਅਤੇ ਬਾਹਰ ਸ੍ਰਿਸ਼ਟੀ ਵਿੱਚ ਵਾਪਰਦਾ ਹੈ ।

The One and Only One, King of kings, True Master, creator, protector nourisher of all universes. The Omniscient True Master prevails within the mind and body of every creature and outside everywhere in the universe.

ਫਫੈ –ਫਾਹੀ ਸਭੁ ਜਗੁ ਫਾਸਾ, ਜਮ ਕੈ ਸੰਗਲਿ ਬੰਧਿ ਲਇਆ॥ ਗੁਰ ਪਰਸਾਦੀ ਸੇ ਨਰ ਉਬਰੇ, ਜਿ ਹਰਿ ਸਰਣਾਗਤਿ ਭਜਿ ਪਇਆ॥੨੫॥

fafai faahee sabh jag faasaa jam kai sangal banDh la-i-aa. gur parsaadee say nar ubray je har sarnaagat bhaj pa-i-aa. ||25||

ਸਾਰੀ ਸ੍ਰਿਸ਼ਟੀ ਹੀ ਮੌਤ ਦੇ ਸੰਗਲ ਵਿੱਚ ਬੰਧੀ ਹੈ । ਜਿਹੜਾ ਅਡੋਲ ਹੋ ਕੇ ਸ਼ਬਦ ਦੀ ਬੰਦਗੀ ਕਰਦਾ ਹੈ । ਪ੍ਰਭ ਦੀ ਸ਼ਰਣ ਵਿੱਚ ਪ੍ਰਵਾਨ ਹੋ ਜਾਂਦਾ ਹੈ ।

The whole Creation remains tied with the chain, rope of devil of death. Whosoever may adopt the teachings of His Word with steady and stable belief in his day-to-day life, he may be accepted in His Sanctuary.

ਬਬੈ – ਬਾਜੀ ਖੇਲਣ ਲਾਗਾ, ਚਉਪੜਿ ਕੀਤੇ ਚਾਰਿ ਜੁਗਾ॥ ਜੀਅ ਜੰਤ ਸਭ ਸਾਰੀ ਕੀਤੇ, ਪਾਸਾ ਢਾਲਣਿ ਆਪਿ ਲਗਾ॥੨੬॥

babai baajee khaylan laagaa, cha-uparh keetay chaar jugaa. jee-a jant sabh saaree keetay paasaa dhaalan aap lagaa. ||26||

ਸ੍ਰਿਸ਼ਟੀ ਪ੍ਰਭ ਦਾ ਹੀ ਖੇਲ ਹੈ, ਇਸ ਵਿੱਚ ਸਾਰੇ ਖਿਡਾਰੀ ਵੀ ਪ੍ਰਭ ਦੇ ਹਨ । ਆਪ ਹੀ ਖੇਲ ਅਰੰਭ ਕਰਦਾ ਹੈ, ਆਪ ਹੀ ਖਤਮ ਕਰਦਾ ਹੈ ।

The whole universe is the play of His Nature, all players are His favorites. Only He may start, stop, or conclude, the play.

ਭਭੈ – ਭਾਲਹਿ ਸੇ ਫਲੁ ਪਾਵਹਿ, ਗੁਰ ਪਰਸਾਦੀ ਜਿਨ੍ ਕਉ ਭਉ ਪਇਆ॥ ਮਨਮੁਖ ਫਿਰਹਿ ਨ ਚੇਤਹਿ ਮੂੜੇ, ਲਖ ਚਉਰਾਸੀਹ ਫੇਰੁ ਪਇਆ॥ ੨੭॥

bhabhai bhaaleh say fal paavahi gur parsaadee jinH ka-o bha-o pa-i-aa. manmukh fireh na cheeteh moorhay lakh cha-oraaseeh fayr pa-i-aa. ||27||

ਜਿਹੜਾ ਪ੍ਰਭ ਦੇ ਵਿਛੋੜੇ ਦੇ ਡਰ ਵਿੱਚ ਬੰਦਗੀ ਕਰਦਾ ਹੈ, ਪ੍ਰਭ ਆਪ ਹੀ ਰਹਿਮਤ ਬਖਸ਼ਦਾ ਹੈ । ਮਨਮਰਜ਼ੀ ਕਰਨ ਵਾਲਾ ਜੂੰਨਾਂ ਦੇ ਚੱਕਰ ਵਿੱਚ ਹੀ ਰਹਿੰਦਾ ਹੈ ।

Whosoever may meditate in renunciation in the fear of his separation from His Holy Spirit; he may be saved. Self-minded remains in the cycle of birth and death.

ਮੰਮੈ – ਮੋਹੁ ਮਰਣੁ ਮਧੁਸੂਦਨੁ, ਮਰਣੁ ਭਇਆ ਤਬ ਚੇਤਵਿਆ॥ ਕਾਇਆ ਭੀਤਰਿ ਅਵਰੋ ਪੜਿਆ, ਮੰਮਾ ਅਖਰੁ ਵੀਸਰਿਆ॥੨੮॥

mammai moh maran maDhusoodan maran bha-i-aa tab chaytvi-aa. kaa-i-aa bheetar avro parhi-aa mammaa akhar veesri-aa. ||28||

ਸ਼ਬਦ ਦੀ ਪਾਲਣਾ ਕਰਦੇ ਸਮਾਧੀ ਵਿੱਚ ਲੀਨ ਹੋਣਾ ਹੀ ਅਸਲੀ ਮਰਨ ਹੁੰਦਾ ਹੈ । ਜਿਤਨਾ ਚਿਰ ਜੀਵ ਦੇ ਸਵਾਸ ਚਲਦੇ ਹਨ, ਬਹੁਤ ਲਿਖਦਾ ਪੜ੍ਹਦਾ, ਖੋਜ ਕਰਦਾ ਹੈ । ਪਰ ਇਕ ਅੱਖਰ, "ਮ" ਨਹੀਂ ਪੜ੍ਹਦਾ, ਖਿਆਲ ਕਰਦਾ । ਜਿਹੜਾ "ਮ" ਮੌਤ ਦਾ ਨਾਮ ਹੈ ।

ਗੁਰੂ ਨਾਨਕ ਦੇਵ ਜੀ! – Guru Nanak Dev Ji! Guru Granth Sahib

Self-minded may remain in worldly emotions and waste his human life journey; however, to remain intoxicated in the void of His Word may be right path of dying. Whosoever may be breathing, he may read the Holy Scripture, writes the true spiritual meanings, and search everywhere about His Nature; however, he never pays attention or think about one unique word, "mama", mama is the name of Moath, death. Whosoever may always think about his death in his day-to-day deeds, he may be blessed with a state of mind as His true devotee.

ਯਯੈ – ਜਨਮੁ ਨ ਹੋਵੀ ਕਦ ਹੀ, ਜੇ ਕਰਿ ਸਚੁ ਪਛਾਣੈ॥ ya-yai janam na hovee kad hee jay kar sach pachhaanai.
ਗੁਰਮੁਖਿ ਆਖੈ ਗੁਰਮੁਖਿ ਬੂਝੈ, ਗੁਰਮੁਖਿ ਏਕੋ ਜਾਣੈ॥੨੯॥ gurmukh aakhai gurmukh boojhai gurmukh ayko jaanai. ||29||

ਜਿਹੜਾ ਜੀਵ ਪ੍ਰਭ ਦੇ ਸ਼ਬਦ ਨੂੰ ਜਾਣ ਜਾਂਦਾ, ਪਾਲਣਾ ਕਰਦਾ ਹੈ । ਉਹ ਮਾਨਸ ਜਨਮ ਵਿੱਚ ਹਾਰ ਦਾ ਨਹੀਂ, ਪ੍ਰਵਾਨ ਹੋ ਜਾਂਦਾ ਹੈ । ਗੁਰਮਖ ਪ੍ਰਭ ਦਾ ਸ਼ਬਦ ਬੋਲਦਾ, ਸਮਝਦਾ ਪਾਲਣਾ ਕਰਦਾ ਹੈ ।

Whosoever may realize the purpose of his human life opportunity; he may adopt the teachings of His Word with steady and stable belief in his day-to-day life. He may never lose the play of his human life journey; he may be accepted in His Court. His true devotee only speaks His Word and adopts the teachings of His Word in his day-to-day life.

ਰਾਰੈ –ਰਵਿ ਰਹਿਆ ਸਭ ਅੰਤਰਿ, ਜੇਤੇ ਕੀਏ ਜੰਤਾ॥ raarai rav rahi-aa sabh antar jaytay kee-ay jantaa.
ਜੰਤ ਉਪਾਇ ਧੰਧੈ ਸਭ ਲਾਏ, ਕਰਮੁ ਹੋਆ ਤਿਨ ਨਾਮੁ ਲਇਆ॥੩੦॥ jant upaa-ay DhanDhai sabh laa-ay karam ho-aa tin naam la-i-aa. ||30||

ਪ੍ਰਭ ਹੀ ਸਾਰੇ ਜੀਵ ਪੈਦਾ ਕਰਦਾ, ਹਰਇਕ ਜੀਵ ਦੇ ਅੰਦਰ ਵਸਦਾ, ਧੰਦੇ ਤੇ ਲਾਉਂਦਾ ਹੈ । ਜਿਸ ਤੇ ਰਹਿਮਤ ਬਖਸ਼ਦਾ ਹੈ, ਕੇਵਲ ਉਹ ਹੀ ਸ਼ਬਦ ਦੀ ਬੰਦਗੀ ਕਰ ਸਕਦਾ ਹੈ ।

The, One and Only One, True Master, Creator creates, dwells in his body, and assigns day-to-day activities. Whosoever may be bestowed with His Blessed Vision, only he may meditate on the teachings of His Word with steady and stable belief in his day-to-day life.

ਲਲੈ – ਲਾਇ ਧੰਧੇ ਜਿਨਿ ਛੋਡੀ, ਮੀਠਾ ਮਾਇਆ ਮੋਹੁ ਕੀਆ॥ lalai laa-ay DhanDhai jin chhodee meethaa maa-i-aa moh kee-aa.
ਖਾਣਾ ਪੀਣਾ ਸਮ ਕਰਿ ਸਹਣਾ, ਭਾਣੈ ਤਾ ਕੈ ਹੁਕਮੁ ਪਇਆ॥੩੧॥ khaanaa peenaa sam kar sahnaa bhaanai taa kai hukam pa-i-aa. ||31||

ਪ੍ਰਭ ਹੀ ਸਾਰੇ ਜੀਵਾਂ ਨੂੰ ਧੰਦੇ ਤੇ ਲਾਉਂਦਾ ਹੈ, ਸੰਸਾਰ ਵਿੱਚ ਮਾਇਆ ਦਾ ਮਿੱਠਾ ਜਾਲ ਵਛਾਉਂਦਾ ਹੈ । ਜਿਹੜਾ ਮਾਇਆ ਅਤੇ ਮੋਹ ਤਿਆਗ ਦੇਂਦਾ ਹੈ । ਆਪ ਹੀ ਰਹਿਮਤ ਬਖਸ਼ਦਾ ਹੈ, ਉਹ ਸਭ ਖਾਣ, ਪੀਣ, ਦੁਖ ਸੁਖ ਇਕ ਸਮਾਨ ਸਮਝਕੇ ਅਨੰਦ ਮਾਨਦਾ ਹੈ ।

The True Master assigns each creature with a unique task and infused sweet poison of worldly wealth in his human life journey. Whosoever may recognize the sweet poison of worldly wealth, he may abandon his attachment to worldly wealth. He may be enlightened from within and remains contented in his all-worldly conditions, miseries, and pleasures.

ਵਵੈ – ਵਾਸੁਦੇਉ ਪਰਮੇਸਰੁ, ਵੇਖਣ ਕਉ ਜਿਨਿ ਵੇਸੁ ਕੀਆ॥ vavai vaasuday-o parmaysar vaykhan ka-o jin vays kee-aa.
ਵੇਖੈ ਚਾਖੈ ਸਭੁ ਕਿਛੁ ਜਾਣੈ, ਅੰਤਰਿ ਬਾਹਰਿ ਰਵਿ ਰਹਿਆ॥੩੨॥ vaykhai chaakhai sabh kichh jaanai antar baahar rav rahi-aa. ||32||

ਪ੍ਰਭ ਹਰਇਕ ਜੀਵ ਵਿੱਚ ਆਪ ਹੀ ਵਾਪਰਦਾ, ਉਹ ਸਭ ਕੁਝ ਦੇਖਦਾ ਹੈ । ਸਾਰੇ ਜੀਵਾਂ ਦਾ ਰੰਗ, ਰੂਪ, ਅਕਾਰ ਪ੍ਰਭ ਦੇ ਭਾਣੇ ਨਾਲ ਹੀ ਬਣਦਾ ਹੈ ।

The True Master dwells with his body, monitors and prevails in all his activities. He has been created his body structure, the color and beauty with His Own Imagination, His Command.

ੜਾੜੈ – ਰਾੜਿ ਕਰਹਿ ਕਿਆ ਪ੍ਰਾਣੀ, ਤਿਸਹਿ ਧਿਆਵਹੁ ਜਿ ਅਮਰੁ ਹੋਆ॥ rhaarhai raarh karahi ki-aa paraanee tiseh Dhi-aavahu je amar ho-aa.
ਤਿਸਹਿ ਧਿਆਵਹੁ ਸਚਿ ਸਮਾਵਹੁ, ਓਸੁ ਵਿਟਹੁ ਕੁਰਬਾਣੁ ਕੀਆ॥੩੩॥ tiseh Dhi-aavahu sach samaavahu os vitahu kurbaan kee-aa. ||33||

ਮਾਨਸ ਜੀਵ ਭਰਮਾਂ ਵਿੱਚ ਕਿਉਂ ਭਉਦਾ ਫਿਰਦਾ ਹੈ? ਉਸ ਪ੍ਰਭ ਦੇ ਸ਼ਬਦ ਦਾ ਸਿਮਰਨ ਕਰੋ! ਜੋ ਅਟਲ, ਸਦਾ ਰਹਿਣ ਵਾਲਾ ਹੈ, ਉਸ ਨੂੰ ਆਪਣਾ ਮਨ ਤਨ ਭੇਟਾ ਕਰ ਦੇਵੋ ।

Why are you wandering around in worldly suspicions? You should meditate on the teachings of His Word. Only, He remains steady and stable forever! You should surrender your mind and body at His Service.

ਹਾਹੈ – ਹੋਰੁ ਨ ਕੋਈ ਦਾਤਾ, ਜੀਅ ਉਪਾਇ ਜਿਨਿ ਰਿਜਕੁ ਦੀਆ॥ haahai hor na ko-ee daataa jee-a upaa-ay jin rijak dee-aa.
ਹਰਿ ਨਾਮੁ ਧਿਆਵਹੁ ਹਰਿ ਨਾਮਿ ਸਮਾਵਹੁ har naam Dhi-aavahu har naam samaavahu
ਅਨਦਿਨੁ ਲਾਹਾ ਹਰਿ ਨਾਮੁ ਲ॥੩੪॥ an-din laahaa har naam lee-aa. ||34||

ਪ੍ਰਭ ਹੀ ਪੈਦਾ ਕਰਨ ਵਾਲਾ, ਦਾਤਾਂ ਦੇਣ ਵਾਲਾ, ਪਾਲਣਾ, ਪੂਜਾ ਕਰਨ ਦੇ ਯੋਗ ਹੈ । ਦਿਨ ਰਾਤ ਉਸ ਦੇ ਸ਼ਬਦ ਦੀ ਬੰਦਗੀ ਕਰੋ । ਉਸ ਦੇ ਸ਼ਬਦ ਦਾ ਲਾਹਾ ਖੱਟੋ, ਤੇਰਾ ਮਾਨਸ ਜਨਮ ਸਫਲ ਹੋ ਜਾਵੇਗਾ ।

The One and Only One, True Master, Creator, Treasure of all virtues, may only be worthy of worship. Whosoever may meditate on the teachings of His Word Day and night; with His mercy and grace, he may profit from earnings of His Word. His human life opportunity may be rewarded.

ਆਇੜੈ – ਆਪਿ ਕਰੇ ਜਿਨਿ ਛੋਡੀ, ਜੋ ਕਿਛੁ ਕਰਣਾ ਸੁ ਕਰਿ ਰਹਿਆ॥ aa-irhai aap karay jin chhodee jo kichh karnaa so kar rahi-aa.
ਕਰੇ ਕਰਾਏ ਸਭ ਕਿਛੁ ਜਾਣੈ, ਨਾਨਕ ਸਾਇਰ ਇਵ ਕਹਿਆ॥੩੫॥ ੧॥ karay karaa-ay sabh kichh jaanai naanak saa-ir iv kahi-aa. ||35||1||

ਪ੍ਰਭ ਨੇ ਸਾਰੀ ਸ੍ਰਿਸ਼ਟੀ ਪੈਦਾ ਕੀਤੀ ਹੈ, ਜੋ ਕੁਝ ਕਰਨਾ ਹੈ, ਕੀਤੀ ਜਾਂਦਾ ਹੈ । ਉਹ ਆਪ ਸਭ ਕੰਮ ਕਰਨ ਅਤੇ ਕਰਾਉਣ ਵਾਲਾ ਮਾਲਕ ਹੈ । ਆਪ ਹੀ ਸਭ ਕੁਝ ਜਾਣਦਾ ਹੈ, ਕੀ ਹੁੰਦਾ ਹੈ ।

The True Master, Creator of all universes, every event may only happen with His Command. The Omnipotent True Master may inspire everyone e to perform any task. Only, The Omniscient True Master may remain aware of every activity of His Nature.

Key Message of Raag Aasaa, page 432-8
ਸ੍ਰਿਸ਼ਟੀ ਦਾ ਪ੍ਰਬੰਧ!
ਇਕੋ ਇਕ ਪ੍ਰਭ ਆਪ ਹੀ ਸ੍ਰਿਸ਼ਟੀ ਨੂੰ ਪੈਦਾ ਕਰਨ ਵਾਲਾ, ਮੌਤ ਤੋਂ ਪਿਛੋਂ ਜੀਵਨ ਦਾ ਲੇਖਾ ਕਰਨ ਵਾਲਾ ਮਾਲਕ, ਧਰਮਰਾਜ ਹੈ । ਜਿਸ ਦੀ ਸ਼ਬਦ ਦੀ ਕਮਾਈ ਪ੍ਰਵਾਨ ਹੋ ਜਾਂਦੀ ਹੈ । ਉਸ ਦਾ ਲੇਖਾ ਖਤਮ ਹੋ ਸਕਦਾ ਹੈ । ਉਸ ਨੂੰ ਅਹੰਕਾਰ ਤੇ ਜਿੱਤ ਬਖਸ਼ਿਸ਼ ਹੋ ਜਾਂਦੀ ਹੈ! ਉਹ ਬੁਰਾ ਭਲਾ ਪ੍ਰਭ ਦੀ ਬਖਸ਼ਿਸ਼ ਹੀ ਸਮਝ ਕੇ ਅਨੰਦ ਮਾਨਦਾ ਹੈ । ਜਿਹੜਾ ਸੰਸਾਰਕ ਸਿਆਣਪ ਦੀ ਮੰਗ ਕਰਦਾ ਹੈ । ਉਹ 84 ਲਖਾਂ ਜੂੰਨਾਂ ਵਿੱਚ ਭਉਦਾ ਰਹਿੰਦਾ ਹੈ । ਜਿਸ ਦੇ ਹਿਰਦੇ ਵਿੱਚ ਸ਼ਬਦ ਘਰ ਕਰ

ਜਾਂਦਾ ਹੈ, ਉਸ ਨੂੰ ਪ੍ਰਵਾਨਗੀ ਦਾ ਰਸਤਾ ਬਖਸ਼ਿਸ਼ ਹੋ ਜਾਂਦਾ ਹੈ! ਸਾਰੀ ਸ੍ਰਿਸ਼ਟੀ ਹੀ ਪ੍ਰਭ ਦੇ ਆਸਰੇ ਤੇ ਖੜ੍ਹੀ ਹੈ, ਹਰਇਕ ਵਿੱਚ ਹੀ ਪ੍ਰਭ ਦੇ ਸ਼ਬਦ ਦੀ ਸਿਖਿਆਂ ਦਾ ਰੰਗ, ਪ੍ਰਭਾਵ ਹੈ । ਜੀਵ ਬਹੁਤ ਲਿਖਦਾ, ਪੜ੍ਹਦਾ, ਖੋਜਦਾ, ਪਰ ਇਕ ਅੱਖਰ, "ਮ" ਦਾ ਖਿਆਲ ਨਹੀਂ ਕਰਦਾ । "ਮ" ਮੌਤ ਦਾ ਨਾਮ ਹੈ । ਸ਼ਬਦ ਦੀ ਪਾਲਣਾ ਕਰਦੇ ਸਮਾਧੀ ਵਿੱਚ ਲੀਨ ਹੋਣਾ ਹੀ ਅਸਲੀ ਮਰਨ ਹੁੰਦਾ ਹੈ । ਜਿਹੜਾ ਮਾਇਆ ਅਤੇ ਮੋਹ ਤਿਆਗ ਦੇਂਦਾ ਹੈ । ਉਹ ਸਭ ਖਾਣ, ਪੀਣ, ਦੁਖ, ਸੁਖ ਇਕ ਸਮਾਨ ਸਮਝਕੇ ਅਨੰਦ ਮਾਨਦਾ ਹੈ । ਕੇਵਲ ਪ੍ਰਭ ਹੀ ਪੈਦਾ ਕਰਨ ਵਾਲਾ, ਦਾਤਾਂ ਬਖਸ਼ਣ ਵਾਲਾ, ਪਾਲਣਾ, ਪੂਜਾ ਕਰਨ ਦੇ ਯੋਗ ਹੈ ।

Function of His Creation!

The One and Only One, Axiom True Master, only Protector, Creator all universes, The Righteous Judge for all worldly deeds of soul. Whosoever may earn the wealth of His Word, his innocent mistakes may be forgiven; he may conquer his ego of his mind. He may accept the worldly miseries and pleasures as His Blessings. Whosoever may pray for wisdom, the knowledge of His Nature; he may remain in the cycle of birth and death. Whosoever may remain drenched with the essence of His Word; he may be blessed with the right path of acceptance in His Court. The whole universe depends on His support. Whosoever may only read, writes the spiritual meanings, and searches the Holy Scripture; however, he may never think about one unique word, "mama"; mama is the name of death. The right way of death is to remain intoxicated in meditation the void of His Word. Whosoever may conquer his worldly attachments and worldly wealth; he may remain contented in his all-worldly conditions, miseries, and pleasures. The One and Only One, True Master, may be worthy of worship.

64. ਰਾਗੁ ਆਸਾ ਮਹਲਾ ੧ ਛੰਤ ਘਰੁ ੧॥ 435-18

ੴ ਸਤਿਗੁਰ ਪ੍ਰਸਾਦਿ॥	ik-oNkaar satgur parsaad.
ਮੁੰਧ ਜੋਬਨਿ ਬਾਲੜੀਏ, ਮੇਰਾ ਪਿਰੁ ਰਲੀਆਲਾ ਰਾਮ॥	munDh joban baalrhee-ay mayraa pir ralee-aalaa raam.
ਧਨ ਪਿਰ ਨੇਹੁ ਘਣਾ ਰਸਿ, ਪ੍ਰੀਤਿ ਦਇਆਲਾ ਰਾਮ॥	Dhan pir nayhu ghanaa ras pareet da-i-aalaa raam.
ਧਨ ਪਿਰਹਿ ਮੇਲਾ ਹੋਇ ਸੁਆਮੀ, ਆਪਿ ਪ੍ਰਭੁ ਕਿਰਪਾ ਕਰੇ॥	Dhan pireh maylaa ho-ay su-aamee aap parabh kirpaa karay.
ਸੇਜਾ ਸੁਹਾਵੀ ਸੰਗਿ ਪਿਰ ਕੈ, ਸਾਤ ਸਰ ਅੰਮ੍ਰਿਤ ਭਰੇ॥	sayjaa suhaavee sang pir kai saat sar amrit bharay.
ਕਰਿ ਦਇਆ ਮਇਆ ਦਇਆਲ, ਸਾਚੇ ਸਬਦਿ ਮਿਲਿ ਗੁਣ ਗਾਵਓ॥	kar da-i-aa ma-i-aa da-i-aal saachay sabad mil gun gaava-o.
ਨਾਨਕਾ ਹਰਿ ਵਰੁ ਦੇਖਿ ਬਿਗਸੀ, ਮੁੰਧ ਮਨਿ ਓਮਾਹਓ॥੧॥	naankaa har var daykh bigsee munDh man omaaha-o. ||1||

ਜੀਵ ਤੇਰੀ ਆਤਮਾ ਬਚਪਣ, ਅਣਜਾਣ, ਅਨਾੜੀ ਹੈ, ਅਸਲੀ ਮਾਲਕ ਪ੍ਰਭ ਬਹੁਤ ਸਸ਼ੀਲ, ਰੰਗ ਮਾਨਣ ਵਾਲਾ ਹੈ । ਜਿਸ ਦੀ ਲਗਨ, ਪਿਆਰ, ਭਰੋਸਾ ਪ੍ਰਭ ਦੇ ਸ਼ਬਦ ਤੇ ਅਡੋਲ ਹੋ ਜਾਂਦਾ ਹੈ, ਉਸ ਨੂੰ ਤਰਸਵਾਨ ਮਾਲਕ ਰਹਿਮਤਾਂ ਬਖਸ਼ਦਾ ਹੈ । ਪ੍ਰਭ ਦੀ ਰਹਿਮਤ ਨਾਲ ਹੀ ਸ਼ਬਦ ਦੀ ਪਾਲਣਾ ਵਿੱਚ ਲਗਨ ਲਗਦੀ, ਸ਼ਬਦ ਨਾਲ ਸੰਜੋਗ ਹੋ ਸਕਦਾ ਹੈ । ਇਸ ਅਵਸਥਾ ਵਿੱਚ ਸ਼ਬਦ ਦੀ ਸੋਝੀ ਹੋ ਜਾਂਦੀ, ਮਨ ਵਿੱਚ ਸ਼ਾਂਤੀ, ਸੰਤੋਖ ਬਖਸ਼ਿਸ਼ ਹੋ ਜਾਂਦਾ ਹੈ । ਉਸ ਦਾ ਜੀਵਨ ਇਕ ਅਰਾਮ ਕਰਨ ਵਾਲੀ ਸੇਜ ਵਰਗਾ ਬਣ ਜਾਂਦਾ ਹੈ ।

You are a young, innocent, and ignorant; however, The True Master is very sophisticated, mysterious, and always remains in blossom. Whosoever may be dedicated to meditate on the teachings of His Word with steady and stable belief; with His mercy and grace, he may be blessed with the right path of meditation. He may remain intoxicated in the void of His Word. He may be blessed with enlightenment, peace, and contentment in his worldly conditions. His human life journey may become very comfortable resting place like His Throne.

ਮੁੰਧ ਸਹਜਿ ਸਲੋਨੜੀਏ, ਇਕ ਪ੍ਰੇਮ ਬਿਨੰਤੀ ਰਾਮ॥	munDh sahj salonrhee-ay ik paraym binantee raam.
ਮੈ ਮਨਿ ਤਨਿ ਹਰਿ ਭਾਵੈ, ਪ੍ਰਭ ਸੰਗਮਿ ਰਾਤੀ ਰਾਮ॥	mai man tan har bhaavai parabh sangam raatee raam.
ਪ੍ਰਭ ਪ੍ਰੇਮਿ ਰਾਤੀ ਹਰਿ ਬਿਨੰਤੀ, ਨਾਮਿ ਹਰਿ ਕੈ ਸੁਖਿ ਵਸੈ॥	parabh paraym raatee har binantee naam har kai sukh vasai.
ਤਉ ਗੁਣ ਪਛਾਣਹਿ ਤਾ ਪ੍ਰਭੁ ਜਾਣਹਿ, ਗੁਣਹ ਵਸਿ ਅਵਗਣ ਨਸੈ॥	ta-o gun pachhaaneh taa parabh jaaneh gunah vas avgan nasai.
ਤੁਧੁ ਬਾਝੁ ਇਕੁ ਤਿਲੁ ਰਹਿ ਨ ਸਾਕਾ, ਕਹਣਿ ਸੁਨਣਿ ਨ ਧੀਜਏ॥	tuDh baajh ik til reh na saakaa kahan sunan na Dheej-ay.
ਨਾਨਕਾ ਪ੍ਰਿਉ ਪ੍ਰਿਉ ਕਰਿ ਪੁਕਾਰੇ, ਰਸਨ ਰਸਿ ਮਨੁ ਭੀਜਏ॥੨॥	naankaa pari-o pari-o kar pukaaray rasan ras man bheej-ay. ||2||

ਪ੍ਰਭ ਦੇ ਸ਼ਬਦ ਦੀ ਉਸਤਤ ਗਾਉਂਦੇ ਪਾਲਣਾ ਕਰਦੇ, ਸ਼ਬਦ ਦੀ ਸੋਝੀ ਦੀ ਅਰਦਾਸ ਕਰੋ । ਜਿਸ ਤੇ ਆਪ ਹੀ ਰਹਿਮਤ ਬਖਸ਼ਦਾ ਹੈ, ਉਸ ਦੇ ਮਨ ਤੇ ਸੰਸਾਰਕ ਦੁਖਾਂ ਦਾ ਕੋਈ ਪ੍ਰਭਾਵ ਨਹੀਂ ਹੁੰਦਾ! ਉਸ ਦੇ ਮਨ ਵਿੱਚ ਪ੍ਰਭ ਦੇ ਰੂਹਾਨੀ ਨੂਰ ਨਾਲ ਖੇੜਾ ਬਖਸ਼ਿਸ਼ ਹੋ ਜਾਂਦਾ ਹੈ । ਉਸ ਨੂੰ ਪ੍ਰਭ ਦੇ ਸ਼ਬਦ ਦੀ ਸੋਝੀ, ਮਨ ਵਿੱਚ ਸ਼ਾਂਤੀ, ਅਨੰਦ ਬਖਸ਼ਿਸ਼ ਹੋ ਜਾਂਦੀ ਹੈ! ਉਸ ਦੇ ਮਨ ਵਿੱਚ ਸ਼ਬਦ ਦੀ ਨਿਰੰਤਰ ਧੁਨ ਚਲਦੀ ਸੁਣਾਈ ਦੇਂਦੀ ਹੈ । ਉਹ ਸਵਾਸ ਗਰਾਸ ਪ੍ਰਭ ਦੇ ਸ਼ਬਦ ਦੀ ਬੰਦਗੀ ਵਿੱਚ ਲੀਨ ਹੋ ਜਾਂਦਾ ਹੈ । ਸ਼ਬਦ ਦੀ ਪਾਲਣਾ ਹੀ ਜੀਵਨ ਦਾ ਮੰਤਵ ਬਣ ਜਾਂਦਾ ਹੈ । ਇਸ ਅਵਸਥਾ ਵਿੱਚ ਜੀਭ, ਪ੍ਰਭ ਦੇ ਸ਼ਬਦ ਦੇ ਸਿਮਰਨ ਵਿੱਚ ਹੀ ਮਸਤ, ਲੀਨ ਹੋ ਜਾਂਦਾ ਹੈ ।

You should sing and obey the teachings of His Word with steady and stable belief in your day-to-day life. You should pray for His Forgiveness and Refuge; the enlightenment of His Word. Whosoever may be bestowed with His Blessed Vision; the eternal spiritual glow of His Holy Spirit may shine on his forehead. You should sanctify your soul and pray for His Forgiveness and Refuge. Whosoever may meditate on the teachings of His Word with steady and stable belief, he may be blessed with peace and blossom forever. He may hear the everlasting echo of His Word resonating within his mind nonstop. He may remain intoxicated in meditation in the void of His Word with each breath. His real purpose of his human life blessings may become obeying the teachings of His Word; his tongue may remain intoxicated singing His Glory in the void of His Word.

ਸਖੀਹੋ ਸਹੇਲੜੀਹੋ ਮੇਰਾ ਪਿਰੁ ਵਣਜਾਰਾ ਰਾਮ॥	sakheeho sahaylrheeho mayraa pir vanjaaraa raam.
ਹਰਿ ਨਾਮੋੁ ਵਣੰਜੜਿਆ, ਰਸਿ ਮੋਲਿ ਅਪਾਰਾ ਰਾਮ॥	har naamo vananjrhi-aa ras mol apaaraa raam.
ਮੋਲਿ ਅਮੋਲੋ ਸਚ ਘਰਿ ਢੋਲੋ, ਪ੍ਰਭ ਭਾਵੈ ਤਾ ਮੁੰਧ ਭਲੀ॥	mol amolo sach ghar dholo parabh bhaavai taa munDh bhalee.
ਇਕਿ ਸੰਗਿ ਹਰਿ ਕੈ ਕਰਹਿ ਰਲੀਆ, ਹਉ ਪੁਕਾਰੀ ਦਰਿ ਖਲੀ॥	ik sang har kai karahi ralee-aa ha-o pukaaree dar khalee.
ਕਰਣ ਕਾਰਣ ਸਮਰਥ ਸ੍ਰੀਧਰ, ਆਪਿ ਕਾਰਜੁ ਸਾਰਏ॥	karan kaaran samrath sareeDhar aap kaaraj saar-ay.
ਨਾਨਕ ਨਦਰੀ ਧਨ ਸੋਹਾਗਣਿ, ਸਬਦੁ ਅਭ ਸਾਧਾਰਏ॥੩॥	naanak nadree Dhan sohagan sabad abh saaDhaar-ay. ||3||

ਗੁਰੂ ਨਾਨਕ ਦੇਵ ਜੀ! – Guru Nanak Dev Ji! Guru Granth Sahib

ਇਸ ਅਵਸਥਾ ਵਿੱਚ ਜੀਵ ਸ਼ਬਦ ਦਾ ਸਿਮਰਨ ਕਰਦਾ, ਸਾਥੀਆਂ ਨੂੰ ਗੁਣਾਂ ਭਰੇ ਸ਼ਬਦ ਦੀ ਵਿਆਖਿਆ, ਪ੍ਰੇਰਨਾ ਕਰਦਾ ਹੈ । ਜਿਸ ਨੂੰ ਪ੍ਰਭ ਆਪਣੀ ਰਹਿਮਤ ਨਾਲ ਅਮੋਲਕ ਸ਼ਬਦ ਦੀ ਸੋਝੀ ਬਖਸ਼ਦਾ ਹੈ, ਉਹ ਹਰ ਵੇਲੇ ਪ੍ਰਭ ਦੇ ਦਰ ਤੇ ਖੜ੍ਹਾ ਧੰਨਵਾਦ, ਉਸਤਤ ਦੇ ਹੀ ਗੀਤ ਗਾਉਂਦਾ ਹੈ । ਸਭ ਸਮਰਥਾ ਵਾਲਾ ਪ੍ਰਭ ਆਪ ਹੀ ਸਾਰੇ ਕਾਰਜ ਸਫਲ ਕਰ ਦੇਂਦਾ ਹੈ । ਪ੍ਰਭ ਦੀ ਰਹਿਮਤ ਨਾਲ ਰੋਮ ਰੋਮ ਵਿੱਚ ਸ਼ਬਦ ਦੀ ਗੂੰਜ ਚਲਦੀ ਸੁਣਾਈ ਦੇਂਦੀ ਹੈ । ਉਹ ਆਪਣਾ ਮਨ, ਤਨ ਪ੍ਰਭ ਦੇ ਲੜ ਲਾ ਦੇਂਦਾ ਹੈ । ਉਸ ਦੀ ਇਕੋ ਇਕ ਅਰਦਾਸ, ਕੇਵਲ ਤੇਰਾ ਭਾਣਾ ਮਿੱਠਾ ਲਾਗੇ ।

His true devotee may be blessed with such a state of mind! He may meditate on the teachings of His Word and explains the virtues of His Word and inspires others to meditate. Whosoever may be enlightened with the teachings of His Word, he may remain singing the glory of His Word with steady and stable belief. He may remain drenched with the teachings of His Word. The Omnipotent True Master may become his true companion, savior. He may hear the everlasting echo of His Word resonating within forever. He may surrender his self-entity at His Service. He only prays for Forgiveness and Refuge and devotion to accept His Word as an ultimate Command and remains in blossom in all worldly conditions.

ਹਮ ਘਰਿ ਸਾਚਾ ਸੋਹਿਲੜਾ, ਪ੍ਰਭ ਆਇਅੜੇ ਮੀਤਾ ਰਾਮ॥ — ham ghar saachaa sohilrhaa parabh aa-i-arhay meetaa raam.
ਰਾਵੇ ਰੰਗਿ ਰਾਤੜਿਆ, ਮਨੁ ਲੀਅੜਾ ਦੀਤਾ ਰਾਮ॥ — raavay rang raat-rhi-aa man lee-arhaa deetaa raam.
ਆਪਣਾ ਮਨੁ ਦੀਆ ਹਰਿ ਵਰੁ ਲੀਆ, ਜਿਉ ਭਾਵੈ ਤਿਉ ਰਾਵਏ॥ — aapnaa man dee-aa har var lee-aa ji-o bhaavai ti-o raav-ay.
ਤਨੁ ਮਨੁ ਪਿਰ ਆਗੈ ਸਬਦਿ ਸਭਾਗੈ, ਘਰਿ ਅੰਮ੍ਰਿਤ ਫਲੁ ਪਾਵਏ॥ — tan man pir aagai sabad sabhaagai ghar amrit fal paav-ay.
ਬੁਧਿ ਪਾਠਿ ਨ ਪਾਈਐ ਬਹੁ ਚਤੁਰਾਈਐ, — buDh paath na paa-ee-ai baho chaturaa-ee-ai
ਭਾਇ ਮਿਲੈ ਮਨਿ ਭਾਣੈ॥ — bhaa-ay milai man bhaanai.
ਨਾਨਕ ਠਾਕੁਰ ਮੀਤ ਹਮਾਰੇ ਹਮ ਨਾਹੀ ਲੋਕਾਣੈ॥੪॥੧॥ — naanak thaakur meet hamaaray ham naahee lokaanay. ||4||1||

ਉਸ ਦਾ ਮਨ ਸ਼ਬਦ ਵਿੱਚ ਇਤਨਾ ਲੀਨ ਹੋ ਜਾਂਦਾ ਹੈ, ਉਸ ਦਾ ਆਪਾ ਮਿਟਾ ਜਾਂਦਾ ਹੈ । ਸ਼ਬਦ ਦਾ ਰਸ, ਸ਼ਬਦ ਦੇ ਅੰਮ੍ਰਿਤ ਦਾ ਅਨੰਦ ਮਾਣਦਾ ਹੈ । ਇਹ ਅਵਸਥਾ ਕਿਸੇ ਵਿਧੀ, ਚਤੁਰਾਈ ਨਾਲ ਬਖਸ਼ਿਸ਼ ਨਹੀਂ ਹੋ ਸਕਦੀ । ਕੇਵਲ ਭਰੋਸਾ ਅਡੋਲ ਕਰਕੇ ਸ਼ਬਦ ਦੀ ਬੰਦਗੀ ਨਾਲ ਹੀ ਬਖਸ਼ਿਸ਼ ਹੋ ਸਕਦੀ ਹੈ । ਇਸ ਅਵਸਥਾ ਵਿੱਚ ਪ੍ਰਭ ਅਸਲੀ ਮਿੱਤਰ ਬਣ ਜਾਂਦਾ, ਦਰਬਾਰ ਵਿੱਚ ਅਮੋਲਕ ਥਾਂ ਬਖਸ਼ਿਸ਼ ਹੋ ਜਾਂਦੀ ਹੈ ।

His true devotee may remain intoxicated in the void of His Word, his own identity may be eliminated, immersed within His Void. He enjoys the nectar of the essence of His Word in his day-to-day life. Whosoever may adopt the teachings of His Word in day-to-day life; only he may be blessed with a such a state of mind and not with any clever tricks, unique meditation. The True Master may become his true companion; he may be blessed with immortal state of mind.

Key Message of Raag Aasaa, page 435-18
ਜਨਮ ਤੇ ਆਤਮਾ ਦੀ ਅਵਸਥਾ!
ਜੀਵ ਦੀ ਆਤਮਾ ਬਚਪਨ, ਅਣਜਾਨ, ਅਨਾੜੀ ਹੈ! ਜਿਸ ਦੀ ਲਗਨ ਸ਼ਬਦ ਦੀ ਪਾਲਣਾ ਵਿੱਚ ਲਗ ਜਾਂਦੀ ਹੈ! ਉਸ ਦੇ ਮਨ ਵਿੱਚ ਸ਼ਾਂਤੀ, ਸੰਤੋਖ ਬਖਸ਼ਿਸ਼ ਹੋ ਜਾਂਦਾ ਹੈ । ਉਸ ਦੇ ਮਨ ਵਿੱਚ ਸ਼ਬਦ ਦੀ ਨਿਰੰਤਰ ਧੁਨ ਚਲਦੀ ਸੁਣਾਈ ਦੇਂਦੀ ਹੈ । ਉਹ ਆਪ ਪ੍ਰਭ ਦੇ ਭੇਟਾ ਕਰਕੇ, ਕੇਵਲ ਇਕੋ ਇਕ ਰਹਿਮਤ ਦੀ ਅਰਦਾਸ ਕਰਦਾ ਹੈ, ਤੇਰਾ ਭਾਣਾ ਮਿੱਠਾ ਲਾਗੇ । ਇਹ ਅਵਸਥਾ ਕਿਸੇ ਵਿਧੀ, ਚਤੁਰਾਈ ਨਾਲ ਬਖਸ਼ਿਸ਼ ਨਹੀਂ ਹੋ ਸਕਦੀ ।
State of soul at birth!
Soul remains ignorant, young, and innocent! Whosoever may remain intoxicated in the void of His Word; he may be blessed with enlightenment, peace, and contentment in his worldly conditions. He may hear the everlasting echo of His Word resonating within his mind nonstop. He may surrender his self-entity at His Sanctuary and prays for His Forgiveness and Refuge. Such a state of mind may never be obtained with any clever tricks, unique meditation

65. ਆਸਾ ਮਹਲਾ ੧॥ 436-13

ਅਨਹਦੋ ਅਨਹਦੁ ਵਾਜੈ, ਰੁਣ ਝੁਣਕਾਰੇ ਰਾਮ॥ — anhado anhad vaajai run jhunkaaray raam.
ਮੇਰਾ ਮਨੋ ਮੇਰਾ ਮਨੁ ਰਾਤਾ, ਲਾਲ ਪਿਆਰੇ ਰਾਮ॥ — mayraa mano mayraa man raataa laal pi-aaray raam.
ਅਨਦਿਨੁ ਰਾਤਾ ਮਨੁ ਬੈਰਾਗੀ, ਸੁੰਨ ਮੰਡਲਿ ਘਰੁ ਪਾਇਆ॥ — an-din raataa man bairaagee sunn mandal ghar paa-i-aa.
ਆਦਿ ਪੁਰਖੁ ਅਪਰੰਪਰੁ ਪਿਆਰਾ, ਸਤਿਗੁਰਿ ਅਲਖੁ ਲਖਾਇਆ॥ — aad purakh aprampar pi-aaraa satgur alakh lakhaa-i-aa.
ਆਸਣਿ ਬੈਸਣਿ ਥਿਰੁ ਨਾਰਾਇਣੁ, ਤਿਤੁ ਮਨੁ ਰਾਤਾ ਵੀਚਾਰੇ॥ — aasan baisan thir naraa-in tit man raataa veechaaray.
ਨਾਨਕ ਨਾਮਿ ਰਤੇ ਬੈਰਾਗੀ, ਅਨਹਦ ਰੁਣ ਝੁਣਕਾਰੇ॥੧॥ — naanak naam ratay bairaagee anhad run jhunkaaray. ||1||

ਮੈਂ, ਪ੍ਰਭ ਦੇ ਸ਼ਬਦ ਦੇ ਸਿਮਰਨ ਵਿੱਚ ਇਤਨਾ ਮਸਤ ਹੈ, ਮਨ ਵਿੱਚ ਪ੍ਰਭ ਦੇ ਸ਼ਬਦ ਦੀ ਧੁਨ ਲਗਾਤਾਰ ਚਲਦੀ ਸੁਣਾਈ ਦੇਂਦੀ ਹੈ । ਮੈਂ ਸੰਸਾਰਕ ਮੋਹ ਤੋਂ ਰਹਿਤ ਹੋ ਕੇ ਵਿਛੋੜੇ ਦੇ ਵਿਰਾਗ ਵਿੱਚ, ਸ਼ਬਦ ਵਿੱਚ ਹੀ ਲੀਨ ਹੋਇਆ ਹੈ । ਪ੍ਰਭ ਦੀ ਰਹਿਮਤ ਨਾਲ ਪ੍ਰਭ ਦੀ ਜੋਤ ਮਨ ਅੰਦਰ ਜਾਗਰਤ ਹੋ ਗਈ ਹੈ । ਹੁਣ ਸਦਾ ਰਹਿਣ ਵਾਲੇ ਪ੍ਰਭ ਦਾ ਆਸਣ ਮੇਰੇ ਮਨ ਅੰਦਰ ਹੀ ਜਾਗਰਤ ਹੋ ਗਿਆ ਹੈ । ਪ੍ਰਭ ਦੇ ਸ਼ਬਦ ਵਿੱਚ ਹੀ ਲੀਨ ਹੋਇਆ ਮਨ, ਸੰਸਾਰਕ ਮੋਹ ਤੋਂ ਰਹਿਤ, ਪ੍ਰਭ ਦੀ ਸਮਾਧੀ ਵਸਦਾ ਹੈ ।

I am intoxicated in meditation in the void of His Word; I hear the everlasting echo of His Word resonating within my mind nonstop. I have become beyond the reach of worldly attachment! I am in renunciation in the memory of my separation from His Holy Spirit; with His mercy and grace the eternal spiritual glow may shine within. The everlasting throne of The True Master may be incarnated within his body and mind. I remain in intoxication in meditation in the void of His Holy Spirit and I have become free of worldly attachment.

ਤਿਤੁ ਅਗਮ ਤਿਤੁ ਅਗਮ ਪੁਰੇ, ਕਹੁ ਕਿਤੁ ਬਿਧਿ ਜਾਈਐ ਰਾਮ॥ — tit agam tit agam puray kaho kit biDh jaa-ee-ai raam.
ਸਚੁ ਸੰਜਮੋ ਸਾਰਿ ਗੁਣਾ, ਗੁਰ ਸਬਦੁ ਕਮਾਈਐ ਰਾਮ॥ — sach sanjamo saar gunaa gur sabad kamaa-ee-ai raam.
ਸਚੁ ਸਬਦੁ ਕਮਾਈਐ, ਨਿਜ ਘਰਿ ਜਾਈਐ, — sach sabad kamaa-ee-ai nij ghar jaa-ee-ai
ਪਾਈਐ ਗੁਣੀ ਨਿਧਾਨਾ॥ — paa-ee-ai gunee niDhaanaa.
ਤਿਤੁ ਸਾਖਾ ਮੂਲੁ ਪਤੁ ਨਹੀ, ਡਾਲੀ ਸਿਰਿ ਸਭਨਾ ਪਰਧਾਨਾ॥ — tit saakhaa mool pat nahee daalee sir sabhnaa parDhaanaa.
ਜਪੁ ਤਪੁ ਕਰਿ ਕਰਿ ਸੰਜਮ ਥਾਕੀ, ਹਠਿ ਨਿਗ੍ਰਹਿ ਨਹੀ ਪਾਈਐ॥ — jap tap kar kar sanjam thaakee hath nigrahi nahee paa-ee-ai.
ਨਾਨਕ ਸਹਜਿ ਮਿਲੇ ਜਗਜੀਵਨ, ਸਤਿਗੁਰ ਬੂਝ ਬੁਝਾਈਐ॥੨॥ — naanak sahj milay jagjeevan satgur boojh bujhaa-ee-ai. ||2||

ਪ੍ਰਭ ਆਪਣੀ ਰਹਿਮਤ ਨਾਲ ਸੋਝੀ ਬਖਸ਼ੋ! ਉਸ ਅਕਾਰ ਰਹਿਤ, ਨਾ ਦਿਸਣ ਵਾਲੇ ਪ੍ਰਭ ਨੂੰ, ਘਰ ਨੂੰ ਕਿਵੇਂ ਦੇਖ ਸਕਾ? ਸੰਸਾਰਕ ਇਛਾਂ ਤੇ ਕਾਬੂ ਰਖਕੇ ਸ਼ਬਦ ਦੀ ਪਾਲਣਾ ਕਰਨ ਨਾਲ ਹੀ ਇਹ ਬਖਸ਼ਿਸ਼ ਹੋ ਸਕਦੀ ਹੈ । ਉਸ ਦਾ ਦਾਸ ਆਪਣੇ ਅੰਦਰੋਂ ਹੀ ਇਹ ਖਜ਼ਾਨਾ ਢੂੰਡ ਲੈਂਦਾ ਹੈ । ਪ੍ਰਭ ਦਾ ਕੋਈ ਅਕਾਰ, ਮਾਤਾ, ਪਿਤਾ, ਪਰਿਵਾਰ, ਮੁੱਢ, ਸ਼ਾਖ ਨਹੀਂ ਹੈ । ਪਰ ਪ੍ਰਭ ਦਾ ਹੁਕਮ ਹਰਇਕ ਜੀਵ ਉਪਰ ਚਲਦਾ ਹੈ । ਕਠਨ ਬੰਦਗੀ, ਧਾਰਮਕ ਨਿਯਮਾਂ, ਤਨ ਨੂੰ ਸੰਸਾਰਕ ਇਛਾਂ ਤੋਂ ਵਾਂਝੇ ਰਖਕੇ ਬਹੁਤ ਬੰਦਗੀ ਕਰਨ ਵਾਲੇ ਥੱਕ, ਹਾਰ ਜਾਂਦੇ ਹਨ, ਪ੍ਰਭ ਦੀ ਰਹਿਮਤ ਬਖਸ਼ਿਸ਼ ਨਹੀਂ ਹੁੰਦੀ ।ਪ੍ਰਭ ਆਪਣੀ ਰਹਿਮਤ ਨਾਲ ਹੀ ਸ਼ਬਦ ਦੀ ਸੋਝੀ ਬਖਸ਼ਦਾ ਹੈ । ਸ਼ਬਦ ਦੀ ਸਿਖਿਆਂ ਨਾਲ ਜੀਵਨ ਢਾਲਣ ਨਾਲ ਹੀ ਦਾਸ ਅਵਸਥਾ ਬਖਸ਼ਿਸ਼ ਹੁੰਦੀ ਹੈ ।

The True Master bestows Your Blessed Vision! How may I visualize His Existence, formless, beyond visibility The True Master? Whosoever may conquer his worldly desires; obeys the teachings of His Word with steady and stable belief in day-to-day life; with His mercy and grace, he may be blessed with such a state of mind. His true devotee may enlighten the treasure of His Word from within. The True Master, beyond any limitation of unique form, shape, size color, mother, father, any siblings, family or relative, any genealogy or legacy or incarnation. His Command prevails all over His Creation. So many devotees have adopted very rigid disciplines; deprived themselves from the reach of worldly comforts and performed tedious mediation; however, all have become desperate, disappointed, and given up. Whosoever may adopt the teachings of His Word; with His mercy and grace, only he may be enlightened with the essence of His Word and blessed with such a state of mind as His true devotee.

ਗੁਰ ਸਾਗਰੋ ਰਤਨਾਗਰੁ, ਤਿਤੁ ਰਤਨ ਘਣੇਰੇ ਰਾਮ॥	gur saagro ratnaagar tit ratan ghanayray raam.
ਕਰਿ ਮਜਨੋ ਸਪਤ ਸਰੇ, ਮਨ ਨਿਰਮਲ ਮੇਰੇ ਰਾਮ॥	kar majno sapat saray man nirmal mayray raam.
ਨਿਰਮਲ ਜਲਿ ਨ੍ਹਾਏ ਜਾ ਪ੍ਰਭ ਭਾਏ, ਪੰਚ ਮਿਲੇ ਵੀਚਾਰੇ॥	nirmal jal nHaa-ay jaa parabh bhaa-ay panch milay veechaaray.
ਕਾਮੁ ਕਰੋਧੁ ਕਪਟੁ ਬਿਖਿਆ, ਤਜਿ ਸਚੁ ਨਾਮੁ ਉਰਿ ਧਾਰੇ॥	kaam karoDh kapat bikhi-aa taj sach naam ur Dhaaray.
ਹਉਮੈ ਲੋਭ ਲਹਰਿ ਲਬ ਥਾਕੇ, ਪਾਏ ਦੀਨ ਦਇਆਲਾ॥	ha-umai lobh lahar lab thaakay paa- ay deen da-i-aalaa.
ਨਾਨਕ ਗੁਰ ਸਮਾਨਿ ਤੀਰਥੁ ਨਹੀ ਕੋਈ, ਸਾਚੇ ਗੁਰ ਗੋਪਾਲਾ॥ ੩॥	naanak gur samaan tirath nahee ko- ee saachay gur gopaalaa. ||3||

ਪ੍ਰਭ ਰਤਨਾਂ ਭਰਿਆਂ ਸਾਗਰ, ਰਤਨਾਂ ਦਾ ਪਰਬਤ ਹੈ । ਪ੍ਰਭ ਦੇ ਸ਼ਬਦ ਦੇ ਸਤਾ ਸਮੁੰਦਰਾ ਵਿੱਚ ਇਸ਼ਨਾਨ ਕਰਕੇ ਆਪਣੇ ਮਨ ਨੂੰ ਪਵਿੱਤਰ ਕਰੋ । ਜਿਹੜਾ ਸ਼ਬਦ ਦੀ ਪਾਲਣਾ ਕਰਦਾ, ਉਸ ਦਾ ਇਸ਼ਨਾਨ ਪ੍ਰਭ ਨੂੰ ਭਾਉਂਦਾ, ਆਤਮਾ ਪਵਿੱਤਰ ਹੋ ਜਾਂਦੀ ਹੈ । ਇਸ ਨਾਲ ਮਨ ਵਿਚੋਂ ਕਾਮ, ਕਰੋਧ, ਮੋਹ, ਨਿੰਦਿਆਂ, ਲਾਲਚ ਖਤਮ ਹੋ ਜਾਂਦੇ ਹਨ, ਸ਼ਬਦ ਮਨ ਵਿੱਚ ਘਰ ਕਰ ਜਾਂਦਾ ਹੈ । ਜਿਸ ਜੀਵ ਦੇ ਮਨ ਵਿਚੋਂ ਹੈਸੀਅਤ, ਅਹੰਕਾਰ, ਲਾਲਚ ਦੀ ਜੜ੍ਹ ਖਤਮ ਹੋ ਜਾਂਦੀ ਹੈ, ਪ੍ਰਭ ਉਸ ਨਿਮਾਣੇ ਜੀਵ ਤੇ ਰਹਿਮਤ ਬਖਸ਼ਦਾ ਹੈ । ਪ੍ਰਭ ਦੇ ਸ਼ਬਦ ਦੇ ਬਰਾਬਰ ਦਾ ਕੋਈ ਹੋਰ ਪਵਿੱਤਰ ਤੀਰਥ ਨਹੀਂ ਹੈ, ਜਿਸ ਵਿੱਚ ਇਸ਼ਨਾਨ ਕਰਨ ਨਾਲ ਰਹਿਮਤ ਬਖਸ਼ਿਸ਼ ਹੋ ਜਾਂਦੀ ਹੈ ।

The True Master, an ocean overwhelmed with pearls and jewels! His Word a mountain of precious metals and jewels. You should adopt the teachings of His Word, take a sanctifying bath in the seven oceans, the nectar of His Word to sanctify your soul. Whosoever may obey and adopts the teachings of His Word, his meditation may be accepted in His Court. He may conquer his sexual urge, anger, attachment to worldly possessions, slandering and greed of own mind. His root of ego of worldly status and greed may be eliminated. The True Master may bless his humble soul. No other Holy shrine may be comparable to the nectar of His Word. By dipping in this Holy Pond of nectar of His Word, he may be bestowed with His Blessed Vision.

ਹਉ ਬਨੁ ਬਨੋ ਦੇਖਿ ਰਹੀ, ਤ੍ਰਿਣੁ ਦੇਖਿ ਸਬਾਇਆ ਰਾਮ॥	ha-o ban bano daykh rahee tarin daykh sabaa-i-aa raam.
ਤ੍ਰਿਭਵਣੋ ਤੁਝਹਿ ਕੀਆ, ਸਭੁ ਜਗਤੁ ਸਬਾਇਆ ਰਾਮ॥	taribhavno tujheh kee-aa sabh jagat sabaa-i-aa raam.
ਤੇਰਾ ਸਭੁ ਕੀਆ ਤੂੰ ਥਿਰੁ ਥੀਆ, ਤੁਧੁ ਸਮਾਨਿ ਕੋ ਨਾਹੀ॥	tayraa sabh kee-aa tooN thir thee-aa tuDh samaan ko naahee.
ਤੂੰ ਦਾਤਾ ਸਭ ਜਾਚਿਕ ਤੇਰੇ, ਤੁਧੁ ਬਿਨੁ ਕਿਸੁ ਸਾਲਾਹੀ॥	tooN daataa sabh jaachik tayray tuDh bin kis saalaahee.
ਅਣਮੰਗਿਆ ਦਾਨੁ ਦੀਜੈ ਦਾਤੇ, ਤੇਰੀ ਭਗਤਿ ਭਰੇ ਭੰਡਾਰਾ॥	anmangi-aa daan deejai daatay tayree bhagat bharay bhandaaraa.
ਰਾਮ ਨਾਮ ਬਿਨੁ ਮੁਕਤਿ ਨ ਹੋਈ, ਨਾਨਕੁ ਕਹੈ ਵੀਚਾਰਾ॥੪॥੨॥	raam naam bin mukat na ho-ee naanak kahai veechaaraa. ||4||2||

ਪ੍ਰਭ ਤਿੰਨਾਂ ਸ੍ਰਿਸ਼ਟੀਆਂ ਵਿੱਚ ਹੀ ਵਿਆਪਕ ਹੈ । ਪ੍ਰਭ ਹੀ ਜੰਗਲਾਂ, ਉਜਾੜਾਂ, ਵਸਣ ਵਾਲੀਆਂ ਥਾਂ ਅਤੇ ਖੇਤਾ ਵਿੱਚ, ਹਰਇਕ ਚੀਜ ਵਿੱਚ ਹੀ ਸਮਾਇਆ, ਵਾਪਰਦਾ ਹੈ । ਸਭ ਕੁਝ ਪ੍ਰਭ ਦਾ ਕੀਤਾ ਹੀ ਹੁੰਦਾ ਹੈ, ਪ੍ਰਭ ਦੇ ਬਰਾਬਰ ਹੋਰ ਦੂਜਾ ਕੋਈ ਨਹੀਂ ਹੈ । ਕੇਵਲ ਪ੍ਰਭ ਹੀ ਦਾਤਾਂ ਦੇਣ ਵਾਲਾ ਮਾਲਕ ਹੈ, ਬਾਕੀ ਸਾਰੇ ਹੀ ਮੰਗਤੇ ਹਨ । ਮੈਂ ਕਿਸ ਦੀ ਪੂਜਾ, ਉਸਤਤ ਕਰਾ? ਪ੍ਰਭ, ਬਿਨਾਂ ਮੰਗੇ ਹੀ ਲੋੜ ਅਨੁਸਾਰ ਦਾਤਾਂ ਬਖਸ਼ਦਾ ਰਹਿੰਦਾ ਹੈ । ਪ੍ਰਭ ਦੀ ਬੰਦਗੀ ਦੇ ਅਤੱਟ ਭੰਡਾਰ ਹਨ । ਸ਼ਬਦ ਦੀ ਪਾਲਣਾ, ਬੰਦਗੀ ਤੋਂ ਬਿਨਾਂ ਕੋਈ ਹੋਰ ਪ੍ਰਵਾਨਗੀ ਦਾ ਰਸਤਾ ਨਹੀਂ ਹੈ ।

The Omnipresent True Master remains embedded within His Nature within all three universes. He prevails in wild forest, all living spaces in the universe, in the fields and in each heart and within His Nature. Only His Word prevails in the universe, nothing else could be done, nor anyone may be comparable with His Greatness. Everyone may be beggar and only He may be The True Trustee. Who else may I sing the glory, or worship? The gracious generous True Master blesses without even begging as needed in worldly life. His unlimited treasure may never be exhausted. Without adopting the teachings of His Word with steady and stable belief in day-to-day life; no other right path of acceptance in His Court.

Key Message of Raag Aasaa, page 436-13
ਪ੍ਰਭ ਦੀ ਹੋਂਦ!
ਪ੍ਰਭ ਅਕਾਰ, ਮਾਤਾ, ਪਿਤਾ, ਪਰਿਵਾਰ, ਮੁੱਢ, ਸ਼ਾਖ ਰਹਿਤ ਹੋਂਦ ਹੈ । ਪ੍ਰਭ ਦਾ ਹੁਕਮ ਹਰਇਕ ਜੀਵ ਉਪਰ ਚਲਦਾ ਹੈ । ਜਿਸ ਦੇ ਮਨ ਵਿੱਚ ਪ੍ਰਭ ਦੇ ਸ਼ਬਦ ਦੀ ਸਦਾ ਚਲਣ ਵਾਲੀ ਧੁਨ ਸੁਣਾਈ ਦੇਂਦੀ ਹੈ, ਉਹ ਸੰਸਾਰਕ ਮੋਹ ਤੋਂ ਰਹਿਤ ਹੋ ਕੇ ਵਿਛੋੜੇ ਦੇ ਵਿਰਾਗ ਵਿੱਚ, ਸ਼ਬਦ ਵਿੱਚ ਹੀ ਲੀਨ ਹੋ ਜਾਂਦਾ ਹੈ । ਪ੍ਰਭ ਦਾ ਦਾਸ ਆਪਣੇ ਅੰਦਰੋਂ ਹੀ ਇਹ ਖਜ਼ਾਨਾ ਢੂੰਡ ਲੈਂਦਾ ਹੈ । ਜਿਸ ਦੇ ਮਨ ਵਿੱਚ ਸ਼ਬਦ ਦਾ ਤੱਤ ਘਰ ਕਰ ਜਾਂਦਾ ਹੈ । ਉਸ ਨੂੰ ਕਾਮ, ਕਰੋਧ, ਮੋਹ, ਨਿੰਦਿਆਂ, ਲਾਲਚ, ਅਹੰਕਾਰ ਤੇ ਜਿੱਤ ਬਖਸ਼ਿਸ਼ ਹੋ ਜਾਂਦੀ ਹੈ! ਪ੍ਰਭ ਬਖਸ਼ਿਆਂ ਦਾ ਅਤੱਟ ਭੰਡਾਰੀ ਹੈ, ਬਿਨਾਂ ਮੰਗੇ ਹੀ ਲੋੜ ਅਨੁਸਾਰ ਦਾਤਾਂ ਬਖਸ਼ਦਾ ਰਹਿੰਦਾ ਹੈ ।
His Existence
The True Master, beyond any unique form, shape, size color, without any mother, father, any siblings, family or relative, any genealogy or legacy or incarnation; however, His Command prevails all over His Creation. Whosoever may hear the everlasting echo of His Word resonates within forever; he may conquer his worldly attachments! He may remain in

renunciation in the memory of his separation from His Holy Spirit. His true devotee may be enlightened with the treasure of enlightenment of the essence of His Word from within. Whosoever may remain drenched with the essence of His Word; he may conquer, his sexual urge, anger, attachment to worldly possessions, back-biting, and greed of own mind. His unlimited treasure may never be exhausted. The gracious True Master blesses His Creation without even begging.

66. ਆਸਾ ਮਹਲਾ ੧॥ 437 -7

ਮੇਰਾ ਮਨੋ ਮੇਰਾ ਮਨੁ ਰਾਤਾ, ਰਾਮ ਪਿਆਰੇ ਰਾਮ॥
ਸਚੁ ਸਾਹਿਬੋ ਆਦਿ ਪੁਰਖੁ, ਅਪਰੰਪਰੋ ਧਾਰੇ ਰਾਮ॥
ਅਗਮ ਅਗੋਚਰੁ ਅਪਰ ਅਪਾਰਾ, ਪਾਰਬ੍ਰਹਮੁ ਪਰਧਾਨੋ॥
ਆਦਿ ਜੁਗਾਦੀ ਹੈ ਭੀ ਹੋਸੀ, ਅਵਰੁ ਝੂਠਾ ਸਭੁ ਮਾਨੋ॥
ਕਰਮ ਧਰਮ ਕੀ ਸਾਰ ਨ ਜਾਣੈ, ਸੁਰਤਿ ਮੁਕਤਿ ਕਿਉ ਪਾਈਐ॥
ਨਾਨਕ ਗੁਰਮੁਖਿ ਸਬਦਿ ਪਛਾਣੈ, ਅਹਿਨਿਸਿ ਨਾਮੁ ਧਿਆਈਐ॥੧॥

mayraa mano mayraa man raataa raam pi-aaray raam.
sach saahibo aad purakh aprampro Dhaaray raam.
agam agochar apar apaaraa paarbarahm parDhaano.
aad jugaadee hai bhee hosee avar jhoothaa sabh maano.
karam Dharam kee saar na jaanai surat mukat ki-o paa-ee-ai.
naanak gurmukh sabad pachhaanai ahinis naam Dhi-aa-ee-ai. ||1||

ਪ੍ਰਭ, ਧਰਤੀ ਦਾ ਧੁਰਾ, ਆਸਰਾ, ਜੀਵ ਦੀ ਪਹੁੰਚ ਤੋਂ ਉਪਰ ਹੈ । ਮੇਰਾ ਮਨ ਪ੍ਰਭ ਦੇ ਸ਼ਬਦ ਦੀ ਪਾਲਣਾ ਵਿੱਚ ਹੀ ਮਸਤ ਹੈ । ਪ੍ਰਭ ਸਾਰੀ ਸ੍ਰਿਸ਼ਟੀ ਤੋਂ ਵੱਡਾ, ਸਾਰਿਆਂ ਦਾ ਹਾਕਮ, ਅਸਲੀ ਮਾਲਕ ਹੈ । ਕੇਵਲ ਉਹ ਹੀ ਇਕੋ ਇਕ ਸ੍ਰਿਸ਼ਟੀ ਤੋਂ ਪਹਿਲੇ ਅਤੇ ਪਿਛੋਂ ਅਟਲ ਰਹਿਣ ਵਾਲਾ ਹੈ, ਬਾਕੀ ਸਭ ਥੋੜ੍ਹਾ ਸਮਾਂ ਪਾ ਕੇ ਨਾਸ਼ ਹੋ ਜਾਣਵਾਲੇ ਹੀ ਹਨ । ਉਹ ਕਰਮਾਂ, ਜਾ ਧਰਮ ਦੇ ਨਿਯਮਾਂ ਦਾ ਗੁਲਾਮ ਨਹੀਂ ਹੁੰਦਾ । ਪ੍ਰਭ ਦੀ ਰਹਿਮਤ ਕਿਵੇਂ ਹਾਸਿਲ ਕੀਤੀ ਜਾ ਸਕਦੀ ਹੈ? ਜੀਵ, ਸ਼ਬਦ ਦਾ ਸਿਮਰਨ ਕਰਨ ਨਾਲ ਸ਼ਬਦ ਦੀ ਸੋਝੀ ਬਖਸ਼ਿਸ਼ ਹੋ ਜਾਂਦੀ ਹੈ । ਸ਼ਬਦ ਦੀ ਸਿਖਿਆ ਨਾਲ ਜੀਵਨ ਢਾਲਣ ਨਾਲ ਹੀ ਪ੍ਰਭ ਦੀ ਰਹਿਮਤ ਬਖਸ਼ਿਸ਼ ਹੋ ਸਕਦੀ ਹੈ ।

The True Master, true pillar of support of the earth remains beyond the reach, comprehension of His Creation. I remain intoxicated in obeying the teachings of His Word. The True Master, Commander of all universes, greatest of All, remains unchanged forever; before the creation of the universe; everything else may vanish over a period. The True Master remains beyond any prewritten destiny, worldly deeds nor unique principles of any worldly religions. How may I become worthy of His Consideration, Blessings? Whosoever may meditate, obeys, and adopts the teachings of His Word with steady and stable belief in day-to-day life; with His mercy and grace, he may be enlightened with the essence of His Word. He may be blessed with a unique state of mind as His true devotee.

ਮੇਰਾ ਮਨੋ ਮੇਰਾ ਮਨੁ ਮਾਨਿਆ, ਨਾਮੁ ਸਖਾਈ ਰਾਮ॥
ਹਉਮੈ ਮਮਤਾ ਮਾਇਆ, ਸੰਗਿ ਨ ਜਾਈ ਰਾਮ॥
ਮਾਤਾ ਪਿਤ ਭਾਈ ਸੁਤ ਚਤੁਰਾਈ, ਸੰਗਿ ਨ ਸੰਪੈ ਨਾਰੇ॥
ਸਾਇਰ ਕੀ ਪੁਤ੍ਰੀ ਪਰਹਰਿ ਤਿਆਗੀ, ਚਰਣ ਤਲੈ ਵੀਚਾਰੇ॥
ਆਦਿ ਪੁਰਖਿ ਇਕੁ ਚਲਤੁ ਦਿਖਾਇਆ, ਜਹ ਦੇਖਾ ਤਹ ਸੋਈ॥
ਨਾਨਕ ਹਰਿ ਕੀ ਭਗਤਿ ਨ ਛੋਡਉ, ਸਹਜੇ ਹੋਇ ਸੁ ਹੋਈ॥੨॥

mayraa mano mayraa man maani-aa naam sakhaa-ee raam.
ha-umai mamtaa maa-i-aa sang na jaa-ee raam.
maataa pit bhaa-ee sut chaturaa-ee sang na sampai naaray.
saa-ir kee putree parhar ti-aagee charan talai veechaaray.
aad purakh ik chalat dikhaa-i-aa jah daykhaa tah so-ee.
naanak har kee bhagat na chhoda-o sehjay ho-ay so ho-ee. ||2||

ਪ੍ਰਭ ਦੀ ਰਹਿਮਤ ਨਾਲ ਮਨ ਨੂੰ ਸੋਝੀ ਬਖਸ਼ਿਸ਼ ਹੋਈ ਹੈ, ਅਹੰਕਾਰ, ਹੈਸੀਅਤ, ਧਨ ਮੌਤ ਤੋਂ ਪਿਛੋਂ ਜੀਵ ਦੇ ਸਾਥ ਨਹੀਂ ਜਾਂਦੇ । ਮੈਂ, ਪ੍ਰਭ ਨੂੰ ਅਸਲੀ ਸਦਾ ਰਹਿਣ ਵਾਲ ਮਾਲਕ ਮੰਨ ਲਿਆ ਹੈ । ਮਾਤਾ, ਪਿਤਾ, ਬੱਚੇ, ਬੀਵੀ, ਹੈਸੀਅਤ ਕੋਈ ਚੁਤਰਾਈ ਦੀ ਕਮਾਈ ਸਾਥ ਨਹੀਂ ਜਾਂਦੀ । ਜਿਹੜਾ ਇਸ ਸੰਸਾਰਕ ਮਾਇਆ ਦੇ ਜਾਲ ਨੂੰ ਤਿਆਗ ਦੇਂਦਾ ਹੈ, ਪ੍ਰਭ ਦੀ ਰਹਿਮਤ ਨਾਲ ਉਸ ਨੂੰ ਮਾਨਸ ਜੀਵਨ ਦੀ ਅਸਲੀਅਤ ਦੀ, ਸ਼ਬਦ ਦੀ ਸੋਝੀ ਬਖਸ਼ਿਸ਼ ਹੋ ਜਾਂਦੀ ਹੈ! ਆਦਿ ਪੁਰਖ ਪ੍ਰਭ, ਨੇ ਇਕ ਅਨੋਖਾ ਹੀ ਖੇਲ ਦਿਖਇਆ ਹੈ । ਜਿਥੇ ਕਿਤੇ ਵੀ ਦੇਖਦਾ ਹਾ, ਸਭ ਵਿੱਚ ਇਕੋ ਇਕ ਪ੍ਰਭ ਹੀ ਨਜ਼ਰ ਆਉਂਦਾ ਹੈ । ਜੀਵ ਪ੍ਰਭ ਦੇ ਸ਼ਬਦ ਦੀ ਪਾਲਣਾ ਨਾ ਛਡੋ! ਜੋ ਕੁਝ ਵੀ ਸ੍ਰਿਸ਼ਟੀ ਵਿੱਚ ਹੁੰਦਾ ਹੈ, ਉਹ ਬੀਤ ਜਾਵੇਗਾ । ਮਨ ਨੂੰ ਉਦਾਸ ਨਾ ਕਰੋ! ਸਗੋਂ ਉਸ ਦੇ ਵਿਛੋੜੇ ਦੇ ਵਿਰਾਗ ਵਿੱਚ ਹੀ ਜੀਵਨ ਬਤੀਤ ਕਰੋ ।

The True Master has bestowed His Blessed Vision, I am enlightened that ego of worldly status and worldly wealth may not accompany the soul to support in His Court. I have wholeheartedly accepted The One and Only One, God as The True Master of all creations. The worldly families like mother, father, children, spouse, worldly status or any clever plans or worldly wealth may not support the soul in His Court. I have renounced worldly ocean of desires; with His mercy and grace, I have been enlightened with the reality of life, the true purpose of life. I have witnessed a unique, astonishing play of His Nature; I may only realize The True Master prevailing in each event, in the heart of each creature and everywhere. You should never abandon the teachings of His Word from your day-to-day life. Whatsoever may happen in the universe, in your worldly conditions, miseries; all may pass over a period. You should not be disappointed and discouraged from any worldly situation; rather you should remain in the renunciation in the memory of your separation from His Holy Spirit and enjoy your worldly journey.

ਮੇਰਾ ਮਨੋ ਮੇਰਾ ਮਨੁ ਨਿਰਮਲੁ, ਸਾਚੁ ਸਮਾਲੇ ਰਾਮ॥
ਅਵਗਣ ਮੇਟਿ ਚਲੇ ਗੁਣ, ਸੰਗਮ ਨਾਲੇ ਰਾਮ॥
ਅਵਗਣ ਪਰਹਰਿ ਕਰਣੀ ਸਾਰੀ, ਦਰਿ ਸਚੈ ਸਚਿਆਰੋ॥
ਆਵਣੁ ਜਾਵਣੁ ਠਾਕਿ ਰਹਾਏ, ਗੁਰਮੁਖਿ ਤਤੁ ਵੀਚਾਰੋ॥
ਸਾਜਨੁ ਮੀਤੁ ਸੁਜਾਣੁ ਸਖਾ ਤੂੰ, ਸਚਿ ਮਿਲੈ ਵਡਿਆਈ॥
ਨਾਨਕ ਨਾਮੁ ਰਤਨੁ ਪਰਗਾਸਿਆ, ਐਸੀ ਗੁਰਮਤਿ ਪਾਈ॥੩॥

mayraa mano mayraa man nirmal saach samaalay raam.
avgan mayt chalay gun sangam naalay raam.
avgan parhar karnee saaree dar sachai sachi-aaro.
aavan jaavan thaak rahaa-ay gurmukh tat veechaaro.
saajan meet sujaan sakhaa tooN sach milai vadi-aa-ee.
naanak naam ratan pargaasi-aa aisee gurmat paa-ee. ||3

ਮੇਰਾ ਮਨ ਸ਼ਬਦ ਦੀ ਪਾਲਣਾ ਕਰਨ ਨਾਲ ਪਵਿੱਤਰ ਹੋ ਗਿਆ ਹੈ, ਮਨ ਵਿਚੋਂ ਅਉਗੁਣਾਂ ਵਾਲੇ ਖਿਆਲ ਖਤਮ ਹੋ ਗਏ ਹਨ । ਕੇਵਲ ਚੰਗੇ ਕੰਮਾਂ ਵਾਲੇ ਖਿਆਲ ਹੀ ਮਨ ਵਿੱਚ ਆਉਂਦੇ ਹਨ । ਹੁਣ ਪ੍ਰਭ ਦੀ ਸ੍ਰਿਸ਼ਟੀ ਦੀ ਭਲਈ ਦੇ ਕੰਮ ਹੀ ਕਰਦਾ ਹਾ, ਜਿਹੜੇ ਅਟਲ ਪ੍ਰਭ ਦੇ ਦਰਬਾਰ ਵਿੱਚ ਪ੍ਰਵਾਨ ਹੋ ਸਕਦੇ ਹਨ । ਅੰਤਰਜਾਮੀ ਪ੍ਰਭ ਤੂੰ ਹੀ ਕੇਵਲ ਮੇਰਾ ਅਸਲੀ ਮਿੱਤਰ ਹੈ । ਆਪਣੀ ਰਹਿਮਤ ਨਾਲ ਸ਼ਬਦ ਦੀ ਸੋਝੀ ਬਖਸ਼ੋ । ਪ੍ਰਭ ਦੀ ਰਹਿਮਤ ਨਾਲ, ਸ਼ਬਦ ਦੀ ਪਾਲਣਾ ਨਾਲ ਹੀ ਸ਼ਬਦ ਰਤਨ ਦੀ ਸੋਝੀ ਬਖਸ਼ਿਸ਼ ਹੁੰਦੀ, ਹੋਈ ਹੈ ।

By obeying the teachings of His Word in my day-to-day life, my soul has been sanctified. All my evil thoughts have been eliminated from my mind. Only thoughts to perform good deeds for mankind are prevailing within my mind. Whatsoever may be acceptable in His Court, I may only perform such deeds. The Omniscient True Master remains my true friend and companion. I have been enlightened with the teachings of His Word from within; only with His mercy and grace, I have adopted the teachings of His Word and blessed with enlightenment from within.

ਗੁਰੂ ਨਾਨਕ ਦੇਵ ਜੀ! – Guru Nanak Dev Ji! Guru Granth Sahib

ਸਚੁ ਅੰਜਨੋ ਅੰਜਨੁ ਸਾਰਿ ਨਿਰੰਜਨਿ ਰਾਤਾ ਰਾਮ॥	sach anjno anjan saar niranjan raataa raam.
ਮਨਿ ਤਨਿ ਰਵਿ ਰਹਿਆ ਜਗਜੀਵਨੋ ਦਾਤਾ ਰਾਮ॥	man tan rav rahi-aa jagjeevano daataa raam.
ਜਗਜੀਵਨੁ ਦਾਤਾ ਹਰਿ ਮਨਿ ਰਾਤਾ, ਸਹਜਿ ਮਿਲੈ ਮੇਲਾਇਆ॥	jagjeevan daataa har man raataa sahj milai maylaa-i-aa.
ਸਾਧ ਸਭਾ ਸੰਤਾ ਕੀ ਸੰਗਤਿ, ਨਦਰਿ ਪ੍ਰਭੂ ਸੁਖੁ ਪਾਇਆ॥	saaDh sabhaa santaa kee sangat nadar parabhoo sukh paa-i-aa.
ਹਰਿ ਕੀ ਭਗਤਿ ਰਤੇ ਬੈਰਾਗੀ, ਚੂਕੇ ਮੋਹ ਪਿਆਸਾ॥	har kee bhagat ratay bairaagee chookay moh pi-aasaa.
ਨਾਨਕ ਹਉਮੈ ਮਾਰਿ ਪਤੀਣੇ, ਵਿਰਲੇ ਦਾਸ ਉਦਾਸਾ॥੪॥੩॥	naanak ha-umai maar pateenay virlay daas udaasaa. ‖4‖3‖

ਮੈਂ ਸੰਸਾਰਕ ਇਛਾਂ ਦੇ ਰੋਗ ਦੂਰ ਕਰਨ ਵਾਲੀ ਸ਼ਬਦ ਦੀ ਬਾਮ ਆਪਣੀ ਅੱਖਾਂ ਤੇ ਲਾਈ ਹੈ! ਮੇਰੇ ਮਨ, ਤਨ ਤੇ ਚੜ੍ਹ ਪ੍ਰਭ ਦੇ ਸ਼ਬਦ ਦਾ ਰੰਗ ਗਿਆ ਹੈ, ਸਵਾਸ ਬਖਸ਼ਣ ਵਾਲਾ ਦਾਤਾ ਸਾਰੇ ਜੀਵਾਂ ਦਾ ਹੀ ਰਖਵਾਲਾ ਹੈ । ਮੈਂ ਪ੍ਰਭ ਦੇ ਸ਼ਬਦ ਦੀ ਪਾਲਣਾ ਵਿੱਚ ਹੀ ਮਸਤ ਰਹਿੰਦਾ ਹਾ । ਪ੍ਰਭ ਦੀ ਰਹਿਮਤ ਨਾਲ ਸੰਤ ਸਰੂਪ, ਬੰਦਗੀ ਵਾਲਿਆਂ ਦੀ ਸੰਗਤ ਬਖਸ਼ਿਸ਼ ਹੋ ਗਈ ਹੈ । ਵਿਰਾਗੀ ਜੀਵ, ਪ੍ਰਭ ਦੇ ਸ਼ਬਦ ਦਾ ਸਿਮਰਨ ਕਰਨ ਨਾਲ ਸੰਸਾਰਕ ਮੋਹ ਖਤਮ ਕਰ ਸਕਦਾ ਹੈ । ਸੰਸਾਰ ਵਿੱਚ ਕੋਈ ਵਿਰਲਾ ਹੀ ਮਨ ਦੀ ਹੈਸੀਅਤ ਖਤਮ ਕਰਕੇ ਸ਼ਬਦ ਦੇ ਲੜ ਲਗਾ ਰਹਿੰਦਾ ਹੈ ।

I have rubbed the bam of the essence of His Word on my eyes; all my diseases of worldly desires, frustrations have been eliminated. I remain drenched with the enlightenment of the essence of His Word. The True Trustee of breaths remains the protector of the universe. I remain intoxicated in obeying the teachings of His Word; with His mercy and grace, I have been blessed with the association of His true devotee. Renunciatory! Whosoever may meditate on the teachings of His Word; with His mercy and grace, he may conquer and remains beyond the influence of worldly possessions, attachments, and relationships. However, very rare devotee may conquer his own ego of worldly status and remains focused in meditation on the teachings of His Word.

Key Message of Raag Aasaa, page 437-7
ਪ੍ਰਭ ਦੀ ਹੋਂਦ!
ਪ੍ਰਭ, ਧਰਤੀ ਦਾ ਧੁਰਾ, ਆਸਰਾ, ਜੀਵ ਦੀ ਪਹੁੰਚ ਤੋਂ ਉਪਰ ਹੈ । ਇਕੋ ਇਕ ਸ੍ਰਿਸ਼ਟੀ ਤੋਂ ਪਹਿਲੇ ਅਤੇ ਪਿਛੋਂ ਅਟਲ ਰਹਿਣ ਵਾਲਾ ਮਾਲਕ ਕਰਮਾਂ, ਜਾ ਧਰਮ ਦੇ ਨਿਯਮਾਂ ਦਾ ਗੁਲਾਮ ਨਹੀਂ ਹੁੰਦਾ । ਮਾਤਾ, ਪਿਤਾ, ਬੱਚੇ, ਬੀਵੀ, ਹੈਸੀਅਤ ਕੋਈ ਚੁਤਰਾਈ ਦੀ ਕਮਾਈ, ਧਨ ਮੌਤ ਤੋਂ ਪਿਛੋਂ ਜੀਵ ਦੇ ਸਾਥ ਨਹੀਂ ਜਾਂਦੇ! ਜੋ ਕੁਝ ਵੀ ਸ੍ਰਿਸ਼ਟੀ ਵਿੱਚ ਹੁੰਦਾ ਹੈ, ਉਹ ਬੀਤ ਜਾਂਦਾ ਹੈ! ਜਿਹੜਾ ਪ੍ਰਭ ਦੇ ਵਿਛੋੜੇ ਦੇ ਵਿਰਾਗ ਵਿੱਚ ਹੀ ਜੀਵਨ ਬਤੀਤ ਕਰਦਾ ਹੈ, ਉਸ ਨੂੰ ਸੰਸਾਰਕ ਮੋਹ, ਹੈਸੀਅਤ ਦੇ ਅਹੰਕਾਰ ਤੇ ਜਿੱਤ ਬਖਸ਼ਿਸ਼ ਹੋ ਜਾਂਦੀ ਹੈ । ਕੋਈ ਵਿਰਲਾ ਹੀ ਮਨ ਦੀ ਹੈਸੀਅਤ ਖਤਮ ਕਰਕੇ ਸ਼ਬਦ ਦੇ ਲੜ ਲਗਾ ਰਹਿੰਦਾ ਹੈ ।
His Existence
The True Master, pillar of the earth remains beyond the reach, comprehension of His Creation. He remains unchanged forever; before the creation of the universe and after the destruction of the universe. He remains beyond any bonds, prewritten destiny, nor any unique principles of worldly religions. The worldly families, relationships like mother, father, children, spouse, worldly status or any clever plans, worldly wealth, ego, worldly status may not support in His Court. Whatsoever may happen in the universe, any worldly conditions, miseries may pass over a period. Whosoever may remain in renunciation in the memory of his separation from His Holy Spirit; he may conquer his attachments to worldly possessions and relationships; however, very rare devotee may conquer his own ego of worldly status.

67. ਰਾਗੁ ਆਸਾ ਮਹਲਾ ੧ ਛੰਤ ਘਰੁ ੨॥ 438 -1

ੴ ਸਤਿਗੁਰ ਪ੍ਰਸਾਦਿ॥	ik-oNkaar satgur parsaad.
ਤੂੰ ਸਭਨੀ ਥਾਈ ਜਿਥੈ ਹਉ ਜਾਈ, ਸਾਚਾ ਸਿਰਜਣਹਾਰੁ ਜੀਉ॥	tooN sabhnee thaa-ee jithai ha-o jaa-ee saachaa sirjanhaar jee-o.
ਸਭਨਾ ਕਾ ਦਾਤਾ ਕਰਮ ਬਿਧਾਤਾ, ਦੂਖ ਬਿਸਾਰਣਹਾਰੁ ਜੀਉ॥	sabhnaa kaa daataa karam biDhaataa dookh bisaaranhaar jee-o.
ਦੂਖ ਬਿਸਾਰਣਹਾਰੁ ਸੁਆਮੀ, ਕੀਤਾ ਜਾ ਕਾ ਹੋਵੈ॥	dookh bisaaranhaar su-aamee keetaa jaa kaa hovai.
ਕੋਟ ਕੋਟੰਤਰ ਪਾਪਾ ਕੇਰੇ, ਏਕ ਘੜੀ ਮਹਿ ਖੋਵੈ॥	kot kotantar paapaa kayray ayk gharhee meh khovai.
ਹੰਸ ਸਿ ਹੰਸਾ ਬਗ ਸਿ ਬਗਾ, ਘਟ ਘਟ ਕਰੇ ਬੀਚਾਰੁ ਜੀਉ॥	hans se hansaa bag se bagaa ghat ghat karay beechaar jee-o.
ਤੂੰ ਸਭਨੀ ਥਾਈ ਜਿਥੈ ਹਉ ਜਾਈ, ਸਾਚਾ ਸਿਰਜਣਹਾਰੁ ਜੀਉ॥੧॥	tooN sabhnee thaa-ee jithai ha-o jaa-ee saachaa sirjanhaar jee-o. ‖1‖

ਪ੍ਰਭ ਸਭ ਥਾਂ, ਹਰਇਕ ਜੀਵ, ਪਦਾਰਥ ਵਿੱਚ, ਵਾਪਰਦਾ ਹੈ । ਪ੍ਰਭ ਹੀ ਦਾਤਾਂ ਬਖਸ਼ਣ ਵਾਲਾ, ਭਾਗ ਲਿਖਣਵਾਲਾ, ਮਨ ਵਿਚੋਂ ਦੁਖਾਂ ਦਾ ਪ੍ਰਭਾਵ ਦੂਰ ਕਰਨ ਵਾਲਾ ਅਸਲੀ ਮਾਲਕ ਹੈ । ਸਭ ਕੁਝ ਪ੍ਰਭ ਦਾ ਕੀਤਾ ਹੀ ਹੁੰਦਾ ਹੈ । ਜੀਵ ਅਨੇਕਾਂ ਹੀ ਪਾਪ ਕਰਦੇ ਰਹਿੰਦੇ ਹਨ । ਜਿਸ ਤੇ ਰਹਿਮਤ ਦੀ ਨਜ਼ਰ ਬਖਸ਼ਿਸ਼ ਹੋ ਜਾਂਦੀ ਹੈ, ਉਸ ਦੇ ਪਾਪ ਇਕ ਪਲ ਵਿੱਚ ਹੀ ਮਾਫ ਹੋ ਜਾਂਦੇ ਹਨ । ਪ੍ਰਭ ਖਰੇ ਨੂੰ ਖਰਾ ਅਤੇ ਝੂਠੇ ਨੂੰ ਝੂਠਾ, ਇਨਸਾਫ ਨਾਲ ਹਰਇਕ ਆਤਮਾ ਦਾ ਲੇਖਾ ਕਰਦਾ ਹੈ । ਮੈਂ ਜਿਥੇ ਵੀ ਦੇਖਦਾ ਹਾ, ਕੇਵਲ ਪ੍ਰਭ ਹੀ ਵਾਪਰਦਾ ਹੈ, ਹਰ ਥਾਂ ਤੇ ਪ੍ਰਭ ਦਾ ਹੁਕਮ ਹੀ ਚਲਦਾ ਹੈ ।

The Omnipresent True Master prevails within heart, mind of each creature and everywhere in the universe. The True Master, Treasure, Trustee of all virtues, inscribes the destiny of all creatures. He may eliminate all miseries from his day-to-day life; everything happens in the universe with only His Command only. His Creation may perform so many sinful deeds in day-to-day life; with His mercy and grace, He may forgive, ignore all evil deeds to bless the right path in a twinkle of eyes. The True Omniscient True Master, distinguishes good from evil and only justice prevails in His Court. I may only realize, witness His Holy Spirit prevailing everywhere.

ਜਿਨ੍ ਇਕ ਮਨਿ ਧਿਆਇਆ, ਤਿਨ੍ ਸੁਖੁ ਪਾਇਆ	jinH ik man Dhi-aa-i-aa tinH sukh paa-i-aa
ਤੇ ਵਿਰਲੇ ਸੰਸਾਰਿ ਜੀਉ॥	tay virlay sansaar jee-o.
ਤਿਨ ਜਮੁ ਨੇੜਿ ਨ ਆਵੈ ਗੁਰ ਸਬਦੁ ਕਮਾਵੈ,	tin jam nayrh na aavai gur sabad kamaavai
ਕਬਹੁ ਨ ਆਵਹਿ ਹਾਰਿ ਜੀਉ॥	kabahu na aavahi haar jee-o.
ਤੇ ਕਬਹੁ ਨ ਹਾਰਹਿ ਹਰਿ ਹਰਿ ਗੁਣ ਸਾਰਹਿ,	tay kabahu na haareh har har gun saareh
ਤਿਨ੍ ਜਮੁ ਨੇੜਿ ਨ ਆਵੈ॥	tinH jam nayrh na aavai.
ਜੰਮਣੁ ਮਰਣੁ ਤਿਨ੍ਾ ਕਾ ਚੂਕਾ, ਜੋ ਹਰਿ ਲਾਗੇ ਪਾਵੈ॥	jaman maran tinHaa kaa chookaa jo har laagay paavai.
ਗੁਰਮਤਿ ਹਰਿ ਰਸੁ ਹਰਿ ਫਲੁ ਪਾਇਆ,	gurmat har ras har fal paa-i-aa

ਗੁਰੂ ਨਾਨਕ ਦੇਵ ਜੀ! – Guru Nanak Dev Ji! Guru Granth Sahib

ਹਰਿ ਹਰਿ ਨਾਮੁ ਉਰ ਧਾਰਿ ਜੀਉ॥	har har naam ur Dhaar jee-o.
ਜਿਨ੍ ਇਕ ਮਨਿ ਧਿਆਇਆ, ਤਿਨ੍ ਸੁਖੁ ਪਾਇਆ	jinH ik man Dhi-aa-i-aa tinH sukh paa-i-aa
ਤੇ ਵਿਰਲੇ ਸੰਸਾਰਿ ਜੀਉ॥ ੨॥	tay virlay sansaar jee-o. ||2||

ਜਿਹੜਾ ਜੀਵ ਹੀ ਅਡੋਲ ਭਰੋਸਾ ਨਾਲ ਸ਼ਬਦ ਦਾ ਸਿਮਰਨ ਕਰਦਾ ਹੈ, ਉਸ ਨੂੰ ਰਹਿਮਤ ਬਖਸ਼ਿਸ਼ ਹੋ ਜਾਂਦੀ ਹੈ! ਫਿਰ ਵੀ ਕੋਈ ਵਿਰਲਾ ਹੀ ਇਸ ਤੇ ਅਡੋਲ ਰਹਿੰਦਾ ਹੈ । ਜਿਹੜਾ ਆਪਣਾ ਜੀਵਨ ਸ਼ਬਦ ਦੇ ਅਨੁਸਾਰ ਬਤੀਤ ਕਰਦਾ ਹੈ, ਉਸ ਨੂੰ ਜਮਦੂਤ ਛੋਹ ਵੀ ਨਹੀਂ ਸਕਦਾ, ਜਨਮ, ਮਰਨ ਦਾ ਲੇਖਾ ਖਤਮ ਹੋ ਜਾਂਦਾ ਹੈ । ਜਿਹੜਾ ਆਪਾ ਪ੍ਰਭ ਦੀ ਸ਼ਰਣ ਵਿੱਚ ਭੇਟਾ ਕਰ ਦੇਂਦਾ, ਉਹ ਪ੍ਰਵਾਨ ਹੋ ਜਾਂਦਾ ਹੈ । ਜਿਹੜਾ ਸ਼ਬਦ ਦਾ ਸਿਮਰਨ, ਸ਼ਬਦ ਦੀ ਪਾਲਣਾ ਅਡੋਲ ਭਰੋਸੇ ਨਾਲ ਕਰਦਾ ਹੈ, ਉਸ ਨੂੰ ਸ਼ਬਦ ਦੀ ਸੋਝੀ ਬਖਸ਼ਿਸ਼ ਹੋ ਜਾਂਦੀ, ਸ਼ਬਦ ਮਨ ਅੰਦਰ ਜਾਗਰਤ ਹੋ ਜਾਂਦਾ ਹੈ । ਉਸ ਨੂੰ ਅਸਲੀ ਦਾਸ ਅਵਸਥਾ ਬਖਸ਼ਿਸ਼ ਹੋ ਜਾਂਦੀ ਹੈ! ਸੰਸਾਰ ਵਿੱਚ ਕੋਈ ਵਿਰਲਾ ਹੀ ਜੀਵ ਅਡੋਲ ਹੋ ਕੇ ਸ਼ਬਦ ਦੀ ਪਾਲਣਾ ਕਰਦਾ ਹੈ ।

Whosoever may meditate and obeys the teachings of His Word with steady and stable belief; he may be blessed with the right path of acceptance in His Court; however, very rare devotee may remain steady and stable on the right path of meditation. Whosoever may wholeheartedly adopt the teachings of His Word, he may become beyond the reach of devil of death; his cycle of birth and death may be eliminated. Whosoever may surrender his self-entity at His Sanctuary, he may be accepted in His Court. Whosoever may meditate and adopts the teachings of His Word with steady and stable belief; he may be enlightened from within; with His mercy and grace, he may be blessed with a state of mind as His true devotee. However, very rare devotee may remain steady and stable to obey the teachings of His Word.

ਜਿਨਿ ਜਗਤੁ ਉਪਾਇਆ ਧੰਧੈ ਲਾਇਆ,	jin jagat upaa-i-aa DhanDhai laa-i-aa
ਤਿਸੈ ਵਿਟਹੁ ਕੁਰਬਾਣੁ ਜੀਉ॥	tisai vitahu kurbaan jee-o.
ਤਾ ਕੀ ਸੇਵ ਕਰੀਜੈ ਲਾਹਾ ਲੀਜੈ,	taa kee sayv kareejai laahaa leejai
ਹਰਿ ਦਰਗਹ ਪਾਈਐ ਮਾਣੁ ਜੀਉ॥	har dargeh paa-ee-ai maan jee-o.
ਹਰਿ ਦਰਗਹ ਮਾਨੁ ਸੋਈ ਜਨੁ ਪਾਵੈ, ਜੋ ਨਰੁ ਏਕੁ ਪਛਾਣੈ॥	har dargeh maan so-ee jan paavai jo nar ayk pachhaanai.
ਓਹੁ ਨਵ ਨਿਧਿ ਪਾਵੈ, ਗੁਰਮਤਿ ਹਰਿ ਧਿਆਵੈ,	oh nav niDh paavai gurmat har Dhi-aavai
ਨਿਤ ਹਰਿ ਗੁਣ ਆਖਿ ਵਖਾਣੈ॥	nit har gun aakh vakhaanai.
ਅਹਿਨਿਸਿ ਨਾਮੁ ਤਿਸੈ ਕਾ ਲੀਜੈ, ਹਰਿ ਊਤਮੁ ਪੁਰਖੁ ਪਰਧਾਨੁ ਜੀਉ॥	ahinis naam tisai kaa leejai har ootam purakh parDhaan jee-o.
ਜਿਨਿ ਜਗਤੁ ਉਪਾਇਆ ਧੰਧੈ ਲਾਇਆ,	jin jagat upaa-i-aa DhanDhai laa-i-aa
ਹਉ ਤਿਸੈ ਵਿਟਹੁ ਕੁਰਬਾਨੁ ਜੀਉ॥੩॥	ha-o tisai vitahu kurbaan jee-o. ||3||

ਸਾਰੀ ਸ੍ਰਿਸ਼ਟੀ ਨੂੰ ਪੈਦਾ ਕਰਨ, ਧੰਦੇ ਤੇ ਲਾਉਣ ਵਾਲੇ ਪ੍ਰਭ ਤੋਂ ਕਰਬਾਣ ਜਾਈਏ । ਉਸ ਦੇ ਸ਼ਬਦ ਦੀ ਪਾਲਣਾ ਕਰਨ ਨਾਲ ਦਰਬਾਰ ਵਿੱਚ ਪ੍ਰਵਾਨਗੀ ਬਖਸ਼ਿਸ਼ ਹੋ ਸਕਦੀ ਹੈ । ਜਿਹੜਾ ਜੀਵ ਪ੍ਰਭ ਦੇ ਸ਼ਬਦ ਦਾ ਸਿਮਰਨ ਕਰਦਾ ਹੈ, ਉਸ ਨੂੰ ਸੋਝੀ, ਗਿਆਨ ਦੇ ਨੌਂ ਖਜ਼ਾਨੇਂ ਬਖਸ਼ਿਸ਼ ਹੋ ਜਾਂਦੇ ਹਨ । ਉਹ ਹਰ ਵੇਲੇ ਪ੍ਰਭ ਦੇ ਸ਼ਬਦ ਦੀ ਉਸਤਤ ਗਾਉਂਦਾ ਰਹਿੰਦਾ ਹੈ । ਜੀਵ, ਸਾਰੀ ਸ੍ਰਿਸ਼ਟੀ ਦੇ ਮਾਲਕ, ਪ੍ਰਭ ਦੇ ਸ਼ਬਦ ਦੀ ਪਾਲਣਾ ਕਰੋ! ਉਸ ਨੂੰ ਹਮੇਸ਼ਾਂ ਧੰਨ ਧੰਨ ਹੀ ਕਰੋ ।

I am fascinated from the greatness of The True Master, Creator of the universe! He assigns everyone with a unique task in day-to-day life. Whosoever may meditate and adopts the teachings of His Word with steady and stable belief, he may be accepted in His Court. Whosoever may wholeheartedly meditate on the teachings of His Word; he may be blessed with nine treasures of enlightenment from within. He may sing the glory of His Word Day and night without any greed. His true devotee always obeys the teachings of His Word, The Supreme Commander, True Creator of the universe. He always claims, The One and Only One, True Master, the greatest of All.

ਨਾਮੁ ਲੈਨਿ ਸਿ ਸੋਹਹਿ ਤਿਨ ਸੁਖ ਫਲ ਹੋਵਹਿ,	naam lain se soheh tin sukh fal hoveh
ਮਾਨਹਿ ਸੇ ਜਿਣਿ ਜਾਹਿ ਜੀਉ॥	maaneh say jin jaahi jee-o.
ਤਿਨ ਫਲ ਤੋਟਿ ਨ ਆਵੈ ਜਾ ਤਿਸੁ ਭਾਵੈ,	tin fal tot na aavai jaa tis bhaavai
ਜੇ ਜੁਗ ਕੇਤੇ ਜਾਹਿ ਜੀਉ॥	jay jug kaytay jaahi jee-o.
ਜੇ ਜੁਗ ਕੇਤੇ ਜਾਹਿ ਸੁਆਮੀ, ਤਿਨ ਫਲ ਤੋਟਿ ਨ ਆਵੈ॥	jay jug kaytay jaahi su-aamee tin fal tot na aavai.
ਤਿਨ੍ ਜਰਾ ਨ ਮਰਣਾ ਨਰਕਿ ਨ ਪਰਣਾ,	tinH jaraa na marnaa narak na parnaa
ਜੋ ਹਰਿ ਨਾਮੁ ਧਿਆਵੈ॥	jo har naam Dhi-aavai.
ਹਰਿ ਹਰਿ ਕਰਹਿ ਸਿ ਸੂਕਹਿ ਨਾਹੀ,	har har karahi se sookeh naahee
ਨਾਨਕ ਪੀੜ ਨ ਖਾਹਿ ਜੀਉ॥	naanak peerh na khaahi jee-o.
ਨਾਮੁ ਲੈਨ੍ਿ ਸਿ ਸੋਹਹਿ ਤਿਨ੍ ਸੁਖ ਫਲ ਹੋਵਹਿ,	naam lainiH se soheh tinH sukh fal hoveh
ਮਾਨਹਿ ਸੇ ਜਿਣਿ ਜਾਹਿ ਜੀਉ॥੪॥ ੧॥੪॥	maaneh say jin jaahi jee-o. ||4||1||4||

ਸ਼ਬਦ ਦੀ ਬੰਦਗੀ ਕਰਨ ਵਾਲੇ ਦੇ ਚੇਹਰੇ ਤੇ ਪ੍ਰਭ ਦਾ ਰੂਹਾਨੀ ਨੂਰ ਬਖਸ਼ਿਸ਼ ਹੋ ਜਾਂਦਾ ਹੈ । ਉਸ ਨੂੰ ਸਾਂਤੀ, ਸੰਤੋਖ ਦਾ ਫਲ, ਮਾਨਸ ਜਨਮ ਦੀ ਬਾਜੀ ਤੇ ਜਿੱਤ ਬਖਸ਼ਿਸ਼ ਹੋ ਜਾਂਦੀ ਹੈ । ਪ੍ਰਭ ਦੇ ਭੰਡਾਰ ਵਿੱਚ ਦਾਤਾਂ ਦੀ ਕੋਈ ਘਾਟ ਨਹੀਂ ਆਉਂਦੀ, ਜੁਗਾਂ ਜੁਗਾਂ ਤੋਂ ਦਾਤਾਂ ਬਖਸ਼ਦਾ ਅਇਆ ਹੈ । ਜਿਹੜਾ ਸ਼ਬਦ ਦਾ ਸਿਮਰਨ ਕਰਦਾ ਹੈ, ਉਹ ਬੁੱਢਾ, ਕਮਜ਼ੋਰ ਨਹੀਂ ਹੁੰਦਾ, ਨਾ ਹੀ ਨਰਕ, ਜੂੰਨਾਂ ਵਿੱਚ ਹੀ ਜਾਂਦਾ ਹੈ । ਉਸ ਨੂੰ ਕੋਈ ਇਛਾਂ ਦੀ ਮੁਸੀਬਤ ਤੰਗ ਨਹੀਂ ਕਰਦੀ । ਉਸ ਦੇ ਮਨ ਤੇ ਪ੍ਰਭ ਦੇ ਸ਼ਬਦ ਰੂਪੀ ਰੂਹਾਨੀ ਨੂਰ ਚੜ੍ਹ ਜਾਂਦਾ, ਪੂਰਨ ਸ਼ਾਂਤੀ ਬਖਸ਼ਿਸ਼ ਹੋ ਜਾਂਦੀ ਹੈ ।

Whosoever may meditate on the teachings of His Word, The Eternal glory of His Word may be bestowed on his forehead. He may be reward with a peace and contentment in his day-to-day life; his human life journey may become successful. The True Master has been bestowing His Virtues from ancient Ages; His Treasure may never be exhausted, nor any shortage of blessings. Whosoever may meditate on the teachings of His Word, his state of mind remains beyond the influence of old age, weakness of his body nor the cycle of birth and death. No worldly desire, misery may frustrate or change his state of mind. His mind remains drenched with the essence of His Word; The Eternal glow of His Holy Spirit may shine on his forehead; he may be bestowed with a complete peace of mind and contentment in his life.

Key Message of Raag Aasaa, page 438-1
ਸ਼ਬਦ ਦੀ ਪਾਲਣਾ ਦੀ ਬਖਸ਼ਿਸ਼!
ਪ੍ਰਭ ਦਾਤਾਂ ਬਖਸ਼ਣ ਵਾਲਾ, ਭਾਗ ਲਿਖਣਵਾਲਾ, ਦੁਖ ਦੂਰ ਕਰਨ ਵਾਲਾ ਅਸਲੀ ਮਾਲਕ ਹੈ । ਪ੍ਰਭ ਸਭ ਥਾਂ, ਹਰਇਕ ਜੀਵ, ਪਦਾਰਥ ਵਿੱਚ, ਵਾਪਰਦਾ ਹੈ । ਜਿਹੜਾ ਅਡੋਲ ਭਰੋਸੇ ਨਾਲ ਸ਼ਬਦ ਦੀ ਸਿਖਿਆਂ ਅਨੁਸਾਰ ਜੀਵਨ ਬਤੀਤ ਕਰਦਾ ਹੈ, ਉਸ ਨੂੰ ਜਮਦੂਤ ਛੋਹ ਵੀ ਨਹੀਂ ਸਕਦਾ, ਜਨਮ ਮਰਨ ਦਾ ਲੇਖਾ ਖਤਮ ਹੋ ਜਾਂਦਾ ਹੈ । ਉਸ ਨੂੰ ਸੋਝੀ, ਗਿਆਨ ਦੇ ਨੌ ਖਜ਼ਾਨੇਂ ਬਖਸ਼ਿਸ਼ ਹੋ ਜਾਂਦੇ ਹਨ । ਫਿਰ ਵੀ ਕੋਈ ਵਿਰਲਾ ਹੀ ਇਸ ਤੇ ਅਡੋਲ ਰਹਿੰਦਾ ਹੈ । ਉਸ ਦੇ ਮਨ ਦੀ ਅਵਸਥਾ ਤੇ ਬੁਢਾਪੇ ਦਾ, ਤਨ ਦੇ ਕਮਜ਼ੋਰ ਹੋਣ ਦਾ, ਨਰਕ, ਜੂੰਨਾਂ ਵਿੱਚ ਜਾਣ ਦਾ ਕੋਈ ਪ੍ਰਭਾਵ ਨਹੀਂ ਪੈਂਦਾ ।
Blessings of obeying the teachings of His Word!
The Omnipresent True Master, Treasure of all virtues, inscribes the destiny of all creatures! His Holy Spirit remains embedded within every soul, and prevails everywhere. Whosoever may adopt the teachings of Your Word with steady and stable belief in his day-to-day life. He may become beyond the reach of devil of death; his cycle of birth and death may be eliminated. He may be blessed with nine treasures of enlightenment from within; his state of mind remains beyond the influence of old age, weakness of his body, fear of devil of death. However, very rare devotee may remain steady and stable on the right path of meditation.

68. ਆਸਾ ਮਹਲਾ ੧ ਛੰਤ ਘਰੁ ੩॥ 438-18

ੴ ਸਤਿਗੁਰ ਪ੍ਰਸਾਦਿ॥	ik-oNkaar satgur parsaad.
ਤੂੰ ਸੁਣਿ ਹਰਣਾ ਕਾਲਿਆ ਕੀ, ਵਾੜੀਐ ਰਾਤਾ ਰਾਮ॥	tooN sun harnaa kaali-aa kee vaarhee-ai raataa raam.
ਬਿਖੁ ਫਲੁ ਮੀਠਾ ਚਾਰਿ ਦਿਨ, ਫਿਰਿ ਹੋਵੈ ਤਾਤਾ ਰਾਮ॥	bikh fal meethaa chaar din fir hovai taataa raam.
ਫਿਰਿ ਹੋਇ ਤਾਤਾ, ਖਰਾ ਮਾਤਾ, ਨਾਮ ਬਿਨੁ ਪਰਤਾਪਏ॥	fir ho-ay taataa kharaa maataa naam bin partaapa-ay.
ਓਹੁ ਜੇਵ ਸਾਇਰ ਦੇਇ ਲਹਰੀ, ਬਿਜੁਲ ਜਿਵੈ ਚਮਕਏ॥	oh jayv saa-ir day-ay lahree bijul jivai chamka-ay.
ਹਰਿ ਬਾਝੁ ਰਾਖਾ ਕੋਇ ਨਾਹੀ ਸੋਇ ਤੁਝਹਿ ਬਿਸਾਰਿਆ॥	har baajh raakhaa ko-ay naahee so-ay tujheh bisaari-aa.
ਸਚੁ ਕਹੈ ਨਾਨਕੁ ਚੇਤਿ ਰੇ ਮਨ, ਮਰਹਿ ਹਰਣਾ ਕਾਲਿਆ॥੧॥	sach kahai naanak chayt ray man mareh harnaa kaali-aa. ||1||

ਕਾਲੇ ਦਿਲ ਵਾਲੇ ਜੀਵ ਤੂੰ ਕਿਉਂ ਸੰਸਾਰਕ ਮਾਇਆ ਦੇ ਮੋਹ ਨਾਲ ਲਗਾ ਹੈ? ਇਹ ਥੋੜ੍ਹਾ ਚਿਰ, ਬਹੁਤ ਸੁੰਦਰ ਅਤੇ ਮਿੱਠੀ ਲਗਦੀ ਹੈ, ਇਹ ਆਪਣੀਆਂ ਮੁਸੀਬਤਾਂ ਦੀ ਗੰਠੜੀ ਨਾਲ ਹੀ ਰਖਦੀ ਹੈ । ਜਿਵੇਂ ਜਿਵੇਂ ਮਾਇਆ ਨਾਲ ਪ੍ਰੀਤ ਵਧਦੀ ਜਾਂਦੀ, ਇਸ ਦਾ ਜਾਲ, ਕਾਬੂ ਪੱਕਾ ਹੁੰਦਾ ਜਾਂਦਾ ਹੈ । ਸੰਸਾਰਕ ਮਾਇਆ ਦੀ ਝਲਕ, ਬਿਜਲੀ ਦੀ ਲਿਸ਼ਕੋਰ ਦੀ ਤਰ੍ਹਾਂ ਥੋੜ੍ਹਾ ਸਮਾਂ ਹੀ ਰਹਿੰਦੀ ਹੈ । ਜਿਸ ਪ੍ਰਭ ਦਾ ਸ਼ਬਦ ਤੂੰ ਮਨ ਵਿਚੋਂ ਵਿਸਾਰ ਦਿੱਤਾ ਹੈ, ਉਸ ਤੋਂ ਬਿਨਾਂ ਹੋਰ ਕੋਈ ਰਖਵਾਲਾ ਨਹੀਂ ਹੈ । ਇਹ ਹੀ ਜੀਵਨ ਦੀ ਅਸਲੀਅਤ ਹੈ । ਆਪਣੇ ਮਨ ਦੇ ਕਾਲੇ ਕੰਮਾਂ ਤੇ ਕਾਬੂ ਰਖੋ ।

Why are you, blemished minded, intoxicated in greed of worldly wealth? The glamor of worldly wealth remains short-lived; however, remains embedded with burden of worldly miseries. Whosoever may become comfortable, obsessed with worldly wealth, status; he may become a victim, slave of worldly wealth; he may never come out of sweet prison. The glimpse of worldly wealth is short-lived like the lightning in the sky. Whosoever may abandon the teachings of His Word from his day-to-day life; no one else may be his true companion, protector. You must face the reality of the human life and control your mind from sinful deeds.

ਭਵਰਾ ਫੂਲਿ ਭਵੰਤਿਆ, ਦੁਖੁ ਅਤਿ ਭਾਰੀ ਰਾਮ॥	bhavraa fool bhavanti-aa dukh at bhaaree raam.
ਮੈ ਗੁਰੁ ਪੂਛਿਆ ਆਪਣਾ, ਸਾਚਾ ਬੀਚਾਰੀ ਰਾਮ॥	mai gur poochhi-aa aapnaa saachaa beechaaree raam.
ਬੀਚਾਰਿ ਸਤਿਗੁਰੁ ਮੁਝੈ ਪੂਛਿਆ, ਭਵਰੁ ਬੇਲੀ ਰਾਤਓ॥	beechaar satgur mujhai poochhi-aa bhavar baylee raata-o.
ਸੂਰਜੁ ਚੜਿਆ ਪਿੰਡੁ ਪੜਿਆ, ਤੇਲੁ ਤਾਵਣਿ ਤਾਤਓ॥	sooraj charhi-aa pind parhi-aa tayl taavan taata-o.
ਜਮ ਮਗਿ ਬਾਧਾ ਖਾਹਿ ਚੋਟਾ, ਸ਼ਬਦ ਬਿਨੁ ਬੇਤਾਲਿਆ॥	jam mag baaDhaa khaahi chotaa sabad bin baytaali-aa.
ਸਚੁ ਕਹੈ ਨਾਨਕੁ ਚੇਤਿ ਰੇ ਮਨ, ਮਰਹਿ ਭਵਰਾ ਕਾਲਿਆ॥੨॥	sach kahai naanak chayt ray man mareh bhavraa kaali-aa. ||2||

ਜਿਵੇਂ ਭੱਵਰਾ ਫੁੱਲਾ ਤੇ ਸੁਗੰਧ ਲੈਂਦਾ ਰਹਿੰਦਾ, ਅੰਤ ਵਿੱਚ ਵੱਡਾ ਦੁਖ ਸਹਿਣਾ ਪੈਂਦਾ ਹੈ । ਇਹ ਜੀਵਨ ਦੀ ਅਸਲੀਅਤ ਹੈ! ਸ਼ਬਦ ਦੀ ਪਾਲਣਾ ਵਿਚੋਂ ਹੀ ਇਹ ਸੋਝੀ ਬਖਸ਼ਿਸ਼ ਹੋਈ ਹੈ । ਜਿਹੜਾ ਸੰਸਾਰਕ ਮਾਇਆ ਦੇ ਜਾਲ ਵਿੱਚ ਫਸ ਜਾਂਦਾ ਹੈ, ਅਖੀਰ ਉਹ ਜੂੰਨਾਂ ਦੇ ਚੱਕਰ ਵਿੱਚ ਹੀ ਰਹਿੰਦਾ ਹੈ । ਸ਼ਬਦ ਦੇ ਸਿਮਰਨ ਤੋਂ ਬਿਨਾਂ ਜਮਦੂਤਾਂ ਦੀਆਂ ਚੋਟਾ ਹੀ ਖਾਂਦਾ ਹੈ । ਜੀਵ ਆਪਣੇ ਮਨ ਨੂੰ ਮਾਇਆ ਦੇ ਜਾਲ ਤੋਂ ਬਚਾ ਕੇ ਰਖੋ ।

As the bees always be attracted and enjoys the fragrance of the flowers; in the end, she may endure misery. Face the reality of human life journey! Whosoever may adopt the teachings of His Word in day-to-day life; he may be enlightened with the reality of human life. Whosoever may become a victim, slave of worldly comforts of worldly wealth; in the end, his greed may keep him in the cycle of birth and death. Whosoever may not meditate on the teachings of His Word; his soul must endure the misery of the devil of death. Be aware and alert from the sweet poison of worldly wealth.

ਮੇਰੇ ਜੀਅੜਿਆ ਪਰਦੇਸੀਆ, ਕਿਤੁ ਪਵਹਿ ਜੰਜਾਲੇ ਰਾਮ॥	mayray jee-arhi-aa pardaysee-aa kit paveh janjaalay raam.
ਸਾਚਾ ਸਾਹਿਬੁ ਮਨਿ ਵਸੈ, ਕੀ ਫਾਸਹਿ ਜਮ ਜਾਲੇ ਰਾਮ॥	saachaa saahib man vasai kee faaseh jam jaalay raam.
ਮਛੁਲੀ ਵਿਛੁੰਨੀ ਨੈਣ ਰੁੰਨੀ, ਜਾਲੁ ਬਧਿਕਿ ਪਾਇਆ॥	machhulee vichhunnee nain runnee jaal baDhik paa-i-aa.
ਸੰਸਾਰੁ ਮਾਇਆ ਮੋਹੁ ਮੀਠਾ, ਅੰਤਿ ਭਰਮੁ ਚੁਕਾਇਆ॥	sansaar maa-i-aa moh meethaa ant bharam chukaa-i-aa.
ਭਗਤਿ ਕਰਿ ਚਿਤੁ ਲਾਇ ਹਰਿ ਸਿਉ, ਛੋਡਿ ਮਨਹੁ ਅੰਦੇਸਿਆ॥	bhagat kar chit laa-ay har si-o chhod manhu andaysi-aa.
ਸਚੁ ਕਹੈ ਨਾਨਕੁ ਚੇਤਿ ਰੇ ਮਨ, ਜੀਅੜਿਆ ਪਰਦੇਸੀਆ॥੩॥	sach kahai naanak chayt ray man jee-arhi-aa pardaysee-aa. ||3||

ਮਨ ਤੂੰ ਸੰਸਾਰਕ ਜਾਲ ਵਿੱਚ ਕਿਉਂ ਫਸ ਗਿਆ ਹੈ? ਸ਼ਬਦ ਦੀ ਪਾਲਣਾ ਨਹੀਂ ਕੀਤੀ, ਹੁਣ ਤੂੰ ਜਮਦੂਤਾਂ ਦੇ ਚੱਕਰ ਵਿੱਚ ਪੇ ਗਿਆ ਹੈ । ਤੇਰੀ ਹਾਲਤ ਉਸ ਮਛਲੀ ਦੀ ਤਰ੍ਹਾਂ ਹੈ, ਜਿਹੜੀ ਪਾਣੀ ਵਿਚੋਂ ਪਕੜ ਲਈ ਜਾਂਦੀ, ਉਹ ਰੋਂਦੀ ਕਰਲਾਉਂਦੀ, ਹੰਝੂ ਸੁਟਦੀ ਹੈ । ਇਹ ਸੰਸਾਰਕ ਮਾਇਆ ਸਾਥ ਨਹੀਂ ਜਾਂਦੀ, ਤੇਰਾ ਵੀ ਇਹ ਹੀ ਹਾਲ ਹੋਣਾ ਹੈ । ਮਾਇਆ ਦਾ ਮਿੱਠਾ ਜ਼ਹਿਰ, ਜੀਵ ਨੂੰ ਭਰਮਾਂ, ਭੁਲੇਖੇ ਵਿੱਚ ਫਸਾ ਲੈਂਦਾ ਹੈ । ਮਨ ਦੀਆਂ ਇਛਾਂ ਤੇ ਕਾਬੂ ਰਖਕੇ ਸ਼ਬਦ ਦੀ ਪਾਲਣਾ ਕਰੋ । ਇਹ ਹੀ ਜੀਵਨ ਦੀ ਅਸਲੀਅਤ ਹੈ ।

ਗੁਰੂ ਨਾਨਕ ਦੇਵ ਜੀ! – Guru Nanak Dev Ji! Guru Granth Sahib

Why have you stuck into the trap of worldly wealth? Whosoever may not adopt the teachings of His Word; he would be captured by the devil of death. His condition remains like a fish captured from the water and cries for mercy. Worldly wealth does not remain with his soul after death to support in His Court; he endures miseries after death. The sweet poison of worldly wealth traps all creatures into the suspicions and temptation. You should control your greed and wholeheartedly meditate on the teachings of His Word; face the reality of human life journey.

ਨਦੀਆ ਵਾਹ ਵਿਛੁੰਨਿਆ, ਮੇਲਾ ਸੰਜੋਗੀ ਰਾਮ॥ nadee-aa vaah vichhunni-aa maylaa sanjogee raam.
ਜੁਗੁ ਜੁਗੁ ਮੀਠਾ ਵਿਸੁ ਭਰੇ, ਕੋ ਜਾਣੈ ਜੋਗੀ ਰਾਮ॥ jug jug meethaa vis bharay ko jaanai jogee raam.
ਕੋਈ ਸਹਜਿ ਜਾਣੈ ਹਰਿ ਪਛਾਣੈ, ਸਤਿਗੁਰੂ ਜਿਨਿ ਚੇਤਿਆ॥ ko-ee sahj jaanai har pachhaanai satguroo jin chayti-aa.
ਬਿਨੁ ਨਾਮ ਹਰਿ ਕੇ ਭਰਮਿ ਭੂਲੇ, ਪਚਹਿ ਮੁਗਧ ਅਚੇਤਿਆ॥ bin naam har kay bharam bhoolay pacheh mugaDh achayti-aa.
ਹਰਿ ਨਾਮੁ ਭਗਤਿ ਨ ਰਿਦੈ ਸਾਚਾ, ਸੇ ਅੰਤਿ ਧਾਹੀ ਰੁੰਨਿਆ॥ har naam bhagat na ridai saachaa say ant Dhaahee runni-aa.
ਸਚੁ ਕਹੈ ਨਾਨਕੁ ਸਬਦਿ ਸਾਚੈ, ਮੇਲਿ ਚਿਰੀ ਵਿਛੁੰਨਿਆ॥੪॥੧॥੫॥ sach kahai naanak sabad saachai mayl chiree vichhunni-aa. ||4||1||5||

ਜਿਹੜੀਆਂ ਨਦੀਆਂ ਵੱਖਰੀਆਂ ਹੋ ਜਾਂਦੀਆਂ, ਉਹਨਾਂ ਦਾ ਪਾਣੀ ਵੀ ਕਦੇ ਨਾ ਕਦੇ ਫਿਰ ਰਲ ਜਾਂਦਾ । ਇਹ ਮਾਇਆ ਦਾ ਰਸ ਇਕ ਮਿੱਠਾ ਜ਼ਹਿਰ ਹੈ, ਕੋਈ ਵਿਰਲਾ ਹੀ ਬੰਦਗੀ ਕਰਨ ਵਾਲਾ ਨੂੰ ਸੋਝੀ ਹੁੰਦੀ, ਆਪਣੇ ਜੀਵਨ ਵਿੱਚ ਆਪਣਾਉਂਦਾ ਹੈ । ਜਿਹੜਾ, ਕੋਈ ਵਿਰਲਾ ਹੀ ਜੀਵ, ਆਪਣੇ ਜੀਵਨ ਵੱਲ ਧਿਆਨ ਮਾਰਦਾ, ਉਹ ਆਪਣੇ ਅੰਦਰੋਂ ਹੀ ਪ੍ਰਭ ਦੀ ਜੋਤ ਢੂੰਡ ਲੈਂਦਾ, ਸ਼ਬਦ ਦੀ ਸੋਝੀ ਬਖਸ਼ਿਸ਼ ਹੋ ਜਾਂਦੀ ਹੈ । ਜਿਹੜਾ ਸ਼ਬਦ ਦਾ ਸਿਮਰਨ, ਪਾਲਣਾ ਨਹੀਂ ਕਰਦਾ, ਉਹ ਭਰਮਾਂ ਵਿੱਚ ਹੀ ਜਨਮ ਬਤੀਤ ਜਾਂਦਾ ਹੈ । ਉਸ ਨੂੰ ਅੰਤ ਵਿੱਚ ਪਛਤਾਵਾ ਹੀ ਕਰਨਾ ਪੈਂਦਾ ਹੈ । ਇਹ ਹੀ ਮਾਨਸ ਜਨਮ ਦੀ ਅਸਲੀਅਤ ਹੈ । ਬੰਦਗੀ ਕਰਕੇ ਜੀਵ ਆਪਣੇ ਵਿਛੜੇ ਹੋਏ ਮਾਲਕ ਨਾਲ ਜਾ ਮਿਲਦਾ ਹੈ ।

Even the water of rivers separated once, may often meet at some junction. However, the sweet poison of worldly wealth is very cruel; very rare devotee may ever comprehend the essence of His Word and remains aware and alert from sweet poison of worldly wealth. Whosoever may search within his own mind; with His mercy and grace, he may be the enlightened with the essence of His Word from within. Without meditating and adopting the teachings of His Word in day-to-day life, he may remain in the worldly suspicions and wastes his human life opportunity uselessly. In the end he must regret and repents for his foolishness. This is the reality of human life journey. You should meditate and obey to become worthy of His Considerations.

Key Message of Raag Aasaa, page 438-18
‘ਮਾਨਸ ਜੀਵਨ ਦਾ ਅਸਲੀ ਰਸਤਾ!
ਸੰਸਾਰਕ ਮਾਇਆ ਦੀ ਝਲਕ, ਬਿਜਲੀ ਦੀ ਲਿਸ਼ਕੋਰ ਦੀ ਤਰ੍ਹਾਂ ਥੋੜ੍ਹਾ ਸਮਾਂ ਹੀ ਰਹਿੰਦੀ ਹੈ, ਇਹ ਆਪਣੀਆਂ ਮੁਸੀਬਤਾਂ ਦੀ ਗੰਠੜੀ ਨਾਲ ਹੀ ਰਖਦੀ ਹੈ । ਜਿਵੇਂ ਭੌਰਾ ਫੁੱਲਾਂ ਤੇ ਸੁਗੰਧ ਲੈਂਦਾ ਫਿਰਦਾ ਹੈ, ਅੰਤ ਨੂੰ ਵੱਡਾ ਦੁਖ ਸਹਿਣਾ ਪੈਂਦਾ ਹੈ । ਇਹ ਜੀਵਨ ਦੀ ਅਸਲੀਅਤ ਹੈ । ਮਨ ਦੀਆਂ ਇਛਾਂ ਤੇ ਕਾਬੂ ਰਖਕੇ ਸ਼ਬਦ ਦੀ ਪਾਲਣਾ ਕਰਨਾ ਹੀ ਮਾਨਸ ਜੀਵਨ ਦਾ ਅਸਲੀ ਰਸਤਾ ਹੈ । ਕੋਈ ਵਿਰਲਾ ਹੀ ਜੀਵ ਆਪਣੇ ਜੀਵਨ ਵੱਲ ਧਿਆਨ ਮਾਰਦਾ, ਉਹ ਆਪਣੇ ਅੰਦਰੋਂ ਹੀ ਪ੍ਰਭ ਦੀ ਜੋਤ ਢੂੰਡ ਲੈਂਦਾ ਹੈ । ਉਹ ਆਪਣੇ ਵਿਛੜੇ ਹੋਏ ਮਾਲਕ ਨਾਲ ਜਾ ਮਿਲਦਾ ਹੈ ।
The right path of human life journey!
The glimpse of worldly wealth may be short-lived like the lighting in the sky. Worldly wealth remains embedded with the burden of worldly miseries. As a bee always be attracted and smells the fragrance of the flowers; in the end, she may endure misery. This is the reality of human life journey! To conquer worldly desires, control greed and to obey the teachings of His Word may be the right path of human life journey. However, very rare devotee may evaluate his own way of life; he may be the enlightened with the essence of His Word from within. His soul may become worthy of His Considerations.

ਆਸਾ ਮਹਲਾ ੧॥ 462-17

ਵਾਰ ਸਲੋਕਾ ਨਾਲਿ, ਸਲੋਕ ਭੀ ਮਹਲੇ ਪਹਿਲੇ, ਕੇ ਲਿਖੇ ਟੁੰਡੇ ਅਸ ਰਾਜੈ ਕੀ ਧੁਨੀ॥

vaar salokaa naal salok bhee mahlay pahilay kay likhay tunday as raajai kee Dhunee.

69. ਆਸਾ ਸਲੋਕੁ ਮ: ੧॥ (1) 462-19

ਗੁਰੂ ਗ੍ਰੰਥ ਸਾਹਿਬ – ਮੂਲ ਮੰਤਰ ਵਿੱਚ ਪ੍ਰਭ ਦੀ ਅਵਸਥਾ ਦੀ ਸੋਝੀ ਜਾਣਕਰੀ ਦੱਸੀ ਗਈ ਹੈ!

ਮੂਲ ਮੰਤਰ ਦੇ ਪੰਜ ਭਾਗ:	**Five enlightenments of Mool Mantra:**
ਪ੍ਰਭ ਦਾ ਅਕਾਰ, ਸ੍ਰਿਸ਼ਟੀ ਦਾ ਪ੍ਰਬੰਧ, ਬਣਤਰ, ਮੁਕਤੀ, ਪ੍ਰਭ ਦੀ ਪਛਾਣ!	Structure; Function; Creation; Acceptance; Recognition.

ੴ ਸਤਿ ਨਾਮੁ ਕਰਤਾ ਪੁਰਖੁ, ਨਿਰਭਉ ਨਿਰਵੈਰੁ ਅਕਾਲ ਮੂਰਤਿ ਅਜੂਨੀ ਸੈਭੰ ਗੁਰ ਪ੍ਰਸਾਦਿ॥	Ik Onkar, sat naam, kartaa, purakh, nirbha-o, nirvair, akaal, moorat, ajoonee, saibhaN, gur parsaad.

1) ਪ੍ਰਭ ਦੀ ਹੋਂਦ – ਅਕਾਰ – Structure - ੴ Ik Onkar:

ੴ	ਪ੍ਰਭ, ਇਕੋ ਇਕ, ਅਕਾਰ ਰਹਿਤ ਜੋਤ, ਸ੍ਰਿਸ਼ਟੀ ਦਾ ਮਾਲਕ!
Ik Onkar:	The One and Only One, True Master. No form, shape, color, size, in Spirit only.
	His Holy Spirit may appear in anything, anyone, anytime at His Free Will; beyond any form, shape, size, or color, only Holy Spirit.

2) ਸ੍ਰਿਸ਼ਟੀ ਦਾ ਪ੍ਰਬੰਧ: Function and His Operation! ਸਤਿ ਨਾਮ – sat naam

ਨਾਮ – ਸ਼ਬਦ	ਸ਼ਬਦ–ਹਰਇਕ ਆਤਮਾ ਲਈ, ਹਰਇਕ ਤਨ ਲਈ ਵੱਖਰਾ ਹੀ ਹੁੰਦਾ, ਸਦਾ ਚਲਣ ਵਾਲੀ ਗੂੰਜ, ਅਚੇਤ ਮਨ –ਸ਼ਿਵ, ਤਨ ਦੀ ਹੋਂਦ, ਖਤਮ ਹੋਣ ਨਾਲ ਸ਼ਬਦ ਪ੍ਰਭ ਦੀ ਜੋਤ ਵਿੱਚ ਹੀ ਸਮਾ ਜਾਂਦਾ ਹੈ! ਨਵੇਂ ਜਨਮ ਵਿੱਚ, ਤਨ ਲਈ ਨਵਾਂ ਸ਼ਬਦ ਆਤਮਾ ਤੇ ਉਕਾਰਿਆ ਜਾਂਦਾ ਹੈ! ਪ੍ਰਭ ਦਾ ਸ਼ਬਦ ਉਸ ਜਨਮ ਵਿੱਚ ਪ੍ਰਭ ਦੇ ਦਸਵਾਂ ਦਰ ਖੋਲ੍ਹਣ ਦੀ ਕੁੰਜੀ ਹੈ! ਪ੍ਰਵਾਨਗੀ ਦਾ ਅਸਲੀ ਰਸਤਾ, ਸ਼ਬਦ ਵਿੱਚ ਹੀ ਸਮਾਇਆ ਹੈ!
ਸਤਿ	ਪ੍ਰਭ ਦਾ ਸ਼ਬਦ, ਭਾਣਾ ਨਾ–ਬਦਲਣ, ਨਾ–ਟਾਲੇ ਜਾਣ ਵਾਲਾ; ਸਦਾ ਵਾਪਰਦਾ; ਜਨਮ ਤੇ ਹਰਇਕ ਆਤਮਾ ਤੇ ਹੀ ਪ੍ਰਭ ਉਕਾਰਦਾ ਹੈ; ਕਾਗਜ਼ ਤੇ ਲਿਖਿਆਂ ਨਹੀਂ ਜਾ ਸਕਦਾ! ਪ੍ਰਭ ਦੇ ਸ਼ਬਦ ਦੀ ਹੋਂਦ ਤਨ ਦੇ ਸਵਾਸਾਂ ਤੀਕ ਅਟਲ ਰਹਿੰਦੀ ਹੈ! ਤਨ ਨਾਸ਼ ਹੋਣ ਤੇ, ਰੂਹਾਨੀ ਜੋਤ ਵਿੱਚ ਹੀ ਸਮਾ ਜਾਂਦੀ ਹੈ!
naam	The One and Only One, Holy Spirit remains embedded within His Word, Nature. His Word - His Command, His Existence, His Word, a unique road-map embedded within each soul and remains unchanged for the life, duration of his perishable body; after the life cycle of body, His unique Word re-absorbed, re-immersed within His Holy Spirit. Only His Word, Command pervades in the universe and nothing else exist without His Command. New life cycle of soul begins with new body and new His Word.
sat	Omnipresent, Omniscient, Omnipotent, Unchangeable, Uncompromised, True Forever. His Word remains true for life of body- re-immerses within His Holy Spirit!

3) ਸ੍ਰਿਸ਼ਟੀ ਦੀ ਬਣਤਰ: – Creation of the universe. ਸੈਭੰ - saibhaN:

ਸੈਭੰ	ਪ੍ਰਭ ਆਪਣੇ ਆਪ ਵਿਚੋਂ ਹੀ ਉਤਪਤ; ਸਾਰੀ ਸ੍ਰਿਸ਼ਟੀ, ਬ੍ਰਹਮੰਡ ਦੀ ਉਤਪਤੀ ਹੀ ਪ੍ਰਭ ਦੀ ਰੂਹਾਨੀ ਜੋਤ ਵਿਚੋਂ ਹੁੰਦੀ ਹੈ! ਸਭ ਕੁਝ ਮਿਥਿਆ ਸਮਾਂ ਪੂਰਾ ਹੋਣ ਤੇ ਪ੍ਰਭ ਦੀ ਰੂਹਾਨੀ ਜੋਤ ਵਿੱਚ ਹੀ ਸਮਾ ਜਾਂਦਾ ਹੈ! ਮੈਲੀ, ਅਉਗਣਾਂ ਭਰੀ ਆਤਮਾ ਨੂੰ ਪ੍ਰਭ ਦੀ ਰੂਹਾਨੀ ਜੋਤ ਵਿਚੋਂ ਵਿਛੋੜ ਕੇ, ਸ੍ਰਿਸ਼ਟੀ ਵਿੱਚ ਪਛਤਾਵਾਂ ਕਰਨ, ਆਤਮਾ ਨੂੰ ਪਵਿਤਰ ਕਰਨ ਲਈ, ਤਨ ਬਖਸ਼ ਕੇ ਸ੍ਰਿਸ਼ਟੀ ਵਿੱਚ ਪੈਦਾ ਕੀਤਾ ਜਾਂਦਾ ਹੈ! ਆਤਮਾ ਨੂੰ ਜਨਮ ਤੇ ਸਭ ਕੁਝ ਇਕ ਵਾਰ ਹੀ ਬਖਸ਼ਿਸ਼ ਕੀਤਾ ਜਾਂਦਾ ਹੈ! ਉਸ ਦਾ ਪ੍ਰਵਾਨਗੀ ਦਾ ਰਸਤਾ, ਸ਼ਬਦ ਰੂਪ ਵਿੱਚ, ਆਤਮਾ ਤੇ ਪ੍ਰਭ ਦੀ ਸਹਾਈ ਰਹਿਤ ਕਲਮ ਨਾਲ ਉਕਾਰਿਆ ਜਾਂਦਾ ਹੈ! ਆਤਮਾ ਪ੍ਰਭ ਦੀ ਜੋਤ ਦਾ ਹੀ ਭਾਗ ਹੈ! ਹਰਇਕ ਜੀਵ ਹੀ ਪ੍ਰਭ ਦਾ ਰੂਪ ਹੈ! ਪ੍ਰਭ ਦੀ ਜੋਤ, ਸ਼ਬਦ ਰੂਪ ਵਿੱਚ ਆਤਮਾ ਦੇ ਮੋਹ ਤੋਂ ਰਹਿਤ, ਆਤਮਾ ਵਿੱਚ ਸਮਾਈ ਰਹਿੰਦੀ ਹੈ! ਆਤਮਾ, ਪ੍ਰਭ ਦੀ ਜੋਤ ਵਿਚੋਂ ਵਿਛੜੀ, ਜੋਤ ਦਾ ਹੀ ਭਾਗ ਹੈ! ਹਰਇਕ ਜੀਵ ਹੀ ਪ੍ਰਭ ਦਾ ਰੂਪ ਹੈ !ਪ੍ਰਭ ਦੀ ਜੋਤ, ਸ਼ਬਦ ਰੂਪ ਵਿੱਚ ਆਤਮਾ ਦੇ ਮੋਹ ਤੋਂ ਰਹਿਤ! ਆਤਮਾ ਵਿੱਚ ਸਮਾਈ ਰਹਿੰਦੀ ਹੈ!
saibhaN:	Universe, Creation, soul is an expansion of His Holy Spirit; nothing else may exist without His Holy Spirit! Everything in universe has created for predetermined time and in the end may re-immersed within His Holy Spirit. Blemished soul separated to repent; blessed with worldly body for predetermined time with the road map once for all to be sanctified to re-immerse within origin. His road map, destiny engraved on his soul with His inkless pen. Every creature is a symbol of The True Master; His Holy Spirit as His Word remains embedded within his soul, beyond the reach of her emotions! No soul may be deprived from this opportunity.

4) ਮੁਕਤੀ Salvation – His Acceptance. ਗੁਰ ਪ੍ਰਸਾਦਿ - gur parsaad

ਗੁਰ ਪ੍ਰਸਾਦਿ	ਪ੍ਰਭ ਦੀ ਆਪਣੀ ਮਰਜ਼ੀ, ਰਹਿਮਤ ਨਾਲ ਪ੍ਰਵਾਨਗੀ ਹੁੰਦੀ, ਕਿਸੇ ਬੰਦਗੀ, ਵਿਚੋਲੇ, ਗੁਰੂ ਦੀ ਅਰਦਾਸ, ਸਰਾਪ ਨਾਲ ਕੁਝ ਨਹੀਂ ਹੁੰਦਾ! ਗੁਰ – ਜਿਹੜਾ ਸ਼ਬਦ ਦੇ ਗੁਣ ਆਪਣੇ ਜੀਵਨ ਵਿੱਚ ਧਾਰਨ ਕਰ ਲੈਂਦਾ ਹੈ! ਸ਼ਬਦ ਦੀ ਕਮਾਈ ਬਖਸ਼ਿਸ਼ ਹੋ ਜਾਂਦੀ ਹੈ! ਪ੍ਰਸਾਦਿ – ਜਿਹੜਾ ਸ਼ਬਦ ਦੇ ਗੁਣ ਧਾਰਨ ਕਰਕੇ, ਸ਼ਬਦ ਦੇ ਰਸਤੇ ਤੇ ਅਡੋਲ ਰਹਿੰਦਾ ਹੈ, ਉਸ ਦਾ ਆਪਾ, ਪ੍ਰਭ ਦੇ ਸ਼ਬਦ ਦੀ ਸਦਾ ਚਲਣ ਵਾਲੀ ਗੂੰਜ ਵਿੱਚ ਸਮਾ ਜਾਂਦਾ, ਸ਼ਬਦ ਨੂੰ ਭੇਟਾ ਹੋ ਜਾਂਦਾ ਹੈ!
gur parsaad	His Blessings may only be with His Blessed Vision. No one may counsel nor curse His Blessings. **gur** – Earnings of His Word, Virtues, essence of the teachings of His Word.

	parsaad- Whose earnings His Word may be as per the teachings of His Word, His conscious mind, (dominated with worldly desires) may become a slave of his sub-conscious mind; the everlasting echo of His Word resonating within His mind! His own existence re-immersed within His Holy Spirit. No worldly status has any significance! Indiscriminative Justice! Beyond comprehension of His Creation. How, why, Whom, When! He may bestow His Blessed Vision, limits and duration remains beyond any comprehension of His Creation.

5) **ਪ੍ਰਭ ਦੀ ਪਛਾਣ** – Recognition

ਗੁਣ	**ਕਰਤਾ, ਪੁਰਖੁ, ਨਿਰਭਉ, ਨਿਰਵੈਰੁ, ਅਕਾਲ, ਮੂਰਤਿ, ਅਜੂਨੀ!**
Virtues:	kartaa, purakh, nirbha-o, nirvair, akaal, moorat, ajoonee
	No flesh and blood creature may ever be created with all these virtues; No one may ever be incarnated on His Throne. No one may be worthy to be called True Guru or His Son!

'ਗੁਣ – Virtues	
ਕਰਤਾ	**'ਕਰਤਾ – ਕਰ = ਹਥ (ਪਾਸ); ਤਾ = ਤਾਰ (ਡੋਰੀ); ਰਚਨਹਾਰਾ, ਸਿਰਜਨਹਾਰਾ** **'ਸ੍ਰਿਸ਼ਟੀ ਵਿੱਚ ਸਭ ਕੁਝ ਪ੍ਰਭ, ਰੁਹਾਨੀ ਜੋਤ ਦੇ ਹੁਕਮ ਵਿੱਚ ਹੀ ਵਾਪਰਦਾ ਹੈ, ਜੀਵ ਦੀ ਆਤਮਾ, ਪ੍ਰਭ ਦੀ ਜੋਤ ਦਾ ਦਾਗੀ ਭਾਗ ਹੈ, ਪ੍ਰਭ ਦੀ ਜੋਤ ਵਿਚੋਂ ਹੀ ਸ੍ਰਿਸ਼ਟੀ ਵਿੱਚ ਆਪਣੇ ਆਉਗਣਾਂ ਦਾ ਪਛਤਾਵਾ ਕਰਕੇ, ਆਪਣੀ ਆਤਮਾ ਨੂੰ ਪ੍ਰਭ ਦੇ ਪਰਖਣ ਯੋਗ ਬਣਾਉਣ ਲਈ ਜਨਮ ਬਖਸ਼ਿਸ਼ ਹੁੰਦਾ ਹੈ! ਜੀਵ ਦਾ ਜਨਮ (ਨਵੇਂ ਤਨ ਦੀ ਬਖਸ਼ਿਸ਼), ਮੌਤ (ਤਨ ਦਾ ਸਮਾਂ ਪੂਰਾ ਹੋਣ ਤੇ ਨਾਸ) ਪ੍ਰਭ ਦੇ ਹੁਕਮ ਨਾਲ ਹੀ ਹੁੰਦਾ ਹੈ! ਤਨ ਦੀ ਮੌਤ ਤੇ ਆਤਮਾ ਨੂੰ ਆਤਮਾ ਦੀ ਦਸਵੀਂ ਗੁਫਾ ਵਿੱਚ ਆਪਣੇ ਕੀਤੇ ਕੰਮਾਂ ਦੇ ਲੇਖਾ; ਪ੍ਰਭ ਦਾ ਸ਼ਬਦ, ਧਰਮਰਾਜ ਦਾ ਰੂਪ ਬਣਕੇ ਨਿਰਨਾ ਕਰਦਾ ਹੈ! ਆਪਣੇ ਜੀਵਨ ਦੇ ਕੀਤੇ ਕੰਮਾਂ ਅਨੁਸਾਰ ਹੀ ਆਤਮਾ ਦੇ ਭਾਗ, ਨਵਾਂ ਰਸਤਾ, ਪ੍ਰਭ ਦਾ ਨਵਾਂ ਸ਼ਬਦ ਆਤਮਾ ਤੇ ਉਕਾਰਿਆ ਜਾਂਦਾ ਹੈ! ਜਿਹੜੀ ਆਤਮਾ ਪ੍ਰਭ ਦੇ ਪਰਖਣ ਯੋਗ ਨਹੀਂ ਹੁੰਦੀ, ਉਹ ਜੂੰਨਾਂ ਦੇ ਚੱਕਰ ਵਿੱਚ ਹੀ ਸ੍ਰਿਸ਼ਟੀ ਵਿੱਚ ਰਹਿੰਦੀ ਹੈ!**
kartaa	The True Master remains as Holy Spirit, without any structure, color, size. Everything happens in the universe under His Command. Soul of creature is blemished portion of His Holy Spirit. His soul may be blessed with a unique body, unique His Word, roadmap of acceptance in His Court to repent and regret to sanctify to become worthy of His Consideration. Birth (blessing of new perishable body for predetermined time) and death (destruction of body after predetermined time) happen under only His Command. At the time of death, soul must enter the 10th cave of soul to face the judgement of The Righteous Judge, His Word. Soul will witness the events of life to compare as per His Word, engraved; she must rate grade her life; her new life cycle begins with new unique body and unique His Word. She remains in universe in vicious cycle. Any soul may become worthy of His Consideration leaves the universe to be further sanctified to become "Khalsa". Only Khalsa soul may be immersed within His Holy Spirit; however, very rare, may be one out of million, become Khalsa; the process has been described in Pa-orhee 38 of Jupji Sahib Ji! ***The True Master, Holy Spirt is Creator and Destroyer of the everything in the universe!**
ਪੁਰਖੁ	**ਪੁਰਖੁ = ਪੂਰਨ; ਪੁਰ (ਪੂਰਨ) + ਖੁ (ਅਕਾਸ਼ ਵਾਂਗ)** **ਪ੍ਰਭ, ਰੁਹਾਨੀ ਜੋਤ ਆਪਣੇ ਆਪ ਵਿੱਚ ਪੂਰਨ, ਨਿਰਭਰ ਹੈ, ਅਕਾਸ਼ ਵਾਂਗ ਵਿਸ਼ਾਲ ਹੈ, ਸ਼ਬ ਕਰਤਬ ਕਰਨ ਦੀ ਪੂਰਨ ਸਮਰਥਾ, ਕਿਸੇ ਵੀ ਕਰਤਬ ਵਿੱਚ ਕਿਸੇ ਸਲਾਹ ਸੰਜੋਗ ਦੀ ਕੋਈ ਲੋੜ ਨਹੀਂ ਹੁੰਦੀ!**
purakh	The True Master, His Holy Spirit remains completely sanctified, self-contained with all powers, know-how, and He does not depend on anyone.
ਨਿਰਭਉ	**ਨਿਰਭਉ = ਭਉ (ਭੈਅ = ਡਰ), ਨਿਰ (ਰਹਿਤ)!** ਪ੍ਰਭ ਡਰ, ਪ੍ਰਭਾਵ, ਪਛਤਾਵੇ ਦੀ ਪਹੁੰਚ ਵਿੱਚ ਨਹੀਂ ਹੈ! **ਇਹ ਅਵਸਥਾ, ਪ੍ਰਭ ਦੇ ਦਾਸ ਨੂੰ ਵੀ ਬਖਸ਼ਿਸ਼ ਹੋ ਸਕਦੀ ਹੈ!**
nirbha-o	Nirbha-o; The True Master, His Holy Spirit remains beyond the reach of fear, repentance, anxiety of any separation or union on His Existence, functioning in the universe. **His true devotee may be blessed with this—nirbha-o state of mind.**
ਨਿਰਵੈਰ	ਨਿਰਵੈਰ = ਵੈਰ (ਈਰਖਾ, ਬਦਲਾ ਲੈਣ ਦੀ ਭਾਵਨਾਂ, ਖੋਟੇ ਕੰਮ); ਨਿਰ (ਰਹਿਤ) ਪ੍ਰਭ ਈਰਖਾ, ਬਦਲਾ ਲੈਣ ਦੀ ਭਾਵਨਾਂ ਦੀ ਪਹੁੰਸ ਵਿੱਚ ਨਹੀਂ ਹੈ! ਕੇਵਲ ਕੀਤੇ ਕੰਮਾਂ ਨੂੰ ਪਰਖਦਾ, ਫਲ ਬਖਸ਼ਦਾ ਹੈ! **ਇਹ ਅਵਸਥਾ, ਪ੍ਰਭ ਦੇ ਦਾਸ ਨੂੰ ਵੀ ਬਖਸ਼ਿਸ਼ ਹੋ ਸਕਦੀ ਹੈ!**
nirvair	Nirvair; The True Master, Holy Spirit remains beyond the reach of desire of revenge, intimidation, jealousy. He only judges the deeds performed in worldly life; intention behind the deeds; only rewards, judges the worldly deeds performed through his body. **His true devotee may be blessed with this—nirvair state of mind.**
ਅਕਾਲ	ਅਕਾਲ = ਕਾਲ (ਸਮੇਂ ਦਾ ਪ੍ਰਭਾਵ) + ਅ (ਰਹਿਤ, ਉਪਰ, ਨਹੀਂ ਬਦਲਦਾ) ਪ੍ਰਭ ਸਮੇਂ ਦੇ ਪ੍ਰਭਾਵ ਨਾਲ ਬਦਲਦਾ ਨਹੀਂ, ਪ੍ਰਭ ਦੀ ਜੋਤ! ਕੋਈ ਨਾਸ ਹੋਣ ਵਾਲਾ, ਪਛਾਣੇ ਜਾਣ ਵਾਲਾ ਅਕਾਰ, ਹੋਂਦ ਨਹੀਂ ਹੈ!

akaal	Akaal: The True Master, His Holy Spirit, remains beyond the influence of time; never change His Existence; remains beyond any recognizable existence; only sensation may be realized.
ਮੂਰਤਿ	**ਮੂਰਤਿ = ਅ (ਰਹਿਤ, ਬਦਲਣ ਵਾਲੀ ਨਹੀਂ) + ਮੂਰਤਿ (ਸਰੂਪ, ਅਕਾਰ)!** **ਪ੍ਰਭ ਇਕ ਰੂਹਾਨੀ ਜੋਤ, ਕਿਸੇ ਪਛਾਣੇ ਜਾਣੇ ਵਾਲੇ ਅਕਾਰ, ਰੂਪ, ਰੰਗ, ਬਣਤਰ ਵਿੱਚ ਨਹੀਂ ਹੁੰਦੀ!** **ਪ੍ਰਭ ਦੀ ਹੋਂਦ, ਸ਼ਬਦ ਦੀ ਰੂਹਾਨੀ ਗੂੰਜ ਸੁਣਨ ਨਾਲ ਹੀ ਅਨੁਭਵ, ਮਹਿਸੂਸ ਕੀਤੀ ਜਾ ਸਕਦੀ ਹੈ!**
moorat	Moorat; The True Master, His Holy Spirt remains beyond three worldly recognizable definitions of body structure, color, size etc.
ਅਜੂਨੀ	**ਅਜੂਨੀ = ਅ (ਰਹਿਤ, ਉਪਰ, ਨਾ ਬਦਲਣ ਵਾਲੀ); ਜੂਨੀ (ਜਨਮ, ਮਰਨ ਦੇ ਚੱਕਰ ਵਿੱਚ ਨਹੀਂ)** **ਪ੍ਰਭ ਇਕ ਰੂਹਾਨੀ ਜੋਤ, ਸਦਾ ਸਥਿਤ, ਨਾ ਬਦਲਣ ਵਾਲੀ ਹੋਂਦ, ਸ੍ਰਿਸ਼ਟੀ ਵਿੱਚ ਕੀਤੇ ਕਰਤਬਾ ਦੇ ਲੇਖੇ ਤੋਂ ਉਪਰ ਹੈ, ਉਸ ਦੇ ਸਭ ਕਰਤਬ ਹੀ ਉਸ ਦੇ ਹੁਕਮ ਹੁੰਦੇ ਹਨ!**
ajoone	Ajoone; The True Master, His Holy Spirit remains beyond any physical existence nor any judgement of any events performed; all His Events remains beyond the comprehension of His Creation; His Creation must endure all events of His Nature as His Worthy Blessings. No one may ever have any power to alter, change, His Command.

*** ਕੋਈ ਵੀ ਪ੍ਰਭ ਦਾ ਸ਼ਰੀਕ, ਪ੍ਰਭ ਦੇ ਸਾਰੇ ਗੁਣਾ ਵਾਲਾ ਜੀਵ ਪੈਦਾ ਨਹੀਂ ਹੋ ਸਕਦਾ, ਨਾ ਹੀ ਕੋਈ ਪ੍ਰਭ ਦਾ ਰੂਪ, ਜਾ ਉਸ ਦਾ ਪੁਤਰ, ਧੀ ਕਹਾਉਣ ਦੇ ਯੋਗ ਹੈ! ਹਾਰੇ ਪ੍ਰਭ ਦੇ ਦਰ ਦੇ ਮੰਗਤੇ ਹੀ ਹਨ! ਆਪਣੇ ਕੀਤੇ ਦਾ ਫਲ ਭੋਗਦੇ ਹਨ! ਇਹ ਸਾਰੇ ਸੱਤ ਗੁਣ ਕੇਵਲ, ਪ੍ਰਭ ਵਿੱਚ, ਤਨ ਰਹਿਤ ਅਵਸਥਾ ਵਿੱਚ ਹੀ ਹੋ ਸਕਦੇ ਹਨ!**

*No one may ever be created in flesh and blood equal or greater than Him, with all virtues. All 7 Virtues may not exist in any soul with body; only bodyless state of mind.

ਗੁਰੂ ਗ੍ਰੰਥ ਸਾਹਿਬ ਦੀ ਬਾਣੀ ਦਾ ਤੱਤ – ਮੂਲ ਮੰਤਰ!

ਪ੍ਰਭ ਦਾ ਦਰਬਾਰ, ਧਰਮਰਾਜ ਦੇ ਰੂਪ ਵਿੱਚ, ਸ਼ਬਦ ਵਿੱਚ ਹੀ ਸਮਾਇਆ ਰਹਿੰਦਾ ਹੈ, ਕੇਵਲ ਪਵਿੱਤਰ ਆਤਮਾ, ਪਰਖਣ ਯੋਗ ਹੀ ਸ੍ਰਿਸ਼ਟੀ ਵਿਚੋਂ ਪ੍ਰਭ ਦੀ ਆਤਮਾ ਨੂੰ ਪਵਿੱਤਰ ਕਰਨ ਵਾਲੀ ਕਠਾਲੀ (ਪੌੜੀ 38) ਵਿੱਚ ਜਾਂਦੀ ਹੈ । ਅਨੇਕਾਂ ਵਿਚੋਂ ਕੋਈ ਵਿਰਲੀ ਹੀ ਆਤਮਾ ਖਾਲਸ ਹੋ ਕੇ ਪ੍ਰਭ ਦੀ ਸਮੁੰਦਰ ਰੁਪੀ ਜੋਤ ਵਿੱਚ ਸਮਾ ਜਾਂਦੀ ਹੈ ।

His Word remains as a symbol of The Righteous Judge, Devil of Death, His 10th Cave, Royal Palace; both Shiv and Shakti. Only sanctified soul may become worthy of His Consideration; her soul may be subjected to further sanctification process as mentioned in Pa-orhee 38 of Jupji; to become worthy to be immersed with His Holy Spirit; however, very rare soul may become **"Khalsa"**; one out of million may be immersed within.

Key Message of Mool Mantra page 1-1
'ਦਸਵੇਂ' ਦਰ ਦੀ ਕੁੰਜੀ!
ਸੈਭੰ – ਜਿਸ ਨੂੰ ਸੋਝੀ ਹੋ ਜਾਂਦੀ ਹੈ, ਹਰਇਕ ਜੀਵ ਦੀ ਆਤਮਾ ਵਿੱਚ ਇਕੋ ਇਕ ਪ੍ਰਭ ਦੀ ਜੋਤ ਸਮਾਈ ਹੈ, ਹਰਇਕ ਜੀਵ ਹੀ ਆਪਣਾ ਬਣ ਜਾਂਦਾ ਹੈ, ਕੋਈ ਆਪਣਾ ਬੁਰਾ, ਨੁਕਸਾਨ ਨਹੀਂ ਕਰ ਸਕਦਾ! ਉਸ ਦਾ ਸੁਚੇਤ ਮਨ, ਉਸ ਦੇ ਅਚੇਤ ਮਨ ਦਾ ਗੁਲਾਮ ਬਣ ਜਾਂਦਾ ਹੈ! ਉਸ ਦੇ ਮਨ ਅੰਦਰ ਸਦਾ ਚਲਣ ਵਾਲੀ ਸ਼ਬਦ ਦੀ ਧੁਨ, ਗੂੰਜ ਸੁਣਾਈ ਦੇਂਦੀ ਹੈ! ਉਹ ਆਪਾ ਸ਼ਬਦ ਦੀ ਭੇਟਾ ਕਰ ਦੇਂਦਾ, ਸ਼ਬਦ ਦੀ ਸਮਾਧੀ ਵਿੱਚ ਲੀਨ ਹੋਇਆ, ਪ੍ਰਭ ਦੀ ਜੋਤ ਵਿੱਚ ਸਮਾ ਜਾਂਦਾ ਹੈ!
Master key of His Royal Palace!
The Master Key to open the door of the right path of acceptance in His Court, salvation may be "saibhaN"! Whosoever may be drenched with the essence that all souls are an expansion of His Holy Spirit; he may realize that mankind as a brotherhood. No one may want to harm and deceive himself! He may be blessed to conquer his own mind. His (cautious, vigilant) mind dominated with worldly desires, becomes a slave of his subconscious mind, "shiv". He may surrender his self-entity at His Sanctuary. He remains intoxicated in the void of His Word; her soul may immerse within His Holy Spirit.

ਸਲੋਕੁ ਮਃ ੧॥
ਬਲਿਹਾਰੀ ਗੁਰ ਆਪਣੇ, ਦਿਉਹਾੜੀ ਸਦ ਵਾਰ॥
ਜਿਨਿ ਮਾਣਸ ਤੇ ਦੇਵਤੇ ਕੀਏ, ਕਰਤ ਨ ਲਾਗੀ ਵਾਰ॥੧॥

salok mehlaa 1.
balihaaree gur aapnay di-uhaarhee sad vaar.
jin maanas tay dayvtay kee-ay karat na laagee vaar. ||1||

ਪ੍ਰਭ ਦੇ ਕਰਤਬਾਂ, ਕਰਾਮਾਤਾਂ ਦੇ ਸਦਕੇ ਜਾਈਏ, ਉਹ ਕਿਤਨਾ ਮਹਾਨ ਹੈ । ਜਿਹੜਾ ਇਕ ਪਲ ਵਿੱਚ, ਬਿਨਾਂ ਕਿਸੇ ਢਿੱਲ ਦੇ ਮਾਨਸ ਤੋਂ ਦੇਵਤੇ ਬਣਾ ਦੇਂਦਾ ਹੈ ।

I remain fascinated and astonished from the unlimited miracles of His Nature. How great may be the miracles of The Omnipotent True Master? He may transform human into a prophet in a twinkle of eyes.

ਮਹਲਾ ੨॥
ਜੇ ਸਉ ਚੰਦਾ ਉਗਵਹਿ, ਸੂਰਜ ਚੜਹਿ ਹਜਾਰ॥
ਏਤੇ ਚਾਨਣ ਹੋਦਿਆਂ, ਗੁਰ ਬਿਨੁ ਘੋਰ ਅੰਧਾਰ॥੨॥

mehlaa 2.
jay sa-o chandaa ugvahi sooraj charheh hajaar.
aytay chaanan hidi-aaN gur bin ghor anDhaar. ||2||

ਸੰਸਾਰ ਵਿੱਚ ਕਿਤਨੇ ਹੀ ਗਿਆਨ ਹਾਸਿਲ ਕਰਨੇ ਦੇ ਸਾਧਨ, ਤਾਰੀਕੇ ਹਨ । ਧਾਰਮਕ ਲਿਖਤਾਂ, ਗੁਰੂ ਪੀਰ, ਮੰਦਰ ਜਿਹਨਾਂ ਵਿੱਚ ਅਨੇਕਾਂ ਹੀ ਸੋਝੀ ਦੇਣ ਦੀ ਕੋਸ਼ਿਸ਼ ਕਰਦੇ ਹਨ । ਪ੍ਰਭ ਦੀ ਰਹਿਮਤ ਤੋਂ ਬਿਨਾਂ, ਮਨ ਦੀ ਅਗਿਆਨਤਾ ਦੂਰ ਨਹੀਂ ਹੁੰਦੀ । ਮਨ ਦਾ ਪ੍ਰਭ ਦੇ ਸ਼ਬਦ ਤੇ ਭਰੋਸਾ ਅਡੋਲ ਨਹੀਂ ਹੁੰਦਾ, ਮਾਨਸ ਜਨਮ ਦੀ ਮਹੱਤਤਾ ਸਮਝ ਨਹੀਂ ਆਉਂਦੀ ।

Even though countless resources to enlighten the teachings of His Word, several Holy Scriptures, worldly gurus, Holy Shrines, and preachers to convey the message of The True Master. However, without His Blessed Vision, the ignorance of mind may not be eliminated. The real purpose of human life blessings may not be realized. Human mind may not develop a steady and stable belief on the teachings of His Word; he may not comprehend the significance of human life blessings.

ਮਃ ੧॥

mehlaa 1.

ਨਾਨਕ ਗੁਰੂ ਨ ਚੇਤਨੀ, ਮਨਿ ਆਪਣੈ ਸੁਚੇਤ॥	naanak guroo na chaytnee man aapnai suchayt.
ਛੁਟੇ ਤਿਲ ਬੂਆੜ ਜਿਉ, ਸੁੰਞੇ ਅੰਦਰਿ ਖੇਤ॥	chhutay til boo-aarh ji-o sunjay andar khayt.
ਖੇਤੈ ਅੰਦਰਿ ਛੁਟਿਆ, ਕਹੁ ਨਾਨਕ ਸਉ ਨਾਹ॥	khaytai andar chhuti-aa kaho naanak sa-o naah.
ਫਲੀਅਹਿ ਫੁਲੀਅਹਿ ਬਪੁੜੇ, ਭੀ ਤਨ ਵਿਚਿ ਸੁਆਹ॥ ੩॥	falee-ah fulee-ah bapurhay bhee tan vich su-aah. ||3||

ਜਿਹੜਾ ਜੀਵ ਸਮਝਦਾ ਹੈ! ਸੰਸਾਰ ਵਿੱਚ ਉਸ ਨੇ ਸਭ ਕੁਝ ਆਪਣੀ ਸਿਆਣਪ, ਅਕਲ ਨਾਲ ਹੀ ਹਾਸਿਲ ਕੀਤਾ ਹੈ! ਪ੍ਰਭ ਦੀ ਰਹਿਮਤ ਦਾ ਫਲ ਸਮਝਕੇ ਸਿਮਰਨ, ਧੰਨਵਾਦ ਨਹੀਂ ਕਰਦਾ । ਉਸ ਦੀ ਹਾਲਤ ਪ੍ਰਭ ਦੇ ਦਰਬਾਰ ਵਿੱਚ ਇਸਤਰ੍ਹਾਂ ਦੀ ਹੁੰਦੀ ਹੈ । ਜਿਵੇਂ ਕਿਰਸਾਨ ਫਸਲ ਝਾੜ ਕੇ ਇਕੱਠੀ ਕਰ ਲੈਂਦਾ ਹੈ, ਜਿਹੜੇ ਦਾਣੇ ਮਿਟੀ ਵਿੱਚ ਦੱਬੇ ਜਾਂਦੇ, ਟੁੱਟ ਜਾਂਦੇ ਅਤੇ ਵਰਤਨ ਯੋਗ ਨਹੀਂ ਰਹਿੰਦੇ । ਉਸ ਅਹੰਕਾਰੀ ਜੀਵ ਦੀ ਹੈਸੀਅਤ ਇਸਤਰ੍ਹਾਂ ਦੀ ਹੁੰਦੀ ਹੈ । ਉਸ ਦੇ ਮਾਲਕ ਬੁਹਤ ਹੁੰਦੇ ਹਨ, ਅਤੇ ਕੋਈ ਵੀ ਨਹੀਂ ਹੰਦਾ । ਉਸ ਨੂੰ ਲਗੇ ਫੁੱਲਾਂ, ਫਲ ਦੀ ਕੋਈ ਮਹੱਤਤਾ ਨਹੀਂ ਹੁੰਦੀ । ਜਦੋਂ ਕਿਰਸਾਨ ਦੂਸਰੀ ਫਸਲ ਬੀਜਦਾ ਹੈ, ਉਹਨਾਂ ਨੂੰ ਨਦੀਨ (ਵੀਡ) ਦੀ ਤਰ੍ਹਾਂ ਪੁੱਟ ਕੇ ਜਲਾ ਦੇਂਦਾ ਹੈ । ਓਸ ਜੀਵ ਦੀ ਕਮਾਈ ਦੀ ਦਰਗਾਹ ਵਿੱਚ ਕੋਈ ਕੀਮਤ ਨਹੀਂ ਪੈਂਦੀ । ਉਸ ਦਾ ਮਾਨਸ ਜਨਮ ਬਿਰਥਾ ਹੀ ਬੀਤ ਜਾਂਦਾ ਹੈ ।

Whosoever may believe! He has accomplished everything with his own wisdom, efforts. He may not remain gratitude nor sings the glory of The True Master for His Blessings. His state of mind may remain miserable in His Court. As the farmer cut and bundle any crops, harvest the grains; some of the grains are broken, buried in dirt and not worthy of using. Such a condition and status of self-minded in His Court. He may have many masters and no one will support him in his misery. His accomplishments in his day-to-day life, may be very insignificant nor carry any weight in His Court. When the farmer grows next crop; all plants blossom from those grains are pulled like weeds and burned. His meditation of ego may not be accepted in His Court, he has wasted his human life opportunity uselessly.

ਪਉੜੀ॥	**pa-orhee.**
ਆਪੀਨ੍ਹੈ ਆਪੁ ਸਾਜਿਓ ਆਪੀਨ੍ਹੈ ਰਚਿਓ ਨਾਉ॥	aapeenHai aap saaji-o aapeenHai rachi-o naa-o.
ਦੁਯੀ ਕੁਦਰਤਿ ਸਾਜੀਐ ਕਰਿ ਆਸਣੁ ਡਿਠੋ ਚਾਉ॥	duyee kudrat saajee-ai kar aasan ditho chaa-o.
ਦਾਤਾ ਕਰਤਾ ਆਪਿ ਤੂੰ ਤੁਸਿ ਦੇਵਹਿ ਕਰਹਿ ਪਸਾਉ॥	daataa kartaa aap tooN tus dayveh karahi pasaa-o.
ਤੂੰ ਜਾਣੋਈ ਸਭਸੈ ਦੇ ਲੈਸਹਿ ਜਿੰਦੁ ਕਵਾਉ॥	tooN jaano-ee sabhsai day laisahi jind kavaa-o.
ਕਰਿ ਆਸਣੁ ਡਿਠੋ ਚਾਉ॥੧॥	kar aasan ditho chaa-o. ||1||

ਪ੍ਰਭ ਆਪ ਹੀ ਜੀਵ ਨੂੰ ਪੈਦਾ ਕਰਦਾ, ਸੰਸਾਰਕ ਨਾਮ ਦੇਂਦਾ ਹੈ । ਜਿਸ ਨਾਲ ਉਹ ਸੰਸਾਰ ਵਿੱਚ ਜਾਣਿਆ ਜਾਂਦਾ ਹੈ । ਪ੍ਰਭ ਆਪ ਹੀ ਸ੍ਰਿਸ਼ਟੀ ਦੀ ਰਚਨਾ ਕਰਦਾ, ਆਪ ਹੀ ਇਸ ਵਿੱਚ ਵਸਦਾ ਹੈ । ਅੰਤਰਜਾਮੀ ਸਿਰਜਨਹਾਰਾ, ਆਪ ਹੀ ਦਾਤਾਂ, ਰਹਿਮਤਾਂ ਬਖਸ਼ਦਾ ਹੈ । ਆਪ ਹੀ ਜੀਵ ਨੂੰ ਸਵਾਸ ਬਖਸ਼ਦਾ, ਆਪ ਹੀ ਵਾਪਸ ਬਲਾਉਂਦਾ, ਮੌਤ ਦੇਂਦਾ ਹੈ । ਆਪਣੇ ਬਣਾਏ ਹੋਏ ਜੀਵ ਦੇ ਤਨ ਵਿੱਚ ਆਸਣ ਲਾਉਂਦਾ, ਮੋਹ ਰਹਿਤ ਵਸਦਾ ਹੈ ।

The True Master creates new life, new creature, and assigns a unique name to be recognized in the world. His Holy Spirit remains embedded within every soul and dwells in the body of each creature. He bestows unique virtue, blessings on His Creation to prosper in world life. He bestows a limited capital, treasure of breaths to creature to sanctify his soul; at predetermined time, his capital of breathes may be exhausted; he must be judged for his worldly deeds. He has established His Throne in his body. The True Master remains beyond the reach of any feelings of his soul.

Key Message of Aasaa De Var, Salok #1 page 462-17
'ਪ੍ਰਭ ਦਾ ਆਸਣ!
ਪ੍ਰਭ ਇਕ ਪਲ ਵਿੱਚ, ਬਿਨਾਂ ਕਿਸੇ ਢਿੱਲ ਦੇ ਮਾਨਸ ਤੋਂ ਦੇਵਤਾ ਬਣਾ ਸਕਦਾ ਹੈ । ਧਾਰਮਕ ਲਿਖਤਾਂ, ਗੁਰੂਾਂ ਦੀ ਸਿਖਿਆਂ ਨਾਲ ਮਾਨਸ ਜਨਮ ਦੀ ਮਹੱਤਤਾ ਸਮਝ ਨਹੀਂ ਆਉਂਦੀ । ਪ੍ਰਭ ਜੀਵ ਦੇ ਤਨ ਵਿੱਚ ਆਸਣ ਲਾਉਂਦਾ, ਮੋਹ ਰਹਿਤ ਵਸਦਾ ਹੈ ।
His Throne!
The True Master may transform human into a prophet in a twinkle of eyes. From worldly Holy Scriptures, worldly gurus, the significance of human life blessings may not be comprehended. His throne remains within his body; beyond the reach of any emotional attachments of soul, body.

70. ਸਲੋਕੁ ਮਃ ੧॥ (2) 463-6

ਸਚੇ ਤੇਰੇ ਖੰਡ ਸਚੇ ਬ੍ਰਹਮੰਡ॥	sachay tayray khand sachay barahmand.
ਸਚੇ ਤੇਰੇ ਲੋਅ ਸਚੇ ਆਕਾਰ॥	sachay tayray lo-a sachay aakaar.
ਸਚੇ ਤੇਰੇ ਕਰਣੇ ਸਰਬ ਬੀਚਾਰ॥	sachay tayray karnay sarab beechaar.
ਸਚਾ ਤੇਰਾ ਅਮਰੁ ਸਚਾ ਦੀਬਾਣੁ॥	sachaa tayraa amar sachaa deebaan.
ਸਚਾ ਤੇਰਾ ਹੁਕਮੁ ਸਚਾ ਫੁਰਮਾਣੁ॥	sachaa tayraa hukam sachaa furmaan.
ਸਚਾ ਤੇਰਾ ਕਰਮੁ ਸਚਾ ਨੀਸਾਣੁ॥	sachaa tayraa karam sachaa neesaan.
ਸਚੇ ਤੁਧੁ ਆਖਹਿ ਲਖ ਕਰੋੜਿ॥	sachay tuDh aakhahi lakh karorh.
ਸਚੈ ਸਭਿ ਤਾਣਿ ਸਚੈ ਸਭਿ ਜੋਰਿ॥	sachai sabh taan sachai sabh jor.
ਸਚੀ ਤੇਰੀ ਸਿਫਤਿ ਸਚੀ ਸਾਲਾਹ॥	sachee tayree sifat sachee saalaah.
ਸਚੀ ਤੇਰੀ ਕੁਦਰਤਿ ਸਚੇ ਪਾਤਿਸਾਹ॥	sachee tayree kudrat sachay paatisaah.
ਨਾਨਕ ਸਚੁ ਧਿਆਇਨਿ ਸਚੁ॥	naanak sach Dhi-aa-in sach.
ਜੋ ਮਰਿ ਜੰਮੇ ਸੁ ਕਚੁ ਨਿਕਚੁ॥੧॥	jo mar jammay so kach nikach. ||1||

ਪ੍ਰਭ ਤੇਰੇ ਖੰਡ (ਸ੍ਰਿਸ਼ਟੀ) ਬ੍ਰਹਮੰਡ (ਅਕਾਸ਼ ਦੇ ਮੰਡਲ), ਗਿਆਨ, ਚਾਨਣ ਦੇ ਸੋਮੇ (ਲੋਅ), ਅਕਾਰ (ਰੂਪ), ਕਰਤਬ, ਤੇਰੀ ਬਾਣੀ, ਦਰਬਾਰ, ਹੁਕਮ, ਰਹਿਮਤ ਦੀ ਨਿਸ਼ਾਨੀ, ਸਭ ਅਟਲ, ਨਾ ਮਿਟਨਵਾਲੇ ਹਨ । ਇਹਨਾਂ ਦੀ ਪੂਰਨ ਵਿਆਖਿਆ ਨਹੀਂ ਕੀਤੀ ਜਾ ਸਕਦੀ! ਤੇਰਾ ਭਾਣਾ, ਹੁਕਮ, ਬਾਣੀ, ਤੇਰੇ ਕਰਤਬ ਅਤੇ ਬੰਦਗੀ ਦੇ ਨਿਸ਼ਾਨ ਅਟਲ ਹਨ । ਅਨੇਕਾਂ (ਹਜ਼ਾਰਾ) ਹੀ ਤੈਨੂੰ, ਤੇਰੀ ਤਾਕਤ, ਬਲ, ਤੇਰਾ ਹੁਕਮ ਮਨਾਉਣ ਦੀ ਦ੍ਰਿੜ੍ਹਤਾ ਨੂੰ ਅਟਲ ਹੀ ਕਹਿੰਦੇ ਹਨ । ਤੇਰੀ ਆਗਿਆਨਤਾ ਦੂਰ ਕਰਨ ਵਾਲੀਆਂ ਸਿਖਿਆਂ, ਦਰਬਾਰ, ਸਭ ਕੁਝ ਹੀ ਇਨਸਾਫ ਦੇ ਅਧਾਰ ਤੇ ਮੌਜੂਦ ਹੈ । ਜਿਹੜਾ ਅਡੋਲ ਭਰੋਸਾ ਨਾਲ ਸ਼ਬਦ ਦਾ ਸਿਮਰਨ ਕਰਦਾ, ਸ਼ਬਦ ਦੀ ਸਿਖਿਆਂ ਨਾਲ ਜੀਵਨ ਢਾਲਦਾ ਹੈ । ਪ੍ਰਭ ਉਸ ਦਾ ਜਨਮ ਮਰਨ ਦਾ ਚੱਕਰ ਖਤਮ ਕਰ ਦੇਂਦਾ, ਬਖਸ਼ ਦੇਂਦਾ ਹੈ । ਜਿਸ ਦਾ ਭਰੋਸਾ ਅਡੋਲ ਨਹੀਂ ਹੁੰਦਾ, ਜੀਵਨ ਸ਼ਬਦ ਅਨੁਸਾਰ ਨਹੀਂ ਹੁੰਦਾ, ਉਹ ਜਨਮ ਮਰਨ ਦੇ ਚੱਕਰ ਵਿੱਚ ਹੀ ਰਹਿੰਦਾ ਹੈ ।

ਗੁਰੂ ਨਾਨਕ ਦੇਵ ਜੀ! – Guru Nanak Dev Ji! Guru Granth Sahib

Your whole Creation, islands of earths, skies, fountains of enlightenment, structures of all creatures, miracles, all Holy Scriptures, Throne, Commands and symbol of Your blessings, and eternal spiritual glow all are axiom, permanent, and unique. Your Nature remains beyond the comprehension of Your Creation. Your Command, Word, miracles symbol of meditation is unique and permanent. Countless creatures always believe You are Omnipotent; Your determination to enforce Your Word remains axiom, unavoidable and permanent. Your greatness, teachings of enlightenment; Your Court all are established on the pillar of justice. Whosoever may meditate and adopts the teachings of Your Word with steady and stable belief; with Your mercy and grace, his cycle of birth and death may be eliminated. Whosoever may remain in the cycle of birth and death, his belief may not be steady and stable, his way of life may not be as per Your Word.

ਮਃ ੧॥	**mehlaa 1.**
ਵਡੀ ਵਡਿਆਈ ਜਾ ਵਡਾ ਨਾਉ॥	vadee vadi-aa-ee jaa vadaa naa-o.
ਵਡੀ ਵਡਿਆਈ ਜਾ ਸਚੁ ਨਿਆਉ॥	vadee vadi-aa-ee jaa sach ni-aa-o.
ਵਡੀ ਵਡਿਆਈ ਜਾ ਨਿਹਚਲ ਥਾਉ॥	vadee vadi-aa-ee jaa nihchal thaa-o.
ਵਡੀ ਵਡਿਆਈ ਜਾਣੈ ਆਲਾਉ॥	vadee vadi-aa-ee jaanai aalaa-o.
ਵਡੀ ਵਡਿਆਈ ਬੁਝੈ ਸਭਿ ਭਾਉ॥	vadee vadi-aa-ee bujhai sabh bhaa-o.
ਵਡੀ ਵਡਿਆਈ ਜਾ ਪੁਛਿ ਨ ਦਾਤਿ॥	vadee vadi-aa-ee jaa puchh na daat.
ਵਡੀ ਵਡਿਆਈ ਜਾ ਆਪੇ ਆਪਿ॥	vadee vadi-aa-ee jaa aapay aap.
ਨਾਨਕ ਕਾਰ ਨ ਕਥਨੀ ਜਾਇ॥	naanak kaar na kathnee jaa-ay.
ਕੀਤਾ ਕਰਣਾ ਸਰਬ ਰਜਾਇ॥੨॥	keetaa karnaa sarab rajaa-ay. ||2||

ਤੇਰਾ ਸ਼ਬਦ, ਇਨਸਾਫ, ਅਨੋਖਾ ਤਖਤ, ਅਨਬੋਲੀਆਂ ਭਾਵਨਾਂ ਨੂੰ ਸਮਝਣਾ, ਅਣਮਿੰਗਆ ਦਾਤਾਂ ਬਖਸ਼ਣਾ ਬਹੁਤ ਅਮੋਲਕ ਹੈ! ਆਪ ਹੀ ਸ੍ਰਿਸ਼ਟੀ ਨੂੰ ਪੈਦਾ ਕਰਨਾ, ਜੀਵ ਦੇ ਤਨ ਵਿੱਚ ਵਸਣਾ, ਇਹ ਸਭ ਗੁਣ ਅਮੋਲਕ, ਕੀਮਤੀ ਹਨ । ਤੇਰੇ ਕਰਤਬਾਂ ਦੀ ਪੂਰਨ ਤਰ੍ਹਾਂ ਵਿਆਖਿਆ ਨਹੀਂ ਕੀਤੀ ਜਾ ਸਕਦੀ । ਤੂੰ ਆਪਣੀ ਰਜ਼ਾ ਨਾਲ ਹੀ ਸਭ ਕੁਝ ਕਰਦਾ ਹੈ ।

Your Word, justice, unique and glamorous throne, understanding unspeakable, unspoken desires of the mind, and Your Nature of blessings without even praying may be unique and priceless. You create the creature and dwells in the body of each creature, this virtue may be unique and ambrosial. Your Nature, Miracles remains beyond the comprehension of Your Creation. You prevail in mysterious way as Your Imagination, Command.

ਮਹਲਾ ੨॥	**mehlaa 2.**
ਇਹੁ ਜਗੁ ਸਚੈ ਕੀ ਹੈ ਕੋਠੜੀ, ਸਚੇ ਕਾ ਵਿਚਿ ਵਾਸੁ॥	ih jag sachai kee hai koth-rhee sachay kaa vich vaas.
ਇਕਨ੍ਹਾ ਹੁਕਮਿ ਸਮਾਇ ਲਏ, ਇਕਨ੍ਹਾ ਹੁਕਮੇ ਕਰੇ ਵਿਣਾਸੁ॥	iknHaa hukam samaa-ay la-ay iknHaa hukmay karay vinaas.
ਇਕਨ੍ਹਾ ਭਾਣੈ ਕਢਿ ਲਏ, ਇਕਨ੍ਹਾ ਮਾਇਆ ਵਿਚਿ ਨਿਵਾਸੁ॥	iknHaa bhaanai kadh la-ay iknHaa maa-i-aa vich nivaas.
ਏਵ ਭਿ ਆਖਿ ਨ ਜਾਪਈ, ਜਿ ਕਿਸੈ ਆਣੇ ਰਾਸਿ॥	ayv bhe aakh na jaap-ee je kisai aanay raas.
ਨਾਨਕ ਗੁਰਮੁਖਿ ਜਾਣੀਐ ਜਾ ਕਉ ਆਪਿ ਕਰੇ ਪਰਗਾਸੁ॥੩॥	naanak gurmukh jaanee-ai jaa ka-o aap karay pargaas. ||3||

ਇਹ ਸ੍ਰਿਸ਼ਟੀ, ਸੰਸਾਰ ਹੀ ਤੇਰਾ ਅਸਲੀ ਵਸਣ ਵਾਲਾ ਘਰ ਹੈ । ਤੇਰੇ ਹੁਕਮ ਅਨੁਸਾਰ ਕਈ ਸਿਮਰਨ ਕਰਕੇ ਤੇਰੇ ਵਿੱਚ ਸਮਾ ਜਾਂਦੇ ਹਨ, ਕਈ ਜਨਮ ਮਰਨ ਵਿੱਚ ਹੀ ਰਹਿੰਦੇ ਹਨ । ਕਈ ਜੀਵਾਂ ਨੂੰ ਰਹਿਮਤ ਬਖਸ਼ਕੇ ਸੰਸਾਰਕ ਮਾਇਆ, ਪੰਜ ਇੰਦ੍ਰੀਆਂ, ਤੋਂ ਉਪਰ ਉਠਾ ਲੈਂਦਾ ਹੈ । ਕਈ ਜੀਵਾਂ ਨੂੰ ਇਸ ਚੱਕਰ ਵਿੱਚ ਹੀ ਪਾਈ ਰਖਦਾ ਹੈ । ਮਾਨਸ ਨੂੰ ਇਹ ਵੀ ਸੋਝੀ ਨਹੀਂ! ਤੂੰ ਕਿਸੇ ਤੇ ਕਿਉਂ ਰਹਿਮਤ ਬਖਸ਼ਦਾ ਹੈ? ਜਿਸ ਵਿੱਚ ਤੂੰ ਆਪ ਹੀ ਪ੍ਰਗਟ ਹੋ ਜਾਂਦਾ ਹੈ, ਕੇਵਲ ਉਹ ਹੀ ਤੇਰਾ ਭਗਤ, ਗੁਰਮਖ ਬਣ ਜਾਂਦਾ ਹੈ ।

The whole universe is Your Holy Castle, heaven, and the place to stay in comfort. Your true devotee may meditate and remains intoxicated in the void of Your Word; others may remain in the cycle of birth and death. Your true devotee may remain beyond the reach of demons of worldly wealth and others may remain as slave of worldly wealth. How and why may You bestow Your Blessed Vision, remains beyond the comprehension of Your Creation? Whosoever may be bestowed with Your Blessed Vision, he may be enlightened from within; he may become Your true devotee.

ਪਉੜੀ॥	**pa-orhee.**
ਨਾਨਕ ਜੀਅ ਉਪਾਇ ਕੈ, ਲਿਖਿ ਨਾਵੈ ਧਰਮੁ ਬਹਾਲਿਆ॥	naanak jee-a upaa-ay kai likh naavai Dharam bahaali-aa.
ਓਥੈ ਸਚੇ ਹੀ ਸਚਿ ਨਿਬੜੈ, ਚੁਣਿ ਵਖਿ ਕਢੇ ਜਜਮਾਲਿਆ॥	othai sachay hee sach nibrhai chun vakh kadhay jajmaali-aa.
ਥਾਉ ਨ ਪਾਇਨਿ ਕੂੜਿਆਰ, ਮੁਹ ਕਾਲ੍ਹੈ ਦੋਜਕਿ ਚਾਲਿਆ॥	thaa-o na paa-in koorhi-aar muh kaalHai dojak chaali-aa.
ਤੇਰੈ ਨਾਇ ਰਤੇ ਸੇ ਜਿਣਿ ਗਏ, ਹਾਰਿ ਗਏ ਸਿ ਠਗਣ ਵਾਲਿਆ॥	tayrai naa-ay ratay say jin ga-ay haar ga-ay se thagan vaali-aa.
ਲਿਖਿ ਨਾਵੈ ਧਰਮੁ ਬਹਾਲਿਆ॥੨॥	likh naavai Dharam bahaali-aa. ||2||

ਜੀਵ ਵਿੱਚ ਆਤਮਾ, ਸਵਾਸ ਬਖਸ਼ਕੇ, ਧਰਮਰਾਜ ਨੂੰ ਕਰਮ ਲਿਖਣ ਲਈ ਥਾਪਿਆ ਹੈ । ਉਹ ਸ੍ਰਿਸ਼ਟੀ ਦੀ ਭਲਾਈ ਦੇ ਕੰਮਾਂ (ਚੰਗੇ ਅਤੇ ਮੰਦੇ) ਦਾ ਹਿਸਾਬ ਰਖਦਾ ਹੈ । ਤੇਰੇ ਦਰਬਾਰ ਵਿੱਚ ਇਨਸਾਫ ਹੀ ਹੁੰਦਾ ਹੈ, ਕਿਸੇ ਗਵਾਹੀ ਦੀ ਲੋੜ ਨਹੀਂ ਹੁੰਦੀ । ਬੁਰੇ ਕੰਮ ਕਰਨ ਵਾਲੇ ਨੂੰ ਵੱਖਰੋ ਵੱਖਰੀਆਂ ਜੂੰਨਾਂ ਵਿੱਚ ਭੇਜਦਾ ਹੈ । ਜਿਹੜਾ ਸ਼ਬਦ ਦੀ ਪਾਲਣਾ ਕਰਦਾ, ਸ਼ਬਦ ਮਨ ਵਿਚ ਘਰ ਕਰ ਜਾਂਦਾ ਹੈ, ਉਹ ਤੇਰੇ ਸ਼ਬਦ ਦੀ ਸਮਾਧੀ ਵਿੱਚ ਅਡੋਲ ਰਹਿੰਦਾ ਹੈ । ਸੰਸਾਰਕ ਮਾਇਆ ਤੇਰੇ ਹੁਕਮ ਅੰਦਰ ਹੀ ਚਲਦੀ, ਚਲਾਕੀ ਕਰਨ ਵਾਲਾ ਕਦੇ ਵੀ ਪ੍ਰਵਾਨ ਨਹੀਂ ਹੁੰਦਾ, ਸ਼ਰਮਿੰਦਗੀ ਹੀ ਮਿਲਦੀ ਹੈ । ਆਪ ਹੀ ਧਰਮਰਾਜ ਦੇ ਰੂਪ ਵਿੱਚ ਇਨਸਾਫ ਕਰਦਾ ਹੈ!

You have infused the soul with breaths and inscribed her destiny. You have established a righteous judge to monitor and accounts for her good and evil deeds for the mankind. The Omniscient True Master, only justice prevails, no witness ever needed in Your Court. Sinners are punished and cycled through birth and death. Whosoever may obey and adopts the teachings of Your Word with steady and stable belief, he may remain intoxicated in meditation in the void of Your Word; he may be absorbed within Your Holy Spirit. Worldly wealth remains as a loyal guard; no one may ever be accepted in Your Court with any clever tricks; he must face the embarrassment in Your Court. The Righteous Judge may only perform the justice as per Your Command; he does not have any of his own identity.

Key Message of Aasaa De Var, Salok #2, page 463-6
'ਪ੍ਰਭ ਦੇ ਕਰਤਬ ਸਦਾ ਅਟਲ, ਸਥਿਤ ਹਨ!
ਪ੍ਰਭ ਦੇ ਖੰਡ, ਬ੍ਰਹਮੰਡ, ਚਾਨਣ, ਗਿਆਨ ਦੇ ਸੋਮੇ, ਅਕਾਰ, ਕਰਤਬ, ਸ਼ਬਦ, ਦਰਬਾਰ, ਰਹਿਮਤ ਦੀ ਨਿਸ਼ਾਨੀ ਸਭ ਅਟਲ ਰਹਿਣ ਵਾਲੀਆਂ ਹਨ । ਪ੍ਰਭ ਦਾ ਸ਼ਬਦ, ਅਨੋਖਾ ਤਖਤ, ਇਨਸਾਫ ਲਈ ਗਵਾਹੀ ਦੀ ਲੋੜ ਨਹੀਂ ਹੁੰਦੀ । ਅਣਮਿੰਗਆ ਦਾਤਾਂ ਬਖਸ਼ਦਾ ਹੈ । ਸ਼ਬਦ ਅਨੁਸਾਰ ਜੀਵਨ ਢਾਲਣ ਨਾਲ ਪ੍ਰਵਾਨਗੀ ਦਾ ਰਸਤਾ ਬਖਸ਼ਿਸ਼ ਹੋ ਸਕਦਾ ਹੈ ।
His function remains as per His Word, unchanged!
The True Master has created, islands, skies, structures, miracles, thrones, blessings, His Word all are axiom, unique and remains unchanged as defined in His Word, Command. His judgement beyond any need for any witness, nor any discrimination. He always bestows virtues as needed without prayer! Whosoever may adopt the teachings of His Word; he may be blessed with the right path of acceptance in His Court!

71. ਸਲੋਕ ਮਃ ੧॥ (3) 463-18

ਵਿਸਮਾਦੁ ਨਾਦ ਵਿਸਮਾਦੁ ਵੇਦ॥	vismaad naad vismaad vayd.
ਵਿਸਮਾਦੁ ਜੀਅ ਵਿਸਮਾਦੁ ਭੇਦ॥	vismaad jee-a vismaad bhayd.
ਵਿਸਮਾਦੁ ਰੂਪ ਵਿਸਮਾਦੁ ਰੰਗ॥	vismaad roop vismaad rang.
ਵਿਸਮਾਦੁ ਨਾਗੇ ਫਿਰਹਿ ਜੰਤ॥	vismaad naagay fireh jant.
ਵਿਸਮਾਦੁ ਪਉਣੁ ਵਿਸਮਾਦੁ ਪਾਣੀ॥	vismaad pa-un vismaad paanee.
ਵਿਸਮਾਦੁ ਅਗਨੀ ਖੇਡਹਿ ਵਿਡਾਣੀ॥	vismaad agnee khaydeh vidaanee.
ਵਿਸਮਾਦੁ ਧਰਤੀ ਵਿਸਮਾਦੁ ਖਾਣੀ॥	vismaad Dhartee vismaad khaanee.
ਵਿਸਮਾਦੁ ਸਾਦਿ ਲਗਹਿ ਪਰਾਣੀ॥	vismaad saad lageh paraanee.
ਵਿਸਮਾਦੁ ਸੰਜੋਗੁ ਵਿਸਮਾਦੁ ਵਿਜੋਗੁ॥	vismaad sanjog vismaad vijog.
ਵਿਸਮਾਦੁ ਭੁਖ ਵਿਸਮਾਦੁ ਭੋਗੁ॥	vismaad bhukh vismaad bhog.
ਵਿਸਮਾਦੁ ਸਿਫਤਿ ਵਿਸਮਾਦੁ ਸਾਲਾਹ॥	vismaad sifat vismaad saalaah.
ਵਿਸਮਾਦੁ ਉਝੜ ਵਿਸਮਾਦੁ ਰਾਹ॥	vismaad ujharh vismaad raah.
ਵਿਸਮਾਦੁ ਨੇੜੈ ਵਿਸਮਾਦੁ ਦੂਰਿ॥	vismaad nayrhai vismaad door.
ਵਿਸਮਾਦੁ ਦੇਖੈ ਹਾਜ਼ਰਾ ਹਜ਼ੂਰਿ॥	vismaad daykhai haajraa hajoor.
ਵੇਖਿ ਵਿਡਾਨੁ ਰਹਿਆ ਵਿਸਮਾਦੁ॥	vaykh vidaan rahi-aa vismaad.
ਨਾਨਕ ਬੁਝਣੁ ਪੂਰੈ ਭਾਗਿ॥੧॥	naanak bujhan poorai bhaag. ||1||

ਪ੍ਰਭ ਤੇਰੀ ਬਾਣੀ ਦੀ ਧੁਨ, (ਨਾਦ–ਧੁਨ, ਵੇਦ–ਬਾਣੀ, ਗ੍ਰੰਥ) ਸ਼ਬਦ ਵਿੱਚ ਗਿਆਨ ਦਾ ਭੰਡਾਰ, ਸਾਜੀ ਸ੍ਰਿਸ਼ਟੀ, ਤੇਰੀ ਹੋਂਦ ਦਾ ਭੇਦ, ਤੇਰੇ ਵੱਖਰੇ ਅਕਾਰ ਅਤੇ ਰੰਗ ਬਹੁਤ ਅਨੋਖੇ ਹੀ ਹਨ । ਤੇਰੀ ਬਣਾਈ ਹਵਾ, ਪਾਣੀ, ਅੱਗ ਅਤੇ ਉਸ ਦੇ ਵੱਖਰੇ ਕਰਤਬ, ਤੇਰੀ ਬਣਾਈ ਧਰਤੀਆਂ ਬਹੁਤ ਅਨੋਖੇ ਹੀ ਹਨ । ਤੇਰੇ ਪੈਦਾ ਕੀਤੇ ਜੀਵ, ਕਈ ਜੀਵ ਨੰਗੇ ਫਿਰਦੇ, ਬਹੁਤ ਅਨੋਖੇ ਹੀ ਹਨ । (ਵਿਸਮਾਦ– ਅਨੋਖਾ, ਮਨ ਨੂੰ ਹੈਰਾਨ ਕਰਨ ਵਾਲਾ)। ਤੇਰੇ ਦਿੱਤੇ ਹੋਏ ਜੀਵ ਦੀ ਜੀਭ ਦੇ ਰਸ, ਜੀਵ ਦੇ ਮਿਲਾਪ ਅਤੇ ਵੱਖਰੇ ਕਰਨ ਵਾਲੇ ਕਾਰਨ (ਢੰਗ) ਬਹੁਤ ਅਨੋਖੇ ਹੀ ਹਨ । ਤੇਰੇ ਲਾਲਚ, ਸੰਤੋਖ ਦੇਣ, ਸਿਮਰਨ ਦੇ, ਤੇਰੇ ਗਿਆਨ, ਸੋਝੀ ਦੇਣਾ ਦੇ ਢੰਗ ਬਹੁਤ ਅਨੋਖੇ ਹੀ ਹਨ । ਕਿਸੇ ਨੂੰ ਅਸਲੀ ਰਸਤੇ ਤੇ ਪਾਉਣ, ਹਟਾਉਣ, ਆਪਣੇ ਨੇੜੇ, ਆਪਣੇ ਤੋਂ ਦੂਰ ਕਰਨ ਦੇ ਢੰਗ ਬਹੁਤ ਅਨੋਖੇ ਹਨ । ਕੋਈ ਵੀ ਜੀਵ ਪੂਰਨ ਤਰ੍ਹਾਂ ਵਿਆਖਿਆ ਨਹੀਂ ਕਰ ਸਕਦਾ । ਤੇਰੀ ਹਰ ਥਾਂ ਤੇ ਮੌਜੂਦਗੀ ਅਤੇ ਕੋਈ ਵੀ ਤੈਨੂੰ ਛੋਹ ਨਹੀਂ ਸਕਦਾ । (ਪਕੜ ਨਹੀਂ – ਕਿ ਤੂੰ ਇਹ ਹੈ) । ਇਹ ਦੇਖਕੇ ਤੈਨੂੰ ਧੰਨ ਧੰਨ ਹੀ ਕਹਿੰਦਾ ਹਾ । ਜਿਸ ਨੂੰ ਇਹ ਸੋਝੀ ਤੂੰ ਆਪ ਬਖਸ਼ਦਾ ਹੈ, ਉਹ ਜੀਵ ਵੱਡੇ ਭਾਗਾਂ ਵਾਲਾ ਹੁੰਦਾ ਹੈ ।

The everlasting echo of Your Word, the treasure of enlightenment; Your Creation, secrecy of Your Existence, various body structures, color of Your Creation are very fascinating and astonishing. Your created air, water, fire and different earths, islands are all wonderful and astonishing. Your astonishing Creation; some may wander naked; all are astonishing. Your blessed melodious tone of the tongue, the way soul may be separated or blessed a union with Holy Spirit; all are beyond the comprehension of Your Creation. The way of inspiring greed or contentment, devotion to meditate, to enlighten the soul are unique and astonishing. Your true devotee may be guided on the right path of salvation, others to wander in suspicions; no one may fully comprehend Your Nature. Omnipresent everywhere, still beyond the reach, understanding of everyone. I am wonder stuck witnessing Your Nature. Whosoever may be enlightened, he may become very fortunate.

ਮਃ ੧॥	**mehlaa 1.**
ਕੁਦਰਤਿ ਦਿਸੈ ਕੁਦਰਤਿ ਸੁਣੀਐ, ਕੁਦਰਤਿ ਭਉ ਸੁਖ ਸਾਰੁ॥	kudrat disai kudrat sunee-ai kudrat bha-o sukh saar.
ਕੁਦਰਤਿ ਪਾਤਾਲੀ ਆਕਾਸੀ, ਕੁਦਰਤਿ ਸਰਬ ਆਕਾਰੁ॥	kudrat paataalee aakaasee kudrat sarab aakaar.
ਕੁਦਰਤਿ ਵੇਦ ਪੁਰਾਣ ਕਤੇਬਾ, ਕੁਦਰਤਿ ਸਰਬ ਵੀਚਾਰੁ॥	kudrat vayd puraan kataybaa kudrat sarab veechaar.
ਕੁਦਰਤਿ ਖਾਣਾ ਪੀਣਾ ਪੈਨ੍ਣੁ, ਕੁਦਰਤਿ ਸਰਬ ਪਿਆਰੁ॥	kudrat khaanaa peenaa painHan kudrat sarab pi-aar.
ਕੁਦਰਤਿ ਜਾਤੀ ਜਿਨਸੀ ਰੰਗੀ, ਕੁਦਰਤਿ ਜੀਅ ਜਹਾਨ॥	kudrat jaatee jinsee rangee kudrat jee-a jahaan.
ਕੁਦਰਤਿ ਨੇਕੀਆ ਕੁਦਰਤਿ ਬਦੀਆ, ਕੁਦਰਤਿ ਮਾਨੁ ਅਭਿਮਾਨੁ॥	kudrat naykee-aa kudrat badee-aa kudrat maan abhimaan.
ਕੁਦਰਤਿ ਪਉਣੁ ਪਾਣੀ ਬੈਸੰਤਰੁ, ਕੁਦਰਤਿ ਧਰਤੀ ਖਾਕੁ॥	kudrat pa-un paanee baisantar kudrat Dhartee khaak.
ਸਭ ਤੇਰੀ ਕੁਦਰਤਿ, ਤੂੰ ਕਾਦਿਰੁ ਕਰਤਾ, ਪਾਕੀ ਨਾਈ ਪਾਕੁ॥	sabh tayree kudrat tooN kaadir kartaa paakee naa-ee paak.
ਨਾਨਕ ਹੁਕਮੈ ਅੰਦਰਿ ਵੇਖੈ ਵਰਤੈ ਤਾਕੋ ਤਾਕੁ॥੨॥	naanak hukmai andar vaykhai vartai taako taak. ||2||

ਪ੍ਰਭ ਤੇਰੇ ਹੁਕਮ ਅੰਦਰ ਹੀ ਸਭ ਜੀਵ ਤੇਰੀ ਰਹਿਮਤ ਨਾਲ ਹੀ ਦੇਖ, ਸੁਣ ਸਕਦੇ ਹਨ । ਕਿਸੇ ਨਾਲ ਪਿਆਰ ਜਾ ਵਿਛੋੜਾ, ਜਾ ਕਿਸੇ ਘਟਨਾ ਦੀ ਖੁਸ਼ੀ ਮਹਿਸੂਸ ਕਰ ਸਕਦੇ ਹਨ । ਤੇਰੇ ਹੁਕਮ ਨਾਲ ਹੀ ਅਕਾਸ਼, ਪਤਾਲ ਅਤੇ ਸਾਰੇ ਜੀਵਾਂ ਦੇ ਅਕਾਰ ਬਣੇ ਹਨ । ਤੇਰੇ ਭਾਣੇ ਨਾਲ ਹੀ ਵੱਖਰੀਆਂ ਵੱਖਰੀਆਂ ਧਾਰਮਕ ਕਿਤਾਬਾਂ ਬਣੀਆਂ ਹਨ । ਤੇਰੇ ਭਾਣੇ ਨਾਲ ਹੀ ਸਾਰੇ ਜੀਵ ਖਾਂਦੇ, ਪੀਂਦੇ, ਇਕ ਦੂਜੇ ਨਾਲ ਪਿਆਰ ਕਰਦੇ ਹਨ । ਤੇਰੇ ਭਾਣੇ ਨਾਲ ਹੀ ਸਾਰੇ ਵੱਖਰੇ ਵੱਖਰੇ ਰੰਗਾਂ ਅਤੇ ਅਕਾਰਾਂ ਦੇ ਜੀਵ ਪੈਦਾ, ਜੀਵ ਚੰਗੇ ਜਾ ਮੰਦੇ ਕੰਮ ਕਰਦੇ ਹਨ । ਕਈ ਅਹੰਕਾਰੀ ਹੁੰਦੇ , ਉਹਨਾਂ ਨੂੰ ਸ਼ਰਮਿੰਦਗੀ ਹੀ ਮਿਲਦੀ ਹੈ । ਤੇਰੀ ਕੁਦਰਤ ਨਾਲ ਹੀ ਹਵਾ, ਪਾਣੀ, ਧਰਤੀ ਅਤੇ ਧੂੜ ਹੁੰਦੀ, ਤੂੰ ਸਭ ਤੋਂ ਪਵਿੱਤਰ ਹੈ । ਤੂੰ ਆਪਣੀ ਸਾਜੀ ਹੋਈ ਸ੍ਰਿਸ਼ਟੀ ਵਿੱਚ ਸ਼ਾਨ ਨਾਲ ਵਸਦਾ, ਆਪਣੇ ਭਾਣੇ ਦੀ ਆਪ ਹੀ ਪਾਲਣਾ ਕਰਾਉਂਦਾ ਹੈ ।

ਗੁਰੂ ਨਾਨਕ ਦੇਵ ਜੀ! – Guru Nanak Dev Ji! Guru Granth Sahib

****(ਕੁਦਰਤ–ਜਿਹੜੀ ਘਟਨਾ, ਕਿਸੇ ਜਾਣੇ ਤਾਰੀਕੇ ਨਾਲ ਵਿਆਖਿਆ ਨਾ ਕੀਤਾ ਜਾ ਸਕੇ)**

With Your Command, Your Word, anyone may see, hear, and communicate with others; one may feel love, attachment or separation or enjoy the pleasure of events of Your Nature. You have created sky, earth, under earth, various structures of creatures and various Holy Scripture. With Your Blessed Vision, all creatures eat, drink satisfy the hunger, thirst and feels emotional attachment and love. With Your Command the creatures of different shape, form and color are born and perform good and evil deeds. Whosoever may perform his deeds in ego, he may be embarrassed in Your Court. You have created air, water, earth, and dust; The Holiest of all, sanctified, Holy Spirit dwells within His Creation with glamour and enforces His Command on every creature.

ਪਉੜੀ॥
ਆਪੀਨੈ ਭੋਗ ਭੋਗਿ ਕੈ, ਹੋਇ ਭਸਮੜਿ ਭਉਰੁ ਸਿਧਾਇਆ॥
ਵਡਾ ਹੋਆ ਦੁਨੀਦਾਰੁ, ਗਲਿ ਸੰਗਲੁ ਘਤਿ ਚਲਾਇਆ॥
ਅਗੈ ਕਰਣੀ ਕੀਰਤਿ ਵਾਚੀਐ, ਬਹਿ ਲੇਖਾ ਕਰਿ ਸਮਝਾਇਆ॥
ਥਾਉ ਨ ਹੋਵੀ ਪਉਦੀਈ, ਹੁਣਿ ਸੁਣੀਐ ਕਿਆ ਰੂਆਇਆ॥
ਮਨਿ ਅੰਧੈ ਜਨਮੁ ਗਵਾਇਆ॥੩॥

pa-orhee.
aapeenHai bhog bhog kai ho-ay bhasmarh bha-ur siDhaa-i-aa.
vadaa ho-aa duneedaar gal sangal ghat chalaa-i-aa.
agai karnee keerat vaachee-ai bahi laykhaa kar samjhaa-i-aa.
thaa-o na hovee pa-udee-ee hun sunee-ai ki-aa roo-aa-i-aa.
man anDhai janam gavaa-i-aa. ||3||

ਜੀਵ ਮਨਮਰਜ਼ੀ ਕਰ ਕੇ ਜੀਵਨ ਨੂੰ ਸੰਸਾਰਕ ਸੁਖਾਂ ਨਾਲ ਬਤੀਤ ਕਰ ਲੈਂਦਾ ਹੈ । ਅੰਤ ਵਿੱਚ ਸਰੀਰ ਭਸਮ ਦੀ ਢੇਰੀ ਹੋ ਜਾਂਦਾ, ਆਤਮਾ ਉਠ ਜਾਂਦੀ ਹੈ (ਮੌਤ ਆ ਜਾਂਦੀ ਹੈ) । ਸੰਸਾਰ ਵਿੱਚ ਭਾਵੇਂ ਕਿਤਨੀ ਵੀ ਵੱਡੀ ਹੈਸੀਅਤ ਕਿਉਂ ਨਾ ਹੋਵੇ? ਉਸ ਦੇ ਗਲ ਵਿੱਚ ਮੌਤ ਦੇ ਜਮਦੂਤ ਦਾ ਸੰਗਲ ਪੈ ਜਾਂਦਾ ਹੈ । ਮੌਤ ਤੋਂ ਪਿਛੋਂ ਹਰ ਜੀਵ ਨੂੰ ਆਪਣੇ ਕੀਤੇ ਕੰਮਾਂ ਦਾ ਲੇਖਾ ਦੇਣਾ ਪੈਂਦਾ ਹੈ । ਮੰਦੇ ਕੰਮਾਂ ਦੇ ਕਾਰਨ, ਉਸ ਤੇ ਕੋਈ ਵੀ ਵਿਸ਼ਵਾਸ ਨਹੀਂ ਕਰਦਾ । ਉਥੇ ਉਸ ਦੀ ਰੋਣ, ਕਰਲਾਉਣ ਦੀ ਕੋਈ ਪ੍ਰਵਾਹ ਨਹੀਂ ਕਰਦਾ । ਜਿਹੜੇ ਜੀਵ ਨੇ ਆਪਣਾ ਜੀਵਨ ਬਿਰਥਾ ਹੀ ਬਤੀਤ ਕਰ ਲਿਆ । ਉਹ ਜਮਨ ਮਰਨ ਦੇ ਚੱਕਰ (ਨਰਕ) ਵਿੱਚ ਡਿੰਗ ਪੈਂਦਾ ਹੈ ।

Self-minded may spend his human life journey in worldly comforts and pleasures. In the end, his body becomes dirt, his soul must return to clear the account of his worldly deeds. No matter how great may be his worldly status? he will be captured by the devil of death and endure the judgement of his deeds. After death! Each soul must clear the account of her worldly deeds. Whosoever may perform sinful and evil deeds, he loses his trust; no one may believe any of his prayer nor care about his cry for help. He may waste his human life blessings uselessly, he remains in the cycle of birth and death, in hell.

Key Message of Aasaa De Var, Salok #3, page 463-18
'ਪ੍ਰਭ ਦੀ ਹੋਂਦ, ਕਰਤਬ ਅਨੋਖੇ, ਸੋਝੀ ਤੋਂ ਬਾਹਰ ਹਨ!
ਪ੍ਰਭ ਦੇ ਸ਼ਬਦ ਦੀ ਧੁਨ, ਸੋਝੀ ਦੇ ਭੰਡਾਰ, ਸ੍ਰਿਸ਼ਟੀ, ਹੋਂਦ ਦਾ ਭੇਦ, ਅਕਾਰ ਅਤੇ ਰੰਗ ਬਹੁਤ ਅਨੋਖੇ ਹੀ ਹਨ । ਵੱਡੇ ਭਾਗਾਂ ਵਾਲੇ ਨੂੰ ਹੀ ਸੋਝੀ ਬਖਸ਼ਦਾ ਹੈ । ਪ੍ਰਭ ਦੀ ਰਹਿਮਤ ਨਾਲ ਹੀ ਸਭ ਇਦ੍ਰੀਆਂ ਜੀਵਨ ਵਿੱਚ ਸੇਧ ਦੇਂਦੀਆਂ ਹਨ, ਦੇਖਦਾ, ਸੁਣਦਾ, ਪਿਆਰ ਜਾ ਵਿਛੋੜਾ ਮਹਿਸੂਸ ਕਰਦਾ ਹੈ । ਪ੍ਰਭ ਸ੍ਰਿਸ਼ਟੀ ਵਿੱਚ ਸ਼ਾਨ ਨਾਲ ਵਸਦਾ, ਭਾਣੇ ਦੀ ਆਪ ਹੀ ਪਾਲਣਾ ਕਰਾਉਂਦਾ ਹੈ । ਮਨਮਰਜ਼ੀ, ਵੱਡੀ ਹੈਸੀਅਤ ਵਾਲੇ ਦੇ ਗਲ ਵਿੱਚ ਮੌਤ ਦੇ ਜਮਦੂਤ ਦਾ ਸੰਗਲ ਹੀ ਪੈਂਦਾ ਹੈ ।
His Existence, Nature beyond comprehension!
The everlasting echo, treasure of virtue, mystery of His existence, structures, colors remain fascinating and astonishing. Only very fortunate may be enlightened! With Your Command, anyone may see, hear, and communicate, feel love or separation. You may enforce Your Command on every creature. Self-minded with great worldly status, may be captured by the devil of death and punished.

72. ਸਲੋਕ ਮਃ ੧॥ (4) 464-12

ਭੈ ਵਿਚਿ ਪਵਣੁ ਵਹੈ ਸਦਵਾਉ॥ ਭੈ ਵਿਚਿ ਚਲਹਿ ਲਖ ਦਰੀਆਉ॥
ਭੈ ਵਿਚਿ ਅਗਨਿ ਕਢੈ ਵੇਗਾਰਿ॥ ਭੈ ਵਿਚਿ ਧਰਤੀ ਦਬੀ ਭਾਰਿ॥
ਭੈ ਵਿਚਿ ਇੰਦੁ ਫਿਰੈ ਸਿਰ ਭਾਰਿ॥ ਭੈ ਵਿਚਿ ਰਾਜਾ ਧਰਮੁ ਦੁਆਰੁ॥
ਭੈ ਵਿਚਿ ਸੂਰਜੁ ਭੈ ਵਿਚਿ ਚੰਦੁ॥ ਕੋਹ ਕਰੋੜੀ ਚਲਤ ਨ ਅੰਤੁ॥
ਭੈ ਵਿਚਿ ਸਿਧ ਬੁਧ ਸੁਰ ਨਾਥ॥ ਭੈ ਵਿਚਿ ਆਡਾਣੇ ਆਕਾਸ॥
ਭੈ ਵਿਚਿ ਜੋਧ ਮਹਾਬਲ ਸੂਰ॥ ਭੈ ਵਿਚਿ ਆਵਹਿ ਜਾਵਹਿ ਪੂਰ॥
ਸਗਲਿਆ ਭਉ ਲਿਖਿਆ ਸਿਰਿ ਲੇਖੁ॥
ਨਾਨਕ ਨਿਰਭਉ ਨਿਰੰਕਾਰੁ ਸਚੁ ਏਕੁ॥੧॥

bhai vich pavan vahai sadvaa-o. bhai vich chaleh lakh daree-aa-o.
bhai vich agan kadhai vaygaar. bhai vich Dhartee dabee bhaar.
bhai vich ind firai sir bhaar. bhai vich raajaa Dharam du-aar.
bhai vich sooraj bhai vich chand. koh karorhee chalat na ant.
bhai vich siDh buDh sur naath. bhai vich aadaanay aakaas.
bhai vich joDh mahaabal soor. bhai vich aavahi jaaveh poor.
sagli-aa bha-o likhi-aa sir laykh.
naanak nirbha-o nirankaar sach ayk.1

**** (ਭੈ ਉਹ ਡਰ ਹੈ, ਜਿਵੇਂ ਇਕ ਪ੍ਰੇਮਕਾ ਆਪਣੇ ਪ੍ਰੇਮੀ ਨੂੰ ਬੁਹਤ ਪਿਆਰ ਕਰਦੀ ਹੈ! ਜਦੋਂ ਵੀ ਕੋਈ ਕੰਮ ਕਰਦੀ ਹੈ ਅਤੇ ਹਮੇਸ਼ਾਂ ਹੀ ਸੋਚਦੀ ਹੈ, ਮੇਰੇ ਇਸ ਕੰਮ ਨਾਲ ਉਹ ਨਰਾਜ਼ ਨਾ ਹੋ ਜਾਵੇ, ਇਹ ਉਸ ਦੀ ਅਮੀਦ ਤੋਂ ਬੁਹਤ ਘਟ ਹੈ, ਇਹ ਪਿਆਰ ਵਾਲਾ ਡਰ ਹੈ)**

ਪ੍ਰਭ ਤੇਰੇ ਹੁਕਮ, ਅੰਦਰ ਹੀ ਹਵਾ ਚਲਦੀ, ਅਨੇਕਾਂ ਹੀ ਦਰਿਆਂ, ਪਾਣੀ ਦੇ ਵੇਹਣ ਚਲਦੇ, ਅੱਗਨੀ ਕਈ ਸ੍ਰਿਸ਼ਟੀ ਦੇ ਸੁਖ ਦੇ ਕਰਤਬ ਕਰਦੀ ਹੈ । (ਜਿਵੇਂ ਭੋਜਨ ਬਣਾਉਣ, ਠੰਡ ਸਮੇਂ ਗਰਮੀ ਦੇਣੀ) ਧਰਤੀ ਕਿਤਨੇ ਭਾਰ ਥੱਲੇ ਹੈ, ਇੰਦ੍ਰ ਅਕਾਸ਼ ਤੇ ਘੁੰਮਦਾ ਹੈ । ਧਰਮਰਾਜ, ਤੇਰੀ ਆਗਿਆ ਲਈ ਤੇਰੇ ਦੁਰਵਾਜੇ ਤੇ ਖੜ੍ਹਾ ਹੈ । ਸੂਰਜ, ਚੰਦ, ਅਨੇਕਾਂ ਹੀ ਮੀਲ ਘੁੰਮਦੇ ਤੇ ਵੱਖਰੇ ਵੱਖਰੇ ਮੌਸਮ ਬਦਲਦੇ ਹਨ । ਇਸ ਵਿਰਾਗ ਵਿੱਚ ਹੀ, ਅਨੇਕਾਂ ਬੰਦਗੀ ਕਰਨ ਵਾਲੇ ਉੱਚੀਆਂ, ਸੁੰਨ, ਉਜਾੜਾਂ ਤੇ ਸਿਮਰਨ ਵਿੱਚ ਲੀਨ ਰਹਿੰਦੇ ਹਨ । ਇਸ ਵਿਰਾਗ ਵਿੱਚ ਹੀ ਬੁਹਤ ਵੱਡੇ ਸੂਰਮੇ ਆਪਣੀਆਂ ਜਾਨਾਂ ਕਰਬਾਣ ਕਰ ਦੇਂਦੇ ਹਨ, ਅਨੇਕਾਂ ਹੀ ਆਵਾਗਉਣ ਵਿੱਚ ਪਏ ਰਹਿੰਦੇ ਹਨ । ਸਾਰੀ ਸ੍ਰਿਸ਼ਟੀ ਦੇ ਮੱਥੇ (ਆਤਮਾ) ਤੇ ਸਭ ਕੁਝ ਉਕਾਰਿਆ ਹੋਇਆ ਹੈ । ਕੇਵਲ ਇਕੋ ਇਕ ਪ੍ਰਭ ਹੀ ਡਰ ਰਹਿਤ ਹੈ ।

The True Master, with Your Command, air, several rivers, all flows of water, fire performs various deeds to comfort Your Creation. Earth remains under tremendous pressure, prophet of rain, Inder roams around in the sky. The Righteous Judge stands humbly at Your door waiting for Your Command. Moons travel countless miles around Sun to bring different weather patterns, seasons. In the renunciation, memory of his separation from Your Holy Spirit, countless devotees remain intoxicated in meditation in wild forest, at high mountains, in the void and abandon habitats. Surrendering self-entity to Your Word, several warriors sacrifice their life; several remain in the cycle of birth and death. The destiny of everyone has been prewritten, engraved on soul (forehead); only The True Master remains beyond prewritten destiny.

ਗੁਰੂ ਨਾਨਕ ਦੇਵ ਜੀ! – Guru Nanak Dev Ji! Guru Granth Sahib

ਮਃ ੧॥	**mehlaa 1.**
ਨਾਨਕ ਨਿਰਭਉ ਨਿਰੰਕਾਰੁ, ਹੋਰਿ ਕੇਤੇ ਰਾਮ ਰਵਾਲ॥	naanak nirbha-o nirankaar hor kaytay raam ravaal.
ਕੇਤੀਆ ਕੰਨ੍ ਕਹਾਣੀਆ, ਕੇਤੇ ਬੇਦ ਬੀਚਾਰ॥	kaytee-aa kanH kahaanee-aa kaytay bayd beechaar.
ਕੇਤੇ ਨਚਹਿ ਮੰਗਤੇ ਗਿੜਿ ਮੁੜਿ ਪੂਰਹਿ ਤਾਲ॥	kaytay nacheh mangtay girh murh pooreh taal.
ਬਾਜਾਰੀ ਬਾਜਾਰ ਮਹਿ, ਆਇ ਕਢਹਿ ਬਾਜਾਰ॥	baajaaree baajaar meh aa-ay kadheh baajaar.
ਗਾਵਹਿ ਰਾਜੇ ਰਾਣੀਆ, ਬੋਲਹਿ ਆਲ ਪਤਾਲ॥	gaavahi raajay raanee-aa boleh aal pataal.
ਲਖ ਟਕਿਆ ਕੇ ਮੁੰਦੜੇ, ਲਖ ਟਕਿਆ ਕੇ ਹਾਰ॥	lakh taki-aa kay mund-rhay lakh taki-aa kay haar.
ਜਿਤੁ ਤਨਿ ਪਾਈਅਹਿ ਨਾਨਕਾ, ਸੇ ਤਨ ਹੋਵਹਿ ਛਾਰ॥	jit tan paa-ee-ah naankaa say tan hoveh chhaar.
ਗਿਆਨੁ ਨ ਗਲੀਈ ਢੂਢੀਐ, ਕਥਨਾ ਕਰੜਾ ਸਾਰੁ॥	gi-aan na galee-ee dhoodhee-ai kathnaa karrhaa saar.
ਕਰਮਿ ਮਿਲੈ ਤਾ ਪਾਈਐ, ਹੋਰ ਹਿਕਮਤਿ ਹੁਕਮੁ ਖੁਆਰੁ॥੨॥	karam milai taa paa-ee-ai hor hikmat hukam khu-aar. ||2||

ਪ੍ਰਭ ਤੋਂ ਬਿਨਾਂ ਹੋਰ ਕੋਈ ਵੀ ਡਰ ਤੋਂ ਰਹਿਤ ਨਹੀਂ ਹੈ । ਬਹੁਤ ਧਾਰਮਕ ਕਿਤਾਬਾਂ ਵਿੱਚ ਵੱਖਰੇ ਵੱਖਰੇ ਪੀਰਾਂ, ਪੈਗੰਬਰਾਂ ਦੀਆਂ ਕਥਾਂ, ਕਹਾਣੀਆਂ ਦੱਸੀਆ ਗਈਆਂ ਹਨ । ਸਾਰੇ ਹੀ ਤੇਰੇ ਦਰ ਦੇ ਭਿਖਾਰੀ, ਰਹਿਮਤ ਮੰਗਦੇ ਹਨ । ਜਿਵੇਂ ਬਾਜੀਗਰ, ਖੇਲ ਤਮਾਸ਼ਾ ਕਰਕੇ ਲੋਕਾ ਨੂੰ ਭੁਲੇਖਾ ਪਾ ਕੇ ਆਪਣਾ ਰੁਜ਼ਗਾਰ ਕਰਦਾ ਹੈ । ਜਿਹੜਾ ਪ੍ਰਚਾਰਕ ਹੋਰ ਤਾਰੀਕੇ, ਵਿਧੀ ਦੀ ਸਿਖਿਆ ਦੇਂਦਾ ਹੈ, ਅਸਲੀ ਮਾਲਕ ਦੇ ਪ੍ਰਵਾਨ ਨਹੀਂ ਹੁੰਦੀ । ਸੰਸਾਰ ਵਿੱਚ ਵੱਡੀ ਹੈਸੀਅਤ ਤੇ ਪਹੁੰਚੇ, ਬੁਹਤ ਹੀ ਵਿਧੀਆਂ ਦੱਸਦੇ ਹਨ, ਆਪਣੇ ਜੀਵਨ ਵਿੱਚ ਸਿਖਿਆਂ ਦੀ ਪ੍ਰਵਾਹ ਨਹੀਂ ਕਰਦੇ । ਉਹ ਆਪਣੇ ਆਪ ਨੂੰ ਕੀਮਤੀ ਗਹਿਣੀਆਂ ਨਾਲ ਸਜਾਕੇ ਰਖਦੇ ਹਨ, ਉਹ ਭੁਲ ਜਾਂਦੇ ਹਨ, ਸਰੀਰ ਅਖੀਰ ਵਿੱਚ ਭਸਮ ਹੋ ਜਾਣਾ ਹੈ । ਪ੍ਰਭ ਦੀ ਰਹਿਮਤ, ਸ਼ਬਦ ਦੀ ਸੋਝੀ ਕੇਵਲ **ਗੱਲਾਂ ਕਰਨ, ਬਾਣੀ ਦਾ ਨਿੱਤਨੇਮ, ਸ਼ਬਦ ਦੀ ਕਥਾ, ਕੀਰਤਨ**, ਵਿਆਖਿਆ ਕਰਨ ਨਾਲ ਬਖਸ਼ਿਸ਼ ਨਹੀਂ ਹੁੰਦੀ । ਆਤਮਾ ਦੀ ਗਤੀ, ਕੇਵਲ ਸ਼ਬਦ ਦੀ ਕਮਾਈ ਪ੍ਰਵਾਨ ਹੋਣ ਨਾਲ ਹੀ ਹੋ ਸਕਦੀ ਹੈ । ਹੋਰ ਸਭ ਵਿਧੀਆਂ ਬਿਰਥੀਆਂ ਹੀ ਹਨ ।

Only, The True Master, remains beyond the fear of prewritten destiny. Various Holy Scriptures describe the life stories of various Holy saints, prophets; all are beggars at His door, praying for Forgiveness and Refuge. As a juggler plays clever tricks and create illusion to make his living; preachers inspire different way of meditation. Whosoever may inspire any other meditation except the teachings of His Word, his meditation may not be accepted in His Court. Worldly renowned saints, prophets may describe different techniques, path of meditation; however, they may not adopt these teachings in their own day-to-day life. They may remain intoxicated with worldly glory, dress up with expensive clothes and jewelry like bridegroom. They have forgotten! his body becomes dust, after breaths are exhausted. **His Blessed Vision may not be bestowed by only talking, reciting, and singing Holy Scripture, teachings, daily routine prayers or religious baptism or religious robe.** Whose way of life may be as per the teachings of His Word, only his soul may be accepted in His Sanctuary; with His mercy and grace, he may be blessed with salvation. All other unique techniques of meditation and religious rituals are useless for the purpose of human life journey.

ਪਉੜੀ॥	**pa-orhee.**
ਨਦਰਿ ਕਰਹਿ ਜੇ ਆਪਣੀ, ਤਾ ਨਦਰੀ ਸਤਿਗੁਰੁ ਪਾਇਆ॥	nadar karahi jay aapnee taa nadree satgur paa-i-aa.
ਏਹੁ ਜੀਉ ਬਹੁਤੇ ਜਨਮ ਭਰੰਮਿਆ, ਤਾ ਸਤਿਗੁਰਿ ਸਬਦੁ ਸੁਣਾਇਆ॥	ayhu jee-o bahutay janam bharammi-aa taa satgur sabad sunaa-i-aa.
ਸਤਿਗੁਰ ਜੇਵਡੁ ਦਾਤਾ ਕੋ ਨਹੀ, ਸਭਿ ਸੁਣਿਅਹੁ ਲੋਕ ਸਬਾਇਆ॥	satgur jayvad daataa ko nahee sabh suni-ahu lok sabaa-i-aa.
ਸਤਿਗੁਰਿ ਮਿਲਿਐ ਸਚੁ ਪਾਇਆ, ਜਿਨ੍ੀ ਵਿਚਹੁ ਆਪੁ ਗਵਾਇਆ॥	satgur mili-ai sach paa-i-aa jinHee vichahu aap gavaa-i-aa.
ਜਿਨਿ ਸਚੋ ਸਚੁ ਬੁਝਾਇਆ॥੪॥	jin sacho sach bujhaa-i-aa. ||4||

ਪ੍ਰਭ ਦੀ ਰਹਿਮਤ ਤੋਂ ਬਿਨਾਂ ਜੀਵ ਦੀ ਬੰਦਗੀਂ, ਪ੍ਰਭ ਦੀ ਪਰਖ ਨੂੰ ਪ੍ਰਵਾਨ ਨਹੀਂ ਹੁੰਦੀ । ਜਿਹੜਾ ਸ਼ਬਦ ਦੇ ਸਿਮਰਨ ਵਿੱਚ ਲੀਨ ਨਹੀਂ ਹੁੰਦਾ, ਉਸ ਦੀ ਆਤਮਾ ਜਨਮ ਮਰਨ ਵਿੱਚ ਹੀ ਭਉਦੀ ਰਹਿੰਦੀ ਹੈ । ਪ੍ਰਭ ਤੋਂ ਵੱਡਾ, ਉਪਰ ਹੋਰ ਕੋਈ ਦੂਜਾ ਨਹੀਂ ਹੈ । ਰਹਿਮਤ ਕੇਵਲ ਮਨ ਵਿਚੋਂ ਆਪਾ, ਅਹੰਕਾਰ ਖਤਮ ਕਰਨ ਨਾਲ ਹੀ ਬਖਸ਼ਿਸ਼ ਹੋ ਸਕਦੀ ਹੈ । ਜਿਹੜਾ ਆਪਣੇ ਆਪੇ ਨੂੰ ਖਤਮ ਕਰਕੇ ਪ੍ਰਭ ਵਿੱਚ ਅਭੇਦ ਹੋਣ ਲਈ ਤਿਆਰ ਹੋ ਜਾਂਦਾ ਹੈ । ਪ੍ਰਭ ਆਪ ਹੀ ਉਸ ਨੂੰ ਸ਼ਬਦ ਦੀ ਸੋਝੀ ਬਖਸ਼ਦਾ, ਪ੍ਰਵਾਨਗੀ ਦੇ ਰਸਤੇ ਤੇ ਅਡੋਲ ਰਖਦਾ ਹੈ ।

Without the blessings of The True Master, the meditation of anyone may not become worthy of His Consideration, accepted in His Court. He may not remain focused on the teachings of His Word and his soul may wander in the cycle of birth and death. No one is equal or greater than The Omnipotent True Master, the greatest of all. Whosoever may abandon his worldly status, selfishness, and ego, only he may become worthy of His Consideration. Whosoever may surrender his self-entity, worldly status; he may be blessed with the right path of acceptance in His Court; he may remain steady and stable on the right path of acceptance in His Court.

**** ਭੈ ਉਹ ਡਰ, ਵਿਰਾਗ ਹੈ, ਜਿਵੇਂ ਇਕ ਪ੍ਰੇਮਕਾ ਆਪਣੇ ਪ੍ਰੇਮੀ ਨੂੰ ਬੁਹਤ ਪਿਆਰ ਕਰਦੀ ਹੈ, ਜਦੋਂ ਵੀ ਕੋਈ ਕੰਮ ਕਰਦੀ ਹੈ ਅਤੇ ਹਮੇਸ਼ਾਂ ਹੀ ਸੋਚਦੀ ਹੈ, ਮੇਰੇ ਇਸ ਕੰਮ ਨਾਲ ਉਹ ਨਰਾਜ਼ ਨਾ ਹੋ ਜਾਵੇ, ਇਹ ਉਸ ਦੀ ਅਮੀਦ ਤੋਂ ਬੁਹਤ ਘਟ ਹੈ, ਇਹ ਪਿਆਰ ਵਾਲਾ ਡਰ ਹੈ)**
Renunciation is a unique fear of disappointment of the true lover; The True Master and His true devotee.

Key Message of Aasaa De Var, Salok #4, page 464-12
'ਸਾਰੀ ਸ੍ਰਿਸ਼ਟੀ ਹੀ ਵਿਛੋੜੇ ਦੇ ਡਰ ਵਿੱਚ ਰਹਿੰਦੀ ਹੈ!
ਸਾਰੀ ਸ੍ਰਿਸ਼ਟੀ ਦੀ ਆਤਮਾ (ਦੇ ਮੱਥੇ) ਤੇ ਆਪਣੇ ਕੰਮਾਂ ਦਾ ਲੇਖਾ, ਸਭ ਕੁਝ ਲਿਖਿਆ ਹੋਇਆ ਹੈ, ਕੇਵਲ ਪ੍ਰਭ ਹੀ ਲੇਖੇ ਰਹਿਤ ਹੈ । ਪ੍ਰਭ ਦੇ ਹੁਕਮ (ਵਿਛੋੜੇ ਦੇ ਵਿਰਾਗ) ਵਿੱਚ ਹੀ ਹਵਾ, ਅੱਗ, ਦਰਿਆਂ, ਪਾਣੀ, ਧਰਤੀ, ਸੂਰਜ, ਚੰਦ ਸਾਰੇ ਸ੍ਰਿਸ਼ਟੀ ਦੇ ਜੀਵ ਚਲਦੇ ਹਨ, ਕੇਵਲ ਇਕੋ ਇਕ ਪ੍ਰਭ ਨੂੰ ਹੀ ਡਰ ਰਹਿਤ ਹੈ । ਪ੍ਰਭ ਤੋਂ ਬਿਨਾਂ ਹੋਰ ਕੋਈ ਵੀ ਡਰ ਤੋਂ ਰਹਿਤ ਨਹੀਂ ਹੈ । ਆਪਾ ਖਤਮ ਕਰਨ ਨਾਲ ਹੀ ਆਤਮਾ ਤਿਆਰ ਹੋ ਸਕਦੀ, ਸ਼ਬਦ ਦੀ ਸੋਝੀ, ਪ੍ਰਵਾਨਗੀ ਦਾ ਰਸਤਾ ਬਖਸ਼ਿਸ਼ ਹੋ ਸਕਦਾ ਹੈ । ਪਵਿੱਤਰ ਆਤਮਾ ਹੀ ਪ੍ਰਭ ਦੇ ਪਰਖਣ ਯੋਗ ਹੋ ਸਕਦੀ ਹੈ । ਹੋਰ ਸਭ ਵਿਧੀਆਂ ਬਿਰਥੀਆ ਹੀ ਹਨ ।
The Whole universe remains in fear of separation!
The destiny of everyone has been prewritten on their forehead; only The True Master remains beyond prewritten destiny. All worldly creatures, air, rivers, water, fire, earth, Sun, Moon, remains under His Command. Only, The True Master, remains beyond prewritten command, worries, anxiety. Whosoever may surrender his self-entity to His Word, only his

soul may be sanctified to become worthy of His Consideration, to be blessed with right path of acceptance in His Court. All other unique meditation may be useless for the real purpose of human life journey.

73. ਸਲੋਕ ਮਃ ੧॥ (5) 465-5

ਘੜੀਆ ਸਭੇ ਗੋਪੀਆ, ਪਹਰ ਕੰਨ੍ ਗੋਪਾਲ॥
ਗਹਣੇ ਪਉਣੁ ਪਾਣੀ ਬੈਸੰਤਰੁ, ਚੰਦੁ ਸੂਰਜੁ ਅਵਤਾਰ॥
ਸਗਲੀ ਧਰਤੀ ਮਾਲੁ ਧਨੁ, ਵਰਤਣਿ ਸਰਬ ਜੰਜਾਲ॥
ਨਾਨਕ ਮੁਸੈ ਗਿਆਨ ਵਿਹੂਣੀ, ਖਾਇ ਗਇਆ ਜਮਕਾਲੁ॥੧॥

gharhee-aa sabhay gopee-aa pahar kanH gopaal.
gahnay pa-un paanee baisantar chand sooraj avtaar.
saglee Dhartee maal Dhan vartan sarab janjaal.
naanak musai gi-aan vihoonee khaa-ay ga-i-aa jamkaal. ||1||

ਪ੍ਰਭ ਹਰ ਪਲ, ਘੜੀ ਬਹੁਤ ਸੁੰਦਰ ਆਤਮਾਂ ਨੂੰ ਸ੍ਰਿਸ਼ਟੀ ਵਿੱਚ ਭੇਜਦਾ ਹੈ । ਕਿਸੇ ਨੂੰ ਦਾਸੀ, ਸੇਵਾ ਕਰਨ ਲਈ ਅਤੇ ਕਿਸੇ ਨੂੰ ਕਾਹਨ, ਸੇਵਾ ਕਰਵਾਉਣ ਲਈ ਸ੍ਰਿਸ਼ਟੀ ਵਿੱਚ ਭੇਜਦਾ ਹੈ । ਉਹਨਾਂ ਨੂੰ ਸਜਾਉਣ ਲਈ, ਸੁਖ ਦੇਣ ਲਈ ਹਵਾ, ਪਾਣੀ, ਸੂਰਜ, ਚੰਦ ਪੈਦਾ ਕੀਤੇ ਹਨ । ਮਨ ਦੀ ਅਵਸਥਾ ਨੂੰ ਅਡੋਲ ਰਖਣ ਲਈ ਧਰਤੀ ਤੇ ਸੰਸਾਰਕ ਧਨ, ਦੌਲਤ, ਲਾਲਚ, ਭਰਮਾਂ ਦੇ ਜਾਲ ਵਛਾਉਂਦਾ ਹੈ । ਜਿਹੜਾ ਸ਼ਬਦ ਦੀ ਸਿਖਿਆ ਆਪਣੇ ਜੀਵਨ ਵਿੱਚ ਨਹੀਂ ਢਾਲਦਾ, ਉਸ ਨੂੰ ਪ੍ਰਵਾਨਗੀ ਦਾ ਰਸਤਾ ਬਖਸ਼ਿਸ਼ ਨਹੀਂ ਹੁੰਦਾ! ਰਹਿਮਤ ਬਖਸ਼ਿਸ਼ ਨਹੀਂ ਹੁੰਦੀ, ਓਹ ਜਮਦੂਤਾਂ ਦੇ ਕਾਬੂ ਵਿੱਚ ਹੀ ਰਹਿੰਦਾ ਹੈ ।

Each moment, The True Master may send various blessed souls in the universe for a unique purpose. Some are to serve and others to be served in the universe. He has created Air, Water, Sun, and Moon to enhance the glory and provides comfort for the soul. He has also infused various illusions of worldly wealth, greed, suspicions to monitor the dedication of His true devotee on the right path of meditation. Whosoever may not meditate, adopts the teachings of His Word in his day-to-day life; he may not be blessed with the right path of enlightenment from within. He may remain under seize and captured by the devil of death.

ਮਃ ੧॥

ਵਾਇਨਿ ਚੇਲੇ ਨਚਨਿ ਗੁਰ॥ ਪੈਰ ਹਲਾਇਨਿ ਫੇਰਨਿ੍ ਸਿਰ॥
ਉਡਿ ਉਡਿ ਰਾਵਾ ਝਾਟੈ ਪਾਇ॥ ਵੇਖੈ ਲੋਕੁ ਹਸੈ ਘਰਿ ਜਾਇ॥
ਰੋਟੀਆ ਕਾਰਣਿ ਪੂਰਹਿ ਤਾਲ॥ ਆਪੁ ਪਛਾੜਹਿ ਧਰਤੀ ਨਾਲਿ॥
ਗਾਵਨਿ ਗੋਪੀਆ ਗਾਵਨਿ ਕਾਨ੍॥ ਗਾਵਨਿ ਸੀਤਾ ਰਾਜੇ ਰਾਮ॥
ਨਿਰਭਉ ਨਿਰੰਕਾਰੁ ਸਚੁ ਨਾਮੁ॥ ਜਾ ਕਾ ਕੀਆ ਸਗਲ ਜਹਾਨੁ॥
ਸੇਵਕ ਸੇਵਹਿ ਕਰਮਿ ਚੜਾਉ॥ ਭਿੰਨੀ ਰੈਣਿ ਜਿਨ੍ਾ ਮਨਿ ਚਾਉ॥
ਸਿਖੀ ਸਿਖਿਆ ਗੁਰ ਵੀਚਾਰਿ॥ ਨਦਰੀ ਕਰਮਿ ਲਘਾਏ ਪਾਰਿ॥
ਕੋਲੂ ਚਰਖਾ ਚਕੀ ਚਕੁ॥ ਥਲ ਵਾਰੋਲੇ ਬਹੁਤੁ ਅਨੰਤੁ॥
ਲਾਟੂ ਮਾਧਾਣੀਆ ਅਨਗਾਹ॥ ਪੰਖੀ ਭਉਦੀਆ ਲੈਨਿ ਨ ਸਾਹ॥
ਸੂਐ ਚਾੜਿ ਭਵਾਈਅਹਿ ਜੰਤ॥ ਨਾਨਕ ਭਉਦਿਆ ਗਣਤ ਨ ਅੰਤ॥
ਬੰਧਨ ਬੰਧਿ ਭਵਾਏ ਸੋਇ॥ ਪਇਐ ਕਿਰਤਿ ਨਚੈ ਸਭੁ ਕੋਇ॥
ਨਚਿ ਨਚਿ ਹਸਹਿ ਚਲਹਿ ਸੇ ਰੋਇ॥ ਉਡਿ ਨ ਜਾਹੀ ਸਿਧ ਨ ਹੋਹਿ॥
ਨਚਣੁ ਕੁਦਣੁ ਮਨ ਕਾ ਚਾਉ॥
ਨਾਨਕ ਜਿਨ੍ ਮਨਿ ਭਉ ਤਿਨ੍ਾ ਮਨਿ ਭਾਉ॥੨॥

mehlaa 1.

vaa-in chaylay nachan gur. pair halaa-in fayrniH sir.
ud ud raavaa jhaatai paa-ay. vaykhai lok hasai ghar jaa-ay.
rotee-aa kaaran pooreh taal. aap pachhaarheh Dhartee naal.
gaavan gopee-aa gaavan kaanH. gaavan seetaa raajay raam.
nirbha-o nirankaar sach naam. jaa kaa kee-aa sagal jahaan.
sayvak sayveh karam charhaa-o. bhinnee rain jinHaa man chaa-o.
sikhee sikhi-aa gur veechaar. nadree karam laghaa-ay paar.
koloo charkhaa chakee chak. thal vaarolay bahut anant.
laatoo maaDhaanee-aa angaah. pankhee bha-udee-aa lain na saah.
soo-ai chaarh bhavaa-ee-ah jant. naanak bha-udi-aa ganat na ant.
banDhan banDh bhavaa-ay so-ay. pa-i-ai kirat nachai sabh ko-ay.
nach nach haseh chaleh say ro-ay. ud na jaahee siDh na hohi.
nachan kudan man kaa chaa-o.
naanak jinH man bha-o tinHaa man bhaa-o. ||2||

ਧਾਰਮਕ ਪੀਰ, ਗੁਰੂ, ਭਗਤੀ ਕਰਨ ਦੇ ਵੱਖਰੇ ਵੱਖਰੇ ਤਾਰੀਕੇ ਦੱਸਦੇ ਹਨ । ਉਹ ਆਪ ਮਿੱਠੇ, ਸੰਗੀਤ, ਰਾਗ ਨਾਲ ਨੱਚਦੇ, ਪਿਛੇ ਚਲਣ ਵਾਲੇ ਉਹਨਾਂ ਤੋਂ ਵੀ ਜ਼ਿਆਦਾ ਟੱਪਦੇ ਹਨ । ਧਰਤੀ ਦੀ ਧੂੜ ਉਹਨਾਂ ਦੇ ਸਿਰਾ ਤੇ ਪੈਂਦੀ ਹੈ, ਲੋਕ ਮਖੌਲ ਬਣਾਉਂਦੇ, ਕਰਦੇ ਹਨ । ਇਹ ਸਭ ਆਪਣੀ ਸੰਸਾਰਕ ਭੁੱਖ ਨੂੰ ਦੂਰ ਕਰਨ, ਲਾਲਚ ਪੂਰਾ ਕਰਨ ਲਈ ਹੀ ਕਰਦੇ ਹਨ । ਉਹ ਆਪਣਾ ਅਸਲੀ ਰਸਤਾ ਭੁਲ ਗਏ ਹਨ, ਧਰਤੀ ਦੇ ਯੋਗ ਹੀ ਰਹਿੰਦੇ ਹਨ, ਦਰਬਾਰ ਵਿੱਚ ਕੋਈ ਥਾਂ ਬਖਸ਼ਿਸ਼ ਨਹੀਂ ਹੁੰਦੀ । ਸ੍ਰਿਸ਼ਟੀ ਵਿੱਚ ਅਨੇਕਾਂ ਹੀ ਆਤਮਾਂ ਸਿਮਰਨ ਕਰਦੀਆਂ ਹਨ, ਨਿਰਭਉ, ਬੇਪ੍ਰਵਾਹ ਪ੍ਰਭ ਹੀ ਸਾਰੀ ਸ੍ਰਿਸ਼ਟੀ ਨੂੰ ਪੈਦਾ ਕਰਦਾ ਹੈ । ਪ੍ਰਭ ਦੀ ਬੰਦਗੀ ਕੇਵਲ ਉਹ ਹੀ ਕਰ ਸਕਦਾ ਹੈ ਜਿਸ ਦੇ ਕਰਮਾਂ ਵਿੱਚ ਹੁੰਦਾ ਹੈ । ਉਸ ਦਾ ਸੰਸਾਰਕ ਜੀਵਨ ਬੁਹਤ ਸ਼ਾਹਾਨਾ ਹੁੰਦਾ, ਮਨ ਖੇੜੇ ਵਿੱਚ ਰਹਿੰਦਾ ਹੈ ।

***ਸਾਰੀਆਂ ਧਾਰਮਕ ਕਿਤਾਬਾਂ ਤੋਂ ਇਹ ਹੀ ਸਿਖਿਆ ਮਿਲਦੀ ਹੈ!** ਜਿਸ ਤੇ ਪ੍ਰਭ ਰਹਿਮਤ ਬਖਸ਼ਦਾ, ਉਸ ਦੇ ਕੰਮ ਪ੍ਰਵਾਨ ਹੋ ਜਾਂਦੇ ਹਨ, ਉਸ ਵਿੱਚ ਹੀ ਅਲੋਪ ਹੋ ਜਾਂਦਾ ਹੈ । ਸੰਸਾਰ ਵਿੱਚ ਬੁਹਤ ਹੀ ਜੀਵ ਬੁਹਤ ਮੁਸ਼ੱਕਤ, ਤਪਸਿਆ ਕਰਦੇ ਹਨ । ਹਰਇਕ ਹੀ ਆਪਣੇ ਤਾਰੀਕੇ ਨਾਲ ਪ੍ਰਭ ਨੂੰ ਪਾਉਣ ਵਿੱਚ ਲਗਾ ਰਹਿੰਦਾ ਹੈ । ਅਨੇਕਾਂ ਜੀਵ ਵੱਖਰੇ, ਵੱਖਰੇ ਤਾਰੀਕੇ ਅਪਣਾਉਂਦੇ ਹਨ । ਪ੍ਰਭ ਹੀ ਜੀਵ ਨੂੰ ਇਹਨਾਂ ਬੰਧਨਾ ਵਿੱਚ ਬੰਧਦਾ, ਉਸ ਤਾਰੀਕੇ ਨਾਲ ਕੰਮ ਕਰਦੇ ਹਨ । ਜਿਹੜੇ ਸੰਸਾਰਕ ਜੀਵਾਂ ਨੂੰ ਖੁਸ਼ ਕਰਨ ਲਈ ਨੱਚਦੇ, ਟੱਪਦੇ ਹਨ । ਓਹਨਾ ਨੂੰ ਪ੍ਰਭ ਦੀ ਰਹਿਮਤ ਦੇ ਤਾਰੀਕੇ ਦਾ ਕੋਈ ਗਿਆਨ ਨਹੀਂ ਹੁੰਦਾ । ਇਹ ਨੱਚਨਾ ਟੱਪਨਾ ਆਪਣੇ ਮਨ ਨੂੰ ਖੁਸ਼ ਕਰਨ ਦਾ ਹੀ ਢੰਗ ਹੈ । ਪ੍ਰਭ ਦੇ ਵਿਛੋੜੇ ਦੇ ਵਿਰਾਗ ਨਾਲ ਭਰੇ ਜੀਵ ਦੀ ਆਤਮਾ, ਹੀ ਪ੍ਰਵਾਨ ਹੋ ਸਕਦੀ ਹੈ । (ਗੋਪੀਆ, ਕਾਹਨ, ਰਾਜੇ, ਧਾਰਮਕ ਆਗੂ)

The religious preachers, gurus describe various techniques to meditate on the teachings of His Word. So many worldly preachers speak very politely, sing with the melodious music tone and dances on The Holy Scripture; their followers may dance and sing with more enthusiasm. The dust of earth falls on their head and everyone makes a mockery of their meditation. Those worldly gurus remain intoxicated with greed of worldly wealth. They have abandoned, lost the right path of meditation, they may not be accepted in His Court and remain in the cycle of birth and death. Countless Blessed Souls, angels, kings, and religious leaders are meditation with devotion to be accepted in His Sanctuary. The Omnipotent, Carefree True Master has created the whole universe to meditate. Whosoever may have a great prewritten destiny, only he may meditate and adopts the teachings of His Word in day-to-day life. His human life journey may become very glamorous and he may remain fully contented. All Holy scriptures enlightens essence of His Nature. Whosoever may be bestowed with His Blessed Vision, all his meditations may be accepted and he may immerse within His Holy Spirit. Countless devotees meditate with a very hard, rigid disciplines. Everyone tries his best way to meditate to become worthy of His Consideration. Several devotees adopt various techniques of meditation in their life, The True Master inspires and bonds these devotees on those techniques. They may perform their deed under these techniques and environments. Whosoever may sing and dances on the tune of the Holy Scripture to impress the worldly prophets; he may remain ignorant from the right path. Whosoever may be overwhelmed with the renunciation in the memory of his separation from His Holy Spirit, his meditation may be accepted in His Court.

ਪਉੜੀ॥
ਨਾਉ ਤੇਰਾ ਨਿਰੰਕਾਰੁ ਹੈ, ਨਾਇ ਲਇਐ ਨਰਕਿ ਨ ਜਾਈਐ॥
ਜੀਉ ਪਿੰਡੁ ਸਭੁ ਤਿਸ ਦਾ, ਦੇ ਖਾਜੈ ਆਖਿ ਗਵਾਈਐ॥
ਜੇ ਲੋੜਹਿ ਚੰਗਾ ਆਪਣਾ, ਕਰਿ ਪੁੰਨਹੁ ਨੀਚੁ ਸਦਾਈਐ॥
ਜੇ ਜਰਵਾਣਾ ਪਰਹਰੈ, ਜਰੁ ਵੇਸ ਕਰੇਦੀ ਆਈਐ॥
ਕੋ ਰਹੈ ਨ ਭਰੀਐ ਪਾਈਐ॥ ੫॥

pa-orhee.
naa-o tayraa nirankaar hai naa-ay la-i-ai narak na jaa-ee-ai.
jee-o pind sabh tis daa day khaajai aakh gavaa-ee-ai.
jay lorheh changa aapnaa kar punnhu neech sadaa-ee-ai.
jay jarvaanaa parharai jar vays karaydee aa-ee-ai.
ko rahai na bharee-ai paa-ee-ai. ||5||

ਪ੍ਰਭ ਤੇਰੀ ਹੋਂਦ, ਤੇਰਾ ਸ਼ਬਦ ਨਾ ਮਿਟਨਵਾਲਾ ਹੈ । ਜਿਹੜਾ ਵੀ ਭਰੋਸਾ ਅਡੋਲ ਰਖਕੇ ਸ਼ਬਦ ਦੀ ਪਾਲਣਾ, ਸਿਮਰਨ ਕਰਦਾ, ਪ੍ਰਵਾਨ ਹੋ ਜਾਂਦਾ, ਨਰਕ ਨਹੀਂ ਜਾਂਦਾ । ਮਾਨਸ ਤਨ, ਜਨਮ ਤੇਰੀ ਹੀ ਅਮਾਨਤ ਹੈ, ਤੇਰੀ ਸੇਵਾ ਵਿੱਚ ਹੀ ਬਤੀਤ ਕਰਨਾ ਦੀ ਇਛਾ ਹੈ । ਦੁਨੀਆਵੀ ਖੁਸ਼ੀ ਲਈ ਗਵਾਉਣਾ ਨਹੀਂ ਚਾਹੁੰਦਾ । ਜਿਸ ਦੇ ਮਨ ਵਿੱਚ ਆਪਣਾ ਅਸਲੀ ਮੰਤਵ ਹਾਸਿਲ ਕਰਨਾ ਦੀ ਇਛਾ ਹੋਵੇ, ਉਹ ਸ੍ਰਿਸ਼ਟੀ ਦੀ ਭਲਾਈ ਲਈ ਹੀ ਆਪਣਾ ਜੀਵਨ ਬਤੀਤ ਕਰੇ! ਭਾਵੇਂ ਬਾਕੀ ਜੀਵ ਉਸ ਨੂੰ ਨੀਚ ਵੀ ਸਮਝਣ । ਜੀਵ ਭਾਵੇਂ ਬੁਢੇਪੇ ਦੀਆਂ ਨਿਸ਼ਾਨੀ ਛਿਪਾ ਲਏ, ਅੰਤ ਵਿੱਚ ਮਰਨਾ ਹੀ ਹੈ । ਕੋਈ ਵੀ ਕਦੇ ਆਪਣੇ ਸਾਰੇ ਸਵਾਸਾਂ ਦੀ ਗਿਣਤੀ ਨਹੀਂ ਕਰ ਸਕਦਾ ।

My True Master Your Existence and Your Word remain axiom, un-changeable, permanent. Whosoever may meditate and adopt the teachings of Your Word with steady and stable belief, his meditation may be accepted in Your Court. He may not enter the womb of mother; his cycle of birth and death may be eliminated. Human life, body, and mind have been blessed and only Your Trust. We should dedicate our life in the service of mankind and not waste in worldly pleasures. Whosoever may have a deep desire to accomplish his true purpose of human life journey, he should always perform the good deeds for the mankind, His Creation; no matter even though everyone may call him insane, lower-status, mean. One may hide the signs of his old age, still everyone must face death, no one may ever fully count the numbers of his breaths.

Key Message of Aasaa De Var, Salok #5, page 465-5
'ਪਿਛਲੇ ਜਨਮ ਦੀ ਸ਼ਬਦ ਦੀ ਕਮਾਈ ਨਾਲ ਸੰਸਾਰਕ ਹੈਸੀਅਤ ਬਖਸ਼ਿਸ਼ ਹੁੰਦੀ ਹੈ!
ਪ੍ਰਭ ਦੀ ਹੋਂਦ ਨਾ ਮਿਟਨਵਾਲੀ, ਸ਼ਬਦ ਨਾ ਬਦਲਣ ਵਾਲਾ ਹੈ । ਪ੍ਰਭ ਹਰ ਪਲ, ਘੜੀ ਬਹੁਤ ਸੁੰਦਰ ਆਤਮਾਂ ਨੂੰ ਸ੍ਰਿਸ਼ਟੀ ਵਿੱਚ ਭੇਜਦਾ ਹੈ । ਕਿਸੇ ਨੂੰ ਦਾਸੀ, ਕਿਸੇ ਨੂੰ ਕਾਹਨ ਬਣਾ ਕੇ ਭੇਜਦਾ ਹੈ । ਜਿਹੜਾ ਸ਼ਬਦ ਦੀ ਪਾਲਣਾ ਕਰਦਾ, ਉਸ ਨੂੰ ਪ੍ਰਵਾਨਗੀ ਦਾ ਰਸਤਾ ਬਖਸ਼ਿਸ਼ ਹੋ ਸਕਦਾ ਹੈ । ਧਾਰਮਕ ਪੀਰ, ਗੁਰੂ ਆਪਣੀ ਸੰਸਾਰਕ ਭੁੱਖ, ਲਾਲਚ ਪੂਰਾ ਕਰਨ ਲਈ ਭਗਤੀ ਕਰਨ ਦੇ ਵੱਖਰੇ ਵੱਖਰੇ ਤਾਰੀਕੇ ਦੱਸਦੇ ਹਨ ।
Current worldly status predetermined by previous earnings of His Word!
His Existence remains axiom and His Word remains un-changeable, Ultimate Command. The True Master may send various souls for a unique purpose; some to serve, and others to be served, each moment. Whosoever may adopt the teachings of His Word; he may be blessed with the right path of acceptance in His Court; he may not face miseries in the womb of mother. Worldly gurus intoxicated in sweet poison of worldly wealth may preach different techniques.

74. ਸਲੋਕ ਮਃ ੧॥ (6) 465-17

ਮੁਸਲਮਾਨਾ ਸਿਫਤਿ ਸਰੀਅਤਿ, ਪੜਿ ਪੜਿ ਕਰਹਿ ਬੀਚਾਰੁ॥
ਬੰਦੇ ਸੇ ਜਿ ਪਵਹਿ ਵਿਚਿ ਬੰਦੀ, ਵੇਖਣ ਕਉ ਦੀਦਾਰੁ॥
ਹਿੰਦੂ ਸਾਲਾਹੀ ਸਾਲਾਹਨਿ, ਦਰਸਨਿ ਰੂਪਿ ਅਪਾਰੁ॥
ਤੀਰਥਿ ਨਾਵਹਿ ਅਰਚਾ ਪੂਜਾ, ਅਗਰ ਵਾਸੁ ਬਹਕਾਰੁ॥
ਜੋਗੀ ਸੁੰਨਿ ਧਿਆਵਨ੍ਹਿ ਜੇਤੇ, ਅਲਖ ਨਾਮੁ ਕਰਤਾਰੁ॥
ਸੂਖਮ ਮੂਰਤਿ ਨਾਮੁ ਨਿਰੰਜਨ, ਕਾਇਆ ਕਾ ਆਕਾਰੁ॥
ਸਤੀਆ ਮਨਿ ਸੰਤੋਖੁ ਉਪਜੈ, ਦੇਣੈ ਕੈ ਵੀਚਾਰਿ॥
ਦੇ ਦੇ ਮੰਗਹਿ ਸਹਸਾ ਗੂਣਾ, ਸੋਭ ਕਰੇ ਸੰਸਾਰੁ॥
ਚੋਰਾ ਜਾਰਾ ਤੈ ਕੂੜਿਆਰਾ, ਖਾਰਾਬਾ ਵੇਕਾਰ॥
ਇਕਿ ਹੋਦਾ ਖਾਇ ਚਲਹਿ ਐਥਾਊ, ਤਿਨਾ ਭਿ ਕਾਈ ਕਾਰ॥
ਜਲਿ ਥਲਿ ਜੀਆ ਪੁਰੀਆ, ਲੋਆ ਆਕਾਰਾ ਆਕਾਰ॥
ਓਇ ਜਿ ਆਖਹਿ, ਸੁ ਤੂੰਹੈ ਜਾਣਹਿ, ਤਿਨਾ ਭਿ ਤੇਰੀ ਸਾਰ॥
ਨਾਨਕ ਭਗਤਾ ਭੁਖ ਸਾਲਾਹਣੁ, ਸਚੁ ਨਾਮੁ ਆਧਾਰੁ॥
ਸਦਾ ਅਨੰਦਿ ਰਹਹਿ ਦਿਨੁ ਰਾਤੀ, ਗੁਣਵੰਤਿਆ ਪਾ ਛਾਰੁ॥੧॥

musalmaanaa sifat saree-at parh parh karahi beechaar.
banday say je paveh vich bandee vaykhan ka-o deedaar.
hindoo saalaahee saalaahan darsan roop apaar.
tirath naaveh archaa poojaa agar vaas behkaar.
jogee sunn Dhi-aavniH jaytay alakh naam kartaar.
sookham moorat naam niranjan kaa-i-aa kaa aakaar.
satee-aa man santokh upjai daynai kai veechaar.
day day mangeh sahsaa goonaa sobh karay sansaar.
choraa jaaraa tai koorhi-aaraa khaaraabaa vaykaar.
ik hodaa khaa-ay chaleh aithaa-oo tinaa bhe kaa-ee kaar.
jal thal jee-aa puree-aa lo-aa aakaaraa aakaar.
o-ay je aakhahi so tooNhai jaaneh tinaa bhe tayree saar.
naanak bhagtaa bhukh saalaahan sach naam aaDhaar.
sadaa anand raheh din raatee gunvanti-aa paa chhaar. ||1||

ਜਿਹੜਾ ਜੀਵ ਮੁਸਲਮਾਨ ਧਰਮ ਨੂੰ ਆਪਣਾ ਗਿਆਨਤਾ, ਮੁਕਤੀ ਦਾ ਰਸਤਾ ਸਮਝਦਾ ਹੈ । ਉਹ ਕੁਰਾਨ ਵਿੱਚ ਦੱਸੇ ਰਸਤੇ ਦਾ ਗਿਆਨ ਪ੍ਰਾਪਤ ਕਰਦਾ, ਅਸੂਲਾਂ ਦਾ ਵਿਚਾਰ ਕਰਦਾ ਹੈ । ਜਿਹੜਾ ਜੀਵ ਹਿੰਦੂ ਮੱਤ ਵਿੱਚ ਵਿਸ਼ਵਾਸ ਰਖਦਾ ਹੈ । ਉਹ ਪ੍ਰਭ ਦੀ ਉਸਤਤ ਕਰਦਾ, ਉਹ ਮੰਨਦਾ ਹੈ, ਪ੍ਰਭ ਦੇ ਬਰਾਬਰ ਹੋਰ ਕੋਈ ਦੂਜਾ ਨਹੀਂ ਹੈ । ਉਹ ਪਵਿੱਤਰ ਸਮਝੇ ਗਏ ਤੀਰਥਾਂ ਤੇ ਇਸ਼ਨਾਨ ਕਰਦਾ, ਪ੍ਰਭ ਅੱਗੇ ਫੁੱਲ ਭੇਟਾ ਕਰਦਾ, ਧੂਪ ਦੇਂਦੇ ਹੈ । ਜਿਹੜਾ ਜੋਗੀ ਮਤਵਾਲਾ ਹੈ, ਉਹ ਪ੍ਰਭ ਨੂੰ ਹੀ ਸਾਰੀ ਸ੍ਰਿਸ਼ਟੀ ਨੂੰ ਪੈਦਾ ਕਰਨ ਵਾਲਾ ਮੰਨਦਾ ਹੈ । ਕਿ ਪ੍ਰਭ ਹਰ ਥਾਂ ਮੌਜੂਦ ਹੈ, ਕਿਸੇ ਨੂੰ ਨਜ਼ਰ ਨਹੀਂ ਆਉਂਦਾ, ਉਸ ਦੀ ਸੂਰਤ ਸੂਖਮ ਬਹੁਤ ਅਨੋਖੀ ਹੈ । ਕਿਸੇ ਵੀ ਜੀਵ (ਅਕਾਰ) ਵਿੱਚ ਕਿਸੇ ਸਮੇਂ ਪ੍ਰਗਟ ਹੋ ਸਕਦਾ ਹੈ । ਪ੍ਰਭ ਦੇ ਅਸਲੀ ਭਗਤ ਦੇ ਮਨ ਵਿੱਚ ਪ੍ਰਭ ਦੇ ਦਰਸ਼ਨ ਦੀ ਇਛਾਂ, ਭਾਣੇ ਵਿੱਚ ਸੰਤੋਖ, ਉਸ ਦੇ ਬਖਸ਼ੇ ਦਾ ਸਦਾ ਹੀ ਧੰਨਵਾਦ ਕਰਦਾ, ਸਿਮਰਨ ਵਿੱਚ ਲੀਨ ਰਹਿੰਦਾ ਹੈ । ਪ੍ਰਭ ਦਾਤਾਂ ਬਖਸ਼ਦਾ ਰਹਿੰਦਾ ਹੈ, ਜੀਵ ਹੋਰ ਦਾਤਾਂ ਮੰਗੀ ਜਾਂਦੇ ਹਨ । ਮੁਰਾਦਾਂ ਪੂਰੀ ਕਰਨ ਕਰਕੇ ਪ੍ਰਭ ਦੀਆਂ ਸਿਫਤਾ ਕਰਦੇ ਰਹਿੰਦਾ ਹੈ । ਉਹ ਜੀਵ ਚੋਰਾਂ ਵਰਗੇ, ਪਾਪੀ, ਵਾਸਨਾ ਦੇ ਕਾਬੂ ਵਿੱਚ ਹਨ । ਪਿਛਲੇ ਜਨਮ ਦੀ ਕਮਾਈ ਦੀਆਂ ਦਾਤਾਂ ਖਤਮ ਕਰ ਜਾਂਦੇ ਹਨ, ਇਸ ਜਨਮ ਵਿੱਚ ਕੋਈ ਚੰਗਾ ਕਰਮ ਕਰਕੇ ਨਹੀਂ ਜਾਂਦੇ । ਪ੍ਰਭ ਜਲ, ਥਲ ਤੇ ਵੱਖਰੀ ਵੱਖਰੀ ਕਿਸਮ ਦੇ ਜੀਵ ਪੈਦਾ ਕਰਦਾ ਹੈ । ਉਹ ਸਾਰਿਆਂ ਦੀ ਸੰਭਾਲਨਾ ਕਰਦਾ, ਧੰਨ ਹੀ ਹੈ । ਅਸਲੀ ਭਗਤ ਦੇ ਮਨ ਵਿੱਚ ਹਰ ਵੇਲੇ ਹੀ ਸ਼ਬਦ ਦੀ ਪਾਲਣਾ ਦੀ ਇਛਾ ਰਹਿੰਦੀ ਹੈ । ਉਸ ਦੀ ਪਾਲਣਾ ਕਰਨਾ ਹੀ ਉਸ ਦਾ ਸੰਸਾਰ ਜੀਵਨ ਦਾ ਧੰਦਾ ਬਣ ਜਾਂਦਾ ਹੈ । ਉਸ ਜੀਵ ਦੀ ਸਿਖਿਆਂ ਨਾਲ ਜੀਵਨ ਸਫਲ ਹੋ ਜਾਂਦਾ ਹੈ ।

Whosoever may believe in the Holy Scripture of Muslims, as the of right path of salvation, he understands the teachings of the Holy Scripture, Quran and adopts the teachings in his day-to-day life. Whosoever may believe in the Hindu philosophy of salvation, he sings the glory of The True Master and claims that no one may be equal nor greater than God. He worships, offers flowers and fragrance at renowned Holy Shrines, and take a bath of sanctification. Whosoever may believe in the concept Yogi, he considers The One and Only One, God, True Creator of the whole universe; Omnipresent, beyond the visibility of His Creation. He may appear in any creature, structure anywhere any time, His glory and color remain astonishing. However, His true devotee always remains fully contented with His Blessings in all worldly condition. He always sings the glory of His Virtues and remains gratitude for His Blessings. The True Master always bestows His Blessings to His Creation; however, ignorant creatures keep begging for more and more his greed. Whosoever may only sing His Glory for satisfying his desires; he may be like a thief, robber, sinners; he does not control his worldly desire. He may exhaust all earnings of His Word of previous life; however, he may not perform any good deed in the universe. The True Master creates different kinds of creature in water, in, on and under earth, nourishes and protects all His Creation. His true devotee always keeps a burning desire to be blessed with His Blessed Vision. The meditation on the teachings of His Word may become the only purpose of his human life journey. Even with the shadow of His true devotee, human life journey may be transformed.

ਮਃ ੧॥	**mehlaa 1.**
ਮਿਟੀ ਮੁਸਲਮਾਨ ਕੀ, ਪੇੜੈ ਪਈ ਕੁਮ੍ਹਿਆਰ॥	mitee musalmaan kee payrhai pa-ee kumHi-aar.
ਘੜਿ ਭਾਂਡੇ ਇਟਾ ਕੀਆ, ਜਲਦੀ ਕਰੇ ਪੁਕਾਰ॥	gharh bhaaNday itaa kee-aa jaldee karay pukaar.
ਜਲਿ ਜਲਿ ਰੋਵੈ ਬਪੁੜੀ, ਝੜਿ ਝੜਿ ਪਵਹਿ ਅੰਗਿਆਰ॥	jal jal rovai bapurhee jharh jharh paveh angi-aar.
ਨਾਨਕ ਜਿਨਿ ਕਰਤੈ ਕਾਰਣੁ ਕੀਆ, ਸੋ ਜਾਣੈ ਕਰਤਾਰੁ॥੨॥	naanak jin kartai kaaran kee-aa so jaanai kartaar. ‖2‖

ਅੰਤ ਵਿੱਚ ਮੌਤ ਪਿਛੋਂ ਤਨ ਭਸਮ ਹੋ ਜਾਂਦਾ, ਮਿੱਟੀ ਵਿੱਚ ਰਲ ਜਾਂਦਾ ਹੈ । (ਮੁਸਲਮਾਨ, ਹਿੰਦੂ, ਸਿਖ) ਇਸ ਦੇ ਸਰੀਰ ਦੀ ਮਿੱਟੀ, ਅਤੇ ਦੂਸਰੀ ਮਿੱਟੀ ਨੂੰ ਕੋਈ ਵੱਖਰਾ ਨਹੀਂ ਕਰ ਸਕਦਾ । ਉਸ ਦੇ ਸਕੇ ਸੰਬਧੀਆਂ ਦੇ ਸਾਹਮਣੇ ਹੀ ਉਸ ਦੇ ਸਰੀਰ ਨੂੰ ਦੱਬ ਦੇਂਦੇ, ਅੱਗਨੀ ਭੇਟਾ ਕਰ ਦਿੱਤਾ ਜਾਂਦਾ ਹੈ । ਕੋਈ ਉਸ ਦੇ ਤਨ ਦੀ ਪ੍ਰਵਾਹ ਨਹੀਂ ਕਰਦਾ । ਜਿਸ ਪ੍ਰਭ ਨੇ ਜੀਵ ਨੂੰ ਪੈਦਾ ਕੀਤਾ ਹੈ । ਕੇਵਲ ਉਹ ਹੀ ਜਾਣਦਾ ਹੈ, ਇਹ ਸਭ ਕੁਝ ਕਿਵੇਂ ਅਤੇ ਕਿਉਂ ਹੁੰਦਾ ਹੈ?

After death, the body becomes ashes, a part of dirt, nobody can distinguish the ashes of one creature from the other, all ashes become part dirt. His close friends and family dispose his body as a worthless; some may cremate the body and others may bury the body under the ground. No one care or pay any attention to the body. The True Master, creator may know how and why every event happen like this. His miracles are beyond the comprehension of His Creation.

ਪਉੜੀ॥	**pa-orhee.**
ਬਿਨੁ ਸਤਿਗੁਰ ਕਿਨੈ ਨ ਪਾਇਓ, ਬਿਨੁ ਸਤਿਗੁਰ ਕਿਨੈ ਨ ਪਾਇਆ॥	bin satgur kinai na paa-i-o bin satgur kinai na paa-i-aa.
ਸਤਿਗੁਰ ਵਿਚਿ ਆਪੁ ਰਖਿਓਨੁ, ਕਰਿ ਪਰਗਟੁ ਆਖਿ ਸੁਣਾਇਆ॥	satgur vich aap rakhi-on kar pargat aakh sunaa-i-aa.
ਸਤਿਗੁਰ ਮਿਲਿਐ ਸਦਾ ਮੁਕਤੁ ਹੈ, ਜਿਨਿ ਵਿਚਹੁ ਮੋਹੁ ਚੁਕਾਇਆ॥	satgur mili-ai sadaa mukat hai jin vichahu moh chukaa-i-aa.
ਉਤਮੁ ਏਹੁ ਬੀਚਾਰੁ ਹੈ, ਜਿਨਿ ਸਚੇ ਸਿਉ ਚਿਤੁ ਲਾਇਆ॥	utam ayhu beechaar hai jin sachay si-o chit laa-i-aa.
ਜਗਜੀਵਨੁ ਦਾਤਾ ਪਾਇਆ॥੬॥	jagjeevan daataa paa-i-aa. ‖6‖

ਪ੍ਰਭ ਦੀ ਰਹਿਮਤ ਤੋਂ ਬਿਨਾਂ ਕੋਈ ਦਰਬਾਰ ਵਿੱਚ ਪ੍ਰਵਾਨ ਨਹੀਂ ਹੋ ਸਕਦਾ । ਆਪ ਹੀ ਜੀਵ ਨੂੰ ਸੰਤ ਸਰੂਪ ਬਣਾਉਂਦਾ, ਆਪ ਹੀ ਉਸ ਵਿੱਚ ਪ੍ਰਗਟ ਹੁੰਦਾ ਹੈ । ਸੰਤ ਸਰੂਪ, ਜੀਵ ਨੂੰ ਆਪਣਾ ਆਪਾ ਲੇਖੇ ਲਾਉਣ ਦੇ ਢੰਗ ਦੀ ਸੋਝੀ ਬਖਸ਼ਦਾ ਹੈ । ਜੀਵ ਨੂੰ ਮੁਕਤੀ ਦੇ ਰਸਤੇ ਤੇ ਪਾਉਂਦਾ ਹੈ । ਇਹ ਧਾਰਮਕ ਬਾਣੀਆਂ, ਸ਼ਬਦ, ਵਿਚਾਰ ਬਹੁਤ ਉਤਮ ਹਨ, ਇਹਨਾਂ ਗੁਣਾਂ ਦਾ ਸਿਮਰਨ ਕਰਨ, ਜੀਵਨ ਵਿੱਚ ਢਾਲਣ ਨਾਲ ਜੀਵ ਦਰਗਾਹ ਵਿੱਚ ਪ੍ਰਵਾਨ ਹੋ ਸਕਦਾ ਹੈ ।

No one may be accepted in Your Court without His Blessed Vision. Only He may bless the state of mind as His true devotee to any creature. He may enlighten the teachings of His Word within and transfer his state of mind as saint. He may inspire and guide His true devotee to surrender his mind, body, and his worldly status at His Sanctuary. He may enlighten His true devotee with the right path of salvation. The worldly Holy Scriptures teachings are unique and supreme. By meditating and adopting these teachings with steady and stable belief, his soul may be accepted in His Court.

Key Message of Aasaa De Var, Salok #6, page 465-17
'ਪ੍ਰਵਾਨਗੀ ਦਾ ਅਸਲੀ ਰਸਤਾ!
ਸਾਰੇ ਧਰਮ ਹੀ ਪ੍ਰਭ ਨੂੰ ਇਕੋ ਇਕ ਸ੍ਰਿਸ਼ਟੀ ਪੈਦਾ ਕਰਨਵਾਲਾ ਮੰਨਦੇ ਹਨ । ਸਾਰੇ ਸਰੀਰ ਹੀ ਮਿੱਟੀ ਦੇ ਭਾਂਡੇ ਹਨ । ਕੇਵਲ ਪ੍ਰਭ ਹੀ ਜਾਣਦਾ! ਸਭ ਕੁਝ ਕਿਵੇਂ ਅਤੇ ਕਿਉਂ ਹੁੰਦਾ ਹੈ? ਅਸਲੀ ਭਗਤ ਸ਼ਬਦ ਦੀ ਪਾਲਣਾ, ਸਿਮਰਨ, ਵਿਛੋੜੇ ਨੂੰ ਹੀ ਮਾਨਸ ਜਨਮ ਦਾ ਮੰਤਵ ਮੰਨਦਾ ਹੈ । ਮੁਕਤੀ ਕੇਵਲ ਪ੍ਰਭ ਦੀ ਰਹਿਮਤ ਨਾਲ ਹੀ ਬਖਸ਼ਿਸ਼ ਹੋ ਸਕਦੀ ਹੈ । ਸਾਰੇ ਧਰਮ, ਆਪਣੇ ਗੁਰੂ, ਗ੍ਰੰਥ ਦੀ ਸਿਖਿਆਂ ਨੂੰ ਪ੍ਰਵਾਨਗੀ ਦਾ ਰਸਤਾ ਮੰਨਦੇ ਹਨ! ਕੋਈ ਵੀ ਧਾਰਮਕ ਗ੍ਰੰਥ ਦੀ ਸਿਖਿਆ ਪ੍ਰਵਾਨਗੀ ਦਾ ਰਸਤਾ ਨਹੀਂ ਹੈ । *ਮੁਸਲਮਾਨ– ਕੁਰਾਨ; ਹਿੰਦੂ ਮੱਤ – ਗੀਤਾ, ਪੁਰਾਨ, ਵੈਦਾ; ਜੋਗੀ–ਕਤਾਬਾਂ; ਈਸਾਈ – ਬਾਇਬਲ; ਸਿੱਖ – ਗੁਰੂ ਗ੍ਰੰਥ!
The right path of acceptance in His Court!
All religion believes! The One and Only One. True Creator; Omnipotent, Omniscient, Omnipresent, Axiom; beyond comprehension of His Creation. Creature body is like a raw clay vessel and after death becomes a part of mother earth. His Creation, Nature remains beyond the comprehension of His Creation. His true devotee believes meditation, obeying, adopting and remain in renunciation; the only real purpose of human life opportunity. Whosoever may surrender his self-entity at His Sanctuary; he may be blessed with the right path of salvation. No religious teachings define the right path of salvation; however, all religions believe, teaching in his Holy Scripture may be the path of salvation. ***Muslims-Quran; Hindu- Vedas, puraan; Yogi -Katabba; Cristian- Bible; Sikh- Guru Granth.**

75. **ਸਲੋਕ** ਮਃ ੧॥ (7) 466-10

ਹਉ ਵਿਚਿ ਆਇਆ, ਹਉ ਵਿਚਿ ਗਇਆ॥	ha-o vich aa-i-aa ha-o vich ga-i-aa.
ਹਉ ਵਿਚਿ ਜੰਮਿਆ, ਹਉ ਵਿਚਿ ਮੁਆ॥	ha-o vich jammi-aa ha-o vich mu-aa.
ਹਉ ਵਿਚਿ ਦਿਤਾ, ਹਉ ਵਿਚਿ ਲਇਆ॥	ha-o vich ditaa ha-o vich la-i-aa.
ਹਉ ਵਿਚਿ ਖਟਿਆ, ਹਉ ਵਿਚਿ ਗਇਆ॥	ha-o vich khati-aa ha-o vich ga-i-aa.

ਗੁਰੂ ਨਾਨਕ ਦੇਵ ਜੀ! – Guru Nanak Dev Ji! Guru Granth Sahib

ਹਉ ਵਿਚਿ ਸਚਿਆਰੁ ਕੂੜਿਆਰੁ॥	ha-o vich sachiaar koorhi-aar.
ਹਉ ਵਿਚਿ ਪਾਪ ਪੁੰਨ ਵੀਚਾਰੁ॥	ha-o vich paap punn veechaar.
ਹਉ ਵਿਚਿ ਨਰਕਿ ਸੁਰਗਿ ਅਵਤਾਰੁ॥	ha-o vich narak surag avtaar.
ਹਉ ਵਿਚਿ ਹਸੈ ਹਉ ਵਿਚਿ ਰੋਵੈ॥	ha-o vich hasai ha-o vich rovai.
ਹਉ ਵਿਚਿ ਭਰੀਐ ਹਉ ਵਿਚਿ ਧੋਵੈ॥	ha-o vich bharee-ai ha-o vich Dhovai.
ਹਉ ਵਿਚਿ ਜਾਤੀ ਜਿਨਸੀ ਖੋਵੈ॥	ha-o vich jaatee jinsee khovai.
ਹਉ ਵਿਚਿ ਮੂਰਖੁ ਹਉ ਵਿਚਿ ਸਿਆਨਾ॥	ha-o vich moorakh ha-o vich si-aanaa.
ਮੋਖ ਮੁਕਤਿ ਕੀ ਸਾਰ ਨ ਜਾਨਾ॥	mokh mukat kee saar na jaanaa.
ਹਉ ਵਿਚਿ ਮਾਇਆ ਹਉ ਵਿਚਿ ਛਾਇਆ॥	ha-o vich maa-i-aa ha-o vich chhaa-i-aa.
ਹਉਮੈ ਕਰਿ ਕਰਿ ਜੰਤ ਉਪਾਇਆ॥	ha-umai kar kar jant upaa-i-aa.
ਹਉਮੈ ਬੂਝੈ ਤਾ ਦਰੁ ਸੂਝੈ॥	ha-umai boojhai taa dar soojhai.
ਗਿਆਨ ਵਿਹੂਣਾ ਕਥਿ ਕਥਿ ਲੂਝੈ॥	gi-aan vihoonaa kath kath loojhai.
ਨਾਨਕ ਹੁਕਮੀ ਲਿਖੀਐ ਲੇਖੁ॥	naanak hukmee likee-ai laykh.
ਜੇਹਾ ਵੇਖਹਿ ਤੇਹਾ ਵੇਖੁ॥੧॥	jayhaa vaykheh tayhaa vaykh. ||1||

ਜੀਵ ਸੰਸਾਰ ਵਿੱਚ ਅਹੰਕਾਰ ਵਿੱਚ ਜੰਮਦਾ, ਮਰਦਾ ਹੈ । ਦੇਣ, ਲੈਣ ਕਰਦਾ, ਚੰਗੇ, ਮੰਦੇ ਕੰਮ ਕਰਦਾ, ਗਵਾਉਂਦਾ, ਕਮਾਉਂਦਾ, ਦਾਨੀਆਂ, ਪਾਪੀਆਂ ਵਾਲੇ ਕੰਮ ਕਰਦਾ ਹੈ । ਨਰਕ ਜਾ ਸੁਰਗ ਵਿੱਚ ਜਾਂਦਾ ਹੈ, ਸੰਸਾਰਕ ਜੀਵਨ ਸੁਖ ਜਾ ਦੁਖ ਵਾਲਾ ਬਤੀਤ ਕਰਦਾ, ਮੈਲਾ ਹੁੰਦਾ, ਮੈਲ ਧੋਂਦਾ ਹੈ । ਸੰਸਾਰਕ ਹੈਸੀਅਤ, ਉੱਚੀ ਜਾ ਨੀਚ ਜਾਤ ਵਿੱਚ ਪੈਦਾ ਹੁੰਦਾ, ਮੂਰਖਾਂ ਵਾਲੇ ਜਾ ਸਿਆਣਿਆਂ ਵਾਲੇ ਕੰਮ ਕਰਦਾ ਹੈ । ਉਸ ਨੂੰ ਜਨਮ, ਮਰਨ ਤੋਂ ਮੁਕਤੀ ਪਾਉਣ ਦੀ ਕੀਮਤ ਦੀ ਕੋਈ ਸੋਝੀ ਨਹੀਂ ਹੁੰਦੀ । ਅਹੰਕਾਰ ਵਿੱਚ ਹੀ ਸੰਸਾਰਕ ਮਾਇਆ ਨਾਲ ਮੋਹ ਜਾ ਗਰੀਬੀ ਵਿੱਚ ਹੀ ਨਾਸ ਹੋਣ ਵਾਲੇ ਜੀਵ ਪੈਦਾ ਹੁੰਦੇ ਹਨ । ਜਿਸ ਨੇ ਆਪਣੇ ਅਹੰਕਾਰ ਨੂੰ ਜਾਣ ਲਿਆ ਅਤੇ ਕਾਬੂ ਪਾ ਲਿਆ, ਉਸ ਨੂੰ ਦਰ ਦੀ ਸੋਝੀ ਹੋ ਜਾਂਦੀ ਹੈ । ਜਿਹਨਾਂ ਨੂੰ ਪ੍ਰਭ ਦੀ ਹੋਂਦ ਦਾ ਗਿਆਨ ਨਹੀਂ, ਉਹ ਬਿਰਥੀ ਹੀ ਚਰਚਾ ਕਰਦੇ ਰਹਿੰਦੇ ਹਨ । ਪ੍ਰਭ ਨੇ ਸਭ ਕੁਝ ਜੀਵ ਦੀ ਆਤਮਾ (ਮੱਥੇ ਤੇ ਲਿਖਿਆ) ਤੇ ਉਕਾਰਿਆ ਹੈ, ਪ੍ਰਭ ਆਪ ਹੀ ਦੇਖਦਾ ਹੈ ।

The worldly creature takes birth in ego and dies in ego. He performs good, evil deeds, offers charity, begs for help, earns, losses, performs some charity or sinful deeds, either goes to hell or heaven. He may enjoy comforts, endures misery, sings the glory of His Word to sanctify his soul. He may be of high status in life; born in high or low caste; he may perform wise or stupid deeds. However, he may not realize the true significance of the enlightenment of salvation. In his ego! he loves worldly wealth; becomes slave or poor, miserable; however, all creatures are born and destroyed in the ego. Whosoever may recognize and conquer the ego of his mind; he may be enlightened with the right path of His Castle. Whosoever may not understand or enlightened with the existence of The True Master; he remains in the useless argument and conversation in the world. All his destiny has been prewritten on his forehead; The True Master monitors all his actions in the universe.

ਮਹਲ ੨॥	**mehlaa 2.**
ਹਉਮੈ ਏਹਾ ਜਾਤਿ ਹੈ, ਹਉਮੈ ਕਰਮ ਕਮਾਹਿ॥	ha-umai ayhaa jaat hai ha-umai karam kamaahi.
ਹਉਮੈ ਏਈ ਬੰਧਨਾ, ਫਿਰਿ ਫਿਰਿ ਜੋਨੀ ਪਾਹਿ॥	ha-umai ay-ee banDhnaa fir fir jonee paahi.
ਹਉਮੈ ਕਿਥਹੁ ਊਪਜੈ, ਕਿਤੁ ਸੰਜਮਿ ਇਹ ਜਾਇ॥	ha-umai kithhu oopjai kit sanjam ih jaa-ay.
ਹਉਮੈ ਏਹੋ ਹੁਕਮੁ ਹੈ, ਪਇਐ ਕਿਰਤਿ ਫਿਰਾਹਿ॥	ha-umai ayho hukam hai pa-i-ai kirat firaahi.
ਹਉਮੈ ਦੀਰਘ ਰੋਗੁ ਹੈ, ਦਾਰੂ ਭੀ ਇਸੁ ਮਾਹਿ॥	ha-umai deeragh rog hai daaroo bhee is maahi.
ਕਿਰਪਾ ਕਰੇ ਜੇ ਆਪਣੀ, ਤਾ ਗੁਰ ਕਾ ਸਬਦੁ ਕਮਾਹਿ॥	kirpaa karay jay aapnee taa gur kaa sabad kamaahi.
ਨਾਨਕੁ ਕਹੈ ਸੁਣਹੁ ਜਨਹੁ, ਇਤੁ ਸੰਜਮਿ ਦੁਖ ਜਾਹਿ॥੨॥	naanak kahai sunhu janhu it sanjam dukh jaahi. ||2||

ਅਹੰਕਾਰ ਇਸਤਰ੍ਹਾਂ ਦਾ ਅਨੋਖਾ ਚੱਕਰ, ਖੇਲ ਹੈ । ਜਿਹੜਾ ਇਸ ਅਨੁਸਾਰ ਕੰਮ ਕਰਦਾ, ਜਨਮ ਮਰਨ ਦੇ ਚੱਕਰ ਵਿੱਚ ਹੀ ਰਹਿੰਦਾ ਹੈ । ਇਹ ਅਹੰਕਾਰ ਕਿਥੋਂ ਆਉਂਦਾ, ਕਿਥੇ ਜਾਂਦਾ ਹੈ? ਸਭ ਕੁਝ ਪ੍ਰਭ ਦੇ ਹੁਕਮ ਨਾਲ ਹੀ ਹੁੰਦਾ ਹੈ! ਅਹੰਕਾਰ ਹੀ ਸਭ ਤੋਂ ਵੱਡਾ ਰੋਗ ਹੈ, ਇਸ ਦਾ ਇਲਾਜ ਵੀ ਸ਼ਬਦ ਦੀ ਪਾਲਣਾ, ਸਿਮਰਨ ਵਿੱਚ ਹੀ ਹੈ । ਜਿਸ ਤੇ ਆਪ ਹੀ ਪ੍ਰਭ ਰਹਿਮਤ ਬਖਸ਼ਦਾ, ਉਹ ਹੀ ਸ਼ਬਦ ਦਾ ਸਿਮਰਨ ਕਰ ਸਕਦਾ, ਮਸਤ ਹੋ ਸਕਦਾ ਹੈ । ਇਹ ਸਭ ਕੁਝ ਪ੍ਰਭ ਦੇ ਸ਼ਬਦ ਦਾ ਸਿਮਰਨ ਕਰਨ, ਸੁਣਨ ਨਾਲ ਬਖਸ਼ਿਸ਼ ਹੋ ਸਕਦਾ ਹੈ ।

Ego is a unique play of His Nature; human performs all his worldly chores under her direction. He remains in the cycle of birth and death with his ego. From where may ego appears and disappear, vanish? Only His Command prevails! The ego is the most terrible disease in the universe; the cure of ego may be embedded within the enlightenment of the essence His Word. Whosoever may be blessed with devotion to meditate; he may meditate and remains intoxicated in the void of His Word. Everything in the universe may be blessed by meditating and adopting the teachings of sermons of His Word.

ਪਉੜੀ॥	**pa-orhee.**
ਸੇਵ ਕੀਤੀ ਸੰਤੋਖੀਈਂ, ਜਿਨ੍ਹੀ ਸਚੋ ਸਚੁ ਧਿਆਇਆ॥	sayv keetee santokhee-eeN jinHee sacho sach Dhi-aa-i-aa.
ਓਨ੍ਹੀ ਮੰਦੈ ਪੈਰੁ ਨ ਰਖਿਓ, ਕਰਿ ਸੁਕ੍ਰਿਤੁ ਧਰਮੁ ਕਮਾਇਆ॥	onHee mandai pair na rakhi-o kar sukarit Dharam kamaa-i-aa.
ਓਨ੍ਹੀ ਦੁਨੀਆ ਤੋੜੇ ਬੰਧਨਾ, ਅੰਨੁ ਪਾਣੀ ਥੋੜਾ ਖਾਇਆ॥	onHee dunee-aa torhay banDhnaa ann paanee thorhaa khaa-i-aa.
ਤੂੰ ਬਖਸੀਸੀ ਅਗਲਾ, ਨਿਤ ਦੇਵਹਿ ਚੜਹਿ ਸਵਾਇਆ॥	tooN bakhseesee aglaa nit dayveh charheh savaa-i-aa.
ਵਡਿਆਈ ਵਡਾ ਪਾਇਆ॥੭॥	vadi-aa-ee vadaa paa-i-aa. ||7||

ਅਸਲੀ ਭਗਤ ਪ੍ਰਭ ਦੇ ਭਾਣੇ ਵਿੱਚ ਹੀ ਮਸਤ ਰਹਿੰਦਾ ਹੈ । ਹਰ ਵੇਲੇ ਹੀ ਚੰਗੇ ਕੰਮ ਕਰਦਾ, ਬੁਰੇ ਕੰਮ ਵੱਲ ਖਿਆਲ ਨਹੀਂ ਲਾਉਂਦਾ । ਸੰਸਾਰ ਵਿੱਚ ਮੋਹ ਤੇ ਕਾਬੂ ਰਖਦਾ, ਥੋੜ੍ਹੀ, ਭੁੱਖ ਰਖਕੇ ਖਾਂਦਾ ਹੈ । ਪ੍ਰਭ ਬਹੁਤ ਬੇਅੰਤ, ਭੁਲਾਂ ਬਖਸ਼ਣ ਵਾਲਾ ਮਾਲਕ ਹੈ । ਜੀਵਾਂ ਦੀਆਂ ਬਹੁਤ ਗਲਤੀਆਂ ਨੂੰ ਮਾਫ ਕਰ ਦੇਂਦਾ ਹੈ । ਅਪਣੀ ਰਹਿਮਤ ਨਾਲ ਹੀ ਆਪਣੀ ਦਰਗਾਹ ਵਿੱਚ ਪ੍ਰਵਾਨ ਕਰ ਲੈਂਦਾ ਹੈ ।

His true devotee remains intoxicated in obeying the teachings of His Word. He always performs good deeds for mankind; he may not think about evil deeds, thoughts in his mind. He keeps a tight control on his worldly desires, attachments, and controls on the greed of his mind and body. The True Master may forgive many innocent mistakes, sinful deeds of His Creation; with His mercy and grace, His true devotee may be accepting in His Court.

Key Message of Aasaa De Var, Salok #7, page 466-10
'ਅਹੰਕਾਰ ਦਾ ਅਨੋਖਾ ਹੀ ਚੱਕਰ ਹੈ!
ਜੀਵ ਸੰਸਾਰ ਵਿੱਚ ਅਹੰਕਾਰ ਵਿੱਚ ਜੰਮਦਾ, ਮਰਦਾ ਹੈ । ਅਹੰਕਾਰ ਕਿਥੋਂ ਆਉਂਦਾ, ਕਿਥੇ ਜਾਂਦਾ ਹੈ? ਅਹੰਕਾਰ, ਸਭ ਤੋਂ ਵੱਡਾ ਰੋਗ, ਅਨੋਖਾ ਚੱਕਰ ਹੈ । ਇਲਾਜ ਵੀ ਸ਼ਬਦ ਦੀ ਪਾਲਣਾ, ਸਿਮਰਨ ਵਿੱਚ ਹੀ ਹੈ । ਅਸਲੀ ਭਗਤ ਪ੍ਰਭ ਦੇ ਭਾਣੇ ਵਿੱਚ ਹੀ ਮਸਤ ਰਹਿੰਦਾ ਹੈ । ਪ੍ਰਭ ਦੀ ਰਹਿਮਤ ਨਾਲ, ਉਸ ਨੂੰ ਪ੍ਰਵਾਨਗੀ ਦਾ ਰਸਤਾ ਬਖਸ਼ਿਸ਼ ਹੋ ਜਾਂਦਾ ਹੈ!
Ego a vicious cycle!
The worldly creature takes birth in ego and dies in ego. Where may ego appear and disappear, vanish? Ego may be the worse and most unique vicious cycle; the cure of ego may remain embedded within the enlightenment of the essence His Word. His true devotee remains intoxicated in meditation in the void of His Word; with His mercy and grace, he may be blessed with the right path of acceptance in His Court!

76. ਸਲੋਕ ਮਃ ੧॥ (8) 467-3

ਪੁਰਖਾਂ ਬਿਰਖਾਂ ਤੀਰਥਾਂ, ਤਟਾਂ ਮੇਘਾਂ ਖੇਤਾਂਹ॥
ਦੀਪਾਂ ਲੋਆਂ ਮੰਡਲਾਂ, ਖੰਡਾਂ ਵਰਭੰਡਾਂਹ॥
ਅੰਡਜ ਜੇਰਜ ਉਤਭੁਜਾਂ, ਖਾਣੀ ਸੇਤਜਾਂਹ॥
ਸੋ ਮਿਤਿ ਜਾਣੈ ਨਾਨਕਾ, ਸਰਾਂ ਮੇਰਾਂ ਜੰਤਾਹ॥
ਨਾਨਕ ਜੰਤ ਉਪਾਇ ਕੈ, ਸੰਮਾਲੇ ਸਭਨਾਹ॥
ਜਿਨਿ ਕਰਤੈ ਕਰਣਾ ਕੀਆ, ਚਿੰਤਾ ਭਿ ਕਰਣੀ ਤਾਹ॥
ਸੋ ਕਰਤਾ ਚਿੰਤਾ ਕਰੇ, ਜਿਨਿ ਉਪਾਇਆ ਜਗੁ॥
ਤਿਸੁ ਜੋਹਾਰੀ ਸੁਅਸਤਿ ਤਿਸੁ, ਤਿਸੁ ਦੀਬਾਣੁ ਅਭਗੁ॥
ਨਾਨਕ ਸਚੇ ਨਾਮ ਬਿਨੁ, ਕਿਆ ਟਿਕਾ ਕਿਆ ਤਗੁ॥੧॥

purkhaaN birkhaaN teerthaaN tataaN mayghaaN khaytaaNh.
deepaaN lo-aaN mandlaaN khandaaN varbhandaaNh.
andaj jayraj ut-bhujaaN khaanee saytjaaNh.
so mit jaanai naankaa saraaN mayraaN jantaah.
naanak jant upaa-ay kai sammaalay sabhnaah.
jin kartai karnaa kee-aa chintaa bhe karnee taah.
so kartaa chintaa karay jin upaa-i-aa jag.
tis johaaree su-asat tis tis deebaan abhag.
naanak sachay naam bin ki-aa tikaa ki-aa tag. ||1||

ਪ੍ਰਭ ਤੂੰ ਜੀਵ, ਪੌਦੇ, ਪੂਜਾ ਕਰਨ ਵਾਲੇ ਤੀਰਥ, ਦਰਿਆ, ਖੇਤ, ਟਾਪੂ, ਅਕਾਸ਼ ਮੰਡਲ, ਬ੍ਰਹਮੰਡ, ਸਾਰੇ ਬਣਾਏ ਹਨ । ਸ੍ਰਿਸ਼ਟੀ ਵਿੱਚ ਜੀਵ ਦੇ ਪੈਦਾ ਹੋਣ ਦੇ ਚਾਰ ਵਸੀਲੇ ਦੀ ਸੋਝੀ ਬਖਸ਼ੀ ਹੈ । ਹੋਰ ਵੀ ਪੈਦਾ ਹੋਣ ਦੇ ਵਸੀਲੇ ਹੋਣਗੇ, ਜਿਹਨਾਂ ਦੀ ਤੂੰ ਜੀਵ ਨੂੰ ਸੋਝੀ ਨਹੀਂ ਬਖਸ਼ੀ । ਇਹਨਾਂ ਦੀ ਪੈਦਾ ਹੋਣ ਦੀ ਹਲਾਤ, ਵਾਤਾਵਰਨ ਤੂੰ ਆਪ ਹੀ ਜਾਣਦਾ ਹੈ । ਪ੍ਰਭ ਤੂੰ ਇਹ ਸਾਰੇ ਕਿਸਮ ਦੇ ਜੀਵ ਪੈਦਾ ਕਰਦਾ, ਆਪ ਹੀ ਸੰਭਾਲਦਾ ਹੈ । ਤੈਨੂੰ ਇਸ ਸਭ ਕੁਝ ਦਾ ਫਿਕਰ ਰਹਿੰਦਾ ਹੈ । ਜੀਵ, ਪ੍ਰਭ ਦਾ ਦਰਬਾਰ ਸਭ ਤੋਂ ਉੱਚਾ ਹੈ, ਉਸ ਅੱਗੇ ਆਪਣਾ ਸੀਸ਼ ਝੁਕਾਵੋ! ਸ਼ਬਦ ਦੇ ਸਿਮਰਨ, ਪਾਲਣਾ ਤੋਂ ਬਿਨਾਂ ਕਿਸੇ ਧਾਰਮਕ ਬਾਣੇ ਦੀ ਕੋਈ ਮਹੱਤਤਾ ਨਹੀਂ ਹੁੰਦੀ ।

ਜੀਵ ਦੇ ਪੈਦਾ ਹੋਣ ਦੇ ਵਸੀਲੇ	**Methods of Creation**
ਜੀਵ, ਮਾਂ ਦੀ ਕੁੱਖ ਵਿਚੋਂ ਪੈਦਾ ਹੋਣਾ,	from the womb of mother,
ਅੰਡੇ ਤੋਂ ਪੈਦਾ ਹੋਣਾ,	from egg,
ਧਰਤੀ ਤੇ ਬੀਜ ਨਾਲ,	from the seed in the ground
ਪਸੀਨੇ ਤੋਂ ਪੈਦਾ ਹੋਣਾ ।	and from the sweat of a creature.

The True Master has created all worldly creatures, plants, Holy Shrines to worship, various rivers, fields, islands, sky, and solar system with His Imagination, Command. He has enlightened His Creation about the four sources of reproduction. There may be several other sources of reproduction; His Creation may not be enlightened with those sources. Only The True Master may know, the condition, purpose, and the environment of these productions. The True Master has created various kinds of creatures, nourishes, and protect all creatures. He always remains concerned about their wellbeing. His Holy Throne, supreme, greatest of All; everyone should always bow their head in gratitude to The True Master. Without the teachings of His Word, no other Holy Scripture, religious robe has any significance in the path of salvation.

ਮ ੧॥

mehlaa 1.

ਲਖ ਨੇਕੀਆ ਚੰਗਿਆਈਆ, ਲਖ ਪੁੰਨਾ ਪਰਵਾਣੁ॥
ਲਖ ਤਪ ਉਪਰਿ ਤੀਰਥਾਂ, ਸਹਜ ਜੋਗ ਬੇਬਾਣ॥
ਲਖ ਸੂਰਤਣ ਸੰਗਰਾਮ, ਰਣ ਮਹਿ ਛੁਟਹਿ ਪਰਾਣ॥
ਲਖ ਸੁਰਤੀ ਲਖ ਗਿਆਨ ਧਿਆਨ, ਪੜੀਅਹਿ ਪਾਠ ਪੁਰਾਣ॥
ਜਿਨਿ ਕਰਤੈ ਕਰਣਾ ਕੀਆ, ਲਿਖਿਆ ਆਵਣ ਜਾਣੁ॥
ਨਾਨਕ ਮਤੀ ਮਿਥਿਆ, ਕਰਮੁ ਸਚਾ ਨੀਸਾਣੁ॥੨॥

lakh naykee-aa chang-aa-ee-aa lakh punnaa parvaan.
lakh tap upar teerthaaN sahj jog baybaan.
lakh soortan sangraam ran meh chhuteh paraan.
lakh surtee lakh gi-aan Dhi-aan parhee-ah paath puraan.
jin kartai karnaa kee-aa likhi-aa aavan jaan.
naanak matee mithi-aa karam sachaa neesaan. ||2||

ਅਨੇਕਾਂ ਚੰਗਿਆਈਆਂ, ਪੁੰਨ ਦਾਨ, ਤੀਰਥਾਂ ਤੇ ਤਪ, ਅਨੇਕਾਂ ਇਕਾਤ ਵਿੱਚ ਅੰਤਰ–ਧਿਆਨ ਜੋਗੀ, ਅਨੇਕਾਂ ਜੋਧੇ ਮੈਦਾਨੇ ਜੰਗ ਵਿੱਚ ਕਰਬਾਣੀਆਂ ਦੇਂਦੇ ਹਨ । ਅਨੇਕਾਂ ਹੀ ਗਿਆਨੀ, ਅੰਤਰ ਧਿਆਨ ਹੋ ਕੇ ਸਿਮਰਨ ਕਰਦੇ, ਬਾਣੀ ਪੜ੍ਹਦੇ ਹਨ । ਪ੍ਰਭ ਨੇ, ਜੀਵ ਨੂੰ ਪੈਦਾ ਹੋਣ ਤੋਂ ਪਹਿਲੇ ਹੀ, ਉਸ ਦੀ ਮੌਤ ਦਾ ਸਮਾਂ, ਜਗ੍ਹਾ ਅਤੇ ਤਾਰੀਕਾ ਮਿਥਿਆ ਹੈ । ਧਾਰਮਕ ਵਿਧੀਆਂ, ਸਿਆਣਾਪਾਂ ਨਾਲ ਪ੍ਰਭ ਨੂੰ ਮਿਲਣ ਦਾ ਰਸਤਾ ਬਖਸ਼ਿਸ਼ ਨਹੀਂ ਹੁੰਦਾ! ਕੇਵਲ ਪ੍ਰਭ ਦੀ ਰਹਿਮਤ ਨਾਲ ਹੀ ਪ੍ਰਵਾਨਗੀ ਬਖਸ਼ਿਸ਼ ਹੋ ਸਕਦੀ ਹੈ । ਜਿਸ ਦੀ ਬੰਦਗੀ ਪ੍ਰਵਾਨ ਹੋ ਜਾਂਦੀ ਹੈ, ਉਸ ਨੂੰ ਹੀ ਮੁਕਤੀ ਬਖਸ਼ਦਾ ਹੈ ।

The worldly creatures perform various good deeds, donation, charities, rigid meditation on Holy Shrines; countless Yogis remain concentrated in the void of His Word; several warriors sacrifice their life in battle field. Countless devotees remain focused and wholeheartedly meditate and recite His Holy Scripture. The True Master predetermine the time, the place, and the technique of death, even before the birth of any creature. No one may ever be accepted in His Sanctuary, His Court with any religious techniques and wisdom; the right path remains embedded within the essence of His Word. The True Master may only bless, enlightens the right path of meditation and salvation. Whose meditation may be accepted in His Court, he may be blessed with the right path of salvation, acceptance in His Court to eliminate the cycle of birth and death.

ਪਉੜੀ॥

pa-orhee.

ਗੁਰੂ ਨਾਨਕ ਦੇਵ ਜੀ! – Guru Nanak Dev Ji! Guru Granth Sahib

ਸਚਾ ਸਾਹਿਬੁ ਏਕੁ ਤੂੰ, ਜਿਨਿ ਸਚੋ ਸਚੁ ਵਰਤਾਇਆ॥
ਜਿਸੁ ਤੂੰ ਦੇਹਿ ਤਿਸੁ ਮਿਲੈ ਸਚੁ, ਤਾ ਤਿਨ੍ਹੀ ਸਚੁ ਕਮਾਇਆ॥
ਸਤਿਗੁਰਿ ਮਿਲਿਐ ਸਚੁ ਪਾਇਆ, ਜਿਨ੍ ਕੈ ਹਿਰਦੈ ਸਚੁ ਵਸਾਇਆ॥
ਮੂਰਖ ਸਚੁ ਨ ਜਾਣਨ੍ਹੀ, ਮਨਮੁਖੀ ਜਨਮੁ ਗਵਾਇਆ॥
ਵਿਚਿ ਦੁਨੀਆ ਕਾਹੇ ਆਇਆ॥੮॥

sachaa saahib ayk tooN jin sacho sach vartaa-i-aa.
jis tooN deh tis milai sach taa tinHee sach kamaa-i-aa.
satgur mili-ai sach paa-i-aa jinH kai hirdai sach vasaa-i-aa.
moorakh sach na jaananHee manmukhee janam gavaa-i-aa.
vich dunee-aa kaahay aa-i-aa. ||8||

ਇਕੋ ਇਕ ਅਟਲ ਪ੍ਰਭ ਹੀ ਸ੍ਰਿਸ਼ਟੀ ਪੈਦਾ ਕਰਦਾ ਹੈ! ਹਰ ਵੇਲੇ ਇਨਸਾਫ ਹੀ ਕਰਦਾ ਹੈ । ਜਿਸ ਤੇ ਰਹਿਮਤ ਬਖਸ਼ਦਾ ਹੈ, ਕੇਵਲ ਉਹ ਹੀ ਪ੍ਰਭ ਦੇ ਭਾਣੇ, ਸ਼ਬਦ ਤੇ ਅਮਲ ਕਰਦਾ ਹੈ । ਆਪਣੀ ਸੰਸਾਰਕ ਯਾਤਰਾਂ ਸ਼ਬਦ ਦੀ ਸਿਖਿਆਂ ਅਨੁਸਾਰ ਬਤੀਤ ਕਰਦਾ ਹੈ । ਜਿਹੜਾ ਅਡੋਲ ਭਰੋਸੇ ਨਾਲ ਸਵਾਸ ਸਵਾਸ ਸ਼ਬਦ ਦੀ ਪਾਲਣਾ ਕਰਦਾ, ਗੁਣ ਗਾਉਂਦਾ ਹੈ! ਉਸ ਨੂੰ ਅਟਲ ਪ੍ਰਭ ਆਪ ਹੀ ਪ੍ਰਵਾਨਗੀ ਦਾ ਰਸਤਾ ਬਖਸ਼ਦਾ, ਅਡੋਲ ਰਖਦਾ ਹੈ । ਮਨਮੁਖ ਪ੍ਰਭ ਦੀ ਹੌਂਦ ਨਹੀਂ ਪਛਾਣ ਸਕਦਾ, ਉਹ ਮਨਮਰਜ਼ੀ ਨਾਲ ਜੀਵਨ ਬਤੀਤ ਕਰਦਾ, ਮਾਨਸ ਜਨਮ ਬਿਰਥਾ ਹੀ ਬਤੀਤ ਕਰ ਜਾਂਦਾ ਹੈ । ਮਨਮੁਖ, ਕਿਉਂ ਮਿੰਨਤਾਂ ਨਾਲ ਮਾਨਸ ਜਨਮ ਮੰਗਦਾ, ਲੈਂਦਾ ਹੈ?

The One and only One, God, True Master of the universe, always performs justice in the universe. Whosoever may adopt the teachings of His Word in his day-to-day life; with His mercy and grace, he may adopt the right part, the teachings of His Word in his human life journey. Whosoever may obey and sings the glory of His Word with steady and stable belief, with each breath; his soul may be sanctified to become worthy of His Consideration; he may be accepted in His Court. Self-minded may not recognize His Existence, the true purpose of his human life journey. He may waste his life following his worldly desires. I am wondering! Why may he be begging, praying for human life opportunity?

Key Message of Aasaa De Var, Salok #8, page 467-3
'ਜੀਵ ਦੇ ਪੈਦਾ ਹੋਣ ਦੇ ਵਿਸੀਲੇ!
ਪ੍ਰਭ ਨੇ ਸ੍ਰਿਸ਼ਟੀ ਵਿੱਚ ਜੀਵ ਦੇ ਪੈਦਾ ਹੋਣ ਦੇ ਚਾਰ ਵਸੀਲੇ ਦੀ ਸੋਝੀ ਬਖਸ਼ੀ ਹੈ । ਜੀਵ, ਮਾਂ ਦੀ ਕੁੱਖ ਵਿਚੋਂ ਪੈਦਾ ਹੋਣਾ; ਅੰਡੇ ਤੋਂ ਪੈਦਾ ਹੋਣਾ; ਧਰਤੀ ਤੇ ਬੀਜ ਨਾਲ; ਪਸੀਨੇ ਤੋਂ ਪੈਦਾ ਹੁੰਦਾ । ਸ਼ਬਦ ਦੇ ਸਿਮਰਨ, ਪਾਲਣਾ ਤੋਂ ਬਿਨਾਂ ਕਿਸੇ ਧਾਰਮਕ ਬਾਣੇ ਦੀ ਕੋਈ ਮਹੱਤਤਾ ਨਹੀਂ ਹੁੰਦੀ । ਕੇਵਲ ਬੰਦਗੀ ਪ੍ਰਵਾਨ ਹੋਣ ਨਾਲ ਹੀ ਮੁਕਤੀ ਬਖਸ਼ਦਾ ਹੈ । ਮਨਮੁਖ ਪ੍ਰਭ ਦੀ ਹੌਂਦ ਨਹੀਂ ਪਛਾਣ ਸਕਦਾ, ਮਾਨਸ ਜਨਮ ਬਿਰਥਾ ਹੀ ਗਵਾ ਜਾਂਦਾ ਹੈ ।
Source of reproduction of His Creation!
The True Master has enlightened, the four sources of reproduction; womb of mother; from egg; from the seed; from the sweat of a creature. Whose earnings of His Word may be accepted, he may be blessed with the right path of acceptance. Religious baptism, robe, worshiping worldly guru, Holy Scripture may not have any significance in the path of salvation. Self-minded may never recognize His Existence. He may waste his human life opportunity.

77. ਸਲੋਕੁ ਮਃ ੧॥ (9) 467-14

ਪੜਿ ਪੜਿ ਗਡੀ ਲਦੀਅਹਿ, ਪੜਿ ਪੜਿ ਭਰੀਅਹਿ ਸਾਥ॥
ਪੜਿ ਪੜਿ ਬੇੜੀ ਪਾਈਐ, ਪੜਿ ਪੜਿ ਗਡੀਅਹਿ ਖਾਤ॥
ਪੜੀਅਹਿ ਜੇਤੇ ਬਰਸ ਬਰਸ, ਪੜੀਅਹਿ ਜੇਤੇ ਮਾਸ॥
ਪੜੀਐ ਜੇਤੀ ਆਰਜਾ, ਪੜੀਅਹਿ ਜੇਤੇ ਸਾਸ॥
ਨਾਨਕ ਲੇਖੈ ਇਕ ਗਲ, ਹੋਰੁ ਹਉਮੈ ਝਖਣਾ ਝਾਖ॥੧॥

parh parh gadee ladee-ah parh parh bharee-ah saath.
parh parh bayrhee paa-ee-ai parh parh gadee-ah khaat.
parhee-ah jaytay baras baras parhee-ah jaytay maas.
parhee-ai jaytee aarjaa parhee-ah jaytay saas.
naanak laykhai ik gal hor ha-umai jhakh- naa jhaakh. ||1||

ਜੀਵ ਭਾਵੇਂ ਅਨੇਕਾਂ ਧਾਰਮਕ ਗ੍ਰੰਥ, ਗਿਆਨ ਵਾਲੀਆਂ ਕਿਤਾਬਾਂ, ਸਾਰੀ ਉਮਰ, ਹਰ ਪਲ ਪੜ੍ਹੇ ਗਿਆਨ ਹਾਸਿਲ ਕਰ ਲਵੇ । ਭਾਵੇਂ ਇਤਨੀਆਂ ਪੜ੍ਹ ਲਏ ਕਿ ਇਹਨਾਂ ਨਾਲ ਬੁਹਤ ਜਗ੍ਹਾ ਘੇਰੀ ਜਾ ਸਕਦੀ ਹੋਵੇ । ਇਹਨਾਂ ਨਾਲ ਸ੍ਰਿਸ਼ਟੀ ਦਾ ਬਹੁਤ ਗਿਆਨ ਪ੍ਰਾਪਤ ਹੋ ਸਕਦਾ ਹੈ । ਇਹ ਪੜ੍ਹਨ ਨਾਲ ਮਾਨਸ ਜੀਵਨ ਦੇ ਮੰਤਵ ਦੀ ਸੋਝੀ ਨਹੀਂ ਹੁੰਦੀ, ਜੀਵਨ ਦੇ ਸਫਰ ਲਈ ਕੋਈ ਲਾਭ ਨਹੀਂ ਹੁੰਦਾ । ਅਡੋਲ ਭਰੋਸੇ ਨਾਲ ਸ਼ਬਦ ਨਾਲ ਜੀਵਨ ਢਾਲਣ ਤੋਂ ਬਿਨਾਂ, ਹੋਰ ਕੋਈ ਭਗਤੀ ਦਰਬਾਰ ਵਿੱਚ ਸਹਾਈ ਨਹੀਂ ਹੋ ਸਕਦੀ ।

Human may read several religious Holy Scriptures life-long; he may become very intelligent and knowledgeable with these readings; the number of books may be so big to occupies huge space. He may become very knowledgeable about the universe and some function of the universe. However, his knowledge of religious scripture may not have any significance for the real purpose of human life journey; he may not be enlightened with the right path of acceptance in His Court. Without adopting the teachings of His Word with steady and stable belief in day-to-day life, no other meditation, reading, reciting, or singing may prepare the soul to become worthy of His Consideration.

ਮਃ ੧॥

ਲਿਖਿ ਲਿਖਿ ਪੜਿਆ॥ ਤੇਤਾ ਕੜਿਆ॥
ਬਹੁ ਤੀਰਥ ਭਵਿਆ॥ ਤੇਤੋਂ ਲਵਿਆ॥
ਬਹੁ ਭੇਖ ਕੀਆ ਦੇਹੀ ਦੁਖੁ ਦੀਆ॥
ਸਹੁ ਵੇ ਜੀਆ ਅਪਣਾ ਕੀਆ॥
ਅੰਨੁ ਨ ਖਾਇਆ ਸਾਦੁ ਗਵਾਇਆ॥
ਬਹੁ ਦੁਖੁ ਪਾਇਆ ਦੂਜਾ ਭਾਇਆ॥
ਬਸਤ੍ਰ ਨ ਪਹਿਰੈ॥ ਅਹਿਨਿਸਿ ਕਹਰੈ॥
ਮੋਨਿ ਵਿਗੂਤਾ॥ ਕਿਉ ਜਾਗੈ ਗੁਰ ਬਿਨੁ ਸੂਤਾ॥
ਪਗ ਉਪੇਤਾਣਾ॥ ਅਪਣਾ ਕੀਆ ਕਮਾਣਾ॥
ਅਲੁ ਮਲੁ ਖਾਈ ਸਿਰਿ ਛਾਈ ਪਾਈ॥ ਮੂਰਖਿ ਅੰਧੈ ਪਤਿ ਗਵਾਈ॥
ਵਿਣੁ ਨਾਵੈ ਕਿਛੁ ਥਾਇ ਨ ਪਾਈ॥
ਰਹੈ ਬੇਬਾਣੀ ਮੜੀ ਮਸਾਣੀ॥
ਅੰਧੁ ਨ ਜਾਣੈ ਫਿਰਿ ਪਛੁਤਾਣੀ॥ ਸਤਿਗੁਰੁ ਭੇਟੇ ਸੋ ਸੁਖੁ ਪਾਏ॥
ਹਰਿ ਕਾ ਨਾਮੁ ਮੰਨਿ ਵਸਾਏ॥ ਨਾਨਕ ਨਦਰਿ ਕਰੇ ਸੋ ਪਾਏ॥
ਆਸ ਅੰਦੇਸੇ ਤੇ ਨਿਹਕੇਵਲੁ ਹਉਮੈ ਸਬਦਿ ਜਲਾਏ॥੨॥

mehlaa 1.

likh likh parhi-aa. taytaa karhi-aa.
baho tirath bhavi-aa. tayto lavi-aa.
baho bhaykh kee-aan dayhee dukh dee-aa.
saho vay jee-aa apnaa kee-aa.
ann na khaa-i-aa saad gavaa-i-aa.
baho dukh paa-i-aa doojaa bhaa-i-aa.
bastar na pahirai. ahinis kahrai.
mon vigootaa. ki-o jaagai gur bin sootaa.
pag upaytaanaa. apnaa kee-aa kamaanaa.
al mal khaa-ee sir chhaa-ee paa-ee. moorakh anDhai pat gavaa-ee.
vin naavai kichh thaa-ay na paa-ee.
rahai baybaanee marhee masaanee.
anDh na jaanai fir pachhutaanee. satgur bhaytay so sukh paa-ay.
har kaa naam man vasaa-ay. naanak nadar karay so paa-ay.
aas andaysay tay nihkayval ha-umai sabad jalaa-ay. ||2||

ਗੁਰੂ ਨਾਨਕ ਦੇਵ ਜੀ! – Guru Nanak Dev Ji! Guru Granth Sahib

ਕਈ ਜੀਵ ਪ੍ਰਭ ਦੀ ਰਹਿਮਤ ਪਾਉਣ ਲਈ ਬਹੁਤ ਧਾਰਮਕ ਲਿਖਤਾਂ ਪੜ੍ਹਦੇ, ਖੋਜ ਕਰਦੇ ਹਨ । ਉਹ ਹੋਰ ਡੂੰਗੇ ਭਰਮਾਂ ਵਿਚ ਭਟਕਦੇ ਰਹਿੰਦੇ ਹਨ । ਜਿਹੜਾ ਪ੍ਰਭ ਦੀ ਰਹਿਮਤ ਪਾਉਣ ਲਈ ਬੁਹਤ ਧਾਰਮਕ ਤੀਰਥਾਂ, ਮੰਦਰਾਂ ਤੇ ਭਉਦਾ ਫਿਰਦਾ ਹੈ, ਧਾਰਮਕ ਬਾਣਾ ਧਾਰਦਾ ਹੈ, ਉਹ ਆਪਣੇ ਮਨ ਵਿੱਚ ਅਹੰਕਾਰ ਹੀ ਇਕੱਠਾ ਕੀਤੀ ਜਾਂਦਾ ਹੈ । ਇਸ ਅਹੰਕਾਰ ਦੀ ਅੱਗ ਵਿੱਚ ਹੀ ਜਲਦਾ ਰਹਿੰਦਾ ਹੈ । ਜੀਵ ਦੀ ਆਤਮਾ ਨੂੰ ਆਪਣੇ ਕੀਤੇ ਹੋਏ ਕਰਮਾਂ ਦਾ ਫਲ ਹੀ ਬਖਸ਼ਿਸ਼ ਹੁੰਦਾ ਹੈ । ਜਿਹੜਾ ਪ੍ਰਭ ਦੀ ਰਹਿਮਤ ਪਾਉਣ ਲਈ ਲੰਮੇ ਵਰਤ ਰਖਦਾ ਹੈ, ਉਹ ਪ੍ਰਭ ਦੇ ਬਖਸ਼ੇ ਸਰੀਰ ਨੂੰ ਖਰਾਬ ਕਰਦਾ ਹੈ । ਜਿਹੜੇ ਇਕੋ ਇਕ ਪ੍ਰਭ ਦੇ ਬਖਸ਼ੇ ਤੇ ਵਿਸ਼ਵਾਸ, ਭਰੋਸਾ ਅਡੋਲ ਨਹੀਂ ਰਖਦਾ, ਹੋਰ ਸੰਸਾਰਕ ਗੁਰੂ ਪੀਰ ਨੂੰ ਆਪਣੀ ਮੁਕਤੀ ਦਾ ਨਿਸ਼ਾਨਾ ਬਣਾਉਂਦਾ ਹੈ, ਉਹ ਜਨਮ ਮਰਨ ਦੇ ਚੱਕਰ ਵਿੱਚ ਰਹਿੰਦਾ ਹੈ । ਜਿਹੜਾ ਜੀਵ ਨੰਗਾ ਰਹਿੰਦਾ, ਰਾਤ ਦਿਨ ਆਪਣੇ ਆਪ ਨੂੰ ਤਸੀਹੇ ਦੇਂਦਾ, ਮੌਨ ਵਰਤ ਰਖਦਾ ਹੈ, ਉਹ ਆਪਣੇ ਆਪ ਨੂੰ ਗਵਾਉਂਦਾ ਹੈ । ਉਸ ਸੁੱਤੀ ਹੋਈ ਆਤਮਾ ਨੂੰ ਕਿਸਤਰ੍ਹਾਂ ਜਾਗਰਤ ਕੀਤਾ ਜਾਵੇ, ਕਿ ਇਹ ਪ੍ਰਭ ਦੇ ਵੱਲ ਧਿਆਨ ਲਾਵੇ? ਸ਼ਬਦ ਨਾਲ ਜੀਵਨ ਢਾਲਣ ਤੋਂ ਬਿਨਾਂ, ਸੁੱਤੀ ਹੋਈ ਆਤਮਾ ਜਾਗਰਤ ਨਹੀਂ ਹੁੰਦੀ । ਜਿਹੜਾ ਨੰਗੇ ਪੈਰੀ ਚਲਦਾ ਹੈ ਆਪਣੇ ਕੀਤੇ ਕਾਰਨ ਹੀ ਦੁਖ, ਮੁਸੀਬਤ ਪਾਉਂਦਾ ਹੈ । ਜਿਹੜਾ ਜੀਵ ਗ਼ਲਤ ਖਾਂਦਾ, ਆਪਣੀ ਬੇਅਪਦੀ ਕਰਵਾਉਂਦਾ ਹੈ, ਮੂਰਖ ਜੀਵ ਆਪਣੀ ਪਤ ਆਪ ਹੀ ਬਰਬਾਦ ਕਰ ਲੈਂਦਾ ਹੈ । ਸ਼ਬਦ ਨਾਲ ਜੀਵਨ ਢਾਲਣ ਤੋਂ ਬਿਨਾਂ, ਬੰਦਗੀ, ਪ੍ਰਭ ਦੀ ਹੋਂਦ ਦੀ ਸੋਝੀ ਬਖਸ਼ਿਸ਼ ਨਹੀਂ ਹੁੰਦੀ । ਜਿਹੜਾ ਪ੍ਰਭ ਦੀ ਰਹਿਮਤ ਹਾਸਿਲ ਕਰਨ ਲਈ, ਮੜੀਆਂ, ਮਸਾਨਾਂ ਵਿੱਚ ਰਹਿੰਦਾ ਹੈ, ਭਾਵ ਸੰਸਾਰਕ ਸ੍ਰਿਸ਼ਟੀ ਤੋਂ ਦੂਰ ਰਹਿੰਦਾ ਹੈ । ਉਹ ਗਿਆਨ ਤੋਂ ਅੰਧਾ ਹੀ ਰਹਿੰਦਾ, ਅਖੀਰਲੇ ਸਮੇਂ ਪਛਤਾਵਾ ਹੀ ਕਰਦਾ ਹੈ । ਜਿਹੜੇ ਆਪਣੇ ਆਪ ਨੂੰ ਪ੍ਰਭ ਦੀ ਰਜ਼ਾ ਵਿੱਚ, ਭਾਣੇ ਵਿੱਚ ਮਸਤ ਰਖਦਾ ਹੈ, ਪ੍ਰਭ ਦਾ ਸ਼ਬਦ ਆਪਣੇ ਮਨ ਵਿੱਚ ਵਸਾ ਲੈਂਦਾ ਹੈ । ਉਸ ਤੇ ਪ੍ਰਭ ਰਹਿਮਤ ਬਖਸ਼ਕੇ ਸਾਰੀਆਂ ਇਛਾਂ, ਵਿਛੋੜੇ ਦਾ ਡਰ ਦੂਰ ਕਰ ਦੇਂਦਾ, ਅਹੰਕਾਰ ਦੀ ਜੜ੍ਹ ਨਾਸ਼ ਹੋ ਜਾਂਦੀ ਹੈ ।

So many scholars search various worldly Holy Scriptures to comprehend the teachings of Holy Scriptures; however, they may go deeper and deeper into suspicions and frustrations. Whosoever may pilgrimage from Holy shrine to Holy shrine, baptized with religious disciplines, religious robe to be accepted in His Court; his ego may blossom within, he may be burned in the fire of ego of his own mind. His soul may only be rewarded for the good deeds as per His Word, of his human life journey. Whosoever may abstain from food for long period of time as a sacrifice, meditation; he may only hurt the blessed human body, to change His nature, His Command. Whosoever may not adopt the teachings of His Word with a steady and stable belief; he may consider worldly guru as a guide for salvation, he remains in the cycle of birth and death. Whosoever may remain naked to endure hard condition to discipline his mind, keeps quite for longtime, he only wastes his precious opportunity to serve His Creation. How may the ignorant, intoxicated soul in worldly greed be awakened to concentrate on the teachings of His Word? Without adopting the teachings of His Word with steady and stable belief, the sleeping giant, soul may not be enlightened with the teachings of His Word from within. Whosoever may walk bare-footed as a sacrifice, he only endures his own created misery in life. Whosoever may eat wrong, banded food; the foolish and ignorant may be embarrassed and ruins his own honor by his own deeds. Without meditating with steady and stable belief, his mind may not be enlightened with the teachings of His Word. Whosoever may dwell in the cremation ground to be blessed by The True Master; he may stay away from the worldly pleasures, still he remains ignorant from the enlightenment of His Word. In the end, he may regret and repent his foolishness. Whosoever may adopt the teachings of His Word with steady and stable belief in day-to-day life; he may remain drenched with the essence of His Word. The Merciful True Master may eliminate all his desires, fear of separation from Holy Spirit and the root of ego from his mind.

ਪਉੜੀ॥
ਭਗਤ ਤੇਰੈ ਮਨਿ ਭਾਵਦੇ, ਦਰਿ ਸੋਹਨਿ ਕੀਰਤਿ ਗਾਵਦੇ॥
ਨਾਨਕ ਕਰਮਾ ਬਾਹਰੇ, ਦਰਿ ਢੋਅ ਨ ਲਹਨ੍ਹੀ ਧਾਵਦੇ॥
ਇਕਿ ਮੂਲੁ ਨ ਬੁਝਨ੍ਹਿ ਆਪਣਾ, ਅਣਹੋਦਾ ਆਪੁ ਗਣਾਇਦੇ॥
ਹਉ ਢਾਢੀ ਕਾ ਨੀਚ ਜਾਤਿ, ਹੋਰਿ ਉਤਮ ਜਾਤਿ ਸਦਾਇਦੇ॥
ਤਿਨ੍ਹ ਮੰਗਾ ਜਿ ਤੁਝੈ ਧਿਆਇਦੇ॥ ੯॥

pa-orhee.
bhagat tayrai man bhaavday dar sohan keerat gaavday.
naanak karmaa baahray dar dho-a na lehnHee Dhaavday.
ik mool na bujhniH aapnaa anhodaa aap ganaa-iday.
ha-o dhaadhee kaa neech jaat hor utam jaat sadaa-iday.
tinH mangaa je tujhai Dhi-aa-iday. ||9||

ਪ੍ਰਭ ਜਿਸ ਤੇ ਤੇਰੀ ਰਹਿਮਤ ਬਖਸ਼ਿਸ਼ ਹੋ ਜਾਂਦੀ ਹੈ, ਉਹ ਹੀ ਤੇਰੇ ਦਰ ਤੇ ਉਸਤਤ ਗਾਉਂਦਾ, ਦਰਬਾਰ ਵਿੱਚ ਸੋਭਦਾ ਹੈ । ਬਿਨਾਂ ਭਾਗਾਂ ਤੋਂ ਮੁਕਤੀ ਬਖਸ਼ਿਸ਼ ਨਹੀਂ ਹੁੰਦੀ, ਆਤਮਾ ਬਾਰ ਬਾਰ ਜਮਨ ਮਰਨ ਵਿੱਚ ਹੀ ਰਹਿੰਦੀ ਹੈ । ਜਿਹੜਾ ਜੀਵ ਮਾਨਸ ਜਨਮ ਦਾ ਅਸਲੀ ਮੰਤਵ ਨਹੀਂ ਸਮਝਦਾ । ਉਹ ਬਿਨਾਂ ਕੁਝ ਹਾਸਿਲ ਕਰਨ ਤੋਂ ਜਨਮ ਮਰਨ ਦੇ ਚੱਕਰ ਵਿੱਚ ਹੀ ਰਹਿੰਦਾ ਹੈ । ਪ੍ਰਭ ਮੈਂ ਤੇਰੇ ਸ਼ਬਦ ਦੇ ਗੁਣ ਹੀ ਗਾਉਂਦਾ, ਜੀਵਾਂ ਨੂੰ ਸੁਣਾਉਦਾ ਹਾ, ਕਈ ਮੈਨੂੰ ਨੀਚ ਹੈਸੀਅਤ ਵਾਲਾ ਕਹਿੰਦੇ ਹਨ । ਮਨ ਵਿੱਚ ਬੰਦਗੀ ਕਰਨ ਵਾਲਿਆਂ ਦੇ ਦਰਸ਼ਨ ਕਰਨ ਦੀ ਇਛਾਂ ਹਮੇਸ਼ਾਂ ਹੀ ਰਹਿੰਦੀ ਹੈ ।

Whosoever may be bestowed with His Blessed Vision; he may sing the glory and adopts the teachings of His Word; he may be honored in His Court. Without great prewritten destiny, the salvation may not be blessed; he remains in the cycle of birth and death. Whosoever may not realize the real purpose of his human life, he remains in the cycle of birth and death without achieving anything in his human life journey. I sing the glory of His Word and inspires others; some may call me insane, lower-class creature. I always have a deep desire, devotion to be blessed with the association as His true devotee.

Key Message of Aasaa De Var, Salok #9, page 467-14
ਅਹੰਕਾਰ ਤੇ ਕਿਵੇਂ ਜਿੱਤ ਪਾਈ ਜਾ ਸਕਦੀ ਹੈ?
ਜਿਹੜਾ ਸ਼ਬਦ ਦੀ ਪਾਲਣਾ ਕਰਦਾ, ਉਸ ਦਾ ਵਿਛੋੜੇ ਦਾ ਡਰ ਦੂਰ ਹੋ ਜਾਂਦਾ, ਅਹੰਕਾਰ ਦੀ ਜੜ੍ਹ ਨਾਸ਼ ਹੋ ਜਾਂਦੀ ਹੈ । ਆਤਮਾ ਨੂੰ ਆਪਣੇ ਕੀਤੇ ਹੋਏ ਕੰਮਾਂ ਦਾ ਫਲ ਹੀ ਬਖਸ਼ਿਸ਼ ਹੁੰਦਾ ਹੈ । ਅਡੋਲ ਭਰੋਸੇ ਨਾਲ ਸ਼ਬਦ ਨਾਲ ਜੀਵਨ ਢਾਲਣ ਤੋਂ ਬਿਨਾਂ, ਸੁੱਤੀ ਹੋਈ ਆਤਮਾ ਜਾਗਰਤ ਨਹੀਂ ਹੁੰਦੀ! ਅਨੇਕਾਂ ਧਾਰਮਕ ਗ੍ਰੰਥ, ਗਿਆਨ ਵਾਲੀਆਂ ਕਿਤਾਬਾਂ ਪੜ੍ਹਨ ਨਾਲ ਮਾਨਸ ਜਨਮ ਦਾ ਅਸਲੀ ਮੰਤਵ, ਮੁਕਤੀ ਦਾ ਰਸਤਾ ਬਖਸ਼ਿਸ਼, ਨਹੀਂ ਹੁੰਦਾ! ਹੋਰ ਕੋਈ ਭਗਤੀ ਦਰਬਾਰ ਵਿੱਚ ਸਹਾਈ ਨਹੀਂ ਹੋ ਸਕਦੀ । ਸੁੱਤੀ ਹੋਈ ਆਤਮਾ ਜਾਗਰਤ ਨਹੀਂ ਹੁੰਦੀ ।
How to conquer own ego?
Whosoever may adopt the teachings of His Word with steady and stable belief, his fear of separation from His Holy spirit and the root of ego may be eliminated. His earnings of His Word may be rewarded. Without adopting the teachings of His Word with steady and stable belief, his soul may be drifted from the right path of human life journey. He may never realize the real purpose of human life opportunity. He may read several religious Holy Scriptures, and becomes knowledgeable; he may not earn any wealth of His Word to support the real purpose of human life.

78. ਸਲੋਕੁ ਮਃ ੧॥ (10) 468 -5

ਕੂੜੁ ਰਾਜਾ, ਕੂੜੁ ਪਰਜਾ, ਕੂੜੁ ਸਭੁ ਸੰਸਾਰੁ॥
ਕੂੜੁ ਮੰਡਪ, ਕੂੜੁ ਮਾੜੀ, ਕੂੜੁ ਬੈਸਣਹਾਰੁ॥
ਕੂੜੁ ਸੁਇਨਾ, ਕੂੜੁ ਰੁਪਾ, ਕੂੜੁ ਪੈਨ੍ਹਣਹਾਰੁ॥
ਕੂੜੁ ਕਾਇਆ, ਕੂੜੁ ਕਪੜੁ, ਕੂੜੁ ਰੂਪੁ ਅਪਾਰੁ॥
ਕੂੜੁ ਮੀਆ, ਕੂੜੁ ਬੀਬੀ, ਖਪਿ ਹੋਏ ਖਾਰੁ॥
ਕੂੜਿ ਕੂੜੈ ਨੇਹੁ ਲਗਾ, ਵਿਸਰਿਆ ਕਰਤਾਰੁ॥
ਕਿਸੁ ਨਾਲਿ ਕੀਚੈ ਦੋਸਤੀ, ਸਭੁ ਜਗੁ ਚਲਣਹਾਰੁ॥
ਕੂੜੁ ਮਿਠਾ, ਕੂੜੁ ਮਾਖਿਉ, ਕੂੜੁ ਡੋਬੇ ਪੂਰੁ॥
ਨਾਨਕੁ ਵਖਾਣੈ ਬੇਨਤੀ, ਤੁਧੁ ਬਾਝੁ ਕੂੜੋ ਕੂੜੁ॥੧॥

koorh raajaa koorh parjaa koorh sabh sansaar.
koorh mandap koorh maarhee koorh baisanhaar.
koorh su-inaa koorh rupaa koorh painHanhaar.
koorh kaa-i-aa koorh kaparh koorh roop apaar.
koorh mee-aa koorh beebee khap ho-ay khaar.
koorh koorhai nayhu lagaa visri-aa kartaar.
kis naal keechai dostee sabh jag chalanhaar.
koorh mithaa koorh maakhi-o koorh dobay poor.
naanak vakhaanai bayntee tuDh baajh koorho koorh. ||1||

ਸਾਰੀ ਸ੍ਰਿਸ਼ਟੀ ਦੇ ਜੀਵ ਅਤੇ ਸਾਰੇ ਸੰਸਾਰਕ ਪਦਾਰਥ ਹੀ ਸਦਾ ਰਹਿਣ ਵਾਲੇ ਨਹੀਂ, ਥੋੜ੍ਹੇ ਸਮੇਂ ਵਿੱਚ ਖਤਮ ਹੋ ਜਾਣ ਵਾਲੇ ਹਨ । ਜੀਵ ਇਹਨਾਂ ਨਾਲ ਮੋਹ ਜੋੜ ਕੇ ਅਸਲੀ ਮਾਲਕ ਦਾ ਧਿਆਨ ਭੁਲ ਜਾਂਦਾ ਹੈ । ਪ੍ਰਭ ਅੱਗੇ ਅਰਦਾਸ, ਸਿਮਰਨ ਕਰੋ! ਉਹ ਸੋਝੀ ਬਖਸ਼ੇ । ਕਿਸ ਨਾਲ ਮੋਹ ਲਗਾਵੇ, ਸੰਬਧ ਜੋੜੇ, ਸਾਰੀ ਸ੍ਰਿਸ਼ਟੀ ਹੀ ਮਿਟ ਜਾਣ ਵਾਲੀ, ਸਦਾ ਰਹਿਣ ਵਾਲਾ ਨਹੀਂ ਹੈ । ਖਾਣ ਵਾਲੀਆਂ ਨਿਆਮਤਾਂ ਵੀ ਸੰਸਾਰਕ ਬੇੜੀ ਨੂੰ ਪਾਰ ਨਹੀਂ ਲਗਾ ਸਕਦੀਆਂ । ਰੀਹਮਤ ਬਖਸ਼ਕੇ ਸਿੱਧੇ ਰਸਤੇ ਦੀ ਸੋਝੀ ਬਖਸ਼ਕੇ ਅਡੋਲ ਰਖੋ ।

**** (ਰਾਜੇ, ਪਰਜਾ, ਵੱਡੇ, ਮਹਿਲ, ਰਹਿਣ ਵਾਲੇ, ਸੋਹਣੇ ਜੀਵ, ਸ਼ਾਨਦਾਰ ਕਪੜੇ, ਗਹਿਣੇ, ਸੰਸਾਰਕ ਰਿਸ਼ਤੇ, ਮਾਤਾ, ਪਿਤਾ, ਬੀਵੀ, ਬੱਚੇ)**

All worldly pleasures, possessions, and great worldly status, vanish over a period. Whosoever may remain intoxicated with worldly pleasures; he may forget the teachings of His Word, The True Master. You should meditate and pray for His Forgiveness and Refuge; you may be enlightened with the perishable nature of His Creation! Whom should I associate, attach to, in my human life journey to become worthy of Your Consideration? All worldly delicacies may not be able to enlighten the right path of human life journey. Whosoever may be bestowed with His Blessed Vision, he may be enlightened with the right path of meditation, salvation.

ਮਃ ੧॥

ਸਚੁ ਤਾ ਪਰੁ ਜਾਣੀਐ, ਜਾ ਰਿਦੈ ਸਚਾ ਹੋਇ॥
ਕੂੜ ਕੀ ਮਲੁ ਉਤਰੈ, ਤਨੁ ਕਰੇ ਹਛਾ ਧੋਇ॥
ਸਚੁ ਤਾ ਪਰੁ ਜਾਣੀਐ, ਜਾ ਸਚਿ ਧਰੇ ਪਿਆਰੁ॥
ਨਾਉ ਸੁਣਿ ਮਨੁ ਰਹਸੀਐ, ਤਾ ਪਾਏ ਮੋਖ ਦੁਆਰੁ॥
ਸਚੁ ਤਾ ਪਰੁ ਜਾਣੀਐ, ਜਾ ਜੁਗਤਿ ਜਾਣੈ ਜੀਉ॥
ਧਰਤਿ ਕਾਇਆ ਸਾਧ ਕੈ, ਵਿਚਿ ਦੇਇ ਕਰਤਾ ਬੀਉ॥
ਸਚੁ ਤਾ ਪਰੁ ਜਾਣੀਐ, ਜਾ ਸਿਖ ਸਚੀ ਲੇਇ॥
ਦਇਆ ਜਾਣੈ ਜੀਅ ਕੀ, ਕਿਛੁ ਪੁੰਨੁ ਦਾਨੁ ਕਰੇਇ॥
ਸਚੁ ਤਾਂ ਪਰੁ ਜਾਣੀਐ, ਜਾ ਆਤਮ ਤੀਰਥਿ ਕਰੇ ਨਿਵਾਸੁ॥
ਸਤਿਗੁਰੂ ਨੋ ਪੁਛਿ ਕੈ, ਬਹਿ ਰਹੈ ਕਰੇ ਨਿਵਾਸੁ॥
ਸਚੁ ਸਭਨਾ ਹੋਇ ਦਾਰੂ, ਪਾਪ ਕਢੈ ਧੋਇ॥
ਨਾਨਕੁ ਵਖਾਣੈ ਬੇਨਤੀ, ਜਿਨ ਸਚੁ ਪਲੈ ਹੋਇ॥੨॥

mehlaa 1.

sach taa par jaanee-ai jaa ridai sachaa ho-ay.
koorh kee mal utrai tan karay hachhaa Dho-ay.
sach taa par jaanee-ai jaa sach Dharay pi-aar.
naa-o sun man rehsee-ai taa paa-ay mokh du-aar.
sach taa par jaanee-ai jaa jugat jaanai jee-o.
Dharat kaa-i-aa saaDh kai vich day-ay kartaa bee-o.
sach taa par jaanee-ai jaa sikh sachee lay-ay.
da-i-aa jaanai jee-a kee kichh punn daan karay-i.
sach taaN par jaanee-ai jaa aatam tirath karay nivaas.
satguroo no puchh kai bahi rahai karay nivaas.
sach sabhnaa ho-ay daaroo paap kadhai Dho-ay.
naanak vakhaanai bayntee jin sach palai ho-ay. ||2||

ਜਿਸ ਦਾ ਮਨ ਪਵਿੱਤਰ ਹੋ ਜਾਂਦਾ ਹੈ, ਉਸ ਦੀ ਆਤਮਾ ਵਿੱਚ ਹੋਰ ਲਾਲਚ ਨਹੀਂ ਰਹਿੰਦਾ । ਉਹ ਮਨ ਦੇ ਸਾਰੇ ਲਾਲਚ, ਭਾਵਨਾਂ ਛੱਡਕੇ ਸ਼ਬਦ ਦਾ ਸਿਮਰਨ, ਪਾਲਣਾ ਕਰਦਾ ਹੈ । ਉਸ ਨੂੰ ਪ੍ਰਭ ਦੀ ਹੋਂਦ ਦੀ ਸੋਝੀ ਬਖਸ਼ਿਸ਼ ਹੋ ਜਾਂਦੀ ਹੈ । ਪ੍ਰਭ ਦੇ ਸ਼ਬਦ ਸੁਣਨ, ਪਾਲਣਾ ਕਰਨ ਨਾਲ ਦਰ ਦੀ ਖਬਰ, ਮੁਕਤੀ ਦੀ ਮੰਜ਼ਲ ਬਖਸ਼ਿਸ਼ ਹੋ ਜਾਂਦੀ ਹੈ । ਜਿਹੜਾ ਆਪਣੀ ਆਤਮਾ ਨੂੰ ਪਵਿੱਤਰ ਕਰਕੇ, ਸ਼ਬਦ ਦਾ ਸਿਮਰਨ, ਸ਼ਬਦ ਦੀ ਸਿਖਿਆਂ ਨਾਲ ਜੀਵਨ ਢਾਲਦਾ, ਸ੍ਰਿਸ਼ਟੀ ਦੀ ਸੇਵਾ ਕਰਦਾ ਹੈ । ਉਹ ਆਪਣਾ ਜੀਵਨ ਪ੍ਰਭ ਦੇ ਭਾਣੇ ਤੇ ਚਲਾਉਂਦਾ ਹੈ! ਹਰ ਕੰਮ ਕਰਨ ਵੇਲੇ ਮਨ ਵਿੱਚ ਇਕੋ ਇਕ ਪ੍ਰਭ ਦੇ ਸ਼ਬਦ ਦਾ ਹੀ ਖਿਆਲ ਰਖਦਾ ਹੈ । ਅਗਰ ਪ੍ਰਭ ਆਪ ਇਹ ਕੰਮ ਕਰਦਾ, ਉਹ ਕਿਵੇਂ ਅਤੇ ਕੀ ਕਰਦਾ? ਫਿਰ ਕੰਮ ਪ੍ਰਭ ਦੇ ਸ਼ਬਦ ਦੀ ਸਿਖਿਆਂ ਅਨੁਸਾਰ ਹੀ ਆਪ ਕਰਦਾ । ਸਰਬ ਕਲਾਂ ਸਮਰਥ ਪ੍ਰਭ ਦੇ ਸ਼ਬਦ ਵਿੱਚ ਮਨ ਦੇ ਸਾਰੇ ਰੋਗਾਂ ਦਾ ਹੀ ਇਲਾਜ ਹੈ, ਪ੍ਰਭ ਸਾਰੇ ਪਾਪ ਬਖਸ਼ ਸਕਦਾ ਹੈ । ਉਸ ਦੇ ਸ਼ਬਦ ਦਾ ਸਿਮਰਨ, ਅਰਦਾਸ ਕਰੋ! ਪ੍ਰਭ ਉਸ ਜੀਵ ਨਾਲ ਸੰਜੋਗ ਬਣਾਵੋ, ਜਿਸ ਨੇ ਆਪਣੇ ਜੀਵਨ ਦਾ ਢੰਗ ਸ਼ਬਦ ਨਾਲ ਢਾਲਿਆ ਹੋਵੇ ।

Whosoever may renounce all worldly greed and attachments, he may adopt the teachings of His Word with steady and stable belief in his life; his soul may be sanctified. He may be blessed with the realization of His Existence. Whosoever may wholeheartedly listen and adopt the teachings of His Word with steady and stable belief in day-to-day life; with His mercy and grace, he may be enlightened with the right path of acceptance in His Court. He may adopt the teachings of His Word and he may perform all his deeds with the essence of His Word and follows rigidly. The Omnipotent True Master, essence of His Word may cure all disease of mind; He may forgive all your sinful deeds. You should meditate and adopt the teachings of His Word with steady and stable belief and pray for His Blessed Vision to be blessed with the association of His true devotee; who might have adopted the teachings of His Word in his day-to-day life!

ਪਉੜੀ॥

ਦਾਨੁ ਮਹਿੰਡਾ ਤਲੀ ਖਾਕੁ, ਜੇ ਮਿਲੈ ਤ ਮਸਤਕਿ ਲਾਈਐ॥
ਕੂੜਾ ਲਾਲਚੁ ਛਡੀਐ, ਹੋਇ ਇਕ ਮਨਿ ਅਲਖੁ ਧਿਆਈਐ॥
ਫਲੁ ਤੇਵੇਹੋ ਪਾਈਐ, ਜੇਵੇਹੀ ਕਾਰ ਕਮਾਈਐ॥
ਜੇ ਹੋਵੈ ਪੂਰਬਿ ਲਿਖਿਆ, ਤਾ ਧੂੜਿ ਤਿਨ੍ਹਾ ਦੀ ਪਾਈਐ॥
ਮਤਿ ਥੋੜੀ ਸੇਵ ਗਵਾਈਐ॥੧੦॥

pa-orhee.

daan mahindaa talee khaak jay milai ta mastak laa-ee-ai.
koorhaa laalach chhadee-ai ho-ay ik man alakh Dhi-aa-ee-ai.
fal tayvayho paa-ee-ai jayvayhee kaar kamaa-ee-ai.
jay hovai poorab likhi-aa taa Dhoorh tinHaa dee paa-ee-ai.
mat thorhee sayv gavaa-ee-ai. ||10||

ਜੀਵ ਸੰਸਾਰਕ ਲਾਲਚ ਤਿਆਗ ਕੇ, ਇਕ ਮਨ ਹੋ ਕੇ ਪ੍ਰਭ ਦੇ ਸ਼ਬਦ ਦਾ ਸਿਮਰਨ, ਪਾਲਣਾ ਕਰੋ । ਉਸ ਸੰਤ ਸਰੂਪ ਜੀਵ ਨੂੰ ਆਪਣੇ ਜੀਵਨ ਦਾ ਆਦਰਸ਼ ਬਣਾਵੋ! ਜਿਹੜਾ ਅਡੋਲ ਭਰੋਸੇ ਨਾਲ ਸ਼ਬਦ ਦਾ ਸਿਮਰਨ, ਪਾਲਣਾ ਕਰਦਾ ਹੈ । ਜੀਵਨ ਵਿੱਚ ਪਿਛਲੇ ਜਨਮ ਦੇ ਕੀਤੇ ਕੰਮਾਂ ਦਾ ਫਲ ਹੀ ਬਖਸ਼ਿਸ਼ ਹੁੰਦਾ ਹੈ । ਪਿਛਲੇ ਜਨਮ

ਦੇ ਕੰਮਾਂ ਅਨੁਸਾਰ ਹੀ ਸੰਤ ਸਰੂਪਾ ਦਾ ਸੰਜੋਗ ਬਖਸ਼ਿਸ਼ ਹੋ ਸਕਦਾ ਹੈ । ਅਗਿਆਨੀ ਜੀਵ ਨੂੰ ਸੇਵਾ ਦੀ ਮਹੱਤਤਾ ਦਾ ਗਿਆਨ ਨਹੀਂ ਹੁੰਦਾ, ਉਹ ਸ੍ਰਿਸ਼ਟੀ ਦੀ ਸੇਵਾ ਕਰਨ ਦਾ ਮੌਕਾ ਗਵਾ ਲੈਂਦਾ ਹੈ ।

You should renounce the greed of mind and wholeheartedly meditate on the teachings of His Word. You should adopt the life experience teachings of His true devotees in your own life; who has wholeheartedly adopted His Word in his life. Whatsoever have been prewritten in your destiny, as a reward for your previous life good deeds, even that reward may be blessed, only by adopting the prewritten road map as His Word. Whosoever may have a great prewritten destiny, only he may be blessed with the conjugation of His Holy saint. Self-minded, ignorant may not realize the significance of serving His Creation; he may waste his priceless opportunity to serve His Creation.

Key Message of Aasaa De Var, Salok #10, page 468-5
'ਪਿਛਲੇ ਜਨਮ ਦੇ ਕੀਤੇ ਕੰਮਾਂ ਦਾ ਫਲ ਕਿਵੇਂ ਬਖਸ਼ਿਸ਼ ਹੋ ਸਕਦਾ ਹੈ?
ਜਿਹੜਾ ਆਪਣੀ ਆਤਮਾ ਨੂੰ ਸੰਸਾਰਕ ਮਾਇਆ ਦੇ ਪ੍ਰਭਾਵ ਤੋਂ ਦੂਰ ਰਖਦਾ, ਪਵਿੱਤਰ ਕਰ ਲੈਂਦਾ ਹੈ, ਉਸ ਨੂੰ ਮੁਕਤੀ ਦੀ ਮੰਜ਼ਲ ਬਖਸ਼ਿਸ਼ ਹੋ ਜਾਂਦੀ ਹੈ । ਉਸ ਨੂੰ ਪਿਛਲੇ ਜਨਮ ਦੇ ਕੀਤੇ ਕੰਮਾਂ ਦਾ ਫਲ ਹੀ ਬਖਸ਼ਿਸ਼ ਹੋ ਜਾਂਦਾ ਹੈ । ਸਾਰੀ ਸ੍ਰਿਸ਼ਟੀ ਦੇ ਜੀਵ, ਸੰਸਾਰਕ ਪਦਾਰਥ ਥੋੜ੍ਹੇ ਸਮਾਂ ਵਿੱਚ ਖਤਮ ਹੋ ਜਾਂਦੇ ਹਨ । ਜਿਹੜਾ ਸੰਸਾਰਕ ਮਾਇਆ ਨਾਲ ਮੋਹ ਜੋੜਦਾ, ਅਸਲੀ ਮੰਤਵ ਭੁਲ ਕੇ ਜੂੰਨਾਂ ਦੇ ਚੱਕਰ ਵਿੱਚ ਹੀ ਰਹਿੰਦਾ ਹੈ ।
How may the prewritten destiny be rewarded?
Whosoever may remain beyond the reach of worldly wealth; his sanctified soul may realize of His Existence. The purpose of human life, the right path of acceptance, his prewritten destiny, may be reward. All worldly pleasures, and possessions are short-lived. Whosoever remain intoxicated with sweet poison of worldly wealth; he may forget the real purpose of human life opportunity and remains in the cycle of birth and death.

79. ਸਲੋਕੁ ਮਃ ੧॥ (11) 468-16

ਸਚਿ ਕਾਲੁ ਕੂੜੁ ਵਰਤਿਆ, ਕਲਿ ਕਾਲਖ ਬੇਤਾਲ॥	sach kaal koorh varti-aa kal kaalakh baytaal.
ਬੀਉ ਬੀਜਿ ਪਤਿ ਲੈ ਗਏ, ਅਬ ਕਿਉ ਉਗਵੈ ਦਾਲਿ॥	bee-o beej pat lai ga-ay ab ki-o ugvai daal.
ਜੇ ਇਕੁ ਹੋਇ ਤ ਉਗਵੈ, ਰੁਤੀ ਹੂ ਰੁਤਿ ਹੋਇ॥	jay ik ho-ay ta ugvairutee hoo rut ho-ay.
ਨਾਨਕ ਪਾਹੈ ਬਾਹਰਾ, ਕੋਰੈ ਰੰਗੁ ਨ ਸੋਇ॥	naanak paahai baahraa korai rang na so-ay.
ਭੈ ਵਿਚਿ ਖੁੰਬਿ ਚੜਾਈਐ, ਸਰਮੁ ਪਾਹੁ ਤਨਿ ਹੋਇ॥	bhai vich khumb charhaa-ee-ai saram paahu tan ho-ay.
ਨਾਨਕ ਭਗਤੀ ਜੇ ਰਪੈ, ਕੂੜੈ ਸੋਇ ਨ ਕੋਇ॥੧॥	naanak bhagtee jay rapai koorhai so-ay na ko-ay. ||1||

ਜਿਹੜਾ ਅਡੋਲ ਭਰੋਸੇ ਨਾਲ ਪ੍ਰਭ ਦੇ ਸ਼ਬਦ ਦਾ ਸਿਮਰਨ ਕਰਦਾ ਹੈ, ਉਸ ਨੂੰ ਅਸਲੀ ਰਸਤਾ ਬਖਸ਼ਿਸ਼ ਹੋ ਜਾਂਦਾ ਹੈ । ਇਸ ਰਸਤੇ ਤੇ ਅਡੋਲ ਰਹਿਣ ਨਾਲ ਉਸ ਦਾ ਮਨ ਤਿਆਰ ਹੋ ਜਾਂਦਾ ਹੈ । ਕੱਲਯੁਗ ਵਿੱਚ! ਕੋਈ ਵਿਰਲਾ ਹੀ ਭਰੋਸੇ ਨਾਲ ਬੰਦਗੀ ਕਰਦਾ ਹੈ, ਬਹੁਤ ਜੀਵ ਜਮਦੂਤਾਂ ਦੇ ਰਸਤੇ ਤੇ ਹੀ ਚਲਦੇ ਹਨ । ਇਕ ਵਾਰ ਚਿਤ ਲਾ ਕੇ ਸਿਮਰਨ ਕਰਨ ਨਾਲ ਪ੍ਰਭ ਦੇ ਸ਼ਬਦ ਨਾਲ ਲਗਨ, ਭਰੋਸਾ ਅਡੋਲ ਨਹੀਂ ਹੁੰਦਾ । ਅਸਲੀ ਰਸਤੇ ਤੇ ਅਡੋਲ ਹੋਣ ਲਈ ਸਮਾਂ ਲਗਦਾ ਹੈ । ਬਾਰ ਬਾਰ ਸਿਮਰਨ ਨਾਲ ਮਨ ਤੇ ਸ਼ਬਦ ਦੀ ਸਿਖਿਆਂ ਦਾ ਅਸਰ ਹੋਣ ਲਗ ਪੈਂਦਾ ਹੈ । ਜਿਹੜਾ ਭਰੋਸੇ ਨਾਲ ਉਸ ਦੀ ਬੰਦਗੀ ਦਾ ਮਾਰਗ ਨਹੀਂ ਛੱਡਦਾ, ਉਸ ਨੂੰ ਪ੍ਰਵਾਨਗੀ ਦਾ ਰਸਤਾ ਬਖਸ਼ਿਸ਼ ਹੋ ਜਾਂਦਾ ਹੈ ।

Whosoever wholeheartedly meditated on the teachings of His Word, he may be blessed with the right path of meditation. By consistently meditating with steady and stable belief, his soul may become ready and worthy of His Consideration over a period. **In the Age of Kul jug**! Very rare devotee may meditate with steady and stable belief on the teachings of His Word; most of the devotees may drift to the path of the demons of worldly wealth. Only by meditating wholeheartedly few times, his mind may not remain steady and stable on that path. Only with patience and consistent determination on the right path, his soul may become worthy of His Consideration. Whosoever may remain consistent on the right path, with steady and stable belief; he may be drenched with the teachings of His Word within his mind. Whosoever may not abandon the right path; The Merciful True Master may keep him steady and stable on the right path of acceptance in His Court.

ਮਃ ੧॥	**mehlaa 1.**
ਲਬੁ ਪਾਪੁ ਦੁਇ ਰਾਜਾ ਮਹਤਾ, ਕੂੜੁ ਹੋਆ ਸਿਕਦਾਰੁ॥	lab paap du-ay raajaa mahtaa koorh ho-aa sikdaar.
ਕਾਮੁ ਨੇਬੁ ਸਦਿ ਪੁਛੀਐ, ਬਹਿ ਬਹਿ ਕਰੇ ਬੀਚਾਰੁ॥	kaam nayb sad puchhee-ai bahi bahi karay beechaar.
ਅੰਧੀ ਰਯਤਿ ਗਿਆਨ ਵਿਹੂਣੀ, ਭਾਹਿ ਭਰੇ ਮੁਰਦਾਰੁ॥	anDhee rayat gi-aan vihoonee bhaahi bharay murdaar.
ਗਿਆਨੀ ਨਚਹਿ ਵਾਜੇ ਵਾਵਹਿ, ਰੂਪ ਕਰਹਿ ਸੀਗਾਰੁ॥	gi-aanee nacheh vaajay vaaveh roop karahi seegaar.
ਊਚੇ ਕੂਕਹਿ ਵਾਦਾ ਗਾਵਹਿ, ਜੋਧਾ ਕਾ ਵੀਚਾਰੁ॥	oochay kookeh vaadaa gaavahi joDhaa kaa veechaar.
ਮੂਰਖ ਪੰਡਿਤ ਹਿਕਮਤਿ ਹੁਜਤਿ, ਸੰਜੈ ਕਰਹਿ ਪਿਆਰੁ॥	moorakh pandit hikmat hujat sanjai karahi pi-aar.
ਧਰਮੀ ਧਰਮੁ ਕਰਹਿ ਗਾਵਾਵਹਿ, ਮੰਗਹਿ ਮੋਖ ਦੁਆਰੁ॥	Dharmee Dharam karahi gaavaaveh mangeh mokh du-aar.
ਜਤੀ ਸਦਾਵਹਿ ਜੁਗਤਿ ਨ ਜਾਣਹਿ, ਛਡਿ ਬਹਹਿ ਘਰ ਬਾਰੁ॥	jatee sadaaveh jugat na jaaneh chhad baheh ghar baar.
ਸਭੁ ਕੋ ਪੂਰਾ ਆਪੇ ਹੋਵੈ, ਘਟਿ ਨ ਕੋਈ ਆਖੈ॥	sabh ko pooraa aapay hovai ghat na ko-ee aakhai.
ਪਤਿ ਪਰਵਾਣਾ ਪਿਛੈ ਪਾਈਐ, ਤਾ ਨਾਨਕ ਤੋਲਿਆ ਜਾਪੈ॥੨॥	pat parvaanaa pichhai paa-ee-ai taa naanak toli-aa jaapai. ||2||

ਸੰਸਾਰ ਵਿੱਚ ਲਾਲਚ ਦਾ ਪ੍ਰਭਾਵ ਸਭ ਤੋਂ ਜ਼ਿਆਦਾ ਹੈ, ਫਰੇਬ ਹੀ ਇਹਨਾਂ ਦਾ ਖਜ਼ਾਨਾ ਹੈ । ਉਹ ਵਾਸਨਾ ਦੀ ਇਛਾਂ ਵਿੱਚ ਮਗਨ ਰਹਿੰਦਾ ਹੈ, ਇਸ ਦੇ ਪ੍ਰਭਾਵ ਨਾਲ ਆਪਣਾ ਜੀਵਨ ਢਾਲਦਾ ਹੈ । ਉਸ ਦੀ ਮੱਤ ਮਾਰੀ ਜਾਂਦੀ ਹੈ, ਆਪਣੇ ਆਪ ਨੂੰ ਪਰਾਏ ਧਨ ਨਾਲ ਖੁਸ਼ਹਾਲ ਕਰਦਾ ਹੈ । ਧਾਰਮਕ ਆਗੂ, ਬਹੁਤ ਜ਼ੋਰ ਨਾਲ ਭਗਤਾਂ ਦੀਆਂ ਕਰਬਾਣੀਆਂ, ਕਥਾਂ ਨਾਲ ਪ੍ਰਚਾਰ ਕਰਦਾ ਹੈ । ਆਪਣੇ ਆਪ ਨੂੰ ਸੁੰਦਰ ਬਸਤ੍ਰਾਂ ਨਾਲ ਸਜਾਕੇ ਰਖਦਾ ਹੈ । ਜਿਹੜੇ ਮਨਮੁਖ ਕਤਾਬੀ ਗਿਆਨ, ਆਪਣੀਆਂ ਚਲਾਕੀਆਂ ਨਾਲ ਆਪਣੇ ਆਪ ਨੂੰ ਧਾਰਮਕ, ਸੋਝੀਵਾਨ ਕਹਾਉਂਦਾ ਹੈ । ਉਹ ਪ੍ਰਭ ਅੱਗੇ ਲੰਮੀਆਂ, ਨਿਮ੍ਰਤਾ ਭਰੀਆਂ, ਮੁਕਤੀ ਦੀ ਬਖਸ਼ਿਸ਼ ਦੀਆਂ ਅਰਦਾਸਾਂ ਕਰਦਾ ਰਹਿੰਦਾ ਹੈ । ਇਹ ਧਾਰਮਕ ਜੀਵ ਆਪਣੇ ਆਪ ਨੂੰ ਸੰਤ (ਜਤੀ) ਸਦਾਉਂਦਾ, ਆਪਣੇ ਆਪ ਨੂੰ ਪਵਿੱਤਰ ਪੂਰਾ ਸਮਝਦਾ ਹੈ! ਪਰ ਆਪਣਾ ਜੀਵਨ ਸ਼ਬਦ ਨਾਲ ਨਹੀਂ ਢਾਲਦਾ, ਪ੍ਰਭ ਦੇ ਸ਼ਬਦ ਦੀ ਕੋਈ ਸੋਝੀ ਨਹੀਂ ਹੁੰਦੀ । ਜਿਹੜਾ ਆਪਣਾ ਜੀਵਨ ਪ੍ਰਭ ਦੀ ਰਜ਼ਾ ਵਿੱਚ ਹੀ ਜੀਉਂਦਾ ਹੈ, ਪ੍ਰਭ ਦੀ ਦਰਗਾਹ ਵਿੱਚ ਪ੍ਰਵਾਨ ਹੁੰਦਾ ਹੈ, ਉਹ ਹੀ ਅਸਲੀ ਪੂਰਾ ਕਹਿਣ ਦੇ ਯੋਗ ਹੁੰਦਾ ਹੈ ।

ਗੁਰੂ ਨਾਨਕ ਦੇਵ ਜੀ! – Guru Nanak Dev Ji! Guru Granth Sahib

The greed of worldly wealth dominates the whole creation; deception and falsehood are the treasure of self-minded. He remains intoxicated in sexual urge; under the influence of these demons of worldly desire. He loses wisdom, his conscious and the right path; he tries to become happy, prosper by robbing the earnest livings of others. Worldly preacher inspires the innocent with the glorious stories and sacrifices of the Holy saints; he may embellish with expensive robes as a token of His Blessings. Scholar with bookish knowledge of Holy Scripture, with his clever, devious plans claims to be religious and enlightened. He may humbly with melodious tone pray for salvation. These religious preachers claim to be saint, holy, contented, and sanctified. Whosoever may not adopt the teachings of His Word in day-to-day life; he may never be enlightened nor comprehension of the teachings of His Word. Whosoever may be accepted in His Court; only he may be worthy to be called a sanctified soul.

ਮਃ ੧॥	**mehlaa 1.**
ਵਦੀ ਸੁ ਵਜਗਿ ਨਾਨਕਾ, ਸਚਾ ਵੇਖੈ ਸੋਇ॥	vadee so vajag naankaa sachaa vaykhai so-ay.
ਸਭਨੀ ਛਾਲਾ ਮਾਰੀਆ, ਕਰਤਾ ਕਰੇ ਸੁ ਹੋਇ॥	sabhnee chhaalaa maaree-aa kartaa karay so ho-ay.
ਅਗੈ ਜਾਤਿ ਨ ਜੋਰੁ ਹੈ, ਅਗੈ ਜੀਉ ਨਵੇ॥	agai jaat na jor hai agai jee-o navay.
ਜਿਨ ਕੀ ਲੇਖੈ ਪਤਿ ਪਵੈ, ਚੰਗੇ ਸੇਈ ਕੇਇ॥੩॥	jin kee laykhai pat pavai changay say-ee kay-ay. ||3||

ਅੰਤਰਜਾਮੀ ਅਟਲ ਪ੍ਰਭ ਤੋਂ ਕੁਝ ਵੀ ਛਿਪਾਇਆ ਨਹੀਂ ਜਾ ਸਕਦਾ । ਹਰਇਕ ਜੀਵ ਆਪਣੀ ਸੰਸਾਰਕ ਹੈਸੀਅਤ ਵਿੱਚ ਮਸਤ ਰਹਿੰਦਾ ਹੈ, ਆਪਣੇ ਤਾਰੀਕੇ ਨਾਲ ਅਸਲੀ ਰਸਤਾ ਲੱਭਦਾ ਹੈ । ਉਹ ਭੁਲਾ ਜਾਂਦਾ, ਮਰਨ ਤੋਂ ਪਿਛੋਂ ਨਵਾਂ ਖੇਲ ਸ਼ੁਰੂ ਹੋ ਜਾਂਦਾ ਹੈ । ਜਿਹੜਾ ਸੰਸਾਰਕ ਜੀਵਨ ਵਿੱਚ ਚੰਗੇ ਕੰਮ ਕਰਦਾ ਹੈ, ਉਹ ਪ੍ਰਵਾਨ ਹੋ ਜਾਂਦਾ ਹੈ ।

The Omniscient True Master remains aware of every activity of His Creation! Nothing can be hidden from The Omniscient True Master. Everyone remains intoxicated in ego, of his worldly status; he tries his best efforts to find the right path of acceptance in His Court. He may forget! After death, a new play starts for his soul. Whosoever may perform good deeds for mankind; he may be accepted in His Court.

ਪਉੜੀ॥	**pa-orhee.**
ਧੁਰਿ ਕਰਮੁ ਜਿਨਾ ਕਉ ਤੁਧੁ ਪਾਇਆ, ਤਾ ਤਿਨੀ ਖਸਮੁ ਧਿਆਇਆ॥	Dhur karam jinaa ka-o tuDh paa-i-aa taa tinee khasam Dhi-aa-i-aa.
ਏਨਾ ਜੰਤਾ ਕੈ ਵਸਿ ਕਿਛੁ ਨਾਹੀ, ਤੁਧੁ ਵੇਕੀ ਜਗਤੁ ਉਪਾਇਆ॥	aynaa jantaa kai vas kichh naahee tuDh vaykee jagat upaa-i-aa.
ਇਕਨਾ ਨੋ ਤੂੰ ਮੇਲਿ ਲੈਹਿ, ਇਕਿ ਆਪਹੁ ਤੁਧੁ ਖੁਆਇਆ॥	iknaa no tooN mayl laihi ik aaphu tuDh khu-aa-i-aa.
ਗੁਰ ਕਿਰਪਾ ਤੇ ਜਾਣਿਆ, ਜਿਥੈ ਤੁਧੁ ਆਪੁ ਬੁਝਾਇਆ॥	gur kirpaa tay jaani-aa jithai tuDh aap bujhaa-i-aa.
ਸਹਜੇ ਹੀ ਸਚਿ ਸਮਾਇਆ॥੧੧॥	sehjay hee sach samaa-i-aa. ||11||

ਜਿਸ ਦੇ ਭਾਗਾਂ ਵਿੱਚ ਪਹਿਲੇ ਹੀ ਲਿਖਿਆ ਹੁੰਦਾ ਹੈ, ਉਹ ਹੀ ਸ਼ਬਦ ਦੀ ਅਰਾਧਨਾ ਕਰਦਾ ਹੈ । ਸੰਸਾਰਕ ਜੀਵ ਦੇ ਆਪਣੇ ਵੱਸ ਵਿੱਚ ਕੁਝ ਨਹੀਂ ਹੁੰਦਾ ਹੈ । ਪ੍ਰਭ ਨੇ ਅਨੇਕਾਂ ਹੀ ਖੰਡ, ਬ੍ਰਹਮੰਡ ਸਿਰਜੇ ਹਨ! ਆਪਣੀ ਰਜ਼ਾ ਨਾਲ ਜੀਵ ਨੂੰ ਸਿੱਧੇ ਰਸਤੇ ਪਾ ਕੇ ਪ੍ਰਵਾਨ ਕਰ ਲੈਂਦਾ ਹੈ । ਕਈ ਲਾਲਚ, ਭਟਕਣਾਂ ਵਿੱਚ ਰਹਿੰਦੇ ਹਨ! ਜਿਸ ਨੂੰ ਆਪਣੀ ਰਹਿਮਤ ਨਾਲ ਅਸਲੀ ਮਾਰਗ ਤੇ ਰਖਦਾ ਹੈ, ਉਸ ਨੂੰ ਅਸਾਨੀ ਨਾਲ ਹੀ ਮੁਕਤੀ ਦਾ ਮਾਰਗ ਬਖਸ਼ਿਸ਼ ਹੋ ਜਾਂਦਾ ਹੈ ।

Whosoever may have a great prewritten destiny, he may meditate on the teachings of His Word. The worldly creature may not control his path in life. The True Master has created so many difference islands and solar systems in the universe. He may guide anyone on the right path of acceptance in His Court. So many may remain intoxicated in greed of worldly desires and frustrations. Whosoever may remain determined on the right path, he may easily be accepted in His Sanctuary.

Key Message of Aasaa De Var, Salok #11, page 468-16
'ਸ਼ਬਦ ਤੇ ਭਰੋਸਾ ਕਿਵੇਂ ਅਡੋਲ ਹੋ ਸਕਦਾ ਹੈ?
ਸਬਰ ਨਾਲ ਸਿਮਰਨ ਕਰਦੇ ਰਹਿਣ ਨਾਲ ਭਰੋਸਾ ਅਡੋਲ ਹੋ ਜਾਂਦਾ ਹੈ । ਉਸ ਨੂੰ ਅਸਲੀ ਰਸਤਾ ਬਖਸ਼ਿਸ਼ ਹੋ ਜਾਂਦਾ ਹੈ । ਜਿਸ ਦਾ ਆਪਣਾ ਜੀਵਨ ਪ੍ਰਭ ਦੀ ਰਜ਼ਾ ਵਿੱਚ ਹੁੰਦਾ ਹੈ, ਉਹ ਪ੍ਰਵਾਨ ਹੋ ਜਾਂਦਾ, ਉਹ ਹੀ ਅਸਲੀ ਪੂਰਾ ਕਹਿਣ ਦੇ ਯੋਗ ਹੁੰਦਾ ਹੈ । ਮਨਮੁਖ, ਕਤਾਬੀ ਗਿਆਨ ਵਾਲਾ ਲੰਮੀਆਂ, ਨਿਮ੍ਰਤਾ ਭਰੀਆਂ, ਮੁਕਤੀ ਦੀਆਂ ਅਰਦਾਸਾਂ ਕਰਦਾ ਹੈ । ਮਨਮੁਖ ਭੁਲਾ ਜਾਂਦਾ ਹੈ! ਮਰਨ ਤੋਂ ਪਿਛੋਂ ਨਵਾਂ ਖੇਲ ਸ਼ੁਰੂ ਹੋ ਜਾਂਦਾ ਹੈ ।
How to develop a steady and stable belief on His Word?
Whosoever may meditate with patience and consistent determination; his belief may become steady and stable. He may be blessed with the right path; his soul may become worthy of His Consideration. Whosoever may adopt the teachings of His Word; with His mercy and grace, he may be accepted in His Court. Only he may be worthy to be sanctified soul. Self-minded with bookish knowledge, he may pray humbly with melodious tone for salvation, His Forgiveness, and Refuge. He may not realize; a new play begins all over after death.

80. ਸਲੋਕੁ ਮਃ ੧॥ (12) 469-9

ਦੁਖੁ ਦਾਰੂ ਸੁਖੁ ਰੋਗੁ ਭਇਆ, ਜਾ ਸੁਖੁ ਤਾਮਿ ਨ ਹੋਈ॥	dukh daaroo sukh rog bha-i-aa jaa sukh taam na ho-ee.
ਤੂੰ ਕਰਤਾ ਕਰਣਾ ਮੈ ਨਾਹੀ, ਜਾ ਹਉ ਕਰੀ ਨ ਹੋਈ॥੧॥	tooN kartaa karnaa mai naahee jaa ha-o karee na ho-ee. ||1||

ਜਦੋਂ ਜੀਵ ਦੇ ਜੀਵਨ ਵਿੱਚ ਦੁਖ ਆਉਂਦਾ ਹੈ, ਉਸ ਵੇਲੇ ਹੀ ਪ੍ਰਭ ਦੇ ਸ਼ਬਦ ਦਾ, ਪ੍ਰਭ ਦਾ ਧਿਆਨ ਆਉਂਦਾ ਹੈ । ਜੀਵਨ ਵਿੱਚ ਸੁਖ ਦੇ ਸਮੇਂ ਉਸ ਦਾ ਧਿਆਨ ਸ਼ਬਦ ਦੀ ਪਾਲਣਾ ਵਿੱਚ ਅਡੋਲ ਨਹੀਂ ਹੁੰਦਾ । ਪ੍ਰਭ ਹੀ ਸਭ ਕੁਝ ਪੈਦਾ ਕਰਦਾ ਹੈ, ਸਭ ਕੁਝ ਪ੍ਰਭ ਦੀ ਰਜ਼ਾ ਨਾਲ ਹੀ ਹੁੰਦਾ ਹੈ । ਮਾਨਸ ਭਾਵੇਂ ਕਿਤਨੀ ਵੀ ਕੋਸ਼ਿਸ਼ ਕਿਉਂ ਨਾ ਕਰੇ, ਕੁਝ ਵੀ ਨਹੀਂ ਕਰ ਸਕਦੇ । ਸੁਖ ਵੇਲੇ ਜੀਵ ਸ਼ਬਦ ਦੀ ਸਿਖਿਆਂ ਵਿੱਚ ਧਿਆਨ ਨਹੀਂ ਲਾਉਂਦਾ, ਦੁਖ ਸਮੇਂ, ਭੁੱਲਾਂ ਬਖਸ਼ਾਉਣ ਲਈ ਸ਼ਬਦ ਦਾ ਸਿਮਰਨ ਕਰਦਾ ਹੈ ।

Human is a unique worldly creature! At the time of misery! he will remember and meditates on the teachings of His Word with each breath; however, at the time of comforts and pleasures in life; he remains intoxicated with worldly possessions, he may ignore the teachings of His Word. The True Master, Creator, only His Command prevails in the universe; His Creation has no power or control. He may not accomplish anything in the universe, even with his own sincere efforts. At the time of pleasure and comforts in life; he may not even remember the miseries of his separation from His Holy Spirt. However, at the time of misery, he meditates with each breath and prays for His Forgiveness and Refuge.

ਬਲਿਹਾਰੀ ਕੁਦਰਤਿ ਵਸਿਆ॥ balihaaree kudrat vasi-aa.
ਤੇਰਾ ਅੰਤੁ ਨ ਜਾਈ ਲਖਿਆ॥੧॥ ਰਹਾਉ॥ tayraa ant na jaa-ee lakhi-aa. ||1|| rahaa-o.

ਪ੍ਰਭ ਤੇਰੇ ਤੋਂ ਸਦਕੇ ਜਾਵਾ! ਤੇਰੇ ਕਿਸੇ ਕਰਤਬ ਦੇ ਅੰਤ ਦੀ ਸੋਝੀ ਨਹੀਂ, ਤੂੰ ਇਹ ਕਿਉਂ ਕਰਦਾ ਹੈ?

I remain fascinated and astonished from Your Nature! I have no comprehension of the limits of Your miracles. How and why may You perform these activities and miracles in the universe?

ਜਾਤਿ ਮਹਿ ਜੋਤਿ ਜੋਤਿ ਮਹਿ ਜਾਤਾ, ਅਕਲ ਕਲਾ ਭਰਪੂਰਿ ਰਹਿਆ॥ jaat meh jot jot meh jaataa akal kalaa bharpoor rahi-aa.
ਤੂੰ ਸਚਾ ਸਾਹਿਬੁ ਸਿਫਤਿ ਸੁਆਲ੍ਹਿਉ, ਜਿਨਿ ਕੀਤੀ ਸੋ ਪਾਰਿ ਪਇਆ॥ tooN sachaa saahib sifat su-aaliha-o jin keetee so paar pa-i-aa.
ਕਹੁ ਨਾਨਕ ਕਰਤੇ ਕੀਆ ਬਾਤਾ, kaho naanak kartay kee-aa baataa
ਜੋ ਕਿਛੁ ਕਰਣਾ ਸੁ ਕਰਿ ਰਹਿਆ॥੨॥ jo kichh karnaa so kar rahi-aa. ||2||

ਪ੍ਰਭ ਆਪਣੀ ਸਾਜੀ ਹੋਈ ਸ੍ਰਿਸ਼ਟੀ ਵਿੱਚ ਆਪ ਹੀ ਆਤਮਾ ਵਿੱਚ ਆਪਣੀ ਜੋਤ ਬਖਸ਼ਦਾ ਹੈ । ਆਪ ਹੀ ਆਪਣੀ ਹੋਂਦ ਮਹਿਸੂਸ ਕਰਾਉਂਦਾ ਹੈ । ਤੇਰੇ ਵਿੱਚ ਹੀ ਇਹ ਸਾਰੀਆਂ ਕਰਮਾਤਾਂ ਹਨ! ਜਿਹੜਾ ਤੇਰੇ ਸ਼ਬਦ ਦੀ ਪਾਲਣਾ, ਸਿਮਰਨ ਕਰਦਾ ਹੈ, ਉਸ ਤੇ ਰਹਿਮਤ ਬਖਸ਼ਕੇ ਮਾਨਸ ਜੀਵਨ ਸਫਲ ਕਰ ਦੇਂਦਾ ਹੈ । ਇਹ ਸਭ ਤੇਰਾ ਰਚਿਆ ਹੋਇਆ ਖੇਲ ਹੈ! ਜੋ ਤੈਨੂੰ ਭਾਉਂਦਾ, ਚੰਗਾ ਲਗਦਾ ਹੈ, ਹੀ ਤੂੰ ਕਰਦਾ ਹੈ । ਰਹਿਮਤ ਬਖਸ਼ੋ! ਸ਼ਬਦ ਦੇ ਸਿਮਰਨ ਤੇ ਅਡੋਲ ਰਖੋ!

My True Master, Creator has infused, blessed His Holy Spirit in the soul of a creature; with His mercy and grace; he may realize His Existence prevailing everywhere. All miracles may only happen under His Command. Whosoever may meditate and adopts the teachings of His Word in his day-to-day life; with His mercy and grace, he may be blessed with the right path of meditation to successfully conclude his human life journey. He has created the whole play of the universe; only His Command may prevail in every activity. The Merciful True Master bestows Your Blessed Vision to keep steady and stable on meditating on the teachings of Your Word.

ਮਃ ੨॥ **mehlaa 2.**
ਜੋਗ ਸਬਦੰ, ਗਿਆਨ ਸਬਦੰ, ਬੇਦ ਸਬਦੰ ਬ੍ਰਾਹਮਣਹ॥ jog sabdaN gi-aan sabdaN bayd sabdaN baraahmaneh.
ਖਤ੍ਰੀ ਸਬਦੰ, ਸੂਰ ਸਬਦੰ, ਸੂਦ੍ਰ ਸਬਦੰ ਪਰਾ ਕ੍ਰਿਤਹ॥ khatree sabdaN soor sabdaN soodar sabdaN paraa kirteh.
ਸਰਬ ਸਬਦੰ, ਏਕ ਸਬਦੰ, ਜੇ ਕੋ ਜਾਣੈ ਭੇਉ॥ sarab sabdaN ayk sabdaN jay ko jaanai bha-o.
ਨਾਨਕੁ ਤਾ ਕਾ ਦਾਸੁ ਹੈ, ਸੋਈ ਨਿਰੰਜਨ ਦੇਉ॥੩॥ naanak taa kaa daas hai so-ee niranjan day-o. ||3||

ਹਰ ਧਰਮ ਵੱਖਰੋ ਵੱਖਰੇ ਸਿਧਾਂਤ, ਅਸੂਲ, ਵਿਧੀ ਦੀ ਪ੍ਰੇਰਨਾ ਕਰਦੇ ਹਨ । ਜੋਗੀ ਮੱਤ! ਸੰਸਾਰਕ ਕੰਮਾਂ ਤੋਂ ਵੱਖਰੇ ਹੋ ਕੇ ਇਕਾਂਤਮਾਈ ਥਾਂ ਅੰਤਰ ਧਿਆਨ ਹੋ ਕੇ ਪ੍ਰਭ ਦਾ ਸਿਮਰਨ ਕਰਨ ਨਾਲ, ਉਸ ਦੇ ਸ਼ਬਦ ਦੀ ਸੋਝੀ, ਪ੍ਰਭ ਦੀ ਰਹਿਮਤ ਬਖਸ਼ਿਸ਼ ਹੋ ਸਕਦੀ ਹੈ । ਹਿੰਦੂ ਮੱਤ! ਜੀਵ ਆਪਣੇ ਪਿਛਲੇ ਕੀਤੇ ਕੰਮਾਂ ਅਨੁਸਾਰ ਵੱਖਰੀ ਵੱਖਰੀ ਜਾਤਾਂ ਵਿੱਚ ਜਨਮ ਲੈਂਦਾ ਹੈ । ਜਿਹੜਾ ਬ੍ਰਹਮਣ ਮਾਤਾ ਦੀ ਕੁੱਖ ਵਿਚੋਂ ਪੈਦਾ ਹੁੰਦਾ ਹੈ, ਉਸ ਦਾ ਮੁਕਤੀ ਦਾ ਰਸਤਾ! ਧਾਰਮਕ ਕਿਤਾਬਾਂ (ਵੇਦਾਂ) ਪੜ੍ਹੇ, ਗਿਆਨ ਹਾਸਿਲ ਕਰਕੇ ਆਪਣੇ ਜੀਵਨ ਵਿੱਚ ਢਾਲਣ ਨਾਲ ਮੁਕਤੀ ਬਖਸ਼ਿਸ਼ ਹੋ ਸਕਦੀ ਹੈ । ਜਿਹੜਾ ਖਸ਼ਤਰੀ ਮਾਤਾ ਦੀ ਕੁੱਖ ਵਿਚੋਂ ਜਨਮ ਲੈਂਦੇ ਹੈ, ਉਸ ਦਾ ਮੁਕਤੀ ਦਾ ਰਸਤਾ, ਸ਼ਾਸ਼ਤਰ ਵਿਦਿਆ ਦਾ ਗਿਆਨ ਹਾਸਿਲ ਕਰਨਾ, ਸ੍ਰਿਸ਼ਟੀ ਦੀ ਹਿਫਾਜ਼ਤ ਲਈ ਆਪਣੀ ਜਾਨ ਨੂੰ ਕੁਰਬਾਨ ਕਰਨਾ ਹੈ । ਜਿਹੜਾ ਸੂਦ ਮਾਤਾ ਦੀ ਕੁੱਖ ਵਿਚੋਂ ਪੈਦਾ ਹੋਵੇ! ਉਸ ਦੀ ਮੁਕਤੀ ਦੀ ਵਿਧੀ ਹੈ । ਬਾਕੀ ਸ੍ਰਿਸ਼ਟੀ ਦੀ ਸੇਵਾ ਕਰੇ, ਦੂਸਰੀਆਂ ਜਾਤਾਂ ਦੇ ਜੀਵਾਂ ਦਾ ਹੁਕਮ ਕਬੂਲ ਕਰੇ । ਕੇਵਲ ਪ੍ਰਭ ਦੇ ਸ਼ਬਦ ਦੀ ਪਾਲਣਾ, ਬੰਦਗੀ ਹੀ ਅਸਲੀ ਮੁਕਤੀ ਦਾ ਮਾਰਗ ਹੈ ।

Various religions define different techniques of meditation to become worthy of His Consideration. Yogi considers to stay away from worldly life and by wholeheartedly concentrating on the teachings of His Word; he may be enlightened with the essence of His Word. Hindu religion philosophy defines four different paths of salvation based on birth in world; Born from the womb of Brahman mother, he should understand The Holy Scripture and adopts the teachings in his own life. Born from the womb of a Kachahri mother, he should learn how to used weapon to protect others, he should remain ready to sacrifice his own life to protect others. Born from womb of Souder mother, he should serve others and offer his mind and body to provide comforts to others. Always Remember! The only right path of meditation acceptable in His Court, may be to adopt the teachings of His Word with steady and stable belief in day-to-day life.

ਮਃ ੨॥ **mehlaa 2.**
ਏਕ ਕ੍ਰਿਸਨੰ ਸਰਬ ਦੇਵਾ, ਦੇਵ ਦੇਵਾ ਤ ਆਤਮਾ॥ ayk krisanN sarab dayvaa dayv dayvaa ta aatmaa.
ਆਤਮਾ ਬਾਸੁਦੇਵਸਿ੍, ਜੇ ਕੋ ਜਾਣੈ ਭੇਉ॥ aatmaa baasdayvsi-y jay ko jaanai bhay-o.
ਨਾਨਕੁ ਤਾ ਕਾ ਦਾਸੁ ਹੈ, ਸੋਈ ਨਿਰੰਜਨ ਦੇਉ॥੪॥ naanak taa kaa daas hai so-ee niranjan day-o. ||4||

ਸਾਰੇ ਧਰਮ ਇਸ ਤੇ ਸਹਿਮਤ ਹਨ, ਇਕੋ ਇਕ ਪ੍ਰਭ ਹੀ ਜੀਵ ਨੂੰ ਮੁਕਤੀ, ਜਨਮ, ਮਰਨ ਦੇ ਚੱਕਰ ਤੋਂ ਬਾਹਰ ਕੱਢ ਸਕਦਾ ਹੈ । ਜਿਹੜਾ ਪ੍ਰਭ ਨੂੰ ਪ੍ਰਵਾਨ ਵੀ ਹੋ ਜਾਂਦਾ ਹੈ, ਉਹ ਵੀ ਪ੍ਰਭ ਦਾ ਪੂਰਨ ਭੇਦ, ਅੰਤ ਨਹੀਂ ਜਾਣ ਸਕਦਾ । ਅਸਲੀ ਅਟਲ ਮਾਲਕ ਦੇ ਸ਼ਬਦ ਤੇ ਭਰੋਸਾ ਅਡੋਲ ਰਖਕੇ ਸਿਮਰਨ, ਜੀਵਨ ਢਾਲਕੇ, ਉਸ ਦੀ ਰਹਿਮਤ ਮੰਗੋ! ਉਹ ਹੀ ਹਰ ਥਾਂ ਮੌਜੂਦ ਹੈ । ਆਪ ਹੀ ਆਪਣੀ ਬਣਾਈ ਹੋਈ ਸ੍ਰਿਸ਼ਟੀ ਦਾ ਰਖਵਾਲਾ, ਸੰਭਾਲਨਾ ਕਰਦਾ ਹੈ ।

All worldly religions may agree! The One and Only One, God, True Master of salvation may eliminate the cycle of birth and death. Whosoever may be immersed within His Holy Spirit; however, he may not fully comprehend the limits of His Nature. You should meditate and adopt the teachings of His Word with steady and stable belief in your day-to-day life. You should always pray for His Forgiveness and Refuge! The Omnipresent remains the savior and protector of His Creation.

ਮਃ ੧॥ **mehlaa 1.**
ਕੁੰਭੇ ਬਧਾ ਜਲੁ ਰਹੈ, ਜਲ ਬਿਨੁ ਕੁੰਭੁ ਨ ਹੋਇ॥ kumbhay baDhaa jal rahai jal bin kumbh na ho-ay.
ਗਿਆਨ ਕਾ ਬਧਾ ਮਨੁ ਰਹੈ, ਗੁਰ ਬਿਨੁ ਗਿਆਨੁ ਨ ਹੋਇ॥੫॥ gi-aan kaa baDhaa man rahai gur bin gi-aan na ho-ay. ||5||

ਜੀਵ ਪਾਣੀ ਸਰਾਹੀ (ਕੁੰਭ) ਵਿੱਚ ਪਾ ਕੇ ਰਖਦਾ ਹੈ । ਅਗਰ ਜਲ ਦੀ ਲੋੜ ਨਾ ਹੋਵੇ, ਜਲ ਨਾ ਹੋਵੇ, ਸਿਰਾਹੀ ਦੀ ਲੋੜ ਨਹੀਂ ਹੁੰਦੀ, ਸਿਰਾਹੀ ਨਾ ਬਣਾਈ ਜਾਂਦੀ । ਇਸਤਰ੍ਹਾਂ ਜੀਵ ਨੂੰ ਵੀ ਮੁਕਤ ਹੋਣ ਲਈ ਆਪਣਾ ਅਸਲੀ ਰਸਤਾ ਢੂੰਡਣਾ ਪੈਂਦਾ ਹੈ । ਕਿਉਂ ਮਾਨਸ ਜਨਮ ਲੇ ਕੇ ਇਸ ਸੰਸਾਰ ਵਿੱਚ ਆਇਆ ਹੈ? ਇਹ ਰਸਤਾ ਕੇਵਲ ਪ੍ਰਭ ਦੇ ਸ਼ਬਦ ਦੀ ਪਾਲਣਾ ਕਰਨ ਨਾਲ ਹੀ ਬਖਸ਼ਿਸ਼ ਹੋ ਸਕਦਾ ਹੈ । ਪ੍ਰਭ ਹੀ ਮਾਨਸ ਜਨਮ ਬਖਸ਼ਕੇ, ਆਤਮਾ ਨੂੰ ਸੰਸਾਰ ਵਿੱਚ ਭੇਜਿਆ ਹੈ, ਕੇਵਲ ਉਹ ਹੀ

ਗੁਰੂ ਨਾਨਕ ਦੇਵ ਜੀ! – Guru Nanak Dev Ji! Guru Granth Sahib

ਮਾਨਸ ਜਨਮ ਦਾ ਮੰਤਵ ਜਾਣਦਾ ਹੈ! ਕਿਸੇ ਪੀਰ, ਪੈਗੰਬਰ, ਧਾਰਮਕ ਗੁਰੂ ਨੂੰ ਇਸ ਭੇਦ, ਸੋਝੀ ਨਹੀਂ ਹੁੰਦੀ । ਅਡੋਲ ਭਰੋਸੇ ਨਾਲ ਸਿਮਰਨ, ਅਰਦਾਸ ਕਰੋ । ਪ੍ਰਭ ਆਪਣੀ ਰਹਿਮਤ ਨਾਲ ਅਸਲੀ ਰਸਤਾ ਬਖਸ਼ੇ ।

Everyone believes that the water may be stored in a vessel for drinking. However, if water does not exist or needed, no one would have invented vessel to contain water. Same way the human must find the right path of meditation to become worthy of His Consideration. Why was he blessed with human life opportunity? What may be the purpose of his human life! Whosoever may adopt the teachings of His Word in day-to-day life; with His mercy and grace, he may be blessed with the right path of salvation. Only, The True Master may know the true purpose of His human life opportunity. Any worldly guru may not be enlightened, comprehend the mystery of His Nature. You should wholeheartedly with steady and stable belief, meditate and pray for the right path of salvation.

ਪਉੜੀ॥	**pa-orhee.**
ਪੜਿਆ ਹੋਵੈ ਗੁਨਹਗਾਰੁ, ਤਾ ਓਮੀ ਸਾਧੁ ਨ ਮਾਰੀਐ॥	parhi-aa hovai gunahgaar taa omee saaDh na maaree-ai.
ਜੇਹਾ ਘਾਲੇ ਘਾਲਣਾ, ਤੇਵੇਹੋ ਨਾਉ ਪਚਾਰੀਐ॥	jayhaa ghaalay ghaalnaa tayvayho naa-o pachaaree-ai.
ਐਸੀ ਕਲਾ ਨ ਖੇਡੀਐ, ਜਿਤੁ ਦਰਗਹ ਗਇਆ ਹਾਰੀਐ॥	aisee kalaa na khaydee-ai jit dargeh ga-i-aa haaree-ai.
ਪੜਿਆ ਅਤੈ ਓਮੀਆ, ਵੀਚਾਰੁ ਅਗੈ ਵੀਚਾਰੀਐ॥	parhi-aa atai omee-aa veechaar agai veechaaree-ai.
ਮੁਹਿ ਚਲੈ ਸੁ ਅਗੈ ਮਾਰੀਐ॥੧੨॥	muhi chalai so agai maaree-ai. ||12||

ਅਗਰ ਕੋਈ ਜੀਵ ਗਿਆਨਵਾਲਾ, ਸੂਝਵਾਲਾ ਹੋਵੇ ਅਤੇ ਫਿਰ ਵੀ ਪਾਪੀਆਂ ਵਾਲੇ ਕੰਮ ਕਰੇ । ਉਸ ਨੂੰ ਪਾਪੀ ਕਹਿਆ ਜਾਂਦਾ ਹੈ । ਜਿਹੜਾ ਜੀਵ ਅਗਿਆਨੀ ਹੋਵੇ, ਆਪਣੀ ਅਗਿਆਨਤਾ ਵਿੱਚ ਗਲਤੀ ਕਰਦਾ ਹੈ, ਉਹ ਪਾਪੀ ਨਹੀਂ, ਅਗਿਆਨੀ ਹੁੰਦਾ ਹੈ । ਜੀਵ ਨੂੰ ਆਪਣੇ ਕੀਤੇ ਕੰਮਾਂ ਦਾ ਹੀ ਫਲ ਬਖਸ਼ਿਸ਼ ਹੁੰਦਾ ਹੈ । ਜੀਵ ਕਦੇ ਵੀ ਅਜੇਹਾ ਕੰਮ ਨਾ ਕਰੋ! ਜਿਸ ਨਾਲ ਮੌਤ ਪਿਛੋਂ ਦਰਬਾਰ ਵਿੱਚ ਸ਼ਰਮਿੰਦਗੀ ਹੋਵੇ । ਮੌਤ ਪਿਛੋਂ ਤੇਰੇ ਕੀਤੇ ਹੋਏ ਕੰਮਾਂ ਦੀ ਪਰਖ, ਲੇਖਾ ਹੋਣਾ ਹੈ । ਆਪਣੀ ਮਨਮਰਜ਼ੀ ਵਿੱਚ ਆਪਣਾ ਮਾਨਸ ਜਨਮ ਬਰਬਾਦ ਨਾ ਕਰੋ ।

Any knowledgeable, wise may commit sinful deeds, he may be called a sinner. Whosoever may make mistakes in his ignorance, he may be called ignorant, stupid but not sinner. Everyone may be rewarded for his own deeds after death in His Court. You should never perform any deed to be embarrassed and rebuked in His Court. After death! all your good and bad deeds are exposed in His Court. Self-minded wastes his human life uselessly.

Key Message of Aasaa De Var, Salok #12, page 469-9
'ਕੋਈ ਪ੍ਰਭ ਦਾ ਪੂਰਨ ਭੇਦ ਨਹੀਂ ਜਾਣ ਸਕਦਾ!
ਜਿਹੜਾ ਮਾਨਸ ਜੀਵਨ ਦਾ ਮੰਤਵ ਯਾਦ ਰਖਦਾ ਹੈ, ਉਹ ਮੁਕਤ ਦਾ ਅਸਲੀ ਢੂੰਡ ਲੈਂਦਾ ਹੈ । ਮੌਤ ਪਿਛੋਂ ਕੀਤੇ ਕੰਮਾਂ ਦੀ ਪਰਖ, ਲੇਖਾ ਦੇਣਾ ਪੈਂਦਾ ਹੈ । ਸ਼ਬਦ ਦੀ ਪਾਲਣਾ ਨਾਲ ਮੁਕਤੀ ਦਾ ਮਾਰਗ, ਮਾਨਸ ਜੀਵਨ ਸਫਲ ਹੋ ਜਾਂਦਾ ਹੈ । ਜਿਹੜਾ ਪ੍ਰਭ ਨੂੰ ਪ੍ਰਵਾਨ ਵੀ ਹੋ ਜਾਂਦਾ ਹੈ, ਉਹ ਵੀ ਪ੍ਰਭ ਦਾ ਪੂਰਨ ਭੇਦ, ਅੰਤ ਨਹੀਂ ਜਾਣ ਸਕਦਾ । ਜਿਹੜਾ ਅਗਿਆਨਤਾ ਵਿੱਚ ਗਲਤੀ ਕਰਦਾ, ਉਹ ਪਾਪੀ ਨਹੀਂ ਅਗਿਆਨੀ ਹੁੰਦਾ ਹੈ । ਹਰਇਕ ਧਰਮ ਅਗਿਆਨਤਾ ਵਿੱਚ ਹੀ ਵੱਖਰੇ ਸਿਧਾਂਤ, ਅਸੂਲ, ਵਿਧੀ ਦੀ ਪ੍ਰੇਰਨਾ ਕਰਦੇ ਹਨ ।
No one may ever fully comprehend His mystery!
Who may remember the real purpose of human life! He may search within to find the right path to sanctify his soul. After death, all deeds are judged in His Court. Whosoever may be immersed within His Holy Spirit, even he may not fully comprehend the limits of His Nature. Whosoever may make mistakes in ignorance, he may be ignorant, stupid but not sinner. Every religion defines different meditation; the right path of acceptable in His Court.

81. ਸਲੋਕੁ ਮਃ ੧॥ (13) 470 -1

ਨਾਨਕ ਮੇਰੁ ਸਰੀਰ ਕਾ, ਇਕੁ ਰਥੁ ਇਕੁ ਰਥਵਾਹੁ॥	naanak mayr sareer kaaik rath ik rathvaahu.
ਜੁਗੁ ਜੁਗੁ ਫੇਰਿ ਵਟਾਈਅਹਿ, ਗਿਆਨੀ ਬੁਝਹਿ ਤਾਹਿ॥	jug jug fayr vataa-ee-ah gi-aanee bujheh taahi.
ਸਤਜੁਗਿ ਰਥੁ ਸੰਤੋਖੁ ਕਾ, ਧਰਮੁ ਅਗੈ ਰਥਵਾਹੁ॥	satjug rath santokh kaa Dharam agai rathvaahu.
ਤ੍ਰੇਤੈ ਰਥੁ ਜਤੈ ਕਾ, ਜੋਰੁ ਅਗੈ ਰਥਵਾਹੁ॥	taraytai rath jatai kaa jor agai rathvaahu.
ਦੁਆਪੁਰਿ ਰਥੁ ਤਪੈ ਕਾ, ਸਤੁ ਅਗੈ ਰਥਵਾਹੁ॥	du-aapur rath tapai kaa sat agai rathvaahu.
ਕਲਜੁਗਿ ਰਥੁ ਅਗਨਿ ਕਾ, ਕੂੜੁ ਅਗੈ ਰਥਵਾਹੁ॥੧॥	kaljug rath agan kaa koorh agai rathvaahu. ||1||

ਪ੍ਰਭ ਨੇ ਆਤਮਾ ਨੂੰ ਉੱਤਮ ਅਵਸਥਾ, ਮਾਨਸ ਸਰੀਰ ਬਖਸ਼ਿਆ ਹੈ ।

ਜਿਸ ਜੀਵ ਨੂੰ ਸੋਝੀ ਬਖਸ਼ਦਾ ਹੈ, ਉਹ ਹੀ ਜਾਣਦਾ ਹੈ, ਸ੍ਰਿਸ਼ਟੀ ਵਿੱਚ ਸਮਾਂ ਇਕ ਤਰ੍ਹਾਂ ਦਾ ਨਹੀਂ ਰਹਿੰਦਾ, ਬਦਲਦਾ ਰਹਿੰਦਾ ਹੈ ।

ਸਤ ਜੁਗ – ਵਿੱਚ ਸ੍ਰਿਸ਼ਟੀ ਵਿੱਚ ਜੀਵ ਦੇ ਜੀਵਨ ਵਿੱਚ ਸੰਤੋਖ ਦਾ ਜ਼ੋਰ, ਪ੍ਰਭਾਵ ਸੀ । ਪ੍ਰਭ ਦੀ ਰਜ਼ਾ ਵਿੱਚ ਸੰਤੋਖ ਰਖਣ ਨੂੰ ਭਗਤੀ ਦਾ ਰਸਤਾ ਸਮਝਦੇ ਸਨ ।

ਤ੍ਰੇਤੇ ਜੁਗ – ਜਤੀ ਅਵਸਥਾ ਨੂੰ ਭਗਤੀ ਦਾ ਰਸਤਾ ਸਮਝਦੇ ਸਨ । ਕਾਮਵਾਸਨਾ ਤੇ ਕਾਬੂ ਰਖਣ ਪਾਉਣ ਦਾ ਪ੍ਰਭਾਵ, ਜ਼ੋਰ ਸੀ ।

ਪਤਨੀ ਤੋਂ ਬਿਨਾਂ ਹੋਰ ਕਿਸੇ ਨਾਰੀ ਨਾਲ ਕਾਮਵਾਸਨਾ, ਗਰਭ–ਵਾਲਾ ਕੰਮ ਭਗਤੀ ਤੋਂ ਉਲਟ ਸਮਝਿਆ ਜਾਂਦਾ ਸੀ ।

ਦੁਆਪੁਰਿ ਜੁਗ – ਵਿੱਚ ਆਪਣੀ ਗਲਤੀ ਨੂੰ ਕਬੂਲ ਕਰਕੇ, ਉਸ ਦੀ ਸਜ਼ਾ, ਜਾ ਹਰਜਾਨਾ ਭਰਨ ਨੂੰ ਇਨਸਾਫ ਕਹਿਆ ਜਾਂਦਾ ਸੀ ।

ਕੱਲਯੁਗ – ਵਿੱਚ ਹੋਰ ਜੀਵ ਨੂੰ ਸਰੀਰਕ ਨੁਕਸਾਨ, ਫਰੇਬ, ਧੋਖ ਕਰਨਾ ਪ੍ਰਭ ਦੀ ਰਜ਼ਾ ਦੇ ਉਲਟ ਸਮਝਿਆ ਜਾਂਦਾ ਹੈ ।

ਪ੍ਰਭ ਸੋਝੀ ਬਖਸ਼ੋ! ਆਤਮਾ ਨੂੰ ਕਿਸਤਰ੍ਹਾਂ ਢਾਲਣ ਨਾਲ ਰਹਿਮਤ, ਪ੍ਰਵਾਨਗੀ ਬਖਸ਼ਿਸ਼ ਹੋ ਸਕਦੀ ਹੈ?

The True Master has blessed soul with supreme body, human life. Whosoever may be enlightened! He may recognize the worldly environment change over time and may not remain same in all Ages.

In Sat Age! Contentment on His Blessings was believed to be the right path of acceptance in Your Court.

Trayta Yuga! Controlling the sexual urge for strange partner was believed to be the right path of acceptance in His Court.

Dwaapar Yuga! Recognizing your mistakes and accepting the punishment was believed to be justice as per His Word.

Kali Yuga Age! To hurt anyone physically or with deception is considered the path of demon!

The True Master! Enlightened your humble slave! To adopt the right path to become worthy of Your Consideration.

ਮਃ ੧॥

ਸਾਮ ਕਹੈ ਸੇਤੰਬਰੁ ਸੁਆਮੀ, ਸਚ ਮਹਿ ਆਛੈ ਸਾਚਿ ਰਹੇ॥
ਸਭੁ ਕੋ ਸਚਿ ਸਮਾਵੈ॥ ਰਿਗੁ ਕਹੈ ਰਹਿਆ ਭਰਪੂਰਿ॥
ਰਾਮ ਨਾਮੁ ਦੇਵਾ ਮਹਿ ਸੂਰੁ॥ ਨਾਇ ਲਇਐ ਪਰਾਛਤ ਜਾਹਿ॥
ਨਾਨਕ ਤਉ ਮੋਖੰਤਰੁ ਪਾਹਿ॥
ਜੁਜ ਮਹਿ ਜੋਰਿ ਛਲੀ ਚੰਦ੍ਰਾਵਲਿ, ਕਾਨ੍ ਕ੍ਰਿਸਨੁ ਜਾਦਮੁ ਭਇਆ॥
ਪਾਰਜਾਤੁ ਗੋਪੀ ਲੈ ਆਇਆ, ਬਿੰਦ੍ਰਾਬਨ ਮਹਿ ਰੰਗੁ ਕੀਆ॥
ਕਲਿ ਮਹਿ ਬੇਦੁ ਅਥਰਬਣੁ ਹੂਆ, ਨਾਉ ਖੁਦਾਈ ਅਲਹੁ ਭਇਆ॥
ਨੀਲ ਬਸਤ੍ਰ ਲੇ ਕਪੜੇ ਪਹਿਰੇ, ਤੁਰਕ ਪਠਾਣੀ ਅਮਲੁ ਕੀਆ॥
ਚਾਰੇ ਵੇਦ ਹੋਏ ਸਚਿਆਰ॥ ਪੜਹਿ ਗੁਣਹਿ ਤਿਨ੍ ਚਾਰ ਵੀਚਾਰ॥
ਭਉ ਭਗਤਿ ਕਰਿ ਨੀਚੁ ਸਦਾਏ॥
ਤਉ ਨਾਨਕ ਮੋਖੰਤਰੁ ਪਾਏ॥੨॥

mehlaa 1.

saam kahai saytambar su-aamee sach meh aachhai saach rahay.
sabh ko sach samaavai. rig kahai rahi-aa bharpoor.
raam naam dayvaa meh soor. naa-ay la-i-ai paraachhat jaahi.
naanak ta-o mokhantar paahi.
juj meh jor chhalee chandraaval kaanH krisan jaadam bha-i-aa.
paarjaat gopee lai aa-i-aa bindraaban meh rang kee-aa.
kal meh bayd atharban hoo-aa naa-o khudaa-ee alhu bha-i-aa.
neel bastar lay kaprhay pahiray turak pathaanee amal kee-aa.
chaaray vayd ho-ay sachiaar. parheh guneh tinH chaar veechaar.
bhaa-o bhagat kar neech sadaa-ay.
ta-o naanak mokhantar paa-ay. ||2||

ਵੱਖਰੇ ਵੱਖਰੇ ਧਾਰਮਕ ਗ੍ਰੰਥ, ਵੱਖਰੀਆਂ ਵੱਖਰੀਆਂ ਰਹਿਮਤਾਂ ਬਾਬਤ ਦੱਸਦੇ ਹਨ ।

ਸਾਮ-ਵੇਦ! ਪ੍ਰਭ ਨੂੰ ਪਵਿੱਤਰ ਜੋਤ ਮੰਨਿਆ ਜਾਂਦਾ ਹੈ, ਉਸ ਵਿੱਚ ਕੋਈ ਮੈਲ ਨਹੀਂ, ਉਹ ਚਿੱਟੇ ਕਪੜੇ ਵਰਗਾ ਹੈ । ਜਿਹੜੀ ਆਤਮਾ ਪਵਿੱਤਰ, ਸਾਫ ਹੋ ਜਾਂਦੀ ਹੈ, ਉਹ ਪ੍ਰਭ ਦੀ ਜੋਤ ਵਿੱਚ ਅਲੋਪ ਹੋਣ ਦੇ ਯੋਗ ਹੋ ਜਾਂਦੀ ਹੈ । ਆਤਮਾ ਦਾ ਜਨਮ ਮਰਨ ਦਾ ਚੱਕਰ ਪ੍ਰਭ ਵਿੱਚ ਅਲਪ ਹੋਣ ਨਾਲ ਹੀ ਖਤਮ ਹੋ ਸਕਦਾ ਹੈ ।

ਰਿਗੁ-ਵੇਦ! ਪ੍ਰਭ ਨੂੰ ਹਰ ਥਾਂ ਮੌਜੂਦ ਸਮਝਦੇ ਹਨ । ਆਪਣੀ ਬਣਾਈ ਸ੍ਰਿਸ਼ਟੀ ਵਿੱਚ ਆਪ ਵਸਦਾ ਹੈ । ਦੇਵਿਤਆਂ ਵਿੱਚ ਪ੍ਰਭ ਦੇ ਸ਼ਬਦ ਦਾ ਬੁਹਤ ਪ੍ਰਭਾਵ ਹੁੰਦਾ ਹੈ । ਜਿਹੜਾ ਜੀਵ ਅਡੋਲ ਭਰੋਸੇ ਨਾਲ ਸ਼ਬਦ ਦੀ ਪਾਲਣਾ, ਜੀਵਨ ਢਾਲ ਲੈਂਦਾ ਹੈ । ਉਸ ਨੂੰ ਪ੍ਰਭ ਦੀ ਰਹਿਮਤ ਬਖਸ਼ਿਸ਼ ਹੋ ਸਕਦੀ ਹੈ ।

ਜਜ-ਵੇਦ! ਜੋਧਾ ਵਨਸ ਦਾ ਅਵਤਾਰ ਕ੍ਰਿਸ਼ਨਾ ਨੇ ਚੰਦ੍ਰਵਲੀ (ਗੋਪੀ) ਨੂੰ ਪ੍ਰਭਾਵਤ ਕੀਤਾ । ਉਸ ਨੂੰ ਖੁਸ਼ ਕਰਨ ਲਈ ਕਲਪ ਬ੍ਰਿਛ ਸੁਰਗ ਵਿਚੋਂ ਪ੍ਰਾਪਤ ਕੀਤਾ । ਬਿਦ੍ਰਾਬਣ ਵਿੱਚ ਅੰਨਦਾ ਮਾਨਦਾ ਰਿਹਾ ।

ਕਲ ਜੁਗ ਵਿੱਚ ਅਥਰਬਣ-ਵੇਦ ਬਹੁਤ ਪ੍ਰਭਾਵਤ ਹੋ ਗਿਆ । ਪ੍ਰਭ ਦਾ ਨਾਮ ਅੱਲ੍ਹਾ ਪ੍ਰਚਲਤ ਹੋ ਗਿਆ! ਭਗਤ ਨੀਲੇ ਬਸਤ੍ਰ ਪਹਿਨਣ ਲੱਗ ਪਏ । ਮੁਸਲਮਾਨਾਂ, ਪਠਾਨਾਂ ਦਾ ਜ਼ੋਰ ਵੱਧ ਗਿਆ ।

ਚਾਰੇ ਵੇਦ ਆਪਣੇ ਆਪ ਨੂੰ ਸੱਚਾ ਕਹਿਦੇ ਹਨ । ਇਹਨਾ ਨੂੰ ਪੜ੍ਹਿਆ ਜੀਵ ਨੂੰ ਇਹਨਾਂ ਜੁਗਾ ਦੀ ਸੋਝੀ ਹੋ ਸਕਦੀ ਹੈ ।

ਜਿਹੜਾ ਅਡੋਲ ਭਰੋਸੇ ਨਾਲ ਸ਼ਬਦ ਦੀ ਪਾਲਣਾ, ਸਿਮਰਨ, ਸ੍ਰਿਸ਼ਟੀ ਦੀ ਸੇਵਾ ਕਰਦਾ ਹੈ, ਪ੍ਰਭ ਮੁਕਤੀ ਬਖਸ਼ਦਾ, ਆਪਣੇ ਵਿੱਚ ਅਭੇਦ ਕਰ ਲੈਂਦਾ ਹੈ ।

Various Holy Scriptures describes various states of purity and sanctification for acceptance in His Court.

Saam Veda: God, The True Master remains sanctified, blemish-free Holy Spirit; like a white cloth, without any stigma! Only sanctified soul may become worthy of His Consideration. His soul may be immersed with His Holy Spirit. His cycle of birth and death may only be eliminated by immersing in His Holy Spirit.

Rig Veda: His Holy Spirit, remains omnipresent embedded within each soul and dwells within his body. Whosoever may meditate and adopts the teachings of His Word in his day-to-day life; his soul may become worthy of His Consideration.

Jujar Veda (Dwaapar Yuga): Brave warrior of Yaadva tribe, Krishna seduced Chandraavali, Gopi; He brought the eternal Elysian Tree from heaven to influence her. He enjoyed worldly entertainments in the forest of Brindaaban.

Atharva Veda (Kali Yuga): Muslim becomes very dominating and powerful with deep influence. Allah became the name of The True Master and His true devotees wear blue robe. Turks and Pathaans became dominating in the World.

All four Vedas considers to be true in their own way, at their own time; religion becomes norm! Ignored the right path! Whosoever may read the Holy Scripture of four Vedas; He may become very knowledgeable about the change of belief of His Creation over time.

In all Ages! Whosoever may wholeheartedly meditate on the teachings of His Word with steady and stable belief and serve His Creation; with His mercy and grace, his soul may be sanctified to become worthy of His Consideration. His soul may be absorbed within His Holy Spirit.

ਪਉੜੀ॥

ਸਤਿਗੁਰ ਵਿਟਹੁ ਵਾਰਿਆ, ਜਿਤੁ ਮਿਲਿਐ ਖਸਮੁ ਸਮਾਲਿਆ॥
ਜਿਨਿ ਕਰਿ ਉਪਦੇਸੁ ਗਿਆਨ ਅੰਜਨੁ ਦੀਆ,
ਇਨ੍ਹੀ ਨੇਤ੍ਰੀ ਜਗਤੁ ਨਿਹਾਲਿਆ॥
ਖਸਮੁ ਛੋਡਿ ਦੂਜੈ ਲਗੇ ਡੁਬੇ ਸੇ ਵਣਜਾਰਿਆ॥
ਸਤਿਗੁਰੂ ਹੈ ਬੋਹਿਥਾ ਵਿਰਲੈ ਕਿਨੈ ਵੀਚਾਰਿਆ॥
ਕਰਿ ਕਿਰਪਾ ਪਾਰਿ ਉਤਾਰਿਆ॥੧੩॥

pa-orhee.

satgur vitahu vaari-aa jit mili-ai khasam samaali-aa.
jin kar updays gi-aan anjan dee-aa
inHee naytree jagat nihaali-aa.
khasam chhod doojai lagay dubay say vanjaari-aa.
satguroo hai bohithaa virlai kinai veechaari-aa.
kar kirpaa paar utaari-aa. ||13||

ਪ੍ਰਭ ਤੋਂ ਕੁਰਬਾਨ ਜਾਵਾ! ਜਿਸ ਦੇ ਸ਼ਬਦ ਦੀ ਪਾਲਣਾ ਨਾਲ ਅਸਲੀ ਰਸਤਾ ਬਖਸ਼ਿਸ਼ ਹੋ ਜਾਂਦਾ ਹੈ । ਉਸ ਮਾਰਗ ਤੇ ਚਲਕੇ, ਪ੍ਰਭ ਦੀ ਹੋਂਦ, ਸੋਝੀ ਬਖਸ਼ਿਸ਼ ਹੋ ਜਾਂਦੀ ਹੈ । ਜਿਹੜਾ ਅਸਲੀ ਖਸਮ, ਮਾਲਕ ਨੂੰ ਛਡਕੇ ਹੋਰ ਦੂਜੇ ਪੀਰਾਂ ਦੇ ਪਿਛੇ ਲਗਦਾ ਹੈ, ਉਹ ਅਸਲੀ ਰਸਤਾ ਭੁਲ ਗਿਆ ਹੈ! ਗਏ ਹਨ । ਕੋਈ ਵਿਰਲਾ ਹੀ ਜਾਣਦਾ, ਇਕੋ ਇਕ ਪ੍ਰਭ ਹੀ ਅਸਲੀ ਰਸਤਾ, ਸ਼ਬਦ ਬਖਸ਼ ਸਕਦਾ ਹੈ । ਜਿਸ ਤੇ ਰਹਿਮਤ ਦੀ ਨਜ਼ਰ ਬਖਸ਼ਦਾ, ਸਿੱਧੇ ਰਸਤੇ ਤੇ ਪਾਉਂਦਾ, ਉਸ ਦਾ ਜਨਮ ਮਰਨ ਦਾ ਚੱਕਰ ਖਤਮ ਕਰ ਦੇਂਦਾ ਹੈ ।

I am fascinated from the greatness of The True Master! Whosoever may adopt the teachings of His Word, he may be blessed with the right path of meditation. Whosoever may remain steady and stable on the right path of meditation; with His mercy and grace, he may be enlightened. Whosoever may abandon His Word to follow other worldly gurus; he has lost the right path of meditation. He remains ignorant from the real purpose of his human life journey. However, very rare may be enlightened! Only, The One and Only One, God may bless the right path of meditation, His Word. Whosoever may remain on the right path of meditation; with His mercy and grace, his cycle of birth and death may be eliminated.

Key Message of Aasaa De Var, Salok #13, page 470-1
'ਕੇਵਲ ਵਿਰਾਗ ਹੀ ਪ੍ਰਵਾਨਗੀ ਦਾ ਇਕੋ ਇਕ ਰਸਤਾ ਹੈ!
ਚਾਰੇ ਜੁਗਾਂ ਵਿੱਚ ਵਿਰਾਗ ਹੀ ਪ੍ਰਵਾਨਗੀ ਦਾ ਰਸਤਾ ਹੈ । ਜਿਹੜਾ ਸ਼ਬਦ ਦੀ ਪਾਲਣਾ ਕਰਦਾ, ਕੇਵਲ ਉਸ ਨੂੰ ਹੀ ਆਤਮਾ ਨੂੰ ਪਵਿੱਤਰ ਕਰਨ ਦਾ ਅਸਲੀ ਰਸਤਾ ਬਖਸ਼ਿਸ਼ ਹੋ ਸਕਦਾ ਹੈ । ਇਕੋ ਇਕ ਪ੍ਰਭ ਹੀ ਅਸਲੀ ਰਸਤਾ ਤੇ ਪਾ ਸਕਦਾ, ਸ਼ਬਦ ਬਖਸ਼ ਸਕਦਾ ਹੈ । **ਸਤ ਜੁਗ** – ਜੀਵ ਦੇ ਜੀਵਨ ਵਿੱਚ ਸੰਤੋਖ ਦਾ ਜ਼ੋਰ, ਪ੍ਰਭਾਵ ਸੀ । ਤ੍ਰਤੇ ਜੁਗ – ਵਿੱਚ ਕਾਮਵਾਸਨਾ ਤੇ ਕਾਬੂ ਰਖਣ ਪਾਉਣ ਦਾ ਪ੍ਰਭਾਵ, ਜ਼ੋਰ ਸੀ । ਦੁਆਪੁਰਿ ਜੁਗ – ਵਿੱਚ ਆਪਣੀ ਗਲਤੀ ਨੂੰ ਕਬੂਲ ਕਰਨਾ ਹੀ ਪ੍ਰਵਾਨਗੀ ਦਾ ਰਸਤਾ ਸੀ । ਕੱਲਯੁਗ – ਧਰਮਾਂ ਦਾ ਜੋਰ ਹੈ । ਸਾਮ–ਵੇਦ! ਪ੍ਰਭ ਨੂੰ ਪਵਿੱਤਰ ਜੋਤ ਮੰਨਿਆ ਜਾਂਦਾ ਹੈ । ਰਿਗੁ–ਵੇਦ! ਪ੍ਰਭ ਨੂੰ ਹਰ ਥਾਂ ਮੌਜੂਦ ਸਮਝਦੇ ਹਨ । ਜਜ–ਵੇਦ! ਗੁਰੂਾਂ ਨੂੰ ਵਿਚੋਲਾ ਮੰਨਦਾ ਹੈ । ਕਲ ਜੁਗ! ਅਥਰਬਣ–ਵੇਦ ਮੁਸਲਮ ਧਰਮ ਦਾ ਬਹੁਤ ਪ੍ਰਭਾਵਤ ਹੋ ਗਿਆ । ਪ੍ਰਭ ਦਾ ਨਾਮ ਅੱਲ੍ਹਾ ਹੋ ਗਿਆ । ਚਾਰੇ ਵੇਦ ਹੀ ਆਪਣੇ ਸਮੇਂ ਠੀਕ ਮੰਨੇ ਜਾਂਦੇ ਸਨ ।
Only Renunciation, The right path of acceptance in His Court!
Sat Yuga! Contentment dominated as the path of Acceptance. **Trayta Yuga!** Celibacy, Controll of sexual urge. **Dwaapar Yuga**! Recognizing and accepting mistake believes to be the right path; religions born. **Kali Yuga**! Religious worship! **Saam Veda**: God, The True Master is a sanctified Holy Spirit. **Rig Veda**: His Holy Spirit, Omnipresent embedded within every soul and dwells within his body. **Jujar Veda**: Prophet considered middle person for acceptance. **Atharva Veda**: Allah become name of God. All four Vedas considers to be right path at that true of Age! All Ages: Renunciation in memory of separation from His Holy Spirit, believes to be the right path. Whosoever may adopt the teachings of His Word, only he may be blessed with the right path to sanctify his soul to become worthy of His Consideration. The One and Only One, God may bless the right path, His Word, accepts any soul in His Court.

82. ਸਲੋਕੁ ਮਃ ੧॥ (14) 470-12

ਸਿੰਮਲ ਰੁਖੁ ਸਰਾਇਰਾ, ਅਤਿ ਦੀਰਘ ਅਤਿ ਮੁਚੁ॥ — simmal rukh saraa-iraa at deeragh at much.
ਓਇ ਜਿ ਆਵਹਿ ਆਸ ਕਰਿ, ਜਾਹਿ ਨਿਰਾਸੇ ਕਿਤੁ॥ — o-ay je aavahi aas kar jaahi niraasay kit.
ਫਲ ਫਿਕੇ ਫੁਲ ਬਕਬਕੇ, ਕੰਮਿ ਨ ਆਵਹਿ ਪਤ॥ — fal fikay ful bakbakay kamm na aavahi pat.
ਮਿਠਤੁ ਨੀਵੀ ਨਾਨਕਾ, ਗੁਣ ਚੰਗਿਆਈਆ ਤਤੁ॥ — mithat neevee naankaa gun chang-aa-ee-aa tat.
ਸਭੁ ਕੋ ਨਿਵੈ ਆਪ ਕਉ, ਪਰ ਕਉ ਨਿਵੈ ਨ ਕੋਇ॥ — sabh ko nivai aap ka-o par ka-o nivai na ko-ay.
ਧਰਿ ਤਾਰਾਜੂ ਤੋਲੀਐ, ਨਿਵੈ ਸੁ ਗਉਰਾ ਹੋਇ॥ — Dhar taaraajoo tolee-ai nivai so ga-uraa ho-ay.
ਅਪਰਾਧੀ ਦੂਣਾ ਨਿਵੈ, ਜੋ ਹੰਤਾ ਮਿਰਗਾਹਿ॥ — apraaDhee doonaa nivai jo hantaa miragaahi.
ਸੀਸਿ ਨਿਵਾਇਐ ਕਿਆ ਥੀਐ, ਜਾ ਰਿਦੈ ਕੁਸੁਧੇ ਜਾਹਿ॥੧॥ — sees nivaa-i-ai ki-aa thee-ai jaa ridai kusuDhay jaahi. ||1||

ਜੀਵ ਸਿੰਮਲ ਬ੍ਰਿਛ ਤੋਂ ਕੁਝ ਸਿਖਿਆ ਹਾਸਿਲ ਕਰੋ! ਉਹ ਕਿਤਨਾ ਉੱਚਾ ਹੈ, ਉਸ ਦੇ ਪੱਤੇ ਵੀ ਹਰ ਸਮੇਂ ਹਰੇ ਰਹਿੰਦੇ ਹਨ । ਪਰ ਉਸ ਦੇ ਫੁੱਲ ਫਲ ਕਿਸੇ ਕੰਮ ਨਹੀਂ ਆਉਂਦੇ, ਨਾ ਹੀ ਉਸ ਦੇ ਪਤੇ ਵੀ ਛਾਂ ਦੇਂਦੇ, ਮੀਂਹ ਤੋਂ ਬਚਾਉਂਦੇ ਹਨ । ਉਸ ਦਾ ਉੱਚਾਈ ਕਿਸੇ ਕੰਮ ਨਹੀਂ ਆਉਂਦਾ । ਇਸਤਰ੍ਹਾਂ ਹੀ ਜਿਹੜਾ ਜੀਵ ਆਪਣੇ ਆਪ ਨੂੰ ਬਾਕੀ ਸ੍ਰਿਸ਼ਟੀ ਤੋਂ ਉੱਚਾ ਸਮਝਦਾ, ਅਹੰਕਾਰ ਵਿੱਚ ਰਹਿੰਦਾ ਹੈ । ਉਸ ਨੂੰ ਵੀ ਮੌਤ ਪਿਛੋਂ ਦਰਬਾਰ ਵਿੱਚ ਕੋਈ ਲਾਭ ਬਖਸ਼ਿਸ਼ ਨਹੀਂ ਹੁੰਦਾ । ਜਿਹੜਾ ਆਪਣੇ ਆਪ ਨੂੰ ਨੀਵਾਂ ਰਖਦਾ, ਆਪਣੇ ਮਨ ਵਿਚੋਂ ਅਹੰਕਾਰ ਖਤਮ ਕਰਕੇ, ਸ੍ਰਿਸ਼ਟੀ ਦੀ ਸੇਵਾ, ਲੋੜ ਵੇਲੇ ਕੰਮ ਆਉਂਦਾ ਹੈ । ਉਹ ਮੌਤ ਪਿਛੋਂ ਆਪਣੇ ਚੰਗੇ ਕੰਮਾਂ ਦੀ ਕਮਾਈ ਸਾਥ ਲੈ ਜਾਂਦਾ ਹੈ । ਹਰ ਜੀਵ ਆਪਣੇ ਆਪ ਨੂੰ ਨੀਵਾਂ ਹੀ, ਬਹੁਤ ਨਿਮ੍ਰਤਾ ਵਾਲਾ ਸਮਝਦਾ ਹੈ, ਪਰ ਇਸ ਦਾ ਅਹੰਕਾਰ ਵੀ ਕਰਦਾ ਹੈ । ਪਰ ਦੂਸਰੇ ਨੂੰ ਆਪਣੇ ਤੋਂ ਵੱਡਾ, ਸਿਆਣਾ, ਚੰਗਾ ਨਹੀਂ ਸਮਝਦਾ । ਜਦੋਂ ਤਰਾਜੂ ਵਿੱਚ ਕਿਸੇ ਚੀਜ ਨੂੰ ਮਾਪਿਆ ਜਾਂਦਾ ਹੈ, ਨੀਵੇ ਪਾਸੇ ਨੂੰ ਵੱਡਾ ਕਹਿਆ ਜਾਂਦਾ ਹੈ । ਜਿਹੜਾ ਜੀਵ ਕਿਸੇ ਅੱਗੇ ਆਪਣੀ ਮਜਬੂਰੀ ਕਰਕੇ ਝੁਕਦਾ ਹੈ । ਜਿਵੇਂ ਕੋਈ ਅਪਰਾਧੀ ਆਪਣੇ ਮੰਦੇ ਕੰਮਾਂ ਦੀ ਸਜ਼ਾ ਤੋਂ ਬਚਨ ਲਈ ਕਿਤਨਾ ਨਿਮਾਣਾ ਬਣਦਾ ਹੈ । ਇਸਤਰ੍ਹਾਂ ਦੇ ਝੁਕਣ ਦਾ ਜੀਵ ਨੂੰ ਦਰਗਾਹ ਵਿੱਚ ਕੋਈ ਲਾਭ ਨਹੀਂ ਹੁੰਦਾ ।

You may learn a unique lesson from the Simmel tree, very tall, dense and remains evergreen all seasons. The birds go back disappointed, flowers, fruit are worthless nor leaves provide shade, protection from Sun rays or rain. The height of tree may not provide any comfort to anyone. Same way worldly high status, ego may not have any benefit for the purpose of human life journey. Whosoever may remain humble, polite, respectful; considers everyone may be wiser and serves His Creation. His earnings of His Word remain with his soul even after death in His Court. Everyone may pretend to be very humble and polite; however, he boasts about his humility. He may never think anyone else, better, or wiser than him. Imagine weighing scale! lower side is considered bigger, more valuable. Whosoever may become humble for his greed, as a culprit becomes humble and helpless to save himself from punishment; his humility may not be rewarded in His Court.

ਮਃ ੧॥ — **mehlaa 1.**

ਪੜਿ ਪੁਸਤਕ ਸੰਧਿਆ ਬਾਦੰ॥ ਸਿਲ ਪੂਜਸਿ ਬਗੁਲ ਸਮਾਧੰ॥ — parh pustak sanDhi-aa baadaN. sil poojas bagul samaaDhaN.
ਮੁਖਿ ਝੂਠ ਬਿਭੂਖਣ ਸਾਰੰ॥ ਤ੍ਰੈਪਾਲ ਤਿਹਾਲ ਬਿਚਾਰੰ॥ — mukh jhooth bibhookhan saaraN. taraipaal tihaal bichaaraN.
ਗਲਿ ਮਾਲਾ ਤਿਲਕੁ ਲਿਲਾਟੰ॥ ਦੁਇ ਧੋਤੀ ਬਸਤ੍ਰ ਕਪਾਟੰ॥ — gal maalaa tilak lilaataN. du-ay Dhotee bastar kapaataN.
ਜੇ ਜਾਣਸਿ ਬ੍ਰਹਮੰ ਕਰਮੰ॥ ਸਭਿ ਫੋਕਟ ਨਿਸਚਉ ਕਰਮੰ॥ — jay jaanas barahmaN karmaN. sabh fokat nischa-o karmaN.
ਕਹੁ ਨਾਨਕ ਨਿਹਚਉ ਧਿਆਵੈ॥ ਵਿਣੁ ਸਤਿਗੁਰ ਵਾਟ ਨ ਪਾਵੈ॥੨॥ — kaho naanak nihcha-o Dhi-aavai. vin satgur vaat na paavai. ||2||

ਕਈ ਜੀਵ ਧਾਰਮਕ ਕਿਤਾਬਾਂ ਪੜ੍ਹਕੇ, ਅਰਦਾਸ, ਅਰਾਧਨਾ ਕਰਦੇ ਹਨ । ਕਿਸੇ ਮਿੱਥੀ ਹੋਈ ਚੀਜ ਨੂੰ ਪ੍ਰਭ ਦਾ ਰੂਪ ਮੰਨਕੇ, ਅੱਖਾਂ ਮੀਟ ਕੇ ਸਮਾਧੀ ਲਾਉਂਦੇ, ਆਪਣੇ ਮੂੰਹ ਵਿਚੋਂ ਕੁਝ ਧਾਰਮਕ ਸ਼ਬਦ ਬੋਲਦੇ ਹਨ । ਆਪਣੇ ਆਪ ਨੂੰ ਸ਼ਾਨਦਾਰ ਬਸਤ੍ਰ ਨਾਲ ਸਜਾ ਕੇ ਰਖਦੇ ਹਨ । ਉਹ ਲੋਕ ਦਿਖਾਵੇ ਲਈ ਨਿੱਤਨੇਮ ਕਰਦੇ, ਧਾਰਮਕ ਰਚਨਾ ਗਾਉਂਦੇ ਹਨ । ਉਹ ਜੀਵ ਮਿਥਿਆ ਹੋਇਆ ਭਗਤਾ ਵਾਲਾ ਬਾਣਾ ਪਾਉਂਦੇ ਹਨ, ਗਲ ਵਿੱਚ ਭਗਤੀ ਕਰਨ ਵਾਲੀ ਮਾਲਾ, ਮੱਥੇ ਤੇ ਪਵਿਤਰਤਾ ਦਾ ਨਿਸ਼ਾਨ, ਤਿਲਕ ਲਾਉਂਦੇ ਹਨ, ਸਿਰ ਤੇ ਤਾਜ (ਪੰਗ), ਧੋਤੀ ਨਾਲ ਸਜਾਉਂਦੇ ਹਨ । ਜਿਸ ਨੂੰ ਪ੍ਰਭ ਸ਼ਬਦ ਦੀ ਸੋਝੀ ਬਖਸ਼ਦਾ, ਹੋ ਜਾਂਦੀ ਹੈ! ਉਹ ਜਾਣਦਾ ਹੈ! ਸਭ ਧਾਰਮਕ ਰੀਤੀ ਰੀਵਾਜ, ਫਰੇਬ, ਹੀ ਹਨ । ਜਿਹੜਾ ਅਡੋਲ ਭਰੋਸੇ ਨਾਲ ਸ਼ਬਦ ਦਾ ਸਿਮਰਨ, ਪਾਲਣਾ, ਜੀਵਨ ਢਾਲਦਾ ਹੈ । ਪ੍ਰਭ ਦੀ ਰਹਿਮਤ ਨਾਲ ਮੁਕਤ ਅਵਸਥਾ ਬਖਸ਼ਿਸ਼ ਹੋ ਜਾਂਦੀ ਹੈ ।

ਗੁਰੂ ਨਾਨਕ ਦੇਵ ਜੀ! – Guru Nanak Dev Ji! Guru Granth Sahib

Some worldly creature may recite the worldly Holy Scripture and prays for His Forgiveness and Refuge. He presumes some structure, visible or nonvisible as a symbol of God; he may close his eyes to pretend to enter the void of His Holy Spirit. He may utter few words from worldly Holy Scripture. He may wear a robe like a holy saint, rosary of meditation in his neck, install a symbol of purity on his forehead and crown, turban, colorful scarf on his head. Whosoever may be enlightened with the essence of His Word; He may realize, all symbolic robes, religious rituals are useless for the real purpose of human life journey. Whosoever may meditate, obeys, and adopts the teachings of His Word with steady and stable belief in his day-to-day life; with His mercy and grace, his soul may become worthy of His Consideration and may be blessed with salvation.

ਪਉੜੀ॥	**pa-orhee.**
ਕਪੜੁ ਰੂਪੁ ਸੁਹਾਵਣਾ, ਛਡਿ ਦੁਨੀਆ ਅੰਦਰਿ ਜਾਵਣਾ॥	kaparh roop suhaavanaa chhad dunee-aa andar jaavnaa.
ਮੰਦਾ ਚੰਗਾ ਆਪਣਾ, ਆਪੇ ਹੀ ਕੀਤਾ ਪਾਵਣਾ॥	mandaa changa aapnaa aapay hee keetaa paavnaa.
ਹੁਕਮ ਕੀਏ ਮਨਿ ਭਾਵਦੇ, ਰਾਹਿ ਭੀੜੈ ਅਗੈ ਜਾਵਣਾ॥	hukam kee-ay man bhaavday raahi bheerhai agai jaavnaa.
ਨੰਗਾ ਦੋਜਕਿ ਚਾਲਿਆ, ਤਾ ਦਿਸੈ ਖਰਾ ਡਰਾਵਣਾ॥	nangaa dojak chaali-aa taa disai kharaa daraavanaa.
ਕਰਿ ਅਉਗਣ ਪਛੋਤਾਵਣਾ॥੧੪॥	kar a-ugan pachhotaavanaa. ||14||

ਜੀਵ ਨੇ ਸੰਸਾਰਕ ਸ਼ਾਨ, ਕੀਮਤੀ ਪਦਾਰਥ, ਸਭ ਇਸ ਸੰਸਾਰ ਵਿੱਚ ਹੀ ਛੱਡ ਜਾਣੇ ਹਨ । ਹਰਇਕ ਦੇ ਆਪਣੇ ਕੀਤੇ ਚੰਗੇ ਕੰਮ ਹੀ, ਅਗੇ ਦਰਗਾਹ ਵਿੱਚ ਕੰਮ ਆਉਂਦੇ ਹਨ । ਪ੍ਰਭ ਆਪਣੀ ਮਰਜ਼ੀ ਅਨੁਸਾਰ ਹੁਕਮ ਕਰਦਾ, ਜੀਵ ਨੂੰ ਬਿਨਾਂ ਬਸਤ੍ਰ ਤੋਂ ਹੀ ਭੀੜੇ ਰਸਤੇ ਤੋਂ ਨਰਕ ਵਾਲੇ ਪਾਸੇ ਲੈ ਜਾਂਦਾ ਹੈ । ਆਪਣੇ ਕੀਤੇ ਕੰਮਾਂ ਦਾ ਫਲ, ਸਜ਼ਾ ਤੋਂ ਡਰਦਾ, ਸੋਚਦਾ, ਮੰਦੇ ਕੰਮਾਂ ਦਾ ਪਛਤਾਵਾ ਕਰਦਾ ਹੈ ।

After death, worldly status, glamorous robes remain behind in the world. Only his earnings of His Word may remain with him to support in His Court. The devil of death may capture his soul at predetermined time, through a tedious path to clear his accounts of his worldly deeds. He remains terrified from the extent of punishment for his worldly deeds; he regrets and repent for his sinful deeds.

Key Message of Aasaa De Var, Salok #14, page 470-12
'ਸਦਾ ਸਾਥ ਜਾਣ ਵਾਲੀ ਕਮਾਈ!
ਜਿਹੜਾ ਅਡੋਲ ਭਰੋਸੇ ਨਾਲ ਸ਼ਬਦ ਦਾ ਸਿਮਰਨ, ਪਾਲਣਾ, ਜੀਵਨ ਢਾਲਦਾ ਹੈ, ਆਪਣੇ ਮਨ ਵਿਚੋਂ ਅਹੰਕਾਰ ਖਤਮ ਕਰਕੇ, ਸ੍ਰਿਸ਼ਟੀ ਦੀ ਸੇਵਾ, ਲੋੜ ਵੇਲੇ ਕੰਮ ਆਉਂਦਾ ਹੈ । ਉਸ ਨੂੰ ਪ੍ਰਵਾਨਗੀ ਦਾ ਰਸਤਾ, ਮੁਕਤ ਅਵਸਥਾ ਬਖਸ਼ਿਸ਼ ਹੋ ਜਾਂਦੀ ਹੈ । ਉਸ ਦੀ ਆਤਮਾ ਪਵਿੱਤਰ ਹੋ ਜਾਂਦੀ, ਪ੍ਰਭ ਦੇ ਪਰਖਣ ਯੋਗ ਹੋ ਜਾਂਦੀ ਹੈ । ਉਸ ਨੂੰ ਹੀ ਦਰਬਾਰ ਵਿੱਚ ਸੋਭਾ ਬਖਸ਼ਿਸ਼ ਹੁੰਦੀ ਹੈ । ਹਰਇਕ ਦੇ ਆਪਣੇ ਕੀਤੇ ਚੰਗੇ ਕੰਮ ਹੀ ਅਗੇ ਦਰਗਾਹ ਵਿੱਚ ਕੰਮ ਆਉਂਦੇ ਹਨ ।
Forever true assets, wealth for soul!
Whosoever may remain humble, conquer his ego, and help helpless; he may be honored in His Court. Whosoever may meditate, obeys, and adopts the teachings of His Word with steady and stable belief; he may be blessed with the right path of salvation. His soul may be sanctified; he may be honored in His Court. Only the earnings of His Word may become witness in His Court.

83. ਸਲੋਕੁ ਮਃ ੧॥ (15) 471-2

ਦਇਆ ਕਪਾਹ ਸੰਤੋਖੁ ਸੂਤੁ, ਜਤੁ ਗੰਢੀ ਸਤੁ ਵਟੁ॥	da-i-aa kapaah santokh soot jat gandhee sat vat.
ਏਹੁ ਜਨੇਊ ਜੀਅ ਕਾ, ਹਈ ਤ ਪਾਡੇ ਘਤੁ॥	ayhu janay-oo jee-a kaa ha-ee ta paaday ghat.
ਨਾ ਏਹੁ ਤੁਟੈ ਨ ਮਲੁ ਲਗੈ, ਨਾ ਏਹੁ ਜਲੈ ਨ ਜਾਇ॥	naa ayhu tutai naa mal lagai naa ayhu jalai na jaa-ay.
ਧੰਨੁ ਸੁ ਮਾਣਸ ਨਾਨਕਾ, ਜੋ ਗਲਿ ਚਲੇ ਪਾਇ॥	Dhan so maanas naankaa jo gal chalay paa-ay.
ਚਉਕੜਿ ਮੁਲਿ ਅਣਾਇਆ, ਬਹਿ ਚਉਕੈ ਪਾਇਆ॥	cha-ukarh mul anaa-i-aa bahi cha-ukai paa-i-aa.
ਸਿਖਾ ਕੰਨਿ ਚੜਾਈਆ, ਗੁਰੁ ਬ੍ਰਾਹਮਣੁ ਥਿਆ॥	sikhaa kann charhaa-ee-aa gur baraahman thi-aa.
ਓਹੁ ਮੁਆ ਓਹੁ ਝੜਿ ਪਇਆ ਵੇਤਗਾ ਗਇਆ॥੧॥	oh mu-aa oh jharh pa-i-aa vaytgaa ga-i-aa. ||1||

ਜਿਹੜਾ ਸੰਸਾਰ ਵਿੱਚ ਸ੍ਰਿਸ਼ਟੀ ਤੇ **ਦਾਇਆ, ਸੇਵਾ ਨੂੰ ਜੀਵਨ ਦਾ** ਅਧਾਰ ਬਣਾਉਂਦਾ ਹੈ, **ਸੰਤੋਖ ਨੂੰ ਜੀਵਨ ਦੀ ਵਿਧੀ, ਕਾਮਵਾਸਨਾ ਤੇ ਕਾਬੂ** ਪਾਉਣ ਨੂੰ ਜੀਵਨ ਦਾ ਨਿਯਮ ਬਣਾਉਂਦਾ ਹੈ । ਜਿਹੜਾ ਮਨ ਦੇ **ਅਡੋਲ ਭਰੋਸੇ, ਦ੍ਰਿੜ੍ਹਤਾ** (ਸੁਤ) ਨਾਲ ਆਪਣੇ ਆਪ ਨੂੰ ਪ੍ਰਭ ਦਾ ਦਾਸ, ਨੀਵਾਂ, ਸਾਦਾ ਰਹਿੰਦਾ ਹੈ, ਇਸਤਰ੍ਹਾਂ ਦਾ ਨਿਸ਼ਾਨਾ (ਜਨੇਉ) ਬਣਾਉਂਦਾ ਹੈ, ਉਹ ਧੰਨ, ਵੱਡੇ ਭਾਗਾਂ ਵਾਲਾ ਬਣ ਜਾਂਦਾ ਹੈ । ਉਸ ਦੀ ਪ੍ਰੀਤ ਪ੍ਰਭ ਦੇ ਸ਼ਬਦ ਨਾਲ ਅਡੋਲ ਹੋ ਜਾਂਦੀ ਹੈ । ਉਹ ਸੰਸਾਰਕ ਜੀਵਨ ਵਿੱਚ ਆਉਣ ਵਾਲੇ ਦੁਖਾਂ, ਮੁਸੀਬਤਾਂ ਨਾਲ ਡੋਲਦਾ ਨਹੀਂ । ਉਸ ਦੀ ਲਗਨ, ਪ੍ਰੀਤ ਵਿੱਚ ਪਾੜਾ ਨਹੀਂ ਪੈਂਦਾ । ਜਿਹੜੇ ਸੰਸਾਰਕ ਜਨੇਉ ਖਰੀਦ ਕੇ ਧਾਰਮਕ ਰੀਤੀ ਨਾਲ, ਬ੍ਰਹਮਣ ਮਾਂ ਦੀ ਕੁੱਖ ਵਿਚੋਂ ਜਨਮੇ ਬੱਚੇ ਨੂੰ ਪਾਉਂਦੇ ਹਨ । ਸਮਝਦੇ ਹਨ! ਉਹ ਬੱਚਾ ਪ੍ਰਭ ਦੇ ਚਰਨਾਂ ਤੇ ਪਨਾਹ ਵਿੱਚ ਪ੍ਰਵਾਨ ਹੋ ਗਿਆ ਹੈ, ਪ੍ਰਭ ਦੇ ਰਸਤੇ ਨੂੰ ਪਛਾਣ ਲਿਆ ਹੈ । ਬਾਕੀ ਜੀਵਾਂ ਨੂੰ ਪ੍ਰਭ ਦੇ ਅਸਲੀ ਰਸਤੇ ਦੀ ਸੋਝੀ ਪਾਵੇਗਾ । ਉਹ ਮੌਤ ਤੇ ਸੰਸਾਰਕ ਪਵਿੱਤਰ ਧਾਗਾ ਇਥੇ ਹੀ ਛਡ ਜਾਂਦਾ ਹੈ । ਪ੍ਰਭ ਦੇ ਦਰਬਾਰ ਵਿੱਚ ਉਸ ਦਾ ਗਿਆਨ, ਇਹ ਧਾਗਾ ਗਵਾਹੀ ਨਹੀਂ ਦੇ ਸਕਦਾ ।

Whosoever may make forgiveness and **compassion** to mankind as the guiding principle; **contentment** on His Blessings as a meditation technique; conquering his **sexual urge** with strange woman as the discipline of life. He may remain humble and modest living; he adopts the teachings of His Word with steady and stable belief in his life. He may become very fortunate. He may never abandon the teachings of His Word; his devotion and belief may transform his state of mind beyond the reach of influence of worldly miseries and hardships. He remains steady and stable on the right path of acceptance in His Court. Religious ritual to buy the religious symbolic threads of purity and ties around the neck of a new born from the womb of Brahman mother and incarnates him as enlightened to guide others on the right path of meditation. After his death this spiritual thread remains in the universe and burned with his perishable body. This spiritual symbolic thread of sanctification may not support his soul in His Court.

ਗੁਰੂ ਨਾਨਕ ਦੇਵ ਜੀ! – Guru Nanak Dev Ji! Guru Granth Sahib

ਮਃ ੧॥	**mehlaa 1.**
ਲਖ ਚੋਰੀਆ ਲਖ ਜਾਰੀਆ, ਲਖ ਕੂੜੀਆ ਲਖ ਗਾਲਿ॥	lakh choree-aa lakh jaaree-aa lakh koorhee-aa lakh gaal.
ਲਖ ਠਗੀਆ ਪਹਿਨਾਮੀਆ, ਰਾਤਿ ਦਿਨਸੁ ਜੀਅ ਨਾਲਿ॥	lakh thagee-aa pahinaamee-aa raat dinas jee-a naal.
ਤਗੁ ਕਪਾਹਹੁ ਕਤੀਐ, ਬਾਮ੍ਹਣੁ ਵਟੇ ਆਇ॥	tag kapaahahu katee-ai baamHan vatay aa-ay.
ਕੁਹਿ ਬਕਰਾ ਰਿੰਨ੍ਹਿ ਖਾਇਆ, ਸਭੁ ਕੋ ਆਖੈ ਪਾਇ॥	kuhi bakraa rinniH khaa-i-aa sabh ko aakhai paa-ay.
ਹੋਇ ਪੁਰਾਣਾ ਸੁਟੀਐ, ਭੀ ਫਿਰਿ ਪਾਈਐ ਹੋਰੁ॥	ho-ay puraanaa sutee-ai bhee fir paa-ee-ai hor.
ਨਾਨਕ ਤਗੁ ਨ ਤੁਟਈ, ਜੇ ਤਗਿ ਹੋਵੈ ਜੋਰੁ॥੨॥	naanak tag na tut-ee jay tag hovai jor. ||2||

ਜੀਵ ਇਸ ਸੰਸਾਰ ਵਿੱਚ ਦਿਨ ਰਾਤ ਅਨੇਕਾਂ ਹੀ ਮੰਦੇ ਕੰਮ ਕਰਦਾ ਰਹਿੰਦਾ ਹੈ । ਧਾਰਮਕ ਆਗੂ, ਪੰਡਿਤ ਇਹ ਧਾਗਾ ਉਸ ਦੇ ਗਲ ਵਿੱਚ ਪਾ ਦੇਂਦਾ ਹੈ । ਜਿਵੇਂ ਇਹ ਪਵਿੱਤਰ ਧਾਗਾ ਪਾਉਣ ਨਾਲ ਸਭ ਪਾਪ ਧੋਤੇ, ਮਾਫ ਹੋ ਜਾਂਦੇ ਹਨ । ਜਦੋਂ ਇਕ ਧਾਗਾ ਘੱਸ ਜਾਂਦਾ ਹੈ, ਹੋਰ ਧਾਗਾ ਪਾ ਲੈਂਦੇ ਹਨ । ਰਵੀਤ ਦਾ ਧਾਗਾ ਜੀਵ ਨੂੰ ਮੰਦੇ ਕੰਮਾਂ ਤੋਂ ਰੋਕ ਨਹੀ ਸਕਦਾ, ਧਾਗੇ ਵਿੱਚ ਕੋਈ ਸਤ, ਜ਼ੋਰ ਨਹੀਂ ਹੁੰਦਾ । ਜੀਵ ਆਪਣੇ ਜੀਵਨ ਵਿੱਚ ਜ਼ੋਰ ਵਾਲੇ ਕੰਮ ਕਰੋ! ਇਸਤਰ੍ਹਾਂ ਦੇ ਨਿਯਮ ਬਣਾਵੋ! ਜਿਹੜੇ ਪ੍ਰਭ ਦੇ ਦਰਬਾਰ ਵਿੱਚ ਸਹਾਈ ਹੋਣ । (ਮੰਦੇ ਕੰਮ – ਚੋਰੀ, ਫਰੇਬ, ਨਿੰਦਿਆਂ, ਆਤਮ ਹੱਤਿਆ– ਆਦਿ)

Worldly creature may perform many evil sinful deeds in his day-to-day life. The worldly spiritual guide, rolls cotton thread, read few lines from holy scripture and ties around his neck. He claims! All his past and future sins would be forgiven by The Holy Master with Holy Thread! When this thread wears off, replaced with new thread. The religious rituals, spiritual thread have no power to control his urge to commit sins. His true devotee adopts the teachings of His Word, performs deeds acceptable in His Court; his soul may become sanctified to become worthy of His Consideration.

ਮਃ ੧॥	**mehlaa 1.**
ਨਾਇ ਮੰਨਿਐ ਪਤਿ ਊਪਜੈ, ਸਾਲਾਹੀ ਸਚੁ ਸੂਤੁ॥	naa-ay mani-ai pat oopjai saalaahee sach soot.
ਦਰਗਹ ਅੰਦਰਿ ਪਾਈਐ, ਤਗੁ ਨ ਤੂਟਸਿ ਪੂਤ॥੩॥	dargeh andar paa-ee-ai tag na tootas poot. ||3||

ਪ੍ਰਭ ਦੇ ਸ਼ਬਦ ਨਾਲ ਜੀਵਨ ਢਾਲਣ ਨਾਲ, ਪ੍ਰਭ ਦੇ ਬਖਸ਼ੇ ਤੇ ਭਰੋਸਾ ਅਡੋਲ ਹੋ ਜਾਂਦਾ ਹੈ । ਉਹ ਕਦੇ ਵੀ ਬੰਦਗੀ ਦਾ ਰਸਤਾ ਨਹੀਂ ਛਡਦਾ! ਪ੍ਰਭ ਆਪ ਹੀ ਦਰਬਾਰ ਵਿੱਚ ਆਤਮਾ ਦਾ ਸਹਾਈ ਬਣ ਜਾਂਦਾ ਹੈ ।

Whosoever may meditate and adopts the teachings of His Word with steady and stable belief in his day-to-day life. He may remain contented with His Blessings. He may never abandon the right path of meditation. The True Master may become His Protector, Companion in His Court.

ਮਃ ੧॥	**mehlaa 1.**
ਤਗੁ ਨ ਇੰਦ੍ਰੀ, ਤਗੁ ਨ ਨਾਰੀ॥ ਭਲਕੇ ਥੁਕ ਪਵੈ, ਨਿਤ ਦਾੜੀ॥	tag na indree tag na naaree. bhalkay thuk pavai nit daarhee.
ਤਗੁ ਨ ਪੈਰੀ, ਤਗੁ ਨ ਹਥੀ॥ ਤਗੁ ਨ ਜਿਹਵਾ, ਤਗੁ ਨ ਅਖੀ॥	tag na pairee tag na hathee. tag na jihvaa tag na akhee.
ਵੇਤਗਾ ਆਪੇ ਵਤੈ॥ ਵਟਿ ਧਾਗੇ ਅਵਰਾ ਘਤੈ॥	vaytgaa aapay vatai. vat Dhaagay avraa ghatai.
ਲੈ ਭਾੜਿ ਕਰੇ ਵੀਆਹੁ॥ ਕਢਿ ਕਾਗਲੁ ਦਸੇ ਰਾਹੁ॥	lai bhaarh karay vee-aahu. kadh kaagal dasay raahu.
ਸੁਣਿ ਵੇਖਹੁ ਲੋਕਾ ਏਹੁ ਵਿਡਾਣੁ॥ ਮਨਿ ਅੰਧਾ ਨਾਉ ਸੁਜਾਣੁ॥੪॥	sun vaykhhu lokaa ayhu vidaan. man anDhaa naa-o sujaan. ||4||

ਇਸਤਰ੍ਹਾਂ ਦਾ ਕੋਈ ਪਵਿੱਤਰ ਧਾਗਾ ਨਹੀਂ ਬਣਿਆ । ਜਿਹੜਾ ਧਾਗਾ ਮਾਨਸ ਦੀ ਭੁੱਖ, ਲਾਲਚ, ਨਾਰੀ ਦੀ ਕਾਮਵਾਸਨਾ, ਪੈਰਾਂ, ਹੱਥਾਂ, ਜੀਭ, ਅੱਖਾਂ ਤੇ ਕਾਬੂ ਪਾ ਸਕਦਾ ਹੈ । ਸੰਸਾਰ ਵਿੱਚ ਧਾਰਮਕ ਆਗੂ, ਪੰਡਿਤ ਬਾਕੀ ਜੀਵਾਂ ਨੂੰ ਬੰਧਨ ਦੱਸਦੇ, ਪਾਉਂਦੇ ਹਨ, ਉਹ ਆਪਣੇ ਜੀਵਨ ਵਿੱਚ ਅਮਲ ਕਰਨ ਤੋਂ ਬਿਨਾਂ ਹੀ ਮਰ ਜਾਂਦੇ ਹਨ । ਮਨ ਦੇ ਲਾਲਚ ਕਾਰਨ, ਆਪਣੀ ਕੀਮਤ ਲੈ ਕੇ ਧਾਰਮਕ ਬੰਧਨ ਬੰਦੀ ਜਾਂਦੇ ਹਨ । ਸੰਸਾਰਕ ਸੋਝੀਵਾਨ, ਜੋਤਿਸ਼ ਵਿਦਿਆ ਪੜ੍ਹ ਪੜ੍ਹ ਕੇ ਜੀਵਾਂ ਨੂੰ ਭਵਿੱਖ ਦੱਸਦਾ ਹੈ, ਅਣਜਾਣ ਜੀਵ ਇਹ ਸੁਣ ਸੁਣਕੇ ਹੈਰਾਨ ਹੁੰਦੇ ਹਨ । ਉਸ ਧਾਰਮਕ ਆਗੂਾਂ ਨੂੰ ਬਾਕੀ ਜੀਵ ਗਿਆਨੀ, ਬ੍ਰਹਮਣ ਸਮਝਦੇ ਹਨ । ਉਹ ਧਾਰਮਕ ਜੀਵ, ਪ੍ਰਭ ਦੇ ਸ਼ਬਦ ਦੀ ਸੋਝੀ ਤੋਂ ਅੰਧਾ, ਅਣਜਾਣ ਹੀ ਰਹਿੰਦਾ ਹੈ ।

No such blessed thread has been discovered or made in this universe; which may control the hunger, greed, sexual urge, movement of his feet, tongue, or eyes of any creature. The religious priest may describe many rigid disciplines of life to others; however, he may not adopt the teachings in his own life. He may sell and enforces these good principles to others. The enlightened astrologers read books and predict the future of innocent; ignorant remains astonished and believes them as the messengers of The True Master. These astrologers, greedy religious preachers are ignorant from the enlightenment of the essence of His Word.

ਪਉੜੀ॥	**pa-orhee.**
ਸਾਹਿਬੁ ਹੋਇ ਦਇਆਲੁ ਕਿਰਪਾ ਕਰੇ, ਤਾ ਸਾਈ ਕਾਰ ਕਰਾਇਸੀ॥	saahib ho-ay da-i-aal kirpaa karay taa saa-ee kaar karaa-isee.
ਸੋ ਸੇਵਕੁ ਸੇਵਾ ਕਰੇ, ਜਿਸ ਨੋ ਹੁਕਮੁ ਮਨਾਇਸੀ॥	so sayvak sayvaa karay jis no hukam manaa-isee.
ਹੁਕਮਿ ਮੰਨਿਐ ਹੋਵੈ ਪਰਵਾਣੁ, ਤਾ ਖਸਮੈ ਕਾ ਮਹਲੁ ਪਾਇਸੀ॥	hukam mani-ai hovai parvaan taa khasmai kaa mahal paa-isee.
ਖਸਮੈ ਭਾਵੈ ਸੋ ਕਰੇ, ਮਨਹੁ ਚਿੰਦਿਆ ਸੋ ਫਲੁ ਪਾਇਸੀ॥	khasmai bhaavai so karay manhu chindi-aa so fal paa-isee.
ਤਾ ਦਰਗਹ ਪੈਧਾ ਜਾਇਸੀ॥੧੫॥	taa dargeh paiDhaa jaa-isee. ||15||

ਜਿਸ ਜੀਵ ਤੇ ਪ੍ਰਭ ਰਹਿਮਤ ਬਖਸ਼ਕੇ ਸ਼ਬਦ ਦੇ ਲੜ ਲਾਉਂਦਾ ਹੈ! ਕੇਵਲ ਉਹ ਹੀ ਸ਼ਬਦ ਦੀ ਪਾਲਣਾ ਤੇ ਅਡੋਲ ਰਹਿੰਦਾ, ਜੀਵਨ ਢਾਲਦਾ ਹੈ । ਉਸ ਦਾ ਹੁਕਮ, ਭਾਣਾ, ਸ਼ਬਦ ਮਿੱਠਾ ਕਰਕੇ ਮੰਨਦਾ ਹੈ । ਜਿਹੜਾ ਜੀਵ ਪ੍ਰਭ ਦੇ ਸ਼ਬਦ ਨੂੰ ਅਡੋਲ ਭਰੋਸੇ ਨਾਲ ਮੰਨਦਾ ਹੈ । ਉਸ ਦੀ ਬੰਦਗੀ ਪ੍ਰਭ ਨੂੰ ਪ੍ਰਵਾਨ ਹੋ ਜਾਂਦੀ ਹੈ । ਉਸ ਦੇ ਮਨ ਦੀਆਂ ਅਨਬੋਲੀਆਂ ਮੁਰਾਦਾਂ ਬਖਸ਼ਿਸ਼ ਹੋ ਜਾਂਦੀਆ ਹਨ, ਪ੍ਰਭ ਦੇ ਦਰਬਾਰ ਵਿੱਚ ਥਾਂ ਹਾਸਿਲ ਕਰ ਲੈਂਦਾ ਹੈ ।

Whosoever may be blessed with a devotional attachment to His Word; only he may adopt the teachings of His Word with steady and stable belief in his day-to-day life. His earnings of His Word may be accepted in His Court. His spoken and unspoken desires may be satisfied; with His mercy and grace, he may be accepted in His Court.

Key Message of Aasaa De Var, Salok #15, page 471-2
'ਗੁਰਮਖ ਦੇ ਜੀਵਨ ਦੇ ਨਿਯਮ!
'ਵੱਡੇ ਭਾਗਾਂ ਵਾਲਾ ਹੀ ਦਾਇਆ, ਸੇਵਾ ਨੂੰ ਜੀਵਨ ਦਾ ਅਧਾਰ, ਸੰਤੋਖ, ਕਾਮਵਾਸਨਾ ਨੂੰ ਜੀਵਨ ਦਾ ਨਿਯਮ, ਅਡੋਲ ਭਰੋਸੇ, ਦ੍ਰਿੜ੍ਹਤਾ (ਸੁਤ) ਨਾਲ, ਨੀਵਾਂ, ਸਾਦਾ ਰਹਿੰਦਾ ਹੈ । ਜੀਵਨ ਵਿੱਚ ਜ਼ੋਰ ਵਾਲੇ ਕੰਮ, ਨਿਯਮ ਹੀ ਪ੍ਰਭ ਦੇ ਦਰਬਾਰ ਵਿੱਚ ਸਹਾਈ ਹੰਦੇ ਹਨ । ਜਿਹੜਾ ਸ਼ਬਦ ਨਾਲ ਜੀਵਨ ਢਾਲਦਾ, ਪ੍ਰਭ ਆਪ ਹੀ ਉਸ

ਦੀ ਆਤਮਾ ਦਾ ਦਰਬਾਰ ਵਿੱਚ ਸਹਾਈ ਬਣ ਜਾਂਦਾ ਹੈ । ਜਿਹੜਾ ਧਰਮ ਦੇ ਰੀਤ ਰੀਵਾਜ ਕਰਦਾ, ਸ਼ਬਦ ਦੀ ਸੋਝੀ ਤੋਂ ਅੰਧੇ, ਅਣਜਾਣ ਹੀ ਰਹਿੰਦਾ ਹੈ । ਜਿਹੜਾ ਪ੍ਰਭ ਦੇ ਸ਼ਬਦ ਤੇ, ਬਖਸ਼ੇ ਤੇ ਸੰਤੋਖ, ਅਡੋਲ ਭਰੋਸਾ ਰਖਦਾ ਹੈ । ਉਸ ਦੇ ਮਨ ਦੀਆਂ ਬੋਲੀਆਂ, ਅਨਬੋਲੀਆਂ ਮੁਰਾਦਾਂ ਬਖਸ਼ਿਸ਼ ਹੋ ਜਾਂਦੀਆ ਹਨ ।

Guiding principles, disciplines of His true devotee!

Only fortunate, blessed soul may make forgiveness and service of mankind as the guiding principle; contentment; steady and stable belief, determination; conquering his sexual urge; humility, modest living. Only good deeds for welfare of His Creation may be acceptable in His Court. Whosoever may adopt the teachings of His Word with steady and stable belief; his earnings of His Word may be accepted in His Sanctuary. Whosoever may remain intoxicated in religious rituals; he remains ignorant from the real path of acceptance in His Court. Whosoever may remain contented with his worldly environment; his spoken and unspoken desires may be fully satisfied.

84. ਸਲੋਕੁ ਮਃ ੧॥ (16) 471-14

ਗਊ ਬਿਰਾਹਮਣ ਕਉ ਕਰੁ ਲਾਵਹੁ, ਗੋਬਰਿ ਤਰਣੁ ਨ ਜਾਈ॥
ਧੋਤੀ ਟਿਕਾ ਤੈ ਜਪਮਾਲੀ, ਧਾਨੁ ਮਲੇਛਾਂ ਖਾਈ॥
ਅੰਤਰਿ ਪੂਜਾ ਪੜਹਿ ਕਤੇਬਾ, ਸੰਜਮੁ ਤੁਰਕਾ ਭਾਈ॥
ਛੋਡੀਲੇ ਪਾਖੰਡਾ॥ ਨਾਮਿ ਲਇਐ ਜਾਹਿ ਤਰੰਦਾ॥੧॥

ga-oo biraahman ka-o kar laavhu gobar taran na jaa-ee.
Dhotee tikaa tai japmaalee Dhaan malaychhaaN khaa-ee.
antar poojaa parheh kataybaa sanjam turkaa bhaa-ee.
chhodeelay paakhandaa. naam la-i-ai jaahi tarandaa. ||1||

ਜੀਵ ਤੂੰ ਬਾਣਾ ਭਗਤਾ ਵਾਲਾ ਪਾਉਂਦਾ ਹੈ, ਪਰ ਦੂਸਰੇ ਦੇ ਹੱਕ ਦੀ ਕਮਾਈ ਹੜਪਦਾ ਹੈ । ਆਪਣੀ ਕਮਾਈ ਨਾਲ ਸੰਤੋਖ ਨਹੀਂ ਕਰਦਾ । ਤੂੰ ਬਾਕੀ ਨੂੰ ਸਿਖਿਆਂ ਦੇਂਦਾ ਹੈ, ਗਊ ਪੂਜਣ ਯੋਗ ਹੈ, ਆਪ ਉਸ ਦੀ ਸੇਵਾ ਨਹੀਂ ਕਰਦਾ । ਲੋਕ ਦਿਖਾਵਾ ਕਰਨ ਲਈ ਉਸ ਦੇ ਗੋਬਰ ਨਾਲ ਆਪਣੀ ਰਸੋਈ ਨੂੰ ਪਵਿੱਤਰ ਕਰਦਾ ਹੈ । ਤੂੰ ਉਸ ਗੋਬਰ ਨਾਲ ਇਸ ਸੰਸਾਰ ਵਿਚੋਂ ਪਾਰ ਨਹੀਂ ਹੋ ਸਕਦਾ । ਤੂੰ ਧਾਰਮਕ ਕਿਤਾਬਾਂ ਪੜ੍ਹਦਾ ਹੈ, ਪਰ ਆਪਣਾ ਜੀਵਨ ਪਾਪੀਆਂ ਵਾਲਾ ਬਤੀਤ ਕਰਦਾ ਹੈ । ਇਹ ਛਡਕੇ ਸਿਮਰਨ ਕਰੋ! ਇਸ ਨਾਲ ਹੀ ਜਨਮ ਮਰਨ ਤੋਂ ਛੁਟਕਾਰਾ, ਮੁਕਤੀ ਬਖਸ਼ਿਸ਼ ਹੋ ਸਕਦੀ ਹੈ । (ਮੱਥੇ ਤੇ ਟਿੱਕਾ, ਗਲ ਮਾਲ਼ਾ ਅਤੇ ਸਾਦੇ ਕਪੜੇ – ਧੋਤੀ)

Worldly priest may adopt religious robe; however, he may not remain contented with his own earnest living and robs the earnest living of other helpless. He preaches, cow as a sacred and worthy of worship; however, he may never care for the welfare of cow. He may pretend to sanctify his kitchen with the cow droppings. Ignorant, imagine! Cow droppings may not transform your soul to become worthy of His Consideration. He may recite Holy Scriptures Day and night; however, he performs sinful deeds like a devil in his day-to-day life. Hypocrite! You should adopt the teachings of His Word with steady and stable belief in day-to-day life; with His mercy and grace, you may be blessed with the right path of salvation.

ਮਃ ੧॥

ਮਾਣਸ ਖਾਣੇ, ਕਰਹਿ ਨਿਵਾਜ॥ ਛੁਰੀ ਵਗਾਇਨਿ, ਤਿਨ ਗਲਿ ਤਾਗ॥
ਤਿਨ ਘਰਿ ਬ੍ਰਹਮਣ, ਪੂਰਹਿ ਨਾਦ॥ ਉਨ੍ਹਾ ਭਿ ਆਵਹਿ, ਓਈ ਸਾਦ॥
ਕੂੜੀ ਰਾਸਿ, ਕੂੜਾ ਵਾਪਾਰੁ॥ ਕੂੜੁ ਬੋਲਿ, ਕਰਹਿ ਆਹਾਰੁ॥
ਸਰਮ ਧਰਮ ਕਾ ਡੇਰਾ ਦੂਰਿ॥
ਨਾਨਕ ਕੂੜੁ ਰਹਿਆ ਭਰਪੂਰਿ॥
ਮਥੈ ਟਿਕਾ, ਤੇੜਿ ਧੋਤੀ ਕਖਾਈ॥
ਹਥਿ ਛੁਰੀ, ਜਗਤ ਕਾਸਾਈ॥
ਨੀਲ ਵਸਤ੍ਰ ਪਹਿਰਿ ਹੋਵਹਿ ਪਰਵਾਣੁ॥
ਮਲੇਛ ਧਾਨੁ ਲੇ ਪੂਜਹਿ ਪੁਰਾਣੁ॥
ਅਭਾਖਿਆ ਕਾ ਕੁਠਾ ਬਕਰਾ ਖਾਣਾ॥
ਚਉਕੇ ਉਪਰਿ ਕਿਸੈ ਨ ਜਾਣਾ॥
ਦੇ ਕੈ ਚਉਕਾ ਕਢੀ ਕਾਰ॥ ਉਪਰਿ ਆਇ ਬੈਠੇ ਕੂੜਿਆਰ॥
ਮਤੁ ਭਿਟੈ ਵੇ ਮਤੁ ਭਿਟੈ॥ ਇਹੁ ਅੰਨੁ ਅਸਾਡਾ ਫਿਟੈ॥
ਤਨਿ ਫਿਟੈ ਫੇੜ ਕਰੇਨਿ॥ ਮਨਿ ਜੂਠੈ ਚੁਲੀ ਭਰੇਨਿ॥
ਕਹੁ ਨਾਨਕ ਸਚੁ ਧਿਆਈਐ॥
ਸੁਚਿ ਹੋਵੈ ਤਾ ਸਚੁ ਪਾਈਐ॥੨॥

mehlaa 1.

maanas khaanay karahi nivaaj. chhuree vagaa-in tin gal taag.
tin ghar barahman pooreh naad. unHaa bhe aavahi o-ee saad.
koorhee raas koorhaa vaapaar. koorh bol karahi aahaar.
saram Dharam kaa dayraa door.
naanak koorh rahi-aa bharpoor.
mathai tikaa tayrh Dhotee kakhaa-ee.
hath chhuree jagat kaasaa-ee.
neel vastar pahir hoveh parvaan.
malaychh Dhaan lay poojeh puraan.
abhaakhi-aa kaa kuthaa bakraa khaanaa.
cha-ukay upar kisai na jaanaa.
day kai cha-ukaa kadhee kaar. upar aa-ay baithay koorhi-aar.
mat bhitai vay mat bhitai. ih ann asaadaa fitai.
tan fitai fayrh karayn. man joothai chulee bharayn.
kaho naanak sach Dhi-aa-ee-ai.
such hovai taa sach paa-ee-ai. ||2||

ਜੀਵ ਤੂੰ ਧਾਰਮਕ ਬਾਣੀ ਦੇ ਨਾਦ, ਰਾਗ ਗਾਉਂਦਾ, ਸੰਤਾਂ ਵਰਗਾ ਬਾਣਾ ਪਾਉਂਦਾ ਹੈ, ਪਵਿੱਤਰ ਧਾਗਾ ਗੱਲ ਵਿੱਚ ਪਾਇਆ ਹੈ । ਮਨ ਦੇ ਲਾਲਚ ਕਾਰਨ ਦੂਸਰੇ ਦਾ ਨਕੁਸਾਨ ਕਰਨ ਲਈ ਛੁਰੀ ਪਕੜੀ ਹੈ । ਪਰਾਇਆ ਹੱਕ ਮਾਰਦਾ, ਨਿਮਾਣੇ ਦਾ ਲਹੂ ਚੁਸਦਾ ਹੈ । ਤੇਰੇ ਜੀਵਨ ਦਾ ਢੰਗ ਅਗਿਆਨੀਆ ਵਾਲਾ ਹੈ । ਜੀਵ ਤੇਰੇ ਵਾਪਾਰ ਕਰਨ ਦੀ ਪੂਜੀ ਵੀ ਗਲਤ, ਵਾਪਾਰ ਕਰਨ ਦਾ ਤਾਰੀਕਾ ਵੀ ਫਰੇਬ, ਧੋਖੇ ਵਾਲਾ ਹੈ । ਤੂੰ ਚਲਾਕੀ, ਧੋਖੇ ਵਾਲੇ ਕੰਮ ਕਰਦਾ, ਹਰਾਮ ਦਾ ਭੋਜਨ ਖਾਂਦਾ ਹੈ । ਤੇਰੇ ਕੰਮ ਨਿਮ੍ਰਤਾ, ਸਾਦਗੀ ਅਤੇ ਧਰਮ ਦੇ ਨਿਯਮਾਂ ਤੋਂ ਬੁਹਤ ਦੂਰ ਹਨ । ਜੀਵਨ ਦਾ ਢੰਗ ਜਮਦੂਤਾਂ ਵਾਲਾ, ਫਰੇਬ, ਧੋਖੇ ਦਾ ਬਹੁਤ ਡੂੰਘਾਂ ਪ੍ਰਭਾਵ ਹੈ । ਤੇਰਾ ਬਾਣਾ ਭਗਤਾ ਵਾਲਾ ਹੈ, ਪਰ ਸਭ ਕੰਮ ਜਮਦੂਤਾਂ ਵਾਲੇ ਹਨ । (ਮੱਥੇ ਤੇ ਟਿੱਕਾ, ਸਾਦਾ ਬਾਣਾ ਧੋਤੀ) ਦੁਨੀਆਵੀ ਜ਼ੋਰਾਵਰ ਨੂੰ ਖੁਸ਼ ਕਰਨ ਲਈ ਆਪਣੇ ਜੀਵਨ ਦਾ ਅਸਲੀ ਰਸਤਾ ਛਡ ਦੇਂਦਾ ਹੈ, ਜ਼ੋਰਾਵਰ ਦੇ ਰਸਤੇ ਤੇ ਚਲਦਾ, ਆਪਣੇ ਧਾਰਮਕ ਨਿਯਮਾਂ ਤੇ ਨਹੀਂ ਚਲਦਾ । ਲੋਕ ਵਿਖਾਵਾ ਕਰਨ ਲਈ ਮੰਦੇ ਕੰਮ ਕਰਨ ਵਾਲਿਆਂ ਨੂੰ ਪੂਜਣ ਯੋਗ ਦੱਸਦਾ ਹੈ । ਉਹਨਾਂ ਨਾਲ ਸੰਜੋਗ ਬਣਾਉਂਦਾ ਹੈ, ਉਹਨਾਂ ਦੇ ਨਿਯਮ ਪਵਿੱਤਰ ਕਰਾਰ ਕਰਕੇ, ਬਾਕੀ ਜੀਵਾਂ ਨੂੰ ਪ੍ਰੇਰਦਾ ਹੈ । ਚੰਗੇ ਕੰਮ ਕਰਨ ਵਾਲਿਆ ਨੂੰ ਨੀਚ ਕਰਾਰ ਕਰਕੇ ਉਹਨਾਂ ਤੋਂ ਦੂਰ ਰਹਿੰਦਾ ਹੈ । ਤੇਰਾ ਜੀਵਨ ਮੰਦੇ ਕੰਮਾਂ ਨਾਲ ਭਰਿਆਂ ਹੋਇਆ ਹੈ । ਆਪਣੇ ਮੈਲ ਭਰੇ ਮਨ, ਆਤਮਾ ਨੂੰ ਜੀਭ ਤੋਂ ਧਾਰਮਕ ਸ਼ਬਦ ਬੋਲ ਕੇ ਪਵਿੱਤਰ ਕਰਨ ਦਾ ਢੰਗ ਅਪਣਾਉਂਦਾ ਹੈ । ਕੇਵਲ ਪ੍ਰਭ ਦਾ ਮਨੋ ਸਿਮਰਨ ਕਰਨ ਨਾਲ ਹੀ ਆਤਮਾ ਪਵਿੱਤਰ ਹੋ ਸਕਦੀ ਹੈ । ਇਹ ਹੀ ਇਕੋ ਇਕ ਵਿਧੀ ਨਾਲ ਪ੍ਰਵਾਨਗੀ ਦਾ ਅਸਲੀ ਰਸਤਾ ਬਖਸ਼ਿਸ਼ ਹੋ ਸਕਦੀ ਹੈ ।

Religious priest sings the melodious Holy hymn, wears saintly robe and holy sanctifying thread in your neck. However, you always carry dagger of greed to rob other innocent creatures; you suck the blood of innocent helpless. Your way of life is like a devil. Your capital for trade, meditation, and technique of meditation both are wrong, false, and deceptive. You enjoy the earnings of sins. Your way of life is far away from modesty, humility, and principles of spiritual living. Your life is dominated by falsehood, deception like a devil. You outlook, robe is like Holy saint; however, your day-to-day life is like a devil. You may abandon all your religious principles and disciplines to please rich and powerful. You call evil doer, rich and powerful, as honorable, and worthy of worship. You claim the devilish path of evil doer a spiritual living and inspire others to adopt. You rebuke, anyone on the right path of His Word in his day-to-day life; claims to be demon path and stay away from him. Overwhelmed with sinful deeds, you may speak few words of scripture to sanctify your soul! Whosoever may meditate and adopts the teachings of His Word, wholeheartedly in day-to-day life; with His mercy and grace, only, he may be blessed with the right path of acceptance in His Court and to sanctify his soul.

ਪਉੜੀ॥	**pa-orhee.**
ਚਿਤੈ ਅੰਦਰਿ ਸਭੁ ਕੋ ਵੇਖਿ, ਨਦਰੀ ਹੇਠਿ ਚਲਾਇਦਾ॥	chitai andar sabh ko vaykh nadree hayth chalaa-idaa.
ਆਪੇ ਦੇ ਵਡਿਆਈਆ, ਆਪੇ ਹੀ ਕਰਮ ਕਰਾਇਦਾ॥	aapay day vadi-aa-ee-aa aapay hee karam karaa-idaa.
ਵਡਹੁ ਵਡਾ ਵਡ ਮੇਦਨੀ, ਸਿਰੇ ਸਿਰਿ ਧੰਧੈ ਲਾਇਦਾ॥	vadahu vadaa vad maydnee siray sir DhanDhai laa-idaa.
ਨਦਰਿ ਉਪਠੀ ਜੇ ਕਰੇ, ਸੁਲਤਾਨਾ ਘਾਹੁ ਕਰਾਇਦਾ॥	nadar upthee jay karay sultaanaa ghaahu karaa-idaa.
ਦਰਿ ਮੰਗਨਿ ਭਿਖ ਨ ਪਾਇਦਾ॥੧੬॥	dar mangan bhikh na paa-idaa. ‖16‖

ਪ੍ਰਭ, ਤੂੰ ਸਭ ਕੁਝ ਦੇਖਦਾ ਹੈ, ਸਭ ਕੁਝ ਤੇਰੇ ਵੱਸ ਵਿੱਚ ਹੀ ਹੈ । ਆਪ ਹੀ ਜੀਵ ਨੂੰ ਆਪਣੀ ਰਜ਼ਾ ਅੰਦਰ ਚਲਾਉਂਦਾ ਹੈ । ਤੂੰ ਸਭ ਤੋਂ ਵੱਡਾ ਹੈ, ਤੇਰੇ ਤੋਂ ਹੋਰ ਕੋਈ ਦੂਜਾ ਵੱਡਾ ਨਹੀਂ ਹੈ । ਤੂੰ ਹੀ ਹਰ ਜੀਵ ਨੂੰ ਆਪਣੇ ਆਪਣੇ ਧੰਦੇ ਤੇ ਲਾਉਂਦਾ ਹੈ । ਜਿਸ ਜੀਵ ਤੋਂ ਤੇਰੀ ਰਹਿਮਤ ਦੀ ਨਜ਼ਰ ਉਠ ਜਾਵੇ! ਤੂੰ ਇਕ ਪਲ ਵਿੱਚ ਹੀ, ਰਾਜੇ ਤੋਂ ਭਿਖਾਰੀ ਬਣਾ ਸਕਦਾ ਹੈ । ਇਸਤਰ੍ਹਾਂ ਦਾ ਭਿਖਾਰੀ, ਜਿਸ ਨੂੰ ਭਿੱਖਿਆ ਮੰਗਣ ਤੇ ਵੀ ਤਰਸ ਕਰਕੇ ਕੋਈ ਭਿੱਖਿਆ ਵੀ ਨਾ ਦੇਵੇ ।

The Omnipotent True Master, Greatest of All, monitors, and everything remains under His Command. No one else may be equal to His Greatness. He assigns a unique path to every creature in his day-to-day life. His roadmap engraved on his soul and remains embedded within his soul as His Word, as the right path of human life journey! Whosoever may be deprived from His Blessed Vision; even the mighty king may become a worthless beggar; the beggar of miserable state, no one may pity on his soul to offer any alms.

Key Message of Aasaa De Var, Salok #16, page 471-14
'ਆਤਮਾ ਪਵਿੱਤਰ ਕਰਨ ਦੀ ਇਕੋ ਇਕ ਵਿਧੀ!
ਇਕੋ ਇਕ ਵਿਧੀ! ਸ਼ਬਦ ਦੀ ਪਾਲਣਾ ਨਾਲ ਹੀ ਆਤਮਾ ਨੂੰ ਪਵਿੱਤਰ ਕਰਨ ਦਾ ਅਸਲੀ ਰਸਤਾ ਬਖਸ਼ਿਸ਼ ਹੋ ਸਕਦਾ ਹੈ । ਜਿਹੜਾ ਪਾਪਾਂ ਵਾਲੇ ਕੰਮ ਤਿਆਗ ਦੇਂਦਾ ਹੈ, ਉਸ ਨੂੰ ਪ੍ਰਵਾਨਗੀ ਦਾ ਰਸਤਾ ਬਖਸ਼ਿਸ਼ ਹੋ ਜਾਂਦਾ ਹੈ । ਜਿਹੜਾ ਜ਼ੋਰਾਵਰ ਨੂੰ ਖੁਸ਼ ਕਰਨ ਲਈ ਆਪਣੇ ਜੀਵਨ ਦਾ ਅਸਲੀ ਰਸਤਾ ਤਿਆਗ ਦੇਂਦਾ ਹੈ । ਉਹ ਜਨਮ ਮਰਨ ਦੇ ਚੱਕਰ ਵਿਚ ਹੀ ਰਹਿੰਦਾ ਹੈ । ਜਿਸ ਤੋਂ ਪ੍ਰਭ ਦੀ ਰਹਿਮਤ ਦੀ ਨਜ਼ਰ ਉਠ ਜਾਵੇ! ਇਕ ਪਲ ਵਿੱਚ ਹੀ, ਰਾਜੇ ਤੋਂ ਭਿਖਾਰੀ ਬਣ ਸਕਦਾ ਹੈ ।
The one and only one right path to sanctify soul!
The one and only right path of acceptance in His Court! Whosoever may abandon his hypocrisy and adopts the teachings of His Word with steady and stable belief; he may be blessed with the right path of acceptance in His Court. Whosoever may abandon all his religious principles to please rich and powerful. He may remain in the cycle of birth and death. Whosoever may be deprived from His Blessed Vision; even the mighty king may become a worthless beggar.

85. ਸਲੋਕੁ ਮਃ ੧॥ (17) 472-7

ਜੇ ਮੋਹਾਕਾ ਘਰੁ ਮੁਹੈ, ਘਰੁ ਮੁਹਿ ਪਿਤਰੀ ਦੇਇ॥	jay mohaakaa ghar muhai ghar muhi pitree day-ay.
ਅਗੈ ਵਸਤੁ ਸਿਞਾਣੀਐ, ਪਿਤਰੀ ਚੋਰ ਕਰੇਇ॥	agai vasat sinjaanee-ai pitree chor karay-i.
ਵਢੀਅਹਿ ਹਥ ਦਲਾਲ ਕੇ, ਮੁਸਫੀ ਏਹ ਕਰੇਇ॥	vadhee-ah hath dalaal kay musfee ayh karay-i.
ਨਾਨਕ ਅਗੈ ਸੋ ਮਿਲੈ, ਜਿ ਖਟੇ ਘਾਲੇ ਦੇਇ॥੧॥	naanak agai so milai je khatay ghaalay day-ay. ‖1‖

ਜਿਵੇਂ ਬੁਰਾ, ਚੋਰ, ਠੱਗ ਪਰਾਏ ਘਰ ਚੋਰੀ ਕਰੇ, ਪਰਾਏ ਦਾ ਹੱਕ ਮਾਰ ਕੇ, ਆਪਣੇ ਮਰੇ ਹੋਏ ਮਾਂ, ਬਾਪ ਦੇ ਸਰਾਧ, ਅਖੰਡ ਪਾਠ, ਲੰਗਰ ਲਵਾਉਂਦਾ, ਧਾਰਮਕ ਅਸਥਾਨ ਤੇ ਪੂਜਾ ਚੜ੍ਹਾਵੇ । ਉਸ ਦੀ ਕੀਤੀ ਪੂਜਾ, ਖਾਨਦਾਨੀ (ਮਾਂ ਬਾਪ) ਦੀ ਅਸਲੀਅਤ ਪ੍ਰਗਟ ਕਰਦੀ ਹੈ । ਉਹ ਆਪਣੇ ਬਜ਼ੁਰਗਾ ਨੂੰ ਵੀ ਚੋਰ ਬਣਾ ਦੇਂਦਾ ਹੈ । ਉਸ ਦੀ ਪੂਜਾ ਬਿਰਥਾ ਹੀ ਜਾਂਦੀ ਹੈ । ਅਗਲੀ ਦਰਗਾਹ ਵਿੱਚ ਉਸ ਨੂੰ ਕੁਝ ਫਲ ਬਖਸ਼ਿਸ਼ ਨਹੀਂ ਹੁੰਦਾ, ਇਹ ਸੰਸਾਰਕ ਰੀਤੀ, ਪੁੰਨ, ਦਾਨ ਸਾਰੇ ਫਰੇਬ ਹੀ ਹਨ । ਜਿਹੜਾ ਆਪਣੀ ਹੱਕ ਦੀ ਕਮਾਈ ਵਿਚੋਂ ਲੋੜਵੰਦ ਨੂੰ ਆਪ ਦੇਂਦਾ ਹੈ । ਉਹ ਹੀ ਪੁੰਨ ਲੇਖੇ ਲਗਦਾ, ਦਰਬਾਰ ਵਿੱਚ ਪ੍ਰਵਾਨ ਹੁੰਦਾ ਹੈ । (ਮੋਹਾਕਾ–ਠਗ)

As evil-minded may celebrate the memory of his parents with the robbed earnings of others, donates to Holy shrine. He exposes the legacy, reality of his parent. He exposes his forefathers were also thieves, and robbers. After death! his soul may not be rewarded, all charities and donations are worthless. All religious ritual, suspicions of charity have been created by religious greed. Whosoever may share a portion from his own earnest living to help a needy and helpless, his charity may be rewarded by in His Court.

ਮਃ ੧॥	**mehlaa 1.**
ਜਿਉ ਜੋਰੂ ਸ਼ਿਰਨਾਵਣੀ, ਆਵੈ ਵਾਰੋ ਵਾਰ॥	Ji-o joroo sirnaavanee aavai vaaro vaar.
ਜੂਠੇ ਜੂਠਾ ਮੁਖਿ ਵਸੈ, ਨਿਤ ਨਿਤ ਹੋਇ ਖੁਆਰੁ॥	joothay joothaa mukh vasai nit nit ho-ay khu-aar.
ਸੂਚੇ ਏਹਿ ਨ ਆਖੀਅਹਿ, ਬਹਨਿ ਜਿ ਪਿੰਡਾ ਧੋਇ॥	soochay ayhi na aakhee-ahi bahan je pindaa Dho-ay.
ਸੂਚੇ ਸੇਈ ਨਾਨਕਾ, ਜਿਨ ਮਨਿ ਵਸਿਆ ਸੋਇ॥੨॥	soochay say-ee naankaa jin man vasi-aa so-ay. ‖2|

ਜਿਵੇਂ ਜਵਾਨ ਨਾਰੀ ਦਾ ਰਜੋ, ਧਰਮ ਬਾਰ ਬਾਰ, (Period) ਮਾਹਵਾਰੀ ਆਉਂਦੀ ਹੈ । ਇਸਤਰ੍ਹਾਂ ਧੋਖੇਬਾਜ ਬਾਰ ਬਾਰ ਝੂਠ ਬੋਲਦਾ ਹੈ, ਉਸ ਦੀ ਆਤਮਾ ਬਾਰ ਬਾਰ ਦੁਖ ਸਹਿੰਦੀ ਹੈ । ਤੀਰਥ ਇਸ਼ਨਾਨ ਕਰਨ ਨਾਲ ਆਤਮਾ ਪਵਿੱਤਰ ਨਹੀਂ ਹੁੰਦੀ, ਇਹ ਧਰਮ ਦਾ ਫਰੇਬ, ਲਾਲਚ ਹੀ ਹੁੰਦਾ ਹੈ । ਜਿਹੜਾ ਸ਼ਬਦ ਨਾਲ ਜੀਵਨ ਢਾਲਕੇ ਆਪਣੇ ਅੰਦਰੋਂ ਅਹੰਕਾਰ ਦੀ ਮੈਲ ਨੂੰ ਦੂਰ ਕਰਦਾ ਹੈ, ਕੇਵਲ ਉਸ ਦੀ ਆਤਮਾ ਹੀ ਪਵਿੱਤਰ, ਪ੍ਰਵਾਨ ਹੋਣ ਯੋਗ ਹੁੰਦੀ ਹੈ

As a young woman menstruates and suffer monthly pain; same way a lair, robber lies repeatedly; his soul must suffer miseries repeatedly. Whosoever may think his soul may be sanctified by bathing or worship at Holy Shrine. Ignorant! How may the blemish of evil thoughts, deeds be washed by cleaning your outer body? These religious rituals are traps created by human greed. Whosoever may adopt the teachings of His Word with steady and stable belief in his day-to-day life; with His mercy and grace, only his soul may be sanctified to become worthy of His Consideration.

ਪਉੜੀ॥	**pa-orhee.**
ਤੁਰੇ ਪਲਾਣੇ ਪਉਣ ਵੇਗ, ਹਰ ਰੰਗੀ ਹਰਮ ਸਵਾਰਿਆ॥	turay palaanay pa-un vayg har rangee haram savaari-aa.
ਕੋਠੇ ਮੰਡਪ ਮਾੜੀਆ, ਲਾਇ ਬੈਠੇ ਕਰਿ ਪਾਸਾਰਿਆ॥	kothay mandap maarhee-aa laa-ay baithay kar paasaari-aa.
ਚੀਜ ਕਰਨਿ ਮਨਿ ਭਾਵਦਮੇ ਹਰਿ ਬੁਝਨਿ ਨਾਹੀ ਹਾਰਿਆ॥	cheej karan man bhaavday har bujhan naahee haari-aa.
ਕਰਿ ਫੁਰਮਾਇਸਿ ਖਾਇਆ, ਵੇਖਿ ਮਹਲਤਿ ਮਰਣੁ ਵਿਸਾਰਿਆ॥	kar furmaa-is khaa-i-aa vaykh mahlat maran visaari-aa.
ਜਰੁ ਆਈ ਜੋਬਨਿ ਹਾਰਿਆ॥੧੭॥	jar aa-ee joban haari-aa. ||17||

ਜਿਹੜਾ ਸੰਸਾਰਕ ਮਹਿਲ, ਮਾੜੀਆਂ ਦੇ ਮੋਹ, ਮਨਮਰਜ਼ੀ, ਅਹੰਕਾਰ ਵਿੱਚ ਮਸਤ, ਸੰਸਾਰਕ ਰੰਗ ਤਮਾਸ਼ੇ ਕਰਦਾ, ਮੌਤ ਨੂੰ ਵਿਸਾਰ ਛਡਦਾ ਹੈ । ਉਹ ਆਪਣਾ ਮਾਨਸ ਜਨਮ ਬਿਰਥਾ ਹੀ ਬਰਬਾਦ ਕਰ ਜਾਂਦਾ ਹੈ । ਜਿਹੜਾ ਹਮੇਸ਼ਾਂ ਹੀ ਸ਼ਬਦ ਦੀ ਪਾਲਣਾ ਨਾਲ ਆਪਣੀ ਆਤਮਾ ਨੂੰ ਤਿਆਰ, ਪਵਿੱਤਰ ਕਰਕੇ ਰਖਦਾ ਹੈ । ਉਹ ਆਪਣੇ ਜਨਮ ਨੂੰ ਸਫਲ ਕਰ ਜਾਂਦਾ ਹੈ, ਮੁਕਤੀ ਬਖਸ਼ਿਸ਼ ਹੋ ਸਕਦੀ ਹੈ । ** ਤੁਰੇ– Horse, ਪਲਾਣੇ– ਘੋੜੇ ਨੂੰ ਸਵਾਰੀ ਲਈ, ਕਾਠੀ ਹੇਠ ਪਾਉਣ ਵਾਲਾ Pad)

Whosoever may remain attached to worldly possessions (his big castles), intoxicated in his ego, enjoys worldly pleasures; self-minded remains ignorant from the reality of unavoidable death. He wastes his human life journey uselessly. Whosoever may keep his soul sanctified and keeps beyond the reach of worldly temptations, ready to accept ultimate death. He may conclude his human life journey with salvation; with His mercy and grace, his cycle of birth and death may be eliminated.

Key Message of Aasaa De Var, Salok #17, page 472-7
'ਆਤਮਾ ਨੂੰ ਪਵਿੱਤਰ ਕਰਨ ਦੀ ਵਿਧੀ!
ਜਿਹੜਾ ਸ਼ਬਦ ਨਾਲ ਜੀਵਨ ਢਾਲਕੇ ਆਪਣੇ ਅੰਦਰੋਂ ਅਹੰਕਾਰ ਦੀ ਮੈਲ ਨੂੰ ਦੂਰ ਕਰਦਾ ਹੈ । ਕੇਵਲ ਉਸ ਦੀ ਆਤਮਾ ਹੀ ਪਵਿੱਤਰ, ਪ੍ਰਵਾਨ ਯੋਗ ਹੁੰਦੀ ਹੈ । ਉਸ ਨੂੰ ਪ੍ਰਵਾਨਗੀ ਦਾ ਰਸਤਾ ਬਖਸ਼ਿਸ਼ ਹੋ ਸਕਦਾ ਹੈ । ਜਿਹੜਾ ਚੋਰ, ਠੱਗ, ਪਰਾਏ ਦਾ ਹੱਕ ਮਾਰ ਕੇ, ਆਪਣੇ ਬਾਪ ਦੇ ਸਰਾਧ, ਅਖੰਡ ਪਾਠ, ਲੰਗਰ ਲਵਾਉਂਦਾ, ਧਾਰਮਕ ਅਸਥਾਨ ਤੇ ਪੂਜਾ ਚੜ੍ਹਾਉਂਦਾ ਹੈ । ਉਸ ਦੀ ਪੂਜਾ ਬਿਰਥਾ ਹੀ ਜਾਂਦੀ ਹੈ ।
The right path to sanctify soul!
Whosoever may adopt the teachings of His Word and conquers his own ego; only his soul may be blessed with the right path to sanctify his soul to become worthy of His Consideration. He may be blessed with the right path of acceptance in His Court. Whosoever may celebrate the memory of his parents, donates to Holy shrine with robbed earnings of others; his worship, charity may not be rewarded in His Court.

86. ਸਲੋਕੁ ਮਃ ੧॥ (18) 472-13

ਜੇ ਕਰਿ ਸੂਤਕੁ ਮੰਨੀਐ, ਸਭ ਤੈ ਸੂਤਕੁ ਹੋਇ॥	jay kar sootak mannee-ai sabh tai sootak ho-ay.
ਗੋਹੇ ਅਤੈ ਲਕੜੀ, ਅੰਦਰਿ ਕੀੜਾ ਹੋਇ॥	gohay atai lakrhee andar keerhaa ho-ay.
ਜੇਤੇ ਦਾਣੇ ਅੰਨ ਕੇ, ਜੀਆ ਬਾਝੁ ਨ ਕੋਇ॥	jaytay daanay ann kay jee-aa baajh na ko-ay.
ਪਹਿਲਾ ਪਾਣੀ ਜੀਉ ਹੈ, ਜਿਤੁ ਹਰਿਆ ਸਭੁ ਕੋਇ॥	pahilaa paanee jee-o hai jit hari-aa sabh ko-ay.
ਸੂਤਕੁ ਕਿਉ ਕਰਿ ਰਖੀਐ, ਸੂਤਕੁ ਪਵੈ ਰਸੋਇ॥	sootak ki-o kar rakhee-ai sootak pavai raso-ay.
ਨਾਨਕ ਸੂਤਕੁ ਏਵ ਨ ਉਤਰੈ, ਗਿਆਨੁ ਉਤਾਰੇ ਧੋਇ॥੧॥	naanak sootak ayv na utrai gi-aan utaaray Dho-ay. ||1||

ਮਾਂ ਆਪਣੇ ਨਵੇਂ ਜੰਮੇ ਬੱਚਾ ਨੂੰ ਕਿਸੇ ਅਜਨਬੀ ਦੇ ਸਾਹਮਣੇ ਨਹੀਂ ਕਰਦੀ । ਇਸ ਨੂੰ ਸੁਤਕ ਕਹਿਦੇ ਹਨ! ਸੁਤਕ – ਬਸਗਨ, ਅਪਵਿਤਰਾ, ਬੱਚੇ ਨੂੰ ਕੋਈ ਬਮਾਰੀ ਨਾ ਲਗ ਜਾਵੇ । ਹਰ ਜੀਵ ਦੀ ਹੀ ਅਪਵਿਤਰਤਾ ਸਹਿਣ ਸ਼ਕਤੀ ਵੱਖਰੀ ਹੁੰਦੀ ਹੈ । ਪ੍ਰਭ ਆਪ ਹੀ ਆਪਣੇ ਪੈਦਾ ਕੀਤੇ ਜੀਵ ਦੀ ਰਖਿਆ ਕਰਦਾ ਹੈ । ਕਈ ਜੀਵ ਗੰਦੇ ਥਾਂ ਤੇ ਗੋਹੇ, ਲੱਕੜੀ ਵਿੱਚ ਵੀ ਪੈਦਾ ਹੁੰਦੇ ਹਨ । ਜਿਤਨੇ ਵੀ ਦਾਣੇ ਹਨ, ਉਹਨਾਂ ਵਿਚੋਂ ਵੀ ਜੀਵ ਪੈਦਾ ਹੋ ਸਦਾ ਹੈ । ਪਾਣੀ ਦੀ ਅਪਵਿਤਰਤਾ ਕਰਕੇ ਹੀ ਬੂਟੇ ਹਰੇ ਹੁੰਦੇ ਹਨ । ਇਸਤਰ੍ਹਾਂ ਰਸੋਈ ਵਿੱਚ ਵੀ ਅਪਵਿਤਰਤਾ ਹੁੰਦੀ ਹੈ । ਅਪਵਿਤਰਤਾ ਕਿਸੇ ਵੀ ਤਾਰੀਕੇ ਨਾਲ ਪੂਰਨ ਤਰ੍ਹਾਂ ਖਤਮ ਨਹੀਂ ਕੀਤੀ ਜਾ ਸਕਦੀ । ਕੇਵਲ ਪ੍ਰਭ ਦੀ ਰਹਿਮਤ ਹੀ ਬੱਚੇ ਦੀ ਹਿਫਾਜ਼ਤ ਕਰ ਸਕਦੀ ਹੈ । ਇਹ ਬਸਗਨ ਦੂਰ ਹੋ ਸਕਦਾ ਹੈ ।

Mother of new born, keeps new born baby away from stranger to protect from infection of any unknown disease. This ritual is called **Shotokan**, a sign of impurity, infection. Every newborn may have a different immunity, tolerance to the impurity of the environment. The True Master protects His Creation, by own mysterious way; some creatures may take birth at filthy places, in wood, under the stone. Each grain may produce, blossom with a new life. Everything in the universe is impure; plants grow and blossom with the impurity of water; same way the kitchen is also not clean, pure. The impurity from the universe may never be eliminated completely by any known mean to mankind, His Creation. The True Master protects a newborn from various infections in the universe with own mysterious ways; with His mercy and grace, all suspicions may be eliminated.

ਮਃ ੧॥	**mehlaa 1.**
ਮਨ ਕਾ ਸੂਤਕੁ ਲੋਭੁ ਹੈ, ਜਿਹਵਾ ਸੂਤਕੁ ਕੂੜੁ॥	man kaa sootak lobh hai jihvaa sootak koorh.
ਅਖੀ ਸੂਤਕੁ ਵੇਖਣਾ, ਪਰ ਤ੍ਰਿਅ ਪਰ ਧਨ ਰੂਪੁ॥	akhee sootak vaykh-naa par tari-a par Dhan roop.
ਕੰਨੀ ਸੂਤਕੁ ਕੰਨਿ ਪੈ, ਲਾਇਤਬਾਰੀ ਖਾਹਿ॥	kannee sootak kann pai laa-itbaaree khaahi.
ਨਾਨਕ ਹੰਸਾ ਆਦਮੀ, ਬਧੇ ਜਮ ਪੁਰਿ ਜਾਹਿ॥੨॥	naanak hansaa aadmee baDhay jam pur jaahi. ||2||

ਜੀਵ ਤੇਰੀ ਆਤਮਾ ਨੂੰ ਵੱਖਰੇ ਵੱਖਰੇ ਸੂਤਕਾਂ (ਸੂਤਕ–ਅਪਵਿਤਰਤਾ) ਨੇ ਕਾਬੂ ਪਾਇਆ ਹੈ । ਮਨ ਨੂੰ ਲੋਭ, ਜੀਭ ਨੂੰ ਝੂਠ, ਅੱਖਾਂ ਨੂੰ ਪਰਾਇਆ ਧਨ, ਔਰਤ, ਕੰਨਾਂ ਦਾ ਸੂਤਕ ਨਿੰਦਿਆਂ ਸੁਣਨਾ ਦਾ ਸੂਤਕ ਹੈ । ਜਦੋਂ ਤਕ ਮੌਤ ਨਹੀਂ ਆਉਂਦੀ, ਆਤਮਾ ਸੂਤਕਾਂ, ਭਰਮਾਂ ਵਿੱਚ ਹੀ ਰਹਿੰਦੀ ਹੈ ।

Human soul remains under the influence of various suspicions, Shotokan, impurities. His mind is with greed, tongue with lies, eyes with greed of others wealth and strange woman, ears with the listening to backbiting of others. His soul remains overwhelmed with suspicions till death.

ਮਃ ੧॥	**mehlaa 1.**
ਸਭੋ ਸੂਤਕੁ ਭਰਮੁ ਹੈ, ਦੂਜੈ ਲਗੈ ਜਾਇ॥	sabho sootak bharam hai doojai lagai jaa-ay.
ਜੰਮਣੁ ਮਰਣਾ ਹੁਕਮੁ ਹੈ, ਭਾਣੈ ਆਵੈ ਜਾਇ॥	jaman marnaa hukam hai bhaanai aavai jaa-ay.
ਖਾਣਾ ਪੀਣਾ ਪਵਿਤ੍ਰ ਹੈ, ਦਿਤੋਨੁ ਰਿਜਕੁ ਸੰਬਾਹਿ॥	khaanaa peenaa pavitar hai diton rijak sambaahi.

ਨਾਨਕ ਜਿਨ੍ਹੀ ਗੁਰਮੁਖਿ ਬੁਝਿਆ, ਤਿਨ੍ਹਾ ਸੂਤਕੁ ਨਾਹਿ॥੩॥ naanak jinHee gurmukh bujhi-aa tinHaa sootak naahi. ||3||

ਪ੍ਰਭ ਦੀ ਹੋਂਦ ਤੋਂ ਅਣਜਾਣ ਜੀਵ! ਇਹ ਸੂਤਕ ਸਾਰੇ ਜੀਵ ਦੇ ਮਨ ਦੇ ਭਰਮ ਹੀ ਹਨ । ਜੀਵ ਦਾ ਜਨਮ ਮਰਨ ਪ੍ਰਭ ਦੇ ਹੁਕਮ ਅੰਦਰ ਹੈ । ਸੰਸਾਰ ਵਿੱਚ ਸਭ ਖਾਣਾ ਪੀਣਾ ਪਵਿੱਤਰ ਹੈ, ਪ੍ਰਭ ਆਪ ਹੀ ਜੀਵ ਨੂੰ ਸੰਭਾਲਦਾ ਹੈ, ਜੀਵਨ ਵਾਸਤੇ ਭੋਜਨ ਪੈਦਾ ਕਰਦਾ, ਬਖਸ਼ਦਾ ਹੈ । ਜਿਹੜਾ ਪ੍ਰਭ ਦੇ ਭਾਣੇ ਨੂੰ ਸਮਝ ਲੈਂਦਾ ਹੈ, ਉਸ ਦੇ ਸਾਰੇ ਭਰਮ, ਬਸਗਨ, ਸੂਤਕ ਆਪਣੇ ਆਪ ਹੀ ਖਤਮ ਹੋ ਜਾਂਦੇ ਹਨ ।

All suspicions of bad luck, Shotokan have been fabricated by the ignorance of mind. The birth and death may only happen under His Command. Everything in the universe may be sanctified enough to eat, nothing is cursed or banned. The True Master protects, nourishes, and provides foods for His Creation. Whosoever may realize the essence of His Word, His Command; all his suspicions may be eliminated from his mind.

ਪਉੜੀ॥	**pa-orhee.**
ਸਤਿਗੁਰੁ ਵਡਾ ਕਰਿ ਸਾਲਾਹੀਐ,	satgur vadaa kar salaahee-ai
ਜਿਸੁ ਵਿਚਿ ਵਡੀਆ ਵਡਿਆਈਆ॥	jis vich vadee-aa vadi-aa-ee-aa.
ਸਹਿ ਮੇਲੇ ਤਾ ਨਦਰੀ ਆਈਆ॥	seh maylay taa nadree aa-ee-aa.
ਜਾ ਤਿਸੁ ਭਾਣਾ ਤਾ ਮਨਿ ਵਸਾਈਆ॥	jaa tis bhaanaa taa man vasaa-ee-aa.
ਕਰਿ ਹੁਕਮੁ ਮਸਤਕਿ ਹਥੁ ਧਰਿ,	kar hukam mastak hath Dhar
ਵਿਚਹੁ ਮਾਰਿ ਕਢੀਆ ਬੁਰਿਆਈਆ॥	vichahu maar kadhee-aa buri-aa-ee-aa.
ਸਹਿ ਤੁਠੈ ਨਉ ਨਿਧਿ ਪਾਈਆ॥੧੮॥	seh tuthai na-o niDh paa-ee-aa. ||18||

ਜੀਵ ਅਟਲ ਪ੍ਰਭ ਨੂੰ ਸਭ ਤੋਂ ਵੱਡਾ ਮੰਨ ਕੇ ਉਸ ਦੀ ਉਸਤਤ, ਸਿਮਰਨ ਕਰੋ! ਉਸ ਵਿੱਚ ਹੀ ਸਭ ਤੋਂ ਵਧ ਵਡਿਆਈਆਂ, ਬਖਸ਼ਿਸ਼ਾਂ ਹੁੰਦੀਆਂ ਹਨ । ਪ੍ਰਭ ਦੀ ਰਹਿਮਤ ਨਾਲ ਹੀ ਉਸ ਦੀ ਹੋਂਦ ਅਨੁਭਵ ਹੁੰਦੀ ਹੈ, ਆਪਣੇ ਭਾਣੇ ਦੀ ਸੋਝੀ ਬਖਸ਼ਦਾ ਹੈ । ਜਿਸ ਦੀ ਆਤਮਾ ਤੇ ਰਹਿਮਤ ਬਖਸ਼ਦਾ ਹੈ, ਉਸ ਦੇ ਸਭ ਬੁਰੇ ਖਿਆਲ ਖਤਮ ਹੋ ਜਾਂਦੇ, ਮਨ ਦੀਆਂ ਮੁਰਾਦਾਂ ਬਖਸ਼ਿਸ਼ ਹੋ ਜਾਂਦੀਆਂ ਹਨ ।

You should meditate on the teachings of The Axiom, greatest of All, One and Only One True Master! He remains unlimited treasure of all greatness, virtues, and blessings. Whosoever may be bestowed with His Blessed Vision; he may realize His Existence; his soul may be enlightened with the essence of His Word. All his evil thoughts may be eliminated from his mind; with His mercy and grace, all his spoken and unspoken desires may be satisfied.

Key Message of Aasaa De Var, Salok #18, page 472-13
'ਅਪਵਿਤਤਰਾ ਹੀ ਸ੍ਰਿਸ਼ਟੀ ਪੈਦਾ ਕਰਨ ਦਾ ਸਾਧਨ ਹੈ!
ਅਪਵਿਤਤਾ ਹੀ ਸ੍ਰਿਸ਼ਟੀ ਨੂੰ ਪੈਦਾ ਕਰਨ ਦਾ ਸਾਧਨ ਹੈ! ਸੂਤਕ, ਬਸਗਨ, ਦਾ ਡਰ ਧਰਮ ਨੇ ਹੀ ਮਨ ਵਿੱਚ ਪੈਦਾ ਕੀਤਾ ਹੈ! ਜਿਹੜਾ ਪ੍ਰਭ ਦੇ ਸ਼ਬਦ ਦੀ ਪਾਲਣਾ ਕਰਦਾ, ਉਸ ਦੀ ਕੁਦਰਤ ਨੂੰ ਅਟਲ ਸਮਝਦਾ ਹੈ, ਉਸ ਦੇ ਸਾਰੇ ਭਰਮ, ਬਸਗਨ, ਸੂਤਕ ਖਤਮ ਹੋ ਜਾਂਦੇ ਹਨ । ਮਨ ਨੂੰ ਲੋਭ, ਜੀਭ ਨੂੰ ਝੂਠ, ਅੱਖਾਂ ਨੂੰ ਪਰਾਇਆ ਧਨ, ਔਰਤ, ਕੰਨਾਂ ਨੂੰ ਨਿੰਦਿਆਂ ਸੁਣਨਾ ਦਾ ਸੂਤਕ; ਸਾਰੇ ਸੂਤਕ ਮਨ ਦੇ ਭਰਮ ਹੀ ਹਨ । ਮਾਂ ਆਪਣੇ ਨਵੇਂ ਜੰਮੇ ਬੱਚਾ ਨੂੰ ਕਿਸੇ ਅਜਨਬੀ ਦੇ ਸਾਹਮਣੇ ਨਹੀਂ ਕਰਦੀ । ਕੇਵਲ ਪ੍ਰਭ ਦੀ ਰਹਿਮਤ ਹੀ ਬੱਚੇ ਦੀ ਹਿਫਾਜ਼ਤ ਕਰ ਸਕਦੀ ਹੈ ।
Impurities is process of creation of the universe!
Impurities is a process of creation of the universe! Various suspicions, Shotokan, have been created by ignorance from the essence of His Word. Whosoever may realize His Word, His Command, all his suspicions may be eliminated from his mind. Human mind remains overwhelmed with many Shotokan; tongue with lies; eyes with greed, strange woman; ears with slandering. Mother may not expose newborn to stranger to prevent infection.

87. ਸਲੋਕੁ ਮਃ ੧॥ (19) 473-3

ਪਹਿਲਾ ਸੁਚਾ ਆਪਿ ਹੋਇ, ਸੁਚੈ ਬੈਠਾ ਆਇ॥	pahilaa suchaa aap ho-ay suchai baithaa aa-ay.
ਸੁਚੇ ਅਗੈ ਰਖਿਓਨੁ, ਕੋਇ ਨ ਭਿਟਿਓ ਜਾਇ॥	suchay agai rakhi-on ko-ay na bhiti-o jaa-ay.
ਸੁਚਾ ਹੋਇ ਕੈ ਜੇਵਿਆ, ਲਗਾ ਪੜਣਿ ਸਲੋਕੁ॥	suchaa ho-ay kai jayvi-aa lagaa parhan salok.
ਕੁਹਥੀ ਜਾਈ ਸਟਿਆ, ਕਿਸੁ ਏਹੁ ਲਗਾ ਦੋਖੁ॥	kuhthee jaa-ee sati-aa kis ayhu lagaa dokh.
ਅੰਨੁ ਦੇਵਤਾ ਪਾਣੀ ਦੇਵਤਾ, ਬੈਸੰਤਰੁ ਦੇਵਤਾ	ann dayvtaa paanee dayvtaa baisantar dayvtaa
ਲੂਣੁ, ਪੰਜਵਾ ਪਾਇਆ ਘਿਰਤੁ, ਤਾ ਹੋਆ ਪਾਕੁ ਪਵਿਤੁ॥	loon panjvaa paa-i-aa ghirat. taa ho-aa paak pavit.
ਪਾਪੀ ਸਿਉ ਤਨੁ ਗਡਿਆ ਥੁਕਾ ਪਈਆ ਤਿਤੁ॥	paapee si-o tan gadi-aa thukaa pa-ee-aa tit.
ਜਿਤੁ ਮੁਖਿ ਨਾਮੁ ਨ ਊਚਰਹਿ ਬਿਨੁ ਨਾਵੈ ਰਸ ਖਾਹਿ॥	jit mukh naam na oochrahi bin naavai ras khaahi.
ਨਾਨਕ ਏਵੈ ਜਾਣੀਐ ਤਿਤੁ ਮੁਖਿ ਥੁਕਾ ਪਾਹਿ॥੧॥	naanak ayvai jaanee-ai tit mukh thukaa paahi. ||1||

ਜੀਵ ਤੂੰ ਪਹਿਲੇ ਖਾਣਾ ਪਕਾਉਣ, ਖਾਣ ਵਾਲੀ ਥਾਂ ਨੂੰ ਸਾਫ ਕਰਦਾ ਹੈ, ਆਪ ਇਸ਼ਨਾਨ ਕਰਕੇ ਖਾਣਾ ਤਿਆਰ ਕਰਦਾ ਹੈ । ਫਿਰ ਸੰਤ ਸਰੂਪ, ਧਾਰਮਕ ਪੁਰਖ ਅੱਗੇ ਬਹੁਤ ਪ੍ਰੀਤ ਨਾਲ ਭੋਜਨ ਵਰਤਾਉਂਦਾ ਹੈ । ਧਾਰਮਕ ਪੁਰਖ ਬਾਣੀ ਦਾ ਸ਼ਬਦ ਪੜ੍ਹਦਾ, ਸਿਮਰਨ ਕਰਦਾ ਹੈ । ਅਗਰ ਧਾਰਮਕ ਪੁਰਖ ਦੀ ਆਤਮਾ ਪਵਿੱਤਰ ਨਾ ਹੋਵੇ, ਲਾਲਚ, ਅਹੰਕਾਰ ਨਾਲ ਭਰੀ ਹੋਵੇ! ਇਹ ਪਵਿੱਤਰ ਭੋਜਨ ਗੰਦਗੀ ਨਾਲ ਭਰੇ ਹੋਏ ਥਾਂ ਤੇ ਚਲੇ ਜਾਂਦਾ ਹੈ । ਸੇਵਾ ਕਰਨ ਵਾਲੇ ਦਾ ਕੋਈ ਦੋਸ਼ ਨਹੀਂ ਹੁੰਦਾ । ਉਸ ਨੇ ਪਵਿੱਤਰ ਅਨਾਜ, ਜਲ, ਅੱਗ, ਲੂਣ ਅਤੇ ਘੀਅ– ਤੇਲ ਵਰਤੇ, ਪਵਿੱਤਰ ਭੋਜਨ ਤਿਆਰ ਕੀਤਾ ਹੈ । ਅਗਰ ਖਾਣ ਵਾਲਾ ਪਵਿੱਤਰ ਨਹੀਂ, ਦਿਖਾਵੇ ਦਾ ਹੀ ਸੰਤ ਹੈ, ਉਸ ਸੰਤ ਨੂੰ ਹੀ ਪ੍ਰਭ ਦੇ ਦਰਬਾਰ ਵਿੱਚ ਸ਼ਰਮਿੰਦਗੀ ਮਿਲਦੀ ਹੈ । ਜਿਹੜਾ ਪ੍ਰਭ ਦਾ ਸਿਮਰਨ ਨਹੀਂ ਕਰਦਾ, ਦਿਖਾਵੇ ਦਾ ਸੰਤ ਬਣਕੇ ਜੀਵ ਤੋਂ ਪੂਜਾ ਲੈਂਦਾ ਹੈ, ਉਸ ਨੂੰ ਦਰਬਾਰ ਵਿੱਚ ਫਿਟਕਾਰ ਹੀ ਪੈਂਦੀ ਹੈ ।

Devotee cleans the place, kitchen and then bath to clean his body to prepare food to serve worldly saint, priest, or religious preacher with deep devotion to provides him best delicacies. The religious preacher may recite few hymns of Holy Scripture, meditates, and prays; however, the priest may be overwhelmed with greed and ego, the sanctified food prepared with devotion and dedication may be dumped into filthy place, manure. The devotion of devotee may not be blamed, he used all sanctified ingredient with his devotion. The worldly guru intoxicated with greed; blemished soul must answer in His Court. Whosoever may only adopt religious robe to beg for charity, he may be rebuked and embarrassed in His Court.

ਗੁਰੂ ਨਾਨਕ ਦੇਵ ਜੀ! – Guru Nanak Dev Ji! Guru Granth Sahib

ਮਃ ੧॥	**mehlaa 1.**
ਭੰਡਿ ਜੰਮੀਐ ਭੰਡਿ ਨਿੰਮੀਐ ਭੰਡਿ ਮੰਗਣੁ ਵੀਆਹੁ॥	bhand jammee-ai bhand nimmee-ai bhand mangan vee-aahu.
ਭੰਡਹੁ ਹੋਵੈ ਦੋਸਤੀ ਭੰਡਹੁ ਚਲੈ ਰਾਹੁ॥	bhandahu hovai dostee bhandahu chalai raahu.
ਭੰਡੁ ਮੁਆ ਭੰਡੁ ਭਾਲੀਐ ਭੰਡਿ ਹੋਵੈ ਬੰਧਾਨੁ॥	bhand mu-aa bhand bhaalee-ai bhand hovai banDhaan.
ਸੋ ਕਿਉ ਮੰਦਾ ਆਖੀਐ ਜਿਤੁ ਜੰਮਹਿ ਰਾਜਾਨ॥	so ki-o mandaa aakhee-ai jit jameh raajaan.
ਭੰਡਹੁ ਹੀ ਭੰਡੁ ਊਪਜੈ ਭੰਡੈ ਬਾਝੁ ਨ ਕੋਇ॥	bhandahu hee bhand oopjai bhandai baajh na ko-ay.
ਨਾਨਕ ਭੰਡੈ ਬਾਹਰਾ ਏਕੋ ਸਚਾ ਸੋਇ॥	naanak bhandai baahraa ayko sachaa so-ay.
ਜਿਤੁ ਮੁਖਿ ਸਦਾ ਸਾਲਾਹੀਐ ਭਾਗਾ ਰਤੀ ਚਾਰਿ॥	jit mukh sadaa salaahee-ai bhaagaa ratee chaar.
ਨਾਨਕ ਤੇ ਮੁਖ ਊਜਲੇ ਤਿਤੁ ਸਚੈ ਦਰਬਾਰਿ॥੨॥	naanak tay mukh oojlay tit sachai darbaar. ||2||

ਨਾਰੀ ਦੀ ਮਾਨਸ ਜਾਤ ਵਿੱਚ ਬਹੁਤ ਮਹੱਤਤਾ ਹੈ, ਆਦਮੀ ਨਾਰੀ ਤੋਂ ਹੀ ਪੈਦਾ ਹੁੰਦਾ ਹੈ । ਨਾਰੀ ਨਾਲ ਹੀ ਵਿਆਹ ਕਰਕੇ ਅਗਲੀ ਪੀੜ੍ਹੀ ਚਲਾਉਂਦਾ ਹੈ । ਨਾਰੀ ਹੀ ਅਸਲੀ ਦੋਸਤ ਹੁੰਦੀ ਹੈ । ਅਗਰ ਨਾਰੀ ਨੂੰ ਪਹਿਲੇ ਮੌਤ ਆ ਜਾਵੇ, ਫਿਰ ਵੀ ਉਹ ਹੋਰ ਨਾਰੀ ਨਾਲ ਹੀ ਸਬੰਧ ਬਣਾਉਂਦਾ ਹੈ । ਫਿਰ ਨਾਰੀ ਨੂੰ ਸੰਸਾਰ ਵਿੱਚ ਕਿਉਂ ਨੀਚ ਕਹਿਦੇ ਹਨ? ਜਿਸ ਨਾਰੀ ਵਿਚੋਂ ਹੀ ਸਾਰੇ ਰਾਜੇ ਪੈਦਾ ਹੁੰਦੇ ਹਨ, ਨਾਰੀ ਵੀ ਨਾਰੀ ਤੋਂ ਹੀ ਜਨਮ ਲੈਂਦੀ ਹੈ । ਨਰੀ ਤੋਂ ਬਿਨਾਂ, ਮਾਨਸ ਜਾਤ ਪੈਦਾ ਨਹੀਂ ਹੋ ਸਕਦੀ । ਇਕੋ ਇਕ ਪ੍ਰਭ ਹੀ, ਨਾਰੀ ਤੋਂ ਪੈਦਾ ਨਹੀਂ ਹੁੰਦਾ, ਉਸ ਤੇ ਨਿਰਭਰ ਨਹੀਂ ਹੁੰਦਾ । ਜਿਸ ਦੇ ਮੂੰਹ ਤੋਂ ਸਦਾ ਸ਼ਬਦ ਦੀ ਸਿਫਤ ਨਿਕਲਦੀ ਹੈ । ਉਹ ਸਦਾ ਹੀ ਸੁਹਾਵਣੇ, ਦਰਬਾਰ ਵਿੱਚ ਸੋਭ ਦੇ ਖੇੜੇ ਵਿੱਚ ਰਹਿੰਦੇ ਹਨ ।

Woman may be the most significance human race; man and woman both born out of the womb of mother, woman. Woman may be the true, sincere friend; wife may die before husband, he may marry or associates with another woman. Why may the woman be considered as lower class than man? Even all kings, Holy men and women born out of the womb of woman. Humans race may not be possible to continue, multiply without woman. Only, The One and Only One God does not depend on the womb of mother; He has no physical existence. Whosoever may be singing the praises of The True Master with his tongue; he may become very fortunate and honored in His Court.

ਪਉੜੀ॥	**pa-orhee.**
ਸਭੁ ਕੋ ਆਖੈ ਆਪਣਾ, ਜਿਸੁ ਨਾਹੀ ਸੋ ਚੁਣਿ ਕਢੀਐ॥	sabh ko aakhai aapnaa jis naahee so chun kadhee-ai.
ਕੀਤਾ ਆਪੋ ਆਪਣਾ, ਆਪੇ ਹੀ ਲੇਖਾ ਸੰਢੀਐ॥	keetaa aapo aapnaa aapay hee laykhaa sandhee-ai.
ਜਾ ਰਹਣਾ ਨਾਹੀ ਐਤੁ ਜਗਿ, ਤਾ ਕਾਇਤੁ ਗਾਰਬਿ ਹੰਢੀਐ॥	jaa rahnaa naahee ait jag taa kaa-it gaarab handhee-ai.
ਮੰਦਾ ਕਿਸੈ ਨ ਆਖੀਐ, ਪੜਿ ਅਖਰੁ ਏਹੋ ਬੁਝੀਐ॥	mandaa kisai na aakhee-ai parh akhar ayho bujhee-ai.
ਮੂਰਖੈ ਨਾਲਿ ਨ ਲੁਝੀਐ॥੧੯॥	moorkhai naal na lujhee-ai. ||19||

ਪ੍ਰਭ ਹਰ ਜੀਵ ਨੂੰ ਆਪਣਾ ਹੀ ਸਮਝਦਾ ਹੈ । ਜਿਹੜਾ ਉਸ ਦੇ ਸ਼ਬਦ ਦੀ ਪਾਲਣਾ ਨਹੀਂ ਵੀ ਕਰਦਾ, ਉਸ ਨੂੰ ਵੀ ਬਾਹਰ ਨਹੀਂ ਕੱਢਦਾ । ਹਰਇਕ ਆਪਣੇ ਕੀਤੇ ਕੰਮਾਂ ਅਨੁਸਾਰ ਹੀ ਪ੍ਰਭ ਦੀ ਰਹਿਮਤ ਪਾਉਂਦਾ ਹੈ । ਅਗਰ ਜੀਵ ਸਮਝਦਾ ਹੈ! ਕਿਸੇ ਨੇ ਸੰਸਾਰ ਵਿੱਚ ਸਦਾ ਨਹੀਂ ਰਹਿਣਾ । ਉਹ ਆਪਣੇ ਆਪ ਨੂੰ ਝੂਠੇ ਅਹੰਕਾਰ ਵਿੱਚ ਕਿਉਂ ਪਾਉਂਦਾ ਹੈ? ਕਿਉਂ ਉਸ ਦੀ ਦਰਗਾਹ ਵਿੱਚ ਮੁਕਤੀ ਦਾ ਰਸਤਾ ਗਵਾ ਲੈਂਦੇ ਹੈ? ਜੀਵ ਨੂੰ ਇਹ ਸੋਝੀ ਨਹੀਂ ਹੈ! ਉਹ ਸੰਸਾਰ ਵਿੱਚ ਕਿਸੇ ਨੂੰ ਕਿਵੇਂ ਪਰਖ ਸਕਦਾ ਹੈ? ਹੋਰ ਜੀਵ ਨੂੰ ਮੰਦਾ, ਨੀਚ ਨਹੀਂ ਕਹਿਣਾ ਚਾਹੀਦਾ । ਬਾਣੀ ਦੇ ਵਿਚਾਰ ਕਰਨ ਨਾਲ ਸਮਝ ਆਉਂਦੀ ਹੈ! ਜਿਹੜਾ ਆਪਣੇ ਆਪ ਨੂੰ ਬੁਹਤਾ ਸਿਆਣਾ, ਸਦਾ ਹੀ ਠੀਕ ਸਮਝਦਾ ਹੈ । ਅਸਲੀਅਤ ਵਿੱਚ ਉਸ ਨੂੰ ਬੁਹਤ ਡੂੰਘਾ ਗਿਆਨ ਨਹੀਂ ਹੁੰਦਾ, ਉਸ ਅਹੰਕਾਰੀ, ਅਣਜਾਣ ਨਾਲ ਜ਼ਿਆਦਾ ਕਲਾਮ ਨਾ ਕਰੋ ।

The True Master considers all creatures His Trust, even though who may not meditate nor obeys His Word. He does not push them out of His Protection. Everyone may be rewarded for his own worldly deeds without any discrimination. As everyone knows! No one may live in the universe forever, the death remains unpredicted, unavoidable, and predetermined. Why does he involve in false ego of worldly status? Why does he waste his opportunity of salvation in His Court? No one may be fully enlightened with the essence of His Word! How may he judge the devotion, the earnings of His Word of another human? You should not call others as a good or evil. Whosoever may consider himself a wise and always on the right path! In reality! He may be ignorant and intoxicated with ego. He may not have too much comprehension of The Holy Scripture, His Word. You should not get too much involved in conversation with him.

Key Message of Aasaa De Var, Salok #19, page 473-3
'ਮਾਨਸ ਜੀਵਨ ਵਿੱਚ ਔਰਤ ਦੀ ਮਹਤੱਤਾ!
ਨਾਰੀ ਦੀ ਮਾਨਸ ਜਾਤ ਵਿੱਚ ਬਹੁਤ ਮਹੱਤਤਾ ਹੈ । ਨਰੀ ਤੋਂ ਬਿਨਾਂ, ਮਾਨਸ ਜਾਤ ਪੈਦਾ ਨਹੀਂ ਹੋ ਸਕਦੀ । ਇਕੋ ਇਕ ਪ੍ਰਭ ਹੀ, ਨਾਰੀ ਤੋਂ ਪੈਦਾ ਨਹੀਂ ਹੁੰਦਾ, ਨਾਰੀ ਤੇ ਨਿਰਭਰ ਨਹੀਂ ਹੁੰਦਾ । ਜਿਹੜਾ ਉਸ ਦੇ ਸ਼ਬਦ ਦੀ ਪਾਲਣਾ ਨਹੀਂ ਵੀ ਕਰਦਾ, ਉਸ ਨੂੰ ਵੀ ਬਾਹਰ ਨਹੀਂ ਕੱਢਦਾ । ਜਿਹੜਾ ਦਿਖਾਵੇ ਦਾ ਸੰਤ ਬਣਕੇ ਪੂਜਾ ਲੈਂਦਾ ਹੈ, ਉਸ ਨੂੰ ਦਰਬਾਰ ਵਿੱਚ ਫਿਟਕਾਰ ਹੀ ਪੈਂਦੀ ਹੈ ।
The significance of woman in mankind!
Woman is the most significance human race; mankind may not be possible to continue without woman. Only, The One and Only One, God does not depend on the womb of mother. His Existence remains as eternal Holy Spirit and not any physical existence. The True Master considers all creatures His Trust; even who may not meditate nor obeys His Word. He may never be deprived from His Protection. Whosoever may adopt religious robe to beg for charity, he may be rebuked and embarrassed in His Court.

88. ਸਲੋਕੁ ਮਃ ੧॥ (20) 473-13

ਨਾਨਕ ਫਿਕੈ ਬੋਲਿਐ, ਤਨੁ ਮਨੁ ਫਿਕਾ ਹੋਇ॥	naanak fikai boli-ai tan man fikaa ho-ay.
ਫਿਕੋ ਫਿਕਾ ਸਦੀਐ, ਫਿਕੇ ਫਿਕੀ ਸੋਇ॥	fiko fikaa sadee-ai fikay fikee so-ay.
ਫਿਕਾ ਦਰਗਹ ਸਟੀਐ, ਮੁਹਿ ਥੁਕਾ ਫਿਕੇ ਪਾਇ॥	fikaa dargeh satee-ai muhi thukaa fikay paa-ay.
ਫਿਕਾ ਮੂਰਖੁ ਆਖੀਐ, ਪਾਣਾ ਲਹੈ ਸਜਾਇ॥੧॥	fikaa moorakh aakhee-ai paanaa lahai sajaa-ay. ||1|

ਗੁਰੂ ਨਾਨਕ ਦੇਵ ਜੀ! – Guru Nanak Dev Ji! Guru Granth Sahib

ਜੀਵ ਦੀ ਜੀਭ ਉਸ ਦੀ ਆਤਮਾ ਦੀ ਦ੍ਰਿਸ਼ਟੀ, ਪਰਛਾਵਾਂ ਹੀ ਹੁੰਦੀ, ਮੰਨੀ ਜਾਂਦੀ ਹੈ । ਕੌੜਾ ਬੋਲਣ ਨਾਲ ਆਤਮਾ ਦਾਗ਼ੀ ਹੋ ਜਾਂਦੀ ਹੈ । ਇਸਤਰ੍ਹਾਂ ਕੌੜਾ ਬੋਲਣ ਵਾਲੇ ਜੀਵ ਨੂੰ ਬਾਕੀ ਜੀਵ ਗੰਦੀ ਜ਼ਬਾਨ ਵਾਲਾ ਹੀ ਸਮਝਦੇ ਹਨ । ਆਪਣੀ ਜੀਭ ਦੇ ਰਸ ਨਾਲ ਪ੍ਰਭ ਦੇ ਦਰਬਾਰ ਵਿੱਚ ਵੀ ਫਿਟਕਾਰੇ ਜਾਂਦੇ ਹਨ, ਕੌੜਾ ਬੋਲਣ ਨਾਲ ਹੀ ਮੂਰਖ ਜਾਣੇ ਜਾਂਦੇ ਹਨ । ਕਈ ਬਾਰ ਜੀਭ ਦੇ ਮੰਦੇ ਬੋਲਣ ਨਾਲ ਸਜ਼ਾ ਵੀ ਪਾਉਂਦੇ ਹਨ ।

The tongue may be considered the image, shadow of soul, state of his mind. By speaking rude with anger, his soul may be blemished; he may be known as a nasty, uncivilized. He may be recognized as stupid in the universe; he may be rebuked in His Court. He may be punished, lose his honor in the universe with rudeness of his tongue.

ਮਃ ੧॥	**mehlaa 1.**
ਅੰਦਰਹੁ ਝੂਠੇ ਪੈਜ ਬਾਹਰਿ, ਦੁਨੀਆ ਅੰਦਰਿ ਫੈਲੁ॥	andrahu jhoothay paij baahar dunee-aa andar fail.
ਅਠਸਠਿ ਤੀਰਥ ਜੇ ਨਾਵਹਿ, ਉਤਰੈ ਨਾਹੀ ਮੈਲੁ॥	athsath tirath jay naaveh utrai naahee mail.
ਜਿਨ੍ ਪਟੁ ਅੰਦਰਿ ਬਾਹਰਿ, ਗੁਦੜੁ ਤੇ ਭਲੇ ਸੰਸਾਰਿ॥	jinH pat andar baahar gudarh tay bhalay sansaar.
ਤਿਨ੍ ਨੇਹੁ ਲਗਾ ਰਬ ਸੇਤੀ, ਦੇਖਨ੍ੇ ਵੀਚਾਰਿ॥	tinH nayhu lagaa rab saytee daykhnHay veechaar.
ਰੰਗਿ ਹਸਹਿ ਰੰਗਿ ਰੋਵਹਿ, ਚੁਪ ਭੀ ਕਰਿ ਜਾਹਿ॥	rang haseh rang roveh chup bhee kar jaahi.
ਪਰਵਾਹ ਨਾਹੀ ਕਿਸੈ ਕੇਰੀ, ਬਾਝੁ ਸਚੇ ਨਾਹ॥	parvaah naahee kisai kayree baajh sachay naah.
ਦਰਿ ਵਾਟ ਉਪਰਿ ਖਰਚੁ ਮੰਗਾ, ਜਬੈ ਦੇਇ ਤ ਖਾਹਿ॥	dar vaat upar kharach mangaa jabai day-ay ta khaahi.
ਦੀਬਾਨੁ ਏਕੋ ਕਲਮ ਏਕਾ, ਹਮਾ ਤੁਮ੍ਾ ਮੇਲੁ॥	deebaan ayko kalam aykaa hamaa tumHaa mayl.
ਦਰਿ ਲਏ ਲੇਖਾ ਪੀੜਿ ਛੁਟੈ, ਨਾਨਕਾ ਜਿਉ ਤੇਲੁ॥੨॥	dar la-ay laykhaa peerh chhutai naankaa Ji-o tayl. ||2||

ਜਿਹੜਾ ਜੀਵ ਅੰਦਰੋਂ ਪ੍ਰਭ ਦੀ ਬੰਦਗੀ ਵਾਲਾ ਨਹੀਂ ਹੁੰਦਾ, ਪਰ ਲੋਕ ਦਿਖਾਵਾ ਲਈ ਫਰੇਬੀ, ਬੰਦਗੀ ਵਾਲਾ ਬਣਦਾ ਹੈ । ਉਹ ਮਿੱਥੇ ਪਵਿੱਤਰ ਤੀਰਥਾਂ ਤੇ ਇਸ਼ਨਾਨ ਕਰਦਾ ਹੈ । ਜਿਹੜਾ ਜੀਵ ਮਨੋ ਸ਼ਬਦ ਦੀ ਪਾਲਣਾ ਕਰਦਾ, ਲੋਕ ਦਿਖਾਵੇ ਵਿੱਚ ਸਾਦਗੀ ਵਾਲਾ ਜੀਵਨ ਬਤੀਤ ਕਰਦਾ, ਅਣਜਾਣ ਰਹਿੰਦਾ ਹੈ । ਪ੍ਰਭ ਦੇ ਦਰਬਾਰ ਵਿੱਚ ਉਸ ਦਾ ਮਾਣ, ਪ੍ਰਵਾਨਗੀ ਬਖਸ਼ਿਸ਼ ਹੋ ਜਾਂਦੀ ਹੈ । ਪ੍ਰਭ ਉਸ ਦੇ ਮਨ ਵਿੱਚ ਜਾਗਰਤ, ਬਹੁਤ ਨੇੜਾ ਹੁੰਦਾ ਹੈ, ਪ੍ਰਭ ਦੇ ਪਿਆਰ ਵਿੱਚ ਖੇੜੇ ਵਿੱਚ, ਵਿਛੋੜੇ ਦੇ ਵਿਰਾਗ ਵਿੱਚ ਰਹਿੰਦਾ ਹੈ । ਉਹ ਹੋਰ ਇਸੇ ਦੀ ਪ੍ਰਵਾਹ ਨਹੀਂ ਕਰਦਾ, ਹਰ ਵੇਲੇ ਹੀ ਪ੍ਰਭ ਦੇ ਸ਼ਬਦ ਦੀ ਹੀ ਪ੍ਰਵਾਹ ਕਰਦਾ, ਸ਼ਰਣ ਵਿੱਚ ਹੀ ਰਹਿੰਦਾ ਹੈ । ਬਾਕੀ ਹੋਰ ਕੁਝ ਮਿਲਣ, ਵਿਛੜਨ ਦਾ ਕੋਈ ਪ੍ਰਵਾਹ ਨਹੀਂ ਕਰਦਾ । ਉਸ ਦਾ ਭਰੋਸਾ ਪ੍ਰਭ ਦੇ ਸ਼ਬਦ ਤੇ ਅਡੋਲ ਰਹਿੰਦਾ ਹੈ, ਪ੍ਰਭ ਦੇ ਬਖਸ਼ੇ ਤੇ ਸੰਤੋਖ ਵਿੱਚ ਰਹਿੰਦਾ ਹੈ । ਪ੍ਰਭ ਇਕ ਹੀ ਕਲਮ ਨਾਲ ਹੀ ਸਾਰਿਆਂ ਦਾ ਲੇਖਾ ਲਿਖਦਾ ਹੈ । ਜਿਸ ਦਾ ਜੀਵਨ ਪ੍ਰਭ ਦੇ ਭਾਣੇ ਵਿੱਚ ਨਹੀਂ ਹੁੰਦਾ, ਉਸ ਦੇ ਮਨ ਦੀਆਂ ਇਛਾਂ ਪੂਰੀਆਂ ਨਹੀਂ ਕਰਦਾ ।

Whosoever may not wholeheartedly meditate on the teachings of His Word; however, he may perform daily routine meditation, religious robe to convince others. He may routinely visit, pilgrimages to renowned Holy Shrines to worship and have a sanctifying dip in pond of Holy Shrine. Whosoever may obey the teachings of His Word with steady and stable belief, he will remain humble, modest, and pretend to be ignorant in his day-to-day life. He may be accepted, honored in His Court. He may be enlightened with spiritual glow, the essence of His Word; he may be very close to The True Master. He may remain in renunciation in the memory of his separation from His Holy Spirit. He may obey the teachings of His Word with steady and stable belief; he may remain contented with His Blessings. His state of mind remains beyond the reach of worldly desires, worldly profit, or loss. The True Master engraves the destiny of each creature with the same inkless pen. Whosoever may not obey the teachings of His Word; his desires may not be satisfied in his day-to-day life.

ਪਉੜੀ॥	**pa-orhee.**
ਆਪੇ ਹੀ ਕਰਣਾ ਕੀਓ, ਕਲ ਆਪੇ ਹੀ ਤੈ ਧਾਰੀਐ॥	aapay hee karnaa kee-o kal aapay hee tai Dhaaree-ai.
ਦੇਖਹਿ ਕੀਤਾ ਆਪਣਾ, ਧਰਿ ਕਚੀ ਪਕੀ ਸਾਰੀਐ॥	daykheh keetaa aapnaa Dhar kachee pakee saaree-ai.
ਜੋ ਆਇਆ ਸੋ ਚਲਸੀ, ਸਭੁ ਕੋਈ ਆਈ ਵਾਰੀਐ॥	jo aa-i-aa so chalsee sabh ko-ee aa-ee vaaree-ai.
ਜਿਸ ਕੇ ਜੀਅ ਪਰਾਣ ਹਹਿ, ਕਿਉ ਸਾਹਿਬੁ ਮਨਹੁ ਵਿਸਾਰੀਐ॥	jis kay jee-a paraan heh ki-o saahib manhu visaaree-ai.
ਆਪਣ ਹਥੀ ਆਪਣਾ, ਆਪੇ ਹੀ ਕਾਜੁ ਸਵਾਰੀਐ॥੨੦॥	aapan hathee aapnaa aapay hee kaaj savaaree-ai. ||20||

ਪ੍ਰਭ ਆਪ ਹੀ ਆਪਣੀ ਸ੍ਰਿਸ਼ਟੀ ਸਾਜਦਾ, ਉਸ ਵਿੱਚ ਆਪਣੀ ਤਾਕਤ ਬਖਸ਼ਦਾ ਹੈ । ਸਾਰੀ ਸ੍ਰਿਸ਼ਟੀ ਹੀ ਪ੍ਰਭ ਦੀ ਫੁੱਲਵਾੜੀ, ਖੇਤੀ ਹੈ, ਆਪ ਹੀ ਇਸ ਦੀ ਦੇਖ ਭਾਲ ਕਰਦਾ ਹੈ । ਆਪਣੇ ਹੁਕਮ ਨਾਲ ਹੀ ਵਾਪਸ ਲੈ ਜਾਂਦਾ, ਮੌਤ ਦੇਂਦਾ ਹੈ । ਜਿਹੜਾ ਜੀਵ ਸੰਸਾਰ ਵਿੱਚ ਜਨਮ ਲੈਂਦਾ ਹੈ, ਉਸ ਨੂੰ ਮੌਤ ਆਉਣੀ ਹੈ । ਸਾਰੇ ਆਪਣੀ ਵਾਰੀ ਨਾਲ ਹੀ ਮਰਦੇ, ਵਾਪਸ ਜਾਂਦੇ ਹਨ । ਇਹ ਸਮਾਂ ਜਨਮ ਦੇਣ ਤੋਂ ਪਹਿਲੇ ਹੀ ਮਿਥਿਆ ਜਾਂਦਾ ਹੈ । ਜਿਹੜਾ ਪ੍ਰਭ ਸਵਾਸ ਬਖਸ਼ਦਾ ਹੈ, ਉਸ ਨੂੰ ਕਿਉਂ ਮਨ ਵਿਚੋਂ ਭੁਲਾ ਲੈਂਦਾ ਹੈ? ਜੀਵ ਸ਼ਬਦ ਦੀ ਪਾਲਣਾ ਕਰਕੇ ਮਾਨਸ ਜਨਮ ਸਫਲ ਕਰ ਲਵੋ! ਇਹ ਮਾਨਸ ਜਨਮ ਬਾਰ ਬਾਰ ਨਸੀਬ ਨਹੀਂ ਹੁੰਦਾ ।

The One and Only One, True Master, Creator of the whole universe has infused His Power and Strength in the soul of each creature. The Creation, universe remains His Garden; He nourishes and protects His Garden, Creation. With His Command soul is recalled back as death of body to clear her account. Whosoever is born in the universe, he must face death at a pre-determined time and place. Everyone waits for his own turn, predetermined before his birth. The True Master, who has blessed the breath to your soul! Why have you abandoned, forgotten the teachings of His Word from your day-to-day life? You should obey the teachings of His Word and make your human life journey a success. Human body may not be blessed time and again; a priceless opportunity for soul to be accepted in His Court.

Key Message of Aasaa De Var, Salok #20, page 473-13

‘ਜੀਭ ਮਨ ਦਾ ਪਰਛਾਵਾਂ ਹੁੰਦੀ ਹੈ!

ਦੁਰਲੱਭ ਮਾਨਸ ਜਨਮ ਬਾਰ ਬਾਰ ਨਸੀਬ, ਬਖਸ਼ਿਸ਼ ਨਹੀਂ ਹੁੰਦਾ । ਜੀਵ ਦੀ ਜੀਭ ਉਸ ਦੀ ਆਤਮਾ ਦੀ ਦ੍ਰਿਸ਼ਟੀ, ਪਰਛਾਵਾਂ ਹੀ ਮੰਨੀ ਜਾਂਦੀ ਹੈ । ਜਿਹੜਾ ਸ਼ਬਦ ਦੀ ਪਾਲਣਾ, ਸਾਦਗੀ ਵਾਲਾ ਜੀਵਨ ਬਤੀਤ ਕਰਦਾ, ਪ੍ਰਭ ਦੇ ਵਿਛੋੜੇ ਦੇ ਵਿਰਾਗ, ਸ਼ਰਣ ਵਿੱਚ ਹੀ ਰਹਿੰਦਾ ਹੈ । ਪ੍ਰਭ ਦੇ ਦਰਬਾਰ ਵਿੱਚ ਮਾਣ, ਪ੍ਰਵਾਨਗੀ ਬਖਸ਼ਿਸ਼ ਹੋ ਜਾਂਦੀ ਹੈ । ਸਾਰੀ ਸ੍ਰਿਸ਼ਟੀ ਹੀ ਪ੍ਰਭ ਦੀ ਫੁੱਲਵਾੜੀ, ਦੇਖ ਭਾਲ ਕਰਦਾ, ਹੁਕਮ ਨਾਲ ਹੀ ਪਹਿਲੇ ਮਿੱਥੇ ਸਮੇਂ ਮੌਤ ਆਉਂਦੀ ਹੈ ।

Tounge may be the image of mind!

The priceless human life opportunity may not be blessed time and again. The tongue may be considered the image, shadow of soul. Whosoever may remain in renunciation in his memory of his separation from His Holy Spirit; he may humbly obey the teachings of His Word. He may be enlightened, accepted, honored in His Court. He nourishes and protects His Creation as His Garden; everyone faces death at predetermined to clear her account of worldly deeds.

89. ਸਲੋਕੁ ਮਹਲਾ ੨॥ (21) 474-3

ਏਹ ਕਿਨੇਹੀ ਆਸਕੀ, ਦੂਜੈ ਲਗੈ ਜਾਇ॥
ਨਾਨਕ ਆਸਕੁ ਕਾਂਢੀਐ, ਸਦ ਹੀ ਰਹੈ ਸਮਾਇ॥
ਚੰਗੈ ਚੰਗਾ ਕਰਿ ਮੰਨੇ, ਮੰਦੈ ਮੰਦਾ ਹੋਇ॥
ਆਸਕੁ ਏਹੁ ਨ ਆਖੀਐ, ਜਿ ਲੇਖੈ ਵਰਤੈ ਸੋਇ॥੧॥

ayh kinayhee aaskee doojai lagai jaa-ay.
naanak aasak kaaNdhee-ai sad hee rahai samaa-ay.
changai changa kar mannay mandai mandaa ho-ay.
aasak ayhu na aakhee-ai je laykhai vartai so-ay. ||1||

ਜੀਵ ਦਾ ਪ੍ਰਭ ਨਾਲ ਕਿਸਤਰ੍ਹਾਂ ਦਾ ਪਿਆਰ ਹੈ? ਮਨ ਇਕ ਥਾਂ ਤੇ ਟਿਕਦਾ ਨਹੀਂ, ਵਖਰੇ ਵਖਰੇ ਪਾਸੇ ਫਿਰਦਾ ਹੈ । ਵਖਰੇ ਵਖਰੇ ਗੁਰੂ ਪੀਰਾਂ ਨੂੰ ਅਸਲੀ ਮਾਲਕ ਸਮਝਦਾ ਹੈ । ਉਹਨਾਂ ਅੱਗੇ ਰਹਿਮਤ ਦੀ ਅਰਦਾਸ ਕਰਦਾ ਹੈ । ਅਸਲੀ ਪਿਆਰਾ ਇਕੋ ਇਕ ਪ੍ਰਭ ਤੇ ਭਰੋਸਾ ਅਡੋਲ ਰਖਦਾ ਹੈ । ਉਸ ਨੂੰ ਹਰ ਵੇਲੇ ਆਪਣਾ ਅਸਾਰਾ ਮੰਨਦਾ, ਭਾਣੇ ਵਿੱਚ ਮਸਤ ਰਹਿੰਦਾ ਹੈ । ਜਿਹੜਾ ਕੇਵਲ ਚੰਗਾ ਹੋਣ ਤੇ ਹੀ ਧੰਨਵਾਦ ਕਰਦਾ, ਮਨ ਭਾਵਦੇ ਦੀ ਬਖਸ਼ਿਸ਼ ਨਾ ਹੋਣ ਤੇ ਉਸ ਦੀ ਨਿੰਦਿਆਂ ਕਰਦਾ ਹੈ, ਉਸ ਨੂੰ ਅਸਲੀ ਪ੍ਰੇਮੀ ਨਹੀਂ ਕਹਿੰਦੇ ।

What kind of devotion have human with The True Master? His mind may not stay steady and stable on His Word and wanders all over. He may consider various worldly gurus as the savior. His true devotee always keeps his belief steady and stable on His Blessings; he always prays for His Forgiveness and Refuge. He remains intoxicated in meditation on the teachings of His Word. Whosoever may only sing His Glory with blessings of comforts in life and grievances for miseries. He may not be His true devotee nor be accepted in His Court.

ਮਹਲਾ ੨॥

ਸਲਾਮੁ ਜਬਾਬੁ ਦੋਵੈ ਕਰੇ, ਮੁੰਢਹੁ ਘੁਥਾ ਜਾਇ॥
ਨਾਨਕ ਦੋਵੈ ਕੂੜੀਆ, ਥਾਇ ਨ ਕਾਈ ਪਾਇ॥੨॥

mehlaa 2.

salaam jabaab dovai karay mundhhu ghuthaa jaa-ay.
naanak dovai koorhee-aa thaa-ay na kaa-ee paa-ay. ||2||

ਜਿਹੜਾ, ਪ੍ਰਭ ਦਾ ਧੰਨਵਾਦ ਵੀ ਕਰਦਾ, ਅਰਦਾਸ ਪੂਰੀ ਨਾ ਹੋਣ ਤੇ ਨਿੰਦਿਆਂ ਵੀ ਕਰਦਾ ਹੈ । ਉਹ ਅਸਲੀ ਸੇਵਕ ਨਹੀਂ ਹੁੰਦਾ, ਉਸ ਦੇ ਦੋਨੋਂ ਕੰਮ ਹੀ ਝੂਠ, ਫਰੇਬ ਵਾਲੇ ਹੀ ਹੁੰਦੇ ਹਨ ।

Whosoever may only worship, remains gratitude for His Blessings of comforts and prosperity in life; he may grievance at the time of miseries in life, unexpected events in life. His meditation, worship, singing the glory both are hypocrisy, false and deceptive; he may not be worthy to be called His true devotee.

ਪਉੜੀ॥

ਜਿਤੁ ਸੇਵਿਐ ਸੁਖੁ ਪਾਈਐ, ਸੋ ਸਾਹਿਬੁ ਸਦਾ ਸਮੑਾਲੀਐ॥
ਜਿਤੁ ਕੀਤਾ ਪਾਈਐ ਆਪਣਾ, ਸਾ ਘਾਲ ਬੁਰੀ ਕਿਉ ਘਾਲੀਐ॥
ਮੰਦਾ ਮੂਲਿ ਨ ਕੀਚਈ, ਦੇ ਲੰਮੀ ਨਦਰਿ ਨਿਹਾਲੀਐ॥
ਜਿਉ ਸਾਹਿਬ ਨਾਲਿ ਨ ਹਾਰੀਐ, ਤੇਵੇਹਾ ਪਾਸਾ ਢਾਲੀਐ॥
ਕਿਛੁ ਲਾਹੇ ਉਪਰਿ ਘਾਲੀਐ॥੨੧॥

pa-orhee.

jit sayvi-ai sukh paa-ee-ai so saahib sadaa samHaalee-ai.
jit keetaa paa-ee-ai aapnaa saa ghaal buree ki-o ghaalee-ai.
mandaa mool na keech-ee day lammee nadar nihaalee-ai.
Ji-o saahib naal na haaree-ai tavayhaa paasaa dhaalee-ai.
kichh laahay upar ghaalee-ai. ||21||

ਜਿਸ ਪ੍ਰਭ ਦੇ ਸ਼ਬਦ ਦੇ ਸਿਮਰਨ, ਬੰਦਗੀ ਕਰਨ ਨਾਲ ਸੁਖ, ਸਿੱਧਾ ਰਸਤਾ, ਮਾਨਸ ਜਨਮ ਦਾ ਅਸਲੀ ਮੰਤਵ ਸਮਝ ਆਉਂਦਾ, ਬਖਸ਼ਿਸ਼ ਹੁੰਦਾ ਹੈ । ਉਸ ਨੂੰ ਕਦੇ ਆਪਣੇ ਮਨ ਵਿਚੋਂ ਭੁਲਨਾ ਨਹੀਂ ਚਾਹਿੰਦਾ । ਜੀਵ ਨੂੰ ਆਪਣੇ ਕੀਤੇ ਹੋਏ ਕੰਮਾਂ ਦਾ ਹੀ ਫਲ ਅੱਗੇ ਦਰਬਾਰ ਵਿੱਚ ਬਖਸ਼ਿਸ਼ ਹੁੰਦਾ ਹੈ । ਜੀਵ ਮੰਦੇ ਕੰਮ ਕਿਉਂ ਕਰਦਾ ਹੈ? ਜਿਹੜਾ ਆਪਣੇ ਮਾਨਸ ਜਨਮ ਦਾ ਅਸਲੀ ਮੰਤਵ ਸਮਝ ਲੈਂਦਾ ਹੈ, ਉਹ ਕਦੇ ਵੀ ਮੰਦੇ ਕੰਮ ਨਹੀਂ ਕਰਦਾ । ਜੀਵ ਕੋਈ ਅਜੇਹਾ ਕਰਮ ਨਾ ਕਰੋ! ਜਿਹੜਾ ਪ੍ਰਭ ਨੂੰ ਭਾਉਂਦਾ ਨਹੀਂ, ਹਮੇਸ਼ਾਂ ਹੀ ਪ੍ਰਭ ਦੇ ਭਾਣੇ ਨੂੰ ਸਤਿ ਮੰਨਕੇ ਸੰਤੋਖ ਰਖੋ । ਜਿਹੜੀ ਦਾਤ, ਬਖਸ਼ਿਸ਼ ਮਨ ਨੂੰ ਚੰਗੀ ਨਾ ਲਗੇ! ਉਹ ਸਮਝੋ! ਅਣਜਾਣ ਮਨ ਨੂੰ ਸਮਝ ਨਹੀਂ, ਪ੍ਰਭ ਨੇ ਬਖਸ਼ਿਸ਼ ਕਿਉਂ ਕੀਤੀ ਹੈ । ਸੋਝੀ ਦੀ ਅਰਦਾਸ ਕਰੋ! ਮੇਰੇ ਮਨ ਵਿੱਚ ਫਿਰ ਹਿਰਖ ਨਾ ਆਵੇ ।

By meditating and adopting the teachings of His Word, His true devotee may be blessed with the right path of meditation, purpose of his human life journey. You should never abandon to meditate on the teachings of The True Master. Everyone realizes! Only his good deeds, earnings of His Word may be awarded in His Court! Why may he be entangled in sinful deeds in his day-to-day life? Whosoever may realize the real purpose of his human life; he may never perform any sinful or evil deed in his day-to-day life. You should not perform any deed, which may not be accepted in His Court. You should always accept His Blessings as unavoidable Command and be contented with your worldly conditions. Whatsoever may not comfort to your mind, you must console your mind, His Blessings are always ultimate justice and for the welfare of his life. You should pray for enlightenment to realize His Command! You may never grievances on His Blessings in the universe.

Key Message of Aasaa De Var, Salok #21, page 474-3
'ਮਨਮੁਖ ਹੀ ਪ੍ਰਭ ਦੇ ਬਖਸ਼ੇ ਤੇ ਸੋਗ ਕਰਦਾ ਹੈ!
ਜਿਹੜਾ ਮਨ ਭਾਵਦੇ ਦੀ ਬਖਸ਼ਿਸ਼ ਤੇ ਧੰਨਵਾਦ ਕਰਦਾ, ਨਾ ਮਨ ਭਾਵਦੇ ਦੀ ਨਿੰਦਿਆਂ ਕਰਦਾ ਹੈ । ਉਹ ਅਸਲੀ ਸੇਵਕ ਨਹੀਂ ਹੁੰਦਾ! ਉਸ ਦੇ ਦੋਨੋਂ ਕੰਮ ਹੀ ਝੂਠ, ਫਰੇਬ ਵਾਲੇ ਹੀ ਹੁੰਦੇ ਹਨ । ਜਿਹੜਾ ਆਪਣੇ ਮਾਨਸ ਜਨਮ ਦਾ ਅਸਲੀ ਮੰਤਵ ਸਮਝ ਲੈਂਦਾ ਹੈ, ਉਹ ਕਦੇ ਵੀ ਮੰਦੇ ਕੰਮ ਨਹੀਂ ਕਰਦਾ ।
Self-minded grievances on His Blessings of miseries!
Whosoever may only sing His Glory with blessings of comforts; otherwise, grievance, slander in miseries in life. He may not be His true devotee! His meditation, worship, singing the glory both may be hypocrisy. Whosoever may realize the real purpose of his human life; he may never perform any sinful or evil deed in his day-to-day life.

90. ਸਲੋਕੁ ਮਹਲਾ ੨॥ (22) 474-9

ਚਾਕਰੁ ਲਗੈ ਚਾਕਰੀ, ਨਾਲੇ ਗਾਰਬੁ ਵਾਦੁ॥
ਗਲਾ ਕਰੇ ਘਣੇਰੀਆ, ਖਸਮ ਨ ਪਾਏ ਸਾਦੁ॥
ਆਪੁ ਗਵਾਇ ਸੇਵਾ ਕਰੇ, ਤਾ ਕਿਛੁ ਪਾਏ ਮਾਨੁ॥
ਨਾਨਕ ਜਿਸ ਨੋ ਲਗਾ ਤਿਸੁ ਮਿਲੈ, ਲਗਾ ਸੋ ਪਰਵਾਨੁ॥੧॥

chaakar lagai chaakree naalay gaarab vaad.
galaa karay ghanayree-aa khasam na paa-ay saad.
aap gavaa-ay sayvaa karay taa kichh paa-ay maan.
naanak jis no lagaa tis milai lagaa so parvaan. ||1||

ਗੁਰੂ ਨਾਨਕ ਦੇਵ ਜੀ! – Guru Nanak Dev Ji! Guru Granth Sahib

ਜਿਹੜਾ ਸੇਵਕ, ਮਾਲਕ ਦੀ ਸੇਵੇ ਵੀ ਕਰੇ ਅਤੇ ਹਰ ਕੰਮ ਤੇ ਨੁਕਤਾਚੀਨੀ ਵੀ ਕਰੇ, ਅੰਤ ਵਿੱਚ ਮਾਲਕ (ਪ੍ਰਭ) ਨੂੰ ਚੰਗੀ ਨਹੀਂ ਲਗਦੀ । ਥੋੜ੍ਹਾ ਸਮਾਂ, ਪ੍ਰਭ ਉਸ ਨੂੰ ਅਣਜਾਣ ਸਮਝਦਾ ਹੈ । ਫਿਰ ਅਸਲੀ ਰਸਤੇ ਤੋਂ ਭੁਲਿਆ ਹੀ ਜਾਣਦਾ ਹੈ । ਜੀਵ ਆਪਣੇ ਆਪ ਵਿਚੋਂ ਅਹੰਕਾਰ ਨੂੰ ਦੂਰ ਕਰਕੇ, ਸ਼ਬਦ ਨਾਲ ਜੀਵਨ ਢਾਲੋ! ਸ਼ਬਦ ਨਾਲ ਜੀਵਨ ਬਤੀਤ ਕਰਨ ਨਾਲ ਬੰਦਗੀ ਦਰ ਤੇ ਪ੍ਰਵਾਨ ਹੋ ਸਕਦੀ ਹੈ ।

Whosoever may serve The True Master and criticizes each task, the purpose of His Action. In the end, his service may not win His Favor. For a while, The True Master may ignore his criticism as ignorance; then he may be considered, on the wrong path, lost the right path of meditation. You should renounce, conquer ego of your mind, and adopt the teachings of His Word with steady and stable belief in your day-to-day life. Your meditation may be accepted in His Court.

ਮਹਲਾ ੨॥	**mehlaa 2.**
ਜੋ ਜੀਇ ਹੋਇ ਸੁ ਉਗਵੈ, ਮੁਹ ਕਾ ਕਹਿਆ ਵਾਉ॥	jo jee-ay ho-ay so ugvai muh kaa kahi-aa vaa-o.
ਬੀਜੇ ਬਿਖੁ ਮੰਗੈ ਅੰਮ੍ਰਿਤੁ, ਵੇਖਹੁ ਏਹੁ ਨਿਆਉ॥੨॥	beejay bikh mangai amrit vaykhhu ayhu ni-aa-o. ||2||

ਜੀਵ ਆਪਣੇ ਮਨ ਦੀ ਭਾਵਨਾ, ਖਿਆਲ, ਭਰੋਸਾ ਹੀ ਜੀਭ ਤੋਂ ਬੋਲਿਆਂ ਜਾਂਦਾ ਹੈ । ਜਿਹੜਾ ਪਾਪਾਂ, ਮੰਦੇ ਕੰਮਾਂ ਦੇ ਅਧਾਰ ਤੇ ਜੀਵਨ ਬਤੀਤ ਕਰਦਾ ਹੈ, ਉਸ ਨੇ ਤਾ ਆਪਣਾ ਮੌਕਾ ਗਵਾ ਲਿਆ ਹੈ । ਉਹ ਕਿਵੇਂ ਮੁਕਤੀ ਦੇ ਰਸਤੇ ਤੇ ਜਾ ਸਕਦਾ ਹੈ?

Everyone may only express his thoughts, intentions, and belief on his tongue. Whosoever may indulge in evil thoughts and sinful deeds; he may have lost his priceless opportunity of human life blessings. How may he find the right path of salvation in his human life journey?

ਮਹਲਾ ੨॥	**mehlaa 2.**
ਨਾਲਿ ਇਆਣੇ ਦੋਸਤੀ, ਕਦੇ ਨ ਆਵੈ ਰਾਸਿ॥	naal i-aanay dostee kaday na aavai raas.
ਜੇਹਾ ਜਾਣੈ ਤੇਹੋ ਵਰਤੈ, ਵੇਖਹੁ ਕੋ ਨਿਰਜਾਸਿ॥	jayhaa jaanai tayho vartai vaykhhu ko nirjaas.
ਵਸਤੂ ਅੰਦਰਿ ਵਸਤੁ ਸਮਾਵੈ, ਦੂਜੀ ਹੋਵੈ ਪਾਸਿ॥	vastoo andar vasat samaavai doojee hovai paas.
ਸਾਹਿਬ ਸੇਤੀ ਹੁਕਮੁ ਨ ਚਲੈ, ਕਹੀ ਬਣੈ ਅਰਦਾਸਿ॥	saahib saytee hukam na chalai kahee banai ardaas.
ਕੂੜਿ ਕਮਾਣੈ ਕੂੜੋ ਹੋਵੈ, ਨਾਨਕ ਸਿਫਤਿ ਵਿਗਾਸਿ॥੩॥	koorh kamaanai koorho hovai naanak sifat vigaas. ||3||

ਜੀਵ ਆਪਣੇ ਜੀਵਨ ਦੇ ਅਸਲੀ ਮੰਤਵ ਵਿੱਚ ਧਿਆਨ ਰਖਕੇ, ਕਿਸੇ ਹੋਰ ਜੀਵ ਦਾ ਸਾਥ ਕਰੋ । ਜਿਹੜਾ ਅਣਜਾਣ, ਜਿਸ ਨੂੰ ਆਪਣੇ ਮੂਲ ਦੀ ਪਛਾਣ ਨਹੀਂ, ਉਸ ਦਾ ਸਾਥ ਕਰਦਾ ਹੈ, ਉਸ ਨੂੰ ਮਾਨਸ ਜੀਵਨ ਦੇ ਅਸਲੀ ਮੰਤਵ ਵਿੱਚ ਕਾਮਜਾਬੀ ਨਹੀਂ ਹੋ ਸਕਦੀ । ਉਸ ਅਣਜਾਣ ਜੀਵ ਨੇ ਆਪਣੀ ਸੋਝੀ, ਮਨ ਦੇ ਖਿਆਲਾਂ ਅਨੁਸਾਰ ਹੀ ਸਿਖਿਆਂ ਦੇਣੀ ਹੈ । ਜਿਸ ਜੀਵ ਨੂੰ ਅਸਲੀ ਰਸਤੇ ਦੀ ਸੋਝੀ ਹੋਵੇ, ਆਪ ਰਸਤੇ ਤੇ ਚਲਦਾ ਹੋਵੇ, ਉਸ ਜੀਵ ਦੀ ਸੰਗਤ ਕਰੋ । ਉਸ ਦੀ ਸੰਗਤ ਵਿੱਚ ਮਨ ਡੋਲਣ ਤੋਂ ਰੁਕ ਜਾਂਦਾ ਹੈ । ਤਰਸਵਾਨ ਪ੍ਰਭ ਹਮੇਸ਼ਾਂ ਹੀ ਨਿਮਾਣੇ ਦੀ ਅਰਦਾਸ, ਅਰਾਧਨਾ ਹੀ ਕਬੂਲ ਕਰਦਾ ਹੈ । ਚਲਾਕੀ, ਫਰੇਬ ਨਾਲ ਕੁਝ ਬਖਸ਼ਿਸ਼ ਨਹੀਂ ਹੁੰਦਾ । ਪ੍ਰਭ ਦੇ ਸ਼ਬਦ ਨੂੰ ਅਟਲ ਮੰਨ ਕੇ ਸਿਮਰਨ ਕਰਨ ਨਾਲ ਹੀ ਦਰਗਾਹ ਵਿੱਚ ਪ੍ਰਵਾਨਗੀ ਬਖਸ਼ਿਸ਼ ਹੋ ਸਕਦੀ ਹੈ ।

You should always keep in mind the real purpose of human life journey, before associating with anyone else. By following the guidance of a teacher, who may not have adopted the teachings of His Word in life; his life experience may not lead to the right path of acceptance in His Court. You should always associate with His true devotee who may have already adopted the right path; he may have learned, way to overcome day-to-day obstacles on the right path. By learning from his life experience; your mind may remain steady and stable on the right path. The Merciful True Master always heeds the honest prayer of His humble helpless devotee. Cleaver and deceptive plans, meditation may never lead to the right path of acceptance in His Court. Whosoever may adopt the teachings of His Word with steady and stable belief; with His mercy and grace, his soul may become worthy of His Consideration, acceptance in His Court.

ਮਹਲਾ ੨॥	**mehlaa 2.**
ਨਾਲਿ ਇਆਣੇ ਦੋਸਤੀ, ਵਡਾਰੂ ਸਿਉ ਨੇਹੁ॥	naal i-aanay dostee vadaaroo si-o nayhu.
ਪਾਣੀ ਅੰਦਰਿ ਲੀਕ ਜਿਉ, ਤਿਸ ਦਾ ਥਾਉ ਨ ਥੇਹੁ॥੪॥	paanee andar leek Ji-o tis daa thaa-o na thayhu. ||4||

ਜਿਹੜਾ ਸ਼ਬਦ ਦੇ ਰਸਤੇ ਤੋਂ ਅਣਜਾਣ ਨਾਲ ਦੋਸਤੀ, ਸੰਬਧ, ਸਿਮਰਨ ਕਰਨ ਦਾ ਅਧਾਰ ਬਣਾਉਣਾ ਹੈ । ਉਹ ਆਪਣਾ ਮਾਨਸ ਜਨਮ ਬਿਰਥਾ ਹੀ ਗਵਾ ਲੈਂਦਾ ਹੈ, ਉਸ ਨੂੰ ਕੋਈ ਵੀ ਸੇਧ ਨਹੀਂ ਮਿਲਦੀ । ਜਿਹੜਾ ਸੰਸਾਰਕ ਗੁਰੂ, ਆਪ ਹੀ ਪੰਜਾਂ ਇੰਦਰੀਆਂ ਦੇ ਕਾਬੂ ਵਿੱਚ ਫਸਿਆ ਹੋਇਆ ਹੈ, ਇਸਤਰ੍ਹਾਂ ਹੀ ਉਸ ਸੰਸਾਰਕ ਗੁਰੂ, ਪੀਰਾਂ ਤੋਂ ਭਗਤੀ ਕਰਨ ਦੀ ਸੇਧ ਲੈਣੀ ਹੈ ।

Whosoever may associate with saint ignorant from the right path, he may adopt his way of life as a guiding principle to meditate. He wastes his priceless human life blessings; he may never be blessed with the right path of meditation. Any worldly guru, may be dominated by worldly desires and greed; he may only provide same kind of guidance to waste your priceless human life blessings.

ਮਹਲਾ ੨॥	**mehlaa 2.**
ਹੋਇ ਇਆਣਾ ਕਰੇ ਕੰਮੁ, ਆਣਿ ਨ ਸਕੈ ਰਾਸਿ॥	ho-ay i-aanaa karay kamm aan na sakai raas.
ਜੇ ਇਕ ਅਧ ਚੰਗੀ ਕਰੇ, ਦੂਜੀ ਭੀ ਵੇਰਾਸਿ॥੫॥	jay ik aDh changee karay doojee bhee vayraas. ||5||

ਉਹ ਅਣਜਾਣ, ਅਗਰ ਕੋਈ ਸੇਧ ਠੀਕ ਵੀ ਦੇ ਦੇਵੇ, ਤਾ ਫਿਰ ਵੀ ਉਹ ਕਦੇ ਨਾ ਕਦੇ ਗਲਤ ਰਸਤੇ ਤੇ ਪਾ ਦੇਵੇਗਾ । ਉਸ ਨੂੰ ਆਪ ਸਿੱਧਾ ਰਸਤਾ ਹਾਸਿਲ ਕਰਨ ਦੀ ਸੋਝੀ ਨਹੀਂ ਹੁੰਦੀ । ਅਸਲੀ ਮਾਨਸ ਜੀਵਨ ਦੇ ਮੰਤਵ ਨੂੰ ਹਾਸਿਲ ਕਰਨ ਦੇ ਰਸਤੇ ਦੀ ਸੋਝੀ ਨਹੀਂ ਹੁੰਦੀ ।

The ignorant may provide sometimes a good guidance of the right path; however, he may eventually guide on the wrong path of greed. He remains ignorant from the right path of meditation on the teachings of His Word. He may never comprehend the real purpose of human life blessings.

ਪਉੜੀ॥	**pa-orhee.**
ਚਾਕਰੁ ਲਗੈ ਚਾਕਰੀ, ਜੇ ਚਲੈ ਖਸਮੈ ਭਾਇ॥	chaakar lagai chaakree jay chalai khasmai bhaa-ay.
ਹੁਰਮਤਿ ਤਿਸ ਨੋ ਅਗਲੀ, ਓਹੁ ਵਜਹੁ ਭਿ ਦੂਣਾ ਖਾਇ॥	hurmat tis no aglee oh vajahu bhe doonaa khaa-ay.
ਖਸਮੈ ਕਰੇ ਬਰਾਬਰੀ, ਫਿਰਿ ਗੈਰਤਿ ਅੰਦਰਿ ਪਾਇ॥	khasmai karay baraabaree fir gairat andar paa-ay.
ਵਜਹੁ ਗਵਾਏ ਅਗਲਾ, ਮੁਹੇ ਮੁਹਿ ਪਾਣਾ ਖਾਇ॥	vajahu gavaa-ay aglaa muhay muhi paanaa khaa-ay.

ਜਿਸ ਦਾ ਦਿਤਾ ਖਾਵਣਾ, ਤਿਸੁ ਕਹੀਐ ਸਾਬਾਸਿ॥ jis daa ditaa khaavnaa tis kahee-ai saabaas.
ਨਾਨਕ ਹੁਕਮੁ ਨ ਚਲਈ, ਨਾਲਿ ਖਸਮ ਚਲੈ ਅਰਦਾਸਿ॥੨੨॥ naanak hukam na chal-ee naal khasam chalai ardaas. ||22

ਜਿਹੜਾ ਸੇਵਕ ਪ੍ਰਭ ਦੇ ਸ਼ਬਦ ਨੂੰ ਅਟਲ ਮੰਨ ਕੇ ਜੀਵਨ ਢਾਲਦਾ ਹੈ, ਉਸ ਦੀ ਬੰਦਗੀ ਤੇ ਪ੍ਰਭ ਰੀਹਮਤ ਬਖਸ਼ਦਾ ਹੈ । ਉਸ ਨੂੰ ਮਨ ਦੀਆਂ ਮੁਰਾਦਾਂ ਤੋਂ ਜ਼ਿਆਦਾ ਫਲ, ਦਾਤਾਂ ਬਖਸ਼ਦਾ ਹੈ । ਜਿਹੜਾ ਸੰਸਾਰਕ ਜੀਵ ਆਪਣੇ ਆਪ ਨੂੰ ਪ੍ਰਭ ਦੇ ਬਰਾਬਰ, ਸੰਸਾਰਕ ਗੁਰੂ ਸਮਝਣ ਲਗ ਪੈਂਦਾ, ਮਨਮਰਜ਼ੀ ਕਰਦਾ, ਬਾਕੀ ਜੀਵਾਂ ਨੂੰ ਉਸ ਰਸਤੇ ਤੇ ਪਾਉਣ ਦੀ ਪ੍ਰੇਰਨਾ ਕਰਦਾ ਹੈ । ਉਸ ਨੂੰ ਦਰਬਾਰ ਵਿੱਚ ਫਿਟਕਾਰਾਂ ਹੀ ਪੈਂਦੀਆਂ ਹਨ । ਜਿਹੜਾ ਪ੍ਰਭ, ਜੀਵ ਨੂੰ ਸਵਾਸ, ਭੋਜਨ ਅਤੇ ਸੰਸਾਰ ਵਿੱਚ ਹਿਫਾਜ਼ਤ ਕਰਦਾ ਹੈ, ਉਸ ਨਾਲ ਬਰਾਬਰੀ ਕਰਨ ਨਾਲ ਕੁਝ ਵੀ ਬਖਸ਼ਿਸ਼ ਨਹੀਂ ਹੁੰਦਾ । ਹਮੇਸ਼ਾਂ ਹੀ ਨਿਮਾਣੇ ਬਣਕੇ ਅਰਦਾਸ ਨਾਲ ਹੀ ਰਹਿਮਤ ਬਖਸ਼ਿਸ਼ ਹੋ ਸਕਦੀ ਹੈ ।

Whosoever may adopt the teachings of His Word with steady and stable belief as an ultimate unavoidable Command of The True Master; all his spoken and unspoken desires may be satisfied. Whosoever may consider to be enlightened with the all virtues of The True Master, considered himself to be the symbol of God. Self-minded may inspire his way of life to others; initiate new religion; he may be rebuked from His Court. The True Master blesses the breaths, nourishments and protects His Creation all time. Whosoever may challenge His Word, alter His Creation; by becoming equal, nothing may be blessed in life. The True Master always heeds the prayers of the humble devotee and bestows His Blessings.

Key Message of Aasaa De Var, Salok #22, page 474-9
ਅਣਜਾਣ ਨੂੰ ਗੱਦੀ ਤੇ ਥਾਪਣ ਨਾਲ, ਧਰਮ ਹੀ ਜ਼ੁਲਮ ਦਾ ਮੈਦਾਨ ਬਣ ਜਾਂਦਾ ਹੈ!
ਜੀਵ ਆਪਣੇ ਮਨ ਦੀ ਭਾਵਨਾ, ਖਿਆਲ, ਭਰੋਸਾ ਹੀ ਜੀਭ ਤੋਂ ਬੋਲਿਆਂ ਜਾਂਦਾ ਹੈ । ਜਿਹੜਾ ਸ਼ਬਦ ਦੇ ਰਸਤੇ ਤੋਂ ਅਣਜਾਣ ਨਾਲ ਦੋਸਤੀ, ਸੰਬਧ, ਸਿਮਰਨ ਕਰਨ ਦਾ ਅਧਾਰ ਬਣਾਉਣਾ ਹੈ । ਉਹ ਆਪਣਾ ਮਾਨਸ ਜਨਮ ਬਿਰਥਾ ਹੀ ਗਵਾ ਲੈਂਦਾ ਹੈ । ਪ੍ਰਭ ਦੇ ਸ਼ਬਦ ਨੂੰ ਅਟਲ ਮੰਨਕੇ ਸਿਮਰਨ ਕਰਨ ਨਾਲ ਹੀ ਦਰਗਾਹ ਵਿੱਚ ਪ੍ਰਵਾਨਗੀ ਬਖਸ਼ਿਸ਼ ਹੋ ਸਕਦੀ ਹੈ । ਜਿਹੜਾ ਜੀਵਾਂ ਨੂੰ ਬਖਸ਼ਿਸ਼ਾਂ ਦੇਂਦਾ, ਆਪਣੇ ਆਪ ਨੂੰ ਰੱਬ ਦਾ ਰੂਪ ਸਮਝਦਾ ਹੈ । ਉਸ ਨੂੰ ਅਸਲੀ ਮਾਨਸ ਜੀਵਨ ਦੇ ਮੰਤਵ ਦੇ ਰਸਤੇ ਦੀ ਸੋਝੀ ਨਹੀਂ ਹੁੰਦੀ । ਉਸ ਨੂੰ ਦਰਬਾਰ ਵਿੱਚ ਫਿਟਕਾਂ ਹੀ ਪੈਂਦੀਆਂ ਹਨ ।
To incarnated child, ignorant on throne as guru, saint! Religion becomes a terrorism path!
Everyone may only express his thoughts, intentions, and belief on his tongue. Whosoever may associate with saint ignorant from the right path, he may adopt his way of life as a guiding principle to meditate. He may waste his priceless human life blessings; he may never be blessed with the right path of meditation. Whosoever may adopt the teachings of His Word with steady and stable belief, his soul may become worthy of His Consideration, acceptance in His Court. Whosoever may incarnate a child as guru, who has not adopted the teachings of His Word in his own life; he may become a victim, intoxicated with sweet poison of worldly wealth, fame, and glory. He may never comprehend nor can guide his followers on the right path of acceptance in His Court.

91. ਸਲੋਕੁ ਮਹਲਾ ੨॥ (23) 474-19

ਏਹ ਕਿਨੇਹੀ ਦਾਤਿ, ਆਪਸ ਤੇ ਜੋ ਪਾਈਐ॥ ayh kinayhee daat aapas tay jo paa-ee-ai.
ਨਾਨਕ ਸਾ ਕਰਮਾਤਿ, ਸਾਹਿਬ ਤੁਠੈ ਜੋ ਮਿਲੈ॥੧॥ naanak saa karmaat saahib tuthai jo milai. ||1||

ਜਿਹੜੀ ਦਾਤ ਆਪ ਮੰਗ ਕੇ ਪ੍ਰਾਪਤ ਕੀਤੀ ਜਾਂਦੀ ਹੈ, ਉਸ ਦੀ ਕੋਈ ਮਹੱਤਤਾ ਨਹੀਂ ਹੁੰਦੀ । ਜਿਹੜੀ ਦਾਤ ਪ੍ਰਭ ਬਿਨਾਂ ਮੰਗੇ ਆਪ ਖੁਸ਼ ਹੋ ਕੇ ਬਖਸ਼ੇ, ਉਹ ਹੀ ਅਸਲੀ ਦਾਤ ਹੁੰਦੀ ਹੈ ।

Any blessings may be rewarded by begging for, that blessings may not be of much significance. Whatsoever, The True Master blesses without begging, praying, as a reward of his meditation, that blessings may be very significant.

ਮਹਲਾ ੨॥ **mehlaa 2.**

ਏਹ ਕਿਨੇਹੀ ਚਾਕਰੀ, ਜਿਤੁ ਭਉ ਖਸਮ ਨ ਜਾਇ॥ ayh kinayhee chaakree jit bha-o khasam na jaa-ay.
ਨਾਨਕ ਸੇਵਕੁ ਕਾਢੀਐ, ਜਿ ਸੇਤੀ ਖਸਮ ਸਮਾਇ॥੨॥ naanak sayvak kaadhee-ai je saytee khasam samaa-ay. ||2||

ਜਿਸ ਸੇਵਾ ਨਾਲ ਪ੍ਰਭ ਦੀ ਨਰਾਜ਼ਗੀ ਦਾ ਡਰ ਦੂਰ ਨਹੀਂ ਹੁੰਦਾ, ਉਹ ਕਿਸਤਰ੍ਹਾਂ ਦੀ ਸੇਵਾ ਹੈ? ਅਸਲੀ ਸੇਵਕ, ਸੇਵਾ ਕਰਦਾ, ਕਰਦਾ ਆਪਣਾ ਆਪਾ ਗਵਾ ਲੈਂਦਾ ਹੈ! ਉਸ ਪ੍ਰਭ ਦੇ ਸ਼ਬਦ ਦੀ ਸਦਾ ਚਲਣ ਵਾਲੀ ਗੂੰਜ ਵਿੱਚ ਲੀਨ, ਮਸਤ, ਸਮਾ ਜਾਂਦਾ, ਅਭੇਦ ਹੋ ਜਾਂਦਾ ਹੈ!

What may be the significance of a service and devotion on the teachings of His Word; his fear of disappointment may not be eliminated? His true devotee meditates and surrenders his self-entity at His Service. He remains intoxicated in meditation in the void of His Word. He may be immersed within His Holy Spirit.

ਪਉੜੀ॥ **pa-orhee.**

ਨਾਨਕ ਅੰਤ ਨ ਜਾਪਨ੍ਹੀ, ਹਰਿ ਤਾ ਕੇ ਪਾਰਾਵਾਰ॥ naanak ant na jaapnHee har taa kay paaraavaar.
ਆਪਿ ਕਰਾਏ ਸਾਖਤੀ, ਫਿਰਿ ਆਪਿ ਕਰਾਏ ਮਾਰ॥ aap karaa-ay saakh-tee fir aap karaa-ay maar.
ਇਕਨ੍ਹਾ ਗਲੀ ਜੰਜੀਰੀਆ, ਇਕਿ ਤੁਰੀ ਚੜਹਿ ਬਿਸੀਆਰ॥ iknHaa galee janjeeree-aa ik turee charheh bisee-aar.
ਆਪਿ ਕਰਾਏ ਕਰੇ ਆਪਿ, ਹਉ ਕੈ ਸਿਉ ਕਰੀ ਪੁਕਾਰ॥ aap karaa-ay karay aap ha-o kai si-o karee pukaar.
ਨਾਨਕ ਕਰਣਾ ਜਿਨਿ ਕੀਆ, ਫਿਰਿ ਤਿਸ ਹੀ ਕਰਣੀ ਸਾਰ॥੨੩॥ naanak karnaa jin kee-aa fir tis hee karnee saar. ||23||

ਪ੍ਰਭ ਦੀ ਕਿਸੇ ਵੀ ਕਰਾਮਾਤ ਦਾ ਅੰਤ ਨਹੀਂ ਪਾਇਆ ਜਾ ਸਕਦਾ । ਪ੍ਰਭ ਆਪ ਹੀ ਜੀਵ ਨੂੰ ਸ੍ਰਿਸ਼ਟੀ ਵਿੱਚ ਪੈਦਾ ਕਰਦਾ, ਦੇਖ ਭਾਲ, ਸੰਭਾਲ ਕਰਦਾ, ਰਹਿਮਤਾਂ, ਸੁਖ ਦੁਖ ਬਖਸ਼ਦਾ ਹੈ । ਆਪ ਹੀ ਜੀਵ ਨੂੰ ਮੌਤ ਦੇਂਦਾ ਹੈ । ਕਿਸੇ ਜੀਵ ਦਾ ਜੀਵਨ ਦੁਖਾਂ ਨਾਲ ਭਰਦਾ ਅਤੇ ਕਿਸੇ ਨੂੰ ਹਮੇਸ਼ਾਂ ਹੀ ਖੇੜੇ ਵਿੱਚ ਰਖਦਾ ਹੈ । ਪ੍ਰਭ ਤੋਂ ਉਪਰ ਫਰਿਆਦ ਕਰਨ ਵਾਲਾ ਹੋਰ ਕੋਈ ਨਹੀਂ ਹੈ । ਜਿਹੜੀ ਮੁਸ਼ਕਲ ਸ੍ਰਿਸ਼ਟੀ ਵਿੱਚ ਆਉਂਦੀ ਹੈ, ਪ੍ਰਭ ਆਪ ਹੀ ਹੱਲ ਬਖਸ਼ਦਾ ਹੈ, ਉਹ ਬੁਹਤ ਦਿਆਲ, ਤਾਕਤਵਾਰ ਹੈ ।

No one may fully comprehend the limit of any of His Miracles, His Nature. The True Master creates, nourishes, protects, and provides comforts and miseries to His Creation. He may destroy His Creation, creature faces death. He may bestow happiness and blossom in life or overwhelm with suffering and miseries. Only His Command prevails in the universe. His Creation may not have any higher power, master to complain to appeal for His Justice. Whatsoever the situation or misery may His Creation face in the universe; The Merciful True Master always provides a solution to endure the suffering.

Key Message of Aasaa De Var, Salok #23, page 474-19
'ਬਿਨਾਂ ਅਰਦਾਸ ਤੋਂ ਬਖਸ਼ਿਸ਼, ਅਸਲੀ ਦਾਤ ਹੁੰਦੀ ਹੈ!

ਜਿਹੜੀ ਦਾਤ ਪ੍ਰਭ ਬਿਨਾਂ ਮੰਗੇ, ਆਪ ਖੁਸ਼ ਹੋ ਕੇ ਬਖਸ਼ੇ, ਉਹ ਹੀ ਅਸਲੀ ਦਾਤ ਹੁੰਦੀ ਹੈ । ਜਿਸ ਗੁਰੂ ਦੀ ਸੇਵਾ ਨਾਲ ਮੌਤ ਦਾ ਡਰ ਦੂਰ ਨਹੀਂ ਹੁੰਦਾ, ਉਹ ਅਸਲੀ ਗੁਰੂ ਨਹੀਂ ਹੁੰਦਾ । ਸਭ ਮੁਸ਼ਕਲਾਂ ਪ੍ਰਭ ਦੇ ਹੁਕਮ ਨਾਲ ਹੀ ਆਉਂਦੀਆ, ਹੱਲ ਵੀ ਆਪ ਹੀ ਬਖਸ਼ਦਾ ਹੈ । ਅਸਲੀ ਸੇਵਕ ਆਪਣਾ ਆਪਾ ਗਵਾ ਕੇ, ਪ੍ਰਭ ਦੀ ਜੋਤ ਵਿੱਚ ਅਭੇਦ ਹੋ ਜਾਂਦਾ ਹੈ ।

Blessing without begging, the reward of earnings of His Word.

Whatsoever may be bestowed for meditation, without begging; only that blessings may be very significant, Blessings. By serving any worldly guru, fear of death may not be eliminated; he may not be His Holy saint. All worldly miseries may be bestowed with His Command; He always provides a solution, remedy to endurance. His true devotee remains intoxicated in the void of His Word; he may be immersed within His Holy Spirit.

92. ਸਲੋਕੁ ਮਃ ੧॥ (24) 475-5

ਆਪੇ ਭਾਂਡੇ ਸਾਜਿਅਨੁ ਆਪੇ ਪੂਰਣੁ ਦੇਇ॥	aapay bhaaNday saaji-an aapay pooran day-ay.
ਇਕਨ੍ਹੀ ਦੁਧੁ ਸਮਾਈਐ ਇਕਿ ਚੁਲ੍ਹੈ ਰਹਨ੍ਹਿ ਚੜੇ॥	iknHee duDh samaa-ee-ai ik chulHai rehniH charhay.
ਇਕਿ ਨਿਹਾਲੀ ਪੈ ਸਵਨ੍ਹਿ ਇਕਿ ਉਪਰਿ ਰਹਨਿ ਖੜੇ॥	ik nihaalee pai savniH ik upar rahan kharhay.
ਤਿਨ੍ਹਾ ਸਵਾਰੇ ਨਾਨਕਾ ਜਿਨ੍ਹ ਕਉ ਨਦਰਿ ਕਰੇ॥੧॥	tinHaa savaaray naankaa jinH ka-o nadar karay. ||1||

ਪ੍ਰਭ ਸਾਰੀ ਸ੍ਰਿਸ਼ਟੀ ਨੂੰ ਆਪ ਹੀ ਆਪਣੇ ਮਨ ਪੰਸਦ ਬਣਾਉਂਦਾ, ਆਪ ਹੀ ਇਸ ਵਿੱਚ ਨਿਵਾਸ ਕਰਦਾ ਹੈ । ਕਿਸੇ ਜੀਵ ਨੂੰ ਬਖਸ਼ਿਸ਼ਾਂ ਨਾਲ ਭਰਪੂਰ ਰਖਦਾ ਹੈ । ਕਿਸੇ ਜੀਵ ਨੂੰ ਇਸ ਜੀਵਨ ਵਿੱਚ ਮੁਸ਼ਕਲਾਂ ਵਿੱਚ ਹੀ ਘੇਰੀ ਰਖਦਾ ਹੈ । ਕਈ ਬੇਫਿਕਰ ਜੀਵਨ ਬਤੀਤ ਕਰਦੇ ਹਨ, ਕਿਸੇ ਨੂੰ ਹਰ ਵੇਲੇ ਪਰੇਸ਼ਾਨੀ ਵਿੱਚ ਰਖਦਾ ਹੈ । ਜਿਸ ਤੇ ਰਹਿਮਤ ਬਖਸ਼ਦਾ ਹੈ, ਉਹ ਸਦਾ ਹੀ ਪ੍ਰਭ ਦੇ ਭਾਣ ਵਿੱਚ, ਖੁਸ਼ੀ, ਮਸਤੀ ਵਿੱਚ ਰਹਿੰਦਾ ਹੈ । ਰਹਿਮਤ ਦਾ ਕੋਈ ਅੰਤ, ਤਾਰੀਕੇ, ਵਿਧੀ ਦੀ ਵਿਆਖਿਆ ਨਹੀਂ ਕੀਤੀ ਜਾ ਸਕਦੀ ।

The True Master has created and designed the body of all creatures with His Own Imagination; all bodies are worthy of His dwelling. He may overwhelm someone with happiness or miseries in his day-to-day life. Some may spend his life without any worries and fears; others may remain in constant stated of disappointments in his life. Whosoever may be bestowed with His Blessed Vision, his state of mind may remain unchanged in any situation. He may always remain in blossom and intoxication with His Blessings. No one may fully comprehend any limit of His Blessings, nor may explain His Nature.

ਮਹਲਾ ੨॥	**mehlaa 2.**
ਆਪੇ ਸਾਜੇ ਕਰੇ ਆਪਿ ਜਾਈ ਭਿ ਰਖੈ ਆਪਿ॥	aapay saajay karay aap jaa-ee bhe rakhai aap.
ਤਿਸੁ ਵਿਚਿ ਜੰਤ ਉਪਾਇ ਕੈ ਦੇਖੈ ਥਾਪਿ ਉਥਾਪਿ॥	tis vich jant upaa-ay kai daykhai thaap uthaap.
ਕਿਸ ਨੋ ਕਹੀਐ ਨਾਨਕਾ ਸਭੁ ਕਿਛੁ ਆਪੇ ਆਪਿ॥੨॥	kis no kahee-ai naankaa sabh kichh aapay aap. ||2||

ਪ੍ਰਭ ਆਪ ਹੀ ਸਾਰੀ ਸ੍ਰਿਸ਼ਟੀ ਨੂੰ ਪੈਦਾ ਕਰਦਾ, ਇਸ ਦਾ ਸੰਤੁਲਨ (Balance) **ਰਖਦਾ ਹੈ, ਵੱਖਰੇ ਵੱਖਰੇ ਜੀਵ ਸੰਸਾਰ ਵਿੱਚ ਰਹਿੰਦੇ ਹਨ । ਆਪ ਹੀ ਜੀਵ ਨੂੰ ਜਨਮ, ਮੌਤ ਦੇਂਦਾ ਹੈ । ਸਭ ਕੁਝ ਕੇਵਲ ਪ੍ਰਭ ਦੇ ਵੱਸ ਵਿੱਚ ਹੀ ਹੈ । ਮਾਨਸ, ਕਿਸ ਨੂੰ ਇਸ ਚੰਗੇ ਮੰਦੇ ਦਾ ਜ਼ੰਮੇਵਾਰ ਸਮਝ ਸਕਦਾ ਹੈ?**

The True Master creates the whole universe and keeps the balance in the universe; various creatures co-exist in the universe. He blesses the soul with new body and recalls soul to provide death to his perishable body. Both birth and death remain only under His Command. Who may be considered responsible for any good or evil deeds in the universe?

ਪਉੜੀ॥	**pa-orhee.**
ਵਡੇ ਕੀਆ ਵਡਿਆਈਆ, ਕਿਛੁ ਕਹਣਾ ਕਹਣੁ ਨਾ ਜਾਇ॥	vaday kee-aa vadi-aa-ee-aa kichh kahnaa kahan na jaa-ay.
ਸੋ ਕਰਤਾ ਕਾਦਰ ਕਰੀਮੁ, ਦੇ ਜੀਆ ਰਿਜਕੁ ਸੰਬਾਹਿ॥	so kartaa kaadar kareem day jee-aa rijak sambaahi.
ਸਾਈ ਕਾਰ ਕਮਾਵਣੀ, ਧੁਰਿ ਛੋਡੀ ਤਿੰਨੈ ਪਾਇ॥	saa-ee kaar kamaavnee Dhur chhodee tinnai paa-ay.
ਨਾਨਕ ਏਕੀ ਬਾਹਰੀ, ਹੋਰ ਦੂਜੀ ਨਾਹੀ ਜਾਇ॥	naanak aykee baahree hor doojee naahee jaa-ay.
ਸੋ ਕਰੇ ਜਿ ਤਿਸੈ ਰਜਾਇ॥੨੪॥੧॥ ਸੁਧੁ	so karay je tisai rajaa-ay. ||24||1|| suDhu.

ਬੇਅੰਤ ਪ੍ਰਭ ਦੀਆਂ ਵਡਿਆਈਆਂ ਦੀ ਕੋਈ ਵਿਆਖਿਆ ਨਹੀਂ ਕੀਤੀ ਜਾ ਸਕਦੀ । ਆਪ ਹੀ ਜੀਵ ਨੂੰ ਪੈਦਾ ਕਰਦਾ, ਆਪਣਾ ਹੁਕਮ ਮਨਾਉਂਦਾ ਹੈ । ਜਿਹੜਾ ਭਾਣੇ ਤੇ ਨਹੀਂ ਚਲਦਾ, ਉਸ ਨੂੰ ਹੋਰ ਕਿਸਮ ਦੀਆਂ ਮੁਸੀਬਤਾਂ ਦੇਂਦਾ ਹੈ । ਜਿਹੜਾ ਪਹਿਲੇ ਹੀ ਭਾਗਾਂ ਵਿੱਚ ਲਿਖਿਆ ਹੁੰਦਾ ਹੈ, ਜੀਵਨ ਦਾ ਰਸਤਾ ਧਾਰਨ ਕਰਨ ਨਾਲ ਹੀ ਬਖਸ਼ਿਸ਼ ਹੋ ਸਕਦਾ ਹੈ! ਗਲਤ ਰਸਤਾ ਧਾਰਨ ਕਰਨ ਨਾਲ ਭਾਗਾਂ ਨੂੰ ਜਾਗ ਨਹੀਂ ਲਗਦੀ! ਇਕੋ ਇਕ ਪ੍ਰਭ ਹੀ ਕੰਮਾਂ ਦੇ ਲੇਖੇ ਤੋਂ ਬਾਹਰ ਹੈ । ਬਾਕੀ ਸਾਰੇ ਹੀ ਸ੍ਰਿਸ਼ਟੀ ਦੇ ਬਣਾਏ ਨਿਯਮਾਂ, ਲੇਖੇ ਦੇ ਅੰਦਰ ਹੀ ਹੈ । ਤੇਰੀ ਬਖਸ਼ੀ ਹੋਈ ਦਾਤ ਹੀ, ਜੀਵ ਨੂੰ ਪ੍ਰਾਪਤ ਹੋ ਸਕਦੀ ਹੈ ।

The unlimited virtues, greatness of The True Master may remain beyond the comprehension of His Creation. The True Master creates new life and enforces His Command with His Own Imagination. Whosoever may ignore His Command; he may face different worries and frustrations in his life. Whatsoever may be prewritten in his destiny! Whosoever may adopt the path of His Word; his prewritten destiny may be rewarded. The One and Only One, True Master may remain above any accountability. All other creatures must justify his deeds as per His Word. Whatsoever may be bestowed with His Blessed Vision; His Creation may only achieve that virtue.

Key Message of Aasaa De Var, Salok #24, page 475-5

'ਜਨਮ, ਮੌਤ ਸ੍ਰਿਸ਼ਟੀ ਨੂੰ ਸੰਤੁਲਨ ਰਖਣਾ ਹੀ ਹੈ!

ਪ੍ਰਭ ਆਪਣੇ ਪੈਦਾ ਕੀਤੀ ਸ੍ਰਿਸ਼ਟੀ ਵਿੱਚ ਹੀ ਨਿਵਾਸ ਕਰਦਾ ਹੈ । ਪ੍ਰਭ ਆਪ ਹੀ ਜਨਮ, ਮੌਤ ਦੇਂਦਾ, ਸ੍ਰਿਸ਼ਟੀ ਨੂੰ ਸੰਤੁਲਨ (Balance) **ਰਖਦਾ, ਵੱਖਰੇ ਵੱਖਰੇ ਜੀਵ ਸੰਸਾਰ ਵਿੱਚ ਰਹਿੰਦੇ ਹਨ । ਸਾਰੀ ਸ੍ਰਿਸ਼ਟੀ ਨੂੰ ਹੀ ਆਪਣੇ ਕੀਤੇ ਕੰਮਾਂ ਦਾ ਲੇਖਾ ਦੇਣਾ ਪੈਂਦਾ ਹੈ, ਕੇਵਲ ਇਕੋ ਇਕ ਪ੍ਰਭ ਹੀ ਲੇਖੇ ਤੋਂ ਬਾਹਰ ਹੈ । ਪ੍ਰਭ ਦੀ ਰਹਿਮਤ ਦਾ ਕੋਈ ਅੰਤ, ਵਿਧੀ ਦੀ ਵਿਆਖਿਆ ਨਹੀਂ ਕੀਤੀ ਜਾ ਸਕਦੀ ।**

Birth and death maintain balance in the universe!

The True Master remains embedded within His Creation. Both birth and death remain under His Command to maintain balance; various creatures co-exist in the universe. The One and Only One, remains above the accountability of His actions; everyone remains under his prewritten destiny. No one may fully comprehend, explains the end or limit of any of His Blessings.

ਗੁਰੂ ਨਾਨਕ ਦੇਵ ਜੀ! – Guru Nanak Dev Ji! Guru Granth Sahib

☬ Chapter 5 ☬

☬ ਰਾਗੁ ਗੁਜਰੀ (489 – 526) ☬

1. ਗੂਜਰੀ ਮਹਲਾ ੧ ਚਉਪਦੇ ਘਰੁ ੧॥ 489-1

ੴ ਸਤਿ ਨਾਮੁ, ਕਰਤਾ, ਪੁਰਖੁ, ਨਿਰਭਉ, ਨਿਰਵੈਰੁ, ਅਕਾਲ, ਮੂਰਤਿ, ਅਜੂਨੀ, ਸੈਭੰ, ਗੁਰ ਪ੍ਰਸਾਦਿ॥

ik-oNkaar, sat naam, kartaa, purakh, nirbha-o, nirvair akaal, moorat, ajoonee, saibhaN, gur parsaad.

ਤੇਰਾ ਨਾਮੁ ਕਰੀ ਚਨਣਾਠੀਆ, ਜੇ ਮਨੁ ਉਰਸਾ ਹੋਇ॥
ਕਰਣੀ ਕੁੰਗੂ ਜੇ ਰਲੈ, ਘਟ ਅੰਤਰਿ ਪੂਜਾ ਹੋਇ॥੧॥

tayraa naam karee channaathee-aa jay man ursaa ho-ay.
karnee kungoo jay ralai ghat antar poojaa ho-ay. ||1||

ਪ੍ਰਭ ਤੇਰੇ ਸ਼ਬਦ ਦੀ ਸਿਖਿਆਂ (ਨਾਮ) ਨੂੰ ਮੈਂ ਕੀਮਤੀ ਲੱਕੜ, ਚੰਦਨ ਵਰਗਾ ਸਮਝਾ! ਮੈਂ ਆਪਣੇ ਮਨ ਨੂੰ ਸ਼ਬਦ ਦੀ ਸਿਖਿਆਂ ਰੂਪੀ ਪੱਥਰ ਦੀ ਤਰ੍ਹਾਂ ਰਗੜ ਕੇ, ਮੈਂ ਆਪਣੇ ਚੰਗੇ ਕੰਮਾਂ ਨੂੰ ਸੰਧੂਰ ਬਣਾਕੇ ਮਨ ਤੇ ਸ਼ਬਦ ਦੀ ਸੋਝੀ ਰੂਪੀ ਰੰਗ ਚੜ੍ਹਾਉਂਦਾ ਹਾ । ਇਸਤਰ੍ਹਾਂ ਮੇਰੇ ਮਨ ਦੀ ਅਵਸਥਾ ਬਣ ਜਾਵੇ ।

I imagine and believe the teachings of Your Word as Cedarwood. I am adopting the teachings of Your Word as rubbing the philosopher's stone. I grind my good deeds, with patience practice the essence of Your Word to transform as vermillion to drench my mind with crimson color. My state of mind may be transformed such a way.

ਪੂਜਾ ਕੀਚੈ ਨਾਮੁ ਧਿਆਈਐ, ਬਿਨੁ ਨਾਵੈ ਪੂਜ ਨ ਹੋਇ॥੧॥ ਰਹਾਉ॥

poojaa keechai naam Dhi-aa-ee-ai bin naavai pooj na ho-ay. ||1|| rahaa-o.

ਪ੍ਰਭ ਦੇ ਸ਼ਬਦ ਦਾ ਸਿਮਰਨ, ਪਾਲਣਾ ਕਰਨਾ ਹੀ ਪ੍ਰਭ ਦੀ ਪੂਜਾ ਕਰਨਾ ਹੈ । ਸ਼ਬਦ ਦੀ ਪਾਲਣਾ ਕਰਨ ਤੋਂ ਬਿਨਾਂ ਕੋਈ ਪੂਜਾ ਪ੍ਰਭ ਨੂੰ ਪ੍ਰਵਾਨ ਨਹੀਂ ਹੁੰਦੀ ।

I believe to meditate and adopt the teachings of His Word with steady and stable belief in day-to-day life, may be the real worship of The True Master. Without obeying the teachings of His Word, earnings of Your Word, no other meditation or deed or charity may ever be rewarded in His Court.

ਬਾਹਰਿ ਦੇਵ ਪਖਾਲੀਅਹਿ, ਜੇ ਮਨੁ ਧੋਵੈ ਕੋਇ॥
ਜੂਠਿ ਲਹੈ ਜੀਉ ਮਾਜੀਐ, ਮੋਖ ਪਇਆਣਾ ਹੋਇ॥੨॥

baahar dayv pakhaalee-ah jay man Dhovai ko-ay.
jooth lahai jee-o maajee-ai mokh pa-i-aanaa ho-ay. ||2||

ਜੀਵ ਦੇ ਮਨ ਦੀ ਮੈਲ, ਤਨ ਦਾ ਇਸ਼ਨਾਨ ਕਰਨ ਨਾਲ ਧੋਤੀ ਨਹੀਂ ਜਾਂਦੀ । ਜਿਵੇਂ ਪੁਜਾਰੀ ਪੱਥਰ ਨੂੰ ਇਸ਼ਨਾਨ ਕਰਵਾਉਂਦੇ ਹਨ । ਮੈਲ ਤਾ ਹੀ ਦੂਰ ਹੁੰਦੀ ਹੈ! ਅਗਰ ਉਸ ਦੀ ਆਪਣੀ ਆਤਮਾ, ਮੌਤ ਤੋਂ ਪਿਛੋਂ ਦਰਬਾਰ ਵਿੱਚ ਪ੍ਰਵਾਨ ਹੋ ਜਾਵੇ ।

The blemish of mind of evil, sinful deeds may not be washed or sanctified by cleaning the body or bathing at Holy Pond, Holy Shrine; as worldly priest or worshippers bath the idol of holy prophets. The soul may be considered sanctified, only if his soul may be accepted in His Court after death of his perishable body.

ਪਸੂ ਮਿਲਹਿ ਚੰਗਿਆਈਆ, ਖੜੁ ਖਾਵਹਿ ਅੰਮ੍ਰਿਤੁ ਦੇਹਿ॥
ਨਾਮ ਵਿਹੂਣੇ ਆਦਮੀ, ਧ੍ਰਿਗੁ ਜੀਵਣ ਕਰਮ ਕਰੇਹਿ॥੩॥

pasoo mileh chang-aa-ee-aa kharh khaaveh amrit deh.
naam vihoonay aadmee Dharig jeevan karam karayhi. ||3||

ਜਾਨਵਰ ਵੀ ਚੰਗੇ ਕੰਮ ਕਰਦੇ, ਘਾਹ ਖਾਂਦੇ, ਦੁਧ ਦੇਂਦੇ ਹਨ । ਜੀਵ ਉਹਨਾਂ ਦੇ ਇਸ ਗੁਣ ਦੀ ਕੀਮਤ ਪਾਉਂਦਾ ਹੈ । ਉਹਨਾਂ ਦੀ ਚੰਗੀ ਸੇਵਾ ਕਰਦਾ ਹੈ ।

Learn from animal! Animals eat grass and provides valuable assets as milk for nourishment of human. Human appreciates their good virtues and treat and nourish them properly.

ਨੇੜਾ ਹੈ ਦੂਰਿ ਨ ਜਾਣਿਅਹੁ, ਨਿਤ ਸਾਰੇ ਸੰਮ੍ਹਾਲੇ॥
ਜੋ ਦੇਵੈ ਸੋ ਖਾਵਣਾ, ਕਹੁ ਨਾਨਕ ਸਾਚਾ ਹੇ॥੪॥੧॥

nayrhaa hai door na jaani-ahu nit saaray sam^{H}aalay.
jo dayvai so khaavnaa kaho naanak saachaa hay. ||4||1||

ਜਿਹੜਾ ਜੀਵ ਸ਼ਬਦ ਦੀ ਪਾਲਣਾ ਨਹੀਂ ਕਰਦਾ । ਉਸ ਦਾ ਮਾਨਸ ਜੀਵਨ ਬਿਰਥਾ ਹੀ ਬੀਤ ਜਾਂਦਾ ਹੈ । ਉਸ ਦੀ ਦਰਬਾਰ ਵਿੱਚ ਕੋਈ ਕੀਮਤ ਨਹੀਂ ਪੈਂਦੀ । ਪ੍ਰਭ ਦੀ ਜੋਤ ਆਤਮਾ ਦੇ ਅੰਦਰ ਸਮਾਈ ਹੈ, ਉਸ ਦੇ ਤਨ ਅੰਦਰ ਹੀ ਚਲਦੀ ਹੈ! ਪ੍ਰਭ ਹੀ ਜੀਵ ਦੀ ਪਾਲਣਾ ਪੋਸਨਾ, ਰਖਿਆ ਕਰਦਾ ਹੈ! ਪ੍ਰਭ ਹਮੇਸ਼ਾ ਹੀ ਉਡੀਕ ਕਰਦਾ ਹੈ, ਵਿਛੜੀ ਆਤਮਾ ਕਦੋਂ ਘਰ ਵਾਪਸ ਆਵੇਗੀ! ਪ੍ਰਭ ਦਾ ਬਖਸ਼ਿਆ ਹੀ ਜੀਵ ਖਾਂਦੇ, ਪਹਿਨਦੇ ਹਨ । ਸਦਾ ਹੀ ਜੀਵ ਦੀ ਭਲਾਈ ਦੇ ਕਰਤਬ ਕਰਦਾ ਹੈ ।

Whosoever may not adopt the teachings of His Word in his day-to-day life, he may waste his human life opportunity uselessly. Any of his meditation and worldly deeds may not be rewarded in His Court. His Holy Spirit remains embedded within each soul, dwells and prevails within his perishable body. The True Master, Creator nourishes, protects His Creation. He remains waiting anxiously, with patience for separated soul to surrender at His Sanctuary. His Creation may eat and wears His Blessed food and cloths. His Command always prevails for the welfare of His Creation, as a learning lesson.

Key Message of Raag Goojaree page 489-1
'ਮਾਨਸ ਮਨ ਦੀ ਅਵਸਥਾ!
ਜਿਹੜਾ ਆਪਣੇ ਚੰਗੇ ਕੰਮਾਂ ਨੂੰ ਸੰਧੂਰ ਬਣਾਕੇ ਰਗੜਦਾ ਹੈ, ਉਸ ਤੇ ਸ਼ਬਦ ਦੀ ਸੋਝੀ ਦਾ ਰੰਗ ਚੜ੍ਹ ਜਾਂਦਾ ਹੈ । ਜਿਸ ਦੀ ਆਤਮਾ ਮੌਤ ਤੋਂ ਪਿਛੋਂ ਦਰਬਾਰ ਵਿੱਚ ਪ੍ਰਵਾਨ ਹੋ ਜਾਂਦੀ ਹੈ, ਉਸ ਦਾ ਮਾਨਸ ਜਨਮ ਸਫਲ ਹੋ ਜਾਂਦਾ ਹੈ!
Human State of mind!
Whosoever may consider earnings of His Word as the philosopher's stone; his good deeds may be transformed as vermillion. He remains drenched with the essence of His Word. Whose soul may be sanctified to become worthy of His Considerations; his human life journey may be concluded successfully!

2. ਗੂਜਰੀ ਮਹਲਾ ੧॥ 489-8

ਨਾਭਿ ਕਮਲ ਤੇ ਬ੍ਰਹਮਾ ਉਪਜੇ, ਬੇਦ ਪੜਹਿ ਮੁਖਿ ਕੰਠਿ ਸਵਾਰਿ॥
ਤਾ ਕੋ ਅੰਤੁ ਨ ਜਾਈ ਲਖਣਾ, ਆਵਤ ਜਾਤ ਰਹੈ ਗੁਬਾਰਿ॥੧॥

naabh kamal tay barahmaa upjay bayd parheh mukh kanth savaar.
taa ko ant na jaa-ee lakh-naa aavat jaat rahai gubaar. ||1||

ਬਾਬਾ ਨਾਨਕ ਜੀ, ਸਬੋਧਨ ਕਰਦੇ ਹਨ! ਬ੍ਰਹਮਾ ਜੀ ਨੂੰ ਰੁਹਾਨੀ ਜੋਤ ਦੇ ਧੁਰੇ ਨਾਲੋ ਵਿਛੋੜ ਕੇ ਸ੍ਰਿਸ਼ਟੀ ਨੂੰ ਸੇਧ ਦੇਣ ਲਈ ਮਾਨਸ ਜਨਮ ਬਖਸ਼ਿਆ! ਉਸ ਦੇ ਮੂੰਹ ਤੇ ਪ੍ਰਭ ਨੇ ਵੇਦਾਂ ਦੇ ਸ਼ਬਦ ਬਖਸ਼ੇ । ਉਸ ਨੇ ਵੀ ਪ੍ਰਭ ਦੀ ਕੁਦਰਤ ਦਾ ਅੰਤ ਨਾ ਪਾਇਆ । ਜਨਮ ਮਰਨ ਦਾ ਚੱਕਰ ਨਾ ਸਮਝ ਸਕਿਆ ।

ਗੁਰੂ ਨਾਨਕ ਦੇਵ ਜੀ! – Guru Nanak Dev Ji! Guru Granth Sahib

Nanak Ji! Brahma Ji was separated from the center post, axel of His Holy Spirit and blessed with human body to enlighten His Creation about the real purpose of human life journey! He was blessed with eternal Words of Vedas! Even reading, reciting, and preaching to others, he was not enlightened to comprehend any limit of His Nature. He did not comprehend the cycle of birth and death of His Creation.

ਵਿਦਵਾਨ, ਭਾਈ ਵੀਰ ਸਿੰਘ ਜੀ, ਗੁਰਬਾਣੀ ਦੀ ਸੋਝੀ ਤੋਂ ਅਣਜਾਣ ਸਨ! ਉਹ "ਨਾਭਿ ਕਮਲ ਤੇ ਬ੍ਰਹਮਾ ਉਪਜੇ!" ਗੁਰਬਾਣੀ ਦਾ ਭਾਵ ਨਹੀਂ ਸਮਝੇ! ਉਸ ਨੇ ਬ੍ਰਹਮਾ ਜੀ ਨੂੰ ਵਿਸ਼ਨੂੰ ਦੇ ਬੰਦਗੀ ਕਰਨ ਵਾਲੇ ਬੱਠਲ ਵਿਚੋਂ ਬ੍ਰਹਮਾ ਦਾ ਜਨਮ ਹੋਇਆ ਦੱਸਿਆ ਹੈ । ਅਗਰ ਉਸ ਨੂੰ ਸੋਝੀ ਹੁੰਦੀ ਜਾ, ਦਸਮ ਗ੍ਰੰਥ ਪੜਿਆ ਹੁੰਦਾ, ਉਸ ਨੂੰ ਜਾਣਕਾਰੀ ਹੋਣੀ ਸੀ! ਬ੍ਰਹਮਾ ਜੀ ਦਸਵਾ ਅਵਤਾਰ ਮੰਨਿਆ ਜਾਦਾ ਹੈ, ਰੁਦ੍ਰ ਜੀ, ਸ਼ਿਵਜੀ, ਮਹੇਸ਼, ਭੋਲੇ ਨਾਥ ਗਆਰਵੇਂ ਅਵਤਾਰ ਮੰਨੇ ਜਾਂਦੇ ਹਨ, ਵਿਸ਼ਨੂੰ ਜੀ ਤੇਰਵੇਂ ਅਵਤਾਰ ਮੰਨੇ ਜਾਂਦੇ ਹਨ! ਗੁਰਬਾਣੀ ਵਿੱਚ ਜਨਮ ਦੇ ਚਾਰ ਸਾਧਨਾ ਦੀ ਸੋਝੀ ਬਖਸ਼ੀ ਹੈ!

***ਕੀ ਵੀਰ ਸਿੰਘ, ਗੁਰੂ ਨਾਨਕ ਜੀ, ਅਰਜਨ ਦੇਵ ਨਾਲੋਂ ਵੱਡੇ ਸੋਝੀਵਾਨ ਹੋਏ ਹਨ?**

Modren day scholar, Bhai Vir Singh remain ignorant from the essence of His Word! He claimed, preached a misleading meaning of "Gurbani — **"naabh kamal tay barahmaa upjay**"
Brahma was born from the eternal lotus flower; from the meditation throne, smaadhi of Vishnu. I wish, he would have read Dasam Granth! Brahma Ji was 10th prophet, Avtar; Ruther also known as ShivJi, Bhola Nath was 11th prophet and Vishnu was 13th prophets; he intiated Hindu Religion and followed by 10 followers called avtar of Vishnu. Same way Sikh believes 9 gurus as follower to spread message of Nanak Dev Ji" Gurbani enlighten us 4 sources of birth of new life.

*** Were Bhai Vir Singh more enlightened compared to Guru Nanak Dev Ji or Guru Arjan Dev Ji?**

The Ten Avatars of Vishnu			
1	Matsya - the Fish.	6	Parasurama - the Angry Man.
2	Kurma - the Tortoise.	7	Lord Rama - the Perfect Man.
3	Varaha - the Boar.	8	Lord Krishna - the Divine Statesman.
4	Narasimha - the Man-Lion.	9	Buddha
5	Vamana - the Dwarf.	10	Mohammed
** Kalki, also called Kalkin, to end the Kali Yuga.			

ਪ੍ਰੀਤਮ ਕਿਉ ਬਿਸਰਹਿ, ਮੇਰੇ ਪ੍ਰਾਣ ਅਧਾਰ॥ pareetam ki-o bisrahi mayray paraan aDhaar.
ਜਾ ਕੀ ਭਗਤਿ ਕਰਹਿ ਜਨ ਪੂਰੇ, ਮੁਨਿ ਜਨ ਸੇਵਹਿ ਗੁਰ ਵੀਚਾਰਿ॥੧॥ ਰਹਾਉ॥ jaa kee bhagat karahi jan pooray mun jan sayveh gur veechaar. ||1|| rahaa-o.

ਭਗਤ ਜਨ ਅਡੋਲ ਹੋ ਕੇ ਪ੍ਰਭ ਦੇ ਸ਼ਬਦ ਦੀ ਬੰਦਗੀ ਕਰਦੇ, ਉਸ ਵਿੱਚ ਹੀ ਲੀਨ ਰਹਿੰਦੇ ਹਨ । ਜੀਵ, ਪ੍ਰਭ ਨੂੰ ਕਦੇ ਮਨੋ ਨਾ ਵਿਸਾਰੋ! ਉਹ ਹੀ ਤੇਰੇ ਸਵਾਸ ਦੇਣ ਵਾਲਾ ਦਾਤਾ ਹੈ ।

His true devotee meditates on the teachings of His Word with steady and stable belief; he may remain intoxicated in the void of His Word. You should never abandon the teachings of His Word from your in day-to-day life. Remember! The True Master blesses the treasure of breathes to His Creation.

ਰਵਿ, ਸਸਿ ਦੀਪਕ ਜਾ ਕੇ ਤ੍ਰਿਭਵਣਿ, ਏਕਾ ਜੋਤਿ ਮੁਰਾਰਿ॥ rav sas deepak jaa kay taribhavan aykaa jot muraar.
ਗੁਰਮੁਖਿ ਹੋਇ ਸੁ ਅਹਿਨਿਸਿ ਨਿਰਮਲੁ, ਮਨਮੁਖਿ ਰੈਣਿ ਅੰਧਾਰਿ॥੨॥ gurmukh ho-ay so ahinis nirmal manmukh rain anDhaar. ||2||

ਸੂਰਜ ਅਤੇ ਚੰਦ ਦੋਂ ਦੀਵੇ ਹਨ । ਕੇਵਲ ਪ੍ਰਭ ਦੇ ਸ਼ਬਦ ਦੀ ਸਿਖਿਆਂ, ਸੋਝੀ ਨਾਲ ਹੀ ਤਿੰਨਾਂ ਸ੍ਰਿਸ਼ਟੀਆਂ ਵਿੱਚ ਅਹੰਕਾਰ, ਅੰਧੇਰਾ ਖਤਮ ਹੋ ਸਕਦਾ ਹੈ! ਜਿਸ ਨੂੰ ਗੁਰਮਖ ਅਵਸਥਾ ਬਖਸ਼ਿਸ਼ ਹੋ ਜਾਂਦੀ ਹੈ! ਉਹ ਦਿਨ ਰਾਤ ਆਪਣੀ ਆਤਮਾ ਨੂੰ ਪਵਿੱਤਰ ਰਖਦਾ ਹੈ । ਮਨਮੁਖ ਆਪਣੀ ਮਰਜ਼ੀ ਨਾਲ ਕੰਮ ਕਰਦਾ, ਰਾਤ ਦੀ ਤਰ੍ਹਾਂ ਅੰਧੇਰਾ ਵਿੱਚ ਹੀ ਜੀਵਨ ਬਿਰਥਾ ਹੀ ਬਤੀਤ ਕਰ ਜਾਂਦਾ ਹੈ ।

God has created Sun and Moon two source of light in the universe; however, the enlightenment of the teachings of His Word is the only ray of enlightenment to eliminate the darkness of ignorance and ego of mind of His Creation. Whosoever may be blessed with the state of mind as His true devotee. He may keep his soul sanctified day and night. Self-minded remains indulged following the lead of his mind, worldly desires. He may waste his human life opportunity in ignorance, as the darkness of night.

ਸਿਧ ਸਮਾਧਿ ਕਰਹਿ ਨਿਤ ਝਗਰਾ, ਦੁਹੁ ਲੋਚਨ ਕਿਆ ਹੇਰੈ॥ siDh samaaDh karahi nit jhagraa duhu lochan ki-aa hayrai.
ਅੰਤਰਿ ਜੋਤਿ ਸਬਦੁ ਧੁਨਿ ਜਾਗੈ, ਸਤਿਗੁਰੁ ਝਗਰੁ ਨਿਬੇਰੈ॥੩॥ antar jot sabad Dhun jaagai satgur jhagar nibayray. ||3||

ਬੰਦਗੀ ਕਰਨ ਵਾਲੇ ਭਗਤ ਜਨ, ਜੋਗੀ, ਸਿਧ ਜੋ ਕੁਝ ਆਪਣੀਆਂ ਅੱਖਾਂ ਨਾਲ ਦੇਖਦੇ ਹਨ, ਕੇਵਲ ਉਸ ਦੀ ਚਰਚਾ ਕਰਦੇ ਹਨ, ਵਿਆਖਿਆ ਕਰਦੇ ਹਨ । ਹਰਇਕ ਦੀ ਵਿਆਖਿਆ ਵੱਖਰੀ ਹੀ ਹੰਦੀ ਹੈ । ਜਿਹੜਾ ਇਕਾਗਰ ਚਿੱਤ ਹੋ ਕੇ ਸ਼ਬਦ ਦੀ ਪਾਲਣਾ ਕਰਦਾ ਹੈ । ਉਸ ਦੇ ਮਨ ਵਿੱਚ ਕੋਈ ਚਰਚਾ ਨਹੀਂ ਹੁੰਦੀ, ਭਰੋਸਾ ਅਡੋਲ ਹੀ ਰਹਿੰਦਾ ਹੈ ।

Worldly saints may only express or explain about His Visible Nature! Everyone may have a different comprehension of His Nature. Whosoever may wholeheartedly adopt the teachings of His Word with steady and stable belief; he may remain intoxicated deep in the void of His Word; all his suspicions may be eliminated.

ਸੁਰਿ ਨਰ ਨਾਥ ਬੇਅੰਤ ਅਜੋਨੀ, ਸਾਚੈ ਮਹਲਿ ਅਪਾਰਾ॥ sur nar naath bay-ant ajonee saachai mahal apaaraa.
ਨਾਨਕ ਸਹਜਿ ਮਿਲੇ ਜਗਜੀਵਨ, ਨਦਰਿ ਕਰਹੁ ਨਿਸਤਾਰਾ॥੪॥੨॥ naanak sahj milay jagjeevan nadar karahu nistaaraa. ||4||2||

ਸਭ ਜੀਵਾਂ ਦਾ ਮਾਲਕ, ਪ੍ਰਭ ਸਦਾ ਅਟਲ ਰਹਿਣ ਵਾਲਾ, ਜਨਮ ਮਰਨ ਤੋਂ ਰਹਿਤ ਹੈ । ਪ੍ਰਭ ਦਾ ਦਰਬਾਰ ਅਨੋਖਾ ਹੀ ਹੈ । ਜਿਸ ਤੇ ਰਹਿਮਤ ਬਖਸ਼ਦਾ ਹੈ, ਉਸ ਨੂੰ ਦਰਬਾਰ ਵਿੱਚ ਪ੍ਰਵਾਨਗੀ ਬਖਸ਼ਦਾ ਹੈ । ਜਨਮ ਮਰਨ ਦੇ ਚੱਕਰ ਵਿਚੋਂ ਕੱਢ ਲੈਂਦਾ ਹੈ ।

ਗੁਰੂ ਨਾਨਕ ਦੇਵ ਜੀ! – Guru Nanak Dev Ji! Guru Granth Sahib

The One and Only One, axiom, True Master of the universe remains beyond birth, death, unchanged and live forever. His Nature, Command, His Royal Court remains fascinating. Whosoever may be bestowed with His Blessed Vision; he may be accepted in Your Court. His cycle of birth and death may be eliminated.

Key Message of Raag Goojaree page 489-8
ਮਾਨਸ ਨੂੰ ਸੋਧ ਦੇਣ ਲਈ ਅਵਤਾਰ ਭੇਜਦਾ ਹੈ!
ਬ੍ਰਹਮਾ ਜੀ ਨੂੰ ਰੁਹਾਨੀ ਜੋਤ ਦੇ ਧੁਰੇ ਨਾਲੋ ਵਿਛੋੜ ਕੇ ਸ੍ਰਿਸ਼ਟੀ ਨੂੰ ਸੋਧ ਦੇਣ ਲਈ ਮਾਨਸ ਜਨਮ ਬਖਸ਼ਿਆ! ਉਸ ਨੂੰ ਵੇਦਾ ਦਾ ਗਿਆਨ ਬਖਸ਼ਿਆ! ਸੰਸਾਰ ਵਿੱਚ ਰੋਸ਼ਨੀ ਦੇ ਦੋ ਸੋਮੇ, ਸੂਰਜ ਅਤੇ ਚੰਦ ਪੈਦਾ ਕੀਤੇ! ਪਰ ਤਿੰਨਾਂ ਸ੍ਰਿਸ਼ਟੀਆਂ ਵਿੱਚ ਅਹੰਕਾਰ, ਅੰਧੇਰਾ ਖਤਮ ਕਰਨ ਵਾਲੀ, ਕੇਵਲ ਪ੍ਰਭ ਦੇ ਸ਼ਬਦ ਦੀ ਸਿਖਿਆਂ, ਸੋਝੀ ਹੀ ਹੈ । ਜਿਹੜਾ ਇਕਾਗਰ ਚਿੱਤ ਹੋ ਕੇ ਸ਼ਬਦ ਦੀ ਪਾਲਣਾ ਵਿੱਚ ਲੀਨ ਹੋ ਜਾਂਦਾ ਹੈ, ਉਸ ਦੇ ਮਨ ਦੀਆਂ ਸਭ ਚਰਚਾਂ, ਇਛਾਂ ਖਤਮ ਹੋ ਜਾਂਦੀਆਂ ਹਨ! ਉਸ ਦੀ ਆਤਮਾ ਸਦਾ ਅਟਲ ਰਹਿਣ ਵਾਲੇ, ਜਨਮ ਮਰਨ ਤੋਂ ਰਹਿਤ ਦੀ ਜੋਤ ਵਿੱਚ ਸਮਾ ਜਾਂਦਾ ਹੈ ।
Blessed Souls may be sent to enlighten His Creation!
Nanak Ji! Brahma Ji was separated from the center post, axel of His Holy Spirit and blessed with human body to enlighten His Creation about the real purpose of human life journey! He was blessed with knowledge of eternal Words of Vedas! Sun and Moon are two source to illuminate the universe; however, the enlightenment of the essence of His Word may be the only ray of enlightenment to eliminate the darkness of ignorance and ego of mind of His Creation. Whosoever may remain intoxicated in the void of His Word; all his suspicions, worldly desires may be eliminated. His soul may be immersed within His Holy Spirit; beyond the cycle of birth and death.

3. ਗੂਜਰੀ ਅਸਟਪਦੀਆ ਮਹਲਾ ੧ ਘਰੁ ੧॥ 503-5

ੴ ਸਤਿਗੁਰ ਪ੍ਰਸਾਦਿ॥ — ik-oNkaar satgur parsaad.

ਏਕ ਨਗਰੀ ਪੰਚ ਚੋਰ ਬਸੀਅਲੇ, ਬਰਜਤ ਚੋਰੀ ਧਾਵੈ॥ — ayk nagree panch chor basee-alay barjat choree Dhaavai.

ਤ੍ਰਿਹ ਦਸ ਮਾਲ ਰਖੈ ਜੋ ਨਾਨਕ, ਮੋਖ ਮੁਕਤਿ ਸੋ ਪਾਵੈ॥੧॥ — 'tarih das maal rakhai jo naanak mokh mukat so paavai. ||1||

ਜੀਵ ਦੇ ਮਨ ਵਿੱਚ ਸੰਸਾਰਕ ਪੰਜ ਇਛਾਂ ਵਸਦੀਆਂ ਹਨ । ਜੀਵ ਦੇ ਆਪਣੇ ਮਨ ਨੂੰ ਇਹਨਾਂ ਦੀ ਸੋਝੀ ਹੈ, ਫਿਰ ਵੀ ਇਹਨਾਂ ਚੋਰਾਂ ਦੇ ਚੱਕਰ ਵਿੱਚ ਆ ਜਾਂਦਾ ਹੈ । ਜਿਹੜੇ ਮਨ ਨੂੰ ਇਹਨਾਂ ਪੰਜਾਂ ਚੋਰਾਂ ਅਤੇ ਇਹਨਾਂ ਦੀਆਂ ਦਸਾਂ ਚਾਲਾਂ ਤੋਂ ਬਚਾਕੇ ਰਖਦੇ ਹਨ । ਉਹ ਸ਼ਬਦ ਦੀ ਪਾਲਣਾ ਕਰਦੇ ਪ੍ਰਵਾਨ ਹੋ ਜਾਂਦੇ ਹਨ ।

The five demons of worldly desires dwell within the mind of all creatures. His mind remains aware of their presence, existence; however, he may still become a victim of these demons of worldly wealth. Whosoever may remain aware and alert from these five demons and 10 senses of his own mind; he may be blessed with the right path of acceptance in His Court.

5 ਚੋਰ	ਕਾਮ, ਕਰੋਧ, ਲੋਭ, ਮੋਹ ਅਤੇ ਅਹੰਕਾਰ!
5 demons	Sexual urge, Anger, greed, worldly bonds, and ego!

10 Trick- Traps of Satan: Satan is a snake. He is a liar and the Father of Lies.
Satan 1. ਸਾਪੇਖ – Relativism!
ਸਾਪੇਖ–ਵਾਦ: ਸੰਸਾਰ ਵਿੱਚ ਹਰ ਪਧਰ ਤੇ ਹੀ ਹੁੰਦਾ ਹੈ! ਸਾਪੇਖ ਵਾਦ: ਸਚ ਜਾ ਝੂਠ ਨਹੀਂ ਹੈ! ਜੀਵਨ ਵਿੱਚ ਕੋਈ ਕੰਮ, ਠੀਕ, ਗਲਤ, ਪਾਪ ਨਹੀਂ! ਸਭ ਕੁਝ ਪ੍ਰਭ ਹੀ ਕਰਵਾਉਂਦਾ ਹੈ! ਇਸ ਨਾਲ ਹੀ ਸੰਸਾਰਕ ਗੁਰੂ, ਧਰਮ ਦੇ ਨਾਮ ਤੇ, ਅਣਜਾਣ ਜੀਵਾਂ ਨੂੰ ਧਰਮ ਦੇ ਨਾਮ ਤੇ ਜਾਨ ਵਾਰਨ ਦੀ ਪ੍ਰੇਰਨਾ ਕਰਦੇ ਹਨ!
Relativism is everywhere in our society. Relativism is the idea: no such thing as truth; no right and wrong. Just your belief. The True Master inspires and prevails in every task.
Guru Granth Sahib Ji!
ਸੰਸਾਰ ਵਿੱਚ ਕੇਵਲ ਪ੍ਰਭ ਹੀ ਸਦਾ ਰਹਿਣ ਵਾਲਾ (ਸਚ) ਹੈ! ਸ੍ਰਿਸ਼ਟੀ ਨਾਸ਼ (ਝੂਠ) ਹੋ ਜਾਣ ਵਾਲੀ ਹੈ! ਜਿਹੜੀ ਕਮਾਈ ਪ੍ਰਵਾਨ ਹੋ ਜਾਂਦੀ ਹੈ, ਕੇਵਲ ਉਹ ਹੀ ਠੀਕ ਹੈ! ਜਿਸ ਹਲਾਤ ਵਿੱਚ ਪਾਲਣਾ ਪੋਸਨਾ, ਮਾਤਾ ਪਿਤਾ ਦੀ ਸਿਖਿਆ, ਇਖਲਾਕ, ਵਿਚਾਰਧਾਰਾ ਨਾਲ ਜੀਵ ਆਪਣੇ ਜੀਵਨ ਦਾ ਰਸਤਾ ਆਪ ਧਾਰਨ ਕਰਦਾ ਹੈ! ਪ੍ਰਭ ਜੀਵ ਦੇ ਜੀਵਨ ਦੇ ਰਸਤੇ ਧਾਰਨ ਕੀਤੇ ਵਿੱਚ ਆਪ ਵਾਪਰਦਾ ਹੈ!
The One and Only One True Master lives forever (Truth); everyone else vanish over period. Whatsoever may be accepted in His Court, that may be the right path, everything else may be wrong path. Human life is another opportunity to become worthy of 4 Virtues; to sanctify soul. Only to adopt the teachings of His Word is the right paths; to sanctify soul to become worthy of His Consideration. The everlasting echo of His Word remains embedded with two paths, Shiv and Shakti resonating within every heart. His early growth, environment, ethics of family, teachings of mother influence his path. The True Master previls in his task; however, He never paticiple in adopting his path in his life. Everyone endures the judgements of his own deed.
Satan 2 - ਉਦਾਸੀਨਤਾ – Indifferentism
ਸਾਰੇ ਧਰਮ ਦਾ ਮੰਤਵ ਇਕ ਹੀ ਹੁੰਦਾ ਹੈ! ਕੋਈ ਵੀ ਧਾਰਨ ਕਰੇ! ਪ੍ਰਭ ਤੇ ਵਿਸ਼ਵਸ ਕਰਦੇ ਹੋ! ਸਾਰੇ ਹੀ ਆਪਣੇ ਗੁਰੂ ਇਕੋ ਇਕ ਪ੍ਰਭ ਦੇ ਦਰਬਾਰ ਵਿੱਚ ਜਾਣਦਾ, ਰਸਤਾ ਢੂੰਡਦੇ ਹਨ! ਰਸਤੇ ਵਖਰੇ ਹਨ!
No care, concern in attitude or action! Indifferentism extends to multi culturalism. The One and Only One, True Master. All religions are pretty much the same. All climbing the same mountain but by different paths.
Guru Granth Sahib Ji!

ਗੁਰੂ ਨਾਨਕ ਦੇਵ ਜੀ! – Guru Nanak Dev Ji! Guru Granth Sahib

'ਹਰਇਕ ਧਰਮ ਆਪਣੇ ਨਿਯਮ, ਰਹਿਤਨਾਮੇ ਦੀ ਜੇਲ੍ਹ ਹੀ ਹਨ! ਸੇਵਕ, ਸੰਸਾਰਕ ਗੁਰੂ ਨੂੰ ਮੁਕਤੀ ਦਾ ਦਾਤਾ ਮੰਨਦਾ ਹੈ! ਸੰਸਾਰਕ ਗੁਰੂ ਕੁਝ ਬਖਸ਼ ਨਹੀਂ ਸਕਦਾ ਨਾ ਹੀ ਕੁਝ ਖੋਹ ਸਕਦਾ ਹੈ, ਸਭ ਕੁਝ ਪ੍ਰਭ ਦੇ ਵੱਸ ਵਿੱਚ ਹੀ ਹੈ! ਇਕੋ ਇਕ ਪ੍ਰਭ ਹੀ ਜਨਮ, ਮੌਤ, ਮੁਕਤੀ ਬਖਸ਼ਣ ਵਾਲਾ ਹੈ!

All religions create duality, own prison, barrier; loyalty to worldly guru, fundamentals of religion. Follower believes his worldly guru may bless him path of salvation. Birth, death, and salvation may only be blessed with His Command only! Earnings of His Word; renunciation in the memory of separation from His Holy Spirit is the path of salvation. Ignorance from the essence of His Word leads to demons of worldly wealth.

Satan 3. ਉਦਾਰਚਿੱਤ – ਸਰਬਵਿਆਪਕ - Eclecticism

ਪ੍ਰਭ ਹਰਇਕ ਥਾਂ ਵਸਦਾ, ਵਾਪਰਦਾ ਹੈ! ਵੱਖਰੇ ਵੱਖਰੇ ਧਰਮ, ਨਿਯਮ ਧਾਰਨ ਕਰ ਸਕਦੇ ਹੋ, ਚੰਗੇ ਕੰਮ ਕਰੋ!

Eclecticism; This is a close cousin of Indifferentism.
You may mix and match different religions and spiritualities all together.

Guru Granth Sahib Ji!

ਪ੍ਰਭ ਦੇ ਦਰਬਾਰ ਵਿੱਚ ਪ੍ਰਵਾਨਗੀ, ਮੁਕਤੀ ਦਾ ਰਸਤਾ, ਕੇਵਲ ਪ੍ਰਭ ਦੇ ਸ਼ਬਦ ਦੀ ਕਮਾਈ, ਵਿਛੋੜੇ ਦਾ ਵਿਰਾਗ ਹੀ ਹੈ!
ਪ੍ਰਭ ਹਰਇਕ ਥਾਂ ਤੇ ਸ਼ਿਵ, ਸ਼ਕਤੀ ਦੇ ਰੂਪ ਵਿੱਚ ਵਸਦਾ, ਵਾਪਰਦਾ ਹੈ! ਪ੍ਰਭ ਦੇ ਸ਼ਬਦ ਤੋਂ ਅਣਜਾਣ, ਦੋਨਾਂ ਵਿੱਚ ਅੰਤਰ ਨਹੀਂ ਜਾਣ ਸਕਦਾ!
ਪ੍ਰਭ ਆਪਣੇ ਦਾਸ, ਸ੍ਰਿਸ਼ਟੀ ਨੂੰ ਮਾਨਸ ਜਨਮ ਦਾ ਮੰਤਵ ਦੀ ਸੋਝੀ ਦੇਣ ਲਈ ਭੇਜਦਾ ਹੈ! ਕੋਈ ਨਵਾਂ ਧਰਮ ਅਰੰਭ ਕਰਨ ਲਈ ਨਹੀਂ ਭੇਜਦਾ!
ਸੰਸਾਰਕ ਧਰਮ, ਸ਼ਕਤੀ, ਸੰਸਾਰਕ ਮਾਇਆ ਦਾ ਹੀ ਰਸਤਾ ਹੈ! ਕੇਵਲ ਮਨੁੱਖਤਾ ਹੀ ਇਕੋ ਇਕ ਧਰਮ ਹੈ!

Salvation, the right path of human life opportunity, may only be bestowed with earnings of His Word; Renunciation in the memory of his separation from His Holy Spirit.
The True Master dwells and prevails as unique energies, Shiv, and Shakti both opposite forcess. Self-minded, ignorant from the essence of His Word may never comprehend the difference between Shiv and Shakti!
Blessed soul may be sent to enlighten the right path of human life opportunity; never sent to establish new religion.
All religions are an expansion, extenion of Worldly Wealth. Each religion, creates own boundary, fundamentals, replaces the teachings of The True Master, with own ancient saint.
Mankind is the only one religion created by The True Master, all others are extension of Worldly Wealth.

Satan 4. ਭਾਵਨਾਤਮਕ – Sentimentalism

ਇਹ ਮਨ ਦਾ ਭਰੋਸਾ, ਜੀਵਨ ਦਾ ਰਸਤਾ, ਮਨ ਦੀਆਂ ਭਾਵਨਾ ਤੇ, ਰੂਹਾਨੀ ਸੋਝੀ ਤੇ ਨਹੀਂ! ਇਸ ਨਾਲ ਜੀਵ ਆਪਣੇ ਇਖਲਾਕੀ, ਭਰੋਸਾ ਨੂੰ ਮਨ ਦੇ ਗੁਸੇ, ਨਿਰਜ਼ਗੀ ਨਾਲ ਕਰਦਾ ਹੈ!

This is basing moral choices and belief choices based on emotion rather than eternal truths. Moral or faith decision on disappointment in life, anger.

Guru Granth Sahib Ji!

ਪ੍ਰਭ ਦੇ ਸ਼ਬਦ ਦੀ ਸਿਖਿਆਂ ਹੀ ਕੇਵਲ ਇਕੋ ਇਕ ਮੁਕਤੀ ਦਾ ਰਸਤਾ ਹੈ! ਪ੍ਰਭ ਦਾ ਦਾਸ ਦੁਖ, ਸੁਖ ਵਿੱਚ ਨਿਰਾਰਾ, ਗੁਸੇ ਤੋਂ ਰਹਿਤ ਰਹਿੰਦਾ ਹੈ!

The teachings of His Word is the only right path of acceptance in His Court! He true devotee remains above the reach of worldly miseries and pleasure, anger of disappointments; he remains contented in his worldly environments.

Satan 5. ਉਪਯੋਗਤਾਵਾਦ - Utilitarianism

ਇਖਲਾਕੀ ਫੇਸਲਾ ਮਨ ਦੀ ਭਾਵਨਾ ਨਾਲ, ਆਰਥਕ ਹਾਲਤ, ਹਸਪਤਾਲ ਦੀ ਪ੍ਰੇਰਨਾ, ਨਾਲ ਕੀਤੇ ਜਾਂਦੇ ਹਨ!
ਇਸ ਕਰਕੇ, ਹਜ਼ਾਰਾ ਹੀ ਬੱਚੇ ਜਨਮ ਤੋਂ ਪਹਿਲੇ ਹੀ ਮਾਰ ਦਿੱਤੇ ਜਾਂਦੇ ਹਨ!

Even the ethicial, moral and belief choices are made based on effective, efficient, and economical.
Utilitarianism is why, we kill millions of babies through abortion.
Hospital convince family to discontune life support from loved one.

Guru Granth Sahib Ji!

ਜੀਵ ਦਾ ਜਨਮ, ਮੌਤ ਕੇਵਲ ਪ੍ਰਭ ਦੇ ਹੁਕਮ ਨਾਲ ਹੀ ਬਖਸ਼ਿਸ਼ ਹੁੰਦਾ ਹੈ!

Both birth and death are only blessed with His Command; The One and only One True Master.

Satan 6. ਵਾਧਾ-ਵਾਦ – Incrementalism

ਹੌਲੀ ਹੌਲੀ ਕੁਝ ਸੱਚ ਦੱਸਣਾ, ਫਿਰ ਝੂਠ ਨੂੰ ਸੱਚ ਦੱਸਣਾ, ਕੁਝ ਸਮੇ ਪਿਛੋਂ ਅਣਜਾਣ ਸਭ ਕੁਝ ਹੀ ਸੱਚ ਮੰਨ ਲੈਂਦਾ ਹੈ! ਜਮਦੂਤ, ਧਰਮ ਦਾ ਪ੍ਰਚਾਰਕ ਪਿਛਾ ਨਹੀਂ ਛੱਡਦਾ!

This is just a long word for "drip, drip, drip." one little lie, then one little half-truth, then one more little lie, then one more little half-truth. He only preachs the positive expectation and emotions; ignore risk, till too late to avoid.

Guru Granth Sahib Ji!

'ਮਾਨਸ ਜਨਮ ਦਾ ਇਕੋ ਇਕ ਮੰਤਵ ਹੈ! ਮਾਇਆ ਦੀਆ ਤਿੰਨਾਂ ਪਦਾਰਥਾ ਤੇ ਜਿੱਤ ਪਾ ਕੇ ਆਤਮਾ ਨੂੰ ਪਵਿੱਤਰ, ਚੌਥੀ ਅਵਸਥਾ ਦੇ ਯੋਗ ਬਣਾਉਣਾ!

The only real purpose of human life opportunity to conquer three worldly wealth and become worthy of 4th Virtue!

Satan 7. ਪਦਾਰਥ-ਵਾਦ - Materialism

ਰੂਹਾਨੀ ਜੋਤ, ਦਿੱਸਣ ਵਾਲੀ ਕੋਈ ਸ਼ਕਤੀ ਨਹੀਂ, ਕੇਵਲ ਭਰੋਸਾ ਹੈ! ਕੋਈ ਨਰਕ, ਸਵਰਗ ਨਹੀਂ!
ਸ਼ਾਦੀ, ਵਿਆਹ ਕੇਵਲ ਵਹਿਦਾ ਹੈ, ਅੰਮ੍ਰਿਤ ਪਾਨ, ਗੁਮਰਾਹ ਕਰਨਾ ਹੈ!

ਗੁਰੂ ਨਾਨਕ ਦੇਵ ਜੀ! – Guru Nanak Dev Ji! Guru Granth Sahib

ਸੰਸਾਰਕ ਮਾਇਆ, ਹੈਸੀਅਤ ਹੀ ਸਭ ਕੁਝ ਹੈ!

No supernatural realm. God, the angels, demons, heaven, and hell, exist; just a myth, belief, no invisible world.
Marriage is just a piece of paper, promise; baptism, confession is no more than therapy!
Worldly wealth, honor and status is everything that matter.

Guru Granth Sahib Ji!

ਸੰਸਾਰਕ ਰਿਸ਼ਤੇ, ਪਿਛਲੇ ਜਨਮ ਦੇ ਕੰਮ ਦਾ ਫਲ ਹੀ ਬਖਸ਼ਿਸ਼ ਹੁੰਦਾ ਹੈ! ਕੋਈ ਰੋਕ ਨਹੀਂ ਸਕਦਾ! ਸੰਸਾਰਕ ਧਨ, ਮੌਤ ਪਿਛੋਂ ਸੰਸਾਰ ਵਿੱਚ ਹੀ ਰਹਿੰਦਾ ਹੈ! ਮਾਨਸ ਜਨਮ ਦੇ ਮੰਤਵ ਲਈ ਬਿਰਥਾ ਹੀ ਹੈ!

His Word enlightens, all worldly relation ships are blessed as the judgement of his previous lives deed. No worldly possession may ever go with soul after death to support in His Court.

Satan 8 - ਵਿਗਿਆਨ - Scientism

ਸੰਸਾਰ ਵਿਗਿਆਨ ਦੇ ਅਧਾਰ ਤੇ ਚਲਦਾ ਹੈ, ਬਾਕੀ ਸਭ ਮਨਘੱੜਤ ਹੈ!
ਅਸਲੀਅਤ ਕੇਵਲ ਪਰਖੀ ਜਾਣ ਵਾਲੀ ਹੈ! ਪ੍ਰਭ ਦੀ, ਧਾਰਮ ਦੀ ਕੋਈ ਵੀ ਸਿਧਾਂਤ ਪਰਖੇ ਨਹੀਂ ਜਾ ਸਕਦੇ!

What may be verified and repeated is the only truth; others are illusion; only scientific is truth.
The universe function based on the principles of science.
Scientism is an off-shoot of assumed atheism. “There isn’t a God.

Guru Granth Sahib Ji!

ਵਿਗਿਆਨ ਨੇ ਕਈ ਦੇਖੇ ਜਾਣ ਵਾਲੇ ਕਰਤਬ ਪਰਖੇ ਹਨ! ਪ੍ਰਭ ਦੀ ਕੁਦਰਤ ਦੀ ਪੂਰਨ ਜਾਣਕਾਰੀ ਸ੍ਰਿਸ਼ਟੀ ਦੀ ਸੋਝੀ ਵਿੱਚ ਨਹੀ ਹੈ! ਪ੍ਰਭ ਸਵਾਸ ਤੇ ਬਿਨਾਂ ਵੀ ਜੀਵ ਨੂੰ ਰਖ ਸਕਦਾ ਹੈ!

Science has explored many virtues of His Nature; however, science may never fully explore comprehend of His Nature, His Virtues.

Satan 9. ਸਥਿਥੀ ਸੰਬੰਧੀ – Situational Ethics

ਕੁਝ ਵੀ ਠੀਕ ਜਾ ਗਲਤ ਨਹੀਂ! ਸਮੇਂ ਸਮੇਂ ਦੇ ਹਲਾਤ ਨਾਲ ਹੀ ਜੀਵਨ ਢਾਲਣਾ ਚਾਹੀਦਾ ਹੈ!

This is another name for moral relativism. The idea is that nothing is right or wrong; except for the intentions and circumstances of the moral choice.
Circumstances justify chosen in worldly life!

Guru Granth Sahib Ji!

ਪ੍ਰਭ ਦੀ ਕੁਦਰਤ ਅਟਲ ਹੈ! ਮਾਨਸ ਜੀਵਨ ਦਾ ਅਸਲੀ ਰਸਤਾ, ਕੇਵਲ ਸ਼ਬਦ ਦੀ ਪਾਲਣਾ ਕਰਨਾ ਹੈ! ਕਿਸੇ ਜੀਵ ਦੀ ਬਲੀ, ਪ੍ਰਭ ਦੇ ਦਰਬਾਰ ਵਿੱਚ ਪ੍ਰਵਾਨ ਨਹੀਂ ਹੁੰਦੀ! ਧਰਮ ਦੀ ਖਾਤਰ, ਸੰਸਾਰਕ ਗੁਰੂ ਦੀ ਖਾਤਰ ਜਾਨ ਦੇਣੀ, ਮਾਨਸ ਜੀਵਨ ਦੇ ਮੰਤਵ ਲਈ ਬਿਰਥੀ ਹੀ ਹੈ! ਸਮਾਂ ਬਦਲਦਾ ਰਹਿੰਦਾ ਹੈ!

The True Master lives forever and His Word, Nature remains unchanged. To adopt the teachings of His Word may be the only right path of human life opportunity. Scrifice any life in the name of religion or worldly guru has no significance for the real purpose of human life opportunity. Worldly enviroments may never remain same; everything may pass, vanish over period.

Satan 10. ਸਰਵ–ਵਿਆਪਕ - Universalism

ਪ੍ਰਭ ਬਹੁਤ ਤਰਸਵਾਨ ਹੈ, ਕੋਈ ਨਰਕ ਵਿੱਚ ਨਹੀਂ ਜਾਦਾ, ਸਾਰੇ ਹੀ ਪ੍ਰਭ ਦੀ ਰਖਿਆ ਵਿੱਚ ਹਨ!

Merciful God won’t send anyone to hell; Everyoney will be saved. The best way to repudiate this lie is to fear hell. This poison straight from hell!

Guru Granth Sahib Ji!

ਮਿਹਰਬਾਨ ਪ੍ਰਭ ਸਦਾ ਇਨਸਾਫ ਕਰਦਾ ਹੈ! ਸੰਸਾਰ ਵਿੱਚ ਕੀਤੇ ਕੰਮਾ ਦਾ ਫਲ ਬਖਸ਼ਦਾ ਹੈ! ਅੰਤਰਜਾਮੀ ਸਭ ਕੁਝ ਜਾਣਦਾ, ਦੇਖਦਾ, ਜਨਮ ਤੇ ਹੀ ਸਭ ਕੁਝ ਇਕ ਵਾਰ ਹੀ ਬਖਸ਼ ਦੇਂਦਾ ਹੈ! ਕਿਸੇ ਦੀ ਸਲਾਹ ਨਹੀਂ ਲੈਂਦਾ! ਆਤਮਾ, ਪ੍ਰਭ ਦੀ ਜੋਤ ਦਾ ਭਾਗ ਹੀ ਹੈ!

The Merciful True Master, only justice prevails purely bassed on the earnings of His Word. The Omniscient blesses all virtues only once at the time of birth and engrace on his soul, as His Word, as a road map and remains true for predetermined life of his body. New worldly body will have His new Word. No one may ever be accepted in His Court with any trickes, self-control, unique meditation. Without earnings of His Word, renunciation in the memory of separation from His Holy Spirit.

ਚੇਤਹੁ ਬਾਸੁਦੇਉ ਬਨਵਾਲੀ॥	chaytahu baasuday-o banvaalee.
ਰਾਮੁ ਰਿਦੈ ਜਪਮਾਲੀ॥੧॥ ਰਹਾਉ॥	raam ridai japmaalee. ||1|| rahaa-o.

ਜੀਵ, ਉਸ ਹਰ ਥਾਂ ਵਾਪਰਨ ਵਾਲੇ ਪ੍ਰਭ ਦੇ ਸ਼ਬਦ ਦਾ ਸਿਮਰਨ ਕਰੋ! ਸਾਰਾ ਸੰਸਾਰ ਹੀ ਉਸ ਦੀ ਗਲ ਮਾਲ਼ਾ ਹੈ । ਉਸ ਦੇ ਸ਼ਬਦ ਦੇ ਸਿਮਰਨ ਨੂੰ ਹੀ ਨਾਮ ਜਪਣ ਵਾਲੀ ਮਾਲ਼ਾ ਬਣਾ ।

You should meditate on the teachings of everywhere prevailing His Word, The Omnipresent True Master. Universe remains the rosary of His Word. His true devotee makes the teachings of His Word as the rosary of meditation.

ਉਰਧ ਮੂਲ ਜਿਸੁ ਸਾਖ ਤਲਾਹਾ, ਚਾਰਿ ਬੇਦ ਜਿਤੁ ਲਾਗੇ॥	uraDh mool jis saakh talaahaa chaar bayd jit laagay.
ਸਹਜ ਭਾਇ ਜਾਇ ਤੇ ਨਾਨਕ, ਪਾਰਬ੍ਰਹਮ ਲਿਵ ਜਾਗੇ॥੨॥	sahj bhaa-ay jaa-ay tay naanak paarbarahm liv jaagay. ||2||

ਪ੍ਰਭ ਦੀਆਂ ਜੜ੍ਹਾਂ ਉਪਰ ਜਾਂਦੀਆਂ, ਟਹਿਣੀਆਂ ਥੱਲੇ ਨੂੰ ਵਧ ਦੀਆਂ ਹਨ! ਜੜ੍ਹਾਂ ਨੂੰ ਛੋਹਦੀਆਂ ਹਨ । ਜਿਹੜਾ ਅਡੋਲ ਭਰੋਸੇ ਨਾਲ ਬੰਦਗੀ ਲੀਨ ਹੋਇਆ, ਜਾਗਰਤ ਰਹਿੰਦਾ ਹੈ । ਕੇਵਲ ਉਹ ਹੀ ਜੜ੍ਹਾਂ ਨੂੰ ਛੋਹ, ਪਹੁੰਚ ਸਕਦਾ ਹੈ ।

ਗੁਰੂ ਨਾਨਕ ਦੇਵ ਜੀ! – Guru Nanak Dev Ji! Guru Granth Sahib

The teachings of His Word are like a tree with roots growing upward and the branches growing downward. Whosoever may remain awake and alert in his meditation; with His mercy and grace, he may comprehend His Nature.

ਪਾਰਜਾਤੁ ਘਰਿ ਆਗਨਿ ਮੇਰੈ, ਪੁਹਪ ਪਤ੍ਰ ਤਤੁ ਡਾਲਾ॥	paarjaat ghar aagan mayrai puhap patar tat daalaa.
ਸਰਬ ਜੋਤਿ ਨਿਰੰਜਨ ਸੰਭੂ, ਛੋਡਹੁ ਬਹੁਤੁ ਜੰਜਾਲਾ॥ ੩॥	sarab jot niranjan sambhoo chhodahu bahut janjaalaa. ‖3‖

ਮੁਕਤੀ ਦਾ ਬ੍ਰਿਛ ਮੇਰੇ ਘਰ, ਮਨ ਅੰਦਰ ਹੀ ਹੈ । ਇਸ ਦੇ ਫੁੱਲ, ਪੱਤੇ ਜੀਵਨ ਦੀ ਅਸਲੀਅਤ ਹੈ । ਜਿਸ ਪ੍ਰਭ ਦੀ ਜੋਤ ਹਰਇਕ ਆਤਮਾ, ਤਨ ਵਿੱਚ ਹੈ, ਉਸ ਦੇ ਸ਼ਬਦ ਦੀ ਬੰਦਗੀ ਕਰੋ! ਸੰਸਾਰਕ ਇਛਾਂ ਤੇ ਕਾਬੂ ਪਵੋ ।

The Elysian tree of salvation remains embedded within every soul and dwells with his own body. The reality of human life may be the leaves and flowers of the salvation tree. His Holy Spirit remains embedded within each soul and dwells within his body. You should meditate on the teachings of His Word and conquer your own worldly desires.

ਸੁਣਿ ਸਿਖਵੰਤੇ ਨਾਨਕੁ ਬਿਨਵੈ, ਛੋਡਹੁ ਮਾਇਆ ਜਾਲਾ॥	sun sikhvantay naanak binvai chhodahu maa-i-aa jaalaa.
ਮਨਿ ਬੀਚਾਰਿ ਏਕ ਲਿਵ ਲਾਗੀ, ਪੁਨਰਪਿ ਜਨਮੁ ਨ ਕਾਲਾ॥ ੪॥	man beechaar ayk liv laagee punrap janam na kaalaa. ‖4‖

ਭਗਤ ਜਨ ਸੰਸਾਰਕ ਇਛਾਂ ਦੀ ਤ੍ਰਿਸ਼ਨਾ ਨੂੰ ਤਿਆਗੋ! ਮਨ ਨੂੰ ਪ੍ਰਭ ਦੇ ਸ਼ਬਦ ਦੀ ਪਾਲਣਾ ਤੇ ਲਾਉਣ ਨਾਲ ਜਨਮ ਮਰਨ ਦਾ ਚੱਕਰ ਖਤਮ ਹੋ ਜਾਵੇਗਾ ।

You should renounce worldly desires and worldly wealth. Whosoever may focus on the teachings of His Word; with His mercy and grace, his cycle of birth and death may be eliminated.

ਸੋ ਗੁਰੁ ਸੋ ਸਿਖੁ ਕਥੀਅਲੇ, ਸੋ ਵੈਦੁ ਜਿ ਜਾਣੈ ਰੋਗੀ॥	so guroo so sikh kathee-alay so vaid je jaanai rogee.
ਤਿਸੁ ਕਾਰਣਿ ਕੰਮੁ ਨ ਧੰਧਾ, ਨਾਹੀ ਧੰਧੈ ਗਿਰਹੀ ਜੋਗੀ॥ ੫॥	tis kaaran kamm na DhanDhaa naahee DhanDhai girhee jogee. ‖5‖

ਜਿਹੜਾ, ਜੀਵ ਦੀਆਂ ਸੰਸਾਰਕ ਇਛਾਂ ਦੇ ਰੋਗ ਨੂੰ ਜਾਣਦਾ ਹੋਵੇ । ਉਹ ਆਪ ਕਿਸੇ ਦੇ ਪ੍ਰਭਾਵ ਅੰਦਰ ਨਾ ਹੋਵੇ । ਇਹਨਾ ਤੋਂ ਰਹਿਤ, ਅਡੋਲ ਹੀ ਸ਼ਬਦ ਦੀ ਪਾਲਣਾ ਕਰਦਾ ਜਾਵੇ । ਕੇਵਲ ਉਹ ਹੀ ਸੇਵਕ, ਹਕੀਮ, ਸੋਝੀ ਦੇਣ ਵਾਲਾ ਕਹਿਆ ਜਾ ਸਕਦਾ ਹੈ ।

Whosoever may recognize the worldly desires and misery of mind! He may not be a victim of those frustrations. He may remain intoxicated in obeying the teachings of His Word; with His mercy and grace, his state of mind may become beyond the reach of the demons of worldly desires. Only he may be worthy to be called a wise person, guru, and teacher.

ਕਾਮੁ ਕ੍ਰੋਧੁ ਅਹੰਕਾਰੁ ਤਜੀਅਲੇ, ਲੋਭੁ ਮੋਹੁ ਤਿਸ ਮਾਇਆ॥	kaam kroDh ahaNkaar tajee-alay lobh moh tis maa-i-aa.
ਮਨਿ ਤਤੁ ਅਵਿਗਤੁ ਧਿਆਇਆ, ਗੁਰ ਪਰਸਾਦੀ ਪਾਇਆ॥੬॥	man tat avigat Dhi-aa-i-aa gur parsaadee paa-i-aa. ‖6‖

ਕਾਮ ਕਰੋਧ, ਅਹੰਕਾਰ, ਲਾਲਚ, ਹੈਸੀਅਤ ਨੂੰ ਤਿਆਗੋ! ਆਪਣਾ ਮਨ ਸਦਾ ਰਹਿਣ ਵਾਲੇ ਪ੍ਰਭ ਦੇ ਚਰਨਾਂ ਵਿੱਚ ਰਖੋ, ਸ਼ਬਦ ਦੀ ਪਾਲਣਾ ਕਰੋ ।

You should renounce, conquer 5 demons of worldly desires, like sexual urge with strange person, ego, greed, pride of worldly status. You should humbly surrender your self-entity at His Sanctuary and obey the teachings of His Word with steady and stable belief.

ਗਿਆਨੁ ਧਿਆਨੁ ਸਭ ਦਾਤਿ ਕਥੀਅਲੇ, ਸੇਤ ਬਰਨ ਸਭਿ ਦੂਤਾ॥	gi-aan Dhi-aan sabh daat kathee-alay sayt baran sabh dootaa.
ਬ੍ਰਹਮ ਕਮਲ ਮਧੁ ਤਾਸੁ ਰਸਾਦੰ, ਜਾਗਤ ਨਾਹੀ ਸੂਤਾ॥ ੭॥	barahm kamal maDh taas rasaadaN jaagat naahee sootaa. ‖7‖

ਸੁਰਤ, ਗਿਆਨ, ਸ਼ਬਦ ਦੀ ਸੋਝੀ ਸਭ ਪ੍ਰਭ ਦੀਆਂ ਦਾਤਾਂ ਹਨ । ਮਨ ਮਰਜ਼ੀ ਕਰਨ ਵਾਲੇ ਇਹਨਾ ਤੋਂ ਵਾਂਝੇ ਹੀ ਰਹਿੰਦੇ ਹਨ । ਜਿਸ ਨੂੰ ਸ਼ਬਦ ਦਾ ਮਿੱਠੇ ਰਸ ਦਾ ਸਵਾਦ ਲਗ ਜਾਂਦਾ ਹੈ । ਉਸ ਦੀ ਲਗਨ ਸ਼ਬਦ ਵਿਚੋਂ ਕਦੇ ਟੱਟਦੀ ਨਹੀਂ ।

Concentration, devotion, intelligence, and enlightenment of mind are all His Blessings, virtues of God. Self-minded may be deprived from these virtues in his human life journey. Whosoever may taste the nectar of the essence of His Word; his devotion may never be diverted from path of obeying the teachings of His Word.

ਮਹਾ ਗੰਭੀਰ ਪਤ੍ਰ ਪਾਤਾਲਾ, ਨਾਨਕ ਸਰਬ ਜੁਆਇਆ॥	mahaa gambheer patar paataalaa naanak sarab ju-aa-i-aa.
ਉਪਦੇਸ ਗੁਰੂ ਮਮ ਪੁਨਹਿ ਨ ਗਰਭੰ,	updays guroo mam puneh na garbhaN
ਬਿਖੁ ਤਜਿ ਅੰਮ੍ਰਿਤੁ ਪੀਆਇਆ॥੮॥੧॥	bikh taj amrit pee-aa-i-aa. ‖8‖1‖

ਪ੍ਰਭ ਦੇ ਸ਼ਬਦ ਦਾ ਬੂਟਾ ਬਹੁਤ ਡੂੰਘਾ ਹੈ । ਇਸ ਦੇ ਪੱਤੇ, ਕਿਨਾਲੇ ਕਿਸੇ ਇਕ ਸ੍ਰਿਸ਼ਟੀ ਤਕ ਸੀਮਤ ਨਹੀਂ ਹਨ, ਤਿੰਨਾਂ ਸ੍ਰਿਸ਼ਟੀਆਂ ਵਿੱਚ ਹੀ ਹਨ । ਜਿਹੜਾ ਜੀਵ ਸੰਸਾਰਕ ਇਛਾਂ ਦੇ ਜ਼ਹਿਰ ਨੂੰ ਠੋਕਰ ਮਾਰ ਦੇਂਦਾ ਹੈ । ਉਹ ਜਨਮ ਮਰਨ ਦੇ ਚੱਕਰ ਵਿੱਚ ਨਹੀਂ ਰਹਿੰਦਾ, ਉਹ ਸ਼ਬਦ ਦਾ ਅੰਮ੍ਰਿਤ ਪੀ ਲੈਂਦਾ ਹੈ ।

The Elysian Tree of His Word may be very deep rooted and mysterious. Branches and leaves of the tree are not limited to the boundary of one universe; expand in three universes. Whosoever may conquer the demons of worldly desires; he may not remain in the cycle of birth and death. He tastes the nectar of the teachings of His Word.

Key Message of Raag Goojaree page 503-3
ਸ਼ਬਦ ਦੀ ਸੋਝੀ!
ਜੀਵ ਨੂੰ ਸੋਝੀ ਹੁੰਦੀ ਹੈ, ਉਸ ਦੇ ਮਨ ਵਿੱਚ ਸੰਸਾਰਕ ਪੰਜ ਇਛਾਂ ਵਸਦੀਆਂ ਹਨ । ਪ੍ਰਭ ਦੇ ਸ਼ਬਦ ਦੀ ਸੋਝੀ ਦੀਆਂ ਜੜ੍ਹਾਂ ਉਪਰ ਜਾਂਦੀਆਂ, ਟਹਿਣੀਆਂ ਥੱਲੇ ਨੂੰ ਵਧਦੀਆਂ ਹਨ । ਜਿਹੜਾ ਪ੍ਰਭ ਦੇ ਸ਼ਬਦ ਦੀ ਸਮਾਧੀ ਵਿੱਚ ਜਾਗਰਤ ਰਹਿੰਦਾ ਹੈ, ਉਹ ਹੀ ਜੜ੍ਹਾਂ ਨੂੰ ਛੋਹ ਸਕਦਾ ਹੈ! ਜੀਵ ਦੇ ਮਨ ਅੰਦਰ ਹੀ ਮੁਕਤੀ ਦਾ ਇਛਾਂ ਪੂਰਕ ਬ੍ਰਿਛ ਹੈ । ਇਸ ਦੇ ਫੁੱਲ, ਪੱਤੇ ਜੀਵਨ ਦੀ ਅਸਲੀਅਤ ਹੈ । ਇਸ ਦੇ ਪੱਤੇ ਤਿੰਨਾਂ ਸ੍ਰਿਸ਼ਟੀਆਂ ਵਿੱਚ ਹੀ ਹਨ । ਜਿਹੜਾ ਸੰਸਾਰਕ ਇਛਾਂ ਦੇ ਜ਼ਹਿਰ ਨੂੰ ਠੋਕਰ ਮਾਰ ਦੇਂਦਾ ਹੈ । ਉਸ ਨੂੰ ਸ਼ਬਦ ਦਾ ਅੰਮ੍ਰਿਤ ਬਖਸ਼ਿਸ਼ ਹੋ ਜਾਂਦਾ ਹੈ!
Enlightenment of His Word!
Self-minded remains aware of the existence of five demons of worldly desires dwelling within his mind. The roots of Elysian tree, the essence of His Word may be growing upward and the branches growing downward. Whosoever may remain awake and alert in his meditation; he may comprehend His Nature. The Elysian tree of salvation remains embedded within his soul. Leaves and flowers of Elysian tree are the reality of human life. The leaves and branches of this tree expand in three universes. Whosoever may conquer the demons of worldly desires; he may taste the nectar of the essence of His Word.

ਗੁਰੂ ਨਾਨਕ ਦੇਵ ਜੀ! – Guru Nanak Dev Ji! Guru Granth Sahib

4. **ਗੂਜਰੀ ਮਹਲਾ ੧॥ 503-15**

ਕਵਨ ਕਵਨ ਜਾਚਹਿ ਪ੍ਰਭ ਦਾਤੇ, ਤਾ ਕੇ ਅੰਤ ਨ ਪਰਹਿ ਸੁਮਾਰ॥ kavan kavan jaacheh parabh daatay taa kay ant na pareh sumaar.
ਜੈਸੀ ਭੂਖ ਹੋਇ ਅਭ ਅੰਤਰਿ, ਤੂੰ ਸਮਰਥੁ ਸਚ ਦੇਵਣਹਾਰ॥੧॥ jaisee bhookh ho-ay abh antar tooN samrath sach dayvanhaar. ||1||

ਪ੍ਰਭ, ਤੋਂ ਮੰਗਣ ਵਾਲੇ ਅਨੇਕਾਂ ਹੀ ਜੀਵਾਂ ਦੀ ਗਿਣਤੀ ਨਹੀਂ ਕੀਤੀ ਜਾ ਸਕਦੀ । ਪ੍ਰਭ ਇਕ ਵਾਰ, ਜਨਮ ਤੇ ਹੀ ਲੋੜ ਅਨੁਸਾਰ ਸਾਰਿਆਂ ਨੂੰ ਸਭ ਦਾਤਾਂ, ਬਖਸ਼ ਦੇਂਦਾ ਹੈ । ਭਾਵੇ ਕੋਈ ਮੰਗੇ ਜਾ ਨਾ ਮੰਗੇ ।

The exact count of countless beggars at His door may be beyond my comprehension, imagination of His Creation. Once at the time of birth, The True Master bestows all virtues need for survival to His Creation, without praying.

ਐ ਜੀ ਜਪੁ ਤਪੁ ਸੰਜਮੁ ਸਚੁ ਅਧਾਰ॥ ai jee jap tap sanjam sach aDhaar.
ਹਰਿ ਹਰਿ ਨਾਮੁ ਦੇਹਿ ਸੁਖੁ ਪਾਈਐ, har har naam deh sukh paa-ee-ai
ਤੇਰੀ ਭਗਤਿ ਭਰੇ ਭੰਡਾਰ॥੧॥ ਰਹਾਉ॥ tayree bhagat bharay bhandaar. ||1|| rahaa-o.

ਪ੍ਰਭ ਦੇ ਸ਼ਬਦ ਦੀ ਪਾਲਣਾ, ਬੰਦਗੀ ਹੀ ਮੇਰੇ ਜੀਵਨ ਦਾ ਅਧਾਰ ਹੈ । ਆਪਣੇ ਆਪ ਤੇ ਕਾਬੂ ਹੀ ਸ੍ਰਿਸ਼ਟੀ ਦੀ ਭਲਾਈ ਹੈ । ਰਹਿਮਤ ਬਖਸ਼ਕੇ ਆਪਣੇ ਸ਼ਬਦ ਦੀ ਦਾਤ ਬਖਸ਼ੋ! ਤੇਰ ਸ਼ਬਦ ਦੀ ਨਦੀ ਉਛਲ ਰਹੀ ਹੈ ।

The real purpose of my human life opportunity may be to meditate and obeys the teachings of Your Word. To conquer my worldly desires may be the real deed of welfare of mankind. My True Master bestows Your Blessed Vision with a devotion to meditate of on the teachings of Your Word. The Treasure of Your virtues remain overwhelming like a river.

ਸੁੰਨ ਸਮਾਧਿ ਰਹਹਿ ਲਿਵ ਲਾਗੇ, ਏਕਾ ਏਕੀ ਸ਼ਬਦੁ ਬੀਚਾਰ॥ sunn samaaDh raheh liv laagay aykaa aykee sabad beechaar.
ਜਲੁ ਥਲੁ ਧਰਣਿ ਗਗਨੁ ਤਹ ਨਾਹੀ, ਆਪੇ ਆਪੁ ਕੀਆ ਕਰਤਾਰ॥੨॥ jal thal Dharan gagan tah naahee aapay aap kee-aa kartaar. ||2||

ਕਈ ਜੀਵ ਤੇਰੇ ਸ਼ਬਦ ਦੀ ਬੰਦਗੀ ਵਿੱਚ ਲੀਨ ਰਹਿੰਦੇ ਹਨ । ਉਹਨਾਂ ਦੇ ਮਨ ਤੇ ਸ਼ਬਦ ਦੀ ਪਾਲਣਾ ਹੀ ਰਹਿੰਦੀ ਹੈ । ਇਸ ਅਵਸਥਾ ਵਿੱਚ ਉਹਨਾਂ ਨੂੰ ਜਲ, ਥਲ ਜਾ ਨਜ਼ਰ ਨਹੀਂ ਆਉਂਦਾ । ਕੇਵਲ ਤੇਰਾ ਰੂਪ ਹੀ ਦਿਖਾਈ ਦੇਂਦਾ, ਸ਼ਬਦ ਦੀ ਗੂੰਜ ਹੀ ਸੁਣਾਈ ਦੇਂਦੀ ਹੈ ।

Many devotees may remain intoxicated in deep meditation and eager to obey His Word. His state of mind may not distinguish between, earth, ocean, or sky. He may visualize only His Holy Spirit prevailing everywhere; only hear the everlasting echo of His Word resonating.

ਨਾ ਤਦਿ ਮਾਇਆ ਮਗਨੁ ਨ ਛਾਇਆ, naa tad maa-i-aa magan na chhaa-i-aa
ਨਾ ਸੂਰਜ ਚੰਦ ਨ ਜੋਤਿ ਅਪਾਰ॥ naa sooraj chand na jot apaar.
ਸਰਬ ਦ੍ਰਿਸਟਿ ਲੋਚਨ ਅਭ ਅੰਤਰਿ, sarab darisat lochan abh antar
ਏਕਾ ਨਦਰਿ ਸੁ ਤ੍ਰਿਭਵਣ ਸਾਰ॥੩॥ aykaa nadar so taribhavan saar. ||3||

ਉਸ ਦੇ ਮਨ ਵਿੱਚ ਸੰਸਾਰਕ ਮਇਆ ਦਾ, ਨਾ ਹੀ ਸੂਰਜ ਜਾ ਚੱਦ ਦੀ ਰੋਸ਼ਨੀ ਕੋਈ ਪ੍ਰਭਾਵ ਹੁੰਦਾ! ਉਸ ਦੇ ਮਨ ਦੀਆਂ ਅੱਖਾਂ ਵਿੱਚ ਪ੍ਰਭ ਦੀ ਰੂਹਾਨੀ ਜੋਤ ਚਮਕਦੀ ਹੈ । ਇਕ ਝਲਕ ਵਿੱਚ ਹੀ ਤਿੰਨੇਂ ਸ੍ਰਿਸ਼ਟੀਆਂ ਅਨੁਭਵ ਕਰ ਲੈਂਦਾ ਹੈ ।

His true devotee may not have any influence of worldly wealth nor the effects of ray of Sun or Moon. His inner eyes of his mind may only realize the eternal glow of His Holy Spirit shining. He may visualize all three universes in one glimpse.

ਪਵਣੁ ਪਾਣੀ ਅਗਨਿ ਤਿਨਿ ਕੀਆ, ਬ੍ਰਹਮਾ ਬਿਸਨੁ ਮਹੇਸ ਅਕਾਰ॥ pavan paanee agan tin kee-aa barahmaa bisan mahays akaar.
ਸਰਬੇ ਜਾਚਿਕ ਤੂੰ ਪ੍ਰਭੁ ਦਾਤਾ, ਦਾਤਿ ਕਰੇ ਅਪੁਨੈ ਬੀਚਾਰ॥੪॥ sarbay jaachik tooN parabh daataa daat karay apunai beechaar. ||4||

ਹਵਾ, ਪਾਣੀ, ਅੱਗ ਅਤੇ ਸ੍ਰਿਸ਼ਟੀ ਦੇ ਸਾਰੇ ਜੀਵ ਵੀ ਪ੍ਰਭ ਨੇ ਹੀ ਪੈਦਾ ਕੀਤੇ ਹਨ । ਸਾਰੇ ਜੀਵ, ਦੇਵਤੇ (ਬ੍ਰਹਮਾ, ਵਿਸ਼ਨੂੰ, ਸਿਵਾ) ਹੀ ਪ੍ਰਭ ਦੇ ਦਰ ਤੇ ਮੰਗਤੇ, ਦਾਤਾਂ ਮੰਗਦੇ ਹਨ । ਕੇਵਲ ਪ੍ਰਭ ਹੀ ਦਾਤਾਂ ਬਖਸ਼ਣ ਵਾਲਾ, ਹਰਇਕ ਨੂੰ ਆਪਣੇ ਹੁਕਮ ਅਨੁਸਾਰ ਹੀ ਬਖਸ਼ਦਾ ਹੈ ।

The True Master, has created air, water, fire and all the creatures of the universes. All the worldly prophets, creatures are beggars at His Door. Only He may bless virtues to everyone with His own imagination.

ਕੋਟਿ ਤੇਤੀਸ ਜਾਚਹਿ ਪ੍ਰਭ ਨਾਇਕ, ਦਿੰਦੇ ਤੋਟਿ ਨਾਹੀ ਭੰਡਾਰ॥ kot taytees jaacheh parabh naa-ik dayday tot naahee bhandaar.
ਊਂਧੈ ਭਾਂਡੈ ਕਛੁ ਨ ਸਮਾਵੈ, ਸੀਧੈ ਅੰਮ੍ਰਿਤੁ ਪਰੈ ਨਿਹਾਰ॥੫॥ ooNDhai bhaaNdai kachh na samaavai seeDhai amrit parai nihaar. ||5||

33 ਕਰੋੜ ਦੇਵਤੇ ਤੇਰੇ ਪਾਸੋ ਦਾਤਾਂ ਮੰਗਦੇ ਹਨ । ਤੇਰਾ ਦਾਤਾਂ ਦਾ ਭੰਡਾਰ ਕਦੇ ਘਟਦਾ ਨਹੀਂ । ਜਿਵੇਂ ਪੁਠੇ ਕੀਤੇ ਭਾਂਡੇ ਵਿੱਚ ਕੁਝ ਪੈਂਦਾ ਨਹੀਂ, ਟਿੱਕਦਾ ਨਹੀਂ । ਇਸਤਰ੍ਹਾਂ ਜਿਸ ਦਾ ਭਰੋਸਾ, ਅਡੋਲ ਨਾ ਹੋਵੇ ਉਸ ਨੂੰ ਸ਼ਬਦ ਦੀ ਸੋਝੀ ਨਹੀਂ ਹੁੰਦੀ ।

33 million worldly gurus are begging at Your door! Your treasure may never be exhausted. Whosoever may not have a steady and stable belief on Your Blessings; his mind may be like tilted vessel; nothing may stay in his vessel.

ਸਿਧ ਸਮਾਧੀ ਅੰਤਰਿ ਜਾਚਹਿ, ਰਿਧਿ ਸਿਧਿ ਜਾਚਿ ਕਰਹਿ ਜੈਕਾਰ॥ siDh samaaDhee antar jaacheh riDh siDh jaach karahi jaikaar.
ਜੈਸੀ ਪਿਆਸ ਹੋਇ ਮਨ ਅੰਤਰਿ, ਤੈਸੋ ਜਲੁ ਦੇਵਹਿ ਪਰਕਾਰ॥੬॥ jaisee pi-aas ho-ay man antar taiso jal dayveh parkaar. ||6||

ਕਈ ਭਗਤ ਜਨ (ਸਿਧ) ਤੇਰੇ ਸ਼ਬਦ ਦੀ ਸਮਾਧੀ ਵਿੱਚ ਮਸਤ ਹਨ । ਉਹ ਕੇਵਲ ਮਇਆ, ਚਮਤਕਾਰ ਹੀ ਮੰਗਦੇ ਹਨ । ਇਸ ਵਿੱਚ ਹੀ ਤੇਰੀ ਜਿੱਤ ਦੀ ਉਸਤਤ ਗਾਉਂਦੇ ਹਨ । ਜਿਸਤਰ੍ਹਾਂ ਦੀ ਕਿਸੇ ਦੇ ਮਨ ਦੀ ਇਛਾਂ ਹੁੰਦੀ ਹੈ । ਪ੍ਰਭ ਉਸਤਰ੍ਹਾਂ ਦੀਆਂ ਦਾਤਾਂ ਬਖਸ਼ਦਾ ਹੈ ।

Several blessed souls remain intoxicated in the void of His Word. Some may be begging for miracle power, worldly wealth. He may claim His Victory, His Greatness and sings His gratitude for His Blessings of miracle power! Whatsoever may be the state of mind of His true devotee; with His mercy and grace, he may be blessed with same kind of virtues.

ਬਡੇ ਭਾਗ ਗੁਰੁ ਸੇਵਹਿ ਅਪੁਨਾ, ਭੇਦੁ ਨਾਹੀ ਗੁਰਦੇਵ ਮੁਰਾਰ॥ baday bhaag gur sayveh apunaa bhayd naahee gurdayv muraar.
ਤਾ ਕਉ ਕਾਲੁ ਨਾਹੀ ਜਮੁ ਜੋਹੈ, ਬੂਝਹਿ ਅੰਤਰਿ ਸ਼ਬਦੁ ਬੀਚਾਰ॥੭॥ taa ka-o kaal naahee jam johai boojheh antar sabad beechaar. ||7||

ਵੱਡੇ ਭਾਗਾਂ ਵਾਲੇ ਜੀਵ, ਸ਼ਬਦ ਦਾ ਸਿਮਰਨ ਕਰਦੇ ਹੀ ਪ੍ਰਭ ਦਾ ਰੂਪ ਹੀ ਬਣ ਜਾਂਦੇ ਹਨ । ਮੌਤ ਦਾ ਫਰਿਸ਼ਤਾ ਉਹਨਾਂ ਨੂੰ ਛੋਹ ਵੀ ਨਹੀਂ ਸਕਦਾ । ਓਹ ਸ਼ਬਦ ਦੀ ਪਾਲਣਾ ਕਰਦੇ ਉਸ ਦੀ ਸ਼ਰਣ, ਰਖਵਾਲੀ ਵਿੱਚ ਪ੍ਰਵਾਨ ਹੋ ਜਾਂਦੇ ਹਨ!

Whosoever may have great prewritten destiny! He may remain intoxicated in deep meditation in the void of His Word; his state of mind may be transformed as the symbol of The True Master. His state of mind may become beyond the reach of the devil of death. He may be accepted in His Sanctuary; The True Master may become His Savior, Protector.

ਗੁਰੂ ਨਾਨਕ ਦੇਵ ਜੀ! – Guru Nanak Dev Ji! Guru Granth Sahib

ਅਬ ਤਬ ਅਵਰੁ ਨ ਮਾਗਉ ਹਰਿ ਪਹਿ, ਨਾਮੁ ਨਿਰੰਜਨ ਦੀਜੈ ਪਿਆਰਿ॥ ab tab avar na maaga-o har peh naam niranjan deejai pi-aar.
ਨਾਨਕ ਚਾਤ੍ਰਿਕੁ ਅੰਮ੍ਰਿਤ ਜਲੁ ਮਾਗੈ, ਹਰਿ ਜਸੁ ਦੀਜੈ ਕਿਰਪਾ ਧਾਰਿ॥੮॥੨॥ naanak chaatrik amrit jal maagai har jas deejai kirpaa Dhaar. ||8||2||

ਜੀਵ ਪ੍ਰਭ ਪਾਸੋ ਕੇਵਲ ਸ਼ਬਦ ਨਾਲ ਪਿਆਰ, ਲਗਨ ਮੰਗੋ! ਉਸ ਦੀ ਰਹਿਮਤ ਨਾਲ ਸ਼ਬਦ ਦੀ ਉਸਤਤ ਗਾਉਂਦੇ ਜਾਵੋ ।

You should only pray for devotion to meditate on the teachings of His Word. With His Blessed Vision You should remain intoxicated singing His Glory.

Key Message of Raag Goojaree page 503-15 **'ਦਾਸ ਦੇ ਮਨ ਦੀ ਅਵਸਥਾ!**
ਜਿਹੜਾ ਸ਼ਬਦ ਦੀ ਸਮਾਧੀ ਵਿੱਚ ਲੀਨ ਰਹਿੰਦਾ ਹੈ, ਉਸ ਨੂੰ ਸਭ ਵਿੱਚ ਕੇਵਲ ਪ੍ਰਭ ਦਾ ਰੂਪ, ਸਦਾ ਚਲਣ ਵਾਲੀ ਸ਼ਬਦ ਦੀ ਗੂੰਜ ਹੀ ਸੁਣਾਈ ਦੇਂਦੀ ਹੈ! ਉਸ ਤੇ ਸੰਸਾਰਕ ਮਇਆ ਦਾ ਕੋਈ ਪ੍ਰਭਾਵ ਨਹੀਂ ਹੁੰਦਾ, ਇਕ ਝਲਕ ਵਿੱਚ ਹੀ ਤਿੰਨੋਂ ਸ੍ਰਿਸ਼ਟੀਆਂ ਮਹਿਸੂਸ ਕਰ ਲੈਂਦਾ ਹੈ । ਸੰਸਾਰਕ ਦੇਵਤੇ, ਬ੍ਰਹਮਾ, ਵਿਸ਼ਨੂੰ, ਸਿਵਜੀ, ਨਾਨਕ, ਸਾਰੇ ਹੀ ਮੰਗਤੇ, ਦਾਤਾਂ ਮੰਗਦੇ ਹਨ । ਓਹ ਸ਼ਬਦ ਦੀ ਪਾਲਣਾ ਕਰਦਾ, ਸ਼ਰਣ, ਰਖਵਾਲੀ ਵਿੱਚ ਆ ਜਾਂਦਾ ਹੈ । ਪ੍ਰਭ ਦਾ ਰੂਪ ਹੀ ਬਣ ਜਾਂਦਾ ਹੈ!
State of mind of His true devotee!
Whosoever may remain intoxicated in deep meditation in the void of His Word; he may only visualize His Existence. He may hear the everlasting echo of His Word resonating within. All the worldly prophets are beggar at His Door; praying for Forgiveness and Refuge! His true devotee may be accepted in His Sanctuary; he may become a symbol of The True Master!

5. ਗੂਜਰੀ ਮਹਲਾ ੧॥ 504-7

ਐ ਜੀ ਜਨਮਿ ਮਰੈ, ਆਵੈ ਫੁਨਿ ਜਾਵੈ, ਬਿਨੁ ਗੁਰ ਗਤਿ ਨਹੀ ਕਾਈ॥ ai jee janam marai aavai fun jaavai bin gur gat nahee kaa-ee.
ਗੁਰਮੁਖਿ ਪ੍ਰਾਣੀ ਨਾਮੇ ਰਾਤੇ, ਨਾਮੇ ਗਤਿ ਪਤਿ ਪਾਈ॥੧॥ gurmukh paraanee naamay raatay naamay gat pat paa-ee. ||1||

ਜੀਵ ਸੰਸਾਰ ਵਿੱਚ ਜਨਮ ਮਰਨ ਦੇ ਚੱਕਰ ਵਿੱਚ ਰਹਿੰਦਾ ਹੈ । ਜਿਸ ਨੂੰ ਸ਼ਬਦ ਦੀ ਬੰਦਗੀ ਕਰਦੇ, ਸ਼ਬਦ ਦੀ ਸੋਝੀ, ਗੁਰਮਖ ਅਵਸਥਾ ਬਖਸ਼ਿਸ਼ ਹੋ ਜਾਂਦੀ ਹੈ! ਉਹ ਸ਼ਬਦ ਦੀ ਪਾਲਣਾ ਕਰਦਾ ਹੋਇਆ ਪ੍ਰਵਾਨ ਹੋ ਜਾਂਦਾ ਹੈ ।

Everyone may remain in the cycle of birth and death. Whosoever may adopt the teachings of His Word with steady and stable belief in his day-to-day life; with His mercy and grace, he may be enlightened and blessed with a state of mind as His true devotee. He may be accepted in His Court and his cycle of birth and death may be eliminated.

ਭਾਈ ਰੇ ਰਾਮ ਨਾਮਿ ਚਿਤੁ ਲਾਈ॥ bhaa-ee ray raam naam chit laa-ee.
ਗੁਰ ਪਰਸਾਦੀ ਹਰਿ ਪ੍ਰਭ ਜਾਚੇ, ਐਸੀ ਨਾਮ ਬਡਾਈ॥੧॥ ਰਹਾਉ॥ gur parsaadee har parabh jaachay aisee naam badaa-ee. ||1|| rahaa-o.

ਜਿਹੜਾ ਪ੍ਰਭ ਦੇ ਸ਼ਬਦ ਦੀ ਬੰਦਗੀ ਵਿੱਚ ਅਡੋਲ ਰਹਿੰਦਾ ਹੈ! ਜਿਹੜੀ ਮਨ ਦੀ ਅਵਸਥਾ ਨੂੰ ਦੇਵਤੇ ਤਰਸਦੇ ਹਨ । ਉਸ ਨੂੰ ਸ਼ਬਦ ਦੀ ਪਾਲਣਾ ਕਰਨ ਨਾਲ ਹੀ ਬਖਸ਼ਿਸ਼ ਹੋ ਜਾਂਦੀ ਹੈ ।

Whosoever may meditate and adopts the teachings of His Word with steady and stable belief in day-to-day life. He may be blessed with such a state of mind; Worldly prophets remain anxious and praying day and night.

ਐ ਜੀ ਬਹੁਤੇ ਭੇਖ ਕਰਹਿ, ਭਿਖਿਆ ਕਉ, ai jee bahutay bhaykh karahi bhikhi-aa ka-o
ਕੇਤੇ ਉਦਰੁ ਭਰਨ ਕੈ ਤਾਈ॥ kaytay udar bharan kai taa-ee.
ਬਿਨੁ ਹਰਿ ਭਗਤਿ ਨਾਹੀ ਸੁਖੁ ਪ੍ਰਾਨੀ, ਬਿਨੁ ਗੁਰ ਗਰਬੁ ਨ ਜਾਈ॥੨॥ bin har bhagat naahee sukh paraanee bin gur garab na jaa-ee. ||2||

ਜੀਵ ਆਪਣੇ ਪੇਟ ਨੂੰ ਭਰਨ ਵਾਸਤੇ, ਅਨੇਕਾਂ ਹੀ ਭੇਖ, ਧਾਰਮਕ ਬਾਣੇ ਪਾਉਂਦਾ ਹੈ । ਪ੍ਰਭ ਦੇ ਸ਼ਬਦ ਦੀ ਸੋਝੀ ਤੋਂ ਬਿਨਾਂ, ਮਨ ਨੂੰ ਸ਼ਾਂਤੀ ਨਹੀਂ ਮਿਲਦੀ । ਜੀਵਨ ਨੂੰ ਸ਼ਬਦ ਨਾਲ ਢਾਲਣ ਤੋਂ ਬਿਨਾਂ ਅਹੰਕਾਰ ਖਤਮ ਨਹੀਂ ਹੁੰਦਾ ।

Self-minded may adopt various religious robes to satisfy the hunger of his worldly desires. However, without the enlightenment of the teachings of His Word, peace of mind and contentment may not be realized. He may never be able to conquer his ego.

ਐ ਜੀ ਕਾਲੁ ਸਦਾ ਸਿਰ ਊਪਰਿ, ਠਾਢੇ ਜਨਮਿ ਜਨਮਿ ਵੈਰਾਈ॥ ai jee kaal sadaa sir oopar thaadhay janam janam vairaa-ee.
ਸਾਚੈ ਸਬਦਿ ਰਤੇ ਸੇ ਬਾਚੇ, ਸਤਿਗੁਰ ਬੂਝ ਬੁਝਾਈ॥੩॥ saachai sabad ratay say baachay satgur boojh bujhaa-ee. ||3||

ਜੀਵ ਦੇ ਜਨਮ ਤੋਂ ਹੀ ਮੌਤ ਦਾ ਸਮਾਂ ਮਿਥਿਆ ਜਾਂਦਾ ਹੈ, ਮੌਤ ਨੇੜੇ ਆਉਂਦੀ ਜਾਂਦੀ ਹੈ । ਜਿਹੜਾ ਸ਼ਬਦ ਦੀ ਪਾਲਣਾ ਕਰਦਾ ਹੈ । ਉਸ ਦੇ ਮਨ ਦੀ ਅਵਸਥਾ, ਮੌਤ ਦੇ ਡਰ ਤੋਂ ਉਪਰ ਉਠ ਜਾਂਦੀ ਹੈ । ਉਹ ਮੌਤ ਨੂੰ ਪ੍ਰਭ ਨਾਲ ਸੰਜੋਗ ਦਾ ਸਮਾਂ ਮੰਨਦਾ ਹੈ । ਇਸ ਦੀ ਸੋਝੀ ਵੀ ਪ੍ਰਭ ਨੇ ਸ਼ਬਦ ਦੀ ਪਾਲਣਾ ਕਰਨ ਨਾਲ ਹੀ ਬਖਸ਼ਿਸ਼ ਹੋ ਸਕਦੀ ਹੈ ।

The time of death has been predetermined at the birth of a creature; everyday, death is approaching near. Whosoever may adopt the teachings of His Word in day-to-day life; his state of mind may become beyond the influence of fear of death. He considers death as an auspicious time of union with His Holy Spirit. The enlightenment of His Nature, death may realize by adopting the teachings of His Word.

ਗੁਰ ਸਰਣਾਈ ਜੋਹਿ ਨ ਸਾਕੈ, ਦੂਤੁ ਨ ਸਕੈ ਸੰਤਾਈ॥ gur sarnaa-ee johi na saakai doot na sakai santaa-ee.
ਅਵਿਗਤ ਨਾਥ ਨਿਰੰਜਨਿ ਰਾਤੇ, ਨਿਰਭਉ ਸਿਉ ਲਿਵ ਲਾਈ॥੪॥ avigat naath niranjan raatay nirbha-o si-o liv laa-ee. ||4||

ਜਿਹੜਾ ਜੀਵ ਸ਼ਬਦ ਦੀ ਬੰਦਗੀ ਕਰਦਾ, ਪ੍ਰਭ ਦੀ ਸ਼ਰਣ ਵਿੱਚ ਪ੍ਰਵਾਨ ਹੋ ਜਾਂਦਾ ਹੈ । ਉਸ ਨੂੰ ਮੌਤ ਦੀ ਪੀੜ ਮਹਿਸੂਸ ਨਹੀਂ ਹੁੰਦੀ । ਉਹ ਆਪਣੇ ਮਨ ਨੂੰ ਅਡੋਲ ਭਰੋਸੇ ਨਾਲ ਸ਼ਬਦ ਦੇ ਸਿਮਰਨ ਵਿੱਚ ਲੀਨ ਰਖਦਾ ਹੈ । ਉਹ ਪ੍ਰਭ ਦੇ ਵਿਛੋੜੇ ਦੇ ਵਿਰਾਗ ਵਿੱਚ ਹੀ ਪ੍ਰਭ ਦੇ ਸ਼ਬਦ ਦੀ ਉਸਤਤ ਗਾਉਂਦਾ ਰਹਿੰਦਾ ਹੈ ।

Whosoever may be accepted in His Sanctuary by meditating on the teachings of His Word; his soul may become beyond the reach of the fear of devil of death. His state of mind may not realize the misery of death. He may remain intoxicated in the void of His Word. He remains singing in renunciation in the memory of his separation from His Holy Spirit.

ਐ ਜੀਉ ਨਾਮੁ ਦਿੜਹੁ ਨਾਮੇ ਲਿਵ ਲਾਵਹੁ, ai jee-o naam dirhahu naamay liv laavhu
ਸਤਿਗੁਰ ਟੇਕ ਟਿਕਾਈ॥ satgur tayk tikaa-ee.
ਜੋ ਤਿਸੁ ਭਾਵੈ ਸੋਈ ਕਰਸੀ, ਕਿਰਤੁ ਨ ਮੇਟਿਆ ਜਾਈ॥੫॥ jo tis bhaavai so-ee karsee kirat na mayti-aa jaa-ee. ||5||

ਜੀਵ ਸ਼ਬਦ ਨਾਲ ਆਪਣੇ ਅੰਦਰ ਉਸ ਦੀ ਜੋਤ ਜਾਗਰਤ ਕਰੋ! ਉਸ ਦੇ ਪਿਆਰ ਨਾਲ ਉਹ ਹੀ ਤੇਰਾ ਰਖਵਾਲਾ ਬਣ ਜਾਵੇਗਾ । ਉਹ ਆਪਣੀ ਮਰਜ਼ੀ ਦਾ ਮਾਲਕ, ਆਪਣਾ ਭਾਉਂਦਾ ਹੀ ਕਰਦਾ ਹੈ । ਉਹ ਕਿਸ ਦੀ ਕੀਤੀ, ਕਮਾਈ ਬਿਰਥਾ ਨਹੀਂ ਜਾਣ ਦੇਂਦਾ ।

You should enlighten the spiritual glow within by obeying the teachings of His Word. With your sincere devotion, The Merciful may accept his soul in His Sanctuary and becomes his protector. Everything may only happen in the universe under His Command. He blesses His Creation with His Own Imagination. He may never ignore the earnest meditation of His true devotee; he may always be rewarded in His Court.

ਐ ਜੀ ਭਾਗਿ ਪਰੇ ਗੁਰ ਸਰਣਿ ਤੁਮ੍ਾਰੀ, ਮੈ ਅਵਰ ਨ ਦੂਜੀ ਭਾਈ॥ ai jee bhaag paray gur saran tumHaaree mai avar na doojee bhaa-ee.
ਅਬ ਤਬ ਏਕੋ ਏਕੁ ਪੁਕਾਰਉ, ਆਦਿ ਜੁਗਾਦਿ ਸਖਾਈ॥੬॥ ab tab ayko ayk pukaara-o aad jugaad sakhaa-ee. ||6||

ਜਿਹੜੇ ਜੀਵ ਦੇ ਵੱਡੇ ਭਾਗ ਹੁੰਦੇ ਹਨ, ਉਹ ਹੀ ਪ੍ਰਭ ਦੀ ਸ਼ਰਣ ਵਿੱਚ ਆਉਂਦਾ ਹੈ । ਉਹ ਹੋਰ ਕਿਸੇ ਨੂੰ ਆਪਣਾ ਮਾਲਕ ਨਹੀਂ ਮੰਨਦਾ । ਉਹ ਸਵਾਸ ਗਰਾਸ ਉਸ ਦੀ ਸੇਵਾ ਕਰਦਾ ਹੈ । ਪ੍ਰਭ ਜੁਗਾਂ ਜੁਗਾਂ ਤੋਂ ਆਪਣੇ ਦਾਸਾਂ ਦੀ ਰਖਿਆ ਕਰਦਾ ਆਇਆ ਹੈ । ਉਹਨਾਂ ਨੂੰ ਡੋਲਨ ਨਹੀਂ ਦੇਂਦਾ ।

Whosoever may have great prewritten destiny, only he may surrender his self-entity at His Sanctuary. He may never worship anyone worldly guru, ancient prophet as a savior. His true devotee may meditate and serves His Creation with each breath. From ancient Ages, The True Master has been protecting; His true devotee may never drift from the right path.

ਐ ਜੀ ਰਾਖਹੁ ਪੈਜ ਨਾਮ ਅਪੁਨੇ ਕੀ, ਤੁਝ ਹੀ ਸਿਉ ਬਨਿ ਆਈ॥ ai jee raakho paij naam apunay kee tujh hee si-o ban aa-ee.
ਕਰਿ ਕਿਰਪਾ ਗੁਰ ਦਰਸੁ ਦਿਖਾਵਹੁ, ਹਉਮੈ ਸਬਦਿ ਜਲਾਈ॥੭॥ kar kirpaa gur daras dikhaavhu ha-umai sabad jalaa-ee. ||7||

ਮੈਂ ਕੇਵਲ ਸ਼ਬਦ ਦਾ ਹੀ ਆਸਰਾ ਮਨ ਵਿੱਚ ਰਖਦਾ ਹਾ, ਪ੍ਰਭ ਆਪਣੇ ਦਾਸ ਦੀ ਆਪ ਹੀ ਪਤ ਰਖਦਾ ਹੈ! ਮੇਰਾ ਭਰੋਸਾ ਡੋਲਨ ਨਾ ਦੇਣਾ । ਸ਼ਬਦ ਦੀ ਸੋਝੀ ਬਖਸ਼ੋ! ਜਿਸ ਨਾਲ ਮੇਰੇ ਮਨ ਦੇ ਅਹੰਕਾਰ ਦੀ ਜੜ੍ਹ ਖਤਮ ਹੋ ਜਾਵੇ ।

I have only hope and support on Your Blessings, teachings of Your Word. Keep my belief steady and stable on Your blessings, Word. My True Master bestows Your Blessed Vision, I may eliminate the root of ego from my mind.

ਐ ਜੀ ਕਿਆ ਮਾਗਉ ਕਿਛੁ ਰਹੈ ਨ ਦੀਸੈ, ai jee ki-aa maaga-o kichh rahai na deesai
ਇਸੁ ਜਗ ਮਹਿ ਆਇਆ ਜਾਈ॥ is jag meh aa-i-aa jaa-ee.
ਨਾਨਕ ਨਾਮੁ ਪਦਾਰਥੁ ਦੀਜੈ, ਹਿਰਦੈ ਕੰਠਿ ਬਣਾਈ॥੮॥੩ naanak naam padaarath deejai hirdai kanth banaa-ee. ||8||3||

ਪ੍ਰਭ ਇਸ ਸੰਸਾਰ ਵਿੱਚ ਕੁਝ ਵੀ ਸਦਾ ਰਹਿਣ ਵਾਲਾ ਨਹੀਂ ਹੈ । ਸਭ ਕੁਝ ਸਮਾਂ ਪਾ ਕੇ ਨਾਸ਼ ਹੋ ਜਾਣ ਵਾਲੀਆਂ ਹੀ ਹਨ । ਕੇਵਲ ਪ੍ਰਭ ਦਾ ਸ਼ਬਦ ਹੀ ਅਟਲ ਰਹਿਣ ਵਾਲਾ ਹੈ! ਆਪਣੀ ਰਹਿਮਤ ਨਾਲ ਸ਼ਬਦ ਦੀ ਦਾਤ ਬਖਸ਼ੋ । ਇਹ ਮੇਰੇ ਮਨ ਵਿੱਚ ਰੋਮ ਰੋਮ ਵਿੱਚ ਵਸ ਜਾਵੇ ।

My True Master, nothing may remain forever in the universe. Everything may vanish over a period. Only The Axiom True Master and His Command remains true forever. My True Master bestows Your Blessed Vision, with a devotion to obey the teachings of Your Word. The essence of Your Word may remain drenched within each fiber of my body.

Key Message of Raag Goojaree page 504-7
'ਸਦਾ ਸਾਥ ਰਹਿਣ ਵਾਲਾ ਧਨ!
ਜਿਹੜਾ ਪ੍ਰਭ ਦੇ ਵਿਛੋੜੇ ਦੇ ਵਿਰਾਗ ਵਿੱਚ ਸ਼ਬਦ ਦੀ ਬੰਦਗੀ ਕਰਦਾ, ਆਪਾ ਪ੍ਰਭ ਦੀ ਸ਼ਰਣ ਵਿੱਚ ਭੇਟਾ ਕਰ ਦੇਂਦਾ ਹੈ । ਉਸ ਨੂੰ ਮੌਤ ਛੋਹ ਨਹੀਂ ਸਕਦੀ! ਉਸ ਨੂੰ ਆਪਣੇ ਅੰਦਰੋਂ ਹੀ ਅਸਲੀ ਰਸਤਾ ਬਖਸ਼ਿਸ਼ ਹੋ ਜਾਂਦਾ ਹੈ! ਉਸ ਦੀ ਅਹੰਕਾਰ ਦੀ ਜੜ੍ਹ ਖਤਮ ਹੋ ਜਾਂਦੀ ਹੈ! ਉਸ ਦੇ ਮਨ ਵਿੱਚ ਸ਼ਬਦ ਦੀ ਸੋਝੀ ਰੋਮ ਰੋਮ ਵਿੱਚ ਰਚ ਜਾਂਦੀ ਹੈ, ਸਦਾ ਸਾਥ ਰਹਿਣ ਵਾਲਾ ਧਨ, ਸ਼ਬਦ ਦੀ ਕਮਾਈ ਬਖਸ਼ਿਸ਼ ਹੋ ਜਾਂਦੀ ਹੈ!
Forever Companion, Wealth of His Word!
Whosoever may remain in renunciation in the memory of his separation from His Holy Spirit; he may remain intoxicated in the void of His Word. He may surrender his self-entity at His Sanctuary; his soul may become beyond the reach of devil of death! He may be enlightened with the essence of His Word from within. He may conquer his own ego! He may remain drenched with the essence of His Word within each fiber of his body; he may be blessed with everlasting wealth of His Word.

6. ਗੂਜਰੀ ਮਹਲਾ ੧॥ 504-18

ਐ ਜੀ ਨਾ ਹਮ ਉਤਮ ਨੀਚ ਨ ਮਧਿਮ, ਹਰਿ ਸਰਣਾਗਤਿ ਹਰਿ ਕੇ ਲੋਗ॥ ai jee naa ham utam neech na maDhim har sarnaagat har kay log.
ਨਾਮ ਰਤੇ ਕੇਵਲ ਬੈਰਾਗੀ, ਸੋਗ ਬਿਜੋਗ ਬਿਸਰਜਿਤ ਰੋਗ॥੧॥ naam ratay kayval bairaagee sog bijog bisarjit rog. ||1||

ਮੈਂ ਉਤਮ ਜਾਤ, ਨੀਚ ਜਾਤ, ਮਿਡਲ ਜਾਤ ਵਾਲਾ ਨਹੀਂ ਹਾ! ਮੈਂ ਤੇਰਾ ਦਾਸ, ਗਲਾਮ, ਤੇਰੀ ਸ਼ਰਣ ਦੀ ਭੰਖ ਮੰਗਦਾ ਹਾ । ਤੇਰੇ ਵਿਛੋੜੇ ਦਾ ਵਿਰਾਗ ਵਿੱਚ, ਸੰਸਾਰਕ ਸੁਖਾਂ ਨੂੰ ਤਿਆਗਕੇ ਸਿਮਰਨ ਹੀ ਕਰਦਾ ਹਾ । ਦੁਖ, ਸੁਖ, ਮਿਲਾਪ, ਵਿਛੋੜਾ ਇਕ ਬਰਾਬਰ ਹੀ ਮਹਿਸੂਸ ਹੁੰਦਾ ਹੈ । ਕੇਵਲ ਸ਼ਬਦ ਦੀ ਹੀ ਸੁਰਤੀ ਹੈ ।

I do not belong to upper or middle worldly caste; I am only Your devotee, slave. I have surrendered my self-entity at Your Sanctuary. I am in renunciation in the memory of my separation from Your Holy Spirit. I have renounced all my worldly comforts and meditating on the teachings of Your Word. I may realize worldly comforts, misery; separation and union same way as Your Worthy Blessings. I only concentrate on the teachings of Your Word in my day-to-day life.

ਭਾਈ ਰੇ ਗੁਰ ਕਿਰਪਾ ਤੇ, ਭਗਤਿ ਠਾਕੁਰ ਕੀ॥ bhaa-ee ray gur kirpaa tay bhagat thaakur kee.
ਸਤਿਗੁਰ ਵਾਕਿ ਹਿਰਦੈ, ਹਰਿ ਨਿਰਮਲੁ, satgur vaak hirdai har nirmal
ਨਾ ਜਮ ਕਾਣਿ, ਨ ਜਮ ਕੀ ਬਾਕੀ॥੧॥ ਰਹਾਉ॥ naa jam kaan na jam kee baakee. ||1|| rahaa-o.

ਜਿਸ ਤੇ ਰਹਿਮਤ ਹੋ ਜਾਂਦੀ ਹੈ, ਕੇਵਲ ਉਹ ਹੀ ਸ਼ਬਦ ਦੀ ਬੰਦਗੀ ਕਰਦਾ ਹੈ । ਉਸ ਦਾ ਮਨ ਸ਼ਬਦ ਦੀ ਗੂੰਜ ਨਾਲ ਇਤਨਾ ਭਰ ਜਾਂਦਾ ਹੈ । ਪ੍ਰਭ ਦੀ ਜੋਤ ਅੰਦਰ ਜਾਗਰਤ ਹੋ ਜਾਂਦੀ ਹੈ । ਉਹਨਾਂ ਨੂੰ ਮੌਤ ਦਾ ਫਰਿਸ਼ਤਾ ਛੋਹ ਨਹੀਂ ਸਕਦਾ । ਨਾ ਹੀ ਉਸ ਦਾ ਕੋਈ ਲੇਖਾ ਬਾਕੀ ਰਹਿੰਦਾ ਹੈ ।

Whosoever may be bestowed with His Blessed Vision, only he may meditate on the teachings of His Word. His mind may be overwhelmed with everlasting echo of His Word. His eternal spiritual glow may be shining within his mind. His soul may become beyond the reach of devil of death. All his accounts of previous life may be satisfied.

ਹਰਿ ਗੁਣ ਰਸਨ ਰਵਹਿ ਪ੍ਰਭ ਸੰਗੇ, ਜੋ ਤਿਸੁ ਭਾਵੈ ਸਹਜਿ ਹਰੀ॥ har gun rasan raveh parabh sangay jo tis bhaavai sahj haree.
ਬਿਨੁ ਹਰਿ ਨਾਮ ਬ੍ਰਿਥਾ ਜਗਿ ਜੀਵਨੁ, bin har naam baritha jag jeevan
ਹਰਿ ਬਿਨੁ ਨਿਹਫਲ ਮੇਕ ਘਰੀ॥੨॥ har bin nihfal mayk gharee. ||2||

ਉਸ ਦੇ ਬੋਲਾਂ ਵਿੱਚ, ਜੀਭ ਤੇ ਸ਼ਬਦ ਦੀ ਉਸਤਤ ਅਤੇ ਜੀਵਨ ਵਿੱਚ ਸ਼ਬਦ ਦੀ ਪਾਲਣਾ ਹੀ ਹੁੰਦੀ ਹੈ । ਉਸ ਦਾ ਸਭ ਕੁਝ ਕੀਤਾ, ਪ੍ਰਭ ਨੂੰ ਪ੍ਰਵਾਨ ਹੁੰਦਾ ਹੈ । ਜਿਹੜਾ ਸਵਾਸ ਵੀ ਸ਼ਬਦ ਦੇ ਸਿਮਰਨ ਤੋਂ ਬਿਨਾਂ ਜਾਂਦਾ ਹੈ, ਉਹ ਬਿਰਥਾ ਹੀ ਸਮਝਦਾ ਹੈ । ਸ਼ਬਦ ਦਾ ਸਿਮਰਨ ਹੀ ਜੀਵਨ ਵਾਲਾ ਸਵਾਸ ਬਣ ਜਾਂਦਾ ਹੈ ।

Whose tongue may sing the glory of His Word and he may remain obeying the teachings of His Word. All his worldly deeds may be acceptable in His Court. He may feel any breath without singing the praises of His Word, a wastage. He remains drenched with the essence of His Word and with every breath.

ਐ ਜੀ ਖੋਟੇ ਠਉਰ ਨਾਹੀ ਘਰਿ ਬਾਹਰਿ, ਨਿੰਦਕ ਗਤਿ ਨਹੀਂ ਕਾਈ॥ ai jee khotay tha-ur naahee ghar baahar nindak gat nahee kaa-ee.
ਰੋਸੁ ਕਰੈ ਪ੍ਰਭੁ ਬਖਸ ਨ ਮੇਟੈ, ਨਿਤ ਨਿਤ ਚੜੈ ਸਵਾਈ॥੩॥ ros karai parabh bakhas na maytai nit nit charhai savaa-ee. ||3||

ਜਿਹੜਾ ਜੀਵ ਨਿੰਦਿਆਂ ਜਾ ਵਖਾਵੇ ਦੀ ਹੀ ਬੰਦਗੀ ਕਰਦਾ ਹੈ । ਉਸ ਨੂੰ ਦਰਬਾਰ ਵਿੱਚ ਕੋਈ ਥਾਂ ਬਖਸ਼ਿਸ਼ ਨਹੀਂ ਹੁੰਦੀ । ਭਾਵੇ ਕੋਈ ਜੀਵ ਉਸ ਦੇ ਕੀਤੇ ਤੇ ਟੀਕਾ ਟਿੱਪਣੀ ਵੀ ਕਰੇ, ਫਿਰ ਵੀ ਪ੍ਰਭ ਰਹਿਮਤਾਂ ਬਖਸ਼ਦਾ ਹੀ ਰਹਿੰਦਾ ਹੈ ।

Whosoever may meditate without steady and stable belief to win worldly favor; he may never be blessed with any resting place in His Castle. The Merciful Generous True Master may remain generous with His Blessings; like the rain may be pouring on His Creation indiscriminately; irrespective, even though someone may criticize His Nature.

ਐ ਜੀ ਗੁਰ ਕੀ ਦਾਤਿ ਨ ਮੇਟੈ ਕੋਈ, ਮੇਰੈ ਠਾਕੁਰਿ ਆਪਿ ਦਿਵਾਈ॥ ai jee gur kee daat na maytai ko-ee mayrai thaakur aap divaa-ee.
ਨਿੰਦਕ ਨਰ ਕਾਲੇ ਮੁਖ ਨਿੰਦਾ, ਜਿਨ੍ ਗੁਰ ਕੀ ਦਾਤਿ ਨ ਭਾਈ॥੪॥ nindak nar kaalay mukh nindaa jinH gur kee daat na bhaa-ee. ||4||

ਜਿਸ ਦੀ ਬਖਸ਼ੀ ਦਾਤ ਨੂੰ ਕੋਈ ਖੋਹ ਨਹੀਂ ਸਕਦਾ । ਜਿਹੜਾ ਨਿੰਦਿਆਂ ਕਰਦਾ ਰਹਿੰਦਾ ਹੈ, ਉਹ ਦਾਤਾਂ ਦੀ ਕੀਮਤ ਨਹੀਂ ਜਾਣਦਾ ।

Whosoever may be bestowed with His Blessed Vision, no one can rob any of His Blessed virtues with any curse of worldly guru. Whosoever may criticize, slander! he may never comprehend the significance of His Blessings.

ਐ ਜੀ ਸਰਣਿ ਪਰੇ ਪ੍ਰਭੁ ਬਖਸਿ ਮਿਲਾਵੈ, ai jee saran paray parabh bakhas milaavai
ਬਿਲਮ ਨ ਅਧੂਆ ਰਾਈ॥ bilam na aDhoo-aa raa-ee.
ਆਨਦ ਮੂਲੁ ਨਾਥੁ ਸਿਰਿ ਨਾਥਾ, ਸਤਿਗੁਰੁ ਮੇਲਿ ਮਿਲਾਈ॥੫॥ aanad mool naath sir naathaa satgur mayl milaa-ee. ||5||

ਜਿਹੜਾ ਜੀਵ ਆਪਣੀ ਗਲਤੀ ਮੰਨਕੇ ਪ੍ਰਭ ਦੀ ਸ਼ਰਣ ਵਿੱਚ ਆਪਾ ਭੇਟਾ ਕਰ ਦੇਂਦਾ ਹੈ । ਪ੍ਰਭ ਰਹਿਮਤ ਬਖਸ਼ਣ ਵਿੱਚ ਇਕ ਪਲ ਵੀ ਢਿਲ ਨਹੀਂ ਕਰਦਾ । ਉਹ ਦਾਤਾਂ ਬਖਸ਼ਣ ਵਾਲਾ ਨਾਥਾਂ ਦਾ ਨਾਥ, ਸ਼ਬਦ ਦੀ ਸੋਝੀ ਨਾਲ ਹੀ ਜੀਵ ਨੂੰ ਆਪਣੇ ਵਿੱਚ ਅਲੋਪ ਕਰ ਲੈਂਦਾ ਹੈ ।

Whosoever may recognize his own mistake and surrenders his self-entity at His Sanctuary for His Forgiveness and Refuge. The Merciful True Master may embrace His true devotee drifted from the right path on the right path of acceptance in His Court. The King of kings; Guru of worldly gurus. Whosoever may be enlightened with the essence of His Word; his soul may be immersed within His Holy Spirit.

ਐ ਜੀ ਸਦਾ ਦਇਆਲੁ ਦਇਆ ਕਰਿ ਰਵਿਆ, ai jee sadaa da-i-aal da-i-aa kar ravi-aa
ਗੁਰਮਤਿ ਭ੍ਰਮਨਿ ਚੁਕਾਈ॥ gurmat bharman chukaa-ee.
ਪਾਰਸੁ ਭੇਟਿ ਕੰਚਨੁ ਧਾਤੁ ਹੋਈ, ਸਤਸੰਗਤਿ ਕੀ ਵਡਿਆਈ॥੬॥ paaras bhayt kanchan Dhaat ho-ee satsangat kee vadi-aa-ee. ||6||

ਦਿਆਲੋ ਪ੍ਰਭ ਦੇ ਸ਼ਬਦ ਦੀ ਸੋਝੀ ਨਾਲ ਭਰਮ ਖਤਮ ਹੋ ਜਾਂਦੇ ਹਨ । ਜਿਵੇਂ ਪਾਰਸ ਨੂੰ ਛੋਹਨ ਨਾਲ ਕੋਈ ਵੀ ਧਾਤ ਸੋਇਨਾ ਬਣ ਜਾਂਦੀ ਹੈ । ਇਸਤਰ੍ਹਾਂ ਸਾਧ ਸੰਗਤ ਵਿੱਚ ਆ ਜਾਂਦਾ ਹੈ, ਉਹ ਸ਼ਬਦ ਦੀ ਬੰਦਗੀ ਤੇ ਲਗ ਪੈਂਦਾ ਹੈ ।

The Merciful generous True Master! Whosoever may be enlightened with the essence of His Word; all his suspicions of mind may be eliminated. As an ordinary metal may become valuable by touching philosopher's stone; the same way, by associating in the conjugation of His Holy saint; even a self-minded may adopt the right path of meditation.

ਹਰਿ ਜਲੁ ਨਿਰਮਲੁ ਮਨੁ ਇਸਨਾਨੀ, ਮਜਨੁ ਸਤਿਗੁਰੁ ਭਾਈ॥ har jal nirmal man isnaanee majan satgur bhaa-ee.
ਪੁਨਰਪਿ ਜਨਮੁ ਨਾਹੀ ਜਨ ਸੰਗਤਿ, ਜੋਤੀ ਜੋਤਿ ਮਿਲਾਈ॥੭॥ punrap janam naahee jan sangat jotee jot milaa-ee. ||7||

ਪ੍ਰਭ ਦਾ ਸ਼ਬਦ ਇਕ ਪਵਿੱਤਰ ਜਲ ਹੈ, ਆਪਣੇ ਮਨ ਅੰਦਰ, ਸ਼ਬਦ ਦੀ ਸੋਝੀ ਰੂਪੀ ਅੰਮ੍ਰਿਤ ਵਿੱਚ ਇਸ਼ਨਾਨ ਕਰਨ ਨਾਲ ਮਨ ਸ਼ਬਦ ਦੀ ਪਾਲਣਾ ਵਿੱਚ ਅਡੋਲ ਰਹਿੰਦਾ ਹੈ! ਇਸਤਰ੍ਹਾਂ ਜਦੋਂ ਕੋਈ ਨਿਮਾਣਾ ਬਣਕੇ ਸੰਗਤ ਵਿੱਚ ਮਿਲਦਾ ਹੈ । ਉਹ ਸ਼ਬਦ ਵਿੱਚ ਲੀਨ ਹੋਇਆ ਹੀ ਪ੍ਰਭ ਦੀ ਜੋਤ ਵਿੱਚ ਅਲੋਪ ਹੋ ਜਾਂਦਾ ਹੈ । ਪ੍ਰਭ ਆਪ ਹੀ ਸਾਥੀ ਬਣ ਜਾਂਦਾ ਹੈ ।

The essence of His Word may be a Holy Nectar! Whosoever may dip in the nectar of the essence of His Word; he may remain steady and stable on the right path of acceptance in His Court. Same way whosoever may humbly surrender to the congregation of His true devotees; he may remain intoxicated in meditation in the void of His Word. He may be absorbed within His Holy Spirit. The True Master may become his companion.

ਤੂੰ ਵਡ ਪੁਰਖੁ ਅਗੰਮ ਤਰੋਵਰੁ, ਹਮ ਪੰਖੀ ਤੁਝ ਮਾਹੀ॥ tooN vad purakh agamm tarovar ham pankhee tujh maahee.
ਨਾਨਕ ਨਾਮੁ ਨਿਰੰਜਨ ਦੀਜੈ, ਜੁਗਿ ਜੁਗਿ ਸਬਦਿ ਸਲਾਹੀ॥੮॥੪॥ naanak naam niranjan deejai jug jug sabad salaahee. ||8||4||

ਪ੍ਰਭ ਸ਼ਾਤੀ ਦੇਣ ਵਾਲਾ ਬ੍ਰਿਛ ਹੈ, ਮੈਂ ਪੰਛੀ ਤੇਰੀ ਟਾਹਣੀ ਤੇ ਬੈਠਾ ਹਾ । ਆਪਣਾ ਸ਼ਬਦ ਬਖਸ਼ੋ! ਮੈਂ ਤੇਰੇ ਹੀ ਗੁਣ ਗਵਾ । ਤੂੰ ਜੁਗਾਂ ਤੋਂ ਇਹ ਰਹਿਮਤਾਂ ਬਖਸ਼ਦਾ ਆਇਆ ਹੈ ।

The True Master a tree of comforts! I am a humble, helpless bird sitting on Your branches. My Merciful True Master bestows Your Blessed Vision, I may sing the glory of Your Word. From Ancient Ages; You have been blessings Your Creation.

Key Message of Raag Goojaree page 504-18
'ਅੰਮ੍ਰਿਤ ਕੀ ਹੈ!
ਪ੍ਰਭ ਦਾ ਦਾਸ ਵਿਛੋੜੇ ਦੇ ਵਿਰਾਗ ਵਿੱਚ, ਸੰਸਾਰਕ ਦੁਖ, ਸੁਖ, ਮਿਲਾਪ, ਵਿਛੋੜਾ ਨੂੰ ਪ੍ਰਭ ਦੀ ਬਖਸ਼ਿਸ਼ ਹੀ ਮਹਿਸੂਸ ਹੁੰਦਾ ਹੈ । ਉਸ ਦੇ ਮਨ ਵਿੱਚ ਸ਼ਬਦ ਦੀ ਗੂੰਜ ਚਲਦੀ ਸੁਣਾਈ ਦੇਂਦੀ ਹੈ! ਜਿਹੜਾ ਆਪਣੀ ਗਲਤੀ ਮੰਨਕੇ ਆਪਾ ਪ੍ਰਭ ਦੀ ਸ਼ਰਣ ਵਿੱਚ ਭੇਟਾ ਕਰਦਾ ਹੈ, ਪ੍ਰਭ ਬਖਸ਼ ਵਿੱਚ ਇਕ ਪਲ ਵੀ ਢਿਲ ਨਹੀਂ ਕਰਦਾ ।

ਜਿਵੇਂ ਪਾਰਸ ਨੂੰ ਛੋਹਨ ਨਾਲ ਕੋਈ ਵੀ ਧਾਤ ਸੋਇਨਾ ਬਣ ਜਾਂਦੀ ਹੈ । ਇਸਤਰ੍ਹਾਂ ਸਾਧ ਸੰਗਤ ਵਿੱਚ ਆ ਕੇ, ਜੀਵ ਸ਼ਬਦ ਦੀ ਬੰਦਗੀ ਤੇ ਲਗ ਪੈਂਦਾ ਹੈ । ਪ੍ਰਭ ਦੇ ਸ਼ਬਦ ਸੋਝੀ ਇਕ ਪਵਿੱਤਰ ਜਲ, ਅੰਮ੍ਰਿਤ ਹੈ ! ਜਿਹੜਾ ਮਨ ਅੰਦਰ ਸ਼ਬਦ ਦੀ ਸੋਝੀ ਰੁਪੀ ਅੰਮ੍ਰਿਤ ਵਿੱਚ ਇਸ਼ਨਾਨ ਕਰਦਾ ਹੈ । ਉਹ ਪ੍ਰਭ ਦੀ ਜੋਤ ਵਿੱਚ ਅਲੋਪ ਹੋ ਜਾਂਦਾ ਹੈ ।

What may be the Holy Nectar?

His true devotee may realize worldly comforts, misery; separation and union as His Worthy Blessings. He may remain intoxicated with the everlasting echo of His Word resonating within. Whosoever may recognize his own mistake and surrenders his self-entity at His Sanctuary for Forgiveness and Refuge. The Merciful True Master never delay to embrace His drifted devotee! As an ordinary metal may become valuable by touching philosopher's stone; same way, the conjugation of His Holy saint may transform even a self-minded, sinner to adopt the right path of meditation. The essence t of His Word, Holy Nectar! Whosoever may dip in the nectar within; he may be absorbed in His Holy Spirit.

7. ਗੂਜਰੀ ਮਹਲਾ ੧ ਘਰੁ ੪॥ 505-11

ੴ ਸਤਿਗੁਰ ਪ੍ਰਸਾਦਿ॥ ik-oNkaar satgur parsaad.
ਭਗਤਿ ਪ੍ਰੇਮ ਆਰਾਧਿਤੰ ਸਚੁ ਪਿਆਸ ਪਰਮ ਹਿਤੰ॥ bhagat paraym aaraaDhitaN sach pi-aas param hitaN.
ਬਿਲਲਾਪ ਬਿਲਲ ਬਿਨੰਤੀਆ ਸੁਖ ਭਾਇ ਚਿਤ ਹਿਤੰ॥ ੧॥ billaap bilal binantee-aa sukh bhaa-ay chit hitaN. ||1||

ਬੰਦਗੀ ਕਰਨ ਵਾਲੇ ਪ੍ਰੀਤ ਨਾਲ ਸ਼ਬਦ ਦੀ ਪਾਲਨਾ ਕਰਦੇ ਹਨ । ਉਹਨਾਂ ਦੇ ਮਨ ਵਿੱਚ ਪ੍ਰਭ ਦੀ ਪ੍ਰਵਾਨਗੀ ਦੀ ਹੀ ਖਾਹਿਸ਼ ਹੁੰਦੀ ਹੈ । ਉਹ ਦਰਦ ਭਰੀਆਂ ਅਰਦਾਸਾਂ ਕਰਦੇ ਹਨ, ਮਨ ਸੰਤੋਖ, ਸ਼ਾਤੀ ਨਾਲ ਭਰਿਆਂ ਹੁੰਦਾ ਹੈ ।

His true devotee may obey the teachings of His Word with sincere devotion; he always hopes for His Forgiveness and Refuge. He always humbly prays and remains overwhelmed with contentment and peace.

ਜਪਿ ਮਨ ਨਾਮੁ ਹਰਿ ਸਰਣੀ॥ jap man naam har sarnee.
ਸੰਸਾਰ ਸਾਗਰ ਤਾਰਿ ਤਾਰਣ, ਰਮ ਨਾਮ ਕਰਿ ਕਰਣੀ॥੧॥ ਰਹਾਉ॥ sansaar saagar taar taaran ram naam kar karnee. ||1|| rahaa-o.

ਜੀਵ, ਪ੍ਰਭ ਨੂੰ ਹਮੇਸ਼ਾ ਹਾਜ਼ਰ ਹਜ਼ੂਰ ਸਮਝਕੇ ਸ਼ਬਦ ਦੀ ਪਾਲਣਾ ਕਰੋ! ਜਿਹੜਾ ਸ਼ਬਦ ਦੀ ਬੇੜੀ ਤੇ ਸਵਾਰ ਹੋ ਜਾਂਦਾ ਹੈ, ਉਹ ਸੰਸਾਰਕ ਸਾਗਰ ਪਾਰ ਕਰ ਸਕਦਾ ਹੈ । ਇਹ ਹੀ ਆਪਣੇ ਜੀਵਨ ਦਾ ਧੰਦਾ ਬਣਾਵੋ, ਅਭਿਆਸ ਕਰੋ ।

You should wholeheartedly obey the teachings of His Word and always believe that The Omnipresent True Master monitoring. Whosoever may aboard the boat of His Word; he may sail the worldly ocean of desires. You should adopt the teachings of His Word as the real purpose of your human life and practice repeatedly in your day-to-day life.

ਏ ਮਨ ਮਿਰਤ ਸੁਭ ਚਿੰਤੰ, ਗੁਰ ਸਬਦਿ ਹਰਿ ਰਮਣੰ॥ ay man mirat subh chi-aNtaN gur sabad har ramnaN.
ਮਤਿ ਤਤੁ ਗਿਆਨੰ ਕਲਿਆਣ ਨਿਧਾਨੰ, ਹਰਿ ਨਾਮ ਮਨਿ ਰਮਣੰ॥੨॥ mat tat gi-aanaN kali-aan niDhaanaN har naam man ramnaN. ||2||

ਜਿਹੜਾ ਸ਼ਬਦ ਦੀ ਪਾਲਣਾ ਕਰਦਾ ਹੈ, ਮੌਤ ਵੀ ਉਸ ਦੀ ਸੁਖ ਮੰਗਦੀ ਹੈ । ਆਪਣੀ ਮਨ ਦੀ ਸਿਆਣਪ ਨੂੰ ਸ਼ਬਦ ਦੀ ਸੋਝੀ ਲੈਣ ਲਈ ਵਰਤੋਂ! ਸ਼ਬਦ ਦੀ ਸੋਝੀ ਨਾਲ ਜੀਵਨ ਦਾ ਮੰਤਵ ਮਿਲ ਜਾਂਦਾ ਹੈ । ਇਸ ਦਾ ਅਭਿਆਸ ਕਰਨ ਨਾਲ ਹੀ ਰਹਿਮਤ ਬਖਸ਼ਿਸ਼ ਹੋ ਜਾਂਦੀ ਹੈ ।

Whosever may adopt the teachings of His Word with steady and stable belief in day-to-day life; even the devil of death may by praying for his protection. You should utilize your wisdom to be enlightened with the teachings of His Word to become worthy of His Consideration. Whosoever may be enlightened with the essence of His Word; he may realize, accomplish the purpose of human life opportunity. Whosoever may practice repeatedly the path of His Word in his day-to-day life; The Merciful True Master may accept his meditation in His Court.

ਚਲ ਚਿਤ ਵਿਤ ਭ੍ਰਮਾ, ਭ੍ਰਮੰ ਜਗੁ ਮੋਹ ਮਗਨ ਹਿਤੰ॥ chal chit vit bharmaa bharamaN jag moh magan hitaN.
ਥਿਰੁ ਨਾਮੁ ਭਗਤਿ ਦਿੜੰ ਮਤੀ, ਗੁਰ ਵਾਕਿ ਸਬਦ ਰਤੰ॥੩॥ thir naam bhagat dirhaN matee gur vaak sabad rataN. ||3||

ਮਨ ਦੀ ਚਲਾਕੀ, ਸੰਸਾਰਕ ਮਇਆ ਮੋਹ ਦੇ ਜਾਲ ਵਿੱਚ ਫਸਾ ਲੈਂਦੀ ਹੈ । ਸ਼ਬਦ ਦੀ ਬੰਦਗੀ ਇਕ ਅਮੋਲਕ ਰਸਤਾ, ਮਨ ਇਸ ਪਾਸੇ ਚਲਣ ਨਾਲ ਜਾਲ ਵਿੱਚ ਨਹੀਂ ਫਸਦਾ ।

Self-minded with the clever plans of mind may entangle in the trap of worldly wealth. The meditation of His Word, may be an ambrosial nectar, path! Whosoever may adopt the teachings of His Word; he may conquer the intimidation of demons.

ਭਰਮਾਤਿ ਭਰਮੁ ਨ ਚੂਕਈ, ਜਗੁ ਜਨਮਿ ਬਿਆਧਿ ਖਪੰ॥ bharmaat bharam na chook-ee jag janam bi-aaDh khapaN.
ਅਸਥਾਨੁ ਹਰਿ ਨਿਹਕੇਵਲੰ, ਸਤਿ ਮਤੀ ਨਾਮ ਤਪੰ॥੪॥ asthaan har nihkayvalaN sat matee naam tapaN. ||4||

ਇਛਾਂ ਦੇ ਪਿੱਛੇ ਚਲਣ ਨਾਲ ਭਰਮ ਦੂਰ ਨਹੀਂ ਹੁੰਦੇ । ਇਹ ਹੀ ਜਨਮ ਮਰਨ ਦੇ ਚੱਕਰ ਵਿੱਚ ਪਾਉਂਦੇ ਹਨ । ਪ੍ਰਭ ਦਾ ਸ਼ਬਦ ਹੀ ਉਹ ਅਟਲ ਤਖਤ ਹੈ । ਇਸ ਦੀ ਪਾਲਣਾ ਕਰਨਾ ਨਾਲ ਹੀ ਪ੍ਰਭ ਦੀ ਸ਼ਰਣ ਵਿੱਚ ਪਨਾਹ ਬਖਸ਼ਿਸ਼ ਹੁੰਦੀ ਹੈ ।

Whosoever may follow the lead of his worldly desires, his suspicions may never be eliminated; his soul remains in the cycle of birth and death. His Word may be the unique path, adopting the teachings of His Word with steady and stable belief, his soul may be accepted in His Sanctuary.

ਇਹੁ ਜਗੁ ਮੋਹ ਹੇਤ ਬਿਆਪਿਤੰ ਦੁਖੁ, ਅਧਿਕ ਜਨਮ ਮਰਣੰ॥ ih jag moh hayt bi-aapitaN dukh aDhik janam marnaN.
ਭਜੁ ਸਰਣਿ ਸਤਿਗੁਰ ਊਬਰਹਿ, ਹਰਿ ਨਾਮੁ ਰਿਦ ਰਮਣੰ॥੫॥ bhaj saran satgur oobrahi har naam rid ramnaN. ||5||

ਸੰਸਾਰਕ ਮੋਹ ਦੇ ਜਾਲ ਵਿੱਚ ਫਸੇ ਜੀਵ ਨੂੰ ਜਨਮ ਮਰਨ ਦਾ ਦੁਖ ਸਹਿਣਾ ਪੈਂਦਾ ਹੈ । ਜਿਹੜਾ ਸ਼ਬਦ ਦੀ ਪਾਲਣਾ ਕਰਦਾ ਹੈ, ਪ੍ਰਭ ਦੀ ਸ਼ਰਣ ਵਿੱਚ ਆ ਸਕਦਾ ਹੈ । ਸ਼ਬਦ ਦੀ ਬੰਦਗੀ ਕਰਨ ਨਾਲ ਹੀ ਸਾਗਰ ਪਾਰ ਕਰ ਸਕਦਾ ਹੈ । ਜਿਸ ਮਨ ਵਿੱਚ ਸ਼ਬਦ ਘਰ ਕਰ ਜਾਂਦਾ ਹੈ । ਉਹ ਮਨ ਪਵਿੱਤਰ, ਅਮੋਲਕ ਰਤਨ ਬਣ ਜਾਂਦਾ ਹੈ । ਉਸ ਵਿੱਚ ਰੱਬੀ ਨੂਰ ਬਖਸ਼ਿਸ਼ ਹੋ ਜਾਂਦਾ ਹੈ ।

Worldly relationship, attachment is such a mysterious trap; self-minded must endure the misery of birth and death cycle. Whosoever may adopt the teachings of His Word with steady and stable belief, he may be accepted in His Sanctuary. Whosoever may be drenched with essence of His Word, his soul may become ambrosial jewel and shines with His eternal glow.

ਗੁਰਮਤਿ ਨਿਹਚਲ ਮਨਿ ਮਨੁ, ਮਨੰ ਸਹਜ ਬੀਚਾਰੰ॥ gurmat nihchal man man manaN sahj beechaaraN.
ਸੋ ਮਨੁ ਨਿਰਮਲੁ ਜਿਤੁ ਸਾਚੁ ਅੰਤਰਿ, ਗਿਆਨ ਰਤਨੁ ਸਾਰੰ॥੬॥ so man nirmal jit saach antar gi-aan ratan saaraN. ||6||

ਜਿਸ ਦੇ ਅੰਦਰ ਪ੍ਰਭ ਦੀ ਜੋਤ ਜਾਗਰਤ ਹੋ ਜਾਂਦੀ ਹੈ । ਉਸ ਦਾ ਮਨ ਨਿਰਮਲ ਹੋ ਜਾਂਦਾ ਹੈ । ਉਸ ਨੂੰ ਸ਼ਬਦ ਦੀ ਸੋਝੀ ਵਾਲਾ ਰਤਨ ਹਾਸਿਲ ਹੋ ਜਾਂਦਾ ਹੈ ।

Whosoever may be enlightened with the teachings of His Word; his soul may be sanctified to become worthy of His Consideration. He may be blessed with jewel of enlightenment of His Word.

ਭੈ ਭਾਇ ਭਗਤਿ ਤਰੁ ਭਵਜਲੁ ਮਨਾ, ਚਿਤੁ ਲਾਇ ਹਰਿ ਚਰਣੀ॥ bhai bhaa-ay bhagat tar bhavjal manaa chit laa-ay har charnee.
ਹਰਿ ਨਾਮੁ ਹਿਰਦੈ ਪਵਿਤ੍ਰੁ ਪਾਵਨੁ, ਇਹੁ ਸਰੀਰੁ ਤਉ ਸਰਣੀ॥੭॥ har naam hirdai pavitar paavan ih sareer ta-o sarnee. ||7||

ਜਿਸ ਦਾ ਮਨ ਸ਼ਬਦ ਦੀ ਪਾਲਣਾ ਕਰਨ ਨਾਲ ਪਵਿੱਤਰ ਹੋ ਜਾਂਦਾ ਹੈ । ਉਸ ਦਾ ਧਿਆਨ ਹਰ ਵੇਲੇ ਪ੍ਰਭ ਦੇ ਚਰਨਾਂ ਵਿੱਚ ਹੀ ਰਹਿੰਦਾ ਹੈ । ਉਹ ਸ਼ਬਦ ਦੀ ਲਗਨ, ਸ਼ਰਧਾ ਨਾਲ ਹੀ ਸਾਗਰ ਪਾਰ ਕਰ ਜਾਂਦੇ ਹਨ । ਜਿਸ ਦੇ ਮਨ ਵਿੱਚ ਸ਼ਬਦ ਘਰ ਕਰ ਜਾਂਦਾ ਹੈ, ਉਸ ਦੀ ਆਤਮਾ ਪਵਿੱਤਰ ਹੋ ਜਾਂਦੀ ਹੈ । ਉਹ ਪ੍ਰਭ ਦੀ ਸ਼ਰਣ, ਰਖਵਾਲੀ ਵਿੱਚ ਆ ਜਾਂਦਾ ਹੈ ।

Whose soul may be sanctified by obeying the teachings of His Word, he may remain intoxicated in meditation in the void of His Word. He may be saved from the terrible ocean of worldly desires. He may be drenched with the essence of His Word; his soul may be sanctified to become worthy of His Consideration; remains in His Sanctuary.

ਲਬ ਲੋਭ ਲਹਰਿ ਨਿਵਾਰਣੰ, ਹਰਿ ਨਾਮ ਰਾਸਿ ਮਨੰ॥ lab lobh lahar nivaaranaN har naam raas manaN.
ਮਨੁ ਮਾਰਿ ਤੁਹੀ ਨਿਰੰਜਨਾ, ਕਹੁ ਨਾਨਕਾ ਸ਼ਰਣੰ॥੮॥੧॥ ੫॥ man maar tuhee niranjanaa kaho naankaa sarnaN. ||8||1||5||

ਸ਼ਬਦ ਦੇ ਖਜ਼ਾਨੇ ਦੇ ਨਾਲ ਹੀ ਮਨ ਦਾ ਲਾਲਚ ਦੱਬਿਆ ਜਾਂਦੇ ਹਨ । ਉਹ ਆਪਣੇ ਮਨ ਤੇ ਸੰਸਾਰਕ ਇਛਾਂ ਤੇ ਜਿੱਤ ਪਾ ਲੈਂਦਾ ਹੈ । ਉਸ ਦੀ ਆਤਮਾ ਪ੍ਰਭ ਦੇ ਪ੍ਰਵਾਨ ਹੋਣ ਯੋਗ ਪਵਿੱਤਰ ਹੋ ਜਾਂਦੀ ਹੈ ।

With the treasure of the virtues of His Word, all his greed may be buried. He may be blessed to conquer the demons of worldly desires. His soul may become worthy of His Consideration.

Key Message of Raag Goojaree page 505-11
ਪ੍ਰਭ ਦੇ ਪਰਖਣ ਯੋਗ ਆਤਮਾ!
ਜਿਹੜਾ, ਪ੍ਰਭ ਨੂੰ ਹਮੇਸ਼ਾ ਹਾਜ਼ਰ ਹਜ਼ੂਰ ਸਮਝਦਾ ਹੈ, ਸ਼ਬਦ ਦੀ ਬੇੜੀ ਤੇ ਸਵਾਰ ਹੋ ਕੇ ਸੰਸਾਰ ਸਾਗਰ ਪਾਰ ਕੀਤਾ ਜਾ ਸਕਦਾ ਹੈ । ਪ੍ਰਭ ਦੇ ਸ਼ਬਦ ਦੀ ਬੰਦਗੀ ਅਮੋਲਕ ਬੀਜ, ਪ੍ਰਭ ਦਾ ਅਟਲ ਤਖਤ ਹੈ । ਜਿਸ ਮਨ ਵਿੱਚ ਸ਼ਬਦ ਘਰ ਕਰ ਜਾਂਦਾ ਹੈ । ਉਸ ਵਿੱਚ ਰੱਬੀ ਨੂਰ ਬਖਸ਼ਿਸ਼ ਹੋ ਜਾਂਦਾ ਹੈ । ਉਹ ਪ੍ਰਭ ਦੀ ਸ਼ਰਣ, ਰਖਵਾਲੀ ਵਿੱਚ ਆ ਜਾਂਦਾ ਹੈ ।
Sanctified soul worthy of His Acceptance!
Whosoever may believe The Omnipresent True Master is monitoring all activities of His Creation. He may aboard the boat of His Word to sail the worldly ocean of desires. The meditation of His Word may be an ambrosial nectar. Whosoever may be drenched with essence of His Word, His eternal glow may shine on his soul! His soul may be sanctified to become worthy of His Consideration.

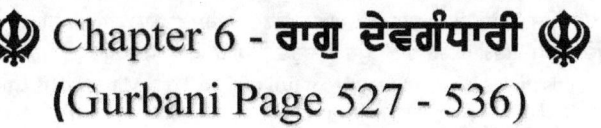

Chapter 6 - ਰਾਗੁ ਦੇਵਗੰਧਾਰੀ
(Gurbani Page 527 - 536)

☬ Chapter 7 ☬

☬ ਰਾਗੁ ਬਿਹਾਗੜਾ (537 – 556) ☬

1. **ਰੁਾਗ ਬਿਹਾਗੜਾ ਸਲੋਕ ਮਃ ੧॥** 556 -8

ਕਲੀ ਅੰਦਰਿ ਨਾਨਕਾ, ਜਿੰਨਾ ਦਾ ਅਉਤਾਰੁ॥	kalee andar naankaa JinnaaN daa a-utaar.
ਪੁਤੁ ਜਿਨੂਰਾ ਧੀਅ ਜਿੰਨੂਰੀ, ਜੋਰੂ ਜਿੰਨਾ ਦਾ ਸਿਕਦਾਰੁ॥੧॥	put Jinooraa Dhee-a Jinnooree joroo Jinna daa sikdaar. ||1||

ਕਲਜੁਗ ਵਿੱਚ ਬੁਰੇ ਕੰਮ ਕਰਨ ਵਾਲਿਆ ਦਾ ਜ਼ੋਰ, ਜਮਦੂਤਾਂ ਨੇ ਜਨਮ ਲੈ ਲਿਆ ਹੈ । ਬੱਚੇ, ਬੀਵੀ ਸਾਰੇ ਹੀ ਜਮਦੂਤਾਂ ਵੇਲੇ ਕੰਮ ਕਰਦੇ ਹਨ ।

In the Age of Kul-Jug! Evil doers dominate the world; humans have been transformed into devils. Husband, wife, and children performs all evil deeds like devils.

ਮਃ ੧॥	**mehlaa 1.**
ਹਿੰਦੂ ਮੂਲੇ ਭੂਲੇ ਅਖੁਟੀ ਜਾਂਹੀ॥	hindoo moolay bhoolay akhutee jaaNhee.
ਨਾਰਦਿ ਕਹਿਆ ਸਿ ਪੂਜ ਕਰਾਂਹੀ॥	naarad kahi-aa se pooj karaaNhee.
ਅੰਧੇ ਗੁੰਗੇ ਅੰਧ ਅੰਧਾਰੁ॥	anDhay gungay anDh anDhaar.
ਪਾਥਰੁ ਲੇ ਪੂਜਹਿ ਮੁਗਧ ਗਵਾਰ॥	paathar lay poojeh mugaDh gavaar.
ਓਹਿ ਜਾ ਆਪਿ ਡੁਬੇ ਤੁਮ ਕਹਾ ਤਰਣਹਾਰੁ॥੨॥	O'i jaa aap dubay tum kahaa taranhaar. ||2||

ਹਿੰਦੂ, ਪ੍ਰਭ ਦੇ ਸ਼ਬਦ ਦਾ ਸਿਮਰਨ ਕਰਨਾ ਭੁਲ ਗਏ ਹਨ, ਗਲਤ ਕੰਮ ਕਰਦੇ ਹਨ । ਉਹ ਨਾਰਦ ਦੀ ਸੋਝੀ ਨੂੰ ਛਡਕੇ, ਬੁਤ ਪੂਜਣ ਲਗ ਪਏ ਹਨ । ਜਿਵੇਂ ਪੱਥਰ ਗੂੰਗਾ ਹੁੰਦਾ ਹੈ, ਕੋਈ ਸਿਖਿਆ ਨਹੀਂ ਦੇ ਸਕਦਾ, ਉਹ ਇਸ ਵਿਸ਼ਵਾਸ ਵਿੱਚ ਹੀ ਗਲਤ ਸਿਖਿਆਂ ਤੇ ਚਲਦੇ ਹਨ । ਉਹ ਪੱਥਰ ਨੂੰ ਹੀ ਪ੍ਰਭ ਦਾ ਰੂਪ ਸਮਝਦੇ, ਪੂਜਾ ਕਰਦੇ ਹਨ । ਜਿਵੇਂ ਪੱਥਰ ਸਾਗਰ ਵਿੱਚ ਡੁੱਬ ਜਾਂਦਾ ਹੈ । ਇਸਤਰ੍ਹਾਂ ਉਹ ਸੰਸਾਰਕ ਇਛਾਂ ਪਿਛੇ ਲਗਕੇ ਜਨਮ ਮਰਨ ਦੇ ਚੱਕਰ ਵਿੱਚ ਹੀ ਫਸ ਜਾਂਦੇ ਹਨ ।

Hindus have abandoned meditating on the teachings of His Word and perform evil, sinful deeds. They have forgotten the teaching of prophet Naarad and worship the idol carved out of stone. As idol carved out of stone cannot speak nor impart any advice; they follow the wrong path in life. They believe stone idol as the symbol of God and worship. As stone may drown in ocean; same way they may be drowned following worldly desires and remain in the cycle of birth and death.

ਪਉੜੀ॥	**pa-orhee.**
ਸਭੁ ਕਿਹੁ ਤੇਰੈ ਵਸਿ ਹੈ, ਤੂ ਸਚਾ ਸਾਹੁ॥	sabh kihu tayrai vas hai too sachaa saahu.
ਭਗਤ ਰਤੇ ਰੰਗਿ ਏਕ ਕੈ ਪੂਰਾ ਵੇਸਾਹੁ॥	bhagat ratay rang ayk kai pooraa vaysaahu.
ਅੰਮ੍ਰਿਤੁ ਭੋਜਨੁ ਨਾਮੁ ਹਰਿ, ਰਜਿ ਰਜਿ ਜਨ ਖਾਹੁ॥	amrit bhojan naam har raj raj jan khaahu.
ਸਭਿ ਪਦਾਰਥ ਪਾਈਅਨਿ, ਸਿਮਰਣੁ ਸਚੁ ਲਾਹੁ॥	sabh padaarath paa-ee-an simran sach laahu.
ਸੰਤ ਪਿਆਰੇ ਪਾਰਬ੍ਰਹਮ, ਨਾਨਕ ਹਰਿ ਅਗਮ ਅਗਾਹੁ॥੨੦॥	sant pi-aaray paarbarahm naanak har agam agaahu. ||20||

ਸਭ ਕੁਝ ਪ੍ਰਭ ਦੇ ਵੱਸ ਵਿੱਚ ਹੈ, ਪ੍ਰਭ ਹੀ ਅਸਲੀ ਮਾਲਕ ਹੈ । ਬੰਦਗੀ ਕਰਨ ਵਾਲਾ ਸ਼ਬਦ ਦੀ ਪਾਲਣਾ ਵਿੱਚ ਅਡੋਲ ਰਹਿੰਦਾ ਹੈ । ਉਸ ਦੇ ਮਨ ਤੇ ਸ਼ਬਦ ਦਾ ਰੰਗ ਚੜ੍ਹਿਆ ਹੈ । ਉਹ ਸ਼ਬਦ ਦੀ ਸਿਖਿਆਂ ਦਾ ਭੋਜਨ ਖਾਂਦਾ ਹੈ । ਸ਼ਬਦ ਦੀ ਪਾਲਣਾ ਕਰਦਾ ਰਹਿਮਤਾਂ ਨਾਲ ਭਰਿਆਂ ਰਹਿੰਦਾ ਹੈ । ਜੀਵਨ ਦੇ ਸਾਰੇ ਪਦਾਰਥ ਹੀ ਪ੍ਰਭ ਦੇ ਸ਼ਬਦ ਦੀ ਬੰਦਗੀ ਵਿਚੋਂ ਬਖਸ਼ਿਸ਼ ਹੁੰਦੇ ਹਨ । ਬੰਦਗੀ ਕਰਨ ਵਾਲਾ ਪ੍ਰਭ ਨੂੰ ਬਹੁਤ ਪਿਆਰਾ ਹੈ । ਪ੍ਰਭ ਜੀਵ ਦੀ ਪਹੁੰਚ ਅਤੇ ਦਿਖਾਈ ਦੇਣ ਤੋਂ ਬਾਹਰ ਹੈ ।

Everything in the universe remains under His Command, control of The True Master. His true devotee remains steady and stable on obeying the teachings of His Word. He remains drenched with the teachings of His World and the essence of His Word becomes the worthy food for his soul. Whosoever may adopt the teachings of His Word with steady and stable belief, he remains overwhelmed with His Blessings; with His mercy and grace, he may be blessed with the 4th virtue. He may be blessed with a state of mind as His true devotee. The True Master remains beyond the reach of His Creation.

Key Message of Raag Bihaagraa page 556-8
'ਮਾਨਸ ਜੀਵਨ ਦੀ ਸਫਲਤਾ ਦੇ ਚਾਰ ਪਦਾਰਥ ਕਿਵੇਂ ਬਖਸ਼ਿਸ਼ ਹੋ ਸਕਦੇ ਹਨ?
ਮਨਮੁਖ ਜੀਵ ਸੰਤਾ ਦੇ ਜੀਵਨ ਦੀ ਸਿਖਿਆਂ ਭੁਲ ਕੇ, ਧਰਮਾਂ ਦੇ ਰਸਤੇ ਤੇ ਚਲ ਕੇ, ਮਰੇ ਹੋਏ ਸੰਤਾ ਦੀਆਂ ਕਬਰਾਂ ਨੂੰ ਪੂਜਦੇ ਹਨ! ਜਿਵੇਂ ਜੀਵ ਮਰਨ ਤੋਂ ਪਿਛੋਂ ਕੋਈ ਸਿਖਿਆ ਨਹੀਂ ਦੇ ਸਕਦਾ, ਉਹ ਜੀਵਨ ਦੀ ਅਸਲੀ ਸੇਧ ਤੋਂ ਬਿਨਾਂ ਜਨਮ ਮਰਨ ਦੇ ਚੱਕਰ ਵਿੱਚ ਹੀ ਫਸ ਜਾਂਦੇ ਹਨ । ਜਿਹੜਾ ਸ਼ਬਦ ਦੀ ਪਾਲਣਾ ਵਿੱਚ ਅਡੋਲ ਰਹਿੰਦਾ, ਸੰਤਾ ਦੇ ਜੀਵਨ ਦੀ ਸਿਖਿਆਂ ਨਾਲ ਜੀਵਨ ਢਾਲਦਾ ਹੈ, ਉਸ ਦੇ ਮਨ ਤੇ ਸ਼ਬਦ ਦਾ ਰੰਗ ਚੜ੍ਹ ਜਾਂਦਾ ਹੈ । ਜੀਵਨ ਦੇ ਚਾਰੇ ਪਦਾਰਥ ਹੀ ਸ਼ਬਦ ਦੀ ਬੰਦਗੀ, ਸੋਝੀ ਵਿਚੋਂ ਬਖਸ਼ਿਸ਼ ਹੁੰਦੇ ਹਨ ।
How may the four virtues to sanctify soul be blessed?
Self-minded has abandoned the life experience of ancient saints and follows religious rituals condoned by ancient saints. He may worship the graves of ancient saints and adopted religious rituals condoned by ancient saints. As corpse cannot speak nor impart any guidance; he may adopt wrong path in life. He may remain in the cycle of birth and death. Whosoever may adopt the life experience teachings of ancient Holy saint in his own life; he may remain drenched with the teachings of His Word. Whosoever may obey the teachings of His Word; with His mercy and grace, he may be blessed with 4th virtue, the right path of acceptance in His Court.

☬ Chapter 8 ☬

☬ ਰਾਗੁ ਵਡਹੰਸੁ – (557 – 594) ☬

1. ਰਾਗੁ ਵਡਹੰਸੁ ਮਹਲਾ ੧ ਘਰੁ ੧॥ 557-1

ੴ ਸਤਿ ਨਾਮੁ, ਕਰਤਾ, ਪੁਰਖੁ, ਨਿਰਭਉ, ਨਿਰਵੈਰੁ,
ਅਕਾਲ, ਮੂਰਤਿ, ਅਜੂਨੀ, ਸੈਭੰ, ਗੁਰ ਪ੍ਰਸਾਦਿ॥
ik-oNkaar, sat naam, kartaa, purakh, nirbha-o, nirvair
akaal, moorat, ajoonee, saibhaN, gur parsaad.

ਅਮਲੀ ਅਮਲੁ ਨ ਅੰਬੜੈ, ਮਛੀ ਨੀਰੁ ਨ ਹੋਇ॥
ਜੋ ਰਤੇ ਸਹਿ ਆਪਣੈ, ਤਿਨ ਭਾਵੈ ਸਭੁ ਕੋਇ॥੧॥
amlee amal na ambrhai machhee neer na ho-ay.
jo ratay seh aapnai tin bhaavai sabh ko-ay. ||1||

ਜਿਵੇਂ ਮੱਛੀ ਨੂੰ ਪਾਣੀ ਹੀ ਸਭ ਤੋਂ ਚੰਗਾ ਲਗਦਾ ਹੈ । ਇਸਤਰ੍ਹਾਂ ਅਮਲੀ ਨੂੰ ਨਸ਼ਾ ਹੀ ਸਭ ਤੋਂ ਚੰਗਾ ਲਗਦਾ ਹੈ, ਨਸ਼ਾ ਖਤਮ ਹੋਣ ਤੇ ਮਨ ਬੇਵੱਸ ਹੋ ਜਾਂਦਾ ਹੈ । ਇਸਤਰ੍ਹਾਂ ਬੰਦਗੀ ਕਰਨ ਵਾਲੇ ਦਾ ਸ਼ਬਦ ਦੇ ਸਿਮਰਨ ਵਿੱਚ ਹੀ ਮਨ ਟਿੱਕਦਾ ਹੈ । ਸ਼ਬਦ ਵਿੱਚ ਮਸਤ ਰਹਿਣਾ ਹੀ ਸਭ ਤੋਂ ਚੰਗਾ ਲਗਦਾ ਹੈ ।

As water may comfort a fish most; she may consider water the best of all. Same way an addicted person considers intoxication may be the best of all; he feels helpless and frustrated without drug, intoxication. Same way, His true devotee remains intoxicated in meditation in the void of His Word, he feels like a heaven on earth.

ਹਉ ਵਾਰੀ ਵੰਞਾ ਖੰਨੀਐ, ਵੰਞਾ ਤਉ ਸਾਹਿਬ ਕੇ ਨਾਵੈ॥੧॥ ਰਹਾਉ॥
ha-o vaaree vanjaa khannee-ai vanjaa ta-o saahib kay naavai. ||1|| rahaa-o.

ਉਸ ਦੇ ਮਨ ਦੀ ਅਵਸਥਾ ਇਸਤਰ੍ਹਾਂ ਦੀ ਹੋ ਜਾਂਦੀ ਹੈ । ਰਹਿਮਤ ਪਾਉਣ ਲਈ ਵੱਡੀ ਤੋਂ ਵੱਡੀ ਕਰਬਾਨੀ ਦੇਣ ਲਈ ਤਿਆਰ ਰਹਿੰਦਾ ਹੈ ।

The state of mind of His true devotee may be transformed to surrender everything to become worthy of His Consideration.

ਸਾਹਿਬੁ ਸਫਲਿਓ ਰੁਖੜਾ, ਅੰਮ੍ਰਿਤੁ ਜਾ ਕਾ ਨਾਉ॥
ਜਿਨ ਪੀਆ ਤੇ ਤ੍ਰਿਪਤ ਭਏ, ਹਉ ਤਿਨ ਬਲਿਹਾਰੈ ਜਾਉ॥੨॥
saahib safli-o rukh-rhaa amrit jaa kaa naa-o.
Jin pee-aa tay taripat bha-ay ha-o tin balihaarai jaa-o. ||2||

ਪ੍ਰਭ ਇਕ ਫਲ ਭਰਿਆਂ ਬ੍ਰਿਛ ਹੈ । ਸ਼ਬਦ ਦੀ ਸੋਝੀ ਰੂਪੀ ਅੰਮ੍ਰਿਤ ਇਸ ਦਾ ਅਮੋਲਕ ਫਲ ਹੈ । ਜਿਸ ਦੇ ਮਨ ਵਿੱਚ ਸ਼ਬਦ ਦਾ ਤੱਤ ਰਚ ਜਾਂਦਾ ਹੈ, ਉਸ ਦੀਆਂ ਹੋਰ ਸਭ ਇਛਾਂ ਖਤਮ ਹੋ ਜਾਂਦੀ ਹੈ । ਉਹ ਪੂਜਣ ਯੋਗ ਹੋ ਜਾਂਦਾ ਹੈ ।

The True Master, His Word may be a tree loaded with fruit. The essence of His Word may be the nectar, fruit. Whosoever may remain drench with the essence of His Word; his thrust may be quenched. He may become worthy of worship.

ਮੈ ਕੀ ਨਦਰਿ ਨ ਆਵਹੀ, ਵਸਹਿ ਹਭੀਆਂ ਨਾਲਿ॥
ਤਿਖਾ ਤਿਹਾਇਆ ਕਿਉ ਲਹੈ, ਜਾ ਸਰ ਭੀਤਰਿ ਪਾਲਿ॥੩॥
mai kee nadar na aavhee vaseh habhee-aaN naal.
tikhaa tihaa-i-aa ki-o lahai jaa sar bheetar paal. ||3||

ਪ੍ਰਭ ਦੀ ਜੋਤ, ਜੀਵ ਦੀ ਆਤਮਾ ਵਿੱਚ ਸਮਾਈ, ਤਨ ਅੰਦਰ ਵਸਦੀ, ਮਨ ਦੀਆਂ ਇਛਾਂ ਦੀ ਪਹੁੰਚ ਵਿੱਚ ਨਹੀਂ ਹੁੰਦਾ! ਮੇਰੇ ਮਨ ਦੀ ਪਿਆਸ ਕਿਵੇਂ ਖਤਮ ਹੋ ਸਕਦੀ ਹੈ? ਜਿਸ ਦਾ ਸ਼ਬਦ ਦੀ ਸਿਖਿਆ ਤੋਂ ਅਗਿਆਨਤਾ ਦਾ ਪਰਦਾ ਦੂਰ ਨਹੀਂ ਹੁੰਦਾ, ਉਸ ਨੂੰ ਰਹਿਮਤ ਬਖਸ਼ਿਸ਼ ਨਹੀਂ ਹੁੰਦੀ ।

The True Master! His Holy Spirit remains embedded within each soul and dwells within his body; however, she remains beyond the reach of his emotions, worldly desires. How may the trust of my worldly desires be quenched? Whosoever may remain ignorant from the essence of His Word; his ignorance remains the curtain of secrecy of his soul from His Holy Spirit.

ਨਾਨਕੁ ਤੇਰਾ ਬਾਣੀਆ, ਤੂ ਸਾਹਿਬੁ ਮੈ ਰਾਸਿ॥
ਮਨ ਤੇ ਧੋਖਾ ਤਾ ਲਹੈ, ਜਾ ਸਿਫਤਿ ਕਰੀ ਅਰਦਾਸਿ॥੪॥੧॥
naanak tayraa baanee-aa too saahib mai raas.
man tay Dhokhaa taa lahai jaa sifat karee ardaas. ||4||1||

ਮੈਂ ਬਾਣੀਆ, ਤੇਰਾ ਸ਼ਬਦ ਹੀ ਖਰੀਦਨਾ ਚਾਹੁੰਦਾ ਹੈ । ਜਿਹੜਾ ਉਸਤਤ ਗਾਉਂਦਾ, ਰਹਿਮਤ ਦੀ ਅਰਦਾਸ ਕਰਦਾ ਹੈ! ਉਸ ਦੇ ਮਨ ਦਾ ਧੋਖਾ ਹੀ ਖਤਮ ਜਾਂਦਾ ਹੈ ।

The True Master, I am the merchant and have a deep desire to purchase Your Word. Whosoever may wholeheartedly pray and sings the glory of Your Word; He may conquer his religious suspicions.

Key Message of Raag Wadahans, page 557-1
'ਦਾਸ ਦੇ ਮਨ ਦੀ ਅਵਸਥਾ !
ਅਮਲੀ ਨੂੰ ਨਸ਼ਾ ਹੀ ਸਭ ਤੋਂ ਚੰਗਾ ਲਗਦਾ ਹੈ, ਇਸਤਰ੍ਹਾਂ ਪ੍ਰਭ ਦੇ ਦਾਸ ਨੂੰ ਸ਼ਬਦ ਦੀ ਸਮਾਧੀ ਵਿੱਚ ਮਸਤ ਰਹਿਣਾ ਹੀ ਸਭ ਤੋਂ ਚੰਗਾ ਲਗਦਾ ਹੈ । ਉਹ ਵੱਡੀ ਤੋਂ ਵੱਡੀ ਕਰਬਾਨੀ ਦੇਣ ਲਈ ਤਿਆਰ ਰਹਿੰਦਾ ਹੈ । ਜਿਸ ਦੇ ਮਨ ਵਿੱਚ ਸ਼ਬਦ ਦੀ ਸੋਝੀ ਰੂਪੀ ਅਮੋਲਕ ਅੰਮ੍ਰਿਤ ਰਚ ਜਾਂਦਾ ਹੈ । ਉਹ ਪੂਜਣ ਯੋਗ ਹੋ ਜਾਂਦਾ ਹੈ ।
State of mind of His true devotee.
An addicted person considers intoxication may be the best of all! Same way His true devotee remains intoxicated in the void of His Word, as heaven on earth. He may surrender everything to become worthy of His Consideration. Whosoever may remain drenched with the nectar of the essence of His Word; he may become worthy of worship.

2. ਵਡਹੰਸੁ ਮਹਲਾ ੧॥ 557-8

ਗੁਣਵੰਤੀ ਸਹੁ ਰਾਵਿਆ ਨਿਰਗੁਣਿ ਕੂਕੇ ਕਾਇ॥
ਜੇ ਗੁਣਵੰਤੀ ਥੀ ਰਹੈ, ਤਾ ਭੀ ਸਹੁ ਰਾਵਣ ਜਾਇ॥੧॥
gunvantee saho raavi-aa nirgun kookay kaa-ay.
jay gunvantee thee rahai taa bhee saho raavan jaa-ay. ||1||

ਜਿਹੜਾ ਸ਼ਬਦ ਦੀ ਪਾਲਣਾ ਕਰਦਾ ਹੈ, ਕੇਵਲ ਉਸ ਨੂੰ ਹੀ ਪ੍ਰਭ ਦੀ ਰਹਿਮਤ ਬਖਸ਼ਿਸ਼ ਹੁੰਦੀ ਹੈ । ਬਾਕੀ ਸਭ ਬਿਰਥਾ ਹੀ ਕਰਲਾਉਂਦੇ ਹਨ ।

Whosoever may adopt the teachings of His Word with steady and stable belief in day-to-day life; with His mercy and grace, only he may be blessed with the right path of acceptance in His Court. Everyone else may be wasting human life uselessly.

ਮੇਰਾ ਕੰਤੁ ਰੀਸਾਲੂ ਕੀ ਧਨ ਅਵਰਾ ਰਾਵੇ ਜੀ॥੧॥ ਰਹਾਉ॥
mayraa kant reesaaloo kee Dhan avraa raavay jee. ||1|| rahaa-o.

ਜਿਹੜਾ ਵੀ ਸ਼ਬਦ ਦੇ ਲੜ ਲਗ ਜਾਂਦਾ ਹੈ, ਉਹ ਰਹਿਮਤ ਹਾਸਿਲ ਕਰਨ ਦੇ ਯੋਗ ਹੋ ਸਕਦਾ ਹੈ ।

Whosoever may adopt the teachings of His Word; with His mercy and grace, his soul may be sanctified to become worthy of His Consideration.

ਗੁਰੂ ਨਾਨਕ ਦੇਵ ਜੀ! – Guru Nanak Dev Ji! Guru Granth Sahib

ਕਰਣੀ ਕਾਮਣ ਜੇ ਥੀਐ, ਜੇ ਮਨੁ ਧਾਗਾ ਹੋਇ॥	karnee kaaman jay thee-ai jay man Dhaagaa ho-ay.
ਮਾਣਕੁ ਮੁਲਿ ਨ ਪਾਈਐ, ਲੀਜੈ ਚਿਤਿ ਪਰੋਇ॥੨॥	maanak mul na paa-ee-ai leejai chit paro-ay. ||2||

ਜੀਵ ਆਪਣੇ ਮਨ ਨੂੰ ਉਹ ਧਾਗਾ ਬਣਾਵੇ! ਚੰਗੇ ਕੰਮਾਂ ਨੂੰ ਉਹ ਅਮੋਲਕ ਮੋਤੀ ਬਣਾਕੇ ਇਸ ਵਿੱਚ ਪਰੋਵੇ । ਇਹ ਅਮੋਲਕ ਮੋਤੀ ਹੋਰ ਕਿਸਤਰ੍ਹਾਂ ਖਰੀਦੇ ਨਹੀਂ ਜਾ ਸਕਦੇ । ਇਸ ਮਾਲ਼ਾ ਨਾਲ ਪ੍ਰਭ ਦੇ ਸ਼ਬਦ ਦੀ ਉਸਤਤ ਗਾਵੋ ।

You should consider your mind as a unique thread. You should make the rosary of ambrosial pearls of your good deeds for mankind with the unique thread of concentration. These unique priceless pearls may not be purchased with any worldly wealth. You should sing the glory of His Word with the rosary of these sanctified pearls.

ਰਾਹੁ ਦਸਾਈ ਨ ਜੁਲਾਂ, ਆਖਾਂ ਅੰਮੜੀਆਸੁ॥	raahu dasaa-ee na julaaN aakhaaN ambrhee-aas.
ਤੈ ਸਹ ਨਾਲਿ ਅਕੂਅਣਾ, ਕਿਉ ਥੀਵੈ ਘਰ ਵਾਸੁ॥੩॥	tai sah naal akoo-anaa ki-o theevai ghar vaas. ||3||

ਜਿਹੜਾ ਸ਼ਬਦ ਦੇ ਰਸਤੇ, ਨਕਸ਼ੇ ਤੇ, ਨਾ ਚਲਦਾ ਹੋਵੇ, ਉਹ ਆਪਣੇ ਅਸਲੀ ਅਸਥਾਨ ਤੇ ਕਿਵੇਂ ਪਹੁੰਚ ਸਕਦਾ ਹੈ? ਇਸਤਰ੍ਹਾਂ ਹੀ ਜਿਹੜਾ ਪ੍ਰਭ ਨੂੰ ਸਵਾਸ ਗਰਾਸ ਯਾਦ ਨਹੀਂ ਰਖਦਾ, ਉਸ ਨੂੰ ਪ੍ਰਭ ਦੇ ਦਰਬਾਰ ਵਿੱਚ ਥਾਂ ਕਿਵੇਂ ਬਖਸ਼ਿਸ਼ ਹੋ ਸਕਦੀ ਹੈ?

Whosoever may not adopt the right path described on the map! How may he reach his destination? Same way, whosoever may not remember his separation from His Holy Spirit, his permanent resting place! How may his soul be accepted in His Court?

ਨਾਨਕ ਏਕੀ ਬਾਹਰਾ ਦੂਜਾ ਨਾਹੀ ਕੋਇ॥	naanak aykee baahraa doojaa naahee ko-ay.
ਤੈ ਸਹ ਲਗੀ ਜੇ ਰਹੈ ਭੀ ਸਹੁ ਰਾਵੈ ਸੋਇ॥੪॥੨॥	tai sah lagee jay rahai bhee saho raavai so-ay. ||4||2

ਇਕੋ ਇਕ ਪ੍ਰਭ ਹੀ ਮੁਕਤੀ ਬਖਸ਼ਣ ਵਾਲਾ ਹੈ । ਜਿਹੜਾ ਸ਼ਬਦ ਦੀ ਪਾਲਣਾ ਵਿੱਚ ਭਰੋਸੇ ਅਡੋਲ ਰਖਦਾ, ਉਸ ਨੂੰ ਅਕਸਰ ਰਹਿਮਤ ਬਖਸ਼ਿਸ਼ ਹੋ ਜਾਂਦੀ ਹੈ ।

The One and Only One, True Omnipotent Master may bless salvation to any creature! Whosoever may adopt the teachings of His Word with steady and stable belief; with His mercy and grace, he may be blessed with the right path of acceptance in His Court.

Key Message of Raag Wadahans, page 557-8
'ਪ੍ਰਵਾਨਗੀ ਦਾ ਰਸਤਾ!
ਇਕੋ ਇਕ ਪ੍ਰਭ ਹੀ ਮੁਕਤੀ ਬਖਸ਼ਣ ਵਾਲਾ ਮਾਲਕ ਹੈ । ਸ਼ਬਦ ਦੀ ਪਾਲਣਾ ਕਰਨ ਨਾਲ ਹੀ ਪ੍ਰਵਾਨਗੀ ਦਾ ਰਸਤਾ ਬਖਸ਼ਿਸ਼ ਹੋ ਸਕਦਾ ਹੈ । ਜਿਹੜਾ ਆਪਣੇ ਚੰਗੇ ਕੰਮਾਂ ਨੂੰ ਅਮੋਲਕ ਮੋਤੀ ਬਣਾ ਕੇ, ਸ਼ਬਦ ਰੂਪੀ ਮਾਲ਼ਾ ਬਣਾ ਕੇ, ਸ਼ਬਦ ਦੀ ਪਾਲਣਾ, ਸਮਾਧੀ ਵਿੱਚ ਲੀਨ ਰਹਿੰਦਾ ਹੈ । ਉਹ ਆਪਣੇ ਅਸਲੀ ਅਸਥਾਨ ਤੇ ਪਹੁੰਚ ਸਕਦਾ ਹੈ!
The right path of acceptance in His Court!
The One and Only One, Omnipotent True Master may bless salvation. Whosoever may adopt the teachings of His Word; only he may be blessed with the right path of acceptance in His Court. Whosoever may make a rosary of his good deeds for mankind and thread with intoxicated in meditation in the void of His Word; He may reach his destination.

3. ਵਡਹੰਸੁ ਮਹਲਾ ੧ ਘਰੁ ੨॥ 557-13

ਮੋਰੀ ਰੁਣ ਝੁਣ ਲਾਇਆ, ਭੈਣੇ ਸਾਵਣੁ ਆਇਆ॥	moree run jhun laa-i-aa bhainay saavan aa-i-aa.
ਤੇਰੇ ਮੁੰਧ ਕਟਾਰੇ ਜੇਵਡਾ, ਤਿਨਿ ਲੋਭੀ ਲੋਭ ਲੁਭਾਇਆ॥	tayray munDh kataaray jayvdaa tin lobhee lobh lubhaa-i-aa.
ਤੇਰੇ ਦਰਸਨ ਵਿਟਹੁ ਖੰਨੀਐ,	tayray darsan vitahu khannee-ai
ਵੰਞਾ ਤੇਰੇ ਨਾਮ ਵਿਟਹੁ ਕੁਰਬਾਣੋ॥	vanjaa tayray naam vitahu kurbaano.
ਜਾ ਤੂ ਤਾ ਮੈ ਮਾਣੁ ਕੀਆ ਹੈ,	jaa too taa mai maan kee-aa hai
ਤੁਧੁ ਬਿਨੁ ਕੇਹਾ ਮੇਰਾ ਮਾਣੋ॥	tuDh bin kayhaa mayraa maano.
ਚੂੜਾ ਭੰਨੁ ਪਲੰਘ ਸਿਉ ਮੁੰਧੇ,	choorhaa bhann palangh si-o munDhay
ਸਣੁ ਬਾਹੀ ਸਣੁ ਬਾਹਾ॥	san baahee san baahaa.
ਏਤੇ ਵੇਸ ਕਰੇਦੀਏ, ਮੁੰਧੇ ਸਹੁ ਰਾਤੋਂ ਅਵਰਾਹਾ॥	aytay vays karaydee-ay munDhay saho raato avraahaa.
ਨਾ ਮਨੀਆਰੁ ਨ ਚੂੜੀਆ, ਨਾ ਸੇ ਵੰਗੁੜੀਆਹਾ॥	naa manee-aar na choorhee-aa naa say vangoorhee-aahaa.
ਜੋ ਸਹ ਕੰਠਿ ਨ ਲਗੀਆ, ਜਲਨੁ ਸੇ ਬਾਹੜੀਆਹਾ॥	jo sah kanth na lagee-aa jalan se bahrhee-aahaa.
ਸਭਿ ਸਹੀਆ ਸਹੁ ਰਾਵਣਿ ਗਈਆ,	sabh sahee-aa saho raavan ga-ee-aa
ਹਉ ਦਾਧੀ ਕੈ ਦਰਿ ਜਾਵਾ॥	ha-o daaDhee kai dar jaavaa.
ਅੰਮਾਲੀ ਹਉ ਖਰੀ ਸੁਚਜੀ, ਤੈ ਸਹ ਏਕਿ ਨ ਭਾਵਾ॥	ammaalee ha-o kharee suchjee tai sah ayk na bhaavaa.
ਮਾਠਿ ਗੁੰਦਾਈਂ ਪਟੀਆ, ਭਰੀਐ ਮਾਗ ਸੰਧੂਰੇ॥	maath guNdaa-eeN patee-aa bharee-ai maag sanDhooray.
ਅਗੈ ਗਈ ਨ ਮੰਨੀਆ, ਮਰਉ ਵਿਸੂਰਿ ਵਿਸੂਰੇ॥	agai ga-ee na mannee-aa mara-o visoor visooray.
ਮੈ ਰੋਵੰਦੀ ਸਭੁ ਜਗੁ ਰੁਨਾ, ਰੁੰਨੜੇ ਵਣਹੁ ਪੰਖੇਰੂ॥	mai rovandee sabh jag runaa runnrhay vanhu pankhayroo.
ਇਕੁ ਨ ਰੁਨਾ ਮੇਰੇ ਤਨ ਕਾ ਬਿਰਹਾ,	ik na runaa mayray tan kaa birhaa
ਜਿਨਿ ਹਉ ਪਿਰਹੁ ਵਿਛੋੜੀ॥	Jin ha-o pirahu vichhorhee.
ਸੁਪਨੈ ਆਇਆ ਭੀ ਗਇਆ, ਮੈ ਜਲੁ ਭਰਿਆ ਰੋਇ॥	supnai aa-i-aa bhee ga-i-aa mai jal bhari-aa ro-ay.
ਆਇ ਨ ਸਕਾ, ਤੁਝ ਕਨਿ ਪਿਆਰੇ, ਭੇਜਿ ਨ ਸਕਾ ਕੋਇ॥	aa-ay na sakaa tujh kan pi-aaray bhayj na sakaa ko-ay.
ਆਉ ਸਭਾਗੀ ਨੀਦੜੀਏ, ਮਤੁ ਸਹੁ ਦੇਖਾ ਸੋਇ॥	aa-o sabhaagee need-rhee-ay mat saho daykhaa so-ay.
ਤੈ ਸਾਹਿਬ ਕੀ ਬਾਤ ਜਿ ਆਖੈ, ਕਹੁ ਨਾਨਕ ਕਿਆ ਦੀਜੈ॥	tai saahib kee baat je aakhai kaho naanak ki-aa deejai.
ਸੀਸੁ ਵਢੇ ਕਰਿ ਬੈਸਣੁ ਦੀਜੈ, ਵਿਣੁ ਸਿਰ ਸੇਵ ਕਰੀਜੈ॥	sees vadhay kar baisan deejai vin sir sayv kareejai.
ਕਿਉ ਨ ਮਰੀਜੈ ਜੀਅੜਾ,	ki-o na mareejai jee-arhaa
ਨ ਦੀਜੈ ਜਾ ਸਹੁ ਭਇਆ ਵਿਡਾਣਾ॥ ੧॥੩॥	na deejai jaa saho bha-i-aa vidaanaa. ||1||3||

ਗੁਰੂ ਨਾਨਕ ਦੇਵ ਜੀ! – Guru Nanak Dev Ji! Guru Granth Sahib

ਜਿਹੜੇ ਜੀਵ ਕੋਲ ਕੰਗਨ ਜਾ, ਰਤਨਾ ਵਾਲਾ ਹਾਰ ਨਹੀਂ ਹੁੰਦਾ, ਉਹ ਅਸਲੀ ਸੁਨਿਆਰ ਨੂੰ ਨਹੀਂ ਜਾਣਦਾ । ਇਸਤਰ੍ਹਾਂ ਜਿਹੜਾ ਸ਼ਬਦ ਦੀ ਪਾਲਣਾ, ਸ੍ਰਿਸ਼ਟੀ ਦੀ ਭਲਾਈ ਦੇ ਕੰਮ ਨਹੀਂ ਕਰਦਾ, ਉਹ ਬੰਦਗੀ ਕਰਨ ਵਾਲਾ ਸੇਵਕ ਨਹੀਂ ਹੋ ਸਕਦਾ । ਜਿਸ ਪਤਨੀ ਦੀਆਂ ਬਾਂਹਵਾਂ ਪਤੀ ਦੇ ਗਲ ਦਾ ਹਾਰ ਨਹੀਂ ਬਣਦੀਆਂ, ਉਹ ਪਤਨੀ ਦੁਖਾਂ ਦੀ ਤੜਪਣ ਵਿੱਚ ਹੀ ਰਹਿੰਦੀ ਹੈ । ਜਿਸ ਦੀ ਬੰਦਗੀ ਪ੍ਰਭ ਦੇ ਸ਼ਬਦ ਅਨੁਸਾਰ ਨਹੀਂ ਹੁੰਦੀ, ਉਸ ਨੂੰ ਸ਼ਾਂਤੀ ਬਖਸ਼ਿਸ਼ ਨਹੀਂ ਹੁੰਦੀ । ਜਿਸ ਦਾ ਮਨ ਸ਼ਬਦ ਦੇ ਸਿਮਰਨ ਵਿੱਚ ਲੀਨ ਨਹੀਂ ਹੁੰਦਾ, ਉਸ ਦਾ ਮਨ ਭਟਕਦਾ ਰਹਿੰਦਾ ਹੈ । ਜਿਸ ਦਾ ਜੀਵਨ ਪ੍ਰਭ ਦੇ ਸ਼ਬਦ ਅਨੁਸਾਰ ਨਹੀਂ ਹੰਦਾ, ਉਸ ਦੇ ਧਾਰਮਕ ਬਾਣੇ, ਧਰਮ ਦਾ ਰਹਿਤਨਾਮੇ ਨਾਲ ਪ੍ਰਭ ਦੇ ਦਰਬਾਰ ਵਿੱਚ ਪ੍ਰਵਾਨਗੀ ਬਖਸ਼ਿਸ਼ ਨਹੀਂ ਹੋ ਸਕਦੀ! ਮੈਂ ਮਾਯੂਸੀ, ਪਛਤਾਵੇ ਵਿੱਚ ਹੀ ਰਹਿੰਦਾ, ਮੇਰੇ ਸਾਥੀ ਵੀ ਮੇਰੇ ਸਾਥ ਪਛਤਾਵਾ ਕਰਦੇ ਹਨ । ਪਰ ਮੇਰਾ ਮਨ, ਪ੍ਰਭ ਦੇ ਵਿਛੋੜੇ ਦਾ ਵਿਰਾਗ ਨਹੀਂ ਕਰਦਾ । ਮੈਂ ਸੰਸਾਰ ਵਿੱਚ ਬੁਹਤ ਆਸਾਂ ਲੇ ਕੇ ਅਇਆ ਸੀ, ਕਰਲਾਉਂਦਾ ਹੀ ਵਾਪਸ ਚਲੇ ਗਿਆ । ਮੈਂ ਸ਼ਬਦ ਦੀ ਪਾਲਣਾ ਨਹੀਂ ਕੀਤੀ, ਮੈਂ ਤੇਰੇ ਪਾਸ ਨਹੀਂ ਆ ਸਕਦਾ, ਨਾ ਹੀ ਕੋਈ ਅਰਦਾਸ ਕਰ ਸਕਦਾ ਹਾ । ਰਹਿਮਤ ਬਖਸ਼ਕੇ ਰਸਤੇ ਤੇ ਪਵੋ । ਜਦੋਂ ਮੌਤ ਦਾ ਫਰਿਸ਼ਤਾ ਸੱਦਾ ਲੇ ਕੇ ਆਵੇਗਾ, ਮੈਂ ਕੀ ਜਵਾਬ ਦੇਵਾਗਾ? ਮੈਂ ਸਿਰ ਕੱਟਕੇ, ਉਸ ਨੂੰ ਦੇ ਦੇਵਾ, ਮੈਂ ਸਿਰ ਤੋਂ ਬਿਨਾਂ ਹੀ ਤੇਰੀ ਸੇਵਾ ਕਰਾ । ਪ੍ਰਭ, ਮੈਨੂੰ ਜਨਮ ਤੋਂ ਪਹਿਲੇ ਹੀ ਮਾਰ ਕਿਉ ਨਾ ਦਿੱਤਾ? ਮੇਰਾ ਜੀਵਨ ਜਨਮ ਤੋਂ ਪਹਿਲੇ ਹੀ ਖਤਮ ਹੋ ਗਿਆ ਹੈ । ਮੈਂ ਆਪਣੇ ਪ੍ਰੀਤਮ ਤੋਂ ਵਿਛੜ ਗਿਆ ਹਾ । ਉਸ ਕੋਲ ਵਾਪਸ ਨਹੀਂ ਜਾ ਸਕਦਾ, ਉਹ ਮੇਰੇ ਲਈ ਅਜਨਬੀ ਹੋ ਗਿਆ ਹੈ ।

Whosoever may not have gold or pearls; he may not know nor a real goldsmith. Whosoever may not adopt the teachings of His Word nor performs good deeds for the welfare of mankind; he may not be considered a true devotee. Whose arms may not become the garland of neck of her husband; she remains frustrated in miseries. Whose may not meditate on the teachings of His Word; he may remain frustrated without any peace of mind. Whosoever may not adopt the essence of the teachings of His Word with steady and stable belief in day-to-day life; his religious baptism and religious robe, have no significance in His Court for the purpose of human life journey. He may only regret and repents after death, along with my companions. Whosoever may not remember the misery of his separation from His Holy Spirit; his hopes may be shattered; he may return empty handed regretting and repenting. I have not adopted His Word nor even pray for His Forgiveness and Refuge! How may I enter His Court? My Merciful True Master, bestows Your Blessed Vision and guides me on the right path in my human life. What may I answer to the devil of death? I may offer head to serve Your Word, Creation. Why have I not been dead before birth in this world as human? I have been separated from my beloved, True Master! He has become a stranger; I may not be able to return to His Castle, my permanent resting place.

Key Message of Raag Wadahans, page 557-13
'ਪ੍ਰਵਾਨਗੀ ਦਾ ਰਸਤਾ ਕਿਵੇਂ ਬਖਸ਼ਿਸ਼ ਹੋ ਸਕਦਾ ਹੈ?
ਜਿਹੜਾ ਸ਼ਬਦ ਦੀ ਪਾਲਣਾ, ਸ੍ਰਿਸ਼ਟੀ ਦੀ ਭਲਾਈ ਦੇ ਕੰਮ ਕਰਦਾ, ਉਹ ਬੰਦਗੀ ਕਰਨ ਵਾਲਾ ਸੇਵਕ ਹੁੰਦਾ ਹੈ! ਸ਼ਬਦ ਦੀ ਪਾਲਣਾ, ਆਪਣੇ ਜੀਵਨ ਵਿੱਚ ਸ਼ਬਦ ਦੇ ਗੁਣ ਧਾਰਨ ਕਰਨ ਤੋਂ ਬਿਨਾਂ, ਧਾਰਮਕ ਬਾਣੇ, ਧਰਮ ਦੇ ਰਹਿਤਨਾਮਾ ਨਾਲ ਪ੍ਰਵਾਨਗੀ ਦਾ ਅਸਲੀ ਰਸਤਾ ਬਖਸ਼ਿਸ਼ ਨਹੀਂ ਹੁੰਦਾ! ਜਿਹੜਾ ਆਪਣੇ ਪ੍ਰੀਤਮ ਤੋਂ ਵਿਛੜੇ ਦਾ ਵਿਰਾਗ ਨਹੀਂ ਕਰਦਾ, ਉਹ ਆਪਣੇ ਅਸਲੀ ਮਾਲਕ ਦੇ ਘਰ ਵੀ ਅਜਨਬੀ ਹੋ ਜਾਂਦਾ ਹੈ ।
How may the right path of acceptance in His Court be blessed?
Whosoever may adopt the teachings of His Word with steady and stable belief and performs good deeds for the welfare of mankind; he may be considered as His true devotee. Whosoever may not adopt the essence of His Word with steady and stable belief; his religious baptism and religious robe, he may not serve any purpose for the real purpose of his human life opportunity. Whosoever may not remain in renunciation in the memory of his separation from His Holy Spirit; he may remain a stranger in His Royal Palace.

4. **ਵਡਹੰਸੁ ਮਹਲਾ ੧ ਛੰਤ॥ 565-18**

੧ੳ ਸਤਿਗੁਰ ਪ੍ਰਸਾਦਿ॥	ik-oNkaar satgur parsaad.
ਕਾਇਆ ਕੂੜਿ ਵਿਗਾੜਿ ਕਾਹੇ ਨਾਈਐ॥	kaa-i-aa koorh vigaarh kaahay naa-ee-ai.
ਨਾਤਾ ਸੋ ਪਰਵਾਣੁ ਸਚੁ ਕਮਾਈਐ॥	naataa so parvaan sach kamaa-ee-ai.
ਜਬ ਸਾਚ ਅੰਦਰਿ ਹੋਇ, ਸਾਚਾ ਤਾਮਿ ਸਾਚਾ ਪਾਈਐ॥	jab saach andar ho-ay saachaa taam saachaa paa-ee-ai.
ਲਿਖੇ ਬਾਝਹੁ ਸੁਰਤਿ ਨਾਹੀ, ਬੋਲਿ ਬੋਲਿ ਗਵਾਈਐ॥	likhay baajhahu surat naahee bol bol gavaa-ee-ai.
ਜਿਥੈ ਜਾਇ ਬਹੀਐ ਭਲਾ ਕਹੀਐ, ਸੁਰਤਿ ਸਬਦੁ ਲਿਖਾਈਐ॥	jithai jaa-ay bahee-ai bhalaa kahee-ai surat sabad likhaa-ee-ai.
ਕਾਇਆ ਕੂੜਿ ਵਿਗਾੜਿ ਕਾਹੇ ਨਾਈਐ॥੧॥	kaa-i-aa koorh vigaarh kaahay naa-ee-ai. ||1||

ਅਗਰ ਮਨ ਧੋਖੇ ਦੀਆਂ ਸਕੀਮਾਂ, ਫਰੇਬ ਨਾਲ ਭਰਿਆਂ ਹੋਵੇ, ਤਾ ਤੀਰਥ ਇਸ਼ਨਾਨ ਕਰਨ ਦਾ ਕੋਈ ਲਾਭ ਨਹੀਂ ਹੁੰਦਾ, ਆਤਮਾ ਪਵਿੱਤਰ ਨਹੀਂ ਹੁੰਦਾ । ਜਿਹੜਾ ਜੀਵ ਸ਼ਬਦ ਅਨੁਸਾਰ ਜੀਵਨ ਬਤੀਤ ਕਰਦਾ ਹੈ, ਉਸ ਦਾ ਤੀਰਥ ਇਸ਼ਨਾਨ ਪ੍ਰਭ ਨੂੰ ਪ੍ਰਵਾਨ ਹੁੰਦਾ ਹੈ । ਜਿਸ ਦਾ ਮਨ ਸ਼ਬਦ ਦੇ ਗੁਣਾਂ ਨਾਲ ਭਰਿਆਂ ਹੋਵੇ, ਪ੍ਰਭ ਦੀ ਰਹਿਮਤ ਨਾਲ, ਉਸ ਦੀ ਸ਼ਬਦ ਦੀ ਕਮਾਈ ਪ੍ਰਵਾਨ ਹੁੰਦੀ ਹੈ ।

Whosoever may be overwhelmed with evil thoughts, deceptive plans, and falsehood; his sanctifying bath at Holy shrine may not sanctify his soul. Whosoever may adopt the teachings of His Word with steady and stable belief in his day-to-day life; his soul may be sanctified with bath at Holy Shrine. Whosoever may be overwhelmed with good virtues of His Word; with His mercy and grace, his earnings of His Word may be accepted in His Court.

ਤਾ ਮੈ ਕਹਿਆ ਕਹਣੁ, ਜਾ ਤੁਝੈ ਕਹਾਇਆ॥	taa mai kahi-aa kahan jaa tujhai kahaa-i-aa.
ਅੰਮ੍ਰਿਤੁ ਹਰਿ ਕਾ ਨਾਮੁ, ਮੇਰੈ ਮਨਿ ਭਾਇਆ॥	amrit har kaa naam mayrai man bhaa-i-aa.
ਨਾਮੁ ਮੀਠਾ ਮਨਹਿ ਲਾਗਾ, ਦੂਖਿ ਡੇਰਾ ਢਾਹਿਆ॥	naam meethaa maneh laagaa dookh dayraa dhaahi-aa.
ਸੂਖੁ ਮਨ ਮਹਿ ਆਇ ਵਸਿਆ, ਜਾਮਿ ਤੈ ਫੁਰਮਾਇਆ॥	sookh man meh aa-ay vasi-aa jaam tai furmaa-i-aa.
ਨਦਰਿ ਤੁਧੁ ਅਰਦਾਸਿ ਮੇਰੀ, ਜਿੰਨਿ ਆਪੁ ਉਪਾਇਆ॥	nadar tuDh ardaas mayree jinn aap upaa-i-aa.
ਤਾ ਮੈ ਕਹਿਆ ਕਹਣੁ, ਜਾ ਤੁਝੈ ਕਹਾਇਆ॥੨॥	taa mai kahi-aa kahan jaa tujhai kahaa-i-aa. ||2||

ਜਿਸ ਦੇ ਭਾਗਾਂ ਵਿੱਚ ਪਹਿਲੇ ਹੀ ਲਿਖਿਅ ਹੋਵੇ, ਉਸ ਦਾ ਮਨ ਸ਼ਬਦ ਵਿੱਚ ਲਗ ਸਕਦਾ ਹੈ । ਕੇਵਲ ਗੱਲਾਂ ਬਾਤਾਂ ਨਾਲ ਤਾਂ ਜਨਮ ਬਿਰਥਾ ਹੀ ਗਵਾਉਣਾ ਹੈ । ਜੀਵ ਕਿਸੇ ਵੀ ਸੰਗਤ ਵਿੱਚ ਬੈਠੋਂ, ਨਿਮਰਤਾ ਨਾਲ ਬੋਲੋਂ, ਬਾਕੀਆਂ ਦਾ ਆਦਰ ਕਰੋ । ਸ਼ਬਦ ਦੀ ਸਿੱਖਿਆ ਆਪਣੇ ਹਿਰਦੇ ਤੇ ਵਸਾਉਣ ਤੋਂ ਬਿਨਾਂ ਧਰਮ ਧਾਰਨਾ, ਧਾਰਮਕ ਬਾਣਾ ਪਾਉਣਾ ਬਿਰਥਾ ਹੀ ਹੈ । ਪ੍ਰਭ, ਮੈਂ ਕੇਵਲ, ਤੇਰਾ ਬਖਸ਼ਿਆਂ ਹੋਇਆ ਹੀ ਬੋਲਦਾ ਹਾ । ਮੇਰੇ ਮਨ ਤੇ ਤੇਰਾ ਸ਼ਬਦ ਘਰ ਕਰ ਗਿਆ ਹੈ । ਸ਼ਬਦ ਦੇ ਪ੍ਰਭਾਵ ਨਾਲ ਮੇਰੇ ਸਾਰੇ ਦੁਖ ਹੀ ਭੁਲ ਗਏ ਹਨ । ਮੇਰੇ ਮਨ ਤੇ ਸ਼ਾਂਤੀ ਬਖਸ਼ਿਸ਼ ਹੋ ਜਾਂਦੀ ਹੈ । ਆਪ ਹੀ ਰਹਿਮਤ ਦੀ ਅਰਦਾਸ ਕਰਨ ਦੀ ਪ੍ਰੇਰਨਾ ਬਖਸ਼ਦਾ ਹੈ! ਹੋਰ ਕੁਝ ਮਨ ਵਿੱਚ ਨਹੀਂ ਆਉਂਦਾ, ਪ੍ਰਭ ਦੀ ਰਜ਼ਾ ਤੋ ਬਿਨਾਂ ਬੋਲ ਨਹੀਂ ਸਕਦਾ!

Whosoever may have a great prewritten destiny, only he may meditate with steady and stable belief in his day-to-day life. Only by reciting Gurbani or preaching may be just wasting human life blessing. You should always remain humble and respectful to the opinion of others. You should remain drenched with the essence of His Word within your heart in day-to-day life. Without obey the teachings of His Word, religious baptism and religious robe may be useless and ignorance of mind. Whatsoever wisdom has been blessed; I may only speak Your Blessed Words. I remain drenched with the essence of Your Word; all my suspicions and miseries have been eliminated. Whosoever may be bestowed with Your Blessed Vision, peace and contentment may prevail within his worldly life. Only with Your Blessed Vision, I may even pray for Your Forgiveness and Refuge. Whatsoever may be inspired, I may not pray or speak anything else. No thoughts even pop-up within my mind without Your Command.

ਵਾਰੀ ਖਸਮੁ ਕਢਾਏ, ਕਿਰਤੁ ਕਮਾਵਣਾ॥	vaaree khasam kadhaa-ay kirat kamaavanaa.
ਮੰਦਾ ਕਿਸੈ ਨ ਆਖਿ, ਝਗੜਾ ਪਾਵਣਾ॥	mandaa kisai na aakh jhagrhaa paavnaa.
ਨਹ ਪਾਇ ਝਗੜਾ ਸੁਆਮਿ ਸੇਤੀ, ਆਪਿ ਆਪੁ ਵਵਾਵਣਾ॥	nah paa-ay jhagrhaa su-aam saytee aap aap vanjaavanaa.
ਜਿਸੁ ਨਾਲਿ ਸੰਗਤਿ ਕਰਿ ਸਰੀਕੀ, ਜਾਇ ਕਿਆ ਰੂਆਵਣਾ॥	jis naal sangat kar sareekee jaa-ay ki-aa roo-aavanaa.
ਜੋ ਦੇਇ ਸਹਣਾ ਮਨਹਿ ਕਹਣਾ, ਆਖ ਨਾਹੀ ਵਾਵਣਾ॥	jo day-ay sahnaa maneh kahnaa aakh naahee vaavnaa.
ਵਾਰੀ ਖਸਮੁ ਕਢਾਏ, ਕਿਰਤੁ ਕਮਾਵਣਾ॥੩॥	vaaree khasam kadhaa-ay kirat kamaavanaa. ||3||

ਪ੍ਰਭ ਕੀਤੇ ਹੋਏ ਕੰਮਾਂ ਅਨੁਸਾਰ ਹੀ ਜੀਵ ਨੂੰ ਦਾਤਾਂ ਬਖਸ਼ਦਾ ਹੈ । ਕਦੇ ਕਿਸੇ ਨੂੰ ਮੰਦਾ ਨਾ ਬੋਲੋਂ, ਨਾ ਹੀ ਝਗੜੇ ਵਿੱਚ ਹੀ ਦਖਲ ਅੰਦਾਜ਼ੀ ਕਰੋ । ਪ੍ਰਭ ਨਾਲ ਝਗੜਾ ਨਾ ਕਰੋ । ਬਖਸ਼ੇ ਨੂੰ ਠੋਕਰ ਮਾਰਨ ਨਾਲ ਰਹਿਮਤ ਉੱਠ ਜਾਂਦੀ ਹੈ । ਅਗਰ ਕੋਈ ਮਾਲਕ ਦੇ ਹੁਕਮ ਨਾਲ ਸਹਿਮਤ ਨਾ ਹੋਵੇ, ਨਾ ਪਾਲਣਾ ਕਰੇ, ਤਾ ਉਸ ਨੂੰ ਪਛਤਾਵਾ ਹੀ ਕਰਨਾ ਪੈਂਦਾ ਹੈ । ਪ੍ਰਭ ਦੇ ਬਖਸ਼ੇ ਤੇ ਸੰਤੋਖ ਰਖੋ! ਮਨ ਨੂੰ ਉਸ ਨੂੰ ਪ੍ਰਵਾਨ ਕਰਨ ਦੀ ਸਿਖਿਆ ਦੇਵੋ । ਉਸ ਤੇ ਰੋਸ ਕਰਨਾ ਬਿਰਥਾ ਹੀ ਹੈ । ਜਿਹੜਾ ਜੀਵ ਵਾਸਤੇ ਚੰਗਾ ਹੁੰਦਾ ਹੈ, ਪ੍ਰਭ ਉਹ ਹੀ ਬਖਸ਼ਦਾ ਹੈ । ਜੀਵ ਦੀ ਸਮਝ ਤੋਂ ਬਾਹਰ ਹੈ, ਉਹ ਇਹ ਕਿਉ ਕਰਦਾ ਹੈ?

The True Master rewards the worldly deeds of creatures. You should not speak ill of anyone and do not get involved in any conflict with anyone. You should not quarrel on your blessings, by rejecting and grievance on His Blessings; His Blessed Vision may not be realized. Whosever may not agree or obey His Command; he may have to regret and repents. You should console your mind to accept His Blessing, as the right reward; only justice prevails in His Court. The True Master always does justice and rewards; His Blessings are for the welfare of His Creation. His Nature remains beyond the comprehension of His Creation! Why and what may be blessed?

ਸਭ ਉਪਾਈਅਨੁ ਆਪਿ, ਆਪੇ ਨਦਰਿ ਕਰੇ॥	sabh upaa-ee-an aap aapay nadar karay.
ਕਉੜਾ ਕੋਇ ਨ ਮਾਗੈ, ਮੀਠਾ ਸਭ ਮਾਗੈ॥	ka-urhaa ko-ay na maagai meethaa sabh maagai.
ਸਭੁ ਕੋਇ ਮੀਠਾ ਮੰਗਿ ਦੇਖੈ, ਖਸਮ ਭਾਵੈ ਸੋ ਕਰੇ॥	sabh ko-ay meethaa mang daykhai khasam bhaavai so karay.
ਕਿਛੁ ਪੁੰਨ ਦਾਨ ਅਨੇਕ ਕਰਣੀ, ਨਾਮ ਤੁਲਿ ਨ ਸਮਸਰੇ॥	kichh punn daan anayk karnee naam tul na samasray.
ਨਾਨਕਾ ਜਿਨ ਨਾਮੁ ਮਿਲਿਆ, ਕਰਮੁ ਹੋਆ ਧੁਰ ਕਦੇ॥	naankaa jin naam mili-aa karam ho-aa Dhur kaday.
ਸਭ ਉਪਾਈਅਨੁ ਆਪਿ, ਆਪੇ ਨਦਰਿ ਕਰੇ॥੪॥੧॥	sabh upaa-ee-an aap aapay nadar karay. ||4||1||

ਪ੍ਰਭ ਨੇ ਸਾਰੀ ਸ੍ਰਿਸ਼ਟੀ ਪੈਦਾ ਕੀਤੀ ਹੈ, ਆਪ ਹੀ ਦਾਤਾਂ ਬਖਸ਼ਦਾ ਹੈ । ਸਾਰੇ ਮਿੱਠਾ, ਸੁਖ ਹੀ ਮੰਗਦੇ ਹਨ, ਕੋਈ ਕੋੜਾ, ਦੁਖ ਨਹੀਂ ਮੰਗਦਾ । ਪ੍ਰਭ ਸਦਾ ਹੀ ਸ਼ਬਦ ਦੀ ਕਮਾਈ ਦਾ ਫਲ ਬਖਸ਼ਦਾ ਹੈ! ਜਿਸ ਨੇ ਪਿਛਲੇ ਜਨਮ ਵਿੱਚ ਸ਼ਬਦ ਦੀ ਕਮਾਈ ਕੀਤੀ ਹੁੰਦੀ ਹੈ । ਉਸ ਨੂੰ ਸ਼ਬਦ ਦੀ ਪਾਲਣਾ ਤੇ, ਅਸਲੀ ਰਸਤੇ ਤੇ ਅਡੋਲ ਰਖਦਾ ਹੈ! ਸਾਰੀਆਂ ਸ੍ਰਿਸ਼ਟੀਆਂ ਹੀ ਪ੍ਰਭ ਨੇ ਹੀ ਪੈਦਾ ਕੀਤੀਆਂ ਹਨ! ਆਪ ਹੀ ਸਰਿਆਂ ਤੇ ਰਹਿਮਤ ਬਖਸ਼ਦਾ ਹੈ ।

The True Master has created the whole universe and blesses His virtues to each creature. Everyone prays for comforts in life and no one prays for misery in life; however, he may only be blessed the reward of his previous life deeds. Whosoever may carry the earnings of His Word after death in His Court; he may be blessed with devotion to meditate on the teachings of His Word. He has created the whole universe! He blesses every one virtue to make his life, worthy of living

Key Message of Raag Wadahans, page 565-18
'ਤੀਰਥ ਇਸ਼ਨਾਨ ਦੀ ਬਖਸ਼ਿਸ਼!
ਜਿਹੜਾ ਸ਼ਬਦ ਅਨੁਸਾਰ ਜੀਵਨ ਬਤੀਤ ਕਰਦਾ ਹੈ, ਉਸ ਦਾ ਤੀਰਥ ਇਸ਼ਨਾਨ ਪ੍ਰਭ ਨੂੰ ਪ੍ਰਵਾਨ ਹੁੰਦਾ ਹੈ । ਸ਼ਬਦ ਦੀ ਸਿਖਿਆਂ ਆਪਣੇ ਜੀਵਨ ਵਿੱਚ ਵਸਾਉਣ ਤੋਂ ਬਿਨਾਂ ਧਰਮ ਧਾਰਨਾ, ਧਾਰਮਕ ਬਾਣਾ ਪਾਉਣਾ ਬਿਰਥਾ ਹੀ ਹੈ । ਜਿਹੜਾ ਜੀਵ ਵਾਸਤੇ ਚੰਗਾ ਹੁੰਦਾ ਹੈ, ਪ੍ਰਭ ਹਮੇਸ਼ਾ ਹੀ ਜੀਵ ਵਾਸਤੇ ਚੰਗਾ ਹੀ ਬਖਸ਼ਦਾ ਹੈ । ਬਖਸ਼ੇ ਨੂੰ ਠੋਕਰ ਮਾਰਨ ਨਾਲ ਰਹਿਮਤ ਉੱਠ ਜਾਂਦੀ ਹੈ । ਸੰਸਾਰਕ ਪੁੰਨ ਦਾਨ ਜਾ ਧਾਰਮਕ ਕੰਮ, ਸ਼ਬਦ ਦੀ ਪਾਲਣ ਕਰਨ ਦੇ ਬਰਾਬਰ ਨਹੀਂ ਹੁੰਦੇ ।
Sanctifying bath at Holy Shrine!
Whosoever may adopt the teachings of His Word with steady and stable belief; his pilgrimage, sanctifying bath at Holy Shrine, may be rewarded. Without obeying and adopting the teachings of His Word; religious baptism and religious robe may be useless for the purpose of human life opportunity. Only Justice prevails in His Court. His Blessings are always for the welfare of His Creation. You should console your mind to accept His Blessing as the right reward. By rejecting and grievance on His Blessings; His Blessed Vision may disappear. Worldly charities and religious good deeds for mankind may not be comparable to adopt the teachings of His Word with steady and stable belief in life.

ਗੁਰੂ ਨਾਨਕ ਦੇਵ ਜੀ! – Guru Nanak Dev Ji! Guru Granth Sahib

5. **ਵਡਹੰਸੁ ਮਹਲਾ ੧॥** 566-11

ਕਰਹੁ ਦਇਆ, ਤੇਰਾ ਨਾਮੁ ਵਖਾਣਾ॥ karahu da-i-aa tayraa naam vakhaanaa.
ਸਭ ਉਪਾਈਐ ਆਪਿ, ਆਪੇ ਸਰਬ ਸਮਾਣਾ॥ sabh upaa-ee-ai aap aapay sarab samaanaa.
ਸਰਬੇ ਸਮਾਣਾ ਆਪਿ ਤੂਹੈ, ਉਪਾਇ ਧੰਧੈ ਲਾਈਆ॥ sarbay samaanaa aap toO'ai upaa-ay DhanDhai laa-ee-aa.
ਇਕਿ ਤੁਝ ਹੀ ਕੀਏ ਰਾਜੇ, ਇਕਨਾ ਭਿਖ ਭਵਾਈਆ॥ ik tujh hee kee-ay raajay iknaa bhikh bhavaa-ee-aa.
ਲੋਭੁ ਮੋਹੁ ਤੁਝੁ ਕੀਆ ਮੀਠਾ, ਏਤੁ ਭਰਮਿ ਭੁਲਾਣਾ॥ lobh mO' tujh kee-aa meethaa ayt bharam bhulaanaa.
ਸਦਾ ਦਇਆ ਕਰਹੁ ਅਪਣੀ, ਤਾਮਿ ਨਾਮੁ ਵਖਾਣਾ॥੧॥ sadaa da-i-aa karahu apnee taam naam vakhaanaa. ||1||

ਪ੍ਰਭ ਰਹਿਮਤ ਬਖਸ਼ਕੇ ਸ਼ਬਦ ਦੀ ਪਾਲਣਾ ਤੇ ਲਾਵੇ । ਆਪ ਹੀ ਸਾਰੀ ਸ੍ਰਿਸ਼ਟੀ ਸਾਜਕੇ ਸਭ ਵਿੱਚ ਵਸਦਾ ਹੈ । ਹਰ ਥਾਂ, ਹਰਇਕ ਵਿੱਚ ਆਪ ਹੀ ਵਾਪਰਦਾ, ਸਾਰੇ ਜੀਵਾਂ ਨੂੰ ਧੰਦੇ ਤੇ ਲਾਉਂਦਾ ਹੈ । ਕਿਸੇ ਨੂੰ ਰਾਜਾ ਜਾ ਮੰਗਤਾ ਬਣਾਇਆ ਹੈ । ਆਪ ਹੀ ਲਾਲਚ, ਹੈਸੀਅਤ ਦੇ ਜਾਲ ਵਿੱਚ ਫਸਾਉਂਦਾ ਹੈ । ਕੇਵਲ ਤੇਰੀ ਰਹਿਮਤ ਨਾਲ ਹੀ ਜੀਵ ਸਿਮਰਨ ਕਰਦਾ, ਹੋਰ ਕੋਈ ਚਾਰਾ ਨਹੀਂ ਹੈ ।

The True Master may bestow His Blessed Vision to bless devotion to adopt the teachings of His Word with steady and stable belief in day-to-day life. The True Master has created the universe, dwells within each creature; His Holy Spirit remains embedded within his soul and prevail in each action everywhere. He has assigned everyone different task; some may be blessed with kingdom on earth and others may become a beggar. He has also infused the sweet poison of worldly wealth to monitor the sincerity of His true devotee. He may bless a devotion to meditate; no worldly power can change nor avoid His Command.

ਨਾਮੁ ਤੇਰਾ ਹੈ ਸਾਚਾ, ਸਦਾ ਮੈ ਮਨਿ ਭਾਣਾ॥ naam tayraa hai saachaa sadaa mai man bhaanaa.
ਦੂਖੁ ਗਇਆ, ਸੁਖੁ ਆਇ ਸਮਾਣਾ॥ dookh ga-i-aa sukh aa-ay samaanaa.
ਗਾਵਨਿ ਸੁਰਿ ਨਰ ਸੁਘੜ ਸੁਜਾਣਾ॥ gaavan sur nar sugharh sujaanaa.
ਸੁਰਿ ਨਰ ਸੁਘੜ ਸੁਜਾਣ ਗਾਵਹਿ, ਜੋ ਤੇਰੈ ਮਨਿ ਭਾਵਹੇ॥ sur nar sugharh sujaan gaavahi jo tayrai man bhaavhay.
ਮਾਇਆ ਮੋਹੇ ਚੇਤਹਿ ਨਾਹੀ, ਅਹਿਲਾ ਜਨਮੁ ਗਵਾਵਹੇ॥ maa-i-aa mO'ay cheeteh naahee ahilaa janam gavaavhay.
ਇਕਿ ਮੂੜ ਮੁਗਧ ਨ ਚੇਤਹਿ ਮੂਲੇ, ਜੋ ਆਇਆ ਤਿਸੁ ਜਾਣਾ॥ ik moorh mugaDh na cheeteh moolay jo aa-i-aa tis jaanaa.
ਨਾਮ ਤੇਰਾ ਸਦਾ ਸਾਚਾ, ਸੋਇ ਮੈ ਮਨਿ ਭਾਣਾ॥੨॥ naam tayraa sadaa saachaa so-ay mai man bhaanaa. ||2||

ਪ੍ਰਭ ਦਾ ਸ਼ਬਦ ਸਦਾ ਰਹਿਣ ਵਾਲਾ ਮਨ ਨੂੰ ਮਿੱਠਾ ਲਗਣ ਵਾਲਾ ਹੈ । ਜਿਸ ਦੇ ਮਨ ਵਿੱਚ ਸ਼ਬਦ ਘਰ ਕਰ ਜਾਂਦਾ ਹੈ, ਉਸ ਦੇ ਦੁਖ, ਭਰਮ ਦੂਰ ਹੋ ਜਾਂਦੇ ਹਨ । ਜਿਸ ਤੇ ਰਹਿਮਤ ਬਖਸ਼ਦਾ ਹੈ, ਉਹ ਸਿਆਣਾ, ਬੰਦਗੀ ਕਰਨ ਵਾਲਾ ਬਣ ਜਾਂਦਾ ਹੈ । ਜਿਹੜਾ ਸੰਸਾਰਕ ਮਇਆ ਦੇ ਜਾਲ ਵਿੱਚ ਫਸ ਜਾਂਦਾ ਹੈ । ਉਹ ਸ਼ਬਦ ਦੀ ਪ੍ਰਵਾਹ ਨਹੀਂ ਕਰਦਾ, ਮਾਨਸ ਜਨਮ ਬਿਰਥਾ ਹੀ ਗਵਾ ਜਾਂਦਾ ਹੈ । ਉਹ ਅਣਜਾਣ, ਪ੍ਰਭ ਦਾ ਸ਼ਬਦ ਭੁਲਾ ਲੈਂਦਾ, ਵਿਛੋੜਾ ਯਾਦ ਨਹੀਂ ਰਖਦਾ । ਜਿਹੜਾ ਜੀਵ ਸੰਸਾਰ ਵਿੱਚ ਪੈਦਾ ਹੁੰਦਾ ਹੈ, ਉਸ ਨੂੰ ਮੌਤ ਆਉਣੀ ਹੈ, ਕੋਈ ਵੀ ਸਦਾ ਨਹੀਂ ਰਹਿੰਦਾ । ਰਹਿਮਤ ਬਖਸ਼ੋ! ਤੇਰਾ ਸਦਾ ਅਟਲ ਰਹਿਣ ਵਾਲਾ ਸ਼ਬਦ ਹੀ ਮੇਰੇ ਮਨ ਨੂੰ ਮਿੱਠਾ ਲਗੇ, ਜੀਵਨ ਦਾ ਅਧਾਰ ਬਣ ਜਾਵੇ ।

The everlasting truth, the teachings of His Word are very soothing to my mind. Whosoever may remain drenched with the essence of His Word, all his suspicions and miseries may be eliminated. Whose meditation may be accepted in His Court, he may be blessed with a state of mind as His true devotee. Whosoever may become a victim of worldly desires, worldly wealth; he may not pay attention to the teachings of His Word. He may waste his priceless opportunity of human life. He may not remember the misery of his separation from His Holy Spirit. Everyone must die after predetermined stay in the universe. Whosoever may be bestowed with His Blessed Vision; he may adopt the teachings of Your Word as the real purpose of his human life journey.

ਤੇਰਾ ਵਖਤੁ ਸੁਹਾਵਾ, ਅੰਮ੍ਰਿਤੁ ਤੇਰੀ ਬਾਣੀ॥ tayraa vakhat suhaavaa amrit tayree banee.
ਸੇਵਕ ਸੇਵਹਿ ਭਾਉ ਕਰਿ, ਲਾਗਾ ਸਾਉ ਪਰਾਣੀ॥ sayvak sayveh bhaa-o kar laagaa saa-o paraanee.
ਸਾਉ ਪ੍ਰਾਣੀ ਤਿਨਾ ਲਾਗਾ, ਜਿਨੀ ਅੰਮ੍ਰਿਤੁ ਪਾਇਆ॥ saa-o paraanee tinaa laagaa jinee amrit paa-i-aa.
ਨਾਮਿ ਤੇਰੈ ਜੋਇ ਰਾਤੇ, ਨਿਤ ਚੜਹਿ ਸਵਾਇਆ॥ naam tayrai jo-ay raatay nit charheh savaa-i-aa.
ਇਕੁ ਕਰਮੁ ਧਰਮੁ ਨ ਹੋਇ ਸੰਜਮੁ, ਜਾਮਿ ਨ ਏਕੁ ਪਛਾਣੀ॥ ik karam Dharam na ho-ay sanjam jaam na ayk pachhaanee.
ਵਖਤੁ ਸੁਹਾਵਾ ਸਦਾ ਤੇਰਾ, ਅੰਮ੍ਰਿਤ ਤੇਰੀ ਬਾਣੀ॥੩॥ vakhat suhaavaa sadaa tayraa amrit tayree banee. ||3||

ਜਿਹੜਾ ਅੰਮ੍ਰਿਤ ਭਰੇ ਅਮੋਲਕ ਸ਼ਬਦ ਦਾ ਸਿਮਰਨ ਕਰਦਾ ਹੈ, ਉਸ ਦਾ ਸਮਾਂ ਵੀ ਸੁਭਾਗਾ ਹੈ । ਜਿਹੜਾ ਸ਼ਬਦ ਦੀ ਸੇਵਾ, ਪਾਲਣਾ ਕਰਦਾ ਹੈ, ਉਹ ਸ਼ਬਦ ਦੇ ਲੜ ਲਗ ਜਾਂਦਾ ਹੈ । ਜਿਸ ਤੇ ਪ੍ਰਭ ਦੀ ਰਹਿਮਤ ਬਖਸ਼ਿਸ਼ ਹੋ ਜਾਂਦੀ ਹੈ, ਉਸ ਦੇ ਭਾਗ ਖੁੱਲ ਜਾਂਦੇ ਹਨ, ਉਸ ਨੂੰ ਸ਼ਬਦ ਦੀ ਪਾਲਣਾ ਕਰਦੇ, ਸ਼ਬਦ ਦੀ ਸੋਝੀ ਬਖਸ਼ਿਸ਼ ਹੋ ਜਾਂਦੀ ਹੈ । ਉਹ ਦਿਨ ਰਾਤ ਸ਼ਬਦ ਵਿੱਚ ਹੀ ਲੀਨ ਰਹਿੰਦਾ ਹੈ । ਜਿਹੜਾ ਚੰਗੇ ਕੰਮ ਨਹੀਂ ਕਰਦਾ, ਇਛਾਂ ਤੇ ਕਾਬੂ ਨਹੀਂ ਪਾਉਂਦਾ, ਮਨ ਵਿੱਚ ਸੰਤੋਖ ਨਹੀਂ ਰਖਦਾ । ਉਸ ਨੂੰ ਸ਼ਬਦ, ਭਾਣੇ ਦੀ ਸੋਝੀ ਬਖਸ਼ਿਸ਼ ਨਹੀਂ ਹੁੰਦੀ । ਜਦੋਂ ਮਨ ਸਿਮਰਨ ਕਰਦਾ ਹੈ, ਉਹ ਸਮਾਂ ਸੁਭਾਗਾ ਹੈ ।

Whosoever may whole heartedly meditate on the teachings of His Ambrosial Word, his moment becomes very fortunate. Whosever may meditate and adopt the teachings of His Word with steady and stable belief in day-to-day life; with His mercy and grace, he may remain intoxicated in the void of His Word. He may be blessed with the enlightenment of the teachings of His Word. He may remain intoxicated in meditation in the void of His Word. Whosoever may not perform good deeds, nor control his worldly desires nor remains contented with His Blessings; he may never be enlightened with the essence of His Word. The time of meditation may become a fortunate in the life of His true devotee.

ਹਉ ਬਲਿਹਾਰੀ ਸਾਚੇ ਨਾਵੈ॥ ਰਾਜੁ ਤੇਰਾ ਕਬਹੁ ਨ ਜਾਵੈ॥ ha-o balihaaree saachay naavai. raaj tayraa kabahu na jaavai.
ਰਾਜੋ ਤ ਤੇਰਾ ਸਦਾ ਨਿਹਚਲੁ, ਏਹੁ ਕਬਹੁ ਨ ਜਾਵਏ॥ raajo ta tayraa sadaa nihchal ayhu kabahu na jaav-ay.
ਚਾਕਰੁ ਤ ਤੇਰਾ ਸੋਇ ਹੋਵੈ, ਜੋਇ ਸਹਜਿ ਸਮਾਵਏ॥ chaakar ta tayraa so-ay hovai jo-ay sahj samaav-ay.
ਦੁਸਮਨੁ ਤ ਦੂਖੁ ਨ ਲਗੈ ਮੂਲੇ, ਪਾਪੁ ਨੇੜਿ ਨ ਆਵਏ॥ dusman ta dookh na lagai moolay paap nayrh na aav-ay.
ਹਉ ਬਲਿਹਾਰੀ ਸਦਾ ਹੋਵਾ, ਏਕ ਤੇਰੇ ਨਾਵਏ॥੪॥ ha-o balihaaree sadaa hovaa ayk tayray naav-ay. ||4||

ਗੁਰੂ ਨਾਨਕ ਦੇਵ ਜੀ! – Guru Nanak Dev Ji! Guru Granth Sahib

ਪ੍ਰਭ ਦਾ ਭਾਣਾ, ਕੁਦਰਤ, ਸਦਾ ਅਟਲ ਰਹਿਣ ਵਾਲੀ ਹੈ । ਪ੍ਰਭ ਦੀ ਕੁਦਰਤ, ਕਿਸੇ ਕਰਤਬ ਦਾ ਕੋਈ ਅੰਤ ਨਹੀਂ ਪਾਇਆ ਜਾ ਸਕਦਾ । ਪ੍ਰਭ ਜਨਮ, ਮਰਨ ਤੋਂ ਰਹਿਤ, ਉਸ ਦਾ ਰਾਜ, ਤਖਤ ਸਦਾ ਅਟਲ ਰਹਿਣ ਵਾਲਾ ਹੈ । ਜਿਹੜਾ ਧੀਰਜ ਨਾਲ ਸ਼ਬਦ ਦੀ ਪਾਲਣਾ ਕਰਦਾ ਰਹਿੰਦਾ ਹੈ, ਉਹ ਹੀ ਅਸਲੀ ਸੇਵਕ ਬਣ ਸਕਦਾ ਹੈ । ਉਸ ਨੂੰ ਕੋਈ ਸੰਸਾਰਕ ਇਛਾਂ ਦਾ ਦੁਖ ਮਹਿਸੂਸ ਨਹੀਂ ਹੋ ਸਕਦਾ । ਸੰਸਾਰਕ ਜੀਵ ਪ੍ਰਭ ਦੀ ਕੁਦਰਤ ਤੋਂ ਸਦਾ ਹੀ ਅਚੰਬਾ ਰਹਿੰਦਾ ਹੈ ।

The True Master; His Nature, Command remains true forever. No one may comprehend the limit or extent of His Nature, Command, limit, or boundary. The True Master remains beyond the cycle of birth and death; His Existence remains true forever. Whosoever may adopt the teachings of His Word with steady and stable belief and patience; only he may be blessed with a state of mind as His true devotee. No worldly desire or misery may change his path in life. His Creation remains fascinated from His Nature.

ਜੁਗਹ ਜੁਗੰਤਰਿ ਭਗਤ ਤੁਮਾਰੇ॥ jugah jugantar bhagat tumaaray.
ਕੀਰਤਿ ਕਰਹਿ ਸੁਆਮੀ ਤੇਰੈ ਦੁਆਰੇ॥ keerat karahi su-aamee tayrai du-aaray.
ਜਪਹਿ ਤ ਸਾਚਾ ਏਕੁ ਮੁਰਾਰੇ॥ jaapeh ta saachaa ayk muraaray.
ਸਾਚਾ ਮੁਰਾਰੇ ਤਾਮਿ ਜਾਪਹਿ, ਜਾਮਿ ਮੰਨਿ ਵਸਾਵਹੇ॥ saachaa muraaray taam jaapeh jaam man vasaavhay.
ਭਰਮੋ ਭੁਲਾਵਾ ਤੁਝਹਿ ਕੀਆ, ਜਾਮਿ ਏਹੁ ਚੁਕਾਵਹੇ॥ bharmo bhulaavaa tujheh kee-aa jaam ayhu chukaavhay.
ਗੁਰ ਪਰਸਾਦੀ ਕਰਹੁ ਕਿਰਪਾ, ਲੇਹੁ ਜਮਹੁ ਉਬਾਰੇ॥ gur parsaadee karahu kirpaa layho jamahu ubaaray.
ਜੁਗਹ ਜੁਗੰਤਰਿ ਭਗਤ ਤੁਮਾਰੇ॥੫॥ jugah jugantar bhagat tumaaray. ||5||

ਪ੍ਰਭ ਜੁਗਾਂ ਜੁਗਾਂ ਤੋਂ ਹੀ, ਬੰਦਗੀ ਕਰਨ ਵਾਲੇ, ਤੇਰੇ ਸ਼ਬਦ ਦੀ ਉਸਤਤ ਗਾਉਂਦੇ ਹਨ । ਪ੍ਰਭ ਨੂੰ ਸਦਾ ਅਟਲ ਰਹਿਣ ਵਾਲਾ ਅਸਲੀ ਮਾਲਕ ਮੰਨਦੇ ਹਨ । ਜਿਸ ਦਾ ਭਰੋਸਾ ਸਦਾ ਹੀ ਬਖਸ਼ੇ ਤੇ ਅਡੋਲ ਰਹਿੰਦਾ ਹੈ । ਉਸ ਦੇ ਸਾਰੇ ਸੰਸਾਰਕ ਭਰਮ, ਭੁਲੇਖੇ, ਸ਼ਬਦ ਦੇ ਸਿਮਰਨ ਨਾਲ ਹੀ ਦੂਰ ਹੋ ਜਾਂਦੇ ਹਨ । ਪ੍ਰਭ ਆਪ ਹੀ ਰਹਿਮਤ ਬਖਸ਼ਕੇ, ਆਪਣੇ ਦਾਸ ਨੂੰ ਜਨਮ ਮਰਨ ਦੇ ਚੱਕਰ ਵਿਚੋਂ ਕੱਢ ਲਵੋਂ । ਸੇਵਕ ਜੁਗਾਂ ਜੁਗਾਂ ਤੋਂ ਹੀ ਸ਼ਬਦ ਦਾ ਸਿਮਰਨ ਕਰਦੇ ਆਏ ਹਨ ।

His true devotees have been singing the glory of His Word from ancient Ages. His true devotee keeps his belief steady and stable on His Blessings. Whosoever may meditate on the teachings of His Word; all his worldly religious suspicions may be eliminated along with his cycle of birth and death. His true devotees have been singing the glory of His Word from ancient Ages.

ਵਡੇ ਮੇਰੇ ਸਾਹਿਬਾ ਅਲਖ ਅਪਾਰਾ॥ vaday mayray saahibaa alakh apaaraa.
ਕਿਉ ਕਰਿ ਕਰਉ ਬੇਨੰਤੀ, ਹਉ ਆਖਿ ਨ ਜਾਣਾ॥ ki-o kar kara-o baynantee ha-o aakh na jaanaa.
ਨਦਰਿ ਕਰਹਿ ਤਾ ਸਾਚੁ ਪਛਾਣਾ॥ nadar karahi taa saach pachhaanaa.
ਸਾਚੋ ਪਛਾਣਾ ਤਾਮਿ ਤੇਰਾ, ਜਾਮਿ ਆਪਿ ਬੁਝਾਵਹੇ॥ saacho pachhaanaa taam tayraa jaam aap bujhaavhay.
ਦੂਖ ਭੂਖ ਸੰਸਾਰਿ ਕੀਏ, ਸਹਸਾ ਏਹੁ ਚੁਕਾਵਹੇ॥ dookh bhookh sansaar kee-ay sahsaa ayhu chukaavhay.
ਬਿਨਵੰਤਿ ਨਾਨਕੁ ਜਾਇ ਸਹਸਾ, ਬੁਝੈ ਗੁਰ ਬੀਚਾਰਾ॥ binvant naanak jaa-ay sahsaa bujhai gur beechaaraa.
ਵਡਾ ਸਾਹਿਬੁ ਹੈ, ਆਪਿ ਅਲਖ ਅਪਾਰਾ॥੬॥ vadaa saahib hai aap alakh apaaraa. ||6||

ਅਸਲੀ ਮਾਲਕ, ਪ੍ਰਭ ਜੀਵ ਦੀ ਪਹੁੰਚ ਤੋਂ ਉਪਰ ਹੈ । ਸੋਝੀ ਬਖਸ਼ੋ! ਮੈਂ ਤੇਰੇ ਅੱਗੇ ਕੀ ਅਰਦਾਸ ਕਰਾ, ਸਮਝ ਨਹੀਂ ਕੀ ਮੰਗਣਾ ਹੈ? ਪ੍ਰਭ ਦੀ ਰਹਿਮਤ ਨਾਲ ਹੀ ਜੀਵਨ ਦੀ ਅਸਲੀਅਤ ਦੀ ਸੋਝੀ ਬਖਸ਼ਿਸ਼ ਹੁੰਦੀ ਹੈ, ਸੰਸਾਰਕ ਦੁਖ, ਇਛਾਂ ਦੀ ਭੁੱਖ ਦੂਰ ਹੋ ਸਕਦੀ ਹੈ । ਪ੍ਰਭ, ਜੀਵ ਦੀ ਸਮਝ ਤੋਂ ਬਾਹਰ ਹੈ । ਜਿਸ ਨੂੰ ਸ਼ਬਦ ਦੀ ਸੋਝੀ ਬਖਸ਼ਦਾ ਹੈ । ਉਸ ਦੇ ਸਾਰੇ ਭੁਲੇਖੇ ਦੂਰ ਹੋ ਜਾਂਦੇ ਹਨ ।

The True Master remains beyond the reach and comprehension of His Creation. I am an ignorant! Enlightens me! What may I pray and beg? Whosoever may be bestowed with His Blessed Vision, he may be enlightened with the reality of human life journey; all his miseries of worldly desires may be eliminated. Whosoever may be enlightened with the essence of His Word; all his suspicions may be eliminated. His Nature remains beyond the comprehension of His Creation.

ਤੇਰੇ ਬੰਕੇ ਲੋਇਣ ਦੰਤ ਰੀਸਾਲਾ॥ tayray bankay lo-in dant reesaalaa.
ਸੋਹਣੇ ਨਕ ਜਿਨ ਲੰਮੜੇ ਵਾਲਾ॥ sO'nay nak jin lammrhay vaalaa.
ਕੰਚਨ ਕਾਇਆ ਸੁਇਨੇ ਕੀ ਢਾਲਾ॥ kanchan kaa-i-aa su-inay kee dhaalaa.
ਸੋਵੰਨ ਢਾਲਾ ਕ੍ਰਿਸਨ ਮਾਲਾ, ਜਪਹੁ ਤੁਸੀ ਸਹੇਲੀਹੋ॥ sovann dhaalaa krisan maalaa japahu tusee sahayleeho.
ਜਮ ਦੁਆਰਿ ਨ ਹੋਹੁ ਖੜੀਆ, ਸਿਖ ਸੁਣਹੁ ਮਹੇਲੀਹੋ॥ jam du-aar na hO'u kharhee-aa sikh sunhu mahayleeho.
ਹੰਸ ਹੰਸਾ ਬਗ ਬਗਾ, ਲਹੈ ਮਨ ਕੀ ਜਾਲਾ॥ hans hansaa bag bagaa lahai man kee jaalaa.
ਬੰਕੇ ਲੋਇਣ ਦੰਤ ਰੀਸਾਲਾ॥੭॥ bankay lo-in dant reesaalaa. ||7||

ਪ੍ਰਭ ਨੇ ਸੁੰਦਰ ਅੱਖਾਂ ਦਿੱਤੀਆ, ਸੋਹਣੇ ਦੰਦ, ਨੱਕ ਤੇਰੀ ਸ਼ਾਨ ਵਧਾਉਂਦੇ ਹਨ । ਲੰਮੇ ਵਾਲ ਸੋਭਦੇ ਹਨ, ਜਿਵੇਂ ਤੇਰਾ ਸਰੀਰ ਅਮੋਲਕ ਧਾਤ ਦਾ ਘੜਿਆ ਹੋਵੇ । ਇਸ ਅਮੋਲਕ ਧਾਤ ਦੇ ਸਰੀਰ, ਇਸ ਦੇ ਅੱਖਾਂ, ਨੱਕ, ਦੰਦਾ, ਵਾਲਾ ਦੇ ਸ਼ਿਗਾਰ ਨਾਲ ਪ੍ਰਭ ਦੇ ਸ਼ਬਦ ਦਾ ਸਿਮਰਨ ਕਰੋ । ਜਿਹੜਾ ਸ਼ਬਦ ਦੀ ਪਾਲਣਾ ਕਰਦਾ, ਉਸ ਨੂੰ ਦਰਬਾਰ ਵਿੱਚ ਕੋਈ ਰੋਕਾਵਟ ਨਹੀਂ ਹੁੰਦੀ! ਇਸ ਮਾਨਸ ਸਰੀਰ ਵਿਚੋਂ ਹੀ ਉਹ ਪਰੀਆਂ, ਫਰਿਸ਼ਤੇ ਮਹਿਸੂਸ ਕਰਦਾ ਹੈ! ਉਸ ਦੇ ਸਾਰੇ ਪਾਪ ਧੋਤੇ ਜਾਣਗੇ । ਉਸ ਦੀਆਂ ਅੱਖਾਂ ਅਤੇ ਦੰਦ ਹੀ ਸ਼ਿਗਾਰ ਬਣ ਜਾਂਦਾ ਹੈ ।

The True Master has blessed beautiful eyes, elegant teeth, nose to enhance his glory; long hairs enhance his beauty. He has carved his body out of a priceless, unique metal. You should meditate on the teachings of His Word; with beautiful body and embellishment of eyes, ears, nose, and silky hairs. Whosoever may adopt the teachings of His Word with steady and stable belief in day-to-day life; with His mercy and grace all his restriction in His Castle may be eliminated. He may discover the eternal angel from within. All his sins may be forgiven; his eyes, teeth become embellishment of his body.

ਤੇਰੀ ਚਾਲ ਸੁਹਾਵੀ ਮਧੁਰਾੜੀ ਬਾਣੀ॥ tayree chaal suhaavee maDhuraarhee banee.
ਕੁਹਕਨਿ ਕੋਕਿਲਾ ਤਰਲ ਜੁਆਣੀ॥ kuhkan kokilaa taral ju-aanee.
ਤਰਲਾ ਜੁਆਣੀ ਆਪਿ ਭਾਣੀ, ਇਛ ਮਨ ਕੀ ਪੂਰੀਏ॥ tarlaa ju-aanee aap bhaanee ichh man kee pooree-ay.
ਸਾਰੰਗ ਜਿਉ ਪਗੁ ਧਰੈ ਠਿਮਿ ਠਿਮਿ, ਆਪਿ ਆਪੁ ਸੰਧੂਰਏ॥ saarang Ji-o pag Dharai thim thim aap aap sanDhoora-ay.
ਸ੍ਰੀਰੰਗ ਰਾਤੀ ਫਿਰੈ ਮਾਤੀ, ਉਦਕੁ ਗੰਗਾ ਵਾਣੀ॥ sareerang raatee firai maatee udak gangaa vaanee.
ਬਿਨਵੰਤਿ ਨਾਨਕੁ ਦਾਸੁ ਹਰਿ ਕਾ, ਤੇਰੀ ਚਾਲ binvant naanak daas har kaa tayree chaal

ਗੁਰੂ ਨਾਨਕ ਦੇਵ ਜੀ! – Guru Nanak Dev Ji! Guru Granth Sahib

ਸੁਹਾਵੀ ਮਧੁਰਾੜੀ ਬਾਣੀ॥੮॥੨॥	suhaavee maDhuraarhee banee. ||8||2||

ਜੀਵ ਸੰਸਾਰ ਵਿੱਚ ਨਿਮ੍ਰਤਾ, ਮਿੱਠੇ ਬੋਲਾ ਨਾਲ ਜੀਵਨ ਬਤੀਤ ਕਰੋ! ਜੀਵ ਦੀ ਮਿੱਠੀ ਬੋਲੀ, ਜਵਾਨੀ ਮਨ ਨੂੰ ਮੋਹਨ ਵਾਲੀ ਹੈ । ਜੀਵ ਦਾ ਜੋਬਨ, ਮਨ ਨੂੰ ਮੋਹਨ ਵਾਲਾ ਇਛਾਂ ਨਾਲ ਭਰਿਆਂ ਰਹਿੰਦਾ ਹੈ । ਫਿਰ ਵੀ ਪ੍ਰਭ ਦਾ ਦਾਸ ਬਹੁਤ ਧੀਰਜ ਨਾਲ ਚਲਦਾ ਹੈ, ਪ੍ਰਭ ਦੇ ਬਖਸ਼ੇ ਤੇ ਸੰਤੋਖ ਰਖਦਾ ਹੈ । ਉਹ ਸ਼ਬਦ ਦੇ ਨਸ਼ੇ ਵਿੱਚ ਮਸਤ ਹੈ, ਜਿਵੇਂ ਗੰਗਾ ਦਾ ਪਾਣੀ ਸ਼ਾਤੀ ਨਾਲ ਚਲਦਾ ਹੈ । ਇਸਤਰ੍ਹਾਂ ਹੀ ਪ੍ਰਭ ਦੀ ਰਹਿਮਤ ਤੇ ਧੀਰਜ, ਸੰਤੋਖ ਵਿੱਚ ਹੀ ਸ਼ਬਦ ਵਿੱਚ ਲੀਨ ਰਹੋ ।

You should remain humble and polite in your worldly life. Your polite sweet sound, youth remain attractive, intoxicating to others. Your youth and beauty are crushing and intoxicating others; however, you remain overwhelmed with worldly desires. Even then, His true devotee remains humble and contented with His Blessings. He remains intoxicated in the void of His Word; he may remain calm and peaceful as the flow of Holy Ganga. You should remain in such a patience and contentment in life.

Key Message of Raag Wadahans, page 566-11
'ਪ੍ਰਭ ਦੇ ਦਾਸ ਦੇ ਮਨ ਦੀ ਅਵਸਥਾ!
ਪ੍ਰਭ ਆਪ ਹੀ ਸਾਰੀ ਸ੍ਰਿਸ਼ਟੀ ਸਾਜਕੇ ਸਭ ਵਿੱਚ ਵਸਦਾ, ਵਾਪਰਦਾ ਹੈ । ਕਿਸੇ ਨੂੰ ਰਾਜਾ ਜਾ ਮੰਗਤਾ ਬਣਾਇਆ ਹੈ । ਜਿਸ ਦੇ ਮਨ ਵਿੱਚ ਸ਼ਬਦ ਘਰ ਕਰ ਜਾਂਦਾ ਹੈ, ਉਸ ਦੇ ਦੁਖ, ਭਰਮ ਦੂਰ ਹੋ ਜਾਂਦੇ ਹਨ । ਜਿਹੜਾ ਪ੍ਰਭ ਦਾ ਸ਼ਬਦ, ਵਿਛੋੜਾ ਦੀ ਯਾਦ ਭੁਲ ਜਾਂਦਾ ਹੈ । ਉਹ ਮਾਨਸ ਜਨਮ ਬਿਰਥਾ ਹੀ ਗਵਾ ਜਾਂਦਾ ਹੈ । ਜਿਹੜਾ ਸ਼ਬਦ ਦੀ ਸੇਵਾ, ਪਾਲਣਾ ਕਰਦਾ, ਸ਼ਬਦ ਦੀ ਸਮਾਧੀ ਵਿੱਚ ਆਪਾ ਭੇਟਾ ਕਰ ਦੇਂਦਾ ਹੈ, ਉਸ ਦੇ ਭਾਗ ਖੁੱਲ੍ਹ ਜਾਂਦੇ ਹਨ । ਉਹ ਸਮਾਂ ਵੀ ਸੁਭਾਗਾ ਹੈ । ਜਨਮ ਮਰਨ ਤੋਂ ਰਹਿਤ ਪ੍ਰਭ ਦਾ ਤਖਤ ਸਦਾ ਅਟਲ ਰਹਿਣ ਵਾਲਾ ਹੈ! ਜਿਹੜਾ ਧੀਰਜ ਨਾਲ ਸ਼ਬਦ ਦੀ ਪਾਲਣਾ ਕਰਦਾ ਰਹਿੰਦਾ ਹੈ, ਉਹ ਹੀ ਅਸਲੀ ਸੇਵਕ ਬਣ ਸਕਦਾ ਹੈ । ਜਿਸ ਨੂੰ ਜੀਵਨ ਦੀ ਅਸਲੀਅਤ ਦੀ ਸੋਝੀ ਹੋ ਜਾਂਦੀ ਹੈ, ਉਸ ਦੇ ਸੰਸਾਰਕ ਦੁਖ, ਇਛਾਂ ਦੀ ਭੁੱਖ ਦੂਰ ਹੋ ਜਾਂਦੀ ਹੈ । ਇਸ ਮਾਨਸ ਸਰੀਰ ਵਿਚੋਂ ਹੀ ਪਰੀਆਂ, ਫਰਿਸ਼ਤੇ ਬਣ ਜਾਂਦੇ ਹਨ! ਜਿਹੜਾ ਪ੍ਰਭ ਦੇ ਬਖਸ਼ੇ ਤੇ ਧੀਰਜ, ਸੰਤੋਖ ਰਖਦਾ ਹੈ । ਉਹ ਸ਼ਬਦ ਦੇ ਨਸ਼ੇ ਵਿੱਚ ਮਸਤ ਰਹਿੰਦਾ ਹੈ ।
State of mind of His true devotee!
The True Master Creator remains embedded within each soul and prevail in every action everywhere. Some may be blessed with kingdom on earth and others may become a beggar. Whosoever may remain drenched with the essence of His Word, all his suspicions and miseries may be eliminated. Whosoever may not remember the real purpose of human life blessings; the misery of his separation from His Holy Spirit; He may waste his priceless opportunity of human life. Whosever may meditate and adopts the teachings of His Word; he may surrender his self-entity and remains intoxicated in the void of His Word; that moment becomes very fortunate. The True Master; His Nature, His Word, His throne remains in the void of His Word forever. Whosoever may adopt the teachings of His Word with patience; only he may be blessed with a state of mind as His true devotee. Whosoever may be enlightened with the reality of human life journey; all his miseries and hunger of worldly desires may be eliminated. Eternal angels, prophets may be discovered from the astonishing human body! Whosoever may have patience and remains contented on His Blessings; he may remain intoxicated in the void of His Word.

6. ਰਾਗੁ ਵਡਹੰਸੁ ਮਹਲਾ ੧ ਘਰੁ ੫ ਅਲਾਹਣੀਆ॥ 578-18

ੴ ਸਤਿਗੁਰ ਪ੍ਰਸਾਦਿ॥	ik-oNkaar satgur parsaad.
ਧੰਨੁ ਸਿਰੰਦਾ ਸਚਾ ਪਾਤਿਸਾਹੁ, ਜਿਨਿ ਜਗੁ ਧੰਧੈ ਲਾਇਆ॥	Dhan sirandaa sachaa paatisaahu Jin jag DhanDhai laa-i-aa.
ਮੁਹਲਤਿ ਪੁਨੀ ਪਾਈ ਭਰੀ, ਜਾਨੀਅੜਾ ਘਤਿ ਚਲਾਇਆ॥	muhlat punee paa-ee bharee jaanee-arhaa ghat chalaa-i-aa.
ਜਾਨੀ ਘਤਿ ਚਲਾਇਆ ਲਿਖਿਆ ਆਇਆ, ਰੁੰਨੇ ਵੀਰ ਸਬਾਏ॥	jaanee ghat chalaa-i-aa likhi-aa aa-i-aa runnay veer sabaa-ay.
ਕਾਂਇਆ ਹੰਸ ਥੀਆ ਵੇਛੋੜਾ, ਜਾਂ ਦਿਨ ਪੁੰਨੇ ਮੇਰੀ ਮਾਏ॥	kaaN-i-aa hans thee-aa vaychhorhaa jaaN din punnay mayree maa-ay.
ਜੇਹਾ ਲਿਖਿਆ ਤੇਹਾ ਪਾਇਆ, ਜੇਹਾ ਪੁਰਬਿ ਕਮਾਇਆ॥	jayhaa likhi-aa tayhaa paa-i-aa jayhaa purab kamaa-i-aa.
ਧੰਨੁ ਸਿਰੰਦਾ ਸਚਾ ਪਾਤਿਸਾਹੁ, ਜਿਨਿ ਜਗੁ ਧੰਧੈ ਲਾਇਆ॥੧॥	Dhan sirandaa sachaa paatisaahu Jin jag DhanDhai laa-i-aa. ||1||

ਅਟਲ ਸ੍ਰਿਸ਼ਟੀ ਨੂੰ ਸਾਜਨ ਵਾਲਾ ਪ੍ਰਭ, ਮਹਾਨ ਹੈ । ਜਿਸ ਨੇ ਸ੍ਰਿਸ਼ਟੀ ਨੂੰ ਸੰਸਾਰਕ ਧੰਦੇ, ਕਾਰੋਬਾਰ ਵਿੱਚ ਲਇਆ ਹੈ । ਪ੍ਰਭ ਦੇ ਹੁਕਮ ਅਨੁਸਾਰ, ਸ਼ੁਰੂ ਤੋਂ ਲਿਖਿਆ, ਮਿਥਆ ਸਮਾਂ ਪੂਰਾ ਹੋਣ ਤੇ ਸਵਾਸ ਖਤਮ ਹੋ ਜਾਂਦੇ, ਸਮਾਂ ਪੂਰਾ ਹੋ ਜਾਂਦਾ ਹੈ, ਜਮਦੂਤ ਆਤਮਾ ਨੂੰ ਤਨ ਵਿਚੋਂ ਕੱਢਕੇ ਵਾਪਸ ਲੇ ਜਾਂਦਾ, ਤਨ ਦੀ ਮੌਤ ਹੋ ਜਾਂਦੀ ਹੈ । ਸੰਸਾਰਕ ਸੰਬਧੀ ਆਤਮਾ ਦੇ ਵਿਛੋੜੇ ਦੇ ਹਿਰਖ ਵਿੱਚ ਵਿਲਾਪ ਕਰਦੇ ਹਨ । ਹਰੇਕ ਆਪਣੇ ਪਿਛਲੇ ਕੀਤੇ ਕੰਮਾਂ ਅਨੁਸਾਰ, ਲਿਖੇ ਭਾਗਾਂ ਨਾਲ ਹੀ ਦੁਖ, ਸੁਖ ਭੋਗਦਾ ਹੈ । ਅਟਲ ਸ੍ਰਿਸ਼ਟੀ ਨੂੰ ਸਾਜਨ ਵਾਲਾ ਪ੍ਰਭ, ਮਹਾਨ ਹੈ । ਜਿਸ ਨੇ ਸ੍ਰਿਸ਼ਟੀ ਨੂੰ ਸੰਸਾਰਕ ਧੰਦੇ, ਕਾਰੋਬਾਰ ਵਿੱਚ ਲਇਆ ਹੈ ।

The One and Only One God, True Creator of the universe, greatest of All assigns everyone on different worldly task to survive in the universe. With His Command at predetermined time, his capital of breaths may be exhausted. The devil of death may capture his soul to face judgement of his worldly deeds; his body becomes a corpse. His close family and friends grieve for loss of his company. He may endure miseries or enjoys pleasures as his prewritten destiny, in his worldly life. The Omnipotent True Master, Creator assigns everyone different worldly task to survive in the universe.

ਸਾਹਿਬੁ ਸਿਮਰਹੁ ਮੇਰੇ ਭਾਈਹੋ, ਸਭਨਾ ਏਹੁ ਪਇਆਣਾ॥	saahib simrahu mayray bhaa-eeho sabhnaa ayhu pa-i-aanaa.
ਏਥੈ ਧੰਧਾ ਕੂੜਾ ਚਾਰਿ ਦਿਹਾ, ਆਗੈ ਸਰਪਰ ਜਾਣਾ॥	aythai DhanDhaa koorhaa chaar dihaa aagai sarpar jaanaa.
ਆਗੈ ਸਰਪਰ ਜਾਣਾ ਜਿਉ ਮਿਹਮਾਣਾ, ਕਾਹੇ ਗਾਰਬੁ ਕੀਜੈ॥	aagai sarpar jaanaa Ji-o mihmaanaa kaahay gaarab keejai.
ਜਿਤੁ ਸੇਵਿਐ ਦਰਗਹ ਸੁਖੁ ਪਾਈਐ, ਨਾਮੁ ਤਿਸੈ ਕਾ ਲੀਜੈ॥	Jit sayvi-ai dargeh sukh paa-ee-ai naam tisai kaa leejai.
ਆਗੈ ਹੁਕਮੁ ਨ ਚਲੈ ਮੂਲੇ, ਸਿਰਿ ਸਿਰਿ ਕਿਆ ਵਿਹਾਣਾ॥	aagai hukam na chalai moolay sir sir ki-aa vihaanaa.
ਸਾਹਿਬੁ ਸਿਮਰਿਹੁ ਮੇਰੇ ਭਾਈਹੋ, ਸਭਨਾ ਇਹੁ ਪਇਆਣਾ॥੨॥	saahib simrihu mayray bhaa-eeho sabhnaa ayhu pa-i-aanaa. ||2||

ਸਾਰੀ ਸ੍ਰਿਸ਼ਟੀ ਨੇ ਇਸ ਰਸਤੇ ਤੇ ਹੀ ਜਾਣਾ ਹੈ । ਅਟਲ ਪ੍ਰਭ ਦਾ ਸਿਮਰਨ ਕਰੋ! ਦੁਨਿਆਵੀ ਕਾਰੋਬਾਰ ਥੋੜੇ ਦਿਨਾਂ ਦਾ ਖੇਲ ਹੈ! ਸੰਸਾਰਕ ਕਾਰੋਬਾਰ ਉਸ ਦੇ ਦਰਬਾਰ ਵਿੱਚ ਕਿਸੇ ਕੰਮ ਨਹੀਂ ਆਉਂਦੇ । ਸੰਸਾਰਕ ਮਹਾਨਤਾ, ਸੰਸਾਰਕ ਕਮਾਈ, ਹੈਸੀਅਤ ਮਾਨਸ ਜਨਮ ਦੇ ਸਫਲ ਲਈ ਬਿਰਥੀ ਹੀ ਹੈ, ਸਭ ਕੁਝ ਇਥੇ ਹੀ ਛਡ ਜਾਣਾ ਹੈ । ਮਨਮੁਖ ਸੰਸਾਰਕ ਕਮਾਈ, ਹੈਸੀਅਤ ਦਾ ਕਿਉਂ ਅਹੰਕਾਰ ਕਰਦਾ ਹੈ? ਜਿਸ ਦੇ ਸ਼ਬਦ ਦਾ ਸਿਮਰਨ ਕਰਨ ਨਾਲ ਦਰਗਾਹ ਵਿੱਚ ਸੁਖ ਬਖਸ਼ਿਸ਼ ਹੁੰਦਾ ਹੈ, ਉਸ ਦੀ ਅਰਾਧਨਾ ਕਰੋ । ਪ੍ਰਭ ਦੇ ਦਰਬਾਰ ਵਿੱਚ ਕਿਸੇ ਦਾ ਹੁਕਮ ਨਹੀਂ ਚਲਦਾ । ਸਾਰਿਆਂ ਨੇ ਆਪਣੇ ਕੀਤੇ ਕੰਮਾਂ ਅਨੁਸਾਰ ਹੀ ਅੱਗੇ ਭੁਗਤਨਾ ਪੈਂਦਾ ਹੈ । ਪ੍ਰਭ ਦੇ ਸ਼ਬਦ ਦਾ ਸਿਮਰਨ ਕਰੋ! ਸਾਰਿਆਂ ਨੇ ਹੀ ਇਸ ਰਸਤੇ ਤੋਂ ਹੀ ਜਾਣਾ ਹੈ, ਸਾਰਿਆਂ ਨੂੰ ਹੀ ਮੌਤ ਆਉਣੀ ਹੈ ।

ਗੁਰੂ ਨਾਨਕ ਦੇਵ ਜੀ! – Guru Nanak Dev Ji! Guru Granth Sahib

You should meditate and obey the teachings of His Word; everyone must go through the path of death. Your soul has a predetermined time on the worldly stage. Worldly tasks may not serve any support, for the real purpose of human life. You have come as a guest in universe, empty handed and naked; you are going to leave empty handed, naked leaving all worldly possessions on earth. Why are you boasting of worldly possessions and worldly status? You should meditate on the teachings of His World that may support after death in His Court. No one may have any say or command in His Court; everyone may be rewarded for his own worldly deeds. You should meditate on the teachings of His Word; everyone must go through the path of death.

ਜੋ ਤਿਸੁ ਭਾਵੈ ਸੰਮ੍ਰਥ ਸੋ ਥੀਐ, ਹੀਲੜਾ ਏਹੁ ਸੰਸਾਰੋ॥	jo tis bhaavai samrath so thee-ai heelrhaa ayhu sansaaro.
ਜਲਿ ਥਲਿ ਮਹੀਅਲਿ ਰਵਿ ਰਹਿਆ, ਸਾਚੜਾ ਸਿਰਜਣਹਾਰੋ॥	jal thal mahee-al rav rahi-aa saachrhaa sirjanhaaro.
ਸਾਚਾ ਸਿਰਜਣਹਾਰੋ ਅਲਖ ਅਪਾਰੋ, ਤਾ ਕਾ ਅੰਤੁ ਨ ਪਾਇਆ॥	saachaa sirjanhaaro alakh apaaro taa kaa ant na paa-i-aa.
ਆਇਆ ਤਿਨ ਕਾ ਸਫਲੁ ਭਇਆ ਹੈ, ਇਕ ਮਨਿ ਜਿਨੀ ਧਿਆਇਆ॥	aa-i-aa tin kaa safal bha-i-aa hai ik man Jinee Dhi-aa-i-aa.
ਢਾਹੇ ਢਾਹਿ ਉਸਾਰੇ ਆਪੇ, ਹੁਕਮਿ ਸਵਾਰਣਹਾਰੋ॥	dhaahay dhaahi usaaray aapay hukam savaaranhaaro.
ਜੋ ਤਿਸੁ ਭਾਵੈ ਸੰਮ੍ਰਥ ਸੋ ਥੀਐ, ਹੀਲੜਾ ਏਹੁ ਸੰਸਾਰੋ॥੩॥	jo tis bhaavai samrath so thee-ai heelrhaa ayhu sansaaro. ||3||

ਪ੍ਰਭ, ਜੀਵ ਨੂੰ ਆਪਣੀ ਕਮੀਆਂ ਨੂੰ ਪੂਰਾ ਕਰਨ ਲਈ, ਸੰਸਾਰ ਵਿੱਚ ਜਨਮ ਦੇਂਦਾ, ਇਕ ਹੋਰ ਮੌਕਾ ਬਖ਼ਸ਼ਦਾ ਹੈ । ਪ੍ਰਭ ਦਾ ਕੀਤਾ ਹੀ ਸੰਸਾਰ ਵਿੱਚ ਵਾਪਰਦਾ ਹੈ ! ਹਰਇਕ ਥਾਂ, ਧਰਤੀ, ਪਾਣੀ, ਅਕਾਸ, ਪਤਾਲ ਤੇ ਪ੍ਰਭ ਵਸਦਾ ਹੈ । ਮਹਾਨ ਪ੍ਰਭ ਜੀਵ ਦੀ ਪਹੁੰਚ, ਦੇਖੇ ਜਾਣ ਤੋਂ ਉਪਰ ਹੈ । ਉਸ ਦੇ ਕਿਸੇ ਕਰਤਬ ਦੀ ਪੂਰਨ ਵਿਆਖਿਆ ਨਹੀਂ ਕੀਤਾ ਜਾ ਸਕਦਾ । ਜਿਹੜਾ ਅਡੋਲ ਭਰੋਸੇ ਨਾਲ ਸਿਮਰਨ ਕਰਦਾ ਹੈ, ਉਸ ਦਾ ਮਾਨਸ ਜਨਮ ਲੈਂਣਾ ਸਫਲ ਹੋ ਜਾਂਦਾ ਹੈ । ਪ੍ਰਭ ਆਪ ਹੀ ਜੀਵ ਨੂੰ ਸਵਾਰਦਾ, ਜਨਮ, ਮੌਤ ਦੇਂਦਾ ਹੈ । ਸਭ ਕੁਝ ਪ੍ਰਭ ਦੇ ਹੁਕਮ ਨਾਲ ਹੀ ਹੁੰਦਾ ਹੈ । ਆਤਮਾ ਨੂੰ ਪਵਿੱਤਰ ਕਰਨ ਲਈ ਮਾਨਸ ਜਨਮ, ਇਕ ਹੋਰ ਮੌਕਾ ਬਖ਼ਸ਼ਦਾ ਹੈ ।

The True Master blesses his soul human life, another opportunity to clear her deficiencies, to be sanctified to become worthy of His Consideration. His Holy Spirit remains embedded within everything in His Nature, dwells and prevails everywhere on, in, under earth; in water, sky. The Omnipotent True Master remains beyond visibility, reach and comprehension of His Creation. No one may find any limits of His miracles nor fully explain His Nature. Whosoever may whole heartedly meditate on the teachings of His Word with steady and stable belief in his day-to-day life; his human life journey may become fruitful. The True Master, Creator creates, nourishes, protects her body, and gives death. Everything must happen under His Command. The True Master blesses his soul human life, another opportunity to clear her deficiencies, to sanctify to become worthy of His Consideration.

ਨਾਨਕ ਰੁੰਨਾ ਬਾਬਾ ਜਾਣੀਐ, ਜੇ ਰੋਵੈ ਲਾਇ ਪਿਆਰੋ॥	naanak runnaa baabaa jaanee-ai jay rovai laa-ay pi-aaro.
ਵਾਲੇਵੇ ਕਾਰਣਿ ਬਾਬਾ ਰੋਈਐ, ਰੋਵਣੁ ਸਗਲ ਬਿਕਾਰੋ॥	vaalayvay kaaran baabaa ro-ee-ai rovan sagal bikaaro.
ਰੋਵਣੁ ਸਗਲ ਬਿਕਾਰੋ, ਗਾਫਲੁ ਸੰਸਾਰੋ ਮਾਇਆ ਕਾਰਣਿ ਰੋਵੈ॥	rovan sagal bikaaro gaafal sansaaro maa-i-aa kaaran rovai.
ਚੰਗਾ ਮੰਦਾ ਕਿਛੁ ਸੂਝੈ ਨਾਹੀ, ਇਹੁ ਤਨੁ ਏਵੈ ਖੋਵੈ॥	changa mandaa kichh soojhai naahee ih tan ayvai khovai.
ਐਥੈ ਆਇਆ ਸਭੁ ਕੋ ਜਾਸੀ, ਕੂੜਿ ਕਰਹੁ ਅਹੰਕਾਰੋ॥	aithai aa-i-aa sabh ko jaasee koorh karahu ahankaaro.
ਨਾਨਕ ਰੁੰਨਾ ਬਾਬਾ ਜਾਣੀਐ, ਜੇ ਰੋਵੈ ਲਾਇ ਪਿਆਰੋ॥੪॥੧॥	naanak runnaa baabaa jaanee-ai jay rovai laa-ay pi-aaro. ||4||1||

ਪ੍ਰਭ ਦੇ ਵਿਛੋੜੇ ਵਿੱਚ ਵਿਰਲਾਪ ਕਰਨਾ ਹੀ ਜੀਵ ਦੀ ਮੌਤ ਤੇ ਅਸਲੀ ਰੋਣਾ ਹੈ । ਜਿਹੜਾ ਕੇਵਲ ਸੰਸਾਰਕ ਸੁਖਾਂ, ਲਾਲਚ, ਸੰਸਾਰਕ ਸੰਬਧਾਂ ਕਰਕੇ ਵਿਰਾਗ ਕਰਦਾ ਹੈ । ਉਸ ਦਾ ਵਿਰਾਗ ਬਿਕਾਰ ਦਾ ਹੀ ਹੁੰਦਾ ਹੈ । ਉਸ ਨੂੰ ਬੁਰੇ, ਭਲੇ ਕਰਮ ਦੀ ਕੋਈ ਪਛਾਣ ਨਹੀਂ ਹੁੰਦੀ । ਉਹ ਮਾਨਸ ਜੀਵਨ ਬਿਰਥਾ ਹੀ ਬਰਬਾਦ ਕਰ ਜਾਂਦਾ ਹੈ । ਉਹ ਭੁਲ ਜਾਂਦਾ ਹੈ ! ਜਿਹੜਾ ਜੀਵ ਜਨਮ ਲੈਂਦਾ ਹੈ, ਉਸ ਨੇ ਮਰਨਾ ਹੀ ਹੈ । ਅਗਿਆਨੀ ਜੀਵ ਦੁਨਿਆਵੀ ਕੰਮਾਂ ਦਾ ਝੂਠਾ ਅਹਿੰਕਾਰ ਨਾ ਕਰੋ । ਕੋਈ ਵਿਰਲਾ ਹੀ ਅਸਲੀ ਮਾਲਕ ਦੇ ਵਿਛੋੜੇ ਦਾ ਵਿਰਾਗ ਕਰਨਾ, ਅਸਲੀ ਰੋਣਾ ਜਾਣਦਾ ਹੈ ।

To renunciation in the memory of his separation from His Holy Spirit may be true grieving. Whosoever may only grieve for loss of his comforts, greed, and worldly attachments; his grieving may be useless. He may not distinguish between evil or good deeds; he wastes his priceless opportunity of human life blessing. He may not realize! No one may stay in the universe forever; birth and death are blessed under His Command. Ignorant, self-minded may boast about his worldly accomplishments. However, very rare human may know the true renunciation and grieving.

Key Message of Raag Wadahans, page 578-18
ਅਸਲੀ ਸੋਗ ਕੀ ਹੈ ?
ਪ੍ਰਭ ਦੇ ਹੁਕਮ ਅਨੁਸਾਰ, ਮਿਥਆ ਸਮਾਂ ਪੂਰਾ ਹੋਣ ਤੇ ਸਵਾਸ ਖਤਮ ਹੋ ਜਾਂਦੇ, ਤਨ ਦੀ ਮੌਤ ਹੋ ਜਾਂਦੀ ਹੈ । ਹਰੇਕ ਆਪਣੇ ਪਿਛਲੇ ਕੀਤੇ ਕੰਮਾਂ ਅਨੁਸਾਰ, ਲਿਖੇ ਭਾਗਾਂ ਨਾਲ ਹੀ ਦੁਖ, ਸੁਖ ਭੋਗਦਾ ਹੈ । ਸਾਰਿਆਂ ਨੂੰ ਹੀ ਮੌਤ ਆਉਣੀ ਹੈ । ਸੰਸਾਰਕ ਮਹਾਨਤਾ, ਸੰਸਾਰਕ ਕਮਾਈ ਹੈਸੀਅਤ ਮਾਨਸ ਜਨਮ ਦੇ ਸਫਲ ਲਈ ਬਿਰਥੀ ਹੀ ਹੈ । ਸਾਰਿਆਂ ਨੂੰ ਆਪਣੇ ਕੀਤੇ ਕੰਮਾਂ ਅਨੁਸਾਰ ਹੀ ਅੱਗੇ ਭੁਗਤਨਾ ਪੈਂਦਾ ਹੈ । ਪ੍ਰਭ, ਜੀਵ ਨੂੰ ਆਪਣੀ ਕਮੀਆਂ ਪੂਰਾ ਕਰਨ ਲਈ, ਸੰਸਾਰ ਵਿੱਚ ਜਨਮ ਦੇਂਦਾ, ਇਕ ਹੋਰ ਮੌਕਾ ਬਖ਼ਸ਼ਦਾ ਹੈ । ਜਿਹੜਾ ਅਡੋਲ ਭਰੋਸੇ ਨਾਲ ਸਿਮਰਨ ਕਰਦਾ ਹੈ, ਉਸ ਦਾ ਸੰਸਾਰ ਵਿੱਚ ਜਨਮ ਲੈਂਣਾ ਸਫਲ ਹੋ ਜਾਂਦਾ ਹੈ । ਪ੍ਰਭ ਦੇ ਵਿਛੋੜੇ ਵਿੱਚ ਵਿਰਲਾਪ ਕਰਨਾ ਹੀ, ਜੀਵ ਦੀ ਮੌਤ ਤੇ ਅਸਲੀ ਰੋਣਾ ਹੈ । ਕੋਈ ਵਿਰਲਾ ਹੀ ਮਾਲਕ ਦੇ ਵਿਛੋੜੇ ਦਾ ਵਿਰਾਗ ਕਰਨਾ, ਅਸਲੀ ਰੋਣਾ ਜਾਣਦਾ ਹੈ ।
What may be true grieving?
With His Command at predetermined time, his capital of breaths may be exhausted; his body becomes a corpse. He endures miseries and enjoys pleasures as prewritten destiny, as a reward of his worldly deeds of his previous life worldly deeds. Everyone must go through the path of death. Worldly tasks, status may not serve any purpose for the real purpose of human life. Everyone may be rewarded for his own worldly deeds. The True Master blesses his soul human life, another opportunity to clear her deficiencies, to sanctify her soul to become worthy of His Consideration. Whosoever may whole-heartedly meditate on the teachings of His Word with steady and stable belief life; his human life journey may become fruitful. To remain in renunciation in the memory of separation of his soul from His Holy Spirit, may be true grieving; however, very rare human may know the true renunciation and grieving.

ਗੁਰੂ ਨਾਨਕ ਦੇਵ ਜੀ! – Guru Nanak Dev Ji! Guru Granth Sahib

7. **ਵਡਹੰਸੁ ਮਹਲਾ ੧॥** 579-13

ਆਵਹੁ ਮਿਲਹੁ ਸਹੇਲੀਹੋ, ਸਚੜਾ ਨਾਮੁ ਲਏਹਾਂ॥	aavhu milhu sahayleeho sachrhaa naam la-ayhaaN.
ਰੋਵਹ ਬਿਰਹਾ ਤਨ ਕਾ, ਆਪਣਾ ਸਾਹਿਬੁ ਸੰਮ੍ਾਲੇਹਾਂ॥	rovah birhaa tan kaa aapnaa saahib samHaalayhaaN.
ਸਾਹਿਬੁ ਸਮ੍ਾਲਿਹ ਪੰਥੁ ਨਿਹਾਲਿਹ, ਅਸਾ ਭਿ ਓਥੈ ਜਾਣਾ॥	saahib samHaalih panth nihaalih asaa bhe othai jaanaa.
ਜਿਸ ਕਾ ਕੀਆ ਤਿਨ ਹੀ ਲੀਆ, ਹੋਆ ਤਿਸੈ ਕਾ ਭਾਣਾ॥	Jis kaa kee-aa tin hee lee-aa ho-aa tisai kaa bhaanaa.
ਜੋ ਤਿਨਿ ਕਰਿ ਪਾਇਆ, ਸੁ ਆਗੈ ਆਇਆ, ਅਸੀ ਕਿ ਹੁਕਮੁ ਕਰੇਹਾ॥	jo tin kar paa-i-aa so aagai aa-i-aa asee ke hukam karayhaa.
ਆਵਹੁ ਮਿਲਹੁ ਸਹੇਲੀਹੋ, ਸਚੜਾ ਨਾਮੁ ਲਏਹਾ॥੧॥	aavhu milhu sahayleeho sachrhaa naam la-ayhaa. ||1||

ਆਵੋ ਸਾਰੇ ਮਿਲਕੇ ਪ੍ਰਭ ਦੇ ਗੁਣ, ਸਿਮਰਨ ਕਰੀਏ! ਉਸ ਪ੍ਰਭ ਤੋਂ ਇਸ ਆਤਮਾ ਦੇ ਵਿਛੋੜੇ ਦੇ ਵਿਰਾਗ ਭਰੇ ਵਿਚਾਰ, ਸਿਮਰਨ ਕਰੋ । ਉਸ ਮਾਨਸ ਜਨਮ ਬਖਸ਼ਣ ਵਾਲੇ ਪ੍ਰਭ ਨੂੰ ਹਮੇਸ਼ਾ ਹੀ ਯਾਦ ਰਖੋ! ਸਮਾਂ ਪੂਰਾ ਹੋਣ ਤੇ, ਆਤਮਾ ਨੂੰ ਵਾਪਸ ਲੈ ਜਾਣਾ (ਮੌਤ) ਹੈ । ਇਹ ਮੌਤ ਤਾ ਸਾਰਿਆਂ ਨੂੰ ਆਉਣੀ ਹੀ ਹੈ । ਸਭ ਕੁਝ ਉਸ ਦੇ ਹੁਕਮ ਨਾਲ ਹੀ ਹੁੰਦਾ ਹੈ । ਜਿਹੜਾ ਮੌਤ ਨੂੰ ਹਮੇਸ਼ਾ ਹੀ ਯਾਦ ਰਖਦਾ ਹੈ! ਉਹ ਹਮੇਸ਼ਾ ਹੀ ਉਸ ਦੇ ਭਾਣੇ ਤੇ ਹੀ ਚਲਦਾ ਹੈ । ਉਸ ਨੂੰ ਸੋਝੀ ਹੋ ਜਾਂਦੀ ਹੈ । ਸੰਸਾਰ ਵਿੱਚ ਕੀਤੇ ਕੰਮ ਹੀ ਅੱਗੇ ਸਾਥ ਜਾਣੇ ਹਨ, ਉਸ ਦਾ ਫਲ ਹੀ ਬਖਸ਼ਿਸ਼ ਹੋਣਾ ਹੈ । ਸਾਰੇ ਪ੍ਰਭ ਦੇ ਸ਼ਬਦ ਗੁਣ ਗਾਈਏ, ਸਿਮਰਨ ਕਰੀਏ । ਪ੍ਰਭ ਤੋਂ ਆਤਮਾ ਦੇ ਵਿਛੋੜੇ ਦੇ ਵਿਰਾਗ ਭਰੇ ਵਿਚਾਰ ਕਰੋ ।

Let us join, meditate, and sing the glory of the teachings of His Word. We should remain in renunciation in the memory of separation of our soul from His Holy Spirit. Remember! The True Master has blessed our soul with human life opportunity. We are going die after predetermined time to face the judgement of our worldly deeds. The cycle of birth and death remain under His Command. Whosoever may adopt the teachings of His Word with steady and stable in day-to-day life; with His mercy and grace, he may be enlightened; only earnings of His Word may remain with his soul after death to support in His Court. Let us join, meditate, and sing the glory of His Word. We should remain in renunciation in the memory our separation from His Holy Spirit fresh within our mind.

ਮਰਣੁ ਨ ਮੰਦਾ ਲੋਕਾ ਆਖੀਐ, ਜੇ ਮਰਿ ਜਾਣੈ ਐਸਾ ਕੋਇ॥	maran na mandaa lokaa aakhee-ai jay mar jaanai aisaa ko-ay.
ਸੇਵਿਹੁ ਸਾਹਿਬੁ ਸੰਮ੍ਰਥੁ ਆਪਣਾ, ਪੰਥੁ ਸੁਹੇਲਾ ਆਗੈ ਹੋਇ॥	sayvihu saahib samrath aapnaa panth suhaylaa aagai ho-ay.
ਪੰਥਿ ਸੁਹੇਲੈ ਜਾਵਹੁ ਤਾਂ ਫਲੁ ਪਾਵਹੁ, ਆਗੈ ਮਿਲੈ ਵਡਾਈ॥	panth suhaylai jaavhu taaN fal paavhu aagai milai vadaa-ee.
ਭੇਟੈ ਸਿਉ ਜਾਵਹੁ ਸਚਿ ਸਮਾਵਹੁ, ਤਾਂ ਪਤਿ ਲੇਖੈ ਪਾਈ॥	bhaytai si-o jaavhu sach samaavahu taaN pat laykhai paa-ee.
ਮਹਲੀ ਜਾਇ ਪਾਵਹੁ ਖਸਮੈ ਭਾਵਹੁ, ਰੰਗ ਸਿਉ ਰਲੀਆ ਮਾਣੈ॥	mahlee jaa-ay paavhu khasmai bhaavahu rang si-o ralee-aa maanai.
ਮਰਣੁ ਨ ਮੰਦਾ ਲੋਕਾ ਆਖੀਐ, ਜੇ ਕੋਈ ਮਰਿ ਜਾਣੈ॥੨॥	maran na mandaa lokaa aakhee-ai jay ko-ee mar jaanai. ||2||

ਸੰਸਾਰ ਵਿੱਚ ਬੁਹਤ ਘਟ ਹੀ ਜੀਵ, ਮਰਨ ਦਾ ਅਸਲੀ ਢੰਗ, ਤਰੀਕਾ ਜਾਣਦੇ ਹਨ । ਜਿਹੜਾ ਜੀਵ ਸਮਝ ਲੈਂਦਾ ਹੈ! ਉਹ ਮੌਤ ਨੂੰ ਮੰਦਾ ਨਹੀਂ ਸਮਝਦਾ । ਇਹ ਅਸਲੀ ਮਾਲਕ ਨਾਲ ਮਿਲਾਪ ਹੀ ਸਮਝਦਾ ਹੈ । ਜਿਹੜਾ ਆਪਣੇ ਅਸਲੀ ਮਾਲਕ, ਸਿਰਜਨਹਾਰ ਦੇ ਭਾਣੇ ਨੂੰ ਅਟਲ ਸਮਝਕੇ ਜੀਵਨ ਢਾਲਦਾ ਹੈ, ਉਸ ਦਾ ਰਸਤਾ ਬਿਨਾਂ ਰੁਕਾਵਟ ਵਾਲਾ ਹੋ ਜਾਂਦਾ ਹੈ । ਉਹ ਪ੍ਰਭ ਦੇ ਘਰ ਚੰਗੇ ਕੰਮਾਂ ਦੀ ਭੇਟਾ ਕਰਦਾ ਹੈ । ਜਿਸ ਦੀ ਸ਼ਬਦ ਦੀ ਕਮਾਈ ਪ੍ਰਵਾਨ ਹੋ ਜਾਂਦੀ ਹੈ, ਉਸ ਨੂੰ ਦਰਬਾਰ ਵਿੱਚ ਸੋਭਾ ਬਖਸ਼ਿਸ਼ ਹੁੰਦੀ ਹੈ, ਸਦਾ ਹੀ ਖੇੜ੍ਹੇ ਵਿੱਚ ਰਹਿੰਦਾ ਹੈ । ਜੀਵ ਮੌਤ ਨੂੰ ਪ੍ਰਭ ਨੂੰ ਮਿਲਣ ਦਾ ਮੌਕਾ ਸਮਝੋ । ਅਸਲੀ ਰਸਤੇ ਤੇ ਚਲਕੇ ਆਪਣਾ ਜਨਮ ਸਫਲ ਕਰੋ ।

In the universe, very rare may learn or adopts the right path of death. Whosoever may realize the reality of human life; he may never consider death as unfortunate. This may be the judgement time to meet, The Creator. Whosoever may consider His Word as an ultimate Command; he may adopt the teachings of His Word with steady and stable belief in his day-to-day life. He may not have any restriction to enter His Castle. He may carry the earnings of His Word as his offerings. Whose earnings of His Word may be accepted in His Court; he may be honored and blessed with everlasting blossom in His Court. You should not consider death as an unfortunate event; rather an invitation to meet The Creator, True Master.

ਮਰਣੁ ਮੁਣਸਾ ਸੂਰਿਆ ਹਕੁ ਹੈ, ਜੋ ਹੋਇ ਮਰਨਿ ਪਰਵਾਣੋ॥	maran munsaa soori-aa hak hai jo ho-ay maran parvaano.
ਸੂਰੇ ਸੇਈ ਆਗੈ ਆਖੀਅਹਿ, ਦਰਗਹ ਪਾਵਹਿ ਸਾਚੀ ਮਾਣੋ॥	sooray say-ee aagai aakhee-ahi dargeh paavahi saachee maano.
ਦਰਗਹ ਮਾਣੁ ਪਾਵਹਿ, ਪਤਿ ਸਿਉ ਜਾਵਹਿ, ਆਗੈ ਦੂਖੁ ਨ ਲਾਗੈ॥	dargeh maan paavahi pat si-o jaaveh aagai dookh na laagai.
ਕਰਿ ਏਕੁ ਧਿਆਵਹਿ ਤਾਂ ਫਲੁ ਪਾਵਹਿ, ਜਿਤੁ ਸੇਵਿਐ ਭਉ ਭਾਗੈ॥	kar ayk Dhi-aavahi taaN fal paavahi Jit sayvi-ai bha-o bhaagai.
ਊਚਾ ਨਹੀ ਕਹਣਾ, ਮਨ ਮਹਿ ਰਹਣਾ, ਆਪੇ ਜਾਣੈ ਜਾਣੋ॥	oochaa nahee kahnaa man meh rahnaa aapay jaanai jaano.
ਮਰਣੁ ਮੁਣਸਾਂ ਸੂਰਿਆ ਹਕੁ ਹੈ, ਜੋ ਹੋਇ ਮਰਹਿ ਪਰਵਾਣੋ॥੩॥	maran munsaaN soori-aa hak hai jo ho-ay mareh parvaano. ||3||

ਪ੍ਰਭ ਨੇ ਹਰੇਕ ਆਤਮਾ ਨੂੰ ਪਵਿੱਤਰ ਕਰਨ ਦਾ ਮੌਕਾ ਬਖਸ਼ਿਆ ਹੈ । ਮਾਨਸ **ਜਨਮ ਦੇ ਮਿਥੇ ਸਮੇਂ ਵਿੱਚ ਆਪਣੀ ਮੈਲ ਧੋਣ ਨਾਲ ਆਤਮਾ ਪ੍ਰਵਾਨ ਹੋ ਸਕਦੀ ਹੈ ।** ਜਿਹੜਾ ਪ੍ਰਭ ਦੇ ਸ਼ਬਦ ਦੀ ਪਾਲਣਾ ਕਰਦਾ, **ਮੌਤ ਨੂੰ ਕਾਬੂਲ ਕਰਦਾ ਹੈ, ਉਹ ਹੀ ਸੂਰਮਾ ਹੈ,** । ਉਸ ਦੀ ਬੰਦਗੀ ਪ੍ਰਭ ਨੂੰ ਪ੍ਰਵਾਨ ਹੋ ਜਾਂਦੀ ਹੈ । ਉਸ ਨੂੰ ਦਰਗਾਹ ਵਿੱਚ ਥਾਂ ਬਖਸ਼ਿਸ਼ ਹੋ ਜਾਂਦੀ ਹੈ, ਕੋਈ ਦੁਖ ਨੇੜੇ ਨਹੀਂ ਆਉਂਦਾ । ਮੌਤ ਦਾ ਡਰ ਖਤਮ ਹੋ ਜਾਂਦਾ, ਉਹ ਸਦਾ ਲਈ ਅਮਰ ਹੋ ਜਾਂਦਾ ਹੈ । ਜਿਹੜਾ ਪ੍ਰਭ ਤੇ ਭਰੋਸਾ ਅਡੋਲ ਰਖਕੇ, ਉਸ ਨੂੰ ਅਸਲੀ ਮਾਲਕ ਸਮਝਕੇ ਸਿਮਰਨ ਕਰਦਾ ਹੈ । ਉਸ ਨੂੰ ਦਰਬਾਰ ਵਿੱਚ ਪ੍ਰਵਾਨਗੀ ਬਖਸ਼ਿਸ਼ ਹੋ ਜਾਂਦੀ ਹੈ, ਮੌਤ ਦਾ ਡਰ ਦੂਰ ਹੋ ਜਾਂਦਾ ਹੈ । ਜੀਵ ਪ੍ਰਭ ਨੂੰ ਅਟਲ ਮਾਲਕ ਸਮਝਕੇ ਹਮੇਸ਼ਾ ਉਸ ਦੇ ਭਾਣੇ ਵਿੱਚ ਮਸਤ ਰਹੋ । ਆਪਣੀ ਕੀਤੀ ਬੰਦਗੀ ਦਾ ਅਹੰਕਾਰ ਨਾ ਕਰੋ । ਉਹ ਅੰਤਰਜਾਮੀ ਸਭ ਕੁਝ ਦੇਖਦਾ, ਜਾਣਦਾ ਹੈ । ਪ੍ਰਭ ਹਰੇਕ ਆਤਮਾ ਨੂੰ ਪਵਿੱਤਰ ਕਰਨ ਦਾ ਮੌਕਾ ਬਖਸ਼ਦਾ ਹੈ, ਇਸ ਮਿਥੇ ਸਮੇਂ ਵਿੱਚ ਆਪਣੀ ਮੈਲ ਧੋਣ ਨਾਲ ਪ੍ਰਵਾਨਗੀ ਬਖਸ਼ਿਸ਼ ਹੋ ਸਕਦੀ ਹੈ ।

The True Master may bless soul another opportunity to sanctify to become worthy of His Consideration. Whosoever may sanctify his soul within that **predetermined time; her soul may become worthy of His Consideration**. Whosoever may adopt the teachings of His Word with steady and stable belief; **he may accept death as an invitation to meet The Creator; he may be a true warrior, brave in the universe**. Whose earnings of His Word may be accepted in His Court; he may be honored with a permanent resting place in His Court; no worldly miseries may disturb his state of mind. His fear of death may be eliminated; he may be blessed with immortal state of mind. You should consider His Word as an ultimate Command! You should remain intoxicated in meditating; never boast about your worldly status. The Omniscient True Master knows and monitors all events of the universe. The True Master may bless soul another opportunity to sanctify to become worthy of His Consideration. Whosoever may sanctify his soul within predetermined time; he may become worthy of His Consideration.

ਗੁਰੂ ਨਾਨਕ ਦੇਵ ਜੀ! – Guru Nanak Dev Ji! Guru Granth Sahib

ਨਾਨਕ ਕਿਸ ਨੋ ਬਾਬਾ ਰੋਈਐ, ਬਾਜੀ ਹੈ ਇਹੁ ਸੰਸਾਰੋ॥	naanak kis no baabaa ro-ee-ai baajee hai ih sansaaro.
ਕੀਤਾ ਵੇਖੈ ਸਾਹਿਬੁ ਆਪਣਾ, ਕੁਦਰਤਿ ਕਰੇ ਬੀਚਾਰੋ॥	keetaa vaykhai saahib aapnaa kudrat karay beechaaro.
ਕੁਦਰਤਿ ਬੀਚਾਰੇ ਧਾਰਣ ਧਾਰੇ, ਜਿਨਿ ਕੀਆ ਸੋ ਜਾਣੈ॥	kudrat beechaaray Dhaaran Dhaaray Jin kee-aa so jaanai.
ਆਪੇ ਵੇਖੈ ਆਪੇ ਬੂਝੈ, ਆਪੇ ਹੁਕਮ ਪਛਾਣੈ॥	aapay vaykhai aapay boojhai aapay hukam pachhaanai.
ਜਿਨਿ ਕਿਛੁ ਕੀਆ ਸੋਈ ਜਾਣੈ, ਤਾ ਕਾ ਰੂਪੁ ਅਪਾਰੋ॥	Jin kichh kee-aa so-ee jaanai taa kaa roop apaaro.
ਨਾਨਕ ਕਿਸ ਨੋ ਬਾਬਾ ਰੋਈਐ, ਬਾਜੀ ਹੈ ਇਹੁ ਸੰਸਾਰੋ॥੪॥੨॥	naanak kis no baabaa ro-ee-ai baajee hai ih sansaaro. ||4||2||

ਪ੍ਰਭ ਦਾ ਬਣਾਇਆ ਹੋਇਆ ਜਨਮ ਮਰਨ ਦਾ ਖੇਲ, ਜੀਵ ਦੇ ਵੱਸ ਵਿੱਚ ਨਹੀਂ ਹੈ! ਫਿਰ ਜੀਵ ਉਸ ਨੂੰ ਕਿਉ ਰੋਂਦਾ, ਵਿਰਾਗ ਕਰਦਾ ਹੈ? ਇਹ ਸਾਰੀ ਸ੍ਰਿਸ਼ਟੀ ਅਟਲ ਸਿਰਜਨਹਾਰੇ ਨੇ ਹੀ ਸਾਜੀ ਹੈ, ਉਹ ਹੀ ਇਸ ਦਾ ਕਾਰਨ ਜਾਣਦਾ ਹੈ । ਕੇਵਲ ਉਸ ਦਾ ਹੀ ਹੁਕਮ ਚਲਦਾ, ਦੇਖ ਭਾਲ, ਪਾਲਣਾ ਕਰਦਾ ਹੈ । ਇਹ ਜਨਮ ਮਰਨ, ਪ੍ਰਭ ਦਾ ਬਣਾਇਆ ਖੇਲ, ਆਪ ਹੀ ਕਾਰਨ ਜਾਣਦਾ ਹੈ । ਪ੍ਰਭ ਜੀਵ ਦੀ ਪਹੁੰਚ ਤੋਂ ਉਪਰ ਹੈ, ਉਸ ਦਾ ਰੂਪ ਅਨੋਖਾ ਹੈ । ਉਸ ਦੇ ਰੂਪ, ਸ਼ਕਲ ਦੀ, ਵਿਆਖਿਆ ਨਹੀਂ ਕੀਤੀ ਜਾ ਸਕਦੀ । ਅਕਾਰ ਤੋਂ ਰਹਿਤ, ਕਿਸੇ ਵੀ ਅਕਾਰ ਵਿੱਚ ਆਪਣੀ ਰਜ਼ਾ ਨਾਲ ਪ੍ਰਗਟ ਹੋ ਸਕਦਾ ਹੈ । ਪ੍ਰਭ ਦਾ ਬਣਾਇਆ ਹੋਇਆ ਜਨਮ ਮਰਨ ਦਾ ਖੇਲ, ਜੀਵ ਦੇ ਵੱਸ ਵਿੱਚ ਨਹੀਂ ਹੈ, ਫਿਰ ਜੀਵ ਕਿਉਂ ਰੋਂਦਾ ਵਿਰਾਗ ਕਰਦਾ ਹੈ?

The cycle of birth and death has been created by The True Master; worldly creature has nothing under his power and control. Why may he be crying and grieving for this uselessly? Only! The creator knows the purpose of this play. Only His Commands prevail to nourish, protect, and monitor the obedience of His Command. The True Master, His astonishing Glory, His Nature remain beyond visibility and comprehension of His Creation. Structureless, bodyless, The True Master may appear in any breathing or non-breathing structure at His Own Free Will. The cycle of birth and death in the universe has been created by The True Master; worldly creature has nothing under his power and control. Then why may he be crying and grieving for uselessly?

Key Message of Raag Wadahans, page 579-13
ਮੌਤ ਕੀ ਹੈ?
ਇਹ ਮੌਤ ਤਾ ਸਾਰਿਆਂ ਨੂੰ ਆਉਣੀ ਹੀ ਹੈ । ਸਮਾਂ ਪੂਰਾ ਹੋਣ ਤੇ, ਪ੍ਰਭ ਆਤਮਾ ਨੂੰ ਵਾਪਸ ਲੈ ਜਾਂਦਾ ਹੈ । ਪ੍ਰਭ ਤੋਂ ਇਸ ਆਤਮਾ ਦੇ ਵਿਛੋੜੇ ਦੇ ਵਿਰਾਗ ਭਰੇ ਵਿਚਾਰ ਕਰੋ! ਸੰਸਾਰ ਵਿੱਚ ਬੁਹਤ ਘਟ ਹੀ ਜੀਵ ਮਰਨ ਦਾ ਅਸਲੀ ਢੰਗ ਜਾਣਦੇ ਹਨ । ਜਿਹੜਾ ਮੌਤ ਨੂੰ ਅਸਲੀ ਮਾਲਕ ਨਾਲ ਮਿਲਾਪ ਹੀ ਸਮਝਦਾ ਹੈ । ਉਸ ਦੀ ਸ਼ਬਦ ਦੀ ਕਮਾਈ ਪ੍ਰਵਾਨ ਹੋ ਜਾਂਦੀ ਹੈ, ਉਸ ਨੂੰ ਦਰਬਾਰ ਵਿੱਚ ਸੋਭਾ ਬਖਸ਼ਿਸ਼ ਹੁੰਦੀ ਹੈ । ਪ੍ਰਭ ਨੇ ਹਰੇਕ ਆਤਮਾ ਨੂੰ ਪਵਿੱਤਰ ਕਰਨ ਦਾ ਮੌਕਾ ਬਖਸ਼ਿਆ ਹੈ । ਜਿਹੜਾ ਪ੍ਰਭ ਦੇ ਸ਼ਬਦ ਦੀ ਪਾਲਣਾ ਕਰਦਾ, ਮੌਤ ਨੂੰ ਕਾਬੂਲ ਕਰਦਾ ਹੈ, ਉਹ ਹੀ ਸੂਰਮਾ ਹੈ । ਉਸ ਦੀ ਬੰਦਗੀ ਪ੍ਰਭ ਨੂੰ ਪ੍ਰਵਾਨ ਹੋ ਜਾਂਦੀ ਹੈ । ਉਸ ਨੂੰ ਦਰਗਾਹ ਵਿੱਚ ਥਾਂ ਬਖਸ਼ਿਸ਼ ਹੋ ਜਾਂਦੀ ਹੈ । ਅਕਾਰ ਤੋਂ ਰਹਿਤ, ਕਿਸੇ ਵੀ ਅਕਾਰ ਵਿੱਚ ਆਪਣੀ ਰਜ਼ਾ ਨਾਲ ਪ੍ਰਗਟ ਹੋ ਸਕਦਾ ਹੈ ।
What may be death?
Everyone must die after predetermined time to face the judgement of his worldly deeds. We should remain in renunciation in the memory of separation from His Holy Spirit. However, very rare may learn or adopts the right path of death. Whosoever may realize the reality of human life; he considers death as the judgement time to meet. His earnings of His Word may be accepted in His Court; he may be honored in His Court. The True Master may bless soul another opportunity to sanctify to become worthy of His Consideration. Whosoever may sanctify his soul within predetermined time; her soul may become worthy of His Consideration. He may be a true warrior, brave in the universe. His earnings of His Word may be accepted in His Court, he may be honored with a permanent place in His Court. The True Master, structureless, bodyless may appear in any breathing and non-breathing structure at His own free Will.

8. ਵਡਹੰਸੁ ਮਹਲਾ ੧ ਦਖਣੀ॥ 580-7

ਸਚੁ ਸਿਰੰਦਾ ਸਚਾ ਜਾਣੀਐ, ਸਚੜਾ ਪਰਵਦਗਾਰੋ॥	sach sirandaa sachaa jaanee-ai sachrhaa parvadgaaro.
ਜਿਨਿ ਆਪੀਨੈ ਆਪੁ ਸਾਜਿਆ, ਸਚੜਾ ਅਲਖ ਅਪਾਰੋ॥	Jin aapeenai aap saaJi-aa sachrhaa alakh apaaro.
ਦੁਇ ਪੁੜ ਜੋੜਿ ਵਿੱਛੋੜਿਅਨੁ, ਗੁਰ ਬਿਨੁ ਘੋਰੁ ਅੰਧਾਰੋ॥	du-ay purh jorh vichhorhi-an gur bin ghor anDhaaro.
ਸੂਰਜ ਚੰਦੁ ਸਿਰਜਿਅਨੁ, ਅਹਿਨਿਸਿ ਚਲਤੁ ਵੀਚਾਰੋ॥੧॥	sooraj chand sirJi-an ahinis chalat veechaaro. ||1||

ਜੀਵ ਪ੍ਰਭ ਦੀ ਹੌਂਦ, ਸ਼ਬਦ, ਕਰਤਬਾਂ ਨੂੰ ਅਟਲ ਸਮਝੋ, ਭਰੋਸਾ ਅਡੋਲ ਰਖੋ । ਪ੍ਰਭ ਨੇ ਸਾਰੀ ਸ੍ਰਿਸ਼ਟੀ ਆਪਣੀ ਇਛਾ ਅਨੁਸਾਰ, ਸਿਰਜੀਆਂ ਹੈ । ਪ੍ਰਭ ਦੀ ਅਨੋਖੀ ਹੌਂਦ ਜੀਵ ਦੀ ਪਹੁੰਚ ਤੋਂ ਉਪਰ ਹੈ । ਪ੍ਰਭ ਨੇ ਜਨਮ, ਮਰਨ, ਸੰਜੋਗ, ਵਿਛੜਨਾ ਆਪ ਬਣਾਇਆ ਹੈ । ਪ੍ਰਭ ਦੀ ਰਹਿਮਤ ਤੋਂ ਬਿਨਾਂ ਜੀਵ ਨੂੰ ਕੋਈ ਸੋਝੀ ਬਖਸ਼ਿਸ਼ ਨਹੀਂ ਹੁੰਦੀ, ਸੰਸਾਰ ਵਿੱਚ ਵਿੱਚ ਹਨੇਰਾ, ਅਗਿਆਨਤਾ ਹੀ ਹੈ । ਪ੍ਰਭ ਨੇ ਹੀ ਸੂਰਜੁ, ਚੰਦ, ਧਰਤੀ, ਅਕਾਸ, ਪਤਾਲ, ਦਿਨ, ਰਾਤ, ਬਣਾਏ ਹਨ । ਸਾਰੇ ਪ੍ਰਭ ਦੇ ਹੁਕਮ ਅਨੁਸਾਰ ਹੀ ਚਲ ਸਕਦੇ ਹਨ ।

You should have a steady and stable belief that His Existence, His Word, His miracles are unavoidable and real. The whole universe has been created as per His Own Imagination. His astonishing existence remains beyond the comprehension of His Creation. He has created the cycle of birth and death; union and separation with His Own Imagination. No one may be enlightened with the teachings of His Word, nature, without His mercy and grace, ignorance dominates in the universe. The True Master has created, Sun, Moon, earth, sky, under world, Day, and night. All may function only under His Command.

ਸਚੜਾ ਸਾਹਿਬੁ ਸਚੁ ਤੂ, ਸਚੜਾ ਦੇਹਿ ਪਿਆਰੋ॥ ਰਹਾਉ॥	sachrhaa saahib sach too sachrhaa deh pi-aaro. rahaa-o.

ਅਸਲੀ ਮਾਲਕ, ਅਟਲ ਪ੍ਰਭ ਰਹਿਮਤ ਬਖਸ਼ਕੇ ਸ਼ਬਦ ਦੇ ਸਿਮਰਨ ਦੇ ਲੜ ਲਾਵੋ । ਤੇਰੀ ਕ੍ਰਿਪਾ ਤੋਂ ਬਿਨਾਂ ਕੋਈ ਸਿਮਰਨ, ਤੇਰੇ ਨਾਲ ਪ੍ਰੀਤ ਨਹੀਂ ਕਰ ਸਕਦਾ ।

The True Master bestow Your Blessed Vision with devotion to meditate on the teachings of Your Word. No one may meditate nor remains on the right path of Your Acceptance, without Your mercy and grace.

ਤੁਧੁ ਸਿਰਜੀ ਮੇਦਨੀ, ਦੁਖੁ ਸੁਖੁ ਦੇਵਣਹਾਰੋ॥	tuDh sirjee maydnee dukh sukh dayvanhaaro.
ਨਾਰੀ ਪੁਰਖ ਸਿਰਜਿਐ, ਬਿਖੁ ਮਾਇਆ ਮੋਹੁ ਪਿਆਰੋ॥	naaree purakh sirJi-ai bikh maa-i-aa mO' pi-aaro.
ਖਾਣੀ ਬਾਣੀ ਤੇਰੀਆ, ਦੇਹਿ ਜੀਆ ਆਧਾਰੋ॥	khaanee banee tayree-aa deh jee-aa aaDhaaro.
ਕੁਦਰਤਿ ਤਖਤੁ ਰਚਾਇਆ, ਸਚਿ ਨਿਬੇੜਣਹਾਰੋ॥੨॥	kudrat takhat rachaa-i-aa sach nibayrhanhaaro. ||2||

ਗੁਰੂ ਨਾਨਕ ਦੇਵ ਜੀ! – Guru Nanak Dev Ji! Guru Granth Sahib

ਪ੍ਰਭ ਤੂੰ ਹੀ ਸ੍ਰਿਸ਼ਟੀ ਪੈਦਾ ਕੀਤੀ ਹੈ, ਦੁਖ, ਸੁਖ ਤੇਰੇ ਬਖਸ਼ੇ ਹੀ ਹਨ । ਤੂੰ ਆਪੇ ਹੀ ਨਾਰੀ, ਪੁਰਖ ਪੈਦਾ ਕੀਤੇ ਹਨ । ਆਪ ਹੀ ਸੰਸਾਰਕ ਪਦਾਰਥਾਂ ਨਾਲ, ਸੰਬਧ, ਰਿਸ਼ਤੇ ਬਣਾਏ ਹਨ । ਆਪ ਹੀ ਮੋਹ, ਲਾਲਚ ਦਾ ਜਾਲ ਪਸਾਰਿਆ ਹੈ । ਆਪੇ ਹੀ ਸ੍ਰਿਸ਼ਟੀ ਨੂੰ ਸਿਧੇ ਰਸਤੇ ਚਲਣ ਲਈ ਆਪਣਾ ਸ਼ਬਦ, ਇਸ ਦੀਆਂ ਕਰਾਮਾਤਾਂ ਪੈਦਾ ਕੀਤੀਆਂ ਹਨ । ਪ੍ਰਭ ਸਦਾ ਹੀ ਇਨਸਾਫ ਕਰਦਾ, ਸ੍ਰਿਸ਼ਟੀ ਹੀ ਪ੍ਰਭ ਦਾ ਤਖਤ, ਦਰਬਾਰ ਹੈ ।

The True Master has created the whole universe! He has blessed with pleasures and miseries to monitor the obedience to His Command. He has created male and female; induced attraction between and created attachment to worldly possessions. The True Master has also spread the trap of greed and attachments; worldly wealth, Shakti. He has blessed various Holy Scriptures, dominated by miracles of His Word to find the right path of acceptance in His Court. The universe, the body of each creature is His Throne; only justice prevails in His Court.

ਆਵਾ ਗਵਣੁ ਸਿਰਜਿਆ, ਤੂ ਥਿਰੁ ਕਰਣੈਹਾਰੋ॥	aavaa gavan sirJi-aa too thir karnaihaaro.
ਜੰਮਣੁ ਮਰਣਾ ਆਇ ਗਇਆ, ਬਧਿਕੁ ਜੀਉ ਬਿਕਾਰੋ॥	jaman marnaa aa-ay ga-i-aa baDhik jee-o bikaaro.
ਭੂਡੜੈ ਨਾਮੁ ਵਿਸਾਰਿਆ, ਬੂਡੜੈ ਕਿਆ ਤਿਸੁ ਚਾਰੋ॥	bhoodrhai naam visaari-aa boodrhai ki-aa tis chaaro.
ਗੁਣ ਛੋਡਿ ਬਿਖੁ ਲਦਿਆ, ਅਵਗੁਣ ਕਾ ਵਣਜਾਰੋ॥੩॥	gun chhod bikh ladi-aa avgun kaa vanjaaro. ||3||

ਪ੍ਰਭ ਜਨਮ ਮਰਨ ਤੋਂ ਰਹਿਤ ਨੇ ਆਪ ਹੀ ਜੀਵ ਦੀ ਆਤਮਾ ਲਈ ਸੰਸਾਰ ਵਿੱਚ ਆਉਣ (ਜਨਮ), ਤਨ ਦੀ ਮੌਤ (ਮਰਨ) ਦਾ ਖੇਲ ਬਣਾਇਆ ਹੈ । ਜੀਵ ਨੂੰ ਇਸ ਖੇਲ ਵਿੱਚ ਪਾਉਂਦਾ, ਆਤਮਾ ਨੂੰ ਸੰਸਾਰਕ ਪਦਾਰਥਾਂ, ਸੰਬਧਾਂ ਦੇ ਮੋਹ, ਲਾਲਚ ਵਿੱਚ ਆਪ ਹੀ ਲਾਉਂਦਾ ਹੈ । ਜਿਹੜਾ ਜਨਮ ਤੋਂ ਹੀ ਇਸ ਖੇਲ ਵਿੱਚ ਚਲਦਾ, ਸ਼ਬਦ ਭੁਲਾ ਲੈਂਦਾ ਹੈ । ਉਹ ਇਸ ਆਵਾ ਗਵਣ ਦੇ ਚੱਕਰ ਵਿੱਚ ਹੀ ਰਹਿੰਦਾ ਹੈ । ਸਮਾਂ ਬੀਤ ਜਾਣ ਤੇ ਬੇਵੱਸ ਹੋ ਜਾਂਦਾ, ਕੋਈ ਚਾਰਾ, ਵਿਧੀ ਨਹੀਂ ਚਲਦੀ । ਉਹ ਚੰਗੇ ਕੰਮ ਛਡਕੇ, ਮੂਰਖਾਂ ਵਾਲੇ ਕੰਮ ਕਰਦਾ, ਮੰਦੇ ਕੰਮਾਂ ਦਾ ਵਿਪਾਰ ਹੀ ਕਰਦਾ ਹੈ, ਜੂੰਨਾਂ ਦਾ ਭੰਡਾਰ ਲਈ ਫਿਰਦਾ ਹੈ ।

The True Master! has created the cycle of birth and death for soul; His Holy Spirit remains embedded within each soul, beyond any emotional attachment. He remains beyond the cycle of birth and death. He has introduced his soul to the play of universe, dominated by two powerful forces. Shakti, worldly wealth, possessions, and greed and Shiv the path of His Word. Whosoever may remain intoxicated with worldly wealth; he may not remember the real purpose of human life. He remains in the cycle of birth and death. Over a period, he may become desperate, helpless and gives up hopes and efforts. He may abandon good deeds and indulged in sinful, evil deeds. He collects the burden of sins and only trade evil merchandizes.

ਸਦੜੇ ਆਏ ਤਿਨਾ ਜਾਨੀਆ, ਹੁਕਮਿ ਸਚੇ ਕਰਤਾਰੋ॥	sad-rhay aa-ay tinaa jaanee-aa hukam sachay kartaaro.
ਨਾਰੀ ਪੁਰਖ ਵਿਛੁੰਨਿਆ, ਵਿਛੁੜਿਆ ਮੇਲਣਹਾਰੋ॥	naaree purakh vichhunni-aa vichhurhi-aa maylanhaaro.
ਰੂਪੁ ਨ ਜਾਣੈ ਸੋਹਣੀਐ, ਹੁਕਮਿ ਬਧੀ ਸਿਰਿ ਕਾਰੋ॥	roop na jaanai sO'nee-ai hukam baDhee sir kaaro.
ਬਾਲਕ ਬਿਰਧਿ ਨ ਜਾਣਨੀ, ਤੋੜਨਿ ਹੇਤੁ ਪਿਆਰੋ॥੪॥	baalak biraDh na jaannee torhan hayt pi-aaro. ||4||

ਜਿਸ ਨੂੰ ਅਟਲ ਸਿਰਜਨਹਾਰ ਦਾ ਮੌਤ ਦਾ ਸੱਦਾ ਆਉਂਦਾ ਹੈ । ਮੌਤ ਨਾਰੀ, ਪੁਰਖ, ਉਮਰ, ਹੈਸੀਅਤ ਦਾ ਕੋਈ ਵਿਤਕਰਾ ਨਹੀਂ ਕਰਦੀ । ਮੌਤ ਦਾ ਫਰਿਸ਼ਤਾ ਪ੍ਰਭ ਦੇ ਹੁਕਮ ਦੀ ਹੀ ਪਾਲਣਾ ਕਰਦਾ ਹੈ । ਆਤਮਾ ਸੰਸਾਰਕ ਬੰਧਨ ਤੋੜਕੇ ਆਪਣੇ ਅਸਲੀ ਮਾਲਕ ਪਾਸ ਚਲੇ ਜਾਂਦੀ ਹੈ ।

Whosoever may receive a message of death with His mercy and grace. The devil of death never discriminates between, age, gender, or worldly status. The devil of death only follows His Command. He breaks all worldly bonds of soul and takes her away to face the judgement of her worldly deeds.

ਨਉ ਦਰਿ ਠਾਕੇ ਹੁਕਮਿ ਸਚੈ, ਹੰਸੁ ਗਇਆ ਗੈਣਾਰੇ॥	na-o dar thaakay hukam sachai hans ga-i-aa gainaaray.
ਸਾ ਧਨ ਛੁਟੀ ਮੁਠੀ ਝੂਠਿ ਵਿਧਣੀਆ,	saa Dhan chhutee muthee jhooth viDh-nee-aa
ਮਿਰਤਕੜਾ ਅੰਙਨੜੇ ਬਾਰੇ॥	miratkarhaa annynarhay baaray.
ਸੁਰਤਿ ਮੁਈ ਮਰੁ ਮਾਈਏ, ਮਹਲ ਰੁੰਨੀ ਦਰ ਬਾਰੇ॥	surat mu-ee mar maa-ee-ay mahal runnee dar baaray.
ਰੋਵਹੁ ਕੰਤ ਮਹੇਲੀਹੋ, ਸਚੇ ਕੇ ਗੁਣ ਸਾਰੇ॥੫॥	rovhu kant mahayleeho sachay kay gun saaray. ||5||

ਪ੍ਰਭ ਦੇ ਹੁਕਮ ਨਾਲ ਆਤਮਾ ਦਾ ਸਰੀਰ ਵਿੱਚ ਰਹਿਣ ਵਾਲੇ ਸਾਰੇ ਦਰਵਾਜ਼ੇ (ਨੌਂ ਦਰਵਾਜ਼ੇ) ਬੰਦ ਹੋ ਜਾਂਦੇ ਹਨ, ਆਤਮਾ ਵਾਪਸ, ਭੇਜਣੇ ਵਾਲੇ ਵੱਲ ਚਲ ਜਾਂਦੀ ਹੈ । ਆਤਮਾ, ਤਨ ਝੂਠੀ ਹੋਂਦ ਤੋਂ ਵੱਖਰੀ ਹੋ ਜਾਂਦੀ, ਜੀਵ ਨੂੰ ਮੁਰਦਾ ਕਹਿਣ ਲਗ ਪੈਂਦੇ ਹਨ । ਆਤਮਾ ਦੀ ਸੁਰਤ ਖਤਮ, ਮੁਰਦਾ ਹੋ ਜਾਂਦੀ ਹੈ । ਇਹ ਸੰਸਾਰਕ ਘਰ ਸੁੰਨਾ ਹੋ ਜਾਂਦਾ ਹੈ । ਸੰਸਾਰਕ ਸੰਬਧੀ ਇਸ ਵਿਛੋੜੇ ਦਾ ਵਿਰਾਗ ਕਰਦੇ ਹਨ । ਅਸਲ ਵਿੱਚ ਇਹ ਸਮਾਂ ਸਿਮਰਨ ਦਾ ਅਤੇ ਖੁਸ਼ੀ ਦਾ ਹੁੰਦਾ ਹੈ । ਆਤਮਾ ਸੰਸਾਰਕ ਯਾਤਰਾ ਪੂਰੀ ਕਰਕੇ ਆਪਣੇ ਅਸਲੀ ਘਰ ਵਾਪਸ ਜਾਂਦੀ ਹੈ । ਇਹ ਸਾਰੇ ਹੀ ਪ੍ਰਭ ਦੇ ਗੁਣ ਹਨ ।

With His Command, all nine doors of his body may be closed for soul and only 10th gate opens to take her away. His soul will abandon his false existence, his body; worldly creatures call his body a corpse. All senses of his soul would seize, breathless, dead. Her body becomes empty, as void. His close friends and family may grieve for their loss of his company. However, this time is not to grieve rather to celebrate; his soul has finished her journey and returning to her real home. All are virtues of The True Master.

ਜਲਿ ਮਲਿ ਜਾਨੀ ਨਾਵਾਲਿਆ, ਕਪੜਿ ਪਟਿ ਅੰਬਾਰੇ॥	jal mal jaanee naavaali-aa kaparh pat ambaaray.
ਵਾਜੇ ਵਜੇ ਸਚੀ ਬਾਣੀਆ, ਪੰਚ ਮੁਏ ਮਨੁ ਮਾਰੇ॥	vaajay vajay sachee baanee-aa panch mu-ay man maaray.
ਜਾਨੀ ਵਿਛੁੰਨੜੇ ਮੇਰਾ ਮਰਣੁ ਭਇਆ,	jaanee vichhunnrhay mayraa maran bha-i-aa
ਧ੍ਰਿਗੁ ਜੀਵਣੁ ਸੰਸਾਰੇ॥	Dharig jeevan sansaaray.
ਜੀਵਤੁ ਮਰੈ ਸੁ ਜਾਣੀਐ, ਪਿਰ ਸਚੜੈ ਹੇਤਿ ਪਿਆਰੇ॥੬॥	jeevat marai so jaanee-ai pir sachrhai hayt pi-aaray. ||6||

ਇਸ ਆਤਮਾ ਦੇ ਘਰ (ਸਰੀਰ) ਨੂੰ ਸੰਸਾਰਕ ਸੰਬਧੀ, ਪਾਣੀ ਨਾਲ ਇਸ਼ਨਾਨ, ਸਾਫ ਕਰਦੇ ਹਨ, ਸੋਹਣੇ ਕਪੜੇ ਨਾਲ ਸਜਾਉਂਦੇ ਹਨ । ਅੱਟਲ ਪ੍ਰਭ ਦਾ ਸਿਮਰਨ ਕਰਦੇ ਹਨ, ਨਜ਼ਦੀਕੀ ਸੰਬਧੀ ਆਪਣੇ ਆਪ ਨੂੰ ਉਸ ਨਾਲ ਮੋਇਆ ਮਹਿਸੂਸ ਕਰਦੇ ਹਨ । ਉਹ ਮਹਿਸੂਸ ਕਰਦੇ ਹਨ ਕਿ ਜਾਣੇ ਵਾਲੇ ਤੋਂ ਪਿਛੋਂ ਉਹਨਾਂ ਦੇ ਜੀਵਨ ਦਾ ਕੋਈ ਮੰਤਵ ਨਹੀਂ ਰਹਿਆ । ਜਿਹੜਾ ਮਰਨ ਨੂੰ ਅਟਲ ਸਮਝਦਾ ਹੈ, ਉਹ ਹਮੇਸ਼ਾ ਮੌਤ ਨੂੰ ਨੇੜੇ ਸਮਝਦਾ ਹੈ । ਉਸ ਦੇ ਭਾਣੇ ਵਿੱਚ ਚਲਕੇ ਉਸ ਦੀ ਸ੍ਰਿਸ਼ਟੀ ਦੀ ਪਾਲਣਾ ਕਰਦਾ ਹੈ, ਪ੍ਰਭ ਦੇ ਵਿਛੋੜੇ ਦੇ ਵਿਰਾਗ ਵਿੱਚ ਹੀ ਰਹਿੰਦਾ ਹੈ ।

His close relatives, clean the corpse, the house of soul and embellish with new cloths and sing the glory of His Word. His close family feels very depressed and feels like dead with him; as no purpose of life left for them. Whosoever may accept death as unpredictable, unavoidable His Command; he may adopt the teachings of His Word and serves His Creation. He remains in renunciation in the memory of his separation from His Holy Spirit.

ਤੁਸੀ ਰੋਵਹੁ ਰੋਵਣ ਆਈਹੋ, ਝੂਠਿ ਮੁਠੀ ਸੰਸਾਰੇ॥	tusee rovhu rovan aa-eeho jhooth muthee sansaaray.
ਹਉ ਮੁਠੜੀ ਧੰਧੈ ਧਾਵਣੀਆ,	ha-o muth-rhee DhanDhai Dhaavanee-aa
ਪਿਰਿ ਛੋਡਿਅੜੀ ਵਿਧਣਕਾਰੇ॥	pir chhodi-arhee viDhankaaray.
ਘਰਿ ਘਰਿ ਕੰਤੁ ਮਹੇਲੀਆ, ਰੂੜੈ ਹੇਤਿ ਪਿਆਰੇ॥	ghar ghar kant mahaylee-aa roorhai hayt pi-aaray.
ਮੈ ਪਿਰੁ ਸਚੁ ਸਲਾਹਣਾ, ਹਉ ਰਹਸਿਅੜੀ ਨਾਮਿ ਭਤਾਰੇ॥੭॥	mai pir sach salaahnaa ha-o rehsi-arhee naam bhataaray. ||7||

ਜੀਵ ਸਮਝੋ! ਇਹ ਸੰਸਾਰ ਆਤਮਾ ਦਾ ਅਸਲੀ ਰਹਿਣ ਦਾ ਸਥਾਨ ਨਹੀਂ ਹੈ । ਇਸ ਭੁਲੇਖੇ ਕਰਕੇ ਜੀਵ ਵਿਰਾਗ ਕਰਦਾ ਹੈ । ਮੈਂ ਵੀ ਇਸ ਭੁਲੇਖੇ ਵਿੱਚ ਸੀ! ਆਪਣੇ ਅਸਲੀ ਮਾਲਕ ਨੂੰ ਵਿਸਾਰ ਕੇ, ਸੰਸਾਰਕ ਧੰਦਿਆਂ ਵਿੱਚ ਮਗਨ ਸੀ । ਉਸ ਦੀ ਰਜ਼ਾ ਦੇ ਉਲਟ ਚਲਦਾ ਸੀ । ਹੁਣ ਮੈਨੂੰ ਅਸਲੀ ਰਸਤੇ ਤੇ ਪਾਇਆ, ਮੈਂ ਕਾਬੂਲ ਕੀਤਾ ਹੈ । ਹੁਣ ਮੈਂ ਹਰ ਵੇਲੇ ਅਟਲ ਪ੍ਰਭ ਦੇ ਧੰਨਵਾਦ ਦੇ ਹੀ ਗੁਣ ਗਾਉਂਦਾ ਹਾ । ਮੈਂ ਘਰ ਘਰ ਪ੍ਰਭ ਦੇ ਸ਼ਬਦ ਦੀ ਖੁਸ਼ੀ ਵੰਡਦਾ ਹਾ ।

Remember! World is not a permanent resting place for soul; due to this suspicion, you are grieving on death. I was also a slave of religious suspicion; by abandoning His Word, I was intoxicated with worldly wealth and chores. I was doing everything against His Command, the teachings of His Word. Now I have accepted the reality of human life. I have adopted the right path of acceptance in His Court. I am singing and sharing the glory of His Word with His Creation.

ਗੁਰਿ ਮਿਲਿਐ ਵੇਸੁ ਪਲਟਿਆ, ਸਾ ਧਨ ਸਚੁ ਸੀਗਾਰੋ॥	gur mili-ai vays palti-aa saa Dhan sach seegaaro.
ਆਵਹੁ ਮਿਲਹੁ ਸਹੇਲੀਹੋ, ਸਿਮਰਹੁ ਸਿਰਜਣਹਾਰੋ॥	aavhu milhu sahayleeho simrahu sirjanhaaro.
ਬਈਅਰਿ ਨਾਮਿ ਸੋੁਹਾਗਣੀ, ਸਚੁ ਸਵਾਰਣਹਾਰੋ॥	ba-ee-ar naam sO'aaganee sach savaaranhaaro.
ਗਾਵਹੁ ਗੀਤੁ ਨ ਬਿਰਹੜਾ, ਨਾਨਕ ਬ੍ਰਹਮ ਬੀਚਾਰੋ॥੮॥੩॥	gaavhu geet na birharhaa naanak barahm beechaaro. ||8||3||

ਅਟਲ ਪ੍ਰਭ ਨੇ ਸੋਝੀ ਬਖਸ਼ੀ ਹੈ, ਜੀਵਨ ਦਾ ਮੰਤਵ ਹੀ ਬਦਲ ਗਿਆ ਹੈ । ਉਸ ਦੇ ਸ਼ਬਦ ਦਾ ਸਿਮਰਨ ਕਰੀਏ । ਸਿਮਰਨ ਨਾਲ, ਪ੍ਰਭ ਖੁਸ਼ ਹੁੰਦਾ ਹੈ, ਦਰਗਾਹ ਵਿੱਚ ਬਹੁਤ ਅਨੁੰਦ ਬਖਸ਼ਿਸ਼ ਹੁੰਦਾ । ਫਿਰ ਉਹ ਵਿਛੋੜੇ ਦੇ ਗੀਤ ਨਹੀਂ ਗਾਉਂਦਾ, ਉਸਤਤ ਦੇ ਗੀਤ ਸਿਮਰਨ ਕਰਦਾ ਹਾ ।

The True Master has enlightened the essence of His Word; now my understanding of the purpose of my human life has been transformed. Let us sing the glory of His Word! The Merciful may bless pleasures and contentment in His Court. He may not grieve and sings the song of grievances rather sings the praises of The True Master.

Key Message of Raag Wadahans, page 580-7
ਪ੍ਰਭ ਦੇ ਦਾਸ ਦੀ ਜੀਵਨ ਵਿੱਚ ਅਵਸਥਾ!
ਪ੍ਰਭ ਨੇ ਜਨਮ, ਮਰਨ, ਸੰਜੋਗ, ਵਿਛੋੜਾ ਆਪ ਹੀ ਬਣਾਇਆ ਹੈ । ਪ੍ਰਭ ਨੇ ਹੀ ਸ੍ਰਿਸ਼ਟੀ ਪੈਦਾ ਕੀਤੀ, ਦੁਖ, ਸੁਖ ਬਖਸ਼ੇ, ਆਪੇ ਹੀ ਨਾਰੀ, ਪੁਰਖ ਪੈਦਾ ਕੀਤੇ ਹਨ । ਆਪ ਹੀ ਸੰਸਾਰਕ ਪਦਾਰਥਾਂ ਨਾਲ, ਸੰਬਧ, ਰਿਸ਼ਤੇ ਬਣਾਏ, ਆਪ ਹੀ ਮੋਹ, ਲਾਲਚ ਦਾ ਜਾਲ ਪਸਾਰਿਆ ਹੈ । ਮੌਤ ਦਾ ਸੱਦਾ ਨਾਰੀ, ਪੁਰਖ, ਉਮਰ, ਹੈਸੀਅਤ ਦਾ ਕੋਈ ਵਿਤਕਰਾ ਨਹੀਂ ਕਰਦੀ । ਮੌਤ ਦਾ ਫਰਿਸ਼ਤਾ ਪ੍ਰਭ ਦੇ ਹੁਕਮ ਦੀ ਹੀ ਪਾਲਣਾ ਕਰਦਾ ਹੈ । ਪ੍ਰਭ ਦੇ ਹੁਕਮ ਨਾਲ ਆਤਮਾ ਦਾ ਸਰੀਰ ਵਿੱਚ ਰਹਿਣ ਵਾਲੇ ਸਾਰੇ ਦਰਵਾਜ਼ੇ (ਨੌ ਦਰਵਾਜ਼ੇ) ਬੰਦ ਹੋ ਜਾਂਦੇ ਹਨ, ਸੰਸਾਰਕ ਸੰਬਧੀ ਇਸ ਵਿਛੋੜੇ ਦਾ ਵਿਰਾਗ ਕਰਦੇ ਹਨ । ਅਸਲ ਵਿੱਚ ਇਹ ਸਮਾਂ ਸਿਮਰਨ ਦਾ ਅਤੇ ਖੁਸੀ ਦਾ ਹੁੰਦਾ ਹੈ । ਜਿਹੜਾ ਮਰਨ ਨੂੰ ਅਟਲ ਸਮਝਦਾ, ਉਹ ਹਮੇਸ਼ਾ ਮੌਤ ਨੂੰ ਨੇੜੇ ਸਮਝਦਾ ਹੈ । ਉਹ ਪ੍ਰਭ ਦੇ ਵਿਛੋੜੇ ਦੇ ਵਿਰਾਗ ਵਿੱਚ ਹੀ ਰਹਿੰਦਾ ਹੈ ।
Way of life of His true devotee.
He has created the cycle of birth and death; union and separation. The True Master has created the whole universe, pleasures, and miseries; male and female and induced attraction and attachment to worldly possessions. He has infused the sweet poison of greed and attachments. The Messager of death does not discriminate between, age, gender, or worldly status. The devil of death only follows His Command. At death, all nine doors of his body may be closed; his close friends and family may grieve for their loss of his company; however, death may not be time to grieve rather a time to celebrate; his soul has finished her journey and returning her real home. Whosoever may accept unpredictable death as His unavoidable Command; he remains in renunciation in the memory of his separation from His Holy Spirit.

9. **ਵਡਹੰਸੁ ਮਹਲਾ ੧॥** **581-4**

ਜਿਨਿ ਜਗੁ ਸਿਰਜਿ ਸਮਾਇਆ, ਸੋ ਸਾਹਿਬੁ ਕੁਦਰਤਿ ਜਾਣੋਵਾ॥	Jin jag siraj samaa-i-aa so saahib kudrat jaanovaa.
ਸਚੜਾ ਦੂਰਿ ਨ ਭਾਲੀਐ, ਘਟਿ ਘਟਿ ਸਬਦੁ ਪਛਾਣੋਵਾ॥	sachrhaa door na bhaalee-ai ghat ghat sabad pachhaanovaa.
ਸਚੁ ਸਬਦੁ ਪਛਾਣਹੁ ਦੂਰਿ ਨ ਜਾਣਹੁ, ਜਿਨਿ ਏਹ ਰਚਨਾ ਰਾਚੀ॥	sach sabad pachhaanhu door na jaanhu Jin ayh rachnaa raachee.
ਨਾਮੁ ਧਿਆਏ ਤਾ ਸੁਖੁ ਪਾਏ, ਬਿਨੁ ਨਾਵੈ ਪਿੜ ਕਾਚੀ॥	naam Dhi-aa-ay taa sukh paa-ay bin naavai pirh kaachee.
ਜਿਨਿ ਥਾਪੀ ਬਿਧਿ ਜਾਣੈ ਸੋਈ, ਕਿਆ ਕੋ ਕਹੈ ਵਖਾਣੋ॥	Jin thaapee biDh jaanai so-ee ki-aa ko kahai vakhaano.
ਜਿਨਿ ਜਗੁ ਥਾਪਿ ਵਤਾਇਆ, ਜਾਲੋੁ, ਸੋ ਸਾਹਿਬੁ ਪਰਵਾਣੋ॥੧॥	Jin jag thaap vataa-i-aa jaalo so saahib parvaano. ||1||

ਪ੍ਰਭ ਹੀ ਜੀਵ ਨੂੰ ਜਨਮ ਅਤੇ ਮੌਤ ਦੇਂਦਾ, ਦੇ ਸਕਦਾ ਹੈ । ਅਟਲ ਪ੍ਰਭ ਆਪਣੇ ਕਰਤਬਾਂ, ਕਰਮਾਤਾਂ, ਤਾਕਤ ਨੂੰ ਆਪ ਹੀ ਜਾਣਦਾ ਹੈ । ਪ੍ਰਭ ਜੀਵ ਦੀ ਆਤਮਾ ਵਿੱਚ, ਤਨ ਅੰਦਰ ਹੀ ਵਸਦਾ ਹੈ, ਉਸ ਨੂੰ ਦੂਰ ਨਾ ਸਮਝੋ । ਜਿਹੜਾ ਪ੍ਰਭ ਦਾ ਹੁਕਮ ਜਾਣ ਜਾਂਦਾ ਹੈ, ਉਸ ਨੂੰ ਪ੍ਰਭ ਦੀ ਹੋਂਦ ਮਹਿਸੂਸ, ਅਨੁਭਵ ਹੋ ਜਾਂਦੀ ਹੈ । ਉਸ ਨੂੰ ਸ੍ਰਿਸ਼ਟੀ ਸਾਜਨ ਵਾਲੇ ਦਾ ਗਿਆਨ ਹੋ ਜਾਂਦਾ ਹੈ । ਪ੍ਰਭ ਨੇ ਸਾਰੀ ਸ੍ਰਿਸ਼ਟੀ ਸਾਜੀ ਹੈ, ਆਪ ਹੀ ਇਸ ਦੀ ਉਤਪਤੀ ਕਰਦਾ ਹੈ । ਪ੍ਰਭ ਦੇ ਸ਼ਬਦ ਦਾ ਸਿਮਰਨ ਕਰਨ ਨਾਲ ਸਾਰੇ ਸੁਖ ਬਖਸ਼ਿਸ਼ ਹੋ ਜਾਂਦੇ ਹਨ । ਸਿਮਰਨ ਤੋਂ ਬਿਨਾਂ ਸ਼ਰਮਿੰਦਗੀ ਹੀ ਨਸੀਬ ਹੁੰਦੀ ਹੈ । ਸ੍ਰਿਜਨਹਾਰਾ ਹੀ ਜਾਣਦਾ ਹੈ ਹੋਰ ਕੋਈ ਪੂਰਨ ਵਿਖਿਆਣ ਨਹੀਂ ਕਰ ਸਕਦਾ । ਜਿਸ ਪ੍ਰਭ ਨੇ ਇਹ ਸ੍ਰਿਸ਼ਟੀ ਸਾਜੀ ਹੈ, ਉਸ ਨੂੰ ਆਪਣਾ ਅਸਲੀ ਮਾਲਕ ਮੰਨਣ ਨਾਲ ਸ਼ਬਦ ਦੀ ਕਮਾਈ ਪ੍ਰਵਾਨ ਹੋ ਸਕਦੀ ਹੈ ।

Only, The True Master control the cycle of birth and death; creation or destruction of creature; Whosoever may alter the time of death of any creature; he may never be blessed with the right path of acceptance in His Court. Only, He knows His own miracles, events of His Nature and His Own Power. His Holy Spirit remains embedded within each soul and dwells within his body; however, He remains beyond the emotional attachments of his soul. Whosoever may be enlightened with the essence of His Word; he may realize His Existence prevailing everywhere. The whole universe is an expansion of His

Holy Spirit. Whosoever may remain intoxicated in meditation; he may be blessed with pleasures and blossom in life. Self-minded only endures embarrassments. No one else may fully comprehend His Nature, the real purpose of His Creation. Whosoever may accept His Command, Blessing unconditionally; his soul may be accepted in His Court.

ਬਾਬਾ ਆਇਆ ਹੈ ਉਠਿ ਚਲਣਾ, ਅਧ ਪੰਧੈ ਹੈ ਸੰਸਾਰੋਵਾ॥	baabaa aa-i-aa hai uth chalnaa aDh panDhai hai sansaarovaa.
ਸਿਰਿ ਸਿਰਿ ਸਚੜੈ ਲਿਖਿਆ, ਦੁਖੁ ਸੁਖੁ ਪੁਰਬਿ ਵੀਚਾਰੋਵਾ॥	sir sir sachrhai likhi-aa dukh sukh purab veechaarovaa.
ਦੁਖੁ ਸੁਖੁ ਦੀਆ ਜੇਹਾ ਕੀਆ, ਸੋ ਨਿਬਹੈ ਜੀਅ ਨਾਲੇ॥	dukh sukh dee-aa jayhaa kee-aa so nibhai jee-a naalay.
ਜੇਹੇ ਕਰਮ ਕਰਾਏ ਕਰਤਾ, ਦੂਜੀ ਕਾਰ ਨ ਭਾਲੇ॥	jayhay karam karaa-ay kartaa doojee kaar na bhaalay.
ਆਪਿ ਨਿਰਾਲਮੁ ਧੰਧੈ ਬਾਧੀ, ਕਰਿ ਹੁਕਮੁ ਛਡਾਵਣਹਾਰੋ॥	aap niraalam DhanDhai baaDhee kar huka chhadaavanhaaro.
ਅਜੁ ਕਲਿ ਕਰਦਿਆ ਕਾਲੁ ਬਿਆਪੈ, ਦੂਜੈ ਭਾਇ ਵਿਕਾਰੋ॥੨॥	aj kal kardi-aa kaal bi-aapai doojai bhaa-ay vikaaro. ‖2‖

ਪ੍ਰਭ ਦਾ ਹੁਕਮ ਆਉਣ ਤੇ ਆਤਮਾ ਤਨ, ਕਾਰੋਬਾਰ ਇਸਤਰ੍ਹਾਂ ਹੀ ਛੱਡਕੇ, ਵਾਪਸ ਚਲੀ ਜਾਂਦੀ ਹੈ । ਆਪਣੇ ਪਹਿਲੇ ਜਨਮ ਦੇ ਕੀਤੇ, ਲਿਖੇ ਅਨੁਸਾਰ ਦੁਖ ਸੁਖ ਭੋਗਦੀ ਹੈ । ਸੰਸਾਰਕ ਕੰਮਾਂ ਦਾ ਫਲ ਹੀ ਉਸ ਦੇ ਸਾਥ ਜਾਂਦਾ ਹੈ । **ਜੀਵ ਦੇ ਮਨ ਵਿੱਚ ਆਪਣੇ ਪਿਛਲੇ ਕੀਤੇ ਕੰਮਾਂ ਅਨੁਸਾਰ ਹੀ ਰਸਤਾ ਧਾਰਨ ਕਰਨ ਦੀ ਭਾਵਨਾਂ ਪੈਦਾ ਹੁੰਦੀ ਹੈ,** ਹੋਰ ਰਸਤੇ ਵਲ ਉਸ ਦਾ ਧਿਆਨ ਨਹੀਂ ਜਾਂਦਾ, ਪ੍ਰਭ ਆਪ ਹੀ ਉਸ ਰਸਤੇ ਤੇ ਚਲਣ ਵਿੱਚ ਸਾਥ ਦੇਂਦਾ, ਵਾਪਰਦਾ ਹੈ! ਪ੍ਰਭ ਆਪ ਹੀ ਦੁਨਿਆਵੀ ਕਾਰੋਬਾਰ, ਸੰਸਾਰਕ ਪਦਾਰਥਾਂ ਨਾਲ ਮੋਹ ਪੈਦਾ ਕਰਦਾ ਹੈ । ਆਪ ਹੀ ਮੋਹ ਤੋੜ ਕੇ ਆਪਣੀ ਸਿਮਰਨ ਕਰਾਉਂਦਾ ਹੈ । ਜੀਵ, ਬੰਦਗੀ ਕਰਨ ਦਾ ਸੋਚਦਾ ਹੀ ਰਹਿੰਦਾ ਹੈ, ਦੂਜੇ ਬਿਕਾਰ ਦੇ ਕੰਮਾਂ ਵਿੱਚ ਲਗਾ ਸਮਾਂ ਗਵਾ ਲੈਂਦਾ ਹੈ, ਸਮਾਂ ਪੂਰਾ ਹੋਣ ਤੇ ਮੌਤ ਆ ਜਾਂਦੀ ਹੈ ।

When the devil of death knocks at the door; his soul must abandon all worldly chores and his body. He endures miseries and pleasures in worldly life, as per his prewritten destiny. His earnings of His Word, good deeds may go along with his soul after death to support in His Court. He may only adopt the path as his state of mind based on his previous live deeds. He may ignore his inner voice; The True Master may never pick his path; however, only His Word, Command prevails in his adopted path. The True Master remains sanctified, and blemish free. He has created all worldly bonds, attachment to possessions; only He may eliminate all worldly bonds. Self-minded wastes time thinking about; however, he may never adopt the right path; his time may be exhausted just thinking.

ਜਮ ਮਾਰਗ ਪੰਥੁ ਨ ਸੁਝਈ, ਉਝੜੁ ਅੰਧ ਗੁਬਾਰੋਵਾ॥	jam maarag panth na sujh-ee ujharh anDh gubaarovaa.
ਨਾ ਜਲੁ ਲੇਫ ਤੁਲਾਈਆ, ਨਾ ਭੋਜਨ ਪਰਕਾਰੋਵਾ॥	naa jal layf tulaa-ee-aa naa bhojan parkaarovaa.
ਭੋਜਨ ਭਾਉ ਨ ਠੰਢਾ ਪਾਣੀ, ਨਾ ਕਾਪੜੁ ਸੀਗਾਰੋ॥	bhojan bhaa-o na thandhaa paanee naa kaaparh seegaaro.
ਗਲਿ ਸੰਗਲੁ ਸਿਰਿ ਮਾਰੇ ਊਭੌ, ਨਾ ਦੀਸੈ ਘਰ ਬਾਰੋ॥	gal sangal sir maaray oobhou naa deesai ghar baaro.
ਇਬ ਕੇ ਰਾਹੇ ਜੰਮਨਿ ਨਾਹੀ, ਪਛੁਤਾਣੇ ਸਿਰਿ ਭਾਰੋ॥	ib kay raahay jamman naahee pachhutaanay sir bhaaro.
ਬਿਨੁ ਸਾਚੇ ਕੋ ਬੇਲੀ ਨਾਹੀ, ਸਾਚਾ ਏਹੁ ਬੀਚਾਰੋ॥ ੩॥	bin saachay ko baylee naahee saachaa ayhu beechaaro. ‖3‖

ਜਦੋਂ ਮੌਤ ਦਾ ਸੱਦਾ ਆਉਂਦਾ ਹੈ । ਆਤਮਾ ਨੂੰ ਕੋਈ ਸੋਝੀ ਨਹੀਂ ਰਹਿੰਦੀ, ਹਰ ਪਾਸੇ ਅੰਧੇਰਾ ਹੋ ਜਾਂਦਾ, ਸਭ ਕੁਝ ਉਜੜ ਜਾਂਦਾ ਹੈ । ਉਸ ਨੂੰ ਨਾ ਸੋਣ ਲਈ ਬਿਸਤਰ, ਨਾ ਹੀ ਖਾਣ ਲਈ ਭੋਜਨ, ਨਾ ਹੀ ਪੀਣ ਲਈ ਠੰਡਾ ਪਾਣੀ, ਸਜਾਵਟ, ਪਹਿਨਣ ਲਈ ਕਪੜਾ ਹੀ ਮਿਲਦਾ ਹੈ । ਉਸ ਦੇ ਗਲ ਵਿੱਚ ਜਮ ਦਾ ਸੰਗਲ, ਕੀਤੇ ਪਾਪਾਂ, ਕੰਮਾਂ ਕਰਕੇ ਹੁੰਦਾ ਹੈ । ਉਸ ਨੂੰ ਆਪਣੇ ਮਾਲਕ ਦੇ ਘਰ ਦਾ ਰਸਤਾ ਨਹੀਂ ਲੱਭਦਾ ਹੈ । ਉਹ ਬਿਰਥਾ ਹੀ ਜਨਮ ਮਰਨ ਦੇ ਚੱਕਰ ਵਿੱਚ ਰਹਿੰਦਾ ਹੈ । ਧਰਮਰਾਜ ਦੇ ਦਰਬਾਰ ਵਿੱਚ ਲੇਖਾ ਕੀਤਾ ਜਾਂਦਾ, ਉਸ ਨੂੰ ਆਪਣੀ ਗਲਤੀ ਦੀ ਸੋਝੀ ਆਉਂਦੀ ਹੈ, ਉਸ ਵੇਲੇ ਪਛਤਾਵਾ ਹੁੰਦਾ ਹੈ । ਅੱਟਲ ਪ੍ਰਭ ਤੋਂ ਬਿਨਾਂ ਅਖੀਰਲੇ ਸਮੇਂ ਕੋਈ ਸਾਥੀ ਨਹੀਂ ਹੁੰਦਾ ਹੈ । ਦਰਬਾਰ ਵਿੱਚ ਕੇਵਲ ਸ਼ਬਦ ਦੀ ਕਮਾਈ ਹੀ ਪ੍ਰਵਾਨ ਹੁੰਦੀ ਹੈ ।

When the devil of death knocks her door; his soul loses all her senses and only darkness prevails all over. Her body becomes an abandoned house, void. She does not find any resting place, bed, to eat or drink! She has a chain of devil of death and burden of her sinful deeds. She may not be blessed the door of The True Master; she remains in the cycle of birth and death. When her account of worldly deeds revealed; she realizes her mistakes; she regrets and repents. No one may be true companion of her soul after death except the earnings of His Word.

ਬਾਬਾ ਰੋਵਹਿ ਰਵਹਿ ਸੁ ਜਾਣੀਅਹਿ, ਮਿਲਿ ਰੋਵੈ ਗੁਣ ਸਾਰੇਵਾ॥	baabaa roveh raveh so jaanee-ahi mil rovai gun saarayvaa.
ਰੋਵੈ ਮਾਇਆ ਮੁਠੜੀ, ਧੰਧੜਾ ਰੋਵਣਹਾਰੇਵਾ॥	rovai maa-i-aa muth-rhee DhanDh-rhaa rovanhaarayvaa.
ਧੰਧਾ ਰੋਵੈ ਮੈਲੁ ਨ ਧੋਵੈ, ਸੁਪਨੰਤਰੁ ਸੰਸਾਰੋ॥	DhanDhaa rovai mail na Dhovai supnantar sansaaro.
ਜਿਉ ਬਾਜੀਗਰੁ ਭਰਮੈ ਭੂਲੈ, ਝੂਠਿ ਮੁਠੀ ਅਹੰਕਾਰੋ॥	Ji-o baajeegar bharmai bhoolai jhooth muthee ahankaaro.
ਆਪੇ ਮਾਰਗਿ ਪਾਵਣਹਾਰਾ, ਆਪੇ ਕਰਮ ਕਮਾਏ॥	aapay maarag paavanhaaraa aapay karam kamaa-ay.
ਨਾਮਿ ਰਤੇ ਗੁਰਿ ਪੂਰੈ ਰਾਖੇ, ਨਾਨਕ ਸਹਜਿ ਸੁਭਾਏ॥੪॥੪॥	naam ratay gur poorai raakhay naanak sahj subhaa-ay. ‖4‖4‖

ਜੀਵ ਆਪਣੇ ਸਬੰਧੀ ਦੀ ਮੌਤ ਤੇ ਵਿਰਾਗ ਕਰਦਾ, ਰੋਂਦਾ ਹੈ! ਅਸਲੀ ਵਿਰਾਗ ਪ੍ਰਭ ਦੇ ਵਿਛੋੜੇ ਵਿੱਚ ਸਿਮਰਨ ਕਰਨਾ ਹੀ ਹੁੰਦਾ ਹੈ । ਮਾਇਆ ਦੇ ਲਾਲਚ ਵਿੱਚ ਬਹੁਤ ਜੀਵ ਰੋਂਦੇਂ, ਵਿਰਾਗ ਕਰਦੇ ਹਨ । ਜਿਹੜਾ ਸੰਸਾਰਕ ਸੁਖਾਂ ਕਰਕੇ ਵਿਰਾਗ ਕਰਦਾ, ਸੋਗ ਕਰਦਾ ਹੈ । ਉਸ ਦਾ ਰੋਣਾ, ਪਛਤਾਵਾ ਕਰਨ ਬਿਰਥਾ ਹੀ ਹੁੰਦਾ ਹੈ, ਦਰਬਾਰ ਵਿੱਚ ਕੋਈ ਲਾਭ ਨਹੀਂ ਹੁੰਦਾ । ਜਿਵੇਂ ਬਾਜੀਗਰ ਖੇਲ ਕਰਕੇ ਆਪਣੀ ਰੋਜ਼ੀ ਕਮਾਉਂਦਾ ਹੈ । ਇਸਤਰ੍ਹਾਂ ਮਨਮੁਖ, ਅਣਜਾਣ ਪਛਤਾਵੇ ਤੇ ਵੀ ਘਮੰਡ ਕਰਦਾ ਹੈ । ਅਟਲ ਮਾਲਕ ਜੀਵ ਨੂੰ ਆਪ ਹੀ ਅਸਲੀ ਰਸਤਾ ਬਖਸ਼ਦਾ, ਆਪ ਹੀ ਰਸਤੇ ਤੇ ਅਡੋਲ ਰਖਦਾ, ਚੰਗੇ ਕੰਮ ਕਰਨ ਲਈ ਪ੍ਰੇਰਦਾ ਹੈ । ਜਿਹੜਾ ਪ੍ਰਭ ਦੇ ਸ਼ਬਦ ਦੀ ਸਿਖਿਆਂ ਨਾਲ ਜੀਵਨ ਵਿੱਚ ਢਾਲਦਾ ਹੈ, ਉਸ ਦਾ ਜੀਵਨ ਸਹਿਲਾ ਹੋ ਜਾਂਦਾ ਹੈ, ਉਸ ਵਿੱਚ ਅਭੇਦ ਹੋ ਜਾਂਦਾ ਹੈ ।

Whosoever may be grieving, crying on the death of family or friend; real renunciation is to meditate in the memory of your separation from His Holy Spirit. Many humans grieve and weep for own greed. Whosoever may grieve and weep for the loss of worldly comforts; his grieving, repenting may be useless; no benefit for the real purpose of human life opportunity. As the juggler shows the play of monkey; self-minded may even feel pride of his repenting. The True Master may bless the right path of meditation and inspires to stay focused and performs good deeds for mankind. Whosoever may adopt the teachings of His Word with steady and stable belief; his path of human life journey may become smooth, easy and he may immerse within His Holy Spirit.

Key Message of Raag Wadahans, page 581-4
ਮੌਤ ਤੇ ਅਸਲੀ ਸੋਗ ਦਾ ਢੰਗ!
ਪ੍ਰਭ ਨੇ ਸਾਰੀ ਸ੍ਰਿਸ਼ਟੀ ਆਪਣੀ ਜੋਤ ਵਿਚੋਂ ਹੀ ਉਤਪਤੀ ਕੀਤੀ, ਪ੍ਰਭ ਦੀ ਜੋਤ ਦਾ ਹੀ ਪਸਾਰਾ ਹੈ । ਪ੍ਰਭ ਦੀ ਜੋਤ, ਆਪਣੇ ਸ਼ਬਦ, ਜੀਵਨ ਦੇ ਰਸਤੇ ਦੀ ਸੋਝੀ ਨਾਲ ਵਸਦੀ, ਵਾਪਰਦੀ ਹੈ । ਜਿਹੜਾ ਆਪਣੇ ਅਸਲੀ ਮਾਲਕ ਦੇ ਹੁਕਮ ਨੂੰ ਮੰਨਦਾ ਹੈ, ਉਸ ਦੀ ਸ਼ਬਦ ਦੀ ਕਮਾਈ ਪ੍ਰਵਾਨ ਹੋ ਸਕਦੀ ਹੈ । ਜੀਵ ਅੱਜ ਕੱਲ ਕਰਦਾ ਬਿਕਾਰ ਦੇ ਕੰਮਾਂ ਵਿੱਚ ਲਗਾ ਸਮਾਂ ਗਵਾ ਲੈਂਦਾ ਹੈ, ਸਮਾਂ ਪੂਰਾ ਹੋਣ ਤੇ ਮੌਤ ਆ ਜਾਂਦੀ ਹੈ । ਸੰਸਾਰਕ ਕੰਮਾਂ ਦਾ ਫਲ ਹੀ ਉਸ ਦੇ ਸਾਥ ਜਾਂਦਾ ਹੈ । ਉਸ ਨੂੰ ਧਰਮਰਾਜ ਦੇ ਦਰਬਾਰ ਵਿੱਚ ਲੇਖਾ ਹੋਣ ਤੇ ਸੋਝੀ ਆਉਂਦੀ ਹੈ, ਦਰਬਾਰ ਵਿੱਚ ਕੇਵਲ ਸ਼ਬਦ ਦੀ ਕਮਾਈ ਹੀ ਪ੍ਰਵਾਨ ਹੁੰਦੀ ਹੈ । ਉਸ ਵੇਲੇ ਪਛਤਾਵਾ ਕਰਨਾ ਬਿਰਥਾ ਹੀ ਹੁੰਦਾ ਹੈ । ਅਸਲੀ ਵਿਰਾਗ, ਰੋਣਾ ਪ੍ਰਭ ਦੇ ਵਿਛੋੜੇ ਵਿੱਚ ਸਿਮਰਨ ਕਰਨਾ ਹੀ ਹੁੰਦਾ ਹੈ । ਜਿਹੜਾ ਪ੍ਰਭ ਦੇ ਸ਼ਬਦ ਦੀ ਸਿਖਿਆ ਜੀਵਨ ਵਿੱਚ ਢਾਲਦਾ ਹੈ, ਉਸ ਦਾ ਜੀਵਨ ਸਹਿਲਾ ਹੋ ਜਾਂਦਾ ਹੈ, ਉਸ ਵਿੱਚ ਅਭੇਦ ਹੋ ਜਾਂਦਾ ਹੈ ।
The real grieving at death!
The whole universe is an expansion of His Holy Spirit; He remains embedded within soul and prevails everywhere. Whosoever may recognize the real purpose of his human life opportunity; his earnings of His Word may be accepted in His Court. Self-minded wastes time thinking about useless chores; by then his time may be exhausted. The earnings of His Word and good deeds may go along with her soul after death to support in His Court. The Righteous Judge passes his judgement; he realizes the purpose of her human life; he realizes only earnings of His Word may be accepted in His Court; at that time regretting, and repenting may be useless. The real grieving may be the renunciation in the memory of his separation from His Holy Spirit. Whosoever may adopt the teachings of His Word with steady and stable belief; his path of human life journey may become smooth, easy and he may be immersed within His Holy Spirit.

10. ਵਡਹੰਸੁ ਮਹਲਾ ੧॥ 581-17

ਬਾਬਾ ਆਇਆ ਹੈ ਉਠਿ ਚਲਣਾ, ਇਹੁ ਜਗੁ ਝੂਠੁ ਪਸਾਰੋਵਾ॥ baabaa aa-i-aa hai uth chalnaa ih jag jhooth pasaarovaa.
ਸਚਾ ਘਰੁ ਸਚੜੈ ਸੇਵੀਐ, ਸਚੁ ਖਰਾ ਸਚਿਆਰੋਵਾ॥ sachaa ghar sachrhai sayvee-ai sach kharaa sachi-aarovaa.
ਕੂੜਿ ਲਬਿ ਜਾਂ ਥਾਇ ਨ ਪਾਸੀ, ਅਗੈ ਲਹੈ ਨ ਠਾਓ॥ koorh lab jaaN thaa-ay na paasee agai lahai na thaa-o.
ਅੰਤਰਿ ਆਉ ਨ ਬੈਸਹੁ ਕਹੀਐ, ਜਿਉ ਸੁੰਞੈ ਘਰਿ ਕਾਓ॥ antar aa-o na baishu kahee-ai Ji-o sunjai ghar kaa-o.
ਜੰਮਣੁ ਮਰਣੁ ਵਡਾ ਵੇਛੋੜਾ, ਬਿਨਸੈ ਜਗੁ ਸਬਾਏ॥ jaman maran vadaa vaychhorhaa binsai jag sabaa-ay.
ਲਬਿ ਧੰਧੈ ਮਾਇਆ ਜਗਤੁ ਭੁਲਾਇਆ, ਕਾਲੁ ਖੜਾ ਰੂਆਏ॥੧॥ lab DhanDhai maa-i-aa jagat bhulaa-i-aa kaal kharhaa roo-aa-ay. ||1||

ਮੌਤ ਦਾ ਹੁਕਮ ਆਉਂਦਾ ਹੈ । ਆਤਮਾ ਤਨ, ਸੰਸਾਰ ਦੇ ਝੂਠੇ, ਕਾਰੋਬਾਰ ਇਸਤਰ੍ਹਾਂ ਹੀ ਛੱਡਕੇ ਚਲੇ ਜਾਂਦੀ ਹੈ । ਕੇਵਲ ਚਿਤ ਲਾ ਕੇ ਸਿਮਰਨ ਕਰਨ ਨਾਲ ਹੀ ਪ੍ਰਭ ਦੀ ਰਹਿਮਤ ਬਖਸ਼ਿਸ਼ ਹੁੰਦੀ ਹੈ । ਸੰਸਾਰਕ ਲੋਭ, ਮੋਹ, ਅਹੰਕਾਰ ਦੀ ਕਮਾਈ, ਦਰਬਾਰ ਵਿੱਚ ਕੰਮ ਨਹੀਂ ਆਉਣੀ । ਉਸ ਦੀ ਹਾਲਤ ਇਸਤਰ੍ਹਾਂ ਦੀ ਹੁੰਦੀ ਹੈ! ਜਿਵੇ ਸੁੰਨੇ ਘਰ ਵਿੱਚ ਜਾਣ ਵਾਲੇ ਦਾ ਕੋਈ ਆਦਰ ਨਹੀਂ ਕਰਦਾ । ਜੀਵ ਸੰਸਾਰਕ ਕੰਮਾਂ ਵਿੱਚ ਲਗਾ ਰਹਿੰਦਾ ਹੈ, ਜਨਮ ਮਰਨ ਬਹੁਤ ਵੱਡਾ ਵਿਛੋੜਾ ਹੈ । ਜਿਹੜਾ ਆਪਣੇ ਲੋਭ, ਮੋਹ, ਅਹੰਕਾਰ ਨਾਲ ਕੀਤੇ ਕੰਮ ਕਰਦਾ ਹੈ, ਉਹ ਜਨਮ ਮਰਨ ਦੇ ਚੱਕਰ ਵਿੱਚ ਭਉਦਾ ਹੈ । ਅਸਲੀ ਮਾਲਕ ਤੋਂ ਬਹੁਤ ਚਿਰ ਦੂਰ ਰਹਿੰਦਾ ਹੈ ।

When the devil of death knocks the door; his soul must abandon her body and all worldly chores, and bonds to return to endure the judgment; only earnings of His Word may be accepted in His Court. All other earnings, greed, worldly passions, status, and emotional attachments have no worth in His Court. His condition may be like a visitor in abandon house. Self-minded remains intoxicated in worldly responsibilities; both birth and death may have deep effects on his soul. Whosoever may remain intoxicated in greed, and emotional attachments; he may remain in cycle of birth and death and far away from the right path of acceptance in His Court.

ਬਾਬਾ ਆਵਹੁ ਭਾਈਹੋ ਗਲਿ ਮਿਲਹ, ਮਿਲਿ ਮਿਲਿ ਦੇਹ ਆਸੀਸਾ ਹੇ॥ baabaa aavhu bhaa-eeho gal milah mil mil dayh aaseesaa hay.
ਬਾਬਾ ਸਚੜਾ ਮੇਲੁ ਨ ਚੁਕਈ, ਪ੍ਰੀਤਮ ਕੀਆ ਦੇਹ ਅਸੀਸਾ ਹੇ॥ baabaa sachrhaa mayl na chuk-ee pareetam kee-aa dayh aseesaa hay.
ਆਸੀਸਾ ਦੇਵਹੋ ਭਗਤਿ ਕਰੇਵਹੋ, ਮਿਲਿਆ ਕਾ ਕਿਆ ਮੇਲੋ॥ aaseesaa dayvho bhagat karayvho mili-aa kaa ki-aa maylo.
ਇਕਿ ਭੂਲੇ ਨਾਵਹੁ ਥੇਹਹੁ ਥਾਵਹੁ, ਗੁਰ ਸਬਦੀ ਸਚੁ ਖੇਲੋ॥ ik bhoolay naavhu thayhhu thaavhu gur sabdee sach khaylo.
ਜਮ ਮਾਰਗਿ ਨਹੀ ਜਾਣਾ ਸਬਦਿ ਸਮਾਣਾ, ਜੁਗਿ ਜੁਗਿ ਸਾਚੈ ਵੇਸੇ॥ jam maarag nahee jaanaa sabad samaanaa jug jug saachai vaysay.
ਸਾਜਨ ਸੈਣ ਮਿਲਹੁ ਸੰਜੋਗੀ, ਗੁਰ ਮਿਲਿ ਖੋਲੇ ਫਾਸੇ॥੨॥ saajan sain milhu sanjogee gur mil kholay faasay. ||2||

ਆਉ ਮੇਰੇ ਮਿਤਰੋ ਇਕਠੇ ਹੋ ਕੇ ਅਸੀਸਾਂ ਦੇਵੋ ! ਕਿ ਮੈਂ ਅਸਲੀ ਮਾਲਕ ਦੇ ਸ਼ਬਦ ਦਾ ਸਿਮਰਨ ਕਰ ਸਕਾ । ਪ੍ਰਭ ਰਹਿਮਤ ਬਖਸ਼ੇ! ਮੇਰਾ ਪ੍ਰਭ ਨਾਲ ਪਿਆਰ, ਸੰਬਧ ਪੱਕਾ ਹੋ ਜਾਵੇ, ਕਦੇ ਵਿਛੋੜਾ ਨਾ ਹੋ ਸਕੇ । ਸੰਗਤ ਦੀਆਂ ਅਸ਼ੀਸ਼ਾ, ਅਰਦਾਸਾਂ ਨਾਲ ਮੇਰਾ ਮਨ, ਉਸ ਦੀ ਬੰਦਗੀ ਤੇ ਲਗ ਜਾਵੇ । ਕਈ ਜੀਵ ਰਸਤੇ ਤੋਂ ਭੁਲ ਜਾਂਦੇ ਹਨ! ਪਰ ਪ੍ਰਭ ਦੇ ਸਿਮਰਨ ਤੋਂ ਬਿਨਾਂ ਹੋਰ ਕੋਈ ਮੁਕਤੀ ਦਾ ਰਸਤਾ ਨਹੀਂ ਹੈ । ਜੀਵ ਆਪਣੇ ਮਨ ਨੂੰ ਪ੍ਰਭ ਦੇ ਭਾਣੇ ਵਿੱਚ ਮਸਤ ਰਖਣ ਨਾਲ ਜਨਮ ਮਰਨ ਤੋਂ ਬਚ ਸਕਦਾ, ਮੌਤ ਦੇ ਰਸਤੇ ਨੂੰ ਬਦਲ ਸਕਦਾ ਹੈ । ਜਿਸ ਦੇ ਵੱਡੇ ਭਾਗ ਹੁੰਦੇ ਹਨ, ਉਸ ਸੰਸਾਰ ਵਿੱਚ ਸੰਤ ਸੰਗਤ ਬਖਸ਼ਿਸ਼ ਹੋ ਜਾਂਦੀ ਹੈ, ਉਸ ਦੇ ਜੀਵਨ ਦੀ ਸਿਖਿਆਂ ਆਪਣੇ ਜੀਵਨ ਵਿੱਚ ਧਾਰਨ ਕਰਨ ਨਾਲ, ਆਤਮਾ ਦਾ ਪ੍ਰਭ ਤੋਂ ਫਾਸਲਾ ਦੂਰ ਹੋ ਜਾਂਦਾ ਹੈ, ਉਸ ਵਿੱਚ ਅਭੇਦ ਹੋ ਸਕਦੀ ਹੈ ।

Let us pray to beg for His Forgiveness and Refuge; I may be blessed with devotion to meditate on the teachings of His Word. I may be accepted in His Sanctuary and my soul may never be separated. With the prays of the congregation of His true devotees, I may be blessed with the right path of meditation, acceptance in His Court; I may never be separated. Self-minded may remain intoxicated, becomes a victim of worldly wealth, and abandons the real purpose of human life. Whosoever may meditate and adopts the teachings of His Word with steady and stable belief in day-to-day life; only he may be enlightened with the right path of acceptance in His Court. He may be saved from the cycle of birth and death; The True Master may change his path of death. Whosoever may have a great prewritten destiny; only, he may be blessed with the conjugation of His true devotee! Whosoever may adopt his life experience teachings in his own life; he may be enlightened with the right path of acceptance in His Court, his curtain of secrecy may be eliminated.

ਬਾਬਾ ਨਾਗੜਾ ਆਇਆ ਜਗ ਮਹਿ, ਦੁਖੁ ਸੁਖੁ ਲੇਖੁ ਲਿਖਾਇਆ॥ baabaa naaNgrhaa aa-i-aa jag meh dukh sukh laykh likhaa-i-aa.
ਲਿਖਿਅੜਾ ਸਾਹਾ ਨਾ ਟਲੈ, ਜੇਹੜਾ ਪੁਰਬਿ ਕਮਾਇਆ॥ likhi-arhaa saahaa naa talai jayhrhaa purab kamaa-i-aa.
ਬਹਿ ਸਾਚੈ ਲਿਖਿਆ ਅੰਮ੍ਰਿਤੁ ਬਿਖਿਆ, ਜਿਤੁ ਲਾਇਆ ਤਿਤੁ ਲਾਗਾ॥ bahi saachai likhi-aa amrit bikhi-aa Jit laa-i-aa tit laagaa.

ਗੁਰੂ ਨਾਨਕ ਦੇਵ ਜੀ! – Guru Nanak Dev Ji! Guru Granth Sahib

ਕਾਮਣਿਆਰੀ ਕਾਮਣ ਪਾਏ, ਬਹੁ ਰੰਗੀ ਗਲਿ ਤਾਗਾ॥
ਹੋਛੀ ਮਤਿ ਭਇਆ ਮਨੁ ਹੋਛਾ, ਗੁੜੁ ਸਾ ਮਖੀ ਖਾਇਆ॥
ਨਾ ਮਰਜਾਦੁ ਆਇਆ ਕਲਿ ਭੀਤਰਿ, ਨਾਂਗੋ ਬੰਧਿ ਚਲਾਇਆ॥੩॥

kamani-aaree kaaman paa-ay baho rangee gal taagaa.
hochhee mat bha-i-aa man hochhaa gurh saa makhee khaa-i-aa.
naa marjaad aa-i-aa kal bheetar naaNgo banDh chalaa-i-aa. ||3||

ਜੀਵ ਆਪਣੇ ਪਿਛਲੇ ਜਨਮ ਦੇ ਕੰਮਾਂ ਅਨੁਸਾਰ ਦੁਖ, ਸੁਖ ਲੇ ਕੇ ਸੰਸਾਰ ਵਿੱਚ ਨੰਗਾ ਹੀ ਪੈਦਾ ਹੋਇਆ ਹੈ । ਜੀਵ ਦੇ ਪਿਛਲੇ ਕੀਤੇ ਕੰਮਾਂ ਅਨੁਸਾਰ, ਪ੍ਰਭ ਆਪਣੇ ਅਟਲ ਹੁਕਮ ਨਾਲ ਨਵਾਂ ਜੀਵਨ, ਨਵਾਂ ਰੂਹਾਨੀ ਸ਼ਬਦ, ਜੀਵਨ ਦਾ ਅਸਲੀ ਰਸਤਾ, ਭਾਗ ਲਿਖਦਾ, ਬਖਸ਼ਦਾ ਹੈ । ਜਿਹੜਾ ਅਸਲੀ ਰਸਤੇ ਤੇ ਚਲਦਾ ਹੈ, ਸ਼ਬਦ ਦੀ ਅਵਾਜ਼ ਨਾਲ ਜੀਵਨ ਢਾਲਦਾ ਹੈ, ਉਸ ਨੂੰ ਜੀਵਨ ਦੇ ਮੰਤਵ ਦੀ ਸੋਝੀ ਬਖਸ਼ਿਸ਼ ਹੁੰਦੀ ਹੈ । ਜਿਹੜਾ ਸ਼ਬਦ ਦੀ ਕਮਾਈ ਕਰਦਾ ਹੈ, ਉਸ ਨੂੰ ਦਰਬਾਰ ਵਿੱਚ ਖੇੜਾ ਬਖਸ਼ਿਸ਼ ਹੁੰਦਾ ਹੈ । ਪ੍ਰਭ ਜੀਵਨ ਨੂੰ ਸੰਸਾਰਕ ਮਾਇਆ ਥੋੜ੍ਹਾਂ ਸਮਾਂ ਅਨੰਦ, ਕਾਮ ਵਾਸ਼ਨਾ, ਲਾਲਚ ਵਾਲੇ ਤਰੀਕੇ ਵੀ ਦਿਖਾਉਂਦਾ ਹੈ । ਜੀਵ ਆਪਣੀ ਚਲਾਕੀ ਨਾਲ ਆਪ ਹੀ ਜਾਲ ਵਿੱਚ ਫਸ ਜਾਂਦਾ ਹੈ । ਅਸਲੀ ਕਰਤਬ ਛੱਡਕੇ ਇਸ ਪਾਸੇ ਲਗ ਜਾਂਦਾ ਹੈ । ਸਮਾਂ ਪੂਰਾ ਹੋ ਜਾਣ ਤੇ ਮੌਤ ਦਾ ਸੱਦਾ ਆਉਂਦਾ ਹੈ । ਉਹ ਸੰਸਾਰ ਵਿੱਚ ਖਾਲੀ ਆਇਆ ਸੀ, ਖਾਲੀ ਹੀ ਉਠਕੇ ਚਲਾ ਜਾਂਦਾ ਹੈ ।

The soul may be blessed with human body as a reward of his previous life earnings to enter womb of human mother; he may endure miseries and pleasures in worldly life. The True Master prewrites her destiny, His New Word, path for new body as the judgment of her previous life deeds. His Word as the road map remains embedded within soul, as the right path to be accepted in His Court. Whosoever may meditate on the teachings of His Word with steady and stable belief in his day-to-day life; he may be enlightened with the right path of His Acceptance. Whose earnings of His Word may be accepted in His Court, he may be blessed with contentment and blossom. He has also infused the short lived glamours of worldly wealth! Self-minded with his clever plans may become intoxicated with worldly wealth; he may abandon the right path. The devil of death knocks at his door at a predetermined moment. He was born empty handed, naked, and his soul returns carrying more burden of sins.

ਬਾਬਾ ਰੋਵਹੁ ਜੇ ਕਿਸੈ ਰੋਵਣਾ, ਜਾਨੀਅੜਾ ਬੰਧਿ ਪਠਾਇਆ ਹੈ॥
ਲਿਖਿਅੜਾ ਲੇਖੁ ਨ ਮੇਟੀਐ, ਦਰਿ ਹਾਕਾਰੜਾ ਆਇਆ ਹੈ॥
ਹਾਕਾਰਾ ਆਇਆ ਜਾ ਤਿਸੁ ਭਾਇਆ, ਰੁੰਨੇ ਰੋਵਣਹਾਰੇ॥
ਪੁਤ ਭਾਈ ਭਾਤੀਜੇ ਰੋਵਹਿ, ਪ੍ਰੀਤਮ ਅਤਿ ਪਿਆਰੇ॥
ਭੈ ਰੋਵੈ ਗੁਣ ਸਾਰਿ ਸਮਾਲੇ, ਕੋ ਮਰੈ ਨ ਮੁਇਆ ਨਾਲੇ॥
ਨਾਨਕ ਜੁਗਿ ਜੁਗਿ ਜਾਣ ਸਿਜਾਣਾ, ਰੋਵਹਿ ਸਚੁ ਸਮਾਲੇ॥੪॥੫॥

baabaa rovhu jay kisai rovnaa jaanee-arhaa banDh pathaa-i-aa hai.
likhi-arhaa laykh na maytee-ai dar haakaararhaa aa-i-aa hai.
haakaaraa aa-i-aa jaa tis bhaa-i-aa runnay rovanhaaray.
put bhaa-ee bhaateejay roveh pareetam at pi-aaray.
bhai rovai gun saar samaalay ko marai na mu-i-aa naalay.
naanak jug jug jaan sijaanaa roveh sach samaalay. ||4||5||

ਪ੍ਰਭ ਦੇ ਹੁਕਮ ਅਨੁਸਾਰ ਜੀਵ, ਮੌਤ ਨੂੰ ਪੂਰਾ ਹੋ ਜਾਂਦਾ ਹੈ । ਪ੍ਰਭ ਦੇ ਅਟਲ ਹੁਕਮ ਨੂੰ ਕੋਈ ਵੀ ਬਦਲ ਨਹੀਂ ਸਕਦਾ । ਮੌਤ ਤੇ ਸੋਗ ਕਰਨ ਨਾਲ, ਆਤਮਾ ਨੂੰ ਕੋਈ ਲਾਭ ਨਹੀਂ ਹੁੰਦਾ! ਮੌਤ ਦੇ ਸੱਦੇ ਤੇ ਆਤਮਾ ਤਨ ਵਿਚੋਂ ਨਿਕਲ ਕੇ ਚਲੀ ਗਈ ਹੈ । ਰੋਣ ਵਾਲੇ ਜੀਵ ਨੇ ਵੀ ਇਕ ਦਿਨ ਮਰ ਜਾਣਾ ਹੈ । ਇਹ ਪਿਛਲੇ ਸਮੇਂ ਤੋਂ ਹੀ ਚਲਦਾ ਆਇਆ ਹੈ । ਜੀਵ ਸੰਬਧੀ ਦੇ ਮਰਨ ਤੇ ਇਕ ਦੂਜੇ ਨੂੰ ਧੀਰਜ ਦੇਣ ਲਈ ਰੋਂਦੇ ਹਨ । ਅਸਲੀ ਵਿਰਾਗ ਅਟਲ ਪ੍ਰਭ ਦੇ ਵਿਛੋੜੇ ਦਾ ਹੀ ਹੁੰਦਾ ਹੈ ।

At the death of body, his relatives, loved-one may grieve or not; his soul may not benefit in His Court. His body becomes corpse and his soul return to endure judgment. Devil of death has no power to alter His Command! Whosoever may be crying must wait for his turn. The play of universe goes on from ancient Ages. Family and relatives cry console the grieving family without saying any word. The real grieving is to be in renunciation in the memory of his separation from His Holy Spirit!

Key Message of Raag Wadahans, page 581-17

ਸੰਬਧੀਆ ਦਾ ਰੋਣਾ, ਪ੍ਰਵਾਰ ਨੂੰ ਹੌਸ਼ਲਾ ਦੇਣਾ ਹੀ ਹੁੰਦਾ ਹੈ!

ਜਿਹੜਾ ਆਪਣੇ ਲੋਭ, ਮੋਹ, ਅਹੰਕਾਰ ਨਾਲ ਕੰਮ ਕਰਦਾ ਹੈ, ਉਹ ਜਨਮ ਮਰਨ ਦੇ ਚੱਕਰ ਵਿੱਚ ਹੀ ਰਹਿੰਦਾ ਹੈ । ਅਸਲੀ ਮਾਲਕ ਤੋਂ ਬਹੁਤ ਚਿਰ ਦੂਰ ਰਹਿੰਦਾ, ਜਨਮ ਮਰਨ ਬਹੁਤ ਵੱਡਾ ਵਿਛੋੜਾ ਹੈ । ਜਿਹੜਾ ਆਪਣੇ ਮਨ ਨੂੰ ਪ੍ਰਭ ਦੇ ਭਾਣੇ ਵਿੱਚ ਮਸਤ ਰਖਦਾ ਹੈ, ਉਹ ਜਨਮ ਮਰਨ ਦੇ ਚੱਕਰ ਤੋਂ ਬਚ ਸਕਦਾ, ਪ੍ਰਭ ਮੌਤ ਦੇ ਰਸਤੇ ਨੂੰ ਬਦਲ ਸਕਦਾ ਹੈ । ਉਸ ਵਿੱਚ ਅਭੇਦ ਹੋ ਸਕਦਾ ਹੈ! ਜੀਵ ਸੰਸਾਰ ਵਿੱਚ, ਆਪਣੇ ਪਿਛਲੇ ਜਨਮ ਦੇ ਕੰਮਾਂ ਅਨੁਸਾਰ ਦੁਖ, ਸੁਖ ਲੇ ਕੇ ਸੰਸਾਰ ਵਿੱਚ ਪੈਦਾ ਹੋਇਆ ਹੈ । ਜਿਹੜਾ ਸ਼ਬਦ ਦੀ ਕਮਾਈ ਕਰਦਾ ਹੈ, ਉਸ ਨੂੰ ਦਰਬਾਰ ਵਿੱਚ ਖੇੜਾ ਬਖਸ਼ਿਸ਼ ਹੁੰਦਾ ਹੈ । ਸੰਬਧੀ ਜੀਵ ਦੇ ਮਰਨ ਤੇ ਇਕ ਦੂਜੇ ਨੂੰ ਧੀਰਜ ਦੇਣ ਲਈ ਰੋਂਦੇ ਹਨ । ਅਸਲੀ ਵਿਰਾਗ ਅਟਲ ਪ੍ਰਭ ਦੇ ਵਿਛੋੜੇ ਦਾ ਹੀ ਹੁੰਦਾ ਹੈ ।

Relatives weep to console the grieving family!

Whosoever may remain intoxicated in worldly greed, emotional attachments; he may remain in cycle of birth and death, far away from the right path of acceptance in His Court. Both birth and death may have a deep effect on his soul. Whosoever may remain intoxicated obeying the teachings of His Word; he may be saved from the cycle of birth and death. The True Master may change the path of death. He may be enlightened with the right path of acceptance in His Court. His curtain of secrecy may be eliminated. His soul may be blessed with human body with worldly pleasures or miseries as a reward of her previous life deeds. Whose earnings of His Word may be accepted in His Court; he may be blessed with contentment and blossom. Family and relatives cry as a way of consoling the grieving family without saying any word. The real renunciation is the separation of his soul from His Holy Spirit!

11. ਵਡਹੰਸ – ਸਲੋਕ ਮਃ ੧॥ (594-6)

ਘਰ ਹੀ ਮੁੰਧਿ ਵਿਦੇਸਿ ਪਿਰੁ ਨਿਤ ਝੂਰੇ ਸੰਮ੍ਹਾਲੇ॥
ਮਿਲਦਿਆ ਢਿਲ ਨ ਹੋਵਈ ਜੇ ਨੀਅਤਿ ਰਾਸਿ ਕਰੇ॥੧॥

ghar hee munDh vidays pir nit jhooray sammHaalay.
mildi-aaN dhil na hova-ee jay nee-at raas karay. ||1||

ਜੀਵ ਦੀ ਆਤਮਾ ਪ੍ਰਭ ਦੇ ਵਿਛੋੜੇ ਦਾ ਵਿਰਾਗ ਕਰਦੀ, ਤੜਪਦੀ, ਘਾਟ ਮਹਿਸੂਸ ਕਰਦੀ ਹੈ । ਜਿਹੜਾ ਆਪਣੇ ਮਨ ਵਿੱਚ ਭਰੋਸਾ ਅਡੋਲ ਕਰਕੇ ਸ਼ਬਦ ਦੀ ਪਾਲਣਾ ਕਰਦਾ ਹੈ, ਧਰਮ ਦੇ ਰੀਤ ਰੀਵਾਜ ਮਗਰ ਨਹੀਂ ਭਉਦਾ, ਪ੍ਰਭ ਰਹਿਮਤ ਕਰਨ ਤੇ ਕਦੇ ਢਿਲ, ਦੇਰੀ ਨਹੀਂ ਕਰਦਾ ।

Whosoever may remain in renunciation in the memory of his separation from His Holy Spirit; her soul may remain frustrated; she feels like missing her important part. Whosoever may adopt the teachings of His Word with steady and stable belief in day-to-day life; he conquers his religious suspicions; The True Master may never delay His Blessed Vision.

ਮਃ ੧॥ **mehlaa 1.**

ਨਾਨਕ ਗਾਲੀ ਕੂੜੀਆ, ਬਾਝੁ ਪਰੀਤਿ ਕਰੇਇ॥ naanak gaalee koorhee-aa baajh pareet karay-i.

ਤਿਚਰੁ ਜਾਣੈ ਭਲਾ ਕਰਿ, ਜਿਚਰੁ ਲੇਵੈ ਦੇਇ॥੨ tichar jaanai bhalaa kar jichar layvai day-ay. ||2||

ਜਿਹੜਾ ਕੇਵਲ ਸ਼ਬਦ ਦਾ ਪ੍ਰਚਾਰ ਹੀ ਕਰਦਾ ਹੈ, ਆਪਣੇ ਜੀਵਨ ਵਿੱਚ ਨਹੀਂ ਢਾਲਦਾ । ਉਸ ਦੀ ਬੰਦਗੀ ਬਿਰਥੀ ਹੀ ਹੈ । ਉਹ ਕੇਵਲ ਉਸ ਨੂੰ ਹੀ ਚੰਗਾ ਕੰਮ ਕਰਾਰ ਦੇਂਦਾ ਹੈ । ਜਿਸ ਵਿੱਚ ਉਸ ਨੂੰ ਕੁਝ ਪ੍ਰਾਪਤ ਹੁੰਦਾ ਹੈ, ਕੇਵਲ ਉਸ ਦੇ ਮਨ ਦਾ ਲਾਲਚ ਪੂਰਾ ਹੁੰਦਾ ਹੈ ।

Whosoever may only preach the teachings of His Word to others; however, he may not adopt in in his own day-to-day life. His meditation may not be rewarded. He may only claim something good, which may reward him some worldly benefit, honor to satisfy his greed.

ਪਉੜੀ॥ **pa-orhee.**

ਜਿਨਿ ਉਪਾਏ ਜੀਅ ਤਿਨਿ ਹਰਿ ਰਾਖਿਆ॥ jin upaa-ay jee-a tin har raakhi-aa.

ਅੰਮ੍ਰਿਤੁ ਸਚਾ ਨਾਉ ਭੋਜਨੁ ਚਾਖਿਆ॥ amrit sachaa naa-o bhojan chaakhi-aa.

ਤਿਪਤਿ ਰਹੇ ਆਘਾਇ ਮਿਟੀ ਭਭਾਖਿਆ॥ tipat rahay aaghaa-ay mitee bhabhaakhi-aa.

ਸਭ ਅੰਦਰਿ ਇਕੁ ਵਰਤੈ ਕਿਨੈ ਵਿਰਲੈ ਲਾਖਿਆ॥ sabh andar ik vartai kinai virlai laakhi-aa.

ਜਨ ਨਾਨਕ ਭਏ ਨਿਹਾਲੁ ਪ੍ਰਭ ਕੀ ਪਾਖਿਆ॥੨੦॥ jan naanak bha-ay nihaal parabh kee paakhi-aa. ||20||

ਜਿਸ ਪ੍ਰਭ ਨੇ ਸ੍ਰਿਸ਼ਟੀ ਸਾਜੀ ਹੈ, ਉਹ ਆਪ ਹੀ ਉਸ ਦੀ ਰਖਿਆ ਕਰਦਾ ਹੈ । ਪ੍ਰਭ ਦੇ ਸ਼ਬਦ ਦਾ ਭੋਜਨ ਬਹੁਤ ਅਮੋਲਕ ਹੈ! ਇਸ ਨਾਲ ਸਦਾ ਰਹਿਣ ਵਾਲਾ ਅਨੰਦ ਬਖਸ਼ਿਸ਼ ਹੁੰਦਾ ਹੈ । ਇਸ ਨਾਲ ਮਨ ਨੂੰ ਸ਼ਾਂਤੀ, ਸੰਸਾਰਕ ਤ੍ਰਿਸ਼ਨਾ ਖਤਮ ਹੋ ਜਾਂਦੀਆਂ ਹਨ । ਇਕੋ ਇਕ ਪ੍ਰਭ ਹੀ ਹਰੇਕ ਜੀਵ ਅੰਦਰ ਵਸਦਾ, ਵਾਪਰਦਾ ਹੈ । ਕੋਈ ਵਿਰਲਾ ਜੀਵ ਹੀ ਇਹ ਜਾਣਦਾ, ਮਨ ਅੰਦਰ ਵਸਾਉਂਦਾ ਹੈ । ਜਿਹੜਾ ਪ੍ਰਭ ਦੀ ਸ਼ਰਣ ਵਿੱਚ ਪਨਾਹ ਲੈਂਦਾ ਹੈ, ਉਸ ਨੂੰ ਸਦਾ ਰਹਿਣ ਅਨੰਦ ਬਖਸ਼ਿਸ਼ ਹੋ ਜਾਂਦਾ ਹੈ ।

The True Master creates, nourishes, and protects His Creation. The essence of His Word remains as an ambrosial food for soul; he may be blessed with contentment and peace; his state of mind may become beyond the reach of his worldly desires. The One and Only One, True Master dwells and prevails within each creature; however, very rare may be enlightened and remains drenched with the essence of His Word within. Whosoever may surrender his self-entity at His Sanctuary, he may be blessed with the everlasting pleasure.

Key Message of Raag Wadahans, page 594-6
'ਪ੍ਰਭ ਦੇ ਦਰਬਾਰ ਵਿੱਚ ਪਨਾਹ ਕਿਵੇਂ ਬਖਸ਼ਿਸ਼ ਹੋ ਸਕਦੀ ਹੈ?
ਜੀਵ ਦੀ ਆਤਮਾ ਪ੍ਰਭ ਦੇ ਵਿਛੋੜੇ ਦਾ ਵਿਰਾਗ ਕਰਦੀ, ਤੜਪਦੀ, ਘਾਟ ਮਹਿਸੂਸ ਕਰਦੀ ਹੈ । ਜਿਹੜਾ ਆਪਣੇ ਮਨ ਵਿੱਚ ਭਰੋਸਾ ਅਡੋਲ ਕਰਕੇ ਸ਼ਬਦ ਦੀ ਪਾਲਣਾ ਕਰਦਾ ਹੈ, ਉਸ ਨੂੰ ਅਸਲੀ ਰਸਤਾ ਬਖਸ਼ਿਸ਼ ਹੋ ਜਾਂਦਾ ਹੈ! ਜਿਹੜਾ ਪ੍ਰਭ ਦੇ ਸ਼ਬਦ ਰੂਪੀ ਅਮੋਲਕ ਭੋਜਨ ਨਾਲ ਸੰਤੋਖ ਵਿੱਚ ਰਹਿੰਦਾ ਹੈ! ਉਸ ਦੇ ਮਨ ਦੀਆਂ ਸੰਸਾਰਕ ਤ੍ਰਿਸ਼ਨਾ ਖਤਮ ਹੋ ਜਾਂਦੀਆਂ ਹਨ । ਕੋਈ ਵਿਰਲਾ ਹੀ ਸ਼ਬਦ ਨੂੰ ਮਨ ਅੰਦਰ ਵਸਾਉਂਦਾ ਹੈ । ਉਸ ਨੂੰ ਪ੍ਰਭ ਦੀ ਸ਼ਰਣ ਵਿੱਚ ਪਨਾਹ ਬਖਸ਼ਿਸ਼ ਹੋ ਜਾਂਦੀ ਹੈ!
How soul may be accepted in His Sanctuary?
Whosoever may remain in renunciation in the memory of his separation from His Holy Spirit; her soul remains frustrated as if she is missing her important part. Whosoever may adopt the teachings of His Word with steady and stable belief; he may be blessed with the right path of acceptance in His Court. Whosoever may remain contented with ambrosial food, the essence of His Word; all his worldly desires may be eliminated. He may surrender at His Sanctuary, and blessed with the everlasting pleasure.

ਗੁਰੂ ਨਾਨਕ ਦੇਵ ਜੀ! – Guru Nanak Dev Ji! Guru Granth Sahib

☬ Chapter. 9 ☬

☬ ਰਾਗੁ ਸੋਰਠਿ – (595 – 659) ☬

1. **ਸੋਰਠਿ ਮਹਲਾ ੧ ਘਰੁ ੧ ਚਉਪਦੇ॥ 595-1**

ੴ ਸਤਿ ਨਾਮੁ, ਕਰਤਾ, ਪੁਰਖੁ, ਨਿਰਭਉ, ਨਿਰਵੈਰੁ, ਅਕਾਲ, ਮੂਰਤਿ, ਅਜੂਨੀ, ਸੈਭੰ, ਗੁਰ ਪ੍ਰਸਾਦਿ॥
ik-oNkaar, sat naam, kartaa, purakh, nirbha-o, nirvair akaal, moorat, ajoonee, saibhaN, gur parsaad.

ਸਭਨਾ ਮਰਣਾ ਆਇਆ ਵੇਛੋੜਾ ਸਭਨਾਹ॥
sabhnaa marnaa aa-i-aa vaychhorhaa sabhnaah.
ਪੁਛਹੁ ਜਾਇ ਸਿਆਣਿਆ, ਆਗੈ ਮਿਲਣੁ ਕਿਨਾਹ॥
puchhahu jaa-ay si-aani-aa aagai milan kinaah.
ਜਿਨ ਮੇਰਾ ਸਾਹਿਬੁ ਵੀਸਰੈ, ਵਡੜੀ ਵੇਦਨ ਤਿਨਾਹ॥੧॥
jin mayraa saahib veesrai vadrhee vaydan tinaah. ||1||

ਜੀਵ ਦਾ ਜਨਮ, ਮੌਤ, ਪ੍ਰਭ ਦਾ ਖੇਲ ਹੈ, ਹਰੇਕ ਜੀਵ ਨੇ ਸਮਾਂ ਪੂਰਾ ਕਰਨ ਤੇ ਮੌਤ ਆਉਣੀ ਹੈ । ਉਸ ਨੇ ਸੰਸਾਰਕ ਪ੍ਰਵਾਰ ਨਾਲੋ ਵਿਛੜਨਾ ਹੈ । ਸਾਰੇ ਹੀ ਪ੍ਰਭ ਤੋਂ ਵਿਛੜੇ ਹਨ! ਫਿਰ ਇਹਨਾਂ ਦਾ ਕਿਥੇ ਮਿਲਾਪ ਹੋਣਾ ਹੈ? ਜਿਹੜਾ ਪ੍ਰਭ ਦੇ ਸ਼ਬਦ ਨੂੰ ਮਨੋ ਵਿਸਾਰ ਦੇਂਦਾ ਹੈ । ਉਹ ਬਹੁਤ ਚਿਰ ਵਿਛੋੜੇ ਵਿੱਚ ਹੀ ਰਹਿੰਦਾ ਹੈ ।

The cycle of birth and death is play of His Nature. After predetermined time on earth, everyone must leave worldly family to return to face the judgement of his worldly deeds. All souls have been separated from His Holy Spirit due to the blemish of their deeds of previous lives. When may his soul be united with His Holy Spirit? Whosoever may abandon the teachings of His Word from his day-to-day life; his soul may remain separated for a long time.

ਭੀ ਸਾਲਾਹਿਹੁ ਸਾਚਾ ਸੋਇ॥
bhee saalaahihu saachaa so-ay.
ਜਾ ਕੀ ਨਦਰਿ ਸਦਾ ਸੁਖੁ ਹੋਇ॥ ਰਹਾਉ॥
jaa kee nadar sadaa sukh ho-ay. rahaa-o.

ਹਮੇਸ਼ਾ ਅਟਲ, ਸਦਾ ਰਹਿਣ ਵਾਲੇ ਪ੍ਰਭ ਦੇ ਸ਼ਬਦ ਦਾ ਸਿਮਰਨ ਕਰੋ । ਜਿਸ ਦੀ ਰਹਿਮਤ ਨਾਲ ਮਨ, ਤਨ ਨੂੰ ਸ਼ਾਂਤੀ, ਸੰਤੋਖ, ਬਖਸ਼ਿਸ਼ ਹੁੰਦਾ ਹੈ ।

You should always meditate on the teachings of His Word, The True Master. Who may bless peace and contentment to mind and body of His Creation.

ਵਡਾ ਕਰਿ ਸਾਲਾਹਣਾ, ਹੈ ਭੀ ਹੋਸੀ ਸੋਇ॥
vadaa kar salaahnaa hai bhee hosee so-ay.
ਸਭਨਾ ਦਾਤਾ ਏਕੁ ਤੂ, ਮਾਣਸ ਦਾਤਿ ਨ ਹੋਇ॥
sabhnaa daataa ayk too maanas daat na ho-ay.
ਜੋ ਤਿਸੁ ਭਾਵੈ ਸੋ ਥੀਐ, ਰੰਨ ਕਿ ਰੁੰਨੈ ਹੋਇ॥੨॥
jo tis bhaavai so thee-ai rann ke runnai ho-ay. ||2||

ਸਭ ਤੋਂ ਵੱਡੇ, ਸਦਾ ਰਹਿਣ ਵਾਲੇ ਪ੍ਰਭ ਦੇ ਸ਼ਬਦ ਦੇ ਗੁਣ ਗਾਵੋਂ! ਮਾਨਸ ਗੁਰੂ ਲਾਲਚ ਵਿੱਚ ਹੀ ਰਹਿੰਦਾ ਹੈ, ਉਹ ਕੁਝ ਬਖਸ਼ਿਸ਼ ਨਹੀਂ ਕਰ ਸਕਦਾ । ਪ੍ਰਭ ਦਾ ਭਾਣਾ ਟਾਲਿਆ ਨਹੀਂ ਜਾ ਸਕਦਾ, ਵਾਪਰਕੇ ਹੀ ਰਹਿੰਦਾ, ਬੀਤ ਜਾਂਦਾ ਹੈ । ਉਸ ਤੇ ਪਛਤਾਵਾ ਕਰਨਾ ਬਿਰਥਾ ਹੀ ਹੈ ।

The Omnipotent True Master, The Greatest of All! You must consider His Word as an ultimate Command and sing the glory of His Word. Worldly guru remains in worldly greed; he has no power to bless anyone anything at his own. His Command always prevails and passes away over time. To grieve or repent on events of His Nature may be useless for the real purpose of human life.

ਧਰਤੀ ਉਪਰਿ ਕੋਟ ਗੜ, ਕੇਤੀ ਗਈ ਵਜਾਇ॥
Dhartee upar kot garh kaytee ga-ee vajaa-ay.
ਜੋ ਅਸਮਾਨਿ ਨ ਮਾਵਨੀ, ਤਿਨ ਨਕਿ ਨਥਾ ਪਾਇ॥
jo asmaan na maavnee tin nak nathaa paa-ay.
ਜੇ ਮਨ ਜਾਣਹਿ ਸੂਲੀਆ, ਕਾਹੇ ਮਿਠਾ ਖਾਹਿ॥੩॥
jay man jaaneh soolee-aa kaahay mithaa khaahi. ||3||

ਪ੍ਰਭ, ਸੰਸਾਰ ਵਿੱਚ ਅਨੇਕਾਂ ਹੀ ਦੇਵਤੇ ਭੇਜਦਾ, ਕਈ ਆਪਣਾ ਮੂਲ ਭੁਲਾ ਲੈਂਦੇ ਹਨ । ਕਈ ਆਪਣੇ ਆਪ ਨੂੰ ਹੀ ਪ੍ਰਭ, ਜਾ ਪ੍ਰਭ ਦਾ ਪੁੱਤਰ ਬਣਕੇ ਪੂਜਾ ਕਰਵਾਉਣ ਲਗ ਪੈਂਦੇ ਹਨ, ਸਾਰੇ ਹੀ ਨਾਸ ਹੋ ਗਏ ਹਨ । ਜਿਸ ਦੀ ਅਕਾਸ਼ ਤੀਕ ਮੰਨਤਾ ਹੁੰਦੀ ਸੀ! ਉਸ ਨੂੰ ਵੀ ਫਾਸੀ, ਸੂਲੀ ਤੇ ਚਾੜ੍ਹ ਦਿੱਤਾ ਗਿਆ । ਅਗਰ ਕਿਸੇ ਨੂੰ ਇਸ ਪੂਜਾ ਕਰਵਾਉਣ ਦੀ ਕੀਮਤ ਭੁਗਤਣ ਦੀ ਸੋਝੀ ਹੁੰਦੀ, ਤਾ ਉਹ ਕਦੇ ਵੀ ਸੰਸਾਰ ਵਿੱਚ ਆਪਣੀ ਪੂਜਾ ਨਾ ਕਰਵਾਉਂਦਾ ।

From Ancient Ages! The True Master has been sending many Blessed Souls on earth to enlighten His Creation, mankind; the right path of His Acceptance and the real purpose of human life journey. Many may be become victim of Shakti, worldly wealth, and drift from their real purpose of human life journey. He may claim to be worldly guru, prophet, son of God, Bhagwan; all have vanished in thin air over time. Whosoever may be worshipped all over the world like a God; he may be crucified like an ordinary criminal. Whosoever may remain focused on the mission, enlightened! What judgement may he face? He may never pretend to be guru, son of God.

ਨਾਨਕ ਅਉਗੁਣ ਜੇਤੜੇ, ਤੇਤੇ ਗਲੀ ਜੰਜੀਰ॥
naanak a-ogun jayt-rhay taytay galee janjeer.
ਜੇ ਗੁਣ ਹੋਨਿ ਤ ਕਟੀਅਨਿ, ਸੇ ਭਾਈ ਸੇ ਵੀਰ॥
jay gun hon ta katee-an say bhaa-ee say veer.
ਅਗੈ ਗਏ ਨ ਮੰਨੀਅਨਿ, ਮਾਰਿ ਕਢਹੁ ਵੇਪੀਰ॥੪॥੧॥
agai ga-ay na mannee-an maar kadhahu vaypeer. ||4||1||

ਜੀਵ ਵਿੱਚ ਜਿਤਨੇ ਅਉਗੁਣ ਹੁੰਦੇ ਹਨ, ਉਤਨੀ ਹੀ ਸਜ਼ਾ ਭੋਗਣੀ ਪੈਂਦੀ ਹੈ । ਅਗਰ ਕੋਈ ਗੁਣ ਹੋਣ ਤਾ ਹੀ ਇਹ ਪਾਪ ਕੱਟੇ ਜਾਂਦੇ ਹਨ । ਜਿਹੜਾ ਵੀ ਸ਼ਬਦ ਦੀ ਪਾਲਣਾ ਤੋਂ ਬਿਨਾਂ ਹੀ ਮਰ ਜਾਂਦਾ ਹੈ । ਉਸ ਨੂੰ ਮੌਤ ਪਿਛੋਂ ਜੂੰਨਾਂ ਦੀ ਪੀੜ ਹੀ ਸਹਿਣੀ ਪੈਂਦੀ ਹੈ ।

Whatsoever the burden of sins his soul has collected; she must endure the misery. Whosoever might have collected some earnings of His Word; some of her sins may be forgiven. Whosoever may not adopt the teachings of His Word in his worldly life; after death, his soul must endure the miseries.

Key Message of Raag sorath, page 595-1
'ਸੰਸਾਰਕ ਦੇਵਤੇ, ਗੁਰੂ!
ਪ੍ਰਭ, ਸੰਸਾਰ ਵਿੱਚ ਅਨੇਕਾਂ ਹੀ ਦੇਵਤੇ ਭੇਜਦਾ, ਕਈ ਆਪਣਾ ਮੂਲ ਭੁਲਾ ਲੈਂਦੇ ਹਨ । ਆਪਣੇ ਆਪ ਨੂੰ ਹੀ ਪ੍ਰਭ, ਜਾ ਪ੍ਰਭ ਦਾ ਪੁੱਤਰ ਬਣਕੇ ਪੂਜਾ ਕਰਵਾਉਣ ਲਗ ਪੈਂਦੇ ਹਨ । ਜਿਸ ਦੀ ਅਕਾਸ਼ ਤੀਕ ਮੰਨਤਾ ਹੁੰਦੀ ਸੀ! ਫਾਸੀ, ਸੂਲੀ ਤੇ ਚਾੜ੍ਹ ਦਿੱਤਾ ਗਿਆ । ਜਿਸ ਨੂੰ ਮਾਨਸ ਜੀਵਨ ਦਾ ਮੰਤਵ ਯਾਦ ਰਹਿੰਦਾ ਹੈ, ਉਹ ਕਦੇ ਵੀ ਧਰਮ, ਸੰਸਾਰ ਵਿੱਚ ਆਪਣੀ ਪੂਜਾ ਨਹੀਂ ਕਰਵਾਉਂਦਾ ।
Status of worldly guru in His Court!

The True Master may send His Blessed Souls on earth to enlighten His Creation, the real purpose of human life blessing. Whosoever may claim to be worldly guru, prophet, son of God, Bhagwan or initiate new religion all may be rebuked. Whosoever may be worshipped all over the world like a God; he may be crucified like an ordinary criminal. Whosoever may realize the real purpose of his human life blessings; he may never pretend to be guru, son of God.

2. ਸੋਰਠਿ ਮਹਲਾ ੧ ਘਰੁ ੧॥ 595-10

ਮਨੁ ਹਾਲੀ ਕਿਰਸਾਣੀ ਕਰਣੀ, ਸਰਮੁ ਪਾਣੀ ਤਨੁ ਖੇਤੁ॥ — man haalee kirsaanee karnee saram paanee tan khayt.
ਨਾਮੁ ਬੀਜੁ ਸੰਤੋਖੁ ਸੁਹਾਗਾ, ਰਖੁ ਗਰੀਬੀ ਵੇਸੁ॥ — naam beej santokh suhaagaa rakh gareebee vays.
ਭਾਉ ਕਰਮ ਕਰਿ ਜੰਮਸੀ, ਸੇ ਘਰ ਭਾਗਠ ਦੇਖੁ॥੧॥ — bhaa-o karam kar jammsee say ghar bhaagath daykh. ||1||

ਜੀਵ ਆਪਣੇ ਮਨ ਨੂੰ ਕਿਰਸਾਨ ਬਣਾ ਕੇ, ਚੰਗੇ ਕੰਮਾਂ ਦੀ ਫਸਲ, ਖੇਤੀ ਬੀਜੋ! ਆਪਣੇ ਜੀਵਨ ਦੇ ਸਾਦੇ ਪਨ ਨੂੰ ਪਾਣੀ, ਤਨ ਨੂੰ ਜ਼ੀਮਨ, ਸ਼ਬਦ ਦਾ ਬੀਜ ਪਾਵੋ! ਧੀਰਜ, ਸੰਤੋਖ ਦਾ ਹੱਲ, ਨਿਮ੍ਰਤਾ ਨੂੰ ਇਸ ਦੀ ਵਾੜ ਬਣਾਵੋ । ਇਸਤਰ੍ਹਾਂ ਹੀ ਪ੍ਰਭ ਦੇ ਵਿਛੋੜੇ ਦੇ ਵਿਰਾਗ ਦਾ ਬੂਟਾ ਵਧਦਾ ਹੈ । ਮਨ ਵਿੱਚ ਖੇੜਾ ਘਰ ਕਰ ਜਾਂਦਾ ਹੈ!

You should consider your mind as a farmer and sow the crops of good deeds for mankind; simple live as water; body as farm and sow the deed of meditation of His Word. You should plough, cultivate with patience and contentment; guard the field with fencing of your humility and politeness. The tree of renunciation may blossom within your mind.

ਬਾਬਾ ਮਾਇਆ ਸਾਥਿ ਨ ਹੋਇ॥ — baabaa maa-i-aa saath na ho-ay.
ਇਨਿ ਮਾਇਆ ਜਗੁ ਮੋਹਿਆ, ਵਿਰਲਾ ਬੂਝੈ ਕੋਇ॥ ਰਹਾਉ॥ — in maa-i-aa jag mohi-aa virlaa boojhai ko-ay. rahaa-o.

ਸੰਸਾਰਕ ਮਾਇਆ, ਮੋਹ ਮੌਤ ਪਿਛੋਂ ਦਰਬਾਰ ਵਿੱਚ ਕੋਈ ਸਹਾਇਤਾ ਨਹੀਂ ਕਰਦੀ । ਇਸ ਦੀ ਕੋਈ ਕੀਮਤ ਨਹੀਂ ਪੈਂਦੀ । ਫਿਰ ਵੀ ਸਾਰਾ ਸੰਸਾਰ ਹੀ ਇਸ ਜਾਲ ਵਿੱਚ ਫਸਿਆ ਹੈ । ਕੋਈ ਵਿਰਲਾ ਹੀ ਇਸ ਤੱਤ ਨੂੰ ਆਪਣੇ ਜੀਵਨ ਵਿੱਚ ਆਪਣਾਉਂਦਾ ਹੈ ।

Worldly wealth and attachment to worldly possessions may not have any significance after death for the purpose of human life in His Court. His Whole Creation remains trapped and slaves of worldly wealth; however, very rare human may realize that essence of His Nature; he may adopt the teachings of His Word in his day-to-day life.

ਹਾਣੁ ਹਟੁ ਕਰਿ ਆਰਜਾ, ਸਚੁ ਨਾਮੁ ਕਰਿ ਵਥੁ॥ — haan hat kar aarjaa sach naam kar vath.
ਸੁਰਤਿ ਸੋਚ ਕਰਿ ਭਾਂਡਸਾਲ, ਤਿਸੁ ਵਿਚਿ ਤਿਸ ਨੋ ਰਖੁ॥ — surat soch kar bhaaNdsaal tis vich tis no rakh.
ਵਣਜਾਰਿਆ ਸਿਉ ਵਣਜੁ ਕਰਿ, ਲੈ ਲਾਹਾ ਮਨ ਹਸੁ॥੨॥ — vanjaari-aa si-o vanaj kar lai laahaa man has. ||2||

ਜੀਵਨ ਦਾ ਸਮਾਂ, ਹਰ ਦਿਨ ਘਟਦਾ ਜਾਂਦਾ ਹੈ! ਮਾਨਸ ਜੀਵਨ ਨੂੰ ਆਪਣੀ ਦੁਕਾਨ ਬਣਾਕੇ ਪ੍ਰਭ ਦੇ ਸ਼ਬਦ ਦਾ ਹੀ ਸੌਦਾ ਇਸ ਵਿੱਚ ਰਖੋ । ਆਪਣੀ ਸੁਰਤ, ਧਿਆਨ ਨਾਲ ਸ਼ਬਦ ਦੀ ਸੋਝੀ, ਸਮਾਨ ਦੀ ਗਿਣਤੀ ਕਰੋ । ਆਪਣੀ ਦੁਕਾਨ ਵਿੱਚ ਕੇਵਲ ਸ਼ਬਦ ਦਾ ਹੀ ਸੌਦਾ ਰਖੋ । ਪ੍ਰਭ ਦੀ ਰਹਿਮਤ ਨਾਲੇ ਸ਼ਬਦ ਦੇ ਸੌਦੇ ਵਿੱਚ ਕਦੇ ਘਾਟਾ ਨਹੀਂ ਪੈਂਦਾ ।

Predetermined time for soul to stay on earth may be decreasing every moment. You should consider worldly life as a store and load up with the merchandize of His Word. With concentration of mind, devotion; you should add merchandize, the inventory of only His Word; with His mercy and grace, you may never be disappointed. The True Master may always keep on the right path of acceptance in His Court.

ਸੁਣਿ ਸਾਸਤ ਸਉਦਾਗਰੀ, ਸਤੁ ਘੋੜੇ ਲੈ ਚਲੁ॥ — sun saasat sa-udaagree sat ghorhay lai chal.
ਖਰਚੁ ਬੰਨੁ ਚੰਗਿਆਈਆ, ਮਤੁ ਮਨ ਜਾਣਹਿ ਕਲੁ॥ — kharach bann chang-aa-ee-aa mat man jaaneh kal.
ਨਿਰੰਕਾਰ ਕੈ ਦੇਸਿ ਜਾਹਿ, ਤਾ ਸੁਖਿ ਲਹਹਿ ਮਹਲੁ॥੩॥ — nirankaar kai days jaahi taa sukh laheh mahal. ||3||

ਜੀਵ ਸ਼ਬਦ ਨੂੰ ਸੁਣਨਾ, ਚੰਗੇ ਕੰਮਾ ਨੂੰ ਬਾਕੀਆਂ ਨਾਲ ਸਾਂਝਾ ਕਰਨਾ ਨੂੰ ਆਪਣਾ ਵਪਾਰ ਬਣਾਵੋ । ਸੰਸਾਰਕ ਭਲਾਈ ਦੀ ਕਮਾਈ ਕਰਕੇ ਮਾਨਸ ਜਨਮ ਸਫਲ ਕਰੋ! ਪ੍ਰਭ ਦੀ ਬਖਸ਼ਿਸ਼ ਨੂੰ ਫਲ ਸਮਝੋ! ਇਸ ਸ਼ਬਦ ਦੀ ਕਮਾਈ ਨਾਲ ਦਰਬਾਰ ਵਿੱਚ ਪ੍ਰਵਾਨਗੀ, ਮਨ ਵਿੱਚ ਸੰਤੋਖ, ਜਨਮ ਮਰਨ ਦਾ ਚੱਕਰ ਖਤਮ ਹੋ ਸਕਦਾ ਹੈ ।

You should make the purpose of your life to listen the sermons of His Word and share your good deeds and enlightenment of His Word with others. Your earnings of His Word may be rewarded in His Court for your human life journey. Always consider His Blessings as worthy reward. With your earnings of His Word, you may be blessed with contentment and your cycle of birth and death may be eliminated.

ਲਾਇ ਚਿਤੁ ਕਰਿ ਚਾਕਰੀ, ਮੰਨਿ ਨਾਮੁ ਕਰਿ ਕੰਮੁ॥ — laa-ay chit kar chaakree man naam kar kamm.
ਬੰਨੁ ਬਦੀਆ ਕਰਿ ਧਾਵਣੀ, ਤਾ ਕੋ ਆਖੈ ਧੰਨੁ॥ — bann badee-aa kar Dhaavnee taa ko aakhai Dhan.
ਨਾਨਕ ਵੇਖੈ ਨਦਰਿ ਕਰਿ, ਚੜੈ ਚਵਗਣ ਵੰਨੁ॥੪॥੨॥ — naanak vaykhai nadar kar charhai chavgan vann. ||4||2||

ਆਪਣਾ ਭਰੋਸਾ ਸ਼ਬਦ ਦੀ ਪਾਲਣਾ, ਸੰਸਾਰ ਦੀ ਭਲਾਈ ਵਿੱਚ ਅਡੋਲ ਰਖੋ । ਇਛਾਂ ਤੇ ਕਾਬੂ ਪਾਉਣ ਨਾਲ ਸੰਸਾਰ ਵਿੱਚ ਧੰਨ ਧੰਨ ਹੋਵੇਗੀ । ਇਸ ਨਾਲ ਪ੍ਰਭ ਰਹਿਮਤ ਦੀ ਨਜ਼ਰ, ਬਹੁਤ ਮਾਣ ਬਖਸ਼ੇਗਾ ।

You should adopt the teachings of His Word with steady and stable and good deeds for mankind. By conquering your worldly desires; with His mercy and grace, you may be honored in His Court.

Key Message of Raag sorath, page 595-10
'ਦਰਬਾਰ ਵਿੱਚ ਪ੍ਰਵਾਨਗੀ ਦਾ ਰਸਤਾ!
ਆਪਣੇ ਸਾਦੇ ਪਨ ਨੂੰ ਪਾਣੀ, ਤਨ ਨੂੰ ਜ਼ੀਮਨ, ਸ਼ਬਦ ਨੂੰ ਬੀਜ ਬਣਾ ਕੇ ਧੀਰਜ, ਸੰਤੋਖ ਦਾ ਹੱਲ ਅਤੇ ਨਿਮ੍ਰਤਾ ਨੂੰ ਇਸ ਦੀ ਵਾੜ ਬਣਾਉਣ ਨਾਲ ਹੀ ਪ੍ਰਭ ਦੇ ਵਿਛੋੜੇ ਦੇ ਵਿਰਾਗ ਦਾ ਬੂਟਾ ਵਧਦਾ ਹੈ । ਮਾਨਸ ਜੀਵਨ ਨੂੰ ਆਪਣੀ ਦੁਕਾਨ ਬਣਾਕੇ, ਸ਼ਬਦ ਦਾ ਸੌਦਾ ਰਖ ਕੇ, ਆਪਣੀ ਸੁਰਤ ਨਾਲ ਸ਼ਬਦ ਦੀ ਸੋਝੀ ਦੀ ਗਿਣਤੀ ਕਰਨ ਨਾਲ ਪ੍ਰਭ ਦੇ ਸ਼ਬਦ ਦੇ ਸੌਦੇ ਵਿੱਚ ਕਦੇ ਘਾਟਾ ਨਹੀਂ ਪੈਂਦਾ! ਜਿਹੜਾ ਇਛਾਂ ਤੇ ਕਾਬੂ ਪਾਉਂਦਾ ਉਸ ਦੀ ਸ਼ਬਦ ਦੀ ਕਮਾਈ ਦਰਬਾਰ ਵਿੱਚ ਪ੍ਰਵਾਨ ਹੋ ਜਾਂਦੀ, ਜਨਮ ਮਰਨ ਦਾ ਚੱਕਰ ਖਤਮ ਹੋ ਜਾਂਦਾ ਹੈ ।
The right path of acceptance in His Court!
You should make your simple living as water, your body as farm and sow the deed of His Word. You should plough, cultivate with patience, contentment and fence with humility and politeness; with such a way, the tree of renunciation may blossom. Whosoever may make his soul, worldly life as a market, keeps the merchandize of His Word. Whosoever

may concentrate on his devotion and enlightenment of His Word, he may never loss in his business. Whosoever may conquer his worldly desires; his earnings of His Word may be rewarded; his cycle of birth and death may be eliminated.

3. ਸੋਰਠਿ ਮਃ ੧॥ ਚਉਤੁਕੇ॥ 596 -2

ਮਾਇ ਬਾਪ ਕੋ ਬੇਟਾ ਨੀਕਾ, ਸਸੁਰੈ ਚਤੁਰੁ ਜਵਾਈ॥	maa-ay baap ko baytaa neekaa sasurai chatur javaa-ee.
ਬਾਲ ਕੰਨਿਆ ਕੌ ਬਾਪੁ ਪਿਆਰਾ, ਭਾਈ ਕੌ ਅਤਿ ਭਾਈ॥	baal kanniaa kou baap pi-aaraa bhaa-ee kou at bhaa-ee.
ਹੁਕਮੁ ਭਇਆ ਬਾਹਰੁ ਘਰੁ ਛੋਡਿਆ, ਖਿਨ ਮਹਿ ਭਈ ਪਰਾਈ॥	hukam bha-i-aa baahar ghar chhodi-aa khin meh bha-ee paraa-ee.
ਨਾਮੁ ਦਾਨੁ ਇਸਨਾਨੁ ਨ ਮਨਮੁਖਿ, ਤਿਤੁ ਤਨਿ ਧੂੜਿ ਧੁਮਾਈ॥੧॥	naam daan isnaan na manmukh tit tan Dhoorh Dhumaa-ee. ||1||

ਸੰਸਾਰ ਵਿੱਚ ਮਾਤਾ, ਪਿਤਾ ਨੂੰ ਬੱਚੇ ਨਾਲ ਬਹੁਤ ਪ੍ਰੀਤ ਹੁੰਦੀ ਹੈ । ਬਾਪ ਨੂੰ ਆਪਣਾ ਜਵਾਈ ਸਭ ਤੋਂ ਸਿਆਣਾ ਹੀ ਜਾਪਦਾ ਹੈ । ਧੀ ਨੂੰ ਬਾਪ ਨਾਲ ਬਹੁਤ ਡੂੰਘਾ ਪਿਆਰ ਹੁੰਦਾ ਹੈ । ਭਾਈ ਨੂੰ ਭਾਈ ਨਾਲ ਬਹੁਤ ਪਿਆਰ ਹੁੰਦਾ ਹੈ । ਜਦੋਂ ਪ੍ਰਭ ਦੇ ਹੁਕਮ ਨਾਲ ਬੱਚੀ ਘਰ ਛਡਕੇ ਚਲੇ ਜਾਂਦੀ ਹੈ । ਜਿਸ ਚੀਜ ਨੂੰ ਆਪਣੀ ਸਮਝਦੀ, ਪਰਾਈ ਹੋ ਜਾਂਦੀ ਹੈ । ਇਸਤਰ੍ਹਾਂ ਮਨਮੁਖ ਪ੍ਰਭ ਨੂੰ ਯਾਦ ਨਹੀਂ ਰਖਦਾ, ਸ਼ਬਦ ਦੀ ਪਾਲਣਾ ਨਹੀਂ ਕਰਦਾ । ਪੁੰਨ ਦਾਨ, ਚੰਗੇ ਕੰਮਾਂ ਨਾਲ ਆਪਣੀ ਆਤਮਾ ਨੂੰ ਪਵਿੱਤਰ ਨਹੀਂ ਕਰਦਾ । ਤਨ ਭਸਮ ਹੋ ਹੀ ਜਾਂਦਾ ਹੈ, ਮਾਨਸ ਜਨਮ ਦਾ ਕੋਈ ਲਾਹਾ ਨਹੀਂ ਖੱਟਦਾ ।

Worldly parents have deep love and affection for children. Father always regards his son-in-law as the wisest, kind hearted. Son and daughter have deep respect and love for mother and father. Brother has deep affection for each other. When children move out from house, whatsoever they may think belong to them, may become strange. Same way, self-minded may abandon His Word from his day-to-day life; he may not keep the memory of his separation from His Holy Spirit fresh within his mind. He may not sanctify his soul with good deeds. After death, his body becomes dust and he may not benefit from his human life blessing.

ਮਨੁ ਮਾਨਿਆ ਨਾਮੁ ਸਖਾਈ॥	man maani-aa naam sakhaa-ee.
ਪਾਇ ਪਰਉ ਗੁਰ ਕੈ ਬਲਿਹਾਰੈ, ਜਿਨਿ ਸਾਚੀ ਬੂਝ ਬੁਝਾਈ॥	paa-ay para-o gur kai balihaarai jin saachee boojh bujhaa-ee.
ਰਹਾਉ॥	rahaa-o.

ਸ਼ਬਦ ਦਾ ਸਿਮਰਨ ਕਰਨ ਨਾਲ ਮਨ ਵਿੱਚ ਸ਼ਾਂਤੀ ਬਖਸ਼ਿਸ਼ ਹੁੰਦੀ ਹੈ । ਪ੍ਰਭ ਦਾ ਧੰਨਵਾਦ ਕਰੋ! ਜਿਸ ਦੀ ਰਹਿਮਤ ਨਾਲ ਸ਼ਬਦ ਦੀ ਸੋਝੀ ਬਖਸ਼ਿਸ਼ ਹੋਈ ਹੈ ।

Whosoever may meditate on the teachings of His Word with steady and stable; he may be blessed with peace of mind. Whosoever may sing the praises of His Word; with His mercy and grace, he may be enlightened with the essence of His Word.

ਮਾਇਆ ਮਗਨੁ ਅਹਿਨਿਸਿ ਮਗੁ ਜੋਹੈ,	maa-i-aa magan ahinis mag johai
ਨਾਮੁ ਨ ਲੇਵੈ ਮਰੈ ਬਿਖੁ ਖਾਈ॥	naam na layvai marai bikh khaa-ee.
ਗੰਧਣ ਵੈਣਿ ਰਤਾ ਹਿਤਕਾਰੀ, ਸ਼ਬਦੈ ਸੁਰਤਿ ਨ ਆਈ॥	ganDhan vain rataa hitkaaree sabdai surat na aa-ee.
ਰੰਗਿ ਨ ਰਾਤਾ ਰਸਿ ਨਹੀ ਬੇਧਿਆ, ਮਨਮੁਖ ਪਤਿ ਗਵਾਈ॥੨॥	rang na raataa ras nahee bayDhi-aa manmukh pat gavaa-ee. ||2||

ਜੀਵ ਨਾਸ ਹੋ ਜਾਣ ਵਾਲੇ ਸੰਸਾਰਕ ਮੋਹ ਵਿੱਚ ਲਗਾ ਰਹਿੰਦਾ ਹੈ । ਉਹ ਬੰਦਗੀ ਕਰਨ ਵਾਲੇ ਦੀ ਨੁਕਤਾਚੀਨੀ ਕਰਦਾ ਹੈ । ਦਿਨ ਰਾਤ ਮਾਇਆ ਇਕੱਠੀ ਕਰਨ ਦੇ ਚੱਕਰ ਵਿੱਚ ਹੀ ਰਹਿੰਦਾ ਹੈ, ਸੰਸਾਰਕ ਇਛਾਂ ਰੂਪੀ ਜ਼ਹਿਰ ਹੀ ਪੀਂਦਾ, ਮਾਨਸ ਜੀਵਨ ਖਤਮ ਕਰ ਜਾਂਦਾ ਹੈ । ਉਹ ਸੰਸਾਰਕ ਭਰਮਾਂ ਭੁਲੇਖਿਆਂ ਵਿੱਚ ਹੀ ਉਲਝਿਆ ਰਹਿੰਦਾ ਹੈ । ਪ੍ਰਭ ਦੇ ਸ਼ਬਦ ਦੀ ਪਾਲਣਾ ਦਾ ਵਿਚਾਰ ਨਹੀਂ ਕਰਦਾ, ਮਨ ਨਹੀਂ ਲਗਾਉਂਦਾ । ਆਪਣੀਆਂ ਮਨਮਰਜ਼ੀ ਤੇ ਚਲਦਾ ਹੈ, ਇਸ ਮਾਇਆ ਮੋਹ ਦੇ ਨਸ਼ੇ ਵਿੱਚ ਹੀ ਸ਼ਬਦ ਦੀ ਪਾਲਣਾ ਨਹੀਂ ਕਰਦਾ, ਮਾਨਸ ਜਨਮ ਬਿਰਥਾ ਹੀ ਗਵਾ ਜਾਂਦਾ ਹੈ ।

Self-minded remains intoxicated with perishable worldly attachments and criticize the way of life of His true devotee. He remains intoxicated with the sweet poison of worldly wealth, collecting worldly wealth; he wastes his human life opportunity. He remains a slave of religious rituals, suspicions; He may not meditate nor adopt His Word in his day-to-day life. He remains intoxicated following the lead of worldly wealth. He may not obey the teachings of His Word; he wastes his priceless human life opportunity.

ਸਾਧ ਸਭਾ ਮਹਿ ਸਹਜੁ ਨ ਚਾਖਿਆ, ਜਿਹਬਾ ਰਸੁ ਨਹੀ ਰਾਈ॥	saaDh sabhaa meh sahj na chaakhi-aa jihbaa ras nahee raa-ee.
ਮਨੁ ਤਨੁ ਧਨੁ ਅਪੁਨਾ ਕਰਿ ਜਾਨਿਆ, ਦਰ ਕੀ ਖਬਰਿ ਨ ਪਾਈ॥	man tan Dhan apunaa kar jaani-aa dar kee khabar na paa-ee.
ਅਖੀ ਮੀਟਿ ਚਲਿਆ ਅੰਧਿਆਰਾ, ਘਰੁ ਦਰੁ ਦਿਸੈ ਨ ਭਾਈ॥	akhee meet chali-aa anDhi-aaraa ghar dar disai na bhaa-ee.
ਜਮ ਦਰਿ ਬਾਧਾ ਠਉਰ ਨ ਪਾਵੈ, ਅਪੁਨਾ ਕੀਆ ਕਮਾਈ॥੩॥	jam dar baaDhaa tha-ur na paavai apunaa kee-aa kamaa-ee. ||3||

ਜਿਸ ਦਾ ਮਨ ਸੰਤ ਸਰੂਪ ਜੀਵ ਦੀ ਸੰਗਤ ਵਿੱਚ ਨਹੀਂ ਲਗਦਾ । ਉਸ ਦੀ ਜੀਭ ਤੇ ਨਿਮਰਤਾ ਦੇ ਬੋਲ ਨਹੀਂ ਹੁੰਦੇ । ਉਹ ਤਨ ਨੂੰ, ਸੰਸਾਰਕ ਮਾਇਆ ਨੂੰ, ਆਪਣੀ ਆਪਣੀ ਕਰਕੇ ਰਖਦਾ ਹੈ । ਭੇਜਣ ਵਾਲੇ ਮਾਲਕ ਦਾ ਕੋਈ ਖਿਆਲ ਨਹੀਂ ਕਰਦਾ । ਉਹ ਸੰਸਾਰ ਵਿੱਚ ਅਗਿਆਨਤਾ ਵਿੱਚ ਹੀ ਰਹਿੰਦਾ ਹੈ । ਉਸ ਨੂੰ ਮਾਨਸ ਜਨਮ ਦੇ ਮੰਤਵ ਦੀ ਕੋਈ ਸੋਝੀ ਨਹੀਂ ਹੁੰਦੀ । ਉਸ ਨੂੰ ਮੌਤ ਦਾ ਜਮਦੂਤ ਪਕੜ ਲੈਂਦਾ ਹੈ, ਕੋਈ ਅਰਾਮ ਕਰਨ ਲਈ ਥਾਂ ਨਹੀਂ ਲੱਭਦੀ । ਉਹ ਆਪਣੇ ਕੀਤੇ ਕੰਮਾਂ ਦਾ ਫਲ ਭੁਗਤਦਾ ਹੈ ।

Whosoever may not feel comfortable, peaceful, or contented in the association of His true devotee; he may not speak politely. He considers his body and worldly possession only his trust; he may not consider these as His Blessing, Trust! He remains ignorant from the reality of worldly life; he may not realize the real purpose of human life blessing. When the devil of death knocks at his door; he may not find any resting place. He endures the judgement of his worldly deeds.

ਨਦਰਿ ਕਰੇ ਤਾ ਅਖੀ ਵੇਖਾ, ਕਹਣਾ ਕਥਨੁ ਨ ਜਾਈ॥	nadar karay taa akhee vaykhaa kahnaa kathan na jaa-ee.
ਕੰਨੀ ਸੁਣਿ ਸੁਣਿ ਸਬਦਿ ਸਲਾਹੀ, ਅੰਮ੍ਰਿਤੁ ਰਿਦੈ ਵਸਾਈ॥	kannee sun sun sabad salaahee amrit ridai vasaa-ee.
ਨਿਰਭਉ ਨਿਰੰਕਾਰੁ ਨਿਰਵੈਰੁ, ਪੂਰਨ ਜੋਤਿ ਸਮਾਈ॥	nirbha-o nirankaar nirvair pooran jot samaa-ee.
ਨਾਨਕ ਗੁਰ ਵਿਣੁ ਭਰਮੁ ਨ ਭਾਗੈ, ਸਚਿ ਨਾਮਿ ਵਡਿਆਈ॥੪॥੩॥	naanak gur vin bharam na bhaagai sach naam vadi-aa-ee. ||4||3||

ਪ੍ਰਭ, ਜੀਵ ਦੀ ਨਜ਼ਰ ਅਤੇ ਪਹੁੰਚ ਵਿੱਚ ਨਹੀਂ ਹੈ । ਜਿਸ ਤੇ ਆਪ ਹੀ ਰਹਿਮਤ ਬਖਸ਼ਦਾ, ਉਹ ਹੀ ਜੀਵ ਦੇਖ ਸਕਦਾ ਹੈ । ਜਿਹੜਾ ਆਪਣੇ ਕੰਨਾਂ ਨਾਲ ਸੁਣਨ ਕਰਕੇ, ਉਸ ਦੀ ਉਸਤਤ ਕਰਦਾ ਹੈ । ਉਸ ਦੇ ਮਨ ਵਿੱਚ ਪ੍ਰਭ ਦਾ ਸ਼ਬਦ ਘਰ ਕਰ ਜਾਂਦਾ ਹੈ । ਪ੍ਰਭ ਡਰ ਅਤੇ ਵੈਰ ਤੋਂ ਰਹਿਤ ਹੈ, ਉਸ ਦੀ ਜੋਤ ਹਰ ਆਤਮਾ ਵਿੱਚ ਹੀ ਰਚੀ ਹੈ । ਪ੍ਰਭ ਦੀ ਰਹਿਮਤ ਤੋਂ ਬਿਨਾਂ ਸ਼ਬਦ ਦੀ ਸੋਝੀ ਬਖਸ਼ਿਸ਼ ਨਹੀਂ ਹੁੰਦੀ । ਸ਼ਬਦ ਦੀ ਸੋਝੀ ਤੋਂ ਬਿਨਾਂ ਭਰਮ ਦੂਰ ਨਹੀਂ ਹੁੰਦੇ ।

The True Master remains beyond the visibility and reach of His Creation. Only with His mercy and grace, His true devotee may realize the existence of His Holy Spirit prevailing everywhere. His devotee may hear the sermons of His Word and sings the glory of His Word; he may be drenched with the essence of His Word from within. The True Master remains embedded within each soul and beyond fear or jealousy; without His mercy and grace, no one may be enlightened with the essence of His Word nor his suspicions be eliminated.

Key Message of Raag sorath, page 596-2
'ਕੀ ਪੁਨ ਦਾਨ ਨਾਲ ਆਤਮਾ ਪਵਿੱਤਰ ਹੋ ਸਕਦੀ ਹੈ?
ਸ਼ਬਦ ਦੀ ਪਾਲਣਾ ਤੋਂ ਬਿਨਾਂ, ਪੁੰਨ ਦਾਨ, ਚੰਗੇ ਕੰਮਾਂ ਨਾਲ ਆਤਮਾ ਪਵਿੱਤਰ ਨਹੀਂ ਹੋ ਸਕਦੀ! ਜਿਹੜਾ ਸੰਸਾਰਕ ਮਾਇਆ, ਮੋਹ ਦੇ ਨਸ਼ੇ ਵਿੱਚ ਮਸਤ ਰਹਿੰਦਾ ਹੈ, ਮਾਨਸ ਜਨਮ ਬਿਰਥਾ ਹੀ ਗਵਾ ਜਾਂਦਾ ਹੈ । ਜਿਹੜਾ ਮਾਨਸ ਜਨਮ ਦਾ ਮੰਤਵ ਵਿਸਾਰ ਦੇਂਦਾ ਹੈ, ਉਹ ਆਪਣੇ ਕੀਤੇ ਕੰਮਾਂ ਦਾ ਫਲ ਭੁਗਤਦਾ ਹੈ । ਪ੍ਰਭ ਦੀ ਜੋਤ ਹਰ ਆਤਮਾ ਵਿੱਚ ਹੀ ਰਚੀ ਹੈ । ਜਿਹੜਾ ਆਪਣੇ ਕੰਨਾਂ ਨਾਲ ਸੁਣਨ ਕਰਕੇ, ਸ਼ਬਦ ਦੀ ਸਿਖਿਆ ਨਾਲ ਜੀਵਨ ਢਾਲਦਾ ਹੈ, ਉਸ ਦੇ ਮਨ ਵਿੱਚ ਪ੍ਰਭ ਦਾ ਸ਼ਬਦ ਘਰ ਕਰ ਜਾਂਦਾ ਹੈ!
Can soul be sanctified with worldly charities?
Without the earnings of His Word, his soul may not be sanctified with charity and good deeds. Whosoever may remain ignorant from the reality of worldly life; he endures the miseries of his own worldly deeds. His Holy Spirit remains embedded within each soul. Whosoever may hear the sermons of His Word and adopts the teachings in his own life; he may be drenched with the essence of His Word within.

4. **ਸੋਰਠਿ ਮਹਲਾ ੧ ਦੁਤੁਕੇ॥ 596-12**

ਪੁੜੁ ਧਰਤੀ ਪੁੜੁ ਪਾਣੀ ਆਸਣੁ, ਚਾਰਿ ਕੁੰਟ ਚਉਬਾਰਾ॥	purh Dhartee purh paanee aasan chaar kunt cha-ubaaraa.
ਸਗਲ ਭਵਣ ਕੀ ਮੂਰਤਿ ਏਕਾ, ਮੁਖਿ ਤੇਰੈ ਟਕਸਾਲਾ॥੧॥	sagal bhavan kee moorat aykaa mukh tayrai taksaalaa. ‖1‖

ਜਲ ਅਤੇ ਥਲ ਵਿੱਚ ਹੀ ਪ੍ਰਭ ਦਾ ਦਰਬਾਰ ਹੈ, ਜਿਸ ਦੇ ਦਰਵਾਜ਼ੇ ਚਾਰੇ ਪਾਸੇ ਖੁੱਲ੍ਹਦੇ ਹਨ । ਸਾਰੀ ਸ੍ਰਿਸ਼ਟੀ ਵਿੱਚ ਪ੍ਰਭ ਇਕੋ ਇਕ ਅਨੋਖੀ ਮੂਰਤ ਹੈ । ਪ੍ਰਭ ਦਾ ਸ਼ਬਦ ਹੀ ਧਾਰਮਕ ਨਿਯਮ ਬਣ ਜਾਂਦਾ ਹੈ ।

His Castle, Royal Throne remains everywhere, in the heart of each creature; in water, in, under and on earth. Doors of His Court open in all four directions. The True Master has an astonishing existence and glory; His Word is the true worldly Dharma for mankind.

ਮੇਰੇ ਸਾਹਿਬਾ ਤੇਰੇ ਚੋਜ ਵਿਡਾਣਾ॥	mayray saahibaa tayray choj vidaanaa.
ਜਲਿ ਥਲਿ ਮਹੀਅਲਿ ਭਰਿਪੁਰਿ ਲੀਣਾ, ਆਪੇ ਸਰਬ ਸਮਾਣਾ॥ ਰਹਾਉ॥	jal thal mahee-al bharipur leenaa aapay sarab samaanaa. rahaa-o.

ਸ੍ਰਿਸ਼ਟੀ ਦਾ ਖੇਲ ਇਕ ਅਨੋਖਾ ਹੈ । ਪ੍ਰਭ ਜਲ, ਥਲ ਤੇ ਆਪ ਹੀ ਵਾਪਰਦਾ ਹੈ । ਹਰੇਕ ਆਤਮਾ ਵਿੱਚ ਹੀ ਸਮਾਇਆ ਰਹਿੰਦਾ ਹੈ ।

The universe remains an astonishing play of His Nature. He prevails in water, under, on and in the earth. He remains embedded within His Nature and prevails everywhere.

ਜਹ ਜਹ ਦੇਖਾ ਤਹ ਜੋਤਿ ਤੁਮਾਰੀ, ਤੇਰਾ ਰੂਪੁ ਕਿਨੇਹਾ॥	jah jah daykhaa tah jot tumaaree tayraa roop kinayhaa.
ਇਕਤੁ ਰੂਪਿ ਫਿਰਹਿ ਪਰਛੰਨਾ, ਕੋਇ ਨ ਕਿਸ ਹੀ ਜੇਹਾ॥੨॥	ikat roop fireh parchhannaa ko-ay na kis hee jayhaa. ‖2‖

ਜਿੱਥੇ ਵੀ ਦੇਖਦਾ, ਸਭ ਤੇਰਾ ਹੀ ਰੂਪ ਹੈ, ਪਰ ਤੇਰਾ ਰੂਪ ਕਿਸਤਰ੍ਹਾਂ ਦਾ ਹੈ? ਹਰੇਕ ਜੀਵ ਦਾ ਅਕਾਰ, ਰੂਪ ਵੱਖਰਾ ਹੈ । ਤੂੰ ਹਰੇਕ ਜੀਵ ਵਿੱਚ ਹੀ ਵਸਦਾ ਹੈ ।

The True Master! I may realize only Your Existence everywhere; the universe in an expansion of Your Holy Spirit. Humans remain anxious to know; how may be Your Structure? You remain embedded within every soul; however, each creature has different body structure.

ਅੰਡਜ, ਜੇਰਜ, ਉਤਭੁਜ, ਸੇਤਜ, ਤੇਰੇ ਕੀਤੇ ਜੰਤਾ॥	andaj jayraj ut-bhuj saytaj tayray keetay jantaa.
ਏਕੁ ਪੁਰਬੁ ਮੈ ਤੇਰਾ ਦੇਖਿਆ, ਤੂ ਸਭਨਾ ਮਾਹਿ ਰਵੰਤਾ॥੩॥	ayk purab mai tayraa daykhi-aa too sabhnaa maahi ravantaa. ‖3‖

ਪ੍ਰਭ ਤੂੰ ਕਿਸੇ ਨੂੰ ਆਂਡੇ, ਮਾਂ ਦੇ ਪੇਟ, ਮਿੱਟੀ, ਪੀਸਨੇ ਵਿਚੋਂ ਪੈਦਾ ਕੀਤਾ ਹੈ । ਹਰੇਕ ਤੇ ਤੇਰੀ ਰਹਿਮਤ ਭਰਪੂਰ ਹੈ । ਹਰੇਕ ਵਿੱਚ ਆਪ ਹੀ ਵਾਪਰਦਾ ਹੈ ।

The True Master! You have enlightened Your Creation with four fountains of Creation; from egg, earth, body sweat and womb of mother. You dwell and prevail within each creature.

ਤੇਰੇ ਗੁਣ ਬਹੁਤੇ ਮੈ ਏਕੁ ਨ ਜਾਣਿਆ, ਮੈ ਮੂਰਖ ਕਿਛੁ ਦੀਜੈ॥	tayray gun bahutay mai ayk na jaani-aa mai moorakh kichh deejai.
ਪ੍ਰਣਵਤਿ ਨਾਨਕ ਸੁਣਿ ਮੇਰੇ ਸਾਹਿਬਾ,	paranvat naanak sun mayray saahibaa
ਡੁਬਦਾ ਪਥਰੁ ਲੀਜੈ॥੪॥੪॥	dubdaa pathar leejai. ‖4‖4‖

ਤੇਰੇ ਗੁਣ ਅਨੇਕਾਂ ਹਨ, ਪਰ ਜੀਵ ਇਕ ਗੁਣ ਵੀ ਪੂਰਨ ਤਰ੍ਹਾਂ ਤੇ ਨਹੀਂ ਜਾਣਦਾ । ਸੋਝੀ ਬਖਸ਼ੋ! ਅਣਜਾਣ ਜੀਵ ਸੰਸਾਰਕ ਇਛਾਂ ਵਿੱਚ ਡੁਬਦੇ ਜਾਂਦੇ ਹਨ!

The True Master remains the treasure of unlimited virtues. His Creation may not know even one virtue, miracle completely. Enlighten us! Ignorant creatures are drowning in this worldly ocean of desires.

Key Message of Raag sorath, page 596-12
ਜੀਵ ਦੀ ਪੈਦਾ ਕਰਨ ਦੇ ਸੋਮੇ!
ਪ੍ਰਭ ਇਕੋ ਇਕ ਅਨੋਖੀ ਮੂਰਤ ਵਾਲਾ ਹੈ, ਉਸ ਦੇ ਬੋਲ ਹੀ ਧਾਰਮਕ ਨਿਯਮ ਹਨ । ਜੀਵ ਹਮੇਸ਼ਾ ਹੀ ਪ੍ਰਭ ਨੂੰ ਜਾਣਨ ਲਈ ਉਤਾਲਵਾ ਹੀ ਰਹਿੰਦਾ ਹੈ! ਪ੍ਰਭ ਨੇ ਜੀਵ ਨੂੰ ਪੈਦਾ ਕਰਨ ਦੇ ਚਾਰ ਸੋਮਿਆਂ ਦੀ ਸੋਝੀ ਬਖਸ਼ੀ ਹੈ! (ਆਂਡੇ, ਮਾਂ ਦੇ ਪੇਟ, ਮਿੱਟੀ ਵਿਚੋਂ, ਪੀਸਨੇ ਵਿਚੋਂ)
4 sources of creation!
The One and Only One True Master an astonishing existence! His Word remains the guiding principle, worldly Dharma for mankind. Humans remain anxious to know His Existence, Nature! The True Master has enlightened four fountains of Creation; from egg, earth, body sweat and womb of mother.

5. **ਸੋਰਠਿ ਮਹਲਾ ੧॥ 596-17**

ਹਉ ਪਾਪੀ ਪਤਿਤੁ ਪਰਮ ਪਾਖੰਡੀ, ਤੂ ਨਿਰਮਲੁ ਨਿਰੰਕਾਰੀ॥	ha-o paapee patit param paakhandee too nirmal nirankaaree.
ਅੰਮ੍ਰਿਤੁ ਚਾਖਿ ਪਰਮ ਰਸਿ ਰਾਤੇ, ਠਾਕੁਰ ਸਰਣਿ ਤੁਮਾਰੀ॥੧॥	amrit chaakh param ras raatay thaakur saran tumaaree. ‖1‖

ਗੁਰੂ ਨਾਨਕ ਦੇਵ ਜੀ! – Guru Nanak Dev Ji! Guru Granth Sahib

ਪ੍ਰਭ ਤੂੰ ਅਕਾਰ ਰਹਿਤ, ਸਦਾ ਰਹਿਣ ਵਾਲ ਅਸਲੀ ਮਾਲਕ ਹੈ । ਜੀਵ ਪਾਪ ਨਾਲ ਭਰਿਆਂ, ਭਰਮਾਂ ਵਿੱਚ ਫਸਿਆ ਹੈ । ਤੇਰੀ ਰਹਿਮਤ ਨਾਲ ਸ਼ਬਦ ਦੀ ਸੋਝੀ ਹੋਈ ਹੈ । ਹੁਣ ਤੇਰੀ ਸ਼ਰਣ ਵਿੱਚ ਆਇਆ ਹਾ! ਰਖਿਆ ਕਰੋ ।

The True Master, Creator remains beyond any structure, lives forever. Self-minded remain dominated with evil and sinful thoughts and deeds; he remains intoxicated with religious rituals and suspicions. I have been enlightened with the essence of Your Word; with Your mercy and grace, I have surrendered my self-entity at Your Sanctuary for Forgiveness and Refuge.

ਕਰਤਾ ਤੂ ਮੈ ਮਾਣੁ ਨਿਮਾਣੇ॥ kartaa too mai maan nimaanay.
ਮਾਣੁ ਮਹਤੁ ਨਾਮੁ ਧਨੁ ਪਲੈ, ਸਾਚੈ ਸਬਦਿ ਸਮਾਣੇ॥ ਰਹਾਉ॥ maan mahat naam Dhan palai saachai sabad samaanay. rahaa-o.

ਪ੍ਰਭ ਤੂੰ ਨਿਮਾਣਿਆਂ ਦਾ ਮਾਣ ਰਖਣ ਵਾਲਾ ਮਾਲਕ ਹੈ । ਰਹਿਮਤ ਬਖਸ਼ੋ! ਸ਼ਬਦ ਦੇ ਸਿਮਰਨ ਵਿੱਚ ਹੀ ਲੀਨ ਹੋ ਜਾਵਾ । ਤੇਰ ਸ਼ਰਣ ਵਿੱਚ ਪ੍ਰਵਾਨ ਹੋ ਜਾਵਾ ।

The True Master, the protector of honor of Your humble devotee. My Merciful Master bestow Your Blessed Vision to bless devotion to meditate. I may remain intoxicated in the void of Your Word; I may be accepted in Your Sanctuary.

ਤੂ ਪੂਰਾ ਹਮ ਊਰੇ ਹੋਛੇ, ਤੂ ਗਉਰਾ ਹਮ ਹਉਰੇ॥ too pooraa ham ooray hochhay too ga-uraa ham ha-uray.
ਤੁਝ ਹੀ ਮਨ ਰਾਤੇ ਅਹਿਨਿਸਿ ਪਰਭਾਤੇ, ਹਰਿ ਰਸਨਾ ਜਪਿ ਮਨ ਰੇ॥੨॥ tujh hee man raatay ahinis parbhaatay har rasnaa jap man ray. ||2||

ਪ੍ਰਭ ਤੂੰ ਗੁਣਾਂ ਨਾਲ ਭਰਪੂਰ ਅਤੇ ਪਵਿੱਤਰ ਹੈ! ਜੀਵ ਪਾਪ ਨਾਲ ਭਰੇ ਅਧੂਰੇ ਹਨ । ਤੇਰੀ ਰਹਿਮਤ ਨਾਲ ਹੀ ਸ਼ਬਦ ਦੇ ਲੜ ਲਗਦੇ ਹਨ । ਦਿਨ ਰਾਤ ਸ਼ਬਦ ਦੇ ਗੁਣ ਗਾਉਂਦੇ, ਬੰਦਗੀ ਵਿੱਚ ਲੀਨ ਰਹਿੰਦੇ ਹਨ ।

The True Master remains perfect and sanctified; However, His Creation remains overwhelmed with blemish without any virtues. Whosoever may be bestowed with His Blessed Vision, he may be attached to meditate on the teachings of His Word. He may remain intoxicated in the void of His Word.

ਤੁਮ ਸਾਚੇ ਹਮ ਤੁਮ ਹੀ ਰਾਚੇ, ਸਬਦਿ ਭੇਦਿ ਫੁਨਿ ਸਾਚੇ॥ tum saachay ham tum hee raachay sabad bhayd fun saachay.
ਅਹਿਨਿਸਿ ਨਾਮਿ ਰਤੇ ਸੇ ਸੂਚੇ, ਮਰਿ ਜਨਮੇ ਸੇ ਕਾਚੇ॥੩॥ ahinis naam ratay say soochay mar janmay say kaachay. ||3||

ਪ੍ਰਭ, ਸਦਾ ਰਹਿਣ ਵਾਲਾ ਪਵਿੱਤਰ ਮਾਲਕ ਹੈ! ਪ੍ਰਭ ਦੀ ਰਹਿਮਤ ਨਾਲ ਮੈਂ ਸ਼ਬਦ ਦੀ ਪਾਲਣਾ ਵਿੱਚ ਲੀਨ ਹੋਇਆ ਹਾ । ਰਹਿਮਤ ਬਖਸ਼ੋ! ਸ਼ਬਦ ਦੇ ਲੜ ਲਾ ਕੇ, ਆਪਣਾ ਦਾਸ ਬਣਾ ਲਵੋ । ਜਿਹੜਾ ਦਿਨ ਰਾਤ ਸ਼ਬਦ ਦੀ ਪਾਲਣਾ ਵਿੱਚ ਅਡੋਲ ਰਹਿੰਦਾ ਹੈ, ਉਸ ਦੀ ਆਤਮਾ ਪਵਿੱਤਰ ਹੋ ਜਾਂਦੀ । ਉਸ ਦਾ ਜੂੰਨਾਂ ਦਾ ਚੱਕਰ ਖਤਮ ਹੋ ਜਾਂਦਾ ਹੈ ।

Sanctified Holy Spirit, The True Master lives forever. I remain intoxicated in the void of Your Word; with Your mercy and grace, I may remain on the right path to sanctify my soul to become worthy of Your Consideration. I may be accepted as Your true devotee. My cycle of birth and death may be eliminated.

ਅਵਰੁ ਨ ਦੀਸੈ ਕਿਸੁ ਸਾਲਾਹੀ, ਤਿਸਹਿ ਸਰੀਕੁ ਨ ਕੋਈ॥ avar na deesai kis saalaahee tiseh sareek na ko-ee.
ਪ੍ਰਣਵਤਿ ਨਾਨਕੁ ਦਾਸਨਿ ਦਾਸਾ, ਗੁਰਮਤਿ ਜਾਨਿਆ ਸੋਈ॥੪॥੫॥ paranvat naanak daasan daasaa gurmat jaani-aa so-ee. ||4||5||

ਪ੍ਰਭ ਦੇ ਬਰਾਬਰ ਦਾ ਹੋਰ ਕੋਈ ਨਜ਼ਰ ਨਹੀਂ ਆਉਂਦਾ, ਨਾ ਹੀ ਕੋਈ ਹੈ । ਦਾਸਾਂ ਦੇ ਦਾਸ ਤੇ ਰਹਿਮਤ ਬਖਸ਼ੋ! ਮੈਂ, ਤੇਰੀ ਹੋਂਦ ਮਹਿਸੂਸ ਕਰ ਸਕਾ ।

No one may be equal or comparable to The Greatness of The True Master. My True Master bestow Your Blessed Vision on the slave of Your slaves; I may realize Your Existence.

Key Message of Raag sorath, page 596-17 **'ਦਰਬਾਰ ਵਿੱਚ ਪ੍ਰਵਾਨਗੀ ਦਾ ਰਸਤਾ!**
ਅਕਾਰ ਰਹਿਤ ਪ੍ਰਭ ਸਦਾ ਰਹਿਣ ਵਾਲ ਅਸਲੀ ਮਾਲਕ ਹੈ । ਗੁਣਾਂ ਨਾਲ ਭਰਪੂਰ ਪ੍ਰਭ ਪਵਿੱਤਰ ਹੈ! ਜਿਹੜਾ ਦਿਨ ਰਾਤ ਸ਼ਬਦ ਦੇ ਗੁਣ ਗਾਉਂਦਾ, ਸ਼ਬਦ ਦੀ ਪਾਲਣਾ ਕਰਦਾ, ਬੰਦਗੀ ਵਿੱਚ ਲੀਨ ਰਹਿੰਦਾ ਹੈ, ਉਸ ਦੀ ਆਤਮਾ ਪਵਿੱਤਰ ਹੋ ਜਾਂਦੀ ਹੈ । ਉਸ ਦਾ ਜੂੰਨਾਂ ਦਾ ਚੱਕਰ ਖਤਮ ਹੋ ਜਾਂਦਾ ਹੈ ।
The right path of acceptance in His Court!
The One and Only One, True Master, Creator, beyond any structure limitation, lives forever. The True Master remains overwhelmed with Virtues and sanctified. Whosoever may remain intoxicated in meditation, and obeys the teachings of His Word; his soul may be sanctified to become worthy of His Consideration. His cycle of birth and death may be eliminated.

6. ਸੋਰਠਿ ਮਹਲਾ ੧॥ 597-4

ਅਲਖ ਅਪਾਰ ਅਗੰਮ ਅਗੋਚਰ, ਨਾ ਤਿਸੁ ਕਾਲੁ ਨ ਕਰਮਾ॥ alakh apaar agamm agochar naa tis kaal na karmaa.
ਜਾਤਿ ਅਜਾਤਿ ਅਜੋਨੀ ਸੰਭਉ, ਨਾ ਤਿਸੁ ਭਾਉ ਨ ਭਰਮਾ॥੧॥ jaat ajaat ajonee sambha-o naa tis bhaa-o na bharmaa. ||1||

ਨਾ ਨਾਸ ਹੋਣ, ਨਾ ਜਾਣੇ ਜਾਣਵਾਲਾ ਪ੍ਰਭ, ਹੱਦ, ਸੀਮਾ ਤੋਂ ਰਹਿਤ ਹੈ । ਜੀਵ ਦੀ ਪਹੁੰਚ ਤੋਂ, ਭਾਗਾਂ ਦੇ ਲੇਖੇ ਤੋਂ ਅਤੇ ਜਨਮ ਮਰਨ ਤੋਂ ਰਹਿਤ ਹੈ ।

The True Master remains beyond reach, destruction, limit and boundary of His Virtues and Miracles. He remains beyond any prewritten destiny, cycle of birth and death and comprehension of His Creation.

ਸਾਚੇ ਸਚਿਆਰ ਵਿਟਹੁ ਕੁਰਬਾਣੁ॥ saachay sachiaar vitahu kurbaan.
ਨਾ ਤਿਸੁ ਰੂਪ ਵਰਨੁ ਨਹੀ ਰੇਖਿਆ, ਸਾਚੈ ਸਬਦਿ ਨੀਸਾਣੁ॥ ਰਹਾਉ॥ naa tis roop varan nahee raykh-i-aa saachai sabad neesaan. rahaa-o.

ਅਕਾਰ, ਰਹਿਤ ਪ੍ਰਭ, ਆਪਣੇ ਆਪ ਨੂੰ ਸ਼ਬਦ ਦੀ ਸੋਝੀ ਵਿਚੋਂ ਪ੍ਰਗਟ ਕਰਦਾ ਹੈ । ਤੈਨੂੰ ਸਦਾ ਧੰਨ ਧੰਨ ਹੀ ਕਹਿੰਦੇ ਹਾ ।

The structureless True Master, His Existence may be realized with the enlightenment of His Word. His Creation claims Him as the greatest of All.

ਨਾ ਤਿਸੁ ਮਾਤ ਪਿਤਾ ਸੁਤ ਬੰਧਪ, ਨਾ ਤਿਸੁ ਕਾਮੁ ਨ ਨਾਰੀ॥ naa tis maat pitaa sut banDhap naa tis kaam na naaree.
ਅਕੁਲ ਨਿਰੰਜਨ ਅਪਰ ਪਰੰਪਰੁ, ਸਗਲੀ ਜੋਤਿ ਤੁਮਾਰੀ॥੨॥ akul niranjan apar parampar saglee jot tumaaree. ||2||

ਪ੍ਰਭ ਦਾ ਕੋਈ ਮਾਤਾ, ਪਿਤਾ, ਬੱਚੇ, ਪਤਨੀ ਨਹੀਂ, ਕਾਮ ਵਾਸ਼ਨਾ ਤੋਂ ਰਹਿਤ ਹੈ । ਕੋਈ ਖਾਨਦਾਨੀ, ਗੁਣ ਦਾ ਅੰਤ, ਕਿਸੇ ਦੀ ਪਹੁੰਚ ਵਿੱਚ ਨਹੀਂ ਹੈ । ਪ੍ਰਭ ਦੀ ਜੋਤ ਹਰਇਕ ਆਤਮਾ ਵਿੱਚ ਸਮਾਈ ਰਹਿੰਦੀ, ਹਰਇਕ ਕਰਤਬ ਵਿੱਚ ਆਪ ਹੀ ਵਾਪਰਦਾ ਹੈ ।

ਗੁਰੂ ਨਾਨਕ ਦੇਵ ਜੀ! – Guru Nanak Dev Ji! Guru Granth Sahib

The True Master does not have any siblings, parents, spouse, or children nor any sexual urge. The True Master remains beyond the reach of His Creation; beyond any genealogy, ligancy, limits of virtues. His Holy Spirit remains embedded within each soul and prevails in every event in the universe.

ਘਟ ਘਟ ਅੰਤਰਿ ਬ੍ਰਹਮੁ ਲੁਕਾਇਆ, ਘਟਿ ਘਟਿ ਜੋਤਿ ਸਬਾਈ॥ ghat ghat antar barahm lukaa-i-aa ghat ghat jot sabaa-ee.
ਬਜਰ ਕਪਾਟ ਮੁਕਤੇ ਗੁਰਮਤੀ, ਨਿਰਭੈ ਤਾੜੀ ਲਾਈ॥੩॥ bajar kapaat muktay gurmatee nirbhai taarhee laa-ee. ||3||

ਪ੍ਰਭ ਤੂੰ ਹਰੇਕ ਜੀਵ ਦੇ ਅੰਦਰ ਹੀ ਸਮਾਇਆ, ਤੇਰੀ ਜੋਤ ਹਰੇਕ ਵਿੱਚ ਜਾਗਰਤ ਹੈ । ਤੇਰੀ ਰਹਿਮਤ ਨਾਲ, ਜਿਹੜਾ ਵੀ ਤੇਰੇ ਸ਼ਬਦ ਦਾ ਸਿਮਰਨ ਕਰਦਾ ਹੈ । ਉਸ ਲਈ ਤੂੰ ਆਪਣਾ ਦਰਬਾਰ ਖੁੱਲ੍ਹ ਦੇਂਦਾ ਹੈ । ਉਹ ਹੀ ਸ਼ਬਦ ਵਿੱਚ ਲੀਨ ਹੋ ਜਾਂਦਾ ਹੈ ।

The True Master remains embedded within every soul; awake and alert within. Whosoever may meditate on the teachings of His Word with steady and stable belief in his day-to-day life; with His mercy and grace, he may be blessed with the right path of acceptance in His Court. He may remain intoxicated in the void of His Word.

ਜੰਤ ਉਪਾਇ ਕਾਲੁ ਸਿਰਿ ਜੰਤਾ, ਵਸਗਤਿ ਜੁਗਤਿ ਸਬਾਈ॥ jant upaa-ay kaal sir jantaa vasgat jugat sabaa-ee.
ਸਤਿਗੁਰੁ ਸੇਵਿ ਪਦਾਰਥੁ ਪਾਵਹਿ, ਛੂਟਹਿ ਸ਼ਬਦੁ ਕਮਾਈ॥੪॥ satgur sayv padaarath paavahi chhooteh sabad kamaa-ee. ||4||

ਪ੍ਰਭ ਨੇ ਸਾਰੀਆਂ ਸ੍ਰਿਸ਼ਟੀਆਂ ਦੇ ਜੀਵ ਪੈਦਾ ਕੀਤੇ ਹਨ । ਹਰੇਕ ਦੀ ਮੌਤ ਦਾ ਸਮਾਂ ਮਿਥਿਆ ਹੈ, ਉਸ ਉਪਰ ਪੂਰਾ ਕਾਬੂ ਹੈ । ਜਿਸ ਨੂੰ ਸ਼ਬਦ ਦੀ ਪਾਲਣਾ ਕਰਦੇ ਨੂੰ ਸ਼ਬਦ ਦੀ ਸੋਝੀ ਬਖਸ਼ਿਸ਼ ਹੋ ਜਾਂਦੀ ਹੈ, ਉਹ ਜਨਮ ਮਰਨ ਤੋਂ ਰਹਿਤ ਹੋ ਜਾਂਦਾ ਹੈ ।

The True Master has created all creations with a predetermined the time of death; every event remains only under His Command. Whosoever may obey the teachings of His Word with steady and stable belief; with His mercy and grace, he may be blessed with the right path of acceptance in His Court. His cycle of birth and death may be eliminated.

ਸੂਚੈ ਭਾਡੈ ਸਾਚੁ ਸਮਾਵੈ, ਵਿਰਲੇ ਸੂਚਾਚਾਰੀ॥ soochai bhaadai saach samaavai virlay soochaachaaree.
ਤੰਤੈ ਕਉ ਪਰਮ ਤੰਤੁ ਮਿਲਾਇਆ, ਨਾਨਕ ਸਰਣਿ ਤੁਮਾਰੀ॥੫॥੬॥ tantai ka-o param tant milaa-i-aa naanak saran tumaaree. ||5||6||

ਪਵਿਤਰ ਸ਼ਬਦ ਕੇਵਲ ਪਵਿੱਤਰ ਭਾਂਡੇ ਵਿੱਚ ਹੀ ਟਿਕਦਾ ਹੈ । ਕੋਈ ਵਿਰਲਾ ਹੀ ਆਪਣੀ ਆਤਮਾ ਨੂੰ ਪਵਿੱਤਰ ਕਰਕੇ ਰਖਦਾ ਹੈ । ਜਿਹੜੀ ਆਤਮਾਂ ਸ਼ਰਣ ਵਿੱਚ ਆ ਜਾਂਦੀ ਹੈ, ਉਸ ਵਿੱਚ ਹੀ ਅਲੋਪ ਹੋ ਜਾਂਦੀ ਹੈ ।

His sanctified Word may only stay within the sanctified soul. However, very rare soul may remain sanctified worthy of His Consideration! Whosoever may surrender his self-entity at His Sanctuary; his soul may be absorbed within His Holy Spirit.

Key Message of Raag sorath, page 597-4
'ਦਰਬਾਰ ਵਿੱਚ ਪ੍ਰਵਾਨਗੀ ਦਾ ਰਸਤਾ!
ਅਕਾਰ ਰਹਿਤ ਪ੍ਰਭ, ਆਪਣੇ ਆਪ ਨੂੰ ਸ਼ਬਦ ਦੀ ਸੋਝੀ ਵਿਚੋਂ ਹੀ ਪ੍ਰਗਟ ਕਰਦਾ ਹੈ । ਪ੍ਰਭ ਦੀ ਜੋਤ ਹਰਇਕ ਜੋਤ ਵਿੱਚ ਹੀ ਸਮਾਈ ਰਹਿੰਦੀ ਹੈ! ਜਿਹੜਾ ਵੀ ਸ਼ਬਦ ਦਾ ਸਿਮਰਨ ਕਰਦਾ, ਸ਼ਬਦ ਵਿੱਚ ਲੀਨ ਹੋ ਜਾਂਦਾ ਹੈ । ਉਸ ਨੂੰ ਪ੍ਰਭ ਦੀ ਹੋਂਦ ਮਹਿਸੂਸ ਹੋ ਜਾਂਦੀ, ਦਰਬਾਰ ਖੁੱਲ੍ਹ ਦੇਂਦਾ ਹੈ । ਉਹ ਜਨਮ ਮਰਨ ਤੋਂ ਰਹਿਤ ਹੋ ਜਾਂਦਾ ਹੈ । ਕੋਈ ਵਿਰਲਾ ਹੀ ਆਪਣੀ ਆਤਮਾਂ ਨੂੰ ਪਵਿੱਤਰ ਕਰਕੇ ਰਖਦਾ ਹੈ ।
The right path of acceptance in His Court!
The One and Only One, True Master, Creator, beyond any structure elimination! He may be realized from the essence of His Word. His Holy Spirit remains embedded within each soul and prevails everywhere. Whosoever may remain intoxicated in meditation in the void of His Word; he may be blessed with the right path of acceptance in His Court. He may realize His Existence; his cycle of birth and death may be eliminated. However, very rare may surrender at His Sanctuary, keeps his soul sanctified to become worthy of His Consideration.

7. ਸੋਰਠਿ ਮਹਲਾ ੧॥ 597-11

ਜਿਉ ਮੀਨਾ ਬਿਨੁ ਪਾਣੀਐ, ਤਿਉ ਸਾਕਤੁ ਮਰੈ ਪਿਆਸ॥ Ji-o meenaa bin paanee-ai ti-o saakat marai pi-aas.
ਤਿਉ ਹਰਿ ਬਿਨੁ ਮਰੀਐ ਰੇ ਮਨਾ, ਜੋ ਬਿਰਥਾ ਜਾਵੈ ਸਾਸੁ॥੧॥ ti-o har bin maree-ai ray manaa jo birthaa jaavai saas. ||1||

ਜਿਵੇਂ ਪਾਣੀ ਬਿਨਾਂ ਮੱਛੀ ਦਾ ਹਾਲ ਹੁੰਦਾ ਹੈ । ਇਸਤਰ੍ਹਾਂ ਸ਼ਬਦ ਦੀ ਨਾ ਪਾਲਣਾ ਕਰਨ ਵਾਲਾ ਮਰਦਾ ਹੈ । ਆਪਣੇ ਮਨ ਨੂੰ ਸਮਝਾਵੋ! ਜਿਹੜਾ ਸਵਾਸ ਸ਼ਬਦ ਦੀ ਪਾਲਣਾ ਤੋਂ ਬਿਨਾਂ ਹੈ । ਉਹ ਸਵਾਸ ਬਿਰਥਾ ਹੀ ਹੈ ।

What may be the condition of a fish without water; same may be condition of human without obeying the teachings of His Word. Realize! Any breath without obeying the teachings of His Word may be useless for the real purpose of human life.

ਮਨ ਰੇ ਰਾਮ ਨਾਮ ਜਸੁ ਲੇਇ॥ man ray raam naam jas lay-ay.
ਬਿਨੁ ਗੁਰ ਇਹੁ ਰਸੁ ਕਿਉ ਲਹਉ, ਗੁਰੁ ਮੇਲੈ ਹਰਿ ਦੇਇ॥ ਰਹਾਉ॥ bin gur ih ras ki-o laha-o gur maylai har day-ay. rahaa-o.

ਪ੍ਰਭ ਦੇ ਸ਼ਬਦ ਦੀ ਉਸਤਤ ਗਾਵੋ! ਸ਼ਬਦ ਦੀ ਸੋਝੀ ਰੂਪੀ ਰਸ ਸ਼ਬਦ ਦੀ ਪਾਲਣਾ ਕਰਨ ਤੋਂ ਬਿਨਾਂ ਬਖਸ਼ਿਸ਼ ਨਹੀਂ ਹੁੰਦਾ । ਇਹ ਰਸ ਨਾਲ ਹੀ ਪ੍ਰਵਾਨਗੀ ਦਾ ਅਸਲੀ ਰਸਤਾ ਬਖਸ਼ਿਸ਼ ਹੋ ਸਕਦਾ ਹੈ ।

You should sing the glory of His Word. The nectar of the essence of His Word may not be blessed without obeying the teachings of His Word. The right path of acceptance may only be blessed with nectar of the essence of His Word.

ਸੰਤ ਜਨਾ ਮਿਲੁ ਸੰਗਤੀ, ਗੁਰਮੁਖਿ ਤੀਰਥੁ ਹੋਇ॥ sant janaa mil sangtee gurmukh tirath ho-ay.
ਅਠਸਠਿ ਤੀਰਥ ਮਜਨਾ, ਗੁਰ ਦਰਸੁ ਪਰਾਪਤਿ ਹੋਇ॥੨॥ athsath tirath majnaa gur daras paraapat ho-ay. ||2||

ਜਿਹੜਾ ਸੰਤ ਸਰੂਪ ਜੀਵ ਦੀ ਸੰਗਤ ਕਰਦਾ ਹੈ । ਉਸ ਨੂੰ ਤੀਰਥ ਯਾਤਰਾ ਵਰਗਾ ਅਨੰਦ ਮਹਿਸੂਸ ਹੁੰਦਾ ਹੈ । ਗੁਰਮਤਿ ਵਿਚਾਰ ਕਰਕੇ 68 ਪਵਿੱਤਰ ਤੀਰਥਾਂ ਵਾਲਾ ਅਨੰਦ ਮਾਨਦਾ ਹੈ ।

Whosoever may join the congregation of His Holy saint; he may explore the His astonishing Nature; he may remain contented. He may realize the blessings of pilgrimage, soul sanctifying bath of 68 Holy Shrines.

ਜਿਉ ਜੋਗੀ ਜਤ ਬਾਹਰਾ, ਤਪੁ ਨਾਹੀ ਸਤੁ ਸੰਤੋਖੁ॥ Ji-o jogee jat baahraa tap naahee sat santokh.
ਤਿਉ ਨਾਮੈ ਬਿਨੁ ਦੇਹੁਰੀ, ਜਮੁ ਮਾਰੈ ਅੰਤਰਿ ਦੋਖੁ॥੩॥ ti-o naamai bin dayhuree jam maarai antar dokh. ||3||

ਜਿਹੜਾ ਕਾਮ ਵਾਸ਼ਨਾ ਤੇ ਕਾਬੂ ਨਹੀਂ ਰਖਦਾ, ਉਸ ਨੂੰ ਪੂਰਨ ਜੋਗੀ ਅਵਸਥਾ ਬਖਸ਼ਿਸ਼ ਨਹੀਂ ਹੋ ਸਕਦੀ! ਇਸਤਰ੍ਹਾਂ ਧੀਰਜ ਅਤੇ ਸੰਤੋਖ ਤੋਂ ਬਿਨਾਂ ਬੰਦਗੀ ਕਰਨ ਵਾਲੀ, ਦਾਸ ਅਵਸਥਾ ਬਖਸ਼ਿਸ਼ ਨਹੀਂ ਹੋ ਸਕਦੀ । ਜਿਸ ਦਾ ਮਨ ਸ਼ਬਦ ਦੀ ਪਾਲਣਾ ਵਿੱਚ ਅਡੋਲ ਨਹੀਂ ਰਹਿੰਦਾ, ਉਸ ਦੀ ਅਵਸਥਾ ਇਕ ਮੁਰਦੇ ਵਰਗੀ ਹੀ ਹੁੰਦੀ ਹੈ । ਆਪਣੇ ਪਾਪਾਂ ਵਿੱਚ ਹੀ ਮਰ ਜਾਂਦਾ ਹੈ ।

Whosoever may not be able to control his sexual urge; he may never be blessed with a state of mind as a perfect Yogi, His true devotee. Same way! Whosoever may not remain patience and contented with his own worldly environment; he may never be blessed with a state of mind as His true devotee. Whosoever may not adopt the teachings of His Word with steady and stable belief; his human life may be useless like a corpse. He may carry the burden of sins after death in His Court.

ਸਾਕਤ ਪ੍ਰੇਮੁ ਨ ਪਾਈਐ, ਹਰਿ ਪਾਈਐ ਸਤਿਗੁਰ ਭਾਇ॥ saakat paraym na paa-ee-ai har paa-ee-ai satgur bhaa-ay.
ਸੁਖ ਦੁਖ ਦਾਤਾ ਗੁਰੁ ਮਿਲੈ, ਕਹੁ ਨਾਨਕ ਸਿਫਤਿ ਸਮਾਇ॥੪॥੭॥ sukh dukh daataa gur milai kaho naanak sifat samaa-ay. ||4||7||

ਮਨਮੁਖ ਜੀਵ ਨੂੰ ਪ੍ਰਭ ਦੀ ਰਹਿਮਤ ਬਖਸ਼ਿਸ਼ ਨਹੀਂ ਹੁੰਦੀ । ਰਹਿਮਤ, ਪ੍ਰਭ ਦੇ ਸ਼ਬਦ ਦੀ ਪਾਲਣਾ ਕਰਨ ਨਾਲ ਹੀ ਹੁੰਦੀ ਹੈ । ਸੁਖਾਂ, ਦੁਖਾਂ ਦੇ ਮਾਲਕ ਦੇ ਸ਼ਬਦ ਦੇ ਸਿਮਰਨ ਕਰਨ ਨਾਲ ਹੀ, ਉਸ ਦੀ ਬੰਦਗੀ ਵਿੱਚ ਲੀਨ ਹੋਇਆ ਜਾ ਸਕਦਾ ਹੈ । ਉਸ ਦੇ ਸ਼ਬਦ ਦੀ ਸੋਝੀ ਬਖਸ਼ਿਸ਼ ਹੁੰਦੀ ਹੈ ।

Self-minded may never be blessed with the right path of human life journey. Whosoever may obey the teachings of His Word; with His mercy and grace, he may be blessed with the right path of acceptance in His Court. Whosoever may meditate on the teachings of The True Master of comforts and miseries; only he may remain intoxicated in the void of His Word. He may be enlightened with the essence of His Word.

Key Message of Raag sorath, page 597-11
'ਤੀਰਥ ਯਾਤਰਾ ਦੀ ਬਖਸ਼ਿਸ਼!
ਸੰਤ ਸਰੂਪ ਜੀਵ ਦੀ ਸੰਗਤ ਕਰਕੇ, ਗੁਰਮਤਿ ਵਿਚਾਰ ਕਰਕੇ 68 ਪਵਿੱਤਰ ਤੀਰਥਾਂ ਦੀ ਯਾਤਰਾ ਵਰਗਾ, ਅਨੰਦ ਮਹਿਸੂਸ ਹੁੰਦਾ ਹੈ । ਜਿਹੜਾ ਪ੍ਰਭ ਦੇ ਸ਼ਬਦ ਦੀ ਪਾਲਣਾ ਕਰਦਾ, ਲੀਨ ਹੋ ਜਾਂਦਾ ਹੈ, ਉਹ ਸੁਖਾਂ, ਦੁਖਾਂ ਦੇ ਮਾਲਕ ਦੇ ਸ਼ਬਦ ਦੀ ਸ਼ਰਣ ਵਿੱਚ ਪ੍ਰਵਾਨ ਹੋ ਜਾਂਦਾ ਹੈ! ਉਸ ਦੇ ਸ਼ਬਦ ਦੀ ਸੋਝੀ ਬਖਸ਼ਿਸ਼ ਹੁੰਦੀ ਹੈ ।
Blessings of pilgrimage of Holy Shrines!
Whosoever may join the congregation of His Holy saint and singing the glory of His Word; he may be blessed with the contentment as the pilgrimage, sanctifying bath at 68 Holy shrines. Whosoever may obey the teachings of His Word and remains intoxicated in the void of The True Master of comforts and miseries. He may be blessed with the enlightenment of His Word.

8. ਸੋਰਠਿ ਮਹਲਾ ੧॥ 597-16

ਤੂ ਪ੍ਰਭ ਦਾਤਾ ਦਾਨਿ ਮਤਿ ਪੂਰਾ, ਹਮ ਥਾਰੇ ਭੇਖਾਰੀ ਜੀਉ॥ too parabh daataa daan mat pooraa ham thaaray bhaykhaaree jee-o.
ਮੈ ਕਿਆ ਮਾਗਉ ਕਿਛੁ ਥਿਰੁ ਨ ਰਹਾਈ, mai ki-aa maaga-o kichh thir na rahaa-ee
ਹਰਿ ਦੀਜੈ ਨਾਮੁ ਪਿਆਰੀ ਜੀਉ॥੧॥ har deejai naam pi-aaree jee-o.||1||

ਦਾਤਾਂ ਬਖਸ਼ਣ ਵਾਲਾ, ਪ੍ਰਭ, ਸਾਰੀਆਂ ਸਿਆਣਪਾਂ ਦਾ ਮਾਲਕ ਹੈ । ਜੀਵ, ਇਕ ਨਿਮਾਣਾ ਭੀਖ ਮੰਗਣ ਵਾਲਾ ਹੈ । ਸੰਸਾਰ ਵਿੱਚ ਸਭ ਕੁਝ ਨਾਸ ਹੋ ਜਾਣਾ ਵਾਲਾ ਹੀ ਹੈ । ਕੋਈ ਸਮਝ ਨਹੀਂ ਕੀ ਮੰਗਾ? ਇਕੋ ਇਕ ਤੇਰਾ ਸ਼ਬਦ ਹੀ ਸਦਾ ਰਹਿਣ ਵਾਲਾ ਹੈ! ਉਸ ਦੀ ਭੀਖ ਬਖਸ਼ੋ ।

The True Master, of all Virtues, Blessings remains the Trustee of treasure of all enlightenments of His Word. I am helpless, humble beggar at Your Door. Everything in the universe is perishable. What may I beg from You? Only Your Word is imperishable forever! I may only pray for devotion to meditate on the teachings of Your Word.

ਘਟਿ ਘਟਿ ਰਵਿ ਰਹਿਆ ਬਨਵਾਰੀ॥ ghat ghat rav rahi-aa banvaaree.
ਜਲਿ ਥਲਿ ਮਹੀਅਲਿ ਗੁਪਤੋ ਵਰਤੈ, jal thal mahee-al gupto vartai
ਗੁਰ ਸ਼ਬਦੀ ਦੇਖਿ ਨਿਹਾਰੀ ਜੀਉ॥ ਰਹਾਉ॥ gur sabdee daykh nihaaree jee-o. rahaa-o.

ਪ੍ਰਭ ਦੀ ਜੋਤ ਹਰਇਕ ਆਤਮਾ ਵਿੱਚ ਸਮਾਈ, ਵਸਦੀ ਹੈ । ਪ੍ਰਭ ਤਿੰਨਾਂ ਸ੍ਰਿਸ਼ਟੀਆਂ ਵਿੱਚ ਗੁਪਤ ਹੀ ਵਾਪਰਦਾ ਰਹਿੰਦਾ ਹੈ । ਪ੍ਰਭ ਦੀ ਰਹਿਮਤ ਨਾਲ, ਸ਼ਬਦ ਦੀ ਪਾਲਣਾ ਤੋਂ ਇਹ ਸੋਝੀ ਬਖਸ਼ਿਸ਼ ਹੋਈ ਹੈ ।

The True Master! His Holy Spirit remains embedded within each soul and dwells with his body! His Holy Spirit dwells and prevails in all three universes secretly. I have been enlightened with the essence of His Nature by obeying the teachings of His Word.

ਮਰਤ ਪਇਆਲ ਅਕਾਸੁ ਦਿਖਾਇਓ, marat pa-i-aal akaas dikhaa-i-o
ਗੁਰਿ ਸਤਿਗੁਰਿ ਕਿਰਪਾ ਧਾਰੀ ਜੀਉ॥ gur satgur kirpaa Dhaaree jee-o.
ਸੋ ਬ੍ਰਹਮੁ ਅਜੋਨੀ ਹੈ ਭੀ ਹੋਨੀ, so barahm ajonee hai bhee honee
ਘਟ ਭੀਤਰਿ ਦੇਖੁ ਮੁਰਾਰੀ ਜੀਉ॥੨॥ ghat bheetar daykh muraaree jee-o. ||2||

ਪ੍ਰਭ ਦੀ ਰਹਿਮਤ ਨਾਲ ਹੀ ਸ਼ਬਦ ਦੀ ਸੋਝੀ ਹੋਈ ਹੈ । ਜਿਸ ਨਾਲ ਤਿੰਨਾਂ ਸ੍ਰਿਸ਼ਟੀਆਂ ਵਿੱਚ ਪ੍ਰਭ ਦੇ ਵਾਪਰਨ ਦੀ ਸੋਝੀ ਹੋਈ ਹੈ । ਜਿਸ ਮਨ ਵਿੱਚ, ਜਨਮ ਮਰਨ ਤੋਂ ਰਹਿਤ ਪ੍ਰਭ, ਜਾਗਰਤ ਹੋ ਜਾਂਦਾ ਹੈ! ਉਸ ਦਾ ਭਰੋਸਾ ਅਡੋਲ ਰਖਦਾ ਹੈ, ਉਸ ਦੇ ਮਨ ਵਿਚੋਂ ਅਹੰਕਾਰ ਖਤਮ ਕਰ ਦੇਂਦਾ ਹੈ ।

Whosoever may be blessed with the enlightenment of the essence of His Word. He may realize, His Holy Spirit dwells and prevail in all three universes. Whosoever may be enlightened with the essence of His Word, beyond birth and death True Master. His belief may remain steady and stable on His Existence, Command. He may conquer his own ego. Own mind

ਜਨਮ ਮਰਨ ਕਉ ਇਹੁ ਜਗੁ ਬਪੜੋ, ਇਨਿ ਦੂਜੈ ਭਗਤਿ ਵਿਸਾਰੀ ਜੀਉ॥ janam maran ka-o ih jag bapurho in doojai bhagat visaaree jee-o.
ਸਤਿਗੁਰੁ ਮਿਲੈ ਤ ਗੁਰਮਤਿ ਪਾਈਐ, ਸਾਕਤ ਬਾਜੀ ਹਾਰੀ ਜੀਉ॥੩॥ satgur milai ta gurmat paa-ee-ai saakat baajee haaree jee-o. ||3||

ਸੰਸਾਰ ਵਿੱਚ ਜੀਵ ਸ਼ਬਦ ਨੂੰ ਵਿਸਾਰ ਕੇ ਜਨਮ ਮਰਨ ਦੇ ਚੱਕਰ ਵਿੱਚ ਫਸ ਜਾਂਦਾ ਹੈ । ਜਿਸ ਨੂੰ ਪ੍ਰਭ ਦੇ ਸ਼ਬਦ ਦੀ ਪਾਲਣਾ ਕਰਦੇ ਨੂੰ ਸ਼ਬਦ ਦੀ ਸੋਝੀ ਬਖਸ਼ਿਸ਼ ਹੋ ਜਾਂਦੀ ਹੈ । ਉਹ ਪ੍ਰਭ ਦੇ ਦਰਬਾਰ ਵਿੱਚ ਪ੍ਰਵਾਨ ਹੋ ਜਾਂਦਾ ਹੈ । ਬਾਕੀ ਜੀਵ ਮਾਨਸ ਜਨਮ ਦੀ ਬਾਜੀ ਹਾਰ ਜਾਂਦੇ ਹਨ ।

Whosoever may abandon the teachings of His Word from day-to-day life; he may remain in the cycle of birth and death. Whosoever may obey the teachings of His Word; with His mercy and grace, he may be blessed with enlightenment of the essence of His Word. He may be accepted in His Court; all others may lose the play of human life journey.

ਸਤਿਗੁਰ ਬੰਧਨ ਤੋੜਿ ਨਿਰਾਰੇ, ਬਹੁੜਿ ਨ ਗਰਭ ਮਝਾਰੀ ਜੀਉ॥ satgur banDhan torh niraaray bahurh na garabh majhaaree jee-o.
ਨਾਨਕ ਗਿਆਨ ਰਤਨੁ ਪਰਗਾਸਿਆ, naanak gi-aan ratan pargaasi-aa
ਹਰਿ ਮਨਿ ਵਸਿਆ ਨਿਰੰਕਾਰੀ ਜੀਉ॥੪॥੮॥ har man vasi-aa nirankaaree jee-o. 4-8

ਜਿਸ ਦੇ ਸਾਰੇ ਸੰਸਾਰਕ ਬੰਧਨ ਪ੍ਰਭ ਆਪ ਹੀ ਤੋੜ ਦੇਂਦਾ ਹੈ । ਉਸ ਦਾ ਜਨਮ ਮਰਨ ਦਾ ਚੱਕਰ ਖਤਮ ਹੋ ਜਾਂਦਾ ਹੈ । ਪ੍ਰਭ ਦੀ ਰਹਿਮਤ ਨਾਲ ਉਸ ਨੂੰ ਸ਼ਬਦ ਦੀ ਪਾਲਣ ਕਰਨ ਨਾਲ ਸ਼ਬਦ ਦੀ ਸੋਝੀ ਬਖਸ਼ਿਸ਼ ਹੋ ਜਾਂਦੀ ਹੈ । ਸ਼ਬਦ ਮਨ ਵਿੱਚ ਘਰ ਕਰ ਜਾਂਦਾ ਹੈ ।

Whose worldly bonds may be eliminated with His Blessed Vision; his cycle of birth and death may be eliminated. He may obey the teachings of His Word; with His mercy and grace, he may be blessed with the enlightenment of the essence of His Word. He may remain drenched with the nectar of the essence of His Word.

Key Message of Raag sorath, page 597-16
'ਮਾਨਸ ਦੀ ਆਪਣੀ ਹੋਂਦ'!
ਦਾਤਾਂ ਬਖਸ਼ਣ ਵਾਲਾ ਪ੍ਰਭ ਹੀ ਸਾਰੀਆਂ ਸਿਆਣਪਾਂ ਦਾ ਮਾਲਕ ਹੈ । ਜੀਵ ਇਕ ਨਿਮਾਣਾ ਭੀਖ ਮੰਗਣ ਵਾਲਾ ਹੈ । ਜਿਸ ਜੀਵ ਨੂੰ ਤਿੰਨਾਂ ਸ੍ਰਿਸ਼ਟੀਆਂ ਵਿੱਚ ਵਾਪਰਨ ਵਾਲੇ ਮਾਲਕ ਦੀ ਹੋਂਦ ਦੀ ਸੋਝੀ ਹੋ ਜਾਂਦੀ ਹੈ । ਉਸ ਦੇ ਮਨ ਵਿਚੋਂ ਅਹੰਕਾਰ ਖਤਮ ਹੋ ਜਾਂਦਾ ਹੈ । ਉਸ ਦੇ ਮਨ ਵਿੱਚ ਸ਼ਬਦ ਘਰ ਕਰ ਜਾਂਦਾ ਹੈ । ਉਸ ਦਾ ਜਨਮ ਮਰਨ ਦਾ ਚੱਕਰ ਖਤਮ ਹੋ ਜਾਂਦਾ ਹੈ ।
Status of human!
The True Master, Trustee of all Blessings, treasure of all enlightenments! His Creation remains only helpless, humble beggar at His Door. Whosoever may be enlightened with existence of The True Master, Trustee of 3 universes; he may conquer his own ego. Whosoever may remain drenched with the essence of His Word; his cycle of birth and death may be eliminated.

9. ਸੋਰਠਿ ਮਹਲਾ ੧॥ 598-4

ਜਿਸੁ ਜਲ ਨਿਧਿ ਕਾਰਣਿ ਤੁਮ ਜਗਿ ਆਏ, ਸੋ ਅੰਮ੍ਰਿਤੁ ਗੁਰ ਪਾਹੀ ਜੀਉ॥ jis jal niDh kaaran tum jag aa-ay so amrit gur paahee jee-o.
ਛੋਡਹੁ ਵੇਸੁ ਭੇਖ ਚਤੁਰਾਈ, ਦੁਬਿਧਾ ਇਹੁ ਫਲੁ ਨਾਹੀ ਜੀਉ॥੧॥ chhodahu vays bhaykh chaturaa-ee dubiDhaa ih fal naahee jee-o. ||1||

ਜਿਸ ਸ਼ਬਦ ਦੇ ਖਜ਼ਾਨੇਂ ਪਾਉਣ ਲਈ ਇਹ ਮਾਨਸ ਜਨਮ ਬਖਸ਼ਿਸ਼ ਹੋਇਆ ਹੈ । ਇਸ ਦੀ ਸੋਝੀ ਸ਼ਬਦ ਦੀ ਪਾਲਣਾ ਵਿੱਚ ਹੀ ਬਖਸ਼ੀ ਹੈ । ਆਪਣੇ ਧਾਰਮਕ ਬਾਣੇ, ਰੀਤੀ ਰੀਵਾਜ, ਚਲਾਕੀਆਂ ਤਿਆਗੋ! ਇਹਨਾਂ ਨਾਲ ਕਦੇ ਕਿਸੇ ਨੇ ਰਹਿਮਤ ਨਹੀਂ ਪਾਈ ।

You have been blessed with human life opportunity to become worthy to be blessed with the treasure of essence of His Word. The enlightenment of His Word remains embedded within adopting the teachings of His Word with steady and stable belief in day-to-day life. Renounce religious robe and rituals! No one have ever been blessed with the enlightenment of the essence of His Word with these rituals!

ਮਨ ਰੇ ਥਿਰੁ ਰਹੁ ਮਤੁ ਕਤ ਜਾਹੀ ਜੀਉ॥ man ray thir rahu mat kat jaahee jee-o.
ਬਾਹਰਿ ਢੂਢਤ ਬਹੁਤੁ ਦੁਖੁ ਪਾਵਹਿ, baahar dhoodhat bahut dukh
ਘਰਿ ਅੰਮ੍ਰਿਤੁ ਘਟ ਮਾਹੀ ਜੀਉ॥ ਰਹਾਉ॥ paavahi ghar amrit ghat maahee jee-o. rahaa-o.

ਆਪਣੇ ਮਨ ਦਾ ਭਰੋਸਾ ਪ੍ਰਭ ਦੇ ਸ਼ਬਦ ਤੇ ਅਡੋਲ ਰਖੋ! ਪ੍ਰਭ ਦੀ ਅਮੋਲਕ ਜੋਤ ਮਨ ਅੰਦਰ ਸਮਾਈ ਹੈ, ਮਨ ਵਿਚੋਂ ਹੀ ਜਾਗਰਤ ਕਰੋ । ਤਨ ਤੋਂ ਬਾਹਰ ਪ੍ਰਭ ਦੀ ਖੋਜ ਕਰਨ ਨਾਲ ਦੁਖ ਹੀ ਨਸੀਬ ਹੁੰਦੇ ਹਨ

You should keep your belief steady and stable on the teachings of His Word. His Holy Spirit remains embedded within each soul; search within your own soul. Whosoever may search the enlightenment of the essence of His Word outside of his body and mind; he only endures miseries.

ਅਵਗੁਣ ਛੋਡਿ ਗੁਣਾ ਕਉ ਧਾਵਹੁ, avgun chhod gunaa ka-o Dhaavahu
ਕਰਿ ਅਵਗੁਣ ਪਛੁਤਾਹੀ ਜੀਉ॥ kar avgun pachhutaahee jee-o.
ਸਰ ਅਪਸਰ ਕੀ ਸਾਰ ਨ ਜਾਣਹਿ, ਫਿਰਿ ਫਿਰਿ ਕੀਚ ਬੁਡਾਹੀ ਜੀਉ॥੨॥ sar apsar kee saar na jaaneh fir fir keech budaahee jee-o. ||2||

ਆਪਣੇ ਪਾਪਾਂ ਵਾਲੇ ਕੰਮ ਤਿਆਗਕੇ ਸ਼ਬਦ ਦੀ ਪਾਲਣਾ ਵਾਲੇ ਕੰਮ ਕਰੋ! ਪਾਪਾਂ ਨਾਲ ਮੌਤ ਪਿਛੋਂ ਦੁਖ ਅਤੇ ਪਛਤਾਵਾ ਹੀ ਕਰਨਾ ਪੈਂਦਾ ਹੈ । ਜਿਹੜਾਂ ਬੁਰੇ ਅਤੇ ਭਲੇ ਕੰਮ ਵਿੱਚ ਕੋਈ ਫਰਕ ਨਹੀਂ ਸਮਝਦਾ, ਉਹ ਬਾਰ ਬਾਰ ਜੂੰਨਾਂ ਦੇ ਚੱਕਰ ਵਿੱਚ ਹੀ ਡੂੰਘਾ ਫਸਦਾ ਜਾਂਦਾ ਹੈ ।

You should abandon sinful deeds and obey the teachings of His Word with steady and stable belief in day-to-day life. Whosoever may indulge in sinful deeds; he may only endure miseries after death. Whosoever may not distinguish the difference between good or evil deeds. He may remain deep in the cycle of birth and death.

ਅੰਤਰਿ ਮੈਲੁ ਲੋਭ ਬਹੁ ਝੂਠੇ, ਬਾਹਰਿ ਨਾਵਹੁ ਕਾਹੀ ਜੀਉ॥ antar mail lobh baho jhoothay baahar naavhu kaahee jee-o.
ਨਿਰਮਲ ਨਾਮੁ ਜਪਹੁ ਸਦ ਗੁਰਮੁਖਿ, ਅੰਤਰ ਕੀ ਗਤਿ ਤਾਹੀ ਜੀਉ॥੩॥ nirmal naam japahu sad gurmukh antar kee gat taahee jee-o. ||3||

ਜਿਸ ਜੀਵ ਦਾ ਮਨ ਪਾਪਾਂ, ਬੁਰੇ ਖਿਆਲਾਂ ਨਾਲ ਭਰਿਆਂ ਹੁੰਦਾ ਹੈ । ਤਨ ਨੂੰ ਧੋਣ ਨਾਲ ਮਨ ਦੇ ਪਾਪ ਧੋਤੇ ਨਹੀਂ ਜਾਂਦੇ । ਕੇਵਲ ਸ਼ਬਦ ਦੀ ਪਾਲਣਾ ਨਾਲ ਹੀ ਪਾਪ ਧੋਤੇ ਜਾਂਦੇ, ਮਨ ਪਵਿੱਤਰ ਹੋ ਸਕਦਾ ਹੈ ।

Whose mind may remain dominated with evil thoughts. By taking sanctifying bath at Holy Shrine, the blemish of his soul may not be sanctified. Whosoever may adopt the teachings of His Word with steady and stable belief in day-to-day life; with His mercy and grace, only blemish of his sins may be sanctified. He may be blessed with the right path of acceptance in His Court.

ਪਰਹਰਿ ਲੋਭੁ ਨਿੰਦਾ ਕੂੜੁ ਤਿਆਗਹੁ, parhar lobh nindaa koorh ti-aagahu
ਸਚੁ ਗੁਰ ਬਚਨੀ ਫਲੁ ਪਾਹੀ ਜੀਉ॥ sach gur bachnee fal paahee jee-o.
ਜਿਉ ਭਾਵੈ ਤਿਉ ਰਾਖਹੁ ਹਰਿ ਜੀਉ, Ji-o bhaavai ti-o raakho har jee-o
ਜਨ ਨਾਨਕ ਸਬਦਿ ਸਲਾਹੀ ਜੀਉ॥੪॥੯॥ jan naanak sabad salaahee jee-o. ||4||9||

ਜੀਵ ਲਾਲਚ, ਨਿੰਦਿਆਂ, ਝੂਠ, ਫਰੇਬ ਨੂੰ ਤਿਆਗ ਕੇ ਸ਼ਬਦ ਦੀ ਪਾਲਣਾ ਕਰੋ! ਇਸ ਨਾਲ ਹੀ ਪ੍ਰਭ ਦੀ ਰਹਿਮਤ ਦਾ ਫਲ ਬਖਸ਼ਿਸ਼ ਹੋ ਸਕਦਾ ਹੈ । ਅਡੋਲ ਭਰੋਸੇ ਨਾਲ ਸ਼ਬਦ ਦੀ ਉਸਤਤ ਕਰੋ! ਪ੍ਰਭ ਕੇਵਲ ਇਨਸਾਫ ਹੀ ਕਰਦਾ ਹੈ ।

ਗੁਰੂ ਨਾਨਕ ਦੇਵ ਜੀ! – Guru Nanak Dev Ji! Guru Granth Sahib

You should abandon your greed, falsehood, deception and obey the teachings of His Word in day-to-day life. You may be blessed with the right path of acceptance in His Court, reward of your meditation. You should sing the glory of His Word with steady and stable belief; only justice prevails in His Court.

Key Message of Raag sorath, page 598-4
'ਮਾਨਸ ਜੀਵਨ ਦੇ ਰਸਤੇ ਦੀ ਸੋਝੀ!
ਜਿਸ ਸ਼ਬਦ ਦੇ ਖਜ਼ਾਨੇਂ ਪਾਉਣ ਲਈ ਇਹ ਮਾਨਸ ਜਨਮ ਬਖਸ਼ਿਸ਼ ਹੋਇਆ ਹੈ । ਉਸ ਦੀ ਸੋਝੀ ਸ਼ਬਦ ਦੀ ਪਾਲਣਾ ਵਿੱਚ ਹੀ ਬਖਸ਼ੀ ਹੈ । ਸ਼ਬਦ ਦੀ ਅਮੋਲਕ ਜੋਤ, ਸੋਝੀ ਦਾ ਖਜ਼ਾਨਾ ਮਨ ਅੰਦਰ ਹੈ! ਕੇਵਲ ਸ਼ਬਦ ਦੀ ਪਾਲਣਾ ਨਾਲ ਹੀ ਮਨ ਪਵਿੱਤਰ ਹੋ ਸਕਦਾ ਹੈ । ਪ੍ਰਭ ਕੇਵਲ ਇਨਸਾਫ ਹੀ ਕਰਦਾ ਹੈ ।
The right path of human life journey!
The real purpose of human life opportunity may only be revealed by adopting teachings of His Word with steady and stable belief in day-to-day life. The enlightenment of the essence of His Word remains embedded within his soul and dwells within his body. His Soul may be sanctified, only by adopting the teachings of His Word; only justice prevails in His Court.

10. ਸੋਰਠਿ ਮਹਲਾ ੧॥ ਪੰਚਪਦੇ॥ 598-10

ਅਪਨਾ ਘਰੁ ਮੂਸਤ ਰਾਖਿ ਨ ਸਾਕਹਿ ਕੀ, ਪਰ ਘਰੁ ਜੋਹਨ ਲਾਗਾ॥ apnaa ghar moosat raakh na saakeh kee par ghar johan laagaa.
ਘਰੁ ਦਰੁ ਰਾਖਹਿ ਜੇ ਰਸੁ ਚਾਖਹਿ, ghar dar raakhahi jay ras chaakhahi
ਜੋ ਗੁਰਮੁਖਿ ਸੇਵਕੁ ਲਾਗਾ॥੧॥ jo gurmukh sayvak laagaa. ||1||

ਜਿਹੜਾ ਆਪਣੀ ਆਤਮਾ ਨੂੰ ਪਵਿੱਤਰ ਨਹੀਂ ਰਖਦਾ, ਦੂਸਰੇ ਦੇ ਕੰਮਾਂ ਦੀ ਚਰਚਾ ਕਰਨ ਦਾ ਕੋਈ ਲਾਭ ਨਹੀਂ ਹੁੰਦਾ । ਜਿਹੜਾ ਸ਼ਬਦ ਦੇ ਰਸਤੇ ਤੇ ਚਲਦਾ ਹੈ । ਉਹ ਆਪਣੇ ਮਨ ਤੇ ਕਾਬੂ ਰਖਦਾ, ਸ਼ਬਦ ਦੀ ਪਾਲਣਾ ਕਰਦਾ ਹੈ । ਪ੍ਰਭ ਆਪਣੀ ਰਹਿਮਤ ਨਾਲ ਸ਼ਬਦ ਦੀ ਸੋਝੀ ਬਖਸ਼ਦਾ ਹੈ ।

Whosoever may not keep his own soul blemish free, sanctified! What may be the benefit of criticizing other's way of life? Whosoever may adopt the teachings of His Word with steady and stable belief in day-to-day life; he may conquer his own worldly desires. He may be blessed with the enlightenment of the essence of His Word.

ਮਨ ਰੇ ਸਮਝੁ ਕਵਨ ਮਤਿ ਲਾਗਾ॥ man ray samajh kavan mat laagaa.
ਨਾਮੁ ਵਿਸਾਰਿ ਅਨ ਰਸ ਲੋਭਾਨੇ, ਫਿਰਿ ਪਛੁਤਾਹਿ ਅਭਾਗਾ॥ ਰਹਾਉ॥ naam visaar an ras lobhaanay fir pachhutaahi abhaagaa. rahaa-o.

ਆਪਣਾ ਧਿਆਨ ਮਾਨਸ ਜੀਵਨ ਵੱਲ ਲਾਵੋ! ਪ੍ਰਭ ਨੇ ਕਿਉਂ ਮਾਨਸ ਜੀਵਨ ਬਖਸ਼ਿਆ ਹੈ? ਜਿਹੜਾ ਸ਼ਬਦ ਦੀ ਪਾਲਣਾ ਨਹੀਂ ਕਰਦਾ, ਹੋਰ ਬੰਦਗੀ ਦੇ ਰਸਤੇ ਤੇ ਚਲਦਾ ਹੈ । ਉਸ ਦੇ ਮੰਦੇ ਭਾਗ ਹੁੰਦੇ ਹਨ, ਮੌਤ ਪਿਛੋਂ ਪਛਤਾਵਾ ਹੀ ਕਰਨਾ ਪੈਂਦਾ ਹੈ ।

Focus! What may be the purpose of your human life blessing? Whosoever may not adopt the teachings of His Word and performs other meditations, religious rituals. Unfortunate! He may regret and repents in His Court after death.

ਆਵਤ ਕਉ ਹਰਖ, ਜਾਤ ਕਉ ਰੋਵਹਿ, ਇਹੁ ਦੁਖੁ ਸੁਖੁ ਨਾਲੇ ਲਾਗਾ॥ aavat ka-o harakh jaat ka-o roveh ih dukh sukh naalay laagaa.
ਆਪੇ ਦੁਖ ਸੁਖ ਭੋਗਿ ਭੋਗਾਵੈ, ਗੁਰਮੁਖਿ ਸੋ ਅਨਰਾਗਾ॥੨॥ aapay dukh sukh bhog bhogaavai gurmukh so anraagaa. ||2||

ਜਿਹੜਾ ਕੁਝ ਪ੍ਰਾਪਤ ਹੋਣ ਤੇ ਖੁਸ਼ ਹੁੰਦਾ, ਖੋਂਅ ਜਾਣ ਤੇ ਹਿਰਖ ਕਰਦਾ ਹੈ । ਉਸ ਦਾ ਜੀਵਨ ਇਸ ਚੱਕਰ ਵਿੱਚ ਹੀ ਬਰਬਾਦ ਹੋ ਜਾਂਦਾ ਹੈ । ਗੁਰਮਖ ਸ਼ਬਦ ਦੇ ਰਸਤੇ ਤੇ ਚਲਦਾ ਹੈ, ਉਹ ਦੁਖ, ਸੁਖ ਨੂੰ ਪ੍ਰਭ ਦਾ ਭਾਣਾ ਸਮਝਦਾ ਹੈ । ਉਸ ਦੀ ਬਖਸ਼ਿਸ਼ ਤੇ ਸੰਤੋਖ ਅਤੇ ਧੀਰਜ ਰਖਦਾ ਹੈ ।

Whosoever may enjoy the short-lived pleasures of Worldly wealth and grieves with loss of worldly wealth. He wastes his human life opportunity repeatedly in the gimmicks of worldly wealth. His true devotee may adopt the teachings of His Word with steady and stable belief in day-to-day life. He accepts the pleasure and miseries of worldly life as His Blessings. He may remain in patience and contentment with his own worldly environments.

ਹਰਿ ਰਸ ਊਪਰਿ ਅਵਰੁ ਕਿਆ ਕਹੀਐ, ਜਿਨਿ ਪੀਆ ਸੋ ਤ੍ਰਿਪਤਾਗਾ॥ har ras oopar avar ki-aa kahee-ai jin pee-aa so tariptaagaa.
ਮਾਇਆ ਮੋਹਿਤ ਜਿਨਿ ਇਹੁ ਰਸੁ ਖੋਇਆ, ਜਾ ਸਾਕਤ ਦੁਰਮਤਿ ਲਾਗਾ॥੩॥ maa-i-aa mohit jin ih ras kho-i-aa jaa saakat durmat laagaa. ||3||

ਪ੍ਰਭ ਦੇ ਸ਼ਬਦ ਦੀ ਕੀ ਰਸ ਹੈ? ਜਿਹੜਾ ਸ਼ਬਦ ਦੀ ਪਾਲਣਾ ਕਰਦਾ ਹੈ, ਉਹ ਸਦਾ ਹੀ ਖੇੜੇ ਵਿੱਚ ਰਹਿੰਦਾ ਹੈ । ਉਸ ਨੂੰ ਹੀ ਅਸਲੀ ਰਸ ਦੇ ਸਵਾਦ ਦੀ ਸੋਝੀ ਹੁੰਦੀ ਹੈ । ਜਿਹੜਾ ਸੰਸਾਰਕ ਮਾਇਆ ਪਿਛੇ ਲਗਾ ਰਹਿੰਦਾ, ਉਹ ਇਸ ਤੋਂ ਵਾਂਝੇ ਹੀ ਰਹਿੰਦਾ, ਮਨਮਰਜ਼ੀ ਨਾਲ ਪਾਪ ਕਰਦਾ ਰਹਿੰਦਾ ਹੈ ।

What may be the taste of the nectar of the enlightenment of His Word? Whosoever may adopt the teachings of His Word with steady and stable belief; only he may remain overwhelmed with blossom. He may be enlightened with the taste of the nectar of His Word. Whosoever may become a victim of worldly wealth; he may be deprived from the nectar. He may commit sins following his worldly desires.

ਮਨ ਕਾ ਜੀਉ ਪਵਨਪਤਿ ਦੇਹੀ, ਦੇਹੀ ਮਹਿ ਦੇਉ ਸਮਾਗਾ॥ man kaa jee-o pavanpat dayhee dayhee meh day-o samaagaa.
ਜੇ ਤੂ ਦੇਹਿ ਤ ਹਰਿ ਰਸੁ ਗਾਈ, ਮਨੁ ਤ੍ਰਿਪਤੈ ਹਰਿ ਲਿਵ ਲਾਗਾ॥੪॥ jay too deh ta har ras gaa-ee man tariptai har liv laagaa. ||4||

ਪ੍ਰਭ ਦੇ ਬਖਸ਼ੇ ਸਵਾਸ ਹੀ ਮਾਨਸ ਜੀਵਨ ਦਾ ਆਸਰਾ ਹੈ । ਪ੍ਰਭ, ਤਨ ਵਿੱਚ ਹੀ ਵਸਦਾ ਹੈ । ਪ੍ਰਭ ਦੀ ਰਹਿਮਤ ਨਾਲ ਹੀ ਜੀਵ ਸ਼ਬਦ ਦੀ ਉਸਤਤ ਗਾਉਂਦਾ ਹੈ । ਉਹ ਸ਼ਬਦ ਦੀ ਪਾਲਣਾ ਵਿੱਚ ਅਡੋਲ ਰਹਿੰਦਾ, ਪ੍ਰਭ ਦੇ ਬਖਸ਼ੇ ਤੇ ਸੰਤੋਖ, ਧੀਰਜ ਵਿੱਚ ਅਨੰਦ ਮਾਨਦਾ ਹੈ ।

His blessed treasure of breathes is the pillar of support of worldly life of all creatures; His Word remains embedded within his soul, dwells, and prevails in his body. Whosoever may be bestowed with His Blessed Vision, only he may sing the glory, and obeys the teachings of His Word; he may remain in patience and contented with His Blessings.

ਸਾਧਸੰਗਤਿ ਮਹਿ ਹਰਿ ਰਸੁ ਪਾਈਐ, ਗੁਰਿ ਮਿਲਿਐ ਜਮ ਭਉ ਭਾਗਾ॥ saaDhsangat meh har ras paa-ee-ai gur mili-ai jam bha-o bhaagaa.
ਨਾਨਕ ਰਾਮ ਨਾਮੁ ਜਪਿ ਗੁਰਮੁਖਿ, ਹਰਿ ਪਾਏ ਮਸਤਕਿ ਭਾਗਾ॥੫॥੧੦॥ naanak raam naam jap gurmukh har paa-ay mastak bhaagaa. ||5||10||

ਸੰਤ ਸਰੂਪ ਜੀਵ ਦੀ ਸੰਗਤ ਵਿੱਚ ਸ਼ਬਦ ਦਾ ਅਸਲੀ ਅਨੰਦ ਬਖਸ਼ਿਸ਼ ਹੁੰਦਾ ਹੈ । ਪ੍ਰਭ ਦੀ ਰਹਿਮਤ ਨਾਲ, ਸ਼ਬਦ ਦੀ ਪਾਲਣਾ ਨਾਲ ਹੀ ਸ਼ਬਦ ਦੀ ਸੋਝੀ ਬਖਸ਼ਿਸ਼ ਹੁੰਦੀ ਹੈ, ਆਪਣੇ ਭਾਗਾਂ ਦਾ ਫਲ ਬਖਸ਼ਿਸ਼ ਹੁੰਦਾ ਹੈ । ਉਸ ਨਾਲ ਮੌਤ ਦਾ ਡਰ ਖਤਮ ਹੋ ਜਾਂਦਾ ਹੈ ।

Whosoever may remain in the conjugation of His Holy saint; he may cherish the true bliss the nectar of the essence of His Word. Whosoever may be bestowed with His Blessed Vision, he may obey the teachings of His Word. He may be enlightened and his prewritten destiny may be rewarded. His fear of death may be eliminated.

Key Message of Raag sorath, page 598-10
'ਸ਼ਬਦ ਨਾਲ ਜੀਵਨ ਢਾਲਣ ਤੋਂ ਬਿਨਾਂ ਗੁਣ ਗਾਉਣ ਪੂਜਾ ਕਰਨ ਦੀ ਬਖਸ਼ਿਸ਼!
ਸ਼ਬਦ ਦੀ ਸਿਖਿਆਂ ਨਾਲ ਜੀਵਨ ਢਾਲਣ ਤੋਂ ਬਿਨਾਂ, ਸ਼ਬਦ ਦੇ ਗੁਣ ਗਾਉਣਾ, ਸੰਸਾਰਕ ਗੁਰੂ ਦੀ ਪੂਜਾ ਕਰਨਾ ਬਿਰਥਾ ਹੀ ਹੈ! ਉਸ ਨੂੰ ਮੌਤ ਪਿਛੋਂ ਪਛਤਾਵਾ ਹੀ ਕਰਨਾ ਪੈਂਦਾ ਹੈ । ਜਿਹੜਾ ਪ੍ਰਭ ਦੇ ਬਖਸ਼ਿਸ਼ ਤੇ ਸੰਤੋਖ ਅਤੇ ਧੀਰਜ ਰਖਦਾ ਹੈ । ਉਹ ਸਦਾ ਹੀ ਖੇੜੇ ਵਿੱਚ ਰਹਿੰਦਾ ਹੈ । ਉਸ ਨੂੰ ਹੀ ਅਸਲੀ ਰਸ ਦੇ ਸਵਾਦ ਦੀ ਸੋਝੀ ਹੁੰਦੀ ਹੈ ।
Withing adopting the teachings of His Word!
Without adopting the teachings of His Word, singing the glory, and worshipping worldly guru may be useless! He may only regret and repents in His Court after death. Whosoever may remain in patience and contented with His Blessings; he may remain overwhelmed with blossom. He may realize the taste of the nectar of His Word.

11. ਸੋਰਠਿ ਮਹਲਾ ੧॥ 598-18

ਸਰਬ ਜੀਆ ਸਿਰਿ ਲੇਖੁ ਧੁਰਾਹੂ, ਬਿਨੁ ਲੇਖੈ ਨਹੀ ਕੋਈ ਜੀਉ॥ sarab jee-aa sir laykh Dhuraahoo bin laykhai nahee ko-ee jee-o.
ਆਪਿ ਅਲੇਖੁ ਕੁਦਰਤਿ ਕਰਿ ਦੇਖੈ, ਹੁਕਮਿ ਚਲਾਏ ਸੋਈ ਜੀਉ॥੧॥ aap alaykh kudrat kar daykhai hukam chalaa-ay so-ee jee-o. ||1||

ਸਾਰੇ ਜੀਵਾਂ ਦੇ ਮੱਥੇ ਤੇ ਜਨਮ ਤੇ ਹੀ ਲੇਖਾ ਲਿਖਿਆ ਹੁੰਦਾ ਹੈ । ਇਸ ਲੇਖੇ ਤੋਂ ਕੋਈ ਬਚ ਨਹੀਂ ਸਕਦਾ । ਕੇਵਲ ਇਕੋ ਇਕ ਪ੍ਰਭ ਆਪ ਹੀ ਲੇਖੇ ਤੋਂ ਰਹਿਤ ਹੈ । ਪ੍ਰਭ ਦਾ ਹੁਕਮ ਚਲਦਾ ਹੈ, ਆਪ ਹੀ ਆਪਣੇ ਹੁਕਮ ਦੀ ਪਾਲਣਾ ਦੇਖਦਾ ਹੈ । ਪ੍ਰਭ ਦੇ ਸ਼ਬਦ ਦੀ ਬੰਦਗੀ ਕਰਨ ਨਾਲ ਹੀ ਰਹਿਮਤ ਬਖਸ਼ਿਸ਼ ਹੁੰਦੀ ਹੈ ।

The True Master engraves the destiny of each creature on his soul before birth; no one can escape his prewritten destiny. Only, The One and Only One, True Master remains beyond any prewritten destiny. Only His Command prevails and He monitors the obedience to His Command. Whosoever may adopt the teachings of His Word; he may be bestowed with His Blessed Vision, the right path of acceptance in His Court.

ਮਨ ਰੇ ਰਾਮ ਜਪਹੁ ਸੁਖੁ ਹੋਈ॥ man ray raam japahu sukh ho-ee.
ਅਹਿਨਿਸਿ ਗੁਰ ਕੇ ਚਰਨ ਸਰੇਵਹੁ, ਹਰਿ ਦਾਤਾ ਭੁਗਤਾ ਸੋਈ॥ ਰਹਾਉ॥ ahinis gur kay charan sarayvhu har daataa bhugtaa so-ee. rahaa-o.

ਪ੍ਰਭ ਹੀ ਦਾਤਾਂ ਬਖਸ਼ਣ ਵਾਲਾ, ਬੰਦਗੀ ਪ੍ਰਵਾਨ ਕਰਨ ਵਾਲਾ ਮਾਲਕ ਹੈ । ਪ੍ਰਭ ਦੇ ਸ਼ਬਦ ਦੀ ਪਾਲਣਾ ਕਰੋ ।

The One and Only One, True Master may bestow His Virtues and accepts the earnings of His true devotee. You should obey and adopt the teachings of His Word with steady and stable belief in day-to-day life.

ਜੋ ਅੰਤਰਿ ਸੋ ਬਾਹਰਿ ਦੇਖਹੁ, ਅਵਰੁ ਨ ਦੂਜਾ ਕੋਈ ਜੀਉ॥ jo antar so baahar daykhhu avar na doojaa ko-ee jee-o.
ਗੁਰਮੁਖਿ ਏਕ ਦ੍ਰਿਸਟਿ ਕਰਿ ਦੇਖਹੁ, gurmukh ayk darisat kar daykhhu
ਘਟਿ ਘਟਿ ਜੋਤਿ ਸਮੋਈ ਜੀਉ॥੨॥ ghat ghat jot samo-ee jee-o. ||2||

ਪ੍ਰਭ, ਆਪ ਹੀ ਜੀਵ ਦੇ ਅੰਦਰ ਅਤੇ ਬਾਹਰ ਵਾਪਰਦਾ ਹੈ । ਹੋਰ ਕੋਈ ਦੂਜਾ, ਕੋਈ ਕੰਮ ਕਰਨ ਜਾ ਕਰਵਾਉਣ ਵਾਲਾ ਨਹੀਂ ਹੈ । ਗੁਰਮਖ ਹਰੇਕ ਜੀਵ ਨੂੰ ਇਕ ਸਮਾਨ ਹੀ ਦੇਖਦਾ, ਸਮਝਦਾ ਹੈ । ਉਸ ਨੂੰ ਸੋਝੀ ਹੁੰਦੀ ਹੈ, ਕਿ ਪ੍ਰਭ ਹੀ ਹਰੇਕ ਜੀਵ ਅੰਦਰ ਵਸਦਾ ਹੈ ।

The True Master, His Holy Spirit remains embedded within every soul and prevails within his body, mind and outside in the universe. No one else can perform any function without His Command. His true devotee may be enlightened and visualizes, same spirit dwelling within each creature; he treats everyone with same respect and humility.

ਚਲਤਉ ਠਾਕਿ ਰਖਹੁ ਘਰਿ ਅਪਨੈ, ਗੁਰ ਮਿਲਿਐ ਇਹ ਮਤਿ ਹੋਈ ਜੀਉ॥ chaltou thaak rakhahu ghar apnai gur mili-ai ih mat ho-ee jee-o.
ਦੇਖਿ ਅਦ੍ਰਿਸਟੁ ਰਹਉ ਬਿਸਮਾਦੀ, ਦੁਖੁ ਬਿਸਰੈ ਸੁਖੁ ਹੋਈ ਜੀਉ॥੩॥ daykh adrist raha-o bismaadee dukh bisrai sukh ho-ee jee-o. ||3||

ਜਿਹੜਾ ਆਪਣੇ ਮਨ ਨੂੰ ਕਾਬੂ ਵਿੱਚ ਰਖਦਾ ਹੈ! ਪ੍ਰਭ ਦੀ ਰਹਿਮਤ ਨਾਲ, ਉਹ ਸ਼ਬਦ ਦੀ ਪਾਲਣਾ, ਬੰਦਗੀ ਵਿੱਚ ਲਗ ਜਾਂਦਾ ਹੈ । ਉਸ ਨੂੰ ਸ਼ਬਦ ਦੀ ਸੋਝੀ, ਪ੍ਰਭ ਦੀ ਹੋਂਦ ਮਹਿਸੂਸ ਕਰਨ ਨਾਲ ਅਨੋਖੀ ਹੀ ਰੋਸ਼ਨੀ ਬਖਸ਼ਿਸ਼ ਹੋ ਜਾਂਦੀ ਹੈ । ਸੰਸਾਰਕ ਇਛਾਂ ਦੇ ਸਾਰੇ ਦੁਖ ਭੁਲ ਜਾਂਦੇ, ਮਨ ਸੰਤੋਖ, ਖੇੜੇ ਵਸ ਜਾਂਦਾ ਹੈ ।

Whosoever may control his worldly desires; with His mercy and grace, he may remain devoted to meditate and obey the teachings of His Word. He may realize His Existence, an astonishing glory, and enlightenment of the essence of His Word. His state of mind may remain beyond the influence of worldly miseries and desires; he may remain contented and blossom.

ਪੀਵਹੁ ਅਪਿਉ ਪਰਮ ਸੁਖੁ ਪਾਈਐ, ਨਿਜ ਘਰਿ ਵਾਸਾ ਹੋਈ ਜੀਉ॥ peevhu api-o param sukh paa-ee-ai nij ghar vaasaa ho-ee jee-o.
ਜਨਮ ਮਰਣ ਭਵ ਭੰਜਨੁ ਗਾਈਐ, janam maran bhav bhanjan gaa-ee-ai
ਪੁਨਰਪਿ ਜਨਮੁ ਨ ਹੋਈ ਜੀਉ॥੪॥ punrap janam na ho-ee jee-o. ||4||

ਸ਼ਬਦ ਦੀ ਪਾਲਣਾ ਕਰਨ ਨਾਲ ਭਰੋਸਾ ਅਡੋਲ ਹੋ ਜਾਂਦਾ ਹੈ । ਇਸ ਨਾਲ ਪ੍ਰਭ ਦੀ ਰਹਿਮਤ ਬਖਸ਼ਿਸ਼ ਹੋ ਜਾਂਦੀ ਹੈ । ਉਸ ਦੀ ਜੋਤ ਜੀਵ ਦੇ ਅੰਦਰ ਜਾਗਰਤ ਹੋ ਜਾਂਦੀ ਹੈ । ਅਡੋਲ ਭਰੋਸੇ ਨਾਲ ਉਸਤਤ ਗਾਉਣ ਨਾਲ, ਪ੍ਰਭ ਰਹਿਮਤ ਬਖਸ਼ਕੇ ਜਨਮ ਮਰਨ ਦਾ ਚੱਕਰ ਖਤਮ ਕਰ ਦੇਂਦਾ ਹੈ ।

Whosoever may adopt the teachings of His Word with steady and stable belief; with His mercy and grace, he may be blessed with the right path of acceptance in His Court. He may be enlightened from within. His cycle of birth and death may be eliminated by singing the glory of His Word.

ਤਤੁ ਨਿਰੰਜਨੁ ਜੋਤਿ ਸਬਾਈ, ਸੋਹੰ ਭੇਦੁ ਨ ਕੋਈ ਜੀਉ॥ tat niranjan jot sabaa-ee sohaN bhayd na ko-ee jee-o.
ਅਪਰੰਪਰ ਪਾਰਬ੍ਰਹਮੁ ਪਰਮੇਸਰੁ, ਨਾਨਕ aprampar paarbarahm parmaysar naanak
ਗੁਰੁ ਮਿਲਿਆ ਸੋਈ ਜੀਉ॥੫॥ ੧੧॥ gur mili-aa so-ee jee-o. ||5||11||

ਪ੍ਰਭ ਦੀ ਜੋਤ ਹੀ ਸਾਰੇ ਜੀਵਾਂ ਵਿੱਚ ਚਲਦੀ ਹੈ । ਸ਼ਬਦ ਦੀ ਪਾਲਣਾ ਕਰਨ ਨਾਲ ਜੀਵ ਦੀ ਆਤਮਾ, ਪ੍ਰਭ ਦੀ ਜੋਤ ਵਿੱਚ ਹੀ ਅਲੋਪ ਹੋ ਜਾਂਦੀ, ਭੇਦ ਖਤਮ ਹੋ ਜਾਂਦਾ ਹੈ । ਆਤਮਾ ਦਾ ਸ਼ਰੋਮਣੀ, ਪਹੁੰਚ ਤੋਂ ਰਹਿਤ ਪ੍ਰਭ ਨਾਲ ਮਿਲਾਪ ਹੋ ਜਾਂਦਾ ਹੈ ।

His Holy Spirit remains embedded within each soul and prevails within every creature. Whosoever may adopt the teachings of His Word with steady and stable belief in day-to-day life, his soul may be immerse within, the curtain of secrecy from His Holy Spirit may be eliminated. His soul may be blessed with union with beyond reach The True Master.

Key Message of Raag sorath, page 598-18
'ਕੌਣ ਲੇਖੇ ਤੋਂ ਰਹਿਤ ਹੈ?
ਸਾਰੇ ਜੀਵਾਂ ਨੂੰ ਆਪਣੇ ਕੀਤੇ ਦਾ ਲੇਖਾ ਭੁਗਤਣਾ ਪੈਂਦਾ ਹੈ! ਕੇਵਲ ਇਕੋ ਇਕ ਪ੍ਰਭ ਆਪ ਹੀ ਲੇਖੇ ਤੋਂ ਰਹਿਤ ਹੈ । ਪ੍ਰਭ ਆਪ ਹੀ ਜੀਵ ਦੇ ਅੰਦਰ ਅਤੇ ਬਾਹਰ ਵਾਪਰਦਾ ਹੈ । ਗੁਰਮਖ ਨੂੰ ਸ਼ਬਦ ਦੀ ਸੋਝੀ ਬਖਸ਼ਿਸ਼ ਹੋ ਜਾਂਦੀ, ਉਹ ਹਰੇਕ ਜੀਵ ਨੂੰ ਇਕ ਸਮਾਨ ਹੀ ਸਮਝਦਾ ਹੈ । ਉਸ ਨੂੰ ਪ੍ਰਭ ਦੀ ਹੋਂਦ ਮਹਿਸੂਸ ਹੋਣ ਨਾਲ ਅਨੋਖੀ ਹੀ ਰੋਸ਼ਨੀ ਅਨੁਭਵ ਹੋ ਜਾਂਦੀ ਹੈ । ਉਸ ਦਾ ਜਨਮ ਮਰਨ ਦਾ ਚੱਕਰ ਖਤਮ ਹੋ ਜਾਂਦਾ, ਆਤਮਾ, ਪ੍ਰਭ ਦੀ ਜੋਤ ਵਿੱਚ ਹੀ ਅਲੋਪ ਹੋ ਜਾਂਦੀ ਹੈ ।
Who may be beyond any accountability of His deeds?
Everyone remains subjected to his own worldly deeds; The One and Only One True Master remains beyond any prewritten destiny or any judgement of His worldly events. His Holy Spirit remains embedded within each soul and prevails within his body and in His Nature. His true devotee may be enlightened; soul is an expansion of His Holy Spirit and he treats everyone with respect and humbly as His Symbol. He may realize His Existence and astonishing eternal glow within. His soul may immerse within His Holy Spirit; his cycle of birth and death may be eliminated.

12. ਸੋਰਠਿ ਮਹਲਾ ੧ ਘਰੁ ੩॥ 599-7

ੴ ਸਤਿਗੁਰ ਪ੍ਰਸਾਦਿ॥ ik-oNkaar satgur parsaad.
ਜਾ ਤਿਸੁ ਭਾਵਾ ਤਦ ਹੀ ਗਾਵਾ॥ ਤਾ ਗਾਵੇ ਕਾ ਫਲੁ ਪਾਵਾ॥ jaa tis bhaavaa tad hee gaavaa. taa gaavay kaa fal paavaa.
ਗਾਵੇ ਕਾ ਫਲੁ ਹੋਈ॥ ਜਾ ਆਪੇ ਦੇਵੈ ਸੋਈ॥੧॥ gaavay kaa fal ho-ee. jaa aapay dayvai so-ee. ||1||

ਪ੍ਰਭ ਦੀ ਰਹਿਮਤ ਨਾਲ ਹੀ ਜੀਵ ਪ੍ਰਭ ਦੀ ਉਸਤਤ ਕਰ ਸਕਦਾ ਹੈ । ਸ਼ਬਦ ਦੀ ਪਾਲਣਾ ਕਰਨ ਨਾਲ ਹੀ ਸਾਰੀਆਂ ਦਾਤਾਂ ਬਖਸ਼ਿਸ਼ ਹੁੰਦੀਆਂ ਹਨ । ਜਿਹੜੀ ਦਾਤ ਪ੍ਰਭ ਖੁਸ਼ ਹੋ ਕੇ, ਬਿਨਾਂ ਮੰਗੇ ਬਖਸ਼ਦਾ ਹੈ, ਉਹ ਹੀ ਅਸਲੀ ਦਾਤ ਹੈ ।

Whosoever may be bestowed with His Blessed Vision, only he may sing the glory of His Word. Whosoever may adopt the teachings of His Word; he may be blessed with all virtues. Whatsoever may be bestowed as a reward of his earnings that may be true blessing.

ਮਨ ਮੇਰੇ ਗੁਰ ਬਚਨੀ ਨਿਧਿ ਪਾਈ॥ man mayray gur bachnee niDh paa-ee.
ਤਾ ਤੇ ਸਚ ਮਹਿ ਰਹਿਆ ਸਮਾਈ॥ ਰਹਾਉ॥ taa tay sach meh rahi-aa samaa-ee. rahaa-o.

ਜਿਹੜਾ ਅਡੋਲ ਭਰੋਸੇ ਨਾਲ ਸ਼ਬਦ ਦੇ ਸਿਮਰਨ, ਪਾਲਣਾ ਵਿੱਚ ਲੀਨ ਰਹਿੰਦਾ ਹੈ! ਉਸ ਨੂੰ ਪ੍ਰਭ ਦੀ ਰਹਿਮਤ ਦੇ ਨੌਂ ਖਜ਼ਾਨੇਂ ਬਖਸ਼ਿਸ਼ ਹੋ ਜਾਂਦੇ ਹਨ ।

Whosoever may remain intoxicated in meditation and obeying the teachings of His Word with steady and stable belief in day-to-day life; with His mercy and grace, he may be blessed with nine treasures of enlightenment.

ਗੁਰ ਸਾਖੀ ਅੰਤਰਿ ਜਾਗੀ॥ ਤਾ ਚੰਚਲ ਮਤਿ ਤਿਆਗੀ॥ gur saakhee antar jaagee. taa chanchal mat ti-aagee.
ਗੁਰ ਸਾਖੀ ਕਾ ਉਜੀਆਰਾ॥ ਤਾ ਮਿਟਿਆ ਸਗਲ ਅੰਧ੍ਯਾਰਾ॥੨॥ gur saakhee kaa ujee-aaraa. taa miti-aa sagal anDh-yaaraa. ||2||

ਜਿਸ ਨੂੰ ਸ਼ਬਦ ਦੀ ਸੋਝੀ ਬਖਸ਼ਿਸ਼ ਹੋ ਜਾਂਦੀ ਹੈ, ਉਸ ਦੇ ਮਨ ਦੀਆਂ ਚਲਾਕੀਆਂ, ਭਰਮ ਦੂਰ ਹੋ ਜਾਂਦੇ ਹਨ । ਸ਼ਬਦ ਦੀ ਸੋਝੀ ਨਾਲ ਹੀ ਮਨ ਵਿੱਚ ਪ੍ਰਭ ਦੀ ਜੋਤ ਜਾਗਰਤ ਹੋ ਜਾਂਦੀ ਹੈ! ਜਿਸ ਨਾਲ ਜੀਵ ਦੇ ਮਨ ਦਾ ਅੰਧੇਰਾ, ਭਰਮ ਦੂਰ ਹੋ ਜਾਂਦਾ ਹੈ ।

Whosoever may be blessed with enlightenment of the teachings of His Word; all his evil thoughts and suspicions may be eliminated. The enlightenment of the essence of His Word may awaken His Holy Spirit within; all his ignorance and suspicions may be eliminated.

ਗੁਰ ਚਰਨੀ ਮਨੁ ਲਾਗਾ॥ ਤਾ ਜਮ ਕਾ ਮਾਰਗੁ ਭਾਗਾ॥ gur charnee man laagaa. taa jam kaa maarag bhaagaa.
ਭੈ ਵਿਚਿ ਨਿਰਭਉ ਪਾਇਆ॥ ਤਾ ਸਹਜੈ ਕੈ ਘਰਿ ਆਇਆ॥੩॥ bhai vich nirbha-o paa-i-aa. taa sahjai kai ghar aa-i-aa. ||3||

ਜਿਹੜਾ ਸੰਸਾਰਕ ਇਛਾਂ ਤਿਆਗਕੇ ਅਡੋਲ ਭਰੋਸਾ ਨਾਲ ਸ਼ਬਦ ਦੀ ਪਾਲਣਾ ਕਰਦਾ ਹੈ, ਮੌਤ ਦਾ ਫਰਿਸ਼ਤਾ ਪਿਛੇ ਹੋਣ ਲਗ ਪੈਂਦਾ ਹੈ । ਜਿਸ ਦੇ ਮਨ ਵਿੱਚ ਵਿਛੋੜੇ ਦਾ ਵਿਰਾਗ ਘਰ ਕਰ ਜਾਂਦਾ ਹੈ । ਪ੍ਰਭ ਦੀ ਰਹਿਮਤ ਨਾਲ ਉਸ ਦੀ ਬੰਦਗੀ ਪ੍ਰਵਾਨ ਹੋ ਜਾਂਦੀ ਹੈ, ਜਨਮ ਮਰਨ ਖਤਮ ਹੋ ਜਾਂਦਾ ਹੈ ।

Whosoever may renounce his worldly desires and adopts the teachings of His Word with steady and stable belief; the devil of death may be running away from his soul. Whosoever may remain drenched with the renunciation in the memory of his separation from His Holy Spirit; with His mercy and grace, his meditation may be accepted. His cycle of birth and death may be eliminated.

ਭਣਤਿ ਨਾਨਕੁ ਬੂਝੈ ਕੋ ਬੀਚਾਰੀ॥ ਇਸੁ ਜਗ ਮਹਿ ਕਰਣੀ ਸਾਰੀ॥ bhanat naanak boojhai ko beechaaree. is jag meh karnee saaree.
ਕਰਣੀ ਕੀਰਤਿ ਹੋਈ॥ ਜਾ ਆਪੇ ਮਿਲਿਆ ਸੋਈ॥੪॥੧॥੧੨॥ karnee keerat ho-ee. jaa aapay mili-aa so-ee. ||4||1||12||

ਪ੍ਰਭ ਆਪ ਹੀ ਸਭ ਕੁਝ ਕਰਦਾ, ਕਾਰਨ ਬਣਾਉਂਦਾ ਹੈ । ਕੋਈ ਵਿਰਲਾ ਹੀ ਜੀਵ, ਇਹ ਮੰਨਕੇ ਸ਼ਬਦ ਦੀ ਪਾਲਣਾ ਕਰਦਾ ਹੈ । ਸਭ ਤੋਂ ਉੱਤਮ ਕਮਾਈ ਪ੍ਰਭ ਦੇ ਸ਼ਬਦ ਦੀ ਉਸਤਤ ਕਰਨਾ ਹੈ । ਇਸ ਨਾਲ ਪ੍ਰਭ ਆਪ ਹੀ ਰਹਿਮਤ ਬਖਸ਼ਕੇ ਬੰਦਗੀ ਪ੍ਰਵਾਨ ਕਰਦਾ ਹੈ । ਜੀਵ ਦਾ ਜਨਮ ਮਰਨ ਦਾ ਚੱਕਰ ਖਤਮ ਕਰ ਦੇਂਦਾ ਹੈ ।

The True Master prevails in each event in the universe and creates the purpose of those events. However, very rare may realize this essence of His Nature and adopts the teachings of His Word. To sing the glory of His Word may be the most superb earnings of His Word. His soul may be accepted in His Court; his cycle of birth and death may be eliminated.

Key Message of Raag sorath, page 599-7
'ਵਿਰਾਗ ਦੀ ਬਖਸ਼ਿਸ਼!
ਜਿਹੜੀ ਦਾਤ ਪ੍ਰਭ ਖੁਸ਼ ਹੋ ਕੇ, ਆਪ ਬਿਨਾਂ ਮੰਗੇ ਬਖਸ਼ੇ, ਉਹ ਹੀ ਅਸਲੀ ਦਾਤ ਹੈ । ਸ਼ਬਦ ਦੀ ਪਾਲਣਾ ਨਾਲ ਸੋਝੀ ਦੇ ਨੌਂ ਖਜ਼ਾਨੇਂ ਬਖਸ਼ਿਸ਼ ਹੋ ਜਾਂਦੇ ਹਨ । ਮਨ ਦਾ ਅੰਧੇਰਾ, ਭਰਮ ਦੂਰ ਹੋ ਜਾਂਦਾ ਹੈ । ਜਿਸ ਦੇ ਮਨ ਵਿੱਚ ਵਿਛੋੜੇ ਦਾ ਵਿਰਾਗ ਘਰ ਕਰ ਜਾਂਦਾ ਹੈ । ਉਸ ਦੀ ਬੰਦਗੀ ਪ੍ਰਵਾਨ ਹੋ ਜਾਂਦੀ ਹੈ, ਜਨਮ ਮਰਨ ਖਤਮ ਹੋ ਜਾਂਦਾ ਹੈ । ਕੋਈ ਵਿਰਲਾ ਹੀ ਜੀਵ, ਪ੍ਰਭ ਨੂੰ ਸਭ ਕੁਝ ਕਰਨ ਵਾਲਾ ਮੰਨਕੇ ਸ਼ਬਦ ਦੀ ਪਾਲਣਾ ਕਰਦਾ ਹੈ ।
The Blessings of renunciation!
Whatsoever may be bestowed as a reward of earning of His Word without praying; may be the real blessings. Whosoever may adopt the teachings of His Word; he may be blessed with nine treasures of enlightenment. All his ignorance and suspicions may be eliminated. Whosoever may remain drenched with the renunciation of the memory of his separation

from His Holy Spirit; his meditation may be accepted; his cycle of birth and death may be eliminated. However, very rare may adopt the teachings of His Word with belief, only The True Master prevails in every event.

13. ਸੋਰਠਿ ਮਹਲਾ ੧ ਘਰੁ ੧ ਅਸਟਪਦੀਆ ਚਉਤੁਕੀ॥ 634-7

੧ਓ ਸਤਿਗੁਰ ਪ੍ਰਸਾਦਿ॥	ik-oNkaar satgur parsaad.
ਦੁਬਿਧਾ ਨ ਪੜਉ ਹਰਿ ਬਿਨੁ ਹੋਰ, ਨ ਪੂਜਉ ਮੜੈ ਮਸਾਣਿ ਨ ਜਾਈ॥	dubiDhaa na parha-o har bin hor na pooja-o marhai masaan na jaa-ee.
ਤ੍ਰਿਸਨਾ ਰਾਚਿ ਨ ਪਰ ਘਰਿ ਜਾਵਾ, ਤ੍ਰਿਸਨਾ ਨਾਮਿ ਬੁਝਾਈ॥	tarisnaa raach na par ghar jaavaa tarisnaa naam bujhaa-ee.
ਘਰ ਭੀਤਰਿ ਘਰੁ ਗੁਰੂ ਦਿਖਾਇਆ, ਸਹਜਿ ਰਤੇ ਮਨ ਭਾਈ॥	ghar bheetar ghar guroo dikhaa-i-aa sahj ratay man bhaa-ee.
ਤੂ ਆਪੇ ਦਾਨਾ ਆਪੇ ਬੀਨਾ, ਤੂ ਦੇਵਹਿ ਮਤਿ ਸਾਈ॥੧॥	too aapay daanaa aapay beenaa too dayveh mat saa-ee. ‖1‖

ਸੰਸਾਰਕ ਭਰਮਾਂ ਵਿੱਚ, ਇਛਾਂ ਪਿਛੇ ਲਗ ਕੇ, ਮੜੀ ਮਸਾਨਾਂ, ਮੁਰਦੇ ਫਕੀਰਾਂ ਦੀ ਪੂਜਾ ਨਾ ਕਰੋ! ਕੇਵਲ ਅਸਲੀ ਮਾਲਕ ਪ੍ਰਭ ਦੇ ਸ਼ਬਦ ਦੀ ਪਾਲਣਾ ਕਰੋ । ਕੇਵਲ ਸ਼ਬਦ ਦੀ ਪਾਲਣਾ ਨਾਲ ਹੀ ਇਛਾਂ ਦੀਆਂ ਭਟਕਣਾਂ ਦੂਰ, ਸ਼ਬਦ ਦੀ ਸੋਝੀ ਬਖਸ਼ਿਸ਼ ਹੋ ਸਕਦੀ ਹੈ! ਆਪਣੇ ਆਪ ਦੀ ਪਛਾਣ ਹੋ ਜਾਂਦੀ ਹੈ, ਅੰਦਰੋਂ ਹੀ ਜਾਗਰਤੀ ਬਖਸ਼ਿਸ਼ ਹੋ ਜਾਵੇਗਾ । ਅੰਤਰਜਾਮੀ ਪ੍ਰਭ ਸਾਰੀਆਂ ਇਛਾਂ ਹੀ ਜਾਣਦਾ ਹੈ । ਉਹ ਹੀ ਸਾਰੀਆਂ ਸਿਆਣਪਾਂ, ਰਹਿਮਤ ਦਾ ਮਾਲਕ ਹੈ ।

You should not become a victim of worldly desires, religious rituals, suspicions, and worships cremation ground of ancient saint, guru. Whosoever may obey the teachings of His Word with steady and stable belief; only with His mercy and grace, his frustrations of worldly desires may be eliminated. He may be enlightened with the essence of His Word from within. He may recognize the real purpose of his human life from within. The Omniscient True Master, knows all spoken and unspoken desires of everyone. The True Master remains The Trustee of Virtues and Blessings.

ਮਨੁ ਬੈਰਾਗਿ ਰਤਉ ਬੈਰਾਗੀ, ਸਬਦਿ ਮਨੁ ਬੇਧਿਆ ਮੇਰੀ ਮਾਈ॥	man bairaag rata-o bairaagee sabad man bayDhi-aa mayree maa-ee.
ਅੰਤਰਿ ਜੋਤਿ ਨਿਰੰਤਰਿ ਬਾਣੀ, ਸਾਚੇ ਸਾਹਿਬ ਸਿਉ ਲਿਵ ਲਾਈ॥ ਰਹਾਉ॥	antar jot nirantar banee saachay saahib si-o liv laa-ee. rahaa-o.

ਜਿਹੜਾ ਪ੍ਰਭ ਦੇ ਵਿਛੋੜੇ ਦੇ ਵਿਰਾਗ ਵਿੱਚ ਹੀ ਖੌਅ ਜਾਂਦਾ, ਲੀਨ ਰਹਿੰਦਾ ਹੈ, ਉਸ ਦੇ ਮਨ ਵਿੱਚ ਪ੍ਰਭ ਦਾ ਸ਼ਬਦ ਘਰ ਕਰ ਜਾਂਦਾ ਹੈ । ਉਸ ਦੇ ਅੰਦਰ ਹੀ ਪ੍ਰਭ ਦੀ ਜੋਤ ਜਾਗਰਤ ਹੋ ਜਾਂਦੀ ਹੈ । ਸ਼ਬਦ ਦੀ ਸੋਝੀ ਹੋ ਜਾਂਦੀ ਹੈ, ਜਿਸ ਨਾਲ ਮਨ ਅਡੋਲ ਰਹਿੰਦਾ ਹੈ ।

Whosoever may be in renunciation in the memory of his separation from His Holy Spirit; he may be drenched with the essence of His Word from within. He may be enlightened with eternal spiritual glow within. He may be enlightened with the essence of His Word; he may remain steady and stable on the right path of acceptance in His Court.

ਅਸੰਖ ਬੈਰਾਗੀ ਕਹਹਿ ਬੈਰਾਗ, ਸੋ ਬੈਰਾਗੀ ਜਿ ਖਸਮੈ ਭਾਵੈ॥	asaNkh bairaagee kaheh bairaag so bairaagee je khasmai bhaavai.
ਹਿਰਦੈ ਸਬਦਿ ਸਦਾ ਭੈ ਰਚਿਆ, ਗੁਰ ਕੀ ਕਾਰ ਕਮਾਵੈ॥	hirdai sabad sadaa bhai rachi-aa gur kee kaar kamaavai.
ਏਕੋ ਚੇਤੈ ਮਨੂਆ ਨ ਡੋਲੈ, ਧਾਵਤੁ ਵਰਜਿ ਰਹਾਵੈ॥	ayko chaytai manoo-aa na dolai Dhaavat varaj rahaavai.
ਸਹਜੇ ਮਾਤਾ ਸਦਾ ਰੰਗਿ ਰਾਤਾ, ਸਾਚੇ ਕੇ ਗੁਣ ਗਾਵੈ॥੨॥	sehjay maataa sadaa rang raataa saachay kay gun gaavai. ‖2‖

ਅਨੇਕਾਂ ਹੀ ਜੀਵ ਉਸ ਦੇ ਵਿਛੋੜੇ ਦੇ ਵਿਰਾਗ ਵਿੱਚ ਲੀਨ ਰਹਿੰਦੇ ਹਨ । ਜਿਸ ਦੀ ਬੰਦਗੀ ਪ੍ਰਭ ਨੂੰ ਪ੍ਰਵਾਨ ਹੋ ਜਾਂਦੀ ਹੈ, ਉਹ ਹੀ ਅਸਲੀ ਵਿਰਾਗੀ ਹੁੰਦਾ ਹੈ । ਜਿਸ ਦੇ ਮਨ ਵਿੱਚ ਸ਼ਬਦ ਘਰ ਕਰ ਜਾਂਦਾ ਹੈ, ਕੇਵਲ ਉਹ ਹੀ ਸ਼ਬਦ ਅਨੁਸਾਰ ਕਮਈ ਕਰਦਾ ਹੈ । ਉਸ ਦੇ ਮਨ ਦਾ ਭਰੋਸੇ ਸ਼ਬਦ ਤੇ ਅਡੋਲ ਰਹਿੰਦਾ ਹੈ, ਦੂਸਰੇ ਪਾਸੇ ਘੁੰਮਦਾ ਨਹੀਂ । ਉਸ ਦੇ ਮਨ ਤੇ ਹੌਲੀ ਹੌਲੀ ਸ਼ਬਦ ਦਾ ਰੰਗ ਗੂੜਾ ਹੁੰਦਾ ਜਾਂਦਾ ਹੈ । ਉਸ ਵਿੱਚ ਲੀਨ ਹੋਇਆ, ਧੰਨਵਾਦ ਹੀ ਕਰਦਾ ਰਹਿੰਦਾ ਹੈ ।

Many devotees may remain in renunciation in the memory of his separation from His Holy Spirit. Whose meditation may be accepted in His Court; he may be blessed with a state of mind as His true devotee. Whosoever may remain drenched with the essence of His Word; only he may adopt the teachings of His Word in day-to-day life. His belief remains steady and stable on His Blessings, Command. He may not wander around all over for search of the enlightenment. Slowly and slowly, he may be drenched with the crimson color of the nectar of His Word. He may remain intoxicated singing His gratitude.

ਮਨੂਆ ਪਉਣੁ ਬਿੰਦੁ ਸੁਖਵਾਸੀ, ਨਾਮਿ ਵਸੈ ਸੁਖ ਭਾਈ॥	manoo-aa pa-un bind sukhvaasee naam vasai sukh bhaa-ee.
ਜਿਹਬਾ ਨੇਤ੍ਰ ਸੋਤ੍ਰ ਸਚਿ ਰਾਤੇ, ਜਲਿ ਬੂਝੀ ਤੁਝਹਿ ਬੁਝਾਈ॥	Jihbaa naytar sotar sach raatay jal boojhee tujheh bujhaa-ee.
ਆਸ ਨਿਰਾਸ ਰਹੈ ਬੈਰਾਗੀ, ਨਿਜ ਘਰਿ ਤਾੜੀ ਲਾਈ॥	aas niraas rahai bairaagee nij ghar taarhee laa-ee.
ਭਿਖਿਆ ਨਾਮਿ ਰਜੇ ਸੰਤੋਖੀ, ਅੰਮ੍ਰਿਤੁ ਸਹਜਿ ਪੀਆਈ॥੩॥	bhikhi-aa naam rajay santokhee amrit sahj pee-aa-ee. ‖3‖

ਮਨ ਸਦਾ ਹੀ ਘੁੰਮਦਾ ਫਿਰਦਾ ਹੈ । ਜਿਸ ਦਾ ਮਨ, ਅਗਰ ਇਕ ਪਲ ਵੀ ਮਨ ਟਿਕ ਜਾਂਦਾ ਹੈ, ਉਸ ਤੇ ਸ਼ਬਦ ਦਾ ਗੂੜਾ ਰੰਗ ਚੜ੍ਹ ਜਾਂਦਾ ਹੈ । ਉਸ ਦਾ ਮਨ ਡੋਲਣ ਤੋਂ ਰੁਕ ਜਾਂਦਾ, ਉਸ ਨੂੰ ਅਸਲੀ ਵਿਰਾਗੀ ਅਵਸਥਾ ਬਖਸ਼ਿਸ਼ ਹੋ ਜਾਂਦੀ ਹੈ । ਉਸ ਦੀਆਂ ਅੱਖਾਂ, ਕੰਨ, ਜੀਭ ਸ਼ਬਦ ਦੀ ਸਮਾਧੀ ਵਿੱਚ ਮਸਤ ਹੋ ਜਾਂਦੀ ਹੈ । ਪ੍ਰਭ ਨੂੰ ਮਿਲਣ ਦੀ ਆਸ ਵਿੱਚ ਹੀ ਸੰਸਾਰਕ ਇਛਾਂ ਤੋਂ ਰਹਿਤ ਰਹਿੰਦਾ ਹੈ । ਆਪਣੇ ਮਨ ਅੰਦਰੋਂ ਹੀ ਪ੍ਰਭ ਦੀ ਖੋਜ ਕਰਦਾ ਹੈ । ਉਹ ਸ਼ਬਦ ਦੀ ਬੰਦਗੀ ਵਿੱਚ ਲੀਨ ਰਹਿੰਦਾ ਹੈ । ਪ੍ਰਭ ਦੀ ਬਖਸ਼ੀ ਦਾਤ ਤੇ ਹੀ ਸੰਤੋਖ ਨਾਲ ਰਹਿੰਦਾ ਹੈ ।

Human mind remains wandering in all directions! Whosoever may obey the teachings of His Word with steady and stable on the right path, he may be drenched with the crimson color of the essence of His Word. His wandering mind may become steady and stable on right path; with His mercy and grace, he may be blessed with state of mind as His true renunciatory. His eyes, ears and tongue may remain intoxicated in meditation in the void of His Word. His anxiety to be blessed with His Blessed Vision may conquer his worldly desires. He may only search within his mind. He remains intoxicated in meditation in the void of His Word; he remains contented with His Blessings.

ਦੁਬਿਧਾ ਵਿਚਿ ਬੈਰਾਗੁ ਨ ਹੋਵੀ, ਜਬ ਲਗੁ ਦੂਜੀ ਰਾਈ॥	dubiDhaa vich bairaag na hovee jab lag doojee raa-ee.
ਸਭੁ ਜਗੁ ਤੇਰਾ ਤੂ ਏਕੋ ਦਾਤਾ, ਅਵਰੁ ਨ ਦੂਜਾ ਭਾਈ॥	sabh jag tayraa too ayko daataa avar na doojaa bhaa-ee.
ਮਨਮੁਖਿ ਜੰਤ ਦੁਖਿ ਸਦਾ ਨਿਵਾਸੀ, ਗੁਰਮੁਖਿ ਦੇ ਵਡਿਆਈ॥	manmukh jant dukh sadaa nivaasee gurmukh day vadi-aa-ee.
ਅਪਰ ਅਪਾਰ ਅਗੰਮ ਅਗੋਚਰ, ਕਹਣੈ ਕੀਮ ਨ ਪਾਈ॥੪॥	apar apaar agamm agochar kahnai keem na paa-ee. ‖4‖

ਜਿਹੜਾ ਹੋਰ ਪਾਸੇ ਇਕ ਪਲ ਵੀ ਮਨ ਲਾਉਂਦਾ ਹੈ । ਉਹ ਵਿਰਾਗ ਵਿੱਚ ਪੂਰਾ ਨਹੀਂ ਰਹਿੰਦਾ । ਪ੍ਰਭ ਹੀ ਇਕੋ ਇਕ ਦਾਤਾਂ ਬਖਸ਼ਣ ਵਾਲਾ ਮਾਲਕ ਹੈ, ਹੋਰ ਕੋਈ ਦੂਸਰਾ ਨਹੀਂ । ਮਨਮਰਜ਼ੀ ਕਰਨ ਵਾਲਾ ਜੂੰਨਾਂ ਦੇ ਚੱਕਰ ਵਿੱਚ, ਦੁਖ ਵਿੱਚ ਰਹਿੰਦਾ ਹੈ । ਗੁਰਮਖ ਸ਼ਬਦ ਦੀ ਪਾਲਣਾ ਕਰਕੇ ਪ੍ਰਵਾਨ ਹੋ ਜਾਂਦਾ ਹੈ । ਪ੍ਰਭ ਦੇ ਗੁਣਾਂ ਦਾ ਅੰਤ ਨਹੀਂ, ਉਹ ਪਹੁੰਚ ਤੋਂ ਬਾਹਰ ਹੈ । ਉਸ ਦਾ ਅਕਾਰ, ਰੂਪ ਦੱਸਿਆ ਨਹੀਂ ਜਾ ਸਕਦਾ । ਉਸ ਦੇ ਕਿਸੇ ਕਰਤਬ ਦੀ ਕੀਮਤ ਜਾਣੀ ਨਹੀਂ ਜਾ ਸਕਦੀ ।

ਗੁਰੂ ਨਾਨਕ ਦੇਵ ਜੀ! – Guru Nanak Dev Ji! Guru Granth Sahib

Whosoever may wander even for moment, any other direction; he may not remain in renunciation, on the right path of acceptance in His Court. The One and only One, True Trustee of His Virtues; no one else exist without His Command. Self-minded remains in the miseries in the cycle of birth and death. His true devotee may be accepted in His Court. The signification of events of His Natures, limit of boundaries of His Virtues remains beyond any reach, and comprehension of His Creation. His structure may not be explained, described by His Creation.

ਸੁੰਨ ਸਮਾਧਿ ਮਹਾ ਪਰਮਾਰਥੁ, ਤੀਨਿ ਭਵਣ ਪਤਿ ਨਾਮੰ॥ sunn samaaDh mahaa parmaarath teen bhavan pat naamaN.
ਮਸਤਕਿ ਲੇਖੁ ਜੀਆ ਜਗਿ ਜੋਨੀ, ਸਿਰਿ ਸਿਰਿ ਲੇਖੁ ਸਹਾਮੰ॥ mastak laykh jee-aa jag jonee sir sir laykh sahaamaN.
ਕਰਮ ਸੁਕਰਮ ਕਰਾਏ ਆਪੇ, ਆਪੇ ਭਗਤਿ ਦ੍ਰਿੜਾਮੰ॥ karam sukaram karaa-ay aapay aapay bhagat darirh-aam.
ਮਨਿ ਮੁਖਿ ਜੂਠਿ ਲਹੈ ਭੈ ਮਾਨੰ, ਆਪੇ ਗਿਆਨੁ ਅਗਾਮੰ॥੫॥ man mukh jooth lahai bhai maanaN aapay gi-aan agaamaN. ||5||

ਪ੍ਰਭ ਦੇ ਸ਼ਬਦ ਦੀ ਸਮਾਧੀ ਤਿੰਨਾਂ ਸ੍ਰਿਸ਼ਟੀਆਂ ਵਿੱਚ ਹੀ ਹੈ । ਪ੍ਰਭ ਜੀਵ ਨੂੰ ਪੈਦਾ ਕਰਦੇ ਹੀ ਉਸ ਦੀ ਆਤਮਾ ਤੇ ਆਪਣਾ ਸ਼ਬਦ, ਜੀਵਨ ਦੇ ਰਸਤੇ ਦੇ ਰੂਪ, ਉਸ ਦੇ ਭਾਗ ਲਿਖ ਦੇਂਦਾ ਹੈ । ਉਸ ਦੇ ਜੀਵਨ ਦੇ ਕੰਮਾਂ ਦਾ ਫਲ ਲਿਖੇ ਭਾਗਾਂ ਨਾਲ ਹੀ ਉਸ ਨੂੰ ਫਲ ਬਖਸ਼ਿਸ਼ ਹੁੰਦਾ ਹੈ । ਪ੍ਰਭ ਆਪ ਹੀ ਜੀਵ ਦੇ ਜੀਵਨ ਵਿੱਚ ਧਾਰਨ ਕੀਤੇ ਚੰਗੇ ਅਤੇ ਮੰਦੇ ਦੋਨਾਂ ਕੰਮਾਂ ਵਿੱਚ ਵਾਪਰ ਕੇ ਕਰਵਾਉਂਦਾ ਹੈ । ਜਿਹੜਾ ਬੰਦਗੀ ਦਾ ਰਸਤਾ ਧਾਰਨ ਕਰਦਾ ਹੈ, ਉਸ ਨੂੰ ਬੰਦਗੀ ਤੇ ਅਡੋਲ ਰਖਦਾ ਹੈ । ਜਿਹੜਾ ਜੀਵ ਪ੍ਰਭ ਦੇ ਵਿਛੋੜੇ ਦੇ ਡਰ ਵਿੱਚ ਜੀਵਨ ਬਤੀਤ ਕਰਦਾ ਹੈ । ਉਸ ਦੇ ਮਨ ਦੀ, ਮੂੰਹ ਦੀ ਮੈਲ ਧੋਤੀ ਜਾਂਦੀ ਹੈ ।

His void prevails in all three universes. He inscribes the destiny as the right path of his life as His Word on every soul before birth in the universe. All his deeds are rewarded as per his prewritten destiny. Whatsoever path may he adopt; The True Master may inspire and prevail in his both good or evil deeds. He may keep His true devotee steady and stable in devotional meditation. Whosoever may remain in renunciation in the memory of his separation from His Holy Spirit; The blemish of his soul and tongue may be sanctified.

ਜਿਨ ਚਾਖਿਆ ਸੇਈ ਸਾਦੁ ਜਾਣਨਿ, ਜਿਉ ਗੁੰਗੇ ਮਿਠਿਆਈ॥ jin chaakhi-aa say-ee saad jaanan ji-o gungay mithi-aa-ee.
ਅਕਥੈ ਕਾ ਕਿਆ ਕਥੀਐ ਭਾਈ, ਚਾਲਉ ਸਦਾ ਰਜਾਈ॥ akthai kaa ki-aa kathee-ai bhaa-ee chaala-o sadaa rajaa-ee.
ਗੁਰੁ ਦਾਤਾ ਮੇਲੇ ਤਾ ਮਤਿ ਹੋਵੈ, ਨਿਗੁਰੇ ਮਤਿ ਨ ਕਾਈ॥ gur daataa maylay taa mat hovai niguray mat na kaa-ee.
ਜਿਉ ਚਲਾਏ ਤਿਉ ਚਾਲਹ ਭਾਈ, ji-o chalaa-ay ti-o chaalah bhaa-ee
ਹੋਰ ਕਿਆ ਕੋ ਕਰੇ ਚਤੁਰਾਈ॥੬॥ hor ki-aa ko karay chaturaa-ee. ||6||

ਜਿਵੇਂ ਗੂੰਗਾ ਮਿੱਠਾ ਦਾ ਸਵਾਦ ਕੇਵਲ ਮੁਸਕਾਨ ਨਾਲ ਹੀ ਦੱਸ ਸਕਦਾ ਹੈ । ਜਿਸ ਨੂੰ ਸ਼ਬਦ ਦੀ ਬੰਦਗੀ ਦਾ ਰਸ ਬਖਸ਼ਿਸ਼ ਹੁੰਦਾ ਹੈ । ਕੇਵਲ ਉਹ ਹੀ ਜਾਣਦਾ, ਪਰ ਦੱਸ ਨਹੀਂ ਸਕਦਾ । ਪ੍ਰਭ ਦੀ ਰਹਿਮਤ ਨਾਲ ਹੀ ਸ਼ਬਦ ਦੀ ਸੋਝੀ ਬਖਸ਼ਿਸ਼ ਹੁੰਦੀ ਹੈ । ਰਹਿਮਤ ਤੋਂ ਬਿਨਾਂ ਸਾਰੇ ਹੀ ਅਗਿਆਨੀ ਹਨ । ਜੀਵ ਪ੍ਰਭ ਦੀ ਬਖਸ਼ੀ ਅਵਸਥਾ ਵਿੱਚ ਜੀਵਨ ਬਤੀਤ ਕਰੋ! । ਹੋਰ ਕੋਈ ਸਿਆਣਪ ਨਹੀਂ ਚਲਦੀ । ਪ੍ਰਭ ਹੀ ਸਾਰਿਆਂ ਦਾ ਆਸਰ ਦੇਣ ਵਾਲਾ ਹੈ । ਪ੍ਰਭ ਦੇ ਕਿਸੇ ਕਰਤਬ ਦੀ ਪੂਰਨ ਵਿਆਖਿਆ ਕੀਤੀ ਨਹੀਂ ਜਾ ਸਕਦੀ । ਕੇਵਲ ਉਸ ਦੀ ਰਹਿਮਤ, ਰਜ਼ਾ ਵਿੱਚ ਰਹਿਣਾ ਚਾਹੀਦਾ ਹੈ ।

As a mute, may not be able describe the pleasure of sweet delicacy with his tongue; he may only express his pleasure with smile. Whosoever may be blessed with enlightenment of the essence of His Word; however, he may not be able to explain with his tongue; only realize His Blessings. The enlightenment of the essence of His Word may only be blessed with His Blessed Vision; everyone else may remain ignorant from the essence of His Word. You should always accept your worldly environment as His Blessings; no other wisdom may prevail. The One and only One True Master remains the supporting pillar of the whole universe. His Nature remains beyond the comprehension and explanation of His Creation. Only His Word as an ultimate right path in human life journey.

ਇਕਿ ਭਰਮਿ ਭੁਲਾਏ, ਇਕਿ ਭਗਤੀ ਰਾਤੇ, ਤੇਰਾ ਖੇਲੁ ਅਪਾਰਾ॥ ik bharam bhulaa-ay ik bhagtee raatay tayraa khayl apaaraa.
ਜਿਤੁ ਤੁਧੁ ਲਾਏ ਤੇਹਾ ਫਲੁ ਪਾਇਆ, ਤੂ ਹੁਕਮਿ ਚਲਾਵਣਹਾਰਾ॥ jit tuDh laa-ay tayhaa fal paa-i-aa too hukam chalaavanhaaraa.
ਸੇਵਾ ਕਰੀ ਜੇ ਕਿਛੁ ਹੋਵੈ, ਅਪਣਾ ਜੀਉ ਪਿੰਡੁ ਤੁਮਾਰਾ॥ sayvaa karee jay kichh hovai apnaa jee-o pind tumaaraa.
ਸਤਿਗੁਰਿ ਮਿਲਿਐ ਕਿਰਪਾ ਕੀਨੀ, ਅੰਮ੍ਰਿਤ ਨਾਮੁ ਅਧਾਰਾ॥੭॥ satgur mili-ai kirpaa keenee amrit naam aDhaaraa. ||7||

ਪ੍ਰਭ ਦਾ ਖੇਲ ਅਨੋਖਾ ਹੀ ਹੈ! ਕਿਸੇ ਜੀਵ ਨੂੰ ਭਰਮਾਂ ਵਿੱਚ ਹੀ ਪਾਈ ਰਖਦਾ ਹੈ । ਕਿਸੇ ਜੀਵ ਨੂੰ ਬੰਦਗੀ ਤੇ ਲਾਈ ਰਖਦਾ, ਬੰਦਗੀ ਦਾ ਫਲ ਬਖਸ਼ਦਾ ਹੈ । ਸਭ ਕੁਝ ਪ੍ਰਭ ਦੇ ਹੁਕਮ ਨਾਲ ਹੀ ਹੁੰਦਾ ਹੈ । ਮੈਂ ਪ੍ਰਭ ਦੀ ਸੇਵਾ ਕਰਾ, ਅਗਰ ਮੇਰਾ ਆਪਣਾ ਕੀਤਾ ਕੁਝ ਹੋ ਸਕਦਾ ਹੋਵੇ । ਇਹ ਮਨ, ਤਨ ਸਾਰਾ ਪ੍ਰਭ ਦੀ ਹੀ ਅਮਾਨਤ, ਹੁਕਮ ਅੰਦਰ ਹੀ ਹੈ । ਜਿਸ ਤੇ ਆਪ ਹੀ ਰਹਿਮਤ ਬਖਸ਼ਦਾ ਹੈ, ਉਹ ਹੀ ਸ਼ਬਦ ਦੀ ਪਾਲਣਾ ਕਰਦਾ ਹੈ । ਉਸ ਦੇ ਮਨ ਵਿੱਚ ਸ਼ਬਦ ਘਰ ਕਰ ਜਾਂਦਾ ਹੈ ।

The play of universe remains fascinating and astonishing. The True Master may keep self-minded intoxicated in religious rituals, suspicions and others remain meditating and rewarded for his meditation. Everyone remains under His Command. If anything may be under my control; only then, I may serve or meditate on the teachings of His Word. My mind, body remains only His Trust and only under His Command. Whosoever may be bestowed with His Blessed Vision, only he may obey the teachings of His Word. He may remain drenched with the essence of His Word.

ਗਗਨੰਤਰਿ ਵਾਸਿਆ ਗੁਣ ਪਰਗਾਸਿਆ, ਗੁਣ ਮਹਿ ਗਿਆਨ ਧਿਆਨੰ॥ gagnantar vaasi-aa gun pargaasi-aa gun meh gi-aan Dhi-aanaN.
ਨਾਮੁ ਮਨਿ ਭਾਵੈ ਕਹੈ ਕਹਾਵੈ, ਤਤੋਂ ਤਤੁ ਵਖਾਨੰ॥ naam man bhaavai kahai kahaavai tato tat vakhaanaN.
ਸ਼ਬਦੁ ਗੁਰ ਪੀਰਾ ਗਹਿਰ ਗੰਭੀਰਾ, ਬਿਨੁ ਸ਼ਬਦੈ ਜਗੁ ਬਉਰਾਨੰ॥ sabad gur peeraa gahir gambheeraa bin sabdai jag ba-uraanaN.
ਪੂਰਾ ਬੈਰਾਗੀ ਸਹਜਿ ਸੁਭਾਗੀ, pooraa bairaagee sahj subhaagee sach
ਸਚੁ ਨਾਨਕ ਮਨੁ ਮਾਨੰ॥੮॥੧॥ naanak man maanaN. ||8||1||

ਪ੍ਰਭ ਅਕਾਸ਼ ਵਿੱਚ ਵੀ ਵਸਦਾ ਹੈ, ਉਸ ਦੀ ਜੋਤ ਦੀ ਰੋਸ਼ਨੀ ਹੀ ਸ੍ਰਿਸ਼ਟੀ ਵਿੱਚ ਪੈਂਦੀ ਹੈ । ਇਸ ਰੋਸ਼ਨੀ ਵਿੱਚ ਹੀ ਸ਼ਬਦ ਦੀ ਸੋਝੀ ਸਮਾਈ ਰਹਿੰਦੀ ਹੈ । ਪ੍ਰਭ ਆਪਣੀ ਰਜ਼ਾ ਨਾਲ ਹੀ ਸ਼ਬਦ ਬਖਸ਼ਦਾ, ਆਪ ਹੀ ਬਾਕੀਆਂ ਤੋਂ ਸੁਣਦਾ ਹੈ । ਸ਼ਬਦ ਦੀ ਸਿਖਿਆਂ ਹੀ ਅਸਲੀ ਗੁਰੂ ਹੈ! ਸ਼ਬਦ ਦੀ ਪਾਲਣਾ ਨਾਲ ਹੀ ਸ਼ਬਦ ਦੀ ਸੋਝੀ ਬਖਸ਼ਿਸ਼ ਹੋ ਸਕਦੀ ਹੈ । ਪ੍ਰਭ ਦੇ ਸ਼ਬਦ ਦੀ ਸੋਝੀ ਤੋਂ ਬਿਨਾਂ ਸਾਰੇ ਹੀ ਪਾਗਲ, ਅਗਿਆਨੀ ਹਨ । ਜਿਸ ਦੀ ਬੰਦਗੀ ਪ੍ਰਵਾਨ ਹੋ ਜਾਂਦੀ ਹੈ, ਕੇਵਲ ਉਹ ਹੀ ਪੂਰਨ ਵਿਰਾਗੀ, ਬੰਦਗੀ ਕਰਨ ਵਾਲਾ ਹੈ ।

ਗੁਰੂ ਨਾਨਕ ਦੇਵ ਜੀ! – Guru Nanak Dev Ji! Guru Granth Sahib

The True Master dwells everywhere in the universe, in sky also. The glow of His Holy Spirit shins in the universe. The enlightenment of His Word remains embedded within the eternal glow. With His Blessed Vision, He may bless His Word and listen His Glory. The teachings of His Word, remain the symbol of The True Guru! The essence of His Word remains embedded within obeying the teachings of His Word in day-to-day life. Without the enlightenment of His Word; everyone remains ignorant from the real path of human life journey. Whose earnings may be accepted in His Court, only he may become His Renunciatory, devotee.

Key Message of Raag sorath, page 634-7
'ਸੰਸਾਰਕ ਇਛਾਂ ਤੇ ਜਿੱਤ ਕਿਵੇਂ ਬਖਸ਼ਿਸ਼ ਹੋ ਸਕਦੀ ਹੈ?
ਜਿਸ ਨੂੰ ਆਪਣੇ ਆਪ ਦੀ ਪਛਾਣ ਹੋ ਜਾਂਦੀ ਹੈ, ਉਸ ਦੇ ਮਨ ਦੀਆਂ ਸਾਰੀਆਂ ਇਛਾਂ ਹੀ ਖਤਮ ਹੋ ਜਾਂਦੀਆਂ ਹਨ! ਉਸ ਦੇ ਮਨ ਵਿੱਚ ਪ੍ਰਭ ਦਾ ਸ਼ਬਦ ਘਰ ਕਰ ਜਾਂਦਾ ਹੈ, ਮਨ ਪ੍ਰਭ ਦੇ ਵਿਛੋੜੇ ਦੇ ਵਿਰਾਗ ਵਿੱਚ ਹੀ ਖੋਂਅ ਜਾਂਦਾ ਹੈ । ਅਸਲੀ ਵਿਰਾਗ ਨਾਲ ਮਨ ਵਿੱਚ ਸ਼ਬਦ ਘਰ ਕਰ ਜਾਂਦਾ, ਉਹ ਕੇਵਲ ਸ਼ਬਦ ਅਨੁਸਾਰ ਹੀ ਕਮਾਈ ਕਰਦਾ ਹੈ । ਉਸ ਦਾ ਪ੍ਰਭ ਦੀ ਬਖਸ਼ੀ ਦਾਤ ਤੇ ਸੰਤੋਖ ਰਹਿੰਦਾ ਹੈ । ਪ੍ਰਭ ਦੇ ਵਿਛੋੜੇ ਦੇ ਡਰ ਵਿੱਚ ਜੀਵਨ ਬਤੀਤ ਕਰਨ ਨਾਲ ਮਨ ਦੀ, ਮੂੰਹ ਦੀ ਮੈਲ ਧੋਤੀ ਜਾਂਦੀ ਹੈ । ਸ਼ਬਦ ਦੀ ਬੰਦਗੀ ਦਾ ਰਸ ਕੇਵਲ ਮਹਿਸੂਸ ਕੀਤਾ ਜਾ ਸਕਦਾ ਹੈ, ਪਰ ਦੱਸਿਆ ਨਹੀਂ ਜਾ ਸਕਦਾ । ਸ਼ਬਦ ਹੀ ਅਸਲੀ ਗੁਰੂ ਹੈ, ਸ਼ਬਦ ਦੀ ਪਾਲਣਾ ਵਿੱਚ ਹੀ ਸ਼ਬਦ ਦੀ ਸੋਝੀ ਬਖਸ਼ੀ ਹੈ । ਜਿਸ ਦੀ ਕਮਾਈ ਪ੍ਰਵਾਨ ਹੋ ਜਾਂਦੀ ਹੈ, ਕੇਵਲ ਉਹ ਹੀ ਪੂਰਨ ਵਿਰਾਗੀ ਬੰਦਗੀ ਕਰਨ ਵਾਲਾ ਹੈ ।
How to conquer own worldly desires?
Whosoever may recognize the real purpose of his human life opportunity; he may become beyond the influence all worldly desires. He may be drenched with the essence of His Word; he may remain intoxicated in renunciation of the memory of his separation from His Holy Spirit. He may remain drenched with the essence of His Word; he may only earn the wealth of His Word. He remains contented with His Blessings and worldly environments. Whosoever may live in fear of his separation from His Holy Spirit; his soul and tongue may be sanctified. He may realize, the nectar of eternal enlightenment; however, he may not be able to explain with his tongue. The True Guru, the enlightenment of the essence of His Word remains embedded within obeying the teachings of His Word in day-to-day life.

14. ਸੋਰਠਿ ਮਹਲਾ ੧ ਤਿਤੁਕੀ॥ 635-7

ਆਸਾ ਮਨਸਾ ਬੰਧਨੀ ਭਾਈ, ਕਰਮ ਧਰਮ ਬੰਧਕਾਰੀ॥ aasaa mansaa banDhnee bhaa-ee karam Dharam banDhkaaree.
ਪਾਪਿ ਪੁੰਨਿ ਜਗੁ ਜਾਇਆ ਭਾਈ, ਬਿਨਸੈ ਨਾਮੁ ਵਿਸਾਰੀ॥ paap punn jag jaa-i-aa bhaa-ee binsai naam visaaree.
ਇਹ ਮਾਇਆ ਜਗਿ ਮੋਹਣੀ ਭਾਈ, ਕਰਮ ਸਭੇ ਵੇਕਾਰੀ॥੧॥ ih maa-i-aa jag mohnee bhaa-ee karam sabhay vaykaaree. ||1||

ਮਨ ਦੀਆਂ ਇਛਾਂ ਅਤੇ ਆਸਾਂ ਸੰਸਾਰਕ ਮੋਹ ਦੇ ਜਾਲ ਹਨ । ਧਾਰਮਕ ਰੀਤੀ ਰੀਵਾਜ ਸਾਰੇ ਸੰਸਾਰਕ ਜਾਲ ਹਨ । ਜੀਵ ਚੰਗੇ ਮੰਦੇ ਕੰਮ ਕਰਨ ਕਰਕੇ ਹੀ ਸੰਸਾਰ ਵਿੱਚ ਜਨਮ ਲੈਂਦਾ ਹੈ । ਮਨਮੁਖ, ਪ੍ਰਭ ਦਾ ਸ਼ਬਦ ਵਿਸਾਰ ਕੇ ਮਾਨਸ ਜਨਮ ਬਿਰਥਾ ਹੀ ਗਵਾ ਲੈਂਦਾ ਹੈ । ਮਾਇਆ ਅਤੇ ਮੋਹ ਨੇ ਸਾਰੇ ਜੀਵਾਂ ਤੇ ਜਾਦੂ ਕੀਤਾ ਹੈ । ਸਾਰੇ ਸੰਸਾਰਕ ਕੰਮ ਹੀ ਲਾਲਚ ਦੇ ਅਧਾਰ ਤੇ ਕੀਤੇ ਕਰਦੇ ਹਨ ।

Worldly desires and hopes of mind are the traps of Worldly wealth; religious rituals are another trap created by our greed. Everyone performs good and evil deeds and he remains in the cycle of birth and death. Whosoever may abandon the teachings of His Word from day-to-day life; he wastes his human life opportunity. Worldly wealth and attachments have intoxicated everyone. The whole world preforms all tasks based on his greed of worldly wealth.

ਸੁਣ ਪੰਡਿਤ ਕਰਮਾ ਕਾਰੀ॥ sun Pundit karmaa kaaree.
ਜਿਤੁ ਕਰਮੁ ਸੁਖੁ ਊਪਜੈ ਭਾਈ, ਸੁ ਆਤਮ ਤਤੁ ਬੀਚਾਰੀ॥ ਰਹਾਉ॥ Jit karam sukh oopjai bhaa-ee so aatam tat beechaaree. rahaa-o.

ਪੰਡਿਤ, ਗਿਆਨੀ ਕੁਝ ਸਿਖਿਆ ਦੇਵੋ! ਜਿਸ ਰੀਤੀ ਰੀਵਾਜ ਨਾਲ ਆਤਮਾ ਨੂੰ ਸ਼ਾਂਤੀ ਮਿਲਦੀ ਹੈ । ਉਹ ਹੀ ਬੰਦਗੀ ਦਾ ਰਸਤਾ ਹੈ ।

Worldly guru you may impart me the right guidance. What religious ritual, may provide peace of mind and contentment in worldly environments. That deed or religious ritual may be the right path of human life.

ਸਾਸਤੁ ਬੇਦੁ ਬਕੈ ਖੜੋ ਭਾਈ, ਕਰਮ ਕਰਹੁ ਸੰਸਾਰੀ॥ saasat bayd bakai kharho bhaa-ee karam karahu sansaaree.
ਪਾਖੰਡਿ ਮੈਲੁ ਨ ਚੂਕਈ ਭਾਈ, ਅੰਤਰਿ ਮੈਲੁ ਵਿਕਾਰੀ॥ pakhand mail na chook-ee bhaa-ee antar mail vikaaree.
ਇਨ ਬਿਧਿ ਡੂਬੀ ਮਾਕੁਰੀ ਭਾਈ, ਊਂਡੀ ਸਿਰ ਕੈ ਭਾਰੀ॥੨॥ in biDh doobee maakuree bhaa-ee ooNdee sir kai bhaaree. ||2||

ਧਾਰਮਕ ਲਿਖਤਾਂ, ਵੇਦ, ਸਾਸਤ੍ਰ ਪੜ੍ਹਨਾ, ਇਹਨਾਂ ਦੀ ਵਿਆਖਿਆ ਕਰਨਾ, ਸਾਰੇ ਸੰਸਾਰਕ ਧੰਦੇ ਹੀ ਹਨ । ਇਹ ਸਾਰੇ ਅਣਜਾਣਤਾ ਦੀ ਨਿਸ਼ਾਨੀ, ਫਰੇਬ ਹੀ ਹੈ । ਇਹਨਾਂ ਨਾਲ ਮਨ ਦੇ ਲਾਲਚ ਦੀ ਅੱਗ ਖਤਮ ਨਹੀਂ ਹੁੰਦੀ । ਇਹ ਤਰੀਕੇ ਹਨ! ਜਿਵੇਂ ਸਪਾਈਡਰ ਆਪਣੇ ਆਲ੍ਹਣੇ ਵਿੱਚ ਹੀ ਸਿਰ ਭਾਰ ਡਿੰਗ ਕੇ ਮਰ ਜਾਂਦਾ ਹੈ ।

Reading religious Holy Scripture, and write or preach the spiritual meanings, all these are worldly chores. All these are sign of ignorance from the real purpose of human life; all are frauds. These may not sanctify the blemish of soul nor extinguish the lava of greed of mind. This may be like a spider, fall on his head in his own nest.

ਦੁਰਮਤਿ ਘਣੀ ਵਿਗੂਤੀ ਭਾਈ, ਦੂਜੈ ਭਾਇ ਖੁਆਈ॥ durmat ghanee vigootee bhaa-ee doojai bhaa-ay khu-aa-ee.
ਬਿਨੁ ਸਤਿਗੁਰ ਨਾਮੁ ਨ ਪਾਈਐ ਭਾਈ, bin satgur naam na paa-ee-ai bhaa-ee
ਬਿਨੁ ਨਾਮੈ ਭਰਮੁ ਨ ਜਾਈ॥ bin naamai bharam na jaa-ee.
ਸਤਿਗੁਰੁ ਸੇਵੇ ਤਾ ਸੁਖੁ ਪਾਏ ਭਾਈ, ਆਵਣੁ ਜਾਣੁ ਰਹਾਈ॥੩॥ satgur sayvay taa sukh paa-ay bhaa-ee aavan jaan rahaa-ee. ||3||

ਅਨੇਕਾਂ ਜੀਵ ਹੀ ਮਨਮਰਜ਼ੀ ਕਰਦੇ, ਵੱਖਰੇ ਵੱਖਰੇ ਰਸਤੇ ਤੇ ਚਲਦੇ ਹਨ । ਮਾਨਸ ਜਨਮ ਬਿਰਥਾ ਹੀ ਗਵਾ ਲੈਂਦੇ ਹਨ । ਪ੍ਰਭ ਦੀ ਰਹਿਮਤ ਤੋਂ ਬਿਨਾਂ ਸ਼ਬਦ ਦੀ ਸੋਝੀ ਬਖਸ਼ਿਸ਼ ਨਹੀਂ ਹੁੰਦੀ । ਸ਼ਬਦ ਦੀ ਸੋਝੀ ਤੋਂ ਬਿਨਾਂ ਮਨ ਸ਼ਬਦ ਦੀ ਪਾਲਣਾ ਵਿੱਚ ਨਹੀਂ ਟਿਕਦਾ, ਮਨ ਦੇ ਭਰਮ ਦੂਰ ਨਹੀਂ ਹੁੰਦੇ । ਸ਼ਬਦ ਦੀ ਪਾਲਣਾ ਕਰਨ ਨਾਲ ਹੀ ਮਨ ਨੂੰ ਸ਼ਾਂਤੀ ਬਖਸ਼ਿਸ਼ ਹੁੰਦੀ ਹੈ । ਜਿਸ ਦਾ ਮਨ ਸ਼ਬਦ ਵਿੱਚ ਟਿਕਦਾ ਹੈ । ਪ੍ਰਭ ਦੀ ਰਹਿਮਤ ਨਾਲ ਉਸ ਦਾ ਜਨਮ ਮਰਨ ਦਾ ਚੱਕਰ ਖਤਮ ਹੁੰਦਾ ਹੈ ।

Many self-minded follows various religious path and waste their human life opportunity uselessly. Without His Blessed Vision, no one may ever stay steady and stable on the path of meditation, nor enlightened with the essence of His Word, nor conquers his religious suspicions. Whosoever may adopt the teachings of His Word with steady and stable belief, he may be blessed with peace in his life. He remains on the right path; his cycle of birth and death may be eliminated.

ਸਾਚੁ ਸਹਜੁ ਗੁਰ ਤੇ ਊਪਜੈ ਭਾਈ, ਮਨੁ ਨਿਰਮਲੁ ਸਾਚਿ ਸਮਾਈ॥
ਗੁਰੁ ਸੇਵੇ ਸੋ ਬੂਝੈ ਭਾਈ, ਗੁਰ ਬਿਨੁ ਮਗੁ ਨ ਪਾਈ॥
ਜਿਸੁ ਅੰਤਰਿ ਲੋਭੁ ਕਿ ਕਰਮ ਕਮਾਵੈ ਭਾਈ,
ਕੂੜੁ ਬੋਲਿ ਬਿਖੁ ਖਾਈ॥੪॥

saach sahj gur tay oopjai bhaa-ee man nirmal saach samaa-ee.
gur sayvay so boojhai bhaa-ee gur bin mag na paa-ee.
Jis antar lobh ke karam kamaavai bhaa-ee
koorh bol bikh khaa-ee. ||4||

ਜਿਹੜਾ ਸ਼ਬਦ ਦੀ ਪਾਲਣਾ ਤੇ ਅਡੋਲ ਰਹਿੰਦਾ ਹੈ । ਉਸ ਨੂੰ ਸ਼ਬਦ ਦੀ ਸੋਝੀ, ਮਨ ਨੂੰ ਅਸਲੀ ਸ਼ਾਤੀ ਬਖਸ਼ਿਸ਼ ਹੁੰਦੀ ਹੈ । ਸ਼ਬਦ ਦੀ ਸੋਝੀ ਤੋਂ ਬਿਨਾਂ ਪ੍ਰਵਾਨਗੀ ਦਾ ਰਸਤਾ ਬਖਸ਼ਿਸ਼ ਨਹੀਂ ਹੁੰਦਾ । ਮਨ ਅੰਦਰ ਲਾਲਚ ਵਾਲਾ ਕੀ ਕਰ ਸਕਦਾ ਹੈ? ਕੇਵਲ ਝੂਠ ਹੀ ਬੋਲਦਾ ਹੈ । ਮਨ ਸ਼ਬਦ ਵਿੱਚ ਨਹੀਂ ਲਗਦਾ, ਉਹ ਲਾਲਚ ਦਾ ਜ਼ਹਿਰ ਹੀ ਪੀਂਦਾ ਹੈ ।

Whosoever may obey the teachings of His Word with steady and stable belief; with His mercy and grace, he may be blessed with the enlightenment of His Word, and true peace of mind. Without the enlightenment of essence of His Word, the right path of acceptance may not be blessed. What may greedy, intoxicated worldly greed accomplish; only tells lies? He may never stay on meditation path for long; he drinks the poison of worldly greed.

ਪੰਡਿਤ ਦਹੀ ਵਿਲੋਈਐ ਭਾਈ, ਵਿਚਹੁ ਨਿਕਲੈ ਤਥੁ॥
ਜਲੁ ਮਥੀਐ ਜਲੁ ਦੇਖੀਐ ਭਾਈ, ਇਹੁ ਜਗੁ ਏਹਾ ਵਥੁ॥
ਗੁਰ ਬਿਨੁ ਭਰਮਿ ਵਿਗੂਚੀਐ ਭਾਈ, ਘਟਿ ਘਟਿ ਦੇਉ ਅਲਖੁ॥੫॥

Pundit dahee vilo-ee-ai bhaa-ee vichahu niklai tath.
jal mathee-ai jal daykhee-ai bhaa-ee ih jag ayhaa vath.
gur bin bharam vigoochee-ai bhaa-ee ghat ghat day-o alakh. ||5||

ਸੰਸਾਰਕ ਗਿਆਨੀ! ਦੁੱਧ ਨੂੰ ਰਿੜਕਣ ਨਾਲ ਹੀ ਮੱਖਣ ਨਿਕਲਦਾ ਹੈ । ਪਾਣੀ ਨੂੰ ਰਿੜਕਣ ਨਾਲ ਉਹ ਪਾਣੀ ਹੀ ਰਹਿੰਦਾ ਹੈ । ਇਹ ਹੀ ਸੰਸਾਰਕ ਧਾਰਮਕ ਜੀਵਾਂ ਦਾ ਹਾਲ ਹੈ! ਉਹ ਸ਼ਬਦ ਦੀ ਪਾਲਣਾ ਕਰਨ ਤੋਂ ਬਿਨਾਂ ਭਰਮਾਂ ਵਿੱਚ ਹੀ ਭਟਕਦੇ ਰਹਿੰਦੇ ਹਨ । ਪ੍ਰਵਾਨਗੀ ਦਾ ਰਸਤਾ ਬਖਸ਼ਿਸ਼ ਨਹੀਂ ਹੁੰਦਾ ।

Worldly scholar Remember! Only churning milk may render butter; nothing gained by churning water. Such a way of life of religious preacher, worldly guru. Without obeying the teachings of His Word with steady and stable belief; worldly guru remains frustrated in religious rituals; He may never be blessed with the right path of acceptance in His Court.

ਇਹੁ ਜਗੁ ਤਾਗੋ ਸੂਤ ਕੋ ਭਾਈ, ਦਹ ਦਿਸ ਬਾਧੋ ਮਾਇ॥
ਬਿਨੁ ਗੁਰ ਗਾਠਿ ਨ ਛੂਟਈ ਭਾਈ, ਥਾਕੇ ਕਰਮ ਕਮਾਇ॥
ਇਹੁ ਜਗੁ ਭਰਮਿ ਭੁਲਾਇਆ ਭਾਈ,
ਕਹਣਾ ਕਿਛੂ ਨ ਜਾਇ॥੬॥

ih jag taago soot ko bhaa-ee dah dis baaDho maa-ay.
bin gur gaath na chhoot-ee bhaa-ee thaakay karam kamaa-ay.
ih jag bharam bhulaa-i-aa bhaa-ee
kahnaa kichhoo na jaa-ay. ||6||

ਸੰਸਾਰਕ ਜੀਵਨ ਕਪਾਹ, ਸੂਤ ਦੇ ਧਾਗੇ ਵਰਗਾ ਹੈ! ਮਾਇਆ ਨੇ ਦਸਾਂ ਪਾਸਿਓ ਹੀ ਬੰਧਾ ਹੈ । ਇਸ ਦੀ ਗੰਢ ਸ਼ਬਦ ਦੀ ਸੋਝੀ ਤੋਂ ਬਿਨਾਂ ਨਹੀਂ ਖੁੱਲ੍ਹਦੀ । ਸਾਰੇ ਧਾਰਮਕ ਰੀਤੀ ਰੀਵਾਜ ਕਰਕੇ ਦੇਖੇ ਹਨ । ਇਹ ਸੰਸਾਰ ਭਰਮਾਂ ਨਾਲ ਭਰਿਆਂ ਹੈ । ਇਸ ਬਾਬਤ ਹੋਰ ਕੋਝ ਨਹੀਂ ਕਿਹਾ ਜਾ ਸਕਦਾ ।

Worldly life is like a cotton thread; worldly wealth has tied this thread from all 10 directions. The knots of the worldly miseries may not be untangled without the enlightenment of the essence of His Word. I have evaluated all religious rituals; worldly creatures remain dominated with suspicions and rituals. Nothing more may be explored about this.

ਗੁਰ ਮਿਲਿਐ ਭਉ ਮਨਿ ਵਸੈ ਭਾਈ, ਭੈ ਮਰਣਾ ਸਚੁ ਲੇਖੁ॥
ਮਜਨੁ ਦਾਨੁ ਚੰਗਿਆਈਆ ਭਾਈ, ਦਰਗਹ ਨਾਮੁ ਵਿਸੇਖੁ॥
ਗੁਰੁ ਅੰਕਸੁ ਜਿਨਿ ਨਾਮੁ ਦ੍ਰਿੜਾਇਆ ਭਾਈ,
ਮਨਿ ਵਸਿਆ ਚੂਕਾ ਭੇਖੁ॥੭॥

gur mili-ai bha-o man vasai bhaa-ee bhai marnaa sach laykh.
majan daan chang-aa-ee-aa bhaa-ee dargeh naam visaykh.
gur ankas Jin naam drirh-aa-i-aa bhaa-ee
man vasi-aa chookaa bhaykh. |7||

ਸ਼ਬਦ ਦੀ ਸੋਝੀ ਹੋਣ ਨਾਲ ਪ੍ਰਭ ਦੇ ਵਿਛੋੜੇ ਦਾ ਵਿਰਾਗ ਮਨ ਵਿੱਚ ਘਰ ਕਰਦਾ ਹੈ । ਇਸ ਵਿਰਾਗ ਵਿੱਚ ਲੀਨ ਹੋਏ, ਜੀਵਨ ਬਤੀਤ ਕਰਨਾ ਹੀ, ਮਨਸ ਜਨਮ ਸਫਲ ਕਰਨਾ ਹੈ । <u>ਪ੍ਰਭ ਦੇ ਦਰਬਾਰ ਵਿੱਚ, ਪ੍ਰਭ ਦੇ ਵਿਛੋੜਾ ਦਾ ਵਿਰਾਗ ਕਰਨਾ, ਸ਼ਬਦ ਦੀ ਪਾਲਣਾ, ਤੀਰਥ ਇਸਨਾਨ, ਪੁੰਨ ਦਾਨ ਜਾ ਚੰਗੇ ਕੰਮ ਨਾਲੋ ਜ਼ਿਆਦਾ ਮਹੱਤਵ ਪੂਰਨ ਹੈ</u> । ਜਿਸ ਨੇ ਸ਼ਬਦ ਦਾ ਬੀਜ ਆਪਣੇ ਅੰਦਰ ਬੋਇਆ ਹੈ । ਸ਼ਬਦ ਦੀ ਸੋਝੀ ਪਾ ਕੇ ਸ਼ਬਦ ਦੀ ਪਾਲਣਾ ਕਰਦਾ ਹੈ । ਪ੍ਰਭ ਦੀ ਜੋਤ ਉਸ ਅੰਦਰ ਜਾਗਰਤ ਹੋ ਜਾਂਦੀ ਹੈ । ਉਹ ਸੰਸਾਰਕ ਇਛਾਂ ਦੇ ਭਰਮਾਂ ਤੋਂ ਛੁਟਕਾਰਾ ਪਾ ਲੈਂਦਾ ਹੈ ।

His true devotee may remain drenched with the enlightenment of His Word; he may remain in deep renunciation. His human life journey may become successful. <u>**The renunciation in the memory of his separation from His Holy Spirit may have more significance than even obeying His Word, sanctifying bath at Holy shrine, charity, and good deeds**</u>. Whosoever may sow the seed of His Word within; he may be blessed with enlightenment, obeying the teachings of His Word. His Holy Spirit may be awake and alert within; all his worldly desires, suspicions may be eliminated from within.

ਇਹੁ ਤਨੁ ਹਾਟੁ ਸਰਾਫ ਕੋ ਭਾਈ, ਵਖਰੁ ਨਾਮੁ ਅਪਾਰੁ॥
ਇਹੁ ਵਖਰੁ ਵਾਪਾਰੀ ਸੋ ਦ੍ਰਿੜੈ ਭਾਈ, ਗੁਰ ਸਬਦਿ ਕਰੇ ਵੀਚਾਰੁ॥
ਧਨੁ ਵਾਪਾਰੀ ਨਾਨਕਾ ਭਾਈ, ਮੇਲਿ ਕਰੇ ਵਾਪਾਰੁ॥੮॥੨॥

ih tan haat saraaf ko bhaa-ee vakhar naam apaar.
ih vakhar vaapaaree so darirhai bhaa-ee gur sabad karay veechaar.
Dhan vaapaaree naankaa bhaa-ee mayl karay vaapaar. ||8||2||

ਮਾਨਸ ਤਨ ਇਕ ਸੁਨਿਆਰ ਦੀ ਦੁਕਾਨ ਹੈ, ਇਸ ਵਿੱਚ ਸ਼ਬਦ ਦਾ ਹੀ ਸੌਦਾ ਹੈ । ਜਿਹੜਾ ਜੀਵ ਸ਼ਬਦ ਦੇ ਲੜ ਲਗਕੇ, ਸ਼ਬਦ ਦੀ ਪਾਲਣਾ ਕਰਦਾ ਹੈ । ਉਹ ਇਹ ਸੋਨਾ ਖਰੀਦ ਲੈਂਦਾ ਹੈ । ਉਸ ਤੇ ਪ੍ਰਭ ਦੀ ਰਹਿਮਤ ਹੋ ਜਾਂਦੀ ਹੈ, ਉਹ ਪ੍ਰਵਾਨਗੀ ਦੇ ਰਸਤੇ ਹੈ ।

Human body may be like a workshop of gold-smith, smithy shop and carries the merchandizes of His Word. Whosoever may remain dedicated to obey the teachings of His Word, he may purchase gold. He may be bestowed with His Blessed Vision; he may remain on the right path of acceptance in His Court.

Key Message of Raag sorath, page 635-7
'ਸਭ ਤੋਂ ਮਹੱਤਵ ਪੂਰਨ ਧਨ!
ਜੀਵ ਚੰਗੇ ਮੰਦੇ ਕੰਮ ਕਰਨ ਕਰਕੇ ਹੀ ਸੰਸਾਰ ਵਿੱਚ ਜਨਮ ਲੈਂਦਾ ਹੈ । ਮਨ ਦੀਆਂ ਇਛਾਂ ਅਤੇ ਆਸਾਂ ਸੰਸਾਰਕ ਮੋਹ ਦਾ ਜਾਲ ਹੈ । ਜਿਸ ਰੀਤੀ ਰੀਵਾਜ ਨਾਲ ਆਤਮਾ ਨੂੰ ਸ਼ਾਂਤੀ ਮਿਲਦੀ ਹੈ । ਉਹ ਹੀ ਬੰਦਗੀ ਦਾ ਰਸਤਾ ਹੈ । ਜਿਹੜਾ ਜੀਵ ਸ਼ਬਦ ਦੀ ਪਾਲਣਾ ਕਰਦਾ, ਉਸ ਨੂੰ ਸ਼ਬਦ ਦੀ ਸੋਝੀ ਬਖਸ਼ਿਸ਼ ਹੋ ਜਾਂਦੀ ਹੈ । ਉਸ ਨੂੰ ਹੀ ਅਸਲੀ ਸ਼ਾਂਤੀ ਬਖਸ਼ਿਸ਼ ਹੁੰਦੀ ਹੈ । ਸੰਸਾਰਕ ਮਾਇਆ ਨੇ ਜੀਵ ਨੂੰ ਦਸਾ ਪਾਸੇ ਤੋਂ ਹੀ ਬੰਧਾ ਹੈ । ਸਾਰੇ ਧਾਰਮਕ ਰੀਤੀ ਰੀਵਾਜ ਹੀ ਭਰਮਾਂ ਦੇ ਜਾਲ ਹਨ । **<u>ਪ੍ਰਭ ਦੇ ਵਿਛੋੜਾ ਦਾ ਵਿਰਾਗ ਕਰਨਾ,</u> ਸ਼ਬਦ ਦੀ ਪਾਲਣਾ, ਤੀਰਥ ਇਸਨਾਨ, ਪੁੰਨ ਦਾਨ ਜਾ ਚੰਗੇ ਕੰਮ ਨਾਲੋ ਜ਼ਿਆਦਾ ਮਹੱਤਵ ਪੂਰਨ ਹੈ ।**
Most significant wealth in His Court!

Everyone may remain in the cycle of birth and death due to his performed good and evil deeds. Worldly desires and hopes are the traps of worldly attachments. Any religious ritual, may provide peace and contentment becomes the right path of human life. Whosoever may obey the teachings of His Word; he may be enlightened! Only he may realize true peace of mind. Worldly wealth has trapped human from all 10 directions with religious rituals. **The renunciation of the memory of his separation from His Holy Spirit may be more significance** in His Court; even from obeying His Word, sanctifying bath at Holy Shrine, charity, and good deeds!

10 Trick- Traps of Satan:
Satan is a snake. He is a liar and the Father of Lies.

ਸਾਪੇਖ – Relativism! **ਉਦਾਸੀਨਤਾ** – Indifferentism! **ਅੁਦਾਰਚਿੱਤ – ਸਰਬਵਿਆਪਕ** - Eclecticism
ਭਾਵਨਾਤਮਕ – Sentimentalism! **ਉਪਯੋਗਤਾਵਾਦ** – Utilitarianism! **ਵਾਧਾ–ਵਾਦ** – Incrementalism!
ਪਦਾਰਥ–ਵਾਦ – Materialism! **ਵਿਗਿਆਨ** – Scientism! **ਸਥਿਥੀ ਸੰਬੰਧੀ** – Situational Ethics! **ਸਰਵ–ਵਿਆਪਕ** - Universalism

15. ਸੋਰਠਿ ਮਹਲਾ ੧॥ 636-3

ਜਿਨੀ ਸਤਿਗੁਰੁ ਸੇਵਿਆ ਪਿਆਰੇ, ਤਿਨ੍ ਕੇ ਸਾਥ ਤਰੇ॥ JinHee satgur sayvi-aa pi-aaray tinH kay saath taray.
ਤਿਨ੍ਾ ਠਾਕ ਨ ਪਾਈਐ ਪਿਆਰੇ, ਅੰਮ੍ਰਿਤ ਰਸਨ ਹਰੇ॥ tinHaa thaak na paa-ee-ai pi-aaray amrit rasan haray.
ਬੂਡੇ ਭਾਰੇ ਭੈ ਬਿਨਾਂ ਪਿਆਰੇ, ਤਾਰੇ ਨਦਰਿ ਕਰੇ॥੧॥ booday bhaaray bhai binaa pi-aaray taaray nadar karay. ||1

ਜਿਹੜਾ ਜੀਵ ਸ਼ਬਦ ਦੀ ਪਾਲਣਾ ਕਰਦਾ ਹੈ । ਉਸ ਦੇ ਸਾਥੀ ਵੀ ਉਸ ਰਸਤਾ ਤੇ ਚਲਕੇ ਪ੍ਰਵਾਨ ਹੋ ਜਾਂਦੇ ਹਨ । ਉਹਨਾਂ ਦੇ ਰਸਤਾ ਵਿੱਚ ਕੋਈ ਰੁਕਾਵਟ ਨਹੀਂ ਆਉਂਦੀ । ਉਹਨਾਂ ਦੀ ਜੀਭ ਤੇ ਪ੍ਰਭ ਦੇ ਸ਼ਬਦ ਦਾ ਰਸ, ਰੰਗ ਚੜ੍ਹਿਆ ਹੁੰਦਾ ਹੈ । ਜਿਸ ਦੇ ਮਨ ਵਿੱਚ ਪ੍ਰਭ ਦੇ ਵਿਛੋੜੇ ਦਾ ਵਿਰਾਗ ਨਹੀਂ ਹੁੰਦਾ! ਉਸ ਤੇ ਸੰਸਾਰਕ ਇਛਾਂ ਦਾ ਬਹੁਤ ਭਾਰ ਹੁੰਦਾ ਹੈ, ਇਸ ਵਿੱਚ ਹੀ ਡੁੱਬ ਜਾਂਦਾ ਹੈ । ਅਗਰ ਪ੍ਰਭ ਉਸ ਤੇ ਵੀ ਰਹਿਮਤ ਦੀ ਨਜ਼ਰ ਬਖਸ਼ੇ, ਉਹ ਵੀ ਪਾਰ ਹੋ ਜਾਂਦਾ ਹੈ ।

Whosoever may adopt the teachings of His Word; his companions may also adopt the teachings of His Word. They may remain on the right path of His Acceptance. They may not face any restriction on their path of acceptance. Their tongue may remain drenched with the nectar of His Word. Whosoever may not have any renunciation of his separation from His Holy Spirit; he may remain overwhelmed with miseries of worldly desires. He may drown in the ocean of worldly desires. Whosoever may adopt the right path of meditation; he may be saved from worldly ocean of desires.

ਭੀ ਤੂਹੈ ਸਾਲਾਹਣਾ ਪਿਆਰੇ, ਭੀ ਤੇਰੀ ਸਾਲਾਹ॥ bhee toohai salaahnaa pi-aaray bhee tayree saalaah.
ਵਿਣੁ ਬੋਹਿਥ ਭੈ ਡੁਬੀਐ ਪਿਆਰੇ, ਕੰਧੀ ਪਾਇ ਕਹਾਹ॥੧॥ ਰਹਾਉ॥ vin bohith bhai dubee-ai pi-aaray kanDhee paa-ay kahaah. ||1|| rahaa-o.

ਪ੍ਰਭ, ਮੈਂ ਸ਼ਬਦ ਦੀ ਉਸਤਤ ਕਰਦਾ ਹਾ, ਕਰਦਾ ਜਾਵਾਗਾ । ਸੰਸਾਰਕ ਸਾਗਰ ਪਾਰ ਕਰਨ ਵਾਲੀ ਇਹ ਹੀ ਕਿਸ਼ਤੀ ਹੈ । ਕੀ ਦਰਬਾਰ ਵਿੱਚ ਪ੍ਰਵਾਨ ਹੋਣ ਦਾ ਹੋਰ ਕੋਈ ਚਾਰਾ ਹੈ?

I am singing the praises of His Word and I may remain singing His Praises. This may be the only boat to cross the worldly ocean of desires. Is there any other technique to sanctify soul to become worthy of Your Considerations?

ਸਾਲਾਹੀ ਸਾਲਾਹਣਾ ਪਿਆਰੇ, ਦੂਜਾ ਅਵਰੁ ਨ ਕੋਇ॥ saalaahee salaahnaa pi-aaray doojaa avar na ko-ay.
ਮੇਰੇ ਪ੍ਰਭ ਸਾਲਾਹਨਿ ਸੇ ਭਲੇ ਪਿਆਰੇ, ਸਬਦਿ ਰਤੇ ਰੰਗੁ ਹੋਇ॥ mayray parabh saalaahan say bhalay pi-aaray sabad ratay rang ho-ay.
ਤਿਸ ਕੀ ਸੰਗਤਿ ਜੇ ਮਿਲੈ ਪਿਆਰੇ, ਰਸੁ ਲੈ ਤਤੁ ਵਿਲੋਇ॥੨॥ tis kee sangat jay milai pi-aaray ras lai tat vilo-ay. ||2||

ਕੇਵਲ ਇਕੋ ਇਕ ਪ੍ਰਭ ਹੀ ਪੂਜਣ ਜੋਗ ਹੈ! ਜਿਹੜਾ ਸ਼ਬਦ ਦੀ ਪਾਲਣਾ ਕਰਦਾ ਹੈ, ਕੇਵਲ ਉਹ ਹੀ ਭਲਾ, ਗੁਰਮਖ ਜੀਵ ਹੈ! ਉਸ ਤੇ ਵਿਛੋੜੇ ਦੇ ਵਿਰਾਗ ਦਾ ਰੰਗ ਚੜ੍ਹਿਆ ਹੈ । ਜਿਸ ਨੂੰ ਆਪਣੀ ਰਹਿਮਤ ਨਾਲ ਉਸ ਜੀਵ ਦੀ ਸੰਗਤ ਬਖਸ਼ਦਾ ਹੈ! ਉਸ ਨੂੰ ਵੀ ਸ਼ਬਦ ਦੀ ਸੋਝੀ, ਅਨੰਦ, ਖੇੜਾ ਬਖਸ਼ਿਸ਼ ਹੋ ਜਾਂਦੀ ਹੈ!

The One and Only One, True Master may be worthy of worship. Whosoever may obey the teachings of His Word, only he may become worthy to be called His true devotee. He may remain drenched with the crimson color of renunciation of his separation from His Holy Spirit. He may be blessed with the conjugation of His Holy saint. He may become worthy of His Consideration and he may enjoy pleasures and blossom.

ਪਤਿ ਪਰਵਾਨਾ ਸਾਚ ਕਾ ਪਿਆਰੇ, ਨਾਮੁ ਸਚਾ ਨੀਸਾਣੁ॥ pat parvaanaa saach kaa pi-aaray naam sachaa neesaan.
ਆਇਆ ਲਿਖਿ ਲੈ ਜਾਵਣਾ ਪਿਆਰੇ, ਹੁਕਮੀ ਹੁਕਮੁ ਪਛਾਣੁ॥ aa-i-aa likh lai jaavnaa pi-aaray hukmee hukam pachhaan.
ਗੁਰ ਬਿਨੁ ਹੁਕਮੁ ਨ ਬੂਝੀਐ ਪਿਆਰੇ, ਸਾਚੇ ਸਾਚਾ ਤਾਣੁ॥੩॥ gur bin hukam na boojhee-ai pi-aaray saachay saachaa taan. ||3||

ਅਟਲ ਦੇ ਦਰਬਾਰ ਵਿੱਚ ਜਾਣ ਲਈ ਸ਼ਬਦ ਤੇ ਅਡੋਲ ਹੋਣ ਦਾ ਪਾਸ ਹੀ ਚਾਹੀਦਾ ਹੈ । ਜੀਵ ਆਪਣੇ ਲਿਖੇ ਭਾਗਾਂ ਨਾਲ ਹੀ ਮਾਨਸ ਜਨਮ ਬਖਸ਼ਿਸ਼ ਹੁੰਦਾ ਹੈ, ਪ੍ਰਭ ਦੇ ਹੁਕਮ ਨਾਲ ਹੀ ਉਸ ਨੂੰ ਮਾਨਸ ਜਨਮ ਦੇ ਮੰਤਵ ਦੀ ਸੋਝੀ ਬਖਸ਼ਿਸ਼ ਹੁੰਦੀ ਹੈ । ਪ੍ਰਭ ਦੀ ਰਹਿਮਤ ਤੋਂ ਬਿਨ ਸ਼ਬਦ ਦੀ ਸੋਝੀ ਨਹੀਂ ਹੁੰਦੀ, ਇਹ ਸਭ ਕੁਝ ਕੇਵਲ ਪ੍ਰਭ ਦੇ ਵੱਸ ਵਿੱਚ ਹੀ ਹੈ ।

Whosoever may earn the wealth of His Word; only he may be blessed with the right path of acceptance in His Court. Everyone comes in the world with prewritten destiny; with His mercy and grace, he may recognize the real purpose of his human life opportunity. No one may be enlightenment of the essence of His Word without His Blessed Vision. Everything may remain under His Command and only He may bestow His Blessed Vision.

ਹੁਕਮੇ ਅੰਦਰਿ ਨਿੰਮਿਆ ਪਿਆਰੇ, ਹੁਕਮੇ ਉਦਰ ਮਝਾਰਿ॥ hukmai andar nimmi-aa pi-aaray hukmai udar majhaar.
ਹੁਕਮੇ ਅੰਦਰਿ ਜੰਮਿਆ ਪਿਆਰੇ, ਊਧਉ ਸਿਰ ਕੈ ਭਾਰਿ॥ hukmai andar jammi-aa pi-aaray ooDha-o sir kai bhaar.
ਗੁਰਮੁਖਿ ਦਰਗਹ ਜਾਣੀਐ ਪਿਆਰੇ, ਚਲੈ ਕਾਰਜ ਸਾਰਿ॥੪॥ gurmukh dargeh jaanee-ai pi-aaray chalai kaaraj saar. ||4||

ਪ੍ਰਭ ਦੇ ਹੁਕਮ ਨਾਲ ਹੀ ਆਤਮਾ ਗਰਭ ਵਿੱਚ ਆਉਂਦੀ ਹੈ । ਉਸ ਦੇ ਭਾਣੇ ਨਾਲ ਹੀ ਜੀਵ ਮਾਤਾ ਦੇ ਪੇਟ ਵਿੱਚ ਪੁੱਠਾ ਵਧਦਾ ਹੈ । ਪ੍ਰਭ ਦੇ ਭਾਣੇ ਨਾਲ ਹੀ ਗੁਰਮਖ ਸੰਸਾਰ ਵਿੱਚ ਆਪਣਾ ਲੇਖਾ ਖਤਮ ਜਾਂਦਾ ਹੈ । ਉਸ ਦੇ ਦਰਬਾਰ ਵਿੱਚ ਪ੍ਰਵਾਨ ਹੋ ਜਾਂਦਾ ਹੈ ।

With His Command, the soul may be blessed with the womb of human mother and grows, upside down within. With His Command, His true devotee may sanctify his soul. He may become worthy of His Consideration. His soul may be accepted in His Court.

ਗੁਰੂ ਨਾਨਕ ਦੇਵ ਜੀ! – Guru Nanak Dev Ji! Guru Granth Sahib

ਹੁਕਮੇ ਅੰਦਰਿ ਆਇਆ ਪਿਆਰੇ, ਹੁਕਮੇ ਜਾਦੋ ਜਾਇ॥ hukmai andar aa-i-aa pi-aaray hukmay jaado jaa-ay.
ਹੁਕਮੇ ਬੰਨ੍ਹਿ ਚਲਾਈਐ ਪਿਆਰੇ, ਮਨਮੁਖਿ ਲਹੈ ਸਜਾਇ॥ hukmay baneh chalaa-ee-ai pi-aaray manmukh lahai sajaa-ay.
ਹੁਕਮੇ ਸਬਦਿ ਪਛਾਣੀਐ ਪਿਆਰੇ, ਦਰਗਹ ਪੈਧਾ ਜਾਇ॥ ੫॥ hukmay sabad pachhaanee-ai pi-aaray dargeh paiDhaa jaa-ay. ||5||

ਪ੍ਰਭ ਦੇ ਭਾਣੇ ਨਾਲ ਹੀ ਜੀਵ ਪੈਦਾ ਹੁੰਦਾ ਅਤੇ ਮਰਦਾ ਹੈ । ਉਸ ਦੇ ਹੁਕਮ ਨਾਲ ਹੀ ਮਨਮੁਖ ਜੀਵ ਨੂੰ ਜਮਦੂਤਾਂ ਦੇ ਹਵਾਲੇ ਕੀਤਾ ਜਾਂਦਾ ਹੈ । ਉਹ ਜੂੰਨਾਂ ਦੇ ਚੱਕਰ ਵਿੱਚ ਜਾਂਦਾ ਹੈ । ਉਸ ਦੇ ਹੁਕਮ ਨਾਲ ਹੀ ਜੀਵ ਨੂੰ ਸ਼ਬਦ ਦੀ ਸੋਝੀ, ਗੁਰਮਖ ਅਵਸਥਾਂ ਬਖਸ਼ਿਸ਼ ਹੁੰਦੀ ਹੈ । ਉਸ ਦੇ ਦਰਬਾਰ ਵਿੱਚ ਪ੍ਰਵਾਨ ਹੋ ਜਾਂਦਾ ਹੈ ।

Only with His Command, soul may remain in the cycle of birth and death. Self-minded may be captured by the devil of death and remains in the cycle of birth and death. His true devotee may be enlightened with the essence of His Word; he may be blessed with a state of mind as His true devotee. His soul may be accepted in His Court.

ਹੁਕਮੇ ਗਣਤ ਗਣਾਈਐ ਪਿਆਰੇ, ਹੁਕਮੇ ਹਉਮੈ ਦੋਇ॥ hukmay ganat ganaa-ee-ai pi-aaray hukmay ha-umai do-ay.
ਹੁਕਮੇ ਭਵੈ ਭਵਾਈਐ ਪਿਆਰੇ, ਅਵਗਣਿ ਮੁਠੀ ਰੋਇ॥ hukmay bhavai bhavaa-ee-ai pi-aaray avgan muthee ro-ay.
ਹੁਕਮੁ ਸਿਞਾਪੈ ਸਾਹ ਕਾ ਪਿਆਰੇ, ਸਚੁ ਮਿਲੈ ਵਡਿਆਈ ਹੋਇ॥੬॥ hukam sinjaapai saah kaa pi-aaray sach milai vadi-aa-ee ho-ay. ||6||

ਪ੍ਰਭ ਦੇ ਹੁਕਮ ਨਾਲ ਹੀ ਕਿਸੇ ਜੀਵ ਦਾ ਲੇਖਾ ਖਤਮ ਹੋ ਜਾਂਦਾ ਹੈ । ਕਈ ਜੀਵ ਅਹੰਕਾਰ ਵਿੱਚ ਹੀ ਰਹਿੰਦੇ, ਭਰਮਾਂ ਵਿੱਚ ਫਸੇ ਰਹਿੰਦੇ ਹਨ । ਉਹ ਜੂੰਨਾਂ ਵਿੱਚ ਭਉਦਾ, ਪਾਪਾਂ, ਮੰਦੇ ਕੰਮਾਂ ਦੀ ਸਜ਼ਾ ਭੋਗਦਾ, ਦੁਖ ਸਹਿੰਦਾ ਹੈ । ਉਸ ਦੇ ਹੁਕਮ ਨਾਲ ਹੀ ਕਿਸੇ ਜੀਵ ਨੂੰ ਸ਼ਬਦ ਦੀ ਸੋਝੀ ਹੋ ਜਾਂਦੀ ਹੈ । ਉਹ ਸ਼ਬਦ ਦੀ ਪਾਲਣਾ ਕਰਦਾ ਹੈ, ਰਹਿਮਤ ਬਖਸ਼ਿਸ਼ ਹੋ ਜਾਂਦੀ ਹੈ ।

With His mercy and grace, His true devotee may clear his account of previous lives; others may remain in ego, in religious rituals and suspicions. Self-minded may indulged in evil, sinful deeds and endure punishments and miseries; he remains in the cycle of birth and death. With His mercy and grace, His true devotee may be blessed with the enlightenment of the teachings of His Word. Whosoever may adopt the teachings of His Word with steady and stable belief in day-to-day life; he may be blessed with the right path of acceptance in his court.

ਆਖਣਿ ਅਉਖਾ ਆਖੀਐ ਪਿਆਰੇ, ਕਿਉ ਸੁਣੀਐ ਸਚੁ ਨਾਉ॥ aakhan a-ukhaa aakhee-ai pi-aaray ki-o sunee-ai sach naa-o.
ਜਿਨ੍ਹੀ ਸੋ ਸਾਲਾਹਿਆ ਪਿਆਰੇ, ਹਉ ਤਿਨ੍ਹ ਬਲਿਹਾਰੇ ਜਾਉ॥ JinHee so salaahi-aa pi-aaray ha-o tinH balihaarai jaa-o.
ਨਾਉ ਮਿਲੈ ਸੰਤੋਖੀਆਂ ਪਿਆਰੇ, ਨਦਰੀ ਮੇਲਿ ਮਿਲਾਉ॥੭॥ naa-o milai santokhee-aaN pi-aaray nadree mayl milaa-o. ||7||

ਪ੍ਰਭ ਦਾ ਸ਼ਬਦ ਬੋਲਣਾ ਬਹੁਤ ਕਠਨ ਹੈ । ਕਿਸਤਰ੍ਹਾਂ ਬੋਲਿਆ, ਸੁਣਿਆ ਜਾ ਸਕਦਾ ਹੈ? ਜਿਹੜਾ ਸ਼ਬਦ ਦੀ ਉਸਤਤ ਕਰਦਾ ਹੈ, ਪੂਜਣ ਯੋਗ ਹੋ ਜਾਂਦਾ ਹੈ । ਪ੍ਰਭ ਦੀ ਰਹਿਮਤ ਨਾਲ ਸ਼ਬਦ ਦੀ ਸੋਝੀ ਹੋ ਗਈ ਹੈ, ਮਨ ਨੂੰ ਸੰਤੋਖ ਬਖਸ਼ਿਸ਼ ਹੋ ਜਾਂਦਾ, ਮਨ ਸ਼ਬਦ ਦੇ ਭਰੋਸੇ ਤੇ ਅਡੋਲ ਹੋ ਗਿਆ ।

To speak and adopt His Word may be very difficult. How may one speak and listens to His Word? **Whosoever may adopt, sings the praises, glory of His Word; he may become worthy of worship.** I have been blessed with the enlightenments of the essence of His Word; with His mercy and grace, I may remain contented on the right path of acceptance in His Court.

ਕਾਇਆ ਕਾਗਦੁ ਜੇ ਥੀਐ ਪਿਆਰੇ, ਮਨੁ ਮਸਵਾਣੀ ਧਾਰਿ॥ kaa-i-aa kaagad jay thee-ai pi-aaray man masvaanee Dhaar.
ਲਲਤਾ ਲੇਖਣਿ ਸਚ ਕੀ ਪਿਆਰੇ, ਹਰਿ ਗੁਣ ਲਿਖਹੁ ਵੀਚਾਰਿ॥ laltaa laykhan sach kee pi-aaray har gun likhahu veechaar.
ਧਨੁ ਲੇਖਾਰੀ ਨਾਨਕਾ ਪਿਆਰੇ, ਸਾਚੁ ਲਿਖੈ ਉਰਿ ਧਾਰਿ॥ ੮॥ ੩॥ Dhan laykhaaree naankaa pi-aaray saach likhai ur Dhaar. ||8||3||

ਅਗਰ ਮੇਰਾ ਤਨ ਕਾਗ਼ਜ ਬਣ ਜਾਵੇ ਅਤੇ ਮਨ ਸਿਆਈ ਦੀ ਦਵਾਤ ਬਣ ਜਾਵੇ । ਜੀਭ ਉਹ ਕਲਮ ਬਣ ਜਾਵੇ, ਮੈਂ ਸ਼ਬਦ ਦੀ ਉਸਤਤ ਹੀ ਲਿਖੀ ਜਾਵਾਂ । ਉਹ ਜੀਵ ਧੰਨ ਹਨ, ਜਿਹਨਾਂ ਦੇ ਮਨ ਤੇ ਸ਼ਬਦ ਘਰ ਕਰ ਜਾਂਦਾ ਹੈ । ਉਹ ਇਹ ਸ਼ਬਦ ਲਿਖਦੇ ਹਨ ।

With His Blessed Vision, my body may be transformed paper; mind as ink; my tongue may be transformed as pen. I may keep writing the praises of His Word forever. Whosoever may remain drenched with the essence of His Word and writes the praises of His Word; he may become worthy of Worship.

Key Message of Raag sorath, page 636-3
'ਸੰਤ ਦੀ ਸੰਗਤ ਦਾ ਪ੍ਰਭਾਵ!
ਸ਼ਬਦ ਦੀ ਪਾਲਣਾ ਕਰਨ ਵਾਲੇ ਦੇ ਸਾਥੀ ਵੀ ਰਸਤਾ ਤੇ ਚਲ ਪੈਂਦੇ ਹਨ, ਉਹਨਾਂ ਦੀ ਜੀਭ ਤੇ ਪ੍ਰਭ ਦੇ ਸ਼ਬਦ ਦਾ ਰਸ, ਰੰਗ ਚੜ੍ਹ ਜਾਂਦਾ ਹੈ । ਸ਼ਬਦ ਦੀ ਪਾਲਣਾ ਕਰਦੇ ਮਨ ਤੇ ਵਿਛੋੜੇ ਦੇ ਵਿਰਾਗ ਦਾ ਰੰਗ ਚੜ੍ਹ ਜਾਂਦਾ ਹੈ । ਕੇਵਲ ਪ੍ਰਭ ਹੀ ਪੂਜਣ ਯੋਗ ਹੈ! ਗੁਰਮਖ ਸੰਸਾਰ ਵਿੱਚ ਆਪਣਾ ਲੇਖਾ ਖਤਮ ਜਾਂਦਾ, ਦਰਬਾਰ ਵਿੱਚ ਪ੍ਰਵਾਨ ਹੋ ਜਾਂਦਾ ਹੈ । ਪ੍ਰਭ ਦਾ ਸ਼ਬਦ ਬੋਲਣਾ ਬਹੁਤ ਕਠਨ ਹੈ । ਜਿਹੜਾ ਵਿਰਾਗ ਵਿੱਚ ਸ਼ਬਦ ਦੀ ਉਸਤਤ ਗਾਉਂਦਾ, ਉਹ ਪੂਜਣ ਯੋਗ ਹੋ ਜਾਂਦਾ ਹੈ ।
Influence of conjugation of His Holy saint!
Whosoever may adopt the teachings of His Word; his companions may also adopt the right path of His Acceptance. Their tongue may remain drenched with the nectar of His Word. Whosoever may obey the teachings of His Word; he may remain drenched with the renunciation of his separation from His Holy Spirit. The One and Only One, True Master may only be worthy of worship. His true devotee may sanctify his soul to become worthy of His Consideration. His soul may be accepted in His Court. To speak and adopt His Word is very difficult. Whosoever may adopt, sings the praises, glory of His Word; he may become worthy of worship.

16. ਸੋਰਠਿ ਮਹਲਾ ੧ ਪਹਿਲਾ ਦੁਤੁਕੀ॥ 636-17

ਤੂ ਗੁਣਦਾਤੌ ਨਿਰਮਲੋ ਭਾਈ, ਨਿਰਮਲੁ ਨਾ ਮਨੁ ਹੋਇ॥ too gundaatou nirmalo bhaa-ee nirmal naa man ho-ay.
ਹਮ ਅਪਰਾਧੀ ਨਿਰਗੁਣੇ ਭਾਈ, ਤੁਝ ਹੀ ਤੇ ਗੁਣੁ ਸੋਇ॥੧॥ ham apraaDhee nirgunay bhaa-ee tujh hee tay gun so-ay. ||1||

ਪ੍ਰਭ ਮਨ ਨੂੰ ਪਵਿੱਤਰ ਕਰਨ ਵਾਲੇ ਸ਼ਬਦ ਦੀਆਂ ਦਾਤਾਂ ਬਖਸ਼ਦਾ ਹੈ । ਪਰ, ਮੇਰਾ ਮਨ ਪਵਿੱਤਰ ਨਹੀਂ ਹੁੰਦਾ! ਜੀਵ ਪਾਪਾਂ ਵਾਲੇ ਫਾਲਤੂ ਹੀ ਕੰਮ ਕਰਦਾ ਹੈ । ਇਹ ਵੀ ਜਾਣਦਾ ਹੈ! ਕੇਵਲ ਸ਼ਬਦ ਦੀ ਪਾਲਣਾ ਨਾਲ ਹੀ ਆਤਮਾ ਪਵਿੱਤਰ ਹੋ ਸਕਦੀ ਹੈ ।

My True Master has bestowed devotion to His Ambrosial Word; however, I still indulged in sinful, useless deeds; my soul may never be sanctified. I am my aware! Soul may only be sanctified by adopting the teachings of His Word with steady and stable belief in day-to-day life.

ਮੇਰੇ ਪ੍ਰੀਤਮਾ ਤੂ ਕਰਤਾ ਕਰਿ ਵੇਖੁ॥ mayray pareetamaa too kartaa kar vaykh.
ਹਉ ਪਾਪੀ ਪਾਖੰਡੀਆ ਭਾਈ, ਮਨਿ ਤਨਿ ਨਾਮ ਵਿਸੇਖੁ॥ ਰਹਾਉ॥ ha-o paapee paakhandee-aa bhaa-ee man tan naam visaykh. rahaa-o.

ਗੁਰੂ ਨਾਨਕ ਦੇਵ ਜੀ! – Guru Nanak Dev Ji! Guru Granth Sahib

ਪ੍ਰਭ ਹੀ ਜੀਵ ਨੂੰ ਪੈਦਾ ਕਰਦਾ, ਮਨ ਤੇ ਭਰੋਸਾ ਬਖਸ਼ਦਾ ਹੈ । ਰਹਿਮਤ ਬਖਸ਼ ਕੇ ਸ਼ਬਦ ਦੇ ਲੜ ਲਾਵੇ । ਮੈਂ ਭਰਮਾਂ ਵਿੱਚ ਫਸਿਆ ਪਾਪਾਂ ਵਾਲੇ ਕੰਮ ਕਰਦਾ ਹਾ ।

My True Master, Creator, creates and bestows belief within his mind on His Existence. My Merciful blesses devotion to meditate on the teachings of Your Word. I remain intoxicated in worldly rituals, and commits sinful deeds.

ਬਿਖੁ ਮਾਇਆ ਚਿਤੁ ਮੋਹਿਆ ਭਾਈ, ਚਤੁਰਾਈ ਪਤਿ ਖੋਇ॥ bikh maa-i-aa chit mohi-aa bhaa-ee chaturaa-ee pat kho-ay.
ਚਿਤ ਮਹਿ ਠਾਕੁਰੁ ਸਚਿ ਵਸੈ ਭਾਈ, ਜੇ ਗੁਰ ਗਿਆਨੁ ਸਮੋਇ॥੨॥ chit meh thaakur sach vasai bhaa-ee jay gur gi-aan samo-ay. ||2||

ਸੰਸਾਰਕ ਮਾਇਆ ਨੇ ਮਨ ਤੇ ਕਾਬੂ ਪਾਇਆ ਹੈ । ਮਨ ਦੀਆਂ ਚਲਾਕੀਆਂ ਨਾਲ ਪ੍ਰਵਾਨਗੀ ਦਾ ਰਸਤਾ ਬਖਸ਼ਿਸ਼ ਨਹੀਂ ਹੁੰਦਾ । ਮਨ ਸ਼ਬਦ ਦੀ ਪਾਲਣਾ ਤੇ ਅਡੋਲ ਨਹੀਂ ਰਹਿੰਦਾ । ਜਿਸ ਤੇ ਰਹਿਮਤ ਦੀ ਨਜ਼ਰ ਬਖਸ਼ਕੇ, ਮਨ ਨੂੰ ਅਡੋਲ ਰਖਦਾ ਹੈ, ਉਹ ਹੀ ਸ਼ਬਦ ਦੀ ਪਾਲਣਾ ਕਰ ਸਕਦਾ ਹੈ ।

Worldly wealth has a complete grip and control on the mind of a worldly creature. With cleaver tricks of mind; the right path of acceptance in His Court may not be blessed. My mind may not stay focused on the path of meditation, His Word. Whosoever may be bestowed with His Blessed Vision and keeps steady and stable on the right path; only he may obey the teachings of His Word my day-to-day life.

ਰੂੜੌ ਰੂੜੌ ਆਖੀਐ ਭਾਈ, ਰੂੜੌ ਲਾਲ ਚਲੂਲੁ॥ roorhou roorhou aakhee-ai bhaa-ee roorhou laal chalool.
ਜੇ ਮਨੁ ਹਰਿ ਸਿਉ ਬੈਰਾਗੀਐ ਭਾਈ, ਦਰਿ ਘਰਿ ਸਾਚੁ ਅਭੂਲੁ॥੩॥ jay man har si-o bairaagee-ai bhaa-ee dar ghar saach abhool. ||3||

ਸਾਰੇ ਹੀ ਪ੍ਰਭ ਨੂੰ ਅਚੰਭਾ, ਅਮੋਲਕ, ਚਮੇਲੀ ਦੇ ਫੁੱਲ ਵਰਗਾ ਕਹਿੰਦੇ ਹਨ । ਜਿਸ ਜੀਵ ਦਾ ਮਨ ਸੰਸਾਰਕ ਇਛਾਂ ਤੇ ਕਾਬੂ ਪਾ ਲੈਂਦਾ ਹੈ, ਉਹ ਹੀ ਪ੍ਰਭ ਦੇ ਵਿਛੋੜੇ ਦੇ ਵਿਰਾਗ ਵਿੱਚ ਲੀਨ ਰਹਿੰਦਾ ਹੈ । ਕੇਵਲ ਉਹ ਹੀ ਪ੍ਰਭ ਦਾ ਅਸਲੀ ਸੇਵਕ ਕਹਿਣ ਦੇ ਯੋਗ ਹੁੰਦਾ, ਦਰਬਾਰ ਵਿੱਚ ਪ੍ਰਵਾਨ ਹੋ ਜਾਂਦਾ ਹੈ ।

Everyone claims The True Master, astonishing, ambrosial like a lotus flower. However, who may conquer his worldly desires, only he may remain intoxicated in renunciation in the memory of his separation from His Holy Spirit. Only he may become worthy to be called His true devotee; he may be accepted in His Court.

ਪਾਤਾਲੀ ਆਕਾਸਿ ਤੂ ਭਾਈ, ਘਰਿ ਘਰਿ ਤੂ ਗੁਣ ਗਿਆਨੁ॥ paataalee aakaas too bhaa-ee ghar ghar too gun gi-aan.
ਗੁਰ ਮਿਲਿਐ ਸੁਖੁ ਪਾਇਆ ਭਾਈ, ਚੂਕਾ ਮਨਹੁ ਗੁਮਾਨੁ॥੪॥ gur mili-ai sukh paa-i-aa bhaa-ee chookaa manhu gumaan. ||4||

ਪ੍ਰਭ ਤਿੰਨਾਂ ਸ੍ਰਿਸ਼ਟੀਆਂ ਵਿੱਚ ਹੀ ਵਾਪਰਦਾ ਹੈ । ਪ੍ਰਭ ਦੀ ਸਿਆਣਪ, ਰਹਿਮਤ ਹਰੇਕ ਜੀਵ ਦੇ ਹਿਰਦੇ ਵਿੱਚ ਵਸਦੀ ਹੈ । ਸ਼ਬਦ ਦੀ ਪਾਲਣਾ ਕਰਨ ਨਾਲ ਹੀ ਮਨ ਨੂੰ ਸ਼ਾਤੀ, ਸੰਤੋਖ ਬਖਸ਼ਿਸ਼ ਹੁੰਦਾ ਹੈ । ਮਨ ਵਿਚੋਂ ਅਹੰਕਾਰ ਦੀ ਜੜ੍ਹ ਖਤਮ ਹੋ ਜਾਂਦੀ ਹੈ ।

The True Master prevails in all three universes. His wisdom and Blessed Vision remain embedded within every soul. Whosoever may adopt the teachings of His Word with steady and stable belief in day-to-day life; only, he may conquer, eliminate the root of ego.

ਜਲਿ ਮਲਿ ਕਾਇਆ ਮਾਜੀਐ ਭਾਈ, ਭੀ ਮੈਲਾ ਤਨੁ ਹੋਇ॥ jal mal kaa-i-aa maajee-ai bhaa-ee bhee mailaa tan ho-ay.
ਗਿਆਨਿ ਮਹਾ ਰਸਿ ਨਾਈਐ ਭਾਈ, ਮਨੁ ਤਨੁ ਨਿਰਮਲੁ ਹੋਇ॥੫॥ gi-aan mahaa ras naa-ee-ai bhaa-ee man tan nirmal ho-ay. ||5||

ਪਾਣੀ ਨਾਲ ਤਨ ਨੂੰ ਰਗੜਨ ਕੇ ਧੋਣ ਨਾਲ ਤਨ ਸਾਫ ਹੋ ਜਾਂਦਾ ਹੈ, ਫਿਰ ਮੈਲਾ ਹੋ ਜਾਂਦਾ, ਬਾਰ ਬਾਰ ਧੋਣਾ ਪੈਂਦਾ ਹੈ । ਜਿਸ ਦਾ ਮਨ ਸ਼ਬਦ ਦੀ ਪਾਲਣਾ ਕਰਨ ਨਾਲ ਪਵਿੱਤਰ ਹੋ ਜਾਂਦਾ ਹੈ । ਉਸ ਦਾ ਮਨ ਅਤੇ ਤਨ ਫਿਰ ਕਦੇ ਮੈਲਾ ਨਹੀਂ ਹੁੰਦਾ ।

By rubbing and washing the body with water, his body may become clean; however, his body may become filthy again. Whose soul may be sanctified by adopting the teachings of His Word with steady and stable belief in day-to-day life; his mind and body may never be blemished with worldly desires. His soul remains sanctified, worthy of His Consideration.

ਦੇਵੀ ਦੇਵਾ ਪੂਜੀਐ ਭਾਈ, ਕਿਆ ਮਾਗਉ ਕਿਆ ਦੇਹਿ॥ dayvee dayvaa poojee-ai bhaa-ee ki-aa maaga-o ki-aa deh.
ਪਾਹਣੁ ਨੀਰਿ ਪਖਾਲੀਐ ਭਾਈ, ਜਲ ਮਹਿ ਬੂਡਹਿ ਤੇਹਿ॥੬॥ paahan neer pakhaalee-ai bhaa-ee jal meh booDheh tayhi. ||6||

ਦੇਵੀ ਦੇਵਤੇ ਦੀ ਪੂਜਾ ਕਿਓ ਕਰੋ? ਉਹਨਾਂ ਦੇ ਵੱਸ ਵਿੱਚ ਕੀ, ਜੀਵ ਨੂੰ ਕੀ ਦੇ ਸਕਦੇ ਹਨ? ਜਿਹੜਾ ਜੀਵ ਪੱਥਰ ਦੇ ਬੁੱਤ ਦੀ ਪੂਜਾ ਕਰਦਾ ਹੈ । ਉਹ ਪੱਥਰ ਨੂੰ ਪਾਣੀ ਨਾਲ ਇਸ਼ਨਾਨ ਕਰਾ ਕੇ ਪਵਿੱਤਰ ਕਰਦਾ ਹੈ । ਫਿਰ ਵੀ ਅਗਰ ਇਹ ਪੱਥਰ ਪਾਣੀ ਵਿੱਚ ਰਖੋ, ਪਾਣੀ ਵਿੱਚ ਡੁੱਬ ਜਾਂਦਾ ਹੈ ।

Why should you worship worldly guru? What may be under his control? What may he bless anyone? Whosoever may believe that God dwells within idol carved out of stone; he may believe that idol becomes worthy of Worship. He may wash the stone to sanctify; however, idol of stone may drown in the water. How may idol carved out of stone save his soul from drowning in the ocean of worldly desires?

ਗੁਰ ਬਿਨੁ ਅਲਖੁ ਨ ਲਖੀਐ ਭਾਈ, ਜਗੁ ਬੂਡੈ ਪਤਿ ਖੋਇ॥ gur bin alakh na lakhee-ai bhaa-ee jag boodai pat kho-ay.
ਮੇਰੇ ਠਾਕੁਰ ਹਾਥਿ ਵਡਾਈਆ ਭਾਈ, ਜੈ ਭਾਵੈ ਤੈ ਦੇਇ॥੭॥ mayray thaakur haath vadaa-ee-aa bhaa-ee jai bhaavai tai day-ay. ||7||

ਪ੍ਰਭ ਦੇ ਸ਼ਬਦ ਦੀ ਪਾਲਣਾ ਕਰਨ ਤੋਂ ਬਿਨਾਂ ਰਹਿਮਤ ਬਖਸ਼ਿਸ਼ ਨਹੀਂ ਹੁੰਦੀ । ਜੀਵ ਸੰਸਾਰਕ ਭਰਮਾਂ ਪਿਛੇ ਲਗਕੇ ਮਾਨਸ ਜਨਮ ਬਿਰਥਾ ਹੀ ਗਵਾ ਲੈਂਦਾ ਹੈ । ਪ੍ਰਭ ਦੇ ਵੱਸ ਵਿੱਚ ਸਾਰੀਆਂ ਹੀ ਦਾਤਾਂ ਹਨ, ਉਸ ਦੀ ਰਹਿਮਤ ਨਾਲ ਹੀ ਬਖਸ਼ਿਸ਼ ਹੁੰਦੀਆਂ ਹਨ ।

Without adopting the teachings of His Word with steady and stable belief in day-to-day life; no one may be blessed with the right path of acceptance in His Court. Human remains intoxicated with religious rituals and suspicions; he may waste his human life blessing uselessly. The True Master, One and Only One, true treasure of all blessings; with His mercy and grace, His true devotee may be blessed with the right path of acceptance in His Court.

ਬਈਅਰਿ ਬੋਲੈ ਮੀਠੁਲੀ ਭਾਈ, ਸਾਚੁ ਕਹੈ ਪਿਰ ਭਾਇ॥ ba-ee-ar bolai meethulee bhaa-ee saach kahai pir bhaa-ay.
ਬਿਰਹੈ ਬੇਧੀ ਸਚਿ ਵਸੀ ਭਾਈ, ਅਧਿਕ ਰਹੀ ਹਰਿ ਨਾਇ॥੮॥ birhai bayDhee sach vasee bhaa-ee aDhik rahee har naa-ay. ||8||

ਜਿਹੜਾ ਜੀਵ ਸ਼ਬਦ ਦੀ ਪਾਲਣਾ ਕਰਦਾ ਅਤੇ ਨਿਮ੍ਰਤਾ ਨਾਲ ਬੋਲਦਾ ਹੈ । ਉਸ ਨੂੰ ਪ੍ਰਭ ਦੀ ਰਹਿਮਤ ਬਖਸ਼ਿਸ਼ ਹੋ ਜਾਂਦੀ ਹੈ । ਉਸ ਦੇ ਮਨ ਵਿੱਚ ਸ਼ਬਦ ਘਰ ਕਰ ਜਾਂਦਾ ਹੈ । ਉਹ ਸ਼ਬਦ ਵਿੱਚ ਹੀ ਡੂੰਘਾ ਲੀਨ ਹੋ ਜਾਂਦੇ ਹਨ ।

Whosoever may obey, adopts the teachings of His Word with steady and stable belief in day-to-day life; with His mercy and grace, he may be drenched with the essence of the teachings of His Word. He may remain intoxicated in meditation in the void of His Word.

ਸਭੁ ਕੋ ਆਖੈ ਆਪਣਾ ਭਾਈ, ਗੁਰ ਤੇ ਬੁਝੈ ਸੁਜਾਨੁ॥ sabh ko aakhai aapnaa bhaa-ee gur tay bujhai sujaan.
ਜੋ ਬੀਧੇ ਸੇ ਊਬਰੇ ਭਾਈ, ਸਬਦੁ ਸਚਾ ਨੀਸਾਨੁ॥੯॥ jo beeDhay say oobray bhaa-ee sabad sachaa neesaan. ||9||

ਪ੍ਰਭ ਨੂੰ ਸਾਰੇ ਹੀ ਆਪਣਾ ਕਹਿੰਦੇ ਹਨ । ਰਹਿਮਤ ਕੇਵਲ ਸ਼ਬਦ ਦੀ ਪਾਲਣਾ ਕਰਨ ਨਾਲ ਹੀ ਬਖਸ਼ਿਸ਼ ਹੁੰਦੀ ਹੈ । ਜਿਸ ਦੇ ਮਨ ਵਿੱਚ ਸ਼ਬਦ ਘਰ ਕਰ ਜਾਂਦਾ ਹੈ, ਉਸ ਤੇ ਰੱਬੀ ਨੂਰ ਬਖਸ਼ਿਸ਼ ਹੋ ਜਾਂਦਾ ਹੈ ।

Everyone may call His Holy Spirit, his own guide; however, the right path of acceptance may only be blessed by adopting the teachings of His Word with steady and stable belief in day-to-day life. Whosoever may remain drenched with the essence of His Word; He may be blessed with the eternal spiritual glow on his forehead.

ਈਧਨੁ ਅਧਿਕ ਸਕੇਲੀਐ ਭਾਈ, ਪਾਵਕੁ ਰੰਚਕ ਪਾਇ॥	eeDhan aDhik sakaylee-ai bhaa-ee paavak ranchak paa-ay.
ਖਿਨੁ ਪਲੁ ਨਾਮੁ ਰਿਦੈ ਵਸੈ ਭਾਈ, ਨਾਨਕ ਮਿਲਣੁ ਸੁਭਾਇ॥੧੦॥੪॥	khin pal naam ridai vasai bhaa-ee naanak milan subhaa-ay. ||10||4||

ਜਿਵੇਂ ਜੰਗਲ ਵਿੱਚ ਇਕ ਅੱਗ ਦੀ ਚੰਗਆੜੀ ਨਾਲ ਬਹੁਤ ਹੀ ਲੱਕੜਾ ਅੱਗ ਵਿੱਚ ਸਾਮਲ ਹੋ ਜਾਂਦੀਆਂ ਹਨ । ਇਸਤਰ੍ਹਾਂ ਜਿਸ ਦੇ ਮਨ ਵਿੱਚ ਇਕ ਪਲ ਵੀ ਸ਼ਬਦ ਦੀ ਸੋਝੀ ਘਰ ਕਰ ਜਾਂਦੀ ਹੈ, ਉਸ ਦੇ ਮਨ ਵਿੱਚ ਸਦਾ ਰਹਿਣ ਵਾਲੀ ਸ਼ਬਦ ਦੀ ਜੋਤ ਜਾਗਰਤ ਹੋ ਜਾਂਦੀ ਹੈ ।

As a small spark of fire in the wild forest, may consume many trees! Same way! Whosoever may be drenched with essence of His Word, even for a moment; the everlasting eternal glow may shine within his soul forever.

Key Message of Raag sorath, page 636-17
'ਪ੍ਰਭ ਦਾ ਦਾਸ ਕੌਣ ਹੈ?
ਸਾਰੇ ਹੀ ਪ੍ਰਭ ਨੂੰ ਅਚੰਭਾ, ਅਮੋਲਕ, ਚਮੇਲੀ ਦੇ ਫੁੱਲ ਵਰਗਾ ਕਹਿੰਦੇ ਹਨ । ਜਿਹੜਾ ਸੰਸਾਰਕ ਇਛਾਂ ਤੇ ਕਾਬੂ ਪਾ ਲੈਂਦਾ ਹੈ, ਉਹ ਹੀ ਪ੍ਰਭ ਦੇ ਵਿਛੋੜੇ ਦੇ ਵਿਰਾਗ ਵਿੱਚ ਲੀਨ ਰਹਿੰਦਾ ਹੈ । ਕੇਵਲ ਉਹ ਹੀ ਅਸਲੀ ਸੇਵਕ ਕਹਿਣ ਦੇ ਯੋਗ ਹੁੰਦਾ, ਦਰਬਾਰ ਵਿੱਚ ਪ੍ਰਵਾਨ ਹੋ ਜਾਂਦਾ ਹੈ । ਤਿੰਨਾਂ ਸ੍ਰਿਸ਼ਟੀਆਂ ਵਿੱਚ ਵਸਣ ਵਾਲੇ ਪ੍ਰਭ ਦੇ ਸ਼ਬਦ ਦੀ ਪਾਲਣਾ ਕਰਨ ਨਾਲ ਹੀ ਮਨ ਵਿਚੋਂ ਅਹੰਕਾਰ ਦੀ ਜੜ੍ਹ ਖਤਮ ਹੋ ਸਕਦੀ ਹੈ । ਪ੍ਰਭ ਦੇ ਸ਼ਬਦ ਦੀ ਪਾਲਣਾ ਕਰਨ, ਨਿਮ੍ਰਤਾ ਨਾਲ ਬੋਲਣ ਨਾਲ ਸ਼ਬਦ ਘਰ ਕਰ ਜਾਂਦਾ, ਉਹ ਸ਼ਬਦ ਦੀ ਸਮਾਧੀ ਵਿੱਚ ਹੀ ਲੀਨ ਹੋ ਜਾਂਦਾ ਹੈ । ਜਿਸ ਦੇ ਮਨ ਵਿੱਚ ਇਕ ਪਲ ਵੀ ਸ਼ਬਦ ਵਸ ਜਾਂਦਾ ਹੈ, ਉਸ ਦੇ ਮਨ ਵਿੱਚ ਰੂਹਾਨੀ ਜੋਤ ਸਦਾ ਲਈ ਚਮਕਦੀ ਹੈ!
Who may be worthy to be called His true devotee?
Everyone claims The True Master, astonishing, ambrosial like a lotus flower. Whosoever may conquer his worldly desires, he may remain intoxicated in renunciation in the memory of his separation from His Holy Spirit. Only he may become worthy to be called His true devotee; he may be accepted in His Court. Whosoever may adopt the teachings of His Word; Omnipresent in three universes; he may conquer, eliminate the root of ego. Whosoever may obey, adopt the teachings of His Word, and remains humble and polite; he may be drenched with the essence of His Word. He may remain intoxicated in the void of His Word. Whosoever may be drenched with the essence of His Word even for a moment; His eternal glow may shine within his heart and on his forehead forever.

17. ਰਾਗੁ ਸੋਰਠਿ ਵਾਰ ਮਹਲੇ ੪ ਕੀ॥ ਸਲੋਕੁ ਮਃ ੧॥ 642-10

੧ੴ ਸਤਿਗੁਰ ਪ੍ਰਸਾਦਿ॥	ik onkaar satgur parsaad.
ਸੋਰਠਿ ਸਦਾ ਸੁਹਾਵਣੀ, ਜੇ ਸਚਾ ਮਨਿ ਹੋਇ॥	sorath sadaa suhaavanee jay sachaa man ho-ay.
ਦੰਦੀ ਮੈਲੁ ਨ ਕਤੁ ਮਨਿ, ਜੀਭੈ ਸਚਾ ਸੋਇ॥	dandee mail na kat man jeebhai sachaa so-ay.
ਸਸੁਰੈ ਪੇਈਐ ਭੈ ਵਸੀ, ਸਤਿਗੁਰੁ ਸੇਵਿ ਨਿਸੰਗ॥	sasurai pay-ee-ai bhai vasee satgur sayv nisang.
ਪਰਹਰਿ ਕਪੜੁ ਜੇ ਪਿਰ ਮਿਲੈ, ਖੁਸੀ ਰਾਵੈ ਪਿਰੁ ਸੰਗਿ॥	parhar kaparh jay pir milai khusee raavai pir sang.
ਸਦਾ ਸੀਗਾਰੀ ਨਾਉ ਮਨਿ, ਕਦੇ ਨ ਮੈਲੁ ਪਤੰਗੁ॥	sadaa seegaaree naa-o man kaday na mail patang.
ਦੇਵਰ ਜੇਠ ਮੁਏ ਦੁਖਿ, ਸਸੂ ਕਾ ਡਰੁ ਕਿਸੁ॥	dayvar jayth mu-ay dukh sasoo kaa dar kis.
ਜੇ ਪਿਰ ਭਾਵੈ ਨਾਨਕਾ, ਕਰਮ ਮਣੀ ਸਭੁ ਸਚੁ॥ ੧॥	jay pir bhaavai naankaa karam manee sabh sach. ||1||

ਪ੍ਰਭ ਦਾ ਸ਼ਬਦ (ਸੋਰਿਠ) ਬਹੁਤ ਸੁੰਦਰ, ਅਮੋਲਕ ਹੈ । ਇਸ ਦੀ ਸੋਝੀ ਨਾਲ ਹੀ ਪ੍ਰਭ ਦੀ ਜੋਤ ਮਨ ਅੰਦਰ ਜਾਗਰਤ ਹੋ ਜਾਂਦੀ ਹੈ । ਉਸ ਦੇ ਦੰਦ ਸਾਫ, ਮਨ ਭਰਮਾਂ ਵਿੱਚ ਡੁੱਬਿਆ ਨਹੀਂ ਹੈ । ਉਸ ਦੀ ਜੀਭ ਤੇ ਪ੍ਰਭ ਦੇ ਸ਼ਬਦ ਦੀ ਉਸਤਤ ਹੁੰਦੀ ਹੈ । ਉਸ ਦੀ ਆਤਮਾ ਜੀਵਨ ਵਿੱਚ ਅਤੇ ਮੌਤ ਪਿਛੋਂ ਵੀ, ਪ੍ਰਭ ਦੇ ਵਿਛੋੜੇ ਦੇ ਵਿਰਾਗ ਵਿੱਚ, ਡਰ ਵਿੱਚ ਕਿਸੇ ਝਿਜਕ ਤੋਂ ਬਿਨਾਂ ਹੀ ਲੀਨ ਰਹਿੰਦੀ ਹੈ । ਉਹ ਸੰਸਾਰਕ ਸ਼ਾਨ ਬਣਾਉਣ ਵਾਲੀਆਂ ਚੀਜਾ ਨੂੰ ਤਿਆਗ ਦੇਂਦਾ ਹੈ । ਉਸ ਦਾ ਮਨ ਪ੍ਰਭ ਦੇ ਚਰਨਾਂ ਵਿੱਚ ਅਨੰਦ ਮਾਨਦਾ ਹੈ । ਉਸ ਦਾ ਮਨ ਸਦਾ ਹੀ ਨਿਮ੍ਰਤਾ ਨਾਲ ਸ਼ਬਦ ਦੀ ਪਾਲਣਾ ਕਰਦਾ, ਪਵਿੱਤਰ ਰਹਿੰਦਾ ਹੈ । ਉਸ ਦਾ ਸੰਸਾਰਕ ਇਛਾਂ (ਜੈਠ, ਦੇਵਰ) ਤੇ ਪੂਰਨ ਕਾਬੂ ਹੋ ਗਿਆ ਹੈ । ਸੰਸਾਰਕ ਮਾਇਆ (ਸਸ) ਦਾ ਕੋਈ ਪ੍ਰਭਾਵ ਨਹੀਂ ਹੈ । (ਜੈਠ, ਦੇਵਰ - ਮਨ ਨੂੰ ਤੰਗ ਕਰਨ ਵਾਲੀਆਂ ਇਛਾਂ, ਆਸਾ) ਜਦੋਂ ਪ੍ਰਭ ਦੀ ਰਹਿਮਤ ਬਖਸ਼ਿਸ਼ ਹੋ ਜਾਂਦੀ ਹੈ ਤਾ ਸ਼ਬਦ ਰਤਨ ਬਖਸ਼ਿਸ਼ ਹੋ ਜਾਂਦਾ ਹੈ । ਸਾਰੇ ਕੰਮ ਹੀ ਚੰਗੇ ਭਾਗਾਂ ਵਾਲੇ ਬਣ ਜਾਂਦੇ ਹਨ ।

His Word is priceless and ambrosial jewel. Whosoever may be enlightened with the essence of His Word within. His true devotee keeps his teeth clean; his mind may not remain buried in suspicions and tongue sings the glory of His Word. His soul, remains in renunciation in the memory of his separation from His Holy Spirit in worldly life and after death in His Court, without any hesitation. She remains intoxicated in the void of His Word without any fear. He may renounce his attachment to perishable worldly possessions that may enhance his false glory. He remains in intoxication in the void of His Word and cherish pleasure in His Sanctuary. By obeying the teachings of His Word and his soul remain sanctified. He may conquer his worldly desires; worldly wealth has no effects on his state of mind; with His mercy and grace, he may be blessed with real jewel, the enlightenment of His Word; all his deeds become fortunate.

ਮਃ ੪॥	**mehlaa 4.**
ਸੋਰਠਿ ਤਾਮਿ ਸੁਹਾਵਣੀ, ਜਾ ਹਰਿ ਨਾਮੁ ਢੰਢੋਲੇ॥	sorath taam suhaavanee jaa har naam dhandholay.
ਗੁਰ ਪੁਰਖੁ ਮਨਾਵੈ ਆਪਣਾ, ਗੁਰਮਤੀ ਹਰਿ ਹਰਿ ਬੋਲੇ॥	gur purakh manaavai aapnaa gurmatee har har bolay.
ਹਰਿ ਪ੍ਰੇਮਿ ਕਸਾਈ ਦਿਨਸੁ ਰਾਤਿ, ਹਰਿ ਰਤੀ ਹਰਿ ਰੰਗਿ ਚੋਲੇ॥	har paraym kasaa-ee dinas raat har ratee har rang cholay.
ਹਰਿ ਜੈਸਾ ਪੁਰਖੁ ਨ ਲਭਈ, ਸਭੁ ਦੇਖਿਆ ਜਗਤੁ ਮੈ ਟੋਲੇ॥	har jaisaa purakh na labh-ee sabh daykhi-aa jagat mai tolay.
ਗੁਰਿ ਸਤਿਗੁਰਿ ਨਾਮੁ ਦ੍ਰਿੜਾਇਆ, ਮਨੁ ਅਨਤ ਨ ਕਾਹੂ ਡੋਲੇ॥	gur satgur naam drirh-aa-i-aa man anat na kaahoo dolay.
ਜਨੁ ਨਾਨਕ ਹਰਿ ਕਾ ਦਾਸੁ ਹੈ, ਗੁਰ ਸਤਿਗੁਰ ਕੇ ਗੋਲ ਗੋਲੇ॥੨॥	jan naanak har kaa daas hai gur satgur kay gol golay. ||2||

ਗੁਰੂ ਨਾਨਕ ਦੇਵ ਜੀ! – Guru Nanak Dev Ji! Guru Granth Sahib

ਜਿਸ ਨੂੰ ਪ੍ਰਭ ਦੇ ਸ਼ਬਦ ਦੀ ਖੋਜ ਕਰਨ ਨਾਲ ਸ਼ਬਦ ਦੀ ਸੋਝੀ ਬਖਸ਼ਿਸ਼ ਹੋ ਜਾਂਦੀ ਹੈ, ਉਸ ਨੂੰ ਪ੍ਰਭ ਦਾ ਸ਼ਬਦ ਸੁਹਾਵਨਾ ਲਗਦਾ, ਮਨ ਨੂੰ ਭਾਉਂਦਾ ਹੈ । ਸ਼ਬਦ ਦੀ ਸੋਝੀ ਹੋਣ ਨਾਲ ਪ੍ਰਭ ਦੀ ਜੋਤ, ਮਨ ਅੰਦਰ ਜਾਗਰਤ ਹੋ ਜਾਂਦੀ ਹੈ । ਉਹ ਪ੍ਰਭ ਦੇ ਸ਼ਬਦ ਦੀ ਉਸਤਤ ਗਾਉਂਦਾ ਹੈ । ਪ੍ਰਭ ਵਰਗਾ ਸਾਰੀ ਸ੍ਰਿਸ਼ਟੀ ਵਿੱਚ ਹੋਰ ਕੋਈ ਨਹੀਂ, ਸਾਰੇ ਪਾਸੇ ਖੋਜ ਕੇ ਦੇਖੇ ਹਨ । ਜਿਸ ਦੇ ਮਨ ਵਿੱਚ ਸ਼ਬਦ ਘਰ ਕਰ ਜਾਂਦਾ ਹੈ, ਉਸ ਨੂੰ ਸਦਾ ਚਲਣ ਵਾਲੀ ਸ਼ਬਦ ਦੀ ਗੂੰਜ ਚਲਦੀ ਸੁਣਾਈ ਪੈਂਦੀ ਹੈ । ਉਸ ਦੇ ਮਨ ਦਾ ਭਰੋਸਾ ਅਡੋਲ ਹੋ ਜਾਂਦਾ, ਦੁਖ, ਸੁਖ ਨੂੰ ਇਕ ਸਮਾਨ ਹੀ ਸਮਝਦਾ ਹੈ । ਜੀਵਨ ਵਿੱਚ ਨਿਮ੍ਰਤਾ ਨਾਲ ਦਾਸਾਂ ਦਾ ਦਾਸ ਬਣਕੇ ਜੀਵਨ ਬਤੀਤ ਕਰੋ । ਪ੍ਰਭ ਨਿਮਾਣਿਆ ਨੂੰ ਹੀ ਬਖਸ਼ਦਾ ਹੈ ।

Whosoever may search within, he may be blessed with the enlightenment of His Word; His Word becomes soothing to his mind. With the enlightenment of His Word, His Holy Spirit remains awake and alert within. He sings the praises and virtues of His Word. I have searched all around, no one else may be equal or comparable with the greatness of The True Master. Whosoever may be drenched with the essence of His Word; he may hear the everlasting echo of His Word resonates within his mind. His belief on His Blessings, His Word becomes steady and stable; he considers all pleasures and miseries of worldly life as His Worthy Blessings. You should remain humble and spends your life as the slave of His slaves. The True Master remains merciful on humble and helpless His true devotee.

ਪਉੜੀ॥	**pa-orhee.**
ਤੂ ਆਪੇ ਸਿਸਟਿ ਕਰਤਾ ਸਿਰਜਣ ਹਾਰਿਆ॥	too aapay sisat kartaa sirjanhaari-aa.
ਤੁਧੁ ਆਪੇ ਖੇਲੁ ਰਚਾਇ, ਤੁਧੁ ਆਪਿ ਸਵਾਰਿਆ॥	tuDh aapay khayl rachaa-ay tuDh aap savaari-aa.
ਦਾਤਾ ਕਰਤਾ ਆਪਿ, ਆਪਿ ਭੋਗਣਹਾਰਿਆ॥	daataa kartaa aap aap bhoganhaari-aa.
ਸਭੁ ਤੇਰਾ ਸ਼ਬਦੁ ਵਰਤੈ, ਉਪਾਵਣਹਾਰਿਆ॥	sabh tayraa sabad vartai upaavanhaari-aa.
ਹਉ ਗੁਰਮੁਖਿ ਸਦਾ ਸਲਾਹੀ ਗੁਰ ਕਉ ਵਾਰਿਆ॥ ੧॥	ha-o gurmukh sadaa salaahee gur ka-o vaari-aa. ||1||

ਪ੍ਰਭ ਤੂੰ ਹੀ ਸਾਰੀ ਸ੍ਰਿਸ਼ਟੀ ਸਾਜੀ ਹੈ, ਆਪ ਹੀ ਸ੍ਰਿਸ਼ਟੀ ਵੀ ਹੈ । ਆਪ ਹੀ ਦਿਨ ਰਾਤ ਦਾ ਖੇਲ ਬਣਾਇਆ ਹੈ । ਆਪ ਹੀ ਸਾਰੇ ਜੀਵਾਂ ਨੂੰ ਧੰਦੇ ਤੇ ਲਾਉਂਦਾ ਹੈ, ਆਪ ਹੀ ਦਾਤਾਂ ਬਖਸ਼ਣ ਵਾਲਾ ਹੈ । ਆਪ ਹੀ ਜੀਵ ਨੂੰ ਪੈਦਾ ਕਰਨ ਵਾਲਾ, ਆਪ ਹੀ ਦਾਤਾਂ ਦਾ ਅਨੰਦ ਮਾਨਣ ਵਾਲਾ ਹੈ । ਸਾਜੀ ਸ੍ਰਿਸ਼ਟੀ ਵਿੱਚ ਹਰ ਥਾਂ, ਹਰੇਕ ਵਿੱਚ ਤੇਰਾ ਭਾਣਾ ਹੀ ਵਾਪਰਦਾ ਹੈ । ਗੁਰਮਖ ਸਦਾ ਸ਼ਬਦ ਦੇ ਗੁਣ ਗਾਉਂਦਾ, ਜੈਕਾਰ ਕਰਦਾ ਸ਼ਬਦ ਵਿੱਚ ਲੀਨ ਰਹਿੰਦਾ ਹੈ ।

The True Master has created the whole universe and He remains embedded within His Creation. He has created the play of day and night and assigns worldly tasks to everyone to survive; nourish his body. He blesses virtues to His Creation. The True Master, Creator creates, blesses virtues, and cherish His Blessings within the mind of His Creation. His Command prevails in every event everywhere. His true devotee always sings the glory of His Word and remains intoxicated in meditation in the void of His Word.

Key Message of Raag sorath, page 642-10
'ਕੌਣ ਦੁਖ ਸੁਖ ਵਿੱਚ ਨਿਰਾਰਾ ਰਹਿੰਦਾ ਹੈ?
ਜਿਹੜਾ ਸੰਸਾਰਕ ਸ਼ਾਨ ਬਣਾਉਣ ਵਾਲੇ ਕੰਮ ਤਿਆਗ ਦੇਂਦਾ, ਨਿਮ੍ਰਤਾ ਨਾਲ ਸ਼ਬਦ ਦੀ ਪਾਲਣਾ ਕਰਦਾ ਹੈ । ਉਸ ਦੀ ਆਤਮਾ ਜੀਵਨ ਵਿੱਚ ਅਤੇ ਮੌਤ ਪਿਛੋਂ ਵੀ, ਪ੍ਰਭ ਦੇ ਵਿਛੋੜੇ ਦੇ ਵਿਰਾਗ ਵਿੱਚ ਲੀਨ ਰਹਿੰਦੀ ਹੈ । ਉਸ ਦੇ ਮਨ ਵਿੱਚ ਸਦਾ ਚਲਣ ਵਾਲੀ ਸ਼ਬਦ ਦੀ ਗੂੰਜ ਚਲਦੀ ਸੁਣਾਈ ਦੇਣ ਲਗ ਪੈਂਦੀ ਹੈ । ਉਹ ਦੁਖ, ਸੁਖ ਨੂੰ ਇਕ ਸਮਾਨ ਹੀ ਸਮਝਦਾ ਹੈ ।
Who may remain contented in worldly miseries and pleasures?
Whosoever may renounce his worldly deeds to enhance his false glory and obeys the teachings of His Word with humility. His soul, may remain in renunciation in the memory of his separation from His Holy Spirit, in worldly life and after death. He may hear the everlasting echo of His Word resonates within his mind. He may accept all pleasures and miseries of worldly life as same as His worthy blessings.

18. ਸਲੋਕ ਮਃ ੧॥ 653-11

ਤਾ ਕੀ ਰਜਾਇ ਲੇਖਿਆ ਪਾਇ, ਅਬ ਕਿਆ ਕੀਜੈ ਪਾਂਡੇ॥	taa kee rajaa-ay laykhi-aa paa-ay ab ki-aa keejai paaNday.
ਹੁਕਮੁ ਹੋਆ ਹਾਸਲੁ ਤਦੇ ਹੋਇ,	hukam ho-aa haasal taday ho-ay
ਨਿਬੜਿਆ ਹੰਢਹਿ ਜੀਅ ਕਮਾਂਦੇ॥੧॥	nibrhi-aa handheh jee-a kamaaNday. ||1||

ਪ੍ਰਭ ਦੇ ਹੁਕਮ ਨਾਲ ਹੀ ਜੀਵ ਦੇ ਭਾਗ ਲਿਖੇ ਜਾਂਦੇ ਹਨ । ਜੀਵ ਦਾ ਕੋਈ ਚਾਰਾ ਨਹੀਂ ਹੁੰਦਾ । ਪ੍ਰਭ ਦੇ ਹੁਕਮ ਨਾਲ ਹੀ ਆਤਮਾ ਸੰਸਾਰ ਵਿੱਚ ਆਉਂਦੀ, ਸਭ ਕਰਤਬ ਕਰਦੀ ਹੈ ।

The True Master prewrites the destiny of all worldly creature as reward or his previous life deeds. He may not have any control on his destiny. He performs all worldly activities. His cycle of birth and death remains under His Command.

ਮਃ ੨॥	**mehlaa 2.**
ਨਕਿ ਨਥ ਖਸਮ ਹਥ, ਕਿਰਤੁ ਧਕੇ ਦੇ॥	nak nath khasam hath kirat Dhakay day.
ਜਹਾ ਦਾਣੇ ਤਹਾਂ ਖਾਣੇ, ਨਾਨਕਾ ਸਚੁ ਹੇ॥੨॥	jahaa daanay tahaaN khaanay naankaa sach hay. ||2||

ਜੀਵ ਪ੍ਰਭ ਦੇ ਭਾਣੇ ਦੀ ਨੱਥ ਨਾਲ ਬੰਨਿਆ ਹੈ, ਇਸ ਦੀ ਡੋਰੀ ਪ੍ਰਭ ਦੇ ਹੱਥ ਹੈ । ਇਸ ਡੋਰੀ ਨੂੰ ਜੀਵ ਦੇ ਸ਼ਬਦ ਦੀ ਪਾਲਣ ਅਨੁਸਾਰ ਹੀ ਖਿੱਚਦਾ ਹੈ ।

Worldly creature is tied with the Command of His Word and the reins remains under the control of The True Master. He may pull the reins as per obedience of His Word, Command.

ਪਉੜੀ॥	**pa-orhee.**
ਸਭੇ ਗਲਾ ਆਪਿ, ਥਾਟਿ ਬਹਾਲੀਓਨੁ॥	sabhay galaa aap thaat bahaalee-on.
ਆਪੇ ਰਚਨੁ ਰਚਾਇ, ਆਪੇ ਹੀ ਘਾਲਿਓਨੁ॥	aapay rachan rachaa-ay aapay hee ghaali-on.
ਆਪੇ ਜੰਤ ਉਪਾਇ, ਆਪਿ ਪ੍ਰਤਿਪਾਲਿਓਨੁ॥	aapay jant upaa-ay aap partipaali-on.
ਦਾਸ ਰਖੇ ਕੰਠਿ ਲਾਇ, ਨਦਰਿ ਨਿਹਾਲਿਓਨੁ॥	daas rakhay kanth laa-ay nadar nihaali-on.
ਨਾਨਕ ਭਗਤਾ ਸਦਾ ਅਨੰਦੁ, ਭਾਉ ਦੂਜਾ ਜਾਲਿਓਨੁ॥੨੮॥	naanak bhagtaa sadaa anand bhaa-o doojaa jaali-on. ||28||

ਗੁਰੂ ਨਾਨਕ ਦੇਵ ਜੀ! – Guru Nanak Dev Ji! Guru Granth Sahib

ਪ੍ਰਭ ਆਪ ਹੀ ਸਾਰੀ ਸ੍ਰਿਸ਼ਟੀ ਪੈਦਾ ਕਰਦਾ ਹੈ, ਆਪ ਹੀ ਮੌਤ ਦੇਂਦਾ ਹੈ । ਹਰੇਕ ਨੂੰ ਆਪਣੀ ਥਾਂ ਤੇ ਹੀ ਰਖਦਾ ਹੈ । ਉਹ ਆਪਣੇ ਮਰਜ਼ੀ ਨਾਲ ਹੀ ਜੀਵਾਂ ਨੂੰ ਰੂਪ, ਰੰਗ, ਅਕਾਰ ਬਖਸ਼ਦਾ ਹੈ । ਭੋਜਨ ਬਖਸ਼ਦਾ, ਰਖਿਆ ਕਰਦਾ ਹੈ । ਆਪਣੇ ਬੰਦਗੀ ਕਰਨ ਵਾਲਿਆ ਨੂੰ ਆਪਣੇ ਨੇੜੇ ਰਖਦਾ, ਰਹਿਮਤ ਬਖਸ਼ਦਾ ਹੈ । ਉਹ ਸਦਾ ਹੀ ਸ਼ਬਦ ਦੀ ਬੰਦਗੀ ਵਿੱਚ ਅਨੰਦ, ਖੇੜੇ ਵਿੱਚ ਰਹਿੰਦਾ ਹੈ ।

The creation and destruction, birth and death of His Creation remains under His Command. The True Master holds, keeps at his own place. The body structure, shape, beauty, and color are created with His Own Imagination. He provides nourishment and protect His Creation. His true devotee remains under His protection, at His Sanctuary. He remains contented and in blossom in all his worldly environment.

Key Message of Raag sorath, page 653-11
'ਕੌਣ ਪ੍ਰਭ ਦੇ ਨੇੜੇ ਹੈ?
ਪ੍ਰਭ ਜੀਵ ਦੀ ਜੀਵਨ ਦੀ ਡੋਰੀ ਨੂੰ ਉਸ ਦੇ ਸ਼ਬਦ ਦੀ ਪਾਲਣ ਅਨੁਸਾਰ ਹੀ ਖਿੱਚਦਾ ਹੈ । ਹਰਇਕ ਨੂੰ ਆਪਣੀ ਥਾਂ ਤੇ ਹੀ ਰਖਦਾ ਹੈ । ਆਪਣੇ ਬੰਦਗੀ ਕਰਨ ਵਾਲੇ ਨੂੰ ਆਪਣੇ ਨੇੜੇ, ਸ਼ਬਦ ਦੀ ਪਾਲਣਾ ਵਿੱਚ ਅਡੋਲ ਰਖਦਾ ਹੈ!
Who may be close to The True Master?
The True Master pulls the rein of human life journey as per the obedience of His Word, Command. The True Master keeps everyone at his own place. His true devotee remains under His protection and in His Sanctuary. He remains steady and stable, contented and in blossom in all his worldly environment.

ਗੁਰੂ ਨਾਨਕ ਦੇਵ ਜੀ! – Guru Nanak Dev Ji! Guru Granth Sahib

☬ Chapter 10 ☬

☬ ਰਾਗੁ ਧਨਾਸਰੀ (660 – 695) ☬

1. ਧਨਾਸਰੀ ਮਹਲਾ ੧ ਘਰੁ ੧ ਚਉਪਦੇ॥ 660-1

ੴ ਸਤਿ ਨਾਮੁ, ਕਰਤਾ, ਪੁਰਖੁ, ਨਿਰਭਉ, ਨਿਰਵੈਰੁ, ਅਕਾਲ, ਮੂਰਤਿ, ਅਜੂਨੀ, ਸੈਭੰ, ਗੁਰ ਪ੍ਰਸਾਦਿ॥
ik-oNkaar, sat naam, kartaa, purakh, nirbha-o, nirvair akaal, moorat, ajoonee, saibhaN, gur parsaad.

ਜੀਉ ਡਰਤੁ ਹੈ ਆਪਣਾ, ਕੈ ਸਿਉ ਕਰੀ ਪੁਕਾਰ॥
jee-o darat hai aapnaa kai si-o karee pukaar.
ਦੂਖ ਵਿਸਾਰਣੁ ਸੇਵਿਆ, ਸਦਾ ਸਦਾ ਦਾਤਾਰੁ॥੧॥
dookh visaaran sayvi-aa sadaa sadaa daataar. ||1||

ਮੇਰੀ ਆਤਮਾ ਡਰਦੀ ਹੈ, ਮੈਂ ਕਿਸ ਨੂੰ ਇਹ ਦੁਖ ਦੱਸਾ? ਮੈਂ ਸਦਾ ਦਾਤਾਂ ਬਖਸ਼ਣ ਵਾਲੇ ਮਾਲਕ ਦੀ ਸੇਵਾ, ਬੰਦਗੀ ਕਰਦਾ ਹੈ । ਜਿਹੜਾ ਸਾਰੀਆਂ ਹੀ ਮਸੀਬਤਾਂ, ਦੁਖਾਂ ਨੂੰ ਭੁਲਾ ਦੇਂਦਾ ਹੈ ।

My soul remains miserable, scared, and afraid! Whom may I share my misery and pray for His Forgiveness and Refuge? I meditate and serve The True Master, Trustee of all virtues and blessings for His Creation. The True Master may cure and eliminates all miseries of human life journey.

ਸਾਹਿਬੁ ਮੇਰਾ ਨੀਤ ਨਵਾ, ਸਦਾ ਸਦਾ ਦਾਤਾਰੁ॥੧॥ ਰਹਾਉ॥
saahib mayraa neet navaa sadaa sadaa daataar. ||1|| rahaa-o.

ਪ੍ਰਭ ਦੇ ਕਰਤਬਾਂ, ਦਾਤਾਂ ਦਾ ਅੰਤ ਨਹੀਂ ਆਉਂਦਾ, ਹਰ ਰੋਜ਼ ਕੋਈ ਨਵੀਂ ਹੀ ਸੋਝੀ ਬਖਸ਼ਦਾ ਹੈ । ਉਹ ਦਾਤਾਂ ਦਾ ਮਾਲਕ ਸਦਾ ਦਾਤਾਂ ਬਖਸ਼ਦਾ ਰਹਿੰਦਾ ਹੈ ।

His virtues and blessings remain beyond any comprehension of His Creation. He may enlighten with new virtue every day. Treasure of virtues always blesses His Creation.

ਅਨਦਿਨੁ ਸਾਹਿਬੁ ਸੇਵੀਐ, ਅੰਤਿ ਛਡਾਏ ਸੋਇ॥
an-din saahib sayvee-ai ant chhadaa-ay so-ay.
ਸੁਣਿ ਸੁਣਿ ਮੇਰੀ ਕਾਮਣੀ, ਪਾਰਿ ਉਤਾਰਾ ਹੋਇ॥੨॥
sun sun mayree kaamnee paar utaaraa ho-ay. ||2||

ਜਿਹੜਾ ਦਿਨ ਰਾਤ ਸ਼ਬਦ ਦੀ ਪਾਲਣਾ ਕਰਦਾ ਹੈ, ਉਸ ਨੂੰ ਰਹਿਮਤ ਦੀ ਨਜ਼ਰ, ਅਸਲੀ ਰਸਤਾ ਬਖਸ਼ਿਸ਼ ਹੋ ਜਾਂਦਾ ਹੈ । ਜਿਹੜਾ ਸ਼ਬਦ ਦੀ ਸਿਖਿਆਂ ਸੁਣ ਕੇ ਅਪਣਾ ਜੀਵਨ ਢਾਲਦਾ ਹੈ, ਉਸ ਨੂੰ ਦਰਬਾਰ ਵਿੱਚ ਪ੍ਰਵਾਨਗੀ ਬਖਸ਼ਿਸ਼ ਹੋ ਜਾਂਦੀ ਹੈ ।

Whosoever may obey the teachings of His Word with steady and stable belief day and night; with His mercy and grace, he may be blessed with the right path of acceptance in His Court. Whosoever may listen and adopts the teachings of His Word with steady and stable belief in day-to-day life; with His mercy and grace, he may be accepted in His Court.

ਦਇਆਲ ਤੇਰੈ ਨਾਮਿ ਤਰਾ॥ ਸਦ ਕੁਰਬਾਣੈ ਜਾਉ॥੧॥ ਰਹਾਉ॥
da-i-aal tayrai naam taraa. sad kurbaanai jaa-o. ||1|| rahaa-o.

ਪ੍ਰਭ ਦੇ ਸ਼ਬਦ ਦੀ ਪਾਲਣਾ ਹੀ, ਸੰਸਾਰ ਵਿੱਚ ਮੇਰਾ ਸਾਥੀ ਹੈ, ਸ਼ਬਦ ਦੀ ਕਮਾਈ ਹੀ ਪਾਰ ਲੈ ਜਾ ਸਕਦੀ ਹੈ । ਮੈਂ ਪ੍ਰਭ ਦਾ ਹੀ ਧੰਨਵਾਦ ਕਰਦਾ ਰਹਿੰਦਾ ਹਾ ।

I obey the teachings of His Word; earnings of His Word remain my everlasting, true friend. I may be blessed with the right path of acceptance in His Court. I always remain grateful and sing His Glory.

ਸਰਬੰ ਸਾਚਾ ਏਕੁ ਹੈ, ਦੂਜਾ ਨਾਹੀ ਕੋਇ॥
sarbaN saachaa ayk hai doojaa naahee ko-ay.
ਤਾ ਕੀ ਸੇਵਾ ਸੋ ਕਰੇ, ਜਾ ਕਉ ਨਦਰਿ ਕਰੇ॥ ੩॥
taa kee sayvaa so karay jaa ka-o nadar karay. ||3||

ਕੇਵਲ ਇਕੋ ਇਕ ਪ੍ਰਭ ਹੀ ਸਦਾ ਅਟਲ ਰਹਿਣ ਵਾਲਾ ਹੈ । ਹੋਰ ਸਭ ਸਮਾਂ ਪਾ ਕੇ ਖਤਮ ਹੋ ਜਾਣ ਵਾਲੇ, ਮਰ ਜਾਣ ਵਾਲੇ ਹਨ । ਜਿਹੜਾ ਸ਼ਬਦ ਦੀ ਪਾਲਣਾ ਕਰਦਾ ਹੈ, ਉਸ ਤੇ ਰਹਿਮਤ ਦੀ ਨਜ਼ਰ ਬਖਸ਼ਿਸ਼ ਹੋ ਜਾਂਦੀ ਹੈ ।

The One and Only One, True Master remains permanent forever; everything else may vanish over a period. Whosoever may obey the teachings of His Word with steady and stable belief in his day-to-day life; he may be blessed with the right path of acceptance in His Court.

ਤੁਧੁ ਬਾਝੁ ਪਿਆਰੇ ਕੇਵ ਰਹਾ॥
tuDh baajh pi-aaray kayv rahaa.
ਸਾ ਵਡਿਆਈ ਦੇਹਿ, ਜਿਤੁ ਨਾਮਿ ਤੇਰੇ ਲਾਗਿ ਰਹਾਂ॥
saa vadi-aa-ee deh Jit naam tayray laag rahaaN.
ਦੂਜਾ ਨਾਹੀ ਕੋਇ, ਜਿਸੁ ਆਗੈ ਪਿਆਰੇ ਜਾਇ ਕਹਾ॥੧॥ ਰਹਾਉ॥
doojaa naahee ko-ay Jis aagai pi-aaray jaa-ay kahaa. ||1|| rahaa-o.

ਪ੍ਰਭ ਦੀ ਰਹਿਮਤ ਤੋਂ ਬਿਨਾਂ ਜੀਵ ਕਿਵੇਂ ਜਿਉਂਦਾ ਰਹ ਸਕਦਾ ਹੈ? ਮੈਂ ਸ਼ਬਦ ਦੀ ਪਾਲਣਾ ਵਿੱਚ ਹੀ ਜੀਵਨ ਬਤੀਤ ਕਰਾ । ਪ੍ਰਭ ਤੋਂ ਬਿਨਾਂ ਹੋਰ ਕੋਈ ਦੂਜਾ ਅਰਦਾਸ ਕਰਨ ਦੇ ਯੋਗ ਨਹੀਂ ਹੈ ।

How may I survive without His Blessed Vision, The True Master? I obey the teachings of His Word with steady and stable belief in my day-to-day life. No one else except, The True Master may be worthy to pray for Forgiveness and Refuge!

ਸੇਵੀ ਸਾਹਿਬੁ ਆਪਣਾ, ਅਵਰੁ ਨ ਜਾਚੰਉ ਕੋਇ॥
sayvee saahib aapnaa avar na jaachaN-o ko-ay.
ਨਾਨਕੁ ਤਾ ਕਾ ਦਾਸੁ ਹੈ, ਬਿੰਦ ਬਿੰਦ ਚੁਖ ਚੁਖ ਹੋਇ॥੪॥
naanak taa kaa daas hai bind bind chukh chukh ho-ay. ||4||

ਜੀਵ ਆਪਣੇ ਅਸਲੀ ਮਾਲਕ ਦੇ ਭਾਣੇ ਦੀ ਪਾਲਣਾ, ਸਵਾਸ ਗਰਾਸ ਪ੍ਰਭ ਦਾ ਹੀ ਧੰਨਵਾਦ ਗਾਵੋ! ਕੇਵਲ ਪ੍ਰਭ ਹੀ ਸਭ ਦਾਤਾਂ ਦਾ ਮਾਲਕ, ਬਖਸ਼ਣ ਵਾਲਾ ਮਾਲਕ ਹੈ!

You should always obey the teachings of His Word with steady and stable belief; sing the gratitude of His Blessings. Only, The One and Only One, True Master, Treasure may bestow His Virtues to His Creation!

ਸਾਹਿਬ ਤੇਰੇ ਨਾਮ ਵਿਟਹੁ,
saahib tayray naam vitahu
ਬਿੰਦ ਬਿੰਦ ਚੁਖ ਚੁਖ ਹੋਇ॥੧॥ ਰਹਾਉ॥੪॥ ੧॥
bind bind chukh chukh ho-ay. ||1||rahaa-o. ||4||1||

ਪ੍ਰਭ ਦੇ ਸੇਵਕ ਸਵਾਸ ਗਰਾਸ ਪ੍ਰਭ ਦੀਆਂ ਬਖਸ਼ਿਸ਼ਾਂ ਦਾ ਧੰਨਵਾਦ ਕਰਦੇ ਹਨ ।

His true devotee remains gratitude and sings the glory of His Greatness and His Blessings. He may remain intoxicated in the void of His Word.

Key Message of Raag Dhanaasaree page 660-1
'ਕੌਣ ਅਰਦਾਸ ਕਰਨ ਦੇ ਯੋਗ ਹੈ?

ਪ੍ਰਭ ਹਰ ਰੋਜ਼ ਕੋਈ ਨਵੀਂ ਹੀ ਸੋਝੀ ਬਖ਼ਸ਼ਦਾ ਹੈ । ਪ੍ਰਭ ਦੇ ਸ਼ਬਦ ਦੀ ਪਾਲਣਾ ਹੀ, ਸੰਸਾਰ ਵਿੱਚ ਮੇਰਾ ਸਾਥੀ ਹੈ, ਮੈਨੂੰ ਪਾਰ ਲੈ ਜਾ ਸਕਦਾ ਹੈ । ਕੇਵਲ ਇਕੋ ਇਕ ਪ੍ਰਭ ਹੀ ਸਦਾ ਅਟਲ ਰਹਿਣ ਵਾਲਾ ਹੈ । ਪ੍ਰਭ ਤੋਂ ਬਿਨਾਂ ਹੋਰ ਕੋਈ ਦੂਜਾ ਅਰਦਾਸ ਕਰਨ ਦੇ ਯੋਗ ਨਹੀਂ ਹੁੰਦਾ!

Who may be worthy to pray for Forgiveness and Refuge?

The True Master may enlighten new virtue every day. To obey the teachings of His Word, earnings of His Word remain my everlasting, true friend. I may be blessed with the right path of acceptance in His Court. The One and Only One, True Master remains permanent forever. Only, He may be worthy to pray for His Forgiveness and Refuge!

2. ਧਨਾਸਰੀ ਮਹਲਾ ੧॥ 660-11

ਹਮ ਆਦਮੀ ਹਾ ਇਕ ਦਮੀ, ਮੁਹਲਤਿ ਮੁਹਤੁ ਨ ਜਾਣਾ॥ ham aadmee haaN ik damee muhlat muhat na jaanaa.
ਨਾਨਕੁ ਬਿਨਵੈ ਤਿਸੈ ਸਰੇਵਹੁ, ਜਾ ਕੇ ਜੀਅ ਪਰਾਣਾ॥੧॥ naanak binvai tisai sarayvhu jaa kay jee-a paraanaa. ||1||

ਜੀਵ ਦੇ ਤਨ ਦੀ ਮੁਹਲਤ ਸਵਾਸ ਤੀਕ ਹੀ ਹੈ । ਜੀਵ ਨੂੰ ਅੰਦਰ ਜਾਣ ਵਾਲੇ ਸਵਾਸ ਦੇ ਵਾਪਸ ਆਉਣ ਦੀ ਸੋਝੀ ਨਹੀਂ ਹੁੰਦੀ! ਪ੍ਰਭ ਦੇ ਸ਼ਬਦ ਦੇ ਸਿਮਰਨ ਤੋਂ ਬਿਨਾਂ ਸਾਰੇ ਸਵਾਸ ਹੀ ਬਿਰਥੇ ਹਨ! ਸਭ ਕੁਝ ਪ੍ਰਭ ਦੀ ਹੀ ਅਮਾਨਤ ਹੈ ।

The life span of body remains limited to his breathes! Who may know his last breath. Time of death of his body remains unpredictable. Any breath without singing His Gratitude may be useless, wasted.

ਅੰਧੇ ਜੀਵਨਾ ਵੀਚਾਰਿ ਦੇਖਿ, ਕੇਤੇ ਕੇ ਦਿਨਾ॥੧॥ ਰਹਾਉ॥ anDhay jeevnaa veechaar daykh kaytay kay dinaa. ||1|| rahaa-o.

ਅਣਜਾਣ ਇਹ ਵਿਚਾਰ ਮਨ ਵਿੱਚ ਰਖੋ! ਕਿਤਨਾ ਸਮਾਂ ਸਵਾਸ ਤੋਂ ਬਿਨਾਂ ਜਿਉਂਦਾ ਰਹੇ ਸਕਦਾ ਹੈ ।

Ignorant imagines! How long may he survive without breaths?

ਸਾਸੁ ਮਾਸੁ ਸਭੁ ਜੀਉ ਤੁਮਾਰਾ, ਤੂ ਮੈ ਖਰਾ ਪਿਆਰਾ॥ saas maas sabh jee-o tumaaraa too mai kharaa pi-aaraa.
ਨਾਨਕੁ ਸਾਇਰੁ ਏਵ ਕਹਤੁ ਹੈ, ਸਚੇ ਪਰਵਦਗਾਰਾ॥੨॥ naanak saa-ir ayv kahat hai sachay parvadgaaraa. ||2||

ਪ੍ਰਭ ਮੇਰੀ ਆਤਮਾ, ਸਵਾਸ, ਤਨ ਤੇਰ ਵੱਸ ਵਿੱਚ, ਤੇਰੀ ਹੀ ਅਮਾਨਤ ਹੈ । ਤੇਰੀ ਰਹਿਮਤ ਤੇ ਹੀ ਜਿਉਂਦਾ ਹਾ, ਆਪ ਹੀ ਮੇਰੀ ਪਾਲਣਾ ਕਰਦਾ ਹੈ ।

My True Master, my soul, breaths, body remains Your Trust; under Your Command. I may only survive with Your Blessed Vision and nourishment.

ਜੇ ਤੂ ਕਿਸੈ ਨ ਦੇਹੀ ਮੇਰੇ ਸਾਹਿਬਾ, ਕਿਆ ਕੋ ਕਢੈ ਗਹਣਾ॥ jay too kisai na dayhee mayray saahibaa ki-aa ko kadhai gahnaa.
ਨਾਨਕੁ ਬਿਨਵੈ ਸੋ ਕਿਛੁ ਪਾਈਐ, ਪੁਰਬਿ ਲਿਖੇ ਕਾ ਲਹਣਾ॥੩॥ naanak binvai so kichh paa-ee-ai purab likhay kaa lahnaa. ||3||

ਅਗਰ ਪ੍ਰਭ ਆਤਮਾ ਨੂੰ ਸਵਾਸ ਨਾ ਦੇਵੇ! ਉਸ ਦੀ ਆਤਮਾ ਸ਼ਬਦ ਦੀ ਪਾਲਣਾ ਕਿਵੇਂ ਕਰ ਸਕਦੀ ਹੈ? ਜੀਵਨ ਵਿੱਚ ਸਭ ਕੁਝ ਪਿਛਲੇ ਜੀਵਨ ਦਾ ਫਲ ਹੀ ਬਖਸ਼ਿਸ਼ ਹੁੰਦਾ ਹੈ ।

Imagine! Without the treasure of breath! How may anyone (soul) obey the teachings of His Word with steady and stable belief? Every one may only be blessed, rewarded for his deeds of previous lives.

ਨਾਮੁ ਖਸਮ ਕਾ ਚਿਤਿ ਨ ਕੀਆ, ਕਪਟੀ ਕਪਟੁ ਕਮਾਣਾ॥ naam khasam kaa chit na kee-aa kaptee kapat kamaanaa.
ਜਮ ਦੁਆਰਿ ਜਾ ਪਕੜਿ ਚਲਾਇਆ, ਤਾ ਚਲਦਾ ਪਛੁਤਾਣਾ॥੪॥ jam du-aar jaa pakarh chalaa-i-aa taa chaldaa pachhutaanaa. ||4||

ਜਿਹੜਾ ਸ਼ਬਦ ਦੀ ਪਾਲਣਾ ਨਹੀਂ ਕਰਦਾ । ਉਹ ਧੋਖੇ, ਫਰੇਬ ਦੇ ਅਧਾਰ ਤੇ ਹੀ ਜੀਵਨ ਬਤੀਤ ਕਰਦਾ ਹੈ । ਮੌਤ ਤੇ ਪਛਤਾਵਾ ਹੀ ਕਰਦਾ ਹੈ ।

Whosoever may not obey the teachings of His Word with steady and stable belief in his day-to-day life; he may remain intoxicated with worldly wealth, deception, and fraud. At the time of death, he may only regret and repents.

ਜਬ ਲਗੁ ਦੁਨੀਆ ਰਹੀਐ, ਨਾਨਕ ਕਿਛੁ ਸੁਣੀਐ, ਕਿਛੁ ਕਹੀਐ॥ jab lag dunee-aa rahee-ai naanak kichh sunee-ai kichh kahee-ai.
ਭਾਲਿ ਰਹੇ ਹਮ ਰਹਣੁ ਨ ਪਾਇਆ, bhaal rahay ham rahan na paa-i-aa
ਜੀਵਤਿਆ ਮਰਿ ਰਹੀਐ॥੫॥੨॥ jeevti-aa mar rahee-ai. ||5||2||

ਜਿਤਨਾਂ ਚਿਰ ਜੀਵ ਦੇ ਸਵਾਸ ਚਲਦੇ ਹਨ । ਪ੍ਰਭ ਦੇ ਸ਼ਬਦ ਦੀ ਪਾਲਣਾ, ਸ਼ਬਦ ਦਾ ਧੰਨਵਾਦ ਕਰੋ! ਰਹਿਮਤ ਦੀ ਅਰਦਾਸ ਕਰੋ । ਜਿਸ ਨੂੰ ਸੋਝੀ ਬਖਸ਼ਿਸ਼ ਹੋ ਜਾਂਦੀ ਹੈ, ਸੰਸਾਰ ਸਦਾ ਰਹਿਣ ਵਾਲਾ ਘਰ ਨਹੀਂ ਹੈ! ਉਹ ਸੰਸਾਰ ਵਿੱਚ ਯਾਤਰੀ ਦੀ ਤਰ੍ਹਾਂ, ਨਿਮਾਣਾ ਬਣਕੇ ਜੀਵਨ ਬਤੀਤ ਕਰਦਾ ਹੈ!

Remember! Whosoever may be breathing, alive in the universe! He should meditate, sings, and obeys the teachings of His Word with steady and stable belief and prays for His Forgiveness and Refuge. Whosoever may be enlightened; world may not be a permanent resting place for his soul. His way of life may become humble; he may live as a guest in the world.

Key Message of Raag Dhanaasaree page 660-11

'ਸੰਸਾਰਕ ਜੀਵਨ ਦੀ ਮੁਹਲਤ ਕੀ ਹੈ?

ਜੀਵ ਦੇ ਤਨ ਦੀ ਮੁਹਲਤ ਸਵਾਸ ਤੀਕ ਹੀ ਹੁੰਦੀ ਹੈ । ਉਸ ਦੇ ਸਵਾਸ ਪ੍ਰਭ ਦੀ ਹੀ ਅਮਾਨਤ ਹਨ । ਜੀਵ ਨੂੰ ਆਪਣੇ ਪਿਛਲੇ ਜੀਵਨ ਦੇ ਕੀਤੇ ਕੰਮਾਂ ਦਾ ਫਲ ਹੀ ਬਖਸ਼ਿਸ਼ ਹੁੰਦਾ ਹੈ । ਸ਼ਬਦ ਦੀ ਪਾਲਣਾ ਤੋਂ ਬਿਨਾਂ, ਉਸ ਨੂੰ ਮੌਤ ਪਿਛੋਂ ਪਛਤਾਵਾ ਹੀ ਕਰਨਾ ਪੈਂਦਾ ਹੈ । ਜਿਸ ਨੂੰ ਸ਼ਬਦ ਦੀ ਸੋਝੀ ਹੋ ਬਖਸ਼ਿਸ਼ ਜਾਂਦੀ ਹੈ, ਸੰਸਾਰ ਸਦਾ ਰਹਿਣ ਵਾਲਾ ਘਰ ਨਹੀਂ ਹੈ, ਉਹ ਆਪਣਾ ਜੀਵਨ ਯਾਤਰੀ ਦੀ ਤਰ੍ਹਾਂ ਹੀ ਬਤੀਤ ਕਰਦਾ ਹੈ!

What may be the guarantee of human body?

The worldly creature remains slave of breaths; The True Maser remains the trustee of his breaths. Every one may only be rewarded for his deeds of previous lives. Whosoever may not obey the teachings of His Word; he may only regret and repents after death. Whosoever may be enlightened; world is not a permanent resting place for his soul. He spends his life as a visitor on earth.

3. ਧਨਾਸਰੀ ਮਹਲਾ ੧ ਘਰੁ ਦੂਜਾ॥ 661-1

ੴ ਸਤਿਗੁਰ ਪ੍ਰਸਾਦਿ॥ ik-oNkaar satgur parsaad.
ਕਿਉ ਸਿਮਰੀ, ਸਿਵਰਿਆ ਨਹੀ ਜਾਇ॥ ki-O simree sivri-aa nahee jaa-ay.
ਤਪੈ ਹਿਆਉ ਜੀਅੜਾ ਬਿਲਲਾਇ॥ tapai hi-aa-O jee-arhaa billaa-ay.
ਸਿਰਜਿ ਸਵਾਰੇ ਸਾਚਾ ਸੋਇ॥ ਤਿਸੁ ਵਿਸਰਿਐ ਚੰਗਾ ਕਿਉ ਹੋਇ॥੧॥ siraj savaaray saachaa so-ay. tis visri-ai changa ki-O ho-ay. ||1||

ਗੁਰੂ ਨਾਨਕ ਦੇਵ ਜੀ! – Guru Nanak Dev Ji! Guru Granth Sahib

ਪ੍ਰਭ, ਮੈਂ ਸ਼ਬਦ ਦਾ ਸਿਮਰਨ ਕਿਵੇਂ ਕਰਾ? ਕੇਵਲ ਸ਼ਬਦ ਮੂੰਹ ਤੋਂ ਬੋਲਣ ਨਾਲ ਹੀ ਪਾਲਣਾ ਨਹੀਂ ਹੋ ਜਾਂਦੀ । ਮੇਰਾ ਮਨ ਵਿੱਚ ਸੰਸਾਰਕ ਇਛਾਂ ਦੀਆਂ ਭਟਕਣਾਂ ਰਹਿੰਦੀਆਂ ਹਨ! ਅਸਲੀ ਮਾਲਕ ਹੀ ਜੀਵ ਨੂੰ ਪੈਦਾ ਕਰਦਾ, ਪਾਲਣਾ ਕਰਦਾ ਹੈ । ਪ੍ਰਭ ਦੇ ਸ਼ਬਦ ਨੂੰ ਮਨੋ ਵਿਸਾਰ ਕੇ ਹੋਰ ਕਿਹੜਾ ਚੰਗਾ ਕੰਮ ਕਰ ਸਕਦਾ ਹਾ?

How may I meditate on the teachings of Your Word? Only singing the glory of Your Word may not be the true meditation on the teachings of Your Word. I remain wandering in the frustrations of worldly desires. I may not realize any peace of mind nor contentment. The True Master creates and nourishes His Creation. Whosoever may abandon the teachings of His Word from my day-to-day life! What else good deed may he perform for the real purpose of human life?

ਹਿਕਮਤਿ ਹੁਕਮਿ ਨ ਪਾਇਆ ਜਾਇ॥	hikmat hukam na paa-I-aa jaa-ay.
ਕਿਉ ਕਰਿ ਸਾਚਿ ਮਿਲਉ ਮੇਰੀ ਮਾਇ॥ ੧॥ ਰਹਾਉ॥	ki-O kar saach mila-O mayree maa-ay. ||1|| rahaa-O.

ਕਿਸੇ ਧਰਮ ਦੇ ਰੀਤੀ ਰੀਵਾਜ, ਚਲਾਕੀ ਨਾਲ ਰਹਿਮਤ ਬਖਸ਼ਿਸ਼ ਨਹੀਂ ਹੁੰਦੀ । ਸੋਝੀ ਬਖਸ਼ੋ! ਮੈਂ ਕਿਸਤਰ੍ਹਾਂ ਰਹਿਮਤ ਪਾ ਸਕਦਾ?

With any clever plans or adopting any worldly religion, religious rituals; no one has ever been blessed with the right path of accepted in His Court. Who may I be blessed with the right path to become worthy of His Consideration?

ਵਖਰੁ ਨਾਮੁ ਦੇਖਣ ਕੋਈ ਜਾਇ॥	vakhar naam daykhan ko-ee jaa-ay.
ਨਾ ਕੋ ਚਾਖੈ ਨਾ ਕੋ ਖਾਇ॥	naa ko chaakhai naa ko khaa-ay.
ਲੋਕਿ ਪਤੀਣੈ ਨ ਪਤਿ ਹੋਇ॥ ਤਾ ਪਤਿ ਰਹੈ ਰਾਖੈ ਜਾ ਸੋਇ॥੨॥	lok pateenai naa pat ho-ay. taa pat rahai raakhai jaa so-ay. ||2||

ਕੋਈ ਵਿਰਲਾ ਹੀ ਮਨੋ ਪ੍ਰਭ ਦੇ ਸ਼ਬਦ ਦੀ ਭਾਲ ਕਰਦਾ ਹੈ । ਕਿਸੇ ਜੀਵ ਨੂੰ ਸ਼ਬਦ ਦੀ ਸੋਝੀ, ਸਵਾਦ ਦਾ ਪਤਾ ਨਹੀਂ, ਨਾ ਹੀ ਖਾਂਦਾ ਜਾ ਸਕਦਾ ਹੈ । ਮਾਨਸ ਜੀਵ (ਗੁਰੂ) ਨੂੰ ਖੁਸ਼ ਕਰਨ ਨਾਲ ਕੁਝ ਬਖਸ਼ਿਸ਼ ਨਹੀਂ ਹੁੰਦਾ । ਕੇਵਲ ਪ੍ਰਭ ਦੀ ਰਹਿਮਤ ਨਾਲ ਹੀ ਮਨ ਸ਼ਬਦ ਦੀ ਪਾਲਣਾ ਵਿੱਚ ਅਡੋਲ ਰਹਿੰਦਾ ਹੈ ।

In the universe! Very rare may whole heartedly be searching the enlightenment of His Word, the purpose of his human life. However, very rare may be enlightened or has tasted the nectar or adopted the teachings of His Word in his day-to-day life. Whosoever may serve, any human, saint, worship worldly guru, prophet; he may not be blessed with the right path nor stay steady and stable on path of meditation to become worthy of His Considerations.

ਜਹ ਦੇਖਾ ਤਹ ਰਹਿਆ ਸਮਾਇ॥ ਤੁਧੁ ਬਿਨੁ ਦੂਜਾ ਨਾਹੀ ਜਾਇ॥	jah daykhaa tah rahi-aa samaa-ay. tuDh bin doojee naahee jaa-ay.
ਜੇ ਕੋ ਕਰੇ ਕੀਤੈ ਕਿਆ ਹੋਇ॥ ਜਿਸ ਨੋ ਬਖਸੇ ਸਾਚਾ ਸੋਇ॥੩॥	jay ko karay keetai ki-aa ho-ay. Jis no bakhsay saachaa so-ay. ||3||

ਪ੍ਰਭ ਹਰ ਥਾਂ ਤੇ ਮੌਜੂਦ, ਹਰ ਥਾਂ ਤੇ ਵਾਪਰਦਾ ਹੈ । ਪ੍ਰਭ ਦੇ ਦਰਬਾਰ ਤੋਂ ਬਿਨ ਹੋਰ ਕੋਈ ਆਸਰਾ, ਅਰਾਮ ਕਰਨ ਵਾਲਾ ਥਾਂ ਨਹੀਂ ਹੈ । ਜੀਵ ਆਪਣੇ ਬਲ ਜਾ ਸਿਆਣਪ ਨਾਲ ਕੁਝ ਨਹੀਂ ਕਰ ਸਕਦਾ । ਕੇਵਲ ਪ੍ਰਭ ਦਾ ਹੁਕਮ ਹੀ ਵਾਪਰਦਾ ਹੈ । ਜਿਸ ਤੇ ਰਹਿਮਤ ਬਖਸ਼ਦਾ ਹੈ, ਉਸ ਦਾ ਲੇਖਾ ਖਤਮ ਕਰ ਦੇਂਦਾ ਹੈ ।

The Omnipresent True Master prevails everywhere and in every event. The True Master may be supporting pillar for His Creation; His Royal Palace may be the permanent only resting place for soul. No one may ever accomplish anything with his own wisdom, strength, or clever plans. Whosoever may be bestowed with His Blessed Vision, his accounts of previous deeds may be forgiven.

ਹੁਣਿ ਉਠਿ ਚਲਣਾ ਮੁਹਤਿ ਕਿ ਤਾਲਿ॥	hun uth chalnaa muhat ke taal.
ਕਿਆ ਮੁਹੁ ਦੇਸਾ ਗੁਣ ਨਹੀ ਨਾਲਿ॥	ki-aa muhu daysaa gun nahee naal.
ਜੈਸੀ ਨਦਰਿ ਕਰੇ ਤੈਸਾ ਹੋਇ॥	jaisee nadar karay taisaa ho-ay.
ਵਿਣੁ ਨਦਰੀ ਨਾਨਕ ਨਹੀ ਕੋਇ॥੪॥੧॥੩	vin nadree naanak nahee ko-ay. 4||1||3

ਮੇਰਾ ਮੌਤ ਦਾ ਸਮਾਂ ਆਇਆ ਹੈ, ਕਿਸੇ ਪਲ ਵੀ ਸਵਾਸ ਖਤਮ ਹੋ ਸਕਦੇ ਹਨ । ਮੈਂ ਕਿਹੜਾ ਮੂੰਹ ਲੈ ਕੇ ਤੇਰੇ ਦਰ ਤੇ ਜਾਵਾਗਾ । ਮੇਰੇ ਪਾਸ ਸੰਸਾਰ ਵਿੱਚ ਕੀਤਾ ਕੋਈ ਗੁਣ ਨਹੀਂ ਹੈ । ਤੇਰੀ ਰਹਿਮਤ ਤੋਂ ਬਿਨਾਂ ਕੋਈ ਪ੍ਰਵਾਨਗੀ ਦੇ ਰਸਤੇ ਤੇ ਨਹੀਂ ਚਲ ਸਕਦਾ, ਪ੍ਰਵਾਨਗੀ ਪਾ ਸਕਦਾ ।

My True Master, the devil of death is knocking at my door; my soul may be captured anytime. I have no earnings of Your Word nor any good virtues! How and with what face may I appear in Your Court? I have no earnings of Your Word nor any worldly good deeds. Only Your Command prevails in the universe. Without Your Blessed Vision! No one may ever meditate nor stay on the right path to become worthy of Your Consideration.

Key Message of Raag Dhanaasaree page 661-1
'ਕੰਮਾਂ ਦਾ ਲੇਖਾ ਕਿਵੇਂ ਖਤਮ ਹੁੰਦਾ ਹੈ?
ਕੇਵਲ ਸ਼ਬਦ ਮੂੰਹ ਤੋਂ ਬੋਲਣ ਨਾਲ ਹੀ ਪਾਲਣਾ ਨਹੀਂ ਹੋ ਜਾਂਦੀ! ਕੋਈ ਵਿਰਲਾ ਹੀ ਮਨੋ ਪ੍ਰਭ ਦੇ ਸ਼ਬਦ ਦੀ ਭਾਲ ਕਰਦਾ, ਸ਼ਬਦ ਦੀ ਪਾਲਣਾ ਵਿੱਚ ਅਡੋਲ ਰਹਿੰਦਾ ਹੈ । ਜਿਹੜਾ ਆਪਾ ਪ੍ਰਭ ਦੇ ਸ਼ਬਦ ਦੀ ਸੇਵਾ ਭੇਟਾ ਕਰ ਦੇਂਦਾ ਹੈ, ਉਸ ਦਾ ਲੇਖਾ ਖਤਮ ਹੋ ਜਾਂਦਾ ਹੈ ।
How the accounts of worldly deeds may be satisfied?
Only singing the glory may not be true meditation, obeying the teachings of His Word. However, very rare may whole heartedly be searching the enlightenment for His Word, the purpose of his human life within nor remains on the path of meditation. Whosoever may surrender his self-entity at His Service, his accounts of previous deeds may be forgiven.

4. ਧਨਾਸਰੀ ਮਹਲਾ ੧॥ 661-10

ਨਦਰਿ ਕਰੇ ਤਾ ਸਿਮਰਿਆ ਜਾਇ॥ ਆਤਮਾ ਦ੍ਰਵੈ ਰਹੈ ਲਿਵ ਲਾਇ॥	nadar karay taa simri-aa jaa-ay. aatmaa darvai rahai liv laa-ay.
ਆਤਮਾ ਪਰਾਤਮਾ ਏਕੋ ਕਰੈ॥ ਅੰਤਰ ਕੀ ਦੁਬਿਧਾ ਅੰਤਰਿ ਮਰੈ॥੧॥	aatmaa paraatamaa ayko karai. antar kee dubiDhaa antar marai. ||1||

ਪ੍ਰਭ ਦੀ ਰਹਿਮਤ ਨਾਲ ਹੀ ਕੋਈ ਪ੍ਰਭ ਨੂੰ ਬੰਦਗੀ ਵਿੱਚ ਯਾਦ ਕਰ ਸਕਦਾ ਹੈ । ਉਸ ਦੀ ਆਤਮਾ ਅਡੋਲ ਭਰੋਸੇ ਨਾਲ ਸ਼ਬਦ ਦੀ ਪਾਲਣਾ ਵਿੱਚ ਲੀਨ ਰਹਿੰਦੀ ਹੈ! ਜਿਹੜਾ ਦਾ ਸ਼ਬਦ ਦਾ ਸਿਮਰਨ ਕਰਦਾ, ਉਸ ਦੇ ਮਨ ਵਿੱਚ ਨਿਮ੍ਰਤਾ, ਸ਼ਬਦ ਵਿੱਚ ਲਗਨ ਅਡੋਲ ਹੋ ਜਾਂਦੀ ਹੈ । ਪ੍ਰਭ ਦੀ ਰਹਿਮਤ ਨਾਲ ਉਸ ਨੂੰ ਅਸਲੀ ਰਸਤਾ ਬਖਸ਼ਿਸ਼ ਹੋ ਜਾਂਦਾ, ਜੀਵ ਦੀ ਆਤਮਾ ਪ੍ਰਭ ਦੀ ਜੋਤ ਵਿੱਚ ਅਭੇਦ ਹੋ ਜਾਂਦੀ ਹੈ, ਮਨ ਦੇ ਸਾਰੇ ਭਰਮ ਖਤਮ ਹੋ ਜਾਂਦੇ ਹਨ ।

Whosoever may be bestowed with His Blessed Vision, only he may remain in renunciation in the memory of his separation from His Holy Spirit. Whosoever may meditate; he may remain intoxicated in meditation in the void of His Word and overwhelmed with humility. He may be blessed with the right path; his soul may be accepted in His Court. All his religious suspicions may be forgiven.

ਗੁਰ ਪਰਸਾਦੀ ਪਾਇਆ ਜਾਇ॥ gur parsaadee paa-I-aa jaa-ay.
ਹਰਿ ਸਿਉ ਚਿਤੁ ਲਾਗੈ, ਫਿਰਿ ਕਾਲੁ ਨ ਖਾਇ॥ ੧॥ ਰਹਾਉ॥ har si-O chit laagai fir kaal na khaa-ay. ||1|| rahaa-o.

ਕੇਵਲ ਪ੍ਰਭ ਹੀ ਰਹਿਮਤ, ਅਸਲੀ ਰਸਤਾ ਬਖਸ਼ ਸਕਦਾ ਹੈ । ਜਿਹੜਾ ਸ਼ਬਦ ਦਾ ਸਿਮਰਨ ਕਰਦਾ, ਉਸ ਦਾ ਜਨਮ ਮਰਨ ਦਾ ਚੱਕਰ ਖਤਮ ਹੋ ਜਾਂਦਾ ਹੈ ।

Only The True Master blesses the right path of acceptance in His Court with His Imagination. Whosoever may meditate and obey the teachings of His Word with steady and stable belief; his cycle of birth and death may be eliminated.

ਸਚਿ ਸਿਮਰਿਐ ਹੋਵੈ ਪਰਗਾਸੁ॥ ਤਾ ਤੇ ਬਿਖਿਆ ਮਹਿ ਰਹੈ ਉਦਾਸੁ॥ sach simri-ai hovai pargaas. taa tay bikhi-aa meh rahai udaas.
ਸਤਿਗੁਰ ਕੀ ਐਸੀ ਵਡਿਆਈ॥ ਪੁਤ੍ਰ ਕਲਤ੍ਰ ਵਿਚੇ ਗਤਿ ਪਾਈ॥੨॥ satgur kee aisee vadi-aa-ee. putar kaltar vichay gat paa-ee. ||2||

ਜਿਹੜਾ ਅਡੋਲ ਭਰੋਸੇ ਨਾਲ ਸ਼ਬਦ ਦੀ ਪਾਲਣਾ ਕਰਦਾ ਹੈ, ਉਸ ਨੂੰ ਸ਼ਬਦ ਦੀ ਸੋਝੀ ਬਖਸ਼ਿਸ਼ ਹੋ ਜਾਂਦੀ ਹੈ । ਸੰਸਾਰ ਵਿੱਚ ਰਹਿੰਦੇ ਹੋਏ ਵੀ ਮਾਇਆ, ਮੋਹ ਤੋਂ ਰਹਿਤ ਹੋ ਜਾਂਦਾ ਹੈ । ਪ੍ਰਭ ਦੀ ਇਹ ਬਹੁਤ ਵੱਡੀ ਵਡਿਆਈ ਹੈ! ਸੰਸਾਰਕ ਪ੍ਰਵਾਰ ਵਿੱਚ ਰਹਿੰਦੇ ਹੋਏ ਵੀ ਮੋਹ ਤੋਂ ਰਹਿਤ ਰਹਿੰਦਾ ਹੈ ।

Whosoever may obey the teachings of His Word with steady and stable belief in his day-to-day life; with His mercy and grace, he may be blessed with the enlightenment of the teachings of His Word. He may become beyond the reach of worldly attachments in his worldly life. Greatness of His Blessed Vision; His true devotee may become beyond the reach of worldly attachments.

ਐਸੀ ਸੇਵਕੁ ਸੇਵਾ ਕਰੈ॥ ਜਿਸ ਕਾ ਜੀਉ ਤਿਸੁ ਆਗੈ ਧਰੈ॥ aisee sayvak sayvaa karai. Jis kaa jee-O tis aagai Dharai.
ਸਾਹਿਬ ਭਾਵੈ ਸੋ ਪਰਵਾਣੁ॥ ਸੋ ਸੇਵਕੁ ਦਰਗਹ ਪਾਵੈ ਮਾਣੁ॥੩॥ saahib bhaavai so parvaan. so sayvak dargeh paavai maan. ||3||

ਅਸਲੀ ਸੇਵਕ ਆਪਣੀ ਆਤਮਾ ਨੂੰ ਪ੍ਰਭ ਦੀ ਅਮਾਨਤ ਹੀ ਸਮਝਦਾ ਹੈ । ਉਸ ਅੱਗੇ ਆਪਾ ਭੇਟਾ ਕਰਦਾ, ਸ਼ਬਦ ਨਾਲ ਹੀ ਜੀਵਨ ਬਤੀਤ ਕਰਦਾ ਹੈ । ਉਹ ਪ੍ਰਭ ਦੇ ਬਖਸ਼ ਤੇ ਅਨੰਦ ਮਾਨਦਾ ਹੈ, ਕੋਈ ਹਿਰਖ ਨਹੀਂ ਕਰਦਾ । ਇਸਤਰ੍ਹਾਂ ਜੀਵਨ ਵਾਲਾ ਸੇਵਕ ਦਰਬਾਰ ਵਿੱਚ ਪ੍ਰਵਾਨ ਹੋ ਜਾਂਦਾ ਹੈ ।

His true devotee always believes and considered his soul as only His Trust, The True Master. He surrenders his self-entity at His Sanctuary and adopts the teachings of His Word in his day-to-day life. He remains contented with His Blessings. He may never grievance on his own worldly conditions. He may be accepted in His Court.

ਸਤਿਗੁਰ ਕੀ ਮੂਰਤਿ ਹਿਰਦੈ ਵਸਾਏ॥ ਜੋ ਇਛੈ ਸੋਈ ਫਲੁ ਪਾਏ॥ satgur kee moorat hirdai vasaa-ay. jo ichhai so-ee fal paa-ay.
ਸਾਚਾ ਸਾਹਿਬੁ ਕਿਰਪਾ ਕਰੈ॥ ਸੋ ਸੇਵਕੁ ਜਮ ਤੇ ਕੈਸਾ ਡਰੈ॥੪॥ saachaa saahib kirpaa karai. so sayvak jam tay kaisaa darai. ||4||

ਉਹ ਸੇਵਕ ਪ੍ਰਭ ਦੀ ਮੂਰਤ, ਜੋਤ ਆਪਣੇ ਅੰਦਰ ਜਾਗਰਤ ਰਖਦਾ ਹੈ । ਪ੍ਰਭ ਦੀ ਬਖਸ਼ੀ ਦਾਤ ਹੀ ਉਸ ਦੇ ਮਨ ਦੀ ਇਛਾ ਬਣ ਜਾਂਦੀ ਹੈ । ਪ੍ਰਭ ਦੀ ਰਹਿਮਤ ਦੀ ਨਾਲ ਉਸ ਦਾ ਜਨਮ ਮਰਨ ਦਾ ਡਰ ਦੂਰ ਹੋ ਜਾਂਦਾ ਹੈ ।

His true devotee, always keeps the memory of his separation from His Holy Spirit fresh within his mind. His Blessings may be transformed as his desires and expectation; with His mercy and grace, his fear of death may be eliminated from his mind.

ਭਨਤਿ ਨਾਨਕੁ ਕਰੇ ਵੀਚਾਰੁ॥ bhanat naanak karay veechaar.
ਸਾਚੀ ਬਾਣੀ ਸਿਉ ਧਰੇ ਪਿਆਰੁ॥ saachee banee si-O Dharay pi-aar.
ਤਾ ਕੋ ਪਾਵੈ ਮੋਖ ਦੁਆਰੁ॥ taa ko paavai mokh du-aar.
ਜਪੁ ਤਪੁ ਸਭੁ ਇਹੁ ਸ਼ਬਦੁ ਹੈ ਸਾਰੁ॥ ੫॥੨॥੪ jap tap sabh ih sabad hai saar.5-2-4

ਪ੍ਰਭ ਦੇ ਅਟਲ ਸ਼ਬਦ, ਬਾਣੀ ਦੀ ਪਾਲਣਾ ਨਾਲ ਭਰੋਸਾ ਅਡੋਲ ਹੋ ਜਾਂਦਾ ਹੈ । ਇਸ ਵਿੱਚ ਲੀਨ ਹੋਇਆ ਮੁਕਤੀ ਦਾ ਰਸਤਾ ਬਖਸ਼ਿਸ਼ ਹੋ ਜਾਂਦਾ ਹੈ । ਪ੍ਰਭ ਦੇ ਸ਼ਬਦ ਦੀ ਪਾਲਣਾ ਵਿੱਚ ਹੀ ਸਭ ਤੋਂ ਵੱਡੀ, ਜਪ, ਤਪ, ਬੰਦਗੀ ਹੈ ।

Whosoever may obey the teachings of His Word with steady and stable belief in his day-to-day life; with His mercy and grace, he may be blessed with right path of acceptance in His Court, salvation. Obeying the teachings of His Word may be the real meditation, the purpose of human life blessing.

Key Message of Raag Dhanaasaree page 661-10
'ਮੁਕਤੀ ਦਾ ਰਸਤਾ!
ਜਿਹੜਾ ਨਿਮ੍ਰਤਾ ਨਾਲ ਪ੍ਰਭ ਦੀ ਯਾਦ ਵਿੱਚ ਸ਼ਬਦ ਦੀ ਪਾਲਣਾ ਕਰਦਾ ਹੈ, ਉਸ ਦੀ ਲਗਨ ਅਡੋਲ ਹੋ ਜਾਂਦੀ ਹੈ । ਆਤਮਾ ਦੀ ਜੋਤ, ਪ੍ਰਭ ਦੀ ਜੋਤ ਵਿੱਚ ਅਭੇਦ ਹੋ ਜਾਂਦੀ ਹੈ, ਮਨ ਦੇ ਸਾਰੇ ਭਰਮ ਖਤਮ ਹੋ ਜਾਂਦੇ ਹਨ । ਉਹ ਸੰਸਾਰ ਵਿੱਚ ਰਹਿੰਦੇ ਹੋਏ ਹੀ ਮਾਇਆ, ਮੋਹ ਤੋਂ ਰਹਿਤ ਹੋ ਜਾਂਦਾ ਹੈ । ਅਸਲੀ ਸੇਵਕ ਆਪਣੀ ਆਤਮਾ ਨੂੰ ਪ੍ਰਭ ਦੀ ਅਮਾਨਤ ਹੀ ਸਮਝਦਾ ਹੈ । ਉਹ ਪ੍ਰਭ ਦੇ ਬਖਸ਼ ਤੇ ਅਨੰਦ ਮਾਨਦਾ, ਕੋਈ ਹਿਰਖ ਨਹੀਂ ਕਰਦਾ । ਪ੍ਰਭ ਦੀ ਬਖਸ਼ਿਸ਼ ਹੀ, ਉਸ ਦੇ ਮਨ ਦੀ ਇਛਾ ਬਣ ਜਾਂਦੀ ਹੈ । ਉਹ ਨੂੰ ਸ਼ਬਦ ਦੀ ਸਮਾਧੀ ਵਿੱਚ ਲੀਨ ਹੋਏ, ਮੁਕਤੀ ਦਾ ਰਸਤਾ ਬਖਸ਼ਿਸ਼ ਹੋ ਜਾਂਦਾ ਹੈ ।
Path of salvation!
Whosoever may obey the teachings of His Word in renunciation in the memory of his separation from His Holy Spirit. He may remain intoxicated in meditation in the void of His Word; his soul may be accepted in His Court; all his religious suspicions may be eliminated. He may become beyond the reach of worldly attachments in his worldly life. His true devotee may surrender his self-entity at His Sanctuary; as only His Trust. He remains contented; he may never grievance on his worldly conditions. His Blessings may be transformed as his own desires. He may remain intoxicated in the void of His Word; he may be accepted in His Court, Salvation.

5. **ਧਨਾਸਰੀ ਮਹਲਾ ੧॥** 661-17

ਜੀਉ ਤਪਤੁ ਹੈ ਬਾਰੋ ਬਾਰ॥ ਤਪਿ ਤਪਿ ਖਪੈ ਬਹੁਤੁ ਬੇਕਾਰ॥ jee-O tapat hai baaro baar. tap tap khapai bahut baykaar.
ਜੈ ਤਨਿ ਬਾਣੀ ਵਿਸਰਿ ਜਾਇ॥ ਜਿਉ ਪਕਾ ਰੋਗੀ ਵਿਲਲਾਇ॥੧॥ jai tan banee visar jaa-ay. Ji-O pakaa rogee villaa-ay. ||1||

ਜੀਵ ਦੀ ਆਤਮਾ ਬਾਰ ਬਾਰ ਜੂੰਨਾਂ ਦੀ ਅੱਗ ਵਿਚੋਂ ਨਿਕਲਦੀ ਹੈ । ਦੁਖਾਂ ਵਿੱਚ ਹੀ ਆਪਣੀ ਕੋਸ਼ਿਸ਼ਾਂ ਕਰਦੀ, ਮੰਦੇ ਕੰਮਾਂ ਵਿੱਚ ਲਗ ਪੈਂਦੀ ਹੈ । ਜਿਸ ਦਾ ਧਿਆਨ ਸ਼ਬਦ ਵਿਚੋਂ ਵਿਸਰ ਜਾਂਦਾ ਹੈ, ਉਸ ਦੇ ਮਨ ਦਾ ਹਾਲ, ਭਿਆਨਕ ਬਮਾਰੀ ਵਾਲੇ ਰੋਗੀ ਵਰਗਾ ਹੀ ਹੁੰਦਾ ਹੈ ।

The soul remains in the cycle of birth and death and endures misery in the womb of mother repeatedly. She may keep trying to find right path and performs good and evil deeds. Whosoever may abandon the teachings of His Word; his condition may become as infected with chronic disease of worldly desires.

ਬਹੁਤਾ ਬੋਲਣੁ ਝਖਣੁ ਹੋਇ॥ — bahutaa bolan jhakhan ho-ay.
ਵਿਣੁ ਬੋਲੇ ਜਾਣੈ ਸਭੁ ਸੋਇ॥੧॥ ਰਹਾਉ — vin bolay jaanai sabh so-ay. ||1|| rahaa-o.

ਪ੍ਰਭ ਦਿਲ ਦੀ ਪੁਕਾਰ ਬਿਨਾਂ ਬੋਲਿਆਂ ਹੀ ਜਾਣਦਾ ਹੈ । ਜਿਸ ਦਾ ਮਨ ਪ੍ਰਭ ਦੀ ਸ਼ਰਣ ਵਿੱਚ ਆ ਜਾਂਦਾ ਹੈ, ਪ੍ਰਭ ਰਹਿਮਤ ਨਾਲ ਅਸਲੀ ਰਸਤਾ ਬਖਸ਼ਦਾ ਹੈ ।

The Omniscient remains aware of spoken and unspoked desires of His Creation. Whosoever may surrender his self-entity at His Sanctuary; with His mercy and grace, he may be blessed with the right path of acceptance in His Court.

ਜਿਨਿ ਕਨ ਕੀਤੇ ਅਖੀ ਨਾਕੁ॥ ਜਿਨਿ ਜਿਹਵਾ ਦਿਤੀ ਬੋਲੇ ਤਾਤੁ॥ — Jin kan keetay akhee naak. Jin Jihvaa ditee bolay taat.
ਜਿਨਿ ਮਨੁ ਰਾਖਿਆ ਅਗਨੀ ਪਾਇ॥ — Jin man raakhi-aa agnee paa-ay.
ਵਾਜੈ ਪਵਣੁ ਆਖੈ ਸਭ ਜਾਇ॥੨॥ — vaajai pavan aakhai sabh jaa-ay. ||2||

ਪ੍ਰਭ ਨੇ ਜੀਵ ਨੂੰ ਅੱਖਾਂ ਦੇਖਣ, ਕੰਨ ਸੁਣਨ, ਨੱਕ ਸੁੰਘਣ ਲਈ, ਜੀਭ ਉਸ ਦੇ ਸ਼ਬਦ ਦਾ ਸਿਮਰਨ ਕਰਨ ਲਈ ਬਖਸ਼ੀ ਹੈ । ਪ੍ਰਭ ਨੇ ਆਤਮਾ ਨੂੰ ਮਾਤਾ ਦੇ ਗਰਭ ਦੀ ਅੱਗ, ਭੱਠੀ ਵਿੱਚ ਵੀ ਬਚਾਕੇ ਰਖਿਆ ਹੈ । ਸਵਾਸ ਪਾ ਕੇ ਜੀਵ ਨੂੰ ਸੰਸਾਰ ਵਿੱਚ ਪੈਦਾ ਕੀਤਾ ਹੈ ।

Remember! The True Master has blessed eyes to see His Nature, ears to listen to the sermons of His Word, nose to smell the aroma of His Blossom and tongue to sing the glory of His Word. He has cured and protected his soul in the womb of mother. He has blessed soul with limited treasure of breathes to repent and to be sanctified to become worthy of His Consideration.

ਜੇਤਾ ਮੋਹੁ ਪਰੀਤਿ ਸੁਆਦ॥ ਸਭਾ ਕਾਲਖ ਦਾਗਾ ਦਾਗ॥ — jaytaa moh pareet su-aad. sabhaa kaalakh daagaa daag.
ਦਾਗ ਦੋਸ ਮੁਹਿ ਚਲਿਆ ਲਾਇ॥ — daag dos muhi chali-aa laa-ay.
ਦਰਗਹ ਬੈਸਣ ਨਾਹੀ ਜਾਇ॥੩॥ — dargeh baisan naahee jaa-ay. ||3||

ਸੰਸਾਰਕ ਮੋਹ, ਸਵਾਦ, ਅਨੰਦ ਸਭ ਆਤਮਾ ਤੇ ਕਾਲੇ, ਮੈਲ ਦੇ ਦਾਗ਼ ਹੀ ਹਨ । ਜਿਹੜਾ ਇਹ ਦਾਗ਼ ਲੇ ਕੇ ਹੀ ਮਰ ਜਾਂਦਾ ਹੈ । ਉਸ ਨੂੰ ਦਰਬਾਰ ਵਿੱਚ ਪ੍ਰਵਾਨਗੀ ਬਖਸ਼ਿਸ਼ ਨਹੀਂ ਹੁੰਦੀ, ਜੂੰਨਾਂ ਵਿੱਚ ਹੀ ਭਉਦਾ ਹੈ ।

Worldly attachment, love, taste of tongue and worldly pleasures are all blemish of worldly wealth. Whosoever may die with blemish, without sanctifying his soul; he may not be accepted in His Court. He remains in the cycle of birth and death.

ਕਰਮਿ ਮਿਲੈ ਆਖਣੁ ਤੇਰਾ ਨਾਉ॥ — karam milai aakhan tayraa naa-O.
ਜਿਤੁ ਲਗਿ ਤਰਣਾ ਹੋਰੁ ਨਹੀ ਥਾਉ॥ — Jit lag tarnaa hor nahee thaa-O.
ਜੇ ਕੋ ਡੂਬੈ ਫਿਰਿ ਹੋਵੈ ਸਾਰ॥ — jay ko doobai fir hovai saar.
ਨਾਨਕ ਸਾਚਾ ਸਰਬ ਦਾਤਾਰ॥੪॥੩॥੫॥ — naanak saachaa sarab daataar. ||4||3||5||

ਜਿਸ ਤੇ ਪ੍ਰਭ ਰਹਿਮਤ ਬਖਸ਼ਦਾ ਹੈ, ਉਹ ਜੀਵ ਸ਼ਬਦ ਦੀ ਪਾਲਣਾ ਕਰ ਸਕਦਾ ਹੈ । ਉਸ ਵਿੱਚ ਅਡੋਲ ਰਹਿਣ ਨਾਲ ਜੀਵ ਨੂੰ ਪ੍ਰਵਾਨਗੀ ਬਖਸ਼ਿਸ਼ ਹੋ ਸਕਦੀ ਹੈ । ਜਿਹੜਾ ਜੀਵ ਗਲਤੀ ਦਾ ਪਛਤਾਵਾ ਕਰਕੇ ਚੰਗੇ ਕੰਮ ਕਰਦਾ ਹੈ, ਪ੍ਰਭ ਸਿੱਧਾ ਰਸਤਾ ਬਖਸ਼ਦਾ, ਪ੍ਰਵਾਨਗੀ ਦੇ ਰਸਤੇ ਤੇ ਅਡੋਲ ਰਖਦਾ ਹੈ । ਅਸਲੀ ਮਾਲਕ, ਪ੍ਰਭ ਦੇ ਕਰਤਬਾਂ ਦਾ ਭੇਦ ਨਹੀਂ ਜਾਣਿਆ ਨਹੀਂ ਜਾ ਸਕਦਾ ।

Whosoever may be blessed with His Blessed Vision, only he may obey the teachings of Your Word. Whosoever may remain intoxicated on the right path, he may be accepted in His Court. Whosoever may repent and regrets his sins and surrender his self-entity at His Sanctuary; with His mercy and grace, he may be blessed with the right path and keeps him steady and stable on the path acceptance in His Court. All the treasures of His Virtues, Nature, Miracles remain beyond the comprehension of His Creation.

Key Message of Raag Dhanaasaree page 661-17
'ਮੁਕਤੀ ਦਾ ਰਸਤਾ ਕਿਵੇਂ ਬਖਸ਼ ਹੋ ਸਕਦਾ ਹੈ?
ਪ੍ਰਭ ਦਿਲ ਦੀ ਪੁਕਾਰ ਬਿਨਾਂ ਬੋਲਿਆਂ ਹੀ ਜਾਣਦਾ ਹੈ । ਜਿਹੜਾ ਆਪਾ ਪ੍ਰਭ ਦੀ ਸ਼ਰਣ ਵਿੱਚ ਭੇਟਾ ਕਰ ਦੇਂਦਾ ਹੈ, ਉਸ ਨੂੰ ਅਸਲੀ ਰਸਤਾ ਬਖਸ਼ਿਸ਼ ਹੋ ਜਾਂਦਾ ਹੈ! ਪ੍ਰਭ ਨੇ ਜੀਵ ਨੂੰ ਅੱਖਾਂ ਦੇਖਣ, ਕੰਨ ਸੁਣਨ, ਨੱਕ ਸੁੰਘਣ ਲਈ, ਜੀਭ ਉਸ ਦੇ ਸ਼ਬਦ ਦਾ ਸਿਮਰਨ ਕਰਨ ਲਈ ਬਖਸ਼ੀ ਹੈ! ਜਿਹੜਾ ਜੀਵ ਗਲਤੀ ਦਾ ਪਛਤਾਵਾ ਕਰਕੇ ਚੰਗੇ ਕੰਮ ਕਰਦਾ ਹੈ, ਉਸ ਨੂੰ ਵੀ ਸਿੱਧਾ ਰਸਤਾ ਬਖਸ਼ਕੇ, ਪ੍ਰਵਾਨਗੀ ਦੇ ਰਸਤੇ ਤੇ ਅਡੋਲ ਰਖਦਾ ਹੈ ।
How may the path of salvation be blessed?
The Omniscient remains aware of spoken and unspoked desires, hope of His Creation. Whosoever may surrender his self-entity at His Sanctuary; he may be blessed with the right path of human life journey. The True Master has blessed eyes to see His Nature, ears to listen to the sermons of His Word, nose to smell the aroma of His Blossom and tongue to sing the glory of His Word. Whosoever may repent and regrets his sins and surrender his self-entity at His Sanctuary; he may be blessed with the right path of acceptance in His Court.

6. ਧਨਾਸਰੀ ਮਹਲਾ ੧॥ 662-4

ਚੋਰੁ ਸਲਾਹੇ ਚੀਤੁ ਨ ਭੀਜੈ॥ ਜੇ ਬਦੀ ਕਰੇ ਤਾ ਤਸੂ ਨ ਛੀਜੈ॥ — chor salaahay cheet na bheejai. jay badee karay taa tasoo na chheejai.
ਚੋਰ ਕੀ ਹਾਮਾ ਭਰੇ ਨ ਕੋਇ॥ ਚੋਰੁ ਕੀਆ ਚੰਗਾ ਕਿਉ ਹੋਇ॥੧॥ — chor kee haamaa bharay na ko-ay. chor kee-aa changa ki-O ho-ay. ||1||

ਅਗਰ ਕੋਈ ਮੰਦੇ ਕੰਮ ਕਰਨ ਵਾਲਾ ਪ੍ਰਭ ਦੇ ਸ਼ਬਦ ਦੀ ਉਸਤਤ ਕਰੇ, ਜਾ ਕੋਈ ਪੁੰਨ ਦਾਨ ਕਰੇ ਤਾ ਇਸ ਨਾਲ ਪ੍ਰਭ ਦੀ ਰਹਿਮਤ ਬਖਸ਼ਿਸ਼ ਨਹੀਂ ਹੁੰਦੀ । ਅਗਰ ਉਹ ਕਿਸੇ ਨੂੰ ਸਿਰਾਪ ਦੇਵੇ! ਤਾ ਵੀ ਉਸ ਨਾਲ ਕਿਸੇ ਤੇ ਪ੍ਰਭ ਦੀ ਰਹਿਮਤ ਦਾ ਕੋਈ ਅਸਰ ਨਹੀਂ ਹੁੰਦਾ । ਜਿਸ ਮਨ ਵਿੱਚ ਧੋਖਾ ਹੋਵੇ ਉਹ ਕਿਵੇਂ ਕੋਈ ਬੰਦਗੀ ਦਾ ਕੰਮ ਕਰ ਸਕਦਾ ਹੈ? ਪ੍ਰਭ ਧੋਖੇ ਬਾਜ, ਚੋਰ ਦੀ ਕਿਸੇ ਅਰਦਾਸ ਦਾ ਕੋਈ ਫਲ ਨਹੀਂ ਬਖਸ਼ਦਾ ।

Evil doer may sing the glory of His Word, perform any charity work or donation, worship; he may not be rewarded even for his good deeds. His Blessings have no effect of any curse of any saint, worldly guru. Whosoever may have hypocrisy, deception, fraud, falsehood within his mind! How may he even perform any meditation with steady and stable belief? The prayer of evil doer, robber, even his good deeds may not be rewarded in His Court.

ਸੁਣਿ ਮਨ ਅੰਧੇ ਕੁਤੇ ਕੂੜਿਆਰ॥ — sun man anDhay kutay koorhi-aar.
ਬਿਨੁ ਬੋਲੇ ਬੂਝੀਐ ਸਚਿਆਰ॥੧॥ ਰਹਾਉ॥ — bin bolay boojhee-ai sachiaar. ||1|| rahaa-o.

ਅਣਜਾਣ! ਜਿਸ ਦੇ ਮਨ ਵਿੱਚ ਕੋਈ ਬੁਰੀ ਸੋਚ ਹੈ । ਅੰਤਰਜਾਮੀ ਪ੍ਰਭ ਬਿਨਾਂ ਬੋਲਿਆਂ ਹੀ ਸਭ ਕੁਝ ਜਾਣਦਾ ਹੈ ।

Ignorant! The Omniscient True Master remains aware about good ar evil intention of His Creation without speaking.

ਚੋਰੁ ਸੁਆਲਿਉ ਚੋਰੁ ਸਿਆਣਾ॥ ਖੋਟੇ ਕਾ ਮੁਲੁ ਏਕੁ ਦੁਗਾਣਾ॥ chor su-aali-O chor si-aanaa. khotay kaa mul ayk dugaanaa.
ਜੇ ਸਾਥਿ ਰਖੀਐ ਦੀਜੈ ਰਲਾਇ॥ jay saath rakhee-ai deejai ralaa-ay.
ਜਾ ਪਰਖੀਐ ਖੋਟਾ ਹੋਇ ਜਾਇ॥੨॥ jaa parkhee-ai khotaa ho-ay jaa-ay. ||2||

ਖੋਟੇ ਕੰਮ ਕਰਨ ਵਾਲਾ ਭਾਵੇਂ ਕਿਤਨਾ ਵੀ ਸਿਆਣਾ ਕਿਉ ਨਾ ਹੋਵੇ? ਉਸ ਦੇ ਮਨ ਵਿੱਚ ਕਦੇ ਕਿਸੇ ਦੀ ਭਲਾਈ ਨਹੀਂ ਹੁੰਦੀ । ਉਸ ਦੇ ਕਿਸੇ ਪੁੰਨ ਦਾਨ ਦੀ ਕੀਮਤ ਨਹੀਂ ਪੈਂਦੀ । ਉਹ ਭਾਵੇਂ ਬਾਣਾ, ਸੰਤ ਵਾਲਾ ਪਾਵੇ । ਉਸ ਦੇ ਜੀਵਨ ਦੇ ਕੰਮਾਂ ਤੋਂ ਉਸ ਦੀ ਅਸਲੀਅਤ ਅੱਗੇ ਆ ਜਾਂਦੀ ਹੈ ।

Evil doer may become very wise or educated; however, he may never perform any good deeds for others. His charity, donation, worship may never be rewarded. **He may be incarnated as worldly guru**; however, the reality of life may be exposed from his day-to-day deeds.

ਜੈਸਾ ਕਰੇ ਸੁ ਤੈਸਾ ਪਾਵੈ॥ ਆਪਿ ਬੀਜਿ ਆਪੇ ਹੀ ਖਾਵੈ॥ jaisaa karay so taisaa paavai. aap beej aapay hee khaavai.
ਜੇ ਵਡਿਆਈਆ ਆਪੇ ਖਾਇ॥ ਜੇਹੀ ਸੁਰਤਿ ਤੇਹੈ ਰਾਹਿ ਜਾਇ॥੩॥ jay vadi-aa-ee-aa aapay khaa-ay. jayhee surat tayhai raahi jaa-ay. ||3||

ਜਿਸਤਰ੍ਹਾਂ ਦਾ ਕੋਈ ਜੀਵ ਸੰਸਾਰ ਵਿੱਚ ਕੰਮ ਕਰਦਾ ਹੈ । ਪ੍ਰਭ ਉਸ ਦਾ ਹੀ ਫਲ ਬਖਸ਼ਦਾ ਹੈ ਆਪਣੇ ਕੀਤੇ ਮੰਦੇ ਕੰਮਾਂ ਦਾ ਫਲ ਭੋਗਦਾ ਹੈ । ਆਪਣੇ ਕਰਤਬਾਂ ਦੀ ਭਾਵੇਂ ਕਿਤਨੀ ਵੀ ਵਡਿਆਈ ਕਰੇ । ਜਿਸਤਰ੍ਹਾਂ ਦੇ ਮਨ ਵਿੱਚ ਵਿਚਾਰ ਹੁੰਦੇ ਹਨ, ਉਸ ਤਰ੍ਹਾਂ ਦੇ ਹੀ ਕੰਮਾਂ ਦੇ ਰਸਤੇ ਤੇ ਚਲਦਾ ਹੈ ।

Whatsoever, self-minded may perform worldly deeds in his life; he may endure the judgement of own worldly deeds. He may boast about the greatness of his deeds and his way of life! Whatsoever may be thoughts within his mind; he may only adopt that unique path in his worldly life.

ਜੇ ਸਉ ਕੂੜੀਆ ਕੂੜੁ ਕਬਾੜੁ॥ ਭਾਵੈ ਸਭੁ ਆਖਉ ਸੰਸਾਰੁ॥ jay sa-O koorhee-aa koorh kabaarh. bhaavai sabh aakha-O sansaar.
ਤੁਧੁ ਭਾਵੈ ਅਧੀ ਪਰਵਾਣੁ॥ ਨਾਨਕ ਜਾਣੈ ਜਾਣੁ ਸੁਜਾਣੁ॥੪॥੪॥੬॥ tuDh bhaavai aDhee parvaan. naanak jaanai jaan sujaan. ||4||4||6||

ਮਨਮੁਖ ਦੇ ਮੰਦੇ ਕੰਮ, ਫਰੇਬ, ਧੋਖ ਦੇ ਕੰਮ ਲੁਕਾਏ ਨਹੀਂ ਜਾ ਸਕਦੇ! ਉਹ ਭਾਵੇਂ ਅਨੇਕਾਂ ਹੀ ਯਤਨ ਕਰੇ । ਜਿਹੜੇ ਮੰਦੇ ਕਰਮ ਕਰਨ ਵਾਲਾ ਤੇ ਵੀ ਰਹਿਮਤ ਦੀ ਨਜ਼ਰ ਬਖਸ਼ਿਸ਼ ਹੋ ਜਾਵੇ! ਉਸ ਨੂੰ ਅਸਲੀ ਰਸਤਾ ਬਖਸ਼ਿਸ਼ ਹੋ ਜਾਂਦਾ, ਉਹ ਵੀ ਤਰ ਜਾਂਦਾ ਹੈ । ਸਾਰਾ ਸੰਸਾਰ ਹੀ ਉਸ ਨੂੰ ਮੰਦੇ ਕੰਮ ਕਰਨ ਵਾਲਾ ਆਖੇ, ਸਮਝੇ! ਪ੍ਰਭ ਹੀ ਸਭ ਤੋਂ ਸਿਆਣਾ, ਅੰਤਰਜਾਮੀ ਹੈ । ਪ੍ਰਭ ਦੀ ਬਖਸ਼ਿਸ, ਕੁਦਰਤ ਨੂੰ ਧੰਨ ਹੀ ਕਹਿੰਦਾ ਹਾ ।

Evil doer may not be able to hide his fraud, deception, and evil deeds, despite his best efforts. However, an evil doer may be bestowed with His Blessed Vision; he may be blessed with the right path of acceptance in His Court. The whole world may call or believe him evil doer. The Omniscient True Master is the wisest of all! His true devotee always remains grateful and sings His Glory and Praises.

Key Message of Raag Dhanaasaree page 662-4
'ਪ੍ਰਭ ਦੀ ਕੁਦਰਤ ਅਨੋਖੀ ਹੈ!
ਜੀਵਨ ਦੇ ਕੰਮਾਂ ਤੋਂ ਸੰਤ ਦੀ ਅਸਲੀਅਤ ਅੱਗੇ ਆ ਜਾਂਦੀ ਹੈ । ਜੀਵ ਆਪਣੇ ਮਨ ਦੇ ਵਿਚਾਰ ਅਨੁਸਾਰ ਹੀ ਕੰਮਾਂ ਕਰਦਾ ਹੈ । ਆਪਣੇ ਕੀਤੇ ਕੰਮਾਂ ਦਾ ਫਲ ਭੋਗਦਾ ਹੈ । ਅੰਤਰਜਾਮੀ ਦੀ ਕੁਦਰਤ ਅਨੋਖੀ ਹੈ, ਮੰਦੇ ਕੰਮ ਕਰਨ ਵਾਲੇ ਨੂੰ ਵੀ ਬਖਸ਼ ਦੇਂਦਾ ਹੈ!
His Nature remains a mystery!
State of mind, reality of incarnated worldly guru may be revealed from his worldly activities! Whatsoever may be thoughts within his mind; he may adopt such a unique path in his worldly life. He may endure the judgement of his own worldly deeds. The Omniscient True Master remains astonishing, beyond the comprehension of His Creation; He may forgive and guide a sinner on the right path of acceptance in His Court.

7. **ਧਨਾਸਰੀ ਮਹਲਾ ੧॥ 662-10**

ਕਾਇਆ ਕਾਗਦੁ ਮਨੁ ਪਰਵਾਣਾ॥ kaa-I-aa kaagad man parvaanaa.
ਸਿਰ ਕੇ ਲੇਖ ਨ ਪੜੈ ਇਆਣਾ॥ sir kay laykh na parhai I-aanaa.
ਦਰਗਹ ਘੜੀਅਹਿ ਤੀਨੇ ਲੇਖ॥ ਖੋਟਾ ਕਾਮਿ ਨ ਆਵੈ ਵੇਖੁ॥੧॥ dargeh gharhee-ahi teenay laykh. khotaa kaam na aavai vaykh. ||1||

ਜੀਵ ਦਾ ਸਰੀਰ ਇਕ ਕਾਗ਼ਜ ਰੂਪੀ ਹੈ, ਇਸ ਤੇ ਉਸ ਦੇ ਭਾਗਾਂ ਦਾ ਲੇਖਾ ਲਿਖਿਆ ਹੈ । ਇਸ ਲੇਖੇ ਨੂੰ ਅਣਜਾਣ, ਮਨਮੁਖ ਪੜ੍ਹ ਨਹੀਂ ਸਕਦਾ । ਪ੍ਰਭ ਦੇ ਦਰਬਾਰ ਵਿੱਚ ਤਿੰਨੋਂ (ਰਜੋ, ਤਮੋ, ਸਤੋ) ਲੇਖੇ ਕੀਤੇ ਜਾਂਦੇ ਹਨ । ਇਥੇ ਕੋਈ ਧੋਖੇ ਵਾਲੇ, ਮੰਦੇ ਕੰਮਾਂ ਦੀ ਕੋਈ ਕੀਮਤ ਨਹੀਂ ਪੈਂਦੀ ।

You should consider your body as paper and The True Master engraves the accounts of your worldly deeds on your soul (forehead) with His ink-less pen. Whosoever may be ignorant from the teachings of His Word; he may not comprehend the prewritten destiny. His deeds under the influence of three **Rajaas, Tamaas, Sataya** wealth may be evaluated. The evil, deception may never be rewarded in His Court.

ਨਾਨਕ ਜੇ ਵਿਚਿ ਰੁਪਾ ਹੋਇ॥ naanak jay vich rupaa ho-ay.
ਖਰਾ ਖਰਾ ਆਖੈ ਸਭੁ ਕੋਇ॥ ੧॥ ਰਹਾਉ॥ kharaa kharaa aakhai sabh ko-ay. ||1|| rahaa-O.

ਜਿਸ ਦੀ ਬੰਦਗੀ ਵਿੱਚ ਕੋਈ ਤੱਤ ਚੰਗਿਆਈ ਹੁੰਦੀ ਹੈ, ਦਰਬਾਰ ਵਿੱਚ ਸਾਰੇ ਹੀ ਤੱਤ ਦਾ ਵਿਚਾਰ ਕਰਦੇ, ਪ੍ਰਵਾਨ ਕਰਦੇ ਹਨ ।

Whosoever may earn the wealth of His Word, good virtues in his human life journey. Every one may sing the glory of worldly life; his earnings may be accepted in His Court.

ਕਾਦੀ ਕੂੜੁ ਬੋਲਿ ਮਲੁ ਖਾਇ॥ kaadee koorh bol mal khaa-ay.
ਬ੍ਰਾਹਮਣੁ ਨਾਵੈ ਜੀਆ ਘਾਇ॥ baraahman naavai jee-aa ghaa-ay.
ਜੋਗੀ ਜੁਗਤਿ ਨ ਜਾਣੈ ਅੰਧੁ॥ ਤੀਨੇ ਓਜਾੜੇ ਕਾ ਬੰਧੁ॥੨॥ jogee jugat na jaanai anDh. teenay ojaarhay kaa banDh. ||2||

ਕਾਜੀ, ਸ਼ਬਦ ਦਾ ਝੂਠ ਬੋਲਦਾ ਹੈ । ਇਸ ਨਾਲ ਗੰਦਗੀ ਦੀ ਕਮਾਈ ਹੀ ਖਾਂਦਾ ਹੈ । ਬ੍ਰਹਮਣ ਪ੍ਰਭ ਦੇ ਨਾਮ ਤੇ ਜੀਵ ਹੱਤਿਆ, ਮਾਯਸਾਂ ਦਾ ਲਹੂ ਚੂਸਦਾ ਹੈ । ਉਹ ਤੀਰਥ ਤੇ ਯਾਤਰਾ ਕਰਨ ਨਾਲ ਪਾਪ ਧੋਣ ਦੀ ਕੋਸ਼ਿਸ਼ ਕਰਦਾ ਹੈ । ਜੋਗੀ ਕਰਾਮਾਤਾਂ ਨੂੰ ਹੀ ਪ੍ਰਭ ਦੀ ਪ੍ਰਵਾਨਗੀ ਮੰਨਦਾ ਹੈ, ਇਸ ਦੀ ਕਮਾਈ ਖਾਂਦਾ ਹੈ । ਸਾਰੇ ਸੰਸਾਰਕ ਧਰਮ ਆਪਣੇ ਨਿਯਮਾਂ ਨਾਲ ਹੀ ਜੀਵਾਂ ਦੀ ਤਬਾਹੀ ਕਰਦੇ ਹਨ । ਉਹਨਾਂ ਨੂੰ ਜੂੰਨਾਂ ਦੇ ਚੱਕਰ ਵਿੱਚ ਹੀ ਭੇਜਦੇ ਹਨ ।

Muslim priest, lie about the teachings of His Word and eats the filth of deception. Brahman also commit crime in the name of God and sucks the blood and sweat earned money of innocent followers. He may pilgrimage at Holy shrine, with a belief of forgiveness. Yogi may believe blessings of miracle power may be the sign of His Acceptance. Sikhs are not behind; they suck the blood of innocent in the name of worldly guru to replace God; by having feast for rich! Under the assumption of fulfilling the dream of Nanak to feed hungry. All religious baptism, and disciplines have ruined the human life opportunity of innocent masses; All remain in the cycle of birth and death

ਸੋ ਜੋਗੀ ਜੋ ਜੁਗਤਿ ਪਛਾਣੈ॥ ਗੁਰ ਪਰਸਾਦੀ ਏਕੋ ਜਾਣੈ॥ so jogee jo jugat pachhaanai. gur parsaadee ayko jaanai.
ਕਾਜੀ ਸੋ ਜੋ ਉਲਟੀ ਕਰੈ॥ ਗੁਰ ਪਰਸਾਦੀ ਜੀਵਤੁ ਮਰੈ॥ kaajee so jo ultee karai. gur parsaadee jeevat marai.
ਸੋ ਬ੍ਰਾਹਮਣੁ ਜੋ ਬ੍ਰਹਮੁ ਬੀਚਾਰੈ॥ so baraahman jo barahm beechaarai.
ਆਪਿ ਤਰੈ ਸਗਲੇ ਕੁਲ ਤਾਰੈ॥੩॥ aap tarai saglay kul taarai. ||3||

ਜਿਹੜਾ ਸ਼ਬਦ ਦੀ ਪਾਲਣਾ ਕਰਦਾ, ਪ੍ਰਵਾਨਗੀ ਦੇ ਰਸਤੇ ਤੇ ਚਲਦਾ ਹੈ, ਉਹ ਹੀ ਅਸਲੀ ਜੋਗੀ ਹੈ । ਉਹ ਇਕੋ ਇਕ ਪ੍ਰਭ ਨੂੰ ਮੁਕਤੀ ਦਾ ਦਾਤਾ ਮੰਨਦਾ ਹੈ । ਜਿਹੜਾ ਆਪ ਸੰਸਾਰਕ ਇਛਾਂ ਤੋਂ ਰਹਿਤ ਰਹਿੰਦਾ ਹੈ, ਉਹ ਹੀ ਅਸਲੀ ਕਾਜੀ ਹੈ! ਜਿਹੜਾ ਸ਼ਬਦ ਦੀ ਸਿਖਿਆ ਨਾਲ ਆਪਣਾ ਜੀਵਨ ਢਾਲਾ ਹੈ, ਉਹ ਹੀ ਅਸਲੀ ਬ੍ਰਹਮਣ ਹੈ! ਉਹ ਆਪ ਪ੍ਰਵਾਨ ਹੋ ਜਾਂਦਾ ਹੈ । ਆਪਣੇ ਸਾਥੀਆਂ ਨੂੰ ਵੀ ਪ੍ਰਵਾਨਗੀ ਦੇ ਰਸਤੇ ਤੇ ਅਡੋਲ ਕਰ ਜਾਂਦਾ ਹੈ ।

Whosoever may adopt the teachings of His Word with steady and stable belief in his day-to-day life; he may be blessed with a state of mind as His true devotee, real Yogi. Whosoever may remain beyond the reach of worldly desires; he may be a true **<u>Muslim</u>** priest, Kazi. Who may adopt the teachings of His Word in his day-to-day life; his soul may be sanctified to become worthy of His Consideration; only he may be a real Brahman. He may inspire his followers on the right path of His Acceptance. Whosoever may adopt tolerance, kindness, compassion for other and remains contented with His Blessings is a real Sikh; His true devotee.

ਦਾਨਸਬੰਦੁ ਸੋਈ ਦਿਲਿ ਧੋਵੈ॥ ਮੁਸਲਮਾਣੁ ਸੋਈ ਮਲੁ ਖੋਵੈ॥ daanasband so-ee dil Dhovai. musalmaan so-ee mal khovai.
ਪੜਿਆ ਬੂਝੈ ਸੋ ਪਰਵਾਣੁ॥ ਜਿਸੁ ਸਿਰਿ ਦਰਗਹ ਕਾ ਨੀਸਾਣੁ॥੪॥੫॥੭॥ parhi-aa boojhai so parvaan. Jis sir dargeh kaa neesaan. ||4||5||7||

ਜਿਹੜਾ ਸ਼ਬਦ ਦਾ ਸਿਮਰਨ ਕਰਦਾ, ਆਪਣਾ ਜੀਵਨ ਸਧਾਰ ਲੈਂਦਾ ਹੈ । ਉਹ ਹੀ ਸਿਆਣਾ, ਅਸਲੀ ਮੁਸਲਮਾਨ ਹੈ । ਜਿਹੜਾ ਆਪਣੀ ਆਤਮਾ ਨੂੰ ਸੰਸਾਰਕ ਇਛਾਂ ਤੋਂ ਰਹਿਤ ਰਖਦਾ ਹੈ । ਉਸ ਨੂੰ ਪੰਡਿਤ ਜਾ ਪੜ੍ਹਿਆ ਆਖਿਆ ਜਾ ਸਕਦਾ ਹਾ । ਜਿਹੜਾ ਪ੍ਰਭ ਦੇ ਸ਼ਬਦ ਦੀ ਸੋਝੀ ਨਾਲ ਆਪਣਾ ਜੀਵਨ ਢਾਲਦਾ ਹੈ, ਉਸ ਦੇ ਮੱਥੇ ਤੇ ਰੱਬੀ ਨੂਰ ਬਖਸ਼ਿਸ਼ ਹੋ ਜਾਂਦਾ ਹੈ ।

Whosoever may meditate and adopts the teachings of His Word; he may be a real wiseman, real Muslim. Whose soul may remain beyond the reach of worldly desires; he may be worthy to be called an enlightened soul. Whosoever may adopt the teachings of His Word with steady and stable belief in his day-to-day life; with His mercy and grace, he may be blessed with enlightenment of the essence of His Word. He may be blessed with eternal spiritual glow on his forehead.

Key Message of Raag Dhanaasaree page 662-10
'ਅਸਲੀ ਸੰਤ ਅਵਸਥਾ ਕਿਵੇਂ ਬਖਸ਼ਿਸ਼ ਹੋ ਸਕਦੀ ਹੈ ?
ਜੀਵ ਦੀ ਆਤਮਾ ਤੇ ਭਾਗਾਂ ਦਾ ਲੇਖਾ ਲਿਖਿਆ ਜਾਂਦਾ ਹੈ । ਪ੍ਰਭ ਦੇ ਦਰਬਾਰ ਵਿੱਚ ਤਿੰਨੋਂ (ਰਜੋ, ਤਮੋ, ਸਤੋ) ਲੇਖੇ ਕੀਤੇ ਜਾਂਦੇ ਹਨ । ਇਕੋ ਇਕ ਪ੍ਰਭ ਹੀ ਮੁਕਤੀ ਦਾ ਦਾਤਾ ਹੈ । ਜਿਹੜਾ ਆਪ ਸੰਸਾਰਕ ਇਛਾਂ ਤੋਂ ਰਹਿਤ ਹੋ ਕੇ, ਸ਼ਬਦ ਦੀ ਸਿਖਿਆਂ ਨਾਲ ਆਪਣਾ ਜੀਵਨ ਢਾਲਦਾ ਹੈ, ਉਸ ਨੂੰ ਪ੍ਰਵਾਨਗੀ ਦਾ ਰਸਤਾ ਬਖਸ਼ਿਸ਼ ਹੋ ਸਕਦਾ ਹੈ । ਉਸ ਨੂੰ ਹੀ ਅਸਲੀ ਸੰਤ, ਦਾਸ ਅਵਸਥਾ ਬਖਸ਼ਿਸ਼ ਹੋ ਸਕਦੀ ਹੈ! ਉਸ ਦੇ ਮੱਥੇ ਤੇ ਰੱਬੀ ਨੂਰ ਬਖਸ਼ਿਸ਼ ਹੋ ਜਾਂਦਾ ਹੈ ।
How may the real state of mind as be blessed?
The account of worldly deeds has been engraved on his soul. The account of all three **<u>Rajaas, Tamaas, Sataya</u>** must be judged by The Righteous Judge! Whosoever may remain beyond the reach of worldly desires; adopts the teachings of His Word in his day-to-day life; his soul may become worthy of His Consideration. He may be blessed with the state of mind as His Holy saint, true devotee. The eternal spiritual glow may shine on his forehead.

8. ਧਨਾਸਰੀ ਮਹਲਾ ੧ ਘਰੁ ੩॥ 662-17

ੴ ਸਤਿਗੁਰ ਪ੍ਰਸਾਦਿ॥ ik-oNkaar satgur parsaad.
ਕਾਲੁ ਨਾਹੀ ਜੋਗੁ ਨਾਹੀ, ਨਾਹੀ ਸਤ ਕਾ ਢਬੁ॥ kaal naahee jog naahee naahee sat kaa dhab.
ਥਾਨਸਟ ਜਗ ਭਰਿਸਟ ਹੋਏ, ਡੂਬਤਾ ਇਵ ਜਗੁ॥ ੧॥ thaansat jag bharisat ho-ay doobtaa iv jag. ||1||

ਪ੍ਰਭ ਇਹ ਕਿਸਤਰ੍ਹਾਂ ਦਾ ਸਮਾਂ, ਯੁਗ ਹੈ! ਕੋਈ ਜੀਵ ਸ਼ਬਦ ਦੀ ਸੋਝੀ, ਸ਼ਬਦ ਦੀ ਪਾਲਣਾ ਕਰਨ ਵਾਲਾ ਨਹੀਂ ਹੈ । ਸੰਸਾਰ ਵਿੱਚ ਪੂਜਾ ਕਰਨ ਵਾਲੇ ਤੀਰਥ, ਮਾਇਆ ਇਕੱਠੇ ਕਰਨ ਵਿੱਚ ਲਗੇ ਹਨ । ਸੰਤ ਥਾਪੇ ਜਾਂਦੇ ਹਨ, ਜੀਵ ਪਾਪ ਵਿੱਚ ਡੁੱਬਦੇ ਜਾਂਦੇ ਹਨ । ਸੰਸਾਰ ਵਿੱਚ ਪਾਪਾਂ ਨਾਲ ਸਾਗਰ ਭਰਦਾ ਜਾਂਦਾ ਹੈ ।

What might have happened in the universe; no one may adopt the teachings of His Word to become worthy of enlightenment of the essence of His Word. Worldly holy shrines have only motto to collect worldly wealth; all religious structures have become well-tuned machine of greed. Holy Saints are being established, incarnating on thrones to become His false prophets. The innocent worldly creatures are drowning in the ocean of sins.

ਕਲ ਮਹਿ ਰਾਮ ਨਾਮੁ ਸਾਰੁ॥ kal meh raam naam saar.
ਅਖੀ ਤ ਮੀਟਹਿ ਨਾਕ ਪਕੜਹਿ, ਠਗਣ ਕਉ ਸੰਸਾਰੁ॥੧॥ ਰਹਾਉ॥ akhee ta meeteh naak pakrheh thagan ka-O sansaar. ||1|| rahaa-O.

ਇਸ ਕਲਯੁਗ ਵਿੱਚ ਇਕੋ ਇਕ ਪ੍ਰਭ ਦਾ ਸ਼ਬਦ ਹੀ ਪਾਰ ਕਰਨ ਵਾਲਾ ਹੈ । ਸ਼ਬਦ ਦੀ ਬੰਦਗੀ ਹੀ ਪ੍ਰਵਾਨਗੀ ਦਾ ਰਸਤਾ ਹੈ । ਕਈ ਅੱਖਾਂ ਮੀਟ ਕੇ, ਸਵਾਸ ਰੋਕ ਕੇ ਬਾਕੀ ਜੀਵਾਂ ਨੂੰ ਆਪਣੇ ਪਿਛੇ ਲਾਉਂਦੇ ਹਨ ।

In the Age of Kul-jug! His Word may be the only rescue boat to save any worldly creature; adopting the teachings of His Word may be the only right path of acceptance in His Court. Worldly false prophet may close his eyes or control his breaths to misleads the innocents and claims to be His Massager.

ਆਂਟ ਸੇਤੀ ਨਾਕੁ ਪਕੜਹਿ, ਸੂਝਤੇ ਤਿਨਿ ਲੋਅ॥ aaNt saytee naak pakrheh soojh-tay tin lo-a.
ਮਗਰ ਪਾਛੈ ਕਛੁ ਨ ਸੂਝੈ, ਏਹੁ ਪਦਮੁ ਅਲੋਅ॥੨॥ magar paachhai kachh na soojhai ayhu padam alo-a. ||2||

ਕਈ ਜੀਵ ਆਪਣਾ ਨੱਕ, ਉਗਲਾ ਨਾਲ ਬੰਦ ਕਰਕੇ, ਜੀਵਾਂ ਨੂੰ ਧੋਖਾ ਦੇਂਦਾ ਹਨ । ਕਿ ਉਹਨਾਂ ਨੂੰ ਇਸ ਨਾਲ ਤਿੰਨਾਂ ਸ੍ਰਿਸ਼ਟੀਆਂ ਦੀ ਸੋਝੀ ਹੋ ਜਾਂਦੀ ਹੈ । ਪਰ ਉਹਨਾਂ ਨੇ ਕੋਈ ਸੋਝੀ ਨਹੀਂ ਹੁੰਦੀ । ਪ੍ਰਭ ਨੇ ਇਹ ਅਮੋਲਕ ਫਲ, ਸ਼ਬਦ ਦੀ ਪਾਲਣਾ ਵਿੱਚ ਹੀ ਜੀਵ ਨੂੰ ਸੋਧ ਦੇਣ ਵਾਸਤੇ ਬਖਸ਼ਿਆ ਹੈ ।

Worldly false prophet may insert his fingers in his nose and claims, misleads innocents. He claims to be blessed with awareness of all three universes; however, he may not have any enlightenment of the essence of His Word. The True Master has embedded the enlightenment of the essence of His Word! Whosoever may adopt the teachings of His Word with steady and stable belief; he may be blessed with the right path of acceptance in His Court.

ਖਤ੍ਰੀਆ ਤ ਧਰਮੁ ਛੋਡਿਆ, ਮਲੇਛ ਭਾਖਿਆ ਗਹੀ॥ khataree-aa ta Dharam chhodi-aa malaychh bhaakhi-aa gahee.
ਸ੍ਰਿਸਟਿ ਸਭ ਇਕ ਵਰਨ ਹੋਈ, ਧਰਮ ਕੀ ਗਤਿ ਰਹੀ॥੩॥ sarisat sabh ik varan ho-ee Dharam kee gat rahee. ||3||

ਹਿੰਦੂ ਨੇ ਬ੍ਰਹਮਣਵਾਦ ਦੇ ਅਮੋਲਕ ਨਿਯਮ ਤਿਆਗ ਦੇਂਦੇ ਹਨ । ਹੋਰ ਧਰਮਾਂ ਦੇ ਨਿਯਮ ਮੰਨਦੇ ਹੈ । ਸਾਰੀ ਸ੍ਰਿਸ਼ਟੀ ਹੀ ਹੈਸੀਅਤ ਦੇ ਅਧਾਰ ਤੇ ਵੰਡੀ ਗਈ ਹੈ । (ਉਚ, ਨੀਚ ਜਾਤ) । ਪ੍ਰਭ ਦੇ ਸ਼ਬਦ ਦੀ ਕੋਈ ਪ੍ਰਵਾਹ ਨਹੀਂ ਕਰਦਾ । ਕੋਈ ਇਸ ਨਾਲ ਜੀਵਨ ਨਹੀਂ ਬਤੀਤ ਕਰਦਾ ।

Hindu has abandoned the ambrosial principles of great Brahmanism. They have adopted the principles of different religions, and has divided His Creation in high and low caste. No one care about the teachings of His Word nor adopts decency in his day-to-day life.

ਅਸਟ ਸਾਜ ਸਾਜਿ ਪੁਰਾਣ ਸੋਧਹਿ, ਕਰਹਿ ਬੇਦ ਅਭਿਆਸੁ॥ asat saaj saaj puraan soDheh karahi bayd abhi-aas.
ਬਿਨੁ ਨਾਮ ਹਰਿ ਕੇ ਮੁਕਤਿ ਨਾਹੀ, bin naam har kay mukat naahee
ਕਹੈ ਨਾਨਕੁ ਦਾਸੁ॥੪॥੧॥੬॥੮॥ kahai naanak daas. ||4||1||6||8||

ਜਿਹੜੇ ਪਰਾਨ ਦੇ 18 ਭਾਗਾਂ ਦਾ ਵਖਿਆਣ ਕਰਦੇ ਹਨ, ਵੇਦਾਂ ਦਾ ਅਭਿਆਸ ਕਰਦੇ ਹਨ । ਪ੍ਰਭ ਦਾ ਸ਼ਬਦ, ਸਾਰੇ ਪਵਿੱਤਰ ਗ੍ਰੰਥਾਂ ਦੀ ਸਿਖਿਆ, ਸੋਝੀ ਵਿੱਚ ਹੀ ਸਮਾਇਆ ਹੈ! ਜਿਹੜਾ ਕੇਵਲ, ਪੜ੍ਹਦਾ, ਅਭਿਆਸ ਕਰਦਾ ਹੈ, ਪਰ ਸ਼ਬਦ ਦੀ ਸਿਖਿਆ ਵਿੱਚ ਨਹੀ ਧਾਰਨ ਕਰਦਾ, ਉਸ ਨੂੰ ਪ੍ਰਵਾਨਗੀ ਦਾ ਰਸਤਾ ਬਖਸ਼ਿਸ਼ ਨਹੀਂ ਹੁੰਦਾ, ਚਲ ਨਹੀਂ ਸਕਦਾ! ਉਹ ਜੂੰਨਾਂ ਦੇ ਚੱਕਰ ਵਿੱਚ ਹੀ ਰਹਿੰਦਾ ਹੈ!

Hindu may explain and preaches the 18 scriptures of Holy **Paraan** and practice Vedas. His Word remains embedded within the teachings of all Holy Scriptures. Whosoever may never adopt the teachings of His Word in day-to-day life; he may not be blessed with the right path of acceptance in His Court nor remain on that path. He may remain in the cycle of birth and death.

Key Message of Raag Dhanaasaree page 662-17
'ਕੀ ਧਰਮ ਦਾ ਰਸਤਾ ਪ੍ਰਵਾਨਗੀ ਦਾ ਰਸਤਾ ਹੈ?
ਪ੍ਰਭ ਸੰਸਾਰ ਵਿੱਚ ਸੰਤ, ਗੁਰੂ ਥਾਪੇ ਜਾਂਦੇ ਹਨ, ਸੰਸਾਰ ਵਿੱਚ ਪੂਜਾ ਕਰਨ ਵਾਲੇ ਤੀਰਥ, ਮਾਇਆ ਇਕੱਠੇ ਕਰਨ ਵਿੱਚ ਲਗੇ ਹਨ । ਕਲਜੁਗ ਵਿੱਚ ਇਕੋ ਇਕ ਪ੍ਰਭ ਦਾ ਸ਼ਬਦ ਦੀ ਬੰਦਗੀ ਹੀ ਪ੍ਰਵਾਨਗੀ ਦਾ ਰਸਤਾ ਹੈ । ਇਸ ਨਾਲ ਤਿੰਨਾਂ ਸ੍ਰਿਸ਼ਟੀਆਂ ਦੀ ਸੋਝੀ ਹੋ ਜਾਂਦੀ ਹੈ । ਸਾਰੀ ਸ੍ਰਿਸ਼ਟੀ ਹੀ ਸੰਸਾਰਕ ਹੈਸੀਅਤ ਦੇ ਅਧਾਰ ਤੇ ਵੰਡੀ ਗਈ ਹੈ! ਪ੍ਰਭ ਦੇ ਸ਼ਬਦ ਦੀ ਕੋਈ ਪ੍ਰਵਾਹ ਨਹੀਂ ਕਰਦਾ । ਸੰਸਾਰਕ ਧਰਮਾਂ ਦੇ ਨਿਯਮਾਂ ਨੂੰ ਹੀ ਪ੍ਰਵਾਨਗੀ ਦਾ ਰਸਤਾ ਮੰਨਦੇ ਹਨ!
Is the religious path, the right path of salvation?
Holy saints and gurus are being incarnated on thrones to become Your false prophets. Worldly holy shrines have become a hub of greed to collect worldly wealth. In the Age of Kul-jug! Only adopting the teachings of Your Word may be the rescue boat to guide on the right path of acceptance in Your Court. He may be enlightened with the nature of all three universes. Your Creation has been segregated based on worldly status! No one care about the teachings of Your Word nor adopts decency in his day-to-day life. Worldly religions dominate and preach religion principles as the right path of salvation!

9. ਧਨਾਸਰੀ ਮਹਲਾ ੧ ਆਰਤੀ॥ 663-4

ੴ ਸਤਿਗੁਰ ਪ੍ਰਸਾਦਿ॥ ik-oNkaar satgur parsaad.
ਗਗਨ ਮੈ ਥਾਲੁ, ਰਵਿ ਚੰਦੁ ਦੀਪਕ ਬਨੇ, gagan mai thaal rav chand deepak banay
ਤਾਰਿਕਾ ਮੰਡਲ ਜਨਕ ਮੋਤੀ॥ taarikaa mandal janak motee.
ਧੂਪੁ ਮਲਆਨਲੋ ਪਵਣੁ ਚਵਰੋ ਕਰੇ, Dhoop mal-aanlo pavan chavro karay
ਸਗਲ ਬਨਰਾਇ ਫੂਲੰਤ ਜੋਤੀ॥੧॥ sagal banraa-ay foolant jotee. ||1||

ਪ੍ਰਭ ਅਕਾਸ਼ ਤੇਰੇ ਗੁਣ ਗਾਉਣ, ਧੰਨਵਾਦ ਕਰਨ ਵਾਲਾ ਪੰਡਾਲ ਹੈ । ਅਨੇਕਾਂ ਹੀ ਚੰਦ, ਅਨੇਕਾਂ ਹੀ ਤਾਰੇ, ਇਸ ਪੰਡਾਲ ਦੀ ਸ਼ਾਨ ਵਧਾਉਂਦੇ ਹਨ । ਅਨੇਕਾਂ ਹੀ ਕਿਸਮ ਦੇ ਪੌਦੇ, (ਫੁਲ, ਬੂਟੇ,) ਸੁਗੰਧਤ ਦੇਂਦੇ ਹਨ । ਹਵਾ ਸਾਰੇ ਮੰਡਲ ਵਿੱਚ ਮਹਿਕ ਵਰਸਾਉਂਦੀ ਹੈ । ਇਹ ਸ੍ਰਿਸ਼ਟੀ ਹੀ ਤੇਰੀ ਭੇਟਾ ਹੈ ।

The True Master! The sky is the pedal, a platform to sing the glory of Your Word. Several Moons and stars are enhancing the glory of the stage, platform. Several plants and flowers are spreading the aroma all over in air. The Whole Creation, universe is Your offering.

ਕੈਸੀ ਆਰਤੀ ਹੋਇ, ਭਵ ਖੰਡਨਾ, ਤੇਰੀ ਆਰਤੀ॥ kaisee aartee ho-ay bhav khandnaa tayree aartee.
ਅਨਹਤਾ ਸ਼ਬਦ ਵਾਜੰਤ ਭੇਰੀ॥੧॥ ਰਹਾਉ॥ anhataa sabad vaajant bhayree. ||1|| rahaa-o.

ਪ੍ਰਭ ਮੈਂ, ਕਿਸਤਰ੍ਹਾਂ ਤੇਰੀ ਆਰਤੀ (ਪੂਜਾ), ਤੇਰਾ ਕਿਸਤਰ੍ਹਾਂ ਧੰਨਵਾਦ ਕਰਾ? ਮੇਰੇ ਕੋਲ ਕੇਵਲ ਤੇਰਾ ਬਖਸ਼ਿਆ ਹੋਇਆ ਸ਼ਬਦ, ਬਾਣੀ ਹੀ ਹੈ । ਜੋ ਮੈਂ ਸਵਾਸ ਸਵਾਸ ਨਾਲ ਸਿਮਰਨ ਕਰਦਾ ਹਾ ।

My True Master! How may I worship and sing the glory of Your Word? I have only Your Blessed Word. I am singing the glory of Your Word with each breath.

ਸਹਸ ਤਵ ਨੈਨ, ਨਨ ਨੈਨ ਹੈ, sahas tav nain nan nain hai
ਤੋਹਿ ਕਉ ਸਹਸ ਮੂਰਤਿ ਨਨਾ, ਏਕ ਤੋਹੀ॥ tohi ka-O sahas moorat nanaa ayk tohee.
ਸਹਸ ਪਦ ਬਿਮਲ ਨਨ ਏਕ ਪਦ ਗੰਧ ਬਿਨੁ sahas pad bimal nan ayk pad ganDh bin
ਸਹਸ ਤਵ ਗੰਧ, ਇਵ ਚਲਤ ਮੋਹੀ॥੨॥ sahas tav ganDh iv chalat mohee. ||2||

ਪ੍ਰਭ ਮੈਂ ਇਕ ਪਲ ਦੇਖਦਾ ਹਾ । ਤੇਰੀਆਂ ਅਨੇਕਾਂ ਦੇਖਣ ਵਾਲੀਆਂ ਅੱਖਾਂ, ਰੂਪ, ਪੈਰ, ਸੁੰਘਣ ਵਾਲੇ ਨੱਕ ਹਨ । ਮੈਂ ਇਕ ਪਲ ਇਹ ਵੀ ਦੇਖਦਾ ਹਾ । ਕਿ ਤੇਰੀ ਕੋਈ ਅੱਖ, ਪੈਰ, ਨੱਕ ਕੋਈ ਇਕ ਸਥਿਤ ਰੂਪ ਨਹੀਂ । ਇਸ ਅਚੰਭੇ, ਵੱਖਰੇ ਅਵਸਥਾ ਨੇ ਹੀ ਮੈਨੂੰ ਬੁਹਤ ਪ੍ਰਭਾਵਤ ਕੀਤਾ ਹੈ ।

My True Master! I am astonished to witness! I may witness Your many eyes to see, different structures; glory, color, feet, and noses to smell the aroma. I may also witness; You may not have any eye, foot, nose, or any fixed structure or color. I remain astonished, fascinated from Your uniqueness.

ਸਭ ਮਹਿ ਜੋਤਿ ਜੋਤਿ ਹੈ ਸੋਇ॥	sabh meh jot jot hai so-ay.
ਤਿਸ ਕੈ ਚਾਨਣਿ ਸਭ ਮਹਿ ਚਾਨਣੁ ਹੋਇ॥	tis kai chaanan sabh meh chaanan ho-ay.
ਗੁਰ ਸਾਖੀ ਜੋਤਿ ਪਰਗਟੁ ਹੋਇ॥	gur saakhee jot pargat ho-ay.
ਜੋ ਤਿਸੁ ਭਾਵੈ ਸੁ ਆਰਤੀ ਹੋਇ॥੩॥	jo tis bhaavai so aartee ho-ay. ||3||

ਪ੍ਰਭ ਨੇ ਹੀ ਸਭ ਵਿੱਚ ਸਵਾਸ (ਜੋਤ) ਪਾਇਆ, ਗਿਆਨ ਬਖਸ਼ਿਆ ਹੈ । ਉਸ ਨਾਲ ਹੀ ਸਾਰੀ ਸ੍ਰਿਸ਼ਟੀ ਵਿੱਚ ਗਿਆਨ, ਚਾਨਣ ਹੋ ਰਹਿੰਆ ਹੈ । ਪ੍ਰਭ ਦੇ ਸ਼ਬਦ ਨਾਲ ਸਾਰੀ ਸ੍ਰਿਸ਼ਟੀ ਵਿਚੋਂ ਅਗਿਆਨਤਾ, ਅੰਧੇਰਾ ਦੂਰ ਹੋ ਗਿਆ, ਚਾਨਣ ਹੋ ਗਿਆ ਹੈ । ਪ੍ਰਭ ਤੇਰੇ ਹੁਕਮ ਦੀ ਪਾਲਣਾ ਹੀ ਤੇਰੀ ਪੂਜਾ, ਆਰਤੀ ਹੈ ।

The True Master! Your Holy Spirt has been expanded to enlighten Your Creation. The Eternal Spiritual glow of Your Holy Spirit is shining in the universe. The enlightenment of the essence of Your Word, eliminates the ignorance of whole universe. Whatsoever the mediation may be acceptable in Your Court; only that becomes Your true worship.

ਹਰਿ ਚਰਣ ਕਮਲ ਮਕਰੰਦ ਲੋਭਿਤ,	har charan kamal makrand lobhit
ਮਨੋ ਅਨਦਿਨੋ ਮੋਹਿ ਆਹੀ ਪਿਆਸਾ॥	mano andino mohi aahee pi-aasaa.
ਕ੍ਰਿਪਾ ਜਲੁ ਦੇਹਿ ਨਾਨਕ ਸਾਰਿੰਗ ਕਉ,	kirpaa jal deh naanak saaring ka-O
ਹੋਇ ਜਾ ਤੇ ਤੇਰੈ ਨਾਮਿ ਵਾਸਾ॥ ੪॥੧॥ ੭॥੯॥	ho-ay jaa tay tayrai naam vaasaa. ||4||1||7||9||

ਮੈਨੂੰ ਹਮੇਸ਼ਾ ਹੀ (ਅਨਦਿਨੋ–ਦਿਨ ਰਾਤ) ਇਛਾਂ, ਖਾਹਿਸ਼, ਪਿਆਸ ਰਹਿੰਦੀ ਹੈ । ਮੈਂ ਸ਼ਬਦ ਦੀ ਸਮਾਧੀ ਵਿੱਚ ਲੀਨ ਹੋਇਆ ਰਹਾ । ਪ੍ਰਭ ਰਹਿਮਤ ਬਖਸ਼ੋ! ਮੈਨੂੰ ਅਸਲੀ ਰਸਤੇ ਦੀ ਸੋਝੀ ਬਖਸ਼ੋ! ਮੇਰੀ ਆਤਮਾ ਪਰਖਣ ਯੋਗ ਹੋ ਜਾਵੇ, ਜੋਤ ਵਿੱਚ ਹੀ ਅਲੋਪ ਹੋ ਜਾਵਾ ।

I always remain anxious to remain intoxicated in the meditation in the void of Your Word. My True Master bestows Your Blessed Vision, to enlighten the right path; I may sanctify my soul to become worthy of Your Consideration. My soul may immerse within Your Holy Spirit.

Key Message of Raag Dhanaasaree page 663-4
'ਪ੍ਰਭ ਦੀ ਕੀ ਭੇਟਾ ਕੀਤਾ ਜਾ ਸਕਦਾ ਹੈ?
ਅਕਾਸ਼ ਹੀ ਪ੍ਰਭ ਦੇ ਗੁਣ ਗਾਉਣ ਵਾਲਾ ਪੰਡਾਲ, ਚੰਦ, ਤਾਰੇ, ਇਸ ਪੰਡਾਲ ਦੀ ਸ਼ਾਨ ਵਧਾਉਂਦੇ, ਅਨੇਕਾਂ ਹੀ ਕਿਸਮ ਦੇ ਪੌਦੇ, (ਫੁਲ, ਬੂਟੇ,) ਸੁਗੰਧਤ ਦੇਂਦੇ, ਹਵਾ ਸਾਰੇ ਮੰਡਲ ਵਿੱਚ ਮਾਹਿਕ ਵਰਸਾਉਂਦੀ ਹੈ । ਪ੍ਰਭ ਸਾਰੀ ਸ੍ਰਿਸ਼ਟੀ ਹੀ ਤੇਰੀ ਭੇਟਾ ਕਰਦਾ ਹਾ । ਮੈਂ ਤੇਰੇ ਬਖਸ਼ੇ ਸ਼ਬਦ ਦਾ ਸਵਾਸ ਸਵਾਸ ਸਿਮਰਨ ਕਰਦਾ ਹਾ । ਸ਼ਬਦ ਦੀ ਪਾਲਣਾ ਨਾਲ ਸ੍ਰਿਸ਼ਟੀ ਵਿਚੋਂ ਅਗਿਆਨਤਾ ਦਾ ਅੰਧੇਰਾ ਦੂਰ ਹੋ ਜਾਂਦਾ ਹੈ, ਉਹ ਹੀ ਤੇਰੀ ਪੂਜਾ, ਆਰਤੀ ਹੈ । ਮੇਰੇ ਮਨ ਵਿੱਚ ਮੈਨੂੰ ਹਮੇਸ਼ਾ ਹੀ ਤੇਰੇ ਸ਼ਬਦ ਵਿੱਚ ਲੀਨ, ਅਲੋਪ ਹੋਣ ਦੀ ਇਛਾ, ਖਾਹਿਸ਼, ਪਿਆਸ ਰਹਿੰਦੀ ਹੈ ।
What may be offered as His Worship?
Sky is the platform to sing the glory of Your Word; several Moons and stars are enhancing the glory; air spreads the aroma of various plants and flowers. The whole Creation, universe is my offering at Your Feet. I remain singing the glory of Your Word with each breath. Adopting the teachings of Your Word; the ignorance of whole universe has been eliminated. To sing the glory of Your Nature is my true worship. I always have a keen desire, hope to remain intoxicated in the void of Your Word, immersed with Your Holy Spirit.

10. ਧਨਾਸਰੀ ਮਹਲਾ ੧ ਘਰੁ ੨ ਅਸਟਪਦੀਆ॥ 685 -11

੧ੴ ਸਤਿਗੁਰ ਪ੍ਰਸਾਦਿ॥	ik-oNkaar satgur parsaad.
ਗੁਰੁ ਸਾਗਰੁ ਰਤਨੀ ਭਰਪੂਰੇ॥	gur saagar ratnee bharpooray.
ਅੰਮ੍ਰਿਤੁ ਸੰਤ ਚੁਗਹਿ ਨਹੀ ਦੂਰੇ॥	amrit sant chugeh nahee dooray.
ਹਰਿ ਰਸੁ ਚੋਗ ਚੁਗਹਿ ਪ੍ਰਭ ਭਾਵੈ॥	har ras chog chugeh parabh bhaavai.
ਸਰਵਰ ਮਹਿ ਹੰਸੁ ਪ੍ਰਾਨਪਤਿ ਪਾਵੈ॥੧॥	sarvar meh hans paraanpat paavai. ||1||

ਸੰਸਾਰ ਸ਼ਬਦ ਦੇ ਅਮੋਲਕ ਰਤਨਾਂ ਦਾ ਭਰਿਆਂ ਹੋਇਆ ਸਾਗਰ ਹੈ । ਬੰਦਗੀ ਕਰਨ ਵਾਲਾ ਸ਼ਬਦ ਦੀ ਪਾਲਣਾ ਕਰਦਾ, ਉਸ ਨੂੰ ਇਸ ਸਾਗਰ ਵਿਚੋਂ ਅਮੋਲਕ ਮੋਤੀ, ਸ਼ਬਦ ਦੀ ਸੋਝੀ ਬਖਸ਼ਿਸ਼ ਹੋ ਜਾਂਦੀ ਹੈ । ਉਸ ਨੂੰ ਇਹ ਆਪਣੇ ਅੰਦਰੋਂ ਹੀ ਬਖਸ਼ਿਸ਼ ਹੋ ਜਾਂਦਾ ਹੈ, ਦੂਰ ਨਹੀਂ ਜਾਣਾ ਪੈਂਦਾ । ਸ਼ਬਦ ਵਿਚੋਂ ਪ੍ਰਭ ਦੀਆਂ ਰਹਿਮਤਾਂ ਦਾ ਰਸ ਬਖਸ਼ਿਸ਼ ਹੋ ਜਾਂਦਾ ਹੈ । ਜਿਸ ਦੀ ਬੰਦਗੀ ਪ੍ਰਭ ਨੂੰ ਭਾਉਂਦੀ ਹੈ । ਉਹ ਸ਼ਬਦ ਦੀ ਬੰਦਗੀ ਵਿੱਚ ਲੀਨ, ਪ੍ਰਵਾਨਗੀ ਦੇ ਰਸਤੇ ਤੇ ਅਡੋਲ ਹੋ ਜਾਂਦਾ ਹੈ । ਭਰੋਸਾ ਅਡੋਲ ਰਖਣ ਨਾਲ ਆਤਮਾ ਪ੍ਰਭ ਦੀ ਜੋਤ ਵਿੱਚ ਅਲੋਪ ਹੋ ਜਾਂਦੀ ਹੈ ।

Universe is like an ocean overwhelmed with ambrosial jewels of His Word. Whosoever may obey the teachings of His Word with steady and stable belief in his day-to-day life; with His mercy and grace, he may be blessed with the enlightenment of the teachings of His Word, the ambrosial jewels, from within. He may not have to search anywhere outside from his own mind. Whosoever may obey the teachings of His Word; with His mercy and grace, he may be blessed with the nectar of essence of His Word. He remains intoxicated in meditation in the void of His Word. He may remain steady and stable on the right path of acceptance in His Court; with His mercy and grace, his soul may immerse within His Holy Spirit.

ਕਿਆ ਬਗੁ ਬਪੁੜਾ ਛਪੜੀ ਨਾਇ॥	ki-aa bag bapurhaa chhaprhee naa-ay.
ਕੀਚੜਿ ਡੂਬੈ ਮੈਲੁ ਨ ਜਾਇ॥੧॥ ਰਹਾਉ॥	keecharh doobai mail na jaa-ay. ||1|| rahaa-o.

ਪਾਖੰਡੀ ਜੀਵ ਵੀ ਬੰਦਗੀ ਦੇ ਰਸਤੇ ਤੇ ਚਲਣ ਦਾ ਦਿਖਾਵਾ ਕਰਦੇ ਹਨ! ਜਿਹੜਾ ਪੀਰ, ਆਪ ਤੀਰਥ ਦੀ ਤਰ੍ਹਾਂ ਪਵਿੱਤਰ ਨਹੀਂ ਹੁੰਦਾ । ਉਸ ਤੋਂ ਕੀ ਹਾਸਿਲ ਕੀਤਾ ਜਾ ਸਕਦਾ ਹੈ? ਉਹ ਆਪਣੇ ਮਨ ਦੀ ਮੈਲ ਵਧਾਉਂਦਾ ਹੈ, ਅਖੀਰ ਉਸ ਵਿੱਚ ਹੀ ਡੁੱਬ ਜਾਂਦਾ ਹੈ, ਜੂੰਨਾਂ ਦੇ ਚੱਕਰ ਵਿੱਚ ਪੈ ਜਾਂਦਾ ਹੈ ।

False prophet may also adopt a robe like His true devotee to gain notoriety. Whose soul may not be sanctified like a Holy Shrine! What may he offer to others? He may only increase the blemish of his mind, soul. In the end, he may drown in the filth of his mind; he may remain in the cycle of birth and death.

ਰਖਿ ਰਖਿ ਚਰਨ ਧਰੇ ਵੀਚਾਰੀ॥	rakh rakh charan Dharay veechaaree.
ਦੁਬਿਧਾ ਛੋਡਿ ਭਏ ਨਿਰੰਕਾਰੀ॥	dubiDhaa chhod bha-ay nirankaaree.
ਮੁਕਤਿ ਪਦਾਰਥੁ ਹਰਿ ਰਸ ਚਾਖੇ॥	mukat padaarath har ras chaakhay.
ਆਵਣ ਜਾਣ ਰਹੇ ਗੁਰਿ ਰਾਖੇ॥੨॥	aavan jaan rahay gur raakhay. ||2||

ਬੰਦਗੀ ਦੇ ਰਸਤੇ ਤੇ ਚਲਣ ਵਾਲਾ ਆਪਣੇ ਕੰਮ ਨੂੰ ਸ਼ਬਦ ਨਾਲ ਪਰਖਦਾ ਹੈ । ਮਨ ਦੇ ਭਰਮ ਦੂਰ ਹੋ ਜਾਂਦੇ ਹਨ, ਅਸਲੀ ਸੇਵਕ ਬਣ ਜਾਂਦਾ ਹੈ । ਸਿਮਰਨ ਨਾਲ ਉਸ ਨੂੰ ਚੌਥਾਂ, ਅਮੋਲਕ ਪਦਾਰਥ, ਮੁਕਤੀ ਦਾ ਰਸਤਾ ਬਖਸ਼ਿਸ਼ ਹੋ ਜਾਂਦੀ ਹੈ । ਉਸ ਦਾ ਜਨਮ ਮਰਨ ਦਾ ਚੱਕਰ ਖਤਮ ਹੋ ਜਾਂਦਾ ਹੈ । ਉਹ ਪ੍ਰਭ ਦੀ ਸ਼ਰਣ ਵਿੱਚ, ਰਖਿਆ ਵਿੱਚ ਪ੍ਰਵਾਨ ਹੋ ਜਾਂਦਾ ਹੈ ।

Whosoever may evaluate his own deeds with the essence of His Word. All his suspicions may be eliminated; he may be blessed with the state of mind as His true devotee. Whosoever may remain intoxicated in meditation in the void of His Word; with His mercy and grace, he may be blessed with the 4th virtue, salvation. He may be accepted in His Sanctuary; his cycle of birth and death may be eliminated.

ਸਰਵਰ ਹੰਸਾ ਛੋਡਿ ਨ ਜਾਇ॥	sarvar hansaa chhod na jaa-ay.
ਪ੍ਰੇਮ ਭਗਤਿ ਕਰਿ ਸਹਜਿ ਸਮਾਇ॥	paraym bhagat kar sahj samaa-ay.
ਸਰਵਰ ਮਹਿ ਹੰਸੁ ਹੰਸ ਮਹਿ ਸਾਗਰੁ॥	sarvar meh hans hans meh saagar.
ਅਕਥ ਕਥਾ ਗੁਰ ਬਚਨੀ ਆਦਰੁ॥੩॥	akath kathaa gur bachnee aadar. ||3||

ਪ੍ਰਭ ਦਾ ਸੇਵਕ ਕਦੇ ਵੀ ਬੰਦਗੀ ਦਾ ਰਸਤਾ ਨਹੀਂ ਛਡਦਾ । ਅਖੀਰ ਉਹ ਪ੍ਰਭ ਦੀ ਜੋਤ ਵਿੱਚ ਹੀ ਅਲੋਪ ਹੋ ਜਾਂਦਾ ਹੈ । ਜਿਸ ਦੇ ਸ਼ਬਦ ਦੀ ਬੰਦਗੀ ਪ੍ਰਵਾਨ ਹੋ ਜਾਂਦੀ ਹੈ, ਉਹ ਪ੍ਰਭ ਦਾ ਹੀ ਰੂਪ ਬਣ ਜਾਂਦਾ, ਉਹ ਹੰਸ ਬਣ ਜਾਂਦਾ ਹੈ । ਉਹੁ ਅਕਥ ਕਥਾਂ ਦੀ ਵਿਆਖਿਆ ਕਰਦਾ, ਸ਼ਬਦ ਦੇ ਹੀ ਗੁਣ ਗਾਉਂਦਾ ਹੈ ।

His true devotee may never abandon the path of meditation. In the end, he may be absorbed within His Holy Spirit. Whose meditation may be accepted in His Court; with His mercy and grace, his state of mind may be transformed as His true devotee. He may become the symbol of The True Master; he may be transformed into a swan. He may explain the unexplainable evets of His Nature.

ਸੁੰਨ ਮੰਡਲ ਇਕੁ ਜੋਗੀ ਬੈਸੇ॥ ਨਾਰਿ ਨ ਪੁਰਖੁ ਕਹਹੁ ਕੋਊ ਕੈਸੇ॥	sunn mandal ik jogee baisay. naar na purakh kahhu ko-oo kaisay.
ਤ੍ਰਿਭਵਣ ਜੋਤਿ ਰਹੇ ਲਿਵ ਲਾਈ॥ ਸੁਰਿ ਨਰ ਨਾਥ ਸਚੇ ਸਰਣਾਈ॥੪॥	taribhavan jot rahay liv laa-ee. sur nar naath sachay sarnaa-ee. ||4||

ਬੰਦਗੀ ਕਰਨ ਵਾਲੇ ਦੀ ਸਮਾਧੀ ਵਿੱਚ ਪ੍ਰਭ ਆਪ ਹੀ ਪ੍ਰਗਟ ਹੁੰਦਾ ਹੈ । ਪ੍ਰਭ, ਰੂਹਾਨੀ ਜੋਤ ਦਾ ਕੋਈ ਲਿੰਗ (ਮਰਦ ਜਾ ਔਰਤ) ਨਹੀਂ ਹੁੰਦਾ, ਇਕ ਸਦਾ ਅਟਲ ਰਹਿਣ ਵਾਲੀ ਰੂਹਾਨੀ ਜੋਤ ਹੈ । ਕਿਵੇਂ ਉਸ ਦੇ ਰੂਪ ਦਾ ਵਖਿਆਣ ਕੀਤਾ ਜਾਵੇ? ਪ੍ਰਭ ਦੀ ਜੋਤ ਦੀ ਰੋਸ਼ਨੀ ਨੂੰ ਤਿੰਨੇਂ ਸ੍ਰਿਸ਼ਟੀਆਂ ਹੀ ਢੂੰਡਦੀਆਂ ਹਨ । ਸੰਤ ਸਰੂਪ, ਜੋਗੀ, ਬੰਦਗੀ ਕਰਨ ਵਾਲੇ, ਸਭ ਪ੍ਰਭ ਦੀ ਸ਼ਰਣ ਵਿੱਚ ਵਸਣਾ ਚਾਹੁੰਦੇ ਹਨ ।

His true devotee may remain intoxicated in the void of His Word, alert and awake about His Existence. The True Master is an eternal Spirit, energy, light beyond the limitation of body structure. The True Master, His Holy Spirit has no gender. How may His Glory, beauty be described or explain? All His Creations remain anxious to be enlightened with His Existence, His Nature. All Holy saints, Yogi, remain anxious to be accepted in His Sanctuary.

ਆਨੰਦ ਮੂਲੁ ਅਨਾਥ ਅਧਾਰੀ॥ ਗੁਰਮੁਖਿ ਭਗਤਿ ਸਹਜਿ ਬੀਚਾਰੀ॥	aanand mool anaath aDhaaree. gurmukh bhagat sahj beechaaree.
ਭਗਤਿ ਵਛਲ ਭੈ ਕਾਟਣਹਾਰੇ॥ ਹਉਮੈ ਮਾਰਿ ਮਿਲੇ ਪਗੁ ਧਾਰੇ॥੫॥	bhagat vachhal bhai kaatanhaaray. ha-umai maar milay pag Dhaaray. ||5||

ਪ੍ਰਭ ਦਾ ਸ਼ਬਦ ਹੀ ਜਾਗਰਤੀ ਦਾ, ਗਿਆਨ ਦਾ ਸੋਮਾ, ਨਿਮਾਣਿਆ ਦਾ ਆਸਰਾ ਹੈ । ਗੁਰਮਖ ਉਸ ਦੇ ਸ਼ਬਦ ਵਿੱਚ ਲੀਨ ਰਹਿੰਦਾ, ਆਪਣੇ ਅੰਦਰੋਂ ਹੀ ਸ਼ਬਦ ਦੀ ਸੋਝੀ ਦੀ ਖੋਜ ਕਰਦਾ ਹੈ । ਪ੍ਰਭ ਆਪਣੇ ਸੇਵਕਾਂ ਦਾ ਪ੍ਰੇਮੀ, ਮੌਤ ਦੇ ਡਰ ਨੂੰ ਖਤਮ ਕਰਨ ਵਾਲਾ ਮਾਲਕ ਹੈ । ਜਿਹੜਾ ਜੀਵ ਆਪਣੀ ਅਹੰਕਾਰ ਨੂੰ ਖਤਮ ਕਰ ਦੇਂਦਾ ਹੈ । ਉਸ ਨੂੰ ਪ੍ਰਭ ਦੀ ਪ੍ਰਵਾਨਗੀ ਦਾ ਰਸਤਾ ਬਖਸ਼ਿਸ਼ ਹੋ ਜਾਂਦਾ ਹੈ ।

His Word remains the fountain of enlightenment and pillar of support of His humble and helpless devotee. His true devotee may remain searching within his own mind; he may remain intoxicated in meditation in the void of His Word. His Holy Spirit develops an intense attraction with the soul of His true devotee; with His mercy and grace, his fear of death may be eliminated. Whosoever may conquer his own ego; he may remain steady and stable on the right path of acceptance.

ਅਨਿਕ ਜਤਨ ਕਰਿ ਕਾਲੁ ਸੰਤਾਏ॥	anik jatan kar kaal santaa-ay.
ਮਰਣੁ ਲਿਖਾਇ ਮੰਡਲ ਮਹਿ ਆਏ॥	maran likhaa-ay mandal meh aa-ay.
ਜਨਮੁ ਪਦਾਰਥੁ ਦੁਬਿਧਾ ਖੋਵੈ॥	janam padaarath dubiDhaa khovai.
ਆਪੁ ਨ ਚੀਨਸਿ ਭ੍ਰਮਿ ਭ੍ਰਮਿ ਰੋਵੈ॥੬॥	aap na cheenas bharam bharam rovai. ||6||

ਜੀਵ ਸੰਸਾਰ ਵਿੱਚ ਬੰਦਗੀ ਦੇ ਰਸਤੇ ਤੇ ਚਲਣ ਦੇ ਬਹੁਤ ਯਤਨ ਕਰਦਾ ਹੈ । ਮੌਤ ਦਾ ਡਰ ਬਹੁਤ ਸਤਾਉਂਦਾ ਹੈ । ਉਹ ਆਪਣਾ ਮਾਨਸ ਜਨਮ ਵੱਖਰੇ ਵੱਖਰੇ ਗੁਰੂਆਂ ਦੇ ਪਿਛੇ ਲਗ ਕੇ ਬਿਰਥਾ ਹੀ ਗਵਾ ਲੈਂਦਾ ਹੈ । ਆਪਣੇ ਆਪ ਨੂੰ ਪਛਾਣਦਾ ਨਹੀਂ, ਭਰਮਾਂ ਵਿੱਚ ਹੀ ਫਸਿਆ ਰਹਿੰਦਾ ਹੈ । ਉਹ ਸੰਸਾਰ ਵਿੱਚ ਆਵਾ ਗਵਨ ਦੇ ਚੱਕਰ ਵਿੱਚ ਹੀ ਰਹਿੰਦਾ ਹੈ ।

Human may try very hard to remain steady and stable on the right path of meditation, acceptance in His Court. He remains frustrated with the fear of death. Self-minded may waste his priceless human life journey, follow worldly gurus. He may not comprehend the real purpose of his human life. He may remain in religious suspicions, the cycle of birth and death.

ਕਹਤਉ ਪੜਤਉ ਸੁਣਤਉ ਏਕ॥	kahta-o parh-ta-o sunta-o ayk.
ਧੀਰਜ ਧਰਮੁ ਧਰਣੀਧਰ ਟੇਕ॥	Dheeraj Dharam DharneeDhar tayk.
ਜਤੁ ਸਤੁ ਸੰਜਮੁ ਰਿਦੈ ਸਮਾਏ॥	jat sat sanjam ridai samaa-ay.
ਚਉਥੇ ਪਦ ਕਉ ਜੇ ਮਨੁ ਪਤੀਆਏ॥੭	cha-uthay pad ka-o jay man patee-aa-ay.7

ਗੁਰੂ ਨਾਨਕ ਦੇਵ ਜੀ! – Guru Nanak Dev Ji! Guru Granth Sahib

ਸਾਰੇ ਜੀਵ ਹੀ ਇਕੋ ਇਕ ਪ੍ਰਭ ਨੂੰ ਸ੍ਰਿਸ਼ਟੀ ਦਾ ਅਸਲੀ ਮਾਲਕ, ਰਖਵਾਲਾ ਮੰਨਦੇ ਹਨ । ਪ੍ਰਭ ਧਰਤੀ ਤੇ ਧੀਰਜ, ਇਖਲਾਕ (ਧਰਮ), ਰਹਿਮਤਾਂ ਦਾ ਦਾਤਾ ਹੈ । ਪੁੰਨ ਦਾਨ, ਆਪਣੇ ਮਨ ਦੀਆਂ ਇਛਾਂ ਤੇ ਕਾਬੂ ਪਾਉਣਾ, ਮਨ ਨੂੰ ਪਵਿੱਤਰ ਰਖਣਾ ਹੀ ਪ੍ਰਵਾਨਗੀ ਦੇ ਨਿਯਮ ਮੰਨੇ ਗਏ ਹਨ । ਜਿਹੜਾ ਆਪਣਾ ਮਨ ਚੌਥੀ ਅਵਸਥਾ ਵਿੱਚ ਲਾਉਂਦਾ ਹੈ, ਉਸ ਨੂੰ ਹੀ ਮੁਕਤੀ ਬਖਸ਼ਿਸ਼ ਹੋ ਜਾਂਦੀ ਹੈ ।

Everyone believes The One and Only One True Master, and protector of the universe, His Creation. The True Master remains the pillar of patience, integrity, character and the treasure of virtues, blessings on earth. Worldly charity, worship, controlling your worldly desires and keeping soul blemish free are considered the key principles of human life journey. Whosoever may remain focused on the 4th virtue; with His mercy and grace, he may be blessed with salvation.

ਸਾਚੇ ਨਿਰਮਲ ਮੈਲੁ ਨ ਲਾਗੈ॥ ਗੁਰ ਕੈ ਸਬਦਿ ਭਰਮ ਭਉ ਭਾਗੈ॥ saachay nirmal mail na laagai. gur kai sabad bharam bha-o bhaagai.
ਸੂਰਤਿ ਮੂਰਤਿ ਆਦਿ ਅਨੂਪੁ॥ ਨਾਨਕੁ ਜਾਚੈ ਸਾਚੁ ਸਰੂਪੁ॥੮॥੧॥ soorat moorat aad anoop. naanak jaachai saach saroop. ||8||1||

ਜਿਹੜਾ ਜੀਵ ਆਪਣਾ ਮਨ ਸ਼ਬਦ ਦੀ ਪਾਲਣਾ ਨਾਲ ਪਵਿੱਤਰ ਕਰ ਲੈਂਦਾ ਹੈ । ਉਸ ਦੇ ਮਨ ਨੂੰ ਸੰਸਾਰਕ ਮਾਇਆ ਦੀ ਮੈਲ ਕਦੇ ਨਹੀਂ ਲਗਦੀ । ਸ਼ਬਦ ਦਾ ਸਿਮਰਨ ਕਰਨ ਨਾਲ ਮਨ ਦੇ ਭਰਮ ਦੂਰ ਹੋ ਜਾਂਦੇ ਹਨ । ਪ੍ਰਭ ਦਾ ਰੂਪ, ਰੰਗ ਅਕਾਰ ਬਹੁਤ ਹੀ ਸੁੰਦਰ ਅਨੋਖਾ ਹੈ । ਬੰਦਗੀ ਕਰਨ ਵਾਲਾ ਸਦਾ ਰਹਿਣ ਵਾਲੇ ਪ੍ਰਭ ਦੀ ਜੋਤ ਵਿੱਚ ਹੀ ਅਲੋਪ ਹੋ ਜਾਣਾ ਚਾਹੁੰਦਾ ਹੈ ।

Whosoever may meditate on the teachings of His Word with steady and stable belief in his day-to-day life; with His mercy and grace, his soul, mind may never be blemished with temptations of worldly wealth. Whosoever may be enlightened with the essence of His Word, all his suspicions may be eliminated. His glory, beauty, structure remains astonishing. His true devotee remains anxious to immerse within the everlasting His Holy Spirit.

Key Message of Raag Dhanaasaree page 685-11
'ਪ੍ਰਭ ਦਾ ਸ਼ਬਦ ਰੂਪੀ ਅੰਮ੍ਰਿਤ ਕਿਵੇਂ ਬਖਸ਼ਿਸ਼ ਹੋ ਸਕਦਾ ਹੈ?
ਸੰਸਾਰ ਸ਼ਬਦ ਦੇ ਅਮੋਲਕ ਰਤਨਾਂ ਦਾ ਭਰਿਆਂ ਹੋਇਆ ਸਾਗਰ ਹੈ । ਜਿਹੜਾ ਸ਼ਬਦ ਦੀ ਪਾਲਣਾ ਕਰਦਾ, ਉਸ ਨੂੰ ਆਪਣੇ ਅੰਦਰੋਂ ਹੀ ਅਮੋਲਕ ਮੋਤੀ, ਸ਼ਬਦ ਦੀ ਸੋਝੀ ਬਖਸ਼ਿਸ਼ ਹੋ ਜਾਂਦੀ ਹੈ । ਜਿਹੜਾ ਆਪਣੇ ਕੰਮ ਨੂੰ ਸ਼ਬਦ ਨਾਲ ਪਰਖਦਾ, ਉਸ ਨੂੰ ਚੌਥਾਂ, ਅਮੋਲਕ ਪਦਾਰਥ, ਮੁਕਤੀ ਦਾ ਰਸਤਾ ਬਖਸ਼ਿਸ਼ ਹੋ ਜਾਂਦਾ, ਪ੍ਰਭ ਦੀ ਸ਼ਰਣ ਵਿੱਚ ਪ੍ਰਵਾਨ ਹੋ ਜਾਂਦਾ ਹੈ । ਉਹ ਪ੍ਰਭ ਦਾ ਹੀ ਰੂਪ, ਹੰਸ ਬਣ ਜਾਂਦਾ ਹੈ । ਉਸ ਦੀ ਸਮਾਧੀ ਵਿੱਚ ਪ੍ਰਭ ਆਪ ਪ੍ਰਗਟ ਹੋ ਜਾਂਦਾ ਹੈ । ਤਿੰਨੇਂ ਸ੍ਰਿਸ਼ਟੀਆਂ ਹੀ ਪ੍ਰਭ ਦੀ ਜੋਤ, ਰੂਹਾਨੀ ਰੋਸ਼ਨੀ ਨੂੰ ਢੂੰਡਦੀਆਂ ਹਨ । ਸ਼ਬਦ ਦੀ ਸਿਖਿਆਂ, ਪਾਲਣਾ ਹੀ ਜਾਗਰਤੀ ਦਾ ਸੋਮਾ, ਨਿਮਾਣਿਆ ਦਾ ਆਸਰਾ ਹੈ । ਆਪਣਾ ਮਨ ਨੂੰ ਚੌਥੀ ਅਵਸਥਾ ਵਿੱਚ ਲਾਉਣ ਨਾਲ ਹੀ ਮੁਕਤੀ ਦਾ ਰਸਤਾ ਬਖਸ਼ਿਸ਼ ਹੋ ਸਕਦਾ ਹੈ । ਬੰਦਗੀ ਕਰਨ ਵਾਲਾ ਸਦਾ ਰਹਿਣ ਵਾਲੇ ਪ੍ਰਭ ਦੀ ਜੋਤ ਵਿੱਚ ਹੀ ਅਲੋਪ ਹੋ ਜਾਣਾ ਚਾਹੁੰਦਾ ਹੈ ।
How may the nectar of His Word may be blessed?
World is an ocean overflowing with ambrosial jewels of His Word. Whosoever may adopt the teachings of His Word; he may be enlightened with the ambrosial jewels, the nectar of the essence of His Word from within. Whosoever may evaluate his own deeds with the essence of His Word; he may be blessed with the right path of 4th virtue, salvation, he may be accepted in His Sanctuary. He may become the symbol of The True Master, transformed as a swan. He may hear the everlasting echo of His Word resonating within his intoxication in the void of His Word. All three universes remain anxious to realize His Everlasting Echo! The enlightenment of His Word remains pillar of hope of His humble devotee. His true devotee remains anxious to immerse in the everlasting His Holy Spirit.

11. ਧਨਾਸਰੀ ਮਹਲਾ ੧॥ 686-4

ਸਹਜਿ ਮਿਲੈ ਮਿਲਿਆ ਪਰਵਾਣੁ॥ ਨਾ ਤਿਸੁ ਮਰਣੁ ਨ ਆਵਣੁ ਜਾਣੁ॥ sahj milai mili-aa parvaan. naa tis maran na aavan jaan.
ਠਾਕੁਰ ਮਹਿ ਦਾਸੁ ਦਾਸ ਮਹਿ ਸੋਇ॥ thaakur meh daas daas meh so-ay.
ਜਹ ਦੇਖਾ ਤਹ ਅਵਰੁ ਨ ਕੋਇ॥੧॥ jah daykhaa tah avar na ko-ay. ||1||

ਜਿਸ ਜੀਵ ਦਾ ਧੀਰਜ, ਸ਼ਬਦ ਦੀ ਬੰਦਗੀ ਵਿੱਚ ਹੁੰਦਾ ਹੈ । ਉਸ ਨੂੰ ਪ੍ਰਭ ਆਪਣੇ ਵਿੱਚ ਹੀ ਅਭੇਦ ਕਰ ਲੈਂਦਾ ਹੈ । ਇਸ ਤੋਂ ਪਿਛੋਂ ਜੀਵ ਜਨਮ ਮਰਨ ਦੇ ਚੱਕਰ ਵਿੱਚ ਨਹੀਂ ਰਹਿੰਦਾ । ਉਸ ਜੀਵ ਦਾ ਆਪਾ ਮਿਟ ਜਾਂਦਾ ਹੈ, ਉਹ ਪ੍ਰਭ ਦਾ ਰੂਪ ਹੀ ਬਣ ਜਾਂਦਾ ਹੈ । ਓਸ ਨੂੰ ਹਰ ਪਾਸੇ ਪ੍ਰਭ ਦਾ ਰੂਪ ਹੀ ਨਜ਼ਰ ਆਉਂਦਾ ਹੈ । ਪ੍ਰਭ ਆਪ ਹੀ ਸੇਵਕ ਹੈ, ਆਪ ਹੀ ਮੁਕਤੀ ਦਾ ਦਾਤਾ ਹੈ ।

Whosoever may remain in patience in meditating on the teachings of His Word; with His mercy and grace, he may be absorbed within His Holy Spirit. His cycle of birth and death may be eliminated. His self-entity may be eliminated and only His Holy Spirit exists within and prevails within. He may be blessed with state of mind as His true devotee. The True Master remains within the soul of His true devotee and Himself remains as The Master of Salvation.

ਗੁਰਮੁਖਿ ਭਗਤਿ ਸਹਜ ਘਰੁ ਪਾਈਐ॥ gurmukh bhagat sahj ghar paa-ee-ai.
ਬਿਨੁ ਗੁਰ ਭੇਟੇ ਮਰਿ ਆਈਐ ਜਾਈਐ॥੧॥ ਰਹਾਉ॥ bin gur bhaytay mar aa-ee-ai jaa-ee-ai. ||1|| rahaa-o.

ਗੁਰਮਖ ਜੀਵ ਸ਼ਬਦ ਦੀ ਪਾਲਣਾ ਕਰਦਾ ਹੀ ਪ੍ਰਵਾਨ ਹੋ ਜਾਂਦਾ ਹੈ । ਸ਼ਬਦ ਦੀ ਪਾਲਣਾ ਤੋਂ ਬਿਨਾਂ ਜਨਮ ਮਰਨ ਦੇ ਚੱਕਰ ਵਿੱਚ ਹੀ ਰਹਿੰਦਾ ਹੈ ।

His true devotee remains intoxicated in meditation in the void of His Word; with His mercy and grace, he may be accepted in His Court. Self-minded, non-believer remains in the cycle of birth and death.

ਸੋ ਗੁਰੁ ਕਰਉ ਜਿ ਸਾਚੁ ਦ੍ਰਿੜਾਵੈ॥ so gur kara-o je saach darirh-aavai.
ਅਕਥੁ ਕਥਾਵੈ ਸਬਦਿ ਮਿਲਾਵੈ॥ akath kathaavai sabad milaavai.
ਹਰਿ ਕੇ ਲੋਗ ਅਵਰ ਨਹੀ ਕਾਰਾ॥ har kay log avar nahee kaaraa.
ਸਾਚਉ ਠਾਕੁਰੁ ਸਾਚੁ ਪਿਆਰਾ॥੨॥ saacha-o thaakur saach pi-aaraa. ||2||

ਜਿਹੜਾ ਸ਼ਬਦ ਦੀ ਪਾਲਣਾ ਕਰਨ ਦੇ ਰਸਤੇ ਦੀ ਪ੍ਰੇਰਨਾ ਕਰਦਾ, ਸ਼ਬਦ ਦੀ ਸੋਝੀ, ਅਕਥ ਕਥਾ ਦਾ ਵਖਿਆਨ ਕਰਦਾ, ਸ਼ਬਦ ਦੀ ਬੰਦਗੀ ਵਿੱਚ ਲੀਨ ਰਖਦਾ ਹੈ । ਉਸ ਦੇ ਜੀਵਨ ਦੀ ਸਿਖਿਆਂ ਨੂੰ ਆਪਣੇ ਜੀਵਨ ਵਿੱਚ ਧਾਰਨ ਕਰੋ! ਸੋਝੀ ਦੇਣ ਵਾਲਾ ਗੁਰੂ ਬਣਾਵੋ! ਬੰਦਗੀ ਕਰਨ ਵਾਲਾ ਸ਼ਬਦ ਦੀ ਪਾਲਣਾ ਵਿੱਚ ਹੀ ਅਡੋਲ ਰਹਿੰਦਾ ਹੈ, ਹੋਰ ਕੋਈ ਧੰਦਾ ਨਹੀਂ ਹੁੰਦਾ ।

ਗੁਰੂ ਨਾਨਕ ਦੇਵ ਜੀ! – Guru Nanak Dev Ji! Guru Granth Sahib

Whosoever may inspire on the right path of meditation, enlightens the essence of His Word, and explains the unexplainable sermons of His Word and helps to remain steady and stable on the right path; he may be worthy to be called as guru. You should adopt his life experience teachings in your own life. His true devotee has only moto, purpose of his human life journey to remain intoxicated in meditation in the void of His Word.

ਤਨ ਮਹਿ ਮਨੂਆ ਮਨ ਮਹਿ ਸਾਚਾ॥ tan meh manoo-aa man meh saachaa.
ਸੋ ਸਾਚਾ ਮਿਲਿ ਸਾਚੇ ਰਾਚਾ॥ so saachaa mil saachay raachaa.
ਸੇਵਕੁ ਪ੍ਰਭ ਕੈ ਲਾਗੈ ਪਾਇ॥ sayvak parabh kai laagai paa-ay.
ਸਤਿਗੁਰੁ ਪੂਰਾ ਮਿਲੈ ਮਿਲਾਇ॥ ੩॥ satgur pooraa milai milaa-ay. ||3||

ਉਸ ਦਾ ਮਨ ਆਪਣੇ ਤਨ ਵਿੱਚ ਹੁੰਦਾ, ਮਨ ਵਿੱਚ ਸ਼ਬਦ ਘਰ ਕਰੀ ਬੈਠਾ ਹੈ । ਉਹ ਸ਼ਬਦ ਦੀ ਪਾਲਣਾ ਕਰਦਾ, ਉਸ ਵਿੱਚ ਹੀ ਮਸਤ ਰਹਿੰਦਾ ਹੈ । ਪ੍ਰਭ ਦੇ ਸ਼ਬਦ ਦੀ ਬੰਦਗੀ ਕਰਨ ਵਾਲਾ ਕੇਵਲ ਪ੍ਰਭ ਦੇ ਚਰਨਾਂ ਵਿੱਚ ਹੀ ਟੇਕ ਲੈਂਦਾ ਹੈ । ਉਹ ਆਪਣੇ ਮਨ ਵਿਚੋਂ ਹੀ ਸ਼ਬਦ ਦੀ ਖੋਜ ਕਰ ਲੈਂਦਾ ਹੈ ।

Whosoever may keep his thoughts within his own body and mind; he remains drenched with the essence of His Word. He may remain intoxicated in obeying the teachings of His Word. He may only pray His Forgiveness and Refuge. He may only search the enlightenment from within his mind.

ਆਪਿ ਦਿਖਾਵੈ ਆਪੇ ਦੇਖੈ॥ ਹਠਿ ਨ ਪਤੀਜੈ ਨਾ ਬਹੁ ਭੇਖੈ॥ aap dikhaavai aapay daykhai. hath na pateejai naa baho bhaykhai.
ਘੜਿ ਭਾਡੇ ਜਿਨਿ ਅੰਮ੍ਰਿਤੁ ਪਾਇਆ॥ gharh bhaaday jin amrit paa-i-aa.
ਪ੍ਰੇਮ ਭਗਤਿ ਪ੍ਰਭਿ ਮਨੁ ਪਤੀਆਇਆ॥ ੪॥ paraym bhagat parabh man patee-aa-i aa. 4

ਪ੍ਰਭ ਆਪ ਹੀ ਜੀਵ ਦੀ ਦੇਖ ਭਾਲ ਕਰਦਾ, ਸ਼ਬਦ ਦੀ ਸੋਝੀ ਬਖਸ਼ਦਾ ਹੈ । ਪ੍ਰਭ, ਮਨਮਰਜ਼ੀ ਕਰਨ ਵਾਲੇ ਜਾ ਕਿਸੇ ਧਾਰਮਕ ਬਾਣੇ ਨਾਲ ਖੁਸ਼ ਨਹੀਂ ਹੁੰਦਾ । ਪ੍ਰਭ ਨੇ ਆਪਣੀ ਮਰਜ਼ੀ ਨਾਲ ਹੀ ਆਤਮਾ ਨੂੰ ਮਾਨਸ ਸਰੀਰ ਬਖਸ਼ਿਆ ਹੈ । ਪ੍ਰਭ ਦੀ ਜੋਤ ਆਤਮਾ ਵਿੱਚ ਸਮਾਈ ਰਹਿੰਦੀ ਹੈ! ਰਹਿਮਤ ਕੇਵਲ ਸ਼ਬਦ ਦੀ ਪਾਲਣਾ ਕਰਨ ਨਾਲ ਹੀ ਬਖਸ਼ਿਸ਼ ਹੁੰਦੀ ਹੈ ।

The True Master creates, nourishes, protects, and enlightens the right path to His true devotee. Self-minded may adopt any religious robe, baptism; however, he may never be blessed with the right path. The True Master bestows His Blessed Vision to bless his soul human body with His Own Imagination; His Ambrosial Holy Spirit remains embedded within his soul. Whosoever may obey the teachings of His Word with steady and stable belief in day-to-day life; only he may be blessed with the right path of acceptance in His Court.

ਪੜਿ ਪੜਿ ਭੂਲਹਿ ਚੋਟਾ ਖਾਹਿ॥ ਬਹੁਤੁ ਸਿਆਣਪ ਆਵਹਿ ਜਾਹਿ॥ parh parh bhooleh chotaa khaahi. bahut si-aanap aavahi jaahi.
ਨਾਮੁ ਜਪੈ ਭਉ ਭੋਜਨੁ ਖਾਇ॥ naam japai bha-o bhojan khaa-ay.
ਗੁਰਮੁਖਿ ਸੇਵਕ ਰਹੇ ਸਮਾਇ॥ ੫॥ gurmukh sayvak rahay samaa-ay. ||5||

ਕੇਵਲ ਸ਼ਬਦ ਪੜ੍ਹਨ ਜਾ ਵਿਆਖਿਆ ਕਰਨ ਨਾਲ ਜੀਵ ਦਾ ਮਨ ਉਲਝ ਜਾਂਦਾ ਹੈ । ਉਹ ਥੋੜ੍ਹੀ ਮੱਤ ਨਾਲ ਗਲਤ ਪਾਸੇ ਚਲਕੇ ਸਜ਼ਾ ਭੋਗਦਾ ਹੈ । ਮਨ ਦੀਆਂ ਚਲਾਕੀਆਂ ਨਾਲ ਜਨਮ ਮਰਨ ਦੇ ਚੱਕਰ ਵਿੱਚ ਹੀ ਰਹਿੰਦਾ ਹੈ । ਜਿਹੜਾ ਸ਼ਬਦ ਦਾ ਸਿਮਰਨ, ਪਾਲਣਾ ਕਰਦਾ, ਪ੍ਰਭ ਦੇ ਵਿਛੋੜੇ ਦੇ ਵਿਰਾਗ ਦੀ ਖੁਰਾਕ, ਮਨ ਨੂੰ ਦੇਂਦਾ ਹੈ । ਉਸ ਨੂੰ ਗੁਰਮਖ ਅਵਸਥਾ ਬਖਸ਼ਿਸ਼ ਹੋ ਜਾਂਦੀ ਹੈ । ਬੰਦਗੀ ਕਰਦਾ ਹੋਇਆ ਹੀ ਪ੍ਰਭ ਨੂੰ ਪ੍ਰਵਾਨ ਹੋ ਜਾਂਦਾ ਹੈ ।

Whosoever may only read, preach, or explain the essence of His Word; he may remain confused in religious rituals. He may adopt wrong path with his limited comprehension of His Nature; he may remain in the cycle of birth and death. Whosoever may meditate, obeys the teachings of His Word, and nourishes his soul with the renunciation of the memory of his separation from His Holy Spirit. He may be blessed with a state of mind as His true devotee; he may be accepted in His Court.

ਪੂਜਿ ਸਿਲਾ ਤੀਰਥ ਬਨ ਵਾਸਾ॥ ਭਰਮਤ ਡੋਲਤ ਭਏ ਉਦਾਸਾ॥ pooj silaa tirath ban vaasaa. bharmat dolat bha-ay udaasaa.
ਮਨਿ ਮੈਲੈ ਸੂਚਾ ਕਿਉ ਹੋਇ॥ ਸਾਚਿ ਮਿਲੈ ਪਾਵੈ ਪਤਿ ਸੋਇ॥ ੬॥ man mailai soochaa ki-o ho-ay. saach milai paavai pat so-ay. ||6||

ਜਿਹੜਾ ਬੁੱਤ ਪੂਜਦਾ, ਤੀਰਥ ਤੇ ਨਿਵਾਸ ਕਰਦਾ ਹੈ, ਜਾ ਜੰਗਲਾਂ ਵਿੱਚ ਵਸਦਾ, ਮਨ ਨੂੰ ਸੰਸਾਰਕ ਇਛਾਂ ਤੋਂ ਵਾਂਝਾ ਰਖਦਾ ਹੈ । ਉਸ ਦਾ ਮਨ ਸੰਸਾਰਕ ਇਛਾਂ ਹੀ ਲੋਚਦਾ, ਪਵਿੱਤਰ ਨਹੀਂ ਹੋ ਸਕਦਾ! ਮਨ ਨੂੰ ਪਵਿੱਤਰ ਕਿਵੇਂ ਕੀਤਾ ਜਾ ਸਕਦਾ ਹੈ? ਜਿਸ ਨੂੰ ਸ਼ਬਦ ਦੀ ਸੋਝੀ ਬਖਸ਼ਿਸ਼ ਹੋ ਜਾਂਦੀ ਹੈ । ਉਸ ਦਾ ਮਨ ਪਵਿੱਤਰ ਹੋ ਜਾਂਦਾ, ਉਹ ਦਰਬਾਰ ਵਿੱਚ ਪ੍ਰਵਾਨ ਹੋ ਜਾਂਦੀ ਹੈ ।

Whosoever may worship any carved idol of ancient saint, prophet, or picture or incarnated Guru by human or wanders in wild, away from habitat. He may deprive his mind from worldly comforts; his mind always remains starving for worldly desires, pleasures; his soul may never be sanctified. How may his soul be sanctified? Who may be enlightened with the essence of His Word; his soul may be sanctified to become worthy of His Consideration.

ਆਚਾਰਾ ਵੀਚਾਰੁ ਸਰੀਰਿ॥ ਆਦਿ ਜੁਗਾਦਿ ਸਹਜਿ ਮਨੁ ਧੀਰਿ॥ aachaaraa veechaar sareer. aad jugaad sahj man Dheer.
ਪਲ ਪੰਕਜ ਮਹਿ ਕੋਟਿ ਉਧਾਰੇ॥ pal pankaj meh kot uDhaaray.
ਕਰਿ ਕਿਰਪਾ ਗੁਰੁ ਮੇਲਿ ਪਿਆਰੇ॥ ੭॥ kar kirpaa gur mayl pi-aaray. ||7||

ਜਿਹੜਾ ਸਿਮਰਨ ਕਰਦਾ, ਆਪਣੇ ਮਨ ਦੀਆਂ ਇਛਾਂ ਤੇ ਕਾਬੂ ਰਖਦਾ ਹੈ । ਉਸ ਦੇ ਮਨ ਵਿੱਚ ਸੰਤੋਖ, ਧੀਰਜ ਘਰ ਕਰ ਜਾਂਦਾ ਹੈ । ਪ੍ਰਭ, ਯੁਗਾਂ ਯੁਗਾਂ ਤੋਂ ਬੰਦਗੀ ਕਰਨ ਵਾਲੇ ਸੇਵਕਾਂ ਦੀ ਰਖਿਆ ਕਰਦਾ ਆਇਆ ਹੈ । ਉਹ ਇਕ ਪਲ ਵਿੱਚ ਹੀ ਅਨੇਕਾਂ ਜੀਵਾਂ ਨੂੰ ਤਾਰ ਦੇਂਦਾ ਹੈ । ਪ੍ਰਭ ਆਪਣੀ ਰਹਿਮਤ ਨਾਲ ਸ਼ਬਦ ਦੀ ਸੋਝੀ ਬਖਸ਼ੋ! ਮੈਂ ਆਪਣੇ ਅੰਦਰੋਂ ਜੋਤ ਨੂੰ ਜਾਗਰਤ ਕਰ ਲਵਾ । ਜਿਸ ਨਾਲ ਦਰਬਾਰ ਵਿੱਚ ਪ੍ਰਵਾਨ ਹੋ ਜਾਵਾ ।

Whosoever may meditate and control his worldly desires; with His mercy and grace, he may remain overwhelmed with patience and contentment. From ancient Ages! The True Master has been protecting the honor of His true devotees. The True Master may forgive many sinners in a twinkle of eyes. My True Master bestows Your Blessed Vision! I may be enlightened with the essence of Your Word; I may remain awake and alert in my meditation on the right path of acceptance.

ਕਿਸੁ ਆਗੈ ਪ੍ਰਭ ਤੁਧੁ ਸਾਲਾਹੀ॥ kis aagai parabh tuDh saalaahee.
ਤੁਧੁ ਬਿਨੁ ਦੂਜਾ ਮੈ ਕੋ ਨਾਹੀ॥ tuDh bin doojaa mai ko naahee.
ਜਿਉ ਤੁਧੁ ਭਾਵੈ ਤਿਉ ਰਾਖੁ ਰਜਾਇ॥ Ji-o tuDh bhaavai ti-o raakh rajaa-ay.
ਨਾਨਕ ਸਹਜਿ ਭਾਇ ਗੁਣ ਗਾਇ॥ ੮॥ ੨॥ naanak sahj bhaa-ay gun gaa-ay. ||8||2||

ਗੁਰੂ ਨਾਨਕ ਦੇਵ ਜੀ! – Guru Nanak Dev Ji! Guru Granth Sahib

ਪ੍ਰਭ ਤੋਂ ਹੋਰ ਕੋਈ ਵੱਡਾ ਨਹੀਂ, ਮੈਂ ਕਿਸ ਨੂੰ ਉਸ ਦੀ ਉਸਤਤ ਕਰਕੇ ਦੱਸਾ? ਪ੍ਰਭ ਆਪਣੇ ਦਾਸ ਨੂੰ ਆਪਣੀ ਰਜ਼ਾ ਵਿੱਚ ਰਖੋ! ਮੈਂ ਸ਼ਬਦ ਦੀ ਪਾਲਣਾ ਕਰਦਾ ਸ਼ਬਦ ਦੀ ਸਮਾਧੀ ਵਿੱਚ ਲੀਨ ਹੋ ਜਾਵਾ!

Whom may I describe the greatness of The True Master, Greatest of All? I may remain contented with His Blessings in my worldly environment. I may always remain intoxicated in meditation in the void of His Word.

Key Message of Raag Dhanaasaree page 686-4
'ਕਿਹੜਾ ਮਾਨਸ ਸੋਝੀ ਦੇਣ ਵਾਲਾ ਗੁਰੂ ਬਣਨ ਦੇ ਯੋਗ ਹੈ?
ਜਿਹੜਾ ਧੀਰਜ ਨਾਲ ਸ਼ਬਦ ਦੀ ਬੰਦਗੀ ਕਰਦਾ, ਆਪਾ ਪ੍ਰਭ ਦੀ ਭੇਟਾ ਕਰਦਾ ਹੈ, ਉਹ ਪ੍ਰਭ ਦਾ ਰੂਪ ਹੀ ਬਣ ਜਾਂਦਾ ਹੈ । ਉਹ ਹੀ ਸੋਝੀ ਦੇਣ ਵਾਲਾ ਗੁਰੂ ਬਣਾ ਸਕਦਾ ਹੈ! ਉਸ ਦੇ ਮਨ ਵਿੱਚ ਸ਼ਬਦ ਦਾ ਤੱਤ ਘਰ ਜਾਂਦਾ, ਸ਼ਬਦ ਦੀ ਪਾਲਣਾ ਵਿੱਚ ਹੀ ਮਸਤ ਰਹਿੰਦਾ ਹੈ । ਕੇਵਲ ਸ਼ਬਦ ਪੜ੍ਹਨ ਜਾ ਵਿਆਖਿਆ ਕਰਨ ਨਾਲ ਜੀਵ ਦਾ ਮਨ ਉਲਝ ਜਾਂਦਾ ਹੈ । ਜਿਹੜਾ ਆਪਣੇ ਮਨ ਨੂੰ ਪ੍ਰਭ ਦੇ ਵਿਛੋੜੇ ਦੇ ਵਿਰਾਗ ਦੀ ਖੁਰਾਕ ਦੇਂਦਾ ਹੈ । ਉਸ ਨੂੰ ਪ੍ਰਵਾਨਗੀ ਦਾ ਰਸਤਾ ਬਖਸ਼ਿਸ਼ ਹੋ ਸਕਦਾ ਹੈ! ਜਿਹੜਾ ਆਪਣੇ ਮਨ ਦੀਆਂ ਇਛਾਂ ਤੇ ਕਾਬੂ ਰਖਦਾ ਹੈ । ਉਹ ਆਪਣੇ ਅੰਦਰੋਂ ਜੋਤ ਨੂੰ ਜਾਗਰਤ ਕਰ ਲੈਂਦਾ ਹੈ!
How may be worthy to become worthy as worldly guru?
Whosoever may meditate with patience on the teachings of His Word; he may surrender his self-entity at His Sanctuary; he may become a symbol of The True Master! He may become worthy to be become a guide to His Creation. He may remain drenched and intoxicated with the essence of His Word. Whosoever may only read, preach, or explain the essence of His Word; he may remain confused in religious rituals. Whosoever may nourish his soul with the renunciation of the memory of his separation from His Holy Spirit. He may be blessed with the right path of acceptance in His Court. Whosoever may control his worldly desires; he may be enlightened with the essence of His Word from within.

12. ਧਨਾਸਰੀ ਮਹਲਾ ੧ ਛੰਤ॥ 687-13

੧ੳ ਸਤਿਗੁਰ ਪ੍ਰਸਾਦਿ॥	ik-oNkaar satgur parsaad.
ਤੀਰਥਿ ਨਾਵਣ ਜਾਉ, ਤੀਰਥੁ ਨਾਮੁ ਹੈ॥	tirath naavan jaa-o tirath naam hai.
ਤੀਰਥੁ ਸ਼ਬਦ ਬੀਚਾਰੁ, ਅੰਤਰਿ ਗਿਆਨੁ ਹੈ॥	tirath sabad beechaar antar gi-aan hai.
ਗੁਰ ਗਿਆਨੁ ਸਾਚਾ ਥਾਨੁ ਤੀਰਥੁ, ਦਸ ਪੁਰਬ ਸਦਾ ਦਸਾਹਰਾ॥	gur gi-aan saachaa thaan tirath das purab sadaa dasaahraa.
ਹਉ ਨਾਮੁ ਹਰਿ ਕਾ ਸਦਾ ਜਾਚਉ, ਦੇਹੁ ਪ੍ਰਭ ਧਰਣੀਧਰਾ॥	ha-o naam har kaa sadaa jaacha-o dayh parabh DharneeDharaa.
ਸੰਸਾਰੁ ਰੋਗੀ ਨਾਮੁ ਦਾਰੂ, ਮੈਲੁ ਲਾਗੈ ਸਚ ਬਿਨਾਂ॥	sansaar rogee naam daar oo mail laagai sach binaa.
ਗੁਰ ਵਾਕੁ ਨਿਰਮਲੁ ਸਦਾ ਚਾਨਣੁ, ਨਿਤ ਸਾਚੁ ਤੀਰਥੁ ਮਜਨਾ॥੧॥	gur vaak nirmal sadaa chaanan nit saach tirath majnaa. ||1||

ਜੀਵ ਕਿਉਂ ਤੀਰਥ ਇਸ਼ਨਾਨ ਕਰਨ ਜਾਂਦਾ ਹੈ? ਪ੍ਰਭ ਦਾ ਸ਼ਬਦ ਹੀ ਅਸਲੀ ਤੀਰਥ, ਜੀਵ ਦੀ ਆਤਮਾ ਵਿੱਚ ਸਮਾਇਆ, ਤਨ ਅੰਦਰ ਹੀ ਹੈ! ਜਿਹੜਾ ਸ਼ਬਦ ਦੀ ਪਾਲਣਾ ਕਰਦਾ ਹੈ, ਉਸ ਨੂੰ ਸਾਰੀ ਸੋਝੀ ਬਖਸ਼ਿਸ਼ ਹੋ ਜਾਂਦੀ ਹੈ । ਪ੍ਰਭ ਦੇ ਸ਼ਬਦ ਦੀ ਸੋਝੀ, ਰੂਹਾਨੀ ਮੰਦਰ ਵਿੱਚ ਹਰ ਵੇਲੇ ਹੀ ਖੇੜਾ ਰਹਿੰਦਾ ਹੈ । ਜੀਵ ਹਮੇਸ਼ਾ ਪ੍ਰਭ ਅੱਗੇ, ਸ਼ਬਦ ਦੀ ਸੋਝੀ, ਪਾਲਣਾ ਕਰਨ ਦੀ ਬਖਸ਼ਿਸ਼ ਦੀ ਅਰਦਾਸ ਕਰਨੀ ਚਾਹੀਦੀ ਹੈ । ਸਾਰੀ ਸ੍ਰਿਸ਼ਟੀ ਹੀ ਮੋਹ ਰੂਪੀ ਰੋਗੀ ਹੈ, ਕੇਵਲ ਪ੍ਰਭ ਹੀ ਸਭ ਦਾ ਰਖਵਾਲਾ ਹੈ । ਪ੍ਰਭ ਦੇ ਸ਼ਬਦ ਦੀ ਪਾਲਣਾ ਹੀ ਮੋਹ ਰੂਪੀ ਰੋਗ ਦਾ ਇਲਾਜ ਹੈ । ਜਿਹੜਾ ਸ਼ਬਦ ਦੀ ਪਾਲਣਾ ਕਰਦਾ, ਉਸ ਨੂੰ ਮਨ ਅੰਦਰੋਂ ਦੀ ਸੋਝੀ ਬਖਸ਼ਿਸ਼ ਹੁੰਦੀ ਹੈ ।

Why may anyone pilgrimage at a Holy Shrine to take a sanctifying bath? The True Shrine, His Temple, essence of His Word remains embedded within his soul and dwells within his own body. Whosoever may obey the teachings of His Word with steady and stable belief in his day-to-day life; he may be enlightened with the existence of His Royal Throne within, everlasting blossom prevails everywhere. His true devotee always meditates and obeys the teachings of His Word with steady and stable belief; he may pray for His Forgiveness and Refuge, devotion, and enlightenment of the essence of His Word. The whole universe remains infected with emotional attachments to worldly wealth; obeying the teachings of His Word may be the only cure to conquer worldly desires. Whosoever may obey the teachings of His Word; he may realize His Existence from within.

ਸਾਚਿ ਨ ਲਾਗੈ ਮੈਲੁ, ਕਿਆ ਮਲੁ ਧੋਈਐ॥	saach na laagai mail ki-aa mal Dho-ee-ai.
ਗੁਣਹਿ ਹਾਰੁ ਪਰੋਇ, ਕਿਸ ਕਉ ਰੋਈਐ॥	guneh haar paro-ay kis ka-o ro-ee-ai.
ਵੀਚਾਰਿ ਮਾਰੈ ਤਰੈ ਤਾਰੈ, ਉਲਟਿ ਜੋਨਿ ਨ ਆਵਏ॥	veechaar maarai tarai taarai ulat jon na aav-ay.
ਆਪਿ ਪਾਰਸੁ ਪਰਮ ਧਿਆਨੀ, ਸਾਚੁ ਸਾਚੇ ਭਾਵਏ॥	aap paaras param Dhi-aanee saach saachay bhaav-ay.
ਆਨੰਦੁ ਅਨਦਿਨੁ ਹਰਖੁ ਸਾਚਾ, ਦੂਖ ਕਿਲਵਿਖ ਪਰਹਰੇ॥	aanand an-din harakh saachaa dookh kilvikh parharay.
ਸਚੁ ਨਾਮੁ ਪਾਇਆ ਗੁਰਿ ਦਿਖਾਇਆ, ਮੈਲੁ ਨਾਹੀ ਸਚ ਮਨੇ॥੨॥	sach naam paa-i-aa gur dikhaa-i-aa mail naahee sach manay. ||2||

ਸ਼ਬਦ ਦੀ ਪਾਲਣਾ ਕਰਨ ਨਾਲ ਮਨ ਤੇ ਸੰਸਾਰਕ ਮਾਇਆ ਦੀ ਮੈਲ ਨਹੀਂ ਲਗਦੀ । ਸ਼ਬਦ ਦੀ ਕਮਾਈ ਇਕੱਠੀ ਕਰਦੇ ਜੀਵ ਨੂੰ ਪਛਤਾਵਾਂ ਨਹੀਂ ਕਰਨਾ ਪੈਂਦਾ । ਪ੍ਰਭ ਦਾ ਸ਼ਬਦ ਉਹ ਪਾਰਸ ਪੱਥਰ ਹੈ । ਜੋ ਸਿੱਕੇ (lead) ਨੂੰ ਛੋਹਨ ਨਾਲ, ਸਿੱਕਾ ਸੋਨਾ ਬਣ ਜਾਂਦਾ ਹੈ । ਇਸਤਰ੍ਹਾਂ ਸ਼ਬਦ ਦੀ ਪਾਲਣਾ ਕਰਨ ਨਾਲ ਆਤਮਾ ਪਵਿੱਤਰ ਹੋ ਜਾਂਦੀ ਹੈ । ਉਹ ਜੀਵ ਦਿਨ ਰਾਤ ਪ੍ਰਭ ਦੀ ਰਹਿਮਤ ਦੇ ਖੇੜੇ ਵਿੱਚ ਵਸਦਾ ਹੈ । ਉਸ ਦੇ ਮਨ ਦੀਆਂ ਭਟਕਣਾਂ ਦੂਰ ਹੋ ਜਾਂਦੀਆਂ ਹਨ । ਉਹ ਪ੍ਰਭ ਦੀ ਜੋਤ ਆਪਣੇ ਅੰਦਰੋਂ ਹੀ ਜਾਗਰਤ ਕਰ ਲੈਂਦਾ ਹੈ । ਉਸ ਦੇ ਮਨ ਨੂੰ ਸੰਸਾਰਕ ਮਾਇਆ, ਮੋਹ ਰੂਪੀ ਮੈਲ ਕਦੇ ਨਹੀਂ ਲਗਦੀ ।

Whosoever may obey the teachings of His Word with steady and stable belief in his day-to-day life; his mind may not be blemished with the filth of worldly wealth. Whosoever may earn the wealth of His Word, he may not have to regret and repents. His Word may be like a philosopher's stone, which may touch lead to transform as gold. Same way! Whosoever may obey the teachings of His Word, his soul may be sanctified to become worthy of His Considerations. He may remain contented, blossom forever; his sins of previous lives may be forgiven. His frustrations of worldly desires may be eliminated. His Holy Spirit may be enlightened within; his soul may never be blemished with the filth of worldly wealth.

ਸੰਗਤਿ ਮੀਤ ਮਿਲਾਪੁ ਪੂਰਾ ਨਾਵਣੋ॥	sangat meet milaap pooraa naavno.
ਗਾਵੈ ਗਾਵਣਹਾਰੁ ਸਬਦਿ ਸੁਹਾਵਣੋ॥	gaavai gaavanhaar sabad suhaavano.
ਸਾਲਾਹਿ ਸਾਚੇ ਮੰਨਿ, ਸਤਿਗੁਰੁ ਪੁੰਨ ਦਾਨ ਦਇਆ ਮਤੇ॥	saalaahi saachay man satgur punn daan da-i-aa matay.
ਪਿਰ ਸੰਗਿ ਭਾਵੈ ਸਹਜਿ ਨਾਵੈ, ਬੇਣੀ ਤ ਸੰਗਮੁ ਸਤ ਸਤੇ॥	pir sang bhaavai sahj naavai baynee ta sangam sat satay.

ਗੁਰੂ ਨਾਨਕ ਦੇਵ ਜੀ! – Guru Nanak Dev Ji! Guru Granth Sahib

ਆਰਾਧਿ ਏਕੰਕਾਰੁ ਸਾਚਾ, ਨਿਤ ਦੇਇ ਚੜੈ ਸਵਾਇਆ॥ aaraaDh aykankaar saachaa nit day-ay charhai savaa-i-aa.
ਗਤਿ ਸੰਗਿ ਮੀਤਾ ਸੰਤਸੰਗਤਿ ਕਰਿ, ਨਦਰਿ ਮੇਲਿ ਮਿਲਾਇਆ॥੩॥ gat sang meetaa santsangat kar nadar mayl milaa-i-aa. ||3||

ਪ੍ਰਭ ਦੇ ਸ਼ਬਦ ਦੇ ਗੁਣ ਗਾਉਣ ਨਾਲ ਮਨ ਤੇ, ਜੀਭ ਤੇ ਸ਼ਬਦ ਦਾ ਡੂੰਘਾ ਰੰਗ ਚੜ੍ਹ ਜਾਂਦਾ ਹੈ । ਉਸ ਦੀ ਸੰਗਤ ਕਰਨਾ ਹੀ ਸਭ ਤੋਂ ਪਵਿੱਤਰ ਤੀਰਥ ਦਾ ਇਸ਼ਨਾਨ ਕਰਨਾ ਹੈ । ਉਸ ਨੂੰ ਸ਼ਬਦ ਦੀ ਪਾਲਨਾ, ਬਖਸ਼ੇ ਤੇ ਅਡੋਲ ਭਰੋਸਾ, ਪੁੰਨ ਦਾਨ ਦੀ ਸ਼ਰਧਾ, ਨਿਮਾਣਿਆ ਤੇ ਤਰਸ ਕਰਨ ਦਾ ਫਲ ਬਖਸ਼ਿਸ਼ ਹੋ ਜਾਂਦਾ ਹੈ । ਉਸ ਦੀ ਆਤਮਾ ਪ੍ਰਭ ਦੀ ਜੋਤ ਵਿੱਚ ਸਮਾਈ ਰਹਿੰਦੀ ਹੈ, ਉਸ ਨੂੰ ਪਵਿੱਤਰ ਤੀਰਥ ਦਾ ਇਸ਼ਨਾਨ ਹੋ ਜਾਂਦਾ ਹੈ । ਜਿਹੜਾ ਪ੍ਰਭ ਦੇ ਬਖਸ਼ੇ ਦਾ ਧੰਨਵਾਦ ਕਰਦਾ ਰਹਿੰਦਾ ਹੈ । ਉਸ ਨੂੰ ਪ੍ਰਭ ਦਾਤਾਂ ਨਾਲ ਨਿਹਾਲ ਕਰਦਾ ਰਹਿੰਦਾ ਹੈ । ਬੰਦਗੀ ਕਰਨ ਵਾਲੇ ਦੀ ਸੰਗਤ ਵਿੱਚ ਰਹਿਣ, ਜੀਵਨ ਦੇ ਢੰਗ ਨਾਲ, ਰਹਿਮਤ ਦੀ ਨਜ਼ਰ ਬਖਸ਼ਿਸ਼ ਹੋ ਜਾਂਦੀ ਹੈ । ਉਸ ਦੀ ਬੰਦਗੀ ਪ੍ਰਵਾਨ ਹੋ ਜਾਂਦੀ, ਜਨਮ ਮਰਨ ਖਤਮ ਹੋ ਜਾਂਦਾ ਹੈ ।

***(ਜਿੱਥੇ, ਗੰਗਾ, ਜਮਨਾ, ਸਰਵਾਟੀ ਨਦੀਆਂ ਦਾ ਸੰਗਮ ਹੁੰਦਾ ਹੈ)– like Ganges, Jamana, Trivite.**

Whosoever may sing the glory of His Word, he may remain drenched with the nectar of the essence of His Word. His association, adopting his life experience teachings may become a true sanctifying bath at Holy Shrine. He may be rewarded for obeying His Word; devotion of charity and compassion to helpless and poor. His soul may remain immersed within His Holy Spirit; a sanctifying bath at all Holy Shrines. Whosoever may always remain contented and sings the glory of His Blessings; he may be overwhelmed with unexpected Blessings. Whosoever may associate and adopts his life experience teachings in his own life; his meditation may be accepted in His Court; his cycle of birth and death may be eliminated.

ਕਹਣੁ ਕਹੈ ਸਭੁ ਕੋਇ, ਕੇਵਡੁ ਆਖੀਐ॥ kahan kahai sabh ko-ay kayvad aakhee-ai.
ਹਉ ਮੂਰਖੁ ਨੀਚੁ ਅਜਾਣੁ, ਸਮਝਾ ਸਾਖੀਐ॥ ha-o moorakh neech ajaan samjhaa saakhee-ai.
ਸਚੁ ਗੁਰ ਕੀ ਸਾਖੀ, ਅੰਮ੍ਰਿਤ ਭਾਖੀ, ਤਿਤੁ ਮਨੁ ਮਾਨਿਆ ਮੇਰਾ॥ sach gur kee saakhee amrit bhaakhee tit man maani-aa mayraa.
ਕੂਚੁ ਕਰਹਿ ਆਵਹਿ ਬਿਖੁ ਲਾਦੇ, ਸਬਦਿ ਸਚੈ ਗੁਰੁ ਮੇਰਾ॥ kooch karahi aavahi bikh laaday sabad sachai gur mayraa. aakhan tot
ਆਖਣਿ ਤੋਟਿ ਨ ਭਗਤਿ ਭੰਡਾਰੀ, ਭਰਿਪੁਰਿ ਰਹਿਆ ਸੋਈ॥ na bhagat bhandaaree bharipur rahi-aa so-ee.
ਨਾਨਕ ਸਾਚੁ ਕਹੈ ਬੇਨੰਤੀ, ਮਨੁ ਮਾਂਜੈ ਸਚੁ ਸੋਈ॥੪॥੧॥ naanak saach kahai baynantee man maaNjai sach so-ee. ||4||1||

ਹਰਇਕ ਜੀਵ, ਕਿਸੇ ਦੇ ਕਹਿਣ, ਸੁਣਨ ਤੇ ਸਭ ਪ੍ਰਭ ਨੂੰ ਵੱਡਾ ਵੱਡਾ ਆਖਦੇ ਹਨ । ਕੋਈ ਵੀ ਪ੍ਰਭ ਦੀ ਪੂਰਨ ਵਡਿਆਈ ਨਹੀਂ ਜਾਣਦਾ! ਉਸ ਦੀ ਵਡਿਆਈ ਪੂਰਨ ਤੋਰ ਤੇ ਵਿਆਖਿਆ ਨਹੀਂ ਕੀਤੀ ਜਾ ਸਕਦੀ । ਅਣਜਾਣ ਜੀਵ ਨੂੰ ਥੋੜ੍ਹੀ ਸਮਝ ਹੈ! ਸ਼ਬਦ ਦੀ ਪਾਲਣਾ ਕਰਨ ਨਾਲ ਹੀ ਇਸ ਦੀ ਸੋਝੀ ਬਖਸ਼ਿਸ਼ ਹੁੰਦੀ ਹੈ । ਪ੍ਰਭ ਦਾ ਭਾਣਾ ਅਮੋਲਕ, ਸਦਾ ਰਹਿਣ ਵਾਲਾ ਹੈ । ਉਸ ਦੇ ਮਨ ਵਿੱਚ ਸ਼ਬਦ ਦੀ ਸੋਝੀ ਨਾਲ ਸ਼ਾਂਤੀ, ਸੰਤੋਖ ਰਹਿੰਦਾ ਹੈ । ਜਿਹੜਾ ਸੰਸਾਰਕ ਮਾਇਆ, ਮੋਹ ਦੇ ਜਾਲ ਵਿੱਚ ਫਸ ਜਾਂਦਾ ਹੈ, ਉਹ ਜਨਮ ਮਰਨ ਦੇ ਚੱਕਰ ਵਿੱਚ ਹੀ ਰਹਿੰਦਾ ਹੈ । ਪ੍ਰਭ ਦੇ ਭਾਣੇ ਦੀ ਸੋਝੀ, ਕੇਵਲ ਸ਼ਬਦ ਦੀ ਪਾਲਣਾ ਕਰਨ ਨਾਲ ਹੀ ਬਖਸ਼ਿਸ਼ ਹੁੰਦੀ ਹੈ । ਪ੍ਰਭ ਦੇ ਸ਼ਬਦ ਦੀ ਬੰਦਗੀ ਕਰਨ ਨਾਲ, ਸ਼ਬਦ ਦੀ ਪੂਰਨ ਪਾਲਣਾ ਨਹੀਂ ਹੋ ਸਕਦੀ, ਅੰਤ ਦੀ ਜਾਣਕਾਰੀ ਨਹੀਂ ਹੋ ਸਕਦੀ, ਇਹ ਡੂੰਘੀ ਹੀ ਹੁੰਦੀ ਜਾਂਦੀ ਹੈ । ਜਿਸ ਦਾ ਮਨ ਸ਼ਬਦ ਦੀ ਸਮਾਧੀ ਵਿੱਚ ਅਡੋਲ ਰਹਿੰਦਾ ਹੈ, ਉਹ ਨੂੰ ਹੋਰ ਭੇਦ ਦੀ ਸੋਝੀ ਬਖਸ਼ਦਾ ਹੈ । ਪ੍ਰਭ ਦੀ ਰਹਿਮਤ ਹਰਇਕ ਥਾਂ ਵਾਪਰਦੀ ਹੈ । ਜਿਹੜਾ ਜੀਵ ਸ਼ਬਦ ਦੀ ਸਿਖਿਆਂ ਤੇ ਅਡੋਲ ਰਹਿੰਦਾ ਹੈ, ਉਸ ਦੀ ਬੰਦਗੀ, ਅਰਦਾਸ ਪ੍ਰਭ ਨੂੰ ਪ੍ਰਵਾਨ ਹੋ ਜਾਂਦੀ ਹੈ ।

Everyone may read and listens the sermons of His Greatness and claims The True Master, Greatest of All! However, no one may ever comprehend the depth of His Greatness nor may be described by His Creation. Human may remain ignorant with his insignificant comprehension. Whosoever may obey the teachings of His Word; even, he may never fully comprehend His Nature and Greatness. His Command remains true forever! Whosoever may obey the teachings of His Word, he may remain overwhelmed with peace and contentment. Whosoever may remain intoxicated with the sweet poison of worldly wealth, he may remain in the cycle of birth and death. The enlightenment of the essence of His Word may only be blessed by obeying the teachings of His Word; even he may not fully comprehend. The depth of enlightenment of His Word may be beyond the complete comprehension of His Creation. More he may realize, more and more deep enlightenment may be blessed; His Blessings, His Word prevails everywhere. Whosoever may establish steady and stable belief on the teachings of His Word; his meditation, prayer may be accepted in His Court.

Key Message of Raag Dhanaasaree page 687-13
'ਪਵਿੱਤਰ ਤੀਰਥ ਕਿੱਥੇ ਹੈ?
ਪ੍ਰਭ ਦਾ ਸ਼ਬਦ ਹੀ ਪਵਿੱਤਰ ਤੀਰਥ, ਸ਼ਬਦ ਦੀ ਸੋਝੀ ਹੀ ਰੱਬੀ, ਰੁਹਾਨੀ ਗਿਆਨ ਹੈ । ਪ੍ਰਭ ਦਾ ਸ਼ਬਦ ਉਹ ਪਾਰਸ ਪੱਥਰ ਹੈ । ਜਿਸ ਨਾਲ ਆਤਮਾ ਪਵਿੱਤਰ ਹੋ ਜਾਂਦੀ, ਆਪਣੇ ਅੰਦਰੋਂ ਹੀ ਜੋਤ ਜਾਗਰਤ ਹੋ ਜਾਂਦੀ ਹੈ! ਜਿਸ ਦੀ ਜੀਭ ਤੇ ਸ਼ਬਦ ਦਾ ਡੂੰਘਾ ਰੰਗ ਚੜ੍ਹਿਆ ਹੁੰਦਾ ਹੈ । ਉਸ ਦੀ ਆਤਮਾ ਨੂੰ ਪਵਿੱਤਰ ਤੀਰਥ ਦਾ ਇਸ਼ਨਾਨ ਹੋ ਜਾਂਦਾ ਹੈ । ਜਿੱਥੇ, ਗੰਗਾ, ਜਮਨਾ, ਤਰਵਾਟੀ ਨਦੀਆਂ ਦਾ ਸੰਗਮ ਹੁੰਦਾ ਹੈ! ਪ੍ਰਭ ਦੇ ਭਾਣੇ ਦੀ ਸੋਝੀ ਕੇਵਲ ਸ਼ਬਦ ਦੀ ਪਾਲਣਾ ਕਰਨ ਨਾਲ ਹੀ ਬਖਸ਼ਿਸ਼ ਹੁੰਦੀ ਹੈ ।
Where may be The Holy Pond of Nectar?
The essence of His Word may be a Holy Shrine and His Eternal glow of His Glory! The essence of His Word may be like a philosopher's stone, to sanctify soul to become worthy of His Considerations. Whosoever may remain drenched with the nectar of the essence of His Word. His soul may realize the sanctifying bath at all Holy Shrines; **like Ganges, Jamana, Trivite**. Whosoever may obey the teachings of His Word, only he may be blessed by with enlightenment of the essence of His Word.

13. ਧਨਾਸਰੀ ਮਹਲਾ ੧॥ 688-6

ਜੀਵਾ ਤੇਰੈ ਨਾਇ ਮਨਿ ਆਨੰਦੁ ਹੈ ਜੀਉ॥ jeevaa tayrai naa-ay man aanand hai jee-o.
ਸਾਚੋ ਸਾਚਾ ਨਾਉ ਗੁਣ ਗੋਵਿੰਦੁ ਹੈ ਜੀਉ॥ saacho saachaa naa-o gun govind hai jee-o.
ਗੁਰ ਗਿਆਨੁ ਅਪਾਰਾ ਸਿਰਜਣਹਾਰਾ, ਜਿਨਿ ਸਿਰਜੀ ਤਿਨਿ ਗੋਈ॥ gur gi-aan apaaraa sirjanhaaraa jin sirjee tin go-ee.
ਪਰਵਾਣਾ ਆਇਆ ਹੁਕਮਿ ਪਠਾਇਆ, ਫੇਰਿ ਨ ਸਕੈ ਕੋਈ॥ parvaanaa aa-i-aa hukam pathaa-i-aa fayr na sakai ko-ee.
ਆਪੇ ਕਰਿ ਵੇਖੈ, ਸਿਰਿ ਸਿਰਿ ਲੇਖੈ, ਆਪੇ ਸੁਰਤਿ ਬੁਝਾਈ॥ aapay kar vaykhai sir sir laykhai aapay surat bujhaa-ee.
ਨਾਨਕ ਸਾਹਿਬੁ ਅਗਮ ਅਗੋਚਰੁ, ਜੀਵਾ ਸਚੀ ਨਾਈ॥੧॥ naanak saahib agam agochar jeevaa sachee naa-ee. ||1||

ਗੁਰੂ ਨਾਨਕ ਦੇਵ ਜੀ! – Guru Nanak Dev Ji! Guru Granth Sahib

ਪ੍ਰਭ ਦਾ ਸ਼ਬਦ, ਭਾਣਾ ਸਦਾ ਅਟਲ ਰਹਿਣ ਵਾਲਾ ਹੈ । ਤਿੰਨੇਂ ਸ੍ਰਿਸ਼ਟੀਆਂ ਹੀ ਤੇਰੇ ਸ਼ਬਦ ਦੀ ਮਹਿਮਾਂ ਗਾਉਂਦੀਆਂ ਹਨ । ਮੈਂ ਸ਼ਬਦ ਦੇ ਆਸਰੇ, ਅਨੰਦ ਵਿੱਚ, ਸ਼ਰਣ ਵਿੱਚ ਰਹਿੰਦਾ ਹਾ । ਪ੍ਰਭ ਦੇ ਸ਼ਬਦ ਦੀ ਸੋਝੀ ਦਾ ਅੰਤ ਨਹੀਂ ਪਾਇਆ ਜਾ ਸਕਦਾ । ਸ਼ਬਦ ਦੀ ਪਾਲਣਾ ਨਾਲ ਹੀ ਸੋਝੀ ਦਾ ਬੀਜ ਮਨ ਵਿੱਚ ਪੈਦਾ ਹੰਦਾ ਹੈ । ਜੀਵ ਨੂੰ ਪੈਦਾ ਕਰਨ ਵਾਲੇ ਮਾਲਕ ਦੇ ਹੁਕਮ ਨਾਲ ਹੀ ਮੌਤ ਆਉਂਦੀ ਹੈ, ਮੌਤ ਦੇ ਸਮੇਂ ਨੂੰ ਕੋਈ ਟਾਲ ਨਹੀਂ ਸਕਦਾ । ਪ੍ਰਭ ਹੀ ਜਨਮ ਤੋਂ ਮੌਤ ਤਕ ਪਾਲਣਾ ਕਰਦਾ, ਕੰਮ ਦੇਖ ਦਾ, ਮੱਥੇ ਤੇ ਭਾਗ ਲਿਖਦਾ, ਲੇਖਾ ਕਰਦਾ, ਸੋਝੀ ਅਤੇ ਚੇਤਾਬਨੀ ਬਖਸ਼ਦਾ ਹੈ । ਪ੍ਰਭ ਜੀਵ ਦੀ ਪਹੁੰਚ, ਸਮਝ ਤੋਂ ਬਾਹਰ ਹੈ । ਸ਼ਬਦ ਦੀ ਪਾਲਣਾ ਵਿੱਚ ਹੀ ਰਹਿਣਾ ਪ੍ਰਭ ਨੂੰ ਭਾਉਂਦਾ ਹੈ ।

The teachings of His Word remain true forever. All three universes are singing the glory of His Word. I have surrendered my self-entity at His Sanctuary and enjoy the pleasure of His support and blessings. The enlightenment of the teachings of His Word remains beyond the comprehension of His Creation. Whosoever may obey the teachings of His Word; with His mercy and grace, he bows the seed of enlightenment within heart. The birth and death remain unpredictable, unavoidable under His Command. The Ture Master creates, nourishes, protects, and witnesses all his activities from birth to death. He evaluates all his activities and cautions in his worldly life. The True Master remains beyond the reach and comprehension of His Creation. To obey and stay within His Command, may only be acceptable to The True Master.

ਤੁਮ ਸਰਿ ਅਵਰੁ ਨ ਕੋਇ ਆਇਆ ਜਾਇਸੀ ਜੀਉ॥	tum sar avar na ko-ay aa-i-aa jaa-isee jee-o.
ਹੁਕਮੀ ਹੋਇ ਨਿਬੇੜੁ, ਭਰਮੁ ਚੁਕਾਇਸੀ ਜੀਉ॥	hukmee ho-ay nibayrh bharam chukaa- isee jee-o.
ਗੁਰੁ ਭਰਮੁ ਚੁਕਾਏ ਅਕਥੁ ਕਹਾਏ, ਸਚ ਮਹਿ ਸਾਚੁ ਸਮਾਣਾ॥	gur bharam chukaa-ay akath kahaa-ay sach meh saach samaanaa.
ਆਪਿ ਉਪਾਏ ਆਪਿ ਸਮਾਏ, ਹੁਕਮੀ ਹੁਕਮੁ ਪਛਾਣਾ॥	aap upaa-ay aap samaa-ay hukmee hukam pachhaanaa.
ਸਚੀ ਵਡਿਆਈ ਗੁਰ ਤੇ ਪਾਈ, ਤੂ ਮਨਿ ਅੰਤਿ ਸਖਾਈ॥	sachee vadi-aa-ee gur tay paa-ee too man ant sakhaa-ee.
ਨਾਨਕ ਸਾਹਿਬੁ ਅਵਰੁ ਨ ਦੂਜਾ, ਨਾਮਿ ਤੇਰੈ ਵਡਿਆਈ॥੨॥	naanak saahib avar na doojaa naam tayrai vadi-aa-ee. ||2||

ਜਿਹੜਾ ਪ੍ਰਭ ਦੇ ਭਾਣੇ ਅਨੁਸਾਰ ਕੰਮਾਂ ਕਰਦਾ ਹੈ, ਉਸ ਦਾ ਲੇਖਾ ਖਤਮ ਹੋ ਜਾਂਦਾ, ਭਰਮ ਦੂਰ ਹੁੰਦੇ ਹਨ । । ਪ੍ਰਭ ਵਰਗਾ ਸ੍ਰਿਸ਼ਟੀ ਵਿੱਚ ਹੋਰ ਕੋਈ ਨਹੀਂ ਆਇਆ, ਨਾ ਹੀ ਆਵੇਗਾ! ਪ੍ਰਭ ਆਪ ਹੀ ਜੀਵ ਨੂੰ ਜਨਮ ਦੇਂਦਾ ਹੈ, ਆਪ ਹੀ ਮੌਤ ਦੇਂਦਾ ਹੈ । ਪ੍ਰਭ ਦੇ ਭਾਣੇ ਅਨੁਸਾਰ ਆਪਣੇ ਜੀਵਨ ਨੂੰ ਢਾਲਣਾ ਹੀ ਪ੍ਰਭ ਦੀ ਰਜ਼ਾ ਵਿੱਚ ਰਹਿਣਾ, ਪ੍ਰਭ ਦੇ ਦਰਬਾਰ ਵਿੱਚ ਪ੍ਰਵਾਨ ਹੁੰਦਾ ਹੈ । ਸ਼ਬਦ ਦੀ ਪਾਲਣਾ ਕਰਨ ਨਾਲ ਹੀ ਸਦਾ ਰਹਿਣ ਵਾਲੀ ਸਿਆਣਪ ਬਖਸ਼ਿਸ਼ ਹੁੰਦੀ ਹੈ, ਮੌਤ ਤੋਂ ਪਿਛੋਂ ਆਤਮਾ ਦਾ ਸਾਥ ਦੇਂਦੀ ਹੈ । ਪ੍ਰਭ ਦੇ ਸ਼ਬਦ ਦੀ ਪਾਲਣਾ ਕਰਨ ਨਾਲ ਹੀ ਸੋਝੀ ਬਖਸ਼ਿਸ਼ ਹੁੰਦੀ ਹੈ, ਪ੍ਰਭ ਤੋਂ ਬਿਨਾਂ ਕੋਈ ਹੋਰ ਸਦਾ ਰਹਿਣ ਵਾਲਾ ਮਾਲਕ ਨਹੀਂ ਹੈ ।

Whosoever may adopt the teachings of His Word; the accounts of his worldly deeds may be cleared, satisfied and his suspicions may be eliminated. No one equal or greater may ever be born, exist in the universe. Whosoever may ever take birth; he must face death at predetermined time; The cycle of birth and death only happen His Command. Whosoever may obey the teachings of His Word; he may earn the everlasting wealth of His Word. His earnings of His Word remain with his soul after death. The One and Only One, True Master, Creator lives forever. Whosoever may adopt the teachings of His Word with steady and stable belief in his day-to-day life, only he may be enlightened with function of His Nature.

ਤੂ ਸਚਾ ਸਿਰਜਣਹਾਰੁ, ਅਲਖ ਸਿਰੰਦਿਆ ਜੀਉ॥	too sachaa sirjanhaar alakh sirandi-aa jee-o.
ਏਕੁ ਸਾਹਿਬੁ ਦੁਇ ਰਾਹ, ਵਾਦ ਵਧੰਦਿਆ ਜੀਉ॥	ayk saahib du-ay raah vaad vaDhandi- aa jee-o.
ਦੁਇ ਰਾਹ ਚਲਾਏ ਹੁਕਮਿ ਸਬਾਏ, ਜਨਮਿ ਮੁਆ ਸੰਸਾਰਾ॥	du-ay raah chalaa-ay hukam sabaa-ay janam mu-aa sansaaraa.
ਨਾਮ ਬਿਨਾਂ ਨਾਹੀ ਕੋ ਬੇਲੀ, ਬਿਖੁ ਲਾਦੀ ਸਿਰਿ ਭਾਰਾ॥	naam binaa naahee ko baylee bikh laadee sir bhaaraa.
ਹੁਕਮੀ ਆਇਆ ਹੁਕਮੁ ਨ ਬੂਝੈ, ਹੁਕਮਿ ਸਵਾਰਣਹਾਰਾ॥	hukmee aa-i-aa hukam na boojhai hukam savaaranhaaraa.
ਨਾਨਕ ਸਾਹਿਬੁ ਸਬਦਿ ਸਿਞਾਪੈ, ਸਾਚਾ ਸਿਰਜਣਹਾਰਾ॥੩॥	naanak saahib sabad sinjaapai saachaa sirjanhaaraa. ||3||

ਅਸਲੀ ਮਾਲਕ ਪ੍ਰਭ ਹੀ, ਜੀਵ ਨੂੰ ਜਨਮ ਅਤੇ ਮੌਤ ਬਖਸ਼ਣ ਵਾਲਾ ਹੈ । ਪ੍ਰਭ ਦੇ ਕਰਤਬ ਜੀਵ ਦੀ ਸਮਝ ਤੋਂ ਬਾਹਰ, ਉਪਰ ਹਨ । <u>ਸ੍ਰਿਸ਼ਟੀ ਵਿੱਚ ਜੀਵਨ ਬਤੀਤ ਕਰਨ ਦੇ ਦੋਂ ਰਸਤੇ ਹਨ</u> । ਇਕ ਸ਼ਬਦ ਨਾਲ ਜੀਵਨ ਢਾਲਣ ਦਾ, ਦੂਸਰਾ ਸੰਸਾਰਕ ਮਾਇਆ ਦੇ ਪ੍ਰਭਾਵ ਨਾਲ, ਮਨ ਦੀਆ ਇਛਾਂ ਨੂੰ <u>ਪ੍ਰਾਪਤ ਕਰਨ ਦਾ ਰਸਤਾ ਹੈ</u> । ਮਨ ਦੀਆ ਇਛਾਂ ਦਾ ਰਸਤਾ ਅਪਣਾਉਣ ਨਾਲ ਹੀ ਭਰਮ ਪੈਦਾ ਹੰਦੇ ਹਨ । ਜਿਹੜਾ ਸ਼ਬਦ ਦੀ ਪਾਲਣਾ ਨਹੀਂ ਕਰਦਾ, ਉਸ ਦਾ ਮੌਤ ਪਿਛੋਂ ਕੋਈ ਅਸਲੀ ਸਾਥੀ ਨਹੀਂ ਹੁੰਦਾ । ਉਹ ਆਪਣੇ ਕੀਤੇ ਕੰਮਾਂ ਦਾ ਫਲ ਭੋਗਦਾ ਹੈ । ਜੀਵ ਪ੍ਰਭ ਦੇ ਹੁਕਮ ਨਾਲ ਹੀ ਪੈਦਾ ਹੁੰਦਾ ਹੈ । ਪਰ ਜੀਵ ਨੂੰ ਪ੍ਰਭ ਦੇ ਹੁਕਮ ਦੀ ਪੂਰੀ ਸੋਝੀ ਨਹੀਂ ਹੁੰਦੀ । ਅਡੋਲ ਭਰੋਸੇ ਨਾਲ ਸ਼ਬਦ ਦੀ ਪਾਲਣਾ ਕਰਨ ਨਾਲ ਹੀ ਸ਼ਬਦ ਦੀ ਸੋਝੀ ਬਖਸ਼ਿਸ਼ ਹੋ ਸਕਦੀ ਹੈ । ਜਿਸ ਨੂੰ ਸ਼ਬਦ, ਹੁਕਮ ਦੀ ਸੋਝੀ ਬਖਸ਼ਿਸ਼ ਹੋ ਜਾਂਦੀ ਹੈ, ਉਸ ਦੀ ਹੀ ਮਾਨਸ ਯਾਤਰਾ ਸਫਲ ਹੋ ਸਕਦਾ ਹੈ ।

The One and Only One, True Master, Creator of the universe! Both birth and death remain only under His Command. The purpose of His Creation remains beyond the comprehension of His Creation. There are <u>**two unique paths in worldly life! To adopt the teachings of His Word (Shiv) or to follow the worldly desires of mind (Shakti)**</u>. Whosoever may follow his own worldly desires! He adopts the way of life to satisfy urge of his mind; all his suspicions may start with his choice in worldly life. The **True Master may never pick his path of life**. Whosoever may adopt Shakti as his path in life; he may not have any real companion after death in His Court. He may endure the judgement of his own worldly deeds. His soul may be blessed a new body by His Command; however, His Word, Command remains beyond the comprehension His Creation. Whosoever may obey the teachings of His Word with steady and stable belief in day-to-day life; with His mercy and grace, he may be blessed with the enlightenment of the essence of His Word. Only with the enlightenment of His Word, his human life journey may be concluded successfully.

ਭਗਤ ਸੋਹਹਿ ਦਰਵਾਰਿ, ਸਬਦਿ ਸੁਹਾਇਆ ਜੀਉ॥	bhagat soheh darvaar sabad suhaa-i-aa jee-o.
ਬੋਲਹਿ ਅੰਮ੍ਰਿਤ ਬਾਣਿ, ਰਸਨ ਰਸਾਇਆ ਜੀਉ॥	boleh amrit baan rasan rasaa-i-aa jee-o.
ਰਸਨ ਰਸਾਏ ਨਾਮਿ ਤਿਸਾਏ, ਗੁਰ ਕੈ ਸਬਦਿ ਵਿਕਾਣੇ॥	rasan rasaa-ay naam tisaa-ay gur kai sabad vikaanay.
ਪਾਰਸਿ ਪਰਸਿਐ ਪਾਰਸੁ ਹੋਏ, ਜਾ ਤੇਰੈ ਮਨਿ ਭਾਣੇ॥	paaras parsi-ai paaras ho-ay jaa tayrai man bhaanay.
ਅਮਰਾ ਪਦੁ ਪਾਇਆ ਆਪੁ ਗਵਾਇਆ, ਵਿਰਲਾ ਗਿਆਨ ਵੀਚਾਰੀ॥	amraa pad paa-i-aa aap gavaa-i-aa virlaa gi-aan veechaaree.
ਨਾਨਕ ਭਗਤ ਸੋਹਨਿ ਦਰਿ ਸਾਚੈ, ਸਾਚੇ ਕੇ ਵਾਪਾਰੀ॥੪॥	naanak bhagat sohan dar saachai saachay kay vaapaaree. ||4||

ਗੁਰੂ ਨਾਨਕ ਦੇਵ ਜੀ! – Guru Nanak Dev Ji! Guru Granth Sahib

ਬੰਦਗੀ ਕਰਨ ਵਾਲਾ ਪ੍ਰਭ ਦੇ ਸ਼ਬਦ ਦੀ ਉਸਤਤ ਆਪਣੇ ਜੀਭ ਨਾਲ ਬੋਲਦਾ ਹੈ । ਪ੍ਰਭ ਦੇ ਸ਼ਬਦ ਦੀ ਪਾਲਣਾ ਆਪਣੇ ਜੀਵਨ ਦੇ ਢੰਗ ਨਾਲ ਕਰਦਾ ਹੈ । ਉਹ ਪ੍ਰਭ ਦੇ ਦਰਬਾਰ ਵਿੱਚ ਸੋਭਦਾ, ਅਨੰਦ ਮਾਨਦਾ ਹੈ । ਉਸ ਦੇ ਮਨ ਵਿੱਚ ਸ਼ਬਦ ਦੀ ਉਸਤਤ ਦੀ ਤ੍ਰਿਸ਼ਨਾ ਕਦੇ ਬੁਝਦੀ ਨਹੀਂ । ਉਹ ਆਪਣਾ ਜੀਵਨ ਸ਼ਬਦ ਦੀ ਪਾਲਣਾ ਵਿੱਚ ਹੀ ਲਾ ਦੇਂਦਾ ਹੈ । ਪ੍ਰਭ ਦਾ ਸ਼ਬਦ ਉਹ ਪਾਰਸ ਪੱਥਰ ਹੈ, ਜੋ ਸਿੱਕੇ (lead) ਨੂੰ ਛੋਹਨ ਨਾਲ, ਸਿੱਕਾ ਸੋਨਾ ਬਣ ਜਾਂਦਾ ਹੈ । ਇਸਤਰ੍ਹਾਂ ਬੰਦਗੀ ਕਰਨ ਵਾਲਾ ਦਾਸ, ਸ਼ਬਦ ਦੀ ਪਾਲਣਾ ਕਰਕੇ ਆਤਮਾ ਆਪਣੀ ਆਤਮਾ ਪਵਿੱਤਰ ਕਰ ਲੈਂਦਾ ਹੈ । ਉਹ ਜੀਵ ਆਪਾ ਮਿਟਾ ਕੇ ਪ੍ਰਭ ਦੀ ਹੌਂਦ ਵਿੱਚ ਹੀ ਅਭੇਦ ਹੋ ਜਾਂਦੇ ਹਨ । ਵਿਰਲੇ ਹੀ ਜੀਵ ਨੂੰ ਇਹ ਅਵਸਥਾ ਬਖਸ਼ਿਸ਼ ਹੁੰਦੀ ਹੈ । ਸ਼ਬਦ ਦੀ ਪਾਲਣਾ ਕਰਨ ਵਾਲਾ ਕੇਵਲ ਪ੍ਰਭ ਦੀ ਰਹਿਮਤ ਹੀ ਲੋਚਦਾ ਹੈ, ਦਰਬਾਰ ਵਿੱਚ ਸ਼ਬਦ ਦੇ ਸਿਮਰਨ ਵਿੱਚ ਹੀ ਅਡੋਲ, ਲੀਨ ਰਹਿੰਦਾ ਹੈ ।

His true devotee, may sing the glory of His Word with his tongue! He obeys, and adopts the teachings of His Word with steady and stable belief in his day-to-day life. He may be honored in His Court and his devotion to sing His praises may never be eliminated. He surrenders his self-entity at His Sanctuary to obey and serve His Word. His Word may be like a philosopher's stone that may transform worthless soul to be sanctify to become worthy of His Consideration. He may be immersed within His Holy Spirit; however, very rare may be blessed with such a state of mind. His true devotee may only pray for His Forgiveness and Refuge. He may remain intoxicated in meditation in the void of His Word, in His Castle.

ਭੂਖ ਪਿਆਸੋ ਆਥਿ, ਕਿਉ ਦਰਿ ਜਾਇਸਾ ਜੀਉ॥	bhookh pi-aaso aath ki-o dar jaa-isaa jee-o.
ਸਤਿਗੁਰ ਪੂਛਉ ਜਾਇ, ਨਾਮੁ ਧਿਆਇਸਾ ਜੀਉ॥	satgur poochha-o jaa-ay naam Dhi-aa- isaa jee-o.
ਸਚੁ ਨਾਮੁ ਧਿਆਈ ਸਾਚੁ ਚਵਾਈ,	sach naam Dhia- a- ee saach chavaa - ee
ਗੁਰਮੁਖਿ ਸਾਚੁ ਪਛਾਣਾ॥	gurmukh saach pachhaanaa.
ਦੀਨਾ ਨਾਥੁ ਦਇਆਲੁ ਨਿਰੰਜਨੁ, ਅਨਦਿਨੁ ਨਾਮੁ ਵਖਾਣਾ॥	deenaa naath da-i-aal niranjan an-din naam vakhaanaa.
ਕਰਣੀ ਕਾਰ ਧੁਰਹੁ ਫੁਰਮਾਈ, ਆਪਿ ਮੁਆ ਮਨੁ ਮਾਰੀ॥	karnee kaar Dharahu furmaa-ee aap mu-aa man maaree.
ਨਾਨਕ ਨਾਮੁ ਮਹਾ ਰਸੁ ਮੀਠਾ, ਤ੍ਰਿਸਨਾ ਨਾਮਿ ਨਿਵਾਰੀ॥ ੫॥ ੨॥	naanak naam mahaa ras meethaa tarisnaa naam nivaaree. ||5||2||

ਜਿਹੜਾ ਸੰਸਾਰਕ ਮਾਇਆ ਮੋਹ ਦੇ ਜਾਲ ਵਿੱਚ ਫਸ ਜਾਂਦਾ ਹੈ । ਉਹ ਪ੍ਰਭ ਦੇ ਦਰਬਾਰ ਵਿੱਚ ਕਿਵੇਂ ਪ੍ਰਵਾਨ ਹੋ ਸਕਦੇ ਹਨ? ਜੀਵ, ਆਪਣਾ ਭਰੋਸਾ, ਪ੍ਰਭ ਦੇ ਸ਼ਬਦ ਤੇ ਅਡੋਲ ਰਖਕੇ ਸ਼ਬਦ ਦੀ ਪਾਲਣਾ, ਸਿਮਰਨ ਕਰੋ । ਜਿਹੜਾ ਅਡੋਲ ਭਰੋਸੇ ਨਾਲ ਸ਼ਬਦ ਦੀ ਪਾਲਣਾ ਕਰਦਾ ਹੈ, ਉਸ ਨੂੰ ਸ਼ਬਦ ਦੀ ਸੋਝੀ ਬਖਸ਼ਿਸ਼ ਹੋ ਜਾਂਦੀ ਹੈ । ਉਹ ਦਿਨ ਰਾਤ ਨਿਮਾਣਿਆਂ ਦੇ ਰਖਵਾਲੇ ਦੇ ਸ਼ਬਦ ਦੀ ਪਾਲਣਾ ਕਰਦਾ ਰਹਿੰਦਾ ਹੈ । ਪਹਿਲੇ ਜਨਮ ਦੇ ਲਿਖੇ ਭਾਗਾਂ ਨਾਲ ਜਿਹੜੇ ਜੀਵ ਨੇ ਸੰਸਾਰ ਵਿੱਚ ਕੰਮ ਕਰਨੇ ਹਨ, ਉਹ ਕਰਨੇ ਹੀ ਪੈਂਦੇ ਹਨ । ਸ਼ਬਦ ਦੇ ਭਰੋਸੇ ਨਾਲ ਮਨ ਦੀਆਂ ਇਛਾਂ ਤੇ ਕਾਬੂ ਬਖਸ਼ਿਸ਼ ਹੋ ਜਾਂਦਾ ਹੈ । ਜਿਸ ਨੂੰ ਪ੍ਰਭ ਦੇ ਸ਼ਬਦ ਦੀ ਸੋਝੀ ਹੋ ਜਾਂਦੀ ਹੈ, ਉਸ ਦੇ ਮਨ ਨੂੰ ਸ਼ਬਦ ਮਿੱਠਾ ਲਗਦਾ ਹੈ, ਸੰਸਾਰਕ ਇਛਾਂ ਖਤਮ ਹੋ ਜਾਂਦੀਆਂ, ਕਾਬੂ ਬਖਸ਼ਿਸ਼ ਹੋ ਜਾਂਦਾ ਹੈ ।

Whosoever may become a victim of demons of worldly desires, wealth! How may he be accepted in His Court? You should meditate and obey the teachings of His Word with steady and stable belief in your day-to-day life. Whosoever may obey the teachings of His Word with steady and stable belief; with His mercy and grace, he may be enlightened with the essence of His Word. He may conquer his worldly desires. Everyone must perform worldly deeds as prewritten; his destiny cannot be changed or altered. He may be blessed with the enlightenment of His Word; the essence of His Word becomes soothing to his mind. All his worldly desires may be eliminated from within.

Key Message of Raag Dhanaasaree page 688-6
'ਗੁਰਮਖ ਅਤੇ ਮਨਮੁਖ ਵਿੱਚ ਅੰਤਰ!
ਪ੍ਰਭ ਦਾ ਸ਼ਬਦ ਸਦਾ ਰਹਿਣ ਵਾਲਾ, ਅਟਲ ਹੈ । ਤਿੰਨੇਂ ਸ੍ਰਿਸ਼ਟੀਆਂ ਹੀ ਪ੍ਰਭ ਦੇ ਸਦਾ ਰਹਿਣ ਅਟਲ ਰਹਿਣ ਵਾਲੇ ਸ਼ਬਦ ਦੀ ਮਹਿਮਾਂ ਗਾਉਂਦੀਆਂ ਹਨ! ਸ਼ਬਦ ਦੀ ਪਾਲਣਾ ਨਾਲ ਹੀ ਸਦਾ ਸਾਥ ਰਹਿਣ ਵਾਲਾ ਧਨ ਬਖਸ਼ਿਸ਼ ਹੋ ਸਕਦਾ ਹੈ! ਮੌਤ ਤੋਂ ਪਿਛੋਂ ਵੀ ਆਤਮਾ ਦਾ ਸਾਥ ਦੇਂਦਾ ਹੈ । ਪ੍ਰਭ ਨੇ ਸ੍ਰਿਸ਼ਟੀ ਵਿੱਚ ਜੀਵਨ ਬਤੀਤ ਕਰਨ ਦੇ ਦੋਂ ਰਸਤੇ ਬਖਸ਼ੇ ਹਨ । ਇਕ ਸ਼ਬਦ ਨਾਲ ਜੀਵਨ ਢਾਲਣ! ਦੂਸਰਾ ਸੰਸਾਰਕ ਮਾਇਆ ਦੇ ਪ੍ਰਭਾਵ ਨਾਲ ਮਨ ਦੀਆ ਇਛਾਂ ਦਾ ਰਸਤਾ ਹੈ । ਜਿਸ ਨੂੰ ਸ਼ਬਦ, ਹੁਕਮ ਦੀ ਸੋਝੀ ਬਖਸ਼ਿਸ਼ ਹੋ ਜਾਂਦੀ ਹੈ, ਉਸ ਦੀ ਹੀ ਮਾਨਸ ਯਾਤਰਾ ਸਫਲ ਹੋ ਸਕਦੀ ਹੈ । ਜਿਹੜਾ ਸੰਸਾਰਕ ਮਾਇਆ ਮੋਹ ਦੇ ਜਾਲ ਵਿੱਚ ਫਸ ਜਾਂਦਾ ਹੈ । ਉਸ ਦਾ ਮਾਨਸ ਜੀਵਨ ਬਿਰਥਾ ਬਤੀਤ ਜਾਂਦਾ ਹੈ! ਇਹ ਗੁਰਮਖ ਅਤੇ ਮਨਮੁਖ ਵਿੱਚ ਅੰਤਰ ਹੈ!
Distinguish between His true devotee and self-minded!
The teachings of His Word remain true forever. All three universes are singing the glory of His Word. Whosoever may adopt the teachings of His Word; he may be blessed with everlasting earnings of His Word. His earnings remain with his soul after death. The True Master has enlightened two unique paths in worldly life! **Path of Shiv**, the teachings of His Word, or **path of worldly wealth**, short-lived pleasures of worldly wealth. Whosoever may remain aware and alert with the enlightenment of His Word, his human life journey may be concluded successfully. Whosoever may adopt the path of short-lived pleasures, he may become a victim of demons of worldly desires, wealth. He may waste his human life opportunity uselessly. The is the only unique difference between; Gurmukh and Manmukh!

14. ਧਨਾਸਰੀ ਛੰਤ ਮਹਲਾ ੧॥ 689-3

ਪਿਰ ਸੰਗਿ ਮੂਠੜੀਏ, ਖਬਰਿ ਨ ਪਾਈਆ ਜੀਉ॥	pir sang mooth-rhee-ay khabar na paa-ee-aa jee-o.
ਮਸਤਕਿ ਲਿਖਿਅੜਾ ਲੇਖੁ, ਪੁਰਬਿ ਕਮਾਇਆ ਜੀਉ॥	mastak likhi-arhaa laykh purab kamaa-i-aa jee-o.
ਲੇਖੁ ਨ ਮਿਟਈ ਪੁਰਬਿ ਕਮਾਇਆ, ਕਿਆ ਜਾਣਾ ਕਿਆ ਹੋਸੀ॥	laykh na mit-ee purab kamaa-i-aa ki-aa jaanaa ki-aa hosee.
ਗੁਣੀ ਅਚਾਰਿ ਨਹੀ ਰੰਗਿ ਰਾਤੀ, ਅਵਗੁਣ ਬਹਿ ਬਹਿ ਰੋਸੀ॥	gunee achaar nahee rang raatee avgun bahi bahi rosee.
ਧਨੁ ਜੋਬਨੁ ਆਕ ਕੀ ਛਾਇਆ, ਬਿਰਧਿ ਭਏ ਦਿਨ ਪੁੰਨਿਆ॥	Dhan joban aak kee chhaa-i-aa biraDh bha-ay din punni-aa.
ਨਾਨਕ ਨਾਮ ਬਿਨਾਂ ਦੋਹਾਗਣਿ, ਛੂਟੀ ਝੂਠਿ ਵਿਛੁੰਨਿਆ॥੧॥	naanak naam binaa dohaagan chhootee jhooth vichhunni-aa. ||1||

ਪ੍ਰਭ ਦੀ ਜੋਤ ਜੀਵ ਦੀ ਆਤਮਾ ਵਿੱਚ ਸਮਾਈ, ਉਸ ਦੇ ਤਨ ਅੰਦਰ ਹੀ ਵਸਦੀ ਹੈ! ਜੀਵ ਨੂੰ ਪ੍ਰਭ ਦੀ ਹੌਂਦ ਦੀ ਸੋਝੀ ਨਹੀਂ ਹੁੰਦੀ ਹੈ । ਜੀਵ ਦੇ ਪਿਛਲੇ ਜਨਮ ਦੇ ਕੰਮਾਂ ਅਨੁਸਾਰ ਹੀ ਉਸ ਦੇ ਭਾਗ ਉਸ ਦੀ ਆਤਮਾ ਤੇ ਲਿਖੇ ਹੁੰਦੇ ਹਨ । ਜੀਵ ਦੇ ਲਿਖੇ ਭਾਗ ਮਿਟਾਏ ਨਹੀਂ ਜਾ ਸਕਦੇ । ਜੀਵ ਨੂੰ ਆਪਣੇ ਜੀਵਨ ਵਿੱਚ ਵਾਪਰਨ ਵਾਲੇ ਕਰਤਬਾਂ ਦੀ ਕੋਈ ਸੋਝੀ ਨਹੀਂ ਹੁੰਦੀ! ਜਿਹੜਾ ਆਪਣਾ ਜੀਵਨ ਸ਼ਬਦ ਦੀ ਪਾਲਣਾ ਨਾਲ ਨਹੀਂ ਢਾਲਦਾ । ਉਹ ਆਪਣੇ ਪਿਛਲੇ ਜਨਮ ਦੇ ਕੀਤੇ ਕੰਮਾਂ ਦਾ ਫਲ ਇਸ ਜਨਮ ਵਿੱਚ ਭੋਗਦਾ ਹੈ । ਉਹ ਆਪਣਾ ਜੀਵਨ ਦੁਖਾਂ ਵਿੱਚ ਹੀ ਬਤੀਤ ਕਰ ਜਾਂਦਾ ਹੈ । ਕੋਈ ਸਾਥ ਲੈ ਜਾਣ ਵਾਲੇ ਚੰਗੇ ਕੰਮ ਨਹੀਂ ਕਰਦਾ । ਸੰਸਾਰਕ ਧਨ

ਅਤੇ ਜਵਾਨੀ ਬ੍ਰਿਛ ਦੇ ਪਰਛਾਵੇਂ ਵਰਗੀ ਹੈ । ਇਹ ਹੌਲੀ ਹੌਲੀ ਮੱਧਮ ਹੋ ਜਾਂਦੀ ਹੈ, ਅੰਤ ਨੂੰ ਖਤਮ ਹੋ ਜਾਂਦੀ ਹੈ । ਸ਼ਬਦ ਦੀ ਪਾਲਣਾ ਤੋਂ ਬਿਨਾਂ ਜੀਵ ਦਾ ਜੀਵਨ ਉਸ ਰੰਡੀ ਵਰਗਾ ਹੁੰਦਾ ਹੈ । ਜਿਹੜਾ ਆਪਣੇ ਚਾਲ ਚਲਣ ਕਰਕੇ ਪਤੀ ਤੋਂ ਵੱਖਰੀ ਹੋਈ ਹੈ ।

The True Master, His Holy Spirit remains embedded within His Soul and dwells within his body; His Word, beyond any comprehension of His Creation. His destiny may be prewritten, engraved on his soul as a reward of his deeds of previous lives. His prewritten destiny may never be changed or erased. He may never predict, future events of his own life. Whosoever may not adopt the teachings of His Word in day-to-day life; he may be rewarded for his previous life deeds and wastes his life in miseries. He may not perform any good deeds to earn the wealth of His Word to carry along after death. Worldly wealth and youth are like a shadow of a tree; slowly and slowly may pass away. Whosoever may not obey the teachings of His Word, his worldly condition may be like a divorced woman; who may be separated from her husband due to her moral character.

ਬੂਡੀ ਘਰੁ ਘਾਲਿਓ, ਗੁਰ ਕੈ ਭਾਇ ਚਲੋ॥	boodee ghar ghaali-o gur kai bhaa-ay chalo.
ਸਾਚਾ ਨਾਮੁ ਧਿਆਇ, ਪਾਵਹਿ ਸੁਖਿ ਮਹਲੋ॥	saachaa naam Dhi-aa-ay paavahi sukh mahlo.
ਹਰਿ ਨਾਮੁ ਧਿਆਏ ਤਾ ਸੁਖੁ ਪਾਏ, ਪੇਈਅੜੈ ਦਿਨ ਚਾਰੇ॥	har naam Dhi-aa-ay taa sukh paa-ay pay-ee-arhai din chaaray.
ਨਿਜ ਘਰਿ ਜਾਇ ਬਹੈ ਸਚੁ ਪਾਏ, ਅਨਦਿਨੁ ਨਾਲਿ ਪਿਆਰੇ॥	nij ghar jaa-ay bahai sach paa-ay an-din naal pi-aaray.
ਵਿਣੁ ਭਗਤੀ ਘਰਿ ਵਾਸੁ ਨ ਹੋਵੀ, ਸੁਣਿਅਹੁ ਲੋਕ ਸਬਾਏ॥	vin bhagtee ghar vaas na hovee suni-ahu lok sabaa-ay.
ਨਾਨਕ ਸਰਸੀ ਤਾ ਪਿਰੁ ਪਾਏ, ਰਾਤੀ ਸਾਚੈ ਨਾਏ॥੨॥	naanak sarsee taa pir paa-ay raatee saachai naa-ay. ||2||

ਪ੍ਰਭ ਦੇ ਸ਼ਬਦ ਦੀ ਪਾਲਣਾ ਕਰਨ, ਜੀਵਨ ਢਾਲਣ ਨਾਲ ਪ੍ਰਵਾਨਗੀ ਬਖਸ਼ਿਸ਼ ਹੋ ਜਾਂਦੀ ਹੈ । ਜਿਹੜਾ ਸ਼ਬਦ ਦੀ ਪਾਲਣਾ ਤੋਂ ਬਿਨਾਂ ਜੀਵਨ ਬਤੀਤ ਕਰਦਾ ਹੈ, ਉਸ ਦਾ ਮਾਨਸ ਜਨਮ ਸਫਲ ਨਹੀਂ ਹੁੰਦਾ, ਜੂਨਾਂ ਦੇ ਚੱਕਰ ਵਿੱਚ ਹੀ ਰਹਿੰਦਾ ਹੈ । ਜਿਹੜਾ ਸ਼ਬਦ ਦੀ ਪਾਲਣਾ ਕਰਦਾ ਹੈ, ਉਸ ਨੂੰ ਮਾਨਸ ਜੀਵਨ ਵਿੱਚ ਪ੍ਰਭ ਦੀ ਰਹਿਮਤ ਬਖਸ਼ਿਸ਼ ਹੋ ਜਾਂਦੀ ਹੈ । ਉਹ ਸੰਤੋਖ, ਸ਼ਾਂਤੀ ਨਾਲ ਜੀਵਨ ਬਤੀਤ ਕਰ ਜਾਂਦਾ ਹੈ । ਉਹ ਆਪਣੇ ਜੀਵਨ ਵਿੱਚ ਸੰਤੁਸ਼ਟ ਰਹਿੰਦਾ ਹੈ । ਆਪਣੇ ਅੰਦਰੋਂ ਹੀ ਸ਼ਬਦ ਦੀ ਸੋਝੀ ਢੂੰਡ ਲੈਂਦਾ ਹੈ, ਭਰੋਸਾ ਅਡੋਲ ਕਰਕੇ ਸ਼ਬਦ ਦੀ ਪਾਲਣਾ ਕਰਦਾ ਹੈ । ਸਾਰੇ ਹੀ ਜਾਣਦੇ ਹਨ! ਮਨ ਤੇ ਕਾਬੂ ਰਖਣ ਤੋਂ ਬਿਨਾਂ ਮਨ ਭਟਕਣਾ ਵਿੱਚ ਹੀ ਰਹਿੰਦਾ, ਇਕ ਰਸਤੇ ਤੇ ਨਹੀਂ ਟਿਕਦਾ, ਸ਼ਬਦ ਦੀ ਪਾਲਣਾ ਤੇ ਭਰੋਸਾ ਅਡੋਲ ਨਹੀਂ ਰਹਿੰਦਾ । ਜਿਹੜਾ ਅਡੋਲ ਭਰੋਸ ਨਾਲ ਸ਼ਬਦ ਦੀ ਪਾਲਣਾ ਕਰਦਾ ਹੈ, ਉਸ ਨੂੰ ਪ੍ਰਭ ਦੀ ਰਹਿਮਤ ਨਾਲ ਸ਼ਬਦ ਦੀ ਸੋਝੀ ਬਖਸ਼ਿਸ਼ ਹੋ ਜਾਂਦੀ ਹੈ ।

Whosoever may adopt the teachings of His Word with steady and stable belief in day-to-day life; with His mercy and grace, he may be blessed with the right path of acceptance in His Court. Whosoever may not adopt the teachings of His Word, his human life journey may be wasted; he remains in the cycle of birth and death. Whosoever may obey the teachings of His Word; with His mercy and grace, he may be blessed with peace and contentment in his human life. He may be enlightened from within. Everyone may realize! Whosoever may not control his worldly desires, his mind remains wandering; he may not stay focused on one path of meditation on the teachings of His Word. Whosoever may remain obeying the teachings of His Word with steady and stable belief; he may be blessed with the right path of acceptance in His Court.

ਪਿਰੁ ਧਨ ਭਾਵੈ, ਤਾ ਪਿਰ ਭਾਵੈ, ਨਾਰੀ ਜੀਉ॥	pir Dhan bhaavai taa pir bhaavai naaree jee-o.
ਰੰਗਿ ਪ੍ਰੀਤਮ ਰਾਤੀ, ਗੁਰ ਕੈ ਸਬਦਿ ਵੀਚਾਰੀ ਜੀਉ॥	rang pareetam raatee gur kai sabad veechaaree jee-o.
ਗੁਰ ਸਬਦਿ ਵੀਚਾਰੀ ਨਾਹ ਪਿਆਰੀ, ਨਿਵਿ ਨਿਵਿ ਭਗਤਿ ਕਰੇਈ॥	gur sabad veechaaree naah pi-aaree niv niv bhagat karay-ee.
ਮਾਇਆ ਮੋਹੁ ਜਲਾਏ, ਪ੍ਰੀਤਮੁ ਰਸ ਮਹਿ ਰੰਗੁ ਕਰੇਈ॥	maa-i-aa moh jalaa-ay pareetam ras meh rang karay-ee.
ਪ੍ਰਭ ਸਾਚੇ ਸੇਤੀ ਰੰਗਿ ਰੰਗੇਤੀ, ਲਾਲ ਭਈ ਮਨੁ ਮਾਰੀ॥	parabh saachay saytee rang rangaytee laal bha-ee man maaree.
ਨਾਨਕ ਸਾਚਿ ਵਸੀ ਸੋਹਾਗਣਿ, ਪਿਰ ਸਿਉ ਪ੍ਰੀਤਿ ਪਿਆਰੀ॥੩॥	naanak saach vasee sohagan pir si-o pareet pi-aaree. ||3||

ਜਿਹੜਾ ਪ੍ਰਭ ਦੇ ਸ਼ਬਦ ਦੀ ਪਾਲਣਾ ਅਡੋਲ ਭਰੋਸਾ ਨਾਲ ਕਰਦਾ ਹੈ । ਉਸ ਦੀ ਬੰਦਗੀ ਪ੍ਰਭ ਨੂੰ ਪ੍ਰਵਾਨ ਹੋ ਜਾਂਦੀ ਹੈ । ਪ੍ਰਭ ਆਪ ਹੀ ਉਸ ਦਾ ਭਰੋਸਾ ਅਡੋਲ ਰਖਦਾ ਹੈ । ਸ਼ਬਦ ਦੀ ਪਾਲਣਾ ਕਰਦੇ ਨੂੰ ਸ਼ਬਦ ਦੀ ਸੋਝੀ ਬਖਸ਼ਿਸ਼ ਹੋ ਜਾਂਦੀ ਹੈ । ਉਸ ਵਿੱਚ ਨਿਮ੍ਰਤਾ ਵਧਦੀ ਜਾਂਦੀ ਹੈ । ਉਸ ਦਾ ਮਨ ਸ਼ਬਦ ਦੀ ਬੰਦਗੀ ਵਿੱਚ ਲੀਨ ਅਡੋਲ ਰਹਿੰਦਾ ਹੈ । ਉਸ ਨੂੰ ਆਪਣੇ ਮਨ ਤੇ ਜਿੱਤ ਬਖਸ਼ਿਸ਼ ਹੋ ਜਾਂਦੀ ਹੈ । ਉਸ ਤੇ ਰੱਬੀ, ਰੂਹਾਨੀ ਨੂਰ ਬਖਸ਼ਿਸ਼ ਹੋ ਜਾਂਦਾ ਹੈ । ਉਸ ਦਾ ਭਰੋਸਾ ਸ਼ਬਦ ਤੇ ਅਡੋਲ ਰਹਿੰਦਾ ਹੈ । ਓਹ ਸ਼ਬਦ ਦੇ ਸਿਮਰਨ ਵਿੱਚ ਹੀ ਲੀਨ ਹੋਇਆ ਰਹਿੰਦਾ ਹੈ ।

Whosoever may obey the teachings of His Word with steady and stable belief in his day-to-day life; his meditation may be accepted in His Court. The True Master keeps his belief on His Blessings! He may be blessed with enlightenment and his humility may be enhanced in his day-to-day life. He may remain intoxicated in obeying His Word; he may conquer his worldly desires. He may be blessed with eternal, spiritual glow on his forehead. He may remain intoxicated in meditation in the void of His Word.

ਪਿਰ ਘਰਿ ਸੋਹੈ ਨਾਰਿ ਜੇ, ਪਿਰ ਭਾਵਏ ਜੀਉ॥	pir ghar sohai naar jay pir bhaav-ay jee-o.
ਝੂਠੇ ਵੈਣ ਚਵੇ, ਕਾਮਿ ਨ ਆਵਏ ਜੀਉ॥	jhoothay vain chavay kaam na aav-ay jee-o.
ਝੂਠੁ ਅਲਾਵੈ ਕਾਮਿ ਨ ਆਵੈ, ਨਾ ਪਿਰੁ ਦੇਖੈ ਨੈਣੀ॥	jhooth alaavai kaam na aavai naa pir daykhai nainee.
ਅਵਗੁਣਿਆਰੀ ਕੰਤਿ ਵਿਸਾਰੀ, ਛੂਟੀ ਵਿਧਣ ਰੈਣੀ॥	avguni-aaree kant visaaree chhootee viDhan rainee.
ਗੁਰ ਸ਼ਬਦੁ ਨ ਮਾਨੈ ਫਾਹੀ ਫਾਥੀ, ਸਾ ਧਨ ਮਹਲੁ ਨ ਪਾਏ॥	gur sabad na maanai faahee faathee saa Dhan mahal na paa-ay.
ਨਾਨਕ ਆਪੇ ਆਪੁ ਪਛਾਣੈ, ਗੁਰਮੁਖਿ ਸਹਜਿ ਸਮਾਏ॥੪॥	naanak aapay aap pachhaanai gurmukh sahj samaa-ay. ||4||

ਜਿਸ ਦੀ ਬੰਦਗੀ ਪ੍ਰਵਾਨ ਹੋ ਜਾਂਦੀ ਹੈ, ਉਸ ਜੀਵ ਨੂੰ ਦਰਬਾਰ ਵਿੱਚ ਥਾਂ ਬਖਸ਼ਿਸ਼ ਹੋ ਜਾਂਦੀ ਹੈ । ਹੋਰ ਫਰੇਬ ਦੀ ਬੰਦਗੀ ਦਾ ਕੋਈ ਲਾਭ ਨਹੀਂ ਹੁੰਦਾ । ਜਿਹੜਾ ਸ਼ਬਦ ਦੀ ਕਮਾਈ ਨਹੀਂ ਕਰਦਾ, ਉਹ ਵੀ ਜੀਵਨ ਬਤੀਤ ਕਰੀ ਜਾਂਦਾ ਹੈ । ਉਸ ਦਾ ਸ਼ਬਦ ਤੇ ਭਰੋਸਾ ਨਹੀਂ ਹੁੰਦਾ । ਉਹ ਸੰਸਾਰਕ ਮਾਇਆ ਦੇ ਜਾਲ ਵਿੱਚ ਹੀ ਮਸਤ ਰਹਿੰਦਾ ਹੈ । ਉਸ ਦਾ ਜੂਨਾਂ ਦਾ ਚੱਕਰ ਖਤਮ ਨਹੀਂ ਹੁੰਦਾ । ਜਿਹੜਾ ਜੀਵ ਆਪਣੇ ਮਾਨਸ ਜਨਮ ਲੈਣ ਦੇ ਮੰਤਵ ਨੂੰ ਪਛਾਣ ਲੈਂਦਾ ਹੈ, ਉਹ ਆਪਣਾ ਜੀਵਨ ਸ਼ਬਦ ਨਾਲ ਢਾਲਦਾ ਹੈ । ਉਸ ਨੂੰ ਪ੍ਰਭ ਦੀ ਰਹਿਮਤ ਨਾਲ ਗੁਰਮਖ ਅਵਸਥਾ ਬਖਸ਼ਿਸ਼ ਹੋ ਜਾਂਦੀ, ਦਰਬਾਰ ਵਿੱਚ ਪ੍ਰਵਾਨਗੀ ਬਖਸ਼ਿਸ਼ ਹੋ ਸਕਦੀ ਹੈ ।

Whose meditation may be accepted in His Court, he may be blessed with a place in His Castle. Whosoever may not earn the wealth of His Word, he may waste his human life opportunity. He may not have a belief on His Blessing or Existence. He remains intoxicated with the sweet poison of worldly wealth; in the cycle of birth and death. Whosoever may recognize the real purpose of his human life; he may adopt the teachings of His Word with steady and stable belief in his day-to-day life. He may be blessed with a state of mind as His true devote; he may be accepted in His Court.

ਧਨ ਸੋਹਾਗਣਿ ਨਾਰਿ, ਜਿਨਿ ਪਿਰੁ ਜਾਣਿਆ ਜੀਉ॥	Dhan sohagan naar jin pir jaani-aa jee-o.
ਨਾਮ ਬਿਨਾਂ ਕੂੜਿਆਰਿ, ਕੂੜੁ ਕਮਾਣਿਆ ਜੀਉ॥	naam binaa koorhi-aar koorh kamaani-aa jee-o.
ਹਰਿ ਭਗਤਿ ਸੁਹਾਵੀ ਸਾਚੇ ਭਾਵੀ,	har bhagat suhaavee saachay bhaavee
ਭਾਇ ਭਗਤਿ ਪ੍ਰਭ ਰਾਤੀ॥	bhaa-ay bhagat parabh raatee.
ਪਿਰੁ ਰਲੀਆਲਾ ਜੋਬਨਿ ਬਾਲਾ, ਤਿਸੁ ਰਾਵੇ ਰੰਗਿ ਰਾਤੀ॥	pir ralee-aalaa joban baalaa tis raavay rang raatee.
ਗੁਰ ਸਬਦਿ ਵਿਗਾਸੀ ਸਹੁ ਰਾਵਾਸੀ, ਫਲੁ ਪਾਇਆ ਗੁਣਕਾਰੀ॥	gur sabad vigaasee saho raavaasee fal paa-i-aa gunkaaree.
ਨਾਨਕ ਸਾਚੁ ਮਿਲੈ ਵਡਿਆਈ, ਪਿਰ ਘਰਿ ਸੋਹੈ ਨਾਰੀ॥੫॥੩॥	naanak saach milai vadi-aa-ee pir ghar sohai naaree. ||5||3||

ਜਿਹੜਾ ਸ਼ਬਦ ਦੀ ਪਾਲਣਾ ਕਰਦਾ ਹੈ, ਜਿਸ ਨੂੰ ਸ਼ਬਦ ਦੀ ਸੋਝੀ ਬਖਸ਼ਿਸ਼ ਹੋ ਜਾਂਦੀ ਹੈ, ਉਹ ਜੀਵ ਵੱਡਭਾਗੀ ਬਣ ਜਾਂਦਾ ਹੈ । ਸ਼ਬਦ ਦੀ ਪਾਲਣਾ ਕਰਨ ਤੋਂ ਬਿਨਾਂ ਜੀਵਨ ਬਤੀਤ ਕਰਨਾ ਬਿਰਥਾ ਹੀ ਹੁੰਦਾ ਹੈ । ਜਿਹੜਾ ਜੀਵ ਮਨ ਦਾ ਭਰੋਸਾ ਅਡੋਲ ਕਰਕੇ ਸ਼ਬਦ ਦੀ ਪਾਲਣਾ ਕਰਦਾ ਹੈ । ਉਸ ਦੀ ਬੰਦਗੀ ਪ੍ਰਭ ਨੂੰ ਪ੍ਰਵਾਨ ਹੋ ਜਾਂਦੀ ਹੈ । ਜੀਵ ਸ਼ਬਦ ਦੀ ਪਾਲਣਾ ਵਿੱਚ ਹੀ ਜੀਵਨ ਬਤੀਤ ਕਰੋ! ਜਿਹੜਾ ਸ਼ਬਦ ਦੀ ਪਾਲਣਾ ਕਰਦਾ ਰਹਿੰਦਾ ਹੈ । ਉਹ ਜੀਵਨ ਵਿੱਚ ਸਦਾ ਖੇੜੇ ਵਿੱਚ ਹੀ ਰਹਿੰਦਾ ਹੈ । ਉਸ ਨੂੰ ਆਪਣੀ ਬੰਦਗੀ ਦਾ ਫਲ ਬਖਸ਼ਿਸ਼ ਹੋ ਜਾਂਦਾ ਹੈ ।

Whosever may obey the teachings of His Word with steady and stable belief; he may be enlightened with the essence of His Word; he becomes very fortunate. Whosoever may abandon the teachings of His Word, his human life may be wasted. Whosever may obey the teachings of His Word with steady and stable belief; his meditation may be accepted in His Court. You should adopt the teachings of His Word in your day-to-day life. Whosoever may adopt the teachings of His Word, he may be blessed with blossom; he may be rewarded for his meditation.

Key Message of Raag Dhanaasaree page 689-3
'ਮਾਨਸ ਜੀਵਨ ਵਿੱਚ ਸੰਸਾਰਕ ਧਨ ਦੀ ਮਹੱਤਤਾ!
ਸੰਸਾਰਕ ਧਨ ਅਤੇ ਜਵਾਨੀ ਬ੍ਰਿਛ ਦੇ ਪਰਛਾਵੇਂ ਵਰਗੀ ਹੈ । ਇਹ ਹੌਲੀ ਹੌਲੀ ਮੱਧਮ ਹੋ ਜਾਂਦੀ, ਅੰਤ ਨੂੰ ਖਤਮ ਹੋ ਜਾਂਦੀ ਹੈ । ਜਿਹੜਾ ਸ਼ਬਦ ਦੀ ਪਾਲਣਾ ਕਰਦਾ ਹੈ, ਉਸ ਦਾ ਮਾਨਸ ਜੀਵਨ ਸੰਤੋਖ, ਸ਼ਾਂਤੀ ਨਾਲ ਜੀਵਨ ਬਤੀਤ ਕਰ ਜਾਂਦਾ ਹੈ । ਜਿਹੜਾ ਸ਼ਬਦ ਦੀ ਬੰਦਗੀ ਵਿੱਚ ਲੀਨ ਰਹਿੰਦਾ, ਉਸ ਦਾ ਪ੍ਰਭ ਦੇ ਬਖਸ਼ੇ ਤੇ ਭਰੋਸਾ ਅਡੋਲ ਰਹਿੰਦਾ ਹੈ । ਸੰਸਾਰਕ ਇਛਾਂ ਤੇ ਜਿੱਤ ਬਖਸ਼ਿਸ਼ ਹੋ ਜਾਂਦੀ ਹੈ! ਉਸ ਤੇ ਰੱਬੀ, ਰੂਹਾਨੀ ਨੂਰ ਬਖਸ਼ਿਸ਼ ਹੋ ਜਾਂਦਾ ਹੈ । ਜਿਹੜਾ ਜੀਵ ਆਪਣੇ ਮਾਨਸ ਜਨਮ ਲੈਣ ਦੇ ਮੰਤਵ ਨੂੰ ਪਛਾਣ ਲੈਂਦਾ ਹੈ, ਉਹ ਆਪਣਾ ਜੀਵਨ ਸ਼ਬਦ ਨਾਲ ਢਾਲਦਾ ਹੈ । ਉਸ ਨੂੰ ਗੁਰਮਖ ਅਵਸਥਾ ਬਖਸ਼ਿਸ਼ ਹੋ ਜਾਂਦੀ ਹੈ, ਦਰਬਾਰ ਵਿੱਚ ਪ੍ਰਵਾਨਗੀ ਬਖਸ਼ਿਸ਼ ਹੋ ਸਕਦੀ ਹੈ । ਸ਼ਬਦ ਦੀ ਪਾਲਣਾ ਕਰਦੇ ਜੀਵ ਨੂੰ ਸੋਝੀ ਬਖਸ਼ਿਸ਼ ਹੋ ਜਾਂਦੀ ਹੈ, ਸ਼ਬਦ ਦੀ ਪਾਲਣਾ ਕਰਨ ਤੋਂ ਬਿਨਾਂ ਜੀਵਨ ਬਤੀਤ ਕਰਨਾ ਬਿਰਥਾ ਹੀ ਹੁੰਦਾ ਹੈ । ਉਹ ਸ਼ਬਦ ਦੀ ਪਾਲਣਾ ਕਰਦਾ, ਆਪਣੇ ਜੀਵਨ ਵਿੱਚ ਸਦਾ ਖੇੜ ਵਿੱਚ ਹੀ ਰਹਿੰਦਾ ਹੈ । ਉਸ ਦੀ ਬੰਦਗੀ ਪ੍ਰਭ ਨੂੰ ਪ੍ਰਵਾਨ ਹੋ ਜਾਂਦੀ ਹੈ
Significance of worldly wealth in human life journey!
Worldly wealth and youth are like a shadow of a tree; slowly and slowly may pass away. Whosoever may obey the teachings of His Word; he may be blessed with peace of mind and contentment in his human life. Whosoever may remain intoxicated in obeying His Word and he may conquer his own worldly desires. He may be blessed with eternal, glow on his forehead. Whosoever may recognize the real purpose of his human life blessing; he may adopt the teachings of His Word. He may be blessed with a state of mind as His true devote; he may be accepted in His Court. Whosever may be enlightened with the teachings of His Word; he may realize without obeying the teachings of His Word, human life may be wasted. He may remain contented with His Blessings; his meditation may be accepted in His Court.

☬ Chapter 11 ☬
☬ ਰਾਗੁ ਜੈਤਸਰੀ (696 – 710) ☬
☬ Chapter 12 ☬
☬ ਰਾਗੁ ਟੋਡੀ (711-718) ☬
☬ Chapter 13 ☬
☬ ਰਾਗੁ ਬੈਰਾੜੀ (719-720) ☬

ਗੁਰੂ ਨਾਨਕ ਦੇਵ ਜੀ! – Guru Nanak Dev Ji! Guru Granth Sahib

☬ Chapter 14 ☬

☬ ਰਾਗੁ ਤਿਲੰਗ (721-727) ☬

1. **ਤਿਲੰਗ ਮਹਲਾ ੧ ਘਰੁ ੧॥ 721-1**

ੴ ਸਤਿ ਨਾਮੁ ਕਰਤਾ ਪੁਰਖੁ, ਨਿਰਭਉ ਨਿਰਵੈਰੁ ਅਕਾਲ ਮੂਰਤਿ ਅਜੂਨੀ ਸੈਭੰ ਗੁਰ ਪ੍ਰਸਾਦਿ॥

ik-oNkaar, sat naam, kartaa, purakh, nirbha-o, nirvair, akaal, moorat, ajoonee, saibhaN, gur parsaad.

ਯਕ ਅਰਜ, ਗੁਫਤਮ ਪੇਸਿ ਤੋ, ਦਰ ਗੋਸ, ਕੁਨ ਕਰਤਾਰ॥
ਹਕਾ ਕਬੀਰ ਕਰੀਮ ਤੂ, ਬੇਐਬ ਪਰਵਦਗਾਰ॥੧॥

yak araj guftam pays to dar gos kun kartaar.
hakaa kabeer kareem too bay-aib parvardagaar. ||1||

ਤਰਸਵਾਨ, ਪਵਿੱਤਰ ਪ੍ਰਭ, ਹੀ ਸ੍ਰਿਸ਼ਟੀ ਨੂੰ ਪੈਦਾ ਕਰਨ ਵਾਲਾ, ਸਦਾ ਅਟਲ ਰਹਿਣ ਵਾਲਾ ਮਾਲਕ ਹੈ । ਮੈਂ ਤੇਰੇ ਅੱਗੇ ਅਰਦਾਸ ਕਰਦਾ ਹੈ, ਮੇਰੀ ਬੇਨਤੀ ਸੁਣੋ!

The Merciful True Master, Creator remains sanctified and true forever. I wholeheartedly surrendered my mind, body, and worldly status at Your Sanctuary; I pray for His Forgiveness and Refuge.

ਦੁਨੀਆ ਮੁਕਾਮੇ ਫਾਨੀ, ਤਹਕੀਕ ਦਿਲ ਦਾਨੀ॥
ਮਮ ਸਰ ਮੂਇ ਅਜਰਾਈਲ, ਗਿਰਫਤਹ ਦਿਲ ਹੇਚਿ ਨ ਦਾਨੀ॥੧॥ ਰਹਾਉ॥

dunee-aa mukaamay faanee tehkeek dil daanee.
mam sar moo-ay ajraa-eel girafteh dil haych na daanee. ||1|| rahaa-o.

ਪ੍ਰਭ ਨੇ ਸੰਸਾਰ ਨੂੰ ਜੂੰਨਾਂ ਬਦਲਨ ਵਾਲੀ ਥਾਂ ਹੀ ਬਣਾਇਆ ਹੈ । ਮੌਤ ਮੇਰੇ ਸਿਰ ਤੇ ਖੜੀ ਹੈ, ਮੈਨੂੰ ਇਸ ਦੀ ਕੋਈ ਸੋਝੀ ਨਹੀਂ ।

The True Master has established universe as a platform for soul to change one body to another body. My death may be knocking at my door; however, I have no understanding or awareness.

ਜਨ ਪਿਸਰ ਪਦਰ ਬਿਰਾਦਰਾਂ, ਕਸ ਨੇਸ ਦਸਤੰਗੀਰ॥
ਆਖਿਰ ਬਿਅਫਤਮ, ਕਸ ਨ ਦਾਰਦ, ਚੂੰ ਸਵਦ ਤਕਬੀਰ॥੨॥

jan pisar padar biraadaraa[N] kas nays dasta[N]geer.
aakhir bi-aftam kas na daarad choo[N] savad takbeer. ||2||

ਮੇਰਾ ਪ੍ਰਵਾਰ, ਬੱਚੇ ਸਾਰੇ ਮੇਰੇ ਕੋਲ ਹਨ! ਉਹ ਕੋਈ ਵੀ ਯਤਨ ਕਰਨ, ਮੌਤ ਦੇ ਸਮੇਂ ਨੂੰ ਟਾਲ, ਬਦਲ ਨਹੀਂ ਸਕਦੇ । ਜਦੋਂ ਮੇਰੇ ਸਵਾਸ ਖਤਮ ਹੋ ਗਏ! ਮੇਰੀ ਆਖਰੀ ਅਰਦਾਸ ਸਮੇਂ ਮੇਰਾ ਸਾਥ ਦੇਣ ਵਾਲਾ ਕੋਈ ਨਹੀਂ ਹੁੰਦਾ ਹੈ ।

My family and my children are all around me; however, no one may help or alter the time of my death. When the capital of my breath may be exhausted, no one may be my companion at the time of my last prayer.

ਸਬ ਰੋਜ ਗਸਤਮ ਦਰ ਹਵਾ, ਕਰਦੇਮ ਬਦੀ ਖਿਆਲ॥
ਗਾਹੇ ਨ ਨੇਕੀ ਕਾਰ ਕਰਦਮ, ਮਮ ਈ ਚਿਨੀ ਅਹਵਾਲ॥੩॥

sab roj gastam dar havaa kardaym badee khi-aal.
gaahay na naykee kaar kardam mam ee[N] chinee ahvaal. ||3||

ਮੈਂ ਆਪਣੇ ਜੀਵਨ ਵਿੱਚ ਦਿਨ ਰਾਤ ਲਾਲਚ, ਚਲਾਕੀ ਵਿੱਚ ਹੀ ਮਸਤ ਰਹਿੰਦਾ ਹਾ । ਕੋਈ ਚੰਗਾ ਕੰਮ ਨਹੀਂ ਕੀਤਾ, ਇਹ ਹੀ ਮੇਰੀ ਜੀਵਨ ਦੀ ਕਮਾਈ ਹੈ ।

I remain intoxicated with greed and devious plans. I have not done any good deeds for mankind; that is my earnings of human life journey.

ਬਦਬਖਤ ਹਮ ਚੁ ਬਖੀਲ, ਗਾਫਿਲ ਬੇਨਜਰ ਬੇਬਾਕ॥
ਨਾਨਕ ਬੁਗੋਯਦ ਜਨੁ ਤੁਰਾ, ਤੇਰੇ ਚਾਕਰਾਂ ਪਾ ਖਾਕ॥੪॥੧॥

badbakhat ham cho bakheel gaafil baynajar baybaak.
naanak bugoyad jan turaa tayray chaakraa[N] paa khaak. ||4||1||

ਮੈਂ ਮੰਦੇ ਭਾਗਾਂ ਵਾਲਾ, ਬੇਸ਼ਰਮ, ਪ੍ਰਭ ਦੇ ਡਰ ਤੋਂ ਬਿਨਾਂ ਜੀਵਨ ਬਤੀਤ ਕਰਦਾ ਹਾ । ਮੇਰੀ ਕੀਮਤ ਤੇਰੇ ਦਾਸਾਂ ਦੇ ਪੈਰਾਂ ਦੀ ਮਿੱਟੀ ਤੋਂ ਵੀ ਥੋੜ੍ਹੀ ਹੈ ।

I am unfortunate, shameless! I spend my day-to-day life without recognizing and remembering the power of The True Master. His true devotee always remains humble! My worldly status may be less significant than the dust of their feet.

Key Message of Raag Tilang page 721-1
'ਧਰਤੀ ਜੂੰਨਾਂ ਬਦਲਣ ਵਾਲਾ ਥਾ ਹੈ!
ਤਰਸਵਾਨ, ਪਵਿੱਤਰ ਪ੍ਰਭ, ਹੀ ਸ੍ਰਿਸ਼ਟੀ ਨੂੰ ਪੈਦਾ ਕਰਨ ਵਾਲਾ, ਸਦਾ ਅਟਲ ਰਹਿਣ ਵਾਲਾ ਮਾਲਕ ਹੈ । ਪ੍ਰਭ ਨੇ ਸੰਸਾਰ ਨੂੰ ਜੂੰਨਾਂ ਬਦਲਨ ਵਾਲੀ ਥਾਂ ਹੀ ਬਣਾਇਆ ਹੈ । ਕੋਈ ਮੌਤ ਦੇ ਸਮੇਂ ਨੂੰ ਟਾਲ, ਬਦਲ ਨਹੀਂ ਸਕਦਾ । ਆਖਰੀ ਅਰਦਾਸ ਸਮੇਂ, ਮੇਰਾ ਕੋਈ ਸਾਥ ਦੇਣ ਵਾਲਾ ਨਹੀਂ ਹੁੰਦਾ । ਜਿਹੜਾ ਪ੍ਰਭ ਦੇ ਵਿਛੋੜੇ ਦੇ ਡਰ ਤੋਂ ਬਿਨਾਂ ਜੀਵਨ ਬਤੀਤ ਕਰਦਾ ਹਾ । ਉਸ ਦੀ ਹੈਸੀਅਤ, ਪ੍ਰਭ ਦੇ ਦਾਸਾਂ ਦੇ ਪੈਰਾਂ ਦੀ ਮਿੱਟੀ ਤੋਂ ਵੀ ਥੋੜ੍ਹੀ ਹੁੰਦੀ ਹੈ ।
Earth is place to transfer body for soul!
The Merciful True Master, Creator remains sanctified and true forever. The True Master has established universe as a platform to change one body to another body for soul. No one may alter the time of death nor soul has any companion to stand with at the time of last prayer. Whosoever may spend his human life, without renunciation of the memory of his separation; his status in His Court may be less significant than the dust of the feet of His true devotee.

2. **ਤਿਲੰਗ ਮਹਲਾ ੧ ਘਰੁ ੨॥ 721-10**

ੴ ਸਤਿਗੁਰ ਪ੍ਰਸਾਦਿ॥
ਭਉ ਤੇਰਾ ਭਾਂਗ ਖਲੜੀ ਮੇਰਾ ਚੀਤੁ॥
ਮੈ ਦੇਵਾਨਾ ਭਇਆ ਅਤੀਤੁ॥
ਕਰ ਕਾਸਾ ਦਰਸਨ ਕੀ ਭੂਖ॥ ਮੈ ਦਰਿ ਮਾਗਉ ਨੀਤਾ ਨੀਤ॥੧॥

ik-oNkaar satgur parsaad.
bha-o tayraa bhaaNg khalrhee mayraa cheet.
mai dayvaanaa bha-i-aa ateet.
kar kaasaa darsan kee bhookh. mai dar maaga-o neetaa neet. ||1||

ਪ੍ਰਭ ਦੇ ਵਿਛੋੜੇ ਦਾ ਵਿਰਾਗ ਹੀ ਬੰਦਗੀ ਹੈ! ਮੇਰਾ ਮਨ, ਬਖਸ਼ੇ ਤਨ ਵਿੱਚ ਹੀ ਤੇਰੀ ਜੋਤ ਨੂੰ ਢੂੰਡਦਾ ਹੈ । ਤੇਰੇ ਸ਼ਬਦ ਦਾ ਦਿਵਾਨਾ, ਨਸ਼ੇ ਵਿੱਚ ਪਾਗਲ ਹੋ ਗਿਆ ਹਾ ।

The renunciation in the memory of my separation from His Holy Spirit may be the true mediation to earn the wealth of His Word. I remain searching the enlightenment within my body. I remain intoxicated and anxious to realize His Existence.

ਤਉ ਦਰਸਨ ਕੀ ਕਰਉ ਸਮਾਇ॥
ਮੈ ਦਰਿ ਮਾਗਤੁ ਭੀਖਿਆ ਪਾਇ॥੧॥ ਰਹਾਉ॥

ta-o darsan kee kara-o samaa-ay.
mai dar maagat bheekhi-aa paa-ay. ||1|| rahaa-o.

ਦਿਨ ਰਾਤ ਤੇਰੇ ਦਰ ਤੇ ਹੱਥ ਜੋੜਕੇ, ਦਰਸ਼ਨ ਦੀ ਭਿੱਖਿਆ ਮੰਗਦਾ ਰਹਿੰਦਾ ਹਾ । ਕ੍ਰਿਪਾ ਕਰਕੇ ਇਸ ਭਿਖਾਰੀ ਨੂੰ ਭਿੱਖਿਆ ਪਾਵੋ ।

ਗੁਰੂ ਨਾਨਕ ਦੇਵ ਜੀ! – Guru Nanak Dev Ji! Guru Granth Sahib

I am humbly with patience waiting at His door; praying for Your Blessed Vision. My Merciful True Master bestows alms to humble beggar at Your door.

ਕੇਸਰਿ ਕੁਸਮ ਮਿਰਗਮੈ ਹਰਣਾ, ਸਰਬ ਸਰੀਰੀ ਚੜ੍ਹਣਾ॥ kaysar kusam mirgamai harnaa sarab sareeree charh^{H}naa.
ਚੰਦਨ ਭਗਤਾ ਜੋਤਿ ਇਨੇਹੀ, ਸਰਬੇ ਪਰਮਲੁ ਕਰਣਾ॥੨॥ chandan bhagtaa jot inayhee sarbay parmal karnaa. ||2||

ਜਿਵੇਂ ਸੰਧੂਰ, ਕਸਤੂਰੀ, ਕਿਸੇ ਵੀ ਸਰੀਰ ਨੂੰ ਵੀ ਖੁਸ਼ਬੂ ਵਾਲਾ ਕਰ ਦੇਂਦੀ ਹੈ । ਇਸਤਰ੍ਹਾਂ ਬੰਦਗੀ ਵਾਲਾ ਸੰਦਲ ਦੀ ਲੱਕੜੀ ਵਰਗ ਹੁੰਦਾ ਹੈ । ਉਹ ਪ੍ਰਭ ਦੇ ਦਰਬਾਰ ਨੂੰ ਖੁਸ਼ਬੂ ਨਾਲ ਭਰ ਦੇਂਦਾ ਹੈ ।

As vermilion may make body of any creature overwhelmed with pleasant aroma. Same way, His true devotee may be like a sandalwood; he may overwhelm His Court with aroma.

ਘਿਅ ਪਟ ਭਾਂਡਾ ਕਹੈ ਨ ਕੋਇ॥ ghi-a pat bhaa^{N}daa kahai na ko-ay.
ਐਸਾ ਭਗਤੁ ਵਰਨ ਮਹਿ ਹੋਇ॥ aisaa bhagat varan meh ho-ay.
ਤੇਰੈ ਨਾਮਿ ਨਿਵੇ ਰਹੇ ਲਿਵ ਲਾਇ॥ tayrai naam nivay rahay liv laa-ay.
ਨਾਨਕ ਤਿਨ ਦਰਿ ਭੀਖਿਆ ਪਾਇ॥੩॥੧॥੨॥ naanak tin dar bheekhi-aa paa-ay. ||3||1||2||

ਜਿਵੇਂ ਘਿਓ ਜਾ ਰੇਸ਼ਮੀ ਕਪੜੇ ਨੂੰ ਕੋਈ ਗੰਦਾ ਜਾ ਮੈਲਾ ਨਹੀਂ ਕਹਿੰਦਾ । ਇਸਤਰ੍ਹਾਂ ਬੰਦਗੀ ਕਰਨ ਵਾਲੇ ਨੂੰ ਕੋਈ ਪਾਪੀ, ਨੀਚ ਨਹੀਂ ਕਹਿੰਦਾ! ਭਾਵੇਂ ਉਹ ਕਿਸੇ ਵੀ ਉੱਚ ਜਾ ਨੀਚ ਜਾਤ ਦਾ ਹੋਵੇ ।

As no one may call ghee or silk filthy! Same way no one may call His true devotee a sinner or untouchable. No matter, he may belong to any worldly caste, high or low.

Key Message of Raag Tilang page 721-10
'ਦਾਸ ਦੀ ਸੰਸਾਰਕ ਜਾਤ!
ਪ੍ਰਭ ਦੇ ਵਿਛੋੜੇ ਦਾ ਵਿਰਾਗ ਹੀ ਅਸਲੀ ਬੰਦਗੀ ਹੈ! ਬੰਦਗੀ ਵਾਲਾ ਸੰਦਲ ਦੀ ਲੱਕੜੀ ਦੀ ਤਰ੍ਹਾਂ ਪ੍ਰਭ ਦੇ ਦਰਬਾਰ ਨੂੰ ਖੁਸ਼ਬੂ ਨਾਲ ਭਰ ਦੇਂਦਾ ਹੈ । ਬੰਦਗੀ ਕਰਨ ਵਾਲੇ ਨੂੰ ਪਾਪੀ, ਨੀਚ, ਉੱਚੀ ਜਾ ਨੀਚ ਜਾਤ ਵਾਲਾ ਨਹੀਂ ਕਹਿਆ ਜਾ ਸਕਦਾ!
Worldly caste of His true devotee!
The renunciation in the memory of separation from His Holy Spirit may be the true mediation to earn the wealth of His Word. His true devotee may be like a sandalwood to overwhelm His Court with aroma. His true devotee may never be called a sinner or untouchable. No matter, he may belong to any worldly caste, high or low.

3. ਤਿਲੰਗ ਮਹਲਾ ੧ ਘਰੁ ੩॥ 721-16

ੴ ਸਤਿਗੁਰ ਪ੍ਰਸਾਦਿ॥ ik-oNkaar satgur parsaad.
ਇਹੁ ਤਨੁ ਮਾਇਆ ਪਾਹਿਆ ਪਿਆਰੇ, ਲੀਤੜਾ ਲਬਿ ਰੰਗਾਏ॥ ih tan maa-i-aa paahi-aa pi-aaray leet-rhaa lab rangaa-ay.
ਮੇਰੈ ਕੰਤ ਨ ਭਾਵੈ ਚੋਲੜਾ ਪਿਆਰੇ, ਕਿਉ ਧਨ ਸੇਜੈ ਜਾਏ॥੧॥ mayrai kant na bhaavai cholrhaa pi-aaray ki-o Dhan sayjai jaa-ay. ||1||

ਸਰੀਰ ਦੀ ਬਣਤਰ ਹੀ ਸੰਸਾਰਕ ਮਾਇਆ ਵਾਸਤੇ ਬਣਾਈ ਗਈ ਹੈ । ਜੀਵ ਇਸ ਨੂੰ ਲਾਲਚ ਦਾ ਰੰਗ ਚੜ੍ਹਾ ਦੇਂਦਾ ਹੈ । ਪਰ ਪ੍ਰਭ ਨੂੰ ਲਾਲਚ ਵਾਲਾ ਸਰੀਰ ਪ੍ਰਵਾਨ ਨਹੀਂ ਹੁੰਦਾ! ਕਿਸਤਰ੍ਹਾਂ ਪ੍ਰਭ ਦੇ ਪ੍ਰਵਾਨ ਹੋਣ ਵਾਲਾ ਜਾਮਾ ਪਾਵਾ?

The True Master has created the body structure attracted to worldly wealth; however, human has drenched his body with greed. Any soul intoxicated with greed may not be acceptable in His Court. How may I transform my body to become acceptable in His Court?

ਹੰਉ ਕੁਰਬਾਨੈ ਜਾਉ ਮਿਹਰਵਾਨਾ, ਹੰਉ ਕੁਰਬਾਨੈ ਜਾਉ॥ haN-u kurbaanai jaa-o miharvaanaa haN-u kurbaanai jaa-o.
ਹੰਉ ਕੁਰਬਾਨੈ ਜਾਉ ਤਿਨਾ ਕੈ, ਲੈਨਿ ਜੋ ਤੇਰਾ ਨਾਉ॥ haN-u kurbaanai jaa-o tinaa kai lain jo tayraa naa-o.
ਲੈਨਿ ਜੋ ਤੇਰਾ ਨਾਉ ਤਿਨਾ ਕੈ, ਹੰਉ ਸਦ ਕੁਰਬਾਨੈ ਜਾਉ॥੧॥ ਰਹਾਉ॥ lain jo tayraa naa-o tinaa kai haN-u sad kurbaanai jaa-o. ||1|| rahaa-o.

ਉਸ ਤੋਂ ਕਰਬਾਨ ਜਾਵਾ! ਜਿਹੜਾ ਤੇਰੇ ਸ਼ਬਦ ਦੀ ਪਾਲਣਾ ਤੇ ਅਡੋਲ ਰਹਿੰਦਾ ਹੈ । ਆਪਣੇ ਮਨ ਨੂੰ ਲਾਲਚ ਦੇ ਜਾਲ ਵਿੱਚ ਨਹੀਂ ਫਸਾਉਂਦਾ । ਮੈਂ ਉਸ ਬੰਦਗੀ ਕਰਨ ਵਾਲੇ ਦੇ ਜੀਵਨ ਤੋਂ ਹੈਰਾਨ ਹੀ ਰਹਿੰਦਾ ਹਾ ।

I remain fascinated from His true devotee! Who may remain steady and stable on the teachings of His Word. Who may not become a victim of worldly greed. I remain astonished from his day-to-day life.

ਕਾਇਆ ਰੰਙਣਿ ਜੇ ਥੀਐ ਪਿਆਰੇ, ਪਾਈਐ ਨਾਉ ਮਜੀਠ॥ kaa-i-aa ranyan jay thee-ai pi-aaray paa-ee-ai naa-o majeeth.
ਰੰਙਣ ਵਾਲਾ ਜੇ ਰੰਙੈ ਸਾਹਿਬੁ, ਐਸਾ ਰੰਗੁ ਨ ਡੀਠ॥੨॥ ranyan vaalaa jay ranyai saahib aisaa rang na deeth. ||2||

ਅਗਰ ਤਨ, ਰੰਗ ਚੜ੍ਹਾਉਣ ਵਾਲੀ ਭੱਠੀ ਹੋਵੇ! ਉਸ ਵਿੱਚ ਪ੍ਰਭ ਦਾ ਸ਼ਬਦ ਪਾਇਆ ਜਾਵੇ । ਪ੍ਰਭ ਆਪ ਹੀ ਰੰਗ ਲਾਉਣ ਵਾਲਾ ਲਲਾਰੀ ਹੋਵੇ । ਤਾ ਇਕ ਅਨੋਖਾ ਰੰਗ ਹੀ ਚੜ੍ਹ ਜਾਂਦਾ ਹੈ, ਜਿਹੜਾ ਪਹਿਲੇ ਕਦੇ ਦੇਖਿਆ ਵੀ ਨਾ ਹੋਵੇ ।

Whosoever may make his human body a tub, oven to dye different color; he may add the color of the essence of His Word in this dyeing tub. The True Master may act as a dexter to dye different color; only then his soul may be dyed with an astonishing crimson color. No one may have ever seen that unique color.

ਜਿਨ ਕੇ ਚੋਲੇ ਰਤੜੇ ਪਿਆਰੇ, ਕੰਤੁ ਤਿਨਾ ਕੈ ਪਾਸਿ॥ jin kay cholay rat-rhay pi-aaray kant tinaa kai paas.
ਧੂੜਿ ਤਿਨਾ ਕੀ ਜੇ ਮਿਲੈ ਜੀ, ਕਹੁ ਨਾਨਕ ਕੀ ਅਰਦਾਸਿ॥੩॥ Dhoorh tinaa kee jay milai jee kaho naanak kee ardaas. ||3||

ਜਿਸ ਮਨ ਤੇ ਪ੍ਰਭ ਦੇ ਸ਼ਬਦ ਦਾ ਰੰਗ ਚੜ੍ਹਿਆ ਹੋਵੇ, ਪ੍ਰਭ ਉਸ ਦੇ ਸੰਗ ਹੀ ਵਸਦਾ ਹੈ । ਜਿਸ ਨੂੰ ਉਸ ਦੀ ਸੰਗਤ ਬਖਸ਼ਿਸ਼ ਹੋ ਜਾਵੇ! ਤਾ ਜੀਵ ਬੰਦਗੀ ਦੇ ਰਸਤੇ ਤੇ ਚਲਕੇ ਪ੍ਰਵਾਨ ਹੋ ਜਾਂਦਾ ਹੈ ।

Whosoever may remain drenched with the essence of the teachings of His Word; The True Master remains awake and alert within his body and mind. He always remains a supporting pillar of His true devotee. Whosoever may be blessed with his conjugation; he may become steady and stable on the path of acceptance in His Court.

ਆਪੇ ਸਾਜੇ ਆਪੇ ਰੰਗੇ, ਆਪੇ ਨਦਰਿ ਕਰੇਇ॥ aapay saajay aapay rangay aapay nadar karay-i.
ਨਾਨਕ ਕਾਮਣਿ ਕੰਤੈ ਭਾਵੈ, ਆਪੇ ਹੀ ਰਾਵੇਇ॥੪॥੧॥੩॥ naanak kaaman kantai bhaavai aapay hee raavay-ay. ||4||1||3||

ਪ੍ਰਭ ਆਪ ਹੀ ਜੀਵ ਨੂੰ ਪੈਦਾ ਕਰਦਾ, ਬੰਦਗੀ ਤੇ ਲਾਉਂਦਾ, ਰਹਿਮਤ ਦੀ ਨਜ਼ਰ ਬਖਸ਼ਦਾ ਹੈ । ਜਿਸ ਦੀ ਬੰਦਗੀ ਪ੍ਰਭ ਨੂੰ ਭਾਉਂਦੀ, ਉਹ ਪ੍ਰਵਾਨ ਹੋ ਜਾਂਦਾ ਹੈ ।

ਗੁਰੂ ਨਾਨਕ ਦੇਵ ਜੀ! – Guru Nanak Dev Ji! Guru Granth Sahib

The True Master, Creator creates and bestows devotion to His true devotee to meditate on the teachings of His Word. Whose meditation may be acceptable in His Court; with His mercy and grace, he may be accepted in His Court.

Key Message of Raag Tilang page 721-16
'ਮਾਨਸ ਤਨ ਦਾ ਸੰਸਾਰਕ ਮਾਇਆ ਨਾਲ ਸਬੰਧ!
ਪ੍ਰਭ ਨੇ ਸਰੀਰ ਦੀ ਬਣਤਰ ਹੀ ਸੰਸਾਰਕ ਮਾਇਆ ਵਾਸਤੇ ਬਣਾਈ ਗਈ ਹੈ । ਜੀਵ ਇਸ ਨੂੰ ਲਾਲਚ ਦਾ ਰੰਗ ਚੜ੍ਹਾ ਦੇਂਦਾ ਹੈ । ਜਿਹੜਾ ਸ਼ਬਦ ਦੀ ਪਾਲਣਾ ਤੇ ਅਡੋਲ ਰਹਿੰਦਾ ਹੈ । ਉਹ ਆਪਣੇ ਮਨ ਨੂੰ ਲਾਲਚ ਦੇ ਜਾਲ ਤੋਂ ਬਚਾ ਲੈਂਦਾ ਹੈ । ਜਿਸ ਮਨ ਤੇ ਪ੍ਰਭ ਦੇ ਸ਼ਬਦ ਦਾ ਰੰਗ ਚੜ੍ਹ ਜਾਂਦਾ ਹੈ, ਉਸ ਦੇ ਮਨ ਅੰਦਰ ਪ੍ਰਭ ਦੀ ਸਦਾ ਚਲਣ ਵਾਲੀ ਗੂੰਜ ਸੁਣਾਈ ਦੇਂਦੀ ਹੈ! ਉਸ ਦੀ ਬੰਦਗੀ ਪ੍ਰਭ ਨੂੰ ਭਾਉਂਦੀ, ਪ੍ਰਵਾਨ ਹੋ ਜਾਂਦੀ ਹੈ ।
The attraction of human body to worldly wealth!
The True Master has created the human body structure attracted to worldly wealth; however, human has drenched his body with greed. Whosoever may remain intoxicated in meditating with steady and stable on the teachings of His Word. He may remain drenched with the essence of the teachings of His Word; he may remain beyond the reach of worldly greed. He may hear the everlasting echo of His Word resonating within. Whose meditation may be as per the essence of His Word, he may be accepted in His Court.

4. **ਤਿਲੰਗ ਮਃ ੧॥ 722-6**

ਇਆਨੜੀਏ ਮਾਨੜਾ ਕਾਇ ਕਰੇਹਿ॥ — i-aanrhee-ay maanrhaa kaa-ay karayhi.
ਆਪਨੜੈ ਘਰਿ ਹਰਿ ਰੰਗੋ, ਕੀ ਨ ਮਾਣੇਹਿ॥ — aapnarhai ghar har rango kee na maaneh.
ਸਹੁ ਨੇੜੈ ਧਨ ਕੰਮਲੀਏ, ਬਾਹਰੁ ਕਿਆ ਢੂਢੇਹਿ॥ — saho nayrhai Dhan kammlee-ay baahar ki-aa dhoodhayhi.
ਭੈ ਕੀਆ ਦੇਹਿ ਸਲਾਈਆ, ਨੈਣੀ ਭਾਵ ਕਾ ਕਰਿ ਸੀਗਾਰੋ॥ — bhai kee-aa deh salaa-ee-aa nainee bhaav kaa kar seegaaro.
ਤਾ ਸੋਹਾਗਣਿ ਜਾਣੀਐ, ਲਾਗੀ ਜਾ ਸਹੁ ਧਰੇ ਪਿਆਰੋ॥੧॥ — Taa sohagan jaanee-ai laagee jaa saho Dharay pi-aaro. ||1||

ਅਣਜਾਣ ਜੀਵ ਤੂੰ ਇਤਨਾ ਅਹੰਕਾਰ ਕਿਉਂ ਕਰਦਾ ਹੈ? ਜਿਹੜਾ ਆਪਣੇ ਆਪ ਨੂੰ ਪਛਾਣਦਾ ਨਹੀਂ! ਉਸ ਨੂੰ ਪ੍ਰਭ ਦੇ ਦਰਬਾਰ ਵਿੱਚ ਪ੍ਰਵਾਨਗੀ ਬਖਸ਼ਿਸ਼ ਨਹੀਂ ਹੋ ਸਕਦੀ । ਪ੍ਰਭ ਜੀਵ ਦੇ ਅੰਦਰ, ਆਤਮਾ ਵਿੱਚ ਹੀ ਸਮਾਇਆ ਹੋਇਆ ਹੈ! ਉਸ ਨੂੰ ਉਥੇ ਕਿਉਂ ਨਹੀਂ ਢੂੰਡਦਾ? ਜਿਹੜਾ ਆਪਣੇ ਮਨ ਵਿੱਚ, ਆਪਣੀ ਆਤਮਾ ਦੇ ਪ੍ਰਭ ਦੀ ਜੋਤ ਨਾਲੋਂ ਵਿਛੋੜੇ ਦੇ ਵਿਰਾਗ ਵਿੱਚ ਰਹਿੰਦਾ ਹੈ! ਉਹ ਆਪਣੇ ਕੰਮਾਂ ਨੂੰ ਪ੍ਰਭ ਦੇ ਸ਼ਬਦ ਦੇ ਅਧਾਰ ਤੇ ਪਰਖਦਾ ਹੈ! ਉਸ ਨੂੰ ਸ਼ਬਦ ਦੀ ਸੋਝੀ ਬਖਸ਼ਿਸ਼ ਹੋ ਜਾਂਦੀ ਹੈ । ਜਿਸ ਦੇ ਮਨ ਅੰਦਰ ਪ੍ਰਭ ਦੀ ਜੋਤ ਜਾਗਰਤ ਹੋ ਜਾਂਦੀ ਹੈ । ਉਹ ਹੀ ਪ੍ਰਭ ਦਾ ਅਸਲੀ ਦਾਸ ਬਣ ਜਾਂਦਾ ਹੈ ।

Ignorant! Why are you boasting about your worldly status? Whosoever may not recognize the real purpose of human life opportunity; he may never be accepted in His Court. His Holy Spirit remains embedded within every soul and dwells within same body. Why are you not searching within your body? Whosoever may remain in renunciation in the memory of his separation from His Holy Spirit; he always evaluates his worldly deeds with the essence of His Word. The Merciful True Master may enlighten the essence of His Word from within. Whosoever may remain awake and alert within his meditation; about the real purpose of human life opportunity; he may be accepted as His true devotee.

ਇਆਣੀ ਬਾਲੀ ਕਿਆ ਕਰੇ, ਜਾ ਧਨ ਕੰਤ ਨ ਭਾਵੈ॥ — i-aanee baalee ki-aa karay jaa Dhan kant na bhaavai.
ਕਰਣ ਪਲਾਹ ਕਰੇ ਬਹੁਤੇਰੇ, ਸਾ ਧਨ ਮਹਲੁ ਨ ਪਾਵੈ॥ — karan palaah karay bahutayray saa Dhan mahal na paavai.
ਵਿਣੁ ਕਰਮਾ ਕਿਛੁ ਪਾਈਐ ਨਾਹੀ, ਜੇ ਬਹੁਤੇਰਾ ਧਾਵੈ॥ — vin karmaa kichh paa-ee-ai naahee jay bahutayraa Dhaavai.
ਲਬ ਲੋਭ ਅਹੰਕਾਰ ਕੀ ਮਾਤੀ, ਮਾਇਆ ਮਾਹਿ ਸਮਾਣੀ॥ — lab lobh aha^{N}kaar kee maatee maa-i-aa maahi samaanee.
ਇਨੀ ਬਾਤੀ ਸਹੁ ਪਾਈਐ, ਨਾਹੀ ਭਈ ਕਾਮਣਿ ਇਆਣੀ॥੨॥ — inee baatee saho paa-ee-ai naahee bha-ee kaaman i-aanee. ||2||

ਜਿਸ ਦੇ ਜੀਵਨ ਦਾ ਰਸਤਾ ਪ੍ਰਭ ਦੇ ਸ਼ਬਦ ਅਨੁਸਾਰ ਨਾ ਹੋਵੇ, ਉਹ ਅਣਜਾਣ ਜੀਵ ਕੀ ਕਰ ਸਕਦਾ ਹੈ? ਉਸ ਦੀ ਕੀਤੀ ਬੰਦਗੀ ਨਾਲ ਪ੍ਰਵਾਨਗੀ ਬਖਸ਼ਿਸ਼ ਨਹੀਂ ਹੁੰਦੀ । ਜਿਤਨਾ ਚਿਰ ਪਿਛਲੇ ਜਨਮ ਦੇ ਭਾਗਾਂ ਵਿੱਚ ਨਾ ਹੋਵੇ! ਮਨ ਬੰਦਗੀ ਵਿੱਚ ਨਹੀਂ ਟਿਕਦਾ, ਜੀਵ ਭਾਵੇਂ ਕਿਤਨੇ ਯਤਨ ਕਰ ਲਵੇਂ । ਮਨ ਵਿੱਚ ਸੰਸਾਰਕ ਇਛਾਂ, ਲਾਲਚ, ਮੋਹ, ਹੈਸੀਅਤ ਦਾ ਜਾਲ ਨਹੀਂ ਟੁੱਟਦਾ । ਇਹਨਾਂ ਨਾਲ ਸੰਜੋਗ ਰਖਣ ਨਾਲ ਸ਼ਬਦ ਦੀ ਪਾਲਣਾ ਨਹੀਂ ਹੋ ਸਕਦੀ, ਪ੍ਰਵਾਨਗੀ ਬਖਸ਼ਿਸ਼ ਨਹੀਂ ਹੋ ਸਕਦੀ ।

Whosoever may not adopt the teachings of His Word with steady and stable belief in his day-to-day life! What may an ignorant human accomplish at his own? His meditation may not be accepted in His Court. Whosoever may not have prewritten destiny to meditate on the teachings of His Word; he may not remain steady and stable on obeying the teachings of His Word. No matter he may try his best. His bonds of worldly greed, desires and worldly status may not be broken. Whosoever may remain intoxicated with worldly temptations, he may never remain on the right path of meditation. His meditation may never be accepted in His Court.

ਜਾਇ ਪੁਛਹੁ ਸੋਹਾਗਣੀ ਵਾਹੈ, ਕਿਨੀ ਬਾਤੀ ਸਹੁ ਪਾਈਐ॥ — jaa-ay puchhahu sohaaganee vaahai kinee baatee saho paa-ee-ai.
ਜੋ ਕਿਛੁ ਕਰੇ ਸੋ ਭਲਾ ਕਰਿ ਮਾਨੀਐ, — jo kichh karay so bhalaa kar maanee-ai
ਹਿਕਮਤਿ ਹੁਕਮੁ ਚੁਕਾਈਐ॥ — hikmat hukam chukhaa-ee-ai.
ਜਾ ਕੈ ਪ੍ਰੇਮਿ ਪਦਾਰਥੁ ਪਾਈਐ, ਤਉ ਚਰਣੀ ਚਿਤੁ ਲਾਈਐ॥ — jaa kai paraym padaarath paa-ee-ai ta-o charnee chit laa-ee-ai.
ਸਹੁ ਕਹੈ ਸੋ ਕੀਜੈ ਤਨੁ ਮਨੋ ਦੀਜੈ, ਐਸਾ ਪਰਮਲੁ ਲਾਈਐ॥ — saho kahai so keejai tan mano deejai aisaa parmal laa-ee-ai.
ਏਵ ਕਹਹਿ ਸੋਹਾਗਣੀ ਭੈਣੇ, ਇਨੀ ਬਾਤੀ ਸਹੁ ਪਾਈਐ॥੩॥ — ayv kaheh sohaaganee bhainay inee baatee saho paa-ee-ai. ||3||

ਜੀਵ ਉਹਨਾਂ ਬੰਦਗੀ ਕਰਨ ਵਲਿਆ ਨੂੰ ਪਛੋ! ਕਿਸਤਰ੍ਹਾਂ ਆਪਣੇ ਮਨ ਤੇ ਕਾਬੂ, ਸ਼ਬਦ ਦੀ ਪਾਲਣ ਤੇ ਅਡੋਲ ਰਖਿਆ ਹੈ? ਭਾਣਾ ਨੂੰ ਸਤਿ ਕਰਕੇ ਮੰਨਣ, ਮਨ ਮਰਜ਼ੀ ਨੂੰ ਤਿਆਗਣ ਨਾਲ ਮਨ ਟਿਕ ਜਾਂਦਾ ਹੈ । ਜਿਸ ਪ੍ਰਭ ਦੀਆਂ ਦਾਤਾਂ ਜੀਵ ਪਾਉਂਦਾ ਹੈ, ਉਸ ਦਾ ਧੰਨਵਾਦ ਕਰਨਾ ਚਾਹੀਦਾ ਹੈ । ਆਪਣਾ ਮਨ, ਤਨ ਸ਼ਬਦ ਦੀ ਪਾਲਣਾ ਦੇ ਲੇਖੇ ਲਾਵੋ! ਸ਼ਬਦ ਦੀ ਉਸਤਤ ਕਰਨ ਨਾਲ, ਸ਼ਬਦ ਦਾ ਰੰਗ ਮਨ ਤੇ ਚੜ੍ਹ ਜਾਂਦਾ ਹੈ! ਇਸਤਰ੍ਹਾਂ ਦੇ ਜੀਵਨ ਦੇ ਢੰਗ ਨਾਲ ਹੀ ਪ੍ਰਭ ਰਹਿਮਤ ਦੀ ਨਜ਼ਰ ਬਖਸ਼ਦਾ ਹੈ । ਜੀਵ ਦਾ ਮਨ ਸ਼ਬਦ ਦੀ ਪਾਲਣਾ ਤੇ ਅਡੋਲ ਹੋ ਜਾਂਦਾ ਹੈ ।

You should learn from His true devotee! How has he conquered his ego of worldly desires? How may he remain steady and stable in obeying the teachings of His Word? Whosoever may renounce the imagination of his own mind; with His mercy and grace, his mind may remain steady and stable on His Blessings. You should always sing the glory of The True Master, who has blessed all virtues and pleasure in worldly life. You should surrender your self-entity, human life opportunity at

ਗੁਰੂ ਨਾਨਕ ਦੇਵ ਜੀ! – Guru Nanak Dev Ji! Guru Granth Sahib

His Sanctuary. Whosoever may sing the glory of His Word; he may remain drench with the essence of His Word. The True Master may bless the right path of obeying the teachings of His Word.

ਆਪੁ ਗਵਾਈਐ ਤਾ ਸਹੁ ਪਾਈਐ, ਅਉਰੁ ਕੈਸੀ ਚਤੁਰਾਈ॥	aap gavaa-ee-ai taa saho paa-ee-ai a-or kaisee chaturaa-ee.
ਸਹੁ ਨਦਰਿ ਕਰਿ ਦੇਖੈ ਸੋ ਦਿਨੁ ਲੇਖੈ, ਕਾਮਣਿ ਨਉ ਨਿਧਿ ਪਾਈ॥	saho nadar kar daykhai so din laykhai kaaman na-o niDh paa-ee.
ਆਪਣੇ ਕੰਤ ਪਿਆਰੀ ਸਾ ਸੋਹਾਗਣਿ, ਨਾਨਕ ਸਾ ਸਭਰਾਈ॥	aapnay kant pi-aaree saa sohagan naanak saa sabhraa-ee.
ਐਸੇ ਰੰਗਿ ਰਾਤੀ ਸਹਜ ਕੀ ਮਾਤੀ, ਅਹਿਨਿਸਿ ਭਾਇ ਸਮਾਣੀ॥	aisay rang raatee sahj kee maatee ahinis bhaa-ay samaanee.
ਸੁੰਦਰਿ ਸਾਇ ਸਰੂਪ ਬਿਚਖਣਿ, ਕਹੀਐ ਸਾ ਸਿਆਣੀ॥੪॥੨॥੪॥	sundar saa-ay saroop bichkhan kahee-ai saa si-aanee. ||4||2||4||

ਆਪਣੇ ਆਪ ਨੂੰ ਮਿੱਟਾ ਦੇਣ ਨਾਲ ਹੀ ਰਹਿਮਤ ਦੀ ਨਜ਼ਰ ਬਖਸ਼ਿਸ਼ ਹੁੰਦੀ ਹੈ । ਹੋਰ ਕੋਈ ਚਲਾਕੀ, ਸਿਆਣਪ ਕੰਮ ਨਹੀਂ ਆਉਂਦੀ । ਜਿਸ ਤੇ ਰਹਿਮਤ ਦੀ ਨਜ਼ਰ ਬਖਸ਼ਦਾ ਹੈ! ਉਸ ਨੂੰ ਸ਼ਬਦ ਦੀ ਸੋਝੀ ਦੇ ਨੌਂ ਖਜ਼ਾਨੇਂ ਹਾਸਿਲ ਹੋ ਜਾਂਦੇ ਹਨ । ਉਹ ਸਮਾਂ ਵੱਡਭਾਗਾਂ ਬਣ ਜਾਂਦਾ ਹੈ! ਜਿਸ ਦੀ ਬੰਦਗੀ ਪ੍ਰਵਾਨ ਹੋ ਜਾਂਦੀ ਹੈ, ਉਹ ਜੀਵ ਪ੍ਰਭ ਦਾ ਸੇਵਕ ਬਣ ਜਾਂਦਾ ਹੈ । ਜੀਵ ਦੇ ਮਨ ਤੇ ਪ੍ਰਭ ਦਾ ਨੂਰ ਚੜ੍ਹ ਜਾਂਦਾ ਹੈ । ਉਹ ਸ਼ਬਦ ਦੀ ਪਾਲਣਾ ਵਿੱਚ ਦਿਨ ਰਾਤ ਮਸਤ ਰਹਿੰਦਾ ਹੈ । ਉਹ ਜੀਵ ਸੰਤ ਸਰੂਪ ਬਣ ਜਾਂਦਾ ਹੈ । ਸੰਸਾਰਕ ਜੀਵ ਵੀ ਉਸ ਨੂੰ ਸਿਆਣਾ, ਦਾਸ, ਭਗਤ ਕਹਿੰਦੇ ਹਨ ।

Whosoever may surrender his mind, body, and worldly status at His Sanctuary; only he may be blessed with His Blessed Vision. No other wisdom or clever tricks may help anyone for the real purpose of human life journey. His true devotee may be blessed with nine treasures of enlightenment; that moment becomes very fortunate. Whose meditation may be accepted in His Court; he may be accepted as His true devotee. The spiritual glow of His Holy Spirit may shine on his forehead. His true devotee remains intoxicated in meditation in the void of His Word Day and night. He may become the symbol of The True Master. His Creation may also respect and worships His true devotee.

Key Message of Raag Tilang page 722-6
'ਦਾਸ ਅਵਸਥਾ ਕਿਵੇਂ ਬਖਸ਼ਿਸ਼ ਹੋ ਸਕਦੀ ਹੈ?
ਜਿਹੜਾ ਪ੍ਰਭ ਦੇ ਵਿਛੋੜੇ ਦਾ ਵਿਰਾਗ ਵਿੱਚ ਆਪਣੀਆਂ ਅੱਖਾਂ ਨਾਲ ਆਪਣੇ ਕੰਮਾਂ ਨੂੰ ਪਰਖਦਾ ਹੈ, ਉਸ ਨੂੰ ਸ਼ਬਦ ਦੀ ਸੋਝੀ ਬਖਸ਼ਿਸ਼ ਹੋ ਜਾਂਦੀ ਹੈ । ਸੰਸਾਰਕ ਇਛਾਂ, ਲਾਲਚ, ਮੋਹ, ਹੈਸੀਅਤ ਤੇ ਜਿੱਤ ਪਾਉਣ ਨਾਲ ਹੀ ਸ਼ਬਦ ਦੀ ਪਾਲਣਾ ਕੀਤੀ ਜਾ ਸਕਦੀ ਹੈ! ਜਿਹੜਾ ਸ਼ਬਦ ਦੀ ਪਾਲਣਾ ਕਰਦਾ, ਆਪ ਭੇਟਾ ਕਰ ਦੇਂਦਾ ਹੈ, ਉਸ ਦੇ ਮਨ ਤੇ ਸ਼ਬਦ ਦੀ ਸੋਝੀ ਦਾ ਰੰਗ ਚੜ੍ਹ ਜਾਂਦਾ ਹੈ । ਉਸ ਨੂੰ ਸ਼ਬਦ ਦੀ ਸੋਝੀ ਦੇ ਨੌਂ ਖਜ਼ਾਨੇਂ ਬਖਸ਼ਿਸ਼ ਹੋ ਜਾਂਦੇ, ਮਨ ਤੇ ਪ੍ਰਭ ਦਾ ਨੂਰ ਚੜ੍ਹ ਜਾਂਦਾ, ਉਹ ਜੀਵ ਸੰਤ ਸਰੂਪ ਬਣ ਜਾਂਦਾ ਹੈ ।
How may the state of mind as His true devotee be blessed?
Whosoever may remain in renunciation in the memory of his separation from His Holy Spirit; he evaluates his worldly deeds; he may be enlightened with the essence of His Word from within. Whosoever may conquer his worldly bonds, worldly greed, desires, and worldly status; he may remain intoxicated in meditation in the void of His Word. Whosoever may obey the teachings of His Word and surrenders his mind, body, and worldly status at His Sanctuary. He may remain drenched with the nectar of His Word. He may be blessed with nine treasures of enlightenment; The spiritual glow of His Holy Spirit may shine on his forehead; he may become the symbol of The True Master.

5. **ਤਿਲੰਗ ਮਹਲਾ ੧॥** 722-16

ਜੈਸੀ ਮੈ ਆਵੈ ਖਸਮ ਕੀ ਬਾਣੀ,	jaisee mai aavai khasam kee banee
ਤੈਸੜਾ ਕਰੀ ਗਿਆਨੁ ਵੇ ਲਾਲੋ॥	taisrhaa karee gi-aan vay laalo.
ਪਾਪ ਕੀ ਜੰਞ ਲੈ ਕਾਬਲਹੁ ਧਾਇਆ,	paap kee janj lai kaablahu Dhaa-i-aa
ਜੋਰੀ ਮੰਗੈ ਦਾਨੁ ਵੇ ਲਾਲੋ॥	joree mangai daan vay laalo.
ਸਰਮੁ ਧਰਮੁ ਦੁਇ ਛਪਿ ਖਲੋਏ,	saram Dharam du-ay chhap khalo-ay
ਕੂੜੁ ਫਿਰੈ ਪਰਧਾਨੁ ਵੇ ਲਾਲੋ॥	koorh firai parDhaan vay laalo.
ਕਾਜੀਆ ਬਾਮਣਾ ਕੀ ਗਲ ਥਕੀ,	kaajee-aa baamnaa kee gal thakee
ਅਗਦੁ ਪੜੈ ਸੈਤਾਨੁ ਵੇ ਲਾਲੋ॥	agad parhai saitaan vay laalo.
ਮੁਸਲਮਾਨੀਆ ਪੜਹਿ ਕਤੇਬਾ,	musalmaanee-aa parheh kataybaa
ਕਸਟ ਮਹਿ ਕਰਹਿ ਖੁਦਾਇ ਵੇ ਲਾਲੋ॥	kasat meh karahi khudaa-ay vay laalo.
ਜਾਤਿ ਸਨਾਤੀ ਹੋਰਿ ਹਿਦਵਾਣੀਆ,	jaat sanaatee hor hidvaanee-aa
ਏਹਿ ਭੀ ਲੇਖੈ ਲਾਇ ਵੇ ਲਾਲੋ॥	ayhi bhee laykhai laa-ay vay laalo.
ਖੂਨ ਕੇ ਸੋਹਿਲੇ ਗਾਵੀਅਹਿ ਨਾਨਕ,	khoon kay sohilay gavee-ah naanak
ਰਤੁ ਕਾ ਕੁੰਗੂ ਪਾਇ ਵੇ ਲਾਲੋ॥੧॥	rat kaa kungoo paa-ay vay laalo. ||1||

ਸੰਸਾਰ ਵਿੱਚ ਸਭ ਕੁਝ ਪ੍ਰਭ ਦੇ ਹੁਕਮ ਅਨੁਸਾਰ ਹੀ ਵਾਪਰਦਾ ਹੈ । ਜਿਵੇਂ ਕੋਈ ਜ਼ਾਲਮ (ਬਾਬਰ) ਕਿਸੇ ਦੂਸਰੇ ਤੇ ਹਮਲਾ ਕਰਦਾ । ਉਹ ਆਪਣੇ ਨਾਲ ਤਾਕਤ ਵਾਰ ਸਾਥੀਆਂ ਨੂੰ ਲਾਉਂਦਾ ਹੈ, ਸਭ ਕੁਝ ਤੇ ਕਬਜ਼ਾ ਕਰ ਲੈਂਦਾ ਹੈ । ਉਸ ਦੇ ਮਨ ਵਿੱਚ ਕਿਸੇ ਦੀ ਭਲਾਈ ਜਾ ਇਖਲਾਕ ਦੀ ਕੋਈ ਮਹੱਤਤਾ ਨਹੀਂ ਹੁੰਦੀ । ਸਭ ਕੁਝ ਖਤਮ ਹੋ ਜਾਂਦਾ ਹੈ, ਕੇਵਲ ਇਕੋ ਮੰਤਵ ਹੀ ਰਹਿੰਦਾ ਹੈ । ਜਿਹੜਾ ਆਦਮੀ ਦਾ ਔਰਤ ਨਾਲ ਸ੍ਰਿਸ਼ਟੀ ਅਨੁਸਾਰ ਸੰਬਧ ਹੁੰਦਾ ਹੈ । ਉਸ ਨੂੰ ਕੇਵਲ ਕਾਮ ਵਾਸ਼ਨਾ ਵਿੱਚ ਹੀ ਬਦਲ ਦੇਂਦਾ ਹੈ । ਉਸ ਸਮੇਂ ਨਿਮਾਣੇ ਜੀਵ ਆਪਣੇ ਸੰਸਾਰਕ ਤਰੀਕੇ ਨਾਲ ਪ੍ਰਭ ਪਾਸੋ ਰਹਿਮਤ ਦੀ ਭਿੱਖਿਆਂ ਮੰਗਦੇ ਹਨ । ਸਾਰੇ ਸੰਸਾਰਕ ਜੀਵ ਹੀ ਰੋਣ ਕਰਲਾਉਣ ਵਿੱਚ ਹੀ ਰਹਿੰਦੇ ਹਨ । ਕੋਈ ਪ੍ਰਭ ਦੇ ਸ਼ਬਦ ਵਿੱਚ ਧਿਆਨ ਨਹੀਂ ਲਾ ਸਕਦਾ ।

In the universe every event may happen under His Command. As a tyrant, powerful, king may attack another kingdom; he may bring his strong powerful army and captures everything in the other kingdom. He may not have any concern about the welfare of the citizen of other country. The rule of law may be thrashed and have no significance. Whatsoever relationship a woman may have with a man as a reproduction of His Creation; all may be converted into sexual lust of powerful men with helpless women. All the helpless creature may be praying for Your Forgiveness and Refuge! Everyone may be crying in miseries; No one may be able to meditate on the teachings of Your Word.

ਸਾਹਿਬ ਕੇ ਗੁਣ ਨਾਨਕੁ ਗਾਵੈ, ਮਾਸ ਪੁਰੀ ਵਿਚ ਆਖੁ ਮਸੋਲਾ॥

ਜਿਨਿ ਉਪਾਈ ਰੰਗਿ ਰਵਾਈ, ਬੈਠਾ ਵੇਖੈ ਵਖਿ ਇਕੇਲਾ॥

ਸਚਾ ਸੋ ਸਾਹਿਬੁ ਸਚੁ ਤਪਾਵਸੁ, ਸਚੜਾ ਨਿਆਉ ਕਰੇਗੁ ਮਸੋਲਾ॥

ਕਾਇਆ ਕਪੜੁ ਟੁਕੁ ਟੁਕੁ ਹੋਸੀ, ਹਿਦੁਸਤਾਨੁ ਸਮਾਲਸੀ ਬੋਲਾ॥

ਆਵਨਿ ਅਠਤਰੈ ਜਾਨਿ ਸਤਾਨਵੈ, ਹੋਰੁ ਭੀ ਉਠਸੀ ਮਰਦ ਕਾ ਚੇਲਾ॥

ਸਚ ਕੀ ਬਾਣੀ ਨਾਨਕੁ ਆਖੈ,

ਸਚੁ ਸੁਣਾਇਸੀ ਸਚ ਕੀ ਬੇਲਾ॥੨॥੩॥੫

saahib kay gun naanak gaavai maas puree vich aakh masolaa.
jin upaa-ee rang ravaa-ee baithaa vaykhai vakh ikaylaa.
sachaa so saahib sach tapaavas sachrhaa ni-aa-o karayg masolaa.
kaa-i-aa kaparh tuk tuk hosee hindusataan samaalsee bolaa.
aavan ath-tarai jaan sataanvai hor bhee uthsee marad kaa chaylaa. sach kee banee naanak aakhai
sach sunaa-isee sach kee baylaa. |2||3||5

ਬੰਦਗੀ ਕਰਨ ਵਾਲਾ ਇਸ ਹਲਾਤ ਵਿੱਚ ਵੀ ਅਡੋਲ ਰਹਿੰਦਾ ਹੈ । ਸ਼ਬਦ ਦੀ ਪਾਲਣਾ, ਉਸਤਤ ਦੇ ਗੀਤ ਹੀ ਗਾਉਂਦਾ ਹੈ । ਉਸ ਦਾ ਭਰੋਸਾ ਅਡੋਲ ਰਹਿੰਦਾ ਹੈ, ਕਿ ਜਿਸ ਪ੍ਰਭ ਨੇ ਸ੍ਰਿਸ਼ਟੀ ਸਾਜੀ ਹੈ! ਉਸ ਦੇ ਹੁਕਮ ਨਾਲ ਹੀ ਹੋ ਰਹਿਆ ਹੈ, ਆਪ ਹੀ ਦੇਖਦਾ, ਵਾਪਰਦਾ ਹੈ । ਪ੍ਰਭ ਸੰਸਾਰਕ ਜੀਵਾਂ ਦੇ ਟੋਟੇ ਹੁੰਦੇ ਦੇਖਦਾ ਹੈ! ਇਹ ਵੀ ਸੰਸਾਰਕ ਜੀਵਾਂ ਲਈ ਮਸਾਲ ਹੀ ਬਣਾਉਂਦਾ ਹੈ । ਜਿਸਤਰ੍ਹਾਂ ਉਹ ਹਮਲਾ ਕਰਨ ਵਾਲਾ ਪੈਦਾ ਕਰਦਾ ਹੈ । ਇਸਤਰ੍ਹਾਂ ਹੀ ਉਸ ਨੂੰ ਖਤਮ ਕਰਨ ਵਾਲਾ ਵੀ ਪੈਦਾ ਕਰਦਾ, ਆਪ ਹੀ ਉਸ ਦਾ ਸਮਾਂ ਮਿਥਦਾ ਹੈ । ਸ਼ਬਦ ਦੀ ਪਾਲਣਾ ਵਿੱਚ ਹੀ ਇਸ ਦੀ ਸੋਝੀ ਬਖਸ਼ੀ ਹੈ । ਸੰਸਾਰ ਵਿੱਚ ਵਾਪਰਨ ਵਾਲੀ ਹਰਇਕ ਘਟਨਾ ਹੀ ਬੀਤ ਜਾਂਦੀ ਹੈ । ਇਹ ਪ੍ਰਭ ਦੇ ਸਦਾ ਅਟਲ ਰਹਿਣ ਵਾਲੇ ਕਰਤਬ ਹਨ ।

Your true devotee may remain steady and stable on the teachings of Your Word! He remains singing the glory of Your Word with a steady and stable belief that everything can happen only under the Command of The Creator; He witnesses and monitors all events of His Nature. He witnesses worldly creatures are being slaughtered into pieces. He creates an example and symbol of His unpredictable Nature. He may create another stronger warrior to crush and to destroy the invader. He predetermines the time and duration of all events of His Nature. The enlightenment of the essence of His Nature remains embedded within obeying the teachings of His Word. All worldly events may pass over after predetermined time. All His Miracles and events are unavoidable, unchanged.

Key Message of Raag Tilang page 722-16
'ਪ੍ਰਭ ਦੀ ਕੁਦਰਤ ਦੇ ਰੰਗ!

ਸੰਸਾਰ ਵਿੱਚ ਸਭ ਕੁਝ ਪ੍ਰਭ ਦੇ ਹੁਕਮ ਅਨੁਸਾਰ ਹੀ ਵਾਪਰਦਾ ਹੈ । ਸੰਸਾਰਕ ਮੁਸ਼ਕਲ ਸਮੇਂ ਜੀਵ ਰੋਣ ਕਰਲਾਉਣ ਵਿੱਚ ਹੀ ਰਹਿੰਦੇ ਹਨ । ਕੋਈ ਤੇਰੇ ਸ਼ਬਦ ਵਿੱਚ ਧਿਆਨ ਨਹੀਂ ਲਾ ਸਕਦਾ । ਪ੍ਰਭ ਦਾ ਦਾਸ ਇਸ ਹਲਾਤ ਵਿੱਚ ਵੀ ਅਡੋਲ ਰਹਿੰਦਾ, ਸ਼ਬਦ ਦੀ ਪਾਲਣਾ, ਉਸਤਤ ਦੇ ਗੀਤ ਹੀ ਗਾਉਂਦਾ ਹੈ । ਉਸ ਦਾ ਭਰੋਸਾ ਅਡੋਲ ਰਹਿੰਦਾ ਹੈ, ਪ੍ਰਭ ਸਭ ਕੁਝ ਸ੍ਰਿਸ਼ਟੀ ਦੇ ਭਲੇ ਲਈ ਹੀ ਕਰਦਾ ਹੈ! ਜਿਸਤਰ੍ਹਾਂ ਉਹ ਹਮਲਾ ਕਰਨ ਵਾਲਾ ਪੈਦਾ ਕਰਦਾ ਹੈ । ਇਸਤਰ੍ਹਾਂ ਹੀ ਉਸ ਨੂੰ ਖਤਮ ਕਰਨ ਵਾਲਾ ਵੀ ਪੈਦਾ ਕਰਦਾ, ਆਪ ਹੀ ਉਸ ਦਾ ਸਮਾਂ ਮਿਥਦਾ ਹੈ । ਇਹ ਪ੍ਰਭ ਦੇ ਸਦਾ ਅਟਲ ਰਹਿਣ ਵਾਲੇ ਕਰਤਬ ਹਨ ।

Miracles of His Nature!

In the universe every event may happen under His Command. At the time of worldly miseries everyone may cry; no one may be able to meditate on the teachings of His Word. His true devotee remains intoxicated in the void of His Word! He believes His Command is always for the welfare of mankind. As The True Master has created tyrant; He may create another stronger warrior to crush and to destroy the invader. All worldly events may pass over after predetermined time. All His Miracles and events are unavoidable, unchanged.

6. ਤਿਲੰਗ ਮਹਲਾ ੧ ਘਰੁ ੨॥ 724-19

੧ਓ ਸਤਿਗੁਰ ਪ੍ਰਸਾਦਿ॥

ਜਿਨਿ ਕੀਆ ਤਿਨਿ ਦੇਖਿਆ, ਕਿਆ ਕਹੀਐ ਰੇ ਭਾਈ॥

ਆਪੇ ਜਾਣੈ ਕਰੇ ਆਪਿ, ਜਿਨਿ ਵਾੜੀ ਹੈ ਲਾਈ॥੧॥

ik-oNkaar satgur parsaad.
Jin kee-aa tin daykhi-aa ki-aa kahee-ai ray bhaa-ee.
aapay jaanai karay aap Jin vaarhee hai laa-ee. ||1||

ਪ੍ਰਭ ਦੀ ਕੁਦਰਤ ਬਾਬਤ ਇਹ ਹੀ ਕਹਿਆ ਜਾ ਸਕਦਾ ਹੈ । ਪ੍ਰਭ ਨੇ ਸ੍ਰਿਸ਼ਟੀ ਸਾਜੀ ਹੈ ਅਤੇ ਆਪ ਹੀ ਸਭ ਕੁਝ ਦੇਖਦਾ ਹੈ । ਉਸ ਨੂੰ ਸਾਰੀ ਜਾਣਕਾਰੀ ਹੈ, ਕੀ ਕਰਨਾ ਹੈ, ਉਹ ਕੁਝ ਹੀ ਕਰਦਾ ਹੈ ।

What may be described, explained about His Nature? The One and Only One True Master, Creator of the universe, monitors all the events of His Creation. Only, He may comprehend the real purpose of all events.

ਰਾਇਸਾ ਪਿਆਰੇ ਕਾ ਰਾਇਸਾ, ਜਿਤੁ ਸਦਾ ਸੁਖੁ ਹੋਈ॥ ਰਹਾਉ॥

raa-isaa pi-aaray kaa raa-isaa Jit sadaa sukh ho-ee. rahaa-o.

ਉਸ ਦੀ ਰਜਾ ਨੂੰ ਮੰਨਣ ਨਾਲ ਸਦਾ ਰਹਿਣ ਵਾਲਾ ਅਨੰਦ ਬਖਸ਼ਿਸ਼ ਹੋ ਜਾਂਦਾ ਹੈ ।

Whosoever may surrender his mind, body, and worldly status at His Sanctuary; with His mercy and grace, he may be blessed with pleasure, contentment, and blossom forever.

ਜਿਨਿ ਰੰਗਿ ਕੰਤੁ ਨ ਰਾਵਿਆ, ਸਾ ਪਛੋ ਰੇ ਤਾਣੀ॥

ਹਾਥ ਪਛੋੜੈ ਸਿਰੁ ਧੁਨੈ, ਜਬ ਰੈਨਿ ਵਿਹਾਣੀ॥੨॥

Jin rang kant na raavi-aa saa pachho ray taanee.
haath pachhorhay sir Dhunai jab rain vihaanee. ||2||

ਜਿਹੜਾ ਪ੍ਰਭ ਦੀ ਰਜਾ ਕਬੂਲ ਨਹੀਂ ਕਰਦਾ, ਸ਼ਬਦ ਦੀ ਪਾਲਣਾ ਨਹੀਂ ਕਰਦਾ । ਉਸ ਨੂੰ ਮੌਤ ਤੇ ਪਛਤਾਵਾ ਹੀ ਕਰਨਾ ਪੈਂਦਾ ਹੈ । ਮੌਤ ਪਿਛੋਂ ਪਛਤਾਵਾ ਕਰਨ ਦਾ ਕੋਈ ਲਾਭ ਨਹੀਂ ਹੁੰਦਾ ।

Whosoever may not surrender and obeys the teachings of His Word with steady and stable belief in his day-to-day life. He may regret and repents after death in His Court. After wasting his opportunity, regretting, and repenting may not have any significance.

ਪਛੋਤਾਵਾ ਨਾ ਮਿਲੈ, ਜਬ ਚੂਕੈਗੀ ਸਾਰੀ॥

ਤਾ ਫਿਰਿ ਪਿਆਰਾ ਰਾਵੀਐ, ਜਬ ਆਵੈਗੀ ਵਾਰੀ॥੩॥

pachhotaavaa naa milai jab chookaigee saaree.
taa fir pi-aaraa raavee-ai jab aavaigee vaaree. ||3||

ਸਮਾਂ ਲੰਘਣ ਤੋਂ ਪਿਛੋਂ ਪਛਤਾਵਾ ਕਰਨ ਨਾਲ ਕੁਝ ਹੱਥ ਨਹੀਂ ਆਉਂਦਾ । ਅਗਰ ਫਿਰ ਮੌਕਾ ਬਖਸ਼ਿਸ਼ ਹੋਵੇ, ਤਾ ਹੀ ਸ਼ਬਦ ਦੀ ਪਾਲਣਾ ਕਰਨ ਨਾਲ ਕੁਝ ਬਖਸ਼ਿਸ਼ ਹੋ ਸਕਦਾ ਹੈ ।

Whosoever may waste his opportunity, he may not benefit by regretting and repenting. Whosoever may be blessed with another opportunity of human life; he may obey the teachings of His Word to sanctify his soul; with His mercy and grace, his soul may become worthy of His Considerations.

ਗੁਰੂ ਨਾਨਕ ਦੇਵ ਜੀ! – Guru Nanak Dev Ji! Guru Granth Sahib

ਕੰਤੁ ਲੀਆ ਸੋਹਾਗਣੀ, ਮੈ ਤੇ ਵਧਵੀ ਏਹ॥ kant lee-aa sohaaganee mai tay vaDhvee ayh.
ਸੇ ਗੁਣ ਮੁਝੈ ਨ ਆਵਨੀ, ਕੈ ਜੀ ਦੋਸੁ ਧਰੇਹ॥੪॥ say gun mujhai na aavnee kai jee dos Dharayh. ||4||

ਜਿਸ ਨੂੰ ਸ਼ਬਦ ਦੀ ਪਾਲਣਾ ਕਰਨ ਨਾਲ, ਪ੍ਰਭ ਦੀ ਰਹਿਮਤ ਬਖਸ਼ਿਸ਼ ਹੋ ਜਾਂਦੀ ਹੈ । ਉਸ ਦਾ ਜੀਵਨ ਚੰਗਾ ਬਣ ਜਾਂਦਾ ਹੈ । ਉਹ ਗੁਣ ਬਾਕੀ ਜੀਵਾਂ ਵਿੱਚ ਨਹੀਂ ਹੁੰਦੇ, ਹੋਰ ਕੋਈ ਕਸੂਰਵਾਰ ਨਹੀਂ ਹੈ ।

Whosoever may obey the teachings of His Word with steady and stable belief in his day-to-day life; with His mercy and grace, he may be overwhelmed with good virtues. His state of mind may become superb. Others may lack those good virtues. He should not blame anyone else for his miseries or worldly conditions.

ਜਿਨੀ ਸਖੀ ਸਹੁ ਰਾਵਿਆ, ਤਿਨ ਪੂਛਉਗੀ ਜਾਏ॥ Jinee sakhee saho raavi-aa tin poochh-ugee jaa-ay.
ਪਾਇ ਲਗਉ ਬੇਨਤੀ ਕਰਉ, ਲੇਉਗੀ ਪੰਥੁ ਬਤਾਏ॥੫॥ paa-ay laga-o bayntee kara-o lay-ugee panth bataa-ay. ||5||

ਜਿਸ ਨੂੰ ਪ੍ਰਭ ਦੀ ਰਹਿਮਤ ਬਖਸ਼ਿਸ਼ ਹੋ ਜਾਂਦੀ ਹੈ, ਉਸ ਦੀ ਸੰਗਤ ਕਰੋ । ਉਸ ਦੇ ਜੀਵਨ ਦੇ ਰਸਤੇ ਤੇ ਚਲਕੇ, ਪ੍ਰਭ ਦੀ ਰਹਿਮਤ ਹਾਸਿਲ ਕਰੋ ।

Whosoever has been accepted in His Sanctuary; you should associate in his conjugation. You should adopt his life experience teachings in your own life to sanctify your soul to become worthy of His Consideration.

ਹੁਕਮੁ ਪਛਾਣੈ ਨਾਨਕਾ, ਭਉ ਚੰਦਨੁ ਲਾਵੈ॥ hukam pachhaanai naankaa bha-o chandan laavai.
ਗੁਣ ਕਾਮਣ ਕਾਮਣਿ ਕਰੈ, ਤਉ ਪਿਆਰੇ ਕਉ ਪਾਵੈ॥੬॥ gun kaaman kaaman karai ta-o pi-aaray ka-o paavai. ||6||

ਜਿਹੜਾ ਪ੍ਰਭ ਦੇ ਸ਼ਬਦ ਦੀ ਪਾਲਣਾ ਕਰਦਾ ਹੈ । ਉਹ ਪ੍ਰਭ ਦੇ ਵਿਛੋੜੇ ਦਾ ਵਿਰਾਗ ਆਪਣੇ ਮਨ ਵਿੱਚ ਰਖਦਾ ਹੈ । ਅਮੋਲਕ ਰਤਨ, ਵਿਰਾਗ ਨਾਲ ਹੀ ਸ਼ਬਦ ਤੇ ਭਰੋਸਾ ਅਡੋਲ ਰਹਿੰਦਾ ਹੈ । ਜਿਹੜਾ ਇਹ ਗੁਣ ਹਾਸਿਲ ਕਰ ਲੈਂਦਾ ਹੈ, ਉਹ ਪ੍ਰਵਾਨ ਹੋ ਜਾਂਦਾ ਹੈ ।

Whosoever may obey the teachings of His Word with steady and stable belief in his day-to-day life; with His mercy and grace, he may remain in renunciation in the memory of his separation from His Holy Spirit. The renunciation may be the ambrosial virtue to maintain his belief steady and stable on His Blessings. Whosoever may remain drenched with the memory of his separation from His Holy Spirit, he may be accepted in His Court.

ਜੋ ਦਿਲਿ ਮਿਲਿਆ ਸੁ ਮਿਲਿ ਰਹਿਆ, ਮਿਲਿਆ ਕਹੀਐ ਰੇ ਸੋਈ॥ jo dil mili-aa so mil rahi-aa mili-aa kahee-ai ray so-ee.
ਜੇ ਬਹੁਤੇਰਾ ਲੋਚੀਐ, ਬਾਤੀ ਮੇਲੁ ਨ ਹੋਈ॥੭॥ jay bahutayraa lochee-ai baatee mayl na ho-ee. ||7||

ਜਿਹੜਾ ਸ਼ਬਦ ਦੀ ਪਾਲਣਾ ਕਰਕੇ ਆਪਣੇ ਅੰਦਰੋਂ ਹੀ ਸ਼ਬਦ ਜਾਗਰਤ ਕਰ ਲੈਂਦਾ ਹੈ । ਉਸ ਨੂੰ ਹੀ ਪ੍ਰਵਾਨ ਹੋਇਆ, ਕਹਿਆ ਜਾ ਸਕਦਾ ਹੈ । ਇਹ ਸੰਜੋਗ ਕੇਵਲ ਸ਼ਬਦ ਨੂੰ ਪੜ੍ਹਨ ਜਾ ਸੋਝੀ ਪਾਉਣ ਨਾਲ ਬਖਸ਼ਿਸ਼ ਨਹੀਂ ਹੁੰਦਾ । ਆਪਣੇ ਜੀਵਨ ਨੂੰ ਉਸ ਨਾਲ ਢਾਲਣ ਨਾਲ ਹੀ ਬਖਸ਼ਿਸ਼ ਹੁੰਦਾ ਹੈ ।

Whosoever may be enlightened with the essence of His Word from within by obeying the teachings of His Word. He may become worthy to be called His Blessed Soul. This state of mind may not be bestowed by reading or comprehending the essence of His Word. Whosoever may adopt the teachings with steady and stable belief; he be blessed such a state of mind.

ਧਾਤੁ ਮਿਲੈ ਫੁਨਿ ਧਾਤੁ ਕਉ, ਲਿਵ ਲਿਵੈ ਕਉ ਧਾਵੈ॥ Dhaat milai fun Dhaat ka-o liv livai ka-o Dhaavai.
ਗੁਰ ਪਰਸਾਦੀ ਜਾਣੀਐ, ਤਉ ਅਨਭਉ ਪਾਵੈ॥੮॥ gur parsaadee jaanee-ai ta-o anbha-o paavai. ||8||

ਜਿਵੇਂ ਇਕ ਧਾਤ ਦੇ ਦੋਂ ਟੁੱਟੇ ਇਕਠੇ ਪਿੰਘਲ ਜਾਣ ਤਾ ਉਹ ਇਕ ਹੋ ਜਾਂਦੇ ਹਨ! ਫਿਰ ਵਖਰੇ ਨਹੀਂ ਕੀਤੇ ਜਾ ਸਕਦੇ । ਇਸਤਰ੍ਹਾਂ ਹੀ ਪ੍ਰਭ ਦੀ ਰਹਿਮਤ ਨਾਲ, ਜਿਹੜਾ ਸ਼ਬਦ ਦੀ ਪਾਲਣਾ ਕਰਦਾ ਹੈ, ਉਸ ਨੂੰ ਸੋਝੀ ਬਖਸ਼ਿਸ਼ ਹੋ ਜਾਂਦੀ ਹੈ । ਉਹ ਸ਼ਬਦ ਦੀ ਸਿਖਿਆਂ ਨੂੰ ਆਪਣੇ ਜੀਵਨ ਦਾ ਰਸਤਾ ਬਣਾਉਂਦਾ ਹੈ । ਉਸ ਦੀ ਜੋਤ, ਪ੍ਰਭ ਦੀ ਜੋਤ ਵਿੱਚ ਅਲੋਪ ਹੋ ਜਾਂਦੀ ਹੈ ।

As two pieces of same metal may be melted and molded as one piece; same pieces may not be separated. Same way, whosoever may obey the teachings of His Word with steady and stable belief in his day-to-day life; with His mercy and grace, he may be blessed with the essence of His Word. He may be blessed with the right path of acceptance in His Court. His soul may be immersed within His Holy Spirit; his soul may never be separated; she loses her identity.

ਪਾਨਾ ਵਾੜੀ ਹੋਇ ਘਰਿ, ਖਰੁ ਸਾਰ ਨ ਜਾਣੈ॥ paanaa vaarhee ho-ay ghar khar saar na jaanai.
ਰਸੀਆ ਹੋਵੈ ਮੁਸਕ ਕਾ, ਤਬ ਫੂਲੁ ਪਛਾਣੈ॥੯॥ rasee-aa hovai musak kaa tab fool pachhaanai. ||9||

ਜਿਵੇਂ ਕਿਸੇ ਬਾਗ਼ ਵਿੱਚ ਕੀਮਤੀ, ਅਮੋਲਕ ਫਲ ਹੋਣ, ਹਰਇਕ ਜੀਵ ਆਪਣੀ ਸੋਝੀ ਨਾਲ ਹੀ ਫਲ ਚੁਗਦਾ ਹੈ । ਜਿਹੜੇ ਉਸ ਦੇ ਮਨ ਨੂੰ ਭਾਉਂਦੇ ਹਨ । ਇਸਤਰ੍ਹਾਂ ਕੇਵਲ ਬੰਦਗੀ ਕਰਨ ਵਾਲਾ ਹੀ ਸ਼ਬਦ ਦੀ ਪਾਲਣਾ ਅਡੋਲ ਭਰੋਸੇ ਨਾਲ ਕਰਦਾ ਹੈ । ਬਾਕੀ ਥੋੜ੍ਹੀ ਮੁਸ਼ਕਲ ਆਉਣ ਤੇ ਸਾਥ ਛਡ ਜਾਂਦੇ ਹਨ ।

Imagine! the garden may have ambrosial fruits; however, everyone may pick fruit with his own wisdom, expertise. Whatsoever may be comforting to his mind. His true devotee may remain on the right path, obeying the teachings of His Word with steady and stable in his day-to-day life. Everyone else may abandon the path of meditation with minor disappointments of worldly life.

ਅਪਿਉ ਪੀਵੈ ਜੋ ਨਾਨਕਾ, ਭ੍ਰਮੁ ਭ੍ਰਮਿ ਸਮਾਵੈ॥ api-o peevai jo naankaa bharam bharam samaavai.
ਸਹਜੇ ਸਹਜੇ ਮਿਲਿ ਰਹੇ, ਅਮਰਾ ਪਦੁ ਪਾਵੈ॥ ੧੦॥੧॥ sehjay sehjay mil rahai amraa pad paavai. ||10||1||

ਜਿਵੇਂ ਜਿਵੇਂ ਜੀਵ ਸ਼ਬਦ ਦੀ ਪਾਲਣਾ ਕਰਦਾ ਹੈ, ਉਸ ਦਾ ਭਰੋਸਾ ਅਡੋਲ ਹੁੰਦਾ ਹੈ । ਜਿਸ ਦਾ ਮਨ ਪਵਿੱਤਰ ਹੋ ਜਾਂਦਾ ਹੈ, ਸੰਸਾਰਕ ਇਛਾਂ ਤੋਂ ਰਹਿਤ ਹੋ ਜਾਂਦਾ ਹੈ । ਉਸ ਨੂੰ ਉਤਮ ਪਦਵੀ ਬਖਸ਼ਿਸ਼ ਹੋ ਜਾਂਦੀ ਹੈ, ਪ੍ਰਵਾਨ ਹੋ ਜਾਂਦਾ ਹੈ ।

Whosoever may obey the teachings of His Word with steady and stable belief, slowly, his belief may become unshakable. Whosoever may conquer his worldly desires, his soul may be sanctified. He may be blessed with superb state of mind; he may be accepted in His Court.

Key Message of Raag Tilang page 724-19
'ਬੰਦਗੀ ਕਰਨ ਦਾ ਸਮਾਂ!
ਪ੍ਰਭ ਨੇ ਸ੍ਰਿਸ਼ਟੀ ਸਾਜੀ ਹੈ ਅਤੇ ਆਪ ਹੀ ਸਭ ਕੁਝ ਦੇਖਦਾ ਹੈ । ਸ਼ਬਦ ਦੀ ਪਾਲਣਾ ਕਰਨ ਤੋਂ ਬਿਨਾਂ, ਸਮਾਂ ਲੰਘਣ ਤੋਂ ਪਿਛੋਂ ਪਛਤਾਵਾ ਕਰਨਾ ਬਿਰਥਾ ਹੀ ਹੈ! ਜਿਹੜਾ ਪ੍ਰਭ ਦੇ ਵਿਛੋੜੇ ਦੇ ਵਿਰਾਗ ਵਿੱਚ ਸ਼ਬਦ ਦੀ ਪਾਲਣਾ ਕਰਦਾ, ਉਸ ਨੂੰ ਪ੍ਰਵਾਨਗੀ ਦਾ ਅਸਲੀ ਰਸਤਾ ਬਖਸ਼ਿਸ਼ ਹੋ ਜਾਂਦਾ ਹੈ! ਕੇਵਲ ਸ਼ਬਦ ਦੀ ਸਿਖਿਆਂ ਨਾਲ ਜੀਵਨ ਢਾਲਣ ਨਾਲ ਹੀ ਪ੍ਰਵਾਨਗੀ ਦਾ ਅਸਲੀ ਰਸਤਾ ਬਖਸ਼ਿਸ਼ ਹੋ ਸਕਦਾ ਹੈ । ਉਸ ਨੂੰ ਪ੍ਰਭ ਦੀ ਸਦਾ ਚਲਣ ਵਾਲੀ ਧੁਨ ਸੁਣਾਈ ਦੇਣ ਲਗ ਪੈਂਦੀ ਹੈ!

ਉਸ ਦੀ ਆਤਮਾ, ਪ੍ਰਭ ਦੀ ਜੋਤ ਵਿੱਚ ਅਲੋਪ ਹੋ ਜਾਂਦੀ ਹੈ । ਬਾਕੀ ਥੋੜ੍ਹੀ ਮੁਸ਼ਕਲ ਆਉਣ ਤੇ ਸਾਥ ਛਡ ਜਾਂਦੇ ਹਨ । ਜਿਹੜਾ ਸੰਸਾਰਕ ਇਛਾਂ ਤੋਂ ਰਹਿਤ ਹੋ ਜਾਂਦਾ ਹੈ । ਉਸ ਨੂੰ ਉਤਮ ਪਦਵੀ ਬਖਸ਼ਿਸ਼ ਹੋ ਜਾਂਦੀ ਹੈ, ਪ੍ਰਵਾਨ ਹੋ ਜਾਂਦਾ ਹੈ ।

Miracles of His Nature!

The One and Only One True Master, Creator of the universe, monitors all the events of His Creation. Whosoever may not obey the teachings of His Word; after wasting his opportunity, his regretting and repenting may be useless. Whosoever may obey the teachings of His Word in renunciation in the memory of his separation from His Holy Spirit. He may be blessed with the right path of acceptance in His Court! Whosoever may adopt the teachings of His Word with steady and stable belief in his own day-to-day life, only he may be blessed with the right path of acceptance in His Court. He may hear the everlasting echo of His Word resonating within. His soul may be immersed within His Holy Spirit. Everyone else may abandon the path of meditation with minor disappointments of worldly life. Whosoever may conquer his worldly desires, his soul may be sanctified to be blessed with superb state of mind to be accepted in His Court.

Chapter 15

ਰਾਗੁ ਸੂਹੀ (728 –794)

1. ਰਾਗੁ ਸੂਹੀ ਮਹਲਾ ੧ ਚਉਪਦੇ ਘਰੁ ੧॥ 728-1

ੴ ਸਤਿ ਨਾਮੁ ਕਰਤਾ ਪੁਰਖੁ, ਨਿਰਭਉ ਨਿਰਵੈਰੁ ik-oNkaar, sat naam, kartaa, purakh, nirbha-o, nirvair,
ਅਕਾਲ ਮੂਰਤਿ ਅਜੂਨੀ ਸੈਭੰ ਗੁਰ ਪ੍ਰਸਾਦਿ॥ akaal, moorat, ajoonee, saibhaN, gur parsaad.

ਭਾਂਡਾ ਧੋਇ ਬੈਸਿ ਧੂਪੁ ਦੇਵਹੁ, ਤਉ ਦੂਧੈ ਕਉ ਜਾਵਹੁ॥ bhaa^N^daa Dho-ay bais Dhoop dayvhu ta-o dooDhai ka-o jaavhu.
ਦੂਧੁ ਕਰਮ ਫੁਨਿ ਸੁਰਤਿ ਸਮਾਇਣੁ, ਹੋਇ ਨਿਰਾਸ ਜਮਾਵਹੁ॥੧॥ dooDh karam fun surat samaa-in ho-ay niraas jamaavahu. ||1||
ਮਨ ਦੀਆਂ ਸੰਸਾਰਕ ਇਛਾਂ ਤੇ ਕਾਬੂ ਪਾ ਕੇ, ਆਪਣਾ ਧਿਆਨ ਚੰਗੇ ਕੰਮਾਂ ਵੱਲ ਲਾਉਣ ਨਾਲ ਹੀ ਸ਼ਬਦ ਦੀ ਪਾਲਣਾ ਦੇ ਰਸਤੇ ਤੇ ਚਲਿਆ ਜਾ ਸਕਦਾ ਹੈ ।

Whosoever may control his worldly desires and concentrates on good deeds to serve His Creation; with His mercy and grace, only he may be able to adopt and stay on the right path of acceptance in His Court.

ਜਪਹੁ ਤ ਏਕੋ ਨਾਮਾ॥ ਅਵਰਿ ਨਿਰਾਫਲ ਕਾਮਾ॥੧॥ ਰਹਾਉ॥ japahu ta ayko naamaa. avar niraafal kaamaa. ||1||rahaa-o.
ਇਕੋ ਇਕ ਪ੍ਰਭ ਦੇ ਸ਼ਬਦ ਦੀ ਅਡੋਲ ਭਰੋਸੇ ਨਾਲ ਪਾਲਣਾ ਕਰਨਾ ਹੀ ਜੀਵਨ ਦਾ ਅਸਲੀ ਮੰਤਵ ਹੈ! ਹੋਰ ਜੀਵਨ ਦੇ ਸਭ ਰਸਤੇ ਬਿਰਥੇ ਹੀ ਹਨ ।

To obey the teachings of His Word with steady and stable belief, may be the only real purpose of human life opportunity. All other meditations, worship, sanctifying bath at Holy shrines may be useless for human life opportunity.

ਇਹੁ ਮਨੁ ਈਟੀ ਹਾਥਿ ਕਰਹੁ, ਫੁਨਿ ਨੇਤ੍ਰਉ ਨੀਦ ਨ ਆਵੈ॥ ih man eetee haath karahu fun naytara-o need na aavai.
ਰਸਨਾ ਨਾਮੁ ਜਪਹੁ ਤਬ ਮਥੀਐ, ਇਨ ਬਿਧਿ ਅੰਮ੍ਰਿਤੁ ਪਾਵਹੁ॥੨॥ rasnaa naam japahu tab mathee-ai in biDh amrit paavhu. ||2||
ਜੀਵ, ਪ੍ਰਭ ਦੇ ਸ਼ਬਦ ਦੀ ਸਿਖਿਆਂ ਨੂੰ ਦੁੱਧ ਸਮਝ ਕੇ, ਸਵਾਸ ਗਰਾਸ ਪ੍ਰਭ ਦੇ ਸ਼ਬਦ ਦੀ ਉਸਤਤ ਕਰਨ ਨੂੰ ਮਧਾਣੀ ਬਣਾਉਣ ਨਾਲ ਹੀ ਅਸਲੀ ਰਸਤਾ ਬਖਸ਼ਿਸ਼ ਹੋ ਸਕਦਾ ਹੈ! ਜਿਵੇਂ ਕੇਵਲ ਦੁੱਧ ਨੂੰ ਮੰਥਨ ਨਾਲ ਹੀ ਮੱਖਣ ਨਿਕਲਦਾ ਹੈ! ਇਸਤਰ੍ਹਾਂ ਜਿਹੜਾ ਸ਼ਬਦ ਦੀ ਪਾਲਣਾ ਅਡੋਲ ਭਰੋਸੇ ਨਾਲ ਕਰਦਾ ਹੈ, ਕੇਵਲ ਉਸ ਨੂੰ ਹੀ ਸ਼ਬਦ ਦੀ ਸੋਝੀ ਬਖਸ਼ਿਸ਼ ਹੋ ਸਕਦੀ ਹੈ ।

Whosoever may consider the teachings of His Word as milk; adopting and singing the glory with his every breath as the churner; with His mercy and grace, only he may be blessed with the right path of acceptance in His Court. As only churning milk may be blessed with butter; churning water may be useless. Whosoever may have unshakeable belief on His Blessings; with His mercy and grace, only he may be blessed with the enlightenment of the essence of His Word.

ਮਨੁ ਸੰਪਟੁ ਜਿਤੁ ਸਤ ਸਰਿ ਨਾਵਣੁ, ਭਾਵਨ ਪਾਤੀ ਤ੍ਰਿਪਤਿ ਕਰੇ॥ man sampat Jit sat sar naavan bhaavan paatee taripat karay.
ਪੂਜਾ ਪ੍ਰਾਣ ਸੇਵਕੁ ਜੇ ਸੇਵੇ, ਇਨ੍ਹ ਬਿਧਿ ਸਾਹਿਬੁ ਰਵਤੁ ਰਹੈ॥੩॥ poojaa paraan sayvak jay sayvay in^H^ biDh saahib ravat rahai. ||3||
ਜਿਹੜਾ ਮਨ ਨੂੰ ਸੰਸਾਰਕ ਇਛਾਂ ਰਹਿਤ ਰਖਕੇ, ਆਪਾ ਪ੍ਰਭ ਦੀ ਭੇਟਾ ਕਰ ਦੇਂਦਾ ਹੈ! ਉਸ ਦਾ ਜੀਵਨ ਦਾ ਰਸਤਾ ਹੀ ਪੂਜਾ ਕਰਨ ਵਾਲਾ ਆਸਣ ਬਣਾ ਜਾਂਦਾ ਹੈ! ਇਸਤਰ੍ਹਾਂ ਜੀਵਨ ਬਤੀਤ ਕਰਨ ਨਾਲ ਮਨ ਵਿੱਚ ਭਰੋਸਾ ਅਡੋਲ ਰਹਿੰਦਾ ਹੈ ।

Whosoever may conquer demons of his worldly desires; he may surrender his self-entity at His Sanctuary, to serve His Creation. His way of life may become a throne of meditation; with His mercy and grace, he may remain steady and stable on the right path of acceptance in His Court.

ਕਹਦੇ ਕਹਹਿ ਕਹੇ ਕਹਿ ਜਾਵਹਿ, ਤੁਮ ਸਰਿ ਅਵਰੁ ਨ ਕੋਈ॥ kahday kaheh kahay kahi jaaveh tum sar avar na ko-ee.
ਭਗਤਿ ਹੀਣੁ ਨਾਨਕੁ ਜਨੁ ਜੰਪੈ, ਹਉ ਸਾਲਾਹੀ ਸਚਾ ਸੋਈ॥੪॥੧॥ bhagat heen naanak jan jampai ha-o saalaahee sachaa so-ee. ||4||1||
ਪ੍ਰਭ ਵਰਗਾ ਸੋਝੀ ਬਖਸ਼ਣ ਵਾਲਾ ਹੋਰ ਕੋਈ ਨਹੀਂ ਹੈ । ਸੰਸਾਰਕ ਪ੍ਰਚਾਰਕ, ਸ਼ਬਦ ਦੀ ਸਿਖਿਆ ਜੀਵਨ ਵਿੱਚ ਧਾਰਨ ਕਰਨ ਤੋਂ ਬਿਨਾਂ ਹੀ ਪ੍ਰਚਾਰ ਕਰਦੇ ਮਰ ਜਾਂਦੇ ਹਨ । ਪ੍ਰਭ ਆਪਣੇ ਨਿਮਾਣੇ ਦਾਸ ਨੂੰ ਸ਼ਬਦ ਦੀ ਸੋਝੀ ਬਖਸ਼ ਕੇ, ਸ਼ਬਦ ਦੀ ਪਾਲਣਾ ਵਿੱਚ ਹੀ ਲੀਨ ਰਖੋ ।

Worldly saints, preachers may be preaching the right path of human life journey; after predetermined time, he may face the devil of death. No worldly saint or guru may become comparable to His Greatness to guide His Creation! Worldly preachers, saints have been preaching the teachings of Worldly Holy Scripture, without adopting the teachings in own day to day life; all humans have passed away, after their predetermined time. The Merciful True Master bestows Your Blessed Vision on Your humble true devotee and keeps me intoxicated in the void of Your Word.

Key Message of Raag Soohee, page 728-1
'ਪ੍ਰਵਾਨਗੀ ਦਾ ਰਸਤਾ ਕਿਵੇਂ ਬਖਸ਼ਿਸ਼ ਹੋ ਸਕਦਾ ਹੈ?
ਜਿਹੜਾ ਮਨ ਦੀਆਂ ਸੰਸਾਰਕ ਇਛਾਂ ਤੇ ਕਾਬੂ ਪਾ ਲੈਂਦਾ ਹੈ, ਉਹ ਹੀ ਸ਼ਬਦ ਦੀ ਪਾਲਣਾ ਦੇ ਰਸਤੇ ਤੇ ਚਲ ਸਕਦਾ ਹੈ । ਜਿਹੜਾ ਪ੍ਰਭ ਦੇ ਸ਼ਬਦ ਦੀ ਸਿਖਿਆਂ ਨੂੰ ਵਿਚਾਰ ਕੇ ਜੀਵਨ ਢਾਲਦਾ ਹੈ, ਉਸ ਨੂੰ ਹੀ ਸ਼ਬਦ ਦੀ ਸੋਝੀ ਬਖਸ਼ਿਸ਼ ਹੋ ਸਕਦੀ ਹੈ । ਉਹ ਮਨ ਨੂੰ ਸੰਸਾਰਕ ਇਛਾਂ ਰਹਿਤ ਰਖਕੇ, ਆਪਾ ਪ੍ਰਭ ਦੇ ਭੇਟਾ ਕਰਦਾ, ਪੂਜਾ ਦਾ ਆਸਣ ਬਣਾਉਂਦਾ ਹੈ । ਉਸ ਨੂੰ ਪ੍ਰਵਾਨਗੀ ਦਾ ਅਸਲੀ ਰਸਤਾ ਬਖਸ਼ਿਸ਼ ਹੋ ਜਾਂਦਾ ਹੈ ।
How may the right path of acceptance be blessed?
Whosoever may control his worldly desires and concentrates on good deeds to serve His Creation; only he may be blessed with the right path of acceptance in His Court. Whosoever may concentrate and adopts the essence of His Word; only, he may be enlightened with the essence of His Word. He may surrender his self-entity and establishes his mind, body as his meditation throne. He may be blessed with the right path of acceptance in His Court.

2. ਸੂਹੀ ਮਹਲਾ ੧ ਘਰੁ ੨॥ 728-10

ੴ ਸਤਿਗੁਰ ਪ੍ਰਸਾਦਿ॥ ik-oNkaar satgur parsaad.

ਅੰਤਰਿ ਵਸੈ ਨ ਬਾਹਰਿ ਜਾਇ॥ ਅੰਮ੍ਰਿਤੁ ਛੋਡਿ ਕਾਹੇ ਬਿਖੁ ਖਾਇ॥੧॥ antar vasai na baahar jaa-ay. amrit chhod kaahay bikh khaa-ay. ||1||
ਪ੍ਰਭ ਤੇਰੇ ਤਨ ਅੰਦਰ ਹੀ ਵਸਦਾ ਹੈ, ਉਸ ਨੂੰ ਅੰਦਰੋਂ ਹੀ ਢੂੰਡ, ਬਾਹਰ ਕਿਉਂ ਢੂੰਡਦਾ ਹੈ? ਅਮੋਲਕ ਅੰਮ੍ਰਿਤ, ਸ਼ਬਦ ਛਡਕੇ, ਸੰਸਾਰਕ ਇਛਾਂ ਦੇ ਜ਼ਹਿਰ ਨੂੰ ਕਿਉਂ ਪੀਂਦਾ ਹੈ! ਉਸ ਰਸਤੇ ਤੇ ਕਿਉਂ ਚਲਦਾ ਹੈ?

ਗੁਰੂ ਨਾਨਕ ਦੇਵ ਜੀ! – Guru Nanak Dev Ji! Guru Granth Sahib

The True Master remains embedded within your soul and dwells within your body. Why are you not searching the enlightenment of the essence of His Word from within and wandering from shrine to shrine? Why have you abandoned the ambrosial nectar of His Word and remain intoxicated with sweet poison of worldly wealth? Why have you adopted this wrong path in your day-to-day life?

ਐਸਾ ਗਿਆਨੁ ਜਪਹੁ ਮਨ ਮੇਰੇ॥ aisaa gi-aan japahu man mayray.
ਹੋਵਹੁ ਚਾਕਰ ਸਾਚੇ ਕੇਰੇ॥੧॥ ਰਹਾਉ॥ hovhu chaakar saachay kayray. ||1|| rahaa-o.

ਜੀਵ ਸਦਾ ਰਹਿਣ ਵਾਲੇ ਪ੍ਰਭ ਦੇ ਸ਼ਬਦ ਦੀ ਬੰਦਗੀ ਕਰੋ । ਪ੍ਰਭ ਹੀ ਸ਼ਬਦ ਦੀ ਸੋਝੀ ਦੇਣ ਵਾਲਾ ਗਿਆਨੀ ਹੈ ।

You should always meditate and adopt the teachings of His Word, ever-living True Master! Only, The True Master may enlighten the real path of human life journey.

ਗਿਆਨੁ ਧਿਆਨੁ ਸਭੁ ਕੋਈ ਰਵੈ॥ gi-aan Dhi-aan sabh ko-ee ravai.
ਬਾਂਧਨਿ ਬਾਂਧਿਆ ਸਭੁ ਜਗੁ ਭਵੈ॥੨॥ baaNDhan baaNDhi-aa sabh jag bhavai.2

ਸਾਰੇ ਜੀਵ ਪ੍ਰਭ ਦੇ ਸ਼ਬਦ ਦੀ ਸੋਝੀ ਦੀ ਗੱਲ ਕਰਦੇ ਹਨ । ਪਰ, ਸੰਸਾਰਕ ਇਛਾਂ ਦੇ ਜਾਲ ਵਿੱਚ ਫਸੇ ਹੋਏ ਭਰਮਾਂ ਵਿੱਚ ਭਉਦੇ ਰਹਿੰਦੇ ਹਨ ।

All worldly saints, preachers inspire others to meditate on the teachings of His Word to sanctify soul to become worthy of His Considerations. However, everyone remains intoxicated with sweet poison of worldly desires, greed, suspicions and performs religious rituals.

ਸੇਵਾ ਕਰੇ ਸੁ ਚਾਕਰੁ ਹੋਇ॥ sayvaa karay so chaakar ho-ay.
ਜਲਿ ਥਲਿ ਮਹੀਅਲਿ ਰਵਿ ਰਹਿਆ ਸੋਇ॥੩ jal thal mahee-al rav rahi-aa so-ay.3

ਜਿਹੜਾ ਸ਼ਬਦ ਦੀ ਪਾਲਣਾ ਕਰਦਾ ਹੈ, ਕੇਵਲ ਉਹ ਹੀ ਪ੍ਰਭ ਦਾ ਸੇਵਕ ਬਣ ਸਕਦਾ ਹੈ । ਪ੍ਰਭ ਜਲ, ਥਲ, ਅਤੇ ਅਕਾਸ਼ ਵਿੱਚ ਹਾਜਰਾ ਹਜ਼ੂਰ ਵਸਦਾ, ਵਾਪਰਦਾ ਹੈ ।

Whosoever may adopt the teachings of His Word with steady and stable belief in his day-to-day life; only, he may be blessed with a state of mind as His true devotee. The Omnipresent True Master prevails in water, on, in, under earth and sky all time.

ਹਮ ਨਹੀ ਚੰਗੇ ਬੁਰਾ ਨਹੀ ਕੋਇ॥ ham nahee changay buraa nahee ko-ay.
ਪ੍ਰਣਵਤਿ ਨਾਨਕੁ ਤਾਰੇ ਸੋਇ॥੪॥੧॥੨॥ paranvat naanak taaray so-ay. ||4||1||2||

ਸੰਸਾਰ ਵਿੱਚ ਕਿਸੇ ਨੂੰ ਬੁਰਾ ਜਾ ਭਲਾ ਕਿਵੇਂ ਕਹਿੰਦੇ ਹਨ? ਸਭ ਜੀਵਾਂ ਦੀ ਰਖਿਆ, ਭਲਾਈ ਕਰਨ ਵਾਲ ਇਕੋ ਇਕ ਪ੍ਰਭ ਹੀ ਹੈ ।

How may anyone be called good or sinner? The One and Only One, True Master may be protector and care for the welfare of everyone.

Key Message of Raag Soohee, page 728-10
'ਸ੍ਰਿਸ਼ਟੀ ਦਾ ਰਖਵਾਲਾ!
ਇਕੋ ਇਕ ਪ੍ਰਭ ਹੀ ਸ਼ਬਦ ਦੀ ਸੋਝੀ ਬਖਸ਼ਣ ਵਾਲਾ ਮਾਲਕ ਹੈ! ਪ੍ਰਭ ਜਲ, ਥਲ, ਅਤੇ ਅਕਾਸ਼ ਵਿੱਚ ਹਾਜਰਾ ਹਜ਼ੂਰ ਵਸਦਾ, ਵਾਪਰਦਾ ਹੈ । ਜਿਹੜਾ ਸ਼ਬਦ ਦੀ ਪਾਲਣਾ ਕਰਦਾ ਹੈ, ਉਹ ਹੀ ਪ੍ਰਭ ਦਾ ਸੇਵਕ ਬਣ ਸਕਦਾ ਹੈ । ਸਭ ਜੀਵਾਂ ਦੀ ਰਖਿਆ, ਭਲਾਈ ਕਰਨ ਵਾਲ ਇਕੋ ਇਕ ਪ੍ਰਭ ਹੀ ਹੈ ।
Savior of the universe!
The One and only One True Master may bless the treasure of enlightenment of the essence of His Word, the real path of human life journey. The Omnipresent True Master prevails in water, on, in, under earth and sky all time. Whosoever may adopt the teachings of His Word with steady and stable belief; only he may be blessed with a state of mind as His true devotee. The One and Only One, True Master may be protector and care for the welfare of everyone.

3. ਸੂਹੀ ਮਹਲਾ ੧ ਘਰੁ ੬॥ 729-1

ੴ ਸਤਿਗੁਰ ਪ੍ਰਸਾਦਿ॥ ik-oNkaar satgur parsaad.
ਉਜਲੁ ਕੈਹਾ ਚਿਲਕਣਾ, ਘੋਟਿਮ ਕਾਲੜੀ ਮਸੁ॥ ujal kaihaa chilkanaa ghotim kaalrhee mas.
ਧੋਤਿਆ ਜੂਠਿ ਨ ਉਤਰੈ, ਜੇ ਸਉ ਧੋਵਾ ਤਿਸੁ॥੧॥ Dhoti-aa jooth na utrai jay sa-o Dhovaa tis. ||1||

ਜਿਵੇਂ ਕੇਹ ਦਾ ਭਾਂਡਾ ਸਾਫ ਅਤੇ ਚਮਕਣਾ ਦੇਖਾਈ ਦੇਂਦਾ ਹੈ । ਅਗਰ ਇਸ ਨੂੰ ਥੋੜ੍ਹਾ ਚਿਰ ਰਗੜਨ ਨਾਲ ਇਸ ਦੀ ਕਾਲਖ ਦੇਖਾਈ ਦੇਂਦੀ ਹੈ । ਉਸ ਨੂੰ ਭਾਵੇਂ ਅਨੇਕਾਂ ਬਾਰ ਕਿਉਂ ਨਾ ਧੋਤਾ ਜਾਵੇ? ਇਸਤਰ੍ਹਾਂ ਜਿਸ ਦਾ ਮਨ ਮਾਇਆ, ਮੋਹ, ਲਾਲਚ ਦੇ ਜਾਲ ਵਿੱਚ ਫਸਿਆ ਹੋਵੇ । ਅਗਰ ਉਹ ਕੋਈ ਚੰਗਾ ਕੰਮ ਕਰਨ ਲਗੇ, ਭਾਵੇਂ ਦੇਖਣ ਨੂੰ ਚੰਗਾ ਕੰਮ ਹੀ ਲਗਦਾ ਹੋਵੇ । ਉਸ ਪਿਛੇ ਕੋਈ ਨਾ ਕੋਈ ਧੋਖੇ ਵਾਲੀ ਸਕੀਮ, ਚਾਲ ਹੀ ਹੁੰਦੀ ਹੈ ।

As a brass vessel may look clean and shining; however, by rubbing little more, dark spots appear. No matter, brass vessel may be washed thousands of times. Same way, whosoever may be intoxicated with the greed of worldly wealth; all his deeds may appear to be for the welfare of His Creation; however, his motto may remain devious and overwhelmed with greed.

ਸਜਣ ਸੇਈ ਨਾਲਿ ਮੈ, ਚਲਦਿਆ ਨਾਲਿ ਚਲੰਨਿ੍॥ sajan say-ee naal mai chaldi-aa naal chalaNniH.
ਜਿਥੈ ਲੇਖਾ ਮੰਗੀਐ, ਤਿਥੈ ਖੜੇ ਦਿਸੰਨਿ॥੧॥ ਰਹਾਉ॥ Jithai laykhaa mangee-ai tithai kharhay disann. ||1|| rahaa-o.

ਜਿਹੜਾ ਹਰਇਕ ਕੰਮ ਵਿੱਚ ਸਾਥ ਦੇਂਦਾ ਹੈ, ਉਹ ਹੀ ਅਸਲੀ ਸਾਥੀ ਹੁੰਦਾ ਹੈ । ਜਿਥੇ ਵੀ ਲੋੜ ਪਵੇ, ਉਹ ਗਵਾਹੀ ਦੇਵੇ, ਕਦੇ ਪਿਛੇ ਨਾ ਹੱਟੇ ।

Whosoever may stand by in all circumstances, all worldly environments pleasures, and miseries. He may be worthy to be called as true friend. He may never abandon at the time of need.

ਕੋਠੇ ਮੰਡਪ ਮਾੜੀਆ, ਪਾਸਹੁ ਚਿਤਵੀਆਹਾ॥ kothay mandap maarhee-aa paashu chitvee-aahaa.
ਢਠੀਆ ਕੰਮਿ ਨ ਆਵਨ੍ਹੀ, ਵਿਚਹੁ ਸਖਣੀਆਹਾ॥੨॥ dhathee-aa kamm na aavnHee vichahu sakh-nee-aahaa. ||2||

ਜਿਵੇਂ ਪੱਕੇ ਘਰ, ਮਹਿਲ, ਅੰਦਰੋਂ ਬਾਹਰੋ ਰੰਗ ਕੀਤੇ, ਸਜਾਵਟ ਵਾਲੇ, ਬਹੁਤ ਸ਼ਾਨਦਾਰ ਲਗਦੇ ਹਨ । ਢਹਿ, ਉਜੜ ਜਾਣ ਤੇ ਕਿਸੇ ਕੰਮ ਨਹੀਂ ਆਉਂਦੇ, ਕੋਈ ਕੀਮਤ ਨਹੀਂ ਪੈਂਦੀ ।

As the strong castles, Holy shrines, decorated and with hustle and bustle may appear to be very elegant. However, when these are abandoned; these may look like ghost town and may not have any assets, value.

ਗੁਰੂ ਨਾਨਕ ਦੇਵ ਜੀ! – Guru Nanak Dev Ji! Guru Granth Sahib

ਬਗਾ ਬਗੇ ਕਪੜੇ, ਤੀਰਥ ਮੰਝਿ ਵਸੰਨ੍ਹਿ॥ bagaa bagay kaprhay tirath manjh vasaNniH.
ਘੁਟਿ ਘੁਟਿ ਜੀਆ ਖਾਵਣੇ, ਬਗੇ ਨਾ ਕਹੀਅਨ੍ਹਿ॥੩॥ ghut ghut jee-aa khaavnay bagay naa kahee-aniH. ||3||

ਜਿਵੇਂ ਬੱਗਲਾ ਤੀਰਥ ਵੀ ਸਰੋਵਰ ਦੇ ਕੰਢੇ ਬੈਠਦਾ ਹੈ । ਉਹ ਜੀਵਾਂ ਦੀ ਤਾੜ ਰਖਦਾ, ਮਾਰ ਕੇ ਖਾਂਦਾ ਹੈ । ਉਸ ਨੂੰ ਹੰਸ ਨਹੀਂ ਕਹਿਆ ਜਾ ਸਕਦਾ, ਭਾਵੇਂ ਉਹ ਹੰਸਾ ਵਰਗਾ ਹੀ ਲਗਦਾ ਹੈ । ਇਸਤਰ੍ਹਾਂ ਜਿਹੜਾ ਜੀਵ ਤੀਰਥ ਤੇ ਵਸਦਾ, ਸੰਤਾਂ ਵਾਲਾ ਬਾਣਾ ਪਾਉਂਦਾ ਹੈ । ਅਣਜਾਣ ਜੀਵਾਂ ਨੂੰ ਧੋਖੇ ਨਾਲ ਲੁੱਟਦਾ, ਭਰਮਾਂ ਵਿੱਚ ਪਾਉਂਦਾ ਹੈ । ਉਹ ਭਗਤ, ਬੰਦਗੀ ਕਰਨ ਵਾਲਾ ਨਹੀਂ ਬਣ ਸਕਦਾ ।

As a flamingo may stand in Holy water on one leg; he appears like a swan. He preys on fish to catch. He may not be called a swan. Same way, whosoever may dwell in Holy Shrine, Gurdwara, with religious robe; his outlook may be like a Holy saint. He may mislead innocents in the name of religion, Gurbani. He may not be called a Holy saint, His true devotee.

ਸਿੰਮਲ ਰੁਖੁ ਸਰੀਰੁ ਮੈ, ਮੈਜਨ ਦੇਖਿ ਭੁਲੰਨ੍ਹਿ॥ simmal rukh sareer mai maijan daykh bhulaNniH.
ਸੇ ਫਲ ਕੰਮਿ ਨ ਆਵਨ੍ਹੀ, ਤੇ ਗੁਣ ਮੈ ਤਨਿ ਹੰਨ੍ਹਿ॥੪॥ say fal kamm na aavnHee tay gun mai tan haNniH. ||4||

ਜਿਹੜਾ ਧਰਮ ਦੇ ਬਾਣੇ ਨਾਲ ਤਨ ਨੂੰ ਸਜਾਉਂਦਾ ਹੈ, ਉਹ ਸਿਮਲ਼ ਦੇ ਬ੍ਰਿਛ ਵਰਗਾ ਹੀ ਹੁੰਦਾ ਹੈ । ਅਣਜਾਣ ਉਸ ਨੂੰ ਬੰਦਗੀ ਕਰਨ ਵਾਲਾ, ਨਿਮਾਣੇ ਦੀ ਰਖਿਆ ਕਰਨ ਵਾਲਾ ਸਮਝ ਲੈਂਦਾ ਹੈ । ਪਰ ਲੋੜ ਸਮੇਂ ਉਸ ਦੀ ਅਸਲੀਅਤ ਪ੍ਰਗਟ ਹੋ ਜਾਂਦੀ ਹੈ । ਉਹ ਧੋਖੇ ਬਾਜ ਕਿਸੇ ਕੰਮ ਨਹੀਂ ਆਉਂਦਾ ।

Whosoever may adopt the religious robe or even baptize for worldly greed. Innocent may believe! he may be a saint, protector of innocent and helpless. At the time of need! His reality may become obvious; the devious sinner may be useless.

ਅੰਧੁਲੈ ਭਾਰੁ ਉਠਾਇਆ, ਡੂਗਰ ਵਾਟ ਬਹੁਤੁ॥ anDhulai bhaar uthaa-i-aa doogar vaat bahut.
ਅਖੀ ਲੋੜੀ ਨਾ ਲਹਾ, ਹਉ ਚੜਿ ਲੰਘਾ ਕਿਤੁ॥੫॥ akhee lorhee naa lahaa ha-o charh langhaa kit. ||5||

ਮਾਨਸ ਇਸ ਸੰਸਾਰ ਵਿੱਚ ਅੰਨ੍ਹੇ ਜੀਵ ਵਰਗਾ ਹੈ । ਉਹ ਸੰਸਾਰਕ ਇਛਾਂ ਦਾ ਵੱਡਾ ਭਾਰ ਚੁੱਕੀ ਫਿਰਦਾ ਹੈ । ਉਹ ਜਾਣਦਾ ਹੈ, ਕਿ ਉਸ ਨੂੰ ਕੀ ਕਰਨਾ ਚਾਹੀਦਾ ਹੈ । ਪਰ ਅਸਲੀ ਰਸਤਾ ਨਹੀਂ ਜਾਣਦਾ, ਸੰਸਾਰਕ ਪ੍ਰਬਤ ਤੇ ਕਿਵੇਂ ਚੜ੍ਹਨਾ ਹੈ?

Human may remain ignorant, blind from the right path of human life. He may carry the heavy burden of sins of worldly desires. He may remain aware! What should be done in his human life journey? However, he may not know the right path of human life journey. How may he climb the mountain of human life; His Court?

ਚਾਕਰੀਆ ਚੰਗਿਆਈਆ, ਅਵਰ ਸਿਆਣਪ ਕਿਤੁ॥ chaakree-aa chang-aa-ee-aa avar si-aanap kit.
ਨਾਨਕ ਨਾਮੁ ਸਮਾਲਿ ਤੂੰ, ਬਧਾ ਛੁਟਹਿ ਜਿਤੁ॥੬॥੧॥੩॥ naanak naam samaal tooN baDhaa chhuteh Jit. ||6||1||3||

ਜਿਸ ਦੇ ਮਨ ਵਿੱਚ ਧੋਖਾ ਅਤੇ ਚਲਾਕੀ ਹੁੰਦੀ ਹੈ । ਉਸ ਦੇ ਸੰਸਾਰਕ ਭਲਾਈ ਦੇ ਚੰਗੇ ਕੰਮ, ਬੰਦਗੀ ਦੀ ਕੋਈ ਮਹੱਤਤਾ ਨਹੀਂ ਹੁੰਦੀ । ਪ੍ਰਭ ਦੇ ਦਰਬਾਰ ਵਿੱਚ ਪ੍ਰਵਾਨ ਨਹੀਂ ਹੁੰਦੀ । ਜਿਹੜਾ ਸ਼ਬਦ ਦੀ ਸਿਖਿਆ ਨਾਲ ਜੀਵਨ ਢਾਲਦਾ ਹੈ, ਉਸ ਨੂੰ ਪ੍ਰਵਾਨਗੀ ਦਾ ਰਸਤਾ, ਬਖਸ਼ਿਸ਼ ਹੋ ਸਕਦਾ ਹੈ! ਪ੍ਰਵਾਨਗੀ ਬਖਸ਼ਿਸ਼ ਹੋ ਸਕਦੀ ਹੈ!

Whosoever may have greed or evil thoughts, devious plans, intentions within his mind; even his charity, good deeds may not have any significance. Even his good deeds may not be rewarded in His Court. Whosoever may obey the teachings of His Word with steady and stable belief in his day-to-day life; with His mercy and grace, his state of mind may remain beyond the influence of worldly bonds; his cycle of birth and death may be eliminated.

Key Message of Raag Soohee, page 729-1

'ਕੀ ਧਰਮਕ ਬਾਣਾ ਪਾਉਣ ਨਾਲ ਜੀਵ ਸੰਤ ਬਣ ਸਕਦਾ ਹੈ?

ਜਿਸ ਦਾ ਮਨ ਮਾਇਆ, ਮੋਹ, ਲਾਲਚ ਦੇ ਜਾਲ ਵਿੱਚ ਫਸਿਆ ਹੋਵੇ । ਉਸ ਦੇ ਚੰਗਾ ਕੰਮਾਂ ਪਿਛੇ ਵੀ ਧੋਖੇ ਵਾਲੀ ਸਕੀਮ ਹੀ ਹੁੰਦੀ ਹੈ । ਜਿਹੜਾ ਹਰਇਕ ਕੰਮ ਵਿੱਚ ਸਾਥ ਦੇਂਦਾ ਹੈ, ਉਹ ਹੀ ਅਸਲੀ ਸਾਥੀ ਹੁੰਦਾ ਹੈ । ਤੀਰਥ ਤੇ ਵਸਣ, ਸੰਤਾਂ ਵਾਲਾ ਬਾਣਾ ਪਾਉਣ ਨਾਲ ਕੋਈ ਬੰਦਗੀ ਕਰਨ ਵਾਲਾ ਨਹੀਂ ਬਣ ਸਕਦਾ । ਲੋੜ ਸਮੇਂ ਉਸ ਦੀ ਅਸਲੀਅਤ ਪ੍ਰਗਟ ਹੋ ਜਾਂਦੀ ਹੈ । ਜਿਹੜਾ ਪ੍ਰਭ ਦੇ ਸ਼ਬਦ ਦੀ ਪਾਲਣਾ ਅਡੋਲ ਭਰੋਸੇ ਨਾਲ ਕਰਦਾ ਹੈ, ਉਸ ਦੇ ਸੰਸਾਰਕ ਇਛਾਂ ਦੇ ਬੰਧਨ ਖਤਮ ਹੋ ਜਾਂਦੇ ਹਨ ।

Can anyone become a saint by religious Baptism?

Whosoever may remain intoxicated with the greed of worldly wealth; even his good deeds may be devious and overwhelmed with greed. Whosoever may stand by in all circumstances; only he may be worthy to be called a true friend. Only dwelling at Holy Shrine or religious baptism may not become His true devotee. At the time of need, his reality may become obvious. Whosoever may obey the teachings of His Word with state and steady belief; his state of mind may become beyond the reach of all worldly desires.

4. ਸੂਹੀ ਮਹਲਾ ੧॥ 729-8

ਜਪ ਤਪ ਕਾ ਬੰਧੁ ਬੇੜੁਲਾ, ਜਿਤੁ ਲੰਘਹਿ ਵਹੇਲਾ॥ jap tap kaa banDh bayrhulaa jit langheh vahaylaa.
ਨਾ ਸਰਵਰੁ ਨਾ ਊਛਲੈ, ਐਸਾ ਪੰਥੁ ਸੁਹੇਲਾ॥੧॥ naa sarvar naa oochhlai aisaa panth suhaylaa. ||1||

ਜਿਹੜਾ ਜੀਵ ਮਨ ਦੀਆਂ ਇਛਾਂ ਨੂੰ ਕਾਬੂ ਵਿੱਚ ਰਖਕੇ ਸ਼ਬਦ ਦੀ ਪਾਲਣਾ ਕਰਦਾ ਹੈ । ਉਸ ਦਾ ਸੰਸਾਰਕ ਸਾਗਰ ਪਾਰ ਕਰਨ ਦਾ ਰਸਤਾ ਸਹਿਲਾ ਬਣ ਜਾਂਦਾ, ਕੋਈ ਰੁਕਾਵਟ ਨਹੀਂ ਪੈਂਦੀ ।

Whosoever may control his worldly desires and obeys the teachings of His Word with steady and stable belief in his day-to-day life; with His mercy and grace, he may be blessed with the right path of acceptance in His Court. His path of human life journey may become easy, free of hurdles or restrictions.

ਤੇਰਾ ਏਕੋ ਨਾਮੁ ਮੰਜੀਠੜਾ, tayraa ayko naam manjeeth-rhaa
ਰਤਾ ਮੇਰਾ ਚੋਲਾ ਸਦ ਰੰਗ ਢੋਲਾ॥੧॥ ਰਹਾਉ॥ rataa mayraa cholaa sad rang dholaa. ||1|| rahaa-o.

ਮੇਰੇ ਸਰੀਰ ਰੂਪੀ ਚੋਲੇ ਤੇ ਪ੍ਰਭ ਦੇ ਸ਼ਬਦ ਦਾ ਰੰਗ ਚੜ੍ਹਿਆ ਹੈ । ਉਸ ਤੇ ਹੋਰ ਕੋਈ ਰੰਗ ਨਹੀਂ ਚੜ੍ਹ ਸਕਦਾ ।

My mind and body have been drenched with the deep crimson color of the nectar of the teachings of His Word. No other color of worldly wealth may have any effect on my state of mind.

ਸਾਜਨ ਚਲੇ ਪਿਆਰਿਆ, ਕਿਉ ਮੇਲਾ ਹੋਈ॥ saajan chalay pi-aari-aa ki-o maylaa ho-ee.
ਜੇ ਗੁਣ ਹੋਵਹਿ ਗੰਠੜੀਐ, ਮੇਲੇਗਾ ਸੋਈ॥੨॥ jay gun hoveh ganth-rhee-ai maylaygaa so-ee. ||2||

ਮੇਰੀ ਮੌਤ ਦਾ ਸਮਾਂ ਆ ਗਿਆ ਹੈ, ਹੁਣ ਤੇਰੇ ਨਾਲ ਮਿਲਾਪ ਕਦੋਂ ਹੋਵੇਗਾ? ਜਿਸ ਦੇ ਸਾਥ ਸ਼ਬਦ ਦੀ ਕਮਾਈ ਹੁੰਦੀ ਹੈ, ਉਸ ਨੂੰ ਪ੍ਰਵਾਨਗੀ ਬਖਸ਼ਿਸ਼ ਹੋ ਸਕਦੀ ਹੈ!

ਗੁਰੂ ਨਾਨਕ ਦੇਵ ਜੀ! – Guru Nanak Dev Ji! Guru Granth Sahib

My True Master! The devil of death is knocking at my door to reap my soul. When may I be able to witness Your Royal Palace? Whosoever may carry the earnings of His Word in His Court; with His mercy and grace, he may be accepted in His Court. His soul may be immersed within His Holy Spirit.

ਮਿਲਿਆ ਹੋਇ ਨ ਵੀਛੁੜੈ, ਜੇ ਮਿਲਿਆ ਹੋਈ॥ mili-aa ho-ay na veechhurhai jay mili-aa ho-ee.
ਆਵਾ ਗਉਣੁ ਨਿਵਾਰਿਆ, ਹੈ ਸਾਚਾ ਸੋਈ॥੩॥ aavaa ga-on nivaari-aa hai saachaa so-ee. ||3||

ਜਿਸ ਜੀਵ ਦੀ ਸ਼ਬਦ ਦੀ ਪਾਲਣਾ, ਕਮਾਈ ਪ੍ਰਵਾਨ ਹੋ ਜਾਂਦੀ ਹੈ! ਉਸ ਦਾ ਮਿਲਾਪ ਪ੍ਰਭ ਨਾਲ ਹੋ ਜਾਂਦਾ ਹੈ । ਉਸ ਦੀ ਆਤਮਾ ਨੂੰ ਕਦੇ ਵਿਛੋੜਾ ਨਹੀਂ ਹੁੰਦਾ, ਜੂੰਨਾਂ ਦਾ ਚੱਕਰ ਖਤਮ ਹੋ ਜਾਂਦਾ ਹੈ ।

Whosoever may obey the teachings of His Word with steady and stable belief in his day-to-day life; with His mercy and grace, his meditation may be accepted in His Court. His soul may be immersed within His Holy Spirit. His soul may never be separated from His Holy Spirit; his cycle of birth and death may be eliminated.

ਹਉਮੈ ਮਾਰਿ ਨਿਵਾਰਿਆ, ਸੀਤਾ ਹੈ ਚੋਲਾ॥ ha-umai maar nivaari-aa seetaa hai cholaa.
ਗੁਰ ਬਚਨੀ ਫਲੁ ਪਾਇਆ, ਸਹ ਕੇ ਅੰਮ੍ਰਿਤ ਬੋਲਾ॥੪॥ gur bachnee fal paa-i-aa sah kay amrit bolaa. ||4||

ਜਿਹੜਾ ਆਪਣੇ ਅਹੰਕਾਰ ਨੂੰ ਖਤਮ ਕਰਕੇ ਸ਼ਬਦ ਦੀ ਬੰਦਗੀ ਕਰਦਾ ਹੈ । ਉਸ ਤੇ ਸ਼ਬਦ ਦਾ ਗੂੜ੍ਹਾ ਰੰਗ ਚੜ੍ਹ ਜਾਂਦਾ ਹੈ । ਅਮੋਲਕ ਰਤਨ ਸ਼ਬਦ ਦੀ ਸੋਝੀ ਪਾ ਕੇ ਜੀਵਨ ਵਿੱਚ ਢਾਲ ਲੈਂਦਾ ਹੈ ।

Whosoever may conquer his ego and obeys the teachings of His Word with steady and stable belief in his day-to-day life. He may be drenched with a deep crimson color of the nectar of the essence of His Word. He may be blessed with ambrosial jewel, the enlightenment of the teachings of His Word and transforms his way of life.

ਨਾਨਕੁ ਕਹੈ ਸਹੇਲੀਹੋ, ਸਹੁ ਖਰਾ ਪਿਆਰਾ॥ naanak kahai sahayleeho saho kharaa pi-aaraa.
ਹਮ ਸਹ ਕੇਰੀਆ ਦਾਸੀਆ, ਸਾਚਾ ਖਸਮੁ ਹਮਾਰਾ॥੫॥੨॥੪॥ ham sah kayree-aa daasee-aa saachaa khasam hamaaraa. ||5||2||4||

ਜੀਵ ਪ੍ਰਭ ਦੇ ਸ਼ਬਦ ਦੀ ਅਡੋਲ ਭਰੋਸੇ ਨਾਲ ਪਾਲਣਾ ਕਰਨ ਨਾਲ ਹੀ, ਅਸਲੀ ਸੇਵਕ, ਦਾਸ ਅਵਸਥਾ ਬਖਸ਼ਿਸ਼ ਹੋ ਸਕਦੀ ਹੈ! ਕੇਵਲ ਪ੍ਰਭ ਹੀ ਇਕੋ ਇਕ ਮਾਲਕ, ਪੂਜਣ ਯੋਗ ਹੈ ।

Whosoever may wholeheartedly adopt the teachings of His Word with steady and stable belief in day-to-day life. Only he may be blessed with a state of mind as His true devotee. Only, The One and Only One True Master may be worthy to be worshipped.

Key Message of Raag Soohee, page 729-8
ਪ੍ਰਵਾਨਗੀ ਦਾ ਰਸਤਾ!
ਜਿਹੜਾ ਜੀਵ ਮਨ ਦੀਆਂ ਇਛਾਂ ਨੂੰ ਕਾਬੂ ਵਿੱਚ ਰਖਕੇ ਸ਼ਬਦ ਦੀ ਪਾਲਣਾ ਕਰਦਾ ਹੈ । ਉਸ ਦਾ ਸੰਸਾਰਕ ਸਾਗਰ ਪਾਰ ਕਰਨ ਦਾ ਰਸਤਾ ਸਹਿਲਾ ਹੋ ਜਾਂਦਾ ਹੈ! ਜਿਹੜਾ ਸ਼ਬਦ ਦੀ ਕਮਾਈ ਮੌਤ ਪਿਛੋਂ ਸਾਥ ਲੇ ਜਾਂਦਾ ਹੈ, ਉਸ ਨੂੰ ਪ੍ਰਵਾਨਗੀ ਬਖਸ਼ਿਸ਼ ਹੋ ਸਕਦੀ ਹੈ! ਜਿਹੜਾ ਆਪਣੇ ਅਹੰਕਾਰ ਨੂੰ ਖਤਮ ਕਰਕੇ ਸ਼ਬਦ ਦੀ ਬੰਦਗੀ ਕਰਦਾ ਹੈ । ਉਸ ਤੇ ਸ਼ਬਦ ਦਾ ਗੂੜ੍ਹਾ ਰੰਗ ਚੜ੍ਹ ਜਾਂਦਾ ਹੈ । ਉਸ ਦਾ ਅਸਲੀ ਸੇਵਕ, ਦਾਸ ਬਣ ਸਕਦਾ ਹੈ!
The right path of acceptance in His Court!
Whosoever may control his worldly desires and obeys the teachings of His Word; his path of human life journey may become easy, free of hurdles or restrictions. Whosoever may carry the earnings of His Word in His Court; his soul may be accepted in His Court. Whosoever may conquer his ego and obeys the teachings of His Word; he may remain drenched with a deep crimson color of the nectar of the essence of His Word. He may be blessed with the state of mind as His true devotee.

5. ਸੂਹੀ ਮਹਲਾ ੧॥ 729-14

ਜਿਨ ਕਉ ਭਾਂਡੈ ਭਾਉ, ਤਿਨਾ ਸਵਾਰਸੀ॥ jin ka-o bhaaNdai bhaa-o tinaa savaarasee.
ਸੂਖੀ ਕਰੈ ਪਸਾਉ, ਦੂਖ ਵਿਸਾਰਸੀ॥ sookhee karai pasaa-o dookh visaarasee.
ਸਹਸਾ ਮੂਲੇ ਨਾਹਿ, ਸਰਪਰ ਤਾਰਸੀ॥੧॥ sahsaa moolay naahi sarpar taarsee. ||1||

ਜਿਸ ਦਾ ਮਨ ਪ੍ਰਭ ਦੇ ਵਿਛੋੜੇ ਦੇ ਵਿਰਾਗ ਨਾਲ ਭਰਿਆਂ ਹੈ । ਉਸ ਨੂੰ ਪ੍ਰਭ ਦੀ ਰਹਿਮਤ ਬਖਸ਼ਿਸ਼ ਹੋ ਜਾਂਦੀ ਹੈ, ਉਸ ਦੇ ਮਨ ਵਿੱਚ ਸ਼ਾਂਤੀ ਵਸਦੀ ਹੈ । ਉਸ ਦਾ ਸੰਸਾਰਕ ਇਛਾਂ ਦਾ ਦੁਖ ਖਤਮ ਹੋ ਜਾਂਦਾ ਹੈ । ਉਸ ਨੂੰ ਪ੍ਰਭ ਦੇ ਦਰਬਾਰ ਵਿੱਚ ਪ੍ਰਵਾਨਗੀ ਬਖਸ਼ਿਸ਼ ਹੋ ਜਾਂਦੀ ਹੈ ।

Whosoever may remain in renunciation in the memory of his separation from His Holy Spirit; with His mercy and grace, he may remain overwhelmed with peace of mind and contentment in his worldly life. All his miseries of demons of worldly desires may be eliminated; with His mercy and grace, he may be accepted in His Court.

ਤਿਨ੍ਹਾ ਮਿਲਿਆ ਗੁਰੁ ਆਇ, ਜਿਨ ਕਉ ਲੀਖਿਆ॥ tinHaa mili-aa gur aa-ay jin ka-o leekhi-aa.
ਅੰਮ੍ਰਿਤੁ ਹਰਿ ਕਾ ਨਾਉ, ਦੇਵੈ ਦੀਖਿਆ॥ amrit har kaa naa-o dayvai deekhi-aa.
ਚਾਲਹਿ ਸਤਿਗੁਰ ਭਾਇ, ਭਵਹਿ ਨ ਭੀਖਿਆ॥੨॥ chaaleh satgur bhaa-ay bhaveh na bheekhi-aa. ||2||

ਜਿਸ ਦੇ ਭਾਗ ਵਿੱਚ ਪਹਿਲੇ ਹੀ ਲਿਖਿਆ ਹੁੰਦਾ ਹੈ । ਕੇਵਲ, ਉਹ ਹੀ ਸ਼ਬਦ ਦੀ ਪਾਲਣਾ ਵਿੱਚ ਅਡੋਲ ਰਹਿੰਦਾ ਹੈ । ਉਹ ਸ਼ਬਦ ਅਨੁਸਾਰ ਜੀਵਨ ਬਤੀਤ ਕਰਦਾ ਹੈ । ਪ੍ਰਭ ਤੋਂ ਬਿਨਾਂ ਕਦੇ ਹੋਰ ਕਿਸੇ ਤੋਂ ਭਿੱਖਿਆ ਨਹੀਂ ਮੰਗਦਾ ।

Whosoever may have a great prewritten destiny, only he may be blessed with a devotion to obey the teachings of His Word. He may never pray or begs from any worldly, religious, incarnated Guru.

ਜਾ ਕਉ ਮਹਲੁ ਹਜੂਰਿ, ਦੂਜੇ ਨਿਵੈ ਕਿਸੁ॥ jaa ka-o mahal hajoor doojay nivai kis.
ਦਰਿ ਦਰਵਾਣੀ ਨਾਹਿ, ਮੂਲੇ ਪੁਛ ਤਿਸੁ॥ dar darvaanee naahi moolay puchh tis.
ਛੁਟੈ ਤਾ ਕੈ ਬੋਲਿ, ਸਾਹਿਬ ਨਦਰਿ ਜਿਸੁ॥੩॥ chhutai taa kai bol saahib nadar jis. ||3||

ਜਿਹੜਾ ਦਰਬਾਰ ਵਿੱਚ ਪ੍ਰਵਾਨ ਹੋ ਜਾਂਦਾ, ਵਸਦਾ ਹੈ, ਉਹ ਹੋਰ ਕਿਸੇ ਤੋਂ ਕਿਉਂ ਮੰਗਣ ਜਾਵੇ? ਉਸ ਨੂੰ ਪ੍ਰਭ ਦੇ ਦਰਬਾਰ ਵਿੱਚ ਕੋਈ ਰੁਕਾਵਟ ਨਹੀਂ ਹੁੰਦੀ । ਉਸ ਦੀ ਅਰਦਾਸ ਨਾਲ ਕਈ ਜੀਵਾਂ ਨੂੰ ਪ੍ਰਭ ਦੀ ਰਹਿਮਤ ਬਖਸ਼ਿਸ਼ ਹੋ ਜਾਂਦੀ ਹੈ ।

ਗੁਰੂ ਨਾਨਕ ਦੇਵ ਜੀ! – Guru Nanak Dev Ji! Guru Granth Sahib

Whosoever may be accepted in His Court. Why may he be begging from anyone else or worldly Guru? He may not have any restriction in His Court. With his prayer, many ignorant may be blessed with the right path of human life opportunity.

ਘਲੇ ਆਣੇ ਆਪਿ ਜਿਸੁ, ਨਾਹੀ ਦੂਜਾ ਮਤੈ ਕੋਇ॥	ghalay aanay aap Jis naahee doojaa matai ko-ay.
ਢਾਹਿ ਉਸਾਰੇ ਸਾਜਿ, ਜਾਣੈ ਸਭ ਸੋਇ॥	dhaahi usaaray saaj jaanai sabh so-ay.
ਨਾਉ ਨਾਨਕ ਬਖਸੀਸ, ਨਦਰੀ ਕਰਮੁ ਹੋਇ॥ ੪॥੩॥੫॥	naa-o naanak bakhsees nadree karam ho-ay. ‖4‖3‖5‖

ਪ੍ਰਭ ਆਪ ਹੀ ਆਪਣੇ ਭਗਤਾਂ ਨੂੰ ਸੰਸਾਰ ਵਿੱਚ ਭੇਜਦਾ ਹੈ । ਆਪ ਹੀ ਵਾਪਸ ਬਲਾਉਂਦਾ ਹੈ, ਇਸ ਵਿੱਚ ਕਿਸੇ ਦੀ ਸਲਾਹ ਨਹੀਂ ਲੈਂਦਾ । ਉਹ ਆਪ ਹੀ ਉਸ ਨੂੰ ਪੈਦਾ ਕਰਦਾ, ਖਤਮ ਕਰਦਾ, ਸ਼ਾਨ ਵਧਾਉਂਦਾ, ਉਹ ਸਭ ਕੁਝ ਜਾਣਦਾ ਹੈ । ਜਿਸ ਤੇ ਰਹਿਮਤ ਬਖਸ਼ਦਾ, ਉਹ ਹੀ ਸ਼ਬਦ ਦੀ ਪਾਲਣਾ ਵਿੱਚ ਅਡੋਲ ਰਹਿੰਦਾ ਹੈ ।

The True Master, may send His blessed souls on earth to enlighten His Creation and recall back. He may never ask or counsel from anyone. He may bless anyone with greatness or honor in the universe. The birth and death cycle remain solely under His Command. Whosoever may be bestowed with His Blessed Vision, only he obeying the teachings of His Word with steady and stable belief.

Key Message of Raag Soohee, page 729-14
ਆਪ ਹੀ ਭਗਤਾਂ ਦੀ ਸ਼ਾਨ ਬਣਾਉਂਦਾ ਹੈ!
ਜਿਸ ਦਾ ਮਨ ਪ੍ਰਭ ਦੇ ਵਿਛੋੜੇ ਦੇ ਵਿਰਾਗ ਨਾਲ ਭਰਿਆਂ ਹੈ । ਉਸ ਦੇ ਮਨ ਵਿੱਚ ਸ਼ਾਂਤੀ ਵਸਦੀ ਹੈ । ਪ੍ਰਭ ਦੇ ਦਰਬਾਰ ਵਿੱਚ ਪ੍ਰਵਾਨਗੀ ਬਖਸ਼ਿਸ਼ ਹੋ ਜਾਂਦੀ ਹੈ । ਪ੍ਰਭ ਆਪ ਹੀ ਆਪਣੇ ਭਗਤਾਂ ਨੂੰ ਸੰਸਾਰ ਵਿੱਚ ਭੇਜਦਾ ਹੈ । ਆਪ ਹੀ ਉਸ ਨੂੰ ਬਣਾਉਂਦਾ, ਵੱਡਾ ਕਰਦਾ, ਖਤਮ ਕਰਦਾ ਹੈ, ਉਹ ਸਭ ਕੁਝ ਜਾਣਦਾ ਹੈ ।
Enhance the worldly glory of His true devotee!
Whosoever may remain in renunciation in the memory of his separation from His Holy Spirit; he may remain contented, overwhelmed with peace of mind in his worldly life. He may be accepted in His Court. The True Master, may send His blessed soul on earth to enlighten His Creation. He may create miracles to make His devotee as a lightening pillar of faith for His Creation. The birth and death cycle remain solely under His Command.

6. ਸੂਹੀ ਮਹਲਾ ੧॥ 730- 1

ਭਾਂਡਾ ਹਛਾ ਸੋਇ, ਜੋ ਤਿਸੁ ਭਾਵਸੀ॥	bhaaNdaa hachhaa so-ay jo tis bhaavsee.
ਭਾਂਡਾ ਅਤਿ ਮਲੀਣੁ, ਧੋਤਾ ਹਛਾ ਨ ਹੋਇਸੀ॥	bhaaNdaa at maleen Dhotaa hachhaa na ho-isee.
ਗੁਰੂ ਦੁਆਰੈ ਹੋਇ, ਸੋਝੀ ਪਾਇਸੀ॥	guroo du-aarai ho-ay sojhee paa-isee.
ਏਤੁ ਦੁਆਰੈ ਧੋਇ, ਹਛਾ ਹੋਇਸੀ॥	ayt du-aarai Dho-ay hachhaa ho-isee.
ਮੈਲੇ ਹਛੇ ਕਾ ਵੀਚਾਰੁ, ਆਪਿ ਵਰਤਾਇਸੀ॥	mailay hachhay kaa veechaar aap vartaa-isee.
ਮਤੁ ਕੋ ਜਾਣੈ ਜਾਇ, ਅਗੈ ਪਾਇਸੀ॥	mat ko jaanai jaa-ay agai paa-isee.
ਜੇਹੇ ਕਰਮ ਕਮਾਇ, ਤੇਹਾ ਹੋਇਸੀ॥	jayhay karam kamaa-ay tayhaa ho-isee.
ਅੰਮ੍ਰਿਤੁ ਹਰਿ ਕਾ ਨਾਉ, ਆਪਿ ਵਰਤਾਇਸੀ॥	amrit har kaa naa-o aap vartaa-isee.
ਚਲਿਆ ਪਤਿ ਸਿਉ ਜਨਮੁ ਸਵਾਰਿ, ਵਾਜਾ ਵਾਇਸੀ॥	chali-aa pat si-o janam savaar vaajaa vaa-isee.
ਮਾਣਸੁ ਕਿਆ ਵੇਚਾਰਾ, ਤਿਹੁ ਲੋਕ ਸੁਣਾਇਸੀ॥	maanas ki-aa vaychaaraa tihu lok sunaa-isee.
ਨਾਨਕ ਆਪਿ ਨਿਹਾਲ, ਸਭਿ ਕੁਲ ਤਾਰਸੀ॥੧॥ ੪॥ ੬॥	naanak aap nihaal sabh kul taarsee. ‖1‖4‖6‖

ਉਹ ਹੀ ਭਾਂਡਾ, ਜੀਵ ਪਵਿੱਤਰ ਹੈ, ਜਿਹੜਾ ਪ੍ਰਭ ਨੂੰ ਭਾਉਂਦਾ ਹੈ । ਕੋਈ ਤੀਰਥ ਇਸ਼ਨਾਨ ਕਰਕੇ ਆਪਣੇ ਆਪ ਨੂੰ ਪਵਿੱਤਰ ਨਹੀਂ ਕਰ ਸਕਦਾ । ਪ੍ਰਭ ਦੇ ਸ਼ਬਦ ਦੀ ਪਾਲਣਾ ਕਰਨ ਨਾਲ ਹੀ ਜੀਵ ਨੂੰ ਸ਼ਬਦ ਦੀ ਸੋਝੀ ਬਖਸ਼ਿਸ਼ ਹੁੰਦੀ ਹੈ । ਉਸ ਨੂੰ ਅਪਣਾਉਣ ਨਾਲ ਹੀ, ਆਪਣੇ ਮਨ ਨੂੰ ਪਵਿੱਤਰ ਕਰ ਸਕਦਾ ਹੈ । ਜਿਹੜਾ ਸ਼ਬਦ ਦੀ ਪਾਲਣਾ ਤੇ ਅਡੋਲ ਰਹਿੰਦਾ ਹੈ, ਉਹ ਪ੍ਰਵਾਨ ਹੋ ਜਾਂਦਾ ਹੈ । ਉਸ ਦੇ ਮੈਲੇ ਹਛੇ ਦਾ ਕੋਈ ਅੰਤਰ ਨਹੀਂ ਹੁੰਦਾ, ਉਹ ਇਕ ਬਰਾਬਰ ਹੋ ਜਾਂਦੇ ਹਨ । ਕੋਈ ਜੀਵ ਆਪਣੀ ਸੰਸਾਰਕ ਹੈਸੀਅਤ ਨਾਲ ਨਾ ਸਮਝੇ, ਉਹ ਪ੍ਰਭ ਨੂੰ ਪ੍ਰਵਾਨ ਹੋ ਜਾਵੇਗਾ । ਜਿਸਤਰ੍ਹਾਂ ਦੀ ਕਮਾਈ ਕਰਦਾ, ਉਸ ਦਾ ਹੀ ਫਲ ਬਖਸ਼ਿਸ਼ ਹੁੰਦਾ ਹੈ । ਪ੍ਰਭ ਦਾ ਸ਼ਬਦ ਅਮੋਲਕ ਅੰਮ੍ਰਿਤ ਹੈ । ਜਿਸ ਤੇ ਆਪ ਹੀ ਰਹਿਮਤ ਬਖਸ਼ਦਾ ਹੈ, ਉਹ ਜੀਵ ਹੀ ਸ਼ਬਦ ਦੀ ਪਾਲਣਾ ਕਰ ਸਕਦਾ ਹੈ । ਜਿਹੜਾ ਸੰਸਾਰ ਵਿੱਚ ਸ਼ਬਦ ਦੀ ਕਮਾਈ ਕਰਕੇ ਮਰਨ ਤੇ ਨਾਲ ਲੈ ਜਾਂਦਾ ਹੈ । ਉਸ ਨੂੰ ਦਰਬਾਰ ਵਿੱਚ ਮਾਣ ਬਖਸ਼ਿਸ਼ ਹੁੰਦਾ ਹੈ । ਉਸ ਜੀਵ ਦੀਆਂ ਕੁਲਾਂ ਵੀ ਬੰਦਗੀ ਕਰਨ ਤੇ ਲਗ ਕੇ ਤਰ ਜਾਂਦੀਆਂ ਹਨ ।

Whose meditation, earnings of His Word may be accepted in His Court; only his soul may be sanctified. No one may ever sanctify his soul by taking a sanctifying bath at any worldly Holy Shrines. Whosoever may obey the teachings of His Word; with His mercy and grace, he may be blessed with the enlightenment of the essence of His Word. Whosoever may adopt the teachings of His Word with steady and stable belief in his day-to-day life; with His mercy and grace, his soul may be sanctified. Whosoever may remain steady and stable on the right path; with His mercy and grace, he may be accepted in His Court. All sanctified souls become His slave without any distinction. You should never assume that anyone, worldly Guru may be accepted in His Court with his worldly status, or devotion of his followers. Everyone may be rewarded for his worldly deeds, no distinction; he may be rich, poor, saint, guru, or follower, religious warriors, or murderer. The essence of His Word may be priceless, ambrosial nectar. Whosoever may be bestowed with His Blessed Vision, only he may obey the teachings of His Word. Whosoever may earn the wealth of His Word in his human life journey; his earnings remain his companion in His Court. He may be honored in His Court; he may inspire his family, associates, and next generations on the right path of meditation to become worthy of His Consideration.

Key Message of Raag Soohee, page 730-1
ਆਤਮਾ ਕਿਵੇਂ ਪਵਿੱਤਰ ਹੋ ਸਕਦੀ ਹੈ?
ਕੋਈ ਤੀਰਥ ਇਸ਼ਨਾਨ ਕਰਕੇ ਆਪਣੇ ਆਪ ਨੂੰ ਪਵਿੱਤਰ ਨਹੀਂ ਕਰ ਸਕਦਾ । ਜਿਹੜਾ ਸ਼ਬਦ ਦੀ ਸਿਖਿਆਂ ਆਪਣੇ ਜੀਵਨ ਵਿੱਚ ਧਾਰਨ ਕਰਦਾ ਹੈ, ਉਹ ਆਪਣੇ ਮਨ ਨੂੰ ਪਵਿੱਤਰ ਕਰ ਸਕਦਾ ਹੈ । ਪ੍ਰਭ ਦਾ ਸ਼ਬਦ ਅਮੋਲਕ ਅੰਮ੍ਰਿਤ ਹੈ । ਜਿਹੜਾ ਸੰਸਾਰ ਵਿੱਚ ਸ਼ਬਦ ਦੀ ਕਮਾਈ ਕਰਕੇ ਮਰਨ ਤੇ ਨਾਲ ਲੈ ਜਾਂਦਾ ਹੈ । ਉਸ ਨੂੰ ਦਰਬਾਰ ਵਿੱਚ ਮਾਣ ਬਖਸ਼ਿਸ਼ ਹੁੰਦਾ ਹੈ । ਉਸ ਜੀਵ ਦੀਆਂ ਕੁਲਾਂ ਵੀ ਬੰਦਗੀ ਕਰਨ ਤੇ ਲਗ ਪੈਂਦੀਆਂ, ਤਰ ਜਾਂਦੀਆਂ ਹਨ ।
How may soul be sanctified?

ਗੁਰੂ ਨਾਨਕ ਦੇਵ ਜੀ! – Guru Nanak Dev Ji! Guru Granth Sahib

Pilgrimage, or sanctifying bath at any worldly Holy shrines may never sanctify his soul. Whosoever may adopt the teachings of His Word with steady and stable belief; his soul may be sanctified. The essence of His Word may be priceless, ambrosial nectar. The earnings of His Word remain companion of his soul in His Court after death. He may be honored in His Court with salvation. He may inspire his family, associates, and next generations on the right path of meditation to become worthy of His Consideration.

7. ਸੂਹੀ ਮਹਲਾ ੧॥ 730- 5

ਜੋਗੀ ਹੋਵੈ ਜੋਗਵੈ, ਭੋਗੀ ਹੋਵੈ ਖਾਇ॥ jogee hovai jogvai bhogee hovai khaa-ay.
ਤਪੀਆ ਹੋਵੈ ਤਪੁ ਕਰੇ, ਤੀਰਥਿ ਮਲਿ ਮਲਿ ਨਾਇ॥੧॥ tapee-aa hovai tap karay tirath mal mal naa-ay. ||1||

ਜਿਹੜਾ ਜੀਵ ਜੋਗੀ ਹੁੰਦਾ ਹੈ, ਉਹ ਜੋਗ ਵਿੱਚ ਮਸਤ ਰਹਿੰਦਾ ਹੈ । ਜਿਹੜਾ ਖਾਣ ਪੀਣ ਵਿੱਚ ਲਗਾ ਹੁੰਦਾ, ਉਹ ਇਸ ਵਿੱਚ ਹੀ ਮਸਤ ਰਹਿੰਦਾ ਹੈ । ਜਿਹੜਾ ਤਪ ਕਰਦਾ, ਉਹ ਤੀਰਥ ਤੇ ਇਸ਼ਨਾਨ ਕਰਨ ਨੂੰ ਹੀ ਪਵਿੱਤਰ ਸਮਝਦਾ ਹੈ ।

Whosoever may meditate on the teachings of His Word, he may adopt the teachings of His Word with steady and stable belief. He may remain intoxicated in meditation in the void of His Word. Whosoever may remain intoxicated with the sweet poison of worldly wealth; he may enjoy worldly delicacy. Whosoever may meditate on the teachings of religious scriptures; he reads the scripture and pilgrimage at Holy shrine to sanctifying bath.

ਤੇਰਾ ਸਦੜਾ ਸੁਣੀਜੈ ਭਾਈ, ਜੇ ਕੋ ਬਹੈ ਅਲਾਇ॥੧॥ ਰਹਾਉ॥ tayraa sad-rhaa suneejai bhaa-ee jay ko bahai alaa-ay. ||1|| rahaa-o.

ਅਗਰ ਕੋਈ ਮੈਨੂੰ ਉਸ ਦੀ ਖਬਰ ਦੱਸੇ । ਮੈਂ ਪ੍ਰਭ ਦਾ ਸ਼ਬਦ ਤਾ ਹੀ ਜਾਣ ਸਕਦਾ ਹਾ ।

If someone may enlighten me; only then I may know His Word or comprehend the teachings of His Word.

ਜੈਸਾ ਬੀਜੈ ਸੋ ਲੁਣੇ, ਜੋ ਖਟੇ ਸੁ ਖਾਇ॥ jaisaa beejai so lunay jo khatay so khaa-ay.
ਅਗੈ ਪੁਛ ਨ ਹੋਵਈ, ਜੇ ਸਣੁ ਨੀਸਾਣੈ ਜਾਇ॥੨॥ agai puchh na hova-ee jay san neesaanai jaa-ay. ||2||

ਜੀਵ, ਸੰਸਾਰ ਵਿੱਚ ਜੋ ਕੁਝ ਵੀ ਕਰਦਾ ਹੈ, ਉਹ ਹੀ ਕਮਾਉਂਦਾ, ਖਾਂਦਾ ਹੈ । ਮੌਤ ਤੋਂ ਪਿਛੋਂ ਉਸ ਨੂੰ ਸ਼ਬਦ ਦੀ ਕਮਾਈ ਦਾ ਹੀ ਫਲ ਬਖਸ਼ਿਸ਼ ਹੁੰਦਾ ਹੈ ।

Whatsoever one may sow in the world, he may enjoy the fruit of his worldly earnings. After death, only earnings of His Word may be rewarded.

ਤੈਸੋ ਜੈਸਾ ਕਾਢੀਐ, ਜੈਸੀ ਕਾਰ ਕਮਾਇ॥ taiso jaisaa kaadhee-ai jaisee kaar kamaa-ay.
ਜੋ ਦਮੁ ਚਿਤਿ ਨ ਆਵਈ, ਸੋ ਦਮੁ ਬਿਰਥਾ ਜਾਇ॥੩॥ jo dam chit na aavee so dam birthaa jaa-ay. ||3||

ਜੀਵ ਸੰਸਾਰ ਵਿੱਚ ਆਪਣੇ ਕੰਮਾਂ ਦੇ ਨਾਮ ਨਾਲ ਹੀ ਜਾਣਿਆ ਜਾਂਦਾ ਹੈ । ਜਿਹੜਾ ਸਵਾਸ ਸ਼ਬਦ ਦੀ ਬੰਦਗੀ ਤੋਂ ਬਿਨਾਂ ਹੁੰਦਾ ਹੈ । ਉਹ ਅਗਲੀ ਦਰਗਾਹ ਦੀ ਕਮਾਈ ਲਈ ਬਿਰਥਾ ਹੀ ਹੈ ।

In the world! One may be recognized by the type of work or profession in his worldly life. Any breath may be without meditating on the teachings of His Word; all his breaths may be useless for the purpose of human life opportunity.

ਇਹੁ ਤਨੁ ਵੇਚੀ ਬੈ ਕਰੀ, ਜੇ ਕੋ ਲਏ ਵਿਕਾਇ॥ ih tan vaychee bai karee jay ko la-ay vikaa-ay.
ਨਾਨਕ ਕੰਮਿ ਨ ਆਵਈ, ਜਿਤੁ ਤਨਿ ਨਾਹੀ ਸਚਾ ਨਾਉ॥੪॥੫॥੭॥ naanak kamm na aavee Jit tan naahee sachaa naa-o. ||4||5||7||

ਜਿਹੜਾ ਸ਼ਬਦ ਦੀ ਕਮਾਈ ਨਹੀਂ ਕਰਦਾ, ਉਸ ਦੇ ਤਨ ਦੀ ਪ੍ਰਭ ਦੇ ਦਰਬਾਰ ਵਿੱਚ ਕੋਈ ਕੀਮਤ ਨਹੀਂ ਪੈਂਦੀ । ਪ੍ਰਭ ਅਗਰ ਕੋਈ ਸਰੀਰ ਦਾ ਖਰੀਦ–ਦਾਰ ਹੋਵੇ ਤਾ ਮੈਂ ਤਨ ਵੇਚ ਦੇਵਾ ।

Whosoever may not meditate nor earns the wealth of His Word; his body may not have any value in His Court. If there may be any buyer of my body, I may sell my body.

Key Message of Raag Soohee, page 730-5
ਜੀਵ ਦੀ ਸੰਸਾਰਕ ਪਛਾਣ!
ਮੌਤ ਤੋਂ ਪਿਛੋਂ ਕੇਵਲ ਉਸ ਨੂੰ ਸ਼ਬਦ ਦੀ ਕਮਾਈ ਦਾ ਹੀ ਫਲ ਬਖਸ਼ਿਸ਼ ਹੁੰਦਾ ਹੈ । ਜੀਵ ਸੰਸਾਰਕ ਕੰਮਾਂ ਨਾਲ ਹੀ ਜਾਣਿਆ ਜਾਂਦਾ ਹੈ! ਜਿਹੜਾ ਵੀ ਸਵਾਸ ਸ਼ਬਦ ਦੀ ਬੰਦਗੀ ਤੋਂ ਬਿਨਾਂ ਹੁੰਦਾ ਹੈ । ਉਹ ਅਗਲੀ ਦਰਗਾਹ ਦੀ ਕਮਾਈ ਲਈ ਬਿਰਥਾ ਹੀ ਹੈ ।
Recognition of Soul in world!
After death! Earnings of His Word may only be rewarded. One may be recognized by his worldly profession. Any breath may be without meditating on the teachings of His Word; all are useless for the purpose of human life opportunity.

8. ਸੂਹੀ ਮਹਲਾ ੧ ਘਰੁ ੭॥ 730-11

ੴ ਸਤਿਗੁਰ ਪ੍ਰਸਾਦਿ॥ ik-oNkaar satgur parsaad.
ਜੋਗੁ ਨ ਖਿੰਥਾ, ਜੋਗੁ ਨ ਡੰਡੈ, ਜੋਗੁ ਨ ਭਸਮ ਚੜਾਈਐ॥ jog na khinthaa jog na dandai jog na bhasam charhaa-ee-ai.
ਜੋਗੁ ਨ ਮੁੰਦੀ ਮੂੰਡਿ ਮੁਡਾਇਐ, ਜੋਗੁ ਨ ਸਿਙੀ ਵਾਈਐ॥ jog na mundee moond mudaa-i-ai jog na sinyee vaa-ee-ai.
ਅੰਜਨ ਮਾਹਿ ਨਿਰੰਜਨਿ ਰਹੀਐ, ਜੋਗ ਜੁਗਤਿ ਇਵ ਪਾਈਐ॥੧॥ anjan maahi niranjan rahee-ai jog jugat iv paa-ee-ai. ||1||

ਜੋਗ ਕੇਵਲ ਬਾਣਾ ਪਾਉਣ, ਤੁਰਨ ਵਾਲੀ ਡਗੋਰੀ, ਤਨ ਨੂੰ ਭਸਮ ਲਾਉਣਾ, ਕੰਨਾਂ ਵਿੱਚ ਮੰਦ੍ਰਾਂ ਪਾਉਣ, ਸਿਰ ਦੇ ਵਾਲ ਪੁੱਟਣ, ਨਿਤਨੇਮ, ਸੰਖ ਵਜਾਉਣ ਨਾਲ ਨਹੀਂ ਪਾਇਆ ਜਾ ਸਕਦਾ ਹੈ । ਜੋਗ ਕੇਵਲ ਆਪਣੇ ਮਨ ਨੂੰ ਸੰਸਾਰਕ ਇਛਾਂ ਤੋਂ ਰਹਿਤ ਰਖਣ ਨਾਲ ਹੀ ਬਖਸ਼ਿਸ਼ ਹੋ ਸਕਦਾ ਹੈ । ਪ੍ਰਭ ਦੇ ਸ਼ਬਦ ਦੀ ਅਡੋਲ ਭਰੋਸੇ ਨਾਲ ਪਾਲਣਾ ਕਰਨ ਨਾਲ ਹੀ ਬਖਸ਼ਿਸ਼ ਹੋ ਸਕਦਾ ਹੈ ।

The state of mind as His true devotee, saint may not be blessed by adopting, baptizing with any religious rituals. Whosoever may obey the teachings of His Word with steady and stable belief in his day-to-day life; with His mercy and grace, he may conquer the demons of his worldly desires. He may be blessed with a state of mind as His true devotee.

ਗਲੀ ਜੋਗੁ ਨ ਹੋਈ॥ galee jog na ho-ee.
ਏਕ ਦ੍ਰਿਸਟਿ ਕਰਿ ਸਮਸਰਿ ਜਾਣੈ, ਜੋਗੀ ਕਹੀਐ ਸੋਈ॥੧॥ ਰਹਾਉ॥ ayk darisat kar samsar jaanai jogee kahee-ai so-ee. ||1|| rahaa-o.

ਗੱਲਾਂ ਨਾਲ, ਬਾਣੇ ਨਾਲ ਜੋਗੀ ਨਹੀਂ ਬਣਾਇਆ ਜਾ ਸਕਦਾ । ਕੇਵਲ ਸ੍ਰਿਸ਼ਟੀ ਨੂੰ ਇਕ ਸਮਾਨ ਪ੍ਰਭ ਦੀ ਜੋਤ ਸਮਝਣ ਅਤੇ ਜੀਵਨ ਢਾਲਣ ਨਾਲ ਹੀ ਹੁੰਦਾ ਹੈ ।

No one may be blessed with a state of mind as His true devotee, by preaching the teachings of Holy Scripture, reading, reciting, writing the spiritual meaning of The Holy Scripture. Whosoever may remain drenched with the essence of His

ਗੁਰੂ ਨਾਨਕ ਦੇਵ ਜੀ! – Guru Nanak Dev Ji! Guru Granth Sahib

Word; the universe is an expansion of His Holy Spirit; treats His Creation as a symbol of The True Master. Only he may be blessed with a state of mind as His true devotee.

ਜੋਗੁ ਨ ਬਾਹਰਿ ਮੜੀ ਮਸਾਣੀ, ਜੋਗੁ ਨ ਤਾੜੀ ਲਾਈਐ॥ jog na baahar marhee masaanee jog na taarhee laa-ee-ai.
ਜੋਗੁ ਨ ਦੇਸਿ ਦਿਸੰਤਰਿ ਭਵਿਐ, ਜੋਗੁ ਨ ਤੀਰਥਿ ਨਾਈਐ॥ jog na days disantar bhavi-ai jog na tirath naa-ee-ai.
ਅੰਜਨ ਮਾਹਿ ਨਿਰੰਜਨਿ ਰਹੀਐ, ਜੋਗ ਜੁਗਤਿ ਇਵ ਪਾਈਐ॥੨॥ anjan maahi niranjan rahee-ai jog jugat iv paa-ee-ai. ||2||

ਜੋਗ ਮੜੀ, ਮਸੀਤ ਤੇ ਬੈਠਣ, ਮੌਨ, ਸਮਾਧੀ ਲਾਉਣ, ਤੀਰਥ ਇਸ਼ਨਾਨ ਨਾਲ ਨਹੀਂ ਪਾਇਆ ਜਾ ਸਕਦਾ ਹੈ । ਕੇਵਲ ਆਪਣੇ ਮਨ ਨੂੰ ਸੰਸਾਰ ਵਿੱਚ ਰਹਿੰਦੇ, ਸੰਸਾਰਕ ਇਛਾਂ ਤੋਂ ਰਹਿਤ ਰਹਿਣ, ਸ਼ਬਦ ਨਾਲ ਜੀਵਨ ਢਾਲਣ, ਬਖਸ਼ੇ ਤੇ ਸੰਤੋਖ ਰਖਣ ਨਾਲ ਹੀ ਬਖਸ਼ਿਸ਼ ਹੋ ਸਕਦਾ ਹੈ ।

State of mind as His true devotee may not be blessed by meditating at any cremation ground of ancient prophet, any temple, gurdwara, Holy Shrine, becoming quiet saint or taking sanctifying bath at all Holy Shrines. Whosoever may dwell in his blessed worldly condition, contented; he may remain beyond the reach of worldly desires, adopts the teachings of His Word. Only he may be blessed with a state of mind as His true devotee.

ਸਤਿਗੁਰੁ ਭੇਟੈ ਤਾ ਸਹਸਾ ਤੂਟੈ, ਧਾਵਤੁ ਵਰਜਿ ਰਹਾਈਐ॥ satgur bhaytai taa sahsaa tootai Dhaavat varaj rahaa-ee-ai.
ਨਿਝਰੁ ਝਰੈ ਸਹਜ ਧੁਨਿ ਲਾਗੈ, ਘਰ ਹੀ ਪਰਚਾ ਪਾਈਐ॥ nijhar jharai sahj Dhun laagai ghar hee parchaa paa-ee-ai.
ਅੰਜਨ ਮਾਹਿ ਨਿਰੰਜਨਿ ਰਹੀਐ, ਜੋਗ ਜੁਗਤਿ ਇਵ ਪਾਈਐ॥੩॥ anjan maahi niranjan rahee-ai jog jugat iv paa-ee-ai. ||3||

ਸ਼ਬਦ ਦੀ ਪਾਲਣਾ ਕਰਨ ਨਾਲ, ਪ੍ਰਭ ਦੀ ਰਹਿਮਤ, ਬਖਸ਼ਿਸ਼ ਹੋ ਜਾਂਦੀ ਹੈ । ਸ਼ਬਦ ਦੀ ਸੋਝੀ ਪਾ ਕੇ ਇਸ ਤੇ ਅਮਲ ਕਰਨ ਨਾਲ ਭਰਮ ਦੂਰ ਹੋ ਜਾਂਦੇ ਹਨ । ਇਸ ਨਾਲ ਮਨ ਅੰਦਰੋਂ ਹੀ ਪ੍ਰਭ ਦੀ ਜੋਤ ਜਾਗਰਤ ਹੋ ਜਾਂਦੀ ਹੈ । ਉਸ ਦੇ ਸ਼ਬਦ ਦੀ ਧੁਨ ਮਨ ਵਿੱਚ ਚਲਦੀ, ਸੁਣਾਈ ਦੇਂਦੀ ਹੈ ।

Whosoever may obey the teachings of His Word with steady and stable belief; with His mercy and grace, he may be blessed with the enlightenment of the essence of His Word. Whosoever may adopt the teachings of His Word with steady and stable belief; all his suspicions may be eliminated. The eternal spiritual glow of His Word may shine from within. He may hear the everlasting echo of His Word, resonating within his heart.

ਨਾਨਕ ਜੀਵਤਿਆ ਮਰਿ ਰਹੀਐ, ਐਸਾ ਜੋਗੁ ਕਮਾਈਐ॥ naanak jeevti-aa mar rahee-ai aisaa jog kamaa-ee-ai.
ਵਾਜੇ ਬਾਝਹੁ ਸਿਙੀ ਵਾਜੈ, ਤਉ ਨਿਰਭਉ ਪਦੁ ਪਾਈਐ॥ aajay baajhahu sinyee vaajai ta-o nirbha-o pad paa-ee-ai.
ਅੰਜਨ ਮਾਹਿ ਨਿਰੰਜਨਿ ਰਹੀਐ, ਜੋਗ ਜੁਗਤਿ ਤਉ ਪਾਈਐ॥੪॥੧॥੮॥ anjan maahi niranjan rahee-ai jog jugat ta-o paa-ee-ai. ||4||1||8||

ਸੰਸਾਰ ਵਿੱਚ ਰਹਿੰਦੇ, ਸੰਸਾਰਕ ਇਛਾਂ ਤੋਂ ਰਹਿਤ ਰਹਿਣ ਨਾਲ ਹੀ ਸੰਤ ਅਵਸਥਾ ਬਖਸ਼ਿਸ਼ ਹੋ ਸਕਦੀ ਹੈ । ਜਿਸ ਦੇ ਮਨ ਵਿੱਚ ਬਿਨਾਂ ਬੋਲੇ ਹੀ ਸ਼ਬਦ ਦੀ ਧੁਨ ਸੁਣਾਈ ਦੇਂਦੀ ਹੈ । ਉਸ ਦੇ ਮਨ ਅੰਦਰ ਪ੍ਰਭ ਦੀ ਜੋਤ ਜਾਗਰਤ ਹੋ ਜਾਂਦੀ ਹੈ ।

Whosoever may remain beyond the reach of worldly desires, while performing day-to-day chores, responsibilities. He may hear the everlasting echo of His Word resonating within. He remains intoxicated in the everlasting echo of His Holy Spirit.

Key Message of Raag Soohee, page 730-11
ਸੰਤ ਅਵਸਥਾ ਕਿਵੇਂ ਬਖਸ਼ਿਸ਼ ਹੋ ਸਕਦੀ ਹੈ?
ਆਪਣੇ ਮਨ ਨੂੰ ਸੰਸਾਰਕ ਇਛਾਂ ਤੋਂ ਰਹਿਤ ਰਖਕੇ, ਪ੍ਰਭ ਦੇ ਸ਼ਬਦ ਦੀ ਪਾਲਣਾ ਕਰਨ ਨਾਲ ਹੀ ਸੰਤ ਅਵਸਥਾ ਬਖਸ਼ਿਸ਼ ਹੋ ਸਕਦਾ ਹੈ । ਸੰਤ ਸ੍ਰਿਸ਼ਟੀ ਨੂੰ ਇਕ ਸਮਾਨ ਪ੍ਰਭ ਦੀ ਜੋਤ ਸਮਝਦਾ ਹੈ । ਉਸ ਨੂੰ ਮਨ ਅੰਦਰ ਸ਼ਬਦ ਦੀ ਧੁਨ ਚਲਦੀ, ਸੁਣਾਈ ਦੇਂਦੀ ਹੈ । ਬਿਨਾਂ ਬੋਲੇ ਹੀ ਸ਼ਬਦ ਦੀ ਧੁਨ ਵਿੱਚ ਲੀਨ ਹੋ ਜਾਂਦਾ ਹੈ!
How may the state of mind as His true devotee be blessed?
The state of mind as His true devotee may not be blessed by baptizing; rather conquering the demons of his worldly desires and adopting the teachings of His Word with steady and stable belief in his day-to-day life. His true devotee, remains drenched the essence of the teachings of His Word; he realizes the universe as an expansion of His Holy Spirit. He may hear the everlasting echo of His Word resonating within; he remains intoxicated in the void of His Holy Spirit.

9. ਸੂਹੀ ਮਹਲਾ ੧॥ 730-18

ਕਉਣ ਤਰਾਜੀ ਕਵਣੁ ਤੁਲਾ, ਤੇਰਾ ਕਵਣੁ ਸਰਾਫੁ ਬੁਲਾਵਾ॥ ka-un taraajee kavan tulaa tayraa kavan saraaf bulaavaa.
ਕਉਣੁ ਗੁਰੂ ਕੈ ਪਹਿ ਦੀਖਿਆ, ਲੇਵਾ ਕੈ ਪਹਿ ਮੁਲੁ ਕਰਾਵਾ॥੧॥ ka-un guroo kai peh deekhi-aa layvaa kai peh mul karaavaa. ||1||

ਕਿਹੜੇ ਕੰਡੇ ਤੇ, ਕਿਸ ਕਸਵਟੀ ਨਾਲ ਤੇਰੀ ਵਡਿਆਈ, ਕਿਸੇ ਕਰਤਬ ਨੂੰ ਪਰਖਾ? ਕਿਹੜੇ ਗੁਰੂ ਪੀਰ ਤੋਂ ਮੈਂ ਉਹ ਸਿਖਿਆਂ ਲਵਾ? ਕਿਹੜੇ ਸੰਤ, ਪੀਰ ਤੋਂ ਤੇਰੀ ਕੀਮਤ ਦਾ ਅਨੁਮਾਨ ਲਗਾਵਾ?

What worldly scale may I use to evaluate the significance of Your Greatness? From which guru may I pray for enlightenment of Your Nature? From whom may I comprehend the significance of Your Nature, Miracles?

ਮੇਰੇ ਲਾਲ ਜੀਉ, ਤੇਰਾ ਅੰਤੁ ਨ ਜਾਣਾ॥ mayray laal jee-o tayraa ant na jaanaa.
ਤੂੰ ਜਲਿ ਥਲਿ ਮਹੀਅਲਿ ਭਰਿਪੁਰਿ ਲੀਣਾ, tooN jal thal mahee-al bharipur leenaa
ਤੂੰ ਆਪੇ ਸਰਬ ਸਮਾਣਾ॥੧॥ ਰਹਾਉ॥ tooN aapay sarab samaanaa. ||1|| rahaa-o.

ਪ੍ਰਭ ਤਿੰਨਾ ਸ੍ਰਿਸ਼ਟੀਆਂ ਵਿੱਚ ਹੀ ਸਮਾਇਆ ਹੋਇਆ, ਹਰ ਥਾਂ ਹਾਜ਼ਰਾ ਹਜ਼ੂਰ ਭਰਪੂਰ ਵਾਪਰਦਾ ਹੈ । ਪ੍ਰਭ ਦੇ ਕਿਸੇ ਕਰਤਬ ਦਾ ਜੀਵ ਨੂੰ ਪੂਰਨ ਗਿਆਨ ਨਹੀਂ ਹੈ ।

My True Master, His Nature remains embedded within all three universes and prevails everywhere; however, His Natures remain beyond the comprehension of His Creation.

ਮਨੁ ਤਾਰਾਜੀ, ਚਿਤੁ ਤੁਲਾ, ਤੇਰੀ ਸੇਵ ਸਰਾਫੁ ਕਮਾਵਾ॥ man taaraajee chit tulaa tayree sayv saraaf kamaavaa.
ਘਟ ਹੀ ਭਤਿਰਿ, ਸੋ ਸਹੁ ਤੋਲੀ, ਇਨ ਬਿਧਿ ਚਿਤੁ ਰਹਾਵਾ॥੨॥ ghat hee bheetar so saho tolee in biDh chit rahaavaa. ||2||

ਜਿਹੜਾ ਆਪਣੇ ਮਨ ਨੂੰ ਹੀ ਤੋਲਨ ਵਾਲਾ ਕੰਡਾ, ਧਿਆਨ ਨੂੰ ਤੋਲਨ ਵਾਲਾ ਵੱਟਾ ਬਣਾਉਂਦਾ ਹਾ । ਉਹ ਸ਼ਬਦ ਦੀ ਬੰਦਗੀ ਨੂੰ ਪਰਖਣ ਵਾਲਾ ਬਣਾਉਂਦਾ, ਉਹ ਆਪਣੇ ਮਨ ਵਿਚੋਂ ਹੀ ਸ਼ਬਦ ਦੀ ਸੋਝੀ ਨੂੰ ਢੂੰਡਦਾ ਹੈ । ਆਪਣੇ ਕੀਤੇ ਕੰਮਾਂ ਦੀ ਪਰਖ ਕਰਦਾ ਹਾ । ਮੈਂ ਸ਼ਬਦ ਦੀ ਪਾਲਣਾ ਵਿੱਚ ਧਿਆਨ ਲਾਉਂਦਾ, ਲੀਨ ਰਹਿੰਦਾ ਹਾ ।

Whosoever may establish his own mind as a measuring scale and his concentration on the teachings of His Word as a standard of measurement. He may evaluate his earnings of His Word; he may search the enlightenment of the essence of His Word from within. My True Master! How I am evaluating my worldly deeds, earnings of Your Word. I remain intoxicated in meditation and obeying the teachings in the void of Your Word.

ਗੁਰੂ ਨਾਨਕ ਦੇਵ ਜੀ! – Guru Nanak Dev Ji! Guru Granth Sahib

ਆਪੇ ਕੰਡਾ ਤੋਲੁ ਤਰਾਜੀ, ਆਪੇ ਤੋਲਣਹਾਰਾ॥ aapay kandaa tol taraajee aapay tolanhaaraa.
ਆਪੇ ਦੇਖੈ ਆਪੇ ਬੂਝੈ, ਆਪੇ ਹੈ ਵਣਜਾਰਾ॥੩॥ aapay daykhai aapay boojhai aapay hai vanjaaraa. ||3||

ਪ੍ਰਭ, ਆਪ ਹੀ ਜੀਵ ਨੂੰ ਸ਼ਬਦ ਦੀ ਬੰਦਗੀ ਤੇ ਲਾਉਂਦਾ ਹੈ । ਆਪ ਹੀ ਇਸ ਦੀ ਪਰਖ ਕਰਦਾ, ਕੀਮਤ ਪਾਉਂਦਾ, ਫਲ ਬਖਸ਼ਦਾ ਹੈ । ਪ੍ਰਭ ਆਪ ਹੀ ਸਭ ਕੁਝ ਦੇਖਦਾ, ਸਮਝਦਾ ਹੈ, ਆਪ ਹੀ ਬੰਦਗੀ ਕਰਨ ਵਾਲੇ ਦੀ ਬੰਦਗੀ ਵਿੱਚ ਵਾਪਰਦਾ ਹੈ ।

The True Master inspires, blesses devotion to meditate on the teachings of His Word. He evaluates and rewards his mediation. He monitors all his activities, intentions. He prevails in meditation and in all activities of His true devotee.

ਅੰਧੁਲਾ ਨੀਚ ਜਾਤਿ ਪਰਦੇਸੀ, ਖਿਨੁ ਆਵੈ ਤਿਲੁ ਜਾਵੈ॥ anDhulaa neech jaat pardaysee khin aavai til jaavai.
ਤਾ ਕੀ ਸੰਗਤਿ ਨਾਨਕੁ ਰਹਦਾ, ਕਿਉ ਕਰਿ ਮੂੜਾ ਪਾਵੈ॥੪॥੨॥੯॥ taa kee sangat naanak rahdaa ki-o kar moorhaa paavai. ||4||2||9||

ਨਿਮਾਣੀ ਆਤਮ ਥੋੜ੍ਹੇ ਸਮੇਂ ਲਈ ਸੰਸਾਰ ਵਿੱਚ ਆਉਂਦੀ ਹੈ । ਫਿਰ ਮੌਤ ਦੇ ਹਵਾਲੇ ਹੋ ਜਾਂਦੀ ਹੈ । ਜਿਹੜਾ ਸ਼ਬਦ ਦੀ ਪਾਲਣਾ ਨਹੀਂ ਕਰਦਾ, ਉਸ ਦੀ ਆਤਮਾ ਗੁਣਾਂ ਤੋਂ ਰਹਿਤ ਹੀ ਵਾਪਸ ਚਲੇ ਜਾਂਦੀ ਹੈ ।

Blemished soul may be blessed with human body for predetermined interval to be sanctified to become worthy of His Consideration. She may be captured by the devil of death. Whosoever may not obey the teachings of His Word; his soul may return empty handed carrying burden of sins of his worldly deeds.

Key Message of Raag Soohee, page 730-18
ਪ੍ਰਭ ਦੀ ਵਡਿਆਈ ਕਿਵੇਂ ਪਰਖੀ ਜਾ ਸਕਦੀ ਹੈ?
ਪ੍ਰਭ ਤਿੰਨਾ ਸ੍ਰਿਸ਼ਟੀਆਂ ਵਿੱਚ ਆਪ ਹੀ ਸਮਾਇਆ, ਹਰ ਥਾਂ ਹਾਜ਼ਰਾ ਹਜ਼ੂਰ ਭਰਪੂਰ ਵਾਪਰਦਾ ਹੈ । ਕਿਹੜੇ ਕੰਡੇ ਤੇ, ਕਿਸ ਕਸਵਟੀ ਨਾਲ ਪ੍ਰਭ ਦੀ ਵਡਿਆਈ, ਕਰਤਬ ਨੂੰ ਪਰਖਿਆ ਜਾ ਸਕਦਾ ਹੈ? ਜਿਹੜਾ ਆਪਣੇ ਮਨ ਨੂੰ ਹੀ ਤੋਲਨ ਵਾਲਾ ਕੰਡਾ, ਧਿਆਨ ਨੂੰ ਤੋਲਨ ਵਾਲਾ ਵੱਟਾ ਬਣਾ ਕੇ ਆਪਣੀ ਸ਼ਬਦ ਦੀ ਬੰਦਗੀ ਨੂੰ ਪਰਖਦਾ ਹੈ! ਆਪਣੇ ਮਨ ਵਿਚੋਂ ਸ਼ਬਦ ਦੀ ਸੋਝੀ ਖੋਜ ਕਰ ਲੈਂਦਾ ਹੈ । ਪ੍ਰਭ ਆਪ ਹੀ ਸਭ ਕੁਝ ਦੇਖਦਾ, ਪਰਖ ਕਰਦਾ, ਕੀਮਤ ਪਾਉਂਦਾ, ਫਲ ਬਖਸ਼ਦਾ ਹੈ ।
How may His Greatness be evaluated?
The True Master remains omnipresent, embedded, and prevails within all three universes. How may the significance of His Greatness be comprehended? Whosoever may establish his own mind as a measuring scale; his concentration as a standard of measurement and evaluates his earnings of His Word; he may search the enlightenment of His Word from within. The True Master witnesses, and comprehends his all activities, intentions and reward his earnings of His Word.

10. ਰਾਗੁ ਸੂਹੀ ਅਸਟਪਦੀਆ ਮਹਲਾ ੧ ਘਰੁ ੧॥ 750-12

ੴ ਸਤਿਗੁਰ ਪ੍ਰਸਾਦਿ॥ ik-oNkaar satgur parsaad.
ਸਭਿ ਅਵਗਣ ਮੈ ਗੁਣੁ ਨਹੀ ਕੋਈ॥ sabh avgan mai gun nahee ko-ee.
ਕਿਉ ਕਰਿ ਕੰਤ ਮਿਲਾਵਾ ਹੋਈ॥੧॥ ki-o kar kant milaavaa ho-ee. ||1||

ਮੇਰਾ ਮਨ ਅਉਗੁਣਾਂ ਨਾਲ ਭਰਿਆਂ ਹੋਇਆਂ ਹੈ, ਕੋਈ ਗੁਣ ਨਹੀਂ ਹੈ । ਮੇਰੀ ਆਤਮਾ ਤੇਰੇ ਦਰਬਾਰ ਵਿੱਚ ਪ੍ਰਵਾਨਗੀ ਕਿਵੇਂ ਹੋ ਸਕਦੀ ਹੈ?

I remain overwhelmed with evil, sinful thoughts and no good virtues. How may my soul be sanctified to become worthy of His Consideration?

ਨਾ ਮੈ ਰੂਪੁ ਨ ਬੰਕੇ ਨੈਣਾ॥ naa mai roop na bankay nainaa.
ਨਾ ਕੁਲ ਢੰਗੁ ਨ ਮੀਠੇ ਬੈਣਾ॥੧॥ ਰਹਾਉ॥ naa kul dhang na meethay bainaa. ||1|| rahaa-o.

ਮੇਰੀ ਸੂਰਤ ਕੋਈ ਸੁੰਦਰ, ਅਨੋਖੀ ਨਹੀਂ ਹੈ! ਮੇਰੀਆਂ ਅੱਖਾਂ ਵਿੱਚ ਹੀ ਕੋਈ ਖਿੱਚ, ਕੋਈ ਉੱਚੀ ਮਹੱਤਵ ਪੂਰਕ ਖਾਨਦਾਨੀ, ਜਾਤ ਨਹੀਂ ਹੈ । ਮੇਰੇ ਜੀਵਨ ਦਾ ਢੰਗ ਅਮੋਲਕ ਸ਼ਬਦ ਅਨੁਸਾਰ ਨਹੀਂ, ਅਵਾਜ਼, ਰਸਨਾ ਹੀ ਮਨ ਨੂੰ ਮੋਹਣਵਾਲੀ ਨਹੀਂ ਹੈ ।

The Merciful True Master! My body structure, features are not astonishing nor any deep intoxicating attraction in my eyes. I have no unique distinguish family genealogy, worldly caste nor my way of life as per the teaching of Your Word nor my sound, tone may be intoxicating to mind.

ਸਹਜਿ ਸੀਗਾਰ ਕਾਮਣਿ ਕਰਿ ਆਵੈ॥ sahj seegaar kaaman kar aavai.
ਤਾ ਸੋਹਾਗਣਿ ਜਾ ਕੰਤੈ ਭਾਵੈ॥੨॥ taa sohagan jaa kantai bhaavai. ||2||

ਅਗਰ ਪ੍ਰਭ ਜੀਵ ਦੀ ਸ਼ਰਧਾ, ਲਗਨ ਤੇ ਰਹਿਮਤ ਬਖਸ਼ਕੇ ਸ਼ਰਣ ਵਿੱਚ ਪਨਾਹ ਬਖਸ਼ੇ । ਆਤਮਾ ਨੂੰ ਸੰਤੋਖ, ਖੇੜਾ ਤਾ ਹੀ ਨਸੀਬ ਹੁੰਦਾ ਹੈ ।

Whose meditation and devotion may be accepted by The Merciful True Master; with His mercy and grace, he may be accepted in His Sanctuary. His soul may be blessed with contentment and blossom in his day-to-day life.

ਨਾ ਤਿਸੁ ਰੂਪੁ ਨ ਰੇਖਿਆ ਕਾਈ॥ naa tis roop na raykh-i-aa kaa-ee.
ਅੰਤਿ ਨ ਸਾਹਿਬੁ ਸਿਮਰਿਆ ਜਾਈ॥੩॥ ant na saahib simri-aa jaa-ee. ||3||

ਜਿਸ ਦੇ ਜੀਵਨ ਦਾ ਢੰਗ ਸ਼ਬਦ ਅਨੁਸਾਰ ਨਾ ਹੋਵੇ, ਸ਼ਬਦ ਦੀ ਪਾਲਣਾ ਨਾ ਕਰਦਾ ਹੋਵੇ । ਅਚਾਨਕ ਉਸ ਤੇ ਪ੍ਰਭ ਦੀ ਰਹਿਮਤ ਦੀ ਨਜ਼ਰ ਨਹੀਂ ਬਖਸ਼ਿਸ਼ ਹੋ ਜਾਂਦੀ ।

Whosoever may not obey or adopt the teachings of His Word with steady and stable belief in his day-to-day life; his soul may never become worthy of His Consideration. Devilish soul may never suddenly be bestowed with honor.

ਸੁਰਤਿ ਮਤਿ ਨਾਹੀ ਚਤੁਰਾਈ॥ surat mat naahee chaturaa-ee.
ਕਰਿ ਕਿਰਪਾ ਪ੍ਰਭ ਲਾਵਹੁ ਪਾਈ॥੪॥ kar kirpaa parabh laavhu paa-ee. ||4||

ਮੇਰੇ ਵਿੱਚ ਕੋਈ ਸਿਆਣਪ, ਚੁਤਰਾਈ ਨਹੀਂ, ਧਿਆਨ ਵੀ ਇਕੋ ਇਕ ਤੇ ਅਡੋਲ ਨਹੀਂ ਰਹਿੰਦਾ । ਆਪ ਹੀ ਰਹਿਮਤ ਬਖਸ਼ਕੇ ਸ਼ਬਦ ਦੇ ਲੜ ਲਾਵੋ! ਸ਼ਬਦ ਦੀ ਪਾਲਣਾ ਤੇ ਭਰੋਸਾ ਅਡੋਲ ਰਖੋ!

The Merciful True Master! I have no wisdom, clever plans nor steady and stable belief on the teachings of Your Word. My True Master blesses devotion obey the teachings of Your Word with steady and stable.

ਖਰੀ ਸਿਆਣੀ ਕੰਤ ਨ ਭਾਣੀ॥ kharee si-aanee kant na bhaanee.
ਮਾਇਆ ਲਾਗੀ ਭਰਮਿ ਭੁਲਾਣੀ॥੫॥ maa-i-aa laagee bharam bhulaanee. ||5||

ਜਿਹੜਾ ਸੰਸਾਰਕ ਮਾਇਆ ਦੇ ਪਿਛੇ ਲਗ ਜਾਵੇ! ਉਹ ਜੀਵ ਭਾਵੇਂ ਕਿਤਨਾ ਵੀ ਸੋਝੀਵਾਨ, ਗਿਆਨਵਾਨ, ਵਿਦਵਾਨ ਕਿਉਂ ਨਾ ਹੋਵੇ? ਪ੍ਰਭ ਦੇ ਸ਼ਬਦ ਦੀ ਸੋਝੀ ਨਹੀਂ ਪਾ ਸਕਦਾ । ਉਸ ਦੇ ਮਨ ਵਿੱਚ ਸ਼ਬਦ ਦੀ ਸੋਝੀ ਜਾਗਰਤ ਨਹੀਂ ਹੋ ਸਕਦੀ, ਪ੍ਰਵਾਨਗੀ ਦੇ ਰਸਤੇ ਤੇ ਅਡੋਲ ਨਹੀਂ ਹੋ ਸਕਦਾ ।

ਗੁਰੂ ਨਾਨਕ ਦੇਵ ਜੀ! – Guru Nanak Dev Ji! Guru Granth Sahib

Whosoever may remain intoxicated with sweet poison of worldly wealth! He may be very knowledgeable, wise worldly scholar; however, he may never be blessed with the enlightenment of the essence of His Word nor he may ever be drenched with the essence of His Word within. He may never remain steady and stable on the right path of acceptance in His Court.

ਹਉਮੈ ਜਾਈ ਤਾ ਕੰਤ ਸਮਾਈ॥ ha-umai jaa-ee taa kant samaa-ee.
ਤਉ ਕਾਮਣਿ ਪਿਆਰੇ ਨਵ ਨਿਧਿ ਪਾਈ॥੬॥ ta-o kaaman pi-aaray nav niDh paa-ee. ||6||

ਜਿਹੜਾ ਆਪਣੇ ਮਨ ਦੇ ਅਹੰਕਾਰ ਤੇ ਜਿੱਤ ਪਾ ਲੈਂਦਾ, ਤਿਆਗ ਦੇਂਦਾ ਹੈ । ਉਹ ਸ਼ਬਦ ਦੀ ਪਾਲਣਾ ਤੇ ਅਡੋਲ ਹੋ ਜਾਂਦਾ ਹੈ! ਉਸ ਨੂੰ ਪ੍ਰਵਾਨਗੀ ਦਾ ਰਸਤਾ ਬਖਸ਼ਿਸ਼ ਹੋ ਸਕਦਾ ਹੈ ।

Whosoever may renounce his worldly desires and conquers his ego; with His mercy and grace, he may remain steady and stable in obeying the teachings of His Word. He may be blessed with the right path of acceptance in His Court.

ਅਨਿਕ ਜਨਮ ਬਿਛੁਰਤ ਦੁਖੁ ਪਾਇਆ॥ anik janam bichhurat dukh paa-i-aa.
ਕਰੁ ਗਹਿ ਲੇਹੁ ਪ੍ਰੀਤਮ ਪ੍ਰਭ ਰਾਇਆ॥੭॥ kar geh layho pareetam parabh raa-i-aa. ||7||

ਮੇਰੀ ਆਤਮਾ ਅਨੇਕਾਂ ਜਨਮਾਂ ਤੋਂ ਹੀ ਪ੍ਰਭ ਦੀ ਜੋਤ ਵਿਚੋਂ ਵਿਛੜੀ, ਸੰਸਾਰਕ ਇਛਾਂ ਦੇ ਦੁਖ ਸਹਿੰਦੀ ਹੈ । ਰਹਿਮਤ ਬਖਸ਼ੋ! ਸ਼ਬਦ ਦੇ ਲੜ ਲਾਵੋ! ਕੇਵਲ ਤੂੰ ਹੀ ਸ੍ਰਿਸ਼ਟੀ ਨੂੰ ਰਹਿਮਤਾਂ ਬਖਸ਼ਣ ਵਾਲਾ ਮਾਲਕ ਹੈ ।

The Merciful True Master, my soul has been separated from Your Holy Spirit from many life cycles. I am enduring the miseries of worldly desires. My True Master blesses devotion to meditate on the teachings of Your Word; only You may forgive sins of previous worldly lives.

ਭਣਤਿ ਨਾਨਕੁ ਸਹੁ ਹੈ ਭੀ ਹੋਸੀ॥ bhanat naanak saho hai bhee hosee.
ਜੈ ਭਾਵੈ ਪਿਆਰਾ ਤੈ ਰਾਵੇਸੀ॥੮॥੧॥ jai bhaavai pi-aaraa tai raavaysee. ||8||1||

ਪ੍ਰਭ ਸਦਾ ਹੀ ਰਹਿਮਤਾਂ ਬਖਸ਼ਦਾ ਹੈ! ਉਸ ਦਾ ਭਾਣਾ ਅਟਲ ਵਾਪਰਦਾ ਹੈ । ਜਿਸ ਤੇ ਰਹਿਮਤ ਦੀ ਨਜ਼ਰ ਬਖਸ਼ਦਾ, ਬੰਦਗੀ ਪ੍ਰਵਾਨ ਕਰਦਾ, ਪ੍ਰਵਾਨਗੀ ਦੇ ਰਸਤੇ ਤੇ ਅਡੋਲ ਰਖਦਾ ਹੈ ।

The Merciful True Master always bestows His Blessed Vision on His Creation. His Command prevails unavoidable. Whosoever may be bestowed with His Blessed Vision, he may remain steady and stable on the right path of acceptance in His Court; his meditation may be accepted in His Court.

Key Message of Raag Soohee, page 750-12
ਪ੍ਰਵਾਨਗੀ ਦਾ ਰਸਤਾ!
ਜਿਹੜਾ ਸੋਝੀਵਾਨ, ਗਿਆਨਵਾਨ, ਵਿਦਵਾਨ ਸੰਸਾਰਕ ਮਾਇਆ ਦੇ ਪਿਛੇ ਲਗ ਜਾਂਦਾ ਹੈ, ਉਸ ਦੀ ਲਗਨ ਸ਼ਬਦ ਦੀ ਪਾਲਣਾ ਵਿੱਚ ਨਹੀਂ ਲਗਦੀ! ਜਿਸ ਦੇ ਜੀਵਨ ਦਾ ਢੰਗ ਸ਼ਬਦ ਅਨੁਸਾਰ ਨਹੀਂ ਹੁੰਦਾ, ਉਸ ਨੂੰ ਅਚਾਨਕ ਪ੍ਰਭ ਦੀ ਰਹਿਮਤ ਬਖਸ਼ਿਸ਼ ਨਹੀਂ ਹੁੰਦੀ! ਜਿਹੜਾ ਆਪਣੇ ਮਨ ਦੇ ਅਹੰਕਾਰ ਤੇ ਜਿੱਤ ਪਾ ਲੈਂਦਾ ਹੈ । ਉਹ ਪ੍ਰਵਾਨਗੀ ਦੇ ਰਸਤੇ ਤੇ ਅਡੋਲ ਹੋ ਜਾਂਦਾ ਹੈ ।
The Right path of Acceptance in His Court!
Any knowledgeable, scholar, wise remains intoxicated with sweet poison of worldly wealth; he may never remain steady and stable on the path of obeying the teachings of His Word. Whose way of life may not be as per the teachings of His Word; his soul may never become worthy of His Consideration. Devilish soul may never suddenly be bestowed honor. Whosoever may conquer his ego; he may remain steady and stable on the right path of acceptance in His Court.

11. ਸੂਹੀ ਮਹਲਾ ੧ ਘਰੁ ੯ ਅਸਟਪਦੀਆ॥ 751-1

ੴ ਸਤਿਗੁਰ ਪ੍ਰਸਾਦਿ॥ ik-oNkaar satgur parsaad.
ਕਚਾ ਰੰਗੁ ਕਸੁੰਭ ਕਾ, ਥੋੜੜਿਆ ਦਿਨ ਚਾਰਿ ਜੀਉ॥ kachaa rang kasumbh kaa thorh-rhi-aa din chaar jee-o.
ਵਿਣੁ ਨਾਵੈ ਭ੍ਰਮਿ ਭੁਲੀਆ, ਠਗਿ ਮੁਠੀ ਕੂੜਿਆਰਿ ਜੀਉ॥ vin naavai bharam bhulee-aa thag muthee koorhi-aar jee-o.
ਸਚੇ ਸੇਤੀ ਰਤਿਆ, ਜਨਮੁ ਨ ਦੂਜੀ ਵਾਰ ਜੀਉ॥੧॥ sachay saytee rati-aa janam na doojee vaar jee-o. ||1||

ਮਾਨਸ ਜਨਮ ਅਵਸਥਾ ਵਿੱਚ ਜੂੰਨਾਂ ਦਾ ਚੱਕਰ ਖਤਮ ਹੋ ਸਕਦਾ ਹੈ । ਇਸ ਅਵਸਥਾ ਦਾ ਸਮਾਂ ਮਿਥਿਆ ਹੋਇਆ, ਥੋੜ੍ਹਾ ਹੀ ਹੈ । ਜਿਹੜਾ ਸ਼ਬਦ ਦੀ ਪਾਲਣਾ ਨਹੀਂ ਕਰਦਾ, ਉਹ ਭਰਮਾਂ ਵਿੱਚ ਪੈ ਕੇ ਬਿਰਥਾ ਹੀ ਗਵਾ ਲੈਂਦਾ ਹੈ । ਜਿਹੜਾ ਇਸ ਜਨਮ ਵਿੱਚ ਸ਼ਬਦ ਦੀ ਪਾਲਣਾ ਕਰਦਾ, ਜੀਵਨ ਪ੍ਰਭ ਦੇ ਲੇਖੇ ਲਾ ਦੇਂਦਾ ਹੈ । ਉਹ ਜਨਮ ਮਰਨ ਦਾ ਚੱਕਰ ਖਤਮ ਕਰ ਜਾਂਦਾ ਹੈ ।

Human life journey may be the opportunity for soul to eliminate the cycle of birth and death. The opportunity may be blessed with great prewritten destiny for a predetermined time for his soul to regret, repent, and sanctify to become worthy of His Consideration. Whosoever may not adopt the teachings in His Word with steady and stable belief in his day-to-day life. He may remain intoxicated with worldly religious suspicions and waste his opportunity. Whosoever may surrender his mind, body, and worldly status at His Sanctuary and obeys the teachings of His Word with steady and sable belief in his day-to-day life; with His mercy and grace, his cycle of birth and death may be eliminated.

ਰੰਗੇ ਕਾ ਕਿਆ ਰੰਗੀਐ, ਜੋ ਰਤੇ ਰੰਗੁ ਲਾਇ ਜੀਉ॥ rangay kaa ki-aa rangee-ai jo ratay rang laa-ay jee-o.
ਰੰਗਣ ਵਾਲਾ ਸੇਵੀਐ, ਸਚੇ ਸਿਉ ਚਿਤੁ ਲਾਇ ਜੀਉ॥੧॥ ਰਹਾਉ॥ rangan vaalaa sayvee-ai sachay si-o chit laa-ay jee-o. ||1|| rahaa-o.

ਜਿਹੜਾ ਜੀਵ ਸ਼ਬਦ ਦੇ ਸਿਮਰਨ ਵਿੱਚ ਪਹਿਲੇ ਹੀ ਰੰਗਿਆ ਹੋਵੇ, ਉਸ ਤੇ ਹੋਰ ਕੋਈ ਰੰਗ ਨਹੀਂ ਚੜ੍ਹਦਾ, ਉਸ ਦਾ ਭਰੋਸਾ ਅਡੋਲ ਹੀ ਰਹਿੰਦਾ ਹੈ । ਜੀਵ ਮਾਨਸ ਜਨਮ ਵਿੱਚ ਆਪਣੇ ਮਨ ਤੇ ਸ਼ਬਦ ਦਾ ਰੰਗ ਚੜ੍ਹਾਵੋ! ਭਰੋਸਾ ਅਡੋਲ ਰਖੋ! ਪ੍ਰਭ ਹੀ ਅਸਲੀ ਮਾਲਕ ਹੈ ।

Whosoever may be drenched with essence of His Word; no other color, religious suspicions, teachings may affect his belief on the teachings of His Word. His belief on His Word, remain steady and stable, unchanged. You should drench with the teachings of His Word and keep your belief steady and stable on His Nature.

ਚਾਰੇ ਕੁੰਡਾ ਜੇ ਭਵਹਿ, ਬਿਨੁ ਭਾਗਾ ਧਨੁ ਨਾਹਿ ਜੀਉ॥ chaaray kundaa jay bhaveh bin bhaagaa Dhan naahi jee-o.
ਅਵਗਣਿ ਮੁਠੀ ਜੇ ਫਿਰਹਿ, ਬਧਿਕ ਥਾਇ ਨ ਪਾਹਿ ਜੀਉ॥ avgan muthee jay fireh baDhik thaa-ay na paahi jee-o.
ਗੁਰਿ ਰਾਖੇ ਸੇ ਉਬਰੇ, ਸਬਦਿ ਰਤੇ ਮਨ ਮਾਹਿ ਜੀਉ॥੨॥ gur raakhay say ubray sabad ratay man maahi jee-o. ||2||

ਜਿਸ ਤੇ ਪ੍ਰਭ ਦੀ ਰਹਿਮਤ ਬਖਸ਼ਿਸ਼ ਨਹੀਂ ਹੁੰਦੀ, ਉਸ ਨੂੰ ਚਾਰੇ ਪਾਸੇ ਢੂੰਡਣ ਨਾਲ ਵੀ ਸ਼ਬਦ ਦੀ ਸੋਝੀ ਦਾ ਧਨ ਬਖਸ਼ਿਸ਼ ਨਹੀਂ ਹੁੰਦਾ । ਜਿਹੜਾ ਸੰਸਾਰਕ ਇਛਾਂ ਦੇ ਜਾਲ ਵਿੱਚ ਫਸਿਆ, ਲਾਲਚ ਦੇ ਅਧਾਰ ਤੇ ਜੀਵਨ ਬਤੀਤ ਕਰਦਾ ਹੈ, ਉਸ ਦੇ ਮਨ ਨੂੰ ਕਦੇ ਸੰਤੋਖ, ਧੀਰਜ ਬਖਸ਼ਿਸ਼ ਨਹੀਂ ਹੁੰਦਾ । ਜਿਹੜਾ ਸ਼ਬਦ ਦੀ ਭਰੋਸੇ ਨਾਲ ਪਾਲਣਾ ਕਰਦਾ ਹੈ! ਉਹ ਪ੍ਰਭ ਦੀ ਸ਼ਰਣ ਵਿੱਚ, ਰਖਵਾਲੀ ਵਿੱਚ ਪ੍ਰਵਾਨ ਹੋ ਜਾਂਦਾ ਹੈ, ਮਨ ਅਡੋਲ ਹੋ ਜਾਂਦਾ ਹੈ ।

Without His Blessed Vision, self-minded may wander from shrine to shrine, religion to religion; however, he may never be enlightened with the essence of His Word nor blessed with the earnings of His Word. He may remain intoxicated with worldly wealth; he may remain in religious rituals, suspicions. He may never be blessed with patience, contentment with any accomplishments. Whosoever may adopt the teachings of His Word with steady and stable belief in his day-to-day life; with His mercy and grace, he may remain on right path of acceptance in His Court.

ਚਿਟੇ ਜਿਨ ਕੇ ਕਪੜੇ, ਮੈਲੇ ਚਿਤ ਕਠੋਰ ਜੀਉ॥	chitay jin kay kaprhay mailay chit kathor jee-o.
ਤਿਨ ਮੁਖਿ ਨਾਮੁ ਨ ਊਪਜੈ, ਦੂਜੈ ਵਿਆਪੇ ਚੋਰ ਜੀਉ॥	tin mukh naam na oopjai doojai vi-aapay chor jee-o.
ਮੂਲੁ ਨ ਬੂਝਹਿ ਆਪਣਾ, ਸੇ ਪਸੂਆ ਸੇ ਢੋਰ ਜੀਉ॥੩॥	mool na boojheh aapnaa say pasoo-aa say dhor jee-o. ||3||

ਜਿਸ ਦੇ ਮਨ ਵਿੱਚ ਹੋਰ ਜੀਵਾਂ ਲਈ ਤਰਸ ਨਹੀਂ ਹੁੰਦਾ, ਕੇਵਲ ਭਗਤਾਂ ਵਾਲਾ, ਧਰਮ ਦਾ ਬਾਣਾ ਹੀ ਪਾਉਂਦਾ ਹੈ । ਉਹ ਭਾਵੇਂ ਮੂੰਹ ਤੋਂ ਪ੍ਰਭ ਦੇ ਸ਼ਬਦ ਦੀ ਉਸਤਤ ਗਾਉਂਦਾ ਹੋਵੇ, ਉਸ ਦਾ ਮਨ, ਜੀਵਨ ਦਾ ਢੰਗ ਕਦੇ ਸ਼ਬਦ ਅਨੁਸਾਰ ਨਹੀਂ ਹੁੰਦਾ । ਜਿਸ ਦੇ ਮਨ ਵਿੱਚ ਸ਼ਬਦ ਘਰ ਕਰ ਜਾਂਦਾ, ਜੀਵਨ ਸ਼ਬਦ ਅਨੁਸਾਰ ਹੁੰਦਾ ਹੈ । ਉਹ ਸੁਖਾਂ ਅਤੇ ਦੁਖਾਂ ਦੇ ਮਾਲਕ ਦੀ ਮਰਜ਼ੀ ਕਬੂਲ ਕਰ ਲੈਂਦਾ ਹੈ । ਉਸ ਨੂੰ ਹੋਰ ਕੋਈ ਯਤਨ ਕਰਨ ਦੀ ਲੋੜ ਨਹੀਂ ਰਹਿੰਦੀ ।

Whosoever may not have any sympathy, compassion for other, less fortunate; he may wear a saintly robe, sings the glory, of His Word; his way of life may never be as per the teachings of His Word. Whosoever may be drenched with the essence of His Word; his way of life remains as per the essence of His Word. He has already accepted the decree of The True Master of all pleasures and miseries of the universe. He may not need any other enlightenment.

ਨਿਤ ਨਿਤ ਖੁਸੀਆ ਮਨੁ ਕਰੇ, ਨਿਤ ਨਿਤ ਮੰਗੈ ਸੁਖ ਜੀਉ॥	nit nit khusee-aa man karay nit nit mangai sukh jee-o.
ਕਰਤਾ ਚਿਤਿ ਨ ਆਵਈ, ਫਿਰਿ ਫਿਰਿ ਲਗਹਿ ਦੁਖ ਜੀਉ॥	kartaa chit na aavee fir fir lageh dukh jee-o.
ਸੁਖ ਦੁਖ ਦਾਤਾ ਮਨਿ ਵਸੈ, ਤਿਤੁ ਤਨਿ ਕੈਸੀ ਭੁਖ ਜੀਉ॥੪॥	sukh dukh daataa man vasai tit tan kaisee bhukh jee-o. ||4||

ਜੀਵ ਸਵਾਸ ਸਵਾਸ ਸੁਖ ਅਤੇ ਰਹਿਮਤ ਦੀ ਅਰਦਾਸ ਕਰਦਾ ਰਹਿੰਦਾ ਹੈ । ਪਰ ਆਪਣੇ ਜੀਵਨ ਦਾ ਢੰਡ ਸ਼ਬਦ ਅਨੁਸਾਰ ਨਹੀਂ ਢਾਲਦਾ, ਸੰਸਾਰਕ ਇਛਾਂ ਦੀ ਭਟਕਣ ਹੀ ਮਨ ਵਿੱਚ ਰਹਿੰਦੀ ਹੈ । ਜਿਸ ਦੇ ਮਨ ਵਿੱਚ ਪ੍ਰਭ ਦਾ ਸ਼ਬਦ ਘਰ ਕਰ ਜਾਂਦਾ ਹੈ । ਉਸ ਨੂੰ ਕੋਈ ਸੰਸਾਰਕ ਇਛਾ ਤੰਗ ਨਹੀਂ ਕਰ ਸਕਦੀ, ਪ੍ਰਭ ਦੀ ਬਖਸ਼ਿਸ਼ ਦਾ ਮਨ ਵਿੱਚ ਹੀ ਅਨੰਦ ਮਾਣਦਾ ਹੈ ।

Self-minded may pray for pleasures and prosperity with each breath day and night. Whosoever he may not adopt the teachings of His Word with steady and stable belief in his day-to-day life; he remains frustrated with worldly desires. Whosoever may remain drenched with the essence of His Word; no worldly desire may frustrate him. He may enjoy pleasure, contentment, and blossom with his own worldly environments.

ਬਾਕੀ ਵਾਲਾ ਤਲਬੀਐ, ਸਿਰਿ ਮਾਰੇ ਜੰਦਾਰੁ ਜੀਉ॥	baakee vaalaa talbee-ai sir maaray jandaar jee-o.
ਲੇਖਾ ਮੰਗੈ ਦੇਵਣਾ, ਪੁਛੈ ਕਰਿ ਬੀਚਾਰੁ ਜੀਉ॥	laykhaa mangai dayvnaa puchhai kar beechaar jee-o.
ਸਚੇ ਕੀ ਲਿਵ ਉਬਰੈ, ਬਖਸੇ ਬਖਸਣਹਾਰੁ ਜੀਉ॥੫॥	sachay kee liv ubrai bakhsay bakhsanhaar jee-o. ||5||

ਮੌਤ ਤੋਂ ਪਿਛੋਂ ਪ੍ਰਭ ਦੇ ਦਰਬਾਰ ਵਿੱਚ ਸ਼ਬਦ ਅਨੁਸਾਰ ਹੀ ਕੰਮਾਂ ਦੀ ਪਰਖ ਕੀਤੀ ਜਾਂਦੀ, ਕੀਮਤ ਪਾਈ ਜਾਂਦੀ ਹੈ । ਉਸ ਦੇ ਆਪਣੇ ਕੀਤੇ, ਚੰਗੇ, ਮੰਦੇ ਕੰਮਾਂ ਦਾ ਫਲ ਜਾ ਸਜ਼ਾ ਬਖਸ਼ਿਸ਼ ਹੁੰਦੀ ਹੈ । ਜਿਹੜਾ ਸ਼ਬਦ ਦੀ ਪਾਲਣਾ ਕਰਦਾ, ਜੀਵਨ ਢਾਲਦਾ ਹੈ । ਉਹ ਪ੍ਰਭ ਦੀ ਸ਼ਰਣ ਵਿੱਚ ਪ੍ਰਵਾਨ ਹੋ ਜਾਂਦਾ, ਲੇਖਾ ਖਤਮ ਹੋ ਜਾਂਦਾ ਹੈ ।

After death! All worldly deeds of her blessed body may be judged in His Court. Whosoever may have committed sinful deeds, he may endure the punishment. Whosoever may obey and adopts the teachings of His Word in his day-to-day life; with His mercy and grace, he may be accepted in His Sanctuary. His cycle of birth and death may be eliminated.

ਅਨ ਕੋ ਕੀਜੈ ਮਿਤੜਾ, ਖਾਕੁ ਰਲੈ ਮਰਿ ਜਾਇ ਜੀਉ॥	an ko keejai mit-rhaa khaak ralai mar jaa-ay jee-o.
ਬਹੁ ਰੰਗ ਦੇਖਿ ਭੁਲਾਇਆ, ਭੁਲਿ ਭੁਲਿ ਆਵੈ ਜਾਇ ਜੀਉ॥	baho rang daykh bhulaa-i-aa bhul bhul aavai jaa-ay jee-o.
ਨਦਰਿ ਪ੍ਰਭੂ ਤੇ ਛੁਟੀਐ, ਨਦਰੀ ਮੇਲਿ ਮਿਲਾਇ ਜੀਉ॥੬॥	nadar parabhoo tay chhutee-ai nadree mayl milaa-ay jee-o. ||6||

ਜਿਹੜਾ ਆਪਣੀ ਸੰਸਾਰਕ ਹੈਸੀਅਤ ਦਾ ਅਭਿਮਾਨ ਕਰਦਾ ਹੈ, ਉਹ ਆਪਣਾ ਮਾਨਸ ਜਨਮ ਬਿਰਥਾ ਹੀ ਬਤੀਤ ਕਰ ਜਾਂਦਾ, ਉਸ ਦਾ ਤਨ ਕੇਵਲ ਭਸਮ ਹੋ ਕੇ ਮਿੱਟੀ ਵਿੱਚ ਮਿਲ ਜਾਂਦਾ ਹੈ । ਉਹ ਸੰਸਾਰਕ ਮੌਜ ਮੇਲੇ ਵਿੱਚ, ਜੂੰਨਾਂ ਦੇ ਚੱਕਰ ਵਿੱਚ ਹੀ ਰਹਿੰਦਾ ਹੈ । ਪ੍ਰਭ ਦੀ ਰਹਿਮਤ ਨਾਲ, ਸ਼ਬਦ ਦੀ ਪਾਲਣਾ, ਸੋਝੀ ਨਾਲ ਜੀਵਨ ਢਾਲੋ! ਕੇਵਲ ਪ੍ਰਭ ਦੀ ਰਹਿਮਤ ਨਾਲ ਹੀ ਪ੍ਰਵਾਨਗੀ ਬਖਸ਼ਿਸ਼ ਹੁੰਦੀ ਹੈ ।

Whosever may remain intoxicated with the ego of his worldly status, worldly wealth; he may waste his priceless human life opportunity uselessly; his body only becomes ashes after death. He remains intoxicated with short-lived pleasures of worldly wealth and wanders in the cycle of birth and death. You should obey and adopt the teachings of His Word with steady and stable in his day-to-day life. The Merciful True Master may bless your soul with acceptance in His Court.

ਗਾਫਲ ਗਿਆਨ ਵਿਹੂਣਿਆ, ਗੁਰ ਬਿਨੁ ਗਿਆਨੁ ਨ ਭਾਲਿ ਜੀਉ॥	gaafal gi-aan vihooni-aa gur bin gi-aan na bhaal jee-o.
ਖਿੰਚੋਤਾਣਿ ਵਿਗੁਚੀਐ, ਬੁਰਾ ਭਲਾ ਦੁਇ ਨਾਲਿ ਜੀਉ॥	khinchotaan viguchee-ai buraa bhalaa du-ay naal jee-o.
ਬਿਨੁ ਸ਼ਬਦੈ ਭੈ ਰਤਿਆ, ਸਭ ਜੋਹੀ ਜਮਕਾਲਿ ਜੀਉ॥੭॥	bin sabdai bhai rati-aa sabh johee jamkaal jee-o. ||7||

ਅਣਜਾਣ ਮਾਨਸ ਨੂੰ ਸਮਝ ਨਹੀਂ, ਸ਼ਬਦ ਦੀ ਪਾਲਣਾ ਤੋਂ ਬਿਨਾਂ ਸ਼ਬਦ ਦੀ ਸੋਝੀ ਬਖਸ਼ਿਸ਼ ਨਹੀਂ ਹੁੰਦੀ । ਸੰਸਾਰਕ ਇਛਾਂ ਦੀ ਭਟਕਣ ਮਨ ਨੂੰ ਸ਼ਬਦ ਦੀ ਪਾਲਣਾ ਤੇ ਅਡੋਲ ਨਹੀਂ ਹੋਣ ਦੇਂਦੀ । ਅਡੋਲ ਭਰੋਸੇ ਨਾਲ ਸ਼ਬਦ ਦੀ ਪਾਲਣਾ ਤੋਂ ਬਿਨਾਂ, ਪ੍ਰਭ ਦੀ ਸ਼ਰਣ ਵਿੱਚ ਪਨਾਹ ਬਖਸ਼ਿਸ਼ ਨਹੀਂ ਹੁੰਦੀ । ਜਮਦੂਤਾਂ ਦੇ ਹਵਾਲੇ ਹੀ ਜਾਣਾ ਪੈਂਦਾ ਹੈ ।

Ignorant, self-minded may not comprehend! Without obeying the teachings of His Word with steady and stable belief in day-to-day life; no one may ever be blessed with the enlightenment of the essence of His Word. He remains frustrated with worldly desires, temptations; he may never stay steady and stable on one path for long. Whosoever may adopt the teachings of His Word with steady and stable belief in his day-to-day life; he may never be accepted in His Sanctuary. His soul may be captured by the devil of death.

ਜਿਨਿ ਕਰਿ ਕਾਰਣੁ ਧਾਰਿਆ, ਸਭਸੈ ਦੇਇ ਆਧਾਰੁ ਜੀਉ॥ jin kar kaaran Dhaari-aa sabhsai day-ay aaDhaar jee-o.
ਸੋ ਕਿਉ ਮਨਹੁ ਵਿਸਾਰੀਐ, ਸਦਾ ਸਦਾ ਦਾਤਾਰੁ ਜੀਉ॥ so ki-o manhu visaaree-ai sadaa sadaa daataar jee-o.
ਨਾਨਕ ਨਾਮੁ ਨ ਵੀਸਰੈ, ਨਿਧਾਰਾ ਆਧਾਰੁ ਜੀਉ॥੮॥੧॥੨॥ naanak naam na veesrai niDhaaraa aaDhaar jee-o. ||8||1||2||

ਪ੍ਰਭ, ਜੀਵ ਨੂੰ ਮਾਨਸ ਜਨਮ ਬਖਸ਼ਦਾ, ਪਾਲਣਾ ਕਰਦਾ ਹੈ । ਆਪ ਹੀ ਜੀਵ ਨੂੰ ਪ੍ਰਵਾਨਗੀ ਦੇ ਰਸਤਾ ਦੀ ਸੋਝੀ ਬਖਸ਼ਦਾ ਹੈ । ਉਸ ਦੇ ਸ਼ਬਦ ਦੇ ਰਸਤੇ ਨੂੰ ਕਿਵੇਂ ਭੁੱਲ ਗਿਆ ਹੈ? ਉਹ ਸਦਾ ਹੀ ਦਾਤਾਂ ਬਖਸ਼ਦਾ ਹੈ! ਕਦੇ ਉਸ ਦੇ ਸ਼ਬਦ ਨੂੰ ਮਨੋ ਨਾ ਵਿਸਾਰੋ! ਇਹ ਹੀ ਮਾਨਸ ਜੀਵਨ ਦਾ ਮੰਤਵ ਹੈ ।

The True Master, Creator blesses soul with human life opportunity, nourishes, inspires, and enlightens the right path of acceptance in His Court. How, why has he abandoned the teachings of His Word, the right path of acceptance in His Court? The Merciful True Master always remains bestowing His Virtues on His Creation. You should never abandon the teachings of His Word from your day-to-day life. This may be the real purpose of human life opportunity.

Key Message of Raag Soohee, page 751-1
ਪ੍ਰਭ ਦੀ ਸ਼ਰਣ ਕਿਵੇਂ ਬਖਸ਼ਿਸ਼ ਹੋ ਸਕਦੀ ਹੈ?
ਜਿਹੜਾ ਸ਼ਬਦ ਦੀ ਪਾਲਣਾ ਕਰਦਾ, ਜੀਵਨ ਪ੍ਰਭ ਦੇ ਲੇਖੇ ਲਾ ਦੇਂਦਾ ਹੈ । ਉਹ ਜਨਮ ਮਰਨ ਦਾ ਚੱਕਰ ਖਤਮ ਕਰ ਜਾਂਦਾ ਹੈ । ਜਿਹੜਾ ਸ਼ਬਦ ਦੇ ਸਿਮਰਨ ਵਿੱਚ ਪਹਿਲੇ ਹੀ ਰੰਗਿਆ ਹੁੰਦਾ ਹੈ, ਉਸ ਤੇ ਹੋਰ ਕੋਈ ਰੰਗ ਨਹੀਂ ਚੜ੍ਹ ਸਕਦਾ! ਜਿਹੜਾ ਸ਼ਬਦ ਦੀ ਭਰੋਸੇ ਨਾਲ ਪਾਲਣਾ ਕਰਦਾ ਹੈ! ਉਹ ਪ੍ਰਭ ਦੀ ਸ਼ਰਣ, ਰਖਵਾਲੀ ਵਿੱਚ ਪ੍ਰਵਾਨ ਹੋ ਜਾਂਦਾ ਹੈ । ਜਿਸ ਦੇ ਮਨ ਵਿੱਚ ਸ਼ਬਦ ਘਰ ਕਰ ਜਾਂਦਾ ਹੈ । ਉਹ ਸੁਖਾਂ ਅਤੇ ਦੁਖਾਂ ਦੇ ਮਾਲਕ ਦੀ ਮਰਜ਼ੀ ਕਬੂਲ ਕਰ ਲੈਂਦਾ ਹੈ । ਪ੍ਰਭ ਸਦਾ ਹੀ ਦਾਤਾਂ ਬਖਸ਼ਦਾ ਹੈ! ਮਨਮੁਖ ਆਪਣੀ ਸੰਸਾਰਕ ਹੈਸੀਅਤ ਦੇ ਅਭਿਮਾਨ ਵਿੱਚ ਰਹਿੰਦਾ, ਆਪਣਾ ਮਾਨਸ ਜਨਮ ਬਿਰਥਾ ਹੀ ਬਤੀਤ ਕਰ ਜਾਂਦਾ ਹੈ ।
How may His Sanctuary be blessed?
Whosoever may surrender his self-entity at His Sanctuary and obeys the teachings of His Word; his cycle of birth and death may be eliminated. Whosoever may be drenched with essence of His Word; no religious suspicions, may influence his state of mind. Whosoever may adopt the teachings of His Word; he remains on the right path of acceptance in His Court. He may be accepted in His Sanctuary. He has already accepted the decree of The True Master of all pleasures and miseries of the universe. The Merciful True Master always bestows His Virtues remains. Self-minded intoxicated with ego of his worldly status, may waste his priceless human life opportunity uselessly.

12. **ਸੂਹੀ ਮਹਲਾ ੧ ਕਾਫੀ ਘਰੁ ੧੦ ਅਸਟਪਦੀਆ॥** 751-16

ੴ ਸਤਿਗੁਰ ਪ੍ਰਸਾਦਿ॥ ik-oNkaar satgur parsaad.
ਮਾਣਸ ਜਨਮੁ ਦੁਲੰਭੁ ਗੁਰਮੁਖਿ ਪਾਇਆ॥ maanas janam dulambh gurmukh paa-i-aa.
ਮਨੁ ਤਨੁ ਹੋਇ ਚੁਲੰਭੁ ਜੇ ਸਤਿਗੁਰ ਭਾਇਆ॥੧॥ man tan ho-ay chulambh jay satgur bhaa-i-aa. ||1||

ਮਾਨਸ ਜਨਮ ਬਹੁਤ ਮੁਸ਼ਕਲ ਨਾਲ ਬਖਸ਼ਿਸ਼ ਹੁੰਦਾ ਹੈ! ਇਸ ਅਮੋਲਕ ਜਨਮ ਵਿੱਚ ਜੀਵ ਨੂੰ ਗੁਰਮਖ ਅਵਸਥਾ ਬਖਸ਼ਿਸ਼ ਹੋ ਸਕਦੀ ਹੈ । ਜਿਹੜਾ ਆਪਣੇ ਤਨ, ਮਨ ਤੇ ਸ਼ਬਦ ਦਾ ਰੰਗ ਚੜ੍ਹਾ ਲੈਂਦਾ ਹੈ । ਉਹ ਪ੍ਰਭ ਦੇ ਦਰਬਾਰ ਵਿੱਚ ਪ੍ਰਵਾਨ ਹੋ ਸਕਦਾ ਹੈ ।

The priceless human life opportunity may rarely be blessed to his soul. Whosoever may adopt the teachings of His Word with steady and stable belief in his day-to-day life to sanctify his soul to become worthy of His Consideration. He may be drenched with the essence of His Word; his soul may be accepted in His Court.

ਚਲੈ ਜਨਮੁ ਸਵਾਰਿ ਵਖਰੁ ਸਚੁ ਲੈ॥ chalai janam savaar vakhar sach lai.
ਪਤਿ ਪਾਏ ਦਰਬਾਰਿ ਸਤਿਗੁਰ ਸਬਦਿ ਭੈ॥੧॥ ਰਹਾਉ॥ pat paa-ay darbaar satgur sabad bhai. ||1|| rahaa-o.

ਜਿਹੜਾ ਇਸ ਜਨਮ ਵਿੱਚ ਸ਼ਬਦ ਦੀ ਪਾਲਣਾ ਕਰਦਾ, ਭਰੋਸਾ ਅਡੋਲ ਰਖਦਾ ਹੈ । ਉਸ ਦਾ ਮਾਨਸ ਜਨਮ ਸਫਲ ਹੋ ਜਾਂਦਾ ਹੈ । ਉਹ ਸ਼ਬਦ ਦੀ ਕਮਾਈ ਆਪਣੇ ਨਾਲ ਲੈ ਜਾਂਦਾ ਹੈ । ਉਸ ਨੂੰ ਦਰਬਾਰ ਵਿੱਚ ਪ੍ਰਵਾਨਗੀ ਬਖਸ਼ਿਸ਼ ਹੋ ਜਾਂਦੀ ਹੈ ।

Whosoever may adopt the teachings of His Word with steady and stable belief in his human life journey; with His mercy and grace, his human life opportunity may be rewarded. After death, his earnings of His Word may support in His Court. He may be accepted in His Court.

ਮਨਿ ਤਨਿ ਸਚੁ ਸਲਾਹਿ, ਸਾਚੇ ਮਨਿ ਭਾਇਆ॥ man tan sach salaahi saachay man bhaa-i-aa.
ਲਾਲਿ ਰਤਾ ਮਨੁ ਮਾਨਿਆ, ਗੁਰੁ ਪੂਰਾ ਪਾਇਆ॥੨॥ laal rataa man maani-aa gur pooraa paa-i-aa. ||2||

ਜਿਹੜਾ ਮਨੋ ਸ਼ਬਦ ਦੀ ਪਾਲਣਾ ਕਰਦਾ ਹੈ, ਉਸ ਦੀ ਬੰਦਗੀ ਪ੍ਰਭ ਨੂੰ ਭਾਉਂਦੀ ਹੈ । ਉਸ ਦੇ ਮਨ ਤੇ ਪ੍ਰਭ ਦਾ ਸ਼ਬਦ ਘਰ ਕਰ ਜਾਂਦਾ ਹੈ । ਉਸ ਨੂੰ ਪ੍ਰਭ ਦੇ ਦਰਬਾਰ ਵਿੱਚ ਥਾਂ ਬਖਸ਼ਿਸ਼ ਹੋ ਸਕਦੀ ਹੈ ।

Whosoever may wholeheartedly obey the teachings of His Word with steady and stable belief in his day-to-day life; his meditation may be accepted in His Court. He may remain drenched with the essence of His Word; with His mercy and grace, he may be accepted in His Court.

ਹਉ ਜੀਵਾ ਗੁਣ ਸਾਰਿ, ਅੰਤਰਿ ਤੂ ਵਸੈ॥ ha-o jeevaa gun saar antar too vasai.
ਤੂੰ ਵਸਹਿ ਮਨ ਮਾਹਿ, ਸਹਜੇ ਰਸਿ ਰਸੈ॥੩॥ tooN vaseh man maahi sehjay ras rasai. ||3||

ਮੈਂ ਸ਼ਬਦ ਦਾ ਸਿਮਰਨ, ਉਸਤਤ ਕਰਦਾ ਜੀਵਨ ਬਤੀਤ ਕਰਦਾ ਹਾ । ਜਿਸ ਪਲ ਸ਼ਬਦ ਮਨ ਵਿੱਚ ਵਸ ਜਾਂਦਾ, ਉਹ ਪਲ ਹੀ ਖੁਸ਼ੀ, ਅਨੰਦ ਵਾਲਾ ਬਣ ਜਾਂਦਾ ਹੈ ।

I meditate and sing the glory of His Word with steady and stable belief in my day-to-day life. Any moment, I may be enlightened and drenched with the essence of His Word. I may become fortunate and overwhelmed with contentment.

ਮੂਰਖ ਮਨ ਸਮਝਾਇ, ਆਖਉ ਕੇਤੜਾ॥ moorakh man samjhaa-ay aakha-o kayt-rhaa.
ਗੁਰਮੁਖਿ ਹਰਿ ਗੁਣ ਗਾਇ, ਰੰਗਿ ਰੰਗੇਤੜਾ॥੪॥ gurmukh har gun gaa-ay rang rangayt-rhaa. ||4||

ਅਣਜਾਣ ਮਨ ਮੈਂ, ਤੈਨੂੰ ਕਿਵੇਂ ਸਮਝਾਵਾ? ਗੁਰਮਖ ਸਵਾਸ ਗਰਾਸ ਪ੍ਰਭ ਦਾ ਧੰਨਵਾਦ ਕਰਦਾ, ਸ਼ਬਦ ਦੀ ਪਾਲਣਾ ਅਡੋਲ ਭਰੋਸੇ ਨਾਲ ਕਰਦਾ ਰਹਿੰਦਾ ਹੈ ।

How may I enlighten my ignorant mind about His Nature? His true devotee may remain singing the gratitude and obey the teachings of His Word with steady and stable belief in his day-to-day life.

ਨਿਤ ਨਿਤ ਰਿਦੈ ਸਮਾਲਿ, ਪ੍ਰੀਤਮੁ ਆਪਣਾ॥ nit nit ridai samaal pareetam aapnaa.
ਜੇ ਚਲਹਿ ਗੁਣ ਨਾਲਿ, ਨਾਹੀ ਦੁਖੁ ਸੰਤਾਪਣਾ॥੫॥ jay chaleh gun naal naahee dukh santaapanaa. ||5||

ਜਿਹੜਾ ਸਵਾਸ ਗਰਾਸ ਪ੍ਰਭ ਦੇ ਸ਼ਬਦ ਦੀ ਉਸਤਤ ਗਾਉਂਦਾ, ਜੀਵਨ ਬਤੀਤ ਕਰਦਾ ਹੈ, ਉਸ ਨੂੰ ਸਦਾ ਸਾਥ ਰਹਿਣ ਵਾਲੀ ਸ਼ਬਦ ਦੀ ਕਮਾਈ ਬਖਸ਼ਿਸ਼ ਹੋ ਜਾਂਦੀ ਹੈ । ਉਸ ਨੂੰ ਪ੍ਰਭ ਦੇ ਦਰਬਾਰ ਵਿੱਚ ਕੋਈ ਮੁਸ਼ਕਲ ਨਹੀਂ ਆਉਂਦੀ ।

Whosoever may sing the glory, and adopts the teachings of His Word in day-to-day life; with His mercy and grace, he may be blessed with the everlasting earnings of His Word. He may not face any restriction in His Court.

ਮਨਮੁਖ ਭਰਮਿ ਭੁਲਾਣਾ, ਨਾ ਤਿਸੁ ਰੰਗੁ ਹੈ॥ manmukh bharam bhulaanaa naa tis rang hai.
ਮਰਸੀ ਹੋਇ ਵਿਡਾਣਾ, ਮਨਿ ਤਨਿ ਭੰਗੁ ਹੈ॥੬॥ marsee ho-ay vidaanaa man tan bhang hai. ||6||

ਮਨਮਰਜ਼ੀ ਕਰਨ ਵਾਲਾ ਭਰਮਾਂ ਵਿੱਚ ਹੀ ਭਟਕਦਾ ਰਹਿੰਦਾ ਹੈ । ਉਹ ਪ੍ਰਭ ਦਾ ਧੰਨਵਾਦ, ਸ਼ਬਦ ਦੀ ਪ੍ਰਵਾਹ ਨਹੀਂ ਕਰਦਾ । ਉਹ ਆਪਣੇ ਤਨ ਵਿੱਚ ਹੀ ਅਜਨਬੀ ਹੋਇਆ ਮਰ ਜਾਂਦਾ, ਮਾਨਸ ਜਨਮ ਬਿਰਥਾ ਹੀ ਗਵਾ ਜਾਂਦਾ ਹੈ ।

Self-minded may not obey the teachings of His Word with steady and stable belief in his day-to-day life. He may remain frustrated in religious suspicions and rituals. He may remain strange in his own body. He wastes his human life opportunity uselessly.

ਗੁਰ ਕੀ ਕਾਰ ਕਮਾਇ, ਲਾਹਾ ਘਰਿ ਆਣਿਆ॥ gur kee kaar kamaa-ay laahaa ghar aani-aa.
ਗੁਰਬਾਣੀ ਨਿਰਬਾਣੁ ਸਬਦਿ ਪਛਾਣਿਆ॥੭॥ gurbaanee nirbaan sabad pachhaani-aa. ||7||

ਜਿਹੜਾ ਭਰੋਸੇ ਨਾਲ ਸ਼ਬਦ ਦੀ ਪਾਲਣਾ ਕਰਦਾ, ਉਸ ਨੂੰ ਸ਼ਬਦ ਦੀ ਕਮਾਈ ਬਖਸ਼ਿਸ਼ ਹੋ ਜਾਂਦੀ ਹੈ । ਉਸ ਨੂੰ ਸ਼ਬਦ ਦੀ ਸੋਝੀ ਨਾਲ ਮਨ ਵਿੱਚ ਪੂਰਨ ਧੀਰਜ, ਸੰਤੋਖ ਬਖਸ਼ਿਸ਼ ਹੋ ਜਾਂਦਾ ਹੈ ।

Whosoever may obey the teachings of His Word with steady and stable belief in his day-to-day life; with His mercy and grace, after death, his earnings support in His Court. He may be enlightened with the essence of His Word. He remains completely contented in his own worldly environment.

ਇਕ ਨਾਨਕ ਕੀ ਅਰਦਾਸਿ, ਜੇ ਤੁਧੁ ਭਾਵਸੀ॥ ik naanak kee ardaas jay tuDh bhaavsee.
ਮੈ ਦੀਜੈ ਨਾਮ ਨਿਵਾਸੁ ਹਰਿ ਗੁਣ ਗਾਵਸੀ॥੮॥੧॥੩॥ mai deejai naam nivaas har gun gaavsee. ||8||1||3||

ਇਕੋ ਇਕ ਅਰਦਾਸ ਕਰੋ! ਪ੍ਰਭ ਆਪਣੀ ਰਜ਼ਾ ਵਿੱਚ ਰਖੋ! ਮੈਂ ਸਵਾਸ ਗਰਾਸ ਪ੍ਰਭ ਦਾ ਧੰਨਵਾਦ ਗਾਉਂਦਾ, ਸ਼ਬਦ ਦੀ ਪਾਲਣਾ ਵਿੱਚ ਲੀਨ ਹੋ ਜਾਵਾ!

His true devotee may have only one desire and anxiety, prayer to keep under His Command; His Blessings may transform as my desires. I may remain intoxicated singing and obey the teachings of His Word, in the void of His Sanctuary!

Key Message of Raag Soohee, page 751-16

ਅਮੋਲਕ ਮਾਨਸ ਜਨਮ ਬਹੁਤ ਮੁਸ਼ਕਲ ਨਾਲ ਬਖਸ਼ਿਸ਼ ਹੁੰਦਾ ਹੈ!

ਮਾਨਸ ਜਨਮ ਬਹੁਤ ਮੁਸ਼ਕਲ ਨਾਲ ਮਿਲਦਾ ਹੈ! ਇਸ ਅਮੋਲਕ ਜਨਮ ਵਿੱਚ ਹੀ ਗੁਰਮਖ ਅਵਸਥਾ ਬਖਸ਼ਿਸ਼ ਹੋ ਸਕਦੀ ਹੈ । ਜਿਹੜਾ ਸ਼ਬਦ ਦੀ ਕਮਾਈ ਆਪਣੇ ਨਾਲ ਲੈ ਜਾਂਦਾ ਹੈ । ਉਸ ਨੂੰ ਦਰਬਾਰ ਵਿੱਚ ਪ੍ਰਵਾਨਗੀ ਬਖਸ਼ਿਸ਼ ਹੋ ਜਾਂਦੀ ਹੈ । ਜਿਸ ਪਲ ਪ੍ਰਭ ਦਾ ਸ਼ਬਦ ਮਨ ਵਿੱਚ ਵਸ ਜਾਂਦਾ ਹੈ, ਉਹ ਪਲ ਹੀ ਖੁਸ਼ੀ, ਅਨੰਦ ਵਾਲਾ ਬਣ ਜਾਂਦਾ ਹੈ । ਸ਼ਬਦ ਦੀ ਕਮਾਈ, ਧਨ, ਗੁਣ ਜੀਵ ਦੀ ਆਤਮਾ ਦੇ ਸਾਥ ਜਾਂਦਾ ਹੈ । ਉਸ ਨੂੰ ਪ੍ਰਭ ਦੇ ਦਰਬਾਰ ਵਿੱਚ ਕੋਈ ਮੁਸ਼ਕਲ ਨਹੀਂ ਆਉਂਦੀ । ਉਸ ਦੇ ਮਨ ਵਿੱਚ ਪੂਰਨ ਧੀਰਜ, ਸੰਤੋਖ ਬਖਸ਼ਿਸ਼ ਹੋ ਜਾਂਦਾ ਹੈ । ਮਨਮਰਜ਼ੀ ਕਰਨ ਵਾਲਾ ਭਰਮਾਂ ਵਿੱਚ ਹੀ ਭਟਕਦਾ, ਆਪਣੇ ਤਨ ਵਿੱਚ ਹੀ ਅਜਨਬੀ ਹੋਇਆ ਮਰ ਜਾਂਦਾ, ਮਾਨਸ ਜਨਮ ਬਿਰਥਾ ਹੀ ਗਵਾ ਜਾਂਦਾ ਹੈ

Ambrosial human body may rarely be blessed!

The priceless human life opportunity may rarely be blessed; His true devotee may sanctify his soul to become worthy of His Consideration. His earnings of His Word remain witness in His Court after death; he may be accepted in His Court. His true devotee remains drenched with the essence of His Word; his moment may become fortunate and overwhelmed with contentment. He may not face any restriction in His Court. Self-minded may remain frustrated in religious rituals. He may remain strange in his own body; he wastes his human life opportunity uselessly.

13. ਸੂਹੀ ਮਹਲਾ ੧ ਅਸਟਪਦੀਆ॥ 752-7

ਜਿਉ ਆਰਣਿ ਲੋਹਾ ਪਾਇ ਭੰਨਿ ਘੜਾਈਐ॥ Ji-o aaran lohaa paa-ay bhann gharhaa-ee-ai.
ਤਿਉ ਸਾਕਤੁ ਜੋਨੀ ਪਾਇ, ਭਵੈ ਭਵਾਈਐ॥੧॥ ti-o saakat jonee paa-ay bhavai bhavaa-ee-ai. ||1||

ਜਿਵੇਂ ਲੋਹੇ ਨੂੰ ਆਰਣਿ ਤੇ ਸੱਟਾ ਮਾਰ ਕੇ ਅਕਾਰ ਬਦਲਿਆ ਜਾਂਦਾ ਹੈ । ਇਸਤਰ੍ਹਾਂ ਮਨਮੁਖ ਸ਼ਬਦ ਨੂੰ ਵਿਸਾਰ ਕੇ ਵੱਖਰੀਆ ਵੱਖਰੀਆ ਜੂੰਨਾਂ ਵਿੱਚ ਰਹਿੰਦਾ ਹੈ ।

As Iron may be place on an Iron block and hammered to mold to a different figure, shape. Same way, self-minded, abandon the teachings of His Word; he may endure miseries in cycle of birth and death; in different body types.

ਬਿਨੁ ਬੂਝੇ ਸਭੁ ਦੁਖੁ, ਦੁਖੁ ਕਮਾਵਣਾ॥ bin boojhay sabh dukh dukh kamaavanaa.
ਹਉਮੈ ਆਵੈ ਜਾਇ, ਭਰਮਿ ਭੁਲਾਵਣਾ॥੧॥ ਰਹਾਉ॥ ha-umai aavai jaa-ay bharam hulaavanaa. ||1|| rahaa-o.

ਸ਼ਬਦ ਦੀ ਸੋਝੀ ਪਾਉਣ ਤੋਂ ਬਿਨਾਂ, ਬਾਕੀ ਕੰਮਾਂ ਨਾਲ ਦੁਖ ਹੀ ਵਧਦੇ ਹਨ । ਜੀਵ ਅਹੰਕਾਰ ਵਿੱਚ, ਭਰਮਾਂ ਵਿੱਚ ਹੀ ਭਟਕਦਾ ਰਹਿੰਦਾ ਹੈ ।

Whosoever may not recognize the real purpose of human life opportunity; all his worldly deeds may enhance the miseries in his worldly life. He may remain frustrated in suspicions and ego of his worldly status.

ਤੂੰ ਗੁਰਮੁਖਿ ਰਖਣਹਾਰੁ, ਹਰਿ ਨਾਮੁ ਧਿਆਈਐ॥ tooN gurmukh rakhanhaar har naam Dhi-aa-ee-ai.
ਮੇਲਹਿ ਤੁਝਹਿ ਰਜਾਇ ਸ਼ਬਦੁ ਕਮਾਈਐ॥੨॥ mayleh tujheh rajaa-ay sabad kamaa-ee-ai. ||2||

ਗੁਰਮਖ ਜੀਵ ਸ਼ਬਦ ਦੀ ਪਾਲਣਾ ਕਰਦਾ, ਆਪਣੇ ਭਰੋਸੇ ਨੂੰ ਅਡੋਲ ਰਖਕੇ, ਪ੍ਰਭ ਦਾ ਧੰਨਵਾਦ ਹੀ ਗਾਉਂਦਾ ਰਹਿੰਦਾ ਹੈ । ਪ੍ਰਭ ਆਪਣੀ ਰਹਿਮਤ ਨਾਲ ਉਸ ਦੀ ਬੰਦਗੀ ਪ੍ਰਵਾਨ ਕਰ ਲੈਂਦਾ ਹੈ । ਉਸ ਦਾ ਲੇਖਾ ਖਤਮ ਕਰ ਦੇਂਦਾ ਹੈ ।

His true devotee may always sing the glory and obeys the teachings of His Word with steady and stable belief in his day-to-day life. His meditation may be accepted in His Court; his sins of previous lives may be forgiven, eliminated.

ਤੂੰ ਕਰਿ ਕਰਿ ਵੇਖਹਿ ਆਪਿ, ਦੇਹਿ ਸੁ ਪਾਈਐ॥ tooN kar kar vaykheh aap deh so paa-ee-ai.
ਤੂ ਦੇਖਹਿ ਥਾਪਿ ਉਥਾਪਿ, ਦਰਿ ਬੀਨਾਈਐ॥੩॥ too daykheh thaap uthaap dar beenaa-ee-ai. ||3||

ਪ੍ਰਭ ਹੀ ਜੀਵ ਨੂੰ ਜਨਮ, ਮੌਤ ਦੇਂਦਾ, ਸੰਭਾਲਦਾ, ਪਾਲਣਾ ਕਰਦਾ ਹੈ । ਪ੍ਰਭ ਦੀ ਬਖਸ਼ਿਸ਼ ਨਾਲ ਹੀ ਜੀਵਨ ਬਤੀਤ ਕਰਦਾ ਹੈ । ਪ੍ਰਭ ਆਪ ਹੀ ਸਾਰੀ ਜਾਣਕਾਰੀ ਆਪਣੇ ਸਾਮ੍ਹਣੇ ਰਖਦਾ ਹੈ ।

ਗੁਰੂ ਨਾਨਕ ਦੇਵ ਜੀ! – Guru Nanak Dev Ji! Guru Granth Sahib

The True Master, Creator creates, nourishers, protectors His Creation. His Creation may only receive; whatsoever may be blessed with His Blessed Vision. His cycle of birth and death and worldly life remains under His Command.

ਦੇਹੀ ਹੋਵਗਿ ਖਾਕੁ, ਪਵਣੁ ਉਡਾਈਐ॥ dayhee hovag khaak pavan udaa-ee-ai.
ਇਹੁ ਕਿਥੈ ਘਰੁ ਅਉਤਾਕੁ, ਮਹਲੁ ਨ ਪਾਈਐ॥੪॥ ih kithai ghar a-utaak mahal na paa-ee-ai. ||4||

ਮੌਤ ਹੋਣ ਤੇ ਤਨ ਭਸਮ ਹੋ ਜਾਂਦਾ, ਆਤਮਾ ਵਾਪਸ ਜਾਂਦੀ ਹੈ । ਜਿਹੜੀ ਆਤਮਾ ਦਰਬਾਰ ਵਿੱਚ ਪ੍ਰਵਾਨ ਨਹੀਂ ਹੁੰਦੀ । ਉਸ ਦਾ ਅਰਾਮ ਵਾਲ ਕਿਹੜਾ ਥਾਂ ਹੈ?

After death, his perishable body may become dust; his soul return to face the judgement of her worldly deeds. Any soul may not be accepted in His Court. Where may be the resting place for his soul?

ਦਿਹੁ ਦੀਵੀ ਅੰਧ ਘੋਰੁ, ਘਬੁ ਮੁਹਾਈਐ॥ dihu deevee anDh ghor ghab muhaa-ee-ai.
ਗਰਬਿ ਮੁਸੈ ਘਰੁ ਚੋਰੁ, ਕਿਸੁ ਰੂਆਈਐ॥੫॥ garab musai ghar chor kis roo-aa-ee-ai. ||5||

ਦਿਨ ਦੇ ਚਾਨਣ ਵਿੱਚ ਵੀ ਉਸ ਵਾਸਤੇ ਅੰਧੇਰ ਹੋ ਜਾਂਦਾ ਹੈ । ਉਸ ਦਾ ਸੰਸਾਰ ਵਿੱਚ ਇਕੱਠਾ ਧਨ ਲੁੱਟਿਆ ਜਾਂਦਾ ਹੈ । ਉਸ ਦਾ ਅਹੰਕਾਰ, ਸੰਸਾਰਕ ਧਨ ਨੂੰ ਚੋਰ ਦੀ ਤਰ੍ਹਾਂ ਦੇਖਦਾ ਹੈ । ਉਹ ਕਿਸ ਅੱਗੇ ਆਪਣੀ ਸ਼ਕਾਇਤ ਕਰੇ?

At the time of death! The universe becomes dark for her soul. His worldly possessions may be robed. His ego may be watching like a frustrated robber. Whom may he complain for his misery?

ਗੁਰਮੁਖਿ ਚੋਰੁ ਨ ਲਾਗਿ, ਹਰਿ ਨਾਮਿ ਜਗਾਈਐ॥ gurmukh chor na laag har naam jagaa-ee-ai.
ਸਬਦਿ ਨਿਵਾਰੀ ਆਗਿ, ਜੋਤਿ ਦੀਪਾਈਐ॥੬॥ sabad nivaaree aag jot deepaa-ee-ai. ||6||

ਗੁਰਮਖ ਜੀਵ ਦੀ ਸ਼ਬਦ ਦੀ ਕਮਾਈ ਨਾਲ ਜਾਂਦੀ ਹੈ, ਕੋਈ ਚੋਰ ਖੋਂਅ ਨਹੀਂ ਸਕਦਾ । ਸ਼ਬਦ ਵਿੱਚ ਲੀਨ ਹੋਇਆ ਸਵਾਸਾਂ ਤੋਂ ਬਿਨਾਂ ਹੀ ਜਾਗਦਾ ਰਹਿੰਦਾ ਹੈ । ਸ਼ਬਦ ਦੀ ਸੋਝੀ ਹੀ ਇਛਾਂ ਦੀ ਅੱਗ ਖਤਮ ਕਰ ਦੇਂਦੀ ਹੈ । ਉਸ ਦੇ ਮਨ ਵਿੱਚ ਸ਼ਬਦ ਦੀ ਰੂਹਾਨੀ ਜੋਤ ਜਾਗਰਤ ਹੀ ਰਹਿੰਦੀ ਹੈ ।

The earnings of His Word remain with His true devotee to support in His Court; no one can rob or steal his earnings. He remains intoxicated in the void of His Word. He may remain awake and alert even without breathing. The enlightenment of the teachings of His Word may extinguished the fire of his worldly desires. The spiritual glow of His Holy Spirit remains shining within his heart.

ਲਾਲੁ ਰਤਨੁ ਹਰਿ ਨਾਮੁ, ਗੁਰਿ ਸੁਰਤਿ ਬੁਝਾਈਐ॥ laal ratan har naam gur surat bujhaa-ee-ai.
ਸਦਾ ਰਹੈ ਨਿਹਕਾਮੁ, ਜੇ ਗੁਰਮਤਿ ਪਾਈਐ॥੭॥ sadaa rahai nihkaam jay gurmat paa-ee-ai. ||7||

ਸ਼ਬਦ ਅਮੋਲਕ ਰਤਨ ਹੈ! ਜਿਸ ਤੇ ਆਪ ਹੀ ਰਹਿਮਤ ਬਖਸ਼ਦਾ ਹੈ, ਕੇਵਲ ਉਸ ਨੂੰ ਹੀ ਗਿਆਨ, ਸੋਝੀ ਬਖਸ਼ਿਸ਼ ਹੁੰਦੀ ਹੈ । ਜਿਹੜਾ ਜੀਵ ਸ਼ਬਦ ਦੀ ਪਾਲਣਾ ਅਡੋਲ ਭਰੋਸੇ ਨਾਲ ਕਰਦਾ ਹੈ, ਉਹ ਸਦਾ ਹੀ ਇਛਾਂ ਤੋਂ ਰਹਿਤ ਰਹਿੰਦਾ ਹੈ ।

His Word is an ambrosial jewel. Whosoever may be bestowed with His Blessed Vision, only he may be blessed with the enlightenment of the essence of His Word. Whosoever may adopt the teachings of His Word with steady and stable belief in his day-to-day life; with His mercy and grace, he may remain beyond the reach of worldly desires.

ਰਾਤਿ ਦਿਹੈ ਹਰਿ ਨਾਉ, ਮੰਨਿ ਵਸਾਈਐ॥ raat dihai har naa-o man vasaa-ee-ai.
ਨਾਨਕ ਮੇਲਿ ਮਿਲਾਇ, ਜੇ ਤੁਧੁ ਭਾਈਐ॥ ੮॥੨॥੪॥ naanak mayl milaa-ay jay tuDh bhaa-ee-ai. ||8||2||4||

ਜੀਵ ਦਿਨ ਰਾਤ ਸ਼ਬਦ ਦਾ ਸਿਮਰਨ, ਪਾਲਣਾ ਕਰਦੇ, ਮਨ ਵਿੱਚ ਵਿਛੋੜੇ ਦੀ ਯਾਦ ਜਾਗਰਤ ਰਖੋ । ਜਿਸ ਦੀ ਬੰਦਗੀ ਪ੍ਰਵਾਨ ਹੋ ਜਾਵੇਗੀ ਹੈ, ਉਸ ਦੀ ਆਤਮਾ, ਪ੍ਰਭ ਦੀ ਜੋਤ ਵਿੱਚ ਹੀ ਅਲੋਪ ਕਰ ਲੈਂਦਾ ਹੈ!

You should meditate and obey the teachings of His Word with steady and stable belief and keep the memory of your separation from His Holy Spirit fresh within your mind. Whose meditation may become worthy of His Consideration; with His mercy and grace, his soul may be immersed within His Holy Spirit.

Key Message of Raag Soohee, page 752-7
ਸੰਸਾਰਕ ਇਛਾਂ ਦੀ ਅੱਗ ਕਿਵੇਂ ਖਤਮ ਹੋ ਸਕਦੀ ਹੈ?
ਗੁਰਮਖ ਜੀਵ ਸ਼ਬਦ ਦੀ ਪਾਲਣਾ ਕਰਦਾ, ਅਡੋਲ ਭਰੋਸੇ ਨਾਲ ਲੇਖਾ ਖਤਮ ਕਰ ਜਾਂਦਾ ਹੈ । ਗੁਰਮਖ ਜੀਵ ਦੀ ਸ਼ਬਦ ਦੀ ਕਮਾਈ ਸਾਥ ਜਾਂਦੀ ਹੈ, ਕੋਈ ਚੋਰ ਖੋਂਅ ਨਹੀਂ ਸਕਦਾ । ਉਸ ਦੀ ਇਛਾਂ ਦੀ ਅੱਗ ਖਤਮ ਹੋ ਜਾਂਦੀ ਹੈ । ਉਹ ਸਦਾ ਹੀ ਇਛਾਂ ਤੋਂ ਰਹਿਤ ਰਹਿੰਦਾ ਹੈ । ਜਿਸ ਦੀ ਬੰਦਗੀ ਪ੍ਰਵਾਨ ਹੋ ਜਾਂਦੀ ਹੈ, ਉਸ ਦੀ ਆਤਮਾ ਪ੍ਰਭ ਦੀ ਜੋਤ ਵਿੱਚ ਹੀ ਅਲੋਪ ਹੋ ਜਾਂਦੀ ਹੈ ।
How to extinguish the fire of worldly desires?
His true devotee may obey the teachings of Your Word with steady and stable belief; his sins of previous lives may be forgiven. His true devotee carries his earnings of His Word in His Court. His enlightenment may extinguish the fire of his worldly desires. He may remain beyond the reach of worldly desires forever. Whose meditation may become worthy of His Consideration, accepted; his soul may be immersed within His Holy Spirit.

14. ਸੂਹੀ ਮਹਲਾ ੧ ਅਸਟਪਦੀਆ॥ 752-15

ਮਨਹੁ ਨ ਨਾਮੁ ਵਿਸਾਰਿ, ਅਹਿਨਿਸਿ ਧਿਆਈਐ॥ manhu na naam visaar ahinis Dhi-aa-ee-ai.
ਜਿਉ ਰਾਖਹਿ ਕਿਰਪਾ ਧਾਰਿ, ਤਿਵੈ ਸੁਖੁ ਪਾਈਐ॥੧॥ Ji-o raakhahi kirpaa Dhaar tivai sukh paa-ee-ai. ||1||

ਜੀਵ ਪ੍ਰਭ ਦੇ ਸ਼ਬਦ ਦੀ ਪਾਲਣਾ, ਸਿਮਰਨ ਦਿਨ ਰਾਤ ਕਰੋ! ਉਸ ਦੀ ਰਹਿਮਤ ਤੇ ਕਦੇ ਹਿਰਖ ਨਾ ਕਰੋ, ਸ਼ਬਦ ਨੂੰ ਕਦੇ ਮਨੋ ਨਾ ਵਿਸਾਰੋ । ਉਸ ਦੇ ਬਖਸ਼ੇ, ਸੁਖ ਜਾ ਦੁਖ ਨੂੰ ਰਹਿਮਤ ਸਮਝਕੇ ਕਬੂਲ ਕਰਕੇ ਸਦਾ ਹੀ ਅਨੰਦ ਮਾਣੋ । ਇਸ ਨਾਲ ਹੀ ਮਨ ਵਿੱਚ ਸ਼ਾਂਤੀ ਸੰਤੋਖ ਬਖਸ਼ਿਸ਼ ਹੁੰਦਾ ਹੈ ।

You should meditate and obey the teachings of His Word with steady and stable belief in your day-to-day life. You should never abandon the teachings of His Word from your day-to-day life nor grievances on His Blessings. Whosoever may remain beyond the influence or worldly miseries nor pleasures; with His mercy and grace, he may be blessed with peace of mind and contentment.

ਮੈ ਅੰਧੁਲੇ ਹਰਿ ਨਾਮੁ, ਲਕੁਟੀ ਟੋਹਣੀ॥ mai anDhulay har naam lakutee tohnee.
ਰਹਉ ਸਾਹਿਬ ਕੀ ਟੇਕ ਨ ਮੋਹੈ ਮੋਹਣੀ॥੧॥ ਰਹਾਉ॥ raha-o saahib kee tayk na mohai mohnee. ||1|| rahaa-o.

ਗੁਰੂ ਨਾਨਕ ਦੇਵ ਜੀ! – Guru Nanak Dev Ji! Guru Granth Sahib

ਜੀਵ ਮਾਨਸ ਜੀਵਨ ਦੇ ਮੰਤਵ ਤੋਂ ਅੰਨ੍ਹਾ ਹੈ! ਪ੍ਰਭ ਦਾ ਸ਼ਬਦ ਹੀ ਸੋਝੀ, ਰਸਤਾ ਦੱਸਣ ਵਾਲੀ ਡਗੋਰੀ ਹੈ । ਜਿਹੜਾ ਪ੍ਰਭ ਦੀ ਸ਼ਰਣ ਵਿੱਚ ਆਪਾ ਭੇਟਾ ਕਰ ਦੇਂਦਾ, ਰਖਿਆ ਵਿੱਚ ਪ੍ਰਵਾਨ ਹੋ ਜਾਂਦਾ ਹੈ । ਉਸ ਤੇ ਸੰਸਾਰਕ ਇਛਾਂ, ਮਾਇਆ, ਮੋਹ ਕਦੇ ਕਾਬੂ ਨਹੀਂ ਪਾ ਸਕਦਾ ।

Human remains ignorant, blind from the real purpose of human life. The teachings of His Word remain the guiding stick to show the right path of human life. Whosoever may surrender his self-entity at His Sanctuary; with His mercy and grace, no worldly desires may frustrate him.

ਜਹ ਦੇਖਉ ਤਹ ਨਾਲਿ ਗੁਰਿ ਦੇਖਾਲਿਆ॥	jah daykh-a-u tah naal gur daykhaali-aa.
ਅੰਤਰਿ ਬਾਹਰਿ ਭਾਲਿ ਸਬਦਿ ਨਿਹਾਲਿਆ॥੨॥	antar baahar bhaal sabad nihaali-aa. ||2||

ਸ਼ਬਦ ਦੀ ਪਾਲਣਾ ਕਰਨ ਨਾਲ ਪ੍ਰਭ ਆਪ ਹੀ ਪ੍ਰਵਾਨਗੀ ਦਾ ਰਸਤਾ ਬਖਸ਼ਦਾ ਹੈ । ਉਸ ਨੂੰ ਅੰਦਰੋਂ ਹੀ ਸ਼ਬਦ ਦੀ ਸੋਝੀ ਬਖਸ਼ਿਸ਼ ਹੋ ਜਾਂਦੀ ਹੈ । ਉਹ ਮਨ ਆਪਣੇ ਅੰਦਰ ਦੀ ਖਬਰ ਲੈਂਦਾ ਹੈ, ਹੋਰ ਕਿਸੇ ਪਾਸੇ ਢੂੰਡਣਾ ਨਹੀਂ ਪੈਂਦਾ । ਪ੍ਰਭ ਸ਼ਰਣ ਵਿੱਚ ਆਏ ਦੀ ਆਪ ਹੀ ਰਾਖੀ ਕਰਦਾ ਹੈ ।

Whosoever may obey the teachings of His Word with steady and stable belief in his day-to-day life; with His mercy and grace; he may be blessed with the right path of acceptance in His Court. He may be enlightened from within. He may search within; he may not search anywhere nor wander from shrine to shrine. Whosoever may be accepted in His Sanctuary; The True Master protects the honor of His true devotee.

ਸੇਵੀ ਸਤਿਗੁਰ ਭਾਇ ਨਾਮੁ ਨਿਰੰਜਨਾ॥	sayvee satgur bhaa-ay naam niranjanaa.
ਤੁਧੁ ਭਾਵੈ ਤਿਵੈ ਰਜਾਇ, ਭਰਮੁ ਭਉ ਭੰਜਨਾ॥੩॥	tuDh bhaavai tivai rajaa-ay bharam bha-o bhanjnaa. ||3||

ਪ੍ਰਭ ਹੀ ਮਨ ਦੇ ਸਾਰੇ ਡਰ ਦੂਰ ਕਰਨ ਵਾਲਾ ਹੈ, ਮੇਰੀ ਆਸ ਹੀ ਪ੍ਰਭ ਦੀ ਰਹਿਮਤ ਤੇ ਹੈ । ਪ੍ਰਭ ਆਪਣੀ ਰਜ਼ਾ ਵਿੱਚ ਰਖੋ! ਮੇਰਾ ਸ਼ਬਦ ਦੀ ਪਾਲਣਾ ਤੇ ਭਰੋਸਾ ਅਡੋਲ ਹੈ, ਸ਼ਬਦ ਦੇ ਸਿਮਰਨ ਵਿੱਚ ਹੀ ਮਸਤ ਰਹਿੰਦਾ ਹਾ ।

The Omnipotent True Master may eliminate all fears of mind. I have only hope and pray for Your Forgiveness and Refuge! Whatsoever may be acceptable in Your Court, keeps me in such a state of mind. I remain intoxicated in obeying the teachings of Your Word with steady and stable belief in my day-to-day life.

ਜਨਮਤ ਹੀ ਦੁਖੁ ਲਾਗੈ, ਮਰਣਾ ਆਇ ਕੈ॥	janmat hee dukh laagai marnaa aa-ay kai.
ਜਨਮੁ ਮਰਣੁ ਪਰਵਾਣੁ ਹਰਿ ਗੁਣ ਗਾਇ ਕੈ॥੪॥	janam maran parvaan har gun gaa-ay kai. ||4||

ਜੀਵ ਜਨਮ ਤੋਂ ਮਰਨ ਤੀਕ ਦੁਖ ਹੀ ਭੋਗਦਾ ਹੈ । ਜੀਵ ਇਸ ਦੁਖ, ਜਨਮ ਮਰਨ ਨੂੰ ਪ੍ਰਭ ਦਾ ਭਾਣਾ ਮੰਨਕੇ ਪ੍ਰਵਾਨ ਕਰੋ । ਪ੍ਰਭ ਦੀ ਉਸਤਤ ਕਰਦਾ ਜਾਵੋ ।

His soul may endure miseries of worldly life, in the cycle of birth and death. You must accept pleasures and miseries of life as His Blessings and sing the glory of His Greatness.

ਹਉ ਨਾਹੀ, ਤੂ ਹੋਵਹਿ, ਤੁਧ ਹੀ ਸਾਜਿਆ॥	ha-o naahee too hoveh tuDh hee saaji-aa.
ਆਪੇ ਥਾਪਿ ਉਥਾਪਿ, ਸਬਦਿ ਨਿਵਾਜਿਆ॥੫॥	aapay thaap uthaap sabad nivaaji-aa. ||5||

ਜਿਸ ਦੇ ਮਨ ਵਿਚੋਂ ਅਹੰਕਾਰ ਦੂਰ ਹੋ ਜਾਂਦਾ, ਉਸ ਦੇ ਮਨ ਵਿੱਚ ਪ੍ਰਭ ਆਪ ਹੀ ਪ੍ਰਗਟ ਹੋ ਜਾਂਦਾ, ਉਸ ਨੂੰ ਪ੍ਰਭ ਦੀ ਹੋਂਦ ਹਰ ਥਾਂ ਵਾਪਰਦੀ ਮਹਿਸੂਸ ਹੁੰਦੀ ਹੈ! ਪ੍ਰਭ ਨੇ ਸਾਰੇ ਜੀਵ ਹੀ ਇਸ ਅਧਾਰ ਤੇ ਬਣਾਏ ਹਨ, ਆਪ ਹੀ ਜੀਵ ਨੂੰ ਪੈਦਾ ਕਰਦਾ, ਮੌਤ ਦੇਂਦਾ ਹੈ । ਦਰਬਾਰ ਵਿੱਚ ਪ੍ਰਵਾਨਗੀ ਦਾ ਰਸਤਾ ਵੀ ਸ਼ਬਦ ਦੀ ਸੋਝੀ ਵਿੱਚ ਹੀ ਸਮਾਇਆ ਹੈ!

Whosoever may conquer his ego of worldly status; with His mercy and grace, he may realize His Existence, His Holy Spirit prevailing everywhere. The True Master has created the cycle of birth and death, based on such a unique principle. He has embedded the right path of enlightenment and acceptance in His Court within the essence of His Word.

ਦੇਹੀ ਭਸਮ ਰੁਲਾਇ, ਨ ਜਾਪੀ ਕਹ ਗਇਆ॥	dayhee bhasam rulaa-ay na jaapee kah ga-i-aa.
ਆਪੇ ਰਹਿਆ ਸਮਾਇ, ਸੋ ਵਿਸਮਾਦੁ ਭਇਆ॥੬॥	aapay rahi-aa samaa-ay so vismaad bha-i-aa. ||6||

ਮੌਤ ਤੇ ਜੀਵ ਦਾ ਤਨ ਭਸਮ ਹੋ ਜਾਂਦਾ ਹੈ, ਪਤਾ ਨਹੀਂ ਉਸ ਦੀ ਆਤਮਾ ਕਿਥੇ ਚਲੀ ਜਾਂਦੀ ਹੈ? ਪ੍ਰਭ ਆਪ ਹੀ ਸਭ ਕੁਝ ਕਰਦਾ, ਜਾਣਦਾ ਹੈ, ਇਹ ਅਨੋਖਾ ਹੀ ਖੇਲ ਹੈ । ਆਪ ਹੀ ਆਤਮਾ ਵਿੱਚ ਸਮਾਇਆ ਰਹਿੰਦਾ ਹੈ ।

After death! His perishable body may become dust. Where may his soul disappear? He has created an astonishing play of the universe; only He may comprehend the function of His Nature.

ਤੂੰ ਨਾਹੀ ਪ੍ਰਭ ਦੂਰਿ, ਜਾਣਹਿ ਸਭ ਤੂ ਹੈ॥	tooN naahee parabh door jaaneh sabh too hai.
ਗੁਰਮੁਖਿ ਵੇਖਿ ਹਦੂਰਿ, ਅੰਤਰਿ ਭੀ ਤੂ ਹੈ॥੭॥	gurmukh vaykh hadoor antar bhee too hai. ||7||

ਪ੍ਰਭ ਜੀਵ ਦੀ ਆਤਮਾ ਵਿੱਚ ਹੀ ਸਮਾਇਆ ਰਹਿੰਦਾ, ਤਨ ਵਿੱਚ ਹੀ ਵਸਦਾ, ਸਭ ਕੁਝ ਦੇਖਦਾ ਹੈ । ਜਿਸ ਜੀਵ ਨੂੰ ਗੁਰਮਖ ਅਵਸਥਾ ਬਖਸ਼ਿਸ਼ ਹੋ ਜਾਂਦੀ ਹੈ, ਉਹ ਪ੍ਰਭ ਦੀ ਹੋਂਦ ਹਰ ਵੇਲੇ ਆਪਣੇ ਅੰਦਰ ਹੀ ਮਹਿਸੂਸ ਕਰਦਾ ਹੈ ।

The True Master remains embedded within each soul and dwells within his body and monitors all activities. Whosoever may be blessed with a state of mind as His true devotee; with His mercy and grace, he may realize His Existence and Holy Spirit prevailing everywhere.

ਮੈ ਦੀਜੈ ਨਾਮ ਨਿਵਾਸੁ, ਅੰਤਰਿ ਸਾਂਤਿ ਹੋਇ॥	mai deejai naam nivaas antar saaNt ho-ay.
ਗੁਣ ਗਾਵੈ ਨਾਨਕ ਦਾਸੁ, ਸਤਿਗੁਰੁ ਮਤਿ ਦੇਇ॥ ੮॥੩॥੫॥	gun gaavai naanak daas satgur mat day-ay. ||8||3||5||

ਪ੍ਰਭ ਰਹਿਮਤ ਬਖਸ਼ੋ! ਮੇਰੇ ਮਨ ਵਿੱਚ ਜੋਤ ਜਾਗਰਤ ਹੋ ਜਾਵੇ! ਸ਼ਾਂਤੀ, ਸੰਤੋਖ ਹਾਸਿਲ ਹੋ ਜਾਵੇ, ਸ਼ਬਦ ਦੀ ਸੋਝੀ ਪਾਵੋ! ਮੈਂ ਤੇਰੇ ਸ਼ਬਦ ਦਾ ਸਿਮਰਨ ਕਰਦਾ ਜਾਵਾ ।

The True Master! I may be enlightened with essence of Your Word within. I may remain with peace and contentment in my worldly environment. I may remain intoxicated in the void of Your Word with enlightenment of the essence of Your Word.

Key Message of Raag Soohee, page 752-15
ਪ੍ਰਭ ਦਾ ਸ਼ਬਦ ਹੀ ਰਸਤਾ ਦੱਸਣ ਵਾਲੀ ਡਗੋਰੀ ਹੈ!
ਪ੍ਰਭ ਦੀ ਜੋਤ ਆਤਮਾ ਵਿੱਚ ਸਮਾਈ ਰਹਿੰਦੀ ਹੈ । ਜਿਹੜਾ ਪ੍ਰਭ ਦੇ ਸ਼ਬਦ ਦੀ ਪਾਲਣਾ ਕਰਦਾ, ਮਨ ਵਿੱਚੋ ਨਹੀਂ ਵਿਸਾਰਦਾ, ਕਦੇ ਹਿਰਖ ਨਹੀਂ ਕਰਦਾ! ਉਸ ਦੇ ਮਨ ਵਿੱਚ ਸ਼ਾਤੀ, ਸੰਤੋਖ ਬਖਸ਼ਿਸ਼ ਹੋ ਜਾਂਦਾ ਹੈ । ਜਿਹੜਾ ਆਪਾ ਭੇਟਾ ਕਰ ਦੇਂਦਾ ਹੈ, ਪ੍ਰਭ ਦੀ ਸ਼ਰਣ ਵਿੱਚ, ਉਸ ਦੀ ਰਖਿਆ ਵਿੱਚ ਪ੍ਰਵਾਨ ਹੋ ਜਾਂਦਾ ਹੈ । ਉਸ ਨੂੰ ਆਪਣੇ ਅੰਦਰੋਂ ਹੀ ਸ਼ਬਦ ਦੀ ਸੋਝੀ ਬਖਸ਼ਿਸ਼ ਹੋ ਜਾਂਦੀ ਹੈ । ਉਸ ਦੇ ਮਨ ਵਿਚੋਂ ਅਹੰਕਾਰ ਦੂਰ ਹੋ ਜਾਂਦਾ, ਮਨ ਵਿੱਚ ਪ੍ਰਭ ਆਪ ਹੀ ਪ੍ਰਗਟ ਹੋ ਜਾਂਦਾ ਹੈ । ਗੁਰਮਖ ਪ੍ਰਭ ਦੀ ਹੋਂਦ ਹਰ ਵੇਲੇ ਆਪਣੇ ਅੰਦਰ ਹੀ ਮਹਿਸੂਸ ਕਰਦਾ ਹੈ ।

His Word remains as guiding stick for ignorant?

His Holy Spirit may remain embedded within every soul. His true devotee may obey the teachings of His Word without any grievances on His Blessings nor abandon the essence of His Word from his day-to-day life. He may be blessed with a peace of mind and contentment. Whosoever may surrender his self-entity at His Sanctuary; he may be accepted in His Sanctuary. He may be enlightened from within. He may conquer his own ego of worldly status; he may realize His Existence prevailing everywhere.

15. **ਰਾਗੁ ਸੂਹੀ ਮਹਲਾ ੧ ਕੁਚਜੀ॥** 762-5

੧ੳ ਸਤਿਗੁਰ ਪ੍ਰਸਾਦਿ॥	ik-oNkaar satgur parsaad.
ਮੰਞੁ ਕੁਚਜੀ ਅੰਮਾਵਣਿ ਡੋਸੜੇ, ਹਉ, ਕਿਉ ਸਹੁ ਰਾਵਣਿ ਜਾਉ ਜੀਉ॥	manj kuchjee ammaavan dosrhay ha-o ki-o saho raavan jaa-o jee-o.
ਇਕ ਦੂ ਇਕਿ ਚੜੰਦੀਆ, ਕਉਣੁ ਜਾਣੈ ਮੇਰਾ ਨਾਉ ਜੀਉ॥	ik doo ik charhandee-aa ka-un jaanai mayraa naa-o jee-o.
ਜਿਨ੍ਹੀ ਸਖੀ ਸਹੁ ਰਾਵਿਆ, ਸੇ ਅੰਬੀ ਛਾਵੜੀਏਹਿ ਜੀਉ॥	jinHee sakhee saho raavi-aa say ambee chhaavrhee-ayhi jee-o.
ਸੇ ਗੁਣ ਮੰਞੁ ਨ ਆਵਨੀ, ਹਉ ਕੈ ਜੀ ਦੋਸ ਧਰੇਉ ਜੀਉ॥	say gun manj na aavnee ha-o kai jee dos Dharay-o jee-o.
ਕਿਆ ਗੁਣ ਤੇਰੇ ਵਿਥਰਾ, ਹਉ ਕਿਆ, ਕਿਆ ਘਿਨਾ ਤੇਰਾ ਨਾਉ ਜੀਉ॥	ki-aa gun tayray vithraa ha-o ki-aa ki-aa ghinaa tayraa naa-o jee-o.
ਇਕਤੁ ਟੋਲਿ ਨ ਅਮਬੜਾ, ਹਉ ਸਦ ਕੁਰਬਾਣੈ ਤੇਰੈ ਜਾਉ ਜੀਉ॥	ikat tol na ambrhaa ha-o sad kurbaanai tayrai jaa-o jee-o.
ਸੁਇਨਾ ਰੁਪਾ ਰੰਗੁਲਾ, ਮੋਤੀ ਤੈ ਮਾਣਿਕੁ ਜੀਉ॥	su-inaa rupaa rangulaa motee tai maanik jee-o.
ਸੇ ਵਸਤੂ ਸਹਿ ਦਿਤੀਆ, ਮੈ ਤਿਨ੍ ਸਿਉ ਲਾਇਆ ਚਿਤੁ ਜੀਉ॥	say vastoo seh ditee-aa mai tinH si-o laa-i-aa chit jee-o.
ਮੰਦਰ ਮਿਟੀ ਸੰਦੜੇ, ਪਥਰ ਕੀਤੇ ਰਾਸਿ ਜੀਉ॥	mandar mitee sand-rhay pathar keetay raas jee-o.
ਹਉ ਏਨੀ ਟੋਲੀ ਭੁਲੀਅਸੁ, ਤਿਸੁ ਕੰਤ ਨ ਬੈਠੀ ਪਾਸਿ ਜੀਉ॥	ha-o aynee tolee bhulee-as tis kant na baithee paas jee-o.
ਅੰਬਰਿ ਕੂੰਜਾ ਕੁਰਲੀਆ, ਬਗ ਬਹਿਠੇ ਆਇ ਜੀਉ॥	ambar koonjaa kurlee-aa bag bahithay aa-ay jee-o.
ਸਾ ਧਨ ਚਲੀ ਸਾਹੁਰੈ, ਕਿਆ ਮੁਹੁ ਦੇਸੀ ਅਗੈ ਜਾਇ ਜੀਉ॥	saa Dhan chalee saahurai ki-aa muhu daysee agai jaa-ay jee-o.
ਸੁਤੀ ਸੁਤੀ ਝਾਲੁ ਥੀਆ, ਭੁਲੀ ਵਾਟੜੀਆਸੁ ਜੀਉ॥	sutee sutee jhaal thee-aa bhulee vaatrhee-aas jee-o.
ਤੈ ਸਹ ਨਾਲਹੁ ਮੁਤੀਅਸੁ, ਦੁਖਾ ਕੂੰ ਧਰੀਆਸੁ ਜੀਉ॥	tai sah naalahu mutee-as dukhaa kooN Dharee-aas jee-o.
ਤੁਧੁ ਗੁਣ ਮੈ ਸਭਿ ਅਵਗਣਾ, ਇਕ ਨਾਨਕ ਕੀ ਅਰਦਾਸਿ ਜੀਉ॥	tuDh gun mai sabh avganaa ik naanak kee ardaas jee-o.
ਸਭਿ ਰਾਤੀ ਸੋਹਾਗਣੀ, ਮੈ ਡੋਹਾਗਣਿ ਕਾਈ ਰਾਤਿ ਜੀਉ॥੧॥	sabh raatee sohaaganee mai dohaagan kaa-ee raat jee-o. ||1||

ਮੈਂ ਪਾਪੀ, ਸ਼ਬਦ ਦੀ ਪ੍ਰਵਾਹ ਨਾ ਕਰਨ ਵਾਲਾ, ਕਿਵੇਂ ਮਾਨਸ ਜਨਮ ਵਿੱਚ ਪ੍ਰਵਾਨਗੀ ਦੇ ਰਸਤੇ ਤੇ ਅਡੋਲ ਹੋ ਸਕਦਾ ਹਾ? ਸੰਸਾਰ ਵਿੱਚ ਵੱਡੇ ਵੱਡੇ ਬੰਦਗੀ ਕਰਨ ਵਾਲੇ ਹਨ । ਮੇਰਾ ਨਾਮ ਵੀ ਕੋਈ ਨਹੀਂ ਜਾਣਦਾ । ਜਿਹੜਾ ਸਿਮਰਨ ਕਰਦਾ, ਸ਼ਬਦ ਦੀ ਪਾਲਣਾ ਕਰਦਾ ਹੈ । ਉਹ ਪ੍ਰਭ ਦੀ ਰਹਿਮਤ ਨਾਲ ਸ਼ਰਣ ਵਿੱਚ ਅਨੰਦ ਮਾਨਦਾ ਹੈ । ਮੇਰੇ ਵਿੱਚ ਕੋਈ ਗੁਣ ਨਹੀਂ, ਮੈਂ ਆਪਣੀ ਹਾਲਤ ਦਾ ਦੋਸ਼ ਕਿਸ ਨੂੰ ਦੇਵਾ? ਪ੍ਰਭ ਦੇ ਕਿਹੜੇ ਗੁਣ ਦੀ ਉਸਤਤ ਕਰਾ? ਕਿਸ ਨਾਮ ਨਾਲ ਪ੍ਰਭੇ ਅੱਗੇ ਅਰਦਾਸ ਕਰਾ? ਬੰਦਗੀ ਕਰਨ ਵਾਲਾ ਇਕ ਵੀ ਗੁਣ ਪੂਰੀ ਤਰ੍ਹਾਂ ਅਪਣੇ ਜੀਵਨ ਵਿੱਚ ਧਾਰਨ ਨਹੀਂ ਕਰ ਸਕਦਾ । ਤੇਰੇ ਗੁਣਾਂ ਨੂੰ ਵਾਹ ਵਾਹ ਹੀ ਕਹਿੰਦਾ, ਹੈਰਾਨ ਹੀ ਹੁੰਦਾ ਹੈ । ਮੈਂ ਆਪਣਾ ਮਨ ਸੋਨਾ, ਧਨ, ਹੀਰੇ ਮੋਤੀਆਂ ਇਕੱਠੇ ਕਰਨ ਵਿੱਚ ਹੀ ਰਖਦਾ ਹਾ । ਪ੍ਰਭ ਦੀਆਂ ਬਖਸ਼ੀਆਂ ਇਤਨੀਆਂ ਦਾਤਾਂ ਦਾ ਧਿਆਨ ਵੀ ਨਹੀਂ ਕਰਦਾ । ਮੈਂ ਵੱਡੇ ਵੱਡੇ ਮੰਦਰਾਂ ਦੀ ਸਜਾਵਟ, ਦੇਖਦਾ ਹਾ । ਮੈਂ ਇਹਨਾਂ ਅੰਦਰ ਨਹੀਂ ਜਾ ਸਕਦਾ । ਅਕਾਸ਼ ਵਿੱਚ ਕੂੰਜਾਂ ਕੂਕ ਦੀਆਂ, ਅਰਾਮ ਕਰਨ ਲਈ ਬੈਠਦੀਆਂ ਹਨ । ਮੈਂ ਮੌਤ ਪਿਛੋਂ ਤੇਰੇ ਘਰ ਕਿਹੜਾ ਮੂੰਹ ਲੇ ਕੇ ਜਾਵਾਗਾ? 'ਮਾਨਸ ਜੀਵਨ ਵਿੱਚ ਸ਼ਬਦ ਦੀ ਬੰਦਗੀ ਵਿੱਚ ਧਿਆਨ ਨਹੀਂ ਲਾਇਆ । ਹੋਰ ਅਰਾਮ ਵਿੱਚ ਹੀ ਲਗਾ, ਹੁਣ ਦੁਖਾਂ ਹੀ ਮਿਲਦੇ ਹਨ । ਦਰਬਾਰ ਵਿੱਚ ਨਹੀਂ ਜਾ ਸਕਦਾ, ਆਪਣੇ ਪ੍ਰੀਤਮ ਨੂੰ ਮਿਲ ਨਹੀਂ ਸਕਦਾ । ਮੈਂ ਪਾਪੀ ਦੋਸ਼ੀ ਅਰਦਾਸ ਕਰਦਾ ਹਾ! ਪ੍ਰਭ ਬੰਦਗੀ ਕਰਨ ਵਾਲੀਆਂ ਨੂੰ ਰਾਤ ਦਿਨ ਰਹਿਮਤਾਂ ਨਾਲ ਨਿਹਾਲ ਕਰਦਾ ਹੈ । ਕੀ ਤੇਰੇ ਕੋਲ ਮੇਰੇ ਤੇ ਰਹਿਮਤ ਕਰਨ ਲਈ ਪਲ ਬਾਕੀ ਹੈ?

My True Master, I am a sinner! I do not obey the teachings of Your Word in my day-to-day life. How may I become steady and stable on the right path of acceptance in Your Court? Many true devotees remain intoxicated in meditation in the void of Your Word; however, no one may even recognize my existence. Whosoever may meditate, obey the teachings of You Word with steady and stable belief in his day-to-day life; with Your mercy and grace, he may enjoy the pleasures and comfort in Your Sanctuary. Whom may I blame for my state of mind, my way of life? I have not even adopted one virtue of meditation in my day-to-day life. I remain wonder stuck by listening to Your Virtues; however, I remain intoxicated with the glamor of precious metal of worldly wealth. I may never appreciate all Your Blessings. I witness the glamorous beauty of Holy shrines in the universe; however, I may never enter these shrines. I see bird flying in the sky and rest to recharge for next day. With what face, may I be able to enter Your Court for judgement after death? I do not realize the significance of meditation; I have wasted my opportunity to meditate. I remain intoxicated in short-lived worldly comforts in life. I may never be able to enter His Court nor have a union with My True Master. Your true devotees remain overwhelmed with virtues day and night. I am a sinner praying for Your Forgiveness and Refuge! May You spare any pity for a sinner?

Key Message of Raag Soohee, page 762-5

ਮਨਮੁਖ ਦੀ ਭਾਵਨਾ!

ਜਿਹੜਾ ਬੰਦਗੀ, ਸ਼ਬਦ ਦੀ ਪਾਲਣਾ ਕਰਦਾ ਹੈ । ਉਹ ਪ੍ਰਭ ਦੀ ਰਹਿਮਤ ਨਾਲ ਸ਼ਰਣ ਵਿੱਚ ਅਨੰਦ ਮਾਨਦਾ ਹੈ । ਮੈਂ ਸ਼ਬਦ ਦਾ ਇਕ ਵੀ ਗੁਣ ਪੂਰੀ ਤਰ੍ਹਾਂ ਅਪਣੇ ਜੀਵਨ ਵਿੱਚ ਧਾਰਨ ਨਹੀਂ ਕਰ ਸਕਦਾ । ਤੇਰੇ ਗੁਣਾਂ ਨੂੰ ਵਾਹ ਵਾਹ ਹੀ ਕਹਿੰਦਾ, ਹੈਰਾਨ ਹੁੰਦਾ ਹੈ । ਮੈਂ ਆਪਣਾ ਮਨ ਸੋਨਾ, ਧਨ, ਹੀਰੇ ਮੋਤੀਆਂ ਇਕੱਠੇ ਕਰਨ ਵਿੱਚ ਹੀ ਰਖਦਾ ਹਾ । ਤੇਰੀਆਂ ਬਖਸ਼ੀਸ਼ਾਂ ਦਾ ਧੰਨਵਾਦ ਨਹੀਂ ਕਰਦਾ । ਮੈਂ ਕਿਹੜਾ ਮੂੰਹ ਨਾਲ ਮੌਤ ਪਿਛੋਂ ਤੇਰੇ ਘਰ ਜਾਵਾਗਾ?

Prayer of Self-minded!

Whosoever may meditate, obeys the teachings of You Word with steady and stable belief in his day-to-day life; he may enjoy the pleasures and comfort in Your Sanctuary. I have not adopted any virtue of Your Word in my day-to-day life. I remain wonder stuck by listening to Your Virtues; however, I remain intoxicated with the glamor of precious metal of worldly wealth. I may never appreciate all Your Blessings.

16. ਸੂਹੀ ਮਹਲਾ ੧ ਸੁਚਜੀ॥ 762-14

ਜਾ ਤੂ ਤਾ ਮੈ ਸਭੁ ਕੋ, ਤੂ ਸਾਹਿਬੁ ਮੇਰੀ ਰਾਸਿ ਜੀਉ॥	jaa too taa mai sabh ko too saahib mayree raas jee-o.
ਤੁਧੁ ਅੰਤਰਿ ਹਉ ਸੁਖਿ ਵਸਾ, ਤੂੰ ਅੰਤਰਿ ਸਾਬਾਸਿ ਜੀਉ॥	tuDh antar ha-o sukh vasaa tooN antar saabaas jee-o.
ਭਾਣੈ ਤਖਤਿ ਵਡਾਈਆ, ਭਾਣੈ ਭੀਖ ਉਦਾਸਿ ਜੀਉ॥	bhaanai takhat vadaa-ee-aa bhaanai bheekh udaas jee-o.
ਭਾਣੈ ਥਲ ਸਿਰਿ ਸਰੁ ਵਹੈ, ਕਮਲੁ ਫੁਲੈ ਆਕਾਸਿ ਜੀਉ॥	bhaanai thal sir sar vahai kamal fulai aakaas jee-o.
ਭਾਣੈ ਭਵਜਲੁ ਲੰਘੀਐ, ਭਾਣੈ ਮੰਝਿ ਭਰੀਆਸਿ ਜੀਉ॥	bhaanai bhavjal langhee-ai bhaanai manjh bharee-aas jee-o.
ਭਾਣੈ ਸੋ ਸਹੁ ਰੰਗੁਲਾ, ਸਿਫਤਿ ਰਤਾ ਗੁਣਤਾਸਿ ਜੀਉ॥	bhaanai so saho rangulaa sifat rataa guntaas jee-o.
ਭਾਣੈ ਸਹੁ ਭੀਹਾਵਲਾ, ਹਉ ਆਵਣਿ ਜਾਣਿ ਮੁਈਆਸਿ ਜੀਉ॥	bhaanai saho bheehaavalaa ha-o aavan jaan mu-ee-aas jee-o.
ਤੂ ਸਹੁ ਅਗਮੁ ਅਤੋਲਵਾ, ਹਉ, ਕਹਿ ਕਹਿ ਢਹਿ ਪਈਆਸਿ ਜੀਉ॥	too saho agam atolvaa ha-o kahi kahi dheh pa-ee-aas jee-o.
ਕਿਆ ਮਾਗਉ ਕਿਆ ਕਹਿ ਸੁਣੀ, ਮੈ ਦਰਸਨ ਭੂਖ ਪਿਆਸਿ ਜੀਉ॥	ki-aa maaga-o ki-aa kahi sunee mai darsan bhookh pi-aas jee-o.
ਗੁਰ ਸ਼ਬਦੀ ਸਹੁ ਪਾਇਆ, ਸਚੁ ਨਾਨਕ ਕੀ ਅਰਦਾਸਿ ਜੀਉ॥੨॥	gur sabdee saho paa-i-aa sach naanak kee ardaas jee-o. ||2||

ਪ੍ਰਭ ਤੂੰ ਮੇਰੇ ਵੱਲ ਹੈ! ਮੇਰੇ ਕੋਲ ਸਭ ਕੁਝ ਹੈ, ਸਾਰੇ ਕੰਮ ਰਾਸ ਹਨ । ਪ੍ਰਭ ਤੇਰੇ ਸ਼ਬਦ ਮਨ ਵਿੱਚ ਜਾਗਰਤ, ਵਸਣ ਨਾਲ ਸਭ ਕੁਝ ਖੇੜੇ ਵਿੱਚ ਹੀ ਹੈ । ਪ੍ਰਭ ਤੇਰੀ ਰਹਿਮਤ ਨਾਲ ਭਿਖਾਰੀ ਨੂੰ ਤਖਤ ਬਖਸ਼ਿਸ਼ ਹੋ ਸਕਦਾ, ਰਾਜੇ ਤੋਂ ਭਿਖਾਰੀ ਬਣਾ ਸਕਦਾ ਹੈ! ਰੇਗਸਤਾਨ ਵਿੱਚ ਫੁੱਲਾਂ ਦੇ ਬਾਗ਼ ਬਣਾ ਜਾਂਦੇ, ਅਕਾਸ਼ ਵਿੱਚ ਖੇੜਾ ਆ ਜਾਂਦਾ ਹੈ! ਤੇਰੇ ਭਾਣੇ ਨਾਲ ਜੀਵ ਭਿਆਨਕ ਸੰਸਾਰਕ ਸਾਗਰ ਅਰਾਮ ਨਾਲ ਪਾਰ ਕਰ ਸਕਦਾ ਹੈ । ਮਜਬੂਤ ਬੇੜੀ ਵੀ ਡੁੱਬ ਜਾਂਦੀ, ਬੰਦਗੀ ਕਰਨ ਵਾਲਾ ਵੀ ਡੁੱਬ ਜਾਂਦਾ ਹੈ । ਤੇਰੀ ਰਹਿਮਤ ਨਾਲ, ਸ਼ਬਦ ਦੀ ਪਾਲਣਾ ਕਰਦੇ, ਮੈਨੂੰ ਸੋਝੀ ਦੇ ਨੌਂ ਖਜ਼ਾਨੇਂ ਬਖਸ਼ਿਸ਼ ਹੋ ਗਏ ਹਨ । ਮੈਂ ਸ਼ਬਦ ਦੇ ਸਿਮਰਨ ਵਿੱਚ ਹੀ ਲੀਨ ਹੋਇਆ ਰਹਿੰਦਾ ਹਾ । ਅਗਰ ਤੇਰਾ ਭਾਣੇ ਹੋਵੇ! ਮੈਂ ਨਾਮ ਲੈਣ ਤੋਂ ਵੀ ਡਰਾ, ਜੂੰਨਾਂ ਦੇ ਚੱਕਰ ਵਿੱਚ ਪੈ ਜਾਵਾ । ਪ੍ਰਭ ਜੀਵ ਦੀ ਪਹੁੰਚ, ਜਾਣਕਾਰੀ, ਸਮਝ ਤੋਂ ਬਾਹਰ ਹੈ । ਮੈਂ ਸ਼ਬਦ ਦੀ ਉਸਤਤ ਕਰਦਾ, ਤੇਰੀ ਸ਼ਰਣ ਵਿੱਚ ਆਇਆ ਹਾ । ਮੈਨੂੰ ਕੁਝ ਮੰਗਣ ਦੀ ਸੋਝੀ ਵੀ ਨਹੀਂ । ਮੈਨੂੰ ਕੇਵਲ ਤੇਰੇ ਦਰਸ਼ਨ ਦੀ ਹੀ ਪਿਆਸ ਹੈ । ਸ਼ਬਦ ਦੀ ਪਾਲਣਾ ਕਰਨ ਨਾਲ ਮੈਨੂੰ ਸ਼ਬਦ ਦੀ ਸੋਝੀ ਬਖਸ਼ਿਸ਼ ਹੋਈ ਹੈ । ਇਸ ਨਾਲ ਤੇਰੇ ਦਰਬਾਰ ਦੇ ਰਸਤੇ ਤੇ ਚਲਦਾ ਹਾ । ਰਹਿਮਤ ਬਖਸ਼ੋ, ਸ਼ਬਦ ਦੀ ਸੋਝੀ ਪਾਵੋ ।

Whosoever may be accepted in His Sanctuary; The True Master may become his savior; all his purpose of human life may be satisfied. I have been enlightened from within; I am dwelling in the void of His Word; blossom prevails in my life. You may bless a humble beggar, a royal throne and a mighty king may be transformed as a beggar. You may bring a garden of flower in dessert and blossom in the sky. Your humble devotee may cross the terrible ocean of worldly desires with ease; even a strongest ship may drown. You have blessed devotion to meditate on the teachings of Your Word and blessed nine treasures of enlightenments. I remain intoxicated in meditation in the void of Your Word. You may change everything in a twinkle of eyes; I may even be scared to utter Your Word; I may remain in the cycle of birth and death. You remain beyond the reach and comprehension of Your Creation. I have surrendered my self-entity at Your Sanctuary. I am wonder stuck! What may I beg from You? I am only anxious, thirsty for Your Blessed Vision; the enlightenment of Your Word; the right path of acceptance in Your Court. By obeying the teachings of Your Word, I have been blessed with the right path of acceptance in Your Court. I have adopted the teachings of Your Word with steady and stable belief in my day-to-day life. My Merciful True Master, keeps me steady and stable on the right path of acceptance in Your Court.

Key Message of Raag Soohee, page 762-14
ਗੁਰਮਖ ਦੇ ਮਨ ਦੀ ਭਾਵਨਾ!
ਜਿਹੜਾ ਪ੍ਰਭ ਦੀ ਸ਼ਰਣ ਵਿੱਚ ਪ੍ਰਵਾਨ ਹੋ ਜਾਂਦਾ, ਪ੍ਰਭ ਆਪ ਸਹਾਈ ਹੋ ਜਾਂਦਾ, ਉਸ ਦੇ ਸਾਰੇ ਕੰਮ ਰਾਸ, ਸਭ ਕੁਝ ਖੇੜੇ ਵਿੱਚ ਹੀ ਹੈ । ਸ਼ਬਦ ਦੀ ਪਾਲਣਾ ਕਰਦੇ ਜੀਵ ਨੂੰ, ਗਿਆਨ ਦੇ ਨੌਂ ਖਜ਼ਾਨੇਂ ਬਖਸ਼ਿਸ਼ ਹੋ ਜਾਂਦੇ ਹਨ । ਮੈਂ ਸ਼ਬਦ ਦੇ ਸਿਮਰਨ ਵਿੱਚ ਹੀ ਲੀਨ ਹੋਇਆ ਰਹਿੰਦਾ ਹਾ । ਪ੍ਰਭ ਨਿਮਾਣੇ ਜੀਵ ਦੀ ਪਹੁੰਚ, ਸਮਝ, ਜਾਣਕਾਰੀ ਤੋਂ ਬਾਹਰ ਹੈ । ਮੈਂ ਆਪਾ ਸ਼ਰਣ ਵਿੱਚ ਭੇਟਾ ਕੀਤਾ ਹੈ! ਮੈਨੂੰ ਕੁਝ ਮੰਗਣ ਦੀ ਸੋਝੀ ਨਹੀਂ ਹੈ! ਮੈਨੂੰ ਕੇਵਲ ਦਰਸ਼ਨ ਦੀ ਹੀ ਪਿਆਸ ਹੈ ।
Prayer of His true devotee!
Whosoever may be bestowed with His Blessed Vision, all his purpose of human life opportunity may be satisfied; blossom prevails everywhere! I have been attached to obey the teachings of His Word. I have been blessed with nine treasures of enlightenments. I remain intoxicated in meditation in the void of His Word. The True Master remains beyond the reach and comprehension of His Creation. I have surrendered my self-entity at Your Sanctuary. I am wonder stuck, even to beg anything! I am only anxious, thirsty for Your Blessed Vision, the enlightenment of Your Word.

17. ਰਾਗੁ ਸੂਹੀ ਛੰਤ ਮਹਲਾ ੧ ਘਰੁ ੧॥ 763-9

੧ੳ ਸਤਿਗੁਰ ਪ੍ਰਸਾਦਿ॥	ik-oNkaar satgur parsaad.
ਭਰਿ ਜੋਬਨਿ ਮੈ ਮਤ ਪੇਈਅੜੈ, ਘਰਿ ਪਾਹੁਣੀ ਬਲਿ ਰਾਮ ਜੀਉ॥	bhar joban mai mat pay-ee-arhai ghar paahunee bal raam jee-o.
ਮੈਲੀ ਅਵਗਣਿ ਚਿਤਿ ਬਿਨੁ, ਗੁਰ, ਗੁਣ ਨ ਸਮਾਵਨੀ ਬਲਿ ਰਾਮ ਜੀਉ॥	mailee avgan chit bin gur gun na samaavanee bal raam jee-o.
ਗੁਣ ਸਾਰ ਨ ਜਾਣੀ ਭਰਮਿ ਭੁਲਾਣੀ, ਜੋਬਨੁ ਬਾਦਿ ਗਵਾਇਆ॥	gun saar na jaanee bharam bhulaanee joban baad gavaa-i-aa.
ਵਰੁ ਘਰੁ ਦਰੁ ਦਰਸਨੁ ਨਹੀ ਜਾਤਾ, ਪਿਰ ਕਾ ਸਹਜੁ ਨ ਭਾਇਆ॥	var ghar dar darsan nahee jaataa pir kaa sahj na bhaa-i-aa.
ਸਤਿਗੁਰ ਪੂਛਿ ਨ ਮਾਰਗਿ ਚਾਲੀ, ਸੂਤੀ ਰੈਣਿ ਵਿਹਾਣੀ॥	satgur poochh na maarag chaalee sootee rain vihaanee.
ਨਾਨਕ ਬਾਲਤਣਿ ਰਾਡੇਪਾ, ਬਿਨੁ ਪਿਰ ਧਨ ਕੁਮਲਾਣੀ॥੧॥	naanak baaltan raadaypaa bin pir Dhan kumlaanee. ||1||

ਜਵਾਨੀ ਦੀ ਮਸਤੀ ਵਿੱਚ ਇਹ ਸਮਝ ਨਹੀਂ ਆਈ, ਮੈਂ ਸੰਸਾਰ ਵਿੱਚ ਯਾਤਰੀ ਦੀ ਤਰ੍ਹਾਂ ਹੀ ਆਇਆ ਹਾ । ਸੰਸਾਰਕ ਇਛਾਂ ਦੇ ਜਾਲ ਵਿੱਚ ਫਸ ਕੇ, ਮੰਦੇ ਕੰਮ ਕਰਕੇ ਆਪਣੀ ਆਤਮਾ ਨੂੰ ਮੈਲ, ਦਾਗ਼ ਲਾ ਲਿਆ ਹੈ । ਪ੍ਰਭ ਦੀ ਰਹਿਮਤ ਤੋਂ ਬਿਨਾਂ ਸਿੱਧਾ ਰਸਤਾ ਬਖਸ਼ਿਸ਼ ਨਹੀਂ ਹੁੰਦਾ । ਮੈਨੂੰ ਚੰਗੇ ਕੰਮਾਂ ਦੀ ਕੀਮਤ ਦਾ ਪਤਾ ਨਹੀਂ, ਮੈਂ ਭਰਮਾਂ ਵਿੱਚ ਹੀ ਆਪਣੀ ਜਵਾਨੀ ਦਾ ਸਮਾਂ ਗਵਾ ਲਿਆ ਹੈ । ਮੈਨੂੰ ਸ਼ਬਦ ਦੀ ਬੰਦਗੀ ਕਰਨ ਦੀ ਵਿਧੀ ਬਖਸ਼ਿਸ਼ ਨਹੀਂ ਹੋਈ । ਮੈਨੂੰ ਸ਼ਬਦ ਦੀ ਪਾਲਣਾ ਕਰਨ ਦੀ ਕੋਈ ਸੋਝੀ ਨਹੀਂ ਹੈ? ਕਿਸ ਬੰਦਗੀ ਦੇ ਰਸਤਾ ਤੇ ਚਲਣ ਨਾਲ ਪ੍ਰਭ ਦੇ ਦਰਸ਼ਨ ਬਖਸ਼ਿਸ਼ ਹੋ ਸਕਦੇ ਹਨ? ਪ੍ਰਭ ਦੇ ਸ਼ਬਦ ਦਾ ਪਾਲਣਾ, ਪ੍ਰਵਾਹ ਨਹੀਂ ਕੀਤੀ । ਮੈਂ ਆਪਣਾ ਜੀਵਨ ਬਿਰਥਾ ਹੀ ਖਤਮ ਕਰ ਲਿਆ ਹੈ । ਮੈਂ ਆਪਣੀ ਜਵਾਨੀ ਦੇ ਸਮੇਂ ਤੇ ਹੀ ਸ਼ਬਦ ਦੇ ਰਸਤੇ ਤੋਂ ਉਲਝ ਗਿਆ ਹਾ । ਆਪਣੇ ਮਾਨਸ ਜਨਮ ਦਾ ਮੰਤਵ ਗਵਾ ਬੈਠਾ ਹਾ । ਪਛਤਾਵੇ ਵਿੱਚ ਹੀ ਮੌਕਾ ਗਵਾਈ ਜਾਂਦਾ ਹਾ ।

ਗੁਰੂ ਨਾਨਕ ਦੇਵ ਜੀ! – Guru Nanak Dev Ji! Guru Granth Sahib

I did not realize; I am a visitor on earth with unique mission in my ignorance in my youth. I remain intoxicated with sweet poison of worldly desires. I have blemished my soul with sinful, evil deeds. I do not realize the significance of good deeds in human life journey. I have wasted my youth in religious rituals, suspicions. I have not found the right technique to meditate and sing the glory of His Word. I have no comprehension of His Word nor purpose of my human life opportunity. How may I obey the teachings of His Word to become worthy of His Consideration? How may I be enlightened with the essence of His Word? I have not obeyed nor comprehend any significance of the teachings of His Word. I had wasted my human life opportunity such a way of life. I have been drifted from the right path in the beginning of my youth. I have lost the real purpose of my human life opportunity.

ਬਾਬਾ ਮੈ ਵਰੁ ਦੇਹਿ, ਮੈ ਹਰਿ ਵਰੁ ਭਾਵੈ, ਤਿਸ ਕੀ ਬਲਿ ਰਾਮ ਜੀਉ॥	baabaa mai var deh mai har var bhaavai tis kee bal raam jee-o.
ਰਵਿ ਰਹਿਆ ਜੁਗ ਚਾਰਿ, ਤ੍ਰਿਭਵਣ ਬਾਣੀ, ਜਿਸ ਕੀ ਬਲਿ ਰਾਮ ਜੀਉ॥	rav rahi-aa jug chaar taribhavan banee jis kee bal raam jee-o.
ਤ੍ਰਿਭਵਣ ਕੰਤੁ ਰਵੈ ਸੋਹਾਗਣਿ, ਅਵਗਣਵੰਤੀ ਦੂਰੇ॥	taribhavan kant ravai sohagan avganvantee dooray.
ਜੈਸੀ ਆਸਾ ਤੈਸੀ ਮਨਸਾ, ਪੂਰਿ ਰਹਿਆ ਭਰਪੂਰੇ॥	jaisee aasaa taisee mansaa poor rahi-aa bharpooray.
ਹਰਿ ਕੀ ਨਾਰਿ ਸੁ ਸਰਬ ਸੁਹਾਗਣਿ, ਰਾਂਡ ਨ ਮੈਲੈ ਵੇਸੇ॥	har kee naar so sarab suhaagan raaNd na mailai vaysay.
ਨਾਨਕ ਮੈ ਵਰੁ ਸਾਚਾ ਭਾਵੈ, ਜੁਗਿ ਜੁਗਿ ਪ੍ਰੀਤਮ ਤੈਸੇ॥੨॥	naanak mai var saachaa bhaavai jug jug pareetam taisay. ||2||

ਪ੍ਰਭ ਰਹਿਮਤ ਬਖਸ਼ਕੇ, ਸ਼ਬਦ ਦੇ ਲੜ ਲਾਵੋ । ਮੈਂ ਸ਼ਬਦ ਦੀ ਪਾਲਣਾ ਕਰਦਾ, ਪ੍ਰਵਾਨਗੀ ਦੇ ਰਸਤੇ ਤੇ ਅਡੋਲ ਹੋ ਜਾਵਾ । ਪ੍ਰਭ ਜੁਗਾਂ ਜੁਗਾਂ ਤੋਂ, ਚਾਰੇ ਜੁਗਾਂ ਵਿੱਚ ਹੀ ਵਾਪਰਦਾ ਆਇਆ ਹੈ । ਉਸ ਦਾ ਭਾਣਾ ਹੀ ਤਿੰਨਾਂ ਸ੍ਰਿਸ਼ਟੀਆਂ ਵਿੱਚ ਵਾਪਰਦਾ, ਜੀਵਾਂ ਨੂੰ ਦਾਤਾਂ ਬਖਸ਼ਦਾ ਹੈ । ਮਨਮਰਜ਼ੀ ਕਰਨ ਵਾਲਿਆਂ ਨੂੰ ਬੰਦਗੀ ਦੇ ਰਸਤੇ ਤੋਂ ਦੂਰ ਹੀ ਰਖਦਾ ਹੈ । ਜਿਸਤਰ੍ਹਾਂ ਦੀ ਮਨ ਵਿੱਚ ਆਸ, ਅਵਸਥਾ ਹੁੰਦੀ ਹੈ । ਉਸ ਤਰ੍ਹਾਂ ਦੀ ਮਨ ਵਿੱਚ ਇਛਾਂ ਬਣ ਜਾਂਦੀ ਹੈ । ਜੀਵ ਉਸ ਤਰ੍ਹਾਂ ਦੇ ਕੰਮ ਕਰਨ ਲਗ ਪੈਂਦਾ ਹੈ । ਪ੍ਰਭ ਉਸ ਰਸਤੇ ਤੇ ਅਡੋਲ ਕਰਕੇ ਉਸ ਦੀ ਆਸ ਪੂਰੀ ਕਰਦਾ ਹੈ । ਜਿਹੜਾ ਸ਼ਬਦ ਦੀ ਪਾਲਣਾ ਅਡੋਲ ਮਨ ਨਾਲ ਕਰਦਾ ਹੈ । ਉਹ ਕਦੇ ਇਛਾਂ ਦੇ ਜਾਲ ਵਿੱਚ ਨਹੀਂ ਫਸਦਾ । ਉਹ ਪ੍ਰਭ ਦੀ ਬਖਸ਼ ਤੇ ਅਨੰਦ ਮਾਨਦਾ ਰਹਿੰਦਾ ਹੈ । ਇਹ ਪੁਰਣੇ ਸਮੇਂ ਤੋਂ ਹੀ ਹੁੰਦਾ ਹੈ ।

The True Master, has blessed devotion to obey the teachings of His Word. I may become steady and stable on the right path of acceptance in His Court. From Ancient Ages! The True Master has been prevailing in all three universes; blessing virtues to His Creations. Self-minded remains far away from the right path of meditation. Whatsoever may be the hope within mind; his desires become dominating. The True Master, may inspire on that path to accomplish his expectation of his mind. Whosoever may obey the teachings of His Word with steady and stable belief in his day-to-day life; with His mercy and grace, his state of mind may become beyond the reach of demons of worldly desire. He may remain contented with his own worldly environment. His Nature prevails such a way from Ancient Ages.

ਬਾਬਾ ਲਗਨੁ ਗਣਾਇ ਹੰ ਭੀ ਵੰਞਾ ਸਾਹੁਰੈ ਬਲਿ ਰਾਮ ਜੀਉ॥	baabaa lagan ganaa-ay haN bhee vanjaa saahurai bal raam jee-o.
ਸਾਹਾ ਹੁਕਮੁ ਰਜਾਇ ਸੋ ਨ ਟਲੈ, ਜੋ ਪ੍ਰਭੁ ਕਰੈ ਬਲਿ ਰਾਮ ਜੀਉ॥	saahaa hukam rajaa-ay so na talai jo parabh karai bal raam jee-o.
ਕਿਰਤੁ ਪਇਆ ਕਰਤੈ ਕਰਿ ਪਾਇਆ, ਮੇਟਿ ਨ ਸਕੈ ਕੋਈ॥	kirat pa-i-aa kartai kar paa-i-aa mayt na sakai ko-ee.
ਜਾਞੀ ਨਾਉ ਨਰਹ ਨਿਹਕੇਵਲੁ, ਰਵਿ ਰਹਿਆ ਤਿਹੁ ਲੋਈ॥	jaanjee naa-o narah nihkayval rav rahi-aa tihu lo-ee.
ਮਾਇ ਨਿਰਾਸੀ ਰੋਇ ਵਿਛੁੰਨੀ, ਬਾਲੀ ਬਾਲੈ ਹੇਤੇ॥	maa-ay niraasee ro-ay vichhunnee baalee baalai haytay.
ਨਾਨਕ ਸਾਚ ਸਬਦਿ ਸੁਖ ਮਹਲੀ, ਗੁਰ ਚਰਣੀ ਪ੍ਰਭੁ ਚੇਤੇ॥੩॥	naanak saach sabad sukh mahlee gur charnee parabh chaytay. ||3||

ਮੈਂ ਬੜਾ ਆਤਵਲਾ ਹੋ ਕੇ ਉਸ ਸਮੇਂ ਦੀ ਉਡੀਕ ਕਰਦਾ ਹਾ! ਤੇਰੇ ਦਰ ਤੋਂ ਸੱਦੇ ਦਾ ਸਮਾਂ ਜਨਮ ਤੇ ਹੀ ਮਿਥਿਆ ਜਾਂਦਾ ਹੈ । ਮੌਤ ਦੇ ਸਮੇਂ ਨੂੰ ਕੋਈ ਬਦਲ ਨਹੀਂ ਸਕਦਾ । ਜਿਹੜੀ ਪ੍ਰਭ ਨੇ ਆਪ ਹੀ ਜੀਵ ਦੇ ਕੰਮਾਂ ਦੀ ਕੀਮਤ ਬਖਸ਼ੀ ਹੈ, ਉਸ ਨੂੰ ਕੋਈ ਮੇਟ ਨਹੀਂ ਸਕਦਾ, ਖਤਮ ਨਹੀਂ ਕਰ ਸਕਦਾ । ਮਰਜ਼ੀ ਦਾ ਮਾਲਕ, ਤਿੰਨਾਂ ਸ੍ਰਿਸ਼ਟੀਆਂ ਵਿੱਚ ਹੀ ਹਾਜ਼ਰਾ ਹਜ਼ੂਰ ਵਾਪਰਦਾ ਹੈ । ਜਿਹੜਾ ਸੰਸਾਰਕ ਇਛਾਂ ਤੇ ਕਾਬੂ ਪਾ ਕੇ ਪ੍ਰਭ ਦੇ ਸ਼ਬਦ ਦੀ ਪਾਲਣਾ ਤੇ ਅਡੋਲ ਹੋ ਜਾਂਦਾ ਹੈ । ਉਸ ਦੇ ਮਨ ਤੇ ਸੰਸਾਰਕ ਇਛਾਂ ਦਾ ਪ੍ਰਭਾਵ ਨਹੀਂ ਰਹਿੰਦਾ । ਦਰਬਾਰ ਵਿੱਚ, ਜੀਵਨ ਢਾਲਣ ਨਾਲ ਹੀ ਥਾਂ ਬਖਸ਼ਿਸ਼ ਹੋ ਸਕਦੀ ਹੈ । ਮਨ ਅਡੋਲ ਹੋ ਕੇ ਪ੍ਰਭ ਦੀ ਸ਼ਰਣ ਵਿੱਚ ਲੀਨ ਹੋ ਜਾਂਦਾ ਹੈ ।

The True Master! I am anxiously waiting for the invitation from Your Court, the time of death has been predetermined at birth; no one may alter, change Your Command. Whatsoever may be blessed for his meditation; no one can change or eliminate by any curse. His Command remains unpredictable and beyond comprehension of His Creation. His Nature prevails in all three universes, everywhere all time. Whosoever may conquer his own worldly desires; he may remain steady and stable on obeying the teachings of His Word. His state of mind remains beyond the influence of his worldly desires. Whosoever may be blessed with the enlightenment of the essence of His Word, his soul may be blessed with a place in His Castle. His mind may remain intoxicated in the void of His Sanctuary.

ਬਾਬੁਲਿ ਦਿਤੜੀ ਦੂਰਿ ਨ ਆਵੈ, ਘਰਿ ਪੇਈਐ ਬਲਿ ਰਾਮ ਜੀਉ॥	baabul dit-rhee door naa aavai ghar pay-ee-ai bal raam jee-o.
ਰਹਸੀ ਵੇਖਿ ਹਦੂਰਿ ਪਿਰਿ ਰਾਵੀ, ਘਰਿ ਸੋਹੀਐ ਬਲਿ ਰਾਮ ਜੀਉ॥	rahsee vaykh hadoor pir raavee ghar sohee-ai bal raam jee-o.
ਸਾਚੇ ਪਿਰ ਲੋੜੀ ਪ੍ਰੀਤਮ ਜੋੜੀ, ਮਤਿ ਪੂਰੀ ਪਰਧਾਨੇ॥	saachay pir lorhee pareetam jorhee mat pooree parDhaanay.
ਸੰਜੋਗੀ ਮੇਲਾ ਥਾਨਿ ਸੁਹੇਲਾ, ਗੁਣਵੰਤੀ ਗੁਰ ਗਿਆਨੇ॥	sanjogee maylaa thaan suhaylaa gunvantee gur gi-aanay.
ਸਤੁ ਸੰਤੋਖੁ ਸਦਾ ਸਚੁ ਪਲੈ, ਸਚੁ ਬੋਲੈ ਪਿਰ ਭਾਏ॥	sat santokh sadaa sach palai sach bolai pir bhaa-ay.
ਨਾਨਕ ਵਿਛੁੜਿ ਨਾ ਦੁਖੁ ਪਾਏ, ਗੁਰਮਤਿ ਅੰਕਿ ਸਮਾਏ॥੪॥੧॥	naanak vichhurh naa dukh paa-ay gurmat ank samaa-ay. ||4||1||

ਪ੍ਰਭ ਦੀ ਰਹਿਮਤ ਨਾਲ ਸ਼ਬਦ ਦੀ ਪਾਲਣਾ ਕਰਕੇ ਸ਼ਬਦ ਦੀ ਸੋਝੀ ਬਖਸ਼ਿਸ਼ ਹੋਈ ਹੈ । ਸ਼ਬਦ ਨਾਲ ਜੀਵਨ ਢਾਲਕੇ ਸੰਸਾਰ ਤੋਂ ਬਹੁਤ ਦੂਰ, ਅਸਲੀ ਮਾਲਕ ਦੇ ਘਰ ਜਾ ਰਹਿਆ ਹਾ । ਮੈਂ ਬਹੁਤ ਅਨੰਦ ਵਿੱਚ ਹਾ, ਦਰਬਾਰ ਵਿੱਚ ਪ੍ਰਵਾਨ ਹੋ ਗਿਆ ਹਾ । ਮੇਰਾ ਮਨ ਸ਼ਬਦ ਦੀ ਪਾਲਣਾ ਵਿੱਚ ਸਫਲ ਹੋ ਗਿਆ ਹੈ । ਮੇਰੇ ਵੱਡੇ ਭਾਗ ਹੋਏ ਹਨ, ਪ੍ਰਭ ਨੇ ਬੰਦਗੀ ਪ੍ਰਵਾਨ ਕਰ ਲਈ ਹੈ, ਸ਼ਬਦ ਦੀ ਸੋਝੀ ਨਾਲ ਸੰਤੋਖ, ਧੀਰਜ ਬਖਸ਼ਿਸ਼ ਹੋ ਗਿਆ ਹੈ । ਮਨ ਦੇ ਭਰਮ ਦੂਰ ਹੋ ਗਏ । ਮੇਰੀ ਬੰਦਗੀ ਪ੍ਰਭ ਦੇ ਦਰ ਤੇ ਪ੍ਰਵਾਨ ਹੋ ਗਈ ਹੈ । ਹੁਣ ਕਦੇ ਵਿਛੋੜਾ ਨਹੀਂ ਹੋਵੇਗਾ, ਆਤਮਾ, ਪ੍ਰਭ ਦੀ ਜੋਤ ਵਿੱਚ ਹੀ ਲੀਨ ਹੋ ਜਾਵੇਗੀ ।

The True Master has bestowed His Blessed Vision, I am obeying the teachings of His Word; I have been blessed with the enlightenment of the essence of His Word. I am departing the world and returning to my permanent resting place in the castle of My True Master. I have been accepted in His Court and I am overwhelmed with pleasures. He has accepted my earnings of His Word. I have been blessed with contentment, patience; all my suspicions have been eliminated. My way of life, meditation has become acceptable in His Court. My soul may never be separated from His Holy Spirit; she may remain immersed within His Holy Spirit.

Key Message of Raag Soohee, page 763-9
'ਆਤਮਾ ਦਾ ਅਸਲੀ ਘਰ!
ਮੈਂ ਸੰਸਾਰਕ ਇਛਾਂ ਦੇ ਜਾਲ ਵਿੱਚ ਫਸ ਕੇ ਆਪਣੀ ਆਤਮਾ ਨੂੰ ਮੈਲ, ਦਾਗ਼ ਲਾ ਲਿਆ ਹੈ । ਮੈਂ ਆਪਣੀ ਜਵਾਨੀ ਵਿੱਚ ਸ਼ਬਦ ਦੇ ਰਸਤੇ ਤੋਂ ਉਲਝ ਗਿਆ ਹਾ । ਆਪਣੇ ਮਾਨਸ ਜਨਮ ਦਾ ਮੰਤਵ ਗਵਾ ਕੇ, ਪਛਤਾਵੇ ਵਿੱਚ ਹੀ ਮੌਕਾ ਗਵਾਈ ਜਾਂਦਾ ਹਾ । ਪ੍ਰਭ ਦਾ ਭਾਣਾ ਜੁਗਾਂ ਜੁਗਾਂ ਤੋਂ ਤਿੰਨਾਂ ਸ੍ਰਿਸ਼ਟੀਆਂ ਵਿੱਚ ਵਾਪਰਦਾ, ਦਾਤਾਂ ਬਖਸ਼ਦਾ ਹੈ । **ਮਨ ਦੀ ਅਵਸਥਾ ਅਨੁਸਾਰ ਹੀ ਮਨ ਵਿੱਚ ਇਛਾਂ ਬਣ ਜਾਂਦੀ, ਕੰਮ ਕਰਦਾ ਹੈ ।** ਜਿਹੜਾ ਸ਼ਬਦ ਦੀ ਪਾਲਣਾ ਵਿੱਚ ਅਡੋਲ ਰਹਿੰਦਾ, ਉਸ ਦੀ ਆਸ ਪੂਰੀ ਹੋ ਕਰਦਾ ਹੈ । ਜਿਹੜਾ ਸੰਸਾਰਕ ਇਛਾਂ ਤੇ ਕਾਬੂ ਪਾ ਕੇ ਪ੍ਰਭ ਦੇ ਸ਼ਬਦ ਦੀ ਪਾਲਣਾ ਤੇ ਅਡੋਲ ਹੋ ਜਾਂਦਾ ਹੈ । ਉਸ ਦੇ ਮਨ ਤੇ ਸੰਸਾਰਕ ਇਛਾਂ ਦਾ ਪ੍ਰਭਾਵ ਨਾਸ ਹੋ ਜਾਂਦਾ ਹੈ । ਉਹ ਸ਼ਬਦ ਨਾਲ ਜੀਵਨ ਢਾਲਕੇ ਸੰਸਾਰ ਤੋਂ ਬਹੁਤ ਦੂਰ, ਅਸਲੀ ਮਾਲਕ ਦੇ ਘਰ ਵਸਦਾ ਹੈ । ਉਸ ਦੀ ਆਤਮਾ, ਪ੍ਰਭ ਦੀ ਜੋਤ ਵਿੱਚ ਹੀ ਲੀਨ ਰਹਿੰਦੀ, ਕਦੇ ਵਿਛੋੜਾ ਨਹੀਂ ਹੁੰਦਾ!
The permanent resting place for soul!
I remain intoxicated with sweet poison of worldly desires; I have blemished my soul with sins. I have been drifted from the right path in the beginning of my youth. I am wasting my human life opportunity regretting and repenting. His Command prevails and hold true in all three universes and blessing good virtues to His Creations. **Whatsoever may dominate within his mind; he may adopt that path to accomplish his desires.** Whosoever may conquer his own worldly desires and obeys the teachings of His Word; all his worldly desires may be eliminated. By adopting the teachings of His Word; he may depart the world and blessed with a permanent resting place in the castle of my True Master. His soul may remain immersed within and never be separated from His Holy Spirit.

18. ਰਾਗੁ ਸੂਹੀ ਮਹਲਾ ੧ ਛੰਤੁ ਘਰੁ ੨॥ 764-5

੧ੳ ਸਤਿਗੁਰ ਪ੍ਰਸਾਦਿ॥	ik-oNkaar satgur parsaad.
ਹਮ ਘਰਿ ਸਾਜਨ ਆਏ॥ ਸਾਚੈ ਮੇਲਿ ਮਿਲਾਏ॥	ham ghar saajan aa-ay. saachai mayl milaa-ay.
ਸਹਜਿ ਮਿਲਾਏ ਹਰਿ ਮਨਿ ਭਾਏ, ਪੰਚ ਮਿਲੇ ਸੁਖੁ ਪਾਇਆ॥	sahj milaa-ay har man bhaa-ay panch milay sukh paa-i-aa.
ਸਾਈ ਵਸਤੁ ਪਰਾਪਤਿ ਹੋਈ, ਜਿਸੁ ਸੇਤੀ ਮਨੁ ਲਾਇਆ॥	saa-ee vasat paraapat ho-ee jis saytee man laa-i-aa.
ਅਨਦਿਨੁ ਮੇਲੁ ਭਇਆ ਮਨੁ ਮਾਨਿਆ, ਘਰ ਮੰਦਰ ਸੋਹਾਏ॥	an-din mayl bha-i-aa man maani-aa ghar mandar sohaa-ay.
ਪੰਚ ਸ਼ਬਦ ਧੁਨਿ ਅਨਹਦ ਵਾਜੇ, ਹਮ ਘਰਿ ਸਾਜਨ ਆਏ॥੧॥	panch sabad Dhun anhad vaajay ham ghar saajan aa-ay. ||1||

ਪ੍ਰਭ ਦੀ ਰਹਿਮਤ ਨਾਲ ਮੈਂ ਸ਼ਬਦ ਦੀ ਬੰਦਗੀ ਵਿੱਚ ਲਗਾ ਹੈ । ਇਸ ਨਾਲ ਸ਼ਬਦ ਦੀ ਸੋਝੀ ਬਖਸ਼ਿਸ਼ ਹੋ ਗਈ । ਪ੍ਰਭ ਦੀ ਰਹਿਮਤ ਨਾਲ ਸ਼ਬਦ ਦੀ ਬੰਦਗੀ ਵਾਲੇ ਜੀਵਾਂ ਨਾਲ ਸੰਜੋਗ ਹੋ ਗਿਆ ਹੈ । ਮੈਨੂੰ ਸ਼ਾਂਤੀ ਦਾ ਰਸਤਾ ਬਖਸ਼ਿਸ਼ ਹੋ ਗਿਆ ਹੈ । ਪ੍ਰਭ ਦੀ ਜੋਤ ਮੇਰੇ ਅੰਦਰ ਜਾਗਰਤ ਹੋ ਗਈ । ਦਿਨ ਰਾਤ, ਮੇਰਾ ਮਨ, ਸ਼ਬਦ ਦੀ ਪਾਲਣਾ ਵਿੱਚ ਹੀ ਲੀਨ ਹੋਇਆ ਰਹਿੰਦਾ ਹੈ । ਮੇਰੇ ਮਨ ਵਿੱਚ ਸੰਸਾਰਕ ਇਛਾਂ ਤੇ ਕਾਬੂ ਹੋ ਗਿਆ ਹੈ । ਮੇਰੇ ਅੰਦਰ ਦਾ ਮੰਦਰ ਬਹੁਤ ਸੋਹਣਾ ਲਗਦਾ ਹੈ । ਪੰਜੇਂ ਇਛਾਂ ਮੇਰੇ ਮਨ ਤੇ ਕਾਬੂ ਪਾ ਕੇ ਆਪਣਾ ਕੰਮ ਕਰਵਾਉਂਦੀਆਂ ਸਨ । ਹੁਣ ਮੇਰੇ ਮਨ ਨੂੰ ਸ਼ਬਦ ਦੇ ਸਿਮਰਨ ਵਿੱਚ ਅਡੋਲ ਰਖਦੀਆਂ ਹਨ ।

I have been bestowed with His Blessed Vision; I am attached to meditate on the teachings of His Word. I have been blessed with the enlightenment of the essence of His Word. I have been blessed with the association of His true devotee. I have been blessed with the right path meditation, peace of mind. The eternal spiritual glow of His Holy Spirit has been shining within. I remain intoxicated in obeying the teachings of His Word Day and night. My body has been transformed as an elegant temple of The True Master. The demons of worldly desires were used to inspire to do evil deeds; now these have become my slaves and help me to remain steady and stable on the right path of acceptance in His Court.

ਆਵਹੁ ਮੀਤ ਪਿਆਰੇ॥ ਮੰਗਲ ਗਾਵਹੁ ਨਾਰੇ॥	aavhu meet pi-aaray. mangal gaavhu naaray.
ਸਚੁ ਮੰਗਲੁ ਗਾਵਹੁ ਤਾ ਪ੍ਰਭ ਭਾਵਹੁ, ਸੋਹਿਲੜਾ ਜੁਗ ਚਾਰੇ॥	sach mangal gaavhu taa parabh bhaavahu sohilrhaa jug chaaray.
ਅਪਨੈ ਘਰਿ ਆਇਆ ਥਾਨਿ ਸੁਹਾਇਆ, ਕਾਰਜ ਸਬਦਿ ਸਵਾਰੇ॥	apnai ghar aa-i-aa thaan suhaa-i-aa kaaraj sabad savaaray.
ਗਿਆਨ ਮਹਾ ਰਸੁ ਨੇਤ੍ਰੀ ਅੰਜਨੁ, ਤ੍ਰਿਭਵਣ ਰੂਪੁ ਦਿਖਾਇਆ॥	gi-aan mahaa ras naytree anjan taribhavan roop dikhaa-i-aa.
ਸਖੀ ਮਿਲਹੁ ਰਸਿ ਮੰਗਲੁ ਗਾਵਹੁ, ਹਮ ਘਰਿ ਸਾਜਨੁ ਆਇਆ॥੨॥	sakhee milhu ras mangal gaavhu ham ghar saajan aa-i-aa. ||2||

ਪ੍ਰਭ ਜੁਗਾਂ ਜੁਗਾਂ ਤੋਂ ਰਹਿਮਤਾਂ ਬਖਸ਼ਦਾ ਆਇਆ ਹੈ! ਆਵੋ ਮੇਰੇ ਸਾਥੀਓ! ਰਲਕੇ ਸ਼ਬਦ ਦਾ ਸਿਮਰਨ ਕਰੀਏ, ਜੋ ਪ੍ਰਭ ਨੂੰ ਭਾਉਂਦਾ ਹੈ । ਪ੍ਰਭ ਦਾ ਸ਼ਬਦ ਮੇਰੇ ਮਨ ਤੇ ਘਰ ਕਰ ਗਿਆ ਹੈ । ਜਿਸ ਨਾਲ ਮੇਰੇ ਸਾਰੇ ਕਾਰਜ ਸਫਲ ਹੋ ਗਏ ਹਨ । ਮੈਂ ਆਪਣੀਆਂ ਅੱਖਾਂ ਤੇ ਪ੍ਰਭ ਦੇ ਸ਼ਬਦ ਦੀ ਸੋਝੀ ਦੀ ਬਾਮ ਲਾਈ ਹੈ । ਜਿਸ ਨਾਲ ਮੈਨੂੰ ਤਿੰਨਾਂ ਸ੍ਰਿਸ਼ਟੀਆਂ ਦੀ ਸੋਝੀ ਹੋ ਗਈ ਹੈ । ਮੇਰੇ ਸਾਥੀਓ! ਮਿਲਕੇ ਉਸ ਦੇ ਧੰਨਵਾਦ ਦੇ ਸ਼ਬਦ ਗਾਈਏ । ਉਸ ਦੀ ਜੋਤ ਮਨ ਅੰਦਰ ਜਾਗਰਤ ਹੋ ਜਾਵੇ, ਮਨ ਸ਼ਬਦ ਦੀ ਪਾਲਣਾ ਵਿੱਚ ਅਡੋਲ ਜਾਵੇ ।

The True Master has been blessing virtues to His Creation from Ancient Ages. Let us meditate on the teachings of His Word; Whatsoever may be acceptable to The True Master. My mind has been drenched with the essence of His Word; with His mercy and grace, all purpose of my human life opportunity has been concluded successfully. I have rubbed the bam of the essence of His Word on my eyes. I have been blessed with the enlightenment of the nature of all three universes. Let us sing the praises of The True Master for His Blessings. His Holy Spirit may remain enlightened within; I may remain steady and stable on obeying the teachings of His Word in our day-to-day life.

ਮਨੁ ਤਨੁ ਅੰਮ੍ਰਿਤਿ ਭਿੰਨਾ॥ ਅੰਤਰਿ ਪ੍ਰੇਮੁ ਰਤੰਨਾ॥	man tan amrit bhinnaa. antar paraym ratannaa.
ਅੰਤਰਿ ਰਤਨੁ ਪਦਾਰਥੁ ਮੇਰੈ, ਪਰਮ ਤਤੁ ਵੀਚਾਰੋ॥	antar ratan padaarath mayrai param tat veechaaro.
ਜੰਤ ਭੇਖ ਤੂ ਸਫਲਿਓ ਦਾਤਾ, ਸਿਰਿ ਸਿਰਿ ਦੇਵਣਹਾਰੋ॥	jant bhaykh too safli-o daataa sir sir dayvanhaaro.
ਤੂ ਜਾਨੁ ਗਿਆਨੀ ਅੰਤਰਜਾਮੀ, ਆਪੇ ਕਾਰਣੁ ਕੀਨਾ॥	too jaan gi-aanee antarjaamee aapay kaaran keenaa.
ਸੁਨਹੁ ਸਖੀ ਮਨੁ ਮੋਹਨਿ ਮੋਹਿਆ, ਤਨੁ ਮਨੁ ਅੰਮ੍ਰਿਤਿ ਭੀਨਾ॥੩॥	sunhu sakhee man mohan mohi-aa tan man amrit bheenaa. ||3||

ਗੁਰੂ ਨਾਨਕ ਦੇਵ ਜੀ! – Guru Nanak Dev Ji! Guru Granth Sahib

ਮੇਰੇ ਮਨ, ਤਨ ਤੇ ਪ੍ਰਭ ਦੇ ਸ਼ਬਦ ਦਾ ਰੰਗ ਚੜ੍ਹ ਗਿਆ, ਅੰਦਰ ਪ੍ਰਭ ਦੀ ਜੋਤ ਜਾਗਰਤ ਹੈ । ਅੰਦਰੋਂ ਹੀ ਸ਼ਬਦ ਦੀ ਸੋਝੀ ਹੋ ਗਈ, ਮਨਸ ਜਨਮ ਦੇ ਤੱਤ ਦੀ ਜਾਣਕਾਰੀ ਹੋ ਗਈ । ਸਾਰੇ ਮਾਨਸ ਹੀ ਪ੍ਰਭ ਦੇ ਦਰ ਦੇ ਮੰਗਤੇ ਹੀ ਹਨ । ਕੇਵਲ ਪ੍ਰਭ ਹੀ ਇਕੋ ਇਕ ਬਖਸ਼ਣ ਵਾਲਾ, ਸਦਾ ਅਟਲ ਰਹਿਣ ਵਾਲਾ ਮਾਲਕ ਹੈ । ਮਨ ਦੀਆਂ ਖਾਹਿਸ਼ਾਂ ਦੇ ਅੰਤਰਜਾਮੀ ਪ੍ਰਭ ਨੇ ਹੀ ਸਾਰੀ ਸ੍ਰਿਸ਼ਟੀ ਪੈਦਾ ਕੀਤੀ ਹੈ । ਮੈਨੂੰ ਸ਼ਬਦ ਦੀ ਸੋਝੀ ਬਖਸ਼ੀ, ਮਨ ਦਾ ਭਰੋਸਾ ਅਡੋਲ ਰਹਿੰਦਾ ਹੈ ।

I have been enlightened and drenched with the essence of His Word. I have been enlightened with the real purpose of human life opportunity. All worldly creature are beggars at His Door; only The One and only One may bless all virtues to His Creation. The Omniscient True Master, Creator of universes remains aware of all hopes and desires of mind. I have been blessed with enlightenment of the essence of His Word; My belief may remain steady and stable on His Blessings.

ਆਤਮ ਰਾਮੁ ਸੰਸਾਰਾ॥ ਸਾਚਾ ਖੇਲੁ ਤੁਮ੍ਹਾਰਾ॥ — aatam raam sansaaraa. saachaa khayl tumHaaraa.
ਸਚੁ ਖੇਲੁ ਤੁਮ੍ਹਾਰਾ ਅਗਮ ਅਪਾਰਾ, ਤੁਧੁ ਬਿਨੁ ਕਉਣੁ ਬੁਝਾਏ॥ — sach khayl tumHaaraa agam apaaraa tuDh bin ka-un bujhaa-ay.
ਸਿਧ ਸਾਧਿਕ ਸਿਆਣੇ ਕੇਤੇ, ਤੁਝ ਬਿਨੁ ਕਵਣੁ ਕਹਾਏ॥ — siDh saaDhik si-aanay kaytay tujh bin kavan kahaa-ay.
ਕਾਲੁ ਬਿਕਾਲੁ ਭਏ ਦੇਵਾਨੇ, ਮਨੁ ਰਾਖਿਆ ਗੁਰਿ ਠਾਏ॥ — kaal bikaal bha-ay dayvaanay man raakhi-aa gur thaa-ay.
ਨਾਨਕ ਅਵਗਣ ਸਬਦਿ ਜਲਾਏ, ਗੁਣ ਸੰਗਮਿ ਪ੍ਰਭੁ ਪਾਏ॥੪॥੧॥੨॥ — naanak avgan sabad jalaa-ay gun sangam parabh paa-ay. ||4||1||2||

ਸਾਰੀ ਸ੍ਰਿਸ਼ਟੀ ਵਿੱਚ ਪ੍ਰਭ ਦੀ ਜੋਤ ਚਲਦੀ, ਪ੍ਰਭ ਦਾ ਖੇਲ ਬਹੁਤ ਅਨੋਖਾ, ਸਦਾ ਅਟਲ ਰਹਿਣ ਵਾਲਾ ਹੈ । ਜੀਵ ਦੀ ਜਾਣਕਾਰੀ ਅਤੇ ਪਹੁੰਚ ਤੋਂ ਬਾਹਰ ਹੈ । ਪ੍ਰਭ ਦੀ ਰਹਿਮਤ ਤੋਂ ਬਿਨਾਂ, ਸ਼ਬਦ ਦੀ ਸੋਝੀ ਨਹੀਂ ਹੁੰਦੀ, ਮਨ ਡੋਲ ਜਾਂਦਾ ਹੈ । ਪ੍ਰਭ ਅਨੇਕਾਂ ਹੀ ਬੰਦਗੀ ਕਰਨ ਵਾਲੇ ਭਗਤ ਪੈਦਾ ਕਰਦਾ ਹੈ! ਉਹ ਪ੍ਰਭ ਨੂੰ ਇਕੋ ਇਕ ਹੀ ਕਹਿੰਦੇ ਹਨ । ਸਾਰੀਆਂ ਸ੍ਰਿਸ਼ਟੀਆਂ ਹੀ ਜਨਮ ਮਰਨ ਦੀਆਂ ਭਟਕਣਾਂ ਵਿੱਚ ਰਹਿੰਦੀਆਂ ਹਨ । ਕੇਵਲ ਇਕੋ ਇਕ ਹੀ ਸਭ ਕੁਝ ਖਤਮ ਕਰ ਸਕਦਾ ਹੈ । ਜੀਵ ਦੇ ਪਾਪ ਬਖਸ਼ਕੇ, ਸ਼ਬਦ ਦੀ ਪਾਲਣਾ ਦੇ ਲੜ ਲਾਉਂਦਾ, ਸੋਝੀ ਬਖਸ਼ਦਾ, ਪ੍ਰਵਾਨਗੀ ਦੇ ਰਸਤੇ ਤੇ ਅਡੋਲ ਰਖਦਾ ਹੈ ।

His Holy Spirit prevails in all universes; His play of Creation of universe remains astonishing, unchanged, and permanent forever. His Nature remains astonishing; beyond the reach and comprehension of His Creation. Without His mercy and grace, no one may remain steady and stable on the right path of meditation nor he may be enlightened with the essence of His Word. He has blessed many creatures with a state of mind as His true devotee. He may be call as "The One and Only One, True Master! Everyone may remain in the worries and frustration in the cycle of birth and death. Only The True Master controls; He may eliminate the cycle of birth and death. Only He may forgive the sins of His Creation. Only The True Master may enlighten the right path of meditation to become worthy of Your Consideration. Only He may keep His true devotee steady and stable on the path of meditation.

Key Message of Raag Soohee, page 764-5
ਸੰਤ ਅਵਸਥਾ ਕੀ ਹੈ?
ਜਿਹੜਾ ਸ਼ਬਦ ਦੀ ਪਾਲਣਾ ਵਿੱਚ ਹੀ ਲੀਨ ਹੋਇਆ ਰਹਿੰਦਾ ਹੈ । ਉਸ ਨੂੰ ਸੰਸਾਰਕ ਇਛਾਂ ਤੇ ਕਾਬੂ ਬਖਸ਼ਿਸ਼ ਹੋ ਜਾਂਦਾ ਹੈ! ਉਸ ਦਾ **ਸੁਚੇਤ ਮਨ, ਅਚੇਤ** ਮਨ ਦੇ ਗੁਲਾਮ ਹੋ ਜਾਂਦਾ ਹੈ! ਜਿਸ ਦੇ ਮਨ ਵਿੱਚ ਪ੍ਰਭ ਦਾ ਸ਼ਬਦ ਘਰ ਜਾਂਦਾ, ਉਸ ਦੀਆ ਅੱਖਾਂ ਤੇ ਪ੍ਰਭ ਦੇ ਸ਼ਬਦ ਦੀ ਸੋਝੀ ਦੀ ਬਾਮ ਲਗ ਜਾਂਦੀ, ਤਿੰਨਾਂ ਸ੍ਰਿਸ਼ਟੀਆਂ ਦੀ ਸੋਝੀ ਬਖਸ਼ਿਸ਼ ਹੋ ਜਾਂਦੀ ਹੈ! ਉਸ ਦੇ ਮਨ, ਤਨ ਤੇ ਪ੍ਰਭ ਦੇ ਸ਼ਬਦ ਦਾ ਰੰਗ ਚੜ੍ਹ ਜਾਂਦਾ, ਸਦਾ ਚਲਣ ਵਾਲੀ ਧੁਨ ਸੁਣਾਈ ਦੇਂਦੀ, ਜੀਵਨ ਦੇ ਮੰਤਵ ਦੀ ਸੋਝੀ ਬਖਸ਼ਿਸ਼ ਹੋ ਜਾਂਦੀ ਹੈ! ਸਾਰੇ ਹੀ ਜਨਮ ਮਰਨ ਦੀਆਂ ਭਟਕਣਾਂ ਵਿੱਚ ਰਹਿੰਦੇ ਹਨ । ਕੇਵਲ ਇਕੋ ਇਕ ਪ੍ਰਭ ਹੀ ਜਨਮ ਮਰਨ ਦਾ ਚੱਕਰ ਖਤਮ ਕਰ ਸਕਦਾ ਹੈ ।
What may be state of mind as Saint, His True devotee?
Whosoever may remain intoxicated in obeying the teachings of His Word; he may conquer his own worldly desires. His conscious mind (mind with worldly desires) becomes a slave of his subconscious mind (His Word). Whosoever may remain drenched with the essence of His Word; he may rub the bam of the essence of His Word on his eyes. He may be enlightened with the nature of all three universes. Whosoever may be drenched with the essence of His Word; he may hear the everlasting echo of His Word resonating within. He may be enlightened with the real purpose of his human life opportunity. Everyone may remain worried and frustrated in the cycle of birth and death; only, The One and Only One True Master may eliminate the cycle of birth and death.

19. ਰਾਗੁ ਸੂਹੀ ਮਹਲਾ ੧ ਘਰੁ ੩॥ 764-17

ੴ ਸਤਿਗੁਰ ਪ੍ਰਸਾਦਿ॥ — ik-oNkaar satgur parsaad.
ਆਵਹੁ ਸਜਣਾ ਹਉ ਦੇਖਾ, ਦਰਸਨੁ ਤੇਰਾ ਰਾਮ॥ — aavhu sajnaa ha-o daykhaa darsan tayraa raam.
ਘਰਿ ਆਪਨੜੈ ਖੜੀ ਤਕਾ ਮੈ, ਮਨਿ ਚਾਉ ਘਨੇਰਾ ਰਾਮ॥ — ghar aapnarhai kharhee takaa mai man chaa-o ghanayraa raam.
ਮਨਿ ਚਾਉ ਘਨੇਰਾ ਸੁਣਿ ਪ੍ਰਭ ਮੇਰਾ, ਮੈ ਤੇਰਾ ਭਰਵਾਸਾ॥ — man chaa-o ghanayraa sun parabh mayraa mai tayraa bharvaasaa.
ਦਰਸਨੁ ਦੇਖਿ ਭਈ ਨਿਹਕੇਵਲ, ਜਨਮ ਮਰਣ ਦੁਖੁ ਨਾਸਾ॥ — darsan daykh bha-ee nihkayval janam maran dukh naasaa.
ਸਗਲੀ ਜੋਤਿ ਜਾਤਾ ਤੂ, ਸੋਈ ਮਿਲਿਆ ਭਾਇ ਸੁਭਾਏ॥ — saglee jot jaataa too so-ee mili-aa bhaa-ay subhaa-ay.
ਨਾਨਕ ਸਾਜਨ ਕਉ ਬਲਿ ਜਾਈਐ, ਸਾਚਿ ਮਿਲੇ ਘਰਿ ਆਏ॥੧॥ — naanak saajan ka-o bal jaa-ee-ai saach milay ghar aa-ay. ||1||

ਪ੍ਰਭ ਰਹਿਮਤ ਨਾਲ ਆਪਣੇ ਸ਼ਬਦ ਦੀ ਸੋਝੀ ਬਖਸ਼ੋ । ਮੇਰੇ ਮਨ ਵਿੱਚ ਤੇਰੇ ਵਿਛੋੜੇ ਦੀ ਭਟਕਣ ਹੈ, ਤੇਰੇ ਸ਼ਬਦ ਦੀ ਪਾਲਣਾ ਕਰਦਾ ਹਾ । ਮੇਰੇ ਮਨ ਵਿੱਚ ਅਨੰਦ ਭਰਿਆਂ ਹੈ, ਮੇਰਾ ਭਰੋਸਾ ਅਡੋਲ ਹੈ । ਪ੍ਰਭ ਆਪਣੇ ਦਾਸਾਂ ਨੂੰ ਦਰਸ਼ਨ ਬਖਸ਼ਦਾ ਹੈ । ਪ੍ਰਭ ਦੀ ਰਹਿਮਤ ਨਾਲ ਹੀ ਜੀਵ ਦਾ ਮਨ ਇਛਾਂ ਤੋਂ ਰਹਿਤ, ਜਨਮ ਮਰਨ ਦਾ ਡਰ ਦੂਰ ਹੋ ਜਾਂਦਾ ਹੈ । ਪ੍ਰਭ ਦੀ ਜੋਤ ਹੀ ਹਰਇਕ ਆਤਮਾ ਵਿੱਚ ਸਮਾਈ ਹੈ! ਮਨ ਦੀ ਪ੍ਰੀਤ ਅਡੋਲ ਰਖਣ ਨਾਲ ਹੀ ਪ੍ਰਵਾਨਗੀ ਬਖਸ਼ਿਸ਼ ਹੋ ਸਕਦੀ ਹੈ । ਪ੍ਰਭ ਤੋਂ ਕਰਬਾਣ ਜਾਵਾ! ਪ੍ਰਭ ਆਪਣੇ ਬੰਦਗੀ ਕਰਨ ਵਾਲੇ ਦੀ ਲਾਜ ਰਖਦਾ, ਉਸ ਦੀ ਬੰਦਗੀ ਪ੍ਰਵਾਨ ਕਰਦਾ ਹੈ ।

The True Master has bestowed His Blessed Vision, I have been enlightened with the essence of His Word. I meditate on the teachings of His Word and I remain in renunciation in the memory of my separation from His Holy Spirit. I remain overwhelmed with pleasure and belief on His Blessings. His true devotee may be blessed with the enlightenment of the essence of His Word. His soul may remain free from the blemish of worldly desires; his fear of birth and death may be eliminated. His Holy Spirit remains embedded within every soul. Whosoever may remain contented with His Blessings. He may be blessed with the right path of acceptance in His Court. I remain fascinated and astonished from His Greatness. The True Master protects the honor of His true devotee and accepts his meditation in His Court.

ਗੁਰੂ ਨਾਨਕ ਦੇਵ ਜੀ! – Guru Nanak Dev Ji! Guru Granth Sahib

ਘਰਿ ਆਇਅੜੇ ਸਾਜਨਾ, ਤਾ ਧਨ ਖਰੀ ਸਰਸੀ ਰਾਮ॥	ghar aa-i-arhay saajnaa taa Dhan kharee sarsee raam.
ਹਰਿ ਮੋਹਿਅੜੀ ਸਾਚ ਸਬਦਿ, ਠਾਕੁਰ ਦੇਖਿ ਰਹੰਸੀ ਰਾਮ॥	har mohi-arhee saach sabad thaakur daykh rahansee raam.
ਗੁਣ ਸੰਗਿ ਰਹੰਸੀ ਖਰੀ ਸਰਸੀ, ਜਾ ਰਾਵੀ ਰੰਗਿ ਰਾਤੈ॥	gun sang rahansee kharee sarsee jaa raavee rang raatai.
ਅਵਗਣ ਮਾਰਿ ਗੁਣੀ ਘਰੁ ਛਾਇਆ, ਪੂਰੈ ਪੁਰਖਿ ਬਿਧਾਤੈ॥	avgan maar gunee ghar chhaa-i-aa poorai purakh biDhaatai.
ਤਸਕਰ ਮਾਰਿ ਵਸੀ ਪੰਚਾਇਣਿ, ਅਦਲੁ ਕਰੇ ਵੀਚਾਰੇ॥	taskar maar vasee panchaa-in adal karay veechaaray.
ਨਾਨਕ ਰਾਮ ਨਾਮਿ ਨਿਸਤਾਰਾ, ਗੁਰਮਤਿ ਮਿਲਹਿ ਪਿਆਰੇ॥੨॥	naanak raam naam nistaaraa gurmat mileh pi-aaray. ||2||

ਜਿਸ ਜੀਵ ਨੂੰ ਸ਼ਬਦ ਦੀ ਸੋਝੀ ਹੋ ਜਾਂਦੀ ਹੈ । ਉਸ ਦਾ ਮਨ ਰਹਿਮਤ, ਖੇੜੇ ਨਾਲ ਭਰ ਜਾਂਦਾ, ਸ਼ਬਦ ਦੇ ਨਸ਼ੇ ਵਿੱਚ ਹੀ ਮਸਤ ਰਹਿੰਦਾ ਹੈ । ਉਸ ਦੇ ਮਨ ਤੇ ਹੋਰ ਕਿਸੇ ਇਛਾਂ ਦਾ ਕੋਈ ਪ੍ਰਭਾਵ ਨਹੀਂ ਹੁੰਦਾ । ਉਸ ਦੇ ਮਨ ਵਿਚੋਂ ਬੁਰੇ ਖਿਆਲ ਖਤਮ ਹੋ ਜਾਂਦੇ ਹਨ । ਮਨ ਸ੍ਰਿਸ਼ਟੀ ਦੀ ਭਲਾਈ ਨਾਲ ਭਰ ਜਾਂਦਾ ਹੈ । ਆਪ ਹੀ ਭਾਗ ਲਿਖਦਾ, ਮਨ ਨੂੰ ਪੰਜਾਂ ਇਛਾਂ ਤੇ ਜਿੱਤ ਬਖਸ਼ਕੇ ਸਿਆਣੀ ਬਣਾ ਦੇਂਦਾ ਹੈ । ਜਿਸ ਦਾ ਮਨ ਸ਼ਬਦ ਦੀ ਪਾਲਣਾ, ਸਿਮਰਨ ਕਰਨ ਨਾਲ ਅਡੋਲ ਹੋ ਜਾਂਦਾ ਹੈ । ਉਸ ਦੀ ਬੰਦਗੀ ਪ੍ਰਵਾਨ ਹੋ ਜਾਂਦੀ ਹੈ ।

Whosoever may be blessed with essence of His Word; he may be overwhelmed with contentment, and blossom with His Blessings. He may remain intoxicated with the teachings of His Word; no worldly desire may influence on his state of mind. All his evil thoughts may be eliminated; he remains overwhelmed with desire to perform deeds for the welfare of His Creation. Whosoever may have a great prewrite destiny, only he may be blessed with victory on five demons of worldly desires; his soul may be transformed to become enlightened. Whosoever may meditate and obeys the teachings of His Word with steady and stable in his day-to-day life; with His mercy and grace, his meditation may be accepted in His Court.

ਵਰੁ ਪਾਇਅੜਾ ਬਾਲੜੀਏ, ਆਸਾ ਮਨਸਾ ਪੂਰੀ ਰਾਮ॥	var paa-i-arhaa baalrhee-ay aasaa mansaa pooree raam.
ਪਿਰਿ ਰਾਵਿਅੜੀ ਸਬਦਿ ਰਲੀ, ਰਵਿ ਰਹਿਆ ਨਹ ਦੂਰੀ ਰਾਮ॥	pir raavi-arhee sabad ralee rav rahi-aa nah dooree raam.
ਪ੍ਰਭੁ ਦੂਰਿ ਨ ਹੋਈ ਘਟਿ ਘਟਿ ਸੋਈ, ਤਿਸ ਕੀ ਨਾਰਿ ਸਬਾਈ॥	parabh door na ho-ee ghat ghat so-ee tis kee naar sabaa-ee.
ਆਪੇ ਰਸੀਆ ਆਪੇ ਰਾਵੇ, ਜਿਉ ਤਿਸ ਦੀ ਵਡਿਆਈ॥	aapay rasee-aa aapay raavay ji-o tis dee vadi-aa-ee.
ਅਮਰ ਅਡੋਲੁ ਅਮੋਲੁ ਅਪਾਰਾ, ਗੁਰਿ ਪੂਰੈ ਸਚੁ ਪਾਈਐ॥	amar adol amol apaaraa gur poorai sach paa-ee-ai.
ਨਾਨਕ ਆਪੇ ਜੋਗ ਸਜੋਗੀ, ਨਦਰਿ ਕਰੇ ਲਿਵ ਲਾਈਐ॥੩॥	naanak aapay jog sajogee nadar karay liv laa-ee-ai. ||3||

ਜਿਸ ਜੀਵ ਨੂੰ ਸ਼ਬਦ ਦੀ ਸੋਝੀ ਬਖਸ਼ਿਸ਼ ਹੋ ਜਾਂਦੀ ਹੈ । ਉਸ ਦਾ ਮਨ ਨਿਮ੍ਰਤਾ ਨਾਲ ਭਰ ਜਾਂਦਾ ਹੈ । ਉਸ ਦੇ ਮਨ ਦੀਆਂ ਆਸਾਂ ਪੂਰੀਆਂ ਹੋ ਜਾਂਦੀਆਂ ਹਨ । ਉਹ ਸ਼ਬਦ ਦੀ ਪਾਲਣਾ ਕਰਕੇ ਪ੍ਰਭ ਦੀ ਰਹਿਮਤ ਵਿੱਚ ਹੀ ਅਨੰਦ ਮਾਨਦਾ ਹੈ । ਮਨ ਵਿੱਚ ਪ੍ਰਭ ਦੀ ਜੋਤ, ਸ਼ਬਦ ਜਾਗਰਤ ਹੋ ਜਾਂਦਾ ਹੈ । ਉਹ ਪ੍ਰਭ ਨੂੰ ਹਰ ਵੇਲੇ ਸਾਥ ਸਮਝਕੇ ਕੰਮ ਕਰਦਾ ਹੈ । ਪ੍ਰਭ ਆਪ ਹੀ ਜੀਵ ਤੋਂ ਚੰਗੇ ਕੰਮ ਕਰਵਾਉਂਦਾ ਹੈ । ਉਸ ਨੂੰ ਵਡਿਆਈ ਬਖਸ਼ਣ ਦਾ ਬਹਾਨਾ ਬਣਾਉਂਦਾ ਹੈ । ਪ੍ਰਭ ਸਦਾ ਹੀ ਅਟਲ ਰਹਿਣ ਵਾਲਾ, ਜੀਵ ਦੀ ਜਾਣਕਾਰੀ, ਪਹੁੰਚ, ਤੋਂ ਬਹਾਰ ਹੈ । ਕੇਵਲ ਸ਼ਬਦ ਦੀ ਪਾਲਣਾ ਕਰਨ ਨਾਲ ਹੀ ਪ੍ਰਭ ਦੀ ਰਹਿਮਤ ਬਖਸ਼ਿਸ਼ ਹੁੰਦੀ ਹੈ । ਉਹ ਆਪ ਹੀ ਸਭ ਕਾਰਨਾਂ ਦਾ ਕਾਰਨ ਹੈ । ਆਪ ਹੀ ਰਹਿਮਤ ਬਖਸ਼ਕੇ ਬੰਦਗੀ ਤੇ ਲਾਉਂਦਾ, ਅਡੋਲ ਰਖਦਾ ਹੈ ।

Whosoever may be blessed with the enlightenment of the essence of His Word; he may be overwhelmed with humility and politeness. All his spoken and unspoken hopes and desires may be satisfied. By adopting the teachings of His Word with steady and stable belief, he remains contented with pleasures in his worldly life. He remains awake and alert with the essence of His Word. He realizes His Existence in all aspects of his life; he believes, performs all his worldly deeds in His presence, supervision. The True Master may inspire and motivate His true devotee to perform good deeds to bestow worldly honor. The True Master remains beyond reach and comprehension of His Creation. Whosoever may obey the teachings of His Word with steady and stable belief; only he may be blessed with the enlightenment of the right path of acceptance in His Court. He creates purposes, reasons for all events in the universe. He may bestow His Blessed Vision devotion to stay steady and stable on the right path of acceptance in His Court.

ਪਿਰੁ ਉਚੜੀਐ ਮਾੜੜੀਐ, ਤਿਹੁ ਲੋਆ ਸਿਰਤਾਜਾ ਰਾਮ॥	pir uchrhee-ai maarh-rhee-ai tihu lo-aa sirtaajaa raam.
ਹਉ ਬਿਸਮ ਭਈ ਦੇਖਿ ਗੁਣਾ, ਅਨਹਦ ਸ਼ਬਦ ਅਗਾਜਾ ਰਾਮ॥	ha-o bisam bha-ee daykh gunaa anhad sabad agaajaa raam.
ਸਬਦੁ ਵੀਚਾਰੀ ਕਰਣੀ ਸਾਰੀ, ਰਾਮ ਨਾਮੁ ਨੀਸਾਣੋ॥	sabad veechaaree karnee saaree raam naam neesaano.
ਨਾਮ ਬਿਨਾ ਖੋਟੇ ਨਹੀ ਠਾਹਰ, ਨਾਮੁ ਰਤਨੁ ਪਰਵਾਣੋ॥	naam binaa khotay nahee thaahar naam ratan parvaano.
ਪਤਿ ਮਤਿ ਪੂਰੀ ਪੂਰਾ ਪਰਵਾਨਾ, ਨਾ ਆਵੈ ਨਾ ਜਾਸੀ॥	pat mat pooree pooraa parvaanaa naa aavai naa jaasee.
ਨਾਨਕ ਗੁਰਮੁਖਿ ਆਪੁ ਪਛਾਣੈ, ਪ੍ਰਭ ਜੈਸੇ ਅਵਿਨਾਸੀ॥੪॥੧॥੩॥	naanak gurmukh aap pachhaanai parabh jaisay avinaasee. ||4||1||3||

ਪ੍ਰਭ ਤਿੰਨਾਂ ਸ੍ਰਿਸ਼ਟੀਆਂ ਦਾ ਮਾਲਕ, ਸ਼ਾਨਦਾਰ ਮਾੜੀ ਵਿੱਚ ਰਹਿੰਦਾ ਹੈ । ਉਸ ਦੇ ਦਰ ਤੇ ਸ਼ਬਦ ਦੀ ਅਨੋਖੀ ਗੂੰਜ ਚਲਦੀ ਰਹਿੰਦੀ ਹੈ । ਸ਼ਬਦ ਦੀ ਪਾਲਣਾ, ਉਸਤਤ ਕਰਨਾ ਹੀ ਦਾਸ ਦੀ ਨਿਸ਼ਾਨੀ ਹੈ । ਸ਼ਬਦ ਦੀ ਪਾਲਣਾ ਤੋਂ ਬਿਨਾਂ ਸਾਰੇ ਕੰਮ ਹੀ ਬਿਰਥੇ ਹਨ । ਕੇਵਲ ਸ਼ਬਦ ਦੀ ਪਾਲਣਾ, ਬੰਦਗੀ ਨਾਲ ਹੀ ਪ੍ਰਵਾਨਗੀ ਦਾ ਰਸਤਾ ਬਖਸ਼ਿਸ਼ ਹੁੰਦਾ ਹੈ । ਜਿਸ ਦੀ ਬੰਦਗੀ ਪ੍ਰਵਾਨ ਹੋ ਜਾਂਦੀ ਹੈ । ਉਸ ਦਾ ਜਨਮ ਮਰਨ ਦਾ ਚੱਕਰ ਖਤਮ ਹੋ ਜਾਂਦਾ ਹੈ । ਜਿਹੜਾ ਗੁਰਮਖ ਆਪਣੇ ਆਪ ਨੂੰ ਪਛਾਣ ਲੈਂਦਾ ਹੈ । ਓਸ ਨੂੰ ਪ੍ਰਭ ਦੀ ਸ੍ਰਿਸ਼ਟੀ ਦੀ ਜਾਣਕਾਰੀ, ਪ੍ਰਭ ਦੀ ਰਹਿਮਤ ਬਖਸ਼ਿਸ਼ ਹੋ ਜਾਂਦੀ ਹੈ ।

The True Master of all three universes remains in an elegant castle. The everlasting echo of His Word resonates forever in His Royal Castle. The true symbol, recognition of His true devotee, Blessed Soul may be his devotion, dedication to obey the teachings of His Word with steady and stable belief in his day-to-day life. All other tasks, deeds in the universe may be useless for the real purpose of human life opportunity. Whosoever may meditate and obeys the teachings of His Word with steady and stable belief; with His mercy and grace, only he may be blessed with the right path of acceptance in His Court. Whose meditation may be accepted in His Court; with His mercy and grace, his cycle of birth and death may be eliminated. Whosoever may recognize the real purpose of his human life opportunity; with His mercy and grace, he may be enlightened with the nature of three universes, weakness of three virtues of worldly wealth and acceptance in His Court.

Key Message of Raag Soohee, page 764-17

ਸੰਤ ਅਵਸਥਾ ਦੀ ਕੀ ਨਿਸ਼ਾਨੀ ਹੈ?

ਜਿਸ ਦਾ ਮਨ ਸੰਸਾਰਕ ਇਛਾਂ ਤੋਂ ਰਹਿਤ ਹੋ ਜਾਂਦਾ ਹੈ, ਉਸ ਦਾ ਜਨਮ ਮਰਨ ਦਾ ਡਰ ਦੂਰ ਹੋ ਜਾਂਦਾ ਹੈ । ਜਿਹੜਾ ਸ਼ਬਦ ਦੇ ਨਸ਼ੇ ਵਿੱਚ ਹੀ ਮਸਤ ਰਹਿੰਦਾ ਹੈ । ਉਸ ਦਾ ਮਨ ਸੰਸਾਰਕ ਇਛਾਂ ਦੀ ਪਹੁੰਚ ਵਿੱਚ ਨਹੀਂ ਹੁੰਦਾ! ਸਦਾ ਹੀ ਅਟਲ ਰਹਿਣ ਵਾਲਾ ਪ੍ਰਭ, ਜੀਵ ਦੀ ਜਾਣਕਾਰੀ, ਪਹੁੰਚ, ਤੋਂ ਬਹਾਰ ਹੈ । ਜਿਸ ਦੇ ਮਨ ਵਿੱਚ ਨਿਮ੍ਰਤਾ ਨਾਲ ਭਰ ਜਾਂਦੀ ਹੈ । ਉਸ ਦੇ ਮਨ ਦੀਆਂ ਆਸਾਂ ਪੂਰੀਆਂ ਹੋ ਜਾਂਦੀਆਂ ਹਨ । ਪ੍ਰਭ ਆਪ ਹੀ ਉਸ ਤੋਂ ਚੰਗੇ ਕੰਮ ਕਰਵਾਉਂਦਾ, ਵਡਿਆਈ ਬਖਸ਼ਣ ਦਾ ਬਹਾਨਾ ਬਣਾਉਂਦਾ ਹੈ । ਤਿੰਨਾਂ ਸ੍ਰਿਸ਼ਟੀਆਂ ਦੇ ਮਾਲਕ ਦੇ ਸ਼ਬਦ ਦੀ ਅਨੋਖੀ ਗੂੰਜ ਹਰਇਕ ਆਤਮਾ ਵਿੱਚ ਚਲਦੀ ਰਹਿੰਦੀ ਹੈ । ਸ਼ਬਦ ਦੀ ਪਾਲਣਾ, ਉਸਤਤ ਕਰਨਾ ਹੀ ਦਾਸ ਦੀ ਨਿਸ਼ਾਨੀ ਹੈ । ਜਿਹੜਾ ਆਪਣੇ ਆਪ ਨੂੰ ਪਛਾਣ ਜਾਂਦਾ, ਉਸ ਨੂੰ ਸ੍ਰਿਸ਼ਟੀ ਦੀ ਜਾਣਕਾਰੀ, ਪ੍ਰਭ ਦੀ ਰਹਿਮਤ ਬਖਸ਼ਿਸ਼ ਹੋ ਜਾਂਦੀ ਹੈ ।

What may be recognition of a Saint, His True devotee?

Whosoever may remain free from the blemish of worldly desires; his fear of birth and death may be eliminated. He may remain intoxicated in meditation in the void of His Word; his state of mind may become beyond the reach of worldly desires. Whosoever may remain overwhelmed with humility and politeness; all his spoken and unspoken hopes and desires may be satisfied. The True Master may inspire and motivates to perform good deeds to bestow worldly honor on His true devotee. The everlasting echo of His Word remains resonating forever within every soul, His Royal Castle. The true symbol, recognition, distinction of His true devotee, Blessed Soul may be his devotion to obey the teachings of His Word with steady and stable belief in his day-to-day life. Whosoever may recognize the real purpose of his human life opportunity; he may be blessed with the enlightenment of the nature of three universes, weakness of three virtues of worldly wealth and acceptance in His Court.

20. ਰਾਗੁ ਸੂਹੀ ਛੰਤ ਮਹਲਾ ੧ ਘਰੁ ੪॥ 765-12

੧ੳ ਸਤਿਗੁਰ ਪ੍ਰਸਾਦਿ॥	ik-oNkaar satgur parsaad.
ਜਿਨਿ ਕੀਆ ਤਿਨਿ ਦੇਖਿਆ, ਜਗੁ ਧੰਧੜੈ ਲਾਇਆ॥	jin kee-aa tin daykhi-aa jag DhanDh-rhai laa-i-aa.
ਦਾਨਿ ਤੇਰੈ ਘਟਿ ਚਾਨਣਾ, ਤਨਿ ਚੰਦੁ ਦੀਪਾਇਆ॥	daan tayrai ghat chaannaa tan chand deepaa-i-aa.
ਚੰਦੋ ਦੀਪਾਇਆ ਦਾਨਿ ਹਰਿ ਕੈ, ਦੁਖੁ ਅੰਧੇਰਾ ਉਠਿ ਗਇਆ॥	chando deepaa-i-aa daan har kai dukh anDhayraa uth ga-i-aa.
ਗੁਣ ਜੰਞ ਲਾੜੇ ਨਾਲਿ ਸੋਹੈ, ਪਰਖਿ ਮੋਹਣੀਐ ਲਇਆ॥	gun janj laarhay naal sohai parakh mohnee-ai la-i-aa.
ਵੀਵਾਹੁ ਹੋਆ ਸੋਭ ਸੇਤੀ, ਪੰਚ ਸਬਦੀ ਆਇਆ॥	veevaahu ho-aa sobh saytee panch sabdee aa-i-aa.
ਜਿਨਿ ਕੀਆ ਤਿਨਿ ਦੇਖਿਆ, ਜਗੁ ਧੰਧੜੈ ਲਾਇਆ॥੧॥	jin kee-aa tin daykhi-aa jag DhanDh-rhai laa-i-aa. ‖1‖

ਪ੍ਰਭ ਹੀ ਜੀਵ ਨੂੰ ਪੈਦਾ ਕਰਦਾ, ਪਾਲਣਾ ਕਰਦਾ, ਹਰਇਕ ਨੂੰ ਧੰਦੇ ਤੇ ਲਾਉਂਦਾ ਹੈ । ਪ੍ਰਭ ਦੀ ਜੋਤ ਹਰਇਕ ਮਨ ਵਿੱਚ ਚਲਦੀ ਹੈ । ਪ੍ਰਭ ਜੋਤ ਨਾਲ ਹੀ ਤਨ ਤੇ ਰੌਣਕ ਬਣਦੀ, ਨੂਰ ਬਖਸ਼ਿਸ਼ ਹੁੰਦਾ; ਜੀਵ ਦੇ ਭਰਮ ਦੂਰ ਹੁੰਦੇ ਹਨ । ਪ੍ਰਭ ਆਪ ਹੀ ਆਪਣੀ ਪਰਖ ਨਾਲ ਸੰਸਾਰ ਵਿੱਚ ਜੀਵਨ ਸਾਥੀ, **(ਪਤੀ, ਪਤਨੀ)** ਸੰਜੋਗੀ ਬਖਸ਼ਦਾ ਹੈ । ਉਹ ਆਪਣੇ ਮਾਨਸ ਜੀਵਨ ਵਿੱਚ ਸੰਜੋਗੀਆ ਨਾਲ ਰਲਕੇ, ਮਨ ਵਿੱਚ **ਪੰਜ ਨਾਦ**, ਉਸ ਦੇ ਸ਼ਬਦ ਦੀ ਧੁਨ ਚਲਾਉਂਦਾ ਹੈ । ਪ੍ਰਭ ਆਪ ਹੀ ਜੀਵ ਦੇ ਸੰਸਾਰਕ ਕੰਮ ਦੇਖਦਾ, ਪਰਖਦਾ, ਰਹਿਮਤ ਬਖਸ਼ਦਾ ਹੈ । ਉਹ ਪ੍ਰਭ ਦੇ ਸ਼ਬਦ ਦੀ ਸ਼ਾਨ ਵਧਾਉਂਦਾ ਹੈ । ਉਹ ਸ਼ਬਦ ਦੀ ਪਾਲਣਾ ਕਰਦਾ, ਇਛਾਂ ਤੇ ਕਾਬੂ ਪਾ ਲੈਂਦਾ ਹੈ । ਆਪ ਹੀ ਸਭ ਕੁਝ ਕਰਦਾ, ਨਿਗਰਾਨੀ ਰਖਦਾ, ਰਸਤੇ ਤੇ ਪਾਉਂਦਾ ਹੈ ।

** (ਚੰਦ ਕੇਵਲ ਰੋਸ਼ਨੀ ਦਾ ਸੋਮਾ ਕਰਕੇ ਹੀ ਵਰਤਿਆ ਗਿਆ ਹੈ)

The True Master, Creator creates, nourishes, protects, and assigns everyone on unique task in worldly life to survive and creates source of nourishment. His Holy Spirit remains embedded within his soul and prevails within his mind. The glow of His Holy Spirit provides enlightenment within his mind, and body; all his suspicions may be eliminated from his mind. He may be blessed with companionship **(spouse)** and worldly associations as a reward of previous lives deeds. His true devotee may remain contented and sings the glory of His Word. The everlasting echo of His Word, **five eternal, spiritual** sounds may resonate within his heart. The True Master may monitor, evaluates, and bestows His Blessed Vision to enhance the glory of His true devotee. Whosoever may obey the teachings of His Word; he may conquer his ego, worldly desires. Everything may only happen under His supervision; His true devotee remains on the right path of acceptance in His Court.

ਹਉ ਬਲਿਹਾਰੀ ਸਾਜਨਾ, ਮੀਤਾ ਅਵਰੀਤਾ॥	ha-o balihaaree saajnaa meetaa avreetaa.
ਇਹੁ ਤਨੁ ਜਿਨ ਸਿਉ ਗਾਡਿਆ, ਮਨੁ ਲੀਅੜਾ ਦੀਤਾ॥	ih tan jin si-o gaadi-aa man lee-arhaa deetaa.
ਲੀਆ ਤ ਦੀਆ ਮਾਨੁ ਜਿਨ੍ ਸਿਉ, ਸੇ ਸਜਨ ਕਿਉ ਵੀਸਰਹਿ॥	lee-aa ta dee-aa maan jinH si-o say sajan ki-o veesrahi.
ਜਿਨ੍ ਦਿਸਿ ਆਇਆ ਹੋਹਿ ਰਲੀਆ, ਜੀਅ ਸੇਤੀ ਗਹਿ ਰਹਹਿ॥	jinH dis aa-i-aa hohi ralee-aa jee-a saytee geh raheh.
ਗਲ ਗੁਣ ਅਵਗਣੁ ਨ ਕੋਈ ਹੋਹਿ ਨੀਤਾ ਨੀਤਾ॥	sagal gun avgan na ko-ee hohi neetaa neetaa.
ਹਉ ਬਲਿਹਾਰੀ ਸਾਜਨਾ, ਮੀਤਾ ਅਵਰੀਤਾ॥੨॥	ha-o balihaaree saajnaa meetaa avreetaa. ‖2‖

ਜਿਸ ਦਾ ਮਨ ਇਸਤਰ੍ਹਾਂ ਪਵਿੱਤਰ ਹੋ ਜਾਂਦਾ, ਉਹ ਸੰਤ ਸਰੂਪ, ਪੂਜਣ ਯੋਗ ਹੋ ਜਾਂਦਾ ਹੈ । ਉਸ ਦੀ ਆਤਮਾ ਤਾ ਤਨ ਵਿੱਚ ਰਹਿੰਦੀ ਹੈ । ਪਰ ਉਸ ਦਾ ਮਨ, ਮਾਲਕ ਦੇ ਚਰਨਾਂ ਵਿੱਚ ਰਹਿੰਦਾ ਹੈ । ਜੀਵ ਮਨ ਅਤੇ ਤਨ ਬਖਸ਼ਣ ਵਾਲੇ ਮਾਲਕ ਨੂੰ ਕਿਉਂ ਮਨੋ ਵਿਸਾਰ ਦਾ ਹੈ? ਜਿਸ ਦੇ ਮਨ ਵਿੱਚ ਪ੍ਰਭ ਦੀ ਜੋਤ ਜਾਗਰਤ ਹੋ ਜਾਂਦੀ ਹੈ । ਉਸ ਦੀ ਆਤਮਾ ਸ਼ਬਦ ਦੇ ਸਿਮਰਨ ਵਿੱਚ ਹੀ ਲੀਨ, ਮਸਤ ਰਹਿੰਦੀ ਹੈ । ਉਸ ਦੇ ਕੰਮਾਂ ਵਿੱਚ ਸਾਰੀ ਸ੍ਰਿਸ਼ਟੀ ਦੀ ਭਲਾਈ ਹੀ ਹੁੰਦੀ ਹੈ । ਕੋਈ ਮੰਦਾ ਖਿਆਲ, ਭਾਵਨਾ ਨਹੀਂ ਹੁੰਦੀ । ਜਿਸ ਦਾ ਮਨ ਪਵਿੱਤਰ ਹੋ ਜਾਂਦਾ ਹੈ, ਉਹ ਜੀਵ ਪੂਜਣ ਯੋਗ ਹੋ ਜਾਂਦਾ ਹੈ ।

Whosoever may sanctify his soul such a way; he may become a symbol of The True Master and he may become worthy of worship. His soul remains within his body; however, his mind remains intoxicated with the teachings of His Word, in the Sanctuary of His Word. Who has blessed, human body and conscious mind to soul! How may anyone abandon the teachings of His Word? Whosoever may remain drenched with the essence of His Word; with His mercy and grace, his soul remains intoxicated in meditation in the void of His Word. All his deeds become for the welfare of His Creation. He may never have any evil thoughts, intention, or blemish of worldly wealth. His soul may be sanctified to become worthy of His Consideration; he may become worthy of worship in the universe.

ਗੁਰੂ ਨਾਨਕ ਦੇਵ ਜੀ! – Guru Nanak Dev Ji! Guru Granth Sahib

ਗੁਣਾ ਕਾ ਹੋਵੈ ਵਾਸੁਲਾ, ਕਢਿ ਵਾਸੁ ਲਈਜੈ॥	gunaa kaa hovai vaasulaa kadh vaas la-eejai.
ਜੇ ਗੁਣ ਹੋਵਨ੍ਹਿ ਸਾਜਨਾ, ਮਿਲਿ ਸਾਝ ਕਰੀਜੈ॥	jay gun hovniH saajnaa mil saajh kareejai.
ਸਾਝ ਕਰੀਜੈ ਗੁਣਹ ਕੇਰੀ, ਛੋਡਿ ਅਵਗਣ ਚਲੀਐ॥	saajh kareejai gunah kayree chhod avgan chalee-ai.
ਪਹਿਰੇ ਪਟੰਬਰ ਕਰਿ ਅਡੰਬਰ, ਆਪਣਾ ਪਿੜੁ ਮਲੀਐ॥	pahiray patambar kar adambar aapnaa pirh malee-ai.
ਜਿਥੈ ਜਾਇ ਬਹੀਐ ਭਲਾ ਕਹੀਐ, ਝੋਲਿ ਅੰਮ੍ਰਿਤੁ ਪੀਜੈ॥	jithai jaa-ay bahee-ai bhalaa kahee-ai jhol amrit peejai.
ਗੁਣਾ ਕਾ ਹੋਵੈ ਵਾਸੁਲਾ, ਕਢਿ ਵਾਸੁ ਲਈਜੈ॥੩॥	gunaa kaa hovai vaasulaa kadh vaas la-eejai. ||3||

ਜਿਹੜਾ ਨੇਕੀ ਦੇ ਕੰਮ ਕਰਦਾ ਹੈ, ਉਹ ਉਸ ਵਿੱਚ ਹੀ ਅਨੰਦ ਮਾਨਦਾ ਹੈ । ਆਪਣੇ ਚੰਗੇ ਗੁਣ ਸਾਰੇ ਜੀਵਾਂ ਨਾਲ ਸਾਂਝੇ ਕਰਦਾ, ਪ੍ਰੇਰਨਾ ਕਰਦਾ ਹੈ । ਉਹ ਆਪ ਵੀ ਇਸਤਰ੍ਹਾਂ ਜੀਵਨ ਬਤੀਤ ਕਰਦਾ ਹੈ । ਆਪਣੇ ਮਨ ਦੇ ਅਉਗਣ ਤਿਆਗਕੇ ਚੰਗੇ ਕੰਮ ਹੀ ਕਰਦਾ ਹੈ । ਸਾਥੀਆਂ ਨੂੰ ਵੀ ਇਸ ਰਸਤੇ ਤੇ ਪਾਉਂਦਾ ਹੈ । ਉਹ ਆਪਣੇ ਮਨ ਨੂੰ ਪਵਿੱਤਰ ਰਖਦਾ ਹੈ । ਜਿਹੜਾ ਉਸ ਦੀ ਸੰਗਤ ਕਰਦਾ ਹੈ, ਉਹ ਕੇਵਲ ਪ੍ਰਭ ਦੇ ਸ਼ਬਦ ਦੀ ਹੀ ਉਸਤਤ ਕਰਦਾ ਹੈ, ਕਦੇ ਬੁਰਾ ਨਹੀਂ ਕਰਦਾ, ਸੋਚਦਾ, ਸਿੱਧੇ ਰਸਤੇ ਤੇ ਹੀ ਪਾਉਂਦਾ ਹੈ । ਜਿਸ ਤੇ ਰਹਿਮਤ ਬਖਸ਼ਦਾ ਹੈ, ਉਹ ਬੰਦਗੀ ਤੇ ਅਡੋਲ ਰਹਿੰਦਾ ਹੈ ।

Whosoever may perform good deeds for His Creation; he may remain in peace and contented in his way of life. He may share his good virtues and inspires others to follow the same path in life. He may abandon all evil thoughts and deeds; he may inspire his followers to keep their soul blemish free from worldly desires. He may only associate with His true devotee, who may only guide on the path of meditation. He may never have evil, devious desire within his mind. He may always guide on the path of meditation; with His mercy and grace, he may remain steady and stable on meditation on the teachings of His Word.

ਆਪਿ ਕਰੇ ਕਿਸੁ ਆਖੀਐ, ਹੋਰੁ ਕਰੇ ਨ ਕੋਈ॥	aap karay kis aakhee-ai hor karay na ko-ee.
ਆਖਣ ਤਾ ਕਉ ਜਾਈਐ, ਜੇ ਭੂਲੜਾ ਹੋਈ॥	aakhan taa ka-o jaa-ee-ai jay bhoolrhaa ho-ee.
ਜੇ ਹੋਇ ਭੂਲਾ ਜਾਇ ਕਹੀਐ, ਆਪਿ ਕਰਤਾ ਕਿਉ ਭੁਲੈ॥	jay ho-ay bhoolaa jaa-ay kahee-ai aap kartaa ki-o bhulai.
ਸੁਣੇ ਦੇਖੇ ਬਾਝੁ ਕਹਿਐ, ਦਾਨੁ ਅਣਮੰਗਿਆ ਦਿਵੈ॥	sunay daykhay baajh kahi-ai daan anmangi-aa divai.
ਦਾਨੁ ਦੇਇ ਦਾਤਾ ਜਗਿ ਬਿਧਾਤਾ, ਨਾਨਕਾ ਸਚੁ ਸੋਈ॥	daan day-ay daataa jag biDhaataa naankaa sach so-ee.
ਆਪਿ ਕਰੇ ਕਿਸੁ ਆਖੀਐ, ਹੋਰੁ ਕਰੇ ਨ ਕੋਈ॥੪॥੧॥੪॥	aap karay kis aakhee-ai hor karay na ko-ee. ||4||1||4||

ਯਾਦ ਰਖਣਾ! ਪ੍ਰਭ ਹਮੇਸ਼ਾ ਮਨ ਵਿਚੋਂ ਦੋ ਅਵਾਜ਼ਾ, ਰਸਤੇ ਭੇਜਦਾ ਹੈ! ਜੀਵ ਆਪ ਹੀ ਰਸਤਾ ਧਾਰਨ ਕਰਦਾ ਹੈ! ਉਸ ਦੇ ਸਾਰੇ ਕੰਮ ਵਿੱਚ ਪ੍ਰਭ ਆਪ ਹੀ ਵਾਪਰਦਾ ਹੈ । ਸਭ ਕੋਈ ਚੰਗਾ, ਮੰਦਾ ਉਸ ਦਾ ਹੀ ਕੀਤਾ ਹੁੰਦਾ ਹੈ, ਕੋਈ ਹੋਰ ਕਰਨ ਵਾਲਾ ਨਹੀਂ ਹੈ । ਉਸ ਦੇ ਕੀਤੇ ਤੇ ਕਦੇ ਨਿਰਾਸ ਨਾ ਹੋਵੋ! ਉਹ ਕਦੇ ਗਲਤੀ ਨਹੀਂ ਕਰਦਾ, ਸਭ ਚੰਗਾ ਹੀ ਕਰਦਾ ਹੈ । ਅਗਰ ਕੋਈ ਸੰਸਾਰੀ ਕੁਝ ਕਰਨ ਵਾਲਾ ਹੋਵੇ ਤਾ ਉਸ ਨੂੰ ਸਮਝਿਆ ਜਾ ਸਕਦਾ ਹਾ । ਪ੍ਰਭ ਦੇ ਭਾਣੇ ਨੂੰ ਸਦਾ ਸਤਿ ਸਮਝਕੇ ਮੰਨਣ ਵਿੱਚ ਭਲਾ ਹੀ ਹੈ । ਉਹ ਜੀਵ ਦੀ ਅਰਦਾਸ ਸੁਣਦਾ ਹੈ, ਕੀਤੇ ਕੰਮਾਂ ਨੂੰ ਦੇਖਦਾ, ਜਾਣਦਾ ਹੈ । ਸ਼ਬਦ ਦੀ ਕਮਾਈ ਅਨੁਸਾਰ, ਬਿਨਾਂ ਮੰਗਿਆ ਹੀ ਦਾਤਾਂ ਬਖਸ਼ਦਾ ਹੈ, ਡੋਲਣ ਨਹੀਂ ਦੇਂਦਾ । ਜਿਹੜਾ ਸਾਰੀ ਸ੍ਰਿਸ਼ਟੀ ਨੂੰ ਬਖਸ਼ਿਸ਼ਾਂ ਨਾਲ ਭਰਪੂਰ ਕਰਦਾ ਹੈ, ਉਹ ਹੀ ਅਸਲੀ ਮਾਲਕ ਹੈ । ਪ੍ਰਭ ਆਪ ਹੀ ਸਭ ਕੁਝ ਕਰਦਾ ਹੈ, ਹੋਰ ਕਿਸੇ ਦੇ ਹੁਕਮ ਵਿੱਚ ਨਹੀਂ ਹੈ ।

The True Master prevails in all worldly good or evil deeds; no one may ever prevail in the universe without His Command. You should never grievance on His Nature, His Blessings, or any natural disaster in the universe. He may never make any mistake or miscalculations. You may disagree and counsel any worldly power on another path as right path. His Command always remains for the welfare of the universe! We must accept and honor as an ultimate Command. He always heeds to the prayer of His Creation; evaluates his deeds and rewards even without praying. He may never let; His true devotee lose his faith on His Blessings. Whosoever may nourish and blesses everyone irrespective of any kind of creature, creed; only He may be worthy to be called **The True Master**. Everything in the universe may only happen under His Command and no one has any control on His Blessings.

Guru Granth Sahib Darpan by Prof. Sahib Singh		Page
ਪੰਜ ਸ਼ਬਦ, ਧੁਨਾਂ	ਸੁੰਨ ਸਮਾਧਿ, ਦਰਿਮਤਿ, ਨਾਮੁ ਰਾਤਨ, ਅਨਾਹਤ, ਜਾਗਿ ਰਹੇ—ਪੰਚ ਤਸਕਰ	282
ਪੰਜ ਸਾਜ	ਤਾਰ, ਚੰਮ, ਧਾਤ, ਘੜੇ, ਫੂਕ ਵਾਲੇ ਵਾਜੇ	332

ਪੰਜ ਸ਼ਬਦ -- ਸੁੰਨ ਸਮਾਧਿ, ਦਰਿਮਤਿ, ਨਾਮੁ ਰਾਤਨ, ਅਨਾਹਤ, ਜਾਗਿ ਰਹੇ—ਪੰਚ ਤਸਕਰ

Key Message of Raag Soohee, page 765-12
ਸੰਸਾਰਕ ਸੰਜੋਗ- ਵਿਆਹ!
ਪ੍ਰਭ ਆਪ ਹੀ ਆਪਣੀ ਪਰਖ ਨਾਲ ਸੰਸਾਰ ਵਿੱਚ ਜੀਵਨ ਸਾਥੀ, ਸੰਜੋਗੀ ਬਖਸ਼ਦਾ ਹੈ । ਉਹ ਆਪਣੇ ਮਾਨਸ ਜੀਵਨ ਵਿੱਚ ਸੰਜੋਗੀਆ ਨਾਲ ਰਲਕੇ, ਮਨ ਵਿੱਚ **ਪੰਜ ਨਾਦ, ਉਸ ਦੇ ਸ਼ਬਦ ਦੀ ਧੁਨ** ਚਲਾਉਂਦਾ ਹੈ । ਜਿਹੜਾ ਸੰਸਾਰਕ ਸੰਜੋਗ ਨੂੰ ਪ੍ਰਭ ਦਾ ਭਾਣਾ ਮਨ ਕੇ ਗ੍ਰਸਤੀ ਵਿੱਚ ਵਸਦਾ ਹੈ, ਉਸ ਦੀ ਆਤਮਾ, ਪਵਿੱਤਰ ਹੋ ਜਾਂਦੀ, ਉਹ ਸੰਤ ਸਰੂਪ, ਪੂਜਣ ਯੋਗ ਹੋ ਜਾਂਦਾ ਹੈ । ਉਸ ਦਾ ਆਪਾ ਮਾਲਕ ਦੇ ਚਰਨਾਂ ਵਿੱਚ ਭੇਟਾ ਹੋ ਜਾਂਦਾ ਹੈ! ਉਹ ਆਪਣੇ ਮਨ ਦੇ ਅਉਗਣ ਤਿਆਗਕੇ ਚੰਗੇ ਕੰਮ ਹੀ ਕਰਦਾ, ਸਾਥੀਆਂ ਨਾਲ ਸਾਂਝੇ ਕਰਦਾ, ਪ੍ਰੇਰਨਾ ਕਰਦਾ ਹੈ । ਉਹ ਆਪਣੇ ਮਨ ਨੂੰ ਪਵਿੱਤਰ ਰਖਦਾ ਹੈ । ਪ੍ਰਭ ਕਦੇ ਗਲਤੀ ਨਹੀਂ ਕਰਦਾ, ਸਭ ਚੰਗਾ ਹੀ ਕਰਦਾ ਹੈ । ਪ੍ਰਭ ਦੇ ਭਾਣੇ ਨੂੰ ਸਦਾ ਸਤਿ ਸਮਝਕੇ ਮੰਨਣ ਵਿੱਚ ਭਲਾ ਹੀ ਹੈ । ਉਹ ਜੀਵ ਨੂੰ ਲੋੜ ਅਨੁਸਾਰ, ਬਿਨਾਂ ਮੰਗਿਆ ਹੀ ਦਾਤਾਂ ਬਖਸ਼ਦਾ ਹੈ ।
Holy union of two souls – Marriage!
The True Master blesses a companionship **(spouse)** as a reward of previous lives deeds. The everlasting echo of His Word, **five eternal, spiritual sounds** may resonate within their minds to create bonds of love within their mind. Whosoever may accept marriage, union as His Command, his bonds of true love become unbreakable; his soul may be sanctified; he may become worthy of worship. His soul, self-entity may be accepted in His Sanctuary! He may renounce his evil thoughts, deeds and inspires others to follow the same path in life; to keep their soul blemish free from worldly desires. The True Master may never make any mistake or miscalculations. His Command always remains for the welfare of the universe. We must accept and honor as an ultimate Command. He always heeds the prayer of His Creation; rewards even without praying.

21. ਸੂਹੀ ਮਹਲਾ ੧॥ 766-6

ਮੇਰਾ ਮਨੁ ਰਾਤਾ ਗੁਣ ਰਵੈ, ਮਨਿ ਭਾਵੈ ਸੋਈ॥	mayraa man raataa gun ravai man bhaavai so-ee.
ਗੁਰ ਕੀ ਪਉੜੀ ਸਾਚ ਕੀ ਸਾਚਾ ਸੁਖੁ ਹੋਈ॥	gur kee pa-orhee saach kee saachaa sukh ho-ee.
ਸੁਖਿ ਸਹਜਿ ਆਵੈ ਸਾਚ ਭਾਵੈ, ਸਾਚ ਕੀ ਮਤਿ ਕਿਉ ਟਲੈ॥	sukh sahj aavai saach bhaavai saach kee mat ki-o talai.
ਇਸਨਾਨੁ ਦਾਨੁ ਸੁਗਿਆਨੁ ਮਜਨੁ, ਆਪਿ ਅਛਲਿਓ ਕਿਉ ਛਲੈ॥	isnaan daan sugi-aan majan aap achhli-o ki-o chhalai.
ਪਰਪੰਚ ਮੋਹ ਬਿਕਾਰ ਥਾਕੇ, ਕੂੜੁ ਕਪਟੁ ਨ ਦੋਈ॥	parpanch moh bikaar thaakay koorh kapat na do-ee.
ਮੇਰਾ ਮਨੁ ਰਾਤਾ ਗੁਣ ਰਵੈ, ਮਨਿ ਭਾਵੈ ਸੋਈ॥੧॥	mayraa man raataa gun ravai man bhaavai so-ee. ||1||

ਮੇਰੇ ਮਨ ਤੇ ਸ਼ਬਦ ਦਾ ਗੂੜ੍ਹਾ ਰੰਗ ਚੜ੍ਹਿਆ ਹੈ । ਸ਼ਬਦ ਦੀ ਉਸਤਤ ਗਾਉਣ ਵਿੱਚ ਹੀ ਅਨੰਦ ਮਾਨਦਾ ਹਾ । ਪ੍ਰਭ ਦੇ ਸ਼ਬਦ ਦੀ ਪਾਲਣਾ ਹੀ ਪ੍ਰਵਾਨਗੀ ਦਾ ਅਸਲੀ ਰਸਤਾ ਹੈ । ਉਸ ਨਾਲ ਮਨ ਨੂੰ ਧੀਰਜ, ਸੰਤੋਖ ਬਖਸ਼ਿਸ਼ ਹੁੰਦਾ ਹੈ । ਜੀਵ ਕਿਵੇਂ ਸ਼ਬਦ ਦੀ ਪਾਲਣਾ ਨੂੰ ਛਡ ਸਕਦਾ ਹੈ? ਪ੍ਰਭ ਕਿਸੇ ਧੋਖੇ ਵਿੱਚ ਨਹੀਂ ਆ ਸਕਦਾ । ਫਿਰ ਤੀਰਥ ਇਸ਼ਨਾਨ, ਪੁੰਨ ਦਾਨ, ਨਾਲ ਕਿਵੇਂ ਧੋਖੇ ਵਿੱਚ ਆ ਸਕਦਾ ਹੈ? ਜੀਵ ਸੰਸਾਰਕ ਇਛਾਂ, ਲਾਲਚ, ਫਰੇਬ, ਮੋਹ, ਹੈਸੀਅਤ, ਭਰਮ ਨਾਲ ਦਰ ਤੋਂ ਛੇਕੇ ਗਏ ਹਨ । ਜੀਵ ਸ਼ਬਦ ਦੀ ਪਾਲਣਾ ਦਾ ਰੰਗ ਆਪਣੇ ਮਨ ਤੇ ਰਖੋ! ਉਸ ਦੇ ਸ਼ਬਦ ਦੀ ਓਸਤਤ ਕਰੋ ।

I remain drenched with the essence of the teachings of His Word. I enjoy worldly pleasures singing the glory of His Word. To obey the teachings of His Word with steady and stable belief in day-to-day life, may be the right path of acceptance in His Court. How may anyone abandon the teachings of His Word from his day-to-day life? No one may be able to deceive The True Master or be accepted in His Court with clever tricks or religious rituals. How may anyone with sanctifying bath at Holy Shrine, charity, deceive or be accepted in His Court? Worldly creatures with worldly desires, attachment, greed, fraud, ego of worldly status and religious rituals, suspicions have been restricted, rebuked from His Court. You should always remain drenched with the essence of His Word and sing the glory of His Word.

ਸਾਹਿਬੁ ਸੋ ਸਾਲਾਹੀਐ, ਜਿਨਿ ਕਾਰਣੁ ਕੀਆ॥	saahib so salaahee-ai jin kaaran kee-aa.
ਮੈਲੁ ਲਾਗੀ ਮਨਿ ਮੈਲਿਐ, ਕਿਨੈ ਅੰਮ੍ਰਿਤੁ ਪੀਆ॥	mail laagee man maili-ai kinai amrit pee-aa.
ਮਥਿ ਅੰਮ੍ਰਿਤੁ ਪੀਆ ਇਹੁ ਮਨੁ ਦੀਆ, ਗੁਰ ਪਹਿ ਮੋਲੁ ਕਰਾਇਆ॥	math amrit pee-aa ih man dee-aa gur peh mol karaa-i-aa.
ਆਪਨੜਾ ਪ੍ਰਭੁ ਸਹਜਿ ਪਛਾਤਾ, ਜਾ ਮਨੁ ਸਾਚੈ ਲਾਇਆ॥	aapnarhaa parabh sahj pachhaataa jaa man saachai laa-i-aa.
ਤਿਸੁ ਨਾਲਿ ਗੁਣ ਗਾਵਾ ਜੇ ਤਿਸੁ ਭਾਵਾ, ਕਿਉ ਮਿਲੈ ਹੋਇ ਪਰਾਇਆ॥	tis naal gun gaavaa jay tis bhaavaa ki-o milai ho-ay paraa-i-aa.
ਸਾਹਿਬੁ ਸੋ ਸਾਲਾਹੀਐ, ਜਿਨਿ ਜਗਤੁ ਉਪਾਇਆ॥੨॥	saahib so salaahee-ai jin jagat upaa-i-aa. ||2||

ਪ੍ਰਭ ਦੇ ਸ਼ਬਦ ਦੀ ਉਸਤਤ ਕਰੋ! ਜਿਸ ਨੇ ਸਾਰੀ ਸ੍ਰਿਸ਼ਟੀ ਪੈਦਾ ਕੀਤੀ ਹੈ । ਜਿਸ ਦੇ ਮਨ ਤੇ ਇਛਾਂ ਦਾ ਕਾਬੂ ਹੋਵੇ! ਉਹ ਮੈਲਾ ਹੋ ਜਾਂਦਾ ਹੈ । ਵਿਰਲਾ ਹੀ ਇਛਾਂ ਨੂੰ ਤਿਆਗਕੇ ਸ਼ਬਦ ਦੀ ਪਾਲਣਾ ਕਰਨ ਤੇ ਅਡੋਲ ਰਹਿੰਦਾ ਹੈ । ਜਿਹੜਾ ਜੀਵ ਇਛਾਂ ਤਿਆਗਕੇ ਮਨ ਨੂੰ ਸ਼ਬਦ ਦੀ ਪਾਲਣ ਤੇ ਲਾਉਂਦਾ ਹੈ । ਪ੍ਰਭ ਆਪ ਹੀ ਉਸ ਦੀ ਬੰਦਗੀ ਦੀ ਕੀਮਤ ਪਾਉਂਦਾ ਹੈ । ਜਿਹੜਾ ਆਪਣੇ ਆਪ ਨੂੰ ਪਰਖਦਾ ਹੈ, ਉਹ ਪ੍ਰਭ ਨੂੰ ਜਾਣ ਜਾਂਦਾ ਹੈ । ਅਗਰ ਪ੍ਰਭ ਰਹਿਮਤ ਬਖਸ਼ੇ ਤਾ ਹੀ ਉਸ ਦਾ ਦਾਸ ਬਣਕੇ ਗਾਉਂਦਾ ਹੈ । ਪ੍ਰਭ ਦੀ ਰਹਿਮਤ ਤੋਂ ਬਿਨਾਂ ਕੋਈ ਉਸ ਦੇ ਸ਼ਬਦ ਦੇ ਗੁਣ ਨਹੀਂ ਗਾਉਂਦਾ । ਉਸ ਸਿਰਜਣ ਹਾਰੇ ਦੇ ਸ਼ਬਦ ਦੀ ਪਾਲਣਾ ਕਰੋ!

You should always sing the glory, praises of The True Master, Creator of the universe. Whosoever may remain intoxicated with his worldly desires, his mind and soul may be blemished; however, very rare may abandon his worldly desires and obeys the teachings of His Word; with His mercy and grace, his earnings may be rewarded and accepted in His Court. Whosoever may evaluate his own deeds with the essence of His Word; he may realize the real purpose of his human life opportunity. He may sing the glory of His Word with steady and stable belief as His true devotee. No one may sing the glory of His Word, without His mercy and grace, you should always obey the teachings of His Word.

ਆਇ ਗਇਆ ਕੀ ਨ ਆਇਓ, ਕਿਉ ਆਵੈ ਜਾਤਾ॥	aa-ay ga-i-aa kee na aa-i-o ki-o aavai jaataa.
ਪ੍ਰੀਤਮ ਸਿਉ ਮਨੁ ਮਾਨਿਆ, ਹਰਿ ਸੇਤੀ ਰਾਤਾ॥	pareetam si-o man maani-aa har saytee raataa.
ਸਾਹਿਬ ਰੰਗਿ ਰਾਤਾ, ਸਚ ਕੀ ਬਾਤਾ, ਜਿਨਿ ਬਿੰਬ ਕਾ ਕੋਟੁ ਉਸਾਰਿਆ॥	saahib rang raataa sach kee baataa jin bimb kaa kot usaari-aa.
ਪੰਚ ਭੂ ਨਾਇਕੋ ਆਪਿ ਸਿਰੰਦਾ, ਜਿਨਿ ਸਚ ਕਾ ਪਿੰਡੁ ਸਵਾਰਿਆ॥	panch bhoo naa-iko aap sirandaa jin sach kaa pind savaari-aa.
ਹਮ ਅਵਗਣਿਆਰੇ ਤੂ ਸੁਣਿ ਪਿਆਰੇ, ਤੁਧੁ ਭਾਵੈ ਸਚੁ ਸੋਈ॥	ham avgani-aaray too sun pi-aaray tuDh bhaavai sach so-ee.
ਆਵਣ ਜਾਣਾ ਨਾ ਥੀਐ, ਸਾਚੀ ਮਤਿ ਹੋਈ॥੩॥	aavan jaanaa naa thee-ai saachee mat ho-ee. ||3||

ਜਿਸ ਦਾ ਮਨ, ਆਤਮਾ ਪ੍ਰਭ ਦੀ ਜੋਤ ਵਿੱਚ ਅਲੋਪ ਹੋ ਜਾਂਦੀ ਹੈ ਤਾ ਬਾਕੀ ਕੁਝ ਨਹੀਂ ਬਚਦਾ । ਉਸ ਦੀ ਆਤਮਾ ਤਾ ਪ੍ਰਭ ਦੀ ਜੋਤ ਵਿੱਚ ਅਭੇਦ ਹੋ ਗਈ, ਜਨਮ ਮਰਨ ਕਿਸ ਦਾ ਹੋਣਾ ਹੈ? ਜਿਹੜਾ ਪ੍ਰਭ ਦੇ ਸ਼ਬਦ ਵਿੱਚ ਲੀਨ ਹੋ ਜਾਦਾ ਹੈ, ਉਸ ਦੇ ਬੋਲ ਅਟਲ ਹੋ ਜਾਂਦਾ ਹੈ । ਉਸ ਦਾ ਦਾਸ ਬਣ ਜਾਂਦਾ ਹੈ, ਜਿਸ ਨੇ ਇਕ ਬੁਲਬਲੇ ਤੋਂ ਜੀਵ ਪੈਦਾ ਕੀਤਾ ਹੈ । ਪ੍ਰਭ ਨੇ ਪੰਜਾਂ ਧਾਤਾਂ ਨੂੰ ਮਿਲਾ ਕੇ ਤਨ ਦਾ ਮਾਸ, ਸਰੀਰ ਬਣਾਇਆ ਹੈ । ਇਕ ਪਛਾਣੇ ਜਾਣ ਵਾਲੀ ਮੂਰਤ ਬਣਾਈ ਹੈ । ਮਾਨਸ ਜੀਵ ਗਲਤੀਆਂ ਕਰਦਾ ਰਹਿੰਦਾ ਹੈ, ਆਪਣੀ ਰਜ਼ਾ ਵਿੱਚ ਰਖੋ! ਜਿਸ ਜੀਵ ਨੂੰ ਸ਼ਬਦ ਦੀ ਸੋਝੀ ਬਖਸ਼ਦਾ ਹੈ । ਉਸ ਦਾ ਜਨਮ ਮਰਨ ਦਾ ਚੱਕਰ ਖਤਮ ਹੋ ਜਾਂਦਾ ਹੈ ।

Whose soul may be absorbed within His Holy Spirit; what may be left of his identity? The unique identity of his soul may be eliminated, absorbed in His Holy Spirit! Who may remain in the cycle of birth and death? Whosoever may remain intoxicated in the void of His Word; with His mercy and grace, his spoken words may transform as His Word and true forever. He may be blessed with the state of mind as His true devotee. The True Master has created recognizable structure, body with some (5) unique metals. His Creation performs worldly task; any deed may be accepted in His Court; only that deeds may be worthy to be called good. Whose earnings may be accepted in His Court; his cycle of birth and death may be eliminated.

ਅੰਜਨੁ ਤੈਸਾ ਅੰਜੀਐ, ਜੈਸਾ ਪਿਰ ਭਾਵੈ॥	anjan taisaa anjee-ai jaisaa pir bhaavai.
ਸਮਝੈ ਸੂਝੈ ਜਾਣੀਐ, ਜੇ ਆਪਿ ਜਾਣਾਵੈ॥	samjhai soojhai jaanee-ai jay aap jaanaavai.
ਆਪਿ ਜਾਣਾਵੈ ਮਾਰਗਿ ਪਾਵੈ, ਆਪੇ ਮਨੂਆ ਲੇਵਏ॥	aap jaanaavai maarag paavai aapay manoo-aa layv-ay.
ਕਰਮ ਸੁਕਰਮ ਕਰਾਏ ਆਪੇ, ਕੀਮਤਿ ਕਉਣ ਅਭੇਵਏ॥	karam sukaram karaa-ay aapay keemat ka-un abhayva-ay.
ਤੰਤੁ ਮੰਤੁ ਪਾਖੰਡੁ ਨ ਜਾਣਾ, ਰਾਮੁ ਰਿਦੈ ਮਨੁ ਮਾਨਿਆ॥	tant mant pakhand na jaanaa raam ridai man maani-aa.
ਅੰਜਨੁ ਨਾਮੁ ਤਿਸੈ ਤੇ ਸੂਝੈ, ਗੁਰ ਸਬਦੀ ਸਚੁ ਜਾਨਿਆ॥੪॥	anjan naam tisai tay soojhai gur sabdee sach jaani-aa. ||4||

ਗੁਰੂ ਨਾਨਕ ਦੇਵ ਜੀ! – Guru Nanak Dev Ji! Guru Granth Sahib

ਪ੍ਰਭ ਉਹ ਬਾਮ ਬਖਸ਼ੋ! ਜਿਹੜੀ ਆਪਣੀਆ ਅੱਖਾਂ ਤੇ ਲਾਉਣ ਨਾਲ, ਮੇਰੇ ਕੰਮ ਤੇਰੇ ਦਰਬਾਰ ਵਿੱਚ ਪ੍ਰਵਾਨ ਹੋ ਜਾਣ । ਜਿਤਨੀ ਰਹਿਮਤ ਬਖਸ਼ਿਸ਼ ਹੁੰਦੀ ਹੈ, ਜੀਵ ਉਤਨਾ ਹੀ ਜਾਣ ਸਕਦਾ ਹੈ । ਪ੍ਰਭ ਆਪ ਹੀ ਜੀਵ ਨੂੰ ਸ਼ਬਦ ਦੀ ਪਾਲਣਾ ਤੇ ਲਾਉਂਦਾ, ਭਰੋਸਾ ਅਡੋਲ ਰਖਦਾ ਹੈ । ਪ੍ਰਭ ਆਪ ਹੀ ਜੀਵ ਤੋਂ ਚੰਗੇ, ਮੰਦੇ ਕੰਮ ਕਰਵਾਉਂਦਾ ਹੈ! ਉਸ ਦੀ ਕੁਦਰਤ ਦਾ ਭੇਦ ਕੌਣ ਜਾਣ ਸਕਦਾ ਹੈ? ਮੈਂ ਕੋਈ ਮੰਤ੍ਰ, ਜਾਦੂ ਟੂਣਾ, ਨਿਤਨੇਮ, ਧਾਰਮਕ ਰੀਤੋਂ ਰਵਾਜ ਨਹੀਂ ਜਾਣਦਾ! ਕੇਵਲ ਸ਼ਬਦ ਦੀ ਪਾਲਣਾ ਨਾਲ ਹੀ ਮੇਰੇ ਮਨ ਵਿੱਚ ਸੰਤੋਖ ਰਹਿੰਦਾ ਹੈ । ਕੇਵਲ ਪ੍ਰਭ ਦੀ ਰਹਿਮਤ ਨਾਲ ਹੀ ਜੀਵ ਸ਼ਬਦ ਦੀ ਪਾਲਣਾ ਕਰਦਾ, ਸ਼ਬਦ ਦੀ ਸੋਝੀ ਬਖਸ਼ਿਸ਼ ਹੁੰਦੀ ਹੈ ।

My True Master blesses the bam! I may rub on my eyes; my deeds may become acceptable in Your Court. Whosoever may be bestowed with Your Blessed Vision, only he may comprehend and explain Your Nature. The True Master may inspire His true devotee to meditate on the teachings of His Word with steady and stable belief in his day-to-day life. He inspires worldly creatures to perform all worldly good and evil deeds. Who may explain the secret of His Nature? My True Master! I do not have any miracle power, unique mantra, unique meditation routine nor any religious rituals. I remain drenched and contented with essence of Your Word Day and night. Whosoever may adopt the teachings of Your Word with steady and stable belief in his day-to-day life. He may be blessed with the essence of Your Word.

ਸਾਜਨ ਹੋਵਨਿ ਆਪਣੇ, ਕਿਉ ਪਰ ਘਰ ਜਾਹੀ॥	saajan hovan aapnay ki-o par ghar jaahee.
ਸਾਜਨ ਰਾਤੇ ਸਚ ਕੇ, ਸੰਗੇ ਮਨ ਮਾਹੀ॥	saajan raatay sach kay sangay man maahee.
ਮਨ ਮਾਹਿ ਸਾਜਨ ਕਰਹਿ ਰਲੀਆ, ਕਰਮ ਧਰਮ ਸਬਾਇਆ॥	man maahi saajan karahi ralee-aa karam Dharam sabaa-i-aa.
ਅਠਸਠਿ ਤੀਰਥ ਪੁੰਨ ਪੂਜਾ, ਨਾਮੁ ਸਾਚਾ ਭਾਇਆ॥	athsath tirath punn poojaa naam saachaa bhaa-i-aa.
ਆਪਿ ਸਾਜੇ ਥਾਪਿ ਵੇਖੈ, ਤਿਸੈ ਭਾਣਾ ਭਾਇਆ॥	aap saajay thaap vaykhai tisai bhaanaa bhaa-i-aa.
ਸਾਜਨ ਰਾਂਗਿ ਰੰਗੀਲੜੇ, ਰੰਗੁ ਲਾਲੁ ਬਣਾਇਆ॥੫॥	saajan raaNg rangeelrhay rang laal banaa-i-aa. ||5||

ਅਗਰ ਕਿਸੇ ਜੀਵ ਦਾ ਕੋਈ ਮਿੱਤਰ ਹੋਵੇ! ਉਹ ਕਿਸੇ ਪਰਾਏ ਦੇ ਘਰ ਕਿਉਂ ਜਾਵੇਗਾ? ਅਗਰ ਮਨ ਵਿੱਚ ਸ਼ਬਦ ਹੋਵੇ! ਉਹ ਹੋਰ ਕਿਸੇ ਪੀਰ ਕੋਲ ਕਿਉਂ ਜਾਵੇਗਾ? ਜਿਸ ਦੇ ਮਨ ਵਿੱਚ ਪ੍ਰਭ ਦਾ ਸ਼ਬਦ ਘਰ ਕਰ ਜਾਂਦਾ ਹੈ । ਸ਼ਬਦ ਦੀ ਪਾਲਣਾ ਵਿੱਚ ਹੀ ਪੁੰਨ ਦਾਨ, ਤੀਰਥ ਇਸ਼ਨਾਨ ਹੋ ਜਾਂਦੇ ਹਨ । ਭਾਣੇ ਨਾਲ ਹੀ ਸਾਰੇ ਜੀਵ ਪੈਦਾ ਹੁੰਦੇ ਹਨ । ਪ੍ਰਭ ਹੀ ਸਭ ਦੀ ਦੇਖ ਭਾਲ ਕਰਦਾ ਹੈ । ਬੰਦਗੀ ਕਰਨ ਵਾਲਾ ਸ਼ਬਦ ਦੀ ਪਾਲਣਾ ਵਿੱਚ ਹੀ ਅਨੰਦ ਮਾਨਦਾ ਹੈ । ਇਸ ਪ੍ਰੀਤ ਨੂੰ ਮਨ ਦਾ ਭਰੋਸਾ ਅਡੋਲ ਕਰਕੇ ਪਾਲਦਾ ਹੈ ।

Whosoever may have any real friend! Why may he go to someone else for help? Same way, whosoever may be drenched with the teachings of His Word: Why should he follow any worldly guru? Whosoever may be drenched with the essence of His Word; he may be rewarded for worldly charity, sanctifying bath at any Holy Shrine. All remains embedded within obeying the teachings of His Word with steady and stable belief in his day-to-day life. The One and Only One True Creator nourishes and protects His Creation. His true devotee remains intoxicated and contented in the void of His Word. His belief remains steady and stable in obeying the teachings of His Word.

ਅੰਧਾ ਆਗੂ ਜੇ ਥੀਐ, ਕਿਉ ਪਾਧਰੁ ਜਾਣੈ॥	anDhaa aagoo jay thee-ai ki-o paaDhar jaanai.
ਆਪਿ ਮੁਸੈ ਮਤਿ ਹੋਛੀਐ, ਕਿਉ ਰਾਹੁ ਪਛਾਣੈ॥	aap musai mat hochhee-ai ki-o raahu pachhaanai.
ਕਿਉ ਰਾਹਿ ਜਾਵੈ ਮਹਲੁ ਪਾਵੈ, ਅੰਧ ਕੀ ਮਤਿ ਅੰਧਲੀ॥	ki-o raahi jaavai mahal paavai anDh kee mat anDhlee.
ਵਿਣੁ ਨਾਮ ਹਰਿ ਕੇ ਕਛੁ ਨ ਸੂਝੈ, ਅੰਧੁ ਬੂਡੌ ਧੰਧਲੀ॥	vin naam har kay kachh na soojhai anDh boodou DhanDhlee.
ਦਿਨੁ ਰਾਤਿ ਚਾਨਣੁ ਚਾਉ ਉਪਜੈ, ਸਬਦੁ ਗੁਰ ਕਾ ਮਨਿ ਵਸੈ॥	din raat chaanan chaa-o upjai sabad gur kaa man vasai.
ਕਰ ਜੋੜਿ ਗੁਰ ਪਹਿ ਕਰਿ ਬਿਨੰਤੀ, ਰਾਹੁ ਪਾਧਰੁ ਗੁਰੁ ਦਸੈ॥੬॥	kar jorh gur peh kar binantee raahu paaDhar gur dasai. ||6||

ਅਗਰ ਅੰਨ੍ਹੇ ਨੂੰ ਰਸਤਾ ਦੱਸਣ ਵਾਲਾ ਬਣਾਵੋ! ਉਹ ਕਿਵੇਂ ਰਸਤਾ ਦੱਸ ਸਕਦਾ ਹੈ? ਉਸ ਨੂੰ ਆਪ ਤਾ ਰਸਤੇ ਦਾ ਪਤਾ ਨਹੀਂ, ਹੋਰ ਕਿਸੇ ਨੂੰ ਕੀ ਦੱਸੇਗਾ? ਜਿਹੜਾ ਸ਼ਬਦ ਦੀ ਸੋਝੀ ਤੋਂ ਬਿਨਾਂ ਵਾਲੇ ਜੀਵ ਨੂੰ ਆਪਣਾ ਗੁਰੂ ਧਾਰਨ ਕਰਦਾ ਹੈ । ਗੁਰੂ ਆਪ ਰਸਤੇ ਨਹੀਂ ਚਲਦਾ । ਉਹ ਕਿਵੇਂ ਜੀਵ ਨੂੰ ਪ੍ਰਵਾਨਗੀ ਤੇ ਪਾਵੇਗਾ? ਸ਼ਬਦ ਦੀ ਪਾਲਣਾ ਤੋਂ ਬਿਨਾਂ, ਜੀਵ ਮਾਇਆ ਦੇ ਜਾਲ ਵਿੱਚ ਹੀ ਫਸਿਆ ਰਹਿੰਦਾ ਹੈ । ਜਿਹੜਾ ਦਿਨ ਰਾਤ ਸ਼ਬਦ ਦਾ ਸਿਮਰਨ ਕਰਦਾ ਹੈ । ਉਸ ਦਾ ਮਨ ਸ਼ਬਦ ਦੀ ਸੋਝੀ ਨਾਲ ਖੇੜੇ ਵਿੱਚ ਆ ਜਾਂਦਾ ਹੈ । ਜੀਵ ਸ਼ਬਦ ਦੀ ਸੋਝੀ ਦੀ ਅਰਦਾਸ ਕਰੋ!

Whosoever may establish, hire a blind as guide to help others to follow the right path! How may he guide others on the right path? Whosoever may adopt any incarnated religious guru to guide on the right path of acceptance. Incarnated Guru may not have adopted the teachings of His Word in his day-to-day life; how may he guide anyone on the right path of acceptance in His Court? Self-minded may remain intoxicated in the sweet poison of worldly wealth; without adopting the teachings of His Word with steady and stable belief. Whosoever may meditate day and night on the teachings of His Word; with His mercy and grace, he may be blessed with the enlightenment of the essence of His Word and blossom in his day-to-day life. You should wholeheartedly pray for His Forgiveness, and Refuge; the enlightenment of the essence of His Word.

ਮਨੁ ਪਰਦੇਸੀ ਜੇ ਥੀਐ, ਸਭੁ ਦੇਸੁ ਪਰਾਇਆ॥	man pardaysee jay thee-ai sabh days paraa-i-aa.
ਕਿਸੁ ਪਹਿ ਖੋਲ੍ਉ ਗੰਠੜੀ, ਦੂਖੀ ਭਰਿ ਆਇਆ॥	kis peh kholHa-o ganth-rhee dookhee bhar aa-i-aa.
ਦੂਖੀ ਭਰਿ ਆਇਆ ਜਗਤੁ ਸਬਾਇਆ, ਕਉਣੁ ਜਾਣੈ ਬਿਧਿ ਮੇਰੀਆ॥	dookhee bhar aa-i-aa jagat sabaa-i-aa ka-un jaanai biDh mayree-aa.
ਆਵਣੇ ਜਾਵਣੇ ਖਰੇ ਡਰਾਵਣੇ, ਤੋਟਿ ਨ ਆਵੈ ਫੇਰੀਆ॥	aavnay jaavnay kharay daraavanay tot na aavai fayree-aa.
ਨਾਮ ਵਿਹੂਣੇ ਊਣੇ ਝੂਣੇ, ਨਾ ਗੁਰਿ ਸ਼ਬਦੁ ਸੁਣਾਇਆ॥	naam vihoonay oonay jhoonay naa gur sabad sunaa-i-aa.
ਮਨੁ ਪਰਦੇਸੀ ਜੇ ਥੀਐ, ਸਭੁ ਦੇਸੁ ਪਰਾਇਆ॥੭॥	man pardaysee jay thee-ai sabh days paraa-i-aa. ||7||

ਸ਼ਬਦ ਦੀ ਪਾਲਣਾ ਕਰਨ ਤੋਂ ਬਿਨਾਂ ਕ੍ਰਿਪਾ ਦੀ ਨਜ਼ਰ ਬਖਸ਼ਿਸ਼ ਨਹੀਂ ਹੁੰਦੀ । ਉਹ ਆਪਣੇ ਮਨ ਦੀ ਅਵਸਥਾ ਕਿਸ ਨੂੰ ਨਹੀਂ ਦੱਸ ਸਕਦਾ । ਉਹ ਹਰਇਕ ਜੀਵ ਨੂੰ ਆਪਣੀ ਹੀ ਮੁਸੀਬਤ ਵਿੱਚ ਫਸਿਆ ਦੇਖਦਾ ਹੈ । ਜਮਨ ਮਰਨ ਭਿਆਨਕ, ਨਾ ਖਤਮ ਹੋਣ ਵਾਲਾ ਚੱਕਰ ਹੈ । ਜਿਹੜਾ ਪ੍ਰਭ ਦੇ ਸ਼ਬਦ ਸੁਣਦਾ ਨਹੀਂ, ਉਹ ਗੁਣਾ ਤੋਂ ਖਾਲੀ, ਕੋਈ ਗੁਣ ਨਹੀਂ ਕਰ ਸਕਦਾ । ਉਸ ਨੂੰ ਸ਼ਬਦ ਦੀ ਸੋਝੀ ਨਹੀਂ ਹੁੰਦੀ! ਆਪਣੇ ਮਾਲਕ ਦੇ ਘਰ ਪਰਦੇਸ਼ੀ ਨਾ ਬਣੋ, ਰਹਿਮਤ ਪਾਉਣ ਦੇ ਯੋਗ ਬਣੋ ।

Whosoever may not obey the teachings of His Word with steady and stable belief; he may not be blessed with the right path of acceptance in His Court. He may not explain his own state of mind or misery to anyone else. He may realize, everyone enduring his own miseries. The cycle of birth and death may be a terrible vicious non ending cycle. Whosoever may not listen to the sermons of the teachings of His Word, he may remain deprived from any good virtues in his day-to-day life. He

may never be enlightened with the essence of His Word. You should not become strange in the house of Your True Master. You should sanctify your soul to become worthy of His Consideration.

ਗੁਰ ਮਹਲੀ ਘਰਿ ਆਪਣੈ, ਸੋ ਭਰਪੁਰਿ ਲੀਣਾ॥	gur mahlee ghar aapnai so bharpur leenaa.
ਸੇਵਕੁ ਸੇਵਾ ਤਾਂ ਕਰੇ, ਸਚ ਸਬਦਿ ਪਤੀਣਾ॥	sayvak sayvaa taaN karay sach sabad pateenaa.
ਸਬਦੇ ਪਤੀਜੈ ਅੰਕੁ ਭੀਜੈ, ਸੁ ਮਹਲੁ ਮਹਲਾ ਅੰਤਰੇ॥	sabday pateejai ank bheejai so mahal mehlaa antray.
ਆਪਿ ਕਰਤਾ ਕਰੇ ਸੋਈ, ਪ੍ਰਭੁ ਆਪਿ ਅੰਤਿ ਨਿਰੰਤਰੇ॥	aap kartaa karay so-ee parabh aap ant nirantray.
ਗੁਰ ਸਬਦਿ ਮੇਲਾ ਤਾਂ ਸੁਹੇਲਾ, ਬਾਜੰਤ ਅਨਹਦ ਬੀਣਾ॥	gur sabad maylaa taaN suhaylaa baajant anhad beenaa.
ਗੁਰ ਮਹਲੀ ਘਰਿ ਆਪਣੈ, ਸੋ ਭਰਿਪੁਰਿ ਲੀਣਾ॥੮॥	gur mahlee ghar aapnai so bharipur leenaa. ||8||

ਜਿਹੜਾ ਆਪਣੇ ਆਪ ਨੂੰ ਪਛਾਣ ਲੈਂਦਾ ਹੈ, ਉਹ ਪ੍ਰਭ ਦੀ ਹੋਂਦ ਜਾਣ ਜਾਂਦਾ ਹੈ । ਉਹ ਸਭ ਥਾਂ ਵਾਪਰਨ ਵਾਲੇ ਵਿੱਚ ਹੀ ਲੀਨ ਹੋ ਜਾਂਦਾ ਹੈ । ਜਿਸ ਦੇ ਕੰਮ ਦਾ ਆਧਰ ਕੇਵਲ ਆਪਣੇ ਆਪ ਦੀ ਭਲਾਈ ਹੀ ਨਾ ਹੋਵੇ, ਉਹ ਹੀ ਅਸਲੀ ਦਾਸ ਹੁੰਦਾ ਹੈ! । ਜੀਵ ਸ਼ਬਦ ਦੀ ਪਾਲਣਾ ਕਰਕੇ ਆਪਣੇ ਅੰਦਰ ਨਿਮ੍ਰਤਾ ਹਾਸਿਲ ਕਰੋ! ਮਨ ਪ੍ਰਭ ਦੇ ਚਰਨਾਂ ਵਿੱਚ ਹੀ ਰਖੋ, ਫਲ ਦੀ ਆਸ ਪ੍ਰਭ ਤੇ ਛਡੋ । ਆਪ ਹੀ ਸਭ ਕੁਝ ਕਰਦਾ ਹੈ, ਜੀਵ ਉਸ ਦੇ ਕਰਤਬਾਂ ਦਾ ਅੰਤ ਨਹੀਂ ਜਾਣ ਸਕਦਾ । ਸ਼ਬਦ ਦੀ ਪਾਲਣਾ ਕਰਦੇ ਜੀਵ ਨੂੰ ਪ੍ਰਭ ਦੀ ਪ੍ਰਵਾਨਗੀ ਬਖਸ਼ਿਸ਼ ਹੋ ਜਾਂਦੀ ਹੈ । ਉਸ ਦੇ ਅੰਦਰ ਸ਼ਬਦ ਦੀ ਧੁਨ ਚਲਦੀ ਸੁਣਾਈ ਦੇਂਦੀ ਹੈ । ਜਿਹੜਾ ਆਪਣੇ ਆਪ ਨੂੰ ਪਛਾਣ ਲੈਂਦਾ ਹੈ । ਓਸ ਨੂੰ ਹਰ ਥਾਂ ਵਾਪਰਨ ਵਾਲੇ ਪ੍ਰਭ ਦੀ ਪ੍ਰਵਾਨਗੀ ਬਖਸ਼ਿਸ਼ ਹੋ ਜਾਂਦੀ ਹੈ ।

Whosoever may recognize the real purpose of his human life opportunity; he may be enlightened with the essence of His Existence. He remains intoxicated in meditation in the void of His Word. The Omnipotent, Omnipresent True Master prevails everywhere. Whose worldly deeds may not be limited to his own, rather for the welfare of His Creation; only he may be called His true devotee. You should humbly obey the teachings of His Word, adopt simple living, humility, and politeness in your life. You should remain focused on the teachings of His Word; leave your faith on His Blessings. Only, The True Master prevails in all events; all his miracles remain beyond the comprehension of His Creation. Whosoever may obey the teachings of His Word with steady and stable belief in day-to-day life; with His mercy and grace, he may hear the everlasting echo of His Word resonating within his heart. Whosoever may recognize the real purpose of his human life opportunity; he may be enlightened with the essence of His Existence.

ਕੀਤਾ ਕਿਆ ਸਾਲਾਹੀਐ, ਕਰਿ ਵੇਖੈ ਸੋਈ॥	keetaa ki-aa salaahee-ai kar vaykhai so-ee.
ਤਾ ਕੀ ਕੀਮਤਿ ਨ ਪਵੈ, ਜੇ ਲੋਚੈ ਕੋਈ॥	taa kee keemat na pavai jay lochai ko-ee.
ਕੀਮਤਿ ਸੋ ਪਾਵੈ ਆਪਿ ਜਾਣਾਵੈ, ਆਪਿ ਅਭੁਲੁ ਨ ਭੁਲਏ॥	keemat so paavai aap jaanaavai aap abhul na bhul-ay.
ਜੈ ਜੈ ਕਾਰੁ ਕਰਹਿ ਤੁਧੁ ਭਾਵਹਿ, ਗੁਰ ਕੈ ਸਬਦਿ ਅਮੁਲਏ॥	jai jai kaar karahi tuDh bhaaveh gur kai sabad amula-ay.
ਹੀਣਉ ਨੀਚੁ ਕਰਉ ਬੇਨੰਤੀ, ਸਾਚੁ ਨ ਛੋਡਉ ਭਾਈ॥	heena-o neech kara-o baynantee saach na chhoda-o bhaa-ee.
ਨਾਨਕ ਜਿਨਿ ਕਰਿ ਦੇਖਿਆ, ਦੇਵੈ ਮਤਿ ਸਾਈ॥੯॥੨॥੫॥	naanak jin kar daykhi-aa dayvai mat saa-ee. ||9||2||5||

ਕਿਉਂ ਸ੍ਰਿਸ਼ਟੀ ਦੀ ਸਾਜਨਾ ਦੇਖਕੇ ਹੈਰਾਨ ਹੁੰਦਾ ਹੈ? ਸ੍ਰਿਸ਼ਟੀ ਦੇ ਮਾਲਕ ਦੇ ਸ਼ਬਦ ਦੀ ਪਾਲਣਾ ਕਰੋ । ਉਸ ਦੇ ਕਰਤਬਾਂ ਦੀ ਉਸਤਤ ਕਰੋ! ਉਸ ਦੇ ਕਰਤਬਾਂ ਦੀ ਕੋਈ ਕੀਮਤ ਨਹੀਂ ਜਾਣ ਸਕਦਾ । ਭਾਵੇਂ ਕੋਈ ਕਿਤਨੇ ਵੀ ਯਤਨ ਕਿਉਂ ਨਾ ਕਰ ਲਵੇ? ਜਿਸ ਨੂੰ ਆਪ ਸੋਝੀ ਬਖਸ਼ਦਾ ਹੈ, ਕੇਵਲ ਉਹ ਹੀ ਕੀਮਤ ਪਾ ਸਕਦਾ ਹੈ! ਜਿਹੜਾ ਸ਼ਬਦ ਦੀ ਪਾਲਣਾ ਕਰਦਾ, ਸ਼ਬਦ ਦਾ ਜੈਕਾਰ ਕਰਦਾ ਹੈ, ਆਪਣੇ ਆਪ ਤੇ ਕੋਈ ਵਡਿਆਈ ਨਹੀਂ ਲੈਂਦਾ । ਪ੍ਰਭ ਆਪ ਹੀ ਉਸ ਜੀਵ ਨੂੰ ਲੱਭਦਾ ਹੈ । ਪ੍ਰਭ, ਕਦੇ ਗਲਤੀ ਨਹੀਂ ਕਰਦਾ । ਪ੍ਰਭ ਦੇ ਦਰ ਤੇ ਨਿਮਾਣਾ ਬਣਕੇ ਅਰਦਾਸ ਕਰੋ! ਉਸ ਦੇ ਸ਼ਬਦ ਤੇ ਅਡੋਲ ਭਰੋਸਾ ਰਖੋ । ਪ੍ਰਭ ਆਪ ਹੀ ਜੀਵ ਨੂੰ ਪੈਦਾ ਕਰਦਾ, ਪਾਲਣਾ ਕਰਦਾ, ਸਭ ਕੁਝ ਦੇਖਦਾ ਹੈ ।

Why are you fascinated and astonished from His Creation, Nature? Rather, you should obey the teachings of His Word. You should remain fascinated and astonished from His Miracles? No one may comprehend the significance of His Events, Miracles. No matter, how much may one try? Whosoever may be blessed with the enlightenment, only he may comprehend His Events. He may never make any mistakes. Who may sanctify his soul to become worthy of His Consideration; The True Master always remains anxious to reward, His true devotee? He may bestow greatness on His true devotee. You should always humbly pray for His Forgiveness and Refuge to keep you steady and stable on obeying the teachings of His Word. The True Master, Creator nourishes and protects His Creation.

Key Message of Raag Soohee, page 766-6
ਪ੍ਰਭ ਆਪਣੇ ਸੇਵਕ ਨੂੰ ਆਪ ਢੂੰਡਦਾ ਹੈ!
ਪ੍ਰਭ ਕਿਸੇ ਦੇ ਧੋਖੇ ਵਿੱਚ ਨਹੀਂ ਆ ਸਕਦਾ । ਤੀਰਥ ਇਸ਼ਨਾਨ, ਪੁੰਨ ਦਾਨ, ਨਾਲ ਮਨ ਤੇ ਸ਼ਬਦ ਦਾ ਗੂੜ੍ਹਾ ਰੰਗ ਕਿਵੇਂ ਚੜ੍ਹ ਸਕਦਾ ਹੈ? ਪ੍ਰਭ ਦੇ ਸ਼ਬਦ ਦੀ ਪਾਲਣਾ ਨਾਲ ਮਨ ਨੂੰ ਧੀਰਜ, ਸੰਤੋਖ ਬਖਸ਼ਦਾ, ਪ੍ਰਵਾਨਗੀ ਦਾ ਅਸਲੀ ਰਸਤਾ ਹੈ । ਜਿਹੜਾ ਆਪਣੇ ਆਪ ਨੂੰ ਪਰਖਦਾ ਹੈ, ਉਹ ਪ੍ਰਭ ਨੂੰ ਜਾਣ ਜਾਂਦਾ ਹੈ । ਉਹ ਮਨ ਦੀਆਂ ਇਛਾਂ ਤਿਆਗਕੇ ਮਨ ਨੂੰ ਸ਼ਬਦ ਦੀ ਪਾਲਣ ਤੇ ਲਾਉਂਦਾ ਹੈ । ਜੀਵ ਦੀ ਆਤਮਾ ਪ੍ਰਭ ਦੀ ਜੋਤ ਇਕ ਬੁਲਬਲੇ ਵਿਚੋਂ ਪੈਦਾ ਹੁੰਦੀ ਹੈ । ਪ੍ਰਭ ਨੇ ਪੰਜਾਂ ਧਾਤਾਂ ਨੂੰ ਮਿਲਾਕੇ ਤਨ ਦਾ ਮਾਸ, ਸਰੀਰ ਬਣਾਇਆ, ਪਛਾਣੇ ਜਾਣ ਵਾਲੀ ਮੂਰਤ ਬਣਾਈ ਹੈ । ਜਿਸ ਦੀ ਆਤਮਾ ਪਵਿੱਤਰ ਹੋ ਜਾਂਦੀ ਹੈ, ਉਸ ਆਤਮਾ ਦੀ ਹੋਂਦ, ਪ੍ਰਭ ਦੀ ਹੋਂਦ ਵਿੱਚ ਹੀ ਅਲੋਪ ਹੋ ਜਾਂਦਾ ਹੈ! ਪ੍ਰਵਾਨਗੀ ਦਾ ਅਸਲੀ ਰਸਤਾ, ਕਿਸੇ ਮੰਤ੍ਰ, ਜਾਦੂ ਟੂਣੇ, ਨਿਤਨੇਮ, ਰੀਤੋਂ ਰਵਾਜ ਨਾਲ ਬਖਸ਼ਿਸ਼ ਨਹੀਂ ਹੁੰਦਾ, ਕੇਵਲ ਸ਼ਬਦ ਦੀ ਪਾਲਣਾ ਨਾਲ ਹੀ ਮਨ ਵਿੱਚ ਸੰਤੋਖ ਰਹਿੰਦਾ ਹੈ । ਸ਼ਬਦ ਦੀ ਪਾਲਣਾ ਵਿੱਚ ਹੀ ਪੁੰਨ ਦਾਨ, ਤੀਰਥ ਇਸ਼ਨਾਨ ਹੋ ਜਾਂਦੇ ਹਨ । ਸ਼ਬਦ ਦੀ ਪਾਲਣਾ ਤੋਂ ਬਿਨਾਂ ਜੀਵ ਮਾਇਆ ਦੇ ਜਾਲ ਵਿੱਚ ਹੀ ਫਸਿਆ ਰਹਿੰਦਾ ਹੈ । ਉਹ ਆਪਣੇ ਮਾਲਕ ਦੇ ਘਰ ਪਰਦੇਸ਼ੀ ਹੀ ਰਹਿੰਦਾ ਹੈ! ਆਪਣੇ ਆਪ ਨੂੰ ਪਛਾਣਨ ਨਾਲ, ਮਨ ਅੰਦਰ ਸ਼ਬਦ ਦੀ ਧੁਨ ਚਲਦੀ ਸੁਣਾਈ ਦੇਂਦੀ ਹੈ । ਪ੍ਰਭ ਆਪ ਹੀ ਆਪਣੇ ਦਾਸ ਨੂੰ ਢੂੰਡਦਾ ਹੈ ।
The True Master keep anxious to meet His true devotee!
The True Master can never be deceived by clever tricks or religious rituals; sanctifying bath at Holy Shrine, charity, may never enhance devotion, dedication nor anyone may hear the everlasting echo of His Word resonating within. To obey the teachings of His Word may enhance patience and contentment; he may remain on the right path of acceptance in His Court. Whosoever may evaluate his own deeds with the teachings of His Word; he may be enlightened with the essence of His Word, His Nature. He may renounce his worldly desires and obeys the teachings of His Word. The soul has been created from His Holy Spirit. The True Master has created a recognizable structure, body with some (5) unique metals.

Whose soul may be sanctified; his own existence along with His Word may be absorbed within His Holy Spirit. The right path of acceptance in His Court may never be blessed with any unique miracle power, mantra, meditation routine nor any religious rituals; only by drenching with contentment on His Blessings. All worldly charity, sanctifying bath at The Holy Shrine, remains embedded within obeying the teachings of His Word. Self-minded may remain intoxicated in the sweet poison of worldly wealth. He remains stranger in the house of His True Master, without adopting the teachings of His Word. Whosoever may recognize the real purpose of his human life opportunity; he may hear the everlasting echo of His Word within. The True Master keep searching His true devotee.

22. ਸਲੋਕੁ ਮਃ ੨॥ 787-15

ਜਿਨੀ ਚਲਣੁ ਜਾਣਿਆ, ਸੇ ਕਿਉ ਕਰਹਿ ਵਿਥਾਰ॥ — jinee chalan jaani-aa say ki-o karahi vithaar.
ਚਲਣ ਸਾਰ ਨ ਜਾਣਨੀ, ਕਾਜ ਸਵਾਰਣਹਾਰ॥੧॥ — chalan saar na jaannee kaaj savaaranhaar. ||1||

ਜਦੋਂ ਜੀਵ ਨੂੰ ਸੋਝੀ ਹੈ, ਕਿ ਉਸ ਨੇ ਥੋੜ੍ਹਾ ਚਿਰ ਹੀ ਸੰਸਾਰ ਵਿੱਚ ਰਹਿਣਾ ਹੈ । ਤਾ ਉਹ ਜੀਵਨ ਵਿੱਚ ਦਿਖਾਵਾ ਕਿਉਂ ਕਰਦਾ ਹੈ? ਕਿਉਂ ਲੰਮੇ ਸਮੇਂ ਰਹਿਣ ਵਾਲੀਆਂ ਸਕੀਮਾਂ, ਬਣਾਉਂਦਾ ਰਹਿੰਦਾ ਹੈ?

Everyone may realize that his stay in the universe may be predetermined for a short period. Why may he remain intoxicated with false pretension of meditation? Why may he be planning for long stay in the universe?

ਮਃ ੨॥ — mehlaa 2.

ਰਾਤਿ ਕਾਰਣਿ ਧਨੁ ਸੰਚੀਐ, ਭਲਕੇ ਚਲਣੁ ਹੋਇ॥ — raat kaaran Dhan sanchee-ai bhalkay chalan ho-ay.
ਨਾਨਕ ਨਾਲਿ ਨ ਚਲਈ, ਫਿਰਿ ਪਛੁਤਾਵਾ ਹੋਇ॥੨॥ — naanak naal na chal-ee fir pachhutaavaa ho-ay. ||2||

ਮਾਨਸ ਸਾਰੀ ਉਮਰ ਹੀ ਸੰਸਾਰਕ ਧੰਨ, ਮਾਇਆ, ਮੋਹ ਇਕੱਠਾ ਕਰਦਾ ਰਹਿੰਦਾ, ਸੰਸਾਰਕ ਧਨ ਉਸ ਦੇ ਨਾਲ ਨਹੀਂ ਜਾਂਦਾ । ਮੌਤ ਹੋਣ ਤੇ ਖਾਲੀ ਹੱਥੀ ਜਾਣਾ ਪੈਂਦਾ ਹੈ, ਉਹ ਪਛਤਾਵਾਂ ਕਰਦਾ ਹੈ ।

Self-minded remains intoxicated in collecting worldly wealth in his useful life; after death his worldly possessions does not remain with his soul. He must return to face judgement empty handed. He regrets and repents for his worldly deeds.

ਮਃ ੨॥ — mehlaa 2.

ਬਧਾ ਚਟੀ ਜੋ ਭਰੇ, ਨਾ ਗੁਣੁ ਨਾ ਉਪਕਾਰੁ॥ — baDhaa chatee jo bharay naa gun naa upkaar.
ਸੇਤੀ ਖੁਸੀ ਸਵਾਰੀਐ, ਨਾਨਕ ਕਾਰਜੁ ਸਾਰੁ॥੩॥ — saytee khusee savaaree-ai naanak kaaraj saar. ||3||

ਜਿਹੜਾ ਸੰਸਾਰਕ ਬੰਧਨਾਂ, ਧਰਮ ਦੇ ਬੰਧਨਾਂ ਵਿੱਚ ਕੋਈ ਕੰਮ ਕਰਦਾ ਹੈ । ਉਸ ਦੀ ਕੋਈ ਸਾਥ ਜਾਣ ਵਾਲੀ ਕਮਾਈ ਨਹੀਂ ਹੁੰਦੀ, ਨਾ ਹੀ ਪ੍ਰਭ ਨੂੰ ਭਾਉਂਦੀ ਹੈ । ਜਿਹੜੀ ਸ਼ਬਦ ਦੀ ਕਮਾਈ, ਲੋਕ ਦਿਖਾਵੇ ਜਾ ਲਾਲਚ ਤੋਂ ਬਿਨਾਂ ਕਰਦਾ ਹੈ । ਉਹ ਹੀ ਸਾਥ ਜਾਣ ਵਾਲੀ ਕਮਾਈ ਹੁੰਦੀ ਹੈ ।

Whosoever may perform worldly religious ritual and he remains bonded with worldly family. His earnings may not remain with him after death nor acceptable in His Court. Whosoever may perform his worldly deeds without any greed of any worldly reward or expectations; with His mercy and grace, he may be blessed with wealth of His Word. His earnings remain with him forever to support in His Court.

ਮਃ ੨॥ — mehlaa 2.

ਮਨਹਠਿ ਤਰਫ ਨ ਜਿਪਈ, ਜੇ ਬਹੁਤਾ ਘਾਲੇ॥ — manhath taraf na jip-ee jay bahutaa ghaalay.
ਤਰਫ ਜਿਣੈ ਸਤ ਭਾਉ ਦੇ, ਜਨ ਨਾਨਕ ਸਬਦੁ ਵੀਚਾਰੇ॥੪॥ — taraf jinai sat bhaa-o day jan naanak sabad veechaaray. ||4||

ਮਨਮਰਜ਼ੀ ਵਾਲੇ ਨੂੰ ਰਹਿਮਤ ਬਖਸ਼ਿਸ਼ ਨਹੀਂ ਹੋ ਸਕਦੀ, ਭਾਵੇਂ ਉਹ ਕਿਤਨੇ ਵੀ ਯਤਨ ਕਰਦਾ ਹੋਵੇ । ਜਿਹੜਾ ਮਨੋ ਤਨੋ ਪ੍ਰਭ ਦੇ ਸ਼ਬਦ ਨੂੰ ਯਾਦ ਰਖਦਾ, ਸ਼ਬਦ ਦੀ ਪਾਲਣਾ ਕਰਦਾ ਹੈ । ਉਸ ਨੂੰ ਪ੍ਰਭ ਦੀ ਰਹਿਮਤ ਬਖਸ਼ਿਸ਼ ਹੋ ਜਾਂਦੀ ਹੈ ।

Self-minded may meditation with his own determination; he may never be blessed with the right path of acceptance in His Court. Whosoever may wholeheartedly serve and obeys the teachings of His Word with steady and stable belief in his day-to-day life; with His mercy and grace, he may be accepted in His Court.

ਪਉੜੀ॥ — pa-orhee.

ਕਰਤੈ ਕਾਰਣੁ ਜਿਨਿ ਕੀਆ, ਸੋ ਜਾਣੈ ਸੋਈ॥ — kartai kaaran jin kee-aa so jaanai so-ee.
ਆਪੇ ਸ੍ਰਿਸਟਿ ਉਪਾਈਅਨੁ, ਆਪੇ ਫੁਨਿ ਗੋਈ॥ — aapay sarisat upaa-ee-an aapay fun go-ee.
ਜੁਗ ਚਾਰੇ ਸਭ ਭਵਿ ਥਕੀ, ਕਿਨਿ ਕੀਮਤਿ ਹੋਈ॥ — jug chaaray sabh bhav thakee kin keemat ho-ee.
ਸਤਿਗੁਰਿ ਏਕੁ ਵਿਖਾਲਿਆ, ਮਨਿ ਤਨਿ ਸੁਖੁ ਹੋਈ॥ — satgur ayk vikhaali-aa man tan sukh ho-ee.
ਗੁਰਮੁਖਿ ਸਦਾ ਸਲਾਹੀਐ, ਕਰਤਾ ਕਰੇ ਸੁ ਹੋਈ॥੭॥ — gurmukh sadaa salaahee-ai kartaa karay so ho-ee. ||7||

ਜਿਸ ਨੇ ਸ੍ਰਿਸ਼ਟੀ ਸਾਜੀ ਹੈ, ਕੇਵਲ ਉਹ ਹੀ ਖਤਮ ਕਰਦਾ, ਕਰ ਸਕਦਾ ਹੈ । ਕੇਵਲ ਉਹ ਹੀ ਸਭ ਕੁਝ ਜਾਣਦਾ ਹੈ, ਕਿਉਂ ਹੁੰਦਾ ਹੈ? ਮੈਂ ਚਾਰੇ ਪਾਸੇ ਹੀ ਢੂੰਡਕੇ ਦੇਖਿਆ ਹੈ! ਕੋਈ ਵੀ ਪ੍ਰਭ ਦੀ ਕੁਦਰਤ ਦੀ ਪੂਰਨ ਜਾਣਕਾਰੀ ਨਹੀਂ ਜਾਣਦਾ । ਜਿਸ ਤੇ ਆਪ ਹੀ ਰਹਿਮਤ ਬਖਸ਼ਕੇ ਇਸ ਦੀ ਸੋਝੀ, ਸ਼ਬਦ ਦੀ ਸੋਝੀ ਬਖਸ਼ਦਾ ਹੈ, ਉਸ ਜੀਵ ਨੂੰ ਸੰਤੋਖ, ਸ਼ਾਂਤੀ ਬਖਸ਼ਿਸ਼ ਹੁੰਦੀ ਹੈ । ਗੁਰਮਖ ਭਾਣੇ ਨੂੰ ਸਤਿ ਕਰਕੇ ਮੰਨਦਾ ਹੈ । ਉਸ ਦਾ ਭਰੋਸਾ ਅਡੋਲ ਰਹਿੰਦਾ, ਪ੍ਰਭ ਸਭ ਕੁਝ ਚੰਗਾ ਹੀ ਕਰਦਾ ਹੈ ।

The One and only One, True Master, Creator of the universe may destroy or eliminate His Creation. Only He may know! Why and what may happen in the universe? I have searched in the universe, no one may fully comprehend His Nature. Whosoever may be blessed with the enlightenment of His Word; with His mercy and grace, he may be blessed with peace and contentment in his life. His true devotee believes; only His Command may prevail and always best for His Creation.

Key Message of Raag Soohee, page 787-15
ਸ੍ਰਿਸ਼ਟੀ ਦਾ ਰਖਵਾਲਾ!
ਸੰਸਾਰਕ ਧਰਮ ਦੇ ਬੰਧਨਾਂ ਵਿੱਚ ਕੀਤੇ ਕੰਮ ਨਾਲ ਸਾਥ ਜਾਣ ਵਾਲੀ ਕਮਾਈ, ਧਨ ਬਖਸ਼ਿਸ਼ ਨਹੀਂ ਹੁੰਦਾ! ਮਨੋ ਤਨੋ ਪ੍ਰਭ ਦੇ ਸ਼ਬਦ ਨੂੰ ਯਾਦ ਰਖਣ, ਜੀਵਨ ਵਿੱਚ ਢਾਲਣ ਨਾਲ ਹੀ ਸਦਾ ਸਾਥਾ ਜਾਣ ਵਾਲਾ ਧਨ ਬਖਸ਼ਿਸ਼ ਹੋ ਸਕਦਾ ਹੈ! ਇਕੋ ਇਕ ਪ੍ਰਭ ਹੀ ਸ੍ਰਿਸ਼ਟੀ ਸਾਜਦਾ, ਕੇਵਲ ਉਹ ਹੀ ਖਤਮ ਕਰ ਸਕਦਾ ਹੈ । ਜਿਹੜਾ ਭਾਣੇ ਨੂੰ ਸਤਿ ਕਰਕੇ ਮੰਨ ਲੈਂਦਾ, ਉਸ ਨੂੰ ਸੰਤੋਖ, ਸ਼ਾਂਤੀ ਬਖਸ਼ਿਸ਼ ਹੁੰਦੀ ਹੈ! ਮਾਨਸ ਜੀਵਨ ਦਾ ਅਸਲੀ ਰਸਤਾ ਬਖੀਸ਼ਸ਼ ਹੋ ਜਾਂਦਾ ਹੈ!
Protector of His Creation!

Worldly deeds performed as religious ritual, to protect religious or family integrity may never earn everlasting wealth to carry in His Court. Whosoever may remain in renunciation in the memory of his separation from His Holy Spirit; he may realize the purpose of human life opportunity. The One and only One, True Master Creator may only The Destroyer of His Creation, Universe. Whosoever may accept His Word as an ultimate, forever true Command. He may be blessed with peace and contentment in his worldly life. He may be blessed with the right path of acceptance in His Court.

23. ਸਲੋਕ ਮਹਲਾ ੨॥ 788-2

ਜਿਨਾ ਭਉ ਤਿਨ੍ ਨਾਹਿ ਭਉ, ਮੁਚੁ ਭਉ ਨਿਭਵਿਆਹ॥ jinaa bha-o tinH naahi bha-o much bha-o nibhvi-aah.
ਨਾਨਕ ਏਹੁ ਪਟੰਤਰਾ, ਤਿਤੁ ਦੀਬਾਣਿ ਗਇਆਹ॥੧॥ naanak ayhu patantaraa tit deebaan ga-i-aah. ||1||

ਜਿਸ ਜੀਵ ਨੂੰ ਪ੍ਰਭ ਦੇ ਵਿਛੋੜਾ ਦਾ ਡਰ ਮਨ ਵਿੱਚ ਰਹਿੰਦਾ ਹੈ । ਉਸ ਨੂੰ ਹੋਰ ਕੋਈ ਡਰ ਤੰਗ ਨਹੀਂ ਕਰਦਾ । ਜਿਸ ਮਨ ਵਿੱਚ ਪ੍ਰਭ ਦੇ ਵਿਛੋੜੇ ਦਾ ਡਰ ਨਹੀਂ ਹੁੰਦਾ, ਉਸ ਦੀ ਪ੍ਰਵਾਹ ਨਹੀਂ ਕਰਦਾ । ਉਸ ਨੂੰ ਸੰਸਾਰਕ ਇਛਾਂ ਦੇ ਡਰ, ਮੌਤ, ਜੂੰਨਾਂ ਦੇ ਡਰ ਤੰਗ ਕਰਦੇ ਰਹਿੰਦਾ ਹੈ । ਆਪ ਹੀ ਸ਼ਬਦ ਦੀ ਸੋਝੀ ਵਿੱਚ ਇਹ ਤੱਤ ਅਨੁਭਵ ਕਰਾਉਂਦਾ ਹੈ ।

Whosoever may remain in renunciation in the memory of his separation from His Holy Spirit; he may not have any fear of worldly frustration, miseries. Whosoever may not have the memory of his separation from His Holy Spirit fresh or abandons his hopes. He may endure fear of worldly miseries and death. The True Master has embedded the enlightenment of His Nature within the teachings of His Word.

ਮਃ ੨॥ mehlaa 2.
ਤੁਰਦੇ ਕਉ ਤੁਰਦਾ ਮਿਲੈ, ਉਡਤੇ ਕਉ ਉਡਤਾ॥ turday ka-o turdaa milai udtay ka-o udtaa.
ਜੀਵਤੇ ਕਉ ਜੀਵਤਾ ਮਿਲੈ, ਮੂਏ ਕਉ ਮੂਆ॥ jeevtay ka-o jeevtaa milai moo-ay ka-o moo-aa.
ਨਾਨਕ ਸੋ ਸਾਲਾਹੀਐ, ਜਿਨਿ ਕਾਰਣੁ ਕੀਆ॥੨॥ naanak so salaahee-ai jin kaaran kee-aa. ||2||

ਜਿਸਤਰ੍ਹਾਂ ਦਾ ਮਨ ਸੋਚਦਾ, ਕੰਮ ਕਰਦਾ, ਉਸਤਰ੍ਹਾਂ ਦੀ ਹੀ ਸੰਗਤ ਲੱਭ ਲੈਂਦਾ ਹੈ । ਜਿਹੜਾ ਜੀਵ ਉਡਦਾ ਹੈ! ਉਹ ਆਪਣੇ ਸਫਰ ਵਿੱਚ ਉਡਨ ਵਾਲੇ ਜੀਵ ਨੂੰ ਮਿਲਦਾ, ਸਾਥ ਦੇਂਦਾ ਹੈ । ਜਿਹੜਾ ਮਾਯੂਸੀ ਵਿੱਚ ਹੁੰਦਾ ਹੈ, ਉਸ ਦੀ ਸੰਗਤ ਮਾਯੂਸੀ ਵਾਲਾ ਕਰਦਾ ਹੈ । ਜਿਹੜਾ ਜੀਵਨ ਵਿੱਚ ਅਨੰਦ ਮਾਨਦਾ ਹੈ, ਉਹ ਖੇੜੇ ਵਾਲੀ ਸੰਗਤ ਲੱਭ ਲੈਂਦਾ ਹੈ । ਜੀਵ ਸਾਰੀ ਸ੍ਰਿਸ਼ਟੀ ਪੈਦਾ ਕਰਨ, ਪਾਲਣਾ ਕਰਨ ਵਾਲੇ ਪ੍ਰਭ ਨੂੰ ਢੂੰਡ ਲਵੋ ।

Whatsoever thoughts, imagination may be within mind. He may be attracted to the association of a person with similar interest. Whosoever may fly or travel, he may associate with person of similar interest. Whosoever may be depressed and miserable in his human life; he may find a comfort in the company of desperate or loser in life. You should only think about and search; The Omnipotent True Master, Creator of the universe, who nourishes and protects the whole universe.

ਪਉੜੀ॥ pa-orhee.
ਸਚੁ ਧਿਆਇਨਿ ਸੇ ਸਚੇ, ਗੁਰ ਸਬਦਿ ਵੀਚਾਰੀ॥ sach Dhi-aa-in say sachay gur sabad veechaaree.
ਹਉਮੈ ਮਾਰਿ ਮਨੁ ਨਿਰਮਲਾ, ਹਰਿ ਨਾਮੁ ਉਰਿ ਧਾਰੀ॥ ha-umai maar man nirmalaa har naam ur Dhaaree.
ਕੋਠੇ ਮੰਡਪ ਮਾੜੀਆ, ਲਗਿ ਪਏ ਗਾਵਾਰੀ॥ kothay mandap maarhee-aa lag pa-ay gaavaaree.
ਜਿਨ੍ਹਿ ਕੀਏ ਤਿਸਹਿ ਨ ਜਾਣਨੀ, ਮਨਮੁਖਿ ਗੁਬਾਰੀ॥ jiniH kee-ay tiseh na jaannee manmukh gubaaree.
ਜਿਸੁ ਬੁਝਾਇਹਿ ਸੋ ਬੁਝਸੀ, ਸਚਿਆ ਕਿਆ ਜੰਤ ਵਿਚਾਰੀ॥੮॥ jis bujhaa-ihi so bujhsee sachi-aa ki-aa jant vichaaree. ||8||

ਜਿਹੜਾ ਜੀਵ ਪ੍ਰਭ ਦੀ ਸੇਵਾ, ਬੰਦਗੀ ਕਰਦਾ ਹੈ । ਉਸ ਨੂੰ ਸ਼ਬਦ ਦੀ ਪਾਲਣਾ ਕਰਦੇ ਨੂੰ ਸ਼ਬਦ ਦੀ ਸੋਝੀ ਬਖਸ਼ਿਸ਼ ਹੋ ਜਾਂਦੀ ਹੈ । ਉਹ ਆਪਣੇ ਮਨ ਦੇ ਅਹੰਕਾਰ ਤੇ ਜਿੱਤ ਪਾ ਕੇ ਮਨ ਨੂੰ ਪਵਿੱਤਰ ਕਰ ਲੈਂਦਾ ਹੈ । ਮੂਰਖ, ਅਣਜਾਣ ਸੰਸਾਰਕ ਹੈਸੀਅਤ ਨਾਲ ਹੀ ਮੋਹ ਰਖਦਾ ਹੈ । ਜਿਹੜਾ ਮਨਮਰਜ਼ੀ ਕਰਦਾ, ਉਹ ਸ੍ਰਿਸ਼ਟੀ ਨੂੰ ਪੈਦਾ ਕਰਨ ਵਾਲੇ ਦੇ ਸ਼ਬਦ ਨੂੰ ਜਾਣਦਾ ਨਹੀਂ, ਪ੍ਰਵਾਹ ਨਹੀਂ ਕਰਦਾ । ਜਿਸ ਨੂੰ ਆਪਣੀ ਰਹਿਮਤ ਨਾਲ ਸੋਝੀ ਬਖਸ਼ਦਾ ਹੈ । ਕੇਵਲ ਉਸ ਨੂੰ ਹੀ ਸ਼ਬਦ ਦੀ ਸੋਝੀ ਹੁੰਦੀ ਹੈ । ਹੋਰ ਕੋਈ ਸੰਸਾਰੀ ਜੀਵ ਕੁਝ ਨਹੀਂ ਕਰ ਸਕਦਾ ਹੈ ।

Whosoever may meditate and serves His Creation; he may obey the teachings of His Word with steady and stable belief in his day-to-day life. He may be blessed with enlightenment of the essence of His Word. Self-minded remains ignorance from the teachings of His Word. He remains intoxicated in the ego of his worldly status. He may not comprehend the teachings of His Word, His Nature; he has already given up on his human life opportunity. Only with His mercy and grace, His true devotee may be blessed with the enlightenment of the essence of His Word. No worldly guru, saint have any power or wisdom to do anything.

Key Message of Raag Soohee, page 788-2
'ਮਨ ਦੀ ਸੋਚ ਦਾ ਜੀਵਨ ਦੇ ਰਸਤੇ ਨਾਲ ਸਬੰਧ!
ਜਿਹੜਾ ਆਪਣਾ ਜੀਵਨ ਪ੍ਰਭ ਦੇ ਵਿਛੋੜਾ ਦੇ ਡਰ ਵਿੱਚ ਬਤੀਤ ਕਰਦਾ ਹੈ । ਉਸ ਨੂੰ ਸ਼ਬਦ ਦੀ ਸੋਝੀ, ਮਾਨਸ ਜੀਵਨ ਦੀ ਸੋਝੀ ਅਨੁਭਵ ਹੋ ਜਾਂਦੀ ਹੈ । ਜਿਸਤਰ੍ਹਾਂ ਦਾ ਮਨ ਸੋਚਦਾ, ਕੰਮ ਕਰਦਾ, ਉਸਤਰ੍ਹਾਂ ਦੀ ਹੀ ਸੰਗਤ ਲੱਭ ਲੈਂਦਾ ਹੈ । ਜਿਹੜਾ ਪ੍ਰਭ ਦੇ ਵਿਛੋੜੇ ਦੇ ਵਿਰਾਗ ਵਿੱਚ ਰਹਿੰਦਾ ਹੈ, ਉਹ ਪ੍ਰਭ ਦੇ ਭਾਣੇ ਨੂੰ ਮੰਨ ਕੇ ਜੀਵਨ ਵਿੱਚ ਅਨੰਦ ਮਾਨਦਾ ਹੈ । ਉਹ ਸ਼ਬਦ ਦੀ ਪਾਲਣਾ ਕਰਦਾ, ਸ਼ਬਦ ਦੀ ਸਮਾਧੀ ਵਿੱਚ ਲੀਨ ਰਹਿੰਦਾ ਹੈ! ਉਹ ਆਪਣੇ ਮਨ ਦੇ ਅਹੰਕਾਰ ਤੇ ਜਿੱਤ ਪਾ ਕੇ ਮਨ ਨੂੰ ਪਵਿੱਤਰ ਕਰ ਲੈਂਦਾ ਹੈ । ਉਸ ਨੂੰ ਦਾਸ ਅਵਸਥਾ ਬਖਸ਼ਿਸ਼ ਹੋ ਸਕਦੀ ਹੈ!
Mindset has deep on way of life!
Whosoever may remain in renunciation in the memory of his separation from His Holy Spirit. He may realize the enlightenment of the purpose of human life, remains embedded within adopting the teachings of His Word in day-to-day life. Whatsoever thoughts, imagination may be within mind; he may be attracted to the association of such a person with similar thoughts and interest. Whosoever may remain in renunciation of the memory of his separation from His Holy Spirit; he may remain intoxicated in meditation in the void of His Word. He may control his ego and sanctify his soul to become worthy of His Consideration.

ਗੁਰੂ ਨਾਨਕ ਦੇਵ ਜੀ! – Guru Nanak Dev Ji! Guru Granth Sahib

24. ਸਲੋਕ ਮਃ ੧॥ 788-15

ਵਾਹੁ ਖਸਮ ਤੂ ਵਾਹੁ, ਜਿਨਿ ਰਚਿ ਰਚਨਾ ਹਮ ਕੀਏ॥
ਸਾਗਰ ਲਹਰਿ ਸਮੁੰਦ ਸਰ, ਵੇਲਿ ਵਰਸ ਵਰਾਹੁ॥
ਆਪਿ ਖੜੋਵਹਿ ਆਪਿ ਕਰਿ, ਆਪੀਣੈ ਆਪਾਹੁ॥
ਗੁਰਮੁਖਿ ਸੇਵਾ ਥਾਇ ਪਵੈ, ਉਨਮਨਿ ਤਤੁ ਕਮਾਹੁ॥
ਮਸਕਤਿ ਲਹਹੁ ਮਜੂਰੀਆ, ਮੰਗਿ ਮੰਗਿ ਖਸਮ ਦਰਾਹੁ॥
ਨਾਨਕ ਪੁਰ ਦਰ ਵੇਪਰਵਾਹ ਤਉ,
ਦਰਿ ਊਣਾ ਨਾਹਿ, ਕੋ ਸਚਾ ਵੇਪਰਵਾਹੁ॥੧॥

vaahu khasam too vaahubjin rach rachnaa ham kee-ay.
saagar lahar samund sarvvayl varas varaahu.
aap kharhoveh aap kar aapeenai aapaahu.
gurmukh sayvaa thaa-ay pavai unman tat kamaahu.
maskat lahhu majooree-aa mang mang khasam daraahu.
naanak pur dar vayparvaah ta-ob
dar oonaa naahi ko sachaa vayparvaahu. ||1||

ਸਦਾ ਅਟਲ ਦਿਆਲੂ, ਮਿਹਰਬਾਨ ਮਾਲਕ ਨੇ ਹੀ ਸਾਰੀ ਸ੍ਰਿਸ਼ਟੀ ਸਾਜੀ, ਜੀਵ ਜੰਤ ਪੈਦਾ ਕੀਤੇ, ਪਾਣੀ, ਸਮੁੰਦਰ, ਪ੍ਰਬਤ, ਨਦੀਆਂ, ਟੋਬੇ, ਬੱਦਲ, ਬ੍ਰਿਛ ਬਣਏ, ਆਪ ਹੀ ਸਭ ਵਿੱਚ ਵਸਦਾ ਹੈ । ਜਿਸ ਗੁਰਮਖ ਨੂੰ ਪ੍ਰਵਾਨਗੀ ਦਾ ਰਸਤਾ ਬਖਸ਼ਦਾ ਹੈ । ਉਸ ਨੂੰ ਸ਼ਬਦ ਦੀ ਪਾਲਣਾ ਤੇ ਅਡੋਲ ਰਖਦਾ, ਸੋਝੀ ਬਖਸ਼ਦਾ ਹੈ । ਜਿਹੜਾ ਦਰ ਤੇ ਅਰਦਾਸ ਕਰਦਾ ਹੈ । ਉਸ ਨੂੰ ਸ਼ਬਦ ਦੀ ਕਮਾਈ ਦੀ ਬਖਸ਼ਿਸ਼ ਨਾਲ ਨਿਹਾਲ ਕਰਦਾ ਹੈ । ਪ੍ਰਭ ਤੇਰੀਆਂ ਦਾਤਾਂ ਦਾ ਕੋਈ ਅੰਤ ਨਹੀਂ ਹੈ । ਤੇਰੇ ਦਰ ਤੋਂ ਕੋਈ ਖਾਲੀ ਨਹੀਂ ਜਾਂਦਾ, ਮਨੋ ਮੰਗੀ ਅਰਦਾਸ ਪੂਰੀ ਕਰਦਾ ਹੈ ।

The Merciful True Master, Creator of the universe very generous and forgiving! He has created, various creatures, water, ocean, rivers, deep ditches, clouds, and trees. He dwells and prevails within each of His Creation. Whosoever may be bestowed with His Blessed Vision, he may remain steady and stable on the right path of acceptance in His Court; with His mercy and grace, he may be enlightened and blessed with a state of mind as His true devotee. He may pray at His Door! His earnings of His Word may be rewarded. Your virtues, blessings may be beyond imagination and comprehension of Your Creation. Whosoever may surrender his mind, body, and worldly status at His Sanctuary; he may never return empty handed from His Door. All his spoken and unspoken desires may be satisfied.

ਮਹਲਾ ੧॥
ਉਜਲ ਮੋਤੀ ਸੋਹਣੇ, ਰਤਨਾ ਨਾਲਿ ਜੁੜੰਨਿ॥
ਤਿਨ ਜਰੁ ਵੈਰੀ ਨਾਨਕਾ, ਜਿ ਬੁਢੇ ਥੀਇ ਮਰੰਨਿ॥ ੨॥

mehlaa 1.
ujal motee sohnay ratnaa naal jurhann.
tin jar vairee naankaa je budhay thee-ay marann. ||2||

ਜਿਸ ਦੀ ਸੁਰਤੀ ਪ੍ਰਭ ਦੇ ਚਰਨਾਂ ਵਿੱਚ ਲਗੀ ਰਹਿੰਦੀ ਹੈ । ਉਹ ਅਮੋਲਕ ਰਤਨਾਂ ਦੀ ਤਰ੍ਹਾਂ ਜਵਾਨੀ ਮਾਨਦਾ ਹੈ । ਉਸ ਦੇ ਕੰਮ ਮੋਤੀਆਂ ਵਰਗੇ ਅਮੋਲਕ ਹੁੰਦੇ ਹਨ । ਜਿਹੜਾ ਸ਼ਬਦ ਦੀ ਪਾਲਣਾ ਨਹੀਂ ਕਰਦਾ, ਉਹ ਬਿਰਥਾ ਹੀ ਜੀਵਨ ਗਵਾ ਜਾਂਦਾ ਹੈ । ਉਹ ਜੀਵਨ ਭੋਗਦਾ, ਬੁੱਢਾ ਹੋ ਜਾਂਦਾ ਹੈ । ਇਹ ਲੰਮੀ ਉਮਰ ਹੀ ਉਸ ਦਾ ਵੈਰੀ ਬਣ ਜਾਂਦੀ ਹੈ, ਜਮਦੂਤਾਂ ਦੇ ਹਵਾਲੇ ਹੋ ਜਾਂਦਾ ਹੈ ।

Whosoever may remain focused on the teachings of His Word; he may enjoy his worldly life like ambrosial jewels. All his deeds may be very significant like precious jewels. Whosoever may not obey the teachings of His Word with steady and stable belief; he may waste his human life opportunity. He may waste his time on earth to get old. Even his long life may become curse. He may be captured by the devil of death.

ਪਉੜੀ॥
ਹਰਿ ਸਾਲਾਹੀ ਸਦਾ ਸਦਾ, ਤਨੁ ਮਨੁ ਸਉਪਿ ਸਰੀਰੁ॥
ਗੁਰ ਸਬਦੀ ਸਚੁ ਪਾਇਆ, ਸਚਾ ਗਹਿਰ ਗੰਭੀਰੁ॥
ਮਨਿ ਤਨਿ ਹਿਰਦੈ ਰਵਿ ਰਹਿਆ ਹਰਿ ਹੀਰਾ ਹੀਰੁ॥
ਜਨਮ ਮਰਣ ਕਾ ਦੁਖੁ ਗਇਆ, ਫਿਰਿ ਪਵੈ ਨ ਫੀਰੁ॥
ਨਾਨਕ ਨਾਮੁ ਸਲਾਹਿ ਤੂ, ਹਰਿ ਗੁਣੀ ਗਹੀਰੁ॥੧੦॥

pa-orhee.
har saalaahee sadaa sadaa tan man sa-up sareer.
gur sabdee sach paa-i-aa sachaa gahir gambheer.
man tan hirdai rav rahi-aa har heeraa heer.
janam maran kaa dukh ga-i-aa fir pavai na feer.
naanak naam salaahi too har gunee gaheer. ||10||

ਜੀਵ ਮਨ, ਤਨ ਲਾ ਕੇ ਪ੍ਰਭ ਦੇ ਸ਼ਬਦ ਦੀ ਪਾਲਣਾ, ਉਸਤਤ ਕਰੋ! ਸ਼ਬਦ ਦੀ ਪਾਲਣਾ ਕਰਨ ਨਾਲ ਹੀ ਆਪਣੇ ਆਪ ਦੀ ਸੋਝੀ, ਪ੍ਰਭ ਦੀ ਸੋਝੀ ਬਖਸ਼ਿਸ਼ ਹੋਵੇਗੀ । ਜਿਸ ਦੇ ਮਨ ਵਿੱਚ ਪ੍ਰਭ ਦਾ ਸ਼ਬਦ ਜਾਗਰਤ ਹੋ ਜਾਂਦਾ ਹੈ, ਉਸ ਦੇ ਮਨ ਵਿੱਚ ਹਰ ਥਾਂ ਵਾਪਰਨ ਵਾਲੇ ਪ੍ਰਭ ਦੀ ਸਿਖਿਆ ਘਰ ਕਰ ਜਾਂਦੀ ਹੈ । ਉਸ ਦਾ ਜਨਮ ਮਰਨ ਦਾ ਦੁਖ, ਜੂੰਨਾਂ ਦਾ ਚੱਕਰ ਖਤਮ ਹੋ ਜਾਂਦਾ ਹੈ । ਪ੍ਰਭ ਦੇ ਸ਼ਬਦ ਦੀ ਪਾਲਣਾ, ਸਿਮਰਨ ਕਰਨ ਨਾਲ ਮਨ ਵਿੱਚ ਸੰਤੋਖ ਬਖਸ਼ਿਸ਼ ਹੋ ਜਾਂਦਾ ਹੈ ।

You should surrender your self-entity at His Service to obey and sing the glory His Word. Whosever may obey the teachings of His Word with steady and stable belief in his day-to-day life; with His mercy and grace, he may recognize the real purpose human life opportunity and His Nature. Whosoever may be enlightened with the essence of His Word; he may remain drenched with the essence of His Word. His cycle of birth and death may be eliminated. Whosoever may meditate and obeys the teachings of His Word with steady and stable belief; he may be contented in his day-to-day life.

Key Message of Raag Soohee, page 788-15
'ਸਚੇ ਮਨ ਦੀ ਅਰਦਾਸ ਸਦਾ ਪੂਰੀ ਹੋ ਜਾਂਦੀ ਹੈ!
ਸ੍ਰਿਸ਼ਟੀ ਦਾ ਸਿਰਜਨਹਾਰਾ ਬਹੁਤ ਦਿਆਲੂ, ਮਿਹਰਬਾਨ, ਆਪ ਹੀ ਸਭ ਵਿੱਚ ਆਪ ਹੀ ਵਸਦਾ ਹੈ । ਜਿਹੜਾ ਸ਼ਬਦ ਦੀ ਪਾਲਣਾ ਵਿੱਚ ਅਡੋਲ ਰਹਿੰਦਾ, ਉਸ ਨੂੰ ਪ੍ਰਵਾਨਗੀ ਦਾ ਰਸਤਾ ਬਖਸ਼ਦਾ ਹੈ । ਜਿਹੜਾ ਮਨੋ ਅਰਦਾਸ ਕਰਦਾ ਹੈ, ਕੋਈ ਖਾਲੀ ਵਾਪਸ ਨਹੀਂ ਆਉਂਦਾ, ਅਰਦਾਸ ਪੂਰੀ ਕਰਦਾ ਹੈ । ਜਿਸ ਦੀ ਸੁਰਤੀ ਪ੍ਰਭ ਦੇ ਚਰਨਾਂ ਵਿੱਚ ਲਗੀ ਰਹਿੰਦੀ ਹੈ । ਉਸ ਦੇ ਕੰਮ ਮੋਤੀਆਂ ਵਰਗੇ ਅਮੋਲਕ ਹੁੰਦੇ ਹਨ । ਓਸ ਦੇ ਮਨ ਵਿੱਚ ਹਰ ਥਾਂ ਵਾਪਰਨ ਵਾਲੇ ਪ੍ਰਭ ਦੇ ਸ਼ਬਦ ਦੀ ਸਿਖਿਆਂ ਘਰ ਕਰ ਜਾਂਦੀ ਹੈ । ਉਸ ਨੂੰ ਪ੍ਰਭ ਦੇ ਸ਼ਬਦ ਦੀ ਪਾਲਣਾ, ਸਿਮਰਨ ਨਾਲ ਮਨ ਵਿੱਚ ਸੰਤੋਖ ਬਖਸ਼ਿਸ਼ ਹੋ ਜਾਂਦਾ ਹੈ ।
The prayer of honest mind may always be satisfied!
The Merciful True Master, Creator, generous and forgiving remains embedded within every soul and engraves the right path on his soul. Whosoever may adopt the teachings of His Word with steady and stable belief; he may be blessed with the right path of soul sanctification. Whosoever may surrender his self-entity at His Sanctuary; he may never come back empty handed from His Door; all his spoken and unspoken desires may be satisfied. Whosoever may remain intoxicated in meditation in the void of His Word; all his deeds may be very significant like precious jewels. He may hear the everlasting echo of His Word resonating within his heart. He may be blessed with contentment from obeying the teachings of His Word.

ਗੁਰੂ ਨਾਨਕ ਦੇਵ ਜੀ! – Guru Nanak Dev Ji! Guru Granth Sahib

25. ਸਲੋਕ ਮਃ ੧॥ 789-3

ਨਾਨਕ ਇਹੁ ਤਨੁ ਜਾਲਿ, ਜਿਨਿ ਜਲਿਐ, ਨਾਮੁ ਵਿਸਾਰਿਆ॥ naanak ih tan jaal jin jali-ai naam visaari-aa.
ਉਦੀ ਜਾਇ ਪਰਾਲਿ, ਪਿਛੈ ਹਥੁ ਨ ਅੰਬੜੈ, ਤਿਤੁ ਨਿਵੰਧੈ ਤਾਲਿ॥੧॥ pa-udee jaa-ay paraal pichhai hath na ambrhai tit nivanDhai taal. ||1||

ਜੀਵ ਜਿਸ ਦੇ ਮਨ ਵਿੱਚ ਪ੍ਰਭ ਦਾ ਸ਼ਬਦ ਦੀ ਪਾਲਣਾ ਦੀ ਲਗਨ ਨਹੀਂ, ਸ਼ਬਦ ਦੀ ਸੋਝੀ ਨਹੀਂ । ਉਸ ਦੇ ਤਨ ਨੂੰ ਜਲਾ ਦੇਵੋ! ਮਨ ਪਾਪ ਨਾਲ ਭਰਦਾ ਜਾਂਦਾ ਹੈ । ਉਸ ਨੂੰ ਸ਼ਬਦ ਦੀ ਕੋਈ ਸੋਝੀ ਨਹੀਂ ਹੈ, ਮਨ ਨੂੰ ਕਿਵੇਂ ਪਵਿੱਤਰ ਕਰਨਾ ਹੈ, ਉਹ ਰਸਤਾ ਨਹੀਂ ਲੱਭਦਾ?

Whosoever may not have a devotion to meditate or the enlightenment of the essence of His Word. His mind may be intoxicated with evil thoughts and his soul with burden of sins; his useless body should be burned. He may not have any enlightenment of the essence of His Word. How may he find the right path to sanctify his soul?

ਮਃ ੧॥ **mehlaa 1.**

ਨਾਨਕ ਮਨ ਕੇ ਕੰਮ ਫਿਟਿਆ, ਗਣਤ ਨ ਆਵਹੀ॥ naanak man kay kamm fiti-aa ganat na aavhee.
ਕਿਤੀ ਲਹਾ ਸਹੰਮ, ਜਾ ਬਖਸੇ ਤਾ ਧਕਾ ਨਹੀ॥੨॥ kitee lahaa sahamm jaa bakhsay taa Dhakaa nahee. ||2||

ਜਿਸ ਦਾ ਮਨ ਸੰਸਾਰਕ ਸੰਸਾਰਕ ਇਛਾਂ ਪਿਛੇ ਲਗ ਜਾਂਦਾ ਹੈ, ਉਹ ਅਣਗਿਣਤ ਸੋਚਾ ਵਿੱਚ ਹੀ ਰਹਿੰਦਾ ਹੈ । ਉਸ ਨੂੰ ਬਹੁਤ ਦੁਖ ਹੀ ਸਹਿਣੇ ਪੈਂਦੇ ਹਨ । ਜਿਸ ਤੇ ਰਹਿਮਤ ਬਖਸ਼ਦਾ, ਉਸ ਨੂੰ ਸ਼ਬਦ ਦੇ ਲੜ ਲਾਉਂਦਾ ਹੈ, ਉਸ ਦਾ ਮਨ ਪਵਿੱਤਰ ਹੋ ਸਕਦਾ ਹੈ ।

Whosoever may remain intoxicated with worldly desires; he may become a slave of unlimited evil thoughts and endures miseries in his human life. Whosoever may be attached to obey His Word; with His mercy and grace, only he may adopt the right path to sanctify his soul.

ਪਉੜੀ॥ **pa-orhee.**

ਸਚਾ ਅਮਰੁ ਚਲਾਇਓਨੁ, ਕਰਿ ਸਚੁ ਫੁਰਮਾਣੁ॥ sachaa amar chalaa-i-on kar sach furmaan.
ਸਦਾ ਨਿਹਚਲੁ ਰਵਿ ਰਹਿਆ, ਸੋ ਪੁਰਖੁ ਸੁਜਾਣੁ॥ sadaa nihchal rav rahi-aa so purakh sujaan.
ਗੁਰ ਪਰਸਾਦੀ ਸੇਵੀਐ, ਸਚੁ ਸਬਦਿ ਨੀਸਾਣੁ॥ gur parsaadee sayvee-ai sach sabad neesaan.
ਪੂਰਾ ਥਾਟੁ ਬਣਾਇਆ, ਰੰਗੁ ਗੁਰਮਤਿ ਮਾਣੁ॥ pooraa thaat banaa-i-aa rang gurmat maan.
ਅਗਮ ਅਗੋਚਰੁ ਅਲਖੁ ਹੈ, ਗੁਰਮੁਖਿ ਹਰਿ ਜਾਣੁ॥੧੧॥ agam agochar alakh hai gurmukh har jaan. ||11||

ਪ੍ਰਭ ਹਰਇਕ ਥਾਂ, ਹਰ ਵੇਲੇ ਹਾਜਰਾ ਹਜ਼ੂਰ, ਆਪ ਹੀ ਵਾਪਰਦਾ, ਸਭ ਕੁਝ ਕਰਦਾ ਹੈ । ਉਸ ਦਾ ਹੁਕਮ ਸਦਾ ਹੀ ਅਟਲ ਅਤੇ ਸ੍ਰਿਸ਼ਟੀ ਦੀ ਭਲਾਈ ਦਾ ਹੁੰਦਾ ਹੈ । ਉਸ ਦੀ ਰਹਿਮਤ ਨਾਲ ਹੀ ਜੀਵ ਸ਼ਬਦ ਦੀ ਪਾਲਣਾ ਵਿੱਚ ਲਗਦਾ ਹੈ । ਉਸ ਤੇ ਰੱਬੀ ਨੂਰ ਬਖਸ਼ਿਸ਼ ਹੁੰਦਾ ਹੈ । ਸ਼ਬਦ ਦੀ ਪਾਲਣਾ ਕਰਦਾ, ਜੀਵ ਅਡੋਲ ਹੋ ਜਾਂਦਾ ਹੈ । ਉਸ ਦੀ ਸੇਵਾ ਪ੍ਰਭ ਦੀ ਪ੍ਰਵਾਨਗੀ ਦੇ ਯੋਗ ਹੋ ਜਾਂਦੀ ਹੈ । ਪ੍ਰਭ ਜੀਵ ਦੀ ਜਾਣਕਾਰੀ ਪਹੁੰਚ ਤੋਂ ਬਾਹਰ ਹੈ । ਜਿਸ ਤੇ ਰਹਿਮਤ ਬਖਸ਼ਦਾ ਹੈ, ਉਸ ਨੂੰ ਗੁਰਮਖ ਅਵਸਥਾ ਬਖਸ਼ਦਾ, ਇਸ ਦਾ ਸੋਝੀ ਬਖਸ਼ਦਾ ਹੈ ।

The Omnipresent True Master always prevails in every event all times. His unavoidable Command may prevail in every event. His Command may always be for the welfare of His Creation. Whosoever may obey the teachings of His Word with steady and stable belief; with His mercy and grace, he may be blessed with spiritual glow on his forehead. Whosoever may consistently obey the teachings of His Word, his belief may become steady and stable over a period. His earnings may become worthy of His Consideration. He may be blessed with a state of mind as His true devotee. He may be enlightened with the essence of His Word. The True Master remains beyond the reach and comprehension of His Creation.

Key Message of Raag Soohee, page 789-3
'ਸ਼ਬਦ ਦੀ ਪਾਲਣਾ ਕਰਨ ਦੀ ਮਹੱਤਤਾ!
ਪ੍ਰਭ ਹਰਇਕ ਥਾਂ, ਹਰ ਵੇਲੇ ਹਾਜਰਾ ਹਜ਼ੂਰ, ਆਪ ਹੀ ਵਾਪਰਦਾ ਹੈ । ਉਸ ਦਾ ਹੁਕਮ ਸਦਾ ਹੀ ਅਟਲ ਅਤੇ ਸ੍ਰਿਸ਼ਟੀ ਦੀ ਭਲਾਈ ਦਾ ਹੁੰਦਾ ਹੈ । ਜੀਵ ਪ੍ਰਭ ਦੇ ਸ਼ਬਦ ਦੀ ਪਾਲਣਾ ਦੀ ਤੋਂ ਬਿਨਾਂ, ਮਾਨਸ ਜਨਮ ਬਿਰਥਾ ਹੀ ਹੈ! ਜਿਸ ਦਾ ਮਨ ਸੰਸਾਰਕ ਇਛਾਂ ਪਿਛੇ ਲਗ ਜਾਂਦਾ ਹੈ, ਉਹ ਅਣਗਿਣਤ ਸੋਚਾ ਵਿੱਚ ਹੀ ਰਹਿੰਦਾ ਹੈ । ਜਿਹੜਾ ਸ਼ਬਦ ਦੇ ਲੜ ਲਗ ਜਾਂਦਾ ਹੈ, ਉਸ ਦਾ ਮਨ ਪਵਿੱਤਰ ਹੋ ਸਕਦਾ ਹੈ । ਉਸ ਨੂੰ ਗੁਰਮਖ ਅਵਸਥਾ ਬਖਸ਼ਿਸ਼ ਹੋ ਸਕਦੀ ਹੈ ।
Significance of adopting the teachings of His Word.
The Omnipresent True Master always prevails in every event. His Command may always be for the welfare of His Creation. Whosoever may not have a devotion to meditate or to obey the teachings of His Word; he may waste his human life opportunity. Whosoever may remain intoxicated with worldly desires; he may become a slave of unlimited evil thoughts; he may endure miseries in his human life. Whosoever may adopt the teaching of His Word; only his soul may be sanctified. He may be blessed with a state of mind as His true devotee.

26. ਸਲੋਕ ਮਃ ੧॥ 789-8

ਨਾਨਕ ਬਦਰਾ ਮਾਲ ਕਾ, ਭੀਤਰਿ ਧਰਿਆ ਆਣਿ॥ naanak badraa maal kaa bheetar Dhari-aa aan.
ਖੋਟੇ ਖਰੇ ਪਰਖੀਅਨਿ, ਸਾਹਿਬ ਕੈ ਦੀਬਾਣਿ॥੧॥ khotay kharay parkhee- an, saahib kai deebaan. ||1||

ਸਾਰੇ ਜੀਵ ਮੌਤ ਤੋਂ ਪਿਛੋਂ ਲੇਖਾ ਕਰਨ ਵਾਲੇ ਦਰਬਾਰ ਵਿੱਚ ਜਾਂਦੇ ਹਨ । ਉਥੇ ਸ੍ਰਿਸ਼ਟੀ ਦੀ ਕੀਤੀ ਕਮਾਈ ਦੀ ਪਰਖ ਹੁੰਦੀ ਹੈ । ਸ਼ਬਦ ਦੀ ਕਮਾਈ ਵਾਲੇ ਬਾਕੀਆ ਨਾਲੋਂ ਵਖਰੇ ਕੀਤੇ ਜਾਂਦੇ ਹਨ ।

After death his soul may face the judgement of The Righteous Judge. Whosoever may have earnings of His Word, he may be separated from others.

ਮਃ ੧॥ **mehlaa 1.**

ਨਾਵਣ ਚਲੇ ਤੀਰਥੀ, ਮਨਿ ਖੋਟੈ ਤਨਿ ਚੋਰ॥ naavan chalay teerthee man khotai tan chor.
ਇਕੁ ਭਾਉ ਲਥੀ ਨਾਤਿਆ, ਦੁਇ ਭਾ ਚੜੀਅਸੁ ਹੋਰ॥ ik bhaa-o lathee naati-aa du-ay bhaa charhee-as hor.
ਬਾਹਰਿ ਧੋਤੀ ਤੂਮੜੀ, ਅੰਦਰਿ ਵਿਸੁ ਨਿਕੋਰ॥ baahar Dhotee toomrhee andar vis nikor.
ਸਾਧ ਭਲੇ ਅਣਨਾਤਿਆ, ਚੋਰ ਸਿ ਚੋਰਾ ਚੋਰ॥੨॥ saaDh bhalay annaati-aa chor se choraa chor. ||2||

ਜਿਹੜਾ ਸ਼ਬਦ ਦੀ ਪਾਲਣਾ ਨਹੀਂ ਕਰਦਾ, ਉਹ ਤੀਰਥ ਤੇ ਇਸ਼ਨਾਨ ਕਰਨ ਜਾਂਦਾ ਹੈ । ਉਹ ਆਪਣੇ ਮਨ ਵਿੱਚ ਪਛਤਾਵਾਂ, ਕੋਈ ਚੰਗਾ ਖਿਆਲ ਨਹੀਂ ਸੋਚਦਾ । ਉਸ ਦਾ ਮਨ ਮੰਦੇ ਕੰਮਾਂ ਵਿੱਚ ਹੀ ਲਗਾ ਰਹਿੰਦਾ ਹੈ । ਇਸ਼ਨਾਨ ਨਾਲ ਕੁਝ ਪਾਪ ਧੋ ਲੈਂਦਾ ਹੈ । ਪਰ ਅਹੰਕਾਰ ਨਾਲ ਪਾਪ ਵਧਾ ਲੈਂਦਾ ਹੈ । ਜਿਵੇਂ ਵਜਾਉਣ ਵਾਲੀ ਤੁਮੜੀ ਬਾਹਰੋ ਧੋਣ ਨਾਲ ਸਾਫ ਜਾਪਦੀ ਹੈ । ਅਗਰ ਉਸ ਨੂੰ ਚੱਬਕੇ ਦੇਖੋ, ਤਾ ਉਸ ਦੀ ਕੁੜੱਤਣ ਉਸਤਰ੍ਹਾਂ ਦੀ ਹੀ ਰਹਿੰਦੀ ਹੈ । ਬੰਦਗੀ ਕਰਨ ਵਾਲੇ ਨੂੰ ਇਸ਼ਨਾਨ ਤੋਂ ਬਿਨਾਂ ਹੀ ਰਹਿਮਤ ਬਖਸ਼ਿਸ਼ ਹੋ ਜਾਂਦੀ ਹੈ । ਪਾਪੀ ਕਦੇ ਰਹਿਮਤ ਨਹੀਂ ਪਾਉਂਦਾ, ਭਾਵੇਂ ਉਹ ਸੰਸਾਰਕ ਦਿਖਾਵੇ ਵਾਲੇ ਕਿਤਨੇ ਵੀ ਯਤਨ ਕਰ ਲਵੇ ।

Whosoever may not obey the teachings on His Word with steady and stable belief in his day-to-day life. He may remain worshipping and hopes to sanctifying his soul at Holy Shrines. He may never regret or repents for his mistakes nor think about any good thoughts. He remains intoxicated in evil thoughts. His sanctifying bath may clear few of his sins; however, he may enhance his burden with his ego. Just as toomrhee, singing pipe, may look very clean from outside; however, the bitterness of his wood may never be eliminated. The soul of His true devotee may be sanctifying without pilgrimage at any Holy shrine. Sinner may never be accepted in His Court; he may perform any kind of worship.

ਪਉੜੀ॥	**pa-orhee.**
ਆਪੇ ਹੁਕਮੁ ਚਲਾਇਦਾ, ਜਗੁ ਧੰਧੈ ਲਾਇਆ॥	aapay hukam chalaa-idaa jag DhanDhai laa-i-aa.
ਇਕਿ ਆਪੇ ਹੀ ਆਪਿ ਲਾਇਅਨੁ, ਗੁਰ ਤੇ ਸੁਖੁ ਪਾਇਆ॥	ik aapay hee aap laa-i-an gur tay sukh paa-i-aa.
ਦਹ ਦਿਸ ਇਹੁ ਮਨੁ ਧਾਵਦਾ, ਗੁਰਿ ਠਾਕਿ ਰਹਾਇਆ॥	dah dis ih man Dhaavdaa gur thaak rahaa-i-aa.
ਨਾਵੈ ਨੋ ਸਭ ਲੋਚਦੀ, ਗੁਰਮਤੀ ਪਾਇਆ॥	naavai no sabh lochdee gurmatee paa-i-aa.
ਧੁਰਿ ਲਿਖਿਆ ਮੇਟਿ ਨ ਸਕੀਐ, ਜੋ ਹਰਿ ਲਿਖਿ ਪਾਇਆ॥੧੨॥	Dhur likhi-aa mayt na sakee-ai jo har likh paa-i-aa. ||12||

ਪ੍ਰਭ ਦੇ ਭਾਣੇ ਨਾਲ ਹੀ ਸਾਰੇ ਜੀਵ ਧੰਦੇ ਕਰਦੇ ਹਨ । ਜਿਸ ਤੇ ਰਹਿਮਤ ਬਖਸ਼ਦਾ ਹੈ, ਉਹ ਸ਼ਬਦ ਦੀ ਪਾਲਣਾ ਕਰਦਾ, ਪ੍ਰਵਾਨਗੀ ਦੇ ਰਸਤੇ ਚਲ ਪੈਂਦਾ ਹੈ । ਉਸ ਨੂੰ ਸੰਤੋਖ, ਧੀਰਜ ਬਖਸ਼ਿਸ਼ ਹੋ ਜਾਂਦਾ ਹੈ । ਉਸ ਦਾ ਮਨ ਵੀ ਦਸ ਪਾਸੇ ਘੁੰਮਦਾ ਹੈ, ਪਰ ਪ੍ਰਭ ਆਪ ਹੀ ਉਸ ਦੀ ਲਗਨ ਸ਼ਬਦ ਵਿੱਚ ਅਡੋਲ ਰਖਦਾ ਹੈ । ਸਾਰੇ ਜੀਵ ਹੀ ਸ਼ਬਦ ਦੀ ਸੋਝੀ ਪਾਉਣਾ ਦੀ ਇਛਾਂ ਰਖਦੇ ਹਨ! ਪਰ ਇਹ ਤਾ ਕੇਵਲ ਸ਼ਬਦ ਦੀ ਪਾਲਣਾ ਕਰਨ ਨਾਲ ਹੀ ਨਸੀਬ ਹੁੰਦੀ ਹੈ । ਜੀਵ ਦੇ ਜਨਮ ਤੋਂ ਪਹਿਲੇ ਭਾਗਾਂ ਵਿੱਚ ਲਿਖਿਆ ਹੁੰਦਾ ਹੈ, ਉਹ ਬਦਲ ਨਹੀਂ ਸਕਦਾ ।

Everyone may be assigned various worldly task by The True Master. Whosoever may adopt the teachings of His Word with steady and stable belief in his day-to-day life; with His mercy and grace, he may be blessed with patience and contentment. His mind may also wander **in 10 different** directions; however, the essence of His Word, may keep him on the right path of acceptance in His Court. Everyone may hope to be blessed with the enlightenment of His Word. Whosoever may obey the teachings of His Word with steady and stable belief; with His mercy and grace, only he may be blessed with state of mind as His true devotee. The prewritten destiny may never be altered by any worldly power.

Key Message of Raag Soohee, page 789-8
'ਆਤਮਾ ਦਾ ਲੇਖਾ– ਧਰਮਰਾਜ!
ਸਾਰੇ ਜੀਵ ਮੌਤ ਤੋਂ ਪਿਛੋਂ ਲੇਖਾ ਕਰਨ ਵਾਲੇ ਦਰਬਾਰ, ਆਤਮਾ ਦੀ ਦਸਵੀਂ ਗੁਫਾ ਵਿੱਚ ਜਾਂਦੇ ਹਨ । ਸ਼ਬਦ ਦੀ ਕਮਾਈ ਵਾਲੇ ਬਾਕੀਆ ਨਾਲੋ ਵਖਰੇ ਕੀਤੇ ਜਾਂਦੇ ਹਨ । ਜਿਹੜਾ ਸ਼ਬਦ ਦੀ ਪਾਲਣਾ ਨਹੀਂ ਕਰਦਾ, ਉਹ ਧਾਰਮਕ ਬਾਣਾ ਧਾਰਨ ਕਰਦਾ, ਤੀਰਥ ਯਾਤਰਾ ਕਰਦਾ ਹੈ! ਉਹ ਮਨ ਦੇ ਅਹੰਕਾਰ ਨਾਲ ਪਾਪ ਵਧਾ ਲੈਂਦਾ ਹੈ । ਬੰਦਗੀ ਕਰਨ ਵਾਲੇ ਦੀ ਇਸ਼ਨਾਨ ਤੋਂ ਬਿਨਾਂ ਆਤਮਾ ਪਵਿੱਤਰ ਹੋ ਜਾਂਦੀ ਹੈ! ਉਸ ਨੂੰ ਸੰਤੋਖ, ਧੀਰਜ ਬਖਸ਼ਿਸ਼ ਹੋ ਜਾਂਦਾ ਹੈ । ਇਹ ਤਾ ਕੇਵਲ ਸ਼ਬਦ ਦੀ ਪਾਲਣਾ ਕਰਨ ਨਾਲ ਹੀ ਨਸੀਬ ਹੁੰਦੀ ਹੈ ।
Judgement of Righteous Judge- His Court!
After death his soul faces The Righteous Judge within 10th cave of his soul! Whosoever may have earnings of His Word, he may be separated from others. Whosoever may not obey the teachings on His Word; he may adopt religious robe, baptism, pilgrimage to Holy Shrine for soul sanctification; however, he may enhance his burden with his ego. His true devotee may sanctify his soul without pilgrimage, sanctifying bath at any Holy shrine. He may be blessed with patience and contentment in his life. Such a state of mind may only be blessed by adopting the teachings of His Word.

27. **ਸਲੋਕ** ਮਃ ੧॥ 789-13

ਦੁਇ ਦੀਵੇ ਚਉਦਹ ਹਟਨਾਲੇ॥ ਜੇਤੇ ਜੀਅ ਤੇਤੇ ਵਣਜਾਰੇ॥	du-ay deevay cha-odah hatnaalay. jaytay jee-a taytay vanjaaray.
ਖੁਲ੍ਹੇ ਹਟ ਹੋਆ ਵਾਪਾਰੁ॥ ਜੋ ਪਹੁਚੈ ਸੋ ਚਲਣਹਾਰੁ॥	khulHay hat ho-aa vaapaar. jo pahuchai so chalanhaar.
ਧਰਮੁ ਦਲਾਲੁ ਪਾਏ ਨੀਸਾਣੁ॥ ਨਾਨਕ ਨਾਮੁ ਲਾਹਾ ਪਰਵਾਣੁ॥	Dharam dalaal paa-ay neesaan. naanak naam laahaa parvaan.
ਘਰਿ ਆਏ ਵਜੀ ਵਾਧਾਈ॥ ਸਚ ਨਾਮ ਕੀ ਮਿਲੀ ਵਡਿਆਈ॥੧॥	ghar aa-ay vajee vaaDhaa-ee. sach naam kee milee vadi-aa-ee. ||1||

ਜੀਵ ਦੀਆਂ ਦੋ ਅੱਖਾਂ ਹਨ, ਪਰ ਮਨ ਚੌਦਾਂ ਰਸਤੇ ਦੇਖਦਾ, ਵਿਚਾਰਦਾ ਹੈ । ਜਿਤਨੇ ਜੀਵ ਪੈਦਾ ਕੀਤੇ ਹਨ, ਸਾਰੇ ਹੀ ਕੁਝ ਪਾਉਣਾ ਚਾਹੁੰਦੇ ਹਨ । ਆਪਣੇ ਮਨ ਦੀ ਸੋਚ ਨਾਲ ਕੰਮ ਕਰਦੇ ਹਨ, ਸਾਰੀਆਂ ਨੂੰ ਹੀ ਮੌਤ ਆਉਣੀ ਹੈ । ਹਰਇਕ ਜੀਵ ਦੀ ਕਮਾਈ ਪ੍ਰਭ ਆਪ ਹੀ ਪਰਖ ਕਰਦਾ ਹੈ । ਜਿਸ ਦੀ ਕਮਾਈ, ਪ੍ਰਭ ਪ੍ਰਵਾਨ ਕਰ ਲੈਂਦਾ, ਮਾਨਸ ਜਨਮ ਦਾ ਲਾਹਾ ਬਖਸ਼ਦਾ ਹੈ । ਉਹ ਪ੍ਰਭ ਦੇ ਦਰਬਾਰ ਵਿੱਚ ਪ੍ਰਵਾਨ ਹੋ ਜਾਂਦਾ ਹੈ । ਉਸ ਦੇ ਮਨ ਵਿੱਚ ਸਦਾ ਚਲਣ ਵਾਲੀ ਗੂੰਜ ਚਲ ਪੈਂਦੀ ਹੈ ।

Every creature has only two eyes; however, his mind may think and wanders in 14 different directions. Everyone wants to accomplish or benefit from his human life opportunity. Everyone may perform his worldly deeds with his own wisdom; everyone must face devil of death. The True Master, Righteous Judge evaluates the worldly earnings of everyone. Whose earnings may be accepted in His Court; he may be rewarded for his human life opportunity. He may be accepted in His Court. He may hear the everlasting echo of His Word resonating within his heart.

ਮਃ ੧॥	**mehlaa 1.**
ਰਾਤੀ ਹੋਵਨਿ ਕਾਲੀਆ, ਸੁਪੇਦਾ ਸੇ ਵੰਨ॥	raatee hovan kaalee-aa supaydaa say vann.
ਦਿਹੁ ਬਗਾ ਤਪੈ, ਘਣਾ ਕਾਲਿਆ ਕਾਲੇ ਵੰਨ॥	dihu bagaa tapai ghanaa kaali-aa kaalay vann.
ਅੰਧੇ ਅਕਲੀ ਬਾਹਰੇ, ਮੂਰਖ ਅੰਧ ਗਿਆਨੁ॥	anDhay aklee baahray moorakh anDh gi-aan.
ਨਾਨਕ ਨਦਰੀ ਬਾਹਰੇ, ਕਬਹਿ ਨ ਪਾਵਹਿ ਮਾਨੁ॥੨॥	naanak nadree baahray kabeh na paavahi maan. ||2||

ਜਿਵੇਂ ਰਾਤ ਦੇ ਅੰਧੇਰ ਵਿੱਚ ਵੀ ਚਿੱਟਾ ਕਪੜਾ ਪਛਾਣੀਆ ਜਾਂਦਾ ਹੈ । ਇਸਤਰ੍ਹਾਂ ਦਿਨ ਦੀ ਰੋਸ਼ਨੀ ਵਿੱਚ ਵੀ ਕਾਲਾ, ਮੈਲਾ ਕਪੜਾ ਮੈਲਾ ਹੀ ਰਹਿੰਦਾ ਹੈ । ਇਸਤਰ੍ਹਾਂ ਸ਼ਬਦ ਦੀ ਸੋਝੀ ਤੋਂ ਬਿਨਾਂ ਜੀਵ ਅਣਜਾਣ ਹੀ ਰਹਿੰਦਾ ਹੈ । ਪ੍ਰਭ ਦੀ ਰਹਿਮਤ ਤੋਂ ਬਿਨਾਂ ਕੋਈ ਵੀ ਜੀਵ, ਸ਼ਬਦ ਵਿੱਚ ਲਗਨ ਨਹੀਂ ਲਾ ਸਕਦਾ ।

As a white cloth may be recognized in the darkness of night; same way, whatsoever may be dirty, remains dirty even in the light of day. Same way! Whosoever may be ignorant from the teachings of His Word; he may remain ignorant from the real purpose of human life opportunity. Without His mercy and grace, no one may remain steady and stable in meditating and obeying the teachings of His Word.

ਪਉੜੀ॥	**pa-orhee.**
ਕਾਇਆ ਕੋਟੁ ਰਚਾਇਆ ਹਰਿ ਸਚੈ ਆਪੇ॥	kaa-i-aa kot rachaa-i-aa har sachai aapay.
ਇਕਿ ਦੂਜੈ ਭਾਇ ਖੁਆਇਅਨੁ, ਹਉਮੈ ਵਿਚਿ ਵਿਆਪੇ॥	ik doojai bhaa-ay khu-aa-i-an ha-umai vich vi-aapay.
ਇਹੁ ਮਾਨਸ ਜਨਮੁ ਦੁਲੰਭੁ, ਸਾ ਮਨਮੁਖ ਸੰਤਾਪੇ॥	ih maanas janam dulambh saa manmukh santaapay.
ਜਿਸੁ ਆਪਿ ਬੁਝਾਏ ਸੋ ਬੁਝਸੀ, ਜਿਸੁ ਸਤਿਗੁਰੁ ਥਾਪੇ॥	jis aap bujhaa-ay so bujhsee jis satgur thaapay.
ਸਭੁ ਜਗੁ ਖੇਲੁ ਰਚਾਇਓਨੁ, ਸਭ ਵਰਤੈ ਆਪੇ॥੧੩॥	sabh jag khayl rachaa-i-on sabh vartai aapay. ||13||

ਪ੍ਰਭ ਨੇ ਆਪ ਹੀ ਜੀਵਾਂ ਦਾ, ਸ੍ਰਿਸ਼ਟੀ ਦਾ ਜੰਗਲ ਪੈਦਾ ਕੀਤਾ ਹੈ । ਇਸ ਵਿੱਚ ਕਈ ਭਰਮਾਂ ਵਿੱਚ ਲਗਕੇ, ਅਹੰਕਾਰ ਨੂੰ ਵਧਾਉਂਦੇ ਰਹਿੰਦੇ ਹਨ । ਇਸ ਵਿੱਚ ਹੀ ਜਨਮ ਗਵਾ ਲੈਂਦੇ ਹਨ । ਮਾਨਸ ਜਨਮ ਇਕ ਅਮੋਲਕ ਮੌਕਾ ਹੈ, ਬਹੁਤ ਮੁਸ਼ਕਲ ਨਾਲ ਹੀ ਬਖਸ਼ਿਸ਼ ਹੁੰਦਾ ਹੈ । ਮਨਮੁਖ ਜੂੰਨਾਂ ਦੇ ਚੱਕਰ ਵਿੱਚ ਹੀ ਪਾਇਆ ਰਹਿੰਦਾ ਹੈ । ਜਿਸ ਤੇ ਪ੍ਰਭ ਆਪ ਹੀ ਰਹਿਮਤ ਬਖਸ਼ਦਾ ਹੈ, ਉਸ ਨੂੰ ਸ਼ਬਦ ਦੀ ਪਾਲਣਾ ਤੇ ਲਾਉਂਦਾ ਹੈ, ਸ਼ਬਦ ਦੀ ਸੋਝੀ ਬਖਸ਼ਦਾ ਹੈ । ਪ੍ਰਭ ਨੇ ਇਹ ਸਾਰਾ ਖੇਲ ਆਪ ਹੀ ਬਣਾਇਆ ਹੈ । ਹਰਇਕ ਕੰਮ ਵਿੱਚ ਆਪ ਹੀ ਵਾਪਰਦਾ ਹੈ ।

The True Master has created a jungle of mankind. Whosoever many remain intoxicated in worldly suspicions; he may enhance his ego. He may waste his human life opportunity. Priceless human life opportunity may only be blessed with great sacrifices. Self-minded may remain in the cycle of birth and death. Whosoever may be attaches to obey His Word with steady and stable belief in his day-to-day; with His mercy and grace; he may be enlightened. The whole play of universe has been created by The True Master and only His Command prevails in each event.

Key Message of Raag Soohee, page 789-13
'ਮਾਨਸ ਜਨਮ ਅਮੋਲਕ ਮੌਕਾ!
ਜੀਵ ਦੀਆਂ ਦੋਂ ਅੱਖਾਂ ਹਨ, ਪਰ ਮਨ ਚੌਦਾਂ ਰਸਤੇ ਦੇਖਦਾ, ਵਿਚਾਰਦਾ ਹੈ । ਪ੍ਰਭ ਆਪ ਹੀ ਜੀਵ ਦੀ ਕਮਾਈ ਪਰਖ ਕਰਦਾ ਹੈ । ਜਿਸ ਦੀ ਕਮਾਈ ਪ੍ਰਵਾਨ ਹੋ ਜਾਂਦੀ, ਉਸ ਦੇ ਮਨ ਵਿੱਚ ਸਦਾ ਚਲਣ ਵਾਲੀ ਗੂੰਜ ਚਲਦੀ ਸੁਣਾਈ ਦੇਂਦੀ ਹੈ । ਸ਼ਬਦ ਦੀ ਸੋਝੀ ਤੋਂ ਬਿਨਾਂ ਜੀਵ ਅਣਜਾਣ ਹੀ ਰਹਿੰਦਾ ਹੈ । ਮਾਨਸ ਜਨਮ ਇਕ ਅਮੋਲਕ ਮੌਕਾ ਹੈ, ਬਹੁਤ ਮੁਸ਼ਕਲ ਨਾਲ ਹੀ ਬਖਸ਼ਿਸ਼ ਹੁੰਦਾ ਹੈ । ਜਿਹੜਾ ਭਰਮਾਂ ਵਿੱਚ ਲਗਕੇ, ਅਹੰਕਾਰ ਨੂੰ ਵਧਾਉਂਦਾ, ਮਾਨਸ ਜਨਮ ਬਿਰਥਾ ਹੀ ਜਨਮ ਗਵਾ ਜਾਂਦਾ ਹੈ! ਜਿਹੜਾ ਸ਼ਬਦ ਦੀ ਪਾਲਣਾ ਤੇ ਅਡੋਲ ਰਹਿੰਦਾ ਹੈ, ਪ੍ਰਵਾਨ ਹੋ ਜਾਂਦਾ ਹੈ!
Human life opportunity – Ambrosial Opportunity!
Everyone has only two eyes; however, his mind may wander in 14 different directions. The Righteous Judge, True Master evaluates the worldly earnings of everyone. Whose earnings may be accepted in His Court; he may hear the everlasting echo of His Word resonating within his heart. Whosoever may be ignorant from the teachings of His Word; he remains ignorant from the real purpose of human life opportunity.

28. ਸਲੋਕ ਮਃ ੧॥ 790-1

ਚੋਰਾ ਜਾਰਾ ਰੰਡੀਆ, ਕੁਟਣੀਆ ਦੀਬਾਣੁ॥	choraa jaaraa randee-aa kutnee-aa deebaan.
ਵੇਦੀਨਾ ਕੀ ਦੋਸਤੀ, ਵੇਦੀਨਾ ਕਾ ਖਾਣੁ॥	vaydeenaa kee dostee vaydeenaa kaa khaan.
ਸਿਫਤੀ ਸਾਰ ਨ ਜਾਣਨੀ, ਸਦਾ ਵਸੈ ਸੈਤਾਨੁ॥	siftee saar na jaannee sadaa vasai saitaan.
ਗਦਹੁ ਚੰਦਨਿ ਖਉਲੀਐ, ਭੀ ਸਾਹੂ ਸਿਉ ਪਾਣੁ॥	gadahu chandan kha-ulee-ai bhee saahoo si-o paan.
ਨਾਨਕ ਕੂੜੈ ਕਤਿਐ, ਕੂੜਾ ਤਣੀਐ ਤਾਣੁ॥	naanak koorhai kati-ai koorhaa tanee-ai taan.
ਕੂੜਾ ਕਪੜੁ ਕਛੀਐ, ਕੂੜਾ ਪੈਨਣੁ ਮਾਣੁ॥੧॥	koorhaa kaparh kachhee-ai koorhaa painan maan. ||1||

ਜਿਹੜਾ ਪਾਪਾਂ ਵਾਲੇ ਕੰਮ ਕਰਦਾ ਹੈ, ਉਹ ਪਾਪੀਆਂ ਦੀ ਸੰਗਤ ਕਰਦਾ ਹੈ । ਉਹਨਾਂ ਵਾਂਗ ਖਾਂਦਾ, ਜੀਵਨ ਬਤੀਤ ਕਰਦਾ ਹੈ । ਉਸ ਨੂੰ ਸ਼ਬਦ ਦੀ ਕੋਈ ਮਹੱਤਤਾ ਨਹੀਂ ਹੁੰਦੀ । ਉਸ ਉਪਰ ਜਮਦੂਤਾਂ ਦਾ ਪੂਰਾ ਕਾਬੂ ਰਹਿੰਦਾ ਹੈ । ਉਹ ਆਪਣੇ ਸਾਰੇ ਕੰਮ, ਪਾਪਾਂ ਦੇ ਕਰਦਾ, ਹਰਇਕ ਕੰਮ ਨੂੰ ਪਾਪ ਦੇ ਕੱਡੇ ਨਾਲ ਹੀ ਮਾਪਦਾ ਹੈ । ਪ੍ਰਭ ਉਸ ਨੂੰ ਸੰਸਾਰਕ ਹੈਸੀਅਤ, ਅਹੰਕਾਰ ਦੀ ਕਮਾਈ ਹੀ ਬਖਸ਼ਦਾ ਹੈ । ਉਸ ਦੀ ਕਮਾਈ ਵਿੱਚ ਸ਼ਬਦ ਦੀ ਕੋਈ ਮਹੱਤਤਾ, ਪ੍ਰਵਾਹ ਨਹੀਂ ਹੁੰਦੀ ।

Whosoever may commit sinful acts, he may associate with sinners. He may behave, eats and lives like a sinner. He may not have any significance of His Word in his day-to-day life. The devil, demons of worldly desires keep a complete grip on him. He may weigh his earnings with the scale of sin. He may be blessed with ego of worldly status, and earnings of ego. His earnings have no significance of the teachings of His Word.

ਮਃ ੧॥	**mehlaa 1.**
ਬਾਂਗਾ ਬੁਰਗੂ ਸਿੰਙੀਆ, ਨਾਲੇ ਮਿਲੀ ਕਲਾਣ॥	baaNgaa burgoo sinyee-aa naalay milee kalaan.
ਇਕਿ ਦਾਤੇ ਇਕਿ ਮੰਗਤੇ, ਨਾਮੁ ਤੇਰਾ ਪਰਵਾਣੁ॥	ik daatay ik mangtay naam tayraa parvaan.
ਨਾਨਕ ਜਿਨ੍ਹੀ ਸੁਣਿ ਕੈ ਮੰਨਿਆ, ਹਉ ਤਿਨਾ ਵਿਟਹੁ ਕੁਰਬਾਣੁ॥੨॥	naanak jinHee sun kai mani-aa ha-o tinaa vitahu kurbaan. ||2||

ਸਾਰੀ ਸ੍ਰਿਸ਼ਟੀ ਵਿੱਚ ਸ਼ਬਦ ਦੀ ਗੂੰਜ ਚਲਦੀ ਹੈ । ਬੰਦਗੀ ਕਰਨ ਵਾਲਾ ਸ਼ਬਦ ਦੀ ਉਸਤਤ ਕਰਦਾ ਹੈ । ਪ੍ਰਭ ਆਪ ਹੀ ਉਸ ਵਿੱਚ ਦਾਤੇ ਦੇ ਰੂਪ, ਆਪ ਹੀ ਮੰਗਤੇ ਦੇ ਰੂਪ ਵਿੱਚ ਆਉਂਦਾ ਹੈ । ਉਸ ਦੀ ਬੰਦਗੀ, ਸ਼ਬਦ ਦੀ ਪਾਲਣਾ ਦੇ ਅਧਾਰ ਤੇ ਹੁੰਦੀ ਹੈ । ਜਿਸ ਦਾ ਸ਼ਬਦ ਦੀ ਪਾਲਣਾ ਕਰਨ ਨਾਲ ਸ਼ਬਦ ਤੇ ਭਰੋਸਾ ਅਡੋਲ ਹੋ ਜਾਂਦਾ ਹੈ, ਉਹ ਪੂਜਣ ਜੋਗ ਬਣ ਜਾਂਦਾ ਹੈ ।

The everlasting echo of His Word may resonate within every heart in the universe. His true devotee may sing the glory of His Word. The True Master may prevail within the mind, body as a master to give charities and prevails as a bagger. Whose way of life may be on the principles of the essence of the teachings of His Word. He may obey the teachings of His Word with steady and stable in his day-to-day life; with His mercy and grace, he may become worthy of worship.

ਗੁਰੂ ਨਾਨਕ ਦੇਵ ਜੀ! – Guru Nanak Dev Ji! Guru Granth Sahib

ਪਉੜੀ॥ — **pa-orhee.**

ਮਾਇਆ ਮੋਹੁ ਸਭੁ ਕੂੜੁ ਹੈ, ਕੂੜੋ ਹੋਇ ਗਇਆ॥ — maa-i-aa moh sabh koorh hai koorho ho-ay ga-i-aa.
ਹਉਮੈ ਝਗੜਾ ਪਾਇਓਨੁ, ਝਗੜੈ ਜਗੁ ਮੁਇਆ॥ — ha-umai jhagrhaa paa-i-on jhagrhai jag mu-i-aa.
ਗੁਰਮੁਖਿ ਝਗੜੁ ਚੁਕਾਇਓਨੁ, ਇਕੋ ਰਵਿ ਰਹਿਆ॥ — gurmukh jhagarh chukaa-i-on iko rav rahi-aa.
ਸਭੁ ਆਤਮ ਰਾਮੁ ਪਛਾਣਿਆ, ਭਉਜਲੁ ਤਰਿ ਗਇਆ॥ — sabh aatam raam pachhaani-aa bha-ojal tar ga-i-aa.
ਜੋਤਿ ਸਮਾਣੀ ਜੋਤਿ ਵਿਚਿ, ਹਰਿ ਨਾਮਿ ਸਮਇਆ॥੧੪॥ — jot samaanee jot vich har naam sam-i-aa. ||14||

ਸੰਸਾਰ ਵਿੱਚ ਮਾਇਆ ਮੋਹ ਦਾ ਜਾਲ, ਫਰੇਬ ਹੈ । ਜਿਹੜਾ ਇਸ ਰਸਤੇ ਤੇ ਚਲਦਾ ਹੈ, ਉਹ ਅਹੰਕਾਰ ਦੀ ਜੜ੍ਹ ਨੂੰ ਪੱਕਾ ਕਰਦਾ ਹੈ । ਅਹੰਕਾਰ ਹੀ ਸਾਰੇ ਝਗੜਿਆਂ ਦੀ ਜੜ੍ਹ ਹੈ, ਇਸ ਵਿੱਚ ਹੀ ਜੀਵਨ ਤਬਾਹ ਕਰਦਾ ਹੈ । ਗੁਰਮਖ ਜੀਵ ਇਹਨਾਂ ਝਗੜਿਆਂ ਤੋਂ ਦੂਰ ਰਹਿੰਦਾ ਹੈ । ਉਹ ਹਰਇਕ ਵਿੱਚ ਹੀ ਪ੍ਰਭ ਨੂੰ ਵਾਪਰਦਾ ਦੇਖਦਾ ਹੈ । ਉਹ, ਪ੍ਰਭ ਨੂੰ ਸਾਰੀ ਸ੍ਰਿਸ਼ਟੀ ਵਿੱਚ ਵਸਦਾ, ਵਾਪਰਦਾ ਦੇਖਦਾ ਹੈ । ਉਸ ਦੇ ਜੀਵਨ ਦੇ ਕੰਮ, ਪ੍ਰਭ ਦੇ ਸ਼ਬਦ ਅਨੁਸਾਰ ਹੁੰਦੇ ਹਨ, ਪ੍ਰਭ ਨੂੰ ਭਾਉਂਦੇ, ਪ੍ਰਵਾਨ ਹੋ ਜਾਂਦੇ ਹਨ । ਉਸ ਦੀ ਆਤਮਾ ਪ੍ਰਭ ਦੀ ਜੋਤ ਵਿੱਚ ਹੀ ਸਮਾ ਜਾਂਦੀ ਹੈ ।

The world remains dominated with sweet poison of worldly wealth, attachments, fraud, and deception. Whosoever may remain intoxicated with sweet poison of worldly wealth, he may re-enforce the root of ego. The ego of worldly status may be the root cause of all miseries, disagreement, quarrels in the world. His ego may ruin his memory of the real purpose of human life opportunity. His true devotee remains far away from worldly attachments, wealth, and quarrels of ego. He may realize the same Holy Spirit prevailing within every creature and in the whole universe. His worldly deeds may remain as per the teachings of His Word; with His mercy and grace, his earnings may be accepted in His Court; his soul may be absorbed within His Holy Spirit.

Key Message of Raag Soohee, page 790-1
'ਮਾਇਆ, ਮੋਹ, ਅਹੰਕਾਰ ਦੀ ਜੜ੍ਹ ਹੈ !
ਜਿਹੜਾ ਪਾਪਾਂ ਵਾਲੇ ਕੰਮ ਕਰਦਾ ਹੈ, ਉਹ ਪਾਪੀਆਂ ਦੀ ਸੰਗਤ ਕਰਦਾ ਹੈ । ਪ੍ਰਭ ਉਸ ਨੂੰ ਸੰਸਾਰਕ ਹੈਸੀਅਤ, ਅਹੰਕਾਰ ਦੀ ਕਮਾਈ ਹੀ ਬਖਸ਼ਦਾ ਹੈ । ਉਸ ਦੀ ਕਮਾਈ ਵਿੱਚ ਸ਼ਬਦ ਦੀ ਕੋਈ ਮਹੱਤਤਾ, ਪ੍ਰਵਾਹ ਨਹੀਂ ਹੁੰਦੀ । ਸ਼ਬਦ ਦੀ ਅਵਾਜ਼, ਸ੍ਰਿਸ਼ਟੀ ਵਿੱਚ ਸਦਾ ਹੀ ਗੂੰਜਦੀ ਹੈ । ਜਿਸ ਦੀ ਬੰਦਗੀ, ਸ਼ਬਦ ਦੀ ਪਾਲਣਾ ਦੇ ਅਧਾਰ ਤੇ ਹੁੰਦੀ ਹੈ । ਉਸ ਨੂੰ ਸਦਾ ਚਲਣ ਵਾਲੀ ਧੁਨ ਸੁਣਾਈ ਦੇਂਦੀ ਹੈ ! ਸੰਸਾਰ ਵਿੱਚ ਮਾਇਆ, ਮੋਹ, ਅਹੰਕਾਰ ਦੀ ਜੜ੍ਹ ਨੂੰ ਪੱਕਾ ਕਰਦਾ, ਉਹ ਜੀਵਨ ਤਬਾਹ ਕਰ ਜਾਂਦਾ ਹੈ । ਜਿਸ ਜੀਵ ਦੇ ਕੰਮ, ਪ੍ਰਭ ਦੇ ਸ਼ਬਦ ਅਨੁਸਾਰ ਹੁੰਦੇ ਹਨ, ਉਸ ਦੀ ਆਤਮਾ ਪ੍ਰਭ ਦੀ ਜੋਤ ਵਿੱਚ ਹੀ ਸਮਾ ਜਾਂਦੀ ਹੈ ।
Worldly wealth, attachment is the root of ego!
Whosoever may commit sinful acts, he may associate with sinners. He may be blessed with ego of worldly status; his earnings have no significance of the teachings of His Word. The everlasting echo of His Word resonates forever. Whosoever may adopt the principles of the essence of His Word. He may hear the everlasting echo of His Word resonating within. The worldly wealth, sweet poison, fraud, and deception, may re-enforce the root of ego. He may waste his human life opportunity uselessly. Whosoever may adopt the teachings of His Word; he may realize the same Holy Spirit prevailing within every creature and in the whole universe.

29. ਸਲੋਕ ਮਃ ੧॥ 790-8

ਸਤਿਗੁਰ ਭੀਖਿਆ ਦੇਹਿ ਮੈ, ਤੂੰ ਸੰਮ੍ਰਥੁ ਦਾਤਾਰੁ॥ — satgur bheekhi-aa deh mai tooN samrath daataar.
ਹਉਮੈ ਗਰਬੁ ਨਿਵਾਰੀਐ, ਕਾਮੁ ਕ੍ਰੋਧੁ ਅਹੰਕਾਰੁ॥ — ha-umai garab nivaaree-ai kaam kroDh ahaNkaar.
ਲਬੁ ਲੋਭੁ ਪਰਜਾਲੀਐ, ਨਾਮੁ ਮਿਲੈ ਆਧਾਰੁ॥ — lab lobh parjaalee-ai naam milai aaDhaar.
ਅਹਿਨਿਸਿ ਨਵਤਨ ਨਿਰਮਲਾ, ਮੈਲਾ ਕਬਹੂੰ ਨ ਹੋਇ॥ — ahinis navtan nirmalaa mailaa kabahooN na ho-ay.
ਨਾਨਕ ਇਹ ਬਿਧਿ ਛੁਟੀਐ, ਨਦਰਿ ਤੇਰੀ ਸੁਖੁ ਹੋਇ॥੧॥ — naanak ih biDh chhutee-ai nadar tayree sukh ho-ay. ||1||

ਪ੍ਰਭ ਹੀ ਸਭ ਤੋਂ ਵੱਡਾ ਦਾਤਾਂ ਬਖਸ਼ਣ ਵਾਲਾ ਮਾਲਕ ਹੈ । ਰਹਿਮਤ ਬਖਸ਼ ਕੇ, ਮੇਰਾ ਆਪਣੇ ਮਨ ਦੇ ਅਹੰਕਾਰ, ਹੈਸੀਅਤ, ਕਾਮ ਵਾਸ਼ਨਾ, ਕਰੋਧ, ਲਾਲਚ ਖਤਮ ਕਰ ਦੇਵੋ । ਸ਼ਬਦ ਹੀ ਮੇਰੇ ਜੀਵਨ ਦਾ ਅਧਾਰ, ਨਿਯਮ ਬਣ ਜਾਵੇ । ਦਿਨ ਰਾਤ ਸ਼ਬਦ ਵਿੱਚ ਹੀ ਲੀਨ ਹੋ ਕੇ ਆਤਮਾ ਨੂੰ ਪਵਿੱਤਰ ਰਖ ਸਕਾ । ਜਿਸ ਦਾ ਜੀਵਨ ਦਾ ਢੰਗ ਇਸਤਰ੍ਹਾਂ ਦਾ ਬਣਾ ਜਾਂਦਾ ਹੈ, ਉਸ ਨੂੰ ਰਹਿਮਤ ਬਖਸ਼ਿਸ਼ ਹੋ ਜਾਂਦੀ ਹੈ, ਮਨ ਵਿੱਚ ਸੰਤੋਖ ਬਖਸ਼ਿਸ਼ ਹੋ ਜਾਂਦਾ ਹੈ ।

The Omnipotent True Master, Greatest of All, Treasure of all virtues, blessings! Blesses me wisdom to conquer my sexual urge, anger of my mind, greed, and worldly religious suspicions. The teachings of Your Word may become the guiding principles of my worldly life. I may remain intoxicated in meditation in the void of Your Word; my soul may be sanctified to become worthy of Your Consideration. Whosoever may adopt such a way of life; with His mercy and grace, he may be blessed with contentment in all worldly environments.

ਮਃ ੧॥ — **mehlaa 1.**

ਇਕੋ ਕੰਤੁ ਸਬਾਈਆ, ਜਿਤੀ ਦਰਿ ਖੜੀਆਹ॥ — iko kant sabaa-ee-aa jitee dar kharhee-aah.
ਨਾਨਕ ਕੰਤੈ ਰਤੀਆ, ਪੁਛਹਿ ਬਾਤੜੀਆਹ॥੨॥ — naanak kantai ratee-aa puchheh baat-rhee-aah. ||2||

ਇਕੋ ਇਕ ਪ੍ਰਭ ਹੀ ਸਭ ਦਾ ਮਾਲਕ ਹੈ, ਬਾਕੀ ਸਾਰੇ ਉਸ ਦੇ ਦਰ ਤੇ ਰਹਿਮਤ ਦੀ ਭਿੱਖਿਆਂ ਮੰਗਦੇ ਹਨ । ਹਰ ਜੀਵ ਬੰਦਗੀ ਕਰਨ ਵਾਲੇ ਸੰਤ ਸਰੂਪ ਤੋਂ ਉਸ ਦੀ ਖਬਰ ਹੀ ਪੁੱਛਦਾ ਹੈ । ਉਸ ਨੂੰ ਕਿਸਤਰ੍ਹਾਂ ਖੁਸ਼ ਕੀਤਾ ਜਾ ਸਕਦਾ ਹੈ?

The One and only One True Master remains the treasure of all blessings. Everyone else may be a beggar, praying for His Forgiveness and Refuge. Everyone may enquire from His true devotee! How may he become worthy of His Consideration?

ਮਃ ੧॥ — **mehlaa 1.**

ਸਭੇ ਕੰਤੈ ਰਤੀਆ, ਮੈ ਦੋਹਾਗਣਿ ਕਿਤੁ॥ — sabhay kantai ratee-aa mai dohaagan kit.
ਮੈ ਤਨਿ ਅਵਗਣ ਏਤੜੇ, ਖਸਮੁ ਨ ਫੇਰੇ ਚਿਤੁ॥੩॥ — mai tan avgan -ayt-rhay khasam na fayray chit. ||3||

ਸਾਰੇ ਬੰਦਗੀ ਕਰਨ ਵਾਲੇ ਪ੍ਰਭ ਦੇ ਸ਼ਬਦ ਵਿੱਚ ਲੀਨ ਹੋਏ ਰਹਿੰਦੇ ਹਨ । ਮੇਰਾ ਮਨ ਭਟਕਦਾ ਹੈ! ਮੇਰੇ ਮਨ ਵਿੱਚ ਇਤਨੀਆਂ ਸੰਸਾਰਕ ਇਛਾਂ ਹਨ । ਕਿ ਪ੍ਰਭ ਦੀ ਰਹਿਮਤ ਦੀ ਨਜ਼ਰ ਇਸ ਪਾਸੇ ਨਹੀਂ ਆਉਂਦੀ ।

ਗੁਰੂ ਨਾਨਕ ਦੇਵ ਜੀ! – Guru Nanak Dev Ji! Guru Granth Sahib

All His true devotees remain intoxicated in meditation in the void of His Word; however, I remain frustrated with the demons of worldly desires; I remain intoxicated with sweet poison of worldly wealth. The True Master may never turn His blessed Vison on my miseries.

ਮਃ ੧॥	**mehlaa 1.**
ਹਉ ਬਲਿਹਾਰੀ ਤਿਨ ਕਉ, ਸਿਫਤਿ ਜਿਨਾ ਦੈ ਵਾਤਿ॥	ha-o balihaaree tin ka-o sifat jinaa dai vaat.
ਸਭਿ ਰਾਤੀ ਸੋਹਾਗਣੀ, ਇਕ ਮੈ ਦੋਹਾਗਣਿ ਰਾਤਿ॥੪॥	sabh raatee sohaaganee ik mai dohaagan raat. ||4||

ਉਸ ਬੰਦਗੀ ਕਰਨ ਵਾਲੇ ਤੋਂ ਕਰਬਾਨ ਜਾਵਾ! ਜਿਹੜਾ ਆਪਣੀ ਜੀਭ ਨਾਲ ਪ੍ਰਭ ਦੇ ਸ਼ਬਦ ਦੀ ਉਸਤਤ ਗਾਉਂਦਾ ਹੈ । ਉਹ ਦਿਨ ਰਾਤ ਪ੍ਰਭ ਦੇ ਸ਼ਬਦ ਵਿੱਚ ਹੀ ਲੀਨ ਰਹਿੰਦਾ ਹੈ । ਮੈਂ ਕਿਤਨਾ ਮੰਦੇ ਭਾਗਾਂ ਵਾਲਾ ਹਾ? ਮੇਰਾ ਮਨ ਇਕ ਪਲ ਵੀ ਸ਼ਬਦ ਤੇ ਟਿਕਦਾ ਨਹੀਂ ।

I always remain fascinated from His true devotee; who may sing the glory of His Word with his own tongue. He may remain intoxicated in the void of His Word Day and night. How unfortunate! I may never obey the teachings of His Word with steady and stable even for a moment in my day-to-day life.

ਪਉੜੀ॥	**pa-orhee.**
ਦਰਿ ਮੰਗਤੁ ਜਾਚੈ ਦਾਨੁ, ਹਰਿ ਦੀਜੈ ਕ੍ਰਿਪਾ ਕਰਿ॥	dar mangat jaachai daan har deejai kirpaa kar.
ਗੁਰਮੁਖਿ ਲੇਹੁ ਮਿਲਾਇ, ਜਨੁ ਪਾਵੈ ਨਾਮੁ ਹਰਿ॥	gurmukh layho milaa-ay jan paavai naam har.
ਅਨਹਦ ਸਬਦੁ ਵਜਾਇ, ਜੋਤੀ ਜੋਤਿ ਧਰਿ॥	anhad sabad vajaa-ay jotee jot Dhar.
ਹਿਰਦੈ ਹਰਿ ਗੁਣ ਗਾਇ, ਜੈ ਜੈ ਸਬਦੁ ਹਰਿ॥	hirdai har gun gaa-ay jai jai sabad har.
ਜਗ ਮਹਿ ਵਰਤੈ ਆਪਿ, ਹਰਿ ਸੇਤੀ ਪ੍ਰੀਤਿ ਕਰਿ॥੧੫॥	jag meh vartai aap har saytee pareet kar. ||15||

ਤੇਰੇ ਦਰ ਦਾ ਮੰਗਤਾ ਹਾ, ਰਹਿਮਤ ਬਖਸ਼ੋ! ਮੇਰੀ ਸ਼ਬਦ ਵਿੱਚ ਲਗਨ ਲਾਵੋ! ਮੈਂ ਨਿਮਾਣਾ, ਗੁਰਮਖ ਬਣਕੇ ਤੇਰੇ ਸ਼ਬਦ ਦੀ ਸੋਝੀ ਪਾਵਾ । ਸ਼ਬਦ ਦੀ ਪਾਲਣਾ ਕਰਨ ਨਾਲ ਮਨ ਵਿੱਚ ਤੇਰੇ ਸ਼ਬਦ ਦੀ ਗੂੰਜ ਸੁਣਾਈ ਦੇਵੇ! ਮੇਰੀ ਆਤਮਾ ਤੇਰੀ ਜੋਤ ਵਿੱਚ ਅਭੇਦ ਹੋ ਜਾਵੇ । ਮੇਰੇ ਮਨ ਵਿੱਚ ਤੇਰਾ ਸ਼ਬਦ ਘਰ ਕਰ ਜਾਵੇ, ਸਦਾ ਰਹਿਣ ਵਾਲਾ ਸੰਗੀਤ ਚਲ ਪਵੇ । ਜਿਹੜਾ ਸਾਰੀ ਸ੍ਰਿਸ਼ਟੀ ਵਿੱਚ ਵਾਪਰਦਾ ਹੈ, ਉਹ ਮੇਰਾ ਪ੍ਰੀਤਮ ਬਣ ਜਾਵੇ ।

My True Master! I am a beggar at Your door; with Your mercy and grace, I may be blessed with a devotion to meditate on the teachings of Your Word. I may become Your humble true devotee, enlightened with the essence of Your Word. I may obey the teachings of Your Word with steady and stable belief in my day-to-day life; I may hear the everlasting echo of Your Word resonating within my heart. My soul may be sanctified to become worthy of Your Consideration. I may remain drench with the essence of Your Word. I may remain intoxicated in the everlasting echo of Your Word. The One and only One, True Master prevails within the whole universe; He may become my beloved.

Key Message of Raag Soohee, page 790-8
'ਆਤਮਾ ਕਿਵੇਂ ਪਵਿੱਤਰ ਹੋ ਸਕਦੀ ਹੈ?
ਜਿਹੜਾ ਦਿਨ ਰਾਤ ਸ਼ਬਦ ਵਿੱਚ ਹੀ ਲੀਨ ਹੋ ਕੇ ਆਤਮਾ ਨੂੰ ਪਵਿੱਤਰ ਕਰ ਲੈਂਦਾ ਹੈ, ਉਸ ਦੇ ਮਨ ਵਿੱਚ ਪ੍ਰਭ ਦੇ ਬਖਸ਼ੇ ਤੇ ਸੰਤੋਖ ਰਹਿੰਦਾ ਹੈ! ਬੰਦਗੀ ਕਰਨ ਵਾਲਾ ਪ੍ਰਭ ਦੇ ਸ਼ਬਦ ਦੀ ਪਾਲਣਾ ਵਿੱਚ ਲੀਨ ਰਹਿੰਦਾ ਹੈ! ਉਸ ਦੇ ਮਨ ਵਿੱਚ ਸ਼ਬਦ ਦੀ ਪਾਲਣਾ ਕਰਦੇ, ਸ਼ਬਦ ਦੀ ਗੂੰਜ ਚਲਦੀ ਸੁਣਾਈ ਦੇਂਦੀ ਹੈ! ਉਸ ਦੀ ਆਤਮਾ ਪਵਿੱਤਰ ਹੋ ਜਾਂਦੀ, ਪਰਖਣ ਯੋਗ ਹੋ ਜਾਂਦੀ ਹੈ!
How the soul may be sanctified?
Whosoever may remain intoxicated in meditation in the void of His Word; he may sanctify his soul to become worthy of His Consideration. He may remain contented with his worldly environments. His true devotees remain intoxicated in meditation in the void of His Word. He may remain intoxicated meditating in the void of His Word; he may hear the everlasting echo of His Word. His soul may be sanctified to become worthy of His Consideration.

30. ਸਲੋਕ ਮਃ ੧॥ 790-16

ਜਿਨੀ ਨ ਪਾਇਓ ਪ੍ਰੇਮ ਰਸੁ, ਕੰਤ ਨ ਪਾਇਓ ਸਾਉ॥	jinee na paa-i-o paraym ras kant na paa-i-o saa-o.
ਸੁੰਞੇ ਘਰ ਕਾ ਪਾਹੁਣਾ, ਜਿਉ ਆਇਆ ਤਿਉ ਜਾਉ॥੧॥	sunjay ghar kaa paahunaa ji-o aa-i-aa ti-o jaa-o. ||1||

ਜਿਸ ਜੀਵ ਦੀ ਸ਼ਬਦ ਵਿੱਚ ਲਗਨ ਨਹੀਂ ਹੁੰਦੀ । ਉਸ ਦਾ ਹਾਲ, ਸੁੰਨੇ ਘਰ ਦੇ ਮਹਿਮਾਨ ਵਾਂਗ ਹੁੰਦਾ ਹੈ । ਉਥੇ ਕੋਈ ਉਸ ਦਾ ਆਦਰ ਕਰਨ ਵਾਲਾ, ਜੀ ਆਇਆ ਕਹਿਣ ਵਾਲਾ ਨਹੀਂ ਹੁੰਦਾ ।

Whosoever may not have any devotion to meditate on the teachings of His Word; his emotional condition may be like a guest in empty house. No one may honor with warm welcome, reception.

ਮਃ ੧॥	**mehlaa 1.**
ਸਉ ਓਲਾਮ੍ਹੇ ਦਿਨੈ ਕੇ, ਰਾਤੀ ਮਿਲਨ੍ਹਿ ਸਹੰਸ॥	sa-o olaamHay dinai kay raatee milniH sahaNs.
ਸਿਫਤਿ ਸਲਾਹਣੁ ਛਡਿ ਕੈ, ਕਰੰਗੀ ਲਗਾ ਹੰਸੁ॥	sifat salaahan chhad kai karangee lagaa hans.
ਫਿਟੁ ਇਵੇਹਾ ਜੀਵਿਆ, ਜਿਤੁ ਖਾਇ ਵਧਾਇਆ ਪੇਟੁ॥	fit ivayhaa jeevi-aa jit khaa-ay vaDhaa-i-aa payt.
ਨਾਨਕ ਸਚੇ ਨਾਮ ਵਿਣੁ, ਸਭੋ ਦੁਸਮਨੁ ਹੇਤੁ॥੨॥	naanak sachay naam vin sabho dusman hayt. ||2||

ਜਿਹੜਾ ਜੀਵ ਸ਼ਬਦ ਦੀ ਬੰਦਗੀ ਛਡਕੇ ਸੰਸਾਰਕ ਮਾਇਆ ਨਾਲ ਮੋਹ ਲਾਉਂਦਾ ਹੈ । ਉਸ ਨੂੰ ਦਿਨ ਰਾਤ ਅਨੇਕਾਂ ਹੀ ਮੰਦੇ ਕੰਮ ਕਰਨ ਦੀਆਂ ਸ਼ਕਾਇਤਾਂ ਮਿਲਦੀਆਂ ਹਨ । ਜਿਹੜਾ ਸੰਸਾਰ ਵਿੱਚ ਖਾਣ ਪੀਣ ਨੂੰ ਜੀਵਨ ਦਾ ਅਧਾਰ ਬਣਾਉਂਦਾ ਹੈ । ਉਸ ਦਾ ਮਾਨਸ ਜਨਮ ਲੈਣਾ ਬਿਰਥਾ ਹੀ ਹੁੰਦਾ ਹੈ । ਸ਼ਬਦ ਦੀ ਪਾਲਣਾ ਤੋਂ ਬਿਨਾਂ ਸਾਰੇ ਸੰਸਾਰਕ ਮਿੱਤਰ ਵੀ ਮੁਸੀਬਤ ਸਮੇਂ, ਵੈਰੀ ਬਣ ਜਾਂਦੇ ਹਨ ।

Whosoever may remain intoxicated with sweet poison of worldly wealth and abandons the teachings of His Word in his day-to-day life. He may have evil thoughts within his mind and commits sins day and night. Whosoever may remain obsessed with worldly delicacies of food; he may waste his human life uselessly. Without obeying the teachings of His Word with steady and stable belief in day-to-day life; even his close friends, associates may become his enemy at the time of miseries of worldly life.

ਪਉੜੀ॥
ਢਾਢੀ ਗੁਣ ਗਾਵੈ ਨਿਤ, ਜਨਮੁ ਸਵਾਰਿਆ॥
ਗੁਰਮੁਖਿ ਸੇਵਿ ਸਲਾਹਿ, ਸਚਾ ਉਰ ਧਾਰਿਆ॥
ਘਰੁ ਦਰੁ ਪਾਵੈ ਮਹਲੁ, ਨਾਮੁ ਪਿਆਰਿਆ॥
ਗੁਰਮੁਖਿ ਪਾਇਆ ਨਾਮੁ, ਹਉ ਗੁਰ ਕਉ ਵਾਰਿਆ॥
ਤੂ ਆਪਿ ਸਵਾਰਹਿ, ਆਪਿ ਸਿਰਜਨਹਾਰਿਆ॥੧੬॥

pa-orhee.
dhaadhee gun gaavai nit janam savaari-aa.
gurmukh sayv salaahi sachaa ur Dhaari-aa.
ghar dar paavai mahal naam pi-aari-aa.
gurmukh paa-i-aa naam ha-o gur ka-o vaari-aa.
too aap savaareh aap sirjanhaari-aa. ||16||

ਜਿਹੜਾ ਸ਼ਬਦ ਦੀ ਉਸਤਤ ਗਾਉਂਦਾ ਹੈ, ਉਹ ਮਾਨਸ ਜਨਮ ਸਫਲ ਕਰ ਜਾਂਦਾ ਹੈ । ਗੁਰਮਖ ਸ਼ਬਦ ਦੀ ਪਾਲਣਾ ਕਰਦਾ, ਸ਼ਬਦ ਦੀ ਉਸਤਤ ਗਾਉਂਦਾ ਹੈ । ਪ੍ਰਭ ਦੀ ਜੋਤ ਆਪਣੇ ਅੰਦਰ ਜਾਗਰਤ ਕਰ ਲੈਂਦਾ ਹੈ । ਉਸ ਨੂੰ ਪ੍ਰਭ ਦੇ ਦਰਬਾਰ ਵਿੱਚ ਥਾਂ ਬਖਸ਼ਿਸ਼ ਹੋ ਜਾਂਦੀ ਹੈ । ਗੁਰਮਖ ਆਪਣਾ ਮਨ, ਤਨ ਪ੍ਰਭ ਦੇ ਲੇਖੇ ਲਾਉਂਦਾ ਹੈ, ਉਸ ਨੂੰ ਸ਼ਬਦ ਦੀ ਸੋਝੀ ਬਖਸ਼ਿਸ਼ ਹੋ ਜਾਂਦੀ ਹੈ । ਪ੍ਰਭ ਹੀ ਸਭ ਦੀ ਰਖਿਆ ਕਰਦਾ, ਸ਼ਬਦ ਦੇ ਲੜ ਲਾਉਂਦਾ ਹੈ । ਸ੍ਰਿਸ਼ਟੀ ਨੂੰ ਪੈਦਾ ਕਰਨ ਵਾਲਾ ਮਾਲਕ ਹੈ ।

Whosoever may sing the glory of His Word with steady and stable belief; with His mercy and grace, his human life opportunity may be rewarded. His true devotee may sing the glory and obeys the teachings of His Word with steady and stable belief in his day-to-day life. His Holy Spirit may be enlightened from within. He may be blessed with a place in His Court. His true devotee may surrender his self-entity at His Sanctuary; he may be blessed with the enlightenment of the essence of His Word. The Omnipotent True Master, Creator, protector of the universe, may attach anyone to meditate on the teaching of His Word.

Key Message of Raag Soohee, page 790-16
'ਆਪਾ ਭੇਟਾ ਕਰਨਾ ਹੀ ਪ੍ਰਵਾਨਗੀ ਦਾ ਰਸਤਾ ਹੈ!
ਜਿਸ ਜੀਵ ਦੀ ਸ਼ਬਦ ਵਿੱਚ ਲਗਨ ਨਹੀਂ ਹੁੰਦੀ । ਉਹ ਸੰਸਾਰ ਵਿੱਚ ਸੁੰਨੇ ਘਰ ਦੇ ਮਹਿਮਾਨ ਵਾਂਗ ਹੀ ਹੁੰਦਾ ਹੈ । ਉਸ ਦੇ ਸੰਸਾਰਕ ਮਿੱਤਰ ਵੀ ਮੁਸੀਬਤ ਸਮੇਂ, ਵੈਰੀ ਬਣ ਜਾਂਦੇ ਹਨ । ਉਸ ਦਾ ਮਾਨਸ ਜਨਮ ਲੈਣਾ ਬਿਰਥਾ ਹੀ ਹੁੰਦਾ ਹੈ । ਜਿਹੜਾ ਆਪਣਾ ਮਨ, ਤਨ ਪ੍ਰਭ ਦੇ ਲੇਖੇ ਲਾਉਂਦਾ ਹੈ, ਉਸ ਨੂੰ ਸ਼ਬਦ ਦੀ ਸੋਝੀ ਬਖਸ਼ਿਸ਼ ਹੋ ਜਾਂਦੀ ਹੈ ।
Surrendering self-entity may be the right path of human life journey!
Whosoever may not have any devotion to meditate on the teachings of His Word; his worldly life may be like a guest in vandalized house. Even his close friends, associates may become his enemy at the time of miseries of worldly life. He wastes his human life uselessly. Whosoever may surrender his self-entity at His Sanctuary; he may be enlightened with the essence of His Word.

31. ਸਲੋਕ ਮਃ ੧॥ 791-2

ਦੀਵਾ ਬਲੈ ਅੰਧੇਰਾ ਜਾਇ॥ ਬੇਦ ਪਾਠ ਮਤਿ ਪਾਪਾ ਖਾਇ॥
ਉਗਵੈ ਸੂਰੁ ਨ ਜਾਪੈ ਚੰਦੁ॥ ਜਹ ਗਿਆਨ ਪ੍ਰਗਾਸੁ ਅਗਿਆਨੁ ਮਿਟੰਤੁ॥
ਬੇਦ ਪਾਠ ਸੰਸਾਰ ਕੀ ਕਾਰ॥ ਪੜ੍ਹਿ ਪੜ੍ਹਿ ਪੰਡਿਤ ਕਰਹਿ ਬੀਚਾਰ॥
ਬਿਨੁ ਬੂਝੇ ਸਭ ਹੋਇ ਖੁਆਰ॥ ਨਾਨਕ ਗੁਰਮੁਖਿ ਉਤਰਸਿ ਪਾਰਿ॥੧॥

deevaa balai anDhayraa jaa-ay. bayd paath mat paapaa khaa-ay.
ugvai soor na jaapai chand. jah gi-aan pargaas agi-aan mitant.
bayd paath sansaar kee kaar. parhH parhH pandit karahi beechaar.
bin boojhay sabh ho-ay khu-aar. naanak gurmukh utras paar. ||1||

ਜਿਵੇਂ ਦੀਵੇ ਦੀ ਰੋਸ਼ਨੀ ਹੋਣ ਨਾਲ ਅੰਧੇਰਾ ਦੂਰ ਹੋ ਜਾਂਦਾ ਹੈ । ਇਸਤਰ੍ਹਾਂ ਬਾਣੀ ਪੜ੍ਹਿਆ, ਸ਼ਬਦ ਦੀ ਪਾਲਣਾ ਨਾਲ, ਮਨ ਬੁਰੇ ਕੰਮਾਂ ਤੋਂ ਬਦਲ ਜਾਂਦਾ, ਰੁਕ ਜਾਂਦਾ ਹੈ । ਜਿਵੇਂ ਸੂਰਜ ਚੜ੍ਹਨ ਤੇ ਚੰਦ ਦਿਖਾਈ ਨਹੀਂ ਦੇਂਦਾ । ਇਸਤਰ੍ਹਾਂ ਸ਼ਬਦ ਦੀ ਸੋਝੀ ਹੋਣ ਨਾਲ ਮਨ ਬੁਰੇ ਕੰਮਾਂ ਵੱਲ ਨਹੀਂ ਜਾਂਦਾ । ਇਸਤਰ੍ਹਾਂ ਪਾਠ ਪੂਜਾ ਕਰਨਾ, ਸੰਸਾਰਕ ਧੰਦਾ ਬਣ ਗਿਆ ਹੈ । ਗਿਆਨੀ ਪਾਠ ਪੜ੍ਹਕੇ, ਕਥਾ ਕਰਦਾ, ਵਿਚਾਰ ਕਰਦਾ ਹੈ । ਪਰ ਜਿਤਨਾ ਚਿਰ ਸ਼ਬਦ ਦੀ ਪਾਲਣਾ ਨਾ ਕੀਤੀ ਜਾਵੇ! ਕੋਈ ਲਾਹਾ ਬਖਸ਼ਿਸ਼ ਨਹੀਂ ਹੁੰਦਾ । ਜਿਹੜਾ ਜੀਵ ਸ਼ਬਦ ਦੀ ਸੋਝੀ ਨਾਲ ਆਪਣਾ ਜੀਵਨ ਢਾਲਦਾ ਹੈ । ਉਹ ਪ੍ਰਭ ਦੇ ਦਰਬਾਰ ਵਿੱਚ ਪ੍ਰਵਾਨ ਹੋ ਜਾਂਦੇ ਹਨ ।

As with a lamp, source of light, the darkness of room may be eliminated. Same way be reading and obeying the teachings of His Word with steady and stable belief in day-to-day life; he may abandon the evil thoughts and sinful deeds from his day-to-day life. As in the presence of Sun light, moon may not be visible to naked eyes. Same way with the enlightenment of the essence of His Word; his mind may not even think about evil thoughts, deeds. Worldly scholar may read The Holy Scripture and explain the intent of His Word. The Holy Scripture readings has become a worldly profession to support worldly family and not a meditation. However, without adopting the teachings of His Word with steady and stable in own day-to-day life; no one may be blessed with the right path of acceptance in His Court. Whosoever may adopt the teachings of His Word in his day-to-day life; with His mercy and grace, he may be accepted in His Court.

ਮਃ ੧॥
ਸਬਦੈ ਸਾਦੁ ਨ ਆਇਓ, ਨਾਮਿ ਨ ਲਗੋ ਪਿਆਰੁ॥
ਰਸਨਾ ਫਿਕਾ ਬੋਲਣਾ, ਨਿਤ ਨਿਤ ਹੋਇ ਖੁਆਰੁ॥
ਨਾਨਕ ਪਇਐ ਕਿਰਤਿ ਕਮਾਵਣਾ, ਕੋਇ ਨ ਮੇਟਣਹਾਰੁ॥੨॥

mehlaa 1.
sabdai saad na aa-i-o naam na lago pi-aar.
rasnaa fikaa bolnaa nit nit ho-ay khu-aar.
naanak pa-i-ai kirat kamaavanaa ko-ay na maytanhaar. ||2||

ਜਿਹੜਾ ਸ਼ਬਦ ਦੀ ਪਾਲਣਾ ਨਹੀਂ ਕਰਦਾ, ਉਸ ਦੇ ਮਨ ਤੇ ਸ਼ਬਦ ਦਾ ਕੋਈ ਪ੍ਰਭਾਵ ਨਹੀਂ ਹੁੰਦਾ । ਜਿਹੜਾ ਜੀਵ ਕੌੜਾ ਬੋਲਦਾ ਹੈ! ਉਹ ਦਰਬਾਰ ਵਿਚੋਂ ਧੱਕਿਆ ਜਾਂਦਾ ਹੈ । ਆਪਣੇ ਪਿਛਲੇ ਜਨਮ ਦੇ ਕੀਤੇ ਕੰਮਾਂ ਨਾਲ ਹੀ ਜੀਵਨ ਬਤੀਤ ਕਰਦਾ ਹੈ । ਉਹ ਕਰਮ ਮੇਟੇ ਨਹੀਂ ਜਾ ਸਕਦੇ ।

Whosoever may not obey the teachings of His Word with steady and stable belief in his day-to-day life. He may not have any influence of the teachings of His Word in life. Whosoever may speak rude or with anger, he may be restricted from His Court. He may spend his human life as per his prewritten destiny. His prewritten destiny may not be erased.

ਪਉੜੀ॥
ਜਿ ਪ੍ਰਭੁ ਸਲਾਹੇ ਆਪਣਾ, ਸੋ ਸੋਭਾ ਪਾਏ॥
ਹਉਮੈ ਵਿਚਹੁ ਦੂਰਿ ਕਰਿ, ਸਚੁ ਮੰਨਿ ਵਸਾਏ॥
ਸਚੁ ਬਾਣੀ ਗੁਣ ਉਚਰੈ, ਸਚਾ ਸੁਖੁ ਪਾਏ॥
ਮੇਲੁ ਭਇਆ ਚਿਰੀ ਵਿਛੁੰਨਿਆ, ਗੁਰ ਪੁਰਖਿ ਮਿਲਾਏ॥
ਮਨੁ ਮੈਲਾ ਇਵ ਸੁਧੁ ਹੈ, ਹਰਿ ਨਾਮੁ ਧਿਆਏ॥੧੭॥

pa-orhee.
je parabh saalaahay aapnaa so sobhaa paa-ay.
ha-umai vichahu door kar sach man vasaa-ay.
sach banee gun uchrai sachaa sukh paa-ay.
mayl bha-i-aa chiree vichhunni-aa gur purakh milaa-ay.
man mailaa iv suDh hai har naam Dhi-aa-ay. ||17||

ਜਿਹੜਾ ਪ੍ਰਭ ਦੇ ਸ਼ਬਦ ਦੀ ਉਸਤਤ ਕਰਦਾ ਹੈ, ਉਸ ਨੂੰ ਪ੍ਰਭ ਦੀ ਰਹਿਮਤ ਬਖਸ਼ਿਸ਼ ਹੋ ਜਾਂਦੀ ਹੈ । ਉਹ ਆਪਣੇ ਮਨ ਵਿਚੋਂ ਅਹੰਕਾਰ ਖਤਮ ਕਰਕੇ ਸ਼ਬਦ ਨੂੰ ਵਸਾ ਲੈਂਦਾ ਹੈ । ਸ਼ਬਦ ਦੀ ਪਾਲਣਾ ਕਰਦੇ, ਉਸਤਤ ਗਾਉਂਦੇ ਨੂੰ ਸੰਤੋਖ ਬਖਸ਼ਿਸ਼ ਹੋ ਜਾਂਦਾ ਹੈ । ਚਿਰਾ ਤੋਂ ਵਿਛੜੇ ਦਾ ਮਾਲਕ ਨਾਲ ਮਿਲਾਪ ਹੋ ਜਾਂਦਾ, ਦਰਬਾਰ ਵਿੱਚ ਪ੍ਰਵਾਨ ਹੋ ਜਾਂਦਾ ਹੈ । ਇਸਤਰ੍ਹਾਂ ਮਨ ਦੀ ਮੈਲ ਧੋਤੀ ਜਾਂਦੀ ਹੈ! ਸ਼ਬਦ ਦੀ ਪਾਲਣਾ ਵਿੱਚ ਮਨ ਅਡੋਲ ਰਹਿੰਦਾ ਹੈ ।

Whosoever may sing the glory of His Word with steady and stable belief in his day-to-day life; with His mercy and grace, he may conquer his ego and remains drenched with the essence of His Word. Whosoever may sing the glory and obeys the teachings of His Word; with His mercy and grace, he may be blessed with contentment. His long-separated soul may be accepted in His Court. The blemish of his mind may be sanctified and his sins may be forgiven. He may meditate and obeys the teachings of His Word with steady and stable belief in his day-to-day life.

Key Message of Raag Soohee, page 791-2
'ਸ਼ਬਦ ਦੀ ਪਾਲਣਾ ਹੀ ਮਨ ਦਾ ਦੀਵਾ ਬਣ ਜਾਂਦਾ ਹੈ!
ਦੀਵੇ ਦੀ ਰੋਸ਼ਨੀ ਤਰ੍ਹਾਂ, ਸ਼ਬਦ ਦੀ ਪਾਲਣਾ ਨਾਲ, ਮਨ ਬੁਰੇ ਕੰਮਾਂ ਤੋਂ ਬਦਲ ਜਾਂਦਾ ਹੈ । ਜਿਹੜਾ ਜੀਵ ਸ਼ਬਦ ਦੀ ਸੋਝੀ ਨਾਲ ਆਪਣਾ ਜੀਵਨ ਢਾਲਦਾ ਹੈ । ਉਹ ਪ੍ਰਭ ਦੇ ਦਰਬਾਰ ਵਿੱਚ ਪ੍ਰਵਾਨ ਹੋ ਜਾਂਦੇ ਹਨ । ਆਪਣੇ ਪਿਛਲੇ ਜਨਮ ਦੇ ਕੀਤੇ ਕੰਮਾਂ ਮੇਟੇ ਨਹੀਂ ਜਾ ਸਕਦੇ । ਕੌੜਾ ਬੋਲਣ ਵਾਲਾ ਜੀਵ ਦਰਬਾਰ ਵਿਚੋਂ ਧੱਕਿਆ ਜਾਂਦਾ ਹੈ । ਜਿਹੜਾ ਅਹੰਕਾਰ ਖਤਮ ਕਰਕੇ ਸ਼ਬਦ ਮਨ ਵਿੱਚ ਵਸਾ ਲੈਂਦਾ ਹੈ । ਉਸ ਦੇ ਮਨ ਵਿੱਚ ਸੰਤੋਖ ਰਹਿੰਦਾ ਹੈ !
Adopting the essence of His Word becomes pillar of enlightenment!
As with a lamp light eliminates darkness; same way obeying the teachings of His Word; his mind may abandon the evil thoughts and sinful deeds from his day-to-day life. Whosoever may adopt the teachings of His Word; with His mercy and grace, he may be accepted in His Court. The sinful deeds of past life may not be forgiven. Whosoever may speak rude or with anger, he may be restricted from His Court. Whosoever may conquer his ego and remains drenched with the essence of His Word; he may be blessed with contentment.

32. ਸਲੋਕ ਮਃ ੧॥ 791-9

ਕਾਇਆ ਕੂਮਲ ਫੁਲ ਗੁਣ, ਨਾਨਕ ਗੁਪਸਿ ਮਾਲ॥	kaa-i-aa koomal ful gun naanak gupas maal.
ਏਨੀ ਫੁਲੀ ਰਉ ਕਰੇ, ਅਵਰ ਕਿ ਚੁਣੀਅਹਿ ਡਾਲ॥੧॥	aynee fulee ra-o karay avar ke chunee-ah daal. ||1||

ਜਿਹੜਾ ਜੀਵ ਆਪਣੇ ਤਨ ਨੂੰ ਮਨ ਦੇ ਕੀਤੇ ਗੁਣਾਂ ਦੇ ਹਾਰ ਨਾਲ ਸ਼ਿੰਗਾਰਦਾ ਹੈ । ਉਸ ਨੂੰ ਪ੍ਰਭ ਦੀ ਰਹਿਮਤ ਬਖਸ਼ਿਸ਼ ਹੋ ਜਾਂਦੀ ਹੈ । ਉਸ ਨੂੰ ਹੋਰ ਕੁਝ ਇਕੱਠਾ ਕਰਨ ਦੀ ਕੋਈ ਲੋੜ ਨਹੀਂ ਰਹਿੰਦੀ ।

Whosoever may embellish his body with the garland of his good deeds. He may be blessed with the right path of acceptance in His Court. He may not need to collect, any other meditation for the real purpose of human life journey.

ਮਹਲਾ ੨॥	**mehlaa 2.**
ਨਾਨਕ ਤਿਨਾ ਬਸੰਤੁ ਹੈ, ਜਿਨ੍ ਘਰਿ ਵਸਿਆ ਕੰਤੁ॥	naanak tinaa basant hai jinH ghar vasi-aa kant.
ਜਿਨ ਕੇ ਕੰਤ ਦਿਸਾਪੁਰੀ, ਸੇ ਅਹਿਨਿਸਿ ਫਿਰਹਿ ਜਲੰਤ॥੨॥	jin kay kant disaapuree say ahinis fireh jalant. ||2||

ਜਿਸ ਦੇ ਹਿਰਦੇ ਵਿੱਚ ਸ਼ਬਦ ਘਰ ਕਰ ਜਾਂਦਾ ਹੈ, ਉਹ ਸਦਾ ਹੀ ਖੇੜੇ ਵਿੱਚ ਰਹਿੰਦਾ ਹੈ । ਜਿਸ ਦਾ ਮਨ ਸ਼ਬਦ ਦੀ ਪਾਲਣਾ ਵਿੱਚ ਨਹੀਂ ਲਗਦਾ । ਉਹ ਪ੍ਰਭ ਦੀ ਰਹਿਮਤ ਤੋਂ ਦੂਰ ਹੀ ਰਹਿੰਦਾ, ਜੂੰਨਾਂ ਵਿੱਚ ਭਟਕਦਾ ਰਹਿੰਦਾ ਹੈ ।

Whosoever may remain drenched with the essence of His Word; with His mercy and grace, he may remain overwhelmed with blossom in his day-to-day life. Whosoever may not obey the teachings of His Word in his day-to-day life. He may be deprived from His Protection, Sanctuary; he remains in the cycle of birth and death.

ਪਉੜੀ॥	**pa-orhee.**
ਆਪੇ ਬਖਸੇ ਦਇਆ ਕਰਿ, ਗੁਰ ਸਤਿਗੁਰ ਬਚਨੀ॥	aapay bakhsay da-i-aa kar gur satgur bachnee.
ਅਨਦਿਨੁ ਸੇਵੀ ਗੁਣ ਰਵਾ, ਮਨੁ ਸਚੈ ਰਚਨੀ॥	an-din sayvee gun ravaa man sachai rachnee.
ਪ੍ਰਭੁ ਮੇਰਾ ਬੇਅੰਤੁ ਹੈ, ਅੰਤੁ ਕਿਨੈ ਨ ਲਖਨੀ॥	parabh mayraa bay-ant hai ant kinai na lakhnee.
ਸਤਿਗੁਰ ਚਰਣੀ ਲਗਿਆ, ਹਰਿ ਨਾਮੁ ਨਿਤ ਜਪਨੀ॥	satgur charnee lagi-aa har naam nit japnee.
ਜੋ ਇਛੈ ਸੋ ਫਲੁ ਪਾਇਸੀ, ਸਭਿ ਘਰੈ ਵਿਚਿ ਜਚਨੀ॥੧੮॥	jo ichhai so fal paa-isee sabh gharai vich jachnee. ||18||

ਜਿਹੜਾ ਸ਼ਬਦ ਦੀ ਪਾਲਣਾ ਤੇ ਭਰੋਸਾ ਅਡੋਲ ਰਖਦਾ ਹੈ, ਉਸ ਤੇ ਆਪ ਹੀ ਰਹਿਮਤ ਬਖਸ਼ਦਾ ਹੈ । ਉਹ ਦਿਨ ਰਾਤ ਸ਼ਬਦ ਦੀ ਉਸਤਤ, ਸਿਮਰਨ ਵਿੱਚ ਮਸਤ, ਲੀਨ ਰਹਿੰਦਾ ਹੈ । ਪ੍ਰਭ ਦੀਆਂ ਦਾਤਾਂ ਦਾ ਕੋਈ ਪੂਰਨ ਅੰਤ ਨਹੀਂ ਜਾਣ ਸਕਦਾ । ਪ੍ਰਭ ਦੇ ਸ਼ਬਦ ਦੀ ਪਾਲਣਾ ਭਰੋਸੇ ਨਾਲ ਕਰਨ, ਮਨ ਸ਼ਬਦ ਰੂਪੀ ਚਰਨਾਂ ਵਿੱਚ ਰਖਣ ਨਾਲ, ਅੰਤਰਜਾਮੀ ਮਨ ਦੀਆਂ ਇਛਾਂ ਜਾਣਦਾ ਹੈ ਅਤੇ ਨਿਹਾਲ ਕਰਦਾ ਰਹਿੰਦਾ ਹੈ ।

Whosoever may obey the teachings of His Word with steady and stable belief in his day-to-day life; he may be blessed with the right path of acceptance in His Court. He may remain intoxicated in meditating and singing the glory of His Word. The extent, significance of His Blessing may remain beyond the comprehension of His Creation. You should always obey the teachings of His Word; focus on the real purpose of the human life opportunity, the essence of the teachings of His Word. The Omniscient True Master always remains aware of the hopes and desire of His Creation. He may overwhelm His true devotee with virtues.

Key Message of Raag Soohee, page 791-9
'ਆਤਮਾ ਦਾ ਕੀ ਸ਼ਿੰਗਾਰ ਹੈ?
ਜਿਹੜਾ ਜੀਵ ਆਪਣੇ ਤਨ ਨੂੰ ਮਨ ਦੇ ਕੀਤੇ ਗੁਣਾਂ ਦੇ ਹਾਰ ਨਾਲ ਸ਼ਿੰਗਾਰਦਾ ਹੈ । ਉਸ ਨੂੰ ਜੀਵਨ ਦੇ ਮੰਤਵ ਦੀ ਸੋਝੀ ਹੋ ਜਾਂਦੀ ਹੈ । ਜਿਸ ਦੇ ਮਨ ਵਿੱਚ ਸ਼ਬਦ ਦੀ ਸਿਖਿਆਂ ਘਰ ਕਰ ਜਾਂਦੀ ਹੈ, ਉਹ ਸਦਾ ਹੀ ਖੇੜੇ ਵਿੱਚ ਰਹਿੰਦਾ ਹੈ । ਅੰਤਰਜਾਮੀ ਮਨ ਦੀਆਂ ਇਛਾਂ ਜਾਣਦਾ, ਬਖਸ਼ ਕੇ ਨਿਹਾਲ ਕਰ ਦੇਂਦਾ ਹੈ ।
What may be the embellishment of soul?
Whosoever may embellish his body with the garland of his good deeds. He may be blessed with the right path of acceptance in His Court. Whosoever may remain drenched with the essence of His Word; he may remain overwhelmed with blossom. The Omniscient True Master remains aware of his hopes and desire; he may be overwhelmed with virtues.

ਗੁਰੂ ਨਾਨਕ ਦੇਵ ਜੀ! – Guru Nanak Dev Ji! Guru Granth Sahib

33. ਸਲੋਕ ਮਃ ੧॥ 791-13

ਪਹਿਲ ਬਸੰਤੈ ਆਗਮਨਿ, ਪਹਿਲਾ ਮਉਲਿਓ ਸੋਇ॥ — pahil basantai aagman pahilaa ma-uli-o so-ay.
ਜਿਤੁ ਮਉਲਿਐ ਸਭ ਮਉਲੀਐ, ਤਿਸਹਿ ਨ ਮਉਲਿਹੁ ਕੋਇ॥ ੧॥ — jit ma-uli-ai sabh ma-ulee-ai tiseh na ma-ulihu ko-ay. ||1||

ਬਸੰਤ ਦੀ ਰੁੱਤ ਵਿੱਚ ਪਹਿਲਾ ਖੇੜਾ ਆਉਂਦਾ ਹੈ । ਪਰ ਸ਼ਬਦ ਦਾ ਖੇੜਾ ਇਸ ਤੋਂ ਵੀ ਪਹਿਲੇ ਆਉਂਦਾ ਹੈ । ਜਿਸ ਦੀ ਕੁਦਰਤ ਨਾਲ ਸਾਰੇ ਸੰਸਾਰ ਵਿੱਚ ਖੇੜਾ ਆਉਂਦਾ ਹੈ । ਪ੍ਰਭ ਆਪ ਹੀ, ਉਸ ਨੂੰ ਖੇੜੇ ਵਿੱਚ ਲਿਆਉਣ ਵਾਲਾ ਕੋਈ ਹੋਰ ਨਹੀਂ ਹੈ ।

The Spring may be the first blossom of the season in the universe; however, the blossom of His Word may come before the blossom of the universe. Whose Command may bring blossom in the universe; only The True Master bring the blossom.

ਮਃ ੨॥ — **mehlaa 2.**

ਪਹਿਲ ਬਸੰਤੈ ਆਗਮਨਿ, ਤਿਸ ਕਾ ਕਰਹੁ ਬੀਚਾਰੁ॥ — pahil basantai aagman tis kaa karahu beechaar.
ਨਾਨਕ ਸੋ ਸਾਲਾਹੀਐ, ਜਿ ਸਭਸੈ ਦੇ ਆਧਾਰੁ॥੨॥ — naanak so salaahee-ai je sabhsai day aaDhaar. ||2||

ਜਿਹੜਾ ਖੇੜਾ ਬਸੰਤ ਤੋਂ ਪਹਿਲੇ ਆਉਂਦਾ ਹੈ, ਉਸ ਖੇੜੇ ਦਾ ਵਿਚਾਰ ਕਰੋ ! ਉਸ ਸ਼ਬਦ ਦੀ ਪਾਲਣਾ ਕਰੋ । ਉਸ ਹੀ ਸਾਰੀ ਸ੍ਰਿਸ਼ਟੀ ਦਾ ਅਧਾਰ ਹੈ ।

Whose blossom may come before the blossom of spring in the universe. You should think about such a blossom. You should obey the teachings of His Word with steady and stable belief in your day-to-day life. He remains the foundation, pillar of the universe.

ਮਃ ੨॥ — **mehlaa 2.**

ਮਿਲਿਐ ਮਿਲਿਆ ਨਾ ਮਿਲੈ, ਮਿਲੈ ਮਿਲਿਆ ਜੇ ਹੋਇ॥ — mili-ai mili-aa naa milai milai mili-aa jay ho-ay.
ਅੰਤਰ ਆਤਮੈ ਜੋ ਮਿਲੈ, ਮਿਲਿਆ ਕਹੀਐ ਸੋਇ॥੩॥ — antar aatmai jo milai mili-aa kahee-ai so-ay. ||3||

ਕੋਈ ਮਾਨਸ, ਗੁਰੂ, ਪੀਰ ਕਿਸੇ ਦੂਸਰੇ ਨੂੰ ਪ੍ਰਭ ਨਾਲ ਮਿਲਾ ਨਹੀਂ ਸਕਦਾ । ਉਸ ਨੂੰ ਪ੍ਰਵਾਨਗੀ ਨਹੀਂ ਦੇ ਸਕਦਾ । ਜਿਸ ਤੇ ਪ੍ਰਭ ਆਪ ਹੀ ਰਹਿਮਤ ਬਖਸ਼ਦਾ ਹੈ, ਕੇਵਲ ਆਪ ਹੀ ਉਸ ਨਾਲ ਨਾਲ ਸੰਜੋਗ ਬਣਾਉਂਦਾ ਹੈ । ਜਿਸ ਦਾ ਮਿਲਾਪ ਪ੍ਰਭ ਨਾਲ ਹੋ ਜਾਂਦਾ ਹੈ, ਉਸ ਦੇ ਅੰਦਰ ਪ੍ਰਭ ਦੇ ਸ਼ਬਦ ਦੀ ਧੁਨ ਚਲ ਸੁਣਾਈ ਦੇਂਦੀ ਹੈ, ਉਸ ਦੀ ਸਮਾਧੀ ਅਡੋਲ ਹੋ ਜਾਂਦਾ ਹੈ ।

No human saint, worldly guru, prophet may be blessed with such a spiritual power to bless anyone with the right path of acceptance in His Court nor anyone may be accepted in His Court with his recommendations. Whosoever may be bestowed with His Blessed Vision, only he may inspire the right path of acceptance in His Court with his way of life. Whosoever may be accepted in His Court; he may hear the everlasting echo of His Word resonating within his heart. He may remain intoxicated in the void of His Word.

ਪਉੜੀ॥ — **pa-orhee.**

ਹਰਿ ਹਰਿ ਨਾਮੁ ਸਲਾਹੀਐ, ਸਚੁ ਕਾਰ ਕਮਾਵੈ॥ — har har naam salaahee-ai sach kaar kamaavai.
ਦੂਜੀ ਕਾਰੈ ਲਗਿਆ, ਫਿਰਿ ਜੋਨੀ ਪਾਵੈ॥ — doojee kaarai lagi-aa fir jonee paavai.
ਨਾਮਿ ਰਤਿਆ ਨਾਮੁ ਪਾਈਐ, ਨਾਮੇ ਗੁਣ ਗਾਵੈ॥ — naam rati-aa naam paa-ee-ai naamay gun gaavai.
ਗੁਰ ਕੈ ਸਬਦਿ ਸਲਾਹੀਐ, ਹਰਿ ਨਾਮਿ ਸਮਾਵੈ॥ — gur kai sabad salaahee-ai har naam samaavai.
ਸਤਿਗੁਰ ਸੇਵਾ ਸਫਲ ਹੈ, ਸੇਵਿਐ ਫਲ ਪਾਵੈ॥੧੯॥ — satgur sayvaa safal hai sayvi-ai fal paavai. ||19||

ਪ੍ਰਭ ਦੇ ਸ਼ਬਦ ਦੀ ਪਾਲਣਾ, ਸ੍ਰਿਸ਼ਟੀ ਭਲਾਈ ਦੇ ਕੰਮ ਕਰੋ । ਜਿਹੜਾ ਬਾਕੀ ਹੋਰ ਸੰਸਾਰਕ ਇਛਾਂ ਮਗਰ ਲਗਦਾ ਹੈ, ਉਹ ਜੰਨੂਾਂ ਦੇ ਚੱਕਰ ਵਿੱਚ ਹੀ ਰਹਿੰਦਾ ਹੈ । ਜਿਸ ਦੇ ਮਨ ਤੇ ਸ਼ਬਦ ਦਾ ਰੰਗ ਚੜ੍ਹ ਜਾਂਦਾ ਹੈ । ਉਹ ਸ਼ਬਦ ਦੀ ਪਾਲਣਾ ਵਿੱਚ ਹੀ ਮਸਤ, ਲੀਨ ਰਹਿੰਦਾ ਹੈ । ਉਹ ਸ਼ਬਦ ਦੀ ਉਸਤਤ ਕਰਦਾ, ਪ੍ਰਭ ਦੀ ਜੋਤ ਵਿੱਚ ਅਭੇਦ ਹੋ ਜਾਂਦਾ ਹੈ । ਪ੍ਰਭ ਦੇ ਸ਼ਬਦ ਦੀ ਪਾਲਣਾ, ਉਸਤਤ ਗਾਉਣਾ ਹੀ ਉਤਮ ਕੰਮ ਹੈ । ਇਸ ਨਾਲ ਪ੍ਰਭ ਦੀ ਰਹਿਮਤ ਦਾ ਫਲ ਬਖਸ਼ਿਸ਼ ਹੁੰਦਾ ਹੈ ।

You should meditate, obey the teachings of His Word with steady and stable belief and serve His Creation. Whosoever may remain intoxicated with the sweet poison of worldly wealth; he may remain in the cycle of birth and death. Whosoever may remain drenched with the essence of His Word; he may remain intoxicated in meditation in the void of His Word. He may remain singing the glory of His Word; with His mercy and grace, he may immerse within His Holy Spirit. The meditation, obeying the teachings of His Word may be the most supreme task in human life journey. His earnings of His Word may be accepted in His Court.

Key Message of Raag Soohee, page 791-13
'ਕਿਹੜੀ ਖੇੜਾ ਬਸੰਤ ਤੋਂ ਪਹਿਲੇ ਆਉਂਦਾ ਹੈ?
ਪ੍ਰਭ ਦੇ ਸ਼ਬਦ ਦਾ ਖੇੜਾ ਬਸੰਤ ਦੀ ਰੁੱਤ ਤੋਂ ਵੀ ਪਹਿਲੇ ਆਉਂਦਾ ਹੈ । ਕੇਵਲ ਪ੍ਰਭ ਆਪ ਹੀ ਸੰਜੋਗ ਬਖਸ਼ਦਾ ਹੈ! ਉਹ ਪ੍ਰਭ ਦੇ ਸ਼ਬਦ ਦੀ ਸਮਾਧੀ ਵਿੱਚ ਅਡੋਲ ਹੋ ਜਾਂਦਾ ਹੈ । ਉਸ ਦੇ ਮਨ ਅੰਦਰ ਪ੍ਰਭ ਦੇ ਸ਼ਬਦ ਦੀ ਧੁਨ ਚਲਦੀ ਸੁਣਾਈ ਦੇਂਦੀ ਹੈ । ਜਿਸ ਦੇ ਮਨ ਤੇ ਸ਼ਬਦ ਦਾ ਰੰਗ ਚੜ੍ਹ ਜਾਂਦਾ ਹੈ । ਉਹ ਸ਼ਬਦ ਦੀ ਪਾਲਣਾ ਵਿੱਚ ਹੀ ਮਸਤ, ਲੀਨ ਹੋਇਆ ਰਹਿੰਦਾ ਹੈ । ਪ੍ਰਭ ਦੀ ਜੋਤ ਵਿੱਚ ਅਭੇਦ ਹੋ ਜਾਂਦਾ ਹੈ ।
What may blossom before spring?
The blossom of His Word even comes before the blossom of spring in the universe. Only The True Master may inspire the right path of acceptance in His Court. He may remain intoxicated in the void of His Word. He may hear the everlasting echo of His Word resonating within his heart. Whosoever may remain drenched with the essence of His Word; he may remain intoxicated in meditation in the void of His Word. His soul may immerse within His Holy Spirit.

34. **ਸਲੋਕ ਮਃ ੨॥ 791-19**

ਕਿਸ ਹੀ ਕੋਈ, ਕੋਇ ਮੰਞੁ ਨਿਮਾਣੀ ਇਕੁ ਤੂ॥ — kis hee ko-ee ko-ay manj nimaanee ik too.
ਕਿਉ ਨ ਮਰੀਜੈ ਰੋਇ, ਜਾ ਲਗੁ ਚਿਤਿ ਨ ਆਵਹੀ॥੧॥ — ki-o na mareejai ro-ay jaa lag chit na aavhee. ||1||

ਪ੍ਰਭ, ਕਈ ਜੀਵਾਂ ਦੇ ਹੋਰ ਬਹੁਤ ਸਿਖਿਆਂ ਦੇਣ ਵਾਲੇ ਗੁਰੂ ਹੁੰਦੇ ਹਨ । ਪਰ ਮੈਨੂੰ ਤਾ ਸਭ ਨੇ ਹੀ ਠੁਕਰਾ ਦਿੱਤਾ ਹੈ । ਮੈਂ ਨਿਮਾਣਾ ਕੇਵਲ ਤੇਰੇ ਤੇ ਆਸਰਾ, ਭਰੋਸਾ ਰਖਦਾ ਹਾ, ਭਾਵੇਂ ਤੇਰੇ ਮਿਲਣ ਦੀ ਭਟਕਣ ਵਿੱਚ ਹੀ ਮਰ ਜਾਵਾ । ਮੈਂ ਤੇਰਾ ਦਰ ਨਹੀਂ ਛਡਨਾ, ਭਰੋਸੇ ਡੋਲਣ ਨਹੀਂ ਦੇਣਾ ।

ਗੁਰੂ ਨਾਨਕ ਦੇਵ ਜੀ! – Guru Nanak Dev Ji! Guru Granth Sahib

The True Master, many humans may have many teachers, guides, supporter, or gurus in the universe; however, everyone has rebuked me. I am helpless and have only hope, faith on Your Forgiveness and Refuge. I may die in the anxiety and frustration; however, I may never abandon the path of meditation nor lose my belief on Your judgement, Word.

ਮਃ ੨॥	mehlaa 2.
ਜਾਂ ਸੁਖੁ ਤਾ ਸਹੁ ਰਾਵਿਓ, ਦੁਖਿ ਭੀ ਸੰਮ੍ਹਾਲਿਓਇ॥	jaaN sukh taa saho raavi-o dukh bhee sammHaali-o-i.
ਨਾਨਕੁ ਕਹੈ ਸਿਆਣੀਏ, ਇਉ ਕੰਤ ਮਿਲਾਵਾ ਹੋਇ॥੨॥	naanak kahai si-aanee-ay i-o kant milaavaa ho-ay. ‖2‖

ਜਿਸ ਦੇ ਜੀਵਨ ਵਿੱਚ ਸੁਖ ਹੁੰਦਾ ਹੈ, ਉਸ ਸਮੇਂ ਉਸ ਦੇ ਬਹੁਤ ਸਾਥੀ ਹੰਦੇ ਹਨ । ਜਿਹੜਾ ਮੁਸੀਬਤ ਸਮੇਂ ਸਾਥ ਖੜ੍ਹਾ ਹੁੰਦਾ ਹੈ, ਉਹ ਹੀ ਅਸਲੀ ਸਾਥੀ ਹੁੰਦਾ ਹੈ । ਇਸਤਰ੍ਹਾਂ ਪ੍ਰਭ ਦੇ ਸ਼ਬਦ ਦੀ ਪਾਲਣਾ ਕਰਨ ਨਾਲ ਹੀ ਪ੍ਰਭ ਦੀ ਰਹਿਮਤ ਬਖਸ਼ਿਸ਼ ਹੁੰਦੀ ਹੈ । ਦਰਬਾਰ ਵਿੱਚ ਪ੍ਰਵਾਨਗੀ ਬਖਸ਼ਿਸ਼ ਹੁੰਦੀ ਹੈ ।

Whosoever may have pleasures and prosperity in life; many may remain his associate, friend well-wishers. Whosoever may stand, in the time of need, miseries in life; only he may be well-wisher and worthy to be called real friend. Same way obeying the teachings of His Word, earnings of His Word remain with his soul forever even after death in His Court.

ਪਉੜੀ॥	pa-orhee.
ਹਉ ਕਿਆ ਸਾਲਾਹੀ ਕਿਰਮ ਜੰਤੁ, ਵਡੀ ਤੇਰੀ ਵਡਿਆਈ॥	ha-o ki-aa saalaahee kiram jant vadee tayree vadi-aa-ee.
ਤੂ ਅਗਮ ਦਇਆਲੁ ਅਗੰਮੁ ਹੈ, ਆਪਿ ਲੈਹਿ ਮਿਲਾਈ॥	too agam da-i-aal agamm hai aap laihi milaa-ee.
ਮੈ ਤੁਝ ਬਿਨੁ ਬੇਲੀ ਕੋ ਨਹੀ, ਤੂ ਅੰਤਿ ਸਖਾਈ॥	mai tujh bin baylee ko nahee too ant sakhaa-ee.
ਜੋ ਤੇਰੀ ਸਰਣਾਗਤੀ, ਤਿਨ ਲੈਹਿ ਛਡਾਈ॥	jo tayree sarnaagatee tin laihi chhadaa-ee.
ਨਾਨਕ ਵੇਪਰਵਾਹੁ ਹੈ, ਤਿਸੁ ਤਿਲੁ ਨ ਤਮਾਈ॥ ੨੦॥੧॥	naanak vayparvaahu hai tis til na tamaa-ee. ‖20‖1‖

ਪ੍ਰਭ ਮੇਰੀ ਕੋਈ ਹੈਸੀਅਤ ਨਹੀਂ, ਮੈਂ ਤੇਰੀ ਕਿਸਤਰ੍ਹਾਂ ਉਸਤਤ ਕਰਾ? ਤੇਰੀਆਂ ਵਡਿਆਈਆਂ ਦਾ ਕੋਈ ਅੰਤ ਨਹੀਂ ਆਉਂਦਾ । ਤੂੰ ਜੀਵ ਦੀ ਜਾਣਕਾਰੀ, ਪਹੁੰਚ ਤੋਂ ਬਾਹਰ ਹੈ । ਅਗਰ ਆਪ ਹੀ ਰਹਿਮਤ ਬਖਸ਼ੇ, ਦਰਬਾਰ ਵਿੱਚ ਸੱਦੇ, ਤਾ ਹੀ ਦਾਖਲਾ ਬਖਸ਼ਿਸ਼ ਹੁੰਦਾ ਹੈ । ਮੇਰਾ ਤੇਰੇ ਤੋਂ ਬਿਨਾਂ ਕੋਈ ਹੋਰ ਸਾਥੀ, ਆਸਰਾ ਦੇਣ ਵਾਲਾ ਨਹੀਂ ਹੈ । ਤੂੰ ਹੀ ਰਹਿਮਤ ਬਖਸ਼ਕੇ, ਮੇਰੀ ਰਖਿਆ ਕਰੋ । ਜਿਹੜਾ ਤੇਰੀ ਰਹਿਮਤ ਨਾਲ ਤੇਰੀ ਸ਼ਰਣ ਵਿੱਚ ਪ੍ਰਵਾਨ ਹੋ ਜਾਂਦਾ ਹੈ, ਤੂੰ ਆਪ ਹੀ ਉਸ ਦੀ ਰਖਿਆ ਕਰਦਾ ਹੈ । ਪ੍ਰਭ ਬਹੁਤ ਦਿਆਲੂ, ਕੋਈ ਲਾਲਚ ਜਾ ਫਿਕਰ ਨਹੀਂ । ਤੇਰੇ ਵਿੱਚ ਕੋਈ ਜੀਵ ਤੋਂ ਸੰਸਾਰਕ ਮੰਗ ਨਹੀਂ ਹੈ, ਤੂੰ ਹੀ ਸਭ ਦਾ ਰਖਵਾਲਾ ਹੈ ।

My True Master, I have no distinctive status; how may I sing Your Glory? Your Greatness, virtues are beyond reach and comprehension of Your Creation. Whosoever may be invited in Your Court; only he may enter Your Court. I do not have any other supporter in the universe. You may protect of Your humble devotee. Whosoever may be accepted in Your Sanctuary; You may become his protector. The Merciful, Generous True Master, protector of the whole universe may not have any greed or desire for any charity.

Key Message of Raag Soohee, page 791-19
'ਅਸਲੀ ਸਾਥੀ ਕੌਣ ਹੁੰਦਾ ਹੈ?
ਪ੍ਰਭ ਦਾ ਦਾਸ ਕਦੇਂ ਪ੍ਰਭ ਦਾ ਦਰ ਨਹੀਂ ਛੱਡਦਾ, ਭਰੋਸੇ ਅਡੋਲ ਰਖਦਾ ਹੈ! ਜਿਹੜਾ ਮੁਸੀਬਤ ਸਮੇਂ ਸਾਥ ਖੜ੍ਹਾ ਰਹਿੰਦਾ ਹੈ, ਉਹ ਹੀ ਅਸਲੀ ਸਾਥੀ ਹੁੰਦਾ ਹੈ । ਜਿਹੜਾ ਤੇਰੀ ਰਹਿਮਤ ਨਾਲ ਤੇਰੀ ਸ਼ਰਣ ਵਿੱਚ ਪ੍ਰਵਾਨ ਹੋ ਜਾਂਦਾ ਹੈ, ਤੂੰ ਆਪ ਹੀ ਉਸ ਦੀ ਰਖਿਆ ਕਰਦਾ ਹੈ । ਮਿਹਰਬਾਨ ਪ੍ਰਭ ਬਿਨਾਂ ਲਾਲਚ ਤੋਂ ਸ਼ਰਣ ਵਿੱਚ ਆਪਾ ਭੇਟਾ ਕਰਨ ਵਾਲੇ ਨੂੰ ਪ੍ਰਵਾਨ ਕਰਦਾ, ਰਖਿਆ ਕਰਦਾ ਹੈ ।
Who may be true friend?
His true devotee may never abandon the path of meditation nor grieves on His Judgement, Blessings! Whosoever may stand, in the time of need, miseries in life; only he may be well-wisher and worthy to be called real friend. Whosoever may surrender his self-entity; The Merciful, Generous True Master accepts His humble devotee in His Sanctuary without any discrimination.

ਗੁਰੂ ਨਾਨਕ ਦੇਵ ਜੀ! – Guru Nanak Dev Ji! Guru Granth Sahib

☬ Chapter 16 ☬

☬ ਰਾਗੁ ਬਿਲਾਵਲੁ (795 –858) ☬

1. **ਬਿਲਾਵਲੁ ਮਹਲਾ ੧ ਚਉਪਦੇ ਘਰੁ ੧॥ 795-1**

੧ਓ ਸਤਿ ਨਾਮੁ ਕਰਤਾ ਪੁਰਖੁ, ਨਿਰਭਉ ਨਿਰਵੈਰੁ ਅਕਾਲ ਮੂਰਤਿ ਅਜੂਨੀ ਸੈਭੰ ਗੁਰ ਪ੍ਰਸਾਦਿ॥	ik-oNkaar, sat naam, kartaa, purakh, nirbha-o, nirvair, akaal, moorat, ajoonee, saibhaN, gur parsaad.

ਤੂ ਸੁਲਤਾਨੁ ਕਹਾ ਹਉ ਮੀਆ, ਤੇਰੀ ਕਵਨ ਵਡਾਈ॥ too sultaan kahaa ha-o mee-aa tayree kavan vadaa-ee.
ਜੋ ਤੂ ਦੇਹਿ ਸੁ ਕਹਾ ਸੁਆਮੀ, ਮੈ ਮੂਰਖ ਕਹਣੁ ਨ ਜਾਈ॥੧॥ jo too deh so kahaa su-aamee mai moorakh kahan na jaa-ee. ||1||

ਮੈਂ, ਪ੍ਰਭ ਤੂੰ ਸਭ ਤੋਂ ਵੱਡਾ ਰਾਜਾ, ਅਸਲੀ ਮਾਲਕ ਮੰਨਦਾ ਹਾ । ਇਸ ਨਾਲ ਪ੍ਰਭ ਦੀ ਕੋਈ ਵਡਿਆਈ ਨਹੀਂ ਹੁੰਦੀ । ਮੈਂ ਅਣਜਾਣ, ਕੁਝ ਜਾਣਕਾਰੀ ਨਹੀਂ, ਪ੍ਰਭ ਦੀ ਕੀ ਵਡਿਆਈ ਕਰ ਸਕਦਾ ਹਾ? ਜਿਤਨੀ ਸੋਝੀ ਬਖਸ਼ਦਾ ਹੈ, ਕੇਵਲ ਉਤਨੀ ਹੀ ਉਸਤਤ ਕਰ ਸਕਦਾ ਹਾ ।

The Omnipotent True Master greatest of All, King of kings; by singing His glory, I may not enhance His Greatness. I am ignorant from His True Nature! What may I sing the glory of His Virtues? Whatsoever, I have been enlightened, I may only sing His Glory.

ਤੇਰੇ ਗੁਣ ਗਾਵਾ ਦੇਹਿ ਬੁਝਾਈ॥ tayray gun gaavaa deh bujhaa-ee.
ਜੈਸੇ ਸਚ ਮਹਿ ਰਹਉ ਰਜਾਈ॥੧॥ ਰਹਾਉ॥ jaisay sach meh raha-o rajaa-ee. ||1|| rahaa-o.

ਪ੍ਰਭ ਰਹਿਮਤ ਬਖਸ਼ੋ! ਤੇਰੇ ਗੁਣਾਂ ਦੀ ਹੋਰ ਉਸਤਤ ਕਰਾ, ਸ਼ਬਦ ਦੀ ਪਾਲਣਾ ਵਿੱਚ ਲੀਨ ਹੋ ਜਾਵਾ ।

My True Master bestow Your Blessed Vision; I may remain intoxicated singing Your glory in the void of Your Word.

ਜੋ ਕਿਛੁ ਹੋਆ ਸਭੁ ਕਿਛੁ ਤੁਝ ਤੇ, ਤੇਰੀ ਸਭ ਅਸਨਾਈ॥ jo kichh ho-aa sabh kichh tujh tay tayree sabh asnaa-ee.
ਤੇਰਾ ਅੰਤੁ ਨ ਜਾਣਾ ਮੇਰੇ ਸਾਹਿਬ, tayraa ant na jaanaa mayray saahib
ਮੈ ਅੰਧੁਲੇ ਕਿਆ ਚਤੁਰਾਈ॥੨॥ mai anDhulay ki-aa chaturaa-ee. ||2||

ਪ੍ਰਭ ਸ੍ਰਿਸ਼ਟੀ ਵਿੱਚ ਸਭ ਕੁਝ ਤੇਰਾ ਹੀ ਕੀਤਾ ਹੁੰਦਾ ਹੈ । ਸਭ ਤੇਰੀ ਹੀ ਕਰਮਾਤ, ਵਡਿਆਈ ਹੈ । ਪ੍ਰਭ ਤੇਰੀ ਕਿਸੇ ਕਰਮਾਤ ਦਾ ਅੰਤ ਨਹੀਂ ਜਾਣ ਸਕਦਾ । ਤੂੰ ਸਭ ਕੁਝ ਜਾਣਦਾ ਹੈ, ਮੇਰੇ ਵਿੱਚ ਕੋਈ ਸਿਆਣਪ ਜਾ ਚਲਾਕੀ ਨਹੀਂ ਹੈ ।

The Omniscient True Master only You Command may prevail in every event. All miracles of nature may be Your Greatness. Your miracles remain beyond the comprehension of Your Creation! I do not have any wisdom or any devious, clever plan of my own.

ਕਿਆ ਹਉ ਕਥੀ ਕਥੇ ਕਥਿ ਦੇਖਾ, ਮੈ ਅਕਥੁ ਨ ਕਥਨਾ ਜਾਈ॥ ki-aa ha-o kathee kathay kath daykhaa mai akath na kathnaa jaa-ee.
ਜੋ ਤੁਧੁ ਭਾਵੈ ਸੋਈ ਆਖਾ, ਤਿਲੁ ਤੇਰੀ ਵਡਿਆਈ॥੩॥ jo tuDh bhaavai so-ee aakhaa til tayree vadi-aa-ee. ||3||

ਜਿਹੜਾ ਕੁਝ ਮੈਂ ਦੇਖਦਾ ਹਾ, ਉਹ ਕੁਝ ਹੀ ਕਹਿੰਦਾ, ਵਖਿਆਣ ਕਰ ਸਕਦਾ ਹੈ । ਜਿਹੜੇ ਕਰਤਬ ਦੇਖ ਨਹੀਂ ਜਾ ਸਕਦਾ, ਉਹਨਾਂ ਦਾ ਵਖਿਆਣ ਕਿਵੇਂ ਕਰ ਸਕਦਾ ਹਾ? ਜਿਹੜੀ ਸੋਝੀ ਬਖਸ਼ਦਾ ਹੈ, ਮੈਂ ਉਹ ਕੁਝ ਹੀ ਬੋਲ ਸਕਦਾ ਹਾ । ਕੇਵਲ ਤੇਰੀ ਥੋੜ੍ਹੀ ਹੀ ਵਡਿਆਈ ਦਾ ਵਖਿਆਣ ਕਰ ਸਕਦਾ ਹਾ ।

My True Master, I may only understand, explain only visible facts of Your Nature. How may I comprehend invisible miracles, events of Your Nature? Whatsoever the enlightenment has been blessed; with Your mercy and grace, I may only speak or sing that much Your glory. My explanation may be very insignificant portion of Your Nature.

ਏਤੇ ਕੂਕਰ ਹਉ ਬੇਗਾਨਾ, ਭਉਕਾ ਇਸੁ ਤਨ ਤਾਈ॥ aytay kookar ha-o baygaanaa bha-ukaa is tan taa-ee.
ਭਗਤਿ ਹੀਣੁ ਨਾਨਕੁ ਜੇ ਹੋਇਗਾ, ਤਾ ਖਸਮੈ ਨਾਉ ਨ ਜਾਈ॥੪॥ ੧॥ bhagat heen naanak jay ho-igaa taa khasmai naa-o na jaa-ee. ||4||1||

ਤੇਰੇ ਅਨੇਕਾਂ ਬੰਦਗੀ ਕਰਨ ਵਾਲੇ ਹਨ! ਮੈਂ ਨਿਮਾਣਾ ਉਹਨਾਂ ਦੀ ਪੱਧਰ ਤੇ ਨਹੀਂ ਹਾ । ਆਪਣਾ ਜ਼ੋਰ ਲਾ ਕੇ ਤੇਰੀ ਉਸਤਤ ਗਾਉਂਦਾ ਹਾ । ਭਾਵੇਂ ਮੇਰੀ ਬੰਦਗੀ ਵਿੱਚ ਉਤਨੀ ਦ੍ਰਿੜ੍ਹਤਾ ਨਹੀਂ । ਫਿਰ ਵੀ ਆਪਣੇ ਮਾਲਕ ਦੇ ਸ਼ਬਦ ਦੀ ਪਾਲਣਾ ਤੇ ਅਡੋਲ ਰਹਿੰਦਾ ਹਾ ।

Your many true devotees remain intoxicated in meditation in the void of Your Word. My dedication, state of mind may not be comparable with those humble souls. However, I am singing the glory of Your Word sincerely from the core of my heart. Even though, I may not have that much determination in my meditation; still, I may obey the teachings of Your Word with steady and stable belief in my day-to-day life.

Key Message of Raag Bilaaval, page 795-1
'ਦਾਸ ਦੀ ਸ਼ਰਧਾ!
ਪ੍ਰਭ ਸ੍ਰਿਸ਼ਟੀ ਵਿੱਚ ਸਭ ਕੁਝ ਤੇਰਾ ਹੀ ਕੀਤਾ ਹੁੰਦਾ, ਤੇਰੀ ਹੀ ਕਰਮਾਤ, ਵਡਿਆਈ ਹੈ । । ਤੇਰੇ ਨਾ ਦੇਖੇ ਜਾਣ ਵਾਲੇ ਕਰਤਬਾਂ ਦੀ ਕੇਵਲ ਥੋੜ੍ਹੀ ਹੀ ਵਡਿਆਈ ਵਖਿਆਣ ਕਰ ਸਕਦਾ ਹਾ । ਮੈਂ ਆਪਣਾ ਜ਼ੋਰ ਲਾ ਕੇ ਤੇਰੀ ਉਸਤਤ ਗਾਉਂਦਾ ਹਾ । ਮੈਂ ਆਪਣੇ ਮਾਲਕ ਦੇ ਸ਼ਬਦ ਦੀ ਪਾਲਣਾ ਤੇ ਅਡੋਲ ਰਹਿੰਦਾ ਹਾ ।
Devotion of His true devotee!
The Omniscient True Master, only You Command may prevail in every event; all miracles of nature may be Your Greatness. I may only explain very insignificant portion of Your incomprehensible Nature, invisible miracles. I am wholeheartedly singing the glory of Your Word from the core of my heart. I obey the teachings of Your Word with steady and stable belief in my day-to-day life.

2. **ਬਿਲਾਵਲੁ ਮਹਲਾ ੧॥ 795-9**

ਮਨੁ ਮੰਦਰੁ, ਤਨੁ ਵੇਸ ਕਲੰਦਰੁ, ਘਟ ਹੀ ਤੀਰਥਿ ਨਾਵਾ॥ man mandar tan vays kalandar ghat hee tirath naavaa.
ਏਕੁ ਸਬਦੁ ਮੇਰੈ ਪ੍ਰਾਨਿ ਬਸਤੁ ਹੈ, ਬਾਹੁੜਿ ਜਨਮਿ ਨ ਆਵਾ॥੧॥ ayk sabad mayrai paraan basat hai baahurh janam na aavaa. ||1||

ਆਪਣੇ ਮਨ ਨੂੰ ਉਹ ਤੀਰਥ ਅਤੇ ਤਨ ਨੂੰ ਉਹ ਸਾਦਾ ਪਟੋਲਾ, ਕਪੜਾ ਬਣਾਇਆ ਹੈ । ਆਪਣੇ ਅੰਦਰ ਹੀ ਤੀਰਥ ਵਿੱਚ ਪਵਿਤਰਤਾ ਦਾ ਇਸ਼ਨਾਨ ਕਰਦਾ ਹਾ । ਮੇਰਾ ਭਰੋਸਾ ਹੈ! ਅਗਰ ਇਕ ਸ਼ਬਦ ਵੀ ਮੇਰੇ ਮਨ ਵਿੱਚ ਘਰ ਕਰ ਗਿਆ, ਮੇਰਾ ਮਾਨਸ ਜਨਮ ਸਫਲ ਹੋ ਜਾਵੇਗਾ ।

ਗੁਰੂ ਨਾਨਕ ਦੇਵ ਜੀ! – Guru Nanak Dev Ji! Guru Granth Sahib

My True Master, I have made my mind as a Holy Shrine and my body as a Roomala, glorified cloth to enhance the glory of Holy Shrine. I am taking a sanctifying bath in The Holy Pond of nectar within my mind. I have a steady and stable belief on the teachings of His Word; even, I am be drenched with essence of His Word; with His mercy and grace, my human life opportunity may be successful.

ਮਨੁ ਬੇਧਿਆ ਦਇਆਲ ਸੇਤੀ ਮੇਰੀ ਮਾਈ॥ man bayDhi-aa da-i-aal saytee mayree maa-ee.

ਕਉਣੁ ਜਾਣੈ ਪੀਰ ਪਰਾਈ॥ ਹਮ ਨਾਹੀ ਚਿੰਤ ਪਰਾਈ॥੧॥ ਰਹਾਉ॥ ka-un jaanai peer paraa-ee. ham naahee chint paraa-ee. ||1|| rahaa-o.

ਮੈਂ ਤੇਰੇ ਵਿਛੋੜੇ ਦੇ ਵਿਰਾਗ ਦੇ ਦਰਦ ਵਿੱਚ ਹਾ! ਹੋਰ ਕੌਣ ਮੇਰਾ ਦਰਦ ਮਹਿਸੂਸ ਕਰ ਸਕਦਾ ਹੈ? ਮੈਂ ਕੇਵਲ ਪ੍ਰਭ ਦੇ ਵਿਛੋੜੇ ਦੇ ਵਿਰਾਗ ਵਿੱਚ ਰਹਿੰਦਾ ਹਾ ।

I am in deep renunciation in the of memory of my separation from His Holy Spirit. Who else may recognize my misery, state of mind? I remain intoxicated in renunciation in the memory of my separation for His Holy Spirit.

ਅਗਮ ਅਗੋਚਰ ਅਲਖ ਅਪਾਰਾ, ਚਿੰਤਾਂ ਕਰਹੁ ਹਮਾਰੀ॥ agam agochar alakh apaaraa chintaa karahu hamaaree.

ਜਲਿ ਥਲਿ ਮਹੀਅਲਿ ਭਰਿਪੁਰਿ ਲੀਣਾ, ਘਟਿ ਘਟਿ ਜੋਤਿ ਤੁਮ੍ਾਰੀ॥੨॥ jal thal mahee-al bharipur leenaa ghat ghat jot tumHaaree. ||2||

ਪ੍ਰਭ, ਜੀਵ ਦੀ ਜਾਣਕਾਰੀ, ਪਹੁੰਚ ਤੋਂ ਬਾਹਰ ਹੈ! ਰਹਿਮਤ ਬਖਸ਼ੋ! ਤਿੰਨਾਂ ਸ੍ਰਿਸ਼ਟੀਆਂ ਵਿੱਚ ਹੀ ਵਾਪਰਣ ਵਾਲੇ ਪ੍ਰਭ ਦੀ ਜੋਤ ਹੀ ਹਰਇਕ ਅੰਦਰ ਚਲਦੀ ਹੈ ।

The True Master remains beyond the reach, comprehension of His Creation! Protect my honor! The True Master, Holy Spirit remains embedded within each soul and prevails in all three universes.

ਸਿਖ ਮਤਿ ਸਭ ਬੁਧਿ ਤੁਮ੍ਾਰੀ, ਮੰਦਿਰ ਛਾਵਾ ਤੇਰੇ॥ sikh mat sabh buDh tumHaaree mandir chhaavaa tayray.

ਤੁਝ ਬਿਨੁ ਅਵਰੁ ਨ ਜਾਣਾ ਮੇਰੇ ਸਾਹਿਬਾ, ਗੁਣ ਗਾਵਾ ਨਿਤ ਤੇਰੇ॥੩॥ tujh bin avar na jaanaa mayray saahibaa gun gaavaa nit tayray. ||3||

ਮੈਂ ਹੋਰ ਕਿਸੇ ਨੂੰ ਨਹੀਂ ਜਾਣਦਾ, ਮੈਂ ਤੇਰੀ ਹੀ ਉਸਤਤ ਗਾਉਂਦਾ ਹਾ । ਸ਼ਬਦ, ਸਿਖਿਆਂ, ਸੋਝੀ, ਦਰਬਾਰ ਸਾਰੇ ਤੇਰੇ ਵੱਸ ਅੰਦਰ ਹੀ ਹਨ ।

My Omniscient True Master, I may not recognize anyone else as my savior. I only meditate and sing Your glory, Word. All the enlightenment of Your Word, wisdom of the universe and judgement remain under Your Command.

ਜੀਅ ਜੰਤ ਸਭਿ ਸਰਣਿ ਤੁਮ੍ਾਰੀ, ਸਰਬ ਚਿੰਤ ਤੁਧੁ ਪਾਸੇ॥ jee-a jant sabh saran tumHaaree sarab chint tuDh paasay.

ਜੋ ਤੁਧੁ ਭਾਵੈ ਸੋਈ ਚੰਗਾ, ਇਕ ਨਾਨਕ ਕੀ ਅਰਦਾਸੇ॥੪॥੨॥ jo tuDh bhaavai so-ee changa ik naanak kee ardaasay. ||4||2||

ਪ੍ਰਭ ਸਾਰੇ ਤੇਰੀ ਰਹਿਮਤ ਹੀ ਮੰਗਦੇ ਹਨ, ਤੇਰੀ ਸ਼ਰਣ ਵਿੱਚ ਹੀ ਹਨ । ਤੈਨੂੰ ਸਭ ਦੀ ਭਲਾਈ ਦਾ ਹੀ ਫਿਕਰ ਰਹਿੰਦਾ ਹੈ । ਮੇਰੀ ਅਰਦਾਸ, ਤੇਰਾ ਭਾਣਾ ਹੀ ਮੇਰੇ ਮਨ ਦੀ ਮੰਗ, ਖਾਹਿਸ਼ ਬਣ ਜਾਵੇ ।

My True Master, everyone may be praying for Your Forgiveness and Refuge. Everyone may remain anxious to be accepted at Your Sanctuary. You remain concern about the welfare of Your Creation. I pray that Your Command may become my only desire.

Key Message of Raag Bilaaval, page 795-9
'ਆਤਮਾ ਹੀ ਪ੍ਰਭ ਦਾ ਤਖਤ, ਮੰਦਰ ਹੈ!
ਮੈਂ ਆਪਣੇ ਮਨ ਨੂੰ ਤੀਰਥ, ਤਨ ਨੂੰ ਰਮਾਲਾ ਬਣਾ ਕੇ, ਆਪਣੇ ਅੰਦਰ ਹੀ ਪਵਿੱਤਰਤਾ ਦਾ ਇਸ਼ਨਾਨ ਕਰਦਾ ਹਾ । ਜਿਸ ਦੇ ਮਨ ਵਿੱਚ ਇਕ ਸ਼ਬਦ ਵੀ ਘਰ ਕਰ ਜਾਂਦਾ ਹੈ, ਉਸ ਦਾ ਮਾਨਸ ਜਨਮ ਸਫਲ ਹੋ ਜਾਂਦਾ ਹੈ । ਮੈਂ ਕੇਵਲ ਤੇਰੇ ਵਿਛੋੜੇ ਦੇ ਵਿਰਾਗ ਵਿੱਚ ਰਹਿੰਦਾ ਹਾ । ਹੋਰ ਕੌਣ ਮੇਰਾ ਦਰਦ ਮਹਿਸੂਸ ਕਰ ਸਕਦਾ ਹੈ? ਹਰਇਕ ਆਤਮਾ ਵਿੱਚ ਹੀ ਪ੍ਰਭ ਸਮਾਇਆ ਰਹਿੰਦਾ ਹੈ । ਪ੍ਰਭ ਦੇ ਵੱਸ ਵਿੱਚ ਹੀ ਸ਼ਬਦ, ਸਿਖਿਆਂ, ਸੋਝੀ ਹੈ । ਸਭ ਕੁਝ ਪ੍ਰਭ ਦੀ ਸ਼ਰਣ ਵਿੱਚ ਹੀ ਬਖਸ਼ਿਸ਼ ਹੁੰਦਾ ਹੈ! ਪ੍ਰਭ ਨੂੰ ਸਭ ਦੀ ਭਲਾਈ ਦਾ ਹੀ ਫਿਕਰ ਰਹਿੰਦਾ ਹੈ ।
Soul is Holy Shrine, His Throne!
I have transformed my mind as a Holy Shrine; my body as a Ramaala, to enhance the glory of Holy Shrine! I am taking a soul sanctifying bath in The Holy Pond of nectar within my mind. Whosoever may be drenched with the essence of His One Word; his human life opportunity may be successful. I remain intoxicated in renunciation in the memory of my separation for His Holy Spirit. Who else may recognize my pain, misery, state of mind? The True Master, Holy Spirit remains embedded within every soul with all three universes. All the enlightenment, wisdom and judgement remain under His Command.

3. **ਬਿਲਾਵਲੁ ਮਹਲਾ ੧॥ 795-14**

ਆਪੇ ਸਬਦੁ ਆਪੇ ਨੀਸਾਨੁ॥ ਆਪੇ ਸੁਰਤਾ ਆਪੇ ਜਾਨੁ॥ aapay sabad aapay neesaan. aapay surtaa aapay jaan.

ਆਪੇ ਕਰਿ ਕਰਿ ਵੇਖੈ ਤਾਣੁ॥ ਤੂ ਦਾਤਾ ਨਾਮੁ ਪਰਵਾਣੁ॥੧॥ aapay kar kar vaykhai taan. too daataa naam parvaan. ||1||

ਪ੍ਰਭ ਹੀ ਸ਼ਬਦ ਹੈ, ਆਪ ਹੀ ਬੰਦਗੀ ਦਾ ਨਿਸ਼ਾਨ ਹੈ । ਆਪ ਹੀ ਜੀਵ ਦੀ ਬੰਦਗੀ ਸੁਣਦਾ ਹੈ, ਮਨ ਦੀਆਂ ਇਛਾਂ ਜਾਣਦਾ ਹੈ । ਆਪ ਹੀ ਜੀਵ ਨੂੰ ਪੈਦਾ ਕਰਦਾ, ਆਪ ਹੀ ਆਪਣੀ ਤਾਕਤ ਜਾਣਦਾ ਹੈ । ਆਪ ਹੀ ਦਾਤਾਂ ਦੇਣ ਵਾਲਾ, ਰਹਿਮਤਾਂ ਬਖਸ਼ਣ ਵਾਲਾ ਮਾਲਕ ਹੈ ।

My True Master remains embedded within the teachings of His Word; He remains the symbol of His Word, meditation. The Omniscient True Master heeds the prayer of His true devotee; He remains fully aware about the desire of his mind. Only, The True Master, Creator of the universe knows His own power and capability. The True Master, Treasure of all virtues, may bestow virtues to His Creation

ਐਸਾ ਨਾਮੁ ਨਿਰੰਜਨ ਦੇਉ॥ aisaa naam niranjan day-o.

ਹਉ ਜਾਚਿਕੁ ਤੂ ਅਲਖ ਅਭੇਉ॥੧॥ ਰਹਾਉ॥ ha-o jaachik too alakh abhay-o. ||1|| rahaa-o.

ਪ੍ਰਭ ਤੂੰ ਅਨੋਖੀ ਕੁਦਰਤ ਦਾ ਮਾਲਕ ਹੈ । ਕੋਈ ਤੈਨੂੰ ਦੇਖ ਜਾ ਪੂਰਨ ਤਰ੍ਹਾਂ ਜਾਣ ਨਹੀਂ ਸਕਦਾ । ਮੈਂ ਤੇਰੇ ਦਰ ਦਾ ਮੰਗਤਾ ਹਾ ।

My True Master, Your Nature, Virtues remain astonishing beyond any comprehension and visibility! I am only a beggar at Your door.

ਮਾਇਆ ਮੋਹੁ ਧਰਕਟੀ ਨਾਰਿ॥ ਭੂੰਡੀ ਕਾਮਣਿ ਕਾਮਣਿਆਰਿ॥ maa-i-aa moh Dharkatee naar. bhooNdee kaaman kaamani-aar.

ਰਾਜੁ ਰੂਪੁ ਝੂਠਾ ਦਿਨ ਚਾਰਿ॥ ਨਾਮੁ ਮਿਲੈ ਚਾਨਣੁ ਅੰਧਿਆਰਿ॥੨॥ raaj roop jhoothaa din chaar. naam milai chaanan anDhi-aar. ||2||

ਸੰਸਾਰਕ ਮਾਇਆ ਇਕ ਸਿਰਾਪੀ ਔਰਤ ਵਰਗੀ ਹੈ । ਜਿਹੜੀ ਬਦ-ਚਲਨ, ਮੰਦੇ ਕੰਮਾਂ, ਧੋਖੇ ਵਾਲੀ ਹੁੰਦੀ ਹੈ । ਜੀਵ ਦੀ ਜਵਾਨੀ, ਜੋਬਨ, ਸੰਦਰਤਾ ਥੋੜ੍ਹਾ ਸਮਾਂ ਰਹਿਣ ਵਾਲੀ ਹੈ । ਪ੍ਰਭ ਦੀ ਰਹਿਮਤ ਨਾਲ ਜਿਸ ਦੀ ਸ਼ਬਦ ਵਿੱਚ ਲਗਨ ਲਗ ਜਾਂਦੀ ਹੈ । ਉਸ ਦਾ ਅੰਧੇਰਾ ਸਦਾ ਲਈ ਦੂਰ ਹੋ ਜਾਂਦਾ ਹੈ ।

ਗੁਰੂ ਨਾਨਕ ਦੇਵ ਜੀ! – Guru Nanak Dev Ji! Guru Granth Sahib

Worldly wealth may be like a cursed woman. Who may be cunning with evil thoughts, deeds, and devious intention? The youth, glamor, greatness, and beauty of any creature may be short-lived. Whosoever may be blessed with a devotion to meditate; his ignorance may be eliminated forever.

ਚਖਿ ਛੋਡੀ ਸਹਸਾ ਨਹੀ ਕੋਇ॥ ਬਾਪੁ ਦਿਸੈ ਵੇਜਾਤਿ ਨ ਹੋਇ॥ chakh chhodee sahsaa nahee ko-ay. baap disai vayjaat na ho-ay.
ਏਕੇ ਕਉ ਨਾਹੀ ਭਉ ਕੋਇ॥ ਕਰਤਾ ਕਰੇ ਕਰਾਵੈ ਸੋਇ॥੩॥ aykay ka-o naahee bha-o ko-ay. kartaa karay karaavai so-ay. ||3||

ਮੈਂ ਸੰਸਾਰਕ ਇਛਾਂ ਨੂੰ ਤਿਆਗ ਦਿੱਤਾ ਹੈ, ਹੁਣ ਮੇਰੇ ਸਾਰੇ ਭਰਮ ਦੂਰ ਹੋ ਗਏ ਹਨ । ਜਿਸ ਜੀਵ ਨੂੰ ਆਪਣੇ ਪਿਤਾ ਦੀ ਜਾਣਕਾਰੀ, ਪਤਾ ਹੁੰਦਾ ਹੈ । ਉਸ ਨੂੰ ਹਰਾਮਦਾ ਨਹੀਂ ਕਿਹਾ ਜਾ ਸਕਦਾ । ਜਿਹੜਾ ਪ੍ਰਭ ਦੀ ਸ਼ਰਣ ਵਿੱਚ ਆ ਜਾਂਦਾ ਹੈ । ਉਸ ਨੂੰ ਹੋਰ ਕੋਈ ਇਛਾਂ ਦਾ ਡਰ, ਤੰਗ ਨਹੀਂ ਕਰਦਾ । ਪ੍ਰਭ ਆਪ ਹੀ ਸਭ ਕੁਝ ਕਰਦਾ, ਸਭ ਕਰਤਬਾਂ ਦਾ ਕਾਰਨ ਹੈ ।

My True Master, I have renounced, conquered all my worldly desires, greed. All my suspicions have been eliminated from my day-to-day life. Whosoever may be aware about his biological father; he may never be called illegitimate (bastard) son. Whosoever may surrender his mind, body, and worldly status at His Sanctuary; no worldly temptations may frustrate him. Only, The True Master creates the purpose and prevails in every event in the universe.

ਸਬਦਿ ਮੁਏ ਮਨੁ ਮਨ ਤੇ ਮਾਰਿਆ॥ sabad mu-ay man man tay maari-aa.
ਠਾਕਿ ਰਹੇ ਮਨੁ ਸਾਚੈ ਧਾਰਿਆ॥ thaak rahay man saachai Dhaari-aa.
ਅਵਰੁ ਨ ਸੂਝੈ ਗੁਰ ਕਉ ਵਾਰਿਆ॥ avar na soojhai gur ka-o vaari-aa.
ਨਾਨਕ ਨਾਮਿ ਰਤੇ ਨਿਸਤਾਰਿਆ॥੪॥੩॥ naanak naam ratay nistaari-aa. ||4||3||

ਜਿਹੜਾ ਮਨ ਨੂੰ ਸ਼ਬਦ ਦੀ ਪਾਲਣਾ ਤੇ ਲਾਉਂਦਾ ਹੈ, ਉਸ ਨੂੰ ਮਨ ਤੇ ਜਿੱਤ ਬਖਸ਼ਿਸ਼ ਹੋ ਜਾਂਦੀ ਹੈ । ਮਨ ਤੇ ਕਾਬੂ ਪਾਉਣ ਨਾਲ ਪ੍ਰਭ ਦਾ ਸ਼ਬਦ ਮਨ ਵਿੱਚ ਘਰ ਕਰ ਜਾਂਦਾ ਹੈ । ਉਸ ਨੂੰ ਹੋਰ ਕੋਈ ਭਰਮ ਨਹੀਂ ਰਹਿੰਦਾ, ਸ਼ਬਦ ਦੀ ਪਾਲਣਾ ਵਿੱਚ ਹੀ ਅਨੰਦ ਮਾਨਦਾ, ਲੀਨ ਰਹਿੰਦਾ ਹੈ । ਇਸਤਰ੍ਹਾਂ ਸਿਮਰਨ ਵਿੱਚ ਲੀਨ ਹੋਇਆ, ਦਰਬਾਰ ਵਿੱਚ ਪ੍ਰਵਾਨ ਹੋ ਜਾਂਦਾ ਹੈ ।

Whosoever may obey the teachings of His Word with steady and stable belief in his day-to-day life; with His mercy and grace, he may conquer the ego of his mind. He may remain drenched with the essence of His Word. No religious suspicions may frustrate or disturb his peace of mind. He may remain obeying the teachings of His Word with steady and stable belief in day-to-day life. He may remain intoxicated in the void of His Word; with His mercy and grace, he may be accepted in His Court.

Key Message of Raag Bilaaval, page 795-14
'ਪ੍ਰਭ ਦੀ ਹੋਂਦ ਹੀ ਸ਼ਬਦ ਵਿੱਚ ਸਮਾਈ ਰਹਿੰਦੀ ਹੈ!
ਪ੍ਰਭ ਹੀ ਸ਼ਬਦ, ਬੰਦਗੀ ਦਾ ਨਿਸ਼ਾਨ ਹੈ । ਆਪ ਹੀ ਜੀਵ ਦੀ ਬੰਦਗੀ ਸੁਣਦਾ, ਮਨ ਦੀ ਇਛਾਂ ਜਾਣਦਾ ਹੈ । ਸੰਸਾਰਕ ਮਾਇਆ ਇਕ ਸਿਰਾਪੀ ਔਰਤ ਵਰਗੀ ਹੈ । ਜੀਵ ਦੀ ਜਵਾਨੀ, ਜੋਬਨ, ਸੰਦਰਤਾ ਥੋੜ੍ਹਾ ਸਮਾਂ ਰਹਿਣ ਵਾਲੀ ਹੈ । ਜਿਹੜਾ ਸੰਸਾਰਕ ਇਛਾਂ ਨੂੰ ਤਿਆਗ ਕੇ ਆਪਾ ਪ੍ਰਭ ਦੀ ਸ਼ਰਣ ਵਿੱਚ ਭੇਟਾ ਕਰ ਦੇਂਦਾ ਹੈ! ਉਸ ਦੇ ਸਾਰੇ ਭਰਮ ਦੂਰ ਹੋ ਜਾਂਦੇ ਹਨ! ਉਹ ਸ਼ਬਦ ਦੀ ਪਾਲਣਾ ਵਿੱਚ ਲੀਨ ਹੋਇਆ, ਦਰਬਾਰ ਵਿੱਚ ਪ੍ਰਵਾਨ ਹੋ ਜਾਂਦਾ ਹੈ ।
His Existence remains embedded within His Word!
The True Master remains embedded within His Word; He remains the symbol of meditation. He heeds the prayer and remains fully aware the desire of every mind. Worldly wealth, youth, glamor, greatness, and beauty may be like a cursed woman with devious intention and short-lived. Whosoever may renounce, conquers all worldly desires, and surrenders his self-entity at His Sanctuary; all his suspicions may be eliminated. He may remain intoxicated in meditation in the void of His Word; he may be accepted in His Court.

4. **ਬਿਲਾਵਲੁ ਮਹਲਾ ੧॥** 796-5

ਗੁਰ ਬਚਨੀ ਮਨੁ ਸਹਜ ਧਿਆਨੇ॥ ਹਰਿ ਕੈ ਰੰਗਿ ਰਤਾ ਮਨੁ ਮਾਨੇ॥ gur bachnee man sahj Dhi-aanay. har kai rang rataa man maanay.
ਮਨਮੁਖ ਭਰਮਿ ਭੁਲੇ ਬਉਰਾਨੇ॥ manmukh bharam bhulay ba-uraanay.
ਹਰਿ ਬਿਨੁ ਕਿਉ ਰਹੀਐ, ਗੁਰ ਸਬਦਿ ਪਛਾਨੇ॥੧॥ har bin ki-o rahee-ai gur sabad pachhaanay. ||1||

ਜਿਹੜਾ ਸ਼ਬਦ ਦੀ ਪਾਲਣਾ ਕਰਦਾ, ਉਸ ਦੀ ਲਗਨ ਲਗ ਜਾਂਦੀ ਹੈ । ਉਸ ਨੂੰ ਸ਼ਬਦ ਦੀ ਸੋਝੀ, ਭਰੋਸਾ ਅਡੋਲ, ਸੰਤੋਖ, ਧੀਰਜ ਬਖਸ਼ਿਸ਼ ਹੋ ਜਾਂਦਾ ਹੈ । ਮਨਮਰਜ਼ੀ ਕਰਨ ਵਾਲਾ ਸੰਸਾਰਕ ਧਰਮਾਂ ਪਿਛੇ ਲਗਾ ਰਹਿੰਦਾ ਹੈ । ਜਿਹੜਾ ਸ਼ਬਦ ਦੀ ਪਾਲਣਾ ਨਹੀਂ ਕਰਦਾ! ਉਸ ਨੂੰ ਸ਼ਬਦ ਦੀ, ਜੀਵਨ ਦੇ ਮੰਤਵ ਦੀ ਸੋਝੀ ਬਖਸ਼ਿਸ਼ ਨਹੀਂ ਹੁੰਦੀ, ਮਾਨਸ ਜੀਵਨ ਦਾ ਕੋਈ ਲਾਹਾ ਨਹੀਂ ਹੁੰਦਾ ।

Whosoever may obey the teachings of His Word; his devotion may be enhanced. He may be blessed with enlightenment of the essence of His Word, patience, and contentment. Self-minded may remain intoxicated in religious rituals, suspicions. Whosoever may not obey the teachings of His Word; he may be deprived from the enlightenment of the essence of His Word, the real purpose of human life opportunity. He may not benefit from his human life opportunity.

ਬਿਨੁ ਦਰਸਨ ਕੈਸੇ ਜੀਵਉ ਮੇਰੀ ਮਾਈ॥ bin darsan kaisay jeeva-o mayree maa-ee.
ਹਰਿ ਬਿਨੁ ਜੀਅਰਾ ਰਹਿ ਨ ਸਕੈ, har bin jee-araa reh na sakai
ਖਿਨੁ ਸਤਿਗੁਰਿ ਬੂਝ ਬੁਝਾਈ॥ ੧॥ ਰਹਾਉ॥ khin satgur boojh bujhaa-ee. ||1|| rahaa-o.

ਜੀਵ, ਪ੍ਰਭ ਦੇ ਸ਼ਬਦ ਦੀ ਸੋਝੀ ਤੋਂ ਬਿਨਾਂ ਕਿਵੇਂ ਜੀਵਨ ਬਤੀਤ ਕਰਦਾ ਹੈ? ਸ਼ਬਦ ਦੀ ਪਾਲਣਾ ਵਿੱਚ ਹੀ ਮਾਨਸ ਜੀਵਨ ਦੇ ਮੰਤਵ ਦੀ ਸੋਝੀ ਬਖਸ਼ੀਸ਼ ਹੁੰਦੀ ਹੈ ।

How may anyone benefit from human life opportunity, without the enlightenment of the essence of His Word? Whosoever may adopt the teachings of His Word; with His mercy and grace, he may be blessed with the real purpose of human life opportunity in obeying the teachings of His Word.

ਮੇਰਾ ਪ੍ਰਭੁ ਬਿਸਰੈ ਹਉ ਮਰਉ ਦੁਖਾਲੀ॥ mayraa parabh bisrai ha-o mara-o dukhaalee.
ਸਾਸਿ ਗਿਰਾਸਿ ਜਪਉ ਅਪੁਨੇ ਹਰਿ ਭਾਲੀ॥ saas giraas japa-o apunay har bhaalee.
ਸਦ ਬੈਰਾਗਨਿ ਹਰਿ ਨਾਮੁ ਨਿਹਾਲੀ॥ sad bairaagan har naam nihaalee.
ਅਬ ਜਾਨੇ ਗੁਰਮੁਖਿ ਹਰਿ ਨਾਲੀ॥੨॥ ab jaanay gurmukh har naalee. ||2||

ਮੈਂ ਸਾਵਸ ਗਰਾਸ ਸ਼ਬਦ ਦੀ ਪਾਲਣਾ, ਸਿਮਰਨ ਕਰਦਾ ਹਾ । ਇਕ ਪਲ ਵਿਸਰ ਜਾਣ ਨਾਲ ਵਿਛੋਵੇ ਦਾ ਦਰਦ ਸਹਿਆ ਨਹੀਂ ਜਾਂਦਾ । ਜਿਸ ਦੇ ਮਨ ਵਿੱਚ ਸ਼ਬਦ ਦੀ ਸਿਖਿਆਂ ਘਰ ਕਰ ਜਾਂਦੀ ਹੈ! ਉਸ ਦਾ ਮਨ ਸੰਸਾਰਕ ਇਛਾਂ ਤੋਂ ਰਹਿੰਤ ਰਹਿੰਦਾ ਹਾ । ਮੈਨੂੰ ਗੁਰਮਖ ਅਵਸਥਾ ਬਖਸ਼ਿਸ਼ ਹੋ ਗਈ ਹੈ । ਮੈਂ ਪ੍ਰਭ ਨੇ ਸ਼ਬਦ ਦੀ ਪਾਲਣਾ ਕਰਦਾ, ਸ਼ਬਦ ਦੀ ਸਮਾਧੀ ਵਿੱਚ ਲੀਨ ਰਹਿੰਦਾ ਹਾ!

I meditate, obey the teachings of His Word with steady and stable belief with each breath. Forgetting the memory of my separation from His Holy Spirit, even for a moment, I feel miserable. I have been drenched with the essence of His Word; with His mercy and grace, I have been blessed with a state of mind as His true devotee. I am obeying the teachings of His Word, and remains intoxicated in the void of His Word.

ਅਕਥ ਕਥਾ ਕਹੀਐ ਗੁਰ ਭਾਇ॥ akath kathaa kahee-ai gur bhaa-ay.
ਪ੍ਰਭੁ ਅਗਮ ਅਗੋਚਰੁ ਦੇਇ ਦਿਖਾਇ॥ parabh agam agochar day-ay dikhaa-ay.
ਬਿਨੁ ਗੁਰ ਕਰਣੀ ਕਿਆ ਕਾਰ ਕਮਾਇ॥ bin gur karnee ki-aa kaar kamaa-ay.
ਹਉਮੈ ਮੇਟਿ ਚਲੈ ਗੁਰ ਸਬਦਿ ਸਮਾਇ॥੩॥ ha-umai mayt chalai gur sabad samaa-ay. ||3||

ਪ੍ਰਭ ਦੀ ਰਹਿਮਤ ਨਾਲ ਸ਼ਬਦ ਦੀ ਪਾਲਣਾ ਨਾਲ, ਕਈ ਅਕਥ ਕਥਾ ਦੀ ਸੋਝੀ ਬਖਸ਼ਿਸ਼ ਹੋਇਆ ਹੈ । ਪ੍ਰਭ ਜੀਵ ਦੀ ਜਾਣਕਾਰੀ, ਪਹੁੰਚ ਵਿੱਚ ਨਹੀਂ ਹੈ । ਸ਼ਬਦ ਦੀ ਸੋਝੀ ਤੋਂ ਬਿਨਾਂ, ਜੀ ਕੀ ਕੰਮ ਕਰ ਸਕਦਾ, ਕਿਸਤਰ੍ਹਾਂ ਦਾ ਜੀਵਨ ਦਾ ਢੰਗ ਬਣਾ ਸਕਦਾ ਹੈ? ਜਿਹੜਾ ਆਪਣੇ ਅਹੰਕਾਰ ਨੂੰ ਖਤਮ ਕਰਕੇ, ਪ੍ਰਭ ਦੇ ਸ਼ਬਦ ਦੀ ਪਾਲਣਾ ਕਰਦਾ ਹੈ । ਉਸ ਦਾ ਭਰੋਸਾ ਸ਼ਬਦ ਤੇ ਅਡੋਲ ਹੋ ਜਾਂਦਾ ਹੈ ।

By obeying the teachings of His Word with steady and stable belief in my day-to-day life; with His mercy and grace, I have been enlightened with the comprehension of various secretes of His Nature. The True Master remains beyond reach and comprehension of His Creation. What way of life may I adopt in the universe, without the enlightenment of the essence of His Word? Whosoever may surrender his ego to obey the teachings of His Word; he may remain steady and stable on the right path of acceptance in His Court.

ਮਨਮੁਖੁ ਵਿਛੁੜੈ ਖੋਟੀ ਰਾਸਿ॥ ਗੁਰਮੁਖਿ ਨਾਮਿ ਮਿਲੈ ਸਾਬਾਸਿ॥ manmukh vichhurhai khotee raas. gurmukh naam milai saabaas.
ਹਰਿ ਕਿਰਪਾ ਧਾਰੀ ਦਾਸਨਿ ਦਾਸ॥ har kirpaa Dhaaree daasan daas.
ਜਨ ਨਾਨਕ ਹਰਿ ਨਾਮ ਧਨੁ ਰਾਸਿ॥੪॥੪॥ jan naanak har naam Dhan raas. ||4||4|

ਮਨਮਰਜ਼ੀ ਕਰਨ ਵਾਲਾ ਜੀਵ ਸੰਸਾਰਕ ਧਨ ਇਕੱਠਾ ਕਰਦਾ ਰਹਿੰਦਾ ਹੈ । ਉਸ ਦਾ ਸ਼ਬਦ ਤੇ ਭਰੋਸਾ ਅਡੋਲ ਨਹੀਂ ਹੁੰਦਾ । ਗੁਰਮਖ ਸ਼ਬਦ ਦੀ ਪਾਲਣਾ ਕਰਦਾ, ਭਰੋਸਾ ਅਡੋਲ ਰਖਦਾ ਹੈ । ਪ੍ਰਭ ਆਪ ਹੀ ਰਹਿਮਤ ਬਖਸ਼ਕੇ, ਉਸ ਨੂੰ ਆਪਣਾ ਦਾਸ ਬਣਾਉਂਦਾ, ਪ੍ਰਵਾਨਗੀ ਬਖਸ਼ਦਾ ਹੈ ।

Self-minded may remain intoxicated in collecting worldly wealth. He may not have steady and stable belief on His Blessings. His true devotee obeys the teachings of His Word with steady and stable belief in his day-to-day life; with His mercy and grace, he may be blessed with a state of mind as His true devotee, he may be accepted in His Court.

Key Message of Raag Bilaaval, page 796-5
'ਦਾਸ ਅਵਸਥਾ ਕਿਵੇਂ ਬਖਸ਼ਿਸ਼ ਹੋ ਸਕਦੀ ਹੈ?
ਜਿਹੜਾ ਸ਼ਬਦ ਦੀ ਪਾਲਣਾ ਕਰਦਾ, ਉਸ ਦਾ ਭਰੋਸਾ ਅਡੋਲ ਹੋ ਜਾਂਦਾ, ਸ਼ਬਦ ਦੀ ਸੋਝੀ ਨਾਲ ਮਨ ਵਿੱਚ ਸੰਤੋਖ, ਧੀਰਜ, ਮਾਨਸ ਜੀਵਨ ਦੇ ਮੰਤਵ ਦੀ ਸੋਝੀ ਬਖਸ਼ਿਸ਼ ਹੋ ਜਾਂਦੀ ਹੈ । ਜਿਸ ਦੇ ਮਨ ਵਿੱਚ ਸ਼ਬਦ ਘਰ ਕਰ ਜਾਂਦਾ, ਉਹ ਸੰਸਾਰਕ ਇਛਾਂ ਤੋਂ ਰਹਿਤ ਰਹਿੰਦਾ, ਉਸ ਤੋਂ ਇਕ ਪਲ ਵੀ ਪ੍ਰਭ ਤੋਂ ਵਿਛੋਵੇ ਦਾ ਦਰਦ ਸਹਿਆ ਨਹੀਂ ਜਾਂਦਾ । ਉਹ ਆਪਣੇ ਅਹੰਕਾਰ ਨੂੰ ਖਤਮ ਕਰਕੇ, ਆਪਾ ਪ੍ਰਭ ਦੀ ਸ਼ਰਣ ਵਿੱਚ ਭੇਟਾ ਕਰਦਾ ਹੈ! ਉਸ ਨੂੰ ਦਾਸ ਅਵਸਥਾ ਬਖਸ਼ਿਸ਼ ਹੋ ਜਾਂਦੀ ਹੈ ।
How may the state of mind as His true devotee be blessed?
Whosoever may obey the teachings of His Word; his devotion may be enhanced; he may be enlightened with the essence of His Word; he may be blessed with patience, contentment, and the enlightenment of the real purpose of human life opportunity. Whosoever may remain drenched with the essence of His Word; his mind becomes beyond the reach of worldly desires; he remains in renunciation in the memory of his separation from His Holy Spirit. He may surrender his ego at His Sanctuary; he may be blessed with state of mind as His true devotee.

5. ਬਿਲਾਵਲੁ ਅਸਟਪਦੀਆ ਮਹਲਾ ੧ ਘਰੁ ੧੦॥ 831-8

ੴ ਸਤਿਗੁਰ ਪ੍ਰਸਾਦਿ॥ ik-oNkaar satgur parsaad.
ਨਿਕਟਿ ਵਸੈ ਦੇਖੈ ਸਭੁ ਸੋਈ॥ ਗੁਰਮੁਖਿ ਵਿਰਲਾ ਬੂਝੈ ਕੋਈ॥ nikat vasai daykhai sabh so-ee. gurmukh virlaa boojhai ko-ee.
ਵਿਣੁ ਭੈ ਪਇਐ ਭਗਤਿ ਨ ਹੋਈ॥ ਸਬਦਿ ਰਤੇ ਸਦਾ ਸੁਖੁ ਹੋਈ॥੧॥ vin bhai pa-i-ai bhagat na ho-ee. sabad ratay sadaa sukh ho-ee. ||1||

ਪ੍ਰਭ ਜੀਵ ਦੇ ਨੇੜੇ, ਤਨ ਵਿੱਚ ਹੀ ਵਸਦਾ ਹੈ ਅਤੇ ਸਾਰੇ ਕੰਮ ਆਪ ਦੇਖਦਾ ਹੈ । ਕਿਸੇ ਵਿਰਲੇ ਹੀ ਗੁਰਮਖ ਨੂੰ ਇਸ ਦੀ ਸੋਝੀ ਹੁੰਦੀ ਹੈ । ਵਿਛੋੜੇ ਦੇ ਵਿਰਾਗ ਤੋਂ ਬਿਨਾਂ ਸ਼ਬਦ ਦੀ ਪਾਲਣਾ ਵਿੱਚ ਮਨ ਅਡੋਲ ਨਹੀਂ ਹੁੰਦਾ । ਸ਼ਬਦ ਦੀ ਭਰੋਸੇ ਨਾਲ ਪਾਲਣਾ ਕਰਨ ਨਾਲ ਹੀ ਸ਼ਾਂਤੀ ਬਖਸ਼ਿਸ਼ ਹੁੰਦੀ ਹੈ ।

His Holy Spirit, His Word remains embedded within each soul and dwells with his body. However, very rare may realize the unique essence of His Nature. Without the renunciation of memory of his separation from His Holy Spirit; no one may remain steady and stable on obeying the teachings of His Word. Whosoever may obey the teachings of His Word with steady and stable belief in his day-to-day life; with His mercy and grace, he may be blessed with a peace of mind.

ਐਸਾ ਗਿਆਨੁ ਪਦਾਰਥੁ ਨਾਮੁ॥ aisaa gi-aan padaarath naam.
ਗੁਰਮੁਖਿ ਪਾਵਸਿ ਰਸਿ ਰਸਿ ਮਾਨੁ॥੧॥ ਰਹਾਉ॥ gurmukh paavas ras ras maan. ||1|| rahaa-o.

ਇਸਤਰ੍ਹਾਂ ਦੀ ਪ੍ਰਭ ਦੇ ਸ਼ਬਦ ਦੀ ਪਾਲਣਾ ਕਰਨ ਨਾਲ ਸੋਝੀ ਬਖਸ਼ਿਸ਼ ਹੁੰਦੀ ਹੈ । ਗੁਰਮਖ ਭਰੋਸੇ ਨਾਲ ਸ਼ਬਦ ਦੀ ਪਾਲਣਾ ਕਰਦਾ ਅਡੋਲ ਰਹਿੰਦਾ ਹੈ ।

The nectar of the essence of His Word may be such a unique enlightenment and precious virtue. His true devotee may obey the teachings of His Word with steady and stable belief in his day-to-day life.

ਗਿਆਨੁ ਗਿਆਨੁ ਕਥੈ ਸਭੁ ਕੋਈ॥ ਕਥਿ ਕਥਿ ਬਾਦੁ ਕਰੇ ਦੁਖੁ ਹੋਈ॥ gi-aan gi-aan kathai sabh ko-ee. kath kath baad karay dukh ho-ee.
ਕਥਿ ਕਹਣੈ ਤੇ ਰਹੇ ਨ ਕੋਈ॥ ਬਿਨੁ ਰਸ ਰਾਤੇ ਮੁਕਤਿ ਨ ਹੋਈ॥੨॥ kath kahnai tay rahai na ko-ee. bin ras raatay mukat na ho-ee. ||2||

ਗੁਰੂ ਨਾਨਕ ਦੇਵ ਜੀ! – Guru Nanak Dev Ji! Guru Granth Sahib

ਸਾਰੇ ਜੀਵ ਹੀ ਪ੍ਰਭ ਦੇ ਸ਼ਬਦ ਦੇ ਗਿਆਨ ਬਾਬਤ ਕਹਿੰਦੇ, ਲੋਚਦੇ ਹਨ । ਜਿਹੜਾ ਸ਼ਬਦ ਦਾ ਵਖਿਆਣ ਕਰਦਾ ਹੈ, ਕੇਵਲ ਆਪਣੇ ਮਨ ਦੀ ਸੋਚ ਨੂੰ ਹੀ ਦੱਸਦਾ ਹੈ । ਕਈ ਵਾਰ ਕਿਸੇ ਨਾਲ ਝਗੜਾ ਵੀ ਕਰ ਲੈਂਦਾ, ਇਸ ਨਾਲ ਦੁਖ ਪਾਉਂਦਾ ਹੈ । ਇਸ ਬਾਬਤ ਕਹਿਣ ਤੋਂ ਕਿਸੇ ਨੂੰ ਰੁਕਿਆ ਨਹੀਂ ਜਾ ਸਕਦਾ । ਹਰ ਇਕ ਜੀਵ ਆਪਣੀ ਸੋਝੀ ਨਾਲ ਹੀ ਕਹਿੰਦਾ ਹੈ । ਸ਼ਬਦ ਦੀ ਪਾਲਣਾ ਕਰਨ ਤੋਂ ਬਿਨਾਂ ਦਰਬਾਰ ਵਿੱਚ ਪ੍ਰਵਾਨਗੀ ਬਖਸ਼ਿਸ਼ ਨਹੀਂ ਹੁੰਦੀ ।

His Whole Creation may remain anxious to be enlightened and talks about his own understanding of His Word. Whosoever may preach, explains the essence of His Word, or writes the spiritual message of His Word; he may only explain his comprehension of the teachings of His Word. Sometimes, ignorant may argue or quarrels with others to enforce his opinion as the only right message; he may suffer misery or worldly humiliation. No one may stop other from expressing his own understandings. His true devotee may never enforce his opinion on others. However, without obeying the teachings of His Word with steady and stable belief; no one may be blessed with the right path of acceptance in His Court.

ਗਿਆਨੁ ਧਿਆਨੁ ਸਭੁ ਗੁਰ ਤੇ ਹੋਈ॥	gi-aan Dhi-aan sabh gur tay ho-ee.
ਸਾਚੀ ਰਹਤ ਸਾਚਾ ਮਨਿ ਸੋਈ॥	saachee rahat saachaa man so-ee.
ਮਨਮੁਖ ਕਥਨੀ ਹੈ ਪਰੁ ਰਹਤ ਨ ਹੋਈ॥	manmukh kathnee hai par rahat na ho-ee.
ਨਾਵਹੁ ਭੂਲੇ ਥਾਉ ਨ ਕੋਈ॥ ੩॥	naavhu bhoolay thaa-o na ko-ee. ||3||

ਸ਼ਬਦ ਦੀ ਸੋਝੀ, ਸ਼ਬਦ ਵਿੱਚ ਲਗਨ, ਸਭ ਪ੍ਰਭ ਦੀ ਰਹਿਮਤ ਨਾਲ ਹੀ ਬਖਸ਼ਿਸ਼ ਹੁੰਦਾ ਹੈ । ਪਰ ਸ਼ਬਦ ਦੀ ਪਾਲਣਾ ਕਰਕੇ ਆਪਣੇ ਜੀਵਨ ਵਿੱਚ ਅਪਣਾਉਣ ਤੋਂ ਬਿਨਾਂ, ਮਨ ਵਿੱਚ ਸ਼ਬਦ ਦੀ ਸਿਖਿਆਂ ਘਰ ਨਹੀਂ ਕਰਦੀ, ਪ੍ਰਵਾਨਗੀ ਦਾ ਰਸਤਾ ਬਖਸ਼ਿਸ਼ ਨਹੀਂ ਹੁੰਦਾ । ਮਨਮੁਖ ਜੀਵ ਵੀ ਪਾਠ ਕਰਦਾ, ਸ਼ਬਦ ਦਾ ਪ੍ਰਚਾਰ ਕਰਦਾ ਹੈ । ਪਰ ਆਪਣਾ ਜੀਵਨ ਸ਼ਬਦ ਅਨੁਸਾਰ ਬਤੀਤ ਨਹੀਂ ਕਰਦਾ । ਸ਼ਬਦ ਦੀ ਭਰੋਸੇ ਨਾਲ ਪਾਲਣਾ ਤੋਂ ਬਿਨ ਦਰਬਾਰ ਵਿੱਚ ਕੋਈ ਥਾਂ ਬਖਸ਼ਿਸ਼ ਨਹੀਂ ਹੁੰਦਾ ।

The concentration, devotion, dedication, and enlightenment of the essence of His Word may only be blessed with His Blessed Vision. However, without obeying and adopting the teachings of His Word; no one may be drenched with the essence of His Word within nor he may be blessed with the right path of acceptance in His Court. Self-minded may recites The Holy Scripture, performs ritual of reading, paath and preaches the essence of The Holy scripture to other; however, he may never adopt the teachings of His Word with a steady and stable in his day-to-day life. Without obeying the teaching of His Word with steady and stable belief in his own day-to-day life; no one may ever be accepted in His Court.

ਮਨੁ ਮਾਇਆ ਬੰਧਿਓ ਸਰ ਜਾਲਿ॥	man maa-i-aa banDhi-o sar jaal.
ਘਟਿ ਘਟਿ ਬਿਆਪਿ ਰਹਿਓ ਬਿਖੁ ਨਾਲਿ॥	ghat ghat bi-aap rahi-o bikh naal.
ਜੋ ਆਂਜੈ ਸੋ ਦੀਸੈ ਕਾਲਿ॥ ਕਾਰਜੁ ਸੀਧੋ ਰਿਦੈ ਸਮੑਾਲਿ॥੪॥	jo aaNjai so deesai kaal. kaaraj seeDho ridai samHaal. ||4||

ਸੰਸਾਰਕ ਇਛਾਂ ਦੇ ਜਾਲ ਨੇ ਮਨ ਤੇ ਕਾਬੂ ਪਾਇਆ ਹੈ । ਹਰਇਕ ਜੀਵ ਦੇ ਮਨ ਤੇ ਇਸ ਮਿੱਠੇ ਜ਼ਹਿਰ ਦਾ ਅਸਰ ਹੈ । ਜਿਹੜਾ ਇਸ ਵਿੱਚ ਡੂੰਘਾ ਫਸ ਜਾਂਦਾ ਹੈ, ਉਹ ਜੂੰਨਾਂ ਦੇ ਚੱਕਰ ਵਿੱਚ ਪੈ ਜਾਂਦਾ ਹੈ । ਜਿਹੜਾ ਇਸ ਜਾਲ ਨੂੰ ਤਿਆਗ ਦੇਂਦਾ ਹੈ । ਉਸ ਦੇ ਮਨ ਵਿੱਚ ਸ਼ਬਦ ਘਰ ਕਰ ਜਾਂਦਾ, ਜੀਵਨ ਸਫਲ ਹੋ ਜਾਂਦਾ ਹੈ ।

Demons of worldly desires may control the mind of all creatures. Everyone may remain intoxicated with the sweet poison of worldly wealth. Whosoever may remain intoxicated with worldly greed; he may remain in the cycle of birth and death. Whosoever may renounce his greed and conquer his worldly desires; with His mercy and grace, he may be saved. He may remain drenched with the essence of His Word.

ਸੋ ਗਿਆਨੀ ਜਿਨਿ ਸਬਦਿ ਲਿਵ ਲਾਈ॥ ਮਨਮੁਖਿ ਹਉਮੈ ਪਤਿ ਗਵਾਈ॥	so gi-aanee jin sabad liv laa-ee. manmukh ha-umai pat gavaa-ee.
ਆਪੇ ਕਰਤੈ ਭਗਤਿ ਕਰਾਈ॥ ਗੁਰਮੁਖਿ ਆਪੇ ਦੇ ਵਡਿਆਈ॥੫॥	aapay kartai bhagat karaa-ee. gurmukh aapay day vadi-aa-ee. ||5||

ਜਿਹੜਾ ਸ਼ਬਦ ਦੀ ਪਾਲਣਾ ਕਰਦਾ ਹੈ, ਉਹ ਹੀ ਸੋਝੀ ਵਾਲਾ ਹੋ ਜਾਂਦਾ ਹੈ । ਮਨਮਰਜ਼ੀ ਕਰਨ ਵਾਲਾ ਆਪਣੇ ਅਹੰਕਾਰ ਮਗਰ ਲਗਕੇ, ਆਪਣੀ ਪਤ ਗਵਾ ਲੈਂਦਾ, ਜੀਵਨ ਬਿਰਥਾ ਹੀ ਗਵਾ ਲੈਂਦਾ ਹੈ । ਪ੍ਰਭ ਆਪ ਹੀ ਰਹਿਮਤ ਬਖਸ਼ਕੇ, ਜੀਵ ਨੂੰ ਬੰਦਗੀ ਤੇ ਲਾਉਂਦਾ ਹੈ । ਆਪ ਹੀ ਜੀਵ ਦੀ ਬੰਦਗੀ ਪ੍ਰਵਾਨ ਕਰਦਾ ਹੈ ।

Whosoever may obey the teaching of His Word with steady and stable belief; only he may be worthy to be called an enlightened about the nature of His Word. Self-minded may remain intoxicated in his ego and wastes his human life. His true devotee may be blessed with a devotion to meditate, adopts the teachings of His Word with steady and stable belief in his day-to-day life; with His mercy and grace, only his meditation may be accepted in His Court.

ਰੈਣਿ ਅੰਧਾਰੀ ਨਿਰਮਲ ਜੋਤਿ॥ ਨਾਮ ਬਿਨਾ ਝੂਠੇ ਕੁਚਲ ਕਛੋਤਿ॥	rain anDhaaree nirmal jot. naam binaa jhoothay kuchal kachhot.
ਬੇਦੁ ਪੁਕਾਰੇ ਭਗਤਿ ਸਰੋਤਿ॥ ਸੁਣਿ ਸੁਣਿ ਮਾਨੈ ਵੇਖੈ ਜੋਤਿ॥੬॥	bayd pukaarai bhagat sarot. sun sun maanai vaykhai jot. ||6||

ਸੰਸਾਰ ਵਿੱਚ ਅਗਿਆਨਤਾ ਦਾ ਅੰਧੇਰਾ ਹੈ । ਕੇਵਲ ਸ਼ਬਦ ਵਿੱਚ ਹੀ ਗਿਆਨ ਦੀ ਰੋਸ਼ਨੀ ਹੈ । ਜਿਸ ਨੂੰ ਸ਼ਬਦ ਦੀ ਸੋਝੀ ਨਹੀਂ ਹੁੰਦੀ । ਉਸ ਦੀ ਆਤਮਾ ਮੰਦੇ ਕੰਮ ਕਰਕੇ ਮੈਲੀ ਹੋ ਜਾਂਦੀ ਹੈ । ਧਾਰਮਕ ਗ੍ਰੰਥ, ਵੇਦਾਂ, ਮਨ ਲਾ ਕੇ ਸ਼ਬਦ ਦੀ ਪਾਲਣਾ ਕਰਨ ਤੇ ਬਹੁਤ ਜ਼ੋਰ ਦੇਂਦੇ, ਮਹੱਤਤਾ ਦੱਸਦੇ ਹਨ । ਜਿਹੜਾ ਧਾਰਮਕ ਸਿਖਿਆਂ, ਸ਼ਬਦ ਨੂੰ ਸੁਣਕੇ ਆਪਣੇ ਮਨ ਦਾ ਭਰੋਸਾ ਅਡੋਲ ਕਰਦਾ ਹੈ । ਉਸ ਨੂੰ ਸ਼ਬਦ ਦੀ, ਮਾਨਸ ਜੀਵਨ ਦੇ ਮੰਤਵ ਦੀ ਸੋਝੀ ਬਖਸ਼ਿਸ਼ ਹੋ ਜਾਂਦੀ ਹੈ ।

The whole universe remains ignorance from the real purpose of priceless human life opportunity. Only the teachings of His Word may be the pillar of enlightenment. Whosoever may not be enlightened with the essence of His Word; his soul may be blemished with sinful deeds. All religious Holy Scriptures preach the significance of obey the teachings of His Word. Whosoever may hear and adopts the teachings with steady and stable belief in his day-to-day life; with His mercy and grace, he may be blessed with enlightenment of the essence of His Word.

ਸਾਸਤ੍ਰ ਸਿਮ੍ਰਿਤਿ ਨਾਮੁ ਦ੍ਰਿੜਾਮੰ॥ ਗੁਰਮੁਖਿ ਸਾਂਤਿ ਊਤਮ ਕਰਾਮੰ॥	saastar simrit naam darirh-aam. gurmukh saaNt ootam karaamaN.
ਮਨਮੁਖਿ ਜੋਨੀ ਦੁਖ ਸਹਾਮੰ॥	manmukh jonee dookh sahaamaN.
ਬੰਧਨ ਤੂਟੇ ਇਕੁ ਨਾਮੁ ਵਸਾਮੰ॥੭॥	banDhan tootay ik naam vasaamaN. ||7||

ਧਰਮ ਦੇ ਗ੍ਰੰਥਾਂ, ਸਾਸਤ੍ਰਾਂ, ਸਿਮ੍ਰਿਤੀਆਂ ਨੂੰ ਬਾਰ ਬਾਰ ਪੜ੍ਹਨ, ਪਾਠ ਕਰਨ ਨਾਲ ਮਨ ਵਿੱਚ ਸ਼ਬਦ ਦਾ ਬੀਜ ਬੀਜਦਾ ਹੈ । ਆਪਣੇ ਜੀਵਨ ਨੂੰ ਉਸ ਨਾਲ ਢਾਲਣ ਨਾਲ ਮਨ ਪਵਿੱਤਰ ਹੋ ਜਾਂਦਾ ਹੈ । ਮਨਮੁਖ ਜੂੰਨਾਂ ਦੇ ਚੱਕਰ ਵਿੱਚ, ਪੀੜ ਸਹਿੰਦਾ ਹੈ । ਸੰਸਾਰਕ ਬੰਧਨ ਕੇਵਲ ਸ਼ਬਦ ਤੇ ਭਰੋਸਾ ਅਡੋਲ ਕਰਨ ਨਾਲ ਹੀ ਖਤਮ ਹੁੰਦੇ ਹਨ ।

Whosoever may read repeatedly Holy Scripture; with His mercy and grace, he may sow the seed of His Word within his heart. Whosoever may adopt the teachings in his day-to-day life; his soul may be sanctified to become worthy of His Considerations. His worldly bonds may only be eliminated with steady and stable belief on the teachings of His Word.

ਗੁਰੂ ਨਾਨਕ ਦੇਵ ਜੀ! – Guru Nanak Dev Ji! Guru Granth Sahib

ਮੰਨੇ ਨਾਮੁ ਸਚੀ ਪਤਿ ਪੂਜਾ॥ ਕਿਸੁ ਵੇਖਾ ਨਾਹੀ ਕੋ ਦੂਜਾ॥ mannay naam sachee pat poojaa. kis vaykhaa naahee ko doojaa.
ਦੇਖਿ ਕਹਉ ਭਾਵੈ ਮਨਿ ਸੋਇ॥ daykh kaha-o bhaavai man so-ay.
ਨਾਨਕੁ ਕਹੈ ਅਵਰੁ ਨਹੀ ਕੋਇ॥੮॥੧॥ naanak kahai avar nahee ko-ay. ||8||1||

ਸ਼ਬਦ ਨੂੰ ਅਟਲ ਮੰਨਕੇ, ਪਾਲਣਾ ਕਰਨ ਨਾਲ ਹੀ ਅਸਲੀ ਬੰਦਗੀ ਦਾ ਰਸਤਾ ਬਖਸ਼ਿਸ਼ ਹੁੰਦਾ ਹੈ । ਹੋਰ ਕੋਈ ਰਸਤਾ ਦੱਸਣ ਵਾਲਾ ਹੀ ਨਹੀਂ ਹੈ । ਕੇਵਲ ਸ਼ਬਦ ਦੀ ਪਾਲਣਾ ਨਾਲ ਹੀ ਮਨ ਵਿੱਚ ਸ਼ਾਂਤੀ ਬਖਸ਼ਿਸ਼ ਹੁੰਦੀ ਹੈ । ਕੇਵਲ ਇਕ ਪ੍ਰਭ ਹੀ, ਜੀਵ ਨੂੰ ਪ੍ਰਵਾਨਗੀ ਬਖਸ਼ ਸਕਦਾ ਹੈ ।

Whosoever may obey the teachings of His Word with steady and stable belief in his day-to-day life; with His mercy and grace, he may be blessed with the right path of acceptance in His Court. No one else may be the real guide to teach the right path. Whosoever may obey the teaching of His Word, only he may be blessed with a peace of mind. Only, The True Master may accept his soul in His Court.

Key Message of Raag Bilaaval, page 831-8 **'ਸੰਸਾਰਕ ਬੰਧਨ ਤੋਂ ਕਿਵੇਂ ਮੁਕਤ ਹੋ ਸਕਦੀ ਹੈ?**
ਪ੍ਰਭ ਜੀਵ ਦੇ ਨੇੜੇ, ਤਨ ਵਿੱਚ ਹੀ ਵਸਦਾ, ਵਪਰਦਾ ਹੈ, ਵਿਛੋੜੇ ਦੇ ਵਿਰਾਗ ਨਾਲ ਹੀ ਜੀਵ ਆਪਾ ਸ਼ਬਦ ਦੀ ਭੇਟਾ ਕਰਦਾ ਹੈ! ਹਰਇਕ ਜੀਵ ਕੇਵਲ ਆਪਣੇ ਮਨ ਦੀ ਸੋਚ ਹੀ ਦੱਸਦਾ ਹੈ । ਗੁਰਮਖ ਆਪਣਾ ਵਿਚਾਰ ਕਿਸੇ ਤੇ ਠੋਸ ਦਾ ਨਹੀਂ । ਜਿਹੜਾ ਸੰਸਾਰਕ ਇਛਾਂ ਦੇ ਜਾਲ, ਮਿੱਠੇ ਜ਼ਹਿਰ ਨੂੰ ਤਿਆਗ ਦੇਂਦਾ ਹੈ । ਉਸ ਦੇ ਮਨ ਵਿੱਚ ਸ਼ਬਦ ਘਰ ਕਰ ਜਾਂਦਾ ਹੈ । ਕੇਵਲ ਸ਼ਬਦ ਦੀ ਪਾਲਣਾ ਵਿੱਚ ਹੀ ਸ਼ਬਦ ਦੀ, ਮਾਨਸ ਜੀਵਨ ਦੇ ਮੰਤਵ ਦੀ ਸੋਝੀ ਸਮਾਈ ਹੈ! ਧਰਮ ਦੇ ਗ੍ਰੰਥਾਂ, ਸਾਸਤ੍ਰਾਂ, ਸਿਮ੍ਰਿਤਾਂ ਨੂੰ ਬਾਰ ਬਾਰ ਪੜ੍ਹਨ, ਪਾਠ ਕਰਨ ਨਾਲ ਮਨ ਵਿੱਚ ਸ਼ਬਦ ਦਾ ਬੀਜ ਬੀਜਦਾ ਹੈ । ਕੇਵਲ ਸ਼ਬਦ ਤੇ ਭਰੋਸਾ ਅਡੋਲ ਕਰਨ ਨਾਲ ਹੀ ਸੰਸਾਰਕ ਬੰਧਨ ਖਤਮ ਹੋ ਸਕਦੇ, ਪ੍ਰਵਾਨਗੀ ਬਖਸ਼ਿਸ਼ ਹੋ ਸਕਦੀ ਹੈ ।
How to conquer worldly bonds?
His Holy Spirit remains embedded and prevails within each soul! Whosoever may remain in renunciation of memory of his separation from His Holy Spirit; only he may surrender his self-entity at His Sanctuary. Everyone may express his own understandings. His true devotee may never enforce his opinion on others. Whosoever may renounce his greed and conquers the sweet poison of worldly wealth. He may remain drenched with the essence of His Word. Whosoever may read repeatedly Holy Scripture; he may sow the seed of His Word within. Whosoever may have a steady and stable belied on the essence of His Word; his worldly bonds may only be eliminated; his soul may be accepted in His Court.

6. ਬਿਲਾਵਲੁ ਮਹਲਾ ੧॥ 832 -1

ਮਨ ਕਾ ਕਹਿਆ ਮਨਸਾ ਕਰੈ॥ ਇਹੁ ਮਨੁ ਪੁੰਨੁ ਪਾਪੁ ਉਚਰੈ॥ man kaa kahi-aa mansaa karai. ih man punn paap uchrai.
ਮਾਇਆ ਮਦਿ ਮਾਤੇ ਤ੍ਰਿਪਤਿ ਨ ਆਵੈ॥ maa-i-aa mad maatay taripat na aavai.
ਤ੍ਰਿਪਤਿ ਮੁਕਤਿ ਮਨਿ ਸਾਚਾ ਭਾਵੈ॥੧॥ taripat mukat man saachaa bhaavai. ||1||

ਜੀਵ ਆਪਣੇ ਮਨ ਦੀਆਂ ਇਛਾਂ ਦੇ ਅਨੁਸਾਰ ਹੀ ਕੰਮ ਕਰਦਾ ਹੈ । ਮਨ ਵਿੱਚ ਦੋਨੋਂ ਚੰਗੇ, ਮੰਦੇ ਖਿਆਲ ਆਉਂਦੇ ਹਨ । ਜਿਹੜਾ ਸੰਸਾਰਕ ਮਾਇਆ ਮੋਹ ਦੇ ਮਗਰ ਲਗਦਾ ਹੈ । ਉਸ ਦੇ ਮਨ ਵਿੱਚ ਕਦੇ ਸੰਤੋਖ ਬਖਸ਼ਿਸ਼ ਨਹੀਂ ਹੁੰਦਾ, ਭਟਕਣ ਵਧਦੀ ਜਾਂਦੀ ਹੈ । ਜਿਹੜਾ ਪ੍ਰਭ ਦੇ ਬਖਸ਼ੇ ਤੇ ਧੀਰਜ ਰਖਦਾ, ਅਨੰਦ ਵਿੱਚ ਰਹਿੰਦਾ ਹੈ । ਕੇਵਲ ਉਸ ਨੂੰ ਹੀ ਸੰਤੋਖ ਅਤੇ ਪ੍ਰਵਾਨਗੀ ਦਾ ਰਸਤਾ ਬਖਸ਼ਿਸ਼ ਹੁੰਦਾ ਹੈ ।

Everyone may remain dominated by his own thoughts and performs day-to-day activities as per his inner thoughts. Both good (echo of His Word) and evil thoughts (worldly desires of his mind) remain within every mind. Just consider **devil and angel are two-sides** of the same coin. Whosoever may be dominated by evil thoughts; he may remain intoxicated with short-lived pleasures of worldly wealth. He may never realize any contentment with His Blessings; his frustrations may enhance with every accomplishment. Whosoever may remain patience with His Blessings; his mind may not be influenced with any pleasures and misery of worldly life. He may be blessed with the right path of acceptance in His Court.

ਤਨੁ ਧਨੁ ਕਲਤੁ, ਸਭੁ ਦੇਖੁ ਅਭਿਮਾਨਾ॥ tan Dhan kalat sabh daykh abhimaanaa.
ਬਿਨੁ ਨਾਵੈ ਕਿਛੁ ਸੰਗਿ ਨ ਜਾਨਾ॥੧॥ ਰਹਾਉ॥ bin naavai kichh sang na jaanaa. ||1|| rahaa-o.

ਜੀਵ ਆਪਣੀ ਜਵਾਨੀ, ਧਨ, ਔਰਤ, ਹੈਸੀਅਤ ਨੂੰ ਦੇਖਕੇ ਬਹੁਤ ਅਭਿਮਾਨ ਕਰਦਾ ਹੈ । ਮੌਤ ਤੋਂ ਪਿਛੋਂ ਸ਼ਬਦ ਦੀ ਬੰਦਗੀ ਤੋਂ ਬਿਨਾਂ ਕੁਝ ਵੀ ਸਾਥ ਨਹੀਂ ਜਾਂਦਾ ।

Self-minded may boast about the beauty of her spouse, worldly wealth, and worldly status. However, no worldly possessions may remain with him after death, only earnings of His Word remain his true companion in His Court.

ਕੀਚਹਿ ਰਸ ਭੋਗ ਖੁਸੀਆ ਮਨ ਕੇਰੀ॥ keecheh ras bhog khusee-aa man kayree.
ਧਨੁ ਲੋਕਾਂ ਤਨੁ ਭਸਮੈ ਢੇਰੀ॥ Dhan lokaaN tan bhasmai dhayree.
ਖਾਕੂ ਖਾਕੁ ਰਲੈ ਸਭੁ ਫੈਲੁ॥ ਬਿਨੁ ਸਬਦੈ ਨਹੀ ਉਤਰੈ ਮੈਲੁ॥੨॥ khaakoo khaak ralai sabh fail. bin sabdai nahee utrai mail. ||2||

ਜੀਵ ਥੋੜ੍ਹਾ ਚਿਰ ਸੰਸਾਰਕ ਮਾਇਆ ਦਾ ਅਨੰਦ ਮਾਨਦਾ, ਖੁਸ਼ੀ ਮਨਾਉਂਦਾ ਹੈ । ਮਰਨ ਤੇ ਸੰਸਾਰਕ ਮਾਇਆ ਹੋਰ ਕਿਸੇ ਕੋਲ ਚਲੀ ਜਾਂਦੀ ਹੈ । ਤਨ, ਭਸਮ ਹੋ ਕੇ ਮਿੱਟੀ ਵਿੱਚ ਰਲ ਜਾਂਦਾ ਹੈ । ਸ਼ਬਦ ਦੀ ਬੰਦਗੀ ਤੋਂ ਬਿਨਾਂ, ਮਨ ਦੀ ਮੈਲ ਧੋਤੀ ਨਹੀਂ ਜਾ ਸਕਦੀ ।

Self-minded may remain intoxicated with short-lived pleasures of worldly life. After death, his wealth, possession may belong to someone else. His perishable body becomes a part of dust. Without earnings of His Word, the blemish of soul may not be sanctified to become worthy of His Consideration.

ਗੀਤ ਰਾਗ ਘਨ ਤਾਲ ਸਿ ਕੂਰੇ॥ ਤ੍ਰਿਹੁ ਗੁਣ ਉਪਜੈ ਬਿਨਸੈ ਦੂਰੇ॥ geet raag ghan taal se kooray. tarihu gun upjai binsai dooray.
ਦੂਜੀ ਦੁਰਮਤਿ ਦਰਦੁ ਨ ਜਾਇ॥ doojee durmat darad na jaa-ay.
ਛੂਟੈ ਗੁਰਮੁਖਿ ਦਾਰੂ ਗੁਣ ਗਾਇ॥੩॥ chhootai gurmukh daaroo gun gaa-ay. ||3||

ਸੰਸਾਰਕ ਗੀਤ, ਰਾਗ ਅਤੇ ਧੁਨ ਸਾਰੇ ਹੀ ਥੋੜ੍ਹਾ ਸਮਾਂ ਰਹਿਣ ਵਾਲੇ ਹਨ । ਜਿਹੜਾ ਇਹਨਾਂ ਤਿੰਨਾਂ ਮਗਰ ਲਗਦਾ ਹੈ । ਉਹ ਪ੍ਰਭ ਦੇ ਦਰਬਾਰ ਤੋਂ ਦੂਰ ਅਤੇ ਜੂੰਨਾਂ ਦੇ ਚੱਕਰ ਵਿੱਚ ਹੀ ਰਹਿੰਦਾ ਹੈ । ਉਹ ਭਰਮਾਂ ਅਤੇ ਧਰਮਾਂ ਦੇ ਰੀਤੋਂ ਰੀਵਾਜਾਂ ਵਿੱਚ ਮਸਤ ਰਹਿੰਦਾ ਹੈ, ਉਸ ਦੇ ਮਨ ਦੀ ਮੂਰਖਤਾ ਸਾਥ ਨਹੀਂ ਛਡਦੀ । ਗੁਰਮਖ ਜੀਵ ਇਸ ਬਮਾਰੀ ਦੀ ਦਵਾਈ ਲੈਂਦਾ ਹੈ । ਸ਼ਬਦ ਦੀ ਬੰਦਗੀ ਕਰਦੇ ਨੂੰ ਪ੍ਰਵਾਨਗੀ ਦਾ ਰਸਤਾ ਬਖਸ਼ਿਸ਼ ਹੋ ਜਾਂਦਾ ਹੈ ।

ਗੁਰੂ ਨਾਨਕ ਦੇਵ ਜੀ! – Guru Nanak Dev Ji! Guru Granth Sahib

Every worldly religion emphasizes the technique of meditation, **Raag, Naad, Dhoon** (Keertain, music tone-raag, sound echo); **geet, raag, ghan taal;** however, the effect of these remains short-lived on mind. Whosoever may adopt these as way of his meditation; he may remain far away from the real path of His Acceptance. He remains intoxicated with religious rituals and suspicions. His stubbornness, ignorance, foolishness of mind may never be eliminated nor his cycle of birth and death. His true devotee may swallow his pride, the bitter medicine to cure the chronic disease of ego, religious rituals, suspicions. He may remain intoxicated meditating in the void of His Word. He may be blessed with the right path of acceptance in His Court.

ਧੋਤੀ ਊਜਲ ਤਿਲਕੁ ਗਲਿ ਮਾਲਾ॥ ਅੰਤਰਿ ਕ੍ਰੋਧੁ ਪੜਹਿ ਨਾਟ ਸਾਲਾ॥ Dhotee oojal tilak gal maalaa. antar kroDh parheh naat saalaa.
ਨਾਮੁ ਵਿਸਾਰਿ ਮਾਇਆ ਮਦੁ ਪੀਆ॥ naam visaar maa-i-aa mad pee-aa.
ਬਿਨੁ ਗੁਰ ਭਗਤਿ ਨਾਹੀ ਸੁਖੁ ਥੀਆ॥੪॥ bin gur bhagat naahee sukh thee-aa. ||4||

ਜੀਵ ਭਾਵੇਂ ਸੰਤਾਂ ਵਾਲਾ ਬਾਣਾ ਪਾਵੇ, ਚਿੱਟੀ ਧੋਤੀ, ਗੱਲ ਮਾਲ਼ਾ, ਮੱਥੇ ਤੇ ਤਿਲਕ ਲਾਵੇ, ਪਾਠ ਪੜੇ । ਪਰ ਉਹ ਇਹ ਨਾਟਕ ਹੀ ਕਰਦਾ ਹੈ । ਮਨ ਤੇ ਕੋਈ ਅਸਰ ਨਹੀਂ ਹੁੰਦਾ, ਮਨ ਵਿੱਚ ਕਰੋਧ ਅਤੇ ਲਾਲਚ ਹੀ ਭਰਿਆਂ ਰਹਿੰਦਾ ਹੈ । ਉਹ ਸ਼ਬਦ ਨੂੰ ਮਨ ਵਿਚੋਂ ਵਿਸਾਰ ਕੇ ਸੰਸਾਰਕ ਮਾਇਆ ਰੂਪੀ ਜ਼ਹਿਰ ਹੀ ਪੀਂਦਾ ਹੈ । ਸ਼ਬਦ ਦੀ ਪਾਲਣਾ ਕਰਨ ਤੋਂ ਬਿਨਾਂ ਸ਼ਾਂਤੀ, ਸੁਖ ਬਖਸ਼ਿਸ਼ ਨਹੀਂ ਹੁੰਦਾ ।

Self-minded may be baptized and adopts religious robe and performs all rituals to appear as a Holy Saint; saintly robe, symbol of purity on his forehead. He may recite religious Holy Scripture as religious norms; however, all his meditation routine, robe is a religious act to suck blood of innocents. He may not have any long-lasting effect of his meditation routine in his day-to-day life. He may remain overwhelmed with greed for worldly wealth. He abandons the teachings of His Word from his day-to-day life. He remains intoxicated with sweet poison of worldly wealth.

ਸੂਕਰ ਸੁਆਨ ਗਰਧਭ ਮੰਜਾਰਾ॥ ਪਸੂ ਮਲੇਛ ਨੀਚ ਚੰਡਾਲਾ॥ sookar su-aan garDhabh manjaaraa. pasoo malaychh neech chandalaa.
ਗੁਰ ਤੇ ਮੁਹੁ ਫੇਰੇ ਤਿਨੑ ਜੋਨਿ ਭਵਾਈਐ॥ gur tay muhu fayray tinH jon bhavaa-ee-ai.
ਬੰਧਨਿ ਬਾਧਿਆ ਆਈਐ ਜਾਈਐ॥੫॥ banDhan baaDhi-aa aa-ee-ai jaa-ee-ai.5

ਮਾਨਸ ਜੀਵ ਸੰਸਾਰ ਵਿੱਚ ਇਕ ਨੀਚ ਜਾਨਵਰ ਵਰਗਾ ਹੀ ਹੁੰਦਾ ਹੈ । ਜਿਹੜਾ ਜੀਵ ਜੀਵਨ ਵਿੱਚ ਸ਼ਬਦ ਦੀ ਪਾਲਣਾ ਨਹੀਂ ਕਰਦਾ, ਜੂਨਾਂ ਦੇ ਚੱਕਰ ਵਿੱਚ ਹੀ ਰਹਿੰਦਾ ਹੈ । ਸੰਸਾਰਕ ਇਛਾਂ ਦੇ ਬੰਧਨ ਵਿੱਚ ਹੀ ਜੰਮਦਾ ਮਰਦਾ ਰਹਿੰਦਾ ਹੈ ।

Self-minded may live his life, like a wild beast. Whosoever may not obey and adopts the teachings of His Word with steady and stable belief in his day-to-day life. He may remain slave of worldly bonds and in the cycle of birth and death.

ਗੁਰ ਸੇਵਾ ਤੇ ਲਹੈ ਪਦਾਰਥੁ॥ ਹਿਰਦੈ ਨਾਮੁ ਸਦਾ ਕਿਰਤਾਰਥੁ॥ gur sayvaa tay lahai padaarath. hirdai naam sadaa kirtaarath.
ਸਾਚੀ ਦਰਗਹ ਪੂਛ ਨ ਹੋਇ॥ saachee dargeh poochh na ho-ay.
ਮਾਨੇ ਹੁਕਮੁ ਸੀਝੈ ਦਰਿ ਸੋਇ॥੬॥ maanay hukam seejhai dar so-ay. ||6||

ਜਿਹੜਾ ਸ਼ਬਦ ਦੀ ਪਾਲਣਾ ਕਰਦਾ ਹੈ, ਉਸ ਨੂੰ ਅਮੋਲਕ ਪਦਾਰਥ ਬਖਸ਼ਿਸ਼ ਹੋ ਜਾਂਦਾ ਹੈ । ਜਿਸ ਦੇ ਮਨ ਵਿੱਚ ਸ਼ਬਦ ਦੀ ਲਗਨ ਹੁੰਦੀ ਹੈ, ਉਸ ਦਾ ਲੇਖਾ ਖਤਮ ਹੋ ਜਾਂਦਾ ਹੈ । ਉਸ ਨੂੰ ਕੋਈ ਸੰਸਾਰਕ ਜੀਵਨ ਦੇ ਕੰਮਾਂ ਦਾ ਕੋਈ ਲੇਖਾ ਨਹੀਂ ਪੁੱਛਦਾ, ਸਭ ਸ਼ਬਦ ਅਨੁਸਾਰ ਹੋ ਜਾਂਦੇ ਹਨ, ਦਰਬਾਰ ਵਿੱਚ ਪ੍ਰਵਾਨਗੀ ਬਖਸ਼ਦਾ ਹੈ ।

Whosoever may obey and adopts the teachings of His Word with steady and stable belief in his day-to-day life; with His mercy and grace, he may be blessed with priceless 4th virtue. Whosoever may remain overwhelmed with a devotion to obey the teachings of His Word; all his sins may be forgiven. No one may challenge his worldly deeds; all may be accepted in His Court. He may be accepted in His Court.

ਸਤਿਗੁਰੁ ਮਿਲੈ ਤ ਤਿਸ ਕਉ ਜਾਣੈ॥ ਰਹੈ ਰਜਾਈ ਹੁਕਮੁ ਪਛਾਣੈ॥ satgur milai ta tis ka-o jaanai. rahai rajaa-ee hukam pachhaanai.
ਹੁਕਮੁ ਪਛਾਣਿ ਸਚੈ ਦਰਿ ਵਾਸੁ॥ hukam pachhaan sachai dar vaas.
ਕਾਲ ਬਿਕਾਲ ਸਬਦਿ ਭਏ ਨਾਸੁ॥ ੭॥ kaal bikaal sabad bha-ay naas. ||7||

ਜਿਸ ਨੂੰ ਸ਼ਬਦ ਦੀ ਸੋਝੀ ਬਖਸ਼ਿਸ਼ ਹੋ ਜਾਂਦੀ ਹੈ, ਉਹ ਜੀਵ ਆਪਣੇ ਆਪ ਨੂੰ ਪਛਾਣ ਜਾਂਦਾ ਹੈ । ਉਹ ਪ੍ਰਭ ਨੂੰ ਆਪਣੇ ਅੰਦਰੋਂ ਹੀ ਢੂੰਡ ਲੈਂਦਾ ਹੈ । ਉਹ ਪ੍ਰਭ ਦੀ ਬਖਸ਼ਿਸ਼ ਤੇ ਅਨੰਦ ਵਿੱਚ ਰਹਿੰਦਾ ਹੈ । ਜਿਹੜਾ ਪ੍ਰਭ ਦਾ ਭਾਣਾ ਮੰਨ ਲੈਂਦਾ ਹੈ । ਉਸ ਨੂੰ ਦਰਬਾਰ ਵਿੱਚ ਥਾਂ ਬਖਸ਼ਿਸ਼ ਹੋ ਜਾਂਦੀ, ਜਨਮ ਮਰਨ ਦਾ ਚੱਕਰ ਖਤਮ ਹੋ ਜਾਂਦਾ ਹੈ ।

Whosoever may be blessed with the enlightenment of the essence of His Word; he may recognize the real purpose of his human life opportunity. He may be enlightened from within and he may remain awake and alert and in blossom in his worldly environment. He believes all pleasures, and miseries of human life as His Blessings. Whosoever may accept His Word as an ultimate Command; he may be blessed with place in His Royal Castle. His cycle of birth and death may be eliminated.

ਰਹੈ ਅਤੀਤੁ ਜਾਣੈ ਸਭੁ ਤਿਸ ਕਾ॥ ਤਨੁ ਮਨੁ ਅਰਪੈ ਹੈ ਇਹੁ ਜਿਸ ਕਾ॥ rahai ateet jaanai sabh tis kaa. tan man arpai hai ih jis kaa.
ਨਾ ਓਹੁ ਆਵੈ ਨਾ ਓਹੁ ਜਾਇ॥ ਨਾਨਕ ਸਾਚੇ ਸਾਚਿ ਸਮਾਇ॥੮॥੨॥ naa oh aavai naa oh jaa-ay. naanak saachay saach samaa-ay. ||8||2||

ਉਹ ਜੀਵ ਸੰਸਾਰਕ ਇਛਾਂ ਤੋਂ ਰਹਿਤ ਰਹਿੰਦਾ ਹੈ । ਉਸ ਨੂੰ ਸੋਝੀ ਬਖਸ਼ਿਸ਼ ਹੋ ਜਾਂਦੀ ਹੈ, ਸਭ ਕੁਝ ਪ੍ਰਭ ਦੀ ਹੀ ਅਮਾਨਤ ਹੈ, ਉਹ ਮਨ, ਤਨ ਨੂੰ ਪ੍ਰਭ ਦੇ ਲੜ ਲਾ ਦੇਂਦਾ ਹੈ । ਉਹ ਜਨਮ ਮਰਨ ਦੇ ਚੱਕਰ ਵਿੱਚ ਨਹੀਂ ਰਹਿੰਦਾ । ਉਹ ਸ਼ਬਦ ਦੇ ਸਿਮਰਨ ਵਿੱਚ ਹੀ ਲੀਨ ਰਹਿੰਦਾ ਹੈ ।

His true devotee may remain above the reach of worldly desires; with His mercy and grace, he may be enlightened with the essence of His Nature. He realizes that everything in the universe only His Trust. He surrenders his mind, body, and worldly status at His Sanctuary to serve His Creation. He may not remain in the cycle of birth and death; with His mercy and grace, he remains intoxicated in the void of His Word.

Key Message of Raag Bilaaval, page 832-1

'ਸੰਸਾਰਕ ਤਿੰਨਾਂ ਰੋਗਾ ਦੀ ਦਵਾਈ!

ਮਨ ਵਿੱਚ ਦੋਨੋਂ ਚੰਗੇ, ਮੰਦੇ (ਸ਼ਿਵ, ਸ਼ਕਤੀ) ਖਿਆਲ ਆਉਂਦੇ ਹਨ । ਬਖਸ਼ੇ ਤੇ ਧੀਰਜ ਰਖਣ ਨਾਲ ਹੀ ਸੰਤੋਖ ਅਤੇ ਪ੍ਰਵਾਨਗੀ ਦਾ ਰਸਤਾ ਬਖਸ਼ਿਸ਼ ਹੁੰਦਾ ਹੈ । ਸੰਸਾਰਕ ਗੀਤ, ਰਾਗ ਅਤੇ ਧੁਨ ਸਾਰੇ ਹੀ ਰੋਗ, ਥੋੜ੍ਹਾ ਸਮਾਂ ਰਹਿਣ ਵਾਲਾ ਅਨੰਦ ਆਉਂਦਾ ਹੈ । ਗੁਰਮਖ ਜੀਵ ਇਸ ਬਮਾਰੀ ਦੀ ਦਵਾਈ ਲੈਂਦਾ ਹੈ । ਉਸ ਨੂੰ ਬੰਦਗੀ ਦਾ, ਪ੍ਰਵਾਨਗੀ ਦਾ ਰਸਤਾ ਬਖਸ਼ਿਸ਼ ਹੋ ਜਾਂਦਾ ਹੈ । ਜਿਸ ਨੂੰ ਸ਼ਬਦ ਦੀ ਪਾਲਣਾ ਕਰਦੇ, ਅਮੋਲਕ ਪਦਾਰਥ ਬਖਸ਼ਿਸ਼ ਹੋ ਜਾਂਦਾ, ਉਸ ਨੂੰ ਕੋਈ ਸੰਸਾਰਕ ਕੰਮਾਂ ਦਾ ਕੋਈ ਲੇਖਾ ਪੁਛ ਨਹੀਂ ਸਕਦਾ! ਉਹ ਆਪਣੇ ਆਪ ਨੂੰ ਪਛਾਣ ਜਾਂਦਾ, ਆਪਣੇ ਅੰਦਰੋਂ ਹੀ ਅਸਲੀ ਰਸਤਾ ਢੂੰਡ ਲੈਂਦਾ ਹੈ । ਉਹ ਸਭ ਕੁਝ ਪ੍ਰਭ ਦੀ ਅਮਾਨਤ ਹੀ ਸਮਝਦਾ ਹੈ ।

Cure of three chronic disease of soul!

Both good (**Shiv- echo of His Word**) and evil thoughts (**Shakti- worldly desires of his mind**) remain within every mind. **Raag, Naad, Dhoon** (Keertain, music tone-raag, sound echo); **geet, raag, dhan are three diseases.** His true devotee may swallow his pride, the bitter medicine to cure the chronic disease of his ego, religious rituals, and suspicions. He may be blessed with the right path of acceptance in His Court. Whosoever may be blessed with priceless 4th virtue by meditating; no one may challenge his worldly deeds. He may recognize the real purpose of his human life opportunity from within. He may surrender his self-entity at His Sanctuary.

7. ਬਿਲਾਵਲੁ ਮਹਲਾ ੧॥ ਥਿਤੀ ਘਰੁ ੧੦ ਜਤਿ॥ 838-18

ੴ ਸਤਿਗੁਰ ਪ੍ਰਸਾਦਿ॥	ik-oNkaar satgur parsaad.
ਏਕਮ ਏਕੰਕਾਰੁ ਨਿਰਾਲਾ॥ ਅਮਰੁ ਅਜੋਨੀ ਜਾਤਿ ਨ ਜਾਲਾ॥	aykam aykankaar niraalaa. amar ajonee jaat na jaalaa.
ਅਗਮ ਅਗੋਚਰੁ ਰੂਪੁ ਨ ਰੇਖਿਆ॥	agam agochar roop na raykh-i-aa.
ਖੋਜਤ ਖੋਜਤ ਘਟਿ ਘਟਿ ਦੇਖਿਆ॥	khojat khojat ghat ghat daykhi-aa.
ਜੋ ਦੇਖਿ ਦਿਖਾਵੈ, ਤਿਸ ਕਉ ਬਲਿ ਜਾਈ॥	jo daykh dikhaavai tis ka-o bal jaa-ee.
ਗੁਰ ਪਰਸਾਦਿ ਪਰਮ ਪਦੁ ਪਾਈ॥੧॥	gur parsaad param pad paa-ee. ||1||

ਇਕੋ ਇਕ ਨਿਰਾਲਾ, ਪ੍ਰਭ ਹੀ ਸ੍ਰਿਸ਼ਟੀ ਨੂੰ ਪੈਦਾ ਕਰਨ ਵਾਲਾ ਹੈ । ਸਦਾ ਰਹਿਣ ਵਾਲਾ ਜਨਮ, ਮਰਨ, ਜਾਤ, ਅਕਾਰ ਤੋਂ ਰਹਿਤ ਹੈ । ਜੀਵ ਦੀ ਜਾਣਕਾਰੀ, ਪਹੁੰਚ ਤੋਂ ਰਹਿਤ, ਉਪਰ ਹੈ । ਉਹ ਹਰਇਕ ਜੀਵ ਵਿੱਚ ਹੀ ਵਸਦਾ, ਵਾਪਰਦਾ ਹੈ । ਉਸ ਤੋਂ ਕਰਬਾਣ ਜਾਈਏ! ਆਪ ਹੀ ਜੀਵ ਨੂੰ ਸੋਝੀ ਬਖਸ਼ਦਾ, ਜਾਣਨ ਦੀ ਪ੍ਰੇਰਨਾ, ਖਿੱਚ ਪਾਉਂਦਾ ਹੈ । ਆਪਣੀ ਰਹਿਮਤ ਨਾਲ ਹੀ ਗੁਰਮਖ ਨੂੰ ਅਮੋਲਕ ਅਵਸਥਾ, ਸ਼ਬਦ ਦੀ ਸੋਝੀ ਬਖਸ਼ਦਾ ਹੈ ।

The One and only One astonishing True Creator of the universe lives forever and remains unchanged, beyond birth and death, worldly caste, shape, size, color, or comprehension of His Creation. He remains embedded within each soul and prevails within his body and everywhere. I remain fascinated, astonished from His Miracles, His Nature. He may inspire His Creation to recognize the real purpose of human life blessings; with His mercy and grace, His true devotee may be enlightened with the essence of His Word, the ambrosial state of mind.

ਕਿਆ ਜਪੁ ਜਾਪਉ ਬਿਨੁ ਜਗਦੀਸੈ॥	ki-aa jap jaapa-o bin jagdeesai.
ਗੁਰ ਕੈ ਸਬਦਿ ਮਹਲੁ ਘਰੁ ਦੀਸੈ॥੧॥ ਰਹਾਉ॥	gur kai sabad mahal ghar deesai. ||1|| rahaa-o.

ਪ੍ਰਭ ਦੇ ਸ਼ਬਦ ਦੀ ਪਾਲਣਾ ਤੋਂ ਬਿਨਾਂ ਹੋਰ ਕੁਝ ਵੀ ਸ਼ਬਦ ਦੀ ਕਮਾਈ ਨਹੀਂ ਹੋ ਸਕਦੀ ਹੈ । ਇਹ ਵੀ ਸ਼ਬਦ ਦੀ ਪਾਲਣਾ ਕਰਨ ਨਾਲ ਹੀ ਸੋਝੀ ਬਖਸ਼ਿਸ਼ ਹੁੰਦੀ ਹੈ । ਪ੍ਰਭ ਦੀ ਹੋਂਦ ਜੀਵ ਦੇ ਅੰਦਰੋਂ ਹੀ ਮਹਿਸੂਸ ਹੁੰਦੀ ਹੈ ।

Without obeying, adopting the teachings of His Word, no other meditation, worship may earn the wealth of His Word. Eessence of His Word remains embedded within, obeying the teachings of His Word. His true devotee may be enlightened. His true devotee may realize His Existence, His Holy Spirit from within his mind.

ਦੂਜੈ ਭਾਇ ਲਗੇ ਪਛੁਤਾਣੇ॥ ਜਮ ਦਰਿ ਬਾਧੇ ਆਵਣ ਜਾਣੇ॥	doojai bhaa-ay lagay pachhutaanay. jam dar baaDhay aavan jaanay.
ਕਿਆ ਲੈ ਆਵਹਿ ਕਿਆ ਲੇ ਜਾਹਿ॥ ਸਿਰਿ ਜਮਕਾਲੁ ਸਿ ਚੋਟਾ ਖਾਹਿ॥	ki-aa lai aavahi ki-aa lay jaahi. sir jamkaal se chotaa khaahi.
ਬਿਨੁ ਗੁਰ ਸ਼ਬਦ ਨ ਛੂਟਸਿ ਕੋਇ॥	bin gur sabad na chhootas ko-ay.
ਪਾਖੰਡਿ ਕੀਨ੍ਹੈ ਮੁਕਤਿ ਨ ਹੋਇ॥੨॥	pakhand keenHai mukat na ho-ay. ||2||

ਦੂਜੀ ਅਵਸਥਾ: ਜਿਹੜਾ ਕਿਸੇ ਹੋਰ, ਸੰਸਾਰਕ ਗੁਰੂ ਦੀ ਪੂਜਾ ਕਰਦਾ ਹੈ । ਉਸ ਨੂੰ ਪਛਤਾਵਾਂ ਹੀ ਕਰਨਾ ਪੈਂਦਾ ਹੈ, ਉਹ ਜਮਾਂ ਦੇ ਚੱਕਰ ਵਿੱਚ, ਜੂੰਨਾਂ ਵਿੱਚ ਹੀ ਰਹਿੰਦਾ ਹੈ । ਉਹ ਇਸ ਸੰਸਾਰ ਵਿੱਚ ਕੀ ਆਸ ਲੈ ਕੇ ਆਉਂਦਾ ਹੈ? ਕੀ ਕਮਾਈ ਕਰਕੇ ਜਾਂਦਾ ਹੈ? ਉਸ ਨੂੰ ਜਮਦੂਤਾਂ ਦੀ ਮਾਰ ਪੈਂਦੀ ਹੈ । ਪ੍ਰਭ ਦੇ ਸ਼ਬਦ ਦੀ ਬੰਦਗੀ ਤੋਂ ਬਿਨਾਂ ਕੋਈ ਜਨਮ ਮਰਨ ਤੋਂ ਬਚ ਨਹੀਂ ਸਕਦਾ । ਹੋਰ ਕੋਈ ਪਖੰਡ ਜਾ ਧਰਮ ਦੇ ਪਿਛੇ ਲਗਕੇ ਦਰਬਾਰ ਵਿੱਚ ਪ੍ਰਵਾਨਗੀ ਬਖਸ਼ਿਸ਼ ਨਹੀਂ ਹੁੰਦੀ ।

Whosoever may worship any worldly Guru as his savior, protector; he may have to regret and repents after death. He may be captured by the devil of death and he may remain in the cycle of birth and death. What may be his hope and the purpose of his human life opportunity? What may be his earnings to support in His Court after death? He may be captured by the devil of death and remains in the cycle of birth and death. Without meditating on the teachings of His Word steady and stable belief, no one may be saved from devil of death, nor eliminates his cycle of birth and death. By any religious baptism or adopting any other worships, like aakand paath, free-kitchen, langar for helpless, charity; no one may be blessed with the right path of acceptance in His Court.

ਆਪੇ ਸਚੁ ਕੀਆ ਕਰ ਜੋੜਿ॥ ਅੰਡਜ ਫੋੜਿ ਜੋੜਿ ਵਿਛੋੜਿ॥	aapay sach kee-aa kar jorh. andaj forh jorh vichhorh.
ਧਰਤਿ ਅਕਾਸੁ ਕੀਏ ਬੈਸਣ ਕਉ ਥਾਉ॥	Dharat akaas kee-ay baisan ka-o thaa-o.
ਰਾਤਿ ਦਿਨੰਤੁ ਕੀਏ ਭਉ ਭਾਉ॥	raat dinant kee-ay bha-o bhaa-o.
ਜਿਨਿ ਕੀਏ ਕਰਿ ਵੇਖਣਹਾਰਾ॥ ਅਵਰੁ ਨ ਦੂਜਾ ਸਿਰਜਣਹਾਰਾ॥੩॥	jin kee-ay kar vaykhanhaaraa. avar na doojaa sirjanhaaraa. ||3||

ਪ੍ਰਭ ਨੇ ਆਪ ਹੀ ਸ੍ਰਿਸ਼ਟੀ ਬਣਾਈ ਹੈ । ਵੱਖਰੀਆਂ ਧਾਤਾਂ ਨੂੰ ਜੋੜਕੇ, ਜੀਵ ਦਾ ਤਨ ਪੈਦਾ ਕਰਦਾ, ਮੌਤ ਦੇਂਦਾ ਹੈ । ਆਪ ਹੀ ਧਰਤੀ ਅਤੇ ਅਕਾਸ਼, ਜੀਵਾਂ ਦੇ ਰਹਿਣ ਲਈ ਬਣਾਏ ਹਨ । ਉਸ ਨੇ ਆਪ ਹੀ ਦਿਨ, ਰਾਤ, ਡਰ ਅਤੇ ਪਿਆਰ ਬਣਾਇਆ ਹੈ । ਜਿਸ ਪ੍ਰਭ ਨੇ ਸ੍ਰਿਸ਼ਟੀ ਪੈਦਾ ਕੀਤੀ ਹੈ, ਆਪ ਹੀ ਦੇਖਦਾ, ਪਾਲਣਾ ਕਰਵਾਉਂਦਾ ਹੈ । ਪ੍ਰਭ ਤੋਂ ਬਿਨਾਂ ਹੋਰ ਕੋਈ ਕੁਝ ਕਰਨ ਵਾਲਾ ਨਹੀਂ ਹੈ ।

ਗੁਰੂ ਨਾਨਕ ਦੇਵ ਜੀ! – Guru Nanak Dev Ji! Guru Granth Sahib

The One and Only One, Creator of the universe has created body of a creature by combining various metals. He has prewritten his destiny and established the cycle of birth and death. He has created earth, sky for dwelling for His Creation. He had also created, the play of day and night; love and hatred in the universe. The Omniscient Creator witnesses all events of His Nature and enforces the compliance of His Command on His Creation. Without, The True Creator, no one may function in His Nature.

ਤ੍ਰਿਤੀਆ ਬ੍ਰਹਮਾ ਬਿਸਨੁ ਮਹੇਸਾ॥ ਦੇਵੀ ਦੇਵ ਉਪਾਏ ਵੇਸਾ॥ taritee-aa barahmaa bisan mahaysaa. dayvee dayv upaa-ay vaysaa.
ਜੋਤੀ ਜਾਤੀ ਗਣਤ ਨ ਆਵੈ॥ ਜਿਨਿ ਸਾਜੀ ਸੋ ਕੀਮਤਿ ਪਾਵੈ॥ jotee jaatee ganat na aavai. jin saajee so keemat paavai.
ਕੀਮਤਿ ਪਾਇ ਰਹਿਆ ਭਰਪੂਰਿ॥ ਕਿਸੁ ਨੇੜੈ ਕਿਸੁ ਆਖਾ ਦੂਰਿ॥੪॥ keemat paa-ay rahi-aa bharpoor. kis nayrhai kis aakhaa door. ||4||

ਤੀਜੀ ਅਵਸਥਾ– ਪ੍ਰਭ ਨੇ ਆਪ ਹੀ ਜੀਵਾਂ ਨੂੰ ਸੇਧ ਦੇਣ ਲਈ ਦੇਵਤੇ ਪੈਦਾ ਕੀਤੇ ਹਨ । ਬ੍ਰਹਮਾ, ਬਿਸ਼ਨ, ਮਹੇਸ਼, ਨਾਨਕ ਆਦਿ, ਜੀਵਨ ਦੇ ਨਿਯਮ, ਧਰਮ ਦੇ ਗ੍ਰੰਥ ਬਣਾਏ ਹਨ । ਜੀਵ ਨੂੰ ਭਗਤਾਂ ਦੀ ਸੋਝੀ, ਗਿਆਨ ਦੀ ਹੱਦ, ਗਿਣਤੀ ਦੀ ਜਾਣਕਾਰੀ ਨਹੀਂ ਹੈ । ਪ੍ਰਭ ਆਪ ਹੀ ਭਗਤਾਂ ਦੇ ਮਨ ਦੀ ਅਵਸਥਾ, ਜੀਵਨ ਦੀ ਮਹੱਤਤਾ ਜਾਣਦਾ ਹੈ । ਆਪ ਹੀ ਹਰਇਕ ਜੀਵ ਦੇ ਕੰਮ ਪਰਖਦਾ ਹੈ, ਹਰਇਕ ਵਿੱਚ ਆਪ ਹੀ ਵਾਪਰਦਾ ਹੈ । ਜੀਵ ਨੂੰ ਜਾਣਕਾਰੀ ਨਹੀਂ, ਕੌਣ ਉਸ ਦੇ ਨੇੜੇ ਜਾ ਦੂਰ ਹੈ ।

The True Master from time to time sends His Prophets (**Brahma, Biseen, Mehesh, Jesus, Nanak many others)** in the universe to guide, inspire His Creation to recognize the real purpose of human life opportunity. He has created various Holy Scriptures to enlighten the real path of human life, opportunity for His Creation. The count of ancient prophets and limits of their enlightenment remains beyond the comprehension of His Creation. Only, The True Creator may know the state of mind, significance and the real accomplishment of these prophets, massagers of The True Master. The True Master may judge their path and prevails in each event of His Nature. Who may move closer or drift away after adopting his path in the universe, remains beyond the comprehension of His Creation?

ਚਉਥਿ ਉਪਾਏ ਚਾਰੇ ਬੇਦਾ॥ ਖਾਣੀ ਚਾਰੇ ਬਾਣੀ ਭੇਦਾ॥ cha-uth upaa-ay chaaray baydaa. khaanee chaaray banee bhaydaa.
ਅਸਟ ਦਸਾ ਖਟੁ ਤੀਨਿ ਉਪਾਏ॥ ਸੋ ਬੂਝੈ ਜਿਸੁ ਆਪਿ ਬੁਝਾਏ॥ asat dasaa khat teen upaa-ay. so boojhai jis aap bujhaa-ay.
ਤੀਨਿ ਸਮਾਂਵੈ ਚਉਥੈ ਵਾਸਾ॥ teen samaavai cha-uthai vaasaa.
ਪ੍ਰਣਵਤਿ ਨਾਨਕ ਹਮ ਤਾ ਕੇ ਦਾਸਾ॥੫॥ paranvat naanak ham taa kay daasaa. 5||

ਚੌਥੀ ਅਵਸਥਾ– ਉਸ ਨੇ ਚਾਰ ਵੇਦ, ਧਰਮਾਂ ਦੇ ਗ੍ਰੰਥ ਬਣਾਏ । ਜੀਵ ਨੂੰ ਪੈਦਾ ਕਰਨ ਦੇ ਚਾਰ ਸੋਮੇਂ ਬਣਾਏ ਹਨ । ਉਹਨਾਂ ਦੀ ਪਛਾਣ, ਉਹਨਾਂ ਦੀ ਬੋਲੀ ਤੋਂ ਕੀਤੀ । ਉਸ ਨੇ 18 ਪਰਾਨ, 6 ਸਾਸਤ੍ਰ, ਤਿੰਨ ਸੰਸਾਰਕ ਮਾਇਆ ਦੇ ਗੁਣ ਪੈਦਾ ਕੀਤੇ ਹਨ । ਆਪ ਹੀ ਜਾਣਦਾ, ਕਿਸ ਨੂੰ ਇਹਨਾਂ ਦੀ ਸੋਝੀ, ਜਾਣਕਾਰੀ ਬਖਸ਼ਦਾ ਹੈ । ਮਾਇਆ ਦੇ ਤਿੰਨਾਂ ਗੁਣ ਤੇ ਜਿੱਤ ਪਾਉਣ ਨਾਲ ਹੀ ਚੌਥੀਂ, ਮੁਕਤੀ ਦੀ ਅਵਸਥਾ ਬਖਸ਼ਿਸ਼ ਹੁੰਦੀ ਹੈ । ਪ੍ਰਭ ਦੇ ਦਾਸ, ਸ਼ਬਦ ਦੇ ਗੁਣ ਆਪਣੇ ਜੀਵਨ ਵਿੱਚ ਧਾਰਨ ਕਰਦੇ ਹਨ !

He has created four **Vedas**, all religious Holy Scriptures. He has created four sources of reproduction of His Creation. He defined the sound of their tongue as communication and recognition of his type, **religion**. He has created numerous Holy Scriptures and three virtues of worldly wealth. Only, He knows, who may be enlightened with the essence of His Word to what extent. Whosoever may conquer the three virtues of worldly wealth; with His mercy and grace, he may be blessed with the right path of acceptance in His Court and state of salvation. You should humbly surrender your mind, body, and worldly status at His Sanctuary and adopt the teachings of His Word with steady and stable belief in day-to-day life.

ਪੰਚਮੀ ਪੰਚ ਭੂਤ ਬੇਤਾਲਾ॥ ਆਪਿ ਅਗੋਚਰੁ ਪੁਰਖੁ ਨਿਰਾਲਾ॥ panchmee panch bhoot baytaalaa. aap agochar purakh niraalaa.
ਇਕਿ ਭ੍ਰਮਿ ਭੂਖੇ ਮੋਹ ਪਿਆਸੇ॥ ik bharam bhookhay moh pi-aasay.
ਇਕਿ ਰਸੁ ਚਾਖਿ ਸਬਦਿ ਤ੍ਰਿਪਤਾਸੇ॥ ik ras chaakh sabad tariptaasay.
ਇਕਿ ਰੰਗਿ ਰਾਤੇ ਇਕਿ ਮਰਿ ਧੂਰਿ॥ ik rang raatay ik mar Dhoor.
ਇਕਿ ਦਰਿ ਘਰਿ ਸਾਚੈ ਦੇਖਿ ਹਦੂਰਿ॥੬॥ ik dar ghar saachai daykh hadoor. ||6||

5– ਪੰਜਵੀ ਅਵਸਥਾ ਵਿੱਚ ਉਸ ਨੇ ਪੰਜ ਜਮਦੂਤ, ਸੰਸਾਰਕ ਇਛਾਂ ਪੈਦਾ ਕੀਤੀਆਂ । ਆਪ ਪੰਜਾਂ ਤੋਂ ਅਲਗ ਰਹਿੰਦਾ, ਆਪਣੇ ਕਾਬੂ ਵਿੱਚ ਰਖਦਾ ਹੈ । ਕਈ ਜੀਵ ਇਛਾਂ ਦੀਆਂ ਭਟਕਣਾਂ, ਭਰਮਾਂ ਵਿੱਚ ਹੀ ਰਹਿੰਦੇ ਹਨ । ਕਈ ਸੰਸਾਰਕ ਇਛਾਂ ਤੇ ਜਿੱਤ ਪਾ ਕੇ ਸ਼ਬਦ ਦੀ ਪਾਲਣਾ ਵਿੱਚ ਅਡੋਲ ਰਹਿੰਦੇ ਹਨ । ਕਈ ਸ਼ਬਦ ਦੀ ਪਾਲਣਾ ਵਿੱਚ ਲੀਨ ਰਹਿੰਦੇ ਹੀ ਮਰ ਕੇ, ਭਸਮ ਹੋ ਜਾਂਦੇ ਹਨ । ਕਈ ਸ਼ਬਦ ਦੀ ਪਾਲਣਾ ਕਰਦੇ, ਪ੍ਰਭ ਦੇ ਦਰਬਾਰ ਵਿੱਚ ਪ੍ਰਵਾਨ ਹੋ ਜਾਂਦੇ, ਸਦ ਰਹਿਣ ਵਾਲੇ ਦੀ ਹਜ਼ੂਰੀ ਵਿੱਚ ਰਹਿੰਦੇ ਹਨ ।

He has created five demons of worldly desires. He remains beyond the attachment, reach of theses demons; all remains under His Command and control. Some may remain frustrated with worldly desires, religious rituals, and suspicions; with His mercy and grace, some may conquer the demons of worldly desires and obeys the teachings of His Word with steady and stable in his day-to-day life. Some may remain intoxicated in meditation in the void of His Word. Self-minded may waste his human life opportunity and just becomes ashes. His true devotee may be blessed with right path of acceptance. He may be blessed with a place in His Royal castle in His Presence forever.

ਝੂਠੇ ਕਉ ਨਾਹੀ ਪਤਿ ਨਾਉ॥ ਕਬਹੁ ਨ ਸੂਚਾ ਕਾਲਾ ਕਾਉ॥ jhoothay ka-o naahee pat naa-o. kabahu na soochaa kaalaa kaa-o.
ਪਿੰਜਰਿ ਪੰਖੀ ਬੰਧਿਆ ਕੋਇ॥ ਛੇਰੀਂ ਭਰਮੈ ਮੁਕਤਿ ਨ ਹੋਇ॥ pinjar pankhee banDhi-aa ko-ay. chhayreeN bharmai mukat na ho-ay.
ਤਉ ਛੂਟੈ ਜਾ ਖਸਮੁ ਛਡਾਏ॥ ta-o chhootai jaa khasam chhadaa-ay.
ਗੁਰਮਤਿ ਮੇਲੇ ਭਗਤਿ ਦ੍ਰਿੜਾਏ॥੭॥ gurmat maylay bhagat drirh-aa-ay. ||7||

ਜਿਸ ਦੀ ਲਗਨ ਥੋੜ੍ਹਾ ਸਮਾਂ ਰਹਿਣ ਵਾਲੇ ਪਦਾਰਥਾਂ ਨਾਲ ਹੁੰਦੀ ਹੈ । ਉਸ ਨੂੰ ਕੋਈ ਮਾਣ ਬਖਸ਼ਿਸ਼ ਨਹੀਂ ਹੁੰਦਾ, ਆਤਮਾ ਕਦੇ ਪਵਿੱਤਰ ਨਹੀਂ ਹੁੰਦੀ । ਉਹ ਇਸ ਸੰਸਾਰ ਵਿੱਚ ਇਕ ਪਿੰਜਰੇ ਵਿੱਚ ਬੰਦ ਪੰਛੀ ਦੀ ਤਰ੍ਹਾਂ ਹੀ ਰਹਿੰਦਾ ਹੈ । ਉਹ ਸੰਸਾਰਕ ਪਿੰਜਰੇ ਵਿੱਚ ਜੂੰਨਾਂ ਦੇ ਨਾ ਖਤਮ ਹੋਣ ਵਾਲੇ ਚੱਕਰ ਵਿੱਚ ਹੀ ਰਹਿੰਦਾ ਹੈ । ਜਿਸ ਨੂੰ ਆਪ ਹੀ ਸ਼ਬਦ ਦੀ ਪਾਲਣਾ ਤੇ ਲਾਉਂਦਾ ਹੈ । ਕੇਵਲ ਉਸ ਹੀ ਪਿੰਜਰੇ ਵਿਚੋਂ ਛੁਟਦਾ, ਸ਼ਬਦ ਦੀ ਬੰਦਗੀ ਕਰਕੇ ਪ੍ਰਵਾਨ ਹੋ ਜਾਂਦਾ ਹੈ ।

Whosoever may remain intoxicated with the short-lived pleasures of worldly wealth; he may never be honored in His Court nor his soul ever be sanctified. His human life journey may be like a caged bird. He remains in the cage, never ending cycle of birth and death. Whosoever may be blessed with a devotion to obey the teachings of His Word; only he may be accepted in His Court and freed from this cage.

ਗੁਰੂ ਨਾਨਕ ਦੇਵ ਜੀ! – Guru Nanak Dev Ji! Guru Granth Sahib

ਖਸਟੀ ਖਟੁ ਦਰਸਨ ਪ੍ਰਭ ਸਾਜੇ॥ ਅਨਹਦ ਸਬਦੁ ਨਿਰਾਲਾ ਵਾਜੇ॥	khastee khat darsan parabh saajay. anhad sabad niraalaa vaajay.
ਜੇ ਪ੍ਰਭ ਭਾਵੈ ਤਾ ਮਹਲਿ ਬੁਲਾਵੈ॥	jay parabh bhaavai taa mahal bulaavai.
ਸਬਦੇ ਭੇਦੇ ਤਉ ਪਤਿ ਪਾਵੈ॥	sabday bhayday ta-o pat paavai.
ਕਰਿ ਕਰਿ ਵੇਸ ਖਪਹਿ ਜਲਿ ਜਾਵਹਿ॥	kar kar vays khapeh jal jaaveh.
ਸਾਚੈ ਸਾਚੇ ਸਾਚਿ ਸਮਾਵਹਿ॥੮॥	saachai saachay saach samaaveh. ||8||

6- **ਛੇਵੀ ਅਵਸਥਾ** ਤੇ ਪ੍ਰਭ ਨੇ 6 ਜੋਗਾਂ ਦੇ ਢੰਗ ਪੈਦਾ ਕੀਤੇ । ਆਪਣੇ ਆਪ ਨੂੰ ਸਦਾ ਰਹਿਣ ਵਾਲੀ ਸ਼ਬਦ ਦੀ ਧੁਨ ਵਿੱਚ ਲੈ ਆਉਂਦਾ ਹੈ । ਜਿਸ ਦੀ ਸ਼ਬਦ ਦੀ ਕਮਾਈ ਦਰਬਾਰ ਵਿੱਚ ਪ੍ਰਵਾਨ ਹੋ ਜਾਂਦੀ ਹੈ, ਉਸ ਜੀਵ ਨੂੰ ਹੀ ਦਰਬਾਰ ਵਿੱਚ ਸੱਦਾ ਆਉਂਦਾ ਹੈ । ਜਿਸ ਦੇ ਮਨ ਵਿੱਚ ਸ਼ਬਦ ਘਰ ਕਰ ਜਾਂਦਾ, ਉਸ ਨੂੰ ਨਿਹਾਲ ਕਰਦਾ ਹੈ । ਜਿਹੜਾ ਕੇਵਲ ਧਰਮ ਦਾ ਬਾਣਾ ਪਾਉਂਦਾ, ਆਪਣਾ ਜੀਵਨ ਬਿਰਥਾ ਹੀ ਗਵਾ ਲੈਂਦਾ ਹੈ । ਅਡੋਲ ਭਰੋਸੇ ਨਾਲ ਸ਼ਬਦ ਦੀ ਪਾਲਣਾ ਕਰਨ ਨਾਲ ਹੀ ਰਹਿਮਤ ਬਖਸ਼ਿਸ਼ ਹੁੰਦੀ ਹੈ । ਉਸ ਦੀ ਜੋਤ ਵਿੱਚ ਅਭੇਦ ਹੋਇਆ ਜਾ ਸਕਦਾ ਹੈ ।

He has created 6 techniques of meditation and embedded within the everlasting echo of His Word. Whose earnings of His Word may be accepted in His Court; with His mercy and grace, only he may be invited to His Court. Whosoever may remain drenched with the essence of His Word; he may be overwhelmed with virtues beyond his wild imagination. Whosoever may obey the teachings of His Word with steady and stable belief in his day-to-day life; with His mercy and grace, he may be immersed within His Holy Spirit.

ਸਪਤਮੀ ਸਤੁ ਸੰਤੋਖੁ ਸਰੀਰਿ॥ ਸਾਤ ਸਮੁੰਦ ਭਰੇ ਨਿਰਮਲ ਨੀਰਿ॥	saptamee sat santokh sareer. saat samund bharay nirmal neer.
ਮਜਨੁ ਸੀਲੁ ਸਚੁ ਰਿਦੈ ਵੀਚਾਰਿ॥ ਗੁਰ ਕੈ ਸਬਦਿ ਪਾਵੈ ਸਭਿ ਪਾਰਿ॥	majan seel sach ridai veechaar. gur kai sabad paavai sabh paar.
ਮਨਿ ਸਾਚਾ ਮੁਖਿ ਸਾਚਉ ਭਾਇ॥	man saachaa mukh saacha-o bhaa-ay.
ਸਚੁ ਨੀਸਾਣੈ ਠਾਕ ਨ ਪਾਇ॥੯॥	sach neesaanai thaak na paa-ay. ||9||

7 – **ਸੱਤਵੀ ਅਵਸਥਾ**– ਜਿਸ ਦਾ ਮਨ, ਤਨ ਪ੍ਰਭ ਦੇ ਸ਼ਬਦ ਵਿੱਚ ਲੀਨ ਹੋ ਜਾਂਦਾ ਹੈ । ਉਸ ਦੇ ਮਨ ਦੇ ਅੰਦਰ ਹੀ ਸੱਤਵਾਂ ਸਾਗਰ, ਅੰਮ੍ਰਿਤ ਨਾਲ ਭਰ ਦੇਂਦਾ, ਬਖਸ਼ਦਾ ਹੈ । ਜਿਹੜਾ ਆਪਣੇ **ਇਖਲਾਕ** ਨਾਲ ਇਸ ਸਾਗਰ ਵਿੱਚ ਇਸ਼ਨਾਨ ਕਰਦਾ ਹੈ । ਉਸ ਦੇ ਮਨ ਵਿੱਚ ਪ੍ਰਭ ਦੀ ਜੋਤ ਜਾਗਰਤ ਹੋ ਜਾਂਦੀ ਹੈ । ਜਿਹੜਾ ਭਰੋਸਾ ਅਡੋਲ ਕਰ ਲੈਂਦੇ ਹਨ, ਉਹ ਸਾਗਰ ਪਾਰ ਕਰ ਜਾਂਦਾ ਹੈ । ਉਸ ਦੇ ਮਨ ਵਿੱਚ ਪ੍ਰਭ ਦਾ ਸ਼ਬਦ ਘਰ ਕਰ ਜਾਂਦਾ, ਜੀਭ ਤੇ ਉਸਤਤ ਦੇ ਸ਼ਬਦ ਬਖੀਸ਼ਸ਼ ਹੁੰਦੇ ਹਨ । ਜਿਹੜਾ ਸ਼ਬਦ ਦੀ ਪਾਲਣਾ ਵਿੱਚ ਇਸਤਰ੍ਹਾਂ ਮਸਤ ਹੋ ਜਾਂਦਾ ਹੈ, ਉਸ ਨੂੰ ਦਰਬਾਰ ਵਿਚ ਪ੍ਰਵਾਨ ਹੋਣ ਵਿੱਚ ਕੋਈ ਰੁਕਾਵਟ ਨਹੀਂ ਆਉਂਦੀ ।

Whosoever may remain intoxicated in void of His Word; with His mercy and grace, seventh ocean of nectar may be blessed and flowing from the 10th door of his soul. Whosoever may take a soul sanctifying bath in the nectar of His Word; with His mercy and grace, he may be enlightened with the essence of His Word. Whosoever may remain steady and stable on the right path of meditation, he may be saved and accepted in His Court. His mind may remain drenched with the essence of His Word. He may remain intoxicated singing the sweet, melodious songs of His Praised with his tongues; with His mercy and grace, he may not have any restriction entering His Court.

ਅਸਟਮੀ ਅਸਟ ਸਿਧਿ ਬੁਧਿ ਸਾਧੈ॥	astamee asat siDh buDh saaDhai.
ਸਚੁ ਨਿਹਕੇਵਲੁ ਕਰਮਿ ਅਰਾਧੈ॥	sach nihkayval karam araaDhai.
ਪਉਣ ਪਾਣੀ ਅਗਨੀ ਬਿਸਰਾਉ॥ ਤਹੀ ਨਿਰੰਜਨੁ ਸਾਚੋ ਨਾਉ॥	pa-un paanee agnee bisraa-o. tahee niranjan saacho naa-o.
ਤਿਸੁ ਮਹਿ ਮਨੂਆ ਰਹਿਆ ਲਿਵ ਲਾਇ॥	tis meh manoo-aa rahi-aa liv laa-ay.
ਪ੍ਰਣਵਤਿ ਨਾਨਕੁ ਕਾਲੁ ਨ ਖਾਇ॥੧੦॥	paranvat naanak kaal na khaa-ay. ||10||

8- **ਅੱਠਵੀ ਅਵਸਥਾ**– ਜਿਹੜਾ ਆਪਣਾ ਮਨ ਸ਼ਬਦ ਦੇ ਲੜ ਲਾ ਦੇਂਦਾ ਹੈ । ਉਸ ਨੂੰ ਰਿਧੀਆਂ ਸਿਧੀਆਂ, ਚਮਤਕਾਰ ਕਰਨ ਦੀ ਸੋਝੀ ਬਖਸ਼ਿਸ਼ ਹੋ ਜਾਂਦੀ ਹੈ । ਉਸ ਨੂੰ ਆਪਣੇ ਮਨ ਦੀ ਪਵਿਤਰਤਾ ਨਾਲ ਰਹਿਮਤਾਂ ਬਖਸ਼ਿਸ਼ ਹੁੰਦੀਆਂ ਹਨ । ਹਵਾ, ਪਾਣੀ, ਅੱਗਨੀ ਵਿੱਚ ਜੀਵ ਨੂੰ ਤਬਾਹ ਕਰਨ ਵਾਲੇ ਗੁਣਾਂ ਨੂੰ ਵਿਸਾਰ ਦੇਵੋ! ਸ਼ਬਦ ਦੀ ਪਾਲਣਾ ਨਾਲ ਆਤਮਾ ਨੂੰ ਪਵਿੱਤਰ ਰਖਕੇ ਪ੍ਰਭ ਦੇ ਵਿਛੋੜੇ ਦੇ ਵਿਰਾਗ ਵਿੱਚ ਧਿਆਨ ਰਖੋ । ਇਸ ਤੋਂ ਬਿਨਾਂ ਤਨ ਕੇਵਲ ਮੌਤ ਦੀ ਅੱਗ ਵਿੱਚ ਹੀ ਭਸਮ ਹੋ ਜਾਂਦਾ ਹੈ । ਮਾਨਸ ਜੀਵਨ ਬਿਰਥਾ ਹੀ ਗਵਾ ਜਾਂਦਾ ਹੈ!

Whosoever may surrender his mind, body at His Sanctuary to obey the teachings of His Word; with His mercy and grace, he may be blessed with the enlightenments of His Miracle Power. His soul may be sanctified and becomes worthy of His Consideration. You should abandon the evil thoughts, destructive powers within air, fire, and water. You should sanctify your soul with the essence of His Word; with the renunciation of your memory of separation from His Holy Spirit. Without such a devotion and dedication, his body may only burn to ashes; he may not benefit from his human life.

ਨਾਉ ਨਉਮੀ ਨਵੇ ਨਾਥ ਨਵ ਖੰਡਾ॥	naa-o na-umee navay naath nav khanda.
ਘਟਿ ਘਟਿ ਨਾਥੁ ਮਹਾ ਬਲਵੰਡਾ॥	ghat ghat naath mahaa balvandaa.
ਆਈ ਪੂਤਾ ਇਹੁ ਜਗੁ ਸਾਰਾ॥ ਪ੍ਰਭ ਆਦੇਸੁ ਆਦਿ ਰਖਵਾਰਾ॥	aa-ee pootaa ih jag saaraa. parabh aadays aad rakhvaaraa.
ਆਦਿ ਜੁਗਾਦੀ ਹੈ ਭੀ ਹੋਗੁ॥ ਓਹੁ ਅਪਰੰਪਰੁ ਕਰਣੈ ਜੋਗੁ॥੧੧॥	aad jugaadee hai bhee hog. oh aprampar karnai jog. ||11||

9– **ਨੌਂਵੀ ਅਵਸਥਾ** – ਜਿਹੜਾ ਜੀਵ ਉਸ ਨੌ ਨਾਥਾਂ ਦੇ ਮਾਲਕ ਦੇ ਚਰਨਾਂ ਵਿੱਚ ਆਉਂਦਾ ਹੈ । ਜਿਹੜਾ ਧਰਤੀ ਦੀਆਂ ਨੌ ਤਹਿਆਂ, ਪਤਾਲਾਂ, ਹਰਇਕ ਜੀਵ ਦੇ ਮਨ ਵਿੱਚ ਵਸਦਾ ਹੈ । ਉਸ ਦੇ ਸ਼ਬਦ ਦਾ ਖਿਆਲ, ਧੰਨਵਾਦ ਕਰੋ । ਸਾਰੇ ਜੀਵ ਹੀ ਮਾਇਆ ਦੇ ਬੱਚੇ, ਗੁਲਾਮ, ਪ੍ਰੇਮੀ ਹਨ । ਜਿਹੜਾ ਆਪਣਾ ਮਨ, ਤਨ ਪ੍ਰਭ ਨੂੰ ਸੌਂਪ ਦੇਂਦਾ ਹੈ । ਪ੍ਰਭ ਆਪਣੇ ਭਗਤਾਂ ਦੀ ਜੁਗਾਂ, ਜੁਗਾਂ ਤੋਂ ਰਖਿਆ ਕਰਦਾ ਆਇਆ ਹੈ । ਉਹ ਸ੍ਰਿਸ਼ਟੀ ਤੋਂ ਪਹਿਲੇ ਵੀ ਸੀ, ਹੁਣ ਵੀ ਹੈ, ਅੱਗੇ ਵੀ ਅਟਲ ਰਹਿਣ ਵਾਲਾ ਮਾਲਕ ਹੈ । ਉਸ ਸਭ ਕੁਝ ਕਰਦਾ, ਕਰਨ ਯੋਗ ਹੈ, ਸਮਰਥਾ ਰਖਦਾ ਹੈ ।

In this stage! His true devotee may surrender his mind, body, and worldly status at His Sanctuary; The King of kings, Nath of all nine Naths. He remains embedded within nine layers of underworld and within the soul of each creature? You should focus on the teachings of His Word and sings the glory of His Word. Whosoever may surrender his mind, body, and worldly status at His Sanctuary; The True Master has been protecting His true devotees from Ages. The True Master was true and exist before the Creation, in the present worldly environments and after the destruction of present Creation; before the birth of a creature, in his worldly life and after his death in His Court. The Omnipotent True Master prevails in every event and capable of making anything, everything possible.

ਗੁਰੂ ਨਾਨਕ ਦੇਵ ਜੀ! – Guru Nanak Dev Ji! Guru Granth Sahib

ਦਸਮੀ ਨਾਮੁ ਦਾਨੁ ਇਸਨਾਨੁ॥ ਅਨਦਿਨੁ ਮਜਨੁ ਸਚਾ ਗੁਣ ਗਿਆਨੁ॥ dasmee naam daan isnaan. an-din majan sachaa gun gi-aan.
ਸਚਿ ਮੈਲੁ ਨ ਲਾਗੈ ਭ੍ਰਮੁ ਭਉ ਭਾਗੈ॥ sach mail na laagai bharam bha-o bhaagai.
ਬਿਲਮੁ ਨ ਤੂਟਸਿ ਕਾਚੈ ਤਾਗੈ॥ bilam na tootas kaachai taagai.
ਜਿਉ ਤਾਗਾ ਜਗੁ ਏਵੈ ਜਾਣਹੁ॥ ji-o taagaa jag ayvai jaanhu.
ਅਸਥਿਰੁ ਚੀਤੁ ਸਾਚਿ ਰੰਗੁ ਮਾਣਹੁ॥੧੨॥ asthir cheet saach rang maanhu. ||12||

10– **ਦਸਵੀ ਅਵਸਥਾ**– ਇਸ ਵਿੱਚ ਜੀਵ ਸ਼ਬਦ ਦੀ ਪਾਲਣਾ ਕਰਦਾ ਹੈ । ਪੁੰਨ ਦਾਨ ਕਰਦਾ, ਮਨ ਨੂੰ ਇਛਾਂ ਤੋਂ ਰਹਿਤ ਰਖਦਾ ਹੈ । ਪ੍ਰਭ ਦੇ ਸ਼ਬਦ ਦਾ ਸਿਮਰਨ ਕਰਦਾ, ਉਸਤਤ ਗਾਉਂਦਾ ਹੈ । ਜਿਹੜਾ ਜੀਵ ਸ਼ਬਦ ਤੇ ਭਰੋਸਾ ਅਡੋਲ ਰਖਦਾ ਹੈ । ਉਸ ਦਾ ਮਨ ਇਛਾਂ ਦੇ ਜਾਲ ਵਿੱਚ ਨਹੀਂ ਫਸਦਾ, ਭਰਮ ਦੂਰ ਹੋ ਜਾਂਦੇ ਹਨ । ਮਾਨਸ ਜੀਵਨ ਦਾ ਸਫਰ ਇਕੇ ਕੱਚੇ ਧਾਗੇ ਵਾਂਗ ਹੀ ਹੈ । ਉਹ ਥੋੜ੍ਹੀ ਮੁਸ਼ਕਲ ਪੈਣ ਤੇ ਟੁੱਟ, ਡੋਲ ਜਾਂਦਾ ਹੈ । ਅਪਣੇ ਭਰੋਸੇ ਨੂੰ ਅਡੋਲ ਰਖਣ ਨਾਲ ਹੀ ਪ੍ਰਭ ਦੀ ਪ੍ਰਵਾਨਗੀ ਬਖਸ਼ਿਸ਼ ਹੋ ਸਕਦੀ ਹੈ ।

In this stage; His true devotee may obey the teachings of His Word with steady and stable belief in his day-to-day life. He may perform some charity, donation and keeps his mind beyond the reach of worldly desires. He may meditate and sings the glory of His Word. Whosoever may obey the teachings of His Word with steady and stable belief; with His mercy and grace, all his suspicions may be eliminated. He may become beyond the temptation of worldly desires. Worldly life journey may be like a raw thread. He may drift into wrong direction with minor worldly hardships. Whosoever may remain steady and stable on the right path; with His mercy and grace, only he may be accepted in His Court.

ਏਕਾਦਸੀ ਇਕੁ ਰਿਦੈ ਵਸਾਵੈ॥ ਹਿੰਸਾ ਮਮਤਾ ਮੋਹੁ ਚੁਕਾਵੈ॥ aykaadasee ik ridai vasaavai. hinsaa mamtaa moh chukhaavai.
ਫਲੁ ਪਾਵੈ ਬ੍ਰਤੁ ਆਤਮ ਚੀਨੈ॥ ਪਾਖੰਡਿ ਰਾਚਿ ਤਤੁ ਨਹੀ ਬੀਨੈ॥ fal paavai barat aatam cheenai. pakhand raach tat nahee beenai.
ਨਿਰਮਲੁ ਨਿਰਾਹਾਰੁ ਨਿਹਕੇਵਲੁ॥ ਸੂਚੈ ਸਾਚੇ ਨਾ ਲਾਗੈ ਮਲੁ॥੧੩॥ nirmal niraahaar nihkayval. soochai saachay naa laagai mal. ||13||

11 – **ਗਿਆਰਾਵੀਂ ਅਵਸਥਾ** – ਜਿਸ ਦੇ ਮਨ ਵਿੱਚ ਪ੍ਰਭ ਦਾ ਸ਼ਬਦ ਘਰ ਕਰ ਜਾਂਦਾ, ਵਸਦਾ ਹੈ । ਉਸ ਦੇ ਮਨ ਵਿਚੋਂ ਜ਼ੁਲਮ, ਅਹੰਕਾਰ, ਹੈਸੀਆ, ਮੋਹ ਦੂਰ ਹੋ ਜਾਂਦਾ ਹੈ । ਜੀਵ ਨੂੰ ਆਪਣੇ ਆਪ ਦੀ ਜਾਣਕਾਰੀ ਹੋ ਜਾਂਦੀ ਹੈ । ਉਸ ਨੂੰ ਆਪਣੀ ਕੀਤੀ ਕਮਾਈ ਦਾ ਫਲ ਬਖਸ਼ਿਸ਼ ਹੋ ਜਾਂਦਾ ਹੈ । ਜਿਹੜਾ ਪੰਖਡ ਦੀ ਬੰਦਗੀ ਕਰਦਾ ਹੈ, ਉਸ ਨੂੰ ਇਹ ਅਵਸਥਾ ਬਖਸ਼ਿਸ਼ ਨਹੀਂ ਹੁੰਦੀ । ਉਸ ਦੀ ਪਵਿਤਰਤਾ ਕਦੇ ਮੈਲੀ ਨਹੀਂ ਹੋ ਸਕਦੀ, ਕੋਈ ਧੋਖਾ ਨਹੀਂ ਦੇ ਸਕਦਾ । ਪ੍ਰਭ ਆਪਣੇ ਆਪ ਵਿੱਚ ਪੂਰਨ, ਪਵਿੱਤਰ, ਮੋਹ ਤੋਂ ਰਹਿਤ ਹੈ ।

Whosoever may be drenched with essence of His Word; with His mercy and grace; he may conquer his own ego, pride of his worldly status, evil thoughts, and attachments. His true devotee may be enlightened with the essence of His Word from within. He may recognize the real purpose of his human life blessings. His earnings may be rewarded. Whosoever may meditate in his ego of worldly status, to get worldly fame, religious baptism, he may never be blessed with such a state of mind. His blemish of worldly desires may never be sanctified. His Holy Spirit remains sanctified, perfect and beyond the reach of any attachments.

ਜਹ ਦੇਖਉ ਤਹ ਏਕੋ ਏਕਾ॥ ਹੋਰਿ ਜੀਅ ਉਪਾਏ ਵੇਕੋ ਵੇਕਾ॥ jah daykh-a-u tah ayko aykaa. hor jee-a upaa-ay vayko vaykaa.
ਫਲੋਹਾਰ ਕੀਏ ਫਲੁ ਜਾਇ॥ ਰਸ ਕਸ ਖਾਏ ਸਾਦੁ ਗਵਾਇ॥ falohaar kee-ay fal jaa-ay. ras kas khaa-ay saad gavaa-ay.
ਕੂੜੈ ਲਾਲਚਿ ਲਪਟੈ ਲਪਟਾਇ॥ koorhai laalach laptai laptaa-ay.
ਛੂਟੈ ਗੁਰਮੁਖਿ ਸਾਚੁ ਕਮਾਇ॥੧੪॥ chhootai gurmukh saach kamaa-ay. ||14||

ਪ੍ਰਭ ਹੀ ਹਰ ਥਾਂ ਹਾਜਰਾ ਹਜ਼ੂਰ ਮੌਜੂਦ ਹੈ, ਉਸ ਨੇ ਹੀ ਸਾਰੇ ਜੀਵ ਪੈਦਾ ਕੀਤੇ ਹਨ । ਜਿਹੜਾ ਕੇਵਲ, ਮਿੱਠਾ ਹੀ ਖਾਦਾ, ਜਾ ਫਲ ਹੀ ਖਾਦਾ ਹੈ! ਉਹ ਜੀਵਨ ਦਾ ਫਲ ਗਵਾ ਲੈਂਦਾ ਹੈ, ਉਸ ਨੂੰ ਮਾਨਸ ਜੀਵਨ ਦੇ ਮੰਤਵ ਦੀ ਸੋਝੀ ਬਖਸ਼ਿਸ਼ ਨਹੀਂ ਹੁੰਦੀ । ਜਿਹੜਾ ਕੇਵਲ ਅਮੋਲਕ, ਕੀਮਤੀ ਖਾਣਾ ਹੀ ਖਾਦਾ ਹੈ, ਉਹ ਜੀਵਨ ਦੀ ਅਸਲੀਅਤ ਨਹੀਂ ਜਾਣਦਾ । ਉਹ ਜੀਵ ਧੋਖੇ, ਲਾਲਚ ਵਿੱਚ, ਇਛਾਂ ਦੇ ਜਾਲ ਵਿੱਚ ਫਸ ਜਾਂਦਾ ਹੈ । ਜਿਸ ਨੂੰ ਗੁਰਮਖ ਅਵਸਥਾ ਬਖਸ਼ਿਸ਼ ਹੋ ਜਾਂਦੀ ਹੈ । ਸ਼ਬਦ ਦੀ ਕਮਾਈ ਕਰਦਾ, ਉਹ ਨੂੰ ਮਨ ਦੀਆਂ ਇਛਾਂ ਦੇ ਜਾਲ ਤੋਂ ਰਹਿਤ ਰਖਦਾ ਹੈ ।

The One and only One, Omnipresent Creator prevails in every event in the universe. Whosoever may only eat sweet food and fruit, he may waste the true benefit of human life opportunity. He may not be blessed with the enlightenment of the essence of His Word. Whosoever may eat only expensive delicacies in his life; he may be deprived from the reality of real human life. He may remain intoxicated in greed; deceptive plans and he may be trapped by worldly desires. Whosoever may be blessed with a state of mind as His true devotee. He may earn the wealth of His Word and his mind may remain beyond the reach of worldly desires.

ਦੁਆਦਸਿ ਮੁਦ੍ਰਾ ਮਨੁ ਅਉਧੂਤਾ॥ du-aadas mudraa man a-uDhootaa.
ਅਹਿਨਿਸਿ ਜਾਗਹਿ ਕਬਹਿ ਨ ਸੂਤਾ॥ ahinis jaageh kabeh na sootaa.
ਜਾਗਤੁ ਜਾਗਿ ਰਹੈ ਲਿਵ ਲਾਇ॥ jaagat jaag rahai liv laa-ay.
ਗੁਰ ਪਰਚੈ ਤਿਸੁ ਕਾਲੁ ਨ ਖਾਇ॥ gur parchai tis kaal na khaa-ay.
ਅਤੀਤ ਭਏ ਮਾਰੇ ਬੈਰਾਈ॥ ateet bha-ay maaray bairaa-ee.
ਪ੍ਰਣਵਤਿ ਨਾਨਕ ਤਹ ਲਿਵ ਲਾਈ॥੧੫॥ paranvat naanak tah liv laa-ee. ||15||

12– **ਬਾਰਾਵੀਂ ਅਵਸਥਾ** – ਜਿਹੜੇ ਜੀਵ ਦਾ ਮਨ ਇਛਾਂ ਵਿੱਚ ਨਹੀਂ ਲਗਦਾ । ਉਹ ਪ੍ਰਭ ਦੀ ਬੰਦਗੀ ਵਿੱਚ ਦਿਨ ਰਾਤ ਜਾਗਰਤ ਰਹਿੰਦਾ ਹੈ । ਉਹ ਜਾਗਰਤ ਅਤੇ ਸੁਚੇਤ ਹੋਏ, ਪ੍ਰਭ ਦੇ ਸ਼ਬਦ ਦੇ ਲੜ ਲਗਾ ਰਹਿੰਦਾ ਹੈ । ਪ੍ਰਭ ਦੇ ਸ਼ਬਦ ਦੇ ਭਰੋਸੇ ਵਾਲੇ ਨੂੰ ਮੌਤ ਖਤਮ ਨਹੀਂ ਕਰ ਸਕਦੀ । ਜਿਹੜਾ ਸੰਸਾਰਕ ਇਛਾਂ ਤੋਂ ਰਹਿਤ ਰਹਿੰਦਾ ਹੈ, ਉਹ ਪੰਜਾਂ ਜਮਦੂਤਾਂ ਤੇ ਕਾਬੂ ਪਾ ਲੈਂਦਾ ਹੈ । ਉਹ ਸਦਾ ਰਹਿਣ ਵਾਲੀ ਪ੍ਰਭ ਦੇ ਸ਼ਬਦ ਦੀ ਸਮਾਧੀ ਵਿੱਚ ਵਸਦਾ ਹੈ ।

Whosoever may not fall into the trap of sweet poison of worldly wealth; with His mercy and grace, he may remain awake and alert in his meditation. He may obey the teachings of His Word with steady and stable belief in his day-to-day life. His soul may become beyond the reach of devil of death. He may conquer his demons of worldly desires. He may meditate in the void of His Word, forever The True Master.

ਗੁਰੂ ਨਾਨਕ ਦੇਵ ਜੀ! – Guru Nanak Dev Ji! Guru Granth Sahib

ਦੁਆਦਸੀ ਦਇਆ ਦਾਨੁ ਕਰਿ ਜਾਣੈ॥ ਬਾਹਰਿ ਜਾਤੋਂ ਭੀਤਰਿ ਆਣੈ॥ du-aadasee da-i-aa daan kar jaanai. baahar jaato bheetar aanai.
ਬਰਤੀ ਬਰਤ ਰਹੇ ਨਿਹਕਾਮ॥ ਅਜਪਾ ਜਾਪੁ ਜਪੈ ਮੁਖਿ ਨਾਮ॥ bartee barat rahai nihkaam. ajpaa jaap japai mukh naam.
ਤੀਨਿ ਭਵਣ ਮਹਿ ਏਕੋ ਜਾਣੈ॥ teen bhavan meh ayko jaanai.
ਸਭਿ ਸੁਚਿ ਸੰਜਮ ਸਾਚੁ ਪਛਾਣੈ॥੧੬॥ sabh such sanjam saach pachhaanai. ||16||

ਉਹ ਦੂਸਰੇ ਤੇ ਤਰਸ, ਦਾਨ, ਸੇਵਾ ਵਿੱਚ ਮਸਤ ਰਹਿੰਦਾ ਹੈ । ਆਪਣਾ ਵਿਖਾਵੇ ਵਾਲੇ ਮਨ ਨੂੰ, ਕੰਮਾਂ ਨੂੰ ਆਪਣੇ ਅੰਦਰ ਹੀ ਰਖਦਾ ਹੈ । ਮਨ ਨੂੰ ਇਛਾਂ ਤੋਂ ਰਹਿਤ ਰਖਣ ਦਾ ਵਰਤ ਰਖਦਾ, ਅਭਿਆਸ ਕਰਦਾ ਹੈ । ਉਹ ਪ੍ਰਭ ਦੇ ਅਕਥ ਕਰਤਬਾਂ ਦਾ ਵਖਿਆਣ ਕਰਦਾ ਹੈ । ਉਸ ਨੂੰ ਸੋਝੀ ਬਖਸ਼ਿਸ਼ ਹੋ ਜਾਂਦੀ ਹੈ, ਤਿੰਨਾਂ ਸ੍ਰਿਸ਼ਟੀਆਂ ਵਿੱਚ ਇਕੋ ਇਕ ਪ੍ਰਭ ਹੀ ਵਾਪਰਦਾ ਹੈ । ਸ਼ਬਦ ਦੀ ਪਾਲਣਾ ਕੇਵਲ ਮਨ ਨੂੰ ਇਛਾਂ ਤੋਂ ਰਹਿਤ ਰਖਣ ਨਾਲ ਹੀ ਹੋ ਸਕਦੀ ਹੈ ।

He may adopt forgiveness, compassion on less fortunate, charity and service of His Creation. He keeps evil, feeling of meditation for worldly favor hidden within his mind. He may practice abstaining from worldly desires. He may be blessed with the enlightenment of un-explainable events of His Nature. He may be enlightened that The One and only One True Master prevails in all three universes. Whosoever may obey the teachings of His Word with steady and stable belief in his day-to-day life; with His mercy and grace, only he may remain beyond the reach of worldly wealth

ਤੇਰਸਿ ਤਰਵਰ ਸਮੁਦ ਕਨਾਰੈ॥ ਅੰਮ੍ਰਿਤੁ ਮੂਲੁ ਸਿਖਰਿ ਲਿਵ ਤਾਰੈ॥ tayras tarvar samud kanaarai. amrit mool sikhar liv taarai.
ਡਰ ਡਰਿ ਮਰੈ ਨ ਬੂਡੈ ਕੋਇ॥ ਨਿਡਰੁ ਬੂਡਿ ਮਰੈ ਪਤਿ ਖੋਇ॥ dar dar marai na boodai ko-ay. nidar bood marai pat kho-ay.
ਡਰ ਮਹਿ ਘਰੁ ਘਰ ਮਹਿ ਡਰੁ ਜਾਣੈ॥ dar meh ghar ghar meh dar jaanai.
ਤਖਤਿ ਨਿਵਾਸੁ ਸਚੁ ਮਨਿ ਭਾਣੈ॥੧੭॥ takhat nivaas sach man bhaanai. ||17||

13– ਤੇਰਵੀ ਅਵਸਥਾ – ਵਿੱਚ ਉਹ ਇਕ ਉਸ ਬ੍ਰਿਛ ਦੀ ਤਰ੍ਹਾਂ ਹੁੰਦਾ ਹੈ । ਜਿਹੜਾ ਸਮੁੰਦਰ ਦੇ ਕਨਾਰੇ ਤੇ ਹੈ । ਅਗਰ ਉਸ ਦਾ ਮਨ ਪ੍ਰਭ ਦੇ ਸ਼ਬਦ ਵਿੱਚ ਲੀਨ ਹੋਇਆ ਹੋਵੇ । ਉਸ ਦੀਆਂ ਜੜ੍ਹਾ ਸਦਾ ਰਹਿਣ ਵਾਲੀਆਂ ਬਣ ਸਕਦੀਆਂ ਹਨ । ਉਹ ਕਦੇ ਵੀ ਪ੍ਰਭ ਦੇ ਵਿਛੋੜੇ ਵਿੱਚ ਨਹੀਂ ਜਾਂਦਾ, ਡੁੱਬਦਾ ਨਹੀਂ । ਉਸ ਦੇ ਮਨ ਵਿੱਚ ਪ੍ਰਭ ਦੇ ਵਿਛੋੜਾ ਦਾ ਡਰ ਰਹਿੰਦਾ ਹੈ । ਉਸ ਦੇ ਮਨ ਵਿੱਚ ਉਹ ਨਿਡਰ ਆਪ ਵਸਦਾ, ਉਹ ਪ੍ਰਭ ਨੂੰ ਜਾਣ ਜਾਂਦਾ ਹੈ । ਪ੍ਰਭ ਉਸ ਦੇ ਮਨ ਵਿੱਚ, ਤਖਤ ਤੇ ਬੈਠਾ, ਮਨ ਨੂੰ ਖੇੜੇ ਵਿੱਚ ਰਖਦਾ ਹੈ ।

In this stage! His true devote becomes like a tree on the shore of the ocean: Whosoever may remain intoxicated in meditation in the teachings of His Word, his roots may live forever. He may never endure the misery of separation from His Holy Spirit; he may never drown in the worldly ocean. He always worried about the separation from the path of meditation. The Fearless True Master remains awake and alert within his mind. He may recognize the real purpose of human life opportunity. He may be enlightened with some virtues of His Nature. The True Master remains awake and alert within his mind and remains in blossom.

ਚਉਦਸਿ ਚਉਥੇ ਥਾਵਹਿ ਲਹਿ ਪਾਵੈ॥ cha-udas cha-uthay thaaveh leh paavai.
ਰਾਜਸ ਤਾਮਸ ਸਤ ਕਾਲ ਸਮਾਵੈ॥ raajas taamas sat kaal samaavai.
ਸਸੀਅਰ ਕੈ ਘਰਿ ਸੂਰੁ ਸਮਾਵੈ॥ sasee-ar kai ghar soor samaavai.
ਜੋਗ ਜੁਗਤਿ ਕੀ ਕੀਮਤਿ ਪਾਵੈ॥ jog jugat kee keemat paavai.
ਚਉਦਸਿ ਭਵਨ ਪਾਤਾਲ ਸਮਾਏ॥ cha-udas bhavan paataal samaa-ay.
ਖੰਡ ਬ੍ਰਹਮੰਡ ਰਹਿਆ ਲਿਵ ਲਾਏ॥੧੮॥ khand barahmand rahi-aa liv laa-ay. 18

14– ਚੌਦਵੀ ਅਵਸਥਾ – ਇਸ ਵਿੱਚ ਮੁਕਤੀ ਦੇ ਦਰਬਾਰ ਵਿੱਚ ਦਾਖਲ ਹੁੰਦਾ ਹੈ । ਉਹ ਤਿੰਨੋਂ ਇਛਾਂ, ਰਾਜਸ, ਤਾਮਸ, ਸਾਤਸ ਤੇ ਜਿੱਤ ਪਾ ਲੈਂਦਾ ਹੈ । ਇਸ ਅਵਸਥਾ ਵਿੱਚ ਜਿਵੇਂ ਸੂਰਜ, ਚੰਦ ਦੇ ਘਰ ਵਿੱਚ ਦਾਖਲ ਹੁੰਦਾ ਹੈ । ਉਹ ਜੀਵ ਜੋਗ, ਬੰਦਗੀ ਦੀ ਵਿਧੀ ਦੀ ਕੀਮਤ ਜਾਣ ਜਾਂਦਾ ਹੈ । ਉਸ ਪ੍ਰਭ ਦੀ ਜੋਤੀ ਵਿੱਚ ਲੀਨ ਰਹਿੰਦਾ ਹੈ । ਜਿਹੜਾ ਪ੍ਰਭ 14 ਸ੍ਰਿਸ਼ਟੀਆਂ ਵਿੱਚ ਵਾਪਰਦਾ ਹੈ । ਉਹ ਸਾਰੇ ਪਤਾਲ (underworld) **ਮੰਡਲ,** solar **ਬ੍ਰਹਮੰਡ ਤੋਂ ਵੱਖਰਾ ਹੈ ।**

In this state of mind; he may be blessed to conquer three virtues of worldly wealth. With His mercy and grace, he may enter the salvation state of mind, he may be blessed with 4th virtues. As if he has entered the house of enlightenment, Sun, and Moon. His true devote may be enlightened with the significance of meditation and obeying the teachings of His Word. He remains focused on His Word, The True Master, who may remain embedded within all 14 universes; however, He remains beyond the reach of their emotions.

Four Ages- Yuga - Four unique Principles of Meditation			
ਸਤਜੁਗ - Sat Yuga	**ਤ੍ਰੇਤਾ ਜੁਗ - Traytaa Yuga**	**ਦੁਆਪਰ ਜੁਗ - Du-aapur**	**ਕੱਲਜੁਗ – Kul Jug**
ਸੰਤ ਅਵਸਥਾ **Shiv -His Word**	**ਰਜ ਗੁਣ; Raajas** **Shakti-1; ਮਾਇਆ 1**	**ਸਤ ਗੁਣ; Satvas:** **Shakti-2; ਮਾਇਆ 2**	**ਤਮ ਗੁਣ; Taamas:** **Shakti-3; ਮਾਇਆ 3**
ਸੁਰਤੀ–ਸ਼ਬਦ ਵਿੱਚ ਧਿਆਨ! **Concentration! His Word.**	**ਮਨ ਵਿਚੋਂ ਸੁਰਤੀ – ਅਹੰਕਾਰ** **Concentration to Ego!**	**ਮਨ ਵਿਚੋਂ ਸੁਰਤੀ – ਅਹੰਕਾਰ** **Concentration to Ego!**	**ਮਨ ਵਿਚੋਂ ਸੁਰਤੀ – ਅਹੰਕਾਰ** **Concentration to Ego!**
ਭਰੋਸਾ, ਸ਼ਬਦ ਦੀ ਪਾਲਣਾ! **Obey His Word -Belief**		**ਸ਼ਬਦ ਦੀ ਪਾਲਣਾ – ਗੁਰੂ, ਰੀਵਾਜ** **Obey His Word – Guru**	**ਸ਼ਬਦ ਦੀ ਪਾਲਣਾ – ਗੁਰੂ, ਰੀਵਾਜ** **Obey His Word – Guru**
ਸ਼ਬਦ ਦੀ ਸੋਝੀ! ਵਿਛੋੜੇ ਦਾ ਡਰ! **Enlightenment Renunciation**			**ਸ਼ਬਦ ਦੀ ਸੋਝੀ– ਗਿਆਨ** **Enlightenment to knowledge of Gurbani!**
ਮੁਕਤੀ ਦੀ ਆਸ! **Hope for salvation!**			
ਚਾਰੇ ਜੁਗਾਂ ਵਿੱਚ! ਜੀਵ ਨੂੰ ਸ਼ਬਦ ਦੀ ਪਾਲਣਾ ਕਰਦੇ, ਪੂਰਨ ਗੁਰੂ, ਸ਼ਬਦ ਦੀ ਸੋਝੀ ਹੋ ਜਾਂਦੀ ਹੈ! ਪ੍ਰਭ ਦੀ ਜੋਤ ਮਨ ਵਿੱਚ ਜਾਗਰਤ ਹੋ ਜਾਂਦੀ ਹੈ! **All Yuga**: Adopting His Word, Enlightenment; Salvation may be blessed.			
How to Conquer Worldly Wealth – ਸੰਸਾਰਕ ਮਾਇਆ ਤੇ ਜਿੱਤ!			
ਸੰਤ ਅਵਸਥਾ – Shiv	**ਸੰਸਾਰਕ ਮਾਇਆ – Shakti**		
ਸ਼ਬਦ –Shiv -His Word	**ਰਜ ਗੁਣ;** Raajas	**ਸਤ ਗੁਣ;** Satvas:	**ਤਮ ਗੁਣ;** Taamas:

ਗੁਰੂ ਨਾਨਕ ਦੇਵ ਜੀ! – Guru Nanak Dev Ji! Guru Granth Sahib

ਸੁਰਤੀ-ਸ਼ਬਦ ਵਿੱਚ ਧਿਆਨ! Concentration! His Word.	Mind concentration	Purity, of mind!	Mind Awareness
ਭਰੋਸਾ, ਸ਼ਬਦ ਦੀ ਪਾਲਣਾ! Obey His Word -Belief	The quality of energy and activity!	The quality of purity and light!	The quality of Darkness and inertia!
ਸ਼ਬਦ ਦੀ ਸੋਝੀ! ਵਿਛੋੜੇ ਦਾ ਡਰ! Enlightenment-Renunciation	ਧਰਮ; Dharam:	ਅਰਥ; Arath	ਕਾਮ; Kaam:
ਮੁਕਤੀ ਦੀ ਆਸ! Hope for salvation!	Self-discipline, ethics Conquer selfishness!	Adopt His Word in life.	Conquer sexual urge for strange woman:

ਅਮਾਵਸਿਆ ਚੰਦੁ ਗੁਪਤੁ ਗੈਣਾਰਿ॥	amaavasi-aa chand gupat gainaar.
ਬੂਝਹੁ ਗਿਆਨੀ ਸਬਦੁ ਬੀਚਾਰਿ॥	boojhhu gi-aanee sabad beechaar.
ਸਸੀਅਰੁ ਗਗਨਿ ਜੋਤਿ ਤਿਹੁ ਲੋਈ॥	sasee-ar gagan jot tihu lo-ee.
ਕਰਿ ਕਰਿ ਵੇਖੈ ਕਰਤਾ ਸੋਈ॥	kar kar vaykhai kartaa so-ee.
ਗੁਰ ਤੇ ਦੀਸੈ ਸੋ ਤਿਸ ਹੀ ਮਾਹਿ॥	gur tay deesai so tis hee maahi.
ਮਨਮੁਖਿ ਭੂਲੇ ਆਵਹਿ ਜਾਹਿ॥੧੯॥	manmukh bhoolay aavahi jaahi. ||19||

ਅਮੱਸਿਆ ਦੀ ਰਾਤ ਨਵੇਂ ਚੰਦ ਦੀ ਰਾਤ ਹੁੰਦੀ ਹੈ । ਇਸ ਵਿੱਚ ਚੰਦ ਅਕਾਸ਼ ਵਿੱਚ ਗੁਪਤ ਹੁੰਦਾ ਹੈ । ਗਿਆਨੀ ਜੀਵ ਇਸ ਬਾਬਤ ਸੋਚਕੇ, ਸ਼ਬਦ ਦਾ ਵਿਚਾਰ, ਵਖਿਆਣ ਕਰੋ । ਇਸ ਦਿਨ, ਚੰਦ ਤਿੰਨਾਂ ਸ੍ਰਿਸ਼ਟੀਆਂ ਨੂੰ ਹੀ ਰੋਸ਼ਨੀ ਦੇਂਦਾ ਹੈ । ਸ੍ਰਿਸ਼ਟੀ ਨੂੰ ਸਾਜਕੇ ਸਿਰਜਣ ਹਾਰਾ ਆਪ ਹੀ ਆਪਣੇ ਪੈਦਾ ਕੀਤੇ ਜੀਵਾਂ ਨੂੰ ਦੇਖਦਾ, ਪਾਲਣਾ ਕਰਦਾ ਹੈ । ਜਿਸ ਨੂੰ ਸ਼ਬਦ ਦੀ ਪਾਲਣਾ ਕਰਕੇ ਸੋਝੀ ਬਖਸ਼ਿਸ਼ ਹੋ ਜਾਂਦੀ ਹੈ, ਉਹ ਪ੍ਰਭ ਦਾ ਰੂਪ ਹੀ ਬਣ ਜਾਂਦਾ ਹੈ । ਮਨਮੁਖ ਪ੍ਰਭ ਨੂੰ ਵਿਸਾਰ ਕੇ ਜੂੰਨਾਂ ਦੇ ਚੱਕਰ ਵਿੱਚ ਹੀ ਰਹਿੰਦਾ ਹੈ ।

This state of mind, a new night begins, as moon disappears within sky; the soul of His true devotee may immerse within His Holy Spirit. Worldly scholar thinks about His Nature such a way to comprehend and explain His Nature. In this day, the moon shines in all three universes; His devotee may be enlightened with the nature of three universe. The True Master creates, monitors, nourishes and protects His Creation. Whosoever may be enlightened with the essence of His Word, His Nature; with His mercy and grace, he may become symbol of The True Master. Self-minded may abandon the teachings of His Word from his day-to-day life and he remains in the cycle of birth and death.

ਘਰੁ ਦਰੁ ਥਾਪਿ ਥਿਰੁ ਥਾਨਿ ਸੁਹਾਵੈ॥	ghar dar thaap thir thaan suhaavai.
ਆਪੁ ਪਛਾਣੈ ਜਾ ਸਤਿਗੁਰੁ ਪਾਵੈ॥	aap pachhaanai jaa satgur paavai.
ਜਹ ਆਸਾ ਤਹ ਬਿਨਸਿ ਬਿਨਾਸਾ॥	jah aasaa tah binas binaasaa.
ਫੂਟੈ ਖਪਰੁ ਦੁਬਿਧਾ ਮਨਸਾ॥	footai khapar dubiDhaa mansaa.
ਮਮਤਾ ਜਾਲ ਤੇ ਰਹੈ ਉਦਾਸਾ॥	mamtaa jaal tay rahai udaasaa.
ਪ੍ਰਣਵਤਿ ਨਾਨਕ ਹਮ ਤਾ ਕੇ ਦਾਸਾ॥ ੨੦॥੧॥	paranvat naanak ham taa kay daasaa. ||20||1||

ਜਿਹੜਾ ਆਪਣੇ ਮਨ ਅੰਦਰ, ਪ੍ਰਭ ਦਾ ਘਰ ਵਸਾ ਲੈਂਦਾ ਹੈ । ਉਹ ਆਪਣੇ ਅੰਦਰ ਹੀ, ਸਦਾ ਰਹਿਣ ਵਾਲਾ ਥਾਂ ਬਣਾ ਲੈਂਦਾ ਹੈ । ਜਿਹੜਾ ਆਪਣੇ ਆਪ ਨੂੰ ਪਛਾਣ ਲੈਂਦਾ ਹੈ, ਉਸ ਨੂੰ ਸ਼ਬਦ ਦੀ ਸੋਝੀ ਬਖਸ਼ਿਸ਼ ਹੋ ਜਾਂਦੀ ਹੈ । ਜਿਥੇ ਵੀ ਕੋਈ ਸੰਸਾਰਕ ਆਸ ਜ਼ੋਰ ਕਰਦੀ ਹੈ, ਮਨ ਤੇ ਕਾਬੂ ਪਾਉਂਦੀ ਹੈ । ਉਥੇ ਹੀ ਮਨ ਇਛਾਂ ਦੇ ਜਾਲ ਵਿੱਚ ਫਸ ਜਾਂਦਾ, ਸੰਸਾਰਕ ਆਸ ਹੀ ਤਬਾਹੀ ਦੀ ਜੜ੍ਹ ਹੈ । ਜਿਹੜੇ ਮਨ ਵਿੱਚ ਭਰਮ ਆ ਜਾਂਦਾ ਹੈ । ਉਸ ਦਾ ਭਰੋਸਾ ਸ਼ਬਦ ਤੇ ਅਡੋਲ ਨਹੀਂ ਰਹਿੰਦਾ ।

Whosoever may be drenched with the enlightenment of the essence of His Word. He may be blessed with His Everlasting Throne within his own mind. Whosoever may recognize the real purpose of his human life opportunity; with His mercy and grace, he may be blessed with the enlightenment of the essence of His Word. Whosoever may be dominated by any worldly expectation; his worldly desire may conquer his mind. He may become a slave of the worldly desire. Worldly expectation, hope may ruin his belief and the right path of acceptance in His Court.

Key Message of Raag Bilaaval, page 838-18
'ਮਾਨਸ ਜੀਵਨ ਦੀ ਅਵਸਥਾਂ!
ਇਕੋ ਇਕ ਸਦਾ ਰਹਿਣ ਵਾਲਾ ਜਨਮ, ਮਰਨ, ਜਾਤ, ਅਕਾਰ ਤੋਂ ਰਹਿਤ, ਜਾਣਕਾਰੀ, ਪਹੁੰਚ ਤੋਂ ਰਹਿਤ, ਨਿਰਾਲਾ ਪ੍ਰਭ ਹੀ ਸ੍ਰਿਸ਼ਟੀ ਨੂੰ ਪੈਦਾ ਕਰਦਾ, ਹਰਇਕ ਜੀਵ ਵਿੱਚ ਵਸਦਾ, ਵਾਪਰਦਾ ਹੈ । ਜਿਸ ਨੂੰ ਸ਼ਬਦ ਦੀ ਪਾਲਣਾ ਨਾਲ ਸੋਝੀ ਬਖਸ਼ਿਸ਼ ਹੋ ਜਾਂਦੀ, ਉਸ ਨੂੰ ਪ੍ਰਭ ਦੀ ਹੋਂਦ ਅੰਦਰੋਂ ਹੀ ਮਹਿਸੂਸ ਹੋ ਜਾਂਦੀ ਹੈ । ਸੰਸਾਰਕ ਗੁਰੂ ਨੂੰ ਮੁਕਤੀ ਦਾ ਮਾਲਕ ਮੰਨਣ ਵਾਲੇ ਨੂੰ ਪਛਤਾਵਾਂ ਹੀ ਕਰਨਾ ਪੈਂਦਾ ਹੈ! ਪ੍ਰਭ ਨੇ ਆਪ ਹੀ ਜੀਵਾਂ ਨੂੰ ਸੇਧ ਦੇਣ ਲਈ ਬ੍ਰਹਮਾ, ਬਿਸ਼ਨ, ਮਹੈਸ਼, ਨਾਨਕ ਆਦਿ ਦੇਵਤੇ, ਜੀਵਨ ਦੇ ਨਿਯਮ, ਧਰਮ ਦੇ ਗ੍ਰੰਥ ਬਣਾਏ ਹਨ । ਮਾਇਆ ਦੇ ਤਿੰਨਾਂ ਗੁਣ ਤੇ ਜਿੱਤ ਪਾਉਣ ਨਾਲ ਹੀ ਚੌਥੀਂ, ਮੁਕਤੀ ਦੀ ਅਵਸਥਾ ਬਖਸ਼ਿਸ਼ ਹੁੰਦੀ ਹੈ । ਥੋੜ੍ਹਾ ਸਮਾਂ ਰਹਿਣ ਵਾਲੇ ਪਦਾਰਥਾਂ ਨਾਲ ਲਗਨ ਨਾਲ ਕੋਈ ਮਾਣ ਬਖਸ਼ਿਸ਼ ਨਹੀਂ ਹੁੰਦਾ । ਪ੍ਰਭ ਦੇ ਸ਼ਬਦ ਵਿੱਚ ਲੀਨ ਹੋਣ ਨਾਲ ਮਨ ਦੇ ਅੰਦਰ ਹੀ ਸੱਤਵਾਂ ਸਾਗਰ, ਅੰਮ੍ਰਿਤ ਨਾਲ ਭਰ ਦੇਂਦਾ ਹੈ । ਮਾਨਸ ਜੀਵਨ ਦਾ ਸਫਰ ਇਕੇ ਕੱਚੇ ਧਾਗੇ ਵਾਂਗ, ਥੋੜ੍ਹੀ ਮੁਸ਼ਕਲ ਨਾਲ ਡੋਲ ਜਾਂਦਾ ਹੈ । ਜਿਹੜਾ ਪ੍ਰਭ ਦੇ ਸ਼ਬਦ ਦੀ ਸਮਾਧੀ ਵਿੱਚ ਜਾਗਰਤ ਰਹਿੰਦਾ, ਉਸ ਨੂੰ ਪੰਜਾਂ ਜਮਦੂਤਾਂ ਤੇ ਜਿੱਤ ਬਖਸ਼ਿਸ਼ ਹੋ ਜਾਂਦੀ ਹੈ! ਜਿਹੜਾ ਦੂਸਰੇ ਤੇ ਤਰਸ, ਦਾਨ, ਸੇਵਾ ਵਿੱਚ ਮਸਤ ਰਹਿੰਦਾ ਹੈ । ਉਸ ਨੂੰ, ਤਿੰਨਾਂ ਸ੍ਰਿਸ਼ਟੀਆਂ ਵਿੱਚ ਵਸਣ ਵਾਲੇ ਦੀ ਸੋਝੀ ਬਖਸ਼ਿਸ਼ ਹੋ ਜਾਂਦੀ ਹੈ । ਉਹ ਤਿੰਨੋਂ ਇਛਾਂ, ਰਾਜਸ, ਤਾਮਸ, ਸਾਤਸ ਤੇ ਜਿੱਤ ਪਾ ਲੈਂਦਾ ਹੈ । ਜਿਹੜਾ ਆਪਣੇ ਮਨ ਅੰਦਰ, ਪ੍ਰਭ ਦਾ ਘਰ ਵਸਾ ਲੈਂਦਾ ਹੈ । ਉਹ ਆਪਣੇ ਆਪ ਨੂੰ ਪਛਾਣ ਲੈਂਦਾ ਹੈ!
Stages of human life cycle!
The One and only One, forever, unchanged, beyond birth and death, worldly caste, shape, size, color, or comprehension astonishing True Creator of the universe remains embedded and prevails within every soul. Whosoever may be enlightened with the essence of His Word; he may realize His Existence, His Holy Spirit from within. Whosoever may worship any worldly Guru as his savior, protector; he may have to regret and repents after death. Whosoever may conquer the three virtues of worldly wealth; he may be blessed with 4th Virtue, state of salvation. Attachment with the short-lived pleasures of worldly wealth; his soul may never be sanctified. Whosoever may remain intoxicated in void of

His Word; seventh ocean of His Nectar may be flowing from the 10th cave of his soul. Worldly life journey may be like a raw thread; drift into wrong direction with minor worldly hardships. Whosoever may remain awake and alert in his meditation. he may conquer his demons of worldly desires. He may conquer three virtues of worldly wealth. He may recognize the real purpose of his human life opportunity

8. **ਬਿਲਾਵਲੁ ਮਹਲਾ ੧॥ ਛੰਤ ਦਖਣੀ॥** P 843-5

੧ੳ ਸਤਿਗੁਰ ਪ੍ਰਸਾਦਿ॥	ik-oNkaar satgur parsaad.
ਮੁੰਧ ਨਵੇਲੜੀਆ ਗੋਇਲਿ ਆਈ ਰਾਮ॥	munDh navaylrhee-aa go-il aa-ee raam.
ਮਟੁਕੀ ਡਾਰਿ ਧਰੀ ਹਰਿ ਲਿਵ ਲਾਈ ਰਾਮ॥	matukee daar Dharee har liv laa-ee raam.
ਲਿਵ ਲਾਇ ਹਰਿ ਸਿਉ ਰਹੀ ਗੋਇਲਿ, ਸਹਜਿ ਸਬਦਿ ਸੀਗਾਰੀਆ॥	liv laa-ay har si-o rahee go-il sahj sabad seegaaree-aa.
ਕਰ ਜੋੜਿ ਗੁਰ ਪਹਿ ਕਰਿ ਬਿਨੰਤੀ, ਮਿਲਹੁ ਸਾਚਿ ਪਿਆਰੀਆ॥	kar jorh gur peh kar binantee milhu saach pi-aaree-aa.
ਧਨ ਭਾਇ ਭਗਤੀ ਦੇਖਿ ਪ੍ਰੀਤਮ, ਕਾਮ ਕ੍ਰੋਧੁ ਨਿਵਾਰਿਆ॥	Dhan bhaa-ay bhagtee daykh pareetam kaam kroDh nivaari-aa.
ਨਾਨਕ ਮੁੰਧ ਨਵੇਲ ਸੁੰਦਰਿ, ਦੇਖਿ ਪਿਰੁ ਸਾਧਾਰਿਆ॥੧॥	naanak munDh navayl sundar daykh pir saaDhaari-aa. ‖1‖

ਸੰਸਾਰਕ ਜੀਵਨ ਤੋਂ ਅਣਜਾਣ, ਆਤਮਾ ਮਾਨਸ ਜਨਮ ਲੈ ਕੇ ਸੰਸਾਰ ਵਿੱਚ ਆਉਂਦੀ ਹੈ । ਜਿਹੜਾ ਮਨ ਦੀਆਂ ਇਛਾਂ ਇਕ ਪਾਸੇ ਰਖਕੇ, ਸ਼ਬਦ ਦੀ ਪਾਲਣਾ ਕਰਨ ਲਗ ਪੈਂਦਾ ਹੈ । ਸ਼ਬਦ ਦੀ ਪਾਲਣਾ ਕਰਦਾ, ਨਿਮ੍ਰਤਾ ਨਾਲ ਰਹਿਮਤ ਦੀ ਅਰਦਾਸ ਕਰਦਾ ਹੈ । ਪ੍ਰਭ ਉਸ ਦੀ ਬੰਦਗੀ ਤੇ ਪ੍ਰਸੰਨ ਹੋ ਕੇ ਰਹਿਮਤ ਬਖਸ਼ਦਾ, ਕਾਮ ਵਾਸ਼ਨਾ, ਕਰੋਧ ਖਤਮ ਕਰ ਦੇਂਦਾ ਹੈ । ਉਸ ਭੋਲੀ ਆਤਮਾ ਦੇ ਚਿਹਰੇ ਤੇ ਰਹਿਮਤ ਦਾ ਨੂਰ, ਮਨ ਵਿੱਚ ਸ਼ਾਂਤੀ, ਸੰਤੋਖ ਬਖਸ਼ਿਸ਼ ਹੋ ਜਾਂਦਾ ਹੈ ।

Ignorant soul may be blessed with human life opportunity to be sanctified, to become worthy of His Consideration. Whosoever may renounce his worldly desires and obeys the teachings of His Word. He may humbly pray for His Forgiveness and Refuge; with His mercy and grace, his sexual urge for strange women, anger of worldly disappointments may be eliminated. He may be blessed with spiritual glow on his forehead, peace, and contentment in his worldly life.

ਸਚਿ ਨਵੇਲੜੀਏ ਜੋਬਨਿ ਬਾਲੀ ਰਾਮ॥	sach navaylrhee-ay joban baalee raam.
ਆਉ ਨ ਜਾਉ ਕਹੀ, ਅਪਨੇ ਸਹ ਨਾਲੀ ਰਾਮ॥	aa-o na jaa-o kahee apnay sah naalee raam.
ਨਾਹ ਅਪਨੇ ਸੰਗਿ ਦਾਸੀ, ਮੈ ਭਗਤਿ ਹਰਿ ਕੀ ਭਾਵਏ॥	naah apnay sang daasee mai bhagat har kee bhaav-ay.
ਅਗਾਧਿ ਬੋਧਿ ਅਕਥੁ ਕਥੀਐ ਸਹਜਿ ਪ੍ਰਭ ਗੁਣ ਗਾਵਏ॥	agaaDh boDh akath kathee-ai sahj parabh gun gaav-ay.
ਰਾਮ ਨਾਮ ਰਸਾਲ ਰਸੀਆ, ਰਵੈ ਸਾਚਿ ਪਿਆਰੀਆ॥	raam naam rasaal rasee-aa ravai saach pi-aaree-aa.
ਗੁਰਿ ਸਬਦੁ ਦੀਆ ਦਾਨੁ ਕੀਆ, ਨਾਨਕਾ ਵੀਚਾਰੀਆ॥੨॥	gur sabad dee-aa daan kee-aa naankaa veechaaree-aa. ‖2‖

ਜੀਵ ਤੇਰੀ ਅਣਜਾਣਤਾ ਹੀ ਤੈਨੂੰ ਭੋਲਾ ਬਣਾਉਂਦੀ ਹੈ । ਆਪਣੇ ਮਨ ਨੂੰ ਭਟਕਣਾਂ ਤੋਂ ਬਚਾਕੇ ਸ਼ਬਦ ਦੀ ਪਾਲਣ ਤੇ ਅਡੋਲ ਹੋ ਜਾਵੋ । ਪ੍ਰਭ ਦੇ ਸ਼ਬਦ ਦੀ ਬੰਦਗੀ ਤੇ ਅਡੋਲ ਰਹਿਣ ਨਾਲ, ਉਸਤਤ ਕਰਨ ਨਾਲ, ਤੇਰੀ ਬੰਦਗੀ ਪ੍ਰਭ ਨੂੰ ਭਾਉਂਦੀ ਹੈ । ਪ੍ਰਭ ਰਹਿਮਤ ਬਖਸ਼ਕੇ ਅਕਥ ਕਰਤਬਾਂ ਦੀ ਸੋਝੀ ਬਖਸ਼ਦਾ ਹੈ । ਜਿਹੜਾ ਲਾਲਚ ਤੋਂ ਬਿਨਾਂ ਪ੍ਰਭ ਦੇ ਸ਼ਬਦ ਦੀ ਉਸਤਤ ਗਾਉਂਦਾ ਹੈ । ਉਸ ਤੇ ਸਦਾ ਰਹਿਣ ਵਾਲਾ ਰੱਬੀ ਨੂਰ ਬਖਸ਼ਿਸ਼ ਹੋ ਜਾਂਦਾ ਹੈ । ਉਸ ਨੂੰ ਪ੍ਰਭ ਦੀ ਰਹਿਮਤ ਨਾਲ ਸ਼ਬਦ ਦੀ ਸੋਝੀ ਬਖਸ਼ਿਸ਼ ਹੋ ਜਾਂਦੀ ਹੈ । ਮਨ ਸ਼ਬਦ ਦੀ ਪਾਲਣਾ ਵਿੱਚ ਅਡੋਲ ਹੋ ਜਾਂਦਾ ਹੈ ।

Your ignorance may make you humble and respectful. You should control your worldly desires. You should obey the teachings of His Word with steady and stable in your day-to-day life; with His mercy and grace, you may be enlightened with the essence of His Word. Whosoever may sing the glory of The True Master without any greed; with His mercy and grace, he may be blessed with spiritual glow on his forehead. He may remain intoxicated in meditation in void of His Word.

ਸ੍ਰੀਧਰ ਮੋਹਿਅੜੀ ਪਿਰ ਸੰਗਿ ਸੂਤੀ ਰਾਮ॥	sareeDhar mohi-arhee pir sang sootee raam.
ਗੁਰ ਕੈ ਭਾਇ ਚਲੋ, ਸਾਚਿ ਸੰਗੂਤੀ ਰਾਮ॥	gur kai bhaa-ay chalo saach sangootee raam.
ਧਨ ਸਾਚਿ ਸੰਗੂਤੀ ਹਰਿ ਸੰਗਿ ਸੂਤੀ, ਸੰਗਿ ਸਖੀ ਸਹੇਲੀਆ॥	Dhan saach sangootee har sang sootee sang sakhee sahaylee-aa.
ਇਕ ਭਾਇ ਇਕ ਮਨਿ ਨਾਮੁ ਵਸਿਆ, ਸਤਿਗੁਰੂ ਹਮ ਮੇਲੀਆ॥	ik bhaa-ay ik man naam vasi-aa satguroo ham maylee-aa.
ਦਿਨੁ ਰੈਣਿ ਘੜੀ ਨ ਚਸਾ ਵਿਸਰੈ, ਸਾਸਿ ਸਾਸਿ ਨਿਰੰਜਨੋ॥	din rain gharhee na chasaa visrai saas saas niranjano.
ਸਬਦਿ ਜੋਤਿ ਜਗਾਇ ਦੀਪਕੁ, ਨਾਨਕਾ ਭਉ ਭੰਜਨੋ॥੩॥	sabad jot jagaa-ay deepak naankaa bha-o bhanjno. ‖3‖

ਜਿਸ ਦੀ ਬੰਦਗੀ ਪ੍ਰਭ ਨੂੰ ਭਾਓਂਦੀ ਹੈ, ਉਸ ਦਾ ਸ਼ਬਦ ਦੀ ਪਾਲਣਾ ਤੇ ਭਰੋਸਾ ਅਡੋਲ ਰਖਦਾ ਹੈ । ਉਸ ਦਾ ਮਨ ਇਧਰ ਉਧਰ ਸੰਸਾਰਕ ਇਛਾਂ ਵਿੱਚ ਭਟਕਦਾ ਨਹੀਂ । ਮਨ ਇਕੋ ਇਕ ਤੇ ਅਡੋਲ ਹੋ ਜਾਂਦਾ, ਉਸ ਦੇ ਮਨ ਵਿੱਚ ਸ਼ਬਦ ਘਰ ਕਰ ਜਾਂਦਾ ਹੈ, ਉਸ ਦਾ ਪ੍ਰਭ ਨਾਲ ਮਿਲਾਪ, ਸ਼ਬਦ ਦੀ ਸੋਝੀ ਬਖਸ਼ਿਸ਼ ਹੋ ਜਾਂਦੀ ਹੈ । ਉਹ ਸਵਾਸ ਗਰਾਸ ਦਿਨ ਰਾਤ ਸ਼ਬਦ ਦੀ ਉਸਤਤ ਗਾਉਂਦਾ, ਪਾਲਣਾ ਕਰਦਾ ਹੈ । ਉਹ ਆਪਣਾ ਮਨ ਇਕ ਪਲ ਵੀ ਭਰਮਾਂ ਵਿੱਚ ਨਹੀਂ ਲਾਉਂਦਾ । ਸ਼ਬਦ ਦੀ ਸੋਝੀ ਨਾਲ ਸੰਸਾਰਕ ਇਛਾਂ ਦਾ ਡਰ ਖਤਮ ਹੋ ਜਾਂਦਾ ਹੈ ।

Whose meditation may be accepted in His Court; with His mercy and grace, he may obey the teachings of His Word with steady and stable belief in his day-to-day life. He may remain drenched with the essence of His Word. His contentment on His Blessings may become the right path of union with The True Master. He may sing the glory and obeys the teachings of His Word with each breath. He may never remain in religious suspicions. He may conquer the fear of disappointments, worldly desires, with the essence of His Word.

ਜੋਤਿ ਸਬਾਇੜੀਏ ਤ੍ਰਿਭਵਣ ਸਾਰੇ ਰਾਮ॥	jot sabaa-irhee-ay taribhavan saaray raam.
ਘਟਿ ਘਟਿ ਰਵਿ ਰਹਿਆ ਅਲਖ ਅਪਾਰੇ ਰਾਮ॥	ghat ghat rav rahi-aa alakh apaaray raam.
ਅਲਖ ਅਪਾਰ ਅਪਾਰੁ ਸਾਚਾ, ਆਪੁ ਮਾਰਿ ਮਿਲਾਈਐ॥	alakh apaar apaar saachaa aap maar milaa-ee-ai.
ਹਉਮੈ ਮਮਤਾ ਲੋਭੁ ਜਾਲਹੁ, ਸਬਦਿ ਮੈਲੁ ਚੁਕਾਈਐ॥	ha-umai mamtaa lobh jaalahu sabad mail chukhaa-ee-ai.
ਦਰਿ ਜਾਇ ਦਰਸਨੁ ਕਰੀ ਭਾਣੈ, ਤਾਰਿ ਤਾਰਣਹਾਰਿਆ॥	dar jaa-ay darsan karee bhaanai taar taaranhaari-aa.
ਹਰਿ ਨਾਮੁ ਅੰਮ੍ਰਿਤੁ ਚਾਖਿ ਤ੍ਰਿਪਤੀ, ਨਾਨਕਾ ਉਰ ਧਾਰਿਆ॥੪॥੧॥	har naam amrit chaakh tariptee naankaa ur Dhaari-aa. ‖4‖1‖

ਪ੍ਰਭ ਦੀ ਜੋਤ ਤਿੰਨਾਂ ਸ੍ਰਿਸ਼ਟੀਆਂ ਵਿੱਚ ਹੀ ਵਾਪਰਦੀ ਹੈ । ਹਰਇਕ ਜੀਵ ਦੇ ਹਿਰਦੇ ਵਿੱਚ ਵਸਦੇ, ਪ੍ਰਭ ਦਾ ਅੰਤ ਨਹੀਂ ਪਾਇਆ ਜਾ ਸਕਦਾ, ਕੋਈ ਦੇਖ ਨਹੀਂ ਸਕਦਾ । ਪ੍ਰਭ ਨਾ ਦੇਖਾਈ ਦੇਣ ਵਾਲਾ, ਬੇਅੰਤ, ਸਦਾ ਰਹਿਣ ਵਾਲਾ ਦਾਤਾ ਹੈ । ਮਨ ਦੀਆਂ ਇਛਾਂ ਤੇ ਕਾਬੂ, ਆਪਾ ਖਤਮ ਕਰਨ ਨਾਲ ਹੀ ਮਹਿਸੂਸ ਹੋ ਸਕਦਾ ਹੈ । ਆਪਣੇ ਹੈਸੀਅਤ ਦਾ ਅਭਿਮਾਨ, ਲਾਲਚ, ਮੋਹ ਤਿਆਗਕੇ ਮਨ ਨੂੰ ਸ਼ਬਦ ਦੀ ਪਾਲਣਾ ਨਾਲ ਪਵਿੱਤਰ ਕਰੋ । ਇਸ ਨਾਲ ਮੌਤ ਤੋਂ ਪਿਛੋਂ ਦਰਬਾਰ ਵਿੱਚ ਪ੍ਰਵਾਨਗੀ

ਬਖਸ਼ਿਸ਼ ਹੁੰਦੀ ਹੈ । ਉਸ ਦੇ ਦਰਸ਼ਨ ਕਰਨ ਦੀ ਰਹਿਮਤ ਬਖਸ਼ਿਸ਼ ਹੋ ਸਕਦੀ ਹੈ । ਸ਼ਬਦ ਦੀ ਪਾਲਣਾ ਕਰਨ ਨਾਲ ਸੰਸਾਰਕ ਇਛਾਂ ਦੀ ਤ੍ਰਿਸ਼ਨਾ ਖਤਮ ਹੋ ਜਾਂਦੀ ਹੈ । ਪ੍ਰਭ ਦੀ ਜੋਤ ਮਨ ਵਿੱਚ ਜਾਗਰਤ ਹੋ ਜਾਂਦੀ ਹੈ ।

His Holy Spirit prevails in all three universes. His Word, Holy Spirit remains embedded within each soul. The True Master always blesses virtues to His Creation. He remains beyond the visibility and comprehension of His Creation. Whosoever may abandon his worldly desires and surrenders his mind, body, and worldly status at His Sanctuary; with His mercy and grace, he may realize His Existence prevailing everywhere. You should conquer your ego of worldly status, greed, attachment to worldly possession, relationship to sanctify your soul to become worthy of His Consideration. You may be enlightened with the essence of His Word; with His mercy and grace, you may be accepted in His Court after death. Whosoever may obey the teachings of His Word; with His mercy and grace, all his worldly desires may be eliminated and he may be enlightened from within.

Key Message of Raag Bilaaval, page 843-5
'ਆਤਮਾ ਸੰਸਾਰਕ ਜੀਵਨ ਤੋਂ ਅਣਜਾਣ ਹੈ!
ਸੰਸਾਰਕ ਜੀਵਨ ਤੋਂ ਅਣਜਾਣ, ਆਤਮਾ ਮਾਨਸ ਜਨਮ ਲੈ ਕੇ ਸੰਸਾਰ ਵਿੱਚ ਆਉਂਦੀ ਹੈ । ਜਿਹੜਾ ਸ਼ਿਵ ਦੇ ਘਰ, ਉਸ ਦੇ ਮਨ ਵਿੱਚ ਸ਼ਾਂਤੀ, ਸੰਤੋਖ ਬਖਸ਼ਿਸ਼ ਹੋ ਜਾਂਦਾ ਹੈ । ਉਸ ਤੇ ਸਦਾ ਰਹਿਣ ਵਾਲਾ ਰੱਬੀ ਨੂਰ ਬਖਸ਼ਿਸ਼ ਹੋ ਜਾਂਦਾ ਹੈ । ਉਸ ਦੇ ਮਨ ਵਿੱਚ ਸ਼ਬਦ ਘਰ ਕਰ ਜਾਂਦਾ ਹੈ, ਸ਼ਬਦ ਦੀ ਸੋਝੀ ਨਾਲ ਸੰਸਾਰਕ ਇਛਾਂ ਦਾ ਡਰ ਖਤਮ ਹੋ ਜਾਂਦਾ ਹੈ । ਪ੍ਰਭ ਦੀ ਜੋਤ ਤਿੰਨਾਂ ਸ੍ਰਿਸ਼ਟੀਆਂ ਵਿੱਚ ਹੀ ਵਾਪਰਦੀ ਹੈ । ਆਪਾ ਖਤਮ ਕਰਨ ਨਾਲ ਇਛਾਂ ਤੇ ਜਿੱਤ, ਮੌਤ ਤੋਂ ਪਿਛੋਂ ਦਰਬਾਰ ਵਿੱਚ ਪ੍ਰਵਾਨਗੀ ਬਖਸ਼ਿਸ਼ ਹੁੰਦੀ ਹੈ ।
Soul remains ignorant from worldly life!
Soul, ignorant from worldly environment may be blessed with human life opportunity to be sanctified. Whosoever may renounce his worldly desires and obeys the teachings of His Word; he may be blessed with peace, and contentment. He may be blessed with spiritual glow on his forehead. He may remain drenched with the essence of His Word. He may conquer the fear of worldly desires, disappointments with the essence of His Word. His Holy Spirit remains embedded within each soul and prevails in all three universes. Whosoever may surrender his self-entity at His Sanctuary; he may conquer his ego of worldly status, greed, attachment to worldly possession, relationship to sanctify his soul.

9. **ਬਿਲਾਵਲੁ ਮਹਲਾ ੧॥ 843-18**

ਮੈ ਮਨਿ ਚਾਉ ਘਣਾ, ਸਾਚਿ ਵਿਗਾਸੀ ਰਾਮ॥	mai man chaa-o ghanaa saach vigaasee raam.
ਮੋਹੀ ਪ੍ਰੇਮ ਪਿਰੇ, ਪ੍ਰਭਿ ਅਬਿਨਾਸੀ ਰਾਮ॥	mohee paraym piray parabh abhinaasee raam.
ਅਵਿਗਤੋ ਹਰਿ ਨਾਥੁ ਨਾਥਹ, ਤਿਸੈ ਭਾਵੈ ਸੋ ਥੀਐ॥	avigato har naath naathah tisai bhaavai so thee-ai.
ਕਿਰਪਾਲੁ ਸਦਾ ਦਇਆਲੁ ਦਾਤਾ, ਜੀਆ ਅੰਦਰਿ ਤੂੰ ਜੀਐ॥	kirpaal sadaa da-i-aal daataajee-aa andar tooN jee-ai.
ਮੈ ਅਵਰੁ ਗਿਆਨੁ ਨ ਧਿਆਨੁ ਪੂਜਾ, ਹਰਿ ਨਾਮੁ ਅੰਤਰਿ ਵਸਿ ਰਹੇ॥	mai avar gi-aan na Dhi-aan poojaa har naam antar vas rahay.
ਭੇਖੁ ਭਵਨੀ ਹਠੁ ਨ ਜਾਨਾ, ਨਾਨਕਾ ਸਚੁ ਗਹਿ ਰਹੇ॥੧॥	bhaykh bhavnee hath na jaanaa naankaa sach geh rahay. ||1||

ਮੇਰੇ ਮਨ ਵਿੱਚ, ਸ਼ਬਦ ਦੀ ਸੋਝੀ ਨਾਲ ਡੂੰਘਾਂ ਅਨੰਦ ਬਖਸ਼ਿਸ਼ ਹੋਇਆ ਹੈ । ਮਨ ਵਿੱਚ ਸਦਾ ਰਹਿਣ ਵਾਲੇ ਪ੍ਰਭ ਨਾਲ ਪ੍ਰੀਤ ਅਡੋਲ ਹੋ ਗਈ ਹੈ । ਪ੍ਰਭ ਦੀ ਰਹਿਮਤ ਨਾਲ ਹੀ ਸੰਸਾਰ ਵਿੱਚ ਸਭ ਕੁਝ ਹੁੰਦਾ ਹੈ । ਕ੍ਰਿਪਾਲ, ਦਿਆਲੂ ਪ੍ਰਭ ਸਦਾ ਹੀ ਜੀਵਾਂ ਅੰਦਰ ਰਹਿਮਤਾਂ ਬਖਸ਼ਦਾ ਹੈ । ਮੈਨੂੰ ਹੋਰ ਕੋਈ ਸੋਝੀ ਨਹੀਂ, ਕੇਵਲ ਪ੍ਰਭ ਦੇ ਸ਼ਬਦ ਦੇ ਸਿਮਰਨ ਵਿੱਚ ਹੀ ਲੀਨ ਰਹਿੰਦਾ ਹਾ । ਮੈਨੂੰ ਧਰਮ ਦੇ ਬਾਣੇ, ਤੀਰਥ ਯਾਤਰਾ, ਇਸ਼ਨਾਨ ਦੀ ਕੋਈ ਇਛਾਂ ਨਹੀਂ । ਮੈਂ ਕੇਵਲ ਪ੍ਰਭ ਦੇ ਸ਼ਬਦ ਦੀ ਪਾਲਣਾ ਦਾ ਹੀ ਆਸਰਾ ਰਖਦਾ ਹਾ ।

I have been blessed with deep pleasures and blossom within my mind with the enlightenment of the essence of His Word. I have an unshakable devotion, attachment with The Ever-living Merciful True Master of the universe. Only His Command may prevail in every event in the universe. His Word remains embedded within each soul. I have no other understanding of His Nature; I remain intoxicated in meditation in the void of His Word. I have no desire for any religious baptism or robe, worship at any Holy Shrine or sanctification bath in any Holy Pond. I only obey the teachings of His Word with steady and stable belief and pray, hope for His Forgiveness and Refuge.

ਭਿੰਨੜੀ ਰੈਣਿ ਭਲੀ, ਦਿਨਸ ਸੁਹਾਏ ਰਾਮ॥	bhinrhee rain bhalee dinas suhaa-ay raam.
ਨਿਜ ਘਰਿ ਸੂਤੜੀਏ, ਪਿਰਮੁ ਜਗਾਏ ਰਾਮ॥	nij ghar soot-rhee-ay piram jagaa-ay raam.
ਨਵ ਹਾਣਿ ਨਵ ਧਨ ਸਬਦਿ ਜਾਗੀ, ਆਪਣੇ ਪਿਰ ਭਾਣੀਆ॥	nav haan nav Dhan sabad jaagee aapnay pir bhaanee-aa.
ਤਜਿ ਕੂੜੁ ਕਪਟੁ ਸੁਭਾਉ ਦੂਜਾ, ਚਾਕਰੀ ਲੋਕਾਣੀਆ॥	taj koorh kapat subhaa-o doojaa chaakree lokaanee-aa.
ਮੈ ਨਾਮੁ ਹਰਿ ਕਾ ਹਾਰੁ ਕੰਠੇ, ਸਾਚ ਸਬਦੁ ਨੀਸਾਣਿਆ॥	mai naam har kaa haar kanthay saach sabad neesaani-aa.
ਕਰ ਜੋੜਿ ਨਾਨਕੁ ਸਾਚੁ ਮਾਗੈ, ਨਦਰਿ ਕਰਿ ਤੁਧੁ ਭਾਣਿਆ॥੨॥	kar jorh naanak saach maagai nadar kar tuDh bhaani-aa. ||2||

ਜਦੋਂ ਮਨ ਵਿੱਚ ਸਦਾ ਚਲਣ ਵਾਲੀ ਪ੍ਰਭ ਦੇ ਸ਼ਬਦ ਦੀ ਗੂੰਜ ਚਲ ਪੈਂਦੀ ਹੈ । ਉਹ ਰਾਤ ਬੁਹਤ ਸਹਾਵਨੀ, ਦਿਨ ਬਹੁਤ ਖੇੜੇ ਵਾਲੇ ਲਗਦੇ ਹਨ । ਮਨ ਸ਼ਬਦ ਦੀ ਗੂੰਜ ਵਿੱਚ ਹੀ ਜਾਗਰਤ, ਸੁਚੇਤ ਰਹਿੰਦਾ ਹੈ । ਮੈਂ ਮਨ ਦੇ ਫਰੇਬ, ਧੋਖਾ, ਭਰਮ, ਸੰਸਾਰਕ ਗੁਰੂਾਂ, ਪੀਰਾਂ ਦੀ ਚਾਕਰੀ ਕਰਨੀ ਛਡ ਦਿੱਤੀ ਹੈ । ਪ੍ਰਭ ਦੇ ਸ਼ਬਦ ਦੀ ਮਾਲਾ ਆਪਣੇ ਗਲ ਵਿੱਚ ਪਾਈ ਹੈ, ਸ਼ਬਦ ਦਾ ਹੀ ਤਿਲਕ ਮੱਥੇ ਤੇ ਲਾਇਆ ਹੈ । ਇਸਤਰ੍ਹਾਂ ਨਿਮ੍ਰਤਾ ਨਾਲ ਪ੍ਰਭ ਅੱਗੇ ਸ਼ਬਦ ਦੀ ਪਾਲਣਾ, ਸੋਝੀ ਦੀ ਅਰਦਾਸ ਕਰੋ ।

Whosoever may hear the everlasting echo of His Word resonating within his mind; his nights become very pleasant and his days may be overwhelmed with blossom. I remain awake and alert with everlasting echo of His Word within. I have abandoned falsehood, deception, religious suspicions and worshipping any worldly saint, guru. I have a rosary of the essence of His Word in my neck. The essence of His Word has become a mark of purity, vermilion on my forehead. You should adopt such a humility and pray for His Forgiveness and Refuge.

ਜਾਗੁ ਸਲੋਨੜੀਏ, ਬੋਲੈ ਗੁਰਬਾਣੀ ਰਾਮ॥	jaag salonrhee-ay bolai gurbaanee raam.
ਜਿਨਿ ਸੁਣਿ ਮੰਨਿਅੜੀ, ਅਕਥ ਕਹਾਣੀ ਰਾਮ॥	jin sun mani-arhee akath kahaanee raam.
ਅਕਥ ਕਹਾਣੀ ਪਦੁ ਨਿਰਬਾਣੀ, ਕੋ ਵਿਰਲਾ ਗੁਰਮੁਖਿ ਬੂਝਏ॥	akath kahaanee pad nirbaanee ko virlaa gurmukh boojh-ay.

ਗੁਰੂ ਨਾਨਕ ਦੇਵ ਜੀ! – Guru Nanak Dev Ji! Guru Granth Sahib

ਓਹੁ ਸਬਦਿ ਸਮਾਏ, ਆਪੁ ਗਵਾਏ, ਤ੍ਰਿਭਵਣ ਸੋਝੀ ਸੁਝਏ॥ oh sabad samaa-ay, aap gavaa-ay taribhavan sojhee soojh-ay.
ਰਹੈ ਅਤੀਤੁ ਅਪਰੰਪਰਿ ਰਾਤਾ, ਸਾਚੁ ਮਨਿ ਗੁਣ ਸਾਰਿਆ॥ rahai ateet, aprampar raataa saach man gun saari-aa.
ਓਹੁ ਪੂਰਿ ਰਹਿਆ ਸਰਬ ਠਾਈ, ਨਾਨਕਾ ਉਰਿ ਧਾਰਿਆ॥੩॥ oh poor rahi-aa sarab thaa-ee naankaa ur Dhaari-aa. ||3||

ਪ੍ਰਭ ਦੇ ਸ਼ਬਦ ਦੀ ਉਸਤਤ, ਸਿਮਰਨ ਕਰੋ । ਉਸ ਦੇ ਅਕਥ ਸ਼ਬਦ ਨੂੰ ਸੁਣਕੇ ਭਰੋਸਾ ਅਡੋਲ ਰਖੋ । ਕੋਈ ਵਿਰਲਾ ਗੁਰਮਖ ਹੀ ਉਸ ਦੀ ਅਕਥ ਕਹਾਣੀ, ਕਰਤਬ ਆਪਣੇ ਜੀਵਨ ਵਿੱਚ ਅਪਣਾਉਂਦਾ ਹੈ । ਜਿਹੜਾ ਜੀਵ ਆਪਣਾ ਆਪਾ ਮਿਟਾ ਕੇ ਸ਼ਬਦ ਵਿੱਚ ਲੀਨ ਹੋ ਜਾਂਦਾ ਹੈ । ਉਸ ਨੂੰ ਤਿੰਨਾਂ ਸ੍ਰਿਸ਼ਟੀਆਂ ਦੀ ਸੋਝੀ ਬਖਸ਼ਿਸ਼ ਹੋ ਜਾਂਦੀ ਹੈ । ਸੰਸਾਰਕ ਤਿੰਨਾਂ ਮਾਇਆਂ ਦੀ ਕਮਜ਼ੋਰੀ ਦੀ ਸੋਝੀ ਬਖਸ਼ਿਸ਼ ਹੋ ਜਾਂਦੀ ਹੈ । ਜਿਹੜਾ ਮਨ ਨੂੰ ਸੰਸਾਰਕ ਇਛਾਂ ਤੋਂ ਰਹਿਤ ਰਖਕੇ ਸ਼ਬਦ ਦੀ ਪਾਲਣਾ ਕਰਦਾ ਹੈ । ਉਸ ਨੂੰ ਪ੍ਰਭ ਦੀ ਸ਼ਰਣ ਬਖਸ਼ਿਸ਼ ਹੋ ਜਾਂਦੀ ਹੈ, ਉਹ ਪ੍ਰਭ ਨੂੰ ਸਭ ਥਾਂ ਤੇ ਦੇਖਦਾ, ਵਾਪਰਦਾ ਮਹਿਸੂਸ ਕਰਦਾ ਹੈ । ਪ੍ਰਭ ਦੀ ਜੋਤ, ਸ਼ਬਦ ਦੀ ਸੋਝੀ ਨੂੰ ਮਨ ਵਿੱਚ ਜਾਗਰਤ ਕਰ ਲੈਂਦਾ ਹੈ ।

You should meditate and sing the glory of The True Master. You should listen to the sermons of the essence of His Word with a steady and stable belief on His Blessings. However, very rare devotee may comprehend the essence of unexplainable miracles of His Nature. Whosoever may surrender his self-entity, worldly status at His Sanctuary; with His mercy and grace, he may remain intoxicated within the void of His Word. He may be enlightened with the nature of three universes and the weakness of three virtues of worldly wealth. Whosoever may remain beyond the reach of worldly wealth and obeys the teachings of His Word with steady and stable belief in his day-to-day life; with His mercy and grace, he may be accepted in His Sanctuary. He may realize His Existence and witnesses His Holy Spirit prevailing in every event in the universe. He remains awake and alert with the essence of His Word and the eternal glow of His Holy Spirit within.

ਮਹਲਿ ਬੁਲਾਇੜੀਏ ਭਗਤਿ ਸਨੇਹੀ ਰਾਮ॥ mahal bulaa-irhee-ay bhagat sanayhee raam.
ਗੁਰਮਤਿ ਮਨਿ ਰਹਸੀ, ਸੀਝਸਿ ਦੇਹੀ ਰਾਮ॥ gurmat man rahsee seejhas dayhee raam.
ਮਨੁ ਮਾਰਿ ਰੀਝੈ ਸਬਦਿ ਸੀਝੈ, ਤ੍ਰੈ ਲੋਕ ਨਾਥੁ ਪਛਾਣਏ॥ man maar reejhai sabad seejhai tarai lok naath pachhaan-ay.
ਮਨੁ ਡੀਗਿ ਡੋਲਿ ਨ ਜਾਇ ਕਤ ਹੀ, ਆਪਣਾ ਪਿਰੁ ਜਾਣਏ॥ man deeg dol na jaa-ay kat hee aapnaa pir jaan-ay.
ਮੈ ਆਧਾਰੁ ਤੇਰਾ ਤੂ ਖਸਮੁ ਮੇਰਾ, ਮੈ ਤਾਣੁ ਤਕੀਆ ਤੇਰਓ॥ mai aaDhaar tayraa too khasam mayraa mai taan takee-aa tayra-o.
ਸਾਚਿ ਸੂਚਾ ਸਦਾ ਨਾਨਕ, ਗੁਰ ਸਬਦਿ ਝਗਰੁ ਨਿਬੇਰਓ॥੪॥੨॥ saach soochaa sadaa naanak gur sabad jhagar nibayra-o. 4||2||

ਪ੍ਰਭ ਆਪਣੇ ਬੰਦਗੀ ਕਰਨ ਵਾਲੇ ਨੂੰ ਦਰਬਾਰ ਵਿੱਚ ਬੁਲਾਉਂਦਾ, ਪ੍ਰਵਾਨਗੀ ਬਖਸ਼ਦਾ ਹੈ । ਉਸ ਦਾ ਮਨ, ਤਨ ਸ਼ਬਦ ਦੀ ਸੋਝੀ ਨਾਲ ਭਰਿਆਂ ਰਹਿੰਦਾ ਹੈ । ਜੀਵ ਆਪਣੇ ਮਨ ਤੇ ਕਾਬੂ ਪਾ ਕੇ, ਸ਼ਬਦ ਤੇ ਭਰੋਸਾ ਅਡੋਲ ਰਖੋ । ਸ਼ਬਦ ਨਾਲ ਜੀਵਨ ਢਾਲਣ ਨਾਲ ਤਿੰਨਾਂ ਸ੍ਰਿਸ਼ਟੀਆਂ ਦੇ ਮਾਲਕ ਦੀ ਪਛਾਣ ਬਖਸ਼ਿਸ਼ ਹੋ ਜਾਂਦੀ ਹੈ । ਮਨ ਭਰਮਾਂ, ਸੰਸਾਰਕ ਇਛਾਂ ਦੀਆਂ ਭਟਕਣ ਤੋਂ ਅਡੋਲ ਹੋ ਜਾਂਦਾ, ਸ਼ਬਦ ਦੀ ਸੋਝੀ ਬਖਸ਼ਿਸ਼ ਹੋ ਜਾਂਦੀ ਹੈ । ਕੇਵਲ ਪ੍ਰਭ ਦਾ ਸ਼ਬਦ ਹੀ ਮੇਰੇ ਜੀਵਨ ਦਾ ਆਸਰਾ, ਅਧਾਰ ਹੈ, ਪ੍ਰਭ ਦੀ ਰਹਿਮਤ ਤੇ ਜੀਵਨ ਬਤੀਤ ਕਰਦਾ ਹਾ । ਜਿਸ ਦੀ ਆਤਮਾ ਸ਼ਬਦ ਦੀ ਪਾਲਣਾ ਨਾਲ ਪਵਿੱਤਰ ਹੋ ਜਾਂਦੀ ਹੈ । ਉਸ ਦੇ ਮਨ ਵਿਚੋਂ ਸੰਸਾਰਕ ਇਛਾਂ ਦੇ ਸਾਰੇ ਝਗੜੇ ਹੀ ਖਤਮ ਹੋ ਜਾਂਦੇ ਹਨ ।

The Merciful True Master may invite and open the 10th gate for His true devotee in His Court. He may be blessed with overwhelming enlightenment of His Word. You should control your worldly desires and obey the teachings of His Word with steady and stable belief in day-to-day life. Whosoever may adopt the teachings of His Word, The True Master of three universes; with His mercy and grace, he may conquer his worldly desires. He may be blessed with the enlightenment of the essence of His Word. To obey the teachings of His Word remains the guiding principle and support of my worldly life. Whosoever may sanctify his mind, body, and soul by obeying the teachings of His Word; with His mercy and grace, all his quarrels of worldly desires may be eliminated from his day-to-day life.

Key Message of Raag Bilaaval, page 843-18
'ਸੰਸਾਰਕ ਤਿੰਨਾਂ ਮਾਇਆ ਦੀ ਕਮਜ਼ੋਰੀ!
ਪ੍ਰਭ ਦੇ ਦਾਸ ਦੇ ਮਨ ਵਿੱਚ ਧਰਮ ਦੇ ਬਾਣੇ, ਤੀਰਥ ਯਾਤਰਾ, ਇਸ਼ਨਾਨ ਦੀ ਕੋਈ ਇਛਾਂ ਨਹੀਂ ਰਹਿੰਦੀ । ਕੇਵਲ ਪ੍ਰਭ ਦੇ ਸ਼ਬਦ ਦੀ ਪਾਲਣਾ ਦਾ ਹੀ ਆਸਰਾ ਲੈਂਦਾ ਹੈ । ਜਿਸ ਦੇ ਮਨ ਵਿੱਚ ਸਦਾ ਚਲਣ ਵਾਲੀ ਪ੍ਰਭ ਦੇ ਸ਼ਬਦ ਦੀ ਗੂੰਜ ਚਲਦੀ ਸੁਣਾਈ ਦੇਂਦੀ ਹੈ । ਉਹ ਦਿਨ ਰਾਤ ਸ਼ਬਦ ਦੀ ਗੂੰਜ ਵਿੱਚ ਹੀ ਜਾਗਰਤ, ਸੁਚੇਤ ਰਹਿੰਦਾ ਹੈ । ਉਸ ਨੂੰ ਤਿੰਨਾਂ ਸ੍ਰਿਸ਼ਟੀਆਂ ਦੀ, ਸੰਸਾਰਕ ਤਿੰਨਾਂ ਮਾਇਆਂ ਦੀ ਕਮਜ਼ੋਰੀ ਦੀ ਸੋਝੀ ਬਖਸ਼ਿਸ਼ ਹੋ ਜਾਂਦੀ ਹੈ । ਉਸ ਨੂੰ ਤਿੰਨਾਂ ਸ੍ਰਿਸ਼ਟੀਆਂ ਦੇ ਮਾਲਕ ਦੀ ਪਛਾਣ ਬਖਸ਼ਿਸ਼ ਹੋ ਜਾਂਦੀ ਹੈ । ਸੰਸਾਰਕ ਇਛਾਂ ਦੇ ਸਾਰੇ ਝਗੜੇ ਹੀ ਖਤਮ ਹੋ ਜਾਂਦੇ ਹਨ ।
Weakness of three worldly wealth!
His true devotee has no desire for any religious baptism or robe, worship, or sanctification bath in any Holy Shrine; he only take the shelter of His Word, with a hope for His Forgiveness and Refuge. Whosoever may hear the everlasting echo of His Word resonating within his mind; he remains awake and alert. He may be enlightened with the nature of three universes and the weakness of three virtues of worldly wealth. He may realize His Existence, The True Master of three universes; all his quarrels of worldly desires may be eliminated from his day-to-day life.

10. ਸਲੋਕ ਮਹਲਾ ੧॥ 854-2

ੴ ਸਤਿਗੁਰ ਪ੍ਰਸਾਦਿ॥ ik-oNkaar sat naam
ਕੋਈ ਵਾਹੇ ਕੋ ਲੁਣੈ ਕੋ ਪਾਏ ਖਲਿਹਾਨਿ॥ ko-ee vaahay ko lunai ko paa-ay khalihaan.
ਨਾਨਕ ਏਵ ਨ ਜਾਪਈ, ਕੋਈ ਖਾਇ ਨਿਦਾਨਿ॥੧॥ naanak ayv na jaap-ee ko-ee khaa-ay nidaan. ||1||

ਸੰਸਾਰ ਵਿੱਚ ਕੋਈ ਬੀਜ ਪਾਉਂਦਾ ਹੈ, ਹੋਰ ਕੋਈ ਉਸ ਦੇ ਪੱਕਣ ਤੇ ਕਟਾਈ ਕਰਦਾ ਹੈ । ਹੋਰ ਕੋਈ ਇਸ ਦੇ ਦਾਣੇ ਕੱਢਦਾ ਹੈ । ਇਸ ਦਾ ਕੋਈ ਪਤਾ ਨਹੀਂ ਅਖੀਰ ਵਿੱਚ ਇਹ ਦਾ ਖਾਣਾ ਕਿਸ ਦੇ ਨਸੀਬ ਵਿੱਚ ਹੁੰਦਾ ਹੈ ।

The True Master has created an astonishing play of the universe. Someone may sow the seed to grow the crops; someone else may harvest the final crops and takes out the grain. No human may ever comprehend, who may be blessed to eat and enjoy the fruit.

ਗੁਰੂ ਨਾਨਕ ਦੇਵ ਜੀ! – Guru Nanak Dev Ji! Guru Granth Sahib

ਮਃ ੧॥	**mehlaa 1.**
ਜਿਸੁ ਮਨਿ ਵਸਿਆ ਤਰਿਆ ਸੋਇ॥	jis man vasi-aa tari-aa so-ay.
ਨਾਨਕ ਜੋ ਭਾਵੈ ਸੋ ਹੋਇ॥੨॥	naanak jo bhaavai so ho-ay. ||2||

ਜਿਸ ਮਨ ਵਿੱਚ ਪ੍ਰਭ ਦਾ ਸ਼ਬਦ ਘਰ ਕਰ ਜਾਂਦਾ ਹੈ, ਕੇਵਲ ਉਹ ਹੀ ਪ੍ਰਵਾਨ ਹੁੰਦਾ ਹੈ । ਸੰਸਾਰ ਵਿੱਚ ਸਭ ਕੁਝ ਉਸ ਦੇ ਭਾਣੇ ਨਾਲ ਹੀ ਵਾਪਰਦਾ, ਹੁੰਦਾ ਹੈ ।

Whosoever may remain drenched with the essence of His Word; with His mercy and grace, only he may be accepted in His Court. Everything may only happen with His Command.

ਪਉੜੀ॥	**pa-orhee.**
ਪਾਰਬ੍ਰਹਮਿ ਦਇਆਲਿ, ਸਾਗਰੁ ਤਾਰਿਆ॥	paarbarahm da-i-aal saagar taari-aa.
ਗੁਰਿ ਪੂਰੈ ਮਿਹਰਵਾਨਿ, ਭਰਮੁ ਭਉ ਮਾਰਿਆ॥	gur poorai miharvaan bharam bha-o maari-aa.
ਕਾਮ ਕ੍ਰੋਧੁ ਬਿਕਰਾਲੁ, ਦੂਤ ਸਭਿ ਹਾਰਿਆ॥	kaam kroDh bikraal doot sabh haari-aa.
ਅੰਮ੍ਰਿਤ ਨਾਮੁ ਨਿਧਾਨੁ, ਕੰਠਿ ਉਰਿ ਧਾਰਿਆ॥	amrit naam niDhaan kanth ur Dhaari-aa.
ਨਾਨਕ ਸਾਧੂ ਸੰਗਿ, ਜਨਮੁ ਮਰਣੁ ਸਵਾਰਿਆ॥੧੧॥	naanak saaDhoo sang janam maran savaari-aa. |11||

ਪ੍ਰਭ ਦੀ ਰਹਿਮਤ ਨਾਲ ਹੀ ਜੀਵ ਨੂੰ ਸ਼ਬਦ ਦੀ ਸੋਝੀ, ਪਾਲਣਾ ਦੀ ਲਗਨ ਲਗਦੀ ਹੈ । ਉਸ ਨਾਲ ਜੀਵਨ ਢਾਲਣ ਨਾਲ ਭਰਮ ਦੂਰ ਹੋ ਜਾਂਦੇ, ਦਰਬਾਰ ਵਿੱਚ ਪ੍ਰਵਾਨ ਹੋ ਜਾਂਦਾ ਹੈ । ਮਨ ਵਿਚੋਂ ਕਰੋਧ, ਹੈਸੀਅਤ, ਅਹੰਕਾਰ ਪੂਰਨ ਤਰ੍ਹਾਂ ਨਾਸ ਹੋ ਜਾਂਦਾ ਹੈ । ਉਸ ਨੂੰ ਸ਼ਬਦ ਦੇ ਗਿਆਨ ਦੇ ਨੌਂ ਖਜ਼ਾਨੇਂ ਬਖਸ਼ਿਸ਼ ਹੋ ਜਾਂਦੇ ਹਨ । ਉਸ ਦੇ ਮਨ ਤੇ, ਜੀਭ ਤੇ ਪ੍ਰਭ ਦੇ ਸ਼ਬਦ ਦੀ ਉਸਤਤ ਜਾਗਰਤ ਹੋ ਜਾਂਦੀ ਹੈ । ਇਸਤਰ੍ਹਾਂ ਦੇ ਜੀਵ ਦੀ ਸੰਗਤ ਕਰੋ! ਉਸ ਦੇ ਜੀਵਨ ਦੇ ਢੰਗ ਨਾਲ ਜੀਵਨ ਢਾਲਣ ਨਾਲ ਦਰਬਾਰ ਵਿੱਚ ਪ੍ਰਵਾਨਗੀ ਬਖਸ਼ਿਸ਼ ਹੋ ਸਕਦੀ ਹੈ ।

Whosoever may be blessed with His Blessed Vision, only he may obey the teachings of His Word with steady and stable belief in his day-to-day life. He may be blessed with the enlightenment of the essence of His Word. Whosoever may adopt the teachings in His Word, his suspicions may be eliminated and he may be accepted in His Court. He may conquer his anger; ego; he may be blessed with nine treasures; his tongue may remain overwhelmed with the glory of His Word. You should join the conjugation of such a devotee. Whosoever may adopt his life experience teachings in own life, with His mercy and grace, he may be accepted in His Court.

Key Message of Raag Bilaaval, page 854-2
'ਸ੍ਰਿਸ਼ਟੀ ਦਾ ਅਨੋਖਾ ਖੇਲ!
ਸ੍ਰਿਸ਼ਟੀ ਦਾ ਅਨੋਖਾ ਖੇਲ ਹੈ! ਸੰਸਾਰ ਵਿੱਚ ਕੋਈ ਬੀਜ ਪਾਉਂਦਾ, ਕੋਈ ਦਾਣੇ ਕੱਢਦਾ, ਕਿਸ ਦੇ ਨਸੀਬ ਵਿੱਚ ਖਾਣਾ ਹੁੰਦਾ ਹੈ । ਜਿਸ ਨੂੰ ਸ਼ਬਦ ਦੀ ਸਿਖਿਆਂ ਨਾਲ ਜੀਵਨ ਢਾਲਣ ਨਾਲ ਸ਼ਬਦ ਦੀ ਸੋਝੀ ਦੇ ਨੌਂ ਖਜ਼ਾਨੇਂ ਬਖਸ਼ਿਸ਼ ਹੋ ਜਾਂਦੇ ਹਨ । ਉਸ ਦੇ ਜੀਵਨ ਦੇ ਢੰਗ ਨਾਲ ਜੀਵਨ ਢਾਲਣ ਨਾਲ ਦਰਬਾਰ ਵਿੱਚ ਪ੍ਰਵਾਨਗੀ ਬਖਸ਼ਿਸ਼ ਹੋ ਸਕਦੀ ਹੈ ।
Astonishing play of the universe!
The True Master has created an astonishing play of the universe! Someone may sow the seed to grow the crops; others may harvest the final crops; no one may ever comprehend, who may be blessed to enjoy the fruit. Whosoever may adopt the teachings in His Word; he may be blessed with nine treasures. Whosoever may adopt his life experience teachings in his own life, with His mercy and grace, he may be accepted in His Court.

☬ Chapter 17 ☬
☬ ਰਾਗੁ ਗੋਂਡ (859 – 875) ☬

ਗੁਰੂ ਨਾਨਕ ਦੇਵ ਜੀ! – Guru Nanak Dev Ji! Guru Granth Sahib

☬ Chapter 18 ☬

☬ ਰਾਗੁ ਰਾਮਕਲੀ (876 – 974) ☬

1. **ਰਾਮਕਲੀ ਮਹਲਾ ੧ ਘਰੁ ੧ ਚਉਪਦੇ॥ 876-1**

ੴ ਸਤਿ ਨਾਮੁ ਕਰਤਾ ਪੁਰਖੁ, ਨਿਰਭਉ ਨਿਰਵੈਰੁ ਅਕਾਲ ਮੂਰਤਿ ਅਜੂਨੀ ਸੈਭੰ ਗੁਰ ਪ੍ਰਸਾਦਿ॥

ik-oNkaar, sat naam, kartaa, purakh, nirbha-o, nirvair, akaal, moorat, ajoonee, saibhaN, gur parsaad.

ਕੋਈ ਪੜਤਾ ਸਹਸਾਕਿਰਤਾ, ਕੋਈ ਪੜੈ ਪੁਰਾਨਾ॥ ko-ee parh-taa sehsaakirtaa ko-ee parhai puraanaa.

ਕੋਈ ਨਾਮੁ ਜਪੈ ਜਪਮਾਲੀ, ਲਾਗੈ ਤਿਸੈ ਧਿਆਨਾ॥ ko-ee naam japai japmaalee laagai tisai Dhi-aanaa.

ਅਬ ਹੀ ਕਬ ਹੀ ਕਿਛੂ ਨ ਜਾਨਾ, ਤੇਰਾ ਏਕੋ ਨਾਮੁ ਪਛਾਨਾ॥੧॥ ab hee kab hee kichhoo na jaanaa tayraa ayko naam pachhaanaa. 1

ਪ੍ਰਭ ਕੋਈ ਸ਼ਾਸਤਰ, ਕੋਈ ਪਰਾਨ ਪੜ੍ਹਦਾ, ਕੋਈ ਮਾਲਾ ਫੇਰਦਾ ਹੈ । ਕੋਈ ਸ਼ਬਦ ਦਾ ਸਿਮਰਨ ਕਰਦਾ, ਆਪਣਾ ਧਿਆਨ ਸ਼ਬਦ ਵਿੱਚ ਰਖਦਾ ਹੈ । ਮੈਨੂੰ ਨਾ ਹੁਣ ਦੀ ਕੋਈ ਸੋਝੀ ਹੈ, ਨਾ ਹੀ ਅੱਗੇ, ਪਿਛੇ ਦੀ ਸੋਝੀ ਹੈ । ਕੇਵਲ ਅਡੋਲ ਭਰੋਸੇ ਨਾਲ ਤੇਰੇ ਸ਼ਬਦ ਦੀ ਹੀ ਪਾਲਣਾ ਕਰਦਾ ਹਾ ।

Someone may read the Holy Scripture of Sastras or Puraana and others may be meditating with rosary to remember Your Name. Someone may remain intoxicated in meditation, remembering the teachings of Your Word. My True Master! I do not have any understanding, enlightenment of my present worldly environment nor any enlightenment of my past or future life. I, only obey the teachings of Your Word with steady and stable belief in my day-to-day life.

ਨ ਜਾਣਾ ਹਰੇ ਮੇਰੀ ਕਵਨ ਗਤੇ॥ na jaanaa haray mayree kavan gatay.

ਹਮ ਮੂਰਖ ਅਗਿਆਨ ਸਰਨਿ ਪ੍ਰਭ ਤੇਰੀ, ham moorakh agi-aan saran parabh tayree

ਕਰਿ ਕਿਰਪਾ ਰਾਖਹੁ ਮੇਰੀ ਲਾਜ ਪਤੇ॥ ੧॥ ਰਹਾਉ॥ kar kirpaa raakho mayree laaj patay. ||1|| rahaa-o.

ਮੈਂ ਨਹੀਂ ਜਾਣਦਾ, ਮੌਤ ਪਿਛੋਂ, ਮੇਰਾ ਕੀ ਹਾਲ ਹੋਣਾ ਹੈ? ਮੈਂ ਅਣਜਾਣ, ਪ੍ਰਭ, ਤੇਰੀ ਸ਼ਰਣ ਵਿੱਚ ਆਇਆ ਹਾ! ਰਹਿਮਤ ਬਖਸ਼ਕੇ, ਮੇਰੀ ਰਖਿਆ ਕਰੋ ।

My True Master! I am ignorant, I have surrendered my mind, body, and worldly status at Your Sanctuary! My True Master bestows Your Blessed Vision to protect my honor! I do not know! What my happen to my soul in Your Court?

ਕਬਹੂ ਜੀਅੜਾ ਊਭਿ ਚੜਤੁ ਹੈ, ਕਬਹੂ ਜਾਇ ਪਇਆਲੇ॥ kabhoo jee-arhaa oobh charhat hai kabhoo jaa-ay pa-i-aalay.

ਲੋਭੀ ਜੀਅੜਾ ਥਿਰੁ ਨ ਰਹਤੁ ਹੈ, ਚਾਰੇ ਕੁੰਡਾ ਭਾਲੇ॥੨॥ lobhee jee-arhaa thir na rahat hai chaaray kundaa bhaalay. ||2||

ਮੇਰੀ ਆਤਮਾ ਕਦੇ ਸਵਰਗ ਦੇ, ਤੇਰੇ ਦਰਬਾਰ ਦੇ ਸੁਪਨੇ ਲੈਂਦੀ ਹੈ । ਕਦੇ ਡੂੰਘੇ, ਪਤਾਲ, ਨਰਕ ਦੀ ਚਿੰਤਾ ਵਿੱਚ ਕਰਲਾਉਂਦੀ ਹੈ । ਮੇਰਾ ਲੋਭੀ, ਲਾਲਚੀ ਮਨ ਇਕ ਤੇ ਨਹੀਂ ਟਿਕਦਾ, ਚਾਰੇ ਪਾਸੇ ਹੀ ਢੂੰਡਦੀ ਫਿਰਦਾ ਹੈ ।

I may be fantasizing about heaven, the glory of Your Court; other time crying in deep depression imagining the misery of hell in multiple layers under earth. My greedy mind may not stay steady and stable on path of obeying Your Word; I wander in all directions from shrine to shrine.

ਮਰਣੁ ਲਿਖਾਇ ਮੰਡਲ ਮਹਿ ਆਏ, ਜੀਵਣੁ ਸਾਜਹਿ ਮਾਈ॥ maran likhaa-ay mandal meh aa-ay jeevan saajeh maa-ee.

ਏਕਿ ਚਲੇ ਹਮ ਦੇਖਹ ਸੁਆਮੀ, ਭਾਹਿ ਬਲੰਤੀ ਆਈ॥੩॥ ayk chalay ham daykhah su-aamee bhaahi balantee aa-ee. ||3||

ਪ੍ਰਭ, ਆਤਮਾ ਨੂੰ ਮਿਥੇ ਸਮੇਂ ਲਈ ਨਵਾਂ ਤਨ ਬਖਸ਼ ਕੇ, ਸੰਸਾਰ ਵਿੱਚ ਸ਼ਬਦ ਦਾ ਧਨ ਇਕੱਠਾ ਕਰਨ ਲਈ ਭੇਜਦਾ ਹੈ । ਸੰਸਾਰ ਵਿੱਚ ਕਈ ਜਨਮ ਲੈਂਦੇ, ਸਮਾਂ ਪੂਰਾ ਕਰਕੇ ਮਰ ਜਾਂਦੇ, ਤਨ ਨਾਸ ਹੋ ਜਾਂਦਾ ਹੈ । ਮੇਰਾ ਵੀ ਸੰਸਾਰ ਵਿੱਚ ਸਮਾਂ ਖਤਮ ਹੋਣ ਵਾਲਾ ਹੈ, ਤਨ ਦਾ ਮੌਤ ਦਾ ਸਮਾਂ ਨੇੜੇ ਆਉਂਦਾ ਹੈ ।

The True Master blesses soul new worldly body for predetermined time to earn the wealth of His Word; another opportunity to be sanctified to become worthy of His Consideration. I have witness; many were born and many have died. The predetermined time of my soul in present body may be approaching near very fast.

ਨ ਕਿਸੀ ਕਾ ਮੀਤੁ ਨ ਕਿਸੀ ਕਾ ਭਾਈ, ਨਾ ਕਿਸੈ ਬਾਪੁ ਨ ਮਾਈ॥ na kisee kaa meet na kisee kaa bhaa-ee naa kisai baap na maa-ee.

ਪ੍ਰਣਵਤਿ ਨਾਨਕ ਜੇ ਤੂ ਦੇਵਹਿ ਅੰਤੇ ਹੋਇ ਸਖਾਈ॥੪॥੧॥ paranvat naanak jay too dayveh antay ho-ay sakhaa-ee. ||4||1||

ਸੰਸਾਰ ਵਿੱਚ ਕੋਈ ਵੀ ਭਾਈ, ਮਿੱਤਰ, ਮਾਂ, ਬਾਪ ਅੰਤ ਸਮੇਂ ਮਦਦ ਨਹੀਂ ਕਰ ਸਕਦਾ । ਅਗਰ ਪ੍ਰਭ ਰਹਿਮਤ ਬਖਸ਼ੇ! ਪ੍ਰਭ ਹੀ ਅੰਤ ਸਮੇਂ ਸਾਥੀ ਬਣ ਜਾਂਦਾ ਹੈ ।

No family member, brother, sister, mother, father, or friend may be able to help for the purpose of human life journey. Whosoever may be blessed with His Blessed Vision! The True Master may become his savior in His Court!

Key Message of Raag Raamkalee, page 876-1
'ਮੌਤ ਦਾ ਸਮਾਂ ਅਟਲ ਹੈ!
ਪ੍ਰਭ ਆਤਮਾ ਨੂੰ ਮਿਥੇ ਸਮੇਂ ਲਈ ਨਵਾਂ ਤਨ ਬਖਸ਼ ਕੇ, ਸੰਸਾਰ ਵਿੱਚ ਸ਼ਬਦ ਦਾ ਧਨ ਇਕੱਠਾ ਕਰਨ ਲਈ ਭੇਜਦਾ ਹੈ । ਸੰਸਾਰ ਵਿੱਚ ਕੋਈ ਭਾਈ, ਮਿੱਤਰ, ਮਾਂ, ਬਾਪ ਅੰਤ ਸਮੇਂ ਮਦਦ ਨਹੀਂ ਕਰ ਸਕਦਾ । ਜਿਹੜਾ ਸ਼ਬਦ ਦਾ ਧਨ ਇਕੱਠਾ ਕਰ ਜਾਂਦਾ ਹੈ, ਅੰਤ ਸਮੇਂ, ਸ਼ਬਦ ਦਾ ਧਨ ਹੀ ਸਾਥੀ ਬਣ ਜਾਂਦਾ ਹੈ ।
Time of Death predetermined!
The True Master blesses soul, a new worldly body for predetermined time to earn the wealth of His Word; another opportunity to be sanctified to become worthy of His Consideration. No family member, brother, sister, mother, father, or friend may be able to help for the purpose of human life journey. Whosoever may earn the wealth of His Word; his earnings of His Word remain a true companion after death in His Court.

2. **ਰਾਮਕਲੀ ਮਹਲਾ ੧॥ 876-10**

ਸਰਬ ਜੋਤਿ ਤੇਰੀ ਪਸਰਿ ਰਹੀ॥ ਜਹ ਜਹ ਦੇਖਾ ਤਹ ਨਰਹਰੀ॥੧॥ sarab jot tayree pasar rahee. jah jah daykhaa tah narharee. ||1||

ਪ੍ਰਭ ਦੀ ਜੋਤ ਹੀ ਸਾਰੇ ਪਾਸੇ ਚਲਦੀ ਹੈ, ਜਿਥੇ ਕਿਤੇ ਮੈਂ ਦੇਖਦਾ ਹਾ । ਕੇਵਲ ਪ੍ਰਭ ਦਾ ਰੂਪ ਹੀ ਨਜ਼ਰ ਆਉਂਦਾ ਹੈ ।

His Holy Spirit remains embedded and prevailing in every soul; Only His Holy Spirit appears in each soul in different body structure. Nothing else may exist without His Holy Spirit, without His Command.

ਗੁਰੂ ਨਾਨਕ ਦੇਵ ਜੀ! – Guru Nanak Dev Ji! Guru Granth Sahib

ਜੀਵਨ ਤਲਬ ਨਿਵਾਰਿ ਸੁਆਮੀ॥ jeevan talab nivaar su-aamee.
ਅੰਧ ਕੂਪਿ ਮਾਇਆ ਮਨੁ ਗਾਡਿਆ, anDh koop maa-i-aa man gaadi-aa
ਕਿਉ ਕਰਿ ਉਤਰਉ ਪਾਰਿ ਸੁਆਮੀ॥੧॥ ਰਹਾਉ॥ ki-o kar utara-o paar su-aamee. ||1|| rahaa-o.

ਮੇਰਾ ਮਨ ਸੰਸਾਰਕ ਮਾਇਆ ਵਿੱਚ ਫਸਿਆ ਹੋਇਆ ਹੈ! ਮੇਰੀ ਆਤਮਾ ਤੇਰੇ ਦਰਬਾਰ ਵਿੱਚ ਕਿਸਤਰ੍ਹਾਂ ਪ੍ਰਵਾਨ ਹੋ ਸਕਦੀ ਹੈ? ਰਹਿਮਤ ਬਖਸ਼ੋ! ਮੇਰੇ ਮਨ ਵਿਚੋਂ ਸੰਸਾਰਕ ਮੋਹ ਤੋਂ ਛੁਟਕਾਰਾ ਬਖਸ਼ੋ ।

My mind remains intoxicated with the sweet poison of worldly wealth. How may my soul be accepted in Your Court? How may I conquer may attachment to worldly wealth? The True Master bestows Your Blessed Vision to eliminate may attachment to worldly wealth.

ਜਹ ਭੀਤਰਿ ਘਟ ਭੀਤਰਿ ਬਸਿਆ, ਬਾਹਰਿ ਕਾਹੇ ਨਾਹੀ॥ jah bheetar ghat bheetar basi-aa baahar kaahay naahee.
ਤਿਨ ਕੀ ਸਾਰ ਕਰੇ ਨਿਤ ਸਾਹਿਬੁ, ਸਦਾ ਚਿੰਤ ਮਨ ਮਾਹੀ॥੨॥ tin kee saar karay nit saahib sadaa chint man maahee. ||2||

ਪ੍ਰਭ ਦੀ ਜੋਤ, ਜੀਵ ਦੀ ਹਰਇਕ ਆਤਮਾ ਵਿੱਚ ਸਮਾਈ, ਤਨ ਦੇ ਅੰਦਰ, ਸਾਰੀ ਸ੍ਰਿਸ਼ਟੀ ਵਿੱਚ ਵਸਦਾ, ਵਾਪਰਦਾ ਹੈ! ਪ੍ਰਭ ਸਦਾ ਹੀ ਹਰਇਕ ਜੀਵ ਦੀ ਪਾਲਣਾ ਕਰਦਾ, ਆਪਣੇ ਖਿਆਲਾਂ ਵਿੱਚ ਰਖਦਾ ਹੈ ।

The Omnipresent True Master remains embedded within each soul, dwells and prevails within his body and within His Nature. The True Master creates, nourishes, and protects and always remains concerned about His Creation.

ਆਪੇ ਨੇੜੈ ਆਪੇ ਦੂਰਿ॥ ਆਪੇ ਸਰਬ ਰਹਿਆ ਭਰਪੂਰਿ॥ aapay nayrhai aapay door. aapay sarab rahi-aa bharpoor.
ਸਤਗੁਰੁ ਮਿਲੈ ਅੰਧੇਰਾ ਜਾਇ॥ ਜਹ ਦੇਖਾ ਤਹ ਰਹਿਆ ਸਮਾਇ॥੩॥ satgur milai anDhayraa jaa-ay. jah daykhaa tah rahi-aa samaa-ay. ||3||

ਪ੍ਰਭ ਆਪ ਹੀ ਜੀਵ ਦੇ ਨੇੜੇ ਵਸਦਾ, ਜੀਵ ਦੀ ਪਹੁੰਚ ਤੋਂ ਬਹੁਤ ਦੂਰ ਮਹਿਸੂਸ ਹੁੰਦਾ ਹੈ । ਉਹ ਹੀ ਸਭ ਥਾਂ ਤੇ ਵਾਪਰਦਾ, ਦੇਖਦਾ ਹੈ । ਜਿਸ ਨੂੰ ਸ਼ਬਦ ਦੀ ਸੋਝੀ ਬਖਸ਼ਦਾ ਹੈ, ਉਸ ਦੀ ਅਗਿਆਨਤਾ ਦੂਰ ਹੋ ਜਾਂਦੀ ਹੈ । ਉਹ ਹਰਇਕ ਜੀਵ ਦੇ ਹਿਰਦੇ ਵਿੱਚ ਹੀ ਵਸਦਾ, ਵਾਪਰਦਾ ਹੈ ।

The Omnipresent True Master remains embedded, dwells, and prevails within each soul; however, He remains beyond the emotional attachment of His Creation. Whosoever may be blessed with the enlightenment of the essence of His Word; with His mercy and grace, his ignorance from the real purpose of human life may be eliminated.

ਅੰਤਰਿ ਸਹਸਾ ਬਾਹਰਿ ਮਾਇਆ, ਨੈਣੀ ਲਾਗਸਿ ਬਾਣੀ॥ antar sahsaa baahar maa-i-aa nainee laagas banee.
ਪ੍ਰਣਵਤਿ ਨਾਨਕੁ ਦਾਸਨਿ ਦਾਸਾ, ਪਰਤਾਪਹਿਗਾ ਪ੍ਰਾਣੀ॥੪॥੨॥ paranvat naanak daasan daasaa partaapehgaa paraanee. ||4||2||

ਮੇਰੇ ਮਨ ਅੰਦਰ ਭਰਮਾਂ ਨੇ, ਬਾਹਰ ਮਾਇਆ ਨੇ ਘੇਰਾ ਪਾਇਆ ਹੈ । ਇਹ ਦੋਨੋਂ ਹੀ ਤੀਰ ਦੀ ਤਰ੍ਹਾਂ ਦੁਖ ਦੇਂਦੇ ਹਨ । ਪ੍ਰਭ ਦੇ ਦਾਸਾਂ ਦਾ ਦਾਸ ਇਸਤਰ੍ਹਾਂ ਜੀਵਨ ਬਤੀਤ ਕਰਦਾ ਹੈ ।

I have been intoxicated with religious rituals, suspicions in the universe dominated with sweet poison of worldly wealth. My mind may never focus on the teachings of Your Word. Both are piercing like a sharp arrow in my heart; I remain miserable in my worldly life.

Key Message of Raag Raamkalee, page 876-1
ਸੰਸਾਰਕ ਮਾਇਆ ਪ੍ਰਭਾਵ!
ਪ੍ਰਭ ਹਰਇਕ ਥਾਂ, ਜੀਵ ਦੀ ਆਤਮਾ ਵਿੱਚ ਸਮਾਇਆ, ਤਨ ਦੇ ਅੰਦਰ, ਬਹਾਰ ਵਸਦਾ, ਵਾਪਰਦਾ, ਪਾਲਣਾ ਕਰਦਾ, ਆਪਣੇ ਖਿਆਲਾਂ ਵਿੱਚ ਰਖਦਾ ਹੈ । ਸਾਰੇ ਪਾਸੇ ਕੇਵਲ ਪ੍ਰਭ ਦਾ ਰੂਪ ਹੀ ਨਜ਼ਰ ਆਉਂਦਾ ਹੈ । ਜੀਵ ਦੇ ਮਨ ਅੰਦਰ ਭਰਮ, ਬਾਹਰ ਮਾਇਆ ਨੇ ਘੇਰਾ ਪਾਈ ਰਖਦੀ ਹੈ! ਇਹ ਦੋਨੋਂ ਹੀ ਤੀਰ ਦੀ ਤਰ੍ਹਾਂ ਦੁਖ ਦੇਂਦੇ ਹਨ ।
Domination of Worldly Wealth!
The Omnipresent True Master remains embedded within each soul, dwells, prevails within his body and in His Nature; He nourishes, protects, and remains aware of welfare of His Creation! Every creature is a symbol of His Holy Spirit in different body structure and nothing else may exist in the universe. Human may remain intoxicated with religious rituals, suspicions within and sweet poison of worldly wealth dominates worldly life. Both religious suspicions, rituals, and sweet poison of worldly wealth pierce like arrows to create miseries in his worldly life.

3. ਰਾਮਕਲੀ ਮਹਲਾ ੧॥ 877-2

ਜਿਤੁ ਦਰਿ ਵਸਹਿ ਕਵਨੁ ਦਰੁ ਕਹੀਐ, ਦਰਾ ਭੀਤਰਿ ਦਰੁ ਕਵਨੁ ਲਹੈ॥ jit dar vaseh kavan dar kahee-ai daraa bheetar dar kavan lahai.
ਜਿਸੁ ਦਰ ਕਾਰਣਿ ਫਿਰਾ ਉਦਾਸੀ, ਸੋ ਦਰੁ ਕੋਈ ਆਇ ਕਹੈ॥੧॥ jis dar kaaran firaa udaasee so dar ko-ee aa-ay kahai. ||1||

ਪ੍ਰਭ ਕਿਥੇ ਤੇਰਾ ਦਰਬਾਰ ਹੈ, ਤੂੰ ਕਿਥੇ ਰਹਿੰਦਾ ਹੈ? ਉਸ ਦਰਬਾਰ ਦੇ ਦਰਵਜੇ ਦਾ ਨਾਮ ਕੀ ਹੈ? ਉਸ ਦਰਵਾਜੇ ਵਿੱਚ, ਕੌਣ ਦਾਖਿਲ ਹੋ ਸਕਦਾ ਹੈ? ਉਸ ਦਰਵਾਜੇ ਦੀ ਯਾਦ ਵਿੱਚ ਮੈਂ ਸੰਸਾਰਕ ਇਛਾਂ ਤੋਂ ਰਹਿਤ, ਉਦਾਸ ਰਹਿੰਦਾ ਹਾ । ਉਸ ਦਰਵਾਜੇ ਦੀ ਸੋਝੀ ਬਖਸ਼ੋ ।

My True Master! Where may be Your Royal Palace, resting place? What may be the name of Your Court? Who may be blessed to enter Your Royal Palace? I remain in renunciation in the memory of my separation from Your Holy Spirit! The True Master bestows Your Blessed Vision to enlightened the right path to become worthy of entering Your Royal Palace.

ਕਿਨ ਬਿਧਿ ਸਾਗਰੁ ਤਰੀਐ॥ kin biDh saagar taree-ai.
ਜੀਵਤਿਆ ਨਹ ਮਰੀਐ॥੧॥ ਰਹਾਉ॥ jeevti-aa nah maree-ai. ||1|| rahaa-o.

ਪ੍ਰਭ, ਸੰਸਾਰਕ ਸਾਗਰ ਕਿਸਤਰ੍ਹਾਂ ਪਾਰ ਕੀਤਾ ਜਾ ਸਕਦਾ ਹੈ? ਮੈਂ ਸਵਾਸ ਲੈਂਦਾ ਹਾ, ਇਸ ਦਾ ਮਤਲਬ ਹੈ, ਮੈਂ ਅਜੇ ਮਰਿਆ ਨਹੀਂ ਹਾ ।

My True Master! How may I cross this worldly ocean dominated with demons of worldly desires? I am still breathing! I still may have an opportunity to become worthy of Your Consideration.

ਦੁਖੁ ਦਰਵਾਜਾ ਰੋਹੁ ਰਖਵਾਲਾ, ਆਸਾ ਅੰਦੇਸਾ ਦੁਇ ਪਟ ਜੜੇ॥ dukh darvaajaa rohu rakhvaalaa aasaa andaysaa du-ay pat jarhay.
ਮਾਇਆ ਜਲੁ ਖਾਈ ਪਾਣੀ ਘਰੁ ਬਾਧਿਆ, maa-i-aa jal khaa-ee paanee ghar baaDhi-aa
ਸਤ ਕੈ ਆਸਣਿ ਪੁਰਖੁ ਰਹੈ॥੨॥ sat kai aasan purakh rahai. ||2||

ਜੀਵ ਵਿਛੋੜੇ ਦਾ ਵਿਰਾਗ ਹੀ ਉਹ ਦਰਵਜਾ ਹੈ । ਮਨ ਦਾ ਕਰੋਧ ਹੀ ਇਸ ਦਾ ਪਹਿਰੇਦਾਰ ਹੈ । ਆਸਾਂ ਅਤੇ ਇਛਾਂ ਇਸ ਦੇ ਦੋਂ ਫ਼ੱਟਰ, ਪਰਦੇ ਹਨ । ਸੰਸਾਰਕ ਮਾਇਆ ਜੀਵ ਦੇ ਤਨ ਦੀ ਮਿੱਟੀ ਵਿੱਚ ਸਮਾਈ ਹੈ । ਆਤਮਾ ਵਿੱਚ ਹੀ ਪ੍ਰਭ ਦਾ ਤਖਤ, ਘਰ ਹੈ । ਪ੍ਰਭ ਆਤਮਾ ਦੇ ਮੋਹ ਤੋਂ ਰਹਿਤ, ਅਡੋਲ ਤਖਤ ਤੇ ਬੈਠਾ ਹੈ ।

ਗੁਰੂ ਨਾਨਕ ਦੇਵ ਜੀ! – Guru Nanak Dev Ji! Guru Granth Sahib

The renunciation in the memory of his separation from His Holy Spirit is the right path to His Court. The anger of mind remains as the guard at His Door. Hopes and desires are two curtains of secrecy between soul and His Holy Spirit. Worldly wealth remains embedded within body of a creature, as dirt within water. He has established His Royal Castle, within every soul. The True Master remains in blossom on His Royal Castle, beyond any emotional attachments of soul.

ਕਿੰਤੇ ਨਾਮਾ ਅੰਤੁ ਨ ਜਾਣਿਆ, ਤੁਮ ਸਰਿ ਨਾਹੀ ਅਵਰ ਹਰੇ॥ kintay naamaa ant na jaani-aa tum sar naahee avar haray.

ਊਚਾ ਨਹੀ ਕਹਣਾ ਮਨ ਮਹਿ ਰਹਣਾ, ਆਪੇ ਜਾਣੈ ਆਪਿ ਕਰੇ॥੩॥ oochaa nahee kahnaa man meh rahnaa aapay jaanai aap karay. ||3||

ਪ੍ਰਭ, ਬੇਅੰਤ ਨਾਮਾਂ ਨਾਲ ਜਣਿਆ ਜਾਂਦਾ ਹੈ । ਇਹਨਾਂ ਦੀ ਕੋਈ ਹੱਦ ਨਹੀਂ, ਪ੍ਰਭ ਵਰਗਾ ਹੋਰ ਕੋਈ ਨਹੀਂ ਹੈ । ਜੀਵ ਉੱਚਾ ਨਾ ਬੋਲ, ਬਾਗ਼, ਸੰਖ ਨਾ ਵਜਾਵੋ! ਅੰਤਰਜਾਮੀ ਪ੍ਰਭ, ਬਿਨਾਂ ਬੋਲੇ ਹੀ ਸਭ ਕੁਝ ਜਾਣਦਾ, ਆਪ ਹੀ ਸਭ ਕੁਝ ਕਰਦਾ ਹੈ ।

My True Master may be remembered by many names. No one may imagine the numbers of His names nor anyone may ever be born with such a Greatness, Virtues. You should not shout, read loud nor blow any horn! The Omniscient True Master remains aware about the desires, intention of every one of His Creation.

ਜਬ ਆਸਾ ਅੰਦੇਸਾ ਤਬ ਹੀ ਕਿਉ, ਕਰਿ ਏਕੁ ਕਹੈ॥ jab aasaa andaysaa tab hee ki-o kar ayk kahai.

ਆਸਾ ਭੀਤਰਿ ਰਹੈ ਨਿਰਾਸਾ, ਤਉ ਨਾਨਕ ਏਕੁ ਮਿਲੈ॥੪॥ aasaa bheetar rahai niraasaa ta-o naanak ayk milai. ||4||

ਮਨਮੁਖ ਮਾਨਸ ਆਸਾਂ, ਇਛਾਂ ਤੋਂ ਬਿਨਾਂ ਪ੍ਰਭ ਨੂੰ ਯਾਦ ਨਹੀਂ ਕਰਦਾ । ਜਿਹੜਾ ਜੀਵ ਆਸਾਂ ਵਿੱਚ ਰਹਿੰਦਾ ਹੋਇਆ ਵੀ ਇਛਾਂ ਤੋਂ ਰਹਿਤ ਹੋ ਜਾਂਦਾ ਹੈ! ਉਸ ਨੂੰ ਸ਼ਬਦ ਦੀ, ਬੰਦਗੀ ਦੇ ਅਸਲੀ ਰਸਤਾ ਦੀ ਸੋਝੀ ਬਖਸ਼ਿਸ਼ ਹੋ ਜਾਂਦਾ ਹੈ ।

Self-minded may never pray nor remember his separation from His Holy Spirit without any worldly greed, worldly desire, and hope within his mind. Whosoever may become beyond the reach of sweet poison worldly wealth, desire-free even within the ocean of hopes; with His mercy and grace, he may be blessed with the enlightenment with the essence of His Word; the right path of acceptance in His Court.

ਇਨ ਬਿਧਿ ਸਾਗਰੁ ਤਰੀਐ॥ in biDh saagar taree-ai.

ਜੀਵਤਿਆ ਇਉ ਮਰੀਐ॥੧॥ ਰਹਾਉ ਦੂਜਾ॥੩॥ jeevti-aa i-o maree-ai. ||1|| rahaa-o doojaa. ||3||

ਇਸਤਰ੍ਹਾਂ ਦਾ ਜੀਵਨ ਬਤੀਤ ਕਰਨਾ ਹੀ ਜੀਵਦਿਆ ਮੁਏ ਰਹਿਣਾ ਹੁੰਦਾ ਹੈ । ਇਸਤਰ੍ਹਾਂ ਹੀ ਸੰਸਾਰਕ ਸਾਗਰ ਪਾਰ ਕੀਤਾ ਜਾ ਸਕਦਾ ਹੈ ।

Whosoever may adopt such a way of life; he may be considered dead while living, breathing; with His mercy and grace, he may be blessed with the right path of acceptance in His Court.

Key Message of Raag Raamkalee, page 877-2
ਜੀਵਦਿਆ ਮੁਏ ਰਹਿਣ ਦੀ ਅਵਸਥਾ!
ਜੀਵ, ਵਿਛੋੜੇ ਦਾ **ਵਿਰਾਗ** ਹੀ ਉਹ **ਦਰਵਜਾ**, ਮਨ ਦਾ **ਕਰੋਧ** ਹੀ ਇਸ ਦਾ **ਪਹਿਰੇਦਾਰ**, **ਆਸਾਂ ਅਤੇ ਇਛਾਂ** ਇਸ ਦੇ ਦੋਂ ਛੱਟਰ, ਪਰਦੇ ਹਨ । ਪ੍ਰਭ ਆਤਮਾ ਦੇ ਮੋਹ ਤੋਂ ਰਹਿਤ, ਅਡੋਲ ਆਤਮਾ ਵਿੱਚ ਹੀ ਤਖਤ ਤੇ ਬੈਠਾ ਹੈ । ਅੰਤਰਜਾਮੀ ਪ੍ਰਭ, ਬਿਨਾਂ ਬੋਲੇ ਹੀ ਸਭ ਕੁਝ ਜਾਣਦਾ ਹੈ । **ਜਿਹੜਾ ਜੀਵ ਆਸਾਂ ਵਿੱਚ ਰਹਿੰਦਾ ਹੋਇਆ ਵੀ ਇਛਾਂ ਤੋਂ ਰਹਿਤ ਹੋ ਜਾਂਦਾ ਹੈ!** ਉਸ ਨੂੰ ਬੰਦਗੀ ਦੇ ਅਸਲੀ ਰਸਤਾ ਦੀ ਸੋਝੀ ਬਖਸ਼ਿਸ਼ ਹੋ ਜਾਂਦਾ ਹੈ । ਇਸਤਰ੍ਹਾਂ ਦਾ ਜੀਵਨ ਬਤੀਤ ਕਰਨਾ ਹੀ **ਜੀਵਦਿਆ ਮੁਏ ਰਹਿਣਾ** ਹੁੰਦਾ ਹੈ ।
State of mind of a living dead!
The **renunciation** in the memory of separation from His Holy Spirit may be **the right path** to His Court; **anger** of mind remains as the **guard at His Door**; **hopes and desires** are two shutters, **curtains of secrecy** between soul and His Holy Spirit. The True Master remains in blossom on His Royal Castle with each soul, beyond any emotional attachments of soul. The Omniscient True Master remain aware about everything without speaking. Whosoever may become beyond the reach of sweet poison worldly wealth, desire-free even within the ocean of hopes; he may be blessed with the right path of acceptance in His Court. He may be considered dead while living, breathing.

4. ਰਾਮਕਲੀ ਮਹਲਾ ੧॥ 877-9

ਸੁਰਤਿ ਸਬਦੁ ਸਾਖੀ ਮੇਰੀ ਸਿੰਙੀ, ਬਾਜੈ ਲੋਕੁ ਸੁਣੇ॥ surat sabad saakhee mayree sinyee baajai lok sunay.

ਪਤੁ ਝੋਲੀ ਮੰਗਣ ਕੈ ਤਾਈ, ਭੀਖਿਆ ਨਾਮੁ ਪੜੇ॥੧॥ pat jholee mangan kai taa-ee bheekhi-aa naam parhay. ||1||

ਆਪਣੀ ਸੁਰਤੀ ਨਾਲ ਸ਼ਬਦ ਦੀ ਪਾਲਣਾ ਨੂੰ ਆਪਣਾ ਮਨ ਵਾਲਾ ਸੰਖ ਬਣਾਵੋ! ਪ੍ਰਭ ਦੇ ਸ਼ਬਦ ਦੀ ਧੁਨ ਹੀ ਬਾਕੀ ਜੀਵਾਂ ਨੂੰ ਸੁਣਾਵੋ । ਆਪਣੇ ਈਮਾਨ ਨੂੰ ਮੰਗਣ ਵਾਲਾ ਬਾਟਾ, ਸ਼ਬਦ ਦੀ ਸੋਝੀ ਨੂੰ ਆਪਣੀ ਭੇਟਾ ਸਮਝੋ ।

You should consider obeying the teachings of His Word with steady and stable belief as blowing a horn in the early morning. You should recite the melodious singing of His Word. You should consider your dedication, honest, **ethics,** character as a begging bowl and the enlightenment of the essence of His Word as His Blessings.

ਬਾਬਾ ਗੋਰਖੁ ਜਾਗੈ॥ baabaa gorakh jaagai.

ਗੋਰਖੁ ਸੋ ਜਿਨਿ ਗੋਇ ਉਠਾਲੀ, ਕਰਤੇ ਬਾਰ ਨ ਲਾਗੈ॥੧॥ ਰਹਾਉ॥ gorakh so jin go-ay uthaalee kartay baar na laagai. ||1|| rahaa-o.

ਪ੍ਰਭ ਹੀ ਅਸਲੀ ਗੋਰਖ ਹੈ । ਕੇਵਲ ਉਹ ਹੀ ਸਾਰੀ ਸ੍ਰਿਸ਼ਟੀ ਦੀ ਪਾਲਣਾ ਕਰਦਾ, ਧਰਤੀ ਦਾ ਧੁਰਾ ਹੈ । ਉਸ ਨੇ ਧਰਤੀ ਇਕ ਪਲ ਵਿੱਚ ਹੀ ਪੈਦਾ ਕੀਤੀ ਹੈ ।

The One and Only One True Master is the only True Saint (Gorakh). Only, The One and Only One, True Master nourishers, protects, and the supporting pillar of the whole universe. He has created the universe, earth in a twinkle of eyes.

ਪਾਣੀ ਪ੍ਰਾਣ ਪਵਣਿ ਬੰਧਿ ਰਾਖੇ, ਚੰਦੁ ਸੂਰਜੁ ਮੁਖਿ ਦੀਏ॥ paanee paraan pavan banDh raakhay chand sooraj mukh dee-ay.

ਮਰਣ ਜੀਵਣ ਕਉ ਧਰਤੀ ਦੀਨੀ, ਏਤੇ ਗੁਣ ਵਿਸਰੇ॥੨॥ maran jeevan ka-o Dhartee deenee aytay gun visray. ||2||

ਪਾਣੀ ਅਤੇ ਹਵਾ ਦੇ ਸੰਜੋਗ ਨਾਲ ਜੀਵ ਦਾ ਤਨ ਬਣਾਕੇ ਸਵਾਸ ਬਖਸ਼ੇ ਹਨ । ਉਸ ਨੇ ਚਾਨਣ ਦੇਣ ਲਈ ਸੂਰਜ ਅਤੇ ਚੰਦ ਦੋਂ ਦੀਵੇ ਬਣਾਏ ਹਨ । ਪ੍ਰਭ ਨੇ ਜਮਨ, ਮਰਨ ਵਾਸਤੇ ਧਰਤੀ ਬਣਾਈ ਹੈ । ਜੀਵ, ਪ੍ਰਭ ਦੀਆਂ ਬਖਸ਼ਿਸ਼ਾਂ ਨੂੰ ਭੁੱਲ ਜਾਂਦਾ ਹੈ ।

He has created the perishable body of creature, from air, water, fire, and infused limited capital of breaths within. He has created Sun and Moon as two sources of light to remove darkness from the universe. He has created universe for the cycle of birth and death, for soul to change one body of a creature to another creature. His Creation may forget His Blessings.

ਸਿਧ ਸਾਧਿਕ ਅਰੁ ਜੋਗੀ ਜੰਗਮ, ਪੀਰ ਪੁਰਸ ਬਹੁਤੇਰੇ॥ siDh saaDhik ar jogee jangam peer puras bahutayray.
ਜੇ ਤਿਨ ਮਿਲਾ ਤ ਕੀਰਤਿ ਆਖਾ, ਤਾ ਮਨੁ ਸੇਵ ਕਰੇ॥੩॥ jay tin milaa ta keerat aakhaa taa man sayv karay. ||3||

ਸੰਸਾਰ ਵਿੱਚ ਬੰਦਗੀ ਕਰਨ ਵਾਲੇ, ਸਿਧ, ਜੋਗੀ, ਪੀਰ, ਤੀਰਥਾਂ ਤੇ ਭਉਦੇ ਹਨ । ਉਹ ਸਾਰੇ ਹੀ ਸੰਤ, ਬਹੁਤ ਚੰਗੇ ਕੰਮ ਕਰਨ ਵਾਲੇ, ਰੂਹਾਨੀ ਸਿਖਿਆਂ ਦੇਣ ਵਾਲੇ ਹਨ । ਜਿਸ ਨੂੰ ਪ੍ਰਭ ਦੇ ਦਾਸ ਦੀ ਸੰਗਤ ਬਖਸ਼ਿਸ਼ ਹੋ ਜਾਂਦੀ ਹੈ, ਉਹ ਪ੍ਰਭ ਦੇ ਸ਼ਬਦ ਦਾ ਸਿਮਰਨ, ਪਾਲਣਾ ਵਿੱਚ ਮਸਤ ਹੋ ਜਾਂਦਾ ਹੈ ।

Worldly saints, Yogis, enlightened sidhs remain wandering from shrine to shrine. They perform good deeds for mankind and inspire, preach eternal, spiritual essence of His Word, Nature. Whosoever may be blessed with the association of His true devotee; with His mercy and grace, he may sing the glory and adopts the teachings of His Word in his day-to-day life.

ਕਾਗਦੁ ਲੂਣੁ ਰਹੈ ਘ੍ਰਿਤ ਸੰਗੇ, ਪਾਣੀ ਕਮਲੁ ਰਹੈ॥ kaagad loon rahai gharit sangay paanee kamal rahai.
ਐਸੇ ਭਗਤ ਮਿਲਹਿ ਜਨ ਨਾਨਕ, ਤਿਨ ਜਮੁ ਕਿਆ ਕਰੈ॥੪॥੪॥ aisay bhagat mileh jan naanak tin jam ki-aa karai. ||4||4||

ਜਿਵੇਂ ਕਾਗਦ ਅਤੇ ਲੂਣ ਨੂੰ ਘਿਓ, ਤੇਲ ਵਿੱਚ ਡੁਬ ਦੇਵੋ! ਇਹਨਾਂ ਨੂੰ ਪਾਣੀ ਖਰਾਬ ਨਹੀਂ ਕਰ ਸਕਦਾ । ਇਸਤਰ੍ਹਾਂ ਕਮਲ ਦਾ ਫੁੱਲ ਪਾਣੀ ਵਿੱਚ ਮੈਲ਼ਾ ਨਹੀਂ, ਖੁਸ਼ਬੂ ਖਤਮ ਨਹੀਂ ਹੁੰਦੀ । ਜਿਹੜਾ ਇਸਤਰ੍ਹਾਂ ਦੇ ਬੰਦਗੀ ਕਰਨ ਵਾਲੇ ਦੇ ਜੀਵਨ ਦੀ ਸਿਖਿਆਂ ਨਾਲ ਆਪਣਾ ਜੀਵਨ ਢਾਲਦਾ ਹੈ, ਮੌਤ ਉਸ ਦੇ ਲਾਗੇ ਨਹੀਂ ਆ ਸਕਦੀ ।

As paper or salt preserved with oil, may not be ruined, damaged by water. Same way the lotus flower may not loose fragrance, aroma even in filthy water. Whosoever may associate and adopts the life experience teachings of His true devotee in his own day-to-day life; with His mercy and grace, he may become beyond the reach of devil of death, misery of birth and death.

Key Message of Raag Raamkalee, page 877-9
ਧਰਤੀ ਜੂੰਨਾਂ ਬਦਲਣ ਵਾਲਾ ਆਸਣ
ਆਪਣੀ ਸੁਰਤੀ ਨਾਲ ਸ਼ਬਦ ਦੀ ਪਾਲਣਾ, ਆਪਣੇ ਈਮਾਨ ਨੂੰ ਮੰਗਣ ਵਾਲਾ ਬਾਟਾ, ਸ਼ਬਦ ਦੀ ਸੋਝੀ ਨੂੰ ਆਪਣੀ ਭੇਟਾ ਸਮਝੋ । ਕੇਵਲ ਪ੍ਰਭ ਹੀ ਸਾਰੀ ਸ੍ਰਿਸ਼ਟੀ ਦੀ ਪਾਲਣਾ ਕਰਦਾ, ਧਰਤੀ ਦਾ ਧੁਰਾ ਹੈ । ਪ੍ਰਭ ਨੇ ਧਰਤੀ ਨੂੰ ਜੂੰਨਾਂ ਬਦਲਣ ਵਾਲਾ ਆਸਣ ਬਣਾਇਆ ਹੈ! ਸੰਸਾਰ ਵਿੱਚ ਬਹੁਤ ਰੂਹਾਨੀ ਸਿਖਿਆਂ ਦੇਣ ਵਾਲੇ ਸੰਤ ਹਨ । ਜਿਹੜਾ ਉਹਨਾਂ ਦੇ ਜੀਵਨ ਦੀ ਸਿਖਿਆਂ ਨੂੰ ਆਪਣੇ ਜੀਵਨ ਵਿੱਚ ਢਾਲਦਾ ਹੈ, ਮੌਤ ਉਸ ਦੇ ਲਾਗੇ ਨਹੀਂ ਆ ਸਕਦੀ ।
Earth is a platform for soul to change body!
You should obey the teachings of His Word with steady and stable belief; your dedication, honest, ethics, character as a begging bowl and the enlightenment of the essence of His Word as His Blessings. The One and Only One True Master, saint (Gorakh), nourishers, protects, and remains the pillar of the whole universe. He has created earth as a platform, for soul to change body. The True Master has sent many holy saints to preach eternal, spiritual essence of His Word, His Nature. Whosoever may adopt their life experience teachings in his own day-to-day life; he may become beyond the reach of devil of death, misery of birth and death.

5. ਰਾਮਕਲੀ ਮਹਲਾ ੧॥ 877-14

ਸੁਣਿ ਮਾਛਿੰਦ੍ਰਾ ਨਾਨਕੁ ਬੋਲੈ॥ ਵਸਗਤਿ ਪੰਚ ਕਰੇ ਨਹ ਡੋਲੈ॥ sun maachhindaraa naanak bolai. vasgat panch karay nah dolai.
ਐਸੀ ਜੁਗਤਿ ਜੋਗ ਕਉ ਪਾਲੇ॥ ਆਪਿ ਤਰੈ ਸਗਲੇ ਕੁਲ ਤਾਰੇ॥੧॥ aisee jugat jog ka-o paalay. aap tarai saglay kul taaray. ||1||

ਜਿਹੜਾ ਪੰਜਾਂ ਇਛਾਂ ਤੇ ਕਾਬੂ ਪਾ ਲੈਂਦਾ, ਸ਼ਬਦ ਦੀ ਪਾਲਣਾ ਤੇ ਅਡੋਲ ਰਹਿੰਦਾ ਹੈ, ਸ਼ਬਦ ਦੀ ਸਿਖਿਆਂ ਨਾਲ ਜੀਵਨ ਬਤੀਤ ਕਰਦਾ ਹੈ! ਉਹ ਆਪ ਤਰ ਜਾਂਦਾ ਹੈ, ਨਾਲ ਸਾਥੀਆਂ ਨੂੰ ਵੀ ਪ੍ਰਵਾਨਗੀ ਦੇ ਰਸਤੇ ਤੇ ਪਾ ਜਾਂਦਾ ਹੈ ।

Whosoever may conquer his five worldly demons, desires; he may obey and adopts the teachings of His Word with steady and stable belief in day-to-day life. He may be blessed with the right path of acceptance in His Court. He may inspire his family and associates on meditating on the right path of acceptance in His Court.

ਸੋ ਅਉਧੂਤੁ ਐਸੀ ਮਤਿ ਪਾਵੈ॥ so a-uDhoot aisee mat paavai.
ਅਹਿਨਿਸਿ ਸੁੰਨਿ ਸਮਾਧਿ ਸਮਾਵੈ॥੧॥ ਰਹਾਉ॥ ahinis sunn samaaDh samaavai. ||1|| rahaa-o.

ਜਿਹੜਾ ਇਸਤਰ੍ਹਾਂ ਦੀ ਸੋਝੀ ਪਾ ਲੈਂਦਾ, ਉਹ ਸੰਸਾਰ ਵਿੱਚ ਪੂਜਣ ਯੋਗ ਬਣ ਜਾਂਦਾ ਹੈ । ਉਹ ਦਿਨ ਰਾਤ ਪ੍ਰਭ ਦੇ ਸ਼ਬਦ ਦੀ ਬੰਦਗੀ ਵਿੱਚ ਅਡੋਲ ਰਹਿੰਦਾ ਹੈ ।

Whosoever may be blessed with such an enlightenment of the essence of His Word and adopts the teachings of His Word with steady and stable belief in his day-to-day life. He may become worthy of worship. He remains intoxicated in meditation in the void of His Word.

ਭਿਖਿਆ ਭਾਇ ਭਗਤਿ ਭੈ ਚਲੈ॥ ਹੋਵੈ ਸੁ ਤ੍ਰਿਪਤਿ ਸੰਤੋਖਿ ਅਮੁਲੈ॥ bhikhi-aa bhaa-ay bhagat bhai chalai. hovai so taripat santokh amulai.
ਧਿਆਨ ਰੂਪਿ ਹੋਇ ਆਸਣੁ ਪਾਵੈ॥ ਸਚਿ ਨਾਮਿ ਤਾੜੀ ਚਿਤੁ ਲਾਵੈ॥੨॥ Dhi-aan roop ho-ay aasan paavai. sach naam taarhee chit laavai. ||2||

ਜਿਹੜਾ ਪ੍ਰਭ ਦੇ ਵਿਛੋੜੇ ਦੇ ਵਿਰਾਗ ਵਿੱਚ ਰਹਿੰਦਾ ਹੈ, ਕੇਵਲ ਪ੍ਰਭ ਦੇ ਸ਼ਬਦ ਦੀ ਭਿਖਿਆਂ ਹੀ ਮੰਗਦਾ ਹੈ! ਉਹ ਪ੍ਰਭ ਦੇ ਬਖਸ਼ੇ ਤੇ ਸੰਤੋਖ ਨਾਲ ਰਹਿੰਦਾ ਹੈ । ਉਸ ਦਾ ਧਿਆਨ, ਸਮਾਧੀ ਅਸਲੀ ਜੋਗੀ ਵਾਲੀ ਹੁੰਦੀ ਹੈ । ਉਹ ਪ੍ਰਭ ਦੇ ਸ਼ਬਦ ਦੀ ਸਮਾਧੀ ਵਿੱਚ ਵਸਦਾ ਹੈ ।

Whosoever may remain in renunciation in his memory of separation from His Holy Spirit; He may only pray and begs for devotion to obey the teachings of His Word. He remains contented with His Blessings; with his own worldly environments. Such a way of meditation and renunciation may only be blessed to His true devotee, real Yogi. He remains intoxicated in meditation in the void of His Word.

ਨਾਨਕੁ ਬੋਲੈ ਅੰਮ੍ਰਿਤ ਬਾਣੀ॥ ਸੁਣਿ ਮਾਛਿੰਦ੍ਰਾ ਅਉਧੂ ਨੀਸਾਣੀ॥ naanak bolai amrit banee. sun maachhindaraa a-oDhoo neesaanee.
ਆਸਾ ਮਾਹਿ ਨਿਰਾਸੁ ਵਲਾਏ॥ ਨਿਹਚਉ ਨਾਨਕ ਕਰਤੇ ਪਾਏ॥੩॥ aasaa maahi niraas valaa-ay. nihcha-o naanak kartay paa-ay. ||3||

ਜਿਹੜਾ ਆਸਾਂ ਵਿੱਚ ਵੀ ਇਛਾਂ ਤੋਂ ਰਹਿਤ ਰਹਿੰਦਾ ਹੈ, ਉਸ ਨੂੰ ਰਹਿਮਤ ਬਖਸ਼ਿਸ਼ ਹੋ ਜਾਂਦੀ ਹੈ । ਇਹ ਹੀ ਅਸਲੀ ਜੋਗੀ ਦੀ ਨਿਸ਼ਾਨੀ ਹੁੰਦੀ ਹੈ । ਇਹ ਹੀ ਸ਼ਬਦ ਦੀ ਪਾਲਣਾ, ਬੰਦਗੀ ਦਾ ਤੱਤ ਹੈ ।

Whosoever may remain free from hopes, worldly desire, within the worldly ocean overwhelmed with sweet poison of worldly wealth; with His mercy and grace, he may be blessed with the right path of acceptance in His Court. He may be worthy to be called His true devotee. To obey the teachings of His Word may be the only essence of meditation.

ਪ੍ਰਣਵਤਿ ਨਾਨਕੁ ਅਗਮੁ ਸੁਣਾਏ॥ ਗੁਰ ਚੇਲੇ ਕੀ ਸੰਧਿ ਮਿਲਾਏ॥ paranvat naanak agam sunaa-ay. gur chaylay kee sanDh milaa-ay.
ਦੀਖਿਆ ਦਾਰੂ ਭੋਜਨੁ ਖਾਇ॥ deekhi-aa daaroo bhojan khaa-ay.
ਛਿਅ ਦਰਸਨ ਕੀ ਸੋਝੀ ਪਾਇ॥੪॥੫॥ chhi-a darsan kee sojhee paa-ay. ||4||5||

ਜਿਹੜਾ ਸ਼ਬਦ ਦੀ ਪਾਲਣਾ ਕਰਦਾ ਹੈ! ਉਸ ਸੇਵਕ ਵਿੱਚ ਤੇ ਸਿਖਿਆਂ ਦੇਣ ਵਾਲੇ ਵਿੱਚ ਕੋਈ ਅੰਤਰ ਨਹੀਂ ਰਹਿੰਦਾ । ਉਹ ਦੋਨੋਂ ਹੀ ਅਸਲੀ ਮਾਲਕ ਦੀ ਸੇਵਾ ਕਰਦੇ ਹਨ । ਜਿਸ ਨੂੰ ਇਸ ਦੀ ਸੋਝੀ ਹੋ ਜਾਂਦੀ ਹੈ! ਉਸ ਨੂੰ ਛੇ ਸ਼ਾਸਤਰਾਂ ਦਾ ਗਿਆਨ, ਸੋਝੀ ਬਖਸ਼ਿਸ਼ ਹੋ ਜਾਂਦੀ ਹੈ ।

Whosoever may obey the teachings of His Word with steady and stable belief in his day-to-day life; he may not have any curtain, secret, difference in enlightenment between both teacher and a student. Both may become His true devotee, of The True Master. Whosoever may be enlightened with such an essence of His Nature; with His mercy and grace, he may be enlightened with the essence of worldly Holy Scriptures, six sastras.

Key Message of Raag Raamkalee, page 877-14
ਅਸਲੀ ਦਾਸ ਦੀ ਨਿਸ਼ਾਨੀ!
ਜਿਹੜਾ ਪੰਜਾਂ ਇਛਾਂ ਤੇ ਕਾਬੂ ਪਾ ਕੇ ਸ਼ਬਦ ਦੀ ਸਿਖਿਆਂ ਨਾਲ ਜੀਵਨ ਬਤੀਤ ਕਰਦਾ ਹੈ! ਉਹ ਆਪਣੇ ਸਾਥੀਆਂ ਨੂੰ ਵੀ ਪ੍ਰਵਾਨਗੀ ਦੇ ਰਸਤੇ ਤੇ ਪਾ ਜਾਂਦਾ ਹੈ । ਉਹ ਪ੍ਰਭ ਦੇ ਵਿਛੋੜੇ ਦੇ ਵਿਰਾਗ ਵਿੱਚ ਰਹਿੰਦਾ ਹੈ, ਕੇਵਲ ਪ੍ਰਭ ਦੇ ਸ਼ਬਦ ਦੀ ਭਿਖਿਆਂ ਹੀ ਮੰਗਦਾ ਹੈ! ਜਿਹੜਾ ਆਸਾਂ ਵਿੱਚ ਵੀ ਇਛਾਂ ਤੋਂ ਰਹਿਤ ਰਹਿੰਦਾ ਹੈ, ਇਹ ਹੀ ਅਸਲੀ ਜੋਗੀ ਦੀ ਨਿਸ਼ਾਨੀ ਹੁੰਦੀ ਹੈ । ਉਸ ਸੇਵਕ, ਸਿਖਿਆਂ ਦੇਣ ਵਾਲਾ ਦੋਨੋਂ ਹੀ ਅਸਲੀ ਮਾਲਕ ਦੀ ਸੇਵਾ ਕਰਦੇ ਹਨ ।
Symbol of His true devotee!
Whosoever may conquer his five worldly demons, desires and adopts the teachings of His Word; he may inspire his family and associates on the right path of acceptance in His Court. Whosoever may remain in renunciation in his memory of his separation from His Holy Spirit; only he may pray and begs for devotion to obey the teachings of His Word. Whosoever may remain free from worldly desire, within the worldly ocean of hopes. He may become the symbol of His true devotee, real Yogi! Both teacher and a student become His true devotee.

6. ਰਾਮਕਲੀ ਮਹਲਾ ੧॥ 878-1

ਹਮ ਡੋਲਤ ਬੇੜੀ ਪਾਪ ਭਰੀ ਹੈ, ਪਵਣੁ ਲਗੈ ਮਤੁ ਜਾਈ॥ ham dolat bayrhee paap bharee hai pavan lagai mat jaa-ee.
ਸਨਮੁਖ ਸਿਧ ਭੇਟਣ ਕਉ ਆਏ, ਨਿਹਚਉ ਦੇਹਿ ਵਡਿਆਈ॥੧॥ sanmukh siDh bhaytan ka-o aa-ay nihcha-o deh vadi-aa-ee. ||1||

ਮੈਂ ਸੰਸਾਰਕ ਪਾਪੀ ਜੀਵ, ਮੰਦੇ ਕੰਮਾਂ ਦੀ ਕਮਾਈ ਕਰਦਾ, ਮਨ ਡੋਲਦਾ ਹੈ । ਮੇਰੇ ਮਾਨਸ ਜਨਮ ਦਾ ਕੀ ਮੰਤਵ ਹੈ? ਤੇਰੇ ਦਰ ਤੇ, ਸ਼ਰਣ ਵਿੱਚ ਆਪਾ ਭੇਟਾ ਕਰਦਾ ਹਾ । ਰਹਿਮਤ ਬਖਸ਼ੋ । ਇਹ ਤੇਰੀ ਹੀ ਵਡਿਆਈ ਹੈ ।

I am a sinner, collecting the burden of sins. What may be the real purpose of my human life opportunity, I may remain imagining? What may happen to my soul in His Court? I have surrendered my mind, body, and worldly status at His Sanctuary. I am praying for His Forgiveness and Refuge. I may only be saved by His Greatness and not with my worth.

ਗੁਰ ਤਾਰਿ ਤਾਰਣਹਾਰਿਆ॥ gur taar taaranhaari-aa.
ਦੇਹਿ ਭਗਤਿ ਪੂਰਨ ਅਵਿਨਾਸੀ, ਹਉ ਤੁਝ ਕਉ ਬਲਿਹਾਰਿਆ॥੧॥ deh bhagat pooran avinaasee ha-o tujh ka-o balihaari-aa. ||1||
ਰਹਾਉ॥ rahaa-o.

ਪ੍ਰਭ ਤੂੰ ਹੀ ਜੀਵਾਂ ਨੂੰ ਪ੍ਰਵਾਨ ਕਰਨ ਵਾਲਾ ਮਾਲਕ ਹੈ । ਰਹਿਮਤ ਬਖਸ਼ਕੇ, ਸ਼ਬਦ ਦੀ ਪਾਲਣਾ ਦੇ ਲੜ ਲਾਵੋ! ਮੈਂ ਤੇਰੀਆਂ ਦਾਤਾਂ ਤੋਂ ਕੁਰਬਾਨ ਜਾਂਦਾ ਹਾ, ਮਨ ਤਨ ਤੇਰੇ ਲੜ ਲਾਉਂਦਾ ਹਾ ।

The One and Only One, True Master, Savior, and protector of His Creation! Only, He may accept any soul in His Court. I have been blessed with devotion to obey the teachings of His Word. I remain fascinated and astonished from His Blessings, Nature! I have surrendered may mind and body to obey the teachings of His Word.

ਸਿਧ ਸਾਧਿਕ ਜੋਗੀ ਅਰੁ ਜੰਗਮ, ਏਕੁ ਸਿਧੁ ਜਿਨੀ ਧਿਆਇਆ॥ siDh saaDhik jogee ar jangam ayk siDh jinee Dhi-aa-i-aa.
ਪਰਸਤ ਪੈਰ ਸਿਝਤ ਤੇ ਸੁਆਮੀ, ਅਖਰੁ ਜਿਨ ਕਉ ਆਇਆ॥੨॥ parsat pair sijhat tay su-aamee akhar jin ka-o aa-i-aa. ||2||

ਜਿਹੜਾ ਪ੍ਰਭ ਦੇ ਸ਼ਬਦ ਦੀ ਪਾਲਣਾ, ਸਿਮਰਨ ਕਰਦਾ ਹੈ । ਕੇਵਲ ਉਹ ਹੀ ਸਿਧ, ਸੰਨਿਆਸੀ, ਜੋਗੀ ਹੁੰਦਾ ਹੈ । ਜਿਹੜਾ ਤੇਰੀ ਸ਼ਰਣ ਵਿੱਚ ਆ ਜਾਂਦਾ ਹੈ । ਉਸ ਨੂੰ ਸ਼ਬਦ ਦੀ ਸੋਝੀ ਬਖਸ਼ਕੇ, ਪ੍ਰਵਾਨਗੀ ਬਖਸ਼ਦਾ ਹੈ ।

Whosoever may meditate and obeys the teachings of His Word with steady and stable belief in his day-to-day life; with His mercy and grace, only he may be blessed with a state of mind as His true devotee, Sidh, Yogi, renunciatory. Whosoever may surrender his mind, body, and worldly status at His Sanctuary; with Your mercy and grace, he may be enlightened with the right path of acceptance in His Court. He may be honored in His Court with salvation.

ਜਪ ਤਪ ਸੰਜਮ ਕਰਮ ਨ ਜਾਨਾ, ਨਾਮੁ ਜਪੀ ਪ੍ਰਭ ਤੇਰਾ॥ jap tap sanjam karam na jaanaa naam japee parabh tayraa.
ਗੁਰੁ ਪਰਮੇਸਰੁ ਨਾਨਕ ਭੇਟਿਓ, ਸਾਚੈ ਸਬਦਿ ਨਿਬੇਰਾ॥੩॥੬॥ gur parmaysar naanak bhayti-o saachai sabad nibayraa. ||3||6||

ਮੈਂ ਕੋਈ ਪੁੰਨ ਦਾਨ, ਸਿਮਰਨ, ਮਨ ਤੇ ਕਾਬੂ ਜਾ ਰੀਤ ਰੀਵਜ ਨਹੀਂ ਜਾਣਦਾ । ਕੇਵਲ ਸ਼ਬਦ ਦੀ ਪਾਲਣਾ ਹੀ ਕਰਦਾ ਹਾ । ਤੇਰੀ ਰਹਿਮਤ ਨਾਲ ਹੀ ਸ਼ਬਦ ਦੀ ਸੋਝੀ ਬਖਸ਼ਿਸ਼ ਹੋ ਗਈ ਹੈ । ਸੰਸਾਰਕ ਇਛਾਂ ਦਾ ਜਾਲ ਖਤਮ ਹੋ ਗਿਆ ਹੈ ।

I do not know any charity, meditation, or control on my mind, worldly desires nor any religious rituals. I only obey the teachings of His Word with steady and stable belief in my day-to-day life. I have been enlightened with the essence of His Word; with His mercy and grace. I have conquered all my worldly desires, worldly wealth from my day-to-day life

Key Message of Raag Raamkalee, page 878-1
'ਇਛਾਂ ਤੇ ਜਿੱਤ ਕਿਵੇਂ ਪਾਈ ਜਾ ਸਕਦੀ ਹੈ?
ਜਿਹੜਾ ਪ੍ਰਭ ਦੇ ਸ਼ਬਦ ਦੀ ਪਾਲਣਾ ਕਰਦਾ, ਆਪਾ ਸ਼ਰਣ ਵਿੱਚ ਭੇਟਾ ਕਰਦਾ ਹੈ! ਕੇਵਲ ਉਹ ਹੀ ਸਿਧ, ਸੰਨਿਆਸੀ, ਜੋਗੀ ਹੁੰਦਾ ਹੈ । ਕੇਵਲ ਉਸ ਨੂੰ ਹੀ ਸ਼ਬਦ ਦੀ ਸੋਝੀ ਬਖਸ਼ਿਸ਼ ਹੋ ਜਾਂਦੀ, ਸੰਸਾਰਕ ਇਛਾਂ ਦਾ ਜਾਲ ਖਤਮ ਹੋ ਜਾਂਦਾ ਹੈ ।
How to conquer worldly desires?

Whosoever may surrender his self-entity at His Sanctuary and obeys the teachings of His Word; only he may be blessed with a state of mind as His true devotee, Sidh, Yogi, renunciatory. Only he may be enlightened with the essence of His Word. He may conquer his worldly desires.

7. ਰਾਮਕਲੀ ਮਹਲਾ ੧॥ 878-6

ਸੁਰਤੀ ਸੁਰਤਿ ਰਲਾਈਐ ਏਤੁ॥ ਤਨ ਕਰਿ ਤੁਲਹਾ ਲੰਘਹਿ ਜੇਤੁ॥
ਅੰਤਰਿ ਭਾਹਿ ਤਿਸੈ ਤੂ ਰਖੁ॥ ਅਹਿਨਿਸਿ ਦੀਵਾ ਬਲੈ ਅਥਕੁ॥੧॥

surtee surat ralaa-ee-ai ayt. tan kar tulhaa langheh jayt.
antar bhaahi tisai too rakh. ahinis deevaa balai athak. ||1||

ਜੀਵ ਆਪਣੀ ਸੁਰਤੀ ਪ੍ਰਭ ਦੇ ਚਰਨਾਂ ਵਿੱਚ, ਸ਼ਬਦ ਦੀ ਪਾਲਣਾ ਵਿੱਚ ਰਖੇ। ਤਨ ਨੂੰ ਸੰਸਾਰਕ ਸਾਗਰ ਪਾਰ ਕਰਨ ਵਾਲੀ ਬੇੜੀ ਬਣਾਵੋ! ਆਪਣੇ ਮਨ ਦੀਆਂ ਇੱਛਾਂ ਨੂੰ ਕਾਬੂ ਵਿੱਚ ਰਖਕੇ, ਸ਼ਬਦ ਦੀ ਬੰਦਗੀ ਦਾ ਦੀਵਾ ਦਿਨ ਰਾਤ ਜਗਦਾ ਰਖੋ।

You should keep your focus, concentration in the essence of His Word and obey the teachings of His Word with steady and stable belief in your day-to-day life. You should consider your body as a rescue boat to cross the worldly ocean of desires. You should keep a tight control on your worldly desires and expectations. You should keep the pillar of enlightenment, and remain intoxicated in meditation in the void of His Word.

ਐਸਾ ਦੀਵਾ ਨੀਰਿ ਤਰਾਇ॥
ਜਿਤੁ ਦੀਵੈ ਸਭ ਸੋਝੀ ਪਾਇ॥੧॥ ਰਹਾਉ॥

aisaa deevaa neer taraa-ay.
jit deevai sabh sojhee paa-ay. ||1|| rahaa-o.

ਇਹ ਦੀਵਾ, ਪਾਣੀ ਉਪਰ ਤਰਦਾ ਰਖੋ! ਇਸ ਨਾਲ ਸ਼ਬਦ ਦੀ ਸੋਝੀ ਬਖਸ਼ਿਸ਼ ਹੋ ਜਾਂਦੀ ਹੈ।

You should keep the lamp of enlightenment floating in the worldly ocean of desires; with His mercy and grace, you may be blessed with the enlightenment of the essence of His Word.

ਹਛੀ ਮਿਟੀ ਸੋਝੀ ਹੋਇ॥ ਤਾ ਕਾ ਕੀਆ ਮਾਨੈ ਸੋਇ॥
ਕਰਣੀ ਤੇ ਕਰਿ ਚਕਹੁ ਢਾਲਿ॥ ਐਥੈ ਓਥੈ ਨਿਬਹੀ ਨਾਲਿ॥੨॥

hachhee mitee sojhee ho-ay. taa kaa kee-aa maanai so-ay.
karnee tay kar chakahu dhaal. aithai othai nibhee naal. ||2||

ਪ੍ਰਭ ਦੇ ਸ਼ਬਦ ਦੀ ਸੋਝੀ ਹੀ ਪਵਿੱਤਰ ਮਿੱਟੀ ਹੈ। ਇਸ ਮਿੱਟੀ ਦਾ ਬਣਾਇਆ ਦੀਵਾ, ਪ੍ਰਭ ਨੂੰ ਭਾਉਂਦਾ ਹੈ। ਆਪਣੇ ਚੰਗੇ ਕੰਮਾਂ ਨੂੰ ਇਸ ਦੀਵੇ ਦਾ ਅਧਾਰ, ਅਕਾਰ ਬਣਾਵੋ। ਇਹ ਦੀਵਾ ਸੰਸਾਰ ਵਿੱਚ ਅਤੇ ਮੌਤ ਤੋਂ ਪਿਛੋਂ ਵੀ ਤੇਰਾ ਸਾਥ ਦੇਵੇਗਾ।

The enlightenment of the essence of His Word may be the sanctified dirt. The lamp, body made with such a sanctified dirt may be acceptable in His Court. You should make the structure of this lamp based on your good deeds for His Creation. This lamp may remain your companion in worldly life and in His Court after your death.

ਆਪੇ ਨਦਰਿ ਕਰੇ ਜਾ ਸੋਇ॥
ਗੁਰਮੁਖਿ ਵਿਰਲਾ ਬੂਝੈ ਕੋਇ॥
ਤਿਤੁ ਘਟਿ ਦੀਵਾ ਨਿਹਚਲੁ ਹੋਇ॥
ਪਾਣੀ ਮਰੈ ਨ ਬੁਝਾਇਆ ਜਾਇ॥
ਐਸਾ ਦੀਵਾ ਨੀਰਿ ਤਰਾਇ॥੩॥

aapay nadar karay jaa so-ay.
gurmukh virlaa boojhai ko-ay.
tit ghat deevaa nihchal ho-ay.
paanee marai na bujhaa-i-aa jaa-ay.
aisaa deevaa neer taraa-ay. ||3||

ਪ੍ਰਭ ਆਪ ਹੀ ਜੀਵ ਤੇ ਰਹਿਮਤ ਬਖਸ਼ਦਾ, ਸ਼ਬਦ ਦੇ ਲੜ ਲਾਉਂਦਾ ਹੈ! ਫਿਰ ਵੀ ਵਿਰਲੇ ਗੁਰਮੁਖ ਨੂੰ ਹੀ ਸ਼ਬਦ ਦੀ ਸੋਝੀ ਬਖਸ਼ਿਸ਼ ਹੁੰਦੀ ਹੈ। ਤੇਰੀ ਪ੍ਰਭ ਨਾਲ ਲਗਨ ਹੀ ਇਹ ਦੀਵਾ ਹੈ। ਪਾਣੀ ਜਾ ਹਵਾ ਨਾਲ, ਕਿਸੇ ਮਸੀਬਤ ਆਉਣ ਤੇ ਲਗਨ ਖਤਮ ਨਹੀਂ ਹੁੰਦੀ, ਭਰੋਸਾ ਡੋਲਦਾ ਨਹੀਂ। ਇਸ ਦੀਵੇ ਨਾਲ ਹੀ ਸੰਸਾਰਕ ਸਾਗਰ ਪਾਰ ਕੀਤਾ ਜਾ ਸਕਦਾ ਹੈ।

Whosoever may be blessed with His Blessed Vision, only he may remain devoted to obey the teachings of His Word. However, very rare, His true devotee may be blessed with the enlightenment of the essence of His Word. The dedication, devotion with the essence of His Word may be a unique lamp, pillar of enlightenment. Water, air or any worldly storm, tornado or worldly hardship may never diminish his devotion with the teachings of His Word. His belief on the teachings of His Word may remain steady and stable; with His mercy and grace, he may be accepted in His Court.

ਡੋਲੈ ਵਾਉ ਨ ਵਡਾ ਹੋਇ॥ ਜਾਪੈ ਜਿਉ ਸਿੰਘਾਸਣਿ ਲੋਇ॥
ਖਤ੍ਰੀ ਬ੍ਰਾਹਮਣੁ ਸੂਦੁ ਕਿ ਵੈਸੁ॥
ਨਿਰਤਿ ਨ ਪਾਈਆ ਗਣੀ ਸਹੰਸ॥
ਐਸਾ ਦੀਵਾ ਬਾਲੇ ਕੋਇ॥ ਨਾਨਕ ਸੋ ਪਾਰੰਗਤਿ ਹੋਇ॥੪॥੭॥

dolai vaa-o na vadaa ho-ay. jaapai ji-o singhaasan lo-ay.
khatree baraahman sood ke vais.
nirat na paa-ee-aa ganee sahaNs.
aisaa deevaa baalay ko-ay. naanak so paarangat ho-ay. ||4||7||

ਇਹ ਜੋਤ, ਦੀਵਾ, ਹਵਾ, ਤੁਫਾਨ ਨਾਲ ਬੁਝਦਾ, ਲਗਨ ਖਤਮ ਨਹੀਂ ਹੁੰਦੀ। ਇਸ ਦੀ ਰੋਸ਼ਨੀ ਨਾਲ ਦਰਬਾਰ, ਤਖਤ ਦਿਖਾਈ ਦੇਂਦਾ ਹੈ। ਅਗਰ ਕੋਈ ਇਸਤ੍ਰਾਂ ਦਾ ਦੀਵਾ, ਇਸਤ੍ਰਾਂ ਦੀ ਲਗਨ ਸ਼ਬਦ ਵਿੱਚ ਅਡੋਲ ਰਖਦਾ ਹੈ। ਉਸ ਨੂੰ ਪ੍ਰਭ ਦੇ ਦਰਬਾਰ ਵਿੱਚ ਪ੍ਰਵਾਨਗੀ ਬਖਸ਼ਿਸ਼ ਹੋ ਸਕਦੀ ਹੈ।

This lamp of dedication, devotion with the essence of His Word may never be diminished with water, air or any worldly storm, tornado, or worldly hardship; with His mercy and grace, his devotion may never be diminished. His Royal Throne may become visible, with the glow of the lamp of enlightenment. Whosoever may have such a dedication with the essence of His Word, with His mercy and grace, he may be accepted in His Court.

Key Message of Raag Raamkalee, page 878-6
'ਸੰਸਾਰਕ ਸਾਗਰ ਪਾਰ ਕਰਨ ਵਾਲੀ ਬੇੜੀ!

ਜਿਹੜਾ ਆਪਣੀ ਸੁਰਤੀ ਪ੍ਰਭ ਦੇ ਚਰਨਾਂ ਵਿੱਚ ਰਖ ਕੇ ਸ਼ਬਦ ਦੀ ਪਾਲਣਾ ਕਰਦਾ ਹੈ, ਉਸ ਦਾ ਤਨ ਹੀ ਸੰਸਾਰਕ ਸਾਗਰ ਪਾਰ ਕਰਨ ਵਾਲੀ ਬੇੜੀ ਬਣ ਜਾਂਦੀ ਹੈ! ਪ੍ਰਭ ਦੇ ਸ਼ਬਦ ਦੀ ਸੋਝੀ ਦਾ ਪਵਿੱਤਰ ਦੀਵਾ ਹੀ ਸੰਸਾਰ ਵਿੱਚ ਅਤੇ ਮੌਤ ਤੋਂ ਪਿਛੋਂ ਵੀ ਰੋਸ਼ਨੀ ਦੇਂਦਾ ਹੈ! ਪਾਣੀ ਜਾ ਹਵਾ ਨਾਲ, ਮਸੀਬਤ ਆਉਣ ਤੇ ਸਾਥ ਨਹੀਂ ਛੱਡਦਾ! ਇਸ ਦੀਵੇ ਨਾਲ ਹੀ ਸੰਸਾਰਕ ਸਾਗਰ ਪਾਰ ਕੀਤਾ ਜਾ ਸਕਦਾ ਹੈ।

Rescue boat to cross worldly ocean!

Whosoever may surrender his self entity and obeys the teachings of His Word; his body may be transformed as a rescue boat to sail the worldly ocean of desires. The enlightenment of the essence of His Word may become a sanctified lamp; remains illuminating in worldly life and after death as a companion. This unique lamp, pillar of enlightenment may never diminish with water, air or any worldly storm, tornado, or worldly hardship; His true devotee may cross the worldly ocean of desires.

8. ਰਾਮਕਲੀ ਮਹਲਾ ੧॥ 878-12

ਤੁਧਨੋ ਨਿਵਣੁ ਮੰਨਣੁ ਤੇਰਾ ਨਾਉ॥ ਸਾਚੁ ਭੇਟ ਬੈਸਣ ਕਉ ਥਾਉ॥ tuDhno nivan manan tayraa naa-o. saach bhayt baisan ka-o thaa-o.
ਸਤੁ ਸੰਤੋਖੁ ਹੋਵੈ ਅਰਦਾਸਿ॥ ਤਾ ਸੁਣਿ ਸਦਿ ਬਹਾਲੇ ਪਾਸਿ॥੧॥ sat santokh hovai ardaas. taa sun sad bahaalay paas. ||1||

ਜਿਹੜਾ ਇਕਾਗਰ ਮਨ ਨਾਲ, ਸ਼ਬਦ ਤੇ ਭਰੋਸਾ ਅਡੋਲ ਰਖਕੇ ਸ਼ਬਦ ਦੀ ਪਾਲਣਾ ਕਰਦਾ ਹੈ । ਉਸ ਨੂੰ ਪ੍ਰਭ ਦੇ ਚਰਨਾਂ ਵਿੱਚ ਆਪਣਾ ਥਾਂ ਬਖਸ਼ਿਸ਼ ਹੋ ਜਾਂਦਾ ਹੈ । ਆਪਣੇ ਮਨ ਵਿੱਚ ਇਸਤਰ੍ਹਾਂ ਦਾ ਅਡੋਲ ਭਰੋਸਾ, ਧੀਰਜ ਰਖੋ! ਸੰਤੋਖ ਨਾਲ ਅਰਦਾਸ ਕਰਨ ਨਾਲ, ਪ੍ਰਭ ਅਰਦਾਸ ਸੁਣਦਾ ਹੈ । ਦਰਬਾਰ ਵਿਚੋਂ ਸੱਦਾ ਆਉਂਦਾ, ਉਸ ਨੂੰ ਪਾਸ ਬੈਠਾ ਲੈਂਦਾ ਹੈ ।

Whosoever may obey the teachings of His Word with steady and stable belief in his day-to-day life; with His mercy and grace, he may be accepted in His Court. He may remain patience and contented with His Blessings. He may pray for His Forgiveness and Refuge; with His mercy and grace, The True Master may heed his prayer. He may be invited in His Court and bestowed with honor.

ਨਾਨਕ ਬਿਰਥਾ ਕੋਇ ਨ ਹੋਇ॥ naanak birthaa ko-ay na ho-ay.
ਐਸੀ ਦਰਗਹ ਸਾਚਾ ਸੋਇ॥੧॥ ਰਹਾਉ॥ aisee dargeh saachaa so-ay. ||1||rahaa-o.

ਜਿਹੜਾ ਵੀ ਨਿਮਾਣਾ, ਅਡੋਲ ਭਰੋਸੇ ਨਾਲ ਮਨੋ ਪ੍ਰਭ ਅੱਗੇ ਅਰਦਾਸ ਕਰਦਾ ਹੈ । ਉਹ ਨਿਰਾਸ ਨਹੀਂ ਹੁੰਦਾ, ਉਸ ਦੀ ਆਸ ਪੂਰੀ ਹੁੰਦੀ ਹੈ ।

Whosoever may surrender his mind, body, worldly status at His Sanctuary and humbly prays for His Forgiveness and Refuge; with His mercy and grace, all his spoken and unspoken desires may be fully satisfied.

ਪ੍ਰਾਪਤਿ ਪੋਤਾ ਕਰਮੁ ਪਸਾਉ॥ ਤੂ ਦੇਵਹਿ ਮੰਗਤ ਜਨ ਚਾਉ॥ paraapat potaa karam pasaa-o. too dayveh mangat jan chaa-o.
ਭਾਡੈ ਭਾਉ ਪਵੈ ਤਿਤੁ ਆਇ॥ ਧੁਰਿ ਤੈ ਛੋਡੀ ਕੀਮਤਿ ਪਾਇ॥੨॥ bhaadai bhaa-o pavai tit aa-ay. Dhur tai chhodee keemat paa-ay. ||2||

ਮੈਂ ਨਿਮਾਣਾ ਤੇਰੇ ਦਰ ਦਾ ਮੰਗਤਾ, ਰਹਿਮਤ ਦੀ ਭੀਖ ਮੰਗਦਾ ਹਾ । ਆਪਣੀ ਰਹਿਮਤ ਬਖਸ਼ਕੇ ਸ਼ਬਦ ਦੀ ਸੋਝੀ ਬਖਸ਼ੋ! ਇਹ ਹੀ ਮੇਰੇ ਭਾਗ ਬਣ ਜਾਣ ।

I am humble, helpless devotee, praying for Your Forgiveness and Refuge. My True Master bestows Your Blessed Vision, a devotion to meditate on the teachings of Your Word. The essence of Your Word may become my destiny.

ਜਿਨਿ ਕਿਛੁ ਕੀਆ ਸੋ ਕਿਛੁ ਕਰੈ॥ ਅਪਨੀ ਕੀਮਤਿ ਆਪੇ ਧਰੈ॥ jin kichh kee-aa so kichh karai. apnee keemat aapay Dharai.
ਗੁਰਮੁਖਿ ਪਰਗਟੁ ਹੋਆ ਹਰਿ ਰਾਇ॥ ਨਾ ਕੋ ਆਵੈ ਨਾ ਕੋ ਜਾਇ॥੩॥ gurmukh pargat ho-aa har raa-ay. naa ko aavai naa ko jaa-ay. ||3||

ਸ੍ਰਿਸ਼ਟੀ ਪੈਦਾ ਕਰਨ ਵਾਲਾ ਮਾਲਕ ਹੀ ਸਭ ਕੁਝ ਕਰਦਾ ਹੈ । ਆਪਣੇ ਕੀਤੇ ਦੀ ਕੀਮਤ ਆਪ ਹੀ ਜਾਣਦਾ ਹੈ । ਗੁਰਮਖ ਦੇ ਜੀਵਨ ਦਾ ਅਧਾਰ ਹੀ, ਪ੍ਰਭ ਦੇ ਸ਼ਬਦ ਦੀ ਪਾਲਣਾ ਕਰਨਾ ਹੁੰਦਾ ਹੈ । ਜਿਹੜਾ ਆਪਣੇ ਜੀਵਨ ਦਾ ਇਹ ਮੰਤਵ ਬਣਾ ਲੈਂਦਾ ਹੈ । ਉਹ ਜਨਮ ਮਰਨ ਦੇ ਚੱਕਰ ਵਿੱਚ ਨਹੀਂ ਰਹਿੰਦਾ ।

The True Master, Creator of the universe prevails in every event of His Nature. Only He may comprehend the true significance of worldly events, His Miracles. His true devotee considers adopting the teachings of His Word with steady and stable belief in his day-to-day life as the real purpose of human life opportunity; with His mercy and grace, he may become beyond the cycle of birth and death.

ਲੋਕੁ ਧਿਕਾਰੁ ਕਹੈ ਮੰਗਤ ਜਨ, ਮਾਗਤ ਮਾਨੁ ਨ ਪਾਇਆ॥ lok Dhikaar kahai mangat jan maagat maan na paa-i-aa.
ਸਹ ਕੀਆ ਗਲਾ, ਦਰ ਕੀਆ ਭਾਤਾ, ਤੈ ਤਾ ਕਹਣੁ ਕਹਾਇਆ॥੪॥੮॥ sah kee-aa galaa dar kee-aa baataa tai taa kahan kahaa-i-aa. ||4||8||

ਸੰਸਾਰਕ ਜੀਵ ਮੰਗਤੇ ਨੂੰ ਬੁਰਾ ਭਲਾ ਕਹਿੰਦੇ ਹਨ । ਮੰਗਣ ਨਾਲ ਕੋਈ ਮਾਣ ਜਾ ਵਡਿਆਈ ਨਹੀਂ ਪਾਉਂਦਾ । ਤੇਰੀ ਰਹਿਮਤ ਨਾਲ, ਮੈਂ, ਤੇਰੇ ਸ਼ਬਦ ਦੀ ਉਸਤਤ ਗਾਉਂਦਾ ਹੈ । ਤੇਰੇ ਦਰਬਾਰ, ਤਖਤ ਦੀ ਕਹਾਣੀ ਦੱਸਦਾ ਹਾ ।

Human may rebuke a beggar. No one may feel proud to be a beggar. I am blessed to sing the glory of Your Word. I only recite the story and greatness of Your Court.

Key Message of Raag Raamkalee, page 878-12
'ਦਰਬਾਰ ਵਿੱਚ ਕਿਵੇਂ ਥਾ ਬਖਸ਼ਿਸ਼ ਹੋ ਸਕਦੀ ਹੈ?
ਜਿਹੜਾ ਇਕਾਗਰ ਮਨ, ਧੀਰਜ, ਸੰਤੋਖ ਨਾਲ ਸ਼ਬਦ ਦੀ ਪਾਲਣਾ ਕਰਦਾ ਹੈ । ਉਸ ਨੂੰ ਪ੍ਰਭ ਦੇ ਚਰਨਾਂ ਵਿੱਚ ਥਾਂ ਬਖਸ਼ਿਸ਼ ਹੋ ਜਾਂਦਾ ਹੈ । ਉਸ ਦੀ ਆਸ ਪੂਰੀ ਹੁੰਦੀ ਹੈ । ਜਿਹੜਾ ਗੁਰਮਖ ਦੇ ਜੀਵਨ ਦਾ ਅਧਾਰ ਹੀ ਆਪਣੇ ਜੀਵਨ ਦਾ ਮੰਤਵ ਬਣਾ ਲੈਂਦਾ ਹੈ । ਉਸ ਦਾ ਜਨਮ ਮਰਨ ਦਾ ਚੱਕਰ ਖਤਮ ਹੋ ਜਾਂਦਾ ਹੈ!
How may soul be accepted in His Court?
Whosoever may obey the teachings of His Word with steady and stable belief and remains patience and contented with His Blessings; with His mercy and grace, he may be bestowed with honor in His Court. All his spoken and unspoken desires may be fully satisfied. Whosoever may adopt his life experience teachings in his own life; he may become beyond the cycle of birth and death.

9. ਰਾਮਕਲੀ ਮਹਲਾ ੧॥ 878-18

ਸਾਗਰ ਮਹਿ ਬੂੰਦ, ਬੂੰਦ ਮਹਿ ਸਾਗਰੁ, ਕਵਣੁ ਬੁਝੈ ਬਿਧਿ ਜਾਣੈ॥ saagar meh boond boond meh saagar kavan bujhai biDh jaanai.
ਉਤਭੁਜ ਚਲਤ ਆਪਿ ਕਰਿ ਚੀਨੈ, ਆਪੇ ਤਤੁ ਪਛਾਣੈ॥੧॥ ut-bhuj chalat aap kar cheenai aapay tat pachhaanai. ||1||

ਜਿਵੇਂ ਪਾਣੀ ਦੀ ਬੂੰਦ ਬੂੰਦ ਇਕੱਠੀ ਹੋ ਕੇ ਸਾਗਰ ਬਣ ਜਾਂਦਾ ਹੈ । ਕਿਹੜਾ ਸਮਝਦਾ ਹੈ, ਕਿ ਪਾਣੀ ਦੀ ਬੂੰਦ ਵਿੱਚ ਹੀ ਸਾਗਰ ਹੈ? ਇਸਤਰ੍ਹਾਂ ਪ੍ਰਭ ਆਪ ਹੀ ਸ੍ਰਿਸ਼ਟੀ ਪੈਦਾ ਕਰਨ ਦਾ ਖੇਲ ਰਚਾਉਂਦਾ ਹੈ । ਉਹ ਹੀ ਇਸ ਦੀ ਹੋਂਦ, ਇਸ ਦਾ ਮੰਤਵ ਜਾਣਦਾ ਹੈ ।

As many drops of water stored at one place may transform as an ocean. Who may realize! The ocean may be embedded within each drop of water? The True Master has created the universe as an expansion of His Holy Spirit; He remains embedded within every soul and in every play of His Nature. Only, He may recognize the purpose, and significance of His Creation.

ਐਸਾ ਗਿਆਨੁ ਬੀਚਾਰੈ ਕੋਈ॥ aisaa gi-aan beechaarai ko-ee.
ਤਿਸ ਤੇ ਮੁਕਤਿ, ਪਰਮ ਗਤਿ ਹੋਈ॥੧॥ ਰਹਾਉ॥ tis tay mukat param gat ho-ee. ||1|| rahaa-o.

ਕੋਈ ਵਿਰਲਾ ਹੀ ਜੀਵ, ਇਸਤਰ੍ਹਾਂ ਪ੍ਰਭ ਦੀ ਰਚਨਾ ਬਾਬਤ ਸੋਚਦਾ ਹੈ । ਇਸਤਰ੍ਹਾਂ ਸੋਚਣ ਨਾਲ, ਮੁਕਤੀ ਦਾ ਰਸਤਾ ਬਖਸ਼ਿਸ਼ ਹੋ ਸਕਦਾ ਹੈ ।

However, very rare devotee may think about the His Creation in such a way. Whosoever may think about His Creation such a way; with His mercy and grace, he may be blessed with the right path of acceptance in His Court.

ਦਿਨ ਮਹਿ ਰੈਣਿ ਰੈਣਿ ਮਹਿ ਦਿਨੀਅਰੁ, ਉਸਨ ਸੀਤ ਬਿਧਿ ਸੋਈ॥ din meh rain rain meh dinee-ar usan seet biDh so-ee.
ਤਾ ਕੀ ਗਤਿ ਮਿਤਿ ਅਵਰੁ ਨ ਜਾਣੈ, ਗੁਰ ਬਿਨੁ ਸਮਝ ਨ ਹੋਈ॥੨॥ taa kee gat mit avar na jaanai gur bin samajh na ho-ee. ||2||

ਜਿਵੇਂ ਦਿਨ ਵਿੱਚ ਰਾਤ ਅਤੇ ਰਾਤ ਵਿੱਚ ਦਿਨ ਹੁੰਦਾ ਹੈ । ਇਸਤਰ੍ਹਾਂ ਹੀ ਠੰਡ ਵਿੱਚ ਗਰਮੀ ਅਤੇ ਗਰਮੀ ਵਿੱਚ ਠੰਡ ਹੈ । ਇਸਤਰ੍ਹਾਂ ਉਸ ਅਵਸਥਾ ਦੀ ਹਾਲਤ ਜਾ ਹੱਦ, ਪ੍ਰਭ ਦੀ ਰਹਿਮਤ ਨਾਲ, ਸ਼ਬਦ ਦੀ ਸੋਝੀ ਤੋਂ ਬਿਨਾਂ ਸਮਝ ਨਹੀਂ ਆਉਂਦੀ ।

As the night remains embedded within day; day remains embedded within night. Same way the cold weather remains embedded within hot weather; a hot weather remains embedded within cold weather. Without the enlightenment of the essence of His Word; no one may comprehend His Nature or the limits of His miracles.

ਪੁਰਖ ਮਹਿ ਨਾਰਿ ਨਾਰਿ ਮਹਿ ਪੁਰਖਾ, ਬੂਝਹੁ ਬ੍ਰਹਮ ਗਿਆਨੀ॥ purakh meh naar naar meh purkhaa boojhhu barahm gi-aanee.
ਧੁਨਿ ਮਹਿ ਧਿਆਨੁ ਧਿਆਨ ਮਹਿ ਜਾਨਿਆ, Dhun meh Dhi-aan Dhi-aan meh jaani-aa
ਗੁਰਮੁਖਿ ਅਕਥ ਕਹਾਨੀ॥੩॥ gurmukh akath kahaanee. ||3||

ਸੋਝੀਵਾਨ, ਗਿਆਨੀ ਇਸਤਰ੍ਹਾਂ ਹੀ ਸਮਝੋ! ਔਰਤ ਵਿਚੋਂ, ਪੁਰਖ ਅਤੇ ਪੁਰਖ ਵਿਚੋਂ ਨਾਰੀ ਪੈਦਾ ਹੁੰਦੀ ਹੈ । ਔਰਤ ਵਿੱਚ ਪੁਰਖ ਅਤੇ ਪੁਰਖ ਵਿੱਚ ਹੀ ਔਰਤ ਹੈ । ਇਹ ਪ੍ਰਭ ਦਾ ਖੇਲ ਨਾ ਸਮਝੇ ਜਾਣ ਵਾਲਾ ਹੈ । ਇਸਤਰ੍ਹਾਂ ਸ਼ਬਦ ਦੀ ਧੁਨ ਵਿੱਚ ਹੀ ਧਿਆਨ, ਸੁਰਤੀ ਹੁੰਦੀ ਹੈ! ਸੁਰਤੀ, ਧਿਆਨ ਨਾਲ ਹੀ ਸ਼ਬਦ ਦੀ ਸੋਝੀ ਬਖਸ਼ਿਸ਼ ਹੁੰਦੀ ਹੈ । ਇਸਤਰ੍ਹਾਂ ਹੀ ਉਹ ਅਵਸਥਾ ਬਖੀਸ਼ਸ਼ ਹੋ ਜਾਂਦੀ ਹੈ । ਜਿਸ ਨਾਲ ਪ੍ਰਭ ਦੀ ਅਕਥ ਕਥਾ ਦਾ ਵਖਿਆਣ ਹੋ ਸਕਦਾ ਹੈ ।

Worldly scholar, should think such a way! Male may be born from female and female may born from male. In the reproduction sources of both male and female, both seeds exit. The process of reproduction remains beyond any comprehension of His Creation. Same way, the everlasting echo of His Word remains embedded within concentration and dedication. Whosoever may remain dedicated; with His mercy and grace, he may be blessed with the enlightenment of the essence of His Word. His true devotee may be blessed with a state of mind to comprehend His Nature.

ਮਨ ਮਹਿ ਜੋਤਿ ਜੋਤਿ ਮਹਿ ਮਨੂਆ, ਪੰਚ ਮਿਲੇ ਗੁਰ ਭਾਈ॥ man meh jot jot meh manoo-aa panch milay gur bhaa-ee.
ਨਾਨਕ ਤਿਨ ਕੈ ਸਦ ਬਲਿਹਾਰੀ, ਜਿਨ ਏਕ ਸਬਦਿ ਲਿਵ ਲਾਈ॥੪॥੯॥ naanak tin kai sad balihaaree jin ayk sabad liv laa-ee. ||4||9||

ਇਸਤਰ੍ਹਾਂ ਸੋਝੀ, ਜਾਗਰਤੀ ਵਿੱਚ ਮਨ ਹੁੰਦਾ ਹੈ ਅਤੇ ਮਨ ਵਿੱਚ ਹੀ ਜਾਗਰਤੀ ਹੁੰਦੀ ਹੈ । ਇਸਤਰ੍ਹਾਂ ਹੀ ਪ੍ਰਭ ਆਪ ਰਹਿਮਤ ਬਖਸ਼ਦਾ ਹੈ । ਪੰਜੇਂ ਇਦ੍ਰੀਆਂ ਨੂੰ ਇਕੱਠਾ ਕਰਕੇ ਸੰਜੋਗ ਨਾਲ ਚਲਾਉਂਦਾ ਹੈ । ਜਿਸ ਦੇ ਮਨ ਵਿੱਚ ਸ਼ਬਦ ਨਾਲ ਲਗਨ ਅਡੋਲ ਹੋ ਜਾਂਦੀ ਹੈ । ਉਹ ਪੂਜਣ ਯੋਗ ਹੋ ਜਾਂਦਾ ਹੈ!

Same way the enlightenment of the essence of His Word may remain embedded within his mind. The True Master may keep the five demons, senses to co-exist and function homogeneously in His Nature. Whosoever may remain with such a devotion with the teachings of His Word; with His mercy and grace, he may become worthy of worship.

Key Message of Raag Raamkalee, page 878-18
'ਸ੍ਰਿਸ਼ਟੀ ਦੀ ਬਣਤਰ!
ਪ੍ਰਭ ਆਪ ਹੀ ਸ੍ਰਿਸ਼ਟੀ ਪੈਦਾ ਕਰਨ ਦਾ ਖੇਲ ਰਚਾਉਂਦਾ, ਆਪ ਹੀ ਇਸ ਦੀ ਹੋਂਦ, ਮੰਤਵ ਜਾਣਦਾ ਹੈ । ਜਿਵੇਂ ਦਿਨ ਵਿੱਚ ਰਾਤ ਅਤੇ ਰਾਤ ਵਿੱਚ ਦਿਨ ਹੁੰਦਾ ਹੈ । ਇਸਤਰਾਂ ਔਰਤ ਵਿਚੋਂ, ਪੁਰਖ ਅਤੇ ਪੁਰਖ ਵਿਚੋਂ ਨਾਰੀ ਪੈਦਾ ਹੁੰਦੀ ਹੈ । ਪ੍ਰਭ ਦਾ ਖੇਲ ਨਾ ਸਮਝੇ ਜਾਣ ਵਾਲਾ ਹੈ । ਇਸਤਰ੍ਹਾਂ ਸ਼ਬਦ ਦੀ ਧੁਨ ਵਿੱਚ ਹੀ ਧਿਆਨ, ਸੁਰਤੀ, ਸ਼ਬਦ ਦੀ ਸੋਝੀ ਬਖਸ਼ਿਸ਼ ਹੁੰਦੀ ਹੈ । ਜਿਸ ਨੂੰ ਇਹ ਅਵਸਥਾ ਬਖੀਸ਼ਸ਼ ਹੋ ਜਾਂਦੀ ਹੈ । ਉਸ ਨੂੰ ਪ੍ਰਭ ਦੀ ਅਕਥ ਕਥਾ ਦੀ ਸੋਝੀ ਹੋ ਸਕਦੀ ਹੈ । ਇਸਤਰ੍ਹਾਂ ਸੋਝੀ, ਜਾਗਰਤੀ ਵਿੱਚ ਮਨ ਹੁੰਦਾ, ਮਨ ਵਿੱਚ ਹੀ ਜਾਗਰਤੀ ਹੁੰਦੀ ਹੈ । ਉਹ ਪੰਜੇਂ ਇਦ੍ਰੀਆਂ ਨੂੰ ਇਕੱਠਾ ਕਰਕੇ ਸੰਜੋਗ ਨਾਲ ਚਲਾਉਂਦਾ ਹੈ । ਜਿਸ ਦੇ ਮਨ ਵਿੱਚ ਸ਼ਬਦ ਨਾਲ ਲਗਨ ਅਡੋਲ ਹੋ ਜਾਂਦੀ ਹੈ । ਉਹ ਪੂਜਣ ਯੋਗ ਹੋ ਜਾਂਦਾ ਹੈ!
Reproduction of His Creation.
The True Master has created the universe as an expansion of His Holy Spirit; He remains embedded within each soul and in every play of His Nature. In the reproduction sources of both male and female, the seeds of both, boy and girl exit. The everlasting echo of His Word remains embedded within concentration and dedication. Whosoever may be blessed with such a state of mind; he may comprehend, the incomprehensible state of His Nature. Same way, the enlightenment of the essence of His Word may remain embedded within his mind. He may keep the five demons, senses to co-exist and function homogeneously in His Nature. Whosoever may remain intoxicated in the void of His Word; he may become worthy of worship.

10. ਰਾਮਕਲੀ ਮਹਲਾ ੧॥ 879-5

ਜਾ ਹਰਿ ਪ੍ਰਭਿ ਕਿਰਪਾ ਧਾਰੀ॥ ਤਾ ਹਉਮੈ ਵਿੱਚਹੁ ਮਾਰੀ॥ jaa har parabh kirpaa Dhaaree.taa ha-umai vichahu maaree.so
ਸੋ ਸੇਵਕਿ ਰਾਮ ਪਿਆਰੀ॥ ਜੋ ਗੁਰ ਸਬਦੀ ਬੀਚਾਰੀ॥੧॥ sayvak raam pi-aaree. jo gur sabdee beechaaree. ||1||

ਜਿਹੜਾ ਜੀਵ ਸ਼ਬਦ ਦੀ ਪਾਲਣਾ ਵਿੱਚ ਲਗਦਾ ਹੈ, ਪ੍ਰਭ ਨੂੰ ਭਾਉਂਦਾ ਹੈ । ਪ੍ਰਭ ਦੀ ਰਹਿਮਤ ਨਾਲ ਹੀ ਜੀਵ ਦੇ ਮਨ ਵਿਚੋਂ ਅਹੰਕਾਰ ਖਤਮ ਹੁੰਦਾ ਹੈ ।

Whosoever may obey the teachings of His Word and his soul may become worthy of His Consideration; with His mercy and grace, His true devotee may conquer his own ego.

ਸੋ ਹਰਿ ਜਨੁ ਹਰਿ ਪ੍ਰਭ ਭਾਵੈ॥ so har jan har parabh bhaavai.
ਅਹਿਨਿਸਿ ਭਗਤਿ ਕਰੇ ਦਿਨੁ ਰਾਤੀ, ahinis bhagat karay din raatee
ਲਾਜ ਛੋਡਿ ਹਰਿ ਕੇ ਗੁਣ ਗਾਵੈ॥੧॥ ਰਹਾਉ॥ laaj chhod har kay gun gaavai. ||1|| rahaa-o.

ਜਿਹੜਾ ਨਿਮਾਣਾ ਜੀਵ, ਦਿਨ ਰਾਤ ਪ੍ਰਭ ਦੇ ਸ਼ਬਦ ਦੀ ਪਾਲਣਾ ਕਰਦਾ ਰਹਿੰਦਾ ਹੈ । ਉਸ ਦੀ ਬੰਦਗੀ ਪ੍ਰਭ ਨੂੰ ਭਾਉਂਦੀ ਹੈ । ਉਹ ਸੰਸਾਰਕ ਜੀਵਾਂ ਦੇ ਮਾਣ ਜਾ ਆਪਮਾਨ ਦੀ ਪ੍ਰਵਾਹ ਨਹੀਂ ਕਰਦਾ । ਉਹ ਪ੍ਰਭ ਦੀ ਉਸਤਤ ਗਾਉਂਦਾ ਰਹਿੰਦਾ ਹੈ ।

Whosoever may obey the teachings of His Word Day and night; with His mercy and grace, his meditation may be accepted in His Court. His state of mind may remain beyond the influence of any praise or rebuke. He remains intoxicated singing the glory of The True Master.

ਧੁਨਿ ਵਾਜੇ ਅਨਹਦ ਘੋਰਾ॥ ਮਨੁ ਮਾਨਿਆ ਹਰਿ ਰਸਿ ਮੋਰਾ॥ Dhun vaajay anhad ghoraa. man maani-aa har ras moraa.
ਗੁਰ ਪੂਰੈ ਸਚੁ ਸਮਾਇਆ॥ ਗੁਰੁ ਆਦਿ ਪੁਰਖੁ ਹਰਿ ਪਾਇਆ॥੨॥ gur poorai sach samaa-i-aa. gur aad purakh har paa-i-aa. ||2||

ਮੇਰੇ ਮਨ ਵਿੱਚ ਪ੍ਰਭ ਦੇ ਸ਼ਬਦ ਦੀ ਧੁਨ ਚਲਦੀ ਹੈ । ਉਸ ਨਾਲ ਮੇਰਾ ਮਨ ਦਾ ਭਰੋਸਾ ਸ਼ਬਦ ਵਿੱਚ ਅਡੋਲ ਹੋ ਗਿਆ ਹੈ । ਪ੍ਰਭ ਦੀ ਰਹਿਮਤ ਨਾਲ ਮਨ ਸ਼ਬਦ ਦੀ ਪਾਲਣਾ, ਸਿਮਰਨ ਵਿੱਚ ਲੀਨ ਹੋਇਆ ਹੈ । ਸ਼ਬਦ ਦੀ ਸੋਝੀ ਨਾਲ ਮੇਰਾ ਪ੍ਰਭ ਨਾਲ ਪਿਆਰ ਡੂੰਘਾ ਹੋ ਗਿਆ ਹੈ ।

I hear the everlasting echo of His Word resonating within my heart non-stop. My belief has become steady and stable on His Word, His Blessings; with His mercy and grace, I remain intoxicated in meditating and obeying the teachings of His Word. The enlightenment of the essence of His Word, has enhance my devotion deeper and more intense.

ਸਭਿ ਨਾਦ ਬੇਦ ਗੁਰਬਾਣੀ॥ ਮਨੁ ਰਾਤਾ ਸਾਰਿਗਪਾਣੀ॥ sabh naad bayd gurbaanee. man raataa saarigpaanee.
ਤਹ ਤੀਰਥ ਵਰਤ ਤਪ ਸਾਰੇ॥ ਗੁਰ ਮਿਲਿਆ ਹਰਿ ਨਿਸਤਾਰੇ॥੩॥ tah tirath varat tap saaray. gur mili-aa har nistaaray. ||3||

ਪ੍ਰਭ ਦੇ ਸ਼ਬਦ ਦੀ ਧੁਨ ਵਿੱਚ, ਵੇਦਾਂ ਦੇ ਸਭ ਭੇਦ ਹਨ । ਉਸ ਵਿੱਚ ਸੁਰਤੀ ਲਾਉਣ ਨਾਲ, ਮਨ ਦੀ ਲਿਵ, ਸ੍ਰਿਜਨ ਹਾਰੇ ਨਾਲ ਲਗ ਜਾਂਦੀ ਹੈ । ਬੰਦਗੀ ਵਿੱਚ ਹੀ ਤੀਰਥਾਂ, ਤਪਾਂ, ਵਰਤਾਂ ਦਾ ਫਲ ਬਖਸ਼ਿਸ਼ ਹੋ ਜਾਂਦਾ ਹੈ । ਜਿਹੜਾ ਪ੍ਰਭ ਦੇ ਸ਼ਬਦ ਦੀ ਪਾਲਣਾ ਅਡੋਲ ਭਰੋਸੇ ਨਾਲ ਕਰਦਾ ਹੈ, ਉਸ ਨੂੰ ਪ੍ਰਭ ਅਸਲੀ ਰਸਤੇ ਦੀ ਸੋਝੀ ਬਖਸ਼ਦਾ ਹੈ । ਉਹ ਦਰਬਾਰ ਵਿੱਚ ਪ੍ਰਵਾਨ ਹੋ ਜਾਂਦਾ ਹੈ ।

All the teachings of worldly Holy Scriptures remain embedded within the everlasting echo of His Word. By concentrating on the teachings of His Word, his mind remains intoxicated in the void of His Word. His true devotee may be blessed with the reward of meditation, abstain from food and worship at Holy Shrines. Whosoever may obey the teachings of His Word with steady and stable belief; with His mercy and grace, he may be blessed with the right path of acceptance in His Court.

ਜਹ ਆਪੁ ਗਇਆ ਭਉ ਭਾਗਾਂ॥ ਗੁਰ ਚਰਣੀ ਸੇਵਕੁ ਲਾਗਾ॥ jah aap ga-i-aa bha-o bhaagaa. gur charnee sayvak laagaa.
ਗੁਰਿ ਸਤਿਗੁਰਿ ਭਰਮੁ ਚੁਕਾਇਆ॥ gur satgur bharam chukaa-i-aa.
ਕਹੁ ਨਾਨਕ ਸਬਦਿ ਮਿਲਾਇਆ॥੪॥੧੦॥ kaho naanak sabad milaa-i-aa.

ਜਿਸ ਦੇ ਮਨ ਵਿਚੋਂ ਆਪਾ ਖਤਮ ਹੋ ਜਾਂਦਾ ਹੈ । ਉਸ ਦੇ ਮਨ ਵਿਚੋਂ ਇਛਾਂ ਦਾ ਡਰ ਖਤਮ ਹੋ ਜਾਂਦਾ ਹੈ । ਮਨ ਪ੍ਰਭ ਦੀ ਸ਼ਰਣ ਵਿੱਚ ਆ ਜਾਂਦਾ ਹੈ । ਪ੍ਰਭ ਆਪ ਹੀ ਜੀਵ ਦੇ ਭਰਮ ਦੂਰ ਕਰ ਦੇਂਦਾ ਹੈ । ਉਸ ਨਾਲ ਜੀਵ ਸ਼ਬਦ ਦੀ ਪਾਲਣਾ ਵਿੱਚ ਲੀਨ ਹੋ ਜਾਂਦਾ ਹੈ ।

Whosoever may conquer his own ego, worldly status; with His mercy and grace, all his fear of worldly desires may be eliminated. He may surrender his mind, body, and worldly status at His Sanctuary. All his suspicions of worldly desires may be eliminated. He may remain intoxicated in meditation in the void of His Word.

Key Message of Raag Raamkalee, page 879-5
'ਸ਼ਬਦ ਦੀ ਧੁਨ ਵਿੱਚ ਹੀ ਵੇਦਾਂ ਦੇ ਭੇਦ ਹਨ!
ਜਿਹੜਾ ਨਿਮਾਣਾ ਜੀਵ, ਸੇਵਕ ਪ੍ਰਭ ਦੇ ਸ਼ਬਦ ਦੀ ਪਾਲਣਾ ਕਰਦਾ, ਉਸ ਦੇ ਮਨ ਦੀ ਅਵਸਥਾ, ਸੰਸਾਰਕ ਜੀਵਾਂ ਦੇ ਮਾਣ ਜਾ ਆਪਮਾਨ ਦੀ ਪ੍ਰਵਾਹ ਨਹੀਂ ਕਰਦੀ । ਉਸ ਦਾ ਭਰੋਸਾ ਸ਼ਬਦ ਵਿੱਚ ਅਡੋਲ ਹੋ ਜਾਂਦਾ ਹੈ, ਮਨ ਵਿੱਚ ਸ਼ਬਦ ਦੀ ਧੁਨ ਸੁਣਾਈ ਦੇਂਦੀ ਹੈ । ਪ੍ਰਭ ਦੇ ਸ਼ਬਦ ਦੀ ਧੁਨ ਵਿੱਚ, ਵੇਦਾਂ ਦੇ ਸਭ ਭੇਦ ਹਨ । ਸ਼ਬਦ ਦੀ ਧੁਨ ਵਿੱਚ ਲੀਨ ਹੋਣਾ ਹੀ ਸ੍ਰਿਜਨ ਹਾਰੇ ਵਿੱਚ ਲਿਵ ਲਾਉਣਾ ਹੈ । ਉਸ ਦਾ ਆਪਾ ਖਤਮ ਹੋ ਜਾਂਦਾ, ਸ਼ਰਣ ਵਿੱਚ ਪ੍ਰਵਾਨਗੀ ਬਖਸ਼ਿਸ਼ ਹੋ ਜਾਂਦੀ ਹੈ ।
Essence of Holy Scripture remains embedded within echo of His Word.
Whosoever may obey the teachings of His Word Day and night without worried about any praise or rebuke. He may remain intoxicated in the void of His Word; his devotion may become deeper and more intense. He may hear the everlasting echo of His Word resonating within his heart non-stop. The essence of all worldly Holy Scriptures remains embedded within the everlasting echo of His Word. By concentrating on the echo of His Word becomes the void of His Word. His own self-entity may be eliminated; he may be accepted at His Sanctuary.

11. ਰਾਮਕਲੀ ਮਹਲਾ ੧॥ 879-12

ਛਾਦਨੁ ਭੋਜਨੁ ਮਾਗਤੁ ਭਾਗੈ॥ ਖੁਧਿਆ ਦੁਸਟ ਜਲੈ ਦੁਖੁ ਆਗੈ॥ chhaadan bhojan maagat bhaagai. khuDhi-aa dusat jalai dukh aagai.
ਗੁਰਮਤਿ ਨਹੀ ਲੀਨੀ ਦੁਰਮਤਿ ਪਤਿ ਖੋਈ॥ gurmat nahee leenee durmat pat kho-ee.
ਗੁਰਮਤਿ ਭਗਤਿ ਪਾਵੈ ਜਨੁ ਕੋਈ॥੧॥ gurmat bhagat paavai jan ko-ee. ||1||

ਜਿਹੜਾ ਸੰਸਾਰ ਵਿੱਚ ਪੇਟ ਲਈ ਭੋਜਨ, ਤਨ ਲਈ ਕਪੜਾ ਮੰਗਦਾ ਰਹਿੰਦਾ ਹੈ । ਉਸ ਦੇ ਮਨ ਵਿੱਚ ਲਾਲਚ ਦੀ ਅੱਗ, ਭੁੱਖ ਜਲਦੀ ਰਹਿੰਦੀ ਹੈ । ਉਹ ਸੰਸਾਰ ਵਿੱਚ ਇਛਾਂ ਦੀਆਂ ਭਟਕਣਾਂ, ਦੁਖਾਂ ਵਿੱਚ ਹੀ ਰਹਿੰਦਾ ਹੈ । ਉਹ ਮਨ ਦੀਆਂ ਬੁਰੀਆਂ, ਇਛਾਂ ਪਿਛੇ ਹੀ ਲਗਾ, ਸ਼ਬਦ ਦੀ ਪਾਲਣਾ ਨਹੀਂ ਕਰਦਾ । ਕੇਵਲ ਸ਼ਬਦ ਦੀ ਪਾਲਣਾ ਨਾਲ ਹੀ ਬੰਦਗੀ ਦੇ ਰਸਤੇ ਤੇ ਚਲ ਸਕਦਾ ਹੈ ।

Whosoever may beg door to door for food to satisfy his stomach or cloth to cover his body. He may remain burning in the lava of greed and hunger for worldly possessions. He remains frustrated with demons of worldly desires and endures miseries in his worldly life. He remains intoxicated with evil thoughts and desires. He may not obey the teachings of His Word. Whosoever may obey the teachings of His Word with steady and stable belief in his day-to-day life; with His mercy and grace, only he may be blessed with the right path of acceptance in His Court.

ਜੋਗੀ ਜੁਗਤਿ ਸਹਜ ਘਰਿ ਵਾਸੈ॥ jogee jugat sahj ghar vaasai.
ਏਕ ਦ੍ਰਿਸਟਿ ਏਕੋ ਕਰਿ ਦੇਖਿਆ, ayk darisat ayko kar daykhi-aa bheekhi-aa
ਭੀਖਿਆ ਭਾਇ ਸਬਦਿ ਤ੍ਰਿਪਤਾਸੈ॥੧॥ ਰਹਾਉ॥ bhaa-ay sabad tariptaasai. ||1|| rahaa-o.

ਜਿਹੜਾ ਜੀਵ ਪ੍ਰਭ ਦੇ ਬਖਸ਼ੇ ਵਿੱਚ ਅਨੰਦ, ਸੰਤੋਖ ਰਖਦਾ, ਪ੍ਰਭ ਦੀ ਸ੍ਰਿਸ਼ਟੀ ਨੂੰ ਇਕ ਸਮਾਨ ਸਮਝਦਾ, ਉਸ ਨੂੰ ਪ੍ਰਭ ਦੀਆਂ ਰਹਿਮਤਾਂ ਬਖਸ਼ਿਸ਼ ਹੁੰਦੀਆਂ ਹਨ । ਇਹ ਹੀ ਜੋਗ ਦੀ ਵਿਧੀ ਹੈ! ਜੀਵ ਨੂੰ ਸ਼ਬਦ ਦੀ ਪਾਲਣਾ, ਪ੍ਰਭ ਦੀ ਰਹਿਮਤ ਨਾਲ ਸੰਤੋਖ ਬਖਸ਼ਿਸ਼ ਹੁੰਦਾ ਹੈ ।

Whosoever may obey the teachings of His Word with steady and stable belief; he may remain contented with his own worldly environments, His Blessings. He considers every creature is an expansion of His Holy Spirit as brotherhood. This is a unique technique, principle of meditation He may be blessed with the right path of acceptance in His Court.

ਪੰਚ ਬੈਲ ਗਡੀਆ ਦੇਹ ਧਾਰੀ॥ ਰਾਮ ਕਲਾ ਨਿਬਹੈ ਪਤਿ ਸਾਰੀ॥ panch bail gadee-aa dayh Dhaaree. raam kalaa nibhai pat saaree.
ਧਰ ਤੂਟੀ ਗਾਡੋ ਸਿਰ ਭਾਰਿ॥ ਲਕਰੀ ਬਿਖਰਿ ਜਰੀ ਮੰਝ ਭਾਰਿ॥੨॥ Dhar tootee gaado sir bhaar. lakree bikhar jaree manjh bhaar. ||2||

ਜੀਵ ਦੀਆਂ ਪੰਜੋਂ ਇਦ੍ਰੀਆਂ ਸਰੀਰ ਨੂੰ ਸੰਸਾਰ ਵਿੱਚ ਚਲਾਉਂਦੀਆਂ ਹਨ । ਪ੍ਰਭ ਦੀ ਰਹਿਮਤ ਨਾਲ ਹੀ ਉਸ ਨੂੰ ਮਾਣ ਬਖਸ਼ਿਸ਼ ਹੰਦਾ ਹੈ, ਇਨਸਾਨੀਅਤ ਕਾਇਮ ਰਹਿੰਦੀ ਹੈ । ਜਦੋਂ ਇਦ੍ਰੀਆਂ ਦੀ ਗਡੀ ਦਾ ਧੁਰਾ ਟੁੱਟ ਜਾਂਦਾ, ਸੰਜੋਗ ਨਾਲ ਨਹੀਂ ਚਲਦੀਆਂ । ਇਸ ਸਰੀਰ ਦੀ ਗਡੀ ਟੁੱਟ ਕੇ ਲੱਕੜੀ ਦਾ ਢੇਰ ਬਣ ਜਾਂਦੀ ਹੈ ।

Five senses of mind may perform all the smooth operation of his body, day-to-day activities; with His mercy and grace, he may be blessed with honor in worldly life and his humanity remains intact. When the coordination of these five senses of mind may be disturbed, the functioning of his body ceases; his body becomes corpse.

ਗੁਰ ਕਾ ਸਬਦੁ ਵੀਚਾਰਿ ਜੋਗੀ॥ gur kaa sabad veechaar jogee.
ਦੁਖੁ ਸੁਖੁ ਸਮ ਕਰਣਾ ਸੋਗ ਬਿਓਗੀ॥ dukh sukh sam karnaa sog bi-ogee.
ਭੁਗਤਿ ਨਾਮੁ ਗੁਰ ਸਬਦਿ ਬੀਚਾਰੀ॥ bhugat naam gur sabad beechaaree.
ਅਸਥਿਰੁ ਕੰਧੁ ਜਪੈ ਨਿਰੰਕਾਰੀ॥੩॥ asthir kanDh japai nirankaaree. ||3||

ਬੰਦਗੀ ਕਰਨ ਵਾਲੇ, ਪ੍ਰਭ ਦੇ ਸ਼ਬਦ ਨੂੰ ਵਿਚਾਰਕੇ ਦੇਖੋ! ਆਪਣੇ ਮਨ ਵਿੱਚ ਦੁਖ, ਸੁਖ, ਮਿਲਾਪ ਅਤੇ ਵਿਛੋੜੇ ਵਿੱਚ ਵੀ ਪ੍ਰਭ ਦੇ ਬਖਸ਼ੇ ਵਿੱਚ ਭਰੋਸਾ ਅਡੋਲ ਰਖੋ । ਜਿਹੜਾ ਸ਼ਬਦ ਦੀ ਪਾਲਣਾ ਨੂੰ ਹੀ ਮਨ ਦਾ ਭੋਜਨ ਬਣਾਉਂਦਾ, ਆਪਣਾ ਭਰੋਸਾ ਅਡੋਲ ਰਖਦਾ ਹੈ । ਉਸ ਦਾ ਅਕਾਰ ਰਹਿਤ ਪ੍ਰਭ ਨਾਲ ਸੰਜੋਗ ਪੱਕਾ ਹੋ ਜਾਵੇਗਾ ।

His devotee must concentrate on the essence of His Word! He must maintain his faith steady and stable on His Blessings to endure worldly miseries and pleasure; union, and separation as His Worthy Blessings. Whosoever may obey the teachings of His Word with steady and stable belief; consider his meditation as a nourishment for his soul. He may be blessed with the right path of union, companionship, conjugation with structureless True Master.

ਸਹਜ ਜਗੋਟਾ ਬੰਧਨ ਤੇ ਛੂਟਾ॥ ਕਾਮੁ ਕ੍ਰੋਧੁ ਗੁਰ ਸਬਦੀ ਲੂਟਾ॥ sahj jagotaa banDhan tay chhootaa. kaam kroDh gur sabdee lootaa.
ਮਨ ਮਹਿ ਮੁੰਦ੍ਰਾ ਹਰਿ ਗੁਰ ਸਰਣਾ॥ man meh mundraa har gur sarnaa.
ਨਾਨਕ ਰਾਮ ਭਗਤਿ ਜਨ ਤਰਣਾ॥੪॥੧੧॥ naanak raam bhagat jan tarnaa. ||4||11||

ਆਪਣੇ ਤਨ ਰੂਪੀ ਕਪੜੇ, ਧੋਤੀ ਨੂੰ ਸੰਸਾਰਕ ਇਛਾਂ ਤੋਂ ਰਹਿਤ ਰਖੋ । ਪ੍ਰਭ ਆਪ ਹੀ ਰਹਿਮਤ ਬਖਸ਼ਕੇ ਕਾਮ ਵਾਸ਼ਨਾ, ਕਰੋਧ ਖਤਮ ਕਰ ਦੰਦਾ ਹੈ । ਪ੍ਰਭ ਦੀ ਸ਼ਰਣ ਨੂੰ, ਆਪਣੇ ਮਨ ਦੀਆਂ ਮੰਦ੍ਰਾਂ ਬਣਾਵੋ । ਆਪਣੇ ਮਨ ਨੂੰ ਸ਼ਬਦ ਦੇ ਸਿਮਰਨ ਵਿੱਚ ਲੀਨ ਰਖੋ! ਪ੍ਰਭ ਆਪ ਹੀ ਸੰਸਾਰਕ ਸਾਗਰ ਪਰਾ ਕਰਾ ਦੇਂਦਾ ਹੈ ।

Whosoever may keep his human body beyond the reach of demons of worldly desires; with His mercy and grace, he may conquer his sexual urge and anger of worldly frustrations. You should consider acceptance in His Sanctuary as your ear rings of contentment. Whosoever may remain intoxicated in meditation in the void of His Word; with His mercy and grace, he may be blessed with the right path of acceptance in His Court.

Key Message of Raag Raamkalee, page 879-12
ਪੰਜੋਂ ਇਦ੍ਰੀਆਂ ਦੇ ਸੰਜੋਗ ਨਾਲ ਸ੍ਰਿਸ਼ਟੀ ਦਾ ਖੇਲ ਚਲਦਾ ਹੈ!
ਜਿਹੜਾ ਪ੍ਰਭ ਦੇ ਬਖਸ਼ੇ ਵਿੱਚ ਅਨੰਦ, ਸੰਤੋਖ ਰਖਦਾ, ਪ੍ਰਭ ਦੀ ਸ੍ਰਿਸ਼ਟੀ ਨੂੰ ਇਕ ਸਮਾਨ ਸਮਝਦਾ ਹੈ! ਉਸ ਨੂੰ ਜੋਗ ਦੀ ਵਿਧੀ ਦੀ ਸੋਝੀ ਹੋ ਜਾਂਦੀ ਹੈ! ਜੀਵ ਦੀਆਂ ਪੰਜੋਂ ਇਦ੍ਰੀਆਂ ਸਰੀਰ ਨੂੰ ਸੰਸਾਰ ਵਿੱਚ ਚਲਾਉਂਦੀਆਂ ਹਨ । ਉਸ ਨੂੰ ਮਾਣ ਬਖਸ਼ਿਸ਼ ਹੰਦਾ ਹੈ, ਇਨਸਾਨੀਅਤ ਕਾਇਮ ਰਹਿੰਦੀ ਹੈ । ਜਿਹੜਾ ਆਪਣੇ ਮਨ ਵਿੱਚ ਦੁਖ, ਸੁਖ, ਮਿਲਾਪ ਅਤੇ ਵਿਛੋੜੇ ਵਿੱਚ ਵੀ ਪ੍ਰਭ ਦੇ ਬਖਸ਼ੇ ਵਿੱਚ ਭਰੋਸਾ; ਸ਼ਬਦ ਦੀ ਪਾਲਣਾ ਨੂੰ ਹੀ ਮਨ ਦਾ ਭੋਜਨ ਬਣਾਉਂਦਾ ਹੈ! ਉਸ ਦਾ ਅਕਾਰ ਰਹਿਤ ਪ੍ਰਭ ਨਾਲ ਸੰਜੋਗ ਪੱਕਾ ਹੋ ਜਾਵੇਗਾ ।
The play of universe function with co-existence of five senses!
Whosoever may remain contended with his worldly environments, considers every creature is an expansion of His Holy Spirit as a brotherhood. He may be blessed with the right path of acceptance in His Court. Five senses of mind drive all the operation of his body smoothly. He may be honored in worldly life and his humanity remains intact. Whosoever may endure worldly miseries and pleasure; union, and separation as His Worthy Blessings; he may obey the teachings of His Word as a nourishment. He may be blessed the conjugation with structureless True Master.

12. **ਰਾਮਕਲੀ ਮਹਲਾ ੧ ਅਸਟਪਦੀਆਂ॥** 902-14

ੴ ਸਤਿਗੁਰ ਪ੍ਰਸਾਦਿ॥ ik-oNkaar satgur parsaad.
ਸੋਈ ਚੰਦੁ ਚੜਹਿ ਸੇ ਤਾਰੇ, ਸੋਈ ਦਿਨੀਅਰੁ ਤਪਤ ਰਹੈ॥ so-ee chand charheh say taaray so-ee dinee-ar tapat rahai.
ਸਾ ਧਰਤੀ ਸੋ ਪਉਣੁ ਝੁਲਾਰੇ, ਜੁਗ ਜੀਅ ਖੇਲੇ ਥਾਵ ਕੈਸੇ॥੧॥ saa Dhartee so pa-un jhulaaray jug jee-a khaylay thaav kaisay. ||1||

ਹਰਇਕ ਯੁੱਗ ਵਿੱਚ ਉਹ ਹੀ ਚੰਦ ਚੜ੍ਹਦਾ, ਤਾਰੇ ਚੜ੍ਹਦੇ, ਸੂਰਜ ਨਿਕਲਦਾ ਹੈ । ਉਹ ਹੀ ਧਰਤੀ, ਉਹ ਹੀ ਹਵਾ ਵਗਦੀ ਹੈ । ਜਿਸ ਯੁੱਗ ਵਿੱਚ ਜੀਵ ਪੈਦਾ ਹੁੰਦਾ ਹੈ! ਇਹ ਹੀ ਜੀਵਨ ਵਿੱਚ ਫਰਕ ਪਾਉਂਦਾ, ਹੋਰ ਕੋਈ ਥਾਂ ਫਰਕ ਨਹੀਂ ਪਾਉਂਦੀ ।

The same sun, moon and stars shines in the universe; same earth and air is blowing in the universe! In any Age; soul may be blessed with body only that make a difference in his worldly life.

ਜੀਵਨ ਤਲਬ ਨਿਵਾਰਿ॥ jeevan talab nivaar.
ਹੋਵੈ ਪਰਵਾਣਾ ਕਰਹਿ ਧਿਙਾਣਾ, ਕਲਿ ਲਖਣ ਵੀਚਾਰਿ॥੧॥ ਰਹਾਉ॥ hovai parvaanaa karahi Dhinyaanaa kal lakhan veechaar. ||1|| rahaa-o.

ਜੀਵ ਆਪਣੀ ਸੰਸਾਰਕ ਹੈਸੀਅਤ ਨਾਲੋ ਮੋਹ ਤਿਆਗੋ । ਜਿਹੜਾ ਆਪਣੇ ਜੀਵਨ ਵਿੱਚ ਜ਼ੁਲਮ ਕਰਦਾ ਹੈ । ਉਹ ਸਮਝਦਾ ਹੈ! ਇਹ ਅੰਧੇਰੇ, ਕਲਯੁਗ ਦਾ ਹੀ ਸਮਾਂ ਹੈ । ਇਸ ਵਿੱਚ ਇਸਤਰ੍ਹਾਂ ਹੀ ਜੀਵਨ ਬਤੀਤ ਕੀਤਾ ਜਾ ਸਕਦਾ ਹੈ ।

You should renounce the attachment to your worldly status. Whosoever may adopt a sinful path of life; he may claim, this is Kale-Jug, age of darkness, ignorance, and curse of The True Master. He believes, his way of tyranny is the only acceptable way of life acceptable in Age of Kul-Jug.

ਕਿਤੈ ਦੇਸਿ ਨ ਆਇਆ ਸੁਣੀਐ, ਤੀਰਥ ਪਾਸਿ ਨ ਬੈਠਾ॥ kitai days na aa-i-aa sunee-ai tirath paas na baithaa.
ਦਾਤਾ ਦਾਨੁ ਕਰੇ ਤਹ ਨਾਹੀ, ਮਹਲ ਉਸਾਰਿ ਨ ਬੈਠਾ॥੨॥ daataa daan karay tah naahee mahal usaar na baithaa. ||2||

ਇਹ ਕਲਯੁਗ ਕਿਸੇ ਇਕ ਦੇਸ ਵਿੱਚ ਨਹੀਂ ਆਉਂਦਾ । ਨਾ ਹੀ ਕਿਸੇ ਪਵਿੱਤਰ ਤੀਰਥ ਤੇ ਬੈਠੇ, ਬਚਾ ਹੋ ਸਕਦਾ ਹੈ । ਕਲਯੁਗ ਉਸ ਤੇ ਨਹੀਂ ਆਉਂਦਾ ਹੈ! ਜਿਸ ਤੇ ਪ੍ਰਭ ਰਹਿਮਤਾਂ ਬਖਸ਼ਦਾ ਹੈ, ਦਰਬਾਰ ਵਿੱਚ ਸੱਦਾ ਦੇਂਦਾ ਹੈ ।

Kul-Jug may not come in any specific country nor any one may be saved dwelling at any Holy Shrine. Whosoever may be blessed with devotion to His Word; with His mercy and grace, he may be saved; he may not realize any Kul-jug.

ਗੁਰੂ ਨਾਨਕ ਦੇਵ ਜੀ! – Guru Nanak Dev Ji! Guru Granth Sahib

ਜੇ ਕੋ ਸਤੁ ਕਰੇ ਸੋ ਛੀਜੈ, ਤਪ ਘਰਿ ਤਪੁ ਨ ਹੋਈ॥ jay ko sat karay so chheejai tap ghar tap na ho-ee.
ਜੇ ਕੋ ਨਾਉ ਲਏ ਬਦਨਾਵੀ, ਕਲਿ ਕੇ ਲਖਣ ਏਈ॥੩॥ jay ko naa-o la-ay badnaavee kal kay lakhan ay-ee. ||3||

ਜਿਹੜਾ ਸ਼ਬਦ ਦੀ ਪਾਲਣਾ ਨਹੀਂ ਕਰਦਾ, ਆਪਣੇ ਜੀਵਨ ਦਾ ਮੰਤਵ ਨਹੀਂ ਸਮਝਦਾ, ਉਸ ਨੂੰ ਪ੍ਰਭ ਦੀ ਰਹਿਮਤ ਬਖਸ਼ਿਸ਼ ਨਹੀਂ ਹੁੰਦੀ । ਜਿਸ ਸਮੇਂ ਸੰਸਾਰਕ ਜੀਵ ਸ਼ਬਦ ਦਾ ਪ੍ਰਚਾਰ ਕਰਨ ਵਾਲੇ ਦਾ ਮਖੌਲ ਅਡਾਉਂਦੇ ਹਨ । ਇਹ ਕਲਯੁਗ ਦੀ ਨਿਸ਼ਾਨੀ ਹੁੰਦੀ ਹੈ ।

Whosoever may not remember the misery of his separation from His Holy Spirit nor obey the teachings of His Word; he may never be blessed with the right path of acceptance in His Court. The True identification of the age of Kul-Jug! Self-minded may rebuke or slanders or makes a mockery of His true devotee, preaching the glory of His Word.

ਜਿਸੁ ਸਿਕਦਾਰੀ ਤਿਸਹਿ ਖੁਆਰੀ, ਚਾਕਰ ਕੇਹੇ ਡਰਣਾ॥ jis sikdaaree tiseh khu-aaree chaakar kayhay darnaa.
ਜਾ ਸਿਕਦਾਰੈ ਪਵੈ ਜੰਜੀਰੀ, ਤਾ ਚਾਕਰ ਹਥਹੁ ਮਰਣਾ॥੪॥ jaa sikdaarai pavai janjeeree taa chaakar hathahu marnaa. ||4||

ਜਿਸ ਸਮੇਂ ਮਾਲਕ ਦੀ ਬੇ-ਅਦਬੀ ਹੋਵੇ ਅਤੇ ਉਸ ਦਾ ਦਾਸ ਕੋਈ ਪ੍ਰਵਾਹ ਨਾ ਕਰੇ । ਜਿਸ ਸਮੇਂ ਮਾਲਕ ਨੂੰ ਉਸ ਦਾ ਗਲਾਮ ਬੰਧੀ ਬਣਾਵੇ ਅਤੇ ਮਾਰ ਦੇਵੇ । ਇਸ ਨੂੰ ਕਲਿਯੁਗ ਕਹਿੰਦੇ ਹਨ ।

The identification of the Age of Kul-jug! When the master may be rebuked and his servant may not care, worry, or protect him. His servant, slave may capture, hurt, or kills his own master.

ਆਖੁ ਗੁਣਾ ਕਲਿ ਆਈਐ॥ aakh gunaa kal aa-ee-ai.
ਤਿਹੁ ਜੁਗ ਕੇਰਾ ਰਹਿਆ ਤਪਾਵਸੁ, tihu jug kayraa rahi-aa tapaavas
ਜੇ ਗੁਣ ਦੇਹਿ ਤ ਪਾਈਐ॥੧॥ ਰਹਾਉ॥ jay gun deh ta paa-ee-ai. ||1|| rahaa-o.

ਇਸਤਰ੍ਹਾਂ ਦੇ ਜੀਵਨ ਦੇ ਹਲਾਤ ਨੂੰ ਹੀ ਕਲਯੁਗ ਕਹਿਆ ਜਾਂਦਾ ਹੈ । ਉਸ ਸਮੇਂ ਪ੍ਰਭ ਦੇ ਸ਼ਬਦ ਦਾ ਜਾਪ ਹੀ ਆਸਰਾ ਰਹਿੰਦਾ ਹੈ । ਉਸ ਵੇਲੇ ਪਿਛਲੇ ਤਿੰਨਾਂ ਯੁੱਗਾਂ ਦੇ ਇਨਸਾਫ ਦੇ ਤਰੀਕੇ ਭੁੱਲ ਜਾਂਦੇ ਹਨ । ਕੋਈ ਪ੍ਰਵਾਹ ਨਹੀਂ ਕਰਦਾ । ਜਿਹੜਾ ਸਿਮਰਨ ਕਰਦਾ, ਪ੍ਰਭ ਦੀ ਸ਼ਰਣ ਆਉਂਦਾ ਹੈ, ਉਸ ਨੂੰ ਹੀ ਪ੍ਰਭ ਦੀ ਰਹਿਮਤ ਬਖਸ਼ਿਸ਼ ਹੁੰਦੀ ਹੈ ।

When such a worldly environment may prevail in the universe! The invader may ignore all the way of justice of three Ages; he may not care about any mercy and justice. That may be called time of Kul-Jug. Whosoever may meditate and surrender his mind, body, and status at His Sanctuary; with His mercy and grace, he may be saved.

ਕਲਿ ਕਲਵਾਲੀ ਸਰਾ ਨਿਬੇੜੀ, ਕਾਜੀ ਕ੍ਰਿਸਨਾ ਹੋਆ॥ kal kalvaalee saraa nibayrhee kaajee krisanaa ho-aa.
ਬਾਣੀ ਬ੍ਰਹਮਾ ਬੇਦੁ ਅਥਰਬਣੁ, ਕਰਣੀ ਕੀਰਤਿ ਲਹਿਆ॥੫॥ banee barahmaa bayd atharban karnee keerat lahi-aa. ||5||

ਇਸ ਹਲਾਤ ਵਿੱਚ ਧਰਮ ਦੇ ਪੁਜਾਰੀ ਨੂੰ ਇਨਸਾਫ ਕਰਨ ਵਾਲਾ ਮੰਨਦੇ ਹਨ । ਧਰਮ ਦੇ ਗ੍ਰੰਥ ਪੜ੍ਹਨ ਨੂੰ ਚੰਗਾ ਕੰਮ ਕਹਿਆ ਜਾਂਦਾ ਹੈ ।

In this stage, religious priest may be considered judge to deliver justice. Reading religious Holy Scripture may be considered sacred, supreme.

ਪਤਿ ਵਿਣੁ ਪੂਜਾ, ਸਤ ਵਿਣੁ ਸੰਜਮੁ, ਜਤ ਵਿਣੁ ਕਾਹੇ ਜਨੇਊ॥ pat vin poojaa sat vin sanjam jat vin kaahay janay-oo.
ਨਾਵਹੁ ਧੋਵਹੁ ਤਿਲਕੁ ਚੜਾਵਹੁ, ਸੁਚ ਵਿਣੁ ਸੋਚ ਨ ਹੋਈ॥੬॥ naavhu Dhovahu tilak charhaavahu such vin soch na ho-ee. ||6||

ਆਪਣੇ ਮਨ ਤੇ ਕਾਬੂ, ਸ਼ਬਦ ਤੇ ਭਰੋਸੇ, ਸ੍ਰਿਸ਼ਟੀ ਦੀ ਭਲਾਈ ਤੋਂ ਬਿਨਾਂ, ਇਹ ਧਰਮ ਦੇ ਰੀਤ ਰੀਵਾਜ, ਇਹ ਪਵਿੱਤਰ ਕੰਮ ਸ੍ਰਿਸ਼ਟੀ ਦੀ ਭਲਾਈ ਤੋਂ ਵਾਂਝੇ ਹੀ ਹਨ । ਇਹ ਕੋਈ ਚੰਗੇ ਕੰਮ ਨਹੀਂ ਰਹਿੰਦੇ । ਧਰਮ ਦੇ ਬਾਣੇ, ਇਸ਼ਨਾਨ, ਤਿਲਕ ਦੀ, ਪ੍ਰਭ ਦੀ ਦਰਗ਼ਾਹ ਵਿੱਚ ਕੋਈ ਮਹੱਤਤਾ ਨਹੀਂ ਹੁੰਦੀ । ਅਡੋਲ ਭਰੋਸੇ ਨਾਲ ਸ਼ਬਦ ਦੀ ਪਾਲਣਾ ਤੋਂ ਬਿਨਾਂ ਸੋਝੀ ਬਖਸ਼ਿਸ਼ ਨਹੀਂ ਹੁੰਦੀ ।

Without conquering your mind, without faith on His Word, blessings, without deeds for welfare of His Creation; all other may be religious rituals! Holy deeds may not be accepted and regarded as sanctified, good deeds in His Court. Religious baptism, robe, sanctifying bath at Holy Shrine, vermillion of purity on forehead may not have any significance in His Court. Without obeying the teachings of His Word with steady and stable belief; no one may ever be blessed with the right path of acceptance in His Court.

ਕਲਿ ਪਰਵਾਣੁ ਕਤੇਬ ਕੁਰਾਣੁ॥ ਪੋਥੀ ਪੰਡਿਤ ਰਹੇ ਪੁਰਾਣ॥ kal parvaan katayb kuraan. pothee pandit rahay puraan.
ਨਾਨਕ ਨਾਉ ਭਇਆ ਰਹਮਾਣੁ॥ ਕਰਿ ਕਰਤਾ ਤੂ ਏਕੋ ਜਾਣੁ॥੭॥ naanak naa-o bha-i-aa rehmaan. kar kartaa too ayko jaan. ||7||

ਕਲਯੁਗ ਵਿੱਚ ਕੁਰਾਨ, ਜੋਗੀ ਦੀ ਕਤੇਬ ਹੀ ਜੀਵਾਂ ਤੇ ਠੋਸੇ ਜਾਂਦੀ ਹੈ । ਗਿਆਨ ਵਾਲੀਆ ਲਿਖਤਾਂ ਦੀ ਕੋਈ ਮਹੱਤਤਾ ਨਹੀਂ ਹੁੰਦੀ, ਕੋਈ ਨਹੀਂ ਪੜ੍ਹਦਾ, ਵਿਚਾਰਦਾ, ਆਪਣੇ ਜੀਵਨ ਵਿੱਚ ਨਹੀਂ ਅਪਣਾਉਂਦਾ । ਸੰਸਾਰਕ ਗੁਰੂ, ਪੰਕਬਰਾਂ ਨੂੰ ਹੀ ਪ੍ਰਭ ਦੀ ਥਾਂ ਦਿੱਤੀ ਜਾਂਦੀ ਹੈ । ਜੀਵ ਇਹ ਭੁੱਲ ਜਾਂਦੇ ਹਨ । ਕੇਵਲ ਇਕੋ ਇਕ ਪ੍ਰਭ ਹੀ ਸ੍ਰਿਸ਼ਟੀ ਦਾ ਸ੍ਰਿਜਨਹਾਰਾ ਜਨਮ ਅਤੇ ਮੌਤ ਦਾ ਮਾਲਕ ਹੈ ।

In the Age of Kul-Jug! Religions may try to brain-wash and enforces the religious fundamentals, principles on innocents as Holy and only the path of salvation. The Holy Scriptures embedded with the right path may not have any significance. No one may read, comprehends nor adopts in his own life. Worldly Guru, prophet may be considered as The True Guru; savior of His Creation. Ignorant may forget! The One and Only One, True Master, Creator, and destroyer of the universe; only with His mercy and grace, the cycle of birth and death may be eliminated.

ਨਾਨਕ ਨਾਮੁ ਮਿਲੈ ਵਡਿਆਈ, ਏਦੂ ਉਪਰਿ ਕਰਮੁ ਨਹੀ॥ naanak naam milai vadi-aa-ee aydoo upar karam nahee.
ਜੇ ਘਰਿ ਹੋਦੈ ਮੰਗਣਿ ਜਾਈਐ, ਫਿਰਿ ਓਲਾਮਾ ਮਿਲੈ ਤਹੀ॥ ੮॥ ੧॥ jay ghar hodai mangan jaa-ee-ai fir olaamaa milai tahee. ||8||1||

ਜੀਵ ਸ਼ਬਦ ਦੀ ਪਾਲਣਾ ਕਰਨ ਤੋਂ ਵੱਡੀ ਕੋਈ ਬੰਦਗੀ, ਉਤਮ ਕੰਮ ਨਹੀਂ ਹੈ । ਪ੍ਰਭ ਦੀ ਰਹਿਮਤ ਹੀ ਸਭ ਤੋਂ ਵੱਡੀ ਦਾਤ, ਬਖਸ਼ਿਸ਼ ਹੁੰਦੀ ਹੈ । ਜਿਹੜਾ ਹੋਰ ਕੁਝ ਮੰਗਦਾ ਹੈ, ਜਿਹੜਾ ਪ੍ਰਭ ਨੇ ਪਹਿਲੇ ਹੀ ਬਖਸ਼ਿਆ ਹੈ, ਉਸ ਨੂੰ ਲਾਲਚੀ ਕਹਿਆ ਜਾਂਦਾ ਹੈ ।

Remember! No other mediation or worship, charity may be more significant than obeying the teachings of His Word. His Blessed Vision may be the most superb blessings, reward. Whosoever may pray or beg for something, already been blessed; he may be greedy and selfish.

Key Message of Raag Raamkalee, page 902-14
ਕਲਯੁਗ ਦੀ ਨਿਸ਼ਾਨੀ!
ਹਰਇਕ ਯੁੱਗ ਵਿੱਚ! ਉਹ ਹੀ ਚੰਦ, ਤਾਰੇ ਚੜ੍ਹਦੇ, ਸੂਰਜ ਨਿਕਲਦਾ, ਉਹ ਹੀ ਧਰਤੀ, ਹਵਾ ਵਗਦੀ ਹੈ । ਇਹ ਕਲਯੁਗ ਕਿਸੇ ਇਕ ਦੇਸ ਵਿੱਚ, ਕਿਸੇ ਪਵਿੱਤਰ ਤੀਰਥ ਤੇ ਬੈਠੇ ਬਚਾ ਨਹੀਂ ਹੁੰਦਾ ਹੈ । ਜਿਸ ਸਮੇਂ ਸੰਸਾਰਕ ਜੀਵ, ਸ਼ਬਦ ਦੀ ਸਿਖਿਆਂ ਨਾਲ ਜੀਵਨ ਢਾਲਣ ਵਾਲੇ, ਦਾ ਮਖੌਲ ਅਡਾਉਂਦੇ ਹਨ । **ਇਹ ਕਲਯੁਗ ਦੀ ਨਿਸ਼ਾਨੀ ਹੁੰਦੀ ਹੈ** । ਜਿਹੜਾ ਪ੍ਰਭ ਦੀ ਸ਼ਰਣ ਵਿੱਚ ਆਪਾ ਭੇਟਾ ਕਰ ਦੇਂਦਾ ਹੈ, ਉਸ ਤੇ ਕਲਯੁਗ ਨਹੀਂ ਆਉਂਦਾ! ਕਲਯੁੱਗ ਵਿੱਚ ਧਾਰਮਕ ਗ੍ਰੰਥ ਨੂੰ ਅਸਲੀ ਮੁਕਤੀ ਦਾ ਰਸਤਾ, ਜੀਵਾਂ ਤੇ ਠੋਸੇ ਜਾਂਦਾ ਹੈ । ਸ਼ਬਦ ਦੀ ਸਿਖਿਆਂ ਨਾਲ ਜੀਵਨ ਢਾਲਣਾ ਹੀ ਸਭ ਤੋਂ ਉਤਮ ਬੰਦਗੀ, ਪ੍ਰਵਾਨਗੀ ਦਾ ਰਸਤਾ ਹੈ!
Sign of Kul-Jug!
In every Age! Same sun, moon, and stars shines; same earth and air blow in the universe! Age of Kul-Jug! may not come in any specific country nor may be saved any one Holy shrine. When someone may rebuke or slanders or makes a mockery of His true devotee, preaching the glory of His Word. That may be True identification of the Age of Kul-Jug! Whosoever may surrender his self-entity at His Sanctuary; he remains beyond the reach of Kul-Jug. Age of Kul-Jug! Religions may brain-wash and enforces the religious fundamentals, principles on innocents as the only path of salvation. Adopting the teachings of His Word may be the supreme worship, the right path of acceptance in His Court.

13. ਰਾਮਕਲੀ ਮਹਲਾ ੧॥ 903-6

ਜਗੁ ਪਰਬੋਧਹਿ ਮੜੀ ਬਧਾਵਹਿ॥ jag parboDheh marhee baDhaaveh.
ਆਸਣੁ ਤਿਆਗਿ ਕਾਹੇ ਸਚੁ ਪਾਵਹਿ॥ aasan ti-aag kaahay sach paavahi.
ਮਮਤਾ ਮੋਹੁ ਕਾਮਣਿ ਹਿਤਕਾਰੀ॥ ਨਾ ਅਉਧੂਤੀ ਨਾ ਸੰਸਾਰੀ॥੧॥ mamtaa moh kaaman hitkaaree. naa a-uDhootee naa sansaaree. ||1||

ਜੀਵ, ਸੰਸਾਰਕ ਜੀਵਾਂ ਨੂੰ ਪ੍ਰਚਾਰ ਕਰਦਾ ਹੈ । ਆਪਣਾ ਡੇਰਾ, ਗੁਰਦੁਵਾਰਾ, ਪੂਜਣ ਵਾਲਾ ਅਸਥਾਨ ਬਣਾਉਂਦਾ, ਥਾਪਦਾ ਹੈ । ਜਿਹੜਾ ਆਪਣੀ ਸਿਮਰਨ, ਬੰਦਗੀ ਦੀ ਸਮਾਧੀ ਨਹੀਂ ਲਾਉਂਦਾ । ਉਸ ਨੂੰ ਪ੍ਰਭ ਦੇ ਸ਼ਬਦ ਦੀ ਸੋਝੀ ਕਿਵੇਂ ਬਖਸ਼ਿਸ਼ ਹੋਵੇ ਗੀ? ਉਸ ਦਾ ਮਨ, ਕਾਮ ਵਾਸ਼ਨਾ ਅਤੇ ਸੰਸਾਰਕ ਮਾਇਆ ਇਕੱਠੀ ਕਰਨ ਵਿੱਚ ਮਸਤ ਰਹਿੰਦਾ ਹੈ । ਨਾ ਉਹ ਸੰਨਿਆਸੀ, ਨਾ ਹੀ ਸੰਸਾਰੀ ਰਹਿੰਦਾ ਹੈ!

Worldly saint may preach the right path of human life journey to others innocents; he may establish a temple, gurdwara, a Holy throne for meditation; however, he may never adopt the teachings of His Word in his day-to-day life. How may he be enlightened with essence of His Word? He remains intoxicated in sexual urge and collecting worldly wealth. His way of life may not be of a renunciatory nor family life.

ਜੋਗੀ ਬੈਸਿ ਰਹਹੁ, ਦੁਬਿਧਾ ਦੁਖੁ ਭਾਗੈ॥ jogee bais rahhu dubiDhaa dukh bhaagai.
ਘਰਿ ਘਰਿ ਮਾਗਤ ਲਾਜ ਨ ਲਾਗੈ॥੧॥ ਰਹਾਉ॥ ghar ghar maagat laaj na laagai. ||1|| rahaa-o.

ਜਿਹੜਾ ਦੁਬਦਾ ਦੇ ਰਸਤੇ ਤੇ ਚਲਦਾ ਹੈ, ਉਹ ਦੁਖ ਹੀ ਪਾਉਂਦਾ ਹੈ । ਉਹ ਘਰ ਘਰ ਮੰਗਣ ਜਾਂਦਾ, ਕੋਈ ਸ਼ਰਮ ਨਹੀਂ ਕਰਦਾ ।

Whosoever may remain on the dual paths, his feet on two boats; he may only drown and endure miseries. He may beg alms from door to door; he should be ashamed of his way of life.

ਗਾਵਹਿ ਗੀਤ ਨ ਚੀਨਹਿ ਆਪੁ॥ ਕਿਉ ਲਾਗੀ ਨਿਵਰੈ ਪਰਤਾਪੁ॥ gaavahi geet na cheeneh aap. ki-o laagee nivrai partaap.
ਗੁਰ ਕੈ ਸਬਦਿ ਰਚੈ ਮਨ ਭਾਇ॥ ਭਿਖਿਆ ਸਹਜ ਵੀਚਾਰੀ ਖਾਇ॥੨॥ gur kai sabad rachai man bhaa-ay. bhikhi-aa sahj veechaaree khaa-ay. ||2||

ਜਿਹੜਾ ਪ੍ਰਭ ਦੇ ਸ਼ਬਦ ਗਾਉਂਦਾ, ਪਰ ਆਪਣਾ ਜੀਵਨ ਸ਼ਬਦ ਦੀ ਸਿਖਿਆਂ ਅਨੁਸਾਰ ਬਤੀਤ ਨਹੀਂ ਕਰਦਾ । ਉਸ ਦੇ ਅੰਦਰ ਦੀ ਇਛਾਂ ਦੀ ਅੱਗ ਕਿਸਤਰ੍ਹਾਂ ਖਤਮ ਹੋ ਸਕਦੀ ਹੈ? ਜਿਹੜਾ ਸ਼ਬਦ ਦੀ ਪਾਲਣਾ ਕਰਦਾ, ਸਿਮਰਨ ਵਿੱਚ ਲੀਨ ਰਹਿੰਦਾ ਹੈ, ਪ੍ਰਭ ਦੀ ਰਹਿਮਤ ਨਾਲ ਉਸ ਨੂੰ ਅਸਲੀ ਰਸਤਾ ਬਖਸ਼ਿਸ਼ ਹੋ ਸਕਦਾ ਹੈ ।

Whosoever may sing the glory of His Word; however, he may never adopt the teachings of His Word in his own day-to-day life. How may his lava of worldly desires be extinguished from his mind? Whosoever may remain intoxicated in meditation and obeying the teachings of His Word with steady and stable belief; with His mercy and grace, he may be blessed with the right path of acceptance in His Court.

ਭਸਮ ਚੜਾਇ ਕਰਹਿ ਪਾਖੰਡੁ॥ bhasam charhaa-ay karahi pakhand.
ਮਾਇਆ ਮੋਹਿ ਸਹਹਿ ਜਮ ਡੰਡੁ॥ maa-i-aa mohi saheh jam dand.
ਫੂਟੈ ਖਾਪਰੁ ਭੀਖ ਨ ਭਾਇ॥ footai khaapar bheekh na bhaa-ay.
ਬੰਧਨਿ ਬਾਧਿਆ ਆਵੈ ਜਾਇ॥੩॥ banDhan baaDhi-aa aavai jaa-ay. ||3||

ਜਿਹੜਾ ਆਪਣੇ ਤਨ ਨੂੰ ਭਸਮ ਲਗਾਉਂਦਾ, ਧਰਮ ਦਾ ਬਾਣਾ ਪਾਉਂਦਾ ਹੈ । ਉਹ ਪੰਖਡ ਦਾ ਖੇਲ ਹੀ ਕਰਦਾ ਹੈ । ਉਹ ਸੰਸਾਰਕ ਮਾਇਆ ਮੋਹ ਵਿੱਚ ਹੀ ਫਸਿਆ ਰਹਿੰਦਾ ਹੈ । ਉਹ ਜਮਦੂਤਾਂ ਦੇ ਕਾਬੂ ਵਿੱਚ ਹੀ ਰਹਿੰਦਾ ਹੈ । ਉਸ ਦਾ ਮੰਗਣ ਵਾਲ ਬਾਟਾ, ਬੰਦਗੀ ਕਰਨ ਵਾਲੀ ਸਮਾਧੀ ਟੁੱਟੀ ਹੈ । ਇਸ ਵਿੱਚ ਪ੍ਰਭ ਦੀ ਰਹਿਮਤ ਟਿਕ ਨਹੀਂ ਸਕਦੀ । ਉਸ ਨੂੰ ਸੰਸਾਰਕ ਬੰਧਨ, ਜੂੰਨਾਂ ਦੇ ਚੱਕਰ ਵਿੱਚ ਹੀ ਰਖਦੇ ਹਨ ।

Whosoever may rub ashes on his body, temple of The True Master; he may baptize and adopt religious robe and sings the glory of His Word to suck blood of innocents. He remains intoxicated with the sweet poison of worldly wealth. He may be captured by the devil of death. His begging bowl and void of mediation may be ruined; His Blessings may not remain in his bowl for long. His way of life may keep him in the deep cycle of birth and death.

ਬਿੰਦੁ ਨ ਰਾਖਹਿ ਜਤੀ ਕਹਾਵਹਿ॥ bind na raakhahi jatee kahaaveh.
ਮਾਈ ਮਾਗਤ ਤ੍ਰੈ ਲੋਭਾਵਹਿ॥ maa-ee maagat tarai lobhaaveh.
ਨਿਰਦਇਆ ਨਹੀ ਜੋਤਿ ਉਜਾਲਾ॥ nirda-i-aa nahee jot ujaalaa.
ਬੂਡਤ ਬੂਡੇ ਸਰਬ ਜੰਜਾਲਾ॥੪॥ boodat booday sarab janjaalaa. ||4||

ਉਹ ਕਾਮ ਵਾਸ਼ਨਾ ਤੇ ਕਾਬੂ ਨਹੀਂ ਪਾਉਂਦਾ, ਆਪਣੇ ਆਪ ਨੂੰ ਜਤੀ ਕਹਿੰਦਾ ਹੈ । ਉਹ ਮਾਇਆ ਦੀ ਭੀਖ ਮੰਗਦਾ, ਤਿੰਨਾਂ ਤ੍ਰਿਸ਼ਨਾਂ ਦਾ ਗੁਲਾਮ ਰਹਿੰਦਾ ਹੈ! ਉਸ ਦਾ ਪ੍ਰਭ ਦੇ ਸ਼ਬਦ ਤੇ ਭਰੋਸਾ ਨਹੀਂ ਹੈ! ਉਹ ਸੰਸਾਰਕ ਇਛਾਂ ਦੇ ਜਾਲ ਵਿੱਚ ਡੂੰਘਾ ਫਸਦਾ ਜਾਂਦਾ ਹੈ ।

Whosoever may not control his sexual urge; however, he claims to practice celibacy. He begs for charity from others and remains a slave of three virtues of worldly wealth. He may never have any faith on His Blessings; he may remain a victim of sweet poison of worldly wealth.

ਗੁਰੂ ਨਾਨਕ ਦੇਵ ਜੀ! – Guru Nanak Dev Ji! Guru Granth Sahib

ਭੇਖ ਕਰਹਿ ਖਿੰਥਾ ਬਹੁ ਥਟੂਆ॥ bhaykh karahi khinthaa baho thatoo-aa.
ਝੂਠੋ ਖੇਲੁ ਖੇਲੈ ਬਹੁ ਨਟੂਆ॥ jhootho khayl khaylai baho natoo-aa.
ਅੰਤਰਿ ਅਗਨਿ ਚਿੰਤਾ ਬਹੁ ਜਾਰੇ॥ antar agan chintaa baho jaaray.
ਵਿਣੁ ਕਰਮਾ ਕੈਸੇ ਉਤਰਸਿ ਪਾਰੇ॥੫॥ vin karmaa kaisay utras paaray. ||5||

ਜੀਵ ਤੂੰ ਧਰਮ ਦਾ ਬਾਣਾ, ਰਹਿਤਨਾਮਾ ਰਖਦਾ ਹੈ! ਬਾਜੀਗਰ ਦੀ ਤਰ੍ਹਾਂ ਖੇਲ ਕਰਦਾ ਹੈ । ਪ੍ਰਭ ਦੀ ਰਹਿਮਤ ਦਾ ਦਿਖਾਵਾ ਕਰਦਾ ਹੈ । ਤੇਰੇ ਅੰਦਰ ਇਛਾਂ ਦੀ ਅੱਗ ਚਮਕਦੀ ਹੈ । ਚੰਗੇ ਕੰਮਾਂ ਤੋਂ ਬਿਨਾਂ ਤੂੰ ਸੰਸਾਰਕ ਸਾਗਰ ਕਿਵੇਂ ਪਾਰ ਕਰੇਗਾ?

Self-minded may adopt the religious robe and follow religious disciplines very rigidly. He may be performing a juggler play and pretend to be blessed with His Blessed Vision. He remains intoxicated with worldly desires. How may he be accepted in His Court, without good deeds for His Creation?

ਮੁੰਦ੍ਰਾ ਫਟਕ ਬਨਾਈ ਕਾਨਿ॥ muMdRw Ptk bnweI kwin]
ਮੁਕਤਿ ਨਹੀ ਬਿਦਿਆ ਬਿਗਿਆਨਿ॥ mukiq nhI ibidAw ibigAwin]
ਜਿਹਵਾ ਇੰਦ੍ਰੀ ਸਾਦਿ ਲੋੁਭਾਨਾ॥ ਪਸੂ ਭਏ ਨਹੀ ਮਿਟੈ ਨੀਸਾਨਾ॥੬॥ ijhvw ieMdRI swid luoBwnw] psU Bey nhI imtY inswnw||6||

ਤੂੰ ਸੀਸੇ ਦੀਆਂ ਮੰਦ੍ਰਾ ਆਪਣੇ ਕੰਨਾਂ ਵਿੱਚ ਪਾਈਆ ਹਨ, ਧਰਮ ਦੇ ਬਾਣੇ ਨਾਲ ਸਜਾਵਟ ਕੀਤੀ ਹੈ । ਸ਼ਬਦ ਦੀ ਸੋਝੀ ਤੋਂ ਬਿਨਾਂ, ਆਪਣੇ ਜੀਵਨ ਵਿੱਚ ਸ਼ਬਦ ਨੂੰ ਅਪਣਾਉਣ ਤੋਂ ਬਿਨਾਂ ਪ੍ਰਭ ਦੇ ਦਰਬਾਰ ਵਿੱਚ ਪ੍ਰਵਾਨਗੀ ਬਖਸ਼ਿਸ਼ ਨਹੀਂ ਹੁੰਦੀ । ਜਿਹੜਾ ਜੀਭ ਦੇ ਰਸ ਅਤੇ ਕਾਮ ਵਾਸ਼ਨਾ ਵਿੱਚ ਮਸਤ ਰਹਿੰਦਾ ਹੈ । ਉਹ ਜਾਨਵਰ ਵਰਗਾ ਬਣ ਜਾਂਦਾ ਹੈ, ਇਹ ਉਸ ਦੀ ਆਤਮਾ ਤੋਂ ਦੂਰ ਨਹੀਂ ਹੋ ਸਕਦੇ ।

You wear ear ring of glass, claim as ear rings of contentment, and embellish your perishable body with religious robe. No one may ever be accepted in His Court without adopting the teachings of His Word. You remain intoxicated with the taste of your tongue and sexual urge. You have been transformed as a beast; your sins may never be removed from your soul.

ਤ੍ਰਿਬਿਧਿ ਲੋਗਾ, ਤ੍ਰਿਬਿਧਿ ਜੋਗਾ॥ ਸਬਦੁ ਵੀਚਾਰੈ ਚੂਕਸਿ ਸੋਗਾ॥ taribaDh logaa taribaDh jogaa. sabad veechaarai chookas sogaa.
ਊਜਲੁ ਸਾਚੁ ਸੁ ਸਬਦੁ ਹੋਇ॥ ਜੋਗੀ ਜੁਗਤਿ ਵੀਚਾਰੇ ਸੋਇ॥੭॥ oojal saach so sabad ho-ay. jogee jugat veechaaray so-ay. ||7||

ਸੰਸਾਰਕ ਜੀਵ ਤਿੰਨਾਂ ਤ੍ਰਿਸ਼ਨਾ ਦੇ ਵਿੱਚ ਫਸੇ ਹਨ । ਇਸਤਰ੍ਹਾਂ ਜੋਗੀ, ਧਰਮ ਦੇ ਬਾਣਾ ਪਾਉਣ ਵਾਲੇ ਵੀ ਤਿੰਨਾਂ ਵਿੱਚ ਹੀ ਫਸੇ ਰਹਿੰਦੇ ਹਨ । ਸ਼ਬਦ ਦੀ ਸਿਖਿਆਂ ਨਾਲ ਜੀਵਨ ਢਾਲਣ ਤੋਂ ਬਿਨਾਂ ਇਛਾਂ ਦੂਰ ਨਹੀਂ ਹੁੰਦੀਆਂ । ਸ਼ਬਦ ਦੀ ਪਾਲਣਾ ਕਰਨ ਨਾਲ ਮਨ ਪਵਿੱਤਰ ਹੋ ਜਾਂਦਾ ਹੈ । ਰੱਬੀ ਨੂਰ ਬਖਸ਼ਿਸ਼ ਹੋ ਜਾਂਦਾ ਹੈ । ਜਿਹੜਾ ਸ਼ਬਦ ਅਨੁਸਾਰ ਜੀਵਨ ਬਤੀਤ ਕਰਦਾ, ਉਹ ਹੀ ਅਸਲੀ ਜੋਗੀ ਹੁੰਦਾ ਹੈ ।

Ignorant human remains trapped in three virtues of worldly wealth; same way, worldly saints, yogi, religious devotee remain slave of these three virtues of worldly wealth. Without adopting the teachings of His Word in day-to-day life, his worldly desires may never be eliminated. Whosoever may obey the teachings of His Word with steady and stable belief in his day-to-day life; with His mercy and grace, his soul may be sanctified to become worthy of His Consideration. He may be blessed with the eternal glow on his forehead. Whosoever may adopt the teachings of His Word in his day-to-day life; only he may become worthy to be called true yogi, His true devotee.

ਤੁਝ ਪਹਿ ਨਉ ਨਿਧਿ ਤੂ ਕਰਣੈ ਜੋਗੁ॥ ਥਾਪਿ ਉਥਾਪੇ ਕਰੇ ਸੁ ਹੋਗੁ॥ tujh peh na-o niDh too karnai jog. thaap uthaapay karay so hog.
ਜਤੁ ਸਤੁ ਸੰਜਮੁ ਸਚੁ ਸੁਚੀਤੁ॥ jat sat sanjam sach sucheet.
ਨਾਨਕ ਜੋਗੀ ਤ੍ਰਿਭਵਣ ਮੀਤੁ॥੮॥੨॥ naanak jogee taribhavan meet. ||8||2||

ਸ਼ਬਦ ਦੀ ਪਾਲਣਾ ਵਿੱਚ ਹੀ ਗਿਆਨ ਦੇ ਨੌਂ ਖਜ਼ਾਨੇ ਹਨ, ਤੂੰ ਹੀ ਸਭ ਕਾਰਨਾ ਦਾ ਕਾਰਨ ਹੈ । ਤੂੰ ਆਪੇ ਹੀ ਕਿਸੇ ਜੀਵ ਨੂੰ, ਧਰਮ ਨੂੰ ਥਾਪਦਾ, ਤਬਾਹ ਕਰਦਾ ਹੈ । ਜੀਵ ਨੂੰ ਪੈਦਾ ਕਰਦਾ, ਮੌਤ ਦੇਂਦਾ ਹੈ । ਜਿਹੜਾ ਜੀਵ ਆਪਣੇ ਮਨ ਦੀਆਂ ਇਛਾਂ ਤੇ ਕਾਬੂ ਰਖਦਾ, ਸਾਦਾ ਰਹਿੰਦਾ, ਫਰੇਬ, ਲਾਲਚ ਨੂੰ ਤਿਆਗਕੇ ਮਨ ਨੂੰ ਪਵਿੱਤਰ ਰਖਦਾ ਹੈ । ਉਹ ਤਿੰਨਾਂ ਸ੍ਰਿਸ਼ਟੀਆਂ ਦੇ ਸਵਾਮੀ, ਜੋਗੀ ਦਾ ਸੇਵਕ ਬਣ ਜਾਂਦਾ ਹੈ ।

Nine treasures of enlightenments remain embedded within the essence of His Word. He creates all the purpose of all events. The True Master may establish or destroy any worldly religion. He may create a new life, creature or destroy any creature, anything. Whosoever may conquer his mind, adopts simple living; he may conquer greed and deceptive thoughts. His soul may be sanctified to become worthy of His Consideration. He may become worthy to be called His true devotee, The True Master of three universes.

Key Message of Raag Raamkalee, page 903-6
'ਦਾਸ ਦੀ ਨਿਸ਼ਾਨੀ!
ਜਿਹੜੇ ਸੰਸਾਰਕ ਧਰਮ, ਬਾਣੇ, ਰਹਿਤਨਾਮੇ ਨੂੰ ਬਹੁਤ ਮਹੱਤਤਾ ਦੇਂਦੇ, ਸ੍ਰਿਸ਼ਟੀ ਦੀ ਭਲਾਈ ਦੇ ਨਾਮ ਤੇ, ਸੰਸਾਰਕ ਮਾਇਆ, ਤਿੰਨਾਂ ਤ੍ਰਿਸ਼ਨਾ ਵਿੱਚ ਫਸੇ ਹਨ । ਕੇਵਲ ਸ਼ਬਦ ਦੀ ਸਿਖਿਆਂ ਨਾਲ ਜੀਵਨ ਢਾਲਣ ਨਾਲ ਹੀ ਇਛਾਂ ਤੇ ਜਿੱਤ ਬਖਸ਼ਿਸ਼ ਹੋ ਸਕਦੀ ਹੈ । ਅਸਲੀ ਰਸਤਾ, ਰੱਬੀ ਨੂਰ ਬਖਸ਼ਿਸ਼ ਹੋ ਜਾਂਦਾ ਹੈ । ਉਹ ਹੀ ਅਸਲੀ ਜੋਗੀ ਹੁੰਦਾ ਹੈ । ਸ਼ਬਦ ਦੀ ਪਾਲਣਾ ਵਿੱਚ ਹੀ ਸੋਝੀ ਨੌਂ ਖਜ਼ਾਨੇ ਹਨ! ਜਿਹੜਾ ਜੀਵ ਆਪਣੇ ਮਨ ਦੀਆਂ ਇਛਾਂ ਤੇ ਕਾਬੂ ਰਖਦਾ, ਸਾਦਾ ਰਹਿੰਦਾ, ਫਰੇਬ, ਲਾਲਚ ਨੂੰ ਤਿਆਗਕੇ ਮਨ ਨੂੰ ਪਵਿੱਤਰ ਰਖਦਾ ਹੈ । ਉਹ ਤਿੰਨਾਂ ਸ੍ਰਿਸ਼ਟੀਆਂ ਦੇ ਸਵਾਮੀ, ਜੋਗੀ ਦਾ ਸੇਵਕ ਬਣ ਜਾਂਦਾ ਹੈ ।
Recognition of His true devotee!
Ignorant religious human attaches too much significance to robe and religious fundamentals; he may remain intoxicated in in three virtues of worldly wealth. Whosoever may adopt the teachings of His Word; only he may conquer his worldly desires; his soul may be sanctified to become worthy of His Consideration. He may be blessed with the eternal glow on his forehead; only he may become worthy to be called true yogi, His true devotee.

14. **ਰਾਮਕਲੀ ਮਹਲਾ ੧॥** 903-17

ਖਟੁ ਮਟੁ ਦੇਹੀ ਮਨੁ ਬੈਰਾਗੀ॥ ਸੁਰਤਿ ਸਬਦੁ ਧੁਨਿ ਅੰਤਰਿ ਜਾਗੀ॥ khat mat dayhee man bairaagee. surat sabad Dhun antar jaagee.
ਵਾਜੈ ਅਨਹਦੁ ਮੇਰਾ ਮਨੁ ਲੀਣਾ॥ vaajai anhad mayraa man leenaa.
ਗੁਰ ਬਚਨੀ ਸਚਿ ਨਾਮਿ ਪਤੀਣਾ॥੧॥ gur bachnee sach naam pateenaa. ||1||

ਜਿਹੜਾ ਮਨ, ਸਰੀਰ ਦੀਆਂ ਛੇ ਤ੍ਰਿਸ਼ਨਾਂ ਤੋਂ ਰਹਿਤ ਰਹਿੰਦਾ ਹੈ । ਉਸ ਦੇ ਅੰਦਰ ਸ਼ਬਦ ਦੀ ਧੁਨ ਸੁਣਾਈ ਦੇਂਦੀ ਹੈ, ਜਾਗਰਤੀ ਆ ਜਾਂਦੀ ਹੈ । ਉਸ ਦਾ ਮਨ ਸਦਾ ਚਲਣ ਵਾਲੀ ਧੁਨ ਵਿੱਚ ਲੀਨ ਹੋ ਜਾਂਦਾ ਹੈ । ਸ਼ਬਦ ਦੀ ਪਾਲਣਾ ਕਰਦਾ ਕਰਦਾ ਭਰੋਸਾ ਅਡੋਲ ਹੋ ਜਾਂਦਾ ਹੈ ।

Kama (sexual urge); krodha(anger); lobha(greed); Mada (arrogance); moha(inflatuation); matsarya(jealousy)

Whosoever may conquer six anxieties, desires of his mind and body; with His mercy and grace, he may hear the everlasting echo of His Word resonating within his heart. He may be enlightened with the essence of His Word. He may obey the teachings of His Word with steady and stable belief in his life.

ਪ੍ਰਾਣੀ ਰਾਮ ਭਗਤਿ ਸੁਖੁ ਪਾਈਐ॥ paraanee raam bhagat sukh paa-ee-ai.
ਗੁਰਮੁਖਿ ਹਰਿ ਹਰਿ ਮੀਠਾ ਲਾਗੈ, gurmukh har har meethaa laagai
ਹਰਿ ਹਰਿ ਨਾਮਿ ਸਮਾਈਐ॥੧॥ ਰਹਾਉ॥ har har naam samaa-ee-ai. ||1|| rahaa-o.

ਜੀਵ ਸ਼ਬਦ ਦੀ ਪਾਲਣਾ ਕਰਨ ਨਾਲ ਮਨ ਨੂੰ ਸ਼ਾਂਤੀ ਬਖਸ਼ਿਸ਼ ਹੁੰਦੀ ਹੈ । ਬੰਦਗੀ ਕਰਨ ਵਾਲੇ ਨੂੰ ਸ਼ਬਦ ਬਹੁਤ ਪਿਆਰਾ, ਮਿੱਠਾ ਲਗਦਾ ਹੈ ।

Whosoever may obey the teachings of His Word with steady and stable belief in his day-to-day life; with His mercy and grace, he may be blessed with a peace of mind. The teachings of His Word may be very soothing to His true devotee.

ਮਾਇਆ ਮੋਹੁ ਬਿਵਰਜਿ ਸਮਾਏ॥ ਸਤਿਗੁਰੁ ਭੇਟੈ ਮੇਲਿ ਮਿਲਾਏ॥ maa-i-aa moh bivaraj samaa-ay. satgur bhaytai mayl milaa-ay.
ਨਾਮੁ ਰਤਨੁ ਨਿਰਮੋਲਕੁ ਹੀਰਾ॥ ਤਿਤੁ ਰਾਤਾ ਮੇਰਾ ਮਨੁ ਧੀਰਾ॥੨॥ naam ratan nirmolak heeraa. tit raataa mayraa man Dheeraa. ||2||

ਉਹ ਮਾਇਆ ਦਾ ਮੋਹ ਤਿਆਗਕੇ ਬੰਦਗੀ ਵਿੱਚ ਲੀਨ ਹੋ ਜਾਂਦਾ ਹੈ । ਸ਼ਬਦ ਦੀ ਸੋਝੀ ਪਾ ਕੇ, ਅਪਨਾਉਣ ਨਾਲ ਦਰਬਾਰ ਵਿੱਚ ਪ੍ਰਵਾਨ ਹੋ ਜਾਂਦਾ ਹੈ । ਪ੍ਰਭ ਦਾ ਸ਼ਬਦ ਅਜੇਹਾ ਅਮੋਲਕ ਰਤਨ, ਹੀਰਾ ਹੈ । ਇਸ ਵਿੱਚ ਲੀਨ ਹੋਇਆ ਮਨ ਨੂੰ ਧੀਰਜ, ਸੰਤੋਖ ਬਖਸ਼ਿਸ਼ ਹੋ ਜਾਂਦੀ ਹੈ ।

His true devotee may renounce his attachments to worldly wealth; with His mercy and grace, he may remain intoxicated in the void of His Word. Whosoever may be enlightened with the essence of His Word within, he may be blessed with the right path of acceptance in His Court. The essence of His Word may be such an ambrosial jewel; whosoever may remain intoxicated in the void of His Word, he may be blessed with patience and contentment in his worldly life.

ਹਉਮੈ ਮਮਤਾ ਰੋਗੁ ਨ ਲਾਗੈ॥ ha-umai mamtaa rog na laagai.
ਰਾਮ ਭਗਤਿ ਜਮ ਕਾ ਭਉ ਭਾਗੈ॥ raam bhagat jam kaa bha-o bhaagai.
ਜਮੁ ਜੰਦਾਰੁ ਨ ਲਾਗੈ ਮੋਹਿ॥ ਨਿਰਮਲ ਨਾਮੁ ਰਿਦੈ ਹਰਿ ਸੋਹਿ॥੩॥ jam jandaar na laagai mohi. nirmal naam ridai har sohi. ||3||

ਸ਼ਬਦ ਦੀ ਪਾਲਣਾ ਕਰਨ ਵਾਲੇ ਨੂੰ ਅਹੰਕਾਰ ਅਤੇ ਹੈਸੀਅਤ ਦੀ ਬਿਮਾਰੀ ਨਹੀਂ ਲਗਦੀ । ਜਿਹੜਾ ਸ਼ਬਦ ਦੀ ਪਾਲਣਾ ਕਰਦਾ ਹੈ, ਉਸ ਦਾ ਮੌਤ ਦਾ ਡਰ ਦੂਰ ਹੋ ਜਾਂਦਾ ਹੈ । ਮਨ ਵਿੱਚ ਪ੍ਰਭ ਦੀ ਜੋਤ ਜਾਗਰਤ ਹੋ ਜਾਂਦੀ ਹੈ ।

Whosoever may adopt the teachings of His Word with steady and stable belief in his day-to-day life; he may not become a victim of ego or worldly status. His fear of death may be eliminated; he may be enlightened with the essence of His Word.

ਸਬਦੁ ਬੀਚਾਰਿ ਭਏ ਨਿਰੰਕਾਰੀ॥ sabad beechaar bha-ay nirankaaree.
ਗੁਰਮਤਿ ਜਾਗੇ ਦੁਰਮਤਿ ਪਰਹਾਰੀ॥ gurmat jaagay durmat parhaaree.
ਅਨਦਿਨੁ ਜਾਗਿ ਰਹੇ ਲਿਵ ਲਾਈ॥ an-din jaag rahay liv laa-ee.
ਜੀਵਨ ਮੁਕਤਿ ਗਤਿ ਅੰਤਰਿ ਪਾਈ॥੪॥ jeevan mukat gat antar paa-ee. ||4||

ਜਿਹੜਾ ਸ਼ਬਦ ਦੀ ਪਾਲਣਾ ਕਰਦਾ ਹੈ, ਅਕਾਰ ਰਹਿਤ ਪ੍ਰਭ ਹੀ ਉਸ ਦਾ ਸਾਥੀ ਬਣ ਜਾਂਦਾ ਹੈ । ਉਸ ਦੇ ਮਨ ਵਿਚੋਂ ਬੁਰੇ ਖਿਆਲ ਦੂਰ ਹੋ ਜਾਂਦੇ ਹਨ । ਦਿਨ ਰਾਤ ਸ਼ਬਦ ਦੀ ਪਾਲਣਾ ਕਰਦਾ ਜਾਗਰਤ ਅਤੇ ਸੁਚੇਤ ਰਹਿੰਦਾ ਹੈ । ਉਹ ਆਪਣੇ ਅੰਦਰ ਡੂੰਘੀ ਲਿਵ ਲਾਉਂਦਾ, ਉਸ ਨੂੰ ਮੁਕਤ ਅਵਸਥਾ ਬਖਸ਼ਿਸ਼ ਹੋ ਜਾਂਦੀ ਹੈ ।

Whosoever may obey the teachings of His Word with steady and stable belief in his day-to-day life; The Structureless True Master may become his true companion. All his evil thoughts may be eliminated. He may remain awake and alert in meditation. He may remain intoxicated in the void of His Word; with His mercy and grace, he may be blessed with immortal state of mind.

ਅਲਿਪਤ ਗੁਫਾ ਮਹਿ ਰਹਹਿ ਨਿਰਾਰੇ॥ alipat gufaa meh raheh niraaray.
ਤਸਕਰ ਪੰਚ ਸਬਦਿ ਸੰਘਾਰੇ॥ taskar panch sabad sanghaaray.
ਪਰ ਘਰ ਜਾਇ ਨ ਮਨੁ ਡੋਲਾਏ॥ par ghar jaa-ay na man dolaa-ay.
ਸਹਜ ਨਿਰੰਤਰਿ ਰਹਉ ਸਮਾਏ॥੫॥ sahj nirantar raha-o samaa-ay. ||5||

ਉਹ ਸੰਸਾਰ ਵਿੱਚ ਰਹਿੰਦਾ ਹੋਇਆ ਵੀ ਇਕ ਗੁਫਾ ਵਿੱਚ ਰਹਿੰਦਾ ਹੈ । ਜਿਥੇ ਉਸ ਉਪਰ ਸੰਸਾਰਕ ਇਛਾਂ ਦਾ ਕੋਈ ਪ੍ਰਭਾਵ ਨਹੀਂ ਹੁੰਦਾ । ਉਹ ਸ਼ਬਦ ਦੀ ਸੋਝੀ ਵਿਚੋਂ ਹੀ ਪੰਜਾਂ ਚੋਰਾਂ ਤੇ ਜਿੱਤ ਪਾ ਲੈਂਦਾ ਹੈ । (ਕਾਮ, ਕਰੋਧ, ਮੋਹ, ਲੋਭ, ਅਹੰਕਾਰ) ਉਸ ਦਾ ਮਨ ਅਡੋਲ ਹੋ ਜਾਂਦਾ ਹੈ । ਉਹ ਸ਼ਬਦ ਦੀ ਪਾਲਣਾ ਤੋਂ ਬਿਨਾਂ ਹੋਰ ਕਿਸੇ ਭਰਮ ਵਿੱਚ ਨਹੀਂ ਪੈਂਦਾ । ਆਪਣੇ ਅੰਦਰ ਹੀ ਸੀਤਲ ਹੋਇਆ ਸ਼ਬਦ ਦੀ ਬੰਦਗੀ ਵਿੱਚ ਲੀਨ ਰਹਿੰਦਾ ਹੈ ।

In his worldly life! Whosoever may dwell in such a cave of His Word, Sanctuary; he remains beyond the reach of the influence of worldly wealth and desires. He may conquer the five demons of his worldly desires; sexual urge, anger, greed, attachment, and ego from the enlightenment of essence of His Word; with His mercy and grace, he may never become a victim of any religious rituals, worldly suspicions. He may remain contented in intoxicated in the meditation of His Word.

ਗੁਰਮੁਖਿ ਜਾਗਿ ਰਹੇ ਅਉਧੂਤਾ॥ ਸਦ ਬੈਰਾਗੀ ਤਤੁ ਪਰੋਤਾ॥ gurmukh jaag rahay a-uDhootaa. sad bairaagee tat parotaa.
ਜਗੁ ਸੂਤਾ ਮਰਿ ਆਵੈ ਜਾਇ॥ ਬਿਨੁ ਗੁਰ ਸਬਦ ਨ ਸੋਝੀ ਪਾਇ॥੬॥ jag sootaa mar aavai jaa-ay. bin gur sabad na sojhee paa-ay. ||6||

ਉਹ ਗੁਰਮਖ ਅਵਸਥਾ ਪਾ ਕੇ, ਸ਼ਬਦ ਦੀ ਪਾਲਣਾ ਵਿੱਚ ਜਾਗਰਤ, ਸੁਚੇਤ ਰਹਿੰਦਾ ਹੈ । ਸੰਸਾਰਕ ਇਛਾਂ ਤੋਂ ਸਦਾ ਲਈ ਰਹਿਤ ਰਹਿੰਦਾ ਹੈ । ਮਨ ਵਿੱਚ ਪ੍ਰਭ ਦੀ ਅਸਲੀਅਤ ਦਾ ਤਾਨਾ ਬੁਣਿਆ ਜਾਂਦਾ ਹੈ । ਜਿਹੜੇ ਜੀਵ ਦਾ ਮਨ ਸ਼ਬਦ ਦੀ ਪਾਲਣਾ ਤੋਂ ਵਾਂਝਾ, ਅਣਜਾਣ, ਸੁਤਾ ਹੁੰਦਾ ਹੈ । ਉਹ ਜਨਮ ਮਰਨ ਦੇ ਚੱਕਰ ਵਿੱਚ ਰਹਿੰਦਾ ਹੈ । ਸ਼ਬਦ ਦੀ ਪਾਲਣਾ ਕਰਨ ਤੋਂ ਬਿਨਾਂ ਸ਼ਬਦ ਦੀ ਸੋਝੀ ਬਖਸ਼ਿਸ਼ ਨਹੀਂ ਹੁੰਦੀ ।

His true devotee may remain awake, and alert in obeying the teachings of His Word. He may remain beyond the reach of worldly desires. His mind remains embedded with an awareness, reality of His Holy Spirit. Whosoever may remain deprived, from obeying the teachings of His Word; he remains in the cycle of birth and death. Without obeying the teachings of His Word, no one may ever be enlightened with the essence of His Word.

ਗੁਰੂ ਨਾਨਕ ਦੇਵ ਜੀ! – Guru Nanak Dev Ji! Guru Granth Sahib

ਅਨਹਦ ਸਬਦੁ ਵਜੈ ਦਿਨੁ ਰਾਤੀ॥ anhad sabad vajai din raatee.
ਅਵਿਗਤ ਕੀ ਗਤਿ ਗੁਰਮੁਖਿ ਜਾਤੀ॥ avigat kee gat gurmukh jaatee.
ਤਉ ਜਾਨੀ ਜਾ ਸਬਦਿ ਪਛਾਨੀ॥ ta-o jaanee jaa sabad pachhaanee.
ਏਕੋ ਰਵਿ ਰਹਿਆ ਨਿਰਬਾਨੀ॥੭॥ ayko rav rahi-aa nirbaanee. ||7||

ਉਸ ਦੇ ਮਨ ਵਿੱਚ ਸਦਾ ਰਹਿਣ ਵਾਲੀ ਧੁਨ, ਦਿਨ ਰਾਤ ਚਲਦੀ ਸੁਣਾਈ ਦੇਂਦੀ ਹੈ । ਉਹ ਗੁਰਮਖ ਰੂਹਾਨੀ ਅਵਸਥਾ ਵਾਲਾ ਬਣ ਜਾਂਦਾ ਹੈ । ਜਿਸ ਜੀਵ ਨੂੰ ਸ਼ਬਦ ਦੀ ਸੋਝੀ ਬਖਸ਼ਿਸ਼ ਹੋ ਜਾਂਦੀ ਹੈ, ਉਹ ਹਰ ਥਾਂ, ਵਾਪਰਨ ਵਾਲੇ ਪ੍ਰਭ ਦੀ ਅਵਸਥਾ ਮਹਿਸੂਸ ਕਰ ਲੈਂਦਾ ਹੈ ।

The everlasting echo of His Word may remain resonating within his mind day and night. He may be blessed with eternal state of mind. Whosoever may be enlightened with the essence of His Word; with His mercy and grace, he may realize, His Holy Spirit prevails in every event in the universe.

ਸੁੰਨ ਸਮਾਧਿ ਸਹਜਿ ਮਨੁ ਰਾਤਾ॥ ਤਜਿ ਹਉ ਲੋਭਾ ਏਕੋ ਜਾਤਾ॥ sunn samaaDh sahj man raataa. taj ha-o lobhaa ayko jaataa.
ਗੁਰ ਚੇਲੇ ਅਪਨਾ ਮਨੁ ਮਾਨਿਆ॥ gur chaylay apnaa man maani-aa.
ਨਾਨਕ ਦੂਜਾ ਮੇਟਿ ਸਮਾਨਿਆ॥੮॥੩॥ naanak doojaa mayt samaani-aa. ||8||3||

ਜਿਹੜਾ ਮਨ ਦੇ ਲਾਲਚ, ਅਹੰਕਾਰ ਨੂੰ ਤਿਆਗਕੇ, ਪ੍ਰਭ ਦੀ ਬੰਦਗੀ ਦੀ ਸਮਾਧੀ ਵਿੱਚ ਲੀਨ ਹੋਇਆ ਰਹਿੰਦਾ ਹੈ, ਉਹ ਪ੍ਰਭ ਦੀ ਕੁਦਰਤ ਨੂੰ ਜਾਣ ਜਾਂਦਾ ਹੈ । ਜਿਹੜਾ ਆਪਣੇ ਆਪ ਤੇ ਕਾਬੂ ਰਖਕੇ, ਸ਼ਬਦ ਨੂੰ ਅਸਲੀ ਗੁਰੂ ਮੰਨਦਾ ਹੈ । ਉਸ ਦੇ ਮਨ ਦੇ ਭਰਮ ਖਤਮ ਹੋ ਜਾਂਦੇ ਹਨ, ਦਰਬਾਰ ਵਿੱਚ ਪ੍ਰਵਾਨਗੀ ਬਖਸ਼ਿਸ਼ ਹੋ ਜਾਂਦੀ ਹੈ ।

Whosoever may abandon, his ego, greed and remains intoxicated in meditation in the void of His Word; with His mercy and grace, he may recognize The True Master of the universe. Whosoever may conquer his suspicions and accepts His Word as True Guru. His worldly suspicions may be eliminated; he may be accepted in His Court.

Key Message of Raag Raamkalee, page 903-17

'ਮਨ ਦੀਆ ਇਛਾਂ ਹੀ ਪ੍ਰਵਾਨਗੀ ਦੀ ਰੁਕਾਵਟ ਬਣ ਜਾਂਦੀਆਂ ਹਨ!

ਜਿਹੜਾ ਮਨ, ਸਰੀਰ ਦੀਆਂ ਛੇ ਤ੍ਰਿਸ਼ਨਾਂ ਤੋਂ ਰਹਿਤ ਰਹਿੰਦਾ ਹੈ । ਉਸ ਨੂੰ ਸ਼ਬਦ ਦੀ ਧੁਨ ਸੁਣਾਈ ਦੇਂਦੀ ਹੈ । ਉਹ ਧੁਨ ਵਿੱਚ ਲੀਨ ਹੋ ਜਾਂਦਾ ਹੈ । ਉਸ ਨੂੰ ਸ਼ਬਦ ਦੀ ਸੋਝੀ ਵਿਚੋਂ ਹੀ ਪੰਜਾਂ ਚੋਰਾਂ ਤੇ ਜਿੱਤ ਬਖਸ਼ਿਸ਼ ਹੋ ਜਾਂਦੀ ਹੈ । ਉਸ ਨੂੰ ਅਹੰਕਾਰ ਅਤੇ ਹੈਸੀਅਤ ਦੀ ਬਿਮਾਰੀ ਨਹੀਂ ਲਗਦੀ, ਮਨ ਵਿੱਚ ਧੀਰਜ, ਸੰਤੋਖ ਬਖਸ਼ਿਸ਼ ਹੋ ਜਾਂਦਾ ਹੈ । ਉਹ ਸ਼ਬਦ ਦੀ ਪਾਲਣਾ ਵਿੱਚ ਜਾਗਰਤ, ਸੁਚੇਤ, ਸ਼ਬਦ ਦੀ ਸਮਾਧੀ ਵਿੱਚ ਲੀਨ ਹੋਇਆ, ਪ੍ਰਭ ਦੀ ਕੁਦਰਤ ਨੂੰ ਜਾਣ ਜਾਂਦਾ ਹੈ ।

Demons of worldly desires becomes road block in acceptance in His Court!

Kama (sexual urge); krodha(anger); lobha(greed); Mada (arrogance; moha(inflatuation); matsarya(jealousy)

Whosoever may conquer six anxieties, desires of his mind and body; he may hear the everlasting echo of His Word resonating within his heart. He may remain intoxicated in the void of His everlasting echo! He may conquer the five demons of his worldly desires from the enlightenment of His Word. He may never become a victim of ego; he may remain patience and contentment. He remains enlightened, awake, and alert in obeying the teachings of His Word. He remains intoxicated in meditation in the void of His Word; he may recognize The True Master of the universe.

15. ਰਾਮਕਲੀ ਮਹਲਾ ੧॥ 904-10

ਸਾਹਾ ਗਣਹਿ ਨ ਕਰਹਿ ਬੀਚਾਰੁ॥ ਸਾਹੇ ਊਪਰਿ ਏਕੰਕਾਰੁ॥ saahaa ganeh na karahi beechaar. saahay oopar aykankaar.
ਜਿਸੁ ਗੁਰੁ ਮਿਲੈ ਸੋਈ ਬਿਧਿ ਜਾਣੈ॥ jis gur milai so-ee biDh jaanai.
ਗੁਰਮਤਿ ਹੋਇ ਤ ਹੁਕਮੁ ਪਛਾਣੈ॥੧॥ gurmat ho-ay ta hukam pachhaanai. ||1||

ਜਦੋਂ ਕੋਈ ਜੀਵ ਸ਼ੁਭ ਕੰਮ ਕਰਨ ਲਗਦਾ ਹੈ, ਉਹ ਕੰਮ ਅਰੰਭ ਕਰਨ ਲਈ ਉਤਮ ਦਿਨ ਮਿਥਦਾ ਹੈ । ਉਸ ਨੂੰ ਇਹ ਸੋਝੀ ਨਹੀਂ ਹੁੰਦੀ ਕਿ ਪ੍ਰਭ ਦਾ ਸ਼ਬਦ ਹੀ ਸਭ ਉਤਮ ਦਿਨਾ ਤੋਂ ਉਤਮ ਹੈ! ਪ੍ਰਭ ਦੇ ਭਾਣੇ ਅੰਦਰ ਹੀ ਸਭ ਕੁਝ ਹੁੰਦਾ ਹੈ । ਜਿਸ ਨੂੰ ਇਸ ਤੱਤ ਦੀ, ਭਾਣੇ ਦੀ ਸੋਝੀ ਹੁੰਦੀ ਹੈ, ਕੇਵਲ ਉਹ ਹੀ ਜਾਣਦਾ ਹੈ । ਜਿਹੜਾ ਸ਼ਬਦ ਦੀ ਪਾਲਣਾ ਕਰਦੇ ਨੂੰ ਰਹਿਮਤ ਬਖਸ਼ਿਸ਼ ਹੋ ਜਾਂਦੀ ਹੈ ।

Ignorant human, may try to inquire from priest, astrologer, an auspicious day to start any significant or good project and prays for success. Ignorant may not realize! all days are auspicious; only His Command, His Word prevails in the universe. Whosoever may be enlightened with the essence of His Word; only he may realize the reality of His Nature. He may be bestowed with His Blessed Vision, obeying the teachings of His Word in his day-to-day life.

ਝੂਠੁ ਨ ਬੋਲਿ ਪਾਡੇ ਸਚੁ ਕਹੀਐ॥ jhooth na bol paaday sach kahee-ai.
ਹਉਮੈ ਜਾਇ ਸਬਦਿ ਘਰੁ ਲਹੀਐ॥੧॥ ਰਹਾਉ॥ ha-umai jaa-ay sabad ghar lahee-ai. ||1|| rahaa-o.

ਧਰਮ ਦੇ ਗਿਆਨੀ ਇਕ ਗੱਲ ਸਮਝੋ! ਜਿਸ ਦਾ ਅਹੰਕਾਰ ਖਤਮ ਹੋ ਜਾਂਦਾ, ਉਸ ਨੂੰ ਬੰਦਗੀ ਦਾ ਅਸਲੀ ਰਸਤਾ ਬਖਸ਼ਿਸ਼ ਹੋ ਜਾਂਦਾ ਹੈ ।

Worldly saint, devotee remember! Whosoever may conquer his ego of worldly status; only, he may be blessed with the right path of acceptance in His Court.

ਗਣਿ ਗਣਿ ਜੋਤਕੁ ਕਾਂਡੀ ਕੀਨੀ॥ ਪੜੈ ਸੁਣਾਵੈ ਤਤੁ ਨ ਚੀਨੀ॥ gan gan jotak kaaNdee keenee. parhai sunaavai tat na cheenee.
ਸਭਸੈ ਊਪਰਿ ਗੁਰ ਸਬਦੁ ਬੀਚਾਰੁ॥ sabhsai oopar gur sabad beechaar.
ਹੋਰ ਕਥਨੀ ਬਦਉ ਨ ਸਗਲੀ ਛਾਰੁ॥੨॥ hor kathnee bada-o na saglee chhaar. ||2||

ਜੋਤਸ਼ੀ, ਜੋਤਸ਼ ਵਿਦਿਆ ਨਾਲ ਜੀਵ ਦਾ ਭਵਿੱਖ ਦੱਸਦਾ ਹੈ! ਜੋ ਕੁਝ ਪੜ੍ਹਦਾ, ਉਹ ਹੀ ਦੱਸਦਾ ਹੈ, ਉਹ ਪ੍ਰਭ ਦੀ ਕੁਦਰਤ ਨਹੀਂ ਜਾਣਦਾ । ਸ਼ਬਦ ਦੀ ਸੋਝੀ ਬਖਸ਼ਿਸ਼ ਹੋਣੀ, ਸਭ ਜੋਤਸ਼ਾਂ ਤੋਂ ਉਪਰ ਹੈ ।

Astrologer may tell the future events; he may read from astrology literature, with his experience of estimation. However, he may never comprehend the nature of incomprehensible True Master. The enlightenment of the essence of His Word may be much more significant and supreme than the knowledge of astrology.

ਨਾਵਹਿ ਧੋਵਹਿ ਪੂਜਹਿ ਸੈਲਾ॥ ਬਿਨੁ ਹਰਿ ਰਾਤੇ ਮੈਲੋ ਮੈਲਾ॥ naaveh Dhoveh poojeh sailaa. bin har raatay mailo mailaa.
ਗਰਬੁ ਨਿਵਾਰਿ ਮਿਲੈ ਪ੍ਰਭੁ ਸਾਰਥਿ॥ garab nivaar milai parabh saarath.
ਮੁਕਤਿ ਪ੍ਰਾਨ ਜਪਿ ਹਰਿ ਕਿਰਤਾਰਥਿ॥੩॥ mukat paraan jap har kirtaarath. ||3||

ਜੀਵ ਇਸ਼ਨਾਨ ਕਰਦਾ, ਪੂਜਣ ਵਾਲੀ ਮੂਰਤੀ ਨੂੰ ਸਜਾਉਂਦਾ, ਫਿਰ ਪਾਠ ਪੜ੍ਹਦਾ ਹੈ । ਸ਼ਬਦ ਨੂੰ ਆਪਣੇ ਜੀਵਨ ਵਿੱਚ ਢਾਲਣ ਤੋ ਬਿਨਾਂ ਮਨ ਦੀ ਮੈਲ਼ ਧੋਤੀ ਨਹੀਂ ਜਾ ਸਕਦੀ । ਮਨ ਦੇ ਅਹੰਕਾਰ ਤੇ ਕਾਬੂ ਪਾਉਣ ਨਾਲ ਹੀ ਉਤਮ ਅਵਸਥਾ ਬਖਸ਼ਿਸ਼ ਹੋ ਜਾਂਦੀ ਹੈ । ਉਸ ਨੂੰ ਸ਼ਬਦ ਦੀ ਪਾਲਣਾ ਕਰਨ ਨਾਲ ਪ੍ਰਵਾਨਗੀ ਬਖਸ਼ਿਸ਼ ਹੋ ਸਕਦੀ ਹੈ ।

Whosoever may follow religious rituals! He may take a bath, decorate the idol sculpture, carved stone of ancient prophet, worships and recites the worldly Holy Scripture. However, without adopting the teachings of His Word, his soul may never be sanctified, the real path of acceptance may not be blessed. Whosoever may conquer his ego; only he may be blessed with supreme state of mind. His meditation may be accepted in His Court.

ਵਾਚੈ ਵਾਦੁ ਨ ਬੇਦੁ ਬੀਚਾਰੈ॥ ਆਪਿ ਡੁਬੈ ਕਿਉ ਪਿਤਰਾ ਤਾਰੈ॥ vaachai vaad na bayd beechaarai. aap dubai ki-o pitraa taarai.
ਘਟਿ ਘਟਿ ਬ੍ਰਹਮੁ ਚੀਨੈ ਜਨੁ ਕੋਇ॥ ghat ghat barahm cheenai jan ko-ay.
ਸਤਿਗੁਰੁ ਮਿਲੈ ਤ ਸੋਝੀ ਹੋਇ॥੪॥ satgur milai ta sojhee ho-ay. ||4||

ਜੀਵ ਧਰਮ ਦੇ ਗ੍ਰੰਥ ਨੂੰ ਪੜ੍ਹਦਾ, ਕਥਾ ਸੁਣਦਾ ਹੈ! ਉਸ ਦੇ ਆਪਣੇ ਮਨ ਤੇ ਕੋਈ ਪ੍ਰਭਾਵ ਨਹੀਂ ਪੈਂਦਾ । ਉਹ ਪਾਪਾਂ ਵਿੱਚ ਡੁਬਦਾ ਜਾਂਦਾ ਹੈ! ਆਪਣੀ ਕੁਲ ਨੂੰ ਕਿਵੇਂ ਤਾਰ ਸਕਦਾ ਹੈ? ਕੋਈ ਵਿਰਲੇ ਹੀ ਹਰਇਕ ਅੰਦਰ ਪ੍ਰਭ ਦੀ ਜੋਤ ਦੇਖਦਾ ਹੈ । ਜਿਹੜਾ ਸ਼ਬਦ ਨਾਲ ਜੀਵਨ ਢਾਲਦਾ ਹੈ, ਉਸ ਨੂੰ ਇਹ ਸੋਝੀ ਬਖਸ਼ਿਸ਼ ਹੋ ਜਾਂਦੀ ਹੈ ।

Human may read, listens to the sermons of His Word, and even comprehend the spiritual message of the Holy Scripture; however, he may not adopt the teachings, essence in his day-to-day life nor any influence of teachings in his day-to-day life. He may be drowning in sins in his worldly life! How may he inspire his new generation on the right path of acceptance in His Court? However, very rare may realize; same Holy Spirit remains embedded within each soul. Whosoever may adopt the teachings in His Word with steady and stable belief; he may be enlightened from within.

ਗਣਤ ਗਣੀਐ ਸਹਸਾ ਦੁਖੁ ਜੀਐ॥ ganat ganee-ai sahsaa dukh jee-ai.
ਗੁਰ ਕੀ ਸਰਣਿ ਪਵੈ ਸੁਖੁ ਥੀਐ॥ gur kee saran pavai sukh thee-ai.
ਕਰਿ ਅਪਰਾਧ ਸਰਣਿ ਹਮ ਆਇਆ॥ kar apraaDh saran ham aa-i-aa.
ਗੁਰ ਹਰਿ ਭੇਟੇ ਪੁਰਬਿ ਕਮਾਇਆ॥੫॥ gur har bhaytay purab kamaa-i-aa. ||5||

ਇਹਨਾਂ ਜੋਤਸ਼ ਮਗਰ ਲਗਕੇ ਆਤਮਾ ਦੁਖ ਹੀ ਪਾਉਂਦੀ ਹੈ । ਕੇਵਲ ਸ਼ਬਦ ਦੀ ਪਾਲਣਾ ਨਾਲ ਹੀ ਪ੍ਰਭ ਦੀ ਸ਼ਰਣ ਆ ਕੇ ਸ਼ਾਂਤੀ ਬਖਸ਼ਿਸ਼ ਹੁੰਦੀ ਹੈ । ਜਿਹੜਾ ਕੋਈ ਆਪਣੇ ਪਾਪ ਨੂੰ ਪਛਾਣਕੇ ਪਛਤਾਵਾ ਕਰਕੇ ਸ਼ਰਣ ਆਉਂਦਾ ਹੈ । ਪ੍ਰਭ ਉਸ ਨੂੰ ਪਿਛਲੇ ਕੰਮਾਂ ਅਨੁਸਾਰ ਹੀ ਰਹਿਮਤ ਬਖਸ਼ਦਾ ਹੈ ।

Whosoever may remain attached to astrology, he may only endure miseries in day-to-day life. Whosoever may surrender his mind, body, and worldly status at His Sanctuary and obeys the teachings of His Word; he may be blessed with peace of mind. Whosoever may realize his mistake, regrets, repents, and surrenders at His Sanctuary. The True Master may forgive his sins; he may be rewarded as per his prewritten destiny.

ਗੁਰ ਸਰਣਿ ਨ ਆਈਐ, ਬ੍ਰਹਮੁ ਨ ਪਾਈਐ॥ gur saran na aa-ee-ai barahm na paa-ee-ai.
ਭਰਮਿ ਭੁਲਾਈਐ ਜਨਮਿ ਮਰਿ ਆਈਐ॥ bharam bhulaa-ee-ai janam mar aa-ee-ai.
ਜਮ ਦਰਿ ਬਾਧਉ ਮਰੈ ਬਿਕਾਰੁ॥ jam dar baaDha-o marai bikaar.
ਨਾ ਰਿਦੈ ਨਾਮੁ ਨ ਸਬਦੁ ਅਚਾਰੁ॥੬॥ naa ridai naam na sabad achaar. ||6||

ਜਿਤਨਾ ਚਿਰ ਜੀਵ ਪ੍ਰਭ ਦੀ ਸ਼ਰਣ ਨਹੀਂ ਆਉਂਦਾ! ਉਸ ਨੂੰ ਅਸਲੀ ਰਸਤਾ ਬਖਸ਼ਿਸ਼ ਨਹੀਂ ਹੁੰਦਾ । ਉਹ ਭਰਮਾਂ ਵਿੱਚ ਜਨਮ ਮਰਨ ਦੇ ਚੱਕਰ ਵਿੱਚ ਹੀ ਰਹਿੰਦਾ ਹੈ । ਜਿਹੜਾ ਲਾਲਚ ਵਿੱਚ ਹੀ ਜੀਵਨ ਬਤੀਤ ਕਰਦਾ ਹੈ, ਉਹ ਜਮਦੂਤਾਂ ਦੇ ਵੱਸ ਵਿੱਚ ਹੀ ਰਹਿੰਦਾ ਹੈ । ਪ੍ਰਭ ਦਾ ਸ਼ਬਦ ਉਸ ਦੇ ਮਨ ਵਿੱਚ ਨਹੀਂ ਹੁੰਦਾ । ਉਹ ਸ਼ਬਦ ਅਨੁਸਾਰ ਆਪਣਾ ਜੀਵਨ ਬਤੀਤ ਨਹੀਂ ਕਰਦਾ ।

Whosoever may not surrender his mind, body, and worldly status at His Sanctuary; he may never be blessed with the right path of acceptance in His Court. He may remain in religious suspicions and in cycle of birth and death. He may remain intoxicated with greed and under the control of devil of death. He may not have any influence of the essence of His Word within his mind or in his day-to-day life.

ਇਕਿ ਪਾਧੇ ਪੰਡਿਤ ਮਿਸਰ ਕਹਾਵਹਿ॥ ik paaDhay pandit misar kahaaveh.
ਦੁਬਿਧਾ ਰਾਤੇ ਮਹਲੁ ਨ ਪਾਵਹਿ॥ dubiDhaa raatay mahal na paavahi.
ਜਿਸੁ ਗੁਰ ਪਰਸਾਦੀ ਨਾਮੁ ਅਧਾਰੁ॥ ਕੋਟਿ ਮਧੇ ਕੋ ਜਨੁ ਆਪਾਰੁ॥ ੭॥ jis gur parsaadee naam aDhaar. kot maDhay ko jan aapaar. ||7||

ਕਈ ਜੀਵ ਆਪਣੇ ਆਪ ਨੂੰ ਸੰਤ, ਬੰਦਗੀ ਕਰਨ ਵਾਲੇ, ਸੋਝੀ ਦੇਣ ਵਾਲੇ ਕਹਾਉਂਦੇ ਹਨ । ਜਿਸ ਦੇ ਮਨ ਵਿੱਚ ਭਰਮ ਹੁੰਦੇ ਹਨ, ਉਹ ਪ੍ਰਵਾਨਗੀ ਦੇ ਰਸਤੇ ਅਡੋਲ ਨਹੀਂ ਹੋ ਸਕਦਾ । ਕੋਈ ਵਿਰਲਾ, ਲੱਖਾਂ ਵਿੱਚ ਇਕ ਹੀ, ਪ੍ਰਭ ਦੀ ਰਹਿਮਤ ਨਾਲ, ਆਪਣਾ ਜੀਵਨ ਸ਼ਬਦ ਨਾਲ ਢਾਲਦਾ ਹੈ ।

Worldly preacher, devotee, priest may claim to be a teacher or guru to enlighten his followers on the right path of human life journey. Whosoever may have religious suspicions, rituals in his day-to-day life; he may remain ignorant from the right path in his life; he may be like a blind lead a blind. However, very rare one out of millions may adopt the teachings of His Word in his day-to-day life.

ਏਕੁ ਬੁਰਾ ਭਲਾ ਸਚੁ ਏਕੈ॥ ਬੂਝੁ ਗਿਆਨੀ ਸਤਗੁਰ ਕੀ ਟੇਕੈ॥ ayk buraa bhalaa sach aykai. boojh gi-aanee satgur kee taykai.
ਗੁਰਮੁਖਿ ਵਿਰਲੀ ਏਕੋ ਜਾਣਿਆ॥ gurmukh virlee ayko jaani-aa.
ਆਵਣੁ ਜਾਣਾ ਮੇਟਿ ਸਮਾਣਿਆ॥੮॥ aavan jaanaa mayt samaani-aa. ||8||

ਇਕ ਜੀਵ ਬੁਰਾ ਕੰਮ, ਦੂਜਾ ਚੰਗਾ ਕੰਮ ਕਰਦਾ, ਪਰ ਪ੍ਰਭ ਦੋਨਾਂ ਵਿੱਚ ਹੀ ਵਸਦਾ ਹੈ । ਧਰਮ ਦੇ ਗਿਆਨੀ, ਸ਼ਬਦ ਦੀ ਪਾਲਣਾ ਕਰਕੇ ਇਸ ਦੀ ਸੋਝੀ ਪਾਵੋ । ਕੋਈ ਵਿਰਲਾ ਹੀ ਇਸ ਅਵਸਥਾ ਵਾਲਾ ਗੁਰਮਖ ਹੈ! ਜਿਸ ਨੂੰ ਸੋਝੀ ਹੁੰਦੀ ਹੈ, ਇਕੋ ਇਕ ਪ੍ਰਭ ਹੀ ਸਾਰਿਆਂ ਵਿੱਚ ਵਸਦਾ ਹੈ । ਉਸ ਦਾ ਜੂੰਨਾਂ ਦਾ ਚੱਕਰ ਖਤਮ ਹੋ ਜਾਂਦਾ, ਪ੍ਰਭ ਵਿੱਚ ਹੀ ਅਭੇਦ ਹੋ ਜਾਂਦਾ ਹੈ ।

Some may commit sinful deeds and others may performs good deeds for His Creation; however, the same Holy Spirit remains embedded within each soul and prevails in his day-to-day life. Worldly guru, saint, priest, by reviewing the religious Holy Scripture, enlightens the essence of His Nature. However, very rare may be enlightened; His Holy Spirit remains embedded and prevails in all worldly creatures. His cycle of birth and death may be eliminated; he may immerse within His Holy Spirit.

ਜਿਨ ਕੈ ਹਿਰਦੈ ਏਕੰਕਾਰੁ॥ ਸਰਬ ਗੁਣੀ ਸਾਚਾ ਬੀਚਾਰੁ॥ jin kai hirdai aykankaar. sarab gunee saachaa beechaar.
ਗੁਰ ਕੈ ਭਾਣੈ ਕਰਮ ਕਮਾਵੈ॥ gur kai bhaanai karam kamaavai.
ਨਾਨਕ ਸਾਚੇ ਸਾਚਿ ਸਮਾਵੈ॥੯॥੪॥ naanak saachay saach samaavai. ||9||4||

ਜਿਸ ਦੇ ਮਨ ਵਿੱਚ ਪ੍ਰਭ ਦੀ ਜੋਤ ਜਾਗਰਤ ਹੋ ਜਾਂਦੀ ਹੈ! ਉਸ ਨੂੰ ਪ੍ਰਭ ਤੋਂ ਸਭ ਗੁਣ, ਰਹਿਮਤਾਂ ਬਖਸ਼ਿਸ਼ ਹੋ ਜਾਂਦੀਆਂ ਹਨ । ਜਿਹੜਾ ਆਪਣਾ ਜੀਵਨ ਸ਼ਬਦ ਨਾਲ ਬਤੀਤ ਕਰਦਾ ਹੈ । ਉਹ ਅਟਲ, ਸਦਾ ਰਹਿਣ ਵਾਲੇ ਪ੍ਰਭ ਵਿੱਚ ਅਭੇਦ ਹੋ ਜਾਂਦਾ ਹੈ ।

Whosoever may be enlightened with the essence of His Word; with His mercy and grace, he may be blessed with many virtues and blessings. Whosoever may adopt the teachings of His Word; he may immerse within His Holy Spirit.

Key Message of Raag Raamkalee, page 904-10
'ਕੰਮ ਅਰੰਭ ਕਰਨ ਲਈ ਕਿਹੜਾ ਦਿਨ ਸ਼ੁਭ ਹੁੰਦਾ ਹੈ?
ਸਭ ਕੁਝ ਪ੍ਰਭ ਦੇ ਭਾਣੇ ਅੰਦਰ ਹੀ ਹੁੰਦਾ ਹੈ । ਜਿਸ ਨੂੰ ਇਸ ਤੱਤ ਦੀ, ਭਾਣੇ ਦੀ ਸੋਝੀ ਹੋ ਜਾਂਦੀ ਹੈ, ਕੇਵਲ ਉਹ ਹੀ ਜਾਣਦਾ ਹੈ! ਮਨ ਦੇ ਅਹੰਕਾਰ ਤੇ ਕਾਬੂ ਪਾਉਣਾ ਹੀ ਉਤਮ ਪੂਜਾ, ਬੰਦਗੀ ਹੈ । ਕੋਈ ਵਿਰਲਾ, ਲੱਖਾਂ ਵਿੱਚ ਇਕ ਹੀ, ਆਪਣਾ ਜੀਵਨ ਸ਼ਬਦ ਨਾਲ ਢਾਲਦਾ ਹੈ । ਜਿਹੜਾ ਆਪਣੇ ਪਾਪ ਨੂੰ ਪਛਾਣ ਕੇ ਪਛਤਾਵਾ ਕਰਕੇ ਸ਼ਰਣ ਆਉਂਦਾ ਹੈ । ਉਸ ਨੂੰ ਸੋਝੀ ਹੋ ਜਾਂਦੀ, ਇਕੋ ਇਕ ਪ੍ਰਭ ਹੀ ਸਾਰਿਆਂ ਵਿੱਚ ਵਸਦਾ ਹੈ । ਉਸ ਦੀ ਆਤਮਾ ਅਟਲ, ਸਦਾ ਰਹਿਣ ਵਾਲੇ ਪ੍ਰਭ ਵਿੱਚ ਅਭੇਦ ਹੋ ਜਾਂਦੀ ਹੈ ।
Which day may be auspicious day to start new project?
Only His Command, His Word prevails in the universe. Whosoever may be enlightened with the essence of His Word; only he may realize the reality of His Nature. Conquering own ego may be the supreme worship! However, very rare, one out of millions may adopt the teachings of His Word in his day-to-day life. Whosoever may recognize his sinful deeds; regrets, repents, and surrenders his self-entity at His Sanctuary. He may be enlightened that His Holy Spirit remains embedded and prevails within all worldly creatures. His soul may be immersed within His Holy Spirit.

16. ਰਾਮਕਲੀ ਮਹਲਾ ੧॥ 905 -4

ਹਠੁ ਨਿਗ੍ਰਹੁ ਕਰਿ ਕਾਇਆ ਛੀਜੈ॥ hath nigarahu kar kaa-i-aa chheejai.
ਵਰਤੁ ਤਪਨੁ ਕਰਿ ਮਨੁ ਨਹੀ ਭੀਜੈ॥ varat tapan kar man nahee bheejai.
ਰਾਮ ਨਾਮ ਸਰਿ ਅਵਰੁ ਨ ਪੂਜੈ॥੧॥ raam naam sar avar na poojai. ||1||

ਹੱਠ, ਜੋਗਾ, ਮਨ ਤੇ ਦ੍ਰਿੜ੍ਹਤਾ ਨਾਲ ਕਾਬੂ ਪਾਉਣ ਨਾਲ ਤਨ ਥੱਕ, ਮਾਯੂਸ ਹੋ ਜਾਂਦਾ ਹੈ । ਇਸਤਰ੍ਹਾਂ ਵਰਤ ਜਾ ਤਪ ਕਰਨ ਨਾਲ ਮਨ ਵਿੱਚ ਨਿਮ੍ਰਤਾ ਨਹੀਂ ਆਉਂਦੀ । ਸ਼ਬਦ ਦੀ ਪਾਲਣਾ ਕਰਨ ਦੇ ਬਰਾਬਰ ਹੋਰ ਕੋਈ ਵਿਧੀ ਨਹੀਂ ਹੈ ।

Whosoever may control his mind with his determination, meditation, he may become frustrated, desperate over a period, and give up. Same way following religious rituals like abstaining food, control hunger of stomach, or meditation, his mind may not become humble. No other meditation may be equal or comparable with obeying the teachings of His Word.

ਗੁਰੁ ਸੇਵਿ ਮਨਾ ਹਰਿ ਜਨ ਸੰਗੁ ਕੀਜੈ॥ gur sayv manaa har jan sang keejai.
ਜਮੁ ਜੰਦਾਰੁ ਜੋਹਿ ਨਹੀ ਸਾਕੈ, jam jandaar johi nahee saakai
ਸਰਪਨਿ ਡਸਿ ਨ ਸਕੈ, ਹਰਿ ਕਾ ਰਸੁ ਪੀਜੈ॥੧॥ ਰਹਾਉ॥ sarpan das na sakai har kaa ras peejai. ||1|| rahaa-o.

ਜੀਵ ਪ੍ਰਭ ਦੇ ਬੰਦਗੀ ਕਰਨ ਵਾਲੇ ਦਾਸ ਦੀ ਸੰਗਤ ਕਰੋ! ਜਿਹੜਾ ਉਸ ਦਾਸ ਦੇ ਧੀਰਜ ਵਾਲੇ ਰਸਤੇ ਤੇ ਚਲ ਪੈਂਦਾ ਹੈ । ਉਸ ਨੂੰ ਮੌਤ ਦਾ ਜਮਦੂਤ ਛੋਹ ਵੀ ਨਹੀਂ ਸਕਦਾ । ਨਾ ਹੀ ਸੰਸਾਰਕ ਮਾਇਆ ਦੀ ਭਟਕਣ ਹੀ ਤੰਗ ਕਰ ਸਕਦੀ ਹੈ ।

You should associate with His true devotee. Whosoever may adopt his life experience teachings, patience in his own day-to-day life; with His mercy and grace, his soul may become beyond the reach of devil of death. No worldly desire may disturb his peace of mind.

ਵਾਦੁ ਪੜੈ ਰਾਗੀ ਜਗੁ ਭੀਜੈ॥ vaad parhai raagee jag bheejai.
ਤ੍ਰੈ ਗੁਣ ਬਿਖਿਆ ਜਨਮਿ ਮਰੀਜੈ॥ tarai gun bikhi-aa janam mareejai.
ਰਾਮ ਨਾਮ ਬਿਨੁ ਦੂਖੁ ਸਹੀਜੈ॥੨॥ raam naam bin dookh saheejai. ||2||

ਸ਼ਬਦ ਦੀ ਡੂੰਘੀ ਸੱਟ, ਸੰਗੀਤ ਨਾਲ ਮਨ ਕੁਝ ਨਰਮ ਹੋ ਜਾਂਦਾ ਹੈ । ਜਿਹੜਾ ਸੰਸਾਰਕ ਮਾਇਆ ਦੇ ਤਿੰਨਾਂ ਗੁਣਾਂ, ਲਾਲਚ ਪਿਛੇ ਲਗਾ ਰਹਿੰਦਾ, ਉਹ ਜੂੰਨਾਂ ਦੇ ਚੱਕਰ ਵਿੱਚ ਹੀ ਰਹਿੰਦਾ ਹੈ । ਸ਼ਬਦ ਦੀ ਪਾਲਣਾ ਕਰਨ ਤੋਂ ਬਿਨਾਂ ਦੁਖ ਹੀ ਸਹਿਦਾ ਹੈ ।

Whosoever may listen to the harmonious singing of Holy Scripture; his mind may become little mellow, merciful on others. Whosoever may remain intoxicated with three virtues of worldly wealth; he may remain in the cycle of birth and death. Whosoever may not adopt the teachings of His Word with steady and stable belief; he may only endure miseries in his life.

ਚਾੜਸਿ ਪਵਨੁ ਸਿੰਘਾਸਨੁ ਭੀਜੈ॥ chaarhas pavan singhaasan bheejai.
ਨਿਉਲੀ ਕਰਮ ਖਟੁ ਕਰਮ ਕਰੀਜੈ॥ ni-ulee karam khat karam kareejai.
ਰਾਮ ਨਾਮ ਬਿਨੁ ਬਿਰਥਾ ਸਾਸੁ ਲੀਜੈ॥੩॥ raam naam bin birthaa saas leejai. ||3||

ਜਿਹੜਾ ਜੋਗੀ ਆਪਣੀ ਸਵਾਸ ਉਪਰ ਖਿੱਚਕੇ ਦਸਵਾਂ ਦਰਵਾਜਾ ਖੋਲ੍ਹ ਸਕਦਾ ਹੈ । ਉਹ ਮਨ ਪਵਿੱਤਰ ਕਰਨ ਵਾਲੇ ਛੇ ਰੀਤ ਰੀਵਾਜ ਹੀ ਅਪਣਾਉਂਦਾ ਹੈ । ਇਸ ਨਾਲ ਉਸ ਦੇ ਮਨ ਦੀ ਇਛਾਂ ਦੀ ਅੱਗ ਕਿਵੇਂ ਬੁਝੇਗੀ? ਪ੍ਰਭ ਦੇ ਸ਼ਬਦ ਦੀ ਪਾਲਣਾ ਤੋਂ ਬਿਨਾਂ ਇਹ ਸਾਰੇ ਸਵਾਸ ਬਿਰਥੇ ਹੀ ਹਨ ।

Just Imagine! A Yogi, worldly saint may control, his breaths, and open thinks to open the 10th door of His Royal castle. He may only adopt religious rituals, techniques of meditation. How may the fire, lava of his worldly desires be extinguishing?

ਅੰਤਰਿ ਪੰਚ ਅਗਨਿ ਕਿਉ ਧੀਰਜੁ ਧੀਜੈ॥ antar panch agan ki-o Dheeraj Dheejai.
ਅੰਤਰਿ ਚੋਰੁ ਕਿਉ ਸਾਦੁ ਲਹੀਜੈ॥ antar chor ki-o saad laheejai.
ਗੁਰਮੁਖਿ ਹੋਇ ਕਾਇਆ ਗੜੁ ਲੀਜੈ॥੪॥ gurmukh ho-ay kaa-i-aa garh leejai. ||4||

ਜਿਹੜੇ ਜੀਵ ਦੇ ਮਨ ਅੰਦਰ ਸੰਸਾਰਕ ਇਛਾਂ ਦੀ ਅੱਗ ਜਲਦੀ ਹੈ । ਉਸ ਨੂੰ ਕਿਵੇਂ ਧੀਰਜ ਆ ਸਕਦਾ ਹੈ? ਮਨ ਦੀਆਂ ਇਛਾਂ ਦੇ ਚੋਰਾਂ ਤੇ ਕਿਵੇਂ ਜਿੱਤ ਪਾਈ ਜਾ ਸਕਦੀ ਹੈ? ਪ੍ਰਭ ਦੀ ਰਹਿਮਤ ਨਾਲ ਜਿਸ ਜੀਵ ਨੂੰ ਗੁਰਮਖ ਅਵਸਥਾ ਬਖਸ਼ਿਸ਼ ਹੋ ਜਾਂਦੀ ਹੈ, ਉਸ ਨੂੰ ਮਨ ਦੇ ਪੰਜਾਂ ਚੋਰਾਂ ਤੇ ਹੀ ਜਿੱਤ ਬਖਸ਼ਿਸ਼ ਹੋ ਜਾਂਦੀ ਹੈ ।

ਗੁਰੂ ਨਾਨਕ ਦੇਵ ਜੀ! – Guru Nanak Dev Ji! Guru Granth Sahib

Whosoever may remain intoxicated with worldly desires; the lava of the five passions burns within; how can he be calm? How may he conquer the five demons of his worldly desires hidden within? Whosoever may be blessed with a state of mind as His true devotee; with His mercy and grace, he may be blessed to conquer his demons of worldly desires.

ਅੰਤਰਿ ਮੈਲੁ ਤੀਰਥ ਭਰਮੀਜੈ॥ antar mail tirath bharmeejai.
ਮਨੁ ਨਹੀ ਸੂਚਾ ਕਿਆ ਸੋਚ ਕਰੀਜੈ॥ man nahee soochaa ki-aa soch kareejai.
ਕਿਰਤੁ ਪਇਆ ਦੋਸੁ ਕਾ ਕਉ ਦੀਜੈ॥੫॥ kirat pa-i-aa dos kaa ka-o deejai. ||5||

ਜਿਸ ਜੀਵ ਦਾ ਮਨ ਪਵਿੱਤਰ ਨਾ ਹੋਵੇ! ਉਸ ਦਾ ਤੀਰਥ ਤੇ ਇਸ਼ਨਾਨ ਕਰਨਾ, ਕੇਵਲ ਧਰਮ ਦੇ ਰੀਤੋਂ ਰੀਵਾਜ, ਦੀ ਮਹੱਤਤਾ ਹੀ ਵਿਧਦੀ ਹੈ । ਜਿਸ ਦਾ ਮਨ ਬੁਰੇ ਖਿਆਲਾਂ ਨਾਲ ਭਰਿਆਂ ਰਹਿੰਦਾ ਹੈ! ਉਸ ਦੇ ਤੀਰਥ ਇਸ਼ਨਾਨ ਕਰਨ ਦੀ ਕੀ ਮਹਤੱਤਾ ਹੈ? ਉਹ ਆਪਣੇ ਨਾਲ ਆਪਣੇ ਪਿਛਲੇ ਜਨਮ ਦੇ ਕੀਤੇ ਕੰਮਾਂ ਦਾ ਬੋਝ ਚੁੱਕੀ ਫਿਰਦਾ ਹੈ । ਇਸ ਦਾ ਕਿਸ ਨੂੰ ਦੋਸ ਦੇਵੇਗਾ?

Whosoever may not have clean conscious or sanctified soul. Sanctifying bath at Holy Pond, may only be a technique to glorify the significance of religious ritual. Whosoever may be overwhelmed with evil, sinful thoughts! What may be the significance of his sanctifying bath at Holy Shrine? He may carry the burden of sins of his previous lives. Whom may he blame for these sins?

ਅੰਨੁ ਨ ਖਾਹਿ ਦੇਹੀ ਦੁਖੁ ਦੀਜੈ॥ ann na khaahi dayhee dukh deejai.
ਬਿਨੁ ਗੁਰ ਗਿਆਨ ਤ੍ਰਿਪਤਿ ਨਹੀ ਥੀਜੈ॥ bin gur gi-aan taripat nahee theejai.
ਮਨਮੁਖਿ ਜਨਮੈ ਜਨਮਿ ਮਰੀਜੈ॥੬॥ manmukh janmai janam mareejai. ||6||

ਜਿਹੜਾ ਜੀਵ ਅੰਨ ਨਹੀਂ ਖਾਂਦਾ, ਉਹ ਕੇਵਲ ਆਪਣੇ ਤਨ ਨੂੰ ਹੀ ਦੁਖ ਦੇਂਦਾ ਹੈ । ਪ੍ਰਭ ਦੇ ਸ਼ਬਦ ਦੀ ਪਾਲਣਾ ਤੋਂ ਬਿਨਾਂ ਸ਼ਬਦ ਦੀ ਸੋਝੀ ਬਖਸ਼ਿਸ਼ ਨਹੀਂ ਹੁੰਦੀ । ਮਨ ਵਿੱਚ ਸ਼ਾਂਤੀ, ਸੰਤੋਖ ਨਹੀਂ ਵਸਦਾ । ਮਨਮੁਖ ਜੀਵ ਜਨਮ ਮਰਨ ਦੇ ਚੱਕਰ ਵਿੱਚ ਹੀ ਰਹਿੰਦਾ ਹੈ ।

Whosoever may not eat food to nourish the hunger of his stomach; he may only punish his body, His Holy Temple. Whosoever may not adopt the teachings of His Word, he may never realize any peace of mind. Self-minded may remain in the cycle of birth and death.

ਸਤਿਗੁਰ ਪੂਛਿ ਸੰਗਤਿ ਜਨ ਕੀਜੈ॥ satgur poochh sangat jan keejai.
ਮਨੁ ਹਰਿ ਰਾਚੈ, ਨਹੀ ਜਨਮਿ ਮਰੀਜੈ॥ man har raachai nahee janam mareejai.
ਰਾਮ ਨਾਮ ਬਿਨੁ ਕਿਆ ਕਰਮੁ ਕੀਜੈ॥੭॥ raam naam bin ki-aa karam keejai. ||7||

ਪ੍ਰਭ ਅੱਗੇ ਅਰਦਾਸ ਕਰੋ! ਉਸ ਬੰਦਗੀ ਕਰਨ ਵਾਲੇ ਦੀ ਸੰਗਤ ਕਰੋ । ਉਸ ਨਾਲ ਸ਼ਬਦ ਦੀ ਪਾਲਣਾ ਕਰਕੇ ਸ਼ਬਦ ਨਾਲ ਜੀਵਨ ਢਾਲੋ! ਜਿਹੜਾ ਆਪਣਾ ਤਨ, ਮਨ ਪ੍ਰਭ ਦੀ ਸ਼ਰਣ ਵਿੱਚ ਭੇਟਾ ਕਰ ਦੇਂਦਾ ਹੈ । ਉਸ ਨੂੰ ਜੂੰਨਾਂ ਵਿੱਚ ਨਹੀਂ ਜਾਣਾ ਪੈਂਦਾ, ਸ਼ਬਦ ਦੀ ਪਾਲਣਾ ਤੋਂ ਬਿਨਾਂ ਹੋਰ ਕੋਈ ਪ੍ਰਭ ਦੇ ਦਰਬਾਰ ਦਾ ਰਸਤਾ ਨਹੀਂ ਹੈ ।

You should pray for the association of His Holy saint. You should obey and adopt the teachings of His Word in your day-to-day life. Whosoever may surrender his mind, body, and worldly status at His Sanctuary; with His mercy and grace, he may not remain in the cycle of birth and death. To obey the teachings of His Word may be only right path of acceptance in His Court.

ਊਂਦਰ ਦੂੰਦਰ ਪਾਸਿ ਧਰੀਜੈ॥ ਧੁਰ ਕੀ ਸੇਵਾ ਰਾਮੁ ਰਵੀਜੈ॥ ooNdar dooNdar paas Dhareejai. Dhur kee sayvaa raam raveejai.
ਨਾਨਕ ਨਾਮੁ ਮਿਲੈ ਕਿਰਪਾ ਪ੍ਰਭ ਕੀਜੈ॥੮॥ ੫॥ naanak naam milai kirpaa parabh keejai. ||8||5||

ਜੀਵ ਆਪਣੇ ਮਨ ਦੀਆਂ ਭਟਕਣਾਂ ਨੂੰ ਕਾਬੂ ਵਿੱਚ ਰਖੋ! ਪ੍ਰਭ ਦੇ ਸ਼ਬਦ ਦੀ ਪਾਲਣਾ, ਬੰਦਗੀ ਕਰੋ । ਉਸ ਅੱਗੇ ਰਹਿਮਤ ਦੀ ਅਰਦਾਸ ਕਰੋ! ਉਸ ਦੀ ਰਹਿਮਤ ਨਾਲ ਹੀ ਪ੍ਰਵਾਨਗੀ ਦੇ ਰਸਤੇ ਦੀ ਸੋਝੀ ਬਖਸ਼ਿਸ਼ ਹੁੰਦੀ ਹੈ ।

You should control the frustration of your worldly desires. You should meditate and obey the teachings of His Word with steady and stable belief in your day-to-day life. You should pray for His Forgiveness and Refuge. Whosoever may be bestowed with His Blessed Vision, only he may be blessed with the right path of acceptance in His Court may be blessed.

Key Message of Raag Raamkalee, page 905-4
'ਕੀ ਹੱਠ, ਦ੍ਰਿੜ੍ਹਤਾ ਨਾਲ ਪ੍ਰਵਾਨਗੀ ਦਾ ਰਸਤਾ ਬਖਸ਼ਿਸ਼ ਹੋ ਸਕਦਾ ਹੈ?
ਹੱਠ, ਜੋਗਾ, ਮਨ ਤੇ ਦ੍ਰਿੜ੍ਹਤਾ ਨਾਲ ਕਾਬੂ ਪਾਉਣ, ਵਰਤ ਜਾ ਤਪ ਕਰਨ ਨਾਲ ਮਨ ਵਿੱਚ ਨਿਮ੍ਰਤਾ ਨਹੀਂ ਆਉਂਦੀ । ਜਿਹੜਾ ਸੰਸਾਰਕ ਤਿੰਨਾਂ ਗੁਣਾਂ, ਲਾਲਚ ਪਿਛੇ ਲਗਾ ਰਹਿੰਦਾ ਹੈ । ਉਹ ਕੇਵਲ ਧਰਮ ਦੇ ਰੀਤੋਂ ਰੀਵਾਜ, ਤੀਰਥ ਇਸ਼ਨਾਨ ਨੂੰ ਹੀ, ਆਤਮਾ ਨੂੰ ਪਵਿੱਤਰ ਕਰਨ ਦੀ ਵਿਧੀ, ਮਹੱਤਤਾ ਦੇਂਦਾ ਹੈ । ਜਿਹੜਾ ਆਪਣਾ ਤਨ, ਮਨ ਪ੍ਰਭ ਦੀ ਸ਼ਰਣ ਵਿੱਚ ਭੇਟਾ ਕਰ ਦੇਂਦਾ ਹੈ, ਸ਼ਬਦ ਦੀ ਸਿਖਿਆਂ ਨਾਲ ਜੀਵਨ ਢਾਲਦਾ ਹੈ । ਉਸ ਨੂੰ ਮਨ ਦੇ ਪੰਜਾਂ ਚੋਰਾਂ ਤੇ ਹੀ ਜਿੱਤ ਬਖਸ਼ਿਸ਼ ਹੋ ਜਾਂਦੀ ਹੈ । ਉਸ ਦੇ ਮਨ ਵਿੱਚ ਧੀਰਜ, ਸ਼ਾਂਤੀ, ਸੰਤੋਖ ਵਸਦਾ ਹੈ । ਉਸ ਨੂੰ ਪ੍ਰਵਾਨਗੀ ਦਾ ਅਸਲੀ ਰਸਤਾ ਬਖਸ਼ਿਸ਼ ਹੋ ਜਾਂਦਾ ਹੈ!
Can determination on mind provide the right path of Acceptance in His Court?
Whosoever may control his mind with his determination, meditation, abstaining food, control hunger of stomach, or meditation; he may not remain humble. Whosoever may remain intoxicated with three virtues of worldly wealth. He may only glorify the significance of religious ritual, sanctifying bath as the technique to sanctify soul. Whosoever may surrender his self-entity at His Sanctuary; he may adopt the teachings of His Word in his day-to-day life. He may conquer the five demons of his worldly desires hidden within. He may realize patience, peace of mind, and contentment. He may be blessed with the right path of acceptance in His Court.

17. ਰਾਮਕਲੀ ਮਹਲਾ ੧॥ 905-14

ਅੰਤਰਿ ਉਤਭੁਜੁ ਅਵਰੁ ਨ ਕੋਈ॥ ਜੋ ਕਹੀਐ ਸੋ ਪ੍ਰਭ ਤੇ ਹੋਈ॥ antar ut-bhuj avar na ko-ee. jo kahee-ai so parabh tay ho-ee.
ਜੁਗਹ ਜੁਗੰਤਰਿ ਸਾਹਿਬੁ ਸਚੁ ਸੋਈ॥ jugah jugantar saahib sach so-ee.
ਉਤਪਤਿ ਪਰਲਉ ਅਵਰੁ ਨ ਕੋਈ॥੧॥ utpat parla-o avar na ko-ee. ||1||

ਸ੍ਰਿਸ਼ਟੀ ਦੀ ਉਤਪਤੀ ਕੇਵਲ ਪ੍ਰਭ ਵਿਚੋਂ ਹੀ ਹੋਈ ਹੈ, ਹੋਰ ਕੋਈ ਨਹੀਂ ਹੈ । ਜੋ ਕੁਝ ਵੀ ਸ੍ਰਿਸ਼ਟੀ ਵਿੱਚ ਦਿਸਦਾ ਹੈ, ਸਭ ਕੁਝ ਪ੍ਰਭ ਦਾ ਕੀਤੀ ਹੀ ਹੁੰਦਾ ਹੈ । ਪ੍ਰਭ ਯੁੱਗਾਂ, ਯੁੱਗਾਂ ਤੋਂ ਹੀ ਅਟਲ ਵਾਪਰਦਾ ਆਇਆ ਹੈ । ਸ੍ਰਿਸ਼ਟੀ ਦੀ ਥਾਪਣਾ ਅਤੇ ਤਬਾਹੀ ਪ੍ਰਭ ਦੇ ਭਾਣੇ ਨਾਲ ਹੀ ਹੁੰਦੀ ਹੈ ।

ਗੁਰੂ ਨਾਨਕ ਦੇਵ ਜੀ! – Guru Nanak Dev Ji! Guru Granth Sahib

The One and Only One, Creator of the universe has created the universe as an expansion of His Holy Spirit. Whatsoever, one may witness in the universe, only His Holy Spirit prevails in every event. The True Master has been prevailing from Ancient Ages. He may create or destroy any creature and anything in the universe.

ਐਸਾ ਮੇਰਾ ਠਾਕੁਰੁ ਗਹਿਰ ਗੰਭੀਰੁ॥	aisaa mayraa thaakur gahir gambheer.
ਜਿਨਿ ਜਪਿਆ ਤਿਨ ਹੀ ਸੁਖੁ ਪਾਇਆ,	jin japi-aa tin hee sukh paa-i-aa
ਹਰਿ ਕੈ ਨਾਮਿ ਨ ਲਗੈ ਜਮ ਤੀਰੁ॥੧॥ ਰਹਾਉ॥	har kai naam na lagai jam teer. ||1|| rahaa-o.

ਮੇਰਾ ਪ੍ਰਭ ਇਸਤਰ੍ਹਾਂ ਦਾ ਡੂੰਘਾਈ ਵਾਲਾ, ਪੂਰਨ ਮਾਲਕ ਹੈ । ਜਿਹੜਾ ਪ੍ਰਭ ਦੇ ਸ਼ਬਦ ਦਾ ਸਿਮਰਨ, ਸ਼ਬਦ ਦੀ ਸਿਖਿਆਂ ਨਾਲ ਜੀਵਨ ਬਤੀਤ ਕਰਦਾ ਹੈ । ਉਸ ਨੂੰ ਸੁਖ, ਸੰਤੋਖ ਬਖਸ਼ਿਸ਼ ਹੋ ਜਾਂਦਾ ਹੈ । ਉਸ ਦਾ ਜਨਮ ਮਰਨ ਦਾ ਚੱਕਰ ਖਤਮ ਹੋ ਜਾਂਦਾ ਹੈ ।

My perfect True Master has such an astonishing and mysterious greatness, glory. Whosoever may meditate and adopts the teachings of His Word with steady and stable belief in his day-to-day life; with His mercy and grace, he may be blessed with comforts and contentment in his day-to-day life. His cycle of birth and death may be eliminated.

ਨਾਮੁ ਰਤਨੁ ਹੀਰਾ ਨਿਰਮੋਲੁ॥ ਸਾਚਾ ਸਾਹਿਬੁ ਅਮਰੁ ਅਤੋਲੁ॥	naam ratan heeraa nirmol. saachaa saahib amar atol.
ਜਿਹਵਾ ਸੂਚੀ ਸਾਚਾ ਬੋਲੁ॥ ਘਰਿ ਦਰਿ ਸਾਚਾ ਨਾਹੀ ਰੋਲੁ॥੨॥	jihvaa soochee saachaa bol. ghar dar saachaa naahee rol. ||2||

ਪ੍ਰਭ ਦਾ ਸ਼ਬਦ ਅਮੋਲਕ, ਕੀਮਤੀ ਰਤਨ, ਹੀਰਾ ਹੈ । ਪ੍ਰਭ ਜਨਮ ਮਰਨ, ਅੰਤ ਤੋਂ ਰਹਿਤ ਹੈ, ਉਸ ਦੇ ਗੁਣ ਪੂਰਨ ਤਰ੍ਹਾਂ ਜਾਣੇ ਨਹੀਂ ਜਾ ਸਕਦੇ । ਜਿਹੜੀ ਜੀਭ ਪ੍ਰਭ ਦੇ ਸ਼ਬਦ ਦਾ ਸਿਮਰਨ ਕਰਦੀ ਹੈ, ਉਹ ਪਵਿੱਤਰ ਹੋ ਜਾਂਦੀ ਹੈ । ਪ੍ਰਭ ਜੀਵ ਦੇ ਅੰਦਰ ਹੀ ਵਸਦਾ ਹੈ, ਇਸ ਵਿੱਚ ਕੋਈ ਸ਼ੱਕ ਨਹੀਂ ਹੈ ।

His Word an ambrosial jewel! The True Master remains beyond cycle of birth and death, limits, boundaries of and His Virtues. His miracles remain beyond the comprehensions of His Creation. Whosoever may meditate and sings the glory of His Word with his tongue; his soul may be sanctified to become worthy of His Consideration. He remains intoxicated in meditation in the void of His Word.

ਇਕਿ ਬਨ ਮਹਿ ਬੈਸਹਿ ਡੂਗਰਿ ਅਸਥਾਨੁ॥	ik ban meh baiseh doogar asthaan.
ਨਾਮੁ ਬਿਸਾਰਿ ਪਚਹਿ ਅਭਿਮਾਨੁ॥	naam bisaar pacheh abhimaan.
ਨਾਮ ਬਿਨਾ ਕਿਆ ਗਿਆਨ ਧਿਆਨੁ॥	naam binaa ki-aa gi-aan Dhi-aan.
ਗੁਰਮੁਖਿ ਪਾਵਹਿ ਦਰਗਹਿ ਮਾਨੁ॥੩॥	gurmukh paavahi dargahi maan. ||3||

ਕਈ ਜੀਵ ਜੰਗਲਾਂ ਵਿੱਚ, ਕਈ ਪਰਬਤਾਂ ਦੀਆਂ ਗੁਫਾਂ ਵਿੱਚ ਰਹਿੰਦੇ ਹਨ । ਜਿਸ ਦੇ ਮਨ ਵਿੱਚ ਸ਼ਬਦ ਘਰ ਨਹੀਂ ਕਰਦਾ, ਉਹ ਅਹੰਕਾਰ ਵਿੱਚ ਹੀ ਜਲਦਾ ਰਹਿੰਦਾ ਹੈ । ਸ਼ਬਦ ਦੀ ਪਾਲਣਾ ਕਰਨ ਤੋਂ ਬਿਨਾਂ, ਸ਼ਬਦ ਦੀ ਜਾਣਕਾਰੀ ਦਾ ਕੋਈ ਲਾਭ ਨਹੀਂ ਹੁੰਦਾ । ਜਿਹੜਾ ਸ਼ਬਦ ਦੀ ਪਾਲਣਾ ਕਰਦਾ ਹੈ, ਉਸ ਨੂੰ ਗੁਰਮਖ ਅਵਸਥਾ, ਪ੍ਰਵਾਨਗੀ ਬਖਸ਼ਿਸ਼ ਹੋ ਸਕਦੀ ਹੈ ।

Many devotees may dwell in caves, forests, or higher at mountains in isolation from habitat, worldly life. Whosoever may not be drenched with the essence of His Word within; he may remain burning in his own ego. Whosoever may not adopt the teachings of His Word in day-to-day life; his knowledge, comprehension of the essence of His Word may not have any significance for the real purpose of his human life opportunity.

ਹਠੁ ਅਹੰਕਾਰੁ ਕਰੈ ਨਹੀ ਪਾਵੈ॥	hath ahaNkaar karai nahee paavai.
ਪਾਠ ਪੜੈ ਲੇ ਲੋਕ ਸੁਣਾਵੈ॥	paath parhai lay lok sunaavai.
ਤੀਰਥਿ ਭਰਮਸਿ ਬਿਆਧਿ ਨ ਜਾਵੈ॥	tirath bharmas bi-aaDh na jaavai.
ਨਾਮ ਬਿਨਾ ਕੈਸੇ ਸੁਖੁ ਪਾਵੈ॥੪॥	naam binaa kaisay sukh paavai. 4

ਅਹੰਕਾਰ ਵਿੱਚ ਮਨ ਦੀ ਦਿੜ੍ਹਤਾ ਨਾਲ ਪ੍ਰਭ ਦੀ ਰਹਿਮਤ ਬਖਸ਼ਿਸ਼ ਨਹੀਂ ਹੁੰਦੀ । ਪਾਠ ਕਰਨ, ਲੋਕਾਂ ਨੂੰ ਸੁਣਾਉਣ, ਤੀਰਥਾਂ ਦੀ ਯਾਤਰਾ, ਇਸ਼ਨਾਨ ਕਰਨ ਨਾਲ, ਮਨ ਵਿਚੋਂ ਅਹੰਕਾਰ ਦੀ ਬਿਮਾਰੀ ਖਤਮ ਨਹੀਂ ਹੁੰਦੀ । ਸ਼ਬਦ ਦੀ ਪਾਲਣਾ ਕਰਨ ਤੋਂ ਬਿਨਾਂ ਮਨ ਨੂੰ ਸ਼ਾਂਤੀ ਬਖਸ਼ਿਸ਼ ਨਹੀਂ ਹੁੰਦੀ ।

Whosoever may control his mind, by depriving from worldly comforts with own determination; he may not be blessed with the enlightenment of the essence of His Word. By doing paath, nit-name, reciting Holy Scripture to others, worshipping at Holy Shrine, and sanctifying bath at Holy Pond; the chronic disease of ego of mind may not be eliminated. Whosoever may not adopt the teachings of His Word with steady and stable belief, he may not be blessed with peace of mind.

ਜਤਨ ਕਰੈ ਬਿੰਦੁ ਕਿਵੈ ਨ ਰਹਾਈ॥	jatan karai bind kivai na rahaa-ee.
ਮਨੂਆ ਡੋਲੈ ਨਰਕੇ ਪਾਈ॥	manoo-aa dolai narkay paa-ee.
ਜਮ ਪੁਰਿ ਬਾਧੋ ਲਹੈ ਸਜਾਈ॥	jam pur baaDho lahai sajaa-ee.
ਬਿਨੁ ਨਾਵੈ ਜੀਉ ਜਲਿ ਬਲਿ ਜਾਈ॥੫॥	bin naavai jee-o jal bal jaa-ee. ||5||

ਜੀਵ ਮਨ ਨੂੰ ਕਿਤਨਾ ਵੀ ਪੱਕਾ ਕਰ ਲਵੇ! ਫਿਰ ਵੀ ਮਨ ਦੀ ਕਾਮ ਵਾਸ਼ਨਾ ਤੇ ਕਾਬੂ ਨਹੀਂ ਪੈਂਦਾ । ਜਿਸ ਦਾ ਮਨ ਡੋਲ ਜਾਂਦਾ, ਉਹ ਨਰਕ ਵਿੱਚ ਹੀ ਡਿੱਗ ਪੈਂਦਾ ਹੈ । ਉਹ ਜਮਦੂਤਾਂ ਦੇ ਹਵਾਲੇ ਹੋ ਜਾਂਦਾ, ਦੁਖ ਹੀ ਸਹਿਦਾ ਹੈ । ਸ਼ਬਦ ਦੀ ਪਾਲਣਾ ਤੋਂ ਬਿਨਾਂ ਆਤਮਾ ਦੁਖ ਵਿੱਚ ਹੀ ਕਰਲਾਉਂਦੀ ਹੈ ।

No matter, one may be very determined; however, he may not be able to control his sexual urge. Whosoever may fall from the wagon, falls for sexual urge, he enters the path of hell. He may be captures by the devil of death and endures miseries. Whosoever may not obey the teachings of His Word with steady and stable belief; his soul may endure miseries.

ਸਿਧ ਸਾਧਿਕ ਕੇਤੇ ਮੁਨਿ ਦੇਵਾ॥	siDh saaDhik kaytay mun dayvaa.
ਹਠਿ ਨਿਗ੍ਰਹਿ ਨ ਤ੍ਰਿਪਤਾਵਹਿ ਭੇਵਾ॥	hath nigrahi na tariptaaveh bhayvaa.
ਸਬਦੁ ਵੀਚਾਰਿ ਗਹਹਿ ਗੁਰ ਸੇਵਾ॥	sabad veechaar gaheh gur sayvaa.
ਮਨਿ ਤਨਿ ਨਿਰਮਲ ਅਭਿਮਾਨ ਅਭੇਵਾ॥੬॥	man tan nirmal abhimaan abhayvaa. ||6||

ਸੰਸਾਰ ਵਿੱਚ ਬਹੁਤ ਗਿਆਨੀ, ਸਿਧ, ਦੇਵੀ ਦੇਵਤੇ ਹੋਏ ਹਨ । ਉਹ ਆਪਣੇ ਮਨ ਦੇ ਹੱਠ ਨਾਲ, ਮਨ ਨੂੰ ਸਮਝਾ ਨਹੀਂ ਸਕੇ । ਜਿਹੜਾ ਸ਼ਬਦ ਦੀ ਪਾਲਣਾ ਕਰਦਾ, ਜੀਵਨ ਢਾਲਦਾ ਹੈ, ਉਸ ਦੇ ਮਨ ਵਿਚੋਂ ਅਹੰਕਾਰ ਖਤਮ ਹੋ ਜਾਂਦਾ ਹੈ । ਉਸ ਨੂੰ ਹੀ ਪ੍ਰਭ ਦੀ ਪ੍ਰਵਾਨਗੀ ਦਾ ਰਸਤਾ ਬਖਸ਼ਿਸ਼ ਹੋ ਸਕਦਾ ਹੈ ।

ਗੁਰੂ ਨਾਨਕ ਦੇਵ ਜੀ! – Guru Nanak Dev Ji! Guru Granth Sahib

From Ancient Ages! Many prophets, sidhs, enlightened, blessed souls have wandered on earth. No one have ever been able to conquer his own mind, with his determination or meditation. Whosoever may obey and adopts the teachings of His Word with steady and stable belief in his day-to-day life; with His mercy and grace, he may be blessed to conquer his ego. He may be blessed with the right path of acceptance in His Court.

ਕਰਮਿ ਮਿਲੈ ਪਾਵੈ ਸਚੁ ਨਾਉ॥ ਤੁਮ ਸਰਣਾਗਤਿ ਰਹਉ ਸੁਭਾਉ॥ karam milai paavai sach naa-o. tum sarnaagat raha-o subhaa-o.
ਤੁਮ ਤੇ ਉਪਜਿਓ ਭਗਤੀ ਭਾਉ॥ tum tay upji-o bhagtee bhaa-o.
ਜਪੁ ਜਾਪਉ ਗੁਰਮੁਖਿ ਹਰਿ ਨਾਉ॥੭॥ jap jaapa-o gurmukh har naa-o. ||7||

ਪ੍ਰਭ ਦੀ ਰਹਿਮਤ ਨਾਲ ਹੀ ਮਨ ਦੀ ਸ਼ਬਦ ਵਿੱਚ ਲਗਨ ਲਗਦੀ ਹੈ । ਮਨ ਪ੍ਰਭ ਦੀ ਸ਼ਰਣ ਵਿੱਚ ਅਡੋਲ ਰਹਿੰਦਾ ਹੈ । ਸ਼ਬਦ ਦੀ ਬੰਦਗੀ ਨਾਲ ਹੀ ਮਨ ਵਿੱਚ ਸ਼ਬਦ ਨਾਲ ਸ਼ਰਧਾ ਪ੍ਰਫੁੱਲਤ ਹੁੰਦੀ ਹੈ । ਗੁਰਮਖ ਪ੍ਰਭ ਦੇ ਸ਼ਬਦ ਦੀ ਪਾਲਣਾ ਕਰਦਾ, ਉਸਤਤ ਗਾਉਂਦਾ ਰਹਿੰਦਾ ਹੈ ।

Whosoever may be bestowed with His Blessed Vision, he may meditate on the teachings of His Word. He may surrender his mind, body, and worldly status at His Sanctuary. Whosoever may meditate whole heartedly; his devotion and dedication may be enhanced. His true devotee may remain singing the glory and obeying the teachings of His Word with each breath.

ਹਉਮੈ ਗਰਬੁ ਜਾਇ ਮਨ ਭੀਨੈ॥ ha-umai garab jaa-ay man bheenai.
ਝੂਠਿ ਨ ਪਾਵਸਿ ਪਾਖੰਡਿ ਕੀਨੈ॥ jhooth na paavas pakhand keenai.
ਬਿਨੁ ਗੁਰ ਸ਼ਬਦ ਨਹੀ ਘਰੁ ਬਾਰੁ॥ bin gur sabad nahee ghar baar.
ਨਾਨਕ ਗੁਰਮੁਖਿ ਤਤੁ ਬੀਚਾਰੁ॥੮॥੬॥ naanak gurmukh tat beechaar. ||8||6||

ਜਿਸ ਦੇ ਮਨ ਵਿਚੋਂ ਅਹੰਕਾਰ ਅਤੇ ਹੈਸੀਅਤ ਦਾ ਅਭਿਮਾਨ ਖਤਮ ਹੋ ਜਾਂਦਾ ਹੈ । ਉਹ ਜੀਵ ਆਪਣਾ ਮਨ ਪ੍ਰਭ ਦੀ ਸ਼ਰਨ ਵਿੱਚ ਭੇਟਾ ਕਰ ਦੇਂਦਾ ਹੈ । ਜਿਸ ਦੇ ਮਨ ਵਿੱਚ ਫਰੇਬ, ਪਖੰਡ ਹੋਣ, ਉਸ ਦੀ ਲਗਨ ਸ਼ਬਦ ਦੀ ਪਾਲਣਾ ਵਿੱਚ ਅਡੋਲ ਨਹੀਂ ਹੁੰਦੀ । ਸ਼ਬਦ ਨੂੰ ਜੀਵਨ ਵਿੱਚ ਅਪਣਾਉਣ ਤੋਂ ਬਿਨਾਂ ਦਰਬਾਰ ਦਾ ਰਸਤਾ ਬਖਸ਼ਿਸ਼ ਨਹੀਂ ਹੋ ਸਕਦਾ । ਗੁਰਮਖ ਜੀਵ ਪ੍ਰਭ ਦੀ ਹੋਂਦ ਮਹਿਸੂਸ ਕਰਦਾ ਹੈ ।

Whosoever may conquer his ego; only he may surrender his mind, body, and worldly status at His Sanctuary. Whosoever may have deception within his mind, he may never remain steady and stable on the path of meditation. Whosoever may not adopt the teachings of His Word with steady and stable belief; he may never be blessed with the right path of acceptance in His Court. Only, His true devotee may realize His Holy Spirit prevailing everywhere.

Key Message of Raag Raamkalee, page 905-14
'ਆਤਮਾ ਪ੍ਰਭ ਵਿਚੋਂ ਉਤਪਤ ਹੁੰਦੀ, ਪ੍ਰਭ ਦੀ ਜੋਤ ਵਿੱਚ ਹੀ ਸਮਾ ਜਾਂਦੀ ਹੈ!
ਸ੍ਰਿਸ਼ਟੀ ਦੀ ਉਤਪਤੀ ਕੇਵਲ ਪ੍ਰਭ ਵਿਚੋਂ ਹੀ ਹੋਈ, ਪ੍ਰਭ ਦੀ ਜੋਤ ਵਿੱਚ ਹੀ ਸਮਾ ਜਾਂਦੀ ਹੈ! ਪ੍ਰਭ ਯੁੱਗਾਂ, ਯੁੱਗਾਂ ਤੋਂ ਹੀ ਅਟਲ ਵਾਪਰਦਾ ਆਇਆ ਹੈ । ਜਿਹੜਾ ਭਰੋਸੇ ਨਾਲ ਸ਼ਬਦ ਦੀ ਸਿਖਿਆ ਨਾਲ ਜੀਵਨ ਬਤੀਤ ਕਰਦਾ ਹੈ । ਉਸ ਨੂੰ ਸੁਖ, ਸੰਤੋਖ ਬਖਸ਼ਿਸ਼ ਹੋ ਜਾਂਦਾ, ਆਤਮਾ ਪਵਿੱਤਰ ਹੋ ਜਾਂਦੀ, ਮਨ ਵਿਚੋਂ ਅਹੰਕਾਰ ਦੀ ਬਿਮਾਰੀ ਖਤਮ ਹੋ ਜਾਂਦੀ, ਮਨ ਵਿੱਚ ਸ਼ਾਂਤੀ ਬਖਸ਼ਿਸ਼ ਹੋ ਜਾਂਦੀ ਹੈ । ਮਨ ਪ੍ਰਭ ਦੀ ਸ਼ਰਣ ਵਿੱਚ ਅਡੋਲ ਰਹਿੰਦਾ ਹੈ । ਦਰਬਾਰ ਵਿੱਚ ਪ੍ਰਵਾਨਗੀ ਦਾ ਰਸਤਾ ਬਖਸ਼ਿਸ਼ ਹੋ ਜਾਂਦਾ, ਗੁਰਮਖ ਜੀਵ ਪ੍ਰਭ ਦੀ ਹੋਂਦ ਮਹਿਸੂਸ ਕਰਦਾ ਹੈ । *** ਸ਼ਬਦ ਦੀ ਪਾਲਣਾ ਕਰਨ ਤੋਂ ਬਿਨਾਂ ਸ਼ਬਦ ਦੀ ਜਾਣਕਾਰੀ ਦਾ ਕੋਈ ਲਾਭ ਨਹੀਂ ਹੁੰਦਾ!**
Soul is an expansion of His Holy Spirt and must absorb within!
The universe is an expansion of His Holy Spirit and sanctified soul must be absorbed within His Holy Spirit. From Ancient Ages! only His Holy Spirit prevails in every event. Whosoever may adopt the teachings of His Word with steady and stable belief; his soul may be sanctified; he may be blessed with comforts and contentment in his day-to-day life. He may surrender his self-entity at His Sanctuary. He may be blessed with the right path of acceptance in His Court. He may realize His Holy Spirit prevailing everywhere. *** Only knowledge, comprehension of the essence of His Word may not have any significance in His Court!**

18. ਰਾਮਕਲੀ ਮਹਲਾ ੧॥ 906-7

ਜਿਉ ਆਇਆ ਤਿਉ ਜਾਵਹਿ ਬਉਰੇ, ji-o aa-i-aa ti-o jaaveh ba-uray
ਜਿਉ ਜਨਮੇ ਤਿਉ ਮਰਣੁ ਭਇਆ॥ ji-o janmay ti-o maran bha-i-aa.
ਜਿਉ ਰਸ ਭੋਗ ਕੀਏ ਤੇਤਾ ਦੁਖੁ ਲਾਗੈ, ji-o ras bhog kee-ay taytaa dukh laagai
ਨਾਮੁ ਵਿਸਾਰਿ ਭਵਜਲਿ ਪਇਆ॥੧॥ naam visaar bhavjal pa-i-aa. ||1||

ਜਿਹੜਾ ਸੰਸਾਰ ਵਿੱਚ ਜਨਮ ਲੈਂਦਾ, ਆਉਂਦਾ ਹੈ । ਉਸ ਦੀ ਮੌਤ ਹੋਣੀ, ਸੰਸਾਰ ਛਡਕੇ ਜਾਣਾ ਹੈ । ਜਿਹੜਾ ਜੀਵਨ ਵਿੱਚ ਮੁਸਕਲ ਵਿੱਚ ਵੀ ਹੌਂਸਲਾ ਨਹੀਂ ਛਡਦਾ, ਮਿਹਨਤ ਕਰਦਾ, ਉਸ ਨੂੰ ਸੁਖ ਹੀ ਬਖਸ਼ਿਸ਼ ਹੁੰਦੇ ਹਨ । ਜਿਹੜਾ ਸੰਸਾਰਕ ਦੁਖ, ਸੁਖ ਦੇ ਚੱਕਰ ਵਿੱਚ ਪ੍ਰਭ ਦੇ ਸ਼ਬਦ ਨੂੰ ਵਿਸਾਰ ਦੇਂਦਾ, ਪਾਲਣਾ ਨਹੀਂ ਕਰਦਾ । ਉਹ ਭਿਆਨਕ ਸੰਸਾਰਕ ਸਾਗਰ ਵਿੱਚ ਹੀ ਡੁਬ ਜਾਣਾ ਹੈ ।

Whosoever may be born in the universe, after predetermined time, he must face, devil of death. Whosoever may not abandon his belief on His Blessings in the time of miseries and remains on the right path; with His mercy and grace, he may be blessed with pleasure and comforts in his life. Whosoever may not obey the teachings of His Word in his human life journey; he may be drowned in the terrible ocean of desires.

ਤਨੁ ਧਨੁ ਦੇਖਤ ਗਰਬਿ ਗਇਆ॥ tan Dhan daykhat garab ga-i-aa.
ਕਨਿਕ ਕਾਮਨੀ ਸਿਉ ਹੇਤੁ ਵਧਾਇਹਿ, kanik kaamnee si-o hayt vaDhaa-ihi
ਕੀ ਨਾਮੁ ਵਿਸਾਰਹਿ ਭਰਮਿ ਗਇਆ॥੧॥ ਰਹਾਉ॥ kee naam visaareh bharam ga-i-aa. ||1|| rahaa-o.

ਮਨਮੁਖ ਆਪਣੀ ਜਵਾਨੀ ਅਤੇ ਸੰਸਾਰਕ ਧਨ ਦੇਖਕੇ ਬਹੁਤ ਅਭਿਮਾਨ ਕਰਦਾ ਹੈ । ਅਹੰਕਾਰ ਨਾਲ ਸੰਸਾਰਕ ਧਨ ਅਤੇ ਕਾਮ ਵਾਸ਼ਨਾ ਦੀ ਇਛਾਂ ਵਧਦੀ ਜਾਂਦੀ ਹੈ । ਪ੍ਰਭ ਦਾ ਸ਼ਬਦ ਵਿਸਾਰ ਕੇ ਕਿਉਂ ਭਰਮਾਂ ਵਿੱਚ ਭਉਦਾ ਫਿਰਦਾ ਹੈ?

Self-minded may boast about his youth and worldly wealth. With his desire and attachment to worldly wealth, his sexual anxiety and his ego may be enhanced. Why may he be wandering in religious suspicions, abandoning the teachings of His Word from his day-to-day life?

ਗੁਰੂ ਨਾਨਕ ਦੇਵ ਜੀ! – Guru Nanak Dev Ji! Guru Granth Sahib

ਜਤੁ ਸਤੁ ਸੰਜਮੁ ਸੀਲੁ ਨ ਰਾਖਿਆ, jat sat sanjam seel na raakhi-aa
ਪ੍ਰੇਤ ਪਿੰਜਰ ਮਹਿ ਕਾਸਟੁ ਭਇਆ॥ parayt pinjar meh kaasat bha-i-aa.
ਪੁੰਨੁ ਦਾਨੁ ਇਸਨਾਨੁ ਨ ਸੰਜਮੁ, ਸਾਧਸੰਗਤਿ ਬਿਨੁ ਬਾਦਿ ਜਇਆ॥੨॥ punn daan isnaan na sanjam saaDhsangat bin baad ja-i-aa. ||2||

ਜਿਹੜਾ ਆਪਣੇ ਮਨ ਤੇ ਕਾਬੂ, ਨਿਮ੍ਰਤਾ, ਇਮਾਨਦਾਰੀ, ਕਾਮ ਵਾਸ਼ਨਾ ਤੇ ਕਾਬੂ ਨਹੀਂ ਰਖਦਾ । ਉਸ ਦੇ ਮਨ ਦਾ ਭੂਤ ਹੀ, ਉਸ ਦੇ ਮਨ ਨੂੰ ਖਾਣ ਲਗ ਪੈਂਦਾ ਹੈ । ਜਿਹੜਾ ਕੋਈ ਪੁੰਨ ਦਾਨ ਜਾ ਸ੍ਰਿਸ਼ਟੀ ਦੀ ਭਲਾਈ ਦਾ ਕੰਮ ਨਹੀਂ ਕਰਦਾ, ਆਤਮਾ ਨੂੰ ਪਵਿੱਤਰ ਕਰਨ ਵਾਲਾ ਇਸ਼ਨਾਨ ਨਹੀਂ ਕਰਦਾ । ਸੰਤ ਸਰੂਪ ਜੀਵ ਦੀ ਸੰਗਤ ਤੋਂ ਬਿਨਾਂ ਉਸ ਦਾ ਮਾਨਸ ਜੀਵਨ ਬਿਰਥਾ ਹੀ ਬੀਤ ਜਾਂਦਾ ਹੈ ।

Whosoever may not control his worldly desires, nor become humble, honest nor control his sexual urge. His demons may consume his mind and body. Whosoever may not perform any good deeds nor any charity nor he may take a sanctifying bath of his soul in the pond of the nectar of His Word. He may be deprived from the association of His true devotee; he may waste his human life opportunity without adopting his life experience teachings in his own life.

ਲਾਲਚਿ ਲਾਗੈ ਨਾਮੁ ਬਿਸਾਰਿਓ, ਆਵਤ ਜਾਵਤ ਜਨਮੁ ਗਇਆ॥ laalach laagai naam bisaari-o aavat jaavat janam ga-i-aa.
ਜਾ ਜਮੁ ਧਾਇ ਕੇਸ ਗਹਿ ਮਾਰੈ, jaa jam Dhaa-ay kays geh maarai
ਸੁਰਤਿ ਨਹੀ ਮੁਖਿ ਕਾਲ ਗਇਆ॥੩॥ surat nahee mukh kaal ga-i-aa. ||3||

ਜਿਹੜਾ ਲਾਲਚ ਵਿੱਚ ਪ੍ਰਭ ਦੇ ਸ਼ਬਦ ਦੀ ਪਾਲਣਾ ਕਰਨਾ ਭੁੱਲ ਜਾਂਦਾ ਹੈ । ਉਹ ਜਨਮ ਮਰਨ ਦੇ ਚੱਕਰ ਵਿੱਚ ਹੀ ਰਹਿੰਦਾ ਹੈ । ਜਦੋਂ ਮੌਤ ਦਾ ਫਰਿਸ਼ਤਾ ਲੈ ਕੇ ਜਾਵੇਗਾ । ਉਸ ਦੇ ਮਨ ਦਾ ਧਿਆਨ ਮੌਤ ਦੇ ਜਮਦੂਤ ਵੱਲ ਜਾਵੇਗਾ ।

Whosoever may abandon the teachings of His Word and remains intoxicated in the greed of worldly wealth. He may remain in the cycle of birth and death. When the devil of death may knock at his door; he may think about devil of death, repents and regrets.

ਅਹਿਨਿਸਿ ਨਿੰਦਾ ਤਾਤਿ ਪਰਾਈ, ਹਿਰਦੈ ਨਾਮੁ ਨ ਸਰਬ ਦਇਆ॥ ahinis nindaa taat paraa-ee hirdai naam na sarab da-i-aa.
ਬਿਨੁ ਗੁਰ ਸ਼ਬਦ ਨ ਗਤਿ ਪਤਿ ਪਾਵਹਿ, bin gur sabad na gat pat paavahi
ਰਾਮ ਨਾਮ ਬਿਨੁ ਨਰਕਿ ਗਇਆ॥੪॥ raam naam bin narak ga-i-aa. ||4||

ਜਿਸ ਦੇ ਮਨ ਵਿੱਚ ਦਿਨ ਰਾਤ ਨਿੰਦਿਆਂ, ਧੋਖਾ, ਇਰਖਾ ਹੀ ਰਹਿੰਦੀ ਹੈ । ਸ਼ਬਦ ਦੀ ਪਾਲਣਾ ਨਹੀਂ ਕਰਦਾ, ਨਾ ਹੀ ਮਨ ਵਿੱਚ ਦੂਸਰੇ ਲਈ ਤਰਸ ਹੀ ਹੁੰਦਾ ਹੈ । ਪ੍ਰਭ ਦੇ ਸ਼ਬਦ ਨਾਲ ਜੀਵਨ ਢਾਲਣ ਤੋਂ ਬਿਨਾਂ ਪ੍ਰਵਾਨਗੀ ਬਖਸ਼ਿਸ਼ ਨਹੀਂ ਹੁੰਦੀ! ਉਸ ਨੂੰ ਨਰਕ ਵਿੱਚ ਹੀ ਜਾਣਾ ਪੈਂਦਾ ਹੈ ।

Whosoever may remain overwhelmed with deception, jealousy, and slandering others; he may not obey the teachings of His Word nor have mercy on others less fortunate. Whosoever may not adopt the teachings of His Word in his day-to-day life; he may never be blessed with the right path of acceptance in His Court. He may remain in the cycle of birth and death.

ਖਿਨ ਮਹਿ ਵੇਸ ਕਰਹਿ ਨਟੂਆ ਜਿਉ, ਮੋਹ ਪਾਪ ਮਹਿ ਗਲਤੁ ਗਇਆ॥ khin meh vays karahi natoo-aa ji-o moh paap meh galat ga-i-aa.
ਇਤ ਉਤ ਮਾਇਆ ਦੇਖਿ ਪਸਾਰੀ, it ut maa-i-aa daykh pasaaree
ਮੋਹ ਮਾਇਆ ਕੈ ਮਗਨੁ ਭਇਆ॥੫॥ moh maa-i-aa kai magan bha-i-aa. ||5

ਮਨਮੁਖ, ਬਾਜੀਗਰ ਦੀ ਤਰ੍ਹਾਂ, ਇਕ ਪਲ ਵਿੱਚ ਹੀ ਆਪਣਾ ਮਨ ਬਦਲ ਲੈਂਦਾ ਹੈ । ਉਹ ਸੰਸਾਰਕ ਇਛਾਂ ਦੇ ਜਾਲ ਵਿੱਚ ਹੀ ਪਾਪ ਕਰਦਾ ਹੈ । ਸੰਸਾਰਕ ਮਾਇਆ ਦੇ ਜਾਲ ਵਿੱਚ, ਮਾਇਆ ਦਾ ਜਾਦੂ ਹੋ ਜਾਂਦਾ ਹੈ

Self-minded may change his mind like a juggler every moment. He may remain intoxicated with worldly desires and performs sinful deeds. He may remain intoxicated with sweet poison and curse of worldly wealth

ਕਰਹਿ ਬਿਕਾਰ ਵਿਥਾਰ ਘਨੇਰੇ, ਸੁਰਤਿ, karahi bikaar vithaar ghanayray surat
ਸ਼ਬਦ ਬਿਨੁ ਭਰਮਿ ਪਇਆ॥ sabad bin bharam pa-i-aa.
ਹਉਮੈ ਰੋਗੁ ਮਹਾ ਦੁਖੁ ਲਾਗਾ, ha-umai rog mahaa dukh laagaa
ਗੁਰਮਤਿ ਲੇਵਹੁ ਰੋਗੁ ਗਇਆ॥੬॥ gurmat layvhu rog ga-i-aa. ||6||

ਮਨਮੁਖ ਲਾਲਚ ਵਿੱਚ, ਦਖਾਵੇ ਦੇ ਬਹੁਤ ਕੰਮ ਕਰਦਾ ਹੈ! ਪਰ ਸ਼ਬਦ ਦੀ ਸੋਝੀ ਤੋਂ ਬਿਨਾਂ ਉਸ ਦਾ ਮਨ ਪਾਗਲ ਦੀ ਤਰ੍ਹਾਂ ਹੀ ਹੈ । ਉਹ ਅਹੰਕਾਰ ਦੀ ਬਿਮਾਰੀ ਨਾਲ ਦੁਖ ਹੀ ਭੋਗਦਾ ਹੈ । ਜਿਹੜਾ ਸ਼ਬਦ ਦੀ ਪਾਲਣਾ ਕਰਦਾ, ਆਪਣੇ ਜੀਵਨ ਦਾ ਢੰਗ ਬਦਲ ਲੈਂਦਾ ਹੈ । ਉਸ ਨੂੰ ਅਸਲੀ ਰਸਤਾ ਬਖਸ਼ਿਸ਼ ਹੋ ਜਾਂਦਾ ਹੈ! ਉਹ ਇਸ ਦਾ ਇਲਾਜ ਕਰ ਸਕਦਾ ਹੈ ।

Self-minded may perform good deeds with devious intention, greed to win worldly fame and honor. However, without the enlightenment of the essence of His Word; he may wander insanely. He may endure miseries, intoxicated with chronic disease of ego. Whosoever may obey and adopts the teachings of His Word with steady and stable belief in day-to-day life; with His mercy and grace, he may be blessed with the right path of acceptance and, cures his ego.

ਸੁਖ ਸੰਪਤਿ ਕਉ ਆਵਤ ਦੇਖੈ, sukh sampat ka-o aavat daykhai
ਸਾਕਤ ਮਨਿ ਅਭਿਮਾਨੁ ਭਇਆ॥ saakat man abhimaan bha-i-aa.
ਜਿਸ ਕਾ ਇਹੁ ਤਨੁ ਧਨੁ ਸੋ ਫਿਰਿ ਲੇਵੈ, jis kaa ih tan Dhan so fir layvai
ਅੰਤਰਿ ਸਹਸਾ ਦੂਖੁ ਪਇਆ॥੭॥ antar sahsaa dookh pa-i-aa. ||7||

ਸਾਕਤ ਜੀਵ, ਜੀਵਨ ਵਿੱਚ ਸੁਖ ਅਤੇ ਧਨ ਆਉਂਦਾ ਦੇਖਕੇ, ਆਪਣੇ ਮਨ ਵਿੱਚ ਬਹੁਤ ਅਹੰਕਾਰ ਕਰਦਾ ਹੈ । ਜਿਸ ਦੀ ਅਮਾਨਤ ਹੈ, ਉਹ ਸਰੀਰ ਅਤੇ ਧਨ ਵਾਪਸ ਲੈ ਜਾਂਦਾ ਹੈ! ਉਹ ਨਾਸ ਹੋ ਜਾਣ ਵਾਲਾ ਜੀਵ ਦੁਖ ਵਿੱਚ ਰੋਂਦਾ ਕਰਲਾਉਂਦਾ ਹੈ ।

Self-minded, may boast by realizing comforts of life and with worldly wealth. The real trustee of his body and wealth may take back His Holding, Trust. He may become very disappointed, frustrated, and cry miserable, insanely.

ਅੰਤਿ ਕਾਲਿ ਕਿਛੁ ਸਾਥਿ ਨ ਚਾਲੈ, ਜੋ ਦੀਸੈ ਸਭੁ ਤਿਸਹਿ ਮਇਆ॥ ant kaal kichh saath na chaalai jo deesai sabh tiseh ma-i-aa.
ਆਦਿ ਪੁਰਖੁ ਅਪਰੰਪਰੁ ਸੋ ਪ੍ਰਭੁ, aad purakh aprampar so parabh
ਹਰਿ ਨਾਮੁ ਰਿਦੈ ਲੈ ਪਾਰਿ ਪਇਆ॥੮॥ har naam ridai lai paar pa-i-aa. ||8||

ਅੰਤ ਵਿੱਚ ਆਤਮਾ ਦੇ ਸਾਥ ਕੁਝ ਵੀ ਨਹੀਂ ਜਾਂਦਾ, ਸੰਸਾਰ ਵਿੱਚ ਦਿਖਾਵਾ ਵੀ ਪ੍ਰਭ ਦੇ ਤਰਸ ਨਾਲ ਹੀ ਬਖਸ਼ਿਸ਼ ਹੁੰਦਾ ਹੈ । ਜਿਸ ਦੇ ਮਨ ਵਿੱਚ ਪ੍ਰਭ ਦਾ ਸ਼ਬਦ ਘਰ ਕਰ ਜਾਂਦਾ ਹੈ । ਉਹ ਸਾਗਰ ਪਾਰ ਕਰ ਜਾਂਦਾ, ਪ੍ਰਵਾਨ ਹੋ ਜਾਂਦਾ ਹੈ ।

In the end, after death! Nothing may remain with his soul. Worldly fame and honor may also be blessed with His mercy and grace. Whosoever may remain drenched with the essence of His Word; with His mercy and grace, he may be saved and accepted in His Court.

ਮੁਏ ਕਉ ਰੋਵਹਿ ਕਿਸਹਿ ਸੁਣਾਵਹਿ, ਭੈ ਸਾਗਰ ਅਸਰਾਲਿ ਪਇਆ॥ moo-ay ka-o roveh kiseh sunaaveh bhai saagar asraal pa-i-aa.
ਦੇਖਿ ਕੁਟੰਬੁ ਮਾਇਆ ਗ੍ਰਿਹ ਮੰਦਰੁ, daykh kutamb maa-i-aa garih mandar
ਸਾਕਤੁ ਜੰਜਾਲਿ ਪਰਾਲਿ ਪਇਆ॥੯॥ saakat janjaal paraal pa-i-aa. ||9||

ਜਿਹੜਾ ਕਿਸੇ ਜੀਵ ਦੇ ਮਰਨ ਤੇ ਰੌਂਦਾ ਹੈ, ਉਹ ਕਿਸ ਨੂੰ ਸੁਣਾਉਂਦਾ ਹੈ? ਮਰਨ ਵਾਲਾ ਤਾ ਸੰਸਾਰਕ ਸਾਗਰ ਵਿੱਚ ਬਹੁਤ ਦੂਰ ਡੁਬ ਗਿਆ ਹੈ । ਉਹ ਸੰਸਾਰਕ ਪ੍ਰਵਾਰ, ਧਨ, ਘਰ, ਮਾਲਕੀਅਤ ਦੇਖਕੇ ਤਰਕੀਬਾਂ ਹੀ ਸੋਚਦਾ ਹੈ ।

Whosoever may cry on the death of anyone; whom may he be trying to convey his grief? Whosoever may die without the earnings of His Word; he has already drowned in the worldly ocean. Worldly family may be thinking, planning to capture his possessions.

ਜਾ ਆਏ ਤਾ ਤਿਨਹਿ ਪਠਾਏ, ਚਾਲੇ ਤਿਨੈ ਬੁਲਾਇ ਲਇਆ॥ jaa aa-ay taa tineh pathaa-ay chaalay tinai bulaa-ay la-i-aa.
ਜੋ ਕਿਛੁ ਕਰਣਾ ਸੋ ਕਰਿ ਰਹਿਆ, ਬਖਸ਼ਣਹਾਰੈ ਬਖਸਿ ਲਇਆ॥੧੦॥ jo kichh karnaa so kar rahi-aa bakhsanhaarai bakhas la-i-aa. ||10||

ਜੀਵ ਪ੍ਰਭ ਦੇ ਹੁਕਮ ਨਾਲ ਹੀ ਜੰਮਦਾ, ਮਰਦਾ ਹੈ । ਜੋ ਕੁਝ ਸੰਸਾਰ ਵਿੱਚ ਹੁੰਦਾ ਹੈ, ਪ੍ਰਭ ਦੇ ਭਾਣੇ ਨਾਲ ਹੀ ਹੁੰਦਾ ਹੈ । ਉਹ ਭੁਲਣਹਾਰਾ ਪ੍ਰਭ, ਜੀਵ ਦੀਆਂ ਗਲਤੀਆਂ ਬਖਸ਼ ਦੇਂਦਾ ਹੈ ।

Remember! Both birth and death may only happen under His Command. Everything may only happen under His Command in the universe. The Merciful True Master may ignore the innocent mistakes of His true devotee.

ਜਿਨਿ ਏਹੁ ਚਾਖਿਆ ਰਾਮ ਰਸਾਇਣੁ, ਤਿਨ ਕੀ ਸੰਗਤਿ ਖੋਜੁ ਭਇਆ॥ jin ayhu chaakhi-aa raam rasaa-in tin kee sangat khoj bha-i-aa.
ਰਿਧਿ ਸਿਧਿ ਬੁਧਿ ਗਿਆਨੁ ਗੁਰੂ ਤੇ ਪਾਇਆ, riDh siDh buDh gi-aan guroo tay paa-i-aa
ਮੁਕਤਿ ਪਦਾਰਥੁ ਸਰਣਿ ਪਇਆ॥੧੧॥ mukat padaarath saran pa-i-aa. ||11||

ਜਿਸ ਜੀਵਾਂ ਤੇ ਪ੍ਰਭ ਦੀ ਰਹਿਮਤ ਬਖਸ਼ਿਸ਼ ਹੋਈ ਹੈ, ਉਸ ਦੀ ਸੰਗਤ ਕਰੋ । ਗਿਆਨ, ਰਿਧੀਆਂ, ਸਿਧੀਆਂ, ਸਭ ਸ਼ਬਦ ਦੀ ਪਾਲਣਾ ਵਿੱਚ ਹੀ ਹਨ । ਜਿਹੜਾ ਆਪਾ ਪ੍ਰਭ ਦੀ ਸ਼ਰਣ ਵਿੱਚ ਭੇਟਾ ਕਰਦਾ ਹੈ । ਪ੍ਰਭ, ਉਸ ਨੂੰ ਮੁਕਤੀ ਦਾ ਅਸਲੀ ਰਸਤਾ ਬਖਸ਼ਦਾ ਹੈ ।

Whosoever might have been bestowed with His Blessed Vision; you should associate with him and adopt his life experience teachings in your day-to-day life. All the miracle powers, enlightenment of His Nature remain embedded within obeying the teachings of His Word. Whosoever may surrender his mind, body, and worldly status at His Sanctuary; with His mercy and grace, he may be blessed with the right path of acceptance in His Court, salvation.

ਦੁਖੁ ਸੁਖੁ ਗੁਰਮੁਖਿ ਸਮ ਕਰਿ ਜਾਣਾ, dukh sukh gurmukh sam kar jaanaa
ਹਰਖ ਸੋਗ ਤੇ ਬਿਰਕਤੁ ਭਇਆ॥ harakh sog tay birkat bha-i-aa.
ਆਪੁ ਮਾਰਿ ਗੁਰਮੁਖਿ ਹਰਿ ਪਾਏ, aap maar gurmukh har paa-ay
ਨਾਨਕ ਸਹਜਿ ਸਮਾਇ ਲਇਆ॥੧੨॥੭॥ naanak sahj samaa-ay la-i-aa. ||12||7||

ਗੁਰਮਖ ਜੀਵ ਦੁਖ, ਸੁਖ ਵਿੱਚ ਇਕ ਸਮਾਨ ਹੀ ਅਨੰਦ ਮਾਨਦਾ ਹੈ । ਖੁਸ਼ੀ, ਉਦਾਸੀ ਵਿੱਚ ਮਨ ਨਹੀਂ ਲਾਉਂਦਾ । ਪ੍ਰਭ ਦੀ ਰਹਿਮਤ ਨਾਲ ਉਸ ਨੂੰ ਆਪਣੇ ਮਨ ਤੇ ਜਿੱਤ ਬਖਸ਼ਿਸ਼ ਹੋ ਜਾਂਦੀ ਹੈ । ਉਹ ਆਪਣੇ ਮਨ ਅੰਦਰੋਂ ਹੀ ਪ੍ਰਭ ਦੀ ਜੋਤ ਜਾਗਰਤ ਕਰ ਲੈਂਦਾ, ਉਸ ਵਿੱਚ ਅਭੇਦ ਹੋ ਜਾਂਦਾ ਹੈ ।

His true devotee may consider pleasures and miseries both as His Worthy Blessings. He may never change his path of life with worldly pleasures and miseries. He may conquer his own mind and he may be accepted in His Sanctuary. He may be enlightened with the essence of His Word from within; with His mercy and grace, he may immerse within His Holy Spirit.

Key Message of Raag Raamkalee, page 906-7
'ਜਨਮ ਮਰਨ ਸ੍ਰਿਸ਼ਟੀ ਦਾ ਖੇਲ ਚਲਾਉਂਦਾ ਹੈ!
ਪ੍ਰਭ ਨੇ ਹੀ ਜਨਮ, ਮਰਨ ਸ੍ਰਿਸ਼ਟੀ ਦਾ ਖੇਲ ਬਣਾਇਆ ਹੈ! ਜਿਹੜਾ ਸ਼ਬਦ ਦੀ ਪਾਲਣਾ ਕਰਦਾ, ਆਪਣਾ ਜੀਵਨ ਢਾਲਦਾ ਹੈ, ਉਸ ਨੂੰ ਅਸਲੀ ਰਸਤਾ ਬਖਸ਼ਿਸ਼ ਹੋ ਜਾਂਦਾ ਹੈ! ਉਹ ਇਛਾਂ ਦੇ ਰੋਗ ਦਾ ਇਲਾਜ ਕਰ ਸਕਦਾ ਹੈ । ਜਿਸ ਦੇ ਮਨ ਵਿੱਚ ਪ੍ਰਭ ਦਾ ਸ਼ਬਦ ਘਰ ਕਰ ਜਾਂਦਾ ਹੈ । ਉਹ ਸਾਗਰ ਪਾਰ ਕਰ ਜਾਂਦਾ, ਪ੍ਰਵਾਨ ਹੋ ਜਾਂਦਾ ਹੈ । ਜਿਹੜਾ ਆਪਾ ਪ੍ਰਭ ਦੀ ਸ਼ਰਣ ਵਿੱਚ ਭੇਟਾ ਕਰਦਾ ਹੈ । ਗਿਆਨ, ਰਿਧੀਆਂ, ਸਿਧੀਆਂ, ਸਭ ਸ਼ਬਦ ਦੀ ਪਾਲਣਾ ਵਿੱਚ ਹੀ ਹਨ । ਉਸ ਨੂੰ ਮੁਕਤੀ ਦਾ ਅਸਲੀ ਰਸਤਾ ਬਖਸ਼ਦਾ ਹੈ । ਜਿਹੜਾ ਦੁਖ, ਸੁਖ ਵਿੱਚ ਇਕ ਸਮਾਨ ਹੀ ਅਨੰਦ ਮਾਨਦਾ ਹੈ । ਉਹ ਆਪਣੇ ਮਨ ਅੰਦਰੋਂ ਹੀ ਪ੍ਰਭ ਦੀ ਜੋਤ ਜਾਗਰਤ ਕਰ ਲੈਂਦਾ, ਉਸ ਵਿੱਚ ਅਭੇਦ ਹੋ ਜਾਂਦਾ ਹੈ ।
God has created the birth and death as the play of His Creation!
The True Master has created birth and death as the play of universe! Whosoever may adopt the teachings of His Word with steady and stable belief; he may be blessed with the right path of acceptance and, cures his ego and the chronic disease of worldly desires. Whosoever may remain drenched with the essence of His Word; he may be accepted in His Court. Whosoever may surrender his self-entity at His Sanctuary; all the miracle powers, enlightenment of His Nature remains embedded within obeying the teachings of His Word. He may be blessed with the right path of acceptance in His Court. Whosoever may consider pleasures and miseries both as His Worthy Blessings. He may be enlightened with the essence of His Word from within. He may immerse within His Holy Spirit.

19. ਰਾਮਕਲੀ ਦਖਣੀ ਮਹਲਾ ੧॥ 907-5

ਜਤੁ ਸਤੁ ਸੰਜਮੁ ਸਾਚੁ ਦ੍ਰਿੜਾਇਆ, ਸਾਚ ਸਬਦਿ ਰਸਿ ਲੀਣਾ॥੧॥ jat sat sanjam saach drirh-aa-i-aa saach sabad ras leenaa. ||1||

ਪ੍ਰਭ ਨੇ ਜਤ, ਸਤ, ਮਨ ਤੇ ਕਾਬੂ, ਸ਼ਬਦ ਤੇ ਭਰੋਸੇ ਦਾ ਬੀਜ ਮੇਰੇ ਮਨ ਵਿੱਚ ਬੀਜਿਆ ਹੈ । ਇਸ ਨਾਲ ਸ਼ਬਦ ਦੀ ਪਾਲਣਾ ਵਿੱਚ ਅਡੋਲ ਰਹਿੰਦਾ ਹਾ ।

The True Master has sowed the seed of hard meditation, hard discipline, steady and stable belief within my mind; with His mercy and grace, I remain steady and stable in obeying the teachings of His Word in my day-to-day life.

ਮੇਰਾ ਗੁਰੁ ਦਇਆਲੁ, ਸਦਾ ਰੰਗਿ ਲੀਣਾ॥ mayraa gur da-i-aal sadaa rang leenaa.
ਅਹਿਨਿਸਿ ਰਹੈ ਏਕ ਲਿਵ ਲਾਗੀ, ਸਾਚੇ ਦੇਖਿ ਪਤੀਣਾ॥੧॥ ਰਹਾਉ॥ ahinis rahai ayk liv laagee saachay daykh pateenaa. ||1|| rahaa-o.

ਤਰਸਵਾਨ ਪ੍ਰਭ ਦੀ ਰਹਿਮਤ ਨਾਲ ਮਨ ਸ਼ਬਦ ਦੀ ਪਾਲਣਾ ਵਿੱਚ ਅਡੋਲ ਰਹਿੰਦਾ ਹੈ । ਦਿਨ ਰਾਤ ਸ਼ਬਦ ਦੀ ਬੰਦਗੀ ਵਿੱਚ ਲਿਵ ਲਾਈ ਰਖਦਾ ਹੈ । ਪ੍ਰਭ ਦੀ ਰਹਿਮਤ ਦੇਖ ਕੇ ਮੇਰਾ ਮਨ ਅਨੰਦ ਮਾਣਦਾ ਹੈ ।

With the mercy and grace of The Merciful True Master, I remain steady and stable on the path of meditation. I remain intoxicated in meditation in the void of His Word. I enjoy pleasures and contentment witnessing His Nature prevailing.

ਰਹੈ ਗਗਨ ਪੁਰਿ ਦ੍ਰਿਸਟਿ ਸਮੈਸਰਿ, ਅਨਹਤ ਸਬਦਿ ਰੰਗੀਣਾ॥੨॥ rahai gagan pur darisat samaisar anhat sabad rangeenaa. ||2||

ਪ੍ਰਭ ਮਨ ਦੇ ਅਕਾਸ਼ ਵਿੱਚ, ਸਵਰਗ ਵਿੱਚ ਰਹਿੰਦਾ ਹੈ । ਸਾਰੇ ਜੀਵਾਂ ਤੇ ਇਕ ਸਮਾਨ ਹੀ ਰਹਿਮਤ ਬਖਸ਼ਦਾ ਹੈ । ਉਸ ਦੇ ਸ਼ਬਦ ਦੀ ਧੁਨ ਸਦਾ ਚਲਦੀ ਰਹਿੰਦੀ ਹੈ ।

The True Master remains in sky of our mind in heaven in the universe. His Virtues are raining indiscriminatingly on all creatures. The everlasting echo of His Word always remain resonating within our heart non-stop.

ਸ਼ਤੁ, ਬੰਧਿ ਕੁਪੀਨ ਭਰਿਪੁਰਿ ਲੀਣਾ, ਜਿਹਵਾ ਰੰਗਿ ਰਸੀਣਾ॥੩॥ sat banDh kupeen bharipur leenaa jihvaa rang raseenaa. ||3||

ਜਿਹੜਾ ਜੀਵ ਸੰਤੋਖ ਦੀ ਧੋਤੀ ਬੰਨਦਾ ਹੈ! ਸਦਾ ਅਟਲ ਰਹਿਨਵਾਲੇ ਪ੍ਰਭ ਦੇ ਸ਼ਬਦ ਦੀ ਪਾਲਣਾ ਵਿੱਚ ਲੀਨ ਰਹਿੰਦਾ ਹੈ । ਉਸ ਦੀ ਜੀਭ ਤੇ ਸ਼ਬਦ ਦੀ ਉਸਤਤ ਭਰਪੂਰ ਰਹਿੰਦੀ ਹੈ ।

Whosoever may embellish his mind with the robe of contentment; with His mercy and grace, he may remain intoxicated in obeying the teachings of His Word. His tongue remains overwhelmed with the glory of His Word.

ਮਿਲੈ ਗੁਰ ਸਾਚੇ ਜਿਨਿ ਰਚੁ ਰਾਚੇ, ਕਿਰਤੁ ਵੀਚਾਰਿ ਪਤੀਣਾ॥੪॥ milai gur saachay jin rach raachay kirat veechaar pateenaa. ||4||

ਜਿਹੜਾ ਸ਼ਬਦ ਦੀ ਸੋਝੀ ਨਾਲ ਜੀਵਨ ਢਾਲਦਾ ਹੈ । ਪ੍ਰਭ ਉਸ ਦੀ ਬੰਦਗੀ ਤੇ ਪ੍ਰਸੰਨ ਹੋ ਜਾਂਦਾ ਹੈ ।

Whosoever may adopt the teachings of His Word with be enlightened of the essence of His Word. The True Master may be pleased with his earnings of His Word.

ਏਕ ਮਹਿ ਸਰਬ ਸਰਬ ਮਹਿ ਏਕਾ, ਏਹ ਸਤਿਗੁਰਿ ਦੇਖਿ ਦਿਖਾਈ॥੫॥ ayk meh sarab sarab meh aykaa ayh satgur daykh dikhaa-ee. ||5||

ਸ਼ਬਦ ਦੀ ਸੋਝੀ ਨਾਲ ਜਾਣਕਾਰੀ ਹੋਈ ਹੈ । ਕਿ ਸਾਰੇ ਜੀਵ ਪ੍ਰਭ ਵਿਚੋਂ ਹੀ ਪੈਦਾ ਹੋਏ ਹਨ । ਪ੍ਰਭ ਸਾਰੇ ਜੀਵਾਂ ਵਿੱਚ ਹੀ ਵਸਦਾ ਹੈ ।

With the enlightenment of the essence of His Word; I have been enlightened with one unique essence of His Nature. All the creatures have come out of His Holy Spirit. His Creation may be an expansion of His Holy Soul. His Word remains embedded within each soul.

ਜਿਨਿ ਕੀਏ ਖੰਡ ਮੰਡਲ ਬ੍ਰਹਮੰਡਾ, jin kee-ay khand mandal barahmandaa
ਸੋ ਪ੍ਰਭੁ ਲਖਨੁ ਨ ਜਾਈ॥੬॥ so parabh lakhan na jaa-ee. ||6||

ਜਿਹੜੇ ਪ੍ਰਭ ਨੇ ਸਾਰੀਆਂ ਸ੍ਰਿਸ਼ਟੀਆਂ ਬਣਾਈਆਂ ਹਨ । ਉਹ ਪ੍ਰਭ ਜੀਵ ਦੀ ਪਹੁੰਚ, ਜਾਣਕਾਰੀ ਵਿੱਚ ਨਹੀਂ ਹੈ ।

The Ture Master, Creator of the universe remains beyond the reach and complete comprehension of His Creation.

ਦੀਪਕ ਤੇ ਦੀਪਕੁ ਪਰਗਾਸਿਆ, ਤ੍ਰਿਭਵਣ ਜੋਤਿ ਦਿਖਾਈ॥੭॥ deepak tay deepak pargaasi-aa taribhavan jot dikhaa-ee. ||7||

ਇਕੋ ਇਕ ਪ੍ਰਭ ਦੀ ਜੋਤ ਵਿਚੋਂ ਹੀ ਜੀਵ ਦੇ ਅੰਦਰ ਰੋਸ਼ਨੀ ਹੋਈ ਹੈ । ਇਸ ਨਾਲ ਹੀ ਸਾਰੀਆਂ ਸ੍ਰਿਸ਼ਟੀਆਂ ਵਿੱਚ ਰੋਸ਼ਨੀ ਹੋਈ ਹੈ ।

From, The One and Only One, His Holy Spirit is prevailing within every creature. His Holy Spirit illuminates all three universes.

ਸਚੈ ਤਖਤਿ ਸਚ ਮਹਲੀ ਬੈਠੇ, ਨਿਰਭਉ ਤਾੜੀ ਲਾਈ॥੮॥ sachai takhat sach mahlee baithay nirbha-o taarhee laa-ee. ||8||

ਜਿਹੜਾ ਸ਼ਬਦ ਦੀ ਪਾਲਣਾ ਵਿੱਚ ਆਪਣਾ ਭਰੋਸਾ ਅਡੋਲ ਰਖਦਾ ਹੈ । ਉਸ ਨੂੰ ਸਦਾ ਰਹਿਣ ਵਾਲੇ ਪ੍ਰਭ ਦੀ ਸ਼ਰਣ ਵਿੱਚ ਸਮਾਧੀ ਬਖਸ਼ਿਸ਼ ਹੋ ਜਾਂਦੀ ਹੈ ।

Whosoever may obey the teachings of His Word with steady and stable belief in his day-to-day life. He may be accepted in His Sanctuary, forever True Master. He may remain intoxicated in the void of His Word.

ਮੋਹਿ ਗਇਆ ਬੈਰਾਗੀ ਜੋਗੀ, ਘਟਿ ਘਟਿ ਕਿੰਗੁਰੀ ਵਾਈ॥੯॥ mohi ga-i-aa bairaagee jogee ghat ghat kinguree vaa-ee. ||9||

ਜਿਹੜਾ ਸਵਾਸ ਗਰਾਸ ਪ੍ਰਭ ਦੇ ਸ਼ਬਦ ਦਾ ਸਿਮਰਨ ਕਰਦਾ ਹੈ । ਉਸ ਦਾ ਸੰਸਾਰਕ ਮੋਹ ਖਤਮ ਹੋ ਜਾਂਦਾ ਹੈ । ਉਸ ਦੇ ਅੰਦਰ ਪ੍ਰਭ ਦੇ ਸ਼ਬਦ ਦੀ ਧੁਨ ਚਲਦੀ ਸੁਣਾਈ ਦੇਂਦੀ ਹੈ ।

Whosoever may meditate on the teachings of His Word with each breath; with His mercy and grace, his bonds of worldly attachments may be eliminated. He may hear the everlasting echo of His Word resonating within his mind.

ਨਾਨਕ ਸਰਣਿ ਪ੍ਰਭੂ ਕੀ, ਛੂਟੇ ਸਤਿਗੁਰ ਸਚੁ ਸਖਾਈ॥੧੦॥੮॥ naanak saran parabhoo kee chhootay satgur sach sakhaa-ee. ||10||8||

ਜਿਹੜਾ ਸ਼ਬਦ ਤੇ ਭਰੋਸਾ ਅਡੋਲ ਰਖਕੇ ਪਾਲਣਾ ਕਰਦਾ ਹੈ । ਉਹ ਪ੍ਰਭ ਦੀ ਸ਼ਰਣ ਵਿੱਚ ਪ੍ਰਵਾਨ ਹੋ ਜਾਂਦਾ ਹੈ, ਪ੍ਰਭ ਆਪ ਹੀ ਉਸ ਦਾ ਰਖਵਾਲਾ ਬਣ ਜਾਂਦਾ ਹੈ ।

Whosoever may obey the teachings of His Word with steady and stable belief in his day-to-day life; with His mercy and grace, he may be accepted in His Sanctuary and The True Master may become His Protector, Savior.

Key Message of Raag Raamkalee, page 907-5
'ਬੰਦਗੀ ਦਾ ਬੀਜ ਮਨ ਵਿੱਚ ਹੀ ਸਮਾਇਆ ਹੈ!
ਪ੍ਰਭ ਨੇ ਜਤ, ਸਤ, ਮਨ ਤੇ ਕਾਬੂ, ਸ਼ਬਦ ਤੇ ਭਰੋਸੇ ਦਾ ਬੀਜ ਮੇਰੇ ਮਨ ਵਿੱਚ ਬੀਜਿਆ ਹੈ । ਪ੍ਰਭ ਮਨ ਦੇ ਅਕਾਸ਼ ਵਿੱਚ, ਸਵਰਗ ਵਿੱਚ ਰਹਿੰਦਾ ਹੈ । ਉਸ ਦੇ ਸ਼ਬਦ ਦੀ ਧੁਨ ਸਦਾ ਚਲਦੀ ਰਹਿੰਦੀ ਹੈ । ਇਕੋ ਇਕ ਪ੍ਰਭ ਦੀ ਜੋਤ ਵਿਚੋਂ ਹੀ ਜੀਵ ਦੇ ਅੰਦਰ, ਸਾਰੀਆਂ ਸ੍ਰਿਸ਼ਟੀਆਂ ਵਿੱਚ ਰੋਸ਼ਨੀ ਹੋਈ ਹੈ । ਜਿਹੜਾ ਸ਼ਬਦ ਦੀ ਪਾਲਣਾ ਵਿੱਚ ਭਰੋਸਾ ਅਡੋਲ ਰਖਦਾ ਹੈ । ਉਹ ਪ੍ਰਭ ਦੇ ਸ਼ਬਦ ਦੀ ਸਦਾ ਰਹਿਣ ਵਾਲੀ ਸ਼ਰਣ ਵਿੱਚ, ਸਮਾਧੀ ਵਿੱਚ ਲੀਨ ਰਹਿੰਦਾ ਹੈ! ਉਸ ਦਾ ਸੰਸਾਰਕ ਮੋਹ ਖਤਮ ਹੋ ਜਾਂਦਾ, ਮਨ ਅੰਦਰ ਪ੍ਰਭ ਦੇ ਸ਼ਬਦ ਦੀ ਧੁਨ ਚਲਦੀ ਸੁਣਾਈ ਦੇਂਦੀ ਹੈ । ਉਹ ਪ੍ਰਭ ਦੀ ਸ਼ਰਣ ਵਿੱਚ ਪ੍ਰਵਾਨ ਹੋ ਜਾਂਦਾ ਹੈ!
Seed of His Word remains embedded within!
The True Master has sowed the seed of hard meditation, hard discipline, steady and stable belief within my mind. The True Master remains in sky of our mind in heaven. The everlasting echo of His Word always remains resonating within our heart non-stop. Same Holy Spirit, enlightens each soul and illuminates all three universes. Whosoever may obey the teachings of His Word with steady and stable belief; he may remain intoxicated in the void of His Word, His Sanctuary! His worldly bonds may be eliminated; he may hear the everlasting echo of His Word resonating within his mind. He may be accepted in His Sanctuary.

20. ਰਾਮਕਲੀ ਮਹਲਾ ੧॥ P 907-13

ਅਉਹਠਿ ਹਸਤ ਮੜੀ ਘਰੁ ਛਾਇਆ, a-uhath hasat marhee ghar chhaa-i-aa
ਧਰਣਿ ਗਗਨ ਕਲ ਧਾਰੀ॥੧॥ Dharan gagan kal Dhaaree. ||1||

ਪ੍ਰਭ ਨੇ ਆਪਣਾ ਆਸਣ, ਜੀਵ ਦੇ ਹਿਰਦੇ ਵਿੱਚ ਹੀ ਸਥਾਪਣ ਕੀਤਾ ਹੈ । ਆਪਣੀ ਰਹਿਮਤ ਧਰਤੀ ਅਤੇ ਅਕਾਸ਼ ਵਿੱਚ ਪਾਈ ਹੈ ।

The True Master has established His Throne within the body and heart of each creature. He has infused His Blessed Vision on earth and in sky.

ਗੁਰਮੁਖਿ ਕੇਤੀ ਸਬਦਿ ਉਧਾਰੀ ਸੰਤਹੁ॥੧॥ ਰਹਾਉ॥ gurmukh kaytee sabad uDhaaree santahu. ||1|| rahaa-o.

ਗੁਰਮਖ ਸ਼ਬਦ ਦੀ ਪਾਲਣਾ ਕਰਦਾ, ਕਈ ਜੀਵਾਂ ਨੂੰ ਪ੍ਰਵਾਨਗੀ ਦੇ ਰਸਤੇ ਤੇ ਪਾ ਜਾਂਦਾ ਹੈ ।

His true devotee obeys the teachings of His Word with steady and stable belief; with his way of life, he may inspire many on the right path of meditation, acceptance in His Court.

ਮਮਤਾ ਮਾਰਿ ਹਉਮੈ ਸੋਖੈ, ਤ੍ਰਿਭਵਣਿ ਜੋਤਿ ਤੁਮਾਰੀ॥੨॥ mamtaa maar ha-umai sokhai taribhavan jot tumaaree. ||2||

ਜਿਹੜਾ ਮੋਹ ਅਤੇ ਅਹੰਕਾਰ ਤਿਆਗ ਦੇਂਦਾ ਹੈ । ਉਸ ਨੂੰ ਤਿੰਨਾਂ ਸ੍ਰਿਸ਼ਟੀਆਂ ਦੀ ਸੋਝੀ ਬਖਸ਼ਿਸ਼ ਹੋ ਜਾਂਦੀ ਹੈ ।

Whosoever may renounce his worldly attachments and ego; with His mercy and grace, he may be blessed with the enlightenment of the three universes.

ਮਨਸਾ ਮਾਰਿ ਮਨੈ ਮਹਿ ਰਾਖੈ, ਸਤਿਗੁਰ ਸਬਦਿ ਵੀਚਾਰੀ॥੩॥ mansaa maar manai meh raakhai satgur sabad veechaaree. ||3||

ਜਿਹੜਾ ਮਨ ਦੀਆਂ ਇਛਾਂ ਤੇ ਕਾਬੂ ਪਾ ਕੇ, ਮਨ ਵਿੱਚ ਉਸ ਦੀ ਜੋਤ ਜਗਾ ਲੈਂਦਾ ਹੈ । ਉਸ ਨੂੰ ਸ਼ਬਦ ਦੀ ਸੋਝੀ ਬਖਸ਼ਿਸ਼ ਹੋ ਜਾਂਦੀ ਹੈ ।

Whosoever may conquer his worldly desires; with His mercy and grace, he may be enlightened from within. He may be blessed with the essence of His Word.

ਸਿੰਙੀ ਸੁਰਤਿ ਅਨਾਹਦਿ ਵਾਜੈ, ਘਟਿ ਘਟਿ ਜੋਤਿ ਤੁਮਾਰੀ॥੪॥ sinyee surat anaahad vaajai ghat ghat jot tumaaree. ||4||

ਪ੍ਰਭ ਦੇ ਸ਼ਬਦ ਦੀ ਧੁਨ ਹਰ ਵੇਲੇ ਚਲਦੀ ਹੈ । ਇਸ ਨਾਲ ਜੀਵ ਦੇ ਅੰਦਰ ਜਾਗਰਤੀ, ਰੋਸ਼ਨੀ ਬਖਸ਼ਿਸ਼ ਹੁੰਦੀ ਹੈ ।

The everlasting echo of His Word always remains resonating in the universe. With the everlasting echo of His Word, His Creation may be blessed with the pillar, fountain of enlightenment within each soul.

ਪਰਪੰਚ ਬੇਣੁ ਤਹੀ ਮਨੁ ਰਾਖਿਆ, ਬ੍ਰਹਮ ਅਗਨਿ ਪਰਜਾਰੀ॥੫॥ parpanch bayn tahee man raakhi-aa barahm agan parjaaree. ||5||

ਉਸ ਦੇ ਮਨ ਵਿੱਚ ਤਿੰਨਾਂ ਸ੍ਰਿਸ਼ਟੀਆਂ ਵਿੱਚ ਸੁਣਨ ਵਾਲਾ ਸੰਗਤਿ ਚਲਦਾ ਹੈ । ਸ਼ਬਦ ਦੀ ਸੋਝੀ ਨਾਲ ਪ੍ਰਭ ਵਿੱਚ ਲਿਵ ਲਗ ਜਾਂਦੀ ਹੈ ।

His true devotee may hear the everlasting echo of His Word resonating; which is resonation non-stop in three universes. With the essence of His Word, he may remain intoxicated in the void of His Word.

ਪੰਚ ਤਤੁ ਮਿਲਿ ਅਹਿਨਿਸਿ ਦੀਪਕੁ, ਨਿਰਮਲ ਜੋਤਿ ਅਪਾਰੀ॥੬॥ panch tat mil ahinis deepak nirmal jot apaaree. ||6||

ਸਰੀਰ ਦੇ ਪੰਜਾਂ ਤੱਤਾਂ ਨੂੰ, ਪੰਜਾਂ ਇਦ੍ਰੀਆਂ ਦਾ ਸੰਜੋਗ ਬਣਾਵੋ! ਇਸ ਨਾਲ ਮਨ ਅੰਦਰ ਪ੍ਰਭ ਦੀ ਜੋਤ ਦੀ ਤਾਕਤ, ਵਧਦੀ ਜਾਂਦੀ ਹੈ । ਜਿਸ ਦਾ ਅੰਤ ਨਹੀਂ ਹੁੰਦਾ ।

You should coordinate the five elements of your body with the five senses of your mind. With your concentration, the intensity, strength of His Holy Spirit may be enhanced within. His Nature remains beyond imagination, and comprehension of His Creation.

ਰਵਿ ਸਸਿ ਲਉਕੇ ਇਹੁ ਤਨੁ ਕਿੰਗੁਰੀ, ਵਾਜੈ ਸਬਦੁ ਨਿਰਾਰੀ॥੭॥ rav sas la-ukay ih tan kinguree vaajai sabad niraaree. ||7||

ਤਨ ਦੇ ਸਵਾਸ, ਦੋਨਾਂ ਨਾਸਾਂ ਵਿੱਚ ਚਲਦੇ ਹਨ । ਇਹਨਾਂ ਨਾਲ ਤਨ ਵਿਚੋਂ ਧੁਨ ਚਲਦੀ ਹੈ । ਜਿਸ ਨਾਲ ਸ਼ਬਦ ਦੀ ਧੁਨ ਅਨੋਖੀ, ਮਨ ਨੂੰ ਲੀਨ ਕਰਨ ਵਾਲੀ ਬਣ ਜਾਂਦੀ ਹੈ ।

With the breath flowing through two nasals; the everlasting echo of His Word may vibrate. This astonishing echo of His Word may become intoxicating to his mind.

ਸਿਵ ਨਗਰੀ ਮਹਿ ਆਸਣੁ, ਅਉਧੂ ਅਲਖੁ ਅਗੰਮੁ ਅਪਾਰੀ॥੮॥ siv nagree meh aasan a-oDhoo alakh agamm apaaree. ||8||

ਇਸ ਧੁਨ ਨਾਲ ਜੀਵ ਦੇ ਮਨ ਅੰਦਰ, ਨਾ ਦੇਖੇ, ਨਾ ਸਮਝੇ ਜਾਣ ਵਾਲੇ, ਬੇਅੰਤ ਪ੍ਰਭ ਦਾ ਆਸਣ ਬਣ ਜਾਂਦਾ ਹੈ ।

His mind, soul may become His Throne (The True Master) with the everlasting echo of His Word within. Who may remain beyond visibility, understanding and any limit?

ਕਾਇਆ ਨਗਰੀ ਇਹੁ ਮਨੁ ਰਾਜਾ, ਪੰਚ ਵਸਹਿ ਵੀਚਾਰੀ॥੯॥ kaa-i-aa nagree ih man raajaa panch vaseh veechaaree. ||9||

ਮਨ ਹੀ ਤਨ ਦਾ ਰਾਜਾ, ਹਾਕਮ ਹੁੰਦਾ ਹੈ । ਪੰਜੇਂ ਇਦ੍ਰੀਆਂ ਇਸ ਦੇ ਵੱਸ ਵਿੱਚ ਚਲਦੀਆਂ ਹਨ ।

His mind remains the ruler, king of his body and all five senses remain under his command.

ਸਬਦਿ ਰਵੈ ਆਸਣਿ ਘਰਿ ਰਾਜਾ, ਅਦਲੁ ਕਰੇ ਗੁਣਕਾਰੀ॥੧੦॥ sabad ravai aasan ghar raajaa adal karay gunkaaree. ||10||

ਮਨ ਇਸ ਆਸਣ ਤੇ ਬੈਠਾ, ਪ੍ਰਭ ਦੇ ਸ਼ਬਦ ਦਾ ਸਿਮਰਨ ਕਰਦਾ, ਉਸਤਤ ਗਾਉਂਦਾ ਹੈ, ਸ਼ਬਦ ਦੀ ਕਮਾਈ ਕਰਦਾ ਹੈ ।

The mind of a true devotee may sit on his throne within his body. He may meditate and sings the glory of His Word.

ਕਾਲੁ ਬਿਕਾਲੁ ਕਹੇ ਕਹਿ ਬਪੁਰੇ, ਜੀਵਤ ਮੂਆ ਮਨੁ ਮਾਰੀ॥੧੧॥ kaal bikaal kahay kahi bapuray jeevat moo-aa man maaree. ||11||

ਉਸ ਨੂੰ ਜਨਮ ਮਰਨ ਦਾ ਡਰ ਨਹੀਂ ਰਹਿੰਦਾ, ਉਸ ਨੇ ਮਨ ਤੇ ਕਾਬੂ ਪਾ ਲਿਆ ਹੈ ।

Whosoever may remain beyond the reach of any fear of birth or death; he may conquer his own mind.

ਬ੍ਰਹਮਾ ਬਿਸਨੁ ਮਹੇਸ ਇਕ ਮੂਰਤਿ, ਆਪੇ ਕਰਤਾ ਕਾਰੀ॥੧੨॥ barahmaa bisan mahays ik moorat aapay kartaa kaaree. ||12||

ਬ੍ਰਹਮਾ, ਮਹੇਸ਼, ਬਿਸ਼ਨ, ਪ੍ਰਭ ਦੇ ਬਣਾਏ, ਪੈਦਾ ਕੀਤੇ ਹਨ । ਉਹ ਆਪ ਹੀ ਸਾਰੀਆਂ ਕਰਤਬਾਂ ਦਾ ਕਰਨ ਵਾਲਾ ਹੈ ।

All the worldly prophets were created with His Command, The True Master. Only He creates the causes, purposes of all events in His Nature.

ਕਾਇਆ ਸੋਧਿ ਤਰੈ ਭਵ ਸਾਗਰੁ, ਆਤਮ ਤਤੁ ਵੀਚਾਰੀ॥੧੩॥ kaa-i-aa soDh tarai bhav saagar aatam tat veechaaree. ||13||

ਜਿਹੜਾ ਆਪਣੇ ਆਪ ਨੂੰ ਪਛਾਣ ਲੈਂਦਾ ਹੈ । ਉਸ ਦੀ ਆਤਮਾ, ਤਨ ਪਵਿੱਤਰ ਹੋ ਜਾਂਦਾ ਹੈ । ਉਹ ਇਸ ਸੰਸਾਰ ਰੂਪੀ ਸਾਗਰ ਪਾਰ ਕਰ ਜਾਂਦਾ ਹੈ ।

Whosoever may recognize the purpose of his human life opportunity. His body, soul may be sanctified to become worthy of His Considerations. He may be saved from the terrible ocean of worldly desires.

ਗੁਰੂ ਨਾਨਕ ਦੇਵ ਜੀ! – Guru Nanak Dev Ji! Guru Granth Sahib

ਗੁਰ ਸੇਵਾ ਤੇ ਸਦਾ ਸੁਖੁ ਪਾਇਆ, gur sayvaa tay sadaa sukh paa-i-aa
ਅੰਤਰਿ ਸਬਦੁ ਰਵਿਆ ਗੁਣਕਾਰੀ॥੧੪॥ antar sabad ravi-aa gunkaaree. ||14||

ਜਿਹੜਾ ਜੀਵ ਸ਼ਬਦ ਦੀ ਪਾਲਣਾ ਕਰਦਾ, ਉਸ ਨੂੰ ਆਪਣੇ ਅੰਦਰੋਂ ਹੀ ਧੀਰਜ, ਸੰਤੋਖ ਬਖਸ਼ਿਸ਼ ਹੋ ਜਾਂਦਾ ਹੈ । ਉਸ ਦੇ ਅੰਦਰ ਸ਼ਬਦ ਘਰ ਕਰ ਜਾਂਦਾ ਹੈ । ਉਸ ਨਾਲ ਮਨ ਤੇ ਪ੍ਰਭ ਦੀ ਰਹਿਮਤ ਦਾ ਰੰਗ ਚੜ੍ਹ ਜਾਂਦਾ ਹੈ ।

Whosoever may obey the teachings of His Word, he may be blessed with patience and contentment from within. He may remain drenched with the essence of His Word. He may remain overwhelmed, drenched with crimson color of His Word.

ਆਪੇ ਮੇਲਿ ਲਏ ਗੁਣਦਾਤਾ, ਹਉਮੈ ਤ੍ਰਿਸਨਾ ਮਾਰੀ॥੧੫॥ aapay mayl la-ay gundaataa ha-umai tarisnaa maaree. ||15||

ਜਿਹੜਾ ਜੀਵ ਆਪਣੀ ਅਹੰਕਾਰ ਅਤੇ ਇਛਾਂ ਤੇ ਕਾਬੂ ਪਾ ਲੈਂਦਾ ਹੈ । ਪ੍ਰਭ ਆਪ ਹੀ ਉਸ ਨੂੰ ਅਸਲੀ ਰਸਤੇ ਤੇ ਪਾ ਕੇ ਪ੍ਰਵਾਨਗੀ ਬਖਸ਼ਦਾ ਹੈ ।

Whosoever may conquer his ego of worldly desires. He may be blessed with right path of acceptance in His Court.

ਤ੍ਰੈ ਗੁਣ ਮੇਟੇ ਚਉਥੈ ਵਰਤੈ, ਏਹਾ ਭਗਤਿ ਨਿਰਾਰੀ॥੧੬॥ tarai gun maytay cha-uthai vartai ayhaa bhagat niraaree. ||16||

ਜਿਹੜਾ ਮਾਇਆ ਦੇ ਤਿੰਨਾਂ ਗੁਣ ਤੇ ਜਿੱਤ ਪਾ ਲੈਂਦਾ ਹੈ! ਉਸ ਨੂੰ ਚੌਥੀਂ ਅਵਸਥਾ ਬਖਸ਼ਿਸ਼ ਹੋ ਜਾਂਦੀ ਹੈ । ਇਸ ਦੇ ਬਰਾਬਰ ਹੋਰ ਕੋਈ ਬੰਦਗੀ ਨਹੀਂ ਹੈ ।

Whosoever may conquer three virtues of worldly wealth. He may become worthy of His Consideration; with His mercy and grace, he may be blessed with 4th virtues.

Four Ages- Yuga - Four unique Principles of Meditation			
ਸਤਜੁਗ - Sat Yuga	**ਤ੍ਰੇਤਾ ਜੁਗ - Traytaa Yuga**	**ਦੁਆਪਰ ਜੁਗ - Du-aapur**	**ਕੱਲਯੁਗ – Kul Jug**
ਸੰਤ ਅਵਸਥਾ **Shiv -His Word**	**ਰਜ ਗੁਣ; Raajas** **Shakti-1; ਮਾਇਆ 1**	**ਸਤ ਗੁਣ; Satvas:** **Shakti-2; ਮਾਇਆ 2**	**ਤਮ ਗੁਣ; Taamas:** **Shakti-3; ਮਾਇਆ 3**
ਸੁਰਤੀ–ਸ਼ਬਦ ਵਿੱਚ ਧਿਆਨ! **Concentration! His Word.**	**ਮਨ ਵਿਰੋਂ ਸੁਰਤੀ – ਅਹੰਕਾਰ** **Concentration to Ego!**	**ਮਨ ਵਿਰੋਂ ਸੁਰਤੀ – ਅਹੰਕਾਰ** **Concentration to Ego!**	**ਮਨ ਵਿਰੋਂ ਸੁਰਤੀ – ਅਹੰਕਾਰ** **Concentration to Ego!**
ਭਰੋਸਾ, ਸ਼ਬਦ ਦੀ ਪਾਲਣਾ! **Obey His Word -Belief**	**ਭਰੋਸਾ, ਸ਼ਬਦ ਦੀ ਪਾਲਣਾ!** **Obey His Word -Belief**	**ਸ਼ਬਦ ਦੀ ਪਾਲਣਾ – ਗੁਰੂ, ਰੀਵਾਜ** **Obey His Word – Guru**	**ਸ਼ਬਦ ਦੀ ਪਾਲਣਾ – ਗੁਰੂ, ਰੀਵਾਜ** **Obey His Word – Guru**
ਸ਼ਬਦ ਦੀ ਸੋਝੀ! ਵਿਛੋੜੇ ਦਾ ਡਰ! **Enlightenment Renunciation**	**ਸ਼ਬਦ ਦੀ ਸੋਝੀ! ਵਿਛੋੜੇ ਦਾ ਡਰ!** **Enlightenment Renunciation**	**ਸ਼ਬਦ ਦੀ ਸੋਝੀ! ਵਿਛੋੜੇ ਦਾ ਡਰ!** **Enlightenment Renunciation**	**ਸ਼ਬਦ ਦੀ ਸੋਝੀ– ਗਿਆਨ** **Enlightenment to knowledge of Gurbani!**
ਮੁਕਤੀ ਦੀ ਆਸ! **Hope for salvation!**	**ਮੁਕਤੀ ਦੀ ਆਸ!** **Hope for salvation!**	**ਮੁਕਤੀ ਦੀ ਆਸ!** **Hope for salvation!**	**ਮੁਕਤੀ ਦੀ ਆਸ!** **Hope for salvation!**
ਚਾਰੇ ਜੁਗਾਂ ਵਿੱਚ! ਜੀਵ ਨੂੰ ਸ਼ਬਦ ਦੀ ਪਾਲਣਾ ਕਰਦੇ, ਪੂਰਨ ਗੁਰੂ, ਸ਼ਬਦ ਦੀ ਸੋਝੀ ਹੋ ਜਾਂਦੀ ਹੈ! ਪ੍ਰਭ ਦੀ ਜੋਤ ਮਨ ਵਿੱਚ ਜਾਗਰਤ ਹੋ ਜਾਂਦੀ ਹੈ! **All Yuga**: Adopting His Word, Enlightenment; Salvation may be blessed.			

How to Conquer Worldly Wealth – ਸੰਸਾਰਕ ਮਾਇਆ ਤੇ ਜਿੱਤ!			
ਸੰਤ ਅਵਸਥਾ – Shiv	**ਸੰਸਾਰਕ ਮਾਇਆ – Shakti**		
ਸ਼ਬਦ –Shiv -His Word	ਰਜ ਗੁਣ; Raajas	ਸਤ ਗੁਣ; Satvas:	ਤਮ ਗੁਣ; Taamas:
ਸੁਰਤੀ–ਸ਼ਬਦ ਵਿੱਚ ਧਿਆਨ! Concentration! His Word.	Mind concentration	Purity, of mind!	Mind Awareness
ਭਰੋਸਾ, ਸ਼ਬਦ ਦੀ ਪਾਲਣਾ! Obey His Word -Belief	The quality of energy and activity!	The quality of purity and light!	The quality of Darkness and inertia!
ਸ਼ਬਦ ਦੀ ਸੋਝੀ! ਵਿਛੋੜੇ ਦਾ ਡਰ! Enlightenment-Renunciation	ਧਰਮ; Dharam:	ਅਰਥ; Arath	ਕਾਮ; Kaam:
ਮੁਕਤੀ ਦੀ ਆਸ! Hope for salvation!	Self-discipline, ethics Conquer selfishness!	Adopt His Word in life.	Conquer sexual urge for strange woman:

ਗੁਰਮੁਖਿ ਜੋਗ ਸਬਦਿ ਆਤਮੁ ਚੀਨੈ, ਹਿਰਦੈ ਏਕੁ ਮੁਰਾਰੀ॥੧੭॥ gurmukh jog sabad aatam cheenai hirdai ayk muraaree. ||17||

ਸ਼ਬਦ ਦੀ ਸੋਝੀ ਪਾਉਣ ਨਾਲ ਜੀਵ ਆਪਣੇ ਆਪ ਨੂੰ ਪਛਾਣ ਲੈਂਦਾ ਹੈ । ਉਸ ਦੇ ਹਿਰਦੇ ਵਿੱਚ ਸ਼ਬਦ ਘਰ ਕਰ ਜਾਂਦਾ ਹੈ । ਇਹ ਹੀ ਗੁਰਮਖ ਅਵਸਥਾ ਹਾਸਿਲ ਕਰਨ ਦੀ ਵਿਧੀ ਹੈ ।

Whosoever may recognize the real purpose of his human life opportunity. He remains drenched with the essence of His Word. This may be the right path of acceptance in His Court; being accepted as His true devotee.

ਮਨੂਆ ਅਸਥਿਰੁ ਸਬਦੇ ਰਾਤਾ, ਏਹਾ ਕਰਣੀ ਸਾਰੀ॥੧੮॥ manoo-aa asthir sabday raataa ayhaa karnee saaree. ||18||

ਸ਼ਬਦ ਦੀ ਪਾਲਣਾ ਵਿੱਚ ਅਡੋਲ ਹੋਣ ਨਾਲ ਮਨ ਭਟਕਣਾਂ ਤੋਂ ਰੁਕ ਜਾਂਦਾ ਹੈ । ਇਹ ਹੀ ਸ਼ਬਦ ਦੀ ਉਤਮ ਕਮਾਈ ਹੈ ।

Whosoever may obey the teachings of His Word with steady and stable belief in his day-to-day life; with His mercy and grace, his mind stops wandering in worldly frustrations. This may be unique and supreme earnings of His Word.

ਬੇਦੁ ਬਾਦੁ ਨ ਪਾਖੰਡੁ, ਅਉਧੂ ਗੁਰਮੁਖਿ ਸਬਦਿ ਬੀਚਾਰੀ॥੧੯॥ bayd baad na pakhand a-oDhoo gurmukh sabad beechaaree. ||19||

ਪਾਠ, ਧਾਰਮਕ ਲਿਖਤਾਂ, ਗ੍ਰੰਥ ਪੜ੍ਹਨਾ ਸਭ ਰੀ ਰੀਵਾਜ ਹੀ ਬਣ ਗਏ ਹਨ । ਗੁਰਮਖ ਕੇਵਲ ਸ਼ਬਦ ਦੀ ਪਾਲਣਾ ਤੇ ਹੀ ਭਰੋਸਾ ਰਖਦਾ ਹੈ ।

Reading religious Holy Scripture as a meditation may be just a business and not soul sanctifying technique. His true devotee may only obey the teachings of His Word with steady and stable belief in his day-to-day life.

ਗੁਰਮੁਖਿ ਜੋਗੁ ਕਮਾਵੈ, ਅਉਧੂ ਜਤੁ ਸਤੁ ਸਬਦਿ ਵੀਚਾਰੀ॥੨੦॥ gurmukh jog kamaavai a-oDhoo jat sat sabad veechaaree. ||20||

ਜਿਹੜਾ ਸਿਮਰਨ, ਸ਼ਬਦ ਦੀ ਪਾਲਣਾ ਕਰਦਾ, ਮਨ ਨੂੰ ਕਾਮ ਵਾਸ਼ਨਾ ਤੋਂ ਰਹਿਤ ਰਖਦਾ, ਹੈ । ਉਸ ਨੂੰ ਹੀ ਅਸਲੀ ਮੁਕਤੀ ਵਾਲੀ ਅਵਸਥਾ ਬਖਸ਼ਿਸ਼ ਹੋ ਸਕਦੀ ਹੈ ।

Whosoever may adopt the teachings of His Word with steady and stable belief in his day-to-day life and keeps himself beyond the reach of sexual urge; with His mercy and grace, he may be blessed with a state of salvation.

ਸਬਦਿ ਮਰੈ ਮਨੁ ਮਾਰੇ, ਅਉਧੂ ਜੋਗ ਜੁਗਤਿ ਵੀਚਾਰੀ॥੨੧॥ sabad marai man maaray a-oDhoo jog jugat veechaaree. ||21||

ਜਿਹੜਾ ਸ਼ਬਦ ਦੀ ਪਾਲਣਾ ਕਰਨਾ ਹੀ ਜੀਵਨ ਦਾ ਮੰਤਵ ਸਮਝਦਾ ਹੈ । ਉਹ ਪ੍ਰਭ ਦੀ ਸ਼ਰਣ ਵਿੱਚ ਪ੍ਰਵਾਨ ਹੋ ਜਾਂਦਾ ਹੈ । ਇਹ ਹੀ ਬੰਦਗੀ ਕਰਨ ਦਾ ਅਸਲੀ ਮਾਰਗ, ਵਿਧੀ ਹੈ ।

Whosoever may consider, obeying the teachings of His Word, as the real purpose of his human life opportunity; the right path of acceptance in His Court; with His mercy and grace, he may be accepted in His Court.

ਮਾਇਆ ਮੋਹੁ ਭਵਜਲੁ ਹੈ, ਅਵਧੂ ਸਬਦਿ ਤਰੈ ਕੁਲ ਤਾਰੀ॥੨੨॥ maa-i-aa moh bhavjal hai avDhoo sabad tarai kul taaree. ||22||

ਸੰਸਾਰਕ ਮਾਇਆ, ਮੋਹ ਸਭ ਸੰਸਾਰਕ ਜਾਲ ਹੀ ਹਨ । ਸ਼ਬਦ ਦੀ ਪਾਲਣਾ ਕਰਨ ਨਾਲ ਹੀ ਜੀਵ ਸ਼ਰਣ ਵਿੱਚ ਆਉਂਦਾ, ਪ੍ਰਵਾਨਗੀ ਦੇ ਰਸਤੇ ਤੇ ਚਲਦਾ ਹੈ । ਉਹ ਆਪਣੇ ਸੰਸਾਰਕ ਖਾਨਦਾਨ ਨੂੰ ਵੀ ਪ੍ਰਵਾਨ ਕਰਾ ਜਾਂਦਾ ਹੈ ।

Worldly wealth is a sweet poison to trap worldly creatures. Whosoever may obey the teachings of His Word; he may surrender his mind, body, and worldly status at His Sanctuary. He may remain on the right path of acceptance in His Court. He may inspire his family to adopt the right path of acceptance in His Court.

ਸਬਦਿ ਸੂਰ ਜੁਗ ਚਾਰੇ, ਅਉਧੂ ਬਾਣੀ ਭਗਤਿ ਵੀਚਾਰੀ॥੨੩॥ sabad soor jug chaaray a-oDhoo banee bhagat veechaaree. ||23||

ਜਿਹੜੇ ਸ਼ਬਦ ਦੀ ਪਾਲਣਾ ਕਰਦੇ ਹਨ । ਉਹ ਚਾਰਾਂ ਯੁੱਗਾਂ ਵਿੱਚ ਹੀ ਭਗਤ ਮੰਨੇ ਜਾਂਦੇ ਹਨ । ਉਹ ਸ਼ਬਦ ਵਿੱਚ ਹੀ ਲੀਨ ਰਹਿੰਦੇ, ਭਰੋਸਾ ਅਡੋਲ ਰਖਦੇ ਹਨ ।

Whosoever may obey the teachings of His Word; he may be regarded as His true devotees in all Four Ages. He may remain intoxicated in meditation with steady and stable belief in day-to-day life.

ਏਹੁ ਮਨੁ ਮਾਇਆ ਮੋਹਿਆ, ਅਉਧੂ ਨਿਕਸੈ ਸਬਦਿ ਵੀਚਾਰੀ॥੨੪॥ ayhu man maa-i-aa mohi-aa a-oDhoo niksai sabad veechaaree. ||24||

ਜੀਵ ਦਾ ਮਨ ਸੰਸਾਰਕ ਮਾਇਆ ਦੇ ਜਾਲ, ਮੋਹ ਵਿੱਚ ਫਸ ਜਾਂਦਾ ਹੈ । ਕੇਵਲ ਸ਼ਬਦ ਦੀ ਪਾਲਣਾ ਕਰਨ ਨਾਲ ਹੀ ਜਾਲ ਵਿਚੋਂ ਬਚਦਾ ਹੈ ।

Self-minded may remain intoxicated with sweet poison of worldly wealth and attachments. Whosoever may obey the teachings of His Word, only he may be saved.

ਆਪੇ ਬਖਸ਼ੇ ਮੇਲਿ ਮਿਲਾਏ, ਨਾਨਕ ਸਰਣਿ ਤੁਮਾਰੀ॥੨੫॥੯॥ aapay bakhsay mayl milaa-ay naanak saran tumaaree. ||25||9||

ਜੀਵ ਇਸਤਰ੍ਹਾਂ ਪ੍ਰਭ ਦੀ ਸ਼ਰਣ ਵਿਚੋਂ ਆਵੋ! ਉਹ ਆਪ ਹੀ ਰਹਿਮਤਾਂ ਦਾ ਮਾਲਕ ਬਖਸ਼ ਲੈਂਦਾ ਹੈ ਅਤੇ ਪ੍ਰਵਾਨਗੀ ਬਖਸ਼ਦਾ ਹੈ ।

You should surrender your mind, body, and worldly wealth at His Sanctuary. In such a way of life; with His mercy and grace, he may be accepting in His Court.

Key Message of Raag Raamkalee, page 907-13
'ਪ੍ਰਭ ਦਾ ਆਸਣ!
ਪ੍ਰਭ ਨੇ ਆਪਣਾ ਆਸਣ, ਜੀਵ ਦੇ ਹਿਰਦੇ ਵਿੱਚ ਹੀ ਸਥਾਪਣ ਕੀਤਾ ਹੈ । ਜਿਹੜਾ ਮੋਹ ਅਤੇ ਅਹੰਕਾਰ ਤਿਆਗ ਦੇਂਦਾ ਹੈ । ਉਸ ਨੂੰ ਤਿੰਨਾਂ ਸ੍ਰਿਸ਼ਟੀਆਂ ਦੀ ਸੋਝੀ ਬਖਸ਼ਿਸ਼ ਹੋ ਜਾਂਦੀ ਹੈ । ਉਸ ਨੂੰ ਪ੍ਰਭ ਦੇ ਸ਼ਬਦ ਦੀ ਧੁਨ ਹਰ ਵੇਲੇ ਚਲਦੀ ਸੁਣਾਈ ਦੇਂਦੀ ਹੈ । ਉਹ ਆਪ ਹੀ ਸਾਰੀਆਂ ਕਰਤਬਾਂ ਦਾ ਕਰਨ ਵਾਲਾ ਹੈ । ਜਿਹੜਾ ਮਾਇਆ ਦੇ ਤਿੰਨਾਂ ਗੁਣ ਤੇ ਜਿੱਤ ਪਾ ਲੈਂਦਾ ਹੈ! ਉਸ ਨੂੰ ਚੌਥੀਂ ਅਵਸਥਾ ਬਖਸ਼ਿਸ਼ ਹੋ ਜਾਂਦੀ ਹੈ । ਜਿਹੜਾ ਜੀਵ ਮਨ ਨੂੰ ਕਾਮ ਵਾਸ਼ਨਾ ਤੋਂ ਰਹਿਤ ਰਖਦਾ, ਸ਼ਬਦ ਦੀ ਪਾਲਣਾ ਕਰਦਾ ਹੈ । ਉਸ ਨੂੰ ਹੀ ਅਸਲੀ ਮੁਕਤੀ ਵਾਲੀ ਅਵਸਥਾ ਬਖਸ਼ਿਸ਼ ਹੋ ਸਕਦੀ ਹੈ । ਜਿਹੜਾ ਸ਼ਬਦ ਦੀ ਪਾਲਣਾ ਕਰਨਾ ਹੀ ਜੀਵਨ ਦਾ ਮੰਤਵ ਸਮਝਦਾ ਹੈ । ਉਹ ਪ੍ਰਭ ਦੀ ਸ਼ਰਣ ਵਿੱਚ ਪ੍ਰਵਾਨ ਹੋ ਜਾਂਦਾ ਹੈ ।
His Royal Palace!
The True Master has established His Throne within the body, soul of each creature. Whosoever may renounce worldly attachments and ego; he may be blessed with the enlightenment of the three universes. He may hear the everlasting echo of His Word resonating within his heart. He creates the causes, purposes of all events in His Nature. Whosoever may conquer three virtues of worldly wealth; he may become worthy of His Consideration; he may be blessed with 4th virtues. Whosoever may consider, obeying the teachings of His Word, may be the real purpose of his human life opportunity; he may be accepted in His Court.

21. **ਰਾਮਕਲੀ ਮਹਲਾ ੧ ਦਖਣੀ ਓਅੰਕਾਰੁ॥** (1) 929-17

ੴ ਸਤਿਗੁਰ ਪ੍ਰਸਾਦਿ॥ ik-oNkaar satgur parsaad.

ਓਅੰਕਾਰਿ ਬ੍ਰਹਮਾ ਉਤਪਤਿ॥ ਓਅੰਕਾਰੁ ਕੀਆ ਜਿਨਿ ਚਿਤਿ॥ o-ankaar barahmaa utpat. o-ankaar kee-aa jin chit.

ਓਅੰਕਾਰਿ ਸੈਲ ਜੁਗ ਭਏ॥ ਓਅੰਕਾਰਿ ਬੇਦ ਨਿਰਮਏ॥ o-ankaar sail jug bha-ay. o-ankaar bayd nirma-ay.

ਓਅੰਕਾਰਿ ਸਬਦਿ ਉਧਰੇ॥ ਓਅੰਕਾਰਿ ਗੁਰਮੁਖਿ ਤਰੇ॥ o-ankaar sabad uDhray. o-ankaar gurmukh taray.

ਓਨਮ ਅਖਰ ਸੁਣਹੁ ਬੀਚਾਰੁ॥ ਓਨਮ ਅਖਰੁ ਤ੍ਰਿਭਵਣ ਸਾਰੁ॥੧॥ onam akhar sunhu beechaar. onam akhar taribhavan saar. ||1||

ਪ੍ਰਭ ਨੇ ਆਪਣੇ ਆਪ ਵਿਚੋਂ ਹੀ ਬ੍ਰਹਮਾ ਨੂੰ ਪੈਦਾ ਕੀਤਾ । ਬ੍ਰਹਮਾ ਨੇ ਪ੍ਰਭ ਨੂੰ ਆਪਣੇ ਹਿਰਦੇ ਵਿੱਚ ਰਖਿਆ । ਪ੍ਰਭ ਨੇ ਹੀ ਸਾਰੇ ਪਰਬਤ, ਯੁੱਗ ਬਣਾਏ । ਜੀਵ ਨੂੰ ਸੋਧ ਦੇਣ ਵਾਸਤੇ ਸੰਸਾਰ ਵਿੱਚ ਗਿਆਨ ਦੇ ਗ੍ਰੰਥ, ਵੇਦਾਂ ਬਖਸ਼ੇ ਹਨ । ਪ੍ਰਭ ਹੀ ਜੀਵਾਂ ਨੂੰ ਸ਼ਬਦ ਦੀ ਸੋਝੀ ਦੇ ਕੇ ਪ੍ਰਵਾਨਗੀ ਦੇ ਰਸਤੇ ਤੇ ਪਾਉਂਦਾ ਹੈ । ਪ੍ਰਭ ਹੀ ਗੁਰਮਖ ਦੀ ਰਖਿਆ ਕਰਦਾ ਹੈ । ਪ੍ਰਭ ਦੇ ਸ਼ਬਦ ਦੀ ਪਾਲਣਾ ਕਰੋ । ਪ੍ਰਭ ਹੀ ਤਿੰਨਾਂ ਸ੍ਰਿਸ਼ਟੀਆਂ ਦਾ ਮੁੱਢ, ਮੂਲ ਹੈ ।

The True Master has given birth to Brahma (worldly scholars) and expanded His Holy Spirit. His true devotee (Brahma) kept the essence of His Word within his heart in his day-to-day life. He has created earth, mountains, and different Ages. He has blessed various Holy Scripture to enlighten the right path, purpose of human life opportunity. He always protects His Creation in worldly journey. The True Master, the origin of the universe; you should obey the teachings of His Word.

ਸੁਣਿ ਪਾਡੇ ਕਿਆ ਲਿਖਹੁ ਜੰਜਾਲਾ॥ sun paaday ki-aa likhahu janjaalaa.

ਲਿਖੁ ਰਾਮ ਨਾਮ ਗੁਰਮੁਖਿ ਗੋਪਾਲਾ॥੧॥ ਰਹਾਉ॥ likh raam naam gurmukh gopaalaa. ||1|| rahaa-o.

ਸੰਸਾਰਕ ਗਿਆਨੀ, ਤੂੰ ਕਿਉਂ ਧਰਮ ਦੇ ਨਿਯਮ ਲਿਖਦਾ ਹੈ? ਪ੍ਰਭ ਦੇ ਸ਼ਬਦ ਦੀ ਉਸਤਤ ਹੀ ਕੇਵਲ ਲਿਖਣ ਵਾਲੀ ਕਥਾ ਹੈ ।

Worldly guru! Why are you writing religious principles? The virtues of His Word may only be worthy to write.

Key Message of Raag Raamkalee, page 929-17
'ਸ੍ਰਿਸ਼ਟੀ ਦਾ ਅਰੰਭ!
ਪ੍ਰਭ ਹੀ ਤਿੰਨਾਂ ਸ੍ਰਿਸ਼ਟੀਆਂ ਦਾ ਮੁੱਢ, ਮੂਲ ਹੈ । ਸ੍ਰਿਸ਼ਟੀ ਪ੍ਰਭ ਦੀ ਜੋਤ ਦਾ ਹੀ ਪਸਾਰਾ ਹੈ! ਸ਼ਬਦ ਦੀ ਸੋਝੀ ਹੀ ਪ੍ਰਵਾਨਗੀ ਦਾ ਰਸਤਾ ਹੈ ।
Origin of the universe!
The True Master is the origin of the universe. The creation of the universe is an expansion of His Holy Spirit. The enlightenment of the essence of His Word is the right path and purpose of human life opportunity.

22. **ਰਾਮਕਲੀ ਮਹਲਾ ੧ ਦਖਣੀ ਓਅੰਕਾਰੁ॥** (2) 930-3

ਸਸੈ ਸਭੁ ਜਗੁ ਸਹਜਿ ਉਪਾਇਆ, ਤੀਨਿ ਭਵਨ ਇਕ ਜੋਤੀ॥	sasai sabh jag sahj upaa-i-aa teen bhavan ik jotee.
ਗੁਰਮੁਖਿ ਵਸਤੁ ਪਰਾਪਤਿ ਹੋਵੈ, ਚੁਣਿ ਲੈ ਮਾਣਕ ਮੋਤੀ॥	gurmukh vasat paraapat hovai chun lai maanak motee.
ਸਮਝੈ ਸੂਝੈ ਪੜਿ ਪੜਿ ਬੂਝੈ, ਅੰਤਿ ਨਿਰੰਤਰਿ ਸਾਚਾ॥	samjhai soojhai parh parh boojhai ant nirantar saachaa.
ਗੁਰਮੁਖਿ ਦੇਖੈ ਸਾਚੁ ਸਮਾਲੇ, ਬਿਨੁ ਸਾਚੇ ਜਗੁ ਕਾਚਾ॥੨॥	gurmukh daykhai saach samaalay bin saachay jag kaachaa. ||2||

ਸਸੈ – ਪ੍ਰਭ ਨੇ ਸਹਿਜ, ਮਰਜ਼ੀ ਨਾਲ ਹੀ ਸਾਰੀਆਂ ਸ੍ਰਿਸ਼ਟੀਆਂ ਪੈਦਾ ਕੀਤੀਆਂ ਹਨ । ਉਸ ਦੀ ਜੋਤ, ਰੋਸ਼ਨੀ ਹੀ ਤਿੰਨਾਂ ਸ੍ਰਿਸ਼ਟੀਆਂ ਵਿੱਚ ਵਾਪਰਦੀ ਹੈ । ਜਿਹੜਾ ਜੀਵ ਸ਼ਬਦ ਦੀ ਪਾਲਣਾ ਕਰਦਾ ਹੈ, ਉਸ ਨੂੰ ਗੁਰਮਖ ਅਵਸਥਾ ਬਖਸ਼ਿਸ਼ ਹੋ ਜਾਂਦੀ ਹੈ । ਉਸ ਨੂੰ ਅਮੋਲਕ ਰਤਨ, ਪ੍ਰਭ ਦੇ ਸ਼ਬਦ ਦੀ ਸੋਝੀ ਬਖਸ਼ਿਸ਼ ਹੋ ਜਾਂਦੀ ਹੈ । ਜਿਹੜਾ ਵੀ ਜੀਵ ਧਾਰਮਕ ਗੰਥ ਪੜ੍ਹਕੇ, ਸਿਖਿਆਂ ਸਮਝਕੇ ਜੀਵਨ ਵਿੱਚ ਢਾਲਦਾ ਹੈ । ਉਸ ਨੂੰ ਸੋਝੀ ਬਖਸ਼ਿਸ਼ ਹੋ ਜਾਂਦੀ ਹੈ! ਪ੍ਰਭ ਹਰਇਕ ਜੀਵ ਦੇ ਅੰਦਰ ਹੀ ਵਸਦਾ ਹੈ । ਗੁਰਮਖ ਜੀਵ ਇਹ ਅਨੁਭਵ ਕਰਦਾ ਹੈ । ਪ੍ਰਭ ਦੇ ਸ਼ਬਦ ਦੀ ਕਮਾਈ ਤੋਂ ਬਿਨਾਂ ਸਭ ਕੁਝ ਸਮਾਂ ਪਾ ਕੇ ਨਾਸ ਹੋ ਜਾਣਾ ਵਾਲਾ ਹੀ ਹੈ ।

Sassa – The True Master has created all the universes and His Creation with His Own Imagination. His Holy Spirit remains as a pillar of enlightenment and only His Word prevails in all universes. Whosoever may obey the teachings of His Word with steady and stable belief in his day-to-day life; with His mercy and grace, he may be blessed with a state of mind as His true devotee. He may be enlightened with the essence of ambrosial jewel, His Word. Whosoever may read any Holy Scripture and adopts the teachings in his day-to-day life; with His mercy and grace, he may be enlightened with the essence of His Word embedded within his soul. He may realize! Everything may perish over period; Only the earnings of His Word may remain companion of his soul in His Court.

Key Message of Raag Raamkalee, page 930-3
ਪ੍ਰਭ ਦੀ ਜੋਤ ਵਿਚੋਂ ਤਿਨਾਂ ਸ੍ਰਿਸ਼ਟੀਆ ਦੀ ਰੋਸ਼ਨੀ ਹੈ!
ਪ੍ਰਭ ਨੇ ਸਹਿਜ, ਮਰਜ਼ੀ ਨਾਲ ਹੀ ਸਾਰੀਆਂ ਸ੍ਰਿਸ਼ਟੀਆਂ ਪੈਦਾ ਕੀਤੀਆਂ ਹਨ । ਉਸ ਦੀ ਜੋਤ ਹੀ ਤਿੰਨਾਂ ਸ੍ਰਿਸ਼ਟੀਆਂ ਵਿੱਚ ਵਾਪਰਦੀ ਹੈ । ਪ੍ਰਭ ਦੇ ਸ਼ਬਦ ਦੀ ਕਮਾਈ ਨਾਲ ਪ੍ਰਭ ਦੀ ਹੋਂਦ ਅਨੁਭਵ ਹੋ ਸਕਦੀ ਹੈ!
His Holy Spirit Shines through 3 Universes!
The True Master has created all three universes with His Own Imagination. His Holy Spirit remains embedded and prevails within His Creation. His true devotee may realize His Existence with earnings of His Word!

23. **ਰਾਮਕਲੀ ਮਹਲਾ ੧ ਦਖਣੀ ਓਅੰਕਾਰੁ॥** (3) 930-5

ਧਧੈ ਧਰਮੁ ਧਰੇ ਧਰਮਾ ਪੁਰਿ, ਗੁਣਕਾਰੀ ਮਨੁ ਧੀਰਾ॥	DhaDhai Dharam Dharay Dharmaa pur gunkaaree man Dheeraa.
ਧਧੈ ਧੂਲਿ ਪੜੈ ਮੁਖਿ ਮਸਤਕਿ, ਕੰਚਨ ਭਏ ਮਨੂਰਾ॥	DhaDhai Dhool parhai mukh mastak kanchan bha-ay manooraa.
ਧਨੁ ਧਰਣੀਧਰੁ ਆਪਿ ਅਜੋਨੀ, ਤੋਲਿ ਬੋਲਿ ਸਚੁ ਪੂਰਾ॥	Dhan DharneeDhar aap ajonee tol bol sach pooraa.
ਕਰਤੇ ਕੀ ਮਿਤਿ ਕਰਤਾ ਜਾਣੈ, ਕੈ ਜਾਣੈ ਗੁਰੁ ਸੂਰਾ॥੩॥	kartay kee mit kartaa jaanai kai jaanai gur sooraa. ||3||

ਧਧੈ—ਜਿਹੜਾ ਜੀਵ ਧਰਮ ਵਿੱਚ ਵਿਸ਼ਵਾਸ ਰਖਦਾ ਹੈ! ਧਰਮ ਦੇ ਨਿਯਮਾਂ ਅਨੁਸਾਰ ਜੀਵਨ ਢਾਲਦਾ ਹੈ, ਉਸ ਨੂੰ ਗੁਰਮਖ ਅਵਸਥਾ ਬਖਸ਼ਿਸ਼ ਹੋ ਜਾਂਦੀ ਹੈ । ਉਸ ਦਾ ਮਨ ਭਟਕਣਾਂ ਤੋਂ ਰਹਿਤ ਹੋ ਜਾਂਦਾ ਹੈ । ਜਿਸ ਜੀਵ ਨੂੰ ਉਸ ਗੁਰਮਖ ਦੇ ਪੈਰਾਂ ਦੀ ਧੂੜ ਨਸੀਬ ਹੋ ਜਾਵੇ, ਮੱਥੇ ਦਾ ਸੰਧੂਰ ਬਣ ਜਾਵੇ, ਉਹ ਜੀਵ ਪੂਜਣ ਯੋਗ ਹੋ ਜਾਂਦਾ ਹੈ । ਜਿਵੇਂ ਲੋਹੇ ਨੂੰ ਪਾਰਸ, ਧਾਤ ਨਾਲ ਛੂਹਣ ਨਾਲ ਸੋਨਾ ਬਣ ਜਾਂਦਾ । ਪ੍ਰਭ ਧਰਤੀ ਦਾ ਆਸਰਾ, ਆਪ ਜਨਮ ਨਹੀਂ ਲੈਂਦਾ! ਉਸ ਦੇ ਬੋਲ, ਸ਼ਬਦ, ਕਰਤਬ ਸਦਾ ਅਟਲ ਰਹਿਣ ਵਾਲੇ ਹਨ । ਕੇਵਲ ਆਪ ਹੀ ਆਪਣੇ ਕਰਤਬਾਂ ਨੂੰ ਪੂਰਨ ਜਾਣਦਾ ਹੈ । ਉਹ ਹੀ ਕਿਸੇ ਜੀਵ ਦੀ ਰਹਿਮਤ ਦੀ ਹੋਂਦ, ਸੀਮਾ ਨੂੰ ਜਾਣਦਾ ਹੈ ।

Dhadda: Whosoever may believe in worldly religion teachings; he may adopt the religious teachings in his day-to-day life; with His mercy and grace, he may be blessed with a state of mind as His true devotee. His mind may become beyond the reach of worldly frustrations. Whosoever may be blessed with the association of His true devotee; the dust of his feet as a vermilion on his forehead; he may become worthy of worship. As iron may be transformed as gold, priceless metal by rubbing a philosopher stone; same way his follower may become worthy of His Consideration. The True Master, pillar of support, may never take birth; however, He prevails through His true devotee. His Word, miracles, Nature remain true forever. Only, The True Master may completely comprehend the full extent of significance of His Miracles; the extent of His Blessings and the state of mind of His true devotee.

Key Message of Raag Raamkalee, page 930-5
ਪ੍ਰਭ ਜਨਮ ਮਰਨ ਤੋਂ ਰਹਿਤ ਹੈ!
ਪ੍ਰਭ, ਧਰਤੀ ਦਾ ਆਸਰਾ, ਆਪ ਕਦੇਂ ਜਨਮ ਨਹੀਂ ਲੈਂਦਾ! ਕੋਈ ਪ੍ਰਭ ਦਾ ਰੂਪ ਨਹੀਂ ਬਣ ਸਕਦਾ! ਜਿਹੜਾ ਜੀਵ ਧਰਮ ਦੇ ਨਿਯਮਾਂ ਅਨੁਸਾਰ ਜੀਵਨ ਢਾਲਦਾ ਹੈ, ਉਸ ਨੂੰ ਪ੍ਰਵਾਨਗੀ ਦੇ ਰਸਤੇ ਦੀ ਸੋਝੀ ਬਖਸ਼ਿਸ਼ ਹੋ ਸਕਦੀ ਹੈ!
No flesh and blood creature can become Symbol og God!
The True Master, pillar of support, may never walk on earth in flesh and blood! No one may ever become His Symbol! Whosoever may adopt the spiritual guidance in religious Holy Scriptures; he may be enlightened with the right path of human life opportunity!

Sikh Religious Robe: 5 Kakka "5 ਕ"

ਕੇਸ	ਪ੍ਰਭ ਦੀ ਬਖਸ਼ਿਸ਼, ਸੁਰਤ ਨੂੰ ਸਤਿ ਕਰਕੇ ਪ੍ਰਵਾਨ ਕਰ ਲੈਣਾ ।
Natural Hair; outlook;	Accepts His Blessings without reservation. Accept worldly environment, outlook as a unique blessing.
ਕੰਘਾ	ਸੰਸਾਰਕ ਗਿਰਸਤੀ ਜੀਵਨ ਦੀ ਜਿਮੇਵਾਰੀ ਨੂੰ ਕਾਬੂਲ ਕਰਨਾ
Comb	Take the responsibility to help family to survive, earn honest living. As comb may maintain his blessed look.
ਕੜਾ	ਪ੍ਰਭ ਦੇ ਬਖਸ਼ੇ ਤੇ ਸੰਤੋਖ ਰਖਣਾ
Iron Bangle	Control your expectation; ego; simplicity in living.
ਕਿਰਪਾਨ	ਬਲ ਹੁੰਦੇ ਵੀ ਧੀਰਜ ਕਰਨਾ, ਤਰਸ ਕਰਨਾ
Kirpan	To show restrain, patience to control your anger, to be humble even with power.
ਕਛਿਅਰਾ	ਇਹ ਕਾਮ ਵਾਸ਼ਨਾ ਦੀ ਇਛਾ ਤੇ ਕਾਬੂ ਪਾਉਣ ਲਈ ਹੈ ।
Long under pant	Conquer Sexual urge with strange women; maintain high character.

24. **ਰਾਮਕਲੀ ਮਹਲਾ ੧ ਦਖਣੀ ਓਅੰਕਾਰੁ॥** (4) 930-7

ਗਿਆਨੁ ਗਵਾਇਆ ਦੂਜਾ ਭਾਇਆ, ਗਰਬਿ ਗਲੇ ਬਿਖੁ ਖਾਇਆ॥ nyi-aan gavaa-i-aa doojaa bhaa-i-aa garab galay bikh khaa-i-aa.
ਗੁਰ ਰਸੁ ਗੀਤ ਬਾਦ ਨਹੀ ਭਾਵੈ, ਸੁਣੀਐ ਗਹਿਰ ਗੰਭੀਰੁ ਗਵਾਇਆ॥ gur ras geet baad nahee bhaavai sunee-ai gahir gambheer gavaa-i-aa.
ਗੁਰਿ ਸਚੁ ਕਹਿਆ ਅੰਮ੍ਰਿਤੁ ਲਹਿਆ, ਮਨਿ ਤਨਿ ਸਾਚੁ ਸੁਖਾਇਆ॥ gur sach kahi-aa amrit lahi-aa man tan saach sukhaa-i-aa.
ਆਪੇ ਗੁਰਮੁਖਿ ਆਪੇ ਦੇਵੈ, ਆਪੇ ਅੰਮ੍ਰਿਤੁ ਪੀਆਇਆ॥੪॥ aapay gurmukh aapay dayvai aapay amrit pee-aa-i-aa. ||4||

ਜਿਸ ਜੀਵ ਦਾ ਧਿਆਨ ਪ੍ਰਭ ਵਲੋਂ ਹੋਰ ਕਿਸੇ ਪਾਸੇ ਲਗ ਜਾਂਦਾ, ਉਸ ਜੀਵ ਦੀ ਸ਼ਬਦ ਦੀ ਸੋਝੀ ਖਤਮ ਹੋ ਜਾਂਦੀ ਹੈ । ਉਹ ਅਹੰਕਾਰ ਵਿੱਚ ਚਲੇ ਜਾਂਦਾ ਹੈ, ਸੰਸਾਰਕ ਇਛਾਂ ਦਾ ਜ਼ਹਿਰ ਪੀ ਲੈਂਦਾ ਹੈ । ਉਸ ਦੇ ਮਨ ਦਾ ਭਰੋਸਾ ਸ਼ਬਦ ਦੀ ਸਿਖਿਆਂ, ਉਸਤਤ ਵਿੱਚ ਅਡੋਲ ਨਹੀਂ ਰਹਿੰਦਾ । ਉਹ ਪ੍ਰਭ ਦੀ ਰਹਿਮਤ ਗਵਾ ਲੈਂਦਾ ਹੈ । ਜਿਹੜਾ ਗੁਰਮਖ ਸ਼ਬਦ ਦੀ ਪਾਲਣਾ ਕਰਦਾ, ਜੀਵਨ ਢਾਲਦਾ ਹੈ, ਉਸ ਨੂੰ ਸ਼ਬਦ ਦੀ ਸੋਝੀ ਬਖਸ਼ਿਸ਼ ਹੁੰਦੀ ਹੈ, ਉਸ ਦੇ ਮਨ, ਤਨ ਵਿੱਚ ਅਨੰਦ, ਸ਼ਾਂਤੀ ਬਖਸ਼ਿਸ਼ ਹੁੰਦੀ ਹੈ । ਪ੍ਰਭ ਆਪ ਹੀ ਗੁਰਮਖ ਹੈ, ਆਪ ਹੀ ਰਹਿਮਤਾਂ, ਸ਼ਬਦ ਦੀ ਸੋਝੀ ਦਾ ਮਾਲਕ, ਅੰਮ੍ਰਿਤ ਦਾ ਭੰਡਾਰੀ ਹੈ । ਆਪ ਹੀ ਜੀਵ ਨੂੰ ਸ਼ਬਦ ਦੇ ਲੜ ਲਾਉਂਦਾ ਹੈ ।

Whosoever may divert his focus, concentration to religious robe, religious principles rather than the teachings of His Word; he may be deprived from the enlightenment of the essence of His Word. Even though he remains knowledgeable of the essence of His Word. He may remain intoxicated with sweet poison worldly wealth, ego of his worldly status. His belief may not remain steady and stable on the teachings, virtues of His Word. He may be deprived from His Sanctuary. Whosoever may obey and adopts the teachings of His Word with steady and stable belief in his day-to-day life; with His mercy and grace, he may be blessed with a state of mind as His true devotee. His mind and body remain in peace and pleasures in his worldly life. He may be enlightened with the essence of His Word. The True Master, Treasure of all virtues may inspire His true devotee to obey the teachings of His Word.

Key Message of Raag Raamkalee, page 930-7
ਸੰਸਾਰਕ ਗੁਰੂ ਹੀ ਅਹੰਕਾਰ ਦੀ ਜੜ੍ਹ ਬਣ ਜਾਂਦਾ ਹੈ!
ਪ੍ਰਭ ਆਪ ਹੀ ਗੁਰਮਖ, ਸੰਤ, ਰਹਿਮਤਾਂ, ਸ਼ਬਦ ਦੀ ਸੋਝੀ ਦਾ ਮਾਲਕ, ਅੰਮ੍ਰਿਤ ਦਾ ਭੰਡਾਰੀ ਹੈ । ਜਿਹੜਾ ਮਾਨਸ ਨੂੰ ਮੁਕਤੀ ਦਾ ਦਾਤਾ ਮੰਨਦਾ ਹੈ, ਉਸ ਦੀ ਸ਼ਬਦ ਦੀ ਸੋਝੀ ਖਤਮ ਹੋ ਜਾਂਦੀ ਹੈ । ਉਹ ਅਹੰਕਾਰ ਵਿੱਚ ਚਲੇ ਜਾਂਦਾ ਹੈ!
Worldly Guru may blossom the root of ego!
The True Master, Treasure of all virtues, His Blessed Vision within the soul of a saint, Gurmukh, His true devotee. Whosoever may consider, worldly guru, a counsellor of God for salvation; he may become victim of ego.

25. **ਰਾਮਕਲੀ ਮਹਲਾ ੧ ਦਖਣੀ ਓਅੰਕਾਰੁ॥** (5) 930-9

ਏਕੋ ਏਕੁ ਕਹੈ ਸਭੁ ਕੋਈ, ਹਉਮੈ ਗਰਬੁ ਵਿਆਪੈ॥ ayko ayk kahai sabh ko-ee ha-umai garab vi-aapai.
ਅੰਤਰਿ ਬਾਹਰਿ ਏਕੁ ਪਛਾਣੈ, ਇਉ ਘਰੁ ਮਹਲੁ ਸਿਞਾਪੈ॥ antar baahar ayk pachhaanai i-o ghar mahal sinjaapai.
ਪ੍ਰਭੁ ਨੇੜੈ, ਹਰਿ ਦੂਰਿ ਨ ਜਾਣਹੁ, ਏਕੋ ਸ੍ਰਿਸਟਿ ਸਬਾਈ॥ parabh nayrhai har door na jaanhu ayko sarisat sabaa-ee.
ਏਕੰਕਾਰੁ ਅਵਰੁ ਨਹੀ ਦੂਜਾ, ਨਾਨਕ ਏਕੁ ਸਮਾਈ॥੫॥ aykankaar avar nahee doojaa naanak ayk samaa-ee. ||5||

ਹਰਇਕ ਜੀਵ ਇਕੋ ਇਕ ਪ੍ਰਭ ਨੂੰ ਹੀ ਅਸਲੀ ਮਾਲਕ ਮੰਨਦਾ ਹੈ । ਫਿਰ ਵੀ ਜੀਵ ਅਹੰਕਾਰ ਅਤੇ ਹੈਸੀਅਤ ਦੇ ਜਾਲ ਵਿੱਚ ਹੀ ਰਹਿੰਦਾ ਹੈ । ਜਿਹੜਾ ਆਪਣਾ ਜੀਵਨ ਸ਼ਬਦ ਨਾਲ ਢਾਲਦਾ ਹੈ, ਉਸ ਨੂੰ ਸੋਝੀ ਬਖਸ਼ਦਾ, ਪ੍ਰਭ ਜੀਵ ਦੇ ਅੰਦਰ, ਆਤਮਾ ਦੇ ਸਾਥ ਹੀ ਵਸਦਾ ਹੈ । ਪ੍ਰਭ ਨੂੰ ਆਤਮਾ ਦੇ ਨੇੜੇ, ਤਨ ਵਿੱਚ ਵਸਦਾ, ਆਪਣੇ ਤੋਂ ਦੂਰ ਨਾ ਸਮਝੋ! ਪ੍ਰਭ ਹੀ ਸਾਰੀ ਸ੍ਰਿਸ਼ਟੀ ਦੇ ਵਿੱਚ ਵਸਦਾ, ਵਾਪਰਦਾ ਹੈ । ਕੇਵਲ ਇਕੋ ਇਕ ਪ੍ਰਭ ਹੀ ਸਾਰੀ ਸ੍ਰਿਸ਼ਟੀ ਨੂੰ ਪੈਦਾ ਕਰਦਾ, ਹੋਰ ਕੋਈ ਦੂਜਾ ਨਹੀਂ ਹੈ । ਉਸ ਦੀ ਸ਼ਰਣ ਵਿੱਚ, ਸ਼ਬਦ ਨਾਲ ਹੀ ਜੀਵਨ ਢਾਲੋ ।

Everyone believes that The One and Only One is The True Master of the universe; however, everyone remains intoxicated with ego of his own worldly status. Whosoever may adopt the teachings of His Word with steady and stable belief as an Ultimate Command; with His mercy and grace, he may realize, His Word embedded within each soul. Only, His Holy Spirit prevails within his body and outside in the universe. He prevails and monitor every action in the universe, no one else has any power. You should surrender self-entity and adopt the teachings of His Word with steady and stable belief in your day-to-day life.

Key Message of Raag Raamkalee, page 930-9
ਸ੍ਰਿਸ਼ਟੀ ਪ੍ਰਭ ਦੀ ਜੋਤ ਦਾ ਪਸਾਰਾ ਹੈ!
ਕੇਵਲ ਇਕੋ ਇਕ ਪ੍ਰਭ ਹੀ ਸਾਰੀ ਸ੍ਰਿਸ਼ਟੀ ਨੂੰ ਪੈਦਾ ਕਰਦਾ, ਹੋਰ ਕੋਈ ਦੂਜਾ ਨਹੀਂ ਹੈ । ਅਣਜਾਣ ਜੀਵ ਅਹੰਕਾਰ ਅਤੇ ਹੈਸੀਅਤ ਦੇ ਜਾਲ ਵਿੱਚ ਫਸ ਕੇ ਅਸਲੀ ਰਸਤਾ ਗਵਾ ਲੈਂਦਾ ਹੈ! ਰਾਮ, ਕ੍ਰਿਸ਼ਨ ਅਤੇ ਬਹੁਤ ਹੋਰ ਭਗਤ ਰਸਤਾ ਗਵਾ ਗੇ!
His Creation is an expansion of His Holy Spirit!
The One and Only One, True Master, Creator remains embedded within each soul and prevails in every action, no one else has any power. Whosoever may become a victim of short-lived pleasure of worldly wealth; he may waste his human life opportunity. Ram, Krishna ji and many other saintly souls have wasted the opportunity.

26. **ਰਾਮਕਲੀ ਮਹਲਾ ੧ ਦਖਣੀ ਓਅੰਕਾਰੁ॥** (6) 930-11

ਇਸੁ ਕਰਤੇ ਕਉ, ਕਿਉ ਗਹਿ ਰਾਖਉ, ਅਫਰਿਓ ਤੁਲਿਓ ਨ ਜਾਈ॥
ਮਾਇਆ ਕੇ ਦੇਵਾਨੇ ਪ੍ਰਾਣੀ, ਝੂਠਿ ਠਗਉਰੀ ਪਾਈ॥
ਲਬਿ ਲੋਭਿ ਮੁਹਤਾਜਿ ਵਿਗੂਤੇ, ਇਬ ਤਬ ਫਿਰਿ ਪੁਛਤਾਈ॥
ਏਕੁ ਸਰੇਵੈ ਤਾ ਗਤਿ ਮਤਿ ਪਾਵੈ, ਆਵਣੁ ਜਾਣੁ ਰਹਾਈ॥੬॥

is kartay ka-o ki-o geh raakha-o afri-o tuli-o na jaa-ee.
maa-i-aa kay dayvaanay paraanee jhooth thag-uree paa-ee.
lab lobh muhtaaj vigootay ib tab fir pachhutaa-ee.
ayk sarayvai taa gat mit paavai aavan jaan rahaa-ee. ||6||

ਪ੍ਰਭ ਨੂੰ ਕੌਣ ਆਪਣੇ ਕਾਬੂ ਵਿੱਚ ਰਖ ਸਕਦਾ ਹੈ? ਉਸ ਦੀ ਵਡਿਆਈ ਦੀ ਮਿਣਤੀ ਨਹੀਂ ਕੀਤੀ, ਜਾਣੀ ਨਹੀਂ ਜਾ ਸਕਦੇ । ਜੀਵ ਸੰਸਾਰਕ ਮਾਇਆ ਦੇ ਮੋਹ, ਪ੍ਰਭਾਵ ਵਿੱਚ ਹੀ ਰਹਿੰਦਾ ਹੈ । ਉਸ ਦੇ ਮਨ ਵਿੱਚ ਨਾਸ ਹੋ ਜਾਣਵਾਲੀ ਸੰਸਾਰਕ ਇਛਾਂ ਦੇ ਜ਼ਹਿਰ ਦਾ ਅਸਰ, ਪ੍ਰਭਾਵ ਹੀ ਰਹਿੰਦਾ ਹੈ । ਇਸ ਸੰਸਾਰਕ ਇਛਾਂ ਦੇ ਲਾਲਚ ਵਿੱਚ ਹੀ ਸਮਾਂ ਗਵਾ ਲੈਂਦਾ, ਮੌਤ ਤੇ ਪਛਤਾਵਾ ਕਰਦਾ, ਉਦਾਸ ਹੀ ਰਹਿੰਦਾ ਹੈ । ਜਿਹੜਾ ਇਕੋ ਇਕ ਪ੍ਰਭ ਦੇ ਸ਼ਬਦ ਦੀ ਪਾਲਣਾ ਕਰਦਾ ਹੈ, ਉਸ ਨੂੰ ਪ੍ਰਭ ਦੀ ਸ਼ਰਣ ਵਿੱਚ ਪ੍ਰਵਾਨਗੀ ਬਖਸ਼ਿਸ਼ ਹੋ ਜਾਂਦੀ ਹੈ, ਜਨਮ ਮਰਨ ਦਾ ਚੱਕਰ ਖਤਮ ਹੋ ਜਾਂਦਾ ਹੈ ।

Who may control, The True Master, His Word? His greatness, virtues remain beyond any imagination and comprehension of His Creation. Self-minded may remain intoxicated in the sweet poison of worldly wealth; he may waste his human life opportunity. He wastes his priceless human life opportunity in greed of worldly desires; he may only regret, repents, and remains desperate after death. Whosoever may obey the teachings of His Word with steady and stable belief in his day-to-day life; with His mercy and grace, he may be accepted in His Sanctuary. His cycle of birth and death may be eliminated.

Key Message of Raag Raamkalee, page 930-11
ਆਪ ਭੇਟਾ ਕਰਨ ਨਾਲ ਹੀ ਪਨਾਹ ਹੈ!
ਕੋਈ ਵੀ ਪ੍ਰਭ ਨੂੰ ਆਪਣੇ ਕਾਬੂ ਵਿੱਚ ਨਹੀਂ ਰਖ ਸਕਦਾ ਹੈ! ਆਪਾ ਪ੍ਰਭ ਦੀ ਸ਼ਰਣ ਵਿੱਚ ਭੇਟਾ ਕਰਨ ਨਾਲ, ਪ੍ਰਵਾਨਗੀ ਦਾ ਰਸਤਾ ਬਖਸ਼ਿਸ਼ ਹੋ ਸਕਦਾ ਹੈ ।
Surrendering Self-entity is His Sanctuary!
No one can control His Blessings! Whosoever may regret, repents, and surrenders his self-entity at His Sanctuary; he may be enlightened with the right path of acceptance in His Court.

27. **ਰਾਮਕਲੀ ਮਹਲਾ ੧ ਦਖਣੀ ਓਅੰਕਾਰੁ॥** (7) 930-13

ਏਕੁ ਅਚਾਰੁ ਰੰਗੁ ਇਕੁ ਰੂਪੁ॥ ਪਉਣ ਪਾਣੀ ਅਗਨੀ ਅਸਰੂਪੁ॥
ਏਕੋ ਭਵਰੁ ਭਵੈ ਤਿਹੁ ਲੋਇ॥ ਏਕੋ ਬੂਝੈ ਸੂਝੈ ਪਤਿ ਹੋਇ॥
ਗਿਆਨੁ ਧਿਆਨੁ ਲੇ ਸਮਸਰਿ ਰਹੈ॥ ਗੁਰਮੁਖਿ ਏਕੁ ਵਿਰਲਾ ਕੋ ਲਹੈ॥
ਜਿਸ ਨੋ ਦੇਇ ਕਿਰਪਾ ਤੇ ਸੁਖੁ ਪਾਏ॥ ਗੁਰੂ ਦੁਆਰੈ ਆਖਿ ਸੁਣਾਏ॥੭॥

ayk achaar rang ik roop. pa-un paanee agnee asroop.
ayko bhavar bhavai tihu lo-ay. ayko boojhai soojhai pat ho-ay.
gi-aan Dhi-aan lay samsar rahai. gurmukh ayk virlaa ko lahai.
jis no day-ay kirpaa tay sukh paa-ay. guroo du-aarai aakh sunaa-ay. ||7||

ਇਕੋ ਪ੍ਰਭ ਹੀ ਹਰਇਕ ਰੰਗ, ਕੰਮ, ਅਕਾਰ ਵਿੱਚ ਸਮਾਇਆ ਹੋਇਆ ਹੈ । ਉਹ ਬਹੁਤ ਰੂਪ ਧਾਰਨ ਕਰਦਾ, ਹਵਾ, ਪਾਣੀ ਅਤੇ ਅੱਗ ਵਿੱਚ ਵੀ ਪ੍ਰਭ ਦੀ ਕੁਦਰਤ ਹੀ ਵਾਪਰਦੀ ਹੈ । ਜੀਵ ਦੀ ਆਤਮਾ ਤਿੰਨਾਂ ਸ੍ਰਿਸ਼ਟੀਆਂ ਵਿੱਚ ਹੀ, ਜਨਮਾਂ ਵਿੱਚ ਭਉਦੀ ਰਹਿੰਦੀ ਹੈ । ਜਿਹੜਾ ਸ਼ਬਦ ਦੀ ਸਿਖਿਆਂ ਨਾਲ ਜੀਵਨ ਢਾਲਦਾ, ਸ਼ਰਣ ਵਿੱਚ ਆਪਾ ਭੇਟਾ ਕਰ ਦੇਂਦਾ ਹੈ । ਉਸ ਨੂੰ ਸ਼ਬਦ ਦੀ ਸੋਝੀ ਬਖਸ਼ਿਸ਼ ਹੋ ਜਾਂਦੀ ਹੈ । ਵਿਰਲੇ ਜੀਵ ਨੂੰ ਹੀ ਪ੍ਰਭ ਦੀ ਰਹਿਮਤ ਨਾਲ ਗੁਰਮਖ ਅਵਸਥਾ ਬਖਸ਼ਿਸ਼ ਹੁੰਦੀ ਹੈ । ਧਾਰਮਕ ਅਸਥਾਨਾਂ ਤੇ ਪ੍ਰਭ ਦੇ ਸ਼ਬਦ ਦੀ ਪਾਲਣਾ ਦੀ ਬਹੁਤ ਚਰਚਾ ਹੁੰਦੀ ਹੈ ।

The True Master remains embedded within each color, worldly deed and in every structure, body. He may appear in all events, like air, water, and fire. The soul of a creature may remain wandering in cycle of birth and death in three universes. Whosoever may adopt the teachings of His Word; with His mercy and grace, he may be enlightened and accepted in His Sanctuary. He may remain contented with his worldly environment; however, very rare devotee may be blessed with such a state of mind. All religious shrines may preach the significance of obeying the teachings of His Word. Whosoever may obey the teachings of His Word with steady and stable belief in his day-to-day life; with His mercy and grace, he may be enlightened with the essence of His Word. He may be accepted in His Sanctuary.

Key Message of Raag Raamkalee, page 930-13
ਆਤਮਾ ਤਿੰਨਾਂ ਸ੍ਰਿਸ਼ਟੀਆਂ ਵਿੱਚ ਹੀ ਭਾਉਦੀ ਹੈ!
ਜੀਵ ਦੀ ਆਤਮਾ ਤਿੰਨਾਂ ਸ੍ਰਿਸ਼ਟੀਆਂ ਵਿੱਚ ਹੀ, ਜਨਮ ਮਰਨ ਦੇ ਚੱਕਰ ਵਿੱਚ ਰਹਿੰਦੀ ਹੈ । ਕੋਈ ਵਿਰਲਾ ਹੀ ਸ਼ਬਦ ਦੀ ਸਿਖਿਆਂ ਨਾਲ ਜੀਵਨ ਢਾਲਦਾ, ਆਪਾ ਸ਼ਰਣ ਭੇਟਾ ਕਰਦਾ ਹੈ!
Soul wanders in 3 universes cycle of birth and death!
Soul may remain wandering in the cycle of birth and death in three universes. Very rare devotee may surrender his self-entity to adopt the teachings of His Word in day-to-day life!

28. **ਰਾਮਕਲੀ ਮਹਲਾ ੧ ਦਖਣੀ ਓਅੰਕਾਰੁ॥** (8) 930-16

ਊਰਮ ਧੂਰਮ ਜੋਤਿ ਉਜਾਲਾ॥ ਤੀਨਿ ਭਵਣ ਮਹਿ ਗੁਰ ਗੋਪਾਲਾ॥
ਊਗਵਿਆ ਅਸਰੂਪੁ ਦਿਖਾਵੈ॥ ਕਰਿ ਕਿਰਪਾ ਅਪੁਨੈ ਘਰਿ ਆਵੈ॥
ਊਨਵਿ ਬਰਸੈ ਨੀਝਰ ਧਾਰਾ॥ ਊਤਮ ਸਬਦਿ ਸਵਾਰਣਹਾਰਾ॥
ਇਸੁ ਏਕੇ ਕਾ ਜਾਣੈ ਭੇਉ॥ ਆਪੇ ਕਰਤਾ ਆਪੇ ਦੇਉ॥੮॥

ooram Dhooram jot ujaalaa. teen bhavan meh gur gopaalaa.
oogvi-aa asroop dikhaavai. kar kirpaa apunai ghar aavai.
oonav barsai neejhar Dhaaraa. ootam sabad savaaranhaaraa.
is aykay kaa jaanai bhay-o. aapay kartaa aapay day-o. ||8||

ਪ੍ਰਭ ਦੀ ਜੋਤ ਧਰਤੀ ਅਤੇ ਸਾਗਰ ਵਿੱਚ, ਜੀਵਾਂ ਨੂੰ ਰਸਤਾ ਦੱਸਦੀ ਹੈ । ਪ੍ਰਭ ਹੀ ਤਿੰਨਾਂ ਸ੍ਰਿਸ਼ਟੀਆਂ ਦਾ ਮਾਲਕ ਹੈ । ਉਹ ਵੱਖਰੇ ਵੱਖਰੇ ਤਾਰੀਕੇ ਨਾਲ ਆਪਣੀ ਰਹਿਮਤ ਦਿਖਾਉਂਦਾ ਹੈ । ਉਸ ਦੇ ਭਾਣੇ ਨਾਲ ਹੀ ਬੱਦਲ ਨੀਵੇ ਹੁੰਦੇ, ਵਰਖਾ ਹੁੰਦੀ ਹੈ । ਆਪ ਹੀ ਸ਼ਬਦ ਦੀ ਸੋਝੀ ਬਖਸ਼ਦਾ, ਸਿੱਧੇ ਰਸਤੇ ਤੇ ਪਾਉਂਦਾ ਹੈ । ਪ੍ਰਭ ਦੀ ਪੂਰਨ ਸੋਝੀ, ਪ੍ਰਭ ਤੋਂ ਬਿਨਾਂ ਹੋਰ ਕੋਈ ਨਹੀਂ ਜਾਣ ਸਕਦਾ ।

The One and Only One True Master of three universes, His Holy Spirit guides all creatures on the right path in worldly ocean. The True Master may enlighten the right path of acceptance in His Court with different unpredicted way. He remains embedded within the thoughts of His Creature. With His Command, clouds may come close to earth and rain. His Nature may remain beyond the complete comprehension of His Creation.

Key Message of Raag Raamkalee, page 930-16
'ਕੇਵਲ ਪ੍ਰਭ ਹੀ ਅਸਲੀ ਰਸਤਾ ਬਖਸ਼ਦਾ ਹੈ!
'ਕੇਵਲ ਤਿੰਨਾਂ ਸ੍ਰਿਸ਼ਟੀਆਂ ਦਾ ਮਾਲਕ ਪ੍ਰਭ ਹੀ ਸ਼ਬਦ ਦੀ ਸੋਝੀ ਬਖਸ਼ ਸਕਦਾ, ਸਿੱਧੇ ਰਸਤੇ ਤੇ ਪਾਉਂਦਾ ਹੈ ।
Only The True Master blesses the right path!
Only, The One and Only One True Master of three universes, may guide all creatures on the right path in worldly ocean.

29. **ਮਹਲਾ ੧ ਦਖਣੀ ਓਅੰਕਾਰੁ॥** (9) 930-18

ਉਗਵੈ ਸੂਰੁ, ਅਸੁਰ ਸੰਘਾਰੈ॥ ਊਚਉ ਦੇਖਿ ਸਬਦਿ ਬੀਚਾਰੈ॥
ਊਪਰਿ ਆਦਿ ਅੰਤਿ ਤਿਹੁ ਲੋਇ॥ ਆਪੇ ਕਰੈ, ਕਥੈ ਸੁਣੈ ਸੋਇ॥
ਓਹੁ ਬਿਧਾਤਾ ਮਨੁ ਤਨੁ ਦੇਇ॥ ਓਹੁ ਬਿਧਾਤਾ ਮਨਿ ਮੁਖਿ ਸੋਇ॥
ਪ੍ਰਭੁ ਜਗਜੀਵਨੁ ਅਵਰੁ ਨ ਕੋਇ॥ ਨਾਨਕ ਨਾਮਿ ਰਤੇ ਪਤਿ ਹੋਇ॥੯॥

ugvai soor asur sanghaarai. oocha-o daykh sabad beechaarai.
oopar aad ant tihu lo-ay. aapay karai kathai sunai so-ay.
oh biDhaataa man tan day-ay. oh biDhaataa man mukh so-ay.
parabh jagjeevan avar na ko-ay. naanak naam ratay pat ho-ay. ||9||

ਸੂਰਜ ਚੜ੍ਹਨ ਨਾਲ ਭੂਤ ਅਲੋਪ ਹੋ ਜਾਂਦੇ ਹਨ, ਜੀਵ ਨੂੰ ਡਰਾ ਨਹੀਂ ਸਕਦੇ । ਜੀਵ ਅਕਾਸ਼ ਵੱਲ ਵੇਖਕੇ, ਪ੍ਰਭ ਦਾ ਧੰਨਵਾਦ ਕਰਦਾ ਹੈ । ਪ੍ਰਭ ਅਦਿ, ਅੰਤ, ਤਿੰਨਾਂ ਸ੍ਰਿਸ਼ਟੀਆਂ ਦੀ ਉਤਪਤੀ ਤੋਂ ਪਹਿਲੇ ਵੀ ਇਸਤਰ੍ਹਾਂ ਦਾ ਹੀ ਸੀ । ਉਹ ਆਪ ਹੀ ਸਭ ਕੁਝ ਕਰਦਾ, ਬੋਲਦਾ, ਸੁਣਦਾ ਹੈ । ਰਹਿਮਤ ਬਖਸ਼ਣ ਵਾਲਾ ਮਾਲਕ ਹੀ, ਜੀਵ ਦੇ ਭਾਗ ਲਿਖਣ ਵਾਲਾ ਹੈ । ਪ੍ਰਭ ਦਾ ਸ਼ਬਦ ਹੀ ਮੇਰੇ ਮਨ ਵਿੱਚ, ਮੇਰੇ ਜੀਭ ਤੇ ਵਸਦਾ ਹੈ । ਇਕੋ ਇਕ ਪ੍ਰਭ ਹੀ ਸਵਾਸਾਂ ਦਾ ਮਾਲਕ ਹੈ, ਹੋਰ ਦੂਸਰਾ ਨਹੀਂ ਹੈ । ਜਿਹੜਾ ਪ੍ਰਭ ਦੇ ਸ਼ਬਦ ਦੀ ਪਾਲਣਾ ਅਡੋਲ ਭਰੋਸੇ ਨਾਲ ਕਰਦਾ ਹੈ, ਉਸ ਤੇ ਰਹਿਮਤ ਬਖਸ਼ਦਾ ਹੈ ।

With the Sun rise, all the ghosts disappear and may not scare anyone. Human may look at sky and sings the glory of His Word. The True Master was true before the Creation of three universes. He speaks at the tongue, hears in the ears of every creature. He prewrites the destiny of every creature and only He may forgive his sins. The One and Only One is The True Trustee, owner all breaths of His Creation. Whosoever may obey the teachings of His Word with steady and stable belief; with His mercy and grace, he may be blessed with the right path of acceptance in His Court.

Key Message of Raag Raamkalee, page 930-18
ਅਦਿ, ਅੰਤ, ਤਿੰਨਾਂ ਸ੍ਰਿਸ਼ਟੀਆਂ ਦੀ ਉਤਪਤੀ ਤੋਂ ਪਹਿਲੇ ਵੀ ਪ੍ਰਭ ਅਟਲ ਹੀ ਸੀ । ਜਨਮ ਤੋਂ ਪਹਿਲੇ, ਹਰਇਕ ਆਤਮਾ ਤੇ ਪ੍ਰਵਾਨਗੀ ਦਾ ਰਸਤਾ, ਸ਼ਬਦ ਰੂਪ ਵਿੱਚ ਲਿਖਦਾ ਹੈ!
The True Master was true, ultimate power before the creation of three universes. He engraved the right path of acceptance on every soul before birth, as His Word.

30. **ਰਾਮਕਲੀ ਮਹਲਾ ੧ ਦਖਣੀ ਓਅੰਕਾਰੁ॥** (10) 931-2

ਰਾਜਨ ਰਾਮ ਰਵੈ ਹਿਤਕਾਰਿ॥ ਰਣ ਮਹਿ ਲੂਝੈ ਮਨੂਆ ਮਾਰਿ॥
ਰਾਤਿ ਦਿਨੰਤਿ ਰਹੈ ਰੰਗਿ ਰਾਤਾ॥ ਤੀਨਿ ਭਵਨ ਜੁਗ ਚਾਰੇ ਜਾਤਾ॥
ਜਿਨਿ ਜਾਤਾ ਸੋ ਤਿਸ ਹੀ ਜੇਹਾ॥ ਅਤਿ ਨਿਰਮਾਇਲੁ ਸੀਝਸਿ ਦੇਹਾ॥
ਰਹਸੀ ਰਾਮੁ ਰਿਦੈ ਇਕ ਭਾਇ॥ ਅੰਤਰਿ ਸਬਦੁ ਸਾਚਿ ਲਿਵ ਲਾਇ॥੧੦॥

raajan raam ravai hitkaar. ran meh loojhai manoo-aa maar.
raat dinant rahai rang raataa. teen bhavan jug chaaray jaataa.
jin jaataa so tis hee jayhaa. at nirmaa-il seejhas dayhaa.
rahsee raam ridai ik bhaa-ay. antar sabad saach liv laa-ay. ||10||

ਜਿਹੜਾ ਜੀਵ ਸ਼ਰਧਾ ਨਾਲ ਪ੍ਰਭ ਦੇ ਸ਼ਬਦ ਦੀ ਪਾਲਣਾ, ਬੰਦਗੀ ਕਰਦਾ ਹੈ । ਉਸ ਨੂੰ ਆਪਣੇ ਮਨ ਦੀਆਂ ਇਛਾਂ ਤੇ ਜਿੱਤ ਬਖਸ਼ਿਸ਼ ਹੋ ਜਾਂਦੀ ਹੈ । ਉਹ ਦਿਨ ਰਾਤ ਸ਼ਬਦ ਦੇ ਸਿਮਰਨ ਵਿੱਚ ਲੀਨ ਰਹਿੰਦਾ ਹੈ । ਉਹ ਤਿੰਨਾਂ ਸ੍ਰਿਸ਼ਟੀਆਂ, ਚਾਰੇ ਯੁੱਗਾਂ ਵਿੱਚ ਅਟਲ ਰਹਿਣ ਵਾਲੇ ਪ੍ਰਭ ਨੂੰ ਜਾਣ ਜਾਂਦਾ, ਉਸ ਦਾ ਰੂਪ ਹੀ ਬਣ ਜਾਂਦਾ ਹੈ । ਉਹ ਪੂਰਨ ਸ਼ਾਂਤੀ ਨਾਲ ਪ੍ਰਭ ਦੀ ਸ਼ਰਣ ਵਿੱਚ ਅਨੰਦ ਮਾਣਦਾ ਹੈ । ਉਸ ਦੇ ਮਨ ਵਿੱਚ ਸ਼ਬਦ ਘਰ ਕਰ ਜਾਂਦਾ ਹੈ, ਸ਼ਬਦ ਦੀ ਸਮਾਧੀ ਲੀਨ ਰਹਿੰਦਾ ਹੈ ।

Whosoever may meditate and obeys the teachings of His Word with devotion and dedication; he may be blessed to conquer his worldly desires. He may remain intoxicated in meditation in the void of His Word. He may realize His Holy Spirit prevailing in all three universes. He may become a symbol of The True Master. He may remain drenched with the essence of His Word, complete peace, and pleasure in His Sanctuary.

Key Message of Raag Raamkalee, page 931-1
ਪ੍ਰਭ ਤਿੰਨਾਂ ਸ੍ਰਿਸ਼ਟੀਆਂ, ਚਾਰ ਯੁੱਗਾ ਵਿੱਚ ਅਟਲ!
ਜਿਹੜਾ ਜੀਵ ਸ਼ਰਧਾ ਨਾਲ ਪ੍ਰਭ ਦੇ ਸ਼ਬਦ ਦੀ ਪਾਲਣਾ ਕਰਦਾ, ਉਸ ਨੂੰ ਆਪਣੇ ਮਨ ਦੀਆਂ ਇਛਾਂ ਤੇ ਜਿੱਤ ਬਖਸ਼ਿਸ਼ ਹੋ ਜਾਂਦੀ ਹੈ । ਉਹ ਤਿੰਨਾਂ ਸ੍ਰਿਸ਼ਟੀਆਂ, ਚਾਰੇ ਯੁੱਗਾਂ ਵਿੱਚ ਅਟਲ ਰਹਿਣ ਵਾਲੇ ਪ੍ਰਭ ਨੂੰ ਜਾਣ ਜਾਂਦਾ ਹੈ!
The True Master, unchanged even before the creation!
Whosoever may obey the teachings of His Word with devotion and dedication; he may be blessed to conquer his own worldly desires. He may realize His Holy Spirit prevailing in all three universes.

31. **ਰਾਮਕਲੀ ਮਹਲਾ ੧ ਦਖਣੀ ਓਅੰਕਾਰੁ॥** (11) 931-4

ਰੋਸੁ ਨ ਕੀਜੈ, ਅੰਮ੍ਰਿਤੁ ਪੀਜੈ, ਰਹਣੁ ਨਹੀ ਸੰਸਾਰੇ॥
ਰਾਜੇ ਰਾਇ ਰੰਕ ਨਹੀ ਰਹਣਾ, ਆਇ ਜਾਇ ਜੁਗ ਚਾਰੇ॥
ਰਹਣ ਕਹਣ ਤੇ ਰਹੈ ਨ ਕੋਈ, ਕਿਸੁ ਪਹਿ ਕਰਉ ਬਿਨੰਤੀ॥
ਏਕੁ ਸਬਦੁ ਰਾਮ ਨਾਮ ਨਿਰੋਧਰੁ, ਗੁਰੁ ਦੇਵੈ ਪਤਿ ਮਤੀ॥੧੧॥

ros na keejai amrit peejai rahan nahee sansaaray.
raajay raa-ay rank nahee rahnaa aa-ay jaa-ay jug chaaray.
rahan kahan tay rahai na ko-ee kis peh kara-o binantee.
ayk sabad raam naam niroDhar gur dayvai pat matee. ||11||

ਆਪਣੇ ਜੀਵਨ ਦੀ ਹਾਲਤ ਨਾਲ ਉਦਾਸ ਨਾ ਹੋ, ਪ੍ਰਭ ਦੇ ਸ਼ਬਦ ਦੀ ਪਾਲਣਾ ਕਰੋ । ਇਹ ਸੰਸਾਰਕ ਜੀਵ, ਥੋੜ੍ਹਾ ਸਮਾਂ ਰਹਿਣ ਵਾਲੇ ਹੀ ਹਨ । ਕੋਈ ਵੀ ਸੰਸਾਰ ਵਿੱਚ ਸਦਾ ਨਹੀਂ ਰਹਿੰਦਾ, ਰਾਜੇ, ਆਮ ਲੋਕ, ਸੰਸਾਰਕ ਗੁਰੂ, ਪੀਰ ਕਈ ਸੰਸਾਰ ਵਿੱਚ ਆਏ ਅਤੇ ਮਰ ਗਏ ਹਨ । ਇਹ ਚਾਰਾਂ ਯੁੱਗਾਂ ਵਿੱਚ ਹੀ ਹੁੰਦਾ ਆਇਆ ਹੈ । ਸੰਸਾਰ ਵਿੱਚ ਗੁਰੂ, ਪੀਰ, ਰਾਜੇ ਕਹਿੰਦੇ ਹਨ, ਅਸੀ ਸਦਾ ਰਹਿਣ ਵਾਲੇ ਹਾ! ਪਰ ਸਮਾਂ ਪਾ ਕੇ ਮਰ ਜਾਂਦੇ ਹਨ । ਮੈਂ ਕਿਸੇ ਅੱਗੇ ਆਪਣੀ ਰਹਿਮਤ ਦੀ ਅਰਦਾਸ ਕਰਾ? ਜਿਹੜਾ ਸਦਾ ਅਟਲ ਰਹਿਣ ਵਾਲੇ ਸ਼ਬਦ ਦੀ ਪਾਲਣਾ ਕਰਦਾ, ਉਸ ਦੀ ਪ੍ਰਭ ਦੇ ਸ਼ਬਦ ਦੀ ਕਮਾਈ, ਸਦਾ ਹੀ ਸਾਥ ਦੇਂਦੀ ਹੈ । ਉਸ ਦੀ ਆਤਮਾ ਪ੍ਰਭ ਦੇ ਦਰਬਾਰ ਵਿੱਚ ਪ੍ਰਵਾਨਗੀ ਦੇ ਯੋਗ ਹੋ ਜਾਂਦੀ ਹੈ ।

You should not be depressed with your worldly condition, environment; you should obey the teachings of His Word with steady and stable in your day-to-day life. Your worldly environments, condition may be temporary and may never remain as permanent. No one may stay in the universe forever. Many kings, saints, gurus may claim to stay forever; however, all had perished over period. Whom may I pray for Forgiveness, and Refuge? Whosoever may earn the wealth of His Word; his earnings remain his companion, even after death in His Court. He may be accepted in His Court.

Key Message of Raag Raamkalee, page 931-4

ਸ਼ਬਦ ਦੀ ਕਮਾਈ ਸਦਾ ਸਾਥ ਰਹਿੰਦੀ ਹੈ!

ਜਿਹੜਾ ਸਦਾ ਅਟਲ ਰਹਿਣ ਵਾਲੇ ਸ਼ਬਦ ਦੀ ਪਾਲਣਾ ਕਰਦਾ, ਸ਼ਬਦ ਦੀ ਕਮਾਈ, ਸਦਾ ਹੀ ਸਾਥ ਦੇਂਦੀ ਹੈ । ਉਸ ਦੀ ਆਤਮਾ ਪ੍ਰਭ ਦੇ ਦਰਬਾਰ ਵਿੱਚ ਪ੍ਰਵਾਨਗੀ ਦੇ ਯੋਗ ਹੋ ਜਾਂਦੀ ਹੈ ।

Earnings of His Word true companion forever!

Whosoever may earn the wealth of His Word; his earnings remain his companion, even after death in His Court. He may be accepted in His Court.

32. **ਰਾਮਕਲੀ ਮਹਲਾ ੧ ਦਖਣੀ ਓਅੰਕਾਰੁ॥** (12) 931-6

ਲਾਜ ਮਰੰਤੀ ਮਰਿ ਗਈ, ਘੂਘਟੁ ਖੋਲਿ ਚਲੀ॥	laaj marantee mar ga-ee ghooghat khol chalee.
ਸਾਸੁ ਦਿਵਾਨੀ ਬਾਵਰੀ, ਸਿਰ ਤੇ ਸੰਕ ਟਲੀ॥	saas divaanee baavree sir tay sank talee.
ਪ੍ਰੇਮਿ ਬੁਲਾਈ ਰਲੀ ਸਿਉ, ਮਨ ਮਹਿ ਸਬਦੁ ਅਨੰਦੁ॥	paraym bulaa-ee ralee si-o man meh sabad anand.
ਲਾਲਿ ਰਤੀ ਲਾਲੀ ਭਈ, ਗੁਰਮੁਖਿ ਭਈ ਨਿਚਿੰਦੁ॥੧੨॥	laal ratee laalee bha-ee gurmukh bha-ee nichind. ||12||

ਮੇਰੇ ਮਨ ਦੇ ਭਰਮ ਖਤਮ ਹੋ ਗਏ ਹਨ । ਮੈਂ ਆਪਣੇ ਮਨ ਦੀਆਂ ਇਛਾਂ ਤੇ ਕਾਬੂ ਪਾ ਕੇ ਜੀਵਨ ਬਤੀਤ ਕਰਦਾ ਹਾ । ਸੰਸਾਰਕ ਇਛਾਂ ਦਾ ਭਾਰ ਮੇਰੇ ਸਿਰ ਤੋਂ ਉੱਠ ਗਿਆ ਹੈ । ਪ੍ਰਭ ਨੇ ਰਹਿਮਤ ਬਖਸ਼ਕੇ ਆਪਣੇ ਸ਼ਬਦ ਦੀ ਬੰਦਗੀ ਤੇ ਲਾਇਆ ਹੈ । ਸ਼ਬਦ ਦੀ ਪਾਲਣਾ ਨਾਲ ਗੁਰਮਖ ਅਵਸਥਾ ਬਖਸ਼ਿਸ਼ ਹੋ ਗਈ ਹੈ ।

All my frustrations and suspicions have been eliminated. I have conquered my worldly desires from my life. The burden of worldly desires has been eliminated. I have been attached to obey the teachings of His Word. I have been blessed with a state of mind as His true devotee by obeying the teachings of His Word.

Key Message of Raag Raamkalee, page 931-6

ਇਛਾਂ ਤੇ ਜਿੱਤ ਹੀ ਪ੍ਰਵਾਨਗੀ ਦਾ ਰਸਤਾ!

ਜਿਹੜਾ ਮਨ ਦੀਆਂ ਇਛਾਂ ਤੇ ਕਾਬੂ ਪਾ ਕੇ ਜੀਵਨ ਬਤੀਤ ਕਰਦਾ ਹਾ । ਉਸ ਨੂੰ ਸ਼ਬਦ ਦੀ ਪਾਲਣਾ ਨਾਲ ਗੁਰਮਖ ਅਵਸਥਾ ਬਖਸ਼ਿਸ਼ ਹੋ ਸਕਦੀ ਹੈ ।

Conquering worldly desire-the right path of salvation!

Whosoever may conquer his worldly desires from my life. He may be blessed with a state of mind as His true devotee.

33. **ਰਾਮਕਲੀ ਮਹਲਾ ੧ ਦਖਣੀ ਓਅੰਕਾਰੁ॥** (13) 931-8

ਲਾਹਾ ਨਾਮੁ ਰਤਨੁ ਜਪਿ ਸਾਰੁ॥ ਲਬੁ ਲੋਭੁ ਬੁਰਾ ਅਹੰਕਾਰੁ॥	laahaa naam ratan jap saar. lab lobh buraa ahaNkaar.
ਲਾੜੀ ਚਾੜੀ ਲਾਇਤਬਾਰੁ॥ ਮਨਮੁਖੁ ਅੰਧਾ ਮੁਗਧੁ ਗਵਾਰੁ॥	laarhee chaarhee laa-itbaar. manmukh anDhaa mugaDh gavaar.
ਲਾਹੇ ਕਾਰਣਿ ਆਇਆ ਜਗਿ॥ ਹੋਇ ਮਜੂਰੁ ਗਇਆ ਠਗਾਇ ਠਗਿ॥	laahay kaaran aa-i-aa jag. ho-ay majoor ga-i-aa thagaa-ay thag.
ਲਾਹਾ ਨਾਮੁ ਪੂੰਜੀ ਵੇਸਾਹੁ॥ ਨਾਨਕ ਸਚੀ ਪਤਿ ਸਚਾ ਪਾਤਿਸਾਹੁ॥੧੩॥	laahaa naam poonjee vaysaahu. naanak sachee pat sachaa paatisaahu.13

ਸ਼ਬਦ ਦੀ ਬੰਦਗੀ ਕਰਕੇ ਪ੍ਰਭ ਨੂੰ ਆਪਣੇ ਅੰਦਰ ਜਾਗਰਤ ਕਰ ਲਿਆ ਹੈ । ਮੇਰੇ ਮਨ ਵਿਚੋਂ ਲਾਲਚ, ਅਹੰਕਾਰ, ਬੁਰੇ ਖਿਆਲ, ਧੋਖਾ, ਨਿੰਦਿਆਂ ਚੁਗਲੀ ਖਤਮ ਹੋ ਗਈ ਹੈ । ਮਨਮੁਖ ਜੀਵ ਅਗਿਆਨੀ, ਮਾਨਸ ਜੀਵਨ ਦੇ ਮੰਤਵ ਤੋਂ ਅਣਜਾਣ, ਬੇਸਮਝ ਹੀ ਰਹਿੰਦਾ ਹੈ । ਜੀਵ ਨੂੰ ਮਾਨਸ ਜੀਵਨ ਸ਼ਬਦ ਦੀ ਪਾਲਣਾ ਕਰਕੇ ਆਪਣੀ ਆਤਮਾ ਨੂੰ ਪ੍ਰਭ ਦੀ ਰਹਿਮਤ ਪਾਉਣ ਦੇ ਯੋਗ ਕਰਨ ਲਈ ਬਖਸ਼ਿਸ਼ ਹੋਇਆ ਹੈ । ਜੀਵ ਸੰਸਾਰ ਵਿੱਚ ਆ ਕੇ ਅਸਲੀ ਮੰਤਵ ਭੁਲਾ ਕੇ ਇਛਾਂ ਦੇ ਜਾਲ ਵਿੱਚ ਫਸ ਜਾਂਦਾ, ਸੰਸਾਰਕ ਮਾਇਆ ਦਾ ਗਲਾਮ ਬਣ ਜਾਂਦਾ ਹੈ । ਜਿਹੜਾ ਮਾਨਸ ਜਨਮ ਵਿੱਚ ਸ਼ਬਦ ਦੀ ਬੰਦਗੀ ਦਾ ਲਾਹਾ ਖੱਟਦਾ ਹੈ । ਉਹ ਪ੍ਰਵਾਨ ਹੋ ਜਾਂਦਾ ਹੈ ।

By meditating and obeying the teachings of His Word; with His mercy and grace, I have been enlightened with the essence of His Word. All my evil thoughts, greed, ego, slandering and back-biting have been eliminated from my mind. Self-minded remains ignorant from the real purpose of his human life opportunity. He has been blessed with another opportunity to obey the teachings of His Word to sanctify his soul to become worthy of His Consideration. However, he may forget, abandons the real purpose of his human life opportunity. He may become a slave of worldly desires. Whosoever may earn the wealth of His Word, he may be blessed with right path of acceptance in His Court.

Key Message of Raag Raamkalee, page 931-8

'ਮਨ ਅੰਦਰ ਹੀ ਸੋਝੀ ਦਾ ਖਜ਼ਾਨਾ ਹੈ!

ਜਿਹੜਾ ਸ਼ਬਦ ਦੀ ਬੰਦਗੀ ਕਰਦਾ, ਆਪਣੇ ਅੰਦਰ ਖੋਜ ਕਰਦਾ, ਸ਼ਬਦ ਤੇ ਭਰੋਸਾ ਅਡੋਲ ਰਖਦਾ ਹੈ, ਉਹ ਮਾਨਸ ਜਨਮ ਵਿੱਚ ਸ਼ਬਦ ਦੀ ਬੰਦਗੀ ਦਾ ਲਾਹਾ ਖੱਟਦਾ, ਪ੍ਰਵਾਨ ਹੋ ਜਾਂਦਾ ਹੈ ।

Treasure of Enlightenment embedded within soul!

Whosoever may obey the teachings of His Word and search the essence of His Word within. He may earn the wealth of His Word, benefits from the real purpose of his human life opportunity.

34. **ਰਾਮਕਲੀ ਮਹਲਾ ੧ ਦਖਣੀ ਓਅੰਕਾਰੁ॥** (14) 931-11

ਆਇ ਵਿਗੂਤਾ, ਜਗੁ ਜਮ ਪੰਥੁ॥ ਆਈ ਨ, ਮੇਟਣ ਕੋ ਸਮਰਥੁ॥	aa-ay vigootaa jag jam panth. aa-ee na maytan ko samrath.
ਆਥਿ ਸੈਲ ਨੀਚ ਘਰਿ ਹੋਇ॥ ਆਥਿ ਦੇਖਿ, ਨਿਵੈ ਜਿਸੁ ਦੋਇ॥	aath sail neech ghar ho-ay. aath daykh nivai jis do-ay.
ਆਥਿ ਹੋਇ ਤਾ ਮੁਗਧੁ ਸਿਆਨਾ॥ ਭਗਤਿ ਬਿਹੂਨਾ ਜਗੁ ਬਉਰਾਨਾ॥	aath ho-ay taa mugaDh si-aanaa. bhagat bihoonaa jag ba-uraanaa.
ਸਭ ਮਹਿ ਵਰਤੈ, ਏਕੋ ਸੋਇ॥	sabh meh vartai ayko so-ay.
ਜਿਸ ਨੋ ਕਿਰਪਾ ਕਰੇ ਤਿਸੁ ਪਰਗਟੁ ਹੋਇ॥੧੪॥	jis no kirpaa karay tis pargat ho-ay. ||14||

ਮੌਤ ਨੇ ਸਾਰੇ ਜੀਵਾਂ ਉਪਰ ਕਾਬੂ ਪਇਆ ਹੈ । ਕਿਸੇ ਜੀਵ ਵਿੱਚ ਮਾਇਆ ਤੇ ਕਾਬੂ ਪਾਉਣ ਦੀ ਸਮਰਥਾ ਨਹੀਂ ਹੈ । ਅਗਰ ਮਾਇਆ ਕਿਸੇ ਨੀਚ ਦੇ ਘਰ ਵੀ ਆ ਜਾਵੇ । ਸਾਰੇ ਉਸ ਨੂੰ ਸਲਾਮ ਕਰਦੇ ਹਨ । ਪ੍ਰਭ ਦੇ ਸ਼ਬਦ ਦੀ ਬੰਦਗੀ ਤੋਂ ਬਿਨਾਂ ਸਾਰਾ ਸੰਸਾਰ ਦਿਵਾਨਾ ਹੀ ਹੋ ਜਾਂਦਾ ਹੈ । ਪ੍ਰਭ ਹਰਇਕ ਜੀਵ ਅੰਦਰ ਹੀ ਵਸਦਾ ਹੈ, ਕਿਸੇ ਵਿਰਲੇ ਨੂੰ ਇਸ ਦਾ ਭਰੋਸਾ ਹੁੰਦਾ ਹੈ । ਜਿਸ ਤੇ ਪ੍ਰਭ ਰਹਿਮਤ ਬਖਸ਼ਦਾ ਹੈ, ਕੇਵਲ ਉਹ ਹੀ ਅਸਲੀ ਰਸਤੇ ਤੇ ਅਡੋਲ ਰਹਿੰਦਾ ਹੈ ।

The devil of death controls all the worldly creature. No one has any wisdom, strength, or capability to slave, control worldly wealth. Even the worldly wealth may be blessed to poor, helpless; he may be honored in worldly life. Without meditation, obeying the teachings of His Word; the whole universe remains intoxicated with worldly wealth. The True Master, His Word remains embedded within each soul; however, no one may comprehend this unique essence of His Nature. Whosoever may comprehend this unique essence of His Nature, only he may remain overwhelmed with the enlightenment of His Nature.

Key Message of Raag Raamkalee, page 931-11
ਮੌਤ ਅਤੇ ਮਾਇਆ ਕਾਬੂ ਬਹੁਤ ਕਠਨ ਹੈ!
ਕਿਸੇ ਜੀਵ ਵਿੱਚ ਮੌਤ, ਮਾਇਆ ਤੇ ਕਾਬੂ ਪਾਉਣ ਦੀ ਸਮਰਥਾ ਨਹੀਂ ਹੈ । ਕੋਈ ਵਿਰਲੇ ਹੀ, ਪ੍ਰਭ ਨੂੰ ਹਰਇਕ ਜੀਵ ਅੰਦਰ ਹੀ ਵਸਦਾ ਮੰਨ ਕੇ ਭਰੋਸਾ ਨਾਲ ਜੀਵਨ ਬਤੀਤ ਕਰਦਾ ਹੈ ।
Conquer death, wealth very tough task!
The devil of death and worldly wealth remains beyond the control of His Creation; however, very rare may live his life, accepting His Holy Spirit, embedded within each soul!

35. **ਰਾਮਕਲੀ ਮਹਲਾ ੧ ਦਖਣੀ ਓਅੰਕਾਰੁ॥** (15) 931-13

ਜੁਗਿ ਜੁਗਿ ਥਾਪਿ ਸਦਾ ਨਿਰਵੈਰੁ॥ ਜਨਮਿ ਮਰਣਿ ਨਹੀ ਧੰਧਾ ਧੈਰੁ॥	jug jug thaap sadaa nirvair. janam maran nahee DhanDhaa Dhair.
ਜੋ ਦੀਸੈ ਸੋ ਆਪੇ ਆਪਿ॥ ਆਪਿ ਉਪਾਇ ਆਪੇ ਘਟ ਥਾਪਿ॥	jo deesai so aapay aap. aap upaa-ay aapay ghat thaap.
ਆਪਿ ਅਗੋਚਰੁ ਧੰਧੈ ਲੋਈ॥ ਜੋਗ ਜੁਗਤਿ ਜਗਜੀਵਨੁ ਸੋਈ॥	aap agochar DhanDhai lo-ee. jog jugat jagjeevan so-ee.
ਕਰਿ ਆਚਾਰੁ ਸਚੁ ਸੁਖੁ ਹੋਈ॥ ਨਾਮ ਵਿਹੂਣਾ ਮੁਕਤਿ ਕਿਵ ਹੋਈ॥੧੫॥	kar aachaar sach sukh ho-ee. naam vihoonaa mukat kiv ho-ee. ||15||

ਯੁੱਗਾਂ ਯੁੱਗਾਂ ਤੋਂ ਪ੍ਰਭ ਸ੍ਰਿਸ਼ਟੀ ਦਾ ਥਾਪਣਾ ਕਰਦਾ ਆਇਆ ਹੈ । ਪ੍ਰਭ ਦਾ ਕਿਸੇ ਨਾਲ ਸ਼ਰੀਕਾ, ਵੈਰ, ਈਰਖਾ ਨਹੀਂ ਹੈ । ਪ੍ਰਭ ਜਨਮ, ਮਰਨ ਦੇ ਚੱਕਰ ਤੋਂ, ਸੰਸਾਰਕ ਇਛਾਂ ਦੇ ਪ੍ਰਭਾਵ ਤੋਂ ਰਹਿਤ ਹੈ । ਸਭ ਕੁਝ ਪ੍ਰਭ ਦਾ ਕੀਤਾ ਹੀ ਸਾਰੀ ਸ੍ਰਿਸ਼ਟੀ ਵਿੱਚ ਹੁੰਦਾ ਹੈ । ਪ੍ਰਭ ਦੀ ਜੋਤ ਹਰਇਕ ਜੀਵ ਦੀ ਆਤਮਾ ਵਿੱਚ ਹੀ ਸਮਾਈ ਰਹਿੰਦੀ, ਵਸਦੀ ਹੈ । ਪ੍ਰਭ ਕਿਸੇ ਇਕ ਰੂਪ ਨਾਲ ਪਛਾਣਿਆ ਨਹੀਂ ਜਾ ਸਕਦਾ । ਉਹ ਜੀਵਾਂ ਨੂੰ ਵੱਖਰੇ ਵੱਖਰੇ ਧੰਦੇ ਤੇ ਲਾਉਂਦਾ ਹੈ । ਇਹ ਹੀ ਜੀਵਨ ਦਾ ਢੰਗ, ਬੰਦਗੀ ਦੀ ਵਿਧੀ ਹੈ । ਆਪਣਾ ਜੀਵਨ ਸ਼ਬਦ ਨਾਲ ਢਾਲਣਾ ਹੀ ਅਸਲੀ ਜੀਵਨ ਦਾ ਢੰਗ ਹੈ । ਸ਼ਬਦ ਦੀ ਪਾਲਣਾ ਕਰਨ ਤੋਂ ਬਿਨਾਂ ਕਿਵੇਂ ਕੋਈ ਪ੍ਰਵਾਨਗੀ ਪਾ ਸਕਦਾ ਹੈ?

From Ancient Ages! The True Master has been creating and repopulating the universe. He may not have any equal, sibling nor any jealousy. He remains beyond the cycle of birth and death, from the influence of worldly wealth. Whatsoever may be visible, everything has been created with His Own Imagination. He remains embedded within each soul. He may assign different tasks to His Creation to nourish and to survive in the universe. The only right way of life is to obey the teachings of His Word with steady and stable belief in day-to-day life. Whosoever may adopt the right path, he may be blessed with peace of mind and acceptance in His Court.

Key Message of Raag Raamkalee, page 931-13
ਸ੍ਰਿਸ਼ਟੀ ਦਾ ਖੇਲ ਯੁੱਗਾਂ ਯੁੱਗਾਂ ਤੋਂ ਚਲਦਾ ਆਇਆ ਹੈ!
ਜਨਮ, ਮਰਨ ਦੇ ਚੱਕਰ ਤੋਂ, ਸੰਸਾਰਕ ਇਛਾਂ ਤੋਂ, ਸ਼ਰੀਕੇ, ਵੈਰ, ਈਰਖਾ ਦਾ ਰਹਿਤ ਪ੍ਰਭ, ਯੁੱਗਾਂ ਯੁੱਗਾਂ ਤੋਂ ਸ੍ਰਿਸ਼ਟੀ ਦੀ ਥਾਪਣਾ ਕਰਦਾ ਆਇਆ ਹੈ । ਅਸਲੀ ਜੀਵਨ ਦੇ ਢੰਗ, ਸ਼ਬਦ ਨਾਲ ਢਾਲਣਾ ਨਾਲ ਮਨ ਨੂੰ ਸ਼ਾਂਤੀ ਬਖਸ਼ਿਸ਼ ਹੁੰਦੀ ਹੈ ।
The play of universe remains unchanged from the beginning!
From Ancient Ages! The True Master, beyond the cycle of birth and death, influence of worldly wealth, any jealousy has been creating and repopulating the universe. Whosoever may adopt the teachings of His Word; the right path, he may be blessed with peace of mind and acceptance in His Court.

36. **ਰਾਮਕਲੀ ਮਹਲਾ ੧ ਦਖਣੀ ਓਅੰਕਾਰੁ॥** (16) 931-16

ਵਿਣੁ ਨਾਵੈ ਵੇਰੋਧੁ ਸਰੀਰ॥ ਕਿਉ ਨ ਮਿਲਹਿ ਕਾਟਹਿ ਮਨ ਪੀਰ॥	vin naavai vayroDh sareer. ki-o na mileh kaateh man peer.
ਵਾਟ ਵਟਾਊ ਆਵੈ ਜਾਇ॥ ਕਿਆ ਲੇ ਆਇਆ ਕਿਆ ਪਲੈ ਪਾਇ॥	vaat vataa-oo aavai jaa-ay. ki-aa lay aa-i-aa ki-aa palai paa-ay.
ਵਿਣੁ ਨਾਵੈ ਤੋਟਾ ਸਭ ਥਾਇ॥ ਲਾਹਾ ਮਿਲੈ ਜਾ ਦੇਇ ਬੁਝਾਇ॥	vin naavai totaa sabh thaa-ay. laahaa milai jaa day-ay bujhaa-ay.
ਵਣਜੁ ਵਾਪਾਰੁ ਵਣਜੈ ਵਾਪਾਰੀ॥ ਵਿਣੁ ਨਾਵੈ ਕੈਸੀ ਪਤਿ ਸਾਰੀ॥੧੬॥	vanaj vaapaar vanjai vaapaaree. vin naavai kaisee pat saaree. ||16||

ਸ਼ਬਦ ਦੀ ਬੰਦਗੀ ਤੋਂ ਬਿਨਾਂ ਜੀਵ ਦਾ ਤਨ ਵੀ ਉਸ ਦਾ ਵੈਰੀ ਬਣ ਜਾਂਦਾ ਹੈ । ਕਿਉਂ ਨਾ ਸ਼ਬਦ ਦਾ ਸਿਮਰਨ ਕਰਕੇ ਮਨ ਦੇ ਦੁਖ ਦੂਰ ਕਰ ਲਵੋ? ਜਿਵੇਂ ਯਾਤਰੀ ਆਉਂਦਾ ਹੈ ਅਤੇ ਕੁਝ ਸਮੇਂ ਪਿਛੋਂ ਚਲੇ ਜਾਂਦਾ ਹੈ । ਸਭ ਦੇਖਦੇ ਹਨ! ਉਹ ਕੀ ਲੈ ਕੇ ਆਇਆ ਸੀ, ਕੀ ਵਾਪਸ ਲੈ ਕੇ ਜਾਂਦਾ ਹੈ? ਸ਼ਬਦ ਦੀ ਕਮਾਈ ਤੋਂ ਬਿਨਾਂ ਸੰਸਾਰ ਵਿੱਚ ਸਭ ਕੁਝ ਗਵਾ ਜਾਂਦਾ ਹੈ । ਜਿਹੜਾ ਸ਼ਬਦ ਦੀ ਪਾਲਣਾ ਕਰਕੇ, ਪ੍ਰਭ ਦੀ ਰਹਿਮਤ ਨਾਲ ਸ਼ਬਦ ਦੀ ਸੋਝੀ ਪਾ ਲੈਂਦਾ ਹੈ । ਇਹ ਹੀ ਮਾਨਸ ਜਨਮ ਦਾ ਲਾਹਾ ਹੈ । ਪ੍ਰਭ ਸੰਸਾਰ ਵਿੱਚ ਸ਼ਬਦ ਦਾ ਸੌਦਾ ਵੇਚਦਾ ਹੈ । ਜਿਹੜਾ ਸ਼ਬਦ ਦਾ ਸੌਦਾ ਨਹੀਂ ਖਰੀਦ ਦਾ ਉਹ ਪ੍ਰਵਾਨਗੀ ਕਿਵੇਂ ਪਾ ਸਕਦਾ ਹੈ?

ਗੁਰੂ ਨਾਨਕ ਦੇਵ ਜੀ! – Guru Nanak Dev Ji! Guru Granth Sahib

Without meditating, his human body may become the enemy of his soul. Why don't you meditate on the teachings of His Word and eliminate the miseries of your mind? As a traveler may visit some place and after a short stay return home. Everyone may wander! What has he brought and what may he may be taking back? Without the earnings of His Word, he may lose his human life opportunity. Whosoever may obey the teachings of His Word; he may be blessed with the enlightenment of the essence of His Word. His human life opportunity may be rewarded. The True Master trades the merchandize of His Word. Whosoever may not trade the merchandize of His Word; how may he be accepted in His Court?

Key Message of Raag Raamkalee, page 931-16
ਜੀਵਨ ਦੇ ਅਸਲੀ ਰਸਤੇ ਤੋਂ ਬਿਨਾਂ ਮਾਨਸ ਜਨਮ ਬਿਰਥਾ ਹੀ ਹੈ!
ਸ਼ਬਦ ਦੀ ਬੰਦਗੀ ਤੋਂ ਬਿਨਾਂ ਜੀਵ ਦਾ ਤਨ ਵੀ ਉਸ ਦਾ ਵੈਰੀ ਬਣ ਜਾਂਦਾ, ਸਭ ਕੁਝ ਗਵਾ ਜਾਂਦਾ ਹੈ । ਪ੍ਰਭ ਸੰਸਾਰ ਵਿੱਚ ਸ਼ਬਦ ਦਾ ਸੌਦਾ ਵੇਚਦਾ ਹੈ । ਜਿਹੜਾ ਸ਼ਬਦ ਦੀ ਸੋਝੀ ਪਾ ਲੈਂਦਾ, ਮਾਨਸ ਜਨਮ ਦਾ ਲਾਹਾ ਖੱਟ ਜਾਂਦਾ ਹੈ ।
Human life may be worthless without the right path!
Without meditating, his human own body may become the enemy of his soul.; he may lose his human life opportunity. The True Master trades the merchandize of the essence of His Word. Whosoever may earn the wealth of His Word; his human life opportunity may be rewarded.

37. **ਰਾਮਕਲੀ ਮਹਲਾ ੧ ਦਖਣੀ ਓਅੰਕਾਰੁ॥** (17) 931-18

ਗੁਣ ਵੀਚਾਰੇ, ਗਿਆਨੀ ਸੋਇ॥ ਗੁਣ ਮਹਿ ਗਿਆਨੁ ਪਰਾਪਤਿ ਹੋਇ॥ gun veechaaray gi-aanee so-ay. gun meh gi-aan paraapat ho-ay.
ਗੁਣਦਾਤਾ ਵਿਰਲਾ ਸੰਸਾਰਿ॥ ਸਾਚੀ ਕਰਣੀ ਗੁਰ ਵੀਚਾਰਿ॥ gundaataa virlaa sansaar. saachee karnee gur veechaar.
ਅਗਮ ਅਗੋਚਰ ਕੀਮਤਿ ਨਹੀ ਪਾਇ॥ agam agochar keemat nahee paa-ay.
ਤਾ ਮਿਲੀਐ ਜਾ ਲਏ ਮਿਲਾਇ॥ taa milee-ai jaa la-ay milaa-ay.
ਗੁਣਵੰਤੀ ਗੁਣ ਸਾਰੇ ਨੀਤ॥ ਨਾਨਕ ਗੁਰਮਤਿ ਮਿਲੀਐ ਮੀਤ॥੧੭॥ gunvantee gun saaray neet. naanak gurmat milee-ai meet. ||17||

ਜਿਹੜਾ ਪ੍ਰਭ ਦੇ ਸ਼ਬਦ ਦੀ ਸੋਝੀ ਦਾ ਵਿਚਾਰ ਕਰਦਾ, ਜੀਵਨ ਢਾਲਦਾ ਹੈ, ਉਸ ਨੂੰ ਪ੍ਰਭ ਦੀ ਰਹਿਮਤ ਬਖਸ਼ਿਸ਼ ਹੋ ਜਾਂਦੀ ਹੈ । ਉਹ ਹੀ ਅਸਲੀ ਗਿਆਨੀ, ਦਾਸ, ਸੰਤ ਹੁੰਦਾ ਹੈ । ਸੰਸਾਰ ਵਿੱਚ ਕੋਈ ਵਿਰਲਾ ਹੀ ਜੀਵ, ਕਿਸੇ ਨੂੰ ਸ਼ਬਦ ਦੀ ਸੋਝੀ ਦੇ ਸਕਦਾ ਹੈ । ਸ਼ਬਦ ਨਾਲ ਜੀਵਨ ਢਾਲਣਾ ਹੀ ਅਸਲੀ ਮਾਨਸ ਜੀਵਨ ਬਤੀਤ ਕਰਨਾ ਹੈ । ਜੀਵ ਦੀ ਜਾਣਕਾਰੀ, ਪਹੁੰਚ ਤੋਂ ਉਪਰ, ਪ੍ਰਭ ਦੀ ਕੀਮਤ ਪਾਈ ਨਹੀਂ ਜਾ ਸਕਦੀ । ਜਿਸ ਨੂੰ ਅਸਲੀ ਰਸਤਾ ਬਖਸ਼ਦਾ ਹੈ, ਕੇਵਲ ਉਹ ਹੀ ਪਾਲਣਾ ਤੇ ਅਡੋਲ ਰਹਿੰਦਾ ਹੈ । ਉਹ ਜੀਵ ਸ਼ਬਦ ਦੇ ਗੁਣ ਆਪਣੇ ਜੀਵਨ ਵਿੱਚ ਢਾਲਦਾ, ਪ੍ਰਵਾਨ ਹੋ ਜਾਂਦਾ ਹੈ ।

Whosoever may read Holy Scripture and adopts the teachings in his own life; only he may become worthy to teach others. He may be called a true student of His Teachings. To adopt the teachings of His Word may be the right path of human life journey. The True Master remains beyond reach, comprehension, and imagination of significance of His Events, Miracles. Whosoever may be bestowed with His Blessed Vision, only he may remain on the right path of meditation. He may be accepted in His Court.

Key Message of Raag Raamkalee, page 931-18
ਕੋਈ ਵਿਰਲਾ ਹੀ ਸ਼ਬਦ ਨਾਲ ਜੀਵਨ ਢਾਲਦਾ ਹੈ!
ਸ਼ਬਦ ਨਾਲ ਜੀਵਨ ਢਾਲਣਾ ਹੀ ਅਸਲੀ ਮਾਨਸ ਜੀਵਨ ਬਤੀਤ ਕਰਨਾ ਹੈ । ਵਿਰਲਾ ਹੀ ਜੀਵ ਨੂੰ ਸ਼ਬਦ ਦੇ ਇਸ ਤੱਤ ਦੀ ਸੋਝੀ ਹੁੰਦੀ ਹੈ ।
Very rare may adopt the teachings of His Word!
To adopt the teachings of His Word may be the right path of human life journey; however, very rare may comprehend, and imagine the significance of this essence of His Nature.

38. **ਰਾਮਕਲੀ ਮਹਲਾ ੧ ਦਖਣੀ ਓਅੰਕਾਰੁ॥** (18) 932-2

ਕਾਮੁ ਕ੍ਰੋਧੁ ਕਾਇਆ ਕਉ ਗਾਲੈ॥ ਜਿਉ ਕੰਚਨ ਸੋਹਾਗਾ ਢਾਲੈ॥ kaam kroDh kaa-i-aa ka-o gaalai. ji-o kanchan sohaagaa dhaalai.
ਕਸਿ ਕਸਵਟੀ ਸਹੈ ਸੁ ਤਾਉ॥ ਨਦਰਿ ਸਰਾਫ ਵੰਨੀ ਸਚੜਾਉ॥ kas kasvatee sahai so taa-o. nadar saraaf vannee sachrhaa-o.
ਜਗਤੁ ਪਸੂ ਅਹੰ ਕਾਲੁ ਕਸਾਈ॥ ਕਰਿ ਕਰਤੈ ਕਰਣੀ ਕਰਿ ਪਾਈ॥ jagat pasoo ahaN kaal kasaa-ee. kar kartai karnee kar paa-ee.
ਜਿਨਿ ਕੀਤੀ ਤਿਨਿ ਕੀਮਤਿ ਪਾਈ॥ jin keetee tin keemat paa-ee.
ਹੋਰ ਕਿਆ ਕਹੀਐ, ਕਿਛੁ ਕਹਣੁ ਨ ਜਾਈ॥੧੮॥ hor ki-aa kahee-ai kichh kahan na jaa-ee. ||18||

ਜਿਵੇਂ ਸੋਹਾਗਾ ਸੋਨੇ ਨੂੰ ਆਪਣੇ ਵਿੱਚ ਰਲਾ ਲੈਂਦਾ ਹੈ । ਇਸਤਰ੍ਹਾਂ ਕਾਮ ਅਤੇ ਕਰੋਧ ਤਨ ਨੂੰ ਨਾਸ ਕਰਦਾ ਦੇਂਦਾ ਹੈ । ਜਿਵੇ ਸੋਨੇ ਨੂੰ ਪਰਖਨ ਵੇਲਾ, ਪੱਥਰ ਅਤੇ ਅੱਗ ਨਾਲ ਪਰਖ ਕਰਦਾ ਹੈ । ਅਸਲੀ ਰੰਗ ਦੇਖਣ ਨਾਲ ਪਰਖਨ ਵਾਲਾ ਖੁਸ਼ ਹੋ ਜਾਂਦਾ ਹੈ । ਸੰਸਾਰਕ ਜੀਵ ਜਾਨਵਰ ਦੀ ਤਰ੍ਹਾਂ ਹੀ ਹਨ ਅਤੇ ਮੌਤ ਖਤਮ ਕਰਨ ਵਾਲਾ ਕਸਾਈ ਹੈ । ਜੀਵ ਆਪਣੇ ਕੰਮਾਂ ਦਾ ਫਲ ਭੋਗਦਾ ਹੈ । ਪ੍ਰਭ ਹੀ ਸ੍ਰਿਸ਼ਟੀ ਦੀ ਅਸਲੀ ਕੀਮਤ ਜਾਣਦਾ ਹੈ । ਸ੍ਰਿਸ਼ਟੀ ਦੀ ਮਹੱਤਤਾ ਜੀਵ ਦੀ ਸੋਝੀ ਤੋਂ ਬਾਹਰ ਹੈ ।

As the gold may be dissolved within borax; same way sexual urge and anger may destroy his body. When the real jeweler may test the purity of gold with fire and testing stone; jeweler may be pleased with the expected true color, the purity. Human may be like an animals and death may be butcher, killer. Everyone may be rewarded the fruit of his worldly deeds. The True Creator may only comprehend the purpose and significance of His Creation. His Nature remains beyond the comprehension of His Creation.

Key Message of Raag Raamkalee, page 932-2
'ਕਾਮ, ਕਰੋਧ ਤਨ ਨੂੰ ਨਾਸ ਕਰ ਦੇਂਦਾ ਹੈ!
ਪ੍ਰਭ ਹੀ ਸ੍ਰਿਸ਼ਟੀ ਦੀ ਅਸਲੀ ਕੀਮਤ, ਮਹੱਤਤਾ ਜੀਵ ਦੀ ਸੋਝੀ ਤੋਂ ਬਾਹਰ ਹੈ । ਸੋਹਾਗਾ ਸੋਨੇ ਨੂੰ ਆਪਣੇ ਵਿੱਚ ਰਲਾ ਲੈਂਦਾ, ਇਸਤਰ੍ਹਾਂ ਕਾਮ ਅਤੇ ਕਰੋਧ ਤਨ ਨੂੰ ਨਾਸ ਕਰਦਾ ਦੇਂਦਾ ਹੈ ।
Sexual urge and Anger destroy his body!
The True Creator may only comprehend the purpose and significance of His Creation. As borax may dissolve gold; same way sexual urge and anger may destroy his body.

39. **ਰਾਮਕਲੀ ਮਹਲਾ ੧ ਦਖਣੀ ਓਅੰਕਾਰੁ॥** (19) 932-4

ਖੋਜਤ ਖੋਜਤ ਅੰਮ੍ਰਿਤੁ ਪੀਆ॥ ਖਿਮਾ ਗਹੀ ਮਨੁ ਸਤਗੁਰਿ ਦੀਆ॥	khojat khojat amrit pee-aa. khimaa gahee man satgur dee-aa.
ਖਰਾ ਖਰਾ ਆਖੈ ਸਭੁ ਕੋਇ॥ ਖਰਾ ਰਤਨੁ, ਜੁਗ ਚਾਰੇ ਹੋਇ॥	kharaa kharaa aakhai sabh ko-ay. kharaa ratan jug chaaray ho-ay.
ਖਾਤ ਪੀਅੰਤ ਮੂਏ ਨਹੀ ਜਾਨਿਆ॥	khaat pee-ant moo-ay nahee jaani-aa.
ਖਿਨ ਮਹਿ ਮੂਏ, ਜਾ ਸਬਦੁ ਪਛਾਨਿਆ॥	khin meh moo-ay jaa sabad pachhaani-aa.
ਅਸਥਿਰੁ ਚੀਤੁ ਮਰਨਿ ਮਨੁ ਮਾਨਿਆ॥	asthir cheet maran man maani-aa.
ਗੁਰ ਕਿਰਪਾ ਤੇ ਨਾਮੁ ਪਛਾਨਿਆ॥੧੯॥	gur kirpaa tay naam pachhaani-aa. ‖19‖

ਜਿਹੜਾ ਆਪਣੇ ਮਨ ਵਿਚੋਂ ਖੋਜ ਕਰਦਾ, ਸ਼ਬਦ ਦੀ ਪਾਲਣਾ ਕਰਦਾ ਹੈ, ਉਸ ਨੂੰ ਸ਼ਬਦ ਦੀ ਸੋਝੀ ਬਖਸ਼ਿਸ਼ ਹੋ ਜਾਂਦੀ ਹੈ । ਉਸ ਦੇ ਮਨ ਵਿੱਚ ਦੂਸਰੇ ਦੇ ਵਿਚਾਰਾਂ ਨੂੰ ਸਹਿਣ ਵਾਲਾ ਗੁਣ ਪੈਦਾ ਹੋ ਜਾਂਦਾ ਹੈ । ਉਸ ਦਾ ਮਨ ਪ੍ਰਭ ਦੀ ਸ਼ਰਣ ਵਿੱਚ ਪ੍ਰਵਾਨ ਹੋ ਜਾਂਦਾ ਹੈ । ਚਾਰੇ ਯੁੱਗਾਂ ਵਿੱਚ ਹੀ ਹਰਇਕ ਜੀਵ ਅਟਲ ਮਾਲਕ ਦੇ ਸ਼ਬਦ ਦੀ ਪਾਲਣਾ ਕਰਦਾ, ਮਨ ਅਡੋਲ ਰਖਦਾ ਹੈ । ਜਿਸ ਦਾ ਮਨ ਸ਼ਬਦ ਦੀ ਪਾਲਣਾ ਵਿੱਚ ਅਡੋਲ ਹੋ ਜਾਂਦਾ ਹੈ, ਉਹ ਮੌਤ ਨੂੰ ਅਟਲ ਸਮਝਕੇ ਕਬੂਲ ਕਰ ਲੈਂਦਾ ਹੈ । ਪ੍ਰਭ ਦੀ ਰਹਿਮਤ ਨਾਲ ਉਸ ਨੂੰ ਪ੍ਰਭ ਦੇ ਸ਼ਬਦ ਦੀ ਸੋਝੀ ਬਖਸ਼ਿਸ਼ ਹੋ ਜਾਂਦੀ ਹੈ ।

Whosoever may search within and adopts the teachings of His Word with steady and stable belief in his day-to-day life; with His mercy and grace, he may be enlightened with the essence of His Word. He may be blessed with a unique virtue to tolerate the opinion of others. He may surrender at His Sanctuary. Whosoever may accept death as an unavoidable; with His mercy and grace, he may be enlightened with the essence of His Word, the real purpose of human life.

Key Message of Raag Raamkalee, page 932-4
'ਮਨ ਅੰਦਰੋਂ ਖੋਜ ਕਰਨ ਵਾਲਾ ਪ੍ਰਵਾਨ ਹੋ ਜਾਂਦਾ!
ਜਿਹੜਾ ਆਪਣੇ ਮਨ ਵਿਚੋਂ ਸ਼ਬਦ ਦੀ ਸੋਝੀ ਖੋਜਦਾ ਹੈ । ਉਸ ਪ੍ਰਭ ਦੀ ਸ਼ਰਣ ਵਿੱਚ ਪ੍ਰਵਾਨ ਹੋ ਜਾਂਦਾ ਹੈ ।
Searching within may be rewarded!
Whosoever may search the essence of His Word from within; he may surrender his self-entity at His Sanctuary and accepted in His Court.

40. **ਰਾਮਕਲੀ ਮਹਲਾ ੧ ਦਖਣੀ ਓਅੰਕਾਰੁ॥** (20) 932-7

ਗਗਨ ਗੰਭੀਰੁ ਗਗਨੰਤਰਿ ਵਾਸੁ॥ ਗੁਣ ਗਾਵੈ ਸੁਖ ਸਹਜਿ ਨਿਵਾਸੁ॥	gagan gambheer gagnantar vaas. gun gaavai sukh sahj nivaas.
ਗਇਆ ਨ ਆਵੈ, ਆਇ ਨ ਜਾਇ॥ ਗੁਰ ਪਰਸਾਦਿ ਰਹੈ ਲਿਵ ਲਾਇ॥	ga-i-aa na aavai aa-ay na jaa-ay. gur parsaad rahai liv laa-ay.
ਗਗਨੁ ਅਗੰਮੁ, ਅਨਾਥੁ ਅਜੋਨੀ॥ ਅਸਥਿਰੁ ਚੀਤੁ, ਸਮਾਧਿ ਸਗੋਨੀ॥	gagan agamm anaath ajonee. asthir cheet samaaDh sagonee.
ਹਰਿ ਨਾਮੁ ਚੇਤਿ ਫਿਰਿ ਪਵਹਿ ਨ ਜੂਨੀ॥	har naam chayt fir paveh na joonee.
ਗੁਰਮਤਿ ਸਾਰੁ ਹੋਰ ਨਾਮ ਬਿਹੂਨੀ॥੨੦॥	gurmat saar hor naam bihoonee. ‖20‖

ਪ੍ਰਭ, ਮਨ ਦੇ ਅਕਾਸ਼ ਵਿੱਚ ਦਸਵੇਂ ਘਰ ਵਸਦਾ ਹੈ । ਜਿਹੜਾ ਸ਼ਬਦ ਦੀ ਪਾਲਣਾ ਕਰਦਾ, ਗੁਣ ਗਾਉਂਦਾ ਹੈ, ਉਸ ਦਾ ਮਨ ਸੰਤੋਖ ਵਾਲੇ ਦਰਬਾਰ ਵਿੱਚ ਪਹੁੰਚ ਜਾਂਦਾ ਹੈ । ਉਹ ਜਨਮ ਮਰਨ ਦੇ ਚੱਕਰ ਵਿੱਚ ਨਹੀਂ ਰਹਿੰਦਾ । ਪ੍ਰਭ ਦੀ ਰਹਿਮਤ ਨਾਲ ਉਸ ਦਾ ਧਿਆਨ ਸ਼ਬਦ ਵਿੱਚ ਹੀ ਰਹਿੰਦਾ ਹੈ । ਮਨ ਦੇ ਅਕਾਸ਼ ਵਿੱਚ ਰਹਿਣ ਵਾਲਾ, ਸੰਸਾਰਕ ਜੀਵਾਂ ਦੀ ਪਹੁੰਚ, ਮੋਹ ਤੋਂ ਅਲਗ ਰਹਿੰਦਾ ਹੈ । ਅਸਲੀ ਸਮਾਧੀ ਵਿੱਚ ਮਨ ਦਾ ਭਰੋਸਾ ਪ੍ਰਭ ਤੇ ਅਡੋਲ ਰਹਿੰਦਾ ਹੈ । ਪ੍ਰਭ ਦੇ ਵਿਛੋੜੇ ਦੀ ਦਰਦ ਨੂੰ ਤਾਜ਼ਾ ਰਖਣ, ਸ਼ਬਦ ਦੀ ਪਾਲਣਾ ਕਰਨ ਵਾਲਾ ਜੂੰਨਾਂ ਵਿੱਚ ਨਹੀਂ ਜਾਂਦਾ । ਪ੍ਰਭ ਦੇ ਸ਼ਬਦ ਦੀ ਕਮਾਈ ਤੋਂ ਬਿਨਾਂ ਹੋਰ ਸੰਸਾਰਕ ਧਨ ਬਿਕਾਰ ਹੀ ਹੈ ।

The True Master, His Word remains embedded within his soul and dwells in the 10th castle in the sky of his mind. Whosoever may sing the glory and obeys the teachings of His Word with steady and stable belief in his day-to-day life; with His mercy and grace, his mind may enter His 10th door, Castle. He may not remain in the cycle of birth and death. He may remain intoxicated within the essence of His Word. The True Master dwells within his body; however, He remains beyond the reach of his emotional attachments. Whosoever may remain intoxicated in the void of His Word, he remains steady and stable on the right path of acceptance in His Court. Whosoever may remain in renunciation in his memory of his separation from His Holy Spirit fresh; his cycle of birth and death may be eliminated. Without the earnings of His Word, all other worldly assets may not have any value in His Court for the real purpose of human life opportunity.

Key Message of Raag Raamkalee, page 932-7
'ਵਿਰਾਗ ਹੀ ਅਸਲੀ ਸਮਾਧੀ ਹੈ!
ਪ੍ਰਭ, ਮਨ ਦੇ ਅਕਾਸ਼ ਵਿੱਚ ਦਸਵੇਂ ਘਰ, ਸੰਸਾਰਕ ਜੀਵਾਂ ਦੀ ਪਹੁੰਚ, ਮੋਹ ਤੋਂ ਅਲਗ ਰਹਿੰਦਾ, ਵਸਦਾ ਹੈ । ਪ੍ਰਭ ਦੇ ਵਿਛੋੜੇ ਦੀ ਦਰਦ ਨੂੰ ਤਾਜ਼ਾ ਰਖਣਾ ਹੀ ਅਸਲੀ ਸਮਾਧੀ, ਮਨ ਦਾ ਭਰੋਸਾ ਪ੍ਰਭ ਤੇ ਅਡੋਲ ਰਖਦੀ ਹੈ ।
Renunciation is true void of His Sanctuary!
The True Master, His Word remains embedded within and dwells in the 10th castle of soul. Whosoever may remain in renunciation in the memory of his separation from His Holy Spirit fresh; his entity may be eliminated.

41. **ਰਾਮਕਲ ਮਹਲਾ ੧ ਦਖਣੀ ਓਅੰਕਾਰੁ॥** (21) 932-10

ਘਰ ਦਰ ਫਿਰਿ ਥਾਕੀ ਬਹੁਤੇਰੇ॥ ਜਾਤਿ ਅਸੰਖ ਅੰਤ ਨਹੀ ਮੇਰੇ॥	ghar dar fir thaakee bahutayray. jaat asaNkh ant nahee mayray.
ਕੇਤੇ ਮਾਤ ਪਿਤਾ ਸੁਤ ਧੀਆ॥ ਕੇਤੇ ਗੁਰ ਚੇਲੇ ਫੁਨਿ ਹੂਆ॥	kaytay maat pitaa sut Dhee-aa. kaytay gur chaylay fun hoo-aa.
ਕਾਚੇ ਗੁਰ ਤੇ ਮੁਕਤਿ ਨ ਹੂਆ॥ ਕੇਤੀ ਨਾਰਿ ਵਰੁ ਏਕੁ ਸਮਾਲਿ॥	kaachay gur tay mukat na hoo-aa. kaytee naar var ayk samaal.
ਗੁਰਮੁਖਿ ਮਰਣੁ ਜੀਵਣੁ ਪ੍ਰਭ ਨਾਲਿ॥	gurmukh maran jeevan parabh naal.
ਦਹ ਦਿਸ ਢੂਢਿ ਘਰੈ ਮਹਿ ਪਾਇਆ॥	dah dis dhoodh gharai meh paa-i-aa.
ਮੇਲੁ ਭਇਆ ਸਤਿਗੁਰੂ ਮਿਲਾਇਆ॥੨੧॥	mayl bha-i-aa satguroo milaa-i-aa. ‖21‖

ਪ੍ਰਭ, ਮੈਂ ਘਰ ਘਰ ਫਿਰਦਾ ਬੇਵਸ, ਥੱਕ ਗਿਆ ਹਾ, ਮੈਂ ਅਨੇਕਾਂ ਹੀ ਜੂੰਨਾਂ ਵਿੱਚ ਗਿਆ ਹਾ । ਮੇਰੇ ਮਾਤਾਂ, ਪਿਤਾਂ, ਭੈਣਾਂ, ਭਾਈਆਂ ਦੀ ਗਿਣਤੀ ਨਹੀਂ ਕੀਤੀ ਜਾ ਸਕਦੇ । ਜੂੰਨਾਂ ਦੇ ਚੱਕਰ ਵਿੱਚ ਮੈਂ ਅਨੇਕਾਂ ਹੀ ਗੁਰੂ ਧਾਰਨ ਕੀਤੇ, ਅਨੇਕਾਂ ਨੇ ਮੈਨੂੰ ਗੁਰੂ ਧਾਰਨ ਕੀਤਾ । ਸੰਸਾਰਕ ਅਗਿਆਨੀ ਗੁਰੂ ਦੀ ਸਿਖਿਆਂ ਨਾਲ ਤੇਰੇ ਦਰ ਵਿੱਚ ਪ੍ਰਵਾਨਗੀ ਬਖਸ਼ਿਸ਼ ਨਹੀਂ ਹੁੰਦੀ । ਪ੍ਰਭ ਤੇਰੇ ਬੰਦਗੀ ਕਰਨ ਵਾਲੇ ਅਨੇਕਾਂ ਹੀ ਹਨ । ਕੇਵਲ ਗੁਰਮਖ ਜੀਵ ਹੀ ਤੇਰੇ ਦਰਬਾਰ ਵਿੱਚ ਪ੍ਰਵਾਨ ਹੋ ਸਕਦਾ ਹੈ । ਦਸ

ਪਾਸੇ ਢੂੰਡਦੇ, ਆਪਣੇ ਮਨ ਅੰਦਰੋਂ ਹੀ ਸੋਝੀ ਬਖਸ਼ਿਸ਼ ਹੋ ਗਈ ਹੈ । ਸ਼ਬਦ ਦੀ ਪਾਲਣਾ ਵਿੱਚ ਅਡੋਲ ਹੋਣ ਨਾਲ ਤੇਰੇ ਦਰਬਾਰ ਦੀ ਪ੍ਰਵਾਨਗੀ ਦਾ ਰਸਤਾ ਬਖਸ਼ਿਸ਼ ਹੋ ਗਿਆ ਹੈ । ਤੇਰੀ ਰਹਿਮਤ ਨਾਲ ਦਰਬਾਰ ਵਿੱਚ ਪ੍ਰਵਾਨ ਹੋ ਗਿਆ ਹਾ ।

I have become helpless, depressed, frustrated, and tired, wandering in many life cycles. I may not imagine the numbers of my mothers, fathers, siblings; my worldly gurus, or my worldly followers. With teachings of all ignorant worldly gurus, I have not been blessed with the right path of acceptance in His Court. From Ancient Ages! Many devotees have been meditating; only His true devotee may be accepted in His Court. By wandering in all directions, eventually; with His mercy and grace, I have been enlightened with the essence of His Word from within. By obeying the teachings of His Word with steady and stable belief in my day-to-day life; I have been blessed with the right path of acceptance in His Court. I have been accepted in Your Court.

Key Message of Raag Raamkalee, page 932-10
'ਮਨ ਅੰਦਰੋਂ ਖੋਜ਼ਨ ਨਾਲ ਸਮਾਧੀ ਵਿੱਚ ਲੀਨ ਹੋ ਜਾਂਦਾ ਹੈ!
ਜਿਹੜਾ ਆਪਣੇ ਮਨ ਅੰਦਰੋਂ ਹੀ ਸ਼ਬਦ ਦੀ ਸੋਝੀ ਢੂੰਡਦਾ ਹੈ, ਉਹ ਸ਼ਬਦ ਦੀ ਸਮਾਧੀ ਵਿੱਚ ਲੀਨ ਹੋ ਜਾਂਦਾ ਹੈ!
Searching within leads to void of His Word!
Whosoever may search the essence of His Word from within; he may remain intoxicated in the void of His Word.

42. **ਰਾਮਕਲੀ ਮਹਲਾ ੧ ਦਖਣੀ ਓਅੰਕਾਰੁ॥** (22) 932-13

ਗੁਰਮੁਖਿ ਗਾਵੈ, ਗੁਰਮੁਖਿ ਬੋਲੈ॥ ਗੁਰਮੁਖਿ ਤੋਲਿ ਤੁੋਲਾਵੈ ਤੋਲੈ॥
ਗੁਰਮੁਖਿ ਆਵੈ ਜਾਇ ਨਿਸੰਗੁ॥ ਪਰਹਰਿ ਮੈਲੁ, ਜਲਾਇ ਕਲੰਕੁ॥
ਗੁਰਮੁਖਿ ਨਾਦ ਬੇਦ ਬੀਚਾਰੁ॥ ਗੁਰਮੁਖਿ ਮਜਨੁ ਚਜੁ ਅਚਾਰੁ॥
ਗੁਰਮੁਖਿ ਸਬਦੁ ਅੰਮ੍ਰਿਤੁ ਹੈ ਸਾਰੁ॥ ਨਾਨਕ ਗੁਰਮੁਖਿ ਪਾਵੈ ਪਾਰੁ॥੨੨॥

gurmukh gaavai gurmukh bolai. gurmukh tol tolaavai tolai.
gurmukh aavai jaa-ay nisang. parhar mail jalaa-ay kalank.
gurmukh naad bayd beechaar. gurmukh majan chaj achaar.
gurmukh sabad amrit hai saar. naanak gurmukh paavai paar. ||22||

ਗੁਰਮਖ ਪ੍ਰਭ ਦੇ ਸ਼ਬਦ ਦੀ ਉਸਤਤ ਕਰਦਾ, ਉਸ ਦਾ ਪ੍ਰਚਾਰ ਕਰਦਾ ਹੈ । ਉਹ ਸ਼ਬਦ ਦੀ ਪਾਲਣਾ ਕਰਨ ਦੀ ਕੀਮਤ ਜਾਣਦਾ ਹੈ । ਬਾਕੀਆਂ ਨੂੰ ਵੀ ਇਸ ਦੀ ਕੀਮਤ ਜਾਣਨ ਦੀ ਪ੍ਰੇਰਨਾ ਕਰਦਾ ਹੈ । ਉਹ ਕਿਸੇ ਡਰ ਤੋਂ ਬਿਨਾਂ ਜੀਵਨ ਬਤੀਤ ਕਰਦਾ ਹੈ । ਉਸ ਦੀ ਪਾਪਾਂ ਦੀ ਮੈਲ਼ ਧੋਤੀ ਜਾਂਦੀ ਹੈ । ਪਿਛਲੇ ਪਾਪਾਂ ਦੇ ਦਾਗ਼ ਸਦਾ ਲਈ ਖਤਮ ਹੋ ਜਾਂਦੇ ਹਨ । ਉਹ ਸ਼ਬਦ ਦੀ ਧੁਨ ਵਿੱਚ ਮਸਤ ਰਹਿੰਦਾ, ਪ੍ਰਭ ਦੇ ਸ਼ਬਦ ਦੀ ਸੋਝੀ ਵਾਲੇ ਗ੍ਰੰਥ ਪੜ੍ਹਦਾ ਵਿਚਾਰਦਾ ਹੈ । ਉਸ ਦੀ ਆਤਮਾ ਚੰਗੇ ਕੰਮਾਂ ਨਾਲ ਪਵਿੱਤਰ ਹੋ ਜਾਂਦੀ ਹੈ । ਜਿਹੜੇ ਗੁਰਮਖ ਵਾਸਤੇ, ਸ਼ਬਦ ਹੀ ਸਭ ਤੋਂ ਅਮੋਲਕ ਪਦਾਰਥ ਹੁੰਦਾ ਹੈ । ਉਹ ਗੁਰਮਖ ਸੰਸਾਰਕ ਸਾਗਰ ਪਾਰ ਕਰ ਜਾਂਦਾ ਹੈ ।

His true devotee may sing the glory, preaches, inspires others, meditates, and obeys the teachings of His Word with steady and stable belief in his day-to-day life; with His mercy and grace, he may be blessed with the essence of His Word. He may impart his understanding to others. He may remain fearless in his worldly life; with His mercy and grace, his sins of previous lives may be forgiven. His soul may never be blemished again. He remains intoxicated in the everlasting echo of His Word. He may read and understand the Holy Scripture, teachings of ancient blessed souls. His soul may be sanctified with good deeds for His Creation. Whosoever may believe that the earnings of His Word are only ambrosial virtue; he may be saved and accepted in His Court.

Key Message of Raag Raamkalee, page 932-13
ਸ਼ਬਦ ਦੀ ਧੁਨ ਹੀ ਪ੍ਰਵਾਨਗੀ ਦਾ ਰਸਤਾ ਹੈ!
ਜਿਹੜਾ ਪ੍ਰਭ ਦੇ ਸ਼ਬਦ ਦੀ ਉਸਤਤ, ਪਾਲਣਾ ਕਰਦਾ ਹੈ, ਉਹ ਸ਼ਬਦ ਦੀ ਸੋਝੀ ਦੀ ਕੀਮਤ ਜਾਣ ਜਾਂਦਾ ਹੈ । ਉਹ ਸ਼ਬਦ ਦੀ ਧੁਨ ਵਿੱਚ ਮਸਤ ਰਹਿੰਦਾ, ਸੰਸਾਰਕ ਸਾਗਰ ਪਾਰ ਕਰ ਜਾਂਦਾ ਹੈ ।
Hearing the everlasting echo, right path of acceptance!
Whosoever may sing the glory, and obeys the teachings of His Word; he may comprehend the significance of the enlightenment of the essence of His Word. He remains intoxicated in the everlasting echo of His Word and accepted in His Court.

43. **ਰਾਮਕਲੀ ਮਹਲਾ ੧ ਦਖਣੀ ਓਅੰਕਾਰੁ॥** (23) 932-15

ਚੰਚਲੁ ਚੀਤੁ ਨ ਰਹਈ ਠਾਇ॥ ਚੋਰੀ ਮਿਰਗੁ ਅੰਗੂਰੀ ਖਾਇ॥
ਚਰਨ ਕਮਲ ਉਰ ਧਾਰੇ ਚੀਤ॥ ਚਿਰੁ ਜੀਵਨੁ ਚੇਤਨੁ ਨਿਤ ਨੀਤ॥
ਚਿੰਤਤ ਹੀ ਦੀਸੈ ਸਭੁ ਕੋਇ॥ ਚੇਤਹਿ ਏਕੁ ਤਹੀ ਸੁਖੁ ਹੋਇ॥
ਚਿਤਿ ਵਸੈ ਰਾਚੈ ਹਰਿ ਨਾਇ॥
ਮੁਕਤਿ ਭਇਆ, ਪਤਿ ਸਿਉ ਘਰਿ ਜਾਇ॥੨੩॥

chanchal cheet na rah-ee thaa-ay. choree mirag angooree khaa-ay.
charan kamal ur Dhaaray cheet. chir jeevan chaytan nit neet.
chintat hee deesai sabh ko-ay. cheeteh ayk tahee sukh ho-ay.
chit vasai raachai har naa-ay.
mukat bha-i-aa pat si-o ghar jaa-ay. ||23||

ਜੀਵ ਦਾ ਚੰਚਲ ਮਨ, ਇਧਰ ਉੱਧਰ ਢੂੰਡਦਾ ਰਹਿੰਦਾ ਹੈ, ਇਕ ਰਸਤੇ ਤੇ ਅਡੋਲ ਨਹੀਂ ਰਹਿੰਦਾ । ਜਿਹੜਾ ਆਪਣਾ ਮਨ ਪ੍ਰਭ ਦੇ ਚਰਨਾਂ ਵਿੱਚ, ਸ਼ਬਦ ਦੀ ਪਾਲਣਾ ਵਿੱਚ ਅਡੋਲ ਰਖਦਾ ਹੈ । ਉਸ ਨੂੰ ਆਪਣੇ ਮਨ ਵਿਚੋਂ ਹੀ ਪ੍ਰਭ ਦੀ ਹੌਂਦ ਮਹਿਸੂਸ ਹੋ ਜਾਂਦੀ ਹੈ, ਉਹ ਸ਼ਬਦ ਦੀ ਪਾਲਣਾ ਵਿੱਚ ਅਡੋਲ ਰਹਿੰਦਾ ਹੈ । ਹਰਇਕ ਜੀਵ ਨੂੰ ਸੰਸਾਰਕ ਇਛਾਂ ਦੀਆਂ ਕਈ ਚਿਤਾਂ ਰਹਿੰਦੀਆਂ ਹਨ । ਜਿਹੜਾ ਮਨ ਪ੍ਰਭ ਦੇ ਚਰਨਾਂ ਵਿੱਚ ਰਖਦਾ, ਪ੍ਰਭ ਦੇ ਬਖਸ਼ੇ ਵਿੱਚ ਸੰਤੋਖ ਰਖਦਾ ਹੈ । ਉਹ ਪ੍ਰਭ ਦੇ ਸ਼ਬਦ ਦੀ ਸਿਖਿਆਂ ਨਾਲ ਭਰਿਆਂ ਰਹਿੰਦਾ, ਸ਼ਬਦ ਦੀ ਪਾਲਣਾ ਵਿੱਚ ਮਸਤ ਰਹਿੰਦਾ ਹੈ । ਉਹ ਜੂੰਨਾਂ ਤੋਂ ਰਹਿਤ ਹੋ ਜਾਂਦਾ, ਦਰਬਾਰ ਵਿੱਚ ਪ੍ਰਵਾਨ ਹੋ ਜਾਂਦਾ ਹੈ ।

Self-minded may have a flickering conscious, wanders in many directions; he may never remain steady and stable on any path for long. Whosoever may remain focused on the teachings of His Word; with His mercy and grace, he may realize His Existence within. He may remain obeying the teachings of His Word with steady and stable belief in his day-to-day life. Everyone remains dominated with worldly desires, frustrations in worldly life. Whosoever may remain focused on the teachings of His Word, on the real purpose of his human life opportunity. He may remain drenched and overwhelmed with the essence of His Word. His cycle of birth and death may be eliminated and he may be accepted in His Court.

Key Message of Raag Raamkalee, page 932-15
ਬਖਸ਼ੇ ਤੇ ਸੰਤੋਖ ਨਾਲ ਮਨ ਵਿੱਚ ਸੋਝੀ ਰਚ ਜਾਂਦੀ ਹੈ!
ਜਿਹੜਾ ਪ੍ਰਭ ਦੇ ਚਰਨਾਂ ਵਿੱਚ ਪ੍ਰਭ ਦੇ ਬਖਸ਼ੇ ਤੇ ਸੰਤੋਖ ਰਖਦਾ ਹੈ । ਉਹ ਪ੍ਰਭ ਦੇ ਸ਼ਬਦ ਦੀ ਪਾਲਣਾ ਕਰਦਾ, ਸਿਖਿਆਂ ਨਾਲ ਭਰਿਆਂ, ਅਡੋਲ ਮਸਤ ਰਹਿੰਦਾ ਹੈ ।
With Contentment, enlightenment may blossom!
Whosoever may remain focused on the real purpose of his human life opportunity; he may remain contented with His Blessings. He may remain drenched and overwhelmed with the essence of His Word.

44. **ਰਾਮਕਲੀ ਮਹਲਾ ੧ ਦਖਣੀ ਓਅੰਕਾਰੁ॥** (24) 932-17

ਛੀਜੈ ਦੇਹ, ਖੁਲੈ ਇਕ ਗੰਢਿ॥ ਛੇਆ ਨਿਤ, ਦੇਖਹੁ ਜਗਿ ਹੰਢਿ॥
ਧੂਪ ਛਾਵ ਜੇ ਸਮ ਕਰਿ ਜਾਣੈ॥ ਬੰਧਨ ਕਾਟਿ, ਮੁਕਤਿ ਘਰਿ ਆਣੈ॥
ਛਾਇਆ ਛੂਛੀ ਜਗਤੁ ਭੁਲਾਨਾ॥ ਲਿਖਿਆ ਕਿਰਤੁ ਧੁਰੇ ਪਰਵਾਨਾ॥
ਛੀਜੈ ਜੋਬਨੁ ਜਰੂਆ ਸਿਰਿ ਕਾਲੁ॥ ਕਾਇਆ ਛੀਜੈ ਭਈ ਸਿਬਾਲੁ॥੨੪॥

chheejai dayh khulai ik gandh. chhay-aa nit daykhhu jag handh.
Dhoop chhaav jay sam kar jaanai. banDhan kaat mukat ghar aanai.
chhaa-i-aa chhoochhee jagat bhulaanaa. likhi-aa kirat Dhuray parvaanaa.
chheejai joban jaroo-aa sir kaal. kaa-i-aa chheejai bha-ee sibaal. ||24||

ਜਿਸ ਜੀਵ ਦਾ ਮਨ ਡੋਲ ਜਾਂਦਾ, ਇਕ ਇਛਾਂ ਤੇ ਕਾਬੂ ਟੁੱਟ ਜਾਂਦਾ, ਖਤਮ ਹੋ ਜਾਂਦਾ ਹੈ । ਉਸ ਦਾ ਮਨ ਕਮਜ਼ੋਰ, ਤਬਾਹ ਹੋ ਜਾਂਦਾ ਹੈ । ਜਿਹੜਾ ਦੁਖ, ਸੁਖ ਨੂੰ ਇਕ ਸਮਾਨ, ਪ੍ਰਭ ਦੀ ਰਹਿਮਤ ਸਮਝਕੇ ਅਡੋਲ ਰਹਿੰਦਾ ਹੈ । ਉਸ ਦੇ ਸੰਸਾਰਕ ਬੰਧਨ ਖਤਮ ਹੋ ਜਾਂਦੇ, ਜੂੰਨਾਂ ਤੋਂ ਮੁਕਤ ਹੋ ਜਾਂਦਾ, ਪ੍ਰਭ ਦੇ ਦਰਬਾਰ ਵਿੱਚ ਪ੍ਰਵਾਨਗੀ ਬਖਸ਼ਿਸ਼ ਹੋ ਜਾਂਦੀ ਹੈ । ਸੰਸਾਰਕ ਮਾਇਆ ਦਾ ਜਾਲ ਬਹੁਤ ਸੁੰਦਰ ਅਤੇ ਖਾਲ਼ੀ ਹੈ । ਇਸ ਨੇ ਸਾਰੇ ਸੰਸਾਰ ਨੂੰ ਹੀ ਧੋਖੇ ਵਿੱਚ ਫਸਾਇਆ ਹੈ । ਇਹ ਜੀਵ ਦੇ ਪਿਛਲੇ ਜੀਵਨ ਦੇ ਕੰਮਾਂ ਨਾਲ ਹੀ ਭਾਗਾਂ ਵਿੱਚ ਲਿਖਿਆ ਹੁੰਦਾ ਹੈ । ਉਹ ਇਛਾਂ ਪਿਛੇ ਲਗਕੇ ਜਵਾਨੀ ਗਵਾ ਲੈਂਦਾ ਹੈ, ਪਿਛਲੀ ਉਮਰ ਵਿੱਚ ਮੌਤ ਘੇਰ ਲੈਂਦੀ ਹੈ । ਜਿਵੇਂ ਪਾਣੀ ਵਿੱਚ ਜਾਲਾ ਟੁੱਟਦਾ ਹੈ, ਇਸਤਰ੍ਹਾਂ ਜੀਵ ਦਾ ਤਨ ਟੁੱਟ ਜਾਂਦਾ ਹੈ ।

Whosoever may lose his control on his worldly desires; he may never remain satisfied with any accomplishments, His Blessings. His determination may become weak and unstable. Whosoever may accept worldly miseries and pleasure as His Worthy Blessings and he remains steady and stable on meditating. His worldly bonds along with his cycle of birth and death may be eliminated; with His mercy and grace, he may be accepted in His Court. The temptation, illusion of worldly wealth may be very intoxicating to capture everyone. This may be prewritten in his destiny as a reward of his previous live deeds. Ignorant may waste his youth intoxicated with worldly desires. In old age! The fear of death may dominate his remaining time. As the net of fungus in water may break; same way his body may perish.

Key Message of Raag Raamkalee, page 932-17
ਦੁਖ, ਸੁਖ ਵਿੱਚ ਨਿਰਾਰਾ ਰਹਿਣ ਨਾਲ ਮੋਹ ਤੇ ਜਿੱਤ ਹੈ!
ਜਿਹੜਾ ਦੁਖ, ਸੁਖ ਨੂੰ ਇਕ ਸਮਾਨ, ਪ੍ਰਭ ਦੀ ਰਹਿਮਤ ਸਮਝਕੇ ਅਡੋਲ ਰਹਿੰਦਾ ਹੈ । ਉਸ ਦੇ ਸੰਸਾਰਕ ਬੰਧਨ ਖਤਮ ਹੋ ਜਾਂਦੇ, ਜੂੰਨਾਂ ਤੋਂ ਮੁਕਤ ਹੋ ਜਾਂਦਾ, ਪ੍ਰਭ ਦੇ ਦਰਬਾਰ ਵਿੱਚ ਪ੍ਰਵਾਨਗੀ ਬਖਸ਼ਿਸ਼ ਹੋ ਜਾਂਦੀ ਹੈ ।
Remain beyond the influence of worldly mesires and pleasure to conquer worldly attachments!
Whosoever may accept worldly miseries and pleasure as His Worthy Blessings; His worldly bonds along with his cycle of birth and death may be eliminated, he may be accepted in His Court.

45. **ਰਾਮਕਲੀ ਮਹਲਾ ੧ ਦਖਣੀ ਓਅੰਕਾਰੁ॥** (25) 933-1

ਜਾਪੈ ਆਪਿ ਪ੍ਰਭੂ ਤਿਹੁ ਲੋਇ॥ ਜੁਗਿ ਜੁਗਿ ਦਾਤਾ ਅਵਰੁ ਨ ਕੋਇ॥
ਜਿਉ ਭਾਵੈ ਤਿਉ ਰਾਖਹਿ ਰਾਖੁ॥ ਜਸੁ ਜਾਚਉ ਦੇਵੈ ਪਤਿ ਸਾਖੁ॥
ਜਾਗਤੁ ਜਾਗਿ ਰਹਾ ਤੁਧੁ ਭਾਵਾ॥ ਜਾ ਤੂ ਮੇਲਹਿ ਤਾ ਤੁਝੈ ਸਮਾਵਾ॥
ਜੈ ਜੈ ਕਾਰੁ ਜਪਉ ਜਗਦੀਸ॥
ਗੁਰਮਤਿ ਮਿਲੀਐ ਬੀਸ ਇਕੀਸ॥੨੫॥

jaapai aap parabhoo tihu lo-ay. jug jug daataa avar na ko-ay.
ji-o bhaavai ti-o raakhahi raakh. jas jaacha-o dayvai pat saakh.
jaagat jaag rahaa tuDh bhaavaa. jaa too mayleh taa tujhai samaavaa.
jai jai kaar japa-o jagdees.
gurmat milee-ai bees ikees. ||25||

ਪ੍ਰਭ ਆਪ ਹੀ ਤਿੰਨਾਂ ਸ੍ਰਿਸ਼ਟੀਆਂ ਵਿੱਚ ਵਾਪਰਦਾ ਹੈ । ਯੁੱਗਾਂ ਯੁੱਗਾਂ ਵਿੱਚ ਦਾਤਾਂ ਬਖਸ਼ਦਾ ਆਇਆ, ਹੋਰ ਕੋਈ ਦਾਤਾਂ ਦੇਣ ਵਾਲਾ ਨਹੀਂ ਹੈ । ਪ੍ਰਭ, ਆਪਣੀ ਰਜ਼ਾ ਵਿੱਚ ਰਖੋ । ਮੈਂ ਸ਼ਬਦ ਦੇ ਗੁਣ ਗਵਾ, ਸ਼ਬਦ ਦੀ ਪਾਲਣਾ ਹੀ ਕਰਾ । ਸ਼ਬਦ ਦੇ ਸਿਮਰਨ ਵਿੱਚ ਹੀ ਜਾਗਾ ਅਤੇ ਸੁਚੇਤ, ਸ਼ਬਦ ਦੀ ਸਮਾਧੀ ਵਿੱਚ ਹੀ ਦਰਬਾਰ ਵਿੱਚ ਪ੍ਰਵਾਨ ਹੋ ਜਾਵਾ । ਸ਼ਬਦ ਨਾਲ ਜੀਵਨ ਢਾਲਣ ਨਾਲ ਅਕਸਰ ਜੀਵ ਪ੍ਰਭ ਨੂੰ ਭਾਉਣ ਲਗ ਪੈਂਦਾ, ਪ੍ਰਵਾਨ ਹੋ ਜਾਂਦਾ ਹੈ ।

The True Master has been prevailing in all three universes. From Ancient Ages! He has been blessings His Creation; no one else may bless anything to anyone without greed. My True Master keeps me in Your Sanctuary in my worldly environment. I may remain awake and alert in the void of Your Word, singing and obeying the teachings of Your Word; with Your mercy and grace, I may be accepted in Your Court. Whosoever may adopt the teachings of His Word with steady and stable belief in his day-to-day life; he may be blessed with the right path of acceptance in His Court. He may be accepted in His Court.

Key Message of Raag Raamkalee, page 933-1
ਪ੍ਰਭ ਤਿੰਨਾਂ ਸ੍ਰਿਸ਼ਟੀਆਂ ਵਿੱਚ ਵਾਪਰਦਾ ਹੈ!
ਪ੍ਰਭ ਆਪ ਹੀ ਤਿੰਨਾਂ ਸ੍ਰਿਸ਼ਟੀਆਂ ਵਿੱਚ ਵਾਪਰਦਾ ਹੈ । ਸ਼ਬਦ ਨਾਲ ਜੀਵਨ ਢਾਲਣ ਨਾਲ ਅਕਸਰ ਜੀਵ ਪ੍ਰਭ ਨੂੰ ਭਾਉਣ ਲਗ ਪੈਂਦਾ, ਪ੍ਰਵਾਨ ਹੋ ਜਾਂਦਾ ਹੈ ।
His Holy Spirit Omnipresent in 3 universes!
The True Master prevails in all three universes. Whosoever may adopt the teachings of His Word with steady and stable belief; often he may be blessed with the right path of acceptance in His Court.

46. **ਰਾਮਕਲੀ ਮਹਲਾ ੧ ਦਖਣੀ ਓਅੰਕਾਰੁ॥** (26) 933-3

ਝਖਿ ਬੋਲਣੁ ਕਿਆ, ਜਗ ਸਿਉ ਵਾਦੁ॥
ਝੂਰਿ ਮਰੈ ਦੇਖੈ ਪਰਮਾਦੁ॥
ਜਨਮਿ ਮੂਏ, ਨਹੀ ਜੀਵਣ ਆਸਾ॥
ਆਇ ਚਲੇ ਭਏ ਆਸ ਨਿਰਾਸਾ॥

jhakh bolan ki-aa jag si-o vaad.
jhoor marai daykhai parmaad.
janam moo-ay nahee jeevan aasaa.
aa-ay chalay bha-ay aas niraasaa.

ਗੁਰੂ ਨਾਨਕ ਦੇਵ ਜੀ! – Guru Nanak Dev Ji! Guru Granth Sahib

ਝੁਰਿ ਝੁਰਿ ਝਖਿ ਮਾਟੀ ਰਲਿ ਜਾਇ॥ jhur jhur jhakh maatee ral jaa-ay.
ਕਾਲੁ ਨ ਚਾਂਪੈ, ਹਰਿ ਗੁਣ ਗਾਇ॥ kaal na chaaNpai har gun gaa-ay.
ਪਾਈ ਨਵ ਨਿਧਿ ਹਰਿ ਕੈ ਨਾਇ॥ paa-ee nav niDh har kai naa-ay.
ਆਪੇ ਦੇਵੈ ਸਹਜਿ ਸੁਭਾਇ॥੨੬॥ aapay dayvai sahj subhaa-ay. ||26||

ਜੀਵ ਤੂੰ ਬੁਰਾ, ਕੌੜਾ ਕਿਉਂ ਬੋਲਦਾ, ਸੰਸਾਰ ਨਾਲ ਝਗੜਾ ਕਰਦਾ ਹੈ? ਜਦੋਂ ਤੂੰ ਆਪਣੇ ਕੀਤੇ ਕੰਮ ਵੇਖੇਗਾ । ਤੂੰ ਸ਼ਰਮਿੰਦਗੀ ਨਾਲ ਹੀ ਪਛਤਾਵਾ ਕਰੇਗਾ । ਉਹ ਜੀਵ ਸੰਸਾਰ ਵਿੱਚ ਜਨਮ, ਮਰਨ ਦੇ ਚੱਕਰ ਵਿੱਚ ਹੀ ਰਹਿੰਦਾ ਹੈ । ਉਹ ਮਾਨਸ ਜੀਵਨ ਦਾ ਅਸਲੀ ਰਸਤਾ ਭੁੱਲ ਜਾਂਦਾ ਹੈ । ਉਹ ਬਹੁਤ ਆਸਾਂ ਲੈ ਕੇ ਜਨਮ ਲੈਂਦਾ ਹੈ । ਪਰ ਕੋਈ ਵੀ ਪੂਰੀ ਕਰਨ ਤੋਂ ਬਿਨਾਂ ਹੀ ਵਾਪਸ ਚਲੇ ਜਾਂਦਾ ਹੈ । ਉਹ ਉਦਾਸੀ ਵਿੱਚ ਪਛਤਾਵਾ, ਸੋਗ ਕਰਦਾ ਹੀ ਮਿੱਟੀ ਵਿੱਚ ਰਲ ਜਾਂਦਾ ਹੈ । ਜਿਹੜਾ ਸ਼ਬਦ ਨਾਲ ਜੀਵਨ ਢਾਲਦਾ, ਮੌਤ ਉਸ ਨੂੰ ਪਰੇਸ਼ਨ ਨਹੀਂ ਕਰਦੀ । ਜਿਹੜਾ ਸ਼ਬਦ ਦੀ ਪਾਲਣਾ ਕਰਦਾ ਹੈ, ਪ੍ਰਭ ਆਪ ਹੀ ਉਸ ਨੂੰ ਗਿਆਨ ਦੇ ਨੌ ਖਜ਼ਾਨੇ ਬਖਸ਼ਦਾ ਹੈ ।

Why are you speaking rude, disrespectful and quarrel with others in the world? You may regret, repent, and embarrassed looking back on your own worldly deeds. Self-minded may remain in the cycle of birth and death. He may have many hopes and expectation in his human life; however, he may forget, abandon the real purpose of human opportunity. He may be captured by devil of death without any earnings of His Word. He may only regret, repents, and grieves; his perishable body may become ashes. Whosoever may adopt the teachings of His Word with steady and stable belief in his day-to-day life; with His mercy and grace, the devil of death may never disturb his peace of mind. Who may obey the teachings of His Word with steady and stable belief; with His mercy and grace, he may be blessed with nine treasures of enlightenments.

Key Message of Raag Raamkalee, page 933-3
ਸ਼ਬਦ ਦੀ ਸੋਝੀ ਹੀ ਮੌਤ ਤੇ ਜਿੱਤ ਹੈ!
ਜਿਹੜਾ ਸ਼ਬਦ ਨਾਲ ਜੀਵਨ ਢਾਲਦਾ, ਉਸ ਨੂੰ ਮੌਤ ਪਰੇਸ਼ਨ ਨਹੀਂ ਕਰਦੀ । ਉਸ ਨੂੰ ਸ਼ਬਦ ਦੀ ਸੋਝੀ ਦੇ ਨੌ ਖਜ਼ਾਨੇ ਬਖਸ਼ਦਾ ਹੈ ।
Enlightenment of His Word is to conquer death!
Who may adopt the teachings of His Word with steady and stable belief; the devil of death may never frustrate him. He may be blessed with nine treasures of enlightenments.

47. **ਰਾਮਕਲੀ ਮਹਲਾ ੧ ਦਖਣੀ ਓਅੰਕਾਰੁ॥** (27) 933-6

ਞਿਆਨੋ ਬੋਲੈ ਆਪੇ ਬੂਝੈ॥ ਆਪੇ ਸਮਝੈ ਆਪੇ ਸੂਝੈ॥ nji-aano bolai aapay boojhai. aapay samjhai aapay soojhai.
ਗੁਰ ਕਾ ਕਹਿਆ ਅੰਕਿ ਸਮਾਵੈ॥ ਨਿਰਮਲ ਸੂਚੇ ਸਾਚੋ ਭਾਵੈ॥ gur kaa kahi-aa ank samaavai. nirmal soochay saacho bhaavai.
ਗੁਰੁ ਸਾਗਰੁ ਰਤਨੀ ਨਹੀ ਤੋਟ॥ ਲਾਲ ਪਦਾਰਥ ਸਾਚੁ ਅਖੋਟ॥ gur saagar ratnee nahee tot. laal padaarath saach akhot.
ਗੁਰਿ ਕਹਿਆ ਸਾ ਕਾਰ ਕਮਾਵਹੁ॥ ਗੁਰ ਕੀ ਕਰਣੀ ਕਾਹੇ ਧਾਵਹੁ॥ gur kahi-aa saa kaar kamaavahu. gur kee karnee kaahay Dhaavahu.
ਨਾਨਕ ਗੁਰਮਤਿ ਸਾਚਿ ਸਮਾਵਹੁ॥੨੭॥ naanak gurmat saach samaavahu. ||27||

ਪ੍ਰਭ ਆਪ ਹੀ ਜੀਵ ਦੀ ਜੀਭ ਵਿਚੋਂ ਸ਼ਬਦ ਬੋਲਦਾ, ਆਪ ਹੀ ਇਸ ਦੀ ਸੋਝੀ ਬਖਸ਼ਦਾ ਹੈ । ਆਪ ਹੀ ਇਸ ਦਾ ਕਾਰਨ ਜਾਣਦਾ, ਆਪ ਹੀ ਇਸ ਦੀ ਵਰਤੋਂ ਜਾਣਦਾ ਹੈ । ਜਿਹੜਾ ਸ਼ਬਦ ਨੂੰ ਅਟਲ ਮੰਨਕੇ ਆਪਣਾ ਜੀਵਨ ਢਾਲਦਾ ਹੈ, ਉਸ ਦਾ ਮਨ ਪਵਿੱਤਰ ਹੋ ਜਾਂਦਾ ਹੈ, ਉਹ ਪ੍ਰਭ ਨੂੰ ਭਾਉਂਦਾ ਹੈ । ਪ੍ਰਭ ਦੇ ਘਰ ਰਤਨ ਜਵਾਹਰ, ਦੀ ਕੋਈ ਘਾਟ ਨਹੀਂ ਹੁੰਦੀ । ਪ੍ਰਭ ਦੇ ਖਜ਼ਾਨੇ ਵਿਚੋਂ ਦਾਤਾਂ ਦੇਣ ਨਾਲ ਇਸ ਵਿੱਚ ਕੋਈ ਕਮੀ ਨਹੀਂ ਹੁੰਦੀ । ਜੀਵਨ ਵਿੱਚ ਕੇਵਲ ਪ੍ਰਭ ਦੇ ਸ਼ਬਦ ਅਨੁਸਾਰ ਕੰਮ ਕਰੋ! ਫਲ ਨੂੰ ਪ੍ਰਭ ਦੀ ਰਹਿਮਤ ਤੇ ਛੱਡ ਦੇਵੋ! ਪ੍ਰਭ ਸ਼ਬਦ ਦੀ ਕਮਾਈ ਬਿਰਥੀ ਨਹੀਂ ਜਾਣ ਦੇਂਦਾ! ਜੀਵ ਸ਼ਬਦ ਦੀ ਪਾਲਣਾ ਵਿੱਚ ਅਡੋਲ ਰਹਿਣ ਨਾਲ, ਪ੍ਰਭ ਦੇ ਦਰਬਾਰ ਵਿੱਚ ਪ੍ਰਵਾਨਗੀ ਦਾ ਰਸਤਾ ਬਖਸ਼ਿਸ਼ ਹੋ ਜਾਂਦਾ ਹੈ ।

The True Master blesses words, sounds at his tongue, and enlightens the essence of those words. Only, He may know the real purpose and function of these thoughts in his worldly life. Whosoever may accept His Word, as an ultimate Command! He may adopt the teachings of His Word with steady and stable belief in his day-to-day life; with His mercy and grace, his soul may be sanctified to become worthy of His Consideration. The True Master remains overwhelmed with virtue; His treasure may never be exhausted by distributing to His Creation. You should only perform deeds as per the teachings of His Word; only justice may prevail in His Court. Why are you worried about the reward? Whosoever may remain steady and stable in obeying the teachings of His Word; with His mercy and grace, he may be blessed with the right path of acceptance in His Court.

Key Message of Raag Raamkalee, page 933-6
ਅਡੋਲ ਭਰੋਸਾ ਹੀ ਆਤਮਾ ਨੂੰ ਪਵਿੱਤਰ ਰਖਦਾ ਹੈ!
ਜਿਹੜਾ ਸ਼ਬਦ ਨੂੰ ਅਟਲ ਮੰਨਕੇ ਆਪਣਾ ਜੀਵਨ ਢਾਲਦਾ, ਅਡੋਲ ਰਹਿੰਦਾ ਹੈ, ਉਸ ਦਾ ਮਨ ਪਵਿੱਤਰ ਹੋ ਜਾਂਦਾ ਹੈ! ਪ੍ਰਭ ਦੇ ਦਰਬਾਰ ਵਿੱਚ ਪ੍ਰਵਾਨ ਹੋ ਜਾਂਦਾ ਹੈ ।
Accepting His Word as ultimate Command sanctify soul!
Whosoever may adopt the teachings of His Word as an ultimate Command and remains firm on his path; his soul may be sanctified to become worthy of His Consideration.

48. **ਰਾਮਕਲੀ ਮਹਲਾ ੧ ਦਖਣੀ ਓਅੰਕਾਰੁ॥** (28) 933-9

ਟੂਟੈ ਨੇਹੁ, ਕਿ ਬੋਲਹਿ ਸਹੀ॥ ਟੂਟੈ ਬਾਹ, ਦੁਹੂ ਦਿਸ ਗਹੀ॥ tootai nayhu ke boleh sahee. tootai baah duhoo dis gahee.
ਟੂਟਿ ਪਰੀਤਿ, ਗਈ ਬੁਰ ਬੋਲਿ॥ ਦੁਰਮਤਿ ਪਰਹਰਿ ਛਾਡੀ ਢੋਲਿ॥ toot pareet ga-ee bur bol. durmat parhar chhaadee dhol.
ਟੂਟੈ ਗੰਠਿ, ਪੜੈ ਵੀਚਾਰਿ॥ ਗੁਰ ਸਬਦੀ ਘਰਿ ਕਾਰਜੁ ਸਾਰਿ॥ tootai ganth parhai veechaar. gur sabdee ghar kaaraj saar.
ਲਾਹਾ ਸਾਚੁ ਨ ਆਵੈ ਤੋਟਾ॥ ਤ੍ਰਿਭਵਣ ਠਾਕੁਰੁ ਪ੍ਰੀਤਮੁ ਮੋਟਾ॥੨੮॥ laahaa saach na aavai totaa. taribhavan thaakur pareetam motaa. ||28||

ਸੰਸਾਰਕ ਜੀਵਨ ਵਿੱਚ ਸੰਜੋਗ ਨਾਲ ਚਲਣ ਤੋਂ ਬਿਨਾਂ, ਪ੍ਰੀਤ ਟੁੱਟ ਜਾਂਦੀ ਹੈ । ਜਿਵੇਂ ਜੋੜ ਵਿਚੋਂ ਨਿਕਲਣ ਨਾਲ ਬਾਂਹ ਟੁੱਟ ਜਾਂਦੀ ਹੈ । ਇਸਤਰ੍ਹਾਂ ਕੌੜਾ ਬੋਲਣ ਨਾਲ ਸੰਜੋਗ, ਪ੍ਰੀਤ ਟੁੱਟ ਜਾਂਦੀ ਹੈ । ਬੁਰੇ ਕੰਮ ਕਰਨ ਨਾਲ ਪ੍ਰੀਤਮ ਤੋਂ ਵਿਛੋੜਾ ਹੁੰਦਾ ਹੈ । ਇਸਤਰ੍ਹਾਂ ਪ੍ਰਭ ਨਾਲ ਟੁੱਟੀ ਪ੍ਰੀਤ, ਸ਼ਬਦ ਦੀ ਪਾਲਣਾ ਨਾਲ ਹੀ ਗੰਢੀ ਜਾ ਸਕਦੀ ਹੈ । ਸ਼ਬਦ ਤੇ ਭਰੋਸਾ ਅਡੋਲ ਕਰਨ ਨਾਲ ਮਨ ਵਿਚੋਂ ਭਰਮ ਦੂਰ ਹੋ ਜਾਂਦੇ ਹਨ । ਜਿਸ ਦੀ ਸ਼ਬਦ ਦੀ ਕਮਾਈ ਪ੍ਰਵਾਨ ਹੋ ਜਾਂਦੀ, ਉਸ ਨੂੰ ਕਦੇ ਵਿਛੋੜਾ ਨਹੀਂ ਹੁੰਦਾ । ਪ੍ਰਭ ਹੀ ਤਿੰਨਾਂ ਸ੍ਰਿਸ਼ਟੀਆਂ ਵਿੱਚ ਆਤਮਾ ਦਾ ਸਭ ਤੋਂ ਚੰਗਾ ਸਾਥੀ ਹੈ ।

In worldly life! Without compromising and co-existing, the association, relationship, attachment, union may break. As arm may become disable, broken by getting dislodged from joint, cavity. Same way by speaking rude, friendship and relationship may become separated. Whosoever may obey the teachings of His Word with steady and stable belief; with His mercy and grace, his soul separated may be accepted, immersed within His Holy Spirit. All his worldly suspicions may be eliminated. Whosoever may be blessed with the right path of acceptance in His Court, by obeying the teachings of His Word; his soul may never be separated from His Holy Spirit. Only, The True Master remains the true companion of his soul in all three universes.

Key Message of Raag Raamkalee, page 933-9
ਸ਼ਬਦ ਹੀ, ਆਤਮਾ ਦਾ ਅਸਲੀ ਸਾਥੀ!
ਪ੍ਰਭ ਹੀ ਤਿੰਨਾਂ ਸ੍ਰਿਸ਼ਟੀਆਂ ਵਿੱਚ ਆਤਮਾ ਦਾ ਸਭ ਤੋਂ ਚੰਗਾ ਸਾਥੀ ਹੈ । ਪ੍ਰਭ ਨਾਲ ਟੁੱਟੀ ਪ੍ਰੀਤ, ਸ਼ਬਦ ਦੀ ਪਾਲਣਾ ਨਾਲ ਹੀ ਗੰਢੀ ਜਾ ਸਕਦੀ ਹੈ । ਉਸ ਨੂੰ ਕਦੇ ਵਿਛੋੜਾ ਨਹੀਂ ਹੁੰਦਾ ।
His Word is true friend of soul!
Only, The True Master remains the true companion of his soul in all three universes. Whosoever may obey the teachings of His Word with steady and stable belief; his separated soul may be accepted, immersed within His Holy Spirit. His soul may never be separated from His Holy Spirit.

49. **ਰਾਮਕਲੀ ਮਹਲਾ ੧ ਦਖਣੀ ਓਅੰਕਾਰੁ॥** (29) 933-11

ਠਾਕਹੁ ਮਨੂਆ ਰਾਖਹੁ ਠਾਇ॥	thaakahu manoo-aa raakho thaa-ay.
ਠਹਕਿ ਮੁਈ ਅਵਗੁਣਿ ਪਛੁਤਾਇ॥	thahak mu-ee avgun pachhutaa-ay.
ਠਾਕੁਰੁ ਏਕੁ ਸਬਾਈ ਨਾਰਿ॥	thaakur ayk sabaa-ee naar.
ਬਹੁਤੇ ਵੇਸ ਕਰੇ ਕੂੜਿਆਰਿ॥	bahutay vays karay koorhi-aar.
ਪਰ ਘਰਿ ਜਾਤੀ ਠਾਕਿ ਰਹਾਈ॥	par ghar jaatee thaak rahaa-ee.
ਮਹਲਿ ਬੁਲਾਈ ਠਾਕ ਨ ਪਾਈ॥	mahal bulaa-ee thaak na paa-ee.
ਸਬਦਿ ਸਵਾਰੀ ਸਾਚਿ ਪਿਆਰੀ॥	sabad savaaree saach pi-aaree.
ਸਾਈ ਸੋੁਹਾਗਣਿ ਠਾਕੁਰਿ ਧਾਰੀ॥੨੯॥	saa-ee sohagan thaakur Dhaaree. ||29||

ਆਪਣੇ ਮਨ ਤੇ ਕਾਬੂ ਰਖਕੇ, ਆਪਣੀ ਓਕਾਤ ਤੋਂ ਬਾਹਰ ਨਾ ਜਾਣ ਦੇਵੋ । ਸੰਸਾਰਕ ਜੀਵ ਆਪਣੀਆਂ ਗਲਤੀਆਂ, ਬੁਰੇ ਖਿਆਲਾਂ ਕਰਕੇ ਝਗੜਾ ਖੜਾ ਕਰਦਾ ਹੈ । ਉਸ ਦਾ ਪਛਤਾਵਾ ਕਰਦਾ, ਆਪਣੇ ਆਪ ਨੂੰ ਤਬਾਹ ਕਰ ਲੈਂਦਾ ਹੈ । ਸੰਸਾਰ ਵਿੱਚ ਬੰਦਗੀ ਕਰਨ ਵਾਲੇ ਬਹੁਤ ਹਨ, ਪਰ ਪ੍ਰਵਾਨ ਕਰਨ ਵਾਲਾ ਇਕੋ ਇਕ ਅਸਲੀ ਮਾਲਕ ਹੀ ਹੈ । ਫਰੇਬ ਵਾਲੇ ਰਸਤੇ ਤੇ ਚਲਕੇ ਪ੍ਰਵਾਨਗੀ ਦਾ ਰਸਤਾ ਬਖਸ਼ਿਸ਼ ਨਹੀਂ ਹੁੰਦਾ । ਜਿਹੜਾ ਗਲਤ ਰਸਤੇ ਤੇ ਚਲਦਾ, ਪ੍ਰਭ ਜੀਵ ਨੂੰ ਚੇਤਾਵਨੀ ਦੇਂਦਾ ਹੈ । ਉਸ ਦੇ ਮਨ ਅੰਦਰੋਂ ਅਵਾਜ਼ ਆਉਂਦੀ ਹੈ, ਮੂਰਖ ਰੁਕ ਜਾਵੋ । ਜਿਸ ਨੂੰ ਦਰਬਾਰ ਵਿਚੋਂ ਸੱਦਾ ਬਖਸ਼ਿਸ਼ ਹੁੰਦਾ ਹੈ, ਉਸ ਦਾ ਰਸਤਾ ਕੋਈ ਰੋਕ ਨਹੀਂ ਸਕਦਾ । ਜਿਹੜਾ ਸ਼ਬਦ ਦੀ ਪਾਲਣਾ ਵਿੱਚ ਮਸਤ ਰਹਿੰਦਾ ਹੈ, ਉਸ ਦੀ ਸ਼ਬਦ ਦੀ ਕਮਾਈ ਪ੍ਰਭ ਨੂੰ ਭਾਉਂਦੀ ਹੈ । ਜਿਸ ਆਤਮਾ ਨੂੰ ਪ੍ਰਭ ਦਾ ਆਸਰਾ ਬਖਸ਼ਿਸ਼ ਹੋ ਜਾਂਦਾ ਹੈ, ਉਹ ਦੀ ਆਤਮਾ ਵੱਡੇ ਭਾਗਾਂ ਵਾਲੀ ਬਣ ਜਾਂਦੀ ਹੈ ।

You should arise above the illusion of worldly wealth and control your worldly desires, expectations. Self-minded may create conflicts with others due to his own mistakes and expectation from others. He may repent for his mistakes; however, he ruins his relationship. Many devotees may be meditating with a hope to be accepted in His Court; however, The One and Only One, True Master may accept earnings of everyone. Whosoever may adopt deceptive, clever paths in his human life journey; he may never be accepted within His Court. Whosoever may not adopt the teachings of His Word, follows wrong path in worldly life; he may hear the warning sound from within, to avoid the wrong path. Whosoever may be blessed with an invitation from His Court; no one may create any obstacle in his way of acceptance in His Court. Whosoever may remain intoxicated in obeying the teachings of His Word; his worldly earnings may be accepted in His Court. He may become very fortunate and his soul may be accepted in His Sanctuary.

Key Message of Raag Raamkalee, page 933-11
'ਅਚੇਤ ਮਨ ਦੀ ਅਵਾਜ਼ ਹੀ ਅਸਲੀ ਰਸਤਾ ਹੈ!
ਗਲਤ ਰਸਤੇ ਤੇ ਚਲਦੇ ਜੀਵ ਨੂੰ, ਪ੍ਰਭ ਚੇਤਾਵਨੀ ਦੇਂਦਾ ਹੈ । ਉਸ ਦੇ ਮਨ ਅੰਦਰੋਂ ਅਵਾਜ਼ ਆਉਂਦੀ ਹੈ, ਮੂਰਖ ਰੁਕ ਜਾਵੋ । ਜਿਹੜਾ ਸ਼ਬਦ ਦੀ ਪਾਲਣਾ ਵਿੱਚ ਮਸਤ ਰਹਿੰਦਾ ਹੈ, ਉਸ ਦੀ ਸ਼ਬਦ ਦੀ ਕਮਾਈ ਪ੍ਰਭ ਨੂੰ ਭਾਉਂਦੀ, ਪ੍ਰਵਾਨ ਹੋ ਜਾਂਦੀ ਹੈ ।
Subconscious provides the right path!
Whosoever may adopt wrong path in worldly life; he may hear the warning sound from within, to avoid the wrong path. Whosoever may remain intoxicated in obeying the teachings of His Word; his earnings of His Word may be accepted in His Court.

50. **ਰਾਮਕਲੀ ਮਹਲਾ ੧ ਦਖਣੀ ਓਅੰਕਾਰੁ॥** (30) 933-13

ਡੋਲਤ ਡੋਲਤ ਹੇ ਸਖੀ ਫਾਟੇ ਚੀਰ ਸੀਗਾਰ॥	dolat dolat hay sakhee faatay cheer seegaar.
ਡਾਹਪਣਿ ਤਨਿ ਸੁਖੁ ਨਹੀ, ਬਿਨੁ ਡਰ ਬਿਣਠੀ ਡਾਰ॥	daahpan tan sukh nahee bin dar binathee daar.
ਡਰਪਿ ਮੁਈ ਘਰਿ ਆਪਣੈ, ਡੀਠੀ ਕੰਤਿ ਸੁਜਾਣਿ॥	darap mu-ee ghar aapnai deethee kant sujaan.
ਡਰੁ ਰਾਖਿਆ ਗੁਰਿ ਆਪਣੈ, ਨਿਰਭਉ ਨਾਮੁ ਵਖਾਣਿ॥	dar raakhi-aa gur aapnai nirbha-o naam vakhaan.
ਡੂਗਰਿ ਵਾਸੁ ਤਿਖਾ ਘਣੀ, ਜਬ ਦੇਖਾ ਨਹੀ ਦੂਰਿ॥	doogar vaas tikhaa ghanee jab daykhaa nahee door.
ਤਿਖਾ ਨਿਵਾਰੀ ਸਬਦੁ ਮੰਨਿ, ਅੰਮ੍ਰਿਤੁ ਪੀਆ ਭਰਪੂਰਿ॥	tikhaa nivaaree sabad man amrit pee-aa bharpoor.
ਦੇਹਿ ਦੇਹਿ ਆਖੈ ਸਭੁ ਕੋਈ, ਜੈ ਭਾਵੈ ਤੈ ਦੇਇ॥	deh deh aakhai sabh ko-ee jai bhaavai tai day-ay.
ਗੁਰੂ ਦੁਆਰੈ ਦੇਵਸੀ, ਤਿਖਾ ਨਿਵਾਰੈ ਸੋਇ॥੩੦॥	guroo du-aarai dayvsee tikhaa nivaarai so-ay. ||30||

ਜੀਵ ਦਾ ਮਨ ਡੋਲਦਾ ਰਹਿੰਦਾ ਹੈ, ਉਸ ਦਾ ਤਨ ਜ਼ਖਮੀ ਹੋ ਜਾਂਦਾ ਹੈ । ਜਿਸ ਦੇ ਮਨ ਵਿੱਚ ਪ੍ਰਭ ਦੇ ਵਿਛੋੜੇ ਦਾ ਡਰ ਘਰ ਨਹੀਂ ਕਰਦਾ, ਉਸ ਨੂੰ ਸੰਤੋਖ ਬਖਸ਼ਿਸ਼ ਨਹੀਂ ਹੁੰਦਾ । ਜਿਹੜਾ ਪ੍ਰਭ ਦੇ ਵਿਛੋੜੇ ਵਿੱਚ ਨਿਮਾਣਾ ਬਣ ਜਾਂਦਾ ਹੈ, ਉਸ ਨੂੰ ਰਹਿਮਤ ਬਖਸ਼ਿਸ਼ ਹੋ ਜਾਂਦੀ ਹੈ । ਉਹ ਪ੍ਰਭ ਦੇ ਵਿਛੋੜੇ ਦੇ ਡਰ ਨੂੰ ਮਨ ਵਿੱਚ ਰਖਕੇ, ਪ੍ਰਭ ਦੇ ਸ਼ਬਦ ਦੀ ਉਸਤਤ ਗਾਉਂਦਾ ਹੈ । ਜਿਹੜਾ ਜੀਵ ਬੰਦਗੀ ਦੇ ਪਰਬਤ ਤੇ ਰਹਿੰਦਾ ਹੈ, ਉਸ ਨੂੰ ਤ੍ਰਿਸ਼ਨਾਂ ਦੀ ਪਿਆਸ ਬੁਹਤ ਲਗਦੀ ਹੈ । ਜਿਸ ਦਾ ਭਰੋਸਾ ਅਡੋਲ ਰਹਿੰਦਾ ਹੈ, ਉਸ ਨੂੰ ਪ੍ਰਭ ਨੇੜੇ ਹੀ ਮਹਿਸੂਸ ਹੁੰਦਾ ਹੈ । ਉਸ ਦਾ ਮਨ, ਪ੍ਰਭ ਦੀ ਰਹਿਮਤ ਮਹਿਸੂਸ ਕਰਦਾ ਹੈ, ਪਿਆਸ ਖਤਮ ਹੋ ਜਾਂਦੀ ਹੈ । ਉਸ ਦਾ ਮਨ ਸ਼ਬਦ ਦੇ ਅੰਮ੍ਰਿਤ ਨਾਲ ਭਰ ਜਾਂਦਾ ਹੈ । ਹਰਇਕ ਜੀਵ ਪ੍ਰਭ ਤੋਂ ਸਦਾ ਮੰਗਦਾ ਹੀ ਰਹਿੰਦਾ ਹੈ, ਪ੍ਰਭ ਬਖਸ਼ਦਾ ਰਹਿੰਦਾ ਹੈ । ਜਿਹੜਾ ਪ੍ਰਭ ਦੇ ਵਿਛੋੜੇ ਦੀ ਦਰਦ ਮਨ ਅੰਦਰ ਰਖਦਾ ਹੈ, ਉਸ ਦੀ ਪਿਆਸ ਖਤਮ ਹੋ ਜਾਂਦੀ ਹੈ ।

Whosoever may not have a steady and stable belief on His Blessings; he may wander and follows worldly gurus and religious rituals; his body remains wounded with frustration of worldly desires. Whosoever may not have a fear of separation from His Holy Spirit; he may never be blessed with contentment with any worldly accomplishments, His Blessings. Whosoever may become humble with the renunciation of the memory of his separation from His Holy Spirit; he may be blessed with acceptance in His Sanctuary. He may remain singing the glory of His Word in renunciation in the memory of his separation from His Holy Spirit. Whosoever may reach the top of the mountain of meditation; his sincerity may be tested with various temptations of worldly wealth, desires. Whosoever may remain steady and stable on the right path of acceptance, he may realize His Existence everywhere; with His mercy and grace, his anxiety may be eliminated. He may remain overwhelmed with the nectar of the essence of His Word. Everyone remains praying for His Blessings; only The True Master always keep bestowing His Virtues. Whosoever may remain in renunciation in the memory of his separation from His Holy Spirit; with His mercy and grace, all his worldly desires may be eliminated.

Key Message of Raag Raamkalee, page 933-13
'ਵਿਰਾਗ ਤ੍ਰਿਸ਼ਨਾ ਨੂੰ ਨਾਸ ਕਰ ਦੇਂਦਾ ਹੈ!
ਜਿਹੜਾ ਪ੍ਰਭ ਦੇ ਵਿਛੋੜੇ ਦਾ ਡਰ ਮਨ ਵਿੱਚ ਰਖਦਾ, ਉਸ ਨੂੰ ਵੀ ਤ੍ਰਿਸ਼ਨਾਂ ਦੀ ਪਿਆਸ ਬੁਹਤ ਲਗਦੀ ਹੈ । ਪ੍ਰਭ ਦੇ ਵਿਛੋੜੇ ਦੀ ਦਰਦ ਨਾਲ ਹੀ ਉਸ ਦੀ ਪਿਆਸ ਖਤਮ ਹੋ ਜਾਂਦੀ ਹੈ ।
Renunciation conquers desires!
Whosoever may remain singing the glory of His Word in renunciation in the memory of his separation from His Holy Spirit; his sincerity may be tested with various temptations of worldly wealth, desires. However, his fear, renunciation may overpower, quench his thrust of all his worldly desires.

51. **ਰਾਮਕਲੀ ਮਹਲਾ ੧ ਦਖਣੀ ਓਅੰਕਾਰੁ॥** (31) 933-17

ਢੰਢੋਲਤ ਢੂਢਤ ਹਉ ਫਿਰੀ, ਢਹਿ ਢਹਿ ਪਵਨਿ ਕਰਾਰਿ॥	dhandholat dhoodhat ha-o firee dheh dheh pavan karaar.
ਭਾਰੇ ਢਹਤੇ ਢਹਿ ਪਏ, ਹਉਲੇ ਨਿਕਸੇ ਪਾਰਿ॥	bhaaray dhahtay dheh pa-ay ha-ulay niksay paar.
ਅਮਰ ਅਜਾਚੀ ਹਰਿ ਮਿਲੇ, ਤਿਨ ਕੈ ਹਉ ਬਲਿ ਜਾਉ॥	amar ajaachee har milay tin kai ha-o bal jaa-o.
ਤਿਨ ਕੀ ਧੂੜਿ ਅਘੁਲੀਐ, ਸੰਗਤਿ ਮੇਲਿ ਮਿਲਾਉ॥	tin kee Dhoorh aghulee-ai sangat mayl milaa-o.
ਮਨੁ ਦੀਆ ਗੁਰਿ ਆਪਣੈ, ਪਾਇਆ ਨਿਰਮਲ ਨਾਉ॥	man dee-aa gur aapnai paa-i-aa nirmal naa-o.
ਜਿਨਿ ਨਾਮੁ ਦੀਆ ਤਿਸੁ ਸੇਵਸਾ, ਤਿਸੁ ਬਲਿਹਾਰੈ ਜਾਉ॥	jin naam dee-aa tis sayvsaa tis balihaarai jaa-o.
ਜੋ ਉਸਾਰੇ ਸੋ ਢਾਹਸੀ, ਤਿਸੁ ਬਿਨੁ ਅਵਰੁ ਨ ਕੋਇ॥	jo usaaray so dhaahsee tis bin avar na ko-ay.
ਗੁਰ ਪਰਸਾਦੀ ਤਿਸੁ ਸੰਮ੍ਹਲਾ, ਤਾ ਤਨਿ ਦੂਖੁ ਨ ਹੋਇ॥੩੧॥	gur parsaadee tis sammHlaa taa tan dookh na ho-ay. ||31||

ਪ੍ਰਭ ਨੂੰ ਢੂੰਡਦਾ, ਲੱਭਦਾ ਜੀਵ ਥੱਕ ਜਾਂਦਾ, ਉਸ ਦਾ ਮਨ ਡੋਲ ਜਾਂਦਾ ਹੈ । ਉਹ ਜੀਵਨ ਦੇ ਸਮੁੰਦਰ ਦੇ ਕਿਨਾਰੇ ਤੇ ਡਿੱਗ ਪੈਂਦਾ ਹੈ । ਜਿਸ ਦੇ ਕੀਤੇ ਪਾਪਾਂ ਦੀ ਗੰਢ ਭਾਰੀ ਹੁੰਦੀ, ਉਹ ਡੁਬ ਜਾਂਦਾ, ਜੂੰਨਾਂ ਦੇ ਚੱਕਰ ਵਿੱਚ ਹੀ ਰਹਿੰਦਾ ਹੈ । ਜਿਸ ਦੀ ਗੰਢ ਹੌਲੀ ਹੁੰਦੀ ਹੈ, ਉਹ ਪ੍ਰਵਾਨਗੀ ਦੇ ਮਾਰਗ ਤੇ ਚਲ ਪੈਂਦਾ ਹੈ । ਜਿਹੜਾ ਪ੍ਰਵਾਨਗੀ ਦੇ ਮਾਰਗ ਤੇ ਚਲਦਾ ਹੈ, ਉਹ ਪੂਜਣ ਯੋਗ ਹੋ ਜਾਂਦਾ ਹੈ । ਉਸ ਦੇ ਚਰਨਾਂ ਦੀ ਧੂੜ, ਸੰਗਤ, ਸਿਖਿਆਂ ਨਾਲ ਜੀਵਨ ਢਾਲਣ ਨਾਲ ਹੀ ਪ੍ਰਵਾਨਗੀ ਦਾ ਰਸਤਾ ਬਖਸ਼ਿਸ਼ ਹੁੰਦਾ ਹੈ । ਜਿਹੜਾ ਜੀਵ ਆਪਣਾ ਮਨ, ਤਨ ਪ੍ਰਭ ਦੇ ਲੇਖੇ ਲਾ ਦੇਂਦਾ ਹੈ । ਉਸ ਨੂੰ ਸ਼ਬਦ ਦੀ ਲਗਨ, ਸੋਝੀ ਬਖਸ਼ਿਸ਼ ਹੋ ਜਾਂਦੀ ਹੈ । ਜੀਵ ਨੂੰ ਪੈਦਾ ਕਰਨ ਵਾਲਾ, ਮੌਤ ਬਖਸ਼ਣ ਵਾਲਾ, ਹੋਰ ਕੋਈ ਦੂਸਰਾ ਨਹੀਂ, ਇਕੋ ਇਕ ਪ੍ਰਭ ਹੀ ਹੈ, ਹੈ । ਪ੍ਰਭ ਦੇ ਸ਼ਬਦ ਦੀ ਪਾਲਣਾ ਕਰੋ! ਜਿਹੜਾ ਸ਼ਬਦ ਦੀ ਪਾਲਣਾ ਵਿੱਚ ਤਨ, ਮਨ ਭੇਟਾ ਕਰ ਦੇਂਦਾ ਹੈ, ਉਸ ਨੂੰ ਕੋਈ ਦੁਖ ਮਹਿਸੂਸ ਨਹੀਂ ਹੁੰਦਾ ।

Human may become frustrated, tired searching for the enlightenment of His Word, the right path of human life opportunity. He may fall on the shore of the worldly ocean. Whosoever may have a heavy burden of sins and evil thoughts, he may drown in the ocean of worldly desires; he remains in the cycle of birth and death. Whosoever may have a lighter burden of sins, he may remain on the path of meditation, on the right path of acceptance in His Court. Whosoever may remain meditating with steady and stable; with His mercy and grace, he may become worthy of worship. By adopting his life experience teachings in own life; the right path of acceptance may be blessed. Whosoever may surrender his mind, body, and his worldly status at His Sanctuary; he may be blessed with the enlightenment of the essence of His Word. His state of mind may become beyond the reach of worldly miseries. The One and Only One True Master controls the cycle of birth and death; no one else may have any power. You should always obey the teachings of His Word.

Key Message of Raag Raamkalee, page 933-17
ਆਪਾ ਭੇਟਾ ਕਰਨ ਹੀ ਦੁਖ ਤੇ ਜਿੱਤ!
ਜਿਹੜਾ ਪ੍ਰਭ ਦੇ ਵਿਛੋੜੇ ਦਾ ਡਰ ਮਨ ਵਿੱਚ ਰਖਦਾ, ਉਸ ਨੂੰ ਵੀ ਤ੍ਰਿਸ਼ਨਾਂ ਦੀ ਪਿਆਸ ਬੁਹਤ ਲਗਦੀ ਹੈ । ਪ੍ਰਭ ਦੇ ਵਿਛੋੜੇ ਦੀ ਦਰਦ ਨਾਲ ਹੀ, ਉਸ ਦੀ ਸੰਸਾਰਕ ਇਛਾ ਦੀ ਪਿਆਸ ਮਹਿਸੂਸ ਨਹੀਂ ਹੁੰਦੀ ।
Surrendering self-entity to conquer miseries!
Whosoever may surrender his self-entity at His Sanctuary; his state of mind may become beyond the reach of influence of worldly miseries. He may remain meditating on the teachings of His Word with steady and stable; he may become worthy of worship.

52. **ਰਾਮਕਲੀ ਮਹਲਾ ੧ ਦਖਣੀ ਓਅੰਕਾਰੁ॥** (32) 934-2

ਨਾ ਕੋ ਮੇਰਾ ਕਿਸੁ ਗਹੀ, ਨਾ ਕੋ ਹੋਆ ਨ ਹੋਗੁ॥	naa ko mayraa kis gahee naa ko ho-aa na hog.
ਆਵਣਿ ਜਾਣਿ ਵਿਗੁਚੀਐ, ਦੁਬਿਧਾ ਵਿਆਪੈ ਰੋਗੁ॥	aavan jaan viguchee-ai dubiDhaa vi-aapai rog.
ਨਾਮ ਵਿਹੂਣੇ ਆਦਮੀ, ਕਲਰ ਕੰਧ ਗਿਰੰਤਿ॥	naam vihoonay aadmee kalar kanDh girant.
ਵਿਣੁ ਨਾਵੈ ਕਿਉ ਛੂਟੀਐ, ਜਾਇ ਰਸਾਤਲਿ ਅੰਤਿ॥	vin naavai ki-o chhootee-ai jaa-ay rasaatal ant.
ਗਣਤ ਗਣਾਵੈ ਅਖਰੀ, ਅਗਣਤੁ ਸਾਚਾ ਸੋਇ॥	ganat ganaavai akhree agnat saachaa so-ay.
ਅਗਿਆਨੀ ਮਤਿਹੀਣੁ ਹੈ, ਗੁਰ ਬਿਨੁ ਗਿਆਨੁ ਨ ਹੋਇ॥	agi-aanee matiheen hai gur bin gi-aan na ho-ay.
ਤੂਟੀ ਤੰਤੁ ਰਬਾਬ ਕੀ, ਵਾਜੈ ਨਹੀ ਵਿਜੋਗਿ॥	tootee tant rabaab kee vaajai nahee vijog.
ਵਿਛੁੜਿਆ ਮੇਲੈ ਪ੍ਰਭੂ, ਨਾਨਕ ਕਰਿ ਸੰਜੋਗ॥ ੩੨॥	vichhurhi-aa maylai parabhoo naanak kar sanjog. ||32||

ਮੇਰਾ ਇਸ ਸੰਸਾਰ ਵਿੱਚ ਕੋਈ ਨਹੀਂ, ਮੈ ਕਿਸ ਦਾ ਆਸਰਾ ਲਵਾ? ਮੇਰਾ ਕੋਈ ਕਦੇ ਵੀ ਨਹੀਂ ਸੀ, ਨਾ ਹੀ ਕੋਈ ਹੋਵੇਗਾ । ਜੀਵ ਭਰਮਾਂ ਕਾਰਨ ਹੀ ਜਨਮ ਮਰਨ ਦੇ ਚੱਕਰ ਵਿੱਚ ਰਹਿੰਦਾ ਹੈ । ਜਿਹੜਾ ਸ਼ਬਦ ਦੀ ਪਾਲਣਾ ਨਹੀਂ ਕਰਦਾ, ਉਹ ਲੂਣ ਦੇ ਥੰਮ ਦੀ ਤਰ੍ਹਾਂ ਢਹਿ ਜਾਂਦਾ ਹੈ । ਸ਼ਬਦ ਦੀ ਪਾਲਣਾ ਤੋਂ ਬਿਨਾਂ, ਜੀਵ ਕਿਵੇਂ ਜੂੰਨਾਂ ਤੋਂ ਛੁਟਕਾਰਾ ਪਾ ਸਕਦਾ ਹੈ? ਉਹ ਨਰਕ ਵਿੱਚ, ਜੂੰਨਾ ਦੇ ਚੱਕਰ ਵਿੱਚ ਹੀ ਰਹਿੰਦਾ ਹੈ । ਥੋੜ੍ਹੀ ਜਾਣਕਾਰੀ ਨਾਲ ਕਿਵੇਂ ਇਤਨੇ ਵਿਸ਼ਾਲ ਸ਼ਬਦ ਦਾ ਵਖਿਆਣ ਕਰ ਸਕਦਾ ਹਾ? ਅਗਿਆਨੀ ਜੀਵ ਨੂੰ ਸਮਝ ਨਹੀਂ! ਪ੍ਰਭ ਦੀ ਰਹਿਮਤ, ਸ਼ਬਦ ਦੀ ਪਾਲਣਾ ਤੋਂ ਬਿਨਾਂ, ਕਿਵੇਂ ਸੋਝੀ ਪਾ ਸਕਦਾ ਹੈ? ਪ੍ਰਭ ਤੋਂ ਵਿਛੜੀ ਆਤਮਾ ਇਕ ਰਬਾਬ ਦੀ ਟੁੱਟੀ ਤਾਰ ਦੀ ਤਰ੍ਹਾਂ ਹੀ ਹੁੰਦੀ ਹੈ । ਇਸ ਵਿਚੋਂ ਕੋਈ ਸੰਗੀਤ ਦੀ ਧੁਨ ਨਹੀਂ ਨਿਕਲਦੀ । ਪ੍ਰਭ ਆਪ ਹੀ ਰਹਿਮਤ ਬਖਸ਼ਦਾ ਹੈ! ਜਿਸ ਦੇ ਭਾਗ ਉਹ ਆਪ ਬਦਲਦਾ ਹੈ, ਉਸ ਨੂੰ ਆਪਣੇ ਨਾਲ ਜੋੜਦਾ ਹੈ ।

My True Master, I have no family nor helper in the universe! Whom may I count on support or help? I never had any relationship nor I may have any association, bond with anyone in future. Self-minded may remain in the cycle of birth and death due to religious rituals, suspicions. Whosoever may not adopt the teachings of His Word in his day-to-day life; he may be like a pillar of salt within ocean; he may dissolve over a period. How may he be saved from the devil of death, without obeying the teachings of His Word? He may only remain in the cycle of birth and death, in hell. Worldly guru may have very insignificant understanding, comprehension of His Nature! How may he comprehend or explain the greatness of His Nature? Ignorant may not realize! How may he be saved from the cycle of birth and death? His soul separated from His Holy Spirit may be like a broken string of musical guitar; no sound may vibrate. Whose destiny may be changed, he may be blessed with the right path of acceptance in His Court.

Key Message of Raag Raamkalee, page 934-2
ਭਰਮ ਹੀ ਜਨਮ ਮਰਨ ਦੇ ਚੱਕਰ ਦੀ ਜੜ੍ਹ ਹੈ!
ਜੀਵ ਭਰਮਾਂ ਕਾਰਨ ਹੀ ਜਨਮ ਮਰਨ ਦੇ ਚੱਕਰ ਵਿੱਚ ਰਹਿੰਦਾ ਹੈ । ਉਸ ਦਾ ਭਰੋਸਾ ਪ੍ਰਭ ਦੇ ਬਖਸ਼ੇ ਤੇ ਡੋਲ ਜਾਂਦਾ, ਲੂਣ ਦੇ ਥੰਮ ਦੀ ਤਰ੍ਹਾਂ ਢਹਿ ਜਾਂਦਾ ਹੈ । ਪ੍ਰਭ ਤੋਂ ਵਿਛੜੀ ਆਤਮਾ ਇਕ ਰਬਾਬ ਦੀ ਟੁੱਟੀ ਤਾਰ ਦੀ ਤਰ੍ਹਾਂ ਹੀ ਹੁੰਦੀ ਹੈ । ਇਸ ਵਿਚੋਂ ਕੋਈ ਸੰਗੀਤ ਦੀ ਧੁਨ ਨਹੀਂ ਨਿਕਲਦੀ ।
Suspicions are root cause of birth and death cycle!
Self-minded my remain in the cycle of birth and death due to religious rituals, suspicions. His belief on His Blessings may be shattered like a pillar of salt within ocean, dissolves over a period. His soul separated from His Holy Spirit may be like a broken string of musical guitar; no sound may vibrate.

53. **ਰਾਮਕਲੀ ਮਹਲਾ ੧ ਦਖਣੀ ਓਅੰਕਾਰੁ॥** (33) 934-6

ਤਰਵਰੁ ਕਾਇਆ ਪੰਖਿ ਮਨੁ, ਤਰਵਰਿ ਪੰਖੀ ਪੰਚ॥	tarvar kaa-i-aa pankh man tarvar pankhee panch.
ਤਤੁ ਚੁਗਹਿ ਮਿਲਿ ਏਕਸੇ, ਤਿਨ ਕਉ ਫਾਸ ਨ ਰੰਚ॥	tat chugeh mil ayksay tin ka-o faas na ranch.
ਉਡਹਿ ਤ ਬੇਗੁਲ ਬੇਗੁਲੇ, ਤਾਕਹਿ ਚੋਗ ਘਣੀ॥	udeh ta baygul baygulay takeh chog ghanee.
ਪੰਖ ਤੁਟੇ ਫਾਹੀ ਪੜੀ, ਅਵਗੁਣਿ ਭੀੜ ਬਣੀ॥	pankh tutay faahee parhee avgun bheerh banee.
ਬਿਨੁ ਸਾਚੇ ਕਿਉ ਛੂਟੀਐ, ਹਰਿ ਗੁਣ ਕਰਮਿ ਮਣੀ॥	bin saachay ki-o chhootee-ai har gun karam manee.
ਆਪਿ ਛਡਾਏ ਛੂਟੀਐ, ਵਡਾ ਆਪਿ ਧਣੀ॥	aap chhadaa-ay chhootee-ai vadaa aap Dhanee.
ਗੁਰ ਪਰਸਾਦੀ ਛੂਟੀਐ, ਕਿਰਪਾ ਆਪਿ ਕਰੇਇ॥	gur parsaadee chhootee-ai kirpaa aap karay-i.
ਅਪਣੈ ਹਾਥਿ ਵਡਾਈਆ, ਜੈ ਭਾਵੈ ਤੈ ਦੇਇ॥ ੩੩॥	apnai haath vadaa-ee-aa jai bhaavai tai day-ay. ||33||

ਜੀਵ ਦਾ ਮਨ ਇਕ ਪੰਛੀ ਦੀ ਤਰ੍ਹਾਂ, ਤਨ ਦੇ ਬ੍ਰਿਛ ਵਿੱਚ ਬੈਠਦਾ, ਵਸਦਾ ਹੈ । ਉਸ ਦੇ ਮਨ ਵਿੱਚ ਪੰਜਾਂ ਇਛਾਂ ਦਾ ਪ੍ਰਭਾਵ ਰਹਿੰਦਾ ਹੈ । ਜਿਹੜਾ ਸ਼ਬਦ ਦੀ ਪਾਲਣਾ ਕਰਦਾ ਹੈ, ਉਹ ਇਛਾਂ ਦੇ ਜਾਲ ਵਿੱਚ ਨਹੀਂ ਫਸਦਾ । ਜਿਸ ਦਾ ਭਰੋਸਾ ਪ੍ਰਭ ਦੇ ਸ਼ਬਦ, ਬਖਸ਼ੇ ਤੇ ਅਡੋਲ ਨਹੀਂ ਰਹਿੰਦਾ, ਹੋਰ ਪਾਸੇ ਚਲਦਾ ਹੈ । ਆਪਣੀ ਗਲਤੀ ਨਾਲ ਇਕ ਇਛਾਂ ਦੇ ਜਾਲ ਵਿੱਚ ਫਸ ਜਾਂਦਾ ਹੈ, ਤਾ ਹੌਲੀ ਹੌਲੀ ਬਾਕੀ ਇਛਾਂ ਜ਼ੋਰ ਪਾ ਲੈਂਦੀਆਂ ਹਨ । ਪ੍ਰਭ ਦੀ ਬੰਦਗੀ ਤੋਂ ਬਿਨਾਂ ਕਿਵੇਂ ਕੋਈ ਇਹਨਾਂ ਇਛਾਂ ਤੋਂ ਛੁਟਕਾਰਾ ਪਾ ਸਕਦਾ ਹੈ? ਜੀਵ ਦੇ ਚੰਗੇ ਕੰਮਾਂ ਵਿਚੋਂ ਹੀ ਪ੍ਰਭ ਦੇ ਸ਼ਬਦ ਦੀ ਉਸਤਤ ਬਖਸ਼ਿਸ਼ ਹੁੰਦੀ ਹੈ । ਜਿਸ ਤੇ ਪ੍ਰਭ ਰਹਿਮਤ ਬਖਸ਼ਕੇ ਭਰੋਸਾ ਅਡੋਲ ਰਖਦਾ ਹੈ, ਉਹ ਇਛਾਂ ਤੋਂ ਬਚ ਜਾਂਦਾ ਹੈ । ਪ੍ਰਭ ਹੀ ਸਭ ਤੋਂ ਵੱਡਾ ਮਾਲਕ ਹੈ, ਸਭ ਰਹਿਮਤਾਂ ਪ੍ਰਭ ਦੇ ਵੱਸ ਵਿੱਚ ਹੀ ਹਨ । ਆਪਣੀ ਰਹਿਮਤ ਨਾਲ ਹੀ ਬਖਸ਼ਦਾ ਹੈ ।

Self-minded may be like a bird, sitting and dwelling in the tree of his body; his mind remains overwhelmed with worldly desires. Whosoever may adopt the teachings of His Word with steady and stable belief; with His mercy and grace, he may not be trapped by the worldly desires. Whosoever may not have steady and stable belief on the teachings of His Word; he may follow religious rituals. With his greed and own careless mistake, he may be attracted to one worldly desire; slowly and slowly the sweet poison of worldly desires takes over the functioning of his brain and thoughts of his mind. Without meditating with steady and stable belief; how may anyone conquer the demons of his worldly desires? Whosoever may be kept steady and stable on the path of meditation; with His mercy and grace, he may be saved. All virtues, blessings remain only under His Command, The True Master, greatest of All.

Key Message of Raag Raamkalee, page 934-6
'ਇਛਾ ਦਾ ਜਾਲ ਨਾ ਟੁੱਟਣ ਵਾਲਾ ਹੈ!
ਜੀਵ ਆਪਣੀ ਗਲਤੀ ਨਾਲ ਇਕ ਇਛਾਂ ਦੇ ਜਾਲ ਵਿੱਚ ਫਸ ਜਾਂਦਾ ਹੈ, ਤਾ ਹੌਲੀ ਹੌਲੀ ਬਾਕੀ ਇਛਾਂ ਜ਼ੋਰ ਪਾ ਲੈਂਦੀਆਂ ਹਨ । ਜੀਵ ਦੇ ਚੰਗੇ ਕੰਮਾਂ ਵਿਚੋਂ ਹੀ ਪ੍ਰਭ ਦੇ ਸ਼ਬਦ ਦੀ ਉਸਤਤ ਬਖਸ਼ਿਸ਼ ਹੁੰਦੀ ਹੈ । ਉਹ ਇਛਾਂ ਤੋਂ ਬਚ ਸਕਦਾ ਹੈ ।
Worldly desires a vicious cycle!
Self-minded with greed and own careless mistake, becomes a victim of one worldly desire; slowly and slowly the sweet poison of worldly desires takes over the functioning of his brain and thoughts of his mind. Whosoever may remain steady and stable on the path of meditation; only he may be saved.

54. **ਰਾਮਕਲੀ ਮਹਲਾ ੧ ਦਖਣੀ ਓਅੰਕਾਰੁ॥** (34) 934-9

ਥਰ ਥਰ ਕੰਪੈ ਜੀਅੜਾ, ਥਾਨ ਵਿਹੂਣਾ ਹੋਇ॥
ਥਾਨਿ ਮਾਨਿ ਸਚੁ ਏਕੁ ਹੈ, ਕਾਜੁ ਨ ਫੀਟੈ ਕੋਇ॥
ਥਿਰੁ ਨਾਰਾਇਣੁ, ਥਿਰੁ ਗੁਰੂ, ਥਿਰੁ ਸਾਚਾ ਬੀਚਾਰੁ॥
ਸੁਰਿ ਨਰ ਨਾਥਹ ਨਾਥੁ ਤੂ, ਨਿਧਾਰਾ ਆਧਾਰੁ॥
ਸਰਬੇ ਥਾਨ ਥਨੰਤਰੀ, ਤੂ ਦਾਤਾ ਦਾਤਾਰੁ॥
ਜਹ ਦੇਖਾ ਤਹ ਏਕੁ ਤੂ, ਅੰਤੁ ਨ ਪਾਰਾਵਾਰੁ॥
ਥਾਨ ਥਨੰਤਰਿ ਰਵਿ ਰਹਿਆ, ਗੁਰ ਸਬਦੀ ਵੀਚਾਰਿ॥
ਅਣਮੰਗਿਆ ਦਾਨੁ ਦੇਵਸੀ, ਵਡਾ ਅਗਮ ਅਪਾਰੁ॥ ੩੪॥

thar thar kampai jee-arhaa thaan vihoonaa ho-ay.
thaan maan sach ayk hai kaaj na feetai ko-ay.
thir naaraa-in thir guroo thir saachaa beechaar.
sur nar naathah naath too niDhaaraa aaDhaar.
sarbay thaan thanantaree too daataa daataar.
jah daykhaa tah ayk too ant na paaraavaar.
thaan thanantar rav rahi-aa gur sabdee veechaar.
anmangi-aa daan dayvsee vadaa agam apaar. ||34||

ਜਿਸ ਦਾ ਭਰੋਸਾ ਪ੍ਰਭ ਦੇ ਸ਼ਬਦ ਤੋਂ ਡੋਲ ਜਾਂਦਾ ਹੈ । ਕੇਵਲ ਪ੍ਰਭ ਦੀ ਰਹਿਮਤ ਨਾਲ ਹੀ ਸ਼ਬਦ ਤੇ ਭਰੋਸਾ ਅਡੋਲ, ਮਾਣ ਵਾਪਸ ਬਖਸ਼ਿਸ਼ ਹੋ ਸਕਦਾ ਹੈ । ਪ੍ਰਭ ਦਾ ਭਾਣਾ ਸਦਾ ਅਟਲ ਰਹਿਣ ਵਾਲਾ ਹੈ । ਸਦਾ ਅਟਲ ਰਹਿਣ ਵਾਲਾ ਮਾਲਕ, ਸਦਾ ਹੀ ਅਸਲੀ ਰਸਤੇ ਤੇ ਪਾਉਂਦਾ ਹੈ । ਪ੍ਰਭ ਦੇ ਸ਼ਬਦ ਦੀ ਕਮਾਈ, ਕਦੇ ਬਿਰਥੀ ਨਹੀਂ ਜਾਂਦੀ । ਪ੍ਰਭ ਹੀ ਨਾਥਾਂ ਦਾ ਨਾਥ, ਗੁਰੂਆਂ ਦਾ ਗੁਰੂ, ਜੋਗੀਆਂ ਦਾ ਜੋਗੀ, ਨਿਮਾਣਿਆਂ ਦਾ ਆਸਰਾ ਹੈ । ਪ੍ਰਭ ਹਰ ਥਾਂ ਤੇ ਹਾਜਰਾ ਹਜ਼ੂਰ ਵਾਪਰਦਾ, ਦਾਤਾਂ ਬਖਸ਼ਦਾ, ਪ੍ਰਭ ਵਿੱਚ ਕੋਈ ਕਮੀ, ਘਾਟ ਨਹੀਂ ਹੈ । ਪ੍ਰਭ ਦੇ ਸ਼ਬਦ ਦੀ ਸੋਝੀ, ਸ਼ਬਦ ਦੀ ਪਾਲਣਾ ਨਾਲ ਹੀ ਬਖਸ਼ਿਸ਼ ਹੁੰਦੀ ਹੈ । ਪ੍ਰਭ ਜੀਵ ਦੀ ਪਹੁੰਚ, ਅੰਤ ਤੋਂ ਰਹਿਤ, ਬਿਨਾਂ ਮੰਗਿਆ, ਲੋੜ ਅਨੁਸਾਰ ਦਾਤਾਂ ਬਖਸ਼ਦਾ ਹੈ ।

Who may lose his belief of His Blessings; only With His mercy and grace, he may regain His Merciful Blessed Vision or honor? The Creator remains unchanged and true forever; only He may bless the right path to His Creation. The earnings of His Word may never be wasted, always rewarded. His Command always remains unchanged, unavoidable, and always prevails in the universe. The Omnipresent True Master, King of kings, True Guru of worldly gurus may always protect and support helpless humble devotee. He has no deficiency or shortage of virtues, blessings in His Court. His Word remains embedded within each soul. Whosoever may obey the teachings of His Word; only with His mercy and grace, he may be enlightened with the essence of His Word. The True Master remains beyond the reach and comprehension of His Creation. The Omniscient True Master always bestows His Blessings, Virtues on His Creation as needed for his survival; without praying or begging.

Key Message of Raag Raamkalee, page 934-9
ਪ੍ਰਭ ਹੀ ਨਾਥਾ ਦਾ ਨਾਥ ਹੈ!
ਪ੍ਰਭ ਹੀ ਨਾਥਾਂ ਦਾ ਨਾਥ, ਗੁਰੂਆਂ ਦਾ ਗੁਰੂ, ਜੋਗੀਆਂ ਦਾ ਜੋਗੀ, ਨਿਮਾਣਿਆਂ ਦਾ ਆਸਰਾ ਹੈ । ਪ੍ਰਭ ਦੇ ਸ਼ਬਦ ਦੀ ਸੋਝੀ, ਸ਼ਬਦ ਦੀ ਪਾਲਣਾ ਨਾਲ ਹੀ ਬਖਸ਼ਿਸ਼ ਹੁੰਦੀ ਹੈ । ਪ੍ਰਭ ਦੇ ਸ਼ਬਦ ਦੀ ਕਮਾਈ, ਕਦੇ ਬਿਰਥੀ ਨਹੀਂ ਜਾਂਦੀ ।
The True Master! King of all worldly kings!
The Omnipresent True Master, King of kings, True Guru of worldly gurus may always protect and support helpless humble devotee. The enlightenment of the essence of His Word remains embedded within adopting the teachings of His Word. Earnings of His Word may never be wasted, unrewarded.

55. **ਰਾਮਕਲੀ ਮਹਲਾ ੧ ਦਖਣੀ ਓਅੰਕਾਰੁ॥** (35) 934-13

ਦਇਆ ਦਾਨੁ ਦਇਆਲੁ ਤੂ, ਕਰਿ ਕਰਿ ਦੇਖਣਹਾਰੁ॥
ਦਇਆ ਕਰਹਿ ਪ੍ਰਭ ਮੇਲਿ ਲੈਹਿ, ਖਿਨ ਮਹਿ ਢਾਹਿ ਉਸਾਰਿ॥
ਦਾਨਾ ਤੂ ਬੀਨਾ ਤੁਹੀ, ਦਾਨਾ ਕੈ ਸਿਰਿ ਦਾਨੁ॥
ਦਾਲਦ ਭੰਜਨ ਦੁਖ ਦਲਣ, ਗੁਰਮੁਖਿ ਗਿਆਨੁ ਧਿਆਨੁ॥ ੩੫॥

da-i-aa daan da-i-aal too kar kar daykhanhaar.
da-i-aa karahi parabh mayl laihi khin meh dhaahi usaar.
daanaa too beenaa tuhee daanaa kai sir daan.
daalad bhanjan dukh dalan gurmukh gi-aan Dhi-aan. ||35||

ਪ੍ਰਭ, ਦਿਆਲੋ, ਦਾਤਾਂ ਦਾ ਮਾਲਕ, ਤਰਸਵਾਨ, ਆਪ ਹੀ ਜੀਵ ਨੂੰ ਪੈਦਾ ਕਰਦਾ, ਦੇਖਦਾ, ਪਾਲਣਾ ਕਰਦਾ ਹੈ । ਪ੍ਰਭ ਇਕ ਪਲ ਵਿੱਚ ਕਿਸੇ ਨੂੰ ਬਚਾ ਸਕਦਾ, ਖਤਮ ਕਰ ਸਕਦਾ ਹੈ । ਰਹਿਮਤ ਬਖਸ਼ੋ! ਆਪਣੀ ਸ਼ਰਨ ਵਿੱਚ ਪਨਾਹ ਬਖਸ਼ੋ । ਤੂੰ ਅੰਤਰਜਾਮੀ, ਸਭ ਤੋਂ ਸੋਝੀਵਾਨ, ਦਾਤਾਂ ਦਾ ਮਾਲਕਾ ਹੈ । ਜਿਹੜਾ ਗੁਰਮਖ ਸ਼ਬਦ ਦੀ ਪਾਲਣਾ ਕਰਦਾ, ਜੀਵਨ ਢਾਲਦਾ, ਧਿਆਨ ਲਾਉਂਦਾ ਹੈ । ਉਸ ਦੇ ਸਾਰੇ ਸੰਸਾਰਕ ਦੁਖ ਦੂਰ ਕਰ ਦੇਂਦਾ ਹੈ, ਇਛਾਂ ਤੇ ਜਿੱਤ ਬਖੀਸ਼ਸ਼ ਹੋ ਜਾਂਦੀ ਹੈ ।

The Merciful, Generous True Master treasure of all virtues, creates new life, nourishes, and protects in the universe. He may create or destroys any creature or anything in a twinkle of eyes. My Merciful Master, blesses acceptance in Your Sanctuary. The Omnipresent, enlightened, remains true giver of blessings to His Creation. Whosoever may obey, and adopts the teachings of His Word with steady and stable belief in his day-to-day life; with His mercy and grace, he may conquer his worldly desires and his worldly miseries may be eliminated.

Key Message of Raag Raamkalee, page 934-13
ਸ਼ਬਦ ਨਾਲ ਜੀਵਨ ਢਾਲਣਾ, ਇਛਾਂ ਤੇ ਜਿੱਤ ਹੈ!
ਜਿਹੜਾ ਗੁਰਮਖ ਸ਼ਬਦ ਦੀ ਪਾਲਣਾ ਕਰਦਾ, ਜੀਵਨ ਢਾਲਦਾ, ਧਿਆਨ ਲਾਉਂਦਾ ਹੈ । ਉਸ ਨੂੰ ਸੰਸਾਰਕ ਇਛਾਂ ਦੇ ਦੁਖ ਤੇ ਜਿੱਤ ਬਖੀਸ਼ਸ਼ ਹੋ ਜਾਂਦੀ ਹੈ ।
Adopting His Word is to conquer worldly desires!
Whosoever may remain intoxicated in obeying the teachings of His Word in his day-to-day life; he may conquer all miseries of his worldly desires.

56. **ਰਾਮਕਲੀ ਮਹਲਾ ੧ ਦਖਣੀ ਓਅੰਕਾਰੁ॥** (36) 934-15

ਧਨਿ ਗਇਐ ਬਹਿ ਝੂਰੀਐ, ਧਨ ਮਹਿ ਚੀਤੁ ਗਵਾਰ॥	Dhan ga-i-ai bahi jhooree-ai Dhan meh cheet gavaar.
ਧਨੁ ਵਿਰਲੀ ਸਚੁ ਸੰਚਿਆ, ਨਿਰਮਲੁ ਨਾਮੁ ਪਿਆਰਿ॥	Dhan virlee sach sanchi-aa nirmal naam pi-aar.
ਧਨੁ ਗਇਆ ਤਾ ਜਾਣ ਦੇਹਿ, ਜੇ ਰਾਚਹਿ ਰੰਗਿ ਏਕ॥	Dhan ga-i-aa taa jaan deh jay raacheh rang ayk.
ਮਨੁ ਦੀਜੈ ਸਿਰੁ ਸਉਪੀਐ, ਭੀ ਕਰਤੇ ਕੀ ਟੇਕ॥	man deejai sir sa-upee-ai bhee kartay kee tayk.
ਧੰਧਾ ਧਾਵਤ ਰਹਿ ਗਏ, ਮਨ ਮਹਿ ਸਬਦੁ ਅਨੰਦੁ॥	DhanDhaa Dhaavat reh ga-ay man meh sabad anand.
ਦੁਰਜਨ ਤੇ ਸਾਜਨ ਭਏ, ਭੇਟੇ ਗੁਰ ਗੋਵਿੰਦ॥	durjan tay saajan bha-ay bhaytay gur govind.
ਬਨੁ ਬਨੁ ਫਿਰਤੀ ਢੂਢਤੀ, ਬਸਤੁ ਰਹੀ ਘਰਿ ਬਾਰਿ॥	ban ban firtee dhoodh-tee basat rahee ghar baar.
ਸਤਿਗੁਰਿ ਮੇਲੀ ਮਿਲਿ ਰਹੀ, ਜਨਮ ਮਰਣ ਦੁਖੁ ਨਿਵਾਰਿ॥੩੬॥	satgur maylee mil rahee janam maran dukh nivaar. ||36||

ਜਿਹੜਾ ਜੀਵ ਸੰਸਾਰਕ ਧਨ ਗਵਾਚਣ ਨਾਲ ਉਦਾਸ ਹੁੰਦਾ ਹੈ । ਉਸ ਦਾ ਮਨ, ਧਿਆਨ ਸੰਸਾਰਕ ਧਨ ਵਿੱਚ ਹੀ ਹੁੰਦਾ ਹੈ । ਕੋਈ ਵਿਰਲਾ ਹੀ ਜੀਵ ਸ਼ਬਦ ਦਾ ਧਨ ਇਕੱਠਾ ਕਰਨ ਵਿੱਚ ਹੀ ਮਸਤ ਰਹਿੰਦਾ ਹੈ । ਅਗਰ ਇਤਨਾ ਸੌਖਾ ਕੰਮ ਹੋਵੇ! ਸੰਸਾਰਕ ਧਨ ਗਵਾਚਣ ਨਾਲ, ਮਨ ਸ਼ਬਦ ਦੇ ਧਨ ਵਿੱਚ ਲਗ ਜਾਂਦਾ ਹੈ, ਤਾ ਮੈਂ ਸੰਸਾਰਕ ਧਨ ਲੁੱਟਾ ਦੇਵਾ । ਜੀਵ ਆਪਣੇ ਮਨ ਨੂੰ ਸ਼ਬਦ ਦੀ ਪਾਲਣਾ ਵਿੱਚ ਅਡੋਲ ਰਖਕੇ, ਕੇਵਲ ਪ੍ਰਭ ਦੀ ਰਹਿਮਤ ਦਾ ਆਸਰਾ ਹੀ ਭਾਲੋ! ਸੰਸਾਰਕ ਇਛਾਂ ਨੂੰ ਸੋਚਣਾ ਬੰਦ ਕਰ ਦੇਵੋ । ਜਿਹੜਾ ਸੰਸਾਰਕ ਇਛਾਂ ਦੀਆਂ ਭਟਕਣਾਂ ਦੀ ਪ੍ਰਵਾਹ ਨਹੀਂ ਕਰਦਾ, ਉਸ ਦੇ ਮਨ ਵਿੱਚ ਸ਼ਾਂਤੀ, ਰਹਿਮਤ ਬਖਸ਼ਿਸ਼ ਹੋ ਜਾਂਦੀ ਹੈ । ਜਿਹੜਾ ਸ਼ਬਦ ਦੀ ਪਾਲਣਾ ਵਿੱਚ ਅਡੋਲ ਹੋ ਜਾਂਦਾ ਹੈ । ਉਸ ਦੇ ਮਨ ਵਿਚੋਂ ਬੁਰੇ ਖਿਆਲ ਨਾਸ ਹੋ ਜਾਂਦੇ, ਸਭ ਮਿੱਤਰ ਹੀ ਨਜ਼ਰ ਆਉਂਦੇ ਹਨ । ਜਿਸ ਪਦਾਰਥ ਨੂੰ ਜੰਗਲਾਂ ਵਿੱਚ ਢੂੰਡਦਾ ਸੀ । ਉਸ ਨੂੰ ਮਨ ਦੇ ਅੰਦਰੋਂ ਹੀ ਬਖਸ਼ਿਸ਼ ਹੋ ਜਾਂਦਾ ਹੈ । ਪ੍ਰਭ ਦੇ ਸ਼ਬਦ ਵਿੱਚ ਲਗਨ ਲਾਉਣ ਨਾਲ ਜਨਮ ਮਰਨ ਦਾ ਦੁਖ ਖਤਮ ਹੋ ਜਾਂਦਾ ਹੈ ।

Whosoever may remain depressed by losing worldly wealth, possessions; he may remain a slave of worldly wealth and only thinks about short-lived pleasures in his life. However, very rare devotee may remain intoxicated in collecting the wealth of His Word. Imagine! if the process of collecting wealth of His Word may be that easy! Whosoever may lose his worldly wealth; he may become attached to the obey the teachings of His Word, earns the wealth of His Word; I may distribute may worldly wealth in a twinkle of eyes. You should obey the teachings of His Word with steady and stable belief and only pray for His Forgiveness and Refuge. You should not worry about worldly desires. Whosoever may not worry nor care about his worldly frustrations; with His mercy and grace, he may be blessed with peace of mind. Whosoever may obey the teachings of His Word with steady and stable belief in his day-to-day life; with His mercy and grace, all his evil thoughts of his mind may be eliminated; everyone may appear to be his friend. Whatsoever he may be searching in wild forests, void; with His mercy and grace, he may be blessed from within his mind. Whosoever may remain intoxicated in meditation in the void of His Word; his cycle of birth and death may be eliminated.

Key Message of Raag Raamkalee, page 934-15
ਕੋਈ ਵਿਰਲਾ ਹੀ ਸ਼ਬਦ ਦਾ ਧਨ ਇਕੱਠਾ ਕਰਦਾ ਹੈ!
ਕੋਈ ਵਿਰਲਾ ਹੀ ਜੀਵ ਸ਼ਬਦ ਦਾ ਧਨ ਇਕੱਠਾ ਕਰਨ ਵਿੱਚ ਹੀ ਮਸਤ ਰਹਿੰਦਾ ਹੈ । ਜਿਹੜਾ ਸੰਸਾਰਕ ਇਛਾਂ ਦੀਆਂ ਭਟਕਣਾਂ ਦੀ ਪ੍ਰਵਾਹ ਨਹੀਂ ਕਰਦਾ, ਉਸ ਦੇ ਮਨ ਵਿੱਚ ਸ਼ਾਂਤੀ, ਰਹਿਮਤ ਬਖਸ਼ਿਸ਼ ਹੋ ਜਾਂਦੀ ਹੈ । ਉਹ ਸ਼ਬਦ ਦੀ ਪਾਲਣਾ ਵਿੱਚ ਅਡੋਲ ਹੋ ਜਾਂਦਾ ਹੈ ।
Very rare may collect wealth of His Word!
Very rare devotee may remain intoxicated in collecting the wealth of His Word. Whosoever may not worry about or care about his worldly frustrations; he may remain intoxicated in the void of His Word. He may be blessed with peace of mind from with.

57. **ਰਾਮਕਲੀ ਮਹਲਾ ੧ ਦਖਣੀ ਓਅੰਕਾਰੁ॥** (37) 934-19

ਨਾਨਾ ਕਰਤ ਨ ਛੂਟੀਐ, ਵਿਣੁ ਗੁਣ ਜਮ ਪੁਰਿ ਜਾਹਿ॥	naanaa karat na chhootee-ai vin gun jam pur jaahi.
ਨਾ ਤਿਸੁ ਏਹੁ ਨ ਓਹੁ ਹੈ, ਅਵਗੁਣਿ ਫਿਰਿ ਪਛੁਤਾਹਿ॥	naa tis ayhu na oh hai avgun fir pachhutaahi.
ਨਾ ਤਿਸੁ ਗਿਆਨੁ ਨ ਧਿਆਨੁ ਹੈ, ਨਾ ਤਿਸੁ ਧਰਮੁ ਧਿਆਨੁ॥	naa tis gi-aan na Dhi-aan hai naa tis Dharam Dhi-aan.
ਵਿਣੁ ਨਾਵੈ ਨਿਰਭਉ ਕਹਾ, ਕਿਆ ਜਾਣਾ ਅਭਿਮਾਨੁ॥	vin naavai nirbha-o kahaa ki-aa jaanaa abhimaan.
ਥਾਕਿ ਰਹੀ ਕਿਵ ਅਪੜਾ, ਹਾਥ ਨਹੀ ਨਾ ਪਾਰੁ॥	thaak rahee kiv aprhaa haath nahee naa paar.
ਨਾ ਸਾਜਨ ਸੇ ਰੰਗੁਲੇ, ਕਿਸੁ ਪਹਿ ਕਰੀ ਪੁਕਾਰ॥	naa saajan say rangulay kis peh karee pukaar.
ਨਾਨਕ ਪ੍ਰਿਉ ਪ੍ਰਿਉ ਜੇ ਕਰੀ, ਮੇਲੇ ਮੇਲਣਹਾਰੁ॥	naanak pari-o pari-o jay karee maylay maylanhaar.
ਜਿਨਿ ਵਿਛੋੜੀ ਸੋ ਮੇਲਸੀ, ਗੁਰ ਕੈ ਹੇਤਿ ਅਪਾਰਿ॥੩੭॥	jin vichhorhee so maylsee gur kai hayt apaar. ||37||

ਧਰਮ ਦੇ ਰੀਤ ਰੀਵਾਜ ਨਾਲ ਕੋਈ ਦਰਬਾਰ ਵਿੱਚ ਪ੍ਰਵਾਨ ਨਹੀਂ ਹੋ ਸਕਦਾ । ਸ਼ਬਦ ਦੀ ਕਮਾਈ ਤੋਂ ਬਿਨਾਂ ਜੀਵ ਜੂੰਨਾਂ ਦੇ ਚੱਕਰ ਵਿੱਚ ਹੀ ਰਹਿੰਦਾ ਹੈ । ਮਨਸ ਜੀਵਨ ਪਾਪ ਵਾਲੇ ਕੰਮ ਜਾ ਗਲਤੀਆਂ ਕਰਨ ਲਈ ਮਾਨਸ ਜਨਮ, ਬਖਸ਼ਿਸ਼ ਨਹੀਂ ਹੁੰਦਾ । ਜਿਸ ਜੀਵ ਨੂੰ ਸ਼ਬਦ ਦੀ ਸੋਝੀ ਨਹੀਂ ਹੁੰਦੀ, ਉਸ ਦਾ ਧਿਆਨ ਸ਼ਬਦ ਦੀ ਕਮਾਈ, ਜਾ ਧਰਮ ਦੇ ਨਿਯਮਾਂ ਦੀ ਪਾਲਣਾ ਵਿੱਚ ਨਹੀਂ ਹੁੰਦਾ । ਕਿਵੇਂ ਸ਼ਬਦ ਦੀ ਕਮਾਈ ਤੋਂ ਬਿਨਾਂ ਮੌਤ ਦਾ ਡਰ ਦੂਰ ਹੋ ਸਕਦਾ ਹੈ? ਕਿਵੇਂ ਪ੍ਰਭ ਦੇ ਹੁਕਮ ਦੀ ਸਮਝ ਆ ਸਕਦੀ ਹੈ? ਕਿਵੇਂ ਸੰਸਾਰਕ ਸਾਗਰ ਪਾਰ ਕੀਤਾ ਜਾ ਸਕਦਾ ਹੈ? ਸੰਸਾਰਕ ਸਾਗਰ ਦਾ ਕੋਈ ਤੱਲਾ, ਨਾ ਹੀ ਕਿਨਾਰਾ ਦਿਸਦਾ ਹੈ । ਮੇਰਾ ਸੰਸਾਰ ਵਿੱਚ ਸਾਥ ਦੇਣ ਵਾਲਾ, ਸੋਝੀ ਦੇਣ ਵਾਲਾ ਹੋਰ ਕੋਈ ਨਹੀਂ ਹੈ । ਮੈਂ ਕਿਸ ਨੂੰ ਕੁਝ ਪੁਛ ਸਕਦਾ, ਜਾ ਮਦਦ ਲੈ ਸਕਦਾ ਹਾ? ਜਿਹੜਾ ਪ੍ਰਭ ਦੇ ਸ਼ਬਦ ਦੀ ਪਾਲਣਾ ਅਡੋਲ ਭਰੋਸੇ ਨਾਲ ਕਰਦਾ ਹੈ । ਪ੍ਰਭ ਉਸ ਨੂੰ ਪ੍ਰਵਾਨਗੀ ਦੇ ਰਸਤੇ ਤੇ ਅਡੋਲ ਰਖਦਾ ਹੈ । ਜਿਹੜਾ ਆਪਣੇ ਨਾਲੋ ਵਿਛੜਦਾ ਹੈ, ਕੇਵਲ ਉਹ ਆਪ ਹੀ ਸੰਜੋਗ ਬਖਸ਼ਦਾ ਹੈ ।

ਗੁਰੂ ਨਾਨਕ ਦੇਵ ਜੀ! – Guru Nanak Dev Ji! Guru Granth Sahib

Whosoever may think worldly religious rituals as the right path of acceptance in His Court; he may never be blessed with the right path of acceptance in His Court. He may remain in the cycle of birth and death, without earnings of His Word. Human life opportunity may not be blessed to perform sins, evil deeds in the universe, rather to sanctify his soul to become worthy of His Acceptance. Whosoever may not be enlightened with the essence of His Word; he may obey the teachings, principles of worldly religion, the intent of ancient prophet. How may he eliminate his fear of devil of death, without the earnings of His Word? How may he understand, comprehend the essence of His Word? How may he cross the worldly ocean of desires? The ocean of worldly desires may not have any bottom nor any shore. I do not have any companion or teacher to guide on the right path of acceptance in His Court. Whom may I ask or beg for help? Whosoever may obey the teachings of His Word with steady and stable belief in his day-to-day life; with His mercy and grace, The True Master may keep him steady and stable on the right path. Who may have separated his soul from His Holy Spirit; only He may immerse his soul within His Holy Spirit?

Key Message of Raag Raamkalee, page 934-19
ਸੰਸਾਰਕ ਸਾਗਰ ਦਾ ਤਲਾ ਕਿਨਾਰਾ ਨਹੀਂ
ਸੰਸਾਰਕ ਸਾਗਰ ਦਾ ਕੋਈ ਤੱਲਾ, ਕਿਨਾਰਾ, ਨਾ ਹੀ ਪਾਰ ਕਰਨ ਲਈ ਬੇੜੀ ਹੀ ਹੈ ! ਸ਼ਬਦ ਦੀ ਪਾਲਣਾ ਅਡੋਲ ਭਰੋਸੇ ਨਾਲ ਕਰਨ ਨਾਲ, ਪ੍ਰਭ ਆਪ ਹੀ ਪ੍ਰਵਾਨਗੀ ਦੇ ਰਸਤੇ ਤੇ ਅਡੋਲ ਰਖਦਾ ਹੈ । ਪ੍ਰਭ ਆਪ ਹੀ ਵਿਛੜਦਾ, ਆਪ ਸੰਜੋਗ ਬਖਸ਼ਦਾ ਹੈ ।
Worldly ocean is imaginary, bottom less ocean within soul!
The ocean of worldly desires has no bottom, shore nor any rescue boat. Whosoever may obey the teachings of His Word with steady and stable belief; he may be blessed with the right path. Who has separated his soul, only He may immerse his soul within His Holy Spirit?

58. **ਰਾਮਕਲੀ ਮਹਲਾ ੧ ਦਖਣੀ ਓਅੰਕਾਰੁ॥** (38) 935-4

ਪਾਪੁ ਬੁਰਾ ਪਾਪੀ ਕਉ ਪਿਆਰਾ॥ ਪਾਪਿ ਲਦੇ ਪਾਪੇ ਪਾਸਾਰਾ॥	paap buraa paapee ka-o pi-aaraa. paap laday paapay paasaaraa.
ਪਰਹਰਿ ਪਾਪੁ ਪਛਾਣੈ ਆਪੁ॥ ਨਾ ਤਿਸੁ ਸੋਗੁ ਵਿਜੋਗੁ ਸੰਤਾਪੁ॥	parhar paap pachhaanai aap. naa tis sog vijog santaap.
ਨਰਕਿ ਪੜੰਤਉ ਕਿਉ ਰਹੈ, ਕਿਉ ਬੰਚੈ ਜਮਕਾਲੁ॥	narak parhaNta-o ki-o rahai ki-o banchai jamkaal.
ਕਿਉ ਆਵਣ ਜਾਣਾ ਵੀਸਰੈ, ਝੂਠੁ ਬੁਰਾ ਖੈ ਕਾਲੁ॥	ki-o aavan jaanaa veesrai jhooth buraa khai kaal.
ਮਨੁ ਜੰਜਾਲੀ ਵੇੜਿਆ, ਭੀ ਜੰਜਾਲਾ ਮਾਹਿ॥	man janjaalee vayrhi-aa bhee janjaalaa maahi.
ਵਿਣੁ ਨਾਵੈ ਕਿਉ ਛੂਟੀਐ, ਪਾਪੇ ਪਚਹਿ ਪਚਾਹਿ॥੩੮॥	vin naavai ki-o chhootee-ai paapay pacheh pachaahi. ||38||

ਜੀਵਨ ਵਿੱਚ ਪਾਪ ਕਰਨਾ ਬੁਰਾ, ਮੰਦਾ ਕੰਮ ਹੈ, ਪਰ ਇਹ ਪਾਪ ਕਰਨ ਵਾਲੇ ਨੂੰ ਬਹੁਤ ਪਿਆਰਾ ਲਗਦਾ ਹੈ । ਉਹ ਪਾਪ ਦਾ ਭਾਰ ਇਕੱਠਾ ਕਰਦਾ ਰਹਿੰਦਾ ਹੈ । ਇਸ ਨਾਲ ਹੀ ਸੰਸਾਰ ਵਿੱਚ ਹੈਸੀਅਤ ਬਣਾਉਂਦਾ ਹੈ । ਜਿਹੜਾ ਆਪਣੇ ਆਪ ਨੂੰ ਪਛਾਣ ਲੈਂਦਾ ਹੈ । ਉਸ ਤੋਂ ਪਾਪ ਦੂਰ ਰਹਿੰਦੇ, ਦੂਰ ਭਾਗ ਜਾਂਦੇ ਹਨ । ਉਸ ਜੀਵ ਤੇ ਵਿਛੋੜੇ ਅਤੇ ਉਦਾਸੀ ਦਾ ਕੋਈ ਪ੍ਰਭਾਵ ਨਹੀਂ ਹੁੰਦਾ । ਪਾਪ ਕਰਨ ਵਾਲਾ ਨਰਕ ਤੋਂ ਕਿਵੇਂ ਬਚ ਸਕਦਾ ਹੈ? ਮੌਤ ਬਹੁਤ ਦੁਖ ਦਾਇਕ ਹੁੰਦੀ ਹੈ, ਉਹ ਮੌਤ ਦੇ ਫਰਿਸ਼ਤੇ ਨੂੰ ਕਿਵੇਂ ਧੋਖਾ ਦੇ ਸਕਦਾ ਹੈ? ਜੂੰਨਾਂ ਦਾ ਚੱਕਰ ਕਿਵੇਂ ਖਤਮ ਹੋ ਸਕਦਾ ਹੈ? ਜਿਸ ਦਾ ਮਨ ਇਛਾਂ ਦੇ ਮਗਰ ਲਗ ਜਾਂਦਾ ਹੈ, ਉਹ ਸੰਸਾਰਕ ਮਾਇਆ ਦੇ ਜਾਲ ਵਿੱਚ ਹੀ ਫਸ ਜਾਂਦਾ ਹੈ । ਸ਼ਬਦ ਦੀ ਪਾਲਣਾ ਕਰਨ ਤੋਂ ਬਿਨਾਂ ਕਿਵੇਂ ਕੋਈ ਬਚ ਸਕਦਾ ਹੈ? ਉਹ ਪਾਪ ਦੇ ਨਰਕ ਵਿੱਚ, ਜੂੰਨਾਂ ਵਿੱਚ ਹੀ ਰਹਿੰਦਾ ਹੈ ।

To perform evil deeds may be sinful; however, sinner may remain intoxicated and enjoys evil deeds. He may collect the burden of sins; with his evil deeds, he may enhance his worldly status and glory. Whosoever may recognize the real purpose of his human life opportunity; the demons of worldly desires may remain hidden from him. His state of mind remains beyond the reach of the influence separation and sadness. How the sinners be saved from hell? How may he deceive and be saved from devil of death? How may he eliminate the terrible misery of his cycle of birth and death? Whosoever may remain intoxicated with worldly desires; he may become a slave of sweet poison of worldly desires. Without obeying the teachings of His Word, without earnings of His Word; how may he be saved from devil of death? He may remain in the cycle of birth and death.

Key Message of Raag Raamkalee, page 935-4
ਆਪਾ ਪਛਾਣਨਾ ਹੀ ਪਾਪਾਂ ਤੇ ਜਿੱਤ ਹੈ !
ਜਿਹੜਾ ਆਪਣੇ ਆਪ ਨੂੰ ਪਛਾਣ ਲੈਂਦਾ ਹੈ । ਉਸ ਤੋਂ ਪਾਪ ਦੂਰ ਰਹਿੰਦੇ, ਦੂਰ ਭਾਗ ਜਾਂਦੇ ਹਨ । ਉਸ ਤੇ ਵਿਛੋੜੇ ਅਤੇ ਉਦਾਸੀ ਦਾ ਕੋਈ ਪ੍ਰਭਾਵ ਨਹੀਂ ਹੁੰਦਾ । ਉਹ ਸ਼ਬਦ ਦੀ ਪਾਲਣਾ ਵਿਚੋਂ ਅਡੋਲ ਰਹਿੰਦਾ, ਪ੍ਰਵਾਨ ਹੋ ਜਾਂਦਾ ਹੈ !
Self-realiztion is victory on sins!
Whosoever may recognize the real purpose of his human life opportunity; the demons of worldly desires may remain hidden from him. His state of mind remains beyond the reach of the influence separation and sadness. He remains intoxicated in meditation in the void of His Word, accepted in His Sanctuary.

59. **ਰਾਮਕਲੀ ਮਹਲਾ ੧ ਦਖਣੀ ਓਅੰਕਾਰੁ॥** (39) 935-7

ਫਿਰਿ ਫਿਰਿ ਫਾਹੀ ਫਾਸੈ ਕਊਆ॥	fir fir faahee faasai ka-oo-aa.
ਫਿਰਿ ਪਛੁਤਾਨਾ ਅਬ ਕਿਆ ਹੂਆ॥	fir pachhutaanaa ab ki-aa hoo-aa.
ਫਾਥਾ ਚੋਗ ਚੁਗੈ ਨਹੀ ਬੂਝੈ॥	faathaa chog chugai nahee boojhai.
ਸਤਗੁਰੁ ਮਿਲੈ ਤ ਆਖੀ ਸੂਝੈ॥	satgur milai ta aakhee soojhai.
ਜਿਉ ਮਛੁਲੀ ਫਾਥੀ ਜਮ ਜਾਲਿ॥	ji-o machhulee faathee jam jaal.
ਵਿਣੁ ਗੁਰ ਦਾਤੇ ਮੁਕਤਿ ਨ ਭਾਲਿ॥	vin gur daatay mukat na bhaal.
ਫਿਰਿ ਫਿਰਿ ਆਵੈ ਫਿਰਿ ਫਿਰਿ ਜਾਇ॥	fir fir aavai fir fir jaa-ay.
ਇਕ ਰੰਗਿ ਰਚੈ ਰਹੈ ਲਿਵ ਲਾਇ॥	ik rang rachai rahai liv laa-ay.
ਇਵ ਛੂਟੈ ਫਿਰਿ ਫਾਸ ਨ ਪਾਇ॥੩੯॥	iv chhootai fir faas na paa-ay. ||39||

ਜਿਹੜਾ ਜੀਵ ਇਛਾਂ ਦੇ ਜਾਲ ਵਿੱਚ ਫਸ ਜਾਂਦਾ ਹੈ, ਮੌਤ ਤੇ ਪਛਤਾਵਾ ਕਰਦਾ ਹੈ, ਪਰ ਉਸ ਵੇਲੇ ਕੋਈ ਲਾਭ ਨਹੀਂ ਹੁੰਦਾ, ਮੌਕਾ ਖੋਹ ਗਿਆ ਹੈ । ਭਾਵੇ ਉਹ ਜੀਵ ਜਾਣਦਾ ਹੋਵੇ, ਉਹ ਇਛਾਂ ਦੇ ਜਾਲ ਵਿੱਚ ਫਸਿਆ ਹੈ । ਪਰ ਉਸ ਨੂੰ ਸਮਝ ਨਹੀਂ ਆਉਂਦੀ, ਇਸ ਵਿਚੋਂ ਕਿਵੇਂ ਬਚ ਸਕਦਾ ਹੈ? ਜਿਹੜਾ ਸ਼ਬਦ ਦੀ ਪਾਲਣਾ ਕਰਦਾ ਹੈ, ਉਹ ਆਪਣੀਆਂ ਅੱਖਾਂ ਨਾਲ ਦੇਖ ਸਕਦਾ ਹੈ । ਉਸ ਦੇ ਮਨ ਦੀ ਹਾਲਤ ਇਸਤਰ੍ਹਾਂ ਦੀ ਹੁੰਦੀ ਹੈ, ਜਿਵੇਂ ਮੱਛੀ ਜਾਲ ਵਿੱਚ ਫਸ ਹੁੰਦੀ ਹੈ । ਇਸਤਰ੍ਹਾਂ ਉਹ ਜੂੰਨਾਂ ਦੇ ਜਾਲ ਵਿੱਚ ਫਸ ਜਾਂਦਾ ਹੈ । ਸ਼ਬਦ ਦੀ ਪਾਲਣਾ ਬਿਨਾਂ, ਪ੍ਰਵਾਨਗੀ ਦਾ ਰਸਤਾ ਬਖਸ਼ਿਸ਼ ਨਹੀਂ ਹੁੰਦਾ । ਦਾਤਾਂ ਬਖਸ਼ਣ ਵਾਲੇ ਮਾਲਕ ਦੀ ਰਹਿਮਤ ਤੋਂ ਬਿਨਾਂ ਜਨਮ ਮਰਨ ਦੇ ਚੱਕਰ ਵਿੱਚ ਹੀ ਰਹਿੰਦਾ ਹੈ । ਜਿਹੜਾ ਸ਼ਬਦ ਦੀ ਪਾਲਣਾ ਵਿੱਚ ਮਸਤ ਰਹਿੰਦਾ ਹੈ, ਆਪਣੀ ਸੁਰਤੀ ਪ੍ਰਭ ਦੇ ਚਰਨਾਂ ਵਿੱਚ ਹੀ ਰਖਦਾ ਹੈ । ਇਸਤਰ੍ਹਾਂ ਸ਼ਬਦ ਨਾਲ ਜੀਵਨ ਢਾਲਣ ਨਾਲ ਹੀ ਪ੍ਰਵਾਨਗੀ ਦਾ ਰਸਤਾ ਬਖਸ਼ਿਸ਼ ਹੋ ਸਕਦਾ ਹੈ । ਉਹ ਸੰਸਾਰਕ ਇਛਾਂ ਦੇ ਜਾਲ ਵਿੱਚ ਨਹੀਂ ਫਸਦਾ ਹੈ, ਜੂੰਨਾਂ ਦੇ ਵਿੱਚ ਨਹੀਂ ਭਉਦਾ ।

Whosoever may remain intoxicated with worldly desires, even he may repent after death; he has lost his opportunity, his repenting and regretting may not have any benefit. Even though self-minded may be aware of being trapped in worldly desires; however, he may not understand how to be saved? Whosoever may obey the teachings of His Word; he may realize the real purpose of his human life opportunity and the traps of worldly wealth. Self-minded, may remain miserable as a fish trapped in net. He remains in the cycle of birth and death. He may never be blessed with the right path of acceptance in His Court; without His mercy and grace, he may not obey the teachings of His Word nor be saved from the cycle of birth and death. Whosoever may obey the teachings of His Word with steady and stable belief in his day-to-day life; he may be blessed with the right path of acceptance in His Court. He may remain beyond the reach of sweet poison of worldly wealth; with His mercy and grace, his cycle of birth and death may be eliminated.

Key Message of Raag Raamkalee, page 935-7
ਆਪਾ ਭੇਟਾ ਕਰਨਾ ਹੀ ਇਛਾਂ ਤੇ ਜਿੱਤ ਹੈ!
ਇਛਾਂ ਦੇ ਜਾਲ ਵਿੱਚ ਫਸਿਆ ਜੀਵ, ਜਾਣਦਾ ਵੀ ਬਹਾਰ ਨਹੀਂ ਨਿਕਲ ਸਕਦਾ! ਜਿਹੜਾ ਸ਼ਬਦ ਦੀ ਪਾਲਣਾ ਵਿੱਚ ਮਸਤ ਰਹਿੰਦਾ ਹੈ, ਆਪਣੀ ਸੁਰਤੀ ਪ੍ਰਭ ਦੇ ਚਰਨਾਂ ਵਿੱਚ ਹੀ ਰਖਦਾ ਹੈ । ਉਸ ਨੂੰ ਆਪਣੇ ਅੰਦਰੋਂ ਹੀ ਅਸਲੀ ਰਸਤੇ ਦੀ ਸੋਝੀ ਹੋ ਜਾਂਦੀ ਹੈ!
Surrendering self-entity is to conquer worldly desires!
Self-minded may be aware of being trapped in worldly desires; Even though, he want to get out; however, he may not know nor find the right path. Whosoever may obey the teachings of His Word with steady and stable belief; he may be blessed with the right path of acceptance in His Court.

60. **ਰਾਮਕਲੀ ਮਹਲਾ ੧ ਦਖਣੀ ਓਅੰਕਾਰੁ॥** (40) 935-10

ਬੀਰਾ ਬੀਰਾ ਕਰਿ ਰਹੀ, ਬੀਰ ਭਏ ਬੈਰਾਇ॥	beeraa beeraa kar rahee beer bha-ay bairaa-ay.
ਬੀਰ ਚਲੇ ਘਰਿ ਆਪਣੈ, ਬਹਿਣ ਬਿਰਹਿ ਜਲਿ ਜਾਇ॥	beer chalay ghar aapnai bahin bireh jal jaa-ay.
ਬਾਬੁਲ ਕੈ ਘਰਿ ਬੇਟੜੀ, ਬਾਲੀ ਬਾਲੈ ਨੇਹਿ॥	baabul kai ghar baytrhee baalee baalai nayhi.
ਜੇ ਲੋੜਹਿ ਵਰੁ ਕਾਮਣੀ, ਸਤਿਗੁਰੁ ਸੇਵਹਿ ਤੇਹਿ॥	jay lorheh var kaamnee satgur sayveh tayhi.
ਬਿਰਲੋ ਗਿਆਨੀ ਬੂਝਣਉ, ਸਤਿਗੁਰੁ ਸਾਚਿ ਮਿਲੇਇ॥	birlo gi-aanee boojh-na-o satgur saach milay-ay.
ਠਾਕੁਰ ਹਾਥਿ ਵਡਾਈਆ, ਜੈ ਭਾਵੈ ਤੈ ਦੇਇ॥	thaakur haath vadaa-ee-aa jai bhaavai tai day-ay.
ਬਾਣੀ ਬਿਰਲਉ ਬੀਚਾਰਸੀ, ਜੇ ਕੋ ਗੁਰਮੁਖਿ ਹੋਇ॥	banee birla-o beechaarsee jay ko gurmukh ho-ay.
ਇਹ ਬਾਣੀ ਮਹਾ ਪੁਰਖ ਕੀ, ਨਿਜ ਘਰਿ ਵਾਸਾ ਹੋਇ॥੪੦॥	ih banee mahaa purakh kee nij ghar vaasaa ho-ay. ||40||

ਜਿਵੇਂ ਭੈਣ, ਭਾਈ ਨੂੰ ਬਹੁਤ ਪਿਆਰ ਕਰਦੀ ਹੈ, ਹਰਇਕ ਥਾਂ ਉਸ ਦਾ ਆਸਰਾ ਲੈਂਦੀ ਹੈ । ਜਦੋਂ ਵਿਆਹ ਹੋ ਜਾਂਦਾ, ਆਪਣੇ ਘਰ ਜਾਂਦੀ, ਭਾਈ ਅਜਨਬੀ ਹੋ ਜਾਂਦਾ ਹੈ । ਜਦੋਂ ਭਾਈ ਦੀ ਮੌਤ ਹੋ ਜਾਂਦੀ, ਉਹ ਦੁਖ ਵਿੱਚ ਤੜਪਦੀ ਹੈ, ਬਹੁਤ ਉਦਾਸ ਹੁੰਦੀ ਹੈ । ਜਿਵੇਂ ਪਿਤਾ ਦੇ ਘਰ ਲੜਕੀ, ਆਪਣੇ ਪਤੀ ਨੂੰ ਬਹੁਤ ਪਿਆਰ ਕਰਦੀ ਹੈ । ਉਸ ਦੇ ਸੋਭਾ ਦੇ ਗੀਤ ਗਾਉਂਦੀ ਹੈ । ਜਿਸ ਜੀਵ ਦਾ ਪ੍ਰਭ (ਪਤੀ) ਨਾਲ ਇਤਨਾ ਗੂੜਾ ਪਿਆਰ ਹੁੰਦਾ ਹੈ । ਉਹ ਸ਼ਬਦ ਦੀ ਪਾਲਣਾ ਕਰਦਾ, ਆਪਣਾ ਜੀਵਨ ਢਾਲਦਾ ਹੈ । ਵਿਰਲਾ ਹੀ ਜੀਵ, ਇਤਨੀ ਸੋਝੀ ਵਾਲਾ ਹੁੰਦਾ ਹੈ । ਜਿਹੜਾ ਸ਼ਬਦ ਦੀ ਪਾਲਣਾ ਕਰਦਾ, ਆਪਣਾ ਜੀਵਨ ਸ਼ਬਦ ਨਾਲ ਢਾਲਦਾ ਹੈ, ਉਸ ਨੂੰ ਸ਼ਬਦ ਦੀ ਸੋਝੀ ਬਖਸ਼ਿਸ਼ ਹੋ ਜਾਂਦੀ ਹੈ । ਪ੍ਰਭ ਦੇ ਹੱਥ ਵਿੱਚ ਸਾਰੀਆਂ ਹੀ ਰਹਿਮਤਾਂ ਹਨ । ਜਿਸ ਨੂੰ ਇਸ ਯੋਗ ਸਮਝਦਾ ਹੈ, ਉਸ ਤੇ ਰਹਿਮਤ ਬਖਸ਼ਦਾ ਹੈ । ਵਿਰਲੇ ਹੀ ਜੀਵ ਨੂੰ ਗੁਰਮਖ ਅਵਸਥਾ ਬਖਸ਼ਿਸ਼ ਹੁੰਦੀ ਹੈ । ਪ੍ਰਭ ਦਾ ਸ਼ਬਦ ਹੀ ਜੀਵ ਨੂੰ ਪ੍ਰਵਾਨਗੀ ਦੇ ਰਸਤੇ ਤੇ ਪਾਉਣ ਵਾਲਾ ਹੈ । ਉਹ ਸ਼ਬਦ ਦੀ ਪਾਲਣਾ ਨਾਲ ਆਪਣੇ ਅੰਦਰ ਝਾਤੀ ਮਾਰਦਾ, ਆਪਣੇ ਆਪ ਨੂੰ ਪਛਾਣ ਜਾਂਦਾ ਹੈ ।

As a sister, may have a deep love, attachment with her brother; she may seek, depends on his help in every situation. After marriage, her brother may become a stranger in his house and her love becomes deeper for her husband. At the death of his brother, she may be shocked with deep grief. Same way girl may show a deep affection for her husband in her parents' house and always hums, sings his praises and greatness. Whosoever may have same intense devotion with The True Master; he may obey and adopts the teachings of His Word with steady and stable belief in his day-to-day life. However, very rare may be of such a wisdom, devotion. Whosoever may obey and adopts the teachings of His Word with steady and stable belief; with His mercy and grace, he may be enlightened with the essence of His Word. All the virtues remain under His Command, The True Master. Whose soul may be sanctified to become worthy of His Consideration; with His mercy and grace, he may be blessed with a state of mind as His true devotee. The treasure of enlightenment, His Word remains embedded within his soul. Whosoever may search within, he may recognize his real purpose of his human life opportunity.

Key Message of Raag Raamkalee, page 935-10
ਅੰਦਰ ਝਾਤੀ ਮਾਰਨਾ ਹੀ ਗੁਰਮਖ ਅਵਸਥਾ ਹੈ!
ਵਿਰਲੇ ਹੀ ਜੀਵ ਆਪਣੇ ਅੰਦਰ ਝਾਤੀ ਮਾਰਦਾ ਹੈ! ਜਿਹੜਾ ਆਪਣੇ ਆਪ ਨੂੰ ਪਛਾਣ ਜਾਂਦਾ ਹੈ । ਉਹ ਪ੍ਰਭ ਦੇ ਸ਼ਬਦ ਹੀ ਸਿਖਿਆਂ ਨਾਲ ਜੀਵਨ ਢਾਲਦਾ ਹੈ! ਉਸ ਨੂੰ ਗੁਰਮਖ ਅਵਸਥਾ ਬਖਸ਼ਿਸ਼ ਹੋ ਜਾਂਦੀ ਹੈ ।
Evaluating own deeds is state of mind as His true devotee!

Whosoever may search within, he may recognize his real purpose of his human life opportunity. He may adopt the teachings of His Word with steady and stable belief; His soul may be sanctified to become worthy of His Consideration; blessed with a state of mind as His true devotee.

61. **ਰਾਮਕਲੀ ਮਹਲਾ ੧ ਦਖਣੀ ਓਅੰਕਾਰੁ॥** (41) 935-13

ਭਨਿ ਭਨਿ ਘੜੀਐ ਘੜਿ ਘੜਿ ਭਜੈ, | bhan bhan gharhee-ai gharh gharh bhajai
ਢਾਹਿ ਉਸਾਰੈ ਉਸਰੇ ਢਾਹੈ॥ | dhaahi usaarai usray dhaahai.
ਸਰ ਭਰਿ ਸੋਖੈ ਭੀ ਭਰਿ ਪੋਖੈ, ਸਮਰਥ ਵੇਪਰਵਾਹੈ॥ | sar bhar sokhai bhee bhar pokhai samrath vayparvaahai.
ਭਰਮਿ ਭੁਲਾਨੇ ਭਏ ਦਿਵਾਨੇ, ਵਿਣੁ ਭਾਗਾਂ ਕਿਆ ਪਾਈਐ॥ | bharam bhulaanay bha-ay divaanay vin bhaagaa ki-aa paa-ee-ai.
ਗੁਰਮੁਖਿ ਗਿਆਨੁ ਡੋਰੀ ਪ੍ਰਭਿ ਪਕੜੀ, ਜਿਨ ਖਿੰਚੈ ਤਿਨ ਜਾਈਐ॥ | gurmukh gi-aan doree parabh pakrhee jin khinchai tin jaa-ee-ai.
ਹਰਿ ਗੁਣ ਗਾਇ ਸਦਾ ਰੰਗਿ ਰਾਤੇ, ਬਹੁੜਿ ਨ ਪਛੋਤਾਈਐ॥ | har gun gaa-ay sadaa rang raatay bahurh na pachhotaa-ee-ai.
ਭਭੈ ਭਾਲਹਿ ਗੁਰਮੁਖਿ ਬੂਝਹਿ, ਤਾ ਨਿਜ ਘਰਿ ਵਾਸਾ ਪਾਈਐ॥ | bhabhai bhaaleh gurmukh boojheh taa nij ghar vaasaa paa-ee-ai.
ਭਭੈ ਭਉਜਲੁ ਮਾਰਗੁ ਵਿਖੜਾ, ਆਸ ਨਿਰਾਸਾ ਤਰੀਐ॥ | bhabhai bha-ojal maarag vikh-rhaa aas niraasaa taree-ai.
ਗੁਰ ਪਰਸਾਦੀ ਆਪੋ ਚੀਨ੍ਹੈ, ਜੀਵਤਿਆ ਇਵ ਮਰੀਐ॥੪੧॥ | gur parsaadee aapo cheenHai jeevti-aa iv maree-ai. ||41||

ਪ੍ਰਭ ਆਪ ਜੀਵ ਨੂੰ ਪੈਦਾ ਕਰਦਾ, ਮੌਤ ਦੇਂਦਾ, ਸ਼ਬਦ ਵਿੱਚ ਲਗਨ ਲਾਉਂਦਾ, ਤੋੜਦਾ, ਭਰਮਾਂ ਵਿੱਚ ਪਾਉਂਦਾ, ਭਰਮ ਦੂਰ ਕਰਦਾ ਹੈ । ਸੰਸਾਰਕ ਧਨ ਦੇਂਦਾ, ਗਲਤੀ ਕਰਵਾ ਕੇ ਗ਼ਰੀਬ ਬਣਾ ਦੇਂਦਾ ਹੈ । ਅੰਤਰਜਾਮੀ ਪ੍ਰਭ ਸਭ ਦਾਤਾਂ, ਸ਼ਕਤੀ ਦਾ, ਮਰਜ਼ੀ ਦਾ ਮਾਲਕ ਹੈ । ਜੀਵ ਸੰਸਾਰ ਵਿੱਚ ਇਛਾਂ, ਭਰਮਾਂ ਨਾਲ ਦਿਵਾਨਾ ਹੋਇਆ ਰਹਿੰਦਾ ਹੈ । ਲਿਖੇ ਭਾਗਾਂ ਤੋਂ ਬਿਨਾਂ ਕੁਝ ਬਖਸ਼ਿਸ਼ ਨਹੀਂ ਹੁੰਦਾ । ਗੁਰਮਖ ਜੀਵ ਨੂੰ ਸੋਝੀ ਬਖਸ਼ਿਸ਼ ਹੋ ਜਾਂਦੀ ਹੈ, ਸਭ ਕੁਝ ਪ੍ਰਭ ਦਾ ਕੀਤਾ ਹੁੰਦਾ ਹੈ । ਉਹ, ਪ੍ਰਭ ਦੇ ਭਾਣੇ ਨੂੰ ਬਖਸ਼ਿਸ਼ ਸਮਝਦਾ, ਧੰਨਵਾਦ ਹੀ ਗਾਉਂਦਾ ਰਹਿੰਦਾ ਹੈ । ਉਹ ਪ੍ਰਭ ਦੇ ਸ਼ਬਦ ਦੀ ਪਾਲਣਾ ਵਿੱਚ ਮਸਤ ਰਹਿੰਦਾ, ਸ਼ਬਦ ਦੀ ਉਸਤਤ ਹੀ ਉਸ ਦੀ ਜੀਭ ਤੇ ਰਹਿੰਦੀ ਹੈ । ਉਸ ਨੂੰ ਕਿਸੇ ਹਾਲਤ ਵਿੱਚ ਵੀ ਉਦਾਸੀ ਨਹੀਂ ਹੁੰਦੀ । ਜਿਹੜਾ ਜੀਵ ਸ਼ਬਦ ਦੀ ਪਾਲਣਾ ਕਰਦਾ, ਆਪਣੇ ਅੰਦਰ ਹੀ ਮਸਤ ਰਹਿੰਦਾ ਹੈ, ਉਸ ਨੂੰ ਗੁਰਮਖ ਅਵਸਥਾ ਬਖਸ਼ਿਸ਼ ਹੋ ਜਾਂਦੀ ਹੈ । ਉਹ ਪ੍ਰਭ ਦੀ ਜੋਤ ਆਪਣੇ ਅੰਦਰੋਂ ਹੀ ਜਾਗਰਤ ਕਰ ਲੈਂਦਾ ਹੈ । ਗੁਰਮਖ ਸੰਸਾਰਕ ਇਛਾਂ, ਆਸਾਂ ਵਿੱਚ ਰਹਿੰਦਾ ਵੀ ਇਹਨਾਂ ਤੋਂ ਰਹਿਤ ਰਹਿੰਦਾ ਹੈ । ਉਹ ਭਿਅਨਕ ਸੰਸਾਰਕ ਸਾਗਰ ਪਾਰ ਕਰ ਜਾਂਦਾ ਹੈ । ਉਹ ਸ਼ਬਦ ਦੀ ਪਾਲਣਾ ਕਰਦਾ ਇਛਾਂ ਤੋਂ ਰਹਿਤ ਰਹਿੰਦਾ ਹੈ ।

Both birth and death remain under His Command, The True Master. Only He may bless devotion to meditate or abandon His Word; intoxicated in religious suspicions or eliminate his suspicions. The Omnipotent, Omniscient, self-minded True Master may bless anyone with worldly riches; he may inspire to make a blunder and takes away worldly wealth to render poor miserable in worldly life. Self-minded may remain intoxicated insanely in worldly desires. Without great prewritten destiny, no one may be blessed with a state of mind as His true devotee. He may be enlightened with unique essence of His Nature; everything in the universe may only happen under His Command. He may accept his worldly environment as His Blessings. He may remain overwhelmed with gratitude and sings the glory of His Virtues. He may never be distressed in any worldly misery. Whosoever may remain intoxicated in obeying the teachings of His Word; with His mercy and grace, he may be accepted as His true devotee. He may remain drenched with enlightenment of the essence of His Word, awake and alert. His state of mind may become beyond the reach of worldly temptation, while living within the worldly ocean overwhelmed with hopes and desires. He may be saved and accepted in His Court.

Key Message of Raag Raamkalee, page 935-13

ਪ੍ਰਭ ਸਰਬ ਕਲਾਂ ਸਮਰਥ ਹੈ !

ਅੰਤਰਜਾਮੀ ਪ੍ਰਭ ਸਭ ਦਾਤਾਂ, ਸ਼ਕਤੀ ਦਾ, ਮਰਜ਼ੀ ਦਾ ਮਾਲਕ ਹੈ । ਪ੍ਰਭ ਆਪ ਜੀਵ ਨੂੰ ਪੈਦਾ ਕਰਦਾ, ਮੌਤ ਦੇਂਦਾ, ਸ਼ਬਦ ਵਿੱਚ ਲਗਨ ਲਾਉਂਦਾ, ਤੋੜਦਾ, ਭਰਮਾਂ ਵਿੱਚ ਪਾਉਂਦਾ, ਭਰਮ ਦੂਰ ਕਰਦਾ ਹੈ । ਜਿਹੜਾ ਜੀਵ ਸ਼ਬਦ ਦੀ ਪਾਲਣਾ ਕਰਦਾ, ਆਪਣੇ ਅੰਦਰ ਹੀ ਮਸਤ ਰਹਿੰਦਾ ਹੈ, ਉਹ ਸੰਸਾਰਕ ਇਛਾਂ, ਆਸਾਂ ਵਿੱਚ ਰਹਿੰਦਾ ਵੀ ਇਹਨਾਂ ਤੋਂ ਰਹਿਤ ਰਹਿੰਦਾ ਹੈ ।

The True Master, Omnipotent, self-contained!

The Omnipotent, Omniscient, Self-minded True Master may bless anyone with worldly riches; he may inspire to make a blunder and takes away worldly wealth to make him poor miserable in worldly life. Both birth and death; devotion to meditate or abandon His Word; religious suspicions or eliminate his suspicions all remain under His Command, The True Master. Whosoever may remain intoxicated in obeying the teachings of His Word; he may become beyond the reach of worldly temptation, while living within the worldly ocean overwhelmed with hopes and desires.

62. **ਰਾਮਕਲੀ ਮਹਲਾ ੧ ਦਖਣੀ ਓਅੰਕਾਰੁ॥** (42) 935-18

ਮਾਇਆ ਮਾਇਆ ਕਰਿ ਮੁਏ, ਮਾਇਆ ਕਿਸੈ ਨ ਸਾਥਿ॥ | maa-i-aa maa-i-aa kar mu-ay maa-i-aa kisai na saath.
ਹੰਸੁ ਚਲੈ ਉਠਿ ਡੁਮਣੋ, ਮਾਇਆ ਭੂਲੀ ਆਥਿ॥ | hans chalai uth dumno maa-i-aa bhoolee aath.
ਮਨੁ ਝੂਠਾ ਜਮਿ ਜੋਹਿਆ, ਅਵਗੁਣ ਚਲਹਿ ਨਾਲਿ॥ | man jhoothaa jam johi-aa avgun chaleh naal.
ਮਨ ਮਹਿ ਮਨੁ ਉਲਟੋ ਮਰੈ, ਜੇ ਗੁਣ ਹੋਵਹਿ ਨਾਲਿ॥ | man meh man ulto marai jay gun hoveh naal.
ਮੇਰੀ ਮੇਰੀ ਕਰਿ ਮੁਏ, ਵਿਣੁ ਨਾਵੈ ਦੁਖੁ ਭਾਲਿ॥ | mayree mayree kar mu-ay vin naavai dukh bhaal.
ਗੜ ਮੰਦਰ ਮਹਲਾ ਕਹਾ, ਜਿਉ ਬਾਜੀ ਦੀਬਾਣੁ॥ | garh mandar mehlaa kahaa ji-o baajee deebaan.
ਨਾਨਕ ਸਚੇ ਨਾਮ ਵਿਣੁ, ਝੂਠਾ ਆਵਣ ਜਾਣੁ॥ | naanak sachay naam vin jhoothaa aavan jaan.
ਆਪੇ ਚਤੁਰੁ ਸਰੂਪੁ ਹੈ, ਆਪੇ ਜਾਣੁ ਸੁਜਾਣੁ॥੪੨॥ | aapay chatur saroop hai aapay jaan sujaan. ||42||

ਜੀਵ ਸੰਸਾਰ ਵਿੱਚ ਸਾਰੀ ਉਮਰ ਧਨ ਇਕੱਠਾ ਕਰਦਾ ਰਹਿੰਦਾ ਹੈ । ਮੌਤ ਪਿਛੋਂ ਇਹ ਧਨ ਸਾਥ ਨਹੀਂ ਜਾਂਦਾ, ਦਰਬਾਰ ਵਿੱਚ ਕੋਈ ਕੀਮਤ ਨਹੀਂ ਹੁੰਦੀ, ਉਸ ਸਮੇਂ ਪਛਤਾਵਾ ਕਰਦਾ ਹੈ । ਮਾਨਸ ਸੰਸਾਰਕ ਧੰਦਿਆਂ ਵਿੱਚ ਜਨਮ ਗਵਾ ਲੈਂਦਾ ਹੈ । ਮੌਤ ਪਿਛੋਂ ਆਪਣੇ ਕੀਤੇ ਪਾਪਾਂ ਦਾ ਭਾਰ ਨਾਲ ਲੈ ਜਾਂਦਾ ਹੈ । ਸ਼ਬਦ ਦੀ ਕਮਾਈ ਤੋਂ ਬਿਨਾਂ, ਸੰਸਾਰ ਵਿੱਚ ਜੂਨਾਂ ਦੇ ਚੱਕਰ ਵਿੱਚ ਹੀ ਰਹਿੰਦਾ ਹੈ । ਜਿਹੜਾ ਸ਼ਬਦ ਦੀ ਕਮਾਈ ਕਰਦਾ, ਆਪਣੇ ਕੰਮਾਂ ਦੀ ਪਰਖ ਕਰਦਾ ਹੈ, ਉਹ ਆਪਣੇ ਆਪ ਨੂੰ ਪਛਾਣ ਜਾਂਦਾ ਹੈ । ਜੀਵ ਮੇਰੀ, ਮੇਰੀ ਕਰਦਾ ਹੈਸੀਅਤ ਦੇ ਅਭਿਮਾਨ ਵਿੱਚ ਹੀ ਮਰ ਜਾਂਦਾ ਹੈ । ਸ਼ਬਦ ਦੀ ਕਮਾਈ ਤੋਂ ਬਿਨਾਂ ਦੁਖ, ਨਿਰਾਸਾ ਹੀ ਹੁੰਦੀ ਹੈ । ਵੱਡੇ ਵੱਡੇ ਅਮੀਰਾਂ ਦਾ ਜੀਵਨ ਵੀ ਇਕ ਕਹਾਣੀ ਬਣ ਜਾਂਦਾ ਹੈ, ਮੌਤ ਪਿਛੋਂ ਘਰ, ਮਹਿਲ, ਸ਼ਾਨ ਕਿਥੇ ਚਲੇ ਜਾਂਦੀ ਹੈ? ਬੰਦਗੀ ਤੋਂ ਬਿਨਾਂ ਜੀਵ ਦਾ ਜੂਨਾਂ ਦਾ ਚੱਕਰ ਖਤਮ ਨਹੀਂ ਹੁੰਦਾ । ਪ੍ਰਭ ਆਪ ਹੀ ਸਭ ਤੋਂ ਸਿਆਣਾ, ਸਭ ਕੁਝ ਜਾਣਦਾ, ਕੀ ਹੁੰਦਾ, ਹੋਣਾ ਹੈ ।

Human may collect worldly wealth in his entire life in ignorance from the real purpose of his human life journey. After death, worldly wealth may not have any significance for the real purpose of his human life journey. He may regret and repents for his ignorance. Self-minded may remain entangled in worldly responsibilities and worldly chores. After death, only burden of his evil deeds accompanies in His Court, to endure misery in His Court. Whosoever may earn the wealth of His Word; he searches within and evaluates his own deeds with the teachings of His Word; with His mercy and grace, he may recognize the real purpose of his human life opportunity. He imagines, everything in world belong to him; he may die in the ego of his worldly status. Without the earnings of His Word, he remains disappointed and miserable. Imagine, worldly rich, powerful! After death, his life may become a fairy tale; his worldly holdings, great castles, glory have no significance in His Court for the real purpose of his human life opportunity. His cycle of birth and death may never be eliminated. The Omniscient True Master, wisest of All, only He knows what may happen in the universe.

Key Message of Raag Raamkalee, page 935-13
ਪ੍ਰਭ ਅੰਤਾਰਜਾਮੀ ਹੈ!
ਜਿਹੜਾ ਸ਼ਬਦ ਦੀ ਕਮਾਈ ਕਰਦਾ, ਆਪਣੇ ਕੰਮਾਂ ਦੀ ਪਰਖ ਕਰਦਾ ਹੈ, ਉਹ ਆਪਣੇ ਆਪ ਨੂੰ ਪਛਾਣ ਜਾਂਦਾ ਹੈ । ਪ੍ਰਭ ਆਪ ਹੀ ਸਭ ਤੋਂ ਸਿਆਣਾ, ਸਭ ਕੁਝ ਜਾਣਦਾ, ਕੀ ਹੁੰਦਾ, ਹੋਣਾ ਹੈ ।
The True Master is Omniscient!
Whosoever may earn the wealth of His Word; he searches within and evaluates his own deeds with the teachings of His Word. He may recognize the real purpose of his human life opportunity. Only, The Omniscient True Master, wisest of All, may comprehend, happening in the universe.

63. **ਰਾਮਕਲੀ ਮਹਲਾ ੧ ਦਖਣੀ ਓਅੰਕਾਰੁ॥** (43) 936-3

ਜੋ ਆਵਹਿ ਸੇ ਜਾਹਿ, ਫੁਨਿ ਆਇ ਗਏ ਪਛੁਤਾਹਿ॥	jo aavahi say jaahi fun aa-ay ga-ay pachhutaahi.
ਲਖ ਚਉਰਾਸੀਹ ਮੇਦਨੀ, ਘਟੈ ਨ ਵਧੈ ਉਤਾਹਿ॥	lakh cha-oraaseeh maydnee ghatai na vaDhai utaahi.
ਸੇ ਜਨ ਉਬਰੇ ਜਿਨ ਹਰਿ ਭਾਇਆ॥	say jan ubray jin har bhaa-i-aa.
ਧੰਧਾ ਮੁਆ ਵਿਗੂਤੀ ਮਾਇਆ॥	DhanDhaa mu-aa vigootee maa-i-aa.
ਜੋ ਦੀਸੈ ਸੋ ਚਾਲਸੀ, ਕਿਸ ਕਉ ਮੀਤੁ ਕਰੇਉ॥	jo deesai so chaalsee kis ka-o meet karay-o.
ਜੀਉ ਸਮਪਉ ਆਪਣਾ, ਤਨੁ ਮਨੁ ਆਗੈ ਦੇਉ॥	jee-o sampa-o aapnaa tan man aagai day-o.
ਅਸਥਿਰੁ ਕਰਤਾ ਤੂ ਧਣੀ, ਤਿਸ ਹੀ ਕੀ ਮੈ ਓਟ॥	asthir kartaa too Dhanee tis hee kee mai ot.
ਗੁਣ ਕੀ ਮਾਰੀ ਹਉ ਮੁਈ, ਸਬਦਿ ਰਤੀ ਮਨਿ ਚੋਟ॥ ੪੩॥	gun kee maaree ha-o mu-ee sabad ratee man chot. ||43||

ਜਿਹੜਾ ਜੀਵ ਜਨਮ ਲੈਂਦਾ ਹੈ, ਉਸ ਨੇ ਮਰਨਾ ਹੈ, ਮੌਤ ਪਿਛੋਂ ਪਛਤਾਵਾ ਕਰਦਾ ਹੈ । ਜਿਹੜਾ ਸ਼ਬਦ ਦੀ ਕਮਾਈ ਨਹੀਂ ਕਰਦਾ । 84 ਲੱਖਾਂ ਜੂੰਨਾਂ ਦੇ ਚੱਕਰ ਵਿੱਚ ਹੀ ਰਹਿੰਦਾ ਹੈ । ਸ਼ਬਦ ਦੀ ਕਮਾਈ ਨਾਲ ਹੀ ਜੂੰਨਾਂ ਦਾ ਚੱਕਰ ਖਤਮ ਕਰ ਸਕਦਾ ਹੈ । ਜਿਹੜਾ ਜੀਵ ਮਨ ਦੀਆਂ, ਸੰਸਾਰਕ ਮਾਇਆ ਦੀਆਂ ਇਛਾਂ ਤੇ ਜਿੱਤ ਪਾ ਲੈਂਦਾ ਹੈ । ਉਸ ਦਾ ਮਾਇਆ ਦਾ ਜਾਲ ਟੁੱਟ ਜਾਂਦਾ, ਖਤਮ ਹੋ ਜਾਂਦਾ ਹੈ । ਪ੍ਰਭ, ਸੰਸਾਰ ਵਿੱਚ ਕੋਈ ਸਦਾ ਰਹਿਣ ਵਾਲਾ ਨਹੀਂ, ਮੈਂ ਕਿਸ ਨਾਲ ਦੋਸਤੀ ਦਾ ਸੰਬਧ ਬਣਾਵਾ? ਮੈਂ ਆਪਣਾ ਮਨ, ਤਨ ਤੇਰੇ ਲੇਖੇ ਵਿੱਚ ਹੀ ਲਾਉਂਦਾ ਹਾ । ਮੇਰਾ ਤੇਰੇ ਉਪਰ ਹੀ ਭਰੋਸਾ ਹੈ, ਕੇਵਲ ਤੂੰ ਹੀ ਸਦਾ ਅਟਲ ਰਹਿਣ ਵਾਲਾ, ਆਸਰਾ ਬਖਸ਼ਣ ਵਾਲਾ ਮਾਲਕ ਹੈ । ਜਿਹੜਾ ਜੀਵ ਆਪਣੀ ਹੈਸੀਅਤ ਤੇ ਕਾਬੂ ਪਾ ਲੈਂਦਾ ਹੈ, ਉਸ ਦਾ ਅਹੰਕਾਰ ਖਤਮ ਹੋ ਜਾਂਦਾ ਹੈ । ਜਿਹੜਾ ਸ਼ਬਦ ਦੀ ਪਾਲਣਾ ਕਰਦਾ, ਆਪਣਾ ਜੀਵਨ ਢਾਲਦਾ ਹੈ, ਉਸ ਦਾ ਮਨ ਸੰਸਾਰਕ ਇਛਾਂ ਤੋਂ ਰਹਿਤ ਹੋ ਜਾਂਦਾ ਹੈ ।

Whosoever may take a birth in the universe, he must face death after predetermined time; he may regret and repents after death. Whosoever may not earn the wealth of His Word; he may remain in the cycle of birth and death. Whosoever may conquer his worldly desires; he may control and eliminates the influence of worldly wealth from his worldly life. No one may live permanent in the universe! Whom may I associate or make friendship? I have surrendered my mind, body, and worldly status at Your Sanctuary; I have complete belief on Your Blessings, support! You remain only companion of my soul forever. Whosoever may conquer his own worldly status; with His mercy and grace, his ego may be eliminated from his mind. Whosoever may adopt the teachings of His Word with steady and stable belief in his day-to-day life; he may become beyond the reach of worldly desires.

Key Message of Raag Raamkalee, page 936-3
ਸੰਸਾਰਕ ਇਛਾਂ ਤੇ ਜਿੱਤ ਹੀ ਮਾਇਆ ਤੇ ਜਿੱਤ ਹੇ!
ਜਿਹੜਾ ਜੀਵ ਸੰਸਾਰਕ ਮਾਇਆ ਦੀਆਂ ਇਛਾਂ ਤੇ ਜਿੱਤ ਪਾ ਲੈਂਦਾ ਹੈ । ਉਸ ਦਾ ਮਾਇਆ ਦਾ ਜਾਲ ਟੁੱਟ ਜਾਂਦਾ, ਖਤਮ ਹੋ ਜਾਂਦਾ ਹੈ । ਉਹ ਆਪਣਾ ਮਨ, ਤਨ ਪ੍ਰਭ ਦੇ ਲੇਖੇ ਲਾ ਦੇਂਦਾ ਹੈ! ਉਹ ਆਪਣੀ ਹੈਸੀਅਤ ਤੇ ਕਾਬੂ ਪਾ ਲੈਂਦਾ, ਅਹੰਕਾਰ ਖਤਮ ਹੋ ਜਾਂਦਾ ਹੈ । ਉਸ ਦਾ ਮਨ ਸੰਸਾਰਕ ਇਛਾਂ ਤੋਂ ਰਹਿਤ ਹੋ ਜਾਂਦਾ ਹੈ ।
Conquering worldly desires is to conquer worldly wealth!
Whosoever may conquer his worldly desires; he may control and eliminates the influence of worldly wealth from his worldly life. He may surrender my mind, body, and worldly status at His Sanctuary. He may conquer his own worldly status and his ego. He may become beyond the reach of worldly desires.

64. **ਰਾਮਕਲੀ ਮਹਲਾ ੧ ਦਖਣੀ ਓਅੰਕਾਰੁ॥** (44) 936-6

ਰਾਣਾ ਰਾਉ ਨ ਕੋ ਰਹੈ, ਰੰਗੁ ਨ ਤੁੰਗੁ ਫਕੀਰੁ॥	raanaa raa-o na ko rahai rang na tung fakeer.
ਵਾਰੀ ਆਪੋ ਆਪਣੀ, ਕੋਇ ਨ ਬੰਧੈ ਧੀਰ॥	vaaree aapo aapnee ko-ay na banDhai Dheer.
ਰਾਹੁ ਬੁਰਾ ਭੀਹਾਵਲਾ, ਸਰ ਡੂਗਰ ਅਸਗਾਹ॥	raahu buraa bheehaavalaa sar doogar asgaah.
ਮੈ ਤਨਿ ਅਵਗਣ ਝੁਰਿ ਮੁਈ, ਵਿਣੁ ਗੁਣ ਕਿਉ ਘਰਿ ਜਾਹ॥	mai tan avgan jhur mu-ee vin gun ki-o ghar jaah.
ਗੁਣੀਆ ਗੁਣ ਲੇ ਪ੍ਰਭ ਮਿਲੇ, ਕਿਉ ਤਿਨ ਮਿਲਉ ਪਿਆਰਿ॥	gunee-aa gun lay parabh milay ki-o tin mila-o pi-aar.
ਤਿਨ ਹੀ ਜੈਸੀ ਥੀ ਰਹਾਂ, ਜਪਿ ਜਪਿ ਰਿਦੈ ਮੁਰਾਰਿ॥	tin hee jaisee thee rahaaN jap jap ridai muraar.
ਅਵਗੁਣੀ ਭਰਪੂਰ ਹੈ, ਗੁਣ ਭੀ ਵਸਹਿ ਨਾਲਿ॥	avgunee bharpoor hai gun bhee vaseh naal.

ਵਿਣੁ ਸਤਗੁਰ ਗੁਣ ਨ ਜਾਪਨੀ, ਜਿਚਰੁ ਸਬਦਿ ਨ ਕਰੇ ਬੀਚਾਰੁ॥੪੪॥ vin satgur gun na jaapnee jichar sabad na karay beechaar. ||44||

ਜਿਹੜਾ ਵੀ ਸੰਸਾਰ ਵਿੱਚ ਜਨਮ ਲੈਂਦਾ ਹੈ, ਉਸ ਨੂੰ ਮੌਤ ਆਉਂਦੀ ਹੈ । ਕੋਈ ਵੀ ਵੱਡਾ ਰਾਜਾ, ਸੰਤ, ਸੋਝੀਵਾਨ, ਗ਼ਰੀਬ ਜਾ ਅਮੀਰ ਸਦਾ ਨਹੀਂ ਰਹਿੰਦਾ । ਵਾਪਸ ਜਾਣ ਵਾਲਾ ਰਸਤਾ ਬਹੁਤ ਖਤਰਨਾਕ, ਮੁਸ਼ਕਲ ਹੁੰਦਾ, ਸਮਾਂ ਪੂਰਾ ਹੋਣ ਤੇ ਸਵਾਸ ਖਤਮ ਹੋ ਜਾਂਦੇ ਹਨ । ਜਿਸ ਪਾਪਾਂ ਦਾ ਭਾਰ ਨਾਲ ਲੈ ਜਾਂਦਾ, ਉਹ ਪਛਤਾਵੇ, ਨਰਾਜ਼ਗੀ ਵਿੱਚ ਦੁਖ ਸਹਿਦਾ ਹੈ । ਸ਼ਬਦ ਦੀ ਕਮਾਈ ਤੋਂ ਬਿਨਾਂ ਪ੍ਰਭ ਦੇ ਦਰਬਾਰ ਵਿੱਚ, ਸਦਾ ਰਹਿਣ ਵਾਲੇ ਘਰ ਵਿੱਚ ਥਾਂ ਬਖਸ਼ਿਸ਼ ਨਹੀਂ ਹੁੰਦੀ । ਜਿਹੜਾ ਸ਼ਬਦ ਦੀ ਕਮਾਈ ਸਾਥ ਲੈ ਜਾਂਦਾ, ਉਸ ਨੂੰ ਪ੍ਰਵਾਨਗੀ ਬਖਸ਼ਿਸ਼ ਹੋ ਜਾਂਦੀ ਹੈ । ਮੇਰੇ ਪਾਸ ਤਾ ਕੇਵਲ ਪ੍ਰਭ ਨਾਲ ਪਿਆਰ, ਸ਼ਰਧਾ, ਮਿਲਣ ਦੀ ਇਛਾਂ ਹੀ ਹੈ । ਜਿਹੜਾ ਸ਼ਰਧਾ ਨਾਲ ਸ਼ਬਦ ਦੀ ਉਸਤਤ ਗਾਉਂਦਾ, ਸਿਮਰਨ ਕਰਦਾ ਹੈ, ਉਸ ਦੇ ਮਨ ਵਿੱਚ ਪ੍ਰਭ ਦੀ ਜੋਤ ਜਾਗਰਤ ਹੋ ਜਾਂਦੀ ਹੈ । ਜੀਵ ਸਾਰਾ ਜੀਵਨ, ਮੰਦੇ, ਚੰਗੇ ਕੰਮ ਕਰਦਾ ਹੈ, ਦੋਨੋਂ ਹੀ ਉਸ ਦੇ ਸਾਥ ਰਹਿੰਦੇ ਹਨ । ਪ੍ਰਭ ਦੀ ਰਹਿਮਤ ਤੋਂ ਬਿਨਾਂ ਚੰਗੇ ਕੰਮਾਂ ਦਾ ਪਾਸਾ ਭਾਰੀ ਨਹੀਂ ਹੁੰਦਾ, ਸ਼ਬਦ ਦੇ ਗੁਣ ਗਾਉਣ ਨਾਲ ਆਪਣੇ ਅਉਗੁਣ ਬਖਸ਼ਾ ਨਹੀਂ ਸਕਦਾ ।

Whosoever may take birth in the universe, he must face death after predetermined period. No worldly king, Holy Saint, prophet, rich or poor may remain permanent on earth. At predetermined time, his capital of breath may be exhausted; after death, his return path may be unpredicted and uncharted, terrible. Whosoever may carry the burden of sins; he may remain regretting, repenting in misery. No one may be blessed with a permanent resting place in His Court without the earnings of His Word. Whosoever may earn the wealth of His Word, he may be accepted in His Court. I have only deep devotion, and anxiety to be enlightened with the essence of His Word, the right path of acceptance in His Court. Whosoever may meditate and sings the glory of His Word with steady and stable belief; with His mercy and grace, he may be enlightened with the essence of His Word. Human may perform various good and evil deeds in his human life journey; both judged in His Court. No one may ever be able to get his sins forgiven by meditating and singing the glory of His Word.

Key Message of Raag Raamkalee, page 936-6
ਦੋਨੋਂ ਚੰਗੇ, ਮੰਦੇ ਕੰਮ ਆਤਮਾ ਦੇ ਸਾਥ ਰਹਿੰਦੇ ਹਨ!
ਜਿਹੜਾ ਵੀ ਸੰਸਾਰ ਵਿੱਚ ਜਨਮ ਲੈਂਦਾ ਹੈ, ਉਸ ਨੂੰ ਮੌਤ ਆਉਂਦੀ ਹੈ । ਜੀਵ ਸਾਰਾ ਜੀਵਨ, ਮੰਦੇ, ਚੰਗੇ ਕੰਮ ਕਰਦਾ ਹੈ, ਦੋਨੋਂ ਹੀ ਉਸ ਦੇ ਸਾਥ ਰਹਿੰਦੇ ਹਨ । ਜਿਸ ਪਾਸ ਸ਼ਬਦ ਦੀ ਕਮਾਈ ਹੁੰਦੀ ਹੈ, ਉਹ ਪ੍ਰਵਾਨ ਹੋ ਜਾਂਦਾ ਹੈ । ਮੇਰੇ ਪਾਸ ਤਾ ਕੇਵਲ ਪ੍ਰਭ ਨਾਲ ਪਿਆਰ, ਸ਼ਰਧਾ, ਮਿਲਣ ਦੀ ਇਛਾਂ ਹੀ ਹੈ ।
Both good and evil deeds remain with soul!
Whosoever may take birth in the universe, he must face death after predetermined period. Both his good and evil deeds in his human life, remain the companion of his soul. Whosoever may have earnings of His Word, he may be accepted in His Court. He may have only deep devotion, dedication and deep anxiety, desire to be enlightened with the essence of His Word; with His mercy and grace, the right path of acceptance in His Court.

65. **ਰਾਮਕਲੀ ਮਹਲਾ ੧ ਦਖਣੀ ਓਅੰਕਾਰੁ॥** (45) 936-10

ਲਸਕਰੀਆ ਘਰ ਸੰਮਲੇ, ਆਏ ਵਜਹੁ ਲਿਖਾਇ॥ laskaree-aa ghar sammlay aa-ay vajahu likhaa-ay.
ਕਾਰ ਕਮਾਵਹਿ ਸਿਰਿ ਧਣੀ, ਲਾਹਾ ਪਲੈ ਪਾਇ॥ kaar kamaaveh sir Dhanee laahaa palai paa-ay.
ਲਬੁ ਲੋਭੁ ਬੁਰਿਆਈਆ, ਛੋਡੇ ਮਨਹੁ ਵਿਸਾਰਿ॥ lab lobh buri-aa-ee-aa chhoday manhu visaar.
ਗੜਿ ਦੋਹੀ ਪਾਤਿਸਾਹ ਕੀ, ਕਦੇ ਨ ਆਵੈ ਹਾਰਿ॥ garh dohee paatisaah kee kaday na aavai haar.
ਚਾਕਰੁ ਕਹੀਐ ਖਸਮ ਕਾ, ਸਉਹੇ ਉਤਰ ਦੇਇ॥ chaakar kahee-ai khasam kaa sa-uhay utar day-ay.
ਵਜਹੁ ਗਵਾਏ ਆਪਣਾ, ਤਖਤਿ ਨ ਬੈਸਹਿ ਸੇਇ॥ vajahu gavaa-ay aapnaa takhat na baiseh say-ay.
ਪ੍ਰੀਤਮ ਹਥਿ ਵਡਿਆਈਆ, ਜੈ ਭਾਵੈ ਤੈ ਦੇਇ॥ pareetam hath vadi-aa-ee-aa jai bhaavai tai day-ay.
ਆਪਿ ਕਰੇ ਕਿਸੁ ਆਖੀਐ, ਅਵਰੁ ਨ ਕੋਇ ਕਰੇਇ॥੪੫॥ aap karay kis aakhee-ai avar na ko-ay karay-i. ||45||

ਸ਼ਬਦ ਦੀ ਬੰਦਗੀ ਕਰਨ ਵਾਲਾ ਆਪਣਾ ਜੀਵਨ ਸ਼ਬਦ ਨਾਲ ਢਾਲਦਾ ਹੈ । ਉਸ ਦਾ ਫਲ, ਜਨਮ ਲੈਣ ਤੋਂ ਪਹਿਲੇ ਹੀ ਮਿਥਿਆ ਹੁੰਦਾ ਹੈ । ਉਹ ਪ੍ਰਭ ਦੀ ਸੇਵਾ ਕਰਦਾ, ਲਾਹਾ ਖੱਟਦਾ ਹੈ । ਮਨ ਵਿਚੋਂ ਲਾਲਚ, ਲੋਭ ਅਤੇ ਬੁਰੇ ਖਿਆਲ ਖਤਮ ਕਰ ਲੈਂਦਾ ਹੈ । ਜਿਹੜਾ ਆਪਣੇ ਤਨ ਵਿੱਚ ਪ੍ਰਭ ਦੇ ਸ਼ਬਦ ਰੂਪੀ ਜੋਤ ਹੀ ਜਗਾਉਂਦਾ ਹੈ, ਉਸ ਨੂੰ ਕਦੇ ਪ੍ਰਭ ਤੋਂ ਵਿਛੋੜਾ ਨਹੀਂ ਹੁੰਦਾ । ਜਿਹੜਾ ਆਪਣੇ ਆਪ ਨੂੰ ਦਾਸ, ਸੰਤ ਕਹਿੰਦਾ, ਪਰ ਸ਼ਬਦ ਦੀ ਕਮਾਈ ਨਹੀਂ ਕਰਦਾ, ਉਹ ਆਪਣੇ ਮਾਨਸ ਜਨਮ ਦਾ ਮੌਕਾ ਗਵਾ ਲੈਂਦਾ ਹੈ । ਦਰਬਾਰ ਵਿੱਚ ਪ੍ਰਵਾਨ ਨਹੀਂ ਹੋ ਸਕਦੇ । ਸਾਰੀਆਂ ਰਹਿਮਤਾਂ ਪ੍ਰਭ ਦੇ ਵੱਸ ਵਿੱਚ ਹੀ ਹਨ, ਆਪਣੀ ਮਰਜ਼ੀ ਨਾਲ ਹੀ ਬਖਸ਼ਦਾ ਹੈ । ਆਪ ਹੀ ਸਭ ਕੁਝ ਕਰਦਾ ਹੈ, ਹੋਰ ਕੋਈ ਨਹੀਂ । ਹੋਰ ਕਿਸੇ ਅੱਗੇ ਅਰਦਾਸ ਕਿਉਂ ਕਰੀਏ?

His true devotee may adopt the teachings of His Word with steady and stable belief in his day-to-day life; with His mercy and grace, The True Master may prewrite his destiny. He may be rewarded for his meditation, service of His Creation; he may conquer his greed and evil thoughts of his mind. Whosoever may remain drenched with essence of His Word within; with His mercy and grace, his soul may never be separated from His Holy Spirit. Whosoever may claim to be a Holy saint, His true devotee; however, he may not earn the wealth of His Word, he may lose his priceless human life opportunity. All virtues remain under His Command; with His mercy and grace, only He may bestow His Virtues. Why should I pray or beg Forgiveness from any worldly guru? No one else may have any control on His Blessings.

Key Message of Raag Raamkalee, page 936-10
ਸ਼ਬਦ ਨਾਲ ਜੀਵਨ ਢਾਲਣ ਨਾਲ, ਪਹਿਲੇ ਲਿਖੇ ਭਾਗ ਬਖਸ਼ਿਸ਼ ਹੁੰਦੇ ਹਨ!
ਸ਼ਬਦ ਦੀ ਬੰਦਗੀ ਕਰਨ ਵਾਲਾ ਆਪਣਾ ਜੀਵਨ ਸ਼ਬਦ ਨਾਲ ਢਾਲਦਾ ਹੈ । ਉਸ ਦਾ ਫਲ, ਜਨਮ ਲੈਣ ਤੋਂ ਪਹਿਲੇ ਹੀ ਮਿਥਿਆ ਹੁੰਦਾ ਹੈ । ਉਹ ਪ੍ਰਭ ਦੀ ਸੇਵਾ ਕਰਦਾ, ਲਾਹਾ ਖੱਟਦਾ ਹੈ । ਉਸ ਨੂੰ ਕਦੇ ਪ੍ਰਭ ਤੋਂ ਵਿਛੜਾ ਨਹੀਂ ਹੁੰਦਾ ।
Adopting His Word, prewritten destiny rewarded!
His true devotee may adopt the teachings of His Word with steady and stable belief in his day-to-day life; his prewrite destiny may be rewarded. He may be rewarded for his meditation, service of His Creation; his soul may never be separated from His Holy Spirit.

66. **ਰਾਮਕਲੀ ਮਹਲਾ ੧ ਦਖਣੀ ਓਅੰਕਾਰੁ॥** (46) 936-14

ਬੀਜਉ ਸੂਝੈ ਕੋ ਨਹੀ, ਬਹੈ ਦੁਲੀਚਾ ਪਾਇ॥
ਨਰਕ ਨਿਵਾਰਣੁ ਨਰਹ ਨਰੁ, ਸਾਚਉ ਸਾਚੈ ਨਾਇ॥
ਵਣੁ ਤ੍ਰਿਣੁ ਢੂਢਤ ਫਿਰਿ ਰਹੀ, ਮਨ ਮਹਿ ਕਰਉ ਬੀਚਾਰੁ॥
ਲਾਲ ਰਤਨ ਬਹੁ ਮਾਣਕੀ, ਸਤਿਗੁਰ ਹਾਥਿ ਭੰਡਾਰੁ॥
ਊਤਮੁ ਹੋਵਾ ਪ੍ਰਭੁ ਮਿਲੈ, ਇਕ ਮਨਿ ਏਕੈ ਭਾਇ॥
ਨਾਨਕ ਪ੍ਰੀਤਮ ਰਸਿ ਮਿਲੇ, ਲਾਹਾ ਲੈ ਪਰਥਾਇ॥
ਰਚਨਾ ਰਾਚਿ ਜਿਨਿ ਰਚੀ, ਜਿਨਿ ਸਿਰਿਆ ਆਕਾਰੁ॥
ਗੁਰਮੁਖਿ ਬੇਅੰਤੁ ਧਿਆਈਐ, ਅੰਤੁ ਨ ਪਾਰਾਵਾਰੁ॥੪੬॥

beeja-o soojhai ko nahee bahai duleechaa paa-ay.
narak nivaaran narah nar saacha-o saachai naa-ay.
van tarin dhoodhat fir rahee man meh kara-o beechaar.
laal ratan baho maankee satgur haath bhandaar.
ootam hovaa parabh milai ik man aykai bhaa-ay.
naanak pareetam ras milay laahaa lai parthaa-ay.
rachnaa raach jin rachee jin siri-aa aakaar.
gurmukh bay-ant Dhi-aa-ee-ai ant na paaraavaar. ||46||

ਸੰਸਾਰ ਵਿੱਚ ਕੋਈ ਅਜੇਹਾ ਜੀਵ ਪੈਦਾ ਨਹੀਂ ਹੁੰਦਾ, ਜਿਹੜਾ ਪ੍ਰਭ ਦੇ ਤਖਤ ਦੇ ਬੈਠਨ ਦੇ ਯੋਗ ਹੈ । ਕੇਵਲ ਪ੍ਰਭ ਦੇ ਵੱਸ ਵਿੱਚ ਸਵਰਗ ਅਤੇ ਨਰਕ ਹੈ । ਜੀਵ ਨੂੰ ਨਰਕ, ਜੂੰਨਾਂ ਦੇ ਚੱਕਰ ਵਿਚੋਂ ਕੱਢ ਸਕਦਾ ਹੈ । ਮੈਂ ਜੰਗਲਾਂ ਵਿੱਚ, ਇਕਾਂਤ ਵਿੱਚ ਪ੍ਰਭ ਦੀ ਖੋਜ ਕਰਦਾ ਸੀ । ਸ਼ਬਦ ਦੀ ਪਾਲਣਾ ਕਰਨ ਨਾਲ ਮੈਨੂੰ ਸੋਝੀ ਬਖਸ਼ਿਸ਼ ਹੋ ਗਈ, ਮਨ ਦੇ ਅੰਦਰੋਂ ਹੀ ਢੂੰਡ ਲਿਆ ਹੈ । ਪ੍ਰਭ ਦੇ ਵੱਸ ਵਿੱਚ ਅਮੋਲਕ ਰਤਨ ਜਵਾਹਰ ਦੇ ਭਰਪੂਰ ਭੰਡਾਰ ਹਨ । ਜਿਸ ਨੂੰ ਸ਼ਬਦ ਦੀ ਪਾਲਣਾ ਕਰਨ ਨਾਲ ਸ਼ਬਦ ਦੀ ਸੋਝੀ ਬਖਸ਼ਦਾ ਹੈ, ਉਸ ਦੇ ਵੱਡੇ ਭਾਗ ਹੋ ਜਾਂਦੇ ਹਨ । ਉਸ ਦਾ ਮਨ ਇਕਾਗਰ ਹੋ ਕੇ ਸ਼ਬਦ ਦੀ ਪਾਲਣਾ ਵਿੱਚ ਲੀਨ ਹੋ ਜਾਂਦਾ ਹੈ । ਜਿਸ ਦੇ ਮਨ ਵਿੱਚ ਸ਼ਬਦ ਘਰ ਕਰ ਜਾਂਦਾ ਹੈ । ਉਹ ਪ੍ਰਭ ਦੀ ਰਹਿਮਤ ਪਾ ਕੇ ਮਾਨਸ ਜਨਮ ਦਾ ਲਾਹਾ ਖੱਟ ਲੈਂਦਾ ਹੈ । ਜਿਸ ਪ੍ਰਭ ਨੇ ਸਾਰੀ ਸ੍ਰਿਸ਼ਟੀ ਦੀ ਸਾਜਨਾ ਕੀਤੀ ਹੈ, ਉਸ ਨੇ ਤੇਰੀ ਵੀ ਸਾਜਨਾ ਕੀਤੀ ਹੈ । ਗੁਰਮਖ ਜੀਵ ਪ੍ਰਭ ਦੇ ਸ਼ਬਦ ਦਾ ਸਿਮਰਨ ਕਰਦਾ ਹੈ, ਜਿਸ ਦਾ ਕੋਈ ਅੰਤ ਨਹੀਂ, ਉਸ ਨੂੰ ਕੋਈ ਪਹੁੰਚ ਨਹੀਂ ਸਕਦਾ ।

No one may ever be born in the universe, who may replace The True Master or worthy to be incarnated on His Royal Throne. Both heaven and hell remain under His Command; with His mercy and grace, only He may eliminate the cycle of birth and death of any worldly creature. I was wandering in wild forests, void; however, by obeying the teachings of His Word with steady and stable belief in my day-to-day life; I have been enlightened with the essence of His Word from within my mind. The True Master remains an overwhelmed treasure of virtues; with His mercy and grace, whosoever may be blessed with His Virtues, he may become, very fortunate. Whosoever may obey the teachings of His Word with steady and stable belief in his day-to-day life; with His mercy and grace, he may be drenched with the essence of His Word. He may conclude his human life journey successfully. The True Master, remains beyond reach and comprehension; He creates, nourishes, and protects His Creation.

Key Message of Raag Raamkalee, page 936-14
ਪ੍ਰਭ ਦਾ ਕੋਈ ਆਪਣਾ ਸ਼ਰੀਕ ਪੈਦਾ ਨਹੀਂ ਕਰਦਾ!
ਸੰਸਾਰ ਵਿੱਚ ਕੋਈ ਅਜੇਹਾ ਜੀਵ ਪੈਦਾ ਨਹੀਂ ਹੁੰਦਾ, ਜਿਹੜਾ ਪ੍ਰਭ ਦੇ ਤਖਤ ਦੇ ਬੈਠਨ ਦੇ ਯੋਗ ਹੈ । ਜਿਹੜਾ ਇਕਾਗਰ ਹੋ ਕੇ ਸ਼ਬਦ ਦੀ ਪਾਲਣਾ ਵਿੱਚ ਲੀਨ ਹੋ ਜਾਂਦਾ ਹੈ । ਜਿਸ ਦੇ ਮਨ ਵਿੱਚ ਸ਼ਬਦ ਘਰ ਕਰ ਜਾਂਦਾ ਹੈ । ਉਹ ਮਾਨਸ ਜਨਮ ਦਾ ਲਾਹਾ ਖੱਟ ਲੈਂਦਾ ਹੈ ।
The True Master may never create His equal!
No one may ever be born in the universe, who may replace The True Master or worthy to be incarnated on His Royal Throne. Whosoever obey the teachings of His Word with steady and stable belief and remains intoxicated in the void of His Word; he may be drenched with the essence of His Word. He may conclude his human life journey successfully.

67. **ਰਾਮਕਲੀ ਮਹਲਾ ੧ ਦਖਣੀ ਓਅੰਕਾਰੁ॥** (47) 936-17

ੜਾੜੈ ਰੂੜਾ ਹਰਿ ਜੀਉ ਸੋਈ॥ ਤਿਸੁ ਬਿਨੁ ਰਾਜਾ ਅਵਰੁ ਨ ਕੋਈ॥
ੜਾੜੈ ਗਾਰੁੜੁ ਤੁਮ ਸੁਣਹੁ, ਹਰਿ ਵਸੈ ਮਨ ਮਾਹਿ॥
ਗੁਰ ਪਰਸਾਦੀ ਹਰਿ ਪਾਈਐ, ਮਤੁ ਕੋ ਭਰਮਿ ਭੁਲਾਹਿ॥
ਸੋ ਸਾਹੁ ਸਾਚਾ ਜਿਸੁ ਹਰਿ ਧਨੁ ਰਾਸਿ॥ ਗੁਰਮੁਖਿ ਪੂਰਾ ਤਿਸੁ ਸਾਬਾਸਿ॥
ਰੂੜੀ ਬਾਣੀ ਹਰਿ ਪਾਇਆ, ਗੁਰ ਸਬਦੀ ਬੀਚਾਰਿ॥
ਆਪੁ ਗਇਆ ਦੁਖੁ ਕਟਿਆ, ਹਰਿ ਵਰੁ ਪਾਇਆ ਨਾਰਿ॥੪੭॥

rhaarhai roorhaa har jee-o so-ee. tis bin raajaa avar na ko-ee.
rhaarhai gaarurh tum sunhu har vasai man maahi.
gur parsaadee har paa-ee-ai mat ko bharam bhulaahi.
so saahu saachaa jis har Dhan raas. gurmukh pooraa tis saabaas.
roorhee banee har paa-i-aa gur sabdee beechaar.
aap ga-i-aa dukh kati-aa har var paa-i-aa naar. ||47||

ੜਾੜੇ– ਸਾਰੀਆਂ ਸ੍ਰਿਸ਼ਟੀਆਂ ਦੇ ਕੇਵਲ ਇਕੋ ਇਕ ਮਾਲਕ ਦਾ ਰੂਪ ਅਨੋਖਾ, ਬੁਹਤ ਸੁੰਦਰ ਹੈ । ਜਿਹੜਾ ਪ੍ਰਭ ਦੇ ਬਖਸ਼ੇ ਤੇ ਭਰੋਸਾ ਅਡੋਲ ਰਖਦਾ, ਪ੍ਰਭ ਆਪ ਹੀ ਉਸ ਅੰਦਰ ਪ੍ਰਗਟ ਹੋ ਜਾਂਦਾ ਹੈ । ਪ੍ਰਭ ਦੀ ਰਹਿਮਤ ਨਾਲ ਹੀ ਉਸ ਨੂੰ ਸੋਝੀ ਬਖਸ਼ਿਸ਼ ਹੋ ਜਾਂਦੀ ਹੈ, ਫਿਰ ਜੀਵ ਕਦੇ ਭਰਮਾਂ ਵਿੱਚ ਨਹੀਂ ਪੈਂਦਾ । ਜਿਹੜਾ ਪ੍ਰਭ ਦੇ ਸ਼ਬਦ ਦੀ ਪਾਲਣਾ ਵਿੱਚ ਲੀਨ ਹੋ ਜਾਂਦਾ ਹੈ, ਉਹ ਸੰਸਾਰ ਵਿੱਚ ਸਭ ਤੋਂ ਵੱਡਾ ਸ਼ਾਹ ਬਣ ਜਾਂਦਾ ਹੈ । ਜਿਹੜਾ ਪੂਰਨ ਪ੍ਰਭ ਦੀ ਉਸਤਤ ਵਿੱਚ ਹੀ ਮਸਤ ਰਹਿੰਦਾ ਹੈ, ਉਸ ਨੂੰ ਗੁਰਮਖ ਅਵਸਥਾ ਬਖਸ਼ਿਸ਼ ਹੋ ਜਾਂਦੀ ਹੈ । ਪ੍ਰਭ ਦੇ ਅਮੋਲਕ ਸ਼ਬਦ ਦੀ ਸਿਖਿਆਂ ਨਾਲ ਜੀਵਨ ਢਾਲਣ ਨਾਲ ਹੀ ਪ੍ਰਭ ਦੀ ਰਹਿਮਤ ਬਖਸ਼ਿਸ਼ ਹੋ ਸਕਦੀ ਹੈ । ਸ਼ਬਦ ਦੀ ਪਾਲਣਾ ਕਰਨ ਨਾਲ ਹੀ ਸ਼ਬਦ ਦੀ ਸੋਝੀ ਬਖਸ਼ਿਸ਼ ਹੋ ਜਾਂਦੀ ਹੈ, ਮਨ ਵਿਚੋਂ ਆਪਾ, ਸੰਸਾਰਕ ਦੁਖ ਖਤਮ ਹੋ ਜਾਂਦੇ ਹਨ । ਸੰਸਾਰਕ ਦੁਖ ਕਿਸ ਨੂੰ ਤੰਗ ਕਰਨਗੇ? ਉਸ ਦੀ ਆਤਮਾ ਤਾ ਪ੍ਰਭ ਵਿੱਚ ਅਭੇਦ ਹੋ ਜਾਂਦੀ ਹੈ ।

The One and Only One True Master of all universes has an astonishing and magnificent glory. Whosoever may establish a steady and stable belief on His Blessings; with His mercy and grace, he remains enlightened, awake, alert and enlightened with the essence of His Word. All his suspicions may be eliminated. Whosoever may remain intoxicated in meditation; his state of mind may become as the King of kings; he may be blessed with a state of mind as His true devotee. Only by adopting the teachings of His Word; he may bestow His Blessed Vision. His self-entity may be immersed within His Holy Spirit; all his worldly bonds, miseries may be eliminated. His soul may remain immersed within His Holy Spirit; Whom may worldly desires frustrate in the universe?

Key Message of Raag Raamkalee, page 936-17

ਜੀਵ ਪ੍ਰਭ ਦਾ ਰੂਪ ਹੈ

ਸਾਰੀਆਂ ਸ੍ਰਿਸ਼ਟੀਆਂ ਦੇ ਜੀਵ ਕੇਵਲ ਇਕੋ ਇਕ ਮਾਲਕ ਦੇ ਅਨੋਖੇ, ਬੁਹਤ ਸੁੰਦਰ ਰੂਪ ਹਨ । ਜਿਹੜਾ ਪ੍ਰਭ ਦੇ ਬਖਸ਼ੇ ਤੇ ਭਰੋਸਾ ਅਡੋਲ ਰਖਦਾ, ਪ੍ਰਭ ਆਪ ਹੀ ਉਸ ਅੰਦਰ ਪ੍ਰਗਟ ਹੋ ਜਾਂਦਾ ਹੈ । ਜਿਹੜਾ ਪ੍ਰਭ ਦੇ ਸ਼ਬਦ ਦੀ ਪਾਲਣਾ ਵਿੱਚ ਲੀਨ ਹੋ ਜਾਂਦਾ ਹੈ, ਉਹ ਸੰਸਾਰ ਵਿੱਚ ਸਭ ਤੋਂ ਵੱਡਾ ਸ਼ਾਹ ਬਣ ਜਾਂਦਾ ਹੈ । ਜਿਸ ਨੂੰ ਸ਼ਬਦ ਦੀ ਪਾਲਣਾ ਕਰਦੇ ਸ਼ਬਦ ਦੀ ਸੋਝੀ ਬਖਸ਼ਿਸ਼ ਹੋ ਜਾਂਦੀ ਹੈ, ਉਸ ਦੇ ਮਨ ਵਿਚੋਂ ਆਪਾ, ਸੰਸਾਰਕ ਦੁਖ ਖਤਮ ਹੋ ਜਾਂਦੇ ਹਨ ।

Worldly creature a symbol of God!

His Creation represents various astonishing and magnificent structure of The One and Only One True Master. Whosoever may establish a steady and stable belief on His Blessings; he remains enlightened, awake, and alert with the essence of His Word. All his suspicions may be eliminated. Whosoever may remain intoxicated in meditation; his state of mind may feel like a King of kings. Whosoever may adopt the teachings of His Word; his self-entity may be immersed within His Holy Spirit; all his worldly bonds, miseries may be eliminated.

68. **ਰਾਮਕਲੀ ਮਹਲਾ ੧ ਦਖਣੀ ੴਅੰਕਾਰੁ॥** (48) 937-2

ਸੁਇਨਾ ਰੁਪਾ ਸੰਚੀਐ, ਧਨੁ ਕਾਚਾ ਬਿਖੁ ਛਾਰੁ॥	su-inaa rupaa sanchee-ai Dhan kaachaa bikh chhaar.
ਸਾਹੁ ਸਦਾਏ ਸੰਚਿ ਧਨੁ, ਦੁਬਿਧਾ ਹੋਇ ਖੁਆਰੁ॥	saahu sadaa-ay sanch Dhan dubiDhaa ho-ay khu-aar.
ਸਚਿਆਰੀ ਸਚੁ ਸੰਚਿਆ, ਸਾਚਉ ਨਾਮੁ ਅਮੋਲੁ॥	sachi-aaree sach sanchi-aa saacha-o naam amol.
ਹਰਿ ਨਿਰਮਾਇਲੁ ਊਜਲੋ, ਪਤਿ ਸਾਚੀ ਸਚੁ ਬੋਲੁ॥	har nirmaa-il oojlo pat saachee sach bol.
ਸਾਜਨੁ ਮੀਤੁ ਸੁਜਾਣੁ ਤੂ, ਤੂ ਸਰਵਰੁ ਤੂ ਹੰਸੁ॥	saajan meet sujaan too too sarvar too hans.
ਸਾਚਉ ਠਾਕੁਰੁ ਮਨਿ ਵਸੈ, ਹਉ ਬਲਿਹਾਰੀ ਤਿਸੁ॥	saacha-o thaakur man vasai ha-o balihaaree tis.
ਮਾਇਆ ਮਮਤਾ ਮੋਹਣੀ, ਜਿਨਿ ਕੀਤੀ ਸੋ ਜਾਣੁ॥	maa-i-aa mamtaa mohnee jin keetee so jaan.
ਬਿਖਿਆ ਅੰਮ੍ਰਿਤੁ ਏਕੁ ਹੈ, ਬੂਝੈ ਪੁਰਖੁ ਸੁਜਾਣੁ॥੪੮॥	bikhi-aa amrit ayk hai boojhai purakh sujaan. ||48||

ਜੀਵ ਸੰਸਾਰ ਵਿੱਚ ਸੋਨਾ, ਚਾਂਦੀ, ਸੰਸਾਰਕ ਧਨ ਇਕੱਠਾ ਕਰਦਾ ਹੈ । ਉਹ ਆਪਣੇ ਆਪ ਨੂੰ ਸ਼ਾਹ ਅਖਵਾਉਂਦਾ ਹੈ । ਪ੍ਰਭ ਦੇ ਦਰਬਾਰ ਵਿੱਚ ਸੰਸਾਰਕ ਧਨ ਦੀ ਕੀਮਤ ਭਸਮ ਦੇ ਬਰਾਬਰ ਹੀ ਹੁੰਦੀ ਹੈ । ਆਪਣਾ ਮਾਨਸ ਜਨਮ, ਭਰਮਾਂ, ਮਨ ਦੇ ਜ਼ੋਰ ਵਿੱਚ ਚਲਕੇ ਤਬਾਹ ਕਰ ਲੈਂਦਾ ਹੈ । ਪ੍ਰਭ ਦਾ ਸੇਵਕ, ਕੇਵਲ ਸ਼ਬਦ ਦੀ ਕਮਾਈ ਕਰਦਾ, ਆਪਣਾ ਜੀਵਨ ਢਾਲਦਾ ਹੈ । ਸ਼ਬਦ ਦੀ ਪਾਲਣਾ ਨਾਲ ਹੀ ਉਸ ਦੀ ਆਤਮਾ ਪਵਿੱਤਰ ਹੋ ਜਾਂਦੀ ਹੈ, ਉਸ ਦੀ ਜੀਭ ਵਿਚੋਂ ਕੇਵਲ ਪ੍ਰਭ ਦੇ ਅਮੋਲਕ ਸ਼ਬਦ ਹੀ ਨਿਕਲਦੇ, ਉਸਤਤ ਹੀ ਗਾਉਂਦਾ ਹੈ । ਕੇਵਲ ਪ੍ਰਭ ਹੀ ਮੇਰੀ ਆਤਮਾ ਦਾ ਸੰਸਾਰ ਵਿੱਚ ਆਸਰਾ, ਮਿੱਤਰ ਹੈ । ਪ੍ਰਭ ਹੀ ਮੇਰਾ ਹੰਸ ਹੈ, ਮੇਰਾ ਮੋਤੀਆ ਨਾਲ ਭਰਿਆਂ ਸਾਗਰ ਹੈ । ਜਿਸ ਦੇ ਮਨ ਵਿੱਚ ਸ਼ਬਦ ਘਰ ਕਰ ਜਾਂਦਾ ਹੈ, ਉਸ ਦੇ ਵੱਡੇ ਭਾਗ ਹੋ ਜਾਂਦੇ ਹਨ । ਸੰਸਾਰਕ ਮਾਇਆ ਜੀਵਾਂ ਨੂੰ ਬਹੁਤ ਮਿੱਠੀ ਲਗਦੀ ਹੈ । ਪ੍ਰਭ ਆਪ ਹੀ ਇਹ ਇਛਾਂ ਦਾ ਜਾਲ ਵਛਾਉਂਦਾ ਹੈ । ਆਪ ਹੀ ਆਪਣੇ ਸੇਵਕ ਨੂੰ ਮਾਇਆ ਦੀ ਗੰਭੀਰਤਾ ਤੋਂ ਬਚਣ ਦੀ ਵਿਧੀ ਬਖਸ਼ਦਾ ਹੈ । ਸ਼ਬਦ ਦੀ ਸੋਝੀ ਤੋਂ ਬਿਨਾਂ, ਮਾਇਆ ਦਾ ਮੋਹ ਅਤੇ ਅੰਮ੍ਰਿਤ ਸ਼ਬਦ ਦਾ ਮੋਹ ਇਕ ਤਰ੍ਹਾਂ ਹੀ ਮਹਿਸੂਸ ਹੁੰਦੇ ਹਨ । ਜਿਸ ਤੇ ਆਪ ਰਹਿਮਤ ਬਖਸ਼ਦਾ ਹੈ! ਉਹ ਹੀ ਅੰਮ੍ਰਿਤ ਸ਼ਬਦ, ਅਤੇ ਮਾਇਆ ਦੇ ਜ਼ਹਿਰ ਵਿੱਚ ਅੰਤਰ ਜਾਣਦਾ ਹੈ ।

Self-minded may collect worldly possessions, precious metals, worldly wealth, his worldly status and belonging, to survive in his human life journey. He may consider himself rich, well to do; however, his worldly possession has no significance in His Court nor remains his companion after death. He may waste his human life opportunity dominated with religious rituals and suspicions. His true devotee may only adopt the teachings of His Word and earns the wealth of His Word. His soul may be sanctified to become worthy of His Consideration. His tongue remains drenched with His ambrosial Word and sings the glory of His Word. He believes, The One and Only One True Master may be his only savior and companion of his soul in the universe. The True Master remains an ocean overwhelmed with ambrosial jewels of the enlightenment of His Word. Whosoever may remain drenched with the essence of His Word; with His mercy and grace, he becomes very fortunate. Worldly wealth may be very intoxicating to the mind of His Creation. The True Master has intentionally spread the trap of worldly wealth to monitor the sincerity of the devotion of His true devotee. His true devotee may be enlightened with the mystery and weakness of worldly wealth; how to conquer worldly wealth. Both sweet poison of worldly wealth and the nectar of the essence of His Word may appear to be same to self-minded, ignorant from the essence of His Word. Whosoever may be enlightened, only he may recognize the distinction between both; the sweet poison of worldly wealth and the nectar of the essence of His Word.

Key Message of Raag Raamkalee, page 937-2

ਪ੍ਰਭ ਦਾ ਦਾਸ–ਕੇਵਲ ਸ਼ਬਦ ਦੀ ਕਮਾਈ ਕਰਦਾ ਹੈ!

ਪ੍ਰਭ ਦਾ ਸੇਵਕ, ਕੇਵਲ ਸ਼ਬਦ ਦੀ ਕਮਾਈ ਕਰਦਾ, ਆਪਣਾ ਜੀਵਨ ਢਾਲਦਾ ਹੈ । ਉਸ ਦੀ ਆਤਮਾ ਪਵਿੱਤਰ ਹੋ ਜਾਂਦੀ ਹੈ, ਉਸ ਦੀ ਜੀਭ ਵਿਚੋਂ ਕੇਵਲ ਪ੍ਰਭ ਦੇ ਅਮੋਲਕ ਸ਼ਬਦ ਹੀ ਨਿਕਲਦੇ, ਉਸਤਤ ਹੀ ਗਾਉਂਦਾ ਹੈ । ਕੇਵਲ ਪ੍ਰਭ ਹੀ ਆਤਮਾ ਦਾ ਸੰਸਾਰ ਵਿੱਚ ਆਸਰਾ, ਮਿੱਤਰ ਹੈ । ਸ਼ਬਦ ਦੀ ਸੋਝੀ ਤੋਂ ਬਿਨਾਂ ਮਾਇਆ ਦਾ ਮੋਹ ਅਤੇ ਅੰਮ੍ਰਿਤ ਸ਼ਬਦ ਦਾ ਮੋਹ ਇਕ ਤਰ੍ਹਾਂ ਦਾ ਹੀ ਮਹਿਸੂਸ ਹੁੰਦਾ ਹੈ । ਗੁਰਮਖ ਹੀ ਅੰਮ੍ਰਿਤ ਸ਼ਬਦ, ਅਤੇ ਮਾਇਆ ਦੇ ਜ਼ਹਿਰ ਵਿੱਚ ਅੰਤਰ ਜਾਣਦਾ ਹੈ ।

His true devotee only earns the wealth of His Word!

His true devotee may only adopt the teachings of His Word and earns the wealth of His Word. His soul may be sanctified to become worthy of His Consideration. His tongue remains drenched with His ambrosial Word and sings the glory of His Word. The One and Only One True Master may be only savior and companion of his soul in the universe. Both sweet poison of worldly wealth and the nectar of the essence of His Word appears as same. Whosoever may be enlightened! only he may recognize the distinction between both;

*The sweet poison of worldly wealth and the nectar of the essence of His Word.

69. **ਰਾਮਕਲੀ ਮਹਲਾ ੧ ਦਖਣੀ ਓਅੰਕਾਰੁ॥** (49) 937-5

ਖਿਮਾ ਵਿਹੂਣੇ ਖਪਿ ਗਏ, ਖੂਹਣਿ ਲਖ ਅਸੰਖ॥
ਗਣਤ ਨ ਆਵੈ ਕਿਉ ਗਣੀ, ਖਪਿ ਖਪਿ ਮੁਏ ਬਿਸੰਖ॥
ਖਸਮੁ ਪਛਾਣੈ ਆਪਣਾ, ਖੂਲੈ ਬੰਧੁ ਨ ਪਾਇ॥
ਸਬਦਿ ਮਹਲੀ ਖਰਾ ਤੂ, ਖਿਮਾ ਸਚੁ ਸੁਖ ਭਾਇ॥
ਖਰਚੁ ਖਰਾ ਧਨੁ ਧਿਆਨੁ ਤੂ, ਆਪੇ ਵਸਹਿ ਸਰੀਰਿ॥
ਮਨਿ ਤਨਿ ਮੁਖਿ ਜਾਪੈ ਸਦਾ, ਗੁਣ ਅੰਤਰਿ ਮਨਿ ਧੀਰ॥
ਹਉਮੈ ਖਪੈ ਖਪਾਇਸੀ, ਬੀਜਉ ਵਥੁ ਵਿਕਾਰੁ॥
ਜੰਤ ਉਪਾਇ ਵਿਚਿ ਪਾਇਅਨੁ, ਕਰਤਾ ਅਲਗੁ ਅਪਾਰੁ॥੪੯॥

khimaa vihoonay khap ga-ay khoohan lakh asaNkh.
ganat na aavai ki-o ganee khap khap mu-ay bisankh.
khasam pachhaanai aapnaa khoolai banDh na paa-ay.
sabad mahlee kharaa too khimaa sach sukh bhaa-ay.
kharach kharaa Dhan Dhi-aan too aapay vaseh sareer.
man tan mukh jaapai sadaangun antar man Dheer.
ha-umai khapai khapaa-isee beeja-o vath vikaar.
jant upaa-ay vich paa-i-an, kartaa alag apaar. ||49||

ਕਿਤਨੇ ਹੀ ਬੰਦਗੀ ਕਰਨ ਵਾਲੇ ਧੀਰਜ ਅਤੇ ਸੰਤੋਖ ਤੋਂ ਬਿਨਾਂ ਹਾਰ ਗਏ ਹਨ । ਸ਼ਬਦ ਦੀ ਬੰਦਗੀ ਵਿੱਚ ਪੂਰੇ ਨਹੀਂ ਹੋਏ, ਮਾਨਸ ਜਨਮ ਤਬਾਹ ਕਰ ਗਏ । ਉਹਨਾਂ ਦੀ ਗਣਤੀ ਕੀਤੀ ਨਹੀਂ ਜਾ ਸਕਦੀ, ਗਿਣਤੀ ਦਾ ਕੋਈ ਲਾਭ, ਮੰਤਵ ਨਹੀਂ ਹੁੰਦਾ । ਜਿਹੜਾ ਸ਼ਬਦ ਨਾਲ ਜੀਵਨ ਢਾਲਦਾ ਹੈ, ਉਹ ਆਪਣੇ ਮਾਲਕ ਦਾ ਭਾਣਾ, ਸ਼ਬਦ ਪਛਾਣ ਲੈਂਦਾ ਹੈ, ਉਹ ਜਮਦੂਤਾਂ ਦੇ ਵੱਸ ਵਿੱਚ ਨਹੀਂ ਜਾਂਦਾ । ਉਸ ਨੂੰ ਸ਼ਬਦ ਦੀ ਪਾਲਨਾ ਕਰਨ, ਜੀਵਨ ਢਾਲਣ ਨਾਲ ਦਰਬਾਰ ਵਿੱਚ ਪ੍ਰਵਾਨਗੀ ਬਖਸ਼ਿਸ਼ ਹੋ ਜਾਂਦੀ ਹੈ । ਮਨ ਵਿੱਚ ਧੀਰਜ, ਸੰਤੋਖ, ਤਰਸ, ਸਦਾ ਰਹਿਣ ਵਾਲੀ ਸ਼ਾਂਤੀ ਭਰ ਜਾਂਦੀ ਹੈ । ਸ਼ਬਦ ਦੀ ਕਮਾਈ ਨਾਲ ਪ੍ਰਭ ਆਪ ਹੀ ਮਨ ਵਿੱਚ ਵਸਣ ਲਗ ਪੈਂਦਾ, ਜੋਤ ਜਾਗਰਤ ਹੋ ਜਾਂਦੀ ਹੈ । ਜੀਵ ਦਾ ਮਨ, ਤਨ, ਜੀਭ ਪ੍ਰਭ ਦੀ ਉਸਤਤ ਗਾਉਂਦੀ ਹੈ । ਪ੍ਰਭ ਦੀ ਰਹਿਮਤ ਦਾ ਧੰਨਵਾਦ ਕਰਦਾ ਹੈ । ਮਨ ਡੂੰਘੀ ਸਮਾਧੀ ਵਿੱਚ ਚਲੇ ਜਾਂਦਾ ਹੈ । ਹੈਸੀਅਤ ਦੇ ਅਭਿਮਾਨ ਨਾਲ ਜੀਵ ਤਬਾਹ ਹੋ ਜਾਂਦਾ, ਮਾਨਸ ਜਨਮ ਬਿਰਥਾ ਹੀ ਗਵਾ ਲੈਂਦਾ ਹੈ । ਮਾਨਸ ਜਨਮ ਵਿੱਚ ਸ਼ਬਦ ਦੀ ਕਮਾਈ ਤੋਂ ਬਿਨਾਂ ਬਾਕੀ ਸਭ ਧੰਦੇ ਬਿਰਥੇ ਹੀ ਹਨ । ਪ੍ਰਭ ਜੀਵ ਨੂੰ ਪੈਦਾ ਕਰਦਾ, ਉਸ ਦੇ ਮੋਹ ਤੋਂ ਰਹਿਤ, ਉਸ ਵਿੱਚ ਆਪ ਹੀ ਵਸਦਾ ਹੈ । ਉਸ ਦਾ ਕੋਈ ਅੰਤ ਨਹੀਂ ਹੈ ।

Many devotees, worldly saints have lost their hopes and abandon the meditation, teachings of His Word. They have abandoned the right path, lost the priceless human life opportunity without patience and contentment with His Blessings. The count of those devotee may be beyond imagination and serve no useful purpose. Whosoever may adopt the teachings of His Word with steady and stable belief in his day-to-day life; with His mercy and grace, he may recognize His Word, Command, the real purpose of his human life opportunity. He may not remain under the control of devil of death. He may be accepted in His Court. He may remain overwhelmed with patience, contentment with His Blessings and in his worldly environments. His Holy Spirit remains enlightened within his heart. He may surrender his mind, body, and worldly status at His Sanctuary; he may remain singing the glory of His Word. Whosoever may remain in his ego, he may lose his priceless human life opportunity. All his worldly tasks have no significance in His Court. The True Creator dwells within each soul, beyond the reach of his emotional desires; His Nature remains beyond any comprehension of His Creation.

Key Message of Raag Raamkalee, page 937-5
ਸ਼ਬਦ ਦੀ ਪਾਲਣਾ ਨਾਲ 3 ਗੁਣ ਬਖਸ਼ਿਸ ਹੋ ਜਾਂਦੇ ਹਨ!
ਜਿਹੜਾ ਸ਼ਬਦ ਨਾਲ ਜੀਵਨ ਢਾਲਦਾ, ਆਪਣੇ ਮਾਲਕ ਦਾ ਭਾਣਾ, ਸ਼ਬਦ ਪਛਾਣ ਲੈਂਦਾ ਹੈ, ਉਸ ਦੇ ਮਨ ਵਿੱਚ ਧੀਰਜ, ਸੰਤੋਖ, ਤਰਸ, ਸਦਾ ਰਹਿਣ ਵਾਲੀ ਸ਼ਾਂਤੀ ਭਰ ਜਾਂਦੀ ਹੈ । ਸ਼ਬਦ ਦੀ ਕਮਾਈ ਨਾਲ ਪ੍ਰਭ ਆਪ ਹੀ ਮਨ ਵਿੱਚ ਵਸਣ ਲਗ ਪੈਂਦਾ, ਜੋਤ ਜਾਗਰਤ ਹੋ ਜਾਂਦੀ ਹੈ । ਮਨ ਡੂੰਘੀ ਸਮਾਧੀ ਵਿੱਚ ਚਲੇ ਜਾਂਦਾ ਹੈ ।
Adopting His Word may bless 3 unique Vitues!
Whosoever may adopt the teachings of His Word with steady and stable belief; he may recognize His Command, the real purpose of his human life opportunity. He may remain overwhelmed with patience, contentment with His Blessings and in his worldly environments. Whosoever may earn the wealth of His Word, he may realize His Existence within. He may remain intoxicated in deep meditation in the void of His Word.

70. **ਰਾਮਕਲੀ ਮਹਲਾ ੧ ਦਖਣੀ ਓਅੰਕਾਰੁ॥** (50) 937-9

ਸ੍ਰਿਸਟੇ ਭੇਉ ਨ ਜਾਣੈ ਕੋਇ॥ ਸ੍ਰਿਸਟਾ ਕਰੈ ਸੁ ਨਿਹਚਉ ਹੋਇ॥
ਸੰਪੈ ਕਉ ਈਸਰੁ ਧਿਆਈਐ॥ ਸੰਪੈ ਪੁਰਬਿ ਲਿਖੇ ਕੀ ਪਾਈਐ॥
ਸੰਪੈ ਕਾਰਣਿ ਚਾਕਰ ਚੋਰ॥ ਸੰਪੈ ਸਾਥਿ ਨ ਚਾਲੈ ਹੋਰ॥
ਬਿਨੁ ਸਾਚੇ ਨਹੀ ਦਰਗਹ ਮਾਨੁ॥
ਹਰਿ ਰਸੁ ਪੀਵੈ ਛੁਟੈ ਨਿਦਾਨਿ॥੫੦॥

saristay bhay-o na jaanai ko-ay. saristaa karai so nihcha-o ho-ay.
sampai ka-o eesar Dhi-aa-ee-ai. sampai purab likhay kee paa-ee-ai.
sampai kaaran chaakar chor. sampai saath na chaalai hor.
bin saachay nahee dargeh maan.
har ras peevai chhutai nidaan. ||50||

ਸ੍ਰਿਸ਼ਟੀ ਦੀ ਰਚਨਾ ਦਾ ਕੋਈ ਵੀ ਭੇਦ ਨਹੀਂ ਜਾਣਦਾ । ਜੋ ਕੁਝ ਕਰਨਾ ਹੁੰਦਾ, ਉਹ ਹੀ ਹੁੰਦਾ ਹੈ । ਕਈ ਜੀਵ ਸੰਸਾਰਕ ਧਨ ਇਕੱਠਾ ਕਰਨ ਲਈ, ਪ੍ਰਭ ਦੇ ਸ਼ਬਦ ਦਾ ਸਿਮਰਨ ਕਰਦੇ ਹਨ । ਉਸ ਨੂੰ ਪਹਿਲੇ ਲਿਖੇ ਭਾਗਾਂ ਨਾਲ ਹੀ ਧਨ ਬਖਸ਼ਿਸ਼ ਹੁੰਦਾ ਹੈ । ਕਈ ਜੀਵ ਸੰਸਾਰਕ ਧਨ ਨੂੰ ਪਾਉਣ ਲਈ ਚੋਰ, ਗੁਲਾਮ ਬਣਦੇ ਹਨ । ਉਸ ਦਾ ਇਕੱਠੀ ਕੀਤਾ ਧਨ, ਮੌਤ ਤੇ ਉਸ ਸਾਥ ਨਹੀਂ ਜਾਂਦਾ । ਸ਼ਬਦ ਦੀ ਕਮਾਈ ਤੋਂ ਬਿਨਾਂ ਹੋਰ ਕਮਾਈ ਦਰਬਾਰ ਵਿੱਚ ਕੀਮਤ ਨਹੀਂ ਪਾਉਂਦੀ । ਜਿਹੜਾ ਸ਼ਬਦ ਦੀ ਪਾਲਨਾ ਕਰਦਾ, ਜੀਵਨ ਢਾਲਦਾ ਹੈ । ਪ੍ਰਭ ਦਾ ਸ਼ਬਦ ਮਨ ਵਿੱਚ ਰਚ ਜਾਂਦਾ, ਰੰਗ ਚੜ੍ਹ ਜਾਂਦਾ ਹੈ । ਉਹ ਦਰਬਾਰ ਵਿੱਚ ਪ੍ਰਵਾਨ ਹੋ ਜਾਂਦਾ ਹੈ ।

The process of Creation of the universe remains beyond the comprehension of His Creation. Many may meditate on the teachings of His Word for a greed to collect worldly wealth. However, he may only be blessed as prewritten in his destiny. Some may become slave of others, steal, or rob others; however, worldly collected wealth may not remain his companion after death in His Court; someone else may capture his worldly wealth. Without the earnings of His Word, no other worldly wealth has any significance in His Court. Whosoever may obey and adopts the teachings of His Word; with His mercy and grace, he may remain drenched with crimson color of the nectar of His Word. He may be accepted in His Cour.

Key Message of Raag Raamkalee, page 937-9
ਸ਼ਬਦ ਦੀ ਪਾਲਣਾ ਹੀ ਸ਼ਬਦ ਦਾ ਰੰਗ ਹੈ!
ਜਿਹੜਾ ਜੀਵ ਸ਼ਬਦ ਦੀ ਪਾਲਣਾ ਕਰਦਾ, ਜੀਵਨ ਢਾਲਦਾ ਹੈ । ਉਸ ਤੇ ਪ੍ਰਭ ਦੀ ਰਹਿਮਤ ਦਾ ਰੰਗ ਚੜ੍ਹ ਜਾਂਦਾ ਹੈ । ਉਹ ਦਰਬਾਰ ਵਿੱਚ ਪ੍ਰਵਾਨ ਹੋ ਜਾਂਦਾ ਹੈ ।
Adopting His Word is crimson color of nectar!
Whosoever may obey and adopts the teachings of His Word; he may remain drenched with crimson color of the nectar of His Word. He may be accepted in His Court.

71. **ਰਾਮਕਲੀ ਮਹਲਾ ੧ ਦਖਣੀ ਓਅੰਕਾਰੁ॥** (51) 937-11

ਹੇਰਤ ਹੇਰਤ ਹੇ ਸਖੀ, ਹੋਇ ਰਹੀ ਹੈਰਾਨੁ॥	hayrat hayrat hay sakhee ho-ay rahee hairaan.
ਹਉ ਹਉ ਕਰਤੀ ਮੈ ਮੁਈ, ਸਬਦਿ ਰਵੈ ਮਨਿ ਗਿਆਨੁ॥	ha-o ha-o kartee mai mu-ee sabad ravai man gi-aan.
ਹਾਰ ਡੋਰ ਕੰਕਨ ਘਣੇ, ਕਰਿ ਥਾਕੀ ਸੀਗਾਰੁ॥	haar dor kankan ghanay kar thaakee seegaar.
ਮਿਲਿ ਪ੍ਰੀਤਮ ਸੁਖੁ ਪਾਇਆ, ਸਗਲ ਗੁਣਾ ਗਲਿ ਹਾਰੁ॥	mil pareetam sukh paa-i-aa s agal gunaa gal haar.
ਨਾਨਕ ਗੁਰਮੁਖਿ ਪਾਈਐ, ਹਰਿ ਸਿਉ ਪ੍ਰੀਤਿ ਪਿਆਰੁ॥	naanak gurmukh paa-ee-ai har si-o pareet pi-aar.
ਹਰਿ ਬਿਨੁ ਕਿਨਿ ਸੁਖੁ ਪਾਇਆ, ਦੇਖਹੁ ਮਨਿ ਬੀਚਾਰਿ॥	har bin kin sukh paa-i-aa daykhhu man beechaar.
ਹਰਿ ਪੜਣਾ ਹਰਿ ਬੁਝਣਾ, ਹਰਿ ਸਿਉ ਰਖਹੁ ਪਿਆਰੁ॥	har parh-naa har bujh-naa har si-o rakhahu pi-aar.
ਹਰਿ ਜਪੀਐ ਹਰਿ ਧਿਆਈਐ, ਹਰਿ ਕਾ ਨਾਮੁ ਅਧਾਰੁ॥ ੫੧॥	har japee-ai har Dhi-aa-ee-ai har kaa naam aDhaar. ||51||

ਪ੍ਰਭ ਦੇ ਸ਼ਬਦ ਦੀ ਪਾਲਣਾ ਕਰਦਾ ਮਨ ਅਚੰਭੇ ਨਜ਼ਾਰੇ ਦੇਖਦਾ, ਹੈਰਾਨ ਹੁੰਦਾ ਹੈ । ਸ਼ਬਦ ਦੀ ਪਾਲਣਾ ਕਰਦੇ ਮਨ ਦਾ ਹੈਸੀਅਤ ਦਾ ਅਭਿਮਾਨ ਖਤਮ ਹੋ ਜਾਂਦਾ ਹੈ । ਮਨ ਵਿਚੋਂ ਹੀ ਸ਼ਬਦ ਦੀ ਗੂੰਜ ਚਲਦੀ, ਸੁਣਾਈ ਦੇਂਦੀ ਹੈ, ਸ਼ਬਦ ਦੀ ਸੋਝੀ ਬਖਸ਼ਿਸ਼ ਹੋ ਜਾਂਦੀ ਹੈ । ਜੀਵ ਸੰਸਾਰਕ ਸੋਭਾ ਪਾਉਣ ਲਈ ਆਪਣੇ ਤਨ ਨੂੰ ਕੀਮਤੀ ਕਪੜੇ, ਗਹਿਣੇ ਨਾਲ ਸ਼ਿਗਾਰਦਾ ਹੈ । ਜਿਸ ਦੇ ਮਨ ਤੇ ਪ੍ਰਭ ਦੀ ਰਹਿਮਤ ਨਾਲ ਸ਼ਬਦ ਦਾ ਰੰਗ ਚੜ੍ਹ ਜਾਂਦਾ ਹੈ । ਉਸ ਦੇ ਮਨ ਵਿੱਚ ਵੱਖਰੀ ਹੀ ਖੁਸ਼ੀ, ਸ਼ਾਂਤੀ ਸੰਤੋਖ ਘਰ ਕਰ ਜਾਂਦਾ ਹੈ । ਗੁਰਮਖ ਨੂੰ ਸ਼ਬਦ ਦੀ ਲਗਨ ਨਾਲ ਹੀ ਪ੍ਰਭ ਦੀ ਰਹਿਮਤ ਬਖਸ਼ਿਸ਼ ਹੋ ਜਾਂਦੀ ਹੈ । ਆਪਣੇ ਮਨ ਵਿੱਚ ਸੋਚ, ਸ਼ਬਦ ਦੀ ਪਾਲਣਾ ਤੋਂ ਬਿਨਾਂ ਕਿਸ ਨੂੰ ਰਹਿਮਤ ਬਖਸ਼ਿਸ਼ ਨਹੀਂ ਹੋਈ? ਜੀਵ ਸ਼ਬਦ ਨੂੰ ਪੜ੍ਹ ਕੇ, ਸਮਝਕੇ ਪਾਲਣਾ ਕਰੋ! ਜੀਵਨ ਢਾਲਕੇ ਸ਼ਬਦ ਦੀ ਪ੍ਰੀਤ ਨੂੰ ਗੂੜਾ ਕਰੋ । ਸ਼ਬਦ ਦੀ ਉਸਤਤ, ਪਾਲਣਾ ਕਰੋ! ਉਸ ਤੇ ਭਰੋਸਾ ਅਡੋਲ ਰਖਕੇ, ਪ੍ਰਭ ਦੇ ਆਸਰੇ ਤੇ ਜੀਵਨ ਬਤੀਤ ਕਰੋ ।

Whosoever may obey the teachings of His Word, he may witness astonishing play of His Nature; with His mercy and grace, he may conquer his ego of worldly status. He may be blessed with the enlightenment of the essence of His Word; he may hear the everlasting echo of His Word resonating within his heart forever. Self-minded may wear expensive cloths and embellished with jewelry to show his great possessions. Whosoever may be embellished with the crimson color of the essence of His Word, he may be blessed with unique, pleasure, peace of mind and contentment. His true devotee may be rewarded acceptance in His Court with his devotion, dedication, and belief on His Blessings. Has anyone ever been accepted in His Court, without obeying the teachings of His Word? You should read, recite, understand, and obey the teachings of His Word! You may remain drenched with the essence of His Word by adopting the teachings of His Word. You should sing the glory of The True Master and keep your hope for His Forgiveness and Refuge.

Key Message of Raag Raamkalee, page 937-9
ਸ਼ਬਦ ਦੀ ਪਾਲਣਾ ਨਾਕ ਅਹੰਕਾਰ ਤੇ ਜਿੱਤ ਬਖਸ਼ਿਸ ਹੋ ਜਾਂਦੀ ਹੈ!
ਜਿਹੜਾ ਜੀਵ ਸ਼ਬਦ ਦੀ ਪਾਲਣਾ ਕਰਦਾ, ਜੀਵਨ ਢਾਲਦਾ ਹੈ । ਉਦ ਦਾ ਹੈਸੀਅਤ ਦਾ ਅਭਿਮਾਨ ਖਤਮ ਹੋ ਜਾਂਦਾ! ਉਸ ਨੂੰ ਸ਼ਬਦ ਦੀ ਗੂੰਜ ਸੁਣਾਈ ਦੇਂਦੀ ਹੈ! ਉਹ ਦਰਬਾਰ ਵਿੱਚ ਪ੍ਰਵਾਨ ਹੋ ਜਾਂਦਾ ਹੈ ।
Adopting His Word is to conquer ego!
Whosoever may obey and adopts the teachings of His Word; he may conquer his own ego! He may hear the everlasting echo of His Word resonating within his heart. He may be accepted in His Court.

72. **ਰਾਮਕਲੀ ਮਹਲਾ ੧ ਦਖਣੀ ਓਅੰਕਾਰੁ॥** (52) 937-15

ਲੇਖੁ ਨ ਮਿਟਈ ਹੇ ਸਖੀ, ਜੋ ਲਿਖਿਆ ਕਰਤਾਰਿ॥	laykh na mit-ee hay sakhee jo likhi-aa kartaar.
ਆਪੇ ਕਾਰਣੁ ਜਿਨਿ ਕੀਆ, ਕਰਿ ਕਿਰਪਾ ਪਗੁ ਧਾਰਿ॥	aapay kaaran jin kee-aa kar kirpaa pag Dhaar.
ਕਰਤੇ ਹਥਿ ਵਡਿਆਈਆ, ਬੂਝਹੁ ਗੁਰ ਬੀਚਾਰਿ॥	kartay hath vadi-aa-ee-aa boojhhu gur beechaar.
ਲਿਖਿਆ ਫੇਰਿ ਨ ਸਕੀਐ, ਜਿਉ ਭਾਵੀ ਤਿਉ ਸਾਰਿ॥	likhi-aa fayr na sakee-ai ji-o bhaavee ti-o saar.
ਨਦਰਿ ਤੇਰੀ ਸੁਖੁ ਪਾਇਆ, ਨਾਨਕ ਸਬਦੁ ਵੀਚਾਰਿ॥	nadar tayree sukh paa-i-aa naanak sabad veechaar.
ਮਨਮੁਖ ਭੂਲੇ ਪਚਿ ਮੁਏ, ਉਬਰੇ ਗੁਰ ਬੀਚਾਰਿ॥	manmukh bhoolay pach mu-ay ubray gur beechaar.
ਜਿ ਪੁਰਖੁ ਨਦਰਿ ਨ ਆਵਈ, ਤਿਸ ਕਾ ਕਿਆ ਕਰਿ ਕਹਿਆ ਜਾਇ॥	je purakh nadar na aavee tis kaa ki-aa kar kahi-aa jaa-ay.
ਬਲਿਹਾਰੀ ਗੁਰ ਆਪਣੇ, ਜਿਨਿ ਹਿਰਦੈ ਦਿਤਾ ਦਿਖਾਇ॥ ੫੨॥	balihaaree gur aapnay jin hirdai ditaa dikhaa-ay. ||52||

ਜੀਵ ਦੇ ਪਹਿਲੇ ਲਿਖੇ ਭਾਗ ਕੋਈ ਬਦਲ ਨਹੀਂ ਸਕਦਾ । ਮਾਨਸ ਜਨਮ ਬਖਸ਼ਣ ਵਾਲਾ ਪ੍ਰਭ ਆਪਣੇ ਹੀ ਤਨ ਵਿੱਚ ਵਸਦਾ ਹੈ । ਪ੍ਰਭ ਦੇ ਹੱਥ ਹੀ ਸਾਰੀਆਂ ਦਾਤਾਂ ਹਨ । ਇਸ ਦੀ ਸੋਝੀ ਵੀ ਸ਼ਬਦ ਦੀ ਪਾਲਣਾ ਕਰਨ ਨਾਲ ਹੀ ਬਖਸ਼ਿਸ਼ ਹੁੰਦੀ ਹੈ । ਪ੍ਰਭ ਦੇ ਲਿਖੇ ਨੂੰ ਕੋਈ ਟਾਲ ਨਹੀਂ ਸਕਦਾ । ਪ੍ਰਭ ਆਪਣੇ ਸੇਵਕ ਨੂੰ ਆਪਣੀ ਰਜ਼ਾ ਨਾਲ ਹੀ ਜੀਵਨ ਵਿੱਚ ਹਾਲਤ ਬਖਸ਼ੇ । ਤੇਰੀ ਰਹਿਮਤ ਨਾਲ ਹੀ ਜੀਵ ਸ਼ਬਦ ਦੀ ਪਾਲਣਾ ਵਿੱਚ ਲਗਦਾ ਹੈ । ਜੀਵਨ ਵਿੱਚ ਸੁਖ ਬਖਸ਼ਿਸ਼ ਹੁੰਦਾ ਹੈ । ਮਨਮੁਖ ਆਪਣੀ ਮਰਜ਼ੀ ਨਾਲ ਕੰਮ ਕਰਦਾ, ਮਾਨਸ ਜਨਮ ਬਿਰਥਾ ਗਵਾ ਲੈਂਦਾ ਹੈ । ਕੇਵਲ ਸ਼ਬਦ ਦੀ ਪਾਲਣਾ ਨਾਲ ਹੀ ਰਹਿਮਤ ਬਖਸ਼ਿਸ਼ ਹੋ ਸਕਦੀ ਹੈ । ਜਿਹੜੇ ਪ੍ਰਭ ਨੂੰ ਜੀਵ ਦੇ ਦੇਖ ਨਹੀਂ ਸਕਦਾ, ਕੋਈ ਜੀਵ ਉਸ ਪ੍ਰਭ ਬਾਬਤ ਕੀ ਵਖਿਆਣ ਸਕਦਾ ਹੈ? ਉਸ ਪ੍ਰਭ ਤੋਂ ਕਰਬਾਨ ਜਾਵਾ! ਜਿਸ ਨੇ ਰਹਿਮਤ ਬਖਸ਼ਕੇ, ਮੇਰੇ ਅੰਦਰੋਂ ਹੀ ਸ਼ਬਦ ਦੀ ਸੋਝੀ ਬਖਸ਼ੀ ਹੈ ।

No one may alter, avoid the prewritten destiny. His Holy Spirit remains embedded within the soul of each creature. The True Master remains the treasure of unlimited virtues and blessings. Whosoever may obey the teachings of His Word; he may be enlightened with the essence of His Nature. His Command may never be avoided in the universe. My True Master bestows Your Blessed Vision to keep me contented in worldly environments. Whosoever may obey the teachings of Your Word; with Your mercy and grace, he may be blessed pleasures in worldly life. Self-minded may perform all his worldly deeds, intoxicated in the poison of worldly wealth; he may lose his priceless opportunity of human life. Whosoever may obey the teachings of His Word, only, he may be blessed with the right path of acceptance in His Court. What may any human explain about the nature of beyond any visibly of The True Master? I remain fascinated and astonished from His Nature; with His mercy and grace, I have been blessed with enlightenment from within.

Key Message of Raag Raamkalee, page 937-15
ਦਾਤਾਂ ਦਾ ਮਾਲਕ ਤਨ ਵਿੱਚ ਹੀ ਵਸਦਾ ਹੈ!
ਜਿਸ ਪ੍ਰਭ ਨੇ ਮਾਨਸ ਜਨਮ ਬਖਸ਼ਿਆ ਹੈ, ਉਹ ਤਨ ਵਿੱਚ ਹੀ ਵਸਦਾ, ਸਭ ਦਾਤਾਂ ਪ੍ਰਭ ਦੇ ਹੱਥ ਵਿੱਚ ਹੀ ਹਨ । ਇਸ ਦੀ ਸੋਝੀ ਵੀ ਸ਼ਬਦ ਦੀ ਪਾਲਣਾ ਕਰਨ ਨਾਲ ਹੀ ਬਖਸ਼ਿਸ਼ ਹੁੰਦੀ ਹੈ । ਜਿਹੜਾ ਸ਼ਬਦ ਦੀ ਪਾਲਣਾ ਕਰਦਾ, ਉਸ ਨੂੰ ਆਪਣੇ ਅੰਦਰੋਂ ਹੀ ਸ਼ਬਦ ਦੀ ਸੋਝੀ ਬਖੀਸ਼ਸ਼ ਹੋ ਜਾਂਦੀ ਹੈ ।
The True Master remains embedded within soul!
The True Creator remains embedded within the soul of each creature; His treasure remains overwhelmed with unlimited virtues and blessings. Whosoever may obey the teachings of His Word, he may be blessed with the right path of acceptance in His Court from within.

73. **ਰਾਮਕਲੀ ਮਹਲਾ ੧ ਦਖਣੀ ਓਅੰਕਾਰੁ॥** (53) 937-19

ਪਾਧਾ ਪੜਿਆ ਆਖੀਐ, ਬਿਦਿਆ ਬਿਚਰੈ ਸਹਜਿ ਸੁਭਾਇ॥
ਬਿਦਿਆ ਸੋਧੈ ਤਤੁ ਲਹੈ, ਰਾਮ ਨਾਮ ਲਿਵ ਲਾਇ॥
ਮਨਮੁਖੁ ਬਿਦਿਆ ਬਿਕ੍ਰਦਾ, ਬਿਖੁ ਖਟੇ ਬਿਖੁ ਖਾਇ॥
ਮੂਰਖੁ ਸਬਦੁ ਨ ਚੀਨਈ, ਸੂਝ ਬੂਝ ਨਹ ਕਾਇ॥੫੩॥

paaDhaa parhi-aa aakhee-ai bidi-aa bichrai sahj subhaa-ay.
bidi-aa soDhai tat lahai raam naam liv laa-ay.
manmukh bidi-aa bikardaa bikh khatay bikh khaa-ay.
moorakh sabad na cheen-ee soojh boojh nah kaa-ay. ||53||

ਜਿਹੜਾ ਪ੍ਰਭ ਦੇ ਸ਼ਬਦ ਨਾਲ ਆਪਣਾ ਜੀਵਨ ਬਤੀਤ ਕਰਦਾ, ਸ਼ਬਦ ਦਾ ਵਿਚਾਰ ਕਰਦਾ, ਪਾਲਣਾ ਕਰਦਾ, ਪ੍ਰੇਰਨਾ ਕਰਦਾ ਹੈ । ਆਪਣਾ ਧਿਆਨ ਪ੍ਰਭ ਦੇ ਚਰਨਾਂ ਵਿੱਚ ਰਖਦਾ ਹੈ । ਉਸ ਗਿਆਨੀ, ਪੰਡਿਤ ਨੂੰ ਸੋਝੀਵਾਨ ਆਖਿਆ ਜਾ ਸਕਦਾ ਹਾ । ਮਨਮੁਖ ਉਸ ਗਿਆਨ ਨੂੰ ਵੇਚਦਾ, ਕੀਮਤ ਪਾਉਂਦਾ, ਖਾਂਦਾ ਹੈ । ਉਹ ਅਣਜਾਣ, ਸ਼ਬਦ ਦੀ ਕੀਮਤ ਨਹੀਂ ਜਣਦਾ । ਸ਼ਬਦ ਦੀ ਸਿਖਿਆਂ ਨਾਲ ਜੀਵਨ ਨਹੀਂ ਢਾਲਦਾ । ਉਸ ਨੂੰ ਸ਼ਬਦ ਦੀ ਕੋਈ ਸੋਝੀ ਨਹੀਂ ਹੁੰਦੀ ।

Whosoever may obey, think about the essence, and adopt the teachings of His Word with steady and stable belief in his day-to-day life; he may inspire and preaches His Word. He may focus on the teachings of His Word; with His mercy and grace, he may become worthy to be called wise, enlightened, teacher in the universe. Self-minded may sell, makes a profession to get rich by singing the glory of His Word. He may never adopt the teachings of His Word in his own day-to-day life nor he may have enlightenment of the essence of His Word.

Key Message of Raag Raamkalee, page 937-19
ਆਪਾ ਭੇਟਾ ਕਰਨ ਨਾਲ ਹੀ ਸੋਝੀ ਦਾ ਖਜ਼ਾਨਾ ਬਖਸ਼ਿਸ ਹੁੰਦਾ ਹੈ!
ਜਿਹੜਾ ਪ੍ਰਭ ਦੇ ਸ਼ਬਦ ਨਾਲ ਆਪਣਾ ਜੀਵਨ ਬਤੀਤ ਕਰਦਾ, ਸ਼ਬਦ ਦਾ ਵਿਚਾਰ ਕਰਦਾ, ਪਾਲਣਾ ਕਰਦਾ, ਪ੍ਰੇਰਨਾ ਕਰਦਾ ਹੈ । ਆਪਣਾ ਧਿਆਨ ਪ੍ਰਭ ਦੇ ਚਰਨਾਂ ਵਿੱਚ ਰਖਦਾ ਹੈ । ਉਸ ਗਿਆਨੀ, ਪੰਡਿਤ ਨੂੰ ਸੋਝੀਵਾਨ ਆਖਿਆ ਜਾ ਸਕਦਾ ਹਾ ।
Treasure of enlightenment remains embedded within surrendering self-entity!
Whosoever may adopt the teachings of His Word with steady and stable belief; he may inspire and preaches the essence of His Word. He remains focused on the essence of His Word. He may become worthy to be called wise, enlightened, teacher in the universe.

74. **ਰਾਮਕਲੀ ਮਹਲਾ ੧ ਦਖਣੀ ਓਅੰਕਾਰੁ॥** (54) 938-2

ਪਾਧਾ ਗੁਰਮੁਖਿ ਆਖੀਐ, ਚਾਟੜਿਆ ਮਤਿ ਦੇਇ॥
ਨਾਮੁ ਸਮਾਲਹੁ ਨਾਮੁ ਸੰਗਰਹੁ, ਲਾਹਾ ਜਗ ਮਹਿ ਲੇਇ॥
ਸਚੀ ਪਟੀ ਸਚੁ ਮਨਿ, ਪੜੀਐ ਸਬਦੁ ਸੁ ਸਾਰੁ॥
ਨਾਨਕ ਸੋ ਪੜਿਆ ਸੋ ਪੰਡਿਤੁ ਬੀਨਾ,
ਜਿਸੁ ਰਾਮ ਨਾਮੁ ਗਲਿ ਹਾਰੁ॥੫੪॥੧॥

paaDhaa gurmukh aakhee-ai chaatrhi-aa mat day-ay.
naam samaalahu naam sangrahu laahaa jag meh lay-ay.
sachee patee sach man parhee-ai sabad so saar.
naanak so parhi-aa so pandit beenaa
jis raam naam gal haar. ||54||1||

ਜਿਹੜਾ ਆਪਣੇ ਜੀਵਨ ਦੇ ਢੰਗ ਨਾਲ ਸ਼ਬਦ ਦੀ ਸਿਖਿਆਂ, ਸੋਝੀ ਆਪਣੇ ਸਾਥੀਆਂ ਨਾਲ ਸਾਂਝੀ ਕਰਦਾ ਹੈ । ਉਹ ਗਿਆਨੀ, ਸੋਝੀ ਦੇਣ ਵਾਲੇ ਨੂੰ ਗੁਰਮਖ ਅਵਸਥਾ ਬਖਸ਼ਿਸ਼ ਹੋ ਜਾਂਦੀ ਹੈ । ਉਹ ਆਪ ਸ਼ਬਦ ਦੀ ਪਾਲਣਾ ਕਰਦਾ, ਆਪਣਾ ਜੀਵਨ ਢਾਲਦਾ ਹੈ, ਮਾਨਸ ਜਨਮ ਦਾ ਲਾਹਾ ਖੱਟ ਜਾਂਦਾ ਹੈ । ਉਹ ਆਪਣੇ ਮਨ ਨੂੰ ਸੰਸਾਰਕ ਇਛਾਂ ਤੋਂ ਰਹਿਤ ਰਖਕੇ ਆਪਣੇ ਜੀਵਨ ਨੂੰ ਬਾਕੀਆਂ ਲਈ ਮਿਸਾਲ ਬਣਾ ਜਾਂਦਾ ਹੈ । ਉਹ ਹੀ ਜੀਵ ਸੋਝੀਵਾਨ, ਗਿਆਨੀ, ਵਿਦਵਾਨ ਕਹਿਆ ਜਾ ਸਕਦਾ ਹੈ! ਜਿਹੜਾ ਪ੍ਰਭ ਦੇ ਸ਼ਬਦ ਦੀ ਪਾਲਣਾ ਦਾ ਹਾਰ ਆਪਣੇ ਮਨ ਵਿੱਚ, ਗਲ ਵਿੱਚ ਪਾਉਂਦਾ ਹੈ । ਉਹ ਆਪਣੀ ਜੀਭ ਤੋਂ ਪ੍ਰਭ ਦੇ ਧੰਨਵਾਦ ਦੇ ਗੁਣ ਗਾਉਂਦਾ ਹੈ ।

Whosoever may adopt the teachings of His Word and inspires others with the virtues of His Word; with His mercy and grace, he may be blessed with a state of mind as His true devotee. He may obey and adopts the teachings of His Word with steady and stable belief in his day-to-day life; with His mercy and grace, his human life opportunity may be rewarded. He remains beyond the reach of worldly desires; he may become a pillar of enlightenment for others. He may be worthy to be called, saint, blessed soul, spiritual scholar. Whosoever may wear the rosary of the essence of His Word in his neck; with His mercy and grace, he may remain intoxicated in singing the glory of His Word from his own tongue.

Key Message of Raag Raamkalee, page 938-2
ਸ਼ਬਦ ਦੀ ਸਿਖਿਆ ਸਾਂਝੀ ਕਰਨਾ ਹੀ ਗੁਰਮਖ ਅਵਸਥਾ ਹੈ!
ਜਿਹੜਾ ਆਪਣੇ ਜੀਵਨ ਦੇ ਢੰਗ ਨਾਲ ਸ਼ਬਦ ਦੀ ਸਿਖਿਆਂ, ਸੋਝੀ ਆਪਣੇ ਸਾਥੀਆਂ ਨਾਲ ਸਾਂਝੀ ਕਰਦਾ ਹੈ । ਉਹ ਗਿਆਨੀ, ਸੋਝੀ ਦੇਣ ਵਾਲੇ ਨੂੰ ਗੁਰਮਖ ਅਵਸਥਾ ਬਖਸ਼ਿਸ਼ ਹੋ ਜਾਂਦੀ ਹੈ । ਉਹ ਮਾਨਸ ਜਨਮ ਦਾ ਲਾਹਾ ਖੱਟ ਜਾਂਦਾ ਹੈ ।
Spreading His Word is sign of State of mind as His true devotee!
Whosoever may adopt the teachings of His Word and becomes a fountain of inspiration the virtues of His Word; he may be blessed with a state of mind as His true devotee. His human life opportunity may be rewarded.

ਗੁਰੂ ਨਾਨਕ ਦੇਵ ਜੀ! – Guru Nanak Dev Ji! Guru Granth Sahib

ਸਿਧ ਗੋਸਟਿ– Sidh Gosht! (3rd Trip Nanak Ji)

75. ਮਹਲਾ ੧॥ ਸਿਧ ਗੋਸਟਿ॥ 938-5 - Sidh Gosht 1.

ੴ ਸਤਿਗੁਰ ਪ੍ਰਸਾਦਿ॥
ਸਿਧ ਸਭਾ ਕਰਿ ਆਸਣਿ ਬੈਠੇ, ਸੰਤ ਸਭਾ ਜੈਕਾਰੋ॥
ਤਿਸੁ ਆਗੈ ਰਹਰਾਸਿ ਹਮਾਰੀ, ਸਾਚਾ ਅਪਰ ਅਪਾਰੋ॥
ਮਸਤਕੁ ਕਾਟਿ ਧਰੀ ਤਿਸੁ ਆਗੈ, ਤਨੁ ਮਨੁ ਆਗੈ ਦੇਉ॥
ਨਾਨਕ ਸੰਤੁ ਮਿਲੈ ਸਚੁ ਪਾਈਐ, ਸਹਜ ਭਾਇ ਜਸੁ ਲੇਉ॥੧॥

ik-oNkaar satgur parsaad.
siDh sabhaa kar aasan baithay sant sabhaa jaikaaro.
tis aagai rahraas hamaaree saachaa apar apaaro.
mastak kaat Dharee tis aagai tan man aagai day-o.
naanak sant milai sach paa-ee-ai sahj bhaa-ay jas lay-o. ||1||

ਰਹਰਾਸਿ= ਸ਼ਾਮ ਦੀ ਅਰਦਾਸ	ਸਚੁ= ਅਟਲ ਪ੍ਰਭ:	ਮਸਤਕ= ਸਿਰ, ਮੱਥਾ	ਜੈਕਾਰ= ਜੀ ਆਇਆ, ਨਮਸੁਕਾਰ
ਸ਼ਬਦ= ਪ੍ਰਭ ਦਾ ਭਾਣਾ	ਸ਼ਬਦ ਦੀ ਪਾਲਣਾ = ਪ੍ਰਭ ਦੇ ਭਾਣੇ ਨੂੰ ਸਤਿ ਕਰਕੇ ਸਵੀਕਾਰ ਕਰਨਾ, ਉਸ ਅਨੁਸਾਰ ਜੀਵਨ ਬਤੀਤ ਕਰਨਾ		

ਬਾਬਾ ਨਾਨਕ ਜੀ! ਤੀਜੀ ਯਾਤਰਾਂ ਵਿੱਚ ਗੋਰਖ ਜੋਗੀ ਦੇ ਡੇਰੇ ਤੇ ਗਏ । ਜੋਗੀ ਨੇ ਸਾਧ ਦੇ ਬਾਣੇ ਵਿੱਚ ਆਏ ਯਾਤਰੀ ਨਾਲ ਨਿਮ੍ਰਤਾ ਨਾਲ ਵਿਚਾਰ ਕਰਦੇ ਹਨ । ਸਿਧ, ਸ਼ਾਮ ਦਾ ਦਿਵਾਨ ਲਾ ਕੇ ਨਾਨਕ ਜੀ ਨੂੰ ਜੀ ਆਇਆ (ਜੈਕਾਰ) ਆਖਦੇ ਹਨ । ਭਗਤ ਜਨੋ! ਤੁਸੀ ਕਿਸ ਅੱਗੇ ਅਤੇ ਕਿਵੇਂ ਬੰਦਗੀ, ਅਰਦਾਸ ਕਰਦੇ ਹੋ? ਨਾਨਕ ਜੀ ਕਹਿੰਦੇ ਹਨ! ਉਸ ਅਟਲ ਪ੍ਰਭ ਦੇ ਸ਼ਬਦ ਦਾ ਸਿਮਰਨ ਕਰਦਾ ਹਾ । ਜਿਸ ਦੇ ਰੂਪ, ਮਹਿਮਾ ਦਾ ਵਖਿਆਣ ਨਹੀਂ ਕੀਤਾ ਜਾ ਸਕਦਾ । ਉਸ ਦੀਆਂ ਕਰਾਮਾਤਾਂ ਦਾ ਅੰਤ ਨਹੀਂ ਪਾਇਆ ਜਾ ਸਕਦਾ । ਜਿਹੜਾ ਤਨ, ਮਨ, ਧਨ ਸਭ ਕੁਝ ਵੀ ਪ੍ਰਭ ਦੀ ਭੇਟਾ ਕਰ ਦੇਂਦਾ ਹੈ, ਤਾ ਵੀ ਥੋੜ੍ਹਾ ਹੈ । ਜਿਸ ਤੇ ਪ੍ਰਭ ਰਹਿਮਤ ਬਖਸ਼ਦਾ ਹੈ, ਉਸ ਨੂੰ ਹੀ ਸੰਤ ਸਰੂਪ ਦੀ ਸੰਗਤ ਬਖਸ਼ਿਸ਼ ਹੁੰਦੀ ਹੈ । ਉਸ ਦੇ ਜੀਵਨ ਦੀ ਸਿਖਿਆਂ ਨਾਲ ਜੀਵਨ ਢਾਲਣ ਨਾਲ ਪ੍ਰਭ ਨੂੰ ਮਿਲਣ ਵਰਗਾ ਜਸ ਪ੍ਰਾਪਤ ਹੋ ਜਾਂਦਾ ਹੈ ।

On third trip! Nanak visited Yogi **Gorakh** temple! Nanak was wearing saintly robe! Yogis welcomed the visiting saint-Nanak! In the evening prayer, Yogi ji! How may you pray for Forgiveness? Whom may you pray in gratitude for human life opportunity? Nanak Ji! I meditate on the teachings of His Word, The One and Only One True Master. Whose glory, greatness, personality remains beyond comprehension and explanation of His Creation. His Nature and miracles are unlimited and beyond imagination of His Creation. Even surrendering of our mind, body, and worldly status (self-entity) as offering at His feet, service may be very insignificant offerings. His true devotee may be blessed with the association, conjugation of His Holy Saint. Whosoever may adopt his life experience teachings in his own day-to-day life; with His mercy and grace, his true devotee may realize same peace, comforts and contentment as meeting The True Master.

ਕਿਆ ਭਵੀਐ ਸਚਿ ਸੂਚਾ ਹੋਇ॥
ਸਾਚ ਸ਼ਬਦ ਬਿਨੁ ਮੁਕਤਿ ਨ ਕੋਇ॥੧॥ ਰਹਾਉ॥

i-aa bhavee-ai sach soochaa ho-ay.
saach sabad bin mukat na ko-ay. ||1|| rahaa-o.

ਹੋਰ ਕਿਸੇ ਥਾਂ, ਰਸਤੇ ਤੇ ਚਲਣ ਨਾਲ ਅਟਲ ਪ੍ਰਭ ਦੀ ਰਹਿਮਤ ਬਖਸ਼ਿਸ਼ ਨਹੀਂ ਹੁੰਦੀ । ਜੀਵ ਦੀ ਆਤਮਾ ਅਸਲੀ ਪ੍ਰਵਾਨਗੀ ਦੇ ਰਸਤੇ ਤੇ ਅਡੋਲ ਨਹੀਂ ਰਹਿੰਦੀ । ਆਪਣਾ ਜੀਵਨ ਸ਼ਬਦ ਦੀ ਸਿਖਿਆ ਨਾਲ ਢਾਲਣ ਤੋਂ ਬਿਨਾਂ ਮੁਕਤੀ ਦਾ ਰਸਤਾ ਬਖਸ਼ਿਸ਼ ਨਹੀਂ ਹੁੰਦਾ ।

By adopting any other meditation, following the teachings of any worldly guru, saint; the real path of acceptance in His Court may not be blessed. His soul may not remain on the real path of acceptance in His Court consistently over period. Without adopting the teachings of His Word with steady and stable belief in own day-to-day life, the right path of acceptance in His Court may not be bless.

ਸਿਧ ਗੋਸਟਿ – Sidh Gosht. - Page 938
ਕਿਸ ਅੱਗੇ ਅਰਦਾਸ ਕਰਦਾ ਹੈ? ਕਿਵੇਂ ਬੰਦਗੀ ਕਰਦਾ ਹੈ?
Whom may you pray in gratitude for human life opportunity? How may you pray for forgiveness?
ਮੈਂ ਅਟਲ ਪ੍ਰਭ ਦੇ ਸ਼ਬਦ ਦਾ ਸਿਮਰਨ ਕਰਦਾ ਹਾ । ਪ੍ਰਭ ਅਗੇ ਆਪਾ ਭਟਾ ਕਰਨਾ ਵੀ ਥੋੜ੍ਹਾ ਹੈ । ਆਪਣਾ ਜੀਵਨ ਸ਼ਬਦ ਦੀ ਸਿਖਿਆ ਨਾਲ ਢਾਲਣ ਤੋਂ ਬਿਨਾਂ ਮੁਕਤੀ ਦਾ ਰਸਤਾ ਬਖਸ਼ਿਸ਼ ਨਹੀਂ ਹੁੰਦਾ ।
I meditate on the teachings of His Word, The One and Only One. I pray for His Forgiveness and Refuge; The One and Only One. Surrendering your self-entity at His Sanctuary may not be enough. Without adopting the teachings of His Word, the right path of acceptance in His Court may not be bless.

76. **ਮਹਲਾ ੧ ਸਿਧ ਗੋਸਟਿ** (938-8) - **Sidh Gosht 2.**

ਕਵਨ ਤੁਮੇ, ਕਿਆ ਨਾਉ ਤੁਮਾਰਾ, ਕਉਨੁ ਮਾਰਗੁ, ਕਉਨੁ ਸੁਆਓ॥
ਸਾਚੁ ਕਹਉ ਅਰਦਾਸਿ ਹਮਾਰੀ, ਹਉ ਸੰਤ ਜਨਾ ਬਲਿ ਜਾਓ॥
ਕਹ ਬੈਸਹੁ, ਕਹ ਰਹੀਐ ਬਾਲੇ, ਕਹ ਆਵਹੁ, ਕਹ ਜਾਹੋ॥
ਨਾਨਕੁ ਬੋਲੈ, ਸੁਣਿ ਬੈਰਾਗੀ, ਕਿਆ ਤੁਮਾਰਾ ਰਾਹੋ॥੨॥

kavan tumay ki-aa naa-o tumaaraa ka-un maarag ka-un su-aa-o.
saach kaha-o ardaas hamaaree ha-o sant janaa bal jaa-o.
kah baishu kah rahee-ai baalay kah aavhu kah jaaho.
naanak bolai sun bairaagee ki-aa tumaaraa raaho. ||2||

ਜੋਗੀ, ਨਾਨਕ ਜੀ ਨੂੰ ਛੋਟੀ ਉਮਰ ਦਾ ਹੋਣ ਕਰਕੇ ਬਾਲਕ ਦੇ ਨਾਮ ਨਾਲ ਪੁਕਾਰਦਾ ਹੈ । ਬਾਲਕ ਤੂੰ ਕੌਣ ਹੈ? ਤੇਰਾ ਨਾਮ ਕੀ ਹੈ? ਤੇਰਾ ਬੰਦਗੀ ਦਾ ਰਸਤਾ, ਧਰਮ ਕੀ ਹੈ? ਤੇਰਾ ਜੀਵਨ ਦਾ ਕੀ ਮੰਤਵ ਹੈ? ਅਸੀ ਬੇਨੰਤੀ ਕਰਦੇ ਹਾ! ਕਿ ਸਾਨੂੰ ਠੀਕ ਠੀਕ ਉਤਰ ਦੇਵੋ, ਸੋਝੀ ਦੇਵੋ । ਅਸੀ ਵੀ ਅਜੇਹੇ ਸੰਤ ਤੋਂ ਆਪਾ ਵਾਰ ਦੇਈਏ । ਉਹ ਕਿਥੇ ਰਹਿੰਦਾ, ਆਸਣ, ਕਿਥੇ ਹੈ? ਜੀਵ ਕਿਥੋਂ ਆਉਂਦਾ ਹੈ, ਮੌਤ ਤੋਂ ਪਿਛੋਂ ਕਿਥੇ ਜਾਂਦਾ ਹੈ? ਨਾਨਕ! ਤੇਰਾ ਕਿਹੜਾ ਰਸਤਾ, ਬੰਦਗੀ ਦਾ ਮਾਰਗ, ਨਿਯਮ ਹੈ?

Nanak Ji was much younger age; Yogi Gorakh called him young-saint! Who are you and what may be your worldly name? What may be your religion, and path of meditation? What may be the real purpose of human life journey? Help me to understand your comprehension of His Nature. I may surrender my self-entity at His Sanctuary. Where may He dwell, His throne? Where may human come from and where may human go after death, after human life journey? What may be your path and principle of meditation?

ਘਟਿ ਘਟਿ ਬੈਸਿ, ਨਿਰੰਤਰਿ ਰਹੀਐ, ਚਾਲਹਿ ਸਤਿਗੁਰ ਭਾਏ॥
ਸਹਜੇ ਆਏ ਹੁਕਮਿ ਸਿਧਾਏ, ਨਾਨਕ ਸਦਾ ਰਜਾਏ॥
ਆਸਣਿ ਬੈਸਣਿ ਥਿਰੁ ਨਾਰਾਇਣੁ, ਐਸੀ ਗੁਰਮਤਿ ਪਾਏ॥

ghat ghat bais nirantar rahee-ai chaaleh satgur bhaa-ay.
sehjay aa-ay hukam siDhaa-ay naanak sadaa rajaa-ay.
aasan baisan thir naaraa-in aisee gurmat paa-ay.

ਗੁਰੂ ਨਾਨਕ ਦੇਵ ਜੀ! – Guru Nanak Dev Ji! Guru Granth Sahib

ਗੁਰਮੁਖਿ ਬੂਝੈ ਆਪੁ ਪਛਾਣੈ, ਸਚੇ ਸਚਿ ਸਮਾਏ॥੩॥ gurmukh boojhai aap pachhaanai sachay sach samaa-ay. ||3||

ਮੈਨੂੰ ਇਤਨੀ ਹੀ ਸੋਝੀ ਹੋਈ ਹੈ । ਅੰਤਰਜਾਮੀ ਪ੍ਰਭ ਹਰਇਕ ਜੀਵ ਦੇ ਅੰਦਰ ਵਸਦਾ ਹੈ । ਉਸ ਨੂੰ ਜੀਵ ਦੀ ਹਰਇਕ ਕੰਮ ਦੀ ਪੂਰਨ ਸੋਝੀ, ਜਾਣਕਾਰੀ ਹੈ । ਉਸ ਦੀ ਰਜ਼ਾ, ਭਾਣੇ ਵਿੱਚ, ਸ਼ਬਦ ਅਨੁਸਾਰ ਜੀਵਨ ਬਤੀਤ ਕਰੋ! ਸਵਾਸ, ਗਰਾਸ, ਸ਼ਬਦ ਵਿੱਚ ਲੀਨ ਹੋ ਕੇ ਧੰਨਵਾਦ ਦੇ ਗੀਤ ਗਾਵੋ । ਜਿਹੜਾ ਮਾਨਸ ਆਪਣਾ ਮੂਲ ਪਛਾਣ ਲੈਂਦਾ ਹੈ । ਉਹ ਪ੍ਰਭ ਦੇ ਸ਼ਬਦ ਦੀ ਪਾਲਣਾ ਵਿੱਚ ਲੀਨ ਰਹਿੰਦਾ ਹੈ । ਉਸ ਦੇ ਮਨ ਦੀਆਂ ਭਟਕਣਾਂ ਖਤਮ ਹੋ ਜਾਂਦੀਆਂ ਹਨ । ਉਸ ਨੂੰ ਪ੍ਰਭ ਦੀ ਹੋਂਦ ਦੀ ਸੋਝੀ, ਅਨੁਭਵ, ਬਖਸ਼ਿਸ਼ ਹੋ ਜਾਂਦੀ ਹੈ ।

The Omniscient True Master remains embedded within each soul; He remains fully aware about our deeds, hopes and intentions. His true devotee must accept His Word, Command and, sings His Glory with each breath. We should adopt the teachings of His Word with steady and stable belief in our day-to-day life. Whosoever may recognize the real purpose of his human life opportunity; with His mercy and grace, he may remain intoxicated in obeying the teachings of His Word with steady and stable belief in his day-to-day life. All his frustrations of worldly desires, expectations may be eliminated; with His mercy and grace, he may realize His Holy Spirit prevailing within everyone and everywhere in the universe! I have been blessed with only that much comprehension of His Nature.

ਸਿਧ ਗੋਸਟਿ- Sidh Gosht- Page 938
ਬੰਦਗੀ ਦਾ ਰਸਤਾ, ਧਰਮ, ਜੀਵਨ ਦਾ ਮੰਤਵ? ਪ੍ਰਭ ਦਾ ਆਸਣ? ਜੀਵ ਕਿਥੋਂ ਆਉਂਦਾ, ਮੌਤ ਪਿਛੋਂ ਕਿਥੇ ਜਾਂਦਾ? ਬੰਦਗੀ ਦਾ ਮਾਰਗ, ਨਿਯਮ?
ਨਾਨਕ ਮੇਰਾ ਨਾਮ ਹੈ । ਆਪਾ ਸ਼ਬਦ ਦੀ ਪਾਲਣਾ ਵਿੱਚ ਭੇਟਾ ਕਰਨਾ, ਮਨੁੱਖਤਾ ਮੇਰਾ ਧਰਮ ਹੈ । ਆਤਮਾ ਨੂੰ ਪਵਿੱਤਰ ਕਰਕੇ, ਪ੍ਰਭ ਦੇ ਪਰਖਣ ਯੋਗ ਬਣਾਉਣਾ, ਜੀਵਨ ਦਾ ਮੰਤਵ ਹੈ । ਅੰਤਰਜਾਮੀ ਪ੍ਰਭ ਦੀ ਜੋਤ ਹਰਇਕ ਜੀਵ ਦੇ ਅੰਦਰ ਵਸਦੀ ਹੈ । ਆਤਮਾ ਪ੍ਰਭ ਦੀ ਜੋਤ ਵਿਚੋਂ ਪੈਦਾ ਹੁੰਦੀ, ਪਵਿੱਤਰ ਹੋ ਕੇ ਪ੍ਰਭ ਦੀ ਜੋਤ ਵਿੱਚ ਸਮਾ ਜਾਂਦੀ ਹੈ । ਸ਼ਬਦ ਦੀ ਸਿਖਿਆ ਨਾਲ ਜੀਵਨ ਢਾਲਣ ਤੋਂ ਬਿਨਾਂ ਮੁਕਤੀ ਦਾ ਰਸਤਾ ਬਖਸ਼ਿਸ਼ ਨਹੀਂ ਹੁੰਦਾ ।
Religion, and path of meditation, purpose of human life journey? His throne? Human come, go after death?
Nanak, surrendering my self-entity at His Sanctuary is my path and mankind my religion. The purpose of human life to sanctify soul, to become worthy of His Consideration. His Holy Spirit, remains embedded within each soul. Soul is an expansion of His Holy Spirit; after sanctification immerses within His Holy Spirit. The One and Only One worthy to pray for His Forgiveness and Refuge. Without adopting the teachings of His Word with steady and stable belief, the right path of acceptance may not be blessed. His greatness, nature remains beyond comprehension of His Creation.

77. **ਮਹਲਾ ੧ ਸਿਧ ਗੋਸਟਿ** (938) - **Sidh Gosht 3.**

ਦੁਨੀਆ ਸਾਗਰੁ ਦੁਤਰੁ ਕਹੀਐ, ਕਿਉ ਕਰਿ ਪਾਈਐ ਪਾਰੋ॥ dunee-aa saagar dutar kahee-ai ki-o kar paa-ee-ai paaro.
ਚਰਪਟੁ ਬੋਲੈ, ਅਉਧੂ ਨਾਨਕ, ਦੇਹੁ ਸਚਾ ਬੀਚਾਰੋ॥ charpat bolai a-oDhoo naanak dayh sachaa beechaaro.
ਆਪੇ ਆਖੈ, ਆਪੇ ਸਮਝੈ, ਤਿਸੁ ਕਿਆ ਉਤਰੁ ਦੀਜੈ॥ aapay aakhai aapay samjhai tis ki-aa utar deejai.
ਸਾਚੁ ਕਹਹੁ, ਤੁਮ ਪਾਰਗਰਾਮੀ, ਤੁਝੁ ਕਿਆ ਬੈਸਣੁ ਦੀਜੈ॥੪॥ saach kahhu tum paargaraamee tujh ki-aa baisan deejai. ||4||

ਗੋਰਖ ਜੀ ਦਾ ਸੇਵਕ ਚਰਪਟੁ ਨਾਨਕ ਜੀ ਨੂੰ ਕਹਿੰਦਾ ਹੈ! ਕਿਸਤਰ੍ਹਾਂ ਭਿਆਨਕ ਸੰਸਾਰ ਸਾਗਰ ਪਾਰ ਕੀਤਾ, ਜਨਮ ਮਰਨ ਦਾ ਚੱਕਰ ਖਤਮ ਕੀਤਾ ਜਾ ਸਕਦਾ ਹੈ? ਨਾਨਕ ਜੀ ਕਹਿੰਦੇ ਹਨ! ਜੋਗੀ ਤੂੰ ਆਪ ਹੀ ਆਖਦਾ ਹੈ ਕਿ ਤੈਨੂੰ ਸਭ ਸੋਝੀ ਹੈ । ਅਗਰ ਪਹਿਲੇ ਹੀ ਸਭ ਸੋਝੀ ਹੈ! ਮੈਂ ਫਿਰ ਕੀ ਹੋਰ ਵਿਚਾਰ ਕਰ ਸਕਦਾ ਹਾ । ਅਗਰ ਤੂੰ ਸਮਝਦਾ ਹੈ! ਤੂੰ ਪਹਿਲੇ ਹੀ ਜਨਮ ਮਰਨ ਦੇ ਚੱਕਰ ਤੋਂ ਉਪਰ ਹੈ । ਮੈਂ ਤੈਨੂੰ ਹੋਰ ਕੀ ਦੱਸ ਸਕਦਾ ਹਾ ।

Yogi Carpatt Ji! How may we be saved and cross the terrible ocean of worldly desires? How may we eliminate the cycle of birth and death? Nanak Ji! Yogi Ji, you claim to already know all about His Nature. What else may I add to your comprehension. You claim! You are already above the cycle of birth and death! What else may I explain to you?

ਜੈਸੇ ਜਲ ਮਹਿ ਕਮਲੁ ਨਿਰਾਲਮੁ, ਮੁਰਗਾਈ ਨੈ ਸਾਣੇ॥ jaisay jal meh kamal niraalam murgaa-ee nai saanay.
ਸੁਰਤਿ ਸਬਦਿ ਭਵ ਸਾਗਰੁ ਤਰੀਐ, ਨਾਨਕ ਨਾਮੁ ਵਖਾਣੇ॥ surat sabad bhav saagar taree-ai naanak naam vakhaanay.
ਰਹਹਿ ਇਕਾਂਤਿ ਏਕੋ ਮਨਿ ਵਸਿਆ, ਆਸਾ ਮਾਹਿ ਨਿਰਾਸੋ॥ raheh ikaaNt ayko man vasi-aa aasaa maahi niraaso.
ਅਗਮੁ ਅਗੋਚਰੁ ਦੇਖਿ ਦਿਖਾਏ, ਨਾਨਕੁ ਤਾ ਕਾ ਦਾਸੋ॥੫॥ agam agochar daykh dikhaa-ay naanak taa kaa daaso. ||5||

ਜਿਸਤਰ੍ਹਾਂ ਕਮਲ ਦਾ ਫੁੱਲ ਪਾਣੀ ਵਿੱਚ ਆਪਣੀ ਖਸ਼ਬੂ ਨਹੀਂ ਖੋਂਹਦਾ । ਭਾਵੇਂ ਕਿਤਨੇ ਵੀ ਜੀਵ ਉਸ ਪਾਣੀ ਨੂੰ ਮੈਲਾ ਕਰਦੇ ਰਹਿਣ । ਇਸਤਰ੍ਹਾਂ ਹੀ ਜਿਹੜਾ ਜੀਵ ਆਪਣੇ ਮਨ ਨੂੰ ਪ੍ਰਭ ਦੇ ਸ਼ਬਦ ਵਿੱਚ ਲੀਨ ਰਖਦਾ ਹੈ । ਉਸ ਦਾ ਮਨ ਸੰਸਾਰਕ ਮੁਸ਼ਕਲਾਂ, ਮਨ ਦੀ ਇਛਾਂ ਤੇ ਕਾਬੂ ਰਖਦਾ ਹੈ । ਉਸ ਜੀਵ ਦੇ ਮਨ ਅੰਦਰ ਸ਼ਬਦ ਦੀ ਧੁਨ ਚਲਦੀ, ਸੁਣਦੀ ਰਹਿੰਦੀ ਹੈ । ਇਹ ਸ਼ਬਦ ਦੀ ਧੁਨ ਮੁਸ਼ਕਲਾਂ ਵਿੱਚ ਵੀ ਮਨ ਨੂੰ ਅਡੋਲ ਰਖਦੀ ਹੈ । ਮਨ ਵਿੱਚ ਪ੍ਰਭ ਦੇ ਬਖਸ਼ੇ ਤੇ ਅਡੋਲ ਭਰੋਸੇ ਨਾਲ ਹੀ ਰਹਿਮਤ ਬਖਸ਼ਿਸ਼ ਹੁੰਦੀ ਹੈ । ਜੋਗੀ ਆਪਣੇ ਮਨ ਨੂੰ ਉਸ ਪ੍ਰਭ ਦੀ ਰਜ਼ਾ, ਭਾਣੇ ਦੇ ਹਵਾਲੇ ਕਰ ਦੇਵੋਂ । ਆਪਣੇ ਸੇਵਕਾਂ ਨੂੰ ਵੀ ਸ਼ਬਦ ਦੀ ਪਾਲਣਾ, ਸਿਮਰਨ ਕਰਨ ਦੀ ਪ੍ਰੇਰਨਾ ਕਰੋ! ਮੈਂ ਵੀ ਉਸ ਪ੍ਰਭ ਦਾ ਦਾਸ, ਗੁਲਾਮ, ਸੇਵਕ ਹਾ! ਉਹ ਆਪ ਹੀ ਮਲਾਹ ਬਣਕੇ ਬੇੜੀ ਪਾਰ ਲੰਘਾ ਦੇਂਦਾ ਹੈ ।

As the lotus flower may not lose, diminish his fragrance, aroma in water; even though many may muddy the water. Same way! Whosoever may remain intoxicated in meditation, obeying the teachings of His Word; with His mercy and grace, his mind may conquer his demons of worldly desires. He may hear the everlasting echo of His Word resonating within. He remains steady and stable on the right path of acceptance in His Court. The Merciful True Master protects His true devotee. We should surrender our self-entity at His Sanctuary! You should inspire your followers to meditate and obey the teachings of His Word with steady and stable belief in day-to-day life. I am also His Slave! He may bless the right path of acceptance.

ਸਿਧ ਗੋਸਟਿ- Sidh Gosht - Page 938
ਕਿਸਤਰ੍ਹਾਂ ਜਨਮ ਮਰਨ ਦਾ ਚੱਕਰ ਖਤਮ ਕੀਤਾ ਜਾ ਸਕਦਾ ਹੈ?
ਜਿਹੜਾ ਆਪਣੇ ਮਨ ਨੂੰ ਪ੍ਰਭ ਦੇ ਸ਼ਬਦ ਵਿੱਚ ਲੀਨ ਰਖਦਾ ਹੈ । ਉਸ ਦਾ ਮਨ ਸੰਸਾਰਕ ਮੁਸ਼ਕਲਾਂ, ਮਨ ਦੀ ਇਛਾਂ ਤੇ ਕਾਬੂ ਰਖਦਾ ਹੈ । ਉਸ ਦੇ ਮਨ ਅੰਦਰ ਸ਼ਬਦ ਦੀ ਧੁਨ ਚਲਦੀ, ਸੁਣਦੀ ਹੈ । ਸ਼ਬਦ ਦੀ ਧੁਨ ਮੁਸ਼ਕਲਾਂ ਵਿੱਚ ਵੀ ਮਲਾਹ ਬਣਕੇ ਬੇੜੀ ਪਾਰ ਲੰਘਾ ਦੇਂਦੀ ਹੈ ।
How to eliminate the cycle of birth and death?

ਗੁਰੂ ਨਾਨਕ ਦੇਵ ਜੀ! – Guru Nanak Dev Ji! Guru Granth Sahib

Whosoever may remain intoxicated in meditating, obeying the teachings of His Word; his mind may conquer his demons of desires. He may hear the everlasting echo of His Word resonating within his heart. His earnings, everlasting echo may become his rescue boat.

ਸੁਣਿ ਸੁਆਮੀ ਅਰਦਾਸਿ ਹਮਾਰੀ, ਪੂਛਉ ਸਾਚੁ ਬੀਚਾਰੋ॥ ਰੋਸੁ ਨ ਕੀਜੈ ਉਤਰੁ ਦੀਜੈ, ਕਿਉ ਪਾਈਐ ਗੁਰ ਦੁਆਰੋ॥ ਇਹੁ ਮਨੁ ਚਲਤਉ ਸਚ ਘਰਿ ਬੈਸੈ, ਨਾਨਕ ਨਾਮੁ ਅਧਾਰੋ॥ ਆਪੇ ਮੇਲਿ ਮਿਲਾਏ ਕਰਤਾ, ਲਾਗੈ ਸਾਚਿ ਪਿਆਰੋ॥੬॥	un su-aamee ardaas hamaaree poochha-o saach beechaaro. ros na keejai utar deejai ki-o paa-ee-ai gur du-aaro. ih man chalta-o sach ghar baisai naanak naam aDhaaro. aapay mayl milaa-ay kartaa laagai saach pi-aaro. ||6||.

ਜੋਗੀ, ਨਿਮ੍ਰਤਾ ਨਾਲ ਬੇਨੰਤੀ ਕਰਦਾ ਹੈ । ਸੋਝੀ ਪਾਵੋ! ਪ੍ਰਭ ਦੇ ਦਰਬਾਰ ਵਿੱਚ ਕਿਸਤਰ੍ਹਾਂ ਥਾਂ ਪ੍ਰਾਪਤ ਕੀਤੀ ਜਾ ਸਕਦੀ ਹੈ? ਦਸਵਾਂ ਦਰਵਾਜਾ ਕਿਵੇਂ ਲਭਿਆ ਜਾ ਸਕਦਾ ਹੈ? ਅਡੋਲ ਭਰੋਸਾ ਨਾਲ ਸ਼ਬਦ ਨੂੰ ਆਪਣੇ ਜੀਵਨ ਦਾ ਅਧਾਰ ਬਣਾਵੋ! ਪ੍ਰਭ ਆਪ ਹੀ ਰਹਿਮਤ ਬਖਸ਼ਕੇ, ਆਪਣੀ ਸ਼ਬਦ ਦੀ ਸਮਾਧੀ ਵਿੱਚ ਅਲੋਪ ਕਰ ਲੈਂਦਾ ਹੈ । ਹੋਰ ਕੋਈ ਚਤੁਰਾਈ, ਸਿਆਣਪ ਬਿਰਥੀ ਹੀ ਹੈ ।

Yogi! How to achieve a permanent resting place in His Royal Castle? How to one find and enter the 10th door; His castle? Whosoever may adopt the teachings of His Word with steady and stable belief in his day-to-day life; with His mercy and grace, His true devotee may remain intoxicated in meditating in the void of His Word. No other wisdom, meditation, or teachings of worldly guru, may be accepted in His Court.

ਸਿਧ ਗੋਸਟਿ- Sidh Gosht. - Page 938
ਕਿਸਤਰ੍ਹਾਂ ਪ੍ਰਭ ਦੇ ਦਰਬਾਰ ਵਿੱਚ ਥਾਂ ਬਖਸ਼ਿਸ਼ ਹੋ ਜਾ ਸਕਦੀ ਹੈ?
ਜਿਹੜਾ ਆਪਣੇ ਮਨ ਨੂੰ ਪ੍ਰਭ ਦੇ ਸ਼ਬਦ ਵਿੱਚ ਲੀਨ ਰਖਦਾ ਹੈ । ਉਸ ਦਾ ਮਨ ਸੰਸਾਰਕ ਮੁਸ਼ਕਲਾਂ, ਮਨ ਦੀ ਇਛਾਂ ਤੇ ਕਾਬੂ ਰਖਦਾ ਹੈ । ਉਸ ਦੇ ਮਨ ਅੰਦਰ ਸ਼ਬਦ ਦੀ ਧੁਨ ਚਲਦੀ, ਸੁਣਦੀ ਹੈ । ਸ਼ਬਦ ਦੀ ਧੁਨ ਮੁਸ਼ਕਲਾਂ ਵਿੱਚ ਵੀ ਮਲਾਹ ਬਣਕੇ ਬੇੜੀ ਪਾਰ ਲੰਘਾ ਦੇਂਦੀ ਹੈ ।ਜਿਹੜਾ ਸ਼ਬਦ ਨੂੰ ਅਡੋਲ ਭਰੋਸਾ ਨਾਲ ਆਪਣੇ ਜੀਵਨ ਦਾ ਅਧਾਰ ਬਣਾਉਂਦਾ ਹੈ! ਉਹ ਪ੍ਰਭ ਦੇ ਸ਼ਬਦ ਦੀ ਸਮਾਧੀ ਵਿੱਚ ਹੀ ਲੀਨ ਰਹਿੰਦਾ ਹੈ । ਪ੍ਰਭ ਆਪ ਹੀ ਆਪਣੀ ਸ਼ਬਦ ਦੀ ਸਮਾਧੀ ਵਿੱਚ ਅਲੋਪ ਕਰ ਲੈਂਦਾ ਹੈ ।
How to achieve a permanent resting place in His Royal Castle?
Whosoever may remain intoxicated in meditating, obeying the teachings of His Word; his mind may conquer his demons of desires. He may hear the everlasting! Whosoever may adopt the teachings of His Word with steady and stable belief; with His mercy and grace, he may remain intoxicated in the void of His Word. He may be absorbed with the void of His Holy Spirit

78. **ਮਹਲਾ ੧ ਸਿਧ ਗੋਸਟਿ** (938-19) - **Sidh Gosht 4 - Yogi- Nanak Ji!**

ਹਾਟੀ ਬਾਟੀ ਰਹਹਿ ਨਿਰਾਲੇ, ਰੂਖਿ ਬਿਰਖਿ ਉਦਿਆਨੇ॥	haatee baatee raheh niraalay rookh birakh udi-aanay.
ਕੰਦ ਮੂਲੁ ਅਹਾਰੋ ਖਾਈਐ, ਅਉਧੂ ਬੋਲੈ ਗਿਆਨੇ॥	kand mool ahaaro khaa-ee-ai a-oDhoo bolai gi-aanay.
ਤੀਰਥਿ ਨਾਈਐ ਸੁਖੁ ਫਲੁ ਪਾਈਐ, ਮੈਲੁ ਨ ਲਾਗੈ ਕਾਈ॥	tirath naa-ee-ai sukh fal paa-ee-ai mail na laagai kaa-ee.
ਗੋਰਖ ਪੂਤੁ ਲੋਹਾਰੀਪਾ, ਬੋਲੈ ਜੋਗ ਜੁਗਤਿ ਬਿਧਿ ਸਾਈ॥੭॥	gorakh poot lohaareepaa bolai jog jugat biDh saa-ee. ||7||

ਗੋਰਖ ਦਾ ਸੇਵਕ ਲੋਹਾਰੀਪਾ! ਅਸੀ ਇਸਤਰ੍ਹਾਂ ਹੀ ਬੰਦਗੀ ਕਰਦੇ ਹਾ । ਸਾਡਾ ਜੋਗ ਦਾ ਮਾਰਗ ਇਸਤਰ੍ਹਾਂ ਹੀ ਪਾਇਆ ਜਾਂਦਾ ਹੈ । ਸਾਡੇ ਜੋਗ ਦੇ ਇਹ ਹੀ ਨਿਯਮ ਹਨ । ਸੰਸਾਰਕ ਜੀਵਾਂ, ਸਾਧਨਾਂ ਤੋਂ ਦੂਰ, ਜੰਗਲਾਂ ਵਿੱਚ, ਇਕਾਂਤ ਥਾਂ ਤੇ ਰਹਿੰਦੇ ਹਾ । ਫਲ, ਜੜ੍ਹਾਂ ਬੂਟੀਆਂ ਖਾ ਕੇ ਪੇਟ ਭਰਦੇ ਹਾ । ਜੀਭ ਦੇ ਸਵਾਦ ਤੇ ਕਾਬੂ ਰਖਦੇ ਹਾ, ਇਹ ਹੀ ਸਾਨੂੰ ਸੋਝੀ ਹੋਈ ਹੈ । ਮੰਨੇ ਪਵਿੱਤਰ ਤੀਰਥਾਂ ਤੇ ਇਸ਼ਨਾਨ ਕਰਦੇ ਹਾ । ਜਿਸ ਨਾਲ ਮਨ ਦੀ ਮੈਲ਼ ਦੂਰ ਰਹਿੰਦੀ, ਸ਼ਾਂਤੀ, ਸੰਤੋਖ ਬਣਿਆ ਰਹਿੰਦਾ ਹੈ ।

Yogi Loraphia! The principles of our meditation are to stay away from worldly luxury, way of life, in wild forest, quiet place, beyond the reach of worldly amenities. We satisfy our hunger of stomach with wild fruits, nuts, and weeds. We keep a control on the taste of our tongue. These are the principles, way of life, to become a Yogi! Pilgrimage to Holy shrine to take a soul sanctifying bath, our soul remain blemish free. We remain contented with our worldly environments.

ਹਾਟੀ ਬਾਟੀ ਨੀਦ ਨ ਆਵੈ, ਪਰ ਘਰਿ ਚਿਤੁ ਨ ਡੋੁਲਾਈ॥	haatee baatee need na aavai par ghar chit na dolaa-ee.
ਬਿਨੁ ਨਾਵੈ ਮਨੁ ਟੇਕ ਨ ਟਿਕਈ, ਨਾਨਕ ਭੂਖ ਨ ਜਾਈ॥	bin naavai man tayk na tik-ee naanak bhookh na jaa-ee.
ਹਾਟੁ ਪਟਣੁ ਘਰੁ ਗੁਰੂ ਦਿਖਾਇਆ, ਸਹਜੇ ਸਚੁ ਵਾਪਾਰੋ॥	haat patan ghar guroo dikhaa-i-aa sehjay sach vaapaaro.
ਖੰਡਿਤ ਨਿਦ੍ਰਾ ਅਲਪ ਅਹਾਰੰ, ਨਾਨਕ ਤਤੁ ਬੀਚਾਰੋ॥੮॥	khandit nidraa alap ahaaraN naanak tat beechaaro. ||8||

ਸੰਨਿਆਸੀ, ਲੋਕਾਂ ਦੇ ਬਣਾਏ ਘਰਾ ਨਾਲ ਆਪਣਾ ਮਨ, ਚਿਤ ਨਹੀਂ ਲਾਉਂਦੇ । ਪਰਾਏ ਦੇ ਘਰ ਨੂੰ ਡੇਰਾ ਬਣਾਉਣ ਦਾ ਲਾਲਚ, ਮਨ ਵਿੱਚ ਕਦੇ ਨਹੀਂ ਆਉਂਦਾ । ਨਾਨਕ ਜੀ! ਪ੍ਰਭ ਦੇ ਸ਼ਬਦ ਨੂੰ ਮਨ ਦਾ ਅਧਾਰ ਬਣਾਉਣ ਤੋਂ ਬਿਨਾਂ ਸੰਤੋਖ, ਸ਼ਾਂਤੀ ਬਖਸ਼ਿਸ਼ ਨਹੀਂ ਹੁੰਦੀ । ਮਨ ਅਡੋਲ ਨਹੀਂ ਹੁੰਦਾ, ਪ੍ਰਭ ਦੇ ਮਿਲਣ ਦੀ ਇਛਾਂ ਪੂਰੀ ਨਹੀਂ ਹੁੰਦੀ । ਸ਼ਬਦ ਨੂੰ ਆਪਣੇ ਜੀਵਨ ਵਿੱਚ ਢਾਲਣ ਨਾਲ ਪ੍ਰਭ ਆਪ ਹੀ ਰਹਿਮਤ ਬਖਸ਼ਦਾ ਹੈ । ਦਸਵਾਂ ਦਰ, ਪ੍ਰਭ ਦਾ ਦਰਬਾਰ ਨਜ਼ਰ ਆਉਂਦਾ, ਸੋਝੀ ਬਖਸ਼ਿਸ਼ ਹੋ ਜਾਂਦੀ ਹੈ! ਪ੍ਰਭ ਤਨ ਦੇ ਅੰਦਰ ਹੀ ਵਸਦਾ ਹੈ, ਦਰਬਾਰ ਮਨ ਅੰਦਰ ਹੀ ਹੈ । ਥੋੜ੍ਹਾ ਸਮਾਂ ਖਾਣਾ, ਸੌਣਾ, ਬਾਕੀ ਦਾ ਸਮਾਂ ਅਡੋਲ ਭਰੋਸੇ ਨਾਲੇ ਅੰਦਰੋਂ ਖੋਜ ਕਰੋ ।

The renunciatory, Yogi! Yogi may never be attached to the dwelling made by worldly family. He may never convert any worldly dwelling as His Temple. Nanak Ji! Without adopting the teachings of His Word in day-to-day life; peace of mind and contentment may never be blessed. He may never remain steady and stable on the right path of acceptance in His Court. He may never be enlightened with the essence of His Word nor union with His Holy Spirit. Whosoever may adopt the teachings of His Word; with His mercy and grace, he may be enlightened with His Royal Castle, essence of His Word from within. His Word, His Royal Castle remains embedded within every soul and dwells within. We must spend minimum time in eating and sleeping; we should spend rest of time searching the enlightenment from within our mind.

ਸਿਧ ਗੋਸਟਿ - Sidh Gosht. - Page 938-19
ਜੋਗ ਦੇ ਨਿਯਮ!
ਜੋਗ ਦੇ ਨਿਯਮ: ਸੰਸਾਰਕ ਜੀਵਾਂ, ਸਾਧਨਾਂ ਤੋਂ ਦੂਰ, ਜੀਭ ਦੇ ਸਵਾਦ ਤੇ ਕਾਬੂ ਰਖਦੇ; ਤੀਰਥ ਤੇ ਇਸ਼ਨਾਨ ਨਾਲ ਮਨ ਪਵਿੱਤਾ, ਸ਼ਾਂਤੀ, ਸੰਤੋਖ ਰਹਿੰਦਾ ਹੈ । ਪ੍ਰਭ ਦੇ ਸ਼ਬਦ ਨੂੰ ਜੀਵਨ ਦਾ ਅਧਾਰ ਬਣਾਉਣ ਤੋਂ ਬਿਨਾਂ ਸੰਤੋਖ, ਸ਼ਾਂਤੀ ਬਖਸ਼ਿਸ਼ ਨਹੀਂ ਹੁੰਦੀ । ਪ੍ਰਭ ਆਤਮਾ ਅੰਦਰ ਸਮਾਇਆ, ਤਨ ਦੇ ਅੰਦਰ ਹੀ ਵਸਦਾ ਹੈ! ਆਪਣੇ ਅੰਦਰੋਂ ਖੋਜ ਕਰਨ, ਸ਼ਬਦ ਨੂੰ ਆਪਣੇ ਜੀਵਨ ਵਿੱਚ ਢਾਲਣ ਨਾਲ, ਦਸਵਾਂ ਦਰ, ਨਜ਼ਰ ਆਉਂਦਾ, ਸੋਝੀ ਬਖਸ਼ਿਸ਼ ਹੋ ਜਾਂਦੀ ਹੈ! ਆਪ ਹੀ ਆਪਣੀ ਸ਼ਬਦ ਦੀ ਸਮਾਧੀ ਵਿੱਚ ਅਲੋਪ ਕਰ ਲੈਂਦਾ ਹੈ ।
Yoga Principles:
Yoga principles: Stay away from worldly luxury; control on the taste of our tongue; Pilgrimage Holy shrine to take a soul sanctifying; remain in peace and contented with worldly environments. Without adopting the teachings of His Word with steady and stable belief in day-to-day life; peace of mind and contentment may never be realized. His Word, His Royal Castle remains embedded within each soul and dwells within his body. Whosoever may adopt the teachings of His Word, search within his soul; with His mercy and grace, His 10th gate of His Royal Castle may be realized within soul. The True Master may absorb his soul within His Void.

79. **ਮਹਲਾ ੧ ਸਿਧ ਗੋਸਟਿ** (939-4) - **Sidh Gosht 5.**

ਦਰਸਨੁ ਭੇਖ ਕਰਹੁ ਜੋਗਿੰਦ੍ਰਾ, ਮੁੰਦ੍ਰਾ ਝੋਲੀ ਖਿੰਥਾ॥
ਬਾਰਹ ਅੰਤਰਿ ਏਕੁ ਸਰੇਵਹੁ ਖਟੁ ਦਰਸਨ ਇਕ ਪੰਥਾ॥
ਇਨ ਬਿਧਿ ਮਨੁ ਸਮਝਾਈਐ, ਪੁਰਖਾ ਬਾਹੁੜਿ ਚੋਟ ਨ ਖਾਈਐ॥
ਨਾਨਕੁ ਬੋਲੈ ਗੁਰਮੁਖਿ ਬੂਝੈ, ਜੋਗ ਜੁਗਤਿ ਇਵ ਪਾਈਐ॥੯॥

darsan bhaykh karahu jogindaraa mundraa jholee khinthaa.
baarah antar ayk sarayvhu khat darsan ik panthaa.
in biDh man samjaa-ee-ai purkhaa baahurh chot na khaa-ee-ai.
naanak bolai gurmukh boojhai jog jugat iv paa-ee-ai. ||9||

ਜੋਗ ਦੇ ਬਾਰਾਂ (12) ਮਾਰਗ, 12 ਧਰਮ, ਨਿਯਮ ਹਨ । ਗੋਰਖ ਦੇ ਜੋਗ ਦਾ ਰਸਤਾ ਸਾਰਿਆਂ ਨਾਲੋਂ ਉੱਚਾ ਸਮਝਿਆ ਜਾਂਦਾ ਹੈ । ਗੋਰਖ ਦੇ ਨਿਯਮ ਜੀਵਨ ਵਿੱਚ ਧਾਰਨ ਕਰਨ ਨਾਲ, ਪ੍ਰਭ ਦੇ ਦਰਸ਼ਨ ਕਰਨ ਵਾਲਾ ਰਸਤਾ ਬਖਸ਼ਿਸ਼ ਹੋ ਜਾਂਦਾ ਹੈ । ਇਹ ਜੋਗ ਕਮਾਉਣ ਲਈ, ਜੋਗੀ ਵਾਲਾ ਬਾਣਾ! ਦੋਨਾਂ ਕੰਨਾਂ ਵਿੱਚ ਮੰਦ੍ਰਾ ਪਾਉਣ ਨਾਲ, ਮਨ ਦਾ ਸੰਤੋਖ ਅਡੋਲ ਰਹਿੰਦਾ ਹੈ । ਪੇਟ ਭਰਨ ਲਈ ਭੀਖ ਮੰਗਣ ਵਾਲਾ ਬਾਟਾ! ਨਿਮ੍ਰਤਾ, ਨਿਮਾਣਾ ਬਣਕੇ, ਮੰਗਣ ਨਾਲ ਮਨ ਵਿਚੋਂ ਅਹੰਕਾਰ ਦੀ ਜੜ੍ਹ ਨਾਸ ਹੋ ਜਾਂਦੀ ਹੈ । ਜਿਹੜਾ ਜੋਗ ਦਾ ਰਸਤਾ ਧਾਰਨ ਕਰ ਲੈਂਦਾ ਹੈ, ਉਸ ਨੂੰ ਗਿਆਨ ਦਾ ਰਸਤਾ ਬਖਸ਼ਿਸ਼ ਹੋ ਜਾਂਦਾ ਹੈ । ਉਸ ਜੀਵ ਨੂੰ ਦੁਖਾਂ ਦਾ ਸਾਹਮਣਾਂ ਨਹੀਂ ਕਰਨਾ ਪੈਂਦਾ । ਇਹ ਹੀ ਜੋਗਾ, ਬੰਦਗੀ ਕਰਨ ਦਾ ਅਸਲੀ ਮਾਰਗ, ਧਰਮ ਹੈ ।

ਜੋਗ ਦਾ ਮਾਰਗ		Path of Yogi life, religion	
ਕੰਨਾਂ ਦੀਆ ਮੰਦ੍ਰਾਂ	ਮਨ ਦਾ ਸੰਤੋਖ ਅਡੋਲ ਰਹਿੰਦਾ ਹੈ ।	Ear Rings	Mind remains contented with worldly environments.
ਭੀਖ ਮੰਗਨਾ	ਮਨ ਵਿੱਚ ਨਿਮ੍ਰਤਾ, ਅਹੰਕਾਰ ਨਾਸ ਹੁੰਦਾ ਹੈ	Begging	Brings humility and destroy the root of ego.

Goarkh! Yoga, religion has 12 mediation techniques and 12 disciplines of life. Goarkh Yoga is considered the most supreme way of salvation. Whosoever may adopt the Goarkh principles in his own life; he may be blessed with the right path of His Blessed Vision. You need to adopt his religious robe! He wears ear rings as a symbol of contentment and begging bowl as a symbol of humility. Begging may eliminate the root of ego of worldly status. Whosoever may adopt Goarkh path; he may find the right path of salvation. He may never face worldly miseries of desires. Goarkh path may be the only path of salvation.

ਅੰਤਰਿ ਸਬਦੁ, ਨਿਰੰਤਰਿ ਮੁਦ੍ਰਾ, ਹਉਮੈ ਮਮਤਾ ਦੂਰਿ ਕਰੀ॥
ਕਾਮੁ, ਕ੍ਰੋਧੁ ਅਹੰਕਾਰੁ ਨਿਵਾਰੈ, ਗੁਰ ਕੈ ਸਬਦਿ ਸੁ ਸਮਝ ਪਰੀ॥
ਖਿੰਥਾ ਝੋਲੀ ਭਰਿਪੁਰਿ ਰਹਿਆ, ਨਾਨਕ ਤਾਰੈ ਏਕੁ ਹਰੀ॥
ਸਾਚਾ ਸਾਹਿਬੁ ਸਾਚੀ ਨਾਈ, ਪਰਖੈ ਗੁਰ ਕੀ ਬਾਤ ਖਰੀ॥੧੦॥

antar sabad nirantar mudraa ha-umai mamtaa door karee.
kaam kroDh ahaNkaar nivaarai gur kai sabad so samajh paree.
khinthaa jholee bharipur rahi-aa naanak taarai ayk haree.
saachaa saahib saachee naa-ee parkhai gur kee baat kharee. ||10||

ਨਾਨਕ ਜੀ! ਆਪਣਾ ਜੀਵਨ ਸ਼ਬਦ ਨਾਲ ਢਾਲੋ! ਆਪਣੇ ਮਨ ਅੰਦਰ ਪ੍ਰਭ ਦੀ ਜੋਤ ਦੀਆਂ ਮੰਦ੍ਰਾਂ ਪਾਵੋ! ਅਹੰਕਾਰ, ਮੋਹ, ਸੰਸਾਰਕ ਬੰਧਨਾ ਖਤਮ ਹੋ ਜਾਂਦੇ, ਮਨ ਭਟਕਣਾਂ ਤੋਂ ਅਡੋਲ ਰਹਿੰਦਾ ਹੈ । ਸ਼ਬਦ ਦੀ ਲਗਨ, ਧੁਨ ਨਾਲ ਹੀ ਮਨ ਵਿੱਚ ਸ਼ਬਦ ਦੀ ਸੋਝੀ ਬਖਸ਼ਿਸ਼ ਹੋ ਜਾਂਦੀ ਹੈ । ਜਿਸ ਨਾਲ, ਕਾਮ ਵਾਸ਼ਨਾ, ਕਰੋਧ, ਗੁਸਾ, ਅਹੰਕਾਰ ਦੂਰ ਹੋ ਜਾਂਦਾ ਹੈ । ਪ੍ਰਭ ਦੇ ਘਰ ਬੇਅੰਤ ਭੰਡਾਰ ਹਨ । ਉਸ ਦੇ ਸ਼ਬਦ ਦੀ ਲਗਨ ਨਾਲ, ਮਨ ਹੀ ਉਹ ਝੋਲੀ ਬਣ ਜਾਂਦਾ ਹੈ । ਸ਼ਬਦ ਦੇ ਸਿਮਰਨ ਦੀ ਮਸਤੀ ਹੀ ਬਾਣਾ ਬਣ ਜਾਂਦਾ ਹੈ । ਆਪ ਹੀ ਜੀਵ ਨੂੰ ਪਾਰ ਉਤਾਰ ਦੇਂਦਾ ਹੈ । ਅੰਤਰਜਾਮੀ ਪ੍ਰਭ, ਖੋਟੇ, ਖਰੇ ਦੀ ਪੂਰਨ ਪਛਾਣ ਜਾਣਦਾ ਹੈ । ਪ੍ਰਭ ਨੂੰ ਬਾਣੇ ਨਾਲ ਛਲਿਆ ਨਹੀਂ ਜਾ ਸਕਦਾ ।

ਜੋਗ ਦਾ ਮਾਰਗ		Path of Yogi life, religion	
ਸ਼ਬਦ ਦੀ ਸੋਝੀ, ਪ੍ਰਭ ਦੀ ਜੋਤ ਦੀਆ ਮੰਦ੍ਰਾਂ	ਅਹੰਕਾਰ, ਮੋਹ, ਸੰਸਾਰਕ ਬੰਧਨਾ ਖਤਮ ਹੋ, ਸੰਤੋਖ ਬਖਸ਼ਿਸ਼ ਹੋ ਜਾਂਦਾ!	Ear Rings of Holy Spirit	Conquer your ego, worldly bond, and mind. contented with worldly environments.
ਸ਼ਬਦ ਦੀ ਲਗਨ, ਧੁਨ	ਸ਼ਬਦ ਦੀ ਸੋਝੀ, ਆਪਾ ਮਿਟ ਜਾਂਦਾ	echo of His Word	Self-entity eliminated.

Nanak Ji! You should adopt the teachings of His Word with steady and stable belief in your day-to-day life. You should wear the ear rings of enlightenment; with your devotion and dedication, your ego, worldly bond, and frustration of worldly desires may be eliminated. With Your devotion, dedication, you may hear the everlasting echo of His Word resonating within your heart; with His mercy and grace, you may be blessed with the enlightenment of the essence of His Word. You may conquer your sexual urge, anger, disappoint of worldly desires and ego of your worldly identity, status. With Your devotion and dedication to obey the teachings of The True Master of unlimited, unimaginable treasure; your mind may become your begging bowl. Your intoxication in meditation will become your religious robe. The Merciful True Master may bless the right path of acceptance in His Court. The Omniscient True Master recognize the distinction of true or false devotee. The True Master may never be deceived by any religious robe; no one may ever be accepted in His Court with any religious rituals.

ਗੁਰੂ ਨਾਨਕ ਦੇਵ ਜੀ! – Guru Nanak Dev Ji! Guru Granth Sahib

ਉਂਧਉ ਖਪਰੁ ਪੰਚ ਭੂ ਟੋਪੀ॥	ooNDha-o khapar panch bhoo topee.
ਕਾਂਇਆ ਕੜਾਸਣੁ ਮਨੁ ਜਾਗੋਟੀ॥	kaaN-i-aa karhaasan man jaagotee.
ਸਤੁ ਸੰਤੋਖੁ ਸੰਜਮੁ ਹੈ ਨਾਲਿ॥ ਨਾਨਕ ਗੁਰਮੁਖਿ ਨਾਮੁ ਸਮਾਲਿ॥੧੧॥	sat santokh sanjam hai naal. naanak gurmukh naam samaal.

ਨਾਨਕ ਜੀ! ਆਪਣੇ ਮਨ ਦਾ ਮੋਹ ਸੰਸਾਰਕ ਜੀਵਾਂ, ਪਦਾਰਥਾਂ ਨਾਲੋ ਤੋੜੋ! ਮਨ ਨੂੰ ਆਪਣਾ ਭਿਖਿਆਂ ਮੰਗਣ ਵਾਲਾ ਬਾਟਾ ਬਣਾਵੋ । ਪੰਜਾਂ ਤੱਤਾਂ ਰੂਪੀ ਤਨ, ਬਾਣੇ ਨੂੰ ਆਪਣੇ ਮਨ ਤੇ ਧਾਰਨ ਕਰੋ । ਸਰੀਰ ਨੂੰ ਬੰਦਗੀ ਕਰਨ ਵਾਲਾ ਆਸਣ, ਮਨ ਨੂੰ ਸੇਜ ਬਣਾਵੋ । ਪ੍ਰਭ ਦੀ ਬਖਸ਼ਿਸ਼ ਤੇ ਆਪਣਾ ਭਰੋਸਾ ਅਡੋਲ (ਸੱਤ), ਭਾਣੇ ਵਿੱਚ ਅਨੰਦ (ਸੰਤੋਖ), ਇਛਾਂ ਤੇ ਕਾਬੂ ਨੂੰ ਆਪਣਾ ਨਿਯਮ, ਸਾਥੀ ਬਣਾਵੋ । ਇਸਤਰ੍ਹਾਂ ਗੁਰਮਖ ਅਵਸਥਾ ਬਖਸ਼ਿਸ਼ ਹੋ ਸਕਦੀ ਹੈ, ਪ੍ਰਭ ਦਾ ਸ਼ਬਦ ਮਨ ਵਿੱਚ ਜਾਗਰਤ, ਘਰ ਕਰ ਜਾਂਦਾ ਹੈ ।

Nanak Ji! You should renounce your worldly bonds and attachments to worldly belongings. You should make your mind as a bowl for begging His Forgiveness and Refuge; your blessed body as your religious robe. You should consider your mind as a throne of meditation, His Temple. You should keep your belief steady and stable on His Blessings; You should remain contented with your worldly environment. You should control your worldly desires and adopt these principles as your companion, way of life; with His mercy and grace, you may be blessed with a state of mind as His true devotee. You may be drenched with enlightened of the essence of His Word.

ਸਿਧ ਗੋਸਟਿ- Sidh Gosht. - Page 939
ਜੋਗ ਦਾ ਮਾਰਗ!
ਗੋਰਖ ਜੋਗ ਦਾ ਮਾਰਗ! ਕੰਨਾਂ ਵਿੱਚ ਸੰਤੋਖ ਰੂਪੀ ਮੁੰਦਾਂ ਅਤੇ ਭੀਖ ਮੰਗਣ ਨਾਲ ਨਿਮ੍ਰਤਾ, ਅਹੰਕਾਰ ਤੇ ਜਿੱਤ ਨਾਲ ਅਸਲੀ ਰਸਤਾ ਬਖਸ਼ਿਸ਼ ਹੋ ਜਾਂਦਾ ਹੈ! ਆਪਣੇ ਮਨ ਦਾ ਮੋਹ ਸੰਸਾਰਕ ਜੀਵਾਂ, ਪਦਾਰਥਾਂ ਨਾਲੋ ਤਿਆਗਣ ਨਾਲ ਮਨ ਹੀ ਭਿਖਿਆਂ ਮੰਗਣ ਵਾਲਾ ਬਾਟਾ ਬਣਾ ਜਾਂਦਾ ਹੈ! ਤਨ ਹੀ ਪ੍ਰਭ ਦਾ ਮੰਦਰ ਬਣ ਜਾਂਦਾ ਹੈ! ਮਨ ਵਿੱਚ ਸੰਤੋਖ ਇਛਾਂ ਤੇ ਕਾਬੂ, ਗੁਰਮਖ ਅਵਸਥਾ ਬਖਸ਼ਿਸ਼ ਹੋ ਸਕਦੀ ਹੈ! ਸ਼ਬਦ ਦੀ ਸਦਾ ਚਲਣ ਵਾਲੀ ਧੁਨ ਮਨ ਵਿੱਚ ਸੁਣਾਈ ਦੇਣ ਲਗ ਪੈਂਦੀ ਹੈ! ਸ਼ਬਦ ਦੀ ਲਗਨ ਹੀ ਮੰਗਣ ਵਾਲਾ ਭਾਟਾ, ਸ਼ਬਦ ਦੀ ਮਸਤੀ ਹੀ ਬਾਣਾ ਬਣ ਜਾਂਦਾ ਹੈ । ਪ੍ਰਭ ਆਪ ਹੀ ਜੀਵ ਨੂੰ ਪਾਰ ਉਤਾਰ ਦੇਂਦਾ ਹੈ ।
Path of His Acceptance in His Court!
Adopting the teachings of His Word with steady and stable belief, becomes the ear rings of His Holy Spirit within; Whosoever may renounce worldly bonds; his mind becomes a bowl for praying for His Forgiveness and Refuge. His body and mind as His Temple. Whosoever may remain contented and conquer his mind; he may hear the everlasting echo of His Word resonating within.

80. **ਮਹਲਾ ੧ ਸਿਧ ਗੋਸਟਿ** (939-10) - **Sidh Gosht 6.**

ਕਵਨੁ ਸੁ ਗੁਪਤਾ ਕਵਨੁ ਸੁ ਮੁਕਤਾ॥ ਕਵਨੁ ਸੁ ਅੰਤਰਿ ਬਾਹਰਿ ਜੁਗਤਾ॥	kavan so guptaa kavan so muktaa. kavan so antar baahar jugtaa.
ਕਵਨੁ ਸੁ ਆਵੈ ਕਵਨੁ ਸੁ ਜਾਇ॥	kavan so aavai kavan so jaa-ay.
ਕਵਨੁ ਸੁ ਤ੍ਰਿਭਵਣਿ ਰਹਿਆ ਸਮਾਇ॥੧੨॥	kavan so taribhavan rahi-aa samaa-ay. ||12||

ਕੌਣ ਗੁਪਤ ਵਾਪਰਦਾ ਹੈ? ਕੌਣ ਮੁਕਤੀ ਦੇ ਮਾਰਗ ਤੇ ਚਲਦਾ ਹੈ? ਕੌਣ ਅੰਦਰੋਂ ਅਤੇ ਬਾਹਰੋ ਉਸ ਵਿੱਚ ਸਮਾਇਆ ਰਹਿੰਦਾ ਹੈ? ਕੌਣ ਆਵਾ ਗਵਨ ਦੇ ਚੱਕਰ ਵਿੱਚ ਰਹਿੰਦਾ ਹੈ? ਕੌਣ ਤਿੰਨਾਂ ਹੀ ਸ੍ਰਿਸ਼ਟੀਆਂ ਵਿੱਚ ਹਰ ਥਾਂ ਹਾਜਰਾ ਹਜ਼ੂਰ ਵਾਪਰਦਾ ਹੈ?

Who may remain hidden, invisible? Who may adopt the right path of salvation? Who may remain drenched and intoxicated within the void of His Word? Who may remain in the cycle of birth and death? Who may remain omnipresent and prevails in all three universes?

ਘਟਿ ਘਟਿ ਗੁਪਤਾ ਗੁਰਮੁਖਿ ਮੁਕਤਾ॥	ghat ghat guptaa gurmukh muktaa.
ਅੰਤਰਿ ਬਾਹਰਿ ਸਬਦਿ ਸੁ ਜੁਗਤਾ॥	antar baahar sabad so jugtaa.
ਮਨਮੁਖਿ ਬਿਨਸੈ ਆਵੈ ਜਾਇ॥	manmukh binsai aavai jaa-ay.
ਨਾਨਕ ਗੁਰਮੁਖਿ ਸਾਚਿ ਸਮਾਇ॥੧੩॥	naanak gurmukh saach samaa-ay. ||13||

ਨਾਨਕ ਜੀ! ਪ੍ਰਭ ਹੀ ਹਰ ਜੀਵ ਦੇ ਅੰਦਰ, ਹਿਰਦੇ ਵਿੱਚ ਹਰ ਵੇਲੇ ਹੀ ਵਸਦਾ ਹੈ । ਜਿਸ ਨੂੰ ਗੁਰਮਖ ਅਵਸਤਾ ਬਖਸ਼ਿਸ਼ ਹੋ ਜਾਂਦੀ ਹੈ । ਉਹ ਮੁਕਤੀ ਦੇ ਰਸਤੇ ਤੇ ਚਲਦਾ ਹੈ । ਜਿਹੜਾ ਸ਼ਬਦ ਨਾਲ ਜੀਵਨ ਢਾਲਦਾ ਹੈ, ਉਹ ਅੰਦਰੋਂ ਬਾਹਰੋ ਸ਼ਬਦ ਵਿੱਚ ਲੀਨ ਰਹਿੰਦਾ, ਸਿਮਰਨ ਕਰਦਾ, ਉਸ ਵਿੱਚ ਹੀ ਅਲੋਪ ਹੋ ਜਾਂਦਾ, ਆਪਾ ਮਿਟਾ ਦੇਂਦਾ ਹੈ । ਜਿਸ ਦਾ ਭਰੋਸਾ ਡੋਲ ਜਾਂਦਾ ਹੈ, ਉਹ ਮਨਮੁਖ ਬਣ ਜਾਂਦਾ ਹੈ । ਆਪਣੀ ਮਰਜ਼ੀ ਅਨੁਸਾਰ ਹੀ ਚਲਦਾ, ਜੂੰਨਾਂ ਦੇ ਚੱਕਰ ਵਿੱਚ ਹੀ ਰਹਿੰਦਾ ਹੈ ।

Nanak Ji! His Word remains embedded within the soul of each creature and dwells within his mind and body. Whosoever may be blessed with a state of mind as His true devotee; with His mercy and grace, he remains on the right path of salvation. Whosoever may adopt the teachings of His Word with steady and stable belief in his day-to-day life, he may remain intoxicated in meditation on the teachings of His Word; with His mercy and grace, he may be immersed within His Holy Spirit and his identity may be eliminated. Self-minded may not remain contented; he remains intoxicated in worldly desires and religious rituals. He remains in the cycle of birth and death.

ਸਿਧ ਗੋਸਟਿ- Sidh Gosht - Page 939
ਕੌਣ ਗੁਪਤ ਅੰਦਰ ਅਤੇ ਬਾਹਰ ਸਮਾਇਆ ਵਾਪਰਦਾ ਹੈ?
ਪ੍ਰਭ ਹੀ ਹਰ ਜੀਵ ਦੇ ਅੰਦਰ, ਹਿਰਦੇ ਵਿੱਚ ਹਰ ਵੇਲੇ ਹੀ ਵਸਦਾ ਹੈ । ਗੁਰਮਖ ਅਵਸਤਾ ਵਾਲਾ ਹੀ ਮੁਕਤੀ ਦੇ ਰਸਤੇ ਤੇ ਚਲਦਾ ਹੈ । ਜਿਹੜਾ ਸ਼ਬਦ ਨਾਲ ਜੀਵਨ ਢਾਲਦਾ, ਉਹ ਸ਼ਬਦ ਵਿੱਚ ਲੀਨ ਰਹਿੰਦਾ ਹੈ! ਪ੍ਰਭ ਦੀ ਜੋਤ, ਸ਼ਬਦ ਹੀ ਹਰ ਥਾਂ ਹਾਜਰਾ ਹਜ਼ੂਰ ਤਿੰਨਾਂ ਹੀ ਸ੍ਰਿਸ਼ਟੀਆਂ ਵਿੱਚ ਵਾਪਰਦਾ ਹੈ! ਮਨਮੁਖ, ਮਨ ਮਰਜ਼ੀ ਕਰਨ ਵਾਲਾ, ਜੂੰਨਾਂ ਦੇ ਚੱਕਰ ਵਿੱਚ ਹੀ ਰਹਿੰਦਾ ਹੈ ।
Who remains embedded and orevails everywhere!
His Holy Spirit, His Word remains embedded and prevails everywhere. His true devotee remains on the right path of salvation. Whosoever may adopt the teachings of His Word; he may remain intoxicated in meditation in the void of His Word. Self-minded follows his worldly desires and religious rituals remains in the cycle of birth and death

ਗੁਰੂ ਨਾਨਕ ਦੇਵ ਜੀ! – Guru Nanak Dev Ji! Guru Granth Sahib

81. **ਮਹਲਾ ੧ ਸਿਧ ਗੋਸਟਿ** (939-12) - **Sidh Gosht 7.**

ਕਿਉ ਕਰਿ ਬਾਧਾ ਸਰਪਨਿ ਖਾਧਾ॥	ki-o kar baaDhaa sarpan khaaDhaa.
ਕਿਉ ਕਰਿ ਖੋਇਆ ਕਿਉ ਕਰਿ ਲਾਧਾ॥	ki-o kar kho-i-aa ki-o kar laaDhaa.
ਕਿਉ ਕਰਿ ਨਿਰਮਲੁ ਕਿਉ ਕਰਿ ਅੰਧਿਆਰਾ॥	ki-o kar nirmal ki-o kar anDhi-aaraa.
ਇਹੁ ਤਤੁ ਬੀਚਾਰੈ ਸੁ ਗੁਰੂ ਹਮਾਰਾ॥੧੪॥	ih tat beechaarai so guroo hamaaraa. ||14||

ਕਿਸਤਰ੍ਹਾਂ ਜੀਵ ਸੰਸਾਰਕ ਮਾਇਆ, ਮੋਹ ਵਿੱਚ ਫਸਿਆ ਹੈ? ਉਸ ਨੂੰ ਕੀ ਮਿਲਦਾ ਹੈ ਅਤੇ ਉਹ ਕੀ ਖੋਹ ਲੈਂਦਾ ਹੈ? ਚੰਚਲ ਮਨ ਕਿਸਤਰ੍ਹਾਂ ਪਵਿੱਤਰ ਹੋ ਸਕਦਾ ਹੈ? ਕਿਸਤਰ੍ਹਾਂ ਅਗਿਆਨਤਾ ਦਾ ਪਰਦਾ ਦੂਰ ਹੋ ਸਕਦਾ ਹੈ? ਮੈਂ ਉਸ ਦੇ ਜੀਵਨ ਦੀ ਸਿਖਿਆ ਨੂੰ ਆਪਣਾ ਜੀਵਨ ਵਿੱਚ ਧਾਰਨ ਕਰ!

How may human become victim of sweet poison of worldly desires? What may he profit or loses in his worldly human life opportunity? How to conquer flickering mind; sanctify soul to become worthy of His Consideration? How may the curtain of his ignorance from His Holy Spirit be eliminated? Whosoever may enlighten the mystery of His Nature; I may adopt as Goarkh, Guru?

ਦੁਰਮਤਿ ਬਾਧਾ ਸਰਪਨਿ ਖਾਧਾ॥	durmat baaDhaa sarpan khaaDhaa.
ਮਨਮੁਖਿ ਖੋਇਆ ਗੁਰਮੁਖਿ ਲਾਧਾ॥	manmukh kho-i-aa gurmukh laaDhaa.
ਸਤਿਗੁਰੁ ਮਿਲੈ ਅੰਧੇਰਾ ਜਾਇ॥ ਨਾਨਕ ਹਉਮੈ ਮੇਟਿ ਸਮਾਇ॥੧੫॥	satgur milai anDhayraa jaa-ay. naanak ha-umai mayt samaa-ay. ||15||

ਨਾਨਕ ਜੀ! ਜੀਵ, ਮਨ ਦੇ ਲਾਲਚ ਵਿੱਚ ਸੰਸਾਰਕ ਮਾਇਆ ਦੇ ਜਾਲ ਵਿੱਚ ਫਸ ਜਾਂਦਾ ਹਾ । ਜਿਹੜਾ ਜਾਲ ਵਿੱਚ ਫਸ ਜਾਂਦਾ ਹੈ, ਉਹ ਮਨਮੁਖ ਬਣ ਜਾਂਦਾ ਹੈ । ਜਿਹੜਾ ਸੰਸਾਰਕ ਮਾਇਅ ਦੇ ਜਾਲ ਤੋਂ ਅਡੋਲ ਰਹਿੰਦਾ ਹੈ, ਉਸ ਨੂੰ ਗੁਰਮਖ ਅਵਸਥਾ ਬਖਸ਼ਿਸ਼ ਹੋ ਜਾਂਦੀ ਹੈ । ਜਿਹੜਾ ਸ਼ਬਦ ਨਾਲ ਜੀਵਨ ਢਾਲਦਾ, ਉਸ ਦੇ ਭਰਮ, ਅਹੰਕਾਰ ਦੀ ਜੜ੍ਹ ਖਤਮ ਹੋ ਜਾਂਦੀ ਹੈ । ਉਹ ਬੰਦਗੀ ਕਰਦਾ ਪ੍ਰਭ ਦੇ ਸ਼ਬਦ ਵਿੱਚ ਹੀ ਲੀਨ, ਅਲੋਪ ਹੋ ਜਾਂਦਾ ਹੈ ।

Self-minded may remain intoxicated in the sweet poison of worldly wealth. Whosoever may conquer the demons of worldly desires; he may be blessed with a state of mind as His true devotee. Whosoever may adopt the teachings of His Word with steady and stable belief in his day-to-day life; he may conquer all his suspicions and his ego. He remains intoxicated in meditation in the void of His Word; he may immerse with His Holy Spirit.

ਸੁੰਨ ਨਿਰੰਤਰਿ ਦੀਜੈ ਬੰਧੁ॥ ਉਡੈ ਨ ਹੰਸਾ ਪੜੈ ਨ ਕੰਧੁ॥	sunn nirantar deejai banDh. udai na hansaa parhai na kanDh.
ਸਹਜ ਗੁਫਾ ਘਰੁ ਜਾਣੈ ਸਾਚਾ॥ ਨਾਨਕ ਸਾਚੇ ਭਾਵੈ ਸਾਚਾ॥੧੬॥	sahj gufaa ghar jaanai saachaa. naanak saachay bhaavai saachaa. ||16||

ਨਾਨਕ ਜੀ! ਪ੍ਰਭ ਦੇ ਸ਼ਬਦ ਦੀ ਅਡੋਲ ਭਰੋਸੇ ਨਾਲ ਪਾਲਣਾ ਕਰਨ ਨਾਲ ਮਨ ਪ੍ਰਭ ਦੀ ਹੋਂਦ ਵਿੱਚ ਲੀਨ ਹੋ ਜਾਂਦਾ ਹੈ, ਸੰਸਾਰਕ ਇਛਾਂ ਤੇ ਜਿੱਤ ਬਖਸ਼ਿਸ਼ ਹੋ ਜਾਂਦੀ! ਉਹ ਆਪਣੇ ਅੰਦਰ ਵਸਦੇ ਪ੍ਰਭ ਦੀ ਖੋਜ ਕਰਦਾ ਹੈ । ਉਸ ਨੂੰ ਆਪਣੇ ਅੰਦਰੋਂ ਹੀ ਜਾਗਰਤੀ ਬਖਸ਼ਿਸ਼, ਪ੍ਰਭ ਦੀ ਹੋਂਦ ਅਨੁਭਵ ਹੋ ਜਾਂਦੀ ਹੈ ।

Whosoever may wholeheartedly concentrate on meditating, obeying the teachings of His Word; he may remain intoxicated in the void of His Word. He may conquer his own mind! His mind may become beyond the reach of worldly desires. He may remain searching the existence of His Word embedded within. He may be enlightened from within. He may realize His Holy Spirit prevailing in the whole universe.

ਸਿਧ ਗੋਸਟਿ - **Sidh Gosht. - Page 939**
ਸੰਸਾਰਕ ਮਾਇਆ ਨਾਲ ਕੀ ਮਿਲਦਾ, ਕੀ ਖੋਹ ਲੈਂਦਾ! ਕੌਣ ਗੁਰੂ ਗੋਰਖ ਧਾਰਨ ਜੋਗ ਹੈ!
ਜੀਵ, ਮਨ ਦੇ ਲਾਲਚ ਨਾਲ ਸੰਸਾਰਕ ਮਾਇਆ ਦੇ ਜਾਲ ਵਿੱਚ ਫਸ ਜਾਂਦਾ ਹਾ । ਮਾਨਸ ਜੀਵਨ ਦਾ ਮੌਕਾ ਗਵਾ ਲੈਂਦਾ ਹੈ! ਸ਼ਬਦ ਨਾਲ ਜੀਵਨ ਢਾਲਣ ਨਾਲ ਹੀ ਮਨ ਸੰਸਾਰਕ ਮਾਇਆ ਦੇ ਜਾਲ ਤੋਂ ਅਡੋਲ ਰਹਿੰਦਾ, ਪਵਿੱਤਰ ਹੋ ਸਕਦਾ ਹੈ! ਜਿਸ ਦਾ ਪ੍ਰਭ ਦੇ ਬਖਸ਼ੇ ਤੇ ਭਰੋਸਾ ਅਡੋਲ ਰਖਣ ਨਾਲ ਅਹੰਕਾਰ ਦੀ ਜੜ੍ਹ ਖਤਮ ਹੋ ਜਾਂਦੀ ਹੈ । ਉਹ ਪ੍ਰਭ ਦੇ ਸ਼ਬਦ ਵਿੱਚ ਹੀ ਲੀਨ, ਅਲੋਪ ਹੋ ਜਾਂਦਾ ਹੈ । ਜਿਹੜਾ ਆਪਣੇ ਅੰਦਰ ਹੀ ਅਟਲ ਪ੍ਰਭ ਦੀ ਖੋਜ ਕਰਦਾ ਹੈ । ਉਸ ਨੂੰ ਪ੍ਰਭ ਦੀ ਹੋਂਦ ਅਨੁਭਵ ਹੋ ਜਾਂਦੀ ਹੈ । ਉਸ ਦੇ ਜੀਵਨ ਦੀ ਸਿਖਿਆਂ ਹੀ ਗੁਰੂ ਧਾਰਨ ਯੋਗ ਹੈ!
What may be profit or loss of victim of worldly wealth? Worthy to become a worldly guru?
Self-minded with his worldly greed; he may become intoxicated with the sweet poison of worldly wealth. He may waste his human life opportunity to become worthy of His Consideration. Whosoever may surrender his self-entity and adopt the teachings of His Word; only his soul may be sanctified to become worthy of His Consideration. He may conquer his own ego. Who may remain intoxicated in the void of His Word; he may search the enlightenments His Word embedded within. His way of life may be worthy to be adopted as worldly guru.

82. ਮਹਲਾ ੧ ਸਿਧ ਗੋਸਟਿ॥ (939-16) - Sidh Gosht 8.

ਕਿਸੁ ਕਾਰਣਿ ਗ੍ਰਿਹੁ ਤਜਿਓ ਉਦਾਸੀ॥ ਕਿਸੁ ਕਾਰਣਿ ਇਹੁ ਭੇਖੁ ਨਿਵਾਸੀ॥	kis kaaran garihu taji-o udaasee. kis kaaran ih bhaykh nivaasee.
ਕਿਸੁ ਵਖਰ ਕੇ ਤੁਮ ਵਣਜਾਰੇ॥	kis vakhar kay tum vanjaaray.
ਕਿਉ ਕਰਿ ਸਾਥੁ ਲੰਘਾਵਹੁ ਪਾਰੇ॥੧੭॥	ki-o kar saath langhaavahu paaray. ||17||

ਕਿਸ ਕਰਕੇ ਉਦਾਸੀ ਧਾਰਨ ਕੀਤੀ ਹੈ? (ਜੰਗਲਾਂ ਵਿੱਚ ਸੰਸਾਰਕ ਜੀਵਾਂ ਤੋਂ ਦੂਰ ਰਹਿੰਦਾ ਹੈ) ਕਿਸ ਕਰਕੇ ਤੂੰ ਵੱਖਰਾ ਪਹਿਰਾਵਾ ਪਾਉਂਦਾ ਹੈ? ਕਿਸ ਪਦਾਰਥ ਦਾ ਤੋਂ ਸੌਦਾ, ਵਪਾਰ ਕਰਦਾ ਹੈ? ਕੀ ਇਸ ਬਾਣੇ, ਭੇਖ ਨਾਲ ਪ੍ਰਭ ਦੇ ਦਰਬਾਰ ਵਿੱਚ ਥਾਂ ਹਾਸਿਲ ਹੋ ਜਾਵੇਗੀ?

Nanak Ji! Why have you left your family life and wandering in wild like an Udaasee- Renunciatory? Why have you adopted a different, unique robe? What may the virtue or material you be trading? With your robe and way of life, may you be blessed with a permanent resting place in His Court?

ਗੁਰਮੁਖਿ ਖੋਜਤ ਭਏ ਉਦਾਸੀ॥	gurmukh khojat bha-ay udaasee.
ਦਰਸਨ ਕੈ ਤਾਈ ਭੇਖ ਨਿਵਾਸੀ॥	darsan kai taa-ee bhaykh nivaasee.
ਸਾਚ ਵਖਰ ਕੇ ਹਮ ਵਣਜਾਰੇ॥ ਨਾਨਕ ਗੁਰਮੁਖਿ ਉਤਰਸਿ ਪਾਰੇ॥੧੮॥	saach vakhar kay ham vanjaaray. naanak gurmukh utras paaray.

ਗੁਰਮਖ ਅਵਸਥਾ ਹਾਸਿਲ ਕਰਨ ਲਈ ਮੈਂ ਉਦਾਸੀ ਧਾਰਨ ਕੀਤੀ ਹੈ । ਮਨ ਦੀਆਂ ਇਛਾਂ ਤੇ ਕਾਬੂ ਪਾਉਣ ਲਈ, ਇਹ ਭੇਖ, ਧਰਮ, ਜੋਗ ਧਾਰਨ ਕੀਤਾ ਹੈ । ਉਸ ਅਟਲ ਪ੍ਰਭ ਦੀ ਰਹਿਮਤ ਦਾ ਹੀ ਸੌਦਾ, ਵਪਾਰ ਕਰਦਾ ਹਾ । ਇਹ ਹੀ ਮੇਰੇ ਜੀਵਨ ਦਾ ਮੰਤਵ, ਨਿਸ਼ਾਨਾ ਹੈ । ਮੈਨੂੰ ਸੋਝੀ ਹੈ! ਕਿ ਕੇਵਲ ਗੁਰਮਖ ਅਵਸਥਾ ਨਾਲ ਹੀ ਦਰਬਾਰ ਵਿੱਚ ਥਾਂ ਬਖਸ਼ਿਸ਼ ਹੋ ਸਕਦੀ ਹੈ ।

ਗੁਰੂ ਨਾਨਕ ਦੇਵ ਜੀ! – Guru Nanak Dev Ji! Guru Granth Sahib

I have adopted Udaasee to be accepted as His true devotee. To conquer the worldly desires of my mind, I have adopted religious robe and the teachings of Goarkh as my religion, way of life. I am trading the merchandize of His Forgiveness. This is the purpose of my human life opportunity. Only with the state of mind as His true devotee, I may be blessed with a permanent resting place in His Court.

ਕਿਤੁ ਬਿਧਿ ਪੁਰਖਾ ਜਨਮੁ ਵਟਾਇਆ॥	kit biDh purkhaa janam vataa-i-aa.
ਕਾਹੇ ਕਉ ਤੁਝੁ ਇਹੁ ਮਨੁ ਲਾਇਆ॥	kaahay ka-o tujh ih man laa-i-aa.
ਕਿਤੁ ਬਿਧਿ ਆਸਾ ਮਨਸਾ ਖਾਈ॥	kit biDh aasaa mansaa khaa-ee.
ਕਿਤੁ ਬਿਧਿ ਜੋਤਿ ਨਿਰੰਤਰਿ ਪਾਈ॥	kit biDh jot nirantar paa-ee.
ਬਿਨੁ ਦੰਤਾ ਕਿਉ ਖਾਈਐ ਸਾਰੁ॥	bin dantaa ki-o khaa-ee-ai saar.
ਨਾਨਕ ਸਾਚਾ ਕਰਹੁ ਬੀਚਾਰੁ॥੧੯॥	naanak saachaa karahu beechaar. ||19||

ਨਾਨਕ ਜੀ! ਤੂੰ ਆਪਣੇ ਜੀਵਨ ਦੇ ਰਸਤਾ ਵਿੱਚ ਕੀ ਬਦਲਿਆ ਹੈ? ਤੂੰ ਆਪਣੇ ਮਨ ਨੂੰ ਕਿਸ ਦਾ ਆਸਰਾ, ਅਧਾਰ ਬਣਾਇਆ ਹੈ? ਤੂੰ ਕਿਸਤਰ੍ਹਾਂ ਆਪਣੀਆਂ ਆਸਾਂ, ਇਛਾਂ, ਭਟਕਣਾਂ ਤੇ ਕਾਬੂ ਪਾਇਆ ਹੈ? ਕਿਸਤਰ੍ਹਾਂ ਤੂੰ ਆਪਣੇ ਮਨ ਨੂੰ ਉਸ ਪ੍ਰਭ ਵਿੱਚ ਲੀਨ ਕੀਤਾ ਹੈ? ਕਿਸੇ ਠੋਸ ਤਰੀਕੇ ਤੋਂ ਬਿਨਾਂ ਇਛਾਂ ਦੀ, ਲੋਹੇ ਵਰਗੀ ਵਾੜ ਕਿਵੇਂ ਨਾਸ ਕੀਤੀ ਜਾਵੇਗੀ? ਇਸ ਅਸਲੀਅਤ ਦਾ ਸਾਹਮਣਾ ਕਰਕੇ, ਮਨ ਵਿੱਚ ਝਾਤੀ ਮਾਰ ਕੇ ਮੈਨੂੰ ਸੋਝੀ ਦੇਵੋ ।

Nanak Ji! What have you changed in your way of life? What support have you provider to your mind? How have you controlled your frustrations and your desires, hopes? How are you keeping your mind intoxicated in meditation? Without firm plan, how may you plan to break the steel like wall of desires? With these realities of life; please enlighten me with your understanding of the right path of salvation.

ਸਤਿਗੁਰ ਕੈ ਜਨਮੇ ਗਵਨੁ ਮਿਟਾਇਆ॥	satgur kai janmay gavan mitaa-i-aa.
ਅਨਹਤਿ ਰਾਤੇ ਇਹੁ ਮਨੁ ਲਾਇਆ॥	anhat raatay ih man laa-i-aa.
ਮਨਸਾ ਆਸਾ ਸਬਦਿ ਜਲਾਈ॥	mansaa aasaa sabad jalaa-ee.
ਗੁਰਮੁਖਿ ਜੋਤਿ ਨਿਰੰਤਰਿ ਪਾਈ॥	gurmukh jot nirantar paa-ee.
ਤ੍ਰੈ ਗੁਣ ਮੇਟੇ ਖਾਈਐ ਸਾਰੁ॥	tarai gun maytay khaa-ee-ai saar.
ਨਾਨਕ ਤਾਰੇ ਤਾਰਣਹਾਰੁ॥੨੦॥	naanak taaray taaranhaar. ||20||

ਨਾਨਕ ਜੀ! ਮਾਨਸ ਜਨਮ ਪ੍ਰਭ ਦੇ ਲੇਖੇ ਲਾਉਣ ਨਾਲ ਹੀ ਜੂੰਨਾਂ ਦਾ ਚੱਕਰ ਖਤਮ ਹੋ ਸਕਦਾ ਹੈ । ਸ਼ਬਦ ਦੀ ਗੂੰਜ, ਸਰਵਨ, ਗਾਉਣ ਨਾਲ ਹੀ ਸ਼ਬਦ ਵਿੱਚ ਲਿਵ ਲਗ ਜਾਂਦੀ ਹੈ । ਸ਼ਬਦ ਦੀ ਅਵਾਜ਼, ਗੂੰਜ ਨਾਲ ਹੀ ਆਸਾਂ, ਇਛਾਂ ਤੇ ਕਾਬੂ ਪਾਇਆ ਜਾ ਸਕਦਾ ਹੈ । ਸ਼ਬਦ ਨਾਲ ਜੀਵਨ ਢਾਲਣ ਨਾਲ ਹੀ ਗੁਰਮਖ ਅਵਸਤਾ ਬਖਸ਼ਿਸ਼ ਹੁੰਦੀ ਹੈ । ਇਸ ਅਵਸਥਾ ਵਿੱਚ ਹੀ ਆਪਣੇ ਅੰਦਰੋਂ ਹੀ ਪ੍ਰਭ ਦੀ ਜੋਤ ਪ੍ਰਗਟ ਹੋ ਜਾਂਦੀ ਹੈ । ਇਸ ਅਵਸਤਾ ਨਾਲ ਹੀ ਸੰਸਾਰਕ ਮਾਇਆ ਦੀਆਂ, ਤਿੰਨੋਂ ਹੀ ਭਟਕਣਾਂ ਦੇ ਕਾਰਨ ਮਿਟ ਜਾਂਦੇ ਹਨ । ਅਡੋਲ ਅਵਸਥਾ ਬਖਸ਼ਿਸ਼ ਹੋ ਜਾਂਦੀ ਹੈ । ਪ੍ਰਭ ਆਪ ਹੀ ਰਹਿਮਤ ਬਖਸ਼ਕੇ ਗੁਰਮਖ ਦੀ ਯਾਤਰਾ ਸਫਲ ਕਰਦਾ ਹੈ ।

Nanak Ji! Whosoever may surrender his self-entity at His Sanctuary; with His mercy and grace, his cycle of birth and death may be eliminated. By singing the glory and hearing the everlasting echo of His Word; mind may remain intoxicated in meditation in the void of His Word. Whosoever may hear the everlasting echo of His Word resonating within, only, he may conquer his worldly desires and hopes of his mind. Whosoever may adopt the teachings of His Word with steady and stable belief in his day-to-day life; with His mercy and grace, he may be blessed with a state of mind as His true devotee. He may realize His Existence prevailing everywhere. He may conquer all three virtues of worldly wealth from his mind. His state of mind may remain steady and stable on His Blessings. The human life journey of His true devotee may be rewarded.

ਸਿਧ ਗੋਸਟਿ - Sidh Gosht. Page 939
ਕੀ ਸੰਸਾਰਕ ਮਾਨਸ ਗੁਰੂ ਦੀ ਸਿਖਿਆ, ਦਰਬਾਰ ਵਿੱਚ ਪ੍ਰਵਾਨਗੀ ਦਾ ਰਸਤਾ ਹੈ?
ਜੀਵ ਗੁਰਮਖ ਅਵਸਥਾ ਹਾਸਿਲ ਕਰਨ, ਧਰਮ ਧਾਰਨ ਕਰਦਾ ਹੈ! ਪ੍ਰਭ ਦੀ ਰਹਿਮਤ ਦਾ ਹੀ ਸੌਦਾ, ਵਪਾਰ, ਜੀਵਨ ਦਾ ਮੰਤਵ, ਨਿਸ਼ਾਨਾ ਹੈ । ਜਿਹੜਾ ਜੀਵਨ ਦਾ ਰਸਤਾ ਸ਼ਬਦ ਦੀ ਸਿਖਿਆ ਨਾਲ ਢਾਲਦਾ, ਆਪਾ ਸ਼ਬਦ ਦੀ ਭੇਟਾ ਕਰ ਦੇਂਦਾ ਹੈ! ਕੇਵਲ ਗੁਰਮਖ ਅਵਸਥਾ ਨਾਲ, ਦਰਬਾਰ ਵਿੱਚ ਥਾਂ ਬਖਸ਼ਿਸ਼ ਹੋ ਸਕਦੀ ਹੈ । ਜਿਹੜਾ ਸ਼ਬਦ ਦੀ ਸਮਾਧੀ ਵਿੱਚ ਲੀਨ ਰਹਿੰਦਾ, ਉਸ ਨੂੰ ਸਦਾ ਚਲਣ ਵਾਲੀ ਸ਼ਬਦ ਦੀ ਗੂੰਜ ਸੁਣਾਈ ਦੇਂਦੀ, ਆਸਾਂ, ਇਛਾਂ ਤੇ ਕਾਬੂ ਬਖਸ਼ਿਸ਼ ਹੋ ਜਾਂਦਾ ਹੈ । ਉਸ ਨੂੰ ਆਪਣੇ ਅੰਦਰੋਂ ਹੀ ਜੋਤ, ਹੌਂਦ ਮਹਿਸੂਸ ਹੋ ਜਾਂਦੀ, ਸੰਸਾਰਕ ਮਾਇਆ ਦੀਆਂ, ਤਿੰਨੋਂ ਹੀ ਭਟਕਣਾਂ ਮਿਟ ਜਾਂਦੀਆਂ, ਯਾਤਰਾ ਸਫਲ ਹੋ ਜਾਂਦੀ ਹੈ ।
Can religious Baptism be the right path of Acceptance in His Court?
Worldly devotee may baptize, adopt religious principles to become His true devotee, as a purpose of his worldly life. Whosoever may surrender his self-entity at His Sanctuary and adopt the teachings of His Word; only, he may be blessed with a state of mind as His true devotee, a permanent resting place may be blessed in His Court. Whosoever may remain intoxication in the void of His Word. He may hear the everlasting echo of His Word resonating within, to conquer the worldly desires and hopes of his mind. He may realize His Existence prevailing everywhere; he conquers all three virtues of worldly wealth from his mind. His human life journey may be rewarded.

83. **ਮਹਲਾ ੧ ਸਿਧ ਗੋਸਟਿ** (940-4) - **Sidh Gosht 9.**

ਆਦਿ ਕਉ ਕਵਨੁ ਬੀਚਾਰੁ ਕਥੀਅਲੇ, ਸੁੰਨ ਕਹਾ ਘਰ ਵਾਸੋ॥	aad ka-o kavan beechaar kathee-alay sunn kahaa ghar vaaso.
ਗਿਆਨ ਕੀ ਮੁਦ੍ਰਾ ਕਵਨ ਕਥੀਅਲੇ, ਘਟਿ ਘਟਿ ਕਵਨ ਨਿਵਾਸੋ॥	gi-aan kee mudraa kavan kathee-alay ghat ghat kavan nivaaso.
ਕਾਲ ਕਾ ਠੀਗਾ ਕਿਉ ਜਲਾਈਅਲੇ, ਕਿਉ ਨਿਰਭਉ ਘਰਿ ਜਾਈਐ॥	kaal kaa theegaa ki-o jalaa-ee-alay ki-o nirbha-o ghar jaa-ee-ai.
ਸਹਜ ਸੰਤੋਖ ਕਾ ਆਸਣੁ ਜਾਣੈ, ਕਿਉ ਛੇਦੇ ਬੈਰਾਈਐ॥	sahj santokh kaa aasan jaanai ki-o chhayday bairaa-ee-ai.
ਗੁਰ ਕੈ ਸਬਦਿ ਹਉਮੈ ਬਿਖੁ ਮਾਰੈ, ਤਾ ਨਿਜ ਘਰਿ ਹੋਵੈ ਵਾਸੋ॥	gur kai sabad ha-umai bikh maarai taa nij ghar hovai vaaso.
ਜਿਨਿ ਰਚਿ ਰਚਿਆ ਤਿਸੁ ਸਬਦਿ ਪਛਾਣੈ, ਨਾਨਕੁ ਤਾ ਕਾ ਦਾਸੋ॥੨੧॥	jin rach rachi-aa tis sabad pachhaanai naanak taa kaa daaso. ||21||

ਜੋਗੀ! ਸ੍ਰਿਸ਼ਟੀ ਦਾ ਅਰੰਭ ਕਿਸਤਰ੍ਹਾਂ ਹੋਇਆ ਹੈ? ਉਹ ਅਟਲ ਪ੍ਰਭ ਕਿਹੋ ਜਿਹੇ ਘਰ ਵਿੱਚ, ਅਸਥਾਨ ਤੇ ਰਹਿੰਦਾ ਹੈ? ਗਿਆਨ ਦੀਆਂ ਕਿਹੜੀਆਂ ਮੰਦ੍ਰਾਂ ਹਨ, ਹਰਇਕ ਦੇ ਹਿਰਦੇ ਵਿੱਚ ਕੌਣ ਵਸਦਾ ਹੈ? ਇਹ ਮੌਤਾ ਦਾ ਡਰ ਕਿਸਤਰ੍ਹਾਂ ਖਤਮ ਕੀਤਾ ਜਾ ਸਕਦਾ ਹੈ? ਕਿਵੇਂ ਪ੍ਰਭ ਦੇ ਦਰਬਾਰ ਵਿੱਚ ਥਾਂ ਹਾਸਿਲ ਕੀਤੀ ਜਾ ਸਕਦੀ ਹੈ? ਕਿਵੇਂ ਮਨ ਨੂੰ ਅਡੋਲ ਭਰੋਸਾ ਨਾਲ ਭਾਣੇ ਤੇ ਸੰਤੋਖ ਨਾਲ ਲੀਨ ਕੀਤਾ ਜਾਵੇ? ਕਿਸਤਰ੍ਹਾਂ ਮਨ ਦੀਆਂ ਬੁਰਾਈਆਂ ਤੋਂ ਛੁਟਕਾਰਾ ਪਾਇਅ ਜਾਵੇ?

ਨਾਨਕ ਜੀ! ਸ਼ਬਦ ਨਾਲ ਜੀਵਨ ਢਾਲਣ ਨਾਲ, ਅਹੰਕਾਰ, ਲਾਲਚ ਨਾਸ ਹੋ ਜਾਂਦਾ ਹੈ । ਪ੍ਰਭ ਦੀ ਰਹਿਮਤ ਨਾਲ ਦਰਬਾਰ ਵਿੱਚ ਥਾਂ ਬਖਸ਼ਿਸ਼ ਹੋ ਸਕਦੀ ਹੈ । ਜਿਹੜਾ ਜੀਵ ਅਟਲ ਪ੍ਰਭ ਦੇ ਭਾਣੇ ਨੂੰ ਪਛਾਣ ਲੈਂਦਾ ਹੈ । ਮੈਂ ਵੀ ਉਸ ਜੀਵ ਦਾ ਹੀ ਗੁਲਾਮ, ਦਾਸ ਬਣਨਾ ਚਾਹੁੰਦਾ ਹਾ ।

How was the universe created, came into existence? How glamorous may be His Royal castle, His resting place? What may be the ear rings of enlightenment? Who may be dwelling within each soul? How may the fear of death be eliminated? How may blessed with a place in His royal Palace? How may the mind remain contented with His worldly environments? How may the evil thoughts of mind be eliminated? Nanak Ji! Whosoever may adopt the teachings of His Word; with His mercy and grace, he may conquer his ego and greed. He may be blessed with a place in His Royal Palace. Whosoever may recognize His Command! I wish to become his slave; surrender my self-entity at his service.

84. **ਮਹਲਾ ੧ ਸਿਧ ਗੋਸਟਿ** (940-7) - **Sidh Gosht 10.**

ਨਾਨਕ ਜੀ ਦੀ ਸੋਝੀ! ਸਿਧ ਗੋਸਟਿ॥ (940-7)

ਕਹਾ ਤੇ ਆਵੈ ਕਹਾ ਇਹੁ ਜਾਵੈ, ਕਹਾ ਇਹੁ ਰਹੈ ਸਮਾਈ॥ kahaa tay aavai kahaa ih jaavai kahaa ih rahai samaa-ee.
ਏਸੁ ਸ਼ਬਦ ਕਉ ਜੋ ਅਰਥਾਵੈ, ਤਿਸੁ ਗੁਰ ਤਿਲੁ ਨ ਤਮਾਈ॥ ays sabad ka-o jo arthaavai tis gur til na tamaa-ee.
ਕਿਉ ਤਤੈ ਅਵਿਗਤੈ ਪਾਵੈ, ਗੁਰਮੁਖਿ ਲਗੈ ਪਿਆਰੋ॥ ki-o tatai avigatai paavai gurmukh lagai pi-aaro.
ਆਪੇ ਸੁਰਤਾ ਆਪੇ ਕਰਤਾ, ਕਹੁ ਨਾਨਕ ਬੀਚਾਰੋ॥ aapay surtaa aapay kartaa kaho naanak beechaaro.
ਹੁਕਮੇ ਆਵੈ ਹੁਕਮੇ ਜਾਵੈ, ਹੁਕਮੇ ਰਹੈ ਸਮਾਈ॥ hukmay aavai hukmay jaavai hukmay rahai samaa-ee.
ਪੂਰੇ ਗੁਰ ਤੇ ਸਾਚੁ ਕਮਾਵੈ, ਗਤਿ ਮਿਤਿ ਸਬਦੇ ਪਾਈ॥੨੨॥ pooray gur tay saach kamaavai gat mit sabday paa-ee. ||22||

ਨਾਨਕ ਜੀ! ਹਰ ਜੀਵ ਦੇ ਮਨ ਵਿੱਚ ਇਹ ਸਵਾਲ ਆਉਂਦਾ ਹੈ । ਮਾਨਸ ਕਿਥੋਂ ਆਉਂਦਾ ਹੈ, ਕਿਸ ਕਾਰਨ ਮਾਨਸ ਜਨਮ ਬਖਸ਼ਿਸ਼ ਹੋਇਆ ਹੈ? ਮਰਨ ਤੋਂ ਬਾਅਦ ਕਿਥੇ ਜਾਣਾ ਹੈ, ਆਤਮਾ ਦਾ ਅਗਲਾ ਪੜਾ ਕਿਥੇ ਹੈ? ਸਾਡੀ ਆਤਮਾ ਕਿਥੇ ਅਲੋਪ ਰਹਿੰਦੀ ਹੈ? ਨਾਨਕ ਜੀ! ਜਿਹੜਾ ਜੀਵ ਇਸ ਦਾ ਮਤਲਬ ਸਮਝ ਲੈਂਦਾ ਹੈ! ਉਹ ਘਾਟੇ ਵਾਲਾ ਕੰਮ ਕਦੇ ਨਹੀਂ ਕਰਦਾ, ਉਸ ਦੇ ਮਨ ਵਿੱਚ ਲਾਲਚ ਨਹੀਂ ਹੁੰਦਾ । ਕਿਵੇਂ ਜੀਵਨ ਦੇ ਇਸ ਤੱਤ ਦੀ ਸੋਝੀ ਪਾਈ ਜਾਵੇ? ਕਿਵੇਂ ਗੁਰਮਖ ਅਵਸਥਾ ਪਾਈ ਜਾਵੇ? ਪ੍ਰਭ ਆਪ ਹੀ ਸ੍ਰਿਸ਼ਟੀ ਨੂੰ ਪੈਦਾ ਕਰਦਾ, ਆਪ ਹੀ ਇਸ ਤੱਤ ਦੀ ਸੋਝੀ ਬਖਸ਼ਦਾ ਹੈ । ਆਤਮਾ ਪ੍ਰਭ ਦੇ ਹੁਕਮ ਨਾਲ ਹੀ ਜਨਮ ਲੈਂਦੀ ਹੈ । ਉਸ ਦੇ ਹੁਕਮ ਨਾਲ ਹੀ ਸਰੀਰ ਵਿਚੋਂ ਨਿਕਲ ਜਾਂਦੀ, ਮੌਤ ਆਉਂਦੀ ਹੈ । ਹੁਕਮ ਨਾਲ ਹੀ ਉਸ ਵਿੱਚ ਸਮਾਈ ਰਹਿੰਦੀ ਹੈ । ਜਿਸ ਨੂੰ ਪੂਰਨ ਸੰਤ (ਸ਼ਬਦ ਹੀ ਪੂਰਨ ਗੁਰੂ ਹੈ) ਦੀ ਸੰਗਤ ਬਖਸ਼ਿਸ਼ ਹੋ ਜਾਂਦੀ ਹੈ । ਉਸ ਨੂੰ ਸ਼ਬਦ ਦੀ ਕਮਾਈ ਨਾਲ ਇਹ ਸਾਰੀ ਸੋਝੀ ਬਖਸ਼ਿਸ਼ ਹੋ ਜਾਂਦੀ ਹੈ ।

Everyone wonders! From where have I come and what may be the purpose of human life journey? After death! Where may soul go? Where may my soul remain hidden, embedded within? Whosoever may realize, comprehend His Nature; with His mercy and grace, he may never have any worldly greed nor perform any evil deed for His Creation in his day-to-day life. How this unique essence of His Nature may be explained to His Creation? How may I become worthy of His Consideration to become worthy of state of mind as His true devotee? The True Master creates His Creation; His true devotee may be enlightened with the essence of His Nature from within. Both birth and death remain under His Command. His soul remains embedded within His Word. Whosoever may be blessed with the conjugation of His Holy saint; with the earnings of His Word. He may be blessed with enlightenment of His Word.

ਆਦਿ ਕਉ ਬਿਸਮਾਦੁ ਬੀਚਾਰੁ ਕਥੀਅਲੇ, ਸੁੰਨ ਨਿਰੰਤਰਿ ਵਾਸੁ ਲੀਆ॥ aad ka-o bismaad beechaar kathee-alay sunn nirantar vaas lee-aa.
ਅਕਲਪਤ ਮੁਦ੍ਰਾ ਗੁਰ ਗਿਆਨੁ ਬੀਚਾਰੀਅਲੇ, akalpat mudraa gur gi-aan beechaaree-alay
ਘਟਿ ਘਟਿ ਸਾਚਾ ਸਰਬ ਜੀਆ॥ ghat ghat saachaa sarab jee-aa.
ਗੁਰ ਬਚਨੀ ਅਵਿਗਤਿ ਸਮਾਈਐ, ਤਤੁ ਨਿਰੰਜਨੁ ਸਹਜਿ ਲਹੈ॥ gur bachnee avigat samaa-ee-ai tat niranjan sahj lahai.
ਨਾਨਕ ਦੂਜੀ ਕਾਰ ਨ ਕਰਣੀ, ਸੇਵੈ ਸਿਖੁ ਸੁ ਖੋਜਿ ਲਹੈ॥ naanak doojee kaar na karnee sayvai sikh so khoj lahai.
ਹੁਕਮੁ ਬਿਸਮਾਦੁ ਹੁਕਮਿ ਪਛਾਣੈ, ਜੀਅ ਜੁਗਤਿ ਸਚੁ ਜਾਣੈ ਸੋਈ॥ hukam bismaad hukam pachhaanai jee-a jugat sach jaanai so-ee.
ਆਪੁ ਮੇਟਿ ਨਿਰਾਲਮੁ ਹੋਵੈ, ਅੰਤਰਿ ਸਾਚੁ ਜੋਗੀ ਕਹੀਐ ਸੋਈ॥੨੩॥ aap mayt niraalam hovai antar saach jogee kahee-ai so-ee. ||23||

ਨਾਨਕ ਜੀ! ਮੈਂ, ਪ੍ਰਭ ਬਾਬਤ ਹੈਰਾਨਗੀ ਹੀ ਪ੍ਰਗਟ ਕਰ ਸਕਦਾ ਹਾ । ਅਸਲੀਅਤ ਵਖਿਆਣ ਨਹੀਂ ਕਰ ਸਕਦਾ । ਪ੍ਰਭ ਅਟਲ, ਅਥਾਹ, ਆਪਣੇ ਆਪ ਵਿੱਚ ਬਹੁਤ ਹੀ ਗੰਭੀਰ ਹੈ । ਉਸ ਦਾ ਪੂਰਨ ਅੰਤ ਜਾਣਿਆ ਨਹੀਂ ਜਾ ਸਕਦਾ । ਮਨ ਨੂੰ ਇਛਾਂ ਤੋਂ ਰਹਿਤ ਕਰਨਾ ਹੀ ਪ੍ਰਭ ਦੇ ਗਿਆਨ ਪਾਉਣ ਵਾਲੀਆਂ ਮੰਦ੍ਰਾਂ ਹਨ । ਅਟਲ ਆਪ ਹੀ ਆਪਣੇ ਬਣਾਏ ਹੋਏ, ਹਰ ਜੀਵ ਦੇ ਹਿਰਦੇ ਵਿੱਚ ਵਸਦਾ ਹੈ । ਪ੍ਰਭ ਦੇ ਸ਼ਬਦ ਨੂੰ ਸਮਝਕੇ, ਜੀਵਨ ਢਾਲਣ ਨਾਲ ਰਹਿਮਤ ਬਖਸ਼ਿਸ਼ ਹੁੰਦੀ ਹੈ । ਉਸ ਅਟਲ ਵਿੱਚ ਲੀਨ ਹੋ ਸਕਦਾ, ਉਸ ਵਿੱਚ ਅਭੇਦ ਹੋ ਸਕਦਾ ਹੈ । ਇਸ ਹੀ ਇਕੋ ਇਕ ਰਸਤੇ ਨਾਲ ਗੁਰਮਖ ਆਪਣੇ ਅੰਦਰੋਂ ਹੀ ਖੋਜ ਲੈਂਦਾ ਹੈ । ਹੋਰ ਕੋਈ ਦੂਸਰਾ ਤਰੀਕਾ, ਜਾ ਵਿਧੀ, ਜਾ ਬੰਦਗੀ ਨਹੀਂ ਹੈ । ਅਟਲ ਪ੍ਰਭ ਆਪ ਹੀ ਆਪਣੇ ਹੁਕਮ ਦਾ ਅਸਲੀ ਮਤਲਬ, ਜੀਵਨ ਦਾ ਅਸਲੀ ਢੰਗ ਜਾਣਦਾ ਹੈ । ਜਿਹੜਾ ਜੀਵ ਆਪਣੀ ਹੈਸੀਅਤ ਨੂੰ ਮਿਟਾ ਦੇਂਦਾ ਹੈ । ਉਸ ਦੀ ਆਤਮਾ ਇਛਾਂ ਤੋਂ ਰਹਿਤ, ਪਵਿੱਤਰ ਹੋ ਜਾਂਦੀ ਹੈ । ਉਸ ਦੇ ਅੰਦਰ ਅਟਲ ਪ੍ਰਭ ਦੀ ਜੋਤ ਜਾਗਰਤ ਹੋ ਜਾਂਦੀ ਹੈ । ਓਹ ਹੀ ਅਸਲੀ ਜੋਗੀ, ਸਿਧ, ਭਗਤ, ਪ੍ਰਭ ਦਾ ਦਾਸ ਹੈ ।

I may not comprehend nor explain His Nature; I may remain fascinated astonished from His Nature. The True Master, His mysterious Nature remains beyond any limits or comprehension of His Creation. To keep mind beyond the reach of worldly desires may be the true ear rings of enlightenments of His Nature. The True Master remains embedded within each soul and dwells within his mind and body. Whosoever may adopt the teachings of His Word with steady and stable belief in day-to-day life; with His mercy and grace, he may remain intoxicated and he may immerse within His Holy Spirit. This may be a unique only technique to be enlightened from within. Only, The True Master knows the real message of His Word, the right path of acceptance in His Court. Whosoever may surrender his self-entity, while still alive; only he may become beyond the reach of his worldly desires. His soul may be sanctified to become worthy of His Consideration. His eternal spiritual glow may be shining within his heart; only he may be worthy to be called real Goarkh, His true devotee, Yogi.

ਅਵਿਗਤੋਂ ਨਿਰਮਾਇਲੁ ਉਪਜੇ, ਨਿਰਗੁਣ ਤੇ ਸਰਗੁਣੁ ਥੀਆ॥ avigato nirmaa-il upjay nirgun tay sargun thee-aa.
ਸਤਿਗੁਰ ਪਰਚੈ ਪਰਮ ਪਦੁ ਪਾਈਐ, satgur parchai param pad paa-ee-ai
ਸਾਚੈ ਸਬਦਿ ਸਮਾਇ ਲੀਆ॥ saachai sabad samaa-ay lee-aa.
ਏਕੇ ਕਉ ਸਚੁ ਏਕਾ ਜਾਣੈ, ਹਉਮੈ ਦੂਜਾ ਦੂਰਿ ਕੀਆ॥ aykay ka-o sach aykaa jaanai ha-umai doojaa door kee-aa.

ਗੁਰੂ ਨਾਨਕ ਦੇਵ ਜੀ! – Guru Nanak Dev Ji! Guru Granth Sahib

ਸੋ ਜੋਗੀ ਗੁਰ ਸਬਦੁ ਪਛਾਣੈ, ਅੰਤਰਿ ਕਮਲੁ ਪ੍ਰਗਾਸੁ ਥੀਆ॥	so jogee gur sabad pachhaanai antar kamal pargaas thee-aa.
ਜੀਵਤੁ ਮਰੈ ਤਾ ਸਭੁ ਕਿਛੁ ਸੂਝੈ, ਅੰਤਰਿ ਜਾਣੈ ਸਰਬ ਦਇਆ॥	jeevat marai taa sabh kichh soojhai antar jaanai sarab da-i-aa.
ਨਾਨਕ ਤਾ ਕਉ ਮਿਲੈ ਵਡਾਈ, ਆਪੁ ਪਛਾਣੈ ਸਰਬ ਜੀਆ॥੨੪॥	naanak taa ka-o milai vadaa-ee aap pachhaanai sarab jee-aa. ||24||

ਪ੍ਰਭ ਆਪਣੀ ਅਕਾਰ ਰਹਿਤ ਹੋਂਦ ਵਿਚੋਂ ਹੀ ਇਕ ਅਚੰਭੀ ਹੀ ਬਣਤਰ, ਰੂਪ ਬਣਾ ਦੇਂਦਾ ਹੈ । ਜਿਹੜਾ ਜੀਵ ਸ਼ਬਦ ਵਿੱਚ ਲੀਨ ਹੋ ਜਾਂਦਾ ਹੈ । ਪ੍ਰਭ ਦੀ ਰਹਿਮਤ ਨਾਲ ਹੀ ਉਸ ਨੂੰ ਗੁਰਮਖ ਅਵਸਥਾ ਬਖਸ਼ਿਸ਼ ਹੋ ਜਾਂਦੀ ਹੈ । ਉਸ ਨੂੰ ਪ੍ਰਭ ਦੀ ਹੋਂਦ ਅਨੁਭਵ ਹੋ ਜਾਂਦੀ ਹੈ । ਉਸ ਨੂੰ ਸੋਝੀ ਹੋ ਜਾਂਦੀ ਹੈ! ਕੇਵਲ ਇਕੋ ਇਕ ਪ੍ਰਭ ਹੀ ਸਾਰੀ ਸ੍ਰਿਸ਼ਟੀ ਨੂੰ ਪੈਦਾ ਕਰਨ ਵਾਲਾ ਹੈ । ਜਿਹੜਾ ਸ਼ਬਦ ਨਾਲ ਜੀਵਨ ਢਾਲਦਾ ਹੈ । ਉਸ ਦੇ ਮਨ ਦੀ ਅਹੰਕਾਰ ਦੀ ਜੜ੍ਹ ਖਤਮ ਹੋ ਜਾਂਦੀ ਹੈ । ਉਸ ਦੀ ਆਤਮਾ ਪਵਿੱਤਰ ਹੋ ਜਾਂਦਾ ਹੈ, ਮਨ ਵਿੱਚ ਪ੍ਰਭ ਦੀ ਜੋਤ ਚਲ ਪੈਂਦੀ ਹੈ । ਜਿਹੜਾ ਜਿਉਂਦਾ ਹੀ ਨਿਮਾਨਾ ਬਣਕੇ, ਆਪਾ ਮਿਟਾ ਕੇ ਜੀਵਨ ਬਤੀਤ ਕਰਦਾ ਹੈ, ਉਸ ਨੂੰ ਹੀ ਅਸਲੀ ਜੋਗੀ ਅਵਸਥਾ ਬਖਸ਼ਿਸ਼ ਹੁੰਦੀ ਹੈ । ਜਿਹੜਾ ਆਪਣੇ ਅੰਦਰੋਂ ਹੀ ਪ੍ਰਭ ਨੂੰ ਖੋਜ ਕਰਦਾ ਹੈ । ਉਸ ਨੂੰ ਪ੍ਰਭ ਦੀ ਹੋਂਦ ਦੀ ਸੋਝੀ ਅਨੁਭਵ ਹੋ ਜਾਂਦੀ ਹੈ । ਉਸ ਨੂੰ ਪ੍ਰਭ ਦੇ ਦਰਬਾਰ ਵਿੱਚ ਥਾਂ ਬਖਸ਼ਿਸ਼ ਹੋ ਜਾਂਦੀ ਹੈ ।

The True Master, from His structure-less, Holy Spirit may create an astonishing structure of a creature. Whosoever may remain intoxicated in meditation in the void of His Word; with His mercy and grace, he may be blessed with a state of mind as His true devotee. He may realize His Holy Spirit prevailing everywhere. He may be enlightened that The One and Only One True Master is the creator of the universe. Whosoever may adopt the teachings of His Word with steady and stable belief in his day-to-day life; with His mercy and grace, he may conquer his ego of worldly status. His soul may be sanctified to become worthy of His Consideration. He may hear the everlasting echo of His Word resonating within his heart. He may surrender his self-entity at His Sanctuary. He may become worthy to be called true Yogi, saint, Gorakh, His true devotee. Whosoever may search the enlightenment from within; He may be blessed with a place in His Royal palace.

ਸਾਚੌ ਉਪਜੈ ਸਾਚਿ ਸਮਾਵੈ, ਸਾਚੇ ਸੂਚੇ ਏਕ ਮਇਆ॥	saachou upjai saach samaavai saachay soochay ayk ma-i-aa.
ਝੂਠੇ ਆਵਹਿ ਠਵਰ ਨ ਪਾਵਹਿ, ਦੂਜੈ ਆਵਾ ਗਉਣੁ ਭਇਆ॥	jhoothay aavahi thavar na paavahi doojai aavaa ga-on bha-i-aa.
ਆਵਾ ਗਉਣੁ ਮਿਟੈ ਗੁਰ ਸਬਦੀ, ਆਪੇ ਪਰਖੈ ਬਖਸਿ ਲਇਆ॥	aavaa ga-on mitai gur sabdee aapay parkhai bakhas la-i-aa.
ਏਕਾ ਬੇਦਨ ਦੂਜੈ ਬਿਆਪੀ, ਨਾਮੁ ਰਸਾਇਣੁ ਵੀਸਰਿਆ॥	aykaa baydan doojai bi-aapee naam rasaa-in veesri-aa.
ਸੋ ਬੂਝੈ ਜਿਸੁ ਆਪਿ ਬੁਝਾਏ, ਗੁਰ ਕੈ ਸਬਦਿ ਸੁ ਮੁਕਤੁ ਭਇਆ॥	so boojhai jis aap bujhaa-ay gur kai sabad so mukat bha-i-aa.
ਨਾਨਕ ਤਾਰੇ ਤਾਰਣਹਾਰਾ, ਹਉਮੈ ਦੂਜਾ ਪਰਹਰਿਆ॥੨੫॥	naanak taaray taaranhaaraa ha-umai doojaa parhari-aa. ||25||

ਹਰਇਕ ਜੀਵ ਉਸ ਸਾਗਰ ਰੂਪੀ ਪ੍ਰਭ ਦੇ ਬੁੱਲਬਲੇ ਵਰਗਾ ਹੈ, ਉਸ ਵਿਚੋਂ ਪੈਦਾ ਹੁੰਦਾ ਹੈ । ਮਰਨ ਤੋਂ ਪਿਛੋਂ ਉਸ ਵਿੱਚ ਹੀ ਸਮਾ ਜਾਂਦਾ ਹੈ । ਜਿਵੇਂ ਸਾਗਰ ਵਿੱਚ **ਮੈਲ਼ਾ ਅਤੇ ਪਵਿੱਤਰ ਪਾਣੀ ਇਕੱਠੇ ਵੀ ਹਨ ਅਤੇ ਅਲਗ ਵੀ ਹਨ** । ਇਸਤਰ੍ਹਾਂ ਜਿਹੜੀ ਆਤਮਾ ਪਵਿੱਤਰ ਹੋ ਜਾਂਦੀ ਹੈ । ਉਹ ਪਵਿੱਤਰ ਜਲ ਵਿੱਚ ਮਿਲ ਜਾਂਦੀ ਹੈ, ਉਸ ਦਾ ਜੂਨਾਂ ਦਾ ਚੱਕਰ ਖਤਮ ਹੋ ਜਾਂਦਾ ਹੈ । ਅੰਤਰਜਾਮੀ ਪ੍ਰਭ ਨੂੰ ਅਸਲੀ ਬੰਦਗੀ ਵਾਲੇ ਅਤੇ ਪਖੰਡੀ ਦੀ ਪੂਰਨ ਪਛਾਣ ਹੈ । ਪਖੰਡੀ ਆਤਮਾ ਆਵਾ ਗਵਨ ਦੇ ਚੱਕਰ ਵਿੱਚ ਹੀ ਰਹਿੰਦੀ ਹੈ । ਬੰਦਗੀ ਕਰਨ ਵਾਲਾ ਪ੍ਰਭ ਦੀ ਰਹਿਮਤ ਨਾਲ ਪ੍ਰਵਾਨ ਹੋ ਜਾਂਦਾ ਹੈ । ਜਿਹੜਾ ਹੋਰ ਰਸਤਿਆਂ ਤੇ ਚਲਦਾ ਹੈ! ਉਸ ਦੇ ਮਨ ਵਿਚੋਂ ਸ਼ਬਦ ਵਿਸਰ ਜਾਂਦਾ, ਇਕੋ ਇਕ ਪ੍ਰਭ ਦੇ ਬਖਸ਼ੇ ਤੇ ਭਰੋਸ ਅਡੋਲ ਨਹੀਂ ਰਹਿੰਦਾ । ਉਸ ਨੂੰ ਮੌਤ ਦਾ ਡਰ, ਭਟਕਣਾਂ ਲਗ ਜਾਂਦੀਆਂ ਹਨ । ਜਿਸ ਤੇ ਪ੍ਰਭ ਆਪ ਹੀ ਸੋਝੀ ਬਖਸ਼ਦਾ ਹੈ । ਕੇਵਲ ਉਸ ਨੂੰ ਹੀ ਪ੍ਰਭ ਦੇ ਭਾਣੇ ਦੀ, ਮਾਨਸ ਜੀਵਨ ਦੇ ਮੰਤਵ ਦੀ ਸੋਝੀ ਬਖਸ਼ਿਸ਼ ਹੁੰਦੀ ਹੈ । ਪ੍ਰਭ ਦੇ ਸ਼ਬਦ ਦੀ ਸੋਝੀ ਨਾਲ ਹੀ ਮੁਕਤੀ ਬਖਸ਼ਿਸ਼ ਹੋ ਸਕਦੀ ਹੈ । ਬਾਕੀ ਜੂਨਾਂ ਦੇ ਚੱਕਰ ਵਿੱਚ ਹੀ ਭਉਦੇ ਰਹਿੰਦੇ ਹਨ ।

Every creature has come out the ocean of His Holy Spirit, his soul is an expansion of His Holy Spirit; after death, his soul re-immerses within the His Holy Spirit. As muddy water and pure water both remain within same ocean as a part of ocean and isolated from each other. Same way a sanctified soul may immerse within His Holy Spirit and her identity and cycle of birth and death may be eliminated. The Omniscient True Master recognizes the distinction between His true devotee and imposter, hypocrite. The soul of hypocrite remains in the cycle of birth and death. His true devotee may be accepted in His Court. Whosoever may abandon the teachings of His Word and follows other path of meditation; his belief on His Blessings may not remain steady and stable, he remains in frustration and fear of devil of death. Whosoever may be blessed with enlightenment of the essence of His Word, the real purpose of his human life opportunity; with His mercy and grace, he may be accepted in His Court. Hypocrite remains in the cycle of birth and death.

ਸ੍ਰਿਸ਼ਟੀ, ਆਤਮਾ ਪ੍ਰਭ ਦੀ ਜੋਤ ਦਾ ਪਸਾਰਾ ਹੈ! Page 940
ਪ੍ਰਭ ਆਪ ਹੀ, ਆਪਣੀ ਜੋਤ ਦਾ ਪਸਾਰਾ, ਸ੍ਰਿਸ਼ਟੀ ਨੂੰ ਪੈਦਾ ਕਰਦਾ ਹੈ! ਆਤਮਾ ਪ੍ਰਭ ਦੇ ਹੁਕਮ ਨਾਲ ਹੀ ਜਨਮ ਲੈਂਦੀ, ਮੌਤ ਆਉਂਦੀ, ਸੰਸਾਰਕ ਮਾਇਆ ਦੀ ਗੁਲਾਮ ਜਨਮ ਮਰਨ ਦੇ ਚੱਕਰ ਵਿੱਚ ਰਹਿੰਦੀ ਹੈ । ਪਵਿੱਤਰ ਆਤਮਾ ਪ੍ਰਭ ਦੀ ਹੋਂਦ ਵਿੱਚ ਸਮਾਈ ਰਹਿੰਦੀ ਹੈ । ਜੀਵ ਦਾ ਤਨ, ਆਤਮਾ ਹੀ ਪ੍ਰਭ ਦਾ ਘਰ, ਦਰਬਾਰ ਹੈ! ਪ੍ਰਭ ਦੀ ਜੋਤ ਹੀ ਹਰਇਕ ਵਿੱਚ ਵਸਦੀ ਹੈ! ਮਨ ਨੂੰ ਇਛਾਂ ਤੋਂ ਰਹਿਤ ਕਰਨਾ ਹੀ ਗਿਆਨ ਪਾਉਣ ਵਾਲੀਆਂ ਮੰਦ੍ਰਾਂ ਹਨ । ਸ਼ਬਦ ਨਾਲ ਜੀਵਨ ਢਾਲਣ ਨਾਲ, ਅਹੰਕਾਰ, ਲਾਲਚ ਨਾਸ ਹੋ ਜਾਂਦਾ ਹੈ । ਆਪਾ ਭੇਟਾ ਕਰਨ ਨਾਲ, ਆਤਮਾ ਇਛਾਂ ਤੋਂ, ਪਵਿੱਤਰ ਹੋ ਜਾਂਦੀ, ਥਾਂ ਬਖਸ਼ਿਸ਼ ਹੋ ਸਕਦੀ ਹੈ । ਜਿਹੜਾ ਜੀਵ ਅਟਲ ਪ੍ਰਭ ਦੇ ਭਾਣੇ ਨੂੰ ਪਛਾਣ ਲੈਂਦਾ ਹੈ । ਆਪਾ ਭੇਟਾ ਕਰਨ ਨਾਲ ਅਹੰਕਰ ਤੇ ਜਿੱਤ, ਬੁਰਾਈਆ ਤੋਂ ਛੁਟਕਾਰਾ ਹੋ ਜਾਂਦਾ! ਜਿਸ ਨੂੰ ਪੂਰਨ ਸੰਤ (ਸ਼ਬਦ ਹੀ ਪੂਰਨ ਗੁਰੂ) ਦੀ ਸੰਗਤ ਬਖਸ਼ਿਸ਼ ਹੋ ਜਾਂਦੀ ਹੈ । ਉਸ ਨੂੰ ਸ਼ਬਦ ਦੀ ਕਮਾਈ ਨਾਲ ਇਹ ਸਾਰੀ ਸੋਝੀ ਬਖਸ਼ਿਸ਼ ਹੋ ਜਾਂਦੀ ਹੈ ।
His Creation is an expansion of His Holy Spirit!
An expansion of His Holy Spirit; blemished soul. His Word, Holy Spirit remains embedded within soul. To keep mind beyond the reach worldly desires are true ear rings of enlightenment. Whosoever may adopt the teachings of His Word; he may conquer his greed and ego. He may surrender his self-entity at His Sanctuary; he may be blessed with a permanent resting place in His Court. Whosoever may recognize the real purpose of his human life opportunity; he may conquer his sinful urges. He may be blessed with the conjugation of His Holy saint. With the earnings of His Word, His true devotee may be enlightened with the essence of His Nature from within.

ਮਨਮੁਖਿ ਭੂਲੈ ਜਮ ਕੀ ਕਾਣਿ॥ ਪਰ ਘਰੁ ਜੋਹੈ ਹਾਣੇ ਹਾਣਿ॥	manmukh bhoolai jam kee kaan. par ghar johai haanay haan.
ਮਨਮੁਖਿ ਭਰਮਿ ਭਵੈ ਬੇਬਾਣਿ॥ ਵੇਮਾਰਗਿ ਮੂਸੈ ਮੰਤ੍ਰਿ ਮਸਾਣਿ॥	manmukh bharam bhavai baybaan. vaymaarag moosai mantar masaan.
ਸਬਦੁ ਨ ਚੀਨੈ ਲਵੈ ਕੁਬਾਣਿ॥	sabad na cheenai lavai kubaan.
ਨਾਨਕ ਸਾਚਿ ਰਤੇ ਸੁਖੁ ਜਾਣਿ॥੨੬	naanak saach ratay sukh jaan. ||26||

ਜਿਹੜਾ ਆਪਣੀ ਮਰਜ਼ੀ ਦੇ ਜ਼ੋਰ ਤੇ ਚਲਦਾ ਹੈ । ਉਹ ਮਨਮੁਖ ਮੌਤ ਨੂੰ ਭੁੱਲ ਜਾਂਦਾ ਹੈ, ਉਸ ਨੂੰ ਮੌਤ ਦਾ ਡਰ ਹੀ ਸਤਾਉਂਦਾ ਰਹਿੰਦਾ ਹੈ । ਪਰਾਏ ਧਨ ਨੂੰ ਹੀ ਪਾਉਣ ਦੇ ਢੰਗ ਸਚੋਦਾ ਰਹਿੰਦਾ ਹੈ । ਉਹ ਭਰਮ ਭੁਲੇਖੇ ਵਿੱਚ ਹੀ ਰਹਿੰਦਾ ਹੈ । ਉਹ ਆਪਣਾ ਰਸਤਾ ਗਵਾ ਲੈਂਦਾ ਹੈ, ਫਿਰ ਗਲਤ ਰਸਤੇ, ਝੂਠੇ ਮੰਤਰ, ਮੜ੍ਹੀਆਂ, ਮੁਸਾਨਾਂ, ਸੁੰਨੀ ਜਗ੍ਹਾਂ ਤੇ ਮੰਤਰ ਪੜ੍ਹਦਾ ਰਹਿੰਦਾ ਹੈ । ਉਹ ਸ਼ਬਦ ਦੀ ਸੋਝੀ ਨਹੀਂ ਢੂੰਡਦਾ, ਜਾਦੂ ਟੂਣੇ ਵਿੱਚ ਹੀ ਵਿਸ਼ਵਾਸ ਰਖਦਾ ਹੈ । ਕੇਵਲ ਅਟਲ ਪ੍ਰਭ ਦੇ ਸ਼ਬਦ ਨਾਲ ਜੀਵਨ ਢਾਲਣ ਨਾਲ ਹੀ ਸੰਤੋਖ, ਮੁਕਤੀ ਦਾ ਦਰ ਬਖਸ਼ਿਸ਼ ਹੁੰਦਾ ਹੈ ।

Whosoever may remain intoxicated with his ego and worldly desire; Self-minded may ignore the unpredictable death from his mind; the fear of death may haunt him day and night. He always thinks evil plans to rob, capture honest earnests of others. He may remain in religious suspicions and rituals. He has lost the real path of acceptance in His Court. He may remain wandering on wrong path of worship; praying at cremation ground of ancient saint, prophets, and abandoned places. He may never search for the right path, essence of His Word, rather looking for miracles or adopt scare of curse to rob innocents. Only by adopting the teachings of His Word with steady and stable belief in day-to-day life; with His mercy and grace, he may be blessed with contentment and the right path of acceptance in His Court

ਗੁਰਮੁਖਿ ਸਾਚੇ ਕਾ ਭਉ ਪਾਵੈ॥	gurmukh saachay kaa bha-o paavai.
ਗੁਰਮੁਖਿ ਬਾਣੀ ਅਘੜੁ ਘੜਾਵੈ॥	gurmukh banee agharh gharhaavai.
ਗੁਰਮੁਖਿ ਨਿਰਮਲ ਹਰਿ ਗੁਣ ਗਾਵੈ॥	gurmukh nirmal har gun gaavai.
ਗੁਰਮੁਖਿ ਪਵਿਤ੍ਰ ਪਰਮ ਪਦੁ ਪਾਵੈ॥	gurmukh pavitar param pad paavai.
ਗੁਰਮੁਖਿ ਰੋਮਿ ਰੋਮਿ ਹਰਿ ਧਿਆਵੈ॥	gurmukh rom rom har Dhi-aavai.
ਨਾਨਕ ਗੁਰਮੁਖਿ ਸਾਚਿ ਸਮਾਵੈ॥੨੭॥	naanak gurmukh saach samaavai. ||27||

ਗੁਰਮਖ ਨੂੰ ਹਰ ਵੇਲੇ ਹੀ ਅਟਲ ਪ੍ਰਭ ਦੇ ਸ਼ਬਦ ਦਾ ਆਸਰਾ, ਸ਼ਰਧਾ ਰਹਿੰਦੀ ਹੈ । ਪ੍ਰਭ ਨੂੰ ਖੁਸ਼ੀ ਕਰਨ ਦਾ ਫਿਕਰ ਲਗਾ ਰਹਿੰਦਾ ਹੈ । ਗੁਰਮਖ ਸ਼ਬਦ ਵਿੱਚ ਹੀ ਮਸਤ ਰਹਿੰਦਾ, ਆਪਣੀ ਆਤਮਾ ਨੂੰ ਪਵਿੱਤਰ ਰਖਦਾ ਹੈ । ਗੁਰਮਖ ਸਵਾਸ ਗਰਾਸ (ਰੋਮ ਰੋਮ) ਪ੍ਰਭ ਦੀ ਬੰਦਗੀ ਵਿੱਚ ਲੀਨ, ਮਸਤ ਰਹਿੰਦਾ ਹੈ । ਪ੍ਰਭ ਦੀ ਰਹਿਮਤ ਨਾਲ ਉਸ ਨੂੰ ਪ੍ਰਭ ਦੇ ਦਰਬਾਰ ਵਿੱਚ ਥਾਂ ਬਖਸ਼ਿਸ਼ ਹੋ ਜਾਂਦੀ ਹੈ ।

His true devotee always seeks His counsel, support, Forgiveness, and Refuse. He always remains anxious to obey the teachings of His Word under all circumstances, accepts the Will of His True Master. He remains intoxicated in meditation to sanctify soul in the void of His Word. He remains drenched with the essence of His Word within each fiber of his flesh; with His mercy and grace, he may be blessed with a place in His Royal palace.

ਸਿਧ ਗੋਸਟਿ - Sidh Gosht - Page 941
ਮਨ ਮਰਜ਼ੀ ਕਰਨ ਵਾਲਾ ਮੌਤ ਨੂੰ ਭੁੱਲ ਜਾਂਦਾ, ਭਰਮ ਭੁਲੇਖੇ ਵਿੱਚ, ਆਪਣਾ ਰਸਤਾ ਗਵਾ ਲੈਂਦਾ ਹੈ! ਕੇਵਲ ਅਟਲ ਪ੍ਰਭ ਦੇ ਸ਼ਬਦ ਨਾਲ ਜੀਵਨ ਢਾਲਣ ਨਾਲ ਹੀ ਸੰਤੋਖ, ਮੁਕਤੀ ਦਾ ਦਰ ਬਖਸ਼ਿਸ਼ ਹੁੰਦਾ ਹੈ । ਗੁਰਮਖ ਪ੍ਰਭ ਦੇ ਸ਼ਬਦ ਦਾ ਆਸਰਾ, ਸ਼ਰਧਾ ਨਾਲ ਆਤਮਾ ਨੂੰ ਪਵਿੱਤਰ ਰਖਦਾ ਹੈ । ਉਸ ਨੂੰ ਪ੍ਰਭ ਦੇ ਦਰਬਾਰ ਵਿੱਚ ਥਾਂ ਬਖਸ਼ਿਸ਼ ਹੋ ਜਾਂਦੀ ਹੈ । ਗੁਰਮਖ ਪ੍ਰਭ ਦੇ ਸ਼ਬਦ ਦਾ ਆਸਰਾ, ਸ਼ਰਧਾ ਨਾਲ ਆਤਮਾ ਨੂੰ ਪਵਿੱਤਰ ਰਖਦਾ ਹੈ । ਉਸ ਨੂੰ ਪ੍ਰਭ ਦੇ ਦਰਬਾਰ ਵਿੱਚ ਥਾਂ ਬਖਸ਼ਿਸ਼ ਹੋ ਜਾਂਦੀ ਹੈ ।
Whosoever may remain intoxicated with his ego and worldly desire; ignore the unpredictable death; remains in religious suspicions and rituals. He has lost the real path of acceptance in His Court. Only by adopting the teachings of His Word; the contentment and the right path of acceptance may be blessed. His true devotee always seeks His Forgiveness and Refuge; remains intoxicated in meditation to sanctify soul in the void of His Word. He may be blessed with acceptance and place in His Royal palace. His true devotee always seeks His Forgiveness and Refuge; remains intoxicated in meditation to sanctify soul in the void of His Word. He may be blessed with acceptance and place in His Royal palace.

ਗੁਰਮੁਖਿ ਪਰਚੈ, ਬੇਦ ਬੀਚਾਰੀ॥	gurmukh parchai bayd beechaaree.
ਗੁਰਮੁਖਿ ਪਰਚੈ, ਤਰੀਐ ਤਾਰੀ॥	gurmukh parchai taree-ai taaree.
ਗੁਰਮੁਖਿ ਪਰਚੈ, ਸੁ ਸਬਦਿ ਗਿਆਨੀ॥	gurmukh parchai so sabad gi-aanee.
ਗੁਰਮੁਖਿ ਪਰਚੈ, ਅੰਤਰ ਬਿਧਿ ਜਾਨੀ॥	gurmukh parchai antar biDh jaanee.
ਗੁਰਮੁਖਿ ਪਾਈਐ ਅਲਖ ਅਪਾਰੁ॥	gurmukh paa-ee-ai alakh apaar.
ਨਾਨਕ ਗੁਰਮੁਖਿ ਮੁਕਤਿ ਦੁਆਰੁ॥੨੮॥	naanak gurmukh mukat du-aar. ||28||

ਗੁਰਮਖ ਧਾਰਮਕ ਲਿਖਤਾਂ (ਵੇਦ, ਗ੍ਰੰਥਾ, ਪਰਾਨ, ਕਰਾਨ, ਬੀਬਲ) ਨੂੰ ਸਮਝ ਲੈਂਦਾ ਹੈ । ਧਾਰਮਕ ਲਿਖਤਾਂ ਦੀ ਸਿਖਿਆਂ ਅਨੁਸਾਰ ਜੀਵਨ ਢਾਲਦਾ ਹੈ! ਉਸ ਦੇ ਮਨ ਵਿੱਚ ਸ਼ਬਦ ਦੀ ਸੋਝੀ ਘਰ ਕਰ ਜਾਂਦੀ ਹੈ! ਉਸ ਨੂੰ ਪ੍ਰਵਾਨਗੀ ਦਾ ਅਸਲੀ ਰਸਤਾ ਬੀਖਸ਼ਸ਼ ਹੋ ਸਕਦਾ ਹੈ । ਉਹ ਅਡੋਲ ਭਰੋਸੇ ਨਾਲ ਪ੍ਰਵਾਨਗੀ ਦੇ ਚਲਦਾ ਹੈ! ਪ੍ਰਭ ਦੀ ਰਹਿਮਤ ਨਾਲ ਉਸ ਨੂੰ ਗੁਰਮਖ ਅਵਸਥਾ ਬਖਸ਼ਿਸ਼, ਜਨਮ ਮਰਨ ਤੋਂ ਰਹਿਤ ਹੋ ਜਾਂਦਾ ਹੈ । ਪ੍ਰਭ ਦੀ ਰਹਿਮਤ ਨਾਲ, ਮੁਕਤੀ ਦੇ ਰਸਤੇ ਤੇ ਚਲਦੇ ਨੂੰ ਪ੍ਰਵਾਨਗੀ ਬਖਸ਼ਿਸ਼ ਹੋ ਜਾਂਦੀ ਹੈ ।

His true devotee may read and comprehend the teachings of worldly religious Holy Scriptures. He may adopt the teachings of worldly Holy Scriptures; with His mercy and grace, he may be blessed with the right path of acceptance in His Court, his cycle of birth and death may be eliminated. He may be blessed with complete comprehension of the teachings of ancient prophets in worldly Holy Scriptures; with understanding to adopt in his day-to-day life. With His mercy and grace, he may remain steady and stable on the right path of acceptance in His Court.

ਗੁਰਮੁਖਿ ਅਕਥੁ ਕਥੈ ਬੀਚਾਰਿ॥ ਗੁਰਮੁਖਿ ਨਿਬਹੈ ਸਪਰਵਾਰਿ॥	gurmukh akath kathai beechaar. gurmukh nibhai saparvaar.
ਗੁਰਮੁਖਿ ਜਪੀਐ ਅੰਤਰਿ ਪਿਆਰਿ॥	gurmukh japee-ai antar pi-aar.
ਗੁਰਮੁਖਿ ਪਾਈਐ ਸਬਦਿ ਅਚਾਰਿ॥	gurmukh paa-ee-ai sabad achaar.
ਸਬਦਿ ਭੇਦਿ ਜਾਣੈ ਜਾਣਾਈ॥	sabad bhayd jaanai jaanaa-ee.
ਨਾਨਕ ਹਉਮੈ ਜਾਲਿ ਸਮਾਈ॥੨੯॥	naanak ha-umai jaal samaa-ee. ||29||

ਗੁਰਮਖ ਅਵਸਥਾ ਵਾਲਾ ਹੀ ਅਕਥ ਕਥਾ ਦਾ ਪੂਰਨ ਵਖਿਆਣ ਕਰ ਸਕਦਾ ਹੈ । ਉਸ ਤੋਂ ਪ੍ਰਭ ਆਪ ਹੀ ਵਖਿਆਣ ਕਰਵਾਉਂਦਾ ਹੈ । ਗੁਰਮਖ ਸੰਸਾਰ ਵਿੱਚ ਰਹਿੰਦਾ ਵੀ ਕੇਵਲ ਰੂਹਾਨੀ ਤਰੀਕੇ ਨਾਲ ਹੀ ਜੀਵਨ ਬਤੀਤ ਕਰਦਾ ਹੈ । ਉਹ ਨਿਮ੍ਰਤਾ, ਧੀਰਜ, ਸੰਤੋਖ ਨਾਲ ਸਿਮਰਨ ਕਰਦਾ ਹੈ । ਉਸ ਨੂੰ ਸ਼ਬਦ ਦੀ ਪੂਰਨ ਸੋਝੀ ਬਖਸ਼ਿਸ਼ ਹੋ ਜਾਂਦੀ ਹੈ । ਉਹ ਆਪਣਾ ਜੀਵਨ ਸ਼ਬਦ ਦੀ ਸਿਖਿਆਂ ਅਨੁਸਾਰ ਢਾਲਦਾ ਹੈ । ਕੇਵਲ ਪ੍ਰਭ ਹੀ ਸ਼ਬਦ ਦਾ ਪੂਰਨ ਗਿਆਨ, ਸੋਝੀ ਜਾਣਦਾ ਹੈ । ਆਪ ਹੀ ਇਸ ਅਵਸਥਾ ਵਾਲੇ ਗੁਰਮਖ ਨੂੰ ਇਹ ਭੇਦ ਬਖਸ਼ਦਾ, ਉਸ ਦੀ ਅਹੰਕਾਰ ਦੀ ਜੜ੍ਹ ਖਤਮ ਹੋ ਜਾਂਦੀ ਹੈ ।

Only, His true devotee may comprehend the unexplainable nature of the universe; with His mercy and grace, The True Master may bless the explanation on the tongue of His true devotee. His true devotee may adopt the eternal, spiritual way of life. He may whole heartedly with patience and contentment remains intoxicated in meditation in the void of His Word. He may be blessed with the essence of His Word. He may adopt the teachings of His Word with steady and stable belief in his day-to-day life. Only, The True Master may know the true essence of His Word; with His mercy and grace, His true devotee may be blessed with the secret of His Nature. His ego of worldly status may be eliminated from his day-to-day life.

ਗੁਰਮੁਖਿ ਧਰਤੀ ਸਾਚੈ ਸਾਜੀ॥ ਤਿਸ ਮਹਿ ਓਪਤਿ ਖਪਤਿ ਸੁ ਬਾਜੀ॥	gurmukh Dhartee saachai saajee. tis meh opat khapat so baajee.
ਗੁਰ ਕੈ ਸਬਦਿ ਰਪੈ ਰੰਗੁ ਲਾਇ॥ ਸਾਚਿ ਰਤਉ ਪਤਿ ਸਿਉ ਘਰਿ ਜਾਇ॥	gur kai sabad rapai rang laa-ay. saach rata-o pat si-o ghar jaa-ay.
ਸਾਚ ਸ਼ਬਦ ਬਿਨੁ ਪਤਿ ਨਹੀ ਪਾਵੈ॥	saach sabad bin pat nahee paavai.
ਨਾਨਕ ਬਿਨੁ ਨਾਵੈ ਕਿਉ ਸਾਚਿ ਸਮਾਵੈ॥੩੦	naanak bin naavai ki-o saach samaavai.3

ਗੁਰਮਖ ਨੂੰ ਸੋਝੀ ਬਖਸ਼ਦਾ ਹੈ, ਸਾਰੀਆਂ ਸ੍ਰਿਸ਼ਟੀਆਂ ਹੀ ਪ੍ਰਭ ਨੇ ਆਤਮਾ ਨੂੰ ਪਵਿੱਤਰ ਕਰਨ ਲਈ ਹੀ ਸਾਜੀਆਂ ਹਨ । ਸ੍ਰਿਸ਼ਟੀ ਵਿੱਚ ਜਨਮ ਮਰਨ ਦਾ ਚੱਕਰ ਵੀ ਪ੍ਰਭ ਨੇ ਰਚਿਆ ਹੈ । ਜਿਹੜਾ ਪ੍ਰਭ ਦੇ ਸ਼ਬਦ ਨੂੰ ਸਮਝਕੇ ਜੀਵਨ ਢਾਲਦਾ ਹੈ । ਉਸ ਦੇ ਜੀਵਨ ਵਿੱਚ ਸ਼ਬਦ ਦਾ ਰੰਗ ਚੜ੍ਹ ਜਾਂਦਾ ਹੈ, ਉਸ ਨੂੰ ਪ੍ਰਭ ਦੇ ਦਰਬਾਰ ਵਿੱਚ ਥਾਂ ਬਖਸ਼ਿਸ਼ ਹੋ ਜਾਂਦੀ ਹੈ । ਪ੍ਰਭ ਦੇ ਅਟਲ ਸ਼ਬਦ ਨੂੰ ਅਪਣਾਉਣ ਤੋਂ ਬਿਨਾਂ ਦਰਬਾਰ ਵਿੱਚ ਥਾਂ ਬਖਸ਼ਿਸ਼ ਨਹੀਂ ਹੁੰਦੀ । ਪ੍ਰਭ ਦੇ ਸ਼ਬਦ ਨੂੰ ਸਮਝਣ ਤੋਂ ਬਿਨਾਂ, ਸਿਮਰਨ ਵਿੱਚ ਲੀਨ ਨਹੀਂ ਹੋਇਆ ਜਾ ਸਕਦਾ ਹੈ ।

His true devotee may be enlightened that all universes have been created by The True Master to sanctify soul. He has created a unique cycle of birth and death to recycle soul into different body to realize the real purpose of human life. Whosoever may comprehend the essence of His Word and adopts the teachings with steady and stable belief in his day-to-day life; with His mercy and grace, he may remain drenched with the crimson color of the essence of His Word. He may be blessed with the right path of acceptance and honored with a permanent resting place in His Royal palace. Without adopting the teachings of His Word with steady and stable belief in day-to-day life; no one may ever comprehension of the essence of His Word. He may never remain intoxicated in meditation, Simran.

ਗੁਰਮੁਖਿ ਅਸਟ ਸਿਧੀ ਸਭਿ ਬੁਧੀ॥	gurmukh asat siDhee sabh buDhee.
ਗੁਰਮੁਖਿ ਭਵਜਲੁ ਤਰੀਐ ਸਚ ਸੁਧੀ॥	gurmukh bhavjal taree-ai sach suDhee.
ਗੁਰਮੁਖਿ ਸਰ ਅਪਸਰ ਬਿਧਿ ਜਾਣੈ॥	gurmukh sar apsar biDh jaanai.
ਗੁਰਮੁਖਿ ਪਰਵਿਰਤਿ ਨਰਵਿਰਤਿ ਪਛਾਣੈ॥	gurmukh parvirat narvirat pachhaanai.
ਗੁਰਮੁਖਿ ਤਾਰੇ ਪਾਰਿ ਉਤਾਰੇ॥	gurmukh taaray paar utaaray.
ਨਾਨਕ ਗੁਰਮੁਖਿ ਸਬਦਿ ਨਿਸਤਾਰੇ॥੩੧॥	naanak gurmukh sabad nistaaray. ||31||

ਗੁਰਮਖ ਨੂੰ ਕਰਾਮਾਤਾਂ, ਸਿਧੀਆਂ ਬਖਸ਼ਿਸ਼ ਹੋ ਜਾਂਦੀਆਂ ਹਨ । ਉਸ ਨੂੰ ਰੂਹਾਨੀ ਤਾਕਤ ਦੀ ਸੋਝੀ ਬਖਸ਼ਿਸ਼ ਹੋ ਜਾਂਦੀ ਹੈ । ਉਸ ਨੂੰ ਪ੍ਰਭ ਦੀ ਬੰਦਗੀ ਦਾ ਅਸਲੀ ਤਰੀਕਾ ਬਖਸ਼ਿਸ਼ ਹੋ ਜਾਂਦਾ ਹੈ । ਸ਼ਬਦ ਦੀ ਪਾਲਣਾ ਵਿੱਚ ਲੀਨ ਹੋਣ ਨਾਲ ਪ੍ਰਭ ਦੇ ਦਰਬਾਰ ਵਿੱਚ ਥਾਂ ਬਖਸ਼ਿਸ਼ ਹੋ ਜਾਂਦੀ ਹੈ । ਉਸ ਨੂੰ ਸੱਚ, ਝੂਠ ਦਾ ਨਿਰਨਾ, ਖੋਟੇ, ਖਰੇ ਦੀ ਸਮਝ ਆ ਜਾਂਦੀ ਹੈ । ਉਸ ਨੂੰ ਮਾਨਸ ਜੀਵਨ ਦਾ ਅਸਲੀ ਮੰਤਵ, ਜੂੰਨਾਂ ਦੇ ਚੱਕਰ ਦੀ ਸੋਝੀ ਬਖਸ਼ਿਸ਼ ਹੋ ਜਾਂਦੀ ਹੈ । ਉਹ ਸ਼ਬਦ ਦਾ ਆਸਰਾ ਲੈ ਕੇ, ਜੀਵਨ ਢਾਲਕੇ, ਸੰਸਾਰਕ ਸਾਗਰ ਪਾਰ ਕਰ ਜਾਂਦਾ ਹੈ ।

His true devotee may be blessed with the essence of powers of miracles of His Nature; along with the eternal, spiritual power of The Omnipotent True Master. He may be blessed with the right path of mediation to be accepted in His Court. Whosoever may remain intoxicated in the void of His Word; with His mercy and grace, he may be accepted in His Court. He may be enlightened with the distinction between truth and hypocrisy. He may be enlightened with the real purpose of human life opportunity. He may pray for His Forgiuveness and refuge; with His mercy and grace, he may be accepted in His Court.

ਸਿਧ ਗੋਸਟਿ - Sidh Gosht. - Page 941

ਗੁਰਮਖ, ਧਾਰਮਕ ਲਿਖਤਾਂ ਅਨੁਸਾਰ ਜੀਵਨ ਢਾਲ ਕੇ ਜਨਮ ਮਰਨ ਤੋਂ ਰਹਿਤ ਹੋ ਜਾਂਦਾ, ਮੁਕਤੀ ਦੇ ਰਸਤੇ ਤੇ ਚਲਦਾ ਹੈ । ਗੁਰਮਖ ਅਵਸਥਾ ਵਾਲਾ ਹੀ ਅਕਥ ਕਥਾ ਦਾ ਪੂਰਨ ਵਖਿਆਣ ਕਰ ਸਕਦਾ ਹੈ । ਕੇਵਲ ਰੂਹਾਨੀ ਤਰੀਕੇ ਨਾਲ, ਨਿਮ੍ਰਤਾ, ਧੀਰਜ, ਸੰਤੋਖ ਨਾਲ ਸ਼ਬਦ ਦੀ ਸਿਖਿਆਂ ਅਨੁਸਾਰ ਜੀਵਨ ਢਾਲਦਾ ਹੈ । ਉਸ ਦੀ ਅਹੰਕਾਰ ਦੀ ਜੜ੍ਹ ਖਤਮ ਹੋ ਜਾਂਦੀ ਹੈ । ਗੁਰਮਖ ਨੂੰ ਸੋਝੀ ਬਖਸ਼ਿਸ਼ ਹੋ ਜਾਂਦੀ ਹੈ! ਸਾਰੀਆਂ ਸ੍ਰਿਸ਼ਟੀਆਂ, ਜਨਮ ਮਰਨ ਦਾ ਚੱਕਰ ਹੀ ਆਤਮਾ ਨੂੰ ਪਵਿੱਤਰ ਕਰਨ ਲਈ ਹੀ ਸਾਜੀਆਂ ਹਨ । ਜਿਸ ਦੇ ਜੀਵਨ ਵਿੱਚ ਸ਼ਬਦ ਦਾ ਰੰਗ ਚੜ੍ਹ ਜਾਂਦਾ, ਉਸ ਨੂੰ ਦਰਬਾਰ ਵਿੱਚ ਥਾਂ ਬਖਸ਼ਿਸ਼ ਹੋ ਜਾਂਦੀ ਹੈ । ਸ਼ਬਦ ਨੂੰ ਸਮਝਣ ਨਾਲ ਹੀ ਲੀਨ ਹੋਇਆ ਜਾ ਸਕਦਾ ਹੈ । ਗੁਰਮਖ ਨੂੰ ਰੂਹਾਨੀ ਤਾਕਤ ਦੀ ਸੋਝੀ ਬਖਸ਼ਿਸ਼ ਹੋ ਜਾਂਦੀ ਹੈ । ਪ੍ਰਭ ਦੀ ਬੰਦਗੀ ਦਾ ਅਸਲੀ ਤਰੀਕਾ, ਸ਼ਬਦ ਦੀ ਪਾਲਣਾ ਵਿੱਚ ਲੀਨ ਹੋਇਆ, ਦਰਬਾਰ ਵਿੱਚ ਥਾਂ ਬਖਸ਼ਿਸ਼ ਹੋ ਜਾਂਦੀ ਹੈ । ਉਸ ਨੂੰ ਮਾਨਸ ਜੀਵਨ ਦਾ ਅਸਲੀ ਮੰਤਵ, ਸ਼ਬਦ ਦਾ ਆਸਰਾ ਲੈ ਕੇ, ਜੀਵਨ ਢਾਲਕੇ, ਸੰਸਾਰਕ ਸਾਗਰ ਪਾਰ ਕਰ ਜਾਂਦਾ ਹੈ ।

His true devotee may comprehend and adopts the teachings of worldly religious Holy Scriptures as the right path of acceptance in His Court, his cycle of birth and death may be eliminated. His true devotee may comprehend the unexplainable nature of the universe. He may remain intoxicated in meditation in the void of His Word; patience and contentment conquer his ego of worldly status. His true devotee may realize the soul may recycled into different body to realize the real purpose of human life. Whosoever may remain drenched with the crimson color of the essence of His Word. He may be blessed with the right path of acceptance, a permanent resting place in His Royal palace. His true devotee may be enlightened the eternal, spiritual power. He may remain intoxicated on the right path in the void of His Word; he may be accepted in His Court. He may be accepted in His Court.

ਨਾਮੇ ਰਾਤੇ ਹਉਮੈ ਜਾਇ॥ ਨਾਮਿ ਰਤੇ ਸਚਿ ਰਹੇ ਸਮਾਇ॥
ਨਾਮਿ ਰਤੇ ਜੋਗ ਜੁਗਤਿ ਬੀਚਾਰੁ॥ ਨਾਮਿ ਰਤੇ ਪਾਵਹਿ ਮੋਖ ਦੁਆਰੁ॥
ਨਾਮਿ ਰਤੇ ਤ੍ਰਿਭਵਣ ਸੋਝੀ ਹੋਇ॥
ਨਾਨਕ ਨਾਮਿ ਰਤੇ ਸਦਾ ਸੁਖੁ ਹੋਇ॥੩੨॥

naamay raatay ha-umai jaa-ay. naam ratay sach rahay samaa-ay.
naam ratay jog jugat beechaar. naam ratay paavahi mokh du-aar.
naam ratay taribhavan sojhee ho-ay.
naanak naam ratay sadaa sukh ho-ay. ||32|

ਜਿਹੜਾ ਸ਼ਬਦ ਦੀ ਸੋਝੀ ਨਾਲ ਰੰਗਿਆ ਰਹਿੰਦਾ ਹੈ, ਉਸ ਦੇ ਮਨ ਵਿੱਚ ਨਿਮ੍ਰਤਾ ਭਰ ਜਾਂਦੀ, ਅਹੰਕਾਰ ਨਾਸ ਹੋ ਜਾਂਦਾ ਹੈ । ਪ੍ਰਭ ਦੇ ਸ਼ਬਦ ਦੇ ਆਸਰੇ ਤੇ ਹੀ ਜੀਵ ਦਾ ਭਰੋਸਾ ਪ੍ਰਭ ਦੇ ਬਖਸ਼ੇ ਤੇ ਅਡੋਲ ਹੋ ਜਾਂਦਾ ਹੈ । ਪ੍ਰਭ ਦੀ ਰਹਿਮਤ ਨਾਲ ਹੀ ਉਸ ਨੂੰ ਬੰਦਗੀ ਕਰਨ ਦਾ ਢੰਗ ਬਖਸ਼ਿਸ਼ ਹੋ ਜਾਂਦਾ ਹੈ । ਉਹ ਸਾਥੀਆਂ ਨੂੰ ਸ਼ਬਦ ਦੇ ਰਸਤੇ ਤੇ ਚਲਣ ਦੀ ਪ੍ਰੇਰਨਾ ਕਰਦਾ ਹੈ । ਉਹ ਜੀਵ ਸ਼ਬਦ ਦੇ ਸਿਮਰਨ ਵਿੱਚ ਲੀਨ ਹੋਇਆ, ਪ੍ਰਭ ਦੇ ਦਰਬਾਰ ਵਿੱਚ ਪ੍ਰਵਾਨ ਹੋ ਜਾਂਦਾ ਹੈ । ਉਸ ਨੂੰ ਤਿੰਨਾਂ ਸ੍ਰਿਸ਼ਟੀਆਂ (ਧਰਤੀ, ਅਕਾਸ਼, ਪਤਾਲ) ਦਾ ਗਿਆਨ ਹੋ ਜਾਂਦਾ ਹੈ । ਇਸ ਨਾਲ ਹੀ ਮਨ ਅਡੋਲ ਹੋ ਜਾਂਦਾ ਹੈ, ਉਸ ਨੂੰ ਪੂਰਨ ਸ਼ਾਂਤੀ ਬਖਸ਼ਿਸ਼ ਹੋ ਜਾਂਦੀ ਹੈ ।

Whosoever may remain drenched with the essence of His Word; he may conquer his ego and remains overwhelmed with humility. With the enlightenment of the essence of His Word, his belief may be enhanced, steady and stable on His Blessings. He may inspire his family, associates to adopt the teachings of His Word in his day-to-day life. He remains intoxicated in the void of His Word; with His mercy and grace, he may be accepted in His Court. He may be blessed with the enlightenment of the nature of three universes. He may remain steady and stable in mediation; he may remain fully contented in his worldly environments.

ਨਾਮਿ ਰਤੇ ਸਿਧ ਗੋਸਟਿ ਹੋਇ॥ ਨਾਮਿ ਰਤੇ ਸਦਾ ਤਪੁ ਹੋਇ॥
ਨਾਮਿ ਰਤੇ ਸਚੁ ਕਰਣੀ ਸਾਰੁ॥ ਨਾਮਿ ਰਤੇ ਗੁਣ ਗਿਆਨ ਬੀਚਾਰੁ॥
ਬਿਨੁ ਨਾਵੈ ਬੋਲੈ ਸਭੁ ਵੇਕਾਰੁ॥
ਨਾਨਕ ਨਾਮਿ ਰਤੇ ਤਿਨ ਕਉ ਜੈਕਾਰੁ॥੩੩॥

naam ratay siDh gosat ho-ay. naam ratay sadaa tap ho-ay.
naam ratay sach karnee saar. naam ratay gun gi-aan beechaar.
bin naavai bolai sabh vaykaar.
naanak naam ratay tin ka-o jaikaar. ||33|

ਜੀਵ ਦੀ ਆਤਮਾ ਸ਼ਬਦ ਦੀ ਸੋਝੀ ਨਾਲ ਰੰਗੀ ਰਹਿੰਦੀ ਹੈ, ਉਹ ਕਿਸੇ ਧਾਰਮਕ ਰਸਤੇ ਤੇ ਚਲਣ ਵਾਲੇ (ਸਿਧ, ਜੋਗੀ) ਨਾਲ ਵਿਚਾਰ ਕਰਨ ਦੇ ਯੋਗ ਬਣ ਜਾਂਦੀ ਹੈ । ਉਸ ਦੇ ਮਨ ਵਿੱਚ ਸਦਾ ਚਲਣ ਵਾਲੀ ਸ਼ਬਦ ਦੀ ਧੁਨ, ਹਰ ਵੇਲੇ ਗੂੰਜਦੀ ਸੁਣਾਈ ਦੇਂਦੀ ਹੈ । ਉਸ ਦਾ ਮਨ ਵਿੱਚ ਸ਼ਬਦ ਦੀ ਸੋਝੀ ਨਾਲ ਰੰਗਿਆ ਹੋਇਆ, ਆਪਣਾ ਜੀਵਨ, ਪ੍ਰਭ ਦੇ ਸ਼ਬਦ ਅਨੁਸਾਰ ਬਤੀਤ ਕਰ ਸਕਦਾ ਹੈ, ਸ਼ਬਦ ਦੀ ਕਮਾਈ ਕਰ ਸਕਦਾ ਹੈ । ਉਹ ਧਾਰਮਕ, ਰੂਹਾਨੀ ਸ਼ਬਦ ਦਾ ਵਖਿਆਣ ਕਰ ਸਕਦਾ ਹੈ । ਜਿਹੜਾ ਸ਼ਬਦ ਨੂੰ ਆਪਣੇ ਜੀਵਨ ਵਿੱਚ ਨਹੀਂ ਢਾਲਦਾ, ਉਸ ਦਾ ਕੀਤਾ ਹੋਇਆ ਵਖਿਆਣ ਅਧੂਰਾ ਹੀ ਹੁੰਦਾ ਹੈ । ਉਸ ਵਿੱਚ ਕੋਈ ਤੱਤ ਨਹੀਂ ਹੁੰਦਾ । ਇਸਤਰ੍ਹਾਂ ਸ਼ਬਦ ਵਿੱਚ ਰੰਗੇ ਹੋਏ ਜੀਵ ਦੇ ਆਸਰੇ ਹੀ ਇਹ ਸ੍ਰਿਸ਼ਟੀ ਚਲਦੀ ਹੈ । ਉਸ ਜੀਵ ਨੂੰ ਧੰਨ ਧੰਨ ਕਹੋ, ਜੈਕਾਰ ਕਰੋ ।

Whosoever may remain drenched with the essence of His Word; with His mercy and grace, he may be enlightened to discuss the teachings of His Word with enlightened, saintly devotees. He may hear the everlasting echo of His Word resonating within his heart non-stop. He remains overwhelmed with the essence of His Word and adopts the teachings of His Word with steady and stable belief in his day-to-day life. He may earn the wealth of His Word. He may sermons the eternal, spiritual teachings of His Word. Whosoever may not adopt the teachings of His Word in his own day-to-day life; his preaching of the sermons of His Word may be insignificant and without any real essence or effect on his listener. His true devotee remains drenched with the essence of His Word; He remains steady and stable on the right path of acceptance in His Court. His way of life remains fascinated, astonished.

ਸਿਧ ਗੋਸਟਿ- Sidh Gosht - Page 941

ਸ਼ਬਦ ਦੀ ਸੋਝੀ ਨਾਲ ਰੰਗੇ ਮਨ ਵਿੱਚ ਨਿਮ੍ਰਤਾ ਭਰ ਜਾਂਦੀ, ਅਹੰਕਾਰ ਨਾਸ ਹੋ ਜਾਂਦਾ ਹੈ । ਉਸ ਨੂੰ ਬੰਦਗੀ ਕਰਨ ਦਾ ਢੰਗ ਬਖਸ਼ਿਸ਼ ਹੋ ਜਾਂਦਾ, ਸਿਮਰਨ ਵਿੱਚ ਲੀਨ ਹੋਇਆ, ਪ੍ਰਭ ਦੇ ਦਰਬਾਰ ਵਿੱਚ ਪ੍ਰਵਾਨ ਹੋ ਜਾਂਦਾ ਹੈ । ਤਿੰਨਾਂ ਸ੍ਰਿਸ਼ਟੀਆਂ (ਧਰਤੀ, ਅਕਾਸ਼, ਪਤਾਲ) ਦਾ ਗਿਆਨ, ਪੂਰਨ ਸ਼ਾਂਤੀ ਬਖਸ਼ਿਸ਼ ਹੋ ਜਾਂਦੀ ਹੈ । ਜਿਸ ਦੀ ਆਤਮਾ ਸ਼ਬਦ ਦੀ ਸੋਝੀ ਨਾਲ ਰੰਗੀ ਰਹਿੰਦੀ ਹੈ, ਉਹ ਕਿਸੇ ਸੰਤ, ਪ੍ਰਵਾਨਗੀ ਦੇ ਰਸਤੇ ਤੇ ਚਲਣ ਵਾਲੇ ਨਾਲ ਵਿਚਾਰ ਕਰਨ ਦੇ ਯੋਗ ਬਣ ਜਾਂਦੀ ਹੈ । ਉਸ ਦੇ ਮਨ ਵਿੱਚ ਸਦਾ ਚਲਣ ਵਾਲੀ ਸ਼ਬਦ ਦੀ ਧੁਨ ਗੂੰਜਦੀ ਸੁਣਾਈ ਦੇਂਦੀ ਹੈ । ਉਹ ਆਪਣਾ ਜੀਵਨ, ਪ੍ਰਭ ਦੇ ਸ਼ਬਦ ਅਨੁਸਾਰ ਬਤੀਤ ਕਰਦਾ, ਸ਼ਬਦ ਦੀ ਕਮਾਈ ਕਰ ਸਕਦਾ ਹੈ । ਉਹ ਧਾਰਮਕ, ਰੂਹਾਨੀ ਸ਼ਬਦ ਦਾ ਵਖਿਆਣ ਕਰ ਸਕਦਾ ਹੈ । ਉਸ ਜੀਵ ਦੇ ਆਸਰੇ ਹੀ ਇਹ ਸ੍ਰਿਸ਼ਟੀ ਚਲਦੀ ਹੈ ।

Whosoever may remain drenched with the essence of His Word; he may conquer his ego and remains overwhelmed with humility. He remains enlightened with the right path of meditation; intoxicated in the void of His Word; he may be accepted in His Court. He may be enlightened with the nature of three universes; he may remain fully contented in his worldly environments. Whosoever may remain drenched with the essence of His Word; he may be enlightened to discuss the teachings of His Word with any enlightened, saintly devotees. He may hear the everlasting echo of His Word resonating within. He adopts the teachings of His Word and earns the wealth of His Word. He may sermons the eternal, spiritual teachings of His Word. His way of life remains fascinating and astonishing.

ਪੂਰੇ ਗੁਰ ਤੇ ਨਾਮੁ ਪਾਇਆ ਜਾਇ॥
ਜੋਗ ਜੁਗਤਿ ਸਚਿ ਰਹੈ ਸਮਾਇ॥
ਬਾਰਹ ਮਹ ਜੋਗੀ ਭਰਮਾਏ, ਸੰਨਿਆਸੀ ਛਿਅ ਚਾਰਿ॥
ਗੁਰ ਕੈ ਸਬਦਿ ਜੋ ਮਰਿ ਜੀਵੈ, ਸੋ ਪਾਏ ਮੋਖ ਦੁਆਰੁ॥
ਬਿਨੁ ਸਬਦੈ ਸਭਿ ਦੂਜੈ ਲਾਗੇ, ਦੇਖਹੁ ਰਿਦੈ ਬੀਚਾਰਿ॥
ਨਾਨਕ ਵਡੇ ਸੇ ਵਡਭਾਗੀ, ਜਿਨੀ ਸਚੁ ਰਖਿਆ ਉਰ ਧਾਰਿ॥੩੪॥

pooray gur tay naam paa-i-aa jaa-ay.
jog jugat sach rahai samaa-ay.
baarah meh jogee bharmaa-ay sani-aasee chhi-a chaar.
gur kai sabad jo mar jeevai so paa-ay mokh du-aar.
bin sabdai sabh doojai laagay daykhhu ridai beechaar.
naanak vaday say vadbhaagee jinee sach rakhi-aa ur Dhaar. ||34||

ਅਗਰ ਕੋਈ ਪੂਰਨ ਗੁਰੂ ਹੋਵੇ ਤਾ ਹੀ ਉਸ ਤੋਂ ਸ਼ਬਦ ਦੀ ਪੂਰਨ ਸੋਝੀ ਮਿਲ ਸਕਦੀ ਹੈ । ਉਸ ਤੋਂ ਹੀ ਬੰਦਗੀ ਕਰਨ ਦਾ ਅਸਲੀ ਰਸਤਾ ਮਿਲ ਸਕਦਾ ਹੈ, ਬੰਦਗੀ ਵਿੱਚ ਅਡੋਲ ਹੋ ਸਕਦਾ ਹੈ । ਸੰਨਿਅਸੀ ਜੀਵ ਤਾ ਦੋ, ਚਾਰ (ਛਿਅ, ਚਾਰ– ਥੋੜ੍ਹੇ) ਭੁਲੇਖਿਆਂ ਵਿੱਚ ਪਇਆ ਰਹਿੰਦਾ ਹੈ । ਪਰ ਜੋਗੀ ਆਪ ਹੀ ਬਾਰਾਂ (12) ਰਸਤਿਆਂ ਤੇ ਭਟਕਦਾ ਰਹਿੰਦਾ ਹੈ । ਜਿਹੜਾ ਜੀਵ ਪ੍ਰਭ ਦੇ ਸ਼ਬਦ ਨੂੰ ਆਪਣੇ ਜੀਵਨ ਵਿੱਚ ਢਾਲ ਲੈਂਦਾ ਹੈ । ਕੇਵਲ ਉਸ ਨੂੰ ਹੀ ਪ੍ਰਭ ਦੇ ਦਰਬਾਰ ਵਿੱਚ ਥਾਂ ਬਖਸ਼ਿਸ਼ ਹੋ ਸਕਦੀ ਹੈ । ਜੋਗੀ, ਆਪਣੇ ਧਿਅਨ ਨਾਲ ਸੋਚੋ! ਕੀ ਜੀਵਨ ਦਾ ਰਸਤਾ ਸ਼ਬਦ ਦੀ ਸਿਖਿਆਂ ਅਨੁਸਾਰ ਹੈ । ਬਾਕੀ ਸਾਰੇ ਰਸਤੇ ਹੀ ਹੋਰ ਪਾਸੇ ਲੈ ਜਾਂਦੇ ਹਨ । ਜਿਸ ਦੇ ਮਨ ਵਿੱਚ ਪ੍ਰਭ ਦਾ ਸ਼ਬਦ ਅਡੋਲ ਘਰ ਕਰ ਜਾਂਦਾ ਹੈ, ਉਹ ਵੱਡੇ ਭਾਗਾਂ ਵਾਲਾ ਜੀਵ ਹੁੰਦਾ ਹੈ!

ਗੁਰੂ ਨਾਨਕ ਦੇਵ ਜੀ! – Guru Nanak Dev Ji! Guru Granth Sahib

Only The perfect Guru, True Master may bless the enlightenment of the essence of His Word. Only, He may bless the right path of acceptance in His Court; with His mercy and grace, His true devotee may remain steady and stable on the right path. Worldly family, human may remain in few worldly suspicions; however, the teachings of Yogi path of life, remains frustrated, wandering on twelve unique different paths of meditation. Whosoever may adopt the teachings of His Word with steady and stable belief in his day-to-day life; with His mercy and grace, he may be blessed with the right path of acceptance in His Court; he may be blessed with a permanent resting place in His Royal Palace. You should re-visit your meditation path! Is your way of life as per the teachings of His Word? All other meditation may lead to different path, path of worldly wealth, cycle of birth and death. Whosoever may obey the teachings of His Word with steady and stable belief in his day-to-day life. He may be very fortunate.

ਗੁਰਮੁਖਿ ਰਤਨੁ ਲਹੈ ਲਿਵ ਲਾਇ॥	gurmukh ratan lahai liv laa-ay.
ਗੁਰਮੁਖਿ ਪਰਖੈ ਰਤਨੁ ਸੁਭਾਇ॥	gurmukh parkhai ratan subhaa-ay.
ਗੁਰਮੁਖਿ ਸਾਚੀ ਕਾਰ ਕਮਾਇ॥	gurmukh saachee kaar kamaa-ay.
ਗੁਰਮੁਖਿ ਸਾਚੇ ਮਨੁ ਪਤੀਆਇ॥	gurmukh saachay man patee-aa-ay.
ਗੁਰਮੁਖਿ ਅਲਖੁ ਲਖਾਏ ਤਿਸੁ ਭਾਵੈ॥	gurmukh alakh lakhaa-ay tis bhaavai.
ਨਾਨਕ ਗੁਰਮੁਖਿ ਚੋਟ ਨ ਖਾਵੈ॥੩੫॥	naanak gurmukh chot na khaavai. ‖35‖

ਬੰਦਗੀ ਕਰਨ ਵਾਲਾ ਨੂੰ ਅਡੋਲ ਭਰੋਸੇ ਨਾਲ, ਸ਼ਬਦ ਵਿੱਚ ਲੀਨ ਹੋਣ ਨਾਲ ਅਮੋਲਕ ਰਤਨ, ਗੁਰਮਖ ਅਵਸਥਾ ਬਖਸ਼ਿਸ਼ ਹੋ ਜਾਂਦੀ ਹੈ । ਉਸ ਨੂੰ ਅਮੋਲਕ ਅਵਸਥਾ ਦੀ ਕੀਮਤ ਦੀ ਸੋਝੀ ਹੋ ਜਾਂਦੀ ਹੈ । ਗੁਰਮਖ ਹਰ ਪਲ ਹੀ ਬੰਦਗੀ ਕਰਦਾ, ਸ਼ਬਦ ਅਨੁਸਾਰ ਹੀ ਚਲਦਾ, ਸ਼ਬਦ ਦੀ ਕਮਾਈ ਕਰਦਾ ਹੈ । ਉਹ ਸ਼ਬਦ ਦੀ ਪਾਲਣਾ ਵਿੱਚ ਅਨੰਦ ਵਿੱਚ ਰਹਿੰਦਾ ਹੈ । ਗੁਰਮਖ ਕਦੇ ਘਾਟੇ ਵਾਲਾ ਕੰਮ ਨਹੀਂ ਕਰਦਾ! ਉਸ ਦੇ ਸੰਸਾਰਕ ਕੰਮ ਪ੍ਰਭ ਨੂੰ ਭਾਉਂਦੇ ਹਨ । ਜਿਸ ਨਾਲ ਪ੍ਰਭ ਦੇ ਦਰਬਾਰ ਵਿੱਚ ਸ਼ਰਮਿੰਦਾ ਨਾ ਹੋਣਾ ਪਵੇ, ਲੇਖਾ ਨਾ ਦੇਣਾ ਪਵੇ ।

His true devotee remains intoxicated in meditation on the teachings of His Word; with His mercy and grace, he may be blessed with ambrosial jewel, state of mind as His Holy Saint. He may be enlightened with the significance of His Blessings. He remains meditating and following the right path to earn the wealth of His Word in his day-to-day life. He remains fully contented and in blossom; all his worldly deeds remain as per His Word and acceptable in His Court. His true devotee may never perform any worldly deeds that he may be ashamed in His Court.

ਸਿਧ ਗੋਸਟਿ - Sidh Gosht - Page 941
ਪੂਰਨ ਗੁਰੂ, ਪ੍ਰਭ ਹੀ ਸ਼ਬਦ ਦੀ ਪੂਰਨ ਸੋਝੀ, ਦੇ ਸਕਦਾ ਹੈ । ਅਸਲੀ ਰਸਤੇ ਤੇ ਚਲਣ ਨਾਲ ਹੀ ਬੰਦਗੀ ਵਿੱਚ ਅਡੋਲ ਹੋ ਸਕਦਾ ਹੈ । ਸੰਨਿਆਸੀ ਜੀਵ ਤਾ ਦੋ, ਚਾਰ (ਛਿਅ, ਚਾਰ– ਥੋੜ੍ਹੇ) ਭੁਲੇਖਿਆਂ ਵਿੱਚ ਰਹਿੰਦਾ, ਪਰ ਜੋਗੀ ਆਪ ਹੀ ਬਾਰਾਂ (12) ਰਸਤਿਆਂ ਤੇ ਭਟਕਦਾ ਹੈ । ਕੇਵਲ ਪ੍ਰਭ ਦੇ ਸ਼ਬਦ ਨੂੰ ਆਪਣੇ ਜੀਵਨ ਵਿੱਚ ਢਾਲਣ ਨਾਲ ਹੀ ਦਰਬਾਰ ਵਿੱਚ ਥਾਂ ਬਖਸ਼ਿਸ਼ ਹੋ ਸਕਦੀ ਹੈ । ਸ਼ਬਦ ਵਿੱਚ ਲੀਨ ਹੋਣ ਨਾਲ ਅਮੋਲਕ ਰਤਨ, ਗੁਰਮਖ ਅਵਸਥਾ ਬਖਸ਼ਿਸ਼ ਹੋ ਜਾਂਦੀ ਹੈ । ਉਹ ਸ਼ਬਦ ਅਨੁਸਾਰ ਹੀ ਚਲਦਾ, ਸ਼ਬਦ ਦੀ ਕਮਾਈ ਕਰਦਾ ਹੈ । ਉਹ ਸ਼ਬਦ ਦੀ ਪਾਲਣਾ ਵਿੱਚ ਅਨੰਦ ਵਿੱਚ ਰਹਿੰਦਾ ਹੈ । ਉਸ ਦੇ ਸੰਸਾਰਕ ਕੰਮ ਪ੍ਰਭ ਨੂੰ ਭਾਉਂਦੇ ਹਨ । ਪ੍ਰਭ ਦੇ ਦਰਬਾਰ ਵਿੱਚ ਲੇਖਾ ਨਹੀਂ ਦੇਣਾ ਪੈਂਦਾ ।
Only The perfect Guru, True Master may bless the enlightenment of His Word. Whosoever may adopt the right path, only he may stay on the path. Family man may remain in few worldly suspicions; however, the Yogi path remains wandering on twelve unique paths of meditation. Whosoever may adopt the teachings of His Word; only he may be blessed with a permanent resting place. Whosoever may remain intoxicated in meditation in the void of His Word; he may be blessed with ambrosial jewel, state of mind as His true devotee. He remains on the right path to earn the wealth of His Word. He remains fully contented with his worldly deeds. He may never be ashamed in His Court.

ਗੁਰਮੁਖਿ ਨਾਮੁ ਦਾਨੁ ਇਸਨਾਨੁ॥ ਗੁਰਮੁਖਿ ਲਾਗੈ ਸਹਜਿ ਧਿਆਨੁ॥	gurmukh naam daan isnaan. gurmukh laagai sahj Dhi-aan.
ਗੁਰਮੁਖਿ ਪਾਵੈ ਦਰਗਹ ਮਾਨੁ॥	gurmukh paavai dargeh maan.
ਗੁਰਮੁਖਿ ਭਉ ਭੰਜਨੁ ਪਰਧਾਨੁ॥	gurmukh bha-o bhanjan parDhaan.
ਗੁਰਮੁਖਿ ਕਰਣੀ ਕਾਰ ਕਰਾਏ॥	gurmukh karnee kaar karaa-ay.
ਨਾਨਕ ਗੁਰਮੁਖਿ ਮੇਲਿ ਮਿਲਾਏ॥੩੬॥	naanak gurmukh mayl milaa-ay. ‖36‖

ਗੁਰਮਖ ਨੂੰ ਪ੍ਰਭ ਦੇ ਸ਼ਬਦ ਦੀ ਸੋਝੀ ਪਾਉਣ ਦਾ ਢੰਗ ਬਖਸ਼ਿਸ਼ ਹੋ ਜਾਂਦਾ ਹੈ । ਉਸ ਦੀ ਆਤਮਾ ਅਡੋਲ, ਪਵਿੱਤਰ ਹੋ ਜਾਂਦੀ ਹੈ । ਉਹ ਬੰਦਗੀ ਵਿੱਚ ਹੀ ਲੀਨ ਰਹਿੰਦਾ, ਅਨੰਦ ਮਾਣਦਾ ਹੈ । ਇਸ ਅਵਸਥਾ ਵਾਲੇ ਜੀਵ ਨੂੰ ਪ੍ਰਭ ਦੇ ਦਰਬਾਰ ਵਿੱਚ ਥਾਂ ਬਖਸ਼ਿਸ਼ ਹੋ ਜਾਂਦੀ ਹੈ । ਗੁਰਮਖ ਨੂੰ ਮੌਤ ਦੇ ਮਾਲਕ ਦੇ ਦਰਬਾਰ ਵਿੱਚ ਪ੍ਰਭ ਆਪ ਹੀ ਸਹਾਈ ਹੁੰਦਾ ਹੈ । ਗੁਰਮਖ ਆਪ ਵੀ ਭਾਣੇ ਅਨੁਸਾਰ ਚਲਦਾ ਹੈ ਅਤੇ ਆਪਣੇ ਸੰਜੋਗੀਆਂ ਨੂੰ ਵੀ ਚਲਣ ਦੀ ਪ੍ਰੇਰਨਾ ਕਰਦਾ ਹੈ । ਉਹ ਆਪ ਤਰ ਜਾਂਦਾ ਹੈ ਅਤੇ ਸਾਥੀਆਂ ਨੂੰ ਇਸ ਰਸਤੇ ਤੇ ਪਾ ਜਾਂਦਾ ਹੈ ।

His true devotee may be blessed with right path of the enlightenment of His Word. He may obey the teachings of His Word with steady and stable belief; with His mercy and grace, his soul remains sanctified. He remains in blossom in meditation in the void of His Word. He may be blessed with a permanent place in His Royal palace. The True Master remains his supporting pillar in His Court, after death. He may inspire his family and followers to adopt the teachings of His Word to remain steady and stable on the right path of acceptance in His Court.

ਗੁਰਮੁਖਿ ਸ਼ਾਸਤਰ ਸਿਮ੍ਰਿਤਿ ਬੇਦ॥ ਗੁਰਮੁਖਿ ਪਾਵੈ ਘਟਿ ਘਟਿ ਭੇਦ॥	gurmukh saastar simrit bayd. gurmukh paavai ghat ghat bhayd.
ਗੁਰਮੁਖਿ ਵੈਰ ਵਿਰੋਧ ਗਵਾਵੈ॥ ਗੁਰਮੁਖਿ ਸਗਲੀ ਗਣਤ ਮਿਟਾਵੈ॥	gurmukh vair viroDh gavaavai. gurmukh saglee ganat mitaavai.
ਗੁਰਮੁਖਿ ਰਾਮ ਨਾਮ ਰੰਗਿ ਰਾਤਾ॥	gurmukh raam naam rang raataa.
ਨਾਨਕ ਗੁਰਮੁਖਿ ਖਸਮੁ ਪਛਾਤਾ॥੩੭॥	naanak gurmukh khasam pachhaataa. ‖37

ਗੁਰਮਖ ਨੂੰ ਰੂਹਾਨੀ, ਧਾਰਮਕ ਰਚਨਾਵਾਂ ਦਾ ਗਿਆਨ ਹੋ ਜਾਂਦਾ ਹੈ । (ਸ਼ਾਸਤਰ੍ਹਾਂ, ਸਿਮ੍ਰਿਤ, ਵੇਦਾਂ, ਪੁਰਾਨ, ਕੁਰਾਨ, ਬੀਬਲ, ਗ੍ਰੰਥ) ਉਸ ਨੂੰ ਹਰਇਕ ਆਤਮਾ ਦਾ ਭੇਦ ਬਖਸ਼ਿਸ਼ ਹੋ ਜਾਂਦਾ ਹੈ । ਜਿਵੇਂ ਇਹ ਉਸ ਦੀ ਆਤਮਾ ਦੇ ਭਾਗ ਹੀ ਹਨ । ਗੁਰਮਖ ਦੇ ਮਨ ਵਿਚੋਂ ਵੈਰ ਵਿਰੋਧ ਦੀ ਜੜ੍ਹ ਖਤਮ ਹੋ ਜਾਂਦੀ ਹੈ । ਹਿਰਖ, ਸੋਗ,

ਚੁਗਲੀ, ਨਿੰਦਿਆਂ ਖਤਮ ਹੋ ਜਾਂਦੀ ਹੈ । ਪ੍ਰਭ ਗੁਰਮਖ ਦੀਆਂ ਚੰਗੀਆਂ, ਮੰਦੀਆਂ ਕਰਤੂਤਾਂ ਦਾ ਲੇਖਾ ਖਤਮ ਕਰ ਦੇਂਦਾ ਹੈ । ਉਸ ਦਾ ਮਨ, ਸ਼ਬਦ ਦੀ ਸੋਝੀ ਵਿੱਚ ਹੀ ਰੰਗਿਆ ਰਹਿੰਦਾ ਹੈ । ਉਸ ਨੇ ਆਪਣੇ ਅਸਲੀ ਮਾਲਕ ਨੂੰ ਪਛਾਣ ਲਿਆ, ਮਾਨਸ ਜੀਵਨ ਦੇ ਮੰਤਵ ਦੀ ਸੋਝੀ ਬਖਸ਼ਿਸ਼ ਹੋ ਜਾਂਦੀ ਹੈ ।

His true devotee may be enlightened with the eternal, spiritual essence of Holy Scriptures. With His mercy and grace, he may be blessed with the state of mind to regard each soul as a part of his own soul. The root of jealousy, malice, grievances, slandering, back-biting may be eliminated. The True Master may eliminate the account of sins and mistakes of His true devotee. He may remain drenched with the essence of His Word. He may recognize His Command, the real purpose of his human life.

ਸਿਧ ਗੋਸਟਿ - Sidh Gosht - Page 942

ਗੁਰਮਖ ਨੂੰ ਪ੍ਰਵਾਨਗੀ ਦਾ ਅਸਲੀ ਰਸਤਾ ਬਖਸ਼ਿਸ਼ ਹੋ ਜਾਂਦਾ ਹੈ । ਉਸ ਦੀ ਪਵਿੱਤਰ ਆਤਮਾ ਨੂੰ ਪ੍ਰਭ ਦੇ ਦਰਬਾਰ ਵਿੱਚ ਥਾਂ ਬਖਸ਼ਿਸ਼ ਹੋ ਜਾਂਦੀ ਹੈ । ਮੌਤ ਦੇ ਮਾਲਕ ਦੇ ਦਰਬਾਰ ਵਿੱਚ ਪ੍ਰਭ ਆਪ ਹੀ ਸਹਾਈ ਹੁੰਦਾ ਹੈ । ਗੁਰਮਖ ਆਪ ਵੀ ਭਾਣੇ ਅਨੁਸਾਰ ਚਲਦਾ, ਸੰਜੋਗੀਆਂ ਨੂੰ ਵੀ ਚਲਣ ਦੀ ਪ੍ਰੇਰਨਾ ਕਰਦਾ ਹੈ । ਗੁਰਮਖ ਨੂੰ ਰੂਹਾਨੀ, ਧਾਰਮਕ ਰਚਨਾਵਾਂ ਦਾ, ਹਰਇਕ ਆਤਮਾ ਦਾ ਭੇਦ ਬਖਸ਼ਿਸ਼ ਹੋ ਜਾਂਦਾ ਹੈ । ਜਿਵੇਂ ਇਹ ਉਸ ਦੀ ਆਤਮਾ ਦੇ ਭਾਗ ਹੀ ਹਨ । ਮਨ ਵਿਚੋਂ ਵੈਰ ਵਿਰੋਧ ਦੀ ਜੜ੍ਹ, ਹਿਰਖ, ਸੋਗ, ਚੁਗਲੀ, ਨਿੰਦਿਆਂ ਖਤਮ ਹੋ ਜਾਂਦੀ ਹੈ । ਪ੍ਰਭ ਆਪ ਹੀ ਚੰਗੀਆਂ, ਮੰਦੀਆਂ ਕਰਤੂਤਾਂ ਦਾ ਲੇਖਾ ਖਤਮ ਕਰ ਦੇਂਦਾ ਹੈ । ਉਹ ਸ਼ਬਦ ਦੀ ਸੋਝੀ ਵਿੱਚ ਹੀ ਰੰਗਿਆ ਰਹਿੰਦਾ, ਆਪਣੇ ਅਸਲੀ ਮਾਲਕ ਨੂੰ ਪਛਾਣ ਜਾਂਦਾ, ਮਾਨਸ ਜੀਵਨ ਦੇ ਮੰਤਵ ਦੀ ਸੋਝੀ ਬਖਸ਼ਿਸ਼ ਹੋ ਜਾਂਦੀ ਹੈ ।

Yogi and Nanak Ji – Question-Answer.

His true devotee may be blessed with right path of acceptance in His Court. His sanctified soul may be blessed with a permanent place in His Royal palace. The True Master remains his supporting pillar in His Court after death. His true devotee may be enlightened with the eternal, spiritual essence of Holy Scriptures, state of mind to regard every soul. The root of jealousy, malice, grievances, slandering, back-biting may be eliminated. The True Master may eliminate the account of sins and mistakes of His true devotee. He may remain drenched with the essence of His Word. He may recognize His Command, the real purpose of his human life.

ਬਿਨੁ ਗੁਰ ਭਰਮੈ ਆਵੈ ਜਾਇ॥ bin gur bharmai aavai jaa-ay.
ਬਿਨੁ ਗੁਰ ਘਾਲ ਨ ਪਵਈ ਥਾਇ॥ bin gur ghaal na pav-ee thaa-ay.
ਬਿਨੁ ਗੁਰ ਮਨੂਆ ਅਤਿ ਡੋਲਾਇ॥ bin gur manoo-aa at dolaa-ay.
ਬਿਨੁ ਗੁਰ ਤ੍ਰਿਪਤਿ ਨਹੀ ਬਿਖੁ ਖਾਇ॥ bin gur taripat nahee bikh khaa-ay.
ਬਿਨੁ ਗੁਰ ਬਿਸੀਅਰੁ ਡਸੈ ਮਰਿ ਵਾਟ॥ bin gur bisee-ar dasai mar vaat.
ਨਾਨਕ ਗੁਰ ਬਿਨੁ ਘਾਟੇ ਘਾਟ॥੩੮॥ naanak gur bin ghaatay ghaat. ||38||

ਜੀਵ, ਅਟਲ ਪ੍ਰਭ ਦੀ ਰਹਿਮਤ ਤੋਂ ਬਿਨਾਂ ਜਨਮ, ਮਰਨ ਦੇ ਚੱਕਰ ਵਿੱਚ ਹੀ ਰਹਿੰਦਾ ਹੈ । ਉਸ ਜੀਵ ਦੀ ਬੰਦਗੀ ਪ੍ਰਭ ਦੇ ਸ਼ਬਦ ਅਨੁਸਾਰ ਨਹੀਂ ਹੁੰਦੀ, ਪ੍ਰਭ ਨੂੰ ਪ੍ਰਵਾਨ ਨਹੀਂ ਹੁੰਦੀ । ਪ੍ਰਭ ਦੀ ਰਹਿਮਤ ਤੋਂ ਬਿਨਾਂ ਮਨ ਅਡੋਲ ਨਹੀਂ ਹੁੰਦਾ, ਬੰਦਗੀ ਵਿੱਚ ਲੀਨ ਨਹੀਂ ਹੋ ਸਕਦਾ । ਉਸ ਨੂੰ ਮਨ ਦੀਆਂ ਇਛਾਂ ਤੇ ਕਾਬੂ ਬਖਸ਼ਿਸ਼ ਨਹੀਂ ਹੁੰਦਾ । ਅਟਲ ਪ੍ਰਭ ਦੀ ਰਹਿਮਤ ਤੋਂ ਬਿਨਾਂ ਜੀਵ ਸੰਸਾਰਕ ਮਾਇਆ ਦੇ ਜਾਲ ਵਿੱਚ ਹੀ ਫਸਿਆ ਰਹਿੰਦਾ ਹੈ । ਆਤਮਾ ਨੂੰ ਪ੍ਰਭ ਦੀ ਲਗਨ ਤੋਂ ਦੂਰ ਕਰਨ ਵਾਲੇ ਰਸਤਾ ਤੇ ਹੀ ਚਲਦਾ ਹੈ । ਜਿਸ ਕਮਾਈ ਨਾਲ ਪ੍ਰਭ ਦੀ ਰਹਿਮਤ ਨਾ ਬਖਸ਼ਿਸ਼ ਹੋਵੇ, ਉਹ ਘਾਟੇ ਵਾਲਾ ਸੌਦਾ ਹੀ ਹੁੰਦਾ ਹੈ ।

Without His mercy and grace, his soul may remain in the cycle of birth and death. His meditation may not be as per the teachings of His Word nor acceptable in His Court. He may never remain intoxicated in meditation nor obeying the teachings of His Word with steady and stable belief in his day-to-day life. He may not be blessed to conquer on his worldly desires. Self-minded may remain intoxicated with worldly desires; he may be deprived from the right path of acceptance in His Court. Any religion rituals may not sanctify his soul to become worthy of His Consideration, a losing proposition, path.

ਜਿਸੁ ਗੁਰੁ ਮਿਲੈ ਤਿਸੁ ਪਾਰਿ ਉਤਾਰੈ॥ ਅਵਗਣ ਮੇਟੈ ਗੁਣਿ ਨਿਸਤਾਰੈ॥ jis gur milai tis paar utaarai. avgan maytai gun nistaarai.
ਮੁਕਤਿ ਮਹਾ ਸੁਖ ਗੁਰ ਸਬਦੁ ਬੀਚਾਰਿ॥ mukat mahaa sukh gur sabad beechaar.
ਗੁਰਮੁਖਿ ਕਦੇ ਨ ਆਵੈ ਹਾਰਿ॥ gurmukh kaday na aavai haar.
ਤਨੁ ਹਟੜੀ ਇਹੁ ਮਨੁ ਵਣਜਾਰਾ॥ tan hatrhee ih man vanjaaraa.
ਨਾਨਕ ਸਹਜੇ ਸਚੁ ਵਾਪਾਰਾ॥੩੯॥ naanak sehjay sach vaapaaraa. ||39||

ਜਿਸ ਜੀਵ ਤੇ ਅਟਲ ਪ੍ਰਭ ਦੀ ਰਹਿਮਤ ਹੋ ਜਾਂਦੀ ਹੈ । ਉਸ ਦਾ ਜਨਮ ਮਰਨ ਦਾ ਚੱਕਰ, ਲੇਖਾ ਖਤਮ ਹੋ ਜਾਂਦਾ ਹੈ । ਉਸ ਦੇ ਪਾਪ ਧੋਤੇ ਜਾਂਦੇ ਹਨ, ਕੇਵਲ ਚੰਗੇ ਕੰਮ ਹੀ ਲੇਖੇ ਵਿੱਚ ਲਿਖੇ ਜਾਂਦੇ ਹਨ । ਪ੍ਰਭ ਦੇ ਸ਼ਬਦ ਨੂੰ ਸਮਝਕੇ ਜੀਵਨ ਵਿੱਚ ਢਾਲਣ ਨਾਲ ਹੀ ਮਨ ਨੂੰ ਪੂਰਨ ਸ਼ਾਂਤੀ ਬਖਸ਼ਿਸ਼ ਹੋ ਸਕਦੀ ਹੈ । ਉਸ ਨੂੰ ਬੰਦਗੀ ਵਿੱਚ ਲੀਨ ਹੋਏ, ਮੁਕਤੀ ਬਖਸ਼ਿਸ਼ ਹੋ ਜਾਂਦੀ ਹੈ । ਗੁਰਮਖ ਕਦੇ ਵੀ ਘਾਟੇ ਵਾਲਾ ਸੌਦਾ ਨਹੀਂ ਕਰਦਾ, ਸ਼ਬਦ ਦਾ ਅੰਤ ਨਹੀਂ ਲੈਂਦਾ । ਉਸ ਦਾ ਤਨ ਪ੍ਰਭ ਦੇ ਸ਼ਬਦ ਦੀ ਦੁਕਾਨ ਬਣ ਜਾਂਦਾ, ਮਨ ਇਸ ਦਾ ਹੀ ਵਪਾਰ ਕਰਦਾ ਹੈ । ਜੀਵ ਆਪਣੇ ਮਨ ਨੂੰ ਇਸ ਵਪਾਰ ਤੇ ਲਾਵੋ! ਜਿਸ ਨਾਲ ਤੇਰੇ ਸਵਾਸ ਗਰਾਸ ਇਹ ਵਪਾਰ ਬਣ ਜਾਵੇ!

Whosoever may be blessed with the essence of His Word; with His mercy and grace, his cycle of birth and death may be eliminated. His sins of previous lives may be forgiven and all his deeds may be recorded as good in his account of worldly journey. Whosoever may comprehend and adopts the teachings of His Word in his day-to-day life; with His mercy and grace, he may be blessed with peace of mind and the right path of acceptance in His Court. His true devotee may never perform any deed that he may be embarrassed, rebuked in His Court. He may never have a desire to find the limits of His miracles, Nature. His body may become a treasure of the essence of His Word. His mind may trade, purchase, and sell the merchandize of the essence of His Word. You should remain devoted to trade the essence of His Word.

ਗੁਰਮੁਖਿ ਬਾਂਧਿਓ ਸੇਤੁ ਬਿਧਾਤੈ॥ gurmukh baaNDhi-o sayt biDhaatai.
ਲੰਕਾ ਲੂਟੀ ਦੈਤ ਸੰਤਾਪੈ॥ lankaa lootee dait santaapai.
ਰਾਮਚੰਦਿ ਮਾਰਿਓ ਅਹਿ ਰਾਵਣੁ॥ raamchand maari-o ah raavan.
ਭੇਦੁ ਬਭੀਖਣ ਗੁਰਮੁਖਿ ਪਰਚਾਇਣੁ॥ bhayd babheekhan gurmukh parchaa-in.
ਗੁਰਮੁਖਿ ਸਾਇਰਿ ਪਾਹਣ ਤਾਰੇ॥ gurmukh saa-ir paahan taaray.

ਗੁਰੂ ਨਾਨਕ ਦੇਵ ਜੀ! – Guru Nanak Dev Ji! Guru Granth Sahib

ਗੁਰਮੁਖਿ ਕੋਟਿ ਤੇਤੀਸ ਉਧਾਰੇ॥ ੪੦॥ gurmukh kot taytees uDhaaray. ||40||

ਗੁਰਮਖ ਅਵਸਥਾ ਨਾਲ ਹੀ ਆਪਣੇ ਭਾਗ ਲਿਖਣ ਵਾਲਾ ਫਲ ਬਣਾਇਆ ਜਾਂਦਾ ਹੈ । ਇਸ ਵਿੱਚ ਆਤਮਾ ਨੂੰ ਦੁਖ, ਸੁਖ ਵਿੱਚ ਕੋਈ ਅੰਤਰ ਮਹਿਸੂਸ ਨਹੀਂ ਹੁੰਦਾ । ਇਹ ਅਵਸਥਾ ਬਖਸ਼ਿਸ਼ ਹੋਣ ਨਾਲ ਹੀ ਮਨ ਦੀਆਂ ਸੰਸਾਰਕ ਇਛਾਂ (ਸ੍ਰੀ ਲੰਕਾ) ਤੇ ਜਿੱਤ, ਕਾਬੂ ਬਖਸ਼ਿਸ਼ ਹੋ ਜਾਂਦਾ ਹੈ । ਮਨ (ਰਾਮ ਚੰਦਰ) ਆਪਣੇ ਅੰਦਰਲੇ ਅਹੰਕਾਰ (ਰਾਵਣ) ਨੂੰ ਖਤਮ ਕਰਕੇ, ਨਿਮ੍ਰਤਾ ਵਾਲਾ ਬਣ ਜਾਂਦਾ ਹੈ । ਗੁਰਮਖ, ਇਸਤਰ੍ਹਾਂ ਜੀਵਨ ਦੇ ਸਾਰੇ ਭੇਦਾਂ ਨੂੰ ਪਛਾਣ ਲੈਂਦਾ ਹੈ । ਅਟਲ ਪ੍ਰਭ ਦੇ ਕੁਝ ਗੁਣ ਬਖਸ਼ਿਸ਼ ਹੋ ਜਾਂਦੇ ਹਨ । ਜਿਵੇਂ ਬੇੜੀ ਵਿੱਚ ਪੱਥਰ ਵੀ ਸਾਗਰ ਪਾਰ ਕਰ ਜਾਂਦਾ ਹੈ, ਇਸ ਅਵਸਥਾ ਵਿੱਚ ਗੁਰਮਖ, ਬਾਕੀ ਜੀਵਾਂ ਨੂੰ ਪ੍ਰਭ ਦੀ ਬੰਦਗੀ, ਮੁਕਤੀ ਦੇ ਰਸਤੇ ਤੇ ਪਾ ਜਾਂਦਾ ਹੈ । ਅਣਗਿਣਤ ਹੀ ਜੀਵਾਂ ਦਾ ਜਨਮ ਸਫਲ ਕਰ ਜਾਂਦਾ ਹੈ ।

With such a state of mind, he may be rewarded to write his own destiny. His soul may remain beyond the reach of any worldly pleasures and miseries. His true devotee, he may be blessed with control of his own worldly desires. He may conquer his ego of his worldly status and remains overwhelmed with humility. His true devotee may be enlightened with secret of his human life journey. He may be blessed with some virtues of His Nature. As a heavy stone may be carried across a river, ocean on boat, ship; same way His true devotee may inspire his followers to adopt the right path of acceptance in His Court. Many of his followers may be saved, accepted in His Court.

ਗੁਰਮੁਖਿ ਚੂਕੈ ਆਵਣ ਜਾਣੁ॥ ਗੁਰਮੁਖਿ ਦਰਗਹ ਪਾਵੈ ਮਾਣੁ॥ gurmukh chookai aavan jaan. gurmukh dargeh paavai maan.
ਗੁਰਮੁਖਿ ਖੋਟੇ ਖਰੇ ਪਛਾਣੁ॥ gurmukh khotay kharay pachhaan.
ਗੁਰਮੁਖਿ ਲਾਗੈ ਸਹਜਿ ਧਿਆਨੁ॥ gurmukh laagai sahj Dhi-aan.
ਗੁਰਮੁਖਿ ਦਰਗਹ ਸਿਫਤਿ ਸਮਾਇ॥ gurmukh dargeh sifat samaa-ay.
ਨਾਨਕ ਗੁਰਮੁਖਿ ਬੰਧੁ ਨ ਪਾਇ॥ ੪੧॥ naanak gurmukh banDh na paa-ay. ||41||

ਗੁਰਮਖ ਅਵਸਥਾ ਪਾਉਣ ਨਾਲ ਜੀਵ ਦਾ ਜਨਮ ਮਰਨ ਦਾ ਚੱਕਰ ਖਤਮ ਹੋ ਜਾਂਦਾ ਹੈ । ਪ੍ਰਭ ਦੇ ਦਰਬਾਰ ਵਿੱਚ ਵਿਸ਼ੇਸ਼ (ਖਾਸ) ਥਾਂ ਬਖਸ਼ਿਸ਼ ਹੋ ਜਾਂਦੀ ਹੈ । ਚੰਗੇ ਅਤੇ ਮੰਦੇ ਕੰਮ ਦੀ ਪਛਾਣ ਹੋ ਜਾਂਦੀ ਹੈ । ਉਸ ਜੀਵ ਦਾ ਧਿਆਨ ਹਮੇਸ਼ਾ ਬੰਦਗੀ ਵਿੱਚ ਹੀ ਮਸਤ ਰਹਿੰਦਾ ਹੈ । ਉਹ ਪ੍ਰਭ ਦੇ ਦਰਬਾਰ ਵਿੱਚ ਵੀ ਪ੍ਰਭ ਦੇ ਗੁਣ ਹੀ ਗਾਉਂਦਾ ਰਹਿੰਦਾ ਹੈ । ਉਸ ਦੀਆਂ ਕਰਮਾਤਾਂ ਤੋਂ ਹੈਰਾਨ ਹੀ ਰਹਿੰਦਾ ਹੈ । ਗੁਰਮਖ ਅਵਸਥਾ ਵਿੱਚ ਜੀਵ ਪ੍ਰਭ ਤੋਂ ਬਿਨਾਂ ਹੋਰ ਕਿਸੇ ਨਾਲ ਮੋਹ ਨਹੀਂ ਜੋੜਦਾ ।

Whosoever may be blessed with a state of mind as His true devotee, his cycle of birth and death may be eliminated. He may be blessed with special place in His Court. He may be enlightened with a distinction to recognize the difference between good and evil deeds. He may only perform worldly deeds acceptable in His Court. He always remains intoxicated in meditation in the void of His Word. He may remain singing the glory of His Virtues in His Court. He may remain fascinated, astonished from His miracles. Whosoever may be accepted as His true devotee all his worldly bond may be eliminated. He may only remain attached to His Word.

ਗੁਰਮੁਖਿ ਨਾਮੁ ਨਿਰੰਜਨ ਪਾਏ॥ ਗੁਰਮੁਖਿ ਹਉਮੈ ਸਬਦਿ ਜਲਾਏ॥ gurmukh naam niranjan paa-ay. gurmukh ha-umai sabad jalaa-ay.
ਗੁਰਮੁਖਿ ਸਾਚੇ ਕੇ ਗੁਣ ਗਾਏ॥ ਗੁਰਮੁਖਿ ਸਾਚੈ ਰਹੈ ਸਮਾਏ॥ gurmukh saachay kay gun gaa-ay. gurmukh saachai rahai samaa-ay.
ਗੁਰਮੁਖਿ ਸਾਚਿ ਨਾਮਿ ਪਤਿ ਊਤਮ ਹੋਇ॥ gurmukh saach naam pat ootam ho-ay.
ਨਾਨਕ ਗੁਰਮੁਖਿ ਸਗਲ ਭਵਣ ਕੀ ਸੋਝੀ ਹੋਇ॥ ੪੨॥ naanak gurmukh sagal bhavan kee sojhee ho-ay. ||42||

ਗੁਰਮਖ ਸ਼ਬਦ ਦੀ ਪਾਲਣਾ ਵਿੱਚ ਹੀ ਰੰਗਿਆ ਰਹਿੰਦਾ ਹੈ । ਪ੍ਰਭ ਦੀ ਰਹਿਮਤ ਨਾਲ ਮਨ ਦੀ ਅਹੰਕਾਰ ਦੀ ਜੜ੍ਹ ਖਤਮ ਹੋ ਜਾਂਦੀ ਹੈ । ਉਹ ਹਰ ਵੇਲੇ, ਕੇਵਲ ਪ੍ਰਭ ਦੀਆਂ ਕਰਾਮਾਤਾਂ ਦਾ ਹੀ ਵਿਚਾਰ ਕਰਦਾ ਹੈ । ਸ਼ਬਦ ਵਿੱਚ ਹੀ ਪੂਰਨ ਸੰਤੋਖ, ਲੀਨ ਹੋਇਆ, ਉਸ ਵਿੱਚ ਹੀ ਅਲੋਪ ਹੋ ਜਾਂਦਾ ਹੈ । ਉਸ ਦੇ ਚੇਹਰੇ ਤੇ ਅਨੋਖਾ ਹੀ ਨੂਰ ਰਹਿੰਦਾ ਹੈ । ਗੁਰਮਖ ਅਵਸਥਾ ਵਿੱਚ ਜੀਵ ਨੂੰ ਤਿੰਨਾਂ ਸ੍ਰਿਸ਼ਟੀਆਂ ਦੀ ਸੋਝੀ ਬਖਸ਼ਿਸ਼ ਹੋ ਜਾਂਦੀ ਹੈ ।

His true devotee may remain intoxicated in meditation and drenched with the essence of His Word; with His mercy and grace, his root of ego may be eliminated. He may always sing the glory of His Word and remains astonished from His miracles. He may remain intoxicated and contented in the void of His Word; with His mercy and grace, he may be immersed within His Holy Spirit. The eternal glow of His Word may be shining on his forehead. His true devotee may be enlightened with the nature of all three universes.

ਸਿਧ ਗੋਸਟਿ - Sidh Gosht - Page 942

ਜਿਹੜਾ ਮਨ ਦੀਆਂ ਇਛਾਂ ਦੇ ਜਾਲ ਵਿੱਚ ਫਸ ਜਾਂਦਾ ਹੈ, ਉਸ ਦੀ ਕਮਾਈ ਪ੍ਰਭ ਦੇ ਦਰਬਾਰ ਵਿੱਚ ਪ੍ਰਵਾਨ ਨਹੀਂ ਹੁੰਦੀ! ਪ੍ਰਭ ਦੇ ਸ਼ਬਦ ਨੂੰ ਸਮਝਕੇ ਜੀਵਨ ਵਿੱਚ ਢਾਲਣ ਨਾਲ ਹੀ ਮਨ ਨੂੰ ਪੂਰਨ ਸ਼ਾਂਤੀ ਬਖਸ਼ਿਸ਼ ਹੋ ਸਕਦੀ ਹੈ । ਉਸ ਨੂੰ ਬੰਦਗੀ ਵਿੱਚ ਲੀਨ ਹੋਏ, ਮੁਕਤੀ ਬਖਸ਼ਿਸ਼ ਹੋ ਜਾਂਦੀ ਹੈ । ਗੁਰਮਖ ਕਦੇ ਵੀ ਸ਼ਬਦ ਦਾ ਅੰਤ ਨਹੀਂ ਲੈਂਦਾ । ਗੁਰਮਖ ਅਵਸਥਾ ਵਾਲੀ ਆਤਮਾ ਨੂੰ ਦੁਖ, ਸੁਖ ਵਿੱਚ ਕੋਈ ਅੰਤਰ ਮਹਿਸੂਸ ਨਹੀਂ ਹੁੰਦਾ । ਉਹ ਜੀਵਨ ਦੇ ਸਾਰੇ ਭੇਦਾਂ ਨੂੰ ਪਛਾਣ ਲੈਂਦਾ ਹੈ । ਅਟਲ ਪ੍ਰਭ ਦੇ ਕੁਝ ਗੁਣ ਬਖਸ਼ਿਸ਼ ਹੋ ਜਾਂਦੇ ਹਨ । ਉਹ ਬਾਕੀ ਜੀਵਾਂ ਨੂੰ ਪ੍ਰਭ ਦੀ ਬੰਦਗੀ, ਮੁਕਤੀ ਦੇ ਰਸਤੇ ਤੇ ਪਾ ਜਾਂਦਾ ਹੈ । ਗੁਰਮਖ ਅਵਸਥਾ ਵਾਲੇ ਦਾ ਜਨਮ ਮਰਨ ਦਾ ਚੱਕਰ ਖਤਮ ਹੋ ਜਾਂਦਾ ਹੈ । ਪ੍ਰਭ ਦੇ ਦਰਬਾਰ ਵਿੱਚ ਵਿਸ਼ੇਸ਼ (ਖਾਸ) ਥਾਂ ਬਖਸ਼ਿਸ਼ ਹੋ ਜਾਂਦੀ ਹੈ । ਚੰਗੇ ਅਤੇ ਮੰਦੇ ਕੰਮ ਦੀ ਪਛਾਣ ਹੋ ਜਾਂਦੀ ਹੈ । ਸ਼ਬਦ ਦੀ ਪਾਲਣਾ ਵਿੱਚ ਹੀ ਰੰਗੇ ਦੇ ਮਨ ਦੀ ਅਹੰਕਾਰ ਦੀ ਜੜ੍ਹ ਖਤਮ ਹੋ ਜਾਂਦੀ ਹੈ । ਸ਼ਬਦ ਵਿੱਚ ਹੀ ਪੂਰਨ ਸੰਤੋਖ, ਲੀਨ ਹੋਇਆ, ਉਸ ਵਿੱਚ ਹੀ ਅਲੋਪ ਹੋ ਜਾਂਦਾ ਹੈ । ਉਸ ਦੇ ਚੇਹਰੇ ਤੇ ਅਨੋਖਾ ਹੀ ਨੂਰ ਰਹਿੰਦਾ ਹੈ । ਗੁਰਮਖ ਅਵਸਥਾ ਵਿੱਚ ਜੀਵ ਨੂੰ ਤਿੰਨਾਂ ਸ੍ਰਿਸ਼ਟੀਆਂ ਦੀ ਸੋਝੀ ਬਖਸ਼ਿਸ਼ ਹੋ ਜਾਂਦੀ ਹੈ

Self-minded may remain intoxicated with worldly desires; His meditation, religion rituals may not sanctify his soul to become worthy of His Consideration. Whosoever may comprehend and adopts the teachings of His Word; he may be blessed with peace of mind and the right path of acceptance in His Court. He may remain intoxicated in the void of His Word; enters His Sanctuary. He may never challenge the limits of His Miracles, Nature. His soul may remain beyond the reach of any worldly pleasures and miseries. He may be enlightened with secret of his human life journey. He may be blessed with some virtues of His Nature. He may inspire his followers to adopt the right path of acceptance in His Court. His true devotee, his cycle of birth and death may be eliminated. He may be blessed with special place in His Court. He may recognize the difference between good and evil deeds. His true devotee may remain intoxicated, drenched with the essence of His Word; his root of ego may be eliminated. He may remain intoxicated and contented in the void of His Word; he may be immersed within His Holy Spirit. He may be enlightened with the nature of all three universes.

ਗੁਰੂ ਨਾਨਕ ਦੇਵ ਜੀ! – Guru Nanak Dev Ji! Guru Granth Sahib

85. **ਮਹਲਾ ੧ ਸਿਧ ਗੋਸਟਿ** (942-17) - **Sidh Gosht 11.**

ਕਵਣ ਮੂਲੁ, ਕਵਣ ਮਤਿ ਵੇਲਾ॥	kavan mool kavan mat vaylaa.
ਤੇਰਾ ਕਵਣੁ ਗੁਰੂ ਜਿਸ ਕਾ ਤੂ ਚੇਲਾ॥	tayraa kavan guroo jis kaa too chaylaa.
ਕਵਣ ਕਥਾ ਲੇ ਰਹਹੁ ਨਿਰਾਲੇ॥	kavan kathaa lay rahhu niraalay.
ਬੋਲੈ ਨਾਨਕੁ ਸੁਣਹੁ ਤੁਮ ਬਾਲੇ॥	bolai naanak sunhu tum baalay.
ਏਸੁ ਕਥਾ ਕਾ ਦੇਇ ਬੀਚਾਰੁ॥	ays kathaa kaa day-ay beechaar.
ਭਵਜਲੁ ਸਬਦਿ ਲੰਘਾਵਣਹਾਰੁ॥੪੩॥	bhavjal sabad langhaavanhaar. ||43||

ਇਸ ਸ੍ਰਿਸ਼ਟੀ ਦਾ ਅਰੰਭ, ਮੁਡ (ਮੂਲ) ਕੀ ਹੈ? ਕਿਹੜੀਆਂ ਲਿਖਤਾਂ, ਗ੍ਰੰਥ ਵਿੱਚ ਇਸ ਦੀ ਸੋਝੀ ਮਿਲ ਸਕਦੀ ਹੈ? ਤੇਰਾ ਗੁਰੂ ਕੌਣ ਹੈ? ਜਿਸ ਦੇ ਅਸੂਲਾਂ, ਨਿਯਮਾਂ ਤੇ ਚਲਦਾ, ਆਪਣੇ ਜੀਵਨ ਵਿੱਚ ਅਪਣਾਇਆ ਹੈ? ਉਹ ਕਿਹੜੀ ਕਥਾ ਹੈ? ਜਿਸ ਦੇ ਪ੍ਰਭਾਵ ਨਾਲ ਮਨ ਵਿਚੋਂ ਸੰਸਾਰਕ ਮੋਹ ਦਾ ਛੁਟਕਾਰਾ ਹੋ ਗਿਆ ਹੈ । ਨਾਨਕ ਜੀ, ਤੁਸੀ ਅਜੇ ਛੋਟੀ ਉਮਰ ਵਿੱਚ (ਬਾਲ ਅਵਸਥਾ ਵਿੱਚ) ਹੋ! ਸਾਡੀ ਬੇਨੰਤੀ ਨੂੰ ਧਿਆਨ ਨਾਲ ਸੁਣਕੇ ਆਪਣਾ ਠੀਕ ਠੀਕ ਵਿਚਾਰ ਦਸੋ । ਜਿਸ ਪ੍ਰਭ ਦੇ ਸ਼ਬਦ ਤੂੰ ਜ਼ਿਕਰ ਕਰਦਾ ਹੈ । ਜਿਹੜੇ ਸ਼ਬਦ ਨੂੰ ਅਪਣਾਉਣ ਨਾਲ ਜੀਵ ਦਾ ਪਾਰ ਉਤਾਰਾ ਹੋ ਜਾਂਦਾ ਹੈ । ਆਪਣੀ ਸੋਝੀ ਨਾਲ ਗਿਆਨ ਦੇਵੋ ।

What may be the origin of the universe? Which of doctrine may provide in depth awareness of His Creation, universe? Who may be your teacher, guru? Whose way of life, guiding principles have you adopted in your day-to-day life? You are referring, preaching His Glory and by adopting the teachings His Word; our soul may become worthy of His Consideration. Nanak, young saint! Review carefully and help us to understand His Nature.

ਪਵਨ ਅਰੰਭੁ, ਸਤਿਗੁਰ ਮਤਿ ਵੇਲਾ॥	pavan arambh satgur mat vaylaa. S
ਸਬਦੁ ਗੁਰੂ, ਸੁਰਤਿ ਧੁਨਿ ਚੇਲਾ॥	abad guroo surat Dhun chaylaa.
ਅਕਥ ਕਥਾ ਲੇ ਰਹਉ ਨਿਰਾਲਾ॥	akath kathaa lay raha-o niraalaa.
ਨਾਨਕ ਜੁਗਿ ਜੁਗਿ ਗੁਰ ਗੋਪਾਲਾ॥	naanak jug jug gur gopaalaa.
ਏਕੁ ਸਬਦੁ ਜਿਤੁ ਕਥਾ ਵੀਚਾਰੀ॥	ayk sabad jit kathaa veechaaree.
ਗੁਰਮੁਖਿ ਹਉਮੈ ਅਗਨਿ ਨਿਵਾਰੀ॥੪੪॥	gurmukh ha-umai agan nivaaree. ||44||

ਸ੍ਰਿਸ਼ਟੀ ਦਾ ਅਰੰਭੁ ਹਵਾ ਤੋਂ ਹੋਇਆ । ਹਵਾ (ਸਵਾਸ) ਤੋਂ ਬਿਨਾਂ ਕੋਈ ਜੀਵ ਜਿਉਂਦਾ ਨਹੀਂ ਰਹੇ ਸਕਦਾ । ਪ੍ਰਭ ਨੂੰ ਸਿਮਰਨ, ਸੁਣਨ, ਪਾਲਣਾ ਕਰਨ ਲਈ ਹਰਇਕ ਸਮਾਂ ਹੀ ਠੀਕ ਹੈ । ਪ੍ਰਭ ਦਾ ਸ਼ਬਦ ਹੀ ਜੀਵ ਦਾ ਅਟਲ, ਅਸਲੀ ਗੁਰੂ ਹੈ । ਜਿਸ ਨੂੰ ਸ਼ਬਦ ਦੀ ਸੋਝੀ ਬਖਸ਼ਿਸ਼ ਹੋ ਜਾਂਦੀ ਹੈ । ਉਹ ਅਡੋਲ ਭਰੋਸੇ ਨਾਲ ਪ੍ਰਭ ਦੇ ਸ਼ਬਦ ਦੀ ਸਿਖਿਆਂ ਆਪਣੇ ਜੀਵਨ ਵਿੱਚ ਅਪਣਾਉਂਦਾ ਹੈ । ਉਸ ਨੂੰ ਹੀ ਗੁਰਮਖ ਅਵਸਥਾ ਬਖਸ਼ਿਸ਼ ਹੋ ਜਾਂਦੀ ਹੈ । ਪ੍ਰਭ ਦੀਆਂ ਕਰਮਾਤਾਂ ਦਾ ਪੂਰਨ ਵਖਿਆਣ ਕੀਤਾ ਨਹੀਂ ਜਾ ਸਕਦਾ । ਪ੍ਰਭ ਦੀ ਕੁਦਰਤ ਨੂੰ ਦੇਖਕੇ, ਆਪਣੇ ਮਨ ਨੂੰ ਅਡੋਲ ਰਖੋ । ਸਾਰੀਆਂ ਸ੍ਰਿਸ਼ਟੀਆਂ ਵਿੱਚ ਪ੍ਰਭ ਆਪ ਹੀ ਵਾਪਰਦਾ, ਵਸਦਾ ਹੈ । ਜਿਸ ਜੀਵ ਨੇ ਪ੍ਰਭ ਦੇ ਸ਼ਬਦ ਨਾਲ ਸੁਰਤੀ ਲਾਈ, ਵਿਚਾਰ ਕੀਤਾ ਹੈ । ਉਸ ਨੂੰ ਗੁਰਮਖ ਅਵਸਥਾ ਬਖਸ਼ਿਸ਼ ਹੋ ਜਾਂਦੀ ਹੈ, ਅਹੰਕਾਰ ਦੀ ਜੜ੍ਹ ਖਤਮ ਕਰ ਲੈਂਦਾ ਹੈ ।

The origin and key element of His Creation may be the air; without breaths no one may survive or remain alive. Every moment of day and night may be right and auspicious to meditate, hear the sermons of His Virtues; hearing His everlasting echo within heart. The teachings of His Word are the True Guru, guide, roadmap of the right path of acceptance in His Court. Whosoever may be enlightened with the essence of His Word; with His mercy and grace, he may remain drenched with the essence of His Word. He may be blessed with a state of mind as His true devotee. His Nature and miracles remain beyond the comprehension of His Creation. You should witness the miracles of His Nature and keep your belief steady and stable on His Blessings. The True Master remains embedded and prevails in every event in all three universes. Whosoever may sing the glory, hears the sermons, and remain intoxicated in void of His Word; with His mercy and grace, he may be blessed with a state of mind as His true devotee, he may conquer his ego of worldly status.

ਸਿਧ ਗੋਸਟਿ - Sidh Gosht. - Page 942
ਕਿਵੇਂ ਸੰਸਾਰਕ ਮੋਹ ਦਾ ਛੁਟਕਾਰਾ ਹੋ ਸਕਦਾ ਹੈ ।
ਸ੍ਰਿਸ਼ਟੀ ਦਾ ਅਰੰਭੁ ਹਵਾ ਤੋਂ ਹੋਇਆ । ਸਵਾਸਾਂ ਤੋਂ ਬਿਨਾਂ ਕੋਈ ਜਿਉਂਦਾ ਨਹੀਂ! ਪ੍ਰਭ ਦਾ ਸ਼ਬਦ ਮਨ ਅੰਦਰ, ਸਦਾ ਧੁਨ ਚਲਦੀ ਹੈ! ਕੋਈ ਗ੍ਰੰਥ ਨਹੀਂ! ਪ੍ਰਭ ਦਾ ਸ਼ਬਦ ਹੀ ਜੀਵ ਦਾ ਅਟਲ, ਅਸਲੀ ਗੁਰੂ ਹੈ । ਸ਼ਬਦ ਦੀ ਸਿਖਿਆਂ ਨਾਲ ਜੀਵਨ ਢਾਲਣ ਨਾਲ ਗੁਰਮਖ ਅਵਸਥਾ ਬਖਸ਼ਿਸ਼ ਹੋ ਜਾਂਦੀ ਹੈ । ਪ੍ਰਭ ਦੀਆਂ ਕਰਮਾਤਾਂ ਦਾ ਪੂਰਨ ਵਖਿਆਣ ਕੀਤਾ ਨਹੀਂ ਜਾ ਸਕਦਾ । ਪ੍ਰਭ ਦੀ ਕੁਦਰਤ ਤੇ ਮਨ ਨੂੰ ਅਡੋਲ ਰਖੋ । ਪ੍ਰਭ ਆਪ ਹੀ ਵਾਪਰਦਾ, ਵਸਦਾ ਹੈ । ਆਪਣੇ ਸੋਚੇਤ ਮਨ ਨੂੰ ਅਚੇਤ ਮਨ ਦੇ ਭੇਟਾ ਕਰਨ ਨਾਲ ਅਹੰਕਾਰ ਤੇ ਜਿੱਤ ਬਖਸ਼ਿਸ਼ ਹੋ ਸਕਦੀ ਹੈ!
How to conquer worldly attachments!
The origin, survival may be the air. No doctrine! The everlasting echo of His Word resonates within each heart forever. The essence of His Word, The True Guru may be the roadmap of the right path of acceptance in His Court. Whosoever may remain drenched with the essence of His Word; he may become His true devotee. Whosoever may hear the everlasting echo of His Word; his subconscious mind, echo conquer his alert mind, dominated with worldly desires; he remain intoxicated in the void of His Word. He may conquer his ego of worldly status.

86. ਮਹਲਾ ੧ ਸਿਧ ਗੋਸਟਿ (943-3) - Sidh Gosht 12.

ਮੈਣ ਕੇ ਦੰਤ ਕਿਉ ਖਾਈਐ ਸਾਰੁ॥	main kay dant ki-o khaa-ee-ai saar.
ਜਿਤੁ ਗਰਬੁ ਜਾਇ ਸੁ ਕਵਣੁ ਆਹਾਰੁ॥	jit garab jaa-ay so kavan aahaar.
ਹਿਵੈ ਕਾ ਘਰੁ ਮੰਦਰੁ ਅਗਨਿ ਪਿਰਾਹਨੁ॥	hivai kaa ghar mandar agan piraahan.
ਕਵਨ ਗੁਫਾ ਜਿਤੁ ਰਹੈ ਅਵਾਹਨੁ॥	kavan gufaa jit rahai avaahan.
ਇਤ ਉਤ ਕਿਸ ਕਉ ਜਾਣਿ ਸਮਾਵੈ॥	it ut kis ka-o jaan samaavai.
ਕਵਨ ਧਿਆਨੁ ਮਨੁ ਮਨਹਿ ਸਮਾਵੈ॥੪੫॥	kavan Dhi-aan man maneh samaavai. 45

ਜੋਗੀ! ਇਹ ਮੋਮ (ਮੈਣ) ਵਰਗੇ ਨਾਜ਼ਕ ਦੰਦਾਂ ਨਾਲ ਇਹ ਲੋਹੇ ਵਰਗੀ ਅਹੰਕਾਰ ਦੀ, ਮੋਹ ਦੀ ਵਾੜ ਕਿਵੇਂ ਕੋਟੀ ਜਾ ਸਕਦੀ ਹੈ? ਕਿਹੜਾ ਭੋਜਨ, ਖਰਾਕ ਖਾਂਦੀ ਜਾਵੇ ਕਿ ਜਿਸ ਨਾਲ ਅਹੰਕਾਰ ਖਤਮ ਹੋ ਜਾਵੇ? ਕਿਵੇਂ ਕੋਈ ਬਰਫ, ਹਵਾ ਦੇ ਘਰ ਵਿੱਚ ਅੱਗ ਦਾ ਪਹਿਰਾਵਾ ਪਾ ਕੇ ਵਸ ਸਕਦਾ ਹੈ? ਮਨ ਵਿੱਚ ਸਦਾ ਹੀ ਇਛਾਂ ਦੀਆਂ

ਭਟਕਣਾਂ ਚਲਦੀਆਂ ਹਨ । ਕਿਵੇਂ ਮਨ ਅਡੋਲ ਰਖਿਆ ਜਾ ਸਕਦਾ ਹੈ? ਉਹ ਕਿਹੜੀ ਗੁਫਾ ਹੈ, ਜਿਸ ਵਿੱਚ ਵਸਣ ਵਾਲਾ ਜੀਵ, ਸੰਸਾਰ ਵਿੱਚ ਰਹਿੰਦਾ ਹੋਇਆ ਵੀ ਸੰਸਾਰਕ ਮੋਹ ਤੋਂ ਰਹਿਤ ਜੋ ਜਾਂਦਾ ਹੈ? ਕਿਵੇਂ ਮਾਨਸ ਜਨਮ ਵਿੱਚ ਵਾਪਰਨਾ ਵਾਲੀਆਂ ਘਟਨਾਵਾਂ ਦੀ ਪਹਿਲੇ ਹੀ ਸੋਝੀ ਹੋ ਜਾਵੇ? ਮਰਨ ਤੋਂ ਪਿਛੋਂ ਕੀ ਵਾਪਰਨਾ ਹੈ? ਕਿਹੜੀ ਬੰਦਗੀ ਨਾਲ ਮਨ ਆਪਣੇ ਅੰਦਰ ਹੀ ਖੋਜ ਕਰਦਾ, ਢੂੰਡਦਾ, ਲੀਨ ਹੋ ਜਾਂਦਾ ਹੈ?

Yogi thinks about! How may the fence of ego and attachment a fence like steel may be cut and chewed with soft teeth life wax? What kind of nourishment, food may be consumed to eliminate the fence of ego? How may anyone wear the robe of fire in the castle made of snow and air? Human mind remains frustrated with demons of worldly desires; how may his mind maintain patience and contentment? Which may be the unique cave; where human may dwell in the world and he may remain beyond the reach of worldly attachments? How may he forecast all the events of his worldly life? How may he forecast what may happen after death? With what meditation may his mind remain intoxicated searching within to be enlightened with the essence of His Word?

ਹਉ ਹਉ ਮੈ ਮੈ ਵਿੱਚਹੁ ਖੋਵੈ॥	ha-o ha-o mai mai vichahu khovai.
ਦੂਜਾ ਮੇਟੈ ਏਕੋ ਹੋਵੈ॥	doojaa maytai ayko hovai.
ਜਗੁ ਕਰੜਾ ਮਨਮੁਖੁ ਗਵਾਰੁ॥	jag karrhaa manmukh gaavaar.
ਸਬਦੁ ਕਮਾਈਐ ਖਾਈਐ ਸਾਰੁ॥	sabad kamaa-ee-ai khaa-ee-ai saar.
ਅੰਤਰਿ ਬਾਹਰਿ ਏਕੋ ਜਾਣੈ॥	antar baahar ayko jaanai.
ਨਾਨਕ ਅਗਨਿ ਮਰੈ ਸਤਿਗੁਰ ਕੈ ਭਾਣੈ॥੪੬	naanak agan marai satgur kai bhaanai. 46

ਜੋਗੀ! ਕਿਵੇਂ ਆਪਣੀ ਅਹੰਕਾਰ ਦੀ ਜੜ੍ਹ ਨੂੰ ਖਤਮ ਕਰੀਏ? ਕਿਵੇਂ ਆਪਾ ਮਿਟ ਜਾਵੇ ਮਨ ਵਿਚੋਂ ਭਟਕਣਾਂ, ਭਰਮਾਂ ਦੀ ਜੜ੍ਹ ਖਤਮ ਹੋ ਜਾਵੇ? ਅਸੀ ਪ੍ਰਭ ਵਿੱਚ ਲੀਨ, ਅਭੇਦ ਹੋ ਜਾਈਏ? ਇਹ ਸੰਸਾਰ ਮੁਸ਼ਕਲਾਂ ਨਾਲ ਭਰਿਆਂ ਹੈ । ਅਸੀ ਅਣਜਾਣ ਸੰਸਾਰਕ ਜੀਵ, ਆਪਣੇ ਮਨ ਦੇ ਪਿਛੇ ਲਗੇ ਹਾ । ਨਾਨਕ ਜੀ! ਜਿਹੜਾ ਸ਼ਬਦ ਦੀ ਕਮਾਈ ਕਰਦਾ ਹੈ, ਉਸ ਦੀ ਅਹੰਕਾਰ ਦੀ ਲੋਹੇ ਵਰਗੀ ਵਾੜ ਕੰਮਜ਼ੋਰ ਦੰਦਾਂ ਨਾਲ ਕੱਟੀ ਜਾ ਸਕਦੀ ਹੈ । ਆਪਣੇ ਭਰੋਸੇ ਨੂੰ ਸ਼ਬਦ ਦੀ ਪਾਲਣਾ ਤੇ ਅਡੋਲ ਕਰਨ ਨਾਲ ਮਨ ਤੇ ਜਿੱਤ ਬਖਸ਼ਿਸ਼ ਹੋ ਸਕਦੀ ਹੈ । ਪ੍ਰਭ ਹਰ ਥਾਂ ਹੀ ਵਾਪਰਦਾ ਹੈ, ਇਸ ਅਸਲੀਅਤ ਨੂੰ ਸਮਝੋ, ਭਰੋਸਾ ਰਖੋ । ਇਹ ਮਨ ਦੀ ਇਛਾਂ ਦੀ ਭਟਕਣ, ਅੱਗ, ਪ੍ਰਭ ਦੀ ਰਹਿਮਤ ਨਾਲ ਹੀ ਮਿਟ ਸਕਦੀ ਹੈ । ਹੋਰ ਕੋਈ ਚਾਰਾ ਨਹੀਂ, ਵਿਧੀ ਨਹੀਂ ਹੈ ।

How may we eliminate the root of ego from our mind? How may we surrender our ego of worldly status at His Sanctuary to eliminate the root of worldly suspicions and worldly frustrations of disappointments? How may we remain intoxicated in meditation in the void of His Word? Self-minded remains ignorant from the real purpose of human life opportunity; he may remain intoxicated with sweet poison of worldly desires. Nanak Ji! Whosoever may adopt the teachings of His Word with steady and stable belief to earn the wealth of His Word; with His mercy and grace; his steel like fence of his ego may be chewed with feeble teeth. Whosoever may obey the teachings of His Word with steady and stable belief in his day-to-day life; with His mercy and grace, he may conquer his own ego. The Omnipresent True Master prevails everywhere in every event in the universe. Whosoever may realize the essence of His Nature and keeps your belief steady and stable on His Blessings; his lava of worldly desires may be extinguishing. No other meditation, technique of acceptance in His Court.

ਸਚ ਭੈ ਰਾਤਾ ਗਰਬੁ ਨਿਵਾਰੈ॥ ਏਕੋ ਜਾਤਾ ਸਬਦੁ ਵੀਚਾਰੈ॥	sach bhai raataa garab nivaarai. ayko jaataa sabad veechaarai.
ਸਬਦੁ ਵਸੈ ਸਚੁ ਅੰਤਰਿ ਹੀਆ॥ ਤਨੁ ਮਨੁ ਸੀਤਲੁ ਰੰਗਿ ਰੰਗੀਆ॥	sabad vasai sach antar hee-aa. tan man seetal rang rangee-aa.
ਕਾਮੁ ਕ੍ਰੋਧੁ ਬਿਖੁ ਅਗਨਿ ਨਿਵਾਰੇ॥	kaam kroDh bikh agan nivaaray.
ਨਾਨਕ ਨਦਰੀ ਨਦਰਿ ਪਿਆਰੇ॥੪੭॥	naanak nadree nadar pi-aaray. ||47||

ਜਿਸ ਜੀਵ ਦੇ ਮਨ ਤੇ ਪ੍ਰਭ ਦਾ ਰੰਗ ਰਚ ਜਾਂਦਾ ਹੈ, ਸ਼ਬਦ ਤੇ ਭਰੋਸਾ ਅਡੋਲ ਹੋ ਜਾਂਦਾ ਹੈ । ਉਸ ਦੇ ਮਨ ਵਿਚੋਂ ਅਹੰਕਾਰ ਹੀ ਜੜ੍ਹ ਆਪਣੇ ਆਪ ਹੀ ਖਤਮ ਹੋ ਜਾਂਦੀ ਹੈ । ਉਹ ਕੇਵਲ ਪ੍ਰਭ ਨੂੰ ਹੀ ਇਕੋ ਇਕ ਸ੍ਰਿਸ਼ਟੀ ਦਾ ਮਾਲਕ ਮੰਨ ਲੈਂਦਾ ਹੈ । ਉਹ ਨੂੰ ਸੋਝੀ ਹੋ ਜਾਂਦੀ ਹੈ! ਪ੍ਰਭ ਆਪ ਹੀ ਕਰਤਾ ਹੈ, ਆਪ ਹੀ ਸਭ ਘਟਨਾਵਾਂ ਦਾ ਕਰਨ ਹੈ । ਸ਼ਬਦ ਦੀ ਸਿਖਿਆਂ ਨੂੰ ਆਪਣੇ ਜੀਵਨ ਵਿੱਚ ਅਪਣਾਉਣ ਨਾਲ, ਆਪਾ ਮਿਟ ਜਾਂਦਾ ਹੈ । ਪ੍ਰਭ ਤੋਂ ਬਿਨਾਂ ਹੋਰ ਕੋਈ ਦਿਖਾਈ ਨਹੀਂ ਦੇਂਦਾ । ਇਸ ਨਾਲ ਜੀਵ ਦੇ ਮਨ ਦੀਆਂ ਭਟਕਣਾਂ, ਇਛਾਂ ਦੂਰ ਹੋ ਜਾਂਦੀਆਂ ਹਨ । ਜਿਹੜਾ ਪ੍ਰਭ ਦੇ ਭਾਣੇ ਵਿੱਚ ਹੀ ਅਨੰਦ ਮਾਣਦਾ ਹੈ, ਪ੍ਰਭ ਦੀ ਬਖਸ਼ਿਸ਼ ਨੂੰ ਹੀ ਆਪਣੀ ਕਮਾਈ ਦਾ ਫਲ ਮੰਨਦਾ ਹੈ । ਉਸ ਦੇ ਮਨ ਵਿਚੋਂ ਕਾਮ ਵਾਸ਼ਨਾ, ਕਰੋਧ, ਲਾਲਚ ਦੂਰ ਹੋ ਜਾਂਦਾ ਹੈ । ਉਸ ਨੂੰ ਹਰਇਕ ਵਿੱਚ ਪ੍ਰਭ ਹੀ ਰਹਿਮਤ ਭਰਪੂਰ ਮਹਿਸੂਸ ਹੁੰਦੀ ਹੈ ।

Whosoever may remain drenched with the essence of His Word; with His mercy and grace, his root of ego may be eliminated. He may consider The One and Only One True Master, Creator of the universe. He creates all the causes, purpose of worldly events. He remains in peace and contented; he may consider His Blessings as the worthy reward of his worldly earnings. With His mercy and grace, the demon of worldly desires like sexual urge with strange women, anger and greed may be eliminated. He may realize His Existence remain prevailing overwhelmed everywhere in the universe.

ਸਿਧ ਗੋਸਟਿ - Sidh Gosht - Page 943
ਕਿਵੇਂ ਨਾਜ਼ਕ ਦੰਦਾਂ ਨਾਲ ਲੋਹੇ ਵਰਗੀ ਅਹੰਕਾਰ, ਮੋਹ ਦੀ ਵਾੜ ਕੋਟੀ ਜਾ ਸਕਦੀ ਹੈ? ਕਿਹੜਾ ਭੋਜਨ, ਖਰਾਕ ਨਾਲ ਅਹੰਕਾਰ ਖਾਤਮ ਹੋ ਜਾਵੇ? ਕਿਵੇਂ ਕੋਈ ਬਰਫ, ਹਵਾ ਦੇ ਘਰ ਵਿੱਚ ਅੱਗ ਦਾ ਪਹਿਰਾਵਾ ਪਾ ਕੇ ਵਸ ਸਕਦਾ ਹੈ? ਮਨ ਵਿੱਚ ਸਦਾ ਹੀ ਇਛਾਂ ਦੀਆਂ ਭਟਕਣਾਂ ਚਲਦੀਆਂ ਹਨ । ਕਿਵੇਂ ਮਨ ਅਡੋਲ ਰਖਿਆ ਜਾ ਸਕਦਾ ਹੈ? ਉਹ ਕਿਹੜੀ ਗੁਫਾ, ਵਿੱਚ ਵਸਣ ਵਾਲਾ, ਸੰਸਾਰ ਵਿੱਚ ਰਹਿੰਦਾ ਹੀ ਸੰਸਾਰਕ ਮੋਹ ਤੋਂ ਰਹਿਤ ਜੋ ਜਾਂਦਾ ਹੈ? ਕਿਵੇਂ ਅਹੰਕਾਰ ਦੀ ਜੜ੍ਹ ਨੂੰ ਖਤਮ ਕਰੀਏ? ਕਿਵੇਂ ਆਪਾ ਮਿਟ ਜਾਵੇ, ਭਰਮਾਂ ਦੀ ਜੜ੍ਹ ਖਤਮ ਹੋ ਜਾਵੇ? ਕਿਵੇਂ ਪ੍ਰਭ ਵਿੱਚ ਲੀਨ, ਅਭੇਦ ਹੋ ਜਾਈਏ? ਕਿਵੇਂ ਮਾਨਸ ਜਨਮ ਵਿੱਚ ਵਾਪਰਨਾ ਵਾਲੀਆਂ ਘਟਨਾਵਾਂ ਦੀ ਪਹਿਲੇ ਹੀ ਸੋਝੀ ਹੋ ਜਾਵੇ, ਮਰਨ ਤੋਂ ਪਿਛੋਂ ਕੀ ਵਾਪਰਨਾ ਹੈ? ਕਿਹੜੀ ਬੰਦਗੀ ਨਾਲ ਮਨ ਆਪਣੇ ਅੰਦਰ ਹੀ ਖੋਜ ਕਰਦਾ, ਢੂੰਡਦਾ, ਲੀਨ ਹੋ ਜਾਂਦਾ ਹੈ?
ਜਿਹੜਾ ਸ਼ਬਦ ਦੀ ਕਮਾਈ ਕਰਦਾ ਹੈ, ਉਸ ਦੀ ਅਹੰਕਾਰ ਦੀ ਲੋਹੇ ਵਰਗੀ ਵਾੜ ਕੰਮਜ਼ੋਰ ਦੰਦਾਂ ਨਾਲ ਕੱਟੀ ਜਾ ਸਕਦੀ ਹੈ । ਸ਼ਬਦ ਦੀ ਪਾਲਣਾ ਨਾਲ ਮਨ ਤੇ, ਅਹੰਕਰ ਤੇ ਜਿੱਤ ਬਖਸ਼ਿਸ਼ ਹੋ ਸਕਦੀ ਹੈ । ਪ੍ਰਭ ਦੇ ਬਖਸ਼ੇ ਤੇ ਭਰੋਸਾ ਅਡੋਲ ਰਖੋ! ਹਰ ਥਾਂ ਹੀ ਵਸਦਾ, ਵਾਪਰਦਾ ਹੈ! ਪ੍ਰਭ ਹਰਇਕ ਥਾਂ ਵਸਦਾ, ਵਾਪਰਦਾ, ਇਸ ਅਸਲੀਅਤ ਤੇ ਭਰੋਸਾ ਰਖਣ ਨਾਲ ਇਛਾਂ ਦੀ ਭਟਕਣ, ਅੱਗ, ਮਿਟ ਸਕਦੀ ਹੈ । ਹੋਰ ਕੋਈ ਵਿਧੀ ਨਹੀਂ ਹੈ । ਜਿਸ ਦੇ ਮਨ ਤੇ ਪ੍ਰਭ ਦਾ ਰੰਗ, ਸ਼ਬਦ ਦੀ ਸੋਝੀ ਰਚ ਜਾਂਦਾ ਹੈ, ਮਨ ਵਿਚੋਂ ਅਹੰਕਾਰ ਹੀ ਜੜ੍ਹ, ਆਪ ਹੀ ਖਤਮ ਹੋ ਜਾਂਦਾ ਹੈ । ਸ਼ਬਦ ਦੀ ਸਿਖਿਆਂ ਨੂੰ ਆਪਣੇ ਜੀਵਨ ਵਿੱਚ ਅਪਣਾਉਣ ਨਾਲ, ਆਪਾ ਮਿਟ ਜਾਂਦਾ ਹੈ । ਪ੍ਰਭ ਤੋਂ ਬਿਨਾਂ ਹੋਰ ਕੋਈ ਦਿਖਾਈ ਨਹੀਂ ਦੇਂਦਾ । ਜਿਹੜਾ ਪ੍ਰਭ ਦੇ ਭਾਣੇ ਵਿੱਚ ਹੀ ਅਨੰਦ ਮਾਣਦਾ ਹੈ, ਪ੍ਰਭ ਦੀ ਬਖਸ਼ਿਸ਼ ਨੂੰ ਹੀ ਆਪਣੀ ਕਮਾਈ ਦਾ ਫਲ ਮੰਨਦਾ ਹੈ

। ਸ਼ਬਦ ਦੀ ਕਮਾਈ ਨਾਲ ਹੀ ਮੌਤ ਪਿਛੋਂ ਦਾ ਰਸਤੇ ਦੀ ਸੋਝੀ ਹੋ ਜਾਂਦੀ ਹੈ! ਸ਼ਬਦ ਦੀ ਸਦਾ ਚਲਣ ਵਾਲੀ ਧੁਨ ਸੁਣਨ ਨਾਲ ਮਨ ਅੰਦਰੋਂ ਹੀ ਖੋਜ ਕਰਦਾ ਲੀਨ ਹੋ ਜਾਂਦਾ ਹੈ!

How to conquer ego, maintain patience and contentment!

Whosoever may adopt the teachings of His Word; earns the wealth of His Word; his steel like fence of his ego may be chewed with feeble teeth. Whosoever may adopt the teachings of His Word; he may conquer his own ego. Whosoever may believe, The Omnipresent True Master prevails everywhere and accepts His Blessings as an ultimate reward; He may remain in peace and contented. No other meditation, technique of acceptance in His Court. Whosoever may be drenched with the essence of His Word; his root of ego, self-entity may be eliminated. His true devotee accepts His judgement as justice, he remains in blossom in all environments. Whosoever may hear the everlasting echo of His Word and surrender his alert mind, dominated with worldly desires.

87. **ਮਹਲਾ ੧ ਸਿਧ ਗੋਸਟਿ** (943-9) - **Sidh Gosht 13.**

ਕਵਨ ਮੁਖਿ ਚੰਦੁ ਹਿਵੈ ਘਰੁ ਛਾਇਆ॥	kavan mukh chand hivai ghar chhaa-i-aa.
ਕਵਨ ਮੁਖਿ ਸੂਰਜੁ ਤਪੈ ਤਪਾਇਆ॥	kavan mukh sooraj tapai tapaa-i-aa.
ਕਵਨ ਮੁਖਿ ਕਾਲੁ ਜੋਹਤ ਨਿਤ ਰਹੈ॥	kavan mukh kaal johat nit rahai.
ਕਵਨ ਬੁਧਿ ਗੁਰਮੁਖਿ ਪਤਿ ਰਹੈ॥	kavan buDh gurmukh pat rahai.
ਕਵਨੁ ਜੋਧੁ ਜੋ ਕਾਲੁ ਸੰਘਾਰੈ॥	kavan joDh jo kaal sanghaarai.
ਬੋਲੈ ਬਾਣੀ ਨਾਨਕੁ ਬੀਚਾਰੈ॥ ੪੮॥	bolai banee naanak beechaarai. ||48||

ਜੋਗੀ! ਮਨ ਦਾ ਦੀਵਾ (ਚੰਦ) ਠੰਡਾ ਹੋ ਗਿਆ ਹੈ । ਸੰਸਾਰਕ ਇਛਾਂ ਦੀ ਹਵਾ ਨਾਲ ਹਰ ਪਾਸੇ ਅੰਧੇਰਾ ਹੀ ਛਾਇਆ ਹੈ । ਇਸ ਵਿੱਚ ਚਾਨਣ ਕਿਵੇਂ ਕੀਤਾ ਜਾਵੇ? ਇਸ ਵਿੱਚ ਉਤਸਾਹ (ਸੂਰਜ) ਕਿਵੇਂ ਪੈਦਾ ਕੀਤਾ ਜਾਵੇ? ਇਸ ਨੂੰ ਜਾਗਰਤੀ ਕਿਵੇਂ ਦਿੱਤੀ ਜਾਵੇ? ਕਿਵੇਂ ਮਨ ਵਿਚੋਂ ਮੌਤ ਦੇ ਡਰ ਨੂੰ ਦੂਰ ਕੀਤਾ ਜਾਵੇ? ਕਿਵੇਂ ਸ਼ਬਦ ਦਾ ਭਰੋਸਾ ਪੱਕਾ ਕੀਤਾ ਜਾਵੇ, ਮਨ ਨੂੰ ਸ਼ਬਦ ਦੀ ਸੋਝੀ ਬਖਸ਼ਿਸ਼ ਹੋ ਜਾਵੇ? ਇਹ ਮਨ ਨੂੰ ਕਿਵੇਂ ਮਜਬੂਤ ਕੀਤਾ ਜਾਵੇ, ਮੌਤ ਦਾ ਡਰ ਖਤਮ ਹੋ ਜਾਵੇ? ਕਿਵੇਂ ਪ੍ਰਭ ਦੀ ਬਖਸ਼ਿਸ਼ ਵਿੱਚ ਅਡੋਲ ਹੋ ਜਾਵੇ?

Yogi! The lamp of mind has become cold. With the storm of air of worldly desires, darkness of ignorance from the real purpose of human life opportunity is be prevailing everywhere. How may the enlightenment of the teachings of His Word be brought within mind? How may the excitement of His Word be brought within mind? How may the awareness, enlightenment of essence of His Word be brought within mind? How may the fear of death may be eliminated? How may the steady and stable belief on the teachings of His Word be established in day-to-day life? How may we be enlightened with the essence of His Word? How may we remain contented with His Blessings, our worldly environment?

ਸਬਦੁ ਭਾਖਤ ਸਸਿ ਜੋਤਿ ਅਪਾਰਾ॥	sabad bhaakhat sas jot apaaraa.
ਸਸਿ ਘਰਿ ਸੂਰੁ ਵਸੈ ਮਿਟੈ ਅੰਧਿਆਰਾ॥	sas ghar soor vasai mitai anDhi-aaraa.
ਸੁਖੁ ਦੁਖੁ ਸਮ ਕਰਿ ਨਾਮੁ ਅਧਾਰਾ॥	sukh dukh sam kar naam aDhaaraa.
ਆਪੇ ਪਾਰਿ ਉਤਾਰਣਹਾਰਾ॥	aapay paar utaaranhaaraa.
ਗੁਰ ਪਰਚੈ ਮਨੁ ਸਾਚਿ ਸਮਾਇ॥	gur parchai man saach samaa-ay.
ਪ੍ਰਣਵਤਿ ਨਾਨਕੁ ਕਾਲੁ ਨ ਖਾਇ॥ ੪੯॥	paranvat naanak kaal na khaa-ay. ||49||

ਜਿਸ ਦੇ ਮਨ ਵਿੱਚ ਪ੍ਰਭ ਦਾ ਸ਼ਬਦ ਹੀ ਮਨ ਦੀ ਅਵਾਜ਼ ਬਣ ਜਾਂਦਾ ਹੈ । ਉਸ ਦੇ ਮਨ ਵਿੱਚ ਚੰਦ ਦੀ ਰੋਸ਼ਨੀ ਹੋ ਜਾਂਦੀ ਹੈ, ਜਿਸ ਦਾ ਅੰਤ ਨਹੀਂ ਲਿਆ ਜਾ ਸਕਦਾ । ਪ੍ਰਭ ਦੇ ਸ਼ਬਦ ਦੀ ਲਗਨ ਨਾਲ ਹੀ ਉਸ ਦੇ ਮਨ ਦਾ ਸੂਰਜ ਚਮਕਦਾ, ਜਾਗਰਤੀ ਆ ਜਾਂਦੀ, ਭਰਮ ਭੁਲੇਖੇ ਦੂਰ ਹੋ ਜਾਂਦੇ ਹਨ । ਉਹ ਦੁਖ, ਸੁਖ ਨੂੰ ਪ੍ਰਭ ਦੀ ਰਹਿਮਤ ਸਮਝਕੇ ਇਕ ਸਮਾਨ ਹੀ ਕਬੂਲ ਕਰਦਾ ਹੈ । ਹਿਰਖ ਜਾ ਸੋਗ ਨਹੀਂ ਮਨਾਉਂਦਾ । ਪ੍ਰਭ ਆਪ ਹੀ ਰਹਿਮਤ ਬਖਸ਼ਕੇ, ਜੀਵ ਨੂੰ ਅਸਲੀ ਰਸਤਾ ਬਖਸ਼ਦਾ, ਆਪ ਹੀ ਇਸ ਰਸਤੇ ਤੇ ਅਡੋਲ ਰਖਦਾ ਹੈ । ਪ੍ਰਭ ਦੇ ਸ਼ਬਦ ਤੇ ਭਰੋਸਾ ਅਡੋਲ ਕਰਨ ਨਾਲ ਹੀ ਮਨ ਸ਼ਬਦ ਵਿੱਚ ਲੀਨ ਹੋਇਆ ਰਹਿੰਦਾ ਹੈ । ਇਸ ਅਵਸਥਾ ਵਿੱਚ ਪ੍ਰਭ ਦੀ ਰਹਿਮਤ ਨਾਲ ਉਸ ਦਾ ਮੌਤ ਦਾ ਡਰ ਖਤਮ ਹੋ ਜਾਂਦਾ ਹੈ! ਸਗੋਂ ਮੌਤ, ਪ੍ਰਭ ਨਾਲ ਮਿਲਣ ਦਾ ਸਮਾਂ ਮਹਿਸੂਸ ਹੁੰਦਾ ਹੈ ।

Whose state of mind may be transformed such a way realize the essence of His Word as echo resonating within his mind. He may be overwhelmed with beyond comprehension glow of moon, His Word. He may be enlightened with essence of His Word and all his suspicions may be eliminated. He may consider miseries and pleasure of worldly life be worthy reward for his worldly deeds. He may never have any grievance in any worldly events. His true devotee may be enlightened and kept steady and stable on the right path of acceptance in His Court. With a state of mind as His true devotee, his fear of death may be eliminated; he feels the time of death may be an opportunity of union with His True Master.

ਸਿਧ ਗੋਸਟਿ - Sidh Gosht. - Page 943

ਮਨ ਨੂੰ ਕਿਵੇਂ ਮਜਬੂਤ ਹੋ ਕੇ ਪ੍ਰਭ ਦੀ ਬਖਸ਼ਿਸ਼ ਵਿੱਚ ਅਡੋਲ ਹੋ ਸਕਦਾ ਹੈ!

ਜਿਸ ਦੇ ਮਨ ਵਿੱਚ ਪ੍ਰਭ ਦਾ ਸ਼ਬਦ ਹੀ ਮਨ ਦੀ ਅਵਾਜ਼ ਬਣ ਜਾਂਦਾ ਹੈ । ਮਨ ਵਿੱਚ ਚੰਦ ਦੀ ਰੋਸ਼ਨੀ ਹੋ ਜਾਂਦੀ ਹੈ, ਜਿਸ ਦਾ ਅੰਤ ਨਹੀਂ ਲਿਆ ਜਾ ਸਕਦਾ । ਪ੍ਰਭ ਦੇ ਸ਼ਬਦ ਦੀ ਲਗਨ ਨਾਲ ਹੀ ਮਨ ਦਾ ਸੂਰਜ ਚਮਕਦਾ, ਜਾਗਰਤੀ ਆ ਜਾਂਦੀ, ਭਰਮ ਭੁਲੇਖੇ ਦੂਰ ਹੋ ਜਾਂਦੇ ਹਨ । ਦੁਖ, ਸੁਖ ਨੂੰ ਪ੍ਰਭ ਦੀ ਰਹਿਮਤ ਸਮਝਕੇ ਇਕ ਸਮਾਨ ਹੀ ਕਬੂਲ ਕਰਦਾ ਹੈ । ਪ੍ਰਭ ਆਪ ਹੀ ਅਸਲੀ ਰਸਤਾ ਬਖਸ਼ਦਾ, ਆਪ ਹੀ ਰਸਤੇ ਤੇ ਅਡੋਲ ਰਖਦਾ ਹੈ । ਪ੍ਰਭ ਦੇ ਸ਼ਬਦ ਵਿੱਚ ਲੀਨ ਹੋਇਆ, ਮੌਤ ਦਾ ਡਰ ਖਤਮ ਹੋ ਜਾਂਦਾ ਹੈ!

How may establish steady and stable belief On His Blessings!

Whosoever may hear the everlasting echo of His Word resonating within. He may be overwhelmed with beyond comprehension glow of moon, His Word. His devotion to the essence of His Word, the sun of his mind may be rising with glory within. The enlightenment of essence of His Word to overcome all his suspicions to overwhelm the excitement. He may consider miseries and pleasure of worldly life as a worthy reward for his worldly deeds. His death may become an opportunity of union with His True Master. Who believes His Holy Spirit remains embedded and prevails and His Word remains Justice forever. Surrendering self-entity at His Sanctuary.

ਗੁਰੂ ਨਾਨਕ ਦੇਵ ਜੀ! – Guru Nanak Dev Ji! Guru Granth Sahib

ਨਾਮ ਤਤੁ ਸਭ ਹੀ ਸਿਰਿ ਜਾਪੈ॥	naam tat sabh hee sir jaapai.
ਬਿਨੁ ਨਾਵੈ ਦੁਖੁ ਕਾਲੁ ਸੰਤਾਪੈ॥	bin naavai dukh kaal santaapai.
ਤਤੋ ਤਤੁ ਮਿਲੈ ਮਨੁ ਮਾਨੈ॥	tato tat milai man maanai.
ਦੂਜਾ ਜਾਇ ਇਕਤੁ ਘਰਿ ਆਨੈ॥	doojaa jaa-ay ikat ghar aanai.
ਬੋਲੈ ਪਵਨਾ ਗਗਨੁ ਗਰਜੈ॥	bolai pavnaa gagan garjai.
ਨਾਨਕ ਨਿਹਚਲੁ ਮਿਲਣੁ ਸਹਜੈ॥੫੦॥	naanak nihchal milan sahjai. ||50||

ਪ੍ਰਭ ਦਾ ਸ਼ਬਦ ਹੀ ਸਭ ਗੁਣਾਂ ਨਾਲੋ ਉਤਮ, ਅਮੋਲਕ ਹੈ । ਇਸ ਵਿੱਚ ਹੀ ਉਹ ਸਾਰੇ ਗੁਣ ਵਡਿਆਈਆਂ (ਤੱਤ), ਵਿਧੀਆਂ, ਢੰਗ ਹਨ । ਸ਼ਬਦ ਨਾਲ ਜੀਵਨ ਢਾਲਣ ਤੋਂ ਬਿਨਾਂ ਮੌਤ ਦਾ ਡਰ ਹੀ ਸਤਾਉਂਦਾ ਰਹਿੰਦਾ ਹੈ । ਜਿਹੜਾ ਸ਼ਬਦ ਨੂੰ ਅਟਲ ਮੰਨਕੇ ਆਪਣਾ ਜੀਵਨ ਸ਼ਬਦ ਦੀ ਸਿਖਿਆਂ ਨਾਲ ਢਾਲਦਾ ਹੈ । ਉਸ ਦੇ ਬਾਕੀ ਸਾਰੇ ਭਰਮ ਭੁਲੇਖੇ ਦੂਰ ਹੋ ਜਾਂਦੇ ਹਨ । ਦੂਸਰੇ ਰਸਤੇ ਖੋਜਣ ਦੀ ਇਛਾਂ ਖਤਮ ਹੋ ਜਾਂਦੀ ਹੈ । ਉਹ ਅਡੋਲ ਹੋ ਕੇ ਅਟਲ ਪ੍ਰਭ ਦੀ ਪ੍ਰਵਾਨਗੀ ਦੇ ਰਸਤੇ ਤੇ ਚਲ ਪੈਂਦਾ ਹੈ । ਉਸ ਨੂੰ ਦਸਵੇਂ ਦਰ ਦੀ ਖਿੱਚ, ਮਨ ਨੂੰ ਮੋਹਿਤ ਕਰ ਲੈਂਦੀ ਹੈ । ਪ੍ਰਭ ਆਪ ਹੀ ਰਹਿਮਤ ਬਖਸ਼ਕੇ, ਉਸ ਦਾ ਜਨਮ ਮਰਨ ਦਾ ਚੱਕਰ ਖਤਮ ਕਰ ਦੇਂਦਾ ਹੈ ।

The teachings of His Word are ambrosial and supreme. Without adopting the teachings of His Word with steady and stable belief in his day-to-day life; he may remain horrified with fear of unpredictable death. Whosoever may adopt the teachings of His Word as an ultimate Command in his day-to-day; with His mercy and grace, all his other worldly suspicions may be eliminated. He may not have any desire to search different way to be accepted in His Court. He remains steady and stable on the right path of acceptance in His Court. He may remain intoxicated with the attraction of His 10th door, His Castle; with His mercy and grace, his cycle of birth and death may be eliminated.

ਅੰਤਰਿ ਸੁੰਨੰ, ਬਾਹਰਿ ਸੁੰਨੰ, ਤ੍ਰਿਭਵਣ ਸੁੰਨ ਮਸੁੰਨੰ॥	antar sunaN baahar sunaN taribhavan sunn masuNnaN.
ਚਉਥੇ ਸੁੰਨੈ ਜੋ ਨਰੁ ਜਾਣੈ, ਤਾ ਕਉ ਪਾਪੁ ਨ ਪੁੰਨੰ॥	cha-uthay sunnai jo nar jaanai taa ka-o paap na puNnaN.
ਘਟਿ ਘਟਿ ਸੁੰਨ ਕਾ ਜਾਣੈ ਭੇਉ॥ ਆਦਿ ਪੁਰਖੁ ਨਿਰੰਜਨ ਦੇਉ॥	ghat ghat sunn kaa jaanai bhay-o. aad purakh niranjan day-o.
ਜੋ ਜਨੁ ਨਾਮ ਨਿਰੰਜਨ ਰਾਤਾ॥ ਨਾਨਕ ਸੋਈ ਪੁਰਖੁ ਬਿਧਾਤਾ॥੫੧॥	jo jan naam niranjan raataa. naanak so-ee purakh biDhaataa. ||51||

ਅਟਲ ਪ੍ਰਭ ਹੀ ਜੀਵ ਦੇ ਅੰਦਰ ਵਸਦਾ ਹੈ । ਉਸ ਦੇ ਜੀਵਨ ਵਿੱਚ ਪ੍ਰਭ ਆਪ ਹੀ ਵਾਪਰਦਾ ਹੈ । ਪ੍ਰਭ ਤਿੰਨਾਂ ਸ੍ਰਿਸ਼ਟੀਆਂ (ਧਰਤੀ, ਅਕਾਸ਼, ਪੁਤਾਲ) ਵਿੱਚ ਹਰ ਵੇਲੇ ਹਾਜ਼ਰਾ ਹਜ਼ੂਰ ਰਹਿੰਦਾ ਹੈ । ਪ੍ਰਭ ਆਪ ਹੀ ਸਭ ਕੁਝ ਕਰਨ, ਕਰਵਾਉਣ ਵਾਲਾ ਮਾਲਕ ਹੈ । ਜਿਹੜਾ ਪ੍ਰਭ ਦੀ ਹੋਂਦ ਨੂੰ ਹਰ ਥਾਂ (ਚਾਰੇ ਪਾਸੇ) ਮਹਿਸੂਸ ਕਰਦਾ ਹੈ । ਉਹ ਸਗਨ, ਅਪਸਗਨ, ਪੁੰਨ, ਪਾਪ ਦੇ ਭੁਲੇਖੇ ਵਿੱਚ ਨਹੀਂ ਪੈਂਦਾ । ਹਰਇਕ ਜੀਵ ਦੇ ਹਿਰਦੇ ਵਿੱਚ ਹੀ ਪ੍ਰਭ ਨੂੰ ਖੁਸ਼ ਕਰਨ ਦੀ ਚਿੰਤਾਂ, ਇਛਾਂ ਰਹਿੰਦੀ ਹੈ । ਪ੍ਰਭ ਹਰਇਕ ਆਤਮਾ ਦੀਆਂ, ਮਨ ਦੀਆਂ ਭਾਵਨਾਂ ਜਾਣਦਾ ਹੈ । ਉਹ ਸ੍ਰਿਸ਼ਟੀ ਦੀ ਉਤਪਤੀ ਤੋਂ ਪਹਿਲੇ ਵੀ ਪੂਰਨ ਸੀ, ਹੁਣ ਵੀ ਨਾ ਬਦਲਨ ਵਾਲਾ ਹੈ । ਜਿਹੜਾ ਪ੍ਰਭ ਦੇ ਸ਼ਬਦ ਦੇ ਰੰਗ ਵਿੱਚ ਮਸਤ ਰਹਿੰਦਾ ਹੈ । ਉਹ ਪ੍ਰਭ ਦਾ ਰੂਪ ਹੀ ਬਣ ਜਾਂਦਾ ਹੈ ।

His Holy Spirit, His Word remains embedded within each soul and prevails, within his body, mind, and worldly events. The Omnipresent True Master prevails in all three universes, water, in, on, under earth and sky all time everywhere. Whosoever may realize His Holy Spirit prevailing everywhere in the universe. He may never indulge in religious ritual of charity, worship, sins etc. He always remains anxious to sanctify his soul to become worthy of His Consideration. The True Master remains omniscient about the hopes, desires of His Creation; He was, is and will be unchanged, unavoidable, true. Whosoever may remain intoxicated in meditation in the void of His Word; with His mercy and grace, he may become symbol of The True Master.

ਸਿਧ ਗੋਸਟਿ - Sidh Gosht. - Page 943
ਪ੍ਰਭ ਦੇ ਸ਼ਬਦ ਦੀ ਸਿਖਿਆਂ ਹੀ ਸਾਰੇ ਗੁਣਾਂ ਵਿਧੀਆਂ, ਢੰਗ ਹਨ । ਸ਼ਬਦ ਨਾਲ ਜੀਵਨ ਢਾਲਣ ਨਾਲ ਮੌਤ ਦਾ ਡਰ ਦੂਰ ਹੋ ਜਾਂਦਾ, ਸਾਰੇ ਭਰਮ ਭੁਲੇਖੇ ਦੂਰ ਹੋ ਜਾਂਦੇ ਹਨ । ਉਹ ਅਡੋਲ ਹੋ ਕੇ ਪ੍ਰਭ ਦੀ ਪ੍ਰਵਾਨਗੀ ਦੇ ਰਸਤੇ ਤੇ ਚਲ ਪੈਂਦਾ ਹੈ । ਦਸਵੇਂ ਦਰ ਦੀ ਖਿੱਚ ਹੀ ਜਨਮ ਮਰਨ ਦਾ ਚੱਕਰ ਖਤਮ ਕਰ ਦੇਂਦੀ ਹੈ । ਪ੍ਰਭ ਤਿੰਨਾਂ ਸ੍ਰਿਸ਼ਟੀਆਂ (ਧਰਤੀ, ਅਕਾਸ਼, ਪੁਤਾਲ) ਵਿੱਚ ਹਰ ਵੇਲੇ ਹਾਜ਼ਰਾ ਹਜ਼ੂਰ, ਵਸਦਾ, ਵਾਪਰਦਾ, ਸਭ ਕੁਝ ਕਰਨ, ਕਰਵਾਉਣ ਵਾਲਾ ਮਾਲਕ ਹੈ । ਜਿਹੜਾ ਪ੍ਰਭ ਦੀ ਹੋਂਦ ਨੂੰ ਹਰ ਥਾਂ (ਚਾਰੇ ਪਾਸੇ) ਮਹਿਸੂਸ ਕਰਦਾ ਹੈ । ਉਹ ਸਗਨ, ਅਪਸਗਨ, ਪੁੰਨ, ਪਾਪ ਦੇ ਭੁਲੇਖੇ ਵਿੱਚ ਨਹੀਂ ਪੈਂਦਾ । ਪ੍ਰਭ ਹਰਇਕ ਆਤਮਾ ਦੀਆਂ, ਮਨ ਦੀਆਂ ਭਾਵਨਾਂ ਜਾਣਦਾ ਹੈ । ਉਹ ਸ੍ਰਿਸ਼ਟੀ ਦੀ ਉਤਪਤੀ ਤੋਂ ਪਹਿਲੇ, ਹੁਣ ਵੀ ਪੂਰਨ ਅਟਲ ਹੈ । ਸ਼ਬਦ ਦੇ ਰੰਗ ਵਿੱਚ ਮਸਤ ਰਹਿਣ ਵਾਲਾ, ਪ੍ਰਭ ਦਾ ਰੂਪ ਹੀ ਬਣ ਜਾਂਦਾ ਹੈ ।
The teachings of His Word are ambrosial and supreme, the right path of human life journey! Whosoeber may adopt the teachings of His Word; all horrified fear of unpredictable death, is worldly suspicions may be eliminated. He remains steady and stable on the right path of acceptance in His Court. He anxiety to witness His 10th door, his cycle of birth and death may be eliminated. His Holy Spirit, His Word remains embedded within each soul and prevails in all three universes, water, in, on, under earth and sky all time everywhere. Whosoever may realize His Existence prevailing everywhere, he may never indulge in religious ritual of charity, worship, sins etc. He always remains anxious to sanctify his soul to become worthy of His Consideration. He was, is and will be unchanged, unavoidable, true. Whosoever may remain intoxicated in the void of His Word; he may become symbol of The True Master.

88. **ਮਹਲਾ ੧ ਸਿਧ ਗੋਸਟਿ** (943-17) - **Sidh Gosht 14.**

ਸੁੰਨੋ ਸੁੰਨੁ ਕਹੈ ਸਭੁ ਕੋਈ॥ ਅਨਹਤ ਸੁੰਨੁ ਕਹਾ ਤੇ ਹੋਈ॥	sunno sunn kahai sabh ko-ee. anhat sunn kahaa tay ho-ee.
ਅਨਹਤ ਸੁੰਨਿ ਰਤੇ ਸੇ ਕੈਸੇ॥ ਜਿਸ ਤੇ ਉਪਜੇ ਤਿਸ ਹੀ ਜੈਸੇ॥	anhat sunn ratay say kaisay. jis tay upjay tis hee jaisay.
ਓਇ ਜਨਮਿ ਨ ਮਰਹਿ ਨ ਆਵਹਿ ਜਾਹਿ॥	o-ay janam na mareh na aavahi jaahi.
ਨਾਨਕ ਗੁਰਮੁਖਿ ਮਨੁ ਸਮਝਾਹਿ॥ ੫੨॥	naanak gurmukh man samjhaahi. ||52||

ਜੋਗੀ! ਸੰਸਾਰ ਵਿੱਚ ਹਰਇਕ ਜੀਵ ਹੀ ਪ੍ਰਭ ਦੀ ਗੱਲ ਕਰਦਾ, ਕਥਾ ਕਰਦਾ ਹੈ । ਫਿਰ ਵੀ ਇਹ ਭੇਦ ਕਿਵੇਂ ਬਣਇਆ ਰਹਿੰਦਾ ਹੈ? ਕਿ ਕੋਈ ਵੀ ਉਸ ਨੂੰ ਪੂਰਨ ਤਰ੍ਹਾਂ ਵਰਨਣ ਨਹੀਂ ਕਰ ਸਕਦਾ? ਉਸ ਅਟਲ ਦਾ ਭੇਦ, ਕਿਵੇਂ ਪਾਇਆ ਜਾ ਸਕਦਾ, ਇਹ ਪਰਦਾ ਕਿਵੇਂ ਦੂਰ ਹੋ ਸਕਦਾ? ਜੀਵ ਕਿਹੜੀ ਮਨ ਦੀ ਅਵਸਥਾ ਵਿੱਚ ਪ੍ਰਭ ਦਾ ਰੂਪ ਹੀ ਬਣ ਜਾਂਦਾ, ਉਸ ਦਾ ਪ੍ਰਭ ਨਾਲੋ ਪਰਦਾ ਦੂਰ ਹੋ ਜਾਂਦਾ ਹੈ? ਨਾਨਕ ਜੀ! ਜੀਵ, ਪ੍ਰਭ ਦੀ ਜੋਤ ਵਿਚੋਂ ਹੀ ਪੈਦਾ ਹੁੰਦਾ, ਉਸ ਦਾ ਹੀ ਰੂਪ, ਅਕਾਰ ਹੈ । ਪ੍ਰਭ ਅੰਤ ਤੋਂ, ਜਨਮ, ਮੌਤ ਤੋਂ ਰਹਿਤ ਹੈ । ਆਪਣੇ ਮਨ ਨੂੰ ਸਮਝਾਵੋ! ਪ੍ਰਭ ਦਾ ਅੰਤ ਲੈਣ ਦੀ ਆਸ, ਖਾਹਿਸ਼ ਨਾ ਰਖੋ ।

ਗੁਰੂ ਨਾਨਕ ਦੇਵ ਜੀ! – Guru Nanak Dev Ji! Guru Granth Sahib

Everyone may talk, preaches about the virtues, existence of His Holy Spirit, His Word. How may the mystery of His Nature remain beyond comprehension and explanation of His Creation? How may the curtain between soul and His Holy Spirit be removed? Nanak Ji! Soul is an expansion of His Holy Spirit; the body of each worldly creature is the symbol, structure, and color, of The True Master. However, His Nature remains beyond the cycle of birth and death, full comprehension of His Creation. All structures are perishable and exist for predetermined life span. His Nature remains fascinating and never hope or desire to find the limits of His Power.

ਸਿਧ ਗੋਸਟਿ - **Sidh Gosht. - Page 943**
ਕਿਵੇਂ ਪ੍ਰਭ ਨਾਲੋ ਪਰਦਾ ਦੂਰ ਹੋ ਸਕਦਾ ਹੈ?
ਜੀਵ, ਪ੍ਰਭ ਦੀ ਜੋਤ ਵਿਚੋਂ ਹੀ ਪੈਦਾ ਹੁੰਦਾ, ਉਸ ਦਾ ਹੀ ਰੂਪ, ਅਕਾਰ ਹੈ । ਫਿਰ ਵੀ ਉਸ ਦਾ ਅੰਤ ਨਹੀਂ ਪਾਇਆ ਜਾ ਸਕਦਾ । ਪ੍ਰਭ ਆਪ, ਜਨਮ, ਮੌਤ ਦੇ ਵੱਸ ਵਿੱਚ ਨਹੀਂ ਹੈ । ਪ੍ਰਭ ਦਾ ਅੰਤ ਲੈਣ ਦੀ ਆਸ, ਖਾਹਿਸ਼ ਨਾ ਰਖੋ । ਗੁਰਮਖ ਨੂੰ ਬੇਅੰਤ ਭੰਡਾਰ ਬਖਸ਼ਿਸ਼ ਹੋ ਜਾਂਦਾ ਹੈ । ਜੀਵ, ਪ੍ਰਭ ਦੀ ਜੋਤ ਵਿਚੋਂ ਹੀ ਪੈਦਾ ਹੁੰਦਾ, ਉਸ ਦਾ ਹੀ ਰੂਪ, ਅਕਾਰ ਹੈ । ਜਿਹੜਾ ਜੀਵ ਆਪਾ ਮਿਟਾ ਦੇਂਦਾ ਹੈ, ਉਸ ਦਾ ਪਰਦਾ ਦੂਰ ਹੋ ਜਾਂਦਾ ਹੈ ।
How to eliminate the curtain of screcy between soul and His Holy Spirit?
Our soul is an expansion of His Holy Spirit; Every worldly creature is His symbol, structure, and color. He remains beyond cycle of birth and death, comprehension of His Creation. His Holy Spirit remains embedded and prevails everywhere! His Existence remains fascinating, beyond imagination; never challenge the limits of His Power.

ਨਉ ਸਰ ਸੁਭਰ ਦਸਵੈ ਪੂਰੇ॥ ਤਹ ਅਨਹਤ ਸੁੰਨ ਵਜਾਵਹਿ ਤੂਰੇ॥ na-o sar subhar dasvai pooray. tah anhat sunn vajaavah tooray.
ਸਾਚੈ ਰਾਚੇ ਦੇਖਿ ਹਜੂਰੇ॥ saachai raachay daykh hajooray.
ਘਟਿ ਘਟਿ ਸਾਚੁ ਰਹਿਆ ਭਰਪੂਰੇ॥ ghat ghat saach rahi-aa bharpooray.
ਗੁਪਤੀ ਬਾਣੀ ਪਰਗਟੁ ਹੋਇ॥ ਨਾਨਕ ਪਰਖਿ ਲਏ ਸਚੁ ਸੋਇ॥ ੫੩॥ guptee banee pargat ho-ay. naanak parakh la-ay sach so-ay. ||53||

ਪ੍ਰਭ ਨੇ ਜੀਵ ਨੂੰ ਨੌ ਖਿੜਕੀਆਂ, ਇਦ੍ਰੀਆਂ ਬਖਸ਼ੀਆਂ ਹਨ । ਜਿਹੜਾ ਜੀਵ ਮਨ ਦੀਆਂ ਇਦ੍ਰੀਆਂ ਤੇ ਪੂਰਨ ਕਾਬੂ ਪਾ ਲੈਂਦਾ ਹੈ । ਉਹ ਦਸਵੇਂ ਦਰ ਵੱਲ ਚਲ ਪੈਂਦਾ ਹੈ । ਪ੍ਰਭ ਦੀ ਰਹਿਮਤ ਨਾਲ ਹੀ ਦਸਵਾਂ ਦਰਵਜਾ ਖੁੱਲ੍ਹਦਾ ਹੈ । ਉਸ ਦੇ ਮਨ ਵਿੱਚ ਸ਼ਬਦ ਦੀ ਸਦਾ ਚਲਣਵਾਲੀ ਧੁਨ, ਸੁਣਨ ਲਗ ਪੈਂਦੀ ਹੈ । ਪ੍ਰਭ ਆਪ ਹੀ ਉਸ ਜੀਵ ਦਾ ਭਰੋਸਾ ਅਡੋਲ ਰਖਦਾ ਹੈ, ਉਸ ਨੂੰ ਹਿਰਦੇ ਵਿੱਚ ਹੀ ਪ੍ਰਭ ਭਰਪੂਰ ਨਜ਼ਰ ਆਉਂਦਾ ਹੈ । ਉਸ ਦੇ ਮਨ ਅੰਦਰੋਂ ਹੀ ਅਕਥ ਕਥਾ ਦੇ ਬੋਲ ਨਿਕਲਦੇ ਹਨ । ਪ੍ਰਭ ਆਪ ਹੀ ਅਮੋਲਕ ਬੋਲ ਬਲਾਉਂਦਾ, ਆਪ ਹੀ ਜਾਣਦਾ, ਕੇਵਲ ਪ੍ਰਭ ਹੀ ਪੂਰਨ ਪੁਰਖ ਹੈ ।

The True Master has blessed human with nine senses within his mind. Whosoever may conquer, control the nine senses of his own mind; with His mercy and grace, he may be enlightened with the right path of 10th door, His Castle. Whosoever may hear the everlasting echo of His Word, resonating within his heart; His 10th door may open for His soul. The Merciful True Master may keep his belief steady and stable on His Blessings; he may be overwhelmed with contentment may be blessed with beyond comprehension words on his tongue. The True Master blesses those words and only He comprehends the true spiritual essence of those words; He is perfect and complete in all aspects.

ਸਹਜ ਭਾਇ ਮਿਲੀਐ ਸੁਖੁ ਹੋਵੈ॥ sahj bhaa-ay milee-ai sukh hovai.
ਗੁਰਮੁਖਿ ਜਾਗੈ ਨੀਦ ਨ ਸੋਵੈ॥ gurmukh jaagai need na sovai.
ਸੁੰਨ ਸਬਦੁ ਅਪਰੰਪਰਿ ਧਾਰੈ॥ ਕਹਤੇ ਮੁਕਤੁ ਸਬਦਿ ਨਿਸਤਾਰੈ॥ sunn sabad aprampar Dhaarai. kahtay mukat sabad nistaarai.
ਗੁਰ ਕੀ ਦੀਖਿਆ ਸੇ ਸਚਿ ਰਾਤੇ॥ gur kee deekhi-aa say sach raatay.
ਨਾਨਕ ਆਪੁ ਗਵਾਇ ਮਿਲਣ ਨਹੀ ਭ੍ਰਾਤੇ॥ ੫੪॥ naanak aap gavaa-ay milan nahee bharaatay. ||54||

ਨਾਨਕ ਜੀ! ਜਿਸ ਦਾ ਅੰਚਾਨਕ ਹੀ ਇਹ ਪਰਦਾ ਖੁੱਲ੍ਹ ਜਾਂਦਾ ਹੈ, ਉਸ ਦੀ ਸੁਰਤੀ ਪ੍ਰਭ ਦੇ ਚਰਨਾਂ, ਸ਼ਬਦ ਵਿੱਚ ਲਗੀ ਰਹਿੰਦੀ ਹੈ । ਗੁਰਮਖ ਅਵਸਥਾ ਬਖਸ਼ਿਸ਼ ਹੋ ਜਾਂਦੀ ਹੈ । ਉਸ ਦੇ ਅੰਦਰ ਪ੍ਰਭ ਦੇ ਸ਼ਬਦ ਦੇ ਵਿਸਥਾਰ ਦਾ ਬੇਅੰਤ ਭੰਡਾਰ ਬਖਸ਼ਿਸ਼ ਹੋ ਜਾਂਦਾ ਹੈ । ਉਹ ਸ਼ਬਦ ਦੀ ਸੋਝੀ ਦੇ ਕਥਨ ਕਰਦਾ ਰਹਿੰਦਾ ਹੈ । ਬੰਦਗੀ ਕਰਦਾ ਪ੍ਰਭ ਦੀ ਜੋਤ ਵਿੱਚ ਹੀ ਅਭੇਦ ਹੋ ਜਾਂਦਾ ਹੈ । ਜਿਹੜਾ ਜੀਵ ਸ਼ਬਦ ਦੇ ਅਧਾਰ ਤੇ ਜੀਵਨ ਬਤੀਤ ਕਰਦਾ ਹੈ । ਪ੍ਰਭ ਦੀ ਰਹਿਮਤ ਨਾਲ ਉਸ ਦਾ ਭਰੋਸਾ ਸ਼ਬਦ ਦੀ ਪਾਲਣਾ ਵਿੱਚ ਅਡੋਲ ਰਹਿੰਦਾ ਹੈ । ਜਿਹੜਾ ਜੀਵ ਆਪਾ ਮਿਟਾ ਦੇਂਦਾ ਹੈ, ਉਸ ਦਾ ਪਰਦਾ ਦੂਰ ਹੋ ਜਾਂਦਾ ਹੈ ।

With His mercy and grace, whose 10th door may be opened; his mind remains intoxicated with essence of His Word. He may remain intoxicated in the void of His Word. He may be blessed with a state of mind as His true devotee. He may be overwhelmed with unlimited treasure of enlightenment of the essence of His Word. He may sermons the enlightenment of the essence of His Word. He may remain intoxicated in meditation in the void of His Holy Spirit. Whosoever may adopt the teachings of His Word with steady and stable belief in his day-to-day life; with His mercy and grace, he may surrender his self-entity at His Sanctuary; his curtain of secrecy may be eliminated between His Holy Spirit.

Nine Senses of Mind!
Vision, Hearing, Touch, Taste, Smell Pain,
Mechanoreceotion (balance etc), Temprature, interreceptor (e.g blood pressure, bladder strech)

ਸਿਧ ਗੋਸਟਿ - **Sidh Gosht. - Page 943**
ਜਿਹੜਾ ਜੀਵ ਮਨ ਦੀਆਂ ਇਦ੍ਰੀਆਂ, ਇਛਾਂ ਤੇ ਪੂਰਨ ਕਾਬੂ ਪਾ ਲੈਂਦਾ ਹੈ । ਉਹ ਪ੍ਰਵਾਨਗੀ ਦੇ ਅਸਲੀ ਰਸਤੇ ਤੇ ਚਲ ਪੈਂਦਾ ਹੈ । ਉਸ ਦੇ ਮਨ ਵਿੱਚ ਸ਼ਬਦ ਦੀ ਸਦਾ ਚਲਣਵਾਲੀ ਧੁਨ, ਸੁਣਨ ਲਗ ਪੈਂਦੀ ਹੈ । ਪ੍ਰਭ ਭਰਪੂਰ ਨਜ਼ਰ ਆਉਂਦਾ ਹੈ । ਉਸ ਦੇ ਮਨ ਅੰਦਰੋਂ ਹੀ ਅਕਥ ਕਥਾ ਦੇ ਬੋਲ, ਪ੍ਰਭ ਆਪ ਹੀ ਬਲਾਉਂਦਾ, ਆਪ ਹੀ ਜਾਣਦਾ, ਕੇਵਲ ਪ੍ਰਭ ਹੀ ਪੂਰਨ ਪੁਰਖ ਹੈ । ਜਿਸ ਦੀ ਸੁਰਤੀ ਪ੍ਰਭ ਦੇ ਚਰਨਾਂ, ਸ਼ਬਦ ਵਿੱਚ ਲਗੀ ਰਹਿੰਦੀ ਹੈ । ਉਸ ਦਾ ਅੰਚਾਨਕ ਹੀ ਇਹ ਪਰਦਾ ਖੁੱਲ੍ਹ ਜਾਂਦਾ ਹੈ! ਉਸ ਦੇ ਅੰਦਰ ਪ੍ਰਭ ਦੇ ਸ਼ਬਦ ਦੇ ਵਿਸਥਾਰ ਦਾ ਬੇਅੰਤ ਭੰਡਾਰ ਬਖਸ਼ਿਸ਼ ਹੋ ਜਾਂਦਾ ਹੈ । ਉਹ ਸ਼ਬਦ ਦੀ ਸੋਝੀ ਦੇ ਕਥਨ ਕਰਦਾ, ਪ੍ਰਭ ਦੀ ਜੋਤ ਵਿੱਚ ਹੀ ਅਭੇਦ ਹੋ ਜਾਂਦਾ ਹੈ । ਜਿਹੜਾ ਜੀਵ ਸ਼ਬਦ ਦੇ ਅਧਾਰ ਤੇ ਜੀਵਨ ਬਤੀਤ ਕਰਦਾ ਹੈ । ਉਸ ਦਾ ਆਪਾ ਮਿਟਾ ਜਾਂਦਾ, ਪਰਦਾ ਦੂਰ ਹੋ ਜਾਂਦਾ ਹੈ ।
Whosoever may conquer, **control the nine senses of his own mind**; he may adopt the right path of human life journey! He may hear the everlasting echo of His Word, resonating within his heart; he remains overwhelmed with His Blessed

Vision, blossom. He may be blessed with beyond comprehension words on his tongue; blessed with eternal spiritual essence of those words; He is perfect and complete in all aspects. Whosoever may remain intoxicated in the void of His Word; his curtain of secracy may be removed suddenly. He may be blessed with unlimited treasure of enlightenment of the essence of His Word. He may be enlightened with eternal spiritual sermons of His Word; he may immerse within His Holy Spirit. Whosoever may adopt the teachings of His Word; he may surrender his self-entity at His Sanctuary; the curtain of his soul between His Holy Spirit may be eliminated.

89. **ਮਹਲਾ ੧ ਸਿਧ ਗੋਸਟਿ** (944-3) - **Sidh Gosht 15.**

ਕੁਬੁਧਿ ਚਵਾਵੈ ਸੋ ਕਿਤੁ ਠਾਇ॥	kubuDh chavaavai so kit thaa-ay.
ਕਿਉ ਤਤੁ ਨ ਬੂਝੈ ਚੋਟਾ ਖਾਇ॥	ki-o tat na boojhai chotaa khaa-ay.
ਜਮ ਦਰਿ ਬਾਧੇ ਕੋਇ ਨ ਰਾਖੈ॥	jam dar baaDhay ko-ay na raakhai.
ਬਿਨੁ ਸਬਦੈ ਨਾਹੀ ਪਤਿ ਸਾਖੈ॥	bin sabdai naahee pat saakhai.
ਕਿਉ ਕਰਿ ਬੂਝੈ ਪਾਵੈ ਪਾਰੁ॥	ki-o kar boojhai paavai paar.
ਨਾਨਕ ਮਨਮੁਖਿ ਨ ਬੁਝੈ ਗਵਾਰੁ॥੫੫॥	naanak manmukh na bujhai gavaar. ||55||

ਜੋਗੀ! ਕਿਹੜੀ ਥਾਂ, ਜਿਥੇ ਬੁਰੇ ਖਿਆਲਾਂ, ਪਾਪਾਂ ਵਾਲੀਆਂ ਸੋਚਾਂ ਦਾ ਨਾਸ ਹੋ ਜਾਂਦਾ ਹੈ? ਜੀਵ ਨੂੰ ਆਪਣੇ ਕੰਮਾਂ ਦੀ ਸੋਝੀ ਨਹੀਂ, ਉਸ ਦੇ ਕੰਮ ਗਲਤ ਹਨ । ਕੋਈ ਜੀਵ ਜਾਣ ਕੇ ਜਮਾਂ ਦੇ ਹਵਾਲੇ ਹੋਣ ਵਾਲੇ ਕੰਮ ਨਹੀਂ ਕਰਦਾ, ਜਮਾਂ ਦੀਆਂ ਚੋਟਾਂ ਨਹੀਂ ਖਾਦਾ ਹੈ । ਕਿਵੇਂ ਜੀਵ ਨੂੰ ਇਹ ਸੋਝੀ ਹੋ ਜਾਵੇ, ਸ਼ਬਦ ਨੂੰ ਜੀਵਨ ਵਿੱਚ ਢਾਲਣ ਤੋਂ ਬਿਨਾਂ ਦਰਬਾਰ ਵਿੱਚ ਸ਼ਰਮਿੰਦਗੀ ਹੀ ਮਿਲਦੀ ਹੈ? ਕਿਵੇਂ ਦਰਬਾਰ ਵਿੱਚ ਥਾਂ ਬਖਸ਼ਿਸ਼ ਹੋ ਸਕਦੀ ਹੈ? ਕਿਵੇਂ ਸ਼ਬਦ ਦੇ ਅਸਲੀ ਮੰਤਵ ਦੀ ਸੋਝੀ ਹੋ ਸਕਦੀ ਹੈ? ਕਿਵੇਂ ਜੀਵ ਸੰਸਾਰਕ ਸਾਗਰ ਨੂੰ ਪਾਰ ਕਰਕੇ, ਜਨਮ ਮਰਨ ਦੇ ਚੱਕਰ ਤੋਂ ਰਹਿਤ ਹੋ ਸਕਦਾ ਹੈ? ਮਨਮੁਖ ਵੱਖਰੇ ਵੱਖਰੇ ਭਰਮਾਂ, ਪੀਰਾਂ ਮਗਰ ਭਟਕਦਾ ਰਹਿੰਦਾ ਹੈ । ਇਕੋ ਇਕ ਪ੍ਰਭ ਦੀ ਖੋਜ ਵਿੱਚ ਅਡੋਲ ਭਰੋਸੇ ਨਾਲ ਨਹੀਂ ਹੀ ਚਲਦਾ । ਮਨ ਦੀਆਂ ਭਟਕਣਾਂ ਕਿਵੇਂ ਦੂਰ ਹੋ ਸਕਦੀਆਂ ਹਨ?

Where may be that unique place, all evil, sinful thoughts of mind be eliminated? No one may intentionally perform any wrong deed to be punished by devil of death. How may he be enlightened with the essence of His Nature? Without adopting the teachings of His Word with steady and stable belief in his day-to-day life; he may only be rebuked in His Court. How may he be enlightened with the essence of His Word, the real purpose of his human life opportunity? How may he be accepted in His Court and eliminates his cycle of birth and death? Self-minded in his ignorance remain intoxicated in various worldly suspicions, religious rituals following worldly gurus. He believes worldly guru as the messenger and symbol of The True Master. He may never establish steady and stable belief on His Blessings nor remains steady and stable searching within his mind to find the enlightenment. How may the frustration of his mind be eliminated?

ਕੁਬੁਧਿ ਮਿਟੈ ਗੁਰ ਸਬਦੁ ਬੀਚਾਰਿ॥	kubuDh mitai gur sabad beechaar.
ਸਤਿਗੁਰੁ ਭੇਟੈ ਮੋਖ ਦੁਆਰ॥	satgur bhaytai mokh du-aar.
ਤਤੁ ਨ ਚੀਨੈ ਮਨਮੁਖੁ ਜਲਿ ਜਾਇ॥	tat na cheenai manmukh jal jaa-ay.
ਦੁਰਮਤਿ ਵਿਛੁੜਿ ਚੋਟਾ ਖਾਇ॥	durmat vichhurh chotaa khaa-ay.
ਮਾਨੈ ਹੁਕਮੁ ਸਭੇ ਗੁਣ ਗਿਆਨ॥	maanai hukam sabhay gun gi-aan.
ਨਾਨਕ ਦਰਗਹ ਪਾਵੈ ਮਾਨੁ॥੫੬॥	naanak dargeh paavai maan. ||56||

ਨਾਨਕ ਜੀ! ਪ੍ਰਭ ਦੇ ਸ਼ਬਦ ਨੂੰ ਸਮਝਕੇ ਆਪਣੇ ਜੀਵਨ ਵਿੱਚ ਅਪਣਾਉਣ ਨਾਲ ਮਨ ਦੇ ਬੁਰੇ ਖਿਆਲਾਂ ਦਾ ਨਾਸ ਹੋ ਜਾਂਦਾ ਹੈ । ਕੇਵਲ ਪ੍ਰਭ ਦੀ ਬਖਸ਼ਿਸ਼ ਤੇ ਅਡੋਲ ਭਰੋਸਾ ਰਖਣ, ਸ਼ਬਦ ਦੀ ਸਿਖਿਆਂ ਨਾਲ ਜੀਵਨ ਢਾਲਣ ਨਾਲ ਹੀ ਮੁਕਤੀ ਦਾ ਰਸਤਾ ਬਖਸ਼ਿਸ਼ ਹੋ ਸਕਦਾ ਹੈ । ਜਿਹੜਾ ਜੀਵ ਇਛਾਂ ਦੀਆਂ ਭਟਕਣਾਂ ਦੀ ਅੱਗ ਵਿੱਚ ਹੀ ਰਹਿੰਦਾ ਹੈ । ਉਸ ਨੂੰ ਸ਼ਬਦ ਦੀ, ਪ੍ਰਭ ਦੀ ਕੁਦਰਤ ਦੀ ਸੋਝੀ (ਤਤੁ) ਨਹੀਂ ਹੋ ਸਕਦੀ । ਉਹ ਆਪਣੀ ਮਰਜ਼ੀ ਦਾ ਮਾਲਕ ਹੀ ਬਣਿਆ ਰਹਿੰਦਾ ਹੈ । ਉਸ ਦਾ ਮਨ ਪ੍ਰਭ ਦੇ ਸ਼ਬਦ ਦੀ ਪਾਲਣਾ ਤੋਂ ਦੂਰ, ਬੁਰੇ ਖਿਆਲਾਂ (ਦੁਰਮਤਿ) ਵਿੱਚ ਹੀ ਰਹਿੰਦਾ ਹੈ । ਜਮਾਂ ਦੀਆਂ ਚੋਟਾਂ ਸਹਿਣੀਆਂ ਪੈਂਦੀਆਂ, ਜੂੰਨਾਂ ਦੇ ਚੱਕਰ ਵਿੱਚ ਹੀ ਰਹਿੰਦਾ ਹੈ । ਜਿਹੜਾ ਪ੍ਰਭ ਦੇ ਬਖਸ਼ੇ ਤੇ ਭਰੋਸਾ ਅਡੋਲ ਰਖਦਾ, ਸ਼ਬਦ ਦੀ ਸਿਖਿਆਂ ਨਾਲ ਜੀਵਨ ਬਤੀਤ ਕਰਦਾ ਹੈ । ਉਸ ਨੂੰ ਪ੍ਰਭ ਦੀ ਰਹਿਮਤ ਨਾਲ ਇਹ ਸੋਝੀ ਬਖਸ਼ਿਸ਼ ਹੋ ਜਾਂਦੀ ਹੈ । ਉਸ ਨੂੰ ਪ੍ਰਭ ਦੇ ਦਰਬਾਰ ਵਿੱਚ ਥਾਂ ਬਖਸ਼ਿਸ਼ ਹੋ ਸਕਦੀ, ਜਨਮ ਮਰਨ ਦਾ ਚੱਕਰ ਖਤਮ ਹੋ ਸਕਦਾ ਹੈ ।

Whosoever may understand the essence and adopts the teachings of His Word with steady and stable belief in his day-to-day life; with His mercy and grace, all his evil thoughts may be eliminated. Only by establishing and adopting the teachings of His Word with steady and stable belief in day-to-day life; with His mercy and grace, the right path of acceptance in His Court may be blessed. Whosoever may remain intoxicated with worldly desires; he may never be enlightened with the essence of His Nature, His Word. Self-minded may be driven by his own ego; dominated with evil thoughts and far away from obeying the teachings of His Word. He remains in the cycle of birth and death and endures the miseries of devil of death. Whosoever may adopt the teachings of His Word with steady and stable belief as an ultimate Command; with His mercy and grace, he may be blessed with a place in His Royal palace; his cycle of birth and death may be eliminate

ਸਾਚੁ ਵਖਰੁ ਧਨੁ ਪਲੈ ਹੋਇ॥ ਆਪਿ ਤਰੈ ਤਾਰੇ ਭੀ ਸੋਇ॥	saach vakhar Dhan palai ho-ay. aap tarai taaray bhee so-ay.
ਸਹਜਿ ਰਤਾ ਬੂਝੈ ਪਤਿ ਹੋਇ॥ ਤਾ ਕੀ ਕੀਮਤਿ ਕਰੈ ਨ ਕੋਇ॥	sahj rataa boojhai pat ho-ay. taa kee keemat karai na ko-ay.
ਜਹ ਦੇਖਾ ਤਹ ਰਹਿਆ ਸਮਾਇ॥	jah daykhaa tah rahi-aa samaa-ay.
ਨਾਨਕ ਪਾਰਿ ਪਰੈ ਸਚ ਭਾਇ॥੫੭॥	naanak paar parai sach bhaa-ay. ||57||

ਜਿਹੜਾ ਜੀਵ ਪ੍ਰਭ ਦੇ ਸ਼ਬਦ ਦੀ ਕਮਾਈ ਕਰਦਾ, ਧਨ ਇਕੱਠਾ ਕਰਦਾ ਹੈ । ਪ੍ਰਭ ਦੇ ਸ਼ਬਦ ਦਾ ਧਨ ਹੀ, ਸਦਾ ਸਾਥ ਰਹਿੰਦਾ, ਮੌਤ ਤੋਂ ਪਿਛੋਂ ਵੀ ਸਹਾਈ ਹੁੰਦਾ ਹੈ । ਉਹ ਆਪ ਮੁਕਤ ਹੋ ਜਾਂਦਾ, ਆਪਣੇ ਸਾਥੀਆਂ ਨੂੰ ਪ੍ਰੇਰਨਾ ਕਰਕੇ ਸ਼ਬਦ ਦੀ ਪਾਲਣਾ ਤੇ ਅਡੋਲ ਕਰ ਜਾਂਦਾ ਹੈ । ਜਿਹੜਾ ਜੀਵ ਬੰਦਗੀ ਵਿੱਚ ਲੀਨ ਰਹਿੰਦਾ ਹੈ, ਉਸ ਨੂੰ ਸ਼ਬਦ ਦੀ ਸੋਝੀ ਬਖਸ਼ਿਸ਼ ਹੋ ਜਾਂਦੀ ਹੈ । ਉਸ ਨੂੰ ਦਰਬਾਰ ਵਿੱਚ ਥਾਂ ਬਖਸ਼ਿਸ਼ ਹੋ ਜਾਂਦੀ ਹੈ । ਸ਼ਬਦ ਦੀ ਕਮਾਈ ਦੀ ਕੀਮਤ ਅਮੋਲਕ ਹੈ ਕੋਈ ਜਾਣ ਨਹੀਂ ਸਕਦਾ । ਜਿਹੜਾ ਵੀ ਸ਼ਬਦ ਦੀ ਉਸਤਤ ਗਾਉਂਦਾ ਹੈ, ਉਸ ਨੂੰ ਹੋਰ ਸੋਝੀ ਬਖਸ਼ਿਸ਼ ਹੋ ਜਾਂਦੀ ਹੈ । ਉਹ ਜੀਵ ਬੰਦਗੀ ਵਿੱਚ ਹੀ ਲੀਨ ਰਹਿੰਦਾ ਹੈ । ਸਵਾਸ ਗਰਾਸ ਪ੍ਰਭ ਦੇ ਸ਼ਬਦ ਦਾ ਸਿਮਰਨ ਹੀ ਕਰਦਾ ਹੈ । ਪ੍ਰਭ ਆਪ ਹੀ ਰਹਿਮਤ ਬਖਸ਼ਕੇ, ਆਪਣੇ ਆਪ ਵਿੱਚ ਅਭੇਦ ਕਰ ਲੈਂਦਾ ਹੈ ।

Whosoever may meditate and obeys the teachings of His Word with steady and stable belief in his day-to-day life; with His mercy and grace, he may be blessed with the everlasting wealth of His Word. The earnings of His Word always remain his companion and support in His Court after death for the real purpose of human life opportunity. He may be accepted in His Court. He may inspire his family, associates on the right path of meditation, acceptance in His Court. Whosoever may remain intoxicated in meditation in the void of His Word. He may be enlightened with the essence of His Word. He may be accepted in His Court. The significant of the earnings of His Word may be ambrosial. His Blessings remains beyond the comprehension of His Creation. Whosoever may sing the glory of His Word; with His mercy and grace, he may be blessed with much deeper enlightenment of His Nature. He may remain intoxicated in meditation with each breath in the void of His Word; with His mercy and grace, he may be immersed within His Holy Spirit.

ਸਿਧ ਗੋਸਟਿ - Sidh Gosht. - Page 944

ਕਿਵੇਂ ਸ਼ਬਦ ਦੇ ਅਸਲੀ ਮੰਤਵ ਦੀ ਸੋਝੀ ਹੋ ਸਕਦੀ ਹੈ?

ਪ੍ਰਭ ਦੇ ਸ਼ਬਦ ਨੂੰ ਜੀਵਨ ਦਾ ਅਧਾਰ ਬਣਾਉਣ ਨਾਲ ਮਨ ਦੇ ਬੁਰੇ ਖਿਆਲਾਂ ਦਾ ਨਾਸ ਹੋ ਜਾਂਦਾ ਹੈ । ਕੇਵਲ ਪ੍ਰਭ ਦੀ ਬਖਸ਼ਿਸ਼ ਤੇ ਅਡੋਲ ਭਰੋਸਾ ਰਖਣ, ਸ਼ਬਦ ਦੀ ਸਿਖਿਆਂ ਨਾਲ ਜੀਵਨ ਢਾਲਣ ਨਾਲ ਹੀ ਮੁਕਤੀ ਦਾ ਰਸਤਾ ਬਖਸ਼ਿਸ਼ ਹੋ ਸਕਦਾ ਹੈ । ਪ੍ਰਭ ਦੇ ਬਖਸ਼ੇ ਤੇ ਭਰੋਸਾ ਅਡੋਲ ਰਖਕੇ ਸ਼ਬਦ ਦੀ ਸਿਖਿਆਂ ਨਾਲ ਜੀਵਨ ਬਤੀਤ ਕਰਨ ਨਾਲ ਅਸਲੀ ਰਸਤੇ ਦੀ ਸੋਝੀ ਬਖਸ਼ਿਸ਼ ਹੋ ਜਾਂਦੀ ਹੈ । ਪ੍ਰਭ ਦੇ ਦਰਬਾਰ ਵਿੱਚ ਥਾਂ ਬਖਸ਼ਿਸ਼ ਹੋ ਸਕਦੀ, ਜਨਮ ਮਰਨ ਦਾ ਚੱਕਰ ਖਤਮ ਹੋ ਸਕਦਾ ਹੈ । ਜਿਹੜਾ ਪ੍ਰਭ ਦੇ ਸ਼ਬਦ ਦੀ ਕਮਾਈ ਕਰਦਾ, ਧਨ ਇਕੱਠਾ ਕਰਦਾ ਹੈ । ਪ੍ਰਭ ਦੇ ਸ਼ਬਦ ਦਾ ਧਨ ਹੀ, ਸਦਾ ਸਾਥ ਰਹਿੰਦਾ, ਮੌਤ ਤੋਂ ਪਿਛੋਂ ਵੀ ਸਹਾਈ ਹੁੰਦਾ ਹੈ । ਉਹ ਆਪ ਮੁਕਤ ਹੋ ਜਾਂਦਾ, ਆਪਣੇ ਸਾਥੀਆਂ ਨੂੰ ਪ੍ਰੇਰਨਾ ਕਰਕੇ ਸ਼ਬਦ ਦੀ ਪਾਲਣਾ ਤੇ ਅਡੋਲ ਕਰ ਜਾਂਦਾ ਹੈ । ਜਿਹੜਾ ਜੀਵ ਬੰਦਗੀ ਵਿੱਚ ਲੀਨ ਰਹਿੰਦਾ ਹੈ, ਉਸ ਨੂੰ ਦਰਬਾਰ ਵਿੱਚ ਥਾਂ ਬਖਸ਼ਿਸ਼ ਹੋ ਜਾਂਦੀ ਹੈ । ਸ਼ਬਦ ਦੀ ਕਮਾਈ ਦੀ ਕੀਮਤ ਅਮੋਲਕ ਹੈ ਕੋਈ ਜਾਣ ਨਹੀਂ ਸਕਦਾ । ਜਿਹੜਾ ਸ਼ਬਦ ਦੀ ਪਾਲਣਾ ਵਿੱਚ ਲੀਨ ਰਹਿੰਦਾ, ਉਸ ਨੂੰ ਹੋਰ ਸੋਝੀ ਬਖਸ਼ਿਸ਼ ਹੋ ਜਾਂਦੀ ਹੈ । ਪ੍ਰਭ ਆਪ ਹੀ ਆਪਣੇ ਵਿੱਚ ਅਭੇਦ ਕਰ ਲੈਂਦਾ ਹੈ ।

How to be enlightened with the the real purpose of his human life opportunity?

Whosoever may adopt the teachings of His Word; all his evil thoughts may be eliminated. Only by accepting His Word, Command as an ultimate; the right path of acceptance in His Court may be blessed. He may surrender his self-entity at His Sanctuary; he may be blessed with a place in His Royal palace. His cycle of birth and death may be eliminated. Whosoever may earn the everlasting wealth of His Word. His earnings of His Word remain his companion to be witness in His Court. He may be accepted in His Court. He may inspire his associates on the right path of meditation, acceptance in His Court. Whosoever may remain intoxicated in meditation in the void of His Word; he may be accepted in His Court. His earnings of His Word, remains ambrosial and beyond the comprehension of His Creation. Whosoever may remain intoxicated in the void of His Word; he may be blessed with much deeper enlightenment of His Nature. He may be immersed within His Holy Spirit.

90. **ਮਹਲਾ ੧ ਸਿਧ ਗੋਸਟਿ** (944-9) - **Sidh Gosht 16.**

ਸੁ ਸ਼ਬਦ ਕਾ, ਕਹਾ ਵਾਸੁ ਕਥੀਅਲੇ, ਜਿਤੁ ਤਰੀਐ ਭਵਜਲੁ ਸੰਸਾਰੋ॥	so sabad kaa kahaa vaas kathee-alay jit taree-ai bhavjal sansaaro.
ਤ੍ਰੈ ਸਤ ਅੰਗੁਲ ਵਾਈ ਕਹੀਐ, ਤਿਸੁ ਕਹੁ ਕਵਨ ਅਧਾਰੋ॥	tarai sat angul vaa-ee kahee-ai tis kaho kavan aDhaaro.
ਬੋਲੈ ਖੇਲੈ ਅਸਥਿਰੁ ਹੋਵੈ, ਕਿਉ ਕਰਿ ਅਲਖੁ ਲਖਾਏ॥	bolai khaylai asthir hovai ki-o kar alakh lakhaa-ay.
ਸੁਣਿ ਸੁਆਮੀ ਸਚੁ ਨਾਨਕੁ ਪ੍ਰਣਵੈ, ਅਪਣੇ ਮਨ ਸਮਝਾਏ॥	sun su-aamee sach naanak paranvai apnay man samjhaa-ay.
ਗੁਰਮੁਖਿ ਸਬਦੇ ਸਚਿ ਲਿਵ ਲਾਗੈ, ਕਰਿ ਨਦਰੀ ਮੇਲਿ ਮਿਲਾਏ॥	gurmukh sabday sach liv laagai kar nadree mayl milaa-ay.
ਆਪੇ ਦਾਨਾ ਆਪੇ ਬੀਨਾ, ਪੂਰੈ ਭਾਗਿ ਸਮਾਏ॥੫੮॥	aapay daanaa aapay beenaa poorai bhaag samaa-ay. ‖58‖

ਜੋਗੀ! ਉਹ ਸ਼ਬਦ ਕਿਹੜੇ ਧਾਰਮਕ ਗ੍ਰੰਥ ਵਿੱਚ ਲਿਖੇ ਹਨ । ਜਿਸ ਦੇ ਸਿਮਰਨ ਨਾਲ, ਜੀਵ ਇਸ ਭਿਆਨਕ ਸੰਸਾਰ ਨੂੰ ਪਾਰ ਕਰ ਸਕਦਾ ਹੈ? ਜਦੋਂ ਅਸੀ ਸਵਾਸ ਲੈਂਦੇ ਹਾ ਤਾ ਇਸ ਦੀ ਲੰਬਾਈ ਦਸ ਅੰਗਲਾਂ ਬਣ ਜਾਂਦੀ ਹੈ । ਇਸ ਨੂੰ ਕਿਸ ਦਾ ਸਹਾਰਾ ਹੈ, ਕਿਥੇ ਜਾਂਦੀ ਹੈ? ਕਿਵੇਂ ਬੋਲਦਿਆ, ਚਲਦਿਆ, ਕੰਮ ਕਰਦਿਆ ਆਪਣੇ ਆਪ ਨੂੰ ਅਡੋਲ ਰਖੀਏ? ਕਿਵੇਂ ਨਾ ਦੇਖੇ ਜਾਣੇ ਵਾਲੇ (ਅਲੋਪ) ਪ੍ਰਭ ਦੇ ਦਰਸ਼ਨ ਹੋ ਜਾਣ, ਅਨੁਭਵ ਹੋ ਜਾਵੇ? ਕਿਵੇਂ ਮਨ ਨੂੰ ਸਮਝਾ ਕੇ ਭਰੋਸੇ ਤੇ ਅਡੋਲ ਰਖਿਆ ਜਾ ਸਕਦਾ ਹੈ? ਨਾਨਕ ਜੀ! ਜਿਸ ਜੀਵ ਨੂੰ ਗੁਰਮਖ ਅਵਸਥਾ ਬਖਸ਼ਿਸ਼ ਹੋ ਜਾਂਦੀ ਹੈ । ਉਸ ਨੂੰ ਪ੍ਰਭ ਦੇ ਸ਼ਬਦ ਦੀ ਸੋਝੀ ਬਖਸ਼ਿਸ਼ ਹੋ ਜਾਂਦੀ ਹੈ । ਉਸ ਦੀ ਲਗਨ ਸ਼ਬਦ ਵਿੱਚ ਲਗ ਜਾਂਦੀ ਹੈ । ਪ੍ਰਭ ਆਪ ਹੀ ਰਹਿਮਤ ਬਖਸ਼ਕੇ ਆਪਣੇ ਗਲੇ ਲਗਾ ਲੈਂਦਾ ਹੈ । ਅੰਤਰਜਾਮੀ ਪ੍ਰਭ, ਸਾਰੀਆਂ ਸਿਆਣਪਾਂ ਦੇ ਮਾਲਕ ਨੂੰ ਸ਼ਬਦ ਦੀ ਕਮਾਈ ਦੀ ਪੂਰਨ ਪਰਖ ਹੈ । ਵੱਡੇ ਭਾਗਾਂ ਵਾਲਾ ਹੀ ਪ੍ਰਭ ਦੀ ਜੋਤ ਵਿੱਚ ਅਭੇਦ ਹੋ ਸਕਦਾ ਹੈ ।

Which Holy Scripture has His Ambrosial Word been written? By meditating on the teachings of His Word, one may be accepted in His Court. When we take breath, these expand up to 10 fingers (few inches)! What may support these breathes and where these goes? How may we keep our concentration of the teachings of His Word, while speaking, walking, and performing day-to-day chores of worldly life? How may we realize the existence of beyond visibility, Holy Spirit? How may we establish our belief steady and stable on His Blessings? Whosoever may be blessed with a state of mind as His true devotee; with His mercy and grace, he may be enlightened with the essence of His Word. He may remain intoxicated in meditation in the void of His Word. The Merciful True Master may embrace His true devotee. The Omnipotent, Omniscient True Master is the treasure of all virtues and wisdom. Whosoever may have a great prewritten destiny, only he may immerse within His Holy Spirit.

ਸੁ ਸ਼ਬਦ ਕਉ ਨਿਰੰਤਰਿ ਵਾਸੁ ਅਲਖੰ, ਜਹ ਦੇਖਾ ਤਹ ਸੋਈ॥	so sabad ka-o nirantar vaas alkhaN jah daykhaa tah so-ee.
ਪਵਨ ਕਾ ਵਾਸਾ ਸੁੰਨ ਨਿਵਾਸਾ, ਅਕਲ ਕਲਾ ਧਰ ਸੋਈ॥	pavan kaa vaasaa sunn nivaasaa akal kalaa Dhar so-ee.
ਨਦਰਿ ਕਰੇ ਸਬਦੁ ਘਟ ਮਹਿ ਵਸੈ, ਵਿਚਹੁ ਭਰਮੁ ਗਵਾਏ॥	nadar karay sabad ghat meh vasai vichahu bharam gavaa-ay.
ਤਨੁ ਮਨੁ ਨਿਰਮਲੁ ਨਿਰਮਲ ਬਾਣੀ, ਨਾਮੋੁ ਮੰਨਿ ਵਸਾਏ॥	tan man nirmal nirmal banee naamo man vasaa-ay.
ਸਬਦਿ ਗੁਰੂ ਭਵਸਾਗਰੁ ਤਰੀਐ, ਇਤ ਉਤ ਏਕੋ ਜਾਣੈ॥	sabad guroo bhavsaagar taree-ai it ut ayko jaanai.
ਚਿਹਨੁ ਵਰਨੁ ਨਹੀ ਛਾਇਆ ਮਾਇਆ,	chihan varan nahee chhaa-i-aa maa-i-aa
ਨਾਨਕ ਸਬਦੁ ਪਛਾਣੈ॥੫੯॥	naanak sabad pachhaanai. ‖59‖

ਨਾਨਕ ਜੀ! ਜਿਸ ਜੀਵ ਦੇ ਹਿਰਦੇ ਵਿੱਚ ਪ੍ਰਭ ਦਾ ਸ਼ਬਦ ਘਰ ਕਰ ਜਾਂਦਾ ਹੈ । ਉਸ ਨੂੰ ਗੁਪਤ ਪ੍ਰਭ ਹਰ ਥਾਂ, ਹਰ ਵਾਲੇ ਨਜ਼ਰ ਆਉਂਦਾ, ਦਿਖਾਈ ਦੇਂਦਾ ਹੈ । ਜਿਵੇਂ ਹਵਾ ਦਾ ਕੋਈ ਸਿਥਤ ਥਾਂ ਨਹੀਂ ਹੁੰਦਾ, ਪਰ ਹਰਇਕ ਥਾਂ ਤੇ ਹੀ ਮੌਜੂਦ ਹੰਦੀ ਹੈ । ਸੁੰਨੇ ਥਾਂ ਤੇ ਵੀ ਜਿਥੇ ਕੋਈ ਨਾ ਵਸਦਾ ਹੋਵੇ । ਇਸਤਰ੍ਹਾਂ ਪ੍ਰਭ ਵੀ ਹਰ ਥਾਂ ਮੌਜੂਦ,

ਵਾਪਰਦਾ ਹੈ । ਜਿਸ ਤੇ ਪ੍ਰਭ ਰਹਿਮਤ ਬਖਸ਼ਦਾ ਹੈ, ਉਸ ਦੇ ਭਰਮ ਭੁਲੇਖੇ ਦੂਰ ਹੋ ਜਾਂਦੇ ਹਨ । ਉਸ ਦਾ ਮਨ ਸ਼ਬਦ ਵਿੱਚ ਅਡੋਲ, ਲੀਨ ਹੋ ਜਾਂਦਾ ਹੈ । ਉਸ ਜੀਵ ਦਾ ਤਨ, ਮਨ ਪਵਿੱਤਰ ਸ਼ਬਦ ਨਾਲ ਪਵਿੱਤਰ ਹੋ ਜਾਂਦਾ ਹੈ । ਪ੍ਰਭ ਦਾ ਸ਼ਬਦ ਮਨ ਵਿੱਚ ਘਰ ਕਰ ਜਾਂਦਾ ਹੈ, ਸਵਾਸ ਗਰਾਸ ਸ਼ਬਦ ਦੀ ਸਦਾ ਚਲਣ ਵਾਲੀ ਧੁਨ ਸੁਣਾਈ ਦੇਂਦੀ ਹੈ । ਸ਼ਬਦ ਨੂੰ ਅਪਣਾਉਣ ਨਾਲ ਇਸ ਭਿਆਨਕ ਸਾਗਰ ਨੂੰ ਪਾਰ ਕੀਤਾ ਜਾ ਸਕਦਾ ਹੈ । ਇਥੇ, ਉਥੇ ਪ੍ਰਭ ਆਪ ਹੀ ਰਖਵਾਲਾ ਹੈ । ਜਿਸ ਜੀਵ ਨੂੰ ਸ਼ਬਦ ਦੀ ਸੋਝੀ ਹੋ ਜਾਂਦੀ ਹੈ । ਉਸ ਨੂੰ ਰੂਪ, ਰੰਗ, ਗ਼ਰੀਬ, ਅਮੀਰ, ਨਿਮਾਨੇ ਵਿੱਚ ਕੋਈ ਫਰਕ ਨਜ਼ਰ ਨਹੀਂ ਆਉਂਦਾ ।

Whosoever may remain drenched with the essence of His Word; with His mercy and grace, he may realize His Holy Spirit prevailing everywhere. As air may not have any fixed place; however, air remains present everywhere, even in void; where no one may dwell, even in the hole of a snake. Same way His Holy Spirit remains omnipresent and prevails everywhere. Whosever may be blessed with His Blessed Vision; all his suspicions of worldly rituals may be eliminated. He remains intoxicated in meditation in the void of His Word; his mind, body and soul may be sanctified to become worthy of His Consideration. His Word remains drenched within his heart! He may hear the everlasting echo of His Word resonating within his heart non-stop. Whosoever may adopt the teachings of His Word with steady and stable belief in his day-to-day life; with His mercy and grace, he may be blessed with the right path of acceptance in His Court. The True Master remains his protector, in the universe and in His Court after death. Whosoever may be blessed with the enlightenment of His Word; he may not discriminate based on beauty, color, worldly status, rich or poor.

ਤ੍ਰੈ ਸਤ ਅੰਗੁਲ ਵਾਈ, ਅਉਧੂ ਸੁੰਨ ਸਚੁ ਆਹਾਰੋ॥ — tarai sat angul vaa-ee a-oDhoo sunn sach aahaaro.
ਗੁਰਮੁਖਿ ਬੋਲੈ ਤਤੁ ਬਿਰੋਲੈ, ਚੀਨੈ ਅਲਖ ਅਪਾਰੋ॥ — gurmukh bolai tat birolai cheenai alakh apaaro.
ਤ੍ਰੈ ਗੁਣ ਮੇਟੈ ਸਬਦੁ ਵਸਾਏ, ਤਾ ਮਨਿ ਚੂਕੈ ਅਹੰਕਾਰੋ॥ — tarai gun maytai sabad vasaa-ay taa man chookai ahankaaro.
ਅੰਤਰਿ ਬਾਹਰਿ ਏਕੋ ਜਾਣੈ, ਤਾ ਹਰਿ ਨਾਮਿ ਲਗੈ ਪਿਆਰੋ॥ — antar baahar ayko jaanai taa har naam lagai pi-aaro.
ਸੁਖਮਨਾ ਇੜਾ ਪਿੰਗੁਲਾ ਬੂਝੈ, ਜਾ ਆਪੇ ਅਲਖੁ ਲਖਾਏ॥ — sukhmanaa irhaa pingulaa boojhai jaa aapay alakh lakhaa-ay.
ਨਾਨਕ ਤਿਹੁ ਤੇ ਊਪਰਿ ਸਾਚਾ, ਸਤਿਗੁਰ ਸਬਦਿ ਸਮਾਏ॥੬੦॥ — naanak tihu tay oopar saachaa satgur sabad samaa-ay. ||60||

ਨਾਨਕ ਜੀ! ਇਹ ਸਵਾਸ ਜਿਸ ਦੀ ਲੰਬਾਈ ਦਸ ਉਗਲਾਂ ਬਣ ਜਾਂਦੀ ਹੈ । ਇਸ ਨੂੰ ਸਹਾਰਾ ਦੇਣ ਵਾਲਾ ਪ੍ਰਭ ਦਾ ਸ਼ਬਦ ਹੀ ਹੁੰਦਾ ਹੈ, ਉਹ ਹੀ ਅਸਲੀ ਮਾਲਕ ਹੈ । ਗੁਰਮਖ ਦੇ ਬੋਲ, ਕੇਵਲ ਪ੍ਰਭ ਦੇ ਸ਼ਬਦ ਨੂੰ ਜੀਵਨ ਵਿੱਚ ਵਸਾਉਣ ਦਾ, ਅਸਲੀ ਰੂਹਾਨੀ ਸੋਝੀ ਦਾ ਹੀ ਵਿਚਾਰ ਕਰਦੇ ਹਨ । ਉਹ, ਪ੍ਰਭ ਦੇ ਸ਼ਬਦ ਦੀ ਸੋਝੀ ਵਿਚੋਂ ਹੀ ਗੁਪਤ ਪ੍ਰਭ ਨੂੰ ਢੂੰਡਦਾ ਹੈ । ਜਿਸ ਦੇ ਹਿਰਦੇ ਵਿੱਚ ਸ਼ਬਦ ਘਰ ਕਰ ਜਾਂਦਾ ਹੈ, ਉਸ ਦੇ ਮਨ ਵਿਚੋਂ ਬੁਰੀਆਂ, ਕਾਮ, ਕਰੋਧ, ਲੋਭ, ਅਹੰਕਾਰ ਖਤਮ ਹੋ ਜਾਂਦੀਆਂ ਹਨ । ਉਸ ਜੀਵ ਨੂੰ ਹਰ ਪਾਸੇ, ਆਪਣੇ ਅੰਦਰ, ਸ੍ਰਿਸ਼ਟੀ ਵਿੱਚ ਪ੍ਰਭ ਹੀ ਦਿਖਾਈ ਦੇਂਦਾ ਹੈ । ਉਸ ਦੇ ਸ਼ਬਦ ਵਿੱਚ ਹੀ ਅੰਨਦ ਮਾਣਦਾ ਹੈ, ਬਾਕੀ ਇਛਾਂ ਖਤਮ ਹੋ ਜਾਂਦੀਆਂ ਹਨ । ਜਿਸੇ ਤੇ ਪ੍ਰਭ ਦੀ ਰਹਿਮਤ ਬਖਸ਼ਿਸ਼ ਹੋ ਜਾਂਦੀ ਹੈ! ਭਾਵੇ ਉਹ ਸਿਆਣਾ, ਮੂਰਖ, ਤੰਦਰੁਸਤ, ਜਾ ਪਿੰਗਲਾ ਹੋਵੇ । ਉਸ ਨੂੰ ਸ਼ਬਦ ਦੀ ਸੋਝੀ ਬਖਸ਼ਿਸ਼ ਹੋ ਜਾਂਦੀ ਹੈ, ਉਹ ਬੰਦਗੀ ਤੇ ਲਗ ਪੈਂਦਾ ਹੈ । ਜਿਸ ਦੇ ਸਿਰ ਤੇ ਅਟਲ ਪ੍ਰਭ ਦੀ ਰਹਿਮਤ ਦੀ ਰਖਿਆ ਹੋਵੇ । ਉਹ ਹੀ ਪ੍ਰਭ ਦੇ ਦਰਬਾਰ ਵਿੱਚ ਪ੍ਰਵਾਨ ਹੁੰਦਾ ਹੈ ।

The few (10) inches long breaths are supported by His Word; The True Master. His true devotee may only sermons the glory, spiritual significance, and path to adopt the teachings of His Word in his day-to-day life. He may be blessed with His Blessed Vision from the enlightenment of the essence of His Word from within his mind. Whosoever may remain drenched with the essence of His Word; all the demons of evil desires, like sexual urge, anger, attachments, and ego of worldly status may be eliminated. He may only visualize His Holy Spirit prevailing within his body, mind and within everyone. He may enjoy peace, pleasure, contentment with his own worldly environments; his all-other desires may be eliminated. Whosoever may be blessed with His Blessed Vision; he may be wise, ignorant, rich, poor, healthy, orphan; everyone may be enlightened. He may remain intoxicated in meditation on the essence of His Word. Whosoever may be protected, accepted in His Sanctuary, he may be accepted in His Court.

ਸਿਧ ਗੋਸਟਿ - Sidh Gosht. - Page 944
ਕਿਵੇਂ ਮਨ ਨੂੰ ਸਮਝਾ ਕੇ ਭਰੋਸੇ ਤੇ ਅਡੋਲ ਰਖਿਆ ਜਾ ਸਕਦਾ ਹੈ?
ਜਿਹੜਾ ਪ੍ਰਭ ਦੀ ਹੋਂਦ ਤੇ ਅਡੋਲ ਭਰੋਸਾ ਰਖ ਕੇ ਆਪਣੇ ਅੰਦਰੋਂ ਖੋਜ ਕਰਦਾ ਹੈ, ਸ਼ਬਦ ਨੂੰ ਅਪਣਾਉਣ ਨਾਲ ਭਿਆਨਕ ਸਾਗਰ ਨੂੰ ਪਾਰ ਕੀਤਾ ਜਾ ਸਕਦਾ ਹੈ । ਸਵਾਸ ਦੀ ਦਸ ਉਗਲਾਂ ਲੰਬਾਈ ਨੂੰ ਸਹਾਰਾ ਦੇਣ ਵਾਲਾ ਪ੍ਰਭ ਦਾ ਸ਼ਬਦ ਹੀ ਹੁੰਦਾ ਹੈ, ਉਹ ਹੀ ਅਸਲੀ ਮਾਲਕ ਹੈ । ਜਿਹੜਾ ਮਨ ਅੰਦਰ ਸਦਾ ਚਲਣ ਵਾਲੀ ਧੁਨ ਵਿੱਚ ਲੀਨ ਹੋ ਜਾਂਦਾ, ਅੰਤਰਜਾਮੀ ਸਾਰੀਆਂ ਸਿਆਣਪਾਂ ਦੇ ਮਾਲਕ ਨੂੰ ਸ਼ਬਦ ਦੀ ਕਮਾਈ ਦੀ ਪੂਰਨ ਪਰਖ ਹੈ । ਜਿਵੇਂ ਹਵਾ ਹਰਇਕ ਥਾਂ ਤੇ ਹੀ ਮੌਜੂਦ ਹੰਦੀ ਹੈ । ਸੁੰਨੇ ਥਾਂ ਤੇ ਵੀ ਜਿਥੇ ਕੋਈ ਨਾ ਵਸਦਾ ਹੋਵੇ । ਇਸਤਰ੍ਹਾਂ ਪ੍ਰਭ ਵੀ ਹਰ ਥਾਂ ਮੌਜੂਦ, ਵਾਪਰਦਾ ਹੈ । ਜਿਸ ਦੇ ਮਨ ਵਿੱਚ ਪ੍ਰਭ ਦਾ ਸ਼ਬਦ ਘਰ ਕਰ ਜਾਂਦਾ ਹੈ । ਉਸ ਨੂੰ ਗੁਪਤ ਪ੍ਰਭ ਹਰ ਥਾਂ, ਹਰ ਵਾਲੇ ਨਜ਼ਰ ਆਉਂਦਾ, ਦਿਖਾਈ ਦੇਂਦਾ ਹੈ । ਗੁਰਮਖ ਰੂਹਾਨੀ ਸੋਝੀ ਵਿਚੋਂ ਹੀ ਗੁਪਤ ਪ੍ਰਭ ਨੂੰ ਢੂੰਡਦਾ ਹੈ । ਜਿਸ ਜੀਵ ਦਾ ਤਨ, ਮਨ ਪਵਿੱਤਰ ਸ਼ਬਦ ਨਾਲ ਪਵਿੱਤਰ ਹੋ ਜਾਂਦਾ, ਦਾ ਸ਼ਬਦ ਮਨ ਵਿੱਚ ਘਰ ਕਰ ਜਾਂਦਾ, ਉਸ ਨੂੰ ਸਦਾ ਚਲਣ ਵਾਲੀ ਧੁਨ ਸੁਣਾਈ ਦੇਂਦੀ ਹੈ । ਉਹ ਹੀ ਪ੍ਰਭ ਦੇ ਦਰਬਾਰ ਵਿੱਚ ਪ੍ਰਵਾਨ ਹੁੰਦਾ ਹੈ ।
How may we establish our belief steady and stable on His Blessings?
Whosoever may be blessed with a state of mind as His true devotee; he may be enlightened with the essence! He may remain intoxicated in the void of His Word. The few (10) inches long breaths are supported by His Word; The True Master. Whosever may remain intoxicated in meditation in the void of His Word; His Word remains drenched within; hears the everlasting echo of His Word resonating within, his heart non-stop. As air may not have any fixed place; however, air remains present everywhere, even in void; where no one may dwell, even in the hole of a snake. Same way His Holy Spirit remains omnipresent and prevails everywhere. Whosoever may remain drenched with the essence of His Word; with His mercy and grace, he may realize His Holy Spirit prevailing everywhere. Whosoever may remain drenched with the essence of His Word; he may conquer demons of worldly desires; He may only visualize His Holy Spirit prevailing within everyone.

91. **ਮਹਲਾ ੧ ਸਿਧ ਗੋਸਟਿ** (944-19) - **Sidh Gosht 17. – Yogi - Nanak Ji!**

ਮਨ ਕਾ ਜੀਉ ਪਵਨੁ ਕਥੀਅਲੇ, ਪਵਨੁ ਕਹਾ ਰਸੁ ਖਾਈ॥	man kaa jee-o pavan kathee-alay pavan kahaa ras khaa-ee.
ਗਿਆਨ ਕੀ ਮੁਦ੍ਰਾ ਕਵਨ ਅਉਧੂ, ਸਿਧ ਕੀ ਕਵਨ ਕਮਾਈ॥	gi-aan kee mudraa kavan a-oDhoo siDh kee kavan kamaa-ee.
ਬਿਨੁ ਸਬਦੈ ਰਸੁ ਨ ਆਵੈ, ਅਉਧੂ ਹਉਮੈ ਪਿਆਸ ਨ ਜਾਈ॥	bin sabdai ras na aavai a-oDhoo ha-umai pi-aas na jaa-ee.
ਸਬਦਿ ਰਤੇ ਅੰਮ੍ਰਿਤ ਰਸੁ ਪਾਇਆ, ਸਾਚੇ ਰਹੇ ਅਘਾਈ॥	sabad ratay amrit ras paa-i-aa saachay rahay aghaa-ee.
ਕਵਨ ਬੁਧਿ ਜਿਤੁ ਅਸਥਿਰੁ ਰਹੀਐ, ਕਿਤੁ ਭੋਜਨਿ ਤ੍ਰਿਪਤਾਸੈ॥	kavan buDh jit asthir rahee-ai kit bhojan tariptaasai.
ਨਾਨਕ ਦੁਖੁ ਸੁਖੁ ਸਮ ਕਰਿ ਜਾਪੈ, ਸਤਿਗੁਰ ਤੇ ਕਾਲੁ ਨ ਗ੍ਰਾਸੈ॥੬੧॥	naanak dukh sukh sam kar jaapai satgur tay kaal na garaasai. ||61||

ਜੋਗੀ! ਇਹ ਦੱਸਿਆ ਗਿਆ ਹੈ! ਕਿ ਆਤਮਾ ਹਵਾ ਦੇ ਆਸਰੇ ਤੇ ਜਿਉਂਦੀ ਹੈ । ਹਵਾ ਕੀ ਖਾਂਦੀ ਹੈ, ਉਸ ਦਾ ਭੋਜਨ ਕੀ ਹੈ? ਕਿਹੜੀਆਂ ਮੁੰਦ੍ਰਾਂ, ਨਿਯਮ ਨਾਲ ਗਿਆਨ, ਸਿਧੀ ਪਾਈ ਜਾ ਸਕਦੀ ਹੈ? ਸਿਧੀ ਦੀ ਕੀ ਕਮਾਈ ਹੈ? ਇਸ ਨਾਲ ਕੀ ਪ੍ਰਾਪਤ ਹੁੰਦਾ ਹੈ? ਨਾਨਕ ਜੀ! ਪ੍ਰਭ ਦੇ ਸ਼ਬਦ ਨੂੰ ਸਮਝਕੇ ਅਪਣਾਉਣ ਤੋਂ ਬਿਨਾਂ, ਪ੍ਰਭ ਦੇ ਸ਼ਬਦ ਦਾ ਪੂਰਾ ਰਸ ਮਾਨਿਆ ਨਹੀਂ ਜਾ ਸਕਦਾ । ਮਨ ਵਿਚੋਂ ਅਹੰਕਾਰ, ਇਛਾਂ ਦੀ ਭਟਕਣ ਦੂਰ ਨਹੀਂ ਹੁੰਦੀ । ਜਿਹੜਾ ਪ੍ਰਭ ਦੇ ਸ਼ਬਦ ਵਿੱਚ, ਸ਼ਬਦ ਵਿੱਚ ਲੀਨ ਹੋ ਜਾਂਦਾ ਹੈ । ਉਸ ਨੂੰ ਪੂਰਨ ਸ਼ਾਂਤੀ ਵਾਲਾ ਆਸਣ ਬਖਸ਼ਿਸ਼ ਹੋ ਜਾਂਦਾ ਹੈ । ਉਸ ਵਿੱਚ ਹੀ ਅਨੰਦ ਮਾਣਦਾ, ਮਸਤ ਰਹਿੰਦਾ, ਅਭੇਦ ਹੋ ਜਾਂਦਾ ਹੈ । ਜੋਗੀ! ਕਿਹੜੀ ਸੋਝੀ, ਸਿਆਣਪ ਨਾਲ ਮਨ ਅਡੋਲ ਕੀਤਾ ਜਾ ਸਕਦਾ ਹੈ? ਕਿਹੜੇ ਭੋਜਨ ਨਾਲ ਮਨ ਦੀਆਂ ਇਛਾਂ ਦੀ ਪਿਆਸ ਬੁਝ ਜਾਂਦੀ, ਖਤਮ ਹੋ ਜਾਂਦੀ ਹੈ? ਨਾਨਕ ਜੀ! ਜਿਸ ਅਵਸਥਾ ਵਿੱਚ ਦੁਖ, ਸੁਖ ਵਿੱਚ ਕੋਈ ਅੰਤਰ ਮਹਿਸੂਸ ਨਹੀਂ ਹੁੰਦਾ, ਜਿਹੜਾ ਸੁਖ, ਦੁਖ ਵਿੱਚ ਨਿਰਾਰਾ ਰਹਿੰਦਾ ਹੈ । ਉਸ ਤੇ ਪ੍ਰਭ ਦੀ ਰਹਿਮਤ ਬਖਸ਼ਿਸ਼ ਹੋ ਜਾਂਦੀ, ਮੌਤ ਦਾ ਡਰ ਖਤਮ ਹੋ ਜਾਂਦਾ ਹੈ ।

Yogi! All worldly religions believe: We are alive only with breath; our soul may survive in the universe with air (breath). What may be the nourishment for air? What may the ear rings, guiding principles to be enlightened; our soul may become worthy of His Consideration? What may be the earnings of His Word, wealthy of His Considerations, enlightenment? What may be blessed with earnings of His Word? Nanak Ji! Without adopting the teachings of His Word, no one may realize complete pleasure of the virtues of His Word. He may not conquer, his ego of worldly status; his frustration may not be eliminated. Whosoever may remain intoxicated in obeying the teachings of His Word; with His mercy and grace, he may be blessed with complete peace of mind and contentment with his own worldly environments. He may be blessed with the right path of acceptance in His Court. Yogi! What wisdom, enlightenment of His Word may conquer mind, the frustrations of demons of worldly desires? Nanak Ji! Whosoever may not realize any distinction between miseries and pleasure of worldly life; he may remain in blossom singing the glory of His Blessings, in all pleasures, or miseries; with His mercy and grace, his fear of death along with his cycle of birth and death may be eliminated.

ਸਿਧ ਗੋਸਟਿ - Sidh Gosht - Page 944
ਕਿਹੜੇ ਭੋਜਨ ਨਾਲ ਮਨ ਦੀਆਂ ਇਛਾਂ ਦੀ ਪਿਆਸ ਬੁਝ ਜਾਂਦੀ, ਖਤਮ ਹੋ ਜਾਂਦੀ ਹੈ?
ਜਿਹੜਾ ਪ੍ਰਭ ਦੇ ਸ਼ਬਦ ਵਿੱਚ, ਸ਼ਬਦ ਵਿੱਚ ਲੀਨ ਹੋ ਜਾਂਦਾ ਹੈ । ਉਸ ਨੂੰ ਪੂਰਨ ਸ਼ਾਂਤੀ ਵਾਲਾ ਆਸਣ ਬਖਸ਼ਿਸ਼ ਹੋ ਜਾਂਦਾ ਹੈ । ਉਸ ਵਿੱਚ ਹੀ ਅਨੰਦ ਮਾਣਦਾ, ਮਸਤ ਰਹਿੰਦਾ, ਉਸ ਵਿੱਚ ਹੀ ਅਭੇਦ ਹੋ ਜਾਂਦਾ ਹੈ । ਪ੍ਰਭ ਦੇ ਸ਼ਬਦ ਨੂੰ ਸਮਝਕੇ ਅਪਣਾਉਣ ਨਾਲ ਪ੍ਰਭ ਦੇ ਸ਼ਬਦ ਦਾ ਪੂਰਾ ਰਸ ਮਾਨਿਆ ਜਾ ਸਕਦਾ । ਮਨ ਵਿਚੋਂ ਅਹੰਕਾਰ, ਇਛਾਂ ਦੀ ਭਟਕਣ ਦੂਰ ਹੁੰਦੀ ਹੈ । ਨਾਨਕ ਜੀ! ਜਿਸ ਅਵਸਥਾ ਵਿੱਚ ਦੁਖ, ਸੁਖ ਵਿੱਚ ਕੋਈ ਅੰਤਰ ਮਹਿਸੂਸ ਨਹੀਂ ਹੁੰਦਾ, ਜਿਹੜਾ ਸੁਖ, ਦੁਖ ਵਿੱਚ ਨਿਰਾਰਾ ਰਹਿੰਦਾ ਹੈ । ਉਸ ਤੇ ਪ੍ਰਭ ਦੀ ਰਹਿਮਤ ਬਖਸ਼ਿਸ਼ ਹੋ ਜਾਂਦੀ, ਮੌਤ ਦਾ ਡਰ ਖਤਮ ਹੋ ਜਾਂਦਾ ਹੈ ।
How to conquer worldly desires?
Whosoever may remain intoxicated in in the void His Word; he may remain in peace and contentment with his own worldly environments. He may be blessed with the right path of acceptance in His Court. Whosoever may adopt the teachings of His Word, only he may realize complete pleasure of the virtues of His Word. With what wisdom, enlightenment of His Word may we conquer the demons of worldly desires? Whosoever may not realize any distinction between miseries and pleasure of worldly life; his fear of death may be eliminated along with his cycle of birth and death.

ਰੰਗਿ ਨ ਰਾਤਾ ਰਸਿ ਨਹੀ ਮਾਤਾ॥	rang na raataa ras nahee maataa.
ਬਿਨੁ ਗੁਰ ਸਬਦੈ ਜਲਿ ਬਲਿ ਤਾਤਾ॥	bin gur sabdai jal bal taataa.
ਬਿੰਦੁ ਨ ਰਾਖਿਆ ਸਬਦੁ ਨ ਭਾਖਿਆ॥	bind na raakhi-aa sabad na bhaakhi-aa.
ਪਵਨੁ ਨ ਸਾਧਿਆ ਸਚੁ ਨ ਅਰਾਧਿਆ॥	pavan na saaDhi-aa sach na araaDhi-aa.
ਅਕਥ ਕਥਾ ਲੇ ਸਮ ਕਰਿ ਰਹੈ॥	akath kathaa lay sam kar rahai.
ਤਉ ਨਾਨਕ ਆਤਮ ਰਾਮ ਕਉ ਲਹੈ॥੬੨॥	ta-o naanak aatam raam ka-o lahai. ||62||

ਨਾਨਕ ਜੀ! ਜਿਹੜਾ ਪ੍ਰਭ ਦੇ ਸ਼ਬਦ ਦਾ ਸਿਮਰਨ ਨਹੀਂ ਕਰਦਾ, ਲਿਵ ਨਹੀਂ ਲਾਉਂਦਾ । ਉਸ ਦੀ ਸੁਰਤੀ ਪ੍ਰਭ ਦੀ ਹੋਂਦ ਵਿੱਚ ਨਹੀਂ ਜਾਂਦੀ । ਉਸ ਨੂੰ ਪ੍ਰਭ ਦੇ ਸ਼ਬਦ ਦੀ ਸੋਝੀ ਬਖਸ਼ਿਸ਼ ਨਹੀਂ ਹੁੰਦੀ । ਪ੍ਰਭ ਦੇ ਸ਼ਬਦ ਨੂੰ ਆਪਣੇ ਜੀਵਨ ਵਿੱਚ ਢਾਲਣ ਤੋਂ ਬਿਨਾਂ, ਜੀਵ ਮਨ ਦੀਆਂ ਇਛਾਂ ਦੀਆਂ ਭਟਕਣਾਂ ਵਿੱਚ ਹੀ ਰਹਿੰਦਾ ਹੈ । ਜਿਹੜਾ ਜੀਵ ਆਪਣੀ ਕਾਮ ਵਾਸ਼ਨਾ ਤੇ ਕਾਬੂ ਨਹੀਂ ਰਖਦਾ । ਸ਼ਬਦ ਦੇ ਅਧਾਰ ਤੇ ਜੀਵਨ ਨਹੀਂ ਬਤੀਤ ਕਰਦਾ । ਉਹ ਹੋਰ ਕਿਸੇ ਇਛਾਂ (ਹਵਾ, ਸਵਾਸਾਂ) ਨੂੰ ਕਾਬੂ ਵਿੱਚ ਨਹੀਂ ਰਖ ਸਕਦਾ । ਉਹ ਪ੍ਰਭ ਦੇ ਸ਼ਬਦ ਦੀ ਬੰਦਗੀ ਨਹੀਂ ਕਰ ਸਕਦਾ । ਪ੍ਰਭ ਦੇ ਸ਼ਬਦ ਦਾ ਪੂਰਨ ਵਖਿਆਣ ਨਹੀਂ ਕੀਤਾ ਜਾ ਸਕਦਾ । ਜਿਹੜਾ ਜੀਵ ਪ੍ਰਭ ਦੇ ਸ਼ਬਦ ਦੀ ਅਡੋਲ ਭਰੋਸੇ ਨਾਲ ਪਾਲਣਾ ਕਰਦਾ ਹੈ । ਪ੍ਰਭ ਦੀ ਰਹਿਮਤ ਨਾਲ, ਉਸ ਨੂੰ ਪ੍ਰਵਾਨਗੀ ਦਾ ਰਸਤਾ ਬਖਸ਼ਿਸ਼ ਹੋ ਜਾਂਦਾ ਹੈ ।

Nanak Ji! Whosoever may not meditate nor obeys the teachings of His Word; he may not realize the real purpose of his human life opportunity. He may not realize His Holy Spirit prevailing within every creature. He may never be blessed with the enlightenment of the essence of His Word. Without adopting the teachings of His Word with steady and stable in day-to-day life; he may remain in frustration of worldly desires. Whosoever may not control, conquer his sexual urge for strange women; he may never adopt the teachings of His Word in his day-to-day life. He may never be blessed to control his worldly desires, his breathes. His Word, His Nature remains beyond the complete comprehension and explanation of His

Creation. Whosoever may obey the teachings of His Word with steady and stable belief in his day-to-day life; with His mercy and grace, he may be blessed with the right path of acceptance in His Court.

ਗੁਰ ਪਰਸਾਦੀ ਰੰਗੇ ਰਾਤਾ॥	gur parsaadee rangay raataa.
ਅੰਮ੍ਰਿਤੁ ਪੀਆ ਸਾਚੇ ਮਾਤਾ॥	amrit pee-aa saachay maataa.
ਗੁਰ ਵੀਚਾਰੀ ਅਗਨਿ ਨਿਵਾਰੀ॥	gur veechaaree agan nivaaree.
ਅਪਿਉ ਪੀਓ ਆਤਮ ਸੁਖੁ ਧਾਰੀ॥	api-o pee-o aatam sukh Dhaaree.
ਸਚੁ ਅਰਾਧਿਆ ਗੁਰਮੁਖਿ ਤਰੁ ਤਾਰੀ॥	sach araaDhi-aa gurmukh tar taaree.
ਨਾਨਕ ਬੂਝੈ ਕੋ ਵੀਚਾਰੀ॥੬੩॥	naanak boojhai ko veechaaree. ||63||

ਪ੍ਰਭ ਦੀ ਕ੍ਰਿਪਾ ਨਾਲ ਹੀ ਕੋਈ ਜੀਵ ਸ਼ਬਦ ਵਿੱਚ ਲੀਨ ਹੋ ਸਕਦਾ, ਸ਼ਬਦ ਰੂਪੀ ਅੰਮ੍ਰਿਤ ਦਾ ਅਨੰਦ ਮਾਨਦਾ, ਜੀਵਨ ਢਾਲਦਾ ਹੈ । ਉਸ ਦੇ ਮਨ ਤੇ ਸਦਾ ਰਹਿਣ ਵਾਲਾ ਅਨੋਖਾ ਹੀ ਨੂਰ ਬਖਸ਼ਿਸ਼ ਹੋ ਜਾਂਦਾ ਹੈ । ਸ਼ਬਦ ਨੂੰ ਅਪਣਾਉਣ ਨਾਲ ਹੀ ਮਨ ਦੀਆਂ ਇਛਾਂ ਦੀ ਭਟਕਣ ਖਤਮ ਹੁੰਦੀ ਹੈ । ਮਨ ਵਿੱਚ ਸ਼ਬਦ ਦੀ ਗੂੰਜ, ਧੁਨ ਸੁਣਾਈ ਦੇਣ ਲਗ ਪੈਂਦੀ ਹੈ । ਮਨ ਨੂੰ ਪੂਰਨ ਸ਼ਾਂਤੀ ਬਖਸ਼ਿਸ਼ ਹੋ ਜਾਂਦੀ ਹੈ, ਸੰਸਾਰਕ ਇਛਾਂ ਦੀ ਅਵਾਜ਼ ਨਹੀਂ ਸੁਣਦੀ । ਅਟਲ ਪ੍ਰਭ ਦੇ ਸ਼ਬਦ ਨੂੰ ਅਪਣਾਉਣ ਨਾਲ, ਗੁਰਮਖ ਅਵਸਥਾ ਬਖਸ਼ਿਸ਼ ਹੋ ਜਾਂਦੀ ਹੈ । ਜਿਸ ਨਾਲ ਜੀਵ ਨੂੰ ਪ੍ਰਵਾਨਗੀ ਬਖਸ਼ਿਸ਼ ਹੋ ਜਾਂਦੀ, ਜਨਮ ਮਰਨ ਦਾ ਚੱਕਰ ਖਤਮ ਹੋ ਜਾਂਦਾ ਹੈ । ਬਹੁਤ ਜੀਵ ਬੰਦਗੀ ਕਰਨਾ, ਸ਼ਬਦ ਦੀ ਪਾਲਣਾ ਕਰਨਾ ਸੋਚਦੇ ਰਹਿੰਦੇ ਹਨ! ਕੋਈ ਵਿਰਲਾ ਹੀ ਇਸ ਤੇ ਚਲਦਾ, ਅਡੋਲ ਰਹਿੰਦਾ ਹੈ, ਪਲੇ ਬੰਨਦਾ ਹੈ ।

Whosoever may be bestowed with His Blessed Vision, he may remain intoxicated in meditation, adopts the teachings of His Word in his day-to-day life. He may enjoy the nectar of the essence of His Word. He may be blessed with everlasting astonishing eternal, spiritual glow on his forehead. All his frustrations of worldly desires may be eliminated. He may hear the everlasting echo of His Word resonating within his heart. He may be blessed with peace of mind and contentment with his own worldly environments. He may be blessed with a state of mind as His true devotee. He may be accepted in His Court; his cycle of birth and death may be eliminated. Many devotees may imagine to meditate, adopt the teachings of His Word in their own day-to-day life; however, very rare may adopt the teachings of His Word in his own day-to-day life.

ਸਿਧ ਗੋਸਟਿ - Sidh Gosht. - Page 945
ਕਿਵੇਂ ਪ੍ਰਭ ਦੀ ਹੋਂਦ ਦੀ ਸੋਝੀ ਬਖਸ਼ਿਸ਼ ਹੋ ਸਕਦੀ ਹੈ?
ਜਿਹੜਾ ਪ੍ਰਭ ਦੇ ਸ਼ਬਦ ਦੇ ਸਿਮਰਨ ਵਿੱਚ ਲਿਵ ਲਾਉਂਦਾ । ਉਸ ਨੂੰ ਸ਼ਬਦ ਦੀ ਸੋਝੀ, ਪ੍ਰਭ ਦੀ ਹੋਂਦ ਦੀ ਸੋਝੀ ਹੋ ਜਾਂਦੀ । ਪ੍ਰਭ ਦੇ ਸ਼ਬਦ ਨੂੰ ਆਪਣੇ ਜੀਵਨ ਵਿੱਚ ਢਾਲਣ ਨਾਲ ਮਨ ਦੀਆਂ ਇਛਾਂ ਦੀਆਂ ਭਟਕਣਾਂ ਦੂਰ ਹੋ ਜਾਂਦੀਆਂ ਹਨ! ਜਿਹੜਾ ਸ਼ਬਦ ਦੇ ਅਧਾਰ ਤੇ ਜੀਵਨ ਬਤੀਤ ਕਰਦਾ । ਉਹ ਹੋਰ ਇਛਾਂ (ਹਵਾ, ਸਵਾਸਾਂ) ਨੂੰ ਕਾਬੂ ਵਿੱਚ ਰਖ ਸਕਦਾ ਹੈ । ਉਸ ਨੂੰ ਪ੍ਰਵਾਨਗੀ ਦਾ ਰਸਤਾ ਬਖਸ਼ਿਸ਼ ਹੋ ਜਾਂਦਾ ਹੈ । ਉਹ ਸ਼ਬਦ ਵਿੱਚ ਲੀਨ ਹੋਇਆ, ਸ਼ਬਦ ਰੂਪੀ ਅੰਮ੍ਰਿਤ ਦਾ ਅਨੰਦ ਮਾਨਦਾ, ਜੀਵਨ ਢਾਲਦਾ ਹੈ । ਉਸ ਦੇ ਮਨ ਤੇ ਸਦਾ ਰਹਿਣ ਵਾਲਾ ਅਨੋਖਾ ਹੀ ਨੂਰ ਬਖਸ਼ਿਸ਼ ਹੋ ਜਾਂਦਾ, ਮਨ ਦੀਆਂ ਇਛਾਂ ਦੀ ਭਟਕਣ ਖਤਮ ਹੁੰਦੀ ਹੈ । ਮਨ ਵਿੱਚ ਸ਼ਬਦ ਦੀ ਗੂੰਜ, ਧੁਨ ਸੁਣਾਈ ਦੇਣ ਲਗ ਪੈਂਦੀ ਹੈ । ਮਨ ਨੂੰ ਪੂਰਨ ਸ਼ਾਂਤੀ ਬਖਸ਼ਿਸ਼ ਹੋ ਜਾਂਦੀ ਹੈ, ਸੰਸਾਰਕ ਇਛਾਂ ਦੀ ਅਵਾਜ਼ ਨਹੀਂ ਸੁਣਦੀ । ਉਸ ਨੂੰ ਗੁਰਮਖ ਅਵਸਥਾ ਬਖਸ਼ਿਸ਼ ਹੋ ਜਾਂਦੀ ਹੈ । ਉਸ ਨੂੰ ਪ੍ਰਵਾਨਗੀ ਬਖਸ਼ਿਸ਼ ਹੋ ਜਾਂਦੀ, ਜਨਮ ਮਰਨ ਦਾ ਚੱਕਰ ਖਤਮ ਹੋ ਜਾਂਦਾ ਹੈ । ਬਹੁਤ ਜੀਵ ਸ਼ਬਦ ਦੀ ਪਾਲਣਾ ਕਰਨਾ ਸੋਚਦੇ ਰਹਿੰਦੇ ਹਨ! ਕੋਈ ਵਿਰਲਾ ਹੀ ਇਸ ਤੇ ਚਲਦਾ, ਅਡੋਲ ਰਹਿੰਦਾ ਹੈ, ਪਲੇ ਬੰਨਦਾ ਹੈ ।
How may His Existence be realized?
Whosoever may obey the teachings of His Word; he may realize the real purpose of his human life opportunity. He may realize His Holy Spirit prevailing within every creature. He may realize His Existence, enlightened with the essence of His Word. Whosoever may adopt the teachings of His Word; he may conquer his frustration of worldly desires. He may conquer his sexual urge for strange women; he may be blessed with the right path of acceptance in His Court. He may remain intoxicated in meditation in the void of His Word and He remain drenched with the nectar of the essence of His Word. He may be blessed with everlasting astonishing eternal, spiritual glow on his forehead. All his frustrations of worldly desires may be eliminated. He may be blessed with peace of mind and contentment with his own worldly environments. His mind may never hear any sound of worldly desire. He may be accepted in His Court; his cycle of birth and death may be eliminated. Many devotees may imagine to meditate, obeying and adopting the teachings of His Word; however, very rare may adopt the teachings of His Word in his own day-to-day life.

92. **ਮਹਲਾ ੧ ਸਿਧ ਗੋਸਟਿ** (945-7) - **Sidh Gosht 18.**

ਇਹੁ ਮਨੁ ਮੈਗਲੁ ਕਹਾ ਬਸੀਅਲੇ, ਕਹਾ ਬਸੈ ਇਹੁ ਪਵਨਾ॥	ih man maigal kahaa basee-alay kahaa basai ih pavnaa.
ਕਹਾ ਬਸੈ ਸੁ ਸਬਦੁ ਅਉਧੂ, ਤਾ ਕਉ ਚੂਕੈ ਮਨ ਕਾ ਭਵਨਾ॥	kahaa basai so sabad a-oDhoo taa ka-o chookai man kaa bhavnaa.
ਨਦਰਿ ਕਰੇ ਤਾ ਸਤਿਗੁਰਿ ਮੇਲੇ,	nadar karay taa satgur maylay
ਤਾ ਨਿਜ ਘਰਿ ਵਾਸਾ ਇਹੁ ਮਨੁ ਪਾਏ॥	taa nij ghar vaasaa ih man paa-ay.
ਆਪੈ ਆਪੁ ਖਾਇ ਤਾ ਨਿਰਮਲੁ ਹੋਵੈ, ਧਾਵਤੁ ਵਰਜਿ ਰਹਾਏ॥	aapai aap khaa-ay taa nirmal hovai Dhaavat varaj rahaa-ay.
ਕਿਉ ਮੂਲੁ ਪਛਾਣੈ ਆਤਮੁ ਜਾਣੈ, ਕਿਉ ਸਸਿ ਘਰਿ ਸੂਰੁ ਸਮਾਵੈ॥	ki-o mool pachhaanai aatam jaanai ki-o sas ghar soor samaavai.
ਗੁਰਮੁਖਿ ਹਉਮੈ ਵਿਚਹੁ ਖੋਵੈ, ਤਉ ਨਾਨਕ ਸਹਜਿ ਸਮਾਵੈ॥੬੪॥	gurmukh ha-umai vichahu khovai ta-o naanak sahj samaavai. ||64||

ਜੋਗੀ! ਇਹ ਮਨ ਦਾ ਹਾਥੀ (ਮੈਗਲੁ) ਇਛਾਂ ਦਾ ਭਰਿਆਂ ਹੋਇਆ ਕਿਥੇ ਰਹਿੰਦਾ ਹੈ? ਇਸ ਵਿੱਚ ਹਵਾ ਕਿਥੇ ਰਹਿੰਦੀ ਹੈ? ਕਿਸਤਰ੍ਹਾਂ ਪ੍ਰਭ ਦੇ ਸ਼ਬਦ ਨੂੰ ਮਨ ਵਿੱਚ ਵਸਾਉਣ ਨਾਲ ਮਨ ਦੀਆਂ ਭਟਕਣਾਂ ਦੂਰ ਹੋ ਜਾਣ? ਨਾਨਕ ਜੀ! ਜਿਸ ਤੇ ਪ੍ਰਭ ਆਪ ਹੀ ਰਹਿਮਤ ਬਖਸ਼ਦਾ ਹੈ, ਉਸ ਦਾ ਮਨ ਬੰਦਗੀ ਵਿੱਚ ਲੀਨ ਰਹਿੰਦਾ, ਮਨ ਵਿੱਚ ਸ਼ਬਦ ਵਸ ਜਾਂਦਾ ਹੈ, ਪ੍ਰਭ ਦੀ ਹੋਂਦ ਮਹਿਸੂਸ ਹੁੰਦੀ ਹੈ । ਇਸ ਅਵਸਥਾ ਵਿੱਚ ਮਨ ਆਪਣੇ ਅੰਦਰੋਂ ਹੀ ਪ੍ਰਭ ਨੂੰ ਢੂੰਡਦਾ ਹੈ । ਸ਼ਬਦ ਵਿੱਚ ਮਸਤ ਰਹਿਣ ਨਾਲ ਹੀ ਆਤਮਾ ਪਵਿੱਤਰ ਜੋ ਜਾਂਦੀ, ਪ੍ਰਭ ਦੀ ਜੋਤ ਵਿੱਚ ਅਭੇਦ ਹੋਣ ਦੇ ਯੋਗ ਬਣ ਜਾਂਦੀ ਹੈ । ਕਿਵੇਂ ਜੀਵ ਆਪਣੇ ਮੂਲ ਨੂੰ ਪਛਾਣੇ, ਮਾਨਸ ਜਨਮ ਦਾ ਮੰਤਵ ਸਮਝੇ? ਕਿਸਤਰ੍ਹਾਂ ਜਾਗਰਤੀ ਦਾ ਦੀਵਾ, ਸੂਰਜ, ਮਨ ਅੰਦਰ ਪ੍ਰਗਟ ਹੋ ਜਾਵੇ? ਨਾਨਕ ਜੀ! ਜਿਹੜੇ ਜੀਵ ਨੂੰ ਗੁਰਮਖ ਅਵਸਥਾ ਬਖਸ਼ਿਸ਼ ਹੋ ਜਾਂਦੀ ਹੈ । ਉਸ ਦੀ ਅਹੰਕਾਰ ਦੀ ਜੜ੍ਹ ਖਤਮ ਹੋ ਜਾਂਦੀ ਹੈ । ਪ੍ਰਭ ਆਪ ਹੀ ਰਹਿਮਤ ਬਖਸ਼ਕੇ ਆਪਣੇ ਵਿੱਚ ਅਭੇਦ ਕਰ ਲੈਂਦਾ ਹੈ । ਜਨਮ ਮਰਨ ਦਾ ਚੱਕਰ ਖਤਮ ਕਰ ਦੇਂਦਾ ਹੈ ।

ਗੁਰੂ ਨਾਨਕ ਦੇਵ ਜੀ! – Guru Nanak Dev Ji! Guru Granth Sahib

Yogi! Where may mind, as big elephant, overwhelmed with worldly desires and expectation dwells within his body, heart? Where may the breathes, air stay in his body and mind? How may he be drench with the teachings of His Word to conquer his worldly desires? Nanak Ji! Whosoever may remain intoxicated in meditation in the void of His Word; he may be drenched with the essence of His Word. He may realize His Holy Spirit prevailing everywhere; His true devotee may be enlightened with the essence of His Word from within. His soul may be sanctified to become worthy of His Consideration. How may he recognize the origin, his permanent resting place, the cycle of birth and death? How may the enlightenment of the essence of His Word rises from within his mind? Whosoever may be blessed with a state of mind as His true devotee; with His mercy and grace, he may be blessed to conquer the root of his ego from within. His true devotee may immerse within His Holy Spirit and his cycle of birth and death may be eliminated.

ਸਿਧ ਗੋਸਟਿ - Sidh Gosht. - Page 945
ਕਿਸਤਰ੍ਹਾਂ ਜਾਗਰਤੀ ਦਾ ਦੀਵਾ, ਮਨ ਅੰਦਰ ਪ੍ਰਗਟ ਹੋ ਜਾਵੇ?
ਨਾਨਕ ਜੀ! ਜਿਹੜਾ ਸ਼ਬਦ ਦੀ ਪਾਲਣਾ ਕਰਦਾ, ਸਿਮਰਨ ਵਿੱਚ ਲੀਨ ਰਹਿੰਦਾ ਹੈ, ਉਸ ਦੇ ਮਨ ਵਿੱਚ ਸ਼ਬਦ ਵਸ ਜਾਂਦਾ ਹੈ, ਪ੍ਰਭ ਦੀ ਹੋਂਦ ਮਹਿਸੂਸ ਹੁੰਦੀ ਹੈ । ਇਸ ਅਵਸਥਾ ਵਿੱਚ ਮਨ ਆਪਣੇ ਅੰਦਰੋਂ ਹੀ ਪ੍ਰਭ ਨੂੰ ਢੂੰਡਦਾ ਹੈ । ਸ਼ਬਦ ਵਿੱਚ ਹੀ ਮਗਨ ਰਹਿਣ ਨਾਲ ਹੀ ਆਤਮਾ ਪਵਿੱਤਰ ਜੋ ਜਾਂਦੀ, ਪ੍ਰਭ ਦੀ ਜੋਤ ਵਿੱਚ ਅਭੇਦ ਹੋਣ ਦੇ ਯੋਗ ਬਣ ਜਾਂਦੀ ਹੈ । ਜਿਹੜੇ ਜੀਵ ਆਪਣੀ ਅਹੰਕਾਰ ਦੀ ਜੜ੍ਹ ਖਤਮ ਕਰ ਲੈਂਦਾ ਹੈ; ਉਸ ਨੂੰ ਗੁਰਮਖ ਅਵਸਥਾ ਬਖਸ਼ਿਸ਼ ਹੋ ਜਾਂਦੀ ਹੈ । ਪ੍ਰਭ ਆਪ ਹੀ ਆਪਣੇ ਵਿੱਚ ਅਭੇਦ ਕਰ ਲੈਂਦਾ ਹੈ । ਜਨਮ ਮਰਨ ਦਾ ਚੱਕਰ ਖਤਮ ਕਰ ਦੇਂਦਾ ਹੈ ।
How may the enlightenment of the essence of His Word rises within his mind?
Whosoever may remain intoxicated in meditation in the void of His Word; he may be drenched with the essence of His Word. He may realize His Holy Spirit prevailing everywhere. His true devotee may be enlightened with the essence of His Word from within; his soul may be sanctified to become worthy of His Consideration. Whosoever may conquer the root of his ego from within. He may be blessed with a state of mind as His true devotee. He may immerse within His Holy Spirit and his cycle of birth and death may be eliminated.

ਇਹੁ ਮਨੁ ਨਿਹਚਲੁ ਹਿਰਦੈ ਵਸੀਅਲੇ, ਗੁਰਮੁਖਿ ਮੂਲੁ ਪਛਾਣਿ ਰਹੈ॥
ਨਾਭਿ ਪਵਨੁ ਘਰਿ ਆਸਣਿ ਬੈਸੈ, ਗੁਰਮੁਖਿ ਖੋਜਤ ਤਤੁ ਲਹੈ॥
ਸੁ ਸਬਦੁ ਨਿਰੰਤਰਿ ਨਿਜ ਘਰਿ ਆਛੈ,
ਤ੍ਰਿਭਵਣ ਜੋਤਿ ਸੁ ਸਬਦਿ ਲਹੈ॥
ਖਾਵੈ ਦੂਖ ਭੂਖ ਸਾਚੇ ਕੀ, ਸਾਚੇ ਹੀ ਤ੍ਰਿਪਤਾਸਿ ਰਹੈ॥
ਅਨਹਦ ਬਾਣੀ ਗੁਰਮੁਖਿ ਜਾਣੀ, ਬਿਰਲੋ ਕੋ ਅਰਥਾਵੈ॥
ਨਾਨਕੁ ਆਖੈ ਸਚੁ ਸੁਭਾਖੈ,
ਸਚਿ ਰਪੈ ਰੰਗੁ ਕਬਹੂ ਨ ਜਾਵੈ॥੬੫॥

ih man nihchal hirdai vasee-alay gurmukh mool pachhaan rahai.
naabh pavan ghar aasan baisai gurmukh khojat tat lahai.
so sabad nirantar nij ghar aachhai
taribhavan jot so sabad lahai.
khaavai dookh bhookh saachay kee saachay hee tariptaas rahai.
anhad banee gurmukh jaanee birlo ko arthaavai.
naanak aakhai sach subhaakhai
sach rapai rang kabhoo na jaavai. ||65||

ਨਾਨਕ ਜੀ! ਜਿਸ ਦਾ ਮਨ ਅਡੋਲ ਹੋ ਜਾਂਦਾ ਹੈ, ਉਹ ਆਪਣੇ ਅੰਦਰੋਂ ਹੀ ਢੂੰਡਦਾ ਹੈ, ਉਸ ਨੂੰ ਜੀਵਨ ਦੇ ਅਸਲੀ ਮੰਤਵ ਦੀ ਸਮਝ ਬਖਸ਼ਿਸ਼ ਹੋ ਜਾਂਦੀ ਹੈ । ਇਹ ਆਤਮਾ ਨੂੰ ਜੀਵਨ ਦੇਣ ਵਾਲੀ ਹਵਾ ਮਨ ਦੇ ਅੰਦਰ ਹੀ ਘੁੰਮਦੀ ਰਹਿੰਦੀ ਹੈ । ਜੀਵ ਨੂੰ ਜੀਵਨ ਦੀ ਅਸਲੀਅਤ ਮਹਿਸੂਸ ਹੋ ਜਾਂਦੀ ਹੈ । ਸ਼ਬਦ ਦੀ ਧੁਨ ਮਨ ਦੇ ਅੰਦਰ ਰੋਮ ਰੋਮ ਵਿੱਚ ਚਲਦੀ ਹੈ । ਆਤਮਾ ਨੂੰ ਅੰਦਰੋਂ ਹੀ ਤਿੰਨਾਂ ਸ੍ਰਿਸ਼ਟੀਆਂ ਦੀ ਸੋਝੀ ਬਖਸ਼ਿਸ਼ ਹੋ ਜਾਂਦੀ ਹੈ । ਸ਼ਬਦ ਦੀ ਜੋਤ ਤਿੰਨਾਂ ਸ੍ਰਿਸ਼ਟੀਆਂ ਵਿੱਚ ਹੀ ਚਲਦੀ ਹੈ, ਪ੍ਰਭ ਹਰ ਥਾਂ ਹੀ ਵਾਪਰਦਾ । ਉਸ ਦੇ ਮਨ ਵਿੱਚ ਪ੍ਰਭ ਨੂੰ ਮਿਲਣ ਦੀ ਤ੍ਰਿਸ਼ਨਾ ਇਤਨੀ ਜ਼ੋਰ ਕਰ ਜਾਂਦੀ ਹੈ, ਇਹ ਲਗਨ ਹੀ ਸੰਸਾਰਕ ਦੁਖਾ ਨੂੰ ਖਾਂ ਜਾਂਦੀ, ਮਨ ਵਿੱਚ ਸ਼ਾਂਤੀ ਭਰਪੂਰ ਰਹਿੰਦੀ ਹੈ । ਇਹ ਰੂਹਾਨੀ ਧੁਨ ਨੂੰ ਕੇਵਲ ਗੁਰਮਖ ਅਵਸਥਾ ਵਾਲਾ ਹੀ ਪਛਾਣਦਾ, ਸੁਣ ਸਕਦਾ ਹੈ । ਕੋਈ ਵਿਰਲਾ ਹੀ ਜੀਵ ਇਸ ਦਾ ਵਿਸਥਾਰ ਕਰ ਸਕਦਾ ਹੈ । ਵਿਰਲੇ ਹੀ ਜੀਵ ਨੂੰ ਇਹ ਅਵਸਥਾ ਬਖਸ਼ਿਸ਼ ਹੁੰਦੀ ਹੈ । ਜਿਹੜਾ ਜੀਵ ਰੂਹਾਨੀ ਧੁਨ ਵਿੱਚ ਮਗਨ ਹੋ ਜਾਂਦਾ ਹੈ । ਉਹ ਇਸ ਵਿਚੋਂ ਨਿਕਲਦਾ ਨਹੀਂ, ਮਗਨ ਹੋਏ ਹੀ ਪਾਰ ਹੋ ਜਾਂਦਾ ਹੈ ।

Whosoever may remain intoxicated in meditation in the void of His Word; with His mercy and grace, he may be enlightened from within, his origin, the real purpose of his human life opportunity. His breaths may remain vibrating within his body. He may hear the everlasting echo of His Word resonating within each fiber of his body and heart. He may be enlightened with the reality of human life opportunity. He may be enlightened with the awareness of His Nature prevailing in three universes. The anxiety of realizing His Holy Spirit may become so intense; his anxiety may burn his miseries of worldly desires. He may be blessed with a complete peace of mind within. Only, His true devotee may be able to hear, the everlasting echo of His Word. However, very rare may be blessed to comprehend or explain the nature of His everlasting echo. Whosoever may remain intoxicated within the everlasting echo of His Word; he may never come out of the void of His Word; he may be accepted in His Court.

ਸਿਧ ਗੋਸਟਿ - Sidh Gosht 28. - Page 945
ਜਿਸ ਦਾ ਮਨ ਅਡੋਲ ਹੋ ਜਾਂਦਾ ਹੈ, ਉਹ ਆਪਣੇ ਅੰਦਰੋਂ ਹੀ ਢੂੰਡਦਾ ਹੈ, ਉਸ ਨੂੰ ਜੀਵਨ ਦੇ ਅਸਲੀ ਮੰਤਵ ਦੀ ਸੋਝੀ, ਅਸਲੀਅਤ ਮਹਿਸੂਸ ਹੋ ਜਾਂਦੀ ਹੈ । ਇਹ ਆਤਮਾ ਨੂੰ ਜੀਵਨ ਦੇਣ ਵਾਲੀ ਹਵਾ ਮਨ ਦੇ ਅੰਦਰ ਹੀ ਘੁੰਮਦੀ ਰਹਿੰਦੀ ਹੈ । ਸ਼ਬਦ ਦੀ ਧੁਨ ਮਨ ਦੇ ਅੰਦਰ ਰੋਮ ਰੋਮ ਵਿੱਚ ਚਲਦੀ ਹੈ । ਆਤਮਾ ਨੂੰ ਅੰਦਰੋਂ ਹੀ ਤਿੰਨਾਂ ਸ੍ਰਿਸ਼ਟੀਆਂ ਦੀ ਸੋਝੀ ਬਖਸ਼ਿਸ਼ ਹੋ ਜਾਂਦੀ ਹੈ । ਸ਼ਬਦ ਦੀ ਜੋਤ ਤਿੰਨਾਂ ਸ੍ਰਿਸ਼ਟੀਆਂ ਵਿੱਚ ਹੀ ਚਲਦੀ ਹੈ, ਪ੍ਰਭ ਹਰ ਥਾਂ ਹੀ ਵਾਪਰਦਾ । ਉਸ ਦੇ ਮਨ ਵਿੱਚ ਪ੍ਰਭ ਨੂੰ ਮਿਲਣ ਦੀ ਤ੍ਰਿਸ਼ਨਾ ਇਤਨੀ ਜ਼ੋਰ ਕਰ ਜਾਂਦੀ ਹੈ, ਇਹ ਲਗਨ ਹੀ ਸੰਸਾਰਕ ਦੁਖਾ ਨੂੰ ਖਾਂ ਜਾਂਦੀ, ਮਨ ਵਿੱਚ ਸ਼ਾਂਤੀ ਭਰਪੂਰ ਰਹਿੰਦੀ ਹੈ । ਇਹ ਰੂਹਾਨੀ ਧੁਨ ਨੂੰ ਕੇਵਲ ਗੁਰਮਖ ਅਵਸਥਾ ਵਾਲਾ ਹੀ ਪਛਾਣਦਾ, ਸੁਣ ਸਕਦਾ ਹੈ । ਵਿਰਲੇ ਹੀ ਜੀਵ ਨੂੰ ਇਹ ਅਵਸਥਾ ਬਖਸ਼ਿਸ਼ ਹੁੰਦੀ ਹੈ । ਕੋਈ ਵਿਰਲਾ ਹੀ ਜੀਵ ਇਸ ਦਾ ਵਿਸਥਾਰ ਕਰ ਸਕਦਾ ਹੈ । ਜਿਹੜਾ ਜੀਵ ਰੂਹਾਨੀ ਧੁਨ ਵਿੱਚ ਮਗਨ ਹੋ ਜਾਂਦਾ ਹੈ । ਉਹ ਇਸ ਵਿਚੋਂ ਨਿਕਲਦਾ ਨਹੀਂ, ਮਗਨ ਹੋਏ ਹੀ ਪਾਰ ਹੋ ਜਾਂਦਾ ਹੈ ।
Whosoever may remain intoxicated in meditation in the void of His Word; he may be enlightened from within, his origin, the real purpose, the reality of his human life opportunity. His breaths may remain vibrating within his body.

The everlasting echo of His Word remain resonating within each fiber of his body and heart. He may be enlightened with the awareness of His Nature prevailing in three universes. The anxiety of realizing His Holy Spirit may become so intense; his anxiety may burn his miseries of worldly desires. He may be able to hear, recognize the everlasting echo of His Word. However, very rare may be blessed to comprehend or explain the nature of His everlasting echo. Whosoever may remain intoxicated within the everlasting echo of His Word; he may never come out of the void of His Word; he may be accepted in His Court.

93. **ਮਹਲਾ ੧ ਸਿਧ ਗੋਸਟਿ** (945-14) - **Sidh Gosht 19.**

ਜਾ ਇਹੁ ਹਿਰਦਾ ਦੇਹ ਨ ਹੋਤੀ, ਤਉ ਮਨੁ ਕੈਠੈ ਰਹਤਾ॥	jaa ih hirdaa dayh na hotee ta-o man kaithai rahtaa.
ਨਾਭਿ ਕਮਲ ਅਸਥੰਭੁ ਨ ਹੋ ਤੋ, ਤਾ ਪਵਨੁ ਕਵਨ ਘਰਿ ਸਹਤਾ॥	naabh kamal asthambh na hoto taa pavan kavan ghar sahtaa.
ਰੂਪੁ ਨ ਹੋ ਤੋਂ ਰੇਖ ਨ ਕਾਈ, ਤਾ ਸਬਦਿ ਕਹਾ ਲਿਵ ਲਾਈ॥	roop na hoto raykh na kaa-ee taa sabad kahaa liv laa-ee.
ਰਕਤੁ ਬਿੰਦੁ ਕੀ ਮੜੀ ਨ ਹੋਤੀ, ਮਿਤਿ ਕੀਮਤਿ ਨਹੀ ਪਾਈ॥	rakat bind kee marhee na hotee mit keemat nahee paa-ee.
ਵਰਨੁ ਭੇਖੁ ਅਸਰੂਪੁ ਨ ਜਾਪੀ, ਕਿਉ ਕਰਿ ਜਾਪਸਿ ਸਾਚਾ॥	varan bhaykh asroop na jaapee ki-o kar jaapas saachaa.
ਨਾਨਕ ਨਾਮਿ ਰਤੇ ਬੈਰਾਗੀ, ਇਬ ਤਬ ਸਾਚੋ ਸਾਚਾ॥੬੬॥	naanak naam ratay bairaagee ib tab saacho saachaa. ||66||

ਜੋਗੀ! ਜਿਸ ਸਮੇਂ ਜੀਵ ਦਾ ਤਨ, ਹਿਰਦਾ ਨਹੀਂ ਸੀ ਤਾ ਆਤਮਾ ਕਿਥੇ ਰਹਿੰਦੀ ਸੀ? ਜਦੋਂ ਇਸ ਹਵਾ ਨੂੰ ਪ੍ਰਭ ਦਾ ਆਸਰਾ ਨਹੀਂ ਸੀ, ਤਾ ਇਹ ਹਵਾ ਕਿਥੇ ਰਹਿੰਦੀ ਸੀ? ਜਦੋਂ ਆਤਮਾ ਦੇ ਵਸਣ ਲਈ, ਰਹਿਣ ਲਈ ਕੋਈ ਅਕਾਰ, ਤਨ ਨਹੀਂ ਸੀ, ਤਾ ਆਤਮਾ ਕਿਸਤਰ੍ਹਾਂ ਪ੍ਰਭ ਦੇ ਸ਼ਬਦ ਵਿੱਚ ਲਗਨ ਲਾ ਸਕਦੀ ਸੀ? ਅਗਰ ਜੀਵ ਦਾ ਜਨਮ ਨਾ ਹੁੰਦਾ, ਤਾ ਪ੍ਰਭ ਦੀ ਵਡਿਆਈ ਦੀ ਕੀਮਤ ਕਿਸਤਰ੍ਹਾਂ ਜਾਣੀ ਜਾ ਸਕਦੀ ਸੀ । ਇਸ ਦੀ ਤਾਕਤ ਕਿਸਤਰ੍ਹਾਂ ਦੱਸੀ ਜਾ ਸਕਦੀ ਸੀ? ਜਦੋਂ ਪ੍ਰਭ ਦੇ ਰੰਗ, ਰੂਪ, ਅਕਾਰ, ਬਣਤਰ ਦਾ ਕੋਈ ਅੰਤ (ਪੂਰਨ ਪਤਾ) ਨਹੀਂ, ਤਾ ਪ੍ਰਭ ਦੀ ਹੋਂਦ ਕਿਵੇਂ ਪਛਾਣੀ ਜਾ ਸਕਦੀ ਹੈ? ਨਾਨਕ ਜੀ! ਜਿਹੜੀ ਆਤਮਾ ਪ੍ਰਭ ਦੇ ਰੰਗ ਵਿੱਚ ਰੰਗੀ ਜਾਂਦੀ, ਲੀਨ ਹੋ ਜਾਂਦੀ ਹੈ । ਉਹ ਰੂਪ, ਰੰਗ, ਅਕਾਰ ਤੋਂ ਰਹਿਤ ਅਵਸਥਾ ਵਿੱਚ ਚਲੇ ਜਾਂਦੀ ਹੈ । ਉਸ ਨੂੰ ਪ੍ਰਭ ਦੀ ਖਿੱਚ ਹੀ ਮਹਿਸੂਸ ਹੁੰਦੀ ਹੈ, ਉਸ ਤੋਂ ਹੀ ਪ੍ਰਭ ਦੀ ਹੋਂਦ ਅਨੁਭਵ ਕਰਦੀ ਹੈ ।

Yogi! Before the Creation of body and mind, where may his soul be dwelling? When air, breaths were not having support of His Word, His Holy Spirit; where were his breathes dwelling? If human race would not have been created; how may the greatness of His Virtues be realized? How may His Power be recognized? The True Master remains beyond the three (color, shape, size) recognitions; how may we recognize the existence of The True Master? Whose soul may remain drenched, intoxicated in the crimson color of the nectar of the essence of His Word; with His mercy and grace, his soul remains in the state of bodyless, colorless, structure less. She only realizes the attraction of His Holy Spirit and recognizes His Existence prevailing everywhere.

ਹਿਰਦਾ ਦੇਹ ਨ ਹੋਤੀ, ਅਉਧੂ ਤਉ ਮਨੁ, ਸੁੰਨਿ ਰਹੈ ਬੈਰਾਗੀ॥	hirdaa dayh na hotee a-oDhoo ta-o man sunn rahai bairaagee.
ਨਾਭਿ ਕਮਲੁ ਅਸਥੰਭੁ ਨ ਹੋ ਤੋ,	naabh kamal asthambh na hoto
ਤਾ ਨਿਜ ਘਰਿ ਬਸਤਉ ਪਵਨੁ ਅਨਰਾਗੀ॥	taa nij ghar basta-o pavan anraagee.
ਰੂਪੁ ਨ ਰੇਖਿਆ ਜਾਤਿ ਨ ਹੋਤੀ,	roop na raykh-i-aa jaat na hotee
ਤਉ ਅਕੁਲੀਣਿ ਰਹਤਉ ਸਬਦੁ ਸੁ ਸਾਰੁ॥	ta-o akuleen rahta-o sabad so saar.
ਗਉਨੁ ਗਗਨੁ ਜਬ ਤਬਹਿ ਨ ਹੋਤਉ,	ga-un gagan jab tabeh na hota-o
ਤ੍ਰਿਭਵਣ ਜੋਤਿ ਆਪੇ ਨਿਰੰਕਾਰੁ॥	taribhavan jot aapay nirankaar.
ਵਰਨੁ ਭੇਖੁ ਅਸਰੂਪੁ ਸੁ, ਏਕੋ, ਏਕੋ ਸਬਦੁ ਵਿਡਾਣੀ॥	varan bhaykh asroop so ayko ayko sabad vidaanee.
ਸਾਚ ਬਿਨਾਂ ਸੂਚਾ ਕੋ ਨਾਹੀ, ਨਾਨਕ ਅਕਥ ਕਹਾਣੀ॥੬੭॥	saach binaa soochaa ko naahee naanak akath kahaanee. ||67||

ਨਾਨਕ ਜੀ! ਜੀਵ ਦੇ ਜਨਮ, ਤਨ ਹਿਰਦੇ ਦੀ ਬਣਤਰ ਤੋਂ ਪਹਿਲੇ, ਆਤਮਾ ਪ੍ਰਭ ਦੀ ਜੋਤ ਵਿੱਚ ਹੀ ਸਮਾਈ ਰਹਿੰਦੀ ਸੀ । ਪ੍ਰਭ ਸਭ ਤੋਂ ਵੱਖਰਾ, ਕਿਸੇ ਮੋਹ ਦੇ ਬੰਧਨ ਵਿੱਚ ਨਹੀਂ ਹੈ । ਜਦੋਂ ਸਵਾਸ ਨੂੰ ਪ੍ਰਭ ਦਾ ਅਧਾਰ ਨਹੀਂ ਸੀ । ਤਾ ਆਤਮਾ ਨੂੰ ਸਵਾਸਾਂ ਦੀ ਕੋਈ ਲੋੜ ਨਹੀਂ ਸੀ । ਇਹ ਆਪਣੇ ਆਪ ਵਿੱਚ ਹੀ ਰਹਿੰਦੀ ਸੀ । ਜੀਵ ਦੀ ਆਤਮਾ ਨੂੰ ਰੂਪ, ਰੰਗ, ਅਕਾਰ ਦੀ ਬਖਸ਼ਿਸ਼ ਤੋਂ ਪਹਿਲੇ, ਆਤਮਾ ਪ੍ਰਭ ਦੀ ਜੋਤ ਵਿੱਚ ਹੀ ਸਮਾਈ ਰਹਿੰਦੀ ਸੀ । ਤਿੰਨਾਂ ਸ੍ਰਿਸ਼ਟੀਆਂ ਦੀ ਬਣਤਰ ਤੋਂ ਪਹਿਲੇ, ਤਿੰਨੇਂ ਸ੍ਰਿਸ਼ਟੀਆਂ ਪ੍ਰਭ ਦੀ ਰੋਸ਼ਨੀ ਨਾਲ ਭਰੀਆਂ ਹੋਈਆਂ ਸਨ । ਇਹ ਰੂਪ, ਰੰਗ, ਅਕਾਰ ਪ੍ਰਭ ਵਿਚੋਂ ਹੀ ਨਿਕਲੇ, ਸਮਾਏ ਰਹਿੰਦੇ ਹਨ । ਪ੍ਰਭ ਦਾ ਸ਼ਬਦ ਵੀ ਪ੍ਰਭ ਵਿੱਚ ਹੀ ਸਮਾਈਆ ਰਹਿੰਦਾ ਹੈ । ਅਟਲ ਪ੍ਰਭ ਦੇ ਸ਼ਬਦ ਨੂੰ ਅਪਣਾਉਣ ਤੋਂ ਬਿਨਾਂ ਆਤਮਾ ਪਵਿੱਤਰ ਨਹੀਂ ਹੁੰਦੀ । ਪ੍ਰਭ ਦੀ ਜੋਤ ਦੇ ਵਿੱਚ ਮਿਲਣ ਦੇ ਯੋਗ ਨਹੀਂ ਹੁੰਦੀ । ਇਸ ਕਥਾ ਦਾ ਪੂਰਨ ਵਖਿਆਣ ਨਹੀਂ ਕੀਤਾ ਜਾ ਸਕਦਾ । ਜਿਹੜਾ ਵੀ ਕਰਦਾ ਹੈ, ਉਸ ਨੂੰ ਹੋਰ ਸੋਝੀ ਬਖਸ਼ਿਸ਼ ਹੋ ਜਾਂਦੀ ਹੈ ।

Nanak Ji! Before the Creation of body and mind of worldly creature; his soul remains embedded within His Holy Spirit. The True Master greatest of All, remains beyond the reach of any worldly bonds. Before the breathes were not supported with His Word, His Holy Spirit; his soul never needed any breathes and remain embedded within. Before the Creation of three universes were embedded within His Holy Spirit. All colors, shapes, sizes of creatures have been created from His Holy Spirit and remains embedded within His Holy Spirit. His unique Word for each creature has been created from His Holy Spirit and immerses within His Holy Spirit along with his soul. Without adopting the teachings of His Word with steady and stable belief in his day-to-day life; his soul may never be sanctified to become worthy of His Consideration. The sermons of His Word may not be explained completely. Whosoever may sign the glory of His Word, he may be blessed with deeper comprehension.

ਸਿਧ ਗੋਸਟਿ - **Sidh Gosht. - Page 945**

ਕਿਹੜਾ ਭੋਜਨ ਖਾਣ ਨਾਲ ਮਨ ਦੀਆਂ ਇਛਾਂ ਤੇ ਜਿੱਤ ਪਾਈ ਜਾ ਸਕਦੀ ਹੈ?

ਜੀਵ ਦੇ ਜਨਮ, ਤਨ ਹਿਰਦੇ ਦੀ ਬਣਤਰ ਤੋਂ ਪਹਿਲੇ, ਆਤਮਾ ਪ੍ਰਭ ਦੀ ਜੋਤ ਵਿੱਚ ਹੀ ਸਮਾਈ ਰਹਿੰਦੀ ਸੀ । ਪ੍ਰਭ ਸਭ ਤੋਂ ਵੱਖਰਾ, ਕਿਸੇ ਮੋਹ ਦੇ ਬੰਧਨ ਵਿੱਚ ਨਹੀਂ ਹੈ । ਜਦੋਂ ਸਵਾਸ ਨੂੰ ਪ੍ਰਭ ਦਾ ਅਧਾਰ ਨਹੀਂ ਸੀ । ਤਾ ਆਤਮਾ ਨੂੰ ਸਵਾਸਾਂ ਦੀ ਕੋਈ ਲੋੜ ਨਹੀਂ ਸੀ । ਇਹ ਆਪਣੇ ਆਪ ਵਿੱਚ ਹੀ ਰਹਿੰਦੀ ਸੀ । ਜੀਵ ਦੀ ਆਤਮਾ ਨੂੰ ਰੂਪ, ਰੰਗ, ਅਕਾਰ ਦੀ ਬਖਸ਼ਿਸ਼ ਤੋਂ ਪਹਿਲੇ, ਆਤਮਾ ਪ੍ਰਭ ਦੀ ਜੋਤ ਵਿੱਚ ਹੀ ਸਮਾਈ ਰਹਿੰਦੀ ਸੀ । ਤਿੰਨਾਂ ਸ੍ਰਿਸ਼ਟੀਆਂ ਦੀ ਬਣਤਰ ਤੋਂ ਪਹਿਲੇ, ਤਿੰਨੇਂ ਸ੍ਰਿਸ਼ਟੀਆਂ ਪ੍ਰਭ ਦੀ ਰੋਸ਼ਨੀ ਨਾਲ ਭਰੀਆਂ ਹੋਈਆਂ ਸਨ । ਇਹ ਰੂਪ, ਰੰਗ, ਅਕਾਰ ਪ੍ਰਭ ਵਿਚੋਂ ਹੀ ਨਿਕਲੇ, ਸਮਾਏ ਰਹਿੰਦੇ ਹਨ । ਪ੍ਰਭ ਦਾ ਸ਼ਬਦ ਵੀ

ਪ੍ਰਭ ਵਿੱਚ ਹੀ ਸਮਾਈਆ ਰਹਿੰਦਾ ਹੈ । ਅਟਲ ਪ੍ਰਭ ਦੇ ਸ਼ਬਦ ਨੂੰ ਅਪਣਾਉਣ ਤੋਂ ਬਿਨਾਂ ਆਤਮਾ ਪਵਿੱਤਰ ਨਹੀਂ ਹੁੰਦੀ । ਪ੍ਰਭ ਦੀ ਜੋਤ ਦੇ ਵਿੱਚ ਮਿਲਣ ਦੇ ਯੋਗ ਨਹੀਂ ਹੁੰਦੀ । ਇਸ ਕਥਾ ਦਾ ਪੂਰਨ ਵਖਿਆਣ ਨਹੀਂ ਕੀਤਾ ਜਾ ਸਕਦਾ । ਜਿਹੜਾ ਵੀ ਕਰਦਾ ਹੈ, ਉਸ ਨੂੰ ਹੋਰ ਸੋਝੀ ਬਖਸ਼ਿਸ਼ ਹੋ ਜਾਂਦੀ ਹੈ । ਜਿਹੜੀ ਆਤਮਾ ਪ੍ਰਭ ਦੇ ਰੰਗ ਵਿੱਚ ਰੰਗੀ ਜਾਂਦੀ, ਲੀਨ ਹੋ ਜਾਂਦੀ ਹੈ । ਉਹ ਰੂਪ, ਰੰਗ, ਅਕਾਰ ਤੋਂ ਰਹਿਤ ਅਵਸਥਾ ਵਿੱਚ ਚਲੇ ਜਾਂਦੀ ਹੈ । ਉਸ ਨੂੰ ਪ੍ਰਭ ਦੀ ਖਿੱਚ ਹੀ ਮਹਿਸੂਸ ਹੁੰਦੀ ਹੈ, ਉਸ ਤੋਂ ਹੀ ਪ੍ਰਭ ਦੀ ਹੋਂਦ ਅਨੁਭਵ ਕਰਦੀ ਹੈ । ਸ਼ਬਦ ਦੀ ਸਿਖਿਆਂ ਨੂੰ ਜੀਵਨ ਵਿੱਚ ਧਾਰਨ ਕਰਨ ਨਾਲ, ਸੰਸਾਰਕ ਇਛਾਂ ਤੇ ਜਿੱਤ ਬਖਸ਼ਿਸ਼ ਹੋ ਸਕਦੀ ਹੈ । ਜਨਮ ਮਰਨ ਦਾ ਚੱਕਰ ਖਤਮ ਹੋ ਸਕਦਾ ਹੈ ।

What food may conquer our mind, control our frustrations of demons of worldly desires?

Nanak Ji! Before the Creation of body and mind of worldly creature; his soul remains embedded within His Holy Spirit. The True Master greatest of All, remains beyond the reach of any worldly bonds. Before the breathes were not supported with His Word; his soul never needed any breathes and remain embedded within His Holy Spirit. Before the Creation, three universes were embedded within His Holy Spirit. All colors, shapes, sizes of creatures have been created from His Holy Spirit and remains embedded within His Holy Spirit. His Unique Word for each creature has been created from His Holy Spirit and immerses within His Holy Spirit along with his soul. Without adopting the teachings of His Word with steady and stable belief in his day-to-day life; his soul may never be sanctified to become worthy of His Consideration. The sermons of His Word may not be explained completely. Whosoever may sign the glory of His Word, he may be blessed with deeper comprehension. Whose soul may remain drenched, intoxicated in the crimson color of the nectar of the essence of His Word; his soul remains in the state of bodyless, colorless, structure less. She only realizes the attraction of His Holy Spirit and recognizes His Existence prevailing everywhere. Adopting His Word; state of mind as His true devotee; conquer his ego; his cycle of birth and death eliminated.

94. **ਮਹਲਾ ੧ ਸਿਧ ਗੋਸਟਿ** (946-2) - **Sidh Gosht20.**

ਕਿਤੁ ਕਿਤੁ ਬਿਧਿ ਜਗੁ ਉਪਜੈ ਪੁਰਖਾ, ਕਿਤੁ ਕਿਤੁ ਦੁਖਿ ਬਿਨਸਿ ਜਾਈ॥
ਹਉਮੈ ਵਿਚਿ ਜਗੁ ਉਪਜੈ ਪੁਰਖਾ, ਨਾਮਿ ਵਿਸਰਿਐ ਦੁਖੁ ਪਾਈ॥
ਗੁਰਮੁਖਿ ਹੋਵੈ ਸੁ ਗਿਆਨੁ ਤਤੁ ਬੀਚਾਰੈ, ਹਉਮੈ ਸਬਦਿ ਜਲਾਏ॥
ਤਨੁ ਮਨੁ ਨਿਰਮਲੁ ਨਿਰਮਲ ਬਾਣੀ, ਸਾਚੈ ਰਹੈ ਸਮਾਏ॥
ਨਾਮੇ ਨਾਮਿ ਰਹੈ ਬੈਰਾਗੀ, ਸਾਚੁ ਰਖਿਆ ਉਰਿ ਧਾਰੇ॥
ਨਾਨਕ ਬਿਨੁ ਨਾਵੈ ਜੋਗੁ ਕਦੇ ਨ ਹੋਵੈ,
ਦੇਖਹੁ ਰਿਦੈ ਬੀਚਾਰੇ॥੬੮॥

kit kit biDh jag upjai purkhaa kit kit dukh binas jaa-ee.
ha-umai vich jag upjai purkhaa naam visri-ai dukh paa-ee.
gurmukh hovai so gi-aan tat beechaarai ha-umai sabad jalaa-ay.
tan man nirmal nirmal banee saachai rahai samaa-ay.
naamay naam rahai bairaagee saach rakhi-aa ur Dhaaray.
naanak bin naavai jog kaday na hovai
daykhhu ridai beechaaray. ||68||

ਜੋਗੀ! ਇਸ ਸ੍ਰਿਸ਼ਟੀ ਦਾ ਅਰੰਭ ਕਿਸਤਰ੍ਹਾਂ ਹੋਇਆ ਹੈ? ਕਿਸਤਰ੍ਹਾਂ ਸ੍ਰਿਸ਼ਟੀ ਨਾਸ, ਖਤਮਾ ਹੋ ਸਕਦੀ ਹੈ? ਨਾਨਕ ਜੀ! ਆਤਮਾ ਵਿੱਚ ਅਹੰਕਾਰ ਦੀ ਜੜ੍ਹ ਨਾਲ ਹੀ, ਪ੍ਰਭ ਦੇ ਭਾਣੇ ਨਾਲ ਇਹ ਸ੍ਰਿਸ਼ਟੀਆਂ ਦਾ ਅਰੰਭ ਹੋਇਆ ਹੈ । ਪ੍ਰਭ ਦੇ ਸ਼ਬਦ ਨੂੰ ਵਿਸਾਰ ਕੇ ਆਤਮਾ ਨੂੰ ਦੁਖ ਸਹਿਣੇ ਪੈਂਦੇ ਹਨ, ਸ੍ਰਿਸ਼ਟੀ ਦਾ ਨਾਸ ਹੋ ਸਕਦਾ ਹੈ । ਅੱਤ ਅਤੇ ਤੱਤ ਦਾ ਡੂੰਘਾ ਵੈਰ ਹੈ । ਜਿਸ ਨੂੰ ਗੁਰਮਖ ਅਵਸਥਾ ਬਖਸ਼ਿਸ਼ ਹੋ ਜਾਂਦੀ ਹੈ । ਉਸ ਨੂੰ ਇਸ ਰੂਹਾਨੀ ਅਸਲੀਅਤ ਦੀ ਸੋਝੀ ਬਖਸ਼ਿਸ਼ ਹੋ ਜਾਂਦੀ ਹੈ । ਸ਼ਬਦ ਦੇ ਅਧਾਰ ਤੇ ਜੀਵਨ ਬਤੀਤ ਕਰਨ ਨਾਲ ਮਨ ਵਿਚੋਂ ਅਹੰਕਾਰ ਦੀ ਜੜ੍ਹ ਖਤਮ ਹੋ ਜਾਂਦੀ ਹੈ । ਸ਼ਬਦ ਵਿੱਚ ਲੀਨ ਹੋਇਆ ਮਨ ਅਤੇ ਤਨ ਦੋਨੋਂ ਹੀ ਪਵਿੱਤਰ ਹੋ ਜਾਂਦੇ ਹਨ । ਮਨ ਸ਼ਬਦ ਦੀ ਧੁਨ ਵਿੱਚ ਮਗਨ ਹੋ ਜਾਂਦਾ ਹੈ । ਜਿਹੜਾ ਪ੍ਰਭ ਦੇ ਸ਼ਬਦ ਦੀ ਪਾਲਣਾ ਵਿੱਚ ਅਡੋਲ ਰਹਿੰਦਾ ਹੈ, ਉਹ ਨੂੰ ਹੀ ਅਸਲੀ ਜੋਗੀ, ਵਿਰਾਗੀ ਅਵਸਥਾ ਬਖਸ਼ਿਸ਼ ਹੋ ਸਕਦੀ ਹੈ । ਜਿਹੜਾ ਸੰਸਾਰਕ ਇਛਾਂ ਤੋਂ ਰਹਿਤ ਹੋ ਜਾਂਦਾ ਹੈ, ਉਸ ਦੇ ਮਨ ਵਿੱਚ ਸ਼ਬਦ ਘਰ ਕਰ ਜਾਂਦਾ ਹੈ । ਪ੍ਰਭ ਦੇ ਸ਼ਬਦ ਦੇ ਸਿਮਰਨ ਤੋਂ ਬਿਨਾਂ ਕੋਈ ਵੀ ਜੋਗ, ਬੰਦਗੀ ਸੰਪੂਰਨ ਨਹੀਂ ਹੁੰਦੀ । ਪ੍ਰਭ ਦੀ ਰਹਿਮਤ ਬਖਸ਼ਿਸ਼ ਨਹੀਂ ਹੁੰਦੀ । ਬਿਨਾਂ ਪ੍ਰਭ ਦੀ ਰਹਿਮਤ ਤੋਂ ਮੁਕਤੀ ਬਖਸ਼ਿਸ਼ ਨਹੀਂ ਹੋ ਸਕਦੀ ।

Yogi! How was the Creation, origination of the universe, His Creation? How may the universe be vanished or eliminated? With root of ego within the soul, with His mercy and grace, with His Command, the universe was created to sanctify the soul. By abandoning the teachings of His Word from day-to-day life! his soul may have to endure worldly miseries; the universe may vanish. The ego of worldly status has a deep rivalry with humble living, His Word. Whosever may be blessed with a state of mind as His true devotee; with His mercy and grace, he may be blessed with enlightenment of the eternal significance of the reality of human life opportunity. Whosoever may adopt the teachings of His Word in his day-to-day life; with His mercy and grace, his body and soul may both be sanctified. He may remain intoxicated in the everlasting echo of His Word. Whosoever may obey the teachings of His Word with steady and stable belief in his day-to-day life; only he may become worthy to be called real renunciatory, Yogi. Whosoever may become beyond the reach of worldly wealth; with His mercy and grace, he may remain drenched with the essence of His Word. Without meditating on the teachings of His Word, no other meditation may be rewarded in His Court. Remember the key essence of His Nature! Without His mercy and grace, the salvation may never be blessed.

ਸਿਧ ਗੋਸਟਿ - Sidh Gosht. - Page 946

ਕਿਸਤਰ੍ਹਾਂ ਸ੍ਰਿਸ਼ਟੀ ਦਾ ਅਰੰਭ ਹੋਇਆ, ਨਾਸ, ਖਤਮਾ ਹੋ ਸਕਦੀ ਹੈ?

ਆਤਮਾ ਵਿੱਚ ਅਹੰਕਾਰ ਦੀ ਜੜ੍ਹ ਨਾਲ ਹੀ, ਪ੍ਰਭ ਦੇ ਭਾਣੇ ਨਾਲ ਇਹ ਸ੍ਰਿਸ਼ਟੀਆਂ ਦਾ ਅਰੰਭ ਹੋਇਆ ਹੈ । ਪ੍ਰਭ ਦੇ ਸ਼ਬਦ ਨੂੰ ਵਿਸਾਰ ਕੇ ਆਤਮਾ ਨੂੰ ਦੁਖ ਸਹਿਣੇ ਪੈਂਦੇ ਹਨ, ਸ੍ਰਿਸ਼ਟੀ ਦਾ ਨਾਸ ਹੋ ਸਕਦਾ ਹੈ । ਅੱਤ ਅਤੇ ਤੱਤ ਦਾ ਡੂੰਘਾ ਵੈਰ ਹੈ । ਸ਼ਬਦ ਦੇ ਅਧਾਰ ਤੇ ਜੀਵਨ ਬਤੀਤ ਕਰਨ ਨਾਲ ਮਨ ਵਿਚੋਂ ਅਹੰਕਾਰ ਦੀ ਜੜ੍ਹ ਖਤਮ ਹੋ ਜਾਂਦੀ ਹੈ । ਸ਼ਬਦ ਵਿੱਚ ਲੀਨ ਹੋਇਆ ਮਨ ਅਤੇ ਤਨ ਦੋਨੋਂ ਹੀ ਪਵਿੱਤਰ ਹੋ ਜਾਂਦੇ ਹਨ । ਮਨ ਸ਼ਬਦ ਦੀ ਧੁਨ ਵਿੱਚ ਮਗਨ ਹੋ ਜਾਂਦਾ ਹੈ । ਉਸ ਨੂੰ ਇਸ ਰੂਹਾਨੀ ਅਸਲੀਅਤ ਦੀ ਸੋਝੀ ਬਖਸ਼ਿਸ਼ ਹੋ ਜਾਂਦੀ ਹੈ । ਗੁਰਮਖ ਅਵਸਥਾ ਬਖਸ਼ਿਸ਼ ਹੋ ਜਾਂਦੀ ਹੈ! ਉਹ ਨੂੰ ਹੀ ਅਸਲੀ ਜੋਗੀ, ਵਿਰਾਗੀ ਅਵਸਥਾ ਬਖਸ਼ਿਸ਼ ਹੋ ਸਕਦੀ ਹੈ । ਸੰਸਾਰਕ ਇਛਾਂ ਤੋਂ ਰਹਿਤ ਹੋਣ ਨਾਲ ਮਨ ਵਿੱਚ ਸ਼ਬਦ ਘਰ ਕਰ ਜਾਂਦਾ ਹੈ । ਪ੍ਰਭ ਦੇ ਸ਼ਬਦ ਦੇ ਸਿਮਰਨ ਨਾਲ ਹੀ ਬੰਦਗੀ ਸੰਪੂਰਨ ਹੁੰਦੀ ਹੈ । ਮੁਕਤੀ ਬਖਸ਼ਿਸ਼ ਹੋ ਸਕਦੀ ਹੈ ।

How was the creation, or be vanished, the universe?

With root of ego within the soul, with His Command, the universe was created to sanctify his soul. By abandoning the teachings of His Word; his soul may have to endure worldly miseries; the universe may vanish. The ego of worldly status has a deep rivalry with humble living, His Word. Whosever may be blessed with a state of mind as His true devotee; he may be blessed with enlightenment of the eternal significance of the reality of human life opportunity. Whosoever may adopt the teachings of His Word; his body and soul may both be sanctified. He may remain intoxicated in the everlasting echo of His Word. Whosoever may obey the teachings of His Word; only he may become worthy to be called real renunciatory, Yogi. Whosoever may become beyond the reach of worldly wealth; he may remain drenched with the essence of His Word. His meditation may be rewarded in His Court. Remember the key essence of His Nature! The salvation may never be blessed without the earnings of His Word.

ਗੁਰਮੁਖਿ ਸਾਚੁ ਸਬਦੁ ਬੀਚਾਰੈ ਕੋਇ॥ — gurmukh saach sabad beechaarai ko-ay.
ਗੁਰਮੁਖਿ ਸਚੁ ਬਾਣੀ ਪਰਗਟੁ ਹੋਇ॥ — gurmukh sach banee pargat ho-ay.
ਗੁਰਮੁਖਿ ਮਨੁ ਭੀਜੈ, ਵਿਰਲਾ ਬੂਝੈ ਕੋਇ॥ — gurmukh man bheejai virlaa boojhai ko-ay.
ਗੁਰਮੁਖਿ ਨਿਜ ਘਰਿ ਵਾਸਾ ਹੋਇ॥ — gurmukh nij ghar vaasaa ho-ay.
ਗੁਰਮੁਖਿ ਜੋਗੀ ਜੁਗਤਿ ਪਛਾਣੈ॥ — gurmukh jogee jugat pachhaanai.
ਗੁਰਮੁਖਿ ਨਾਨਕ ਏਕੋ ਜਾਣੈ॥੬੯॥ — gurmukh naanak ayko jaanai. ||69||

ਜਿਸ ਦੇ ਮਨ ਵਿੱਚ ਪ੍ਰਭ ਦਾ ਸ਼ਬਦ, ਪ੍ਰਗਟ ਹੋ ਜਾਂਦਾ ਹੈ, ਉਸ ਜੀਵ ਨੂੰ ਗੁਰਮਖ ਅਵਸਥਾ ਬਖਸ਼ਿਸ਼ ਹੋ ਜਾਂਦੀ ਹੈ । ਉਹ ਕੇਵਲ ਪ੍ਰਭ ਦੇ ਸ਼ਬਦ ਦਾ ਹੀ ਵਿਚਾਰ, ਵਿਸਥਾਰ ਕਰਦਾ ਹੈ । ਗੁਰਮਖ ਦਾ ਮਨ ਪ੍ਰਭ ਦੇ ਸ਼ਬਦ ਵਿੱਚ ਹੀ ਰੰਗਿਆ ਰਹਿੰਦਾ ਹੈ । ਵਿਰਲੇ ਜੀਵ ਨੂੰ ਹੀ ਗੁਰਮਖ ਅਵਸਥਾ ਬਖਸ਼ਿਸ਼ ਹੁੰਦੀ ਹੈ । ਗੁਰਮਖ ਆਪਣੇ ਅੰਦਰ ਹੀ ਪ੍ਰਭ ਦੀ, ਸ਼ਬਦ ਦੇ ਵਖਿਆਣ ਦੀ ਖੋਜ ਕਰਦਾ, ਢੂੰਡਦਾ ਹੈ । ਉਸ ਦਾ ਮਨ ਆਪਣੇ ਅੰਦਰ ਹੀ ਸੰਤੁਸ਼ਟ ਰਹਿੰਦਾ ਹੈ । ਗੁਰਮਖ ਨੂੰ ਬੰਦਗੀ ਦਾ ਅਸਲੀ ਰਸਤਾ ਬਖਸ਼ਿਸ਼ ਹੋ ਜਾਂਦਾ, ਚਲਦਾ ਹੈ । ਗੁਰਮਖ ਨੂੰ ਅਟਲ ਪ੍ਰਭ ਦੀ ਹੋਂਦ ਅਨੁਭਵ ਹੋ ਜਾਂਦੀ ਹੈ । ਉਹ ਵੱਖਰੇ ਵੱਖਰੇ ਰਸਤਿਆਂ ਤੇ ਨਹੀਂ ਚਲਦਾ, ਭਰਮਾਂ ਦਾ, ਸਗਨ ਅਪਸਗਨ ਦਾ ਵਿਚਾਰ ਨਹੀਂ ਕਰਦਾ ।

Whosoever may be enlightened with the essence of His Word within and in his way of life; with His mercy and grace, he may be blessed with a state of mind as His true devotee. Only, he may adopt the teachings of His Word in his life and he inspires others to obey the teachings of His Word with the example of his way of life. His true devotee may remain drenched with the essence of His Word; however, very rare may be blessed with the state of mind as His true devotee. He may remain searching the enlightenment, comprehension of the essence of His Word within his mind. He may remain in peace and contented with his own worldly environments. His true devotee may be blessed with the right path of meditation; he may remain steady and stable on that path. His true devotee may realize His Existence, His Holy Spirit prevailing everywhere. He may never follow any other meditation path nor any religious rituals, suspicions of curse or blessing of worldly events.

ਬਿਨੁ ਸਤਿਗੁਰ ਸੇਵੇ ਜੋਗੁ ਨ ਹੋਈ॥ — bin satgur sayvay jog na ho-ee.
ਬਿਨੁ ਸਤਿਗੁਰ ਭੇਟੇ ਮੁਕਤਿ ਨ ਕੋਈ॥ — bin satgur bhaytay mukat na ko-ee.
ਬਿਨੁ ਸਤਿਗੁਰ ਭੇਟੇ ਨਾਮੁ ਪਾਇਆ ਨ ਜਾਇ॥ — bin satgur bhaytay naam paa-i-aa na jaa-ay.
ਬਿਨੁ ਸਤਿਗੁਰ ਭੇਟੇ ਮਹਾ ਦੁਖੁ ਪਾਇ॥ — bin satgur bhaytay mahaa dukh paa-ay.
ਬਿਨੁ ਸਤਿਗੁਰ ਭੇਟੇ ਮਹਾ ਗਰਬਿ ਗੁਬਾਰਿ॥ — bin satgur bhaytay mahaa garab gubaar.
ਨਾਨਕ ਬਿਨੁ ਗੁਰ ਮੁਆ ਜਨਮੁ ਹਾਰਿ॥੭੦॥ — naanak bin gur mu-aa janam haar. ||70||

ਸ਼ਬਦ ਨਾਲ ਜੀਵਨ ਢਾਲਣ ਤੋਂ ਬਿਨਾਂ ਜੋਗੀ ਅਵਸਥਾ ਬਖਸ਼ਿਸ਼ ਨਹੀਂ ਹੁੰਦੀ । ਆਪਣਾ ਆਪਾ ਖਤਮ ਕਰਨ ਤੋਂ ਬਿਨਾਂ ਮੁਕਤੀ ਦਾ ਰਸਤਾ ਬਖਸ਼ਿਸ਼ ਨਹੀਂ ਹੁੰਦਾ । ਪ੍ਰਭ ਨੂੰ ਆਪਾ ਭੇਟਾ ਕਰਨ ਤੋਂ ਬਿਨਾਂ ਸ਼ਬਦ ਨਾਲ ਜੀਵਨ ਢਾਲਿਆ ਨਹੀਂ ਜਾ ਸਕਦਾ, ਸੰਸਾਰਕ ਇਛਾਂ ਤੇ ਕਾਬੂ ਨਹੀਂ ਪਾਇਅ ਜਾ ਸਕਦਾ । ਉਸ ਨੂੰ ਦੁਖ ਹੀ ਸਹਿਣੇ ਪੈਂਦੇ ਹਨ, ਮੌਤ ਦਾ ਡਰ ਸਤਾਉਂਦਾ ਰਹਿੰਦਾ ਹੈ । ਪ੍ਰਭ ਨੂੰ ਆਪਾ ਅਰਪਨ ਕਰਨ ਤੋਂ ਬਿਨਾਂ, ਅਹੰਕਾਰ ਦੀ ਜੜ੍ਹ ਖਤਮ ਨਹੀਂ ਹੁੰਦੀ । ਇਸ ਤੋਂ ਬਿਨਾਂ ਜਨਮ ਮਰਨ ਦਾ ਚੱਕਰ ਖਤਮ ਨਹੀਂ ਹੁੰਦਾ । ਉਹ ਜੀਵ ਮਾਨਸ ਜਨਮ ਬਿਰਥਾ ਹੀ ਗਵਾ ਲੈਂਦਾ ਹੈ ।

Without adopting the teachings of His Word in his day-to-day life; no one may be blessed with a state of mind as His true devotee, Yogi. Without surrendering his mind, body, and worldly identity at His Sanctuary, he may not be blessed with the right path of acceptance in His Court. He may not adopt the teachings of His Word with steady and stable belief in his day-to-day life, nor conquers his worldly desires. He may only endure the miseries of worldly life and remains worried about the devil of death. The root of ego may not be eliminated, nor his cycle of death. He has wasted his priceless human life opportunity to sanctified his soul.

ਗੁਰਮੁਖਿ ਮਨੁ ਜੀਤਾ ਹਉਮੈ ਮਾਰਿ॥ — gurmukh man jeetaa ha-umai maar.
ਗੁਰਮੁਖਿ ਸਾਚੁ ਰਖਿਆ ਉਰ ਧਾਰਿ॥ — gurmukh saach rakhi-aa ur Dhaar.
ਗੁਰਮੁਖਿ ਜਗੁ ਜੀਤਾ, ਜਮਕਾਲੁ ਮਾਰਿ ਬਿਦਾਰਿ॥ — gurmukh jag jeetaa jamkaal maar bidaar.
ਗੁਰਮੁਖਿ ਦਰਗਹ ਨ ਆਵੈ ਹਾਰਿ॥ — gurmukh dargeh na aavai haar.
ਗੁਰਮੁਖਿ ਮੇਲਿ ਮਿਲਾਏ, ਸੁੋ ਜਾਣੈ॥ — gurmukh mayl milaa-ay so jaanai.
ਨਾਨਕ ਗੁਰਮੁਖਿ ਸਬਦਿ ਪਛਾਣੈ॥੭੧॥ — naanak gurmukh sabad pachhaanai. ||71||

ਗੁਰਮਖ ਆਪਣੇ ਅੰਦਰੋਂ ਅਹੰਕਾਰ ਨੂੰ ਖਤਮ ਕਰਕੇ ਹੀ ਬੰਦਗੀ ਵਿੱਚ ਲੀਨ ਰਹਿੰਦਾ, ਜੀਵਨ ਬਤੀਤ ਕਰਦਾ ਹੈ । ਪ੍ਰਭ ਦੇ ਸ਼ਬਦ ਨੂੰ ਆਪਣੇ ਰੋਮ ਰੋਮ ਵਿੱਚ ਵਸਾਈ ਰਖਦਾ, ਸਵਾਸ ਗਰਾਸ ਆਪਣਾ ਜੀਵਨ ਬਤੀਤ ਕਰਦਾ ਹੈ । ਗੁਰਮਖ ਆਪਣੇ ਸੰਸਾਰਕ ਜੀਵਨ ਵਿੱਚ ਹੀ ਇਛਾਂ ਤੇ ਕਾਬੂ ਪਾ ਲੈਂਦਾ ਹੈ, ਮੌਤ ਦੇ ਡਰ ਤੋਂ ਰਹਿਤ ਹੋ ਜਾਂਦਾ, ਜਮਕਾਲ ਦਾ ਕੋਈ ਕਾਬੂ ਨਹੀਂ ਰਹਿੰਦਾ । ਉਸ ਨੂੰ ਦਰਬਾਰ ਵਿੱਚ ਸ਼ਰਮਿੰਦਗੀ ਨਹੀਂ ਸਹਿਣੀ ਪੈਂਦੀ, ਕੋਈ ਲੇਖਾ ਨਹੀਂ ਦੇਣਾ ਪੈਂਦਾ । ਜਿਸ ਗੁਰਮਖ ਦਾ ਪ੍ਰਭ ਨਾਲ ਮਿਲਾਪ ਹੋ ਜਾਂਦਾ ਹੈ, ਕੇਵਲ ਉਹ ਹੀ ਜਾਣਦਾ ਹੈ । ਉਹ ਕਿਸੇ ਨੂੰ ਦੱਸ ਨਹੀਂ ਸਕਦਾ । ਗੁਰਮਖ ਅਵਸਥਾ ਵਿੱਚ ਆਤਮਾ ਨੂੰ ਪ੍ਰਭ ਦੇ ਸ਼ਬਦ ਦੀ ਸੋਝੀ ਬਖਸ਼ਿਸ਼ ਹੋ ਜਾਂਦੀ ਹੈ ।

His true devotee may conquer his ego of worldly status. He may adopt the teachings of His Word with steady and stable belief and remains intoxicated in meditation within the void of His Word. He remains drenched with the essence of His Word in his day-to-day life. He may conquer his demons of worldly desires along with his fear of death; he may remain beyond the control of devil of death. He may never have to worry about the account of his worldly deeds nor any embarrassment in His Court. Whosoever may be blessed with salvation, only he may know. He may never be able to claim nor can foretell anyone. His true devotee may be enlightened with the essence of His Word, the real purpose of human life opportunity.

ਸਿਧ ਗੋਸਟਿ - Sidh Gosht. - Page 946
ਜਿਸ ਦਾ ਮਨ ਪ੍ਰਭ ਦੇ ਸ਼ਬਦ ਵਿੱਚ ਹੀ ਰੰਗਿਆ ਰਹਿੰਦਾ ਹੈ । ਉਹ ਕੇਵਲ ਪ੍ਰਭ ਦੇ ਸ਼ਬਦ ਦਾ ਹੀ ਵਿਚਾਰ, ਵਿਸਥਾਰ ਕਰਦਾ ਹੈ! ਉਸ ਨੂੰ ਗੁਰਮਖ ਅਵਸਥਾ ਬਖਸ਼ਿਸ਼ ਹੋ ਜਾਂਦੀ ਹੈ । ਵਿਰਲੇ ਜੀਵ ਨੂੰ ਹੀ ਗੁਰਮਖ ਅਵਸਥਾ ਬਖਸ਼ਿਸ਼ ਹੁੰਦੀ ਹੈ । ਗੁਰਮਖ ਆਪਣੇ ਅੰਦਰ ਹੀ ਪ੍ਰਭ ਦੀ, ਸ਼ਬਦ ਦੇ ਵਖਿਆਣ ਦੀ ਖੋਜ ਕਰਦਾ, ਢੂੰਡਦਾ, ਆਪਣੇ ਅੰਦਰ ਹੀ ਸੰਤੁਸ਼ਟ ਰਹਿੰਦਾ ਹੈ । ਉਹ ਪ੍ਰਵਾਨਗੀ ਦੇ ਅਸਲੀ ਰਸਤਾ ਤੇ ਚਲਦਾ ਹੈ । ਉਸ ਨੂੰ ਅਟਲ ਪ੍ਰਭ ਦੀ ਹੋਂਦ ਅਨੁਭਵ ਹੋ ਜਾਂਦੀ ਹੈ । ਉਹ ਵੱਖਰੇ ਵੱਖਰੇ ਰਸਤਿਆਂ ਤੇ ਨਹੀਂ ਚਲਦਾ, ਭਰਮਾਂ ਦਾ, ਸਗਨ ਅਪਸਗਨ ਦਾ ਵਿਚਾਰ ਨਹੀਂ ਕਰਦਾ । ਸ਼ਬਦ ਨਾਲ ਜੀਵਨ ਢਾਲਣ ਨਾਲ ਹੀ ਆਪਾ ਖਤਮ ਹੋ ਸਕਦਾ, ਮੁਕਤੀ ਦਾ ਰਸਤਾ ਬਖਸ਼ਿਸ਼ ਹੋ ਸਕਦਾ ਹੈ । ਪ੍ਰਭ ਨੂੰ ਆਪਾ ਭੇਟਾ ਕਰਨ ਨਾਲ ਹੀ ਸ਼ਬਦ ਨਾਲ ਜੀਵਨ ਢਾਲਿਆ ਜਾ ਸਕਦਾ, ਸੰਸਾਰਕ ਇਛਾਂ ਤੇ ਕਾਬੂ ਪਾਇਅ ਜਾ ਸਕਦਾ । ਉਸ ਨੂੰ ਜੋਗੀ ਅਵਸਥਾ ਬਖਸ਼ਿਸ਼ ਹੋ ਜਾਂਦੀ ਹੈ । ਜੋਗੀ ਅਵਸਥਾ ਤੋਂ ਬਿਨਾਂ ਦੁਖ ਹੀ ਸਹਿਣੇ ਪੈਂਦੇ ਹਨ, ਮੌਤ ਦਾ ਡਰ ਸਤਾਉਂਦਾ ਰਹਿੰਦਾ ਹੈ । ਪ੍ਰਭ ਨੂੰ ਆਪਾ ਅਰਪਨ ਕਰਨ ਤੋਂ ਬਿਨਾਂ, ਅਹੰਕਾਰ ਦੀ ਜੜ੍ਹ ਖਤਮ ਨਹੀਂ ਹੁੰਦੀ । ਇਸ ਤੋਂ ਬਿਨਾਂ ਜਨਮ ਮਰਨ ਦਾ ਚੱਕਰ ਖਤਮ ਨਹੀਂ ਹੁੰਦਾ । ਉਹ ਜੀਵ ਮਾਨਸ ਜਨਮ ਬਿਰਥਾ ਹੀ ਗਵਾ ਲੈਂਦਾ ਹੈ । ਗੁਰਮਖ ਆਪਣੇ ਅੰਦਰੋਂ ਅਹੰਕਾਰ ਨੂੰ ਖਤਮ ਕਰਕੇ ਹੀ ਬੰਦਗੀ ਵਿੱਚ ਲੀਨ ਰਹਿੰਦਾ, ਜੀਵਨ ਬਤੀਤ ਕਰਦਾ ਹੈ । ਪ੍ਰਭ ਦੇ ਸ਼ਬਦ ਨੂੰ ਆਪਣੇ ਰੋਮ ਰੋਮ ਵਿੱਚ ਵਸਾਈ ਰਖਦਾ, ਸਵਾਸ ਗਰਾਸ ਆਪਣਾ ਜੀਵਨ ਬਤੀਤ ਕਰਦਾ ਹੈ । ਗੁਰਮਖ ਆਪਣੇ ਸੰਸਾਰਕ ਜੀਵਨ ਵਿੱਚ ਹੀ ਇਛਾਂ ਤੇ ਕਾਬੂ ਪਾ ਲੈਂਦਾ ਹੈ, ਮੌਤ ਦੇ ਡਰ ਤੋਂ ਰਹਿਤ ਹੋ ਜਾਂਦਾ ਹੈ! ਉਸ ਨੂੰ ਦਰਬਾਰ ਵਿੱਚ ਸ਼ਰਮਿੰਦਗੀ, ਕੋਈ ਲੇਖਾ ਨਹੀਂ ਦੇਣਾ ਪੈਂਦਾ । ਗੁਰਮਖ ਦੇ ਮਨ ਦੀ ਅਵਸਥਾ, ਕੇਵਲ ਪ੍ਰਭ ਹੀ ਜਾਣਦਾ ਹੈ । ਗੁਰਮਖ ਅਵਸਥਾ ਵਿੱਚ ਆਤਮਾ ਨੂੰ ਪ੍ਰਭ ਦੇ ਸ਼ਬਦ ਦੀ ਸੋਝੀ ਬਖਸ਼ਿਸ਼ ਹੋ ਜਾਂਦੀ ਹੈ ।
Whosoever may remain drenched with the essence of His Word; Only, he may inspire others to obey the teachings of His Word with the example of his way of life. He may be enlightened with the essence of His Word within; he may be blessed with a state of mind as His true devotee. However, very rare may be blessed with the state of mind as His true devotee. He may remain searching within and comprehend the essence of His Word. He may remain in peace and contented with his own worldly environments. He adopts the right path of meditation; he may realize His Existence, His Holy Spirit prevailing everywhere. He may never follow any religious rituals, suspicions of curse or blessing of worldly events. Whosoever may adopt the teachings of His Word only he may be blessed with the right path of acceptance in His Court. Only he may surrender his self-entity at His Sanctuary. He may be blessed with a state of mind as His true devotee, Yogi. Without conquering his worldly desires; he may only endure the miseries of worldly life and remains worried about the devil of death. The root of ego may not be eliminated, nor his cycle of death. He has wasted his priceless human life opportunity to sanctified his soul. His true devotee may conquer his ego of worldly status and remains intoxicated in obeying the teachings of His Word. He remains drenched with the essence of His Word in his day-to-day life. He may conquer his demons of worldly desires along with his fear of death; he may remain beyond the control of devil of death. He may never have to worry about the account of his worldly deeds nor any embarrassment in His Court. Whosoever may be blessed with salvation, only God knows his state of mind. He may never be able to claim nor can foretell anyone. His true devotee may be enlightened with the essence of His Word, the real purpose of human life opportunity.

95. **ਮਹਲਾ ੧ ਸਿਧ ਗੋਸਟਿ** (946-12) - **Sidh Gosht. - Conclusion.**

ਸਬਦੈ ਕਾ ਨਿਬੇੜਾ ਸੁਣਿ ਤੂ, ਅਉਧੂ ਬਿਨੁ ਨਾਵੈ ਜੋਗੁ ਨ ਹੋਈ॥	sabdai kaa nibayrhaa sun too a-oDhoo bin naavai jog na ho-ee.
ਨਾਮੇ ਰਾਤੇ ਅਨਦਿਨੁ ਮਾਤੇ, ਨਾਮੈ ਤੇ ਸੁਖੁ ਹੋਈ॥	naamay raatay an-din maatay naamai tay sukh ho-ee.
ਨਾਮੈ ਹੀ ਤੇ ਸਭੁ ਪਰਗਟੁ ਹੋਵੈ, ਨਾਮੇ ਸੋਝੀ ਪਾਈ॥	naamai hee tay sabh pargat hovai naamay sojhee paa-ee.
ਬਿਨੁ ਨਾਵੈ ਭੇਖ ਕਰਹਿ ਬਹੁਤੇਰੇ, ਸਚੈ ਆਪਿ ਖੁਆਈ॥	bin naavai bhaykh karahi bahutayray sachai aap khu-aa-ee.
ਸਤਿਗੁਰ ਤੇ ਨਾਮੁ ਪਾਈਐ, ਅਉਧੂ ਜੋਗ ਜੁਗਤਿ ਤਾ ਹੋਈ॥	satgur tay naam paa-ee-ai a-oDhoo jog jugat taa ho-ee.
ਕਰਿ ਬੀਚਾਰੁ ਮਨਿ ਦੇਖਹੁ,	kar beechaar man daykhhu
ਨਾਨਕ ਬਿਨੁ ਨਾਵੈ ਮੁਕਤਿ ਨ ਹੋਈ॥੭੨॥	naanak bin naavai mukat na ho-ee. ||72||

ਨਾਨਕ ਜੀ! ਸਾਰੀ ਕਥਾ ਦਾ ਇਹ ਹੀ ਨਤੀਜਾ ਹੈ । ਸ਼ਬਦ ਨੂੰ ਜੀਵਨ ਵਿੱਚ ਢਾਲਣ ਤੋਂ ਬਿਨਾਂ, ਜੋਗੀ ਅਵਸਥਾ ਬਖਸ਼ਿਸ਼ ਨਹੀਂ ਹੁੰਦੀ । ਜਿਸ ਦੇ ਮਨ ਅੰਦਰ ਸ਼ਬਦ ਦੀ ਧੁਨ ਘਰ ਕਰ ਜਾਂਦੀ ਹੈ, ਉਸ ਦੇ ਮਨ ਵਿੱਚ ਦਿਨ, ਰਾਤ ਸਵਾਸ ਗਰਾਸ ਚਲਣ ਵਾਲੀ ਧੁਨ ਨਾਲ ਹੀ ਮਨ ਨੂੰ ਪੂਰਨ ਸ਼ਾਂਤੀ ਪ੍ਰਾਪਤ ਹੋ ਸਕਦੀ ਹੈ । ਸ਼ਬਦ ਦੀ ਸੋਝੀ ਨਾਲ ਹੀ ਤਿੰਨਾਂ ਸ੍ਰਿਸ਼ਟੀਆਂ ਦਾ ਭੇਦ ਖੁੱਲ੍ਹਦਾ ਹੈ । ਦਰਬਾਰ ਵਿੱਚ ਢੋਈ ਬਖਸ਼ਿਸ਼ ਹੋ ਸਕਦੀ ਹੈ । ਜਿਹੜਾ ਜੀਵ ਪ੍ਰਭ ਦੇ ਸ਼ਬਦ ਤੋਂ ਬਿਨਾਂ ਹੀ ਵੱਖਰੇ, ਵੱਖਰੇ ਪਹਿਰਾਵੇ ਪਾਈ ਰਖਦਾ ਹੈ । ਧਾਰਮਕ ਰੀਤ ਰੀਵਜ ਵਿੱਚ ਭਰੋਸਾ ਰਖਦਾ ਹੈ । ਪ੍ਰਭ ਆਪ ਹੀ ਉਸ ਨੂੰ ਹੋਰ ਭਰਮਾਂ ਵਿੱਚ ਪਾਈ ਰਖਦਾ ਹੈ । ਉਸ ਦੀ ਲਗਨ ਸ਼ਬਦ ਦੀ ਪਾਲਣਾ ਵਿੱਚ ਨਹੀਂ ਲਗਦੀ । ਸ਼ਬਦ ਕੇਵਲ ਪ੍ਰਭ ਤੋਂ ਹੀ ਬਖਸ਼ਿਸ਼ ਹੋ ਸਕਦਾ ਜਾਂਦਾ ਹੈ । ਸ਼ਬਦ ਨਾਲ ਜੀਵਨ ਢਾਲਣ ਤੋਂ ਬਿਨਾਂ ਅਸਲੀ ਜੋਗੀ ਅਵਸਥਾ ਬਖਸ਼ਿਸ਼ ਨਹੀਂ ਹੁੰਦੀ । ਇਹ ਤੱਤ ਆਪਣੇ ਮਨ ਵਿੱਚ ਪੱਕਾ ਰਖੋ! ਪ੍ਰਭ ਦੇ ਸ਼ਬਦ ਤੇ ਚਲਣ ਤੋਂ ਬਿਨਾਂ ਹੋਰ ਕੋਈ ਮੁਕਤੀ ਦਾ ਰਸਤਾ ਨਹੀਂ ਹੈ ।

Nanak Ji! The conclusion of Sidh Gosht! Without adopting the teachings of His Word with steady and stable belief in day-to-day life, the state of mind as His true devotee, Yogi may never be blessed. Whosoever may remain drenched with the essence of His Word; he may hear the everlasting echo of His Word resonating within his heart. He may be enlightened with the essence of His Word, remains contented; with His mercy and grace, he may be revealed with the secret of three universes and accepted in His Court. Whosoever may remain intoxicated in these rituals in his ignorance. He may never remain on the right path of meditation or obey the teachings of His Word. Only, The True Master may bless His Word to His true devotee. Always Remember! Without adopting the teachings of His Word with steady and stable belief in day-to-day life; no on may ever be blessed with the right path of acceptance in His Court.

ਸਿਧ ਗੋਸਟਿ- Sidh Gosht. - Page 946

ਸਾਰੀ ਕਥਾ ਦਾ ਇਹ ਹੀ ਨਤੀਜਾ ਹੈ ।

ਜਿਸ ਦੇ ਮਨ ਅੰਦਰ ਸ਼ਬਦ ਦੀ ਸੋਝੀ ਘਰ ਕਰ ਜਾਂਦੀ ਹੈ, ਉਸ ਦੇ ਮਨ ਵਿੱਚ ਸਦਾ ਚਲਣ ਵਾਲੀ ਧੁਨ ਸੁਣਾਈ ਦੇਂਦੀ ਹੈ! ਉਸ ਨੂੰ ਸ਼ਬਦ ਦੀ ਸੋਝੀ ਨਾਲ ਹੀ ਤਿੰਨਾਂ ਸ੍ਰਿਸ਼ਟੀਆਂ ਦਾ ਭੇਦ ਖੁੱਲ੍ਹਦਾ ਜਾਂਦਾ, ਮਨ ਵਿੱਚ ਪੂਰਨ ਸ਼ਾਤੀ, ਦਰਬਾਰ ਵਿੱਚ ਪ੍ਰਵਾਨਗੀ ਬਖਸ਼ਿਸ਼ ਹੋ ਜਾਂਦੀ ਹੈ । ਜਿਹੜਾ ਧਾਰਮਕ ਰੀਤ ਰੀਵਜ ਵਿੱਚ ਭਰੋਸਾ ਰਖਦਾ ਹੈ । ਪ੍ਰਭ ਆਪ ਹੀ ਉਸ ਨੂੰ ਹੋਰ ਭਰਮਾਂ ਵਿੱਚ ਪਾਈ ਰਖਦਾ ਹੈ । ਸ਼ਬਦ ਕੇਵਲ ਪ੍ਰਭ ਤੋਂ ਹੀ ਬਖਸ਼ਿਸ਼ ਹੋ ਸਕਦਾ ਜਾਂਦਾ ਹੈ । ਸ਼ਬਦ ਨਾਲ ਜੀਵਨ ਢਾਲਣ ਨਾਲ ਹੀ ਅਸਲੀ ਜੋਗੀ ਅਵਸਥਾ, ਅਸਲੀ ਮੁਕਤੀ ਦਾ ਰਸਤਾ ਬਖਸ਼ਿਸ਼ ਹੋ ਜਾਂਦਾ ਹੈ!

Conclusion of Sidh Gosht!

Whosoever may remain drenched with the essence of His Word; he may hear the everlasting echo of His Word resonating within his heart. He may be revealed with the secret of three universes; contentment and acceptance in His Court. Whosoever may remain intoxicated in these rituals in his ignorance. He may get deeper. Only, The True Master may bless His Word to His true devotee. Whosoever may adopt the teachings of His Word with steady and stable belief; only he be blessed with the right path of acceptance in His Court

ਤੇਰੀ ਗਤਿ ਮਿਤਿ ਤੂਹੈ ਜਾਣਹਿ, ਕਿਆ ਕੋ ਆਖਿ ਵਖਾਣੈ॥
ਤੂ ਆਪੇ ਗੁਪਤਾ ਆਪੇ ਪਰਗਟੁ, ਆਪੇ ਸਭਿ ਰੰਗ ਮਾਣੈ॥
ਸਾਧਿਕ ਸਿਧ ਗੁਰੂ ਬਹੁ ਚੇਲੇ, ਖੋਜਤ ਫਿਰਹਿ ਫੁਰਮਾਣੈ॥
ਮਾਗਹਿ ਨਾਮੁ ਪਾਇ ਇਹ ਭਿਖਿਆ, ਤੇਰੇ ਦਰਸਨ ਕਉ ਕੁਰਬਾਣੈ॥
ਅਬਿਨਾਸੀ ਪ੍ਰਭਿ ਖੇਲੁ ਰਚਾਇਆ, ਗੁਰਮੁਖਿ ਸੋਝੀ ਹੋਈ॥
ਨਾਨਕ ਸਭਿ ਜੁਗ ਆਪੇ ਵਰਤੈ, ਦੂਜਾ ਅਵਰੁ ਨ ਕੋਈ॥੭੩॥੧॥

tayree gat mit toohai jaaneh ki-aa ko aakh vakhaanai.
too aapay guptaa aapay pargat aapay sabh rang maanai.
saaDhik siDh guroo baho chaylay khojat fireh furmaanai.
maageh naam paa-ay ih bhikhi-aa tayray darsan ka-o kurbaanai.
abhinaasee parabh khayl rachaa-i-aa gurmukh sojhee ho-ee.
naanak sabh jug aapay vartai doojaa avar na ko-ee. ||73||1||

ਨਾਨਕ ਜੀ! ਪ੍ਰਭ ਆਪ ਹੀ ਆਪਣੀਆਂ ਵਡਿਆਈਆਂ, ਕਰਤਬ ਜਾਣਦਾ ਹੈ । ਹੋਰ ਕੋਈ ਇਹ ਕਿਵੇਂ ਵਰਨਣ ਕਰ ਸਕਦਾ ਹੈ? ਪ੍ਰਭ ਆਪ ਹੀ ਸਾਰੇ ਜੀਵਾਂ ਵਿੱਚ ਵਸਦਾ ਹੈ, ਆਪ ਹੀ ਸਭ ਦੇ ਮਨ ਦੀਆਂ ਇਛਾਂ ਤੋਂ ਵੱਖਰਾ ਹੀ ਰਹਿੰਦਾ ਹੈ । ਅੰਤਰਜਾਮੀ ਪ੍ਰਭ, ਜੀਵ ਦੇ ਮਨ ਦੀਆਂ ਸਾਰੀਆਂ ਇਛਾਂ, ਭਾਵਨਾਂ ਜਾਣਦਾ ਹੈ । ਆਪ ਹੀ ਇਹਨਾਂ ਇਛਾਂ ਤੋਂ ਦੂਰ ਰਹਿੰਦਾ ਹੈ । ਆਪਣਾ ਭਾਉਂਦਾ ਹੀ ਕਰਦਾ ਹੈ । ਪ੍ਰਭ ਸੰਸਾਰ ਵਿੱਚ ਬਹੁਤ ਸਿਆਣਪ ਵਾਲੇ, ਸਿਧ, ਜੋਗੀ, ਗੁਰੁ, ਪੀਰ ਭੇਜਦਾ ਹੈ । ਉਹ ਪ੍ਰਭ ਦਾ ਬਖਸ਼ਿਆਂ ਹੋਇਆ ਹੀ ਉਪਦੇਸ਼ ਦੇਂਦੇ ਹਨ । ਨਾਨਕ ਦਾਸ ਤੇਰੇ ਸ਼ਬਦ ਦਾ ਭਿਖਾਰੀ ਵੀ ਅਰਦਾਸ ਕਰਦਾ ਹੈ । ਸ਼ਬਦ ਦੀ ਦਾਤ ਬਖਸ਼ੋ! ਜਿਸ ਨਾਲ ਰਹਿਮਤ ਦੀ ਨਜ਼ਰ, ਦਰਸ਼ਨ ਹੋ ਜਾਣ । ਪ੍ਰਭ ਨੇ ਇਹ ਸਾਰਾ ਖੇਲ ਆਪ ਹੀ ਰਚਿਆ ਹੈ । ਜਿਸ ਨੂੰ ਗੁਰਮਖ ਅਵਸਥਾ ਬਖਸ਼ਿਸ਼ ਹੋ ਜਾਂਦੀ ਹੈ । ਕੇਵਲ ਉਸ ਜੀਵ ਨੂੰ ਇਹ ਸੋਝੀ ਬਖਸ਼ਿਸ਼ ਹੁੰਦੀ ਹੈ । ਪ੍ਰਭ ਅਦਿ ਤੋ, ਅਰੰਭ ਤੋ, ਜੁੱਗਾਂ ਜੁੱਗਾਂ ਤੋਂ ਆਪ ਹੀ ਵਾਪਰਦਾ ਹੈ । ਹੋਰ ਪ੍ਰਭ ਦੇ ਬਰਾਬਰ, ਕੋਈ ਸ਼ਰੀਕ ਨਹੀਂ ਹੈ ।

Nanak Ji! Only, The True Master, knows, comprehends His Greatness, significance of His miracles, events of His Nature. How may anyone comprehend or explain His Nature? He remains embedded within each soul and dwells within his body; however, He remains beyond the reach of worldly emotions of his body and mind. The Omniscient True Master remains aware about the hopes, desires, and expectations of His Creation. He may send many blessed souls in the universe to convey His Spiritual guidance. His true devotee may only spread the glory of His Word. I am only a beggar at His door and praying for His Forgiveness and refuge, a devotional attachment to His Word. The play of universe has been designed and created with His Imagination. Whosoever may be blessed with a state of mind as His true devotee; only he may be enlightened with the essence of His Nature. From Ancient Ages, before the Creation of universe; His Word has been prevailing. No one may ever be born, equal or greater, worthy to replace or called The True Guru, His only Son. The whole universe is an expansion of His Holy Spirit.

ਸਿਧ ਗੋਸਟਿ- Sidh Gosht- Page 946

ਪ੍ਰਭ ਆਪ ਹੀ ਸਾਰੇ ਜੀਵਾਂ ਵਿੱਚ ਵਸਦਾ ਹੈ, ਆਪ ਹੀ ਸਭ ਦੇ ਮਨ ਦੀਆਂ ਇਛਾਂ ਜਾਣਦਾ, ਆਪ ਹੀ ਮਨ ਦੀਆਂ ਭਾਵਨਾਂ ਤੋਂ ਵੱਖਰਾ ਹੀ ਰਹਿੰਦਾ ਹੈ । ਪ੍ਰਭ ਸੰਸਾਰ ਵਿੱਚ ਬਹੁਤ ਸਿਆਣਪ ਵਾਲੇ, ਸਿਧ, ਜੋਗੀ, ਗੁਰੁ, ਪੀਰ ਭੇਜਦਾ ਹੈ । ਉਹ ਪ੍ਰਭ ਦਾ ਬਖਸ਼ਿਆਂ ਹੋਇਆ ਹੀ ਉਪਦੇਸ਼ ਦੇਂਦੇ ਹਨ । ਨਾਨਕ ਦਾਸ ਤੇਰੇ ਸ਼ਬਦ ਦਾ ਭਿਖਾਰੀ ਵੀ ਅਰਦਾਸ ਕਰਦਾ ਹੈ । ਸ਼ਬਦ ਦੀ ਦਾਤ ਬਖਸ਼ੋ! ਜਿਸ ਨਾਲ ਰਹਿਮਤ ਦੀ ਨਜ਼ਰ, ਦਰਸ਼ਨ ਹੋ ਜਾਣ । ਜਿਸ ਨੂੰ ਗੁਰਮਖ ਅਵਸਥਾ ਬਖਸ਼ਿਸ਼ ਹੋ ਜਾਂਦੀ ਹੈ । ਕੇਵਲ ਉਸ ਜੀਵ ਨੂੰ ਇਹ ਸੋਝੀ ਬਖਸ਼ਿਸ਼ ਹੁੰਦੀ ਹੈ । ਪ੍ਰਭ ਅਦਿ ਤੋ, ਅਰੰਭ ਤੋ, ਜੁੱਗਾਂ ਜੁੱਗਾਂ ਤੋਂ ਆਪ ਹੀ ਵਾਪਰਦਾ ਹੈ । ਹੋਰ ਪ੍ਰਭ ਦੇ ਬਰਾਬਰ, ਕੋਈ ਸ਼ਰੀਕ ਨਹੀਂ ਹੈ ।

Only, The True Master, knows, comprehends His greatness, significance of His miracles, events of His Nature. His Holy Spirit remains embedded within each soul and dwells within his body; however, He remains beyond the reach of worldly emotions of his body and mind. He may send blessed souls in the universe to convey His Spiritual guidance. I am only a beggar at His door and praying for His Forgiveness and Refuge, a devotional attachment to His Word. Whosoever may be blessed with a state of mind as His true devotee; only he may be enlightened with the essence of His Nature. From Ancient Ages, before the Creation of universe; His Word has been prevailing. No one may ever be born, equal or greater than Him nor would be worthy to be called The True Guru. The whole universe is an expansion of His Holy Spirit.

96. ਸਲੋਕੁ ਮਃ ੧॥ 951-13

ਸਤੀ ਪਾਪੁ ਕਰਿ ਸਤੁ ਕਮਾਹਿ॥ ਗੁਰ ਦੀਖਿਆ ਘਰਿ ਦੇਵਣ ਜਾਹਿ॥
ਇਸਤਰੀ ਪੁਰਖੈ ਖਟਿਐ ਭਾਉ॥ ਭਾਵੈ ਆਵਉ ਭਾਵੈ ਜਾਉ॥
ਸਾਸਤੁ ਬੇਦੁ ਨ ਮਾਨੈ ਕੋਇ॥ ਆਪੋ ਆਪੈ ਪੂਜਾ ਹੋਇ॥
ਕਾਜੀ ਹੋਇ ਕੈ ਬਹੈ ਨਿਆਇ॥
ਫੇਰੇ ਤਸਬੀ ਕਰੇ ਖੁਦਾਇ॥
ਵਢੀ ਲੈ ਕੈ ਹਕੁ ਗਵਾਏ॥
ਜੇ ਕੋ ਪੁਛੈ ਤਾ ਪੜਿ ਸੁਣਾਏ॥
ਤੁਰਕ ਮੰਤ੍ਰੁ ਕਨਿ ਰਿਦੈ ਸਮਾਹਿ॥
ਲੋਕ ਮੁਹਾਵਹਿ ਚਾੜੀ ਖਾਹਿ॥
ਚਉਕਾ ਦੇ ਕੈ ਸੁਚਾ ਹੋਇ॥ ਐਸਾ ਹਿੰਦੂ ਵੇਖਹੁ ਕੋਇ॥
ਜੋਗੀ ਗਿਰਹੀ ਜਟਾ ਬਿਭੂਤ॥ ਆਗੈ ਪਾਛੈ ਰੋਵਹਿ ਪੂਤ॥
ਜੋਗੁ ਨ ਪਾਇਆ ਜੁਗਤਿ ਗਵਾਈ॥ ਕਿਤੁ ਕਾਰਣਿ ਸਿਰਿ ਛਾਈ ਪਾਈ॥
ਨਾਨਕ ਕਲਿ ਕਾ ਏਹੁ ਪਰਵਾਣੁ॥ ਆਪੇ ਆਖਣੁ ਆਪੇ ਜਾਣੁ॥੧॥

satee paap kar sat kamaahi. gur deekhi-aa ghar dayvan jaahi.
istaree purkhai khati-ai bhaa-o. bhaavai aava-o bhaavai jaa-o.
saasat bayd na maanai ko-ay. aapo aapai poojaa ho-ay.
kaajee ho-ay kai bahai ni-aa-ay.
fayray tasbee karay khudaa-ay.
vadhee lai kai hak gavaa-ay.
jay ko puchhai taa parh sunaa-ay.
turak mantar kan ridai samaahi.
lok muhaaveh chaarhee khaahi.
cha-ukaa day kai suchaa ho-ay. aisaa hindoo vaykhhu ko-ay.
jogee girhee jataa bibhoot. aagai paachhai roveh poot.
jog na paa-i-aa jugat gavaa-ee. kit kaaran sir chhaa-ee paa-ee.
naanak kal kaa ayhu parvaan. aapay aakhan aapay jaan. ||1||

ਜਿਹੜਾ ਸੰਸਾਰ ਵਿੱਚ ਪਾਪ ਕਰਕੇ ਧਨ ਇਕੱਠਾ ਕਰਦਾ ਹੈ । ਸੰਸਾਰਕ ਗੁਰੂ, ਪੀਰ ਉਸ ਤੋਂ ਦਾਨ ਲੈਂਦੇ, ਦਾਨ ਕਰਨ ਦੀ ਪ੍ਰੇਰਨਾ ਕਰਦੇ ਹਨ । ਜਿਹੜੀ ਔਰਤ, ਆਦਮੀ ਨੂੰ ਕੇਵਲ ਉਸ ਦੀ ਦੌਲਤ ਕਰਕੇ ਹੀ ਪਿਆਰ ਕਰਦੀ ਹੈ । ਜਦੋਂ ਦੌਲਤ ਖਤਮ ਹੋ ਜਾਂਦੀ ਹੈ, ਉਸ ਪਾਸ ਨਹੀਂ ਰਹਿੰਦੀ । ਉਹ ਔਰਤ ਵੱਖਰੇ ਵੱਖਰੇ ਜੀਵਾਂ ਕੋਲ ਜਾਂਦੀ ਰਹਿੰਦੀ ਹੈ । ਹਰਇਕ ਜੀਵ ਆਪਣੇ ਆਪ ਨੂੰ ਸੋਝੀਵਾਨ ਸਮਝਦਾ ਹੈ । ਵੇਦਾਂ, ਸ਼ਾਸਤਰਾਂ, ਧਰਮ ਦੇ ਗ੍ਰੰਥਾਂ ਦੀ ਕੋਈ ਪ੍ਰਵਾਹ ਨਹੀਂ ਕਰਦਾ । ਜਿਸ ਮੁਸਲਮਾਨ ਨੂੰ ਨਿਆਂ ਕਰਨ ਵਾਲਾ (ਕਾਜੀ) ਥਾਪਿਆ ਜਾਂਦਾ ਹੈ । (ਕਾਜੀ) ਉਹ ਬਾਣੀ ਦੀਆਂ ਤੁਕਾਂ ਬੋਲਕੇ ਬਾਕੀ ਜੀਵਾਂ ਨੂੰ ਪ੍ਰਭਾਵਤ ਕਰਦਾ ਹੈ । ਉਸ ਦੇ ਮਨ ਵਿੱਚ ਮੈਲ ਹੁੰਦੀ ਹੈ, ਆਪਣੇ ਤੇ ਤੁਕਾਂ ਦਾ ਕੋਈ ਪ੍ਰਭਾਵ ਨਹੀਂ ਹੁੰਦਾ । ਉਹ ਵੱਢੀ ਲੇ ਕੇ ਇਨਸਾਫ ਨੂੰ ਰੋਕਦਾ ਹੈ । ਜਿਹੜਾ ਉਸ ਦੇ ਫੇਸਲੇ ਦਾ ਵਿਰੋਧ ਕਰਦਾ ਹੈ, ਉਹ ਬਾਣੀ ਦੀਆਂ ਕੋਈ ਹੋਰ ਤੁਕਾਂ ਬੋਲਕੇ ਆਪਣਾ ਫੇਸਲਾ ਠੀਕ ਦੱਸਦਾ ਹੈ । ਧਾਰਮਕ ਬਾਣੀ ਆਪਣੇ ਜੀਭ ਤੇ ਜ਼ਬਾਨੀ ਯਾਦ ਰਖਦਾ ਹੈ । ਇਹ ਬਾਣੀ ਬੋਲਕੇ ਆਪਣੇ ਆਪ ਨੂੰ ਬਹੁਤ ਸੋਝੀਵਾਲਾ ਦੱਸਦਾ ਹੈ । ਕੋਈ ਵਿਰਲਾ ਹੀ ਮਾਨਸ ਗੁਰਮਖ ਹੁੰਦਾ ਹੈ! ਜਿਹੜਾ ਆਪਣੇ ਮਨ ਨੂੰ ਪਵਿੱਤਰ ਰਖਦਾ ਹੈ । ਸੰਸਾਰ ਵਿੱਚ ਬਾਣੇ ਵਾਲੇ ਸੰਤ ਬਣਨਾ, ਤਾ ਜੀਵਨ ਦਾ ਧੰਦਾ ਬਣ ਗਿਆ ਹੈ । ਜੋਗੀ ਮਤ ਵਾਲੇ, ਸਿਰ ਦੇ ਵਾਲ ਪੁੱਟਕੇ, ਤਨ ਨੂੰ ਭਸਮ ਲਾਈ ਰਖਦੇ ਹਨ । ਸਿਖ ਮੱਤ ਵਾਲੇ, ਪੰਜ ਕੇਕਾਰ ਰਖਦੇ ਹਨ । ਉਸ ਦੇ ਅੱਗੇ ਪਿਛੇ ਸੰਸਾਰਕ ਪ੍ਰਵਾਰ ਰੋਂਦਾ ਕਰਲਾਉਂਦਾ ਰਹਿੰਦਾ ਹੈ । ਉਹ ਜੀਵ ਨਾ ਤਾ ਧਰਮ ਦੇ ਨਿਯਮਾਂ ਦੀ ਪਾਲਣਾ ਕਰਦਾ ਹੈ । ਆਪਣਾ ਜੀਵਨ ਦਾ ਰਸਤਾ ਗਵਾ ਬੈਠਦਾ ਹੈ । ਉਹ ਧਰਮ ਦਾ ਬਾਣਾ ਕਿਸ ਕਰਕੇ ਪਾਉਂਦਾ ਹੈ? ਕਲਯੁਗ ਦੀ ਇਹ ਹੀ ਨਿਸ਼ਾਨੀ ਹੈ! ਹਰਇਕ ਜੀਵ ਇਹ ਹੀ ਕਹਿੰਦਾ ਹੈ! ਉਹ ਆਪਣੇ ਆਪ ਨੂੰ ਜਾਣਦਾ, ਪਛਾਣਦਾ ਹੈ ।

Whosoever may collect worldly wealth with devious plans; worldly saints may go at his door for charity. He may inspire the signification of charity for his worldly life. Any women may love or remains attached to any man for the greed and comforts of his worldly wealth; she may abandon as his wealth may be exhausted. She may become friendly with other with her cunning attraction. Everyone may consider wise and very knowledgeable about the right path in life; however, he may not obey or signify the importance of teachings of worldly Holy Scriptures. Any religious saints may be appointed a judge to perform justice. He may recite few verses of Holy Scripture to impress others about his devotion to The Holy Scripture. He may modify his judgement with worldly greed, corruption. Whosoever may challenge his judgement, he may recite few more verses of Holy Scripture to justify his judgement as a fair and justice. He may memorize various verses of Holy Scripture by heart. He may recite various verses of His Holy Scripture to prove his wisdom, enlightenment. However, very rare may keep his mind, body soul sanctified to be worthy of His Consideration. To wear a religious robe has become a norm of Kul jug. Whosoever may believe in Yogi concept of life, he may pull his hair from head, face and rubs ashes on his face and body. Sikh may adopt five, Kakka as a symbol of Sikhism. His family may cry for his lack of importance to hard work to earn honest living. He may not completely adopt the good principles of life; he has lost his human life opportunity uselessly. Why has he adopted religious robe? This may be a sign of **Kul Jug**; everyone claims, to know the right path and purpose of priceless human life opportunity.

ਮਃ ੧॥
ਹਿੰਦੂ ਕੈ ਘਰਿ ਹਿੰਦੂ ਆਵੈ॥ ਸੂਤੁ ਜਨੇਊ ਪੜਿ ਗਲਿ ਪਾਵੈ॥
ਸੂਤੁ ਪਾਇ ਕਰੇ ਬੁਰਿਆਈ॥ ਨਾਤਾ ਧੋਤਾ ਥਾਇ ਨ ਪਾਈ॥
ਮੁਸਲਮਾਨੁ ਕਰੇ ਵਡਿਆਈ॥
ਵਿਣੁ ਗੁਰ ਪੀਰੈ ਕੋ ਥਾਇ ਨ ਪਾਈ॥
ਰਾਹੁ ਦਸਾਇ ਓਥੈ ਕੋ ਜਾਇ॥
ਕਰਣੀ ਬਾਝਹੁ ਭਿਸਤਿ ਨ ਪਾਇ॥
ਜੋਗੀ ਕੈ ਘਰਿ ਜੁਗਤਿ ਦਸਾਈ॥
ਤਿਤੁ ਕਾਰਣਿ ਕਨਿ ਮੁੰਦ੍ਰਾ ਪਾਈ॥
ਮੁੰਦ੍ਰਾ ਪਾਇ ਫਿਰੈ ਸੰਸਾਰਿ॥ ਜਿਥੈ ਕਿਥੈ ਸਿਰਜਣਹਾਰੁ॥
ਜੇਤੇ ਜੀਅ ਤੇਤੇ ਵਾਟਾਊ॥ ਚੀਰੀ ਆਈ ਢਿਲ ਨ ਕਾਊ॥
ਏਥੈ ਜਾਣੈ ਸੁ ਜਾਇ ਸਿਞਾਣੈ॥ ਹੋਰੁ ਫਕੜੁ ਹਿੰਦੂ ਮੁਸਲਮਾਣੈ॥
ਸਭਨਾ ਕਾ ਦਰਿ ਲੇਖਾ ਹੋਇ॥
ਕਰਣੀ ਬਾਝਹੁ ਤਰੈ ਨ ਕੋਇ॥
ਸਚੋ ਸਚੁ ਵਖਾਣੈ ਕੋਇ॥ ਨਾਨਕ ਅਗੈ ਪੁਛ ਨ ਹੋਇ॥੨॥

mehlaa 1.
hindoo kai ghar hindoo aavai. soot janay-oo parh gal paavai.
soot paa-ay karay buri-aa-ee. naataa Dhotaa thaa-ay na paa-ee.
musalmaan karay vadi-aa-ee.
vin gur peerai ko thaa-ay na paa-ee.
raahu dasaa-ay othai ko jaa-ay.
karnee baajhahu bhisat na paa-ay.
jogee kai ghar jugat dasaa-ee. tit kaaran kan mundraa paa-ee.
mundraa paa-ay firai sansaar. jithai kithai sirjanhaar.
jaytay jee-a taytay vaataa-oo. cheeree aa-ee dhil na kaa-oo.
aythai jaanai so jaa-ay sinjaanai.
hor fakarh hindoo musalmaanai.
sabhnaa kaa dar laykhaa ho-ay.
karnee baajhahu tarai na ko-ay.
sacho sach vakhaanai ko-ay. naanak agai puchh na ho-ay. ||2||

ਜਿਹੜਾ ਹਿੰਦੂ ਹੈ, ਉਹ ਦੂਸਰੇ ਨੂੰ ਹਿੰਦੂ ਬਣਾਉਂਦਾ ਹੈ । ਉਹ ਉਸ ਦੇ ਗਲ ਵਿੱਚ ਧਰਮ ਦੀ ਨਿਸ਼ਾਨੀ, ਬਾਣਾ, ਜਨੇਊ ਪਾਉਂਦਾ ਹੈ । ਬਾਣੀ ਪੜ੍ਹਕੇ ਅਰਦਾਸ ਕਰਦਾ ਹੈ । ਉਹ ਜੀਵ, ਬਾਣਾ ਤਾ ਪਾਉਂਦਾ ਹੈ, ਮਨ ਵਿੱਚ ਬੁਰੇ ਖਿਆਲ, ਕੰਮ ਹੀ ਕਰਦਾ ਹੈ । ਇਸਤਰ੍ਹਾਂ ਪਵਿੱਤਰ ਹੋਣਾ ਪ੍ਰਭ ਦੇ ਦਰਬਾਰ ਵਿੱਚ ਪ੍ਰਵਾਨ ਨਹੀਂ ਹੁੰਦਾ । ਇਸਤਰ੍ਹਾਂ ਬਾਕੀ ਧਰਮ ਵਾਲੇ, ਮੁਸਲਮਾਨ ਆਪਣੇ ਧਰਮ ਦੀ ਵਡਿਆਈ ਕਰਦੇ ਹਨ । ਨਿਯਮ ਦੱਸਦੇ ਹਨ, ਬਾਣਾ ਪਾਉਂਦੇ ਹਨ । ਪਰ ਸ਼ਬਦ ਦੀ ਪਾਲਣਾ, ਜੀਵਨ ਵਿੱਚ ਢਾਲਣ ਤੋਂ ਬਿਨਾਂ ਕੋਈ ਪ੍ਰਵਾਨ ਨਹੀਂ ਹੁੰਦਾ । ਭਾਵੇਂ ਬਹੁਤ ਜੀਵ, ਸੰਸਾਰਕ ਗੁਰੂ, ਪ੍ਰਵਾਨਗੀ ਦੇ ਰਸਤੇ ਨੂੰ ਜਾਣਦੇ ਹਨ । ਪਰ ਕੋਈ ਵਿਰਲਾ ਹੀ ਇਸ ਤੇ ਚਲਦਾ ਹੈ । ਸੰਸਾਰ ਵਿੱਚ ਚੰਗੇ ਕੰਮ ਕਰਨ ਤੋਂ ਬਿਨਾਂ ਕੋਈ ਦਰਬਾਰ ਵਿੱਚ ਪ੍ਰਵਾਨ ਨਹੀਂ ਹੁੰਦਾ । ਜੋਗੀਆਂ ਦੇ ਡੇਰੇ, ਜੋਗਾ ਦੇ ਨਿਯਮ ਦੱਸੇ, ਦਿਖਾਏ ਜਾਂਦੇ ਹਨ । ਉਹ ਕੰਨਾਂ ਵਿੱਚ ਮੰਦ੍ਰਾਂ ਪਾ ਕੇ ਜੀਵਨ ਦਾ ਰਸਤਾ ਦੱਸਦੇ ਹਨ । ਉਹ ਸੰਤੋਖ ਦੀਆਂ ਮੰਦ੍ਰਾਂ ਪਾ ਕੇ ਘਰ ਘਰ ਮੰਗਣ ਕਿਉਂ ਜਾਂਦੇ ਹਨ? ਉਹ ਦਾਤਾਂ ਦਾ ਮਾਲਕ ਤਾ ਹਰਇਕ ਥਾਂ ਹੀ ਵਸਦਾ ਹੈ । ਜਿਤਨੇ ਹੀ ਜੀਵ ਸੰਸਾਰ ਵਿੱਚ ਪੈਦਾ ਹੋਏ ਹਨ, ਸਾਰੇ ਹੀ ਦਰ ਦਰ ਤੇ ਮੰਗਣ ਵਾਲੇ ਹਨ । ਮੌਤ ਦੇ ਸਮੇਂ ਜਮਦੂਤ ਨੂੰ ਕੋਈ ਰੋਕ ਨਹੀਂ ਸਕਦਾ । ਜਿਹੜਾ ਪ੍ਰਭ ਦੀ ਬੰਦਗੀ ਕਰਦਾ ਹੈ । ਉਹ ਹਰਇਕ ਥਾਂ ਤੇ ਹੀ ਪ੍ਰਭ ਨੂੰ ਵਾਪਰਦਾ ਮਹਿਸੂਸ ਕਰਦਾ ਹੈ । ਸਾਰੇ ਧਰਮਾਂ ਨੂੰ ਮੰਨਣ ਵਾਲੇ ਉਥੇ ਇਕੋ ਕਤਾਰ ਵਿੱਚ ਖੜ੍ਹੇ ਹੁੰਦੇ ਹਨ । ਹਰਇਕ ਦੇ ਸੰਸਾਰ ਵਿੱਚ ਕੀਤੇ ਕੰਮਾਂ ਦੀ ਪਰਖ ਕੀਤੀ ਜਾਂਦੀ ਹੈ । ਸ਼ਬਦ ਦੀ ਕਮਾਈ ਤੋਂ ਬਿਨਾਂ ਕਿਸੇ ਨੂੰ ਪ੍ਰਵਾਨਗੀ ਬਖਸ਼ਿਸ਼ ਨਹੀਂ ਹੁੰਦੀ । ਜਿਹੜਾ ਪ੍ਰਭ ਦੇ ਸ਼ਬਦ ਦੀ ਪਾਲਣਾ ਕਰਦਾ, ਜੀਵਨ ਢਾਲਦਾ ਹੈ, ਉਸ ਦਾ ਲੇਖਾ ਖਤਮ ਹੋ ਜਾਂਦਾ ਹੈ ।

Whosoever may believe in Hindu religion, he may enforce the symbol of Hindu religion on his new born. He may read few verses of Holy scripture and prays for His Blessings. He may adopt the religious robe; however, he remains overwhelmed with evil deeds and thoughts. Whosoever may try to sanctify his soul with religious robe, he may never be accepted in His Court. Same way other religion Muslim, Sikhs may highlight the significance of the principles of their religion. However, without obeying and adopting the teachings of His Word, no one may be accepted in His Court. Even though many worldly saints, gurus may know the right path of human life journey; however, very few may adopt the right path in his own day-to-day life. Same way Yogi may highlight the principle of their way of life. Why may they beg from door to door by wear the ear rings of contentment? The True Master of all virtues remain omnipresent everywhere? All worldly creatures are only beggars. No one may avoid or delay the devil of death. Whosoever may meditate with steady and a stable belief; with His mercy and grace, he may realize His Holy Spirit prevailing everywhere. All religion believes that after death, everyone must stay in the same line to face judgement for his own worldly deeds. No one may be accepted in His Court, without obeying the teachings of His Word, earnings of His Word. Whosoever may adopt the teachings of His Word with steady and stable belief; with His mercy and grace, his account of worldly deeds may be eliminated, his sins may be forgiven.

ਪਉੜੀ॥	pa-orhee.
ਹਰਿ ਕਾ ਮੰਦਰੁ ਆਖੀਐ, ਕਾਇਆ ਕੋਟੁ ਗੜੁ॥	har kaa mandar aakhee-ai kaa-i-aa kot garh.
ਅੰਦਰਿ ਲਾਲ ਜਵੇਹਰੀ, ਗੁਰਮੁਖਿ ਹਰਿ ਨਾਮੁ ਪੜੁ॥	andar laal javayharee gurmukh har naam parh.
ਹਰਿ ਕਾ ਮੰਦਰੁ ਸਰੀਰੁ ਅਤਿ ਸੋਹਣਾ, ਹਰਿ ਹਰਿ ਨਾਮੁ ਦਿੜੁ॥	har kaa mandar sareer at sohnaa har har naam dirh.
ਮਨਮੁਖ ਆਪਿ ਖੁਆਇਅਨੁ, ਮਾਇਆ ਮੋਹ ਨਿਤ ਕੜੁ॥	manmukh aap khu-aa-i-an maa-i-aa moh nit karh.
ਸਭਨਾ ਸਾਹਿਬੁ ਏਕੁ ਹੈ, ਪੂਰੈ ਭਾਗਿ ਪਾਇਆ ਜਾਈ॥੧੧॥	sabhnaa saahib ayk hai poorai bhaag paa-i-aa jaa-ee. ||11||

ਜੀਵ ਦੇ ਤਨ ਦੇ ਅੰਦਰ ਹੀ ਪ੍ਰਭ ਦਾ ਦਰਬਾਰ ਹੈ । ਉਸ ਵਿੱਚ ਹੀ ਅਮੋਲਕ ਰਤਨ, ਜਵਾਹਰ ਹਨ । ਗੁਰਮਖ ਸ਼ਬਦ ਦੀ ਉਸਤਤ ਹੀ ਗਾਉਂਦਾ ਹੈ । ਜਿਸ ਦੇ ਰੋਮ ਰੋਮ ਵਿੱਚ ਸ਼ਬਦ ਘਰ ਕਰ ਜਾਂਦਾ ਹੈ । ਉਸ ਦਾ ਤਨ, ਮਨ ਬਹੁਤ ਹੀ ਸੁੰਦਰ ਪ੍ਰਭ ਦਾ ਮੰਦਰ ਬਣ ਜਾਂਦਾ ਹੈ । ਮਨਮੁਖ ਸੰਸਾਰਕ ਇਛਾਂ ਦੀ ਅੱਗ ਵਿੱਚ ਜਲਦਾ ਰਹਿੰਦਾ, ਆਪਣੇ ਆਪ ਨੂੰ ਤਬਾਹ ਕਰ ਲੈਂਦਾ ਹੈ । ਸਾਰੇ ਜੀਵ ਦਾ ਮਾਲਕ ਇਕੋ ਇਕ ਪ੍ਰਭ ਹੀ ਹੈ, ਚੰਗੇ ਭਾਗਾਂ ਨਾਲ ਪ੍ਰਭ ਦੀ ਰਹਿਮਤ ਬਖਸ਼ਿਸ਼ ਹੋ ਸਕਦੀ ਹੈ ।

The body of a creature is His Royal Throne, Court. His body remains overwhelmed with the treasure of ambrosial jewels of the enlightenment of His Word. His true devotee sings the glory of His Word with each breath. Whosoever may remain drenched with the essence of His Word; his mind and body may transform into a glamorous Holy Shrine. Self-minded may remain burning in worldly desires. He may ruin his priceless human life opportunity. The One and Only One True Master of all creatures of the universe! Whosoever may have a great prewritten destiny, only he may be blessed with the right path of acceptance in His Court.

Key Message of Raag Raamkalee, page 951-13
ਕਲਯੁਗ ਦੀ ਨਿਸ਼ਾਨੀ!
ਸੰਸਾਰ ਵਿੱਚ ਬਾਣੇ ਵਾਲੇ ਸੰਤ ਬਣਨਾ, ਜੀਵਨ ਦਾ ਧੰਦਾ ਬਣ ਗਿਆ ਹੈ । ਕੋਈ ਵਿਰਲਾ ਹੀ ਆਪਣੇ ਮਨ ਨੂੰ ਪਵਿੱਤਰ ਰਖਦਾ ਹੈ । ਉਹ ਜੀਵ ਨਾ ਤਾ ਧਰਮ ਦੇ ਨਿਯਮਾਂ ਦੀ ਪਾਲਣਾ ਕਰਦਾ ਹੈ । ਆਪਣਾ ਜੀਵਨ ਦਾ ਰਸਤਾ ਗਵਾ ਬੈਠਦਾ ਹੈ । **ਕਲਯੁਗ ਦੀ ਇਹ ਹੀ ਨਿਸ਼ਾਨੀ ਹੈ**! ਭਾਵੇਂ ਬਹੁਤ ਜੀਵ, ਸੰਸਾਰਕ ਗੁਰੂ, ਪ੍ਰਵਾਨਗੀ ਦੇ ਰਸਤੇ ਨੂੰ ਜਾਣਦੇ ਹਨ । ਪਰ ਕੋਈ ਵਿਰਲਾ ਹੀ ਇਸ ਤੇ ਚਲਦਾ ਹੈ । ਉਹ ਦਾਤਾਂ ਦਾ ਮਾਲਕ ਤਾ ਹਰਇਕ ਥਾਂ ਹੀ ਵਸਦਾ ਹੈ । ਜਿਤਨੇ ਹੀ ਜੀਵ ਸੰਸਾਰ ਵਿੱਚ ਪੈਦਾ ਹੋਏ ਹਨ, ਸਾਰੇ ਹੀ ਦਰ ਦਰ ਤੇ ਮੰਗਣ ਵਾਲੇ ਹਨ । ਜਿਹੜਾ ਪ੍ਰਭ ਦੀ ਬੰਦਗੀ ਕਰਦਾ ਹੈ । ਉਹ ਹਰਇਕ ਥਾਂ ਤੇ ਹੀ ਪ੍ਰਭ ਨੂੰ ਵਾਪਰਦਾ ਮਹਿਸੂਸ ਕਰਦਾ ਹੈ । ਹਰਇਕ ਦੇ ਸੰਸਾਰ ਵਿੱਚ ਕੀਤੇ ਕੰਮਾਂ ਦੀ ਪਰਖ ਕੀਤੀ ਜਾਂਦੀ ਹੈ । ਜਿਹੜਾ ਪ੍ਰਭ ਦੇ ਸ਼ਬਦ ਦੀ ਪਾਲਣਾ ਕਰਦਾ, ਜੀਵਨ ਢਾਲਦਾ ਹੈ, ਉਸ ਦਾ ਲੇਖਾ ਖਤਮ ਹੋ ਜਾਂਦਾ ਹੈ । ਜੀਵ ਦੇ ਤਨ ਦੇ ਅੰਦਰ ਹੀ ਪ੍ਰਭ ਦਾ ਦਰਬਾਰ, ਅਮੋਲਕ ਰਤਨ, ਜਵਾਹਰ ਸ਼ਬਦ ਦੀ ਸੋਝੀ ਹੈ! ਜਿਸ ਦੇ ਰੋਮ ਰੋਮ ਵਿੱਚ ਸ਼ਬਦ ਘਰ ਕਰ ਜਾਂਦਾ ਹੈ । ਉਸ ਦਾ ਤਨ, ਮਨ ਬਹੁਤ ਹੀ ਸੁੰਦਰ ਪ੍ਰਭ ਦਾ ਮੰਦਰ ਬਣ ਜਾਂਦਾ ਹੈ ।
Sign of Kul-Jug!
To wear a religious robe has become a norm of Kul jug. However, very rare may sanctify his soul to become worthy of His Consideration. Whosoever may not completely adopt the good principles of good living; he has lost his opportunity of human life uselessly. This may be the sign of **Kul Jug**. Even though many worldly saints, gurus may know the right path of human life journey; however, very few may adopt the right path in his own day-to-day life. The True Master of all virtues remain omnipresent everywhere. All worldly creatures are only beggars. Whosoever may meditate with steady and a stable belief; he may realize His Holy Spirit prevailing everywhere. His account of worldly deeds may be forgiven; The body of a creature is His Royal Throne, overwhelmed with the enlightenment of His Word. Whosoever may remain drenched with the essence of His Word; his mind and body may transform into a glamorous Holy Shrine

97. **ਸਲੋਕ** ਮਃ ੧॥ 952-8

ਨਾ ਸਤਿ ਦੁਖੀਆ, ਨਾ ਸਤਿ ਸੁਖੀਆ, ਨਾ ਸਤਿ ਪਾਣੀ ਜੰਤ ਫਿਰਹਿ॥
ਨਾ ਸਤਿ ਮੂੰਡ ਮੁਡਾਈ ਕੇਸੀ, ਨਾ ਸਤਿ ਪੜਿਆ ਦੇਸ ਫਿਰਹਿ॥
ਨਾ ਸਤਿ ਰੁਖੀ ਬਿਰਖੀ ਪਥਰ, ਆਪੁ ਤਛਾਵਹਿ ਦੁਖ ਸਹਹਿ॥
ਨਾ ਸਤਿ ਹਸਤੀ ਬਧੇ, ਸੰਗਲ ਨਾ ਸਤਿ ਗਾਈ, ਘਾਹੁ ਚਰਹਿ॥
ਜਿਸੁ ਹਥਿ ਸਿਧਿ ਦੇਵੈ ਜੇ ਸੋਈ, ਜਿਸ ਨੋ ਦੇਇ ਤਿਸੁ ਆਇ ਮਿਲੈ॥
ਨਾਨਕ ਤਾ ਕਉ ਮਿਲੈ ਵਡਾਈ, ਜਿਸੁ ਘਟ ਭੀਤਰਿ ਸਬਦੁ ਰਵੈ॥
ਸਭਿ ਘਟ ਮੇਰੇ ਹਉ ਸਭਨਾ ਅੰਦਰਿ,
ਜਿਸਹਿ ਖੁਆਈ ਤਿਸੁ ਕਉਣੁ ਕਹੈ॥
ਜਿਸਹਿ ਦਿਖਾਲਾ ਵਾਟੜੀ, ਤਿਸਹਿ ਭੁਲਾਵੈ ਕਉਣੁ॥
ਜਿਸਹਿ ਭੁਲਾਈ ਪੰਧ ਸਿਰਿ, ਤਿਸਹਿ ਦਿਖਾਵੈ ਕਉਣੁ॥੧॥

naa sat dukhee-aa, naa sat sukhee-aa naa sat paanee jant fireh.
naa sat moond mudaa-ee kaysee naa sat parhi-aa days fireh.
naa sat rukhee birkhee pathar aap tachhaaveh dukh saheh.
naa sat hastee baDhay sangal naa sat gaa-ee, ghaahu chareh.
jis hath siDh dayvai jay so-ee jis no day-ay tis aa-ay milai.
naanak taa ka-o milai vadaa-ee jis ghat bheetar sabad ravai.
sabh ghat mayray ha-o sabhnaa andar
jisahi khu-aa-ee tis ka-un kahai.
jisahi dikhaalaa vaatrhee tiseh bhulaavai ka-un.
jisahi bhulaa-ee panDh sir tiseh dikhaavai ka-un. ||1||

ਪ੍ਰਭ ਦੀ ਤਪਸਿਆ, ਬੰਦਗੀ, ਭਗਤੀ, ਸਰੀਰ ਤੇ ਦੁਖ ਸਹਿਣ, ਸੁਖ ਮਾਨਣ, ਘਰ ਘਰ, ਥਾਂ ਥਾਂ ਮੰਗਣ, ਸਿਰ ਦੇ ਵਾਲ ਪੁੱਟਣ, ਬਾਣੀ ਪੜ੍ਹਨ ਵਿੱਚ, ਜੰਗਲਾਂ, ਦੇਸਾਂ ਵਿੱਚ ਘੁੰਮਣ, ਬ੍ਰਿਛਾਂ, ਪੱਥਰਾਂ ਨੂੰ ਪੂਜਣ ਵਿੱਚ ਨਹੀਂ ਹੈ । ਪ੍ਰਭ ਦੀ ਬੰਦਗੀ ਹੱਠ ਕਰਕੇ ਸਰੀਰ ਤੇ ਦੁਖ ਸਹਿਣ, ਹਾਥੀ ਨੂੰ ਬੰਨਣ, ਜਾ ਗਊ ਚਾਰਨ ਨਾਲ ਨਹੀਂ ਹੁੰਦੀ । ਪ੍ਰਭ ਦੀ ਆਪਣੀ ਰਹਿਮਤ ਨਾਲ ਹੀ ਜਿਸ ਦੇ ਮਨ ਵਿੱਚ ਸ਼ਬਦ ਰਚ ਜਾਂਦਾ, ਉਹ ਸ਼ਬਦ ਦੀ ਪਾਲਣਾ ਕਰਦਾ, ਜੀਵਨ ਢਾਲਦਾ ਹੈ । ਪ੍ਰਭ ਦਾ ਸ਼ਬਦ ਹਰਇਕ ਮਨ ਵਿੱਚ ਵਸਦਾ ਹੈ, ਸੰਸਾਰ ਵਿੱਚ ਸਭ ਕੁਝ ਹੀ ਪ੍ਰਭ ਦੀ ਅਮਾਨਤ ਹੈ । ਜੀਵ ਦਾ ਮਨ ਭਰਮਾਂ ਵਿੱਚ ਭਟਕਦਾ ਹੈ । ਜਿਸ ਜੀਵ ਨੂੰ ਪ੍ਰਭ ਆਪ ਹੀ ਬੰਦਗੀ ਦਾ ਰਸਤਾ ਬਖਸ਼ਦਾ ਹੈ । ਉਸ ਨੂੰ ਕੌਣ ਭੁਲਾ ਸਕਦਾ ਹੈ? ਜਿਸ ਨੂੰ ਜਨਮ ਤੇ ਹੀ ਪ੍ਰਭ ਰਸਤੇ ਤੋਂ ਵਾਂਝਾ ਰਖਦਾ ਹੈ । ਉਸ ਨੂੰ ਕੌਣ ਰਸਤਾ ਤੇ ਪਾ ਸਕਦਾ ਹੈ?

The real meditation may not by enduring hard stress on body, enjoying pleasure, begging door to door, pulling hairs from root, reciting Holy Scripture, wandering from place to place, or worshipping Holy tree or idol of ancient prophet carved on stone nor by own determination to perform mediation in tough posture, controlling elephant or grazing cows. Whosoever may adopt the teachings of His Word in his day-to-day life, he may remain drenched with the essence of His Word. His Word remains embedded within each soul and everything remains only the trust of The True Master. Self-minded may remain frustrated in religious suspicions. Whosoever may be blessed with the right path of meditation, acceptance in His Court; how may he abandon the right path of acceptance in His Court? Whosoever may be deprived from the right path of mediation from his birth! Who may guide him on the right path?

ਮਃ ੧॥

ਸੋ ਗਿਰਹੀ ਜੋ ਨਿਗ੍ਰਹੁ ਕਰੈ॥ ਜਪੁ ਤਪੁ ਸੰਜਮੁ ਭੀਖਿਆ ਕਰੈ॥
ਪੁੰਨ ਦਾਨ ਕਾ ਕਰੇ ਸਰੀਰੁ॥ ਸੋ ਗਿਰਹੀ ਗੰਗਾ ਕਾ ਨੀਰੁ॥
ਬੋਲੈ ਈਸਰੁ ਸਤਿ ਸਰੂਪੁ॥ ਪਰਮ ਤੰਤ ਮਹਿ ਰੇਖ ਨ ਰੂਪੁ॥੨॥

mehlaa 1.

so girhee jo nigarahu karai. jap tap sanjam bheekhi-aa karai.
punn daan kaa karay sareer. so girhee gangaa kaa neer.
bolai eesar sat saroop. param tant meh raykh na roop. ||2||

ਜਿਹੜਾ ਆਪਣੇ ਆਪ ਤੇ ਕਾਬੂ ਰਖਦਾ ਹੈ, ਕੇਵਲ ਉਸ ਨੂੰ ਹੀ ਪ੍ਰਭ ਦੇ ਘਰ ਵਿੱਚ ਥਾਂ ਬਖਸ਼ਿਸ਼ ਹੋ ਸਕਦੀ ਹੈ । ਉਹ ਧੀਰਜ, ਸੰਤੋਖ, ਇਛਾਂ ਤੇ ਕਾਬੂ ਦੀ ਅਰਦਾਸ ਕਰਦਾ, ਭਿਖਿਆਂ ਮੰਗਦਾ ਹੈ । ਜਿਹੜਾ ਆਪਣੇ ਸਰੀਰ, ਆਪਣੇ ਹੱਥਾਂ ਨਾਲ ਨਿਮਾਣੇ ਦੀ ਸੇਵਾ ਕਰਦਾ ਹੈ । ਉਸ ਜੀਵ ਦਾ ਮਨ ਗੰਗਾ ਦੇ ਜਲ ਵਰਗਾ ਪਵਿੱਤਰ ਹੁੰਦਾ ਹੈ । ਉਹ ਪ੍ਰਭ ਦੇ ਸ਼ਬਦ ਦੀ ਉਸਤਤ ਗਾਉਂਦਾ, ਸ਼ਬਦ ਦੀ ਪਾਲਣਾ ਕਰਦਾ ਹੈ । ਉਸ ਨੂੰ ਪ੍ਰਭ ਦੀ ਰਹਿਮਤ ਬਖਸ਼ਿਸ਼ ਹੋ ਜਾਂਦੀ ਹੈ ।

Whosoever may conquer his worldly desires; with His mercy and grace, he may be blessed with a permanent resting place in His Royal Castle. He may always pray for His Forgiveness and Refuge to remain patience, contentment, and control on his worldly desires. Whosoever may serve His Creation with his own hands and body; with His mercy and grace, his mind may remain sanctified as the Holy water of **Ganga**. He may remain singing the glory and obeying the teachings of His Word with steady and stable belief in his day-to-day life, in the Sanctuary of His Word, The supreme True Master.

ਮਃ ੧॥

ਸੋ ਅਉਧੂਤੀ ਜੋ ਧੂਪੈ ਆਪੁ॥ ਭਿਖਿਆ ਭੋਜਨੁ ਕਰੈ ਸੰਤਾਪੁ॥
ਅਉਹਠ ਪਟਣ ਮਹਿ ਭੀਖਿਆ ਕਰੈ॥ ਸੋ ਅਉਧੂਤੀ ਸਿਵ ਪੁਰਿ ਚੜੈ॥
ਬੋਲੈ ਗੋਰਖੁ ਸਤਿ ਸਰੂਪੁ॥ ਪਰਮ ਤੰਤ ਮਹਿ ਰੇਖ ਨ ਰੂਪੁ॥੩॥

mehlaa 1.

so a-uDhootee jo Dhoopai aap. bhikhi-aa bhojan karai santaap.
a-uhath patan meh bheekhi-aa karai. so a-uDhootee siv pur charhai.
bolai gorakh sat saroop. param tant meh raykh na roop. ||3||

ਜਿਹੜਾ ਆਪਣੇ ਮਨ ਦੀਆਂ ਇਛਾਂ ਨੂੰ ਜਲਾ ਦੇਂਦਾ ਹੈ । ਉਹ ਹੀ ਅਸਲੀ ਬੰਦਗੀ ਕਰਨ ਵਾਲਾ ਹੁੰਦਾ ਹੈ । ਉਹ ਕੇਵਲ ਪ੍ਰਭ ਦਾ ਮੰਨਣ, ਦੁਖ ਸਹਿਣ ਦੀ ਸਮਰਥਾ ਹੀ ਮੰਗਦਾ ਹੈ । ਉਹ ਆਪਣੇ ਅੰਦਰ ਬੈਠੇ ਪ੍ਰਭ ਅਗੇ ਰਹਿਮਤ ਦੀ ਅਰਦਾਸ ਕਰਦਾ ਹੈ । ਇਸਤਰ੍ਹਾਂ ਬੰਦਗੀ ਕਰਨ ਵਾਲਾ ਦਰਬਾਰ ਵਿੱਚ ਦਾਖਿਲ ਹੋ ਜਾਂਦਾ ਹੈ । ਉਸ ਅਕਾਰ ਰਹਿਤ ਪ੍ਰਭ ਵਿੱਚ ਹੀ ਅਲੋਪ ਹੋ ਜਾਂਦਾ ਹੈ ।

Whosoever may eliminate, burns his worldly desires; with His mercy and grace, only he may be blessed with a state of mind as His true devotee. He may pray for His Forgiveness and Refuge, patience to endure miseries of worldly life. He may be immersed within structureless His Holy Spirit.

ਮਃ ੧॥

ਸੋ ਉਦਾਸੀ ਜਿ ਪਾਲੇ ਉਦਾਸੁ॥ ਅਰਧ ਉਰਧ ਕਰੇ ਨਿਰੰਜਨ ਵਾਸੁ॥
ਚੰਦ ਸੂਰਜ ਕੀ ਪਾਏ ਗੰਢਿ॥ ਤਿਸੁ ਉਦਾਸੀ ਕਾ ਪੜੈ ਨ ਕੰਧੁ॥
ਬੋਲੈ ਗੋਪੀ ਚੰਦੁ ਸਤਿ ਸਰੂਪੁ॥ ਪਰਮ ਤੰਤ ਮਹਿ ਰੇਖ ਨ ਰੂਪੁ॥੪॥

mehlaa 1.

so udaasee je paalay udaas. araDh uraDh karay niranjan vaas.
chand sooraj kee paa-ay gandh. tis udaasee kaa parhai na kanDh.
bolai gopee chand sat saroop. param tant meh raykh na roop. ||4||

ਜਿਹੜਾ ਸੰਸਾਰਕ ਇਛਾਂ ਨੂੰ ਤਿਆਗ ਦੇਂਦਾ ਹੈ, ਉਹ ਹਰਇਕ ਥਾਂ ਤੇ ਪ੍ਰਭ ਨੂੰ ਵਾਪਰਦਾ ਮਹਿਸੂਸ ਕਰਦਾ ਹੈ । ਉਹ ਹੀ ਅਸਲੀ ਉਦਾਸੀ ਹੁੰਦਾ ਹੈ । ਉਹ ਦੁਖ, ਸੁਖ, ਸੂਰਜ ਦੀ ਗਰਮੀ, ਚੰਦ ਦੀ ਠੰਡ ਦਾ ਇਕ ਸਮਾਨ ਹੀ ਅਨੰਦ ਮਾਨਦਾ ਹੈ । ਉਹ ਸ਼ਬਦ ਦੀ ਪਾਲਣਾ ਵਿੱਚ ਹੀ ਮਸਤ ਰਹਿੰਦਾ, ਪ੍ਰਭ ਵਿੱਚ ਹੀ ਅਭੇਦ ਹੋ ਜਾਂਦਾ ਹੈ ।

Whosoever may renounce his worldly desires; with His mercy and grace, he may realize His Holy Spirit prevailing everywhere. He may be blessed with a state of mind as His true devotee, renunciatory. His state of mind may remain unchanged with worldly miseries, pleasures, heat of sun or cold breeze of moon. His state of mind may not be disturbed by worldly desires. He may remain intoxicated in obeying the teachings of His Word; with His mercy and grace, he may immerse within structureless Holy Spirit.

ਮਃ ੧॥	mehlaa 1.
ਸੋ ਪਾਖੰਡੀ ਜਿ ਕਾਇਆ ਪਖਾਲੇ॥	so paakhandee je kaa-i-aa pakhaalay.
ਕਾਇਆ ਕੀ ਅਗਨਿ ਬ੍ਰਹਮੁ ਪਰਜਾਲੇ॥	kaa-i-aa kee agan barahm parjaalay.
ਸੁਪਨੈ ਬਿੰਦੁ ਨ ਦੇਈ ਝਰਣਾ॥ ਤਿਸੁ ਪਾਖੰਡੀ ਜਰਾ ਨ ਮਰਣਾ॥	supnai bind na day-ee jharnaa. tis paakhandee jaraa na marnaa.
ਬੋਲੈ ਚਰਪਟੁ ਸਤਿ ਸਰੂਪੁ॥ ਪਰਮ ਤੰਤ ਮਹਿ ਰੇਖ ਨ ਰੂਪੁ॥੫॥	bolai charpat sat saroop. param tant meh raykh na roop. ||5||

ਉਹ ਹੀ ਪਾਖੰਡੀ ਹੈ, ਜੋ ਆਪਣੇ ਤਨ, ਮਨ ਦੀ ਮੈਲ਼ ਨੂੰ ਧੋਂਦਾ ਹੈ । ਆਪਣੇ ਮਨ ਦੀ ਅੱਗ ਨਾਲ ਪ੍ਰਭ ਦੀ ਜੋਤ ਆਪਣੇ ਮਨ ਅੰਦਰ ਜਾਗਰਤ ਕਰ ਲੈਂਦਾ ਹੈ । ਉਹ ਸੁਪਨੇ ਵਿੱਚ ਆਪਣਾ ਜੀਵਨ ਨਹੀਂ ਗਵਾਉਂਦਾ । ਇਸਤਰ੍ਹਾਂ ਦਾ ਪਾਖੰਡੀ ਕਦੇ ਬੁੱਢਾ ਨਹੀਂ ਹੁੰਦਾ, ਮਰਦਾ ਨਹੀਂ । ਉਹ ਹਰਇਕ ਵਿੱਚ ਵਸਣ ਵਾਲੇ ਪ੍ਰਭ ਦੇ ਸ਼ਬਦ ਦੀ ਪਾਲਣਾ ਕਰਦਾ, ਸ਼ਬਦ ਨਾਲ ਜੀਵਨ ਢਾਲਦਾ ਹੈ । ਉਹ ਸ਼ਬਦ ਵਿੱਚ ਹੀ ਲੀਨ ਰਹਿੰਦਾ ਹੈ, ਪ੍ਰਭ ਵਿੱਚ ਅਭੇਦ ਹੋ ਜਾਂਦਾ ਹੈ ।

ਪਾਖੰਡੀ	ਪਾਪਾ ਦਾ ਖੰਡਨ ਕਰਨ ਵਾਲਾ
Pakandi	stands for who may Forgive sins of his follower

Whosoever may clean the blemish of his mind and body; his soul may be sanctify to become worthy to be called as His true devotee. With his anxiety, fire of his devotion, he may enlighten the spiritual glow of the His Holy Spirit within. He may never waste his human life opportunity in fantasy. Such a devotee may never become old nor die. He always obeys and adopts the teachings of His Word with steady and stable belief in his day-to-day life. He may remain intoxicated in meditation in the void of His Word; with His mercy and grace, he may immerse within His Holy Spirit.

ਮਃ ੧॥	mehlaa 1.
ਸੋ ਬੈਰਾਗੀ ਜਿ ਉਲਟੇ ਬ੍ਰਹਮੁ॥ ਗਗਨ ਮੰਡਲ ਮਹਿ ਰੋਪੈ ਥੰਮੁ॥	so bairaagee je ultay barahm. gagan mandal meh ropai thamm.
ਅਹਿਨਿਸਿ ਅੰਤਰਿ ਰਹੈ ਧਿਆਨਿ॥ ਤੇ ਬੈਰਾਗੀ ਸਤ ਸਮਾਨਿ॥	ahinis antar rahai Dhi-aan. tay bairaagee sat samaan.
ਬੋਲੈ ਭਰਥਰਿ ਸਤਿ ਸਰੂਪੁ॥ ਪਰਮ ਤੰਤ ਮਹਿ ਰੇਖ ਨ ਰੂਪੁ॥੬॥	bolai bharthar sat saroop. param tant meh raykh na roop. ||6||

ਜਿਹੜਾ ਆਪਣੇ ਮਨ ਦਾ ਰਸਤਾ ਬਦਲ ਕੇ ਸ਼ਬਦ ਦੀ ਪਾਲਣਾ ਵਿੱਚ ਲਾਉਂਦਾ ਹੈ । ਉਹ ਹੀ ਅਸਲੀ ਵਿਰਾਗੀ ਹੈ । ਆਪਣੇ ਮਨ ਵਿੱਚ ਪ੍ਰਭ ਦੇ ਦਰਬਾਰ ਵਿੱਚ ਜਾਣ ਵਾਲਾ ਥੰਮ ਸਥਾਪਣ ਕਰ ਲੈਂਦਾ ਹੈ । ਦਿਨ ਰਾਤ, ਪ੍ਰਭ ਦੇ ਸ਼ਬਦ ਦੀ ਪਾਲਣਾ, ਸਿਮਰਨ ਵਿੱਚ ਲੀਨ ਰਹਿੰਦਾ ਹੈ । ਉਹ ਵਿਰਾਗੀ ਪ੍ਰਭ ਦਾ ਰੂਪ ਹੀ ਬਣ ਜਾਂਦਾ ਹੈ । ਉਹ ਅਕਾਰ ਰਹਿਤ ਪ੍ਰਭ ਵਿੱਚ ਹੀ ਅਲੋਪ ਹੋ ਜਾਂਦਾ ਹੈ ।

Whosoever may change the path of his mind to obey the teachings of His Word. He may be worthy to be called as a true renunciatory. He may establish a pillar of enlightenment within his mind to reach His 10th Castle. He may remain meditating and obeying the teachings of His Word in the void of His Word. He may be immersed within structureless His Holy Spirit. He may become the symbol of The True Master.

ਮਃ ੧॥	mehlaa 1.
ਕਿਉ ਮਰੈ ਮੰਦਾ ਕਿਉ ਜੀਵੈ ਜੁਗਤਿ॥	ki-o marai mandaa ki-o jeevai jugat.
ਕੰਨ ਪੜਾਇ ਕਿਆ ਖਾਜੈ ਭੁਗਤਿ॥	kann parhaa-ay ki-aa khaajai bhugat.
ਆਸਤਿ ਨਾਸਤਿ ਏਕੋ ਨਾਉ॥ ਕਉਣੁ ਸੁ ਅਖਰੁ ਜਿਤੁ ਰਹੈ ਹਿਆਉ॥	aasat naasat ayko naa-o. ka-un so akhar jit rahai hi-aa-o.
ਧੂਪ ਛਾਵ ਜੇ ਸਮ ਕਰਿ ਸਹੈ॥ ਤਾ ਨਾਨਕੁ ਆਖੈ ਗੁਰੁ ਕੋ ਕਹੈ॥	Dhoop chhaav jay sam kar sahai. taa naanak aakhai gur ko kahai.
ਛਿਅ ਵਰਤਾਰੇ ਵਰਤਹਿ ਪੂਤ॥ ਨਾ ਸੰਸਾਰੀ ਨਾ ਅਉਧੂਤ॥	chhi-a vartaaray varteh poot. naa sansaaree naa a-uDhoot.
ਨਿਰੰਕਾਰਿ ਜੋ ਰਹੈ ਸਮਾਇ॥ ਕਾਹੇ ਭੀਖਿਆ ਮੰਗਣਿ ਜਾਇ॥੭॥	naa sansaaree naa a-uDhoot. kaahay bheekhi-aa mangan jaa-ay. ||7||

ਮਨ ਵਿਚੋਂ ਕਿਵੇਂ ਮੰਦੇ ਖਿਆਲ ਖਤਮ ਕੀਤੇ ਜਾਣ? ਜੀਵਨ ਦਾ ਅਸਲੀ ਰਸਤਾ ਕਿਵੇਂ ਲਭਿਆ ਜਾਵੇ? ਕੰਨਾਂ ਵਿੱਚ ਮੁੰਦ੍ਰਾਂ ਪਾਉਣ, ਅਤੇ ਭੋਜਨ ਮੰਗਣ ਦਾ ਕੀ ਲਾਭ ਹੈ? ਸ੍ਰਿਸ਼ਟੀ ਦੇ ਜੀਵਨ ਵਿੱਚ ਅਤੇ ਮੌਤ ਪਿਛੋਂ ਕੇਵਲ ਇਕੋ ਇਕ ਪ੍ਰਭ ਹੀ ਵਾਪਰਦਾ ਹੈ । ਕਿਹੜੇ ਸ਼ਬਦ ਨਾਲ ਮਨ ਅਡੋਲ ਹੋ ਸਕਦਾ ਹੈ? ਜਿਹੜਾ ਦੁਖ ਅਤੇ ਸੁਖ, ਧੁਪ ਅਤੇ ਛਾ ਵਿੱਚ ਇਕ ਸਮਾਨ ਅਨੰਦ ਮਾਨਦਾ ਹੈ । ਇਸ ਨੂੰ ਪ੍ਰਭ ਦੀ ਰਹਿਮਤ, ਸ਼ਬਦ ਦੀ ਸੋਝੀ ਹੋ ਜਾਂਦੀ ਹੈ । ਜਿਹੜਾ ਸੇਵਕ ਸ਼ਾਸਤਰਾਂ ਦੇ ਛੇ ਗੁਣ ਧਾਰਨ ਕਰ ਲੈਂਦਾ ਹੈ । ਉਹ ਨਾ ਤਾ ਸੰਸਾਰੀ ਹੀ ਰਹਿੰਦਾ, ਨਾ ਹੀ ਸੰਸਾਰ ਨਾਲੋ ਵੱਖਰੇ ਹੀ ਹੁੰਦਾ ਹੈ । ਜਿਹੜਾ ਉਸ ਅਕਾਰ ਰਹਿਤ ਦੇ ਸ਼ਬਦ ਦੀ ਪਾਲਣਾ, ਸਿਮਰਨ ਵਿੱਚ ਲੀਨ ਰਹਿੰਦਾ ਹੈ । ਉਸ ਨੂੰ ਹੋਰ ਭਿਖਿਆਂ ਮੰਗਣ ਦੀ ਕੋਈ ਲੋੜ ਨਹੀਂ ਰਹਿੰਦੀ ।

How may the evil thoughts from within mind be eliminated? How may the right path of acceptance in His Court be blessed? What may be benefit, reward of ear rings and begging food from door to door? Only, The One and only One, True Master prevails in worldly life and in His Court after death. What word, path of life may worldly creature adopts in worldly life to become worthy on His Blessings? Whosoever may remain contented in all worldly miseries, pleasures, heat of sun or deep shade of tree; with His mercy and grace, only he may become worthy of His Consideration. He may be blessed with such an immortal state of mind. Whosoever may adopt six virtues of religious Holy Scripture. He may not be a family man/ woman nor remains away, apart from human life. Whosoever may meditate and obeys the teachings of His Word, the structureless Holy Spirit. He may never have any desire to beg anymore.

ਪਉੜੀ॥	pa-orhee.
ਹਰਿ ਮੰਦਰੁ ਸੋਈ ਆਖੀਐ, ਜਿਥਹੁ ਹਰਿ ਜਾਤਾ॥	har mandar so-ee aakhee-ai jithahu har jaataa.
ਮਾਨਸ ਦੇਹ ਗੁਰ ਬਚਨੀ ਪਾਇਆ, ਸਭੁ ਆਤਮ ਰਾਮੁ ਪਛਾਤਾ॥	maanas dayh gur bachnee paa-i-aa sabh aatam raam pachhaataa.
ਬਾਹਰਿ ਮੂਲਿ ਨ ਖੋਜੀਐ, ਘਰ ਮਾਹਿ ਬਿਧਾਤਾ॥	baahar mool na khojee-ai ghar maahi biDhaataa.
ਮਨਮੁਖ ਹਰਿ ਮੰਦਰ ਕੀ ਸਾਰ ਨ ਜਾਣਨੀ, ਤਿਨੀ ਜਨਮੁ ਗਵਾਤਾ॥	manmukh har mandar kee saar na jaannee tinee janam gavaataa.
ਸਭ ਮਹਿ ਇਕੁ ਵਰਤਦਾ, ਗੁਰ ਸਬਦੀ ਪਾਇਆ ਜਾਈ॥੧੨॥	sabh meh ik varatdaa gur sabdee paa-i-aa jaa-ee. ||12||

ਜਿਥੇ ਪ੍ਰਭ ਦੇ ਸ਼ਬਦ ਦੀ ਸੋਝੀ ਪਾਈ ਜਾ ਸਕਦੀ ਹੈ । ਕੇਵਲ ਉਸ ਥਾਂ ਨੂੰ ਹੀ ਪ੍ਰਭ ਦਾ ਮੰਦਰ, ਘਰ ਕਹਿਆ ਜਾ ਸਕਦਾ ਹੈ । ਜਿਹੜਾ ਜੀਵ ਪ੍ਰਭ ਤੇ ਭਰੋਸਾ ਅਡੋਲ ਰਖਦਾ ਹੈ! ਉਸ ਜੀਵ ਦੇ ਤਨ ਵਿਚੋਂ ਹੀ ਪ੍ਰਭ ਦੇ ਸ਼ਬਦ ਦੀ ਸੋਝੀ ਬਖਸ਼ਿਸ਼ ਹੋ ਜਾਂਦੀ ਹੈ । ਸ੍ਰਿਸ਼ਟੀ ਨੂੰ ਪੈਦਾ ਕਰਨ ਵਾਲਾ, ਭਾਗ ਲਿਖਣਵਾਲਾ ਪ੍ਰਭ ਹਰਇਕ ਆਤਮਾ ਵਿੱਚ ਹੀ ਵਸਦਾ ਹੈ । ਉਹ ਪ੍ਰਭ ਨੂੰ ਇਕਾਂਤ ਥਾਂ, ਮੰਦਰਾਂ, ਜੰਗਲਾਂ ਵਿੱਚ ਨਹੀਂ ਲੱਭਦਾ ਫਿਰਦਾ । ਮਨਮੁਖ ਜੀਵ ਪ੍ਰਭ ਦੇ ਮੰਦਰ ਦੀ ਕੀਮਤ ਨਹੀਂ ਜਾਣਦਾ, ਆਪਣਾ ਜਨਮ ਬਿਰਥਾ ਹੀ ਗਵਾ ਲੈਂਦਾ ਹੈ । ਜਿਹੜਾ ਭਰੋਸੇ ਨਾਲ ਮਨ ਅੰਦਰ ਹੀ ਖੋਜਦਾ ਹੈ, ਕੇਵਲ ਉਸ ਨੂੰ ਹੀ ਰਹਿਮਤ ਬਖਸ਼ਿਸ਼ ਹੋ ਸਕਦੀ ਹੈ ।

Wherever the enlightenment of the essence of His Word may be blessed that place may become worthy to be called His Castle, throne. Whosoever may keep his belief steady and stable on His Blessings; with His mercy and grace, he may be blessed with the enlightenment of the essence of His Word from within. He may be enlightened that The True Master prewrites the destiny; He remains embedded within each soul and dwells within his body. He may never wander from temple to temple, in wild jungles outside to find the enlightenment of the essence of His Word. Self-minded may never comprehend the true significance of His Word. He may waste his human life opportunity. Whosoever may search the enlightenment with steady and stable belief within; only he may realize His Holy Spirit prevailing everywhere.

Key Message of Raag Raamkalee, page 952-8
'ਅਸਲੀ ਮੰਦਿਰ, ਅਸਲੀ ਵਾਸ!
ਪ੍ਰਭ ਦੀ ਤਪਸਿਆ, ਬੰਦਗੀ, ਭਗਤੀ, ਬਾਣੀ ਪੜ੍ਹਨ ਜਾ ਪੂਜਾ ਕਰਨ ਵਿੱਚ ਨਹੀ ਹੁੰਦੀ! ਜਿਹੜਾ ਸ਼ਬਦ ਦੀ ਪਾਲਣਾ ਕਰਦਾ, ਜੀਵਨ ਢਾਲਦਾ, ਉਸ ਦੇ ਮਨ ਵਿੱਚ ਸ਼ਬਦ ਰਚ ਜਾਂਦਾ ਹੈ । ਪ੍ਰਭ ਦਾ ਸ਼ਬਦ ਹਰਇਕ ਮਨ ਵਿੱਚ ਵਸਦਾ ਹੈ, ਸੰਸਾਰ ਵਿੱਚ ਸਭ ਕੁਝ ਹੀ ਪ੍ਰਭ ਦੀ ਅਮਾਨਤ ਹੈ । ਜਿਹੜਾ ਆਪਣੇ ਆਪ ਤੇ, ਇਛਾਂ ਤੇ ਕਾਬੂ ਰਖਦਾ ਹੈ, ਆਪਣੇ ਸਰੀਰ, ਆਪਣੇ ਹੱਥਾਂ ਨਾਲ ਨਿਮਾਣੇ ਦੀ ਸੇਵਾ ਕਰਦਾ ਹੈ । ਉਸ ਜੀਵ ਦਾ ਮਨ ਗੰਗਾ ਦੇ ਜਲ ਵਰਗਾ ਪਵਿੱਤਰ ਹੁੰਦਾ ਹੈ । ਉਹ ਧੀਰਜ, ਸੰਤੋਖ, ਇਛਾਂ ਤੇ ਕਾਬੂ ਦੀ ਅਰਦਾਸ ਕਰਦਾ, ਭਿਖਿਆਂ ਮੰਗਦਾ ਹੈ । ਉਸ ਨੂੰ ਸ਼ਰੋਮਣੀ ਪ੍ਰਭ ਦੀ ਰਹਿਮਤ ਬਖਸ਼ਿਸ਼ ਹੋ ਜਾਂਦੀ ਹੈ । ਉਹ ਅਕਾਰ ਰਹਿਤ ਪ੍ਰਭ ਵਿੱਚ ਹੀ ਅਲੋਪ ਹੋ ਜਾਂਦਾ ਹੈ । ਉਹ ਦੁਖ, ਸੁਖ, ਸੂਰਜ ਦੀ ਗਰਮੀ, ਚੰਦ ਦੀ ਠੰਡ ਦਾ ਇਕ ਸਮਾਨ ਹੀ ਅਨੰਦ ਮਾਨਦਾ ਹੈ । ਉਹ ਸ਼ਬਦ ਵਿੱਚ ਹੀ ਲੀਨ ਰਹਿੰਦਾ ਹੈ, ਪ੍ਰਭ ਵਿੱਚ ਅਭੇਦ ਹੋ ਜਾਂਦਾ ਹੈ । ਉਹ ਵਿਰਾਗੀ ਪ੍ਰਭ ਦਾ ਰੂਪ ਹੀ ਬਣ ਜਾਂਦਾ ਹੈ । ਉਸ ਨੂੰ ਹੋਰ ਭਿਖਿਆਂ ਮੰਗਣ ਦੀ ਕੋਈ ਲੋੜ ਨਹੀਂ ਰਹਿੰਦੀ । ਜਿਥੇ ਪ੍ਰਭ ਦੇ ਸ਼ਬਦ ਦੀ ਸੋਝੀ ਪਾਈ ਜਾ ਸਕਦੀ ਹੈ । ਕੇਵਲ ਉਸ ਥਾਂ ਨੂੰ ਹੀ ਪ੍ਰਭ ਦਾ ਮੰਦਿਰ, ਘਰ ਕਹਿਆ ਜਾ ਸਕਦਾ ਹੈ ।
True Shrine! His true Devotee!
The real meditation may not by reciting Holy Scripture, or worshipping an ancient prophet. Whosoever may obey and adopts the teachings of His Word; he may remain drenched with the essence of His Word. His Word remains embedded within each soul and everything is only the trust of The True Master. Whosoever may conquer his worldly desires; he serves His Creation with his own hands and body; his soul may remain sanctified as the Holy water of **<u>Ganga</u>**. He may always pray for patience, contentment. He may be blessed with the Blessed Vision of The Supreme True Master, His Sanctuary. He may immerse within structureless His Holy Spirit. He may accept all worldly environments; worldly miseries, pleasures, heat of sun or cold breeze of moon as His Worthy Blessings. He may remain intoxicated in meditation in the void of His Word; he may immerse within His Holly Spirit. He may become the symbol of The True Master. He may never have any desire to beg anymore. Wherever the enlightenment of the essence of His Word may be blessed that place may become worthy to be called His Castle, throne.

98. **ਸਲੋਕ ਮਃ ੩॥** 953-9

ਮੂਰਖੁ ਹੋਵੈ ਸੋ ਸੁਣੈ ਮੂਰਖ ਕਾ ਕਹਣਾ॥	moorakh hovai so sunai moorakh kaa kahnaa.
ਮੂਰਖ ਕੇ ਕਿਆ ਲਖਣ ਹੈ, ਕਿਆ ਮੂਰਖ ਕਾ ਕਰਣਾ॥	moorakh kay ki-aa lakhan hai ki-aa moorakh kaa karnaa.
ਮੂਰਖੁ ਓਹੁ ਜਿ ਮੁਗਧੁ ਹੈ, ਅਹੰਕਾਰੇ ਮਰਣਾ॥	moorakh oh je mugaDh hai ahaNkaaray marnaa.
ਏਤੁ ਕਮਾਣੈ ਸਦਾ ਦੁਖੁ, ਦੁਖ ਹੀ ਮਹਿ ਰਹਣਾ॥	ayt kamaanai sadaa dukh dukh hee meh rahnaa.
ਅਤਿ ਪਿਆਰਾ ਪਵੈ ਖੂਹਿ, ਕਿਹੁ ਸੰਜਮੁ ਕਰਣਾ॥	at pi-aaraa pavai khoohi kihu sanjam karnaa.
ਗੁਰਮੁਖਿ ਹੋਇ ਸੁ ਕਰੇ ਵੀਚਾਰੁ, ਓਸੁ ਅਲਿਪਤੋ ਰਹਣਾ॥	gurmukh ho-ay so karay veechaar os alipato rahnaa.
ਹਰਿ ਨਾਮੁ ਜਪੈ ਆਪਿ ਉਧਰੈ, ਓਸੁ ਪਿਛੈ ਡੁਬਦੇ ਭੀ ਤਰਣਾ॥	har naam japai aap uDhrai os pichhai dubday bhee tarnaa.
ਨਾਨਕ ਜੋ ਤਿਸੁ ਭਾਵੈ ਸੋ ਕਰੇ, ਜੋ ਦੇਇ ਸੁ ਸਹਣਾ॥੧॥	naanak jo tis bhaavai so karay jo day-ay so sahnaa. ||1||

ਮੂਰਖ ਦੀ ਕੀ ਨਿਸ਼ਾਨੀ ਹੁੰਦੀ ਹੈ? ਉਸ ਦੇ ਕੀ ਕੰਮ ਹੁੰਦੇ ਹਨ? ਕੇਵਲ ਮੂਰਖ ਜੀਵ ਹੀ ਮੂਰਖ ਦੇ ਪਿਛੇ ਲਗਦਾ ਹੈ । ਮੂਰਖ ਬੇਸਮਝ, ਆਪਣੇ ਅਹੰਕਾਰ ਵਿੱਚ ਹੀ ਮਰ ਜਾਂਦਾ ਹੈ । ਆਪਣੇ ਕੀਤੇ ਕੰਮ ਕਰਕੇ ਹੀ ਦੁਖ, ਸਦਾ ਮਸੀਬਤਾਂ ਵਿੱਚ ਹੀ ਰਹਿੰਦਾ ਹੈ । ਅਗਰ ਕੋਈ ਅਸਲੀ ਮਿੱਤਰ ਗਲਤ ਰਸਤੇ, ਮਸੀਬਤ ਵਿੱਚ ਫਸ ਜਾਵੇ । ਉਸ ਨੂੰ ਅਸਲੀ ਰਸਤੇ ਤੇ ਕਿਵੇਂ ਪਾਇਆ ਜਾ ਸਕਦਾ ਹੈ? ਗੁਰਮਖ ਜੀਵ ਪ੍ਰਭ ਦੇ ਭਾਣੇ ਦਾ ਖਿਆਲ ਰਖਦਾ ਹੈ । ਆਪ ਉਸ ਲਾਲਚ ਵਿੱਚ ਨਹੀਂ ਫਸਦਾ । ਮਨ ਨੂੰ ਇਛਾਂ ਤੋਂ ਰਹਿਤ ਰਖਦਾ ਹੈ । ਉਹ ਸ਼ਬਦ ਦੀ ਪਾਲਣਾ ਕਰਦਾ ਰਹਿੰਦਾ ਹੈ । ਬਾਕੀ ਜੀਵਾਂ ਨੂੰ ਵੀ ਪ੍ਰਵਾਨਗੀ ਦੇ ਰਸਤੇ ਦੀ ਪ੍ਰੇਰਨਾ ਕਰਦਾ, ਸਿੱਧੇ ਰਸਤੇ ਤੇ ਪਾਉਂਦਾ ਹੈ । ਉਹ ਪ੍ਰਭ ਦੇ ਸ਼ਬਦ ਦੀ ਪਾਲਣਾ ਕਰਦਾ, ਪ੍ਰਭ ਦੇ ਬਖਸ਼ੇ ਤੇ ਸੰਤੋਖ, ਧੀਰਜ ਰਖਦਾ ਹੈ ।

What may be the sign, an identification and day-to-day routine, activities of a fool, stupid person? He may be driven by his ego of worldly status and performs all his day-to-day activities. He may endure miseries due to his evil intentions, and deeds. If any real friend may be on the wrong path and faces trouble in his worldly life; how may he be inspired to adopt right path in his worldly life? His true devotee may always remain conscious about the essence of His Word; he may never adopt the same path of worldly greed. He may obey the teachings of His Word with steady and stable belief in his day-to-day life; with His mercy and grace, he may remain beyond the reach of worldly temptations. He may inspire others on the same path of meditation. He may be blessed with peace and contented with his own worldly environments.

ਮਃ ੧॥	mehlaa 1.
ਨਾਨਕੁ ਆਖੈ ਰੇ ਮਨਾ, ਸੁਣੀਐ ਸਿਖ ਸਹੀ॥	naanak aakhai ray manaa sunee-ai sikh sahee.
ਲੇਖਾ ਰਬੁ ਮੰਗੇਸੀਆ, ਬੈਠਾ ਕਢਿ ਵਹੀ॥	laykhaa rab mangaysee-aa baithaa kadh vahee.
ਤਲਬਾ ਪਉਸਨਿ ਆਕੀਆ, ਬਾਕੀ ਜਿਨਾ ਰਹੀ॥	talbaa pa-usan aakee-aa baakee jinaa rahee.
ਅਜਰਾਈਲੁ ਫਰੇਸਤਾ ਹੋਸੀ, ਆਇ ਤਈ॥	ajraa-eel faraystaa hosee aa-ay ta-ee.
ਆਵਣੁ ਜਾਣੁ ਨ ਸੁਝਈ, ਭੀੜੀ ਗਲੀ ਫਹੀ॥	aavan jaan na sujh-ee bheerhee galee fahee.
ਕੂੜ ਨਿਖੁਟੇ ਨਾਨਕਾ, ਓੜਕਿ ਸਚਿ ਰਹੀ॥੨॥	koorh nikhutay naankaa orhak sach rahee. ||2||

ਧਿਆਨ ਨਾਲ ਸੁਣੋ! ਮੌਤ ਤੋਂ ਪਿਛੋਂ, ਜੀਵ ਦੇ ਸੰਸਾਰ ਵਿੱਚ ਕੀਤੇ ਕੰਮ ਦੀ ਪਰਖ ਹੁੰਦੀ ਹੈ । ਜਿਸ ਨੇ ਮੰਦੇ ਕੰਮਾਂ ਦਾ ਭਾਰ ਬੁਹਤਾ ਹੁੰਦਾ ਹੈ । ਉਸ ਨੂੰ ਇਕ ਪਾਸੇ ਕੱਢਕੇ ਜਮਦੂਤਾਂ ਦੇ ਹਵਾਲੇ ਕੀਤਾ ਜਾਂਦਾ ਹੈ । ਕੇਵਲ ਸ਼ਬਦ ਦੀ ਕਮਾਈ ਦੀ ਕੀਮਤ ਪੈਂਦੀ, ਧੋਖੇ ਦੀ ਕਮਾਈ ਨਾਲ ਜੂੰਨਾਂ ਤੋਂ ਕਦੇ ਛੁਟਕਾਰਾ ਬਖਸ਼ਿਸ਼ ਨਹੀਂ ਹੁੰਦਾ ।

After death, the worldly earnings may be judged and rewarded. Whosoever may be overwhelmed with the burden of evil deed; he may face the devil of death to endure the misery of cycle of birth and death. Only the earnings of His Word may be rewarded; no one may ever be saved from devil of death with deception and greed.

ਪਉੜੀ॥
ਹਰਿ ਕਾ ਸਭੁ ਸਰੀਰੁ ਹੈ, ਹਰਿ ਰਵਿ ਰਹਿਆ ਸਭੁ ਆਪੈ॥
ਹਰਿ ਕੀ ਕੀਮਤਿ ਨ ਪਵੈ, ਕਿਛੁ ਕਹਣੁ ਨ ਜਾਪੈ॥
ਗੁਰ ਪਰਸਾਦੀ ਸਾਲਾਹੀਐ, ਹਰਿ ਭਗਤੀ ਰਾਪੈ॥
ਸਭੁ ਮਨੁ ਤਨੁ ਹਰਿਆ ਹੋਇਆ, ਅਹੰਕਾਰੁ ਗਵਾਪੈ॥
ਸਭੁ ਕਿਛੁ ਹਰਿ ਕਾ ਖੇਲੁ ਹੈ, ਗੁਰਮੁਖਿ ਕਿਸੈ ਬੁਝਾਈ॥੧੩॥

pa-orhee.
har kaa sabh sareer hai har rav rahi-aa sabh aapai.
har kee keemat na pavai kichh kahan na jaapai.
gur parsaadee salaahee-ai har bhagtee raapai.
sabh man tan hari-aa ho-i-aa ahaNkaar gavaapai.
sabh kichh har kaa khayl hai gurmukh kisai bujhaa-ee. ||13||

ਜੀਵ ਦਾ ਤਨ, ਪ੍ਰਭ ਦੀ ਅਮਾਨਤ ਹੈ, ਆਪ ਹੀ ਇਸ ਵਿੱਚ ਵਸਦਾ, ਵਾਪਰਦਾ ਹੈ । ਪ੍ਰਭ ਦੇ ਕਿਸੇ ਕਰਤਬ ਦੀ ਕੀਮਤ ਜਾਣੀ ਨਹੀਂ ਜਾ ਸਕਦੀ । ਕੋਈ ਇਸ ਦਾ ਪੂਰਨ ਵਖਿਆਣ ਨਹੀਂ ਕਰ ਸਕਦਾ । ਪ੍ਰਭ ਦੀ ਰਹਿਮਤ ਨਾਲ ਹੀ ਕੋਈ ਸ਼ਬਦ ਦੀ ਉਸਤਤ ਕਰ ਸਕਦਾ ਹੈ । ਉਸ ਨਾਲ ਹੀ ਕੋਈ ਜੀਵ ਬੰਦਗੀ ਵਿੱਚ ਅਡੋਲ ਰਹਿੰਦਾ ਹੈ । ਜਿਸ ਦੇ ਮਨ ਵਿਚੋਂ ਅਹੰਕਾਰ ਖਤਮ ਹੋ ਜਾਂਦਾ ਹੈ, ਉਸ ਤੇ ਅਨੋਖਾ ਹੀ ਨੂਰ ਬਖਸ਼ਿਸ਼ ਹੋ ਜਾਂਦਾ ਹੈ । ਕੇਵਲ ਗੁਰਮਖ ਨੂੰ ਹੀ ਸੰਸਾਰਕ ਖੇਲ ਦੀ ਸੋਝੀ ਬਖਸ਼ਦਾ ਹੈ ।

The True Master has blessed human body to his soul and only His Trust. Only, He prevails in his thoughts and activities. His miracles, events remain beyond the comprehension and explanation of His Creation. His true devotee may sing, and adopts the teachings of His Word with steady and stable belief, the right path of acceptance in His Court. Whosoever may conquer his own ego of worldly status; with His mercy and grace, an astonishing eternal glow of His Word may shine on his forehead. The True Master may only reveal the secret of His Nature to His true devotee.

Key Message of Raag Raamkalee, page 953-9
'ਮੌਤ ਪਿਛੋਂ' ਸ਼ਬਦ ਦੀ ਕਮਾਈ ਹੀ ਪਰਖੀ ਜਾਂਦੀ ਹੈ!
ਗੁਰਮਖ ਜੀਵ ਪ੍ਰਭ ਦੇ ਭਾਣੇ ਦਾ ਖਿਆਲ ਰਖਦਾ, ਮਨ ਨੂੰ ਇਛਾਂ ਤੋਂ ਰਹਿਤ ਰਖਦਾ, ਸ਼ਬਦ ਦੀ ਪਾਲਣਾ ਕਰਦਾ, ਪ੍ਰਭ ਦੇ ਬਖਸ਼ੇ ਤੇ ਸੰਤੋਖ, ਧੀਰਜ ਰਖਦਾ ਹੈ । ਮੌਤ ਤੋਂ ਪਿਛੋਂ, ਜੀਵ ਦੇ ਸੰਸਾਰ ਵਿੱਚ ਕੀਤੇ ਕੰਮ ਦੀ ਪਰਖ ਹੁੰਦੀ ਹੈ । ਕੇਵਲ ਸ਼ਬਦ ਦੀ ਕਮਾਈ ਦੀ ਕੀਮਤ ਪੈਂਦੀ ਹੈ । ਜੀਵ ਦਾ ਤਨ, ਪ੍ਰਭ ਦੀ ਅਮਾਨਤ ਹੈ, ਆਪ ਹੀ ਇਸ ਵਿੱਚ ਵਸਦਾ, ਵਾਪਰਦਾ ਹੈ । ਜਿਸ ਦੇ ਮਨ ਵਿਚੋਂ ਅਹੰਕਾਰ ਖਤਮ ਹੋ ਜਾਂਦਾ ਹੈ, ਉਸ ਤੇ ਅਨੋਖਾ ਹੀ ਨੂਰ ਬਖਸ਼ਿਸ਼ ਹੋ ਜਾਂਦਾ ਹੈ । ਕੇਵਲ ਗੁਰਮਖ ਨੂੰ ਹੀ ਸੰਸਾਰਕ ਖੇਲ ਦੀ ਸੋਝੀ ਬਖਸ਼ਦਾ ਹੈ ।
After death! only earnings of His Word rewarded!
His true devotee may always remain conscious about the essence of His Word; he may remain beyond the worldly temptations. He remains in peace and contented with his own worldly environments. After death, the worldly earnings of everyone may be judged; only the earnings of His Word may be rewarded. The True Master remains embedded within his soul and prevails in his thoughts and activities. Whosoever may conquer his own ego of worldly status; an astonishing eternal glow of His Word may shine on his forehead. The True Master may only reveal the secret of His Nature to His true devotee.

99. **ਸਲੋਕੁ ਮਃ ੧॥** 953-18

ਸਹੰਸਰ ਦਾਨ ਦੇ ਇੰਦ੍ਰੁ ਰੋਆਇਆ॥ ਪਰਸ ਰਾਮੁ ਰੋਵੈ ਘਰਿ ਆਇਆ॥
ਅਜੈ ਸੁ ਰੋਵੈ ਭੀਖਿਆ ਖਾਇ॥ ਐਸੀ ਦਰਗਹ ਮਿਲੈ ਸਜਾਇ॥
ਰੋਵੈ ਰਾਮੁ ਨਿਕਾਲਾ ਭਇਆ॥ ਸੀਤਾ ਲਖਮਣੁ ਵਿਛੁੜਿ ਗਇਆ॥
ਰੋਵੈ ਦਹਸਿਰੁ ਲੰਕ ਗਵਾਇ॥ ਜਿਨਿ ਸੀਤਾ ਆਦੀ ਡਉਰੂ ਵਾਇ॥
ਰੋਵਹਿ ਪਾਂਡਹ ਭਏ ਮਜੂਰ॥ ਜਿਨ ਕੈ ਸੁਆਮੀ ਰਹਤ ਹਦੂਰਿ॥
ਰੋਵੈ ਜਨਮੇਜਾ ਖੁਇ ਗਇਆ॥ ਏਕੀ ਕਾਰਣਿ ਪਾਪੀ ਭਇਆ॥
ਰੋਵਹਿ ਸੇਖ ਮਸਾਇਕ ਪੀਰ॥ ਅੰਤਿ ਕਾਲਿ ਮਤੁ ਲਾਗੈ ਭੀੜ॥
ਰੋਵਹਿ ਰਾਜੇ ਕੰਨ ਪੜਾਇ॥ ਘਰਿ ਘਰਿ ਮਾਗਹਿ ਭੀਖਿਆ ਜਾਇ॥
ਰੋਵਹਿ ਕਿਰਪਨ ਸੰਚਹਿ ਧਨੁ ਜਾਇ॥ ਪੰਡਿਤ ਰੋਵਹਿ ਗਿਆਨੁ ਗਵਾਇ॥
ਬਾਲੀ ਰੋਵੈ ਨਾਹਿ ਭਤਾਰੁ॥ ਨਾਨਕ ਦੁਖੀਆ ਸਭੁ ਸੰਸਾਰੁ॥
ਮੰਨੇ ਨਾਉ ਸੋਈ ਜਿਣਿ ਜਾਇ॥ ਅਉਰੀ ਕਰਮ ਨ ਲੇਖੈ ਲਾਇ॥੧॥

sahaNsar daan day indar ro-aa-i-aa. paras raam rovai ghar aa-i-aa.
ajai so rovai bheekhi-aa khaa-ay. aisee dargeh milai sajaa-ay.
rovai raam nikaalaa bha-i-aa. seetaa lakhman vichhurh ga-i-aa.
rovai dehsir lank gavaa-ay. jin seetaa aadee da-uroo vaa-ay.
roveh paaNdav bha-ay majoor. jin kai su-aamee rahat hadoor.
rovai janmayjaa khu-ay ga-i-aa. aykee kaaran paapee bha-i-aa.
roveh saykh masaa-ik peer. ant kaal mat laagai bheerh.
roveh raajay kann parhaa-ay. ghar ghar maageh bheekhi-aa jaa-ay.
roveh kirpan saNcheh Dhan jaa-ay. pandit roveh gi-aan gavaa-ay.
baalee rovai naahi bhataar. naanak dukhee-aa sabh sansaar.
mannay naa-o so-ee jin jaa-ay. a-uree karam na laykhai laa-ay. ||1||

ਕਾਮ ਵਾਸ਼ਨਾ ਦੀ ਗਲਤੀ ਕਰਨ ਨਾਲ ਇੰਦਰ ਦੇ ਸਰੀਰ ਤੇ ਹਜ਼ਾਰਾਂ ਹੀ ਛਾਲੇ ਪੈ ਗਏ, ਉਸ ਨੇ ਆਪਣੀ ਗਲਤੀ ਦਾ ਪਛਤਾਵਾ ਕੀਤਾ । ਪਾਰਸ ਰਾਮ ਰੋਂਦਾ ਘਰ ਆਇਆ । ਜਿਹੜਾ ਰਾਜੇ ਅਜੈ ਨੇ ਮੰਗਤੇ ਨੂੰ ਰੂੜੀ ਦਾ ਦਾਨ ਦਿੱਤਾ ਸੀ, ਉਸ ਨੂੰ ਰੂੜੀ ਹੀ ਬਖਸ਼ਿਸ਼ ਹੋਈ, ਉਸ ਨੇ ਪਛਤਾਵਾ ਕੀਤਾ । ਪ੍ਰਭ ਦੇ ਦਰਬਾਰ ਵਿੱਚ ਸਦਾ ਇਸਤਰ੍ਹਾਂ ਦਾ ਇਨਸਾਫ ਹੀ ਹੁੰਦਾ ਹੈ । ਸੀਤਾ ਅਤੇ ਲਛਮਨ ਦੇ ਵਿਛੋੜੇ ਵਿੱਚ ਰਾਮ ਵੀ ਜੰਗਲ ਵਿੱਚ ਮਾਯੂਸ ਹੋਇਆ ਸੀ । ਰਾਵਨ ਆਪਣੀ ਕਰਮਾਤ ਨਾਲ ਸੀਤਾ ਲੈ ਗਿਆ, ਉਸ ਨੂੰ ਸ੍ਰੀ ਲੰਕਾ ਵਿੱਚ ਹਾਰ ਜਾਣ ਨਾਲ ਪਛਤਾਵਾ ਕੀਤਾ ਗਲਤੀ ਮਹਿਸੂਸ ਕੀਤੀ । ਕ੍ਰਿਸ਼ਨ ਜੀ ਦੀ ਹਜ਼ੂਰੀ ਵਿੱਚ ਰਹਿਣ ਵਾਲੇ ਪਾਡੇ ਗਲਾਮ ਬਣਾ ਗਏ, ਮਾਯੂਸੀ, ਦੁਖ ਹੋਇਆ । ਰਾਜਾ ਜਨਮੇਜਾ ਵੀ ਇਕ ਗਲਤੀ ਨਾਲ ਪਾਪੀ ਬਣ ਗਿਆ, ਉਸ ਨੇ ਪਛਤਾਵਾ ਕੀਤਾ । ਉਹ ਆਪਣੀ ਪ੍ਰਵਾਨਗੀ ਦਾ ਰਸਤਾ ਗਵਾ ਬੈਠਾ । ਇਸਤਰ੍ਹਾਂ ਹੀ ਜਿਸ ਸੰਸਾਰਕ ਪੀਰ ਪੰਕਬਰ ਦਾ ਮਨ ਇਕ ਪਲ ਹੀ ਡੋਲ ਜਾਂਦਾ ਹੈ, ਓਹ ਵੀ ਜੂੰਨਾਂ ਵਿੱਚ ਪੈ ਜਾਂਦਾ ਹੈ, ਮਾਯੂਸੀ ਵਿੱਚ ਚਲੇ ਜਾਂਦਾ ਹੈ । ਇਸਤਰ੍ਹਾਂ ਹੀ ਰਾਜੇ ਦੇ ਕੰਨ ਵਿੰਨ ਕੇ ਮੁੰਦ੍ਰਾਂ ਪਾਉਣ ਨਾਲ ਦੁਖ ਸਹਿਣਾ ਪੈਂਦਾ ਹੈ । ਉਸ ਨੂੰ ਪਰਜਾ ਦੀ ਕਮਾਈ ਤੇ ਰਹਿਣਾ ਪੈਂਦਾ ਹੈ । ਇਸਤਰ੍ਹਾਂ ਜਿਹੜਾ ਕੰਜੂਸ ਹੁੰਦਾ ਹੈ, ਉਹ ਸੰਸਾਰਕ ਧਨ ਗਵਾਚਣ ਨਾਲ ਦੁਖੀ ਹੁੰਦਾ ਹੈ । ਸੰਤ, ਪ੍ਰਚਾਰਕ, ਗਿਆਨੀ, ਨੂੰ ਸ਼ਬਦ ਦੀ ਸੋਝੀ ਖਤਮ ਹੋਣ ਨਾਲ ਦੁਖ, ਮਾਯੂਸੀ ਹੁੰਦੀ ਹੈ । ਜਵਾਨ ਲੜਕੀ ਨੂੰ ਪਤੀ ਤੋਂ ਬਿਨਾਂ ਦੁਖ, ਮਯੂਸੀ ਹੁੰਦੀ ਹੈ । ਇਸਤਰ੍ਹਾਂ ਸਾਰਾ ਸੰਸਾਰ ਹੀ ਆਪਣੇ ਕੀਤੇ, ਇਛਾਂ ਦੀ ਭਟਕਣ ਵਿੱਚ ਦੁਖੀ ਹੈ, ਕੋਈ ਸੰਤੁਸ਼ਟ ਨਹੀਂ ਹੈ । ਜਿਹੜਾ ਸ਼ਬਦ ਦੀ ਪਾਲਣਾ ਕਰਦਾ ਹੈ, ਕੇਵਲ ਉਸ ਨੂੰ ਹੀ ਸੰਤੋਖ ਬਖਸ਼ਿਸ਼ ਹੁੰਦਾ ਹੈ । ਉਸ ਦੇ ਲੇਖੇ ਵਿੱਚ ਕੋਈ ਮੰਦਾ ਕੰਮ ਨਹੀਂ ਹੁੰਦਾ ।

Prophet Inder with his sexual urge with strange woman, his body was infected with boils. He had to regret and repent for his evil desire. Paras Ram was repenting and regretting for his mistake. King Ajay, in his ego offered manure to a beggar, he was rewarded manure as food after his death; he had to repent for his ego. Such a justice, always prevail in His Court. Ram was desperate with the separation of his wife Sita and brother Lakhman. King Ravan slaved Sita with his miracle power, he had to suffer by losing his kingdom – Sri Lanka. The Paandav, living under the protection of prophet Krishna were captured and suffered as slaves. King Janmaja became sinner with one mistake, he lost his right path of acceptance in His Court. He was captured by devil of death and endured the misery of cycle of birth and death. Same way even the worldly guru, prophets may be drifted from the right path of His Word and endures the misery of the cycle of birth and death. Same way worldly king may endure pain of piercing his ear and depends on the earnings of his citizens. A miser may become miserable by losing his worldly wealth. Worldly saints, scholars, preachers may become miserable by losing his knowledge of worldly religious Holy Scripture. Young girl may be very miserable without the loving comforts of her husband in his life. Same way the whole universe remains in miseries of his own worldly environments; no one may be contented with His Blessings, with his own worldly conditions. Whosoever may obey and adopts the teachings of His Word with steady and stable belief in his day-to-day life; with His mercy and grace, he may be blessed with contentment and blossom in his worldly life. He may not have any burden of sins to endure misery after death.

ਮਃ ੨॥ — mehlaa 2.

ਜਪੁ ਤਪੁ ਸਭੁ ਕਿਛੁ ਮੰਨਿਐ, ਅਵਰਿ ਕਾਰਾ ਸਭਿ ਬਾਦਿ॥ — jap tap sabh kichh mani-ai avar kaaraa sabh baad.
ਨਾਨਕ ਮੰਨਿਆ ਮੰਨੀਐ, ਬੁਝੀਐ ਗੁਰ ਪਰਸਾਦਿ॥੨ — naanak mani-aa mannee-ai bujhee-ai gur parsaad. ||2||

ਜਿਹੜਾ ਸ਼ਬਦ ਦੀ ਪਾਲਣਾ ਕਰਦਾ ਹੈ, ਉਸ ਨੂੰ ਹੀ ਸਭ ਜਪ, ਤਪ, ਸੰਤੋਖ ਬਖਸ਼ਿਸ਼ ਹੁੰਦਾ ਹੈ । ਬਾਕੀ ਸਾਰੇ ਧੰਦੇ ਬਿਕਾਰ ਦੇ ਹੀ ਹਨ । ਜਿਹੜਾ ਪ੍ਰਭ ਦੇ ਸ਼ਬਦ ਦੀ ਪਾਲਣਾ ਅਡੋਲ ਭਰੋਸੇ ਨਾਲ ਕਰਦਾ ਹੈ, ਉਹ ਪ੍ਰਭ ਦੀ ਰਹਿਮਤ ਦੇ ਯੋਗ ਬਣ ਹੋ ਜਾਂਦਾ ਹੈ ।

Whosoever may obey the teachings of His Word with steady and stable belief in his day-to-day life; with His mercy and grace, all the reward of meditation, good deeds, contentment may be blessed. All other worldly chores, meditation, worldly rituals may be useless for the real purpose of his human life opportunity. Whosoever may adopt the teachings of His Word with steady and stable belief in his day-to-day life; with His mercy and grace, he may become worthy of His Consideration.

ਪਉੜੀ॥ — pa-orhee.

ਕਾਇਆ ਹੰਸੁ ਧੁਰਿ ਮੇਲੁ, ਕਰਤੈ ਲਿਖਿ ਪਾਇਆ॥ — kaa-i-aa hans Dhur mayl kartai likh paa-i-aa.
ਸਭ ਮਹਿ ਗੁਪਤੁ ਵਰਤਦਾ, ਗੁਰਮੁਖਿ ਪ੍ਰਗਟਾਇਆ॥ — sabh meh gupat varatdaa gurmukh paragtaa-i-aa.
ਗੁਣ ਗਾਵੈ ਗੁਣ ਉਚਰੈ, ਗੁਣ ਮਾਹਿ ਸਮਾਇਆ॥ — gun gaavai gun uchrai gun maahi samaa-i-aa.
ਸਚੀ ਬਾਣੀ ਸਚੁ ਹੈ, ਸਚੁ ਮੇਲਿ ਮਿਲਾਇਆ॥ — sachee banee sach hai sach mayl milaa-i-aa.
ਸਭੁ ਕਿਛੁ ਆਪੇ ਆਪਿ ਹੈ, ਆਪੇ ਦੇਇ ਵਡਿਆਈ॥੧੪॥ — sabh kichh aapay aap hai aapay day-ay vadi-aa-ee. ||14||

ਆਤਮਾ ਦੇ ਪਹਿਲੇ ਲਿਖੇ ਭਾਗਾਂ ਨਾਲ ਹੀ ਆਤਮਾ ਨੂੰ ਤਨ ਬਖਸ਼ਿਸ਼ ਹੁੰਦਾ ਹੈ । ਪ੍ਰਭ ਸਭ ਵਿੱਚ ਗੁਪਤ ਹੀ ਵਾਪਰਦਾ ਹੈ । ਗੁਰਮਖ ਜੀਵ ਸ਼ਬਦ ਦੀ ਪਾਲਣਾ, ਉਸਤਤ ਵਿੱਚ ਹੀ ਲੀਨ ਰਹਿੰਦਾ ਹੈ । ਪ੍ਰਭ ਉਸ ਨੂੰ ਇਸ ਤੱਤ ਦੀ ਸੋਝੀ ਬਖਸ਼ਦਾ ਹੈ । ਪ੍ਰਭ ਦਾ ਸ਼ਬਦ ਸਦਾ ਅਟਲ ਰਹਿਣ ਵਾਲਾ ਹੈ । ਜਿਹੜਾ ਸ਼ਬਦ ਦਾ ਸਿਮਰਨ ਕਰਦਾ ਹੈ, ਉਸ ਨੂੰ ਪ੍ਰਵਾਨਗੀ ਦਾ ਅਸਲੀ ਰਸਤਾ ਬਖਸ਼ਿਸ਼ ਹੁੰਦਾ ਹੈ । ਪ੍ਰਭ ਆਪ ਹੀ ਸਭ ਕੁਝ ਕਰਦਾ, ਆਪਣੀ ਰਹਿਮਤ ਨਾਲ ਹੀ ਜੀਵ ਨੂੰ ਸੋਭਾ, ਵਡਿਆਈ ਬਖਸ਼ਦਾ ਹੈ ।

Whosoever may have a great prewritten destiny, his soul may be blessed with unique specific worldly body. His Holy Spirit prevails within his mind and body secretly, invisibly; with His mercy and grace, His true devotee may be revealed with some secrets of His Nature. The True Master remains unchanged forever. Whosoever may remain intoxicated in meditation in the void of His Word, he may be blessed with the right path of acceptance in His Court. The True Master prevails in all events in His Nature; with His mercy and grace, His true devotee may be blessed with honor and glory in His Court.

Key Message of Raag Raamkalee, page 953-18
ਆਪ ਹੀ ਦਾਸ ਨੂੰ ਸੋਭਾ ਬਖਸ਼ਦਾ ਹੈ!
ਸੰਸਾਰਕ ਪੀਰ ਪੈਂਕਬਰ ਦਾ ਮਨ ਇਕ ਪਲ ਹੀ ਡੋਲ ਜਾਂਦਾ ਹੈ, ਓਹ ਵੀ ਜੂੰਨਾਂ ਵਿੱਚ ਪੈ ਜਾਂਦਾ ਹੈ । ਜਿਹੜਾ ਸ਼ਬਦ ਦੀ ਪਾਲਣਾ ਕਰਦਾ ਹੈ, ਕੇਵਲ ਉਸ ਨੂੰ ਹੀ ਸੰਤੋਖ ਬਖਸ਼ਿਸ਼ ਹੁੰਦਾ ਹੈ । ਉਸ ਦੇ ਲੇਖੇ ਵਿੱਚ ਕੋਈ ਮੰਦਾ ਕੰਮ ਨਹੀਂ ਹੁੰਦਾ । ਜਿਹੜਾ ਸ਼ਬਦ ਦੀ ਪਾਲਣਾ ਕਰਦਾ ਹੈ, ਉਸ ਨੂੰ ਹੀ ਸਭ ਜਪ, ਤਪ, ਸੰਤੋਖ ਬਖਸ਼ਿਸ਼ ਹੁੰਦਾ ਹੈ । ਉਹ ਪ੍ਰਭ ਦੀ ਰਹਿਮਤ ਦੇ ਯੋਗ ਬਣ ਜਾਂਦਾ ਹੈ । ਜਿਹੜਾ ਸ਼ਬਦ ਦੀ ਪਾਲਣਾ ਵਿੱਚ ਹੀ ਲੀਨ ਰਹਿੰਦਾ ਹੈ । ਉਸ ਨੂੰ ਪ੍ਰਭ ਦੀ ਹੋਂਦ ਦੀ ਸੋਝੀ ਬਖਸ਼ਦਾ ਹੈ । ਉਸ ਨੂੰ ਪ੍ਰਵਾਨਗੀ ਦਾ ਅਸਲੀ ਰਸਤਾ ਬਖਸ਼ਿਸ਼ ਹੁੰਦਾ ਹੈ । ਪ੍ਰਭ ਆਪ ਹੀ ਜੀਵ ਨੂੰ ਸੋਭਾ, ਵਡਿਆਈ ਬਖਸ਼ਦਾ ਹੈ ।
Bestows honor on His true devotee!
Even the worldly guru, prophets may drift from the right path of His Word and endures the misery of the cycle of birth and death. Whosoever may obey and adopts the teachings of His Word; he may remain contented and in blossom. He may not endure the of burden sins, misery after death. All the reward of meditation, good deeds, contentment remains embedded within adopting the teachings of His Word. He may become worthy of His Consideration. Whosoever may remain intoxicated in meditation in the void of His Word, he may be blessed with the right path of acceptance in His Court; His Existence. The True Master bestows honor and glory on His true devotee.

100.**ਸਲੋਕ** ਮਃ ੨॥ 954-9

ਨਾਨਕ ਅੰਧਾ ਹੋਇ ਕੈ, ਰਤਨਾ ਪਰਖਣ ਜਾਇ॥ — naanak anDhaa ho-ay kai ratnaa parkhan jaa-ay.
ਰਤਨਾ ਸਾਰ ਨ ਜਾਣਈ, ਆਵੈ ਆਪੁ ਲਖਾਇ॥੧॥ — ratnaa saar na jaan-ee aavai aap lakhaa-ay. ||1||

ਜਿਹੜੇ ਅਣਜਾਣ ਜੀਵ ਨੂੰ ਕੋਈ ਜ਼ੰਮੇਵਾਰੀ ਵਾਲੇ ਕੰਮ ਤੇ ਲਾਉਂਦਾ ਹੈ । ਉਹ ਕੰਮ ਕਰਨ ਦੀ ਵਿਧੀ ਤੋਂ ਅਣਜਾਣ ਹੁੰਦਾ ਹੈ, ਉਸ ਨੂੰ ਜ਼ੰਮੇਵਾਰੀ ਦੀ ਮਹੱਤਤਾ ਦਾ ਕੋਈ ਗਿਆਨ, ਸੋਝੀ ਨਹੀਂ ਹੁੰਦੀ । ਉਹ ਆਪਣੀ ਅਗਿਆਨਤਾ ਨਾਲ ਹੀ ਕੰਮ ਕਰਦਾ, ਪ੍ਰੇਰਨਾ ਕਰਦਾ ਹੈ ।

ਗੁਰੂ ਨਾਨਕ ਦੇਵ ਜੀ! – Guru Nanak Dev Ji! Guru Granth Sahib

Whosoever may assign some responsibility to ignorant person, incarnated ignorant as guru, saint. He may not have adopted the teachings His Word in his life nor comprehend the significance of meditation. With his ignorance and lack of comprehension of the right path of acceptance in His Court; he may inspire his followers on the wrong path.

** **Note: path adopted by Sikh, 6th, 7th, 8th, and 10th guru.**

ਮਃ ੨॥	mehlaa 2.
ਰਤਨਾ ਕੇਰੀ ਗੁਥਲੀ, ਰਤਨੀ ਖੋਲੀ ਆਇ॥	ratnaa kayree guthlee ratnee kholee aa-ay.
ਵਖਰ ਤੈ ਵਣਜਾਰਿਆ, ਦੁਹਾ ਰਹੀ ਸਮਾਇ॥	vakhar tai vanjaari-aa duhaa rahee samaa-ay.
ਜਿਨ ਗੁਣੁ ਪਲੈ ਨਾਨਕਾ, ਮਾਣਕ ਵਣਜਹਿ ਸੇਇ॥	jin gun palai naankaa maanak vanjahi say-ay.
ਰਤਨਾ ਸਾਰ ਨ ਜਾਣਨੀ, ਅੰਧੇ ਵਤਹਿ ਲੋਇ॥੨॥	ratnaa saar na jaannee anDhay vateh lo-ay. ||2||

ਜਦੋਂ ਰਤਨਾਂ ਦਾ ਮਾਲਕ ਆਪਣੀ ਥੇਲੀ ਖੋਲ੍ਹਦਾ ਹੈ, ਉਸ ਦੇ ਰਤਨ ਸਾਹਮਣੇ ਆ ਜਾਂਦੇ ਹਨ । ਉਸ ਸਮੇਂ ਖਰੀਦ ਕਰਨ ਵਾਲਾ ਅਤੇ ਵੇਚਣ ਵਾਲਾ ਇਕਠੇ ਹੁੰਦੇ ਹਨ । ਜਿਸ ਦੇ ਪਲੇ ਧਨ ਹੁੰਦਾ, ਰਤਨ ਦੀ ਪਰਖ ਹੁੰਦੀ ਹੈ, ਉਹ ਹੀ ਖਰੀਦ ਸਕਦਾ ਹੈ । ਬਾਕੀ ਜੀਵ ਅੰਧੇ ਦੀ ਤਰ੍ਹਾਂ ਘੁੰਮਕੇ ਚਲੇ ਜਾਂਦੇ ਹਨ ।

When the owner of real jewels may open his treasure, to display his jewels. Both buyer and seller witness the real jewels. Whosoever may have capital and knowledge of jewel quality; only he may be able to purchase the jewel. Everyone else may wander around ignorantly.

ਪਉੜੀ॥	pa-orhee.
ਨਉ ਦਰਵਾਜੇ ਕਾਇਆ ਕੋਟੁ ਹੈ, ਦਸਵੈ ਗੁਪਤੁ ਰਖੀਜੈ॥	na-o darvaajay kaa-i-aa kot hai dasvai gupat rakheejai.
ਬਜਰ ਕਪਾਟ ਨ ਖੁਲਨੀ, ਗੁਰ ਸਬਦਿ ਖੁਲੀਜੈ॥	bajar kapaat na khulnee gur sabad khuleejai.
ਅਨਹਦ ਵਾਜੇ ਧੁਨਿ ਵਜਦੇ, ਗੁਰ ਸਬਦਿ ਸੁਣੀਜੈ॥	anhad vaajay Dhun vajday gur sabad suneejai.
ਤਿਤੁ ਘਟ ਅੰਤਰਿ ਚਾਨਣਾ, ਕਰਿ ਭਗਤਿ ਮਿਲੀਜੈ॥	tit ghat antar chaannaa kar bhagat mileejai.
ਸਭ ਮਹਿ ਏਕੁ ਵਰਤਦਾ, ਜਿਨਿ ਆਪੇ ਰਚਨ ਰਚਾਈ॥੧੫॥	sabh meh ayk varatdaa jin aapay rachan rachaa-ee. ||15||

ਪ੍ਰਭ ਜੀਵ ਨੂੰ ਪੈਦਾ ਕਰਕੇ ਨੌ ਦਰਵਾਜਿਆਂ, ਇਦ੍ਰੀਆਂ ਦੀ ਸੋਝੀ ਬਖਸ਼ਦਾ ਹੈ । ਪਰ ਦਸਵਾਂ ਦਰਵਾਜਾ, ਦਰਬਾਰ ਦਾ ਰਸਤਾ ਗੁਪਤ ਰਖਦਾ ਹੈ । ਦਸਵਾਂ ਦਰਵਾਜਾ, ਪ੍ਰਵਾਨਗੀ ਦੇ ਰਸਤਾ ਦੀ ਸੋਝੀ ਕੇਵਲ ਸ਼ਬਦ ਦੀ ਪਾਲਣਾ ਭਰੋਸੇ ਨਾਲ ਕਰਨ ਨਾਲ ਹੀ ਬਖਸ਼ਿਸ਼ ਹੁੰਦਾ ਹੈ । ਜਿਸ ਦੇ ਮਨ ਵਿੱਚ ਸ਼ਬਦ ਦੀ ਸਦਾ ਚਲਣ ਵਾਲੀ ਧੁਨ, ਸ਼ਬਦ ਦਾ ਸੰਗੀਤ ਹੀ ਚਲਦਾ, ਸੁਣਦਾ ਹੈ । ਉਸ ਦੇ ਮਨ ਦੇ ਅੰਦਰ ਪ੍ਰਭ ਦੀ ਰੂਹਾਨੀ ਰੋਸ਼ਨੀ ਚਮਕਦੀ ਹੈ । ਪ੍ਰਭ ਦੀ ਰਹਿਮਤ ਨਾਲ ਕੇਵਲ ਸ਼ਬਦ ਦੀ ਅਡੋਲ ਭਰੋਸੇ ਨਾਲ ਪਾਲਣਾ ਕਰਨ ਨਾਲ ਹੀ, ਇਹ ਅਵਸਥਾ ਬਖਸ਼ਿਸ਼ ਹੁੰਦੀ ਹੈ । ਪ੍ਰਭ ਹੀ ਸਾਰੀ ਸ੍ਰਿਸ਼ਟੀ ਪੈਦਾ ਕਰਦਾ, ਪਾਲਣਾ ਕਰਦਾ, ਦੇਖਦਾ ਅਤੇ ਵਾਪਰਦਾ ਹੈ ।

The True Master creates new creature and blesses nine sense to survive in the universe. However, the 10th door, the right path of acceptance in His Court may be kept under His Own Command. Whosoever may obey the teachings of His Word with steady and stable belief in his day-to-day life; with His mercy and grace, he may become worth of His Consideration. He may be blessed with the right path of acceptance in His Court. He may hear the everlasting echo of His Word resonating within his heart; with His mercy and grace, the eternal glow of His Word may shine on his forehead. Such a state of mind may only be blessed by obeying the teachings of His Word with steady and stable belief in his day-to-day life. The True Master creates, nourishes, monitors, protects and prevails in all the worldly events in His Nature.

Key Message of Raag Raamkalee, page 954-9
ਸੰਤ ਅਵਸਥਾ – ਸੰਤ ਥਾਪਣ ਵਿੱਚ ਅੰਤਰ!
ਜਿਸ ਅਣਜਾਣ ਨੂੰ ਜ਼ੰਮੇਵਾਰੀ ਵਾਲੇ ਕੰਮ ਦੀ ਮਹੱਤਤਾ, ਸੋਝੀ ਨਾ ਹੋਵੇ, ਆਪਣੇ ਜੀਵਨ ਵਿੱਚ ਰਸਤਾ ਨਾ ਧਾਰਨ ਕੀਤਾ ਹੋਵੇ, ਉਸ ਨੂੰ ਮੁਖੀ ਬਣਾ ਦੇਤਾ ਜਾਵੇ! ਉਹ ਆਪਣੀ ਅਗਿਆਨਤਾ ਨਾਲ ਹੀ ਕੰਮ ਕਰਦਾ, ਪ੍ਰੇਰਨਾ ਕਰਦਾ ਹੈ । ਜਦੋਂ ਪ੍ਰਵਾਨਗੀ ਦੇ ਰਸਤੇ ਤੇ ਚਲਣ ਦਾ ਸਮਾਂ ਆਉਂਦਾ ਹੈ, ਉਹ ਅਣਜਾਣ ਥੋੜ੍ਹੀ ਮੁਸ਼ਕਲ ਤੇ ਹੋਛਾ ਕਦਮ ਚੁਕਦਾ, ਅਣਜਾਣ ਜੀਵਾਂ ਨੂੰ ਗਲਤ ਰਸਤੇ ਦੀ ਪ੍ਰੇਰਨਾ ਕਰਦਾ ਹੈ! ਆਤਮਾ ਦੀ ਦਸਵੀਂ ਗੁਫਾ ਵਿੱਚ ਪ੍ਰਵਾਨਗੀ ਦੇ ਰਸਤਾ ਦੀ ਸੋਝੀ ਸਮਾਈ ਰਹਿੰਦੀ ਹੈ, ਕੇਵਲ ਸ਼ਬਦ ਦੀ ਪਾਲਣਾ ਭਰੋਸੇ ਨਾਲ ਕਰਨ ਨਾਲ ਹੀ ਬਖਸ਼ਿਸ਼ ਹੁੰਦਾ ਹੈ । ਉਸ ਨੂੰ ਮਨ ਵਿੱਚ ਸ਼ਬਦ ਦੀ ਸਦਾ ਚਲਣ ਵਾਲੀ ਧੁਨ ਚਲਦੀ, ਸੁਣਾਈ ਦੇਂਦੀ ਹੈ । ਮਨ ਅੰਦਰ ਪ੍ਰਭ ਦੀ ਰੂਹਾਨੀ ਰੋਸ਼ਨੀ ਚਮਕਦੀ ਹੈ, ਗੁਰਮਖ ਅਵਸਥਾ ਬਖਸ਼ਿਸ਼ ਹੋ ਜਾਂਦੀ ਹੈ!
State of mind as Saint Vs incarnating any saint!
Whosoever may not comprehend the significance of meditation; ignorant form the right path; he may not have adopted in his day-to-day life; he may be incarnated guru, saint, or leader to guide others; he may inspire his followers on the wrong path. When the time to guide others, ignorant from practical difficulties of path, he may suggest short-cut, wrong path; most of the religions adopt such a practice and misguide innocent followers. In the 10th cave of soul, the right path of acceptance in His Court remains embedded. Whosoever may obey the teachings of His Word; his soul may be sanctified to become worth of His Consideration. His true devotee may hear the everlasting echo of His Word resonating within his heart; the eternal glow of His Word may shine on his forehead. The True Master creates, nourishes, monitors, protects and prevails in all the worldly events in His Nature.

101.**ਸਲੋਕ** ਮਃ ੨॥ 954-15

ਅੰਧੇ ਕੈ ਰਾਹਿ ਦਸਿਐ, ਅੰਧਾ ਹੋਇ ਸੁ ਜਾਇ॥	anDhay kai raahi dasi-ai anDhaa ho-ay so jaa-ay.
ਹੋਇ ਸੁਜਾਖਾ ਨਾਨਕਾ, ਸੋ ਕਿਉ ਉਝੜਿ ਪਾਇ॥	ho-ay sujaakhaa naankaa so ki-o ujharh paa-ay.
ਅੰਧੇ ਏਹਿ ਨ ਆਖੀਅਨਿ, ਜਿਨ ਮੁਖਿ ਲੋਇਣ ਨਾਹਿ॥	anDhay ayhi na aakhee-an jin mukh lo-in naahi.
ਅੰਧੇ ਸੇਈ ਨਾਨਕਾ, ਖਸਮਹੁ ਘੁਥੇ ਜਾਹਿ॥੧॥	anDhay say-ee naankaa khasmahu ghuthay jaahi. ||1||

ਜਿਹੜਾ ਅੰਧੇ ਤੋਂ ਰਸਤਾ ਪੁਛਦਾ ਹੈ, ਅਗਿਆਨੀ, ਅਣਜਾਣ ਨੂੰ ਗੁਰੂ ਧਾਰਨ ਕਰਦਾ, ਉਸ ਦੀ ਸਿਖਿਆਂ ਨਾਲ ਜੀਵਨ ਢਾਲਦਾ ਹੈ, ਉਹ ਹੀ ਅਸਲੀ ਅਗਿਆਨੀ ਹੁੰਦਾ ਹੈ । ਜਿਸ ਨੂੰ ਦਿਖਾਈ ਦੇਂਦਾ ਹੈ, ਉਹ ਕਿਵੇਂ ਰਸਤਾ ਭੁੱਲ ਸਕਦਾ ਹੈ? ਜਿਹੜਾ ਆਪ ਅਸਲੀ ਰਸਤੇ ਤੇ ਚਲਦਾ ਹੈ, ਪ੍ਰਭ ਉਸ ਨੂੰ ਸੋਝੀ ਬਖਸ਼ਦਾ ਹੈ, ਕੇਵਲ ਸ਼ਬਦ ਦੀ ਪਾਲਣਾ ਕਰਨ ਨਾਲ ਪ੍ਰਭ ਦੀ ਰਹਿਮਤ ਬਖਸ਼ਿਸ਼ ਹੁੰਦੀ ਹੈ । ਉਹ ਕਿਵੇਂ ਨਾ ਉਸ ਰਸਤੇ ਤੇ ਚਲੇ? ਜਿਸ ਦੀਆਂ ਅੱਖਾਂ ਨਹੀਂ ਹੁੰਦੀਆਂ, ਉਸ ਨੂੰ ਅੰਧਾ ਨਹੀਂ ਆਖਿਆ ਜਾ ਸਕਦਾ । ਜਿਹੜਾ ਪ੍ਰਭ ਦੇ ਸ਼ਬਦ ਦੀ ਪਾਲਣਾ ਕਰਨ ਤੋਂ ਦੂਰ ਜਾਂਦਾ ਹੈ, ਉਹ ਹੀ ਅੰਧਾ ਹੁੰਦਾ ਹੈ!

ਗੁਰੂ ਨਾਨਕ ਦੇਵ ਜੀ! – Guru Nanak Dev Ji! Guru Granth Sahib

Whosoever may follow the teachings of an ignorant guru, teacher, guide; he may be real blind and ignorant from the right path of his human life opportunity. How may an enlightened abandon the teachings of His Word from his day-to-day life? Whosoever may adopt the teachings of His Word with steady and stable belief in his day-to-day life; with His mercy and grace, he may be enlightened with the right path of acceptance in His Court. How may he not adopt the right path? Whosoever may not have eye sight; he may be unfortunate. Whosoever may abandon the teachings of His Word from his day-to-day life, only he may be blind, ignorant from the reality of human life opportunity.

ਮਃ ੨॥	mehlaa 2.
ਸਾਹਿਬਿ ਅੰਧਾ ਜੋ ਕੀਆ, ਕਰੇ ਸੁਜਾਖਾ ਹੋਇ॥	saahib anDhaa jo kee-aa karay sujaakhaa ho-ay.
ਜੇਹਾ ਜਾਣੈ ਤੇਹੋ ਵਰਤੈ, ਜੇ ਸਉ ਆਖੈ ਕੋਇ॥	jayhaa jaanai tayho vartai jay sa-o aakhai ko-ay.
ਜਿਥੈ ਸੁ ਵਸਤੁ ਨ ਜਾਪਈ, ਆਪੇ ਵਰਤਉ ਜਾਣਿ॥	jithai so vasat na jaap-ee aapay varta-o jaan.
ਨਾਨਕ ਗਾਹਕੁ ਕਿਉ ਲਏ, ਸਕੈ ਨ ਵਸਤੁ ਪਛਾਣਿ॥੨॥	naanak gaahak ki-o la-ay sakai na vasat pachhaan. ||2||

ਜਿਸ ਨੂੰ ਪ੍ਰਭ ਆਪ ਅੰਧਾ ਕਰਦਾ ਹੈ, ਪ੍ਰਭ ਆਪ ਹੀ ਸਜਾਖਾ, ਸੂਝਵਾਨ ਬਣਾ ਸਕਦਾ ਹੈ । ਮਾਨਸ ਜੀਵ ਨੂੰ ਜਿਤਨੀ ਸੋਝੀ ਬਖਸ਼ਦਾ ਹੈ, ਉਤਨੀ ਹੀ ਵਰਤ ਸਕਦਾ ਹੈ । ਉਸ ਨੂੰ ਭਾਵੇਂ ਹਜ਼ਾਰ ਵਾਰ ਸੋਝੀ ਦਿੱਤੀ ਜਾਵੇ । ਜਿਸ ਥਾਂ ਤੇ ਕੋਈ ਅਸਲੀ ਚੀਜ਼ ਨਾ ਲੱਭਦੀ ਹੋਵੇ । ਉਥੇ ਆਪਣੇ ਆਪ ਤੇ ਕਾਬੂ ਪਾਉਣਾ ਹੀ ਠੀਕ ਹੁੰਦਾ ਹੈ । ਜਿਸ ਜੀਵ ਨੂੰ ਅਸਲੀ ਕੀਮਤ ਦੀ ਜਾਣਕਾਰੀ ਨਾ ਹੋਵੇ । ਉਹ ਕਿਵੇਂ ਕੁਝ ਖਰੀਦ ਸਕਦਾ ਹੈ?

Whosoever may be deprived from the right path of acceptance in His Court, the enlightenment of the essence of His Word; with His mercy and grace, only he may be blessed with devotional attachment to His Word. Self-minded may only perform his worldly deeds with his own wisdom; he may never change his path even by advising many times by enlightened-one. Wherever, anyone may not be interested in hearing the teachings of His Word; it may be advisable to control your thoughts. How may anyone purchase any valuable, without any understanding of the true value, significance of that virtue?

ਮਃ ੨॥	mehlaa 2.
ਸੋ ਕਿਉ ਅੰਧਾ ਆਖੀਐ, ਜਿ ਹੁਕਮਹੁ ਅੰਧਾ ਹੋਇ॥	so ki-o anDhaa aakhee-ai je hukmahu anDhaa ho-ay.
ਨਾਨਕ ਹੁਕਮੁ ਨ ਬੁਝਈ ਅੰਧਾ ਕਹੀਐ ਸੋਇ॥੩॥	naanak hukam na bujh-ee anDhaa kahee-ai so-ay. ||3||

ਜਿਸ ਨੂੰ ਪ੍ਰਭ ਆਪ ਹੀ ਅੰਧਾ ਕਰ ਦੇਵੇ, ਉਸ ਨੂੰ ਅੰਧਾ ਕਿਵੇਂ ਆਖੀਏ? ਜਿਹੜਾ ਪ੍ਰਭ ਦੇ ਸ਼ਬਦ ਨੂੰ ਨਹੀਂ ਸਮਝਦਾ! ਉਹ ਹੀ ਅਗਿਆਨ, ਅਸਲੀ ਅੰਧੇ ਹੁੰਦਾ ਹੈ ।

Whosoever may be deprived from eye-sight; how may he be called blind? Whosoever may not adopt the right path of acceptance in His Court; he may be ignorant, blind from the right path, purpose of human life opportunity.

ਪਉੜੀ॥	pa-orhee.
ਕਾਇਆ ਅੰਦਰਿ ਗੜੁ ਕੋਟੁ ਹੈ, ਸਭਿ ਦਿਸੰਤਰ ਦੇਸਾ॥	kaa-i-aa andar garh kot hai sabh disantar daysaa.
ਆਪੇ ਤਾੜੀ ਲਾਈਅਨੁ, ਸਭ ਮਹਿ ਪਰਵੇਸਾ॥	aapay taarhee laa-ee-an sabh meh parvaysaa.
ਆਪੇ ਸ੍ਰਿਸਟਿ ਸਾਜੀਅਨੁ, ਆਪਿ ਗੁਪਤੁ ਰਖੇਸਾ॥	aapay sarisat saajee-an aap gupat rakhaysaa.
ਗੁਰ ਸੇਵਾ ਤੇ ਜਾਣਿਆ, ਸਚੁ ਪਰਗਟੀਏਸਾ॥	gur sayvaa tay jaani-aa sach pargatee-aysaa.
ਸਭੁ ਕਿਛੁ ਸਚੋ ਸਚੁ ਹੈ, ਗੁਰਿ ਸੋਝੀ ਪਾਈ॥੧੬॥	sabh kichh sacho sach hai gur sojhee paa-ee. ||16||

ਪ੍ਰਭ ਦਾ ਤਖਤ, ਉਸ ਦੇ ਸਾਰੇ ਦੇਸ, ਜੀਵ ਦੇ ਤਨ ਦੇ ਅੰਦਰ ਹੀ ਹਨ । ਪ੍ਰਭ ਆਪ ਹੀ ਸਾਰੇ ਜੀਵ ਦੇ ਤਨ ਵਿੱਚ ਸਮਾਧੀ ਲਾਉਂਦਾ, ਵਾਪਰਦਾ, ਪਰਵੇਸ ਕਰਦਾ ਹੈ । ਆਪਣੀ ਸਾਜੀ ਸ੍ਰਿਸ਼ਟੀ ਵਿੱਚ ਗੁਪਤ ਵਸਦਾ ਰਹਿੰਦਾ ਹੈ । ਪ੍ਰਭ ਦੇ ਸ਼ਬਦ ਦੀ ਪਾਲਣਾ ਨਾਲ ਹੀ ਇਸ ਤੱਤ ਦੀ ਸੋਝੀ ਬਖਸ਼ਿਸ਼ ਹੁੰਦੀ ਹੈ । ਪ੍ਰਭ ਦੀਆਂ ਸਭ ਕਰਮਾਤਾਂ ਅਟਲ ਹਨ, ਜੀਵ ਨੂੰ ਅੰਦਰੋਂ ਹੀ ਸੋਝੀ ਬਖਸ਼ਦਾ ਹੈ!

His Royal Throne, Castle has been established within the body of each worldly creature. The True Master dwells and prevails worry-free on His Throne. He has created the universe and prevail secretly, invisible in all events in His Nature. Whosoever may obey the teachings of His Word; with His mercy and grace, he may be revealed the secret of His Nature. His miracles are real and not illusions; His true devotee may be blessed with the enlightenment from within his own mind.

Key Message of Raag Raamkalee, page 954-15
ਮਨਮੁਖ ਤੇ ਸ਼ਬਦ ਦਾ ਕੀ ਪ੍ਰਭਾਵ ਹੁੰਦਾ ਹੈ?
ਜਿਹੜਾ ਸ਼ਬਦ ਦੀ ਸਿਖਿਆਂ ਤੋਂ ਅਣਜਾਣ ਗੁਰੂ, ਸੰਤ, ਧਾਰਮਕ ਪ੍ਰਚਾਰਕ ਦੀ ਸਿਖਿਆ ਤੇ ਚਲਦਾ ਹੈ! ਉਹ ਹੀ ਅਸਲੀ ਅੰਧਾ, ਅਗਿਆਨੀ ਹੁੰਦਾ ਹੈ । ਕੇਵਲ ਸ਼ਬਦ ਦੀ ਪਾਲਣਾ ਕਰਨ ਨਾਲ ਹੀ ਅਸਲੀ ਰਸਤੇ ਦੀ, ਜੀਵਨ ਦੀਆ ਮੁਸ਼ਕਲਾਂ ਦੀ ਸੋਝੀ ਹੁੰਦੀ ਹੈ । ਜਿੱਥੇ ਸ਼ਬਦ ਦੀ ਸਿਖਿਆਂ ਤੇ ਚਲਣ ਵਾਲਾ ਕੋਈ ਨਾ ਹੋਵੇ, ਉਸ ਸੰਗਤ ਤੋਂ ਦੂਰ ਰਹਿਣਾ ਹੀ ਠੀਕ ਹੁੰਦਾ ਹੈ, ਆਪਣੇ ਵਿਚਾਰ ਨਹੀਂ ਰਖਣੇ ਚਾਹੀਦੇ! ਜਿਹੜਾ ਪ੍ਰਭ ਦੇ ਸ਼ਬਦ ਦੀ ਸਿਖਿਆਂ ਤੇ ਨਹੀਂ ਚਲਦਾ, ਉਹ ਹੀ ਅਸਲੀ ਅਗਿਆਨ ਹੁੰਦਾ ਹੈ । ਪ੍ਰਭ ਦਾ ਸ਼ਬਦ ਹੀ ਆਤਮਾ ਵਿੱਚ ਸਮਾਇਆ ਵਾਪਰਦਾ ਹੈ । ਸ਼ਬਦ ਦੀ ਪਾਲਣਾ ਨਾਲ ਇਸ ਤੱਤ ਦੀ ਅੰਦਰੋਂ ਹੀ ਸੋਝੀ ਬਖਸ਼ਦਾ ਹੈ!
What may be influence of His Word on Self-minded?
Whosoever may follow the teachings of an ignorant; whose way of life may not be as per the teachings of His Word. He may be a real ignorant from the right path of his human life opportunity. He may not be enlightened with the right path and hardship in the path of acceptance in His Court. Wherever no one wants to hear the teachings of His Word; control your thought. Whose way of life may not be as the teachings of His Word; he remains ignorant from the right path, purpose of human life opportunity. His Word remains embedded within his soul and prevails in all actions. Whosoever may adopt the teachings of His Word; he may be enlightened from within.

102.**ਸਲੋਕ** ਮਃ ੧॥ 955-3

ਸਾਵਣੁ ਰਾਤਿ ਅਹਾੜੁ ਦਿਹੁ, ਕਾਮੁ ਕ੍ਰੋਧੁ ਦੁਇ ਖੇਤ॥	saavan raat ahaarh dihu kaam kroDh du-ay khayt.
ਲਬੁ ਵਤ੍ਰ ਦਰੋਗੁ ਬੀਉ, ਹਾਲੀ ਰਾਹਕੁ ਹੇਤ॥	lab vatar darog bee-o haalee raahak hayt.
ਹਲੁ ਬੀਚਾਰੁ ਵਿਕਾਰ ਮਣ, ਹੁਕਮੀ ਖਟੇ ਖਾਇ॥	hal beechaar vikaar man hukmee khatay khaa-ay.
ਨਾਨਕ ਲੇਖੈ ਮੰਗਿਐ, ਅਉਤੁ ਜਣੇਦਾ ਜਾਇ॥੧॥	naanak laykhai mangi-ai a-ut janaydaa jaa-ay. ||1||

ਗੁਰੂ ਨਾਨਕ ਦੇਵ ਜੀ! – Guru Nanak Dev Ji! Guru Granth Sahib

ਜਿਹੜਾ ਰਾਤ ਨੂੰ ਗਰਮੀ ਦੀ ਰੁੱਤ ਅਤੇ ਦਿਨ ਨੂੰ ਸਰਦੀ ਦੀ ਠੰਡ ਸਮਝਦਾ ਹੈ । ਉਸ ਦੇ ਮਨ ਵਿੱਚ ਕਾਮ ਵਾਸ਼ਨਾ ਅਤੇ ਕਰੋਧ ਦੇ ਦੋਂ ਖੇਤ ਹਨ । ਲਾਲਚ ਜ਼ਮੀਨ ਨੂੰ ਤਿਆਰ ਕਰਦਾ, ਫਰੇਬ, ਧੋਖੇ ਦਾ ਬੀਜ ਪਾਈ ਜਾਂਦਾ ਹੈ । ਹੈਸੀਅਤ ਦਾ ਅਭਿਮਾਨ ਅਤੇ ਮੋਹ, ਦੋਂ ਕਿਰਸਾਨ ਅਤੇ ਮਜਦੂਰ ਹਨ । ਮਨ ਦੀਆ ਇਛਾਂ ਦੀ ਪਾੜ ਪਾਉਂਦਾ, ਗੋਡੀ ਕਰਦਾ, ਤਨ ਲਾਲਚ ਦੀ ਫਸਲ ਕੱਟਦਾ ਹੈ । ਪ੍ਰਭ ਦੇ ਹੁਕਮ ਨਾਲ ਇਹ ਕਮਾਈ ਕਰਦਾ, ਖਾਂਦਾ ਹੈ । ਜਦੋਂ ਮੌਤ ਪਿਛੋਂ ਉਸ ਦਾ ਲੇਖਾ ਕੀਤਾ ਜਾਂਦਾ ਹੈ! ਉਸ ਦੇ ਪਲੇ ਕੁਝ ਨਹੀਂ ਹੁੰਦਾ । ਉਹ ਬੰਜਰੀ ਜ਼ੀਮਨ ਦਾ ਤਰ੍ਹਾਂ ਹੀ ਹੁੰਦਾ ਹੈ ।

Whosoever may think his night as heat of summer and day as the cold freezing weather of winter. He may have two farmers, sexual urge, and anger of worldly disappointments within his mind. His greed may prepare his field and his falsehood my sow seeds of deception. His worldly status and worldly attachments may be the farmer and hired labor. His worldly desires may cultivate, prepares, mends field and he may harvest the crop of greed. With His Command, he may perform these deeds, earns his living to feed his family. After the death, he may have to endure the judgement of his worldly deeds; he may not have any earnings of His Word to save him.

ਮਃ ੧॥	mehlaa 1.
ਭਉ ਭੁਇ ਪਵਿਤੁ ਪਾਣੀ, ਸਤੁ ਸੰਤੋਖੁ ਬਲੇਦ॥	bha-o bhu-ay pavit paanee sat santokh balayd.
ਹਲੁ ਹਲੇਮੀ ਹਾਲੀ ਚਿਤੁ, ਚੇਤਾ ਵਤੁ ਵਖਤ ਸੰਜੋਗੁ॥	hal halaymee haalee chit chaytaa vatar vakhat sanjog.
ਨਾਉ ਬੀਜੁ ਬਖਸੀਸ ਬੋਹਲ, ਦੁਨੀਆ ਸਗਲ ਦਰੋਗ॥	naa-o beej bakhsees bohal dunee-aa sagal darog.
ਨਾਨਕ ਨਦਰੀ ਕਰਮੁ ਹੋਇ, ਜਾਵਹਿ ਸਗਲ ਵਿਜੋਗ॥੨॥	naanak nadree karam ho-ay jaaveh sagal vijog. ||2||

ਜੀਵ, ਪ੍ਰਭ ਦੇ ਵਿਛੋੜੇ ਨੂੰ ਖੇਤ ਬਣਾਵੋ ਅਤੇ ਮਨ ਦੀ ਪਵਿਤਰਤਾ ਦਾ ਪਾਣੀ ਦੇਵੋਂ । ਇਮਾਨਦਾਰੀ ਅਤੇ ਸੰਤੋਖ ਨੂੰ ਉਸ ਵਿੱਚ ਬਲਦ ਅਤੇ ਗਊ ਬਣਾਵੋ । ਨਿਮ੍ਰਤਾ ਨੂੰ ਹੱਲ ਅਤੇ ਆਪਣੇ ਇਖਲਾਕ ਨੂੰ ਹੱਲ ਚਲਾਉਣ ਵਾਲਾ ਕਿਰਸਾਨ ਬਣਾਵੋ । ਸ਼ਬਦ ਦੇ ਸਿਮਰਨ ਨਾਲ ਜ਼ੀਮਨ ਤਿਆਰ ਕਰੋ! ਪ੍ਰਭ ਦੇ ਮਿਲਾਪ ਨੂੰ ਬੀਜਨ ਦੀ ਰੱਤ ਬਣਾਵੋ । ਸ਼ਬਦ ਦੀ ਪਾਲਣਾ ਦਾ ਬੀਜ ਪਾਵੋ ਅਤੇ ਰਹਿਮਤਾਂ, ਭੁਲਾਂ ਬਖਸ਼ਣ ਦੀ ਫਸਲ ਕੱਟੋ । ਜਿਹੜਾ ਇਸਤਰ੍ਹਾਂ ਦਾ ਜੀਵਨ ਬਤੀਤ ਕਰਦਾ ਹੈ, ਉਸ ਨੂੰ ਸਾਰਾ ਸੰਸਾਰ ਹੀ ਨਾਸ ਹੋ ਜਾਣ ਵਾਲਾ ਮਹਿਸੂਸ ਹੁੰਦਾ ਹੈ । ਜਿਸ ਤੇ ਪ੍ਰਭ ਰਹਿਮਤ ਬਖਸ਼ਦਾ ਹੈ, ਉਸ ਦੇ ਸਾਰੇ ਵਿਛੋੜੇ ਦੂਰ ਹੋ ਜਾਂਦੇ ਹਨ ।

You should make the renunciation of your separation from His Holy Spirit as the farmland and irrigate your field with the water of sanctification of your soul. You should consider your honesty and contentment on His Blessings as your bull and cow. You should consider your humility as cultivator and your moral character as a farmer. You should prepare your field with meditation, Simran, and your conjugation with His Holy Saint as the season to sow. You should sow seeds of your obeying the teachings of His Word and harvest the crops of His Forgiveness and Refuge. Whosoever may adopt the teachings of His Word with steady and stable belief in his day-to-day life; with His mercy and grace, he may be enlightened that the whole universe may be perishable. All his worries of separation from His Holy Spirit may be eliminated

ਪਉੜੀ॥	pa-orhee.
ਮਨਮੁਖਿ ਮੋਹੁ ਗੁਬਾਰੁ ਹੈ, ਦੂਜੈ ਭਾਇ ਬੋਲੈ॥	manmukh moh gubaar hai doojai bhaa-ay bolai.
ਦੂਜੈ ਭਾਇ ਸਦਾ ਦੁਖੁ ਹੈ, ਨਿਤ ਨੀਰੁ ਵਿਰੋਲੈ॥	doojai bhaa-ay sadaa dukh hai nit neer virolai.
ਗੁਰਮੁਖਿ ਨਾਮੁ ਧਿਆਈਐ, ਮਥਿ ਤਤੁ ਕਢੋਲੈ॥	gurmukh naam Dhi-aa-ee-ai math tat kadholai.
ਅੰਤਰਿ ਪਰਗਾਸੁ ਘਟਿ ਚਾਨਣਾ, ਹਰਿ ਲਧਾ ਟੋਲੈ॥	antar pargaas ghat chaannaa har laDhaa tolai.
ਆਪੇ ਭਰਮਿ ਭੁਲਾਇਦਾ, ਕਿਛੁ ਕਹਣੁ ਨ ਜਾਈ॥੧੭॥	aapay bharam bhulaa-idaa kichh kahan na jaa-ee. ||17||

ਮਨਮੁਖ ਜੀਵ ਮੋਹ ਅਤੇ ਹੈਸੀਅਤ ਦੇ ਅੰਧੇਰ ਵਿੱਚ ਫਸਿਆ ਹੈ । ਉਹ ਭਰਮਾਂ ਵਿੱਚ ਹੀ ਬੋਲਦਾ ਹੈ, ਜਾ ਕੁਝ ਕਰਦਾ ਹੈ । ਹੋਰ ਪਾਸੇ ਘੁੰਮਣ ਨਾਲ, ਭਰਮਾਂ ਵਿੱਚ ਸਦਾ ਦੁਖ ਹੀ ਸਹਿਦਾ ਹੈ । ਉਹ ਬਿਰਥਾ ਹੀ ਚਾਰੇ ਪਾਸੇ ਢੂੰਡਦਾ ਫਿਰਦਾ ਹੈ । ਗੁਰਮਖ ਅਡੋਲ ਭਰੋਸੇ ਨਾਲ ਸ਼ਬਦ ਦੀ ਪਾਲਣਾ ਕਰਦਾ ਹੈ, ਉਸ ਨੂੰ ਆਪਣੇ ਤਨ ਅੰਦਰੋਂ ਹੀ ਸੋਝੀ, ਪ੍ਰਭ ਦੀ ਜੋਤ ਜਾਗਰਤ ਹੋ ਜਾਂਦੀ ਹੈ । ਜਿਹੜੇ ਜੀਵ ਨੂੰ ਪ੍ਰਭ ਆਪ ਹੀ ਭਰਮਾਂ ਵਿੱਚ ਪਾਉਂਦਾ ਹੈ । ਉਸ ਨੂੰ ਕੌਣ ਅਸਲੀ ਰਸਤੇ ਤੇ ਪਾ ਸਕਦਾ?

Self-minded may remain intoxicated with worldly attachments and ego of worldly status. He remains in worldly suspicions and performs religious rituals. He may wander in all directions in suspicions and he may endure the miseries in his worldly life. He may waste his human life opportunity wandering. His true devotee may obey the teachings of His Word with steady and stable belief in his day-to-day life; with His mercy and grace, he may be enlightened with essence of His Word; His Holy Spirit may shine within. Whosoever may be confused by The True Master! Who may guide him on the right path?

Key Message of Raag Raamkalee, page 955-3
ਗੁਰਮਖ ਅਵਸਥਾ!
ਜਿਹੜਾ ਸੰਸਾਰਕ ਦੁਖ, ਸੁਖ ਵਿੱਚ ਅੰਤਰ ਮਹਿਸੂਸ ਕਰਦਾ ਹੈ, ਉਹ ਸੰਸਾਰਕ ਇਛਾਂ ਦਾ ਗੁਲਾਮ ਹੁੰਦਾ ਹੈ! ਜਿਹੜਾ ਪ੍ਰਭ ਦੇ ਵਿਛੋੜੇ ਯਾਦ ਰਖਦਾ, ਇਮਾਨਦਾਰੀ ਅਤੇ ਸੰਤੋਖ ਨਾਲ ਆਤਮਾ ਨੂੰ ਪਵਿੱਤਰ ਰਖਦਾ ਹੈ! ਉਸ ਨੂੰ ਸਾਰਾ ਸੰਸਾਰ ਹੀ ਨਾਸ ਹੋ ਜਾਣ ਵਾਲਾ ਮਹਿਸੂਸ ਹੁੰਦਾ ਹੈ, ਉਸ ਦੇ ਸਾਰੇ ਵਿਛੋੜੇ ਦੂਰ ਹੋ ਜਾਂਦੇ ਹਨ । ਗੁਰਮਖ ਅਡੋਲ ਭਰੋਸੇ ਨਾਲ ਸ਼ਬਦ ਦੀ ਪਾਲਣਾ ਕਰਦਾ, ਉਸ ਨੂੰ ਆਪਣੇ ਅੰਦਰੋਂ ਹੀ ਸੋਝੀ, ਪ੍ਰਭ ਦੀ ਜੋਤ ਜਾਗਰਤ ਹੋ ਜਾਂਦੀ ਹੈ ।
State of mind as His true devotee!
Whosoever may realize the distinction between worldly pleasure and miseries; he may be a victim of worldly wealth, desires. Whosoever may remain in renunciation in the memory of his separation from His Holy Spirit; with honesty and contentment sanctify his soul. He may realize the whole universe, perishable; all his worries of separation from His Holy Spirit may be eliminated. His true devotee adopts the teachings of His Word; he may be enlightened with essence of His Word from within.

103.**ਸਲੋਕ** ਮਃ ੨॥ 955-9

ਨਾਨਕ ਚਿੰਤਾ ਮਤਿ ਕਰਹੁ, ਚਿੰਤਾ ਤਿਸ ਹੀ ਹੇਇ॥	naanak chintaa mat karahu chintaa tis hee hay-ay.
ਜਲ ਮਹਿ ਜੰਤ ਉਪਾਇਅਨੁ, ਤਿਨਾ ਭਿ ਰੋਜੀ ਦੇਇ॥	jal meh jant upaa-i-an tinaa bhe rojee day-ay.
ਓਥੈ ਹਟੁ ਨ ਚਲਈ, ਨਾ ਕੋ ਕਿਰਸ ਕਰੇਇ॥	othai hat na chal-ee naa ko kiras karay-i.
ਸਉਦਾ ਮੂਲਿ ਨ ਹੋਵਈ, ਨਾ ਕੋ ਲਏ ਨ ਦੇਇ॥	sa-udaa mool na hova-ee naa ko la-ay na day-ay.
ਜੀਆ ਕਾ ਆਹਾਰੁ, ਜੀਅ ਖਾਣਾ ਏਹੁ ਕਰੇਇ॥	jee-aa kaa aahaar jee-a khaanaa ayhu karay-i.

ਗੁਰੂ ਨਾਨਕ ਦੇਵ ਜੀ! – Guru Nanak Dev Ji! Guru Granth Sahib

ਵਿਚਿ ਉਪਾਏ ਸਾਇਰਾ, ਤਿਨਾ ਭਿ ਸਾਰ ਕਰੇਇ॥	vich upaa-ay saa-iraa tinaa bhe saar karay-i.
ਨਾਨਕ ਚਿੰਤਾ ਮਤ ਕਰਹੁ, ਚਿੰਤਾ ਤਿਸ ਹੀ ਹੇਇ॥੧॥	naanak chintaa mat karahu chintaa tis hee hay-ay. ||1||

ਜੀਵ ਸੰਸਾਰਕ ਚੀਜ਼ਾ ਨੂੰ ਮੋਹ ਨਾ ਲਾਵੋ! ਇਹ ਸਭ ਕੁਝ ਪ੍ਰਭ ਦਾ ਖੇਲ ਹੈ । ਉਹ ਆਪ ਹੀ ਮੋਹ ਲਾਉਂਦਾ ਹੈ ਅਤੇ ਆਪ ਹੀ ਖਤਮ ਕਰਦਾ ਹੈ । ਉਹ ਜਲ ਵਿੱਚ ਪੈਦਾ ਕੀਤੇ ਜੀਵਾਂ ਨੂੰ ਵੀ ਰੋਜ਼ੀ ਬਖਸ਼ਦਾ ਹੈ । ਉਥੇ ਕੋਈ ਦੁਕਾਨ, ਖੇਤੀ ਕਰਨ ਵਾਲੀ ਜ਼ਮੀਨ ਨਹੀਂ ਹੈ । ਕਿਸੇ ਕਿਸਮ ਦਾ ਰੋਜ਼ੀ ਕਰਨ ਵਾਲਾ ਧੰਦਾ, ਨਾ ਹੀ ਕੁਝ ਖਰੀਦ ਜਾ ਵੇਚ ਸਕਦਾ ਹੈ । ਇਕ ਜਾਨਵਰ ਦੂਸਰੇ ਜਾਨਵਰ ਨੂੰ ਖਾਂਦਾ ਹੈ । ਪ੍ਰਭ ਨੇ ਇਹ ਹੀ ਉਹਨਾਂ ਨੂੰ ਖਾਣ ਵਾਸਤੇ ਦਿੱਤਾ ਹੈ । ਜਿਹੜੇ ਜੀਵ ਸਮੁੰਦਰ ਵਿੱਚ ਪੈਦਾ ਕੀਤੇ ਜੀਵਾ ਨੂੰ ਵੀ ਭੋਜਨ ਬਖਸ਼ਦਾ ਹੈ । ਫਿਕਰ ਨਾ ਕਰੋ! ਪ੍ਰਭ ਆਪ ਹੀ ਸਭ ਕੁਝ ਕਰਦਾ ਹੈ ।

You should not worry about collecting worldly possessions; universe is a unique play of His Nature. He may attach anyone with any desire and only he may eliminate his anxiety. He has created so many creatures in water, ocean, wild and sky. There may not be any source to grow any food nor any shop to buy food. One creature may eat the other that may be His way to nourish His Creation. The Creator may have his unique plans beyond the comprehension of His Creation.

ਮਃ ੧॥	mehlaa 1.
ਨਾਨਕ ਇਹੁ ਜੀਉ ਮਛੁਲੀ, ਝੀਵਰੁ ਤ੍ਰਿਸਨਾ ਕਾਲੁ॥	naanak ih jee-o machhulee jheevar tarisnaa kaal.
ਮਨੂਆ ਅੰਧੁ ਨ ਚੇਤਈ, ਪੜੈ ਅਚਿੰਤਾ ਜਾਲੁ॥	manoo-aa anDh na chayt-ee parhai achintaa jaal.
ਨਾਨਕ ਚਿਤੁ ਅਚੇਤੁ ਹੈ, ਚਿੰਤਾ ਬਧਾ ਜਾਇ॥	naanak chit achayt hai chintaa baDhaa jaa-ay.
ਨਦਰਿ ਕਰੇ ਜੇ ਆਪਣੀ, ਤਾ ਆਪੇ ਲਏ ਮਿਲਾਇ॥੨॥	nadar karay jay aapnee taa aapay la-ay milaa-ay. ||2||

ਜਿਵੇਂ ਮਛਲੀ ਦੀ ਮੌਤ, ਭੁੱਖੇ ਮਛਲੀ ਪਕੜਨ ਵਾਲੇ ਦਾ ਜਾਲ ਹੁੰਦਾ ਹੈ । ਇਸਤਰ੍ਹਾਂ ਅਣਜਾਣ, ਅੰਧਾ ਮਾਨਸ ਵੀ ਅੰਚਾਨਕ ਹੀ ਜਾਲ ਵਿੱਚ ਫਸ ਜਾਂਦਾ ਹੈ । ਇਸਤਰ੍ਹਾਂ ਹੀ ਸੋਚਾਂ ਵਿੱਚ ਜੀਵਨ ਬਤੀਤ ਕਰਦਾ, ਮਰ ਜਾਂਦਾ ਹੈ । ਜਿਸ ਤੇ ਪ੍ਰਭ ਆਪ ਹੀ ਰਹਿਮਤ ਬਖਸ਼ਦਾ ਹੈ, ਉਸ ਨੂੰ ਪ੍ਰਵਾਨਗੀ ਦਾ ਰਸਤਾ ਬਖਸ਼ਦਾ ਹੈ, ਉਸ ਦਾ ਜੂੰਨਾਂ ਖਤਮ ਹੋ ਜਾਂਦੀਆਂ ਹਨ ।

As a fish may be captured by the net of fisherman. Same way ignorant, from the teachings of His Word may be captured by the demons of worldly greed. Self-minded may waste his human life opportunity, thinking about His Nature such a way. He may be captured by the devil of death. Whosoever may be blessed with the right path of acceptance in His Court; with His mercy and grace, his cycle of birth and death may be eliminated.

ਪਉੜੀ॥	pa-orhee.
ਸੇ ਜਨ ਸਾਚੇ ਸਦਾ ਸਦਾ, ਜਿਨੀ ਹਰਿ ਰਸੁ ਪੀਤਾ॥	say jan saachay sadaa sadaa jinee har ras peetaa.
ਗੁਰਮੁਖਿ ਸਚਾ ਮਨਿ ਵਸੈ, ਸਚੁ ਸਉਦਾ ਕੀਤਾ॥	gurmukh sachaa man vasai sach sa-udaa keetaa.
ਸਭੁ ਕਿਛੁ ਘਰ ਹੀ ਮਾਹਿ ਹੈ, ਵਡਭਾਗੀ ਲੀਤਾ॥	sabh kichh ghar hee maahi hai vadbhaagee leetaa.
ਅੰਤਰਿ ਤ੍ਰਿਸਨਾ ਮਰਿ ਗਈ, ਹਰਿ ਗੁਣ ਗਾਵੀਤਾ॥	antar tarisnaa mar ga-ee har gun gaaveetaa.
ਆਪੇ ਮੇਲਿ ਮਿਲਾਇਅਨੁ, ਆਪੇ ਦੇਇ ਬੁਝਾਈ॥੧੮॥	aapay mayl milaa-i-an aapay day-ay bujhaa-ee. ||18||

ਜਿਹੜਾ ਸ਼ਬਦ ਦੀ ਪਾਲਣਾ ਕਰਦਾ, ਉਸ ਦੇ ਭਾਣੇ ਵਿੱਚ ਅਨੰਦ ਮਾਨਦਾ ਹੈ । ਉਸ ਦਾ ਮਨ, ਆਤਮਾ ਪਵਿੱਤਰ ਰਹਿੰਦੀ ਹੈ! ਪ੍ਰਭ ਦਾ ਸ਼ਬਦ ਗੁਰਮਖ ਦੇ ਅੰਦਰ ਘਰ ਕਰ ਜਾਂਦਾ ਹੈ । ਉਹ ਮਾਨਸ ਜੀਵਨ ਦਾ ਲਾਹਾ ਖੱਟ ਜਾਂਦਾ ਹੈ । ਜੀਵ ਦੇ ਅੰਦਰ ਹੀ ਸਾਰੀਆਂ ਰਹਿਮਤਾਂ ਹਨ! ਕੇਵਲ ਵੱਡੇ ਭਾਗਾਂ ਵਾਲਾ ਹੀ ਮਨ ਅੰਦਰ ਖੋਜ ਲੈਂਦਾ ਹੈ । ਜਿਹੜਾ ਪ੍ਰਭ ਦੇ ਸ਼ਬਦ ਦੀ ਪਾਲਣਾ ਕਰਦਾ, ਗੁਣ ਗਾਉਂਦਾ, ਓਸ ਨੂੰ ਮਨ ਦੇ ਲਾਲਚ ਤੇ ਜਿੱਤ ਬਖਸ਼ਿਸ਼ ਹੋ ਜਾਂਦੀ ਹੈ । ਆਪ ਹੀ ਜੀਵ ਨੂੰ ਸੋਝੀ ਬਖਸ਼ਦਾ, ਆਪ ਹੀ ਪ੍ਰਵਾਨਗੀ ਬਖਸ਼ਦਾ ਹੈ ।

Whosoever may obey the teachings of His Word with steady and stable belief; with His mercy and grace, his soul may remain sanctified. He may be rewarded for his human life opportunity. The treasure of enlightenment has been embedded within his soul. However, very rare, fortunate may find the enlightenment from within his mind. He may sing the glory and obeys the teachings of His Word; with His mercy and grace, he may be blessed with the right path of acceptance in His Court; the enlightenment of the essence of His Word.

Key Message of Raag Raamkalee, page 955-9
ਸ਼ਿਵ, ਸ਼ਕਤੀ ਪ੍ਰਭ ਦੇ ਦੋਂ ਰੂਪ!
ਸ੍ਰਿਸ਼ਟੀ ਦਾ ਖੇਲ ਜੀਵ ਦੀ ਸੋਝੀ ਤੋਂ ਬਾਹਰ ਹੈ! ਪ੍ਰਭ ਸ੍ਰਿਸ਼ਟੀ ਨੂੰ ਪੈਦਾ ਕਰਦਾ, ਸਭ ਦੇ ਭੋਜਨ ਦਾ ਸਾਧਨ, ਭਾਵਨਾਂ, ਚਿੱਤਾਂ ਪੈਦਾ ਕਰਦਾ, ਦੂਰ ਕਰਨ ਦਾ ਰਸਤਾ ਬਣਾਉਂਦਾ ਹੈ! ਆਪ ਹੀ ਸੰਸਾਰਕ ਮਾਇਆ ਦਾ, ਸ਼ਬਦ ਦਾ, ਦੋਂ ਰਸਤੇ ਪੈਦਾ ਕਰਦਾ ਹੈ! ਜਿਹੜਾ ਅਣਜਾਣ ਮਾਇਆਂ ਦੇ ਪ੍ਰਭਾਵ ਵਿੱਚ ਆ ਜਾਂਦਾ ਹੈ, ਉਹ ਚਿੰਤਾਂ ਵਿੱਚ ਹੀ ਜੂੰਨਾਂ ਦੇ ਚੱਕਰ ਵਿੱਚ ਰਹਿੰਦਾ ਹੈ! ਜਿਹੜਾ ਪ੍ਰਭ ਦੇ ਸ਼ਬਦ ਦੀ ਪਾਲਣਾ ਕਰਦਾ, ਮਨ ਵਿੱਚ ਸ਼ਬਦ ਘਰ ਕਰ ਜਾਂਦਾ, ਆਪਣੇ ਅੰਦਰ ਖੋਜ ਕਰਦਾ, ਪ੍ਰਵਾਨਗੀ ਦਾ ਰਸਤਾ ਖੋਜ ਲੈਂਦਾ ਹੈ!
Shiv and Shakti; two unique paths!
The True Master has created a mysterious play of the universe, beyond the comprehension of His Creation. He has created the source of nourishment, before creation; He has created two unique paths, Shiv-path of His Word, Shakti-worldly wealth; unique entity of soul. Whosoever may be captured by short-lived glamor of Shakti-worldly wealth, he remains in worries, and captured by the devil of death. The treasure of enlightenment has been embedded within his soul. Whosoever may adopt the teachings of His Word; he may remain drenched with the essence of His Word; search within and discovers the right path of acceptance in His Court.

104.**ਸਲੋਕ** ਮਃ ੧॥ 955-17

ਵੇਲਿ ਪਿੰਞਾਇਆ ਕਤਿ ਵੁਣਾਇਆ॥	vayl pinjaa-i-aa kat gunaa-i-aa.
ਕਟਿ ਕੁਟਿ ਕਰਿ ਖੁੰਬਿ ਚੜਾਇਆ॥	kat kut kar khumb charhaa-i-aa.
ਲੋਹਾ ਵਢੇ ਦਰਜੀ ਪਾੜੇ, ਸੂਈ ਧਾਗਾ ਸੀਵੈ॥	lohaa vadhay darjee paarhay soo-ee Dhaagaa seevai.
ਇਉ ਪਤਿ ਪਾਟੀ ਸਿਫਤੀ ਸੀਪੈ, ਨਾਨਕ ਜੀਵਤ ਜੀਵੈ॥	i-o pat paatee siftee seepai naanak jeevat jeevai.
ਹੋਇ ਪੁਰਾਣਾ ਕਪੜੁ ਪਾਟੈ, ਸੂਈ ਧਗਾ ਗੰਢੈ॥	ho-ay puraanaa kaparh paatai soo-ee Dhaagaa gandhai.
ਮਾਹੁ ਪਖੁ ਕਿਹੁ ਚਲੈ ਨਾਹੀ, ਘੜੀ ਮੁਹਤੁ ਕਿਛੁ ਹੰਢੈ॥	maahu pakh kihu chalai naahee gharhee muhat kichh handhai.

ਗੁਰੂ ਨਾਨਕ ਦੇਵ ਜੀ! – Guru Nanak Dev Ji! Guru Granth Sahib

ਸਚੁ ਪੁਰਾਣਾ ਹੋਵੈ ਨਾਹੀ, ਸੀਤਾ ਕਦੇ ਨ ਪਾਟੈ॥ sach puraanaa hovai naahee seetaa kaday na paatai.
ਨਾਨਕ ਸਾਹਿਬੁ ਸਚੋ ਸਚਾ, ਤਿਚਰੁ ਜਾਪੀ ਜਾਪੈ॥੧॥ naanak saahib sacho sachaa tichar jaapee jaapai. ||1||

ਜਿਵੇਂ ਕਾਪਹ ਨੂੰ ਪਿੰਜਕੇ, ਕੱਤਕੇ, ਕਪੜਾ ਬਣਾਕੇ, ਸੀਨ ਮਾਰਕੇ ਲਿਬਾਸ ਬਣਦਾ ਹੈ । ਅਗਰ ਉਹ ਬਸਤਰ ਪਾਟ ਜਾਵੇ, ਖੁਗੀ ਆ ਜਾਵੇ ਤਾ ਦਰਜੀ ਠੀਕ ਕਰ ਦੇਂਦਾ ਹੈ । ਪਰ ਪਾਟੇ ਕਪੜੇ ਨੂੰ ਸੀਨ ਮਾਰਕੇ ਠੀਕ ਕੀਤਾ ਥੋੜ੍ਹਾ ਸਮਾਂ ਹੀ ਹੰਢਦਾ ਹੈ । ਜਿਹੜਾ ਜੀਵ ਪ੍ਰਭ ਦੇ ਦਰ ਤੋਂ ਟੁੱਟ ਜਾਂਦਾ ਹੈ, ਕੇਵਲ ਆਪਣੀ ਗਲਤੀ ਮੰਨਕੇ, ਜੀਵਨ ਨੂੰ ਢਾਲਣ ਨਾਲ ਹੀ ਰਹਿਮਤ ਬਖਸ਼ਿਸ਼ ਹੁੰਦੀ ਹੈ । ਇਸਤਰ੍ਹਾਂ ਅਡੋਲ ਭਰੋਸੇ ਨਾਲ ਪ੍ਰਭ ਦੇ ਸ਼ਬਦ ਦੀ ਪਾਲਣਾ, ਸ਼ਬਦ ਨਾਲ ਜੀਵਨ ਢਾਲਣ ਨਾਲ ਹੀ ਮਨ ਪ੍ਰਭ ਦੀ ਸ਼ਰਣ ਵਿੱਚ ਪ੍ਰਵਾਨ ਹੋ ਸਕਦਾ ਹੈ । ਪ੍ਰਭ ਦੇ ਸ਼ਬਦ ਦੀ ਬੰਦਗੀ ਕੀਤੀ, ਕਦੇ ਪੁਰਾਣੀ ਨਹੀਂ ਹੁੰਦੀ । ਇਸਤਰ੍ਹਾਂ ਜੋੜ ਲਗਾ, ਕਦੇ ਪਾਟਦਾ ਨਹੀਂ ।ਸਦਾ ਅਟਲ ਰਹਿਣ ਵਾਲਾ ਪ੍ਰਭ, ਆਪਣੇ ਦਾਸ, ਨਿਮਾਣੇ ਦੀ ਕੀਤੀ, ਬੰਦਗੀ, ਸ਼ਬਦ ਦੀ ਪਾਲਣਾ, ਆਪ ਹੀ ਦੇਖਦਾ ਹੈ ।

As cloths to wear may be prepared by amending cotton into thread and knitting into cloth with very tedious efforts. However, torn cloth may be amending by patching. The patched cloth may endure for short period. Whosoever may be separated from His Holy Spirit; his separation may only be amended by regretting, repenting, and transforming way of life with the teachings of His Word. The True Master may forgive his mistakes; with His mercy and grace, he may be blessed with the right path of acceptance in His Court. He may never be separated. His meditation may never become old nor lose significance. Forever True unchanged Master may always monitor and rewards the earnings of His humble true devotee.

ਮਃ ੧॥ mehlaa 1.

ਸਚ ਕੀ ਕਾਤੀ ਸਚੁ ਸਭੁ ਸਾਰੁ॥ ਘਾੜਤ ਤਿਸ ਕੀ ਅਪਰ ਅਪਾਰ॥ sach kee kaatee sach sabh saar. ghaarhat tis kee apar apaar.
ਸਬਦੇ ਸਾਣ ਰਖਾਈ ਲਾਇ॥ ਗੁਣ ਕੀ ਥੇਕੈ ਵਿਚਿ ਸਮਾਇ॥ sabday saan rakhaa-ee laa-ay. gun kee thaykai vich samaa-ay.
ਤਿਸ ਕਾ ਕੁਠਾ ਹੋਵੈ ਸੇਖੁ॥ ਲੋਹੂ ਲਬੁ ਨਿਕਥਾ ਵੇਖੁ॥ tis daa kuthaa hovai saykh. lohoo lab nikthaa vaykh.
ਹੋਇ ਹਲਾਲੁ ਲਗੈ ਹਕਿ ਜਾਇ॥ ਨਾਨਕ ਦਰਿ ਦੀਦਾਰਿ ਸਮਾਇ॥੨॥ ho-ay halaal lagai hak jaa-ay. naanak dar deedaar samaa-ay. ||2||

ਜਿਸ ਦਾ ਮਨ ਸ਼ਬਦ ਦੇ ਪੱਥਰ ਨਾਲ ਤੇਜ਼ ਕੀਤਾ ਜਾਂਦਾ ਹੈ । ਉਸ ਦੀ ਧਾਰ, ਚਮਕ, ਸੁੰਦਰਤਾ ਅਨੋਖੀ ਹੀ ਹੁੰਦੀ ਹੈ । ਉਸ ਦਾ ਮਨ, ਸ਼ਬਦ ਦੇ ਗੁਣਾਂ ਵਿੱਚ ਹੀ ਮਸਤ ਰਹਿੰਦਾ, ਚੰਗੇ ਕੰਮ ਹੀ ਕਰਦਾ ਹੈ । ਜਿਹੜਾ ਮਨ ਸ਼ਬਦ ਨਾਲ ਪਰਖਿਆ ਜਾਂਦਾ ਹੈ! ਉਸ ਵਿਚੋਂ ਲਾਲਚ ਖਤਮ ਹੋ ਜਾਂਦਾ ਹੈ । ਜਿਹੜਾ ਇਸਤਰ੍ਹਾਂ ਦੀ ਬੰਦਗੀ ਕਰਦਾ ਹੈ, ਉਹ ਪ੍ਰਭ ਦੇ ਦਰਬਾਰ ਵਿੱਚ, ਸ਼ਰਣ ਵਿੱਚ ਪ੍ਰਵਾਨ ਹੋ ਜਾਂਦਾ ਹੈ ।

Whose mind may be sharpened with the sharpening stone of the teachings of His Word; his glory, enlightenment, clarity of mind may never become dull. He may remain intoxicated with the essence of His Word and performs good deeds for His Creation. Whosoever may be tested his own deeds with the teachings of His Word; his greed may be eliminated. He may adopt the teachings of His Word with steady and stable belief in his life; with His mercy and grace, he may be accepted in His Court, His Sanctuary.

ਮਃ ੧॥ mehlaa 1.

ਕਮਰਿ ਕਟਾਰਾ ਬੰਕੁੜਾ, ਬੰਕੇ ਕਾ ਅਸਵਾਰੁ॥ kamar kataaraa baNkurhaa bankay kaa asvaar.
ਗਰਬੁ ਨ ਕੀਜੈ ਨਾਨਕਾ, ਮਤੁ ਸਿਰਿ ਆਵੈ ਭਾਰੁ॥੩॥ garab na keejai naankaa mat sir aavai bhaar. ||3||

ਮਾਨਸ ਜੀਵ ਤਲਵਾਰ ਸਜਾਕੇ, ਘੋੜੇ ਤੇ ਸਵਾਰ ਹੁੰਦਾ, ਅਭਿਮਾਨ ਕਰਦਾ ਹੈ । ਕੋਈ ਉਸ ਨੂੰ ਖਤਮ ਨਹੀਂ ਕਰ ਸਕਦਾ, ਮਾਰ ਨਹੀਂ ਸਕਦਾ । ਜੀਵ ਪ੍ਰਭ ਨੂੰ ਮਨ ਵਿਚੋਂ ਭੁਲਾ ਕੇ ਅਹੰਕਾਰ ਨਾ ਕਰੋ! ਅਗਰ ਇਸ ਘੋੜੇ ਤੋਂ ਡਿੰਗ ਕੇ ਸਿਰ ਪਰਨੇ ਵਜਾ, ਤਾ ਉਥੇ ਹੀ ਖਤਮ ਹੋ ਸਕਦਾ ਹੈ ।

Self-minded may embellish with sword and ride on the horse ready for war. He may boast! No one may be able to capture or defeat, or kill him. You should never challenge the power of The Omnipotent True Master. You may fall from your horse and hit your head on ground; you may be wasted in a twinkle of eyes.

ਪਉੜੀ॥ pa-orhee.

ਸੋ ਸਤਸੰਗਤਿ ਸਬਦਿ ਮਿਲੈ, ਜੋ ਗੁਰਮੁਖਿ ਚਲੈ॥ so satsangat sabad milai jo gurmukh chalai.
ਸਚੁ ਧਿਆਇਨਿ ਸੇ ਸਚੇ, ਜਿਨ ਹਰਿ ਖਰਚੁ ਧਨੁ ਪਲੈ॥ sach Dhi-aa-in say sachay jin har kharach Dhan palai.
ਭਗਤ ਸੋਹਨਿ ਗੁਣ ਗਾਵਦੇ, ਗੁਰਮਤਿ ਅਚਲੈ॥ bhagat sohan gun gaavday gurmat achlai.
ਰਤਨ ਬੀਚਾਰੁ ਮਨਿ ਵਸਿਆ, ਗੁਰ ਕੈ ਸਬਦਿ ਭਲੈ॥ ratan beechaar man vasi-aa gur kai sabad bhalai.
ਆਪੇ ਮੇਲਿ ਮਿਲਾਇਦਾ, ਆਪੇ ਦੇਇ ਵਡਿਆਈ॥੧੯॥ aapay mayl milaa-idaa aapay day-ay vadi-aa-ee. ||19||

ਜਿਹੜਾ ਸੰਤ ਸਰੂਪ ਜੀਵਾਂ ਦੀ ਸੰਗਤ ਵਿੱਚ ਰਲਕੇ ਸ਼ਬਦ ਦੀ ਪਾਲਣਾ ਕਰਦਾ ਹੈ । ਕੇਵਲ ਉਹ ਹੀ ਪ੍ਰਵਾਨਗੀ ਦੇ ਰਸਤੇ ਤੇ ਚਲਦਾ ਹੈ! ਸ਼ਬਦ ਦੀ ਪਾਲਣਾ ਕਰਦਾ, ਸ਼ਬਦ ਦੀ ਕਮਾਈ ਇਕੱਠੀ ਕਰਦਾ ਰਹਿੰਦਾ ਹੈ । ਉਸ ਤੇ ਰੱਬੀ ਨੂਰ ਬਖਸ਼ਿਸ਼ ਹੋ ਜਾਂਦਾ ਹੈ । ਉਹ ਸ਼ਬਦ ਦੀ ਪਾਲਣਾ ਕਰਦਾ, ਗੁਣ ਗਾਉਂਦਾ ਰਹਿੰਦਾ ਹੈ । ਉਸ ਦਾ ਮਨ ਧੀਰਜ, ਸੰਤੋਖ ਵਿੱਚ ਮਸਤ ਰਹਿੰਦਾ ਹੈ । ਰੋਮ ਰੋਮ ਵਿੱਚ ਅਮੋਲਕ ਰਤਨ, ਸ਼ਬਦ ਵਸ ਜਾਂਦਾ ਹੈ । ਪ੍ਰਭ ਆਪ ਹੀ ਰਹਿਮਤ ਬਖਸ਼ਕੇ, ਉਸ ਦੀ ਆਤਮਾ ਨੂੰ ਆਪਣੇ ਵਿੱਚ ਅਭੇਦ ਕਰ ਲੈਂਦਾ ਹੈ ।

Whosoever may join the conjugation of His Holy saints and obeys the teachings of His Word; only he may adopt the right path of acceptance in His Court. He may obey the teachings of His Word and collects the wealth of His Word. He may be blessed with eternal glow on his forehead. He may remain singing the glory and obeying the teachings of His Word. He may remain intoxicated with patience and contentment in his life. The ambrosial jewel, the essence of His Word remains drenched within each fiber of His true devotee; with His mercy and grace, he may be immersed within His Holy Spirit.

Key Message of Raag Raamkalee, page 955-17
ਆਤਮਾ ਕਿਵੇਂ, ਪ੍ਰਭ ਦੀ ਜੋਤ ਤੋਂ ਵਿਛੜ ਦੀ ਹੈ!
ਆਤਮਾ ਪ੍ਰਭ ਦੇ ਦਰ ਤੋਂ ਟੁੱਟ ਕੇ ਜਨਮ ਲੈਂਦੀ ਹੈ! ਕੇਵਲ ਆਪਣੀ ਗਲਤੀ ਮੰਨਕੇ, ਜੀਵਨ ਦਾ ਰਸਤਾ ਬਦਲਣ, ਸ਼ਬਦ ਨਾਲ ਜੀਵਨ ਢਾਲਣ ਨਾਲ ਹੀ ਪ੍ਰਭ ਦੀ ਸ਼ਰਣ ਵਿੱਚ ਪ੍ਰਵਾਨ ਹੋ ਸਕਦੀ ਹੈ । ਪ੍ਰਭ ਦੇ ਸ਼ਬਦ ਦੀ ਬੰਦਗੀ ਕੀਤੀ, ਕਦੇ ਪੁਰਾਣੀ ਨਹੀਂ ਹੁੰਦੀ । ਜਿਹੜਾ ਆਪਣੇ ਕੰਮ ਨੂੰ ਸ਼ਬਦ ਨਾਲ ਪਰਖਦਾ, ਸ਼ਬਦ ਦੇ ਗੁਣਾਂ ਵਿੱਚ ਹੀ ਮਸਤ ਰਹਿੰਦਾ ਹੈ! ਉਹ ਪ੍ਰਭ ਦੇ ਦਰਬਾਰ ਵਿੱਚ, ਸ਼ਰਣ ਵਿੱਚ ਪ੍ਰਵਾਨ ਹੋ ਜਾਂਦਾ ਹੈ । ਜਿਹੜਾ ਪ੍ਰਭ ਨੂੰ ਮਨ ਵਿਚੋਂ ਭੁਲਾ ਕੇ ਅਹੰਕਾਰ ਕਰਦਾ ਹੈ, ਉਹ ਸੰਸਾਰਕ ਮਾਇਆ ਦਾ ਗੁਲਾਮ ਬਣ ਜਾਂਦਾ ਹੈ! ਸ਼ਬਦ ਦੀ ਪਾਲਣਾ ਕਰਨ ਨਾਲ ਹੀ ਸ਼ਬਦ ਦੀ ਕਮਾਈ, ਧੀਰਜ, ਸੰਤੋਖ ਰੱਬੀ ਨੂਰ ਬਖਸ਼ਿਸ਼ ਹੋ ਜਾਂਦਾ ਹੈ । ਉਸ ਦੀ ਆਤਮਾ ਨੂੰ ਆਪਣੇ ਵਿੱਚ ਅਭੇਦ ਕਰ ਲੈਂਦਾ ਹੈ ।
Why may soul be separated from His Holy Spirit?

Soul separated from His Holy Spirt takes birth! Only by regretting, repenting, and transforming way of life with the teachings of His Word; she may be blessed with the right path of acceptance in His Court. His earnings of His Word may never become old nor lose significance. Whosoever may be test his deeds with the teachings of His Word and remains intoxicated with the essence of His Word. He may be accepted in His Court, His Sanctuary. Whosoever challenge the power of The Omnipotent True Master; he may become a victim of worldly wealth. Whosoever may adopt the teachings of His Word; he may collect the wealth of His Word; he may remain drenched with patience, contentment, and eternal glow on his forehead.

105.**ਸਲੋਕੁ** ਮਃ ੧॥ 956-12

ਸਰਵਰ ਹੰਸ ਧੁਰੇ ਹੀ ਮੇਲਾ, ਖਸਮੈ ਏਵੈ ਭਾਣਾ॥	sarvar hans Dhuray hee maylaa khasmai ayvai bhaanaa.
ਸਰਵਰ ਅੰਦਰਿ ਹੀਰਾ ਮੋਤੀ, ਸੋ ਹੰਸਾ ਕਾ ਖਾਣਾ॥	sarvar andar heeraa motee so hansaa kaa khaanaa.
ਬਗੁਲਾ ਕਾਗੁ ਨ ਰਹਈ, ਸਰਵਰਿ ਜੇ ਹੋਵੈ ਅਤਿ ਸਿਆਣਾ॥	bagulaa kaag na rah-ee sarvar jay hovai at si-aanaa.
ਓਨਾ ਰਿਜਕੁ ਨ ਪਇਓ, ਓਥੈ ਓਨ੍ਹਾ ਹੋਰੋ ਖਾਣਾ॥	onaa rijak na pa-i-o othai onHaa horo khaanaa.
ਸਚਿ ਕਮਾਣੈ ਸਚੋ ਪਾਈਐ, ਕੂੜੈ ਕੂੜਾ ਮਾਣਾ॥	sach kamaanai sacho paa-ee-ai koorhai koorhaa maanaa.
ਨਾਨਕ ਤਿਨ ਕੌ ਸਤਿਗੁਰੁ ਮਿਲਿਆ, ਜਿਨਾ ਧੁਰੇ ਪੈਯਾ ਪਰਵਾਣਾ॥੧॥	naanak tin kou satgur mili-aa jinaa Dhuray paiyaa parvaanaa. ||1||

ਆਤਮਾ ਦਾ ਪ੍ਰਭ ਨਾਲ ਮਿਲਾਪ ਧੁਰ ਤੋਂ ਹੀ, ਭਾਣੇ ਅਨੁਸਾਰ ਹੀ ਲਿਖਿਆ ਹੁੰਦਾ ਹੈ । ਬੰਦਗੀ ਕਰਨ ਵਾਲੇ ਜੀਵ ਦਾ ਭੋਜਨ ਹੀ ਸ਼ਬਦ ਦੀ ਪਾਲਣਾ ਕਰਨਾ ਹੁੰਦਾ ਹੈ । ਸੰਸਾਰਕ ਧਰਮ ਦੀ ਪਾਲਣਾ ਕਰਨ ਵਾਲੇ, ਬਾਣਾ ਪਾਉਣ ਵਾਲੇ, ਭਾਵੇਂ ਕਿਤਨੇ ਵੀ ਸੋਝੀਵਾਨ ਵਿਦਵਾਨ ਕਿਉਂ ਨਾ ਹੋਣ? ਜ਼ਿਆਦਾ ਚਿਰ ਇਸ ਰਸਤੇ ਤੇ ਅਡੋਲ ਨਹੀਂ ਰਹਿੰਦੇ, ਇਛਾਂ ਨਾਲ ਡੋਲ ਜਾਂਦੇ ਹਨ । ਉਸ ਦੀ ਕਮਾਈ ਵੱਖਰੀ ਹੀ ਹੁੰਦੀ ਹੈ, ਸੰਸਾਰਕ ਇਛਾਂ ਪੂਰੀ ਕਰਨ ਵਾਲੀ ਕਮਾਈ ਹੁੰਦੀ ਹੈ । ਜਿਹੜਾ ਸ਼ਬਦ ਦੀ ਕਮਾਈ ਕਰਦਾ ਹੈ, ਉਸ ਨੂੰ ਪ੍ਰਭ ਦੀ ਰਹਿਮਤ ਬਖਸ਼ਿਸ਼ ਹੋ ਜਾਂਦੀ ਹੈ । ਫਰੇਬ ਕਰਨ ਵਾਲਾ ਅਹੰਕਾਰ, ਦਿਖਾਵੇ ਵਿੱਚ ਹੀ ਲਗਾ ਰਹਿੰਦਾ ਹੈ । ਜਿਸ ਦੇ ਭਾਗਾਂ ਵਿੱਚ ਪਹਿਲੇ ਹੀ ਲਿਖਿਆ ਹੁੰਦਾ ਹੈ । ਪ੍ਰਭ ਦੀ ਰਹਿਮਤ ਕੇਵਲ ਉਸ ਉਪਰ ਹੀ ਹੁੰਦੀ ਹੈ!

The union of his soul with His Holy Spirit may be prewritten with His Command. To obey and adopt the teachings of His Word may be the only food worthy of eating for His true devotee. The religious followers may adopt the religious robe. He may be very wise, knowledgeable about the teachings of Holy Scripture; however, he may never stay on the path of meditation, or follow the teachings of the Holy Scripture consistently for a long period. He may drift in different direction with worldly greed. His worldly earnings may be different kind to satisfy the hunger of his worldly desires. His true devotee may be blessed with the right path to earn the wealth of His Word. Self-minded may remain in ego, deception, and falsehood. Whosever may have a great prewritten destiny, only he may be accepted in His Sanctuary.

ਮਃ ੧॥	mehlaa 1.
ਸਾਹਿਬੁ ਮੇਰਾ ਉਜਲਾ, ਜੇ ਕੋ ਚਿਤਿ ਕਰੇਇ॥	saahib mayraa ujlaa jay ko chit karay-i.
ਨਾਨਕ ਸੋਈ ਸੇਵੀਐ, ਸਦਾ ਸਦਾ ਜੋ ਦੇਇ॥	naanak so-ee sayvee-ai sadaa sadaa jo day-ay.
ਨਾਨਕ ਸੋਈ ਸੇਵੀਐ, ਜਿਤੁ ਸੇਵਿਐ ਦੁਖੁ ਜਾਇ॥	naanak so-ee sayvee-ai jit sayvi-ai dukh jaa-ay.
ਅਵਗੁਣ ਵੰਞਨਿ ਗੁਣ ਰਵਹਿ, ਮਨਿ ਸੁਖੁ ਵਸੈ ਆਇ॥੨॥	avgun vanjan gun raveh man sukh vasai aa-ay. ||2||

ਪ੍ਰਭ ਸਦਾ ਹੀ ਪਵਿੱਤਰ ਰਹਿੰਦਾ ਹੈ, ਉਸ ਦੀ ਬੰਦਗੀ ਕਰਨ ਵਾਲਾ ਵੀ ਪਵਿੱਤਰ ਹੋ ਜਾਂਦਾ ਹੈ । ਉਹ ਸਦਾ ਦਾਤਾਂ ਬਖਸ਼ਣ ਵਾਲੇ ਮਾਲਕ ਦੀ ਸੇਵਾ, ਸ਼ਬਦ ਦੀ ਬੰਦਗੀ ਕਰਦਾ ਹੈ । ਜੀਵ ਉਸ ਮਾਲਕ ਦੀ ਸੇਵਾ ਕਰੋ! ਜਿਸ ਦੀ ਸੇਵਾ, ਬੰਦਗੀ ਕਰਨ ਨਾਲ ਮਨ ਦੀਆਂ ਇਛਾਂ ਦਾ ਦੁਖ ਦੂਰ ਹੋ ਜਾਂਦੀਆਂ ਹਨ । ਜਿਸ ਦੀ ਸੇਵਾ ਕਰਨ ਨਾਲ ਬੁਰੇ ਖਿਆਲ ਨਾਸ, ਮਨ ਵਿੱਚ ਚੰਗੇ ਖਿਆਲ ਭਰਪੂਰ ਹੋ ਜਾਂਦੇ ਹਨ, ਮਨ ਵਿੱਚ ਸ਼ਾਂਤੀ ਸੰਤੋਖ ਬਖਸ਼ਿਸ਼ ਹੋ ਜਾਂਦਾ ਹੈ ।

The True Master remains sanctified and blemish-free forever. His true devotee may sanctify his soul to become worthy of His Consideration. He may always meditate and obeys the teachings of His Word; the greatest giver, donor. You should only meditate and obey the teachings of The True Master, who may eliminate all worldly desires of his mind. By meditating and obeying the teachings of His Word, all his evil thoughts may be eliminated. He may remain overwhelmed with good thoughts. He may be blessed with peace of mind and contentment.

ਪਉੜੀ॥	pa-orhee.
ਆਪੇ ਆਪਿ ਵਰਤਦਾ, ਆਪਿ ਤਾੜੀ ਲਾਈਅਨੁ॥	aapay aap varatdaa aap taarhee laa-ee-an.
ਆਪੇ ਹੀ ਉਪਦੇਸ ਦਾ, ਗੁਰਮੁਖਿ ਪਤੀਆਈਅਨੁ॥	aapay hee updays daa gurmukh patee-aa-ee-an.
ਇਕਿ ਆਪੇ ਉਝੜਿ ਪਾਇਅਨੁ, ਇਕਿ ਭਗਤੀ ਲਾਇਅਨੁ॥	ik aapay ujharh paa-i-an ik bhagtee laa-i-an.
ਜਿਸੁ ਆਪਿ ਬੁਝਾਏ ਸੋ ਬੁਝਸੀ, ਆਪੇ ਨਾਇ ਲਾਇਅਨੁ॥	jis aap bujhaa-ay so bujhsee aapay naa-ay laa-ee-an.
ਨਾਨਕ ਨਾਮੁ ਧਿਆਈਐ, ਸਚੀ ਵਡਿਆਈ॥੨੧॥੧॥ ਸੁਧੁ॥	naanak naam Dhi-aa-ee-ai sachee vadi-aa-ee. ||21||1|| suDh.

ਪ੍ਰਭ ਹਰਇਕ ਵਿੱਚ ਆਪ ਵਾਪਰਦਾ ਹੈ, ਜੀਵ ਦੀ ਸਮਾਧੀ ਵਿੱਚ ਵੀ ਆਪ ਹੀ ਹੁੰਦਾ ਹੈ । ਆਪ ਹੀ ਗੁਰਮਖ ਨੂੰ ਸਿਖਿਆਂ, ਸੰਤੋਖ ਬਖਸ਼ਦਾ, ਆਸਾਂ ਪੂਰੀਆਂ ਕਰਦਾ ਹੈ । ਮਨਮੁਖ ਨੂੰ ਭਰਮਾਂ, ਭਟਕਣਾਂ ਵਿੱਚ ਰਖਦਾ, ਗੁਰਮਖ ਤੇ ਰਹਿਮਤ ਬਖਸ਼ਕੇ ਬੰਦਗੀ ਤੇ ਲਾਉਂਦਾ ਹੈ । ਆਪ ਹੀ ਜਾਣਦਾ ਹੈ, ਕਿਸ ਨੂੰ ਲੜ ਲਾਉਣਾ, ਭਰੋਸਾ ਅਡੋਲ ਰਖਣਾ ਹੈ । ਸ਼ਬਦ ਦੀ ਪਾਲਣਾ, ਜੀਵਨ ਢਾਲਣ ਨਾਲ ਉਤਮ ਅਵਸਥਾ ਬਖਸ਼ਿਸ਼ ਹੋ ਜਾਂਦੀ ਹੈ ।

The True Master remains embedded within each soul and prevails within his body; He also remain embedded within the void of His Word. He may guide and blesses the contentment in his life and satisfy his spoken and unspoken desires of His mind. He may inspire anyone into worldly desires or to obey the teachings of His Word. The Omniscient knows whose mediation may be worthy of His Consideration. Whosoever may obey and adopt the teachings of His Word; with His mercy and grace, he may be blessed with supreme state of mind.

Key Message of Raag Raamkalee, page 956-12
ਸ਼ਬਦ ਦੀ ਸਮਾਧੀ!
ਬੰਦਗੀ ਕਰਨ ਵਾਲੇ ਜੀਵ ਦਾ ਭੋਜਨ ਹੀ ਸ਼ਬਦ ਦੀ ਪਾਲਣਾ, ਸ਼ਬਦ ਦੀ ਕਮਾਈ ਹੁੰਦੀ ਹੈ । ਸੰਸਾਰਕ ਧਰਮ ਦੀ ਪਾਲਣਾ ਕਰਨ ਵਾਲੇ ਦੀ ਕਮਾਈ ਸੰਸਾਰਕ ਇਛਾਂ ਪੂਰੀ ਕਰਨ ਵਾਲੀ ਕਮਾਈ ਹੁੰਦੀ ਹੈ । ਸ਼ਬਦ ਦੀ ਪਾਲਣਾ ਕਰਨ ਨਾਲ ਆਤਮਾ ਪਵਿੱਤਰ ਰਹਿੰਦੀ, ਇਛਾਂ ਦਾ ਦੁਖ ਦੂਰ ਹੋ ਜਾਂਦਾ, ਬੁਰੇ ਖਿਆਲ ਨਾਸ ਹੋ

ਜਾਂਦੇ ਹਨ, ਮਨ ਵਿੱਚ ਸ਼ਾਂਤੀ ਸੰਤੋਖ ਬਖਸ਼ਿਸ਼ ਹੋ ਜਾਂਦਾ ਹੈ । ਪ੍ਰਭ ਹਰਇਕ ਆਤਮਾ, ਜੀਵ ਦੀ ਸਮਾਧੀ ਵਿੱਚ ਵੀ ਆਪ ਹੀ ਹੁੰਦਾ ਹੈ । ਸ਼ਬਦ ਦੀ ਪਾਲਣਾ, ਜੀਵਨ ਢਾਲਣ ਨਾਲ ਉਤਮ ਅਵਸਥਾ, ਸੰਤੋਖ ਬਖਸ਼ਦਾ, ਆਸਾਂ ਪੂਰੀਆਂ ਕਰਦਾ ਹੈ । ਉਸ ਨੂੰ ਉਤਮ ਅਵਸਥਾ ਬਖਸ਼ਿਸ਼ ਹੋ ਜਾਂਦੀ ਹੈ ।
Sanctuary of His Word!
His true devotee may consider adopting the teachings of His Word, only worthy food for his soul. The religious path of meditation may satisfy the hunger of his worldly desires. Whosoever may adopt the teachings of His Word; his soul remains sanctified and blemish-free forever; he remains beyond the influence worldly desires. He may remain overwhelmed with peace of mind and contentment. The True Master remains embedded within each soul and prevails within the void of His Word. Whosoever may adopt the teachings of His Word; blessed with supreme state of mind; contented and beyond the reach of worldly desires.

☬ Chapter 19 ☬
☬ ਰਾਗੁ ਨਟ ਨਾਰਾਇਨ (975 – 983) ☬
☬ Chapter 20 ☬
☬ ਰਾਗੁ ਮਾਲੀ ਗਉੜਾ (984 – 988) ☬

☬ Chapter 21 ☬

☬ ਰਾਗੁ ਮਾਰੂ (989 – 1106) ☬

1. ਰਾਗੁ ਮਾਰੂ ਮਹਲਾ ੧ ਘਰੁ ੧ ਚਉਪਦੇ॥ 989-1

ੴ ਸਤਿ ਨਾਮੁ ਕਰਤਾ ਪੁਰਖੁ, ਨਿਰਭਉ ਨਿਰਵੈਰੁ ਅਕਾਲ ਮੂਰਤਿ ਅਜੂਨੀ ਸੈਭੰ ਗੁਰ ਪ੍ਰਸਾਦਿ॥

ik-oNkaar, sat naam, kartaa, purakh, nirbha-o, nirvair, akaal, moorat, ajoonee, saibhaN, gur parsaad.

ਸਲੋਕੁ॥ salok.

ਸਾਜਨ ਤੇਰੇ ਚਰਨ ਕੀ ਹੋਇ ਰਹਾ ਸਦ ਧੂਰਿ॥ saajan tayray charan kee ho-ay rahaa sad Dhoor.

ਨਾਨਕ ਸਰਣਿ ਤੁਹਾਰੀਆ ਪੇਖਉ ਸਦਾ ਹਜੂਰਿ॥੧॥ naanak saran tuhaaree-aa paykha-o sadaa hajoor. ||1||

ਪ੍ਰਭ ਰਹਿਮਤ ਬਖਸ਼ੋ! ਮੈਂ ਸਦਾ ਹੀ ਤੇਰੀ ਸ਼ਰਣ, ਆਗਿਆ ਵਿੱਚ ਜੀਵਨ ਬਤੀਤ ਕਰਾ । ਜਿਹੜਾ ਸ਼ਬਦ ਦੀ ਸ਼ਰਨ ਵਿੱਚ ਆਪਾ ਭੇਟਾ ਕਰ ਦੇਂਦਾ ਹੈ! ਉਸ ਨੂੰ ਪ੍ਰਭ ਦੀ ਹੋਂਦ ਹਰਇਕ ਜੀਵ ਵਿੱਚ, ਸ੍ਰਿਸ਼ਟੀ ਵਿੱਚ ਵਾਪਰਦੀ ਮਹਿਸੂਸ ਹੁੰਦੀ ਹੈ!

My True Master bestows Your Blessed Vision; I may adopt the teachings of Your Word with steady and stable belief in my day-to-day life. Whosoever may surrender his self-entity at Your Sanctuary; he may realize His Holy Spirit prevailing in every event in the universe.

ਸਬਦ॥ sabad.

ਪਿਛਹੁ ਰਾਤੀ ਸਦੜਾ ਨਾਮੁ ਖਸਮ ਕਾ ਲੇਹਿ॥ pichhahu raatee sad-rhaa naam khasam kaa layhi.

ਖੇਮੇ ਛਤ੍ਰ ਸਰਾਇਚੇ ਦਿਸਨਿ ਰਥ ਪੀੜੇ॥ khaymay chhatar saraa-ichay disan rath peerhay.

ਜਿਨੀ ਤੇਰਾ ਨਾਮੁ ਧਿਆਇਆ, ਤਿਨ ਕਉ ਸਦਿ ਮਿਲੇ॥੧॥ jinee tayraa naam Dhi-aa-i-aa tin ka-o sad milay. ||1||

ਜਿਸ ਤੇ ਤੇਰੀ ਰਹਿਮਤ ਬਖਸ਼ਿਸ਼ ਹੁੰਦੀ ਹੈ! ਉਸ ਦੇ ਮਨ ਨੂੰ ਸ਼ਬਦ ਦੀ ਸਿਖਿਆਂ ਭਾਉਂਦੀ ਹੈ, ਉਹ ਭਰੋਸਾ ਅਡੋਲ ਰਖਕੇ ਸ਼ਬਦ ਨਾਲ ਜੀਵਨ ਢਾਲਦਾ ਹੈ । ਉਹ ਸਵੇਰੇ ਉੱਠਕੇ, ਪਿਛਲੀ ਰਾਤ ਨੂੰ ਸ਼ਬਦ ਦਾ ਸਿਮਰਨ ਕਰਦਾ ਹੈ । ਉਸ ਨੂੰ ਮੌਤ ਦਾ ਸਮਾਂ, ਦਰਬਾਰ ਵਿੱਚ ਪ੍ਰਵਾਨਗੀ ਦਾ ਸਮਾਂ ਮਹਿਸੂਸ ਹੁੰਦਾ ਹੈ ।

Whosoever may be bestowed with His Blessed Vision; the teachings of His Word may become very comforting and soothing to his mind. He may adopt the teachings of His Word with steady and stable belief in his day-to-day life. He may wake up early in the morning (late part of night), and meditates on the teachings of His Word. He may remain in renunciation in the memory of his separation from His Holy Spirit. His death may become an exciting opportunity, time of union with His Holy Spirit.

ਬਾਬਾ ਮੈ ਕਰਮਹੀਣ ਕੂੜਿਆਰ॥ baabaa mai karamheen koorhi-aar.

ਨਾਮੁ ਨ ਪਾਇਆ ਤੇਰਾ ਅੰਧਾ, naam na paa-i-aa tayraa anDhaa

ਭਰਮਿ ਭੂਲਾ ਮਨੁ ਮੇਰਾ॥੧॥ ਰਹਾਉ॥ bharam bhoolaa man mayraa. ||1|| rahaa-o.

ਮੈਂ ਮੰਦੇ ਭਾਗਾਂ ਵਾਲਾ, ਦਿਖਾਵਾ ਕਰਦਾ, ਭਰਮਾਂ ਵਿੱਚ ਹੀ ਫਸਿਆ ਹੋਇਆ ਹਾ । ਤੇਰੇ ਸ਼ਬਦ ਤੇ ਮੇਰਾ ਭਰੋਸਾ ਅਡੋਲ ਨਹੀਂ ਹੋਇਆ ਹੈ ।

I am unfortunate! I remain intoxicated in suspicions and pretend to meditate to win worldly fame and greed. I have not established steady and stable belief on Your Word, Blessings.

ਸਾਦ ਕੀਤੇ ਦੁਖ ਪਰਫੁੜੇ, ਪੂਰਬਿ ਲਿਖੇ ਮਾਇ॥ saad keetay dukh parfurhay poorab likhay maa-ay.

ਸੁਖ ਥੋੜੇ ਦੁਖ ਅਗਲੇ, ਦੂਖੇ ਦੂਖਿ ਵਿਹਾਇ॥੨॥ sukh thorhay dukh aglay dookhay dookh vihaa-ay. ||2||

ਮੈਂ ਮਨਮਰਜ਼ੀ, ਇਛਾਂ ਦੇ ਕੀਤੇ ਕੰਮਾਂ ਦਾ ਹੀ ਦੁਖ ਭੋਗਦਾ ਹਾ । ਇਹ ਮੇਰੇ ਪਿਛਲੇ ਲਿਖੇ ਭਾਗਾਂ ਨਾਲ ਹੀ ਹੋਇਆ ਹੈ । ਹੁਣ ਮੇਰੇ ਜੀਵਨ ਵਿੱਚ ਦੁਖ ਹੀ ਹਨ, ਕੋਈ ਸੁਖ ਨਹੀਂ ਹੈ । ਇਸਤਰ੍ਹਾਂ ਮੈਂ ਉਦਾਸੀ ਵਿੱਚ ਹੀ ਜੀਵਨ ਬਤੀਤ ਕਰਦਾ ਹਾ ।

I am enduring the miseries of my selfish deeds driven by my demons of worldly desires. My life remains overwhelmed with miseries, as my prewritten destiny. I may not realize any pleasure or contentment in my life. The depression has become the normal part of my human life journey.

ਵਿਛੁੜਿਆ ਕਾ ਕਿਆ ਵੀਛੁੜੈ, ਮਿਲਿਆ ਕਾ ਕਿਆ ਮੇਲੁ॥ vichhurhi-aa kaa ki-aa veechhurhai mili-aa kaa ki-aa mayl.

ਸਾਹਿਬੁ ਸੋ ਸਾਲਾਹੀਐ, ਜਿਨਿ ਕਰਿ ਦੇਖਿਆ ਖੇਲੁ॥੩॥ saahib so salaahee-ai jin kar daykhi-aa khayl. ||3||

ਮੈਂ ਪ੍ਰਭ ਦੇ ਸ਼ਬਦ ਦੀ ਪਾਲਣਾ ਕਰਦਾ, ਉਸਤਤ ਗਾਉਂਦਾ ਹਾ । ਇਹ ਸਭ ਕੁਝ ਪ੍ਰਭ ਦੀ ਰਹਿਮਤ ਨਾਲ ਹੀ ਬਖਸ਼ਿਸ਼ ਹੋਇਆ ਹੈ । ਪ੍ਰਭ ਤੇਰੇ ਨਾਲੋਂ ਵਿਛੋੜੇ ਤੋਂ ਵੱਡਾ ਦੁਖ ਕਿਹੜਾ ਹੈ? ਪ੍ਰਭ ਨਾਲ ਮਿਲਾਪ ਨਾਲੋ ਸੁਭਾਗਾਂ ਹੋਰ ਕੋਈ ਸਮਾਂ ਨਹੀਂ ਹੈ ।

I am singing the glory and obeying the teachings of His Word with steady and stable belief in my day-to-day life. The play of the universe has been created and functions under His Command. What may be greater misery in life other than the separation from His Holy Spirit? No other moment may be more fortunate than acceptance in His Court.

ਸੰਜੋਗੀ ਮੇਲਾਵੜਾ ਇਨਿ ਤਨਿ ਕੀਤੇ ਭੋਗ॥ sanjogee maylaavarhaa in tan keetay bhog.

ਵਿਜੋਗੀ ਮਿਲਿ ਵਿਛੁੜੇ ਨਾਨਕ ਭੀ ਸੰਜੋਗ॥੪॥੧॥ vijogee mil vichhurhay naanak bhee sanjog. ||4||1||

ਚੰਗੇ ਭਾਗਾਂ ਨਾਲ ਹੀ ਆਤਮਾ ਦਾ ਪ੍ਰਭ ਨਾਲ ਮਿਲਾਪ ਹੁੰਦਾ, ਦਰਬਾਰ ਵਿੱਚ ਪ੍ਰਵਾਨਗੀ ਬਖਸ਼ਿਸ਼ ਹੁੰਦੀ ਹੈ । ਅਗਰ ਮੰਦੇ ਭਾਗਾਂ ਵਾਲਾ ਵੀ, ਪ੍ਰਭ ਨਾਲੋ ਵਿਛੋੜੇ ਦੀ ਯਾਦ ਮਨ ਵਿੱਚ ਤਾਜ਼ਾ ਕਰਕੇ, ਅਡੋਲ ਭਰੋਸੇ ਨਾਲ ਸ਼ਬਦ ਦੀ ਪਾਲਣਾ ਕਰੇ । ਰਹਿਮਤਾਂ ਦਾ ਮਾਲਕ ਅਸਲੀ ਰਸਤੇ ਦੀ ਸੋਝੀ ਬਖਸ਼ਦਾ ਹੈ ।

Whosoever may have a great prewritten destiny, only he may be blessed with the right path of acceptance in His Court. He may remain comfortable and contented in his human life journey. Even evil doer may rejuvenate the memory of his separation from His Holy Spirit fresh within his mind; he may be blessed with the right path of acceptance in His Court.

Key Message of Raag Maaroo, page 989-1
'ਵਿਰਾਗ ਦੀ ਮਹੱਤਤਾ!

ਜਿਹੜਾ ਅਡੋਲ ਭਰੋਸੇ ਨਾਲ ਸ਼ਬਦ ਨਾਲ ਜੀਵਨ ਢਾਲਦਾ ਹੈ । ਉਹ ਮੌਤ ਨੂੰ ਦਰਬਾਰ ਵਿੱਚ ਪ੍ਰਵਾਨਗੀ ਦਾ ਸਮਾਂ ਮਹਿਸੂਸ ਕਰਦਾ ਹੈ । ਪ੍ਰਭ ਨਾਲੋ ਵਿਛੋੜੇ ਤੋਂ ਵੱਡਾ ਦੁਖ, ਮਿਲਾਪ ਨਾਲੋ ਸੁਭਾਗਾਂ ਹੋਰ ਕੋਈ ਸਮਾਂ ਨਹੀਂ ਹੁੰਦਾ । ਜਿਹੜਾ ਪ੍ਰਭ ਨਾਲੋ ਵਿਛੋੜੇ ਦੀ ਯਾਦ ਮਨ ਵਿੱਚ ਤਾਜ਼ਾ ਕਰਕੇ, ਸ਼ਬਦ ਦੀ ਪਾਲਣਾ ਕਰਦਾ, ਆਪਾ ਭੇਟਾ ਕਰ ਦੇਂਦਾ ਹੈ, ਉਸ ਨੂੰ ਵੀ ਅਸਲੀ ਰਸਤੇ ਦੀ ਸੋਝੀ ਬਖਸ਼ਦਾ ਹੈ ।
Significance of Renunciation!
Whosoever may adopt the teachings of His Word with steady and stable belief; he may realize, death as an exciting opportunity of acceptance in His Court. He may realize, separation from His Holy Spirit may be the greatest misery and acceptance in His Court may be the most fortunate moment. Whosoever may remain in renunciation in the memory of his separation from His Holy Spirit; he may be blessed with the right path of acceptance in His Court.

2. ਮਾਰੂ ਮਹਲਾ ੧॥ 989-10

ਮਿਲਿ ਮਾਤ ਪਿਤਾ ਪਿੰਡੁ ਕਮਾਇਆ॥ ਤਿਨਿ ਕਰਤੈ ਲੇਖੁ ਲਿਖਾਇਆ॥
ਲਿਖੁ ਦਾਤਿ ਜੋਤਿ ਵਡਿਆਈ॥ ਮਿਲਿ ਮਾਇਆ ਸੁਰਤਿ ਗਵਾਈ॥੧॥

mil maat pitaa pind kamaa-i-aa. tin kartai laykh likhaa-i-aa.
likh daat jot vadi-aa-ee. mil maa-i-aa surat gavaa-ee. ||1||

ਮਾਤਾ, ਪਿਤਾ ਦੇ ਸੰਜੋਗ ਨਾਲ ਬੱਚਾ ਪੈਦਾ ਹੁੰਦਾ, ਪ੍ਰਭ ਆਤਮਾ ਦੇ ਸੰਸਾਰ ਵਿੱਚ ਕੀਤੇ ਕੰਮਾਂ ਅਨੁਸਾਰ ਭਾਗ ਲਿਖਦਾ ਹੈ । ਪ੍ਰਭ ਦੇ ਹੁਕਮ ਅਨੁਸਾਰ ਹੀ ਜੀਵ ਦੀ ਪ੍ਰਵਾਨਗੀ ਦਾ ਰਸਤਾ ਆਤਮਾ ਤੇ ਉਕਾਰਦਾ, ਵਡਿਆਈ ਬਖਸ਼ਦਾ ਹੈ । ਜਿਹੜਾ ਸੰਸਾਰਕ ਮਾਇਆ ਦੀਆਂ ਇਛਾਂ ਪਿਛੇ ਲਗਕੇ ਸ਼ਬਦ ਦੀ ਪਾਲਣਾ ਕਰਨਾ ਭੁੱਲ ਜਾਂਦਾ ਹੈ । ਉਸ ਨੂੰ ਆਤਮਾ ਤੇ ਲਿਖੇ ਪ੍ਰਵਾਨਗੀ ਦੇ ਰਸਤੇ ਦੀ ਸੋਝੀ ਨਹੀਂ ਰਹਿੰਦੀ!

With a physical union of male and female, new life may be created in the universe; The True Master engraves her destiny as per the worldly deeds of his previous lives. His Word as a unique path of acceptance in His Court engraved, embedded within his soul; he may be blessed with honor in the universe. Self-minded may remain intoxicated with sweet poison of worldly wealth; he may abandon the teachings of His Word; He may be deprived from the right path of acceptance.

ਮੂਰਖ ਮਨ ਕਾਹੇ ਕਰਸਹਿ ਮਾਣਾ॥
ਉਠਿ ਚਲਣਾ ਖਸਮੈ ਭਾਣਾ॥੧॥ ਰਹਾਉ॥

moorakh man kaahay karseh maanaa.
uth chalnaa khasmai bhaanaa. ||1|| rahaa-o.

ਅਣਜਾਣ ਜੀਵ, ਸੰਸਾਰਕ ਹੈਸੀਅਤ ਦਾ ਇਤਨਾ ਅਹੰਕਾਰ, ਅਭਿਮਾਨ ਕਿਉਂ ਕਰਦਾ ਹੈ? ਪ੍ਰਭ ਦੇ ਭਾਣਾ ਨਾਲ ਹੀ ਮੌਤ ਆਉਂਦੀ ਹੈ ।

Why are you boasting about your worldly accomplishments? Death may knock at your head s at predetermined time.

ਤਜਿ ਸਾਦ ਸਹਜ ਸੁਖੁ ਹੋਈ॥ ਘਰ ਛਡਣੇ ਰਹੈ ਨ ਕੋਈ॥
ਕਿਛੁ ਖਾਜੈ ਕਿਛੁ ਧਰਿ ਜਾਈਐ॥
ਜੇ ਬਾਹੁੜਿ ਦੁਨੀਆ ਆਈਐ॥੨॥

taj saad sahj sukh ho-ee. ghar chhadnay rahai na ko-ee.
kichh khaajai kichh Dhar jaa-ee-ai.
jay baahurh dunee-aa aa-ee-ai. ||2||

ਸੰਸਾਰਕ ਮਾਇਆ ਦਾ ਸਵਾਦ, ਸੁਖਾਂ ਦਾ ਪਿਛਾ ਛਡਕੇ, ਪ੍ਰਭ ਦੇ ਬਖਸ਼ੇ ਤੇ ਮਨ ਵਿੱਚ ਸੰਤੋਖ ਰਖੋ । ਹਰਇਕ ਨੇ ਇਹ ਸਰੀਰ ਛਡ ਜਾਣਾ, ਮੌਤ ਆ ਜਾਣੀ ਹੈ । ਸਭ ਕੁਝ ਸੰਸਾਰ ਵਿੱਚ ਹੀ ਛਡ ਜਾਣਾ ਹੈ, ਫਿਰ ਆਤਮਾ ਨੇ ਇਸ ਮਾਨਸ ਵਿੱਚ ਵਾਪਸ ਨਹੀਂ ਆਉਣਾ ।

You should renounce the attachments and short-lived comforts of sweet poison of worldly wealth! You should remain contented with His Blessings and your worldly environments. Remember! You are only a visitor in the universe and your perishable body has been blessed for predetermined, limited time. Your soul must abandon your perishable body and worldly possessions in the universe. Both burden of sins and earnings of His Word remain with soul to endure the judgement of The Righteous Judge. Soul may never return to earth in the same body.

ਸਜੁ ਕਾਇਆ ਪਟੁ ਹਢਾਏ॥ ਫੁਰਮਾਇਸਿ ਬਹੁਤੁ ਚਲਾਏ॥
ਕਰਿ ਸੇਜ ਸੁਖਾਲੀ ਸੋਵੈ॥ ਹਥੀ ਪਉਦੀ ਕਾਹੇ ਰੋਵੈ॥੩॥

saj kaa-i-aa pat hadhaa-ay. furmaa-is bahut chalaa-ay.
kar sayj sukhaalee sovai. hathee pa-udee kaahay rovai. ||3||

ਅਗਰ ਜੀਵ ਨੇ ਵਾਪਸ ਇਸ ਤਨ, ਸੰਸਾਰਕ ਘਰ ਵਿੱਚ ਆਉਣਾ ਹੋਵੇ! ਉਸ ਨੂੰ ਕੁਝ ਇਕੱਠਾ ਕਰਕੇ, ਸੰਭਾਲਕੇ ਰਖ ਜਾਣਾ ਚਾਹੀਦਾ ਹੈ । ਜੋ ਵਾਪਸ ਆਉਣ ਤੇ ਕੰਮ ਆ ਜਾਵੇ । ਜੀਵ ਸੰਸਾਰ ਵਿੱਚ ਤਨ ਨੂੰ ਸਵਾਰਦਾ, ਰੇਸ਼ਮੀ ਕਪੜੇ ਨਾਲ ਸਜਾਉਂਦਾ ਹੈ । ਆਪਣੇ ਅਰਾਮ ਲਈ ਬਹੁਤ ਹੁਕਮ ਚਲਾਉਂਦਾ, ਸੌਣ ਲਈ ਅਰਾਮਦਾਰ ਬਿਸਤਰ ਬਣਾਉਂਦਾ ਹੈ । ਜਦੋਂ ਮੌਤ ਦੇ ਜਮਦੂਤ ਦੇ ਹਵਾਲੇ ਹੋ ਜਾਂਦਾ ਹੈ । ਉਸ ਵੇਲੇ ਰੋਣ ਕਰਲਾਉਣ ਨਾਲ ਕੁਝ ਲਾਭ ਨਹੀਂ ਹੁੰਦਾ ।

Whosoever may be returning to his same body back after death; he may preserve some assets in world to continue his journey in the same body. Self-minded may nourish his body and embellishes with comfortable, silky glamorous clothes. He may create various amenities for his worldly comforts; like elegant house, comfortable bed etc. In the end, he may be captured by devil of death to endure the judgement of The Righteous Judge for his worldly deeds. At that time repenting, regretting, and crying may not benefit for the real purpose of human life opportunity.

ਘਰ ਘੁੰਮਣਵਾਣੀ ਭਾਈ॥ ਪਾਪ ਪਥਰ ਤਰਣੁ ਨ ਜਾਈ॥
ਭਉ ਬੇੜਾ ਜੀਉ ਚੜਾਉ॥ ਕਹੁ ਨਾਨਕ ਦੇਵੈ ਕਾਹੂ॥੪॥੨॥

ghar ghummanvaanee bhaa-ee. paap pathar taran na jaa-ee.
bha-o bayrhaa jee-o charhaa-oo. kaho naanak dayvai kaahoo. ||4||2||

ਜੀਵ ਸੰਸਾਰਕ ਮਾਇਆ ਦੇ ਜਾਲ ਵਿੱਚ ਫਸਿਆ, ਪਾਪਾਂ ਵਾਲੇ ਕੰਮ ਕਰਦਾ ਹੈ । ਜਦੋਂ ਜੀਵ ਦੀ ਮੌਤ ਹੁੰਦੀ ਹੈ, ਉਸ ਦੇ ਪਾਪ, ਪੱਥਰ ਦੀ ਤਰ੍ਹਾਂ ਭਾਰ ਨਾਲ ਬੇੜੀ ਨੂੰ ਡੋਬ ਦੇਂਦੇ ਹਨ । ਜਨਮ, ਮਰਨ ਦਾ ਚੱਕਰ ਖਤਮ ਨਹੀਂ ਹੁੰਦਾ । ਸ਼ਬਦ ਦੀ ਪਾਲਣਾ ਕਰੋ! ਸੰਸਾਰਕ ਜੀਵਨ ਵਿੱਚ ਪ੍ਰਭ ਦੇ ਵਿਛੋੜੇ ਦੇ ਡਰ ਨਾਲ ਇਹ ਬੇੜੀ ਪਾਰ ਹੋ ਜਾਵੇਗੀ । ਕੋਈ ਵਿਰਲਾ ਹੀ ਇਸਤਰ੍ਹਾਂ ਦਾ ਜੀਵਨ ਬਤੀਤ ਕਰਦਾ ਹੈ ।

Self-minded may remain intoxicated in the sweet poison of worldly wealth and indulges in various sinful acts, deeds. After death, his evil deeds may become heavy burden like a stone to drown his rescue boat. His cycle of birth and death may not be eliminated. You should adopt the teachings of His Word! The renunciation in the memory of your separation from His Holy Spirit may become your rescue boat. However, very rare may adopt the teachings of His Word in his day-to-day life.

Key Message of Raag Maaroo, page 989-10
'ਤਨ ਨਾਲ ਹੀ ਸ਼ਬਦ ਨਾਸ ਹੋ ਜਾਂਦਾ! ਆਤਮਾ ਦਾ ਨਵਾ ਖੇਲ, ਨਵਾ ਸ਼ਬਦ!
ਮਾਤਾ, ਪਿਤਾ ਦੇ ਸੰਜੋਗ ਨਾਲ ਬੱਚਾ ਪੈਦਾ ਹੁੰਦਾ, ਆਤਮਾ ਦੇ ਪਿਛਲੇ ਕੰਮਾਂ ਅਨੁਸਾਰ ਉਸ ਦੇ ਭਾਗ, ਪ੍ਰਭ ਦਾ ਸ਼ਬਦ, ਪ੍ਰਵਾਨਗੀ ਦਾ ਰਸਤਾ, ਉਸ ਦੀ ਆਤਮਾ ਤੇ ਉਕਾਰਦਾ ਹੈ! ਜਿਹੜਾ ਸੰਸਾਰਕ ਮਾਇਆ ਦੇ ਜਾਲ ਵਿੱਚ ਫਸ ਜਾਂਦਾ, ਉਸ ਦੇ ਕੀਤੇ ਕੰਮ ਪੱਥਰ ਦੀ ਤਰ੍ਹਾਂ, ਭਾਰ ਨਾਲ ਬੇੜੀ ਨੂੰ ਡੋਬ ਦੇਂਦੇ ਹਨ । ਜਿਹੜਾ ਸੰਸਾਰਕ ਜੀਵਨ ਵਿੱਚ ਪ੍ਰਭ ਦੇ ਵਿਛੋੜੇ ਦੇ ਡਰ ਨੂੰ ਤਾਜ਼ਾ ਰਖਦਾ, ਉਸ ਦੀ ਬੇੜੀ ਪਾਰ ਹੋ ਜਾਂਦੀ ਹੈ! ਕੋਈ ਵਿਰਲਾ ਹੀ ਇਸਤਰ੍ਹਾਂ ਦਾ ਜੀਵਨ ਬਤੀਤ ਕਰਦਾ ਹੈ ।
Birth starts new cycle of soul! His New Word for soul!

With physical union of male and female, a new life has been created; his soul starts fresh new cycle. The True Master engraves a **new roadmap, His Word**, the right path of acceptance in His Court. Whosoever may remain intoxicated in the sweet poison of worldly wealth and indulges in various sinful acts, deeds; his evil deeds may become a heavy burden to drown his rescue boat. Whosoever may remain in renunciation in the memory of his separation from His Holy Spirit fresh with; his earnings of His Word may become his rescue boat; however, very rare worldly creature may adopt the teachings of His Word in his own day-to-day life.

3. **ਮਾਰੂ ਮਹਲਾ ੧ ਘਰੁ ੧॥** 990-2

ਕਰਣੀ ਕਾਗਦੁ ਮਨੁ ਮਸਵਾਣੀ ਬੁਰਾ ਭਲਾ ਦੁਇ ਲੇਖ ਪਏ॥ karnee kaagad man masvaanee buraa bhalaa du-ay laykh pa-ay.
ਜਿਉ ਜਿਉ ਕਿਰਤੁ ਚਲਾਏ ਤਿਉ ਚਲੀਐ, ji-o ji-o kirat chalaa-ay ti-o chalee-ai
ਤਉ ਗੁਣ ਨਾਹੀ ਅੰਤੁ ਹਰੇ॥੧॥ ta-o gun naahee ant haray. ||1||

ਪ੍ਰਭ ਤੇਰੀਆਂ ਕਰਾਮਾਤਾਂ, ਵਡਿਆਈਆਂ ਦਾ ਕੋਈ ਅੰਤ ਨਹੀਂ । ਜੀਵ ਦਾ ਜੀਵਨ ਦਾ ਰਸਤਾ ਆਪਣੇ ਪਿਛਲੇ ਕੀਤੇ ਕੰਮਾਂ ਨਾਲ ਹੀ ਆਤਮਾ ਤੇ ਸ਼ਬਦ ਰੂਪ ਵਿੱਚ ਉਕਾਰਿਆ ਜਾਂਦਾ ਹੈ! ਉਸ ਦੇ ਚੰਗੇ ਮੰਦੇ ਕੰਮ, ਇਕ ਕਾਗ਼ਜ਼ ਦੀ ਤਰ੍ਹਾਂ ਆਤਮਾ ਤੇ ਉਕਾਰੇ ਜਾਂਦੇ ਹਨ । ਹਰਇਕ ਜਨਮ ਵਿੱਚ ਆਤਮਾ ਨਵੇਂ ਸ਼ਬਦ ਅਨੁਸਾਰ ਜੀਵਨ ਢਾਲਕੇ ਪ੍ਰਵਾਨ ਹੋ ਸਕਦੀ ਹੈ!

The True Master! His miracles and blessings remain beyond any limits or comprehension of His Creation. His destiny, the right path of new life cycle engraved on his soul as His New Word! All his good and evil deeds are recorded, engraved on his soul; as written on paper with ink. Every soul may be sanctified in one life cycle by adopting His Word embedded within 10th cave of soul. Every soul has a unique path, prewritten, as a reward of his deeds of previous lives.

ਚਿਤ ਚੇਤਸਿ ਕੀ ਨਹੀ ਬਾਵਰਿਆ॥ chit chaytas kee nahee baavri-aa.
ਹਰਿ ਬਿਸਰਤ ਤੇਰੇ ਗੁਣ ਗਲਿਆ॥੧॥ ਰਹਾਉ॥ har bisrat tayray gun gali-aa. ||1|| rahaa-o.

ਅਣਜਾਣ ਪ੍ਰਭ ਦੇ ਸ਼ਬਦ ਦੀ ਪਾਲਣਾ ਕਿਉਂ ਨਹੀਂ ਕਰਦਾ? ਮਨ ਵਿੱਚ ਕਿਉਂ ਨਹੀਂ ਰਖਦਾ? ਮਨ ਵਿਚੋਂ ਵਿਸਾਰ ਕੇ ਮਾਨਸ ਜਨਮ ਬਿਰਥਾ ਹੀ ਗਵਾ ਲੈਂਦਾ ਹੈ ।

Ignorant human! Why don't you obey the teachings of His Word? Why don't you keep the memory of your separation fresh within his mind? You may waste your priceless human life opportunity by abandoning the teachings of His Word.

ਜਾਲੀ ਰੈਨਿ ਜਾਲੁ ਦਿਨੁ ਹੂਆ, ਜੇਤੀ ਘੜੀ ਫਾਹੀ ਤੇਤੀ॥ jaalee rain jaal din hoo-aa jaytee gharhee faahee taytee.
ਰਸਿ ਰਸਿ ਚੋਗ ਚੁਗਹਿ ਨਿਤ ਫਾਸਹਿ, ras ras chog chugeh nit faaseh
ਛੂਟਸਿ ਮੂੜੇ ਕਵਨ ਗੁਣੀ॥੨॥ chhootas moorhay kavan gunee. ||2||

ਜਿਤਨੇ ਹੀ ਜੀਵ ਦੇ ਸਵਾਸ ਹਨ, ਉਤਨੇ ਹੀ ਮਾਇਆ ਦੇ ਜਾਲ ਹੁੰਦੇ ਹਨ । ਜੀਵ ਰਾਤ, ਦਿਨ ਮਾਇਆ ਦੇ ਹੀ ਜਾਲ ਵਿੱਚ ਲਗਾਤਾਰ, ਜੀਵਨ ਦੇ ਥੋੜ੍ਹਾ ਸਮਾਂ ਰਹਿਣ ਵਾਲੇ ਸੁਖ ਮਾਨਦਾ ਹੈ । ਇਸ ਮਿੱਠੇ ਜਾਲ ਵਿੱਚ ਡੂੰਘਾ ਫਸਦਾ ਜਾਂਦਾ ਹੈ । ਇਸ ਵਿਚੋਂ ਤੂੰ ਕਿਵੇਂ ਛੁਟਕਾਰਾ ਪਾਵੇਗਾ?

The mysterious worldly wealth has as many traps as his breaths in his worldly life. Self-minded may remain intoxicated in the sweet poison of worldly wealth, collecting short-lived comforts and pleasures. He may fall deeper in the trap of worldly wealth. How may he come out of this trap?

ਕਾਇਆ ਆਰਣੁ ਮਨੁ ਵਿਚਿ ਲੋਹਾ, ਪੰਚ ਅਗਨਿ ਤਿਤੁ ਲਾਗਿ ਰਹੀ॥ kaa-i-aa aaran man vich lohaa panch agan tit laag rahee.
ਕੋਇਲੇ ਪਾਪ ਪੜੇ ਤਿਸੁ ਊਪਰਿ, ko-ilay paap parhay tis oopar
ਮਨੁ ਜਲਿਆ ਸੰਨ੍ਹੀ ਚਿੰਤ ਭਈ॥੩॥ man jali-aa sanHee chint bha-ee. ||3||

ਜੀਵ ਦਾ ਤਨ, ਸੰਸਾਰਕ ਮਾਇਆ ਦੀ ਅੱਗ ਦੀ ਭੱਠੀ ਵਿੱਚ ਲੋਹੇ ਦੀ ਤਰ੍ਹਾਂ ਹੀ ਹੈ । ਇਸ ਨੂੰ ਪੰਜੋਂ ਇਛਾਂ ਦੀਆਂ ਅੱਗਾਂ ਗਰਮ ਕਰਦੀਆਂ ਹਨ । ਜੀਵਨ ਦੇ ਮੰਦੇ ਕੰਮ ਬਾਲਣ ਦੀ ਤਰ੍ਹਾਂ ਮਨ ਨੂੰ ਜਲਾ ਦੇਂਦੇ ਹਨ । ਜੀਭ ਇਸ ਦੀ ਚਿੰਤਾਂ ਵਿੱਚ ਰੋਂਦੀ ਕਰਲਾਉਂਦੀ ਹੈ ।

Human body remains in the fire, oven of worldly wealth like Iron. The five fires of worldly desires mold his direction in human life journey. All his evil deeds may accelerate and provides fuel to burn his conscious and his road map to return to His Court. His tongue cries and remains worried about the miseries of his human life journey.

ਭਇਆ ਮਨੂਰੁ ਕੰਚਨੁ ਫਿਰਿ ਹੋਵੈ, ਜੇ ਗੁਰੁ ਮਿਲੈ ਤਿਨੇਹਾ॥ bha-i-aa manoor kanchan fir hovai jay gur milai tinayhaa.
ਏਕੁ ਨਾਮੁ ਅੰਮ੍ਰਿਤੁ ਓਹੁ ਦੇਵੈ, ਤਉ ਨਾਨਕ ਤ੍ਰਿਸਟਸਿ ਦੇਹਾ॥੪॥੩॥ ayk naam amrit oh dayvai ta-o naanak taristas dayhaa. ||4||3||

ਜਿਹੜਾ ਪਾਪਾਂ ਭਰਿਆਂ ਮਨ ਵੀ ਸ਼ਬਦ ਦੀ ਪਾਲਣਾ ਕਰਦਾ, ਆਪਣਾ ਰਸਤਾ ਬਦਲ ਲੈਂਦਾ ਹੈ । ਪ੍ਰਭ ਦੀ ਰਹਿਮਤ ਨਾਲ ਪਾਪ ਵਿਚੋਂ ਨਿਕਲ ਸਕਦਾ, ਪਾਪ ਬਖਸ਼ੇ ਜਾ ਸਕਦੇ ਹਨ । ਸ਼ਬਦ ਦੀ ਪਾਲਣਾ ਕਰਨ, ਜੀਵਨ ਢਾਲਣ ਨਾਲ ਰਹਿਮਤ, ਅੰਮ੍ਰਿਤ ਬਖਸ਼ਿਸ਼ ਹੋ ਸਕਦਾ ਹੈ ।

Whosoever, even a sinner may change his path and adopts the teachings of His Word with steady and stable belief in his day-to-day life. He may be blessed with the right path to regret and repent for His Forgiveness and Refuge. Whosoever may obey and adopts the teachings His Word with steady and stable belief; with His mercy and grace, he may be blessed with the nectar of essence of His Word.

Key Message of Raag Maaroo, page 990-2
' ਆਤਮਾ ਦਾ ਰਸਤਾ, ਸ਼ਬਦ ਪਿਛਲੇ ਜੀਵਨ ਦੇ ਕੰਮ!
ਜੀਵ ਦਾ ਜੀਵਨ ਦਾ ਰਸਤਾ ਆਪਣੇ ਪਿਛਲੇ ਕੀਤੇ ਕੰਮਾਂ ਨਾਲ ਹੀ ਆਤਮਾ ਤੇ ਸ਼ਬਦ ਰੂਪ ਵਿੱਚ ਉਕਾਰਿਆ ਜਾਂਦਾ ਹੈ! ਹਰਇਕ ਜਨਮ ਵਿੱਚ ਆਤਮਾ ਨਵੇਂ ਸ਼ਬਦ ਅਨੁਸਾਰ ਜੀਵਨ ਢਾਲਕੇ ਪ੍ਰਵਾਨ ਹੋ ਸਕਦੀ ਹੈ! ਹਰਇਕ ਸਵਾਸ ਵਿੱਚ ਹੀ ਮਾਇਆ ਦਾ ਨਵਾਂ ਜਾਲ ਸਮਾਇਆ ਹੁੰਦਾ ਹੈ । ਸ਼ਬਦ ਦੀ ਸਿਖਿਆਂ ਨਾਲ ਜੀਵਨ ਢਾਲਣ ਨਾਲ ਅੰਮ੍ਰਿਤ, ਸ਼ਬਦ ਦੀ ਸੋਝੀ, ਅਸਲੀ ਰਸਤਾ ਬਖਸ਼ਿਸ਼ ਹੋ ਸਕਦਾ ਹੈ ।
New path for soul depends on previous deeds!
Destiny, the right path of new life cycle engraved on soul as His New Word! Every soul may be sanctified in one life cycle by adopting His Word embedded within 10th cave of soul. New trap of mysterious worldly wealth remains embedded within every breath. Whosoever may adopt the teachings His Word; he may be blessed with the nectar of essence of His Word, the right path of acceptance in His Court.

4. ਮਾਰੂ ਮਹਲਾ ੧॥ 990-8

ਬਿਮਲ ਮਝਾਰਿ ਬਸਸਿ ਨਿਰਮਲ, ਜਲ ਪਦਮਨਿ ਜਾਵਲ ਰੇ॥ bimal majhaar basas nirmal jal padman jaaval ray.
ਪਦਮਨਿ ਜਾਵਲ ਜਲ ਰਸ ਸੰਗਤਿ, ਸੰਗਿ ਦੋਖ ਨਹੀ ਰੇ॥੧॥ padman jaaval jal ras sangat sang dokh nahee ray. ||1||

ਪਵਿਤਰ ਪਾਣੀ ਵਿੱਚ ਕਮਲ ਦਾ ਫੁੱਲ ਅਤੇ ਗਾਰਾ ਦੋਨੋਂ ਹੀ ਹੁੰਦੇ ਹਨ । ਇਸ ਪਾਣੀ ਵਿੱਚ ਵੀ ਕਮਲ ਦਾ ਫੁੱਲ ਗਾਰੇ ਨਾਲੋ ਵੱਖਰਾ ਰਹਿੰਦਾ ਹੈ । ਇਸਤਰ੍ਹਾਂ ਸੰਸਾਰ ਵਿੱਚ ਗੁਰਮਖ, ਮਨਮੁਖ ਦੋਨ ਹੀ ਇਕੱਠੇ ਰਹਿੰਦੇ ਹਨ । ਗੁਰਮਖ ਸ਼ਬਦ ਦੀ ਪਾਲਣਾ ਤੇ ਅਡੋਲ, ਮਨਮੁਖ ਨਾਲੋ ਅਲਗ ਰਹਿੰਦਾ ਹੈ ।

As in water, Lotus flower and mud both exist; Lotus flower remains beyond the filth of muddy water. Same way, in world both self-minded, and, His true devotee co-exists; both remain on two unique paths in life. His true devotee may not be influence by short-lived comforts of worldly wealth like self-minded. He may obey the teachings of His Word with steady and stable belief in his day-to-day life.

ਦਾਦਰ ਤੂ ਕਬਹਿ ਨ ਜਾਨਸਿ ਰੇ॥ daadar too kabeh na jaanas ray.
ਭਖਸਿ ਸਿਬਾਲੁ ਬਸਸਿ ਨਿਰਮਲ, ਜਲ ਅੰਮ੍ਰਿਤੁ ਨ ਲਖਸਿ ਰੇ॥੧॥ bhakhas sibaal basas nirmal jal amrit na lakhas ray. ||1||
ਰਹਾਉ॥ rahaa-o.

ਜਿਵੇਂ ਡੱਡੂ ਨੂੰ ਸਮਝ ਨਹੀਂ ਹੁੰਦੀ! ਪਵਿੱਤਰ ਪਾਣੀ ਵਿੱਚ ਰਹਿੰਦਾ ਹੋਇਆ ਵੀ ਪਾਣੀ ਵਿਚੋਂ ਗੰਦਗੀ ਹੀ ਖਾਂਦਾ ਹੈ । ਇਸਤਰ੍ਹਾਂ ਸੰਸਾਰ ਅਮੋਲਕ ਸ਼ਬਦ ਨਾਲ ਭਰਿਆਂ ਹੈ । ਮਨਮੁਖ ਜੀਵ ਮਾਇਆ ਦੇ ਥੋੜ੍ਹੇ ਰਹਿਣ ਵਾਲੇ ਹੀ ਸੁਖ ਭਾਲਦਾ ਹੈ ।

As a frog living in clean water, he may still eat and enjoy the filth from the water. Same way the universe remains overwhelmed with ambrosial jewels of virtues of His Word; however, self-minded may remain intoxicated with the short-lived comforts of worldly wealth.

ਬਸੁ ਜਲ ਨਿਤ ਨ ਵਸਤ ਅਲੀਅਲ, ਮੇਰ ਚਚਾ ਗੁਨ ਰੇ॥ bas jal nit na vasat alee-al mayr chachaa gun ray.
ਚੰਦ ਕੁਮੁਦਨੀ ਦੂਰਹੁ ਨਿਵਸਸਿ, ਅਨਭਉ ਕਾਰਨਿ ਰੇ॥੨॥ chand kumudanee Dhoorahu nivsas anbha-o kaaran ray. ||2||

ਜਿਵੇਂ ਕਮਲ ਦਾ ਫੁੱਲ ਹਮੇਸ਼ਾਂ ਪਾਣੀ ਵਿੱਚ ਹੀ ਰਹਿੰਦਾ ਹੈ । ਜਦੋਂ ਇਸ ਨਾਲ ਫੁੱਲ ਖੜ੍ਹਦਾ ਹੈ, ਦੂਰੋ ਹੀ ਚੰਦ ਦੀ ਰੋਸ਼ਨੀ ਮਹਿਸੂਸ ਕਰਦਾ ਹੈ । ਮੱਖੀ ਜਿਹੜੀ ਪਾਣੀ ਵਿੱਚ ਵਸਦੀ ਵੀ ਨਹੀਂ । ਫਿਰ ਵੀ ਕਮਲ ਦੇ ਫੁੱਲ ਦੀ ਖੁਸ਼ਬੂ ਤੇ ਮੋਹਿਤ ਹੋਈ ਰਹਿੰਦੀ ਹੈ ।

As the Lotus flower always remain in water; as the Lotus flower blossom, it attracts the light of moon. A honey bee may not live-in water; however, she remains attracted, intoxicated with the fragrance, aroma of Lotus flower.

ਅੰਮ੍ਰਿਤ ਖੰਡੁ ਦੂਧਿ ਮਧੁ ਸੰਚਸਿ, ਤੂ ਬਨ ਚਾਤੁਰ ਰੇ॥ amrit khand dooDh maDh sanchas, too ban chaatur ray.
ਅਪਨਾ ਆਪੁ ਤੂ ਕਬਹੁ ਨ ਛੋਡਸਿ, ਪਿਸਨ ਪ੍ਰੀਤਿ ਜਿਉ ਰੇ॥੩॥ apnaa aap too kabahu na chhodas, pisan pareet ji-o ray. ||3||

ਪ੍ਰਭ ਦੇ ਸ਼ਬਦ ਦੀ ਸੋਝੀ ਰੂਪੀ ਅੰਮ੍ਰਿਤ, ਦੁੱਧ ਅਤੇ ਸ਼ਹਿਦ, ਸਦਾ ਰਹਿਣ ਵਾਲੇ ਅਨੰਦ ਨਾਲ ਭਰਿਆਂ ਹੋਇਆ ਹੈ । ਸੰਸਾਰਕ ਜੀਵ ਆਪਣੇ ਆਪ ਨੂੰ ਬਹੁਤ ਚਲਾਕ ਹੀ ਸਮਝਦਾ ਹੈ । ਥੋੜ੍ਹਾ ਸਮਾਂ ਰਹਿਣ ਵਾਲੇ ਅਨੰਦ, ਅਰਾਮ ਦੇ ਪਿਛੇ ਲਗਾ, ਪਾਣੀ ਨੂੰ ਹੀ ਰਿੜਕਦਾ ਰਹਿੰਦਾ ਹੈ । ਸੰਸਾਰਕ ਸਾਗਰ ਸ਼ਬਦ ਦੇ ਅੰਮ੍ਰਿਤ ਨਾਲ, ਇਛਾਂ ਨਾਲ ਵੀ ਭਰਿਆਂ ਹੈ । ਜੀਵ ਇਛਾਂ ਪਿਛੇ ਲਗਕੇ ਥੋੜ੍ਹਾ ਸਮਾਂ ਸੁਖ ਅਰਾਮ ਹੀ ਢੂੰਡਦਾ ਹੈ । ਜਿਵੇਂ ਮੱਖੀ ਹਰਵੇਲੇ ਖੂਨ ਢੂੰਡਦੀ ਰਹਿੰਦੀ, ਇਸਤਰ੍ਹਾਂ ਮਨ ਇਛਾਂ ਮਗਰ ਹੀ ਲਗਾ ਰਹਿੰਦਾ ਹੈ । ਇਹਨਾਂ ਤੋਂ ਕਦੇ ਛੁਟਕਾਰਾ ਨਹੀਂ ਪਾ ਸਕਦਾ ।

The nectar of the essence of His Word remains overwhelmed with the everlasting permanent comforts of life, like milk, honey. Self-minded may consider himself very clever, devious; he may remain intoxicated collecting short lived pleasures and comforts of worldly wealth. His way of life is like churning water without any real benefit of human life opportunity. The world remains overwhelmed with worldly desires, temptation of sweet poison of worldly wealth along with the nectar of the essence of His Word. As a bee may always remain intoxicated in search for blood; same way, self-minded always remains searching and collecting short-lived comforts of worldly wealth; he may never eliminate his worldly desires from his mind.

ਪੰਡਿਤ ਸੰਗਿ ਵਸਹਿ ਜਨ ਮੂਰਖ, ਆਗਮ ਸਾਸ ਸੁਨੇ॥ pandit sang vaseh jan moorakh aagam saas sunay.
ਅਪਨਾ ਆਪੁ ਤੂ ਕਬਹੁ ਨ ਛੋਡਸਿ, ਸੁਆਨ ਪੂਛਿ ਜਿਉ ਰੇ॥੪॥ apnaa aap too kabahu na chhodas su-aan poochh ji-o ray. ||4||

ਮਨਮੁਖ ਭਾਵੇਂ ਗੁਰਮਖ ਦੇ ਨਾਲ ਵਸੇ, ਸੰਗਤ ਕਰੇ, ਸ਼ਬਦ ਸੁਣੇ, ਬੰਦਗੀ ਕਰਨ ਦੀ ਕੋਸ਼ਿਸ਼ ਕਰੇ । ਪਰ ਉਹ ਆਪਣੇ ਮਨ ਦੀਆਂ ਇਛਾਂ ਦੀ ਅੱਗ, ਨਹੀਂ ਬੁਝਾ ਸਕਦਾ । ਮਨ ਕੁੱਤੇ ਦੀ ਪੂਛਲ ਦੀ ਤਰ੍ਹਾਂ ਟੇਡਾ ਹੀ ਰਹਿੰਦਾ ਹੈ ।

Self-minded may associate with His true devotee, listens to the sermons of His Word, and tries to meditate on the teachings of His Word. However, he may not control his worldly desires or extinguish the fire of demons of worldly desires. His mind remains mysterious like the tail of a dog.

ਇਕਿ ਪਾਖੰਡੀ ਨਾਮਿ ਨ ਰਾਚਹਿ, ਇਕ ਹਰਿ ਹਰਿ ਚਰਣੀ ਰੇ॥ ik paakhandee naam na raacheh ik har har charnee ray.
ਪੂਰਬਿ ਲਿਖਿਆ ਪਾਵਸਿ, ਨਾਨਕ ਰਸਨਾ ਨਾਮੁ ਜਪਿ ਰੇ॥੫॥੪॥ poorab likhi-aa paavas naanak rasnaa naam jap ray. ||5||4||

ਇਕ ਜੀਵ ਲੋਕ ਦਿਖਾਵਾ ਕਰਨ ਲਈ ਪ੍ਰਭ ਦਾ ਸ਼ਬਦ ਸੁਣਦਾ, ਜੀਵਨ ਵਿੱਚ ਨਹੀਂ ਢਾਲਦਾ, ਉਸ ਦਾ ਮਨ ਅਡੋਲ ਨਹੀਂ ਹੁੰਦਾ! ਇਕ ਜੀਵ ਉਹ ਹੀ ਸ਼ਬਦ ਸੁਣਕੇ ਆਪਣੇ ਜੀਵਨ ਦਾ ਰਸਤਾ ਬਦਲ ਲੈਂਦਾ, ਸ਼ਰਣ ਵਿੱਚ ਆ ਜਾਂਦਾ ਹੈ । ਜਿਸ ਜੀਵ ਦੇ ਭਾਗਾਂ ਵਿੱਚ ਲਿਖਿਆ ਹੁੰਦਾ, ਪ੍ਰਭ ਆਪ ਹੀ ਰਹਿਮਤ ਬਖਸ਼ਦਾ ਹੈ! ਕੇਵਲ ਉਹ ਹੀ ਸ਼ਬਦ ਨਾਲ ਜੀਵਨ ਢਾਲਦਾ, ਸ਼ਬਦ ਦੀ ਉਸਤਤ ਗਾਉਂਦਾ ਹੈ ।

Self-minded may hear the sermons of Gurbani, visits Holy shrine for notoriety with others; however, he may never adopt the teachings with steady and stable belief in his day-to-day life. His true devotee may listen to Gurbani, understand the essence of the message. He may change his path to surrender his mind, body, and worldly status at His Sanctuary. Whosoever may have a great prewritten destiny; with His mercy and grace, only he may sing the glory and adopts the teachings of His Word with steady and stable belief in his day-to-day life.

Key Message of Raag Maaroo, page 990-8
' ਮਨਮੁਖ – ਗੁਰਮਖ ਸੰਸਾਰ ਵਿੱਚ ਇਕੱਠੇ ਰਹਿੰਦੇ!

ਪਵਿਤਰ ਪਾਣੀ ਵਿੱਚ ਕਮਲ ਦਾ ਫੁੱਲ ਅਤੇ ਗਾਰਾ ਦੋਨੋਂ ਹੀ ਹੁੰਦੇ ਹਨ । ਇਸਤਰ੍ਹਾਂ ਸੰਸਾਰ ਵਿੱਚ ਗੁਰਮਖ, ਮਨਮੁਖ ਦੋਨਂ ਹੀ ਇਕੱਠੇ ਵੀ, ਅਲੱਗ ਹੀ ਰਹਿੰਦੇ ਹਨ । ਪ੍ਰਭ ਦੇ ਸ਼ਬਦ ਦੀ ਸੋਝੀ ਰੂਪੀ ਅੰਮ੍ਰਿਤ, ਦੁੱਧ ਅਤੇ ਸ਼ਹਿਦ, ਸਦਾ ਰਹਿਣ ਵਾਲੇ ਅਨੰਦ ਨਾਲ ਭਰਿਆਂ ਹੋਇਆ ਹੈ । ਜਿਹੜਾ ਸ਼ਬਦ ਸੁਣਕੇ ਆਪਣੇ ਜੀਵਨ ਦਾ ਰਸਤਾ ਬਦਲ ਲੈਂਦਾ, ਸ਼ਰਣ ਵਿੱਚ ਆ ਜਾਂਦਾ ਹੈ । ਕੇਵਲ ਉਹ ਹੀ ਸ਼ਬਦ ਨਾਲ ਜੀਵਨ ਢਾਲਦਾ ਹੈ ।
Self-minded and, His true devotee co-exists in world!
As in water, Lotus flower and mud both co-exist; Same way both self-minded, and, His true devotee co-exists in world. The worldly ocean remains overwhelmed with (Shiv) the nectar of the essence of His Word and Shakti, short-lived pleasures. Whosoever may listen to Gurbani, and changes his path to surrender his self-entity at His Sanctuary; only he may adopt the teachings of His Word with steady and stable belief in his day-to-day life.

5. ਮਾਰੂ ਮਹਲਾ ੧॥ 990-15

ਸਲੋਕੁ॥ salok.

ਪਤਿਤ ਪੁਨੀਤ ਅਸੰਖ ਹੋਹਿ, ਹਰਿ ਚਰਨੀ ਮਨੁ ਲਾਗ॥ patit puneet asaNkh hohi har charnee man laag.

ਅਠਸਠਿ ਤੀਰਥ ਨਾਮੁ ਪ੍ਰਭ, ਨਾਨਕ ਜਿਸੁ ਮਸਤਕਿ ਭਾਗ॥੧॥ athsath tirath naam parabh naanak jis mastak bhaag. ||1||

ਅਨੇਕਾਂ ਹੀ ਪਾਪੀ ਸ਼ਬਦ ਦੀ ਪਾਲਣਾ ਕਰਕੇ ਜੀਵਨ ਦਾ ਢੰਗ ਬਦਲਕੇ ਤਰ ਗਏ ਹਨ । 68 ਤੀਰਥਾਂ ਦੀ ਯਾਤਰਾ, ਇਸ਼ਨਾਨ ਦਾ ਫਲ ਸ਼ਬਦ ਦੀ ਪਾਲਣਾ ਕਰਨ ਨਾਲ ਹੀ ਬਖਸ਼ਿਸ਼ ਹੋ ਜਾਂਦਾ ਹੈ ।

Many sinners have adopted the teachings of His Word; with His mercy and grace, they have been blessed with the right path of acceptance in His Court. Whosoever may obey, and adopts the teachings of His Word; with His mercy and grace, he may be blessed with the reward of sanctifying bath at 68 Holy Shrines

ਸਬਦੁ॥ sabad.

ਸਖੀ ਸਹੇਲੀ ਗਰਬਿ ਗਹੇਲੀ॥ ਸੁਣਿ ਸਹ ਕੀ ਇਕ ਬਾਤ ਸੁਹੇਲੀ॥੧॥ sakhee sahaylee garab gahaylee. sun sah kee ik baat suhaylee. ||1||

ਜੀਵ ਤੇਰਾ ਮਨ, ਸੰਸਾਰਕ ਹੈਸੀਅਤ ਦੇ ਅਭਿਮਾਨ ਨਾਲ, ਅਹੰਕਾਰ ਨਾਲ ਭਰਿਆਂ ਹੋਇਆ ਹੈ । ਕਦੇ ਇਕ ਪਲ ਵੀ ਸ਼ਬਦ ਦੀ ਪਾਲਣਾ ਕਰਨ ਵਾਲੇ ਪਾਸੋਂ, ਰਹਿਮਤ ਦੀ ਵਡਿਆਈ ਸੁਣਕੇ ਵੇਖੋ ।

You may remain overwhelmed with ego of your worldly status. You should pay attention to the sermons of His Word from His true devotee.

ਜੋ ਮੈ ਬੇਦਨ ਸਾ ਕਿਸੁ ਆਖਾ ਮਾਈ॥ jo mai baydan saa kis aakhaa maa-ee.

ਹਰਿ ਬਿਨੁ ਜੀਉ ਨ ਰਹੈ, ਕੈਸੇ ਰਾਖਾ ਮਾਈ॥੧॥ ਰਹਾਉ॥ har bin jee-o na rahai kaisay raakhaa maa-ee. ||1|| rahaa-o.

ਉਸ ਜੀਵ ਦੇ ਮਨ ਦੀ ਅਵਸਥਾ ਇਸਤਰ੍ਹਾਂ ਦੀ ਹੋ ਜਾਂਦੀ ਹੈ! ਸ਼ਬਦ ਦੇ ਸਿਮਰਨ ਤੋਂ ਬਿਨਾਂ ਕਿਵੇਂ ਜੀਵਨ ਬਤੀਤ ਕਰਨਾ, ਸਵਾਸ ਲੈਣ ਦਾ ਕੋਈ ਮੰਤਵ ਨਹੀਂ ਹੈ?

His state of mind of His true devotee may be transformed such a way! He may wonder! What may be the real purpose of human life blessing without adopting the teachings of His Word.

ਹਉ ਦੋਹਾਗਣਿ ਖਰੀ ਰੰਞਾਣੀ॥ ha-o dohaagan kharee ranjaanee.

ਗਇਆ ਸੁ ਜੋਬਨੁ ਧਨ ਪਛੁਤਾਣੀ॥੨॥ ga-i-aa so joban Dhan pachhutaanee. ||2||

ਪ੍ਰਭ ਦਾ ਦਾਸ ਆਪਣੇ ਆਪ ਨੂੰ ਮੰਦੇ ਭਾਗਾਂ ਵਾਲਾ ਸਮਝਦਾ ਹੈ । ਉਸ ਨੇ ਇਤਨਾ ਜੀਵਨ ਸ਼ਬਦ ਦੀ ਬੰਦਗੀ ਤੋਂ ਬਿਨਾਂ ਹੀ ਬਤੀਤ ਕੀਤਾ ਹੈ । ਇਸ ਦਾ ਪਛਤਾਵਾਂ ਕਰਦਾ ਉਦਾਸ ਰਹਿੰਦਾ ਹੈ ।

His true devotee may think himself unfortunate with thoughts dominating within his mind; he has wasted a good part of human life without meditation and obeying the teachings of His Word. He may remain regretting, repenting.

ਤੂ ਦਾਨਾ ਸਾਹਿਬੁ ਸਿਰਿ ਮੇਰਾ॥ ਖਿਜਮਤਿ ਕਰੀ ਜਨੁ ਬੰਦਾ ਤੇਰਾ॥੩॥ too daanaa saahib sir mayraa. khijmat karee jan bandaa tayraa. ||3||

ਪ੍ਰਭ ਦਾਤਾਂ ਬਖਸ਼ਣ ਵਾਲਾ ਅਸਲੀ ਮਾਲਕ ਹੈ । ਮੈਂ ਨਿਮਾਣਾ ਪ੍ਰਭ ਦੇ ਸ਼ਬਦ ਦੀ ਸੇਵਾ ਕਰਨਾ ਚਾਹੁੰਦਾ ਹਾ ।

The One and Only One True Master blesses all virtues in life. As a humble servant; I remain anxious to serve His Word, His Creation.

ਭਣਤਿ ਨਾਨਕੁ ਅੰਦੇਸਾ ਏਹੀ॥ bhanat naanak andaysaa ayhee.

ਬਿਨੁ ਦਰਸਨ ਕੈਸੇ ਰਵਉ ਸਨੇਹੀ॥੪॥੫॥ bin darsan kaisay rava-o sanayhee. ||4||5||

ਪ੍ਰਭ ਅੱਗੇ ਇਕੋ ਇਕ ਰਹਿਮਤ ਦੀ ਅਰਦਾਸ ਕਰੋ! ਤੇਰੀ ਰਹਿਮਤ ਤੋਂ ਬਿਨਾਂ ਮੈਂ ਕਿਵੇਂ ਜੀਵਨ ਬਤੀਤ ਕਰ ਸਕਦਾ ਹਾ?

You should always pray for His Forgiveness and Refuge. How may I survive without Your Blessed Vision?

Key Message of Raag Maaroo, page 990-15
' ਗੁਰਮਖ ਦੇ ਮਨ ਦੀ ਅਵਸਥਾ!
68 ਤੀਰਥਾਂ ਦੀ ਯਾਤਰਾ, ਇਸ਼ਨਾਨ ਦਾ ਫਲ ਸ਼ਬਦ ਦੀ ਪਾਲਣਾ ਕਰਨ ਨਾਲ ਹੀ ਬਖਸ਼ਿਸ਼ ਹੋ ਜਾਂਦਾ ਹੈ । ਗੁਰਮਖ ਦੇ ਮਨ ਦੀ ਅਵਸਥਾ ਬਦਲ ਜਾਂਦੀ, ਸ਼ਬਦ ਦੀ ਪਾਲਣਾ ਤੋਂ ਬਿਨਾਂ ਸਵਾਸ ਲੈਣ ਦਾ ਕੋਈ ਮੰਤਵ ਨਹੀਂ ਹੈ! ਉਹ ਸਿਮਰਨ ਤੋਂ ਬਿਨਾਂ, ਉਦਾਸ ਪਛਤਾਵਾਂ ਕਰਦਾ ਰਹਿੰਦਾ ਹੈ ।
State of mind of His true devotee!
The reward of pilgrimage of 68 Holy Shrines remains embedded within adopting the teachings of His Word. State of mind of His true devotee may be transformed such a way! What may be the purpose of human life, without adopting the teachings of His Word. He may remain regretting, repenting, and miserable with thoughts.

6. ਮਾਰੂ ਮਹਲਾ ੧॥ 991-1

ਮੁਲ ਖਰੀਦੀ ਲਾਲਾ ਗੋਲਾ, ਮੇਰਾ ਨਾਉ ਸਭਾਗਾ॥ mul khareedee laalaa golaa mayraa naa-o sabhaagaa.

ਗੁਰ ਕੀ ਬਚਨੀ ਹਾਟਿ ਬਿਕਾਨਾ, ਜਿਤੁ ਲਾਇਆ ਤਿਤੁ ਲਾਗਾ॥੧॥ gur kee bachnee haat bikaanaa jit laa-i-aa tit laagaa. ||1||

ਤੇਰਾ ਗੁਲਾਮ, ਦਾਸ, ਤੇਰੇ ਦਰ ਤੇ ਹੀ ਰਹਿੰਦਾ, ਆਪਾ ਤੇਰੇ ਭੇਟਾ ਕੀਤਾ ਹੈ । ਇਕੋ ਇਕ ਅਰਦਾਸ ਕਰਦਾ ਹਾ! ਸ਼ਬਦ ਦੀ ਸੋਝੀ ਪਾਵੋ! ਮੈਂ ਸ਼ਬਦ ਦੀ ਸੋਝੀ ਨਾਲ ਆਪਣਾ ਜੀਵਨ ਢਾਲਾ, ਸ਼ਬਦ ਦੀ ਪਾਲਣਾ ਕਰਦੇ ਦਾ ਭਰੋਸਾ ਅਡੋਲ ਹੋ ਜਾਵੇ ।

My Ture Master! Aa a slave, I have surrendered my mind, body, and worldly status at Your Sanctuary. I always pray for Your Forgiveness and Refuge to be attached to meditate on the teachings of Your Word. I may obey and adopt the teachings of Your Word with steady and stable belief in my day-to-day life.

ਤੇਰੇ ਲਾਲੇ ਕਿਆ ਚਤੁਰਾਈ॥ tayray laalay ki-aa chaturaa-ee.
ਸਾਹਿਬ ਕਾ ਹੁਕਮੁ ਨ ਕਰਣਾ ਜਾਈ॥੧॥ ਰਹਾਉ॥ saahib kaa hukam na karnaa jaa-ee. ||1|| rahaa-o.

ਮੇਰੀ ਵਿੱਚ ਕਿਤਨੀ ਕੋ ਸਿਆਣਪ ਹੈ? ਮੈਂ ਸ਼ਬਦ ਦੀ ਪਾਲਣਾ ਕਰਨਾ ਨਹੀਂ ਜਾਣਦਾ, ਪਾਲਣਾ ਨਹੀਂ ਕਰ ਸਕਦਾ ।

How much may be my wisdom and enlightenment? I may not really know! How to obey the teachings of His Word?

ਮਾ ਲਾਲੀ, ਪਿਉ ਲਾਲਾ ਮੇਰਾ, ਹਉ ਲਾਲੇ ਕਾ ਜਾਇਆ॥ maa laalee pi-o laalaa mayraa ha-o laalay kaa jaa-i-aa.
ਲਾਲੀ ਨਾਚੈ ਲਾਲਾ ਗਾਵੈ, ਭਗਤਿ ਕਰਉ ਤੇਰੀ ਰਾਇਆ॥੨॥ laalee naachai laalaa gaavai bhagat kara-o tayree raa-i-aa. ||2||

ਮੇਰੇ ਮਾਤਾ ਅਤੇ ਪਿਤਾ ਦੋਨੋਂ ਤੇਰੇ ਦਾਸ ਹਨ । ਮੈਂ ਤੇਰੇ ਦਾਸਾਂ ਦਾ ਬੱਚਾ ਹਾ । ਮੇਰਾ ਪਿਤਾ ਸੰਗੀਤ ਵਜਉਂਦਾ ਅਤੇ ਮਾਤਾ ਸ਼ਬਦ ਗਾਉਂਦੀ ਹੈ । ਮੈਂ ਉਹ ਹੀ ਸੁਣਦਾ, ਵਿਚਾਰਦਾ, ਪਾਲਣਾ ਕਰਦਾ ਹਾ ।

My Ture Master! Both my mother and father are Your true devotee. I am child of Your slaves. My father plays the musical instrument and my mother sings the glory of Your Word. I may listen to the sermons, adopt the teachings of Your Word in my day-to-day life.

ਪੀਅਹਿ ਤ ਪਾਣੀ ਆਣੀ ਮੀਰਾ, ਖਾਹਿ ਤ ਪੀਸਣ ਜਾਉ॥ pee-ah ta paanee aanee meeraa khaahi ta peesan jaa-o.
ਪਖਾ ਫੇਰੀ ਪੈਰ ਮਲੋਵਾ, ਜਪਤ ਰਹਾ ਤੇਰਾ ਨਾਉ॥੩॥ pakhaa fayree pair malovaa japat rahaa tayraa naa-o. ||3||

ਪ੍ਰਭ, ਮੈਂ ਤੇਰੇ ਹੁਕਮ ਦਾ ਬੰਧਾ ਹਾ! ਅਗਰ ਮੈਨੂੰ ਭੋਜਨ ਬਣਾਉਣ ਤੇ ਲਾਉਂਦਾ, ਭੋਜਨ ਬਣਾਉਂਦਾ ਹਾ । ਅਗਰ ਪਾਣੀ ਢੋਣ ਤੇ ਲਾਉਂਦਾ ਹੈ! ਤੇਰੇ ਚਰਨ ਧੋਂਦਾ, ਅਨੰਦ ਮਾਨਦਾ, ਸ਼ਬਦ ਦੀ ਉਸਤਤ ਗਾਉਂਦਾ ਹਾ ।

My True Master, I am bonded by Your Command! When I am inspired to prepare food, I will prepare food; I may be inspiring to bring water, I may wash Your feet, and sing the glory of Your Word.

ਲੂਣ ਹਰਾਮੀ ਨਾਨਕੁ ਲਾਲਾ, ਬਖਸਿਹਿ ਤੁਧੁ ਵਡਿਆਈ॥ loon haraamee naanak laalaa bakhsihi tuDh vadi-aa-ee.
ਆਦਿ ਜੁਗਾਦਿ ਦਇਆਪਤਿ ਦਾਤਾ, ਤੁਧੁ ਵਿਣੁ ਮੁਕਤਿ ਨ ਪਾਈ॥੪॥੬॥ aad jugaad da-i-aapat daataa tuDh vin mukat na paa-ee. ||4||6||

ਤੇਰੀ ਸੇਵਾ ਵਿੱਚ ਕਈ ਗਲਤੀਆਂ ਹੋਈਆ ਹਨ । ਤਰਸਵਾਨ ਮਾਲਕ, ਤੇਰੀ ਰਹਿਮਤ ਤੋਂ ਬਿਨਾਂ ਜੂਨਾਂ ਦਾ ਚੱਕਰ, ਕੰਮਾਂ ਦਾ ਲੇਖਾ ਖਤਮ ਨਹੀਂ ਹੋ ਸਕਦਾ । ਤੂੰ ਯੁੱਗਾਂ ਯੁੱਗਾਂ ਤੋਂ ਜੀਵਾਂ ਤੇ ਤਰਸ ਕਰਦਾ ਆਇਆ ਹੈ ।

I might have many deficiencies in my way of service and sincerity. My Merciful True Master, without Your Blessed Vision, the right path of acceptance in Your Court may not be blessed. From Ancient Ages! You have been forgiving innocent mistakes of Your true devotees.

Key Message of Raag Maaroo, page 991-1
'ਪ੍ਰਭ ਬਹੁਤ ਤਰਸਵਾਨ ਹੈ!
ਮੈਂ ਮਾਤਾ ਅਤੇ ਪਿਤਾ ਦੀ ਜੀਵਨ ਦੀ ਸਿਖਿਆਂ ਨਾਲ ਸ਼ਬਦ ਦੀ ਪਾਲਣਾ ਕਰਦਾ, ਆਪਾ ਤੇਰੇ ਚਰਨਾ ਵਿੱਚ ਭੇਟਾ ਕੀਤਾ ਹੈ! ਮੈਂ ਅਣਜਾਣੇ ਵਿੱਚ, ਸੇਵਾ ਕਰਦੇ ਕਈ ਗਲਤੀਆਂ ਕੀਤੀਆ ਹਨ! ਤੂੰ ਯੁੱਗਾਂ ਯੁੱਗਾਂ ਤੋਂ ਜੀਵਾਂ ਤੇ ਤਰਸ ਕਰਦਾ ਆਇਆ ਹੈ ।
The True Master is merciful!
I have adopted the life experience of my parents and I have surrendered my self-entity at Your Service! I might have many deficiencies in my way of service and sincerity. From Ancient Ages! You have been forgiving innocent mistakes of Your true devotees.

7. ਮਾਰੂ ਮਹਲਾ ੧॥ 991-6

ਕੋਈ ਆਖੈ ਭੂਤਨਾ, ਕੋ ਕਹੈ ਬੇਤਾਲਾ॥ ko-ee aakhai bhootnaa ko kahai baytaalaa.
ਕੋਈ ਆਖੈ ਆਦਮੀ ਨਾਨਕੁ ਵੇਚਾਰਾ॥੧॥ ko-ee aakhai aadmee naanak vaychaaraa. ||1

ਸੰਸਰ ਵਿੱਚ ਕਈ ਮੈਨੂੰ ਭੂਤਨਾ, ਕਈ ਜਮਦੂਤ ਕਹਿੰਦੇ ਹਨ । ਮੈਂ ਕੇਵਲ ਤੇਰਾ ਨਿਮਾਣਾ ਦਾਸ ਹੀ ਹਾ ।

My True Master, Your Creation may not like my path of worldly life; I may be called crazy or devil. However, I am only adopting the teachings of Your Word in my day-to-day life.

ਭਇਆ ਦਿਵਾਨਾ ਸਾਹ ਕਾ, ਨਾਨਕੁ ਬਉਰਾਨਾ॥ bha-i-aa divaanaa saah kaa naanak ba-uraanaa.
ਹਉ ਹਰਿ ਬਿਨੁ ਅਵਰੁ ਨ ਜਾਨਾ॥੧॥ ਰਹਾਉ॥ ha-o har bin avar na jaanaa. ||1|| rahaa-o.

ਤੇਰਾ ਦਿਵਾਨਾ, ਸ਼ਬਦ ਦੀ ਪਾਲਣਾ ਵਿੱਚ ਮਸਤ ਹੋ ਗਿਆ ਹਾ । ਤੇਰੇ ਸ਼ਬਦ ਤੋਂ ਬਿਨਾਂ ਮੈਨੂੰ ਹੋਰ ਕੁਝ ਕਰਨ ਦੀ ਕੋਈ ਸੋਝੀ, ਮੱਤ ਨਹੀਂ ਹੈ ।

My True Master, I may remain intoxicated in obeying the teachings of Your Word. I may not have any other desire, wisdom, or purpose of my human life opportunity, without obeying the teachings of Your Word.

ਤਉ ਦੇਵਾਨਾ ਜਾਣੀਐ ਜਾ ਭੈ ਦੇਵਾਨਾ ਹੋਇ॥ ta-o dayvaanaa jaanee-ai jaa bhai dayvaanaa ho-ay.
ਏਕੀ ਸਾਹਿਬ ਬਾਹਰਾ, ਦੂਜਾ ਅਵਰੁ ਨ ਜਾਣੈ ਕੋਇ॥੨॥ aykee saahib baahraa doojaa avar na jaanai ko-ay. ||2||

ਜਿਹੜਾ ਪ੍ਰਭ ਦੇ ਵਿਛੋੜੇ ਦੇ ਵਿਰਾਗ ਵਿੱਚ ਮਾਯੂਸ, ਉਦਾਸ ਹੋਵੇ, ਉਹ ਹੋਰ ਕਿਸੇ ਨੂੰ ਅਸਲੀ ਮਾਲਕ ਨਹੀਂ ਸਮਝਦਾ । ਕੇਵਲ ਉਹ ਹੀ ਅਸਲੀ ਦਿਵਾਨਾ, ਪਿਆਰਾ, ਦਾਸ ਹੁੰਦਾ ਹੈ ।

Whosoever may remain in renunciation in the memory of his separation from His Holy Spirit; he may never consider any worldly guru or written doctrine as True Guru or The True Master. Only he may become worthy to be called His true devotee, and true lover of the teachings of His Word.

ਤਉ ਦੇਵਾਨਾ ਜਾਣੀਐ, ਜਾ ਏਕਾ ਕਾਰ ਕਮਾਇ॥ ta-o dayvaanaa jaanee-ai jaa aykaa kaar kamaa-ay.
ਹੁਕਮੁ ਪਛਾਣੈ ਖਸਮ ਕਾ, ਦੂਜੀ ਅਵਰ ਸਿਆਣਪ ਕਾਇ॥੩॥ hukam pachhaanai khasam kaa doojee avar si-aanap kaa-ay. ||3||

ਜਿਹੜਾ ਪ੍ਰਭ ਦੇ ਸ਼ਬਦ ਦੀ ਪਾਲਣਾ ਕਰਦਾ ਹੈ, ਉਹ ਹੀ ਅਸਲੀ ਦਿਵਾਨਾ, ਪਿਆਰਾ ਹੁੰਦਾ ਹੈ । ਪ੍ਰਭ ਦੇ ਹੁਕਮ, ਸ਼ਬਦ ਦੀ ਸੋਝੀ ਨਾਲ ਮਨ, ਤਨ ਨਾਲ ਸ਼ਬਦ ਦੀ ਪਾਲਣਾ ਕਰਦਾ, ਕਦੇ ਆਪਣੀ ਹਾਲਤ ਤੇ ਸੋਗ ਨਹੀਂ ਕਰਦਾ, ਕਦੇ ਆਪਣੇ ਮੰਦੇ ਭਾਗ ਨਹੀਂ ਸਮਝਦਾ ।

Whosoever may adopt the teachings of His Word with steady and stable belief in his day-to-day life; with His mercy and grace, he may be blessed with a state of mind as His true devotee, His slave. He may adopt the teachings of His Word in his day-to-day life. He may never grieve on his worldly condition nor considers any worldly misery as his misfortune.

ਤਉ ਦੇਵਾਨਾ ਜਾਣੀਐ, ਜਾ ਸਾਹਿਬ ਧਰੇ ਪਿਆਰੁ॥	ta-o dayvaanaa jaanee-ai jaa saahib Dharay pi-aar.
ਮੰਦਾ ਜਾਣੈ ਆਪ ਕਉ, ਅਵਰੁ ਭਲਾ ਸੰਸਾਰੁ॥੪॥੭॥	mandaa jaanai aap ka-o avar bhalaa sansaar. ||4||7||

ਜਿਹੜਾ ਪ੍ਰਭ ਦੇ ਸ਼ਬਦ ਦੀ ਸਿਖਿਆਂ ਨਾਲ ਜੀਵਨ ਢਾਲਦਾ, ਪਿਆਰ, ਸਤਿਕਾਰ ਕਰਦਾ ਹੈ । ਉਹ ਹੀ ਅਸਲੀ ਦਿਵਾਨਾ, ਉਸ ਨੂੰ ਹੀ ਦਾਸ ਅਵਸਥਾ ਬਖਸ਼ਿਸ਼ ਹੁੰਦੀ ਹੈ । ਉਹ ਆਪਣੇ ਆਪ ਨੂੰ ਮੰਦੇ ਕੰਮ ਕਰਨ ਵਾਲਾ ਸਮਝਦਾ ਹੈ! ਬਾਕੀ ਜੀਵਾਂ ਨੂੰ ਸਮਝਦਾਰ, ਚੰਗੇ ਕੰਮ ਕਰਨ ਵਾਲਾ ਜਾਣਕੇ ਸਤਿਕਾਰ ਕਰਦਾ ਹੈ । ਉਹ ਪਛਤਾਵਾਂ ਕਰਦਾ ਉਦਾਸ ਰਹਿੰਦਾ ਹੈ । ਉਸ ਨੇ ਕਿਵੇਂ ਆਪਣਾ ਜੀਵਨ ਸ਼ਬਦ ਦੀ ਬੰਦਗੀ ਤੋਂ ਬਿਨਾਂ ਹੀ ਬਤੀਤ ਕੀਤਾ ਹੈ?

Whosoever may adopt the teachings of His Word with steady and stable belief in his day-to-day life and honors His Holy saint; with His mercy and grace, he may be blessed with a state of mind as His true devotee. He always considers himself ignorant, less wise than others. He may always pray for His Forgiveness and Refuge. How has he wasted his human life journey without meditating?

Key Message of Raag Maaroo, page 991-6
'ਦਾਸ ਦਾ ਜੀਵਨ!
ਮੈਂ ਸ਼ਬਦ ਦੀ ਪਾਲਣਾ ਵਿੱਚ ਮਸਤ ਹੋ ਗਿਆ ਹਾ । ਮੈਨੂੰ ਹੋਰ ਕੁਝ ਕਰਨ ਦੀ ਸੋਝੀ ਨਹੀਂ ਹੈ । ਜਿਹੜਾ ਪ੍ਰਭ ਦੇ ਵਿਛੋੜੇ ਦੇ ਵਿਰਾਗ ਵਿੱਚ ਮਾਯੂਸ ਰਹਿੰਦਾ ਹੈ, ਕੇਵਲ ਉਹ ਹੀ ਅਸਲੀ ਦਿਵਾਨਾ, ਦਾਸ ਹੁੰਦਾ ਹੈ । ਪ੍ਰਭ ਦਾ ਦਾਸ ਸ਼ਬਦ ਦੀ ਪਾਲਣਾ ਕਰਦਾ ਅਡੋਲ ਰਹਿੰਦਾ, ਕਦੇ ਆਪਣੀ ਹਾਲਤ ਤੇ ਸੋਗ ਨਹੀਂ ਕਰਦਾ!
Way of life of His true devotee!
I may remain intoxicated in obeying the teachings of His Word. I have no wisdom, nor any other purpose of my human life opportunity. Whosoever may remain in renunciation in the memory of his separation from His Holy Spirit; only he may become worthy to be called His true devotee. He may remain intoxicated in meditation; he may never grieve on his worldly condition.

8. ਮਾਰੂ ਮਹਲਾ ੧॥ 991-11

ਇਹੁ ਧਨੁ ਸਰਬ ਰਹਿਆ ਭਰਪੂਰਿ॥	ih Dhan sarab rahi-aa bharpoor.
ਮਨਮੁਖਿ ਫਿਰਹਿ ਸਿ ਜਾਣਹਿ ਦੂਰਿ॥੧॥	manmukh fireh se jaaneh door. ||1||

ਪ੍ਰਭ ਦੀ ਰਹਿਮਤ ਨਾਲ ਸ਼ਬਦ ਦਾ ਧਨ ਹਰ ਥਾਂ, ਵਾਪਰਦਾ, ਕਦੇ ਕਮੀ, ਤੋਟ ਨਹੀਂ ਆਉਂਦੀ । ਮਨਮੁਖ ਜੀਵ ਭਰਮਾਂ ਵਿੱਚ ਥਾਂ ਥਾਂ ਭਟਕਦਾ ਰਹਿੰਦਾ ਹੈ । ਉਹ ਰਹਿਮਤ ਦੇ ਰਸਤੇ ਦੀ ਸੋਝੀ ਬਖਸ਼ਣ ਵਾਲੇ ਪ੍ਰਭ ਨੂੰ ਬਹੁਤ ਦੂਰ ਸਮਝਦਾ ਹੈ ।

The wealth of His Word remains overwhelmed everywhere and there may never be any deficiency in his treasure of enlightenment. Self-minded remains intoxicated with religious rituals and suspicions. He may remain frustrated, wandering everywhere. He may consider The True Master of all virtues far away.

ਸੋ ਧਨੁ ਵਖਰੁ, ਨਾਮੁ ਰਿਦੈ ਹਮਾਰੈ॥	so Dhan vakhar naam ridai hamaarai.
ਜਿਸੁ ਤੂ ਦੇਹਿ ਤਿਸੈ ਨਿਸਤਾਰੈ॥੧॥ ਰਹਾਉ॥	jis too deh tisai nistaarai. ||1|| rahaa-o.

ਸ਼ਬਦ ਦਾ ਧਨ ਜੀਵ ਦੇ ਹਿਰਦੇ ਵਿੱਚ ਭਰਪੂਰ ਹੈ । ਜਿਸ ਤੇ ਆਪ ਹੀ ਰਹਿਮਤ ਬਖਸ਼ਦਾ ਹੈ । ਕੇਵਲ ਉਹ ਹੀ ਸ਼ਬਦ ਨਾਲ ਜੀਵਨ ਢਾਲਦਾ, ਪਾਲਣਾ ਕਰਦਾ ਹੈ ।

The treasure of enlightenment of His Word remains overwhelmed within his heart. Whosoever may have a great prewritten destiny, only he may obey and adopts the teachings of his day-to-day life.

ਨ ਇਹੁ ਧਨੁ ਜਲੈ, ਨ ਤਸਕਰੁ ਲੈ ਜਾਇ॥	na ih Dhan jalai na taskar lai jaa-ay.
ਨ ਇਹੁ ਧਨੁ ਡੂਬੈ, ਨ ਇਸੁ ਧਨ ਕਉ ਮਿਲੈ ਸਜਾਇ॥੨॥	na ih Dhan doobai na is Dhan ka-o milai sajaa-ay. ||2||

ਸ਼ਬਦ ਦੇ ਧਨ ਨੂੰ ਕੋਈ ਚੋਰੀ ਨਹੀਂ ਕਰ ਸਕਦਾ, ਅੱਗ ਵਿੱਚ ਨਹੀਂ ਜਲਦਾ, ਸਮੁੰਦਰ ਵਿੱਚ ਵੀ ਡੁੱਬਦਾ ਨਹੀਂ । ਧਨ ਦੇ ਮਾਲਕ ਨੂੰ ਕਦੇ ਸਜ਼ਾ ਨਹੀਂ ਹੁੰਦੀ ।

The wealth of His Word may be astonishing and unique! No one may ever steal, burn nor drowned in worldly ocean of worldly desires. The trustee of the treasure of His Word, may never face any judgement of any of his worldly deeds.

ਇਸੁ ਧਨ ਕੀ ਦੇਖਹੁ ਵਡਿਆਈ॥	is Dhan kee daykhhu vadi-aa-ee.
ਸਹਜੇ ਮਾਤੇ ਅਨਦਿਨੁ ਜਾਈ॥੩॥	sehjay maatay an-din jaa-ee. ||3||

ਸ਼ਬਦ ਦੇ ਧਨ ਦੀ ਇਹ ਖਾਸ ਵਡਿਆਈ ਹੈ । ਸ਼ਬਦ ਦੀ ਪਾਲਣਾ, ਸ਼ਰਣ ਵਿੱਚ ਲੀਨ ਹੋਇਆ ਦਿਨ ਰਾਤ ਅਨੰਦ ਨਾਲ ਬੀਤ ਜਾਂਦੀ ਹੈ ।

The earnings of His Word may have unique and astonishing greatness. Whosoever may remain intoxicated in meditation in the void of His Word; his day and night may remain pleasant and rewarding.

ਇਕ ਬਾਤ ਅਨੂਪ ਸੁਨਹੁ ਨਰ ਭਾਈ॥	ik baat anoop sunhu nar bhaa-ee.
ਇਸੁ ਧਨ ਬਿਨੁ ਕਹਹੁ ਕਿਨੈ ਪਰਮ ਗਤਿ ਪਾਈ॥੪॥	is Dhan bin kahhu kinai param gat paa-ee. ||4||

ਜੀਵ ਇਹ ਅਨੋਖੀ ਗੱਲ ਸੁਣੋ, ਵਿਚਾਰੋ! ਸ਼ਬਦ ਦੇ ਧਨ ਤੋਂ ਬਿਨਾਂ ਕਦੇ, ਕਿਸੇ ਨੂੰ ਪ੍ਰਭ ਦੇ ਦਰਬਾਰ ਵਿੱਚ ਪ੍ਰਵਾਨਗੀ ਬਖਸ਼ਿਸ਼ ਨਹੀਂ ਹੁੰਦੀ ।

Uniqueness of earnings of His Word! No one may ever be accepted in His Court, without the earnings of His Word.

ਭਣਤਿ ਨਾਨਕੁ ਅਕਥ ਕੀ ਕਥਾ ਸੁਣਾਏ॥	bhanat naanak akath kee kathaa sunaa-ay.
ਸਤਿਗੁਰੁ ਮਿਲੈ ਤ ਇਹੁ ਧਨੁ ਪਾਏ॥੫॥੮॥	satgur milai ta ih Dhan paa-ay. ||5||8||

ਪ੍ਰਭ ਦੀ ਅਕਥੇ ਕਥਾ, ਅਵਸਥਾਂ ਦੀ ਜਾਣਕਾਰੀ, ਪ੍ਰਭ ਦੀ ਆਪਣੀ ਰਹਿਮਤ ਨਾਲ ਹੀ ਬਖਸ਼ਿਸ਼ ਹੁੰਦੀ ਹੈ । ਸ਼ਬਦ ਦੀ ਸੋਝੀ ਨੂੰ ਜੀਵਨ ਵਿੱਚ ਢਾਲਣ ਨਾਲ ਆਪ ਹੀ ਰਹਿਮਤ ਬਖਸ਼ਦਾ ਹੈ ।

The mystery of His Word, nature beyond comprehension nature may only be blessed with His Blessed Vision. Whosoever may adopt the teachings of His Word; only he may be blessed with the enlightenment of the essence of His Nature.

Key Message of Raag Maaroo, page 991-11
'ਸ਼ਬਦ ਦੇ ਧਨ ਦੀ ਵਡਿਆਈ!

ਪ੍ਰਭ ਦੇ ਸ਼ਬਦ ਦਾ ਧਨ ਹਰ ਥਾਂ, ਵਾਪਰਦਾ, ਕਦੇ ਕਮੀ, ਤੋਟ ਨਹੀਂ ਆਉਂਦੀ । ਜੀਵ ਦੇ ਹਿਰਦੇ ਵਿੱਚ ਸ਼ਬਦ ਦਾ ਧਨ ਭਰਪੂਰ ਹੈ । ਕੇਵਲ ਸ਼ਬਦ ਨਾਲ ਜੀਵਨ ਨਾਲ ਹੀ ਬਖਸ਼ਿਸ਼ ਹੋ ਸਕਦਾ ਹੈ । ਸ਼ਬਦ ਦੇ ਧਨ ਦੀ ਇਹ ਖਾਸ ਵਡਿਆਈ, ਧਨ ਦੇ ਮਾਲਕ ਨੂੰ ਕਦੇ ਸਜ਼ਾ ਨਹੀਂ ਹੁੰਦੀ ।
Unique greatness of wealth of His Word!
The wealth of His Word remains overwhelmed everywhere, never have any deficiency in His Treasure of enlightenment. His Word remains overwhelmed within every heart. Whosoever may adopt the teachings of His Word, only he may be blessed with the enlightenment. Earnings of His Word may have a unique and astonishing greatness; the trustee may never face any judgement of any of his worldly deeds.

9. ਮਾਰੂ ਮਹਲਾ ੧॥ 991-16

ਸੁਰ ਸਰੁ ਸੋਸਿ ਲੈ, ਸੋਮ ਸਰੁ ਪੋਖਿ ਲੈ,
ਜੁਗਤਿ ਕਰਿ ਮਰਤੁ, ਸੁ ਸਨਬੰਧੁ ਕੀਜੈ॥
ਮੀਨ ਕੀ ਚਪਲ ਸਿਉ ਜੁਗਤਿ ਮਨੁ ਰਾਖੀਐ,
ਉਡੈ ਨਹ ਹੰਸੁ ਨਹ ਕੰਧੁ ਛੀਜੈ॥੧॥

soor sar sos lai som sar pokh lai
jugat kar marat so san-banDh keejai.
meen kee chapal si-o jugat man raakhee-ai
udai nah hans nah kanDh chheejai. ||1||

ਜਿਹੜਾ ਸੂਰਜ ਦੀ ਗਰਮੀ ਵਾਲੇ ਸਵਾਸਾਂ ਨੂੰ ਖੱਬੀ ਨਾਸ ਨਾਲ ਸਵਾਸਾਂ ਲੈ ਜਾਂਦਾ ਹੈ । ਭਾਵ ਦੁਖ ਨੂੰ ਪ੍ਰਭ ਦੀ ਰਹਿਮਤ ਸਮਝਕੇ ਪਹਿਲਾ ਕਬੂਲ ਕਰਦਾ ਹੈ । ਫਿਰ ਚੰਦ ਦੀ ਠੰਡ ਨੂੰ ਸੱਜੀ ਨਾਸ ਨਾਲ, ਸਵਾਸਾਂ ਨਾਲ ਅੰਦਰੋਂ ਬਾਹਰ ਕੱਢਦਾ ਹੈ । ਭਾਵ ਜੀਵਨ ਦੇ ਸੁਖ ਨੂੰ ਪ੍ਰਭ ਦੀ ਰਹਿਮਤ ਸਮਝਦਾ ਹੈ । ਇਸਤਰ੍ਹਾਂ ਜੀਵਨ ਬਤੀਤ ਕਰਨ ਨਾਲ ਮਨ ਜੀਵਨ ਦੀ ਅਸਲੀਅਤ ਵਿੱਚ ਸੰਤੋਖ ਵਿੱਚ ਰਹਿੰਦਾ ਹੈ । ਉਸ ਦਾ ਤਨ ਇਛਾਂ ਦੀਆਂ ਭਟਕਣਾਂ ਵਿੱਚ ਬੇਵਸ ਨਹੀਂ ਹੁੰਦਾ ।

Whosoever may breathe the heat of sun through left nasal; even with miseries of worldly life, he remains contented with his worldly environment as His Worthy Blessings. He brings out the cool comforts of moon through right nasal; he may remain humble, contented, and controls his ego. He may be enlightened with the reality of human life journey; with His mercy and grace, he may be blessed with the right path of acceptance in His Court. His body and mind may never be frustrated and helpless with worldly desires.

ਮੂੜੇ ਕਾਇਚੇ ਭਰਮਿ ਭੁਲਾ॥
ਨਹ ਚੀਨਿਆ ਪਰਮਾਨੰਦੁ ਬੈਰਾਗੀ॥੧॥ ਰਹਾਉ॥

moorhay kaa-ichay bharam bhulaa.
nah cheeni-aa parmaanand bairaagee. ||1|| rahaa-o.

ਅਣਜਾਣ ਮਨ ਕਿਉਂ ਭਰਮਾਂ ਪਿਛੇ ਲਗਾ ਹੈ? ਯਾਦ ਰਖੋ! ਪ੍ਰਭ ਦੇ ਵਿਛੋੜੇ ਦਾ ਵਿਰਾਗ ਕਿਤਨਾ ਦੁਖ ਵਾਲਾ ਹੁੰਦਾ ਹੈ?

Ignorant self-minded! Why are you intoxicated in religious rituals, suspicions? Imagine! How may be the renunciation of the miseries of memory of your separation from His Holy Spirit?

ਅਜਰ ਗਹੁ ਜਾਰਿ ਲੈ ਅਮਰ ਗਹੁ ਮਾਰਿ ਲੈ,
ਭ੍ਰਾਤਿ ਤਜਿ ਛੋਡਿ ਤਉ ਅਪਿਉ ਪੀਜੈ॥
ਮੀਨ ਕੀ ਚਪਲ ਸਿਉ ਜੁਗਤਿ ਮਨੁ ਰਾਖੀਐ,
ਉਡੈ ਨਹ ਹੰਸੁ ਨਹ ਕੰਧੁ ਛੀਜੈ॥੨॥

ajar gahu jaar lai amar gahu maar lai
bharaat taj chhod ta-o api-o peejai.
meen kee chapal si-o jugat man raakhee-ai
udai nah hans nah kanDh chheejai. ||2||

ਆਪਣੇ ਮਨ ਦੀਆਂ ਨਾ ਸਹਿਣ ਵਾਲੀਆਂ ਇਛਾਂ ਨੂੰ, ਨਾਸ ਹੋ ਜਾਣ ਵਾਲੀ ਧਨ ਦੀ ਕਮਾਈ ਦੀ ਇਛਾਂ ਖਤਮ ਕਰੋ । ਭਰਮਾਂ ਨੂੰ ਛਡਕੇ, ਸ਼ਬਦ ਦੀ ਪਾਲਣਾ ਕਰਨ ਨਾਲ ਮਨ ਅਡੋਲ ਹੋ ਜਾਂਦਾ ਹੈ । ਮਨ ਅੰਦਰੋਂ ਹੀ ਪ੍ਰਭ ਦੀ ਤਲਾਸ਼ ਕਰਨ ਨਾਲ ਤਨ ਦੁਖ ਵਿੱਚ ਕਮਜ਼ੋਰ ਨਹੀਂ ਹੁੰਦਾ ।

You should renounce intolerable worldly desires, perishable worldly wealth, religious rituals, suspicions. Whosoever may obey the teachings of His Word, his belief may become steady and stable. Whosoever may search the enlightenment of His Word from within; he may not become weak or feeble with the misery of his body.

ਭਣਤਿ ਨਾਨਕੁ ਜਨੋ ਰਵੈ ਜੇ ਹਰਿ ਮਨੋ,
ਮਨ ਪਵਨ ਸਿਉ ਅੰਮ੍ਰਿਤੁ ਪੀਜੈ॥
ਮੀਨ ਕੀ ਚਪਲ ਸਿਉ ਜੁਗਤਿ ਮਨੁ ਰਾਖੀਐ,
ਉਡੈ ਨਹ ਹੰਸੁ ਨਹ ਕੰਧੁ ਛੀਜੈ॥੩॥੯॥

bhanat naanak jano ravai jay har mano
man pavan si-o amrit peejai.
meen kee chapal si-o jugat man raakhee-ai
udai nah hans nah kanDh chheejai. ||3||9||

ਪ੍ਰਭ ਦਾ ਨਿਮਾਣਾ ਸੇਵਕ, ਸਵਾਸ ਗਰਾਸ ਸ਼ਬਦ ਦੀ ਪਾਲਣਾ, ਧੰਨਵਾਦ ਕਰਦਾ ਹੈ । ਜੀਵਨ ਦਾ ਪਲ ਪਲ ਸ਼ਬਦ ਅਨੁਸਾਰ ਢਾਲਣਾ ਨਾਲ ਮਨ ਅਡੋਲ ਹੋ ਜਾਂਦਾ, ਧੀਰਜ ਬਖਸ਼ਿਸ਼ ਹੋ ਜਾਂਦਾ ਹੈ । ਉਹ ਸ਼ਬਦ ਦੀ ਉਸਤਤ ਗਾਉਣ ਵਿੱਚ ਹੀ ਲੀਨ ਰਹਿੰਦਾ ਹੈ ।

Whosoever may sing the glory, obeys, adopts the teachings of His Word with steady and stable belief with each breath; with His mercy and grace, he may remain firm on the right path. He may be blessed with patience. He may remain intoxicated in singing the glory in the void of His Word.

Key Message of Raag Maaroo, page 991-16
'ਮਾਨਸ ਜੀਵਨ ਦਾ ਅਸਲੀ ਰਸਤਾ!
ਜਿਹੜਾ ਦੁਖ ਨੂੰ ਪ੍ਰਭ ਦੀ ਰਹਿਮਤ ਸਮਝਕੇ ਪਹਿਲਾ ਕਬੂਲ ਕਰਦਾ, ਸੁਖ ਨੂੰ ਪ੍ਰਭ ਦੀ ਰਹਿਮਤ ਸਮਝਦਾ ਹੈ । ਉਹ ਮਨ ਅੰਦਰੋਂ ਹੀ ਪ੍ਰਭ ਦੀ ਤਲਾਸ਼ ਕਰਦਾ ਹੈ! ਉਹ ਸੰਸਾਰਕ ਇਛਾਂ ਦੀਆਂ ਭਟਕਣਾਂ ਵਿੱਚ ਬੇਵਸ ਨਹੀਂ ਹੁੰਦਾ । ਜਿਹੜਾ ਜੀਵਨ ਦਾ ਪਲ ਪਲ ਸ਼ਬਦ ਅਨੁਸਾਰ ਢਾਲਦਾ ਹੈ, ਉਸ ਦਾ ਮਨ ਅਡੋਲ ਹੋ ਜਾਂਦਾ, ਧੀਰਜ ਬਖਸ਼ਿਸ਼ ਹੋ ਜਾਂਦਾ ਹੈ ।
The right path of human life!
Whosoever may remain contented with both miseries and comforts as His Worthy Blessings; he may search within the essence of His Word; he may never be frustrated with worldly desires. Whosoever may remain firm on the right path; he may be blessed with patience.

10. ਮਾਰੂ ਮਹਲਾ ੧॥ 992-3

ਮਾਇਆ ਮੁਈ ਨ ਮਨੁ ਮੁਆ, ਸਰੁ ਲਹਰੀ ਮੈ ਮਤੁ॥
ਬੋਹਿਥੁ ਜਲ ਸਿਰਿ ਤਰਿ ਟਿਕੈ, ਸਾਚਾ ਵਖਰੁ ਜਿਤੁ॥
ਮਾਣਕੁ ਮਨ ਮਹਿ ਮਨੁ ਮਾਰਸੀ, ਸਚਿ ਨ ਲਾਗੈ ਕਤੁ॥
ਰਾਜਾ ਤਖਤਿ ਟਿਕੈ ਗੁਣੀ, ਭੈ ਪੰਚਾਇਣ ਰਤੁ॥੧॥

maa-i-aa mu-ee na man mu-aa sar lahree mai mat.
bohith jal sir tar tikai saachaa vakhar jit.
maanak man meh man maarsee sach na laagai kat.
raajaa takhat tikai gunee bhai panchaa-in rat. ||1||

ਗੁਰੂ ਨਾਨਕ ਦੇਵ ਜੀ! – Guru Nanak Dev Ji! Guru Granth Sahib

ਜਿਸ ਦਾ ਸੰਸਾਰਕ ਇਛਾਂ, ਮਾਇਆ ਤੇ ਕਾਬੂ ਨਹੀਂ ਰਹਿੰਦਾ, ਉਸ ਨੂੰ ਆਪਣੇ ਮਨ ਤੇ ਜਿੱਤ ਬਖਸ਼ਿਸ਼ ਨਹੀਂ ਹੋ ਸਕਦੀ । ਉਸ ਨੂੰ ਇਹ ਸੰਸਾਰਕ ਇਛਾਂ ਇਕ ਨਸ਼ੇ ਵਾਲਾ ਸਾਗਰ, ਮਨ ਨੂੰ ਬੇਸੁਰਤ ਕਰ ਦੇਂਦਾ ਹੈ । ਸਾਗਰ ਨੂੰ ਪਾਰ ਕਰਨ ਵਾਲੀ ਬੇੜੀ, ਕੇਵਲ ਸ਼ਬਦ ਨਾਲ ਜੀਵਨ ਬਤੀਤ ਕਰਨਾ ਹੀ ਹੈ । ਇਸ ਨਾਲ ਸ਼ਬਦ ਮਨ ਵਿੱਚ ਜਾਗਰਤ ਹੋ ਜਾਂਦਾ, ਮਨ ਤੇ ਕਾਬੂ, ਭਰੋਸਾ ਅਡੋਲ ਰਹਿੰਦਾ ਹੈ । ਪ੍ਰਭ ਦੇ ਵਿਛੋੜੇ ਦੇ ਵਿਰਾਗ ਵਿੱਚ ਮਸਤ ਹੋਇਆ, ਪੰਜਾਂ ਇਛਾਂ ਤੇ ਕਾਬੂ ਬਖਸ਼ਿਸ਼ ਹੋ ਜਾਂਦਾ, ਦਰਬਾਰ ਵਿੱਚ ਪ੍ਰਵਾਨਗੀ ਬਖਸ਼ਿਸ਼ ਹੋ ਜਾਂਦੀ ਹੈ ।

Whosoever may not control the desires of his mind or ego of sweet poison of worldly wealth; he may never conquer his own mind. The worldly wealth is like an ocean overwhelmed with intoxication of poison that may vanish his wisdom of mind and make him insane. Whosoever may be enlightened with the essence of His Word; with His mercy and grace, he may be blessed with control on five worldly desires, he may be blessed with the right path of acceptance in His Court.

ਬਾਬਾ ਸਾਚਾ ਸਾਹਿਬੁ ਦੂਰਿ ਨ ਦੇਖੁ॥	baabaa saachaa saahib door na daykh.
ਸਰਬ ਜੋਤਿ ਜਗਜੀਵਨਾ, ਸਿਰਿ ਸਿਰਿ ਸਾਚਾ ਲੇਖੁ॥੧॥ ਰਹਾਉ॥	sarab jot jagjeevanaa sir sir saachaa laykh. ||1|| rahaa-o.

ਪ੍ਰਭ ਨੂੰ ਆਪਣੇ ਆਪ ਤੋਂ ਦੂਰ ਨਾ ਸਮਝੋ! ਉਸ ਹੀ ਸਾਰੇ ਜੀਵਾਂ ਨੂੰ ਰੋਸ਼ਨੀ, ਸਵਾਸ, ਸੋਝੀ ਬਖਸ਼ਦਾ, ਹਰਇਕ ਆਤਮਾ ਤੇ ਸ਼ਬਦ, ਜੀਵ ਦੇ ਭਾਗ ਲਿਖਦਾ ਹੈ ।

You may never consider The True Master far away from your soul. He blesses everyone capital of breathes, enlightenment in his worldly path. His Holy Spirit remains embedded within his soul in the form of His Word as a road map in his worldly life; engraves his destiny with His inkless pen.

ਬ੍ਰਹਮਾ ਬਿਸਨੁ ਰਿਖੀ ਮੁਨੀ, ਸੰਕਰੁ ਇੰਦੁ ਤਪੈ ਭੇਖਾਰੀ॥	barahmaa bisan rikhee munee sankar ind tapai bhaykhaaree.
ਮਾਨੈ ਹੁਕਮੁ ਸੋਹੈ ਦਰਿ ਸਾਚੈ, ਆਕੀ ਮਰਹਿ ਅਫਾਰੀ॥	maanai hukam sohai dar saachai aakee mareh afaaree.
ਜੰਗਮ ਜੋਧ ਜਤੀ ਸੰਨਿਆਸੀ, ਗੁਰਿ ਪੂਰੈ ਵੀਚਾਰੀ॥	jangam joDh jatee sani-aasee gur poorai veechaaree.
ਬਿਨੁ ਸੇਵਾ ਫਲੁ ਕਬਹੁ ਨ ਪਾਵਸਿ, ਸੇਵਾ ਕਰਣੀ ਸਾਰੀ॥੨॥	bin sayvaa fal kabahu na paavas sayvaa karnee saaree. ||2||

ਜਿਹੜਾ ਬੰਦਗੀ ਕਰਨ ਵਾਲਾ, ਬ੍ਰਹਮਾ, ਬਿਸ਼ਨ, ਸੰਕਰ, ਇੰਦ੍ਰ, ਰੀਖੀ ਮੁੰਨੀ ਪ੍ਰਭ ਦੇ ਸ਼ਬਦ ਦੀ ਪਾਲਣਾ ਕਰਦਾ ਹੈ । ਉਹ ਦਰਬਾਰ ਵਿੱਚ ਪ੍ਰਵਾਨ ਹੋਇਆ ਰਹਿੰਦਾ ਹੈ । ਮਨਮਰਜ਼ੀ ਕਰਨ ਵਾਲਾ ਜੂੰਨਾਂ ਵਿੱਚ ਭਉਦਾ ਰਹਿੰਦਾ ਹੈ । ਸੰਸਾਰਕ, ਬੰਦਗੀ ਕਰਨ ਵਾਲਾ, ਜਾਨ ਵਾਰਨ ਵਾਲੇ ਜੋਧੇ, ਧਾਰਮਕ ਤੀਰਥਾਂ ਦੇ ਸੇਵਾਦਾਰੋ, ਲਾਲਚ ਨੂੰ ਤਿਆਗੋ! ਪ੍ਰਭ ਦੇ ਸ਼ਬਦ ਦੀ ਪਾਲਣਾ ਤੋਂ ਬਿਨਾਂ ਪ੍ਰਭ ਦੀ ਕਦੇ ਰਹਿਮਤ ਬਖਸ਼ਿਸ਼ ਨਹੀਂ ਹੁੰਦੀ । ਪ੍ਰਭ ਦੇ ਸ਼ਬਦ ਨਾਲ ਜੀਵਨ ਢਾਲਣਾ ਹੀ ਸਭ ਤੋਂ ਚੰਗਾ ਕਰਮ ਹੈ ।

All renowned prophets like, **Brahma, Vishnu, rikhees, munees, Sanker, Inder**, worldly saints; whosoever may obey the teachings of His Word with steady and stable belief; with His mercy and grace, he may remain in His Sanctuary. Even prophet, worldly gurus may become self-minded, initiate his own religion, he may be removed from His Blessed Vision. He may remain in the cycle of birth and death; all worldly saints, devotees, warriors for worldly religious causes, to protect the honor of incarnated saint or gurus should keep in mind! Without renouncing selfishness, greed and serving His Creation, no one ever been blessed with the right path of acceptance in His Court, state of mind as His true devotee. To adopt the teachings of His Word with steady and stable belief, may be the most superb task of human life blessings.

ਨਿਧਨਿਆ ਧਨੁ ਨਿਗੁਰਿਆ ਗੁਰੁ, ਨਿੰਮਾਣਿਆ ਤੂ ਮਾਣੁ॥	niDhni-aa Dhan niguri-aa gur nimaaniaa too maan.
ਅੰਧੁਲੇ ਮਾਣਕੁ ਗੁਰੁ ਪਕੜਿਆ, ਨਿਤਾਣਿਆ ਤੂ ਤਾਣੁ॥	anDhulai maanak gur pakrhi-aa nitaani-aa too taan.
ਹੋਮ ਜਪਾ ਨਹੀ ਜਾਣਿਆ, ਗੁਰਮਤੀ ਸਾਚੁ ਪਛਾਣੁ॥	hom japaa nahee jaani-aa gurmatee saach pachhaan.
ਨਾਮ ਬਿਨਾ ਨਾਹੀ ਦਰਿ ਢੋਈ, ਝੂਠਾ ਆਵਣ ਜਾਣੁ॥੩॥	naam binaa naahee dar dho-ee jhoothaa aavan jaan. ||3||

ਪ੍ਰਭ ਦਾ ਸ਼ਬਦ ਹੀ ਗ਼ਰੀਬਾ ਦਾ ਧਨ, ਜਿਸ ਦਾ ਕੋਈ ਸੰਸਾਰਕ ਗੁਰੂ ਨਹੀਂ, ਉਸ ਦਾ ਗੁਰੂ, ਨਿਮਾਣਿਆ ਨੂੰ ਮਾਣ ਬਖਸ਼ਣ ਵਾਲਾ ਹੈ । ਮੈਂ ਅਗਿਆਨੀ, ਤੇਰੇ ਸ਼ਬਦ ਦਾ ਹੀ ਆਸਰਾ ਲੈਂਦਾ ਹੈ, ਤੂੰ ਹੀ ਮੇਰੀ ਤਾਕਤ, ਭਰੋਸਾ ਅਡੋਲ ਰਖਣ ਵਾਲਾ ਮਾਲਕ ਹੈ । ਬਲੀ ਦੇਣ ਨਾਲ, ਧਰਮ ਦੇ ਰੀਤੀ ਰੀਵਾਜ ਨਾਲ ਰਹਿਮਤ ਬਖਸ਼ਿਸ਼ ਨਹੀਂ ਹੋ ਸਕਦੀ । ਕੇਵਲ ਸ਼ਬਦ ਦੀ ਪਾਲਣਾ ਕਰਨ ਨਾਲ ਹੀ ਰਹਿਮਤ ਬਖਸ਼ਿਸ਼ ਹੋ ਸਕਦੀ ਹੈ । ਜਿਹੜਾ ਪ੍ਰਭ ਦੇ ਸ਼ਬਦ ਨੂੰ ਜੀਵਨ ਦਾ ਆਸਰਾ ਬਣਾਉਂਦਾ ਹੈ, ਉਸ ਨੂੰ ਹੀ ਰਹਿਮਤ ਬਖਸ਼ਿਸ਼ ਹੋ ਜਾਂਦੀ ਹੈ । ਫਰੇਬ ਕਰਨ ਵਾਲੇ ਜੂੰਨਾਂ ਵਿੱਚ ਹੀ ਭਉਦੇ ਰਹਿੰਦੇ ਹਨ ।

The essence, teachings of His Word may be the wealth of poor; honor, glory of humble, helpless, and rebuked by worldly guru. I am ignorant from the real purpose of my human life opportunity; I have surrendered my mind, body, and worldly status at Your Sanctuary, only You may bless strength, wisdom to remain steady and stable on the right path. Whosoever may perform **religious rituals, religious baptism, self-sacrifice his human life to honor religious practice or worldly incarnated Guru; he may never be accepted** in His Court. Whosoever may obey, adopts the teachings of His Word with steady and stable belief in his day-to-day life; with His mercy and grace, only he may be blessed with the right path of acceptance in His Court. Whosoever may perform religious rituals and consider routine prayer and meditation for worldly fame; he may remain in the cycle of birth and death.

ਸਾਚਾ ਨਾਮੁ ਸਲਾਹੀਐ, ਸਾਚੇ ਤੇ ਤ੍ਰਿਪਤਿ ਹੋਇ॥	saachaa naam salaahee-ai saachay tay taripat ho-ay.
ਗਿਆਨ ਰਤਨਿ ਮਨੁ ਮਾਜੀਐ, ਬਹੁੜਿ ਨ ਮੈਲਾ ਹੋਇ॥	gi-aan ratan man maajee-ai bahurh na mailaa ho-ay.
ਜਬ ਲਗੁ ਸਾਹਿਬੁ ਮਨਿ ਵਸੈ, ਤਬ ਲਗੁ ਬਿਘਨੁ ਨ ਹੋਇ॥	jab lag saahib man vasai tab lag bighan na ho-ay.
ਨਾਨਕ ਸਿਰੁ ਦੇ ਛੁਟੀਐ, ਮਨਿ ਤਨਿ ਸਾਚਾ ਸੋਇ॥੪॥੧੦॥	naanak sir day chhutee-ai man tan saachaa so-ay. ||4||10||

ਪ੍ਰਭ ਦੇ ਸ਼ਬਦ ਦੀ ਪਾਲਣਾ ਕਰਨ ਨਾਲ ਮਨ ਵਿੱਚ ਸੰਤੋਖ, ਧੀਰਜ ਵਸ ਜਾਂਦਾ ਹੈ । ਜਿਸ ਦੀ ਆਤਮਾ ਸ਼ਬਦ ਦੀ ਪਾਲਣਾ ਨਾਲ ਪਵਿੱਤਰ ਹੋ ਜਾਂਦੀ ਹੈ, ਉਹ ਕਦੇ ਮੈਲ਼ੀ ਨਹੀਂ ਹੁੰਦੀ । ਜਿਸ ਜੀਵ ਦੇ ਮਨ ਵਿੱਚ ਸ਼ਬਦ ਵਸਦਾ, ਪ੍ਰਭ ਦੇ ਵਿਛੋੜੇ ਦਾ ਵਿਰਾਗ ਰਹਿੰਦਾ ਹੈ । ਉਸ ਨੂੰ ਕੋਈ ਸੰਸਾਰਕ ਇਛਾਂ ਤੰਗ ਨਹੀਂ ਕਰ ਸਕਦੀ । ਮਨ ਨੂੰ ਸ਼ਬਦ ਦੀ ਪਾਲਣਾ ਵਿੱਚ ਲਾਉਣ ਨਾਲ, ਮਨ, ਤਨ ਦੋਨੋਂ ਹੀ ਪਵਿੱਤਰ ਹੋ ਜਾਂਦੇ ਹਨ । ਮਨ ਵਿੱਚ ਧੀਰਜ, ਸੰਤੋਖ ਭਰ ਜਾਂਦਾ ਹੈ ।

Whosoever may obey the teachings of His Word with steady and stable belief in his day-to-day life; with His mercy and grace, he may be drenched with patience and contentment with his own worldly environments. Whose soul may be sanctified by obeying the teachings of His Word, his soul may never be blemished with worldly desires. Whosoever may be drenched with the essence of His Word; he may remain in renunciation in the memory of his separation from His Holy Spirit. No worldly desire, may frustrate him in his human life journey. He may remain intoxicated obeying the teachings of His Word; with His mercy and grace, both his soul and body may be sanctified. He may be blessed with patience and contentment.

Key Message of Raag Maaroo, page 992-3
'ਕੀ ਧਰਮ ਲਈ ਜਾਨ, ਕੁਰਬਾਨੀ ਮੁਕਤੀ ਦਾ ਰਸਤਾ ਹੈ?
ਪ੍ਰਭ ਦੇ ਵਿਛੋੜੇ ਦੇ ਵਿਰਾਗ ਵਿੱਚ ਮਸਤ ਹੋਇਆ, ਪੰਜਾਂ ਇਛਾਂ ਤੇ ਕਾਬੂ ਬਖਸ਼ਿਸ਼ ਹੋ ਜਾਂਦਾ, ਦਰਬਾਰ ਵਿੱਚ ਪ੍ਰਵਾਨਗੀ ਬਖਸ਼ਿਸ਼ ਹੋ ਜਾਂਦੀ ਹੈ । ਧਰਮ ਦੇ ਪੁਜਾਰੀ, ਜਾਨ ਵਾਰਨ ਵਾਲੇ ਜੋਧੇ, ਧਾਰਮਕ ਤੀਰਥਾਂ ਦੇ ਸੇਵਾਦਾਰ, ਨੂੰ ਪ੍ਰਭ ਦੇ ਸ਼ਬਦ ਦੀ ਪਾਲਣਾ ਤੋਂ ਬਿਨਾਂ ਕਦੇ ਰਹਿਮਤ ਬਖਸ਼ਿਸ਼ ਨਹੀਂ ਹੁੰਦੀ । ਪ੍ਰਭ ਦੇ ਵਿਛੋੜੇ ਦੇ ਵਿਰਾਗ ਵਿੱਚ ਸ਼ਬਦ ਦੀ ਪਾਲਣਾ ਕਰਦੇ, ਮਨ, ਤਨ ਦੋਨੋਂ ਹੀ ਪਵਿੱਤਰ ਹੋ ਜਾਂਦੇ, ਮਨ ਵਿੱਚ ਧੀਰਜ, ਸੰਤੋਖ ਭਰ ਜਾਂਦਾ ਹੈ ।
Is sacrificing life the right path of salvation?
Whosoever may remain in renunciation in the memory of his separation from His Holy Spirit; he may conquer five demons of worldly desires; he may be blessed with the right path of acceptance in His Court. All worldly saints, devotees, warriors for worldly religious causes, to protect the honor of incarnated saint or gurus may never be blessed with the right path of salvation without the earnings of His Word. Whosoever may remain drenched with the essence of His Word, in renunciation in the memory of his separation from His Holy Spirit; his soul and body both may be sanctified; he remains overwhelmed with patience and contentment.

11. ਮਾਰੂ ਮਹਲਾ ੧॥ 992-12

ਜੋਗੀ ਜੁਗਤਿ ਨਾਮੁ ਨਿਰਮਾਇਲੁ, ਤਾ ਕੈ ਮੈਲੁ ਨ ਰਾਤੀ॥ jogee jugat naam nirmaa-il taa kai mail na raatee.
ਪ੍ਰੀਤਮ ਨਾਥੁ ਸਦਾ ਸਚੁ ਸੰਗੇ, ਜਨਮ ਮਰਣ ਗਤਿ ਬੀਤੀ॥੧॥ pareetam naath sadaa sach sangay janam maran gat beetee. ||1||

ਜਿਹੜਾ ਜੋਗੀ ਸ਼ਬਦ ਨਾਲ ਜੀਵਨ ਬਤੀਤ ਕਰਦਾ, ਉਸ ਦਾ ਮਨ ਨਿਰਮਲ ਹੋ ਜਾਂਦਾ ਹੈ । ਉਸ ਦੀ ਆਤਮਾ ਨੂੰ ਕੋਈ ਸੰਸਾਰਕ ਇਛਾਂ ਦੀ ਮੈਲ਼ ਨਹੀਂ ਲਗਦੀ । ਜਿਸ ਜੀਵ ਦੇ ਮਨ ਵਿੱਚ ਸਦਾ ਹੀ ਪ੍ਰਭ ਦੇ ਵਿਛੋੜੇ ਦਾ ਵਿਰਾਗ ਰਹਿੰਦਾ ਹੈ । ਉਸ ਦਾ ਜਨਮ ਮਰਨ ਦਾ ਚੱਕਰ ਖਤਮ ਹੋ ਜਾਂਦਾ ਹੈ ।

Whosoever may adopt the teachings of His Word with steady and stable belief in his day-to-day life; with His mercy and grace, his mind, soul may be sanctified. His soul may never be blemished with worldly desires. He remains in renunciation in memory of his separation from His Holy Spirit; with His mercy and grace, his cycle of birth and death may be eliminated.

ਗੁਸਾਈ ਤੇਰਾ ਕਹਾ, ਨਾਮੁ ਕੈਸੇ ਜਾਤੀ॥ gusaa-ee tayraa kahaa naam kaisay jaatee.
ਜਾ ਤਉ ਭੀਤਰਿ ਮਹਲਿ ਬੁਲਾਵਹਿ, jaa ta-o bheetar mahal bulaaveh
ਪੂਛਉ ਬਾਤ ਨਿਰੰਤੀ॥੧॥ ਰਹਾਉ॥ poochha-o baat nirantee. ||1|| rahaa-o.

ਪ੍ਰਭ ਦਾ ਸ਼ਬਦ ਕੀ, ਕਿਸਤਰ੍ਹਾਂ ਦਾ ਹੈ? ਅਗਰ ਦਰਬਾਰ ਵਿਚੋਂ ਸੱਦਾ ਆਵੇ, ਮੈਂ ਇਹ ਹੀ ਅਰਦਾਸ ਕਰਾ! ਤੇਰ ਦਰਬਾਰ ਵਿੱਚ ਕਿਵੇਂ ਪ੍ਰਵਾਨ ਹੋ ਸਕਦਾ ਹਾ?

My True Master! What may be Your Word and How may be Your Nature? If I may be invited in Your Court; I may only beg for Your Forgiveness and Refuge! How may I be blessed with the right path of acceptance in Your Court?

ਬ੍ਰਹਮਣੁ ਬ੍ਰਹਮ ਗਿਆਨ ਇਸਨਾਨੀ, ਹਰਿ ਗੁਣ ਪੂਜੇ ਪਾਤੀ॥ barahman barahm gi-aan isnaanee har gun poojay paatee.
ਏਕੋ ਨਾਮੁ ਏਕੁ ਨਾਰਾਇਣੁ, ਤ੍ਰਿਭਵਣ ਏਕਾ ਜੋਤੀ॥੨॥ ayko naam ayk naaraa-in taribhavan aykaa jotee. ||2||

ਜਿਹੜਾ ਸ਼ਬਦ ਦੀ ਪਾਲਣਾ, ਸ਼ਬਦ ਦੀ ਸੋਝੀ ਰੂਪੀ ਇਸ਼ਨਾਨ ਕਰਦਾ ਹੈ, ਉਹ ਹੀ ਅਸਲੀ ਬ੍ਰਹਮਣ, ਪਵਿੱਤਰ ਜੀਵ ਬਣ ਸਕਦਾ ਹੈ । ਉਹ ਸ਼ਬਦ ਨੂੰ ਤਿੰਨਾਂ ਸ੍ਰਿਸ਼ਟੀਆਂ ਵਿੱਚ ਵਾਪਰਦਾ ਮਹਿਸੂਸ ਕਰਦਾ, ਸ਼ਬਦ ਦੀ ਉਸਤਤ ਦੇ ਗੀਤ ਗਾਉਂਦਾ ਹੈ ।

Whosoever may obey the teachings of His Word and takes a sanctifying bath of his soul in the nectar of essence of His Word. He may be blessed with a state of mind as His true devotee; with His mercy and grace, he may realize His Existence, His Holy Spirit prevailing within three universes. He may remain intoxicated in singing the glory of His Word.

ਜਿਹਵਾ ਡੰਡੀ ਇਹੁ ਘਟੁ ਛਾਬਾ, ਤੋਲਉ ਨਾਮੁ ਅਜਾਚੀ॥ jihvaa dandee ih ghat chhaabaa tola-o naam ajaachee.
ਏਕੋ ਹਾਟੁ ਸਾਹੁ ਸਭਨਾ ਸਿਰਿ, ਵਣਜਾਰੇ ਇਕ ਭਾਤੀ॥੩॥ ayko haat saahu sabhnaa sir vanjaaray ik bhaatee. ||3||

ਪ੍ਰਭ ਮੇਰੀ ਜੀਭ ਉਹ ਤੱਕੜੀ ਦੀ ਡੰਡੀ, ਮਨ ਇਸ ਦੀ ਤੋਲ ਕਰਨ ਵਾਲਾ ਛਾਂਬਾ ਹੈ । ਇਸ ਨਾਲ ਨਾ-ਤੋਲੇ ਜਾਣਵਾਲੇ ਸ਼ਬਦ ਦੀ ਮਿੰਣਤੀ ਕਰਦਾ ਹਾ । ਇਥੇ ਇਕ ਹੀ ਦੁਕਾਨ, ਇਕ ਹੀ ਸੌਦਾ, ਇਕ ਹੀ ਖਰੀਦਦਾਰ ਹੈ ।

My True Master, my tongue is like a measuring scale and my mind is platform of the scale. I am trying to measure and evaluate beyond measurable essence of Your Word. Here is only one market, one merchandizes and only one merchant.

ਦੋਵੈ ਸਿਰੇ ਸਤਿਗੁਰੂ ਨਿਬੇੜੇ, ਸੋ ਬੂਝੈ ਜਿਸੁ ਏਕ ਲਿਵ ਲਾਗੀ, dovai siray satguroo nibayrhay so boojhai jis ayk liv laagee
ਜੀਅਹੁ ਰਹੈ ਨਿਭਰਾਤੀ॥ jee-ahu rahai nibhraatee.
ਸਬਦੁ ਵਸਾਏ ਭਰਮੁ ਚੁਕਾਏ, ਸਦਾ ਸੇਵਕੁ ਦਿਨੁ ਰਾਤੀ॥੪॥ sabad vasaa-ay bharam chukaa-ay sadaa sayvak din raatee. ||4||

ਜਿਸੇ ਦੇ ਮਨ ਵਿੱਚ ਪ੍ਰਭ ਦੇ ਸ਼ਬਦ ਤੇ ਭਰੋਸਾ ਅਡੋਲ ਰਹਿੰਦਾ ਹੈ! ਕੇਵਲ ਉਸ ਨੂੰ ਹੀ ਸੋਝੀ ਬਖਸ਼ਿਸ਼ ਹੁੰਦੀ, ਪ੍ਰਭ ਹੀ ਸੰਸਾਰ ਅਤੇ ਮੌਤ ਪਿਛੋਂ ਦੋਨੋਂ ਪਾਸੇ ਹੀ ਰਖਵਾਲਾ ਹੈ । ਜਿਹੜਾ ਦਿਨ ਰਾਤ ਪ੍ਰਭ ਦੇ ਸ਼ਬਦ ਦੀ ਪਾਲਣਾ ਕਰਦਾ, ਉਸ ਦੇ ਮਨ ਅੰਦਰ ਸ਼ਬਦ ਘਰ ਕਰ ਜਾਂਦਾ, ਮਨ ਵਿਚੋਂ ਭਰਮ ਦੂਰ ਹੋ ਜਾਂਦੇ ਹਨ ।

Whosoever may obey the teachings of His Word with steady and stable belief in his day-to-day life; with His mercy and grace, only he may be blessed with enlightenment of His Nature. He may realize that only His Holy Spirit prevails in the worldly life and after death in His Court. Whosoever may obey the teachings of His Word Day and night, he may remain drenched with the essence of His Word. All his suspicions created by religious rituals may be eliminated.

ਊਪਰਿ ਗਗਨੁ ਗਗਨ ਪਰਿ ਗੋਰਖੁ, ਤਾ ਕਾ ਅਗਮੁ ਗੁਰੂ ਪੁਨਿ ਵਾਸੀ॥ oopar gagan gagan par gorakh taa kaa agam guroo pun vaasee.
ਗੁਰ ਬਚਨੀ ਬਾਹਰਿ ਘਰਿ ਏਕੋ, ਨਾਨਕੁ ਭਇਆ ਉਦਾਸੀ॥੫॥੧੧॥ gur bachnee baahar ghar ayko naanak bha-i-aa udaasee. ||5||11||

ਮਨ ਦੇ ਉਪਰ ਦੇ ਅਕਾਸ਼, ਉਪਰ ਪ੍ਰਭ ਵਸਦਾ, ਸਾਰੀ ਸ੍ਰਿਸ਼ਟੀ ਦੀ ਰਖਿਆ ਕਰਦਾ ਹੈ । ਸ਼ਬਦ ਦੀ ਸੋਝੀ ਤੋਂ ਹੀ ਇਹ ਮਹਿਸੂਸ ਹੁੰਦਾ, ਉਹ ਹੀ ਹਰਇਕ ਜੀਵ ਵਿੱਚ ਵਸਦਾ, ਵਾਪਰਦਾ, ਦੇਖਦਾ ਹੈ । ਜਿਹੜਾ ਪ੍ਰਭ ਜੀਵ ਦੇ ਅੰਦਰ ਵਸਦਾ, ਉਹ ਹੀ ਸੰਸਾਰ ਵਿੱਚ ਵਾਪਰਦਾ ਹੈ । ਜਿਹੜਾ ਸ਼ਬਦ ਦੀ ਅਡੋਲ ਭਰੋਸੇ ਨਾਲ ਪਾਲਣਾ ਕਰਦਾ ਹੈ, ਉਸ ਨੂੰ ਮਨ ਦੀਆਂ ਇਛਾਂ ਤੇ, ਸੰਸਾਰਕ ਮੋਹ ਤੇ ਜਿੱਤ ਬਖਸ਼ਿਸ਼ ਹੋ ਜਾਂਦੀ ਹੈ ।

His Holy Spirit remains enlightened above the sky of mind; the everlasting echo of His Word remains resonating within; only He may be the true protector, savior of His Creation. Whosoever may be enlightened with the essence of His Word; he may be enlightened with the essence of His Word, embedded within each soul. Only He prevails within his mind, body and outside in the universe. Whosoever may obey the teachings of His Word with steady and stable belief; with His mercy and grace, he may conquer the worldly desires and bonds of worldly possessions and relationship.

Key Message of Raag Maaroo, page 992-12
'ਸ਼ਬਦ ਰੂਪੀ ਇਸ਼ਨਾਨ ਹੀ ਮੁਕਤੀ ਦਾ ਰਸਤਾ ਹੈ।
ਜਿਹੜਾ ਸ਼ਬਦ ਨਾਲ ਜੀਵਨ ਬਤੀਤ ਕਰਦਾ, ਮਨ ਵਿੱਚ ਸਦਾ ਹੀ ਪ੍ਰਭ ਦੇ ਵਿਛੋੜੇ ਦਾ ਵਿਰਾਗ ਰਹਿੰਦਾ ਹੈ । ਉਸ ਦਾ ਮਨ ਨਿਰਮਲ ਹੋ ਜਾਂਦਾ ਹੈ । ਜਿਹੜਾ ਸ਼ਬਦ ਦੀ ਪਾਲਣਾ, ਸ਼ਬਦ ਦੀ ਸੋਝੀ ਰੂਪੀ ਇਸ਼ਨਾਨ ਕਰਦਾ ਹੈ, ਉਹ ਸ਼ਬਦ ਨੂੰ ਤਿੰਨਾਂ ਸ੍ਰਿਸ਼ਟੀਆਂ ਵਿੱਚ ਵਾਪਰਦਾ ਮਹਿਸੂਸ ਕਰਦਾ ਹੈ । ਜਿਹੜਾ ਸ਼ਬਦ ਦੀ ਪਾਲਣਾ ਵਿੱਚ ਅਡੋਲ ਰਹਿੰਦਾ, ਮਨ ਦੀਆਂ ਇਛਾਂ, ਮੋਹ ਤੇ ਜਿੱਤ ਪਾ ਲੈਂਦਾ ਹੈ । ਪ੍ਰਭ ਹੀ ਸੰਸਾਰ ਅਤੇ ਮੌਤ ਪਿਛੋਂ ਦੋਨੋਂ ਪਾਸੇ ਹੀ ਰਖਵਾਲਾ ਬਣ ਜਾਂਦਾ ਹੈ ।
Soul sanctifying bath with the nectar, the right path of salvation?
Whosoever may adopt the teachings of His Word; he remains in renunciation in memory of his separation from His Holy Spirit; his soul may be sanctified to become worthy of His Consideration. He may obey the teachings of His Word and takes a soul sanctifying bath in the nectar of essence of His Word; he may realize His Existence prevailing within three universes. Whosoever may obey the teachings of His Word; he may conquer his worldly desires and bonds of worldly possessions and relationship. He may realize! Only His Holy Spirit prevails and savior in worldly life and after death in His Court.

12. ਰਾਗੁ ਮਾਰੂ ਮਹਲਾ ੧ ਘਰੁ ੫॥ 993-1

ੴ ਸਤਿਗੁਰ ਪ੍ਰਸਾਦਿ॥	ik-oNkaar satgur parsaad.
ਅਹਿਨਿਸਿ ਜਾਗੈ ਨੀਦ ਨ ਸੋਵੈ॥ ਸੋ ਜਾਣੈ ਜਿਸੁ ਵੇਦਨ ਹੋਵੈ॥	ahinis jaagai need na sovai. so jaanai jis vaydan hovai.
ਪ੍ਰੇਮ ਕੇ ਕਾਨ ਲਗੇ ਤਨ ਭੀਤਰਿ, ਵੈਦੁ ਕਿ ਜਾਣੈ ਕਾਰੀ ਜੀਉ॥੧॥	paraym kay kaan lagay tan bheetar vaid ke jaanai kaaree jee-o. ||1||

ਜਿਸ ਨੂੰ ਪ੍ਰਭ ਦੇ ਵਿਛੋੜੇ ਦਾ ਵਿਰਾਗ ਹੋਵੇ, ਉਸ ਦੇ ਮਨ ਵਿੱਚ ਸ਼ਬਦ ਨਾਲ ਪਿਆਰ ਵਾਲਾ ਤੀਰ ਲਗ ਜਾਂਦਾ ਹੈ । ਕੇਵਲ ਉਹ ਹੀ ਪ੍ਰਭ ਦੀ ਹੋਂਦ ਮਹਿਸੂਸ ਕਰਦਾ, ਜਾਣਦਾ ਹੈ । ਉਸ ਦੀ ਮਨ ਦੀ ਅਵਸਥਾ ਦੀ ਸੰਸਾਰਕ ਵੈਦਾਂ ਨੂੰ ਸੋਝੀ ਨਹੀਂ ਹੁੰਦੀ, ਇਲਾਜ ਨਹੀਂ ਕਰ ਸਕਦੇ ।

Whosoever may remain in renunciation with the memory of his separation from His Holy Spirit, fresh within his heart. The arrow of devotion to obey the teachings of His Word may pierced through his heart. Only he may realize His Holy Spirit prevailing everywhere. The condition of his heart and body may be beyond the comprehension and treatment of worldly doctors and medicine.

ਜਿਸ ਨੋ ਸਾਚਾ ਸਿਫਤੀ ਲਾਏ॥ ਗੁਰਮੁਖਿ ਵਿਰਲੇ ਕਿਸੈ ਬੁਝਾਏ॥	jis no saachaa siftee laa-ay. gurmukh virlay kisai bujhaa-ay.
ਅੰਮ੍ਰਿਤ ਕੀ ਸਾਰ ਸੋਈ ਜਾਣੈ, ਜਿ ਅੰਮ੍ਰਿਤ ਕਾ ਵਾਪਾਰੀ ਜੀਉ॥੧॥	amrit kee saar so-ee jaanai je amrit kaa vaapaaree jee-o. ||1||
ਰਹਾਉ॥	rahaa-o.

ਜਿਸ ਨੂੰ ਆਪ ਹੀ ਰਹਿਮਤ ਨਾਲ ਸੋਝੀ ਬਖਸ਼ਦਾ ਹੈ । ਕੇਵਲ ਕਿਸੇ ਵਿਰਲਾ ਹੀ ਗੁਰਮਖ ਨੂੰ ਇਹ ਅਵਸਥਾ ਬਖਸ਼ਿਸ਼ ਹੁੰਦੀ ਹੈ । ਜਿਸ ਨੂੰ ਪ੍ਰਭ ਦੇ ਸ਼ਬਦ ਦੀ ਸੋਝੀ ਦੀ ਕੀਮਤ ਦੀ ਜਾਣਕਾਰੀ ਹੋਵੇ । ਕੇਵਲ ਉਹ ਹੀ ਪ੍ਰਭ ਦੇ ਸ਼ਬਦ ਦੀ ਪਾਲਣਾ ਕਰਦਾ, ਜੀਵਨ ਢਾਲਦਾ ਹੈ ।

Whosoever may be blessed with the enlightenment of the essence of His Word, His Nature; however, very rare may be blessed with such a state of mind like His true devotee. Whosoever may realize the significance of the enlightenment of the essence of His Word; with His mercy and grace, only he may obey and adopts the teachings of His Word with steady and stable belief in his day-to-day life.

ਪਿਰ ਸੇਤੀ ਧਨ ਪ੍ਰੇਮੁ ਰਚਾਏ॥	pir saytee Dhan paraym rachaa-ay.
ਗੁਰ ਕੈ ਸਬਦਿ ਤਥਾ ਚਿਤੁ ਲਾਏ॥	gur kai sabad tathaa chit laa-ay.
ਸਹਜ ਸੇਤੀ ਧਨ ਖਰੀ ਸੁਹੇਲੀ,	sahj saytee Dhan kharee suhaylee
ਤ੍ਰਿਸਨਾ ਤਿਖਾ ਨਿਵਾਰੀ ਜੀਉ॥੨॥	tarisnaa tikhaa nivaaree jee-o. ||2||

ਬੰਦਗੀ ਕਰਨ ਵਾਲੇ ਦਾ ਸ਼ਬਦ ਨਾਲ ਬਹੁਤ ਡੂੰਘਾ ਪਿਆਰ ਹੁੰਦਾ, ਸ਼ਬਦ ਦੀ ਪਾਲਣਾ ਵਿੱਚ ਲੀਨ ਰਹਿੰਦਾ ਹੈ । ਸ਼ਬਦ ਨਾਲ ਜੀਵਨ ਢਾਲਣ ਨਾਲ ਸੰਸਾਰਕ ਇਛਾਂ ਦੀ ਭੁੱਖ ਖਤਮ ਹੋ ਜਾਂਦੀ ਹੈ ।

His true devotee may have deep devotion and dedication with the teachings of His Word; with His mercy and grace, he may remain intoxicated in obeying the teachings of His Word. Whosoever may adopt the teachings of His Word in his day-to-day life; with His mercy and grace, his fire of worldly desires may be extinguished.

ਸਹਸਾ ਤੋੜੇ ਭਰਮੁ ਚੁਕਾਏ॥	sahsaa torhay bharam chukaa-ay.
ਸਹਜੇ ਸਿਫਤੀ ਧਣਖੁ ਚੜਾਏ॥	sehjay siftee Dhanakh charhaa-ay.
ਗੁਰ ਕੈ ਸਬਦਿ ਮਰੈ ਮਨੁ ਮਾਰੇ,	gur kai sabad marai man maaray
ਸੁੰਦਰਿ ਜੋਗਾਧਾਰੀ ਜੀਉ॥੩॥	sundar jogaaDhaaree jee-o. ||3|

ਪ੍ਰਭ ਆਪ ਹੀ ਰਹਿਮਤ ਬਖਸ਼ਦਾ, ਜੀਵ ਦੇ ਮਨ ਦੇ ਭਰਮ ਦੂਰ ਕਰ ਦੇਂਦਾ ਹੈ । ਉਹ ਸ਼ਬਦ ਦੀ ਬੰਦਗੀ ਵਿੱਚ ਅਡੋਲ ਹੋ ਜਾਂਦਾ ਹੈ । ਸ਼ਬਦ ਨਾਲ ਜੀਵਨ ਢਾਲਣ ਨਾਲ ਮਨ ਦੀਆਂ ਇਛਾਂ ਤੇ ਜਿੱਤ ਬਖਸ਼ਿਸ਼ ਹੋ ਜਾਂਦੀ ਹੈ । ਸ਼ਬਦ ਦੀ ਪਾਲਣਾ ਦੇ ਅਭਿਆਸ ਨਾਲ, ਅੰਤ ਵਿੱਚ ਪ੍ਰਭ ਨਾਲ ਮਿਲਾਪ ਦਾ ਅਨੰਦ ਬਖਸ਼ਿਸ਼ ਹੁੰਦਾ ਹੈ ।

Whosoever may be bestowed with His Blessed Vision, all his suspicions of religious rituals may be eliminated. He remains intoxicated in meditation in the void of His Word; with His mercy and grace, he may be blessed to conquer his worldly desires of his mind. With repeated practice, he may be drenched with the essence of His Word, In the end, he may be blessed with pleasure and contentment in His Court.

ਹਉਮੈ ਜਲਿਆ ਮਨਹੁ ਵਿਸਾਰੇ॥	ha-umai jali-aa manhu visaaray.
ਜਮ ਪੁਰਿ ਵਜਹਿ ਖੜਗ ਕਰਾਰੇ॥	jam pur vajeh kharhag karaaray.
ਅਬ ਕੈ ਕਹਿਐ ਨਾਮੁ ਨ ਮਿਲਈ,	ab kai kahi-ai naam na mil-ee
ਤੂ ਸਹੁ ਜੀਅੜੇ ਭਾਰੀ ਜੀਉ॥੪॥	too saho jee-arhay bhaaree jee-o. ||4||

ਜਿਹੜਾ ਹੈਸੀਅਤ ਅਤੇ ਅਹੰਕਾਰ ਵਿੱਚ ਜਲਦਾ ਰਹਿੰਦਾ, ਉਹ ਪ੍ਰਭ ਦਾ ਸ਼ਬਦ ਭੁੱਲ ਜਾਂਦਾ ਹੈ । ਉਸ ਨੂੰ ਜਮਦੂਤ ਦਾ ਜਾਲ, ਕਾਬੂ ਕਰ ਲੈਂਦਾ ਹੈ । ਅਗਰ ਇਸ ਸਮੇਂ ਸ਼ਬਦ ਦੀ ਪਾਲਣਾ ਵੀ ਕਰੇ, ਤਾ ਵੀ ਰਹਿਮਤ ਨਹੀਂ ਪਾ ਸਕਦਾ । ਉਸ ਨੂੰ ਦੁਖ ਹੀ ਸਹਿਣਾ ਪੈਂਦਾ ਹੈ ।

Whosoever may remain in ego of his worldly status; he may forget the real purpose of his human life opportunity; he may abandon the teachings of His Word from his day-to-day life. He may remain under the control of devil of death. At that time, he may even try to obey the teachings of His Word; he may never be blessed with the right path of acceptance in His Court. He must endure the miseries of his own worldly deeds.

ਮਾਇਆ ਮਮਤਾ ਪਵਹਿ ਖਿਆਲੀ॥	maa-i-aa mamtaa paveh khi-aalee.
ਜਮ ਪੁਰਿ ਫਾਸਹਿਗਾ ਜਮ ਜਾਲੀ॥	jam pur faashigaa jam jaalee.
ਹੇਤ ਕੇ ਬੰਧਨ ਤੋੜਿ ਨ ਸਾਕਹਿ,	hayt kay banDhan torh na saakeh
ਤਾ ਜਮੁ ਕਰੇ ਖੁਆਰੀ ਜੀਉ॥੫॥	taa jam karay khu-aaree jee-o. ||5||

ਜਿਹੜਾ ਜੀਵ ਸੰਸਾਰਕ ਮਾਇਆ ਅਤੇ ਮੋਹ ਦੇ ਜਾਲ ਵਿੱਚ ਫਸ ਜਾਂਦਾ ਹੈ । ਉਹ ਮੌਤ ਦੇ ਫਰਿਸ਼ਤੇ ਦੇ ਕਾਬੂ ਵਿੱਚ ਚਲੇ ਜਾਂਦਾ ਹੈ । ਉਹ ਮਾਇਆ ਦੀ ਮਿੱਠੀ ਲਗਨ, ਥੋੜ੍ਹਾ ਸਮਾਂ ਰਹਿਣ ਵਾਲੇ ਸੁਖ ਨੂੰ ਛਡ ਨਹੀਂ ਸਕਦਾ । ਉਸ ਨੂੰ ਜਮਦੂਤਾਂ ਦੀ ਪੀੜ, ਦੁਖ ਹੀ ਸਹਿਣੇ ਪੈਂਦੇ ਹਨ ।

Whosoever may remain intoxicated with sweet poison of worldly desires; he may remain a v ictim of demons of worldly desires. He remains under the control of devil of death. He remains intoxicated with sweet poison. He may never renounce the short-lived comforts of worldly wealth. He must endure the miseries of devil of death, the cycle of birth and death.

ਨਾ ਹਉ ਕਰਤਾ ਨਾ ਮੈ ਕੀਆ॥ ਅੰਮ੍ਰਿਤੁ ਨਾਮੁ ਸਤਿਗੁਰਿ ਦੀਆ॥	naa ha-o kartaa naa mai kee-aa. amrit naam satgur dee-aa.
ਜਿਸੁ ਤੂ ਦੇਹਿ ਤਿਸੈ ਕਿਆ ਚਾਰਾ,	jis too deh tisai ki-aa chaaraa
ਨਾਨਕ ਸਰਣਿ ਤੁਮਾਰੀ ਜੀਉ॥੬॥੧॥੧੨॥	naanak saran tumaaree jee-o. ||6||1||12||

ਪ੍ਰਭ ਤੂੰ ਆਪ ਹੀ ਰਹਿਮਤ ਬਖਸ਼ਕੇ ਸ਼ਬਦ ਦੀ ਪਾਲਣਾ ਵਿੱਚ ਲਗਨ ਲਾਈ ਹੈ । ਮੇਰੇ ਵਿੱਚ ਕੁਝ ਕਰਨ ਦੀ ਸਮਰਥਾ ਨਹੀਂ, ਕੁਝ ਕੋਸ਼ਿਸ਼ ਵੀ ਨਹੀਂ ਕਰ ਸਕਦਾ । ਜਿਸ ਤੇ ਪ੍ਰਭ ਆਪ ਹੀ ਰਹਿਮਤ ਬਖਸ਼ਦਾ ਹੈ! ਉਹ ਹੀ ਸ਼ਰਣ ਵਿੱਚ ਲੀਨ ਹੋਇਆ ਰਹਿੰਦਾ, ਹੋਰ ਕੁਝ ਨਹੀਂ ਕਰਦਾ ਰਹਿਮਤ ਨਾਲ ਬਚ ਜਾਂਦਾ ਹੈ ।

My True Master! You have blessed me devotion to obey the teachings of Your Word. I have no wisdom, strength, even to try anything at my own. Whosoever may remain intoxicated in the void of Your Sanctuary, he may be saved.

Key Message of Raag Maaroo, page 993-1
'ਕਿਵੇਂ ਮਨ ਤੇ ਜਿੱਤ ਪਾਈ ਜਾ ਸਕਦੀ ਹੈ?
ਜਿਸ ਨੂੰ ਪ੍ਰਭ ਦੇ ਵਿਛੋੜੇ ਦਾ ਵਿਰਾਗ ਹੋਵੇ, ਉਸ ਦੇ ਮਨ ਵਿੱਚ ਸ਼ਬਦ ਨਾਲ ਪਿਆਰ ਵਾਲਾ ਤੀਰ ਲਗ ਜਾਂਦਾ ਹੈ । ਕੇਵਲ ਕਿਸੇ ਵਿਰਲਾ ਨੂੰ ਹੀ ਇਹ ਅਵਸਥਾ ਬਖਸ਼ਿਸ਼ ਹੁੰਦੀ ਹੈ । ਉਸ ਨੂੰ ਸ਼ਬਦ ਨਾਲ ਜੀਵਨ ਢਾਲਣ ਨਾਲ ਮਨ ਦੀਆਂ ਇਛਾਂ ਤੇ ਜਿੱਤ ਬਖਸ਼ਿਸ਼ ਹੋ ਜਾਂਦੀ ਹੈ । ਜੀਵ ਮਾਇਆ ਦੀ ਮਿੱਠੀ ਲਗਨ, ਥੋੜ੍ਹਾ ਸਮਾਂ ਰਹਿਣ ਵਾਲੇ ਸੁਖ ਨੂੰ ਛਡ ਨਹੀਂ ਸਕਦਾ । ਸ਼ਬਦ ਦੀ ਸ਼ਰਣ ਵਿੱਚ ਆਪਾ ਭੇਟਾ ਕਰਨ ਨਾਲ ਹੀ ਬਚਾ ਹੋ ਸਕਦਾ ਹੈ ।
How to conquer own mind?
Whosoever may remain in renunciation with the memory of his separation from His Holy Spirit; the arrow of His Word may pierce through his heart. However, only very rare may be blessed with such a state of mind. He may adopt the teachings of His Word and conquers his worldly desires. Victim of sweet poison of worldly wealth may never renounce the short-lived comforts of worldly wealth. Whosoever may surrender his self-entity at His Sanctuary, he may be saved from devil of death.

13. **ਮਾਰੂ ਅਸਟਪਦੀਆਂ ਮਹਲਾ ੧ ਘਰੁ ੧॥** 1008-16

ੴ ਸਤਿਗੁਰ ਪ੍ਰਸਾਦਿ॥	ik-oNkaar satgur parsaad.
ਬੇਦ ਪੁਰਾਣ ਕਥੇ ਸੁਣੇ, ਹਾਰੇ ਮੁਨੀ ਅਨੇਕਾ॥	bayd puraan kathay sunay haaray munee anaykaa.
ਅਠਸਿਠ ਤੀਰਥ ਬਹੁ ਘਣਾ, ਭ੍ਰਮਿ ਥਾਕੇ ਭੇਖਾ॥	athsath tirath baho ghanaa bharam thaakay bhaykhaa.
ਸਾਚੋ ਸਾਹਿਬੁ ਨਿਰਮਲੋ, ਮਨਿ ਮਾਨੈ ਏਕਾ॥੧॥	saacho saahib nirmalo man maanai aykaa. ||1||

ਅਨੇਕਾਂ ਹੀ ਬੰਦਗੀ ਕਰਨ ਵਾਲੇ, ਧਰਮ ਦੇ ਗ੍ਰੰਥ ਸੁਣਕੇ, ਪੜ੍ਹਕੇ ਹਾਰ ਗਏ, ਮਨ ਨੂੰ ਸੰਤੋਖ ਨਹੀਂ ਆਇਆ । ਅਨੇਕਾਂ ਹੀ ਜੀਵ, ਬਾਣਾ ਪਾ ਕੇ, ਨਿਤਨੇਮ ਕਰਕੇ, 68 **ਪਵਿੱਤਰ ਤੀਰਥਾਂ ਤੇ ਇਸ਼ਨਾਨ ਕਰਕੇ ਹਾਰ ਗਏ, ਥੱਕ ਗਏ, ਮਨ ਨੂੰ ਸੰਤੋਖ ਨਹੀਂ ਆਇਆ । ਪ੍ਰਭ ਪਵਿੱਤਰ ਜੋਤ ਹੈ! ਮਨ ਵਿੱਚ ਸੰਤੋਖ, ਧੀਰਜ ਕੇਵਲ ਸ਼ਬਦ ਦੀ ਪਾਲਣਾ, ਜੀਵਨ ਢਾਲਣ ਨਾਲ ਹੀ ਬਖਸ਼ਿਸ਼ ਹੁੰਦਾ ਹੈ ।**

Many worldly devotees, saints, Yogis have given up hopes by reading worldly religious Scriptures, listening to the sermons of His Virtues; however, everyone may remain frustrated; no one may be contented with his own worldly environments. Many have given up hopes by adopting religious baptism, robe, meditating as routine and wandering from shrine to shire, 68 Holy Shrines to take a sanctifying bath; however, no one may be contented with his own worldly life, environments. Whosoever may obey and adopts the teachings of His Word with steady and stable in his day-to-day life; with His mercy and grace, he may be blessed with the right path to sanctify his soul to become worthy of His Consideration. Only he may be blessed with patience and contentment.

ਤੂ ਅਜਰਾਵਰੁ ਅਮਰੁ ਤੂ, ਸਭ ਚਾਲਣਹਾਰੀ॥	too ajraavar amar too sabh chaalanhaaree.
ਨਾਮੁ ਰਸਾਇਣੁ ਭਾਇ ਲੈ, ਪਰਹਰਿ ਦੁਖੁ ਭਾਰੀ॥੧॥ ਰਹਾਉ॥	naam rasaa-in bhaa-ay lai parhar dukh bhaaree. ||1|| rahaa-o.

ਕੇਵਲ ਪ੍ਰਭ ਹੀ ਸਦਾ ਅਟਲ ਰਹਿਣ ਵਾਲਾ ਹੈ । ਬਾਕੀ ਸਾਰੇ ਥੋੜ੍ਹੇ ਸਮੇਂ ਲਈ ਹੀ ਸੰਸਾਰ ਵਿੱਚ ਆਉਂਦੇ, ਮਰ ਜਾਂਦੇ ਹਨ । ਜਿਹੜਾ ਮਨ ਲਾ ਕੇ ਸ਼ਬਦ ਦੀ ਪਾਲਣਾ ਕਰਦਾ ਹੈ, ਉਸ ਦੇ ਦੁਖ ਖਤਮ ਹੋ ਜਾਂਦੇ ਹਨ ।

Only, The True Master remains unchanged, true forever. Everyone else may come in the universe for a pre-determined time and vanishes. Whosoever may whole heartedly obey the teachings of His Word with steady and stable belief in his day-to-day life; with His mercy and grace, all his miseries of worldly desires may be eliminated.

ਗੁਰੂ ਨਾਨਕ ਦੇਵ ਜੀ! – Guru Nanak Dev Ji! Guru Granth Sahib

ਹਰਿ ਪੜੀਐ ਹਰਿ ਬੁਝੀਐ, ਗੁਰਮਤੀ ਨਾਮਿ ਉਧਾਰਾ॥ har parhee-ai har bujhee-ai gurmatee naam uDhaaraa.
ਗੁਰਿ ਪੂਰੈ ਪੂਰੀ ਮਤਿ ਹੈ ਪੂਰੈ ਸਬਦਿ ਬੀਚਾਰਾ॥ gur poorai pooree mat hai poorai sabad beechaaraa.
ਅਠਸਠਿ ਤੀਰਥ ਹਰਿ ਨਾਮੁ ਹੈ, ਕਿਲਵਿਖ ਕਾਟਣਹਾਰਾ॥੨॥ athsath tirath har naam hai kilvikh kaatanhaaraa. ||2||

ਸ਼ਬਦ ਨੂੰ ਪੜ੍ਹਕੇ, ਸੁਣਕੇ, ਸਮਝਕੇ ਪਾਲਣਾ ਕਰਨ, ਜੀਵਨ ਢਾਲਣ ਨਾਲ ਜੀਵ ਪਾਰ ਹੋ ਜਾਂਦਾ ਹੈ । ਪੂਰਨ ਪ੍ਰਭ ਦਾ ਸ਼ਬਦ ਵੀ ਪੂਰਨ ਅਟਲ ਹੈ, ਉਸ ਦੀ ਸਿਖਿਆਂ, ਰਸਤਾ ਵੀ ਪੂਰਨ ਹੈ । ਪ੍ਰਭ ਦੇ ਸ਼ਬਦ ਦੀ ਪਾਲਣਾ ਹੀ 68 ਤੀਰਥਾਂ ਦੀ ਯਾਤਰਾ ਹੈ । ਉਸ ਦੇ ਸ਼ਬਦ ਨਾਲ ਜੀਵਨ ਢਾਲਣ ਨਾਲ ਪਾਪ ਬਖਸ਼ੇ ਜਾ ਸਕਦੇ ਹਨ ।

Whosoever may read, comprehend the essence of His Word, obeys, and adopts in his day-to-day life; with His mercy and grace, he may be blessed with the right path of acceptance in His Court. The True Master, His Word remains true forever; the teachings of His Word remain perfect to sanctify soul to become worthy of His Consideration. Whosoever may obey, adopts the teachings of His Word; with His mercy and grace, he may be blessed with the reward of pilgrimage, sanctifying bath at 68 Holy shrines. All his sins of previous lives may be forgiven.

ਜਲੁ ਬਿਲੋਵੈ ਜਲੁ ਮਥੈ, ਤਤੁ ਲੋੜੈ ਅੰਧੁ ਅਗਿਆਨਾ॥ jal bilovai jal mathai tat lorhai anDh agi-aanaa.
ਗੁਰਮਤੀ ਦਧਿ ਮਥੀਐ, ਅੰਮ੍ਰਿਤੁ ਪਾਈਐ ਨਾਮੁ ਨਿਧਾਨਾ॥ gurmatee daDh mathee-ai amrit paa-ee-ai naam niDhaanaa.
ਮਨਮੁਖ ਤਤੁ ਨ ਜਾਣਨੀ, ਪਸੂ ਮਾਹਿ ਸਮਾਨਾ॥੩॥ manmukh tat na jaannee pasoo maahi samaanaa. ||3||

ਅਣਜਾਣ ਜੀਵ, ਗੁਰੂਆਂ, ਪੀਰਾਂ ਦੇ ਪਿਛੇ ਲਗਕੇ ਪਾਣੀ ਹੀ ਰਿੜਕਦੇ ਹਨ! ਕੀ ਇਸ ਵਿਚੋਂ ਪ੍ਰਭ ਦੀ ਪਰਵਾਨਗੀ, ਰਹਿਮਤ ਦਾ ਫਲ ਬਖਸ਼ਿਸ਼ ਹੋ ਸਕਦਾ ਹੈ? ਪ੍ਰਭ ਦੀ ਰਹਿਮਤ, ਕੇਵਲ ਸ਼ਬਦ ਦੀ ਸਿਖਿਆਂ ਨਾਲ ਜੀਵਨ ਢਾਲਣ ਨਾਲ ਹੀ ਬਖਸ਼ਿਸ਼ ਹੋ ਸਕਦੀ ਹੈ । ਮਨਮੁਖ ਦਾ ਜੀਵਨ ਜਾਨਵਰ ਦੀ ਤਰ੍ਹਾਂ ਹੀ ਰਹਿੰਦਾ ਹੈ, ਆਪਣੇ ਆਪ ਦੀ ਅਸਲੀਅਤ ਨਹੀਂ ਜਾਣਦਾ । ਪ੍ਰਭ ਉਸ ਦੇ ਅੰਦਰ ਕੀ ਗੁਪਤ ਬੈਠਾ ਹੈ । ਅਹੰਕਾਰ ਅਤੇ ਹੈਸੀਅਤ ਦੇ ਅਭਿਮਾਨ ਵਿੱਚ ਬਾਰਬਾਰ ਜੂੰਨਾਂ ਵਿੱਚ ਜਾਂਦਾ ਹੈ ।

Ignorant, self-minded may remain following the worldly saint, intoxicated with worldly greed; he may be churning water with a hope to find the right path of acceptance in His Court. Whosoever may adopt the teachings of His Word with steady and stable belief in his day-to-day life; with His mercy and grace, only he may be blessed with the right path of acceptance in His Court. Self-minded may be like a wild animal; he may remain ignorant from the real purpose of his human life opportunity. His Holy Spirit, His Word remains embedded within his soul; however, he remains intoxicated with his ego of worldly status and wanders in the cycle of birth and death.

ਹਉਮੈ ਮੇਰਾ ਮਰੀ ਮਰੁ, ਮਰਿ ਜੰਮੈ ਵਾਰੋ ਵਾਰ॥ ha-umai mayraa maree mar mar jammai vaaro vaar.
ਗੁਰ ਕੈ ਸਬਦੇ ਜੇ ਮਰੈ, ਫਿਰਿ ਮਰੈ ਨ ਦੂਜੀ ਵਾਰ॥ gur kai sabday jay marai fir marai na doojee vaar.
ਗੁਰਮਤੀ ਜਗਜੀਵਨੁ ਮਨਿ ਵਸੈ, ਸਭਿ ਕੁਲ ਉਧਾਰਣਹਾਰ॥੪॥ gurmatee jagjeevan man vasai sabh kul uDhaaranhaar. ||4||

ਜਿਹੜਾ ਸ਼ਬਦ ਦੀ ਪਾਲਣਾ, ਸ਼ਬਦ ਦੀ ਕਮਾਈ ਕਰਦਾ ਮਰ ਜਾਂਦਾ ਹੈ । ਉਸ ਨੂੰ ਫਿਰ ਬਾਰ ਬਾਰ ਮੌਤ ਨਹੀਂ ਆਉਂਦੀ । ਪ੍ਰਭ ਦੇ ਸ਼ਬਦ ਦਾ ਤੱਤ ਸਮਝਕੇ, ਜੀਵਨ ਢਾਲਣ ਨਾਲ ਮਨ ਵਿੱਚ ਸ਼ਬਦ ਦੇ ਗੁਣ ਘਰ ਕਰ ਜਾਂਦੇ ਹਨ । ਉਸ ਦੇ ਮਨ ਅੰਦਰੋਂ ਹੀ ਪ੍ਰਭ ਦੀ ਜੋਤ ਜਾਗਰਤ ਹੋ ਜਾਂਦੀ ਹੈ । ਆਪਣੀਆਂ ਕੁਲਾਂ ਇਸ ਪਾਸੇ ਲਾ ਕੇ ਤਾਰ ਜਾਂਦਾ ਹੈ ।

Whosoever may obey the teachings of His Word and earns the wealth of His Word in his human life journey; with His mercy and grace, he may not face death again. Whosoever may read, understands, and adopts the teachings of His Word in his day-to-day life; with His mercy and grace, he may be drenched with essence of His Word. He may inspire his next generations to adopt the right path of acceptance in His Court.

ਸਚਾ ਵਖਰੁ ਨਾਮੁ ਹੈ ਸਚਾ ਵਾਪਾਰਾ॥ sachaa vakhar naam hai sachaa vaapaaraa.
ਲਾਹਾ ਨਾਮੁ ਸੰਸਾਰਿ ਹੈ, ਗੁਰਮਤੀ ਵੀਚਾਰਾ॥ laahaa naam sansaar hai gurmatee veechaaraa.
ਦੂਜੈ ਭਾਇ ਕਾਰ ਕਮਾਵਣੀ, ਨਿਤ ਤੋਟਾ ਸੈਸਾਰਾ॥੫॥ doojai bhaa-ay kaar kamaavnee nit totaa saisaaraa. ||5||

ਪ੍ਰਭ ਦਾ ਭਾਣਾ ਸਦਾ ਅਟਲ ਰਹਿਣ ਵਾਲਾ, ਅਸਲੀ ਧਨ, ਕਮਾਈ ਹੈ । ਮਾਨਸ ਜਨਮ ਦਾ ਇਕੋ ਇਕ ਇਹ ਹੀ ਲਾਭ, ਸ਼ਬਦ ਦੀ ਪਾਲਣਾ ਕਰਨ ਨਾਲ ਪ੍ਰਵਾਨਗੀ ਦਾ ਰਸਤਾ ਬਖਸ਼ਿਸ਼ ਹੋ ਜਾਂਦਾ ਹੈ! ਹੋਰ ਕਿਸੇ ਰਸਤੇ ਤੇ ਚਲਣਾ, ਜੀਵਨ ਬਤੀਤ ਕਰਨਾ ਘਾਟੇ ਦਾ ਕੰਮ ਹੀ ਹੈ ।

The teachings of His Word, His Command remain unchanged and real earnings of His Word. Whosoever may obey the teachings of His Word with steady and stable belief in his day-to-day life; with His mercy and grace, he may be blessed with the right path of acceptance in His Court. Human life opportunity may be a unique and ambrosial! Whosoever may adopt the teachings of His Word; with His mercy and grace, he may be blessed with the right path of acceptance in His Court. All other worldly chores may not have any value for the real purpose of human life blessings.

ਸਾਚੀ ਸੰਗਤਿ ਥਾਨੁ ਸਚੁ, ਸਚੇ ਘਰ ਬਾਰਾ॥ saachee sangat thaan sach sachay ghar baaraa.
ਸਚਾ ਭੋਜਨੁ ਭਾਉ ਸਚੁ, ਸਚੁ ਨਾਮੁ ਅਧਾਰਾ॥ sachaa bhojan bhaa-o sach sach naam aDhaaraa.
ਸਚੀ ਬਾਣੀ ਸੰਤੋਖਿਆ, ਸਚਾ ਸਬਦੁ ਵੀਚਾਰਾ॥੬॥ sachee banee santokhi-aa sachaa sabad veechaaraa. ||6||

ਜਿਹੜਾ ਜੀਵ ਪ੍ਰਭ ਦੇ ਸ਼ਬਦ ਨੂੰ ਆਪਣੇ ਜੀਵਨ ਦਾ ਅਧਾਰ ਬਣਾਉਂਦਾ ਹੈ । ਉਸ ਦੀ ਸੰਗਤ, ਰਹਿਣ ਵਾਲਾ ਥਾਂ ਸਾਰੇ ਸ਼ਬਦ ਅਨੁਸਾਰ ਹੀ ਹੁੰਦੇ ਹਨ । ਉਸ ਨੂੰ ਸ਼ਬਦ ਦੀ ਪਾਲਣਾ ਕਰਨ ਨਾਲ ਮਨ ਵਿੱਚ ਧੀਰਜ, ਸੰਤੋਖ ਬਖਸ਼ਿਸ਼ ਹੋ ਜਾਂਦਾ ਹੈ ।

Whosoever may adopt the teachings of His Word as the guiding principle of his human life journey. His association, conjugation, meditation throne resting place, remains as per the teachings of His Word. He may be blessed with patience and contentment, obeying the teachings of His Word.

ਰਸ ਭੋਗਣ ਪਾਤਿਸਾਹੀਆ, ਦੁਖ ਸੁਖ ਸੰਘਾਰਾ॥ ras bhogan paatisaahee-aa dukh sukh sanghaaraa.
ਮੋਟਾ ਨਾਉ ਧਰਾਈਐ, ਗਲਿ ਅਉਗਣ ਭਾਰਾ॥ motaa naa-o Dharaa-ee-ai gal a-ugan bhaaraa.
ਮਾਣਸ ਦਾਤਿ ਨ ਹੋਵਈ, ਤੂ ਦਾਤਾ ਸਾਰਾ॥੭॥ maanas daat na hova-ee too daataa saaraa. ||7||

ਜਿਹੜਾ ਸੰਸਾਰਕ ਜੀਵਨ ਵਿੱਚ ਸੁਖ ਮਾਨਦਾ, ਦੁਖ ਆਉਣ ਤੇ ਮਾਯੂਸ ਹੋ ਜਾਂਦਾ ਹੈ । ਉਸ ਨੂੰ ਸੁਖ ਵਾਲਾ ਸਮਾਂ ਯਾਦ ਵੀ ਨਹੀਂ ਰਹਿੰਦਾ । ਜਿਹੜਾ ਆਪਣਾ ਨਾਮ ਵੱਡਾ ਬਣਾਕੇ ਜਾਣਿਆ ਜਾਂਦਾ ਹੈ! ਉਹ ਅਹੰਕਾਰ ਦਾ ਭਾਰ ਨਾਲ ਲਈ ਫਿਰਦਾ ਹੈ । ਪ੍ਰਭ ਤੋਂ ਬਿਨਾਂ ਹੋਰ ਕੋਈ ਜੀਵਾਂ ਨੂੰ ਦਾਤਾਂ ਦੇਣ ਵਾਲਾ ਨਹੀਂ ਹੈ । ਕੇਵਲ ਪ੍ਰਭ ਹੀ ਸਾਰੇ ਜੀਵਾਂ ਨੂੰ ਦਾਤਾਂ ਬਖਸ਼ਦਾ ਹੈ ।

Whosoever may enjoy comforts in worldly life and he may become frustrated, depressed facing disappointments in worldly life. He may not even remember nor remain gratitude for His Blessings. Whosoever may add some great adjectives with his name to display his dignity; he may be carrying burden of ego with him. Only, The True Master may bless any virtue, greatness to His Creation; no worldly guru may have any power, enlightenment to bless any other human.

ਅਗਮ ਅਗੋਚਰੁ ਤੂ ਧਣੀ, ਅਵਿਗਤੁ ਅਪਾਰਾ॥ agam agochar too Dhanee avigat apaaraa.
ਗੁਰ ਸਬਦੀ ਦਰੁ ਜੋਈਐ, ਮੁਕਤੇ ਭੰਡਾਰਾ॥ gur sabdee dar jo-ee-ai muktay bhandaaraa.
ਨਾਨਕ ਮੇਲੁ ਨ ਚੂਕਈ, ਸਾਚੇ ਵਾਪਾਰਾ॥੮॥੧॥ naanak mayl na chook-ee saachay vaapaaraa. ||8||1||

ਪ੍ਰਭ, ਜੀਵ ਦੇ ਦੇਖਣ, ਪਹੁੰਚ, ਨਾਸ ਹੋਣ, ਅੰਤ ਤੋਂ ਰਹਿਤ ਹੈ । ਜਿਹੜਾ ਸ਼ਬਦ ਨਾਲ ਜੀਵਨ ਢਾਲਕੇ, ਰਹਿਮਤ ਦੀ ਅਰਦਾਸ ਕਰਦਾ ਹੈ । ਉਸ ਨੂੰ ਪ੍ਰਵਾਨਗੀ ਦਾ ਰਸਤਾ ਬਖਸ਼ਿਸ਼ ਹੋ ਸਕਦਾ ਹੈ । ਜਿਹੜਾ ਅਟਲ ਸ਼ਬਦ ਦੇ ਅਧਾਰ ਤੇ ਜੀਵਨ ਬਤੀਤ ਕਰਦਾ ਹੈ । ਉਸ ਦਾ ਪ੍ਰਭ ਨਾਲੋ ਸੰਜੋਗ ਕੋਈ ਤੋੜ ਨਹੀਂ ਸਕਦਾ ।

The True Master remains beyond visibility, reach, limits of miracles, or destruction. Whosoever may adopt the teachings of His Word with steady and stable belief; his prayers for His Forgiveness and Refuge may be accepted. He may be blessed with the right path of acceptance in His Court. Whosoever may adopt the teachings of His Word as the guiding principles of his life; no one may separate his soul from His Holy Spirit.

Key Message of Raag Maaroo, page 1008-16
'ਅਸਲੀ ਤੀਰਥ ਯਾਤਰਾ!
ਕੇਵਲ ਸ਼ਬਦ ਦੀ ਪਾਲਣਾ, ਜੀਵਨ ਢਾਲਣ ਨਾਲ ਹੀ ਮਨ ਵਿੱਚ ਸੰਤੋਖ, ਧੀਰਜ ਬਖਸ਼ਿਸ਼ ਹੋ ਸਕਦਾ ਹੈ । ਪੂਰਨ ਪ੍ਰਭ ਦਾ ਸ਼ਬਦ, ਸਿਖਿਆਂ, ਰਸਤਾ ਵੀ ਪੂਰਨ, ਸ਼ਬਦ ਦੀ ਪਾਲਣਾ ਹੀ 68 ਤੀਰਥਾਂ ਦੀ ਯਾਤਰਾ ਹੈ । ਜਿਹੜਾ ਸ਼ਬਦ ਦੀ ਪਾਲਣਾ, ਸ਼ਬਦ ਦੀ ਕਮਾਈ ਕਰਦਾ ਮਰ ਜਾਂਦਾ ਹੈ । ਉਸ ਨੂੰ ਫਿਰ ਬਾਰ ਬਾਰ ਮੌਤ ਨਹੀਂ ਆਉਂਦੀ । ਆਪਣੀਆਂ ਕੁਲਾਂ ਇਸ ਪਾਸੇ ਲਾ ਕੇ ਤਾਰ ਜਾਂਦਾ ਹੈ । ਪ੍ਰਭ ਦੇ ਸ਼ਬਦ ਨੂੰ ਆਪਣੇ ਜੀਵਨ ਦਾ ਅਧਾਰ ਬਣਾਉਂਦਾ ਨਾਲ ਪ੍ਰਵਾਨਗੀ ਦਾ ਰਸਤਾ ਬਖਸ਼ਿਸ਼ ਹੋ ਸਕਦਾ, ਮਨ ਵਿੱਚ ਧੀਰਜ, ਸੰਤੋਖ ਬਖਸ਼ਿਸ਼ ਹੋ ਜਾਂਦਾ ਹੈ ।
Real Pilgrimage!
Whosoever may obey and adopts the teachings of His Word with steady and stable; only he may be blessed with patience and contentment. The True Master, His Word, the essence remains perfect to sanctify soul to become worthy of His Consideration. The pilgrimage of sanctifying bath at 68 Holy shrines remains embedded within adopting teachings of His Word in life. The teachings of His Word remain as the guiding principle of his human life journey. He may be blessed with the right path of acceptance in His Court and overwhelmed with patience and contentment.

14. ਮਾਰੂ ਮਹਲਾ ੧॥ 1009-11

ਬਿਖੁ ਬੋਹਿਥਾ ਲਾਦਿਆ, ਦੀਆਂ ਸਮੁੰਦ ਮੰਝਾਰਿ॥ bikh bohithaa laadi-aa dee-aa samund manjhaar.
ਕੰਧੀ ਦਿਸਿ ਨ ਆਵਈ, ਨਾ ਉਰਵਾਰੁ ਨ ਪਾਰੁ॥ kanDhee dis na aavee naa urvaar na paar.
ਵੰਝੀ ਹਾਥਿ ਨ ਖੇਵਟੂ, ਜਲੁ ਸਾਗਰੁ ਅਸਰਾਲੁ॥੧॥ vanjhee haath na khayvtoo jal saagar asraal. ||1||

ਜੀਵ ਆਪਣੇ ਸੰਸਾਰਕ ਜੀਵਨ ਦੀ ਬੇੜੀ, ਪਾਪਾਂ ਦੀ ਕਮਾਈ ਨਾਲ ਭਰ ਲੈਂਦਾ ਹੈ । ਉਸ ਨੂੰ ਸਾਗਰ ਦਾ ਕੋਈ ਕਿਨਾਰਾ ਨਜ਼ਰ ਨਹੀਂ ਆਉਂਦਾ । ਨਾ ਹੀ ਕੋਈ ਇਸ ਬੇੜੀ ਨੂੰ ਸੇਧ ਦੇਣ ਵਾਲਾ ਮਲਾਹ ਹੀ ਹੁੰਦਾ ਹੈ । ਪ੍ਰਭ ਤੋਂ ਬਿਨਾਂ, ਜੀਵਾਂ ਨੂੰ ਅਸਲੀ ਰਸਤੇ ਦੀ ਸੋਝੀ ਦੇਣ ਵਾਲਾ ਕੋਈ ਨਹੀਂ ਹੈ ।

Self-minded remains collecting worldly wealth and loading his rescue boat with the burden of sins. He may not see, realizes the shore nor find any sailor to guide on his journey. No one else may be a true guide to enlighten His Creation in the universe, except The True Master.

ਬਾਬਾ ਜਗੁ ਫਾਥਾ ਮਹਾ ਜਾਲਿ॥ baabaa jag faathaa mahaa jaal.
ਗੁਰ ਪਰਸਾਦੀ ਉਬਰੇ, ਸਚਾ ਨਾਮੁ ਸਮਾਲਿ॥੧॥ ਰਹਾਉ॥ gur parsaadee ubray sachaa naam samaal. ||1|| rahaa-o.

ਸਾਰਾ ਸੰਸਾਰ ਹੀ ਇਸ ਮਾਇਆ ਦੇ ਜਾਲ ਵਿੱਚ ਫਸਿਆ ਹੈ । ਪ੍ਰਭ ਦੀ ਰਹਿਮਤ ਨਾਲ ਸ਼ਬਦ ਦੀ ਪਾਲਣਾ, ਜੀਵਨ ਢਾਲਣ ਨਾਲ ਬਚਾ ਹੋ ਸਕਦਾ ਹੈ ।

The whole universe may remain intoxicated with sweet poison of worldly wealth. Whosoever may adopt the teachings of His Word with steady and stable belief in his day-to-day life; with His mercy and grace, he may be saved.

ਸਤਿਗੁਰੂ ਹੈ ਬੋਹਿਥਾ, ਸਬਦਿ ਲੰਘਾਵਣਹਾਰੁ॥ satguroo hai bohithaa sabad langhaavanhaar.
ਤਿਥੈ ਪਵਣੁ ਨ ਪਾਵਕੋ, ਨਾ ਜਲੁ ਨਾ ਆਕਾਰੁ॥ tithai pavan na paavko naa jal naa aakaar.
ਤਿਥੈ ਸਚਾ ਸਚਿ ਨਾਇ, ਭਵਜਲ ਤਾਰਣਹਾਰੁ॥੨॥ tithai sachaa sach naa-ay bhavjal taaranhaar. ||2||

ਸ਼ਬਦ ਦੀ ਸਿਖਿਆਂ ਰੂਪੀ ਬੇੜੀ ਹੀ ਸੰਸਾਰਕ ਸਾਗਰ ਪਾਰ ਕਰਾ ਸਕਦੀ ਹੈ । ਇਹ ਬੇੜੀ ਤੁਫਾਨ, ਅੱਗ, ਜਾ ਪਾਣੀ ਨਾਲ ਨਾਸ ਨਹੀਂ ਹੋ ਸਕਦੀ । ਸ਼ਬਦ ਦੀ ਸਿਖਿਆਂ ਵਿੱਚ ਭਰੋਸਾ ਅਡੋਲ ਰਖਣ ਨਾਲ, ਸੰਸਾਰਕ ਸਾਗਰ ਪਾਰ ਕੀਤਾ ਜਾ ਸਕਦਾ ਹੈ ।

The essence of the teachings of His Word may be a unique rescue boat to sail the worldly ocean of desires. The teachings of His Word remain true forever; the rescue boat of the essence of His Word may not be destroyed with any tornado of worldly desires, fire of demons of mind, or water, sweet poison of worldly wealth. Whosoever may obey the teachings of His Word with steady and stable belief in his day-to-day life; with His mercy and grace, he may be blessed with the right path of acceptance in His Court.

ਗੁਰਮੁਖਿ ਲੰਘੇ ਸੇ ਪਾਰਿ ਪਏ, ਸਚੇ ਸਿਉ ਲਿਵ ਲਾਇ॥ gurmukh langhay say paar pa-ay sachay si-o liv laa-ay.
ਆਵਾ ਗਉਣੁ ਨਿਵਾਰਿਆ, ਜੋਤੀ ਜੋਤਿ ਮਿਲਾਇ॥ aavaa ga-on nivaari-aa jotee jot milaa-ay.
ਗੁਰਮਤੀ ਸਹਜੁ ਊਪਜੈ, ਸਚੇ ਰਹੈ ਸਮਾਇ॥੩॥ gurmatee sahj oopjai sachay rahai samaa-ay. ||3|

ਜਿਹੜਾ ਸ਼ਬਦ ਦਾ ਸਿਮਰਨ, ਸ਼ਬਦ ਦੀ ਪਾਲਣਾ ਕਰਦਾ, ਉਸ ਨੂੰ ਗੁਰਮਖ ਅਵਸਥਾ ਬਖਸ਼ਿਸ਼ ਹੋ ਜਾਂਦੀ, ਦਰਬਾਰ ਵਿੱਚ ਪ੍ਰਵਾਨ ਹੋ ਜਾਂਦਾ ਹੈ । ਉਸ ਦਾ ਜਨਮ ਮਰਨ ਦਾ ਚੱਕਰ ਖਤਮ ਹੋ ਜਾਂਦਾ, ਉਹ ਪ੍ਰਭ ਦੀ ਜੋਤ ਵਿੱਚ ਅਲੋਪ ਹੋ ਜਾਂਦਾ ਹੈ । ਉਹ ਸ਼ਬਦ ਦੀ ਪਾਲਣਾ ਕਰਦਾ ਆਪਣੇ ਅੰਦਰੋਂ ਹੀ ਪ੍ਰਭ ਦੀ ਜੋਤ ਜਾਗਰਤ ਕਰ ਲੈਂਦਾ ਹੈ । ਉਸ ਵਿੱਚ ਹੀ ਸਮਾ ਜਾਂਦਾ, ਮਨ ਵਿੱਚ ਸ਼ਾਂਤੀ ਸੰਤੋਖ ਬਖਸ਼ਿਸ਼ ਹੋ ਜਾਂਦਾ ਹੈ ।

Whosoever may meditate and adopts the teachings of His Word with steady and stable belief in his day-to-day life; with His mercy and grace, he may be blessed with a state of mind as His true devotee and accepted in His Court. He may be immersed within His Holy Spirit; his cycle of birth and death may be eliminated. He may be enlightened from within; he may be blessed with peace, and contentment from within. He may remain intoxicated in meditation the void of His Word.

ਸਪੁ ਪਿੜਾਈ ਪਾਈਐ, ਬਿਖੁ ਅੰਤਰਿ ਮਨਿ ਰੋਸੁ॥	sap pirhaa-ee paa-ee-ai bikh antar man ros.
ਪੂਰਬਿ ਲਿਖਿਆ ਪਾਈਐ, ਕਿਸ ਨੋ ਦੀਜੈ ਦੋਸੁ॥	poorab likhi-aa paa-ee-ai kis no deejai dos.
ਗੁਰਮੁਖਿ ਗਾਰੜੁ ਜੇ ਸੁਣੇ, ਮੰਨੇ ਨਾਉ ਸੰਤੋਸੁ॥੪॥	gurmukh gaararh jay sunay mannay naa-o santos. ||4||

ਜਿਵੇਂ ਸੱਪ ਪਿੰਜਰੇ ਵਿੱਚ ਵੀ ਜ਼ਹਿਰ ਹੀ ਉਗਲਦਾ ਰਹਿੰਦਾ, ਜ਼ਹਿਰੀਲਾ ਹੀ ਹੁੰਦਾ ਹੈ । ਇਸਤਰ੍ਹਾਂ ਜੀਵ ਭਾਵੇਂ ਮਨ ਦੀਆਂ ਇਛਾਂ ਤੇ ਕਾਬੂ ਰਖੇ, ਫਿਰ ਵੀ ਅੰਦਰ ਲਾਲਚ, ਕਰੋਧ ਭਰਿਆਂ ਰਹਿੰਦਾ ਹੈ । ਜੀਵ ਦੇ ਭਾਗਾਂ ਵਿੱਚ ਦੋਨੋਂ ਹੀ ਰਸਤੇ ਲਿਖੇ ਹੁੰਦੇ ਹਨ, ਜਿਹੜਾ ਰਸਤਾ ਧਾਰਨ ਕਰਦਾ ਹੈ, ਉਸ ਦਾ ਫਲ ਹੀ ਬਖਸ਼ਿਸ਼ ਹੁੰਦਾ ਹੈ! ਫਿਰ ਹੋਰ ਜੀਵ ਨੂੰ ਦੋਸ਼ ਕਿਉਂ ਦੇਂਦਾ ਹੈ? ਜਿਹੜਾ ਜੀਵ ਪ੍ਰਭ ਦਾ ਸ਼ਬਦ ਸੁਣਦਾ, ਭਰੋਸੇ ਨਾਲ ਪਾਲਣਾ ਕਰਦਾ ਹੈ, ਉਸ ਨੂੰ ਗੁਰਮਖ ਅਵਸਥਾ ਬਖਸ਼ਿਸ਼ ਹੋ ਜਾਂਦੀ ਹੈ । ਉਸ ਦੇ ਮਨ ਵਿੱਚ ਧੀਰਜ ਸੰਤੋਖ ਬਖਸ਼ਿਸ਼ ਹੋ ਜਾਂਦਾ ਹੈ ।

As a snake may be capture and caged, still he remains poisons. Same way, self-minded may control his worldly temptation by depriving worldly luxuries, by keep beyond his reach; however, he remains overwhelmed with greed, and anger. The True Master has engraved 2 paths on his soul; whatsoever path, he may adopt, he may be rewarded! Why may he blame others for his evil deeds in his human life? Whosoever may listen to the sermons of His Word with steady and stable belief; with His mercy and grace, he may be blessed with a state of mind as His true devotee. He may remain overwhelmed with patience, satisfaction, and contentment in his worldly life.

ਮਾਗਰਮਛੁ ਫਹਾਈਐ, ਕੁੰਡੀ ਜਾਲੁ ਵਤਾਇ॥	maagarmachh fahaa-ee-ai kundee jaal vataa-ay.
ਦੁਰਮਤਿ ਫਾਥਾ ਫਾਹੀਐ, ਫਿਰਿ ਫਿਰਿ ਪਛੋਤਾਇ॥	durmat faathaa faa-ee-ai fir fir pachhotaa-ay.
ਜੰਮਣ ਮਰਣੁ ਨ ਸੁਝਈ, ਕਿਰਤੁ ਨ ਮੇਟਿਆ ਜਾਇ॥੫॥	jaman maran na sujh-ee kirat na mayti-aa jaa-ay. ||5||

ਜਿਵੇਂ ਮਗਰ ਮੱਛ ਕੰਡੀ ਨਾਲ ਪਕੜਿਆ ਜਾਂਦਾ ਹੈ । ਇਸਤਰ੍ਹਾਂ ਮਨਮੁਖ ਆਪਣੇ ਕੰਮਾਂ ਨਾਲ ਜਾਲ ਵਿੱਚ ਫਸ ਜਾਂਦਾ, ਬਾਰ ਬਾਰ ਪਛਤਾਵਾਂ, ਅਫਸੋਸ ਕਰਦਾ ਹੈ । ਓਹ ਜਨਮ ਮਰਨ ਦਾ ਚੱਕਰ ਨਹੀਂ ਸਮਝਦਾ । ਜੀਵ ਦੇ ਕੀਤੇ ਕੰਮਾਂ ਦਾ ਫਲ ਹਮੇਸ਼ਾ ਹੀ ਬਖਸ਼ਿਸ਼ ਹੁੰਦਾ ਹੈ, ਕੋਈ ਬਿਰਥਾ ਨਹੀਂ ਜਾਂਦਾ!

As a killer whale may be captured by the hock with flesh, with her greed, urge of taste; same way, self-minded may remain intoxicated and slave of worldly desires; he regrets and repents repeatedly. He may never realize the cycle of birth and death. His earnings of His Word, may never be wasted, always rewarded.

ਹਉਮੈ ਬਿਖੁ ਪਾਇ ਜਗਤੁ ਉਪਾਇਆ, ਸ਼ਬਦੁ ਵਸੈ ਬਿਖੁ ਜਾਇ॥	ha-umai bikh paa-ay jagat upaa-i-aa sabad vasai bikh jaa-ay.
ਜਰਾ ਜੋਹਿ ਨ ਸਕਈ, ਸਚਿ ਰਹੈ ਲਿਵ ਲਾਇ॥	jaraa johi na sak-ee sach rahai liv laa-ay.
ਜੀਵਨ ਮੁਕਤੁ ਸੋ ਆਖੀਐ, ਜਿਸੁ ਵਿੱਚਹੁ ਹਉਮੈ ਜਾਇ॥੬॥	jeevan mukat so aakhee-ai jis vichahu ha-umai jaa-ay. ||6||

ਪ੍ਰਭ ਨੇ ਜੀਵ ਦੇ ਮਨ ਵਿੱਚ ਅਹੰਕਾਰ ਪਾ ਕੇ ਸੰਸਾਰ ਵਿੱਚ ਪੈਦਾ ਕੀਤਾ ਹੈ । ਕੇਵਲ ਪ੍ਰਭ ਦੇ ਸ਼ਬਦ ਦੀ ਪਾਲਣਾ ਨਾਲ ਹੀ ਇਹ ਜ਼ਹਿਰ ਦੂਰ ਹੋ ਸਕਦਾ ਹੈ । ਜਿਹੜਾ ਪ੍ਰਭ ਦੇ ਸ਼ਬਦ ਦੀ ਪਾਲਣਾ ਵਿੱਚ ਅਡੋਲ ਰਹਿੰਦਾ ਹੈ । ਉਹ ਨੂੰ ਸੰਸਾਰਕ ਮਾਇਆਂ, ਵੱਡੀ ਉਮਰ ਕਮਜ਼ੋਰ ਨਹੀਂ ਕਰ ਸਕਦੀ, ਰਸਤਾ ਨਹੀਂ ਬਦਲ ਸਕਦੀ । ਜਿਸ ਨੂੰ ਅਹੰਕਾਰ ਤੇ ਜਿੱਤ ਬਖਸ਼ਿਸ਼ ਹੋ ਜਾਂਦੀ ਹੈ । ਕੇਵਲ ਉਸ ਨੂੰ ਹੀ ਮਾਨਸ ਜੀਵਨ ਵਿੱਚ ਮੁਕਤ ਅਵਸਥਾ ਬਖਸ਼ਿਸ਼ ਹੋ ਸਕਦੀ ਹੈ ।

The True Master has infused ego of uniqueness in his mind of everyone before birth. Whosoever may obey the teachings of His Word with steady and stable in his day-to-day life; his poison of ego may be neutralized. Whosoever may remain intoxicated on his path of obeying His Word; he may not be frustrated with worldly temptations, nor old age weaken his belief on His Word. Only he may conquer his ego, and blessed with immortal state of mind in his human life journey.

ਧੰਧੈ ਧਾਵਤ ਜਗੁ ਬਾਧਿਆ ਨਾ ਬੂਝੈ ਵੀਚਾਰੁ॥	DhanDhai Dhaavat jag baaDhi-aa naa boojhai veechaar.
ਜੰਮਣ ਮਰਣੁ ਵਿਸਾਰਿਆ, ਮਨਮੁਖ ਮੁਗਧੁ ਗਵਾਰੁ॥	jaman maran visaari-aa manmukh mugaDh gavaar.
ਗੁਰਿ ਰਾਖੇ ਸੇ ਉਬਰੇ, ਸਚਾ ਸਬਦੁ ਵੀਚਾਰਿ॥੭॥	gur raakhay say ubray sachaa sabad veechaar. ||7||

ਜੀਵ ਸੰਸਾਰ ਵਿੱਚ ਸੰਸਾਰਕ ਇਛਾਂ ਦੇ ਮਗਰ ਲਗਕੇ ਜੀਵਨ ਬਤੀਤ ਕਰਦਾ ਰਹਿੰਦਾ ਹੈ । ਮਨ ਵਿੱਚ ਸ਼ਬਦ ਦੀ ਪਾਲਣਾ ਕਰਨ ਦਾ ਖਿਆਲ ਵੀ ਨਹੀਂ ਰਹਿੰਦਾ । ਅਣਜਾਣ ਜੀਵ ਜਨਮ ਮਰਨ ਦਾ ਚੱਕਰ ਹੀ ਭੁੱਲ ਜਾਂਦਾ ਹੈ । ਜਿਸ ਜੀਵ ਤੇ ਪ੍ਰਭ ਆਪ ਹੀ ਰਹਿਮਤ ਬਖਸ਼ਦਾ, ਰਖਵਾਲਾ ਬਣ ਜਾਂਦਾ ਹੈ । ਉਹ ਸ਼ਬਦ ਦੀ ਪਾਲਣਾ ਕਰਕੇ, ਜੀਵਨ ਢਾਲਕੇ ਬਚ ਜਾਂਦਾ ਹੈ ।

Self-minded may remain intoxicated with sweet poison of worldly wealth and wastes his human life opportunity. He may not even think about obeying the teachings of His Word. Ignorant may even forget the cycle of birth and death. Whosoever may be accepted in His Sanctuary as His true devotee; he may adopt the teachings of His Word with steady and stable belief in his day-to-day life. He may be blessed with the right path of acceptance in His Court.

ਸੂਹਟੁ ਪਿੰਜਰਿ ਪ੍ਰੇਮ ਕੈ, ਬੋਲੈ ਬੋਲਣਹਾਰੁ॥	soohat pinjar paraym kai bolai bolanhaar.
ਸਚੁ ਚੁਗੈ ਅੰਮ੍ਰਿਤੁ ਪੀਐ, ਉਡੈ ਤ ਏਕਾ ਵਾਰ॥	sach chugai amrit pee-ai udai ta aykaa vaar.
ਗੁਰਿ ਮਿਲਿਐ ਖਸਮੁ ਪਛਾਣੀਐ,	gur mili-ai khasam pachhaanee-ai
ਕਹੁ ਨਾਨਕ ਮੋਖ ਦੁਆਰ॥੮॥੨॥	kaho naanak mokh du-aar. ||8||2||

ਸੰਸਾਰ ਵਿੱਚ ਪ੍ਰਭ ਦੇ ਸ਼ਬਦ ਦੀ ਧੁਨ ਸਦਾ ਚਲਦੀ ਰਹਿੰਦੀ ਹੈ । ਜਿਹੜਾ ਸਦਾ ਚਲਣ ਵਾਲੀ ਧੁਨ ਨੂੰ ਸੁਣਦਾ, ਮਨ ਵਿੱਚ ਵਸਾਉਂਦਾ, ਜੀਵਨ ਢਾਲਦਾ ਹੈ । ਉਹ ਸੰਸਾਰ ਵਿੱਚ ਇਕ ਵਾਰ ਹੀ ਜੰਮਦਾ, ਮਰਦਾ ਹੈ । ਪ੍ਰਭ ਦੇ ਸ਼ਬਦ ਦੀ ਸੋਝੀ ਪਾ ਕੇ ਉਸ ਰਸਤੇ ਤੇ ਚਲਦਾ, ਮੁਕਤੀ ਬਖਸ਼ਿਸ਼ ਹੋ ਜਾਂਦੀ ਹੈ ।

The everlasting echo of His Word remains resonating with the universe. Whosoever may hear the everlasting echo of His Word resonating within his heart and adopts the teachings in his day-to-day life; he may remain drenched with the essence of His Word. He may only die once. He may be blessed with salvation in his human life journey.

Key Message of Raag Maaroo, page 1009-11
'ਰੂਹਾਨੀ ਬੇੜੀ!

ਸ਼ਬਦ ਦੀ ਸਿਖਿਆਂ ਰੁਪੀ ਬੇੜੀ ਹੀ ਸੰਸਾਰਕ ਸਾਗਰ ਪਾਰ ਕਰਾ ਸਕਦੀ ਹੈ । ਸ਼ਬਦ ਦੀ ਪਾਲਣਾ ਕਰਦਾ ਜੀਵ ਆਪਣੇ ਅੰਦਰੋਂ ਹੀ ਪ੍ਰਭ ਦੀ ਜੋਤ ਜਾਗਰਤ ਕਰ ਲੈਂਦਾ, ਮਨ ਵਿੱਚ ਸ਼ਾਤੀ, ਸੰਤੋਖ ਵਿੱਚ ਹੀ ਸਮਾ ਜਾਂਦਾ ਹੈ । ਜਿਹੜਾ ਅਹੰਕਾਰ ਤੇ ਜਿੱਤ ਪਾ ਲੈਂਦਾ, ਕੇਵਲ ਉਸ ਨੂੰ ਹੀ ਮੁਕਤ ਅਵਸਥਾ ਬਖਸ਼ਿਸ਼ ਹੋ ਸਕਦੀ ਹੈ । ਪ੍ਰਭ ਆਪ ਹੀ ਰਖਵਾਲਾ ਬਣ ਜਾਂਦਾ ਹੈ । ਉਸ ਨੂੰ ਸਦਾ ਚਲਣ ਵਾਲੀ ਧੁਨ ਸੁਣਾਈ ਦੇਂਦੀ ਹੈ । ਉਹ ਸ਼ਬਦ ਦੀ ਸੋਝੀ ਨਾਲ ਮੁਕਤੀ ਦੇ ਰਸਤੇ ਤੇ ਚਲਦਾ ਹੈ ।

Eternal Rescue Boat!

The essence of the teachings of His Word may be a unique rescue boat to sail the worldly ocean of desires. He may be enlightened from within; he may be blessed with peace, and contentment from within. Whosoever may remain intoxicated in meditation the void of His Word; he may be enlightened from within, and overwhelmed with peace, and contentment from within. He may be accepted in His Sanctuary. He may hear the everlasting echo of His Word resonating within; he may remain drenched with the essence of His Word and remains on the right path of salvation in his human life journey.

15. ਮਾਰੂ ਮਹਲਾ ੧॥ 1010-4

ਸਬਦਿ ਮਰੈ ਤਾ ਮਾਰਿ ਮਰੁ, ਭਾਗੋ ਕਿਸੁ ਪਹਿ ਜਾਉ॥ sabad marai taa maar mar bhaago kis peh jaa-o.
ਜਿਸ ਕੈ ਡਰਿ ਭੈ ਭਾਗੀਐ, ਅੰਮ੍ਰਿਤੁ ਤਾ ਕੋ ਨਾਉ॥ jis kai dar bhai bhaagee-ai amrit taa ko naa-o.
ਮਾਰਹਿ ਰਾਖਹਿ ਏਕੁ ਤੂ, ਬੀਜਉ ਨਾਹੀ ਥਾਉ॥੧॥ maareh raakhahi ayk too beeja-o naahee thaa-o. ||1||

ਜਿਹੜਾ ਸ਼ਬਦ ਦੀ ਪਾਲਣਾ ਕਰਦਾ ਮਰ ਜਾਂਦਾ, ਉਸ ਨੂੰ ਮੌਤ ਤੇ ਜਿੱਤ ਬਖਸ਼ਿਸ਼ ਹੋ ਜਾਂਦੀ ਹੈ । ਮੌਤ ਤੋਂ ਕੋਈ ਬਚ ਨਹੀਂ ਸਕਦਾ । ਜਿਸ ਜੀਵ ਦੇ ਮਨ ਤੇ ਪ੍ਰਭ ਦੇ ਵਿਛੋੜੇ ਦਾ ਡਰ ਘਰ ਕਰ ਜਾਂਦਾ ਹੈ । ਉਸ ਦਾ ਸੰਸਾਰਕ ਇਛਾਂ ਦਾ ਡਰ ਖਤਮ ਹੋ ਜਾਂਦਾ ਹੈ । ਪ੍ਰਭ ਦੇ ਵਿਛੋੜੇ ਦੇ ਡਰ ਨਾਲ, ਸ਼ਬਦ ਦੀ ਪਾਲਣਾ ਕਰਨਾ ਹੀ ਇਹ ਅਮੋਲਕ ਅੰਮ੍ਰਿਤ ਹੈ । ਪ੍ਰਭ ਹੀ ਜੀਵ ਨੂੰ ਜਨਮ ਅਤੇ ਮੌਤ ਬਖਸ਼ਦਾ ਹੈ । ਪ੍ਰਭ ਦੇ ਦਰ ਤੋਂ ਬਿਨਾਂ ਹੋਰ ਕੋਈ ਜਾਣ ਵਾਲੀ ਥਾਂ ਨਹੀਂ ਹੈ ।

Whosoever may take his last breath meditating on the teachings of His Word and praying for His Forgiveness and Refuge; with His mercy and grace, he may be blessed to conquer the devil of death. No one may escape death with his own efforts, meditation. Whosoever may remain in renunciation in the memory of his separation from His Holy Spirit and obeys the teachings of His Word; all his fears of worldly desires may be eliminated. His renunciation may be transformed as ambrosial nectar. Both birth and death remain only under His Command; His Sanctuary may be only permanent resting place for soul.

ਬਾਬਾ ਮੈ ਕੁਚੀਲੁ ਕਾਚਉ ਮਤਿਹੀਨ॥ baabaa mai kucheel kaacha-o matiheen.
ਨਾਮ ਬਿਨਾ ਕੋ ਕਛੁ ਨਹੀ, naam binaa ko kachh nahee
ਗੁਰਿ ਪੂਰੈ ਪੂਰੀ ਮਤਿ ਕੀਨ॥੧॥ ਰਹਾਉ॥ gur poorai pooree mat keen. ||1|| rahaa-o.

ਮੈਂ ਪਾਪਾਂ ਨਾਲ ਭਰਿਆਂ, ਗੁਣਾਂ ਤੋਂ ਰਹਿਤ, ਮੈਨੂੰ ਭਾਣੇ ਦੀ ਕੋਈ ਸੋਝੀ ਨਹੀਂ । ਪਰ ਤੇਰੀ ਰਹਿਮਤ ਨਾਲ ਮੈਨੂੰ ਸੋਝੀ ਹੋ ਗਈ ਹੈ! ਕਿ ਸ਼ਬਦ ਦੀ ਪਾਲਣਾ ਕਰਨ ਤੋਂ ਬਿਨਾਂ ਹੋਰ ਕੋਈ ਧੰਦਾ ਕਰਨ ਵਾਲਾ ਨਹੀਂ ਹੈ ।

My True Master, I was overwhelmed with sins and without the enlightenment of the teachings of Your Word. With Your Blessed Vision, I have been enlightened from within. The real purpose of human life to adopt the teachings of His Word with steady and stable belief in day-to-day life.

ਅਵਗਣਿ ਸੁਭਰ ਗੁਣ ਨਹੀ, ਬਿਨੁ ਗੁਣ ਕਿਉ ਘਰਿ ਜਾਉ॥ avgan subhar gun nahee bin gun ki-o ghar jaa-o.
ਸਹਜਿ ਸਬਦਿ ਸੁਖੁ ਊਪਜੈ, ਬਿਨੁ ਭਾਗਾ ਧਨੁ ਨਾਹਿ॥ sahj sabad sukh oopjai bin bhaagaa Dhan naahi.
ਜਿਨ ਕੈ ਨਾਮੁ ਨ ਮਨਿ ਵਸੈ, ਸੇ ਬਾਧੇ ਦੂਖ ਸਹਾਹਿ॥੨॥ jin kai naam na man vasai say baaDhay dookh sahaahi. ||2||

ਪ੍ਰਭ ਮੈਂ ਅਉਗੁਣਾਂ ਨਾਲ ਭਰਿਆਂ, ਗੁਣਾਂ ਤੋਂ ਖਾਲੀ ਹਾ । ਗੁਣਾਂ ਤੋਂ ਬਿਨਾਂ ਮੈਂ ਤੇਰੇ ਦਰਬਾਰ ਵਿੱਚ ਕਿਵੇਂ ਜਾਵਾਗਾ? ਸ਼ਬਦ ਦੀ ਪਾਲਣਾ ਨਾਲ ਮਨ ਵਿੱਚ ਸੰਤੋਖ ਬਖਸ਼ਿਸ਼ ਹੋ ਜਾਂਦਾ ਹੈ । ਪ੍ਰਭ ਹਰਇਕ ਆਤਮਾ ਤੇ ਦੋਂ ਰਸਤੇ (ਸ਼ਿਵ, ਸ਼ਕਤੀ) ਉਕਾਰਦਾ ਹੈ! ਸ਼ਬਦ ਦਾ ਰਸਤਾ ਧਾਰਨ ਕਰਨ ਤੋ ਬਿਨਾਂ (ਭਾਗਾਂ ਤੋਂ ਬਿਨਾਂ) ਇਸ ਧਨ ਦੀ ਕਮਾਈ ਕੀਤੀ ਨਹੀਂ ਜਾ ਸਕਦੀ ।

I am overwhelmed with sins and without any virtues of my own. How may I be accepted in Your Court, without earnings of His Word? Whosoever may obey the teachings of His Word; he may be blessed with contentment in his worldly life. The True Master engraves both path (Shiv and Shakti) on every soul; without adopting the path of Shiv, no one may ever be blessed with the earnings of His Word.

ਜਿਨੀ ਨਾਮੁ ਵਿਸਾਰਿਆ, ਸੇ ਕਿਤੁ ਆਏ ਸੰਸਾਰਿ॥ jinee naam visaari-aa say kit aa-ay sansaar.
ਆਗੈ ਪਾਛੈ ਸੁਖੁ ਨਹੀ, ਗਾਡੇ ਲਾਦੇ ਛਾਰੁ॥ aagai paachhai sukh nahee gaaday laaday chhaar.
ਵਿਛੁੜਿਆ ਮੇਲਾ ਨਹੀ, ਦੂਖੁ ਘਣੋ ਜਮ ਦੁਆਰਿ॥੩॥ vichhurhi-aa maylaa nahee dookh ghano jam du-aar. ||3||

ਜਿਹੜਾ ਸ਼ਬਦ ਦੀ ਪਾਲਣਾ ਨਹੀਂ ਕਰਦਾ, ਉਸ ਦਾ ਮਾਨਸ ਜਨਮ ਬਿਰਥਾ ਹੀ ਹੈ । ਉਸ ਨੂੰ ਸੰਸਾਰ ਵਿੱਚ, ਮੌਤ ਪਿਛੋਂ ਵੀ ਦੋਨਾਂ ਥਾਂ ਤੇ ਕੋਈ ਸੁਖ, ਸੰਤੋਖ ਬਖਸ਼ਿਸ਼ ਹੁੰਦਾ ਹੈ । ਜਿਹੜਾ ਪ੍ਰਭ ਤੋਂ ਵਿਛੜ ਜਾਂਦਾ ਹੈ! ਉਹ ਬਹੁਤ ਦਰਦਨਾਕ ਦੁਖ ਵਿੱਚ ਹੀ ਰਹਿੰਦਾ ਹੈ ।

Whosoever may not obey the teachings of His Word; his human life opportunity may be wasted uselessly. He may not realize any comforts or contentment in his worldly life nor after death in His Court. Whosoever may be separated from His Holy Spirit; his human life journey may remain miserable.

ਅਗੈ ਕਿਆ ਜਾਣਾ ਨਾਹਿ, ਮੈ ਭੂਲੇ ਤੂ ਸਮਝਾਇ॥ agai ki-aa jaanaa naahi mai bhoolay too samjhaa-ay.
ਭੂਲੇ ਮਾਰਗੁ ਜੋ ਦਸੇ, ਤਿਸ ਕੈ ਲਾਗਉ ਪਾਇ॥ bhoolay maarag jo dasay tis kai laaga-o paa-ay.
ਗੁਰ ਬਿਨੁ ਦਾਤਾ ਕੋ ਨਹੀ, ਕੀਮਤਿ ਕਹਣੁ ਨ ਜਾਇ॥੪॥ gur bin daataa ko nahee keemat kahan na jaa-ay. ||4||

ਮੈਨੂੰ ਅਣਜਾਣ ਨੂੰ ਸੋਝੀ ਬਖਸ਼ੋ! ਮੇਰਾ ਮੌਤ ਪਿਛੋਂ ਕੀ ਹਾਲ ਹੋਣਾ ਹੈ? ਮੈਂ ਇਤਨਾ ਪਰੇਸ਼ਾਨ, ਜਿਹੜਾ ਮੈਨੂੰ ਪ੍ਰਵਾਨਗੀ ਦੇ ਰਸਤੇ ਦੀ ਸੋਝੀ ਪਾਵੇ । ਮੈਂ ਉਸ ਨੂੰ ਆਪਣਾ ਗੁਰੂ ਧਾਰਨ ਕਰਾ । ਸ਼ਬਦ ਦੀ ਪਾਲਣਾ ਕਰਨ ਤੋਂ ਬਿਨਾਂ, ਪ੍ਰਭ ਦੀ ਰਹਿਮਤ ਬਖਸ਼ਿਸ਼ ਨਹੀਂ ਹੁੰਦੀ । ਸ਼ਬਦ ਦੀ ਸੋਝੀ ਤੋਂ ਬਿਨਾਂ, ਮਾਨਸ ਜੀਵਨ ਦੀ ਕੀਮਤ ਜਾਣੀ ਨਹੀਂ ਜਾ ਸਕਦੀ ।

ਗੁਰੂ ਨਾਨਕ ਦੇਵ ਜੀ! – Guru Nanak Dev Ji! Guru Granth Sahib

My True Master bestows Your Blessed Vision to enlighten me! What miseries may I be enduring after death? I am very frustrated and anxious to be enlightened with the right path. Whosoever may enlighten me the right path; I may surrender my self-entity at his service. Without obeying the teachings of His Word with steady and stable belief in day-to-day life; no one may be enlightened with the essence of His Word nor he may realize the significance of human life blessings.

ਸਾਜਨੁ ਦੇਖਾ ਤਾ ਗਲਿ ਮਿਲਾ, ਸਾਚੁ ਪਠਾਇਓ ਲੇਖੁ॥ saajan daykhaa taa gal milaa saach pathaa-i-o laykh.
ਮੁਖਿ ਧਿਮਾਣੈ ਧਨ ਖੜੀ, ਗੁਰਮੁਖਿ ਆਖੀ ਦੇਖੁ॥ mukh Dhimaanai Dhan kharhee gurmukh aakhee daykh.
ਤੁਧੁ ਭਾਵੈ ਤੂ ਮਨਿ ਵਸਹਿ, ਨਦਰੀ ਕਰਮਿ ਵਿਸੇਖੁ॥੫॥ tuDh bhaavai too man vaseh nadree karam visaykh. ||5||

ਅਗਰ ਮੈਨੂੰ ਮੇਰਾ ਪਿਆਰਾ ਮਿੱਤਰ, ਪ੍ਰਭ ਮਿਲ ਜਾਵੇ ਤਾ ਮੈਂ ਉਸ ਨੂੰ ਗਲ ਮਿਲਾ । ਉਸ ਨੂੰ ਆਪਣੀ ਹਾਲਤ ਦੀ ਅਰਦਾਸ ਕਰਾ । ਮੇਰੀ ਆਤਮਾ ਸ਼ਬਦ ਦੀ ਪਾਲਣਾ ਕਰਦੀ, ਜੀਵਨ ਬਤੀਤ ਕਰਦੀ, ਪ੍ਰਭ ਦੀ ਹੀ ਉਡੀਕ ਕਰਦੀ ਹੈ । ਜਿਸ ਤੇ ਰਹਿਮਤ ਨਾਲ ਗੁਰਮਖ ਅਵਸਥਾ ਬਖਸ਼ਦਾ ਹੈ, ਉਹ ਹੀ ਪ੍ਰਭ ਦੀ ਕੁਦਰਤ ਆਪਣੀਆਂ ਮਨ ਦੀਆ ਅੱਖਾਂ ਨਾਲ ਦੇਖ ਸਕਦਾ ਹੈ । ਪ੍ਰਭ ਆਪਣੀ ਮਰਜ਼ੀ ਨਾਲ ਹੀ ਮੇਰੇ ਮਨ ਵਿੱਚ ਵਸਦਾ ਹੈ । ਰਹਿਮਤ ਬਖਸ਼ਕੇ ਪ੍ਰਵਾਨਗੀ ਦਾ ਰਸਤਾ ਬਖਸ਼ੋ ।

If I may be blessed with the association of my true companion, His Holy Spirit; the essence of His Word. I am praying for His Forgiveness and Refuge. I have adopted the teachings of His Word with steady and stable belief in my day-to-day life; I am waiting with patience for the right path of human life journey! Whosoever may be blessed with a state of mind as His true devotee; he may realize His Holy Spirit prevailing everywhere. His Holy Spirit remains embedded within my soul; My True Master bestows Your Blessed Vision, to enlighten the right path of acceptance in His Court.

ਭੁਖ ਪਿਆਸੋ ਜੇ ਭਵੈ, ਕਿਆ ਤਿਸੁ ਮਾਗਉ ਦੇਇ॥ bhookh pi-aaso jay bhavai ki-aa tis maaga-o day-ay.
ਬੀਜਉ ਸੂਝੈ ਕੋ ਨਹੀ, ਮਨਿ ਤਨਿ ਪੂਰਨੁ ਦੇਇ॥ beeja-o soojhai ko nahee man tan pooran day-ay.
ਜਿਨਿ ਕੀਆ ਤਿਨਿ ਦੇਖਿਆ, ਆਪਿ ਵਡਾਈ ਦੇਇ॥੬॥ jin kee-aa tin daykhi-aa aap vadaa-ee day-ay. ||6||

ਜਿਹੜਾ ਜੀਵ ਆਪ ਭੁੱਖਾ ਅਤੇ ਪਿਆਸਾ ਹੋਵੇ, ਉਹ ਕਿਸੇ ਨੂੰ ਕੀ ਦੇ ਸਕਦਾ ਹੈ? ਉਸ ਤੋਂ ਕੀ ਮੰਗਿਆ ਜਾ ਸਕਦਾ ਹੈ? ਸੰਸਾਰ ਵਿੱਚ ਹੋਰ ਕੋਈ ਇਸ ਅਵਸਥਾ ਵਾਲਾ ਮਾਨਸ ਨਹੀਂ ਹੈ! ਜਿਹੜਾ ਮੇਰੇ ਮਨ, ਤਨ ਨੂੰ ਸ਼ਾਤੀ, ਰਖਿਆ ਕਰ ਸਕਦਾ ਹੈ । ਪ੍ਰਭ ਹੀ ਜੀਵ ਨੂੰ ਪੈਦਾ ਕਰਦਾ, ਪਾਲਣਾ ਕਰਦਾ ਹੈ, ਉਹ ਹੀ ਮਾਣ ਬਖਸ਼ਦਾ ਹੈ ।

Whosoever may be broke, penniless, hungry, or thirsty! What may he offer to others? What charity, donation may be expected from him? No one in the universe has born with such a state of mind; who may provide peace of mind and protection. Only, The True Master, Creator nourishes, protects, and bestows honor to His true devotee in the universe.

ਨਗਰੀ ਨਾਇਕੁ ਨਵਤਨੋ, ਬਾਲਕੁ ਲੀਲ ਅਨੂਪੁ॥ nagree naa-ik navtano baalak leel anoop.
ਨਾਰਿ ਨ ਪੁਰਖੁ ਨ ਪੰਖਣੂ, ਸਾਚਉ ਚਤੁਰੁ ਸਰੂਪੁ॥ naar na purakh na pankh-noo saacha-o chatur saroop.
ਜੋ ਤਿਸੁ ਭਾਵੈ ਸੋ ਥੀਐ, ਤੂ ਦੀਪਕੁ ਤੂ ਧੂਪੁ॥੭॥ jo tis bhaavai so thee-ai too deepak too Dhoop. ||7||

ਮੇਰੇ ਤਨ ਵਿੱਚ ਆਤਮਾ ਦੇ ਸਾਥ ਪ੍ਰਭ ਆਪ ਹੀ ਵਸਦਾ ਹੈ! ਮੇਰੀ ਆਤਮਾ ਹਰ ਵੇਲੇ ਨਵੀਂ ਤਾਕਤ ਨਾਲ ਵਧਦੀ, ਅਨੰਦ ਮਾਨਦੀ ਹੈ । ਪ੍ਰਭ ਔਰਤ, ਮਰਦ, ਜਾ ਪੰਛੀ, ਉਹ ਬਹੁਤ ਸਿਆਣਾ ਅਤੇ ਸੁੰਦਰ ਹੈ । ਪ੍ਰਭ ਆਪਣੇ ਮਨ ਨੂੰ ਭਾਉਂਦਾ ਹੀ ਕਰਦਾ, ਹੋ ਸਕਦਾ ਹੈ । ਪ੍ਰਭ ਹੀ ਮੇਰੀ ਰੋਸ਼ਨੀ, ਮੇਰੇ ਜੀਵਨ ਦਾ ਮੰਤਵ ਹੈ ।

The True Master remains embedded within my soul and dwells within my body. I remain rejuvenated every moment and my innocent soul enjoys pleasure in the universe. The True Master is not a man, woman, nor a bird; however, He has astonishing beauty and wisdom. He always creates, performs with His Own Imagination. Only His Command may prevail in the universe. The real purpose of my human life opportunity may be to adopt the teachings of His Word.

ਗੀਤ ਸਾਦ ਚਾਖੇ ਸੁਣੇ, ਬਾਦ ਸਾਦ ਤਨਿ ਰੋਗੁ॥ geet saad chaakhay sunay baad saad tan rog.
ਸਚੁ ਭਾਵੈ ਸਾਚਉ ਚਵੈ, ਛੂਟੈ ਸੋਗ ਵਿਜੋਗੁ॥ sach bhaavai saacha-o chavai chhootai sog vijog.
ਨਾਨਕ ਨਾਮੁ ਨ ਵੀਸਰੈ, ਜੋ ਤਿਸੁ ਭਾਵੈ ਸੁ ਹੋਗੁ॥੮॥੩॥ naanak naam na veesrai jo tis bhaavai so hog. ||8||3||

ਜੀਵ ਸਾਰੇ ਗੀਤ, ਸੰਗੀਤ ਸੁਣਦਾ ਹੈ, ਸਾਰੇ ਸਵਾਦ ਮਾਨਦਾ ਹੈ । ਪਰ ਇਹ ਸਾਰੇ ਹੀ ਜੀਵ ਦੇ ਸਰੀਰ ਦੇ ਰੋਗ ਹਨ । ਜਿਹੜਾ ਸ਼ਬਦ ਸੁਣਦਾ, ਬੋਲਦਾ, ਪਾਲਣਾ ਕਰਦਾ ਹੈ! ਉਹ ਪ੍ਰਭ ਨਾਲੋ ਵਿਛੋੜੇ ਤੋਂ ਬਚ ਜਾਂਦਾ ਹੈ । ਪ੍ਰਭ ਦੇ ਬਖਸ਼ੇ ਨੂੰ, ਸ਼ਬਦ ਨੂੰ ਅਟਲ ਮੰਨਕੇ ਪਾਲਣਾ ਕਰੋ । ਸ਼ਬਦ ਦੀ ਪਾਲਣਾ ਕਰਨਾ ਨਾ ਭੁੱਲੋ ।

Self-minded may listen, sings His Glory with various music tones. However, all these may become a disease of his body. Whosoever may listen, speaks, and obeys the teachings of His Word; with His mercy and grace, he may be saved from the miseries of birth and death. You may never abandon to obey the teachings of His Word from your day-to-day life. You should believe that His Word an ultimate Command and obeys in your day-to-day life.

Key Message of Raag Maaroo, page 1010-4
ਗੁਰਬਾਣੀ ਦੀ ਕਥਾ, ਗਾਉਣ ਦੀ ਮਹੱਤਤਾ!
ਜਿਹੜਾ ਸ਼ਬਦ ਦੀ ਪਾਲਣਾ ਕਰਦਾ ਮਰ ਜਾਂਦਾ, ਉਸ ਨੂੰ ਮੌਤ ਤੇ ਜਿੱਤ ਬਖਸ਼ਿਸ਼ ਹੋ ਜਾਂਦੀ ਹੈ । ਜਿਹੜਾ ਜੀਵ ਆਪ ਭੁੱਖਾ ਅਤੇ ਪਿਆਸਾ ਹੋਵੇ ਉਹ ਕਿਸੇ ਨੂੰ ਕੁਝ ਨਹੀਂ ਦੇ ਸਕਦਾ! ਕੋਈ ਵੀ ਮਾਨਸ ਮਨ, ਤਨ ਨੂੰ ਸ਼ਾਤੀ, ਰਖਿਆ ਨਹੀਂ ਕਰ ਸਕਦਾ ਹੈ । ਪ੍ਰਭ ਆਤਮਾ ਦੇ ਸਾਥ ਹੀ ਵਸਦਾ ਹੈ! ਪ੍ਰਭ ਦੀ ਹੋਂਦ ਮਹਿਸੂਸ ਕਰਨਾ ਹੀ ਮੇਰੇ ਜੀਵਨ ਦਾ ਮੰਤਵ ਹੈ । ਸਾਰੇ ਗੀਤ, ਸੰਗੀਤ, ਜੀਭ ਦੇ ਸਵਾਦ ਹੀ ਜੀਵ ਦੇ ਸਰੀਰ ਦੇ ਰੋਗ ਹਨ । ਜਿਹੜਾ ਸ਼ਬਦ ਸੁਣਦਾ, ਬੋਲਦਾ, ਪਾਲਣਾ ਕਰਦਾ ਹੈ! ਉਹ ਪ੍ਰਭ ਨਾਲੋ ਵਿਛੋੜੇ ਤੋਂ ਬਚ ਜਾਂਦਾ ਹੈ ।
Significance of Sermon and singing verses of Gurbani!
Whosoever may take his last breath meditating on the teachings of His Word and praying for His Forgiveness and Refuge; he may conquer the devil of death. Whosoever may be broke, penniless, hungry, or thirsty; he may not be able to offer anything to others. No one in the universe has born with such a state of mind to provide, peace of mind or protection to others. His Holy Spirit remains embedded within each soul and dwells within my body; to realize His Existence may the only purpose my human life opportunity. Listening to sermons, singing His glory with various music tones are the chronic diseases of body. Whosoever may listen, speaks, and remain intoxicated in the void of His Word, he may be saved from the miseries of birth and death.

16. ਮਾਰੂ ਮਹਲਾ ੧॥ 1010-16

ਸਾਚੀ ਕਾਰ ਕਮਾਵਣੀ, ਹੋਰਿ ਲਾਲਚ ਬਾਦਿ॥ — saachee kaar kamaavnee hor laalach baad.
ਇਹੁ ਮਨੁ ਸਾਚੈ ਮੋਹਿਆ, ਜਿਹਵਾ ਸਚਿ ਸਾਦਿ॥ — ih man saachai mohi-aa jihvaa sach saad.
ਬਿਨੁ ਨਾਵੈ ਕੋ ਰਸੁ ਨਹੀ, ਹੋਰਿ ਚਲਹਿ ਬਿਖੁ ਲਾਦਿ॥੧॥ — bin naavai ko ras nahee hor chaleh bikh laad. ||1||

ਸ਼ਬਦ ਦੀ ਕਮਾਈ ਤੋਂ ਬਿਨਾਂ ਸਭ ਕੁਝ ਲਾਲਚ, ਅਹੰਕਾਰ, ਹੈਸੀਅਤ, ਮੋਹ, ਸੰਸਾਰਕ ਮਾਇਆ ਦਾ ਧਨ ਹੀ ਹੁੰਦਾ ਹੈ, ਥੋੜ੍ਹਾ ਚਿਰ ਅਨੰਦ ਦੇਂਦਾ, ਬੇਕਾਰ ਹੀ ਹੈ । ਜਿਹੜਾ ਸ਼ਬਦ ਦੀ ਪਾਲਣਾ ਕਰਦਾ ਹੈ ! ਉਸ ਦੀ ਜੀਭ ਤੇ ਪ੍ਰਭ ਦੀ ਉਸਤਤ, ਧੰਨਵਾਦ ਹੀ ਚਲਦਾ ਹੈ । ਸ਼ਬਦ ਦੀ ਪਾਲਣਾ ਤੋਂ ਬਿਨਾਂ ਹੋਰ ਕਮਾਈ ਦਰਬਾਰ ਵਿੱਚ ਕੋਈ ਕੀਮਤ ਨਹੀਂ ਪਾਉਂਦੀ । ਉਹ ਆਪਣੇ ਲਾਲਚ ਅਤੇ ਧੋਖੇ ਨਾਲ ਜੂੰਨਾਂ ਵਿੱਚ ਹੀ ਰਹਿੰਦਾ ਹੈ ।

Without the earnings of His Word, all other worldly chores enhance greed, ego of worldly status and attachments. Worldly wealth may provide short-lived comforts in worldly life. Whosoever may obey the teachings of His Word with steady and stable belief; singing the glory and gratitude of The True Master may resonate on his tongue. Without the earnings of His Word, no other earnings have any significance. Self-minded with his own greed and clever plans, remains in the cycle of birth and death.

ਐਸਾ ਲਾਲਾ ਮੇਰੇ ਲਾਲ ਕੋ, ਸੁਣਿ ਖਸਮ ਹਮਾਰੇ॥ — aisaa laalaa mayray laal ko sun khasam hamaaray.
ਜਿਉ ਫੁਰਮਾਵਹਿ ਤਿਉ ਚਲਾ, ਸਚੁ ਲਾਲ ਪਿਆਰੇ॥੧॥ ਰਹਾਉ॥ — ji-o furmaaveh ti-o chalaa sach laal pi-aaray. ||1|| rahaa-o.

ਪ੍ਰਭ ਰਹਿਮਤ ਬਖਸ਼ੋ ! ਮੈਂ ਤੇਰਾ ਦਾਸ, ਸੇਵਕ ਹਾ । ਮੈਂ ਸ਼ਬਦ ਦੀ ਸਿਖਿਆਂ ਨਾਲ ਜੀਵਨ ਬਤੀਤ ਕਰਦਾ ਹਾ, ਆਪਣੇ ਹਲਾਤ ਵਿੱਚ ਸੰਤੋਖ ਨਾਲ ਰਹਿੰਦਾ ਹਾ ।

My True Master blesses devotion to adopt the teachings of Your Word with steady and stable belief in my day-to-day life. I may remain in peace and contented with my worldly environments.

ਅਨਦਿਨੁ ਲਾਲੇ ਚਾਕਰੀ, ਗੋਲੇ ਸਿਰਿ ਮੀਰਾ॥ — an-din laalay chaakree golay sir meeraa.
ਗੁਰ ਬਚਨੀ ਮਨੁ ਵੇਚਿਆ, ਸਬਦਿ ਮਨੁ ਧੀਰਾ॥ — gur bachnee man vaychi-aa sabad man Dheeraa.
ਗੁਰ ਪੂਰੇ ਸਾਬਾਸਿ ਹੈ, ਕਾਟੈ ਮਨ ਪੀਰਾ॥੨॥ — gur pooray saabaas hai kaatai man peeraa. ||2||

ਮੈਂ ਦਿਨ ਰਾਤ ਸ਼ਬਦ ਦਾ ਗੁਲਾਮ ਹਾ । ਪ੍ਰਭ, ਮੈਂ ਆਪਣਾ ਮਨ ਸ਼ਬਦ ਦੇ ਲੇਖੇ ਲਾ ਦਿੱਤਾ ਹੈ । ਪ੍ਰਭ ਨੇ ਆਪਣੀ ਰਹਿਮਤ ਨਾਲ ਮੇਰੇ ਮਨ ਵਿੱਚ ਧੀਰਜ ਬਖਸ਼ਿਆ ਹੈ । ਮੇਰੇ ਸੰਸਾਰਕ ਇਛਾਂ ਦੇ ਬੰਧਨ ਤੋੜ ਦਿੱਤੇ ਹਨ ।

My True Master, I have surrendered my self-entity at Your Sanctuary to obey the teachings of Your Word. I have been blessed with patience and contentment in my worldly life. The True Master has eliminated all my worldly bonds.

ਲਾਲਾ ਗੋਲਾ ਧਣੀ ਕੋ, ਕਿਆ ਕਹਉ ਵਡਿਆਈਐ॥ — laalaa golaa Dhanee ko ki-aa kaha-o vadi-aa-ee-ai.
ਭਾਣੈ ਬਖਸੇ ਪੂਰਾ ਧਣੀ, ਸਚੁ ਕਾਰ ਕਮਾਈਐ॥ — bhaanai bakhsay pooraa Dhanee sach kaar kamaa-ee-ai.
ਵਿਛੁੜਿਆ ਕਉ ਮੇਲਿ ਲਏ, ਗੁਰ ਕਉ ਬਲਿ ਜਾਈਐ॥੩॥ — vichhurhi-aa ka-o mayl la-ay gur ka-o bal jaa-ee-ai. ||3||

ਪ੍ਰਭ ਮੈਂ ਤੇਰਾ ਦਾਸ, ਸ਼ਬਦ ਦੀ ਪਾਲਣਾ ਕਰਦਾ ਹਾ । ਮੈਂ, ਪ੍ਰਭ ਦੇ ਕਿਹੜੇ ਕਿਹੜੇ ਗੁਣ ਦੱਸ ਸਕਦਾ ਹਾ? ਪ੍ਰਭ ਆਪਣੀ ਰਹਿਮਤ ਨਾਲ ਹੀ ਜੀਵ ਦਾ ਮਨ ਸ਼ਬਦ ਦੀ ਪਾਲਣਾ, ਸਿਮਰਨ ਤੇ ਲਾਉਂਦਾ ਹੈ । ਆਪ ਹੀ ਆਪਣੇ ਵਿਛੜੇ ਹੋਏ ਸੇਵਕ ਨੂੰ ਆਪਣੇ ਨਾਲ ਸੰਜੋਗ ਬਣਾ ਦੇਂਦਾ ਹੈ ।

The True Master, I am Your humble devotee, obeying the teachings of Your Word with steady and stable belief in my day-to-day life. Which of Your Virtue may I express my gratitude? You may attach Your true devotee to meditate and obey the teachings of Your Word. You may keep me on the right path of acceptance in His Court.

ਲਾਲੇ ਗੋਲੇ ਮਤਿ ਖਰੀ, ਗੁਰ ਕੀ ਮਤਿ ਨੀਕੀ॥ — laalay golay mat kharee gur kee mat neekee.
ਸਾਚੀ ਸੁਰਤਿ ਸੁਹਾਵਣੀ, ਮਨਮੁਖ ਮਤਿ ਫੀਕੀ॥ — saachee surat suhaavanee manmukh mat feekee.
ਮਨੁ ਤਨੁ ਤੇਰਾ ਤੂ ਪ੍ਰਭੂ, ਸਚੁ ਧੀਰਕ ਧੁਰ ਕੀ॥੪॥ — man tan tayraa too parabhoo sach Dheerak Dhur kee. ||4||

ਪ੍ਰਭ ਆਪ ਹੀ ਰਹਿਮਤ ਬਖਸ਼ਕੇ ਦਾਸ ਦੀ ਆਤਮਾ ਪਵਿੱਤਰ ਕਰ ਦੇਂਦਾ ਹੈ । ਉਸ ਦੀ ਪ੍ਰਭ ਦੇ ਸ਼ਬਦ ਨਾਲ ਲਗਨ ਬਹੁਤ ਡੂੰਗੀ ਹੁੰਦੀ ਹੈ । ਮਨਮੁਖ ਦੀ ਲਗਨ ਵਿੱਚ ਲਾਲਚ, ਸੰਸਾਰਕ ਇਛਾਂ ਹੀ ਹੁੰਦੀਆਂ ਹਨ । ਮੇਰਾ ਮਨ ਅਤੇ ਤਨ ਜਨਮ ਤੋਂ ਹੀ ਪ੍ਰਭ ਦੀ ਅਮਾਨਤ ਹੈ । ਪ੍ਰਭ ਦੇ ਸ਼ਬਦ ਦੀ ਪਾਲਣਾ ਹੀ ਮੇਰੇ ਜੀਵਨ ਦਾ ਆਸਰਾ, ਢੰਗ ਰਸਤਾ ਹੈ ।

His true devotee remains intoxicated in deep meditation in the void of His Word; with His mercy and grace, his soul may be sanctified to become worthy of His Consideration. Self-minded remains attached to worldly greed and expectation of sweet poison of worldly wealth. My mind, body and worldly status remains only His Trust from my birth. To obey the teachings of His Word has become my way of life, purpose of human life.

ਸਾਚੈ ਬੈਸਣੁ ਉਠਣਾ, ਸਚੁ ਭੋਜਨੁ ਭਾਖਿਆ॥ — saachai baisan uth-naa sach bhojan bhaakhi-aa.
ਚਿਤਿ ਸਚੈ ਵਿਤੋ ਸਚਾ ਸਾਚਾ ਰਸੁ ਚਾਖਿਆ॥ — chit sachai vito sachaa saachaa ras chaakhi-aa.
ਸਾਚੈ ਘਰਿ ਸਾਚੈ ਰਖੇ, ਗੁਰ ਬਚਨਿ ਸੁਭਾਖਿਆ॥੫॥ — saachai ghar saachai rakhay gur bachan subhaakhi-aa. ||5||

ਮੈਂ ਉਠਦਾ ਬੈਠਦਾ, ਭੋਜਨ ਖਾਂਦਾ, ਬੋਲਦਾ, ਸ਼ਬਦ ਦੀ ਪਾਲਣਾ ਹੀ ਕਰਦਾ ਹਾ । ਮੇਰਾ ਧਿਆਨ ਹਮੇਸ਼ਾਂ ਹੀ ਸ਼ਬਦ ਦੀ ਕਮਾਈ, ਪ੍ਰਭ ਦੀ ਸ਼ਰਣ ਵਿੱਚ ਰਹਿੰਦਾ ਹਾ । ਪ੍ਰਭ ਨੇ ਆਪ ਹੀ ਸ਼ਰਣ ਵਿੱਚ ਪਨਾਹ ਬਖਸ਼ੀ, ਹਰ ਥਾਂ ਮੇਰੀ ਰਖਿਆ ਕਰਦਾ ਹੈ । ਉਸ ਦੇ ਸ਼ਬਦ ਦੀ ਉਸਤਤ ਹੀ ਗਾਉਂਦਾ ਹਾ ।

I obey the teachings of His Word every moment of my life, while siting, standing, eating, and speaking. I may keep my focus always on His Spiritual Feet, the essence of His Word in my day-to-day life. He has accepted me in His Sanctuary and protected me everywhere. I remain intoxicated singing the glory of His Word.

ਮਨਮੁਖ ਕਉ ਆਲਸੁ ਘਣੋ, ਫਾਥੇ ਓਜਾੜੀ॥ — manmukh ka-o aalas ghano faathay ojaarhee.
ਫਾਥਾ ਚੁਗੈ ਨਿਤ ਚੋਗੜੀ, ਲਗਿ ਬੰਧੁ ਵਿਗਾੜੀ॥ — faathaa chugai nit chogrhee lag banDh vigaarhee.
ਗੁਰ ਪਰਸਾਦੀ ਮੁਕਤੁ ਹੋਇ, ਸਚੇ ਨਿਜ ਤਾੜੀ॥੬॥ — gur parsaadee mukat ho-ay saachay nij taarhee. ||6||

ਆਲਸੀ ਮਨਮੁਖ, ਮਨ ਦੀਆਂ ਇਛਾਂ ਦੇ ਜਾਲ ਵਿੱਚ ਹੀ ਫਸਿਆ ਰਹਿੰਦਾ ਹੈ । ਉਹ ਹਰ ਵੇਲੇ ਸੰਸਾਰਕ ਇਛਾਂ ਦੇ ਜਾਲ ਵਿੱਚ ਡੂੰਘਾ ਫਸਦਾ ਜਾਂਦਾ ਹੈ । ਉਸ ਦਾ ਪ੍ਰਭ ਨਾਲੋ ਸੰਬਧ ਤਬਾਹ ਹੋ ਜਾਂਦਾ ਹੈ । ਜਿਸ ਦੀ ਲਗਨ ਪ੍ਰਭ ਸ਼ਬਦ ਦੀ ਪਾਲਣਾ ਵਿੱਚ ਲਾਉਂਦਾ, ਉਹ ਹੀ ਪ੍ਰਵਾਨਗੀ ਦੇ ਰਸਤੇ ਤੇ ਚਲ ਸਕਦਾ ਹੈ ।

Lazy, self-minded remains intoxicated in worldly desires; day by day, he may be intoxicated deeper in the greed of sweet poison of worldly wealth. He may ignore the real purpose of his human life opportunity, to obey the teachings of His Word. Whosoever may be attached to meditate and to obey the teachings of His Word; with His mercy and grace, only he may remain on the right path of acceptance in His Court.

ਅਨਹਤਿ ਲਾਲਾ ਬੇਧਿਆ, ਪ੍ਰਭ ਹੇਤਿ ਪਿਆਰੀ॥ anhat laalaa bayDhi-aa parabh hayt pi-aaree.
ਬਿਨੁ ਸਾਚੇ ਜੀਉ ਜਲਿ ਬਲਉ, ਝੂਠੇ ਵੇਕਾਰੀ॥ bin saachay jee-o jal bala-o jhoothay vaykaaree.
ਬਾਦਿ ਕਾਰਾ ਸਭਿ ਛੋਡੀਆ, ਸਾਚੀ ਤਰੁ ਤਾਰੀ॥੭॥ baad kaaraa sabh chhodee-aa saachee tar taaree. ||7||

ਪ੍ਰਭ ਦਾ ਸੇਵਕ ਹਰ ਵੇਲੇ ਪ੍ਰਭ ਦੇ ਪਿਆਰ, ਸ਼ਬਦ ਦੀ ਪਾਲਣਾ ਵਿੱਚ ਲੀਨ ਰਹਿੰਦਾ ਹੈ । ਜਿਹੜਾ ਸ਼ਬਦ ਦੀ ਪਾਲਣਾ ਤੋਂ ਬਿਨਾਂ ਰਹਿੰਦਾ ਹੈ, ਉਹ ਸੰਸਾਰਕ ਇਛਾਂ, ਫਰੇਬ, ਧੋਖੇ ਦੀਆਂ ਸਕੀਮਾਂ ਵਿੱਚ ਹੀ ਭਸਮ ਹੋ ਜਾਂਦਾ ਹੈ । ਜੀਵ ਸੰਸਾਰਕ ਇਛਾਂ ਨੂੰ ਤਿਆਗੋ! ਸ਼ਬਦ ਦੀ ਪਾਲਣਾ ਕਰਨ ਵਾਲੀ ਬੇੜੀ ਤੇ ਸਵਾਰ ਹੋਣ ਨਾਲ ਹੀ ਸਾਗਰ ਪਾਰ ਕੀਤਾ ਜਾ ਸਕਦਾ ਹੈ ।

His true devotee remains intoxicated in obeying the teachings of His Word. Whosoever may remain without obeying the teachings of His Word; with all other meditation, he may remain slave of worldly desires, devious plans and his body may only become ashes. You should renounce your worldly desires, temptations! Only by obeying the teachings of His Word, he may be blessed with the right path of acceptance in His Court.

ਜਿਨੀ ਨਾਮੁ ਵਿਸਾਰਿਆ, ਤਿਨਾ ਠਉਰ ਨ ਠਾਉ॥ jinee naam visaari-aa tinaa tha-ur na thaa-o.
ਲਾਲੈ ਲਾਲਚੁ ਤਿਆਗਿਆ, ਪਾਇਆ ਹਰਿ ਨਾਉ॥ laalai laalach ti-aagi-aa paa-i-aa har naa-o.
ਤੂ ਬਖਸ਼ਹਿ ਤਾ ਮੇਲਿ ਲੈਹਿ, ਨਾਨਕ ਬਲਿ ਜਾਉ॥੮॥੪॥ too bakhsahi taa mayl laihi naanak bal jaa-o. ||8||4||

ਜਿਹੜਾ ਪ੍ਰਭ ਦੇ ਸ਼ਬਦ ਨੂੰ ਭੁਲਾ ਦੇਂਦਾ, ਪਾਲਣਾ ਨਹੀਂ ਕਰਦਾ । ਉਸ ਨੂੰ ਸ਼ਾਂਤੀ, ਸੰਤੋਖ ਨਸੀਬ ਨਹੀਂ ਹੁੰਦਾ । ਪ੍ਰਭ ਦਾ ਸੇਵਕ ਲਾਲਚ ਅਤੇ ਸੰਸਾਰਕ ਮੋਹ ਤਿਆਗ ਦੇਂਦਾ ਹੈ । ਸ਼ਬਦ ਦੀ ਪਾਲਣਾ ਵਿੱਚ ਲੀਨ ਰਹਿੰਦਾ ਹੈ । ਪ੍ਰਭ ਦੀ ਰਹਿਮਤ ਨਾਲ ਹੀ ਦਰਬਾਰ ਵਿੱਚ ਪ੍ਰਵਾਨਗੀ ਬਖਸ਼ਿਸ਼ ਹੁੰਦੀ ਹੈ ।

Whosoever may ignore, abandon to obey the teachings of His Word; he may never be blessed with peace of mind and contentment in his worldly life. His true devotee may renounce his greed, attachment. He may remain intoxicated in obeying the teachings of His Word. Only, with His mercy and grace, any soul may be accepted in His Court.

Key Message of Raag Maaroo, page 1010-16
ਸ਼ਬਦ ਦੀ ਬੇੜੀ, ਪ੍ਰਵਾਨਗੀ ਦਾ ਰਸਤਾ!
ਸ਼ਬਦ ਦੀ ਕਮਾਈ ਤੋਂ ਬਿਨਾਂ ਸਭ ਕੁਝ ਲਾਲਚ, ਅਹੰਕਾਰ, ਹੈਸੀਅਤ, ਮੋਹ, ਸੰਸਾਰਕ ਮਾਇਆ ਦਾ ਧਨ, ਥੋੜ੍ਹਾ ਚਿਰ ਅਨੰਦ ਦੇਂਦਾ, ਬੇਕਾਰ ਹੀ ਹੈ । ਜਿਹੜਾ ਸ਼ਬਦ ਦਾ ਗੁਲਾਮ, ਆਪਾ ਸ਼ਬਦ ਦੇ ਲੇਖੇ ਲਾ ਦੇਂਦਾ, ਉਸ ਦੇ ਸੰਸਾਰਕ ਇਛਾਂ ਦੇ ਬੰਧਨ ਖਤਮ ਹੋ ਜਾਂਦੇ ਹਨ! ਆਪ ਹੀ ਆਪਣੇ ਵਿਛੜੇ ਹੋਏ ਸੇਵਕ ਨੂੰ ਆਪਣੇ ਨਾਲ ਸੰਜੋਗ ਬਣਾ ਦੇਂਦਾ ਹੈ । ਪ੍ਰਭ ਦੇ ਸ਼ਬਦ ਦੀ ਪਾਲਣਾ ਹੀ ਜੀਵਨ ਦਾ ਆਸਰਾ, ਢੰਗ, ਰਸਤਾ, ਮਾਨਸ ਜਨਮ ਸਭ ਹੀ ਪ੍ਰਭ ਦੀ ਅਮਾਨਤ ਹੈ । ਪ੍ਰਭ ਦਾ ਦਾਸ ਹਮੇਸ਼ਾਂ ਹੀ ਸ਼ਬਦ ਦੀ ਕਮਾਈ, ਪ੍ਰਭ ਦੀ ਸ਼ਰਣ ਵਿੱਚ ਰਹਿੰਦਾ ਹੈ । ਜਿਹੜਾ ਸ਼ਬਦ ਦੀ ਪਾਲਣਾ ਵਿੱਚ ਅਡੋਲ ਰਹਿੰਦਾ ਹੈ, ਉਹ ਹੀ ਪ੍ਰਵਾਨਗੀ ਦੇ ਰਸਤੇ ਤੇ ਚਲ ਸਕਦਾ ਹੈ । ਜਿਹੜਾ ਸੰਸਾਰਕ ਇਛਾਂ ਨੂੰ ਤਿਆਗ ਦੇਂਦਾ ਹੈ, ਉਹ ਹੀ ਸ਼ਬਦ ਦੀ ਪਾਲਣਾ ਕਰਨ ਵਾਲੀ ਬੇੜੀ ਤੇ ਸਵਾਰ ਹੋ ਕੇ ਸਾਗਰ ਪਾਰ ਕਰ ਜਾਂਦਾ ਹੈ ।
Rescue boat of His Word, path of salvation!
Without the earnings of His Word, all other worldly chores enhance greed, ego, worldly wealth, provide short-lived comforts in worldly life. Whosoever may surrender his self-entity at His Sanctuary to obey the teachings of His Word; all his worldly bonds may be eliminated. He may enlighten the separated soul, the right path of acceptance in His Court. My mind, body and worldly status remains only His Trust from my birth. To obey the teachings of His Word remains the purpose of human life; our human life journey remains His Trust only. His true devotee always earns the wealth of His Word and surrender his self-entity at His Sanctuary! Whosoever may remain attached to the teachings of His Word; only he may remain on the right path of acceptance in His Court. Whosoever may renounce worldly desires and temptations, he may remain on the right path of acceptance in His Court.

17. ਮਾਰੂ ਮਹਲਾ ੧॥ 1011-9

ਲਾਲੈ ਗਾਰਬੁ ਛੋਡਿਆ, ਗੁਰ ਕੈ ਭੈ ਸਹਜਿ ਸੁਭਾਈ॥ laalai gaarab chhodi-aa gur kai bhai sahj subhaa-ee.
ਲਾਲੈ ਖਸਮੁ ਪਛਾਣਿਆ, ਵਡੀ ਵਡਿਆਈ॥ laalai khasam pachhaani-aa vadee vadi-aa-ee.
ਖਸਮਿ ਮਿਲਿਐ ਸੁਖੁ ਪਾਇਆ, ਕੀਮਤਿ ਕਹਣੁ ਨ ਜਾਈ॥੧॥ khasam mili-ai sukh paa-i-aa keemat kahan na jaa-ee. ||1||

ਜਿਹੜਾ ਸੇਵਕ ਪ੍ਰਭ ਦੇ ਵਿਛੋੜੇ ਦੇ ਵਿਰਾਗ ਵਿੱਚ ਹੀ ਹੈਸੀਅਤ ਦਾ ਅਹੰਕਾਰ ਤਿਆਗ ਦੇਂਦਾ ਹੈ । ਉਹ ਸੇਵਕ ਪ੍ਰਭ ਦੀ ਰਹਿਮਤ ਦੀ ਕੀਮਤ ਜਾਣ ਜਾਂਦਾ ਹੈ । ਉਸ ਨੂੰ ਧੀਰਜ, ਸੰਤੋਖ ਬਖਸ਼ਿਸ਼ ਹੋ ਜਾਂਦਾ ਹੈ । ਉਸ ਦੀ ਅਵਸਥਾ ਦੀ ਕੀਮਤ ਦਾ ਵਖਿਆਣ ਨਹੀਂ ਕੀਤੀ ਜਾ ਸਕਦੀ ।

Whosoever may remain in renunciation in the memory of his separation from His Holy Spirit; he may renounce his ego of worldly status. His true devotee may be enlightened with the significance of His Blessings. He may be blessed with patience and contentment in his day-to-day life. His state of mind may become beyond the comprehension of His Creation.

ਲਾਲਾ ਗੋਲਾ ਖਸਮ ਕਾ, ਖਸਮੈ ਵਡਿਆਈ॥ laalaa golaa khasam kaa khasmai vadi-aa-ee.
ਗੁਰ ਪਰਸਾਦੀ ਉਬਰੇ, ਹਰਿ ਕੀ ਸਰਣਾਈ॥੧॥ ਰਹਾਉ॥ gur parsaadee ubray har kee sarnaa-ee. ||1|| rahaa-o.

ਪ੍ਰਭ ਦਾ ਸੇਵਕ, ਦਾਸ, ਪ੍ਰਭ ਨੂੰ ਅਸਲੀ ਮਾਲਕ ਮੰਨਦਾ, ਹਰਇਕ ਕੰਮ ਤੇ ਹੀ ਉਸ ਦਾ ਧੰਨਵਾਦ ਕਰਦਾ ਹੈ । ਉਸ ਨੂੰ ਪ੍ਰਭ ਦੀ ਸ਼ਰਣ ਵਿੱਚ ਪਨਾਹ ਬਖਸ਼ਿਸ਼ ਹੋ ਜਾਂਦੀ ਹੈ ।

His true devotee believes that The One and Only One True Master, Creator of the universe; he may always sing His Glory and remains gratitude for His Blessings. He may be accepted in His Sanctuary.

ਲਾਲੇ ਨੋ ਸਿਰਿ ਕਾਰ ਹੈ, ਧੁਰਿ ਖਸਮਿ ਫੁਰਮਾਈ॥ laalay no sir kaar hai Dhur khasam furmaa-ee.
ਲਾਲੈ ਹੁਕਮੁ ਪਛਾਣਿਆ ਸਦਾ ਰਹੈ ਰਜਾਈ॥ laalai hukam pachhaani-aa sadaa rahai rajaa-ee.
ਆਪੇ ਮੀਰਾ ਬਖਸਿ ਲਏ ਵਡੀ ਵਡਿਆਈ॥੨॥ aapay meeraa bakhas la-ay vadee vadi-aa-ee. ||2||

ਗੁਰੂ ਨਾਨਕ ਦੇਵ ਜੀ! – Guru Nanak Dev Ji! Guru Granth Sahib

ਪ੍ਰਭ ਦੇ ਸੇਵਕ ਨੂੰ ਸਭ ਤੋਂ ਵਿਸ਼ੇਸ਼ ਕੰਮ ਦਿੱਤਾ ਜਾਂਦਾ ਹੈ । ਆਪ ਸ਼ਬਦ ਨਾਲ ਜੀਵਨ ਢਾਲਕੇ, ਬਾਕੀਆਂ ਨੂੰ ਪ੍ਰੇਰਨਾ ਕਰਦਾ ਹੈ । ਉਹ ਪ੍ਰਭ ਦਾ ਭਾਣਾ ਸਮਝ ਜਾਂਦਾ ਹੈ ਅਤੇ ਆਪਣਾ ਤਨ, ਮਨ ਪ੍ਰਭ ਦੇ ਸ਼ਬਦ ਦੀ ਪਾਲਣਾ ਵਿੱਚ ਅਡੋਲ ਰਖਦਾ ਹੈ । ਇਹ ਪ੍ਰਭ ਦੀ ਵਡਿਆਈ, ਮਹਾਨਤਾ ਹੈ! ਆਪ ਹੀ ਆਪਣੇ ਸੇਵਕ ਦਾ ਲੇਖਾ ਪੂਰਾ, ਖਤਮ ਕਰ ਦੇਂਦਾ ਹੈ ।

His true devotee may be assigned a unique task in the universe; he must adopt the teachings of His Word in day-to-day life and transforms his way of life. He may become a pillar of inspiration for others. He may comprehend the real purpose of his human life opportunity. He may surrender his mind, body at His Sanctuary to serve His Creation. The True Master has unique greatness! He may forgive all previous lives mistakes of His true devotee.

ਆਪਿ ਸਚਾ ਸਭੁ ਸਚੁ ਹੈ, ਗੁਰ ਸਬਦਿ ਬੁਝਾਈ॥	aap sachaa sabh sach hai gur sabad bujhaa-ee.
ਤੇਰੀ ਸੇਵਾ ਸੋ ਕਰੇ, ਜਿਸ ਨੋ ਲੈਹਿ ਤੂ ਲਾਈ॥	tayree sayvaa so karay jis no laihi too laa-ee.
ਬਿਨੁ ਸੇਵਾ ਕਿਨੈ ਨ ਪਾਇਆ, ਦੂਜੈ ਭਰਮਿ ਖੁਆਈ॥੩॥	bin sayvaa kinai na paa-i-aa doojai bharam khu-aa-ee. ||3||

ਅਟਲ ਪ੍ਰਭ ਦਾ ਸ਼ਬਦ, ਭਾਣਾ ਵੀ ਸਦਾ ਅਟਲ ਰਹਿਣ ਵਾਲਾ ਹੈ । ਇਸ ਦੀ ਸੋਝੀ ਸ਼ਬਦ ਦੀ ਪਾਲਣਾ ਕਰਨ ਨਾਲ ਹੀ ਬਖਸ਼ਿਸ਼ ਹੁੰਦੀ ਹੈ । ਜਿਸ ਨੂੰ ਆਪ ਰਹਿਮਤ ਬਖਸ਼ਕੇ ਇਸ ਪਾਸੇ ਲਗਨ ਲਾਉਂਦਾ ਹੈ, ਕੇਵਲ ਉਹ ਹੀ ਪ੍ਰਭ ਦੀ ਸੇਵਾ ਕਰ ਸਕਦਾ ਹੈ! । ਸ਼ਬਦ ਨਾਲ ਜੀਵਨ ਢਾਲਣ ਤੋਂ ਬਿਨਾਂ ਪ੍ਰਵਾਨਗੀ ਬਖਸ਼ਿਸ਼ ਨਹੀਂ ਹੋ ਸਕਦੀ । ਭਰਮਾਂ ਵਿੱਚ ਜੀਵਨ ਬਤੀਤ ਕਰਦਾ ਮਾਨਸ ਜੀਵਨ ਬਿਰਥਾ ਹੀ ਗਵਾ ਲੈਂਦਾ ਹੈ ।

The teachings of His Word, The True Master remains true forever. Whosoever may obey the teachings of His Word; with His mercy and grace, he may be enlightened with this essence of His Nature. Whosoever may be blessed with devotion to meditate, only he may adopt the teachings of His Word in his day-to-day life. No one may be blessed with the right path of acceptance in His Court, without adopting the teachings of His Word. He may waste his human life opportunity uselessly.

ਸੋ ਕਿਉ ਮਨਹੁ ਵਿਸਾਰੀਐ, ਨਿਤ ਦੇਵੈ ਚੜੈ ਸਵਾਇਆ॥	so ki-o manhu visaaree-ai nit dayvai charhai savaa-i-aa.
ਜੀਉ ਪਿੰਡੁ ਸਭੁ ਤਿਸ ਦਾ, ਸਾਹੁ ਤਿਨੈ ਵਿਚਿ ਪਾਇਆ॥	jee-o pind sabh tis daa saahu tinai vich paa-i-aa.
ਜਾ ਕ੍ਰਿਪਾ ਕਰੇ ਤਾ ਸੇਵੀਐ, ਸੇਵਿ ਸਚਿ ਸਮਾਇਆ॥੪॥	jaa kirpaa karay taa sayvee-ai sayv sach samaa-i-aa. ||4||

ਪ੍ਰਭ ਦੀਆਂ ਬਖਸ਼ਿਆਂ ਹਰ ਦਿਨ ਵਧਦੀਆਂ ਹੀ ਜਾਂਦੀਆਂ ਹਨ । ਉਸ ਪ੍ਰਭ ਨੂੰ ਕਿਵੇਂ ਮਨੋ ਵਿਸਾਰ ਸਕਦਾ ਹੈ? ਪ੍ਰਭ ਹੀ ਜੀਵ ਨੂੰ ਸਵਾਸ ਬਖਸ਼ਦਾ ਹੈ, ਉਸ ਦਾ ਮਨ ਪ੍ਰਭ ਦੀ ਅਮਾਨਤ ਹੈ । ਅਗਰ ਆਪ ਹੀ ਰਹਿਮਤ ਬਖਸ਼ਕੇ ਸ਼ਬਦ ਵਿੱਚ ਲਗਨ ਲਾਉਂਦਾ ਹੈ । ਤਾ ਹੀ ਜੀਵ ਉਸ ਦੀ ਪਾਲਣਾ ਕਰ ਸਕਦਾ ਹੈ । ਜਿਹੜਾ ਸ਼ਬਦ ਨਾਲ ਜੀਵਨ ਢਾਲਦਾ ਹੈ, ਉਸ ਨੂੰ ਦਰਬਾਰ ਵਿੱਚ ਪ੍ਰਵਾਨਗੀ ਦਾ ਰਸਤਾ ਬਖਸ਼ਿਸ਼ ਹੋ ਸਕਦਾ ਹੈ ।

His Blessings remain growing, enhancing day and night in his life! How may anyone ignore, abandons the teachings of His Word from his day-to-day life? The True Master blesses the capital of breathes; our mind, body and worldly status remains only His Trust. Whosoever may be attached to a devotional meditation, only he may obey the teachings of His Word. Whosoever may adopt the teachings of His Word with steady and stable belief in his day-to-day life; with His mercy and grace, he may be blessed with the right path of acceptance in His Court.

ਲਾਲਾ ਸੋ ਜੀਵਤੁ ਮਰੈ, ਮਰਿ ਵਿਚਹੁ ਆਪੁ ਗਵਾਏ॥	laalaa so jeevat marai mar vichahu aap gavaa-ay.
ਬੰਧਨ ਤੂਟਹਿ ਮੁਕਤਿ ਹੋਇ, ਤ੍ਰਿਸਨਾ ਅਗਨਿ ਬੁਝਾਏ॥	banDhan tooteh mukat ho-ay tarisnaa agan bujhaa-ay.
ਸਭ ਮਹਿ ਨਾਮੁ ਨਿਧਾਨੁ ਹੈ, ਗੁਰਮੁਖਿ ਕੋ ਪਾਏ॥੫॥	sabh meh naam niDhaan hai gurmukh ko paa-ay. ||5||

ਜਿਹੜਾ ਨਿਮਾਣਾ ਬਣਕੇ ਜੀਵਨ ਬਤੀਤ ਕਰਦਾ ਹੈ, ਉਹ ਹੀ ਪ੍ਰਭ ਦਾ ਅਸਲੀ ਸੇਵਕ ਬਣ ਜਾਂਦਾ ਹੈ । ਉਹ ਆਪਣੇ ਮਨ ਵਿਚੋਂ ਅਭਿਮਾਨ, ਅਹੰਕਾਰ ਅਤੇ ਹੈਸੀਅਤ ਖਤਮ ਕਰ ਦੇਂਦਾ ਹੈ । ਪ੍ਰਭ ਦਾ ਸ਼ਬਦ, ਸ਼ਬਦ ਦੀ ਸੋਝੀ ਹਰਇਕ ਜੀਵ ਦੇ ਅੰਦਰ ਹੈ । ਫਿਰ ਵੀ ਕੋਈ ਵਿਰਲਾ ਹੀ ਆਪਣਾ ਜੀਵਨ ਸ਼ਬਦ ਨਾਲ ਢਾਲਦਾ ਹੈ ।

Whosoever may humbly adopt the teachings of His Word in his day-to-day life, he may be blessed with a state of mind as His true devotee. He may conquer his ego of worldly status from within. The overwhelming enlightenment of His Word remains embedded within each soul; however, very rare devotee may adopt the teachings of His Word with steady and stable belief in his own day-to-day life.

ਲਾਲੇ ਵਿਚਿ ਗੁਣੁ ਕਿਛੁ ਨਹੀ, ਲਾਲਾ ਅਵਗਣਿਆਰੁ॥	laalay vich gun kichh nahee laalaa avgani-aar.
ਤੁਧੁ ਜੇਵਡੁ ਦਾਤਾ ਕੋ ਨਹੀ, ਤੂ ਬਖਸਣਹਾਰੁ॥	tuDh jayvad daataa ko nahee too bakhsanhaar.
ਤੇਰਾ ਹੁਕਮੁ ਲਾਲਾ ਮੰਨੇ, ਏਹ ਕਰਣੀ ਸਾਰੁ॥੬॥	tayraa hukam laalaa mannay ayh karnee saar. ||6||

ਪ੍ਰਭ ਦਾ ਸੇਵਕ ਨਿਮਾਣਾ ਬਣਕੇ ਰਹਿੰਦਾ ਹੈ, ਆਪਣੇ ਵਿੱਚ ਕੋਈ ਗੁਣ ਨਹੀਂ ਮੰਨਦਾ । ਉਹ ਹਰ ਵੇਲੇ ਯਾਦ ਰਖਦਾ ਹੈ, ਉਹ ਗਲਤੀਆਂ ਕਰਦਾ ਹੈ । ਉਹ ਹਰ ਵੇਲੇ ਪ੍ਰਭ ਤੋਂ ਰਸਤਾ ਪੁਛਕੇ ਚਲਦਾ ਹੈ । ਇਕੋ ਇਕ ਅਰਦਾਸ ਕਰਦਾ ਹੈ! ਭੁਲਾਂ ਬਖਸ਼ਣ ਵਾਲੇ ਮਾਲਕ ਸਿੱਧੇ ਰਸਤੇ ਤੇ ਪਾਵੋ । ਸੇਵਕ ਦੇ ਮਨ ਵਿੱਚ ਸ਼ਬਦ ਦੀ ਪਾਲਣਾ ਕਰਨਾ ਸਭ ਤੋਂ ਉਤਮ ਪੂਰਨ ਕੰਮ ਹੈ ।

His true devotee remains humble in his worldly life and he always think, he has no good virtues of his own. He always remembers; he may make mistakes every moment! He is ignorant from the right path. He always prays for His counsel in every task of worldly life. He prays for the right path in his worldly life. His true devotee always believes that adopting the teachings of His Word may be the most significant purpose of human life opportunity.

ਗੁਰੁ ਸਾਗਰੁ ਅੰਮ੍ਰਿਤ ਸਰੁ, ਜੋ ਇਛੇ ਸੋ ਫਲੁ ਪਾਏ॥	gur saagar amrit sar jo ichhay so fal paa-ay.
ਨਾਮੁ ਪਦਾਰਥੁ ਅਮਰੁ ਹੈ, ਹਿਰਦੈ ਮੰਨਿ ਵਸਾਏ॥	naam padaarath amar hai hirdai man vasaa-ay.
ਗੁਰ ਸੇਵਾ ਸਦਾ ਸੁਖੁ ਹੈ, ਜਿਸ ਨੋ ਹੁਕਮੁ ਮਨਾਏ॥੭॥	gur sayvaa sadaa sukh hai jis no hukam manaa-ay. ||7||

ਪ੍ਰਭ ਤੇਰਾ ਸ਼ਬਦ ਇਛਾਂ ਪੂਰਕ ਸਾਗਰ ਹੈ । ਪ੍ਰਭ ਦਾ ਦਾਸ, ਜਿਹੜੀ ਵੀ ਭਾਵਨਾਂ ਲੈ ਕੇ ਸ਼ਬਦ ਦਾ ਸਿਮਰਨ ਕਰਦਾ ਹੈ, ਉਸ ਨੂੰ ਫਲ ਬਖਸ਼ਿਸ਼ ਹੋ ਸਕਦਾ ਹੈ । ਸ਼ਬਦ ਦਾ ਅਮੋਲਕ ਖਜ਼ਾਨਾ ਜੀਵ ਦੇ ਹਿਰਦੇ ਵਿੱਚ ਸਦਾ ਰਹਿਣ ਵਾਲਾ ਹੈ । ਜਿਸ ਨੂੰ ਪ੍ਰਭ ਆਪ ਹੀ ਸ਼ਬਦ ਦੀ ਪਾਲਣਾ ਕਰਵਾਉਂਦਾ ਹੈ । ਉਸ ਨੂੰ ਮਨ ਵਿਚੋਂ ਹੀ ਸਦਾ ਅਟਲ ਰਹਿਣ ਵਾਲਾ ਸੰਤੋਖ ਬਖਸ਼ਿਸ਼ ਹੋ ਜਾਂਦਾ ਹੈ ।

The True Master, the teachings of His Word may be an ocean of virtues to satisfy all spoken and unspoken desires of His Creation. Whosoever may meditate with any hidden deep desire; with His mercy and grace, his prayer may be fulfilled. Whosoever may be attached to obey the teachings of His Word, he may be blessed with everlasting contentment in his worldly life.

ਗੁਰੂ ਨਾਨਕ ਦੇਵ ਜੀ! – Guru Nanak Dev Ji! Guru Granth Sahib

ਸੁਇਨਾ ਰੁਪਾ ਸਭ ਧਾਤੁ ਹੈ, ਮਾਟੀ ਰਲਿ ਜਾਈ॥ su-inaa rupaa sabh Dhaat hai maatee ral jaa-ee.
ਬਿਨੁ ਨਾਵੈ ਨਾਲਿ ਨ ਚਲਈ, ਸਤਿਗੁਰਿ ਬੂਝ ਬੁਝਾਈ॥ bin naavai naal na chal-ee satgur boojh bujhaa-ee.
ਨਾਨਕ ਨਾਮਿ ਰਤੇ ਸੇ ਨਿਰਮਲੇ, ਸਾਚੈ ਰਹੇ ਸਮਾਈ॥੮॥੫॥ naanak naam ratay say nirmalay saachai rahay samaa-ee. ||8||5||

ਸੰਸਾਰਕ ਧਨ, ਸੋਨਾ ਸਾਰੇ, ਕੇਵਲ ਸੰਸਾਰ ਵਿੱਚ ਹੀ ਕੰਮ ਆਉਣ ਵਾਲੇ ਧਨ ਹਨ । ਮੌਤ ਤੋਂ ਪਿਛੋਂ ਸੰਸਾਰਕ ਧਨ ਦੀ ਕੋਈ ਕੀਮਤ ਨਹੀਂ ਹੁੰਦੀ । ਕੇਵਲ ਸ਼ਬਦ ਦੀ ਕਮਾਈ ਹੀ ਮੌਤ ਪਿਛੋਂ ਜੀਵ ਦੇ ਸਾਥ ਜਾਂਦੀ ਹੈ । ਇਸ ਦੀ ਸੋਝੀ ਸ਼ਬਦ ਦੀ ਪਾਲਣਾ ਕਰਨ ਨਾਲ ਹੀ ਬਖਸ਼ਿਸ਼ ਹੁੰਦੀ ਹੈ । ਜਿਹੜਾ ਸ਼ਬਦ ਦੀ ਪਾਲਣਾ ਵਿੱਚ ਲੀਨ ਰਹਿੰਦਾ, ਉਸ ਦੀ ਆਤਮਾ ਪਵਿੱਤਰ ਹੋ ਜਾਂਦੀ ਹੈ । ਉਹ ਪ੍ਰਭ ਦੀ ਜੋਤ ਵਿੱਚ ਹੀ ਅਭੇਦ ਹੋ ਜਾਂਦਾ ਹੈ ।

Worldly wealth, precious metal, like gold, jewels other possessions may provide comforts in worldly life. However, after death worldly wealth has no significance for the purpose of human life journey. Only the earnings of His Word remain his companion forever to support in His Court. Whosoever may obey the teachings of His Word, only he may be enlightened with the essence of His Word. Whosoever may remain intoxicated in obeying the teachings of His Word; his soul may be sanctified to become worthy of His Consideration.

Key Message of Raag Maaroo, page 1011-9
'ਇਛਾਂ ਪੂਰਕ ਬ੍ਰਿਛ!
ਜਿਹੜਾ ਸੇਵਕ ਪ੍ਰਭ ਦੇ ਵਿਛੋੜੇ ਦੇ ਵਿਰਾਗ ਵਿੱਚ ਹੀ ਹੈਸੀਅਤ ਦਾ ਅਹੰਕਾਰ ਤਿਆਗ ਦੇਂਦਾ ਹੈ । ਉਸ ਨੂੰ ਧੀਰਜ, ਸੰਤੋਖ ਬਖਸ਼ਿਸ਼ ਹੋ ਜਾਂਦਾ ਹੈ । ਉਸ ਨੂੰ ਪ੍ਰਭ ਦੀ ਸ਼ਰਣ ਵਿੱਚ ਪਨਾਹ ਬਖਸ਼ਿਸ਼ ਹੋ ਜਾਂਦੀ ਹੈ । ਉਸ ਨੂੰ ਸਭ ਤੋਂ ਵਿਸ਼ੇਸ਼ ਕੰਮ, ਬਾਕੀਆਂ ਨੂੰ ਆਪਣੇ ਜੀਵਨ ਦੇ ਢੰਗ ਨਾਲ ਸ਼ਬਦ ਦੀ ਪ੍ਰੇਰਨਾ ਕਰਦਾ ਹੈ । ਉਹ ਪ੍ਰਭ ਦਾ ਅਸਲੀ ਸੇਵਕ ਬਣ ਜਾਂਦਾ ਹੈ । ਫਿਰ ਵੀ ਕੋਈ ਵਿਰਲਾ ਹੀ ਆਪਣਾ ਜੀਵਨ ਸ਼ਬਦ ਨਾਲ ਢਾਲਦਾ ਹੈ । ਪ੍ਰਭ ਦਾ ਸ਼ਬਦ ਇਛਾਂ ਪੂਰਕ ਬ੍ਰਿਛ ਹੈ । ਉਸ ਨੂੰ ਮਨ ਵਿਚੋਂ ਹੀ ਸਦਾ ਅਟਲ ਰਹਿਣ ਵਾਲਾ ਸੰਤੋਖ ਬਖਸ਼ਿਸ਼ ਹੋ ਜਾਂਦਾ ਹੈ । ਕੇਵਲ ਸ਼ਬਦ ਦੀ ਕਮਾਈ ਹੀ ਮੌਤ ਪਿਛੋਂ ਜੀਵ ਦੇ ਸਾਥ ਜਾਂਦੀ ਹੈ । ਉਸ ਦੀ ਆਤਮਾ ਪਵਿੱਤਰ ਹੋ ਜਾਂਦੀ, ਪ੍ਰਭ ਦੀ ਜੋਤ ਵਿੱਚ ਹੀ ਅਭੇਦ ਹੋ ਜਾਂਦੀ ਹੈ ।
Elysian Tree!
Whosoever may renounce his ego and remains in renunciation in the memory of his separation from His Holy Spirit; he may remain overwhelmed with patience and contentment in his day-to-day life. He may be accepted in His Sanctuary. He may be assigned a unique task to transform his way of life to become a pillar of inspiration for others. He may be blessed with a state of mind as His true devotee; however, very rare may adopt the teachings of His Word with steady and stable belief in his own day-to-day life. His Word is an Elysian tree; he may be overwhelmed everlasting contentment from within. Only the earnings of His Word remain his companion forever to support in His Court; his soul may be sanctified to become worthy of His Consideration.

18. ਮਾਰੂ ਮਹਲਾ ੧॥ 1012-3

ਹੁਕਮੁ ਭਇਆ ਰਹਣਾ ਨਹੀ, ਧੁਰਿ ਫਾਟੇ ਚੀਰੈ॥ hukam bha-i-aa rahnaa nahee Dhur faatay cheerai.
ਏਹੁ ਮਨੁ ਅਵਗਣਿ ਬਾਧਿਆ, ਸਹੁ ਦੇਹ ਸਰੀਰੈ॥ ayhu man avgan baaDhi-aa saho dayh sareerai.
ਪੂਰੈ ਗੁਰਿ ਬਖਸਾਈਅਹਿ, ਸਭਿ ਗੁਨਹ ਫਕੀਰੈ॥੧॥ poorai gur bakhsaa-ee-ah sabh gunah fakeerai. ||1||

ਜਿਸ ਨੂੰ ਪ੍ਰਭ ਮੌਤ ਦਾ ਸੱਦਾ ਭੇਜਦਾ ਹੈ, ਉਸ ਦੇ ਸਵਾਸ ਖਤਮ ਹੋ ਜਾਂਦੇ ਹਨ । ਸੰਸਾਰ ਦਾ ਸਫਰ ਖਤਮ ਹੋ ਜਾਂਦਾ ਹੈ । ਜੀਵ ਦਾ ਮਨ, ਤਨ ਤੋਂ ਮੰਦੇ ਕੰਮ ਕਰਵਾਉਂਦਾ ਹੈ, ਆਤਮਾ ਨੂੰ ਦੁਖ ਸਹਿਣੇ ਪੈਂਦੇ ਹਨ । ਮਨੋ ਅਰਦਾਸ ਕਰਨ ਨਾਲ, ਤਰਸਵਾਨ ਪ੍ਰਭ ਦਰ ਤੇ ਆਏ ਮੰਗਤੇ ਨੂੰ ਭਿੱਖਿਆ ਜਰੂਰ ਦੇਂਦਾ ਹੈ ।

Whosoever may be sent a message of death, his breathes may be exhausted and his worldly journey may be concluded. Whatsoever sinful deeds, his mind inspire his body to perform; his soul must endure the judgement of The Righteous Judge. Whosoever may regret, repents, and pray for His Forgiveness and Refuge; The Merciful True Master may never turn any pure hearted, sincere beggar empty handed from His Door.

ਕਿਉ ਰਹੀਐ ਉਠਿ ਚਲਣਾ, ਬੁਝੁ ਸਬਦ ਬੀਚਾਰਾ॥ ki-o rahee-ai uth chalnaa bujh sabad beechaaraa.
ਜਿਸੁ ਤੂ ਮੇਲਹਿ ਸੋ ਮਿਲੈ, ਧੁਰਿ ਹੁਕਮੁ ਅਪਾਰਾ॥੧॥ ਰਹਾਉ॥ jis too mayleh so milai Dhur hukam apaaraa. ||1|| rahaa-o.

ਉਹ ਕਿਵੇਂ ਮਾਨਸ ਜੀਵਨ ਵਿੱਚ ਰਹੇ ਸਕਦਾ ਹੈ? ਇਸ ਦੀ ਸੋਝੀ ਵੀ ਸ਼ਬਦ ਵਿੱਚ ਹੀ ਬਖਸ਼ੀ ਹੈ । ਜਿਸ ਨੂੰ ਪ੍ਰਭ ਆਪਣੀ ਸ਼ਰਣ ਵਿੱਚ ਪਨਾਹ ਬਖਸ਼ਦਾ ਹੈ । ਕੇਵਲ ਉਹ ਹੀ ਦਰਬਾਰ ਵਿੱਚ ਦਾਖਿਲ ਹੋ ਸਕਦੇ ਹਨ ।

Whosoever may be sent with the message of death; how may he stay in his body after that pre-determined time? The enlightenment of the essence of His Nature remains embedded within obeying the teachings of His Word. Whosoever may be accepted in His Sanctuary; he may be blessed with the right path of acceptance in His Court.

ਜਿਉ ਤੂ ਰਾਖਹਿ ਤਿਉ ਰਹਾ, ਜੋ ਦੇਹਿ ਸੁ ਖਾਉ॥ ji-o too raakhahi ti-o rahaa jo deh so khaa-o.
ਜਿਉ ਤੂ ਚਲਾਵਹਿ ਤਿਉ ਚਲਾ, ਮੁਖਿ ਅੰਮ੍ਰਿਤ ਨਾਉ॥ ji-o too chalaaveh ti-o chalaa mukh amrit naa-o.
ਮੇਰੇ ਠਾਕੁਰ ਹਥਿ ਵਡਿਆਈਆ, ਮੇਲਹਿ ਮਨਿ ਚਾਉ॥੨॥ mayray thaakur hath vadi-aa-ee-aa mayleh man chaa-o. ||2||

ਜਿਸਤਰ੍ਹਾਂ ਪ੍ਰਭ ਜੀਵ ਨੂੰ ਰਖਦਾ ਹੈ, ਉਸਤਰ੍ਹਾਂ ਹੀ ਜੀਵਨ ਬਤੀਤ ਕਰ ਸਕਦਾ ਹੈ, ਪ੍ਰਭ ਦਾ ਬਖਸ਼ਿਆ ਹੋਇਆ ਹੀ ਖਾਂਦਾ ਹੈ । ਉਸ ਨੂੰ ਸਿੱਧੇ ਰਸਤੇ ਤੇ ਪਾਉਂਦਾ ਹੈ! ਪ੍ਰਭ ਦੀ ਰਹਿਮਤ ਨਾਲ ਹੀ ਓਹ ਜੀਭ ਨਾਲ ਸ਼ਬਦ ਦੀ ਉਸਤਤ ਗਾਉਂਦਾ ਹੈ । ਸਾਰੀਆਂ ਵਡਿਆਈਆਂ ਹੀ ਪ੍ਰਭ ਦੇ ਵੱਸ ਵਿੱਚ ਹਨ! ਜਿਸ ਤੇ ਰਹਿਮਤ ਬਖਸ਼ਦਾ ਹੈ, ਕੇਵਲ ਉਹ ਹੀ ਪਾ ਸਕਦਾ ਹੈ । ਮੇਰਾ ਮਨ ਵਿੱਚ ਪ੍ਰਭ ਨੂੰ ਮਿਲਣ ਦੀ ਸ਼ਰਧਾ ਹੈ ।

Whatsoever the worldly environment may be blessed to worldly creature; he may only remain in that state of mind and he may only eat his blessed nourishment. He may guide His Creation every moment in his worldly life. His true devotee may sing the glory of His Word. All blessings, treasure of virtues remain under His Command; only He may bless to His true devotee. I have deep anxiety to be enlightened with the right path of acceptance in His Court.

ਕੀਤਾ ਕਿਆ ਸਾਲਾਹੀਐ, ਕਰਿ ਦੇਖੈ ਸੋਈ॥ keetaa ki-aa salaahee-ai kar daykhai so-ee.
ਜਿਨਿ ਕੀਆ ਸੋ ਮਨਿ ਵਸੈ, ਮੈ ਅਵਰੁ ਨ ਕੋਈ॥ jin kee-aa so man vasai mai avar na ko-ee.
ਸੋ ਸਾਚਾ ਸਾਲਾਹੀਐ, ਸਾਚੀ ਪਤਿ ਹੋਈ॥੩॥ so saachaa salaahee-ai saachee pat ho-ee. ||3||

ਗੁਰੂ ਨਾਨਕ ਦੇਵ ਜੀ! – Guru Nanak Dev Ji! Guru Granth Sahib

ਜੀਵ ਤੂੰ ਮਾਨਸ ਗੁਰੂ ਦੇ ਕੀਤੇ ਦੀ ਕਿਉਂ ਉਸਤਤ ਕਰਦਾ ਹੈ? ਸਭ ਕੁਝ ਪ੍ਰਭ ਆਪ ਹੀ ਕਰਦਾ, ਦੇਖਦਾ ਹੈ । ਅਗਰ ਉਸਤਤ ਕਰਨੀ ਹੈ ਤਾ ਪ੍ਰਭ ਦੀ ਉਸਤਤ ਕਰੋ! ਪ੍ਰਭ ਹੀ ਹਰਇਕ ਜੀਵ ਵਿੱਚ ਵਸਦਾ, ਰਖਿਆ ਕਰਦਾ ਹੈ । ਪ੍ਰਭ ਦੀ ਉਸਤਤ ਕਰੋ । ਪ੍ਰਭ ਹੀ ਸਭ ਕਾਰਜ ਵਿੱਚ ਵਾਪਰਦਾ, ਆਪਣੇ ਸੇਵਕ ਦੀ ਲਾਜ ਰਖਦਾ ਹੈ ।

Why are you singing the glory of any worldly saint or guru? Only, The True Master prevails in every task in the universe. You should only sing the glory of The Ture Master, who has sent His blessed soul on the earth. His Holy Spirit remains embedded and prevails within every heart. Only He protects His Creation in the universe, no one else exist without His Command. You should sing the glory of His Word, Blessings; He prevails in every event and honor His true devotee.

ਪੰਡਿਤੁ ਪੜਿ ਨ ਪਹੁਚਈ, ਬਹੁ ਆਲ ਜੰਜਾਲਾ॥	pandit parh na pahucha-ee baho aal janjaalaa.
ਪਾਪ ਪੁੰਨ ਦੁਇ ਸੰਗਮੇ, ਖੁਧਿਆ ਜਮਕਾਲਾ॥	paap punn du-ay sangmay khuDhi-aa jamkaalaa.
ਵਿਛੋੜਾ ਭਉ ਵੀਸਰੈ, ਪੂਰਾ ਰਖਵਾਲਾ॥ ੪॥	vichhorhaa bha-o veesrai pooraa rakhvaalaa. ||4||

ਸੰਸਾਰਕ ਪੰਡਿਤ, ਗਿਆਨੀ ਸ਼ਬਦ ਪੜ੍ਹਦਾ ਹੈ । ਪਰ ਉਸ ਦੀ ਅਵਾਜ਼ ਪ੍ਰਭ ਤੀਕ ਨਹੀਂ ਜਾਂਦੀ । ਉਹ ਆਪ ਸੰਸਾਰਕ ਇਛਾਂ ਦੇ ਜਾਲ ਵਿੱਚ ਫਸਿਆ ਹੁੰਦਾ ਹੈ । ਪ੍ਰਭ ਪਾਪ ਅਤੇ ਪੁੰਨ ਕਰਨ ਵਾਲੀਆਂ ਦੋਨਾਂ ਦਾ ਹੀ ਸਾਥੀ ਹੁੰਦਾ ਹੈ । ਪ੍ਰਭ ਆਪ ਜਮਦੂਤ ਦੇ ਵੱਸ ਵਿੱਚ ਨਹੀਂ ਹੁੰਦਾ ਹੈ । ਜਿਸ ਨੂੰ ਪ੍ਰਭ ਦੀ ਸ਼ਰਣ ਵਿੱਚ ਪਨਾਹ ਬਖਸ਼ਿਸ਼ ਹੋ ਜਾਂਦੀ ਹੈ! ਉਸ ਦਾ ਪ੍ਰਭ ਨਾਲੋ ਵਿਛੋੜੇ ਦਾ ਡਰ ਖਤਮ ਹੋ ਜਾਂਦਾ ਹੈ ।

Worldly saint, scholar also recites the teachings of His Holy Scripture; however, his prayer may not reach His 10th door; he remains intoxicated with sweet poison of worldly wealth. The True Master remains a companion of both good and evil doers. He makes both succeed in their goal; however, he may never participate in the decision to adopt the path in each event. The True Master may never be under the Command of devil. Whosoever may be accepted in His Sanctuary, all his fears of separation from His Holy Spirit may be eliminated.

ਜਿਨ ਕੀ ਲੇਖੈ ਪਤਿ ਪਵੈ, ਸੇ ਪੂਰੇ ਭਾਈ॥	jin kee laykhai pat pavai say pooray bhaa-ee.
ਪੂਰੇ ਪੂਰੀ ਮਤਿ ਹੈ, ਸਚੀ ਵਡਿਆਈ॥	pooray pooree mat hai sachee vadi-aa-ee.
ਦੇਦੇ ਤੋਟਿ ਨ ਆਵਈ, ਲੈ ਲੈ ਥਕਿ ਪਾਈ॥ ੫॥	dayday tot na aavee lai lai thak paa-ee. ||5||

ਜਿਸ ਦੀ ਬੰਦਗੀ ਪ੍ਰਭ ਨੂੰ ਮਨਜ਼ੂਰ ਹੋ ਜਾਂਦੀ ਹੈ । ਉਸ ਨੂੰ ਦਰਬਾਰ ਵਿੱਚ ਪ੍ਰਵਾਨਗੀ ਬਖਸ਼ਿਸ਼ ਹੋ ਜਾਂਦੀ ਹੈ । ਪ੍ਰਭ ਦੀ ਸਿਆਣਪ, ਪਰਖ ਅਟਲ, ਸਦਾ ਰਹਿਣ ਵਾਲੀ ਹੁੰਦੀ ਹੈ । ਪ੍ਰਭ ਦਾਤਾਂ ਬਖਸ਼ਦਾ, ਥੱਕਦਾ ਨਹੀਂ! ਉਸ ਦੇ ਦਾਤਾਂ ਲੈਣ ਵਾਲੇ ਮੰਗਦੇ ਰਹਿੰਦੇ ਹਨ । ਮਨ ਵਿੱਚ ਲਾਲਚ ਵਧਣ ਨਾਲ ਸੰਤੋਖ ਬਖਸ਼ਿਸ਼ ਨਹੀਂ ਹੁੰਦਾ ।

Whose earnings of His Word may be accepted in His Court; with His mercy and grace, he may be accepted in His Court. His justice remains final, unchanged. The True Master may never be frustrated blessing His Creation. However, self-minded may remain intoxicated with greed and keeps begging more; he may never be contented with any blessings.

ਖਾਰ ਸਮੁਦ੍ਰੁ ਢੰਢੋਲੀਐ, ਇਕੁ ਮਣੀਆ ਪਾਵੈ॥	khaar samudar dhandholee-ai ik manee-aa paavai.
ਦੁਇ ਦਿਨ ਚਾਰਿ ਸੁਹਾਵਣਾ, ਮਾਟੀ ਤਿਸੁ ਖਾਵੈ॥	du-ay din chaar suhaavanaa maatee tis khaavai.
ਗੁਰੁ ਸਾਗਰੁ ਸਤਿ ਸੇਵੀਐ, ਦੇ ਤੋਟਿ ਨ ਆਵੈ॥੬॥	gur saagar sat sayvee-ai day tot na aavai. ||6||

ਜਿਸ ਨੂੰ ਸਮੁੰਦਰ ਦੇ ਖਾਰਾ ਪਾਣੀ ਵਿੱਚ ਢੂੰਡਣ ਤੇ ਕੋਈ ਮੋਤੀ ਲੱਭ ਜਾਵੇ । ਪਰ ਇਹ ਮੋਤੀ ਥੋੜ੍ਹਾ ਚਿਰ ਚਮਕਦਾ ਰਹਿੰਦਾ ਹੈ । ਫਿਰ ਇਸ ਦੀ ਝਲਕ ਮੱਧਮ ਹੋ ਜਾਂਦੀ ਹੈ । ਜਿਹੜਾ ਪ੍ਰਭ ਦੇ ਸ਼ਬਦ ਦੇ ਸਾਗਰ ਵਿੱਚ ਢੂੰਡਦਾ ਹੈ, ਉਸ ਨੂੰ ਸਦਾ ਚਮਕਣ ਵਾਲਾ ਰਤਨ ਬਖਸ਼ਿਸ਼ ਹੋ ਜਾਂਦਾ ਹੈ । ਜਿਸ ਦੀ ਚਮਕ ਸਦਾ ਰਹਿਣ ਵਾਲੀ, ਕਦੇ ਮੱਧਮ (ਘਟ) ਨਹੀਂ ਹੁੰਦੀ ।

Whosoever may search the worldly ocean of salty water, he may find a jewel; however, the glow, shine of that jewel may faint away over period. Whosoever may be searching the ocean of the enlightenment of His Word; with His mercy and grace, he may be blessed with the jewel of essence of His Word that remains shining, radiating, forever.

ਮੇਰੇ ਪ੍ਰਭ ਭਾਵਨਿ ਸੇ ਊਜਲੇ, ਸਭ ਮੈਲੁ ਭਰੀਜੈ॥	mayray parabh bhaavan say oojlay sabh mail bhareejai.
ਮੈਲਾ ਊਜਲੁ ਤਾ ਥੀਐ, ਪਾਰਸ ਸੰਗਿ ਭੀਜੈ॥	mailaa oojal taa thee-ai paaras sang bheejai.
ਵੰਨੀ ਸਾਚੇ ਲਾਲ ਕੀ, ਕਿਨਿ ਕੀਮਤਿ ਕੀਜੈ॥੭॥	vannee saachay laal kee kin keemat keejai. ||7||

ਜਿਸ ਦੀ ਆਤਮਾ ਪ੍ਰਭ ਨੂੰ ਭਾਉਂਦੀ ਹੈ, ਉਸ ਦੀ ਆਤਮਾ ਪਵਿੱਤਰ ਹੋ ਜਾਂਦੀ ਹੈ । ਬਾਕੀ ਸਾਰੀਆਂ ਆਤਮਾ ਨੂੰ ਮੈਲ਼, ਦਾਗ਼ ਹੀ ਹੁੰਦਾ ਹੈ । ਜਿਹੜਾ ਸ਼ਬਦ ਨਾਲ ਜੀਵਨ ਢਾਲਦਾ ਹੈ, ਉਸ ਦੀ ਆਤਮਾ ਪਵਿੱਤਰ ਹੁੰਦੀ ਹੈ । ਉਸ ਦੀ ਆਤਮਾ, ਪਾਰਸ ਪੱਥਰ, ਪ੍ਰਭ ਨੂੰ ਛੋਹ ਲੈਂਦੀ ਹੈ । ਉਸ ਅਮੋਲਕ ਰਤਨ ਦੀ ਕੀਮਤ ਕਿਵੇਂ ਪਾਈ ਜਾ ਸਕਦੀ ਹੈ?

Whose soul may be acceptable to The True Master, only his soul may be worthy to be called sanctified; all other souls remain blemished with sweet poison of worldly wealth. Whosoever may adopt the teachings of His Word with steady and stable belief; his soul has touched the philosopher stone, the essence of His Word. How may the significance of ambrosial jewel, enlightenment of his soul be comprehended?

ਭੇਖੀ ਹਾਥ ਨ ਲਭਈ, ਤੀਰਥਿ ਨਹੀ ਦਾਨੇ॥	bhaykhee haath na labh-ee tirath nahee daanay.
ਪੂਛਉ ਬੇਦ ਪੜੰਤਿਆ, ਮੂਠੀ ਵਿਣੁ ਮਾਨੇ॥	poochha-o bayd parhanti-aa moothee vin maanay.
ਨਾਨਕ ਕੀਮਤਿ ਸੋ ਕਰੇ, ਪੂਰਾ ਗੁਰੁ ਗਿਆਨੇ॥੮॥੬॥	naanak keemat so karay pooraa gur gi-aanay. ||8||6||

ਜਿਹੜਾ ਵੇਦਾਂ ਦਾ, ਧਰਮ ਦੇ ਗ੍ਰੰਥਾਂ ਦਾ ਅਭਿਆਸ ਕਰਦਾ ਹੈ, ਉਸ ਦੇ ਜੀਵਨ ਦੇ ਢੰਗ ਨੂੰ ਪਰਖੋ! ਧਰਮ ਦਾ ਬਾਣਾ ਪਾਉਣ, ਤੀਰਥਾਂ ਤੇ ਪੁੰਨ, ਦਾਨ, ਨਾਲ ਰਹਿਮਤ ਬਖਸ਼ਿਸ਼ ਨਹੀਂ ਹੁੰਦੀ । ਇਹ ਸਾਰਾ ਸੰਸਾਰਕ ਮਾਇਆ ਦਾ ਜਾਲ, ਧੋਖਾ ਹੀ ਹੈ । ਜਿਸ ਨੂੰ ਪ੍ਰਭ ਆਪ ਗਿਆਨ ਬਖਸ਼ਦਾ ਹੈ । ਕੇਵਲ ਉਹ ਹੀ ਪ੍ਰਭ ਦੀ ਰਹਿਮਤ ਦੀ ਕੀਮਤ ਜਾਣ ਸਕਦਾ ਹੈ ।

Whosoever may read, recites, and performs routine meditation, learn from his life experience. By baptizing and adopting any religion, worshiping at Holy Shrine, worldly charity; no one may ever be blessed with the right path of acceptance in His Court. All religious rituals are traps and illusion of worldly wealth. Whosoever may be blessed with the enlightenment of the essence of His Word; with His mercy and grace, only he may realize the significance of His Blessings.

Key Message of Raag Maaroo, page 1012-3
'ਪ੍ਰਭ ਦਾ ਸ਼ਬਦ ਹੀ ਪਾਰਸ ਪੱਥਰ ਹੈ!

ਤਰਸਵਾਨ ਪ੍ਰਭ ਦੇ ਦਰ ਤੇ ਆਇਆ ਕੋਈ ਖਾਲੀ ਨਾ ਜਾਂਦਾ! ਸਾਰੀਆਂ ਵਡਿਆਈਆਂ ਹੀ ਪ੍ਰਭ ਦੇ ਵੱਸ ਵਿੱਚ ਹਨ! ਪ੍ਰਭ ਹੀ ਸਭ ਕਾਰਜ ਵਿੱਚ ਵਾਪਰਦਾ, ਆਪਣੇ ਸੇਵਕ ਦੀ ਲਾਜ ਰਖਦਾ ਹੈ । ਪ੍ਰਭ ਪਾਪ ਅਤੇ ਪੁੰਨ ਕਰਨ ਵਾਲੀਆਂ ਦੋਨਾਂ ਦਾ ਹੀ ਸਾਥੀ ਹੁੰਦਾ ਹੈ । ਸ਼ਰਣ ਵਿੱਚ ਆਪਾ ਭੇਟਾ ਕਰਨ ਵਾਲੇ ਨੂੰ ਪਨਾਹ ਬਖਸ਼ਦਾ, ਉਸ ਦਾ ਪ੍ਰਭ ਨਾਲੋ ਵਿਛੋੜੇ ਦਾ ਡਰ ਖਤਮ ਹੋ ਜਾਂਦਾ ਹੈ । ਜਿਹੜਾ ਪ੍ਰਭ ਦੇ ਸ਼ਬਦ ਦੇ ਸਾਗਰ ਵਿੱਚ ਢੂੰਡਦਾ ਹੈ, ਉਸ ਨੂੰ ਸਦਾ ਚਮਕਣ ਵਾਲਾ ਰਤਨ ਬਖਸ਼ਿਸ਼ ਹੋ ਜਾਂਦਾ ਹੈ । ਪ੍ਰਭ ਦਾ ਸ਼ਬਦ ਹੀ ਆਤਮਾ ਨੂੰ ਪਵਿੱਤਰ ਕਰਨ ਵਾਲਾ, ਪਾਰਸ ਪੱਥਰ ਹੈ ।

Essence of His Word is soul sanctifying philosopher stone!

No pure hearted sincere beggar may ever be returned empty handed from the door of The Merciful True Master. All treasures of virtues remain under His Command. His Holy Spirit remains embedded and prevails in every event; he preserves the honor of His true devotee. The True Master remains a companion of both good or evil doer. Whosoever may surrender at His Sanctuary, all his fears of separation from His Holy Spirit may be eliminated. Whosoever may be searching the ocean of the enlightenment of His Word; he may be blessed with the jewel of essence of His Word, shining, radiating, and true forever. His Word is the philosopher's stone, to sanctify soul.

19. ਮਾਰ ਮਹਲਾ ੧॥ 1012-14

ਮਨਮੁਖੁ ਲਹਰਿ ਘਰੁ ਤਜਿ ਵਿਗੂਚੈ, ਅਵਰਾ ਕੇ ਘਰ ਹੇਰੈ॥
ਗ੍ਰਿਹ ਧਰਮੁ ਗਵਾਏ ਸਤਿਗੁਰੁ ਨ ਭੇਟੈ, ਦੁਰਮਤਿ ਘੂਮਨ ਘੇਰੈ॥
ਦਿਸੰਤਰੁ ਭਵੈ ਪਾਠ ਪੜਿ ਥਾਕਾ, ਤ੍ਰਿਸਨਾ ਹੋਇ ਵਧੇਰੈ॥
ਕਾਚੀ ਪਿੰਡੀ ਸਬਦੁ ਨ ਚੀਨੈ, ਉਦਰੁ ਭਰੈ ਜੈਸੇ ਢੋਰੈ॥੧॥

manmukh lahar ghar taj vigoochai avraa kay ghar hayrai.
garih Dharam gavaa-ay satgur na bhaytai durmat ghooman ghayrai.
disantar bhavai paath parh thaakaa tarisnaa ho-ay vaDhayrai.
kaachee pindee sabad na cheenai udar bharai jaisay dhorai. ||1||

ਮਨਮੁਖ ਜੀਵ ਆਪਣੇ ਘਰ ਦਾ ਖਿਆਲ ਨਹੀਂ ਰਖਦਾ, ਪਰ ਦੂਸਰੇ ਦੀ ਨੁਕਤਾਚੀਨੀ, ਨਿੰਦਿਆਂ ਕਰਦਾ ਹੈ । ਪ੍ਰਭ ਦੇ ਬਖਸ਼ੇ ਸ਼ਬਦ ਦੀ ਪਾਲਣਾ ਨਹੀਂ ਕਰਦਾ । ਉਹ ਆਪਣੀ ਜ਼ੁੰਮੇਵਾਰੀ ਨਹੀਂ ਨਿਭਾਉਂਦਾ, ਸ਼ਬਦ ਨਾਲ ਜੀਵਨ ਨਹੀਂ ਬਤੀਤ ਕਰਦਾ । ਉਸ ਨੂੰ ਸ਼ਬਦ ਦੀ ਸੋਝੀ ਬਖਸ਼ਿਸ਼ ਨਹੀਂ ਹੁੰਦੀ । ਸੰਸਾਰਕ ਇਛਾਂ ਮਗਰ ਲਗਾ, ਜਾਲ ਵਿੱਚ ਡੂੰਘਾ ਫਸਦਾ ਜਾਂਦਾ ਹੈ । ਉਹ ਥਾਂ ਥਾਂ, ਤੀਰਥਾਂ ਤੇ ਭਉਂਦਾ ਰਹਿੰਦਾ, ਵੱਖਰੇ ਵੱਖਰੇ ਧਾਰਮਕ ਗ੍ਰੰਥ, ਬਾਣੀ ਪੜ੍ਹਦਾ, ਪਾਠ, ਨਿੱਤਨੇਮ ਕਰਦਾ ਹੈ । ਉਸ ਦੇ ਮਨ ਦੀਆਂ ਇਛਾਂ ਵਧਦੀਆਂ ਜਾਂਦੀਆਂ, ਉਹ ਬੇਵਸ ਹੋ ਜਾਂਦਾ ਹੈ । ਪੜ੍ਹੇ, ਸੁਣੇ ਸ਼ਬਦ ਦਾ ਉਸ ਦੇ ਮਨ ਤੇ ਕੋਈ ਅਸਰ ਨਹੀਂ ਹੁੰਦਾ । ਉਸ ਨੂੰ ਆਪਣੇ ਜੀਵਨ ਵਿੱਚ ਨਹੀਂ ਢਾਲਦਾ । ਉਹ ਜਾਨਵਰਾਂ ਦੀ ਤਰ੍ਹਾਂ ਆਪਣਾ ਪੇਟ ਭਰਦਾ ਰਹਿੰਦਾ ਹੈ ।

Self-minded may not evaluate his own worldly deeds; however, he may slander the way of life of others as devilish. He may never adopt the teachings of His Word in his day-to-day life to benefit from his priceless human life opportunity. He may never be enlightened with the essence of His Word. He may remain intoxicated with sweet poison of worldly desires. He may wander from Holy Scripture to Holy Scripture; shrine to shrine; one religion to another one. He may remain frustrated with ever increasing worldly desires. His reading of any Holy Scripture and listening to the sermons may not have any deep influence in his own day-to-day life. He may never adopt the teachings of His Word; he may only fill his stomach like animals.

ਬਾਬਾ ਐਸੀ ਰਵਤ ਰਵੈ ਸੰਨਿਆਸੀ॥
ਗੁਰ ਕੈ ਸਬਦਿ ਏਕ ਲਿਵ ਲਾਗੀ,
ਤੇਰੈ ਨਾਮਿ ਰਤੇ ਤ੍ਰਿਪਤਾਸੀ॥੧॥ ਰਹਾਉ॥

baabaa aisee ravat ravai sani-aasee.
gur kai sabad ayk liv laagee
tayrai naam ratay tariptaasee. ||1|| rahaa-o.

ਸੰਸਾਰਕ ਗੁਰੂ ਪੀਰ, ਸੰਨਿਆਸੀ ਦੇ ਜੀਵਨ ਦਾ ਇਹ ਹੀ ਹਾਲ ਹੈ । ਜਿਹੜਾ ਪ੍ਰਭ ਦੇ ਸ਼ਬਦ ਵਿੱਚ ਧਿਆਨ ਲਾਉਂਦਾ, ਜੀਵਨ ਢਾਲਦਾ ਹੈ, ਉਸ ਨੂੰ ਧੀਰਜ ਅਤੇ ਸੰਤੋਖ ਬਖਸ਼ਿਸ਼ ਹੋ ਸਕਦਾ ਹੈ ।

Worldly saint, and renunciatory may have the similar state of mind. Whosoever may adopt the teachings of His Word with steady and stable belief; with His mercy and grace, he may be blessed with patience and contentment in his worldly life.

ਘੋਲੀ ਗੇਰੂ ਰੰਗੁ ਚੜਾਇਆ, ਵਸਤ੍ਰ ਭੇਖ ਭੇਖਾਰੀ॥
ਕਾਪੜ ਫਾਰਿ ਬਨਾਈ ਖਿੰਥਾ, ਝੋਲੀ ਮਾਇਆਧਾਰੀ॥
ਘਰਿ ਘਰਿ ਮਾਗੈ ਜਗੁ ਪਰਬੋਧੈ, ਮਨਿ ਅੰਧੈ ਪਤਿ ਹਾਰੀ॥
ਭਰਮਿ ਭੁਲਾਣਾ ਸਬਦੁ ਨ ਚੀਨੈ, ਜੂਐ ਬਾਜੀ ਹਾਰੀ॥੨॥

gholee gayroo rang charhaa-i-aa vastar bhaykh bhaykhaaree.
kaaparh faar banaa-ee khinthaa jholee maa-i-aaDhaaree.
ghar ghar maagai jag parboDhai man anDhai pat haaree.
bharam bhulaanaa sabad na cheenai joo-ai baajee haaree. ||2||

ਸੰਸਾਰਕ ਜੀਵ ਭਗਵਾ, ਸੰਤ ਵਾਲਾ ਬਾਣਾ ਧਾਰਨ ਕਰਕੇ ਮੰਗਣ ਜਾਂਦਾ ਹੈ । ਆਪਣੇ ਚੋਲੇ ਨੂੰ ਹੀ ਭਿੱਖਿਆਂ ਦਾ ਧਨ ਇਕੱਠਾ ਕਰਨ ਵਾਲੀ ਥੈਲੀ ਬਣਾਉਂਦਾ ਹੈ । ਉਹ ਘਰ ਘਰ ਪ੍ਰਭ ਦੇ ਸ਼ਬਦ ਦਾ ਪ੍ਰਚਾਰ ਕਰਦਾ ਭਿੱਖਿਆਂ ਮੰਗਦਾ ਹੈ । ਉਸ ਨੂੰ ਪ੍ਰਭ ਦੇ ਸ਼ਬਦ ਦੀ ਕੋਈ ਸੋਝੀ ਨਹੀਂ ਹੁੰਦੀ । ਆਪਣੇ ਜੀਵਨ ਨੂੰ ਸ਼ਬਦ ਨਾਲ ਨਹੀਂ ਢਾਲਦਾ, ਗਿਆਨ ਤੋਂ ਅੰਧੇ ਹੀ ਹੁੰਦਾ ਹੈ । ਉਹ ਭਰਮਾਂ ਵਿੱਚ ਹੀ ਫਸਇਆ ਰਹਿੰਦਾ ਹੈ । ਉਹ ਆਪਣਾ ਮਾਨਸ ਜੀਵਨ ਬਿਰਥਾ ਹੀ ਗਵਾ ਜਾਂਦਾ ਹੈ ।

Worldly saint may wear a saffron color robe and begs door to door. He may make his saintly robe to collect alms of worldly wealth. He may remain ignorant of the essence of His Word; the right path of human life journey. He may never adopt the teachings of His Word in his day-to-day life. He remains intoxicated with suspicions and religious rituals. He may waste his human life opportunity uselessly.

ਅੰਤਰਿ ਅਗਨਿ ਨ ਗੁਰ ਬਿਨੁ ਬੂਝੈ, ਬਾਹਰਿ ਪੂਅਰ ਤਾਪੈ॥
ਗੁਰ ਸੇਵਾ ਬਿਨੁ ਭਗਤਿ ਨ ਹੋਵੀ, ਕਿਉ ਕਰਿ ਚੀਨਸਿ ਆਪੈ॥
ਨਿੰਦਾ ਕਰਿ ਕਰਿ ਨਰਕ ਨਿਵਾਸੀ, ਅੰਤਰਿ ਆਤਮ ਜਾਪੈ॥
ਅਠਸਠਿ ਤੀਰਥ ਭਰਮਿ ਵਿਗੂਚਹਿ, ਕਿਉ ਮਲੁ ਧੋਪੈ ਪਾਪੈ॥੩॥

antar agan na gur bin boojhai baahar poo-ar taapai.
gur sayvaa bin bhagat na hovee ki-o kar cheenas aapai.
nindaa kar kar narak nivaasee antar aatam jaapai.
athsath tirath bharam vigoocheh ki-o mal Dhopai paapai. ||3||

ਸ਼ਬਦ ਦੀ ਪਾਲਣਾ ਤੋਂ ਬਿਨਾਂ ਜੀਵ ਦੇ ਅੰਦਰ ਤ੍ਰਿਸ਼ਨਾ ਦੀ ਅੱਗ ਨਹੀਂ ਬੁਝਦੀ । ਇਸਤਰ੍ਹਾਂ ਹੀ ਉਹ ਸੰਸਾਰ ਵਿੱਚ ਜੀਵਨ ਬਤੀਤ ਕਰਦਾ ਹੈ । ਸ਼ਬਦ ਦੀ ਪਾਲਣਾ, ਜੀਵਨ ਢਾਲਣ ਤੋਂ ਬਿਨਾਂ ਸਿਮਰਨ ਵਿੱਚ ਲਗਨ ਨਹੀਂ ਲਗਦੀ । ਪ੍ਰਭ ਦੇ ਸ਼ਬਦ ਦੇ ਸਿਮਰਨ ਵਿੱਚ ਲਗਨ ਲਾਉਣ ਤੋਂ ਬਿਨਾਂ ਕਿਵੇਂ ਸ਼ਬਦ ਦੀ ਸੋਝੀ, ਜਾਣਕਾਰੀ ਹੋ ਸਕਦੀ ਹੈ? 68 ਤੀਰਥਾਂ ਦੀ ਯਾਤਰਾ ਕਰਦਾ, ਆਪਣੇ ਆਪ ਨੂੰ ਤਬਾਹ ਕਰ ਲੈਂਦਾ ਹੈ । ਉਸ ਦੀ ਤੀਰਥ ਯਾਤਰਾ ਨਾਲ ਮਨ ਦੀ ਮੈਲ਼ ਕਿਵੇਂ ਧੋਤੀ ਜਾ ਸਕਦੀ ਹੈ?

Whosoever may not obey the teachings of His Word, the fire, lava of worldly desires may never be extinguished from his mind. He may waste his human life opportunity. Without obeying and adopting the teachings of His Word, no one may remain focused on meditation on the teachings of His Word. Without devotional meditation; how may anyone be enlightened with the essence of His Word? Self-minded may ruin his priceless human life opportunity, wandering from shrine to shrine. How may he remove the blemish of his soul by taking sanctifying bath at Holy Shrines?

ਛਾਣੀ ਖਾਕੁ ਬਿਭੂਤ ਚੜਾਈ, ਮਾਇਆ ਕਾ ਮਗੁ ਜੋਹੈ॥ chhaanee khaak bibhoot charhaa-ee maa-i-aa kaa mag johai.
ਅੰਤਰਿ ਬਾਹਰਿ ਏਕੁ ਨ ਜਾਣੈ, ਸਾਚੁ ਕਹੇ ਤੇ ਛੋਹੈ॥ antar baahar ayk na jaanai saach kahay tay chhohai.
ਪਾਠੁ ਪੜੈ ਮੁਖਿ ਝੂਠੋ ਬੋਲੈ, ਨਿਗੁਰੇ ਕੀ ਮਤਿ ਓਹੈ॥ paath parhai mukh jhootho bolai niguray kee mat ohai.
ਨਾਮੁ ਨ ਜਪਈ ਕਿਉ ਸੁਖੁ ਪਾਵੈ, ਬਿਨੁ ਨਾਵੈ ਕਿਉ ਸੋਹੈ॥੪॥ naam na jap-ee ki-o sukh paavai bin naavai ki-o sohai. ||4||

ਸੰਸਾਰਕ ਜੀਵ ਭਸਮ ਵਿੱਚ ਬੈਠਦਾ ਹੈ, ਤਨ ਤੇ ਭਸਮ ਲਾਉਂਦਾ ਹੈ । ਪਰ ਉਸ ਦਾ ਮਨ ਸੰਸਾਰਕ ਮਾਇਆ ਦੇ ਲਾਲਚ ਵਿੱਚ ਹੀ ਰਹਿੰਦਾ ਹੈ । ਉਹ ਹਰਇਕ ਥਾਂ, ਜੀਵ ਦੇ ਅੰਦਰ ਅਤੇ ਬਾਹਰ ਵਸਣ ਵਾਲੇ ਪ੍ਰਭ ਨੂੰ ਜਾਣਨ ਦੀ ਕੋਸ਼ਿਸ਼ ਨਹੀਂ ਕਰਦਾ । ਜਿਹੜਾ ਉਸ ਨੂੰ ਯਾਦ ਕਰਵਾਉਂਦਾ ਹੈ, ਉਹ ਕਰੋਧ ਨਾਲ ਭਰ ਜਾਂਦਾ ਹੈ । ਉਹ ਧਰਮ ਦੇ ਗ੍ਰੰਥ ਪੜ੍ਹਦਾ, ਆਪਣੀ ਸੋਝੀ, ਮਨ ਦੇ ਲਾਲਚ ਨਾਲ ਗਲਤ ਵਖਿਆਣ ਕਰਦਾ ਹੈ । ਪ੍ਰਭ ਦੇ ਸ਼ਬਦ ਦੀ ਉਸਤਤ ਕਰਨ ਤੋਂ ਬਿਨਾਂ ਕਿਵੇਂ ਸ਼ਾਂਤੀ, ਸੰਤੋਖ ਬਖਸ਼ਿਸ਼ ਹੋ ਸਕਦਾ ਹੈ? ਸ਼ਬਦ ਦੀ ਪਾਲਣਾ ਤੋਂ ਬਿਨਾਂ ਪ੍ਰਭ ਦੇ ਦਰਬਾਰ ਵਿੱਚ ਕਿਵੇਂ ਕੋਈ ਪ੍ਰਵਾਨ ਹੋ ਸਕਦਾ ਹੈ?

Worldly saint may sit on ashes and rubes ashes on his body as a sign of humility; however, his mind remains intoxicated with worldly greed. He may never try to realize the existence of His Holy Spirit; who may remain embedded within his soul and everywhere in the universe. Whosoever may remind him; he may become furious with anger. He may read, evaluates the religious Holy Scripture; with his ignorance, he preaches ignorant message. How may anyone be blessed with peace of mind, contentment in his life, without singing the glory of His Word? How may anyone be accepted in His Court without obeying the teachings of His Word?

ਮੂੰਡੁ ਮੁਡਾਇ ਜਟਾ ਸਿਖ ਬਾਧੀ, ਮੋਨਿ ਰਹੈ ਅਭਿਮਾਨਾ॥ moond mudaa-ay jataa sikh baaDhee mon rahai abhimaanaa.
ਮਨੂਆ ਡੋਲੈ ਦਹ ਦਿਸ ਧਾਵੈ, ਬਿਨੁ ਰਤ ਆਤਮ ਗਿਆਨਾ॥ manoo-aa dolai dah dis Dhaavai bin rat aatam gi-aanaa.
ਅੰਮ੍ਰਿਤੁ ਛੋਡਿ ਮਹਾ ਬਿਖੁ ਪੀਵੈ, ਮਾਇਆ ਕਾ ਦੇਵਾਨਾ॥ amrit chhod mahaa bikh peevai maa-i-aa kaa dayvaanaa.
ਕਿਰਤੁ ਨ ਮਿਟਈ ਹੁਕਮੁ ਨ ਬੂਝੈ, ਪਸੂਆ ਮਾਹਿ ਸਮਾਨਾ॥੫॥ kirat na mit-ee hukam na boojhai pasoo-aa maahi samaanaa. ||5||

ਸੰਸਾਰ ਵਿੱਚ ਕੋਈ ਸਿਰ ਦੇ ਵਾਲ ਪੁੱਟ ਲੈਂਦਾ ਹੈ! ਕੋਈ ਲੰਮੇ ਰਖਦਾ, ਕੋਈ ਜੜ੍ਹਾਵਾਂ ਰਖਦਾ ਹੈ । ਕਈ ਮੋਨ ਧਾਰੀ ਰਖਦਾ ਹੈ । ਸਾਰੇ ਹੀ ਆਪਣੇ ਤਰੀਕੇ ਨਾਲ ਬਹੁਤ ਘਮੰਡ ਵਿੱਚ ਰਹਿੰਦੇ, ਆਪਣੀ ਰਹਿਤ ਪੂਰਨ ਸਮਝਦੇ ਹਨ । ਉਸ ਦਾ ਮਨ ਦੱਸ ਪਾਸੇ ਘੁੰਮਦਾ ਫਿਰਦਾ ਹੈ, ਇਕ ਤੇ ਟਿਕਦਾ ਨਹੀਂ । ਮਨ ਸੰਸਾਰਕ ਇਛਾਂ ਦੇ ਜਾਲ ਵਿੱਚ ਫਸਿਆ ਹੈ । ਸ਼ਬਦ ਦੀ ਪਾਲਣਾ ਕਰਨ ਤੋਂ ਬਿਨਾਂ ਮਨ ਟਿਕਦਾ ਨਹੀਂ । ਉਹ ਸ਼ਬਦ ਦੀ ਪਾਲਣਾ ਨਹੀਂ ਕਰਦਾ, ਜੀਵਨ ਨਹੀਂ ਬਤੀਤ ਕਰਦਾ । ਉਸ ਦਾ ਜੀਵਨ ਸੰਸਾਰਕ ਇਛਾਂ ਦੇ ਅਧਾਰ ਤੇ ਹੁੰਦਾ ਹੈ । ਜੀਵ ਦੇ ਪਿਛਲੇ ਜਨਮ ਦੇ ਮੰਦੇ ਕੰਮ ਮਿਟਦੇ ਨਹੀਂ । ਇਸ ਜੀਵਨ ਵਿੱਚ ਪ੍ਰਭ ਦੇ ਸ਼ਬਦ ਦੀ ਪਾਲਣਾ ਨਹੀਂ ਕਰਦਾ, ਸਮਝਦਾ ਨਹੀਂ! ਜਨਵਰਾਂ ਵਰਗਾ ਜੀਵਨ ਬਤੀਤ ਕਰਦਾ ਹੈ ।

In the universe, worldly saints may adopt different religious practices, like pulling hairs from head, keeping long hair, keep hairs tangled. However, everyone boasts about his way of life as prefect. His mind may wander in 10 different directions and he may never stay on one path. He may remain intoxicated in worldly desires. Without obeying the teachings of His Word, he may never remain steady and stable on one path. He may never obey, adopts the teachings of His Word in his day-to-day life. All his worldly deeds may be based on his worldly desires. No one may be able to eliminates the judgement of evil deeds of his own previous lives. Without understanding and adopting the teachings of His Word; he may waste his human life blessings as animals.

ਹਾਥ ਕਮੰਡਲੁ ਕਾਪੜੀਆ, ਮਨਿ ਤ੍ਰਿਸਨਾ ਉਪਜੀ ਭਾਰੀ॥ haath kamandal kaaprhee-aa man tarisnaa upjee bhaaree.
ਇਸਤ੍ਰੀ ਤਜਿ ਕਰਿ ਕਾਮਿ ਵਿਆਪਿਆ, ਚਿਤੁ ਲਾਇਆ ਪਰ ਨਾਰੀ॥ istaree taj kar kaam vi-aapi-aa chit laa-i-aa par naaree.
ਸਿਖ ਕਰੇ ਕਰਿ ਸਬਦੁ ਨ ਚੀਨੈ, ਲੰਪਟੁ ਹੈ ਬਾਜਾਰੀ॥ sikh karay kar sabad na cheenai lampat hai baajaaree.
ਅੰਤਰਿ ਬਿਖੁ ਬਾਹਰਿ ਨਿਭਰਾਤੀ, ਤਾ ਜਮੁ ਕਰੇ ਖੁਆਰੀ॥੬॥ antar bikh baahar nibhraatee taa jam karay khu-aaree. ||6||

ਉਸ ਜੀਵਾਂ ਦੇ ਹੱਥ ਵਿੱਚ ਮੰਗਣ ਵਾਲਾ ਬਾਟਾ, ਗਲ ਵਿੱਚ ਫਕੀਰਾਂ ਵਾਲਾ ਚੋਲਾ ਹੰਦਾ ਹੈ । ਮਨ ਵਿੱਚ ਇਛਾਂ ਦੀ ਅੱਗ ਭਟਕਦੀ ਹੈ । ਆਪਣੀ ਪਤਨੀ ਨੂੰ ਤਿਆਗਕੇ ਹੋਰ ਔਰਤਾਂ ਦੇ ਕਾਮ ਵਾਸ਼ਨਾ ਵਿੱਚ ਰਹਿੰਦਾ ਹੈ । ਉਹ ਸ਼ਬਦ ਦੀ ਸਿਖਿਆਂ ਦੇਂਦਾ ਹੈ, ਪਰ ਆਪ ਨੂੰ ਉਸ ਦੀ ਕੋਈ ਸੋਝੀ ਨਹੀਂ ਹੁੰਦੀ । ਉਹ ਆਪਣੇ ਜੀਵਨ ਵਿੱਚ ਨਹੀਂ ਢਾਲਦਾ । ਇਸਤਰ੍ਹਾਂ ਉਹ ਪ੍ਰਭ ਦਾ ਸ਼ਬਦ ਵੇਚਦਾ ਹੈ । ਉਹ ਇਸ ਬਾਣੇ ਵਿੱਚ ਆਪਣੇ ਆਪ ਨੂੰ ਭਰਮਾਂ ਤੋਂ ਰਹਿਤ ਸਮਝਦਾ ਹੈ । ਪਰ ਉਹ ਆਪਣਾ ਮਾਨਸ ਜਨਮ ਬਿਰਥਾ ਹੀ ਗਵਾ ਲੈਂਦਾ ਹੈ । ਮੌਤ ਦਾ ਫਰਿਸ਼ਤਾ ਉਸ ਨੂੰ ਦੁਖਾਂ ਵਿੱਚ ਹੀ ਪਾਉਂਦਾ ਹੈ ।

Worldly saint may carry a begging bowl and keeps a humble saintly robe. However, he remains intoxicated with worldly desires. He may renounce his spouse, family life; he may keep a lust for strange women, opposite sex. He may preach others to adopt the teachings of religious Holy Scripture; however, he may not be enlightened nor adopt in his own life. He may sell His Word, the teachings of Holy Scripture. He may boast to be desire-free in his saintly robe. He may waste his human life opportunity. He may be captured by devil of death and endure the judgement of his own deeds.

ਸੋ ਸੰਨਿਆਸੀ ਜੋ ਸਤਿਗੁਰ ਸੇਵੈ, ਵਿਚਹੁ ਆਪੁ ਗਵਾਏ॥ so sani-aasee jo satgur sayvai vichahu aap gavaa-ay.
ਛਾਦਨ ਭੋਜਨ ਕੀ ਆਸ ਨ ਕਰਈ, ਅਚਿੰਤੁ ਮਿਲੈ ਸੋ ਪਾਏ॥ chhaadan bhojan kee aas na kar-ee achint milai so paa-ay.
ਬਕੈ ਨ ਬੋਲੈ ਖਿਮਾ ਧਨੁ ਸੰਗ੍ਰਹੈ, ਤਾਮਸੁ ਨਾਮਿ ਜਲਾਏ॥ bakai na bolai khimaa Dhan sangrahai taamas naam jalaa-ay.
ਧਨੁ ਗਿਰਹੀ ਸੰਨਿਆਸੀ ਜੋਗੀ, ਜਿ ਹਰਿ ਚਰਣੀ ਚਿਤੁ ਲਾਏ॥੭॥ Dhan girhee sani-aasee jogee je har charnee chit laa-ay. ||7||

ਜਿਹੜਾ ਪ੍ਰਭ ਦੇ ਸ਼ਬਦ ਨਾਲ ਜੀਵਨ ਢਾਲਦਾ, ਆਪਣਾ ਆਪਾ ਖਤਮ ਕਰਦਾ, ਉਹ ਹੀ ਅਸਲੀ ਸੰਨਿਆਸੀ ਹੁੰਦਾ ਹੈ । ਉਹ ਭੋਜਨ ਜਾ ਕਪੜ ਨਹੀਂ ਮੰਗਦਾ, ਜੋ ਕੁਝ ਕੋਈ ਦੇਂਦਾ ਹੈ, ਸਤਿ ਕਰਕੇ ਪ੍ਰਭ ਦਾ ਧੰਨਵਾਦ ਕਰਦਾ, ਕੋਈ ਫਾਲਤੂੰ ਸ਼ਬਦ ਨਹੀਂ ਬੋਲਦਾ । ਆਪਣੇ ਅੰਦਰ ਧੀਰਜ ਅਤੇ ਸਹਿਣ ਸ਼ਕਤੀ ਦਾ ਧਨ ਇਕੱਠਾ ਕਰਦਾ ਹੈ । ਆਪਣੇ ਮਨ ਵਿਚੋਂ ਸ਼ਬਦ ਦੀ ਸਿਖਿਆਂ ਨਾਲ ਕਰੋਧ ਦਾ ਨਾਸ ਕਰਦਾ, ਆਪਣਾ ਧਿਆਨ ਪ੍ਰਭ ਦੀ ਸ਼ਰਣ ਵਿੱਚ ਰਖਦਾ ਹੈ । ਉਹ ਸੰਨਿਆਸੀ, ਜੋਗੀ, ਪ੍ਰਭ ਦਾ ਦਾਸ ਬਣ ਜਾਂਦਾ ਹੈ ।

Whosoever may conquer his selfishness, own entity, and adopts the teachings of His Word; he may be the true renunciatory. He may never beg for food or cloth; whatsoever may be offered, he sings the glory of The True Master; he may never say any different quotes of Holy Scripture. He may collect and earns the wealth of patience and tolerance. He may conquer his anger and remains in His Sanctuary. The renunciatory may be worthy to be called His true devotee, Yogi.

ਗੁਰੂ ਨਾਨਕ ਦੇਵ ਜੀ! – Guru Nanak Dev Ji! Guru Granth Sahib

ਆਸ ਨਿਰਾਸ ਰਹੈ ਸੰਨਿਆਸੀ, ਏਕਸੁ ਸਿਉ ਲਿਵ ਲਾਏ॥ aas niraas rahai sani-aasee aykas si-o liv laa-ay.
ਹਰਿ ਰਸੁ ਪੀਵੈ ਤਾ ਸਾਤਿ ਆਵੈ, ਨਿਜ ਘਰਿ ਤਾੜੀ ਲਾਏ॥ har ras peevai taa saat aavai nij ghar taarhee laa-ay.
ਮਨੂਆ ਨ ਡੋਲੈ ਗੁਰਮੁਖਿ ਬੂਝੈ, ਧਾਵਤੁ ਵਰਜਿ ਰਹਾਏ॥ manoo-aa na dolai gurmukh boojhai Dhaavat varaj rahaa-ay.
ਗ੍ਰਿਹੁ ਸਰੀਰੁ ਗੁਰਮਤੀ ਖੋਜੇ, ਨਾਮੁ ਪਦਾਰਥੁ ਪਾਏ॥ ੮॥ garihu sareer gurmatee khojay naam padaarath paa-ay. ||8||

ਉਹ ਸੰਨਿਆਸੀ ਆਸਾਂ ਦੇ ਸੰਸਾਰ ਵਿੱਚ ਰਹਿੰਦਾ ਵੀ ਆਸਾਂ ਤੋਂ ਰਹਿਤ ਰਹਿੰਦਾ ਹੈ । ਉਸ ਦਾ ਧਿਆਨ ਪ੍ਰਭ ਦੇ ਸ਼ਬਦ ਦੇ ਸਿਮਰਨ ਵਿੱਚ ਰਹਿੰਦਾ ਹੈ । ਉਹ ਪ੍ਰਭ ਦੀ ਰਹਿਮਤ ਦਾ ਰੰਗ ਮਾਨਦਾ ਹੈ, ਉਸ ਦੇ ਮਨ ਵਿੱਚ ਸ਼ਾਂਤੀ ਰਹਿੰਦੀ ਹੈ । ਉਹ ਆਪਣੇ ਅੰਦਰੋਂ ਹੀ ਪ੍ਰਭ ਦੀ ਜੋਤ ਜਾਗਰਤ ਕਰ ਲੈਂਦਾ ਹੈ । ਉਹ ਸ਼ਬਦ ਦੀ ਡੂੰਘੀ ਸਮਾਧੀ ਵਿੱਚ ਲੀਨ ਰਹਿੰਦਾ ਹੈ । ਉਸ ਨੂੰ ਗੁਰਮਖ ਅਵਸਥਾ ਬਖਸ਼ਿਸ਼ ਹੋ ਜਾਂਦੀ ਹੈ, ਉਸ ਦਾ ਮਨ ਅਡੋਲ ਰਹਿੰਦਾ ਹੈ । ਉਸ ਨੂੰ ਸ਼ਬਦ ਦੀ ਸੋਝੀ ਬਖਸ਼ਿਸ਼ ਹੋ ਜਾਂਦੀ ਹੈ, ਜੋ ਮਨ ਨੂੰ ਡੋਲਣ ਤੇ ਕਾਬੂ ਰਖਦੀ ਹੈ । ਸ਼ਬਦ ਦੀ ਪਾਲਣਾ ਨਾਲ, ਸ਼ਬਦ ਦੀ ਸੋਝੀ ਬਖਸ਼ਿਸ਼ ਹੋ ਜਾਂਦੀ ਹੈ । ਉਹ ਪ੍ਰਭ ਦਾ ਤਖਤ ਆਪਣੇ ਅੰਦਰ ਹੀ ਢੂੰਡ ਲੈਂਦਾ, ਸ਼ਬਦ ਦਾ ਖਜ਼ਾਨਾ ਬਖਸ਼ਿਸ਼ ਹੋ ਜਾਂਦਾ ਹੈ ।

His true devotee, renunciatory remain beyond the reach of hopes in the world overwhelmed with hopes. He remains intoxicated in meditation in the void of His Word. He remains drenched with crimson color of His Word and drenched with the essence of His Word and in peace of mind. He may be enlightened from within. He remains in deep meditation in the void of His Word. He may be blessed with the enlightenment and state of mind as His true devotee; his mind remains steady and stable on the path of acceptance in His Court. He may enlighten His throne from within; with His mercy and grace, he may be blessed with treasure of essence of His Word.

ਬ੍ਰਹਮਾ ਬਿਸਨੁ ਮਹੇਸੁ ਸਰੇਸਟ, ਨਾਮਿ ਰਤੇ ਵੀਚਾਰੀ॥ barahmaa bisan mahays saraysat naam ratay veechaaree.
ਖਾਣੀ ਬਾਣੀ ਗਗਨ ਪਤਾਲੀ, ਜੰਤਾ ਜੋਤਿ ਤੁਮਾਰੀ॥ khaanee banee gagan pataalee jantaa jot tumaaree.
ਸਭਿ ਸੁਖ ਮੁਕਤਿ ਨਾਮ ਧੁਨਿ ਬਾਣੀ, ਸਚੁ ਨਾਮੁ ਉਰ ਧਾਰੀ॥ sabh sukh mukat naam Dhun banee sach naam ur Dhaaree.
ਨਾਮ ਬਿਨਾ ਨਹੀ ਛੂਟਸਿ, ਨਾਨਕ ਸਾਚੀ ਤਰੁ ਤੂ ਤਾਰੀ॥ ੯॥੭॥ naam binaa nahee chhootas naanak saachee tar too taaree. ||9||7||

ਸ਼ਬਦ ਦੀ ਪਾਲਣਾ ਕਰਨ ਵਾਲੇ, ਬ੍ਰਹਮਾ, ਬਿਸਨ, ਮਹੇਸ਼ ਸ਼ਬਦ ਦੀ ਬੰਦਗੀ ਵਿੱਚ ਲੀਨ ਹੋਏ ਰਹਿੰਦੇ ਹਨ । ਸਾਰੀਆਂ ਸ੍ਰਿਸ਼ਟੀਆਂ ਹੀ ਉਸ ਪ੍ਰਭ ਦੀ ਜੋਤ ਵਿਚੋਂ ਹੀ ਰੋਸ਼ਨੀ ਪਾਉਂਦੀਆਂ ਹਨ । ਉਸ ਵਿੱਚ ਹੀ ਸਮਾ ਜਾਂਦੀਆਂ ਹਨ । ਪ੍ਰਭ ਦੀ ਬਾਣੀ ਵਿਚੋਂ ਸਭ ਅੰਨਦ, ਮੁਕਤੀਆਂ ਬਖਸ਼ਿਸ਼ ਹੁੰਦੀਆਂ ਹਨ । ਉਸ ਦੀ ਧੁਨ ਹਰਇਕ ਜੀਵ ਦੇ ਹਿਰਦੇ ਵਿੱਚ ਚਲਦੀ ਹੈ । ਪ੍ਰਭ ਦੇ ਸ਼ਬਦ ਦੀ ਪਾਲਣਾ ਤੋਂ ਬਿਨਾਂ ਕੋਈ ਮੌਤ ਦੇ ਫਰਿਸ਼ਤੇ ਤੋਂ ਬਚ ਨਹੀਂ ਸਕਦਾ । ਨਾ ਹੀ ਦਰਬਾਰ ਵਿੱਚ ਪ੍ਰਵਾਨਗੀ ਬਖਸ਼ਿਸ਼ ਹੋ ਸਕਦੀ ਹੈ ।

All His true devotees, renowned prophets remain intoxicated in meditation. His Holy Spirit shines and eliminates ignorance from all universe. They are expansion of His Holy Spirit and absorbed within His Holy Spirit over period. All the pleasures and salvations may be blessed by adopting the teachings of His Word in day-to-day life. His everlasting echo may resonate in every heart non-stop. No one may be saved from the devil of death without obeying the teachings of His Word nor anyone may be accepted in His Court.

Key Message of Raag Maaroo, page 1012-14
'ਸ੍ਰਿਸ਼ਟੀ ਪ੍ਰਭ ਦੀ ਜੋਤ ਦਾ ਪਸਾਰਾ ਹੈ!
ਪ੍ਰਭ ਦੇ ਸ਼ਬਦ ਵਿੱਚ ਧਿਆਨ ਲਾਉਂਦਾ, ਜੀਵਨ ਢਾਲਣ ਨਾਲ ਧੀਰਜ ਅਤੇ ਸੰਤੋਖ ਬਖਸ਼ਿਸ਼ ਹੋ ਸਕਦਾ ਹੈ । ਜੀਵ ਦੇ ਪਿਛਲੇ ਜਨਮ ਦੇ ਮੰਦੇ ਕੰਮ ਮਿਟਦੇ ਨਹੀਂ । ਸੰਸਾਰਕ ਸੰਤ ਸ਼ਬਦ ਦੀ ਸਿਖਿਆਂ ਦੇਂਦਾ ਹੈ, ਪਰ ਆਪ ਨੂੰ ਕੋਈ ਸੋਝੀ ਨਹੀਂ ਹੁੰਦੀ । ਜਿਹੜਾ ਪ੍ਰਭ ਦੇ ਸ਼ਬਦ ਨਾਲ ਜੀਵਨ ਢਾਲਦਾ, ਆਪਣਾ ਆਪਾ ਖਤਮ ਕਰਦਾ, ਉਹ ਹੀ ਅਸਲੀ ਸੰਨਿਆਸੀ ਹੁੰਦਾ ਹੈ । ਉਹ ਆਪਣੇ ਅੰਦਰ ਧੀਰਜ ਅਤੇ ਸਹਿਣ ਸ਼ਕਤੀ ਦਾ ਧਨ ਇਕੱਠਾ ਕਰਦਾ ਹੈ । ਉਹ ਸੰਨਿਆਸੀ, ਜੋਗੀ, ਪ੍ਰਭ ਦਾ ਦਾਸ ਬਣ ਜਾਂਦਾ ਹੈ । ਉਹ ਸੰਨਿਆਸੀ ਆਸਾਂ ਦੇ ਸੰਸਾਰ ਵਿੱਚ ਰਹਿੰਦਾ ਵੀ ਆਸਾਂ ਤੋਂ ਰਹਿਤ ਰਹਿੰਦਾ ਹੈ । ਉਹ ਪ੍ਰਭ ਦਾ ਤਖਤ ਆਪਣੇ ਅੰਦਰ ਹੀ ਢੂੰਡ ਲੈਂਦਾ, ਸ਼ਬਦ ਦਾ ਖਜ਼ਾਨਾ ਬਖਸ਼ਿਸ਼ ਹੋ ਜਾਂਦਾ ਹੈ । ਸਾਰੀਆਂ ਸ੍ਰਿਸ਼ਟੀਆਂ ਹੀ ਪ੍ਰਭ ਦੀ ਜੋਤ ਵਿਚੋਂ ਹੀ ਰੋਸ਼ਨੀ ਪਾਉਂਦੀਆਂ, ਉਸ ਵਿੱਚ ਹੀ ਸਮਾ ਜਾਂਦੀਆਂ ਹਨ । ਪ੍ਰਭ ਦੀ ਬਾਣੀ ਵਿਚੋਂ ਸਭ ਅੰਨਦ, ਮੁਕਤੀਆਂ ਬਖਸ਼ਿਸ਼ ਹੁੰਦੀਆਂ ਹਨ ।
Universe remains the expansion of His Holy Spirit!
Whosoever may adopt the teachings of His Word with steady and stable belief; he may be overwhelmed with patience and contentment in his worldly life. No one may be able to eliminates the judgement of evil deeds of his previous lives. Religious preacher may preach others to adopt the teachings of Holy Scripture; however, he may not be enlightened nor adopt in his own life. His true devotee, renunciatory remain beyond the reach of hopes in the world overwhelmed with hopes. He may enlighten His Throne; treasure of essence of His Word from within. All universes are expansion of His Holy Spirt and all may be absorbed within His Holy Spirit over period. All the pleasures and salvations may be blessed by adopting the teachings of His Word; everlasting echo may resonate within every heart non-stop.

20. ਮਾਰੂ ਮਹਲਾ ੧॥ 1013-16

ਮਾਤ ਪਿਤਾ ਸੰਜੋਗਿ ਉਪਾਏ, ਰਕਤੁ ਬਿੰਦੁ ਮਿਲਿ ਪਿੰਡੁ ਕਰੇ॥ maat pitaa sanjog upaa-ay rakat bind mil pind karay.
ਅੰਤਰਿ ਗਰਭ ਉਰਧਿ ਲਿਵ ਲਾਗੀ, ਸੋ ਪ੍ਰਭੁ ਸਾਰੇ ਦਾਤਿ ਕਰੇ॥੧॥ antar garabh uraDh liv laagee so parabh saaray daat karay. ||1||

ਮਾਤਾ ਪਿਤਾ ਦੇ ਸੰਜੋਗ ਨਾਲ, ਉਹਨਾਂ ਦੋਨਾਂ ਦੇ ਭੋਗ ਨਾਲ ਬੱਚੇ ਦਾ ਆਰੰਭ ਹੁੰਦਾ ਹੈ । ਮਾਤਾ ਦੇ ਗਰਭ ਵਿੱਚ ਉਹ ਬੱਚਾ ਪੁੱਠਾ ਰਹਿੰਦਾ ਹੈ । ਪ੍ਰਭ ਆਪ ਹੀ ਉਸ ਦੇ ਭੋਜਨ ਦਾ ਆਸਰਾ ਦੇਂਦਾ ਹੈ ।

With physical relationship, intimacy, through the union of mother and father, the fetus is formed. Sperms of father and eggs of mother combine to create the fetus. The fetus remains hanging upside down in the womb of mother. The True Master provides source of nourishment and protect in the womb of mother.

ਸੰਸਾਰੁ ਭਵਜਲੁ ਕਿਉ ਤਰੈ॥ sansaar bhavjal ki-o tarai.
ਗੁਰਮੁਖਿ ਨਾਮੁ ਨਿਰੰਜਨੁ ਪਾਈਐ, gurmukh naam niranjan paa-ee-ai
ਅਫਰਿਓ ਭਾਰੁ ਅਫਾਰੁ ਟਰੈ॥੧॥ ਰਹਾਉ॥ afri-o bhaar afaar tarai. ||1|| rahaa-o.

ਕਿਵੇਂ ਜੀਵ ਇਛਾਂ ਭਰੇ ਸੰਸਾਰ ਵਿਚੋਂ ਪ੍ਰਭ ਦੇ ਦਰਬਾਰ ਵਿੱਚ ਜਾ ਸਕਦਾ ਹੈ? ਸ਼ਬਦ ਦੀ ਪਾਲਣਾ ਕਰਦੇ ਗੁਰਮਖ ਨੂੰ ਜੀਵਨ ਦੇ ਮੰਤਵ ਦੀ ਸੋਝੀ ਬਖਸ਼ਿਸ਼ ਹੋ ਜਾਂਦੀ, ਪਾਪ ਬਖਸ਼ੇ ਜਾਂਦੇ ਹਨ ।

ਗੁਰੂ ਨਾਨਕ ਦੇਵ ਜੀ! – Guru Nanak Dev Ji! Guru Granth Sahib

How may his soul be saved from worldly ocean of desires and accepted in His Court? His true devotee may obey the teachings of His Word; with His mercy and grace, he may be enlightened with the real purpose human life opportunity and his sins may be forgiven.

ਤੇ ਗੁਣ ਵਿਸਰਿ ਗਏ ਅਪਰਾਧੀ, ਮੈ ਬਉਰਾ ਕਿਆ ਕਰਉ ਹਰੇ॥ tay gun visar ga-ay apraaDhee mai ba-uraa ki-aa kara-o haray.
ਤੂ ਦਾਤਾ ਦਇਆਲੁ ਸਭੈ ਸਿਰਿ, ਅਹਿਨਿਸਿ ਦਾਤਿ ਸਮਾਰਿ ਕਰੇ॥੨॥ too daataa da-i-aal sabhai sir ahinis daat samaar karay. ||2||

ਮੈਂ ਅਣਜਾਣ, ਮੂਰਖ ਸ਼ਬਦ ਦੀ ਪਾਲਣਾ ਕਰਨਾ ਭੁੱਲ ਗਿਆ ਹਾ, ਹੁਣ ਮੈਂ ਕੀ ਕਰ ਸਕਦਾ ਹਾ? ਤੂੰ ਹੀ ਮਿਹਰਬਾਨ ਬਖਸ਼ਣ, ਰਖਿਆ ਕਰਨ ਵਾਲਾ ਮਾਲਕ ਹੈ ।

I am ignorant, foolish! I have abandoned the teachings of Your Word! What may I do at my own? Only, The Merciful True Master may protect His true devotee day and night.

ਚਾਰਿ ਪਦਾਰਥ ਲੈ ਜਗਿ ਜਨਮਿਆ, chaar padaarath lai jag janmi-aa
ਸਿਵ ਸਕਤੀ ਘਰਿ ਵਾਸੁ ਧਰੇ॥ siv saktee ghar vaas Dharay.
ਲਾਗੀ ਭੂਖ ਮਾਇਆ ਮਗੁ ਜੋਹੈ, laagee bhookh maa-i-aa mag johai
ਮੁਕਤਿ ਪਦਾਰਥੁ ਮੋਹਿ ਖਰੇ॥੩॥ mukat padaarath mohi kharay. ||3||

ਜੀਵ ਚਾਰ ਪਦਾਰਥ ਪਾਉਣ ਲਈ ਸੰਸਾਰ ਵਿੱਚ ਆਉਂਦਾ ਹੈ । ਸ਼ਬਦ ਦੀ ਪਾਲਣਾ, ਸ਼ਬਦ ਦੀ ਸੋਝੀ, ਪ੍ਰਭ ਨਾਲੋ ਵਿਛੋੜੇ ਦਾ ਵਿਰਾਗ ਅਤੇ ਮੁਕਤੀ ਦੀ ਆਸ । ਸੰਸਾਰਕ ਵਿੱਚ ਆ ਕੇ ਮਾਇਆ ਦੇ ਜਾਲ ਵਿੱਚ ਫਸ ਜਾਂਦਾ ਹੈ । ਉਸ ਦੇ ਮਨ ਵਿੱਚ ਸੰਸਾਰਕ ਮਾਇਆ ਦੀ ਭੁੱਖ, ਸੰਸਾਰਕ ਧਨ ਨਾਲ ਮੋਹ ਵਧ ਜਾਂਦਾ ਹੈ । ਸੰਸਾਰਕ ਮੋਹ, ਹੈਸੀਅਤ, ਮੁਕਤੀ (ਚੌਥੇਂ ਪਦਾਰਥ) ਦੀ ਥਾਂ ਲੈ ਲੈਂਦੀ ਹੈ ।

His soul may be blessed with human life opportunity to acquire four unique virtues; before, she may be accepted in His Court. Meditate, concentrate; enlightenment of the essence of His Word; Renunciation in the memory of His separation from His Holy Spirit and hope for acceptance in His Court. However, after entering the universe overwhelmed with powerful demons of worldly wealth; he may become a victim of worldly wealth. His hunger for worldly wealth and attachments may become intense every moment. His worldly attachments and status may take the place of salvation.

Four Ages- Yuga - Four unique Principles of Meditation			
ਸਤਜੁਗ - Sat Yuga	**ਤ੍ਰੇਤਾ ਜੁਗ - Traytaa Yuga**	**ਦੁਆਪਰ ਜੁਗ - Du-aapur**	**ਕੱਲਯੁਗ – Kul Jug**
ਸੰਤ ਅਵਸਥਾ **Shiv -His Word**	**ਰਜ ਗੁਣ; Raajas** **Shakti-1; ਮਾਇਆ 1**	**ਸਤ ਗੁਣ; Satvas:** **Shakti-2; ਮਾਇਆ 2**	**ਤਮ ਗੁਣ; Taamas:** **Shakti-3; ਮਾਇਆ 3**
ਸੁਰਤੀ–ਸ਼ਬਦ ਵਿੱਚ ਧਿਆਨ! **Concentration! His Word.**	**ਮਨ ਵਿਚੋਂ ਸੁਰਤੀ – ਅਹੰਕਾਰ** **Concentration to Ego!**	**ਮਨ ਵਿਚੋਂ ਸੁਰਤੀ – ਅਹੰਕਾਰ** **Concentration to Ego!**	**ਮਨ ਵਿਚੋਂ ਸੁਰਤੀ – ਅਹੰਕਾਰ** **Concentration to Ego!**
ਭਰੋਸਾ, ਸ਼ਬਦ ਦੀ ਪਾਲਣਾ! **Obey His Word -Belief**	**ਭਰੋਸਾ, ਸ਼ਬਦ ਦੀ ਪਾਲਣਾ!** **Obey His Word -Belief**	**ਸ਼ਬਦ ਦੀ ਪਾਲਣਾ – ਗੁਰੂ, ਰੀਵਾਜ** **Obey His Word – Guru**	**ਸ਼ਬਦ ਦੀ ਪਾਲਣਾ – ਗੁਰੂ, ਰੀਵਾਜ** **Obey His Word – Guru**
ਸ਼ਬਦ ਦੀ ਸੋਝੀ! ਵਿਛੋੜੇ ਦਾ ਡਰ! **Enlightenment** **Renunciation**	**ਸ਼ਬਦ ਦੀ ਸੋਝੀ! ਵਿਛੋੜੇ ਦਾ ਡਰ!** **Enlightenment** **Renunciation**	**ਸ਼ਬਦ ਦੀ ਸੋਝੀ! ਵਿਛੋੜੇ ਦਾ ਡਰ!** **Enlightenment** **Renunciation**	**ਸ਼ਬਦ ਦੀ ਸੋਝੀ– ਗਿਆਨ** **Enlightenment to knowledge of Gurbani!**
ਮੁਕਤੀ ਦੀ ਆਸ! **Hope for salvation!**	**ਮੁਕਤੀ ਦੀ ਆਸ!** **Hope for salvation!**	**ਮੁਕਤੀ ਦੀ ਆਸ!** **Hope for salvation!**	**ਮੁਕਤੀ ਦੀ ਆਸ!** **Hope for salvation!**
ਚਾਰੇ ਜੁਗਾਂ ਵਿੱਚ! ਜੀਵ ਨੂੰ ਸ਼ਬਦ ਦੀ ਪਾਲਣਾ ਕਰਦੇ, ਪੂਰਨ ਗੁਰੂ, ਸ਼ਬਦ ਦੀ ਸੋਝੀ ਹੋ ਜਾਂਦੀ ਹੈ! ਪ੍ਰਭ ਦੀ ਜੋਤ ਮਨ ਵਿੱਚ ਜਾਗਰਤ ਹੋ ਜਾਂਦੀ ਹੈ! **All Yuga**: Adopting His Word, Enlightenment; Salvation may be blessed.			
How to Conquer Worldly Wealth – ਸੰਸਾਰਕ ਮਾਇਆ ਤੇ ਜਿੱਤ!			
ਸੰਤ ਅਵਸਥਾ – Shiv	**ਸੰਸਾਰਕ ਮਾਇਆ – Shakti**		
ਸ਼ਬਦ –Shiv -His Word	**ਰਜ ਗੁਣ**; Raajas	**ਸਤ ਗੁਣ**; Satvas:	**ਤਮ ਗੁਣ**; Taamas:
ਸੁਰਤੀ–ਸ਼ਬਦ ਵਿੱਚ ਧਿਆਨ! Concentration! His Word.	Mind concentration	Purity, of mind!	Mind Awareness
ਭਰੋਸਾ, ਸ਼ਬਦ ਦੀ ਪਾਲਣਾ! Obey His Word -Belief	The quality of energy and activity!	The quality of purity and light!	The quality of Darkness and inertia!
ਸ਼ਬਦ ਦੀ ਸੋਝੀ! **ਵਿਛੋੜੇ ਦਾ ਡਰ**! Enlightenment-Renunciation	**ਧਰਮ**; Dharam:	**ਅਰਥ**; Arath	**ਕਾਮ**; Kaam:
ਮੁਕਤੀ ਦੀ ਆਸ! Hope for salvation!	Self-discipline, ethics Conquer selfishness!	Adopt His Word in life.	Conquer sexual urge for strange woman:

ਕਰਣ ਪਲਾਵ ਕਰੇ ਨਹੀ ਪਾਵੈ, ਇਤ ਉਤ ਢੂਢਤ ਥਾਕਿ ਪਰੇ॥ karan palaav karay nahee paavai it ut dhoodhat thaak paray.
ਕਾਮਿ ਕ੍ਰੋਧਿ ਅਹੰਕਾਰਿ ਵਿਆਪੇ, kaam kroDh ahaNkaar vi-aapay
ਕੂੜ ਕੁਟੰਬ ਸਿਉ ਪ੍ਰੀਤਿ ਕਰੇ॥੪॥ koorh kutamb si-o pareet karay. ||4||

ਉਹ ਬਹੁਤ ਯਤਨ ਕਰਦਾ ਹੈ, ਪਰ ਉਸ ਦੀ ਮਾਇਆ ਦੀ ਭੁੱਖ ਪੂਰੀ ਨਹੀਂ ਹੁੰਦੀ, ਵਧਦੀ ਜਾਂਦੀ ਹੈ । ਉਸ ਵਿੱਚ ਹੀ ਬੇਵਸ ਹੋ ਜਾਂਦਾ ਹੈ । ਉਹ ਕਾਮ ਵਾਸ਼ਨਾ, ਕਰੋਧ, ਹੈਸੀਅਤ ਦੇ ਅਭਿਮਾਨ ਨਾਲ ਸ਼ਾਂਤੀ ਪਾਉਣਾ ਚਾਹੁੰਦਾ ਹੈ । ਉਹ ਨਾਸ ਹੋ ਜਾਣ ਵਾਲਿਆਂ ਪਦਾਰਥਾਂ ਨਾਲ ਹੀ ਸੰਬਧ ਬਣਾ ਲੈਂਦਾ ਹੈ ।

Self-minded may try his sincere efforts; however, his hunger for worldly wealth may never be satisfied; always become intense. He may try to divert his mind by sexual urge, anger, worldly status to become peaceful in his worldly life. His attachments remain with only perishable worldly material.

ਖਾਵੈ ਭੋਗੈ ਸੁਣਿ ਸੁਣਿ ਦੇਖੈ, ਪਹਿਰਿ ਦਿਖਾਵੈ ਕਾਲ ਘਰੇ॥ khaavai bhogai sun sun daykhai pahir dikhaavai kaal gharay.
ਬਿਨੁ ਗੁਰ ਸ਼ਬਦ ਨ ਆਪੁ ਪਛਾਣੈ, ਬਿਨੁ ਹਰਿ ਨਾਮ ਨ ਕਾਲੁ ਟਰੇ॥੫॥ bin gur sabad na aap pachhaanai bin har naam na kaal taray. ||5||

ਉਹ ਜੀਵ ਸੰਸਾਰ ਵਿੱਚ ਖਾਂਦਾ, ਪਹਿਨਦਾ, ਸੁਣਦਾ, ਦੇਖਦਾ, ਸ਼ਾਨਬਾਨ ਵਿੱਚ ਮੌਤ ਦੇ ਘਰ ਖੇਲ ਕਰਦਾ ਹੈ । ਉਸ ਨੂੰ ਸ਼ਬਦ ਦੀ ਪਾਲਣਾ ਤੋਂ ਬਿਨਾਂ ਮਾਨਸ ਜਨਮ ਦੇ ਮੰਤਵ ਦੀ ਸੋਝੀ ਬਖਸ਼ਿਸ਼ ਨਹੀਂ ਸਕਦੀ । ਸ਼ਬਦ ਨਾਲ ਜੀਵਨ ਢਾਲਣ ਤੋਂ ਬਿਨਾਂ ਮੌਤ ਦਾ ਚੱਕਰ ਖਤਮ ਨਹੀਂ ਹੁੰਦਾ ।

ਗੁਰੂ ਨਾਨਕ ਦੇਵ ਜੀ! – Guru Nanak Dev Ji! Guru Granth Sahib

He remains enjoying worldly delicacies, embellishing with glamorous cloths, witnesses wonder of the universe and listen to melodious music. He may be captured by the devil of death in his glamorous way of worldly life. Without adopting the teachings of His Word; he may never be enlightened with the real purpose of human life opportunity. Without adopting the teachings of His Word; his cycle of birth and death may never be eliminated.

ਜੇਤਾ ਮੋਹੁ ਹਉਮੈ ਕਰਿ ਭੂਲੇ,	jaytaa moh ha-umai kar bhoolay
ਮੇਰੀ ਮੇਰੀ ਕਰਤੇ ਛੀਨਿ ਖਰੇ॥	mayree mayree kartay chheen kharay.
ਤਨੁ ਧਨੁ ਬਿਨਸੈ ਸਹਸੈ ਸਹਸਾ,	tan Dhan binsai sahsai sahsaa
ਫਿਰਿ ਪਛੁਤਾਵੈ ਮੁਖਿ ਧੂਰਿ ਪਰੇ॥੬॥	fir pachhutaavai mukh Dhoor paray. ||6||

ਜਿਤਨਾ ਜੀਵ ਸੰਸਾਰਕ ਇਛਾਂ ਅਤੇ ਅਹੰਕਾਰ ਵਿੱਚ ਹੁੰਦਾ ਹੈ । ਉਤਨਾ ਹੀ ਉਹ ਦਿਵਾਨਾ ਹੋ ਜਾਂਦਾ, ਮੇਰੀ ਮੇਰੀ ਮਨ ਵਿੱਚ ਰਖਦਾ ਹੈ । ਉਹ ਜੀਵਨ ਵਿੱਚ ਘਾਟਾ ਹੀ ਪਾਉਂਦਾ ਹੈ । ਉਸ ਦਾ ਤਨ ਅਤੇ ਸੰਸਾਰਕ ਧਨ ਚਲੇ ਜਾਂਦਾ ਹੈ, ਪਰ ਇਹ ਮੋਹ ਵਧਦਾ ਜਾਂਦਾ । ਅਖੀਰ ਵਿੱਚ ਮੌਤ ਤੇ ਸਭ ਕੁਝ ਖਤਮ ਹੋ ਜਾਂਦਾ ਹੈ । ਉਸ ਨੂੰ ਪਛਤਾਵਾਂ ਹੀ ਕਰਨਾ ਪੈਂਦਾ ਹੈ, ਉਹ ਮਿੱਟੀ ਵਿੱਚ ਰਲ ਜਾਂਦਾ ਹੈ ।

More one may boast about his possession and dominated with worldly desires; more he may remain insane for his worldly possessions. He may only remain in losing streak in his human life journey. His body and worldly wealth may vanish; however, his desire, anxiety of worldly wealth may enhance and becomes more intense. In the end after death, everything may be lost. He must regret and repent; his body becomes part of ashes.

ਬਿਰਧਿ ਭਇਆ ਜੋਬਨੁ ਤਨੁ ਖਿਸਿਆ,	biraDh bha-i-aa joban tan khisi-aa
ਕਫੁ ਕੰਠੁ ਬਿਰੂਧੋ ਨੈਨਹੁ ਨੀਰੁ ਢਰੇ॥	kaf kanth birooDho nainhu neer dharay.
ਚਰਣ ਰਹੇ ਕਰ ਕੰਪਣ ਲਾਗੇ, ਸਾਕਤ ਰਾਮੁ ਨ ਰਿਦੈ ਹਰੇ॥੭॥	charan rahay kar kampan laagay saakat raam na ridai haray. ||7||

ਜੀਵ ਤੇ ਬੁਢੇਪਾ ਆ ਜਾਂਦਾ ਹੈ, ਉਸ ਦਾ ਤਨ ਕਮਜ਼ੋਰ ਹੋ ਜਾਂਦਾ ਹੈ । ਜਵਾਨੀ ਬਿਰਥੀ ਗਵਾ ਲਈ, ਬੋਲ ਨਹੀਂ ਨਿਕਲਦੇ, ਅੱਖਾਂ ਵਿੱਚ ਪਾਣੀ ਆਉਂਦਾ, ਹੱਥ, ਪੈਰ ਕੱਬਦੇ ਹਨ । ਫਿਰ ਵੀ ਉਸ ਦਾ ਮਨ ਪ੍ਰਭ ਦੇ ਚਰਨਾਂ ਵਿੱਚ ਨਹੀਂ ਆਉਂਦਾ ।

Self-minded may be aged, old; his body may become feeble. He has wasted his human life opportunity. He may not speak properly, eyes may be dripping with tears, hands and feet may be shaking. Even then, he may never surrender his mind, body, and worldly status at His Sanctuary.

ਸੁਰਤਿ ਗਈ ਕਾਲੀ ਹੂ ਧਉਲੇ, ਕਿਸੈ ਨ ਭਾਵੈ ਰਖਿਓ ਘਰੇ॥	surat ga-ee kaalee hoo Dha-ulay kisai na bhaavai rakhi-o gharay.
ਬਿਸਰਤ ਨਾਮ ਐਸੇ ਦੋਖ ਲਾਗਹਿ,	bisrat naam aisay dokh laageh
ਜਮੁ ਮਾਰਿ ਸਮਾਰੇ ਨਰਕਿ ਖਰੇ॥੮॥	jam maar samaaray narak kharay. ||8||

ਉਸ ਦੀ ਸੁਰਤੀ ਖਤਮ ਹੋ ਜਾਂਦੀ ਹੈ, ਉਸ ਦੇ ਵਾਲੇ ਕਾਲੇ ਤੋਂ ਚਿੱਟੇ ਹੋ ਗਏ । ਕੋਈ ਵੀ ਉਸ ਨੂੰ ਆਪਣੇ ਘਰ ਨਹੀਂ ਰਖਣਾ ਚਾਹੁੰਦਾ । ਪ੍ਰਭ ਦਾ ਸ਼ਬਦ ਮਨ ਵਿਚੋਂ ਵਿਸਾਰਕੇ, ਉਸ ਦੀ ਆਤਮਾ ਦਾਗ਼ੀ ਹੋ ਜਾਂਦੀ ਹੈ । ਮੌਤ ਦਾ ਫਰਿਸ਼ਤਾ ਉਸ ਨੂੰ ਦੁਖ ਦੇਂਦਾ, ਨਰਕ ਵਿੱਚ ਲੈ ਜਾਂਦਾ ਹੈ ।

His wisdom, senses are fogged, his hair turned white from black. No one want to keep his company. He has abandoned His Word; his soul had been blemished with worldly wealth. He may be captured by the devil of death and he remains in the cycle of birth and death.

ਪੂਰਬ ਜਨਮ ਕੋ ਲੇਖੁ ਨ ਮਿਟਈ,	poorab janam ko laykh na mit-ee
ਜਨਮਿ ਮਰੈ ਕਾ ਕਉ ਦੋਸੁ ਧਰੇ॥	janam marai kaa ka-o dos Dharay.
ਬਿਨੁ ਗੁਰ ਬਾਦਿ ਜੀਵਣੁ ਹੋਰੁ ਮਰਣਾ,	bin gur baad jeevan hor marnaa
ਬਿਨੁ ਗੁਰ ਸਬਦੈ ਜਨਮੁ ਜਰੇ॥੯॥	bin gur sabdai janam jaray. ||9||

ਜੀਵ ਦੇ ਪਿਛਲੇ ਜਨਮ ਦੇ ਲਿਖੇ ਭਾਗ ਮਿਟਾਏ ਨਹੀਂ ਜਾ ਸਕਦੇ । ਉਸ ਦੇ ਜੂੰਨਾਂ ਵਿੱਚ ਜਾਣ ਦਾ ਦੋਸ਼ ਕਿਸ ਨੂੰ ਦਿੱਤਾ ਜਾ ਸਕਦਾ ਹੈ? ਸ਼ਬਦ ਦੀ ਪਾਲਣਾ, ਜੀਵਨ ਢਾਲਣ ਤੋਂ ਬਿਨਾਂ ਮਾਨਸ ਜਨਮ ਲੈਣਾ ਅਤੇ ਮੌਤ ਬਿਰਥਾ ਹੀ ਹਨ । ਕੇਵਲ ਸਮਾਂ ਪਾਸ ਕਰਨਾ, ਜੀਵਨ ਭੋਗਣਾ ਹੀ ਹੈ ।

His prewritten destiny may never be altered, avoided. Whom may he blame for his cycle of birth and death? Without obeying and adopting the teachings of His Word, his human life opportunity may be wasted uselessly. He only wastes his time in the cycle of birth and death.

ਖੁਸੀ ਖੁਆਰ ਭਏ ਰਸ ਭੋਗਣ, ਫੋਕਟ ਕਰਮ ਵਿਕਾਰ ਕਰੇ॥	khusee khu-aar bha-ay ras bhogan fokat karam vikaar karay.
ਨਾਮੁ ਬਿਸਾਰਿ ਲੋਭਿ ਮੂਲੁ ਖੋਇਓ,	naam bisaar lobh mool kho-i-o
ਸਿਰਿ ਧਰਮ ਰਾਇ ਕਾ ਡੰਡੁ ਪਰੇ॥੧੦॥	sir Dharam raa-ay kaa dand paray. ||10||

ਸੰਸਾਰਕ ਖੁਸ਼ੀਆਂ, ਅਨੰਦ ਨਾਲ ਤਬਾਹੀ ਹੀ ਹੁੰਦੀ ਹੈ । ਸੰਸਾਰਕ ਇਛਾਂ ਪਿਛੇ ਲਗਕੇ ਜੀਵਨ ਬਿਰਥਾ ਹੀ ਗਵਾਉਣਾ ਹੈ । ਸ਼ਬਦ ਦੀ ਪਾਲਣਾ ਕਰਨ ਤੋਂ ਬਿਨਾਂ ਜੀਵ ਪ੍ਰਭ ਦਾ ਆਸਰਾ, ਰਖਿਆ ਗਵਾ ਲੈਂਦਾ, ਪਾਪਾਂ ਦਾ ਫਲ ਭੋਗਣਾ ਪੈਂਦਾ ਹੈ ।

Worldly pleasures and entertainments may bring destruction in harmony of his worldly life. Following the leads of worldly desires, he may waste his human life opportunity uselessly. Without obeying the teachings of His Word; he may be deprived from His Protection; he may endure the miseries of sins of his worldly evil deeds.

ਗੁਰਮੁਖਿ ਰਾਮ ਨਾਮ ਗੁਣ ਗਾਵਹਿ,	gurmukh raam naam gun gaavahi
ਜਾ ਕਉ ਹਰਿ ਪ੍ਰਭੁ ਨਦਰਿ ਕਰੇ॥	jaa ka-o har parabh nadar karay.
ਤੇ ਨਿਰਮਲ ਪੁਰਖ ਅਪਰੰਪਰ ਪੂਰੇ,	tay nirmal purakh aprampar pooray
ਤੇ ਜਗ ਮਹਿ ਗੁਰ ਗੋਵਿੰਦ ਹਰੇ॥੧੧॥	tay jag meh gur govind haray. ||11||

ਗੁਰਮਖ ਪ੍ਰਭ ਦੇ ਸ਼ਬਦ ਦੀ ਪਾਲਣਾ ਕਰਦਾ, ਪ੍ਰਭ ਆਪ ਹੀ ਰਹਿਮਤ ਦੀ ਨਜ਼ਰ ਬਖਸ਼ਦਾ ਹੈ । ਜਿਹੜਾ ਸ਼ਬਦ ਦੀ ਪਾਲਣਾ ਕਰਕੇ ਮਨ ਨੂੰ ਸੰਸਾਰਕ ਇਛਾਂ ਤੋਂ ਰਹਿਤ ਰਖਦਾ ਹੈ । ਉਸ ਨੂੰ ਸ਼ਰਣ ਵਿੱਚ ਪਨਾਹ ਬਖਸ਼ਿਸ਼ ਹੋ ਜਾਂਦੀ ਹੈ ।

His true devotee may obey the teachings of His Word; he may be bestowed with His Blessed Vision. Whosoever may obey the teachings of His Word and he remains beyond the reach of worldly desires; with His mercy and grace, he may be accepted in His Sanctuary.

ਹਰਿ ਸਿਮਰਹੁ ਗੁਰ ਬਚਨ ਸਮਾਰਹੁ, ਸੰਗਤਿ ਹਰਿ ਜਨ ਭਾਉ ਕਰੇ॥ har simrahu gur bachan samaarahu sangat har jan bhaa-o karay.
ਹਰਿ ਜਨ ਗੁਰੁ ਪਰਧਾਨੁ ਦੁਆਰੈ, har jan gur parDhaan du-aarai
ਨਾਨਕ ਤਿਨ ਜਨ ਕੀ ਰੇਨੁ ਹਰੇ॥੧੨॥੮॥ naanak tin jan kee rayn haray. ||12||8||

ਜਿਹੜਾ ਸ਼ਬਦ ਦੀ ਪਾਲਣਾ ਕਰਦਾ, ਸੰਤ ਸਰੂਪ ਦੀ ਸੰਗਤ ਕਰਦਾ, ਸ਼ਬਦ ਨਾਲ ਜੀਵਨ ਢਾਲਦਾ ਹੈ । ਉਹ ਪ੍ਰਭ ਦੇ ਸਿਮਰਨ ਵਿੱਚ ਅਡੋਲ ਰਹਿੰਦਾ ਹੈ । ਜਿਹੜਾ ਸ਼ਬਦ ਦੀ ਪਾਲਣਾ ਕਰਕੇ ਪ੍ਰਭ ਦੇ ਦਰਬਾਰ ਵਿੱਚ ਪ੍ਰਵਾਨ ਹੋ ਜਾਂਦਾ ਹੈ । ਉਸ ਜੀਵ ਸੰਤ ਸਰੂਪਾਂ ਦੇ ਚਰਨਾਂ ਦੀ ਧੂੜ ਨਾਲ ਪਾਰ ਹੋ ਜਾਂਦਾ ਹੈ ।

Whosoever may associate with His Holy saint; obeys and adopts the teachings of His Word; with His mercy and grace, he may remain steady and stable on meditating. Whosoever may be accepted in His Court; with the dust of his feet, the life experience teachings of His Holy saint. His true devotee may be blessed with the right path of acceptance in His Court.

Key Message of Raag Maaroo, page 1013-16 'ਮਾਨਸ ਜੀਵਨ ਦੇ ਚਾਰ ਪਦਾਰਥ!
ਮਾਤਾ ਪਿਤਾ ਦੇ ਸੰਜੋਗ ਨਾਲ, ਉਹਨਾਂ ਦੋਨਾਂ ਦੇ ਭੋਗ ਨਾਲ ਬੱਚੇ ਦਾ ਆਰੰਭ ਹੁੰਦਾ ਹੈ । ਪ੍ਰਭ ਆਪ ਹੀ ਉਸ ਦੇ ਭੋਜਨ ਦਾ ਆਸਰਾ ਦੇਂਦਾ ਹੈ । ਜੀਵ ਚਾਰ ਪਦਾਰਥ ਪਾਉਣ ਲਈ ਸੰਸਾਰ ਵਿੱਚ ਆਉਂਦਾ ਹੈ । **ਸ਼ਬਦ ਦੀ ਪਾਲਣਾ, ਸ਼ਬਦ ਦੀ ਸੋਝੀ, ਪ੍ਰਭ ਨਾਲੋ ਵਿਛੋੜੇ ਦਾ ਵਿਰਾਗ ਅਤੇ ਮੁਕਤੀ ਦੀ ਆਸ** । ਸ਼ਬਦ ਦੀ ਪਾਲਣਾ, ਜੀਵਨ ਢਾਲਣ ਤੋਂ ਬਿਨਾਂ ਮਾਨਸ ਜਨਮ ਲੈਣਾ ਅਤੇ ਮੌਤ ਬਿਰਥਾ ਹੀ ਹਨ । ਸੰਸਾਰਕ ਖੁਸ਼ੀਆਂ, ਅਨੰਦ ਨਾਲ ਤਬਾਹੀ ਹੀ ਹੁੰਦੀ ਹੈ । ਜਿਹੜਾ ਸ਼ਬਦ ਦੀ ਪਾਲਣਾ ਕਰਕੇ ਮਨ ਨੂੰ ਸੰਸਾਰਕ ਇਛਾਂ ਤੋਂ ਰਹਿਤ ਰਖਦਾ ਹੈ । ਉਸ ਨੂੰ ਸ਼ਰਣ ਵਿੱਚ ਪਨਾਹ ਬਖਸ਼ਿਸ਼ ਹੋ ਜਾਂਦੀ ਹੈ ।
Four Virtues of Human life opportunity!
With physical relationship, intimacy through the union of mother and father, the fetus is formed. The True Master provides source of nourishment and protect in the womb of mother. His soul may be blessed with human life opportunity to acquire four unique virtues; before, she may be accepted in His Court. Meditate, concentrate; enlightenment of the essence of His Word; Renunciation in the memory of His separation from His Holy Spirit and hope for acceptance in His Court. Without obeying and adopting the teachings of His Word, his human life opportunity may be wasted uselessly. Worldly pleasures and entertainments may bring destruction in harmony of his worldly life. Whosoever may obey the teachings of His Word and remains beyond the reach of worldly desires; he may be accepted in His Sanctuary.

21. ਮਾਰੂ ਕਾਫੀ ਮਹਲਾ ੧ ਘਰੁ ੨॥ 1014-14

ੴ ਸਤਿਗੁਰ ਪ੍ਰਸਾਦਿ॥ ik-oNkaar satgur parsaad.
ਆਵਉ ਵੰਞਉ ਡੁੰਮਣੀ ਕਿਤੀ ਮਿਤ੍ਰ ਕਰੇਉ॥ aava-o vanja-o dummnee kitee mitar karay-o.
ਸਾ ਧਨ ਢੋਈ ਨ ਲਹੈ, ਵਾਢੀ ਕਿਉ ਧੀਰੇਉ॥੧॥ saa Dhan dho-ee na lahai vaadhee ki-o Dheeray-o. ||1||

ਆਪਣੀ ਮਰਜ਼ੀ ਕਰਨ, ਚਾਰੇ ਪਾਸੇ ਫਿਰਨ ਵਾਲਾ ਜੀਵ ਜੂੰਨਾਂ ਵਿੱਚ ਹੀ ਭਉਦਾ ਰਹਿੰਦਾ ਹੈ । ਇਸ ਚੱਕਰ ਵਿੱਚ ਜਾਣ ਵਾਲੇ ਬਹੁਤ ਹਨ । ਪ੍ਰਭ ਤੋਂ ਵਿਛੜੀ ਆਤਮਾ ਨੂੰ ਸੰਤੋਖ ਬਖਸ਼ਿਸ਼ ਨਹੀਂ ਹੁੰਦਾ । ਉਸ ਆਤਮਾ ਨੂੰ ਧੀਰਜ ਕਿਵੇਂ ਦਿੱਤਾ ਜਾ ਸਕਦਾ ਹੈ?

Self-minded, may wander from shrine to shrine, from religious guru to guru; he may remain in the cycle of birth and death. In the universe, so many self-minded may wander in this path. Separated soul may never be contented with any accomplishments. How may he be blessed with patience?

ਮੈਡਾ ਮਨੁ ਰਤਾ ਆਪਨੜੇ ਪਿਰ ਨਾਲਿ॥ maidaa man rataa aapnarhay pir naal.
ਹਉ ਘੋਲਿ ਘੁਮਾਈ ਖੰਨੀਐ, ha-o ghol ghumaa-ee khannee-ai
ਕੀਤੀ ਹਿਕ ਭੋਰੀ ਨਦਰਿ ਨਿਹਾਲਿ॥ ੧॥ ਰਹਾਉ॥ keetee hik bhoree nadar nihaal. ||1|| rahaa-o.

ਜਿਸ ਜੀਵ ਤੇ ਇਕ ਪਲ ਰਹਿਮਤ ਦੀ ਨਜ਼ਰ ਬਖਸ਼ਿਸ਼ ਹੋ ਜਾਂਦੀ ਹੈ! ਉਸ ਪ੍ਰਭ ਦੇ ਸ਼ਬਦ ਦੀ ਪਾਲਣਾ ਵਿੱਚ ਅਡੋਲ ਹੋਇਆ, ਸ਼ਬਦ ਦੀ ਕਮਾਈ ਕਰਦਾ ਹੈ । ਉਸ ਦੇ ਮਨ ਵਿੱਚ ਸ਼ਰਧਾ ਵਧਦੀ ਹੈ ।

Whosoever may be bestowed with His Blessed Vision even for a moment! He may remain intoxicated in obeying the teachings of His Word with steady and stable belief in his day-to-day life; he may earn the wealth of His Word. His devotion may be intensified.

ਪੇਈਅੜੈ ਡੋਹਾਗਣੀ ਸਾਹੁਰੜੈ ਕਿਉ ਜਾਉ॥ pay-ee-arhai dohaaganee saahurrhai ki-o jaa-o.
ਮੈ ਗਲਿ ਅਉਗਣ ਮੁਠੜੀ, ਬਿਨੁ ਪਿਰ ਝੂਰਿ ਮਰਾਉ॥੨॥ mai gal a-ugan muth-rheen bin pir jhoor maraa-o. ||2||||

ਮੈਂ, ਪ੍ਰਭ ਦੇ ਦਰ ਤੋਂ ਛੇਕਿਆ ਗਿਆ ਹਾ । ਮੈਂ ਪ੍ਰਭ ਦੇ ਦਰ ਕਿਸਤਰ੍ਹਾਂ ਜਾ ਸਕਦਾ ਹਾ? ਆਪਣੀ ਗਲਤੀ ਦਾ ਪਲ, ਪਲ ਪਛਤਾਵਾ ਕਰਦਾ, ਮੌਤ ਹੀ ਉਡੀਕਦਾ ਹਾ ।

My soul has been separated from His Holy Spirit! How may I become worthy of His Consideration? I remain regretting and repenting for my sins with every breath! I am only waiting for devil of death.

ਪੇਈਅੜੈ ਪਿਰੁ ਸੰਮਲਾ, ਸਾਹੁਰੜੈ ਘਰਿ ਵਾਸੁ॥ pay-ee-arhai pir sammlaa saahurrhai ghar vaas.
ਸੁਖਿ ਸਵੰਧਿ ਸੋਹਾਗਣੀ, ਪਿਰੁ ਪਾਇਆ ਗੁਣਤਾਸੁ॥੩॥ sukh savanDh sohaaganee pir paa-i-aa guntaas. ||3||

ਜਿਹੜਾ ਆਪਣੀ ਗਲਤੀ ਦਾ ਪਛਤਾਵਾ ਕਰਕੇ, ਪ੍ਰਭ ਦੇ ਸ਼ਬਦ ਦੀ ਪਾਲਣਾ ਕਰਦਾ ਹੈ । ਰਹਿਮਤਾਂ ਦਾ ਮਾਲਕ, ਉਸ ਨੂੰ ਪ੍ਰਵਾਨਗੀ ਦੇ ਰਸਤੇ ਤੇ ਅਡੋਲ ਰਖਦਾ ਹੈ । ਜਿਹੜਾ ਸ਼ਬਦ ਦੀ ਸਿਖਿਆਂ ਨਾਲ ਜੀਵਨ ਢਾਲਦਾ ਹੈ, ਉਸ ਨੂੰ ਸ਼ਬਦ ਦੀ ਸੋਝੀ ਬਖਸ਼ਿਸ਼ ਹੋ ਜਾਂਦੀ ਹੈ । ਉਸ ਨੂੰ ਆਪਣੇ ਅੰਦਰੋਂ ਹੀ ਸੰਤੋਖ, ਪ੍ਰਭ ਦੇ ਸ਼ਬਦ ਦੀ ਸੋਝੀ ਦਾ ਖਜ਼ਾਨਾ ਬਖਸ਼ਿਸ਼ ਹੋ ਜਾਂਦਾ ਹੈ ।

Whosoever may regret, repents, and obeys the teachings of His Word with steady and stable belief; with His mercy and grace, he may remain on the right path of acceptance in His Court. He may be enlightened with the essence of His Word from within. He may be blessed with contentment and the enlightenment of the real purpose of his human life opportunity.

ਲੇਫੁ ਨਿਹਾਲੀ ਪਟ ਕੀ, ਕਾਪੜੁ ਅੰਗਿ ਬਣਾਇ॥ layf nihaalee pat kee kaaparh ang banaa-ay.
ਪਿਰੁ ਮੁਤੀ ਡੋਹਾਗਣੀ, ਤਿਨ ਡੁਖੀ ਰੈਣਿ ਵਿਹਾਇ॥੪॥ pir mutee dohaaganee tin dukhee rain vihaa-ay. ||4||

ਜਿਹੜਾ ਸੰਸਾਰਕ ਧਾਰਮਕ ਬਾਣਾ ਪਾਉਂਦਾ, ਪਰ ਮਨ ਮੰਦੇ ਕੰਮਾਂ ਵਾਲਾ ਹੁੰਦਾ ਹੈ । ਪ੍ਰਭ ਲੋਕ ਦਿਖਾਵੇ ਵਾਲੀ ਬੰਦਗੀ ਪ੍ਰਵਾਨ ਨਹੀਂ ਕਰਦਾ । ਉਹ ਦੁਖ ਭੋਗਦਾ, ਜੂੰਨਾਂ ਦੇ ਚੱਕਰ ਵਿੱਚ ਹੀ ਭਉਦਾ ਹੈ ।

ਗੁਰੂ ਨਾਨਕ ਦੇਵ ਜੀ! – Guru Nanak Dev Ji! Guru Granth Sahib

Whosoever may baptize with any religious rituals; however, he remains intoxicated with evil thoughts and deeds. The True Master may never accept his meditation: He endure miseries of the cycle of birth and death.

ਕਿਤੀ ਚਖਉ ਸਾਡੜੇ, ਕਿਤੀ ਵੇਸ ਕਰੇਉ॥ kitee chakha-o saadrhay kitee vays karay-o.
ਪਿਰ ਬਿਨੁ ਜੋਬਨੁ ਬਾਦਿ ਗਇਅਮੁ, ਵਾਢੀ ਝੂਰੇਦੀ ਝੂਰੇਉ॥੫॥ pir bin joban baad ga-i-am vaadhee jhooraydee jhooray-o. ||5

ਸੰਸਾਰ ਵਿੱਚ ਬਹੁਤ ਅਨੰਦ ਮਾਣੇ, ਅਨੰਦ ਵਾਲੇ ਕਪੜੇ, ਭੋਜਨ ਦਾ ਅਨੰਦ ਮਾਨਿਆ ਹੈ । ਪਰ ਸ਼ਬਦ ਦੀ ਪਾਲਣਾ ਤੋਂ ਬਿਨਾਂ ਹੀ ਜਵਾਨੀ ਗਵਾ ਲਈ ਹੈ । ਉਸ ਦੀ ਰਹਿਮਤ ਬਖਸ਼ਿਸ਼ ਨਹੀਂ ਹੋਈ! ਸੰਸਾਰਕ ਦੁਖਾਂ ਵਿੱਚ ਹੀ ਜੀਵਨ ਬਤੀਤ ਕਰਦਾ ਹਾ ।

I have enjoyed many glamours, delicacies of worldly wealth in human life journey. However, I have wasted my human life opportunity uselessly, without obeying the teachings of His Word. I have not been blessed with the right path of acceptance in His Court. I have wasted my priceless human life opportunity and endure miseries.

ਸਚੇ ਸੰਦਾ ਸਦੜਾ, ਸੁਣੀਐ ਗੁਰ ਵੀਚਾਰਿ॥ sachay sandaa sad-rhaa sunee-ai gur veechaar.
ਸਚੇ ਸਚਾ ਬੈਹਣਾ, ਨਦਰੀ ਨਦਰਿ ਪਿਆਰਿ॥੬॥ sachay sachaa baihnaa nadree nadar pi-aar. ||6||

ਜਿਹੜਾ ਸ਼ਬਦ ਨੂੰ ਸੁਣਦਾ, ਸਮਝਕੇ ਜੀਵਨ ਢਾਲਦਾ ਹੈ, ਉਸ ਨੂੰ ਸ਼ਬਦ ਦੀ ਸੋਝੀ ਬਖਸ਼ਿਸ਼ ਹੋ ਜਾਂਦੀ ਹੈ । ਉਸ ਨੂੰ ਸਦਾ ਰਹਿਣ ਵਾਲੇ ਤਖਤ ਦੀ ਸੋਝੀ, ਰਸਤਾ ਬਖਸ਼ਿਸ਼ ਹੋ ਸਕਦਾ ਹੈ । ਉਸ ਦਾ ਮਨ, ਪ੍ਰਭ ਦੇ ਅਟਲ, ਸਦਾ ਰਹਿਣ ਵਾਲਾ ਸ਼ਬਦ ਦੀ ਪਾਲਣਾ ਵਿੱਚ ਅਡੋਲ ਹੋ ਜਾਂਦਾ ਹੈ ।

Whosoever may listen, understand, and adopts the teachings of His Word with steady and stable belief in his day-to-day life; with His mercy and grace, he may be blessed with right path of acceptance in His Court. He may remain enlightened with the essence His Word from within. He may remain intoxicated in obeying the teachings of His Word with steady and stable belief in his day-to-day life.

ਗਿਆਨੀ ਅੰਜਨੁ ਸਚ ਕਾ, ਡੇਖੈ ਡੇਖਣਹਾਰੁ॥ gi-aanee anjan sach kaa daykhai daykhanhaar.
ਗੁਰਮੁਖਿ ਬੂਝੈ ਜਾਣੀਐ, ਹਉਮੈ ਗਰਬੁ ਨਿਵਾਰਿ॥੭॥ gurmukh boojhai jaanee-ai ha-umai garab nivaar. ||7||

ਜਿਸ ਨੂੰ ਪ੍ਰਭ ਦੇ ਸ਼ਬਦ ਦੀ ਸੋਝੀ ਬਖਸ਼ਿਸ਼ ਹੋ ਜਾਂਦੀ ਹੈ! ਉਹ ਸ਼ਬਦ ਦੀ ਸੋਝੀ ਰੂਪੀ ਬਾਮ ਆਪਣੀਆਂ ਅੱਖਾਂ ਤੇ ਲਾ ਕੇ ਪ੍ਰਭ ਦੀ ਸਾਜੀ ਸ੍ਰਿਸ਼ਟੀ ਨੂੰ ਦੇਖਦਾ ਹੈ । ਗੁਰਮਖ ਨੂੰ ਸ਼ਬਦ ਦੀ ਸੋਝੀ ਹੋ ਜਾਂਦੀ, ਮਨ ਜਾਗਰਤ ਅਤੇ ਸੁਚੇਤ ਰਹਿੰਦਾ ਹੈ । ਉਸ ਨੂੰ ਆਪਣੇ ਮਨ ਦੀ ਹੈਸੀਅਤ, ਅਹੰਕਾਰ ਤੇ ਜਿੱਤ ਬਖਸ਼ਿਸ਼ ਹੋ ਜਾਂਦੀ ਹੈ ।

Whosoever may be blessed with the enlightenment of the essence of His Word. He may rub the bam of essence of His Word and witnesses His Creation. His true devotee remains enlightened, awake, and alert in his day-to-day life. He may be blessed to conquer the ego of his worldly desires.

ਤਉ ਭਾਵਨਿ ਤਉ ਜੇਹੀਆ, ਮੂ ਜੇਹੀਆ ਕਿਤੀਆਹ॥ ta-o bhaavan ta-o jayhee-aa moo jayhee-aa kitee-aah.
ਨਾਨਕ ਨਾਹੁ ਨ ਵੀਛੁੜੈ, ਤਿਨ ਸਚੈ ਰਤੜੀਆਹ॥੮॥੧॥੯॥ naanak naahu na veechhurhai tin sachai rat-rhee-aah. ||8||1||9||

ਜਿਹੜੀ ਆਤਮਾ ਪ੍ਰਭ ਵਰਗੀ ਪਵਿੱਤਰ ਹੋ ਜਾਂਦੀ ਹੈ, ਕੇਵਲ ਉਹ ਹੀ ਪ੍ਰਭ ਨੂੰ ਭਾਉਂਦੀ, ਪ੍ਰਵਾਨ ਹੋ ਸਕਦੀ ਹੈ । ਪਰ ਮੇਰੇ ਵਰਗੇ ਹੋਰ ਕਈ ਪਾਪੀ ਜੀਵ ਹਨ । ਜਿਹੜਾ ਮਨ, ਤਨ, ਭਰੋਸੇ ਨਾਲ ਸ਼ਬਦ ਨਾਲ ਜੀਵਨ ਢਾਲਦਾ ਹੈ । ਉਹ ਪ੍ਰਭ ਦਾ ਦਰ ਕਦੇ ਨਹੀਂ ਛਡਦਾ, ਕਦੇ ਵਿਛੋੜਾ ਨਹੀਂ ਹੁੰਦਾ ।

Whose soul may be sanctified as like His Holy Spirit; only his soul may become worthy of His Consideration, acceptable, immerse within His Holy Spirit. However, there may be many sinners like me! Whosoever may adopt the teachings of His Word with steady and stable belief in his day-to-day life; with His mercy and grace, he may never abandon the right path of acceptance in His Court nor his soul ever separated from His Holy Spirit.

Key Message of Raag Maaroo, page 1014-14
'ਪ੍ਰਵਾਨਗੀ ਦਾ ਰਸਤਾ!
ਜਿਹੜਾ ਆਪਣੀ ਗਲਤੀ ਦਾ ਪਛਤਾਵਾ ਕਰਕੇ, ਸ਼ਬਦ ਦੀ ਸਿਖਿਆਂ ਨਾਲ ਜੀਵਨ ਢਾਲਦਾ ਹੈ, ਉਸ ਨੂੰ ਆਪਣੇ ਅੰਦਰੋਂ ਹੀ ਸੰਤੋਖ, ਪ੍ਰਭ ਦੇ ਸ਼ਬਦ ਦੀ ਸੋਝੀ ਦਾ ਖਜ਼ਾਨਾ ਬਖਸ਼ਿਸ਼ ਹੋ ਜਾਂਦਾ ਹੈ । ਜਿਹੜਾ ਸ਼ਬਦ ਨੂੰ ਸੁਣਦਾ, ਸਮਝਕੇ ਜੀਵਨ ਢਾਲਦਾ ਹੈ, ਉਸ ਨੂੰ ਸਦਾ ਰਹਿਣ ਵਾਲੇ ਤਖਤ ਦੀ ਸੋਝੀ, ਰਸਤਾ ਬਖਸ਼ਿਸ਼ ਹੋ ਸਕਦਾ ਹੈ । ਉਸ ਨੂੰ ਆਪਣੇ ਮਨ ਦੀ ਹੈਸੀਅਤ, ਅਹੰਕਾਰ ਤੇ ਜਿੱਤ ਬਖਸ਼ਿਸ਼ ਹੋ ਜਾਂਦੀ ਹੈ । ਉਹ ਪ੍ਰਭ ਦਾ ਦਰ ਕਦੇ ਨਹੀਂ ਛਡਦਾ, ਕਦੇ ਵਿਛੋੜਾ ਨਹੀਂ ਹੁੰਦਾ ।
The right path of acceptance!
Whosoever may regret, repents, and adopts the teachings of His Word with steady and stable belief; he may be blessed with contentment and the enlightenment of the real purpose of his human life opportunity. Whosoever may listen, understand, and adopts the teachings of His Word with steady and stable belief; he may remain enlightened with the essence His Word from within. He may remain intoxicated in obeying the teachings of His Word; he may conquer the ego of his worldly desires. He may never abandon the right path of acceptance in His Court. His soul may never be separated from His Holy Spirit.

22. ਮਾਰੂ ਮਹਲਾ ੧॥ 1015-5

ਨਾ ਭੈਣਾ ਭਰਜਾਈਆ, ਨਾ ਸੇ ਸਸੁੜੀਆਹ॥ naa bhainaa bharjaa-ee-aa naa say sasurhee-aah.
ਸਚਾ ਸਾਕੁ ਨ ਤੁਟਈ, ਗੁਰੁ ਮੇਲੇ ਸਹੀਆਹ॥੧॥ sachaa saak na tut-ee gur maylay sahee-aas. ||1||

ਸੰਸਾਰਕ ਰਿਸ਼ਤੇ, ਭੈਣ, ਨੂਹ, ਸੱਸ ਪ੍ਰਭ ਦੇ ਲਿਖੇ ਨਾਲ ਹੀ ਬਣਦੇ ਹਨ । ਪ੍ਰਭ ਦੇ ਬਣਾਏ ਰਿਸ਼ਤੇ ਸੰਸਾਰੀ ਕਦੇ ਤੋੜ, ਕੋਈ ਵਿਘਨ ਨਹੀਂ ਪਾ ਸਕਦਾ ।

All the worldly relationships like brother, sister, mother, father, spouse may be predetermined with His Blessed Vision; prewritten with His inkless pen. No worldly power may alter or eliminated his prewritten destiny.

ਬਲਿਹਾਰੀ ਗੁਰ ਆਪਣੇ, ਸਦ ਬਲਿਹਾਰੈ ਜਾਉ॥ balihaaree gur aapnay sad balihaarai jaa-o.
ਗੁਰ ਬਿਨੁ ਏਤਾ ਭਵਿ ਥਕੀ, gur bin aytaa bhav thakee
ਗੁਰਿ ਪਿਰੁ ਮੇਲਿਮੁ ਦਿਤਮੁ ਮਿਲਾਇ॥੧॥ ਰਹਾਉ॥ gur pir maylim ditam milaa-ay. ||1|| rahaa-o.

ਮੈਂ ਪ੍ਰਭ ਦੇ ਸ਼ਬਦ ਦੀ ਪਾਲਣਾ ਤੋਂ ਬਿਨਾਂ ਜੀਵਨ ਬਤੀਤ ਕਰਦਾ ਕਰਦਾ ਥੱਕ ਗਿਆ ਸੀ । ਪ੍ਰਭ ਨੇ ਆਪ ਹੀ ਰਹਿਮਤ ਬਖਸ਼ਕੇ ਸ਼ਬਦ ਦੇ ਲੜ ਲਾਇਆ ਹੈ । ਲਖ ਲਖ ਧੰਨਵਾਦ ਕਰਦਾ, ਤਨ ਉਸ ਪ੍ਰਭ ਦੇ ਲੇਖੇ ਲਾਉਂਦਾ ਹਾ ।

ਗੁਰੂ ਨਾਨਕ ਦੇਵ ਜੀ! – Guru Nanak Dev Ji! Guru Granth Sahib

I have been frustrated, tired from my way of life, without obeying the teachings of His Word. I have been attached to a devotional meditation on the teachings of His Word. I remain gratitude with each breath for His Blessings. I have surrendered my mind, body, and worldly status at His Sanctuary, to serve His Creation.

ਫੁਫੀ, ਨਾਨੀ, ਮਾਸੀਆ, ਦੇਰ ਜੇਠਾਨੜੀਆਹ॥	fufee naanee maasee-aa dayr jaythaanrhee-aah.
ਆਵਨਿ ਵੰਞਨਿ ਨਾ ਰਹਨਿ, ਪੂਰ ਭਰੇ ਪਹੀਆਹ॥੨॥	aavan vanjan naa rahan poor bharay pahee-aah. ||2||

ਇਸਤਰ੍ਹਾਂ ਹੀ ਚਾਚੇ/ਚਾਚੀਆਂ, ਦਾਦਾ/ਦਾਦੀ, ਜਠਾਨੀ ਦੇ ਰਿਸ਼ਤੇ ਥੋੜ੍ਹੇ ਸਮੇਂ ਦੇ ਹੰਦੇ ਹਨ । ਉਹ ਜੀਵਨ ਵਿੱਚ ਆਂਉਦੇ ਹਨ, ਜਿਵੇਂ ਕੋਈ ਪ੍ਰਾਹੁਣਾ ਘਰ ਆਂਉਦਾ ਹੈ ।

Same way second layer of relationships like uncles, aunts, grandpa and grandma, sister-in-law may provide closeness, comforts, warm-feelings for a short period of time. They are like visitors, who move away after short stay.

ਮਾਮੇ ਤੈ ਮਾਮਾਣੀਆ, ਭਾਇਰ ਬਾਪ ਨ ਮਾਉ॥	maamay tai maamaanee-aa bhaa-ir baap na maa-o.
ਸਾਥ ਲਡੇ ਤਿਨ ਨਾਠੀਆ, ਭੀੜ ਘਣੀ ਦਰੀਆਉ॥੩॥	saath laday tin naathee-aa bheerh ghanee daree-aa-o. ||3||

ਇਸਤਰ੍ਹਾਂ ਮਾਮੇ/ਮਾਮੀਆਂ, ਭਾਈ, ਭੈਣਾਂ, ਪਿਤਾ, ਮਾਤਾ, ਸਾਰੇ ਥੋੜ੍ਹਾ ਚਿਰ ਹੀ ਜੀਵਨ ਦਾ ਭਾਗ ਬਣਦੇ ਹਨ । ਜਿਵੇਂ ਕੋਈ ਸਮੁੰਦਰ ਦੇ ਕਿਨਾਰੇ ਮਿਲਿਆ ਹੋਵੇ ।

Same way, brothers of mother and of your spouses, your brothers, sisters, mother, and father may become a part of your comforts in life for a short period. They are like someone sitting on the shore of ocean and watching waves of ocean.

ਸਾਚਉ ਰੰਗਿ ਰੰਗਾਵਲੋ, ਸਖੀ ਹਮਾਰੋ ਕੰਤੁ॥	saacha-o rang rangaavlo sakhee hamaaro kant.
ਸਚਿ ਵਿਛੋੜਾ ਨਾ ਥੀਐ, ਸੋ ਸਹੁ ਰੰਗਿ ਰਵੰਤੁ॥੪॥	sach vichhorhaa naa thee-ai so saho rang ravant. ||4||

ਪ੍ਰਭ ਨੇ ਮੈਨੂੰ ਆਪਣੇ ਸ਼ਬਦ ਦੇ ਰੰਗ ਵਿੱਚ ਰੰਗਇਆ ਹੋਇਆ ਹੈ । ਉਸ ਨੂੰ ਮਿਲਣ ਲਈ ਉਤਾਵਲਾ ਹਾ, ਉਸ ਤੋਂ ਕਦੇ ਵਿਛੜਨਾ ਨਹੀਂ ਚਾਹੁੰਦਾ ।

The True Master has bestowed His Blessed Vision, I have been drenched with the crimson color of the essence of His Word. I remain anxious to be enlightened with the right path of acceptance in His Court; I may never want to be separated from His Holy Spirit.

ਸਭੇ ਰੁਤੀ ਚੰਗੀਆ, ਜਿਤੁ ਸਚੇ ਸਿਉ ਨੇਹੁ॥	sabhay rutee changee-aa jit sachay si-o nayhu.
ਸਾ ਧਨ ਕੰਤੁ ਪਛਾਣਿਆ, ਸੁਖਿ ਸੁਤੀ ਨਿਸਿ ਡੇਹੁ॥੫॥	saa Dhan kant pachhaani-aa sukh sutee nis dayhu. ||5||

ਜਿਹੜਾ ਜੀਵ ਸ਼ਬਦ ਦੀ ਪਾਲਣਾ ਕਰਦਾ, ਉਸ ਨੂੰ ਪ੍ਰਭ ਦੀ ਰਹਿਮਤ ਬਖਸ਼ਿਸ਼ ਹੋ ਜਾਂਦੀ ਹੈ । ਉਸ ਨੂੰ ਸਾਰੀਆਂ ਰੁੱਤਾਂ ਹੀ ਚੰਗੀਆਂ ਲਗਦੀਆਂ ਹਨ । ਉਸ ਨੂੰ ਪ੍ਰਭ ਦੇ ਸ਼ਬਦ ਦੀ ਸੋਝੀ ਬਖਸ਼ਿਸ਼ ਹੋ ਜਾਂਦੀ ਹੈ, ਮਨ ਵਿੱਚ ਸੰਤੋਖ ਬਖਸ਼ਿਸ਼ ਹੋ ਜਾਂਦਾ, ਮਨ ਦਿਨ ਰਾਤ ਬੰਦਗੀ ਵਿੱਚ ਹੀ ਲੀਨ ਰਹਿੰਦਾ ਹੈ ।

Whosoever may obey the teachings of His Word with steady and stable belief in his day-to-day life; with His mercy and grace, all seasons of His Nature may be comforting to his mind. He may be blessed with the enlightenment of the essence of His Word and contentment in his worldly life. He may remain intoxicated in meditation in the void of His Word.

ਪਤਣਿ ਕੂਕੇ ਪਾਤਣੀ, ਵੰਞਹੁ ਧ੍ਰੁਕਿ ਵਿਲਾੜਿ॥	patan kookay paat-nee vanjahu Dharuk vilaarh.
ਪਾਰਿ ਪਵੰਦੜੇ ਡਿਠੁ ਮੈ, ਸਤਿਗੁਰ ਬੋਹਿਥਿ ਚਾੜਿ॥੬॥	paar pavand-rhay dith mai satgur bohith chaarh. ||6||

ਜਿਵੇਂ ਬੇੜੀ ਦਾ ਮਲਾਹ, ਬੇੜੀ ਤੇ ਚੜ੍ਹਣ ਵਾਲੀ ਸਵਾਰੀ ਨੂੰ ਅਵਾਜ਼ ਮਾਰਦਾ, ਬੇੜੀ ਚਲਣ ਵਾਲੀ ਹੈ । ਇਸਤਰ੍ਹਾਂ ਹੀ ਪ੍ਰਭ ਦਾ ਸ਼ਬਦ, ਦਰਬਾਰ ਨੂੰ ਜਾਣ ਵਾਲੀ ਬੇੜੀ ਤੇ ਚੜ੍ਹਣ ਲਈ ਪੁਕਾਰਦਾ ਹੈ ।

As the sailor may shout loud that boat is ready to sail; all aboard. Same way the teachings of His Word, His Holy saint may shout, inspires all worldly creatures to adopt the teachings of His Word; the right path of acceptance in His Court.

ਹਿਕਨੀ ਲਦਿਆ ਹਿਕਿ ਲਦਿ ਗਏ, ਹਿਕਿ ਭਾਰੇ ਭਰ ਨਾਲਿ॥	hiknee ladi-aa hik lad ga-ay hik bhaaray bhar naal.
ਜਿਨੀ ਸਚੁ ਵਣੰਜਿਆ, ਸੇ ਸਚੇ ਪ੍ਰਭ ਨਾਲਿ॥੭॥	jinee sach vananji-aa say sachay parabh naal. ||7||

ਕਈ ਜੀਵ ਸੰਸਾਰ ਵਿਚੋਂ ਚਲੇ ਗਏ, ਮੌਤ ਨੂੰ ਪਿਆਰੇ ਹੋ ਗਏ, ਕਈ ਮੌਤ ਦੀ ਉਡੀਕ ਕਰਦੇ ਹਨ । ਕਈ ਪਾਪਾਂ ਦੇ ਭਾਰ ਨਾਲ ਡੁਬ ਜਾਂਦੇ ਹਨ । ਜਿਸ ਦੀ ਬੰਦਗੀ ਪ੍ਰਵਾਨ ਹੋ ਜਾਂਦੀ ਹੈ, ਉਹ ਬੇੜੀ ਤੇ ਸਵਾਰ ਰਹਿੰਦਾ ਹੈ ।

So many have been blessed with human life opportunity, many have wasted priceless opportunity and captured by the devil of death. Many self-minded, non-believers are waiting for their time. Many are drowning with the burden of sins of worldly evil deeds. Whose earnings of His Word may be accepted in His Court; only he may remain aboard on the rescue boat that may sail his soul to His Court.

ਨਾ ਹਮ ਚੰਗੇ ਆਖੀਅਹ, ਬੁਰਾ ਨ ਦਿਸੈ ਕੋਇ॥	naa ham changay aakhee-aah buraa na disai ko-ay.
ਨਾਨਕ ਹਉਮੈ ਮਾਰੀਐ, ਸਚੇ ਜੇਹੜਾ ਸੋਇ॥੮॥੨॥੧੦॥	naanak ha-umai maaree-ai sachay jayhrhaa so-ay. ||8||2||10||

ਜਿਹੜਾ ਆਪਣੇ ਮਨ ਦੇ ਅਹੰਕਾਰ ਤੇ ਜਿੱਤ ਪਾ ਲੈਂਦਾ ਹੈ । ਉਹ ਪ੍ਰਭ ਦਾ ਰੂਪ ਹੀ ਬਣ ਜਾਂਦਾ ਹੈ । ਆਪਣੇ ਆਪ ਨੂੰ ਚੰਗਾ ਨਹੀਂ ਕਹਿੰਦਾ, ਉਸ ਨੂੰ ਕੋਈ ਬੁਰਾ ਵੀ ਨਹੀਂ ਦਿਸਦਾ ।

Who may conquer his ego of worldly status; with His mercy and grace, his state of mind may become a symbol of The True Master! He may never claim, to be blessed soul, with good virtues nor realize anyone an evil or devil in His Creation.

Key Message of Raag Maaroo, page 1015-5
'ਸੰਸਾਰਕ ਰਿਸ਼ਤੇ, ਪ੍ਰਭ ਆਪ ਬਣਾਉਂਦਾ ਹੈ!
ਸੰਸਾਰਕ ਰਿਸ਼ਤੇ, ਭੈਣ, ਨੂਹ, ਸੱਸ, ਪਿਛਲੇ ਜਨਮ ਦੇ ਕੀਤੇ ਕੰਮਾ ਦਾ ਫਲ ਹੈ, ਕੋਈ ਸੰਸਾਰੀ ਕਦੇ ਤੋੜ, ਵਿਘਨ ਨਹੀਂ ਪਾ ਸਕਦਾ । ਜਿਸ ਨੂੰ ਪ੍ਰਭ ਦੇ ਸ਼ਬਦ ਦੀ ਸੋਝੀ ਬਖਸ਼ਿਸ਼ ਹੋ ਜਾਂਦੀ, ਉਸ ਨੂੰ ਸਾਰੀਆਂ ਰੁੱਤਾਂ ਹੀ ਚੰਗੀਆਂ ਲਗਦੀਆਂ ਹਨ । ਪ੍ਰਭ ਦਾ ਸ਼ਬਦ, ਦਰਬਾਰ ਨੂੰ ਜਾਣ ਵਾਲੀ ਬੇੜੀ ਤੇ ਚੜ੍ਹਣ ਲਈ ਪੁਕਾਰਦਾ ਹੈ । ਜਿਹੜਾ ਆਪਣੇ ਮਨ ਦੇ ਅਹੰਕਾਰ ਤੇ ਜਿੱਤ ਪਾ ਲੈਂਦਾ ਹੈ । ਉਹ ਪ੍ਰਭ ਦਾ ਰੂਪ ਹੀ ਬਣ ਜਾਂਦਾ ਹੈ ।
Worldly relationships are predetermined before birth!
All the worldly relationships like brother, sister, mother, father, **spouse** may be predetermined; no worldly power may alter or eliminated his prewritten destiny. Whosoever may be enlightened; he remains intoxicated in meditation in the void of His Word in all seasons. The teachings of His Word, inspires the right path of acceptance in His Court. Who may conquer his mind, ego of his worldly status; he may become a symbol of The True Master.

23. ਮਾਰੂ ਮਹਲਾ ੧॥ 1015-14

ਨਾ ਜਾਣਾ ਮੂਰਖੁ ਹੈ ਕੋਈ, ਨਾ ਜਾਣਾ ਸਿਆਣਾ॥ naa jaanaa moorakh hai ko-ee naa jaanaa si-aanaa.
ਸਦਾ ਸਾਹਿਬ ਕੈ ਰੰਗੇ ਰਾਤਾ, ਅਨਦਿਨੁ ਨਾਮੁ ਵਖਾਣਾ॥੧॥ sadaa saahib kai rangay raataa an-din naam vakhaanaa. ||1||

ਮੈਂ ਪ੍ਰਭ ਦੇ ਸ਼ਬਦ ਦੀ ਪਾਲਣਾ ਵਿੱਚ ਅਡੋਲ ਰਹਿੰਦਾ ਹਾ! ਸੰਸਾਰ ਵਿੱਚ ਕੋਈ ਵੀ ਮੂਰਖ ਜਾ ਕੋਈ ਚੁਤਰ, ਚਲਾਕ ਨਹੀਂ ਦਿਸਦਾ, ਸਾਰੇ ਹੀ ਪ੍ਰਭ ਦੇ ਸੇਵਕ ਹੀ ਹਨ ।

I may obey the teachings of His Word with steady and stable belief in my day-to-day life. I have not witnessed anyone as self-minded, ignorant, foolish, clever, evil doer, nor devious. Everyone appears to be His true devotee.

ਬਾਬਾ ਮੂਰਖੁ ਹਾ ਨਾਵੈ ਬਲਿ ਜਾਉ॥ baabaa moorakh haa naavai bal jaa-o.
ਤੂ ਕਰਤਾ ਤੂ ਦਾਨਾ ਬੀਨਾ, ਤੇਰੈ ਨਾਮਿ ਤਰਾਉ॥੧॥ ਰਹਾਉ॥ too kartaa too daanaa beenaa tayrai naam taraa-o. ||1|| rahaa-o.

ਜਿਹੜਾ ਸ਼ਬਦ ਦੀ ਪਾਲਣਾ ਨਹੀਂ ਕਰਦਾ, ਉਹ ਹੀ ਮੂਰਖ ਹੁੰਦਾ ਹੈ । ਪ੍ਰਭ ਹੀ ਸਾਰੀ ਸ੍ਰਿਸ਼ਟੀ ਨੂੰ ਪੈਦਾ ਕਰਦਾ, ਦੇਖਦਾ, ਵਾਪਰਦਾ ਹੈ । ਸ਼ਬਦ ਨਾਲ ਜੀਵਨ ਢਾਲਣ ਨਾਲ ਹੀ ਜੂੰਨਾਂ ਦਾ ਚੱਕਰ ਖਤਮ ਹੋ ਸਕਦਾ ਹੈ ।

Whosoever may not obey the teachings of His Word; only he may be foolish and ignorant. The One and Only One True Master, creates, nourishes, protects, and prevails in day-to-day events. Whosoever may adopt the teachings of His Word with steady and stable belief; with His mercy and grace, only his cycle of birth and death may be eliminated.

ਮੂਰਖੁ ਸਿਆਣਾ ਏਕੁ ਹੈ, ਏਕ ਜੋਤਿ ਦੁਇ ਨਾਉ॥ moorakh si-aanaa ayk hai ayk jot du-ay naa-o.
ਮੂਰਖਾ ਸਿਰਿ ਮੂਰਖੁ ਹੈ, ਜਿ ਮੰਨੇ ਨਾਹੀ ਨਾਉ॥੨॥ moorkhaa sir moorakh hai je mannay naahee naa-o. ||2||

ਕਿਵੇਂ ਸੰਸਾਰਕ ਜੀਵ ਕਿਸੇ ਨੂੰ ਮੂਰਖ ਜਾ ਸਿਆਣਾ ਆਖ ਸਕਦਾ ਹੈ? ਸਭ ਵਿੱਚ ਇਕੋ ਇਕ ਪ੍ਰਭ ਦੀ ਜੋਤ, ਵਸਦੀ, ਵਾਪਰਦੀ ਹੈ । ਜਿਹੜਾ ਪ੍ਰਭ ਦੇ ਸ਼ਬਦ ਦੀ ਪਾਲਣਾ ਵਿੱਚ ਅਡੋਲ ਨਹੀਂ ਰਹਿੰਦਾ, ਕੇਵਲ ਉਹ ਜੀਵ ਹੀ ਮਾਨਸ ਜੀਵਨ ਦੇ ਮੰਤਵ ਤੋਂ ਅਣਜਾਣ ਹੁੰਦਾ ਹੈ!

How may anyone be called a wise or ignorant in the universe? His Holy Spirit remains embedded and prevails within every soul, and body. Whosoever may not obey the teachings of His Word with steady and stable belief in his day-to-day life; only he may remain ignorant from the real purpose of his human life opportunity.

ਗੁਰ ਦੁਆਰੈ ਨਾਉ ਪਾਈਐ, ਬਿਨੁ ਸਤਿਗੁਰ ਪਲੈ ਨ ਪਾਇ॥ gur du-aarai naa-o paa-ee-ai bin satgur palai na paa-ay.
ਸਤਿਗੁਰ ਕੈ ਭਾਣੈ ਮਨਿ ਵਸੈ, ਤਾ ਅਹਿਨਿਸਿ ਰਹੈ ਲਿਵ ਲਾਇ॥੩॥ satgur kai bhaanai man vasai taa ahinis rahai liv laa-ay. ||3||

ਪ੍ਰਭ ਦੀ ਰਹਿਮਤ ਤੋਂ ਬਿਨਾਂ ਜੀਵ ਦਾ ਮਨ ਸ਼ਬਦ ਦੀ ਪਾਲਣਾ ਵਿੱਚ ਅਡੋਲ ਨਹੀਂ ਰਹਿੰਦਾ, ਕੇਵਲ ਸ਼ਬਦ ਦੀ ਪਾਲਣਾ ਕਰਨ ਨਾਲ ਹੀ ਸ਼ਬਦ ਦੀ ਸੋਝੀ ਬਖਸ਼ਿਸ਼ ਹੁੰਦੀ ਹੈ । ਜਿਹੜਾ ਸ਼ਬਦ ਦੀ ਪਾਲਣਾ ਵਿੱਚ ਲੀਨ ਰਹਿੰਦਾ ਹੈ, ਪ੍ਰਭ ਦੀ ਰਹਿਮਤ ਨਾਲ, ਉਸ ਦੇ ਮਨ ਵਿੱਚ ਸ਼ਬਦ ਰਚਿਆ ਰਹਿੰਦਾ ਹੈ ।

No one may obey the teachings of His Word with steady and stable belief in his day-to-day life without His Blessed Vision. Whosoever may obey the teachings of His Word with steady and stable belief in his day-to-day life; with His mercy and grace, only he may be enlightened with the essence of His Word. He may remain drenched with the essence of His Word.

ਰਾਜੰ ਰੰਗੰ ਰੂਪੰ ਮਾਲੰ, ਜੋਬਨੁ ਤੇ ਜੁਆਰੀ॥ raajaN rangaN roopaN maalaN joban tay joo-aaree.
ਹੁਕਮੀ ਬਾਧੇ ਪਾਸੈ ਖੇਲਹਿ, ਚਉਪੜਿ ਏਕਾ ਸਾਰੀ॥੪॥ hukmee baaDhay paasai khayleh cha-uparh aykaa saaree. ||4||

ਜੀਵ ਜਵਾਨੀ ਜੋਬਨ, ਸੰਸਾਰਕ ਹੈਸੀਅਤ ਦੇ ਅਭਿਮਾਨ ਵਿੱਚ ਹੀ ਜੀਵਨ ਬਰਬਾਦ ਕਰ ਲੈਂਦਾ ਹੈ । ਪ੍ਰਭ ਦੀ ਨਜ਼ਰ ਅੰਦਰ ਉਸ ਦੀ ਆਪਣੀ ਕੋਈ ਹੌਂਦ ਨਹੀਂ ਹੁੰਦੀ, ਇਕ ਖੇਲ ਦਾ ਪਿਆਦਾ ਹੀ ਹੈ ।

Self-minded may ruin his priceless human life opportunity, intoxicated in the pride of his youth, beauty, and worldly status. He may not have any identity or existence or status or worth of his own. He remains an insignificant player in the grand scheme of His Nature.

ਜਗਿ ਚਤੁਰੁ ਸਿਆਣਾ ਭਰਮਿ ਭੁਲਾਣਾ, jag chatur si-aanaa bharam bhulaanaa
ਨਾਉ ਪੰਡਿਤ ਪੜਹਿ ਗਾਵਾਰੀ॥ naa-o pandit parheh gaavaaree.
ਨਾਉ ਵਿਸਾਰਹਿ ਬੇਦੁ ਸਮਾਲਹਿ, ਬਿਖੁ ਭੂਲੇ ਲੇਖਾਰੀ॥੫॥ naa-o visaareh bayd samaaleh bikh bhoolay laykhaaree. ||5||

ਸੰਸਾਰ ਵਿੱਚ ਹਰਇਕ ਜੀਵ ਆਪਣੇ ਆਪ ਨੂੰ ਚਲਾਕ ਅਤੇ ਸਿਆਣਾ ਸਮਝਦਾ ਹੈ । ਜਿਹੜਾ ਭਰਮਾਂ ਵਿੱਚ ਉਲਝ ਜਾਂਦਾ ਹੈ, ਉਹ ਸ਼ਬਦ ਦੀ ਪਾਲਣਾ ਕਰਨਾ ਭੁੱਲ ਜਾਂਦਾ, ਵਿਸਾਰ ਦੇਂਦਾ ਹੈ । ਭਾਵੇਂ ਉਹ ਬਹੁਤ ਧਰਮ ਦੇ ਗ੍ਰੰਥ ਪੜ੍ਹਦਾ ਹੋਵੇ, ਉਸ ਨੂੰ ਸ਼ਬਦ ਦੀ ਸੋਝੀ ਬਖਸ਼ਿਸ਼ ਨਹੀਂ ਹੁੰਦੀ ।

Everyone considers himself wise, clever and believes to really understands the real purpose of his human life journey. Whosoever may remain intoxicated with religious suspicions and rituals; he may abandon the teachings of His Word from his day-to-day life. He may read and becomes a scholar with deep knowledge of teachings of Holy Scriptures; however, he may never be enlightened with the essence of His Word.

ਕਲਰ ਖੇਤੀ ਤਰਵਰ ਕੰਠੇ, ਬਾਗਾਂ ਪਹਿਰਹਿ ਕਜਲੁ ਝਰੈ॥ kalar khaytee tarvar kanthay baagaa pahirahi kajal jharai.
ਏਹੁ ਸੰਸਾਰੁ ਤਿਸੈ ਕੀ ਕੋਠੀ, ਜੋ ਪੈਸੈ ਸੋ ਗਰਬਿ ਜਰੈ॥੬॥ ayhu sansaar tisai kee kothee jo paisai so garab jarai. ||6||

ਜਿਹੜਾ ਸ਼ਬਦ ਦੀ ਸਿਖਿਆਂ ਨੂੰ ਆਪਣੇ ਜੀਵਨ ਵਿੱਚ ਨਹੀਂ ਢਾਲਦਾ, ਉਹ ਮੂਰਖ ਹੀ ਰਹਿੰਦਾ ਹੈ । ਉਹ ਆਪਣਾ ਮਾਨਸ ਜੀਵਨ ਬਿਰਥਾ ਹੀ ਗਵਾ ਜਾਂਦਾ ਹੈ । ਉਹ ਕਲਰੀ ਜ਼ਮੀਨ ਵਿੱਚ ਬੀਜੇ ਪੌਦੇ ਦੀ ਤਰ੍ਹਾਂ ਹੀ ਹੁੰਦਾ ਹੈ । ਉਹ ਨਦੀ ਦੇ ਕਿਨਾਰੇ ਬੀਜੇ ਬ੍ਰਿਛ ਦੀ ਤਰ੍ਹਾਂ ਹੀ ਹੁੰਦਾ ਹੈ । ਉਹ ਚਿੱਕੜ ਦੇ ਛਿੱਟੇ ਪਏ ਹੋਏ, ਚਿੱਟੇ ਕਪੜੇ ਵਰਗਾ ਹੀ ਹੁੰਦਾ ਹੈ । ਜਿਸ ਦੇ ਮਨ ਵਿੱਚ ਸੰਸਾਰਕ ਇਛਾਂ ਦਾ ਨਸ਼ਾ ਰਹਿੰਦਾ ਹੈ, ਉਹ ਅਹੰਕਾਰ ਦੀ ਅੱਗ ਵਿੱਚ ਹੀ ਜਲ ਜਾਂਦਾ ਹੈ ।

Whosoever may not adopt the teachings of His Word in his day-to-day life; he may be ignorant from the real purpose of human life opportunity. He may waste his human life opportunity uselessly. You may consider him as a seed planted in nonproductive, barren land, cullry-land; a tree planted on the shore of a river; white cloth stained with mud. Whosoever may remain intoxicated with worldly desires, demons of worldly wealth; he may remain burning in the lava of his ego of worldly status.

ਰਜਤਿ ਰਾਜੇ ਕਹਾ ਸਬਾਏ, ਦੁਹੁ ਅੰਤਰਿ ਸੋ ਜਾਸੀ॥ ra-yat raajay kahaa sabaa-ay duhu antar so jaasee.
ਕਹਤ ਨਾਨਕੁ ਗੁਰ ਸਚੇ ਕੀ ਪਉੜੀ, kahat naanak gur sachay kee pa-orhee
ਰਹਸੀ ਅਲਖੁ ਨਿਵਾਸੀ॥੭॥੩॥੧੧॥ rahsee alakh nivaasee. ||7||3||11||

ਗੁਰੂ ਨਾਨਕ ਦੇਵ ਜੀ! – Guru Nanak Dev Ji! Guru Granth Sahib

ਜਿਹੜੇ ਰਾਜੇ, ਪਰਜਾ, ਭਰਮਾਂ ਵਿੱਚ ਜੀਵਨ ਬਤੀਤ ਕਰਦੇ ਸਨ, ਉਹ ਕਿਥੇ ਗਏ ਹਨ? ਉਹ ਇਹਨਾਂ ਭਰਮਾਂ ਦੀ ਅੱਗ ਵਿੱਚ ਜਲ ਗਏ ਹਨ । ਇਹ ਉਸ ਪ੍ਰਭ ਦੀ ਸਿਖਿਆਂ ਦੀ ਪੌੜੀ ਦੇ ਡੰਡੇ ਹਨ । ਕੇਵਲ ਪ੍ਰਭ ਹੀ ਸਦਾ ਰਹਿਣ ਵਾਲਾ ਅਟਲ ਹੈ ।

Worldly kings and their subject, who remained in suspicions of religious rituals; where had they been vanished? All have been consumed with the wild fire of religious suspicious. These are the steps of the ladder to climb to His Court. The One and Only One True Master remains true forever.

Key Message of Raag Maaroo, page 1015-14 'ਪ੍ਰਵਾਨਗੀ ਦੀ ਪੌੜੀ!
ਸਭ ਵਿੱਚ ਇਕੋ ਇਕ ਪ੍ਰਭ ਦੀ ਜੋਤ, ਵਸਦੀ, ਵਾਪਰਦੀ ਹੈ । ਪ੍ਰਭ ਦੇ ਸ਼ਬਦ ਦੀ ਪਾਲਣਾ ਤੋਂ ਬਿਨਾਂ ਜੀਵ, ਮਾਨਸ ਜੀਵਨ ਦੇ ਮੰਤਵ ਤੋਂ ਅਣਜਾਣ ਹੁੰਦਾ ਹੈ! ਜਿਹੜਾ ਸ਼ਬਦ ਦੀ ਪਾਲਣਾ ਵਿੱਚ ਲੀਨ ਰਹਿੰਦਾ ਹੈ, ਉਸ ਦੇ ਮਨ ਵਿੱਚ ਸ਼ਬਦ ਰਚਿਆ ਰਹਿੰਦਾ ਹੈ । ਸੰਸਾਰਕ ਇਛਾਂ ਦਾ ਗੁਲਾਮ, ਅਹੰਕਾਰ ਦੀ ਅੱਗ ਵਿੱਚ ਹੀ ਜਲਦਾ ਰਹਿੰਦਾ ਹੈ । ਇਹ ਹੀ ਪ੍ਰਭ ਦੀ ਸਿਖਿਆਂ ਦੀ ਪੌੜੀ ਦੇ ਡੰਡੇ ਹਨ । ਕੇਵਲ ਪ੍ਰਭ ਹੀ ਸਦਾ ਰਹਿਣ ਵਾਲਾ ਅਟਲ ਹੈ ।
Steps of ladder of His Royal Castle!
His Holy Spirit remains embedded and prevails within every soul. Without adopting the teachings of His Word; he may remain ignorant from the real purpose of his human life opportunity. Whosoever may obey the teachings of His Word; he may remain drenched with the essence of His Word. Whosoever may remain intoxicated with worldly desires; he may remain burning in the lava of his ego of worldly status. These are the steps of the ladder to climb to His Court. The One and Only One True Master remains true forever.

24. ਮਾਰੂ ਸੋਲਹੇ ਮਹਲਾ ੧॥ 1020-10

ੴ ਸਤਿਗੁਰ ਪ੍ਰਸਾਦਿ॥ ik-oNkaar satgur parsaad.
ਸਾਚਾ ਸਚੁ ਸੋਈ ਅਵਰੁ ਨ ਕੋਈ॥ ਜਿਨਿ ਸਿਰਜੀ ਤਿਨ ਹੀ ਫੁਨਿ ਗੋਈ॥ saachaa sach so-ee avar na ko-ee. jin sirjee tin hee fun go-ee.
ਜਿਉ ਭਾਵੈ ਤਿਉ ਰਾਖਹੁ ਰਹਣਾ, ji-o bhaavai ti-o raakho rahnaa
ਤੁਮ ਸਿਉ ਕਿਆ ਮੁਕਰਾਈ ਹੇ॥੧॥ tum si-o ki-aa mukraa-ee hay. ||1||

ਇਕੋ ਇਕ ਪ੍ਰਭ ਹੀ ਸਦਾ ਅਟਲ ਰਹਿਣ ਵਾਲਾ ਹੈ । ਬਾਕੀ ਸਾਰੇ ਜੀਵ ਥੋੜ੍ਹੇ ਸਮੇਂ ਵਿੱਚ ਹੀ ਨਾਸ ਹੋ ਜਾਂਦੇ ਹਨ । ਪ੍ਰਭ ਦੇ ਹੁਕਮ ਨਾਲ ਹੀ ਜੀਵ ਦਾ ਜਨਮ ਅਤੇ ਮੌਤ ਹੁੰਦੀ ਹੈ । ਪ੍ਰਭ ਆਪਣੇ ਦਾਸ ਨੂੰ ਆਪਣੀ ਰਜ਼ਾ ਵਿੱਚ ਹੀ ਅਡੋਲ ਰਖੇ । ਮੇਰੀ ਕੋਈ ਸਿਆਣਪ ਨਹੀਂ, ਜੋ ਮੈਂ ਕੋਈ ਸਲਾਹ ਦੇ ਸਕਾ ।

The One and Only One, True Master remains true forever and ever-living. Every worldly creature may come in the universe for predetermined time and vanishes. Both birth and death remain under His Command. The Merciful True Master, keeps Your humble devotee under Your protection in Your Sanctuary. I am ignorant from the right path of human life journey.

ਆਪਿ ਉਪਾਏ ਆਪਿ ਖਪਾਏ॥ ਆਪੇ ਸਿਰਿ ਸਿਰਿ ਧੰਧੈ ਲਾਏ॥ aap upaa-ay aap khapaa-ay. aapay sir sir DhanDhai laa-ay.
ਆਪੇ ਵੀਚਾਰੀ ਗੁਣਕਾਰੀ, ਆਪੇ ਮਾਰਗਿ ਲਾਈ ਹੇ॥੨॥ aapay veechaaree gunkaaree aapay maarag laa-ee hay. ||2||

ਪ੍ਰਭ ਹੀ ਜੀਵ ਨੂੰ ਪੈਦਾ ਕਰਦਾ, ਮੌਤ ਦੇਂਦਾ, ਖਤਮ ਕਰਦਾ ਹੈ । ਆਪ ਹੀ ਜੀਵਾਂ ਨੂੰ ਸੰਸਾਰਕ ਧੰਦੇ ਤੇ ਲਾਉਂਦਾ ਹੈ । ਆਪ ਹੀ ਸ਼ਬਦ ਦਾ ਵਿਚਾਰ ਦੇਂਦਾ, ਆਪ ਹੀ ਸਿੱਧੇ ਰਸਤੇ ਤੇ ਪਾਉਂਦਾ ਹੈ । ਆਪ ਹੀ ਸ਼ਬਦ ਦੀ ਪਾਲਣਾ ਤੇ ਅਡੋਲ ਰਖਦਾ, ਪ੍ਰਵਾਨਗੀ ਦੇ ਯੋਗ ਬਣਾਉਂਦਾ ਹੈ ।

Both birth and death remain only under His Command. He assigns and attaches everyone on unique path of worldly life. He may enlighten the essence of His Word and blesses the right path of human life. His true devotee may obey the teachings of His Word with steady and stable belief in his day-to-day life; with His mercy and grace, his soul may become worthy of His Considerations.

ਆਪੇ ਦਾਨਾ ਆਪੇ ਬੀਨਾ॥ ਆਪੇ ਆਪੁ ਉਪਾਇ ਪਤੀਨਾ॥ aapay daanaa aapay beenaa. aapay aap upaa-ay pateenaa.
ਆਪੇ ਪਉਣੁ ਪਾਣੀ ਬੈਸੰਤਰੁ, ਆਪੇ ਮੇਲਿ ਮਿਲਾਈ ਹੇ॥੩॥ aapay pa-un paanee baisantar aapay mayl milaa-ee hay. ||3||

ਪ੍ਰਭ ਹੀ ਸਾਰੀਆਂ ਸਿਆਣਪਾਂ ਦਾ ਮਾਲਕ, ਸਭ ਕੁਝ ਦੇਖਦਾ, ਆਪਣੀ ਬਣਾਈ ਸ੍ਰਿਸ਼ਟੀ ਵਿੱਚ ਪ੍ਰਸੰਨ ਰਹਿੰਦਾ ਹੈ । ਆਪ ਹੀ ਹਵਾ, ਪਾਣੀ ਅਤੇ ਅੱਗ ਵਿੱਚ ਹੈ । ਆਪ ਹੀ ਜੀਵ ਦਾ ਆਪਣੇ ਨਾਲ ਮਿਲਾਪ ਕਰਵਾਉਂਦਾ ਹੈ ।

The True Master, Treasure of Enlightenment, Wisdom creates, nourishes, protects, monitors, and remain in blossom within His Creation. His Holy Spirit remains embedded within air, fire, and water. He inspires His true devotee to adopt the right path of acceptance in His Court.

ਆਪੇ ਸਸਿ, ਸੂਰਾ ਪੂਰੋ ਪੂਰਾ॥ aapay sas sooraa pooro pooraa.
ਆਪੇ ਗਿਆਨਿ ਧਿਆਨਿ ਗੁਰ ਸੂਰਾ॥ aapay gi-aan Dhi-aan gur sooraa.
ਕਾਲੁ ਜਾਲੁ ਜਮੁ ਜੋਹਿ ਨ ਸਾਕੈ, ਸਾਚੇ ਸਿਉ ਲਿਵ ਲਾਈ ਹੇ॥੪॥ kaal jaal jam johi na saakai saachay si-o liv laa-ee hay. ||4||

ਪੂਰਨ ਪ੍ਰਭ ਆਪ ਹੀ ਗਰਮਾਈ, ਰੋਸ਼ਨੀ ਦੇਣ ਵਾਲਾ ਸੂਰਜ, ਠੰਡ, ਸ਼ਾਂਤੀ ਦੇਣ ਵਾਲਾ ਚੰਦ ਹੈ । ਆਪੇ ਹੀ ਗਿਆਨ ਦਾ ਭੰਡਾਰ, ਆਪੇ ਹੀ ਉਹ ਸੁਰਤੀ, ਸਮਾਧੀ ਹੈ । ਆਪ ਹੀ ਜੀਵ ਦੀ ਰਖਿਆ ਕਰਨ ਵਾਲਾ ਜੋਧਾ ਹੈ । ਜਿਹੜਾ ਜੀਵ ਸ਼ਬਦ ਰੂਪੀ ਚਰਨਾਂ ਦੇ ਲੜ ਲਗ ਜਾਂਦਾ ਹੈ । ਉਸ ਨੂੰ ਮੌਤ ਦਾ ਫਰਿਸ਼ਤਾ ਛੋਹ ਵੀ ਨਹੀਂ ਸਕਦਾ, ਡਰ ਖਤਮ ਹੋ ਜਾਂਦਾ ਹੈ ।

The Merciful, Perfect Holy Spirit, True Master remains embedded within the comforting heat and light of Sun; the clam, comforting peace of mind, cool breeze of Moon. He is the true treasure of all virtues, enlightenment of the essence of His Word, concentration of His Creation and the void of His Word. He is the greatest warrior, savior, protector of His Creation. Whosoever may remain attached to the teachings of His Word, His Eternal Feet. His soul may become beyond the reach of devil of death.

ਆਪੇ ਪੁਰਖੁ ਆਪੇ ਹੀ ਨਾਰੀ॥ ਆਪੇ ਪਾਸਾ ਆਪੇ ਸਾਰੀ॥ aapay purakh aapay hee naaree. aapay paasaa aapay saaree.
ਆਪੇ ਪਿੜ ਬਾਧੀ ਜਗੁ ਖੇਲੈ, ਆਪੇ ਕੀਮਤਿ ਪਾਈ ਹੇ॥੫॥ aapay pirh baaDhee jag khaylai aapay keemat paa-ee hay. ||5||

ਪ੍ਰਭ ਆਪ ਹੀ ਔਰਤ ਜਾ ਮਰਦ ਦੇ ਰੂਪ ਵਿੱਚ ਆਉਂਦਾ, ਜੀਵਨ ਵਿੱਚ ਵਾਪਰਦਾ ਹੈ । ਆਪੇ ਹੀ ਸੰਸਾਰ ਦਾ ਅਨੋਖਾ ਖੇਲ ਚਲਾਉਂਦਾ, ਖੇਲਦਾ ਹੈ । ਆਪੇ ਹੀ ਸੰਸਾਰਕ ਡਰਾਮਾ ਰਚਨ ਵਾਲਾ, ਆਪ ਹੀ ਉਸ ਵਿੱਚ ਕੰਮ ਕਰਦਾ ਹੈ । ਆਪ ਹੀ ਖੇਲ ਨੂੰ ਪਰਖਦਾ, ਕੀਮਤ ਪਾਉਂਦਾ ਹੈ ।

ਗੁਰੂ ਨਾਨਕ ਦੇਵ ਜੀ! – Guru Nanak Dev Ji! Guru Granth Sahib

His Holy Spirit, His Word remains embedded within the soul of male and female and prevails within day-to-day worldly life. He creates and prevails in all plays of the universe, His Nature. He monitors and evaluates all the plays and assesses the worth of the play of life of His Creation.

ਆਪੇ ਭਵਰੁ ਫੁਲੁ ਫਲੁ ਤਰਵਰੁ॥ ਆਪੇ ਜਲੁ ਥਲੁ ਸਾਗਰੁ ਸਰਵਰੁ॥ aapay bhavar ful fal tarvar. aapay jal thal saagar sarvar.
ਆਪੇ ਮਛੁ ਕਛੁ ਕਰਣੀਕਰੁ, aapay machh kachh karneekar
ਤੇਰਾ ਰੂਪੁ ਨ ਲਖਣਾ ਜਾਈ ਹੇ॥੬॥ tayraa roop na lakh-naa jaa-ee hay. ||6||

ਪ੍ਰਭ ਆਪ ਹੀ ਉਹ ਮੱਖੀ, ਭੌਰਾ, ਆਪ ਹੀ ਫੁੱਲ, ਫਲ, ਬ੍ਰਿਛ ਹੈ । ਆਪੇ ਹੀ ਪਾਣੀ, ਮਾਰੂਥਲ, ਸਮੁੰਦਰ, ਟੋਭਾ ਹੈ । ਆਪ ਹੀ ਮਛਲੀ, ਕੱਛੂ-ਕੁੰਮਾ ਹੈ । ਆਪ ਹੀ ਸਭ ਕਾਰਨਾਂ ਦੇ ਕਰਨ, ਕਰਵਾਉਣ ਵਾਲਾ ਹੈ । ਪ੍ਰਭ ਦਾ ਅਕਾਰ ਕੋਈ ਸਥਿਤ ਨਹੀਂ, ਜਾਣੀ ਨਹੀਂ ਜਾ ਸਕਦੀ ।

The True Master remains embedded within the soul of spider, flying bee, in the aroma of flower and in the juice of fruit and tree. He remains embedded within water, ocean, ditch, and in the dry desert. He also remains embedded within the soul of fish, whale, and tortoise. He creates all the purpose, causes of all events of His Nature. He has no physical body, structure nor His True picture can be created.

ਆਪੇ ਦਿਨਸੁ ਆਪੇ ਹੀ ਰੈਣੀ॥ ਆਪਿ ਪਤੀਜੈ ਗੁਰ ਕੀ ਬੈਣੀ॥ aapay dinas aapay hee rainee. aap pateejai gur kee bainee.
ਆਦਿ ਜੁਗਾਦਿ ਅਨਾਹਦਿ ਅਨਦਿਨੁ, ਘਟਿ ਘਟਿ ਸਬਦੁ ਰਜਾਈ ਹੇ॥੭॥ aad jugaad anaahad an-din ghat ghat sabad rajaa-ee hay. ||7||

ਪ੍ਰਭ ਨੇ ਆਪ ਹੀ ਦਿਨ, ਰਾਤ ਬਣਾਈ ਹੈ, ਆਪ ਹੀ ਸ਼ਬਦ ਉਚਾਰਦਾ ਹੈ । ਆਪ ਹੀ ਸ਼ਬਦ ਦੀ ਪਾਲਣਾ ਨਾਲ ਪ੍ਰਸੰਨ ਹੁੰਦਾ ਹੈ । ਹਰਇਕ ਅੰਦਰ ਤੇਰੀ ਰਹਿਮਤ, ਰਜ਼ਾ ਨਾਲ ਹੀ ਸਦਾ ਸ਼ਬਦ ਦੀ ਧੁਨ ਚਲਦੀ ਰਹਿੰਦੀ ਹੈ ।

The True Master has created solar system, day, and night; He remains embedded in spoken words His Creation. He remains intoxicated, pleased with obeying the teachings of His Word; with His mercy and grace, the everlasting echo of His Word remains resonating within every heart and in the universe and His Nature.

ਆਪੇ ਰਤਨੁ ਅਨੂਪੁ ਅਮੋਲੋ॥ ਆਪੇ ਪਰਖੇ ਪੂਰਾ ਤੋਲੋ॥ aapay ratan anoop amolo. aapay parkhay pooraa tolo.
ਆਪੇ ਕਿਸ ਹੀ ਕਸਿ ਬਖਸੇ, ਆਪੇ ਦੇ ਲੈ ਭਾਈ ਹੇ॥੮॥ aapay kis hee kas bakhsay aapay day lai bhaa-ee hay. ||8||

ਪ੍ਰਭ ਆਪ ਹੀ ਉਹ ਅਮੋਲਕ ਰਤਨ ਹੈ! ਜਿਸ ਦੀ ਸੁੰਦਰਤਾ, ਕੀਮਤ ਦਾ ਵਖਿਆਣ ਨਹੀਂ ਕੀਤੀ ਜਾ ਸਕਦੀ । ਆਪ ਹੀ ਉਸ ਦੀ ਕੀਮਤ ਪਾਉਣ ਵਾਲਾ ਪੂਰਨ ਗਿਆਨੀ, ਆਪ ਹੀ ਜੀਵ ਦੇ ਕੰਮ ਪਰਖਦਾ ਹੈ । ਆਪ ਹੀ ਭੁੱਲਾਂ ਬਖਸ਼ਦਾ, ਜੀਵ ਦੀ ਬੰਦਗੀ ਪ੍ਰਵਾਨ ਕਰਦਾ ਹੈ ।

The True Master remains embedded within ambrosial jewel, His Word. His glory, and the true significance of His Blessings, remains beyond the comprehension of His Creation. He is a perfect appraiser of the significance of His Word. He may evaluate the earnings of His Creation and forgives his sins. Only, He may accept His true devotee in His Court.

ਆਪੇ ਧਨਖੁ ਆਪੇ ਸਰਬਾਣਾ॥ ਆਪੇ ਸੁਘੜੁ ਸਰੂਪੁ ਸਿਆਣਾ॥ aapay Dhanakh aapay sarbaanaa. aapay sugharh saroop si-aanaa.
ਕਹਤਾ ਬਕਤਾ ਸੁਣਤਾ ਸੋਈ, ਆਪੇ ਬਣਤ ਬਣਾਈ ਹੇ॥੯॥ kahtaa baktaa suntaa so-ee aapay banat banaa-ee hay. ||9||

ਆਪ ਹੀ ਤੀਰ, ਆਪੇ ਹੀ ਕਮਾਨ ਹੈ । ਆਪੇ ਸਾਰੀਆਂ ਸਿਆਣਪਾ ਦਾ ਮਾਲਕ ਹੈ, ਆਪ ਹੀ ਸਭ ਕੁਝ ਜਾਣਦਾ ਹੈ । ਪ੍ਰਭ ਆਪ ਹੀ ਸ਼ਬਦ ਉਚਰਦਾ, ਸੁਣਦਾ, ਵਿਚਾਰਦਾ, ਪ੍ਰਵਾਨ ਕਰਦਾ ਹੈ । ਇਹ ਸਭ ਕੁਝ ਪ੍ਰਭ ਦਾ ਕੀਤਾ ਹੀ ਹੁੰਦਾ ਹੈ ।

The True Mater, Himself is an arrow and ragim bow, archery. The Omniscient True Master, treasure of all enlightenment of the essence of His Word. The Omniscient remains aware of all events of His Nature. The True Master speaks His Word, listens, the singing His glory. He accepts the earnings of His Word; only His Command may prevail in the universe.

ਪਉਣੁ ਗੁਰੂ ਪਾਣੀ ਪਿਤ ਜਾਤਾ॥ ਉਦਰ ਸੰਜੋਗੀ ਧਰਤੀ ਮਾਤਾ॥ pa-un guroo paanee pit jaataa. udar sanjogee Dhartee maataa.
ਰੈਣਿ ਦਿਨਸੁ ਦੁਇ ਦਾਈ ਦਾਇਆ, ਜਗੁ ਖੇਲੈ ਖੇਲਾਈ ਹੇ॥੧੦॥ rain dinas du-ay daa-ee daa-i-aa jag khaylai khaylaa-ee hay. ||10||

ਹਵਾ, ਗੁਰੂ ਸਿਖਿਆਂ ਦੇਣ ਵਾਲਾ ਰੂਪ, ਪਾਣੀ ਪਿਤਾ ਦਾ ਰੂਪ, ਤਨ ਦੀ ਖਰਾਕ ਹੈ । ਧਰਤੀ ਹੀ ਜੀਵ ਨੂੰ ਪੈਦਾ ਕਰਨ ਵਾਲੀ ਮਾਤਾ ਦੀ ਕੁਖ ਦਾ ਰੂਪ ਹੈ । ਰਾਤ ਦਿਨ ਜੀਵ ਦੀ ਸੰਭਾਲ ਕਰਨ ਵਾਲੀਆਂ ਦਾਈ, ਦਾਇਆ (ਨਰਸਾ) ਹਨ । ਤੇਰੇ ਸੰਸਾਰ ਖੇਲ ਵਿੱਚ ਜੀਵ ਖੇਲਦਾ ਹੈ ।

The True Master Your blessed air to play the role of true guru, teacher; water plays the role of father to nourish his body. Earth plays the role of womb of mother to give birth. Days and nights play the role of up-keeping, protector as mid-wife and caretaker, nurses. Your creature plays in Your Nature.

ਆਪੇ ਮਛੁਲੀ ਆਪੇ ਜਾਲਾ॥ ਆਪੇ ਗਊ ਆਪੇ ਰਖਵਾਲਾ॥ aapay machhulee aapay jaalaa. aapay ga-oo aapay rakhvaalaa.
ਸਰਬ ਜੀਆ ਜਗਿ ਜੋਤਿ ਤੁਮਾਰੀ, ਜੈਸੀ ਪ੍ਰਭਿ ਫੁਰਮਾਈ ਹੇ॥੧੧॥ sarab jee-aa jag jot tumaaree jaisee parabh furmaa-ee hay. ||11||

ਆਪ ਹੀ ਮਛਲੀ, ਆਪੇ ਹੀ ਉਸ ਨੂੰ ਪਕੜਨ ਵਾਲਾ, ਖਤਮ ਕਰਨ ਵਾਲਾ ਜਾਲ ਹੈ । ਆਪ ਹੀ ਗੳਓ, ਆਪ ਹੀ ਚਾਰਨ ਵਾਲਾ, ਰਖੀ ਕਰਨ ਵਾਲਾ ਗਵਾਰ ਹੈ । ਹਰਇਕ ਜੀਵ ਦੇ ਵਿੱਚ ਤੇਰੀ ਰੋਸ਼ਨੀ, ਜੋਤ ਭਰੀ, ਚਲਦੀ ਹੈ । ਤੇਰੇ ਭਾਣੇ ਨਾਲ ਹੀ ਸੰਸਾਰ ਵਿੱਚ ਜੀਵਨ ਬਤੀਤ ਕਰਦੇ ਹਨ ।

The True Master, His Holy Spirit remains embedded within the soul of fish and in the soul of fisherman; who may throw a net to capture and destroy the fish. His Holy Spirit remains embedded within the soul of cow and her protector, shepherd. Every creature in the universe remains overwhelmed, embedded with the enlightenment of the essence of His Word. Everyone may live his life with a prewritten destiny engraved on each soul with His inkless pen.

ਆਪੇ ਜੋਗੀ, ਆਪੇ ਭੋਗੀ॥ ਆਪੇ ਰਸੀਆ ਪਰਮ ਸੰਜੋਗੀ॥ aapay jogee aapay bhogee. aapay rasee-aa param sanjogee.
ਆਪੇ ਵੇਬਾਣੀ ਨਿਰੰਕਾਰੀ, ਨਿਰਭਉ ਤਾੜੀ ਲਾਈ ਹੇ॥੧੨॥ aapay vaybaanee nirankaaree nirbha-o taarhee laa-ee hay. ||12||

ਪ੍ਰਭ, ਆਪ ਹੀ ਬੰਦਗੀ ਕਰਨ ਵਾਲਾ ਭਗਤ, ਜੋਗੀ ਹੈ । ਆਪ ਹੀ ਉਸ ਦੀ ਬੰਦਗੀ, ਸਿਮਰਨ, ਸਰਵਨ ਕਰਨ ਵਾਲਾ ਹੈ । ਆਪ ਹੀ ਸ਼ਬਦ ਦੀ ਪਾਲਣਾ ਕਰਨ ਵਾਲਾ ਸੇਵਕ, ਆਪ ਹੀ ਪ੍ਰਵਾਨਗੀ ਦੇਣ ਵਾਲਾ ਮਾਲਕ ਹੈ । ਆਪ ਹੀ ਬੰਦਗੀ ਕਰਨ ਵਾਲਾ, ਮੌਨਧਾਰੀ, ਆਪ ਹੀ ਅਕਾਰ ਰਹਿਤ, ਨਿਡਰ ਪ੍ਰਭ ਹੈ । ਆਪ ਹੀ ਉਹ ਅੰਤਰਗਤ ਵਾਲੀ ਸਮਾਧੀ ਹੈ ।

The True Master remains embedded within the soul of His true devotee, Yogi; Himself, listens to his singing of His glory. He is The Righteous Judge. The fearless, bodyless True Master remains embedded within His quite saint. His Word is the eternal spiritual void.

ਖਾਣੀ ਬਾਣੀ ਤੁਝਹਿ ਸਮਾਣੀ॥ ਜੋ ਦੀਸੈ ਸਭ ਆਵਣ ਜਾਣੀ॥ khaanee banee tujheh samaanee. jo deesai sabh aavan jaanee.
ਸੇਈ ਸਾਹ ਸਚੇ ਵਾਪਾਰੀ, ਸਤਿਗੁਰਿ ਬੂਝ ਬੁਝਾਈ ਹੇ॥੧੩॥ say-ee saah sachay vaapaaree satgur boojh bujhaa-ee hay. ||13||

ਪ੍ਰਭ ਹੀ ਸ੍ਰਿਸ਼ਟੀ ਪੈਦਾ ਕਰਨ ਦਾ ਸੋਮਾ, ਆਪ ਹੀ ਸ਼ਬਦ ਉਚਰਨ ਵਾਲਾ ਹੈ । ਸ੍ਰਿਸ਼ਟੀ ਵਿੱਚ ਜੋ ਦਿਸਦਾ, ਥੋੜ੍ਹਾ ਸਮਾਂ ਰਹਿਣ ਵਾਲਾ, ਨਾਸ ਹੋ ਜਾਣਵਾਲਾ ਹੈ । ਜਿਸ ਤੇ ਰਹਿਮਤ ਬਖਸ਼ਕੇ, ਸ਼ਬਦ ਦੀ ਪਾਲਣਾ, ਸੋਝੀ ਬਖਸ਼ਦਾ ਹੈ । ਉਹ ਜੀਵ ਭਗਤ, ਸੇਵਕ, ਗਿਆਨ ਦੇ ਭੰਡਾਰੀ, ਸਿਖਿਆਂ ਦੇਣ ਵਾਲਾ ਬਣ ਜਾਂਦਾ ਹੈ ।

The True Master is the fountain of life, fountain of reproduction and blesses His Word, the right path, roadmap of acceptance in His Court. Everything visible in the universe may vanish after predetermined time. Whosoever may be blessed with devotion to obey the teachings of His Word; with His mercy and grace, he may be blessed with the enlightenment of the essence of His Word. His true devotee, treasure of enlightenment; the symbol of the True Guru.

ਸਬਦੁ ਬੁਝਾਏ ਸਤਿਗੁਰੁ ਪੂਰਾ॥ ਸਰਬ ਕਲਾ ਸਾਚੇ ਭਰਪੂਰਾ॥ sabad bujhaa-ay satgur pooraa. sarab kalaa saachay bharpooraa.
ਅਫਰਿਓ ਵੇਪਰਵਾਹੁ ਸਦਾ ਤੂ, ਨਾ ਤਿਸੁ ਤਿਲੁ ਨ ਤਮਾਈ ਹੇ॥੧੪॥ afri-o vayparvaahu sadaa too naa tis til na tamaa-ee hay. ||14||

ਜਿਹੜਾ ਸ਼ਬਦ ਦੀ ਸੋਝੀ ਦਾ ਰਸਤਾ ਦੱਸਦਾ ਹੈ, ਉਹ ਪੂਰਨ ਗੁਰੂ, ਤੇਰਾ ਰੂਪ ਹੀ ਬਣ ਜਾਂਦਾ ਹੈ । ਪ੍ਰਭ ਗਿਆਨ ਅਤੇ ਕਰਾਮਾਤਾਂ, ਤਾਕਤ ਨਾਲ ਭਰਪੂਰ ਹੈ । ਪ੍ਰਭ ਸਦਾ ਹੀ ਜੀਵ ਦੀ ਜਾਣਕਾਰੀ, ਸਮਝ, ਪਹੁੰਚ, ਕਾਬੂ ਤੋਂ ਉਪਰ ਹੀ ਰਹਿੰਦਾ ਹੈ । ਪ੍ਰਭ ਲਾਲਚ, ਮੋਹ ਤੋਂ ਪੂਰਨ ਰਹਿਤ ਹੈ ।

Whosoever may inspire to obey and to adopt the teachings of His Word; he may be blessed with the state of mind as True Guru, His symbol. The Omnipotent True Master remains overwhelmed with the enlightenment of the essence of His Word, His Nature. He remains beyond reach, control, and comprehension of His Creation. He remains blemish-free and beyond any greed, or desire to be paid for His Blessings, as a donation to any Holy Shrine or saint.

ਕਾਲੁ ਬਿਕਾਲੁ ਭਏ ਦੇਵਾਨੇ॥ ਸਬਦੁ ਸਹਜ ਰਸੁ ਅੰਤਰਿ ਮਾਨੇ॥ kaal bikaal bha-ay dayvaanay. sabad sahj ras antar maanay.
ਆਪੇ ਮੁਕਤਿ ਤ੍ਰਿਪਤਿ ਵਰਦਾਤਾ, aapay mukat taripat vardaataa
ਭਗਤਿ ਭਾਇ ਮਨਿ ਭਾਈ ਹੇ॥੧੫॥ bhagat bhaa-ay man bhaa-ee hay. ||15||

ਜਿਹੜਾ ਜੀਵ ਸ਼ਬਦ ਦੀ ਪਾਲਣਾ ਕਰਦਾ, ਜੀਵਨ ਢਾਲਦਾ ਹੈ । ਉਸ ਨੂੰ ਜਨਮ ਮਰਨ, ਜੂੰਨਾਂ ਦਾ ਕੋਈ ਡਰ ਨਹੀਂ ਰਹਿੰਦਾ । ਆਪ ਹੀ ਮੁਕਤੀ, ਸੰਤੋਖ ਬਖਸ਼ਣ ਵਾਲਾ ਦਾਤਾ, ਆਪਣੇ ਦਾਸਾਂ ਤੇ ਰਹਿਮਤਾਂ ਬਖਸ਼ਦਾ ਹੈ ।

Whosoever may obey and adopts the teachings of His Word; his fear of birth and death may be eliminated. The True Master may bless contentment and salvation to His true devotee. He always protects the honor of His true devotee.

ਆਪਿ ਨਿਰਾਲਮੁ ਗੁਰ, ਗਮ ਗਿਆਨਾ॥ ਜੋ ਦੀਸੈ ਤੁਝ ਮਾਹਿ ਸਮਾਨਾ॥ aap niraalam gur gam gi-aanaa. jo deesai tujh maahi samaanaa.
ਨਾਨਕੁ ਨੀਚੁ ਭਿਖਿਆ ਦਰਿ ਜਾਚੈ, naanak neech bhikhi-aa dar jaachai
ਮੈ ਦੀਜੈ ਨਾਮੁ ਵਡਾਈ ਹੇ॥੧੬॥੧॥ mai deejai naam vadaa-ee hay. ||16||1||

ਪ੍ਰਭ ਤੂੰ ਨਿਰਮਲ, ਪਵਿੱਤਰ ਹੈ । ਸ਼ਬਦ ਦੀ ਪਾਲਣਾ ਨਾਲ ਸ਼ਬਦ ਦੀ ਸੋਝੀ, ਰਹਿਮਤ ਬਖਸ਼ਿਸ਼ ਹੁੰਦੀ ਹੈ । ਜੋ ਕੁਝ ਵੀ ਸ੍ਰਿਸ਼ਟੀ ਵਿੱਚ ਦਿਸਦਾ ਹੈ, ਇਹ ਤੇਰ ਵਿਚੋਂ ਹੀ ਪੈਦਾ ਹੋਇਆ ਹੈ । ਅੰਤ ਨੂੰ ਤੇਰੇ ਵਿੱਚ ਹੀ ਸਮਾ ਜਾਣਾ ਹੈ । ਪ੍ਰਭ ਅੱਗੇ ਨਿਮਾਣਾ ਬਣਕੇ, ਸ਼ਬਦ ਦੀ ਪਾਲਣਾ ਦੀ, ਸ਼ਬਦ ਦੀ ਸੋਝੀ ਦੀ ਭਿੱਖਿਆ ਮੰਗੋ!

The True Master, eternal Holy Spirit! Whosoever may obey the teachings of His Word with steady and stable belief in his day-to-day life; with His mercy and grace, he may be enlightened with the essence of His Word. Whatsoever may be visible in the universe; everything has been created with His Imagination. In the end, everything may be absorbed within His Holy Spirit. You should surrender your self-entity at His Sanctuary and pray for His Forgiveness and Refuge.

Key Message of Raag Maaroo, page 1020-10 **'ਸ੍ਰਿਸ਼ਟੀ ਪ੍ਰਭ ਦੀ ਜੋਤ ਦਾ ਪਸਾਰਾ ਹੈ!**
ਇਕੋ ਇਕ ਪ੍ਰਭ ਹੀ ਸਦਾ ਅਟਲ ਰਹਿਣ ਵਾਲਾ, ਜਨਮ ਅਤੇ ਮਰਨ ਦੇ ਚੱਕਰ, ਲਾਲਚ, ਮੋਹ ਤੋਂ ਪੂਰਨ ਰਹਿਤ ਹੈ । ਹਵਾ, ਗੁਰੂ ਸਿਖਿਆਂ ਦੇਣ ਵਾਲਾ ਰੂਪ; ਪਾਣੀ ਪਿਤਾ ਦਾ ਰੂਪ; ਧਰਤੀ, ਮਾਤਾ ਦੀ ਕੁਖ ਦਾ ਰੂਪ; ਰਾਤ ਦਿਨ ਸੰਭਾਲ ਕਰਨ ਵਾਲੀਆਂ ਦਾਈ, ਦਾਇਆ ਹਨ । ਪ੍ਰਭ ਦਾ ਅਕਾਰ, ਸ਼ਕਲ ਜਾਣੀ ਨਹੀਂ ਜਾ ਸਕਦੀ । ਪ੍ਰਭ ਦੇ ਸ਼ਬਦ ਦੀ ਧੁਨ ਸਦਾ ਹੀ ਚਲਦੀ ਰਹਿੰਦੀ ਹੈ । ਸ੍ਰਿਸ਼ਟੀ ਪ੍ਰਭ ਵਿਚੋਂ ਹੀ ਪੈਦਾ ਹੋਈ, ਅੰਤ ਨੂੰ ਪ੍ਰਭ ਵਿੱਚ ਹੀ ਸਮਾ ਜਾਂਦੀ ਹੈ! ਆਪ ਹੀ ਸ੍ਰਿਸ਼ਟੀ ਦਾ ਖੇਲ ਪਰਖਦਾ, ਕੀਮਤ ਪਾਉਂਦਾ ਹੈ । ਆਪ ਹੀ ਬੰਦਗੀ ਕਰਨ ਵਾਲਾ ਭਗਤ, ਜੋਗੀ ਦੀ ਅੰਤਰਗਤ ਵਾਲੀ ਸਮਾਧੀ ਹੈ ।
Universe is an expansion of His Holy Spirit
The One and Only One, True Master remains true forever; beyond any physical body, cycle of birth and death; any greed, worldly bonds. Air as true guru, teacher; water plays the role of father; earth as the womb of mother; days and nights, protector as mid-wife and caretaker. His Creation is an expansion of His Holy Spirit; in the end, everything may be absorbed within His Holy Spirit. Whosoever may remain attached to His Word, His Eternal Feet; his fear of death may be eliminated; his soul becomes worthy of His Considerations. He monitors and evaluates, assesses the worth of the play of life of His Creation. The everlasting echo of His Word resonates within every heart, in His Nature. He remains embedded within the meditation of quite saint; eternal spiritual void.

25. ਮਾਰੂ ਮਹਲਾ ੧॥ 1021-10

ਆਪੇ ਧਰਤੀ ਧਉਲੁ ਅਕਾਸੰ॥ ਆਪੇ ਸਾਚੇ ਗੁਣ ਪਰਗਾਸੰ॥ aapay Dhartee Dha-ul akaasaN. aapay saachay gun pargaasaN.
ਜਤੀ ਸਤੀ ਸੰਤੋਖੀ ਆਪੇ, ਆਪੇ ਕਾਰ ਕਮਾਈ ਹੇ॥੧॥ jatee satee santokhee aapay aapay kaar kamaa-ee hay. ||1||

ਪ੍ਰਭ ਆਪ ਹੀ ਸ੍ਰਿਸ਼ਟੀ ਦੇ ਰਹਿਣ ਵਾਲੀ ਧਰਤੀ, ਆਪ ਹੀ ਉਸ ਦਾ ਧੁਰਾ, ਥੰਮਾ ਹੈ । ਜਿਸ ਦੇ ਆਸਰੇ ਧਰਤੀ ਖੜ੍ਹੀ ਹੈ, ਘੁੰਮਦੀ ਹੈ । ਆਪ ਹੀ ਆਪਣੇ ਗੁਣ, ਸ਼ਬਦ ਦੀ ਸੋਝੀ ਨਾਲ, ਜੀਵ ਨੂੰ ਬਖਸ਼ਦਾ ਹੈ । ਪ੍ਰਭ ਆਪ ਹੀ ਜਤੀ, ਸਤੀ, ਸੰਤੋਖੀ, ਬੰਦਗੀ ਕਰਨ ਵਾਲਾ ਹੈ । ਪ੍ਰਭ ਆਪ ਹੀ ਪ੍ਰਵਾਨ ਕਰਨ ਵਾਲਾ ਹੈ ।

The True Master has created earth for His Creation to live and transform; He is the pillar of support or pivot to rotate earth. He infuses His Virtues, to enlighten His Creation. He remains within soul of renunciatory, to control his urge of sexuality, and in the contentment of His true devotee. The True Master accepts the meditation of His true devotee.

ਜਿਸੁ ਕਰਣਾ ਸੋ ਕਰਿ ਕਰਿ ਵੇਖੈ॥ ਕੋਇ ਨ ਮੇਟੈ ਸਾਚੇ ਲੇਖੈ॥ is karnaa so kar kar vaykhai. ko-ay na maytai saachay laykhai.
ਆਪੇ ਕਰੇ ਕਰਾਏ ਆਪੇ, ਆਪੇ ਦੇ ਵਡਿਆਈ ਹੇ॥੨॥ aapay karay karaa-ay aapay aapay day vadi-aa-ee hay. ||2||

ਸ੍ਰਿਸ਼ਟੀ ਦੀ ਸਾਜਨਾ ਕਰਨ ਵਾਲਾ ਮਾਲਕ ਆਪ ਹੀ ਸ੍ਰਿਸ਼ਟੀ ਦੀ ਦੇਖ ਭਾਲ ਕਰਦਾ ਹੈ । ਉਸ ਦਾ ਲਿਖਿਆ ਕੋਈ ਮਿਟਾ ਨਹੀਂ ਸਕਦਾ । ਉਹ ਹਰ ਕੁਝ ਆਪ ਹੀ ਕਰਦਾ, ਕਰਵਾਉਂਦਾ, ਸਭ ਕਰਤਬਾਂ ਦਾ ਕਾਰਨ ਅਤੇ ਕਰਨ ਵਾਲਾ ਮਾਲਕ ਹੈ । ਆਪ ਹੀ ਕਿਸੇ ਜੀਵ ਨੂੰ ਵਡਿਆਈ ਬਖਸ਼ਦਾ ਹੈ ।

ਗੁਰੂ ਨਾਨਕ ਦੇਵ ਜੀ! – Guru Nanak Dev Ji! Guru Granth Sahib

The True Creator of the universe, nourishes and protects His Creation. No one may alter, avoid, or erase own prewritten destiny. He prevails in each event, inspires other and make it happen. He has created all causes of events of His Nature. He may bestow honor on His true devotee.

ਪੰਚ ਚੋਰ ਚੰਚਲ ਚਿਤੁ ਚਾਲਹਿ॥
ਪਰ ਘਰ ਜੋਹਹਿ ਘਰੁ ਨਹੀ ਭਾਲਹਿ॥
ਕਾਇਆ ਨਗਰੁ ਢਹੈ ਢਹਿ ਢੇਰੀ,
ਬਿਨੁ ਸਬਦੈ ਪਤਿ ਜਾਈ ਹੇ॥੩॥

panch chor chanchal chit chaaleh.
par ghar joheh ghar nahee bhaaleh.
kaa-i-aa nagar dhahai dheh dhayree
bin sabdai pat jaa-ee hay. ||3||

ਸੰਸਾਰਕ ਪੰਜੇਂ ਇਛਾਂ ਨਾਲ ਜੀਵ ਦਾ ਭਰੋਸਾ ਸ਼ਬਦ ਤੋਂ ਡੋਲ ਜਾਂਦਾ ਹੈ । ਉਹ ਜੀਵ ਆਪਣੇ ਕੰਮ ਦੀ ਪਰਖ ਨਹੀਂ ਕਰਦਾ, ਦੂਸਰੇ ਦੇ ਕੰਮਾਂ ਦੀ ਨਿੰਦਿਆਂ ਕਰਦਾ ਰਹਿੰਦਾ ਹੈ । ਸ਼ਬਦ ਦੀ ਪਾਲਣਾ ਕਰਨ ਤੋਂ ਬਿਨਾਂ, ਜੀਵ ਨੂੰ ਪ੍ਰਵਾਨਗੀ ਬਖਸ਼ਿਸ਼ ਨਹੀਂ ਹੁੰਦੀ । ਮਾਨਸ ਜਨਮ ਬਿਰਥਾ ਹੀ ਬੀਤ ਜਾਂਦਾ ਹੈ ।

Five demons of worldly desires may shake the belief from the teachings of His Word. Whosoever may not evaluate his own deeds with the essence of His Word. He may remain intoxicated in slandering the way of life others. Without obeying the teachings of His Word; no one may ever be blessed with the right path of acceptance in His Court. He may waste his human life opportunity uselessly.

ਗੁਰ ਤੇ ਬੂਝੈ ਤ੍ਰਿਭਵਣੁ ਸੂਝੈ॥
ਮਨਸਾ ਮਾਰਿ ਮਨੈ ਸਿਉ ਲੂਝੈ॥
ਜੋ ਤੁਧੁ ਸੇਵਹਿ ਸੇ ਤੁਧ ਹੀ ਜੇਹੇ,
ਨਿਰਭਉ ਬਾਲ ਸਖਾਈ ਹੇ॥੪॥

gur tay boojhai taribhavan soojhai.
mansaa maar manai si-o loojhai.
jo tuDh sayveh say tuDh hee jayhay
nirbha-o baal sakhaa-ee hay. ||4||

ਜਿਹੜਾ ਸ਼ਬਦ ਦੀ ਪਾਲਣਾ ਕਰਦਾ, ਭਾਣਾ ਮੰਨ ਲੈਂਦੇ ਹੈ । ਉਸ ਨੂੰ ਤਿੰਨਾਂ ਸ੍ਰਿਸ਼ਟੀਆਂ ਦੀ ਸੋਝੀ ਬਖਸ਼ਿਸ਼ ਹੋ ਜਾਂਦੀ, ਮਨ ਨੂੰ ਸੰਸਾਰਕ ਇਛਾਂ ਦੇ ਕਾਬੂ ਤੋਂ ਬਚਾ ਲੈਂਦਾ ਹੈ । ਜਿਹੜਾ ਸ਼ਬਦ ਦੀ ਪਾਲਣਾ ਵਿੱਚ ਅਡੋਲ ਰਹਿੰਦਾ ਹੈ । ਉਸ ਨੂੰ ਪ੍ਰਭ ਦੇ ਦਰਬਾਰ ਵਿੱਚ ਪਨਾਹ, ਪ੍ਰਵਾਨਗੀ ਬਖਸ਼ਿਸ਼ ਹੋ ਜਾਂਦੀ, ਤੇਰਾ ਰੂਪ ਹੀ ਬਣ ਜਾਂਦਾ ਹੈ ।

Whosoever may obey the teachings of His Word with steady and stable belief; with His mercy and grace, he may be enlightened with the essence of His Word, the nature of three universes. He may be blessed to conquer his demons of worldly desires. Whosoever may remain steady and stable on the right path of acceptance in His Court; with His mercy and grace, he may be accepted in His Sanctuary. He may become a symbol, advocate of the teachings of His Word.

ਆਪੇ ਸੁਰਗੁ ਮਛੁ ਪਇਆਲਾ॥ ਆਪੇ ਜੋਤਿ ਸਰੂਪੀ ਬਾਲਾ॥
ਜਟਾ ਬਿਕਟ ਬਿਕਰਾਲ ਸਰੂਪੀ, ਰੂਪੁ ਨ ਰੇਖਿਆ ਕਾਈ ਹੇ॥੫॥

aapay surag machh pa-i-aalaa. Aapay jot saroopee baalaa.
jataa bikat bikraal saroopee roop na raykh-i-aa kaa-ee hay. ||5||

ਪ੍ਰਭ ਹੀ ਸਾਰੀਆਂ ਸ੍ਰਿਸ਼ਟੀਆਂ ਦੀ ਆਸਾਂ ਦਾ ਸੋਮਾ ਹੈ । ਆਪ ਹੀ ਉਹ ਦਰਬਾਰ ਹੈ, ਜਿਥੇ ਸਾਰੇ ਪ੍ਰਵਾਨ ਹੋਣਾ ਲੋਚਦੇ ਹਨ । ਤੇਰੀ ਜੋਤ ਹਰ ਜੀਵ ਵਿੱਚ ਹਰ ਸਮੇਂ ਨਵੀਂ ਅਤੇ ਜਵਾਨ ਰਹਿੰਦੀ ਹੈ । ਜੜਾਵਾਂ ਵਾਲੇ, ਭਿਆਨਕ ਰੂਪ, ਡਰਾਉਣੇ ਅਕਾਰ ਵਾਲੇ, ਸਾਰੇ ਤੇਰੇ ਦਰ ਦੇ ਮੰਗਤੇ ਹਨ । ਪਰ ਤੇਰਾ ਕੋਈ ਇਕ ਰੂਪ ਨਹੀਂ ਹੈ । ਤੂੰ ਸਾਰੇ ਰੂਪਾਂ ਵਿੱਚ ਹੀ ਹਾਜਰਾ ਹਜ਼ੂਰ ਵਸਦਾ, ਵਾਪਰਦਾ ਹੈ ।

My True Master! You are the pillar, fountain of hopes of all three universes. You are the Royal Throne, where everyone remains anxious to be accepted. Your Holy Spirit always remains rejuvenated within each soul. All the devotee of tangled hair, horrible faces are beggars at Your door. You do not have any unique, fixed body structure. You remain omnipresent within all creatures and prevail everywhere all the time.

ਬੇਦ ਕਤੇਬੀ ਭੇਦੁ ਨ ਜਾਤਾ॥ ਨਾ ਤਿਸੁ ਮਾਤ ਪਿਤਾ ਸੁਤ ਭ੍ਰਾਤਾ॥
ਸਗਲੇ ਸੈਲ ਉਪਾਇ ਸਮਾਏ, ਅਲਖੁ ਨ ਲਖਣਾ ਜਾਈ ਹੇ॥੬॥

bayd kataybee bhayd na jaataa. naa tis maat pitaa sut bharaataa.
saglay sail upaa-ay samaa-ay alakh na lakh-naa jaa-ee hay. ||6||

ਧਰਮਾਂ ਦੇ ਗ੍ਰੰਥ ਤੇਰਾ ਕੋਈ ਭੇਦ ਨਹੀਂ ਜਾਣਦੇ, ਵਖਿਆਣ ਨਹੀਂ ਕਰ ਸਕਦੇ । ਤੇਰੀ ਕੋਈ, ਮਾਤਾ, ਪਿਤਾ, ਭੈਣਾ, ਭਾਈ ਨਹੀਂ ਹੈ । ਤੂੰ ਹੀ ਸਾਰੀ ਸ੍ਰਿਸ਼ਟੀ ਪੈਦਾ ਕਰਦਾ ਅਤੇ ਖਤਮ ਕਰਦਾ ਹੈ । ਆਪ ਹੀ ਪਰਬਤ ਬਣਾਉਂਦਾ, ਢਾਹਕੇ ਪੱਧਰ ਕਰ ਦੇਂਦਾ ਹੈ, ਤੈਨੂੰ ਕੋਈ ਦੇਖ ਨਹੀਂ ਸਕਦਾ ।

Religious Holy Scriptures may not comprehend or explain the mystery of His Nature. He does not have any mother, father, sibling, brother, sister or any spouse, children. The creation, destruction, elimination, end of creation may only happen under His Command. He may create mountain or explode to make a level field; no one may witness His Existence.

ਕਰਿ ਕਰਿ ਥਾਕੀ ਮੀਤ ਘਨੇਰੇ॥ ਕੋਇ ਨ ਕਾਟੈ ਅਵਗੁਣ ਮੇਰੇ॥
ਸੁਰਿ ਨਰ ਨਾਥੁ ਸਾਹਿਬੁ ਸਭਨਾ ਸਿਰਿ,
ਭਾਇ ਮਿਲੈ ਭਉ ਜਾਈ ਹੇ॥੭॥

kar kar thaakee meet ghanayray. ko-ay na kaatai avgun mayray.
sur nar naath saahib sabhnaa sir
bhaa-ay milai bha-o jaa-ee hay. ||7||

ਮੈਂ ਸੰਸਾਰ ਵਿੱਚ ਅਨੇਕਾਂ ਹੀ ਸਾਥੀ, ਮਿੱਤਰ ਬਣਾਏ ਹਨ । ਕੋਈ ਵੀ ਮੈਨੂੰ ਪਾਪਾਂ ਤੋਂ ਛੁਟਕਾਰ ਨਹੀਂ ਪਵਾ ਸਕਦਾ । ਪ੍ਰਭ ਹੀ ਸਾਰੇ ਫਰਿਸ਼ਤਿਆਂ ਦਾ ਮਾਲਕ ਹੈ । ਜਿਹੜਾ ਪ੍ਰਭ ਦੀ ਸ਼ਰਣ ਵਿੱਚ ਪਨਾਹ ਲੈਂਦਾ ਹੈ । ਉਸ ਦੇ ਸਾਰੇ ਪਾਪ ਧੋਤੇ ਜਾਂਦੇ ਹਨ, ਸਾਰੇ ਡਰ ਦੂਰ ਹੋ ਜਾਂਦੇ ਹਨ ।

I have made many companions, friends, and gurus in the universe; however, no one may save me from the judgement of The Righteous Judge. All angels and ghosts remain under His Command. Whosoever may surrender his self-entity at His Sanctuary; with His mercy and grace, all his sins may be forgiven and all his fears of death may be eliminated.

ਭੂਲੇ ਚੂਕੇ ਮਾਰਗਿ ਪਾਵਹਿ॥ ਆਪਿ ਭੁਲਾਇ ਤੂਹੈ ਸਮਝਾਵਹਿ॥
ਬਿਨੁ ਨਾਵੈ ਮੈ ਅਵਰੁ ਨ ਦੀਸੈ,
ਨਾਵਹੁ ਗਤਿ ਮਿਤਿ ਪਾਈ ਹੇ॥੮॥

bhoolay chookay maarag paavahi. aap bhulaa-ay toohai
samjhaavahi. bin naavai mai avar na deesai
naavhu gat mit paa-ee hay. ||8||

ਪ੍ਰਭ ਹੀ ਜੀਵ ਨੂੰ ਭਰਮਾਂ ਵਿੱਚ ਪਾਉਂਦਾ, ਆਪ ਹੀ ਸੋਝੀ ਬਖਸ਼ਦਾ, ਸਿੱਧੇ ਰਸਤੇ ਤੇ ਪਾਉਂਦਾ ਹੈ । ਤੇਰੇ ਸ਼ਬਦ ਦੀ ਪਾਲਣਾ, ਜੀਵਨ ਢਾਲਣ ਤੋਂ ਬਿਨਾਂ ਹੋਰ ਕੋਈ ਪ੍ਰਵਾਨਗੀ ਦਾ ਰਸਤਾ ਨਹੀਂ ਹੈ । ਜਿਹੜਾ ਤੇਰੇ ਦਰਬਾਰ ਵਿੱਚ ਪ੍ਰਵਾਨਗੀ ਦੇ ਸਕਦਾ ਹੈ ।

The True Master keeps self-minded in religious suspicions; His true devotee may be enlightened with the right path of acceptance in His Court. No one may be blessed with the right path of acceptance in His Court, without obeying and adopting the teachings of His Word.

ਗੰਗਾ ਜਮੁਨਾ ਕੇਲ ਕੇਦਾਰਾ॥ ਕਾਸੀ ਕਾਂਤੀ ਪੁਰੀ ਦੁਆਰਾ॥
ਗੰਗਾ ਸਾਗਰੁ ਬੇਣੀ ਸੰਗਮੁ, ਅਠਸਠਿ ਅੰਕਿ ਸਮਾਈ ਹੇ॥੯॥

gangaa jamunaa kayl kaydaaraa. kaasee kaaNtee puree du-aaraa.
gangaa saagar baynee sangam athsath ank samaa-ee hay. ||9||

ਪ੍ਰਭ ਸੰਸਾਰ ਵਿੱਚ 68 ਪਵਿੱਤਰ ਤੀਰਥ, ਪੂਜਣ ਵਾਲੇ ਥਾਂ ਸਮਝੇ ਜਾਂਦੇ ਹਨ । ਗੰਗਾ, ਜਮਨਾ ਦਾ ਕਿਨਾਰਾ ਜਿਥੇ ਕ੍ਰਿਸ਼ਨ ਗੋਪੀਆਂ ਨਾਲ ਖੇਲ ਕਰਦਾ ਸੀ । ਬਨਾਰਸ, ਕੰਨਚੀਵਰਮ (ਕਾਸੀ, ਕਾਂਤੀ), ਪੁਰੀ, ਦੁਆਰਾ! ਜਿਥੇ ਗੰਗਾ ਸਮੁੰਦਰ ਵਿੱਚ ਪੈਂਦੀ, ਸੰਗਮ ਹੁੰਦਾ ਹੈ । ਤ੍ਰਿਵਾਨੀ ਜਿਥੇ ਤਿੰਨਾਂ ਦਰਿਆਵਾ ਦਾ ਮੇਲ ਹੁੰਦਾ ਹੈ । ਜੀਵ ਇਹਨਾਂ ਸਾਰੇ ਤੀਰਥਾਂ ਦੀ ਯਾਤਰਾ, ਪ੍ਰਭ ਦੇ ਦਰਬਾਰ ਵਿੱਚ ਪ੍ਰਵਾਨ ਹੋਣ ਲਈ ਹੀ ਕਰਦਾ ਹੈ । ਸਾਰੇ ਤੀਰਥਾਂ ਦੀ ਯਾਤਰਾਂ ਦਾ ਫਲ, ਕੇਵਲ ਸ਼ਬਦ ਦੀ ਪਾਲਣ ਕਰਨ ਨਾਲ ਹੀ ਬਖਸ਼ਿਸ਼ ਹੋ ਜਾਂਦਾ ਹੈ ।

Human may believe, 68 worldly Holy Shrine, worthy of worship. Like the shore of Holy Ganges and Jamana, where prophet Krishna used to play with his devotees, Guppies. Banars, Kanchvem, Kasi, Kantee, Puri, Duvara, where Ganges enter the ocean; **Trivani** where three rivers meet. Human may pilgrimage to worship at all Holy shrines to become humble, sanctified worthy of His Consideration. However, the reward of worship at all Holy Shrines may be blessed by obeying the teachings of His Word with steady and stable belief in his day-to-day life.

ਆਪੇ ਸਿਧ ਸਾਧਿਕੁ ਵੀਚਾਰੀ॥ ਆਪੇ ਰਾਜਨੁ ਪੰਚਾ ਕਾਰੀ॥ aapay siDh saaDhik veechaaree. aapay raajan panchaa kaaree.
ਤਖਤਿ ਬਹੈ ਅਦਲੀ ਪ੍ਰਭੁ ਆਪੇ, takhat bahai adlee parabh aapay
ਭਰਮੁ ਭੇਦੁ ਭਉ ਜਾਈ ਹੇ॥੧੦॥ bharam bhayd bha-o jaa-ee hay. ||10||

ਪ੍ਰਭ ਆਪ ਹੀ ਬੰਦਗੀ ਕਰਨ ਵਾਲਾ ਸੇਵਕ, ਸਿੱਧ, ਆਪ ਹੀ ਉਸ ਦੀ ਸਮਾਧੀ ਵਿੱਚ ਹੈ । ਆਪ ਹੀ ਸ਼ੇਨਸ਼ਾਹ ਅਤੇ ਆਪ ਹੀ ਉਸ ਦਾ ਸਲਾਹਕਾਰ ਹੈ । ਆਪੇ ਹੀ ਉਸ ਤਖਤ ਤੇ ਬੈਠਾ, ਜੀਵ ਦੀ ਬੰਦਗੀ ਦਾ ਲੇਖਾ ਕਰਦਾ ਹੈ । ਆਪ ਹੀ ਰਹਿਮਤਾਂ ਬਖਸ਼ਕੇ ਉਸ ਦੇ ਭਰਮ ਦੂਰ ਕਰਦਾ ਹੈ ।

The True Master remains within His true devotee and prevails in the void of His Word. King of kings remains His own counsellor, The Righteous Judge to evaluate worldly deed of His Creation; with His mercy and grace, He may eliminate all worldly suspicions of His true devotee.

ਆਪੇ ਕਾਜੀ ਆਪੇ ਮੁਲਾ॥ ਆਪਿ ਅਭੁਲੁ ਨ ਕਬਹੂ ਭੁਲਾ॥ aapay kaajee aapay mulaa. aap abhul na kabhoo bhulaa.
ਆਪੇ ਮਿਹਰ ਦਇਆਪਤਿ ਦਾਤਾ, ਨਾ ਕਿਸੈ ਕੋ ਬੈਰਾਈ ਹੇ॥੧੧॥ aapay mihar da-i-aapat daataa naa kisai ko bairaa-ee hay. ||11||

ਪ੍ਰਭ ਆਪ ਹੀ ਸ਼ਬਦ ਦੀ ਸਿਖਿਆਂ ਦੇਣ ਵਾਲਾ ਗਿਆਨੀ, ਸੇਵਾਦਾਰ ਹੈ । ਪ੍ਰਭ ਕਦੇ ਗਲਤੀ ਨਹੀਂ ਕਰਦਾ, ਪ੍ਰਭ ਦਾ ਕੀਤਾ ਸਦਾ ਹੀ ਅਸਲੀ ਰਸਤਾ ਹੁੰਦਾ ਹੈ । ਆਪ ਹੀ ਰਹਿਮਤਾਂ ਬਖਸ਼ਣ ਵਾਲਾ ਮਾਲਕ ਹੈ । ਪ੍ਰਭ ਦਾ ਕਿਸੇ ਨਾਲ ਕੋਈ ਵੈਰ, ਜਾ ਈਰਖਾ, ਵਿਤਕਰਾ ਨਹੀਂ ਹੁੰਦੀ, ਨਿਰਪਖ ਰਹਿੰਦਾ ਹੈ ।

The True Master enlightens His Creation with the essence of His Word. The True Master may never make any mistake; His Command remains always justice. The One and Only One, True Treasure of all virtues have no jealously, hostility or discrmination with anyone of His Creation nor desire to take revenge.

ਜਿਸੁ ਬਖਸੇ ਤਿਸੁ ਦੇ ਵਡਿਆਈ॥ ਸਭਸੈ ਦਾਤਾ ਤਿਲੁ ਨ ਤਮਾਈ॥ jis bakhsay tis day vadi-aa-ee. sabhsai daataa til na tamaa-ee.
ਭਰਪੂਰਿ ਧਾਰਿ ਰਹਿਆ ਨਿਹਕੇਵਲੁ, bharpur Dhaar rahi-aa nihkayval
ਗੁਪਤੁ ਪ੍ਰਗਟੁ ਸਭ ਠਾਈ ਹੇ॥੧੨॥ gupat pargat sabh thaa-ee hay. ||12||

ਜਿਸ ਤੇ ਪ੍ਰਭ ਆਪ ਹੀ ਰਹਿਮਤ ਬਖਸ਼ਦਾ ਹੈ । ਉਹ ਸ਼ਬਦ ਦੀ ਪਾਲਣਾ ਵਿੱਚ ਲਗਨ ਲਾਉਂਦਾ, ਪਾਪ ਬਖਸ਼ਦਾ ਹੈ । ਸਭ ਦਾਤਾਂ ਦੇ ਮਾਲਕ ਨੂੰ ਕੋਈ ਲਾਲਚ, ਕੋਈ ਪੁੰਨ ਦਾਨ ਨਹੀਂ ਮੰਗਦਾ । ਪ੍ਰਭ ਹਰਇਕ ਥਾਂ, ਜੀਵ ਵਿੱਚ ਗੁਪਤ ਹੀ ਵਾਪਰਦਾ, ਰਖਿਆ ਕਰਦਾ ਹੈ । ਕਿਸੇ ਜੀਵ ਨੂੰ ਪ੍ਰਭ ਦੇ ਕਰਤਬਾਂ ਦੀ ਜਾਣਕਾਰੀ ਨਹੀਂ ਹੁੰਦੀ ।

Whosoever may be bestowed with His Blessed Vision; only he may remain attached to obey the teachings of His Word with steady and stable belief in his day-to-day life, his sins may be forgiven. The True Trustee has no greed for any charity for His Blessings. The Omnipresent True Master prevails within every soul hidden and protects His Creation in the universe. The events of His Nature remain beyond any forecast, prediction of His Creation!

ਕਿਆ ਸਾਲਾਹੀ ਅਗਮ ਅਪਾਰੈ॥ ਸਾਚੇ ਸਿਰਜਣਹਾਰ ਮੁਰਾਰੈ॥ ki-aa saalaahee agam apaarai. saachay sirjanhaar muraarai.
ਜਿਸ ਨੋ ਨਦਰਿ ਕਰੇ ਤਿਸੁ ਮੇਲੇ, ਮੇਲਿ ਮਿਲੈ ਮੇਲਾਈ ਹੇ॥੧੩॥ jis no nadar karay tis maylay mayl milai maylaa-ee hay. ||13||

ਪ੍ਰਭ, ਜੀਵ ਦੀ ਜਾਣਕਾਰੀ, ਪਹੁੰਚ ਵਿੱਚ ਨਹੀਂ ਹੈ! ਮੈਂ ਕਿਸਤਰ੍ਹਾਂ ਉਸ ਦੀ ਉਸਤਤ ਕਰਾ? ਹੈਸੀਅਤ ਦਾ ਅਭਿਮਾਨ, ਅਹੰਕਾਰ ਕਰਨ ਵਾਲੇ ਤੇ ਰਹਿਮਤ ਬਖਸ਼ਿਸ਼ ਨਹੀਂ ਹੁੰਦੀ । ਜਿਸ ਨੂੰ ਆਪ ਹੀ ਰਹਿਮਤ ਬਖਸ਼ਕੇ ਸਿੱਧੇ ਰਸਤੇ ਤੇ ਪਾਉਂਦਾ ਹੈ, ਉਹ ਹੀ ਦਰਬਾਰ ਵਿੱਚ ਪ੍ਰਵਾਨ ਹੋ ਸਕਦਾ ਹੈ ।

The True Master remains beyond reach and comprehension of His Creation; How may I sing His Glory? Whosoever may remain intoxicated with his ego of worldly status; he may never be enlightened with essence of His Word, His Nature. Whosoever may be blessed with the right path of meditation; with His mercy and grace, he may be accepted in His Court.

ਬ੍ਰਹਮਾ ਬਿਸਨੁ ਮਹੇਸੁ ਦੁਆਰੈ॥ ਊਭੇ ਸੇਵਹਿ ਅਲਖ ਅਪਾਰੈ॥ barahmaa bisan mahays du-aarai. oobhay sayveh alakh apaarai.
ਹੋਰ ਕੇਤੀ ਦਰਿ ਦੀਸੈ ਬਿਲਲਾਦੀ, hor kaytee dar deesai billaadee
ਮੈ ਗਣਤ ਨ ਆਵੈ ਕਾਈ ਹੇ॥੧੪॥ mai ganat na aavai kaa-ee hay. ||14||

ਬ੍ਰਹਮਾ, ਬਿਸਨ, ਮਹੇਸ਼, ਪ੍ਰਭ ਦੇ ਦਰਵਾਜੇ ਤੇ ਭਿੱਖਿਆਂ ਮੰਗਦੇ ਖੜ੍ਹੇ ਹਨ । ਤੇਰੀ ਸੇਵ ਵਿੱਚ ਹੀ ਲੀਨ ਹਨ । ਅਨੇਕਾਂ ਹੋਰ ਤੇਰੇ ਦਰ ਤੇ ਮੰਗਦੇ ਹਨ, ਜਿਹਨਾਂ ਦੀ ਗਿਣਤੀ ਨਹੀਂ ਕੀਤੀ ਜਾ ਸਕਦੀ ।

All renowned worldly prophets, **Brahma, Vishnu, Mahesh** are begging at His Door and waiting with patience. They remain intoxicated in the void of His Word. There may be many more beggars, beyond imagination at His door for His Forgiveness and Refuge.

ਸਾਚੀ ਕੀਰਤਿ ਸਾਚੀ ਬਾਣੀ॥ ਹੋਰ ਨ ਦੀਸੈ ਬੇਦ ਪੁਰਾਣੀ॥ saachee keerat saachee banee. hor na deesai bayd puraanee.
ਪੂੰਜੀ ਸਾਚੁ ਸਚੇ ਗੁਣ ਗਾਵਾ, ਮੈ ਧਰ ਹੋਰ ਨ ਕਾਈ ਹੇ॥੧੫॥ poonjee saach sachay gun gaavaa mai Dhar hor na kaa-ee hay. ||15||

ਤੇਰੇ ਸ਼ਬਦ ਦੀ ਉਸਤਤ, ਪਾਲਣਾ ਕਰਨਾ ਹੀ ਸਾਥ ਜਾਣ ਵਾਲੀ ਕਮਾਈ ਹੈ । ਤੇਰਾ ਸ਼ਬਦ ਹੀ ਸਦਾ ਅਟਲ ਰਹਿਣ ਵਾਲਾ ਹੈ । ਵੇਦਾਂ, ਪਰਾਨ ਪੜ੍ਹਕੇ, ਘੋਖ ਕੇ ਦੇਖੇ ਹਨ! ਇਹਨਾਂ ਵਿੱਚ ਵੀ ਹੋਰ ਕੋਈ ਸੋਝੀ ਨਹੀਂ ਪਾਈ ।

The True Master to sing the glory and to obeys the teachings of Your Word with steady and stable belief may be the everlasting earnings of Your Word. Earnings of Your Word may remain companion of my soul forever. The teachings of Your Word remain true forever. I have evaluated all religious Holy Scriptures; no one may explain any more enlightenment of Your Nature.

ਜੁਗੁ ਜੁਗੁ ਸਾਚਾ ਹੈ ਭੀ ਹੋਸੀ॥ ਕਉਣੁ ਨ ਮੂਆ ਕਉਣੁ ਨ ਮਰਸੀ॥ jug jug saachaa hai bhee hosee. ka-un na moo-aa ka-un na marsee.
ਨਾਨਕੁ ਨੀਚੁ ਕਹੈ ਬੇਨੰਤੀ, ਦਰਿ ਦੇਖਹੁ ਲਿਵ ਲਾਈ ਹੇ॥੧੬॥੨॥ naanak neech kahai baynantee dar daykhhu liv laa-ee hay. ||16||2||

ਤੇਰੇ ਸਦਾ ਅਟਲ ਰਹਿਣ ਵਾਲੇ ਸ਼ਬਦ ਦੀ ਕਮਾਈ ਹੀ ਮੇਰੀ ਪੂੰਜੀ ਹੈ । ਤੇਰੇ ਸ਼ਬਦ ਦੀ ਉਸਤਤ, ਸਿਮਰਨ ਕਰਦਾ, ਮੇਰਾ ਹੋਰ ਕੋਈ ਆਸਰਾ ਨਹੀਂ ਹੈ । ਪ੍ਰਭ ਯੁੱਗਾਂ ਯੁੱਗਾਂ ਤੋਂ ਅਟਲ ਰਹਿਣ ਵਾਲਾ ਹੈ । ਹੋਰ ਕੋਈ ਜਨਮ ਮਰਨ ਦੇ ਚੱਕਰ ਰਹਿਤ ਨਹੀਂ ਹੈ । ਜੀਵ ਪ੍ਰਭ ਅੱਗੇ ਅਰਦਾਸ ਕਰੋ! ਜਿਸ ਤੇ ਰਹਿਮਤ ਬਖਸ਼ਦਾ ਹੈ! ਉਸ ਨੂੰ ਆਪਣੇ ਅੰਦਰੋਂ ਹੀ ਸ਼ਬਦ ਜਾਗਰਤ ਹੋ ਜਾਂਦਾ ਹੈ! ਉਸ ਵਿੱਚ ਹੀ ਲਿਵ ਲਾਈ ਰਖੋ, ਲੀਨ ਹੋ ਜਾਵੇ ।

My True Master the earnings of Your Word remain true forever. The earnings of Your Word may be my only worldly wealth. I may only sing the glory and meditate on the teachings of Your Word; I have no other support in the universe. The True Master has been unchanged from Ancient Ages, forever. Everyone else may remain in the cycle of birth and death. You should only pray for devotion to obey the teachings of His Word to remain intoxicated in the void of His Word.

Key Message of Raag Maaroo, page 1021-10
'ਪ੍ਰਭ ਕਦੇ ਗਲਤੀ ਨਹੀਂ ਕਰਦਾ!
ਪ੍ਰਭ ਆਪ ਹੀ ਸ੍ਰਿਸ਼ਟੀ ਦੇ ਰਹਿਣ ਵਾਲੀ ਧਰਤੀ, ਧੁਰਾ, ਥੰਮਾ, ਜਤੀ, ਸਤੀ, ਸੰਤੋਖੀ, ਪ੍ਰਵਾਨ ਕਰਨ ਵਾਲਾ, ਹਰਇਕ ਥਾਂ, ਜੀਵ ਵਿੱਚ ਗੁਪਤ ਹੀ ਵਾਪਰਦਾ, ਰਖਿਆ ਕਰਦਾ ਹੈ । ਪ੍ਰਭ ਸਾਰੇ ਰੂਪਾਂ ਵਿੱਚ ਹੀ ਹਾਜਰਾ ਹਜ਼ੂਰ ਵਸਦਾ, ਵਾਪਰਦਾ ਹੈ । ਪ੍ਰਭ ਕਦੇ ਗਲਤੀ ਨਹੀਂ ਕਰਦਾ, ਕਿਸੇ ਨਾਲ ਕੋਈ ਵੈਰ, ਜਾ ਈਰਖਾ ਨਹੀਂ ਹੁੰਦੀ । ਜਿਸ ਦਾ ਸੰਸਾਰਕ ਪੰਜੇਂ ਇਛਾਂ ਨਾਲ ਸ਼ਬਦ ਦੀ ਸਿਖਿਆਂ ਤੋਂ ਭਰੋਸਾ ਡੋਲ ਜਾਂਦਾ ਹੈ । ਉਸ ਦਾ ਮਾਨਸ ਜਨਮ ਬਿਰਥਾ ਹੀ ਬੀਤ ਜਾਂਦਾ ਹੈ । ਜਿਹੜਾ ਸ਼ਬਦ ਦੀ ਪਾਲਣਾ ਕਰਦਾ, ਉਸ ਨੂੰ ਤਿੰਨਾਂ ਸ੍ਰਿਸ਼ਟੀਆਂ ਦੀ ਸੋਝੀ ਬਖਸ਼ਿਸ਼ ਹੋ ਜਾਂਦੀ ਹੈ, ਪ੍ਰਭ ਦਾ ਰੂਪ ਹੀ ਬਣ ਜਾਂਦਾ ਹੈ । ਜਿਹੜਾ ਆਪਾ ਸ਼ਰਣ ਵਿੱਚ ਭੇਟਾ ਕਰ ਦੇਂਦਾ ਹੈ, ਉਸ ਨੂੰ ਸਿੱਧੇ ਰਸਤੇ ਤੇ ਪਾਉਂਦਾ, ਸੋਝੀ ਬਖਸ਼ਦਾ ਹੈ । ਸਾਰੇ ਤੀਰਥਾਂ ਦੀ ਯਾਤਰਾਂ ਦਾ ਫਲ, ਕੇਵਲ ਸ਼ਬਦ ਦੀ ਪਾਲਣ ਕਰਨ ਨਾਲ ਹੀ ਬਖਸ਼ਿਸ਼ ਹੋ ਜਾਂਦਾ ਹੈ, ਉਹ ਹੀ ਦਰਬਾਰ ਵਿੱਚ ਪ੍ਰਵਾਨ ਹੋ ਸਕਦਾ ਹੈ । ਸ਼ਬਦ ਦੀ ਪਾਲਣਾ ਕਰਨਾ ਹੀ ਸਾਥ ਜਾਣ ਵਾਲੀ ਕਮਾਈ ਹੈ । ਕੇਵਲ ਪ੍ਰਭ ਹੀ ਯੁੱਗਾਂ ਯੁੱਗਾਂ ਤੋਂ ਅਟਲ ਰਹਿਣ ਵਾਲਾ ਹੈ, ਜੀਵ ਦੇ ਆਪਣੇ ਅੰਦਰੋਂ ਹੀ ਸ਼ਬਦ ਜਾਗਰਤ ਕਰਦਾ ਹੈ! ਅਨੇਕਾਂ ਬ੍ਰਹਮਾਂ, ਸ਼ਿਵਜੀ, ਵਸਨੂੰ ਪ੍ਰਭ ਦੇ ਦਰ ਤੇ ਮੰਗਦੇ ਹਨ, ਜਿਹਨਾਂ ਦੀ ਗਿਣਤੀ ਨਹੀਂ ਕੀਤੀ ਜਾ ਸਕਦੀ ।
His Command, Word is Justice!
The True Master, the pillar of support or pivot to rotate earth remains renunciatory, controller of sexual urge, contented, accepts the meditation of His true devotee. The True Master has no unique fixed body structure; The Omnipresent prevails everywhere. The True Master may never make mistake; have no jealously, hostility or desire to take revenge. The Omnipresent prevails within every soul hidden and protects His Creation in the universe. Whosoever may obey the teachings of His Word with steady and stable belief; he may be enlightened with the nature of three universes; he may become a symbol of The True Master. Whosoever may surrender his self-entity at His Sanctuary; he may be blessed with the right path of acceptance in His Court; everlasting earnings of Your Word. Many **Bahama, Vishnu, Mahesh** remains begging at His door and waiting with patience. Only, The True Master remains unchanged forever from Ancient Ages.

26. ਮਾਰੂ ਮਹਲਾ ੧॥ 1022-10

ਦੂਜੀ ਦੁਰਮਤਿ ਅੰਨੀ ਬੋਲੀ॥ ਕਾਮ ਕ੍ਰੋਧ ਕੀ ਕਚੀ ਚੋਲੀ॥ doojee durmat annee bolee. kaam kroDh kee kachee cholee.
ਘਰਿ ਵਰੁ ਸਹਜੁ ਨ ਜਾਣੈ ਛੋਹਰਿ, ਬਿਨੁ ਪਿਰ ਨੀਦ ਨ ਪਾਈ ਹੇ॥੧॥ ghar var sahj na jaanai chhohar bin pir need na paa-ee hay. ||1||

ਜਿਹੜਾ ਭਰਮਾਂ ਵਿੱਚ, ਮਨਮਰਜ਼ੀ ਨਾਲ ਚਲਦਾ, ਉਹ ਸ਼ਬਦ ਦੀ ਸੋਝੀ ਤੋਂ ਅੰਧਾ ਹੀ ਰਹਿੰਦਾ ਹੈ । ਉਸ ਦੇ ਮਨ ਵਿੱਚ ਸੁਣੇ ਸ਼ਬਦ ਦਾ ਕੋਈ ਪ੍ਰਭਾਵ ਟਿਕਦਾ ਨਹੀਂ । ਉਸ ਦੇ ਮਨ ਤੇ ਕਾਮ ਵਾਸ਼ਨਾ, ਕਰੋਧ ਦਾ ਕਾਬੂ ਰਹਿੰਦਾ ਹੈ । ਉਸ ਦਾ ਸ਼ਬਦ ਦੀ ਪਾਲਣਾ ਵਿੱਚ ਭਰੋਸਾ ਅਡੋਲ ਨਹੀਂ ਹੁੰਦਾ । ਉਸ ਦੇ ਮਨ ਵਿੱਚ ਧੀਰਜ, ਸੰਤੋਖ ਬਖਸ਼ਿਸ਼ ਨਹੀਂ ਹੁੰਦਾ ।

Whosoever may remain intoxicated in religious rituals, suspicions and follows the demons of his worldly desires; he remains ignorant from the real purpose of human life opportunity. He may not retain any essence of sermons of His glory in any Holy conjugation. He may remain intoxicated with sexual urge and anger of worldly disappointments. He may not have steady and stable belief on the teachings of His Word nor he remains steady and stable on obeying the teachings of His Word in his life. He may not be blessed with patience or contentment on His Blessings, on his own worldly environments.

ਅੰਤਰਿ ਅਗਨਿ ਜਲੈ ਭੜਕਾਰੇ॥ ਮਨਮੁਖੁ ਤਕੇ ਕੁੰਡਾ ਚਾਰੇ॥ antar agan jalai bhatkaaray. manmukh takay kundaa chaaray.
ਬਿਨੁ ਸਤਿਗੁਰ ਸੇਵੇ ਕਿਉ ਸੁਖੁ ਪਾਈਐ, bin satgur sayvay ki-o sukh paa-ee-ai
ਸਾਚੇ ਹਾਥਿ ਵਡਾਈ ਹੇ॥੨॥ saachay haath vadaa-ee hay. ||2||

ਮਨਮੁਖ ਜੀਵ ਚਾਰੇ ਪਾਸੇ ਹੀ ਸੰਤੋਖ ਢੂੰਡਦਾ ਹੈ । ਉਸ ਦੇ ਅੰਦਰ ਸੰਸਾਰਕ ਇਛਾਂ ਦੀ ਅੱਗ ਜਲਦੀ, ਭਟਕਣਾਂ ਰਹਿੰਦੀਆਂ ਹਨ । ਪਰ ਸ਼ਬਦ ਨਾਲ ਜੀਵਨ ਢਾਲਣ ਤੋਂ ਬਿਨਾਂ, ਧੀਰਜ, ਸੰਤੋਖ ਬਖਸ਼ਿਸ਼ ਨਹੀਂ ਹੁੰਦਾ । ਪ੍ਰਭ ਦੇ ਵੱਸ ਵਿੱਚ ਸਾਰੀਆਂ ਹੀ ਰਹਿਮਤਾਂ ਹਨ । ਜਿਸ ਦੀ ਬੰਦਗੀ, ਦਰਬਾਰ ਵਿੱਚ ਪ੍ਰਵਾਨ ਹੋ ਜਾਂਦੀ ਹੈ, ਉਸ ਨੂੰ ਸਭ ਰਹਿਮਤਾਂ ਬਖਸ਼ਿਸ਼ ਹੋ ਜਾਂਦੀਆਂ ਹਨ ।

Self-minded remains wandering, searching peace of mind, contentment all around; however, he may remain frustrated burning in the lava of his worldly desires within his mind. However, without adopting the teachings of His Word in day-to-day life; no one may ever be blessed with patience and contentment in his life. All virtues, blessings remain under His Command. Whose earnings of His Word may be accepted in His Court, he may be blessed with all virtues.

ਕਾਮੁ ਕ੍ਰੋਧੁ ਅਹੰਕਾਰੁ ਨਿਵਾਰੇ॥ ਤਸਕਰ ਪੰਚ ਸਬਦਿ ਸੰਘਾਰੇ॥ kaam kaam kroDh ahaNkaar nivaaray. taskar panch sabad sanghaaray.
ਗਿਆਨ ਖੜਗੁ ਲੈ ਮਨ ਸਿਉ ਲੂਝੈ, gi-aan kharhag lai man si-o loojhai
ਮਨਸਾ ਮਨਹਿ ਸਮਾਈ ਹੇ॥੩॥ mansaa maneh samaa-ee hay. ||3||

ਸ਼ਬਦ ਦੀ ਪਾਲਣਾ ਕਰਨ ਨਾਲ ਜੀਵ ਦਾ ਕਾਮ, ਕਰੋਧ, ਅਹੰਕਾਰ ਤੇ ਕਾਬੂ ਪੈ ਜਾਂਦਾ ਹੈ । ਪ੍ਰਭ ਰਹਿਮਤ ਬਖਸ਼ਦਾ ਹੈ! ਜਿਸ ਨਾਲ ਮਨ ਪੰਜਾਂ ਇਛਾਂ ਨੂੰ ਪਛਾਣ ਜਾਂਦਾ, ਕਾਬੂ ਪਾ ਲੈਂਦਾ ਹੈ । ਉਹ ਸ਼ਬਦ ਨਾਲ ਜੀਵਨ ਢਾਲਕੇ ਮਨ ਦੀਆਂ ਇਛਾਂ ਦੀ ਅੱਗ ਖਤਮ ਕਰਦਾ ਹੈ । ਪ੍ਰਭ ਦੀ ਬਖਸ਼ ਤੇ ਧੀਰਜ, ਸੰਤੋਖ ਰਖਦਾ ਹੈ ।

Whosoever may adopt the teachings of His Word with steady and stable belief in his day-to-day life; with His mercy and grace, he may conquer his ego of worldly status. Whosoever may recognize the weakness of demons of worldly desire; he may conquer his own mind. He may adopt the teachings of His Word; the lava of his worldly desires may be extinguished from within. He may be blessed with patience and contentment with His Blessings.

ਮਾ ਕੀ ਰਕਤੁ ਪਿਤਾ ਬਿਦੁ ਧਾਰਾ॥ ਮੂਰਤਿ ਸੂਰਤਿ ਕਰਿ ਆਪਾਰਾ॥ maa kee rakat pitaa bid Dhaaraa. moorat soorat kar aapaaraa.
ਜੋਤਿ ਦਾਤਿ ਜੇਤੀ ਸਭ ਤੇਰੀ, ਤੂ ਕਰਤਾ ਸਭ ਠਾਈ ਹੇ॥੪॥ jot daat jaytee sabh tayree too kartaa sabh thaa-ee hay. ||4||

ਮਾਤਾ ਅਤੇ ਪਿਤਾ ਦੇ ਸੰਜੋਗ ਨਾਲ, ਨਵਾਂ ਜੀਵ ਸੰਸਾਰ ਵਿੱਚ ਜਨਮ ਲੈਂਦਾ, ਪ੍ਰਭ ਆਪਣੀ ਜੋਤ ਬਖਸ਼ਦਾ, ਰਖਿਆ ਕਰਦਾ, ਉਸ ਵਿੱਚ ਆਪ ਹੀ ਵਾਪਰਦਾ ਹੈ ।

The eggs of mother, (female) may be fertilized with the sperm of father, (male) and a new fetus, infinite beauty has been created. The True Master infuses His Holy Spirit within his soul. He nourishes, protects the fetus in the womb of mother.

ਤੁਝ ਹੀ ਕੀਆ ਜੰਮਣ ਮਰਣਾ॥ tujh hee kee-aa jaman marnaa.
ਗੁਰ ਤੇ ਸਮਝ ਪੜੀ ਕਿਆ ਡਰਣਾ॥ gur tay samajh parhee ki-aa darnaa.
ਤੂ ਦਇਆਲੁ ਦਇਆ ਕਰਿ ਦੇਖਹਿ, too da-i-aal da-i-aa kar daykheh
ਦੁਖੁ ਦਰਦੁ ਸਰੀਰਹੁ ਜਾਈ ਹੇ॥੫॥ dukh darad sareerahu jaa-ee hay. ||5||

ਪ੍ਰਭ ਦੇ ਹੁਕਮ ਨਾਲ ਹੀ ਜੀਵ ਦਾ ਜਨਮ ਅਤੇ ਮੌਤ ਹੁੰਦੀ ਹੈ । ਜੀਵ ਇਸ ਤੋਂ ਕਿਉਂ ਡਰਦਾ ਹੈ? ਜਿਸ ਜੀਵ ਤੇ ਰਹਿਮਤ ਬਖਸ਼ਦਾ ਹੈ, ਉਸ ਦੇ ਸਾਰੇ ਦੁਖ ਦੂਰ ਹੋ ਜਾਂਦੇ ਹਨ । ਰਹਿਮਤਾਂ ਦਾ ਮਾਲਕ, ਇਸ ਭੇਦ ਦੀ ਸੋਝੀ ਸ਼ਬਦ ਦੀ ਪਾਲਣਾ ਕਰਨ ਨਾਲ ਹੀ ਬਖਸ਼ਦਾ ਹੈ ।

Both birth and death of any creature may only happen and controlled with His Command. Why may anyone be worried from death? Whosoever may be bestowed with His Blessed Vision, all his miseries may be eliminated. The Merciful True Master has embedded the enlightenment of the essence of His Nature, within obeying the teachings of His Word.

ਨਿਜ ਘਰਿ ਬੈਸਿ ਰਹੇ ਭਉ ਖਾਇਆ॥ nij ghar bais rahay bha-o khaa-i-aa.
ਧਾਵਤ ਰਾਖੇ ਠਾਕਿ ਰਹਾਇਆ॥ Dhaavat raakhay thaak rahaa-i-aa.
ਕਮਲ ਬਿਗਾਸ ਹਰੇ ਸਰ ਸੁਭਰ, ਆਤਮ ਰਾਮੁ ਸਖਾਈ ਹੇ॥੬॥ kamal bigaas haray sar subhar aatam raam sakhaa-ee hay. ||6||

ਜਿਹੜਾ ਆਪਣੇ ਅੰਦਰ ਝਾਤੀ ਮਾਰਦਾ, ਆਪਣੇ ਕੰਮਾਂ ਨੂੰ ਪਰਖਦਾ ਹੈ । ਉਸ ਦੇ ਮਨ ਦੀਆਂ ਇਛਾਂ ਦਾ ਡਰ ਖਤਮ ਹੋ ਜਾਂਦਾ ਹੈ । ਉਸ ਦਾ ਸ਼ਬਦ ਤੇ ਭਰੋਸਾ ਪੱਕਾ ਹੋ ਜਾਂਦਾ, ਮਨ ਭਰਮਾਂ ਵਿੱਚ ਨਹੀਂ ਘੁੰਮਦਾ । ਉਸ ਦੇ ਮਨ ਅੰਦਰ ਹੀ ਅਮੋਲਕ ਕਮਲ ਦਾ ਫੁੱਲ ਖੇੜੇ ਵਿੱਚ ਆ ਜਾਂਦਾ ਹੈ । ਪ੍ਰਭ ਹੀ ਸ਼ਬਦ ਦੀ ਸੋਝੀ ਦੇਣ ਵਾਲਾ ਸਾਥੀ ਬਣ ਜਾਂਦਾ ਹੈ ।

Whosoever may search within and evaluates his own worldly deeds; with His mercy and grace, all his fears of worldly desires may be eliminated. He may be blessed with steady and stable belief on the teachings of His Word; with His mercy and grace, he may not wander in religious suspicions. The lotus flower of his mind may blossom within. The essence of His Word may become an enlightening pillar and his companion.

ਮਰਣੁ ਲਿਖਾਇ ਮੰਡਲ ਮਹਿ ਆਏ॥ maran likhaa-ay mandal meh aa-ay.
ਕਿਉ ਰਹੀਐ ਚਲਣਾ ਪਰਥਾਏ॥ ki-o rahee-ai chalnaa parthaa-ay.
ਸਚਾ ਅਮਰੁ ਸਚੇ ਅਮਰਾ ਪੁਰਿ, ਸੋ ਸਚੁ ਮਿਲੈ ਵਡਾਈ ਹੇ॥੭॥ sachaa amar sachay amraa pur so sach milai vadaa-ee hay. ||7||

ਜੀਵ ਸੰਸਾਰ ਵਿੱਚ ਪੈਦਾ ਹੋਣ ਤੇ ਮੌਤ ਦਾ ਸਮਾਂ ਲਿਖਾ ਕੇ ਆਉਂਦਾ ਹੈ । ਉਹ ਇਸ ਸੰਸਾਰ ਵਿੱਚ ਉਸ ਤੋਂ ਪਿਛੋ ਕਿਵੇਂ ਰਹੇ ਸਕਦਾ ਹੈ? ਸਦਾ ਰਹਿਣ ਵਾਲਾ ਮਾਲਕ ਆਪਣੇ ਅਟਲ ਤਖਤ ਤੇ ਬੈਠਾ ਰਹਿਮਤਾਂ ਬਖਸ਼ਦਾ ਹੈ । ਸ਼ਬਦ ਦੀ ਪਾਲਣਾ ਵਿੱਚ ਲਗਨ ਲਾਉਂਦਾ, ਰਹਿਮਤਾਂ ਬਖਸ਼ਦਾ ਹੈ ।

The time of birth and death of every creature have been prewritten with His Command. How may he stay in the universe after predetermined time? The Forever True Master remains in blossom on His Royal Throne. He may bless devotion to meditate and obeys the teachings of His Word.

ਆਪਿ ਉਪਾਇਆ ਜਗਤੁ ਸਬਾਇਆ॥ aap upaa-i-aa jagat sabaa-i-aa.
ਜਿਨਿ ਸਿਰਿਆ ਤਿਨਿ ਧੰਧੈ ਲਾਇਆ॥ jin siri-aa tin DhanDhai laa-i-aa.
ਸਚੈ ਊਪਰਿ ਅਵਰ ਨ ਦੀਸੈ, ਸਾਚੇ ਕੀਮਤਿ ਪਾਈ ਹੇ॥੮॥ sachai oopar avar na deesai saachay keemat paa-ee hay. ||8||

ਜਿਹੜਾ ਪ੍ਰਭ ਜੀਵ ਨੂੰ ਪੈਦਾ ਕਰਦਾ ਹੈ, ਆਪ ਹੀ ਧੰਦੇ ਤੇ ਲਾਉਂਦਾ ਹੈ । ਹੋਰ ਕੋਈ ਉਸ ਤੋਂ ਵੱਡਾ ਨਹੀਂ ਹੈ, ਆਪ ਹੀ ਜੀਵ ਦੀ ਬੰਦਗੀ ਦੀ ਪਰਖ ਕਰਦਾ ਹੈ ।

The True Master, Creator of the universe, assigns all creatures on unique worldly tasks. No one may be equal or greater than him. He evaluates and judges the earnings of his worldly deeds.

ਐਥੈ ਗੋਇਲੜਾ ਦਿਨ ਚਾਰੇ॥ ਖੇਲੁ ਤਮਾਸਾ ਧੁੰਧੂਕਾਰੇ॥ aithai go-ilrhaa din chaaray. khayl tamaasaa DhunDhookaaray.
ਬਾਜੀ ਖੇਲਿ ਗਏ ਬਾਜੀਗਰ, ਜਿਉ ਨਿਸਿ ਸੁਪਨੈ ਭਖਲਾਈ ਹੇ॥੯॥ baajee khayl ga-ay baajeegar ji-o nis supnai bhakhlaa-ee hay. ||9||

ਜੀਵ ਇਸ ਸੰਸਾਰ ਵਿੱਚ ਥੋੜ੍ਹੇ ਸਮੇਂ ਲਈ ਖੇਲ ਕਰਨ ਆਉਂਦਾ ਹੈ । ਉਸ ਤੋਂ ਪਿਛੋ ਫਿਰ ਅੰਧੇਰੇ ਥਾਂ ਵਿੱਚ ਚਲੇ ਜਾਂਦਾ ਹੈ । ਜਿਸਤਰ੍ਹਾਂ ਬਾਜੀਗਰ (ਪ੍ਰਭ) ਉਸ ਨੂੰ ਨਚਾਉਂਦਾ ਹੈ, ਉਹ ਨੱਚਦਾ ਹੈ । ਇਹ ਇਸਤਰ੍ਹਾਂ, ਜਿਵੇਂ ਕੋਈ ਸੁਪਨਾ ਦੇਖਦਾ ਹੈ ।

Everyone may enter the universe to play a role in a show of His Nature for a limited period. After that time, he may return in dark, in void of His Nature. His worldly life journey may be considered as a juggler show; he may only dance at His Signal. He may witness his life as a dream.

ਤਿਨ ਕਉ ਤਖਤਿ ਮਿਲੀ ਵਡਿਆਈ॥ tin ka-o takhat milee vadi-aa-ee.
ਨਿਰਭਉ ਮਨਿ ਵਸਿਆ ਲਿਵ ਲਾਈ॥ nirbha-o man vasi-aa liv laa-ee.
ਖੰਡੀ ਬ੍ਰਹਮੰਡੀ ਪਾਤਾਲੀ ਪੁਰੀਈ, khandee barahmandee paataalee puree-ee
ਤ੍ਰਿਭਵਣ ਤਾੜੀ ਲਾਈ ਹੇ॥੧੦॥ taribhavan taarhee laa-ee hay. ||10||

ਜਿਹੜੇ ਜੀਵ ਦੇ ਮਨ ਵਿੱਚ ਪ੍ਰਭ ਦੇ ਵਿਛੋੜੇ ਦਾ ਵਿਰਾਗ ਘਰ ਕਰ ਜਾਂਦਾ ਹੈ । ਉਹ ਹੀ ਪ੍ਰਭ ਦੇ ਦਰਬਾਰ ਵਿੱਚ ਪ੍ਰਵਾਨ ਹੋ ਸਕਦਾ ਹੈ । ਜਿਹੜਾ ਪ੍ਰਭ, ਖੰਡਾਂ, ਬ੍ਰਹਮੰਡਾਂ, ਪਤਾਲਾਂ, ਅਕਾਸ਼ਾਂ ਵਿੱਚ ਤਿੰਨਾਂ ਸ੍ਰਿਸ਼ਟੀ ਵਿੱਚ ਹੀ ਸਮਾਧੀ ਲਾਈ ਰਖਦਾ ਹੈ । ਉਹ ਪ੍ਰਭ ਦੀ ਸਮਾਧੀ ਵਿੱਚ ਪ੍ਰਵਾਨ ਹੋ ਜਾਂਦਾ ਹੈ ।

Whosoever may remain in renunciation in the memory of his separation from His Holy Spirit; he may be accepted in His Court. The True Master remains in His Void in all three universes, all regions, on, under earth, sky, and all solar systems. His true devotee may dwell in the void of His Word.

ਗੁਰੂ ਨਾਨਕ ਦੇਵ ਜੀ! – Guru Nanak Dev Ji! Guru Granth Sahib

ਸਾਚੀ ਨਗਰੀ ਤਖਤੁ ਸਚਾਵਾ॥ saachee nagree takhat sachaavaa.
ਗੁਰਮੁਖਿ ਸਾਚੁ ਮਿਲੈ ਸੁਖੁ ਪਾਵਾ॥ gurmukh saach milai sukh paavaa.
ਸਾਚੇ ਸਾਚੈ ਤਖਤਿ ਵਡਾਈ, ਹਉਮੈ ਗਣਤ ਗਵਾਈ ਹੇ॥੧੧॥ saachay saachai takhat vadaa-ee ha-umai ganat gavaa-ee hay. ||11||

ਪ੍ਰਭ ਸਦਾ ਅਟਲ ਰਹਿਣ ਵਾਲੇ ਤਖਤ ਤੇ ਬਰਾਜਮਾਨ ਹੋਇਆ ਹੈ । ਜਿਹੜਾ ਗੁਰਮਖ, ਪ੍ਰਭ ਦੇ ਸ਼ਬਦ ਨਾਲ ਜੀਵਨ ਢਾਲਦਾ ਹੈ । ਉਸ ਨੂੰ ਸ਼ਬਦ ਦੀ ਸੋਝੀ, ਸੰਤੋਖ ਬਖਸ਼ਿਸ਼ ਹੋ ਜਾਂਦਾ ਹੈ ।

The True Master remains in blossom on His Royal Throne forever. Whosoever may adopt the teachings of His Word with steady and stable belief in his day-to-day life; with His mercy and grace, he may be blessed with enlightenment and contentment with His Blessings.

ਗਣਤ ਗਣੀਐ ਸਹਸਾ ਜੀਐ॥ ਕਿਉ ਸੁਖੁ ਪਾਵੈ ਦੂਐ ਤੀਐ॥ ganat ganee-ai sahsaa jee-ai. ki-o sukh paavai doo-ai tee-ai.
ਨਿਰਮਲੁ ਏਕੁ ਨਿਰੰਜਨੁ ਦਾਤਾ, ਗੁਰ ਪੂਰੇ ਤੇ ਪਤਿ ਪਾਈ ਹੇ॥੧੨॥ nirmal ayk niranjan daataa gur pooray tay pat paa-ee hay. ||12||

ਜਿਸ ਤੇ ਆਪਣੀ ਰਹਿਮਤ ਬਖਸ਼ਦਾ ਹੈ! ਉਸ ਦੇ ਮਨ ਵਿਚੋਂ ਹੈਸੀਅਤ ਦਾ ਅਭਿਮਾਨ ਅਤੇ ਅਹੰਕਾਰ ਖਤਮ ਹੋ ਜਾਂਦਾ ਹੈ । ਇਸ ਨਾਲ ਹੀ ਉਸ ਦਾ ਲੇਖਾ, ਜੂੰਨਾਂ ਦਾ ਚੱਕਰ ਖਤਮ ਹੋ ਜਾਂਦਾ ਹੈ ।

Whosoever may be bestowed with His Blessed Vision; he may conquer his ego of worldly status. All his sins may be forgiven along with his cycle of birth and death.

ਜੁਗਿ ਜੁਗਿ ਵਿਰਲੀ ਗੁਰਮੁਖਿ ਜਾਤਾ॥ ਸਾਚਾ ਰਵਿ ਰਹਿਆ ਮਨੁ ਰਾਤਾ॥ jug jug virlee gurmukh jaataa. saachaa rav rahi-aa man raataa.
ਤਿਸ ਕੀ ਓਟ ਗਹੀ ਸੁਖੁ ਪਾਇਆ, ਮਨਿ ਤਨਿ ਮੈਲੁ ਨ ਕਾਈ ਹੇ॥੧੩॥ tis kee ot gahee sukh paa-i-aa man tan mail na kaa-ee hay. ||13||

ਜਿਹੜਾ ਜੀਵ ਆਪੇ ਕੰਮਾਂ ਦੀ ਪਰਖ ਕਰਦਾ ਹੈ, ਉਸ ਦਾ ਮਨ ਘਬਰਾ ਜਾਂਦਾ ਹੈ । ਉਹ ਭਰਮਾਂ ਵਿੱਚ ਪੈ ਕੇ ਕਿਸਤਰ੍ਹਾਂ ਸੰਤੋਖ ਪਾ ਸਕਦਾ ਹੈ? ਕਿਸਤਰ੍ਹਾਂ ਉਹ ਮਾਇਆ ਦੇ ਤਿੰਨਾਂ ਗੁਣਾਂ ਤੇ ਜਿੱਤ ਪਾ ਸਕਦਾ ਹੈ? ਜਿਹੜਾ ਜੀਵ ਪ੍ਰਭ ਦੇ ਸ਼ਬਦ ਤੇ ਭਰੋਸਾ ਅਡੋਲ ਰਖਦਾ ਹੈ! ਉਸ ਨੂੰ ਰਹਿਮਤਾਂ ਦਾ ਮਾਲਕ ਆਪ ਹੀ ਸੰਤੋਖ ਬਖਸ਼ਦਾ ਹੈ । ਯੁੱਗਾਂ ਯੁੱਗਾਂ ਵਿੱਚ ਕੋਈ ਵਿਰਲਾ ਹੀ ਗੁਰਮਖ, ਸ਼ਬਦ ਨਾਲ ਜੀਵਨ ਢਾਲਦਾ ਹੈ, ਹਰਇਕ ਥਾਂ ਵਾਪਰਨ ਵਾਲੇ ਪ੍ਰਭ ਦੀ ਸ਼ਰਣ ਵਿੱਚ ਰਹਿੰਦਾ ਹੈ । ਜਿਸ ਨੂੰ ਪ੍ਰਭ ਦੀ ਪਨਾਹ ਬਖਸ਼ਿਸ਼ ਹੋ ਜਾਂਦੀ ਹੈ! ਉਸ ਦੇ ਮਨ, ਤਨ ਨੂੰ ਕੋਈ ਦਾਗ਼ ਨਹੀਂ ਲਗਦਾ, ਸੰਤੋਖ ਬਖਸ਼ਿਸ਼ ਹੋ ਜਾਂਦਾ ਹੈ ।

Whosoever may evaluate his own worldly deeds; he may be worried, scared and intoxicated with religious suspicions. He may remain intoxicated in religious suspicions! How may he be contented with His Blessings? How may he conquer the three virtues of worldly wealth? Whosoever may obey the teachings of His Word with steady and stable belief in his day-to-day; with His mercy and grace, he may be blessed with contentment with His Blessings. However, from Ancient Ages, very rare may adopt the teachings of His Word in his day-to-day life. Whosoever may be accepted in His Sanctuary; his soul may become beyond the reach of any worldly blemish. He remains contented in his own worldly environments.

ਜੀਭ ਰਸਾਇਣਿ ਸਾਚੈ ਰਾਤੀ॥ jeebh rasaa-in saachai raatee.
ਹਰਿ ਪ੍ਰਭੁ ਸੰਗੀ ਭਉ ਨ ਭਰਾਤੀ॥ har parabh sangee bha-o na bharaatee.
ਸ੍ਰਵਣ ਸ੍ਰੋਤ ਰਜੇ ਗੁਰਬਾਣੀ, ਜੋਤੀ ਜੋਤਿ ਮਿਲਾਈ ਹੇ॥੧੪॥ sarvan sarot rajay gurbaanee jotee jot milaa-ee hay. ||14||

ਜਿਸ ਦੀ ਜੀਭ ਤੇ ਅੰਮ੍ਰਿਤ ਦੇ ਸੋਮੇ, ਪ੍ਰਭ ਦੀ ਉਸਤਤ ਰਹਿੰਦੀ ਹੈ । ਉਸ ਦੇ ਮਨ ਦੇ ਭਰਮ ਦੂਰ ਹੋ ਜਾਂਦੇ, ਭਰੋਸਾ ਅਡੋਲ ਹੋ ਜਾਂਦਾ ਹੈ । ਪ੍ਰਭ ਦਾ ਸ਼ਬਦ ਸੁਣਨ ਨਾਲ ਕੰਨਾਂ ਵਿੱਚ ਸੰਤੋਖ ਬਖਸ਼ਿਸ਼ ਹੋ ਜਾਂਦਾ ਹੈ । ਉਸ ਦੀ ਆਤਮਾ ਪ੍ਰਭ ਦੀ ਜੋਤ ਵਿੱਚ ਅਭੇਦ ਹੋ ਜਾਂਦੀ ਹੈ ।

Whosoever may remain drenched with the praises of the virtues of the fountain of nectar on his tongue; with His mercy and grace, all his suspicions may be eliminated. He remains overwhelmed with contentment. His soul may be immersed within His Holy Spirit.

ਰਖਿ ਰਖਿ ਪੈਰ ਧਰੇ ਪਉ ਧਰਣਾ॥ rakh rakh pair Dharay pa-o Dharnaa.
ਜਤ ਕਤ ਦੇਖਉ ਤੇਰੀ ਸਰਣਾ॥ jat kat daykh-a-u tayree sarnaa.
ਦੁਖੁ ਸੁਖੁ ਦੇਹਿ ਤੂਹੈ ਮਨਿ ਭਾਵਹਿ, dukh sukh deh toohai man bhaaveh
ਤੁਝ ਹੀ ਸਿਉ ਬਣਿ ਆਈ ਹੇ॥੧੫॥ tujh hee si-o ban aa-ee hay. ||15||

ਮੈਂ ਬਹੁਤ ਧਿਆਨ, ਧੀਰਜ ਨਾਲ ਜ਼ਮੀਨ ਤੇ ਪੈਰ ਰਖਦਾ ਹਾ । ਜੋ ਕੁਝ ਵੀ ਕਰਦਾ ਹਾ ਤੇਰੇ ਸ਼ਬਦ ਦੀ ਪਾਲਣਾ ਕਰਦਾ ਹਾ । ਸੰਸਾਰਕ ਜੀਵਨ ਦੇ ਦੁਖ, ਸੁਖ ਨੂੰ ਤੇਰੀ ਬਖਸ਼ਿਸ ਮੰਨ ਕੇ ਧੰਨਵਾਦ ਕਰਦਾ ਹਾ । ਮੇਰਾ ਮਨ ਭਾਣੇ ਵਿੱਚ ਖੁਸ਼ ਰਹਿੰਦਾ ਹੈ । ਤੇਰੀ ਰਹਿਮਤ ਨਾਲ, ਸ਼ਰਣ ਵਿੱਚ ਹੀ ਪਨਾਹ ਬਖਸ਼ਿਸ਼ ਹੋਈ ਹੈ ।

My True Master, I may place any foot on earth with patience and thinking about the essence of Your Word. I may only obey the teachings of Your Word in all my worldly deeds. I believe all my worldly miseries and pleasure are Your Blessings; I remain contented and sing Your glory; with Your mercy and grace, I have been accepted in Your Sanctuary.

ਅੰਤ ਕਾਲਿ ਕੋ ਬੇਲੀ ਨਾਹੀ॥ ਗੁਰਮੁਖਿ ਜਾਤਾ ਤੁਧੁ ਸਾਲਾਹੀ॥ ant kaal ko baylee naahee. gurmukh jaataa tuDh saalaahee.
ਨਾਨਕ ਨਾਮਿ ਰਤੇ ਬੈਰਾਗੀ, ਨਿਜ ਘਰਿ ਤਾੜੀ ਲਾਈ ਹੇ॥੧੬॥੩॥ naanak naam ratay bairaagee nij ghar taarhee laa-ee hay. ||16||3||

ਪ੍ਰਭ, ਤੇਰੇ ਸ਼ਬਦ ਦੀ ਸੋਝੀ ਨਾਲ ਇਹ ਜਾਣਕਾਰੀ ਬਖਸ਼ਿਸ਼ ਹੋਈ ਹੈ । ਅੰਤ ਵੇਲੇ, ਮੌਤ ਵੇਲੇ ਸੰਸਰਕ ਜੀਵ ਕੋਈ ਮਦਦ ਨਹੀਂ ਕਰ ਸਕਦਾ । ਤੇਰੇ ਸ਼ਬਦ ਦੀ ਪਾਲਣਾ, ਉਸਤਤ ਕਰਦਾ ਹੈ । ਮੇਰੇ ਮਨ ਵਿਚੋਂ ਸੰਸਾਰਕ ਮੋਹ ਖਤਮ ਹੋ ਗਿਆ ਹੈ । ਆਪਣੇ ਮਨ ਅੰਦਰ ਹੀ ਤੇਰੀ ਸਮਾਧੀ ਵਿੱਚ ਲੀਨ ਹੋਇਆ ਹਾ ।

The True Master with enlightenment of the essence of Your Word; I have been revealed the secret of Your Nature. In the end, after death, no worldly family, friend, worldly wealth may help to save from the devil of death. I have been singing the glory and obeying the teachings of Your Word; with Your mercy and grace, all my worldly bonds have been eliminated. I remain intoxicated meditating in the void of His Word within my own mind.

Key Message of Raag Maaroo, page 1022-10
'ਸ਼ਬਦ ਦੀ ਸੋਝੀ ਵਿੱਚ ਹੀ ਕੁਦਰਤ ਦਾ ਭੇਦ ਸਮਾਇਆ ਹੈ।
ਜਿਹੜਾ ਸ਼ਬਦ ਨਾਲ ਜੀਵਨ ਢਾਲਦਾ, ਉਸ ਨੂੰ ਧੀਰਜ, ਸੰਤੋਖ ਬਖਸ਼ਿਸ਼ ਹੋ ਜਾਂਦਾ ਹੈ । ਮਾਤਾ ਅਤੇ ਪਿਤਾ ਦੇ ਸੰਜੋਗ ਨਾਲ, ਨਵਾਂ ਜੀਵ ਪੈਦਾ ਹੁੰਦਾ; ਹੁਕਮ ਨਾਲ ਹੀ ਜੀਵ ਦਾ ਜਨਮ ਅਤੇ ਮੌਤ ਹੁੰਦੀ, ਭੇਦ ਦੀ ਸੋਝੀ ਸ਼ਬਦ ਦੀ ਪਾਲਣਾ ਕਰਨ ਨਾਲ ਹੀ ਬਖਸ਼ਦਾ ਹੈ । ਜਿਸ ਦੇ ਮਨ ਵਿੱਚ ਵਿਛੋੜੇ ਦਾ ਵਿਰਾਗ ਘਰ ਕਰ ਜਾਂਦਾ,

ਉਹ ਤਿੰਨਾਂ ਸ੍ਰਿਸ਼ਟੀ ਵਿੱਚ ਹੀ ਸ਼ਬਦ ਦੀ ਸਮਾਧੀ ਵਿੱਚ ਰਹਿੰਦਾ, ਸੰਤੋਖ ਬਖ਼ਸ਼ਿਸ਼ ਹੋ ਜਾਂਦਾ ਹੈ । ਜਿਸ ਦਾ ਹੈਸੀਅਤ ਦਾ ਅਭਿਮਾਨ ਅਤੇ ਅਹੰਕਾਰ ਖਤਮ ਹੋ ਜਾਂਦਾ ਹੈ । ਉਸ ਪ੍ਰਭ ਦੀ ਪਨਾਹ ਬਖਸ਼ਿਸ਼ ਹੋ ਜਾਂਦੀ ਹੈ! ਜੀਭ ਤੇ ਅੰਮ੍ਰਿਤ ਦਾ ਸੋਮਾ ਰਚ ਜਾਂਦਾ, ਆਤਮਾ ਪ੍ਰਭ ਦੀ ਜੋਤ ਵਿੱਚ ਅਭੇਦ ਹੋ ਜਾਂਦੀ ਹੈ ।

Secretes of His Nature remain embedded within enlightenment of His Word.

Whosoever may adopt the teachings of His Word; he may be blessed with patience and contentment. The eggs of mother, with the sperm of father, a new fetus, infinite beauty has been created; both birth and death remain under His Command; Secret of His Nature remains embedded within the teachings of His Word. Whosoever may remain in renunciation in the memory of his separation; he may remain in the void, in three universes; blessed with contentment. Who may conquer his ego of worldly status; he may be accepted in His Sanctuary. His tongue may remain drenched with the nectar of His Word; his soul may be immersed within His Holy Spirit.

27. ਮਾਰੂ ਮਹਲਾ ੧॥ 1023-11

ਆਦਿ ਜੁਗਾਦੀ ਅਪਰ ਅਪਾਰੇ॥ ਆਦਿ ਨਿਰੰਜਨ ਖਸਮ ਹਮਾਰੇ॥ aad jugaadee apar apaaray. aad niranjan khasam hamaaray.
ਸਾਚੇ ਜੋਗ ਜੁਗਤਿ ਵੀਚਾਰੀ, ਸਾਚੇ ਤਾੜੀ ਲਾਈ ਹੇ॥੧॥ saachay jog jugat veechaaree saachay taarhee laa-ee hay. ||1||

ਯੁੱਗਾਂ ਯੁੱਗਾਂ ਤੋਂ ਪ੍ਰਭ ਅੰਤ ਤੋਂ, ਕਿਸ ਨਾਲ ਤੁਲਨਾ ਤੋਂ ਰਹਿਤ ਹੈ । ਕਿਸੇ ਕਸਵਟੀ ਨਾਲ ਪਰਖਿਆ ਨਹੀਂ ਜਾ ਸਕਦਾ । ਮੈਂ ਅਸਲੀ ਮਾਲਕ ਦੇ ਸ਼ਬਦ ਦੀ ਪਾਲਣਾ, ਉਸਤਤ ਕਰਦਾ ਸ਼ਬਦ ਦੀ ਸਮਾਧੀ ਵਿੱਚ ਅਡੋਲ ਰਹਿੰਦਾ ਹਾ ।

From Ancient Ages; The True Master remains beyond any end; His Greatness may not be compared with anyone else. His Nature, greatness may remain beyond any measurable technique known to mankind. My True Master, I am singing the glory and obey the teachings of Your Word with steady and stable belief. I remain intoxicated in the void of Your Word.

ਕੇਤੜਿਆ ਜੁਗ ਧੁੰਧੂਕਾਰੈ॥ ਤਾੜੀ ਲਾਈ ਸਿਰਜਣਹਾਰੈ॥ kayt-rhi-aa jug DhunDhookaarai. taarhee laa-ee sirjanhaarai.
ਸਚੁ ਨਾਮੁ ਸਚੀ ਵਡਿਆਈ, ਸਾਚੈ ਤਖਤਿ ਵਡਾਈ ਹੇ॥੨॥ sach naam sachee vadi-aa-ee saachai takhat vadaa-ee hay. ||2||

ਤੇਰੀ ਰਹਿਮਤ ਅਨੋਖੀ ਹੈ, ਤੇਰਾ ਸ਼ਬਦ, ਤਖਤ, ਅਟਲ ਅਡੋਲ ਹੈ । ਤੂੰ ਆਪ ਹੀ ਸ੍ਰਿਸ਼ਟੀ ਦੇ ਰਚਾਏ ਖੇਲ ਵਿੱਚ ਮਸਤ ਹੈ, ਕੋਈ ਖੇਲ ਨੂੰ ਬਦਲ ਨਹੀਂ ਸਕਦਾ ।

Your Nature, and blessings remains astonishing; Your Word and Your Royal Throne remains true and unchanged forever. You remain embedded within the mystery of the play of Your Creation; no one may be able to alter your course.

ਸਤਜੁਗਿ ਸਤੁ ਸੰਤੋਖੁ ਸਰੀਰਾ॥ ਸਤਿ ਸਤਿ ਵਰਤੈ ਗਹਿਰ ਗੰਭੀਰਾ॥ satjug sat santokh sareeraa. sat sat vartai gahir gambheeraa.
ਸਚਾ ਸਾਹਿਬੁ ਸਚੁ ਪਰਖੈ, ਸਾਚੈ ਹੁਕਮਿ ਚਲਾਈ ਹੇ॥੩॥ sachaa saahib sach parkhai saachai hukam chalaa-ee hay. ||3||

ਸਤਯੁੱਗ ਵਿੱਚ ਜੀਵ ਦਾ ਆਪਣੇ ਮਨ ਤੇ ਕਾਬੂ, ਪ੍ਰਭ ਦੇ ਬਖਸ਼ੇ ਤੇ ਸੰਤੋਖ ਨਾਲ ਭਰਿਆ ਸੀ । ਹਰਇਕ ਜੀਵ ਸ਼ਬਦ ਦੀ ਗੰਭੀਰਤਾ ਨੂੰ ਮਹਿਸੂਸ ਕਰਦਾ, ਉਸ ਵਿੱਚ ਮਸਤ ਰਹਿੰਦਾ ਸੀ । ਪ੍ਰਭ ਹਰਇਕ ਜੀਵ ਦੇ ਕੀਤੇ ਕੰਮ ਨੂੰ ਪਰਖਕੇ ਉਸ ਦੇ ਭਾਗ ਲਿਖਦਾ ਹੈ ।

In the age of **Sat-Jug**, the contentment on blessings were overwhelmed in the mind of His Creation. Everyone may realize the significance of the teachings of His Word; he may remain intoxicated in meditating. My True Master always rewards the earnings of His Word of everyone and prewrites his destiny in the next cycle of his journey.

ਸਤ ਸੰਤੋਖੀ ਸਤਿਗੁਰੁ ਪੂਰਾ॥ ਗੁਰ ਕਾ ਸਬਦੁ ਮਨੇ ਸੋ ਸੂਰਾ॥ sat santokhee satgur pooraa. gur kaa sabad manay so sooraa.
ਸਾਚੀ ਦਰਗਹ ਸਾਚੁ ਨਿਵਾਸਾ, ਮਾਨੈ ਹੁਕਮੁ ਰਜਾਈ ਹੇ॥੪॥ saachee dargeh saach nivaasaa maanai hukam rajaa-ee hay. ||4||

ਪ੍ਰਭ ਸਦਾ ਅਟਲ ਰਹਿਣ ਵਾਲਾ ਸੰਤੋਖ ਦਾ ਦਾਤਾ ਹੈ । ਜਿਹੜਾ ਸ਼ਬਦ ਨਾਲ ਜੀਵਨ ਢਾਲਦਾ ਹੈ, ਉਹ ਹੀ ਸੋਝੀਵਾਨ ਬਣ ਜਾਂਦਾ ਹੈ । ਜਿਹੜਾ ਜੀਵ ਆਪਣਾ ਮਨ, ਤਨ ਸ਼ਬਦ ਦੀ ਪਾਲਣਾ ਵਿੱਚ ਅਡੋਲ ਰਖਦਾ ਹੈ । ਉਹ ਪ੍ਰਭ ਦੇ ਦਰਬਾਰ ਵਿੱਚ ਪ੍ਰਵਾਨ ਹੋ ਜਾਂਦਾ ਹੈ ।

The True Master is an ultimate treasure of contentment. Whosoever may adopt the teachings of His Word with steady and stable belief in his day-to-day life; with His mercy and grace, he may be enlightened with the essence of His Word. He may surrender his mind and body in the service of His Word; with His mercy and grace, he may be accepted in His Sanctuary.

ਸਤਜੁਗਿ ਸਾਚੁ ਕਹੈ ਸਭੁ ਕੋਈ॥ ਸਚਿ ਵਰਤੈ ਸਾਚਾ ਸੋਈ॥ satjug saach kahai sabh ko-ee. sach vartai saachaa so-ee.
ਮਨਿ ਮੁਖਿ ਸਾਚੁ ਭਰਮ ਭਉ ਭੰਜਨੁ, man mukh saach bharam bha-o bhanjan
ਗੁਰਮੁਖਿ ਸਾਚੁ ਸਖਾਈ ਹੇ॥੫॥ gurmukh saach sakhaa-ee hay. ||5||

ਸਤਯੁੱਗ ਵਿੱਚ ਹਰਇਕ ਜੀਵ ਪ੍ਰਭ ਦੇ ਸ਼ਬਦ ਅਨੁਸਾਰ ਹੀ ਬੋਲਦਾ ਸੀ । ਪ੍ਰਭ ਹਰਇਕ ਥਾਂ, ਹਰਇਕ ਜੀਵ ਵਿੱਚ ਆਪ ਹੀ ਵਾਪਰਦਾ ਹੈ । ਸ਼ਬਦ ਦੀ ਪਾਲਣਾ ਕਰਨ ਨਾਲ ਮਨ ਦੇ ਭਰਮ ਦੂਰ ਹੋ ਜਾਂਦੇ ਹਨ । ਸ਼ਬਦ ਦੀ ਕਮਾਈ ਹੀ ਜੀਵ ਦੇ ਨਾਲ ਮੌਤ ਪਿਛੋਂ ਸਾਥ ਦੇਂਦੀ ਹੈ ।

In the Age of **Sat-Jug**! Everyone may only speak as per the teachings of His Word. The Omnipresent True Master prevails everywhere and within every creature. Whosoever may obey the teachings of His Word with steady and stable belief; with His mercy and grace, all his religious suspicions may be eliminated. Only the earnings of His Word may remain his true companion after death in His Court.

ਤ੍ਰੇਤੈ ਧਰਮ ਕਲਾ ਇਕ ਚੂਕੀ॥ taraytai Dharam kalaa ik chookee.
ਤੀਨਿ ਚਰਣ ਇਕ ਦੁਬਿਧਾ ਸੂਕੀ॥ teen charan ik dubiDhaa sookee.
ਗੁਰਮੁਖਿ ਹੋਵੈ ਸੁ ਸਾਚੁ ਵਖਾਣੈ, ਮਨਮੁਖਿ ਪਚੈ ਅਵਾਈ ਹੇ॥੬॥ gurmukh hovai so saach vakhaanai manmukh pachai avaa-ee hay. ||6||

ਤ੍ਰਤੇ ਯੁੱਗ ਵਿੱਚ, ਚਾਰ ਪਦਾਰਥਾਂ ਵਿਚੋਂ ਇਕ ਪਦਾਰਥ ਗਵਾਚ ਗਿਆ । ਜੀਵ ਦੇ ਮਨ ਵਿੱਚ ਮਾਨਸ ਜਨਮ ਦੇ ਤਿੰਨਾਂ ਮੰਤਵਾਂ, **ਮਨ ਵਿਚੋਂ ਸੁਰਤੀ – ਅਹੰਕਾਰ ਵਿੱਚ ਬਦਲ ਗਈ!** ਭਰਮਾਂ, ਵਿੱਚ ਪੈ ਕੇ ਜੀਵ ਦੇ ਮਨ ਵਿਚੋਂ **ਪ੍ਰਭ ਦੇ ਵਿਛੋੜੇ ਦਾ ਡਰ** ਖਤਮ ਹੋ ਗਿਆ । ਜੀਵ ਪ੍ਰਭ ਨੂੰ ਬਹੁਤ ਦੂਰ ਸਮਝਣ ਲਗ ਪਿਆ । ਇਸ ਵਿੱਚ ਵੀ ਗੁਰਮਖ ਜੀਵ ਸ਼ਬਦ ਨਾਲ ਜੀਵਨ ਬਤੀਤ ਕਰਦਾ ਸੀ । ਜਿਹੜਾ ਮਨਮੁਖ ਮਨਮਰਜ਼ੀ ਕਰਦਾ, ਉਹ ਮਾਨਸ ਜਨਮ ਬਿਰਥਾ ਹੀ ਗਵਾ ਜਾਂਦਾ ਸੀ ।

In the Age of **Tarayta;** human lost one principle of salvation; he remains intoxicated with religious suspicions. In his worldly life, he left with three virtues. He remains intoxicated in religious rituals; **renunciation transferred to ego, fear of separation from His Holy Spirit disappeared,** from his day-to-day life. He considers The True Master far away, out of his reach. His true devotee remains on the right path; he may adopt the teachings of His Word in his day-to-day life. Self-minded may remain intoxicated with demons of his worldly desires; he may waste his ambrosial human life opportunity.

ਗੁਰੂ ਨਾਨਕ ਦੇਵ ਜੀ! – Guru Nanak Dev Ji! Guru Granth Sahib

ਮਨਮੁਖਿ ਕਦੇ ਨ ਦਰਗਹ ਸੀਝੈ॥ ਬਿਨੁ ਸਬਦੈ ਕਿਉ ਅੰਤਰੁ ਰੀਝੈ॥ manmukh kaday na dargeh seejhai. bin sabdai ki-o antar reejhai.
ਬਾਧੇ ਆਵਹਿ ਬਾਧੇ ਜਾਵਹਿ, ਸੋਝੀ ਬੂਝ ਨ ਕਾਈ ਹੇ॥੭॥ baaDhay aavahi baaDhay jaaveh sojhee boojh na kaa-ee hay. ||7||

ਮਨਮੁਖ ਜੀਵ ਕਦੇ ਪ੍ਰਭ ਦੇ ਦਰਬਾਰ ਵਿੱਚ ਪ੍ਰਵਾਨ ਨਹੀਂ ਹੁੰਦਾ । ਸ਼ਬਦ ਦੀ ਪਾਲਣਾ ਕਰਨ ਬਿਨਾਂ ਕਿਵੇਂ ਰਹਿਮਤ ਪਾ ਸਕਦਾ ਹੈ? ਉਹ ਸੰਸਾਰਕ ਇਛਾਂ ਦੇ ਬੰਧਨ ਵਿੱਚ ਆਉਂਦਾ, ਇਛਾਂ ਦੀ ਅੱਗ ਵਿੱਚ ਹੀ ਜਲ ਜਾਂਦਾ ਹੈ । ਉਸ ਨੂੰ ਸ਼ਬਦ ਦੀ ਸੋਝੀ ਨਹੀਂ ਹੁੰਦੀ ।

Self-minded may never be blessed with right path of acceptance in His Court. How may he be accepted in His Court without obeying the teachings of His Word? He takes birth with worldly bonds and destroyed with worldly desires. He may never be blessed with the enlightenment of His Word.

ਦਇਆ ਦੁਆਪੁਰਿ ਅਧੀ ਹੋਈ॥ ਗੁਰਮੁਖਿ ਵਿਰਲਾ ਚੀਨੈ ਕੋਈ॥ da-i-aa du-aapur aDhee ho-ee. gurmukh virlaa cheenai ko-ee.
ਦੁਇ ਪਗ ਧਰਮੁ ਧਰੇ ਧਰਣੀਧਰ, du-ay pag Dharam Dharay DharneeDhar
ਗੁਰਮੁਖਿ ਸਾਚੁ ਤਿਥਾਈ ਹੇ॥੮॥ gurmukh saach tithaa-ee hay. ||8||

ਦੁਆਪੁਰਿ ਯੁੱਗ ਵਿੱਚ ਪ੍ਰਭ ਦੀ ਰਹਿਮਤ ਵਾਲਾ ਪਦਾਰਥ ਅੱਧਾ ਹੋ ਗਿਆ । ਸ੍ਰਿਸ਼ਟੀ ਤੇ ਕ੍ਰੋਪੀ ਵਰਤ ਗਈ । ਸ਼ਬਦ ਦੀ ਪਾਲਣਾ – ਗੁਰੂ, ਰੀਵਾਜ ਵਿੱਚ ਬਦਲ ਗਈ! ਪ੍ਰਭ ਨੂੰ ਮਿਲਣ ਲਈ ਸੰਸਾਰਕ ਗੁਰੂ ਦੀ ਲੋੜ ਮਹਿਸੂਸ ਹੋਣ ਲਗ ਪਈ । ਮਨ ਦਾ ਇਕ ਪ੍ਰਭ ਤੇ ਵਿਸ਼ਵਾਸ, ਭਰੋਸਾ ਡੋਲਣ ਲਗ ਪਿਆ । ਜੀਵ ਭਰਮਾਂ ਵਿੱਚ ਪੈ ਗਿਆ । ਉਸ ਨੂੰ ਸੋਝੀ ਸੀ! ਕਿ ਸੰਸਾਰਕ ਜੀਵ, ਗੁਰੂ ਪ੍ਰਭ ਦਾ ਰੂਪ ਨਹੀਂ ਹੈ । ਫਿਰ ਵੀ ਸੰਸਾਰਕ ਗੁਰੂ ਨੂੰ ਵਿਚੋਲਾ ਮੰਨਦਾ ਸੀ । ਹੁਣ ਜੀਵ ਦੇ ਜੀਵਨ ਦੇ 2 ਨਿਯਮ ਹੀ ਬਣ ਗਏ । ਧਰਮ ਦਾ ਵਿਸ਼ਵਾਸ, ਧਰਤੀ ਤੇ ਜੀਵਾਂ ਦਾ ਆਸਰਾ ਸੀ । ਉਸ ਦੇ ਕੇਵਲ ਦੋਂ ਪੈਰ ਹੀ ਬਚੇ । ਇਸ ਦੀ ਸੋਝੀ ਗੁਰਮਖ ਨੂੰ ਸ਼ਬਦ ਦੀ ਪਾਲਣਾ ਕਰਨ ਨਾਲ ਬਖਸ਼ਿਸ਼ ਹੁੰਦੀ ਹੈ ।

Du-aapur Age! From the mind of human, two virtues disappeared; the principles to become worthy of His Consideration remain half in his human life journey. His belief on The One and Only One, True Master does not remain steady and stable. Worldly suspicions and rituals created by worldly guru become dominating in his mind in his day-to-day life; worldly **religion was born**. He realizes that worldly guru may not be a symbol of God; even then he believes that worldly guru may remove the curtain of his soul from His Holy Spirit. Faith in religious principles, ritual remains the pillar of support for human. Now the platform of contentment, salvation left with only two legs. Whosoever may obey the teachings of His Word; with His mercy and grace, he may be enlightened with the state of mind of His Creation.

ਰਾਜੇ ਧਰਮੁ ਕਰਹਿ ਪਰਥਾਏ॥ ਆਸਾ ਬੰਧੇ ਦਾਨੁ ਕਰਾਏ॥ raajay Dharam karahi parthaa-ay. aasaa banDhay daan karaa-ay.
ਰਾਮ ਨਾਮ ਬਿਨੁ ਮੁਕਤਿ ਨ ਹੋਈ, ਥਾਕੇ ਕਰਮ ਕਮਾਈ ਹੇ॥੯॥ raam naam bin mukat na ho-ee thaakay karam kamaa-ee hay. ||9||

ਸੰਸਾਰ ਵਿੱਚ ਜੀਵ ਕੇਵਲ ਆਪਣੇ ਲਾਭ ਨਾਲ ਹੀ ਇਨਸਾਫ ਕਰ ਲਗ ਪਏ । ਰਹਿਮਤਾਂ ਪਾਉਣ ਲਈ ਪੁੰਨ ਦਾਨ ਨੂੰ ਜ਼ਿਆਦਾ ਮਹੱਤਤਾ ਦੇਣ ਲਗ ਪਏ । ਸ਼ਬਦ ਦੀ ਪਾਲਣਾ, ਪ੍ਰਭ ਦੀ ਰਹਿਮਤ ਤੋਂ ਬਿਨਾਂ ਮੁਕਤੀ ਬਖਸ਼ਿਸ਼ ਨਹੀਂ ਹੁੰਦੀ । ਜੀਵ ਧਰਮ ਦੇ ਰੀਤ ਰੀਵਾਜ ਕਰਦੇ ਬੇਚੈਨ ਹੋ ਗਏ, ਕਿਸੇ ਨੂੰ ਮੁਕਤੀ ਬਖਸ਼ਿਸ਼ ਨਹੀਂ ਹੁੰਦੀ । ਸੰਸਾਰ ਵਿੱਚ ਚੰਗੇ ਕੰਮਾਂ ਨੂੰ ਜ਼ੋਰ ਦਿੱਤਾ ਗਿਆ ।

Worldly kings, judges may only provide justice with his own worldly benefit. Human started giving more significance to charity to please The True Master. However, without obeying the teachings of His Word; no one may ever be blessed with the right path of acceptance in His Court. Human remain frustrated performing religious rituals and no one were blessed with salvation, acceptance in His Court. Worldly good deeds were considered the right path of acceptance in His Court.

ਕਰਮ ਧਰਮ ਕਰਿ ਮੁਕਤਿ ਮੰਗਾਹੀ॥ karam Dharam kar mukat mangaa-ee.
ਮੁਕਤਿ ਪਦਾਰਥੁ ਸਬਦਿ ਸਲਾਹੀ॥ mukat padaarath sabad salaahee.
ਬਿਨੁ ਗੁਰ ਸਬਦੈ ਮੁਕਤਿ ਨ ਹੋਈ, bin gur sabdai mukat na ho-ee
ਪਰਪੰਚੁ ਕਰਿ ਭਰਮਾਈ ਹੇ॥੧੦॥ parpanch kar bharmaa-ee hay. ||10||

ਧਰਮ ਦੇ ਗਿਆਨੀ, ਧਰਮ ਦੇ ਰੀਤ ਰੀਵਜ ਨੂੰ ਮੁਕਤੀ ਦਾ ਰਸਤਾ ਮੰਨਣ ਲਗ ਪਏ । ਦਰਬਾਰ ਵਿੱਚ ਪ੍ਰਵਾਨਗੀ ਕੇਵਲ ਸ਼ਬਦ ਦੀ ਪਾਲਣਾ ਕਰਨ ਨਾਲ ਹੀ ਬਖਸ਼ਿਸ਼ ਹੁੰਦੀ ਹੈ । ਜੀਵ ਸ਼ਬਦ ਨਾਲ ਜੀਵਨ ਢਾਲਣ ਤੋਂ ਬਿਨਾਂ ਪ੍ਰਵਾਨ ਨਹੀਂ ਹੋ ਸਕਦਾ । ਜੀਵ ਪਖੰਡੀਆਂ ਦੇ ਮਗਰ ਲਗਕੇ ਦਿਵਾਨੇ, ਪਾਗਲ ਹੋਏ ਰਹਿੰਦੇ ਹਨ ।

Religious saints, gurus started preaching the **religious rituals as the right path of acceptance** in His Court. However, only by obeying the teachings of His Word with steady and stable belief; with His mercy and grace, his soul may be sanctified to become worthy of His Consideration. No one may ever be accepted in His Court without adopting the teachings of His Word. Human becomes insane following religious rituals and worldly prophets, gurus.

ਮਾਇਆ, ਮਮਤਾ ਛੋਡੀ ਨ ਜਾਈ॥ maa-i-aa mamtaa chhodee na jaa-ee.
ਸੇ ਛੂਟੇ ਸਚੁ ਕਾਰ ਕਮਾਈ॥ ay chhootay sach kaar kamaa-ee.
ਅਹਿਨਿਸਿ ਭਗਤਿ ਰਤੇ ਵੀਚਾਰੀ, ahinis bhagat ratay veechaaree
ਠਾਕੁਰ ਸਿਉ ਬਣਿ ਆਈ ਹੇ॥੧੧॥ thaakur si-o ban aa-ee hay. ||11||

ਸੰਸਾਰਕ ਜੀਵ ਮੋਹ ਅਤੇ ਮਾਇਆ ਨੂੰ ਤਿਆਗ ਨਹੀਂ ਸਕਦਾ । ਕੇਵਲ ਸ਼ਬਦ ਨਾਲ ਜੀਵਨ ਢਾਲਣ ਨਾਲ ਹੀ ਸੰਸਾਰਕ ਮਾਇਆ ਨੂੰ ਤਿਆਗ ਸਕਦਾ ਹੈ । ਜਿਹੜਾ ਦਿਨ ਰਾਤ ਪ੍ਰਭ ਦੇ ਸ਼ਬਦ ਦੀ ਪਾਲਣਾ ਵਿੱਚ ਲੀਨ ਰਹਿੰਦਾ ਹੈ । ਉਹ ਪ੍ਰਭ ਦਾ ਰੂਪ ਹੀ ਬਣ ਜਾਂਦਾ ਹੈ ।

Human may never renounce worldly bonds and attachment to worldly wealth. Whosoever may adopt the teachings of His Word with steady and stable belief; with His mercy and grace, he may conquer his demons of worldly wealth. Whosoever may remain intoxicated in obeying the teachings of His Word; with His mercy and grace, he may become a symbol of The True Master; the essence of His Word.

ਇਕਿ ਜਪ ਤਪ ਕਰਿ ਕਰਿ ਤੀਰਥ ਨਾਵਹਿ॥ ik jap tap kar kar tirath naaveh.
ਜਿਉ ਤੁਧੁ ਭਾਵੈ ਤਿਵੈ ਚਲਾਵਹਿ॥ ji-o tuDh bhaavai tivai chalaaveh.
ਹਠਿ ਨਿਗ੍ਰਹਿ ਅਪਤੀਜੁ ਨ ਭੀਜੈ, hath nigrahi apteej na bheejai
ਬਿਨੁ ਹਰਿ ਗੁਰ ਕਿਨਿ ਪਤਿ ਪਾਈ ਹੇ॥੧੨॥ bin har gur kin pat paa-ee hay. ||12||

ਗੁਰੂ ਨਾਨਕ ਦੇਵ ਜੀ! – Guru Nanak Dev Ji! Guru Granth Sahib

ਕਈ ਜੀਵ ਜਪ, ਤਪ ਕਰਦੇ, ਕਠਨ ਬੰਦਗੀ ਕਰਦੇ, ਤੀਰਥ ਇਸ਼ਨਾਨ ਕਰਦੇ ਹਨ । ਉਸਤਰ੍ਹਾਂ ਹੀ ਚਲਦੇ ਹਨ ਜਿਵੇਂ ਤੈਨੂੰ ਭਾਉਂਦਾ ਹੈ । ਜਿਹੜਾ ਮਨ ਨੂੰ ਸੰਸਾਰਕ ਇਛਾਂ ਤੋਂ ਵਾਂਝੇ ਰਖਕੇ, ਦਿੜ੍ਰਤਾ ਨਾਲ ਮਨ ਤੇ ਕਾਬੂ ਪਾਉਂਦਾ ਹੈ । ਉਸ ਦੀ ਬੰਦਗੀ, ਪ੍ਰਭ ਦੇ ਦਰਬਾਰ ਵਿੱਚ ਪ੍ਰਵਾਨ ਨਹੀਂ ਹੁੰਦੀ । ਕੇਵਲ ਸ਼ਬਦ ਨਾਲ ਜੀਵਨ ਨੂੰ ਢਾਲਣ ਨਾਲ ਹੀ ਪ੍ਰਵਾਨਗੀ ਬਖਸ਼ਿਸ਼ ਹੁੰਦੀ ਹੈ ।

Many worldly saints, devotees follow very rigid discipline in meditation; worships at Holy Shrine and take sanctifying bath. They may perform all deeds that may be as per His Word. They may deprive their mind and body from worldly pleasures and meditate with determination to control his own mind. However, he may not be blessed with the right path, with his meditation with own determination, depriving his mind from worldly comforts. Whosoever may adopt the teachings of His Word with steady and stable belief; with His mercy and grace, only he may be accepted in His Court.

ਕਲੀ ਕਾਲ ਮਹਿ ਇਕ ਕਲ ਰਾਖੀ॥ kalee kaal meh ik kal raakhee.
ਬਿਨੁ ਗੁਰ ਪੂਰੇ ਕਿਨੈ ਨ ਭਾਖੀ॥ bin gur pooray kinai na bhaakhee.
ਮਨਮੁਖਿ ਕੂੜੁ ਵਰਤੈ ਵਰਤਾਰਾ, manmukh koorh vartai vartaaraa
ਬਿਨੁ ਸਤਿਗੁਰ ਭਰਮੁ ਨ ਜਾਈ ਹੇ॥੧੩॥ bin satgur bharam na jaa-ee hay. ||13||

ਕਲਯੁਗ ਵਿੱਚ ਸੰਸਾਰ ਵਿੱਚ ਇਕ ਪਦਾਰਥ, ਇਕ ਪੈਰ ਹੀ ਬਚਿਆ । ਇਸ ਦਾ ਵਖਿਆਣ ਪੂਰਨ ਗੁਰੂ ਤੋਂ ਬਿਨਾਂ ਹੋਰ ਕੋਈ ਨਹੀਂ ਕਰ ਸਕਦਾ । ਸੰਸਾਰ ਵਿੱਚ ਮਨਮੁਖ ਜੀਵਾਂ ਦਾ ਜ਼ੋਰ ਹੋ ਗਿਆ । ਸੰਸਾਰਕ ਧਰਮਾ ਨੇ **ਸ਼ਬਦ ਦੀ ਸੋਝੀ ਨੂੰ ਅੱਖਰਾ ਦੇ ਗਿਆਨ ਵਿੱਚ ਬਦਲ ਦਿੱਤਾ!** ਧਰਮ ਦਾ ਆਸਰਾ ਲੈ ਕੇ ਅਣਜਾਣਤਾ, ਫਰੇਬ ਦਾ ਪ੍ਰਚਾਰ ਕਰਨ ਲਗ ਪਏ । ਪੂਰਨ ਗੁਰੂ ਤੋਂ ਬਿਨਾਂ ਕੋਈ ਜੀਵ ਨੂੰ ਸਿੱਧੇ ਰਸਤੇ ਤੇ ਨਹੀਂ ਪਾ ਸਕਦਾ । ਭਰਮ ਦੂਰ ਨਹੀਂ ਕਰ ਸਕਦਾ ।

In the Age of Kul-Jug for the real purpose of human life opportunity; one virtue left in the mind of His Creation. Without, The True Guru, no one else may be blessed to explain His Virtue. The universe became dominated with self-minded. Worldly saints, preachers, transferred the significance of **Enlightenment of His Word** to knowledge of Gurbani; used the aid of name of religion, started preaching deceptive, false path of acceptance in His Court. Without, True Guru, Master no one else may guide His Creation on the right path of acceptance in His Court. The suspicions of mind of His Creation may never be eliminated.

ਸਤਿਗੁਰੁ ਵੇਪਰਵਾਹੁ ਸਿਰੰਦਾ॥ ਨਾ ਜਮ ਕਾਣਿ ਨ ਛੰਦਾ ਬੰਦਾ॥ satgur vayparvaahu sirandaa. naa jam kaan na chhandaa bandaa.
ਜੋ ਤਿਸੁ ਸੇਵੇ ਸੋ ਅਬਿਨਾਸੀ, ਨਾ ਤਿਸੁ ਕਾਲੁ ਸੰਤਾਈ ਹੇ॥੧੪॥ jo tis sayvay so abhinaasee naa tis kaal santaa-ee hay. ||14||

ਕੇਵਲ ਪ੍ਰਭ ਹੀ ਪੂਰਨ ਗੁਰੂ, ਮਰਜ਼ੀ ਦਾ ਮਾਲਕ, ਅਡੋਲ, ਬੇਪ੍ਰਵਾਹ ਹੈ । ਉਹ ਹੀ ਸਦਾ ਅਟਲ ਰਹਿਣ ਵਾਲਾ, ਮੌਤ ਦੇ ਵੱਸ ਵਿੱਚ ਨਹੀਂ ਹੈ । ਓਹ ਆਪਣੇ ਕਿਸੇ ਕਰਤਬ ਕਰਨ ਲਈ ਸੰਸਾਰਕ ਜੀਵ ਤੇ ਨਿਰਭਰ ਨਹੀਂ ਹੁੰਦਾ । ਜਿਹੜਾ ਪ੍ਰਭ ਦੇ ਸ਼ਬਦ ਨਾਲ ਜੀਵਨ ਢਾਲਦਾ ਹੈ । ਉਸ ਦਾ ਰੂਪ ਹੀ ਬਣ ਜਾਂਦਾ ਹੈ, ਉਸ ਨੂੰ ਮੌਤ ਛੋਹ ਨਹੀਂ ਸਕਦੀ ।

The One and Only One, God, True Guru, Master; self-minded remains unchanged, true and in blossom forever. He remains beyond any cycle of birth and death. He may never depend on anyone to perform any of His Events, Miracles. Whosoever may adopt the teachings of His Word with steady and stable belief; with His mercy and grace, he may become a symbol of The True Master, His Teachings.

ਗੁਰ ਮਹਿ ਆਪੁ ਰਖਿਆ ਕਰਤਾਰੇ॥ ਗੁਰਮੁਖਿ ਕੋਟਿ ਅਸੰਖ ਉਧਾਰੇ॥ gur meh aap rakhi-aa kartaaray. gurmukh kot asaNkh uDhaaray.
ਸਰਬ ਜੀਆ ਜਗਜੀਵਨੁ ਦਾਤਾ, ਨਿਰਭਉ ਮੈਲੁ ਨ ਕਾਈ ਹੇ॥੧੫॥ sarab jee-aa jagjeevan daataa nirbha-o mail na kaa-ee hay. ||15||

ਗੁਰਮਖ ਜੀਵ ਸ਼ਬਦ ਨਾਲ ਜੀਵਨ ਢਾਲਦਾ ਹੈ । ਕਈ ਜੀਵਾਂ ਨੂੰ ਇਸ ਰਸਤੇ ਤੇ ਪਾ ਕੇ, ਪ੍ਰਵਾਨ ਕਰਾ ਜਾਂਦੇ ਹਨ । ਸ੍ਰਿਸ਼ਟੀ ਦੇ ਸਾਰੇ ਜੀਵ ਨੂੰ ਜੀਵਨ ਬਖਸ਼ਣ ਵਾਲਾ ਇਕੋ ਇਕ, ਪ੍ਰਭ, ਅਸਲੀ ਮਾਲਕ, ਦਾਤਾ ਹੈ । ਉਸ ਨੂੰ ਕੋਈ ਡਰ ਨਹੀਂ, ਕੋਈ ਦਾਗ਼ ਨਹੀਂ ।

His true devotee always adopts the teachings of His Word. Many may be inspired with His way of life to adopt the teachings of His Word; he may become worthy of His Consideration. The True Master may bestow His Virtues on His true devotee. The True Master may not have any fear nor any blemish of worldly desires.

ਸਗਲੇ ਜਾਚਹਿ ਗੁਰ ਭੰਡਾਰੀ॥ ਆਪਿ ਨਿਰੰਜਨੁ ਅਲਖ ਅਪਾਰੀ॥ saglay jaacheh gur bhandaaree. aap niranjan alakh apaaree.
ਨਾਨਕੁ ਸਾਚੁ ਕਹੈ ਪ੍ਰਭ ਜਾਚੈ, naanak saach kahai parabh jaachai
ਮੈ ਦੀਜੈ ਸਾਚੁ ਰਜਾਈ ਹੇ॥੧੬॥੪॥ mai deejai saach rajaa-ee hay. ||16||4||

ਪ੍ਰਭ ਆਪਣੀ ਕਰਮਾਤ ਆਪਣੇ ਸ਼ਬਦ ਦੀ ਪਾਲਣਾ ਵਿੱਚ ਹੀ ਰਖਦਾ ਹੈ । ਸਾਰੀ ਸ੍ਰਿਸ਼ਟੀ ਹੀ ਉਸ ਤੋਂ ਦਾਤਾਂ ਦੇ ਭੰਡਾਰ ਮੰਗਦੀ ਹੈ । ਉਹ ਆਪ ਆਪਣੇ ਵਿਚੋਂ ਹੀ ਉਤਪੰਨ ਹੁੰਦਾ ਹੈ । ਉਹ ਜੀਵ ਦੀ ਜਾਣਕਾਰੀ, ਪਹੁੰਚ, ਕਿਸੇ ਤਰ੍ਹਾਂ ਦੇ ਅੰਤ ਤੋਂ ਰਹਿਤ ਹੈ । ਜੀਵ ਉਸ ਅੱਗੇ ਅਰਦਾਸ ਕਰੋ! ਉਸ ਦੇ ਸ਼ਬਦ ਦੀ ਸੋਝੀ, ਪਾਲਣਾ ਕਰਨ ਦੀ ਰਹਿਮਤ ਮੰਗੋ ।

All the miracles and blessings remain embedded within obeying the teachings of His Word. The whole universe may be praying and begging treasures of His Virtues. The True Master, His Holy Spirit may appear from within. He remains beyond reach, any limits, boundary nor end. You should always pray for His Forgiveness and Refuge; the enlightenment of the essence of His Word.

Path of Shiv- His Word			
Arath	Adopt His Word in life.	Obey His Word	Devotion and concentration of His Word.
Dharam	Self- ethics; Surrender self-entity!	Renunciation	Renunciation, separation from His Holy Spirit.
Kaam	Conquer sexual urge for stranger!	Enlightenment	Enlightenment of the essence of His Word;
Salvation	Hope for Salvation!	Salvation	Soul entity eliminated- Khalsa

Four Ages- Yuga - Four unique Principles of Meditation			
ਸਤਜੁਗ - Sat Yuga	**ਤ੍ਰੇਤਾ ਜੁਗ - Traytaa Yuga**	**ਦੁਆਪਰ ਜੁਗ - Du-aapur**	**ਕੱਲਯੁਗ – Kul Jug**
ਸੰਤ ਅਵਸਥਾ **Shiv -His Word**	**ਰਜ ਗੁਣ; Raajas** **Shakti-1; ਮਾਇਆ 1**	**ਸਤ ਗੁਣ; Satvas:** **Shakti-2; ਮਾਇਆ 2**	**ਤਮ ਗੁਣ; Taamas:** **Shakti-3; ਮਾਇਆ 3**
ਸੁਰਤੀ–ਸ਼ਬਦ ਵਿੱਚ ਧਿਆਨ! **Concentration! His Word.**	**ਮਨ ਵਿਚੋਂ ਸੁਰਤੀ – ਅਹੰਕਾਰ** **Concentration to Ego!**		
ਭਰੋਸਾ, ਸ਼ਬਦ ਦੀ ਪਾਲਣਾ! **Obey His Word -Belief**		**ਸ਼ਬਦ ਦੀ ਪਾਲਣਾ – ਗੁਰੂ, ਰੀਵਾਜ** **Obey His Word – Guru**	
ਸ਼ਬਦ ਦੀ ਸੋਝੀ! ਵਿਛੋੜੇ ਦਾ ਡਰ! **Enlightenment** **Renunciation**			**ਸ਼ਬਦ ਦੀ ਸੋਝੀ– ਗਿਆਨ** **Enlightenment to knowledge of Gurbani!**
ਮੁਕਤੀ ਦੀ ਆਸ! **Hope for salvation!**			
ਚਾਰੇ ਜੁਗਾਂ ਵਿੱਚ! ਜੀਵ ਨੂੰ ਸ਼ਬਦ ਦੀ ਪਾਲਣਾ ਕਰਦੇ, ਪੂਰਨ ਗੁਰੂ, ਸ਼ਬਦ ਦੀ ਸੋਝੀ ਹੋ ਜਾਂਦੀ ਹੈ! ਪ੍ਰਭ ਦੀ ਜੋਤ ਮਨ ਵਿੱਚ ਜਾਗਰਤ ਹੋ ਜਾਂਦੀ ਹੈ! **All Yuga**: Adopting His Word, Enlightenment; Salvation may be blessed.			

How to Conquer Worldly Wealth – ਸੰਸਾਰਕ ਮਾਇਆ ਤੇ ਜਿੱਤ!			
ਸੰਤ ਅਵਸਥਾ – Shiv	**ਸੰਸਾਰਕ ਮਾਇਆ – Shakti**		
ਸ਼ਬਦ –Shiv -His Word	**ਰਜ ਗੁਣ;** Raajas	**ਸਤ ਗੁਣ;** Satvas:	**ਤਮ ਗੁਣ;** Taamas:
ਸੁਰਤੀ–ਸ਼ਬਦ ਵਿੱਚ ਧਿਆਨ! Concentration! His Word.	Mind concentration	Purity, of mind!	Mind Awareness
ਭਰੋਸਾ, ਸ਼ਬਦ ਦੀ ਪਾਲਣਾ! Obey His Word -Belief	The quality of energy and activity!	The quality of purity and light!	The quality of Darkness and inertia!
ਸ਼ਬਦ ਦੀ ਸੋਝੀ! ਵਿਛੋੜੇ ਦਾ ਡਰ! Enlightenment-Renunciation	**ਧਰਮ**; Dharam:	**ਅਰਥ**; Arath	**ਕਾਮ**; Kaam:
ਮੁਕਤੀ ਦੀ ਆਸ! Hope for salvation!	Self-discipline, ethics Conquer selfishness!	Adopt His Word in life.	Conquer sexual urge for strange woman:

- Sat-Jug! Everybody was obeying four disciplines in his life; however, very rare may adopt and stay the path.
- In four Ages: Whosoever may remain steady and stable on the path of Shiv principles; he may be enlightened and blessed with the right path salvation.
- Renunciation of separation from His Holy Spirit leads to His Sanctuary!

Key Message of Raag Maaroo, page 1023-11

'ਪ੍ਰਵਾਨਗੀ ਦੀ ਪੌੜੀ!

ਸ੍ਰਿਸ਼ਟੀ ਦੇ ਸਾਰੇ ਜੀਵ ਨੂੰ ਜੀਵਨ ਬਖਸ਼ਣ ਵਾਲਾ ਇਕੋ ਇਕ, ਪ੍ਰਭ, ਅਸਲੀ ਮਾਲਕ, ਦਾਤਾ ਹੈ । ਉਹ ਆਪ ਆਪਣੇ ਵਿਚੋਂ ਹੀ ਉਤਪੰਨ ਹੁੰਦਾ ਹੈ । ਯੁੱਗਾਂ ਯੁੱਗਾਂ ਤੋਂ ਪ੍ਰਭ, ਅੰਤ ਤੋਂ ਕਿਸ ਨਾਲ ਤੁਲਨਾ ਤੋਂ ਰਹਿਤ ਹੈ । ਪ੍ਰਭ ਦਾ ਭਾਣਾ, ਸ੍ਰਿਸ਼ਟੀ ਦਾ ਖੇਲ ਅਟਲ ਅਡੋਲ, ਨਾ ਬਦਲੇ ਜਾਣ ਵਾਲਾ ਹੈ । ਸਤਯੁੱਗ ਵਿੱਚ ਜੀਵ ਪ੍ਰਭ ਦੇ ਬਖਸ਼ੇ ਤੇ ਸੰਤੋਖ ਰਖਦਾ, ਹਰਇਕ ਸ਼ਬਦ ਦੀ ਗ਼ਬੀਰਤਾ ਨੂੰ ਮਹਿਸੂਸ ਕਰਦਾ, ਮਸਤ ਰਹਿੰਦਾ ਸੀ । ਸਤਯੁੱਗ ਵਿੱਚ ਹਰਇਕ ਜੀਵ ਸ਼ਬਦ ਦੀ ਕਮਾਈ ਕਰਦਾ, ਮੌਤ ਪਿਛੋਂ ਸਾਥ ਦੇਂਦੀ ਹੈ । ਤ੍ਰਤੈ ਯੁੱਗ ਵਿੱਚ, ਚਾਰ ਪਦਾਰਥਾ ਵਿਚੋਂ ਇਕ ਪਦਾਰਥ ਗਵਾਚ ਗਿਆ । ਪ੍ਰਭ ਦੇ **ਵਿਛੋੜੇ ਦਾ ਡਰ ਖਤਮ** ਹੋ ਗਿਆ । ਉਹ ਸੰਸਾਰਕ ਇਛਾਂ ਦੇ **ਬੰਧਨ ਵਿੱਚ ਫਸ ਗਿਆ!** ਸੰਸਾਰਕ ਗੁਰੂ ਨੂੰ ਵਿਚੋਲਾ ਮੰਨਦਾ ਸੀ । ਰਹਿਮਤਾਂ ਪਾਉਣ ਲਈ ਪੁੰਨ ਦਾਨ ਨੂੰ ਜ਼ਿਆਦਾ ਮਹੱਤਤਾ ਦੇਣ ਲਗ ਪਏ । ਧਰਮ ਦੇ ਗਿਆਨੀ, ਧਰਮ ਦੇ ਰੀਤ ਰੀਵਜ ਨੂੰ ਮੁਕਤੀ ਦਾ ਰਸਤਾ ਮੰਨਣ ਲਗ ਪਏ । ਜਿਹੜਾ ਮੋਹ ਅਤੇ ਮਾਇਆ ਨੂੰ ਤਿਆਗ ਦੇਂਦਾ, ਉਹ ਪ੍ਰਭ ਦਾ ਰੂਪ ਹੀ ਬਣ ਜਾਂਦਾ ਹੈ । ਕਲਯੁਗ ਵਿੱਚ ਸੰਸਾਰ ਵਿੱਚ ਇਕ ਪਦਾਰਥ, ਹੀ ਬਚਿਆ । ਕੇਵਲ ਪੂਰਨ ਗੁਰੂ, ਸ਼ਬਦ ਦੀ ਪਾਲਣਾ ਨਾਲ ਹੀ ਸਿੱਧਾ ਰਸਤੇ ਬਖਸ਼ਿਸ਼ ਹੁੰਦਾ ਹੈ । ਜਿਹੜਾ ਪ੍ਰਭ ਦੇ ਸ਼ਬਦ ਨਾਲ ਜੀਵਨ ਢਾਲਦਾ ਹੈ । ਉਸ ਦਾ ਰੂਪ ਹੀ ਬਣ ਜਾਂਦਾ ਹੈ ।

Steps of ladder of His Royal Castle!

The One and Only One True Guru, Master may appear from His own Holy Spirit; onle He may bless the right path of acceptance in His Court; He remains beyond any end; compared with anyone else. In **Sat-Jug**, everyone remains contented; realize the significance of His Word; everyone may earnings the wealth of His Word; remain his true companion after death in His Court. In **Tarayta;** human lost one principle of salvation; fear of separation from His Holy Spirit disappeared. Intoxicated with religious ritual, suspicions, believes worldly guru as middle for blessings. Human started giving more significance to charity to please The True Master. Religious saints, started preaching the religious rituals as the right path of acceptance in His Court. Who may renounce worldly bonds and worldly wealth? become a symbol of The True Master. In Kul-Jug! Who may conquer his worldly desires; only blessed with the right path of acceptance? The True Master may appear from within His Own Holy Spirit. Who may surrender his self-entity at His Sanctuary; may be accepted in His Court?

28. ਮਾਰੂ ਮਹਲਾ ੧॥ 1024-12

ਸਾਚੈ ਮੇਲੇ ਸਬਦਿ ਮਿਲਾਏ॥ ਜਾ ਤਿਸੁ ਭਾਣਾ ਸਹਜਿ ਸਮਾਏ॥ saachai maylay sabad milaa-ay. jaa tis bhaanaa sahj samaa-ay.
ਤ੍ਰਿਭਵਣ ਜੋਤਿ ਧਰੀ ਪਰਮੇਸਰਿ, ਅਵਰੁ ਨ ਦੂਜਾ ਭਾਈ ਹੇ॥੧॥ taribhavan jot Dharee parmaysar avar na doojaa bhaa-ee hay. ||1||

ਅਟਲ ਪ੍ਰਭ ਨਾਲ ਮੇਲ ਸ਼ਬਦ ਦੀ ਪਾਲਣਾ ਕਰਨ ਨਾਲ ਹੀ ਹੋ ਸਕਦਾ ਹੈ । ਜਿਸ ਦੀ ਕਮਾਈ ਪ੍ਰਭ ਨੂੰ ਭਾਉਂਦੀ ਹੈ, ਉਸ ਨੂੰ ਪ੍ਰਵਾਨ ਕਰ ਲੈਂਦਾ ਹੈ । ਤਿੰਨਾਂ ਸ੍ਰਿਸ਼ਟੀਆਂ ਦੇ ਮਾਲਕ ਦੀ ਜੋਤ ਹਰਇਕ ਜੀਵ ਵਿੱਚ ਜਾਗਦੀ ਹੈ ।

Whosoever may obey the teachings of His Word with steady and stable; with His mercy and grace, he may be blessed with the right path of acceptance in His Court. Whose earnings of His Word may be accepted in His Court, he may be accepted in His Court. His Holy Spirit, The True Master of three universe remains embedded within each soul.

ਜਿਸ ਕੇ ਚਾਕਰ ਤਿਸ ਕੀ ਸੇਵਾ॥ ਸਬਦਿ ਪਤੀਜੈ ਅਲਖ ਅਭੇਵਾ॥ jis kay chaakar tis kee sayvaa. sabad pateejai alakh abhayvaa.
ਭਗਤਾ ਕਾ ਗੁਣਕਾਰੀ ਕਰਤਾ, ਬਖਸਿ ਲਏ ਵਡਿਆਈ ਹੇ॥੨॥ bhagtaa kaa gunkaaree kartaa bakhas la-ay vadi-aa-ee hay. ||2||

ਪ੍ਰਭ ਦਾ ਦਾਸ, ਪ੍ਰਭ ਦੇ ਸ਼ਬਦ ਦੀ ਪਾਲਣਾ ਕਰਦਾ ਹਾ । ਪ੍ਰਭ ਜੀਵ ਦੀ ਸਮਝ, ਜਾਣਕਾਰੀ ਦੇ ਵਿੱਚ ਨਹੀਂ, ਜੋਤ ਵੀ ਇਕ ਭੇਦ ਵਾਲਾ ਖੇਲ ਹੈ । ਉਹ ਸ਼ਬਦ ਦੀ ਕਮਾਈ ਤੇ ਪ੍ਰਭਾਵਤ ਹੁੰਦਾ ਹੈ । ਉਹ ਭਗਤਾਂ ਦਾ ਰਖਵਾਲਾ, ਪਾਪ ਬਖਸ਼ਣ ਵਾਲਾ ਮਾਲਕ ਹੈ । ਇਹ ਉਸ ਦੀ ਹੀ ਵਡਿਆਈ ਹੈ ।

I remain intoxicated in obeying the teachings of His Word. The True Master, His Nature remains beyond comprehension of His Creation; His Holy Spirit remains a mystery. He remains merciful, gracious, and protector of His true devotee. His sins of previous lives may be forgiven. This may be unique greatness of The True Master.

ਦੇਦੇ ਤੋਟਿ ਨ ਆਵੈ ਸਾਚੇ॥ ਲੈ ਲੈ ਮੁਕਰਿ ਪਉਦੇ ਕਾਚੇ॥ dayday tot na aavai saachay. lai lai mukar pa-uday kaachay.
ਮੂਲੁ ਨ ਬੂਝਹਿ ਸਾਚਿ ਨ ਰੀਝਹਿ, ਦੂਜੈ ਭਰਮਿ ਭੁਲਾਈ ਹੇ॥੩॥ mool na boojheh saach na reejheh doojai bharam bhulaa-ee hay. ||3||

ਪ੍ਰਭ ਸਦਾ ਦਾਤਾਂ ਬਖਸ਼ਦਾ ਰਹਿੰਦਾ ਹੈ, ਉਸ ਦੇ ਭੰਡਾਰ ਵਿੱਚ ਕਦੀ ਕਮੀ ਨਹੀਂ ਆਉਂਦੀ । ਮਨਮੁਖ ਜੀਵ ਨੂੰ ਦਾਤਾਂ ਨਾਲ ਸੰਤੋਖ ਨਹੀਂ ਰਹਿੰਦਾ, ਹੋਰ ਮੰਗਦਾ ਰਹਿੰਦਾ ਹੈ । ਉਹ ਆਪਣਾ ਮੁੱਢ ਭੁੱਲ ਜਾਂਦਾ ਹੈ, ਉਹ ਬਖਸ਼ਿਸ਼ਾਂ ਨਾਲ ਸੰਤੁਸ਼ਟ ਨਹੀਂ ਰਹਿੰਦਾ, ਉਹ ਜਾਣਦਾ ਨਹੀਂ ਦਾਤਾਂ ਪਿਛਲੇ ਜਨਮ ਦੇ ਕੰਮਾਂ ਦਾ ਫਲ ਬਖਸ਼ਿਸ਼ ਹੁੰਦਾ ਹੈ । ਹੋਰ ਪਾਸੇ ਭਰਮਾਂ ਵਿੱਚ, ਹੋਰ ਗੁਰੂਆਂ ਮਗਰ ਲਗਾ ਫਿਰਦਾ ਹੈ ।

His Blessings are pouring like non-stop rain; His treasure may never have any shortage. Self-minded may never remain contented and always begs for more over and over. He may not remember the real purpose of his human life opportunity; he forgets that His Blessings were as a reward of his previous life. He remains intoxicated in religious suspicions and follows various worldly saints, gurus.

ਗੁਰਮੁਖਿ ਜਾਗਿ ਰਹੇ ਦਿਨ ਰਾਤੀ॥ ਸਾਚੇ ਕੀ ਲਿਵ ਗੁਰਮਤਿ ਜਾਤੀ॥ gurmukh jaag rahay din raatee. saachay kee liv gurmat jaatee.
ਮਨਮੁਖ ਸੋਇ ਰਹੇ ਸੇ ਲੂਟੇ, ਗੁਰਮੁਖਿ ਸਾਬਤੁ ਭਾਈ ਹੇ॥੪॥ manmukh so-ay rahay say lootay gurmukh saabat bhaa-ee hay. ||4||

ਗੁਰਮਖ ਦਿਨ ਰਾਤ ਪ੍ਰਭ ਦੇ ਸ਼ਬਦ ਦੀ ਪਾਲਣਾ ਵਿੱਚ ਜਾਗਦਾ ਅਤੇ ਸੁਚੇਤ ਰਹਿੰਦਾ ਹੈ । ਉਹ ਪ੍ਰਭ ਦੇ ਸ਼ਬਦ ਨਾਲ ਜੀਵਨ ਬਤੀਤ ਕਰਦਾ, ਪ੍ਰਭ ਦੀ ਪ੍ਰੀਤ ਜਾਣਦਾ ਹੈ । ਆਲਸੀ ਮਨਮੁਖ ਸੁਤਾ ਹੋਇਆ, ਧੋਖੇ ਫਰੇਬ ਵਿੱਚ ਹੀ ਲਗਾ ਰਹਿੰਦਾ ਹੈ । ਗੁਰਮਖ ਪ੍ਰਭ ਦੇ ਬਖਸ਼ੇ ਤੇ ਸੰਤੋਖ ਵਿੱਚ ਹੀ ਰਹਿੰਦਾ ਹੈ ।

His true devotee remains awake and alert in obeying the teachings of His Word with steady and stable belief in his day-to-day life. He may remain at His Sanctuary. Self-minded remains lazy; he may remain thinking devious plans, wasting his priceless human life opportunity. His true devotee remains contented with His Blessings.

ਕੂੜੇ ਆਵੈ ਕੂੜੇ ਜਾਵੈ॥ ਕੂੜੇ ਰਾਤੀ ਕੂੜੁ ਕਮਾਵੈ॥ koorhay aavai koorhay jaavai. koorhay raatee koorh kamaavai.
ਸਬਦਿ ਮਿਲੇ ਸੇ ਦਰਗਹ ਪੈਧੇ, ਗੁਰਮੁਖਿ ਸੁਰਤਿ ਸਮਾਈ ਹੇ॥੫॥ sabad milay say dargeh paiDhay gurmukh surat samaa-ee hay. ||5||

ਜਿਹੜਾ ਜੀਵ ਆਪਣਾ ਜੀਵਨ ਧੋਖੇ ਅਤੇ ਫਰੇਬ ਨਾਲ ਬਤੀਤ ਕਰਦਾ ਹੈ, ਉਹ ਹੀ ਦੁਖ ਪਾਉਂਦਾ ਹੈ । ਉਹ ਧੋਖੇ ਨੂੰ ਆਪਣੇ ਜੀਵਨ ਦਾ ਅਧਾਰ ਬਣਾਉਂਦਾ ਹੈ, ਬਾਕੀ ਜੀਵਾਂ ਨੂੰ ਵੱਡਾ ਕਰਕੇ ਦਿਖਾਉਂਦਾ ਹੈ । ਜਿਹੜਾ ਸ਼ਬਦ ਨਾਲ ਜੀਵਨ ਬਤੀਤ ਕਰਦਾ ਹੈ, ਉਸ ਨੂੰ ਦਰਬਾਰ ਵਿੱਚ ਪ੍ਰਵਾਨਗੀ ਦਾ ਰਸਤਾ ਬਖਸ਼ਿਸ਼ ਹੋ ਜਾਂਦਾ ਹੈ । ਉਸ ਦਾ ਧਿਆਨ ਹਮੇਸ਼ਾਂ ਸ਼ਬਦ ਦੀ ਪਾਲਣਾ ਵਿੱਚ ਹੀ ਰਹਿੰਦਾ ਹੈ ।

Whosoever may adopt falsehood and devious plans in his life; he may only endure miseries. He may adopt evil thoughts, clever plans in his day-to-day life. He may boast about his way of pleasures in worldly life. Whosoever may adopt the teachings of His Word with steady and stable belief; with His mercy and grace, he may be accepted in His Court. He may always remain intoxicated in obeying the teachings of His Word.

ਕੂੜਿ ਮੁਠੀ ਠਗੀ ਠਗਵਾੜੀ॥ ਜਿਉ ਵਾੜੀ ਓਜਾੜਿ ਉਜਾੜੀ॥ koorh muthee thagee thagvaarhee. ji-o vaarhee ojaarh ujaarhee.
ਨਾਮ ਬਿਨਾ ਕਿਛੁ ਸਾਦਿ ਨ ਲਾਗੈ, ਹਰਿ ਬਿਸਰਿਐ ਦੁਖੁ ਪਾਈ ਹੇ॥੬॥ naam binaa kichh saad na laagai har bisri-ai dukh paa-ee hay. ||6||

ਧੋਖਾ ਦੀ ਕਮਾਈ ਕਰਨ ਵਾਲਾ ਅਕਸਰ, ਵੱਡੇ ਧੋਖੇ ਬਾਜ ਦੇ ਧੋਖੇ ਵਿੱਚ ਆ ਜਾਂਦਾ ਹੈ । ਉਸ ਦਾ ਘਰ, ਜੀਵਨ ਉਜੜੇ ਖੇਤ ਵਰਗਾ ਹੀ ਹੁੰਦਾ ਹੈ । ਪ੍ਰਭ ਦੇ ਸ਼ਬਦ ਦੀ ਪਾਲਣਾ ਤੋਂ ਬਿਨਾਂ ਕੋਈ ਕਮਾਈ ਸਾਥ ਜਾਣ ਵਾਲੀ ਨਹੀਂ ਹੁੰਦੀ । ਪ੍ਰਭ ਦਾ ਸ਼ਬਦ ਵਿਸਾਰ ਕੇ ਜੀਵ ਦੁਖ ਹੀ ਪਾਉਂਦਾ ਹੈ ।

Whosoever may earn his living with deceptive plans and enjoy short-lived worldly pleasure; often, he may fall into a trap of a bigger cheater. His life and house always remain like a vandalized farm. Without the earnings of His Word, no other worldly possessions may remain with him after death. Whosoever may abandon the teachings of His Word; he only endures miseries in his life.

ਭੋਜਨੁ ਸਾਚੁ ਮਿਲੈ ਆਘਾਈ॥ ਨਾਮ ਰਤਨੁ ਸਾਚੀ ਵਡਿਆਈ॥ bhojan saach milai aaghaa-ee. naam ratan saachee vadi-aa-ee.
ਚੀਨੈ ਆਪੁ ਪਛਾਣੈ ਸੋਈ, ਜੋਤੀ ਜੋਤਿ ਮਿਲਾਈ ਹੇ॥੭॥ cheenai aap pachhaanai so-ee jotee jot milaa-ee hay. ||7||

ਜਿਹੜਾ ਪ੍ਰਭ ਦੇ ਸ਼ਬਦ ਦੀ ਕਮਾਈ ਕਰਦਾ, ਉਸ ਦੇ ਮਨ ਨੂੰ ਸੰਤੋਖ ਬਖਸ਼ਿਸ਼ ਹੁੰਦਾ ਹੈ । ਸ਼ਬਦ ਦੀ ਸੋਝੀ ਹੀ ਸਭ ਤੋਂ ਵੱਡੀ ਦਾਤ ਹੈ । ਜਿਹੜਾ ਆਪਣੇ ਆਪ ਨੂੰ ਪਛਾਣ ਜਾਂਦਾ, ਉਹ ਪ੍ਰਭ ਨੂੰ ਜਾਣ ਜਾਂਦਾ, ਖੋਜ ਲੈਂਦਾ ਹੈ । ਉਸ ਦੀ ਆਤਮਾ ਪ੍ਰਭ ਦੀ ਜੋਤ ਵਿੱਚ ਅਭੇਦ ਹੋ ਜਾਂਦੀ ਹੈ ।

Whosoever may earn the wealth of His Word; with His mercy and grace. He may be blessed with contentment in his worldly life. The enlightenment of the essence of His Word may be the greatest blessing. Whosoever may recognize himself, the real purpose of his human life opportunity; he may witness His Holy Spirit prevailing and he may hear the everlasting echo of His Word resonating within. His soul may become worthy of His Consideration.

ਗੁਰੂ ਨਾਨਕ ਦੇਵ ਜੀ! – Guru Nanak Dev Ji! Guru Granth Sahib

ਨਾਵਹੁ ਭੁਲੀ ਚੋਟਾ ਖਾਏ॥ ਬਹੁਤੁ ਸਿਆਣਪ ਭਰਮੁ ਨ ਜਾਏ॥ naavhu bhulee chotaa khaa-ay. bahut si-aanap bharam na jaa-ay.
ਪਚਿ ਪਚਿ ਮੁਏ ਅਚੇਤ ਨ ਚੇਤਹਿ, ਅਜਗਰਿ ਭਾਰਿ ਲਦਾਈ ਹੇ॥੮॥ pach pach mu-ay achayt na cheeteh ajgar bhaar ladaa-ee hay. ||8||

ਜਿਹੜਾ ਸ਼ਬਦ ਦੀ ਪਾਲਣਾ ਕਰਨ ਦਾ ਰਸਤਾ ਭੁੱਲਾ ਲੈਂਦਾ, ਦੁਖ ਹੀ ਪਾਉਂਦਾ ਹੈ । ਆਪਣੀ ਸਿਆਣਪ ਨਾਲ ਮਨ ਦੇ ਭਰਮ, ਭੁਲੇਖੇ ਦੂਰ ਨਹੀਂ ਹੁੰਦੇ । ਜਿਸ ਨੂੰ ਸ਼ਬਦ ਦੀ ਸੋਝੀ ਨਹੀਂ ਹੁੰਦੀ, ਉਹ ਸ਼ਬਦ ਦਾ ਸਿਮਰਨ ਨਹੀਂ ਕਰਦਾ । ਜਿਹੜਾ ਪਾਪਾਂ ਦੀ ਕਮਾਈ ਦਾ ਭਾਰ ਚੁੱਕੀ ਫਿਰਦਾ ਹੈ । ਓਹ ਮੌਤ ਦੇ ਹਵਾਲੇ ਹੋ ਜਾਂਦਾ ਹੈ । ਉਹ ਜੂੰਨਾਂ ਦੇ ਚੱਕਰ ਵਿੱਚ ਹੀ ਰਹਿੰਦਾ ਹੈ ।

Whosoever may abandon the teachings of His Word, he may endure miseries in his worldly life. No one may ever conquer his religious suspicions with his own wisdom. Whosoever may not remember the purpose of his human life opportunity; he may not meditate and adopt the teachings of His Word with steady and stable belief in his life. He carries the burden of sins with him. He may be captured by the devil of death and he remains in the cycle of death.

ਬਿਨੁ ਬਾਦ ਬਿਰੋਧਹਿ ਕੋਈ ਨਾਹੀ॥ ਮੈ ਦੇਖਾਲਿਹੁ ਤਿਸੁ ਸਾਲਾਹੀ॥ bin baad biroDheh ko-ee naahee. mai daykhaalihu tis saalaahee.
ਮਨੁ ਤਨੁ ਅਰਪਿ ਮਿਲੈ ਜਗਜੀਵਨੁ, ਹਰਿ ਸਿਉ ਬਣਤ ਬਣਾਈ ਹੇ॥੯॥ man tan arap milai jagjeevan har si-o banat banaa-ee hay. ||9||

ਕੋਈ ਜੀਵ ਵੀ ਆਪਣੀ ਸਿਆਣਪ ਨਾਲ ਵਿਰੋਧ ਅਤੇ ਈਰਖਾ ਤੋਂ ਬਚ ਨਹੀਂ ਸਕਦਾ । ਜਿਸ ਨੂੰ ਇਹ ਅਵਸਥਾ ਬਖਸ਼ਿਸ਼ ਹੋ ਜਾਂਦੀ ਹੈ, ਉਹ ਪੂਜਣ ਯੋਗ ਹੁੰਦਾ ਹੈ । ਜਿਹੜਾ ਆਪਣਾ ਤਨ, ਮਨ ਪ੍ਰਭ ਦੇ ਸ਼ਬਦ ਦੀ ਪਾਲਣਾ ਵਿੱਚ ਲਾ ਦੇਂਦਾ, ਉਸ ਨੂੰ ਪ੍ਰਭ ਦੀ ਰਹਿਮਤ ਬਖਸ਼ਿਸ਼ ਹੋ ਜਾਂਦੀ ਹੈ । ਮਾਨਸ ਜੀਵਨ ਉਸ ਵਾਸਤੇ, ਪ੍ਰਭ ਦਾ ਇਕ ਅਨੋਖਾ ਖੇਲ ਹੀ ਬਣ ਜਾਂਦਾ ਹੈ ।

No one may become beyond the reach of worldly jealousy, enmity, and hostility with his own wisdom. Whosoever may be blessed with such a state of mind; with His mercy and grace, he may become worthy of worship. Whosoever may surrender his mind, body, and worldly status at His Sanctuary; with His mercy and grace, he may be blessed with the right path of acceptance in His Court. He may realize the significance of his human life opportunity to sanctify his soul to become worthy of His Considerations; a unique play, miracle of His Nature.

ਪ੍ਰਭ ਕੀ ਗਤਿ ਮਿਤਿ ਕੋਇ ਨ ਪਾਵੈ॥ parabh kee gat mit ko-ay na paavai.
ਜੇ ਕੋ ਵਡਾ ਕਹਾਇ ਵਡਾਈ ਖਾਵੈ॥ jay ko vadaa kahaa-ay vadaa-ee khaavai.
ਸਾਚੇ ਸਾਹਿਬ ਤੋਟਿ ਨ ਦਾਤੀ, ਸਗਲੀ ਤਿਨਹਿ ਉਪਾਈ ਹੇ॥੧੦॥ saachay saahib tot na daatee saglee tineh upaa-ee hay. ||10||

ਪ੍ਰਭ ਦੀ ਅਵਸਥਾ, ਉਸ ਦਾ ਅੰਤ ਕੋਈ ਨਹੀਂ ਜਾਣ ਸਕਦਾ । ਜਿਹੜਾ ਆਪਣੇ ਆਪ ਨੂੰ ਜ਼ਿਆਦਾ ਸੋਝੀਵਾਨ ਸਮਝਦਾ ਹੈ । ਉਹ ਆਪਣੀ ਸੋਝੀ ਦੇ ਅਹੰਕਾਰ ਦਾ ਹੀ ਸ਼ਿਕਾਰ ਬਣ ਜਾਂਦਾ ਹੈ । ਪ੍ਰਭ ਦੀ ਰਹਿਮਤ ਨਾਲੋ ਹੋਰ ਕੋਈ ਵੱਡੀ ਦਾਤ ਨਹੀਂ ਹੈ । ਸਾਰੀਆਂ ਦਾਤਾਂ ਪ੍ਰਭ ਦੀ ਰਹਿਮਤ ਵਿੱਚ ਹੀ ਸਮਾਇਆ ਹਨ ।

His Nature, limits of His miracles, events remain beyond the comprehension of His Creation. Any self-minded may proclaim to be enlightened and have complete knowledge, understanding; he may become a slave of his false ego. No other blessings, possession may be more significant than His Blessings; blessings remain embedded within His Blessed Vision.

ਵਡੀ ਵਡਿਆਈ ਵੇਪਰਵਾਹੇ॥ ਆਪਿ ਉਪਾਏ ਦਾਨੁ ਸਮਾਹੇ॥ vadee vadi-aa-ee vayparvaahay. aap upaa-ay daan samaahay.
ਆਪਿ ਦਇਆਲੁ ਦੂਰਿ ਨਹੀਂ ਦਾਤਾ, ਮਿਲਿਆ ਸਹਜਿ ਰਜਾਈ ਹੇ॥੧੧॥ aap da-i-aal door nahee daataa mili-aa sahj rajaa-ee hay. ||11||

ਪ੍ਰਭ ਸਭ ਤੋਂ ਵੱਡਾ, ਮਹਾਨ, ਆਪਣੀ ਰਜ਼ਾ ਦਾ ਮਾਲਕ ਹੈ । ਉਹ ਆਪ ਹੀ ਸਾਰੀਆਂ ਰਹਿਮਤਾਂ ਬਖਸ਼ਦਾ ਹੈ । ਉਸ ਦਾ ਤਰਸ, ਰਹਿਮਤ ਜੀਵ ਤੋਂ ਬਹੁਤ ਦੂਰ ਨਹੀਂ ਹੈ । ਪ੍ਰਭ ਇਕ ਪਲ ਵਿੱਚ ਹੀ ਜੀਵ ਨੂੰ ਪ੍ਰਵਾਨ ਕਰ ਲੈਂਦਾ ਹੈ ।

The True Master, greatest of All, His Nature, Command remains unique and unavoidable. Only, He may bless unique treasure to any soul. His Holy Spirit remains embedded within each soul and not far away. Any soul may be accepted in His Court in a twinkle of eyes.

ਇਕਿ ਸੋਗੀ ਇਕਿ ਰੋਗਿ ਵਿਆਪੇ॥ ਜੋ ਕਿਛੁ ਕਰੇ ਸੁ ਆਪੇ ਆਪੇ॥ ik sogee ik rog vi-aapay. jo kichh karay so aapay aapay.
ਭਗਤਿ ਭਾਉ ਗੁਰ ਕੀ ਮਤਿ ਪੂਰੀ, bhagat bhaa-o gur kee mat pooree
ਅਨਹਦਿ ਸਬਦਿ ਲਖਾਈ ਹੇ॥੧੨॥ anhad sabad lakhaa-ee hay. ||12||

ਜੀਵ ਨੂੰ ਕੋਈ ਸੰਸਾਰਕ ਬਿਮਾਰੀ ਵੀ ਪ੍ਰਭ ਦੀ ਬਖਸ਼ਿਸ਼ ਨਾਲ ਹੀ ਆਉਂਦੀ ਹੈ । ਪ੍ਰਭ ਸਭ ਕੁਝ ਜੀਵ ਦੇ ਭਲੇ ਲਈ, ਸਿਖਿਆਂ ਦੇਣ ਲਈ ਹੀ ਕਰਦਾ ਹੈ । ਜਿਹੜਾ ਅਡੋਲ ਭਰੋਸੇ ਨਾਲ ਸ਼ਬਦ ਦੀ ਪਾਲਣਾ ਕਰਦਾ ਹੈ, ਉਸ ਦੇ ਮਨ ਅੰਦਰ ਸ਼ਬਦ ਦੀ ਸਦਾ ਰਹਿਣ ਵਾਲੀ ਧੁਨ ਚਲ ਪੈਂਦੀ ਹੈ ।

His Blessings are always for the welfare of his soul to remind the reality of his human life; even all worldly sickness remains under His Command. Whosoever may obey the teachings of His Word with steady and stable belief; with His mercy and grace, he may hear the everlasting echo of His Word resonating within his heart.

ਇਕਿ ਨਾਗੇ ਭੂਖੇ ਭਵਹਿ ਭਵਾਏ॥ ik naagay bhookhay bhaveh bhavaa-ay.
ਇਕਿ ਹਠੁ ਕਰਿ ਮਰਹਿ ਨ ਕੀਮਤਿ ਪਾਏ॥ ik hath kar mareh na keemat paa-ay.
ਗਤਿ ਅਵਿਗਤ ਕੀ ਸਾਰ ਨ ਜਾਣੈ, ਬੂਝੈ ਸਬਦੁ ਕਮਾਈ ਹੇ॥੧੩॥ gat avigat kee saar na jaanai boojhai sabad kamaa-ee hay. ||13||

ਕਈ ਜੀਵ ਭੁੱਖੇ, ਨੰਗੇ ਭਉਦੇ ਰਹਿੰਦੇ ਹਨ । ਕਈ ਆਪਣੇ ਅਹੰਕਾਰ ਵਿੱਚ ਹੀ ਮਰ ਜਾਂਦੇ ਹਨ । ਉਹ ਪ੍ਰਭ ਦੇ ਸ਼ਬਦ ਦੀ ਪਾਲਣਾ ਦੀ ਕੀਮਤ ਨਹੀਂ ਜਾਣਦੇ, ਉਹਨਾਂ ਨੂੰ ਚੰਗੇ, ਮੰਦੇ ਕੰਮ ਵਿੱਚ ਕੋਈ ਅੰਤਰ ਦੀ ਸਮਝ ਨਹੀਂ ਹੁੰਦੀ । ਇਹ ਸੋਝੀ ਕੇਵਲ ਸ਼ਬਦ ਨਾਲ ਜੀਵਨ ਢਾਲਣ ਨਾਲ ਹੀ ਬਖਸ਼ਿਸ਼ ਹੁੰਦੀ ਹੈ ।

Self-minded may adopt various meditation technique, with his own determination, such as abstaining from food, depriving his mind and body from worldly luxuries; he remains intoxicated in his ego. He may not recognize the significance of obeying, adopting the teachings of His Word nor the distinction between good or evil deeds. Whosoever may adopt the teachings of His Word with steady and stable belief, only he may be enlightened with the essence of His Word.

ਇਕਿ ਤੀਰਥਿ ਨਾਵਹਿ ਅੰਨੁ ਨ ਖਾਵਹਿ॥ ik tirath naaveh ann na khaaveh.
ਇਕਿ ਅਗਨਿ ਜਲਾਵਹਿ ਦੇਹ ਖਪਾਵਹਿ॥ ik agan jalaaveh dayh khapaaveh.
ਰਾਮ ਨਾਮ ਬਿਨੁ ਮੁਕਤਿ ਨ ਹੋਈ, raam naam bin mukat na ho-ee
ਕਿਤੁ ਬਿਧਿ ਪਾਰਿ ਲੰਘਾਈ ਹੇ॥੧੪॥ kit biDh paar langhaa-ee hay. ||14||

ਕਈ ਜੀਵ ਤੀਰਥ ਤੇ ਇਸ਼ਨਾਨ ਕਰਦੇ, ਅੰਨ ਨਹੀਂ ਖਾਂਦੇ । ਕਈ ਆਪਣੇ ਤਨ ਨੂੰ ਅੱਗ ਦੀ ਧੂਨੀ ਵਿੱਚ ਬੈਠਾਉਂਦੇ ਹਨ । ਪ੍ਰਭ ਦੇ ਸ਼ਬਦ ਦੀ ਪਾਲਣਾ ਤੋਂ ਬਿਨਾਂ, ਦਰਬਾਰ ਵਿੱਚ ਪ੍ਰਵਾਨਗੀ ਬਖਸ਼ਿਸ਼ ਨਹੀਂ ਹੁੰਦੀ । ਤਨ ਨੂੰ ਦੁਖ ਦੇ ਕੇ ਕਿਵੇਂ ਕੋਈ ਪ੍ਰਭ ਦੀ ਰਹਿਮਤ ਪਾ ਸਕਦਾ ਹੈ?

Many worldly saints, ignorance from the teachings of His Word, may push their body through stringent, stressful exercise, deprives from worldly luxuries, like abstaining from food; sit near fire in hot summer or worship, takes sanctifying bath at Holy Shrine, Pond. However, no one may ever be blessed with the right path of acceptance in His Court, without obeying the teachings of His Word with steady and stable belief in his day-to-day life. How may anyone sanctify his soul by enduring self-implicated stress on body?

ਗੁਰਮਤਿ ਛੋਡਹਿ ਉਝੜਿ ਜਾਈ॥	gurmat chhodeh ujharh jaa-ee.
ਮਨਮੁਖਿ ਰਾਮੁ ਨ ਜਪੈ ਅਵਾਈ॥	manmukh raam na japai avaa-ee.
ਪਚਿ ਪਚਿ ਬੂਡਹਿ ਕੂੜੁ ਕਮਾਵਹਿ,	pach pach booDheh koorh kamaaveh
ਕੂੜਿ ਕਾਲੁ ਬੈਰਾਈ ਹੇ॥੧੫॥	koorh kaal bairaa-ee hay. ||15||

ਜਿਹੜਾ ਸ਼ਬਦ ਦੀ ਪਾਲਣਾ ਨਹੀਂ ਕਰਦਾ, ਗਲਤ ਰਸਤੇ ਚਲਕੇ ਉਜੜ ਜਾਂਦਾ ਹੈ । ਮਨਮੁਖ ਜੀਵ ਆਪਣੀ ਮਨਮਰਜ਼ੀ ਵਿੱਚ ਸੰਸਾਰਕ ਇਛਾਂ ਵਿੱਚ ਹੀ ਲਗਾ ਰਹਿੰਦਾ ਹੈ । ਉਹ ਜੀਵ ਇਸ ਰਸਤੇ ਤੇ ਚਲਕੇ ਬਰਬਾਦ ਹੋ ਜਾਂਦਾ ਹੈ । ਉਸ ਜੀਵ ਦੀ ਮੌਤ ਹੀ ਵੈਰੀ ਹੁੰਦੀ ਹੈ ।

Whosoever may not adopt the teachings of His Word, he may ruin his priceless human life opportunity by adopting wrong path in his worldly life. Self-minded remains intoxicated with the sweet poison of worldly wealth, his worldly desires. He may waste his human life opportunity and be captured by the devil of death.

ਹੁਕਮੇ ਆਵੈ ਹੁਕਮੇ ਜਾਵੈ॥ ਬੂਝੈ ਹੁਕਮੁ ਸੋ ਸਾਚਿ ਸਮਾਵੈ॥	hukmay aavai hukmay jaavai. boojhai hukam so saach samaavai.
ਨਾਨਕ ਸਾਚੁ ਮਿਲੈ ਮਨਿ ਭਾਵੈ,	naanak saach milai man bhaavai
ਗੁਰਮੁਖਿ ਕਾਰ ਕਮਾਈ ਹੇ॥੧੬॥੫॥	gurmukh kaar kamaa-ee hay. ||16||5||

ਪ੍ਰਭ ਦੇ ਹੁਕਮ ਨਾਲ ਹੀ ਜੀਵ ਦਾ ਜਨਮ ਅਤੇ ਮੌਤ ਹੁੰਦੀ ਹੈ । ਜਿਹੜਾ ਪ੍ਰਭ ਦਾ ਭਾਣਾ ਜਾਣ ਜਾਂਦਾ, ਉਸ ਵਿੱਚ ਹੀ ਸਮਾ, ਅਲੋਪ ਹੋ ਜਾਂਦਾ ਹੈ । ਜਿਹੜਾ ਪ੍ਰਭ ਦੇ ਸ਼ਬਦ ਦੀ ਪਾਲਣਾ ਵਿੱਚ ਅਡੋਲ ਹੋ ਜਾਂਦਾ ਹੈ, ਉਸ ਦੀ ਬੰਦਗੀ ਪ੍ਰਭ ਨੂੰ ਪ੍ਰਵਾਨ ਹੋ ਜਾਂਦੀ, ਗੁਰਮਖ ਸ਼ਬਦ ਦੀ ਕਮਾਈ ਵਿੱਚ ਹੀ ਲੀਨ ਰਹਿੰਦਾ ਹੈ ।

Both birth and death of any worldly creature remain under His Control. Whosoever may recognize the real purpose of his human life opportunity; he may recognize His Holy Spirit, embedded within his soul; he may be absorbed within the void of His Holy Spirit. Whosoever may obey the teachings of His Word with steady and stable belief in his day-to-day life; with His mercy and grace, his earnings may be accepted in His Court and he remains intoxicated in meditation in the void of His Word.

Key Message of Raag Maaroo, page 1024-12
'ਸ਼ਬਦ ਦੀ ਕਮਾਈ ਹੀ ਪ੍ਰਵਾਨਗੀ ਦੀ ਰਸਤਾ ਹੈ!
ਸ਼ਬਦ ਦੀ ਕਮਾਈ ਨਾਲ ਹੀ ਪ੍ਰਵਾਨਗੀ, ਤਿੰਨਾਂ ਸ੍ਰਿਸ਼ਟੀਆਂ ਦੇ ਮਾਲਕ ਨਾਲ ਸੰਜੋਗ ਬਖਸ਼ਿਸ਼ ਹੁੰਦਾ ਹੈ । ਪ੍ਰਭ ਦੇ ਖੇਲ ਦਾ ਭੇਦ, ਜੀਵ ਦੀ ਸਮਝ ਨਹੀਂ ਹੁੰਦਾ । ਪਿਛਲੇ ਜਨਮ ਦੇ ਕੰਮਾਂ ਦਾ ਫਲ ਬਖਸ਼ਿਸ਼ ਹੁੰਦਾ ਹੈ । ਗੁਰਮਖ ਸ਼ਬਦ ਦੀ ਪਾਲਣਾ ਵਿੱਚ ਜਾਗਦਾ ਅਤੇ ਸੁਚੇਤ ਰਹਿੰਦਾ ਹੈ । ਜਿਹੜਾ ਸ਼ਬਦ ਨਾਲ ਜੀਵਨ ਬਤੀਤ ਕਰਦਾ ਹੈ, ਉਸ ਨੂੰ ਦਰਬਾਰ ਵਿੱਚ ਪ੍ਰਵਾਨਗੀ ਬਖਸ਼ਿਸ਼ ਹੋ ਜਾਂਦੀ ਹੈ । ਅਡੋਲ ਭਰੋਸੇ ਨਾਲ ਮਨ ਅੰਦਰ ਸ਼ਬਦ ਦੀ ਸਦਾ ਰਹਿਣ ਵਾਲੀ ਧੁਨ ਸੁਣਾਈ ਦੇਂਦੀ ਹੈ । ਜਿਹੜਾ ਆਪਣੇ ਆਪ ਨੂੰ ਪਛਾਣ ਜਾਂਦਾ ਹੈ, ਉਸ ਦੀ ਆਤਮਾ ਪ੍ਰਭ ਦੀ ਜੋਤ ਵਿੱਚ ਅਭੇਦ ਹੋ ਜਾਂਦੀ ਹੈ । ਜਿਸ ਨੂੰ ਗੁਰਮਖ ਅਵਸਥਾ ਬਖਸ਼ਿਸ਼ ਹੋ ਜਾਂਦੀ ਹੈ, ਉਹ ਪੂਜਣ ਯੋਗ ਹੁੰਦਾ ਹੈ । ਜਿਹੜਾ ਆਪਣੇ ਆਪ ਨੂੰ ਜ਼ਿਆਦਾ ਸੋਝੀਵਾਨ ਸਮਝਦਾ ਹੈ । ਉਹ ਆਪਣੀ ਸੋਝੀ ਦੇ ਅਹੰਕਾਰ ਦਾ ਹੀ ਸ਼ਿਕਾਰ ਬਣ ਜਾਂਦਾ ਹੈ । ਆਪਣੀ ਸਿਆਣਪ ਨਾਲ ਮਨ ਦੇ ਭਰਮ, ਭੁਲੇਖੇ ਦੂਰ ਨਹੀਂ ਹੁੰਦੇ । ਕੋਈ ਜੀਵ ਵੀ ਆਪਣੀ ਸਿਆਣਪ ਨਾਲ ਵਿਰੋਧ ਅਤੇ ਈਰਖਾ ਤੋਂ ਬਚ ਨਹੀਂ ਸਕਦਾ । ਪ੍ਰਭ ਸਭ ਕੁਝ ਜੀਵ ਦੇ ਭਲੇ, ਸਿਖਿਆਂ ਦੇਣ ਲਈ ਹੀ ਕਰਦਾ ਹੈ । ਪ੍ਰਭ ਦੇ ਸ਼ਬਦ ਦੀ ਪਾਲਣਾ ਤੋਂ ਬਿਨਾਂ ਕੋਈ ਕਮਾਈ ਸਾਥ ਜਾਣ ਵਾਲੀ ਨਹੀਂ ਹੁੰਦੀ । ਜਿਹੜਾ ਪ੍ਰਭ ਦੇ ਸ਼ਬਦ ਦੀ ਕਮਾਈ ਕਰਦਾ, ਪ੍ਰਭ ਦੀ ਜੋਤ ਅਲੋਪ ਹੋ ਜਾਂਦਾ ਹੈ ।
Earnings of His Word is the right path of acceptance in His Court!
Only with the earnings of His Word, acceptance in His Court, existence of The True Master of three universe may be realized. The mystery of His Nature remains beyond the comprehension of His Creation. Only the wealth of His Word of previous live may be rewarded. His true devotee remains awake and alert in obeying and adopting the teachings of His Word. Whosoever may adopt the teachings of His Word; he may be accepted in His Court. He may hear the everlasting echo of His Word resonating within. Whosoever may recognize the real purpose of his human life opportunity; he may witness, realizes the mystery of His Holy Spirit. Whosoever may be blessed with such a state of mind as His true devotee; he may become worthy of worship. Who may proclaim to be enlightened and have complete knowledge; he may become a slave, victim of his false ego. No one may become beyond the reach of worldly jealousy, enmity, and hostility with his own wisdom. Every event happens in the universe to teach lesson, the right path to His Creation. Without the earnings of His Word, no other worldly possessions may remain with soul after death. Whosoever may earn the wealth of His Word; he may be immersed within His Holy Spirit.

29. ਮਾਰੂ ਮਹਲਾ ੧॥ 1025-12

ਆਪੇ ਕਰਤਾ ਪੁਰਖੁ ਬਿਧਾਤਾ॥	aapay kartaa purakh biDhaataa.
ਜਿਨਿ ਆਪੇ ਆਪਿ ਉਪਾਇ ਪਛਾਤਾ॥	jin aapay aap upaa-ay pachhaataa.
ਆਪੇ ਸਤਿਗੁਰੁ ਆਪੇ ਸੇਵਕੁ, ਆਪੇ ਸ੍ਰਿਸਟਿ ਉਪਾਈ ਹੇ॥੧॥	aapay satgur aapay sayvak aapay sarisat upaa-ee hay. ||1||

ਪ੍ਰਭ ਆਪ ਹੀ ਸ੍ਰਿਸ਼ਟੀ ਰਚਨਾ ਕਰਨ ਵਾਲਾ, ਜੀਵ ਦੇ ਭਾਗ ਲਿਖਣ ਵਾਲਾ ਹੈ । ਆਪ ਹੀ ਜੀਵਾਂ ਦੀ ਕਮਾਈ ਪਰਖਦਾ, ਕੀਮਤ ਪਾਉਂਦਾ ਹੈ । ਆਪ ਹੀ ਅਸਲੀ ਰਸਤਾ ਦੱਸਣ ਵਾਲਾ ਗੁਰੂ ਹੈ । ਆਪ ਹੀ ਬੰਦਗੀ ਕਰਨ ਵਾਲੇ ਭਗਤ, ਸਾਰੀ ਸ੍ਰਿਸ਼ਟੀ ਨੂੰ ਪੈਦਾ ਕਰਦਾ ਹੈ ।

The True Master, Creator of the universe prewrites the destiny of each creature before his birth along with the time, cause, and place of his death. He monitors, evaluates, and rewards the deeds of His Creation. Only, The True Guru, may guide and blesses the right path in his worldly life. He also sends blessed souls in the universe to enlighten His Creation from the ignorance of the real purpose of human life opportunity.

ਗੁਰੂ ਨਾਨਕ ਦੇਵ ਜੀ! – Guru Nanak Dev Ji! Guru Granth Sahib

ਆਪੇ ਨੇੜੈ ਨਾਹੀ ਦੂਰੇ॥ ਬੂਝਹਿ ਗੁਰਮੁਖਿ ਸੇ ਜਨ ਪੂਰੇ॥ aapay nayrhai naahee dooray. boojheh gurmukh say jan pooray.
ਤਿਨ ਕੀ ਸੰਗਤਿ ਅਹਿਨਿਸਿ ਲਾਹਾ, ਗੁਰ ਸੰਗਤਿ ਏਹ ਵਡਾਈ ਹੇ॥੨॥ tin kee sangat ahinis laahaa gur sangat ayh vadaa-ee hay. ||2||

ਪ੍ਰਭ, ਜੀਵ ਦੇ ਨੇੜੇ, ਹਿਰਦੇ ਵਿੱਚ ਵਸਦਾ, ਉਸ ਤੋਂ ਕੁਝ ਛਿਪਾਇਆ ਨਹੀਂ ਜਾ ਸਕਦਾ । ਜਿਸ ਗੁਰਮਖਾ ਦਾ ਪ੍ਰਭ ਤੇ ਭਰੋਸਾ ਅਡੋਲ ਹੋ ਜਾਂਦਾ ਹੈ, ਉਸ ਨੂੰ ਸੋਝੀ ਬਖਸ਼ਿਸ਼ ਹੋ ਜਾਂਦੀ ਹੈ । ਇਸਤਰ੍ਹਾਂ ਦੀ ਅਵਸਥਾ ਵਾਲੇ ਦੀ ਸੰਗਤ ਕਰਨੀ ਲਾਭਵੰਦ ਹੁੰਦੀ ਹੈ । ਪ੍ਰਭ ਨੇ ਸ਼ਬਦ ਦੀ ਸੰਗਤ ਨੂੰ ਇਹ ਵਡਿਆਈ ਬਖਸ਼ੀ ਹੈ ।

The Omnipresent, Omniscient True Master, His Word remains embedded within each soul and nothing may be hidden from Him. Whosoever may obey the teachings of His Word with steady and stable belief; he may be enlightened with the essence of His Word. To associate with His true devotee with such a state of mind may be beneficial for the real purpose of human life opportunity. The True Master has bestowed such a great significance to the conjugation of His Word, His true devotee.

ਜੁਗਿ ਜੁਗਿ ਸੰਤ ਭਲੇ ਪ੍ਰਭ ਤੇਰੇ॥ jug jug sant bhalay parabh tayray.
ਹਰਿ ਗੁਣ ਗਾਵਹਿ ਰਸਨ ਰਸੇਰੇ॥ har gun gaavahi rasan rasayray.
ਉਸਤਤਿ ਕਰਹਿ ਪਰਹਰਿ ਦੁਖੁ ਦਾਲਦੁ, ustat karahi parhar dukh daalad
ਜਿਨ ਨਾਹੀ ਚਿੰਤ ਪਰਾਈ ਹੇ॥੩॥ jin naahee chint paraa-ee hay. ||3||

ਯੁੱਗਾਂ ਯੁੱਗਾਂ ਤੋਂ ਇਸਤਰ੍ਹਾਂ ਦੇ ਤੇਰੇ ਸੇਵਕ, ਭਗਤ ਸ੍ਰਿਸ਼ਟੀ ਵਿੱਚ ਪੈਦਾ ਹੁੰਦੇ ਹਨ । ਜਿਹੜੇ ਤੇਰੇ ਸ਼ਬਦ ਦੇ ਗੁਣ ਗਾਉਂਦੇ, ਉਸਤਤ ਕਰਦੇ ਰਹਿੰਦੇ ਹਨ । ਸ਼ਬਦ ਦੇ ਗੁਣ ਜੀਭ ਤੋਂ ਗਾਉਣ ਨਾਲ ਸੰਸਾਰਕ ਇਛਾਂ ਦੇ ਸਾਰੇ ਦੁਖ ਦੂਰ ਹੋ ਜਾਂਦੇ ਹਨ । ਉਹ ਸ਼ਬਦ ਦੀ ਪਾਲਣਾ ਵਿੱਚ ਅਡੋਲ ਰਹਿੰਦੇ ਨੂੰ ਹੋਰ ਕੋਈ ਭਰਮ, ਡਰ ਨਹੀਂ ਰਹਿੰਦਾ ।

From Ancient Ages! The True Master has sent His Blessed souls in the universe. They remain singing the praises and glory of His Word. Whosoever may sing the glory of His Word with his tongue; with His mercy and grace, all his suspicions and worldly miseries may be eliminated. He may remain obeying the teachings of His Word with steady and stable belief in his day-to-day life; with His mercy and grace, all his fears and suspicions may be eliminated.

ਓਇ ਜਾਗਤ ਰਹਹਿ ਨ ਸੂਤੇ ਦੀਸਹਿ॥ o-ay jaagat raheh na sootay deeseh.
ਸੰਗਤਿ ਕੁਲ ਤਾਰੇ ਸਾਚੁ ਪਰੀਸਹਿ॥ sangat kul taaray saach pareeseh.
ਕਲਿਮਲ ਮੈਲੁ ਨਾਹੀ ਤੇ ਨਿਰਮਲ, kalimal mail naahee tay nirmal
ਓਇ ਰਹਹਿ ਭਗਤਿ ਲਿਵ ਲਾਈ ਹੇ॥੪॥ o-ay raheh bhagat liv laa-ee hay. ||4||

ਪ੍ਰਭ ਦਾ ਸੇਵਕ, ਸ਼ਬਦ ਦੇ ਸਿਮਰਨ ਵਿੱਚ ਜਾਗਦਾ ਅਤੇ ਸੁਚੇਤ ਰਹਿੰਦਾ ਹੈ । ਸ਼ਬਦ ਦੀ ਕਮਾਈ ਕਰਦਾ, ਆਪਣੇ ਜੀਵਨ ਦੀ ਸਿਖਿਆਂ ਨਾਲ ਸਾਥੀਆਂ ਨੂੰ ਵੀ ਪ੍ਰਵਾਨਗੀ ਦੇ ਅਸਲੀ ਰਸਤੇ ਤੇ ਪਾ ਜਾਂਦਾ ਹੈ । ਉਹ ਸ਼ਬਦ ਦੀ ਪਾਲਣਾ ਵਿੱਚ ਲੀਨ ਰਹਿੰਦਾ ਹੈ, ਉਸ ਦੀ ਆਤਮਾ ਨੂੰ ਸੰਸਾਰਕ ਇਛਾਂ ਦੀ ਮੈਲ਼ ਨਹੀਂ ਲਗਦੀ ।

His true devotee may remain intoxicated, awake, and alert in meditation on the teachings of His Word. With the earnings of His Word; he may inspire his associates to adopt the teachings of His Word, the right path of acceptance in His Court. He may remain intoxicated in obeying the teachings of His Word; with His mercy and grace, his soul may become beyond the reach of any blemish of worldly wealth.

ਬੂਝਹੁ ਹਰਿ ਜਨ ਸਤਿਗੁਰ ਬਾਣੀ॥ boojhhu har jan satgur banee.
ਏਹੁ ਜੋਬਨੁ ਸਾਸੁ ਹੈ, ਦੇਹ ਪੁਰਾਣੀ॥ ayhu joban saas hai dayh puraanee.
ਆਜੁ ਕਾਲਿ ਮਰਿ ਜਾਈਐ ਪ੍ਰਾਣੀ, aaj kaal mar jaa-ee-ai paraanee
ਹਰਿ ਜਪੁ ਜਪਿ ਰਿਦੈ ਧਿਆਈ ਹੇ॥੫॥ har jap jap ridai Dhi-aa-ee hay. ||5||

ਜਿਹੜਾ ਜੀਵ ਆਪਣਾ ਮਨ ਪ੍ਰਭ ਦੇ ਸ਼ਬਦ ਦੀ ਪਾਲਣਾ ਵਿੱਚ ਅਡੋਲ ਰਖਕੇ ਹਰਜਨ ਬਣ ਜਾਂਦਾ ਹੈ । ਉਸ ਨੂੰ ਸ਼ਬਦ ਦੀ ਸੋਝੀ ਬਖਸ਼ਿਸ਼ ਹੋ ਜਾਂਦੀ ਹੈ । ਜੀਵ, ਤੇਰੀ ਇਹ ਜਵਾਨੀ, ਸਵਾਸ, ਸਰੀਰ ਇਕ ਦਿਨ ਸਭ ਨਾਸ, ਖਤਮ ਹੋ ਜਾਣੇ ਹਨ । ਜੀਭ ਨਾਲ ਅਤੇ ਮਨ ਵਿੱਚ ਸ਼ਬਦ ਦਾ ਸਿਮਰਨ ਕਰੋ ।

Whosoever may remain intoxicated in obeying the teachings of His Word with steady and stable belief in his day-to-day life; with His mercy and grace, he may be blessed with a state of mind as His true devotee. He may be enlightened with unique essence of His Word. Your youth, body, breaths are blessed for predetermined, short-lived; all are going to be vanished. You should meditate and sing the glory of His Word with your tongue.

ਛੋਡਹੁ ਪ੍ਰਾਣੀ ਕੂੜ ਕਬਾੜਾ॥ chhodahu paraanee koorh kabaarhaa.
ਕੂੜੁ ਮਾਰੇ ਕਾਲੁ ਉਛਾਹਾੜਾ॥ koorh maaray kaal uchhaahaarhaa.
ਸਾਕਤ ਕੂੜਿ ਪਚਹਿ ਮਨਿ ਹਉਮੈ, saakat koorh pacheh man ha-umai
ਦੁਹੁ ਮਾਰਗਿ ਪਚੈ ਪਚਾਈ ਹੇ॥੬॥ duhu maarag pachai pachaa-ee hay. ||6||

ਜੀਵ ਆਪਣੇ ਦਿਖਾਵੇ, ਫਰੇਬ, ਭਰਮਾਂ ਦੇ ਰਸਤੇ ਤਿਆਗੋ । ਧੋਖੇ ਵਾਲੇ ਰਸਤਿਆਂ ਨਾਲ ਜੀਵ ਮੌਤ ਦੇ ਹਵਾਲੇ ਹੀ ਹੁੰਦਾ ਹੈ । ਉਹ ਭਰਮਾਂ, ਹੈਸੀਅਤ ਦੇ ਅਭਿਮਾਨ, ਧੋਖੇ, ਫਰੇਬ ਵਾਲਾ ਜੀਵਨ ਬਤੀਤ ਕਰਦਾ, ਮਾਨਸ ਜੀਵਨ ਬਿਰਥਾ ਹੀ ਗਵਾ ਲੈਂਦਾ ਹੈ ।

You should renounce your suspicions, falsehood, and meditation for worldly honor. Whosoever may remain in these deceptive, devious paths, he may be captured by the devil of death. Whosoever may remain intoxicated in religious suspicions, rituals, devious, evil thoughts, and ego of his worldly status; he may waste his priceless human life opportunity.

ਛੋਡਿਹੁ ਨਿੰਦਾ ਤਾਤਿ ਪਰਾਈ॥ ਪੜਿ ਪੜਿ ਦਝਹਿ ਸਾਤਿ ਨ ਆਈ॥ chhodihu nindaa taat paraa-ee. parh parh dajheh saat na aa-ee.
ਮਿਲਿ ਸਤਸੰਗਤਿ ਨਾਮੁ ਸਲਾਹਹੁ, ਆਤਮ ਰਾਮੁ ਸਖਾਈ ਹੇ॥੭॥ mil satsangat naam salaahahu aatam raam sakhaa-ee hay. ||7||

ਜੀਵ ਦੂਸਰੇ ਦੀ ਨਿੰਦਿਆਂ, ਚੁਗਲੀ ਕਰਨੀ ਛਡ ਦੇਵੋ । ਧਰਮ ਦੇ ਗ੍ਰੰਥ ਪੜ੍ਹ, ਪੜ੍ਹ ਕੇ ਜੀਵ ਭਟਕਣਾਂ ਵਿੱਚ ਡੂੰਘਾ ਫਸ ਜਾਂਦਾ, ਮਨ ਨੂੰ ਸ਼ਾਂਤੀ ਬਖਸ਼ਿਸ਼ ਨਹੀਂ ਹੁੰਦੀ । ਸੰਤ ਸਰੂਪ ਜੀਵ ਦੇ ਜੀਵਨ ਦੀ ਸਿਖਿਆਂ ਨੂੰ ਆਪਣੇ ਜੀਵਨ ਵਿੱਚ ਢਾਲਣ ਨਾਲ ਪ੍ਰਭ ਦੀ ਸ਼ਰਣ ਵਿੱਚ ਪਨਾਹ ਬਖਸ਼ਿਸ਼ ਹੋ ਸਕਦੀ ਹੈ ।

You should renounce back-biting and slandering the way of life of others. Whosoever may think! reading religious Holy Scripture may be the right path of His Blessings; he may remain in deeper frustrations. He may not be blessed with peace of mind. You should associate with His true devotee and adopt his life experience teachings in your day-to-day life; with His mercy and grace, you may be accepted in His Sanctuary.

ਗੁਰੂ ਨਾਨਕ ਦੇਵ ਜੀ! – Guru Nanak Dev Ji! Guru Granth Sahib

ਛੋਡਹੁ ਕਾਮ ਕ੍ਰੋਧੁ ਬੁਰਿਆਈ॥ chhodahu kaam kroDh buri-aa-ee.
ਹਉਮੈ ਧੰਧੁ ਛੋਡਹੁ ਲੰਪਟਾਈ॥ ha-umai DhanDh chhodahu lamptaa-ee.
ਸਤਿਗੁਰ ਸਰਣਿ ਪਰਹੁ ਤਾ ਉਬਰਹੁ, satgur saran parahu taa ubrahu
ਇਉ ਤਰੀਐ ਭਵਜਲੁ ਭਾਈ ਹੇ॥੮॥ i-o taree-ai bhavjal bhaa-ee hay. ||8||

ਕਾਮ ਵਾਸ਼ਨਾ, ਕਰੋਧ, ਬੁਰਾਈਆਂ, ਹੈਸੀਅਤ ਦਾ ਅਭਿਮਾਨ, ਦੂਸਰੇ ਨਾਲ ਝਗੜਾ ਛਡੋ । ਸ਼ਬਦ ਦੀ ਪਾਲਣਾ ਕਰੋ! ਪ੍ਰਭ ਰਹਿਮਤ ਬਖਸ਼ਕੇ ਭਰੋਸਾ ਅਡੋਲ ਰਖਦਾ, ਪ੍ਰਵਾਨਗੀ ਦੇ ਰਸਤੇ ਦੀ ਸੋਝੀ ਬਖਸ਼ਦਾ ਹੈ । ਉਸ ਦੀ ਰਹਿਮਤ ਨਾਲ ਸੰਸਾਰਕ ਸਾਗਰ ਪਾਰ ਹੋ ਸਕਦਾ ਹੈ ।

You should renounce your sexual urge with strange woman, anger, evil thoughts, slandering others, ego of your worldly status, hostility with others. You should obey the teachings of His Word with steady and stable belief in your day-to-day life; with His mercy and grace, you may remain steady and stable on the right path of acceptance in His Court. You may cross the terrible ocean of worldly desires.

ਆਗੈ ਬਿਮਲ ਨਦੀ, ਅਗਨਿ ਬਿਖੁ ਝੇਲਾ॥ aagai bimal nadee agan bikh jhaylaa.
ਤਿਥੈ ਅਵਰੁ ਨ ਕੋਈ ਜੀਉ ਇਕੇਲਾ॥ tithai avar na ko-ee jee-o ikaylaa.
ਭੜ ਭੜ ਅਗਨਿ ਸਾਗਰੁ ਦੇ ਲਹਰੀ, bharh bharh agan saagar day lahree
ਪੜਿ ਦਝਹਿ ਮਨਮੁਖ ਤਾਈ ਹੇ॥੯॥ parh dajheh manmukh taa-ee hay. ||9||

ਮੌਤ ਤੋਂ ਪਿਛੋਂ ਤੂੰ ਖਤਰਨਾਕ ਅੱਗ ਦੇ ਸਾਗਰ ਵਿੱਚ ਦੀ ਜਾਣਾ ਹੈ । ਉਥੇ ਤੇਰਾ ਕੋਈ ਮਦਦ ਕਰਨ ਵਾਲਾ ਸਾਥੀ ਨਹੀਂ, ਤੈਨੂੰ ਇਕਲੇ ਹੀ ਜਾਣਾ ਪੈਣਾ ਹੈ । ਮਨਮੁਖ ਇਸ ਅੱਗ ਵਿੱਚ ਜਲ ਜਾਂਦਾ ਹੈ, ਨੀਚ ਜੂੰਨਾਂ ਦੇ ਚੱਕਰ ਵਿੱਚ ਹੀ ਰਹਿੰਦਾ ਹੈ ।

After death, your soul must cross a terrible lava of worldly ocean of desires. You must cross alone; you may not have anyone to help. Self-minded may burn in the lava of worldly desires. He may be cycled through mean life journey.

ਗੁਰ ਪਹਿ ਮੁਕਤਿ ਦਾਨੁ ਦੇ ਭਾਣੈ॥ gur peh mukat daan day bhaanai.
ਜਿਨਿ ਪਾਇਆ ਸੋਈ ਬਿਧਿ ਜਾਣੈ॥ jin paa-i-aa so-ee biDh jaanai.
ਜਿਨ ਪਾਇਆ ਤਿਨ ਪੂਛਹੁ ਭਾਈ, jin paa-i-aa tin poochhahu bhaa-ee
ਸੁਖੁ ਸਤਿਗੁਰ ਸੇਵ ਕਮਾਈ ਹੇ॥੧੦॥ sukh satgur sayv kamaa-ee hay. ||10||

ਪ੍ਰਭ ਆਪਣੇ ਭਾਣੇ ਨਾਲ ਹੀ (ਪਿਛਲੇ ਜਨਮ ਦੀ ਸ਼ਬਦ ਦੀ ਕਮਾਈ) ਮੁਕਤੀ ਦੇ ਰਸਤੇ ਤੇ ਪਾਉਂਦਾ ਹੈ । ਕੇਵਲ ਅੰਤਰਜਾਮੀ ਹੀ ਜਾਣਦਾ ਹੈ, ਜਿਹੜਾ ਇਸ ਰਸਤੇ ਤੇ ਅਡੋਲ ਚਲਦਾ ਹੈ । ਜਿਹੜਾ ਸ਼ਾਂਤੀ, ਸੰਤੋਖ ਨਾਲ ਸ਼ਬਦ ਦੀ ਪਾਲਣਾ ਵਿੱਚ ਲੀਨ ਰਹਿੰਦਾ ਹੈ । ਉਸ ਸੰਤ ਸਰੂਪ ਜੀਵ ਦੇ ਜੀਵਨ ਤੋਂ ਸੋਝੀ ਪਾਵੋ!

The True Master may bestow His Blessed Vision on His true devotee, the right path of acceptance in His Court. The Omniscient True Master remains aware! Who may remain steady and stable on the right path of acceptance in His Court. Whosoever may remain intoxicated in obeying the teachings of His Word with steady and stable belief in his day-to-day life; You should learn from his life experience teachings.

ਗੁਰ ਬਿਨੁ ਉਰਝਿ ਮਰਹਿ ਬੇਕਾਰਾ॥ ਜਮੁ ਸਿਰਿ ਮਾਰੇ ਕਰੇ ਖੁਆਰਾ॥ gur bin urajh mareh baykaaraa. jam sir maaray karay khu-aaraa.
ਬਾਧੇ ਮੁਕਤਿ ਨਾਹੀ ਨਰ ਨਿੰਦਕ, ਡੂਬਹਿ ਨਿੰਦ ਪਰਾਈ ਹੇ॥੧੧॥ baaDhay mukat naahee nar nindak doobeh nind paraa-ee hay. ||11||

ਜੀਵ ਸ਼ਬਦ ਦੀ ਪਾਲਣਾ ਤੋਂ ਬਿਨਾਂ, ਸੰਸਾਰਕ ਇਛਾਂ ਪਿਛੇ ਲਗਾ, ਪਾਪਾਂ ਵਾਲਾ ਜੀਵਨ ਬਤੀਤ ਕਰਦਾ ਹੈ । ਅਖੀਰ ਉਸ ਨੂੰ ਮੌਤ ਦਾ ਜਮਦੂਤ ਸਜ਼ਾ ਦੇਂਦਾ ਹੈ । ਧੋਖੇ, ਫਰੇਬ ਨਾਲ ਜੀਵਨ ਵਾਲੇ ਦਾ ਸੰਸਾਰਕ ਬੰਧਨਾ ਤੋਂ ਛੁਟਕਾਰਾ ਬਖਸ਼ਿਸ਼ ਨਹੀਂ ਹੁੰਦਾ । ਬਾਕੀ ਨੂੰ ਧੋਖਾ ਦੇਂਦਾ, ਭਰਮਾਂ ਵਿੱਚ ਹੀ ਮਰ ਜਾਂਦਾ ਹੈ ।

Whosoever may not obey the teachings of His Word; he may remain intoxicated in worldly desires and wastes his life in sinful, evil deeds. In the end, he may be captured by the devil of death and endures miseries. Whosoever may make falsehood, cheating others as the guiding principles of his life; he may never conquer his worldly bonds. He may mislead his followers in religious suspicions, till he may be captured by the devil of death.

ਬੋਲਹੁ ਸਾਚੁ ਪਛਾਣਹੁ ਅੰਦਰਿ॥ ਦੂਰਿ ਨਾਹੀ ਦੇਖਹੁ ਕਰਿ ਨੰਦਰਿ॥ bolhu saach pachhaanhu andar. door naahee daykhhu kar nandar.
ਬਿਘਨੁ ਨਾਹੀ ਗੁਰਮੁਖਿ ਤਰੁ ਤਾਰੀ, bighan naahee gurmukh tar taaree
ਇਉ ਭਵਜਲੁ ਪਾਰਿ ਲੰਘਾਈ ਹੇ॥ ੧੨॥ i-o bhavjal paar langhaa-ee hay. ||12||

ਜਿਹੜਾ ਜੀਵ ਸ਼ਬਦ ਨਾਲ ਆਪਣਾ ਜੀਵਨ ਢਾਲਦਾ ਹੈ । ਉਹ ਪ੍ਰਭ ਨੂੰ ਆਪਣੇ ਅੰਦਰੋਂ ਹੀ ਜਾਗਰਤ ਕਰ ਲੈਂਦੇ, ਮਹਿਸੂਸ ਕਰਦੇ ਅਨੰਦ ਮਾਨਦਾ ਹੈ । ਉਸ ਨੂੰ ਸ਼ਬਦ ਦੀ ਪਾਲਣਾ ਕਰਨ ਵਿੱਚ ਕੋਈ ਰੁਕਾਵਟ ਨਹੀਂ ਆਉਦੀ । ਉਹ ਪ੍ਰਵਾਨ ਹੋ ਜਾਂਦੇ ਹਨ, ਇਹ ਹੀ ਮੁਕਤੀ ਦਾ ਰਸਤਾ ਹੈ ।

Whosoever may adopt the teachings of His Word with steady and stable belief in his day-to-day life; with His mercy and grace, he may be enlightened with the essence of His Word from within. He may never drift from the right path of acceptance in His Court. He may be accepted in His Court. This may be the right path of salvation; acceptance in His Court.

ਦੇਹੀ ਅੰਦਰਿ ਨਾਮੁ ਨਿਵਾਸੀ॥ ਆਪੇ ਕਰਤਾ ਹੈ ਅਬਿਨਾਸੀ॥ dayhee andar naam nivaasee. aapay kartaa hai abhinaasee.
ਨਾ ਜੀਉ ਮਰੈ ਨ ਮਾਰਿਆ ਜਾਈ, naa jee-o marai na maari-aa jaa-ee
ਕਰਿ ਦੇਖੈ ਸਬਦਿ ਰਜਾਈ ਹੇ॥੧੩॥ kar daykhai sabad rajaa-ee hay. ||13||

ਉਹ ਪ੍ਰਭ ਸਦਾ ਅਟਲ ਰਹਿਣ ਵਾਲਾ, ਨਾ ਨਾਸ ਹੋਣ ਵਾਲਾ ਹੈ । ਪ੍ਰਭ ਦਾ ਸ਼ਬਦ ਜੀਵ ਦੇ ਅੰਦਰ ਡੂੰਘਾ ਵਸਦਾ ਹੈ । ਆਤਮਾ ਮਰਦੀ ਨਹੀਂ, ਇਸ ਨੂੰ ਮਾਰਿਆ ਨਹੀਂ ਜਾ ਸਕਦਾ ਹੈ, ਪ੍ਰਭ ਆਪ ਹੀ ਉਸ ਦਾ ਰਖਵਾਲਾ ਹੈ । ਪ੍ਰਭ ਦੇ ਸ਼ਬਦ ਦੀ ਪਾਲਣਾ ਕਰਨ ਨਾਲ ਪ੍ਰਭ ਦੀ ਹੋਂਦ ਅਨੁਭਵ ਕੀਤਾ ਜਾ ਸਕਦੀ ਹੈ ।

The True Master, beyond any destruction remains permanent, lives forever. His Word remains embedded within each soul. Soul is an expansion of His Holy Spirit and beyond any destruction in universe; The True Master, Protector. Whosoever may obey the teachings of His Word with steady and stable belief in his day-to-day life; with His mercy and grace, he may realize His Holy Spirit prevailing everywhere. Soul may only lose her entity by immersing within His Holy Spirit

ਓਹੁ ਨਿਰਮਲੁ ਹੈ ਨਾਹੀ ਅੰਧਿਆਰਾ॥ oh nirmal hai naahee anDhi-aaraa.
ਓਹੁ ਆਪੇ ਤਖਤਿ ਬਹੈ ਸਚਿਆਰਾ॥ oh aapay takhat bahai sachi-aaraa.
ਸਾਕਤ ਕੂੜੇ ਬੰਧਿ ਭਵਾਈਅਹਿ, saakat koorhay banDh bhavaa-ee-ah
ਮਰਿ ਜਨਮਹਿ ਆਈ ਜਾਈ ਹੇ॥੧੪॥ mar janmeh aa-ee jaa-ee hay. ||14||

ਗੁਰੂ ਨਾਨਕ ਦੇਵ ਜੀ! – Guru Nanak Dev Ji! Guru Granth Sahib

ਪਵਿਤਰ ਜੋਤ, ਪ੍ਰਭ ਵਿੱਚ ਕੋਈ ਅਗਿਆਨਤਾ ਨਹੀਂ ਹੈ । ਆਪਣੇ ਤਖਤ ਤੇ ਸਦਾ ਹੀ ਖੇੜੇ ਵਿੱਚ ਰਹਿੰਦਾ ਹੈ । ਜਿਹੜਾ ਸ਼ਬਦ ਦੀ ਪਾਲਣਾ ਵਿੱਚ ਅਡੋਲ ਭਰੋਸਾ ਨਹੀਂ ਰਖਦਾ, ਉਹ ਸੰਸਾਰਕ ਨਾਸ ਹੋ ਜਾਣ ਵਾਲੀਆਂ ਇਛਾਂ ਦੀਆਂ ਭਟਕਣਾਂ ਵਿੱਚ ਹੀ ਰਹਿੰਦਾ ਹੈ । ਮੌਤ ਦੇ ਜਮਦੂਤ ਦੇ ਵੱਸ, ਜੂੰਨਾਂ ਦੇ ਚੱਕਰ ਵਿੱਚ ਹੀ ਰਹਿੰਦਾ ਹੈ ।

The One and Only One True Master, a unique sanctified Holy Spirit remains beyond any ignorance from the nature of the universe. He always remains in blossom on His Royal Throne within the soul of every creature. Whosoever may not obey the teachings of His Word with steady and stable belief as an ultimate, unavoidable Command; he may remain intoxicated with sweet poison of worldly wealth, short-lived pleasures. He remains under the control of the devil of death and in the cycle of birth and death.

ਗੁਰ ਕੇ ਸੇਵਕ ਸਤਿਗੁਰ ਪਿਆਰੇ॥ gur kay sayvak satgur pi-aaray.
ਓਇ ਬੈਸਹਿ ਤਖਤਿ ਸੁ ਸਬਦੁ ਵੀਚਾਰੇ॥ o-ay baiseh takhat so sabad veechaaray.
ਤਤੁ ਲਹਹਿ ਅੰਤਰਗਤਿ ਜਾਣਹਿ, ਸਤਸੰਗਤਿ ਸਾਚੁ ਵਡਾਈ ਹੇ॥੧੫॥ tat laheh antargat jaaneh satsangat saach vadaa-ee hay. ||15||

ਸ਼ਬਦ ਦੀ ਪਾਲਣਾ ਕਰਨ ਵਾਲਾ ਜੀਵ, ਪ੍ਰਭ ਨੂੰ ਪਿਆਰਾ ਲਗਦਾ ਹੈ । ਉਹ ਆਪਣੀ ਸਮਾਧੀ ਵਿੱਚ ਪ੍ਰਭ ਦੇ ਸ਼ਬਦ ਦਾ ਸਿਮਰਨ ਕਰਦਾ ਹੈ । ਉਹ ਆਪਣੇ ਅੰਦਰ ਦੀ ਅਵਸਥਾ ਜਾਣ ਜਾਂਦਾ ਹੈ । ਇਹ ਹੀ ਸੰਤ ਸੰਗਤ ਕਰਨ ਦੀ ਵਡਿਆਈ ਹੈ ।

Whosoever may obey the teachings of His Word with steady and stable belief; with His mercy and grace, he may become his favorite and accepted in His Sanctuary. He may remain intoxicated in meditation in the void of His Word. He may recognize his state of his mind, purpose of his human life opportunity. The True Master has bestowed great significance and blessing in the conjugation of His true devotee, Holy saint.

ਆਪਿ ਤਰੈ ਜਨੁ ਪਿਤਰਾ ਤਾਰੇ॥ ਸੰਗਤਿ ਮੁਕਤਿ ਸੁ ਪਾਰਿ ਉਤਾਰੇ॥ aap tarai jan pitraa taaray. sangat mukat so paar utaaray.
ਨਾਨਕੁ ਤਿਸ ਕਾ ਲਾਲਾ ਗੋਲਾ, naanak tis kaa laalaa golaa
ਜਿਨਿ ਗੁਰਮੁਖਿ ਹਰਿ ਲਿਵ ਲਾਈ ਹੇ॥੧੬॥੬॥ jin gurmukh har liv laa-ee hay. ||16||6||

ਉਹ ਸ਼ਬਦ ਦੀ ਪਾਲਣਾ ਕਰਨ ਵਾਲਾ ਸੇਵਕ ਆਪ ਤਰ ਜਾਂਦਾ ਹੈ । ਆਪਣੇ ਬਜ਼ੁਰਗਾ ਦੀ ਯਾਦ ਨੂੰ ਵੀ ਅਮਰ ਕਰ ਜਾਂਦਾ ਹੈ । ਸਾਥੀ ਵੀ ਆਪਣਾ ਜੀਵਨ ਬਦਲਕੇ ਪ੍ਰਵਾਨਗੀ ਦੇ ਰਸਤੇ ਤੇ ਚਲ ਪੈਂਦੇ ਹਨ । ਜੀਵ ਇਸਤਰ੍ਹਾਂ ਦੇ ਸੰਤ ਸਰੂਪ ਦੇ ਜੀਵਨ ਦੀ ਸਿਖਿਆਂ ਨਾਲ ਆਪਣਾ ਜੀਵਨ ਢਾਲੋ ।

Whosoever may obey the teachings of His Word with steady and stable belief in his day-to-day life; with His mercy and grace, he may be accepted in His Court. He may honor and immortalized the memory of his ancestors. His family and followers may adopt his way of life to become worthy of His Considerations. You should adopt the life experience teachings of such a Holy saint in your day-to-day life.

Key Message of Raag Maaroo, page 1025-12
'ਪ੍ਰਭ ਦਾ ਦਾਸ ਬਜ਼ੁਰਗਾ ਦੀ ਯਾਦ ਨੂੰ ਵੀ ਅਮਰ ਕਰ ਜਾਂਦਾ ਹੈ ।
ਆਪ ਹੀ ਸਾਰੀ ਸ੍ਰਿਸ਼ਟੀ ਨੂੰ ਪੈਦਾ ਕਰਦਾ, ਸ੍ਰਿਸ਼ਟੀ ਵਿੱਚ ਭਗਤ ਭੇਜਦਾ, ਭਾਗ ਲਿਖਣ ਵਾਲਾ ਮਾਲਕ ਹੈ । ਪ੍ਰਭ, ਜੀਵ ਦੇ ਨੇੜੇ, ਹਿਰਦੇ ਵਿੱਚ ਵਸਦਾ, ਉਸ ਤੋਂ ਕੁਝ ਛਿਪਾਇਆ ਨਹੀਂ ਜਾ ਸਕਦਾ । ਗੁਰਮਖ ਨੂੰ ਸੋਝੀ ਬਖਸ਼ਦਾ, ਉਹ ਸ਼ਬਦ ਦੀ ਪਾਲਣਾ ਵਿੱਚ ਅਡੋਲ ਰਹਿੰਦਾ, ਉਸ ਨੂੰ ਹੋਰ ਕੋਈ ਭਰਮ, ਜਾ ਡਰ ਨਹੀਂ ਰਹਿੰਦਾ । ਉਸ ਦੀ ਆਤਮਾ ਨੂੰ ਸੰਸਾਰਕ ਇਛਾਂ ਦੀ ਮੈਲ ਨਹੀਂ ਲਗਦੀ, ਆਤਮਾ ਨੂੰ ਹਰਜਨ ਅਵਸਥਾ ਬਖਸ਼ਿਸ਼ ਹੋ ਜਾਂਦੀ ਹੈ । ਸੰਤ ਸਰੂਪ ਜੀਵ ਦੇ ਜੀਵਨ ਦੀ ਸਿਖਿਆਂ ਆਪਣੇ ਜੀਵਨ ਵਿੱਚ ਢਾਲਣ ਨਾਲ ਸ਼ਰਣ ਵਿੱਚ ਪਨਾਹ ਬਖਸ਼ਿਸ਼ ਹੋ ਸਕਦੀ ਹੈ । ਪ੍ਰਭ ਦੀ ਰਹਿਮਤ ਨਾਲ ਸੰਸਾਰਕ ਸਾਗਰ ਪਾਰ ਹੋ ਸਕਦਾ ਹੈ । ਕੇਵਲ ਅੰਤਰਜਾਮੀ ਹੀ ਜਾਣਦਾ ਹੈ, ਜਿਹੜਾ ਇਸ ਰਸਤੇ ਤੇ ਅਡੋਲ ਚਲਦਾ ਹੈ । ਜਿਹੜਾ ਮਨ ਅੰਦਰੋਂ ਹੀ ਜਾਗਰਤ ਹੋ ਜਾਂਦਾ, ਉਸ ਨੂੰ ਪ੍ਰਵਾਨਗੀ, ਮੁਕਤੀ ਦਾ ਰਸਤਾ ਬਖਸ਼ਿਸ਼ ਹੋ ਜਾਂਦਾ ਹੈ । ਪ੍ਰਭ, ਸ਼ਬਦ, ਆਤਮਾ ਮਰਦੀ ਨਹੀਂ, ਪ੍ਰਭ ਦੀ ਜੋਤ ਦਾ ਮੈਲਾ ਭਾਗ ਹੀ ਹੈ । ਪਵਿੱਤਰ ਜੋਤ, ਪ੍ਰਭ ਵਿੱਚ ਕੋਈ ਅਗਿਆਨਤਾ ਨਹੀਂ, ਸਦਾ ਹੀ ਖੇੜਾ ਹੀ ਰਹਿੰਦਾ ਹੈ । ਇਹ ਹੀ ਸੰਤ ਸੰਗਤ ਕਰਨ ਦੀ ਵਡਿਆਈ ਹੈ । ਪ੍ਰਭ ਦਾ ਦਾਸ ਆਪਣੇ ਬਜ਼ੁਰਗਾ ਦੀ ਯਾਦ ਨੂੰ ਵੀ ਅਮਰ ਕਰ ਜਾਂਦਾ ਹੈ ।
His true devotee may immortalize the memory of his ancestors.
He sends His Holy saints, to enlighten His Creation; prewrites the destiny of each creature before his birth. The Omnipresent, Omniscient True Master, His Word remains embedded within each soul; nothing may remain hidden from Him. His true devotee may be enlightened with the essence of His Word; he sings the glory of His Word with his tongue; all his fears and suspicions may be eliminated. His soul remains intoxicated, awake, and alert in meditation on the teachings of Your Word; she may become beyond the reach of any blemish of worldly wealth. His soul may remain drenched with unique essence of His Word; he may be blessed with a state of mind as His true devotee. Whosoever may adopt his life experience teachings of His Holy saint; his soul may be accepted in His Sanctuary. He may be blessed with the right path to sail the terrible ocean of worldly desires. The Omniscient True Master remains aware! Who may remain on the right path of acceptance. Who may be enlightened from within; he may be blessed with the right path of acceptance; salvation. Soul remains an expansion of His Holy Spirit, The True Master, His Word remains beyond any destruction. The One and Only One True Master, has bestowed such a great significance and blessings in the conjugation of His Holy saint. His true devotee may honor and immortalized the memory of his ancestors.

30. ਮਾਰੂ ਮਹਲਾ ੧॥ 1026-14

ਕੇਤੇ ਜੁਗ ਵਰਤੇ ਗੁਬਾਰੈ॥ ਤਾੜੀ ਲਾਈ ਅਪਰ ਅਪਾਰੈ॥ kaytay jug vartay gubaarai. taarhee laa-ee apar apaarai.
ਧੁੰਧੂਕਾਰਿ ਨਿਰਾਲਮੁ ਬੈਠਾ, ਨਾ ਤਦਿ ਧੰਧੁ ਪਸਾਰਾ ਹੇ॥੧॥ DhunDhookaar niraalam baithaa naa tad DhanDh pasaaraa hay. ||1||

ਕਈ ਯੁੱਗ, ਚਾਰੇ ਪਾਸੇ ਅਗਿਆਨਤਾ ਦਾ ਅੰਧੇਰਾ ਹੀ ਛਾਇਆ ਸੀ । ਬੇਅੰਤ ਪ੍ਰਭ ਆਪਣੀ ਸਮਾਧੀ ਵਿੱਚ ਹੀ ਲੀਨ ਹੋਇਆ ਸੀ । ਉਸ ਤੇ ਅਗਿਆਨਤਾ ਦਾ ਕੋਈ ਪ੍ਰਭਾਵ ਨਹੀਂ, ਨਾ ਹੀ ਕਿਸੇ ਨਾਲ ਝਗੜਾ ਹੀ ਸੀ ।

Many Ages! There was only darkness, void, and vacuum. The True Master was in His Void carefree and in blossom. He had no effect of darkness on His state of mind nor any hostility with anyone.

ਜੁਗ ਛਤੀਹ ਤਿਨੈ ਵਰਤਾਏ॥ ਜਿਉ ਤਿਸੁ ਭਾਣਾ ਤਿਵੈ ਚਲਾਏ॥ jug chhateeh tinai vartaa-ay. ji-o tis bhaanaa tivai chalaa-ay.
ਤਿਸਹਿ ਸ਼ਰੀਕੁ ਨ ਦੀਸੈ ਕੋਈ, ਆਪੇ ਅਪਰ ਅਪਾਰਾ ਹੇ॥੨॥ tiseh sareek na deesai ko-ee aapay apar apaaraa hay. ||2||

ਲੰਮਾ ਸਮਾਂ ਛੱਤੀ (36) ਯੁੱਗ ਇਸਤਰ੍ਹਾਂ ਹੀ ਬੀਤ ਗਏ । ਇਹ ਸਭ ਕੁਝ ਪ੍ਰਭ ਦੇ ਭਾਣੇ ਅੰਦਰ ਹੀ ਹੋਇਆ । ਉਸ ਦਾ ਸ਼ਰੀਕ, ਬਰਾਬਰ ਦਾ ਕੋਈ ਨਹੀਂ, ਉਹ ਬੇਅੰਤ ਵਿਸ਼ਾਲ, ਅੰਤ ਤੋਂ ਰਹਿਤ ਹੈ ।

So many Ages, about 36 jugs passed in such a darkness and void. Everything has been created, happened under His Command. The True Master has no equal, greater nor any siblings. The True Master, infinity in His Nature remains beyond any limitation, any limit or boundary, any limits of His miracles, events.

ਗੁਪਤੇ ਬੂਝਹੁ ਜੁਗ ਚਤੁਆਰੇ॥ ਘਟਿ ਘਟਿ ਵਰਤੈ ਉਦਰ ਮਝਾਰੇ॥ guptay boojhhu jug chatu-aaray. ghat ghat vartai udar majhaaray.
ਜੁਗੁ ਜੁਗੁ ਏਕਾ ਏਕੀ ਵਰਤੈ, ਕੋਈ ਬੁਝੈ ਗੁਰ ਵੀਚਾਰਾ ਹੇ॥੩॥ jug jug aykaa aykee vartai ko-ee boojhai gur veechaaraa hay. ||3||

ਪ੍ਰਭ ਇਹਨਾਂ ਚਾਰੇ ਯੁੱਗਾਂ ਵਿੱਚ ਹੀ ਗੁਪਤ, ਨਾ ਦੇਖੇ ਜਾਣਵਾਲਾ ਹੈ । ਉਹ ਹਰਇਕ ਜੀਵ ਦੇ ਹਿਰਦੇ ਵਿੱਚ, ਹਰ ਥਾਂ, ਚਾਰੇ ਯੁੱਗਾਂ ਵਿੱਚ ਇਕੋ ਇਕ ਪ੍ਰਭ, ਆਪ ਹੀ ਵਾਪਰਦਾ ਹੈ । ਕੋਈ ਵਿਰਲਾ ਹੀ ਇਸ ਤੱਤ ਦੀ ਸੋਝੀ ਨਾਲ, ਵਿਚਾਰ ਕਰਕੇ ਆਪਣਾ ਜੀਵਨ ਸ਼ਬਦ ਨਾਲ ਜੀਵਨ ਢਾਲਦਾ ਹੈ ।

The True Master has been prevailing mysteriously in all four Ages. The Omnipresent True Master remains embedded within each soul, dwells within body, mind of all creatures and prevails in every event in the universe. However, very rare devotee may adopt the teachings of His Word with steady and stable belief in his day-to-day life; he may realize His Existence.

ਬਿੰਦੁ ਰਕਤੁ ਮਿਲਿ ਪਿੰਡੁ ਸਰੀਆ॥ bind rakat mil pind saree-aa.
ਪਉਣੁ ਪਾਣੀ ਅਗਨੀ ਮਿਲਿ ਜੀਆ॥ pa-un paanee agnee mil jee-aa.
ਆਪੇ ਚੋਜ ਕਰੇ ਰੰਗ ਮਹਲੀ, ਹੋਰ ਮਾਇਆ ਮੋਹ ਪਸਾਰਾ ਹੇ॥੪॥ aapay choj karay rang mahlee hor maa-i-aa moh pasaaraa hay. ||4||

ਪਿਤਾ ਦੀ ਧਾਂਤ ਅਤੇ ਮਾਤਾ ਦੇ ਅੰਡੇ ਦੇ ਸੰਜੋਗ ਨਾਲ ਤਨ ਦਾ ਅਰੰਭ ਹੁੰਦਾ ਹੈ । ਪਾਣੀ, ਹਵਾ ਅਤੇ ਅੱਗ ਤੋਂ ਇਸ ਤਨ ਵਿੱਚ ਜੀਵ ਪੈਦਾ ਹੋਇਆ । ਉਹ ਤਨ ਵਿੱਚ ਆਪਣਾ ਖੇਲ ਕਰਦਾ ਅਨੰਦ ਮਾਨਦਾ ਹੈ । ਬਾਕੀ ਸਭ ਕੁਝ ਮਾਇਆ ਮੋਹ ਦਾ ਜਾਲ ਹੈ ।

From the physical intimacy of the male sperm and female the egg, the body of fetus was formed. His body was created from air, water, and fire. His soul plays in her body and enjoy the play of His Creation. Everything else may be a sweet poison of worldly wealth.

*5 **Elements**: Male sperm, female eggs, Air, Water, and fire in womb (earth)

ਗਰਭ ਕੁੰਡਲ ਮਹਿ ਉਰਧ ਧਿਆਨੀ॥ ਆਪੇ ਜਾਣੈ ਅੰਤਰਜਾਮੀ॥ garabh kundal meh uraDh Dhi-aanee. aapay jaanai antarjaamee.
ਸਾਸਿ ਸਾਸਿ ਸਚੁ ਨਾਮੁ ਸਮਾਲੇ, ਅੰਤਰਿ ਉਦਰ ਮਝਾਰਾ ਹੇ॥੫॥ saas saas sach naam samaalay antar udar majhaaraa hay. ||5||

ਮਾਤਾ ਦੇ ਗਰਭ ਵਿੱਚ ਜੀਵ ਪੁੱਠਾ ਲਟਕਿਆ ਪ੍ਰਭ ਦੀ ਬੰਦਗੀ ਕਰਦਾ ਹੈ । ਅੰਤਰਜਾਮੀ ਆਪ ਹੀ ਸਭ ਕੁਝ ਜਾਣਦਾ ਹੈ । ਮਾਤਾ ਦੇ ਗਰਭ ਵਿੱਚ ਸਵਾਸ ਸਵਾਸ ਪ੍ਰਭ ਦੇ ਵਿਛੋੜੇ ਨੂੰ ਯਾਦ ਰਖਦਾ ਹੈ ।

In the womb of mother, his body hangs upside down. The Omniscient True Master remains aware of all events of her growth. In her womb! He remembers and keeps the real purpose of his human life blessings fresh.

ਚਾਰਿ ਪਦਾਰਥ ਲੈ ਜਗਿ ਆਇਆ॥ ਸਿਵ ਸਕਤੀ ਘਰਿ ਵਾਸਾ ਪਾਇਆ॥ chaar padaarath lai jag aa-i-aa. siv saktee ghar vaasaa paa-i-aa.
ਏਕੁ ਵਿਸਾਰੇ ਤਾ ਪਿੜ ਹਾਰੇ, ਅੰਧੁਲੈ ਨਾਮੁ ਵਿਸਾਰਾ ਹੇ॥੬॥ ayk visaaray taa pirh haaray anDhulai naam visaaraa hay. ||6||

ਜੀਵ ਚਾਰ ਪਦਾਰਥ ਪਾਉਣ ਲਈ ਜਨਮ ਲੈਂਦਾ ਹੈ । ਸੰਸਾਰਕ ਪਦਾਰਥਾਂ ਭਰੇ ਸੰਸਾਰ ਵਿੱਚ ਜਨਮ ਲੈਂਦਾ ਹੈ । ਜਿਹੜਾ ਸੰਸਾਰ ਵਿੱਚ ਜਨਮ ਲੈਂਦਾ, ਆਪਣੇ ਮਾਨਸ ਜਨਮ ਦਾ ਮੰਤਵ ਵਿਸਾਰਦਾ, ਉਹ ਮਾਨਸ ਜਨਮ ਦਾ ਖੇਲ ਹਾਰ ਜਾਂਦਾ ਹੈ । ਉਹ ਅਣਜਾਣ, ਪ੍ਰਭ ਦਾ ਸ਼ਬਦ, ਮਾਨਸ ਜਨਮ ਲੈਣ ਦਾ ਮੰਤਵ ਭੁੱਲ ਜਾਂਦਾ ਹੈ ।

His soul may be blessed with another opportunity to acquire 4 virtues to sanctify his soul and becomes worthy of His Consideration. He enters in an unfamiliar universe overwhelmed with short-lived comforts and glamor of sweet poison of worldly wealth. Whosoever may forget the real purpose of human life opportunity, the teachings of His Word; he may become a victim, remains intoxicated with sweet poison of worldly wealth. He may waste his priceless opportunity.

ਚਾਰ ਪਦਾਰਥ	ਸ਼ਬਦ ਵਿੱਚ ਧਿਆਨ, ਵਿਛੋੜੇ ਦਾ ਵਿਰਾਗ, ਸ਼ਬਦ ਦੀ ਸੋਝੀ, ਮੁਕਤੀ ਦੀ ਆਸ!
Four Virtues	Meditation; renunciation of His Separation; enlightenment of His Word; Hope for salvation.

ਬਾਲਕੁ ਮਰੈ ਬਾਲਕ ਕੀ ਲੀਲਾ॥ ਕਹਿ ਕਹਿ ਰੋਵਹਿ ਬਾਲੁ ਰੰਗੀਲਾ॥ baalak marai baalak kee leelaa. kahi kahi roveh baal rangeelaa.
ਜਿਸ ਕਾ ਸਾ ਸੋ ਤਿਨ ਹੀ ਲੀਆ ਭੂਲਾ ਰੋਵਣਹਾਰਾ ਹੇ॥੭॥ jis kaa saa so tin hee lee-aa bhoolaa rovanhaaraa hay. ||7||

ਜੀਵ ਅਣਜਾਣਤਾ ਵਿੱਚ ਹੀ ਜੀਵਨ ਖਤਮ ਕਰ ਜਾਂਦਾ ਹੈ । ਸੰਸਾਰਕ ਸਬੰਧੀ ਉਸ ਨੂੰ ਬਹੁਤ ਰੌਣਕੀ ਸਮਝਦੇ ਹਨ । ਪ੍ਰਭ ਦੀ ਆਪਣੀ ਅਮਾਨਤ, ਆਤਮਾ ਨੂੰ ਵਾਪਸ ਲੈ ਜਾਂਦਾ ਹੈ । ਜਿਹੜਾ ਮੌਤ ਤੇ ਅਫਸੋਸ ਕਰਦਾ ਹੈ, ਉਹ ਅਣਜਾਣ ਹੀ ਹੁੰਦਾ ਹੈ ।

Self-minded may waste his human life opportunity in ignorance. His close family and friends may boast, he is very carefree and life of the crowd. After predetermined period, The True Master takes His Trust, his soul back to endure the judgement of his worldly deeds. Whosoever may grievance on any death; he remains ignorance from the human life opportunity.

ਭਰਿ ਜੋਬਨਿ ਮਰਿ ਜਾਹਿ ਕਿ ਕੀਜੈ॥ ਮੇਰਾ ਮੇਰਾ ਕਰਿ ਰੋਵੀਜੈ॥ bhar joban mar jaahi ke keejai. mayraa mayraa kar roveejai.
ਮਾਇਆ ਕਾਰਣਿ ਰੋਇ ਵਿਗੂਚਹਿ, ਧ੍ਰਿਗੁ ਜੀਵਣੁ ਸੰਸਾਰਾ ਹੇ॥੮॥ maa-i-aa kaaran ro-ay vigoocheh Dharig jeevan sansaaraa hay. ||8||

ਜਿਹੜਾ ਜਵਾਨੀ ਵਿੱਚ ਹੀ ਮਰ ਜਾਵੇ । ਉਸ ਦੇ ਮਾਤਾ, ਪਿਤਾ, ਭੈਣ ਭਾਈ ਅਫਸੋਸ ਕਰਦੇ ਹਨ । ਉਹ ਆਪਣੇ ਸੰਸਾਰਕ ਸੁਖਾਂ ਕਰਕੇ ਹੀ ਰੋਂਦੇ ਹਨ । ਉਹਨਾਂ ਦੇ ਸੁਪਨੇ ਅੱਧੂਰੇ ਹੀ ਛਡ ਗਿਆ ਹੈ ।

Whosoever may die in young age; his mother, father sibling my grievance as he was part of their blood line. All are grieving for their own comforts, greed. They have not enjoyed their dreams unraveled into reality.

ਕਾਲੀ ਹੂ ਫੁਨਿ ਧਉਲੇ ਆਏ॥ ਵਿਣੁ ਨਾਵੈ ਗਥੁ ਗਇਆ ਗਵਾਏ॥ kaalee hoo fun Dha-ulay aa-ay. vin naavai gath ga-i-aa gavaa-ay.
ਦੁਰਮਤਿ ਅੰਧੁਲਾ ਬਿਨਸਿ ਬਿਨਾਸੈ, ਮੂਠੇ ਰੋਇ ਪੂਕਾਰਾ ਹੇ॥੯॥ durmat anDhulaa binas binaasai moothay ro-ay pookaaraa hay. ||9||

ਜਿਹੜਾ ਜੀਵ ਪਿਛਲੀ ਉਮਰ ਵਿੱਚ ਮਰਦਾ, ਵਾਲ ਕਾਲੇ ਤੋਂ ਚਿੱਟੇ ਹੋ ਜਾਂਦੇ ਹਨ । ਜਿਹੜਾ ਪ੍ਰਭ ਦੇ ਸ਼ਬਦ ਦੀ ਕਮਾਈ ਨਹੀਂ ਕਰਦਾ, ਉਹ ਆਪਣਾ ਮੌਕਾ ਗਵਾ ਲੈਂਦਾ ਹੈ । ਸ਼ਬਦ ਦੀ ਕਮਾਈ ਤੋਂ ਬਿਨਾਂ ਜੀਵ ਅਗਿਆਨੀ ਹੀ ਹੁੰਦਾ ਹੈ । ਉਹ ਮਾਨਸ ਜਨਮ ਬਿਰਥਾ ਹੀ ਗਵਾ ਜਾਂਦਾ, ਉਹ ਦੁਖਾਂ ਵਿੱਚ ਹੀ ਰਹਿੰਦਾ ਹੈ ।

Whosoever may die in old age, his hair turns gray. Whosoever may not earn the wealth of His Word; he has lost his human life opportunity in-vain. Without the earnings of His Word, he remains ignorant from the reality of human life. He has wasted his human life opportunity and his cycle of birth and death may not be eliminated.

ਆਪੁ ਵੀਚਾਰਿ ਨ ਰੋਵੈ ਕੋਈ॥ ਸਤਿਗੁਰੁ ਮਿਲੈ ਤ ਸੋਝੀ ਹੋਈ॥ aap veechaar na rovai ko-ee. satgur milai ta sojhee ho-ee.
ਬਿਨੁ ਗੁਰ ਬਜਰ ਕਪਾਟ ਨ ਖੂਲਹਿ, ਸਬਦਿ ਮਿਲੈ ਨਿਸਤਾਰਾ ਹੇ॥੧੦॥ bin gur bajar kapaat na khooleh sabad milai nistaaraa hay. ||10||

ਜਿਹੜਾ ਜੀਵ ਆਪਣੇ ਆਪ ਨੂੰ ਜਾਣ ਜਾਂਦਾ, ਉਹ ਮੌਤ ਤੇ ਰੋਸ ਨਹੀਂ ਕਰਦਾ । ਜਿਹੜਾ ਸ਼ਬਦ ਦੀ ਪਾਲਣਾ ਕਰਦਾ, ਉਸ ਨੂੰ ਪ੍ਰਭ ਦੇ ਭਾਣੇ ਦੀ ਸੋਝੀ ਬਖਸ਼ਿਸ਼ ਹੋ ਜਾਂਦੀ ਹੈ । ਸ਼ਬਦ ਦੀ ਸੋਝੀ ਤੋਂ ਬਿਨਾਂ ਸ਼ਬਦ ਨਾਲ ਜੀਵਨ ਢਾਲਿਆ ਨਹੀਂ ਜਾ ਸਕਦਾ । ਸ਼ਬਦ ਦੀ ਪਾਲਣਾ, ਸਿਖਿਆਂ ਨਾਲ ਜੀਵਨ ਢਾਲਣ ਤੋਂ ਬਿਨਾਂ ਪ੍ਰਵਾਨਗੀ ਦੇ ਰਸਤੇ ਦੀ ਸੋਝੀ ਨਹੀਂ ਹੁੰਦੀ ।

Whosoever may know the real purpose of his human life opportunity; he may never grieve on any death. Whosoever may obey the teachings of His Word with steady and stable belief; with His mercy and grace, he may be enlightened with the essence of His Word. Without the enlightenment of the essence of His Word, no one may adopt the teachings of His Word with steady and stable belief in his day-to-day life. He may never be blessed with the right path of acceptance in His Court.

ਬਿਰਧਿ ਭਇਆ ਤਨੁ ਛੀਜੈ ਦੇਹੀ॥ ਰਾਮੁ ਨ ਜਪਈ ਅੰਤਿ ਸਨੇਹੀ॥ biraDh bha-i-aa tan chheejai dayhee. raam na jap-ee ant sanayhee.
ਨਾਮੁ ਵਿਸਰਿ ਚਲੈ ਮੁਹਿ ਕਾਲੈ, ਦਰਗਹ ਝੂਠੁ ਖੁਆਰਾ ਹੇ॥੧੧॥ naam visaar chalai muhi kaalai dargeh jhooth khu-aaraa hay. ||11||

ਉਮਰ ਵੱਡੀ ਹੋਣ ਨਾਲ ਸਰੀਰ ਕਮਜ਼ੋਰ ਹੋ ਜਾਂਦਾ ਹੈ । ਅਗਰ ਉਸ ਨੇ ਸ਼ਬਦ ਦੀ ਕਮਾਈ ਨਹੀਂ ਕੀਤੀ! ਉਸ ਦਾ ਮੌਤ ਪਿਛੋਂ ਕੋਈ ਅਸਲੀ ਸਾਥੀ ਨਹੀਂ ਹੁੰਦਾ । ਉਸ ਨੂੰ ਮੌਤ ਪਿਛੋਂ ਸ਼ਰਮਿੰਦਗੀ ਹੀ ਮਿਲਦੀ, ਦਰਬਾਰ ਵਿੱਚ ਸੱਦਾ ਨਹੀਂ ਮਿਲਦਾ ।

In old age, perishable body of human may become feeble. Whosoever may not earn the ever-lasting wealth of His Word. After death, he may not have any companion in His Court. He may be embarrassed in His Court.

ਨਾਮੁ ਵਿਸਾਰਿ ਚਲੈ ਕੂੜਿਆਰੋ॥ ਆਵਤ ਜਾਤ ਪੜੈ ਸਿਰਿ ਛਾਰੋ॥ naam visaar chalai koorhi-aaro. aavat jaat parhai sir chhaaro.
ਸਾਹੁਰੜੈ ਘਰਿ ਵਾਸੁ ਨ ਪਾਏ, ਪੇਈਅੜੈ ਸਿਰਿ ਮਾਰਾ ਹੇ॥੧੨॥ saahurrhai ghar vaas na paa-ay pay-ee-arhai sir maaraa hay. ||12||

ਜਿਹੜਾ ਸ਼ਬਦ ਦਾ ਸਿਮਰਨ ਕਰਨ ਤੋਂ ਬਿਨਾਂ ਹੀ ਮਰ ਜਾਂਦਾ ਹੈ । ਉਹ ਜੂੰਨਾਂ ਦੇ ਚੱਕਰ ਵਿੱਚ ਹੀ ਰਹਿੰਦਾ ਹੈ । ਉਸ ਨੂੰ ਮਾਨਸ ਜਨਮ ਵਿੱਚ ਵੀ ਅਰਾਮ ਨਹੀਂ ਮਿਲਦਾ, ਦਰਬਾਰ ਵਿੱਚ ਵੀ ਪ੍ਰਵਾਨਗੀ ਬਖਸ਼ਿਸ਼ ਨਹੀਂ ਹੁੰਦੀ ।

Whosoever may die without meditating; he may remain in the cycle of birth and death. He may never have any peace, contentment in his human life nor any resting place in His Court.

ਖਾਜੈ ਪੈਝੈ ਰਲੀ ਕਰੀਜੈ॥ ਬਿਨੁ ਅਭ ਭਗਤੀ ਬਾਦਿ ਮਰੀਜੈ॥ khaajai paijhai ralee kareejai. bin abh bhagtee baad mareejai.
ਸਰ ਅਪਸਰ ਕੀ ਸਾਰ ਨ ਜਾਣੈ, ਜਮੁ ਮਾਰੇ ਕਿਆ ਚਾਰਾ ਹੇ॥੧੩॥ sar apsar kee saar na jaanai jam maaray ki-aa chaaraa hay. ||13||

ਜਿਹੜਾ ਮਾਨਸ ਜਨਮ ਵਿੱਚ ਚੰਗਾ ਖਾਂਦਾ, ਹਡਾਉਂਦਾ, ਅਨੰਦ ਮਾਨਦਾ ਹੈ, ਪਰ ਸ਼ਬਦ ਦੀ ਪਾਲਣਾ ਨਹੀਂ ਕਰਦਾ । ਉਹ ਮਾਨਸ ਜਨਮ ਬਿਰਥਾ ਹੀ ਗਵਾ ਜਾਂਦਾ ਹੈ । ਜਿਹੜਾ ਸੰਸਾਰ ਵਿੱਚ ਬੁਰੇ ਜਾ ਭਲੇ ਕੰਮ ਵਿੱਚ ਅੰਤਰ ਨਹੀਂ ਜਾਣਦਾ । ਉਹ ਮੌਤ ਦੇ ਦੁਖ ਸਹਿਦਾ ਹੈ । ਉਸ ਦਾ ਹੋਰ ਕੋਈ ਚਾਰਾ, ਜੰਨ੍ਹਾਂ ਦੇ ਜਾਲ ਤੋਂ ਕੋਈ ਛੁਟਕਾਰਾ ਨਹੀਂ ਹੁੰਦਾ ।

Whosoever may only enjoy the worldly delicacies and glamours of life; however, he may not obey the teachings of His Word. He may waste his human life opportunity uselessly. Whosoever may not recognize the distinction between good and evil deeds; he may only endure miseries after death. He may not have any other path nor escape the jaws of devil of death.

ਪਰਵਿਰਤੀ ਨਰਵਿਰਤਿ ਪਛਾਣੈ॥ ਗੁਰ ਕੈ ਸੰਗਿ ਸਬਦਿ ਘਰੁ ਜਾਣੈ॥ parvirtee narvirat pachhaanai. gur kai sang sabad ghar jaanai.
ਕਿਸ ਹੀ ਮੰਦਾ ਆਖਿ ਨ ਚਲੈ, ਸਚਿ ਖਰਾ ਸਚਿਆਰਾ ਹੇ॥੧੪॥ kis hee mandaa aakh na chalai sach kharaa sachi-aaraa hay. ||14||

ਜਿਹੜਾ ਜਾਣ ਜਾਂਦਾ ਹੈ! ਕਿਹੜੇ ਕੰਮ ਕਰਨੇ ਅਤੇ ਕਿਹੜੇ ਨਹੀਂ ਕਰਨੇ ਹਨ । ਉਹ ਸ਼ਬਦ ਦੀ ਪਾਲਣਾ ਕਰਦਾ, ਆਪਣੇ ਆਪ ਨੂੰ ਪਛਾਣ ਜਾਂਦਾ ਹੈ । ਉਹ ਹੋਰ ਕਿਸੇ ਦੀ ਨਿੰਦਿਆਂ ਨਹੀਂ ਕਰਦਾ, ਆਪਣਾ ਜੀਵਨ ਸ਼ਬਦ ਨਾਲ ਢਾਲਦਾ ਹੈ । ਉਸ ਦੀ ਸ਼ਬਦ ਦੀ ਕਮਾਈ ਪ੍ਰਭ ਆਪ ਪਰਖਦਾ ਹੈ ।

Whosoever may recognize the good deeds for His Creation and renounce evil deeds and path; he may obey the teachings of His Word with steady and stable belief. He may recognize the purpose of human life journey; with His mercy and grace, he may adopt the teachings of His Word; he may never criticize or slander anyone else. His earnings of His Word may become worthy of His Consideration.

ਸਾਚ ਬਿਨਾ ਦਰਿ ਸਿਝੈ ਨ ਕੋਈ॥ ਸਾਰ ਸਬਦਿ ਪੈਝੈ ਪਤਿ ਹੋਈ॥ saach binaa dar sijhai na ko-ee. saach sabad paijhai pat ho-ee.
ਆਪੇ ਬਖਸਿ ਲਏ ਤਿਸੁ ਭਾਵੈ, ਹਉਮੈ ਗਰਬੁ ਨਿਵਾਰਾ ਹੇ॥੧੫॥ aapay bakhas la-ay tis bhaavai ha-umai garab nivaaraa hay. ||15||

ਸ਼ਬਦ ਦੀ ਕਮਾਈ ਤੋਂ ਬਿਨਾਂ ਪ੍ਰਭ ਦੇ ਦਰਬਾਰ ਵਿੱਚ ਸੱਦਾ ਬਖਸ਼ਿਸ਼ ਨਹੀਂ ਹੁੰਦਾ । ਸ਼ਬਦ ਨਾਲ ਜੀਵਨ ਢਾਲਣ ਤੋਂ ਬਿਨਾਂ ਇਹ ਮਾਣ ਬਖਸ਼ਿਸ਼ ਨਹੀਂ ਹੁੰਦਾ । ਜਿਸ ਦੀ ਬੰਦਗੀ, ਸ਼ਬਦ ਦੀ ਕਮਾਈ ਪ੍ਰਵਾਨ ਹੋ ਜਾਂਦੀ ਹੈ, ਪ੍ਰਭ ਉਸ ਦੇ ਅਉਗੁਣ ਬਖਸ਼ ਦੇਂਦਾ ਹੈ । ਉਸ ਦੇ ਅਹੰਕਾਰ ਅਤੇ ਹੈਸੀਅਤ ਦੀ ਇਛਾਂ ਖਤਮ ਕਰ ਦੇਂਦਾ ਹੈ ।

The right path of acceptance in His Court may never be blessed without the earnings of His Word. He may never be honored in His Court. Whose meditation may be accepted in His Court; with His mercy and grace, all his sins may be forgiven. All his worldly desires, ego of worldly status may be eliminated.

ਗੁਰ ਕਿਰਪਾ ਤੇ ਹੁਕਮੁ ਪਛਾਣੈ॥ ਜੁਗਹ ਜੁਗੰਤਰ ਕੀ ਬਿਧਿ ਜਾਣੈ॥ gur kirpaa tay hukam pachhaanai. jugah jugantar kee biDh jaanai.
ਨਾਨਕ ਨਾਮੁ ਜਪਹੁ ਤਰੁ ਤਾਰੀ, naanak naam japahu tar taaree
ਸਚੁ ਤਾਰੇ ਤਾਰਣਹਾਰਾ ਹੇ॥੧੬॥੧॥੭॥ sach taaray taaranhaaraa hay. ||16||1||7||

ਜਿਸ ਨੂੰ ਪ੍ਰਭ ਦੀ ਰਹਿਮਤ ਨਾਲ ਸ਼ਬਦ ਦੀ ਸੋਝੀ ਬਖਸ਼ਿਸ਼ ਹੋ ਜਾਂਦੀ ਹੈ । ਉਸ ਨੂੰ ਮਾਨਸ ਜੀਵਨ ਦਾ ਅਸਲੀ ਢੰਗ ਸਮਝ ਆ ਜਾਂਦਾ ਹੈ । ਪ੍ਰਭ ਦੀ ਰਹਿਮਤ ਨਾਲ ਉਹ ਸ਼ਬਦ ਦੀ ਬੰਦਗੀ ਕਰਦਾ, ਪ੍ਰਵਾਨ ਹੋ ਜਾਂਦਾ ਹੈ ।

Whosoever may be blessed with the essence of His Word; he may recognize the right path of acceptance in His Court. He may obey the teachings of His Word with steady and stable belief; with His mercy and grace, he may be accepted in His Court.

Key Message of Raag Maaroo, page 1026-14
'5 ਧਾਤਾਂ ਦਾ ਤਨ, 4 ਪਦਾਰਥ ਪਾਉਣ ਲਈ ਬਖਸ਼ਿਸ਼ ਹੁੰਦਾ ਹੈ!
ਕਈ ਯੁੱਗ, ਬੇਅੰਤ ਪ੍ਰਭ ਆਪਣੀ ਸਮਾਧੀ ਵਿੱਚ ਹੀ ਲੀਨ ਹੋਇਆ ਸੀ । ਅੰਤ ਤੋਂ ਰਹਿਤ ਪ੍ਰਭ ਦਾ ਕੋਈ ਸ਼ਰੀਕ, ਬਰਾਬਰ ਦਾ ਨਹੀਂ ਹੈ । ਪ੍ਰਭ ਇਹਨਾਂ ਚਾਰੇ ਯੁੱਗਾਂ ਵਿੱਚ ਹੀ ਗੁਪਤ, ਆਪ ਹੀ ਵਾਪਰਦਾ ਹੈ । ਜੀਵ ਨੂੰ ਚਾਰ ਪਦਾਰਥ ਪਾਉਣ ਲਈ ਹੀ ਜਨਮ ਬਖਸ਼ਿਸ਼ ਹੁੰਦਾ ਹੈ । ਕੋਈ ਵਿਰਲਾ ਹੀ ਇਸ ਤੱਤ ਦੀ ਸੋਝੀ ਨਾਲ, ਆਪਣਾ ਜੀਵਨ ਸ਼ਬਦ ਨਾਲ ਢਾਲਦਾ ਹੈ । ਪੰਜਾਂ ਤੱਤਾਂ ਦੇ ਸੰਜੋਗ ਨਾਲ (ਪਿਤਾ ਦੀ ਧਾਂਤ ਅਤੇ ਮਾਤਾ ਦੇ ਅੰਡੇ, ਪਾਣੀ, ਹਵਾ ਅਤੇ ਅੱਗ ਤੋਂ) ਤਨ, ਨਵਾਂ ਜੀਵ ਪੈਦਾ ਹੋਇਆ ਹੈ । ਜਿਹੜਾ ਕਿਸੇ ਜੀਵ ਦੀ ਮੌਤ ਤੇ ਅਫਸੋਸ ਕਰਦਾ ਹੈ, ਉਹ ਅਣਜਾਣ ਹੀ ਹੁੰਦਾ ਹੈ । ਸਾਰੇ ਆਪਣੇ ਸੰਸਾਰਕ ਸੁਖਾਂ ਕਰਕੇ ਹੀ ਰੋਂਦੇ ਹਨ । ਸ਼ਬਦ ਦੀ ਕਮਾਈ ਤੋਂ ਬਿਨਾਂ, ਮੌਤ ਪਿਛੋਂ ਸ਼ਰਮਿੰਦਗੀ ਹੀ ਹੁੰਦੀ, ਮਾਨਸ ਜਨਮ ਬਿਰਥਾ ਹੀ ਗਵਾ ਜਾਂਦਾ, ਉਹ ਦੁਖਾਂ ਵਿੱਚ ਹੀ ਰਹਿੰਦਾ ਹੈ । ਜਿਹੜਾ ਆਪਣੇ ਆਪ ਨੂੰ ਪਛਾਣ ਜਾਂਦਾ ਹੈ । ਉਸ ਦੀ ਸ਼ਬਦ ਦੀ ਕਮਾਈ ਪ੍ਰਭ ਆਪ ਪਰਖਦਾ ਹੈ । ਸ਼ਬਦ ਦੀ ਕਮਾਈ ਤੋਂ ਬਿਨਾਂ ਅਹੰਕਾਰ ਅਤੇ ਹੈਸੀਅਤ ਖਤਮ ਨਹੀਂ ਹੁੰਦੀ, ਪ੍ਰਵਾਨਗੀ ਬਖਸ਼ਿਸ਼ ਨਹੀਂ ਹੁੰਦੀ । ਚਾਰ ਪਦਾਰਥ – ਸ਼ਬਦ ਵਿੱਚ ਧਿਆਨ, ਵਿਛੋੜੇ ਦਾ ਵਿਰਾਗ, ਸ਼ਬਦ ਦੀ ਸੋਝੀ, ਮੁਕਤੀ ਦੀ ਆਸ!
Body of 5 element blessed to obtain 4 Virtues!
Many Ages! The True Master remains in the void of His Word carefree and in blossom. Beyond any limitation, or boundary, The True Master has no equal, greater nor any siblings. In four Ages! The True Master has been prevailing mysteriously. Human life has been blessed to earn 4 unique virtues to sanctify soul to become worthy of His Consideration; however, very rare devotee may realize His Mystery and adopts the teachings of His Word in his life. New life has been created from **5 Elements: Male sperm, female eggs, Air, Water, and fire in womb (earth)**. In her womb! He keeps the purpose of his human life blessings fresh. His soul has been blessed with another opportunity to acquire 4 virtues to sanctify and becomes worthy of His Consideration. Whosoever may grievance on any death; he remains ignorance from the human life opportunity. All are grieving for their own comforts, greed. Without earnings of His Word; only embarrassed in His Court and endures miseries. Who may recognize the real purpose of human life journey; his soul may become worthy of His Consideration; without earnings of His Word, ego may not be eliminated nor the right path of acceptance in His Court. • **Four Virtues: Meditation; renunciation of His Separation; enlightenment of His Word; Hope for salvation**.

31. ਮਾਰੂ ਮਹਲਾ ੧॥ 1027-15

ਹਰਿ ਸਾ ਮੀਤੁ ਨਾਹੀ ਮੈ ਕੋਈ॥ har saa meet naahee mai ko-ee.
ਜਿਨਿ ਤਨੁ ਮਨੁ ਦੀਆ ਸੁਰਤਿ ਸਮੋਈ॥ jin tan man dee-aa surat samo-ee.
ਸਰਬ ਜੀਆ ਪ੍ਰਤਿਪਾਲਿ ਸਮਾਲੇ, ਸੋ ਅੰਤਰਿ ਦਾਨਾ ਬੀਨਾ ਹੇ॥੧॥ sarab jee-aa partipaal samaalay so antar daanaa beenaa hay. ||1||

ਪ੍ਰਭ ਵਰਗਾ ਹੋਰ ਕੋਈ ਮਿੱਤਰ ਨਹੀਂ ਹੈ । ਪ੍ਰਭ ਦੀ ਰਹਿਮਤ ਨਾਲ ਹੀ ਮਾਨਸ ਸਰੀਰ, ਮਨ, ਅਤੇ ਸੁਰਤੀ ਬਖਸ਼ਿਸ਼ ਹੋਈ ਹੈ । ਉਹ ਅੰਤਰਜਾਮੀ, ਸਭ ਸਿਆਣਪਾ ਦਾ ਮਾਲਕ ਹੈ । ਉਹ ਸਭ ਦੇ ਅੰਦਰ ਵਸਦਾ, ਪਾਲਣਾ ਕਰਦਾ, ਸੋਝੀ ਬਖਸ਼ਦਾ ਦੇਂਦਾ ਹੈ ।

No one else may be true friend, companion like The True Master. He has blessed his soul human body, mind to guide in the universe and brain to think about the real purpose of human life journey. The Omniscient True Master, treasure of all wisdoms, remains embedded within each soul, dwells within his body, nourishes and blesses enlightenment.

ਗੁਰੁ ਸਰਵਰੁ ਹਮ ਹੰਸ ਪਿਆਰੇ॥ gur sarvar ham hans pi-aaray.
ਸਾਗਰ ਮਹਿ ਰਤਨ ਲਾਲ ਬਹੁ ਸਾਰੇ॥ saagar meh ratan laal baho saaray.
ਮੋਤੀ ਮਾਣਕ ਹੀਰਾ ਹਰਿ, ਜਸੁ ਗਾਵਤ ਮਨੁ ਤਨੁ ਭੀਨਾ ਹੇ॥੨॥ motee maanak heeraa har jas gaavat man tan bheenaa hay. ||2||

ਪ੍ਰਭ ਦਾ ਸ਼ਬਦ ਇਕ ਰਤਨਾਂ ਦਾ ਭਰਿਆਂ ਸਾਗਰ ਹੈ । ਪ੍ਰਭ ਨੂੰ ਪਿਆਰੇ ਜੀਵ, ਸਾਗਰ ਵਿੱਚ ਹੰਸ ਦੀ ਤਰ੍ਹਾਂ ਹੀ ਹੈ । ਜਿਹੜਾ ਸ਼ਬਦ ਦੀ ਪਾਲਣਾ, ਉਸਤਤ, ਸਿਮਰਨ ਕਰਦਾ, ਉਸ ਨੂੰ ਅਮੋਲਕ ਰਤਨ, ਸ਼ਬਦ ਦੀ ਸੋਝੀ ਬਖਸ਼ਿਸ਼ ਹੋ ਜਾਂਦੀ ਹੈ ।

His Word is like an ocean overwhelmed with ambrosial jewels. His true devotee, creature is like a swan in the ocean of His Word. Whosoever may meditate, sings, and obeys the teachings of His Word with steady and stable belief in his day-to-day life; with His mercy and grace, he may be blessed with overwhelming enlightenment of the essence of His Word.

ਹਰਿ ਅਗਮ ਅਗਾਹੁ ਅਗਾਧਿ ਨਿਰਾਲਾ॥ har agam agaahu agaaDh niraalaa.
ਹਰਿ ਅੰਤੁ ਨ ਪਾਈਐ ਗੁਰ ਗੋਪਾਲਾ॥ har ant na paa-ee-ai gur gopaalaa.
ਸਤਿਗੁਰ ਮਤਿ ਤਾਰੇ ਤਾਰਣਹਾਰਾ, ਮੇਲਿ ਲਏ ਰੰਗਿ ਲੀਨਾ ਹੇ॥੩॥ satgur mat taaray taaranhaaraa, mayl la-ay rang leenaa hay. ||3||

ਪ੍ਰਭ ਜੀਵ ਦੀ ਜਾਣਕਾਰੀ, ਪਹੁੰਚ, ਅੰਦਾਜ਼ਾ ਲਾਉਣ ਅਤੇ ਮੋਹ ਤੋਂ ਰਹਿਤ ਹੈ । ਉਸ ਦਾ ਕਿਸੇ ਪਖ ਤੋਂ ਅੰਤ ਨਹੀਂ ਪਾਇਆ ਜਾ ਸਕਦਾ । ਪ੍ਰਭ ਦੀ ਜਾਣਕਾਰੀ ਸ਼ਬਦ ਦੀ ਪਾਲਣਾ ਕਰਨ ਨਾਲ ਸ਼ਬਦ ਦੀ ਸੋਝੀ ਬਖਸ਼ਿਸ਼ ਹੋ ਜਾਂਦੀ ਹੈ । ਉਹ ਰਸਤੇ ਤੇ ਚਲਣ ਵਾਲੇ ਨੂੰ ਸ਼ਬਦ ਦੀ ਸੋਝੀ ਰੂਪੀ ਨੂਰ ਬਖਸ਼ਦਾ ਹੈ ।

The True Master remains beyond reach, imagination, attachment, and comprehension. No one may find any limit or boundary of His miracles, His Nature. The enlightenment of His Nature remains embedded within obeying the teachings of His Word with steady and stable belief in his day-to-day life. Whosoever may adopt the teachings of His Word with steady and stable belief; with His mercy and grace, he may be blessed with an eternal glow of His Word shines on his forehead.

ਸਤਿਗੁਰ ਬਾਝਹੁ ਮੁਕਤਿ ਕਿਨੇਹੀ॥ satgur baajhahu mukat kinayhee.
ਓਹੁ ਆਦਿ ਜੁਗਾਦੀ ਰਾਮ ਸਨੇਹੀ॥ oh aad jugaadee raam sanayhee.
ਦਰਗਹ ਮੁਕਤਿ ਕਰੇ ਕਰਿ ਕਿਰਪਾ, ਬਖਸੇ ਅਵਗੁਣ ਕੀਨਾ ਹੇ॥੪॥ dargeh mukat karay kar kirpaa bakhsay avgun keenaa hay. ||4||

ਯੁੱਗਾਂ ਯੁੱਗਾਂ ਤੋਂ ਸ਼ਬਦ ਦੀ ਸੋਝੀ ਨਾਲ ਹੀ ਰਹਿਮਤ ਅਨੁਭਵ ਹੁੰਦੀ ਆਈ ਹੈ । ਸ਼ਬਦ ਨਾਲ ਜੀਵਨ ਢਾਲਣ ਤੋਂ ਬਿਨਾਂ ਕਿਵੇਂ ਕੋਈ ਮੁਕਤੀ ਪਾ ਸਕਦਾ ਹੈ? ਉਹ ਆਪ ਹੀ ਰਹਿਮਤ ਬਖਸ਼ਕੇ ਜੀਵ ਦੀਆਂ ਖਾਮੀਆਂ ਨੂੰ ਬਖਸ਼ ਦੇਂਦੇ ਹੈ । ਆਪਣੇ ਦਰਬਾਰ ਵਿੱਚ ਪ੍ਰਵਾਨ ਕਰ ਲੈਂਦਾ ਹੈ ।

From Ancient Ages! With enlightenment of the essence of His Word, His true devotee has been realizing His Existence prevailing everywhere. How may anyone be blessed with salvation from the cycle of birth and death, without adopting the teachings of His Word? All the sins of His true devotee may be forgiven and his weakness may be overlooked; with His mercy and grace, he may be accepted in His Court.

ਸਤਿਗੁਰੁ ਦਾਤਾ ਮੁਕਤਿ ਕਰਾਏ॥ — satgur daataa mukat karaa-ay.
ਸਭਿ ਰੋਗ ਗਵਾਏ ਅੰਮ੍ਰਿਤ ਰਸੁ ਪਾਏ॥ — sabh rog gavaa-ay amrit ras paa-ay.
ਜਮੁ ਜਾਗਾਤਿ ਨਾਹੀ ਕਰੁ ਲਾਗੈ, — jam jaagaat naahee kar laagai
ਜਿਸੁ ਅਗਨਿ ਬੁਝੀ ਠਰੁ ਸੀਨਾ ਹੇ॥੫॥ — jis agan bujhee thar seenaa hay. ||5||

ਸ਼ਬਦ ਦਾ ਅਸਲੀ ਮਾਲਕ ਆਪ ਹੀ, ਆਪਣੇ ਦਾਸ ਨੂੰ ਦਰਬਾਰ ਵਿੱਚ ਪ੍ਰਵਾਨਗੀ ਬਖਸ਼ਦਾ ਹੈ । ਉਸ ਦੇ ਮਨ ਵਿੱਚ ਸ਼ਬਦ ਜਾਗਰਤ ਹੋ ਜਾਂਦਾ, ਸੰਸਾਰਕ ਇਛਾਂ ਦੇ ਰੋਗ ਹੀ ਖਤਮ ਹੋ ਜਾਂਦੇ ਹਨ । ਜੀਵ ਦੇ ਮਨ ਦੀ ਭਟਕਣ, ਮੌਤ ਦਾ ਡਰ ਖਤਮ ਹੋ ਜਾਂਦਾ ਹੈ । ਉਸ ਨੂੰ ਪੂਰਨ ਸ਼ਾਂਤੀ ਬਖਸ਼ਿਸ਼ ਹੋ ਜਾਂਦੀ ਹੈ ।

The True Master, Treasure of His Word may accept His true devotee in His Court. He may be enlightened with essence of His Word and all his diseases; miseries of his worldly desires may be eliminated. His frustration of worldly desires and fear of death may be eliminated. He may be blessed with peace of mind and contentment in his worldly environments.

ਕਾਇਆ ਹੰਸ ਪ੍ਰੀਤਿ ਬਹੁ ਧਾਰੀ॥ — kaa-i-aa hans pareet baho Dhaaree.
ਓਹੁ ਜੋਗੀ ਪੁਰਖੁ ਓਹ ਸੁੰਦਰਿ ਨਾਰੀ॥ — oh jogee purakh oh sundar naaree.
ਅਹਿਨਿਸਿ ਭੋਗੈ ਚੋਜ ਬਿਨੋਦੀ, ਉਠਿ ਚਲਤੈ ਮਤਾ ਨ ਕੀਨਾ ਹੇ॥੬॥ — ahinis bhogai choj binodee uth chaltai mataa na keenaa hay. ||6||

ਜੀਵ ਦੀ ਆਤਮਾ, ਸਰੀਰ ਨਾਲ ਬਹੁਤ ਪਿਆਰ ਕਾਇਮ ਕਰ ਲੈਂਦੀ ਹੈ । ਆਤਮਾ, ਤਨ ਨੂੰ ਰਖਵਾਲਾ ਮੰਨਕੇ ਦਿਨ ਰਾਤ ਉਸ ਦੇ ਹਰ ਕੰਮ ਦਾ ਅਨੰਦ ਮਾਨਦੀ ਹੈ । ਪਰ ਜਦੋਂ ਸਰੀਰ ਵਿਚੋਂ ਜਾਂਦੀ ਹੈ, ਸਰੀਰ ਨਾਲ ਕੋਈ ਸਲਾਹ ਨਹੀਂ ਕਰਦੀ ।

His soul may develop a comforting bond with his body; his soul considers his body as a protector, safe heaven and enjoys all the luxuries of worldly life. However, his soul may never consult his body at predetermined time of departure.

ਸ੍ਰਿਸਟਿ ਉਪਾਇ ਰਹੇ ਪ੍ਰਭ ਛਾਜੈ॥ — sarisat upaa-ay rahay parabh chhaajai.
ਪਉਣ ਪਾਣੀ ਬੈਸੰਤਰੁ ਗਾਜੈ॥ — pa-un paanee baisantar gaajai.
ਮਨੂਆ ਡੋਲੈ ਦੂਤ ਸੰਗਤਿ ਮਿਲਿ, — manoo-aa dolai doot sangat mil
ਸੋ ਪਾਏ ਜੋ ਕਿਛੁ ਕੀਨਾ ਹੇ॥੭॥ — so paa-ay jo kichh keenaa hay. ||7||

ਪ੍ਰਭ ਸ੍ਰਿਸ਼ਟੀ ਦੀ ਰਚਨਾ ਕਰਦਾ, ਹਰ ਪਲ ਉਸ ਵਿੱਚ ਆਪ ਹੀ ਵਾਪਰਦਾ ਹੈ । ਹਵਾ, ਪਾਣੀ ਅੱਗ ਵਿੱਚ ਵੀ ਪ੍ਰਭ ਦੇ ਸ਼ਬਦ ਦੀ ਧੁਨ ਚਲਦੀ ਹੈ । ਜੀਵ ਦਾ ਮਨ ਸੰਸਾਰਕ ਮਾਇਆ ਨਾਲ ਡੋਲ ਜਾਂਦਾ, ਬੁਰੇ ਵਿਚਾਰ, ਕੰਮ ਕਰਦਾ ਹੈ, ਉਹ ਆਪਣੇ ਕੰਮਾ ਦਾ ਫਲ ਭੁਗਤਦਾ ਹੈ ।

The True Master always dwells and prevails within His Creation, every moment. His everlasting echo of His Word resonates within Air, Water, and fire to provide comforts to His Creation. His Creation intoxicated with sweet poison of worldly wealth may forget the real purpose of his human life opportunity. He may drift from the real path and performs sinful deeds; his soul endures the judgement of his own deeds.

ਨਾਮੁ ਵਿਸਾਰਿ ਦੋਖ ਦੁਖ ਸਹੀਐ॥ — naam visaar dokh dukh sahee-ai.
ਹੁਕਮੁ ਭਇਆ ਚਲਣਾ ਕਿਉ ਰਹੀਐ॥ — hukam bha-i-aa chalnaa ki-o rahee-ai.
ਨਰਕ ਕੂਪ ਮਹਿ ਗੋਤੇ ਖਾਵੈ, ਜਿਉ ਜਲ ਤੇ ਬਾਹਰਿ ਮੀਨਾ ਹੇ॥੮॥ — narak koop meh gotay khaavai ji-o jal tay baahar meenaa hay. ||8||

ਜੀਵ ਸ਼ਬਦ ਦੀ ਪਾਲਣਾ ਤੋਂ ਬਿਨਾਂ, ਬੁਰੇ ਕੰਮਾਂ, ਖਿਆਲਾਂ ਵਿੱਚ ਹੀ ਰਹਿੰਦਾ ਹੈ । ਮੌਤ ਦਾ ਸੱਦਾ ਆਉਂਦਾ, ਤਾ ਉਹ ਇਥੇ ਕਿਵੇਂ ਰਹੇ ਸਕਦਾ ਹੈ? ਉਹ ਨਰਕ ਦੇ ਟੋਏ ਵਿੱਚ ਡਿੱਗ ਪੈਂਦਾ, ਭਟਕਦਾ ਰਹਿੰਦਾ ਹੈ । ਜਿਵੇਂ ਮਛਲੀ ਪਾਣੀ ਤੋਂ ਬਿਨਾਂ ਭਟਕਦੀ ਹੈ ।

Whosoever may not obey the teachings of His Word, he may think about evil, devious plans and performs sinful deeds. At the predetermined time of death; how may his soul stay in his body? He may fall into a deep dark ditch of hell and remains frustrated like a fish without water.

ਚਉਰਾਸੀਹ ਨਰਕ ਸਾਕਤੁ ਭੋਗਾਈਐ॥ — cha-oraaseeh narak saakat bhogaa-ee-ai.
ਜੈਸਾ ਕੀਚੈ ਤੈਸੋ ਪਾਈਐ॥ — jaisaa keechai taiso paa-ee-ai.
ਸਤਿਗੁਰ ਬਾਝਹੁ ਮੁਕਤਿ ਨ ਹੋਈ, — satgur baajhahu mukat na ho-ee
ਕਿਰਤਿ ਬਾਧਾ ਗ੍ਰਸਿ ਦੀਨਾ ਹੇ॥੯॥ — kirat baaDhaa garas deenaa hay. ||9||

ਪ੍ਰਭ ਦੇ ਸ਼ਬਦ ਦੀ ਬੰਦਗੀ ਤੋਂ ਬਿਨਾਂ ਜੀਵ ਦੀ ਆਤਮਾ 84 ਲਖ ਜੂੰਨਾਂ ਦੇ ਚੱਕਰ ਵਿੱਚ ਰਹਿੰਦੀ ਹੈ, ਮਨ ਦੇ ਕਰਾਏ, ਤਨ ਦੇ ਕੀਤੇ ਦੇ ਦੁਖ ਭੁਗਤਦੀ ਹੈ । ਪ੍ਰਭ ਦੇ ਸ਼ਬਦ ਦੀ ਪਾਲਣਾ ਤੋਂ ਬਿਨਾਂ ਮੁਕਤੀ ਦਾ ਰਸਤਾ ਬਖਸ਼ਿਸ਼ ਨਹੀਂ ਹੁੰਦਾ । ਸੰਸਾਰਕ ਇਛਾਂ ਦੇ ਜਾਲ ਵਿੱਚ ਜੀਵ ਬੇਵਸ ਹੋ ਜਾਂਦਾ ਹੈ ।

His soul may remain in the cycle of birth and death; without meditating on the teachings of His Word; in 84 lakhs of different creature lives. His soul endures the miseries for his worldly deeds of his body, committed under command of mind. The right path of acceptance in His Court may not be blessed, without obeying the teachings of His Word with steady and stable belief. Self-minded may remain frustrated, helpless with his worldly desires.

ਖੰਡੇ ਧਾਰ ਗਲੀ ਅਤਿ ਭੀੜੀ॥ ਲੇਖਾ ਲੀਜੈ ਤਿਲ ਜਿਉ ਪੀੜੀ॥ — khanday Dhaar galee at bheerhee. laykhaa leejai til ji-o peerhee.
ਮਾਤ ਪਿਤਾ ਕਲਤ੍ਰ ਸੁਤ ਬੇਲੀ ਨਾਹੀ, — maat pitaa kaltar sut baylee naahee
ਬਿਨੁ ਹਰਿ ਰਸ ਮੁਕਤਿ ਨ ਕੀਨਾ ਹੇ॥੧੦॥ — bin har ras mukat na keenaa hay. ||10||

ਮੌਤ ਤੋਂ ਪਿਛੋਂ ਜਾਣ ਵਾਲਾ ਰਸਤਾ ਤਲਵਾਰ ਦੀ ਧਾਰ ਦੀ ਤਰ੍ਹਾਂ ਬਹੁਤ ਖਤਰੇ ਵਾਲਾ ਹੈ । ਉਸ ਦੇ ਕੀਤੇ ਕੰਮਾਂ ਦਾ ਲੇਖਾ ਕੀਤਾ ਜਾਂਦਾ, ਸਜ਼ਾ ਭੁਗਤਨੀ ਪੈਂਦੀ ਹੈ । ਉਸ ਦੀ ਹਾਲਤ ਕੌਲੂ ਵਿੱਚ ਪੀੜੇ ਤਿਲ ਦੀ ਤਰ੍ਹਾਂ ਹੀ ਹੁੰਦੀ ਹੈ । ਉਸ ਸਮੇਂ ਮਾਤਾ, ਪਿਤਾ, ਭੈਣ, ਭਾਈ ਕੋਈ ਮਿੱਤਰ ਸਾਥ ਨਹੀਂ ਦੇ ਸਕਦਾ । ਕੇਵਲ ਪ੍ਰਭ ਦੇ ਸ਼ਬਦ ਦੀ ਕਮਾਈ ਨਾਲ ਹੀ ਮੁਕਤੀ ਬਖਸ਼ਿਸ਼ ਹੋ ਸਕਦੀ ਹੈ ।

After death, his soul may be captured by devil of death and dragged through a terrible, horrifying narrow path like the sharp edge of sword. His soul must face The Righteous Judge to endure the miseries of his worldly deeds. His condition may be like a seed being crushed in the oil extracting grinder. After death, no family, mother, father, sibling, wife, or friend may help, saves him from the cycle of birth and death. Only with the earnings of His Word, the salvation from cycle of birth and death may be blessed.

ਗੁਰੂ ਨਾਨਕ ਦੇਵ ਜੀ! – Guru Nanak Dev Ji! Guru Granth Sahib

ਮੀਤ ਸਖੇ ਕੇਤੇ ਜਗ ਮਾਹੀ॥	meet sakhay kaytay jag maahee.
ਬਿਨੁ ਗੁਰ ਪਰਮੇਸਰ ਕੋਈ ਨਾਹੀ॥	bin gur parmaysar ko-ee naahee.
ਗੁਰ ਕੀ ਸੇਵਾ ਮੁਕਤਿ ਪਰਾਇਣਿ, ਅਨਦਿਨੁ ਕੀਰਤਨੁ ਕੀਨਾ ਹੇ॥੧੧॥	gur kee sayvaa mukat paraa-in an-din keertan keenaa hay. ||11||

ਜੀਵ ਦੇ ਸੰਸਾਰ ਵਿੱਚ ਭਾਵੇਂ ਅਨੇਕਾਂ ਹੀ ਮਿੱਤਰ ਜਾ ਸਾਥੀ ਹੋਣ । ਮੌਤ ਪਿਛੋਂ ਕੇਵਲ ਸ਼ਬਦ ਦੀ ਬੰਦਗੀ ਹੀ ਸਾਥ ਦੇਣ ਵਾਲੀ ਕਮਾਈ, ਮਿੱਤਰ ਹੈ । ਪ੍ਰਭ ਦੇ ਸ਼ਬਦ ਦੀ ਬੰਦਗੀ ਨਾਲ ਹੀ ਮੁਕਤੀ, ਪ੍ਰਵਾਨਗੀ ਬਖਸ਼ਿਸ਼ ਹੋ ਸਕਦੀ ਹੈ । ਜੀਵ ਸ਼ਬਦ ਦਾ ਸਿਮਰਨ, ਸ਼ਬਦ ਦੀ ਸਿਖਿਆਂ ਨਾਲ ਜੀਵਨ ਢਾਲੋ ।

Anyone may have many followers, friends, helper in his worldly life; however, after death, only the earnings of His Word may remain his companion, supporter. Only with the earnings of His Word, salvation, acceptance in His Court may be blessed. You should meditate and adopt the teachings of His Word in your day-to-day life.

ਕੂੜੁ ਛੋਡਿ ਸਾਚੇ ਕਉ ਧਾਵਹੁ॥	koorh chhod saachay ka-o Dhaavahu.
ਜੋ ਇਛਹੁ ਸੋਈ ਫਲੁ ਪਾਵਹੁ॥	jo ichhahu so-ee fal paavhu.
ਸਾਚ ਵਖਰ ਕੇ ਵਾਪਾਰੀ ਵਿਰਲੇ,	saach vakhar kay vaapaaree virlay
ਲੈ ਲਾਹਾ ਸਉਦਾ ਕੀਨਾ ਹੇ॥੧੨॥	lai laahaa sa-udaa keenaa hay. ||12||

ਜੀਵ ਧੋਖਾ, ਫਰੇਬ ਸਭ ਕੁਝ ਛਡਕੇ ਸ਼ਬਦ ਦੀ ਕਮਾਈ ਕਰੋ! ਉਸ ਨਾਲ ਪ੍ਰਭ ਦੀਆਂ ਰਹਿਮਤਾਂ, ਮਨ ਦੀਆਂ ਇਛਾਂ ਪੂਰੀਆਂ ਹੁੰਦੀਆਂ ਹਨ । ਸੰਸਾਰ ਵਿੱਚ ਵਿਰਲੇ ਹੀ ਜੀਵ ਸ਼ਬਦ ਨਾਲ ਆਪਣਾ ਜੀਵਨ ਢਾਲਕੇ, ਮਾਨਸ ਜਨਮ ਸਫਲ ਕਰ ਜਾਂਦਾ ਹੈ ।

You should renounce all your deceptive, evil thoughts of your mind and earn the wealth of His Word. With the earnings of His Word, his spoken and unspoken desires of his mind may be satisfied. However, very rare human may adopt the teachings of His Word in his day-to-day life; his human life opportunity may be rewarded.

ਹਰਿ ਹਰਿ ਨਾਮੁ ਵਖਰੁ ਲੈ ਚਲਹੁ॥	har har naam vakhar lai chalhu.
ਦਰਸਨੁ ਪਾਵਹੁ ਸਹਜਿ ਮਹਲਹੁ॥	darsan paavhu sahj mahlahu.
ਗੁਰਮੁਖਿ ਖੋਜਿ ਲਹਹਿ ਜਨ ਪੂਰੇ,	gurmukh khoj laheh jan pooray
ਇਉ ਸਮਦਰਸੀ ਚੀਨਾ ਹੇ॥੧੩॥	i-o samadrasee cheenaa hay. ||13||

ਜਿਹੜਾ ਪ੍ਰਭ ਦੇ ਸ਼ਬਦ ਦੀ ਕਮਾਈ ਕਰਦਾ ਹੈ, ਪ੍ਰਭ ਦੀ ਰਹਿਮਤ ਨਾਲ ਉਸ ਨੂੰ ਦਰਬਾਰ ਵਿੱਚ ਪ੍ਰਵਾਨਗੀ ਬਖਸ਼ਿਸ਼ ਹੋ ਜਾਂਦੀ ਹੈ । ਜਿਹੜਾ ਗੁਰਮਖ, ਸ਼ਬਦ ਦੀ ਸੋਝੀ ਦੀ ਖੋਜ ਮਨ ਅੰਦਰੋਂ ਕਰਦਾ ਹੈ, ਉਸ ਨੂੰ ਆਪਣੇ ਅੰਦਰੋਂ ਸੋਝੀ ਬਖਸ਼ਿਸ਼ ਹੋ ਜਾਂਦੀ, ਉਹ ਨਿਮ੍ਰਤਾ ਵਾਲਾ ਨਿਮਾਣਾ ਬਣ ਜਾਂਦਾ ਹੈ । ਇਸਤਰ੍ਹਾਂ ਸ਼ਬਦ ਦੀ ਸਿਖਿਆਂ ਨਾਲ ਜੀਵਨ ਬਤੀਤ ਕਰਨ ਨਾਲ ਪ੍ਰਭ ਦੀ ਹੋਂਦ ਅਨੁਭਵ ਹੋ ਸਕਦੀ ਹੈ । ਪ੍ਰਭ ਹਰਇਕ ਜੀਵ ਨੂੰ ਇਕ ਸਮਾਨ ਹੀ ਦੇਖਦਾ ਹੈ ।

Whosoever may earn the wealth of His Word; with His mercy and grace, he may be accepted in His Court. Whosoever may search within his own mind with steady and stable belief; with His mercy and grace, he may be enlightened with the essence of His Word from within. He may become humble and merciful. Whosoever may adopt such a way of life; with His mercy and grace, he may realize His Holy Spirit prevailing everywhere. The True Master always inspires everyone same way to become worthy of His Considerations.

ਪ੍ਰਭ ਬੇਅੰਤ ਗੁਰਮਤਿ ਕੋ ਪਾਵਹਿ॥	parabh bay-ant gurmat ko paavahi.
ਗੁਰ ਕੈ ਸਬਦਿ ਮਨ ਕਉ ਸਮਝਾਵਹਿ॥	gur kai sabad man ka-o samjhaavahi.
ਸਤਿਗੁਰ ਕੀ ਬਾਣੀ ਸਤਿ ਸਤਿ ਕਰਿ ਮਾਨਹੁ,	satgur kee banee sat sat kar maanhu
ਇਉ ਆਤਮ ਰਾਮੈ ਲੀਨਾ ਹੇ॥੧੪॥	i-o aatam raamai leenaa hay. ||14||

ਬੇਅੰਤ ਪ੍ਰਭ ਦੇ ਸ਼ਬਦ ਦੀ ਪਾਲਣਾ ਕਰਨ ਨਾਲ ਪ੍ਰਭ ਦੀ ਹੋਂਦ ਮਹਿਸੂਸ ਹੋ ਜਾਂਦੀ ਹੈ । ਜਿਸ ਨੂੰ ਸ਼ਬਦ ਦੀ ਸੋਝੀ ਬਖਸ਼ਿਸ਼ ਹੋ ਜਾਂਦੀ ਹੈ, ਉਹ ਪ੍ਰਭ ਦੇ ਸ਼ਬਦ ਨੂੰ ਅਟਲ ਮੰਨਕੇ, ਆਪਣਾ ਜੀਵਨ ਢਾਲਦਾ, ਪ੍ਰਵਾਨਗੀ ਦੇ ਰਸਤੇ ਤੇ ਪਾਉਂਦਾ ਹੈ । ਸ਼ਬਦ ਦਾ ਸਿਮਰਨ ਕਰਦਾ ਉਸ ਵਿੱਚ ਅਭੇਦ ਹੋ ਜਾਂਦਾ ਹੈ ।

The existence of His Holy Spirit may be realized by obeying the teachings of His Word in day-to-day life. Whosoever may be blessed with the enlightenment of the essence of His Word; he may adopt the teachings of His Word with steady and stable belief in his day-to-day life. He may be blessed with the right path of acceptance in His Court. He may remain intoxicated in meditation in the void of His Word; with His mercy and grace, he may immerse within His Holy Spirit.

ਨਾਰਦ ਸਾਰਦ ਸੇਵਕ ਤੇਰੇ॥ ਤ੍ਰਿਭਵਣਿ ਸੇਵਕ ਵਡਹੁ ਵਡੇਰੇ॥	naarad saarad sayvak tayray. taribhavan sayvak vadahu vadayray.
ਸਭ ਤੇਰੀ ਕੁਦਰਤਿ, ਤੂ ਸਿਰਿ ਸਿਰਿ ਦਾਤਾ,	sabh tayree kudrat too sir sir daataa
ਸਭੁ ਤੇਰੋ ਕਾਰਣੁ ਕੀਨਾ ਹੇ॥੧੫॥	sabh tayro kaaran keenaa hay. ||15||

ਸੰਸਾਰਕ ਪੀਰ, ਪੈਗੰਬਰ (ਨਾਰਦ, ਸਾਰਦ) ਸਾਰੇ ਸ਼ਬਦ ਦੀ ਪਾਲਣਾ, ਸੇਵਾ ਕਰਦੇ ਹਨ । ਤੇਰੇ ਸੇਵਕ ਤਿੰਨਾਂ ਸ੍ਰਿਸ਼ਟੀਆਂ ਵਿੱਚ ਹੀ, ਵੱਡੇ ਤੋਂ ਵੱਡੇ ਹਨ । ਤੂੰ ਹਰ ਥਾਂ ਤੇ ਵਾਪਰਦਾ, ਦੇਖਦਾ, ਦਾਤਾਂ ਬਖਸ਼ਦਾ ਹੈ, ਤੂੰ ਹੀ ਸਭ ਕੁਝ ਪੈਦਾ ਕੀਤਾ ਹੈ ।

All worldly devotees, saints, gurus, prophets obey teachings of His Word and serve His Creation. Your true devotees are being honored in three universes. All universes have been created with Your Command; Your Word prevails in all universe. You monitor and bestow Your Virtues on Your Creation.

ਇਕਿ ਦਰਿ ਸੇਵਹਿ ਦਰਦੁ ਵਞਾਏ॥	ik dar sayveh darad vanjaa-ay.
ਓਇ ਦਰਗਹ ਪੈਧੇ ਸਤਿਗੁਰੂ ਛਡਾਏ॥	o-ay dargeh paiDhay satguroo chhadaa-ay.
ਹਉਮੈ ਬੰਧਨ ਸਤਿਗੁਰਿ ਤੋੜੇ,	ha-umai banDhan satgur torhay
ਚਿਤੁ ਚੰਚਲੁ ਚਲਣਿ ਨ ਦੀਨਾ ਹੇ॥੧੬॥	chit chanchal chalan na deenaa hay. ||16||

ਜਿਹੜਾ ਤੇਰੇ ਦਰ ਤੇ ਸੇਵਾ ਕਰਦਾ ਹੈ, ਉਸ ਦੇ ਸਾਰੇ ਦੁਖ ਦੂਰ ਹੋ ਜਾਂਦੇ ਹਨ । ਤੂੰ ਆਪ ਹੀ ਉਸ ਨੂੰ ਦਰਬਾਰ ਵਿੱਚ ਥਾਂ ਬਖਸ਼ਦਾ ਹੈ । ਤੇਰੇ ਸ਼ਬਦ ਦੀ ਪਾਲਣਾ ਕਰਦਾ ਮਨ ਅਡੋਲ ਹੋ ਜਾਂਦਾ ਹੈ । ਤੂੰ ਆਪ ਹੀ ਉਸ ਦੀਆਂ ਇਛਾਂ, ਅਹੰਕਾਰ, ਹੈਸੀਅਤ ਦੇ ਬੰਧਨ ਤੋੜ ਦੇਂਦਾ ਹੈ ।

Whosoever may obey the teachings of Your Word and serve Your Creation; with Your mercy and grace, all his miseries may be eliminated. He may be blessed with a permanent resting place in Your Court. Whosoever may obey the teachings of Your Word; he may remain steady and stable on the right path of acceptance in Your Court; he may believe in the ultimate power of Your Word. All his desires, ego and worldly bonds may be eliminated.

ਗੁਰੂ ਨਾਨਕ ਦੇਵ ਜੀ! – Guru Nanak Dev Ji! Guru Granth Sahib

ਸਤਿਗੁਰ ਮਿਲਹੁ ਚੀਨਹੁ ਬਿਧਿ ਸਾਈ॥ satgur milhu cheenahu biDh saa-ee.
ਜਿਤੁ ਪ੍ਰਭੁ ਪਾਵਹੁ ਗਣਤ ਨ ਕਾਈ॥ jit parabh paavhu ganat na kaa-ee.
ਹਉਮੈ ਮਾਰਿ ਕਰਹੁ ਗੁਰ ਸੇਵਾ, ha-umai maar karahu gur sayvaa
ਜਨ ਨਾਨਕ ਹਰਿ ਰੰਗਿ ਭੀਨਾ ਹੇ॥੧੭॥੨॥੮॥ jan naanak har rang bheenaa hay. ||17||2||8

ਜਿਹੜਾ ਸ਼ਬਦ ਨਾਲ ਜੀਵਨ ਢਾਲਦਾ ਹੈ, ਉਸ ਨੂੰ ਪ੍ਰਭ ਦੀ ਰਹਿਮਤ ਬਖਸ਼ਿਸ਼ ਹੋ ਜਾਂਦੀ ਹੈ । ਉਸ ਦਾ ਲੇਖਾ ਖਤਮ ਹੋ ਜਾਂਦਾ ਹੈ । ਉਹ ਸ਼ਬਦ ਦੀ ਪਾਲਣਾ ਕਰਦਾ, ਆਪਣੇ ਮਨ ਦੀਆਂ ਇਛਾਂ ਤੇ ਕਾਬੂ ਪਾ ਲੈਂਦਾ ਹੈ । ਉਸ ਤੇ ਪ੍ਰਭ ਦੀ ਰਹਿਮਤ ਦਾ ਨੂਰ ਬਖਸ਼ਿਸ਼ ਹੋ ਜਾਂਦਾ ਹੈ ।

Whosoever may adopt the teachings of His Word; he may be blessed with the right path of acceptance in His Court. All his sins may be forgiven and his account of worldly deeds may be cleared. Whosoever may obey the teachings of His Word with steady and stable belief; all his worldly desires may be satisfied. The eternal glow of His Holy Spirit may shine on his forehead.

Key Message of Raag Maaroo, page 1027-15
'ਆਤਮਾ, ਤਨ, ਦੇ ਪਾਪਾਂ ਦਾ ਲੇਖਾ ਭੁਗਤਦੀ ਹੈ!
ਅੰਤਰਜਾਮੀ, ਪ੍ਰਭ ਵਰਗਾ ਹੋਰ ਕੋਈ ਮਿੱਤਰ ਨਹੀਂ, ਸਭ ਸਿਆਣਪਾ ਦਾ ਮਾਲਕ ਹੈ । ਪ੍ਰਭ ਦੇ ਦਾਸ ਰਤਨਾ ਭਰੇ ਸਾਗਰ ਵਿੱਚ ਹੰਸ ਦੀ ਤਰ੍ਹਾਂ ਹੀ ਹਨ । ਸ਼ਬਦ ਦੀ ਪਾਲਣਾ ਕਰਦੇ ਦਾਸ ਨੂੰ ਸ਼ਬਦ ਦਾ ਨੂਰ, ਪ੍ਰਵਾਨਗੀ ਬਖਸ਼ਦਾ ਹੈ । ਸ਼ਬਦ ਨਾਲ ਜੀਵਨ ਢਾਲਣ ਨਾਲ ਆਪ ਹੀ ਖਾਮੀਆਂ ਨੂੰ ਬਖਸ਼ ਕੇ, ਸ਼ਬਦ ਦੀ ਸੋਝੀ ਬਖਸ਼ਦਾ ਹੈ, ਸੰਸਾਰਕ ਇਛਾਂ ਦੇ ਰੋਗ ਹੀ ਖਤਮ ਹੋ ਜਾਂਦੇ ਹਨ । ਸਰੀਰ, ਮਨ ਦੇ ਹੁਕਮ ਅੰਦਰ ਕੰਮ ਕਰਦਾ, **ਮਨ ਦੇ ਹੁਕਮ ਨੂੰ ਹੀ ਆਤਮਾ ਦਾ ਹੁਕਮ ਮੰਨ** ਲੈਂਦਾ, ਆਤਮਾ ਨਾਲ ਬਹੁਤ ਪਿਆਰ ਕਾਇਮ ਕਰ ਲੈਂਦਾ ਹੈ । ਪਰ ਆਤਮਾ, ਜਾਣ ਸਮੇਂ ਸਰੀਰ ਨਾਲ ਕੋਈ ਸਲਾਹ ਨਹੀਂ ਕਰਦੀ, ਤਨ ਦੇ ਕੀਤੇ ਕੰਮਾਂ ਦਾ ਲੇਖਾ ਭੁਗਤੀ ਦੀ ਹੈ! ਹਵਾ, ਪਾਣੀ ਅੱਗ ਵਿੱਚ ਵੀ ਪ੍ਰਭ ਦੇ ਸ਼ਬਦ ਦੀ ਧੁਨ ਚਲਦੀ, ਸ੍ਰਿਸ਼ਟੀ ਨੂੰ ਅਰਾਮ ਦੇਂਦੀ ਹੈ । ਜਿਵੇਂ ਮਛਲੀ ਪਾਣੀ ਤੋਂ ਬਿਨਾਂ ਭਟਕਦੀ ਹੈ । ਇਸਤਰ੍ਹਾਂ ਹੀ ਸ਼ਬਦ ਦੀ ਪਾਲਣਾ ਤੋਂ ਬਿਨਾਂ ਬੁਰੇ ਕੰਮਾਂ, ਖਿਆਲਾਂ ਨਾਲ ਆਤਮਾ 84 ਲਖ ਜੂੰਨਾਂ ਦੇ ਚੱਕਰ ਵਿੱਚ ਰਹਿੰਦੀ ਹੈ । ਮਾਤਾ, ਪਿਤਾ, ਭੈਣ, ਭਾਈ ਕੋਈ ਮਿੱਤਰ ਮੌਤ ਸਮੇਂ ਸਾਥ ਨਹੀਂ ਦੇ ਸਕਦਾ । ਕੇਵਲ ਸ਼ਬਦ ਦੀ ਬੰਦਗੀ ਹੀ ਮੌਤ ਪਿਛੋਂ ਸਾਥ ਦੇਣ ਵਾਲੀ ਕਮਾਈ, ਮਿੱਤਰ ਹੈ । ਕੋਈ ਵਿਰਲੇ ਹੀ ਜੀਵ ਸ਼ਬਦ ਨਾਲ ਆਪਣਾ ਜੀਵਨ ਢਾਲਕੇ, ਮਨ ਦੀਆਂ ਇਛਾਂ ਪੂਰੀਆਂ ਕਰ ਜਾਂਦਾ ਹੈ । ਜਿਹੜਾ ਗੁਰਮਖ, ਸ਼ਬਦ ਦੀ ਸੋਝੀ ਦੀ ਖੋਜ ਮਨ ਅੰਦਰੋਂ ਕਰਦਾ ਹੈ, ਉਸ ਨੂੰ ਪ੍ਰਭ ਦੀ ਹੋਂਦ ਅਨੁਭਵ ਹੋ ਸਕਦੀ, ਪ੍ਰਵਾਨਗੀ ਦਾ ਰਸਤਾ ਬਖਸ਼ਿਸ਼ ਹੋ ਜਾਂਦਾ ਹੈ । ਪ੍ਰਭ ਦੇ ਸੇਵਕ ਤਿੰਨਾਂ ਸ੍ਰਿਸ਼ਟੀਆਂ ਵਿੱਚ ਹੀ, ਵੱਡੇ ਤੋਂ ਵੱਡੇ ਹਨ । ਆਪ ਹੀ ਉਸ ਦੀਆਂ ਇਛਾਂ, ਅਹੰਕਾਰ, ਹੈਸੀਅਤ ਦੇ ਬੰਧਨ ਤੋੜ ਦੇਂਦਾ ਹੈ । ਉਸ ਦਾ ਲੇਖਾ ਖਤਮ ਹੋ ਜਾਂਦਾ ਹੈ ।
Soul endures the miseries of sins performed by body!
No one else may be a true friend, companion like The Omniscient True Master, treasure of wisdoms. His true devotee, may be like a swan in the ocean overwhelmed with jewel of His Word. Whosoever may adopt the teachings of His Word; he may be blessed with an eternal glow on his forehead, acceptance in His Court. Whosoever may adopt the teachings of His Word, his weakness may be overlooked and he may be blessed with the right path of acceptance in His Court. Whosoever may be enlightened with essence of His Word; all his miseries of his worldly desires may be eliminated. His body works under the command of his mind and believes all commands are from his soul and develops bonds with his soul. His soul may never consult his body at predetermined time of departure; she carries the burdens of all deeds performed by his body to endure the judgement of The Righteous Judge! His everlasting echo of His Word resonates within Air, Water, and fire to provide comforts to His Creation. As a fish remains miserable without water; someway, soul endures the miseries in 84 lakhs of different creature live; without obeying the teachings of His Word. After death, no family, mother, father, sibling, wife, or friend may help; only with the earnings of His Word, salvation, acceptance in His Court. However, very rare human may adopt the teachings of His Word; his spoken and unspoken desires may be satisfied. Whosoever may search within his own mind; he may realize His Holy Spirit prevailing everywhere. His true devotees are being honored in three universes; his ego, worldly bonds and account may be cleared.

32. ਮਾਰੂ ਮਹਲਾ ੧॥ 1028-18

ਅਸੁਰ ਸਘਾਰਣ ਰਾਮੁ ਹਮਾਰਾ॥ asur saghaaran raam hamaaraa.
ਘਟਿ ਘਟਿ ਰਮਈਆ ਰਾਮੁ ਪਿਆਰਾ॥ ghat ghat rama-ee-aa raam pi-aaraa.
ਨਾਲੇ ਅਲਖੁ ਨ ਲਖੀਐ ਮੂਲੇ, naalay alakh na lakhee-ai moolay
ਗੁਰਮੁਖਿ ਲਿਖੁ ਵੀਚਾਰਾ ਹੇ॥੧॥ gurmukh likh veechaaraa hay. ||1||

ਮੇਰਾ ਪ੍ਰਭ ਭੂਤਾਂ ਨੂੰ ਖਤਮ ਕਰਨ ਵਾਲਾ, ਨਾਸ ਕਰਨ ਵਾਲਾ ਹੈ । ਉਹ ਹਰਇਕ ਜੀਵ ਦੇ ਹਿਰਦੇ ਵਿੱਚ ਵਾਪਰਦਾ ਹੈ । ਉਹ ਨਾ ਦਿਖਾਈ ਦੇਣ ਵਾਲਾ ਪ੍ਰਭ ਹਰ ਸਮੇਂ ਆਤਮਾ ਦੇ ਨਾਲ ਰਹਿੰਦਾ ਹੈ । ਪਰ ਦਿਖਾਈ ਨਹੀਂ ਦੇਂਦਾ, ਗੁਰਮਖ ਜੀਵ ਨੂੰ ਇਸ ਦੀ ਸੋਝੀ ਬਖਸ਼ਿਸ਼ ਹੁੰਦੀ ਹੈ ।

The True Master may eliminate the fear of ghosts from the mind of His Creation. He prevails in the heart and worldly life journey of all creatures. Beyond visibility True Master remains embedded within each soul; Soul is an expansion of His Holy Spirit. He remains beyond visibility; His true devotee may be enlightened with essence of His Nature.

ਗੁਰਮੁਖਿ ਸਾਧੂ ਸਰਣਿ ਤੁਮਾਰੀ॥ ਕਰਿ ਕਿਰਪਾ ਪ੍ਰਭਿ ਪਾਰਿ ਉਤਾਰੀ॥ gurmukh saaDhoo saran tumaaree. kar kirpaa parabh paar utaaree.
ਅਗਨਿ ਪਾਣੀ ਸਾਗਰੁ ਅਤਿ ਗਹਰਾ, ਗੁਰੁ ਸਤਿਗੁਰੁ ਪਾਰਿ ਉਤਾਰਾ ਹੇ॥੨॥ agan paanee saagar at gahraa gur satgur paar utaaraa hay. ||2||

ਗੁਰਮਖ ਜੀਵ, ਸੰਤ ਸਰੂਪ, ਤੇਰੀ ਸ਼ਰਣ ਵਿੱਚ ਪਨਾਹ ਲੈਂਦਾ ਹੈ । ਆਪ ਹੀ ਰਹਿਮਤ ਬਖਸ਼ਕੇ ਉਸ ਨੂੰ ਪ੍ਰਵਾਨ ਕਰਦਾ ਹੈ । ਸੰਸਾਰਕ ਇਛਾਂ ਦਾ ਸਾਗਰ ਬਹੁਤ ਤੇਜ਼ ਅਤੇ ਡੂੰਘਾ ਜਾਲ ਹੈ । ਪ੍ਰਭ ਆਪ ਹੀ ਜੀਵ ਨੂੰ ਸ਼ਬਦ ਦੀ ਪਾਲਣਾ ਤੇ ਅਡੋਲ ਰਖਕੇ ਪਾਰ ਕਰਦਾ ਹੈ ।

His true devotee may surrender his mind, body, and worldly status at His Sanctuary; with His mercy and grace, he may be accepted in His Court. The universe is very deep and swift ocean, overwhelmed with traps of worldly desires, sweet poison of worldly wealth. Whosoever may remain steady and stable on the right path of obeying the teachings of His Word; with His mercy and grace, he may be accepted in His Court.

ਮਨਮੁਖ ਅੰਧੁਲੇ ਸੋਝੀ ਨਾਹੀ॥ manmukh anDhulay sojhee naahee.
ਆਵਹਿ ਜਾਹਿ ਮਰਹਿ ਮਰਿ ਜਾਹੀ॥ aavahi jaahi mareh mar jaahee.
ਪੂਰਬਿ ਲਿਖਿਆ ਲੇਖੁ ਨ ਮਿਟਈ, ਜਮ ਦਰਿ ਅੰਧੁ ਖੁਆਰਾ ਹੇ॥੩॥ poorab likhi-aa laykh na mit-ee jam dar anDh khu-aaraa hay. ||3||

ਮਨਮੁਖ ਅਗਿਆਨੀ ਜੀਵ ਨੂੰ ਮਾਨਸ ਜਨਮ ਦੇ ਮੰਤਵ ਦੀ ਸੋਝੀ ਨਹੀਂ, ਜੰਨ੍ਹਾ ਦੇ ਚੱਕਰ ਵਿੱਚ ਹੀ ਰਹਿੰਦਾ ਹੈ । ਜੀਵ ਦੇ ਪਿਛਲੇ ਜੀਵਨ ਦਾ ਲਿਖਿਆ ਬਦਲਿਆ ਨਹੀਂ ਜਾ ਸਕਦਾ । ਜੀਵ ਸ਼ਬਦ ਦੀ ਸੋਝੀ ਤੋਂ ਬਿਨਾਂ ਮੌਤ ਦੇ ਦੁਖ ਹੀ ਸਹਿਦਾ ਹੈ ।

Ignorant self-minded may not remember the real purpose of his human life opportunity. He remains in the cycle of birth and death. His prewritten destiny may not be erased, altered. Without the enlightenment of the essence of His Word, he may endure the miseries of birth and death.

ਇਕਿ ਆਵਹਿ ਜਾਵਹਿ ਘਰਿ ਵਾਸੁ ਨ ਪਾਵਹਿ॥ ik aavahi jaaveh ghar vaas na paavahi.
ਕਿਰਤ ਕੇ ਬਾਧੇ ਪਾਪ ਕਮਾਵਹਿ॥ kirat kay baaDhay paap kamaaveh.
ਅੰਧੁਲੇ ਸੋਝੀ ਬੂਝ ਨ ਕਾਈ, ਲੋਭੁ ਬੁਰਾ ਅਹੰਕਾਰਾ ਹੇ॥੪॥ anDhulay sojhee boojh na kaa-ee lobh buraa ahaNkaaraa hay. ||4||

ਕਈ ਜੀਵ ਮਾਨਸ ਜਨਮ ਵਿੱਚ ਆਪਣੇ ਆਪ ਨੂੰ ਜਾਣ ਨਹੀਂ ਪਾਉਂਦੇ । ਪਿਛਲੇ ਜੀਵਨ ਦੇ ਲਿਖੇ ਕਰਕੇ ਪਾਪਾ ਵਾਲੇ ਕੰਮ ਕਰਦੇ ਹਨ । ਉਹਨਾਂ ਨੂੰ ਸ਼ਬਦ ਦੀ ਕੋਈ ਸੋਝੀ, ਸਿਆਣਪ ਨਹੀਂ ਹੁੰਦੀ । ਉਹ ਸੰਸਾਰਕ ਇਛਾਂ, ਹੈਸੀਅਤ, ਲੋਭ, ਬੁਰੇ ਕੰਮਾਂ ਦੇ ਜਾਲ ਵਿੱਚ ਫਸੇ ਹੀ ਮਾਨਸ ਜੀਵਨ ਬਿਰਥਾ ਹੀ ਬਤੀਤ ਕਰ ਜਾਂਦੇ ਹਨ ।

Many self-minded may not recognize the real purpose of human life opportunity. He may commit sinful deeds with his prewritten destiny. He may remain intoxicated with the ego of his worldly status. He may waste his priceless human life opportunity in worldly desires.

ਪਿਰ ਬਿਨੁ ਕਿਆ ਤਿਸੁ ਧਨ ਸੀਗਾਰਾ॥ pir bin ki-aa tis Dhan seegaaraa.
ਪਰ ਪਿਰ ਰਾਤੀ ਖਸਮੁ ਵਿਸਾਰਾ॥ par pir raatee khasam visaaraa.
ਜਿਉ ਬੇਸੁਆ ਪੂਤ ਬਾਪੁ ਕੋ ਕਹੀਐ, ji-o baysu-aa poot baap ko kahee-ai
ਤਿਉ ਫੋਕਟ ਕਾਰ ਵਿਕਾਰਾ ਹੇ॥੫॥ ti-o fokat kaar vikaaraa hay. ||5||

ਪ੍ਰਭ ਦੇ ਸ਼ਬਦ ਦੀ ਕਮਾਈ ਤੋਂ ਬਿਨਾਂ ਸੰਸਾਰਕ ਸੁਖਾਂ ਦਾ ਕੀ ਲਾਭ ਹੈ? ਅਸਲੀ ਮਾਲਕ ਦੇ ਸ਼ਬਦ ਦੀ ਪਾਲਾਣਾ ਨੂੰ ਵਿਸਾਰਕੇ, ਰੀਤ ਰੀਵਾਜ ਦਾ ਕੀ ਲਾਭ ਹੈ? ਉਸ ਜੀਵ ਦੀ ਕਮਾਈ ਦਾ ਕੋਈ ਲਾਭ ਨਹੀਂ ਹੁੰਦਾ । ਉਸ ਦੀ ਹਾਲਤ, ਵੇਸਵਾ ਦੇ ਬੱਚੇ ਵਰਗੀ ਹੁੰਦੀ ਹੈ । ਜਿਸ ਨੂੰ ਆਪਣੇ ਪਿਤਾ ਦੀ ਕੋਈ ਜਾਣਕਾਰੀ ਨਹੀਂ ਹੁੰਦੀ ।

What may be the significance of worldly pleasures for the real purpose of human life opportunity, without the earnings of His Word? What may be the benefit of performing religious rituals for the real purpose of human life? Whose worldly earnings may not benefit in His Court; his condition may be like the child of a prostitute, who may not know his father.

ਪ੍ਰੇਤ ਪਿੰਜਰ ਮਹਿ ਦੂਖ ਘਨੇਰੇ॥ parayt pinjar meh dookh ghanayray.
ਨਰਕਿ ਪਚਹਿ ਅਗਿਆਨ ਅੰਧੇਰੇ॥ narak pacheh agi-aan anDhayray.
ਧਰਮ ਰਾਇ ਕੀ ਬਾਕੀ ਲੀਜੈ, Dharam raa-ay kee baakee leejai
ਜਿਨਿ ਹਰਿ ਕਾ ਨਾਮੁ ਵਿਸਾਰਾ ਹੇ॥੬॥ jin har kaa naam visaaraa hay. ||6||

ਉਸ ਦੀ ਆਤਮਾ, ਆਪਣੇ ਤਨ ਵਿੱਚ ਭੂਤ ਵਰਗਾ ਦੁਖ ਪਾਉਂਦੀ ਹੈ । ਜਿਸ ਨੂੰ ਸ਼ਬਦ ਦੀ ਸੋਝੀ ਨਹੀਂ ਹੁੰਦੀ, ਅਗਿਆਨਤਾ ਵਿੱਚ ਨਰਕ ਵਿੱਚ ਧੱਕੇ ਖਾਂਦਾ ਹੈ । ਜਿਹੜਾ ਸ਼ਬਦ ਦੀ ਪਾਲਣਾ ਨਹੀਂ ਕਰਦਾ, ਉਸ ਨੂੰ ਮੌਤ ਪਿਛੋਂ ਆਪਣੇ ਕੀਤੇ ਦਾ ਲੇਖਾ ਦੇਣਾ ਪੈਂਦਾ ਹੈ ।

Self-minded may endure miseries like ghost in his own body. He may not be blessed with the enlightenment of His Word; he may suffer in hell, in the cycle of birth and death in his ignorance. Whosoever may not obey the teachings of His Word; he must endure the judgement of righteous judges and endures miseries for his worldly deeds.

ਸੂਰਜੁ ਤਪੈ ਅਗਨਿ ਬਿਖੁ ਝਾਲਾ॥ ਅਪਤੁ ਪਸੂ ਮਨਮੁਖੁ ਬੇਤਾਲਾ॥ sooraj tapai agan bikh jhaalaa. apat pasoo manmukh baytaalaa.
ਆਸਾ ਮਨਸਾ ਕੂੜੁ ਕਮਾਵਹਿ, ਰੋਗੁ ਬੁਰਾ ਬੁਰਿਆਰਾ ਹੇ॥੭॥ aasaa mansaa koorh kamaaveh rog buraa buri-aaraa hay. ||7||

ਜਿਵੇਂ ਸੂਰਜ ਦੀ ਗਰਮੀ ਸਰੀਰ ਨੂੰ ਜਲਾ ਦੇਂਦੀ ਹੈ । ਇਸਤਰ੍ਹਾਂ ਮਨਮਰਜ਼ੀ ਕਰਨ ਵਾਲਾ, ਜਾਨਵਰ ਦੀ ਤਰ੍ਹਾਂ ਬਿਨਾਂ ਕਿਸੇ ਮਾਣ ਤੋਂ ਜੀਵਨ ਬਤੀਤ ਕਰਦਾ ਹੈ । ਉਹ ਇਛਾਂ ਦੇ ਸੁਪਨੇ ਵਿੱਚ ਹੀ ਧੋਖੇ, ਫਰੇਬ ਦਾ ਜੀਵਨ ਬਤੀਤ ਕਰਦਾ ਹੈ । ਉਸ ਨੂੰ ਲਾਲਚ ਨਿੰਦਿਆਂ ਦੀ ਬਿਮਾਰੀ ਲਗ ਜਾਂਦੀ ਹੈ ।

As the heat of summer may burn, bluster the skin, body. Same way self-minded may waste his human life like an animal without any honor in his worldly life. He remains intoxicated in the dreams of his worldly desires; he wastes his life in deception and fraud. He may be infected with the disease of criticizing and slandering other.

ਮਸਤਕਿ ਭਾਰੁ ਕਲਰ ਸਿਰਿ ਭਾਰਾ॥ mastak bhaar kalar sir bhaaraa.
ਕਿਉ ਕਰਿ ਭਵਜਲੁ ਲੰਘਸਿ ਪਾਰਾ॥ ki-o kar bhavjal langhas paaraa.
ਸਤਿਗੁਰੁ ਬੋਹਿਥੁ ਆਦਿ ਜੁਗਾਦੀ, satgur bohith aad jugaadee
ਰਾਮ ਨਾਮਿ ਨਿਸਤਾਰਾ ਹੇ॥੮॥ raam naam nistaaraa hay. ||8||

ਉਹ ਜੀਵ ਆਪਣੇ ਪਾਪਾਂ ਦਾ ਭਾਰ ਨਾਲ ਲੈ ਜਾਂਦਾ ਹੈ । ਉਹ ਸਾਗਰ ਪਾਰ ਕਿਵੇਂ ਕਰ ਸਕਦਾ, ਪ੍ਰਵਾਨ ਕਿਵੇਂ ਹੋ ਸਕਦਾ ਹੈ? ਯੁੱਗਾਂ ਯੁੱਗਾਂ ਤੋਂ ਪ੍ਰਭ ਦਾ ਸ਼ਬਦ ਹੀ ਇਕ ਬੇੜੀ ਦੀ ਤਰ੍ਹਾਂ ਹੈ । ਜਿਸ ਤੇ ਸਵਾਰ ਹੋ ਕੇ ਜੀਵ ਪਾਰ ਹੋ ਸਕਦਾ ਹੈ ।

Everyone may carry the burden of his sinful deeds in His Court. How may he cross the worldly ocean and accepted in His Court? From Ancient Age, the teachings of His Word may be the only rescue boat to carry his soul in His Court.

ਪੁਤ੍ਰ ਕਲਤ੍ਰ ਜਗਿ ਹੇਤੁ ਪਿਆਰਾ॥ ਮਾਇਆ ਮੋਹੁ ਪਸਰਿਆ ਪਾਸਾਰਾ॥ putar kaltar jag hayt pi-aaraa. maa-i-aa moh pasri-aa paasaaraa.
ਜਮ ਕੇ ਫਾਹੇ ਸਤਿਗੁਰਿ ਤੋੜੇ, ਗੁਰਮੁਖਿ ਤਤੁ ਬੀਚਾਰਾ ਹੇ॥੯॥ jam kay faahay satgur torhay gurmukh tat beechaaraa hay. ||9||

ਬੱਚੇ ਅਤੇ ਪਤਨੀ ਦਾ ਪਿਆਰ ਇਸ ਸੰਸਾਰ ਵਿੱਚ ਬੁਹਤ ਚੰਗਾ ਲਗਦਾ ਹੈ । ਸਾਰਾ ਸੰਸਾਰ ਹੀ ਮਾਇਆ ਅਤੇ ਮੋਹ ਦੇ ਜਾਲ ਵਿੱਚ ਫਸਿਆ ਹੈ । ਪ੍ਰਭ ਦੇ ਸ਼ਬਦ ਦੀ ਪਾਲਣਾ ਕਰਨ ਨਾਲ ਹੀ ਬੰਧਨ ਤੋੜ ਸਕਦਾ ਹੈ । ਗੁਰਮਖ ਨੂੰ ਸ਼ਬਦ ਨਾਲ ਜੀਵਨ ਢਾਲਣ ਨਾਲ ਇਹ ਸੋਝੀ ਬਖਸ਼ਿਸ਼ ਹੋ ਜਾਂਦੀ ਹੈ ।

The attachment, affection of spouse and children may be very comforting to his mind. The universe remains intoxicated with worldly wealth and attachments. These worldly bonds may only be broken by obeying the teachings of His Word. His true devotee may be blessed with the essence of His Word by adopting the teachings of His Word.

ਗੁਰੂ ਨਾਨਕ ਦੇਵ ਜੀ! – Guru Nanak Dev Ji! Guru Granth Sahib

ਕੂੜਿ ਮੁਠੀ ਚਾਲੈ ਬਹੁ ਰਾਹੀ॥ koorh muthee chaalai baho raahee.
ਮਨਮੁਖੁ ਦਾਝੈ ਪੜਿ ਪੜਿ ਭਾਹੀ॥ manmukh daajhai parh parh bhaahee.
ਅੰਮ੍ਰਿਤ ਨਾਮੁ ਗੁਰੂ ਵਡ ਦਾਣਾ, ਨਾਮੁ ਜਪਹੁ ਸੁਖ ਸਾਰਾ ਹੇ॥੧੦॥ amrit naam guroo vad daanaa naam japahu sukh saaraa hay. ||10||

ਮਨਮੁਖ ਜੀਵ ਅਣਜਾਣਤਾ ਨਾਲ, ਧੋਖੇ ਵਿੱਚ, ਭਰਮਾਂ ਵਿੱਚ ਰਹਿੰਦਾ ਹੈ । ਧਰਮ ਦੇ ਰੀਤ ਰੀਵਾਜਾਂ ਨਾਲ ਵੱਖਰੇ ਵੱਖਰੇ ਰਸਤੇ ਤੇ ਚਲਦਾ ਹੈ । ਭਾਵੇਂ ਉਸ ਨੂੰ ਧਾਰਮਕ ਲਿਖਤਾਂ ਦਾ ਬਹੁਤ ਗਿਆਨ ਹੋਵੇ, ਫਿਰ ਵੀ ਉਹ ਸੰਸਾਰਕ ਇਛਾਂ ਦੀ ਅੱਗ ਵਿੱਚ ਹੀ ਜਲਦਾ ਰਹਿੰਦਾ ਹੈ । ਪ੍ਰਭ ਸ਼ਬਦ ਦੀਆਂ ਦਾਤਾਂ ਦਾ ਮਾਲਕ, ਭੰਡਾਰੀ ਹੈ । ਪ੍ਰਭ ਦੇ ਸ਼ਬਦ ਦਾ ਸਿਮਰਨ ਕਰਨ ਨਾਲ, ਜੀਵ ਦੇ ਮਨ ਵਿੱਚ ਸ਼ਾਂਤੀ, ਸੰਤੋਖ ਬਖਸ਼ਿਸ਼ ਹੋ ਜਾਂਦਾ ਹੈ ।

Self-minded in his ignorance from the real purpose of his human life opportunity; he may remain in worldly gimmicks and suspicions. He may perform various religious rituals and adopts various religious paths. Even though he may become very knowledgeable about religious Holy Scriptures; even then he may remain burning with demons of worldly desires. The True Master remains the true treasures of all virtues, blessings. Whosoever may meditate on the teachings of His Word; with His mercy and grace, he may be blessed with peace and contentment.

ਸਤਿਗੁਰੁ ਤੁਠਾ ਸਚੁ ਦ੍ਰਿੜਾਏ॥ satgur tuthaa sach drirh-aa-ay.
ਸਭਿ ਦੁਖ ਮੇਟੇ ਮਾਰਗਿ ਪਾਏ॥ sabh dukh maytay maarag paa-ay.
ਕੰਡਾ ਪਾਇ ਨ ਗਡਈ ਮੂਲੇ, kandaa paa-ay na gad-ee moolay
ਜਿਸੁ ਸਤਿਗੁਰੁ ਰਾਖਣਹਾਰਾ ਹੇ॥੧੧॥ jis satgur raakhanhaaraa hay. ||11||

ਆਪ ਹੀ ਤਰਸ, ਰਹਿਮਤ ਬਖਸ਼ਕੇ ਸ਼ਬਦ ਦੀ ਪਾਲਣਾ ਵਿੱਚ ਲਗਨ ਲਾਉਂਦਾ ਹੈ । ਇਸ ਰਸਤੇ ਤੇ ਚਲਣ ਨਾਲ ਮਨ ਦੀਆਂ ਸੰਸਾਰਕ ਇਛਾਂ ਤੇ ਕਾਬੂ ਪੈ ਜਾਂਦਾ, ਦੁਖ ਦੂਰ ਹੋ ਜਾਂਦੇ ਹਨ । ਜਿਸ ਦੀ ਰਖਵਾਲੀ ਪ੍ਰਭ ਆਪ ਕਰਦਾ ਹੈ । ਉਸ ਨੂੰ ਤੱਤੀ ਹਵਾ ਵੀ ਨਹੀਂ ਲਗ ਸਕਦੀ, ਉਸ ਦੇ ਪੈਰ ਵਿੱਚ ਕੰਡਾ ਵੀ ਨਹੀਂ ਚੁਭ ਸਕਦਾ ।

The Merciful True Master may bless a devotion to obey the teachings of His Word. Whosoever may adopt the teachings of His Word in his day-to-day life; with His mercy and grace, his miseries of worldly desires may be eliminated. Whosoever may be accepted in His Sanctuary; his soul may become beyond the reach of any worldly miseries.

ਖੇਹੂ ਖੇਹ ਰਲੈ ਤਨੁ ਛੀਜੈ॥ ਮਨਮੁਖੁ ਪਾਥਰੁ ਸੈਲੁ ਨ ਭੀਜੈ॥ khayhoo khayh ralai tan chheejai. manmukh paathar sail na bheejai.
ਕਰਣ ਪਲਾਵ ਕਰੇ ਬਹੁਤੇਰੇ, ਨਰਕਿ ਸੁਰਗਿ ਅਵਤਾਰਾ ਹੇ॥੧੨॥ karan palaav karay bahutayray narak surag avtaaraa hay. ||12||

ਜਦੋਂ ਜੀਵ ਮਰ ਜਾਂਦਾ ਹੈ, ਉਸ ਦਾ ਤਨ ਭਸਮ ਹੋ ਕੇ ਮਿੱਟੀ ਵਿੱਚ ਰਲ ਜਾਂਦਾ ਹੈ । ਮਨਮਰਜ਼ੀ ਕਰਨ ਵਾਲਾ ਜੀਵ ਇਕ ਪੱਥਰ ਦੀ ਤਰ੍ਹਾਂ ਹੀ ਹੁੰਦਾ ਹੈ । ਉਸ ਤੇ ਸ਼ਬਦ ਦਾ ਕੋਈ ਅਸਰ ਨਹੀਂ ਹੁੰਦਾ, ਉਹ ਅੰਦਰੋਂ ਸੁੱਕਾ ਹੀ ਰਹਿੰਦਾ ਹੈ । ਉਹ ਸੰਸਾਰਕ ਗੁਰੂਾਂ ਪੀਰਾਂ ਦੇ ਦੱਸੇ ਬਹੁਤ ਯਤਨ ਕਰਦਾ ਰਹਿੰਦਾ ਹੈ । ਪਰ ਉਸ ਦਾ ਜੂੰਨਾਂ ਦਾ ਚੱਕਰ ਖਤਮ ਨਹੀਂ ਹੁੰਦਾ ।

After death, human body may be vanished as ashes. Self-minded, stone hearted remains unaffected with the essence of His Word. He may adopt various technique inspired by religious gurus, saints. However, his cycle of birth and death may not be eliminated.

ਮਾਇਆ ਬਿਖੁ ਭੁਇਅੰਗਮ ਨਾਲੇ॥ maa-i-aa bikh bhu-i-angam naalay.
ਇਨਿ ਦੁਬਿਧਾ ਘਰ ਬਹੁਤੇ ਗਾਲੇ॥ in dubiDhaa ghar bahutay gaalay.
ਸਤਿਗੁਰ ਬਾਝਹੁ ਪ੍ਰੀਤਿ ਨ ਉਪਜੈ, ਭਗਤਿ ਰਤੇ ਪਤੀਆਰਾ ਹੇ॥੧੩॥ satgur baajhahu pareet na upjai bhagat ratay patee-aaraa hay. ||13||

ਉਹ ਜੀਵ ਸੰਸਾਰਕ ਮਾਇਆ ਦੇ ਜਾਲ ਵਿੱਚ, ਸੁਪਨੇ ਵਿੱਚ ਹੀ ਰਹਿੰਦਾ ਹੈ । ਇਹਨਾਂ ਸੰਸਾਰਕ ਭਰਮਾਂ ਨੇ ਬਹੁਤ ਜੀਵਨ ਤਬਾਹ ਕੀਤੇ ਹਨ । ਸ਼ਬਦ ਦੀ ਪਾਲਣਾ ਕਰਨ ਤੋਂ ਬਿਨਾਂ ਮਨ ਇਕੋ ਇਕ ਤੇ ਟਿਕਦਾ ਨਹੀਂ । ਅਡੋਲ ਭਰੋਸੇ ਨਾਲ ਸ਼ਬਦ ਦੀ ਪਾਲਣਾ ਨਾਲ ਹੀ ਸ਼ਾਂਤੀ ਸੰਤੋਖ ਬਖਸ਼ਿਸ਼ ਹੋ ਸਕਦਾ ਹੈ ।

Human may remain intoxicated with sweet poison of worldly wealth and remains in fantasy, dreamland. The worldly rituals and suspicions have ruined may human lives. Without obeying the teachings of His Word, his mind may not remain steady and stable on one path, the meditation on the teachings of His Word. Whosoever may obey the teachings of His Word with steady and stable belief; with His mercy and grace, he may be blessed with peace and contentment.

ਸਾਕਤ ਮਾਇਆ ਕਉ ਬਹੁ ਧਾਵਹਿ॥ saakat maa-i-aa ka-o baho Dhaaveh.
ਨਾਮੁ ਵਿਸਾਰਿ ਕਹਾ ਸੁਖੁ ਪਾਵਹਿ॥ naam visaar kahaa sukh paavahi.
ਤ੍ਰਿਹੁ ਗੁਣ ਅੰਤਰਿ ਖਪਹਿ ਖਪਾਵਹਿ, ਨਾਹੀ ਪਾਰਿ ਉਤਾਰਾ ਹੇ॥੧੪॥ tarihu gun antar khapeh khapaaveh naahee paar utaaraa hay. ||14||

ਸਾਕਤ ਜੀਵ ਸਾਰੀ ਉਮਰ ਮਾਇਆ ਪਿਛੇ ਲਗਾ ਰਹਿੰਦਾ ਹੈ । ਉਹ ਸ਼ਬਦ ਵਿਸਾਰ ਕੇ ਮਨ ਦੀ ਸ਼ਾਂਤੀ ਕਿਵੇਂ ਪਾ ਸਕਦਾ ਹੈ? ਉਹ ਸੰਸਾਰਕ ਤਿੰਨਾਂ ਗੁਣਾਂ, ਇਛਾਂ, ਪਿਛੇ ਲਗਕੇ, ਮਾਨਸ ਜੀਵਨ ਤਬਾਹ ਕਰ ਲੈਂਦਾ ਹੈ । ਉਹ ਜੀਵ ਦਰਬਾਰ ਵਿੱਚ ਪ੍ਰਵਾਨ ਨਹੀਂ ਹੁੰਦਾ ।

Self-minded, non-believer may remain intoxicated with the fantasy of worldly wealth. How may he be blessed with peace of mind by abandoning the teachings of His Word? He remains intoxicated with three virtues of worldly wealth. He may ruin his human life opportunity. He may never be accepted in His Court.

Four Ages- Yuga - Four unique Principles of Meditation			
ਸਤਜੁਗ - Sat Yuga	**ਤ੍ਰੇਤਾ ਜੁਗ - Traytaa Yuga**	**ਦੁਆਪਰ ਜੁਗ - Du-aapur**	**ਕੱਲਯੁਗ – Kul Jug**
ਸੰਤ ਅਵਸਥਾ **Shiv -His Word**	**ਰਜ ਗੁਣ; Raajas** **Shakti-1; ਮਾਇਆ 1**	**ਸਤ ਗੁਣ; Satvas:** **Shakti-2; ਮਾਇਆ 2**	**ਤਮ ਗੁਣ; Taamas:** **Shakti-3; ਮਾਇਆ 3**
ਸੁਰਤੀ–ਸ਼ਬਦ ਵਿੱਚ ਧਿਆਨ! **Concentration! His Word.**	**ਮਨ ਵਿਚੋਂ ਸੁਰਤੀ – ਅਹੰਕਾਰ** **Concentration to Ego!**		
ਭਰੋਸਾ, ਸ਼ਬਦ ਦੀ ਪਾਲਣਾ! **Obey His Word -Belief**		**ਸ਼ਬਦ ਦੀ ਪਾਲਣਾ – ਗੁਰੂ, ਰੀਵਾਜ** **Obey His Word – Guru**	
ਸ਼ਬਦ ਦੀ ਸੋਝੀ! ਵਿਛੋੜੇ ਦਾ ਡਰ! **Enlightenment** **Renunciation**			**ਸ਼ਬਦ ਦੀ ਸੋਝੀ– ਗਿਆਨ** **Enlightenment to knowledge of Gurbani!**
ਮੁਕਤੀ ਦੀ ਆਸ! **Hope for salvation!**			

ਗੁਰੂ ਨਾਨਕ ਦੇਵ ਜੀ! – Guru Nanak Dev Ji! Guru Granth Sahib

ਚਾਰੇ ਜੁਗਾਂ ਵਿੱਚ! ਜੀਵ ਨੂੰ ਸ਼ਬਦ ਦੀ ਪਾਲਣਾ ਕਰਦੇ, ਪੂਰਨ ਗੁਰੂ, ਸ਼ਬਦ ਦੀ ਸੋਝੀ ਹੋ ਜਾਂਦੀ ਹੈ! ਪ੍ਰਭ ਦੀ ਜੋਤ ਮਨ ਵਿੱਚ ਜਾਗਰਤ ਹੋ ਜਾਂਦੀ ਹੈ! **All Yuga**: Adopting His Word, Enlightenment; Salvation may be blessed.			
How to Conquer Worldly Wealth – ਸੰਸਾਰਕ ਮਾਇਆ ਤੇ ਜਿੱਤ!			
ਸੰਤ ਅਵਸਥਾ – Shiv	**ਸੰਸਾਰਕ ਮਾਇਆ – Shakti**		
ਸ਼ਬਦ –Shiv -His Word	ਰਜ ਗੁਣ; Raajas	ਸਤ ਗੁਣ; Satvas:	ਤਮ ਗੁਣ; Taamas:
ਸੁਰਤੀ–ਸ਼ਬਦ ਵਿੱਚ ਧਿਆਨ! Concentration! His Word.	Mind concentration	Purity, of mind!	Mind Awareness
ਭਰੋਸਾ, ਸ਼ਬਦ ਦੀ ਪਾਲਣਾ! Obey His Word -Belief	The quality of energy and activity!	The quality of purity and light!	The quality of Darkness and inertia!
ਸ਼ਬਦ ਦੀ ਸੋਝੀ! ਵਿਛੋੜੇ ਦਾ ਡਰ! Enlightenment-Renunciation	ਧਰਮ; Dharam:	ਅਰਥ; Arath	ਕਾਮ; Kaam:
ਮੁਕਤੀ ਦੀ ਆਸ! Hope for salvation!	Self-discipline, ethics Conquer selfishness!	Adopt His Word in life.	Conquer sexual urge for strange woman:

ਕੂਕਰ ਸੂਕਰ ਕਹੀਅਹਿ ਕੂੜਿਆਰਾ॥ kookar sookar kahee-ahi koorhi-aaraa.
ਭਉਕਿ ਮਰਹਿ ਭਉ ਭਉ ਭਉ ਹਾਰਾ॥ bha-uk mareh bha-o bha-o bha-o haaraa.
ਮਨਿ ਤਨਿ ਝੂਠੇ ਕੂੜੁ ਕਮਾਵਹਿ, ਦੁਰਮਤਿ ਦਰਗਹ ਹਾਰਾ ਹੇ॥੧੫॥ man tan jhoothay koorh kamaaveh durmat dargeh haaraa hay. ||15||

ਇਸਤਰ੍ਹਾਂ ਧੋਖੇ, ਫਰੇਬ ਵਾਲਾ, ਸੂਰ, ਜਾ ਕੁੱਤੇ ਵਰਗਾ ਜੀਵਨ ਬਤੀਤ ਕਰਦਾ ਹੈ । ਉਹ ਆਪਣੇ ਡਰ ਵਿੱਚ ਹੀ ਭਾਉਂਕਦਾ ਮਰ ਜਾਂਦਾ ਹੈ । ਉਸ ਜੀਵ ਦੇ ਮਨ ਵਿੱਚ ਧੋਖਾ, ਫਰੇਬ ਹੀ ਹੁੰਦਾ ਹੈ । ਇਸ ਨਾਲ ਜੀਵਨ ਬਤੀਤ ਕਰਦਾ ਮਾਨਸ ਜਨਮ ਦੀ ਬਾਜੀ ਹਾਰ ਜਾਂਦਾ ਹੈ ।

Whosoever may remain intoxicated with deception, fraud; he may live his life like a pig and dog. He remains barking in his fear of disappointments and vanishes away from earth. He remains intoxicated with deception and fraud. He may waste his priceless human life opportunity.

ਸਤਿਗੁਰੁ ਮਿਲੈ ਤ ਮਨੂਆ ਟੇਕੈ॥ ਰਾਮ ਨਾਮੁ ਦੇ ਸਰਣਿ ਪਰੇਕੈ॥ satgur milai ta manoo-aa taykai. raam naam day saran paraykai.
ਹਰਿ ਧਨੁ ਨਾਮੁ ਅਮੋਲਕੁ ਦੇਵੈ, ਹਰਿ ਜਸੁ ਦਰਗਹ ਪਿਆਰਾ ਹੇ॥੧੬॥ har Dhan naam amolak dayvai har jas dargeh pi-aaraa hay. ||16||

ਪ੍ਰਭ ਦੀ ਰਹਿਮਤ ਹੋਵੇ, ਤਾ ਹੀ ਜੀਵ ਦਾ ਮਨ ਸ਼ਬਦ ਵਿੱਚ ਲਗਦਾ, ਟਿਕਦਾ ਹੈ । ਜਿਹੜਾ ਪ੍ਰਭ ਦੀ ਸ਼ਰਣ ਵਿੱਚ ਆਪਾ ਭੇਟਾ ਕਰ ਦੇਂਦਾ ਹੈ । ਉਸ ਨੂੰ ਪ੍ਰਭ ਦੀ ਰਹਿਮਤ ਨਾਲ ਹੀ ਅਮੋਲਕ ਸ਼ਬਦ ਦੀ ਸੋਝੀ ਦੇ ਧਨ ਦੀ ਬਖਸ਼ਿਸ਼ ਹੋ ਜਾਂਦੀ ਹੈ । ਸ਼ਬਦ ਦੇ ਸਿਮਰਨ ਨਾਲ ਜੀਵ ਨੂੰ ਦਰਬਾਰ ਵਿੱਚ ਥਾਂ ਬਖਸ਼ਿਸ਼ ਹੋ ਜਾਂਦੀ ਹੈ ।

Whosoever may be blessed with devotion to obey the teachings of His Word; he may remain steady and stable on the path of obeying the teachings of His Word. Whosoever may surrender his mind, body, and his worldly status at His Sanctuary; with His mercy and grace, he may be blessed with the ambrosial jewel, the enlightenment of the essence of His Word. He may be blessed with a permanent resting place in His Court.

ਰਾਮ ਨਾਮੁ ਸਾਧੂ ਸਰਣਾਈ॥ ਸਤਿਗੁਰ ਬਚਨੀ ਗਤਿ ਮਿਤਿ ਪਾਈ॥ raam naam saaDhoo sarnaa-ee. satgur bachnee gat mit paa-ee.
ਨਾਨਕ ਹਰਿ ਜਪਿ ਹਰਿ ਮਨ ਮੇਰੇ, naanak har jap har man mayray
ਹਰਿ ਮੇਲੇ ਮੇਲਣਹਾਰਾ ਹੇ॥੧੭॥੩॥੯॥ har maylay maylanhaaraa hay. ||17||3||9||

ਬੰਦਗੀ ਕਰਨ ਵਾਲਾ, ਸੰਤ ਸਰੂਪ ਪ੍ਰਭ ਦੀ ਸ਼ਰਣ ਵਿੱਚ, ਸ਼ਬਦ ਦੀ ਪਾਲਣਾ ਕਰਦਾ ਹੈ । ਉਹ ਸ਼ਬਦ ਦੀ ਪਾਲਣਾ ਕਰਦਾ, ਆਪਣੇ ਅੰਦਰ ਦੀ ਅਵਸਥਾ ਜਾਣ ਜਾਂਦਾ ਹੈ । ਜੀਵ ਪ੍ਰਭ ਦੇ ਸ਼ਬਦ ਦਾ ਅਡੋਲ ਭਰੋਸੇ ਨਾਲ ਸਿਮਰਨ ਕਰੋ । ਪ੍ਰਭ ਆਪਣੀ ਰਹਿਮਤ ਨਾਲ ਹੀ ਪ੍ਰਵਾਨਗੀ ਬਖਸ਼ਦਾ ਹੈ ।

His true devotee, Holy saint may surrender his mind, body, and worldly status at His Sanctuary to obey the teachings of His Word. He may search within his mind; with His mercy and grace, he may be enlightened with the real purpose of his human life opportunity. He may recognize the real purpose of his human life opportunity. You should meditate on the teachings of His Word with steady and stable belief; with His mercy and grace, you may be blessed with the right path of acceptance of His Court.

Key Message of Raag Maaroo, page 1028-18 **'ਸੰਸਾਰਕ ਮਾਇਆ ਦਾ ਜਾਲ ਬਹੁਤ ਗੰਭੀਰ ਹੈ!**
ਸੰਸਾਰਕ ਇਛਾਂ ਦਾ ਜਾਲ ਬਹੁਤ ਤੇਜ਼ ਅਤੇ ਡੂੰਘਾ ਹੈ । ਉਹ ਨਾ ਦਿਖਾਈ ਦੇਣ ਵਾਲਾ ਪ੍ਰਭ ਹਰ ਸਮੇਂ ਆਤਮਾ ਦੇ ਨਾਲ ਰਹਿੰਦਾ ਹੈ । ਮਨਮੁਖ ਅਗਿਆਨੀ ਜੀਵ ਸ਼ਬਦ ਦੀ ਸੋਝੀ ਤੋਂ ਬਿਨਾਂ ਮੌਤ ਦੇ ਦੁਖ ਹੀ ਸਹਿਦਾ ਹੈ । ਜਿਹੜਾ ਸੰਸਾਰਕ ਇਛਾਂ, ਹੈਸੀਅਤ, ਲੋਭ, ਬੁਰੇ ਕੰਮਾਂ ਵਿੱਚ ਫਸ ਜਾਂਦਾ, ਮਾਨਸ ਜੀਵਨ ਬਿਰਥਾ ਹੀ ਬਤੀਤ ਕਰ ਜਾਂਦਾ ਹੈ । ਉਸ ਨੂੰ ਮੌਤ ਪਿਛੋਂ ਆਪਣੇ ਕੀਤੇ ਦਾ ਲੇਖਾ ਦੇਣਾ ਪੈਂਦਾ ਹੈ । ਯੁੱਗਾਂ ਯੁੱਗਾਂ ਤੋਂ ਪ੍ਰਭ ਦਾ ਸ਼ਬਦ ਹੀ ਇਕ ਬੇੜੀ ਦੀ ਤਰ੍ਹਾਂ ਹੈ । ਜੀਵ ਬੱਚੇ ਅਤੇ ਪਤਨੀ ਦਾ ਪਿਆਰ, ਹੀ ਮਾਇਆ ਅਤੇ ਮੋਹ ਦੇ ਜਾਲ ਵਿੱਚ ਫਸਾਉਂਦਾ ਹੈ । ਧਰਮ ਦੇ ਰੀਤ ਰੀਵਾਜਾਂ, ਧਾਰਮਕ ਲਿਖਤਾਂ ਦਾ ਬਹੁਤ ਗਿਆਨ ਵਾਲਾ, ਸੰਸਾਰਕ ਇਛਾਂ ਦੀ ਅੱਗ ਵਿੱਚ ਹੀ ਜਲਦਾ ਰਹਿੰਦਾ ਹੈ । ਜਿਹੜਾ ਸ਼ਬਦ ਦੀ ਪਾਲਣਾ ਕਰਦਾ, ਆਪ ਹੀ ਰਖਵਾਲਾ ਬਣ ਜਾਂਦਾ ਹੈ । ਜਿਹੜਾ ਪ੍ਰਭ ਦੀ ਸ਼ਰਣ ਵਿੱਚ ਆਪਾ ਭੇਟਾ ਕਰ ਦੇਂਦਾ ਹੈ । ਪ੍ਰਭ ਆਪਣੀ ਰਹਿਮਤ ਨਾਲ ਹੀ ਪ੍ਰਵਾਨਗੀ ਬਖਸ਼ਦਾ ਹੈ । ਜਿਹੜਾ ਜੀਵ ਸੰਸਾਰਕ ਮਾਇਆ ਦੇ ਜਾਲ ਵਿੱਚ, ਸੁਪਨੇ ਵਿੱਚ ਹੀ ਰਹਿੰਦਾ ਹੈ! ਉਸ ਨੂੰ ਸ਼ਾਂਤੀ ਸੰਤੋਖ ਬਖਸ਼ਿਸ਼ ਨਹੀਂ ਹੋ ਸਕਦਾ । ਸਾਕਤ ਮਾਇਆ ਦੇ ਤਿੰਨਾਂ ਗੁਣਾਂ, ਇਛਾਂ, ਪਿਛੇ ਲਗਕੇ, ਮਾਨਸ ਜੀਵਨ ਤਬਾਹ ਕਰ ਲੈਂਦਾ ਹੈ ।
Shakti- worldly wealth remains dominating in universe!
The universe is very deep and swift ocean, overwhelmed with sweet poison of worldly wealth; beyond visibility True Master always remains embedded within each soul; his soul is an expansion of His Holy Spirit. Ignorant self-minded, without the essence of His Word, he may endure the miseries of birth and death. Whosoever may remain intoxicated with his ego; he wastes his priceless human life opportunity. He must endure the judgement of righteous judges and endures miseries for his worldly deeds. From Ancient Age! The teachings of His Word may be the rescue boat to carry his soul in His Court. Whosoever may remain attached to affection of spouse and children; he remains intoxicated with worldly attachments; religious rituals. He may be very knowledgeable about religious Holy Scriptures; he may remain burning with demons of worldly desires. Whosoever may adopt the teachings of His Word; The True Master becomes

his savior! Whosoever may surrender his self-entity at His Sanctuary; he may be blessed with a permanent resting place in His Court. Whosoever may remain intoxicated with sweet poison of worldly wealth; he may remain in fantasy; he may never be contented. He may waste his priceless human life opportunity.

33. ਮਾਰੂ ਮਹਲਾ ੧॥ 1030-2

ਘਰਿ ਰਹੁ ਰੇ ਮਨ ਮੁਗਧ ਇਆਨੇ॥	ghar rahu ray man mugaDh i-aanay.
ਰਾਮੁ ਜਪਹੁ ਅੰਤਰਗਤਿ ਧਿਆਨੇ॥	raam japahu antargat Dhi-aanay.
ਲਾਲਚ ਛੋਡਿ ਰਚਹੁ ਅਪਰੰਪਰਿ,	laalach chhod rachahu aprampar
ਇਉ ਪਾਵਹੁ ਮੁਕਤਿ ਦੁਆਰਾ ਹੇ॥੧॥	i-o paavhu mukat du-aaraa hay. ||1||

ਅਣਜਾਣ! ਆਪਣੇ ਮਨ ਅੰਦਰੋਂ ਹੀ ਪ੍ਰਭ ਦੇ ਸ਼ਬਦ ਦੀ ਸੋਝੀ ਦੀ ਖੋਜ ਕਰੋ । ਪ੍ਰਭ ਮਨ ਵਿਚੋਂ ਹੀ ਜਾਗਰਤ ਹੋ ਜਾਂਦਾ ਹੈ । ਆਪਣੇ ਮਨ ਦਾ ਲਾਲਚ ਛਡਣ ਨਾਲ ਸ਼ਬਦ ਦੀ ਸੋਝੀ ਬਖਸ਼ਿਸ਼ ਹੋ ਸਕਦੀ ਹੈ । ਇਸਤਰ੍ਹਾਂ ਹੀ ਮੁਕਤੀ ਦੇ ਰਸਤੇ ਤੇ ਚਲ ਸਕਦਾ ਹੈ ।

Ignorant! You should search the enlightenment of the essence of His Word from within your mind, body. He remains embedded within your soul and dwells within your body. Whosoever may renounce his greed for worldly wealth, possessions; with His mercy and grace; he may be enlightened from within. He may be blessed with the right path of acceptance in His Court.

ਜਿਸੁ ਬਿਸਰਿਐ ਜਮੁ ਜੋਹਣਿ ਲਾਗੈ॥ ਸਭਿ ਸੁਖ ਜਾਹਿ ਦੁਖਾ ਫੁਨਿ ਆਗੈ॥	jis bisri-ai jam johan laagai. sabh sukh jaahi dukhaa fun aagai.
ਰਾਮ ਨਾਮੁ ਜਪਿ ਗੁਰਮੁਖਿ ਜੀਅੜੇ,	raam naam jap gurmukh jee-arhay
ਏਹੁ ਪਰਮ ਤਤੁ ਵੀਚਾਰਾ ਹੇ॥੨॥	ayhu param tat veechaaraa hay. ||2||

ਜਿਹੜਾ ਮਨ ਵਿਚੋਂ ਸ਼ਬਦ ਨੂੰ ਵਿਸਾਰ ਦੇਂਦਾ ਹੈ । ਉਹ ਸੰਸਾਰਕ ਮਾਇਆ ਦੇ ਲਾਲਚ ਵਿੱਚ ਫਸ ਜਾਂਦਾ ਹੈ, ਮੌਤ ਦੇ ਫਰਿਸ਼ਤ ਦੇ ਘੇਰੇ ਵਿੱਚ ਆ ਜਾਂਦਾ ਹੈ । ਉਸ ਦੇ ਮਨ ਵਿੱਚ ਸ਼ਾਂਤੀ ਬਖਸ਼ਿਸ਼ ਨਹੀਂ ਹੁੰਦੀ । ਜਿਹੜਾ ਅਡੋਲ ਭਰੋਸੇ ਨਾਲ ਸ਼ਬਦ ਦਾ ਸਿਮਰਨ, ਪਾਲਣਾ ਕਰਦਾ ਹੈ । ਉਸ ਨੂੰ ਸ਼ਬਦ ਦੀ ਸੋਝੀ ਬਖਸ਼ਿਸ਼ ਹੋ ਜਾਂਦੀ ਹੈ ।

Whosoever may abandon the teachings of His Word; he may become intoxicated with sweet poison of worldly wealth and captured by the devil of death. He may never be blessed with peace of mind in worldly life. Whosoever may meditate and obeys the teachings of His Word with steady and stable belief in his day-to-day life; with His mercy and grace, he may be enlightened with the essence of His Word.

ਹਰਿ ਹਰਿ ਨਾਮੁ ਜਪਹੁ ਰਸੁ ਮੀਠਾ॥	har har naam japahu ras meethaa.
ਗੁਰਮੁਖਿ ਹਰਿ ਰਸੁ ਅੰਤਰਿ ਡੀਠਾ॥	gurmukh har ras antar deethaa.
ਅਹਿਨਿਸਿ ਰਾਮ ਰਹਹੁ ਰੰਗਿ ਰਾਤੇ,	ahinis raam rahhu rang raatay
ਏਹੁ ਜਪੁ ਤਪੁ ਸੰਜਮੁ ਸਾਰਾ ਹੇ॥੩॥	ayhu jap tap sanjam saaraa hay. ||3||

ਗੁਰਮਖ ਜੀਵ ਪ੍ਰਭ ਦੇ ਸ਼ਬਦ ਦਾ ਸਿਮਰਨ ਕਰਦਾ ਹੈ । ਆਪਣੇ ਅੰਦਰੋਂ ਹੀ ਉਸ ਨੂੰ ਸ਼ਬਦ ਦੀ ਸੋਝੀ ਬਖਸ਼ਿਸ਼ ਹੋ ਜਾਂਦੀ ਹੈ । ਜਿਹੜਾ ਦਿਨ ਰਾਤ ਸ਼ਬਦ ਦੀ ਪਾਲਣਾ ਕਰਦਾ, ਆਪਣੇ ਅੰਦਰੋਂ ਖੋਜ ਕਰਦਾ ਹੈ! ਉਸ ਦਾ ਆਪਣੇ ਮਨ ਤੇ ਕਾਬੂ ਪੱਕਾ ਹੋ ਜਾਂਦਾ ਹੈ ।

His true devotee may meditate and obeys the teachings of His Word with steady and stable belief in his day-to-day life; with His mercy and grace, he may be enlightened from within. He may be blessed to conquer the demons of his worldly desires; he may conquer his own mind.

ਰਾਮ ਨਾਮੁ ਗੁਰ ਬਚਨੀ ਬੋਲਹੁ॥	raam naam gur bachnee bolhu.
ਸੰਤ ਸਭਾ ਮਹਿ ਇਹੁ ਰਸੁ ਟੋਲਹੁ॥	sant sabhaa meh ih ras tolahu.
ਗੁਰਮਤਿ ਖੋਜਿ ਲਹਹੁ ਘਰੁ ਅਪਨਾ,	gurmat khoj lahhu ghar apnaa
ਬਹੁੜਿ ਨ ਗਰਭ ਮਝਾਰਾ ਹੇ॥੪॥	bahurh na garabh majhaaraa hay. ||4||

ਜਿਹੜਾ ਜੀਵ ਪ੍ਰਭ ਦੇ ਸ਼ਬਦ ਦੀ ਪਾਲਣਾ, ਉਸਤਤ ਕਰਦਾ ਹੈ । ਉਸ ਨੂੰ ਸੰਤ ਸਰੂਪ ਜੀਵ ਦੀ ਸੰਗਤ, ਸ਼ਬਦ ਦੀ ਸੋਝੀ ਬਖਸ਼ਿਸ਼ ਹੋ ਜਾਂਦੀ ਹੈ । ਜਿਸ ਨੂੰ ਆਪਣੇ ਅੰਦਰ ਖੋਜ ਕਰਨ ਨਾਲ ਪ੍ਰਵਾਨਗੀ ਦਾ ਰਸਤਾ ਬਖਸ਼ਿਸ਼ ਹੋ ਜਾਂਦਾ ਹੈ । ਉਸ ਦਾ ਜਨਮ ਮਰਨ ਦਾ ਚੱਕਰ ਖਤਮ ਹੋ ਜਾਂਦਾ ਹੈ ।

Whosoever may sing the glory and obeys the teachings of His Word with steady and stable belief in his day-to-day life; with His mercy and grace, he may be blessed with the conjugation of His Holy saint, true devotee. He may be blessed with the right path of acceptance in His Court. Whosoever may remain steady and stable on the right path; with His mercy and grace, his cycle of birth and death may be eliminated.

ਸਚੁ ਤੀਰਥਿ ਨਾਵਹੁ ਹਰਿ ਗੁਣ ਗਾਵਹੁ॥	sach tirath naavhu har gun gaavhu.
ਤਤੁ ਵੀਚਾਰਹੁ ਹਰਿ ਲਿਵ ਲਾਵਹੁ॥	tat veechaarahu har liv laavhu.
ਅੰਤ ਕਾਲਿ ਜਮੁ ਜੋਹਿ ਨ ਸਾਕੈ, ਹਰਿ ਬੋਲਹੁ ਰਾਮੁ ਪਿਆਰਾ ਹੇ॥੫॥	ant kaal jam johi na saakai har bolhu raam pi-aaraa hay. ||5||

ਜਿਹੜਾ ਸ਼ਬਦ ਦੀ ਉਸਤਤ ਗਾਉਂਦਾ, ਸ਼ਬਦ ਦੀ ਸੋਝੀ ਰੂਪੀ ਅੰਮ੍ਰਿਤ ਦੇ ਸਰੋਵਰ ਵਿੱਚ ਇਸ਼ਨਾਨ ਕਰਦਾ ਹੈ, ਉਸ ਨੂੰ ਆਪਣੇ ਮਨ ਅੰਦਰੋਂ ਹੀ ਪ੍ਰਭ ਦੀ ਹੋਂਦ ਅਨੁਭਵ ਹੋ ਜਾਂਦੀ ਹੈ । ਉਸ ਨੂੰ ਮੌਤ ਦਾ ਫਰਿਸ਼ਤਾ ਛੋਹ ਵੀ ਨਹੀਂ ਸਕਦਾ ।

Whosoever may sing the glory of His Word and takes a soul sanctifying bath in the ocean of nectar of the essence of His Word; with His mercy and grace, he may realize His Holy Spirit prevailing everywhere in three universes. His soul may become beyond the reach of devil of death.

ਸਤਿਗੁਰੁ ਪੁਰਖੁ ਦਾਤਾ ਵਡ ਦਾਣਾ॥	satgur purakh daataa vad daanaa.
ਜਿਸੁ ਅੰਤਰਿ ਸਾਚੁ ਸੁ ਸਬਦਿ ਸਮਾਣਾ॥	jis antar saach so sabad samaanaa.
ਜਿਸ ਕਉ ਸਤਿਗੁਰੁ ਮੇਲਿ ਮਿਲਾਏ,	jis ka-o satgur mayl milaa-ay
ਤਿਸੁ ਚੂਕਾ ਜਮ ਭੈ ਭਾਰਾ ਹੇ॥੬॥	tis chookaa jam bhai bhaaraa hay. ||6||

ਅੰਤਰਜਾਮੀ ਪ੍ਰਭ ਸਭ ਤੋਂ ਵੱਡਾ ਦਾਤਾ ਹੈ । ਜਿਹੜਾ ਸ਼ਬਦ ਦੀ ਪਾਲਣਾ ਕਰਦਾ, ਜੀਵਨ ਢਾਲਦਾ ਹੈ । ਉਸ ਨੂੰ ਦਰਬਾਰ ਵਿੱਚ ਪ੍ਰਵਾਨਗੀ ਦਾ ਰਸਤਾ ਬਖਸ਼ਿਸ਼ ਹੋ ਜਾਂਦਾ ਹੈ । ਪ੍ਰਭ ਰਹਿਮਤ ਬਖਸ਼ਕੇ ਆਪਣੇ ਵਿੱਚ ਅਭੇਦ ਕਰ ਲੈਂਦਾ ਹੈ । ਉਸ ਦਾ ਮੌਤ ਦਾ ਡਰ ਸਦਾ ਲਈ ਖਤਮ ਹੋ ਜਾਂਦਾ ਹੈ ।

The Omniscient True Master is the greatest of all. Whosoever may obey and adopts the teachings of His Word with steady and stable belief in his day-to-day life; with His mercy and grace, he may be blessed with the right path of acceptance in

His Court. He may be absorbed within His Holy Spirit. The identity of his soul may be eliminated; with His mercy and grace, his fear of death may be eliminated permanently.

ਪੰਚ ਤਤੁ ਮਿਲਿ ਕਾਇਆ ਕੀਨੀ॥ ਤਿਸ ਮਹਿ ਰਾਮ ਰਤਨੁ ਲੈ ਚੀਨੀ॥ panch tat mil kaa-i-aa keenee. tis meh raam ratan lai cheenee.
ਆਤਮ ਰਾਮੁ ਰਾਮੁ ਹੈ ਆਤਮ, aatam raam raam hai aatam
ਹਰਿ ਪਾਈਐ ਸਬਦਿ ਵੀਚਾਰਾ ਹੇ॥੭॥ har paa-ee-ai sabad veechaaraa hay. ||7||

ਪ੍ਰਭ ਨੇ <u>ਪੰਜਾਂ ਤੱਤਾਂ</u> ਦੇ ਮੇਲ ਨਾਲ ਤਨ ਦੀ ਬਣਤਰ ਬਣਾਈ ਹੈ, ਇਸ ਵਿੱਚ ਹੀ ਪ੍ਰਭ ਦਾ ਦਰਬਾਰ ਤਖਤ ਹੈ । ਆਤਮਾ ਪ੍ਰਭ ਦਾ ਰੂਪ ਹੈ, ਪ੍ਰਭ ਆਤਮਾ ਦਾ ਰੂਪ, ਜੀਵ ਦੇ ਤਨ ਵਿੱਚ ਵਸਦਾ ਹੈ । ਜਿਸ ਦੇ ਮਨ ਵਿੱਚ ਸ਼ਬਦ ਦੀ ਸੋਝੀ ਰਚ ਜਾਂਦੀ ਹੈ, ਉਸ ਨੂੰ ਪ੍ਰਭ ਦੀ ਰਹਿਮਤ ਨਾਲ ਪ੍ਰਭ ਦੀ ਹੋਂਦ ਅਨੁਭਵ ਹੋ ਜਾਂਦੀ ਹੈ ।

The True Master has created the body of a creature from **<u>five unique elements</u>**. His Word remains embedded within his soul and dwells on Royal Throne within his body. His soul is a blemished part of His Holy Spirit; as soon as, soul may be sanctified, she may become worthy of His Consideration; his soul is an expansion of His Holy Spirit. Whosoever may be drenched with the essence of His Word in his day-to-day life; with His mercy and grace, he may realize, His Holy Spirit prevailing in all three universes.

*5 **<u>Elements</u>**<u>: Male sperm, female eggs, Air, Water, and fire in womb (earth)</u>

ਸਤ ਸੰਤੋਖਿ ਰਹਹੁ ਜਨ ਭਾਈ॥ ਖਿਮਾ ਗਹਹੁ ਸਤਿਗੁਰ ਸਰਣਾਈ॥ sat santokh rahhu jan bhaa-ee. khimaa gahhu satgur sarnaa-ee.
ਆਤਮੁ ਚੀਨਿ ਪਰਾਤਮੁ ਚੀਨਹੁ, ਗੁਰ ਸੰਗਤਿ ਇਹੁ ਨਿਸਤਾਰਾ ਹੇ॥੮॥ aatam cheen paraatam cheenahu gur sangat ih nistaaraa hay. ||8||

ਜੀਵ ਆਪਣੇ ਮਨ ਵਿੱਚ ਧੀਰਜ, ਸੰਤੋਖ ਰਖਕੇ ਸ਼ਬਦ ਦੀ ਪਾਲਣਾ ਕਰੋ! ਜਿਹੜਾ ਦੂਸਰੇ ਦੇ ਅਉਗੁਣ ਨਹੀਂ ਚਿਤਾਰਦਾ, ਉਸ ਨੂੰ ਪ੍ਰਭ ਦੀ ਸ਼ਰਣ ਵਿੱਚ ਪਨਾਹ ਦਾ ਰਸਤਾ ਬਖਸ਼ਿਸ਼ ਹੋ ਜਾਂਦਾ ਹੈ । ਆਪਣੀ ਆਤਮਾ ਦੀ ਪਛਾਣ, ਜੀਵਨ ਦੇ ਮੰਤਵ ਦੀ ਸੋਝੀ ਹੀ, ਪ੍ਰਭ ਦੀ ਪਛਾਣ ਬਣ ਜਾਂਦੀ ਹੈ । ਸੰਤ ਸਰੂਪ ਦੀ ਸੰਗਤ ਕਰਨ, ਜੀਵਨ ਦੀ ਸਿਖਿਆ ਆਪਣੇ ਜੀਵਨ ਵਿੱਚ ਧਾਰਨ ਕਰਨ ਨਾਲ, ਸ਼ਬਦ ਦੀ ਸੋਝੀ ਬਖਸ਼ਿਸ਼ ਹੋ ਜਾਂਦੀ ਹੈ ।

You should obey the teachings of His Word with steady and stable belief, with patience and contentment in your day-to-day life. Whosoever may ignore weakness of others; with His mercy and grace, he may be blessed with the right path of His Sanctuary. To recognize the real purpose of his human life opportunity; the recognition of your soul, mind, becomes the recognition of His Holy Spirit. Whosoever may adopt the life experience teachings of His Holy saint in his own day-to-day life; with His mercy and grace, he may be blessed with the enlightenment of the essence of His Word.

ਸਾਕਤ ਕੂੜ ਕਪਟ ਮਹਿ ਟੇਕਾ॥ ਅਹਿਨਿਸਿ ਨਿੰਦਾ ਕਰਹਿ ਅਨੇਕਾ॥ saakat koorh kapat meh taykaa. ahinis nindaa karahi anaykaa.
ਬਿਨੁ ਸਿਮਰਨ ਆਵਹਿ ਫੁਨਿ ਜਾਵਹਿ, bin simran aavahi fun jaaveh
ਗ੍ਰਭ ਜੋਨੀ ਨਰਕ ਮਝਾਰਾ ਹੇ॥੯॥ garabh jonee narak majhaaraa hay. ||9||

ਸਾਕਤ ਦਿਨ ਰਾਤ ਧੋਖੇ ਦੀ ਚਾਲ ਹੀ ਸੋਚਦਾ, ਧੋਖੇ ਅਤੇ ਫਰੇਬ ਦੇ ਅਧਾਰ ਤੇ ਜੀਵਨ ਬਤੀਤ ਕਰਦਾ ਹੈ । ਦੂਸਰੇ ਦੀ ਨਿੰਦਿਆਂ ਵਿੱਚ ਹੀ ਸਮਾਂ ਗਵਾ ਲੈਂਦਾ ਹੈ । ਸ਼ਬਦ ਦੀ ਪਾਲਣਾ, ਜੀਵਨ ਢਾਲਣ ਤੋਂ ਬਿਨਾਂ ਜੂੰਨਾਂ ਦੇ ਚੱਕਰ ਵਿੱਚ ਹੀ ਰਹਿੰਦਾ ਹੈ ।

Self-minded, non-believer may think about evil, deceptive plans and adopts those creative plans in his day-to-day life. He may waste his human life opportunity in criticizing and slandering the way of life of others. Whosoever may not obey nor adopts the teachings of His Word in his day-to-day life; he may remain in the cycle of birth and death.

ਸਾਕਤ ਜਮ ਕੀ ਕਾਣਿ ਨ ਚੂਕੈ॥ saakat jam kee kaan na chookai.
ਜਮ ਕਾ ਡੰਡੁ ਨ ਕਬਹੂ ਮੂਕੈ॥ jam kaa dand na kabhoo mookai.
ਬਾਕੀ ਧਰਮ ਰਾਇ ਕੀ ਲੀਜੈ, baakee Dharam raa-ay kee leejai
ਸਿਰਿ ਅਫਰਿਓ ਭਾਰੁ ਅਫਾਰਾ ਹੇ॥੧੦॥ sir afri-o bhaar afaaraa hay. ||10||

ਸਾਕਤ ਦਾ ਮੌਤ ਦਾ ਡਰ ਦੂਰ ਨਹੀਂ ਹੁੰਦਾ, ਮੌਤ ਦਾ ਫਰਿਸ਼ਤਾ ਉਸ ਦਾ ਘੇਰਾ ਕਦੀ ਨਹੀਂ ਛਡਦਾ । ਉਸ ਕੋਲ ਆਪਣੇ ਕੀਤੇ ਕੰਮਾਂ ਦਾ ਕੋਈ ਜਵਾਬ ਨਹੀਂ ਹੁੰਦਾ । ਉਹ ਆਪਣੇ ਕੀਤੇ ਕੰਮਾਂ ਕਰਕੇ ਹੈਸੀਅਤ ਦੇ ਅਭਿਮਾਨ ਵਿੱਚ ਹੀ ਦੁਖ ਪਾਉਂਦਾ ਹੈ ।

Self-minded, non-believer may remain in constant fear of death; the devil of death keeps a close monitor of his day-to-day thoughts and activities. He may not have answer for his evil deeds. With his own worldly deeds, he remains intoxicated in sweet poison of worldly wealth, ego of his worldly status; his soul may endure miseries in His Court.

ਬਿਨੁ ਗੁਰ ਸਾਕਤੁ ਕਹਹੁ ਕੋ ਤਰਿਆ॥ bin gur saakat kahhu ko tari-aa.
ਹਉਮੈ ਕਰਤਾ ਭਵਜਲਿ ਪਰਿਆ॥ ha-umai kartaa bhavjal pari-aa.
ਬਿਨੁ ਗੁਰ ਪਾਰੁ ਨ ਪਾਵੈ ਕੋਈ, bin gur paar na paavai ko-ee
ਹਰਿ ਜਪੀਐ ਪਾਰਿ ਉਤਾਰਾ ਹੇ॥੧੧॥ har japee-ai paar utaaraa hay. ||11||

ਕੀ ਕੋਈ ਸਾਕਤ ਬਿਨਾਂ ਸ਼ਬਦ ਦੀ ਪਾਲਣਾ ਤੋਂ ਜਨਮ, ਮਰਨ ਦੇ ਚੱਕਰ ਤੋਂ ਬਚਿਆ ਹੈ? ਉਹ ਆਪਣੇ ਹੈਸੀਅਤ ਦੇ ਅਭਿਮਾਨ ਵਿੱਚ ਹੀ ਨਰਕ ਵਿੱਚ ਜਾਂਦਾ ਹੈ । ਸ਼ਬਦ ਨਾਲ ਜੀਵਨ ਢਾਲਣ ਤੋਂ ਬਿਨਾਂ ਕੋਈ ਦਰਬਾਰ ਵਿੱਚ ਪ੍ਰਵਾਨ ਨਹੀਂ ਹੁੰਦਾ । ਅਡੋਲ ਭਰੋਸੇ ਨਾਲ ਹੀ ਜੀਵ ਦਾ ਜਨਮ ਮਰਨ ਦਾ ਚੱਕਰ ਖਤਮ ਹੋ ਸਕਦਾ ਹੈ ।

Has any self-minded, non-believer without obeying the teachings of His Word ever eliminated his cycle of birth and death? With his ego of worldly status, he may remain in hell, in the cycle of birth and death. Without adopting the teachings of His Word with steady and stable; no one may ever be blessed with the right path of acceptance in His Court. Whosoever may adopt the teachings of His Word with steady and stable belief in his day-to-day life; with His mercy and grace, his cycle of birth and death may be eliminated.

ਗੁਰ ਕੀ ਦਾਤਿ ਨ ਮੇਟੈ ਕੋਈ॥ ਜਿਸੁ ਬਖਸੇ ਤਿਸੁ ਤਾਰੇ ਸੋਈ॥ gur kee daat na maytai ko-ee. jis bakhsay tis taaray so-ee.
ਜਨਮ ਮਰਣ ਦੁਖੁ ਨੇੜਿ ਨ ਆਵੈ, janam maran dukh nayrh na aavai
ਮਨਿ ਸੋ ਪ੍ਰਭੁ ਅਪਰ ਅਪਾਰਾ ਹੇ॥੧੨॥ man so parabh apar apaaraa hay. ||12||

ਜਿਹੜਾ ਨਿਮ੍ਰਤਾ ਨਾਲ ਸ਼ਬਦ ਦੀ ਪਾਲਣਾ ਕਰਦਾ ਹੈ, ਉਸ ਦੇ ਮਨ ਵਿੱਚ ਪ੍ਰਭ ਦਾ ਸ਼ਬਦ ਘਰ ਕਰ ਜਾਂਦਾ ਹੈ । ਪ੍ਰਭ ਦੀ ਰਹਿਮਤ ਨਾਲ ਉਸ ਨੂੰ ਪ੍ਰਵਾਨਗੀ ਦਾ ਰਸਤਾ ਬਖਸ਼ਿਸ਼ ਹੋ ਜਾਂਦਾ ਹੈ, ਪ੍ਰਭ ਦੀ ਰਹਿਮਤ ਕੋਈ ਖਤਮ ਨਹੀਂ ਕਰ ਸਕਦਾ । ਜਨਮ ਮਰਨ ਦਾ ਦੁਖ ਉਸ ਦੇ ਨੇੜੇ ਨਹੀਂ ਆਉਂਦਾ ।

Whosoever may humbly obey the teachings of His Word with steady and stable belief in his day-to-day life; he may remain drenched with the essence of His Word, the real purpose of human life opportunity. With His mercy and grace, he may be blessed with the right path of acceptance in His Court. No one may ever eliminate His Blessed Vision from His true devotee with any curse of worldly saint, guru, or miracle power.

ਗੁਰ ਤੇ ਭੂਲੇ ਆਵਹੁ ਜਾਵਹੁ॥ ਜਨਮਿ ਮਰਹੁ ਫੁਨਿ ਪਾਪ ਕਮਾਵਹੁ॥ gur tay bhoolay aavhu jaavhu. janam marahu fun paap kamaavahu.
ਸਾਕਤ ਮੂੜ ਅਚੇਤ ਨ ਚੇਤਹਿ, saakat moorh achayt na cheeteh
ਦੁਖੁ ਲਾਗੈ ਤਾ ਰਾਮੁ ਪੁਕਾਰਾ ਹੇ॥੧੩॥ dukh laagai taa raam pukaaraa hay. ||13||

ਜਿਹੜਾ ਪ੍ਰਭ ਦਾ ਸ਼ਬਦ ਮਨ ਵਿਚੋਂ ਵਿਸਾਰ ਦੇਂਦੇ, ਉਹ ਜਨਮ ਮਰਨ ਦੇ ਚੱਕਰ ਵਿੱਚ ਹੀ ਰਹਿੰਦਾ ਹੈ । ਉਹ ਜੀਵਨ ਵਿੱਚ ਪਾਪ ਕਰਦਾ, ਸਜ਼ਾ ਭੁਗਤਦਾ ਰਹਿੰਦਾ ਹੈ । ਉਹ ਅਣਜਾਣ, ਮੁਰਖ ਪ੍ਰਭ ਦੇ ਸ਼ਬਦ ਦੀ ਪਾਲਣਾ ਨਹੀਂ ਕਰਦਾ, ਪ੍ਰਭ ਦੇ ਵਿਛੋੜੇ ਨੂੰ ਯਾਦ ਨਹੀਂ ਰਖਦਾ । ਕੇਵਲ ਮੁਸੀਬਤ ਆਉਣ ਤੇ ਹੀ ਪ੍ਰਭ ਨੂੰ ਪੁਕਾਰਦਾ, ਯਾਦ ਕਰਦਾ ਹੈ ।

Whosoever may abandon the teachings of His Word from his day-to-day life; he may remain in the cycle of birth and death. In each cycle of life, he may commit more sins and endure the miseries of his worldly deeds. Ignorant, self-minded may never obey the teachings of His Word nor remembers, keeps the misery of his separation from His Holy Spirit fresh within his mind. He remains intoxicated with the sweet poison of worldly wealth. He may only cry for His help in the time of worldly misery! He may not be saved from disgrace.

ਸੁਖੁ ਦੁਖੁ ਪੁਰਬ ਜਨਮ ਕੇ ਕੀਏ॥ ਸੋ ਜਾਣੈ ਜਿਨਿ ਦਾਤੈ ਦੀਏ॥ sukh dukh purab janam kay kee-ay.so jaanai jin daatai dee-ay.
ਕਿਸ ਕਉ ਦੋਸੁ ਦੇਹਿ ਤੂ ਪ੍ਰਾਣੀ, kis ka-o dos deh too paraanee
ਸਹੁ ਅਪਣਾ ਕੀਆ ਕਰਾਰਾ ਹੇ॥੧੪॥ saho apnaa kee-aa karaaraa hay. ||14||

ਸੰਸਾਰ ਵਿੱਚ ਦੁਖ, ਸੁਖ ਆਪਣੇ ਪਿਛਲੇ ਜਨਮ ਦੇ ਕੀਤੇ ਕੰਮਾਂ ਕਰਕੇ ਹੀ ਬਖਸ਼ਿਸ਼ ਹੁੰਦੇ ਹਨ । ਜਿਸ ਤੇ ਭਾਣਾ ਵਾਪਰਦਾ ਹੈ, ਕੇਵਲ ਉਹ ਹੀ ਜਾਣਦਾ ਹੈ । ਜੀਵ ਆਪਣੇ ਕੀਤੇ ਦਾ ਹੀ ਫਲ ਭੋਗਦਾ ਹੈ, ਹੋਰ ਕਿਸ ਨੂੰ ਦੋਸ਼ ਨਾ ਦੇਵੋ!

Worldly pleasures and miseries may only be blessed as a judgement of his worldly deeds of his previous lives. Whosoever may endure the miseries of life; only he may comprehend the sufferings. His soul endures the judgement of her deeds of her previous lives. Why are you blaming anyone else for the misery of your life?

ਹਉਮੈ, ਮਮਤਾ ਕਰਦਾ ਆਇਆ॥ ha-umai mamtaa kardaa aa-i-aa.
ਆਸਾ ਮਨਸਾ ਬੰਧਿ ਚਲਾਇਆ॥ aasaa mansaa banDh chalaa-i-aa.
ਮੇਰੀ ਮੇਰੀ ਕਰਤ ਕਿਆ ਲੇ ਚਾਲੇ, mayree mayree karat ki-aa lay chaalay
ਬਿਖੁ ਲਾਦੇ ਛਾਰ ਬਿਕਾਰਾ ਹੇ॥੧੫॥ bikh laaday chhaar bikaaraa hay. ||15||

ਜੀਵ ਜਨਮ ਲੈਂਦੇ ਹੀ, ਹੈਸੀਅਤ ਅਤੇ ਮੋਹ ਨਾਲ ਸੰਬਧ ਜੋੜ ਲੈਂਦਾ ਹੈ । ਆਸਾਂ ਅਤੇ ਦਿਲ ਦੀ ਖਾਹਿਸ਼ਾਂ ਉਸ ਦੇ ਜੀਵਨ ਦਾ ਖੇਲ ਚਲਾਉਂਦੀਆਂ ਹਨ । ਜੀਵ ਤੂੰ ਮੇਰੀ ਮੇਰੀ ਕਰਦਾ ਆਪਣੇ ਸਾਥ ਕੀ ਲੈ ਜਾਵੇਗਾ? ਤੇਰਾ ਤਨ ਭਸਮ ਹੋ ਜਾਂਦਾ ਹੈ, ਕੇਵਲ ਪਾਪਾਂ ਦਾ ਭਾਰ ਹੀ ਆਤਮਾ ਦੇ ਸਾਥ ਜਾਂਦਾ ਹੈ ।

The soul may become attached to worldly status and worldly possessions, attraction at his birth in the universe. With hopes and desires of his mind; he may adopt his path in worldly life. What may he benefit by proclaiming, everything as his trust? His body may become ashes, dust and only the burden of unsatisfied worldly desires and sins remain with his soul to endure the judgement of The Righteous Judge.

ਹਰਿ ਕੀ ਭਗਤਿ ਕਰਹੁ ਜਨ ਭਾਈ॥ har kee bhagat karahu jan bhaa-ee.
ਅਕਥੁ ਕਥਹੁ ਮਨੁ ਮਨਹਿ ਸਮਾਈ॥ akath kathahu man maneh samaa-ee.
ਉਠਿ ਚਲਤਾ ਠਾਕਿ ਰਖਹੁ ਘਰਿ ਅਪੁਨੈ, uth chaltaa thaak rakhahu ghar apunai
ਦੁਖੁ ਕਾਟੇ ਕਾਟਣਹਾਰਾ ਹੇ॥੧੬॥ dukh kaatay kaatanhaaraa hay. ||16||

ਜਿਹੜਾ ਪ੍ਰਭ ਦੇ ਸ਼ਬਦ ਦੀ ਪਾਲਣਾ ਕਰਦਾ ਹੈ! ਪ੍ਰਭ ਦੀ ਰਹਿਮਤ ਨਾਲ ਅਕਥ ਕਥਨਾਂ ਦੀ ਸੋਝੀ ਬਖਸ਼ਿਸ਼ ਹੋ ਜਾਂਦੀ ਹੈ । ਮਨ ਆਪਣੇ ਅੰਦਰ ਧੀਰਜ ਰਖਕੇ ਖੋਜ ਕਰਦਾ ਹੈ । ਆਪਣੇ ਮਨ ਨੂੰ ਆਪਣੇ ਅੰਦਰ ਹੀ ਰਖੋ, ਧੀਰਜ ਕਰੋ । ਉਹ ਦੁਖ ਖਤਮ ਕਰਨ ਵਾਲਾ ਪ੍ਰਭ, ਆਤਮਾ ਅੰਦਰ ਹੀ ਵਸਦਾ, ਉਸ ਦੇ ਭਾਣੇ ਨਾਲ ਹੀ ਸਭ ਕੁਝ ਬਖਸ਼ਿਸ਼ ਹੁੰਦਾ ਹੈ ।

Whosoever may obey the teachings of His Word with steady and stable belief in his day-to-day life; with His mercy and grace, he may be enlightened with beyond comprehensible nature of The True Master. He may concentrate and search within his mind the essence, the real purpose of human life opportunity and mystery of worldly pleasures and miseries. The True Master to eliminate all miseries remain embedded within his soul and everything happens, under His Command.

ਹਰਿ ਗੁਰ ਪੂਰੇ ਕੀ ਓਟ ਪਰਾਤੀ॥ har gur pooray kee ot paraatee.
ਗੁਰਮੁਖਿ ਹਰਿ ਲਿਵ ਗੁਰਮੁਖਿ ਜਾਤੀ॥ gurmukh har liv gurmukh jaatee.
ਨਾਨਕ ਰਾਮ ਨਾਮਿ ਮਤਿ ਊਤਮ, naanak raam naam mat ootam
ਹਰਿ ਬਖਸੇ ਪਾਰਿ ਉਤਾਰਾ ਹੇ॥੧੭॥ ੪॥੧੦॥ har bakhsay paar utaaraa hay. ||17||4||10||

ਜੀਵ ਉਸ ਪੂਰਨ ਗੁਰੂ, ਪ੍ਰਭ ਦਾ ਆਸਰਾ ਮੰਗੋ! ਗੁਰਮਖ ਜੀਵ ਨੂੰ ਪ੍ਰਭ ਦੇ ਸ਼ਬਦ ਦੇ ਸਿਮਰਨ, ਪਾਲਣਾ ਕਰਨ ਨਾਲ ਮਨ ਵਿਚੋਂ ਸੋਝੀ, ਜਾਗਰਤੀ ਬਖਸ਼ਿਸ਼ ਹੋ ਜਾਂਦੀ ਹੈ । ਪ੍ਰਭ ਆਪ ਹੀ ਅਉਗੁਣ ਬਖਸ਼ਕੇ ਦਰਬਾਰ ਵਿੱਚ ਪ੍ਰਵਾਨ ਕਰ ਲੈਂਦਾ ਹੈ ।

You should always pray for Forgiveness and Refuge of The True Guru. His true devotee may always meditate on the teachings of His Word; with His mercy and grace, he may be blessed with enlightenment of the essence of His Word. Whosoever may obey and adopts the teachings of His Word; with His mercy and grace, he may be enlightened and remains awake and alert in his meditation, his sins may be forgiven.

Key Message of Raag Maaroo, page 1030-2
'ਅੰਮ੍ਰਿਤ ਦਾ ਸਰੋਵਰ ਵਿੱਚ ਆਤਮਾ ਅੰਦਰ ਹੀ ਹੈ!
ਜਿਹੜਾ ਆਪਣੇ ਮਨ ਦਾ ਲਾਲਚ, ਤਿਆਗਕੇ, ਸ਼ਬਦ ਦੀ ਪਾਲਣਾ ਕਰਦਾ, ਆਪਣੇ ਅੰਦਰੋਂ ਹੀ ਖੋਜ ਕਰਦਾ ਹੈ, ਪ੍ਰਭ ਦੇ ਸ਼ਬਦ ਦੀ ਸੋਝੀ, ਮੁਕਤੀ ਦੇ ਰਸਤੇ ਤੇ ਚਲ ਸਕਦਾ ਹੈ । ਉਸ ਨੂੰ ਆਪਣੇ ਮਨ ਤੇ ਜਿੱਤ ਬਖਸ਼ਿਸ਼ ਹੋ ਜਾਂਦੀ ਹੈ । ਉਹ ਸ਼ਬਦ ਦੀ ਸੋਝੀ ਰੂਪੀ ਅੰਮ੍ਰਿਤ ਦੇ ਸਰੋਵਰ ਵਿੱਚ ਇਸ਼ਨਾਨ ਕਰਦਾ ਹੈ, ਮੌਤ ਦਾ ਫਰਿਸ਼ਤਾ ਛੋਹ ਵੀ ਨਹੀਂ ਸਕਦਾ । ਪ੍ਰਭ ਨੇ ਪੰਜਾਂ ਤੱਤਾਂ ਦੇ ਮੇਲ ਨਾਲ ਤਨ ਦੀ ਬਣਤਰ ਬਣਾਈ ਹੈ, ਇਸ ਵਿੱਚ ਹੀ ਪ੍ਰਭ ਦਾ ਦਰਬਾਰ ਤਖਤ ਹੈ । ਜਿਹੜਾ ਦੂਸਰੇ ਦੇ ਅਉਗੁਣ ਨਹੀਂ ਚਿਤਾਰਦਾ, ਉਸ ਨੂੰ ਸ਼ਰਣ ਵਿੱਚ ਪਨਾਹ ਦਾ ਰਸਤਾ ਬਖਸ਼ਿਸ਼ ਹੋ ਜਾਂਦਾ, ਜੀਵਨ ਦੇ ਮੰਤਵ ਦੀ ਸੋਝੀ ਹੋ ਜਾਂਦੀ ਹੈ । ਜਿਹੜਾ ਨਿਮ੍ਰਤਾ ਨਾਲ ਸ਼ਬਦ ਦੀ ਪਾਲਣਾ ਕਰਦਾ, ਪ੍ਰਵਾਨਗੀ ਦਾ ਰਸਤਾ ਬਖਸ਼ਿਸ਼ ਹੋ ਜਾਂਦਾ, ਜਨਮ ਮਰਨ ਦਾ ਦੁਖ ਨੇੜੇ ਨਹੀਂ ਆਉਂਦਾ । ਉਸ ਨੂੰ ਪ੍ਰਭ ਦੇ ਅਕਥ ਕਥਨਾਂ ਦੀ ਸੋਝੀ ਬਖਸ਼ਿਸ਼ ਹੋ ਜਾਂਦੀ ਹੈ । ਜਿਸ ਤੇ ਭਾਣਾ ਵਾਪਰਦਾ ਹੈ, ਕੇਵਲ ਉਹ ਹੀ ਜਾਣਦਾ ਹੈ । ਜਿਹੜਾ ਪ੍ਰਭ ਦੇ ਵਿਛੋੜੇ ਨੂੰ ਯਾਦ ਨਹੀਂ ਰਖਦਾ, ਉਹ ਜਨਮ ਮਰਨ ਦੇ ਚੱਕਰ ਵਿੱਚ ਰਹਿੰਦਾ ਹੈ ।
Holy Pond of nectar remains embedded within!
Whosoever may renounce his greed; obeys the teachings of His Word, search within his mind, body; he may be enlightened; stay on the right path of acceptance. He may conquer his ego; his soul takes a sanctifying bath in the ocean of nectar within. His soul may become beyond the reach of devil of death. The True Master, His Throne remains embedded within his soul and dwells within his body of **five unique elements.** Whosoever may ignore weakness of others; he may be blessed with the right path of His Sanctuary; he may recognize the real purpose of his human life. His soul may become beyond the reach of devil of death. He may be blessed to comprehend the mystery of His Nature; only he may realize His Existence. Who may not remember, the misery of his separation from His Holy Spirit; he may remain in hell, in the cycle of birth and death.

34. ਮਾਰੂ ਮਹਲਾ ੧॥ 1031-5

ਸਰਣਿ ਪਰੇ ਗੁਰਦੇਵ ਤੁਮਾਰੀ॥ ਤੂ ਸਮਰਥੁ ਦਇਆਲੁ ਮੁਰਾਰੀ॥ saran paray gurdayv tumaaree. too samrath da-i-aal muraaree.
ਤੇਰੇ ਚੋਜ ਨ ਜਾਣੈ ਕੋਈ, ਤੂ ਪੂਰਾ ਪੁਰਖੁ ਬਿਧਾਤਾ ਹੇ॥੧॥ tayray choj na jaanai ko-ee too pooraa purakh biDhaataa hay. ||1||

ਪ੍ਰਭ ਬਹੁਤ ਤਰਸਵਾਨ, ਸਭ ਤੋਂ ਵੱਡਾ ਅਸਲੀ ਮਾਲਕ ਹੈ, ਮੈਂ ਆਪਾ ਤੇਰੀ ਸ਼ਰਣ ਭੇਟਾ ਕਰਦਾ ਹਾ । ਪ੍ਰਭ ਹੀ ਜੀਵ ਦੇ ਭਾਗ ਲਿਖਣ ਵਾਲਾ ਪੂਰਨ ਮਾਲਕ ਹੈ । ਕੋਈ ਵੀ ਪ੍ਰਭ ਦੀ ਕੁਦਰਤ ਦਾ ਖੇਲ ਨਹੀਂ ਜਾਣ ਸਕਦਾ ।

The Merciful True Master, greatest of All! I have surrendered my mind body and worldly status at His Sanctuary. Only, He prewrite, engrave the destiny, on soul before birth as His Word. The roadmap of his worldly journey, the right path of acceptance in His Court. His Nature may remain beyond the comprehension of His Creation.

ਤੂ ਆਦਿ ਜੁਗਾਦਿ ਕਰਹਿ ਪ੍ਰਤਿਪਾਲਾ॥ too aad jugaad karahi partipaalaa.
ਘਟਿ ਘਟਿ ਰੂਪੁ ਅਨੂਪੁ ਦਇਆਲਾ॥ ghat ghat roop anoop da-i-aalaa.
ਜਿਉ ਤੁਧੁ ਭਾਵੈ ਤਿਵੈ ਚਲਾਵਹਿ, ji-o tuDh bhaavai tivai chalaaveh
ਸਭੁ ਤੇਰੋ ਕੀਆ ਕਮਾਤਾ ਹੇ॥੨॥ sabh tayro kee-aa kamaataa hay. ||2||

ਪ੍ਰਭ ਆਦਿ (ਆਰੰਭ) ਤੋਂ ਅਤੇ ਯੁੱਗਾਂ ਯੁੱਗਾਂ ਵਿੱਚ ਆਪਣੀ ਸਾਜੀ ਸ੍ਰਿਸ਼ਟੀ ਦੀ ਦੇਖ ਭਾਲ ਕਰਦਾ ਆਇਆ ਹੈ । ਹਰਇਕ ਆਤਮਾ ਵਿੱਚ ਸਮਾਇਆ, ਤਨ ਵਿੱਚ ਵਸਦਾ ਹੈ! ਕੋਈ ਵੀ ਪ੍ਰਭ ਦੇ ਬਰਾਬਰ ਦੇ ਨੂਰ ਵਾਲਾ ਨਹੀਂ ਹੈ । ਕੇਵਲ ਪ੍ਰਭ ਦਾ ਭਾਣਾ ਹੀ ਸ੍ਰਿਸ਼ਟੀ ਵਿੱਚ ਵਾਪਰਦਾ ਹੈ । ਸਾਰੀ ਸ੍ਰਿਸ਼ਟੀ ਹੀ ਕੇਵਲ ਪ੍ਰਭ ਦੇ ਭਾਣੇ ਅਨੁਸਾਰ ਹੀ ਕੰਮ ਕਰ ਸਕਦੀ ਹੈ ।

From ancient Ages, from the beginning of the universe! The True Master has been nourishing protecting His Creation. His Holy Spirit remains embedded within each soul as His Word and dwells within his body. No one may ever be born nor may ever walk on the universe with power or glory comparable to His Greatness. Only His Command prevails in the universe. Everyone may only perform worldly deeds as per His Command.

ਅੰਤਰਿ ਜੋਤਿ ਭਲੀ ਜਗਜੀਵਨ॥ ਸਭਿ ਘਟ ਭੋਗੈ ਹਰਿ ਰਸੁ ਪੀਵਨ॥ antar jot bhalee jagjeevan. sabh ghat bhogai har ras peevan.
ਆਪੇ ਲੇਵੈ ਆਪੇ ਦੇਵੈ, ਤਿਹੁ ਲੋਈ ਜਗਤ ਪਿਤ ਦਾਤਾ ਹੇ॥੩॥ aapay layvai aapay dayvai tihu lo-ee jagat pit daataa hay. ||3||

ਪ੍ਰਭ ਦੀ ਜੋਤ, ਸ਼ਬਦ ਹਰਇਕ ਜੀਵ ਦੇ ਤਨ ਵਿੱਚ ਵਸਦੀ ਹੈ । ਉਸ ਦੇ ਮਨ ਦੇ ਵਿਚਾਰਾ ਨੂੰ ਅਨੁਭਵ ਕਰਦੀ ਹੈ । ਆਪ ਹੀ ਦਾਤਾਂ ਬਖਸ਼ਦਾ, ਆਪ ਹੀ ਭਿਖਿਆ ਲੈਣ ਵਾਲੇ ਦੇ ਮਨ ਵਿੱਚ ਵੀ ਵਸਦਾ ਹੈ । ਪ੍ਰਭ ਹੀ ਤਿੰਨਾਂ ਸ੍ਰਿਸ਼ਟੀਆਂ ਨੂੰ ਪੈਦਾ ਕਰਨ ਵਾਲਾ ਸਿਰਜਨਹਾਰਾ ਹੈ ।

His Holy Spirit, remains embedded within every soul, and dwells within his body as His Word. The True Master remains omniscient about his thoughts and feelings. He inspires His Creation to perform charity, donation and within a beggar, who may receive the charity; The One and Only One Creator of all three universes.

ਜਗਤੁ ਉਪਾਇ ਖੇਲੁ ਰਚਾਇਆ॥ jagat upaa-ay khayl rachaa-i-aa.
ਪਵਣੈ ਪਾਣੀ ਅਗਨੀ ਜੀਉ ਪਾਇਆ॥ pavnai paanee agnee jee-o paa-i-aa.
ਦੇਹੀ ਨਗਰੀ ਨਉ ਦਰਵਾਜੇ, ਸੋ ਦਸਵਾ ਗੁਪਤੁ ਰਹਾਤਾ ਹੇ॥੪॥ dayhee nagree na-o darvaajay so dasvaa gupat rahaataa hay. ||4||

ਪ੍ਰਭ ਨੇ ਸ੍ਰਿਸ਼ਟੀ ਨੂੰ ਸਾਜਕੇ, ਆਤਮਾ ਨੂੰ ਪਵਿੱਤਰ ਕਰਨ ਦਾ ਅਨੋਖਾ ਹੀ ਖੇਲ ਰਚਿਆ ਹੈ । ਆਤਮਾ ਨੂੰ ਮਾਤਾ ਦੀ ਕੁਖ ਵਿੱਚ ਪਾਣੀ, ਹਵਾ, ਅੱਗ ਤੋਂ ਤਨ ਨੂੰ ਬਣਾਉਂਦਾ, ਰਖਿਆ ਕਰਦਾ ਹੈ । ਜੀਵ ਨੂੰ ਸਵਾਸ ਬਖਸ਼ਕੇ, ਸ੍ਰਿਸ਼ਟੀ ਦੇ ਨੌ ਪਖਾਂ ਦੀ ਸੋਝੀ ਬਖਸ਼ਦਾ ਹੈ । ਦਸਵਾਂ ਦਰਵਾਜਾ, ਮੁਕਤੀ ਦਾ ਰਸਤਾ ਗੁਪਤ ਰਖਦਾ ਹੈ ।

The True Master has created a unique play of the universe, His Nature to sanctify his soul. He has created the worldly body for his soul within the womb of mother, in water, air and heat of her womb. He blesses a limited capital of breathes, enlightens with nine senses to survive in the universe. He has kept the 10th virtue hidden. Whosoever may sanctify his soul to become worthy of His Consideration; she may be blessed with 10th senses, the right path of acceptance in His Court. Only sanctified soul may become worthy of His Consideration; Only soul immersed within His Holy Spirit may be worthy to be called **Khalsa**; everyone else remains blemished.

ਚਾਰਿ ਨਦੀ ਅਗਨੀ ਅਸਰਾਲਾ॥ chaar nadee agnee asraalaa.
ਕੋਈ ਗੁਰਮੁਖਿ ਬੂਝੈ ਸਬਦਿ ਨਿਰਾਲਾ॥ ko-ee gurmukh boojhai sabad niraalaa.
ਸਾਕਤ ਦੁਰਮਤਿ ਡੂਬਹਿ ਦਾਝਹਿ, ਗੁਰਿ ਰਾਖੇ ਹਰਿ ਲਿਵ ਰਾਤਾ ਹੇ॥੫॥ saakat durmat doobeh daajheh gur raakhay har liv raataa hay. ||5||

ਇਸ ਸ੍ਰਿਸ਼ਟੀ ਵਿੱਚ ਚਾਰ ਅੱਗ ਦੀਆਂ ਨਦੀਆਂ (ਹਿੰਸਾ, ਮੋਹ, ਲੋਭ, ਕ੍ਰੋਧ) ਹਨ । ਵਿਰਲੇ ਹੀ ਗੁਰਮਖ ਨੂੰ ਇਸ ਦੀ ਸੋਝੀ ਬਖ਼ਸ਼ਿਸ਼ ਹੁੰਦੀ ਹੈ । ਗੁਰਮਖ ਇਸ ਸੋਝੀ ਅਨੁਸਾਰ ਜੀਵਨ ਬਤੀਤ ਕਰਦਾ ਹੈ । ਆਪਣੇ ਆਪ ਨੂੰ ਸੰਸਾਰਕ ਇਛਾਂ ਤੋਂ ਅਲਗ ਰਖਦਾ ਹੈ । ਸਾਕਤ ਮਨ ਦੇ ਬੁਰੇ ਵਿਚਰਾਂ ਕਰਕੇ ਸੰਸਾਰਕ ਇਛਾਂ ਦੀ ਅੱਗ ਵਿੱਚ ਜਲ ਜਾਂਦਾ ਹੈ । ਜਿਹੜਾ ਪ੍ਰਭ ਦੇ ਸ਼ਬਦ ਦਾ ਸਿਮਰਨ ਕਰਦਾ, ਲੀਨ ਰਹਿੰਦਾ ਹੈ । ਪ੍ਰਭ ਆਪ ਹੀ ਉਸ ਦੀ ਰਖਿਆ ਕਰਦਾ ਹੈ ।

The universe remains embedded within four rivers of fire; 4 lavas remain active within human mind. However, very rare His true devotee may be enlightened with these four lavas of human mind. Whosoever may remain aware and alert from these; with His mercy and grace, he may conquer his own mind, worldly desires. Self-minded, non-believer may remain burning in the fire of worldly desires and evil thoughts. Whosoever may remain intoxicated in meditation on the teachings of His Word; with His mercy and grace, he may be accepted and protected in His Sanctuary.

ਮਨ ਵਿੱਚ – 4 ਅੱਗ ਦੀਆਂ ਨਦੀਆਂ	ਹਿੰਸਾ (ਜ਼ਬਰਦਸਤੀ), ਮੋਹ, ਲੋਭ, ਕ੍ਰੋਧ
4 River of fire within mind	Violence, attachment, greed, anger

ਅਪੁ ਤੇਜੁ ਵਾਇ ਪ੍ਰਿਥਮੀ ਆਕਾਸਾ॥ ਤਿਨ ਮਹਿ ਪੰਚ ਤਤੁ ਘਰਿ ਵਾਸਾ॥ ap tayj vaa-ay parithmee aakaasaa. tin meh panch tat ghar vaasaa.
ਸਤਿਗੁਰ ਸਬਦਿ ਰਹਹਿ ਰੰਗਿ ਰਾਤਾ, satgur sabad raheh rang raataa
ਤਜਿ ਮਾਇਆ ਹਉਮੈ ਭ੍ਰਾਤਾ ਹੇ॥੬॥ taj maa-i-aa ha-umai bharaataa hay. ||6||

ਪ੍ਰਭ ਨੇ ਹੀ ਧਰਤੀ ਅਤੇ ਅਕਾਸ਼, ਪੰਜਾਂ ਤੱਤਾਂ ਦੇ ਸਰੀਰ ਦੇ ਵਸਣ ਲਈ ਬਣਾਏ ਹਨ । ਜਿਹੜਾ ਜੀਵ ਪ੍ਰਭ ਦੇ ਸ਼ਬਦ ਨਾਲ ਜੀਵਨ ਬਤੀਤ ਕਰਦਾ ਹੈ । ਉਸ ਦੇ ਮਨ ਵਿੱਚ ਸ਼ਬਦ ਦੀ ਸੋਝੀ ਘਰ ਕਰ ਜਾਂਦੀ ਹੈ । ਉਹ ਸੰਸਾਰਕ ਮਾਇਆ, ਮੋਹ, ਅਹੰਕਾਰ ਅਤੇ ਭਰਮ ਤਿਆਗ ਦੇਂਦਾ ਹੈ ।

The True Master has created earth and sky for the comforts of the body, made of 5 elements of His Creation. Whosoever may adopt the teachings of His Word; with His mercy and grace, he may be drenched with the essence of His Word. He may conquer his attachment to worldly wealth, worldly bonds, ego, and religious suspicions.

*5 Elements: Male sperm, female eggs, Air, Water, and fire in womb (earth)

ਇਹੁ ਮਨੁ ਭੀਜੈ ਸਬਦਿ ਪਤੀਜੈ॥ ਬਿਨੁ ਨਾਵੈ ਕਿਆ ਟੇਕ ਟਿਕੀਜੈ॥ ih man bheejai sabad pateejai. bin naavai ki-aa tayk tikeejai.
ਅੰਤਰਿ ਚੋਰੁ ਮੁਹੈ ਘਰੁ ਮੰਦਰੁ, ਇਨਿ ਸਾਕਤਿ ਦੂਤੁ ਨ ਜਾਤਾ ਹੇ॥੭॥ antar chor muhai ghar mandar in saakat doot na jaataa hay. ||7||

ਜਿਹੜਾ ਸ਼ਬਦ ਦੀ ਸਿਖਿਆਂ ਮਨ ਵਿੱਚ ਰਖਦਾ ਹੈ, ਉਸ ਨੂੰ ਸੰਤੋਖ ਬਖ਼ਸ਼ਿਸ਼ ਹੋ ਜਾਂਦਾ ਹੈ । ਪ੍ਰਭ ਦੇ ਸ਼ਬਦ ਤੋਂ ਬਿਨਾਂ ਜੀਵ ਦਾ ਹੋਰ ਕੀ ਆਸਰਾ ਹੈ? ਇਸ ਸਰੀਰ ਦੇ ਮੰਦਰ ਵਿੱਚ ਚੋਰਾਂ (ਸੰਸਾਰਕ ਇਛਾਂ) ਦਾ ਜ਼ੋਰ ਹੁੰਦਾ ਹੈ । ਪਰ ਸਾਕਤ ਜੀਵ ਇਹਨਾਂ ਜਮਦੂਤਾਂ ਨੂੰ ਪਛਾਣ ਨਹੀਂ ਸਕਦਾ ।

Whosoever may remain awake and alert with the teachings of His Word; with His mercy and grace, he may be blessed with contentment. What else may be the support of worldly creature in the universe? The demons, robbers of worldly desires may remain dominating within his mind, His Holy Shrine. Self-minded, non-believer may never recognize these robbers.

ਧੁੰਦਰ ਦੂਤ ਭੂਤ ਭੀਹਾਲੇ॥ ਖਿੰਚੋਤਾਣਿ ਕਰਹਿ ਬੇਤਾਲੇ॥ dundar doot bhoot bheehaalay. khinchotaan karahi baytaalay.
ਸਬਦ ਸੁਰਤਿ ਬਿਨੁ ਆਵੈ ਜਾਵੈ, ਪਤਿ ਖੋਈ ਆਵਤ ਜਾਤਾ ਹੇ॥੮॥ sabad surat bin aavai jaavai pat kho-ee aavat jaataa hay. ||8||

ਮਨ ਦੇ ਭੂਤ ਹਰ ਕੰਮ ਤੇ ਚਰਚਾ ਕਰਦੇ, ਇਹਨਾਂ ਦੇ ਖਿਆਲ ਬਹੁਤ ਬੁਰੇ ਹੁੰਦੇ ਹਨ । ਇਹ ਮਨ ਨੂੰ ਉਲਝਣਾਂ ਵਿੱਚ ਹੀ ਰਖਦੇ ਹਨ । ਜੀਵ ਸ਼ਬਦ ਦੀ ਸੋਝੀ ਤੋਂ ਬਿਨਾਂ, ਜਨਮ ਮਰਨ ਦੇ ਚੱਕਰ ਵਿੱਚ ਰਹਿੰਦਾ ਹੈ । ਉਸ ਦਾ ਭਰੋਸਾ ਡੋਲ ਜਾਂਦਾ ਹੈ, ਉਸ ਨੂੰ ਸ਼ਰਮਿੰਦਗੀ ਹੀ ਹੁੰਦੀ ਹੈ ।

The demons of worldly desires, ghosts entice his mind with evil thoughts. These may always create miseries and hurdles. Without the enlightenment of the essence of His Word, he may remain in the cycle of birth and death. Whose belief may not remain steady and stable on His Blessings; he may only endure embarrassment in His Court.

ਕੂੜੁ ਕਲਰੁ ਤਨੁ ਭਸਮੈ ਢੇਰੀ॥ ਬਿਨੁ ਨਾਵੈ ਕੈਸੀ ਪਤਿ ਤੇਰੀ॥ koorh kalar tan bhasmai dhayree. bin naavai kaisee pat tayree.
ਬਾਧੇ ਮੁਕਤਿ ਨਾਹੀ ਜੁਗ ਚਾਰੇ, ਜਮਕੰਕਰਿ ਕਾਲਿ ਪਰਾਤਾ ਹੇ॥੯॥ baaDhay mukat naahee jug chaaray jamkankar kaal paraataa hay. ||9||

ਜਿਹੜਾ ਆਪਣਾ ਜੀਵਨ ਫਰੇਬ ਦੇ ਅਧਾਰ ਤੇ ਬਤੀਤ ਕਰਦਾ ਹੈ, ਉਸ ਦਾ ਤਨ ਕੇਵਲ ਮਿੱਟੀ ਦੀ ਢੇਰੀ ਹੀ ਹੁੰਦਾ ਹੈ । ਪ੍ਰਭ ਦੇ ਸ਼ਬਦ ਦੀ ਪਾਲਣਾ ਤੋਂ ਬਿਨਾਂ ਦਰਬਾਰ ਵਿੱਚ ਕੀ ਮਾਣ ਮਿਲ ਸਕਦਾ ਹੈ? ਸੰਸਾਰਕ ਬੰਧਨਾ ਵਿੱਚ ਜੀਵ ਨੂੰ ਚਾਰੇ ਯੁੱਗਾਂ ਵਿੱਚ ਹੀ ਮੁਕਤੀ ਨਹੀਂ ਮਿਲਦੀ! ਮੌਤ ਦਾ ਜਮਦੂਤ ਆਪਣਾ ਘੇਰਾ ਕਦੇ ਨਹੀਂ ਛਡਦਾ ।

Whose life may be bases on hypocrisy, fraud, deception; in the end his perishable body may only become a heap of dust. What honor may he be bestowed in His Court without obeying the teachings of His Word? In all four Ages! Whosoever may remain intoxicated with worldly bonds; he may never be blessed with the right path of acceptance in His Court. The devil of death may never relinquish his control on his soul.

ਜਮ ਦਰਿ ਬਾਧੇ ਮਿਲਹਿ ਸਜਾਈ॥ ਤਿਸੁ ਅਪਰਾਧੀ ਗਤਿ ਨਹੀ ਕਾਈ॥ jam dar baaDhay mileh sajaa-ee. tis apraaDhee gat nahee kaa-ee.
ਕਰਣ ਪਲਾਵ ਕਰੇ ਬਿਲਲਾਵੈ, ਜਿਉ ਕੁੰਡੀ ਮੀਨੁ ਪਰਾਤਾ ਹੇ॥੧੦॥ karan palaav karay billaavai ji-o kundee meen paraataa hay. ||10||

ਮੌਤ ਦਾ ਜਮਦੂਤ ਉਸ ਨੂੰ ਆਪਣੇ ਕੀਤੇ ਦੀ ਸਜ਼ਾ ਦੇਂਦਾ ਹੈ । ਇਸਤਰ੍ਹਾਂ ਪਾਪ ਕਰਨ ਵਾਲੇ ਨੂੰ ਕਦੇ ਮੁਕਤੀ ਬਖ਼ਸ਼ਿਸ਼ ਨਹੀਂ ਹੁੰਦੀ । ਉਹ ਦੁਖ ਵਿੱਚ ਹੀ ਕਰਲਾਉਂਦਾ ਹੈ । ਉਸ ਦੀ ਹਾਲਤ ਕੁੰਡੀ ਵਿੱਚ ਪਰੋਈ ਮਛਲੀ ਵਰਗੀ ਹੀ ਹੁੰਦੀ ਹੈ ।

The Righteous Judge may punish his soul for his worldly deeds. The evil doer may never be blessed with the right path of salvation. He may cry and endures miseries; his condition may be like a fish caught in the hook of a fisherman.

ਸਾਕਤ ਫਾਸੀ ਪੜੈ ਇਕੇਲਾ॥ ਜਮ ਵਸਿ ਕੀਆ ਅੰਧੁ ਦੁਹੇਲਾ॥ saakat faasee parhai ikaylaa. jam vas kee-aa anDh duhaylaa.
ਰਾਮ ਨਾਮ ਬਿਨੁ ਮੁਕਤਿ ਨ ਸੂਝੈ, ਆਜੁ ਕਾਲਿ ਪਚਿ ਜਾਤਾ ਹੇ॥੧੧॥ raam naam bin mukat na soojhai aaj kaal pach jaataa hay. ||11||

ਸ਼ਬਦ ਤੇ ਨਾ ਭਰੋਸਾ ਕਰਨ ਵਾਲਾ ਜੀਵ, ਮੌਤ ਤੇ ਇਕੱਲਾ ਹੀ ਦੁਖ ਭੁਗਤਦਾ ਹੈ । ਸ਼ਬਦ ਦੀ ਸੋਝੀ ਤੋਂ ਬਿਨਾਂ ਜੀਵ ਮੌਤ ਦੇ ਫਰਿਸ਼ਤੇ ਦੇ ਵੱਸ ਵਿੱਚ ਹੁੰਦਾ ਹੈ । ਸ਼ਬਦ ਨਾਲ ਜੀਵਨ ਬਤੀਤ ਕਰਨ ਤੋਂ ਬਿਨਾਂ ਜੀਵ ਨੂੰ ਮੁਕਤੀ ਬਖ਼ਸ਼ਿਸ਼ ਨਹੀਂ ਹੁੰਦੀ । ਉਹ ਆਪਣਾ ਜੀਵਨ ਬਿਰਥਾ ਹੀ ਗਵਾ ਲੈਂਦਾ ਹੈ ।

Non-believer may endure misery after death alone for his evil deeds. Whosoever may remain deprived from the essence of His Word; he may remain under the control of devil of death. No one may ever be blessed with the right path of acceptance in His Court, without adopting the teachings of His Word with steady and stable belief in day-to-day life. He may waste his priceless human life opportunity.

ਸਤਿਗੁਰ ਬਾਝੁ ਨ ਬੇਲੀ ਕੋਈ॥ ਐਥੈ ਓਥੈ ਰਾਖਾ ਪ੍ਰਭੁ ਸੋਈ॥ satgur baajh na baylee ko-ee. aithai othai raakhaa parabh so-ee.
ਰਾਮ ਨਾਮੁ ਦੇਵੈ ਕਰਿ ਕਿਰਪਾ, ਇਉ ਸਲਲੈ ਸਲਲ ਮਿਲਾਤਾ ਹੇ॥੧੨॥ raam naam dayvai kar kirpaa i-o sallai salal milaataa hay. ||12||

ਪ੍ਰਭ ਤੋਂ ਬਿਨਾਂ ਜੀਵ ਦਾ ਅਸਲੀ ਮਿੱਤਰ ਕੋਈ ਨਹੀਂ ਹੁੰਦਾ । ਉਹ ਹੀ ਜੀਵ ਦੀ ਰਖਿਆ, ਸੰਸਾਰ ਵਿੱਚ ਅਤੇ ਮੌਤ ਪਿਛੋਂ ਕਰਦਾ ਹੈ । ਪ੍ਰਭ ਆਪ ਹੀ ਰਹਿਮਤ ਬਖਸ਼ਕੇ ਸ਼ਬਦ ਦੀ ਪਾਲਣਾ ਵਿੱਚ ਲਗਨ ਲਾਉਂਦਾ ਹੈ । ਜਿਵੇਂ ਪਾਣੀ ਵਿੱਚ ਪਾਣੀ ਮਿਲ ਜਾਂਦਾ ਹੈ, ਇਸਤਰ੍ਹਾਂ ਉਸ ਦੀ ਆਤਮਾ, ਪ੍ਰਭ ਦੀ ਜੋਤ ਵਿੱਚ ਅਲੋਪ ਹੋ ਜਾਂਦੀ ਹੈ ।

The True Master nourishes and protects in worldly life and only real companion of his soul in His Court. The True Master blesses devotion to obey the teachings of His Word. As a drop water may immerse within ocean; same way his soul may be absorbed in the ocean of His Holy Spirit.

ਭੂਲੇ ਸਿਖ ਗੁਰੂ ਸਮਝਾਏ॥ ਉਝੜਿ ਜਾਂਦੇ ਮਾਰਗਿ ਪਾਏ॥ bhoolay sikh guroo samjhaa-ay. ujharh jaaday maarag paa-ay.
ਤਿਸੁ ਗੁਰ ਸੇਵਿ ਸਦਾ ਦਿਨੁ ਰਾਤੀ, tis gur sayv sadaa din raatee
ਦੁਖ ਭੰਜਨ ਸੰਗਿ ਸਖਾਤਾ ਹੇ॥੧੩॥ dukh bhanjan sang sakhaataa hay. ||13||

ਪ੍ਰਭ ਆਪਣੇ ਭੁਲੇ ਹੋਏ ਸੇਵਕ ਨੂੰ ਆਪ ਹੀ ਸੋਝੀ ਬਖਸ਼ਦਾ, ਸਿੱਧੇ ਰਸਤੇ ਤੇ ਪਾਉਂਦਾ ਹੈ । ਪ੍ਰਭ ਦੇ ਸ਼ਬਦ ਦਾ ਸਿਮਰਨ ਦਿਨ ਰਾਤ ਕਰੋ । ਉਹ ਦੁਖਾਂ ਦਾ ਨਾਸ ਕਰਨ ਵਾਲਾ, ਅਸਲੀ ਸਾਥੀ ਹੈ ।

The True Master may guide His true devotee drifted from the right path back on the path of acceptance in His Court. You should meditate on the teachings of His Word. The true destroyer of miseries, remains true companion of your soul.

ਗੁਰ ਕੀ ਭਗਤਿ ਕਰਹਿ ਕਿਆ ਪ੍ਰਾਣੀ॥ gur kee bhagat karahi ki-aa paraanee.
ਬ੍ਰਹਮੈ ਇੰਦ੍ਰਿ ਮਹੇਸਿ ਨ ਜਾਣੀ॥ barahmai in-dar mahays na jaanee.
ਸਤਿਗੁਰੁ ਅਲਖੁ ਕਹਹੁ ਕਿਉ ਲਖੀਐ, satgur alakh kahhu ki-o lakhee-ai
ਜਿਸੁ ਬਖਸੇ ਤਿਸਹਿ ਪਛਾਤਾ ਹੇ॥੧੪॥ jis bakhsay tiseh pachhaataa hay. ||14||

ਜੀਵ ਤੂੰ ਪ੍ਰਭ ਦੀ ਕੀ ਬੰਦਗੀ ਕਰਦਾ ਹੈ? ਬ੍ਰਹਮਾ, ਇੰਦਰ, ਮਹੇਸ ਨੂੰ ਵੀ ਉਸ ਦੀ ਜਾਣਕਾਰੀ ਨਹੀਂ ਹੈ । ਨਾ ਜਾਣੇ ਜਾਣ ਵਾਲੇ ਪ੍ਰਭ ਨੂੰ ਕਿਵੇਂ ਜਾਣਿਆ ਜਾ ਸਕਦਾ ਹੈ? ਜਿਸ ਦੀਆਂ ਪ੍ਰਭ ਆਪ ਹੀ ਰਹਿਮਤ ਨਾਲ ਭੁਲਾਂ ਬਖਸ਼ ਦੇਂਦਾ ਹੈ । ਕੇਵਲ ਉਹ ਜੀਵ ਹੀ ਜਾਣ ਸਕਦਾ ਹੈ ।

What kind of meditation may you be doing in your life? Even the renowned prophets like Brahma, Inder, Mahesh have not fully comprehended His Nature. How may you comprehend His Nature? Whose sins may be forgiven; with His mercy and grace, only he may be enlightened with the essence of His Nature.

ਅੰਤਰਿ ਪ੍ਰੇਮੁ ਪਰਾਪਤਿ ਦਰਸਨੁ॥ ਗੁਰਬਾਣੀ ਸਿਉ ਪ੍ਰੀਤਿ ਸੁ ਪਰਸਨੁ॥ antar paraym paraapat darsan. gurbaanee si-o pareet so parsan.
ਅਹਿਨਿਸਿ ਨਿਰਮਲ ਜੋਤਿ ਸਬਾਈ, ਘਟਿ ਦੀਪਕੁ ਗੁਰਮੁਖਿ ਜਾਤਾ ਹੇ॥੧੫॥ ahinis nirmal jot sabaa-ee ghat deepak gurmukh jaataa hay. ||15||

ਜਿਸ ਦੇ ਮਨ ਵਿੱਚ ਸ਼ਬਦ ਨਾਲ ਪ੍ਰੀਤ ਹੁੰਦੀ ਹੈ । ਉਸ ਨੂੰ ਪ੍ਰਭ ਦੀ ਹੋਂਦ ਮਹਿਸੂਸ ਹੁੰਦੀ ਹੈ । ਜਿਹੜਾ ਸ਼ਬਦ ਨਾਲ ਜੀਵਨ ਬਤੀਤ ਕਰਦਾ ਹੈ । ਉਹ ਪ੍ਰਵਾਨ ਹੋ ਜਾਂਦਾ ਹੈ । ਦਿਨ ਰਾਤ ਗੁਰਮਖ ਜੀਵ ਪ੍ਰਭ ਦੀ ਹੋਂਦ ਮਹਿਸੂਸ ਕਰਦਾ ਹੈ । ਉਸ ਦੇ ਮਨ ਵਿੱਚ ਪ੍ਰਭ ਦਾ ਪ੍ਰਵੇਸ਼ ਹੋ ਜਾਂਦਾ, ਹਰ ਪਾਸੇ ਹੀ ਪ੍ਰਭ ਦੀ ਹੋਂਦ ਮਹਿਸੂਸ ਕਰਦਾ ਹੈ ।

Whosoever may have deep devotion, dedication with the teachings of His Word; with His mercy and grace, he may realize His Existence and His Holy Spirit prevailing in all universes. Whosoever may adopt the teachings of His Word with steady and stable belief; with His mercy and grace, he may be accepted in His Court. He may realize His Holy Spirit prevailing day and night. The everlasting echo of His Word may resonate within his heart day and night.

ਭੋਜਨ ਗਿਆਨੁ ਮਹਾ ਰਸੁ ਮੀਠਾ॥ bhojan gi-aan mahaa ras meethaa.
ਜਿਨਿ ਚਾਖਿਆ ਤਿਨਿ ਦਰਸਨੁ ਡੀਠਾ॥ jin chaakhi-aa tin darsan deethaa.
ਦਰਸਨੁ ਦੇਖਿ ਮਿਲੇ ਬੈਰਾਗੀ, darsan daykh milay bairaagee
ਮਨੁ ਮਨਸਾ ਮਾਰਿ ਸਮਾਤਾ ਹੇ॥੧੬॥ man mansaa maar samaataa hay. ||16||

ਪ੍ਰਭ ਦੇ ਸ਼ਬਦ ਦੀ ਸੋਝੀ ਵਾਲਾ ਭੋਜਨ ਬਹੁਤ ਮਿੱਠਾ ਹੁੰਦਾ ਹੈ । ਜਿਸ ਨੂੰ ਇਹ ਰਸ ਬਖਸ਼ਿਸ਼ ਹੁੰਦਾ ਹੈ, ਉਹ ਪ੍ਰਭ ਦੀ ਜੋਤ ਅਨੁਭਵ ਕਰਦਾ ਹੈ । ਜਿਹੜਾ ਮਨ ਦੀਆਂ ਇਛਾਂ ਤੇ ਕਾਬੂ ਰਖਦਾ ਹੈ । ਪ੍ਰਭ ਦੀ ਰਹਿਮਤ ਨਾਲ ਉਸ ਨੂੰ ਪ੍ਰਵਨਗੀ ਬਖਸ਼ਿਸ਼ ਹੋ ਜਾਂਦੀ ਹੈ, ਉਹ ਪ੍ਰਭ ਦੀ ਹੋਂਦ ਮਹਿਸੂਸ ਕਰਦਾ ਹੈ ।

The nourishment of the essence of His Word may be very comforting to the mind of His true devotee. Whosoever may be blessed with the nectar of the essence of His Word; he may realize His Holy Spirit prevailing everywhere. Whosoever may conquer his worldly desires; with His mercy and grace, he may be accepted in His Court.

ਸਤਿਗੁਰੁ ਸੇਵਹਿ ਸੇ ਪਰਧਾਨਾ॥ satgur sayveh say parDhaanaa.
ਤਿਨ ਘਟ ਘਟ ਅੰਤਰਿ ਬ੍ਰਹਮੁ ਪਛਾਨਾ॥ tin ghat ghat antar barahm pachhaanaa.
ਨਾਨਕ ਹਰਿ ਜਸੁ ਹਰਿ ਜਨ ਕੀ ਸੰਗਤਿ, naanak har jas har jan kee sangat
ਦੀਜੈ ਜਿਨ ਸਤਿਗੁਰੁ ਹਰਿ ਪ੍ਰਭੁ ਜਾਤਾ ਹੇ॥ ੧੭॥ ੫॥੧੧॥ deejai jin satgur har parabh jaataa hay. ||17||5||11||

ਜਿਹੜਾ ਪ੍ਰਭ ਦੀ ਸੇਵਾ ਕਰਦਾ, ਸ਼ਬਦ ਨਾਲ ਜੀਵਨ ਚਾਲਦਾ ਹੈ । ਉਸ ਨੂੰ ਸੰਸਾਰ ਵਿੱਚ ਵੀ ਸੋਭਾ ਬਖਸ਼ਿਸ਼ ਹੋ ਜਾਂਦੀ ਹੈ । ਉਹ ਹਰਇਕ ਦੇ ਹਿਰਦੇ ਵਿੱਚ ਪ੍ਰਭ ਦੀ ਜੋਤ ਮਹਿਸੂਸ ਕਰਦਾ ਹੈ । ਜੀਵ ਪ੍ਰਭ ਅੱਗੇ ਅਰਦਾਸ ਕਰੋ! ਉਹ ਰਹਿਮਤ ਬਖਸ਼ਕੇ ਸ਼ਬਦ ਵਿੱਚ ਲਗਨ, ਸੰਤ ਸਰੂਪ ਜੀਵ ਦੀ ਸੰਗਤ ਬਖਸ਼ੇ । ਜਿਸ ਨੂੰ ਸ਼ਬਦ ਦੀ ਪਾਲਣਾ ਕਰਨ ਨਾਲ ਰਹਿਮਤ ਬਖਸ਼ਿਸ਼ ਹੋ ਜਾਂਦੀ ਹੈ, ਉਸ ਨੂੰ ਦਰਬਾਰ ਵਿੱਚ ਪ੍ਰਵਾਨਗੀ ਬਖਸ਼ਿਸ਼ ਹੋ ਜਾਂਦੀ ਹੈ ।

Whosoever may adopt the teachings of His Word and surrenders his self-entity at His Sanctuary; with His mercy and grace, he may be honored in worldly life also. He may realize His Holy Spirit dwelling and prevailing within everyone. You should always pray for His Blessings to obey the teachings of His Word and conjugation of His true devotee. Whosoever may obey the teachings of His Word; with His mercy and grace, he may be accepted in His Court.

Key Message of Raag Maaroo, page 1031-5

'ਪ੍ਰਵਾਨਗੀ ਦੀ ਪੌੜੀ!

ਪ੍ਰਭ ਹੀ ਤਿੰਨਾਂ ਸ੍ਰਿਸ਼ਟੀਆਂ ਦਾ ਪੈਦਾ ਕਰਨ ਵਾਲਾ ਸਿਰਜਨਹਾਰਾ ਹੈ । ਆਦਿ (ਆਰੰਭ) ਤੋਂ ਅਤੇ ਯੁੱਗਾਂ ਯੁੱਗਾਂ ਵਿੱਚ ਸਾਰੀ ਸ੍ਰਿਸ਼ਟੀ ਹੀ ਕੇਵਲ ਪ੍ਰਭ ਦੇ ਭਾਣੇ ਅਨੁਸਾਰ ਹੀ ਕੰਮ ਕਰ ਸਕਦੀ ਹੈ । ਪ੍ਰਭ ਨੇ ਆਤਮਾ ਨੂੰ ਪਵਿੱਤਰ ਕਰਨ ਦਾ ਅਨੋਖਾ ਹੀ ਖੇਲ ਰਚਿਆ ਹੈ । ਇਸ ਸ੍ਰਿਸ਼ਟੀ ਵਿੱਚ ਚਾਰ ਅੱਗ ਦੀਆਂ ਨਦੀਆਂ (ਹਿੰਸਾ, ਮੋਹ, ਲੋਭ, ਕ੍ਰੋਧ) ਹਨ । ਵਿਰਲੇ ਹੀ ਗੁਰਮਖ ਨੂੰ ਇਸ ਦੀ ਸੋਝੀ ਬਖਸ਼ਿਸ਼ ਹੁੰਦੀ ਹੈ । ਪ੍ਰਭ ਨੇ ਹੀ ਧਰਤੀ ਅਤੇ ਅਕਾਸ਼, ਪੰਜਾਂ ਤੱਤਾਂ ਦੇ ਸਰੀਰ ਦੇ ਵਸਣ ਲਈ ਬਣਾਏ ਹਨ । ਇਸ ਸਰੀਰ ਦੇ ਮੰਦਰ ਵਿੱਚ ਚੋਰਾਂ (ਸੰਸਾਰਕ ਇਛਾਂ) ਦਾ ਜ਼ੋਰ ਹੁੰਦਾ ਹੈ । ਜਿਹੜਾ ਸ਼ਬਦ ਦੀ ਪਾਲਣਾ ਵਿੱਚ ਅਡੋਲ ਰਹਿੰਦਾ ਹੈ, ਉਸ ਦੀ ਆਤਮਾ, ਪ੍ਰਭ ਦੀ ਜੋਤ ਵਿੱਚ ਅਲੋਪ ਹੋ ਜਾਂਦੀ ਹੈ । ਜਿਵੇਂ ਪਾਣੀ ਵਿੱਚ ਪਾਣੀ ਮਿਲ ਜਾਂਦਾ । ਜਿਹੜਾ ਸ਼ਬਦ ਨਾਲ ਜੀਵਨ ਬਤੀਤ ਕਰਦਾ, ਮਨ ਦੀਆਂ ਇਛਾਂ ਤੇ ਕਾਬੂ ਰਖਦਾ ਹੈ । ਪ੍ਰਭ ਆਪਣੇ ਭੁਲੇ ਹੋਏ ਸੇਵਕ ਨੂੰ ਆਪ ਹੀ ਬੰਦਗੀ ਕਰਨ ਦੇ ਰਸਤੇ ਤੇ ਪਾਉਂਦਾ, ਸੋਝੀ ਬਖਸ਼ਿਸ਼ ਹੋ ਜਾਂਦੀ ਹੈ!

- **ਮਨ ਵਿੱਚ – 4 ਅੱਗ ਦੀਆਂ ਨਦੀਆਂ – ਹਿੰਸਾ (ਜ਼ਬਰਦਸਤੀ), ਮੋਹ, ਲੋਭ, ਕ੍ਰੋਧ!**

Steps of ladder of His Royal Castle!

The One and Only One, True Master, Creator of all three universes! From ancient Ages! Everything may only happen with His Command. The True Master has created a unique play of soul sanctification. The universe remains embedded with four rivers of fire; 4 lavas within his mind; however, very rare, His true devotee may be enlightened with these four lavas of human mind. The True Master has created earth and sky for the comforts of the body made of 5 elements. Four lavas of worldly desires dominate within his mind. Whosoever may obey the teachings of His Word with steady and stable belief; his soul may be absorbed in the ocean of His Holy Spirit; as a drop of water may immerse within ocean. Whosoever may adopt the teachings of His Word; conquers his worldly desires; He may guide, drifted soul of His true devotee back on the right path of acceptance in His Court. He may realize His Existence! He may be accepted in His Court and honored in worldly life.

***4 River of fire within mind - Violence, attachment, greed, anger**

35. ਮਾਰੂ ਮਹਲਾ ੧॥ 1032-8

ਸਾਚੇ ਸਾਹਿਬ ਸਿਰਜਣਹਾਰੇ॥ ਜਿਨਿ ਧਰ ਚਕ੍ਰ ਧਰੇ ਵੀਚਾਰੇ॥ saachay saahib sirjanhaaray. jin Dhar chakar Dharay veechaaray.
ਆਪੇ ਕਰਤਾ ਕਰਿ ਕਰਿ ਵੇਖੈ, ਸਾਚਾ ਵੇਪਰਵਾਹਾ ਹੇ॥੧॥ aapay kartaa kar kar vaykhai saachaa vayparvaahaa hay. ||1||

ਸਦਾ ਰਹਿਣ ਵਾਲੇ ਅਟਲ ਪ੍ਰਭ ਨੇ ਸਾਰੀ ਸ੍ਰਿਸ਼ਟੀ ਦੀ ਸਾਜਨਾ ਕੀਤੀ ਹੈ । ਉਸ ਨੇ ਹੀ ਸਾਰੇ ਸੰਸਾਰਕ ਧੰਦੇ ਬਣਾਏ ਹਨ । ਉਹ ਆਪ ਹੀ ਸਾਰੀ ਸ੍ਰਿਸ਼ਟੀ ਦੀ ਰਚਨਾ ਕਰਦਾ, ਪਾਲਣਾ ਕਰਦਾ, ਦੇਖਦਾ ਹੈ । ਉਹ ਪੂਰਨ ਅਜ਼ਾਦ, ਮਰਜ਼ੀ ਦਾ ਮਾਲਕ ਹੈ ।

The Creator of the universe remains true forever. He has established, created all worldly chores. He creates, nourishes all creatures, and monitors their actions. He is completely independent and self-minded.

ਵੇਕੀ ਵੇਕੀ ਜੰਤ ਉਪਾਏ॥ ਦੁਇ ਪੰਦੀ ਦੁਇ ਰਾਹ ਚਲਾਏ॥ vaykee vaykee jant upaa-ay. du-ay pandee du-ay raah chalaa-ay.
ਗੁਰ ਪੂਰੇ ਵਿਣੁ ਮੁਕਤਿ ਨ ਹੋਈ, ਸਚੁ ਨਾਮੁ ਜਪਿ ਲਾਹਾ ਹੇ॥੨॥ gur pooray vin mukat na ho-ee sach naam jap laahaa hay. ||2||

ਉਸ ਨੇ ਸ੍ਰਿਸ਼ਟੀ ਵਿੱਚ ਵੱਖਰੇ ਵੱਖਰੇ ਕਿਸਮਾਂ ਦੇ ਜੀਵ ਪੈਦਾ ਕੀਤੇ ਹਨ । ਸੰਸਾਰ ਵਿੱਚ ਦੋ ਰਸਤੇ (ਸ਼ਿਵ, ਸ਼ਕਤੀ) ਬਣਾਏ ਹਨ । ਹਰਇਕ ਜੀਵ ਆਪ ਹੀ ਜੀਵਨ ਦਾ ਰਸਤਾ ਧਾਰਨ ਕਰਦਾ ਹੈ । ਪ੍ਰਭ ਦੇ ਸ਼ਬਦ ਨਾਲ ਜੀਵਨ ਬਤੀਤ ਕਰਨ ਤੋਂ ਬਿਨਾਂ ਜੀਵ ਨੂੰ ਮੁਕਤੀ ਬਖਸ਼ਿਸ਼ ਨਹੀਂ ਹੁੰਦੀ । ਜਿਹੜਾ ਸ਼ਬਦ ਦਾ ਸਿਮਰਨ ਕਰਦਾ ਹੈ, ਮਾਨਸ ਜਨਮ ਦਾ ਲਾਭ ਖੱਟਦਾ ਹੈ ।

The True Master has created various kinds of creature in the universe. He has created two paths of worldly life; path of His Word **(Shiv) or (Shakti)** path of sweet poison of worldly wealth. Everyone may adopt his own path in life. Whosoever may meditate on the teachings of His Word with steady and stable belief; only he may be blessed with the right path of acceptance in His Court. He may benefit from his human life opportunity.

ਪੜਹਿ ਮਨਮੁਖ ਪਰੁ ਬਿਧਿ ਨਹੀ ਜਾਨਾ॥ parheh manmukh par biDh nahee jaanaa.
ਨਾਮੁ ਨ ਬੂਝਹਿ ਭਰਮਿ ਭੁਲਾਨਾ॥ naam na boojheh bharam bhulaanaa.
ਲੈ ਕੈ ਵਢੀ ਦੇਨਿ ਉਗਾਹੀ, ਦੁਰਮਤਿ ਕਾ ਗਲਿ ਫਾਹਾ ਹੇ॥੩॥ lai kai vadhee dayn ugaahee durmat kaa gal faahaa hay. ||3||

ਮਨਮੁਖ ਵੀ ਸ਼ਬਦ, ਬਾਣੀ ਪੜ੍ਹਦਾ, ਸਮਝਦਾ ਹੈ । ਪਰ ਸ਼ਬਦ ਨਾਲ ਜੀਵਨ ਨਹੀਂ ਢਾਲਦਾ । ਉਸ ਨੂੰ ਸ਼ਬਦ ਦੀ ਪਾਲਣਾ ਕਰਨ ਦੀ ਸੋਝੀ ਨਹੀਂ ਹੁੰਦੀ । ਉਹ ਸੰਸਾਰਕ ਧਰਮਾਂ ਦੇ ਪਾਏ ਭਰਮਾਂ ਵਿੱਚ ਭਟਕਦਾ ਰਹਿੰਦਾ ਹੈ । ਧਰਮ ਦਾ ਪੁਜਾਰੀ, ਦਾਨ ਲੈ ਕੇ ਅਰਦਾਸ ਕਰਦਾ ਹੈ । ਬੁਰੇ ਖਿਆਲਾਂ ਵੇਲੇ ਜੀਵ ਦਾ ਜੂੰਨਾਂ ਦਾ ਚੱਕਰ ਖਤਮ ਨਹੀਂ ਹੁੰਦਾ ।

Self-minded, non-believer also read worldly Holy Scripture, understand the teachings, and sing the glory of His Virtues; however, he may not adopt the teachings in his day-to-day life. He may not understand the significance of adopting the teachings of His Word. He remains frustrated with worldly rituals and suspicions. Worldly saint, priest of Temple, Gurdwara may perform long prayer signifying the importance of donation, contribution and prays for long list of desires. However, with any prayer, the evil doer may not escape the cycle of birth and death.

ਸਿਮ੍ਰਿਤਿ ਸਾਸਤਰ ਪੜਹਿ ਪੁਰਾਣਾ॥ ਵਾਦੁ ਵਖਾਣਹਿ ਤਤੁ ਨ ਜਾਣਾ॥ simrit saastar parheh puraanaa vaad vakaaneh tat na jaanaa.
ਵਿਣੁ ਗੁਰ ਪੂਰੇ ਤਤੁ ਨ ਪਾਈਐ, ਸਚ ਸੂਚੇ ਸਚੁ ਰਾਹਾ ਹੇ॥੪॥ vin gur pooray tat na paa-ee-ai sach soochay sach raahaa hay. ||4||

ਸੰਸਾਰਕ ਜੀਵ ਬਾਣੀ (ਸਿਮ੍ਰਿਤਿ, ਸ਼ਾਸਤਰ, ਪੁਰਾਨ) ਪੜ੍ਹਦਾ, ਸ਼ਬਦ ਦਾ ਵਿਚਾਰ, ਵਖਿਆਣ ਕਰਦਾ ਹੈ । ਪਰ ਸਿਖਿਆਂ ਨੂੰ ਆਪਣੇ ਜੀਵਨ ਵਿੱਚ ਨਹੀਂ ਢਾਲਦਾ । ਜਿਹੜਾ ਸ਼ਬਦ ਨਾਲ ਜੀਵਨ ਬਤੀਤ ਕਰਨ ਨਾਲ ਮਨ ਪਵਿੱਤਰ ਹੋ ਜਾਂਦਾ ਹੈ । ਸ਼ਬਦ ਨਾਲ ਜੀਵਨ ਨੂੰ ਢਾਲਣ ਤੋਂ ਬਿਨਾਂ ਸ਼ਬਦ ਦੀ ਸੋਝੀ ਬਖਸ਼ਿਸ਼ ਨਹੀਂ ਹੁੰਦੀ ।

Worldly devotee may read, recites Gurbani, various Holy Scriptures and explains the teachings of religious Holy Scripture. However, he may not adopt the teachings in his own day-to-day life. Whosoever may adopt the teachings of His Word with steady and stable belief; with His mercy and grace, his soul may be sanctified. Without adopting the teachings of His Word with steady and stable belief; he may never be blessed with the enlightenments of the essence of His Word.

ਸਭ ਸਾਲਾਹੇ ਸੁਣਿ ਸੁਣਿ ਆਖੈ॥ ਆਪੇ ਦਾਨਾ ਸਚੁ ਪਰਾਖੈ॥ sabh saalaahay sun sun aakhai. aapay daanaa sach paraakhai.
ਜਿਨ ਕਉ ਨਦਰਿ ਕਰੇ ਪ੍ਰਭੁ ਅਪਨੀ, ਗੁਰਮੁਖਿ ਸਬਦੁ ਸਲਾਹਾ ਹੇ॥੫॥ jin ka-o nadar karay parabh apnee gurmukh sabad salaahaa hay. ||5||

ਸਭ ਜੀਵ ਵੱਖਰੇ, ਵੱਖਰੇ ਤਰੀਕੇ ਨਾਲ ਪ੍ਰਭ ਦੀ ਉਸਤਤ ਕਰਦੇ, ਸੁਣਦੇ ਬੋਲਦੇ ਹਨ । ਉਹ ਸਭ ਸਿਆਣਪਾ ਦਾ ਮਾਲਕ ਹਰਇਕ ਦੀ ਬੰਦਗੀ ਪਰਖਦਾ ਹੈ । ਜਿਸ ਨੂੰ ਰਹਿਮਤ ਬਖ਼ਸ਼ਕੇ ਗੁਰਮਖ ਅਵਸਥਾ ਬਖਸ਼ਦਾ ਹੈ । ਉਹ ਪ੍ਰਭ ਦੇ ਸ਼ਬਦ ਦੀ ਉਸਤਤ ਵਿੱਚ ਲੀਨ ਰਹਿੰਦਾ ਹੈ ।

Everyone may sing the glory of His Word, listen to the sermons, and preaches to impress others with his devotion. The Omniscient True Master always monitors the intention and meditation of all creatures. Whosoever may be blessed with a state of mind as His true devotee, he may remain intoxicated in singing the glory of His Word.

ਸੁਣਿ ਸੁਣਿ ਆਖੈ ਕੇਤੀ ਬਾਣੀ॥ ਸੁਣਿ ਕਹੀਐ ਕੋ ਅੰਤੁ ਨ ਜਾਣੀ॥ sun sun aakhai kaytee banee. sun kahee-ai ko ant na jaanee.
ਜਾ ਕਉ ਅਲਖੁ ਲਖਾਏ ਆਪੇ, ਅਕਥ ਕਥਾ ਬੁਧਿ ਤਾਹਾ ਹੇ॥੬॥ jaa ka-o alakh lakhaa-ay aapay akath kathaa buDh taahaa hay. ||6||

ਬਹੁਤ ਜੀਵ ਬਾਣੀ ਪੜ੍ਹਦੇ, ਸੁਣਦੇ, ਵਖਿਆਣ ਕਰਦੇ ਹਨ । ਪਰ ਪ੍ਰਭ ਦਾ ਅੰਤ ਕੋਈ ਨਹੀਂ ਜਾਣ ਸਕਦਾ । ਜਿਸ ਤੇ ਆਪ ਰਹਿਮਤ ਬਖ਼ਸ਼ਦਾ ਹੈ, ਕੇਵਲ ਉਸ ਨੂੰ ਹੀ ਜਾਣਕਾਰੀ ਬਖਸ਼ਦਾ ਹੈ । ਉਹ ਜੀਵ ਅਕਥ ਕਥਾ ਦਾ ਵਖਿਆਣ ਕਰਦਾ ਹੈ । ਪ੍ਰਭ ਆਪ ਹੀ ਸਾਰੀਆਂ ਸਿਆਣਪਾ ਦਾ ਮਾਲਕ ਹੈ ।

Many worldly saints, preachers may read religious Holy Scriptures; listen to the sermons and explain others; however, no one may be enlightened with the limit of any of His Miracles. Whosoever may be enlightened with the essence of His Word, only he may comprehend His Nature. He may explain the unexplainable events of His Nature, The True Master.

ਜਨਮੇ ਕਉ ਵਾਜਹਿ ਵਾਧਾਏ॥ ਸੋਹਿਲੜੇ ਅਗਿਆਨੀ ਗਾਏ॥ janmay ka-o vaajeh vaaDhaa-ay. sohilrhay agi-aanee gaa-ay.
ਜੋ ਜਨਮੈ ਤਿਸੁ ਸਰਪਰ ਮਰਣਾ, ਕਿਰਤੁ ਪਇਆ ਸਿਰਿ ਸਾਹਾ ਹੇ॥੭॥ jo janmai tis sarpar marnaa kirat pa-i-aa sir saahaa hay. ||7||

ਜੀਵ ਦੇ ਜਨਮ ਤੇ ਵਧਾਈਆਂ ਮਿਲਦੀਆਂ ਹਨ । ਅਗਿਆਨੀ ਜੀਵ ਖੁਸ਼ੀ ਦੇ ਗੀਤ ਗਾਉਂਦਾ ਹੈ । ਉਹ ਭੁੱਲ ਜਾਂਦਾ ਹੈ! ਜਿਹੜਾ ਜਨਮ ਲੈਂਦਾ ਹੈ, ਉਸ ਨੂੰ ਮੌਤ ਆਉਣੀ ਹੈ । ਆਪਣੇ ਪਿਛਲੇ ਜਨਮ ਦੇ ਭਾਗਾਂ ਅਨੁਸਾਰ ਹੀ ਧੰਦੇ ਕਰਦਾ ਹੈ ।

Everyone may congratulate parents for prosperous life and happiness of new born baby. Everyone may celebrate and sings in happiness. However, he may forget that he has been blessed with predetermined time on earth; he must die and face The Righteous Judge. He performs all his worldly deeds as per prewritten destiny.

ਸੰਜੋਗੁ ਵਿਜੋਗੁ ਮੇਰੈ ਪ੍ਰਭਿ ਕੀਏ॥ sanjog vijog mayrai parabh kee-ay.
ਸ੍ਰਿਸਟਿ ਉਪਾਇ ਦੁਖਾ ਸੁਖ ਦੀਏ॥ sarisat upaa-ay dukhaa sukh dee-ay.
ਦੁਖ ਸੁਖ ਹੀ ਤੇ ਭਏ ਨਿਰਾਲੇ, ਗੁਰਮੁਖਿ ਸੀਲੁ ਸਨਾਹਾ ਹੇ॥੮॥ dukh sukh hee tay bha-ay niraalay gurmukh seel sanaahaa hay. ||8||

ਪ੍ਰਭ ਨੇ ਜੀਵ ਦਾ ਮਿਲਾਪ ਅਤੇ ਵਿਛੋੜਾ ਦਾ ਖੇਲ ਬਣਾਇਆ ਹੈ । ਪ੍ਰਭ ਹੀ ਜੀਵਨ ਵਿੱਚ ਖੁਸ਼ੀ ਅਤੇ ਦੁਖ ਬਖਸ਼ਦਾ ਹੈ । ਗੁਰਮਖ ਦੁਖ, ਸੁਖ ਵਿੱਚ ਅਡੋਲ ਅਤੇ ਨਿਮ੍ਰਤਾ ਨਾਲ ਰਹਿੰਦਾ ਹੈ ।

The True Master has established the play of separation and union of his soul. He bestows pleasure and miseries in his worldly life as a reward of his previous life deeds. His true devotee accepts worldly miseries and pleasures as a worthy reward for his previous life earnings.

ਨੀਕੇ ਸਾਚੇ ਕੇ ਵਾਪਾਰੀ॥ ਸਚੁ ਸਉਦਾ ਲੈ ਗੁਰ ਵੀਚਾਰੀ॥ neekay saachay kay vaapaaree. sach sa-udaa lai gur veechaaree.
ਸਚਾ ਵਖਰੁ ਜਿਸੁ ਧਨੁ ਪਲੈ, ਸਬਦਿ ਸਚੈ ਓਮਾਹਾ ਹੇ॥੯॥ sachaa vakhar jis Dhan palai sabad sachai omaahaa hay. ||9||

ਗੁਰਮਖ ਜੀਵ ਕੇਵਲ ਸ਼ਬਦ ਦਾ ਵਪਾਰ ਹੀ ਕਰਦਾ ਹੈ । ਆਪਣਾ ਜੀਵਨ ਸ਼ਬਦ ਅਨੁਸਾਰ ਢਾਲਦਾ, ਵਿਚਾਰ ਕਰਦਾ ਹੈ । ਜਿਹੜਾ ਸ਼ਬਦ ਦੀ ਕਮਾਈ ਕਰਦਾ, ਆਪ ਹੀ ਸ਼ਬਦ ਦੀ ਸੋਝੀ ਬਖਸ਼ਦਾ ਹੈ ।

His Holy saint may only trade the merchandize of His Word. He may adopt the teachings of His Word in his day-to-day life; he may only explain his own life experience with the teachings of His Word. Whosoever may earn the wealth of His Word; with His mercy and grace, he may be blessed with the enlightenment of the essence of His Word.

ਕਾਚੀ ਸਉਦੀ ਤੋਟਾ ਆਵੈ॥ ਗੁਰਮੁਖਿ ਵਣਜੁ ਕਰੇ ਪ੍ਰਭ ਭਾਵੈ॥ kaachee sa-udee totaa aavai. gurmukh vanaj karay parabh bhaavai.
ਪੂੰਜੀ ਸਾਬਤੁ ਰਾਸਿ ਸਲਾਮਤਿ, ਚੂਕਾ ਜਮ ਕਾ ਫਾਹਾ ਹੇ॥੧੦॥ poonjee saabat raas salaamat chookaa jam kaa faahaa hay. ||10||

ਮਨਮੁਖ ਫਰੇਬ ਨਾਲ ਜੀਵਨ ਬਤੀਤ ਕਰਦਾ, ਘਾਟੇ ਵਿੱਚ ਹੀ ਰਹਿੰਦਾ ਹੈ । ਗੁਰਮਖ ਕੇਵਲ ਪ੍ਰਭ ਨੂੰ ਭਾਉਣ ਵਾਲਾ ਹੀ ਕੰਮ ਕਰਦਾ ਹੈ । ਉਸ ਦੀ ਸ਼ਬਦ ਦੀ ਕਮਾਈ ਸਦਾ ਰਹਿਣ ਵਾਲੀ ਹੁੰਦੀ ਹੈ । ਉਸ ਦਾ ਜਨਮ ਮਰਨ ਦਾ ਚੱਕਰ ਖਤਮ ਹੋ ਜਾਂਦਾ ਹੈ ।

Self-minded may only waste his life on evil deeds and deception. He may only play losing game. His true devotee only performs the deeds acceptable in His Court. He earns the everlasting wealth of His Word; with His mercy and grace, his cycle of birth and death may be eliminated.

ਸਭੁ ਕੋ ਬੋਲੈ ਆਪਣ ਭਾਣੈ॥ ਮਨਮੁਖੁ ਦੂਜੈ ਬੋਲਿ ਨ ਜਾਣੈ॥ sabh ko bolai aapan bhaanai. manmukh doojai bol na jaanai.
ਅੰਧੁਲੇ ਕੀ ਮਤਿ ਅੰਧਲੀ ਬੋਲੀ, anDhulay kee mat anDhlee bolee
ਆਇ ਗਇਆ ਦੁਖੁ ਤਾਹਾ ਹੇ॥੧੧॥ aa-ay ga-i-aa dukh taahaa hay. ||11||

ਹਰਇਕ ਜੀਵ ਆਪਣੇ ਮਨ ਦੀ ਭਾਵਨਾ ਨਾਲ ਹੀ ਸੋਚਦਾ, ਬੋਲਦਾ ਹੈ । ਮਨਮੁਖ ਜੀਵ ਭਰਮਾਂ ਵਿੱਚ ਹੁੰਦਾ, ਉਸ ਨੂੰ ਬੋਲਨ ਦੀ ਸੋਝੀ ਨਹੀਂ ਹੁੰਦੀ । ਉਹ ਅਗਿਆਨੀ, ਸ਼ਬਦ ਦੀ ਸੋਝੀ ਤੋਂ ਅੰਧਾ ਆਪਣੀ ਮਤ ਨਾਲ ਬੋਲਦਾ ਹੈ । ਉਹ ਜਨਮ ਮਰਨ ਦੇ ਦੁਖਾਂ ਵਿੱਚ ਹੀ ਰਹਿੰਦਾ ਹੈ ।

Everyone may express the inner feeling of his heart in his thinking and talking to others. Self-minded may remain suspicions; he may not have enlightenment to express himself in a positive way. He may be ignorant from the essence of His Word. He may express and spread ignorance. He remains in the misery of birth and death cycle.

ਦੁਖ ਮਹਿ ਜਨਮੈ, ਦੁਖ ਮਹਿ ਮਰਣਾ॥ dukh meh janmai dukh meh marnaa.
ਦੂਖੁ ਨ ਮਿਟੈ, ਬਿਨੁ ਗੁਰ ਕੀ ਸਰਣਾ॥ dookh na mitai bin gur kee sarnaa.
ਦੂਖੀ ਉਪਜੈ ਦੂਖੀ ਬਿਨਸੈ, dookhee upjai dookhee binsai
ਕਿਆ ਲੈ ਆਇਆ ਕਿਆ ਲੈ ਜਾਹਾ ਹੇ॥੧੨॥ ki-aa lai aa-i-aa ki-aa lai jaahaa hay. ||12||

ਉਹ ਦੁਖ ਵਿੱਚ ਜਨਮ ਲੈਂਦਾ, ਦੁਖ ਵਿੱਚ ਹੀ ਮਰਦਾ ਹੈ । ਜਨਮ ਮਰਨ ਦਾ ਦੁਖ ਸ਼ਰਣ ਵਿੱਚ ਆਉਣ ਤੋਂ ਬਿਨਾਂ ਖਤਮ ਨਹੀਂ ਹੁੰਦਾ । ਉਸ ਨੇ ਦੁਖ ਵਿੱਚ ਹੀ ਜਨਮ ਲਿਆ ਅਤੇ ਦੁਖ ਵਿੱਚ ਮਰ ਗਿਆ । ਉਹ ਇਸ ਸੰਸਾਰ ਵਿੱਚ ਕੀ ਲੈ ਕੇ ਆਇਆ ਅਤੇ ਕੀ ਲੈ ਕੇ ਜਾਵੇਗਾ?

Self-minded may take birth in miseries and dies in misery. Without surrendering his self-entity at His Sanctuary; the misery of birth and death may never be eliminated. What may he come with in the universe or carry returning after death?

ਸਚੀ ਕਰਣੀ ਗੁਰ ਕੀ ਸਿਰਕਾਰਾ॥ sachee karnee gur kee sirkaaraa.
ਆਵਣੁ ਜਾਣੁ ਨਹੀ ਜਮ ਧਾਰਾ॥ aavan ja an nahee jam Dhaaraa.
ਡਾਲ ਛੋਡਿ ਤਤੁ ਮੂਲੁ ਪਰਾਤਾ, ਮਨਿ ਸਾਚਾ ਓਮਾਹਾ ਹੇ॥੧੩॥ daal chhod tat mool paraataa man saachaa omaahaa hay. ||13||

ਜਿਹੜਾ ਸ਼ਬਦ ਨਾਲ ਜੀਵਨ ਢਾਲਦਾ ਹੈ । ਉਸ ਦੇ ਜੀਵਨ ਦਾ ਢੰਗ ਹੀ, ਮਾਨਸ ਜੀਵਨ ਦਾ ਅਸਲੀ ਢੰਗ ਹੁੰਦਾ ਹੈ । ਉਹ ਜਨਮ ਮਰਨ ਦੇ ਚੱਕਰ ਵਿੱਚ ਨਹੀਂ ਰਹਿੰਦਾ, ਮੌਤ ਦਾ ਉਸ ਉਪਰ ਕੋਈ ਕਾਬੂ ਨਹੀਂ ਹੁੰਦਾ । ਜਿਹੜਾ ਸੰਸਾਰਕ ਇਛਾਂ ਦੇ ਲਾਲਚ ਨੂੰ ਤਿਆਗਕੇ ਸ਼ਬਦ ਦੀ ਸ਼ਰਣ ਆਉਂਦਾ ਹੈ । ਉਸ ਦੇ ਮਨ ਵਿੱਚ ਪੂਰਨ ਸੰਤੋਖ ਬਖਸ਼ਿਸ਼ ਹੋ ਜਾਂਦਾ, ਸਿਮਰਨ ਵਿੱਚ ਲੀਨ ਰਹਿੰਦਾ ਹੈ ।

Whosoever may adopt the teachings of His Word; his way of life may be the right path of human life. He may never remain in the cycle of birth and death. His soul may become beyond the reach of devil of death. Whosoever may renounce his worldly desires and surrenders his mind, body, and worldly status at His Sanctuary; with His mercy and grace, he may be blessed with complete contentment. He remains intoxicated in meditation in the void of His Word.

ਹਰਿ ਕੇ ਲੋਗ ਨਹੀ ਜਮੁ ਮਾਰੈ॥ ਨਾ ਦੁਖੁ ਦੇਖਹਿ ਪੰਥਿ ਕਰਾਰੈ॥ har kay log nahee jam maarai. naa dukh daykheh panth karaarai.
ਰਾਮ ਨਾਮੁ ਘਟ ਅੰਤਰਿ ਪੂਜਾ, ਅਵਰੁ ਨ ਦੂਜਾ ਕਾਹਾ ਹੇ॥੧੪॥ raam naam ghat antar poojaa avar na doojaa kaahaa hay. ||14||

ਸ਼ਬਦ ਦੀ ਬੰਦਗੀ ਕਰਨ ਵਾਲਾ ਮੌਤ ਦੇ ਘੇਰੇ ਵਿੱਚ ਨਹੀਂ ਰਹਿੰਦਾ । ਉਸ ਨੂੰ ਮੁਸ਼ਕਲ ਤੋਂ ਮੁਸ਼ਕਲ ਕੰਮ ਵਿੱਚ ਵੀ ਕੋਈ ਦਰਦ ਮਹਿਸੂਸ ਨਹੀਂ ਹੁੰਦਾ । ਉਹ ਆਪਣੇ ਮਨ ਅੰਦਰ ਹੀ ਪ੍ਰਭ ਦੇ ਸ਼ਬਦ ਦਾ ਆਸਰਾ ਲੈਂਦਾ ਹੈ । ਹੋਰ ਕੁਝ ਪ੍ਰਪਤ ਕਰਨ ਦੀ ਕੋਈ ਇਛਾਂ ਨਹੀਂ ਰਹਿੰਦੀ ।

His true devotee may not be under the control of the devil of death. He may not fear or endure any misery in worldly life. He may always pray for His Forgiveness and Refuge. He may never be excited with any other worldly possessions.

ਓੜੁ ਨ ਕਥਨੈ ਸਿਫਤਿ ਸਜਾਈ॥ orh na kathnai sifat sajaa-ee.
ਜਿਉ ਤੁਧੁ ਭਾਵਹਿ ਰਹਹਿ ਰਜਾਈ॥ ji-o tuDh bhaaveh raheh rajaa-ee.
ਦਰਗਹ ਪੈਧੇ ਜਾਨਿ ਸੁਹੇਲੇ, ਹੁਕਮਿ ਸਚੇ ਪਾਤਿਸਾਹਾ ਹੇ॥੧੫॥ dargeh paiDhay jaan suhaylay hukam sachay paatisaahaa hay. ||15||

ਪ੍ਰਭ ਤੇਰੇ ਸ਼ਬਦ ਦਾ, ਉਸ ਦੀ ਉਸਤਤ ਦਾ ਕੋਈ ਅੰਤ ਨਹੀਂ ਹੈ । ਗੁਰਮਖ ਪ੍ਰਭ ਦੀ ਰਜ਼ਾ ਵਿੱਚ ਆਨੰਦ ਮਾਨਦਾ ਹਾ । ਉਹ ਪ੍ਰਭ ਦੀ ਰਹਿਮਤ ਨਾਲ ਪ੍ਰਵਾਨਗੀ ਦੇ ਰਸਤੇ ਤੇ ਅਡੋਲ ਰਹਿੰਦਾ ਹੈ ।

There may not be any limit of virtues of His Word. His true devotee may remain contented with His Blessings; with His mercy and grace, he remains on the right path of acceptance in His Court.

ਕਿਆ ਕਹੀਐ, ਗੁਣ ਕਥਹਿ ਘਨੇਰੇ॥ ki-aa kahee-ai gun katheh ghanayray.
ਅੰਤੁ ਨ ਪਾਵਹਿ ਵਡੇ ਵਡੇਰੇ॥ ant na paavahi vaday vadayray.
ਨਾਨਕ ਸਾਚੁ ਮਿਲੈ ਪਤਿ ਰਾਖਹੁ, naanak saach milai pat raakho
ਤੂ ਸਿਰਿ ਸਾਹਾ ਪਾਤਿਸਾਹਾ ਹੇ॥੧੬॥੬॥੧੨॥ too sir saahaa paatisaahaa hay. ||16||6||12||

ਪ੍ਰਭ ਮੈਂ ਕਿਵੇਂ ਨਾ–ਗਿਣਤੀ ਕਰਨ ਵਾਲੀ ਵਡਿਆਈ ਦੀ ਉਸਤਤ ਕਰਾ? ਵੱਡੇ ਤੋਂ ਵੱਡੇ ਭਗਤ ਸ਼ਬਦ ਦਾ ਅੰਤ ਨਹੀਂ ਜਾਣਦੇ । ਪ੍ਰਭ, ਸ਼ੇਨਸਾਹਾਂ ਦਾ ਸ਼ੇਨਸਾਹ, ਰਹਿਮਤ ਬਖਸ਼ਕੇ, ਇਸ ਨਿਮਾਣੇ ਜੀਵ ਦਾ ਪਰਦਾ ਰਖ ਲਵੋ ।

The True Master! How may I sing the glory of Your unimaginable greatness? Even the most renowned worldly saints, prophets have not been enlightened with any limit of Your Nature. King of Kings, with Your mercy and grace, preserves the honor of Your humble slave.

Key Message of Raag Maaroo, page 1032-8
'ਮਨ ਦੀ ਭਾਵਨਾਂ ਕੰਮਾਂ ਵਿੱਚ ਪ੍ਰਗਟ ਹੋ ਜਾਂਦੀ ਹੈ!
ਸਦਾ ਰਹਿਣ ਵਾਲਾ ਅਟਲ ਪ੍ਰਭ, ਪੂਰਨ ਅਜ਼ਾਦ, ਮਰਜ਼ੀ ਦਾ ਮਾਲਕ ਹੈ । ਜਿਹੜਾ ਸ਼ਬਦ ਨਾਲ ਜੀਵਨ ਢਾਲਦਾ ਹੈ, ਮਾਨਸ ਜਨਮ ਦਾ ਲਾਭ ਖੱਟਦਾ ਹੈ । ਜਿਹੜਾ ਪ੍ਰਭ ਦੇ ਸ਼ਬਦ ਦੀ ਉਸਤਤ ਵਿੱਚ ਲੀਨ ਰਹਿੰਦਾ ਹੈ । ਉਸ ਨੂੰ ਗੁਰਮਖ ਅਵਸਥਾ ਬਖਸ਼ਦਾ ਹੈ । ਉਹ ਜੀਵ ਅਕਥ ਕਥਾ ਦਾ ਵਖਿਆਣ ਕਰਦਾ ਹੈ । ਜਿਹੜਾ ਸ਼ਬਦ ਦੀ ਕਮਾਈ ਕਰਦਾ, ਆਪ ਹੀ ਸ਼ਬਦ ਦੀ ਸੋਝੀ ਬਖਸ਼ਦਾ ਹੈ । ਗੁਰਮਖ ਕੇਵਲ ਸ਼ਬਦ ਦੀ ਸਦਾ ਰਹਿਣ ਵਾਲੀ ਕਮਾਈ ਕਰਦਾ ਹੈ । ਗੁਰਮਖ ਦੁਖ, ਸੁਖ ਵਿੱਚ ਅਡੋਲ ਅਤੇ ਨਿਮ੍ਰਤਾ ਨਾਲ ਰਹਿੰਦਾ ਹੈ । ਗੁਰਮਖ ਆਪਾ ਭੇਟਾ ਕਰਦਾ, ਸਦਾ ਹੀ ਸੋਚਦਾ, **ਸੰਸਾਰ ਵਿੱਚ ਕੀ ਲੈ ਕੇ ਆਇਆ ਅਤੇ ਕੀ ਲੈ ਕੇ ਜਾਵੇਗਾ?** ਗੁਰਮਖ ਪ੍ਰਭ ਦੀ ਰਜ਼ਾ ਵਿੱਚ ਆਨੰਦ ਮਾਨਦਾ, ਪ੍ਰਵਾਨਗੀ ਦੇ ਰਸਤੇ ਤੇ ਅਡੋਲ ਰਹਿੰਦਾ ਹੈ । ਉਸ ਨੂੰ ਹੋਰ ਕੁਝ ਪ੍ਰਪਤ ਕਰਨ ਦੀ ਕੋਈ ਇਛਾਂ ਨਹੀਂ ਰਹਿੰਦੀ । ਹਰਇਕ ਜੀਵ ਆਪਣੇ ਮਨ ਦੀ ਭਾਵਨਾ ਨਾਲ ਹੀ ਸੋਚਦਾ, ਬੋਲਦਾ ਹੈ । ਸ਼ਬਦ ਨਾਲ ਜੀਵਨ ਢਾਲਣਾ ਹੀ ਮਾਨਸ ਜੀਵਨ ਦਾ ਅਸਲੀ ਢੰਗ ਹੁੰਦਾ ਹੈ! ਸ਼ੇਨਸਾਹਾਂ ਦਾ ਸ਼ੇਨਸਾਹ, ਨਿਮਾਣੇ ਜੀਵ ਦਾ ਪਰਦਾ ਰਖਦਾ ਹੈ ।
State of mind appears in worldly life!
The True Master, independent and self-minded, Creator of the universe! Whosoever may adopt the teachings of His Word; he may benefit from his human life opportunity. Whosoever may remain intoxicated in singing the glory of His Word; he may be blessed with a state of mind as His true devotee. He may comprehend the unexplainable events of His Nature, The True Master. His true devotee may only earn the everlasting wealth of His Word; he remains humble and unchanged with ups and downs of his worldly life. His true devotee surrenders his self-entity at His Sanctuary; he always remembers the purpose of his human life opportunity. He remains contented and steady and stable on the right path of acceptance in His Court. His state of mind remains beyond the reach of worldly desires. Everyone speaks the hidden intentions of his mind! Adopting the teachings of His Word may be the real way of human life. The king of Kings, preserves the honor of His humble slave.

36. ਮਾਰੂ ਮਹਲਾ ੧ ਦਖਣੀ॥ 1033-8

ਕਾਇਆ ਨਗਰੁ ਨਗਰ ਗੜ ਅੰਦਰਿ॥ ਸਾਚਾ ਵਾਸਾ ਪੁਰਿ ਗਗਨੰਦਰਿ॥ kaa-i-aa nagar nagar garh andar. saachaa vaasaa pur gagnandar.
ਅਸਥਿਰੁ ਥਾਨੁ ਸਦਾ ਨਿਰਮਾਇਲੁ, ਆਪੇ ਆਪੁ ਉਪਾਇਦਾ॥੧॥ asthir thaan sadaa nirmaa-il aapay aap upaa-idaa. ||1||

ਜੀਵ ਦੇ ਸਰੀਰ ਦੇ ਅੰਦਰ ਇਕ ਆਤਮਾ ਰੂਪੀ ਕਿਲ੍ਹਾ ਹੈ । ਕਿਲ੍ਹੇ ਦੇ ਦਸਵੇਂ ਦਰਵਾਜੇ ਦੇ ਅੰਦਰ ਪ੍ਰਭ ਦੀ ਸਮਾਧੀ ਹੈ । ਪ੍ਰਭ ਨੇ ਆਪ ਹੀ ਇਹ ਅਸਥਾਨ ਸਦਾ ਰਹਿਣ ਵਾਲਾ ਬਣਾਇਆ ਹੈ ।

ਗੁਰੂ ਨਾਨਕ ਦੇਵ ਜੀ! – Guru Nanak Dev Ji! Guru Granth Sahib

You may consider your soul as a castle with 10 caves built within. You must pass through one cave to enter the next. The True Master remains in deep void behind the 10th cave. His permanent throne has been established behind the 10th gate. The everlasting echo of His Word resonate in His Royal Castle forever.

ਅੰਦਰਿ ਕੋਟ ਛਜੇ ਹਟਨਾਲੇ॥ ਆਪੇ ਲੇਵੈ ਵਸਤੁ ਸਮਾਲੇ॥ andar kot chhajay hatnaalay. aapay layvai vasat samaalay.
ਬਜਰ ਕਪਾਟ ਜੜੇ ਜੜਿ ਜਾਣੈ, ਗੁਰ ਸਬਦੀ ਖੋਲਾਇਦਾ॥੨॥ bajar kapaat jarhay jarh jaanaigur sabdee kholaa-idaa. ||2||

ਕਿਲ੍ਹੇ ਦੇ ਅੰਦਰ ਬਜ਼ਾਰ ਹਨ, ਬਜ਼ਾਰ ਵਿੱਚ ਸੌਦੇ ਦੀ ਪ੍ਰਭ ਆਪ ਰਖਿਆ ਕਰਦਾ ਹੈ । ਦਸਵਾਂ ਦਰਵਾਜਾ ਬਹੁਤ ਭਾਰਾ ਹੈ ਅਤੇ ਤਾਲਾ ਲਗਾ ਹੈ । ਸ਼ਬਦ ਦੀ ਸਿਖਿਆਂ ਨਾਲ ਜੀਵਨ ਬਤੀਤ ਕਰਨ ਨਾਲ ਹੀ ਦਰਵਾਜਾ ਖੁੱਲ੍ਹਦਾ ਹੈ ।

In His Castle within soul has market and all merchandize within; His Castle has been guarded protected by The True Master. The 10th gate has strong heavy door with unbreakable lock and beyond the limits of anyone, only The True Master controls the key of 10th gate. Whosoever may adopt the teachings of His Word with steady and stable belief in his day-to-day life; with His mercy and grace, the 10th gate may be open for his soul.

ਭੀਤਰਿ ਕੋਟ ਗੁਫਾ ਘਰ ਜਾਈ॥ ਨਉ ਘਰ ਥਾਪੇ ਹੁਕਮਿ ਰਜਾਈ॥ bheetar kot gufaa ghar jaa-ee. na-o ghar thaapay hukam rajaa-ee.
ਦਸਵੈ ਪੁਰਖੁ ਅਲੇਖੁ ਅਪਾਰੀ, ਆਪੇ ਅਲਖੁ ਲਖਾਇਦਾ॥੩॥ dasvai purakh alaykh apaaree aapay alakh lakhaa-idaa. ||3||

ਇਸ ਕਿਲ੍ਹੇ ਰੂਪੀ ਗੁਫਾ ਵਿੱਚ ਆਤਮਾ ਬੈਠਦੀ ਹੈ । ਪ੍ਰਭ ਨੇ ਆਪਣੀ ਮਰਜ਼ੀ ਨਾਲ ਕਿਲ੍ਹੇ ਦੇ ਨੌਂ ਦਰਵਾਜੇ ਆਤਮਾ ਲਈ ਖੁੱਲ੍ਹੇ ਹਨ । ਪ੍ਰਭ ਦਸਵੇਂ ਦਰ ਤੇ ਵਸਦਾ, ਜੀਵ ਨੂੰ ਪ੍ਰਵਾਨਗੀ ਦੇ ਰਸਤੇ ਦੀ ਸੋਝੀ ਬਖਸ਼ਦਾ ਹੈ ।

The soul remains within this cave. The True Master has opened, 9 gates for his soul to roam freely. His Royal Throne remains behind 10th gate; only with His mercy and grace, his soul may be blessed with the right path of acceptance in His Castle, to enter the 10th cave.

ਪਉਣ ਪਾਣੀ ਅਗਨੀ ਇਕ ਵਾਸਾ॥ ਆਪੇ ਕੀ ਤੋਂ ਖੇਲੁ ਤਮਾਸਾ॥ pa-un paanee agnee ik vaasaa. aapay keeto khayl tamaasaa.
ਬਲਦੀ ਜਲਿ ਨਿਵਰੈ ਕਿਰਪਾ ਤੇ, ਆਪੇ ਜਲ ਨਿਧਿ ਪਾਇਦਾ॥੪॥ baldee jal nivrai kirpaa tay aapay jal niDh paa-idaa. ||4||

ਤਨ ਵਿੱਚ ਹਵਾ, ਪਾਣੀ, ਅੱਗ ਨਾਲ ਪ੍ਰਭ ਵਸਦਾ ਹੈ । ਉਹ ਆਪ ਹੀ ਜੀਵਨ ਦਾ ਖੇਲ ਅਤੇ ਅਨੋਖੇ ਧੰਦੇ ਕਰਦਾ, ਵਾਪਰਦਾ ਹੈ । ਉਹ ਆਪਣੀ ਰਹਿਮਤ ਦੇ ਪਾਣੀ ਨਾਲ ਤਨ ਦੀ ਅੱਗ ਬੁਝਾਉਂਦਾ ਹੈ । ਉਸ ਨੇ ਤਨ ਵਿੱਚ ਪਾਣੀ ਦਾ ਸਾਗਰ ਬਣਾਇਆ ਹੈ ।

The True Master, His Word dwells within his body along with air, water, and fire. He performs all kind of activities within his body. Holy Water, the nectar of the essence of His Word, extinguish the fire within his body; his body becomes the ocean of nectar.

ਧਰਤਿ ਉਪਾਇ ਧਰੀ ਧਰਮ ਸਾਲਾ॥ Dharat upaa-ay Dharee Dharam saalaa.
ਉਤਪਤਿ ਪਰਲਉ ਆਪਿ ਨਿਰਾਲਾ॥ utpat parla-o aap niraalaa.
ਪਵਣੈ ਖੇਲੁ ਕੀਆ ਸਭ ਥਾਈ, ਕਲਾ ਖਿੰਚਿ ਢਾਹਾਇਦਾ॥੫॥ pavnai khayl kee-aa sabh thaa-ee kalaa khinch dhaahaa-idaa. ||5||

ਪ੍ਰਭ ਨੇ ਆਤਮਾ ਨੂੰ ਪਵਿੱਤਰ ਕਰਨ ਲਈ ਜੀਵਨ ਦੇ ਨਿਯਮ ਬਣਾਕੇ, ਧਰਤੀ ਨੂੰ ਧਰਮਸਾਲਾ ਬਣਾਇਆ ਹੈ । ਸੰਸਾਰਕ ਮੋਹ ਬਣਾਕੇ ਜਨਮ ਮਰਨ ਦਾ ਖੇਲ ਬਣਾਇਆ ਹੈ । ਪ੍ਰਭ ਇਸ ਦੇ ਮੋਹ ਤੋਂ ਰਹਿਤ ਰਹਿੰਦਾ ਹੈ । ਉਸ ਨੇ ਹਰ ਜੀਵ ਅੰਦਰ ਸਵਾਸ ਦਾ ਖੇਲ ਬਣਾਇਆ ਹੈ । ਜਿਸ ਦੇ ਸਵਾਸ ਖਿੱਚ ਲੈਂਦਾ, ਉਸ ਦਾ ਤਨ ਡਿੱਗ ਪੈਂਦਾ, ਮੌਤ ਆ ਜਾਂਦੀ ਹੈ ।

The True Master has established guiding principles to sanctify his soul to become worthy of His Consideration. He has established earth as a learning school. He has infused worldly bonds, attachment, and established the cycle of birth and death. He remains beyond the reach of any emotional bonds. He has established the play of breath for body to roam freely on earth. As soon as the flow of breath may be stopped, the perishable body stop functioning; called death.

ਭਾਰ ਅਠਾਰਹ ਮਾਲਣਿ ਤੇਰੀ॥ ਚਉਰੁ ਢੁਲੈ ਪਵਣੈ ਲੈ ਫੇਰੀ॥ bhaar athaarah maalan tayree. cha-ur dhulai pavnai lai fayree.
ਚੰਦੁ ਸੂਰਜੁ ਦੁਇ ਦੀਪਕ ਰਾਖੇ, ਸਸਿ ਘਰਿ ਸੂਰੁ ਸਮਾਇਦਾ॥੬॥ chand sooraj du-ay deepak raakhay sas ghar soor samaa-idaa. ||6||

ਪ੍ਰਭ ਆਪ ਹੀ ਇਸ ਬਾਗ਼ ਦਾ ਮਾਲ਼ੀ ਹੈ । ਸ੍ਰਿਸ਼ਟੀ ਦੇ ਬਾਗ਼ ਵਿੱਚ ਜੀਵ ਦੇ ਅਰਾਮ ਲਈ ਕੁਦਰਤ ਨੇ ਬ੍ਰਿਛ, ਬੂਟੇ ਪੈਦਾ ਕੀਤੇ ਹਨ । ਇਸ ਸ੍ਰਿਸ਼ਟੀ ਵਿੱਚ ਜੀਵ ਦੇ ਅਰਾਮ ਲਈ ਦੋ ਦੀਵੇ, ਸੂਰਜ ਅਤੇ ਚੰਦ ਬਣਾਏ ਹਨ । ਸੂਰਜ, ਚੰਦ ਵਿੱਚ ਪ੍ਰਭ ਦੀ ਜੋਤ ਦਾ ਹੀ ਚਾਨਣ ਹੁੰਦਾ ਹੈ ।

The True Master remains the caretaker of the garden of the universe. He has created various trees and plants for the comfort of His Creation. He has created Sun and Moon as 2 sources of light and energy for the comforts of His Creation. His Holy Spirit, energy shine through Sun and Moon.

ਪੰਖੀ ਪੰਚ ਉਡਰਿ ਨਹੀ ਧਾਵਹਿ॥ pankhee panch udar nahee Dhaaveh.
ਸਫਲਿਓ ਬਿਰਖੁ ਅੰਮ੍ਰਿਤ ਫਲੁ ਪਾਵਹਿ॥ safli-o birakh amrit fal paavahi.
ਗੁਰਮੁਖਿ ਸਹਜਿ ਰਵੈ ਗੁਣ ਗਾਵੈ, ਹਰਿ ਰਸੁ ਚੋਗ ਚੁਗਾਇਦਾ॥੭॥ gurmukh sahj ravai gun gaavai har ras chog chugaa-idaa. ||7||

ਮਨ ਵਿੱਚ ਪੰਜੇਂ ਪੰਛੀ, ਮਨ ਦੀਆਂ ਗਿਆਨ ਇਦ੍ਰੀਆਂ ਅਵਾਰਾ ਹੀ ਨਹੀਂ ਉਡਦੇ ਫਿਰਦੇ ਹਨ । ਜੀਵਨ ਇਕ ਅਮੋਲਕ ਸ਼ਬਦ ਦਾ ਫਲ ਦੇਣ ਵਾਲਾ ਬੂਟਾ ਹੈ । ਗੁਰਮਖ ਪ੍ਰਭ ਦੇ ਸ਼ਬਦ ਦੀ ਉਸਤਤ ਗਾਉਂਦਾ, ਸਿਮਰਨ ਕਰਦਾ ਹੈ, ਉਹ ਇਸ ਫਲ ਦਾ ਅਨੰਦ ਮਾਨਦਾ ਹੈ ।

The five senses of mind may not wander uselessly. Human life blessings may be a tree to render ambrosial fruit of the essence of His Word. His true devotee may meditate and sings the glory of His Word; with His mercy and grace, he may enjoy the nectar of the essence of His Word.

ਝਿਲਮਿਲ ਝਿਲਕੈ ਚੰਦੁ ਨ ਤਾਰਾ॥ jhilmil jhilkai chand na taaraa.
ਸੂਰਜ ਕਿਰਣਿ ਨ ਬਿਜੁਲਿ ਗੈਣਾਰਾ॥ sooraj kiran na bijul ghainaaraa.
ਅਕਥੀ ਕਥਉ ਚਿਹਨੁ ਨਹੀ ਕੋਈ, akthee katha-o chihan nahee ko-ee
ਪੂਰਿ ਰਹਿਆ ਮਨਿ ਭਾਇਦਾ॥੮॥ poor rahi-aa man bhaa-idaa. ||8||

ਅਕਾਸ਼ ਵਿੱਚ ਚੰਦ, ਤਾਰੇ ਜਾ ਸੂਰਜ ਵਿੱਚ ਆਪਣੀ ਕੋਈ ਰੋਸ਼ਨੀ ਨਹੀਂ ਹੁੰਦੀ, ਕੇਵਲ ਸ਼ਬਦ ਦੀ ਰੋਸ਼ਨੀ ਹੀ ਚਮਕਦੀ ਹੈ । ਭਾਵੇਂ ਪ੍ਰਭ ਦੀ ਅਕਥ ਬਾਣੀ ਕੋਈ ਨਹੀਂ ਜਾਣਦਾ । ਫਿਰ ਵੀ ਇਸ ਦੀ ਧੁਨ ਜੀਵ ਦੇ ਮਨ ਨੂੰ ਭਾਉਂਦੀ, ਖੁਸ਼ ਕਰਦੀ ਹੈ ।

In the sky, Moon, Star and Sun have no own light, rather His Holy Spirit shines through these. Even though no one may comprehend the eternal everlasting echo of His Word; however, the everlasting echo of His Word may be very soothing and comforting to his mind.

ਪਸਰੀ ਕਿਰਣਿ ਜੋਤਿ ਉਜਿਆਲਾ॥ ਕਰਿ ਕਰਿ ਦੇਖੈ ਆਪਿ ਦਇਆਲਾ॥ pasree kiran jot uji-aalaa. kar kar daykhai aap da-i-aalaa.
ਅਨਹਦ ਰੁਣ ਝੁਣਕਾਰੁ ਸਦਾ ਧੁਨਿ, anhad run jhunkaar sadaa Dhun
ਨਿਰਭਉ ਕੈ ਘਰਿ ਵਾਇਦਾ॥੯॥ nirbha-o kai ghar vaa-idaa. ||9||

ਪ੍ਰਭ ਦੀ ਜੋਤ ਦੀ ਰੋਸ਼ਨੀ ਦਾ ਅਨੋਖਾ ਹੀ ਨੂਰ ਚਮਕਦਾ ਹੈ । ਸ੍ਰਿਸ਼ਟੀ ਪੈਦਾ ਕਰਕੇ ਪ੍ਰਭ ਆਪ ਇਸ ਦੀ ਦੇਖ ਭਾਲ ਕਰਦਾ ਹੈ । ਨਿਡਰ ਦੇ ਦਰਬਾਰ ਵਿੱਚ ਸ਼ਬਦ ਦੀ ਧੁਨ ਸਦਾ ਹੀ ਚਲਦੀ ਰਹਿੰਦੀ ਹੈ ।

His Holy Spirit has an astonishing glow. The True Master creates, nourishes, and protects His Creation. The everlasting echo of His Word always resonates within the Royal Castle of The True Master.

ਅਨਹਦੁ ਵਾਜੈ ਭ੍ਰਮੁ ਭਉ ਭਾਜੈ॥ anhad vaajai bharam bha-o bhaajai.
ਸਗਲ ਬਿਆਪਿ ਰਹਿਆ ਪ੍ਰਭੁ ਛਾਜੈ॥ sagal bi-aap rahi-aa parabh chhaajai.
ਸਭ ਤੇਰੀ ਤੂ ਗੁਰਮੁਖਿ ਜਾਤਾ, ਦਰਿ ਸੋਹੈ ਗੁਣ ਗਾਇਦਾ॥੧੦॥ sabh tayree too gurmukh jaataa dar sohai gun gaa-idaa. ||10||

ਜਿਸ ਦੇ ਮਨ ਵਿੱਚ ਸਦਾ ਚਲਣ ਵਾਲੀ ਧੁਨ ਸੁਣਾਈ ਦੇਂਦੀ ਹੈ, ਉਸ ਦੇ ਭਰਮ ਅਤੇ ਮੌਤ ਦਾ ਡਰ ਦੂਰ ਹੋ ਜਾਂਦਾ ਹੈ । ਪ੍ਰਭ ਹਰ ਥਾਂ ਵਾਪਰਦਾ ਅਤੇ ਅਰਾਮ ਵਾਲੀ ਛਾਂ ਸਭ ਨੂੰ ਬਖਸ਼ਦਾ ਹੈ । ਸਾਰੇ ਜੀਵ ਹੀ ਪ੍ਰਭ ਦੀ ਅਮਾਨਤ ਹਨ । ਜਿਹੜਾ ਗੁਰਮਖ ਪ੍ਰਭ ਦੇ ਸ਼ਬਦ ਦੇ ਸਿਮਰਨ ਵਿੱਚ ਲੀਨ ਰਹਿੰਦਾ ਹੈ । ਉਸ ਨੂੰ ਦਰਬਾਰ ਵਿੱਚ ਸੋਭਾ ਬਖਸ਼ਿਸ਼ ਹੋ ਜਾਂਦੀ ਹੈ ।

Whosoever may hear the everlasting echo of His Word; all his worldly religious suspicions and fear of death may be eliminated. The Omnipresent True Master prevails everywhere and blesses comforting shade to everyone in His Creation. The whole universe remains only His Trust. Whosoever may remain intoxicated in meditation on the teachings of His Word; with His mercy and grace, he may be honored in His Court.

ਆਦਿ ਨਿਰੰਜਨੁ ਨਿਰਮਲੁ ਸੋਈ॥ ਅਵਰੁ ਨ ਜਾਣਾ ਦੂਜਾ ਕੋਈ॥ aad niranjan nirmal so-ee. avar na jaanaa doojaa ko-ee.
ਏਕੰਕਾਰੁ ਵਸੈ ਮਨਿ ਭਾਵੈ, ਹਉਮੈ ਗਰਬੁ ਗਵਾਇਦਾ॥ ੧੧॥ aykankaar vasai man bhaavai ha-umai garab gavaa-idaa. ||11||

ਪ੍ਰਭ ਆਦਿ ਤੋਂ ਹੀ ਪਵਿੱਤਰ, ਨਾ ਦਿਖਾਈ ਦੇਣ ਵਾਲਾ ਹੈ । ਮੈਂ ਪ੍ਰਭ ਤੋਂ ਬਿਨਾਂ ਹੋਰ ਕਿਸੇ ਨੂੰ ਜਾਣਦਾ ਨਹੀਂ । ਜਿਹੜਾ ਹੈਸੀਅਤ ਦਾ ਅਭਿਮਾਨ ਅਤੇ ਅਹੰਕਾਰ ਤਿਆਗ ਦੇਂਦਾ ਹੈ । ਪ੍ਰਭ ਦਾ ਸ਼ਬਦ ਉਸ ਦੇ ਮਨ ਵਿੱਚ ਜਾਗਰਤ ਹੋ ਜਾਂਦਾ, ਉਸ ਦੇ ਮਨ ਨੂੰ ਸੰਤੋਖ, ਅਨੰਦ ਬਖਸ਼ਦਾ ਹੈ ।

The True Master remains as sanctified Holy Spirit, beyond any visibility to anyone, even before the Creation of the universe. I do not recognize anyone else as True Master of the universe. Whosoever may surrender his self-entity at His Sanctuary. He may be enlightened with the essence of His Word; He may be blessed with contentment in his life.

ਅੰਮ੍ਰਿਤੁ ਪੀਆ ਸਤਿਗੁਰਿ ਦੀਆ॥ ਅਵਰੁ ਨ ਜਾਣਾ ਦੂਆ ਤੀਆ॥ amrit pee-aa satgur dee-aa. avar na jaanaa doo-aa tee-aa.
ਏਕੋ ਏਕੁ ਸੁ ਅਪਰ ਪਰੰਪਰੁ, ਪਰਖਿ ਖਜਾਨੈ ਪਾਇਦਾ॥੧੨॥ ayko ayk so apar parampar parakh khajaanai paa-idaa. ||12||

ਮੈਂ ਪ੍ਰਭ ਦੇ ਬਖਸ਼ੇ ਅਮੋਲਕ ਸ਼ਬਦ ਰੂਪੀ ਅਮ੍ਰਿੰਤ ਦਾ ਅਨੰਦ ਮਾਨਦਾ ਹਾ । ਹੋਰ ਕਿਸੇ ਦੂਸਰੇ ਨੂੰ ਨਹੀਂ ਜਾਣਦਾ । ਇਕੋ ਇਕ ਪ੍ਰਭ ਹੀ ਅਨੋਖਾ, ਅੰਤ ਤੋਂ ਰਹਿਤ ਹੈ । ਉਹ ਹਰਇਕ ਜੀਵ ਦੇ ਕੰਮ ਪਰਖਦਾ, ਰਹਿਮਤਾਂ ਦੇ ਖਜ਼ਾਨੇਂ ਬਖਸ਼ਦਾ ਹੈ ।

I cherish His blessed ambrosial nectar of the essence of His Word. I do not recognize anyone else as The True Master of the universe. The One and Only One, True Master remains beyond any limits and boundary of His Blessings and Power. He monitors all events of His Creation and rewards treasures to every creature.

ਗਿਆਨੁ ਧਿਆਨੁ ਸਚੁ ਗਹਿਰ ਗੰਭੀਰਾ॥ gi-aan Dhi-aan sach gahir gambheeraa.
ਕੋਇ ਨ ਜਾਣੈ ਤੇਰਾ ਚੀਰਾ॥ ko-ay na jaanai tayraa cheeraa.
ਜੇਤੀ ਹੈ ਤੇਤੀ ਤੁਧੁ ਜਾਚੈ, ਕਰਮਿ ਮਿਲੈ ਸੋ ਪਾਇਦਾ॥੧੩॥ jaytee hai taytee tuDh jaachai karam milai so paa-idaa. ||13||

ਪ੍ਰਭ ਦੇ ਸ਼ਬਦ ਦਾ ਗਿਆਨ, ਸੁਰਤੀ ਬਹੁਤ ਡੂੰਘੀ ਹੈ । ਕੋਈ ਪ੍ਰਭ ਦੀ ਰਹਿਮਤ ਦੀ ਕੀਮਤ ਨਹੀਂ ਜਾਣਦਾ । ਸਾਰੀ ਸ੍ਰਿਸ਼ਟੀ ਹੀ ਪ੍ਰਭ ਦੇ ਦਰ ਤੇ ਰਹਿਮਤ ਦੀ ਭਿੱਖਿਆਂ ਮੰਗਦੀ ਹੈ । ਰਹਿਮਤ ਕੇਵਲ ਪ੍ਰਭ ਦੀ ਆਪਣੀ ਮਰਜ਼ੀ ਨਾਲ ਹੀ ਬਖਸ਼ਿਸ਼ ਹੁੰਦੀ ਹੈ ।

The essence of the teachings of His Word may be very mysterious, and beyond any comprehension of His Creation. No one may truly comprehend the significance of His Blessings. All creatures are beggars and praying for His Forgiveness and Refuge. His mercy and grace may only be bestowed with His free Will.

ਕਰਮੁ ਧਰਮੁ ਸਚੁ ਹਾਥਿ ਤੁਮਾਰੈ॥ karam Dharam sach haath tumaarai.
ਵੇਪਰਵਾਹ ਅਖੁਟ ਭੰਡਾਰੈ॥ vayparvaah akhut bhandaarai.
ਤੂ ਦਇਆਲੁ ਕਿਰਪਾਲੁ ਸਦਾ ਪ੍ਰਭੁ, ਆਪੇ ਮੇਲਿ ਮਿਲਾਇਦਾ॥੧੪॥ too da-i-aal kirpaal sadaa parabh aapay mayl milaa-idaa. ||14||

ਸਾਰੇ ਕਰਮ, ਧਰਮ ਸ਼ਬਦ ਦੀ ਪਾਲਣਾ ਵਿੱਚ ਹੀ ਹਨ । ਪ੍ਰਭ ਦਾ, ਦਾਤਾਂ ਦੇ ਭੰਡਾਰ ਨਾ ਖਤਮ ਹੋਣ ਵਾਲਾ ਹੈ । ਸਦਾ ਹੀ ਤਰਸਵਾਨ, ਦਿਆਲ ਪ੍ਰਭ ਆਪਣੀ ਰਹਿਮਤ ਨਾਲ ਜੀਵ ਨੂੰ ਆਪਣੇ ਨਾਲ ਮਿਲਾਪ ਕਰਵਾਉਂਦਾ ਹੈ ।

The earnings of all good deeds and charities, religious worship have been embedded within obeying the teachings of His Word. His treasure of virtues, blessings may never be exhausted. The Merciful and Gracious True Master, blesses the right path of acceptance to His true devotee.

ਆਪੇ ਦੇਖਿ ਦਿਖਾਵੈ ਆਪੇ॥ ਆਪੇ ਥਾਪਿ ਉਥਾਪੇ ਆਪੇ॥ aapay daykh dikhaavai aapay. aapay thaap uthaapay aapay.
ਆਪੇ ਜੋੜਿ ਵਿਛੋੜੇ ਕਰਤਾ, ਆਪੇ ਮਾਰਿ ਜੀਵਾਇਦਾ॥੧੫॥ aapay jorh vichhorhay kartaa aapay maar jeevaa-idaa. ||15||

ਪ੍ਰਭ, ਆਪ ਹੀ ਜੀਵ ਨੂੰ ਦੇਖਦਾ, ਦੇਖਣ ਦਾ ਕਾਰਨ ਬਣਾਉਂਦਾ ਹੈ । ਆਪ ਹੀ ਜੀਵ ਨੂੰ ਪੈਦਾ ਕਰਦਾ, ਮੌਤ ਦੇਂਦਾ, ਖਤਮ ਕਰਦਾ ਹੈ । ਆਪ ਹੀ ਕਿਸੇ ਨੂੰ ਵਿਛੋੜਾ ਜਾ ਸੰਜੋਗ ਬਖਸ਼ਦਾ ਹੈ । ਆਪ ਹੀ ਕਿਸੇ ਨੂੰ ਮਾਰ ਕੇ ਵੀ ਫਿਰ ਜ਼ਿਉਂਦਾ ਕਰ ਸਕਦਾ ਹੈ ।

The True Master creates a purpose to realize His Existence, His Holy Spirit prevailing everywhere. The birth and death of all creatures remain under His Control, Command. Both separation and union of soul with His Holy Spirit may be blessed with His imagination. He may revive anyone even after death.

ਗੁਰੂ ਨਾਨਕ ਦੇਵ ਜੀ! – Guru Nanak Dev Ji! Guru Granth Sahib

ਜੇਤੀ ਹੈ ਤੇਤੀ ਤੁਧੁ ਅੰਦਰਿ॥ ਦੇਖਹਿ ਆਪਿ ਬੈਸਿ ਬਿਜ ਮੰਦਰਿ॥ jaytee hai taytee tuDh andar. daykheh aap bais bij mandar.
ਨਾਨਕੁ ਸਾਚੁ ਕਹੈ ਬੇਨੰਤੀ, naanak saach kahai baynantee
ਹਰਿ ਦਰਸਨਿ ਸੁਖੁ ਪਾਇਦਾ॥੧੬॥੧॥ ੧੩॥ har darsan sukh paa-idaa. ||16||1||13||

ਸ੍ਰਿਸ਼ਟੀ ਵਿੱਚ ਸਭ ਕੁਝ ਪ੍ਰਭ ਦੀ ਹੀ ਅਮਾਨਤ ਹੈ । ਪ੍ਰਭ ਤਖਤ ਤੇ ਬੈਠਾ ਆਪਣੀ ਸਾਜੀ ਸ੍ਰਿਸ਼ਟੀ ਨੂੰ ਦੇਖਦਾ ਹੈ । ਜੀਵ ਪ੍ਰਭ ਅੱਗੇ ਰਹਿਮਤ ਦੀ ਅਰਦਾਸ ਕਰੋ । ਉਸ ਦੀ ਰਹਿਮਤ ਨਾਲ ਹੀ ਜੀਵ ਦੇ ਮਨ ਨੂੰ ਸੰਤੋਖ ਬਖਸ਼ਿਸ਼ ਹੁੰਦਾ ਹੈ ।

Everything in the universe may only be the trust of The True Master. He always nourishes, monitors, and protects His Creation. You should always pray for His Forgiveness and Refuge; with His mercy and grace, His true devotee may be blessed with peace and contentment in his life.

Key Message of Raag Maaroo, page 1033-8
'ਪ੍ਰਭ ਦਾ ਤਖਤ, ਆਤਮਾ ਦੀ ਦਸਵੀਂ ਗੁਫਾ ਵਿੱਚ ਅਡੋਲ ਰਹਿੰਦਾ ਹੈ।
ਜੀਵ, ਇਕ ਆਤਮਾ ਰੂਪੀ ਕਿਲ੍ਹਾ ਹੈ, ਨੌ ਦਰਵਾਜੇ ਆਤਮਾ ਲਈ ਖੁੱਲ੍ਹੇ ਹਨ, ਦਸਵੇਂ ਦਰਵਾਜੇ ਦੇ ਪਿਛੇ ਪ੍ਰਭ ਦੀ ਸਮਾਧੀ ਹੈ । ਇਸ ਬਜ਼ਾਰ ਵਿੱਚ ਸੌਦੇ ਦੀ ਪ੍ਰਭ ਆਪ ਰਖਿਆ ਕਰਦਾ, ਦਸਵਾਂ ਦਰਵਾਜਾ ਬਹੁਤ ਭਾਰਾ ਹੈ ਅਤੇ ਤਾਲਾ ਲਗਾ ਹੈ । ਤਨ ਵਿੱਚ ਹਵਾ, ਪਾਣੀ, ਅੱਗ ਦੇ ਨਾਲ ਪ੍ਰਭ ਵਸਦਾ ਹੈ । ਪ੍ਰਭ ਨੇ ਆਤਮਾ ਨੂੰ ਪਵਿੱਤਰ ਕਰਨ ਲਈ ਜੀਵਨ ਦੇ ਨਿਯਮ ਬਣਾਕੇ ਧਰਤੀ ਨੂੰ ਧਰਮਸਾਲਾ ਬਣਾਇਆ ਹੈ । ਸ੍ਰਿਸ਼ਟੀ ਵਿੱਚ ਜੀਵ ਦੇ ਅਰਾਮ ਲਈ ਦੋ ਦੀਵੇ, ਸੂਰਜ ਅਤੇ ਚੰਦ ਬਣਾਏ ਹਨ । ਮਾਨਸ ਜੀਵਨ ਇਕ ਅਮੋਲਕ ਸ਼ਬਦ ਦਾ ਫਲ ਦੇਣ ਵਾਲਾ ਬੂਟਾ ਹੈ । ਨਿਡਰ ਦੇ ਦਰਬਾਰ ਵਿੱਚ ਸ਼ਬਦ ਦੀ ਧੁਨ ਸਦਾ ਹੀ ਚਲਦੀ ਰਹਿੰਦੀ ਹੈ । ਸ਼ਬਦ ਦੀ ਧੁਨ ਜੀਵ ਦੇ ਮਨ ਨੂੰ ਭਾਉਂਦੀ, ਖੁਸ਼ ਕਰਦੀ ਹੈ । ਜਿਸ ਦੇ ਮਨ ਵਿੱਚ ਸਦਾ ਚਲਣ ਵਾਲੀ ਧੁਨ ਸੁਣਾਈ ਦੇਂਦੀ ਹੈ, ਉਸ ਦੇ ਭਰਮ ਅਤੇ ਮੌਤ ਦਾ ਡਰ ਦੂਰ ਹੋ ਜਾਂਦਾ ਹੈ । ਹੈਸੀਅਤ ਦਾ ਅਭਿਮਾਨ ਅਤੇ ਅਹੰਕਾਰ ਤਿਆਗਣ ਨਾਲ ਮਨ ਨੂੰ ਸੰਤੋਖ, ਅਨੰਦ ਬਖਸ਼ਦਾ ਹੈ । ਪ੍ਰਭ ਦੀ ਆਪਣੀ ਮਰਜ਼ੀ ਨਾਲ ਹੀ ਰਹਿਮਤ ਬਖਸ਼ਦਾ ਹੈ । ਪ੍ਰਭ ਦਾ, ਦਾਤਾਂ ਦਾ ਭੰਡਾਰ ਨਾ ਖਤਮ ਹੋਣ ਵਾਲਾ ਹੈ । ਆਪ ਹੀ ਕਿਸੇ ਨੂੰ ਵਿਛੋੜਾ, ਸੰਜੋਗ ਬਖਸ਼ਦਾ ਹੈ । ਸ੍ਰਿਸ਼ਟੀ ਵਿੱਚ ਸਭ ਕੁਝ ਪ੍ਰਭ ਦੀ ਹੀ ਅਮਾਨਤ ਹੈ ।
His Royal Throne remains in the 10th cave of His Soul!
Soul is like castle with 10 layers of protection. His soul may wander in 9 outer caves, 10th cave has been guarded, protected with unbreakable lock and beyond the limits of anyone. The True Master, His Word dwells within his body along with air, water, and fire. The True Master has established guiding principles to sanctify his soul. He has created Sun and Moon as 2 sources of light and energy for the comforts of His Creation. Human life blessings may be a tree to render ambrosial fruit of the essence of His Word. The everlasting echo of His Word always resonate within His Royal Castle. The echo of His Word may be very soothing and comforting to his mind. Whosoever may hear the everlasting echo of His Word; all his worldly religious suspicions and fear of death may be eliminated. Whosoever may surrender his mind, body, and ego of worldly status at His Sanctuary. He may be blessed with pleasure and contentment in his life. He may only be bestowed with His Blessings with free Will. His treasure of virtues, blessings may never be exhausted. Both separation and union of soul with His Holy Spirit may only be blessed with His Command; everything remains only the trust of The True Master.

37. ਮਾਰੂ ਮਹਲਾ ੧॥ 1034-9

ਦਰਸਨੁ ਪਾਵਾ ਜੇ ਤੁਧੁ ਭਾਵਾ॥ darsan paavaa jay tuDh bhaavaa.
ਭਾਇ ਭਗਤਿ ਸਾਚੇ ਗੁਣ ਗਾਵਾ॥ bhaa-ay bhagat saachay gun gaavaa.
ਤੁਧੁ ਭਾਣੇ ਤੂ ਭਾਵਹਿ ਕਰਤੇ, ਆਪੇ ਰਸਨ ਰਸਾਇਦਾ॥੧॥ tuDh bhaanay too bhaaveh kartay aapay rasan rasaa-idaa. ||1||

ਜਿਸ ਦੀ ਬੰਦਗੀ ਪ੍ਰਭ ਦੇ ਦਰਬਾਰ ਵਿੱਚ ਪ੍ਰਵਾਨ ਹੋ ਜਾਂਦੀ ਹੈ, ਉਸ ਤੇ ਹੀ ਪ੍ਰਭ ਦੀ ਰਹਿਮਤ ਬਖਸ਼ਿਸ਼ ਹੋ ਜਾਂਦੀ ਹੈ । ਉਸ ਨੂੰ ਸ਼ਬਦ ਦਾ ਸਿਮਰਨ ਕਰਦੇ ਸੰਤੋਖ ਬਖਸ਼ਿਸ਼ ਹੋ ਜਾਂਦਾ ਹੈ । ਮੇਰੀ ਜੀਭ ਪ੍ਰਭ ਦੇ ਸ਼ਬਦ ਦੀ ਉਸਤਤ ਦੇ ਗੀਤ ਗਾਉਂਦੀ ਹੈ ।

Whose meditation may be accepted in His Court; with His mercy and grace, he may be blessed with the right path of acceptance in His Court. I meditate on the teachings of His Word with steady and stable belief in day-to-day life; with His mercy and grace, I have been blessed with peace and contentment in my life. My tongue sings the glory of His Word.

ਸੋਹਨਿ ਭਗਤ ਪ੍ਰਭੂ ਦਰਬਾਰੇ॥ sohan bhagat parabhoo darbaaray.
ਮੁਕਤੁ ਭਏ ਹਰਿ ਦਾਸ ਤੁਮਾਰੇ॥ mukat bha-ay har daas tumaaray.
ਆਪੁ ਗਵਾਇ ਤੇਰੈ ਰੰਗਿ ਰਾਤੇ, ਅਨਦਿਨੁ ਨਾਮੁ ਧਿਆਇਦਾ॥੨॥ aap gavaa-ay tayrai rang raatay an-din naam Dhi-aa-idaa. ||2||

ਬੰਦਗੀ ਕਰਨ ਵਾਲੇ ਭਗਤ ਨੂੰ ਦਰਬਾਰ ਵਿੱਚ ਸੋਭਾ ਬਖਸ਼ਿਸ਼ ਹੁੰਦੀ ਹੈ । ਪ੍ਰਭ ਆਪਣੇ ਸੇਵਕਾਂ ਨੂੰ ਮੁਕਤੀ ਦੇ ਰਸਤੇ ਤੇ ਪਾਉਂਦਾ ਹੈ । ਪ੍ਰਭ ਦਾ ਦਾਸ ਆਪਾ ਮਿਟਾ ਕੇ ਸ਼ਬਦ ਦੀ ਪਾਲਣਾ ਵਿੱਚ ਲੀਨ ਰਹਿੰਦਾ ਹੈ, ਦਿਨ ਰਾਤ ਸ਼ਬਦ ਦਾ ਸਿਮਰਨ ਕਰਦਾ ਹੈ ।

His true devotee may be honored in His Court; with His mercy and grace; he may be blessed with the right path of acceptance in His Court. He may surrender his self-entity at His Sanctuary. He remains intoxicated in meditation in the void of His Word Day and night.

ਈਸਰੁ ਬ੍ਰਹਮਾ ਦੇਵੀ ਦੇਵਾ॥ eesar barahmaa dayvee dayvaa.
ਇੰਦ੍ਰ ਤਪੇ ਮੁਨਿ ਤੇਰੀ ਸੇਵਾ॥ indar tapay mun tayree sayvaa.
ਜਤੀ ਸਤੀ ਕੇਤੇ ਬਨਵਾਸੀ, ਅੰਤੁ ਨ ਕੋਈ ਪਾਇਦਾ॥੩॥ jatee satee kaytay banvaasee ant na ko-ee paa-idaa. ||3||

ਈਸਰ (ਸ਼ਿਵਾਂ), ਬ੍ਰਹਮਾ, ਇੰਦ੍ਰ, ਦੇਵੀ ਦੇਵਤੇ ਅਤੇ ਅਨੇਕਾਂ ਹੀ ਮੌਨਧਾਰੀ ਸੰਤ, ਪ੍ਰਭ ਦੇ ਸ਼ਬਦ ਦੀ ਸੇਵਾ ਕਰਦੇ ਹਨ । ਜਤੀ, ਸਤੀ ਅਤੇ ਅਨੇਕਾਂ ਬੰਦਗੀ ਕਰਨ ਵਾਲੇ ਜੰਗਲਾਂ ਵਿੱਚ ਰਹਿੰਦੇ, ਸੰਸਾਰਕ ਸੁਖਾਂ ਤੋਂ ਦੂਰ ਰਹਿੰਦੇ ਹਨ । ਕਿਸੇ ਨੇ ਵੀ ਪ੍ਰਭ ਦੀ ਕੁਦਰਤ ਦਾ ਅੰਤ ਨਹੀਂ ਪਾਇਆ ।

All renowned prophets, like **Shivji, Brahma, Inder**, prophets, quite saints remain intoxicated in meditating on the teachings of His Word and serving His Creation. All Yogis, renunciatory remains wandering in wild void and deprive their mind from worldly luxuries. However, no one has ever found the end, limits of any event of His Nature.

ਵਿਣੁ ਜਾਣਾਏ ਕੋਇ ਨ ਜਾਣੈ॥ ਜੋ ਕਿਛੁ ਕਰੇ ਸੁ ਆਪਣ ਭਾਣੈ॥ vin jaanaa-ay ko-ay na jaanai. jo kichh karay so aapan bhaanai.
ਲਖ ਚਉਰਾਸੀਹ ਜੀਅ ਉਪਾਏ, ਭਾਣੈ ਸਾਹ ਲਵਾਇਦਾ॥੪॥ lakh cha-oraaseeh jee-a upaa-ay bhaanai saah lavaa-idaa. ||4||

ਗੁਰੂ ਨਾਨਕ ਦੇਵ ਜੀ! – Guru Nanak Dev Ji! Guru Granth Sahib

ਪ੍ਰਭ ਦੀ ਰਹਿਮਤ ਤੋਂ ਬਿਨਾਂ ਕੋਈ ਤੇਰੀ ਕੁਦਰਤ ਨੂੰ ਜਾਣ ਨਹੀਂ ਸਕਦਾ । ਸ੍ਰਿਸ਼ਟੀ ਵਿੱਚ ਸਭ ਕੁਝ ਪ੍ਰਭ ਦੇ ਭਾਣੇ ਅੰਦਰ ਹੀ ਹੁੰਦਾ ਹੈ । ਪ੍ਰਭ ਨੇ 84 ਲਖ ਕਿਸਮਾਂ ਦੇ ਜੀਵ ਪੈਦਾ ਕੀਤੇ ਹਨ । ਉਹ ਸਾਰੇ ਹੀ ਪ੍ਰਭ ਦੇ ਬਖਸ਼ੇ, ਸਵਾਸ ਲੈਂਦੇ ਹਨ । ਕੇਵਲ ਪ੍ਰਭ ਦਾ ਹੁਕਮ ਹੀ ਸ੍ਰਿਸ਼ਟੀ ਵਿੱਚ ਵਾਪਰਦਾ ਹੈ ।

No one may comprehend His Nature; without His Blessed Vision. Everything in the universe may only happen under His Command. He has created species of 84 lakhs different kinds in the universes. Everyone may only survive, breathe under His Command. Only His Command can prevail in the universe.

ਜੋ ਤਿਸੁ ਭਾਵੈ ਸੋ ਨਿਹਚਉ ਹੋਵੈ॥ ਮਨਮੁਖੁ ਆਪੁ ਗਣਾਏ ਰੋਵੈ॥ jo tis bhaavai so nihcha-o hovai. Manmukh aap ganaa-ay rovai.
ਨਾਵਹੁ ਭੁਲਾ ਠਉਰ ਨ ਪਾਏ, ਆਇ ਜਾਇ ਦੁਖੁ ਪਾਇਦਾ॥੫॥ naavhu bhulaa tha-ur na paa-ay aa-ay jaa-ay dukh paa-idaa. ||5||

ਮਨਮੁਖ ਆਪਣੀ ਮਰਜ਼ੀ ਕਰਕੇ ਦਿਖਾਵਾ ਕਰਦਾ, ਉਹ ਅੰਤ ਨੂੰ ਦੁਖ ਹੀ ਪਾਉਂਦਾ ਹੈ । ਜਿਹੜਾ ਤੇਰਾ ਸ਼ਬਦ ਮਨ ਵਿਚੋਂ ਵਿਸਾਰ ਦੇਂਦਾ ਹੈ, ਉਸ ਨੂੰ ਸ਼ਾਂਤੀ ਬਖਸ਼ਿਸ਼ ਨਹੀਂ ਹੁੰਦੀ । ਉਹ ਜੂੰਨਾਂ ਦੇ ਚੱਕਰ ਵਿੱਚ ਹੀ ਦੁਖੀ ਰਹਿੰਦਾ ਹੈ ।

Self-minded may remain intoxicated with his worldly desires; he may only endure miseries in his life. Whosoever may abandon the teachings of His Word, he may never be blessed with peace of mind; he remains in miseries in the cycle of birth and death.

ਨਿਰਮਲ ਕਾਇਆ ਊਜਲ ਹੰਸਾ॥ ਤਿਸੁ ਵਿਚਿ ਨਾਮੁ ਨਿਰੰਜਨ ਅੰਸਾ॥ nirmal kaa-i-aa oojal hansaa. tis vich naam niranjan ansaa.
ਸਗਲੇ ਦੂਖ ਅੰਮ੍ਰਿਤੁ ਕਰਿ ਪੀਵੈ, ਬਾਹੁੜਿ ਦੂਖੁ ਨ ਪਾਇਦਾ॥੬॥ saglay dookh amrit kar peevai baahurh dookh na paa-idaa. ||6||

ਪ੍ਰਭ, ਜੀਵ ਨੂੰ ਆਤਮਾ ਦੇ ਵਸਣ ਲਈ ਪਵਿੱਤਰ ਤਨ ਬਖਸ਼ਦਾ ਹੈ । ਆਤਮਾ ਦੇ ਅੰਦਰ ਦਸਵੇਂ ਘਰ ਵਿੱਚ ਸਦਾ ਹੀ ਸ਼ਬਦ ਦੀ ਗੂੰਜ ਚਲਦੀ ਹੈ । ਜਿਹੜਾ ਜੀਵ ਪ੍ਰਭ ਦੇ ਬਖਸ਼ੇ ਦੁਖ ਨੂੰ ਵੀ ਬਖਸ਼ਿਸ਼ ਸਮਝਕੇ ਅਨੰਦ ਵਿੱਚ ਰਹਿੰਦਾ ਹੈ । ਉਸ ਨੂੰ ਕਦੇ ਦੁਖ ਮਹਿਸੂਸ ਨਹੀਂ ਹੁੰਦਾ ।

The True Master creates a sanctified body for soul to dwell in the universe to be sanctified to become worthy of His Considerations. The everlasting echo of His Word resonates forever within the 10th cave of his soul. Whosoever may accept worldly pleasures and miseries as worthy rewards for his deeds; with His mercy and grace he may never realize any misery, frustration in his worldly life.

ਬਹੁ ਸਾਦਹੁ ਦੂਖੁ ਪਰਾਪਤਿ ਹੋਵੈ॥ ਭੋਗਹੁ ਰੋਗ ਸੁ ਅੰਤਿ ਵਿਗੋਵੈ॥ baho saadahu dookh paraapat hovai. bhogahu rog so ant vigovai.
ਹਰਖਹੁ ਸੋਗੁ ਨ ਮਿਟਈ ਕਬਹੂ, ਵਿਣੁ ਭਾਣੇ ਭਰਮਾਇਦਾ॥੭॥ harkhahu sog na mit-ee kabhoo vin bhaanay bharmaa-idaa. ||7||

ਜੀਵ ਸੰਸਾਰਕ ਇਛਾਂ ਦੀਆਂ ਭਟਕਣਾਂ ਨਾਲ ਹੀ ਦੁਖ ਪਾਉਂਦਾ ਹੈ । ਜੀਵ ਆਪਣਾ ਮਾਨਸ ਜਨਮ ਸੰਸਾਰਕ ਅਨੰਦ ਨਾਲ ਬਿਰਥਾ ਹੀ ਗਵਾ ਲੈਂਦਾ ਹੈ । ਪ੍ਰਭ ਦੇ ਵਿਛੋੜੇ ਦਾ ਦੁਖ, ਸੰਸਾਰਕ ਸੁਖਾਂ ਨਾਲ ਦੂਰ ਨਹੀਂ ਹੋ ਸਕਦਾ । ਪ੍ਰਭ ਦੇ ਸ਼ਬਦ ਦੀ ਪਾਲਣਾ ਕਰਨ ਤੋਂ ਬਿਨਾਂ ਜੀਵ ਦਿਵਾਨਾ ਹੋ ਜਾਂਦਾ, ਕੋਈ ਸੰਤੋਖ ਬਖਸ਼ਿਸ਼ ਨਹੀਂ ਹੁੰਦਾ ।

Everyone may endure worldly miseries with his intoxication of worldly wealth, worldly desires. He may waste his human life opportunity with short-lived pleasures of worldly wealth. Worldly pleasures may not erase the miseries of his memory of separation from His Holy Spirit. He may remain frustrated with worldly desires, without obeying the teachings of His Word. He may never remain contentment with his own worldly life.

ਗਿਆਨ ਵਿਹੂਣੀ ਭਵੈ ਸਬਾਈ॥ ਸਾਚਾ ਰਵਿ ਰਹਿਆ ਲਿਵ ਲਾਈ॥ gi-aan vihoonee bhavai sabaa-ee. saachaa rav rahi-aa liv laa-ee.
ਨਿਰਭਉ ਸਬਦੁ ਗੁਰੂ ਸਚੁ ਜਾਤਾ, ਜੋਤੀ ਜੋਤਿ ਮਿਲਾਇਦਾ॥੮॥ nirbha-o sabad guroo sach jaataa jotee jot milaa-idaa. ||8||

ਸ਼ਬਦ ਦੀ ਸੋਝੀ ਤੋਂ ਬਿਨਾਂ ਜੀਵ ਬਿਰਥਾ ਹੀ ਭਉਦਾ ਫਿਰਦਾ ਹੈ । ਪ੍ਰਭ ਆਪ ਹੀ ਸਭ ਥਾਂ ਵਾਪਰਦਾ, ਦੇਖਦਾ ਸਮਾਧੀ ਵਿੱਚ ਮਸਤ ਰਹਿੰਦਾ ਹੈ । ਸ਼ਬਦ ਦੀ ਪਾਲਣਾ ਨਾਲ ਨਿਡਰ ਪ੍ਰਭ ਦੀ ਹੋਂਦ ਦੀ ਸੋਝੀ ਬਖਸ਼ਿਸ਼ ਹੋ ਜਾਂਦੀ ਹੈ । ਅਡੋਲ ਭਰੋਸਾ ਨਾਲ ਆਤਮਾ ਪ੍ਰਭ ਦੀ ਜੋਤ ਵਿੱਚ ਅਲੋਪ ਹੋ ਜਾਂਦੀ ਹੈ ।

Self-minded may wander and waste his human life opportunity uselessly, without the enlightenment of the essence of His Word, the real purpose of human life opportunity. The Omnipresent True Master monitors all activities of His Nature and remains carefree in the void of His Word. Whosoever may obey the teachings of His Word, he may realize His Existence. Whosoever may have steady and stable belief on His Blessings, his soul may be absorbed within His Holy Spirit.

ਅਟਲੁ ਅਡੋਲੁ ਅਤੋਲੁ ਮੁਰਾਰੇ॥ ਖਿਨ ਮਹਿ ਢਾਹਿ ਫੇਰਿ ਉਸਾਰੇ॥ atal adol atol muraaray. khin meh dhaahi fayr usaaray.
ਰੂਪੁ ਨ ਰੇਖਿਆ, ਮਿਤਿ ਨਹੀਂ ਕੀਮਤਿ, roop na raykh-i-aa mit nahee keemat
ਸਬਦਿ ਭੇਦਿ ਪਤੀਆਇਦਾ॥੯॥ sabad bhayd patee-aa-idaa. ||9||

ਅਟਲ ਪ੍ਰਭ, ਰੂਹਾਨੀ, ਨਾ ਗਿਣਤੀ, ਮਿਣਤੀ ਕੀਤੀ ਜਾਣ ਵਾਲਾ ਅਸਲੀ ਮਾਲਕ ਹੈ । ਪ੍ਰਭ ਇਕ ਪਲ ਵਿੱਚ ਕੁਝ ਪੈਦਾ ਕਰਦਾ, ਪਲ ਵਿੱਚ ਨਾਸ ਕਰ ਸਕਦਾ ਹੈ । ਉਸ ਦਾ ਰੂਪ, ਅਕਾਰ, ਕਿਸੇ ਕਰਤਬ ਦੀ ਹੱਦ, ਕੀਮਤ ਜਾਣੀ ਨਹੀਂ ਜਾ ਸਕਦੀ । ਸ਼ਬਦ ਦੀ ਪਾਲਣਾ ਨਾਲ ਮਨ ਨੂੰ ਸੰਤੋਖ, ਧੀਰਜ, ਸ਼ਾਂਤੀ ਬਖਸ਼ਿਸ਼ ਹੋ ਜਾਂਦੀ ਹੈ ।

The Eternal Forever True Master remains beyond any imagination, measurements. He may create or destroys anything, any life, in a twinkle of eyes. His color, size, body structure or limit and boundary of event of His Nature remains beyond the comprehension of His Creation. Whosoever may obey the teachings of His Word with steady and stable belief in his day-to-day life; with His mercy and grace, he may be blessed with patience, peace, and contentment.

ਹਮ ਦਾਸਨ ਕੇ ਦਾਸ ਪਿਆਰੇ॥ ਸਾਧਿਕ ਸਾਚ ਭਲੇ ਵੀਚਾਰੇ॥ ham daasan kay daas pi-aaray. saaDhik saach bhalay veechaaray.
ਮੰਨੇ ਨਾਉ ਸੋਈ ਜਿਣਿ ਜਾਸੀ, ਆਪੇ ਸਾਚੁ ਦ੍ਰਿੜਾਇਦਾ॥੧੦॥ mannay naa-o so-ee jin jaasee aapay saach darirhaa-idaa. ||10||

ਮੈਂ ਤੇਰੇ ਦਾਸਾਂ ਦਾ ਦਾਸ, ਤੇਰੇ ਸ਼ਬਦ ਦੀ ਸੋਝੀ ਪਾਉਣ ਲਈ ਸ਼ਬਦ ਦੀ ਸਮਾਧੀ ਵਿੱਚ ਹੀ ਲੀਨ ਰਹਿੰਦਾ ਹਾ । ਜਿਹੜਾ ਸ਼ਬਦ ਤੇ ਭਰੋਸਾ ਅਡੋਲ ਰਖਦਾ ਹੈ, ਉਹ ਮਾਨਸ ਜਨਮ ਦਾ ਲਾਹਾ ਖੱਟ ਲੈਂਦਾ ਹੈ । ਤੂੰ ਆਪ ਹੀ ਮਨ ਵਿੱਚ ਸ਼ਬਦ ਦੀ ਸੋਝੀ ਦਾ ਬੀਜ ਬੀਜਦਾ ਹੈ ।

My True Master, I am slave of Your slave! I remain intoxicated in meditation in the void of Your Word to become worthy of Your Consideration. Whosoever may obey the teachings of Your Word with steady and stable belief in his day-to-day life; his human life opportunity may be rewarded. Only You may sow the seed of enlightenment within the mind of Your true devotee.

ਪਲੈ ਸਾਚੁ ਸਚੇ ਸਚਿਆਰਾ॥ ਸਾਚੇ ਭਾਵੈ ਸਬਦੁ ਪਿਆਰਾ॥ palai saach sachay sachi-aaraa. saachay bhaavai sabad pi-aaraa.
ਤ੍ਰਿਭਵਣਿ ਸਾਚੁ ਕਲਾ ਧਰਿ ਥਾਪੀ, taribhavan saach kalaa Dhar thaapee
ਸਾਚੇ ਹੀ ਪਤੀਆਇਦਾ॥੧੧॥ saachay hee patee-aa-idaa. ||11||

ਗੁਰੂ ਨਾਨਕ ਦੇਵ ਜੀ! – Guru Nanak Dev Ji! Guru Granth Sahib

ਸਦਾ ਅਟਲ ਰਹਿਣ ਵਾਲੇ ਪ੍ਰਭ ਦੇ ਹਰਇਕ ਕਰਤਬ ਹੀ ਸਦਾ ਅਟਲ ਰਹਿਣ ਵਾਲੇ ਹਨ । ਤਿੰਨਾਂ ਸ੍ਰਿਸ਼ਟੀਆਂ ਵਿੱਚ ਹੀ ਪ੍ਰਭ ਦਾ ਹੁਕਮ ਵਾਪਰਦਾ ਹੈ । ਜਿਹੜਾ ਸ਼ਬਦ ਤੇ ਭਰੋਸਾ ਅਡੋਲ ਰਖਦਾ, ਪ੍ਰਭ ਉਸ ਦੀ ਕਮਾਈ ਤੇ ਖੁਸ਼ ਹੁੰਦਾ, ਉਸ ਨੂੰ ਰਹਿਮਤ ਬਖਸ਼ਦਾ ਹੈ ।

All events of His Nature are real forever and not illusion; only His Command may prevail in three universes. Whosoever may obey the teachings of His Word with steady and stable belief in his day-to-day life; with His mercy and grace, his meditation may be accepted in His Court.

ਵਡਾ ਵਡਾ ਆਖੈ ਸਭੁ ਕੋਈ॥ ਗੁਰ ਬਿਨੁ ਸੋਝੀ ਕਿਨੈ ਨ ਹੋਈ॥ vadaa vadaa aakhai sabh ko-ee. gur bin sojhee kinai na ho-ee.
ਸਾਚਿ ਮਿਲੈ ਸੋ ਸਾਚੇ ਭਾਏ, ਨਾ ਵੀਛੁੜਿ ਦੁਖੁ ਪਾਇਦਾ॥੧੨॥ saach milai so saachay bhaa-ay naa veechhurh dukh paa-idaa. ||12||

ਪ੍ਰਭ ਨੂੰ ਸਭ ਵੱਡਾ ਵੱਡਾ ਆਖਦੇ ਹਨ । ਪਰ ਸ਼ਬਦ ਦੀ ਸੋਝੀ ਤੋਂ ਬਿਨਾਂ ਉਸ ਨੂੰ ਕੋਈ ਜਾਣ ਨਹੀਂ ਸਕਦਾ । ਜਿਹੜਾ ਮਨ ਨੂੰ ਪਵਿੱਤਰ, ਇਛਾਂ ਰਹਿਤ ਰਖਕੇ ਸ਼ਬਦ ਦੀ ਪਾਲਣਾ ਕਰਦਾ, ਲੀਨ ਰਹਿੰਦਾ ਹੈ । ਉਸ ਨੂੰ ਫਿਰ ਕਦੇ ਪ੍ਰਭ ਤੋਂ ਵਿਛੋੜੇ ਦਾ ਦੁਖ ਸਹਿਣਾ ਨਹੀਂ ਪੈਂਦਾ ।

Everyone may claim The True Master as the greatest of All! However, without the enlightenment of the essence of His Word, no one may comprehend His greatness. Whosoever may renounce his worldly desires and obeys the teachings of His Word; with His mercy and grace, he may remain intoxicated in the void of His Word. His soul may never endure any misery of separation from His Holy Spirit.

ਧੁਰਹੁ ਵਿੱਛੁੰਨੇ ਧਾਹੀ ਰੁੰਨੇ॥ Dharahu vichhunay Dhaahee runnay.
ਮਰਿ ਮਰਿ ਜਨਮਹਿ ਮੁਹਲਤਿ ਪੁੰਨੇ॥ mar mar janmeh muhlat punnay.
ਜਿਸੁ ਬਖਸੇ ਤਿਸੁ ਦੇ ਵਡਿਆਈ, ਮੇਲਿ ਨ ਪਛੋਤਾਇਦਾ॥੧੩॥ jis bakhsay tis day vadi-aa-ee mayl na pachhotaa-idaa. ||13||

ਜਿਹੜਾ ਜੀਵ ਸ਼ਬਦ ਨਾਲੋ ਵਿਛੜ ਜਾਂਦਾ ਹੈ, ਉਹ ਰੋਂਦਾ, ਕਰਲਾਉਂਦਾ ਰਹਿੰਦਾ ਹੈ । ਉਹ ਜਨਮ ਲੈਂਦਾ ਆਪਣਾ ਸਮਾਂ ਬਤੀਤ ਕਰਕੇ ਮਰ ਜਾਂਦਾ ਹੈ । ਜਿਸ ਦੇ ਅਉਗੁਣ ਪ੍ਰਭ ਆਪ ਹੀ ਬਖਸ਼ ਦੇਂਦਾ ਹੈ । ਉਸ ਨੂੰ ਪ੍ਰਵਾਨ ਕਰ ਲੈਂਦਾ, ਉਸ ਨੂੰ ਫਿਰ ਪਛਤਾਵਾਂ ਨਹੀਂ ਕਰਨਾ ਪੈਂਦਾ ।

Whosoever may be deprived from the devotional meditation on the teachings of His Word; he may remain crying in worldly miseries. He may waste his predetermined time and his human life opportunity. Whose sins may be forgiven; with His mercy and grace, he may be accepted in His Court. He may never have to repent again.

ਆਪੇ ਕਰਤਾ ਆਪੇ ਭੁਗਤਾ॥ ਆਪੇ ਤ੍ਰਿਪਤਾ ਆਪੇ ਮੁਕਤਾ॥ aapay kartaa aapay bhugtaa. aapay tariptaa aapay muktaa.
ਆਪੇ ਮੁਕਤਿ ਦਾਨੁ ਮੁਕਤੀਸਰੁ, ਮਮਤਾ ਮੋਹੁ ਚੁਕਾਇਦਾ॥੧੪॥ aapay mukat daan mukteesar mamtaa moh chukaa-idaa. ||14||

ਆਪ ਹੀ ਕਰਤਾ, ਆਪ ਹੀ ਦਾਤਾਂ ਲੈਣ ਵਾਲਾ, ਆਪ ਹੀ ਸੰਤੋਖ ਹਾਸਿਲ ਕਰਦਾ ਹੈ । ਆਪ ਹੀ ਮੁਕਤੀ ਦੇਣ ਵਾਲਾ ਦਾਤਾ, ਆਪ ਹੀ ਪ੍ਰਵਾਨਗੀ ਦੇਂਦਾ ਹੈ । ਆਪ ਹੀ ਸੰਸਾਰਕ ਬੰਧਨ ਤੋੜਦਾ ਹੈ ਅਤੇ ਸ਼ਬਦ ਦੀ ਪਾਲਣਾ ਵਿੱਚ ਅਡੋਲ ਰਖਦਾ ਹੈ ।

The Creator dwells within His Creation and bestows contentment to His true devotee. The True Master of Salvation accepts the meditation of His true devotee and bestows salvation to his soul. He may eliminate all his worldly bonds and keeps His true devotee on the right path of acceptance in His Court.

ਦਾਨਾ ਕੈ ਸਿਰਿ ਦਾਨੁ ਵੀਚਾਰਾ॥ daanaa kai sir daan veechaaraa.
ਕਰਣ ਕਾਰਣ ਸਮਰਥੁ ਅਪਾਰਾ॥ karan kaaran samrath apaaraa.
ਕਰਿ ਕਰਿ ਵੇਖੈ ਕੀਤਾ ਅਪਣਾ, ਕਰਣੀ ਕਾਰ ਕਰਾਇਦਾ॥੧੫॥ kar kar vaykhai keetaa apnaa karnee kaar karaa-idaa. ||15||

ਮੈਂ ਪ੍ਰਭ ਦੀ ਰਹਿਮਤ ਨੂੰ ਸਭ ਤੋਂ ਅਨੋਖੀ, ਵੱਡੀ ਦਾਤ ਸਮਝਦਾ ਹਾ । ਪ੍ਰਭ ਹੀ ਸਭ ਕਾਰਨਾਂ ਦਾ ਕਾਰਨ, ਸਭ ਤੋਂ ਵੱਡਾ ਸ਼ਕਤੀਵਾਨ ਹੈ । ਪ੍ਰਭ ਆਪਣੀ ਬਣਾਈ ਸ੍ਰਿਸ਼ਟੀ ਨੂੰ ਦੇਖਦਾ ਹੈ । ਸਾਰੇ ਧੰਦੇ ਕਰਨ ਕਰਾਉਣ ਵਾਲਾ ਆਪ ਹੀ ਹੁੰਦਾ ਹੈ ।

I consider His Blessings as an astonishing, and the greatest gift. The Omnipotent True Master creates all the causes of worldly events and the most powerful. He monitors all the activities of His Creation and prevails in all events.

ਸੇ ਗੁਣ ਗਾਵਹਿ ਸਾਚੇ ਭਾਵਹਿ॥ say gun gaavahi saachay bhaaveh.
ਤੁਝ ਤੇ ਉਪਜਹਿ ਤੁਝ ਮਾਹਿ ਸਮਾਵਹਿ॥ tujh tay upjahi tujh maahi samaaveh.
ਨਾਨਕੁ ਸਾਚੁ ਕਹੈ ਬੇਨੰਤੀ, naanak saach kahai baynantee
ਮਿਲਿ ਸਾਚੇ ਸੁਖੁ ਪਾਇਦਾ॥੧੬॥੨॥੧੪॥ mil saachay sukh paa-idaa. ||16||2||14||

ਜਿਸ ਦੀ ਬੰਦਗੀ ਦਰਬਾਰ ਵਿੱਚ ਪ੍ਰਵਾਨ ਹੋ ਜਾਂਦੀ ਹੈ, ਉਸ ਤੇ ਆਪ ਹੀ ਰਹਿਮਤ ਬਖਸ਼ਦਾ ਹੈ । ਪ੍ਰਭ ਕੇਵਲ ਉਹ ਹੀ ਤੇਰੇ ਸ਼ਬਦ ਦਾ ਸਿਮਰਨ ਕਰਦਾ ਹੈ । ਉਸ ਦੀ ਆਤਮਾ ਪ੍ਰਭ ਦੀ ਜੋਤ ਵਿਚੋਂ ਹੀ ਪੈਦਾ ਹੁੰਦੀ ਹੈ, ਉਸ ਵਿੱਚ ਹੀ ਸਮਾ ਜਾਂਦੀ ਹੈ । ਜੀਵ ਉਸ ਅਟਲ, ਸਦਾ ਰਹਿਣ ਵਾਲੇ ਮਾਲਕ ਅੱਗੇ ਅਰਦਾਸ ਕਰੋ! ਉਸ ਦੀ ਰਹਿਮਤ ਨਾਲ ਹੀ ਮਨ ਨੂੰ ਸੰਤੋਖ, ਸ਼ਾਂਤੀ ਬਖਸ਼ਿਸ਼ ਹੁੰਦੀ ਹੈ ।

Whose meditation may be accepted in His Court; with His mercy and grace, he may be blessed with the right path of acceptance in His Court. Only he may remain steady and stable on the path of meditation. His soul was separated from His Holy Spirit and she may be immersed within His Holy Spirit. You should always pray for His Forgiveness and Refuge; with His mercy and grace, peace and contentment may be blessed.

Key Message of Raag Maaroo, page 1034-9
'ਆਤਮਾ ਦੇ ਦਸਵੇਂ ਘਰ ਸ਼ਬਦ ਦੀ ਗੂੰਜ ਸਦਾ ਚਲਦੀ ਰਹਿੰਦੀ ਹੈ।
ਜਿਸ ਦੀ ਬੰਦਗੀ ਪ੍ਰਭ ਦੇ ਦਰਬਾਰ ਵਿੱਚ ਪ੍ਰਵਾਨ ਹੋ ਜਾਂਦੀ ਹੈ, ਉਸ ਨੂੰ ਪ੍ਰਵਾਨਗੀ ਦਾ ਅਸਲੀ ਰਸਤਾ ਬਖਸ਼ਿਸ਼ ਹੋ ਜਾਂਦਾ ਹੈ । ਅਨੇਕਾਂ ਹੀ ਬੰਦਗੀ ਕਰਨ ਵਾਲੇ, ਸੰਸਾਰਕ ਸੁਖਾਂ ਤੋਂ ਦੂਰ ਰਹਿੰਦੇ ਹਨ । ਕਿਸੇ ਨੇ ਵੀ ਤੇਰੀ ਕੁਦਰਤ ਦਾ ਅੰਤ ਨਹੀਂ ਪਾਇਆ । 84 ਲਖ ਕਿਸਮਾਂ ਦੇ ਜੀਵ ਪੈਦਾ ਕੀਤੇ ਹਨ । ਪ੍ਰਭ ਦਾ ਹੁਕਮ ਹੀ ਸ੍ਰਿਸ਼ਟੀ ਵਿੱਚ ਵਾਪਰਦਾ ਹੈ । ਆਤਮਾ ਦੇ ਅੰਦਰ ਦਸਵੇਂ ਘਰ ਵਿੱਚ ਸਦਾ ਹੀ ਸ਼ਬਦ ਦੀ ਗੂੰਜ ਚਲਦੀ ਹੈ । ਪ੍ਰਭ ਦੇ ਵਿਛੋੜੇ ਦਾ ਦੁਖ, ਸੰਸਾਰਕ ਸੁਖਾਂ ਨਾਲ ਦੂਰ ਨਹੀਂ ਹੋ ਸਕਦਾ । ਜਿਹੜਾ ਅਡੋਲ ਭਰੋਸਾ ਨਾਲ ਸਮਾਧੀ ਵਿੱਚ ਮਸਤ ਰਹਿੰਦਾ ਹੈ, ਉਸ ਦੀ ਆਤਮਾ ਪ੍ਰਭ ਦੀ ਜੋਤ ਵਿੱਚ ਅਲੋਪ ਹੋ ਜਾਂਦੀ ਹੈ । ਸ਼ਬਦ ਦੀ ਪਾਲਣਾ ਕਰਨ ਨਾਲ ਮਨ ਨੂੰ ਸੰਤੋਖ, ਧੀਰਜ, ਸ਼ਾਂਤੀ ਬਖਸ਼ਿਸ਼ ਹੋ ਜਾਂਦੀ ਹੈ । ਉਹ ਮਾਨਸ ਜਨਮ ਦਾ ਲਾਹਾ ਖੱਟ ਲੈਂਦਾ ਹੈ । ਤਿੰਨਾਂ ਸ੍ਰਿਸ਼ਟੀਆਂ ਵਿੱਚ ਹੀ ਪ੍ਰਭ ਦਾ ਹੁਕਮ ਵਾਪਰਦਾ ਹੈ । ਜਿਹੜਾ ਮਨ ਨੂੰ ਸੰਸਾਰਕ ਇਛਾਂ ਰਹਿਤ ਰਖਦਾ ਹੈ, ਕਦੇ ਪ੍ਰਭ ਤੋਂ ਵਿਛੋੜੇ ਦਾ ਦੁਖ ਸਹਿਣਾ ਨਹੀਂ ਪੈਂਦਾ । ਜਿਸ ਦੇ ਅਉਗੁਣ ਪ੍ਰਭ ਆਪ ਹੀ ਬਖਸ਼ ਦੇਂਦਾ, ਉਸ ਨੂੰ ਫਿਰ ਪਛਤਾਵਾਂ ਨਹੀਂ ਕਰਨਾ ਪੈਂਦਾ । ਜਿਸ ਦੇ ਆਪ ਹੀ ਸੰਸਾਰਕ ਬੰਧਨ ਤੋੜਦਾ ਹੈ, ਉਹ ਪ੍ਰਵਾਨਗੀ ਦੇ ਰਸਤੇ ਤੇ ਅਡੋਲ ਰਹਿੰਦਾ ਹੈ । ਦਾਸ, ਪ੍ਰਭ ਦੀ ਰਹਿਮਤ ਨੂੰ ਸਭ ਤੋਂ ਅਨੋਖੀ, ਵੱਡੀ ਦਾਤ ਸਮਝਦਾ ਹਾ ।

The everlasting echo remains resonating with 10th cave of soul!

Whose meditation may be accepted in His Court; with His mercy and grace, he may be blessed with the right path of acceptance in His Court. Many devotees may deprive their mind from worldly luxuries. No one has ever found the end, limits of His Nature. He has created species of 84 lakhs different kinds; only His Command prevails in the universe. The everlasting echo of His Word resonates forever within 10th cave of his soul. Worldly pleasures may not erase the miseries of his memory of separation from His Holy Spirit. Whosoever may remain intoxicated in the void of His Word; His soul may be absorbed within His Holy Spirit. Whosoever may obey the teachings of His Word; he may be blessed with patience, and contentment. His human life opportunity may be rewarded. In three universes, only His Command may prevail. Whosoever may renounce his worldly desires; his soul may never endure any misery of separation from His Holy Spirit. Whose sins may be forgiven by The True Master. He may never have to repent again. Whose worldly bonds may be eliminated; he remains on the right path of acceptance in His Court. His true devotee considers enlightenment of His Word may be the greatest blessing, gift.

38. ਮਾਰੂ ਮਹਲਾ ੧॥ 1035-9

ਅਰਬਦ ਨਰਬਦ ਧੁੰਧੂਕਾਰਾ॥ ਧਰਣਿ ਨ ਗਗਨਾ ਹੁਕਮੁ ਅਪਾਰਾ॥ arbad narbad DhunDhookaaraa. Dharan na gagnaa hukam apaaraa.
ਨਾ ਦਿਨੁ ਰੈਨਿ, ਨ ਚੰਦੁ ਨ ਸੂਰਜੁ, ਸੁੰਨ ਸਮਾਧਿ ਲਗਾਇਦਾ॥੧॥ naa din rain na chand na sooraj sunn samaaDh lagaa-idaa. ||1||

ਬਹੁਤ ਲੰਮਾ ਸਮਾਂ ਸ੍ਰਿਸ਼ਟੀ ਦੀ ਉਤਪਤਾ ਤੋਂ ਪਹਿਲੇ ਚਾਰੇ ਪਾਸੇ ਅੰਧੇਰਾ ਹੀ ਅੰਧੇਰਾ ਸੀ । ਉਸ ਸਮੇਂ ਧਰਤੀ, ਅਕਾਸ਼, ਸੁਰਜ, ਜਾ ਚੰਦ ਨਹੀਂ ਸੀ । ਕੇਵਲ ਪ੍ਰਭ ਦਾ ਸਦਾ ਅਟਲ ਰਹਿਣ ਵਾਲਾ, ਹੁਕਮ, ਸ਼ਬਦ ਹੀ ਸੀ, ਪ੍ਰਭ ਹੀ ਸਮਾਧੀ ਵਿੱਚ ਬੈਠਾ ਸੀ ।

Ancient Ages, before the Creation of the universes, for endless time, was utter darkness all over. At that time, no earth, sky, sun, or moon exist. The True Master was in His void and only the everlasting echo of His Word resonating, His infinite Command prevails everywhere.

ਖਾਣੀ ਨ ਬਾਣੀ ਪਉਣ ਨ ਪਾਣੀ॥ ਓਪਤਿ ਖਪਤਿ ਨ ਆਵਣ ਜਾਣੀ॥ khaanee na banee pa-un na paanee. opat khapat na aavan jaanee.
ਖੰਡ ਪਤਾਲ ਸਪਤ ਨਹੀ ਸਾਗਰ ਨਦੀ ਨ ਨੀਰੁ ਵਹਾਇਦਾ॥੨॥ khand pataal sapat nahee saagar nadee na neer vahaa-idaa. ||2||

ਉਸ ਸਮੇਂ ਜੀਵ ਦੀ ਪੈਦੇ ਕਰਨ ਦਾ ਕੋਈ ਸਾਧਨ ਨਹੀਂ ਸੀ । ਨਾ ਕੋਈ ਅਵਾਜ਼, ਹਵਾ ਜਾ ਪਾਣੀ ਵੀ ਨਹੀਂ ਸੀ । ਉਸ ਸਮੇਂ ਜਨਮ, ਮੌਤ, ਕੋਈ ਜੂੰਨਾਂ ਦਾ ਚੱਕਰ ਨਹੀਂ ਸੀ । ਕੋਈ ਸਮੁੰਦਰ, ਪਰਬਤ, ਦੀਪ, ਖੰਡ ਵੀ ਨਹੀਂ ਸਨ ।

At that time; there was no source of creation nor air, water, or any sound, nor cycle of birth, death. There were no continents, regions, seven seas, rivers, or flowing water.

ਦੋਜਕੁ ਭਿਸਤੁ ਨਹੀ ਖੈ ਕਾਲਾ॥ dojak bhisat nahee khai kaalaa.
ਨਰਕੁ ਸੁਰਗੁ ਨਹੀ ਜੰਮਣੁ ਮਰਣਾ, ਨਾ ਕੋ ਆਇ ਨ ਜਾਇਦਾ॥੩॥ narak surag nahee jaman marnaa naa ko aa-ay na jaa-idaa. ||3||

ਉਸ ਸਮੇਂ ਕੋਈ ਮੌਤ, ਨਾ ਕੋਈ ਸਵਰਗ, ਨਰਕ ਵਿੱਚ ਹੀ ਜਾਂਦਾ ਸੀ । ਉਸ ਸਮੇਂ ਕੋਈ ਸਵਰਗ ਜਾ ਨਰਕ, ਜਨਮ, ਮਰਨ, ਜੂੰਨਾਂ ਦਾ ਚੱਕਰ ਨਹੀਂ ਸੀ ।

There was no hell or heaven, no birth or death, no coming or going in reincarnation.

ਬ੍ਰਹਮਾ ਬਿਸਨੁ ਮਹੇਸੁ ਨ ਕੋਈ॥ ਅਵਰੁ ਨ ਦੀਸੈ ਏਕੋ ਸੋਈ॥ barahmaa bisan mahays na ko-ee. avar na deesai ayko so-ee.
ਨਾਰਿ ਪੁਰਖੁ ਨਹੀ ਜਾਤਿ ਨ ਜਨਮਾ, ਨਾ ਕੋ ਦੁਖੁ ਸੁਖੁ ਪਾਇਦਾ॥੪॥ naar purakh nahee jaat na janmaa naa ko dukh sukh paa-idaa. ||4|

ਉਸ ਸਮੇਂ ਕੋਈ ਬ੍ਰਹਮਾ, ਬਿਸਨ ਜਾ ਮਹੇਸ਼ ਵੀ ਨਹੀਂ ਸਨ । ਕੇਵਲ ਪ੍ਰਭ ਹੀ ਦਿਖਾਈ ਦੇਂਦਾ, ਹੋਰ ਕੁਝ ਦਿਖਾਈ ਨਹੀਂ ਦੇਂਦਾ ਸੀ । ਉਸ ਵੇਲੇ ਕੋਈ ਮਰਦ ਜਾ ਔਰਤ ਵੀ ਨਹੀਂ ਸੀ । ਕੋਈ ਉੱਚ ਜਾ ਨੀਚ ਜਾਤ ਨਹੀਂ ਸੀ ਨਾ ਹੀ ਕੋਈ ਦੁਖ ਜਾ ਸੁਖ ਹੀ ਸੀ ।

There was no Brahma, Vishnu, or Shivji; no female or male, no social class or caste of birth; no one experienced pain or pleasure. The One and Only One True Master exists and prevails everywhere.

ਨਾ ਤਦਿ ਜਤੀ ਸਤੀ ਬਨਵਾਸੀ॥ ਨਾ ਤਦਿ ਸਿਧ ਸਾਧਿਕ ਸੁਖਵਾਸੀ॥ naa tad jatee satee banvaasee. naa tad siDh saaDhik sukhvaasee.
ਜੋਗੀ ਜੰਗਮ ਭੇਖੁ ਨ ਕੋਈ, ਨਾ ਕੋ ਨਾਥੁ ਕਹਾਇਦਾ॥੫॥ jogee jangam bhaykh na ko-ee naa ko naath kahaa-idaa. ||5||

ਉਸ ਵੇਲੇ ਨਾ ਕੋਈ ਜਪ, ਤਪ, ਜਾ ਜੰਗਲਾਂ ਵਿੱਚ ਹੀ ਵਸਦਾ ਸੀ । ਨਾ ਹੀ ਕੋਈ ਸਿਧ, ਜਾ ਸਾਧੂ ਹੀ ਸੀ ਨਾ ਹੀ ਕੋਈ ਦੁਖ ਨਾਲ ਹੀ ਰਹਿੰਦਾ ਸੀ । ਉਸ ਸਮੇਂ ਕੋਈ ਜੋਗੀ, ਭਗਤ, ਸੰਤ ਨਹੀਂ ਸੀ, ਨਾ ਹੀ ਕੋਈ ਤੀਰਥਾਂ ਤੇ ਭਉਦਾ ਸੀ । ਨਾ ਹੀ ਕੋਈ ਧਰਮ ਦਾ ਬਾਣਾ, ਕੋਈ ਆਪਣੇ ਆਪ ਨੂੰ ਮਾਲਕ, ਜਾ ਗੁਰੂ ਹੀ ਕਹਿੰਦਾ ਸੀ ।

There were no one of celibacy or charity; no one lived in the forests. There were no Sidh or seekers, no one living in peace. There were no Yogis, wandering pilgrimages, religious robes; no one called himself master.

ਜਪ ਤਪ ਸੰਜਮ ਨਾ ਬ੍ਰਤ ਪੂਜਾ॥ ਨਾ ਕੋ ਆਖਿ ਵਖਾਣੈ ਦੂਜਾ॥ jap tap sanjam naa barat poojaa. naa ko aakh vakhaanai doojaa.
ਆਪੇ ਆਪਿ ਉਪਾਇ ਵਿਗਸੈ, ਆਪੇ ਕੀਮਤਿ ਪਾਇਦਾ॥੬॥ aapay aap upaa-ay vigsai aapay keemat paa-idaa. ||6||

ਉਸ ਸਮੇਂ ਨਾ ਕੋਈ ਬੰਦਗੀ ਜਾ ਆਪਣੇ ਮਨ ਤੇ ਕਾਬੂ, ਵਰਤ ਜਾ ਪੂਜਾ ਕਰਦਾ ਸੀ । ਨਾ ਹੀ ਕੋਈ ਕਿਸੇ ਭਰਮਾਂ ਵਿੱਚ ਹੀ ਪੈਂਦਾ ਸੀ । ਜੋ ਕੁਝ ਪ੍ਰਭ ਕਰਦਾ ਸੀ ਉਸ ਦਾ ਅਨੰਦ ਮਾਨਦਾ, ਆਪ ਹੀ ਪਰਖ ਕਰਦਾ ਸੀ ।

There was no chanting or meditation, no self-discipline, fasting or worship. No one spoke or talked in duality. He created Himself, rejoiced and evaluated Himself.

ਨਾ ਸੁਚਿ ਸੰਜਮੁ, ਤੁਲਸੀ ਮਾਲਾ॥ ਗੋਪੀ ਕਾਨੁ ਨ ਗਊ ਗੋੁਆਲਾ॥ naa such sanjam tulsee maalaa. gopee kaan na ga-oo go-aalaa.
ਤੰਤੁ ਮੰਤੁ ਪਾਖੰਡੁ ਨ ਕੋਈ, ਨਾ ਕੋ ਵੰਸੁ ਵਜਾਇਦਾ॥੭॥ tant mant pakhand na ko-ee naa ko vans vajaa-idaa. ||7||

ਉਸ ਵੇਲੇ ਕੋਈ ਬਾਣੀ ਜਾ ਸ਼ਬਦ ਵੀ ਨਹੀਂ ਸੀ । ਨਾ ਹੀ ਆਪਣੇ ਮਨ ਤੇ ਕਾਬੂ ਜਾ ਮਨ ਨੂੰ ਪਵਿੱਤਰ ਕਰਨ ਦਾ ਹੀ ਚੱਕਰ ਸੀ । ਨਾ ਕੋਈ ਬਾਣੀ, ਸੰਤ ਜਾ ਕੋਈ ਗਊ ਚਾਰਨ ਵਾਲਾ ਕ੍ਰਿਸ਼ਨਾ ਸੀ । ਉਸ ਵੇਲੇ ਕੋਈ ਮੰਤ੍ਰ, ਪਖੰਡ ਜਾ ਬਾਉਸਰੀ ਹੀ ਸੀ, ਨਾ ਹੀ ਵਜਉਣ ਵਾਲਾ ਹੀ ਸੀ ।

There was no purification, no self-restraint, no rosary of basil seeds. There were no Goppies, Krishna, cows nor shepherd. There was no tantras, no mantras and no hypocrisy; no one played the flute.

ਕਰਮ ਧਰਮ ਨਹੀ ਮਾਇਆ ਮਾਖੀ॥	karam Dharam nahee maa-i-aa maakhee.
ਜਾਤਿ ਜਨਮੁ ਨਹੀ ਦੀਸੈ ਆਖੀ॥	jaat janam nahee deesai aakhee.
ਮਮਤਾ ਜਾਲੁ ਕਾਲੁ ਨਹੀ ਮਾਥੈ, ਨਾ ਕੋ ਕਿਸੈ ਧਿਆਇਦਾ॥੮॥	mamtaa jaal kaal nahee maathai naa ko kisai Dhi-aa-idaa. ||8||

ਉਸ ਵੇਲੇ ਕੋਈ ਚੰਗਾ ਜਾ ਮੰਦਾ ਕੰਮ, ਨਾ ਹੀ ਮਾਇਆ ਦਾ ਜਾਲ ਸੀ । ਜਾਤ ਪਾਤ ਨਹੀਂ, ਨਾ ਹੀ ਕੋਈ ਅੱਖਾਂ ਨਾਲ ਦੇਖ ਸਕਦਾ ਸੀ । ਉਸ ਸਮੇਂ ਮੋਹ ਨਹੀਂ ਸੀ, ਨਾ ਹੀ ਕਿਸੇ ਦੇ ਮੱਥੇ ਤੇ ਭਾਗ ਲਿਖੇ ਸਨ, ਨਾ ਹੀ ਮੌਤ ਸੀ ।

There was no karma, no dharma, no buzzing fly of Maya; social class and birth nor anyone may see with eyes. There was no bond of attachment, no death inscribed on forehead; no one meditated on anything.

ਨਿੰਦੁ ਬਿੰਦੁ ਨਹੀ ਜੀਉ ਨ ਜਿੰਦੋ॥	nind bind nahee jee-o na jindo.
ਨਾ ਤਦਿ ਗੋਰਖੁ ਨ ਮਾਛਿੰਦੋ॥	naa tad gorakh naa maachhindo.
ਨਾ ਤਦਿ ਗਿਆਨੁ ਧਿਆਨੁ ਕੁਲ ਓਪਤਿ, ਨਾ ਕੋ ਗਣਤ ਗਣਾਇਦਾ॥੯॥	naa tad gi-aan Dhi-aan kul opat naa ko ganat ganaa-idaa. ||9||

ਉਸ ਸਮੇਂ ਕੋਈ ਧੋਖਾ, ਨਾ ਹੀ ਵਧਣ ਵਾਲਾ ਬੀਜ, ਨਾ ਹੀ ਆਤਮਾ, ਨਾ ਹੀ ਕੋਈ ਜੀਵ ਸੀ । ਨਾ ਕੋਈ ਜੀਵ ਨੂੰ ਸੇਧ ਦੇਣ ਵਾਲਾ ਸੰਤ, ਗੋਰਖ ਹੀ ਸੀ । ਨਾ ਕੋਈ ਸ਼ਬਦ ਦੀ ਸੋਝੀ ਵਾਲਾ ਗਿਆਨ, ਕੀਤੇ ਦਾ ਲੇਖਾ ਹੀ ਸੀ ।

There was no slander, no seed, no soul, and no life. There was no Gorakh and no Maachhindra. There was no spiritual wisdom or meditation, no ancestry no righteous judge for worldly deeds.

ਵਰਨ ਭੇਖ ਨਹੀ ਬ੍ਰਹਮਣ ਖਤ੍ਰੀ॥	varan bhaykh nahee barahman khatree.
ਦੇਉ ਨ ਦੇਹੁਰਾ ਗਊ ਗਾਇਤ੍ਰੀ॥	day-o na dayhuraa ga-oo gaa-itaree.
ਹੋਮ ਜਗ ਨਹੀ ਤੀਰਥਿ ਨਾਵਣੁ, ਨਾ ਕੋ ਪੂਜਾ ਲਾਇਦਾ॥੧੦॥	hom jag nahee tirath naavan naa ko poojaa laa-idaa. ||10||

ਉਸ ਸਮੇਂ ਨਾ ਕੋਈ ਜਾਤ ਪਾਤ, ਨਾ ਹੀ ਕੋਈ ਮੰਦਰ, ਜਾ ਪੁਜਾਰੀ ਸੀ । ਉਸ ਵੇਲੇ ਨਾ ਕੋਈ ਤੀਰਥ ਸੀ, ਨਾ ਹੀ ਕੋਈ ਬਲੀ ਦੇਂਦਾ ਸੀ । ਨਾ ਹੀ ਕੋਈ ਧਰਮ ਦੇ ਬੰਧਨ ਲਈ ਅਮ੍ਰਿੰਤ ਛਕਾਉਂਦਾ ਸੀ । ਨਾ ਹੀ ਕੋਈ ਬੰਦਗੀ ਜਾ ਪੂਜਾ ਹੀ ਕਰਦਾ ਸੀ ।

There were no castes or social classes, no religious robes, no Brahmin, or Kshatriya. There were no demi-gods or temples, no cows or Gayatri prayer. There were no burnt offerings, no ceremonial feasts, no cleansing rituals at sacred shrines of pilgrimage; no one worshipped in adoration.

ਨਾ ਕੋ ਮੁਲਾ ਨਾ ਕੋ ਕਾਜੀ॥ ਨਾ ਕੋ ਸੇਖੁ ਮਸਾਇਕੁ ਹਾਜੀ॥	naa ko mulaa naa ko kaajee. naa ko saykh masaa-ik haajee.
ਰਈਅਤਿ ਰਾਉ ਨ ਹਉਮੈ ਦੁਨੀਆ, ਨਾ ਕੋ ਕਹਣੁ ਕਹਾਇਦਾ॥੧੧॥	ra-ee-at raa-o na ha-umai dunee-aa naa ko kahan kahaa-idaa. ||11||

ਉਸ ਸਮੇਂ ਨਾ ਕੋਈ ਹਿੰਦੂ, ਮੁਸਲਮਾਨ ਜਾ ਕਸਾਈ ਸੀ । ਨਾ ਹੀ ਕੋਈ ਪੂਜਾ ਕਰਨ ਵਾਲਾ ਤੀਰਥ ਸੀ, ਨਾ ਕੋਈ ਰਾਜਾ ਜਾ ਪਰਜਾ ਸੀ, ਨਾ ਹੀ ਕੋਈ ਅਹੰਕਾਰ ਜਾ ਹੈਸੀਅਤ ਸੀ ।

There was no Mullah, there was no Qazi. There was no Shaykh, or pilgrimage to Mecca. There was no king or subjects, and no worldly egotism; no one spoke of himself.

ਭਾਉ ਨ ਭਗਤੀ ਨਾ ਸਿਵ ਸਕਤੀ॥	bhaa-o na bhagtee naa siv saktee.
ਸਾਜਨੁ ਮੀਤੁ ਬਿੰਦੁ ਨਹੀ ਰਕਤੀ॥	saajan meet bind nahee raktee.
ਆਪੇ ਸਾਹੁ ਆਪੇ ਵਣਜਾਰਾ, ਸਾਚੇ ਏਹੋ ਭਾਇਦਾ॥੧੨॥	aapay saahu aapay vanjaaraa saachay ayho bhaa-idaa. ||12||

ਉਸ ਸਮੇਂ ਨਾ ਕੋਈ ਪਿਆਰ, ਭਾਵਨਾਂ, ਜਾ ਸ਼ਕਤੀ, ਜਾ ਧਾਂਤ ਸੀ । ਨਾ ਕੋਈ ਮਿੱਤਰ ਜਾ ਸਾਥੀ, ਨਾ ਖੂਨ, ਜੀਨ, ਜਾ ਖਾਨਦਾਨੀ ਹੀ ਸੀ । ਕੇਵਲ ਇਕੋ ਇਕ ਪ੍ਰਭ ਹੀ ਸੀ, ਉਹ ਆਪ ਹੀ ਖਜ਼ਾਨਾ, ਖਜ਼ਾਨੇਂ ਦਾ ਮਾਲਕ ਸੀ । ਉਹ ਕੁਝ ਕਰਦਾ ਸੀ, ਜੋ ਉਸ ਨੂੰ ਭਾਉਂਦਾ ਸੀ ।

There was no love or devotion, no **Shiv or Shakti** - no energy or matter. There were no friends or companions, no semen or blood. He was the banker, and Himself was the merchant. Such was the pleasure of the Will of The True Master.

ਬੇਦ ਕਤੇਬ ਨ ਸਿੰਮ੍ਰਿਤਿ ਸਾਸਤ॥ ਪਾਠ ਪੁਰਾਣ ਉਦੈ ਨਹੀ ਆਸਤ॥	bayd katayb na simrit saasat. paath puraan udai nahee aasat.
ਕਹਤਾ ਬਕਤਾ ਆਪਿ ਅਗੋਚਰੁ, ਆਪੇ ਅਲਖੁ ਲਖਾਇਦਾ॥੧੩॥	kahtaa baktaa aap agochar aapay alakh lakhaa-idaa. ||13||

ਉਸ ਸਮੇਂ ਕੋਈ ਧਰਮ ਦੇ ਗ੍ਰੰਥ ਜਾ ਬਾਣੀ ਨਹੀਂ ਸੀ । ਨਾ ਹੀ ਕੋਈ ਸਵੇਰੇ, ਸ਼ਾਮ ਨੂੰ ਉਸ ਦਾ ਸ਼ਬਦ ਗਾਉਂਦਾ ਸੀ । ਪ੍ਰਭ ਆਪ ਹੀ ਬੋਲਦਾ, ਆਪ ਹੀ ਸੁਣਾਉਂਦਾ ਸੀ, ਆਪ ਹੀ ਸਭ ਕੁਝ ਦੇਖਦਾ ਸੀ ।

There were no Vedas, Quran, or Bibles, no Simitis or Shastras. There was no recitation of the Puranas, no sunrise or sunset. The Unfathomable True Master Himself was the preacher; the unseen Himself monitors everything.

ਜਾ ਤਿਸੁ ਭਾਣਾ ਤਾ ਜਗਤੁ ਉਪਾਇਆ॥	jaa tis bhaanaa taa jagat upaa-i-aa.
ਬਾਝੁ ਕਲਾ ਆਡਾਣੁ ਰਹਾਇਆ॥	baajh kalaa aadaan rahaa-i-aa.
ਬ੍ਰਹਮਾ ਬਿਸਨੁ ਮਹੇਸੁ ਉਪਾਏ, ਮਾਇਆ ਮੋਹੁ ਵਧਾਇਦਾ॥੧੪॥	barahmaa bisan mahays upaa-ay maa-i-aa moh vaDhaa-idaa. ||14||

ਜਦੋਂ ਉਸ ਦੇ ਮਨ ਨੂੰ ਭਾਇਆ ਤਾ ਉਸ ਨੇ ਸ੍ਰਿਸ਼ਟੀ ਦੀ ਸਾਜਨਾ ਕੀਤੀ । ਕਿਸੇ ਅਧਾਰ, ਆਸਰੇ ਤੋਂ ਬਿਨਾਂ ਹੀ ਖੰਡ, ਬ੍ਰਹਮੰਡ ਬਣਾ ਦਿੱਤੇ । ਉਸ ਨੇ ਜੀਵ ਨੂੰ ਸਿਖਿਆਂ ਦੇਣ ਵਾਲੇ, ਬ੍ਰਹਮਾ, ਵਿਸ਼ਨੂੰ, ਮਹੇਸ ਪੈਦਾ ਕੀਤੇ, ਮਾਇਆ ਦਾ ਮੋਹ ਪੈਦਾ ਕੀਤਾ ।

He created the universe with His Own Imagination. He sustained the universe, without any supporting pillar. He created Brahma, Vishnu, and Shivji; He fostered enticement and attachment to Maya, worldly wealth.

ਵਿਰਲੇ ਕਉ ਗੁਰ ਸਬਦੁ ਸੁਣਾਇਆ॥	virlay ka-o gur sabad sunaa-i-aa.
ਕਰਿ ਕਰਿ ਦੇਖੈ ਹੁਕਮੁ ਸਬਾਇਆ॥	kar kar daykhai hukam sabaa-i-aa.
ਖੰਡ ਬ੍ਰਹਮੰਡ ਪਾਤਾਲ ਅਰੰਭੇ, ਗੁਪਤਹੁ ਪਰਗਟੀ ਆਇਦਾ॥੧੫॥	khand barahmand paataal arambhay guptahu pargatee aa-idaa. ||15||

ਕੋਈ ਵਿਰਲਾ ਹੀ ਉਸ ਦੇ ਸ਼ਬਦ ਨੂੰ ਸੁਣਦਾ ਹੈ । ਆਪਣੀ ਪੈਦਾ ਕੀਤੀ ਸ੍ਰਿਸ਼ਟੀ ਨੂੰ ਆਪ ਹੀ ਦੇਖਦਾ ਹੈ, ਹੁਕਮ ਚਲਾਉਂਦਾ ਹੈ । ਉਸ ਨੇ ਖੰਡ, ਬ੍ਰਹਮੰਡ, ਅਕਾਸ਼ ਪਤਾਲ, ਸੂਰਜ ਮੰਡਲ ਬਣਾਏ । ਆਪਣੇ ਸ਼ਬਦ ਨੂੰ, ਬਣਾਉਣ ਦੇ ਕਾਰਨ ਨੂੰ ਵੀ ਗੁਪਤ ਰਖਿਆ ਹੈ ।

Very rare may listens to His Word. He has created new life, and watches over it; His Command prevails everywhere. He has formed the planets, solar systems, and nether regions. He kept the purpose of Creation hidden from His Creation.

ਤਾ ਕਾ ਅੰਤੁ ਨ ਜਾਣੈ ਕੋਈ॥ ਪੂਰੇ ਗੁਰ ਤੇ ਸੋਝੀ ਹੋਈ॥
ਨਾਨਕ ਸਾਚਿ ਰਤੇ ਬਿਸਮਾਦੀ,
ਬਿਸਮ ਭਏ ਗੁਣ ਗਾਇਦਾ॥੧੬॥੩॥੧੫॥

taa kaa ant na jaanai ko-ee. pooray gur tay sojhee ho-ee.
naanak saach ratay bismaadee
bisam bha-ay gun gaa-idaa. ||16||3||15||

ਕਿਸੇ ਕਰਤਬ ਦਾ ਅੰਤ ਨਹੀਂ ਹੈ । ਉਸ ਦੀ ਸੋਝੀ ਸ਼ਬਦ ਦੀ ਪਾਲਣਾ ਨਾਲ ਹੀ ਹੁੰਦੀ ਹੈ । ਜਿਹੜਾ ਜੀਵ ਪ੍ਰਭ ਦੇ ਸ਼ਬਦ ਦੇ ਸਿਮਰਨ ਵਿੱਚ ਲੀਨ ਰਹਿੰਦਾ ਹੈ । ਉਹ ਉਤਮ ਹੋ ਜਾਂਦਾ, ਉਹ ਅਨੋਖੇ ਚਮਤਕਾਰਾ ਨਾਲ ਭਰਪੂਰ ਹੋ ਜਾਂਦਾ ਹੈ ।

No one may comprehend the limits of any of His Events, Miracle. Whosoever may obey the teachings of His Word; with His mercy and grace, he may be blessed with the enlightenment of the essence of His Word. Whosoever may remain intoxicated in meditation on the teachings of His Word; with His mercy and grace, he may remain overwhelmed with astonishing marcels and eternal glow on his forehead.

Key Message of Raag Maaroo, page 1035-9
'ਪ੍ਰਭ ਨੇ ਆਪਣੀ ਸਮਾਧੀ ਵਿਚੋਂ ਹੀ ਸ੍ਰਿਸ਼ਟੀ ਪੈਦਾ ਕਰ ਦਿਤੀ!
ਬਹੁਤ ਲੰਮਾ ਸਮਾਂ ਸ੍ਰਿਸ਼ਟੀ ਦੀ ਉਤਪਤਾ ਤੋਂ ਪਹਿਲੇ ਚਾਰੇ ਪਾਸੇ ਅੰਧੇਰਾ ਹੀ ਅੰਧੇਰਾ ਸੀ । ਪ੍ਰਭ ਆਪ ਹੀ ਸਭ ਕੁਝ ਕਰਦਾ, ਅਨੰਦ ਮਾਨਦਾ, ਆਪ ਹੀ ਪਰਖ ਕਰਦਾ ਸੀ । ਉਸ ਸਮੇਂ ਜੀਵ ਦੀ ਪੈਦੇ ਕਰਨ ਦਾ ਕੋਈ ਸਾਧਨ ਨਹੀਂ, ਕੋਈ ਅਵਾਜ਼, ਹਵਾ, ਪਾਣੀ, ਮੌਤ, ਸਵਰਗ, ਨਰਕ, ਜੂੰਨਾਂ ਦਾ ਚੱਕਰ ਨਹੀਂ ਸੀ । ਉਸ ਵੇਲੇ ਨਾ ਕੋਈ ਜਪ, ਤਪ, ਸਿਧ, ਸਾਧੂ, ਗੁਰੂ ਸੀ । ਆਤਮਾ ਨਹੀਂ ਸੀ, ਨਾ ਹੀ ਆਤਮਾ ਨੂੰ ਪਵਿੱਤਰ ਕਰਨ ਦਾ ਹੀ ਚੱਕਰ, ਮਾਇਆ ਦਾ ਜਾਲ, ਮੋਹ, ਨਾ ਹੀ ਮੱਥੇ ਤੇ ਭਾਗ ਲਿਖੇ, ਨਾ ਹੀ ਸ਼ਬਦ, ਨਾ ਲੇਖਾ ਕਰਨ ਵਾਲਾ ਧਰਮਰਾਜ, ਤੀਰਥ, ਕੋਈ ਬਲੀ, ਕੋਈ ਸੰਸਾਰਕ ਧਰਮ, ਪਿਆਰ, ਭਾਵਨਾਂ, ਜਾ ਸ਼ਕਤੀ, ਜਾ ਧਾਂਤ, ਧਰਮ ਦਾ, ਪ੍ਰਭ ਆਪ ਹੀ ਬੋਲਦਾ, ਆਪ ਹੀ ਸੁਣਾਉਂਦਾ ਸੀ । ਪ੍ਰਭ ਨੂੰ ਭਾਇਆ ਤਾ ਸ੍ਰਿਸ਼ਟੀ ਦੀ ਸਾਜਨਾ ਕੀਤੀ । ਆਪਣੇ ਸ਼ਬਦ ਨੂੰ, ਸਾਜਨਾ ਦਾ ਕਾਰਨ ਗੁਪਤ ਰਖਿਆ ਹੈ । ਕੋਈ ਵਿਰਲਾ ਹੀ ਉਸ ਦੇ ਸ਼ਬਦ ਨੂੰ ਸੁਣਦਾ ਹੈ । ਸ਼ਬਦ ਦੀ ਪਾਲਣਾ ਨਾਲ ਸੋਝੀ ਬਖਸ਼ਿਸ਼, ਅਨੋਖੇ ਚਮਤਕਾਰਾ ਨਾਲ ਭਰਪੂਰ ਹੋ ਜਾਂਦਾ ਹੈ ।
The True Master Created universe from His Void!
Ancient Ages, before the creation, for endless time, was utter darkness all over. The True Master does everything, rejoices, and evaluates. There was no soul, soul purification, no source of creation nor air, water, or any sound; no hell or heaven, no birth or death, no coming or going in reincarnation, self-restraint, no rosary of basil seeds; no karma, no dharma, no buzzing fly of Maya. No destiny inscribed on forehead; no spiritual wisdom or meditation, no ancestry no righteous judge for worldly deeds; no cleansing rituals at sacred shrines of pilgrimage; no burnt offerings, no ceremonial feasts. No worldly religion exists; no love or devotion, no **Shiv or Shakti** - no energy or matter; no Vedas, Quran, or Bibles. The Unfathomable True Master created the universe from His Void; He kept the mystery of the purpose of His Creation. Whosoever may obey the teachings of His Word; he may be enlightened and overwhelmed with astonishing eternal glow.

39. ਮਾਰੂ ਮਹਲਾ ੧॥ 1036-10

ਆਪੇ ਆਪੁ ਉਪਾਇ ਨਿਰਾਲਾ॥ ਸਾਚਾ ਥਾਨੁ ਕੀਓ ਦਇਆਲਾ॥
ਪਉਣ ਪਾਣੀ ਅਗਨੀ ਕਾ ਬੰਧਨੁ, ਕਾਇਆ ਕੋਟੁ ਰਚਾਇਦਾ॥੧॥

aapay aap upaa-ay niraalaa. saachaa thaan kee-o da-i-aalaa.
pa-un paanee agnee kaa banDhan kaa-i-aa kot rachaa-idaa. ||1||

ਪ੍ਰਭ ਨੇ ਆਪਣੀ ਪੈਦਾ ਕੀਤੀ ਸ੍ਰਿਸ਼ਟੀ ਦੇ ਮੋਹ ਤੋਂ ਰਹਿਤ ਰਹਿੰਦਾ ਹੈ । ਤਰਸਵਾਨ ਪ੍ਰਭ ਨੇ ਹਰਇਕ ਜੀਵ ਅੰਦਰ ਆਪਣਾ ਤਖਤ ਸਥਾਪਣ ਕੀਤਾ ਹੈ । ਹਵਾ, ਪਾਣੀ ਅਤੇ ਅੱਗ ਦੇ ਸੰਜੋਗ ਨਾਲ ਤਨ ਦਾ ਕਿਲ੍ਹਾ ਖੜ੍ਹਾ ਕੀਤਾ ।

The True Master remains beyond the reach of emotional bonds of His Creation. The Merciful True Master has established His Throne within the soul of each creature. He has created a unique body, a strong but perishable castle for each creature with the union of air, water, and fire.

ਨਉ ਘਰ ਥਾਪੇ ਥਾਪਣਹਾਰੈ॥ ਦਸਵੈ ਵਾਸਾ ਅਲਖ ਅਪਾਰੈ॥
ਸਾਇਰ ਸਪਤ ਭਰੇ ਜਲਿ ਨਿਰਮਲਿ, ਗੁਰਮੁਖਿ ਮੈਲੁ ਨ ਲਾਇਦਾ॥੨॥

na-o ghar thaapay thaapanhaarai. dasvai vaasaa alakh apaarai.
saa-ir sapat bharay jal nirmal gurmukh mail na laa-idaa. ||2||

ਆਤਮਾਂ ਅੰਦਰ ਨੌ ਘਰ ਬਣਾਏ ਅਤੇ ਦਸਵੇਂ ਘਰ ਵਿੱਚ ਪ੍ਰਭ ਆਪ ਵਸਦਾ ਹੈ । ਇਸ ਵਿੱਚ ਸੱਤ (7) ਸਮੁੰਦਰ, ਸ਼ਬਦ ਦੇ ਅੰਮ੍ਰਿਤ ਦੇ ਵੱਗਦੇ ਹਨ । ਗੁਰਮਖ ਜੀਵ ਇਸ ਸੰਸਾਰ ਵਿੱਚ ਵਸਦਾ ਵੀ ਸੰਸਾਰਕ ਮੈਲ਼ ਤੋਂ ਪਵਿੱਤਰ ਰਹਿੰਦਾ ਹੈ ।

7 ਸਮੁੰਦਰ	ਪੰਜ ਗਿਆਨ ਇੰਦ੍ਰੀਆ; ਮਨ ਅਤੇ ਬੁਧੀ
7 Ocean	(Eyes, ears, tongue, smell, and taste); mind, intelligence.

The True Master has created 10 caves within the castle of his soul. His soul may roam freely in nine caves, controlled by worldly wealth and demons of desires. The True Master devils in the center, 10th cave. There are 7 oceans, remain overwhelmed with the nectar of the essence of His Word. His true devotee devils within nine caves and remains beyond the blemish of sweet poison of worldly wealth.

ਰਵਿ ਸਸਿ ਦੀਪਕ ਜੋਤਿ ਸਬਾਈ॥ ਆਪੇ ਕਰਿ ਵੇਖੈ ਵਡਿਆਈ॥
ਜੋਤਿ ਸਰੂਪ ਸਦਾ ਸੁਖਦਾਤਾ, ਸਚੇ ਸੋਭਾ ਪਾਇਦਾ॥੩॥

rav sas deepak jot sabaa-ee. aapay kar vaykhai vadi-aa-ee.
jot saroop sadaa sukh-daata sachay sobhaa paa-idaa. ||3||

ਸੂਰਜ ਅਤੇ ਚੰਦ, ਸ੍ਰਿਸ਼ਟੀ ਨੂੰ ਰੋਸ਼ਨੀ ਨਾਲ ਭਰਦੇ ਹਨ । ਸੂਰਜ ਅਤੇ ਚੰਦ ਥਾਪਣ ਨਾਲ, ਪ੍ਰਭ ਨੇ ਆਪਣੀ ਵਡਿਆਈ ਕਾਇਮ ਰਖੀ ਹੈ । ਸਦਾ ਅਟਲ ਰਹਿਣ ਵਾਲਾ ਮਾਲਕ ਹੀ ਜੀਵ ਨੂੰ ਜੀਵਨ ਅਤੇ ਰੋਸ਼ਨੀ ਬਖਸ਼ਦਾ ਹੈ । ਸ਼ਬਦ ਦੀ ਪਾਲਣਾ ਕਰਨ ਨਾਲ ਹੀ ਪ੍ਰਵਾਨਗੀ ਦਾ ਰਸਤਾ ਬਖਸ਼ਿਸ਼ ਹੁੰਦਾ ਹੈ ।

The True Master has created, established 2 pillars, fountain of light in the universe; only the glow of His Holy Spirit shines through Sun and Moon. He has established and enhanced His Uniqueness, Greatness with the Creation of the pillar of light in the universe. Whosoever may obey the teachings of His Word; with His mercy and grace, he may be blessed with the right path of acceptance in His Court.

ਗੜ ਮਹਿ ਹਾਟ ਪਟਣ ਵਾਪਾਰਾ॥ ਪੂਰੈ ਤੋਲਿ ਤੋਲੈ ਵਣਜਾਰਾ॥
ਆਪੇ ਰਤਨੁ ਵਿਸਾਹੇ ਲੇਵੈ, ਆਪੇ ਕੀਮਤਿ ਪਾਇਦਾ॥੪॥

garh meh haat patan vaapaaraa. poorai tol tolai vanjaaraa.
aapay ratan visaahay layvai aapay keemat paa-idaa. ||4||

ਇਸ ਤਨ ਦੇ ਅੰਦਰ ਹੀ ਬਜ਼ਾਰ ਅਤੇ ਦੁਕਾਨਾਂ ਹਨ, ਉਥੇ ਪ੍ਰਭ ਦੇ ਸ਼ਬਦ ਦਾ ਅਤੇ ਸੰਸਾਰਕ ਮਾਇਆ ਦਾ ਵਪਾਰ ਹੁੰਦਾ ਹੈ । ਪ੍ਰਭ ਆਪ ਹੀ ਸ਼ਬਦ ਦਾ ਸੌਦਾ ਪੂਰਨ ਮਿਣਤੀ ਨਾਲ ਤੋਲਦਾ ਹੈ । ਆਪ ਹੀ ਬੰਦਗੀ ਪ੍ਰਵਾਨ ਕਰਦਾ, ਕੀਮਤ ਪਾਉਂਦਾ ਹੈ ।

There are market and various shops within his body; the merchandizes of both **(Shiv)**, His Word everlasting contentment, and **(Shakti)** short-lived pleasure of worldly wealth. The True Master measures the wealth of His Word with perfect precision; with His mercy and grace, His true devotee may be rewarded.

ਕੀਮਤਿ ਪਾਈ ਪਾਵਣਹਾਰੈ॥ ਵੇਪਰਵਾਹ ਪੂਰੇ ਭੰਡਾਰੈ॥ keemat paa-ee paavanhaarai. vayparvaah pooray bhandaarai.
ਸਰਬ ਕਲਾ ਲੇ ਆਪੇ ਰਹਿਆ, ਗੁਰਮੁਖਿ ਕਿਸੈ ਬੁਝਾਇਦਾ॥੫॥ sarab kalaa lay aapay rahi-aa gurmukh kisai bujhaa-idaa. ||5||

ਪ੍ਰਭ, ਆਪ ਹੀ ਜੀਵ ਦੀ ਬੰਦਗੀ ਦੀ ਕੀਮਤ ਪਾਉਂਦਾ ਹੈ । ਪੂਰਨ ਅਜ਼ਾਦ ਅਟਲ ਮਾਲਕ, ਬੇਅੰਤ ਦਾਤਾਂ ਦਾ ਭੰਡਾਰੀ ਹੈ । ਸਾਰੀ ਤਾਕਤ ਆਪਣੇ ਹੱਥ ਵਿੱਚ ਰਖਦਾ ਹੈ, ਹਰਇਕ ਕਰਤਬ ਵਿੱਚ ਆਪ ਹੀ ਵਾਪਰਦਾ ਹੈ । ਕਿਸੇ ਵਿਰਲੇ ਹੀ ਗੁਰਮਖ ਨੂੰ ਸ਼ਬਦ ਦੀ ਸੋਝੀ ਬਖਸ਼ਿਸ਼ ਹੁੰਦੀ ਹੈ ।

The True Master rewards the earnings of His Word of His true devotee. The complete independent, forever True Master, keeps the complete control of The Treasure of all virtues and blessings, only under His Command. He may never deliciated to anyone else; worldly guru, saint, prophet. He prevails within each creature in all universes; however, very rare, His true devotee may be enlightened with His Nature.

ਨਦਰਿ ਕਰੇ ਪੂਰਾ ਗੁਰੁ ਭੇਟੈ॥ ਜਮ ਜੰਦਾਰੁ ਨ ਮਾਰੈ ਫੇਟੈ॥ nadar karay pooraa gur bhaytai. jam jandaar na maarai faytai.
ਜਿਉ ਜਲ ਅੰਤਰਿ ਕਮਲੁ ਬਿਗਾਸੀ, ਆਪੇ ਬਿਗਸਿ ਧਿਆਇਦਾ॥੬॥ ji-o jal antar kamal bigaasee aapay bigas Dhi-aa-idaa. ||6||

ਜਿਸ ਤੇ ਆਪ ਰਹਿਮਤ ਬਖਸ਼ਦਾ ਹੈ, ਉਸ ਨੂੰ ਪੂਰਨ ਗੁਰੂ ਦੇ ਦਰਸ਼ਨ, ਸ਼ਬਦ ਦੀ ਸੋਝੀ ਬਖਸ਼ਿਸ਼ ਹੋ ਜਾਂਦੀ ਹੈ । ਉਸ ਨੂੰ ਫਿਰ ਮੌਤ ਦਾ ਫਰਿਸ਼ਤਾ ਛੋਹ ਨਹੀਂ ਸਕਦਾ । ਜੀਵ ਦੇ ਅੰਦਰ ਦੇ ਪਾਣੀ ਵਿੱਚ ਉਹ ਕਮਲ ਦਾ ਫੁੱਲ ਖੇੜੇ ਵਿੱਚ ਆਉਂਦਾ ਹੈ । ਉਸ ਸ਼ਬਦ ਤੇ ਅਡੋਲ ਭਰੋਸੇ ਨਾਲ ਬੰਦਗੀ ਵਿੱਚ ਹੀ ਲੀਨ ਰਹਿੰਦਾ ਹੈ ।

Whosoever may be blessed with His mercy and grace; only he may be blessed with the enlightenment of the essence of His Word. His soul may become beyond the reach of devil of death. The lotus flower of his soul may blossom within, ocean of his heart. He may remain intoxicated in meditation in the void of His Word.

ਆਪੇ ਵਰਖੈ ਅੰਮ੍ਰਿਤ ਧਾਰਾ॥ ਰਤਨ ਜਵੇਹਰ ਲਾਲ ਅਪਾਰਾ॥ aapay varkhai amrit Dhaaraa. ratan javayhar laal apaaraa.
ਸਤਿਗੁਰੁ ਮਿਲੈ ਤ ਪੂਰਾ ਪਾਈਐ, ਪ੍ਰੇਮ ਪਦਾਰਥੁ ਪਾਇਦਾ॥੭॥ satgur milai ta pooraa paa-ee-ai paraym padaarath paa-idaa. ||7||

ਆਪ ਹੀ ਰਹਿਮਤਾਂ ਨਾਲ ਅੰਮ੍ਰਿਤ, ਸ਼ਬਦ, ਰਤਨ, ਜਵਾਹਰ ਦੀ ਵਰਖਾ ਕਰਦਾ ਹੈ । ਜਿਸ ਤੇ ਰਹਿਮਤ ਬਖਸ਼ਦਾ, ਉਸ ਨੂੰ ਸ਼ਬਦ ਦੀ ਸੋਝੀ ਬਖਸ਼ਿਸ਼ ਹੋ ਜਾਂਦੀ ਹੈ । ਉਹ ਆਪਣੇ ਅੰਦਰੋਂ ਹੀ ਦਸਵੇਂ ਘਰ ਵਿਚੋਂ ਪੂਰਨ ਗੁਰੂ ਦੇ ਦਰਸ਼ਨ ਕਰ ਲੈਂਦਾ ਹੈ । ਉਸ ਦਾ ਭਰੋਸਾ, ਪ੍ਰੀਤ ਅਡੋਲ ਹੋ ਜਾਂਦੀ ਹੈ ।

With His mercy and grace, the rain of the nectar of the essence of His Word, as ambrosial jewels on His true devotee. Whosoever may be bestowed with His Blessed Vision, he may be enlightened with the essence of His Word. Within his own soul, 10th door may open; he remains fascinated and astonished with His Blessed Vision. He may remain intoxicated in deep mediation in the void of His Word.

ਪ੍ਰੇਮ ਪਦਾਰਥੁ ਲਹੈ ਅਮੋਲੋ॥ ਕਬ ਹੀ ਨ ਘਾਟਸਿ ਪੂਰਾ ਤੋਲੋ॥ paraym padaarath lahai amolo. kab hee na ghaatas pooraa tolo.
ਸਚੇ ਕਾ ਵਾਪਾਰੀ ਹੋਵੈ, ਸਚੋ ਸਉਦਾ ਪਾਇਦਾ॥੮॥ sachay kaa vaapaaree hovai sacho sa-udaa paa-idaa. ||8||

ਜਿਸ ਨੂੰ ਪ੍ਰਭ ਦੀ ਰਹਿਮਤ ਨਾਲ ਅਮੋਲਕ ਪਦਾਰਥ, ਸ਼ਬਦ ਦੀ ਸੋਝੀ ਬਖਸ਼ਿਸ਼ ਹੋ ਜਾਂਦੀ ਹੈ । ਪ੍ਰਭ ਦੀ ਰਹਿਮਤ ਕਦੇ ਘਟਦੀ ਨਹੀਂ । ਸਦਾ ਰਹਿਣ ਵਾਲਾ ਪ੍ਰਭ ਹੀ, ਸ਼ਬਦ ਦੀ ਸੋਝੀ ਬਖਸ਼ਦਾ ਹੈ ।

Whosoever may be blessed with ambrosial Word, the enlightenment of the essence of His Word. His Blessings always remain fresh and may never be diminish. Only, The True Master may bless the enlightenment on the essence of His Word.

ਸਚਾ ਸਉਦਾ ਵਿਰਲਾ ਕੋ ਪਾਏ॥ ਪੂਰਾ ਸਤਿਗੁਰੁ ਮਿਲੈ ਮਿਲਾਏ॥ sachaa sa-udaa virlaa ko paa-ay. pooraa satgur milai milaa-ay.
ਗੁਰਮੁਖਿ ਹੋਇ ਸੁ ਹੁਕਮੁ ਪਛਾਣੈ, gurmukh ho-ay so hukam pachhaanai
ਮਾਨੈ ਹੁਕਮੁ ਸਮਾਇਦਾ॥੯॥ maanai hukam samaa-idaa. ||9||

ਕਿਸੇ ਵਿਰਲੇ ਹੀ ਜੀਵ ਨੂੰ ਸ਼ਬਦ ਦੀ ਪੂਰਨ ਸੋਝੀ ਬਖਸ਼ਿਸ਼ ਹੁੰਦੀ ਹੈ । ਉਸ ਨੂੰ ਸ਼ਬਦ ਦੀ ਸੋਝੀ ਨਾਲ ਆਪਣੇ ਮਨ ਅੰਦਰੋਂ ਹੀ ਪ੍ਰਭ ਦੇ ਦਰਸ਼ਨ ਹੋ ਜਾਂਦੇ ਹਨ । ਜਿਹੜਾ ਪ੍ਰਭ ਦੇ ਸ਼ਬਦ ਦੀ ਸੋਝੀ ਨਾਲ ਜੀਵਨ ਢਾਲਦਾ ਹੈ । ਉਸ ਦਾ ਆਪਾ ਖਤਮ ਹੋ ਜਾਂਦਾ ਹੈ, ਉਹ ਪ੍ਰਭ ਦਾ ਹੀ ਰੂਪ ਬਣ ਜਾਂਦਾ ਹੈ ।

Very rare, His true devotee may be blessed with the enlightenment of His Word, His Nature completely. Whosoever may be enlightened with the essence of His Word; he may be blessed with His Blessed Vision from within. His self-entity may be eliminated and his soul may become a symbol of The True Master.

ਹੁਕਮੇ ਆਇਆ ਹੁਕਮਿ ਸਮਾਇਆ॥ hukmay aa-i-aa hukam samaa-i-aa.
ਹੁਕਮੇ ਦੀਸੈ ਜਗਤੁ ਉਪਾਇਆ॥ hukmay deesai jagat upaa-i-aa.
ਹੁਕਮੇ ਸੁਰਗੁ ਮਛੁ ਪਇਆਲਾ, ਹੁਕਮੇ ਕਲਾ ਰਹਾਇਦਾ॥੧੦॥ hukmay surag machh pa-i-aalaa hukmay kalaa rahaa-idaa. ||10||

ਪ੍ਰਭ ਦੇ ਭਾਣੇ ਨਾਲ ਹੀ ਜੀਵ ਨੂੰ ਸੰਸਾਰ ਵਿੱਚ ਮਾਨਸ ਜਨਮ ਬਖਸ਼ਿਸ਼ ਹੁੰਦਾ ਹੈ । ਭਾਣੇ ਨਾਲ ਹੀ ਉਸ ਵਿੱਚ ਅਲੋਪ ਹੋ ਸਕਦਾ ਹੈ । ਉਸ ਦੇ ਭਾਣੇ ਨਾਲ ਹੀ ਸ੍ਰਿਸ਼ਟੀ ਦੀ ਸਾਜਨਾ ਹੋਈ ਹੈ । ਉਸ ਦੇ ਹੁਕਮ ਨਾਲ ਹੀ ਸਵਰਗ, ਅਤੇ ਸੰਸਾਰ ਦੇ ਸਾਰੇ ਖੰਡ ਬਣੇ ਹਨ । ਉਸ ਦੇ ਹੁਕਮ ਨਾਲ ਹੀ ਸ੍ਰਿਸ਼ਟੀ, ਪ੍ਰਭ ਦੇ ਸ਼ਬਦ ਦੇ ਆਸਰੇ ਤੇ ਖੜ੍ਹੀ ਹੈ ।

The human life opportunity may be blessed to his soul. Only sanctified soul may be absorbed within His Holy Spirit. With His Command, all universes, all heaven, hells, and continents have been created. With His Command all universes have been stable with the supporting pillar of His Word.

ਹੁਕਮੇ ਧਰਤੀ ਧਉਲ ਸਿਰਿ ਭਾਰੰ॥ hukmay Dhartee Dha-ul sir bhaaraN.
ਹੁਕਮੇ ਪਉਣ ਪਾਣੀ ਗੈਣਾਰੰ॥ hukmay pa-un paanee gainaaraN.
ਹੁਕਮੇ ਸਿਵ ਸਕਤੀ ਘਰਿ ਵਾਸਾ, ਹੁਕਮੇ ਖੇਲ ਖੇਲਾਇਦਾ॥੧੧॥ hukmay siv saktee ghar vaasaa hukmay khayl khaylaa-idaa. ||11||

ਉਸ ਦੇ ਹੁਕਮ ਨਾਲ ਹੀ ਪ੍ਰਭ ਦੇ ਸ਼ਬਦ ਰੂਪੀ ਬੈਲ, ਧਰਤੀ ਨੂੰ ਸਿਰ ਤੇ ਲੈ ਕੇ ਖੜ੍ਹਾ ਹੈ । ਹੁਕਮ ਨਾਲ ਹੀ ਹਵਾ, ਪਾਣੀ ਅਤੇ ਅੱਗ ਹੋਂਦ ਵਿੱਚ ਆਏ ਹਨ । ਉਸ ਦੇ ਹੁਕਮ ਨਾਲ ਹੀ ਜੀਵ ਨੂੰ ਕਰਾਮਾਤਾਂ ਦੀ ਸ਼ਕਤੀ ਬਖਸ਼ਿਸ਼ ਹੁੰਦੀ ਹੈ । ਉਸ ਦੇ ਹੁਕਮ ਨਾਲ ਹੀ ਸੰਸਾਰ ਦਾ ਖੇਲ ਚਲਦਾ ਹੈ ।

With His Command, His Word a symbolic bull support the earth on His horn. With His Command, air, water, and fire were created for comforts of His Creation and co-exist. His true devotee may be blessed with miracle powers; the play of His Nature, universes function homogeneously.

ਗੁਰੂ ਨਾਨਕ ਦੇਵ ਜੀ! – Guru Nanak Dev Ji! Guru Granth Sahib

ਹੁਕਮੇ ਆਡਾਣੇ ਆਗਾਸੀ॥ ਹੁਕਮੇ ਜਲ ਥਲ ਤ੍ਰਿਭਵਣ ਵਾਸੀ॥ hukmay aadaanay aagaasee. hukmay jal thal taribhavan vaasee.
ਹੁਕਮੇ ਸਾਸ ਗਿਰਾਸ ਸਦਾ ਫੁਨਿ, ਹੁਕਮੇ ਦੇਖਿ ਦਿਖਾਇਦਾ॥੧੨॥ hukmay saas giraas sadaa fun hukmay daykh dikhaa-idaa. ||12||

ਉਸ ਦੇ ਹੁਕਮ ਨਾਲ ਹੀ ਅਕਾਸ਼, ਧਰਤੀ ਤੋਂ ਉਪਰ ਰਹਿੰਦਾ ਹੈ । ਉਸ ਦੇ ਹੁਕਮ ਨਾਲ ਹੀ ਜੀਵ ਜਲ, ਥਲ, ਤਿੰਨਾਂ ਸ੍ਰਿਸ਼ਟੀਆਂ ਵਿੱਚ ਵਸਦੇ ਹਨ । ਉਸ ਦੇ ਹੁਕਮ ਨਾਲ ਹੀ ਜੀਵ ਸਵਾਸ ਅਤੇ ਗਰਾਸ ਲੈਂਦਾ ਹੈ । ਆਪਣੇ ਹੁਕਮ ਨਾਲ ਹੀ ਜੀਵ ਨੂੰ ਦੇਖਣ ਦੀ ਸ਼ਕਤੀ ਬਖਸ਼ਦਾ ਹੈ ।

With His Command, sky remains as an umbrella above earth; three universes, earth, water and under earth are populated with living creatures. Someone may breathe, and swallow food for nourishment; with His mercy and grace, His Creation has been blessed with the power to see and witness His Nature.

ਹੁਕਮਿ ਉਪਾਏ ਦਸ ਅਉਤਾਰਾ॥ ਦੇਵ ਦਾਨਵ ਅਗਣਤ ਅਪਾਰਾ॥ hukam upaa-ay das a-utaaraa. dayv daanav agnat apaaraa.
ਮਾਨੈ ਹੁਕਮੁ ਸੁ ਦਰਗਹ ਪੈਝੈ, ਸਾਚਿ ਮਿਲਾਇ ਸਮਾਇਦਾ॥੧੩॥ maanai hukam so dargeh paijhai saach milaa-ay samaa-idaa. ||13||

ਉਸ ਦੇ ਹੁਕਮ ਨਾਲ ਹੀ ਸੰਸਾਰ ਵਿੱਚ ਦਸ ਅਵਤਾਰ ਆਏ ਹਨ । ਅਣਗਿਣਤ ਹੀ ਦੇਵੀ ਦੇਵਤੇ ਅਤੇ ਜਮਦੂਤ ਪੈਦਾ ਹੋਏ ਹਨ । ਜਿਹੜਾ ਪ੍ਰਭ ਦੇ ਸ਼ਬਦ ਨਾਲ ਜੀਵਨ ਬਤੀਤ ਕਰਦਾ ਹੈ । ਉਸ ਨੂੰ ਦਰਬਾਰ ਵਿੱਚ ਮਾਣ, ਪ੍ਰਵਾਨਗੀ ਬਖਸ਼ਿਸ਼ ਹੋ ਜਾਂਦੀ, ਪ੍ਰਭ ਦੀ ਹੋਂਦ ਵਿੱਚ ਅਭੇਦ ਹੋ ਜਾਂਦਾ ਹੈ ।

The True Master has sent 10 prophets, blessed souls to enlighten the universe from Ancient Ages; many other gods and devils. Whosoever may adopt the teachings of His Word with steady and stable belief in his day-to-day life. His true devotee may be accepted in His Court; with His mercy and grace, his soul may be immersed within His Holy Spirit.

ਹੁਕਮੇ ਜੁਗ ਛਤੀਹ ਗੁਦਾਰੇ॥ ਹੁਕਮੇ ਸਿਧ ਸਾਧਿਕ ਵੀਚਾਰੇ॥ hukmay jug chhateeh gudaaray. hukmay siDh saaDhik veechaaray.
ਆਪਿ ਨਾਥੁ ਨਥੀਂ ਸਭ ਜਾ ਕੀ, ਬਖਸੇ ਮੁਕਤਿ ਕਰਾਇਦਾ॥੧੪॥ aap naath natheeN sabh jaa kee bakhsay mukat karaa-idaa. ||14||

ਉਸ ਦੇ ਹੁਕਮ ਨਾਲ ਹੀ 36 ਯੁੱਗ ਲੰਘ ਗਏ, ਬੀਤ ਗਏ । ਹੁਕਮ ਨਾਲ ਹੀ ਬੰਦਗੀ ਕਰਨ ਵਾਲੇ ਭਗਤ–ਜਨ ਸ਼ਬਦ ਵਿੱਚ ਲੀਨ ਰਹਿੰਦੇ ਹਨ । ਪ੍ਰਭ ਨੇ ਆਪ ਹੀ ਸਭ ਕੁਝ ਆਪਣੇ ਹੁਕਮ ਅੰਦਰ ਹੀ ਰਖਿਆ ਹੈ । ਜਿਸ ਦੀਆਂ ਭੁੱਲਾਂ ਬਖਸ਼ਦਾ ਹੈ, ਉਸ ਨੂੰ ਮੁਕਤੀ ਬਖਸ਼ਿਸ਼ ਹੋ ਜਾਂਦੀ ਹੈ ।

With His Command, 36 Jug had passed. With His Command, His true devotee remains intoxicated in meditation in deep void of His Word. The True Master has kept the mystery of His Nature under His Command. Whose sins may be forgiven; with His mercy and grace, his cycle of birth and death may be eliminated, he may be blessed with salvation.

ਕਾਇਆ ਕੋਟੁ ਗੜੈ ਮਹਿ ਰਾਜਾ॥ ਨੇਬ ਖਵਾਸ ਭਲਾ ਦਰਵਾਜਾ॥ kaa-i-aa kot garhai meh raajaa. nayb khavaas bhalaa darvaajaa.
ਮਿਥਿਆ ਲੋਭੁ ਨਾਹੀ ਘਰਿ ਵਾਸਾ, ਲਬਿ ਪਾਪਿ ਪਛੁਤਾਇਦਾ॥੧੫॥ mithi-aa lobh naahee ghar vaasaa lab paap pachhutaa-idaa. ||15||

ਸਰੀਰ ਦੇ ਪੱਕੇ ਕਿਲ੍ਹੇ, ਤਖਤ ਤੇ ਸੰਦਰ ਦਰਵਾਜੇ ਤੇ ਆਪਣੇ ਸੇਵਕਾਂ ਨਾਲ ਬੈਠਾ ਹੈ । ਜਿਹੜਾ ਫਰੇਬ, ਜਾ ਧੋਖੇ ਦਾ ਜੀਵਨ ਬਤੀਤ ਕਰਦਾ ਹੈ, ਉਹ ਦਰਬਾਰ ਵਿੱਚ ਦਾਖਿਲ ਨਹੀਂ ਹੋ ਸਕਦਾ । ਜਿਹੜਾ ਹੈਸੀਅਤ ਦੇ ਅਭਿਮਾਨ, ਅਹੰਕਾਰ ਅਤੇ ਪਾਪ ਕਰਦਾ ਹੈ, ਉਹ ਬਾਰ ਬਾਰ ਜਨਮ ਲੈਂਦਾ, ਪਛਤਾਵਾ ਕਰਦਾ, ਜੂੰਨਾਂ ਦੇ ਚੱਕਰ ਵਿੱਚ ਹੀ ਰਹਿੰਦਾ ਹੈ ।

In the strong castle of his soul in the 10th cave on His Throne; He remains in the conjugation of His true devotee. Whosoever may adopt clever plans, deception, religious rituals are restricted from entry in His Court; he may never be blessed with the right path of acceptance in His Court. Whosoever may remain in ego of His worldly status and commits sins in his life; he may regret and repent. He remains in the cycle of birth and death.

ਸਤੁ ਸੰਤੋਖੁ ਨਗਰ ਮਹਿ ਕਾਰੀ॥ ਜਤੁ ਸਤੁ ਸੰਜਮੁ ਸਰਣਿ ਮੁਰਾਰੀ॥ sat santokh nagar meh kaaree. jat sat sanjam saran muraaree.
ਨਾਨਕ ਸਹਜਿ ਮਿਲੈ ਜਗਜੀਵਨੁ, naanak sahj milai jagjeevan
ਗੁਰ ਸਬਦੀ ਪਤਿ ਪਾਇਦਾ॥੧੬॥੪॥੧੬॥ gur sabdee pat paa-idaa. ||16||4||16||

ਸਤ, ਸੰਤੋਖ, ਧੀਰਜ ਇਸ ਸਰੀਰ ਨੂੰ ਚਲਾਉਂਦੇ ਹਨ । ਜਤ (ਕਾਮ ਵਾਸਨਾ ਤੇ ਕਾਬੂ) ਸਤ (ਬਖਸ਼ੇ ਤੇ ਸੰਤੋਖ) ਮਨ ਤੇ ਕਾਬੂ ਹੀ ਪ੍ਰਭ ਦੀ ਸ਼ਰਣ ਹੈ । ਜਿਸ ਨੂੰ ਪ੍ਰਭ ਦੀ ਰਹਿਮਤ ਨਾਲ, ਸ਼ਬਦ ਦੀ ਸੋਝੀ ਬਖਸ਼ਿਸ਼ ਹੋ ਜਾਂਦੀ ਹੈ, ਉਸ ਨਾਲ ਜੀਵਨ ਢਾਲਦਾ ਹੈ । ਉਸ ਨੂੰ ਪ੍ਰਵਾਨਗੀ ਦਾ ਰਸਤਾ ਬਖਸ਼ਿਸ਼ ਹੋ ਜਾਂਦਾ ਹੈ, ਉਸ ਨੂੰ ਦਰਬਾਰ ਵਿੱਚ ਮਾਣ ਬਖਸ਼ਿਸ਼ ਹੁੰਦਾ ਹੈ ।

His Sanctuary	control on sexual urges; worldly desires; contentment

Three virtues of His Nature, patience, belief on His justice and contentment drive the play of the universe. The control on sexual urges with strange opposite sex, contentment on His Blessings and control on the demons of worldly desire may be His Sanctuary. Whosoever may adopt the teachings of His Word; with His mercy and grace, he may be blessed with the right path of acceptance in His Court. He may be honored in His Court.

The ten avatars of Vishnu	
1. Matsya - the Fish.	**1. Parasurama - the Angry Man.**
2. Kurma - the Tortoise.	**2. Lord Rama - the Perfect Man.**
3. Varaha - the Boar.	**3. Lord Krishna - the Divine Statesman.**
4. Narasimha - the Man-Lion.	**4. Buddha**
5. Vamana - the Dwarf.	**5. Mohammed**
**** Kalki, also called Kalkin, to end the Kali Yuga**	

7 ਸਮੁੰਦਰ	**ਪੰਜ ਗਿਆਨ ਇੰਦ੍ਰੀਆ; ਮਨ ਅਤੇ ਬੁਧੀ**
7 Ocean	**(Eyes, ears, tongue, smell, and taste); mind, intelligence.**
His Sanctuary	**control on sexual urges; worldly desires, contentment**

Key Message of Raag Maaroo, page 1036-10
*3 ਗੁਣ, ਸਤਿ, ਸੰਤੋਖ, ਪ੍ਰਵਾਨਗੀ ਦੀ ਪੌੜੀ!
ਹਵਾ, ਪਾਣੀ ਅਤੇ ਅੱਗ ਦੇ ਸੰਜੋਗ ਨਾਲ ਤਨ ਦਾ ਕਿਲ੍ਹਾ ਖੜ੍ਹਾ ਕੀਤਾ । ਪ੍ਰਭ ਸ੍ਰਿਸ਼ਟੀ ਦੇ ਮੋਹ ਤੇ ਰਹਿਤ ਤਨ ਵਿੱਚ ਰਹਿੰਦਾ ਹੈ । ਆਤਮਾ ਅੰਦਰ ਨੌਂ ਘਰ ਬਣਾਏ ਅਤੇ ਦਸਵੇਂ ਘਰ ਵਿੱਚ ਪ੍ਰਭ ਆਪ ਵਸਦਾ ਹੈ । ਇਸ ਵਿੱਚ ਸੱਤ (7) ਸਮੁੰਦਰ, ਸ਼ਬਦ ਦੇ ਅੰਮ੍ਰਿਤ ਦੇ ਵੱਗਦੇ ਹਨ । ਸ਼ਬਦ ਦੀ ਪਾਲਣਾ ਕਰਨ ਨਾਲ ਹੀ ਪ੍ਰਵਾਨਗੀ ਦਾ ਰਸਤਾ ਬਖਸ਼ਿਸ਼ ਹੁੰਦਾ ਹੈ । ਪ੍ਰਭ ਆਪ ਹੀ ਸ਼ਬਦ ਦਾ ਸੌਦਾ ਤੋਲਦਾ, ਬੰਦਗੀ ਪ੍ਰਵਾਨ ਕਰਦਾ, ਕੀਮਤ ਪਾਉਂਦਾ ਹੈ । ਪ੍ਰਭ ਨੇ ਸਾਰੀ ਤਾਕਤ ਆਪਣੇ ਹੱਥ ਵਿੱਚ, ਹੁਕਮ ਅੰਦਰ ਹੀ ਰਖਿਆ ਹੈ । ਜਿਸ ਦੀਆਂ ਭੁੱਲਾਂ ਬਖਸ਼ਦਾ ਹੈ, ਉਸ ਨੂੰ ਮੁਕਤੀ ਬਖਸ਼ਿਸ਼ ਹੋ ਜਾਂਦੀ ਹੈ । ਕਿਸੇ ਵਿਰਲੇ ਹੀ ਗੁਰਮਖ ਨੂੰ ਸ਼ਬਦ ਦੀ ਸੋਝੀ ਬਖਸ਼ਿਸ਼ ਹੁੰਦੀ ਹੈ । ਗੁਰਮਖ ਆਪਣੇ ਅੰਦਰੋਂ ਹੀ ਦਸਵੇਂ ਘਰ ਵਿਚੋਂ ਪੂਰਨ ਗੁਰੂ ਦੇ ਦਰਸ਼ਨ ਕਰ ਲੈਂਦਾ ਹੈ । ਜਿਸ ਨੂੰ ਸ਼ਬਦ ਦੀ ਸੋਝੀ ਬਖਸ਼ਦਾ ਹੈ । ਪ੍ਰਭ ਦੀ ਰਹਿਮਤ ਕਦੇ ਘਟਦੀ ਨਹੀਂ । ਜਿਸ ਦਾ ਆਪਾ ਖਤਮ ਹੋ ਜਾਂਦਾ ਹੈ, ਉਹ ਪ੍ਰਭ ਦਾ ਹੀ ਰੂਪ ਬਣ ਜਾਂਦਾ ਹੈ । ਉਸ ਦੇ ਹੁਕਮ ਨਾਲ ਹੀ ਜੀਵ ਜਲ, ਥਲ, ਤਿੰਨਾਂ ਸ੍ਰਿਸ਼ਟੀਆਂ ਵਿੱਚ ਵਸਦੇ ਹਨ । ਉਸ ਦੇ ਹੁਕਮ ਨਾਲ ਹੀ ਸੰਸਾਰ ਵਿੱਚ (ਵਿਸ਼ਨੂੰ) ਦਸ ਅਵਤਾਰ ਆਏ ਸਨ । ਸਤ, ਸੰਤੋਖ, ਧੀਰਜ ਇਸ ਸਰੀਰ ਨੂੰ ਚਲਾਉਂਦੇ ਹਨ । *ਜਤ (ਕਾਮ ਵਾਸਨਾ ਤੇ ਕਾਬੂ); ਸਤ (ਬਖਸ਼ੇ ਤੇ ਸੰਤੋਖ); ਮਨ ਤੇ ਕਾਬੂ ਹੀ ਪ੍ਰਭ ਦੀ ਸ਼ਰਣ ਹੈ ।
Steps of ladder of His Royal Castle!
The True Master has created a unique body, castle for each creature with the union of air, water, and fire; He remains embedded within his soul, beyond the reach of emotional bonds of His Creation. His soul may roam freely in nine caves; The True Master devils in the center, 10th cave. There are 7 oceans, remain overwhelmed with the nectar of the essence of His Word. Obey the teachings of His Word may be the right path of acceptance in His Court. The True Master measures the earnings of His Word with perfect precision and rewards His Creation. The True Master has kept the mystery of His Nature under His Command; however, very rare His true devotee may be enlightened with His Nature. Whose sins may be forgiven; he may be blessed with salvation. His true devotee may be enlightened with the essence of His Word; 10th door opens within his own mind. Whosoever may be blessed with, the enlightenment of the essence of His Word; His Blessings may never be diminished. Who may conquer, surrender his self-entity; he may become a symbol of The True Master? With His Command, three universes, earth, water and under earth are populated with living creatures. The True Master has sent 10 prophets, blessed souls to enlighten the universe from Ancient Ages; Three virtues of His Nature, patience, belief on His justice and contentment drive the universe. The control on sexual urges with strange, contentment; Conquer demons of worldly desire may be His Sanctuary.

40. ਮਾਰੂ ਮਹਲਾ ੧॥ 1037-10

ਸੁੰਨ ਕਲਾ ਅਪਰੰਪਰਿ ਧਾਰੀ॥ ਆਪਿ ਨਿਰਾਲਮੁ ਅਪਰ ਅਪਾਰੀ॥
ਆਪੇ ਕੁਦਰਤਿ ਕਰਿ ਕਰਿ ਦੇਖੈ, ਸੁੰਨਹੁ ਸੁੰਨੁ ਉਪਾਇਦਾ॥੧॥

sunn kalaa aprampar Dhaaree. aap niraalam apar apaaree.
aapay kudrat kar kar daykhai sunnahu sunn upaa-idaa. ||1||

ਪ੍ਰਭ ਨੇ ਆਪਣੀ ਸਮਾਧੀ ਵਿੱਚ ਹੀ ਸਾਰੀ ਸ੍ਰਿਸ਼ਟੀ ਦੀ ਤਾਕਤ ਕਾਬੂ ਵਿੱਚ ਕਰ ਰਖੀ ਹੈ । ਉਹ ਆਪ ਸਾਰੀ ਸ੍ਰਿਸ਼ਟੀ ਦੇ ਮੋਹ ਤੋਂ ਰਹਿਤ, ਤੁਲਨਾ, ਕਿਸੇ ਅੰਤ ਤੋਂ ਰਹਿਤ ਹੈ । ਉਹ ਆਪ ਹੀ ਜੀਵ ਨੂੰ ਪੈਦਾ ਕਰਨ ਦੀ ਸਮਰਥਾ ਰਖਦਾ ਹੈ । ਉਸ ਨੂੰ ਪੈਦਾ ਕਰਦਾ, ਦੇਖਦਾ, ਆਪ ਪੂਰਨ ਸਮਾਧੀ ਵਿੱਚ ਹੀ ਰਹਿੰਦਾ ਹੈ ।

From His perfect void, He controls all the power of 3 universes. He remains beyond the emotional attachment, any limits, boundary of His miracles or comprehension of His Creation. Only He has the capability of creation and destruction of any creature, everything in the universe. The True Creator, creates, nourishes, monitors, protects His Creation and He remains in perfect void in blossom.

ਪਉਣੁ ਪਾਣੀ ਸੁੰਨੈ ਤੇ ਸਾਜੇ॥
ਸ੍ਰਿਸਟਿ ਉਪਾਇ ਕਾਇਆ ਗੜ ਰਾਜੇ॥
ਅਗਨਿ ਪਾਣੀ ਜੀਉ ਜੋਤਿ ਤੁਮਾਰੀ, ਸੁੰਨੇ ਕਲਾ ਰਹਾਇਦਾ॥੨॥

pa-un paanee sunnai tay saajay.
sarisat upaa-ay kaa-i-aa garh raajay.
agan paanee jee-o jot tumaaree sunnay kalaa rahaa-idaa. ||2||

ਪ੍ਰਭ ਨੇ ਆਪਣੀ ਸਮਾਧੀ ਵਿਚੋਂ ਹੀ ਹਵਾ, ਪਾਣੀ ਅਤੇ ਸ੍ਰਿਸ਼ਟੀ ਪੈਦਾ ਕੀਤੀ ਹੈ । ਇਸ ਸਰੀਰ ਵਿੱਚ ਮਨ ਨੂੰ ਰਾਜਾ ਥਾਪਿਆ । ਪ੍ਰਭ ਦੀ ਰੋਸ਼ਨੀ ਹੀ ਅੱਗ, ਪਾਣੀ ਅਤੇ ਆਤਮਾ ਵਿੱਚ ਵਾਪਰਦੀ ਹੈ । ਪ੍ਰਭ ਦੀ ਸਮਾਧੀ ਵਿੱਚ ਹੀ ਪ੍ਰਭ ਦੀ ਜੋਤ, ਕਰਮਾਤਾਂ, ਸ਼ਕਤੀ ਸਮਾਈ ਰਹਿੰਦੀ ਹੈ ।

The True Master has created Air, Water and His Creation from His Void. He has deputized his mind as the king of his body. The glow of His Holy Spirit, His Word always prevails within water, fire, and the soul of His Creation. His Holy Spirit, miracles and His Power remains embedded within His Void.

ਸੁੰਨਹੁ, ਬ੍ਰਹਮਾ ਬਿਸਨੁ ਮਹੇਸੁ ਉਪਾਏ॥
ਸੁੰਨੇ ਵਰਤੇ ਜੁਗ ਸਬਾਏ॥
ਇਸੁ ਪਦ ਵੀਚਾਰੇ ਸੋ ਜਨੁ ਪੂਰਾ,
ਤਿਸੁ ਮਿਲੀਐ ਭਰਮੁ ਚੁਕਾਇਦਾ॥੩॥

sunnahu barahmaa bisan mahays upaa-ay.
sunnay vartay jug sabaa-ay.
is pad veechaaray so jan pooraa
tis milee-ai bharam chukaa-idaa. ||3||

ਤੂੰ ਆਪਣੀ ਸਮਾਧੀ ਵਿਚੋਂ ਹੀ ਬ੍ਰਹਮਾ, ਬਿਸਨ ਅਤੇ ਮਹੇਸ਼ ਸੰਸਾਰ ਵਿੱਚ ਪੈਦਾ ਕੀਤੇ । ਪ੍ਰਭ ਦੀ ਸਮਾਧੀ ਸਾਰੇ ਯੁੱਗਾਂ ਵਿੱਚ ਅਡੋਲ ਰਹਿੰਦੀ ਹੈ । ਜਿਹੜਾ ਪ੍ਰਭ ਦੇ ਸ਼ਬਦ ਨੂੰ ਅਟਲ ਮੰਨ ਕੇ ਜੀਵਨ ਢਾਲਦਾ ਹੈ, ਉਸ ਨੂੰ ਪੂਰਨ ਭਗਤ ਅਵਸਥਾ ਬਖਸ਼ਿਸ਼ ਹੋ ਜਾਂਦੀ ਹੈ । ਉਸ ਜੀਵ ਦੇ ਮਿਲਣ ਨਾਲ ਸਾਰੇ ਭਰਮ ਦੂਰ ਹੋ ਜਾਂਦੇ ਹਨ ।

From His Primal Eternal Void; He has created three renowned ancient prophets; Brahma, Vishnu, Mahesh. Whosoever may adopt the teachings of His Word with steady and stable belief in his day-to-day life; with His mercy and grace, he may be blessed with a state of mind as His true devotee. Whosoever may be blessed with his conjugation; with His mercy and grace, all his suspicions may be eliminated.

ਸੁੰਨਹੁ ਸਪਤ ਸਰੋਵਰ ਥਾਪੇ॥ ਜਿਨਿ ਸਾਜੇ ਵੀਚਾਰੇ ਆਪੇ॥
ਤਿਤੁ ਸਤ ਸਰਿ ਮਨੂਆ ਗੁਰਮੁਖਿ ਨਾਵੈ,
ਫਿਰਿ ਬਾਹੁੜਿ ਜੋਨਿ ਨ ਪਾਇਦਾ॥੪॥

sunnahu sapat sarovar thaapay. jin saajay veechaaray aapay.
tit sat sar manoo-aa gurmukh naavai
fir baahurh jon na paa-idaa. ||4||

ਪ੍ਰਭ ਨੇ ਆਪਣੀ ਸਮਾਧੀ ਵਿਚੋਂ ਹੀ 7 ਸਮੁੰਦਰ ਥਾਪੇ ਹਨ । ਜਿਸ ਨੇ ਇਹ ਸਭ ਕੁਝ ਕੀਤਾ ਹੈ, ਕੇਵਲ ਉਹ ਹੀ ਜਾਣਦਾ ਹੈ । ਜਿਹੜਾ ਸੇਵਕ ਨਿਮਾਣਾ ਬਣਕੇ ਪ੍ਰਭ ਦੇ ਸ਼ਬਦ ਦੇ ਸਰੋਵਰ ਵਿੱਚ ਇਸ਼ਨਾਨ ਕਰਦਾ ਹੈ । ਉਸ ਦਾ ਜਨਮ ਮਰਨ ਦਾ ਚੱਕਰ ਖਤਮ ਹੋ ਜਾਂਦਾ, ਮਾਤਾ ਦੇ ਗਰਭ ਵਿੱਚ ਨਹੀਂ ਜਾਂਦਾ ।

The True Master has created, established 7 oceans within each soul. Only, The True Creator may comprehend the true purpose of His Creations, plays of His Nature. Whosoever may humbly surrender his mind, body, and worldly status at His Sanctuary; he may take a sanctifying bath in the nectar of the essence of His Word. His cycle of birth and death may be eliminated; with His mercy and grace, he may never endure the misery of birth in the womb of mother.

ਸੁੰਨਹੁ ਚੰਦੁ ਸੂਰਜੁ ਗੈਣਾਰੇ॥ ਤਿਸ ਕੀ ਜੋਤਿ ਤ੍ਰਿਭਵਣ ਸਾਰੇ॥ sunnahu chand sooraj gainaaray. tis kee jot taribhavan saaray.
ਸੁੰਨੇ ਅਲਖ ਅਪਾਰ ਨਿਰਾਲਮੁ, ਸੁੰਨੇ ਤਾੜੀ ਲਾਇਦਾ॥੫॥ sunnay alakh apaar niraalam sunnay taarhee laa-idaa. ||5||

ਪ੍ਰਭ ਦੀ ਸਮਾਧੀ ਵਿਚੋਂ ਹੀ ਚੰਦ, ਸੂਰਜ, ਧਰਤੀ ਪੈਦਾ ਹੋਏ ਹਨ । ਪ੍ਰਭ ਦੀ ਰੋਸ਼ਨੀ ਹੀ ਤਿੰਨਾਂ ਸ੍ਰਿਸ਼ਟੀਆਂ ਵਿੱਚ ਵਾਪਰਦੀ ਹੈ । ਪ੍ਰਭ ਦੀ ਪੂਰਨ ਸਮਾਧੀ, ਅੰਤ ਤੋਂ ਰਹਿਤ, ਅਨੋਖੀ ਹੈ । ਪ੍ਰਭ ਇਸ ਸਮਾਧੀ ਵਿੱਚ ਡੂੰਘੀ ਬੰਦਗੀ ਵਿੱਚ ਹੀ ਰਹਿੰਦਾ ਹੈ ।

The True Master has created Moon, Sun, and Earth from His Primal Eternal Void. The glow of His Holy Spirit shines through three universes. His Primal Eternal astonishing void remains beyond any limit, boundary, and comprehension of His Creation. The True Master remains intoxicated deep in meditation in His Void and in everlasting blossom.

ਸੁੰਨਹੁ ਧਰਤਿ ਅਕਾਸੁ ਉਪਾਏ॥ sunnahu Dharat akaas upaa-ay.
ਬਿਨੁ ਥੰਮਾ ਰਾਖੇ ਸਚੁ ਕਲ ਪਾਏ॥ bin thammaa raakhay sach kal paa-ay.
ਤ੍ਰਿਭਵਣ ਸਾਜਿ ਮੇਖੁਲੀ ਮਾਇਆ, taribhavan saaj maykhulee maa-i-aa
ਆਪਿ ਉਪਾਇ ਖਪਾਇਦਾ॥੬॥ aap upaa-ay khapaa-idaa. ||6||

ਪ੍ਰਭ ਦੀ ਸਮਾਧੀ ਵਿਚੋਂ ਹੀ ਧਰਤੀ ਅਤੇ ਅਕਾਸ਼ ਪੈਦਾ ਹੋਏ ਹਨ । ਪ੍ਰਭ ਦੀ ਕਰਾਮਾਤ ਨਾਲ ਹੀ ਇਹ ਬਿਨਾਂ ਦੇਖੇ ਜਾਣ ਵਾਲੇ ਆਸਰੇ ਨਾਲ ਸਥਿਤ ਰਹਿੰਦੇ ਹਨ । ਪ੍ਰਭ ਨੇ ਆਪ ਹੀ ਤਿੰਨੇ ਸ੍ਰਿਸ਼ਟੀਆਂ ਸਾਜੀਆਂ ਹਨ । ਇਹਨਾਂ ਵਿੱਚ ਵੱਖਰੀ ਕਿਸਮਾਂ ਦੀ ਮਾਇਆ ਦਾ ਜਾਲ ਵਿਛਾਇਆ ਹੈ । ਆਪ ਹੀ ਜੀਵ ਨੂੰ ਜਨਮ ਦੇਂਦਾ, ਆਪ ਹੀ ਮੌਤ ਦੇਂਦਾ ਹੈ ।

The True Master has created, earth and sky from His Primal Eternal Void. Both earth and sky remain stable without any visible supporting pillar. He has created different creatures in three universes. He has created unique different virtues of worldly wealth in the life structure of each kind of species, creature.

ਸੁੰਨਹੁ ਖਾਣੀ ਸੁੰਨਹੁ ਬਾਣੀ॥ ਸੁੰਨਹੁ ਉਪਜੀ ਸੁੰਨਿ ਸਮਾਣੀ॥ sunnahu khaanee sunnahu banee. sunnahu upjee sunn samaanee.
ਉਤਭੁਜੁ ਚਲਤੁ ਕੀਆ ਸਿਰਿ ਕਰਤੈ, ut-bhuj chalat kee-aa sir kartai
ਬਿਸਮਾਦੁ ਸਬਦਿ ਦੇਖਾਇਦਾ॥੭॥ bismaad sabad daykhaa-idaa. ||7||

ਸਮਾਧੀ ਵਿਚੋਂ ਹੀ ਜੀਵ ਨੂੰ ਪੈਦਾ ਕਰਨ ਦੇ ਚਾਰ ਢੰਗ, ਬੋਲ, ਅਵਾਜ਼ ਪੈਦਾ ਹੋਈ ਹੈ । ਪ੍ਰਭ ਦੀ ਸਮਾਧੀ ਵਿਚੋਂ ਹੀ ਆਤਮਾ, ਜੀਵ ਦੇ ਤਨ ਵਿੱਚ ਆਉਂਦੀ, ਸਮਾਧੀ ਵਿੱਚ ਹੀ ਸਮਾ ਜਾਂਦੀ ਹੈ । ਸਦਾ ਰਹਿਣ ਵਾਲੇ ਪ੍ਰਭ ਦੀ ਕੁਦਰਤ ਹੀ ਸਾਰੇ ਕੰਮ ਕਰਦੀ ਹੈ । ਪ੍ਰਭ ਦੇ ਸ਼ਬਦ ਦੀ ਸੋਝੀ ਵਿੱਚ ਹੀ ਸਾਰੀਆਂ ਅਵਸਥਾਂ ਦਿਖਾਉਂਦਾ ਹੈ ।

The True Master has created four sources of Creation, reproduction of His Creation from His Void. The soul remains embedded and dwells within any perishable living body and after predetermined time, his soul may be absorbed within His Void. His Word remains true forever and prevails in all events of His Nature. The enlightenment of the essence of His Word, His Nature remains embedded within the wealth of His Word.

ਸੁੰਨਹੁ ਰਾਤਿ ਦਿਨਸੁ ਦੁਇ ਕੀਏ॥ sunnahu raat dinas du-ay kee-ay.
ਓਪਤਿ ਖਪਤਿ ਸੁਖਾ ਦੁਖ ਦੀਏ॥ opat khapat sukhaa dukh dee-ay.
ਸੁਖ ਦੁਖ ਹੀ ਤੇ ਅਮਰੁ ਅਤੀਤਾ, ਗੁਰਮੁਖਿ ਨਿਜ ਘਰੁ ਪਾਇਦਾ॥੮॥ sukh dukh hee tay amar ateetaa gurmukh nij ghar paa-idaa. ||8||

ਆਪਣੀ ਸਮਾਧੀ ਵਿਚੋਂ ਹੀ ਦਿਨ ਰਾਤ, ਜੀਵ ਦਾ ਜਨਮ, ਮਰਨ, ਦੁਖ, ਸੁਖ ਪੈਦਾ ਕੀਤਾ । ਜਿਹੜਾ ਦੁਖ, ਸੁਖ ਨੂੰ ਪ੍ਰਭ ਦੀ ਬਖਸ਼ਿਸ਼ ਸਮਝਕੇ ਧੰਨਵਾਦ ਕਰਦਾ ਹੈ । ਉਸ ਗੁਰਮਖ ਨੂੰ ਅਮਰ ਅਵਸਥਾ ਬਖਸ਼ਿਸ਼ ਹੋ ਜਾਂਦੀ ਹੈ । ਆਪਣੇ ਅੰਦਰੋਂ ਹੀ ਸੋਝੀ ਪਾ ਲੈਂਦਾ, ਹੋਂਦ ਮਹਿਸੂਸ ਕਰ ਲੈਂਦਾ ਹੈ ।

The True Master has created day and night; birth and death; miseries and comforts of His Nature. Whosoever may accept miseries and pleasures of world life and sings His Glory; with His mercy and grace, he may be blessed with enlightenment and realize His Existence from within.

ਸਾਮ ਵੇਦੁ ਰਿਗੁ ਜੁਜਰੁ ਅਥਰਬਣੁ॥ saam vayd rig jujar atharban.
ਬ੍ਰਹਮੇ ਮੁਖਿ ਮਾਇਆ ਹੈ ਤ੍ਰੈ ਗੁਣ॥ barahmay mukh maa-i-aa hai tarai gun.
ਤਾ ਕੀ ਕੀਮਤਿ ਕਹਿ ਨ ਸਕੈ ਕੋ, ਤਿਉ ਬੋਲੇ ਜਿਉ ਬੋਲਾਇਦਾ॥੯॥ taa kee keemat kahi na sakai ko ti-o bolay ji-o bolaa-idaa. ||9||

ਪ੍ਰਭ ਨੇ ਆਪ ਹੀ ਬ੍ਰਹਮਾ ਦੀ ਜੀਭ ਤੋਂ ਚਾਰ ਵੇਦ ਉਚਾਰੇ ਹਨ । ਬ੍ਰਹਮਾ ਦੀ ਜੀਭ ਵਿਚੋਂ ਹੀ ਆਤਮਾਂ ਨੂੰ ਮਾਇਆ ਦੇ ਤਿੰਨਾਂ ਗੁਣ, ਤਿੰਨ ਰੂਪ ਦੀ ਸੋਝੀ ਬਖਸ਼ੀ ਹੈ । ਪ੍ਰਭ ਦੇ ਕਿਸੇ ਕਰਤਬ, ਸ਼ਬਦ ਦੀ ਕੀਮਤ, ਮਹੱਤਤਾ ਜਾਣੀ ਨਹੀਂ ਜਾ ਸਕਦੀ । ਕੇਵਲ ਉਹ ਹੀ ਬੋਲ ਸਕਦਾ ਹੈ, ਜਿਸ ਨੂੰ ਉਹ ਆਪ ਬਲਾਉਂਦਾ ਹੈ ।

**(ਸਾਮ ਵੇਦ, ਰਿਗ ਵੇਦ, ਜੁਜਰ ਵੇਦ ਅਤੇ ਅਥਰਬਣ ਵੇਦ)

The True Master has blessed four Vedas at the tongue of prophet Braham ji! He has blessed the enlightenment of the three virtues of worldly wealth at the tongue of prophet Braham. The significance of His Nature, the essence of His Word remains beyond the comprehension of His Creation. Whosoever may be blessed and inspired to spread the enlightenment of His Word; only he may be able to comprehend His Nature.

Vedas	**ਸਾਮ ਵੇਦ; ਰਿਗ ਵੇਦ; ਜੁਜਰ ਵੇਦ; ਅਥਰਬਣ ਵੇਦ!** **Sham Vedas, Rigg Vedas; Jujur Vedas; Arthban Vedas**
Worldly Wealth	**ਕਲ–ਸੱਤਿਆ; ਛਾਇਆ, ਆਸਰਾ; ਸਇਆ. ---- ਨਾਦੁ- ਰਾਗ; ਧੁਨ - ਰੌ; ਪ੍ਰਭ ਦਾ ਵਿਰਾਗ. Page 614 sahib** **Raag; Echo-sound; Renunciation**
5 Elements	**Male sperm, female eggs, Air, Water, fire in womb (earth)**
10 Prophets	**Matsya; Kurma; Varaha; Narasimha; Vamana;** **Parashurama; Rama; Balarama; Buddha or Krishna; and Kalki.**

ਸੁੰਨਹੁ ਸਪਤ ਪਾਤਾਲ ਉਪਾਏ॥	sunnahu sapat paataal upaa-ay.
ਸੁੰਨਹੁ ਭਵਣ ਰਖੇ ਲਿਵ ਲਾਏ॥	sunnahu bhavan rakhay liv laa-ay.
ਆਪੇ ਕਾਰਣੁ ਕੀਆ ਅਪਰੰਪਰਿ,	aapay kaaran kee-aa aprampar
ਸਭੁ ਤੇਰੋ ਕੀਆ ਕਮਾਇਦਾ॥੧੦॥	sabh tayro kee-aa kamaa-idaa. ||10||

ਪ੍ਰਭ ਨੇ ਆਪਣੀ ਸਮਾਧੀ ਵਿੱਚ ਹੀ ਸਤ ਪਤਾਲ ਬਣਾਏ । ਆਪਣੇ ਨਾਲ ਜੋੜ ਕਰਨ ਲਈ, ਲਗਨ ਲਾਉਣ ਲਈ ਸ਼ਬਦ ਪੈਦਾ ਕੀਤਾ । ਪ੍ਰਭ ਆਪ ਹੀ ਸ੍ਰਿਸ਼ਟੀ ਦੀ ਉਤਪਤੀ ਕਰਦਾ ਹੈ । ਹਰਇਕ ਜੀਵ ਉਹ ਕੁਝ ਹੀ ਕਰ ਸਕਦਾ ਹੈ ਜੋ ਉਸ ਤੋਂ ਕਰਵਾਉਂਦਾ ਹੈ ।

From the Primal Void! He created the seven nether regions. He has created the seven nether regions. He has created the teachings of His Word to remain attached to memory of separation from His Holy Spirit. He has created His Creation as an expansion of His Holy Spirit. Every creature may only perform any deed inspired and assigned with His Command.

ਰਜ ਤਮ ਸਤ ਕਲ ਤੇਰੀ ਛਾਇਆ॥	raj tam sat kal tayree chhaa-i-aa.
ਜਨਮ ਮਰਣ ਹਉਮੈ ਦੁਖੁ ਪਾਇਆ॥	janam maran ha-umai dukh paa-i-aa.
ਜਿਸ ਨੋ ਕ੍ਰਿਪਾ ਕਰੇ ਹਰਿ,	jis no kirpaa karay har,
ਗੁਰਮੁਖਿ ਗੁਣਿ ਚਉਥੈ ਮੁਕਤਿ ਕਰਾਇਦਾ॥੧੧॥	gurmukh gun cha-uthai mukat karaa-idaa. ||11||

ਤੇਰੀ ਸ਼ਕਤੀ, ਰਹਿਮਤ ਤਿੰਨਾਂ ਗੁਣਾਂ (ਰਜ, ਤਮ, ਸਤ) ਵਿੱਚ ਹੀ ਰਖੀ ਹੈ । ਇਸ ਵਿੱਚ ਹੀ ਮੁਕਤੀ ਦਾ ਰਸਤਾ ਹੈ । ਜੀਵ ਆਪਣੀ ਹੈਸੀਅਤ ਦੇ ਅਭਿਮਾਨ ਨਾਲ ਹੀ ਜਨਮ ਮਰਨ ਦੇ ਦੁਖ ਪਾਉਂਦਾ ਹੈ । ਜਿਸ ਨੂੰ ਆਪਣੀ ਰਹਿਮਤ ਨਾਲ ਗੁਰਮਖ ਅਵਸਥਾ ਬਖਸ਼ਦਾ ਹੈ । ਉਹ ਨੂੰ ਚੌਥਾਂ ਪਦਾਰਥ, ਮੁਕਤੀ ਬਖਸ਼ਿਸ਼ ਹੋ ਜਾਂਦੀ ਹੈ ।

All His Power, Blessings, and the right path of acceptance in His Court remain embedded in conquering three virtues of worldly wealth, Rajas, Tamas and Satyas. Whosoever may remain intoxicated in the ego of his worldly status, he remains in the miseries of the cycle of birth and death. Whosoever may be blessed to conquer three virtues of worldly wealth; with His mercy and grace; only he may be blessed with the 4th virtue, salvation from the cycle of birth and death.

ਸੁੰਨਹੁ ਉਪਜੇ ਦਸ ਅਵਤਾਰਾ॥ ਸ੍ਰਿਸਟਿ ਉਪਾਇ ਕੀਆ ਪਾਸਾਰਾ॥	sunnahu upjay das avtaaraa. sarisat upaa-ay kee-aa paasaaraa.
ਦੇਵ ਦਾਨਵ ਗਣ ਗੰਧਰਬ ਸਾਜੇ,	dayv daanav gan ganDharab saajay
ਸਭਿ ਲਿਖਿਆ ਕਰਮ ਕਮਾਇਦਾ॥੧੨॥	sabh likhi-aa karam kamaa-idaa. ||12||

ਪ੍ਰਭ ਦੀ ਸਮਾਧੀ ਵਿਚੋਂ ਹੀ ਵਿਸਨੂੰ ਦੇ ਦਸ ਅਵਤਾਰ ਪੈਦਾ ਹੋਏ । ਸ੍ਰਿਸ਼ਟੀ ਦੀ ਪੈਦਾ ਕਰਕੇ ਉਸ ਨੇ ਆਪਣੀ ਸਮਾਧੀ ਨੂੰ ਹੀ ਵਧਾ ਲਿਆ । ਆਪ ਹੀ ਦੇਵੀ ਦੇਵਤੇ, ਜਮਦੂਤ, ਸਵਰਨ ਅਤੇ ਸੰਗੀਤ ਵਜਉਣ ਵਾਲੇ ਪੈਦਾ ਕੀਤੇ । ਸਾਰੇ ਆਪਣੇ ਪਿਛਲੇ ਜਨਮ ਦੇ ਲਿਖੇ ਕਰਮਾਂ ਨਾਲ ਹੀ ਕੰਮ ਕਰਦੇ ਹਨ ।

From His **Primal Void,** He has created 10 prophets of **Vishnu** to enlighten His Creation. He has expanded His Void with the Creation of the universe. He has created worldly gods, devils, sermons of His Word and melodious sound of musical instruments. Everyone may perform deeds in the universe with his own prewritten destiny as a reward of his deeds of his previous life.

ਗੁਰਮੁਖਿ ਸਮਝੈ ਰੋਗੁ ਨ ਹੋਈ॥	gurmukh samjhai rog na ho-ee.
ਇਹ ਗੁਰ ਕੀ ਪਉੜੀ, ਜਾਣੈ ਜਨੁ ਕੋਈ॥	ih gur kee pa-orhee jaanai jan ko-ee.
ਜੁਗਹ ਜੁਗੰਤਰਿ ਮੁਕਤਿ ਪਰਾਇਣ,	jugah jugantar mukat paraa-in
ਸੋ ਮੁਕਤਿ ਭਇਆ ਪਤਿ ਪਾਇਦਾ॥੧੩॥	so mukat bha-i-aa pat paa-idaa. ||13||

ਜਿਸ ਜੀਵ ਨੂੰ ਗੁਰਮਖ ਅਵਸਥਾ ਬਖਸ਼ਿਸ਼ ਹੋ ਜਾਂਦੀ ਹੈ । ਉਸ ਨੂੰ ਕੋਈ ਸੰਸਾਰਕ ਇਛਾਂ ਰੂਪੀ ਰੋਗ ਨਹੀਂ ਲਗਦਾ । ਵਿਰਲੇ ਹੀ ਜੀਵ ਨੂੰ ਦਰਬਾਰ ਵਿੱਚ ਇਸ ਪੌੜੀ ਦੀ ਸੋਝੀ ਬਖਸ਼ਿਸ਼ ਹੁੰਦੀ ਹੈ । ਯੁੱਗਾਂ ਯੁੱਗਾਂ ਤੋਂ ਜੀਵ ਇਸ ਮੁਕਤੀ ਦੀ ਪ੍ਰਾਪਤੀ ਲਈ ਬੰਦਗੀ ਕਰਦੇ ਹਨ । ਜਿਸ ਦੀ ਲਗਨ ਅਡੋਲ ਹੋ ਜਾਂਦੀ ਹੈ, ਉਸ ਨੂੰ ਮੁਕਤੀ ਦਾ ਰਸਤਾ ਬਖਸ਼ਿਸ਼ ਹੋ ਜਾਂਦਾ ਹੈ । ਉਸ ਨੂੰ ਮੁਕਤੀ, ਦਰਬਾਰ ਵਿੱਚ ਥਾਂ ਬਖਸ਼ਿਸ਼ ਹੋ ਜਾਂਦਾ ਹੈ ।

Whosoever may be blessed with the state of mind as His true devotee; he may never endure any miseries of worldly desires, frustrations. However, very rare may be blessed with such a state of mind. From Ancient Ages, worldly saints, devotees have been meditating to become worthy of His Consideration. Whosoever may remain steady and stable on the right path of meditation; with His mercy and grace, he may be blessed with the right path of acceptance in His Court. He may be blessed with a permanent resting place in His Royal Court, salvation.

ਪੰਚ ਤਤੁ ਸੁੰਨਹੁ ਪਰਗਾਸਾ॥	panch tat sunnahu pargaasaa.
ਦੇਹ ਸੰਜੋਗੀ ਕਰਮ ਅਭਿਆਸਾ॥	dayh sanjogee karam abhi-aasaa.
ਬੁਰਾ ਭਲਾ ਦੁਇ ਮਸਤਕਿ ਲੀਖੇ,	buraa bhalaa du-ay mastak leekhay
ਪਾਪੁ ਪੁੰਨੁ ਬੀਜਾਇਦਾ॥੧੪॥	paap punn beejaa-idaa. ||14||

ਆਪਣੀ ਸਮਾਧੀ ਵਿੱਚ ਹੀ ਪੰਜਾਂ ਤੱਤਾਂ ਦੇ ਸੰਜੋਗ ਨਾਲ ਤਨ ਦਾ ਅਕਾਰ ਬਣਾਇਆ ਹੈ । ਇਸ ਨੂੰ ਧੰਦੇ ਤੇ ਲਾਇਆ ਹੈ । ਜੀਵ ਦੇ ਮੱਥੇ ਤੇ ਚੰਗੇ ਅਤੇ ਮੰਦੇ ਕਰਮ ਲਿਖੇ ਹਨ । ਇਹਨਾਂ ਦੋਨਾਂ ਦਾ ਬੀਜ ਉਸ ਦੇ ਮਨ ਵਿੱਚ ਹੀ ਰਖਿਆ ਹੈ ।

From His Primal Void, He has created his body with the union of five elements. He assigns ever creature worldly chores to nourish his stomach. He engraves his prewritten destiny of his good and evil deeds with His inkless pen. He sows the seed of both good and evil deeds within his heart.

**5 Elements: Male sperm, female eggs, Air, Water, and fire in womb (earth)

ਊਤਮ ਸਤਿਗੁਰ ਪੁਰਖ ਨਿਰਾਲੇ॥	ootam satgur purakh niraalay.
ਸਬਦਿ ਰਤੇ ਹਰਿ ਰਸਿ ਮਤਵਾਲੇ॥	sabad ratay har ras matvaalay.
ਰਿਧਿ ਬੁਧਿ ਸਿਧਿ ਗਿਆਨੁ ਗੁਰੂ ਤੇ ਪਾਈਐ,	riDh buDh siDh gi-aan guroo tay
ਪੂਰੈ ਭਾਗਿ ਮਿਲਾਇਦਾ॥੧੫॥	paa-ee-ai poorai bhaag milaa-idaa. ||15||

ਪੂਰਨ ਗੁਰੂ, ਉਤਮ, ਪਵਿੱਤਰ ਅਤੇ ਮੋਹ ਤੋਂ ਰਹਿਤ ਹੈ । ਸ਼ਬਦ ਦੀ ਪਾਲਣਾ, ਲਗਨ ਲਾਉਣ ਨਾਲ, ਮਨ ਤੇ ਸ਼ਬਦ ਦਾ ਨਸਾ ਹੋ ਜਾਂਦਾ, ਮਸਤੀ ਆ ਜਾਂਦੀ ਹੈ । ਸੰਸਾਰਕ ਰਿਧੀਆਂ, ਸਿਧੀਆਂ, ਗਿਆਨ, ਕਰਾਮਾਤਾਂ, ਸਾਰੀਆਂ ਹੀ ਸ਼ਬਦ ਨਾਲ ਜੀਵਨ ਬਤੀਤ ਕਰਨ ਨਾਲ ਬਖਸ਼ਿਸ਼ ਹੋ ਜਾਂਦੀਆਂ ਹਨ । ਜੀਵ ਚੰਗੇ ਭਾਗਾਂ ਨਾਲ ਹੀ ਇਸ ਰਸਤੇ ਤੇ ਚਲਦਾ ਹੈ ।

The Primal True Guru remains sanctified and beyond any bonds or emotional attachments. Whosoever may whole-heartedly remain devoted and obeys the teachings of His Word; with His mercy and grace, he may remain drenched with the essence of His Word. All the miracle power, eternal vision may remain embedded within the essence of His Word. Whosoever may adopt the teachings of His Word with steady and stable belief; only he may be blessed with such a state of mind. Whosoever may have a great prewritten destiny, only he may remain steady and stable on the right path of acceptance in His Court.

ਇਸੁ ਮਨ ਮਾਇਆ ਕਉ ਨੇਹੁ ਘਨੇਰਾ॥ is man maa-i-aa ka-o nayhu ghanayraa.
ਕੋਈ ਬੂਝਹੁ ਗਿਆਨੀ ਕਰਹੁ ਨਿਬੇਰਾ॥ ko-ee boojhhu gi-aanee karahu nibayraa.
ਆਸਾ ਮਨਸਾ ਹਉਮੈ ਸਹਸਾ, ਨਰੁ ਲੋਭੀ ਕੂੜੁ ਕਮਾਇਦਾ॥੧੬॥ aasaa mansaa ha-umai sahsaa nar lobhee koorh kamaa-idaa. ||16||

ਜੀਵ ਦਾ ਮਾਇਆ ਨਾਲ ਮੋਹ ਬਹੁਤ ਡੂੰਘਾ ਹੈ । ਕੋਈ ਵਿਰਲਾ ਹੀ ਗਿਆਨ ਵਾਲਾ ਹੁੰਦਾ ਹੈ! ਜਿਸ ਨੂੰ ਮਾਇਆ ਦੇ ਅਸਲੀ ਰੂਪ ਦੀ ਸੋਝੀ ਹੁੰਦੀ ਹੈ । ਮਨ ਦੀਆਂ ਆਸਾਂ ਅਤੇ ਖਾਹਿਸ਼ ਨਾਲ ਚੁਲਾਕੀ, ਹੈਸੀਅਤ ਦਾ ਅਭਿਮਾਨ ਵਧਦਾ ਹੈ । ਜੀਵ ਮਨ ਦੇ ਲਾਲਚ, ਧੋਖੇ ਵਿੱਚ ਫਸ ਕੇ ਸੰਸਾਰਕ ਮਾਇਆ ਦੇ ਪਿਛੇ ਲਗ ਪੈਂਦਾ ਹੈ ।

His Creation has deep intoxication of the sweet poison, short-lived worldly comforts. However, very rare, His true devotee may be enlightened with the real weakness, reality of Worldly Wealth. All the hopes and desires may accelerate his ego of worldly status and devious nature of his mind. Greedy mind may be trapped in the sweet poison of worldly wealth.

ਸਤਿਗੁਰ ਤੇ ਪਾਏ ਵੀਚਾਰਾ॥ ਸੁੰਨ ਸਮਾਧਿ ਸਚੇ ਘਰ ਬਾਰਾ॥ satgur tay paa-ay veechaaraa. sunn samaaDh sachay ghar baaraa.
ਨਾਨਕ ਨਿਰਮਲ ਨਾਦੁ ਸ਼ਬਦ ਧੁਨਿ, naanak nirmal naad sabad Dhun
ਸਚੁ ਰਾਮੈ ਨਾਮਿ ਸਮਾਇਦਾ॥ ੧੭॥ ੫॥ ੧੭॥ sach raamai naam samaa-idaa. ||17||5||17||

ਸ਼ਬਦ ਦੀ ਸੋਝੀ ਤੋਂ ਮਾਇਆ ਦੀ ਕਮਜ਼ੋਰੀ ਦੀ ਸੋਝੀ ਬਖਸ਼ਿਸ਼ ਹੁੰਦੀ ਹੈ । ਉਸ ਨਾਲ ਜੀਵਨ ਢਾਲਣ ਨਾਲ ਜੀਵ ਪ੍ਰਭ ਦੀ ਸਮਾਧੀ ਵਿੱਚ ਸਮਾ ਜਾਂਦਾ ਹੈ । ਉਸ ਜੀਵ ਦਾ ਮਨ ਸਦਾ ਚਲਣ ਵਾਲੀ ਸ਼ਬਦ ਦੀ ਧੁਨ ਵਿੱਚ ਲੀਨ ਹੋ ਜਾਂਦਾ ਹੈ । ਉਸ ਵਿੱਚ ਲੀਨ ਹੋਇਆ ਹੀ ਜੀਵ ਪ੍ਰਭ ਦੀ ਜੋਤ ਵਿੱਚ ਅਲੋਪ ਹੋ ਜਾਂਦਾ ਹੈ ।

From the enlightenment of the essence of His Word; he may be enlightened with the weakness of worldly wealth. Whosoever may adopt the teachings of His Word with steady and stable belief; with His mercy and grace, he may be immersed within His Holy Spirit. His mind may remain intoxicated within the everlasting echo of His Word. He may be immersed within the void of His Word.

Key Message of Raag Maaroo, page 1037-10

'ਪ੍ਰਭ ਦੇ ਦਾਸ ਨੂੰ ਮਾਇਆ ਦੀ ਕਮਜ਼ੋਰੀ ਦੀ ਸੋਝੀ ਬਖਸ਼ਦਾ ਹੈ!

ਪ੍ਰਭ ਨੇ ਆਪਣੀ ਸਮਾਧੀ ਵਿੱਚ ਹੀ ਸਾਰੀ ਸ੍ਰਿਸ਼ਟੀ ਦੀ ਤਾਕਤ ਕਾਬੂ ਵਿੱਚ ਕਰ ਲਈ । ਪ੍ਰਭ ਦੀ ਪੂਰਨ ਸਮਾਧੀ, ਅਨੋਖੀ, ਅੰਤ ਤੋਂ ਰਹਿਤ ਹੈ । ਪ੍ਰਭ ਨੇ ਆਪਣੀ ਸਮਾਧੀ ਵਿਚੋਂ ਹੀ ਹਵਾ, ਪਾਣੀ ਅਤੇ ਸ੍ਰਿਸ਼ਟੀ ਪੈਦਾ ਕੀਤੀ ਹੈ । ਇਸ ਸਰੀਰ ਵਿੱਚ ਮਨ ਨੂੰ ਰਾਜਾ ਥਾਪਿਆ । ਪ੍ਰਭ ਦੀ ਸਮਾਧੀ ਸਾਰੇ ਯੁੱਗਾਂ ਵਿੱਚ ਅਡੋਲ ਰਹਿੰਦੀ ਹੈ । ਪ੍ਰਭ ਨੇ ਆਪਣੀ ਸਮਾਧੀ ਵਿਚੋਂ ਹੀ 7 ਸਮੁੰਦਰ ਥਾਪੇ ਹਨ । ਪ੍ਰਭ ਦੀ ਰੋਸ਼ਨੀ ਹੀ ਤਿੰਨਾਂ ਸ੍ਰਿਸ਼ਟੀਆਂ ਵਿੱਚ ਵਾਪਰਦੀ ਹੈ । ਤਿੰਨੇ ਸ੍ਰਿਸ਼ਟੀਆਂ ਵਿੱਚ ਵੱਖਰੀ ਕਿਸਮਾਂ ਦੇ ਜੀਵ, ਵੱਖਰਾ ਹੀ ਮਾਇਆ ਦਾ ਜਾਲ ਵਿਛਾਇਆ ਹੈ । ਸਮਾਧੀ ਵਿਚੋਂ ਹੀ ਜੀਵ ਨੂੰ ਪੈਦਾ ਕਰਨ ਦੇ ਚਾਰ ਢੰਗ, ਬੋਲ, ਅਵਾਜ਼ ਪੈਦਾ ਹੋਈ ਹੈ! ਜਿਹੜਾ ਦੁਖ, ਸੁਖ ਨੂੰ ਪ੍ਰਭ ਦੀ ਬਖਸ਼ਿਸ਼ ਸਮਝਕੇ ਧੰਨਵਾਦ ਕਰਦਾ ਹੈ । ਉਸ ਗੁਰਮਖ ਨੂੰ ਅਮਰ ਅਵਸਥਾ ਬਖਸ਼ਿਸ਼ ਹੋ ਜਾਂਦੀ ਹੈ । ਬ੍ਰਹਮਾ ਦੀ ਜੀਭ ਤੋਂ ਚਾਰ ਵੇਦ ਉਚਾਰੇ, ਮਾਇਆ ਦੇ ਤਿੰਨਾਂ ਗੁਣ, ਤਿੰਨਾਂ ਸ੍ਰਿਸ਼ਟੀਆ ਦੀ ਸੋਝੀ ਬਖਸ਼ੀ ਹੈ । ਮੁਕਤੀ ਦਾ ਰਸਤਾ, ਸ਼ਕਤੀ, ਰਹਿਮਤ ਤਿੰਨਾਂ ਗੁਣਾਂ (ਰਜ, ਤਮ, ਸਤ) ਤੇ ਜਿੱਤ ਵਿੱਚ ਹੀ ਰਖੀ ਹੈ । ਪ੍ਰਭ ਦੀ ਸਮਾਧੀ ਵਿਚੋਂ ਹੀ ਦਸ ਅਵਤਾਰ ਪੈਦਾ ਹੋਏ । ਪਿਛਲੇ ਜਨਮ ਦੇ ਲਿਖੇ ਕਰਮਾਂ ਨਾਲ ਹੀ ਕੰਮ ਕਰਦੇ ਹਨ । ਜਿਸ ਜੀਵ ਨੂੰ ਗੁਰਮਖ ਅਵਸਥਾ ਬਖਸ਼ਿਸ਼ ਹੋ ਜਾਂਦੀ ਹੈ । ਉਸ ਨੂੰ ਮੁਕਤੀ, ਦਰਬਾਰ ਵਿੱਚ ਥਾਂ ਬਖਸ਼ਿਸ਼ ਹੋ ਜਾਂਦਾ ਹੈ । ਆਪਣੀ ਸਮਾਧੀ ਵਿੱਚ ਹੀ ਪੰਜਾਂ ਤੱਤਾਂ ਦੇ ਸੰਜੋਗ ਨਾਲ ਤਨ ਦਾ ਅਕਾਰ ਬਣਾਇਆ ਹੈ । ਸ਼ਿਵ, ਸ਼ਕਤੀ ਦੋਨਾਂ ਦਾ ਬੀਜ ਉਸ ਦੇ ਮਨ ਵਿੱਚ ਹੀ ਰਖਿਆ ਹੈ । ਸੰਸਾਰਕ ਰਿਧੀਆਂ, ਸਿਧੀਆਂ, ਗਿਆਨ, ਕਰਾਮਾਤਾਂ, ਸਾਰੀਆਂ ਹੀ ਸ਼ਬਦ ਨਾਲ ਜੀਵਨ ਬਤੀਤ ਕਰਨ ਨਾਲ ਬਖਸ਼ਿਸ਼ ਹੋ ਜਾਂਦੀਆਂ ਹਨ । ਕੋਈ ਵਿਰਲਾ ਹੀ ਗਿਆਨ ਵਾਲਾ ਹੁੰਦਾ ਹੈ! ਜਿਸ ਨੂੰ ਮਾਇਆ ਦੇ ਅਸਲੀ ਰੂਪ ਦੀ ਸੋਝੀ ਹੁੰਦੀ ਹੈ । ਸ਼ਬਦ ਦੀ ਸੋਝੀ ਤੋਂ ਮਾਇਆ ਦੀ ਕਮਜ਼ੋਰੀ ਦੀ ਸੋਝੀ ਬਖਸ਼ਿਸ਼ ਹੁੰਦੀ ਹੈ ।

His true devotee may be blessed with the weakness of worldly wealth.

From His perfect void, He controls all the power of 3 universes. The True Master has created Air, Water and His Creation from His Void. He has deputized his mind as the king of his body. His state of Nature, His Void remains unchanged, perfect in All Ages! The True Master has created, established 7 oceans within each soul. The glow of His Holy Spirit shines through three universes. His perfect, void remains beyond any limit, boundary, and comprehension. He has created unique virtues of worldly wealth; each life structure, kind of species, creature. He has created four sources of creation, reproduction of His Creation. Whosoever may accept miseries and pleasures as His Blessings; he may be blessed with immortal state of mind. Brahma was blessed with the enlightenment of the three virtues of worldly wealth; three universes and 4 Vedas, 4th virtue, salvation. All His Power remains embedded within three virtues of worldly wealth, Rajas, Tamas and Satyas. From His **Primal Void,** He has created 10 prophets to enlighten His Creation. He has prewritten destiny as a reward of his deeds of his previous life. Whosoever may be accepted as His true devotee; he may be blessed with a permanent resting place. He has created his body with the union of five elements and sowed the seed of both **Shiv and Shakti**. All the miracle power, eternal vision may remain embedded within the essence of His Word; however, very rare, His true devotee may be enlightened with the weakness, reality of Worldly wealth.

41. ਮਾਰੂ ਮਹਲਾ ੧॥ 1038-13

ਜਹ ਦੇਖਾ ਤਹ ਦੀਨ ਦਇਆਲਾ॥ jah daykhaa tah deen da-i-aalaa.
ਆਇ ਨ ਜਾਈ ਪ੍ਰਭੁ ਕਿਰਪਾਲਾ॥ aa-ay na jaa-ee parabh kirpaalaa.
ਜੀਆ ਅੰਦਰਿ ਜੁਗਤਿ ਸਮਾਈ, ਰਹਿਓ ਨਿਰਾਲਮੁ ਰਾਇਆ॥੧॥ jee-aa andar jugat samaa-ee rahi-o niraalam raa-i-aa. ||1|

ਗੁਰੂ ਨਾਨਕ ਦੇਵ ਜੀ! – Guru Nanak Dev Ji! Guru Granth Sahib

ਪ੍ਰਭ ਹਰਇਕ ਜੀਵ, ਹਰਇਕ ਥਾਂ ਹੀ ਹਾਜਰਾ ਹਜ਼ੂਰ ਵਾਪਰਦਾ ਹੈ, ਨਿਮਾਣੇ ਦਾ ਰਖਵਾਲਾ ਹੁੰਦਾ ਹੈ । ਮਿਹਰਬਾਨ, ਤਰਸਵਾਨ ਪ੍ਰਭ, ਆਪ ਜਨਮ ਮਰਨ ਦੇ ਚੱਕਰ ਤੋਂ ਰਹਿਤ ਹੈ । ਆਪਣੇ ਗੁਪਤ ਤਰੀਕੇ ਨਾਲ ਹੀ ਹਰਇਕ ਜੀਵ ਅੰਦਰ ਵਾਪਰਦਾ ਹੈ । ਪਵਿੱਤਰ ਪ੍ਰਭ ਜੀਵ ਦੇ ਮੋਹ ਤੋਂ ਰਹਿਤ ਹੈ ।

The Omnipresent True Master, protector of His humble helpless true devotee! He may remain embedded within the body of everyone and prevails everywhere. The Merciful True Master remains beyond the cycle of birth and death. He prevails within the mind and body of everyone in a mysterious way. His Sanctified Holy Spirit remains beyond any emotional bond or attachments to His Creation.

ਜਗੁ ਤਿਸ ਕੀ ਛਾਇਆ, ਜਿਸੁ ਬਾਪੁ ਨ ਮਾਇਆ॥ jag tis kee chhaa-i-aa jis baap na maa-i-aa.
ਨਾ ਤਿਸੁ ਭੈਣ ਨ ਭਰਾਉ ਕਮਾਇਆ॥ naa tis bhain na bharaa-o kamaa-i-aa.
ਨਾ ਤਿਸੁ ਓਪਤਿ ਖਪਤਿ ਕੁਲ ਜਾਤੀ, ਓਹੁ ਅਜਰਾਵਰੁ ਮਨਿ ਭਾਇਆ॥੨॥ naa tis opat khapat kul jaatee oh ajraavar man bhaa-i-aa. ||2||

ਪ੍ਰਭ ਦਾ ਕੋਈ ਮਾਤਾ, ਪਿਤਾ, ਭੈਣ, ਭਾਈ ਨਹੀਂ ਹੈ, ਹਰਇਕ ਜੀਵ ਹੀ ਪ੍ਰਭ ਦਾ ਰੂਪ ਹੈ । ਜੀਵ ਦੀ ਆਤਮਾ, ਪ੍ਰਭ ਦੀ ਜੋਤ ਦਾ ਹੀ ਪਸਾਰਾ ਹੈ । ਪ੍ਰਭ ਨੂੰ ਕੋਈ ਪੈਦਾ ਨਹੀਂ ਕਰ ਸਕਦਾ, ਗੱਦੀ ਤੇ ਥਾਪ ਨਹੀਂ ਸਕਦਾ! ਨਾ ਹੀ ਕੋਈ ਨਾਸ ਕਰ ਸਕਦਾ ਹੈ । ਉਸ ਦੀ ਕੋਈ ਖਾਨਦਾਨੀ, ਗੱਦੀ ਨਹੀਂ ਚਲਦੀ, ਨਾ ਹੀ ਕੋਈ ਜਾਤ ਹੈ । ਉਹ ਰੂਹਾਨੀ ਪ੍ਰਭ ਮੇਰੇ ਮਨ ਨੂੰ ਭਾਉਂਦਾ ਹੈ ।

The True Master has no mother, father, sibling; every creature is the symbol of The True Master. Every soul is an expansion of His Holy Spirit. No one can incarnate anyone on His Throne as a symbol of The True Master nor anyone can hurt or destroy Him. He does not have any legacy, genealogy, or worldly social caste. His Holy Spirit is very soothing to the mind of His true devotee.

ਤੂ ਅਕਾਲ ਪੁਰਖੁ ਨਾਹੀ ਸਿਰਿ ਕਾਲਾ॥ too akaal purakh naahee sir kaalaa.
ਤੂ ਪੁਰਖੁ ਅਲੇਖ ਅਗੰਮ ਨਿਰਾਲਾ॥ too purakh alaykh agamm niraalaa.
ਸਤ ਸੰਤੋਖਿ ਸਬਦਿ ਅਤਿ ਸੀਤਲੁ, ਸਹਜ ਭਾਇ ਲਿਵ ਲਾਇਆ॥੩॥ sat santokh sabad at seetal sahj bhaa-ay liv laa-i-aa. ||3||

ਪ੍ਰਭ, ਸਮੇਂ ਤੋਂ, ਕਾਲ ਤੋਂ ਰਹਿਤ ਹੈ, ਮੌਤ ਦਾ ਪ੍ਰਭ ਤੇ ਕੋਈ ਜ਼ੋਰ ਨਹੀਂ । ਅਸਲੀ ਮਾਲਕ, ਜੀਵ ਦੇ ਦੇਖਣ, ਪਹੁੰਚ ਤੋਂ, ਮੋਹ ਤੋਂ ਰਹਿਤ ਹੈ । ਪ੍ਰਭ ਦਾ ਸ਼ਬਦ ਮਨ ਨੂੰ ਧੀਰਜ, ਸੰਤੋਖ ਦੇਣ ਵਾਲਾ, ਠੰਡ ਦੇਣ ਵਾਲਾ ਹੈ । ਜਿਹੜਾ ਸ਼ਬਦ ਦੀ ਸਿਖਿਆਂ ਨਾਲ ਜੀਵਨ ਢਾਲਦਾ ਹੈ, ਓਹ ਸ਼ਬਦ ਦੀ ਸਮਾਧੀ ਵਿੱਚ ਲੀਨ ਹੋ ਜਾਂਦਾ ਹੈ ।

The True Master remains beyond any change with time, ages, or under the control of death. The True Master remains beyond any visibility, reach nor any emotional attachments to any worldly creatures. The teachings of His Word, provides patience, contentment to His true devotee. Whosoever may adopt the teachings of His Word with steady and stable belief in his day-to-day life; with His mercy and grace, he may remain intoxicated in the void of His Word.

ਤ੍ਰੈ ਵਰਤਾਇ ਚਉਥੈ ਘਰਿ ਵਾਸਾ॥ tarai vartaa-ay cha-uthai ghar vaasaa.
ਕਾਲ ਬਿਕਾਲ ਕੀਏ ਇਕ ਗ੍ਰਾਸਾ॥ kaal bikaal kee-ay ik garasaa.
ਨਿਰਮਲ ਜੋਤਿ ਸਰਬ ਜਗਜੀਵਨੁ, ਗੁਰਿ ਅਨਹਦ ਸਬਦਿ ਦਿਖਾਇਆ॥੪॥ nirmal jot sarab jagjeevan gur anhad sabad dikhaa-i-aa. ||4||

ਪ੍ਰਭ ਨੇ ਸੰਸਾਰਕ ਮਾਇਆ ਵਿੱਚ ਤਿੰਨ ਗੁਣ (ਰਜ, ਤਮ, ਸਤ) ਬਖਸ਼ੇ ਹਨ, ਜਿਸ ਨੂੰ ਸੰਸਾਰਕ ਮਾਇਆ ਦੇ ਤਿੰਨਾਂ ਗੁਣਾ ਤੇ ਜਿੱਤ ਬਖਸ਼ਿਸ਼ ਹੋ ਜਾਂਦੀ ਹੈ । ਉਸ ਨੂੰ ਚੌਥੀਂ ਅਵਸਥਾ ਬਖਸ਼ਿਸ਼ ਹੋ ਜਾਂਦੀ ਹੈ । ਪ੍ਰਭ ਨੇ ਸ਼ਬਦ ਦੀ ਪਾਲਣਾ ਨੂੰ, ਜਨਮ ਅਤੇ ਮੌਤ ਨੂੰ ਖਾਣ ਵਾਲੇ ਭੋਜਨ ਦੀ ਗਰਾਈ ਹੀ ਬਣਾਇਆ ਹੈ । ਪ੍ਰਭ ਦੀ ਪਵਿੱਤਰ ਜੋਤ ਹੀ ਸ੍ਰਿਸ਼ਟੀ ਦੇ ਜੀਵਨ ਦੇਣ ਵਾਲੀ ਹੈ । ਆਪਣੀ ਰਹਿਮਤ ਨਾਲ ਹੀ ਸਦਾ ਅਟਲ ਰਹਿਣ ਵਾਲੀ ਸ਼ਬਦ ਦੀ ਧੁਨ ਬਖਸ਼ਦਾ ਹੈ ।

The Master has infused three virtues within worldly wealth – Rajaas, Sataas, Tamass. Whosoever may conquer three virtues of wealth; with His mercy and grace, he may be blessed with the 4th virtue, salvation. The True Master has created, obeying the teachings of His Word as a bite of food to swallow the cycle of birth and death. His Holy Spirit may be the fountain of life; with His mercy and grace, His true devotee may hear the everlasting echo of His Word resonating within his heart.

ਊਤਮ ਜਨ ਸੰਤ ਭਲੇ ਹਰਿ ਪਿਆਰੇ॥ ਹਰਿ ਰਸ ਮਾਤੇ ਪਾਰਿ ਉਤਾਰੇ॥ ootam jan sant bhalay har pi-aaray. har ras maatay paar utaaray.
ਨਾਨਕ ਰੇਣ ਸੰਤ ਜਨ ਸੰਗਤਿ, ਹਰਿ ਗੁਰ ਪਰਸਾਦੀ ਪਾਇਆ॥੫॥ naanak rayn sant jan sangat har gur parsaadee paa-i-aa. ||5|

ਜਿਹੜੇ ਨਿਮਾਣੇ, ਨਿਮ੍ਰਤਾ ਵਾਲੇ ਸੰਤ ਤੇਰੇ ਦਰਬਾਰ ਵਿੱਚ ਪ੍ਰਵਾਨ ਹੋ ਜਾਂਦੇ ਹਨ, ਉਹ ਵੱਡਭਾਗੀ ਹਨ । ਉਹ ਸ਼ਬਦ ਦੇ ਨਸ਼ੇ ਵਿੱਚ ਹੀ ਮਸਤ ਰਹਿੰਦੇ ਹਨ । ਇਸ ਮਸਤੀ ਵਿੱਚ ਹੀ ਉਹ ਸੰਸਾਰਕ ਸਾਗਰ ਪਾਰ ਕਰ ਜਾਂਦੇ ਹਨ । ਜਿਹੜਾ ਪ੍ਰਭ ਦੀ ਰਹਿਮਤ ਨਾਲ ਇਸਤਰ੍ਹਾਂ ਦੇ ਸੰਤ ਦੀ ਸੰਗਤ, ਸਿਖਿਆਂ ਨਾਲ ਜੀਵਨ ਢਾਲਦਾ ਹੈ, ਉਸ ਨੂੰ ਪ੍ਰਭ ਦੀ ਰਹਿਮਤ ਨਾਲ ਪ੍ਰਵਾਨਗੀ ਬਖਸ਼ਿਸ਼ ਹੋ ਜਾਂਦੀ ਹੈ ।

Whosoever may be accepted in His Court; His humble, helpless true devotee may become very fortunate. He may remain intoxicated in meditation in the void of His Word; with His mercy and grace, he may be accepted in His Court in his intoxication. Whosoever may adopt the life teachings of His Holy saint in his own day-to-day life; with His mercy and grace, he may be accepted in His Court.

ਤੂ ਅੰਤਰਜਾਮੀ ਜੀਅ ਸਭਿ ਤੇਰੇ॥ ਤੂ ਦਾਤਾ ਹਮ ਸੇਵਕ ਤੇਰੇ॥ too antarjaamee jee-a sabh tayray. too daataa ham sayvak tayray.
ਅੰਮ੍ਰਿਤ ਨਾਮੁ ਕ੍ਰਿਪਾ ਕਰਿ ਦੀਜੈ, ਗੁਰਿ ਗਿਆਨ ਰਤਨੁ ਦੀਪਾਇਆ॥੬॥ amrit naam kirpaa kar deejai gur gi-aan ratan deepaa-i-aa. ||6||

ਅੰਤਰਜਾਮੀ ਪ੍ਰਭ ਨੇ ਹੀ ਸਾਰੇ ਜੀਵ ਪੈਦਾ ਕੀਤੇ ਹਨ । ਤੂੰ ਦਾਤਾਂ ਦੇਣ ਵਾਲਾ ਅਸਲੀ ਮਾਲਕ ਹੈ । ਪ੍ਰਭ ਰਹਿਮਤ ਬਖਸ਼ੋ! ਆਪਣੇ ਦਾਸ ਨੂੰ ਸ਼ਬਦ ਦੀ ਪਾਲਣਾ, ਅਮੋਲਕ ਸ਼ਬਦ ਦੀ ਸੋਝੀ ਬਖਸ਼ੋ ।

The Omniscient True Master has created the whole universe. He may bestow His Virtues on His humble true devotee. My Merciful True Master bestows Your Blessed Vision to attaches me to obey the teachings of Your Word; I may be enlightened with the essence of Your Word.

ਪੰਚ ਤਤੁ ਮਿਲਿ ਇਹੁ ਤਨੁ ਕੀਆ॥ ਆਤਮ ਰਾਮ ਪਾਏ ਸੁਖੁ ਥੀਆ॥ panch tat mil ih tan kee-aa. aatam raam paa-ay sukh thee-aa.
ਕਰਮ ਕਰਤੂਤਿ ਅੰਮ੍ਰਿਤ ਫਲੁ ਲਾਗਾ, karam kartoot amrit fal laagaa
ਹਰਿ ਨਾਮ ਰਤਨੁ ਮਨਿ ਪਾਇਆ॥੭॥ har naam ratan man paa-i-aa. ||7||

ਪ੍ਰਭ ਨੇ ਪੰਜ ਤੱਤਾਂ ਦਾ ਸੰਜੋਗ ਬਣਾਕੇ ਜੀਵ ਦਾ ਤਨ ਬਣਾਇਆ ਹੈ । ਜਿਸ ਦੀ ਆਤਮਾ ਦਾ ਮਿਲਾਪ ਹੋ ਜਾਂਦਾ ਹੈ, ਉਸ ਨੂੰ ਸਾਰੇ ਸੁਖ ਪ੍ਰਾਪਤ ਹੋ ਜਾਂਦੇ ਹਨ । ਜੀਵ ਦੇ ਪਿਛਲੇ ਚੰਗੇ ਕੰਮਾਂ ਦਾ ਫਲ ਹੀ ਹੈ! ਪ੍ਰਭ ਰਹਿਮਤ ਬਖਸ਼ਕੇ ਸ਼ਬਦ ਦੇ ਲੜ ਲਾਉਂਦਾ ਹੈ ।

ਗੁਰੂ ਨਾਨਕ ਦੇਵ ਜੀ! – Guru Nanak Dev Ji! Guru Granth Sahib

The True Master has created the body of worldly creature by combining five unique elements. Whose soul may be immersed within His Holy Spirit; she enjoys all comforts. Whosoever may have a great prewritten destiny as a reward of his good deeds of previous lives; with His mercy and grace, he may remain intoxicated in meditation on the teachings of His Word.

****5 Elements**: Male sperm, female eggs, Air, Water, and fire in womb (earth)

ਨਾ ਤਿਸੁ ਭੁਖ ਪਿਆਸ ਮਨੁ ਮਾਨਿਆ॥ naa tis bhookh pi-aas man maani-aa.
ਸਰਬ ਨਿਰੰਜਨੁ ਘਟਿ ਘਟਿ ਜਾਨਿਆ॥ sarab niranjan ghat ghat jaani-aa.
ਅੰਮ੍ਰਿਤ ਰਸਿ ਰਾਤਾ ਕੇਵਲ ਬੈਰਾਗੀ, ਗੁਰਮਤਿ ਭਾਇ ਸੁਭਾਇਆ॥੮॥ amrit ras raataa kayval bairaagee gurmat bhaa-ay subhaa-i-aa. ||8||

ਉਸ ਦੇ ਮਨ ਨੂੰ ਕੋਈ ਭੁੱਖ ਜਾ ਪਿਆਸ ਨਹੀਂ ਲਗਦੀ । ਉਸ ਨੂੰ ਸੋਝੀ ਬਖਸ਼ਿਸ਼ ਹੋ ਜਾਂਦੀ ਹੈ, ਸਰਬ ਵਿਆਪੀ ਪ੍ਰਭ ਹਰ ਥਾਂ, ਹਰ ਜੀਵ ਵਿੱਚ ਹੀ ਵਸਦਾ ਹੈ । ਪ੍ਰਭ ਦੇ ਸ਼ਬਦ ਦੀ ਪਾਲਣਾ ਕਰਦਾ, ਜੀਵ ਪ੍ਰਭ ਦੇ ਵਿਛੋੜਾ ਦਾ ਵਿਰਾਗੀ ਬਣ ਜਾਂਦਾ ਹੈ । ਆਤਮਾ ਪਵਿੱਤਰ ਹੋ ਜਾਂਦੀ, ਉਹ ਸੰਸਾਰਕ ਬੰਧਨ ਤੋਂ ਮੁਕਤ ਹੋ ਜਾਂਦਾ ਹੈ । ਸ਼ਬਦ ਵਿੱਚ ਹੀ ਲੀਨ ਹੋ ਜਾਂਦਾ ਹੈ ।

Whosoever may not have any frustration of worldly desires; with His mercy and grace, he may be enlightened that The Omnipresent True Master remains embedded within every soul. Whosoever may obey the teachings of His Word; with His mercy and grace, he may remain in renunciation in his memory of his separation from His Holy Spirit. His soul may be sanctified; his worldly bonds may be eliminated and he remains intoxicated in the void of His Word.

ਅਧਿਆਤਮ ਕਰਮ ਕਰੇ ਦਿਨੁ ਰਾਤੀ॥ ਨਿਰਮਲ ਜੋਤਿ ਨਿਰੰਤਰਿ ਜਾਤੀ॥ aDhi-aatam karam karay din raatee. nirmal jot nirantar jaatee.
ਸਬਦੁ ਰਸਾਲੁ ਰਸਨ ਰਸਿ ਰਸਨਾ, ਬੇਣੁ ਰਸਾਲੁ ਵਜਾਇਆ॥੯॥ sabad rasaal rasan ras rasnaa bayn rasaal vajaa-i-aa. ||9||

ਜਿਹੜਾ ਜੀਵ ਵੀ ਆਤਮਾ ਦੇ ਕੰਮ ਦਿਨ ਰਾਤ ਕਰਦਾ ਹੈ । ਉਹ ਪ੍ਰਭ ਦੀ ਜੋਤ ਆਪਣੇ ਅੰਦਰ ਹੀ ਜਾਗਰਤ ਕਰ ਲੈਂਦਾ ਹੈ । ਪ੍ਰਭ ਦੇ ਸ਼ਬਦ ਦੇ ਨਸ਼ੇ ਵਿੱਚ ਮਨ ਅਡੋਲ ਹੋ ਜਾਂਦਾ ਹੈ । ਉਸ ਦੀ ਜੀਭ ਪ੍ਰਭ ਦੇ ਸ਼ਬਦ ਦੀ ਉਸਤਤ ਕਰਦੀ, ਧੰਨਵਾਦ ਕਰਦੀ ਹੈ ।

Whosoever may obey the teachings of His Word with steady and stable belief day and night; with His mercy and grace, he may be enlightened from within. He remains intoxicated in meditation in the void of His Word. His tongue may remain singing the glory and thanks for His Blessings.

ਬੇਣੁ ਰਸਾਲੁ ਵਜਾਵੈ ਸੋਈ॥ ਜਾ ਕੀ ਤ੍ਰਿਭਵਣ ਸੋਝੀ ਹੋਈ॥ bayn rasaal vajaavai so-ee. jaa kee taribhavan sojhee ho-ee.
ਨਾਨਕ ਬੂਝਹੁ ਇਹ ਬਿਧਿ ਗੁਰਮਤਿ, naanak boojhhu ih biDh gurmat
ਹਰਿ ਰਾਮ ਨਾਮਿ ਲਿਵ ਲਾਇਆ॥੧੦॥ har raam naam liv laa-i-aa. ||10||

ਜਿਸ ਨੂੰ ਤਿੰਨਾਂ ਸ੍ਰਿਸ਼ਟੀਆਂ ਦੀ ਸੋਝੀ ਬਖਸ਼ਿਸ਼ ਹੋ ਜਾਂਦੀ ਹੈ । ਕੇਵਲ ਉਹ ਹੀ ਦਾਸ ਸ਼ਬਦ ਦੀ ਧੁਨ ਗਾਉਂਦਾ ਹੈ । ਜੀਵ ਇਹ ਮੱਤ, ਸੋਝੀ ਸ਼ਬਦ ਦੀ ਪਾਲਣਾ ਨਾਲ ਹੀ ਬਖਸ਼ਿਸ਼ ਹੋ ਸਕਦੀ ਹੈ । ਉਸ ਨਾਲ ਹੀ ਮਨ ਸ਼ਬਦ ਵਿੱਚ ਅਡੋਲ ਰਹਿੰਦਾ ਹੈ ।

Whosoever may be enlightened with nature of three universes; with His mercy and grace, only he may sing the glory of His Word. Such a wisdom and enlightenment of the essence of His Word may only be blessed by obeying the teachings of His Word. He remains intoxicated in meditation in the void of His Word.

ਐਸੇ ਜਨ ਵਿਰਲੇ ਸੰਸਾਰੇ॥ aisay jan virlay sansaaray.
ਗੁਰ ਸਬਦੁ ਵੀਚਾਰਹਿ, ਰਹਹਿ ਨਿਰਾਰੇ॥ gur sabad vichaareh raheh niraaray.
ਆਪਿ ਤਰਹਿ ਸੰਗਤਿ ਕੁਲ ਤਾਰਹਿ, aap tareh sangat kul taareh
ਤਿਨ ਸਫਲ ਜਨਮੁ ਜਗਿ ਆਇਆ॥੧੧॥ tin safal janam jag aa-i-aa. ||11||

ਕੋਈ ਵਿਰਲਾ ਹੀ ਜੀਵ ਸੰਸਾਰਕ ਇਛਾਂ ਤੋਂ ਰਹਿਤ ਹੋ ਜਾਂਦਾ, ਤਿਆਗ ਦੇਂਦਾ ਹੈ । ਉਸ ਨੂੰ ਸ਼ਬਦ ਦੀ ਸੋਝੀ ਹੁੰਦੀ ਹੈ । ਉਹ ਆਪ ਪ੍ਰਵਾਨ ਹੋ ਜਾਂਦਾ, ਸਾਥੀਆਂ ਨੂੰ, ਆਪਣੀਆਂ ਕੁਲਾਂ ਨੂੰ ਪ੍ਰਵਾਨਗੀ ਦੇ ਰਸਤੇ ਤੇ ਪਾ ਜਾਂਦਾ ਹੈ । ਉਸ ਦਾ ਮਾਨਸ ਜਨਮ ਸਫਲ ਹੋ ਜਾਂਦਾ ਹੈ ।

Very rare, His true devotee may renounce his worldly desires and remains beyond the reach of demons of worldly desires. He may be blessed with the essence of His Word; with His mercy and grace, he may be accepted in His Court. He may inspire his followers, and new generation on the path of acceptance in His Court. His human life journey may be rewarded.

ਘਰੁ ਦਰੁ ਮੰਦਰੁ ਜਾਣੈ ਸੋਈ॥ ghar dar mandar jaanai so-ee.
ਜਿਸੁ ਪੂਰੇ ਗੁਰ ਤੇ ਸੋਝੀ ਹੋਈ॥ jis pooray gur tay sojhee ho-ee.
ਕਾਇਆ ਗੜ ਮਹਲ ਮਹਲੀ ਪ੍ਰਭੁ ਸਾਚਾ, kaa-i-aa garh mahal mahlee parabh
ਸਚੁ ਸਾਚਾ ਤਖਤੁ ਰਚਾਇਆ॥੧੨॥ saachaa sach saachaa takhat rachaa-i-aa. ||12||

ਉਹ ਜੀਵ ਆਪਣੇ ਤਨ ਨੂੰ ਹੀ ਉਹ ਮੰਦਰ ਬਣਾ ਲੈਂਦਾ ਹੈ । ਇਸ ਵਿਚੋਂ ਹੀ ਖੋਜ ਕਰਕੇ ਆਪਣੇ ਅੰਦਰ ਪ੍ਰਭ ਦੀ ਜੋਤ ਜਗਾ ਲੈਂਦਾ ਹੈ । ਜੀਵ ਦਾ ਤਨ ਪ੍ਰਭ ਦਾ ਦਰਬਾਰ, ਪ੍ਰਭ ਹੀ ਇਸ ਦਾ ਮਾਲਕ ਹੈ, ਸਦਾ ਅਟਲ ਰਹਿਣ ਵਾਲਾ ਮਾਲਕ ਆਪਣਾ ਸਦਾ ਰਹਿਣ ਵਾਲ ਤਖਤ ਬਣਾ ਲੈਂਦਾ ਹੈ ।

The body of a creature is His Holy Shrine! Whosoever may search within his own mind and body, he may be enlightened from within. His body becomes His Royal castle and His Word is the king of His Castle. The Forever True Master always remains in His Castle carefree.

ਚਤੁਰ ਦਸ ਹਾਟ ਦੀਵੇ ਦੁਇ ਸਾਖੀ॥ chatur das haat deevay du-ay saakhee.
ਸੇਵਕ ਪੰਚ ਨਾਹੀ ਬਿਖੁ ਚਾਖੀ॥ sayvak panch naahee bikh chaakhee.
ਅੰਤਰਿ ਵਸਤੁ ਅਨੂਪ ਨਿਰਮੋਲਕ, antar vasat anoop nirmolak
ਗੁਰਿ ਮਿਲਿਐ ਹਰਿ ਧਨੁ ਪਾਇਆ॥੧੩॥ gur mili-ai har Dhan paa-i-aa. ||13||

ਚੋਦਾਂ ਸ੍ਰਿਸ਼ਟੀਆਂ ਅਤੇ ਦੋਂ ਦੀਵੇ (ਸੂਰਜ ਅਤੇ ਚੰਦ) ਇਸ ਦੇ ਗਵਾਹ ਹਨ । ਪ੍ਰਭ ਦਾ ਦਾਸ ਆਪਣੇ ਆਪ ਵਿੱਚ ਪੂਰਾ ਹੁੰਦਾ, ਸੰਸਾਰਕ ਮਾਇਆ ਦਾ ਤਿਆਗੀ ਰਹਿੰਦਾ ਹੈ । ਉਸ ਦੇ ਅੰਦਰ ਅਮੋਲਕ ਸ਼ਬਦ ਜਾਗਰਤ ਅਤੇ ਸੁਚੇਤ ਰਹਿੰਦਾ ਹੈ । ਜਿਸ ਦੀ ਕੀਮਤ ਪਾਈ ਨਹੀਂ ਜਾ ਸਕਦੀ । ਪ੍ਰਭ ਦੀ ਹੋਂਦ ਮਹਿਸੂਸ ਹੋਣ ਨਾਲ ਉਸ ਦੀ ਕੀਮਤ ਦੀ ਸੋਝੀ ਬਖਸ਼ਿਸ਼ ਹੋ ਜਾਂਦੀ ਹੈ ।

14 universes and 2 pillars of light, Sun and Moon are the witnesses! Whosoever may remain steady and stable on his path of acceptance and he may remain beyond the reach of worldly wealth. He remains awake and alert with the enlightenment of the essence of His Word. The significance of the enlightenment of the essence of His Word remains beyond the

comprehension of His Creation. Whosoever may realize His Holy Spirit prevailing everywhere; with His mercy and grace, he may be enlightened.

ਤਖਤਿ ਬਹੈ ਤਖਤੈ ਕੀ ਲਾਇਕ॥ ਪੰਚ ਸਮਾਏ ਗੁਰਮਤਿ ਪਾਇਕ॥ takhat bahai takh-tai kee laa-ik. panch samaa-ay gurmat paa-ik.
ਆਦਿ ਜੁਗਾਦੀ ਹੈ ਭੀ ਹੋਸੀ, ਸਹਸਾ ਭਰਮੁ ਚੁਕਾਇਆ॥੧੪॥ aad jugaadee hai bhee hosee sahsaa bharam chukaa-i-aa. ||14||

ਜਿਸ ਦਾ ਮਨ ਪਵਿੱਤਰ ਹੁੰਦਾ ਹੈ, ਉਹ ਹੀ ਦਰਬਾਰ ਵਿੱਚ ਪ੍ਰਵਾਨ ਹੋ ਸਕਦਾ ਹੈ । ਉਸ ਦੀ ਆਤਮਾ ਦੀ ਜੋਤ ਪ੍ਰਭ ਦੀ ਜੋਤ ਵਿੱਚ ਅਲੋਪ ਹੋਣ ਦੇ ਯੋਗ ਹੁੰਦੀ ਹੈ । ਜਿਹੜਾ ਸ਼ਬਦ ਨਾਲ ਜੀਵਨ ਢਾਲਦਾ ਹੈ, ਉਸ ਨੂੰ ਮਨ ਦੇ ਪੰਜਾਂ ਜਮਦੂਤਾਂ ਤੇ ਜਿੱਤ ਬਖਸ਼ਿਸ਼ ਹੋ ਜਾਂਦੀ ਹੈ । ਉਹ ਪ੍ਰਭ ਦਾ ਪੈਰ ਰਖਣ ਵਾਲਾ ਚਾਮਟਾ (ਚੌਂਕੀ) ਬਣ ਜਾਂਦਾ ਹੈ । ਪ੍ਰਭ ਸ੍ਰਿਸ਼ਟੀ ਦੇ ਆਰੰਭ ਤੋਂ ਲੈ ਕੇ ਯੁੱਗਾਂ ਯੁੱਗਾਂ ਵਿੱਚ ਹੀ ਵਾਪਰਦਾ ਹੈ ਅਤੇ ਵਾਪਰਦਾ ਰਹੇਗਾ । ਜਿਹੜਾ ਸ਼ਬਦ ਦਾ ਸਿਮਰਨ ਕਰਦਾ ਹੈ, ਉਸ ਦੇ ਮਨ ਦੇ ਭਰਮ ਦੂਰ ਹੋ ਜਾਂਦੇ ਹਨ ।

Whosoever may sanctify his soul, beyond the reach of worldly desires; he may be accepted in His Court. His soul may become worthy of His Consideration. Whosoever may adopt the teachings of His Word; with His mercy and grace, he may be blessed to conquer the five demons of worldly desires. His soul may become worthy of touching His Feet. His Holy Spirit was prevailing from the beginning of the universe and will be prevailing after the destruction of the universe. Whosoever may meditate on the teachings of His Word; with His mercy and grace, all his suspicions may be eliminated.

ਤਖਤਿ ਸਲਾਮੁ ਹੋਵੈ ਦਿਨੁ ਰਾਤੀ॥ takhat salaam hovai din raatee.
ਇਹੁ ਸਾਚੁ ਵਡਾਈ ਗੁਰਮਤਿ ਲਿਵ ਜਾਤੀ॥ ih saach vadaa-ee gurmat liv jaatee.
ਨਾਨਕ ਰਾਮੁ ਜਪਹੁ ਤਰੁ ਤਾਰੀ, naanak raam japahu tar taaree
ਹਰਿ ਅੰਤਿ ਸਖਾਈ ਪਾਇਆ॥ ੧੫॥ ੧॥ ੧੮॥ har ant sakhaa-ee paa-i-aa. ||15||1||18|

ਤਖਤ ਦੇ ਮਾਲਕ ਦੇ ਸ਼ਬਦ ਦੀ ਉਸਤਤ ਦਿਨ ਰਾਤ ਹੁੰਦੀ ਹੈ । ਜਿਹੜਾ ਸ਼ਬਦ ਨਾਲ ਜੀਵਨ ਢਾਲਦਾ ਹੈ । ਰਹਿਮਤ ਕੇਵਲ ਉਸ ਨੂੰ ਹੀ ਬਖਸ਼ਿਸ਼ ਹੁੰਦੀ ਹੈ । ਉਸ ਦਾ ਸ਼ਬਦ ਨਾਲ ਜੀਵਨ ਬਤੀਤ ਕਰਦੇ ਦਾ ਮਾਨਸ ਜਨਮ ਸਫਲ ਹੋ ਜਾਂਦਾ ਹੈ, ਸਦਾ ਅਟਲ ਰਹਿਣ ਵਾਲੇ ਨਾਲ ਸੰਜੋਗ ਬਣ ਜਾਂਦਾ ਹੈ ।

His whole Creation may be singing the glory of His Word Day and night. Whosoever may adopt the teachings of His Word; with His mercy and grace, only he may be enlightened with the essence of His Word. His human life journey may be rewarded. He may be accepted in His Court.

Key Message of Raag Maaroo, page 1038-13
'ਮਾਇਆ ਦੇ ਤਿੰਨਾਂ ਰੂਪਾਂ ਤੇ ਜਿੱਤ ਨਾਲ 4th ਅਵਸਥਾ, ਮੁਕਤੀ ਬਖਸ਼ਿਸ਼ ਹੋ ਸਕਦੀ ਹੈ!
ਪ੍ਰਭ ਆਪਣੇ ਗੁਪਤ ਤਰੀਕੇ ਨਾਲ ਹੀ ਹਰਇਕ ਜੀਵ ਅੰਦਰ ਵਾਪਰਦਾ ਹੈ । ਪ੍ਰਭ ਦੀ ਕੋਈ ਖਾਨਦਾਨੀ, ਗੱਦੀ ਨਹੀਂ ਚਲਦੀ, ਨਾ ਹੀ ਕੋਈ ਜਾਤ ਹੈ । ਪ੍ਰਭ, ਸਮੇਂ ਤੋਂ, ਕਾਲ ਤੋਂ ਰਹਿਤ, ਮੌਤ ਦਾ ਪ੍ਰਭ ਤੇ ਕੋਈ ਜ਼ੋਰ ਨਹੀਂ ਹੈ । ਜਿਸ ਨੂੰ ਸੰਸਾਰਕ ਮਾਇਆ ਦੇ ਤਿੰਨਾਂ ਗੁਣਾਂ (ਰਜ, ਤਮ, ਸਤ) ਤੇ ਜਿੱਤ ਬਖਸ਼ਿਸ਼ ਹੋ ਜਾਂਦੀ ਹੈ । ਉਸ ਨੂੰ ਚੌਥੀਂ ਅਵਸਥਾ ਬਖਸ਼ਿਸ਼ ਹੋ ਜਾਂਦੀ ਹੈ । ਜਿਹੜਾ ਸੰਤ ਦੇ ਜੀਵਨ ਦੀ ਸਿਖਿਆਂ ਨਾਲ ਜੀਵਨ ਢਾਲਦਾ ਹੈ, ਉਸ ਨੂੰ ਪ੍ਰਵਾਨਗੀ ਦਾ ਅਸਲੀ ਰਸਤਾ ਬਖਸ਼ਿਸ਼ ਹੋ ਜਾਂਦਾ ਹੈ । ਜੀਵ ਦੇ ਪਿਛਲੇ ਚੰਗੇ ਕੰਮਾਂ ਦਾ ਫਲ ਬਖਸ਼ਿਸ਼ ਹੋ ਜਾਂਦਾ ਹੈ! ਜਿਹੜਾ ਪ੍ਰਭ ਦੇ ਵਿਛੋੜਾ ਦਾ ਵਿਰਾਗੀ ਬਣ ਜਾਂਦਾ ਹੈ । ਉਹ ਸੰਸਾਰਕ ਬੰਧਨ ਤੋਂ ਮੁਕਤ ਹੋ ਜਾਂਦਾ ਹੈ । ਓਸ ਨੂੰ ਆਪਣੀ ਜੀਭ ਤੇ ਸ਼ਬਦ ਦਾ ਰਸ ਬਖਸ਼ਿਸ਼ ਹੋ ਜਾਂਦਾ ਹੈ । ਉਹ ਆਪ ਪ੍ਰਵਾਨ ਹੋ ਜਾਂਦਾ, ਸਾਥੀਆਂ ਨੂੰ, ਆਪਣੀਆਂ ਕੁਲਾਂ ਨੂੰ ਪ੍ਰਵਾਨਗੀ ਦੇ ਰਸਤੇ ਤੇ ਪਾ ਜਾਂਦਾ ਹੈ । ਜਿਹੜਾ ਆਪਣੇ ਅੰਦਰ ਖੋਜ ਕਰਕੇ, ਉਸ ਦਾ ਤਨ ਹੀ ਸਦਾ ਅਟਲ ਰਹਿਣ ਤਖਤ ਬਣਾ ਲੈਂਦਾ ਹੈ । ਪ੍ਰਭ ਦਾ ਦਾਸ ਆਪਣੇ ਆਪ ਵਿੱਚ ਪੂਰਾ ਹੁੰਦਾ, ਸੰਸਾਰਕ ਮਾਇਆ ਦਾ ਤਿਆਗੀ ਰਹਿੰਦਾ ਹੈ । ਉਸ ਨੂੰ ਮਨ ਦੇ ਪੰਜਾਂ ਜਮਦੂਤਾਂ ਤੇ ਜਿੱਤ ਬਖਸ਼ਿਸ਼ ਹੋ ਜਾਂਦੀ ਹੈ । ਉਸ ਦੀ ਆਤਮਾ ਦੀ ਜੋਤ ਪ੍ਰਭ ਦੀ ਜੋਤ ਵਿੱਚ ਅਲੋਪ ਹੋਣ ਦੇ ਯੋਗ ਹੁੰਦੀ ਹੈ । ਉਸ ਦਾ ਮਾਨਸ ਜਨਮ ਸਫਲ ਹੋ ਜਾਂਦਾ ਹੈ ।
Conquer 3 virtues of wealth- 4th virtue may be blessed!
The True Master prevails within the mind and body of everyone in a mysterious way. No one can incarnate anyone on His Throne as a symbol of The True Master nor He has any legacy, genealogy, or worldly social caste. The True Master remains beyond any change with time, ages, or under the control of death. Whosoever may conquer three virtues of wealth; **Rajas, Sataas, Tamass.** He may be blessed with the 4th virtue, salvation. Whosoever may adopt the life experience teachings of His Holy saint in his own day-to-day life; he may be rewarded with his prewritten destiny. Whosoever may remain in renunciation in his memory of his separation from His Holy Spirit; his worldly bonds may be eliminated. He may be overwhelmed with the nectar of the essence of His Word. Whosoever may be accepted in His Court; he may inspire his followers and new generation on the path of acceptance in His Court. Whosoever may search the enlightenment of the essence of His Word within; his body may become His Royal castle. He may remain beyond the reach of worldly wealth. He may conquer the five demons of worldly desires. His soul may become worthy of His Consideration. His human life journey may be rewarded.

42. ਮਾਰੂ ਮਹਲਾ ੧॥ 1039 -14

ਹਰਿ ਧਨੁ ਸੰਚਹੁ ਰੇ ਜਨ ਭਾਈ॥ har Dhan sanchahu ray jan bhaa-ee.
ਸਤਿਗੁਰ ਸੇਵਿ ਰਹਹੁ ਸਰਣਾਈ॥ satgur sayv rahhu sarnaa-ee.
ਤਸਕਰੁ ਚੋਰੁ ਨ ਲਾਗੈ ਤਾ ਕਉ, taskar chor na laagai taa ka-o
ਧੁਨਿ ਉਪਜੈ ਸਬਦਿ ਜਗਾਇਆ॥੧॥ Dhun upjai sabad jagaa-i-aa. ||1||

ਪ੍ਰਭ ਦੇ ਸ਼ਬਦ ਦੀ ਕਮਾਈ ਦਾ ਧਨ ਇਕੱਠਾ ਕਰੋ! ਸਦਾ ਉਸ ਦੀ ਸ਼ਰਣ ਵਿੱਚ ਰਹੋ । ਇਸ ਧਨ ਨੂੰ ਕੋਈ ਚੋਰੀ ਨਹੀਂ ਕਰ ਸਕਦਾ । ਇਸ ਨਾਲ ਮਨ ਵਿੱਚ ਸ਼ਬਦ ਦੀ ਸਦਾ ਅਟਲ ਰਹਿਣ ਵਾਲੀ ਧੁਨ ਚਲ ਪੈਂਦੀ ਹੈ । ਜਿਸ ਨਾਲ ਮਨ ਹਮੇਸ਼ਾ ਹੀ ਜਾਗਰਤ ਅਤੇ ਸੁਚੇਤ ਰਹਿੰਦਾ ਹੈ ।

You should always surrender your self-entity at His Sanctuary and earn the wealth of His Word. No one can rob or steal his earnings of His Word. Whosoever may earn the wealth of His Word; he may hear the everlasting echo of His Word resonating within his heart. He may always remain awake and alert in his meditation.

ਤੂ ਏਕੰਕਾਰੁ ਨਿਰਾਲਮੁ ਰਾਜਾ॥ too aykankaar niraalam raajaa.
ਤੂ ਆਪਿ ਸਵਾਰਹਿ ਜਨ ਕੇ ਕਾਜਾ॥ too aap savaareh jan kay kaajaa.
ਅਮਰੁ ਅਡੋਲੁ ਅਪਾਰੁ ਅਮੋਲਕੁ, ਹਰਿ ਅਸਥਿਰ ਥਾਨਿ ਸੁਹਾਇਆ॥੨॥ amar adol apaar amolak har asthir thaan suhaa-i-aa. ||2||

ਗੁਰੂ ਨਾਨਕ ਦੇਵ ਜੀ! – Guru Nanak Dev Ji! Guru Granth Sahib

ਪ੍ਰਭ ਹੀ ਸ੍ਰਿਸ਼ਟੀ ਨੂੰ ਪੈਦਾ ਕਰਨ ਵਾਲ ਅਸਲੀ ਮਾਲਕ, ਰਾਜਿਆਂ ਦਾ ਰਾਜਾ ਹੈ । ਆਪਣੇ ਦਾਸ ਦੇ ਸਾਰੇ ਹੀ ਕਾਰਜ ਸਵਾਰਦਾ ਹੈ । ਅਡੋਲ ਅਮਰ, ਬੇਅੰਤ ਪ੍ਰਭ, ਜੀਵ ਦੀ ਪਹੁੰਚ ਤੋਂ ਉਪਰ ਹੈ । ਕਿਸੇ ਕਰਤਬ ਦੀ ਕੀਮਤ ਜਾਣੀ ਨਹੀਂ ਜਾ ਸਕਦੀ । ਪ੍ਰਭ ਦਾ ਤਖਤ, ਦਰਬਾਰ ਸੁੰਦਰ ਅਤੇ ਰੂਹਾਨੀ ਹੈ ।

The king of kings, the Immaculate King, True Master, Creator of the universe may conclude all the worldly chores of His true devotee. The Immortal True Master remains, beyond any limit, boundary, the reach of His Creation. His Nature remains beyond any comprehension of His Creation. His Royal castle is glamorous and eternal.

ਦੇਹੀ ਨਗਰੀ ਊਤਮ ਥਾਨਾ॥ ਪੰਚ ਲੋਕ ਵਸਹਿ ਪਰਧਾਨਾ॥ dayhee nagree ootam thaanaa. panch lok vaseh parDhaanaa.
ਊਪਰਿ ਏਕੰਕਾਰੁ ਨਿਰਾਲਮੁ, ਸੁੰਨ ਸਮਾਧਿ ਲਗਾਇਆ॥੩॥ oopar aykankaar niraalam sunn samaaDh lagaa-i-aa. ||3||

ਜੀਵ ਦਾ ਤਨ ਇਕ ਬਹੁਤ ਉਤਮ ਥਾਂ, ਮੰਦਰ ਹੈ, ਜਿਥੇ ਬੰਦਗੀ ਕਰਨ ਵਾਲੀ ਆਤਮਾ ਵਸਦੀ ਹੈ । ਇਸ ਦੇ ਵਿੱਚ ਸਦਾ ਅਟਲ ਰਹਿਣ ਵਾਲਾ ਪ੍ਰਭ ਸਮਾਧੀ ਵਿੱਚ ਮਸਤ ਰਹਿੰਦਾ ਹੈ ।

The body of a creature is a superb place, where the soul of His true devotee meditates on the teachings of His Word. The True Master dwells in the 10th house, on His Royal Throne in the void of His Word.

ਦੇਹੀ ਨਗਰੀ ਨਉ ਦਰਵਾਜੇ॥ ਸਿਰਿ ਸਿਰਿ ਕਰਣੈਹਾਰੈ ਸਾਜੇ॥ dayhee nagree na-o darvaajay. sir sir karnaihaarai saajay.
ਦਸਵੈ ਪੁਰਖੁ ਅਤੀਤੁ ਨਿਰਾਲਾ, ਆਪੇ ਅਲਖੁ ਲਖਾਇਆ॥੪॥ dasvai purakh ateet niraalaa aapay alakh lakhaa-i-aa. ||4||

ਪ੍ਰਭ ਨੇ ਹਰਇਕ ਦੇ ਤਨ ਵਿੱਚ ਨੌ ਘਰ (ਦਰਵਾਜੇ), ਦੀ ਬਣਤਰ ਬਣਾਈ ਹੈ । ਦਸਵੇਂ ਘਰ ਵਿੱਚ ਪ੍ਰਭ ਦੀ ਜੋਤ ਵਸਦੀ, ਜੀਵ ਦੀ ਆਤਮਾ ਦੇ ਮੋਹ ਤੋਂ ਰਹਿਤ ਰਹਿੰਦੀ ਹੈ । ਪ੍ਰਭ ਆਪ ਹੀ ਇਸ ਦੀ ਸੋਝੀ, ਗੁਰਮਖ ਜੀਵ ਨੂੰ ਬਖਸ਼ਦਾ ਹੈ ।

The True Master has created 9 caves in his body for his soul to roam around through 9 doors. The True Master, His Word dwells in the 10th cave. He remains beyond any emotional attachment of his soul; with His mercy and grace, His true devotee may be enlightened with the right path of acceptance in His Court.

ਪੁਰਖੁ ਅਲੇਖੁ ਸਚੇ ਦੀਵਾਨਾ॥ purakh alaykh sachay deevaanaa.
ਹੁਕਮਿ ਚਲਾਏ ਸਚੁ ਨੀਸਾਨਾ॥ hukam chalaa-ay sach neesaanaa.
ਨਾਨਕ ਖੋਜਿ ਲਹਹੁ ਘਰੁ ਅਪਨਾ, naanak khoj lahhu ghar apnaa
ਹਰਿ ਆਤਮ ਰਾਮ ਨਾਮੁ ਪਾਇਆ॥੫॥ har aatam raam naam paa-i-aa. ||5||

ਪ੍ਰਭ ਆਪ ਕੰਮਾਂ ਦੇ ਕਿਸੇ ਲੇਖੇ ਵਿੱਚ ਨਹੀਂ ਹੈ । ਉਸ ਦਾ ਹੁਕਮ ਹਰ ਥਾਂ ਤੇ ਚਲਦਾ ਹੈ, ਉਸ ਦੀ ਜੋਤ ਸਦਾ ਰਹਿਣ ਵਾਲੀ ਹੈ । ਜਿਹੜਾ ਜੀਵ ਆਪਣੇ ਮਨ ਵਿੱਚ ਝਾਤੀ ਮਾਰਦਾ, ਖੋਜ ਕਰਦਾ, ਉਸ ਨੂੰ ਸ਼ਬਦ ਦੀ ਸੋਝੀ ਮਨ ਅੰਦਰੋਂ ਹੀ ਬਖਸ਼ਿਸ਼ ਹੋ ਜਾਂਦੀ ਹੈ ।

The True Master remains beyond the judgement of any of His deeds; His Command prevails everywhere. His Holy Spirit remains true forever. Whosoever may search within his own mind and body; with His mercy and grace, he may be blessed with the enlightenment of the essence of His Word from within.

ਸਰਬ ਨਿਰੰਜਨ ਪੁਰਖੁ ਸੁਜਾਨਾ॥ sarab niranjan purakh sujaanaa.
ਅਦਲੁ ਕਰੇ ਗੁਰ ਗਿਆਨ ਸਮਾਨਾ॥ adal karay gur gi-aan samaanaa.
ਕਾਮੁ ਕ੍ਰੋਧੁ ਲੈ ਗਰਦਨਿ ਮਾਰੇ, ਹਉਮੈ ਲੋਭੁ ਚੁਕਾਇਆ॥੬॥ kaam kroDh lai gardan maaray ha-umai lobh chukaa-i-aa. ||6||

ਪਵਿਤਰ, ਅੰਤਰਜਾਮੀ ਪ੍ਰਭ ਹਰਾ ਥਾਂ ਤੇ ਵਾਪਰਦਾ ਹੈ । ਉਹ ਇਨਸਾਫ ਕਰਦਾ ਹੈ, ਉਸ ਦੀ ਸੋਝੀ ਸ਼ਬਦ ਦੀ ਪਾਲਣਾ ਵਿੱਚ ਹੀ ਹੈ । ਉਹ ਕਾਮ ਵਾਸ਼ਨਾ ਅਤੇ ਕਰੋਧ ਨੂੰ ਗਲ ਤੋਂ ਪਕੜਦਾ ਹੈ । ਅਹੰਕਾਰ ਅਤੇ ਲਾਲਚ ਦੀ ਜੜ੍ਹ ਅਖਾੜ ਦੇਂਦਾ ਹੈ, ਖਤਮ ਕਰ ਦੇਂਦਾ ਹੈ ।

The Omniscient Holy Spirit, True Master prevails everywhere. His justice prevails everywhere and the enlightenment of His Word remains embedded within obeying the teachings of His Word. He destroys the sexual urge with strange woman and anger of disappointments. He may eliminate the roots of greed and ego of worldly status.

ਸਚੈ ਥਾਨਿ ਵਸੈ ਨਿਰੰਕਾਰਾ॥ ਆਪਿ ਪਛਾਣੈ ਸਬਦੁ ਵੀਚਾਰਾ॥ sachai thaan vasai nirankaaraa. aap pachhaanai sabad veechaaraa.
ਸਚੈ ਮਹਲਿ ਨਿਵਾਸੁ ਨਿਰੰਤਰਿ, ਆਵਣ ਜਾਣੁ ਚੁਕਾਇਆ॥੭॥ sachai mahal nivaas nirantar aavan jaan chukaa-i-aa. ||7||

ਜਿਥੇ ਪ੍ਰਭ ਦਾ, ਦਾਸ ਸਿਮਰਨ ਕਰਦਾ ਹੈ, ਉਹ ਥਾਂ ਪਵਿੱਤਰ ਹੋ ਜਾਂਦੀ ਹੈ । ਜਿਹੜਾ ਜੀਵ ਆਪਣੇ ਆਪ ਨੂੰ ਜਾਣ ਜਾਂਦਾ ਹੈ, ਉਸ ਨੂੰ ਸ਼ਬਦ ਦੀ ਸੋਝੀ ਬਖਸ਼ਿਸ਼ ਹੋ ਜਾਂਦੀ ਹੈ । ਆਪਣੇ ਅੰਦਰੋਂ ਹੀ ਦਸਵੇਂ ਘਰ ਵਿੱਚ ਦਾਖਿਲ ਹੋ ਜਾਂਦਾ, ਪ੍ਰਭ ਨਾਲ ਵਸਣ ਲਗ ਪੈਂਦਾ ਹੈ । ਉਸ ਦਾ ਜੂੰਨਾਂ ਦਾ ਚੱਕਰ ਖਤਮ ਹੋ ਜਾਂਦਾ ਹੈ ।

Wherever, His true devotee meditates, The True Master remains gracious in his conjugation; his place of worship may be sanctified. Whosoever may recognize the real purpose of his human life opportunity; with His mercy and grace, he may be blessed with the enlightenment of the essence of His Word. He may enter His Royal Castle and he may be blessed with permanent resting place; with His mercy and grace, his cycle of birth and death may be eliminated.

ਨਾ ਮਨੁ ਚਲੈ ਨ ਪਉਣੁ ਉਡਾਵੈ॥ ਜੋਗੀ ਸਬਦੁ ਅਨਾਹਦੁ ਵਾਵੈ॥ naa man chalai na pa-un udaavai. jogee sabad anaahad vaavai.
ਪੰਚ ਸ਼ਬਦ ਝੁਣਕਾਰੁ ਨਿਰਾਲਮੁ, panch sabad jhunkaar niraalam
ਪ੍ਰਭਿ ਆਪੇ ਵਾਇ ਸੁਣਾਇਆ॥੮॥ parabh aapay vaa-ay sunaa-i-aa. ||8||

ਉਸ ਦਾ ਮਨ ਅਡੋਲ ਰਹਿੰਦਾ ਹੈ, ਸੰਸਾਰਕ ਇਛਾਂ ਨਾਲ ਡੋਲਦਾ ਨਹੀਂ । ਇਸਤਰ੍ਹਾਂ ਦੇ ਬੰਦਗੀ ਕਰਨ ਵਾਲੇ ਦੇ ਅੰਦਰ ਪ੍ਰਭ ਦੀ ਸਦਾ ਚਲਣ ਵਾਲੀ ਧੁਨ ਸੁਣਾਈ ਦੇਂਦੀ ਹੈ । ਪ੍ਰਭ ਹੀ ਉਹ ਪਵਿੱਤਰ ਸੰਗੀਤ, ਉਸ ਦੇ ਮਨ ਵਿੱਚ ਚਲਾਉਂਦਾ ਹੈ । ਉਸ ਨੂੰ ਉਹ ਪੰਜੇਂ ਉਤਮ ਰਾਗਾਂ, ਅਵਾਜ਼ਾਂ ਸੁਣਦੀਆਂ ਹਨ ।

His true devotee may remain steady and stable in meditating on the teachings of His Word; he may never be influenced with worldly temptations. He may hear the everlasting echo of His Word, resonating within his heart. The True Master infuses the melodious sound within his heart. He may hear **five eternal spiritual** sounds and **five music tones**.

ਭਉ ਬੈਰਾਗਾ ਸਹਜਿ ਸਮਾਤਾ॥ ਹਉਮੈ ਤਿਆਗੀ ਅਨਹਦਿ ਰਾਤਾ॥ bha-o bairaagaa sahj samaataa. ha-umai ti-aagee anhad raataa.
ਅੰਜਨੁ ਸਾਰਿ ਨਿਰੰਜਨੁ ਜਾਣੈ, ਸਰਬ ਨਿਰੰਜਨੁ ਰਾਇਆ॥੯॥ anjan saar niranjan jaanai sarab niranjan raa-i-aa. ||9||

ਉਹ ਵਿਰਾਗੀ ਜੋ ਸੰਸਾਰਕ ਮੋਹ ਨੂੰ ਤਿਆਗ ਦੇਂਦਾ, ਉਸ ਵਿੱਚ ਲੀਨ ਹੋ ਜਾਂਦਾ ਹੈ । ਜਦੋਂ ਉਸ ਦੇ ਮਨ ਵਿਚੋਂ ਅਹੰਕਾਰ ਅਤੇ ਹੈਸੀਅਤ ਦਾ ਅਭਿਮਾਨ ਖਤਮ ਹੋ ਜਾਂਦਾ ਹੈ । ਉਸ ਦੇ ਅੰਦਰ ਸ਼ਬਦ ਦੀ ਧੁਨ ਚਲ ਪੈਂਦੀ ਹੈ । ਇਸ ਜਾਗਰਤੀ ਦੀ ਬਾਮ ਨਾਲ ਹੌਂਦ ਅਨੁਭਵ ਹੋ ਜਾਂਦੀ ਹੈ । ਜੀਵ ਦੀ ਪਹੁੰਚ ਤੋਂ ਉਪਰ, ਪ੍ਰਭ ਨੂੰ ਹਰ ਥਾਂ ਤੇ ਵਾਪਰਦਾ, ਦੇਖਦਾ ਮਹਿਸੂਸ ਕਰਦਾ ਹੈ ।

The renunciatory, who may renounce his worldly bonds and remains intoxicated in meditation in the void of His Word. His ego and pride of his worldly status may be eliminated from within his mind. He may hear the everlasting echo of His Word resonating within his heart. With the bam of the enlightenment of the essence of His Word; he may realize His Holy Spirit prevailing within every creature. He may realize Holy Spirit prevailing everywhere.

ਦੁਖ ਭੈ ਭੰਜਨ ਪ੍ਰਭੁ ਅਬਿਨਾਸੀ॥ ਰੋਗ ਕਟੇ ਕਾਟੀ ਜਮ ਫਾਸੀ॥ dukh bhai bhanjan parabh abhinaasee. rog katay kaatee jam faasee.
ਨਾਨਕ ਹਰਿ ਪ੍ਰਭੁ ਸੋ ਭਉ ਭੰਜਨੁ, naanak har parabh so bha-o bhanjan
ਗੁਰ ਮਿਲਿਐ ਹਰਿ ਪ੍ਰਭੁ ਪਾਇਆ॥੧੦॥ gur mili-ai har parabh paa-i-aa. ||10||

ਪ੍ਰਭ ਦੁਖਾਂ ਦਾ ਨਾਸ ਕਰਨ ਵਾਲਾ, ਆਪ ਨਾਸ ਨਹੀਂ ਹੋ ਸਕਦਾ । ਉਹ ਜੀਵ ਦੇ ਸਾਰੇ ਸੰਸਾਰਕ ਇਛਾਂ ਦੇ ਰੋਗ, ਡਰ ਖਤਮ ਕਰ ਦੇਂਦਾ ਹੈ । ਉਸ ਦਾ ਮੌਤ ਦਾ ਡਰ, ਜੂੰਨਾਂ ਦਾ ਚੱਕਰ ਖਤਮ ਕਰ ਦੇਂਦਾ ਹੈ । ਜਿਹੜਾ ਸ਼ਬਦ ਦੀ ਸਿਖਿਆਂ ਨਾਲ ਜੀਵਨ ਬਤੀਤ ਕਰਦਾ ਹੈ, ਦੁਖਾਂ ਦਾ ਨਾਸ ਕਰਨ ਵਾਲਾ, ਉਸ ਦਾ ਸਾਥੀ ਬਣ ਜਾਂਦਾ ਹੈ ।

The destroyer of all miseries; The True Master cannot be destroyed by any means. He may eliminate all miseries of worldly desires of His true devotee. He may eliminate his fear of death and his cycle of birth and death. Whosoever may adopt the teachings of His Word; with His mercy and grace, the destroyer of all miseries, The True Master may become his true companion forever.

ਕਾਲੈ ਕਵਲੁ ਨਿਰੰਜਨੁ ਜਾਣੈ॥ kaalai kaval niranjan jaanai.
ਬੂਝੈ ਕਰਮੁ ਸੁ ਸਬਦੁ ਪਛਾਣੈ॥ boojhai karam so sabad pachhaanai.
ਆਪੇ ਜਾਣੈ ਆਪਿ ਪਛਾਣੈ, ਸਭੁ ਤਿਸ ਕਾ ਚੋਜੁ ਸਬਾਇਆ॥੧੧॥ aapay jaanai aap pachhaanai sabh tis kaa choj sabaa-i-aa. ||11||

ਜਿਹੜਾ ਪ੍ਰਭ ਨੂੰ ਜਾਣ ਜਾਂਦਾ ਹੈ, ਉਹ ਮੌਤ ਨੂੰ ਭੋਜਨ ਸਮਝਕੇ ਖਾ ਜਾਂਦਾ ਹੈ । ਜਿਹੜਾ ਕਰਮਾਂ ਨੂੰ ਜਾਣ ਜਾਂਦਾ ਹੈ, ਉਸ ਨੂੰ ਸ਼ਬਦ ਦੀ ਸੋਝੀ ਬਖਸ਼ਿਸ਼ ਹੋ ਜਾਂਦੀ ਹੈ । ਉਹ ਆਪ ਹੀ ਜਾਣਦਾ ਹੈ, ਆਪ ਹੀ ਇਹ ਸਭ ਕੁਝ ਮਹਿਸੂਸ ਕਰਦਾ ਹੈ । ਸ੍ਰਿਸ਼ਟੀ ਉਸ ਦਾ ਰਚਿਆ ਹੋਇਆ ਹੀ ਖੇਲ ਹੈ ।

Whosoever may recognize The True Master; with His mercy and grace, he may swallow his death as a food for his salvation. Whosoever may know the real purpose of human life opportunity; with His mercy and grace, he may be enlightened with the essence of His Word. The Omniscient True Master knows His Nature; He has created the whole play of His Creation.

ਆਪੇ ਸਾਹੁ ਆਪੇ ਵਣਜਾਰਾ॥ ਆਪੇ ਪਰਖੇ ਪਰਖਣਹਾਰਾ॥ aapay saahu aapay vanjaaraa. aapay parkhay parkhanhaaraa.
ਆਪੇ ਕਸਿ ਕਸਵਟੀ ਲਾਏ, ਆਪੇ ਕੀਮਤਿ ਪਾਇਆ॥੧੨॥ aapay kas kasvatee laa-ay aapay keemat paa-i-aa. ||12||

ਆਪ ਹੀ ਖਜ਼ਾਨੇਂ ਦਾ ਮਾਲਕ, ਆਪ ਹੀ ਵਪਾਰੀ, ਆਪ ਹੀ ਕੀਮਤ ਪਾਉਣ ਵਾਲਾ ਹੈ । ਉਹ ਆਪ ਹੀ ਕਿਸੇ ਦੀ ਕੀਤੀ ਬੰਦਗੀ ਨੂੰ ਕਸਵਟੀ ਨਾਲ ਪਰਖਦਾ, ਆਪ ਹੀ ਕੀਤੇ ਦੀ ਕੀਮਤ ਪਾਉਂਦਾ ਹੈ ।

The True Master is the owner of the treasure; trader and appraiser of the merchandize. He may evaluate the meditation of His Creation and rewards justice; appraises the right value.

ਆਪਿ ਦਇਆਲਿ ਦਇਆ ਪ੍ਰਭਿ ਧਾਰੀ॥ aap da-i-aal da-i-aa parabh Dhaaree.
ਘਟਿ ਘਟਿ ਰਵਿ ਰਹਿਆ ਬਨਵਾਰੀ॥ ghat ghat rav rahi-aa banvaaree.
ਪੁਰਖੁ ਅਤੀਤੁ ਵਸੈ ਨਿਹਕੇਵਲੁ, ਗੁਰ ਪੁਰਖੈ ਪੁਰਖੁ ਮਿਲਾਇਆ॥੧੩॥ purakh ateet vasai nihkayval gur purkhai purakh milaa-i-aa. ||13||

ਪ੍ਰਭ ਆਪ ਹੀ ਤਰਸਵਾਨ ਮਾਲਕ ਹੈ, ਆਪ ਹੀ ਦਾਤਾਂ ਬਖਸ਼ਦਾ ਹੈ । ਉਹ ਹਰਇਕ ਦੇ ਮਨ ਵਿੱਚ ਆਪ ਹੀ ਵਾਪਰਦਾ ਅਤੇ ਦੇਖਦਾ ਹੈ । ਪਵਿੱਤਰ ਪ੍ਰਭ ਆਪ ਹੀ ਹਰਇਕ ਹਿਰਦੇ ਵਿੱਚ ਵਸਦਾ ਹੈ । ਆਪ ਹੀ ਜੀਵ ਨੂੰ ਸ਼ਬਦ ਦੀ ਪਾਲਨਾ ਕਰਨ ਦੀ ਪ੍ਰੇਰਨਾ ਕਰਦਾ, ਸੋਝੀ ਬਖਸ਼ਦਾ ਹੈ ।

The Merciful True Master, bestows His Virtues to His Creation. He monitors all the activities of His Creation and prevails in every activity. His Holy Spirit dwells within the heart of every creature. He inspires His true devotee to meditate and obeys the teachings of His Word; with His mercy and grace, he may be enlightened with the essence of His Word.

ਪ੍ਰਭੁ ਦਾਨਾ ਬੀਨਾ ਗਰਬੁ ਗਵਾਏ॥ parabh daanaa beenaa garab gavaa-ay.
ਦੂਜਾ ਮੇਟੈ ਏਕੁ ਦਿਖਾਏ॥ doojaa maytai ayk dikhaa-ay.
ਆਸਾ ਮਾਹਿ ਨਿਰਾਲਮੁ ਜੋਨੀ, ਅਕੁਲ ਨਿਰੰਜਨੁ ਗਾਇਆ॥੧੪॥ aasaa maahi niraalam jonee akul niranjan gaa-i-aa. ||14||

ਪ੍ਰਭ ਆਪ ਹੀ ਸਭ ਸਿਆਣਪਾ ਦਾ ਮਾਲਕ ਹੈ, ਸਭ ਕੁਝ ਜਾਣਦਾ ਹੈ । ਆਪ ਹੀ ਜੀਵ ਦਾ ਅਹੰਕਾਰ ਖਤਮ ਕਰਦਾ ਹੈ । ਜਿਸ ਦੇ ਮਨ ਵਿਚੋਂ ਭਰਮ, ਭੁਲੇਖੇ ਦੂਰ ਹੋ ਜਾਂਦੇ ਹਨ, ਉਸ ਨੂੰ ਆਪ ਹੀ ਸ਼ਬਦ ਦੀ ਸੋਝੀ ਬਖਸ਼ਦਾ ਹੈ । ਇਸਤਰ੍ਹਾਂ ਜੀਵਨ ਢਾਲਣ ਵਾਲਾ ਸੰਸਾਰਕ ਇਛਾਂ ਤੋਂ ਰਹਿਤ ਹੋ ਜਾਂਦਾ ਹੈ । ਆਸਾਂ ਵਿੱਚ ਰਹਿੰਦਾ ਹੋਇਆ ਵੀ ਆਸਾਂ ਤੋਂ ਰਹਿਤ ਰਹਿੰਦਾ ਹੈ । ਜਿਸ ਪ੍ਰਭ ਦੀ ਕੋਈ ਪੀੜ੍ਹੀ ਨਹੀਂ ਚਲਦੀ । ਉਸ ਪ੍ਰਭ ਦੇ ਸ਼ਬਦ ਦੀ ਉਸਤਤ ਗਾਉਂਦਾ ਹੈ ।

The True Master, the treasure of all virtues of His Word may eliminate the ego of His true devotee. Whosoever may conquer the religious suspicions of his own mind; with His mercy and grace, he may be enlightened with the essence of His Word. Whosoever may adopt the teachings of His Word; with His mercy and grace, he may become beyond the reach of worldly desires. He may become beyond the reach of hope; while living in a worldly ocean overwhelmed with hopes. He remains intoxicated singing the glory of His Word. The True Master does not have any genealogy, nor anyone, worldly guru may be incarnated on His Throne.

ਹਉਮੈ ਮੇਟਿ ਸਬਦਿ ਸੁਖੁ ਹੋਈ॥ ਆਪੁ ਵੀਚਾਰੇ ਗਿਆਨੀ ਸੋਈ॥ ha-umai mayt sabad sukh ho-ee. aap veechaaray gi-aanee so-ee.
ਨਾਨਕ ਹਰਿ ਜਸੁ ਹਰਿ ਗੁਣ ਲਾਹਾ, naanak har jas har gun laahaa
ਸਤਸੰਗਤਿ ਸਚੁ ਫਲੁ ਪਾਇਆ॥ ੧੫॥੨॥੧੯॥ satsangat sach fal paa-i-aa. ||15||2||19||

ਜਿਹੜਾ ਹੈਸੀਅਤ ਦਾ ਅਭਿਮਾਨ ਅਤੇ ਅਹੰਕਾਰ ਤਿਆਗ ਦੇਂਦਾ ਹੈ, ਉਸ ਨੂੰ ਸੰਤੋਖ ਬਖਸ਼ਿਸ਼ ਹੋ ਜਾਂਦਾ ਹੈ । ਜਿਹੜਾ ਆਪਣੇ ਆਪ ਨੂੰ ਪਛਾਣ ਜਾਂਦਾ ਹੈ, ਕੇਵਲ ਉਸ ਨੂੰ ਹੀ ਸੋਝੀ ਵਾਲੀ ਅਵਸਥਾ ਬਖਸ਼ਿਸ਼ ਹੁੰਦੀ ਹੈ । ਪ੍ਰਭ ਦੇ ਸ਼ਬਦ ਦਾ ਸਿਮਰਨ ਕਰਨ ਨਾਲ ਮਾਨਸ ਜਨਮ ਸਫਲ ਹੋ ਜਾਂਦਾ ਹੈ । ਸੰਤ ਸਰੂਪ ਦੀ ਸੰਗਤ ਵਿੱਚ, ਸ਼ਬਦ ਨਾਲ ਜੀਵਨ ਢਾਲਣ ਨਾਲ ਅਟਲ ਦੀ ਹੋਂਦ ਮਹਿਸੂਸ ਹੋ ਜਾਂਦੀ ਹੈ ।

Whosoever may renounce his ego of worldly status; with His mercy and grace, he may be blessed with contentment. Whosoever may recognize the real purpose of his human life opportunity; with His mercy and grace, he may be blessed with the enlightenment of the essence of His Word. Whosoever may meditate on the teachings of His Word with steady and stable belief in his day-to-day life; with His mercy and grace, his human life journey may be rewarded. Whosoever may join the conjugation of His Holy saint and adopts his life experience teachings in his own day-to-day life; he may realize His Holy Spirit prevailing everywhere.

FIVE TONES: Guru Granth Sahib Darpan by Prof. Sahib Singh		Page
ਪੰਜ ਧੁਨਾਂ	ਸੁੰਨ ਸਮਾਧਿ, ਢਰਿਮਿਤਿ, ਨਾਮੁ ਰਾਤਨ, ਅਨਾਹਤ, ਜਾਗਿ ਰਹੇ, ਪੰਚ ਤਸਕਰ	P 282
ਪੰਜ ਸਾਜ	ਤਾਰ, ਚੰਮ, ਧਤਾ, ਘੜੇ, ਫੂਕ ਮਾਰਨ ਵਾਲੇ ਵਾਜੇ	P 332

Key Message of Raag Maaroo, page 1039-14
'ਆਸਾਂ ਵਿੱਚ ਰਹਿੰਦੇ, ਆਸਾ ਤੋਂ ਰਹਿਤ ਹੀ ਜੀਵਦੇ ਮੁਇਆ ਦੀ ਅਵਸਥਾ ਹੈ!
ਪ੍ਰਭ ਦੀ ਕੋਈ ਪੀੜ੍ਹੀ ਨਹੀਂ ਚਲਦੀ । ਸ਼ਬਦ ਦੀ ਕਮਾਈ ਨਾਲ ਮਨ ਵਿੱਚ ਸ਼ਬਦ ਦੀ ਸਦਾ ਅਟਲ ਰਹਿਣ ਵਾਲੀ ਧੁਨ ਚਲ ਪੈਂਦੀ ਹੈ । ਤਨ ਦੇ ਮੰਦਰ ਵਿੱਚ ਸਦਾ ਅਟਲ ਰਹਿਣ ਵਾਲੀ ਪ੍ਰਭ ਸਮਾਧੀ ਵਿੱਚ ਮਸਤ ਰਹਿੰਦਾ ਹੈ । ਜਿਹੜਾ ਆਪਣੇ ਮਨ ਵਿੱਚ ਝਾਤੀ ਮਾਰਦਾ, ਉਸ ਨੂੰ ਮਨ ਅੰਦਰੋਂ ਹੀ ਸ਼ਬਦ ਦੀ ਸੋਝੀ ਬਖਸ਼ਿਸ਼ ਹੋ ਜਾਂਦੀ ਹੈ । ਉਹ ਆਪਣੇ ਆਪ ਨੂੰ ਜਾਣ ਜਾਂਦਾ ਹੈ, ਆਪਣੇ ਅੰਦਰੋਂ ਹੀ ਦਸਵੇਂ ਘਰ ਵਿੱਚ ਦਾਖਿਲ ਹੋ ਜਾਂਦਾ ਹੈ । ਜਿਸ ਦੇ ਮਨ ਅੰਦਰ ਪ੍ਰਭ ਦੀ ਸਦਾ ਚਲਣ ਵਾਲੀ ਧੁਨ ਸੁਣਾਈ ਦੇਂਦੀ ਹੈ । ਉਸ ਨੂੰ ਉਹ ਪੰਜੇਂ ਉਤਮ ਰਾਗਾਂ, ਅਵਾਜ਼ਾਂ ਸੁਣਦੀਆਂ ਹਨ । ਮਨ ਵਿਚੋਂ ਅਹੰਕਾਰ ਅਤੇ ਹੈਸੀਅਤ ਦਾ ਅਭਿਮਾਨ ਖਤਮ ਹੋ ਜਾਂਦਾ, ਦੁਖਾਂ ਦਾ ਨਾਸ ਕਰਨ ਵਾਲਾ ਪ੍ਰਭ ਉਸ ਦਾ ਸਾਥੀ ਬਣ ਜਾਂਦਾ ਹੈ । ਉਹ ਆਸਾਂ ਵਿੱਚ ਰਹਿੰਦਾ ਹੋਇਆ ਵੀ ਆਸਾ ਤੋਂ ਰਹਿਤ ਰਹਿੰਦਾ ਹੈ । ਪ੍ਰਭ ਆਪ ਹੀ ਖਜ਼ਾਨੇਂ ਦਾ ਮਾਲਕ, ਆਪ ਹੀ ਵਪਾਰੀ, ਆਪ ਹੀ ਕੀਮਤ ਪਾਉਣ ਵਾਲਾ ਹੈ । ਆਪ ਹੀ ਜੀਵ ਨੂੰ ਸ਼ਬਦ ਦੀ ਪਾਲਣਾ ਕਰਨ ਦੀ ਪ੍ਰੇਰਨਾ ਕਰਦਾ, ਸੋਝੀ ਬਖਸ਼ਦਾ ਹੈ ।
To live like a dead!
The True Master does not have any genealogy, nor anyone may be incarnated on His Trone as worldly gurus. Whosoever may earn the wealth of His Word; he may hear the everlasting echo of His Word resonating within his heart. Whosoever may search within his own mind; he may be enlightened from within. Whosoever may recognize the real purpose of his human life opportunity; He may enter His Royal Castle within his own mind. His human life journey may be rewarded. Who may hear the everlasting echo of His Word, resonating within; He may hear **five eternal** spiritual sounds and music tones? He may conquer his ego and pride of his worldly status. Whosoever may adopt the teachings of His Word; The destroyer of all miseries, becomes his companion forever. The True Master is The Trustee of all treasure; trader and appraiser of the merchandize. He inspires His true devotee to meditate and obeys the teachings of His Word.

43. ਮਾਰੂ ਮਹਲਾ ੧॥ 1040-13

ਸਚੁ ਕਹਹੁ ਸਚੈ ਘਰਿ ਰਹਣਾ॥ ਜੀਵਤ ਮਰਹੁ ਭਵਜਲੁ ਜਗੁ ਤਰਣਾ॥
ਗੁਰੁ ਬੋਹਿਥੁ ਗੁਰੁ ਬੇੜੀ ਤੁਲਹਾ,
ਮਨ ਹਰਿ ਜਪਿ ਪਾਰਿ ਲੰਘਾਇਆ॥੧॥

sach kahhu sachai ghar rahnaa.
jeevat marahu bhavjal jag tarnaa.
gur bohith gur bayrhee tulhaa man har jap paar langhaa-i-aa. ||1||

ਜਿਹੜਾ ਮਾਨਸ ਜਨਮ ਵਿੱਚ ਨਿਮਾਣਾ ਬਣਕੇ, ਹੈਸੀਅਤ ਅਤੇ ਅਹੰਕਾਰ ਤਿਆਗ ਦੇਂਦਾ, ਆਪਾ ਭੇਟਾ ਕਰ ਦੇਂਦਾ, ਸ਼ਬਦ ਦੀ ਸਿਖਿਆਂ ਨਾਲ ਜੀਵਨ ਢਾਲਦਾ ਹੈ! ਉਸ ਨੂੰ ਦਰਬਾਰ ਵਿੱਚ ਪ੍ਰਵਾਨਗੀ ਦਾ ਅਸਲੀ ਰਸਤਾ ਬਖਸ਼ਿਸ਼ ਹੋ ਸਕਦਾ ਹੈ । ਪ੍ਰਭ ਦਾ ਸ਼ਬਦ ਹੀ ਉਹ ਬੇੜੀ, ਤੁਲਹਾ ਹੈ । ਸ਼ਬਦ ਨਾਲ ਜੀਵਨ ਢਾਲਣਾ ਹੀ ਪ੍ਰਵਾਨਗੀ ਦਾ ਰਸਤਾ ਹੈ ।

Whosoever may renounce his ego of worldly status and humbly surrender at His Sanctuary to adopt the teachings of His Word with steady and stable belief in his day-to-day life; with His mercy and grace, he may be blessed with the right path of acceptance in His Court. Earnings of His Word become his rescue boat to sanctify soul to become worthy of His Consideration. Adopting the teachings of His Word may be the right path of acceptance in His Court.

ਹਉਮੈ ਮਮਤਾ ਲੋਭ ਬਿਨਾਸਨੁ॥
ਨਉ ਦਰ ਮੁਕਤੇ ਦਸਵੈ ਆਸਨੁ॥
ਊਪਰਿ ਪਰੈ ਪਰੈ ਅਪਰੰਪਰੁ, ਜਿਨਿ ਆਪੇ ਆਪੁ ਉਪਾਇਆ॥੨॥

ha-umai mamtaa lobh binaasan.
na-o dar muktay dasvai aasan.
oopar parai parai aprampar jin aapay aap upaa-i-aa. ||2||

ਜਿਹੜਾ ਮਨ ਵਿਚੋਂ ਹੈਸੀਅਤ ਦਾ ਅਭਿਮਾਨ, ਅਹੰਕਾਰ ਅਤੇ ਲਾਲਚ ਤਿਆਗ ਦੇਂਦਾ ਹੈ । ਉਹ ਜੀਵ ਮਨ ਦੇ ਨੌਂ ਦਰਵਾਜੇ ਪਾਰ ਕਰਕੇ, ਦਸਵੇਂ ਘਰ ਵਿੱਚ ਦਾਖਿਲ ਹੋ ਜਾਂਦਾ ਹੈ । ਇਹ ਅਸਥਾਨ ਅਸਲੀ ਮਾਲਕ ਨੇ ਆਪ ਹੀ ਸਥਾਪਨ ਕੀਤਾ ਹੈ ।

Whosoever may renounce, his greed and ego of his worldly status; with His mercy and grace, he may conquer his nine caves of his mind and enters 10th cave, His Royal castle. The True Master has established 10th Royal Castle, His Throne within his body.

ਗੁਰਮਤਿ ਲੇਵਹੁ ਹਰਿ ਲਿਵ ਤਰੀਐ॥
ਅਕਲੁ ਗਾਇ ਜਮ ਤੇ ਕਿਆ ਡਰੀਐ॥
ਜਤ ਜਤ ਦੇਖਉ ਤਤ ਤਤ ਤੁਮ ਹੀ, ਅਵਰੁ ਨ ਦੁਤੀਆ ਗਾਇਆ॥੩॥

gurmat layvhu har liv taree-ai.
akal gaa-ay jam tay ki-aa daree-ai.
jat jat daykh-a-u tat tat tum hee avar na dutee-aa gaa-i-aa. ||3||

ਜਿਹੜਾ ਨਿਮ੍ਰਤਾ ਨਾਲ ਸ਼ਬਦ ਦੀ ਪਾਲਣਾ ਕਰਦਾ, ਜੀਵਨ ਢਾਲਦਾ ਹੈ, ਉਸ ਨੂੰ ਪ੍ਰਵਾਨਗੀ ਦਾ ਰਸਤਾ ਬਖਸ਼ਿਸ਼ ਹੋ ਸਕਦਾ ਹੈ । ਜਿਹੜਾ ਸ਼ਬਦ ਦਾ ਸਿਮਰਨ ਕਰਦਾ ਹੈ, ਉਹ ਕਿਵੇਂ ਮੌਤ ਤੋਂ ਡਰ ਸਕਦਾ ਹੈ? ਮੈਨੂੰ ਹਰ ਪਾਸੇ ਕੇਵਲ ਪ੍ਰਭ ਹੀ ਨਜ਼ਰ ਆਉਂਦਾ, ਹੋਰ ਕੋਈ ਨਹੀਂ ਹੈ । ਮੈਂ ਕੇਵਲ ਸ਼ਬਦ ਦਾ ਸਿਮਰਨ ਕਰਦਾ, ਹੋਰ ਕਿਸੇ ਦੀ ਪੂਜਾ ਨਹੀਂ ਕਰਦਾ ।

Whosoever may humbly obey and adopts the teachings of His Word with steady and stable belief in his day-to-day life; with His mercy and grace, he may be blessed with the right path of acceptance in His Court. Whosoever may remain intoxicated in meditation in the void of His Word; how may he be afraid from the devil of death? I realize only His Holy Spirit prevailing everywhere and no one else exist without His Command. I am only meditating on the teachings of His Word; I may never worship any other worldly guru as the savior of the universe.

ਸਚੁ ਹਰਿ ਨਾਮੁ ਸਚੁ ਹੈ ਸਰਣਾ॥
ਸਚੁ ਗੁਰ ਸਬਦੁ, ਜਿਤੈ ਲਗਿ ਤਰਣਾ॥
ਅਕਥੁ ਕਥੈ ਦੇਖੈ ਅਪਰੰਪਰੁ, ਫੁਨਿ ਗਰਭਿ ਨ ਜੋਨੀ ਜਾਇਆ॥੪॥

sach har naam sach hai sarnaa.
sach gur sabad jitai lag tarnaa.
akath kathai daykhai aprampar fun garabh na jonee jaa-i-aa. ||4||

ਪ੍ਰਭ ਦਾ ਸ਼ਬਦ ਸਦਾ ਅਟਲ ਰਹਿਣ ਵਾਲਾ ਹੈ । ਪ੍ਰਭ ਦੀ ਸ਼ਰਣ ਵੀ ਸਦਾ ਰਖਿਆ ਕਰਨ ਵਾਲੀ ਹੈ । ਸ਼ਬਦ ਨਾਲ ਜੀਵਨ ਢਾਲਣ ਨਾਲ ਜੀਵ ਪ੍ਰਵਾਨਗੀ ਦੇ ਰਸਤੇ ਤੇ ਚਲ ਪੈਂਦਾ ਹੈ ।

The teachings of His Word remain true forever; His Sanctuary remains an unbreachable fort of protection. Whosoever may adopt the teachings of His Word with steady and stable belief in his day-to-day life; with His mercy and grace, he may be blessed with the right path of acceptance in His Court.

ਸਚ ਬਿਨੁ ਸਤੁ ਸੰਤੋਖੁ ਨ ਪਾਵੈ॥ ਬਿਨੁ ਗੁਰ ਮੁਕਤਿ ਨ ਆਵੈ ਜਾਵੈ॥ sach bin sat santokh na paavai. bin gur mukat na aavai jaavai.
ਮੂਲ ਮੰਤ੍ਰੁ ਹਰਿ ਨਾਮੁ ਰਸਾਇਣੁ, ਕਹੁ ਨਾਨਕ ਪੂਰਾ ਪਾਇਆ॥੫॥ mool mantar har naam rasaa-in kaho naanak pooraa paa-i-aa. ||5||

ਸ਼ਬਦ ਦੀ ਪਾਲਣਾ ਤੋਂ ਬਿਨਾਂ ਜੀਵ ਨੂੰ ਸੰਤੋਖ ਬਖਸ਼ਿਸ਼ ਨਹੀਂ ਹੁੰਦਾ । ਪ੍ਰਭ ਦੀ ਰਹਿਮਤ ਤੋਂ ਬਿਨਾਂ ਮੁਕਤੀ ਬਖਸ਼ਿਸ਼ ਨਹੀਂ ਹੁੰਦੀ, ਉਹ ਜੂੰਨਾਂ ਦੇ ਚੱਕਰ ਵਿੱਚ ਹੀ ਰਹਿੰਦਾ ਹੈ । ਮੂਲ ਮੰਤ੍ਰ ਦੇ ਸਿਮਰਨ ਨਾਲ ਜੀਵ ਨੂੰ ਅੰਮ੍ਰਿਤ ਦਾ ਸੋਮਾ, ਸ਼ਬਦ ਦੀ ਸੋਝੀ ਬਖਸ਼ਿਸ਼ ਹੋ ਜਾਂਦੀ ਹੈ । ਪ੍ਰਭ ਦੀ ਹੋਂਦ ਅਨੁਭਵ ਹੋ ਜਾਂਦੀ ਹੈ ।

Whosoever may not adopt the teachings of His Word; he may never be blessed with contentment with his own worldly environments nor blessed with the right path of acceptance nor eliminate his cycle of birth and death. Whosoever may remain drenched with the key message of **The Mool Mantra** in his day-to-day life; he may be blessed with the fountain of nectar of the essence of His Word. He may realize His Holy Spirit prevailing everywhere in His Nature.

ਸਚ ਬਿਨੁ ਭਵਜਲੁ ਜਾਇ ਨ ਤਰਿਆ॥ sach bin bhavjal jaa-ay na tari-aa.
ਏਹੁ ਸਮੁੰਦੁ ਅਥਾਹੁ ਮਹਾ ਬਿਖੁ ਭਰਿਆ॥ ayhu samund athaahu mahaa bikh bhari-aa.
ਰਹੈ ਅਤੀਤੁ ਗੁਰਮਤਿ ਲੇ ਊਪਰਿ, ਹਰਿ ਨਿਰਭਉ ਕੈ ਘਰਿ ਪਾਇਆ॥੬॥ rahai ateet gurmat lay oopar har nirbha-o kai ghar paa-i-aa. ||6||

ਸੰਸਾਰਕ ਸਾਗਰ ਬਹੁਤ ਭਿਆਨਕ, ਖਤਰਨਾਕ, ਇਛਾਂ ਦੇ ਜ਼ਹਿਰ ਨਾਲ ਭਰਿਆ ਹੈ । ਸ਼ਬਦ ਦੀ ਪਾਲਣਾ ਕਰਨ ਤੋਂ ਬਿਨਾਂ ਸੰਸਾਰਕ ਸਾਗਰ ਪਾਰ ਨਹੀਂ ਕੀਤਾ ਜਾ ਸਕਦਾ । ਜਿਹੜਾ ਸ਼ਬਦ ਨਾਲ ਜੀਵਨ ਢਾਲਦਾ, ਸੰਸਾਰਕ ਇਛਾਂ, ਮੋਹ ਤੋਂ ਰਹਿਤ ਰਹਿੰਦਾ ਹੈ । ਉਸ ਨੂੰ ਦਰਬਾਰ ਵਿੱਚ ਥਾਂ ਬਖਸ਼ਿਸ਼ ਹੋ ਸਕਦਾ ਹੈ ।

World is a terrible ocean overwhelmed with sweet poison of worldly desires. Without obeying the teachings of His Word with steady and stable belief; no one may ever be blessed with the right path of acceptance in His Court. Whosoever may remain beyond the reach of worldly desires, attachments, and bonds; with His mercy and grace, he may be blessed with a permanent resting place in His Court.

ਝੂਠੀ ਜਗ ਹਿਤ ਕੀ ਚਤੁਰਾਈ॥ ਬਿਲਮ ਨ ਲਾਗੈ ਆਵੈ ਜਾਈ॥ jhoothee jag hit kee chaturaa-ee. bilam na laagai aavai jaa-ee.
ਨਾਮੁ ਵਿਸਾਰਿ ਚਲਹਿ ਅਭਿਮਾਨੀ, ਉਪਜੈ ਬਿਨਸਿ ਖਪਾਇਆ॥੭॥ naam visaar chaleh abhimaanee upjai binas khapaa-i-aa. ||7||

ਸੰਸਾਰਕ ਇਛਾਂ ਨਾਲ ਜੋੜ ਅਤੇ ਮਨ ਦੀ ਚੁਲਾਕੀ ਥੋੜ੍ਹਾ ਸਮਾਂ ਸੁਖ ਦੇਣ ਵਾਲੀ ਹੈ । ਇਹ ਜੀਵ ਦੇ ਜੀਵਨ ਵਿੱਚ ਥੋੜ੍ਹਾ ਸਮਾਂ ਹੀ ਟਿਕਦੀ ਹੈ । ਜਿਹੜਾ ਪ੍ਰਭ ਦੇ ਸ਼ਬਦ ਦੀ ਪਾਲਣਾ ਨਹੀਂ ਕਰਦਾ, ਉਹ ਸੰਸਾਰਕ ਹੈਸੀਅਤ ਦੇ ਅਭਿਮਾਨ, ਅਹੰਕਾਰ ਵਿੱਚ ਹੀ ਜੀਵਨ ਬਤੀਤ ਕਰਦਾ ਹੈ । ਉਹ ਜਨਮ, ਮਰਨ ਵਿੱਚ ਹੀ ਮਾਨਸ ਜਨਮ ਬਿਰਥਾ ਗਵਾ ਜਾਂਦਾ ਹੈ ।

Worldly bonds, worldly wealth with deceptive, evil plans of own mind may provide short-lived worldly comforts. These remain short lived in his life. Whosoever may not adopt the teachings of His Word in his day-to-day life; he may remain intoxicated in his ego of his worldly status. He may remain on his **high horse of ego of his worldly** status; he may waste his human life opportunity uselessly and he remains in the cycle of birth and death.

ਉਪਜਹਿ ਬਿਨਸਹਿ ਬੰਧਨ ਬੰਧੇ॥ upjahi binsahi banDhan banDhay.
ਹਉਮੈ ਮਾਇਆ ਕੇ ਗਲ ਫੰਧੇ॥ ha-umai maa-i-aa kay gal fanDhay.
ਜਿਸੁ ਰਾਮ ਨਾਮੁ ਨਾਹੀ ਮਤਿ ਗੁਰਮਤਿ, jis raam naam naahee mat gurmat
ਸੋ ਜਮ ਪੁਰਿ ਬੰਧਿ ਚਲਾਇਆ॥੮॥ so jam pur banDh chalaa-i-aa. ||8||

ਜਿਹੜਾ ਪ੍ਰਭ ਦਾ ਸ਼ਬਦ ਵਿਸਾਰ ਲੈਂਦਾ, ਸ਼ਬਦ ਨਾਲ ਜੀਵਨ ਨਹੀਂ ਢਾਲਦਾ । ਉਹ ਜਨਮ ਅਤੇ ਮੌਤ ਦੇ ਬੰਧਨਾ ਵਿੱਚ ਬੰਧਾ ਰਹਿੰਦਾ ਹੈ । ਉਸ ਦੇ ਗਲ ਵਿੱਚ ਹੈਸੀਅਤ ਅਤੇ ਮਾਇਆ ਦਾ ਸੰਗਲ ਲਟਕਦਾ ਰਹਿੰਦਾ ਹੈ । ਉਹ ਜਮਦੂਤ ਦੇ ਸੰਗਲ ਨਾਲ ਬੰਧਾ, ਜੂੰਨਾਂ ਵਿੱਚ ਭਟਕਦਾ ਰਹਿੰਦਾ ਹੈ ।

Whosoever may forget, not adopt the teachings of His Word with steady and stable belief in his day-to-day life; he remains intoxicated with ego, sweet poison of worldly wealth and ego of his worldly status. His cycle of birth and death may not be eliminated.

ਗੁਰ ਬਿਨੁ ਮੋਖ ਮੁਕਤਿ ਕਿਉ ਪਾਈਐ॥ gur bin mokh mukat ki-o paa-ee-ai.
ਬਿਨੁ ਗੁਰ ਰਾਮ ਨਾਮੁ ਕਿਉ ਧਿਆਈਐ॥ bin gur raam naam ki-o Dhi-aa-ee-ai.
ਗੁਰਮਤਿ ਲੇਹੁ ਤਰਹੁ ਭਵ ਦੁਤਰੁ, gurmat layho tarahu bhav dutar
ਮੁਕਤਿ ਭਏ ਸੁਖੁ ਪਾਇਆ॥੯॥ mukat bha-ay sukh paa-i-aa. ||9||

ਪ੍ਰਭ ਦੀ ਰਹਿਮਤ ਤੋਂ ਬਿਨਾਂ ਕਿਵੇਂ ਮੁਕਤੀ ਬਖਸ਼ਿਸ਼ ਹੋ ਸਕਦੀ ਹੈ? ਪ੍ਰਭ ਦੀ ਰਹਿਮਤ ਤੋਂ ਬਿਨਾਂ ਕਿਵੇਂ ਕੋਈ ਸ਼ਬਦ ਦੀ ਪਾਲਣਾ ਕਰ ਸਕਦਾ ਹੈ? ਸ਼ਬਦ ਦੀ ਪਾਲਣਾ ਵਿੱਚ ਕਿਵੇਂ ਅਡੋਲ ਹੋ ਸਕਦਾ ਹੈ? ਜਿਹੜਾ ਸ਼ਬਦ ਨਾਲ ਜੀਵਨ ਢਾਲਦਾ ਹੈ, ਉਸ ਨੂੰ ਪ੍ਰਵਾਨਗੀ ਦਾ ਰਸਤਾ ਬਖਸ਼ਿਸ਼ ਹੋ ਜਾਂਦਾ ਹੈ । ਉਸ ਤੇ ਅਡੋਲ ਰਹਿਣ ਨਾਲ ਹੀ ਮਨ ਵਿੱਚ ਸੰਤੋਖ ਬਖਸ਼ਿਸ਼ ਹੋ ਸਕਦਾ ਹੈ ।

How may anyone adopt the teachings of His Word, remain steady and stable on the right path of acceptance in His Court, or blessed with salvation without His Blessed Vision? Whosoever may adopt the teachings of His Word with steady and stable belief; with His mercy and grace, he may be blessed with the right path of acceptance in His Court. Whosoever may remain steady and stable on the right path; he may be blessed with contentment in his worldly condition.

ਗੁਰਮਤਿ ਕ੍ਰਿਸਨਿ ਗੋਵਰਧਨ ਧਾਰੇ॥ gurmat krisan govarDhan Dhaaray.
ਗੁਰਮਤਿ ਸਾਇਰਿ ਪਾਹਣ ਤਾਰੇ॥ gurmat saa-ir paahan taaray.
ਗੁਰਮਤਿ ਲੇਹੁ ਪਰਮ ਪਦੁ ਪਾਈਐ, gurmat layho param pad paa-ee-ai
ਨਾਨਕ ਗੁਰਿ ਭਰਮੁ ਚੁਕਾਇਆ॥੧੦॥ naanak gur bharam chukaa-i-aa. ||10||

ਸ਼ਬਦ ਦੀ ਪਾਲਣਾ ਕਰਨ ਨਾਲ ਕ੍ਰਿਸ਼ਨ ਨੇ ਪ੍ਰਭ ਦੀ ਰਹਿਮਤ ਪਾ ਕੇ ਗੋਵਰਧਨ ਦਾ ਪਰਬਤ ਉਠਾ ਲਿਆ ਸੀ । ਪ੍ਰਭ ਦੀ ਰਹਿਮਤ ਨਾਲ ਰਾਮ ਚੰਦਰ ਨੇ ਪੱਥਰ ਸਮੁੰਦਰ ਵਿੱਚ ਤਾਰ ਦਿੱਤਾ, ਸਮੁੰਦਰ ਪਾਰ ਕਰਾ ਦਿੱਤਾ ਸੀ । ਪ੍ਰਭ ਦੇ ਸ਼ਬਦ ਤੇ ਅਡੋਲ ਭਰੋਸਾ ਕਰਨ ਨਾਲ ਜੀਵ ਨੂੰ ਵਿਸ਼ੇਸ਼ ਅਵਸਥਾ ਬਖਸ਼ਿਸ਼ ਹੋ ਸਕਦੀ ਹੈ । ਉਸ ਦੇ ਭਰਮ ਭੁਲੇਖੇ ਦੂਰ ਹੋ ਜਾਂਦੇ ਹਨ ।

By adopting the teachings of His Word in his day-to-day life, Krishna was blessed to move heavy stone like Govardhan mountain. Ram Chandra was blessed with wisdom to carry heavy stone on the other side of river. Whosoever may obey the teachings of His Word with steady and stable belief in his day-to-day life; with His mercy and grace, he may be blessed with unique state of mind. All his religious suspicions may be eliminated.

ਗੁਰਮਤਿ ਲੇਹੁ ਤਰਹੁ ਸਚੁ ਤਾਰੀ॥ gurmat layho tarahu sach taaree.
ਆਤਮ ਚੀਨਹੁ ਰਿਦੈ ਮੁਰਾਰੀ॥ aatam cheenahu ridai muraaree.
ਜਮ ਕੇ ਫਾਹੇ ਕਾਟਹਿ ਹਰਿ ਜਪਿ, ਅਕੁਲ ਨਿਰੰਜਨੁ ਪਾਇਆ॥੧੧॥ jam kay faahay kaateh har jap akul niranjan paa-i-aa. ||11||

ਜਿਹੜਾ ਸ਼ਬਦ ਤੇ ਭਰੋਸਾ ਅਡੋਲ ਰਖਦਾ ਹੈ, ਪ੍ਰਭ ਦੀ ਰਹਿਮਤ ਨਾਲ ਪ੍ਰਵਾਨਗੀ ਦਾ ਰਸਤਾ ਬਖਸ਼ਿਸ਼ ਹੋ ਜਾਂਦਾ ਹੈ । ਹਮੇਸ਼ਾਂ ਮਨ ਵਿੱਚ ਯਾਦ ਰਖੋ! ਪ੍ਰਭ ਜੀਵ ਦੇ ਅੰਦਰ ਹੀ ਵਸਦਾ ਹੈ! ਪ੍ਰਭ ਦੇ ਸ਼ਬਦ ਨਾਲ ਜੀਵਨ ਢਾਲਣ ਨਾਲ ਮੌਤ ਦਾ ਡਰ ਖਤਮ ਹੋ ਜਾਂਦਾ ਹੈ । ਸਦਾ ਅਟਲ ਰਹਿਣ ਵਾਲੇ ਮਾਲਕ ਦੀ ਸ਼ਰਣ ਵਿੱਚ ਪਨਾਹ ਬਖਸ਼ਿਸ਼ ਹੋ ਜਾਂਦੀ ਹੈ । ਪ੍ਰਭ ਦੀ ਕੋਈ ਪੀੜ੍ਹੀ, ਗੱਦੀ ਨਹੀਂ ਚਲਦੀ ।

Whosoever may have a steady and stable belief on the teachings of His Word; with His mercy and grace, he always keeps in mind! His Holy Spirit, His Word remains embedded within soul. Whosoever may adopt the teachings of His Word with steady and stable belief in his day-to-day life; with His mercy and grace, he may be blessed with the right path of acceptance in His Court. His fear of death may be eliminated. He may be accepted in His Sanctuary. He may have no genealogy nor any incarnation throne.

ਗੁਰਮਤਿ ਪੰਚ ਸਖੇ ਗੁਰ ਭਾਈ॥ gurmat panch sakhay gur bhaa-ee.
ਗੁਰਮਤਿ ਅਗਨਿ ਨਿਵਾਰਿ ਸਮਾਈ॥ gurmat agan nivaar samaa-ee.
ਮਨਿ ਮੁਖਿ ਨਾਮੁ ਜਪਹੁ ਜਗਜੀਵਨ, man mukh naam japahu jagjeevan
ਰਿਦ ਅੰਤਰਿ ਅਲਖੁ ਲਖਾਇਆ॥੧੨॥ rid antar alakh lakhaa-i-aa. ||12||

ਜਿਹੜਾ ਸ਼ਬਦ ਦੀ ਪਾਲਣਾ ਕਰਦਾ ਹੈ, ਪ੍ਰਭ ਹੀ ਉਸ ਦਾ ਸਾਥੀ, ਰਖਵਾਲਾ ਬਣ ਜਾਂਦਾ ਹੈ । ਸ਼ਬਦ ਨਾਲ ਜੀਵਨ ਢਾਲਣ ਨਾਲ ਮਨ ਅੰਦਰੋਂ ਇਛਾਂ ਦੀ ਅੱਗ ਬੁਝ ਜਾਂਦੀ ਹੈ । ਪ੍ਰਭ ਦੇ ਸ਼ਬਦ ਦੀ ਜੀਭ ਨਾਲ ਉਸਤਤ ਗਾਵੋ! ਪ੍ਰਭ ਦੀ ਰਹਿਮਤ ਨਾਲ, ਮਨ ਅੰਦਰੋਂ ਹੀ ਪਹੁੰਚ ਤੋਂ ਉਪਰ ਪ੍ਰਭ ਦੀ ਹੋਂਦ ਮਹਿਸੂਸ ਹੋ ਜਾਂਦੀ ਹੈ ।

Whosoever may obey the teachings of His Word with steady and stable belief in his day-to-day life; with His mercy and grace, The True Master may be become his companion, savior. He may conquer the lava of his worldly desires of his mind. Whosoever may sing the glory of His Word with his tongue; he may realize His Existence prevailing everywhere.

ਗੁਰਮੁਖਿ ਬੂਝੈ ਸਬਦਿ ਪਤੀਜੈ॥ ਉਸਤਤਿ ਨਿੰਦਾ ਕਿਸ ਕੀ ਕੀਜੈ॥ gurmukh boojhai sabad pateejai. ustat nindaa kis kee keejai.
ਚੀਨਹੁ ਆਪੁ ਜਪਹੁ ਜਗਦੀਸਰੁ, cheenahu aap japahu jagdeesar
ਹਰਿ ਜਗੰਨਾਥੁ ਮਨਿ ਭਾਇਆ॥੧੩॥ har jagannaath man bhaa-i-aa. ||13||

ਗੁਰਮਖ ਨੂੰ ਸ਼ਬਦ ਦੀ ਸੋਝੀ ਹੋ ਜਾਂਦੀ, ਮਨ ਵਿੱਚ ਖੇੜਾ ਬਖਸ਼ਿਸ਼ ਹੋ ਜਾਂਦਾ ਹੈ । ਫਿਰ ਉਹ, ਉਸਤਤ ਜਾ ਨਿੰਦਿਆ ਕਿਸ ਦੀ ਕਰ ਸਕਦਾ ਹੈ? ਆਪਣੇ ਆਪ ਨੂੰ ਪਛਾਣ ਕੇ ਸ਼ਬਦ ਨਾਲ ਜੀਵਨ ਢਾਲਦਾ, ਅਨੰਦ, ਖੇੜੇ ਮਾਨਦਾ ਹੈ ।

His true devotee may be blessed with the enlightenment of the essence of His Word and blossom in his day-to-day life. How may he praise or slanders anyone else? Whosoever may recognize the real purpose of his human life blessings; he may adopt the teachings of His Word and remains overwhelmed with blossom.

ਜੋ ਬ੍ਰਹਮੰਡਿ ਖੰਡਿ ਸੋ ਜਾਣਹੁ॥ jo barahmand khand so jaanhu.
ਗੁਰਮੁਖਿ ਬੂਝਹੁ ਸਬਦਿ ਪਛਾਣਹੁ॥ gurmukh boojhai sabad pateejai.
ਘਟਿ ਘਟਿ ਭੋਗੇ ਭੋਗਣਹਾਰਾ, ਰਹੈ ਅਤੀਤੁ ਸਬਾਇਆ॥੧੪॥ ghat ghat bhogay bhoganhaaraa rahai ateet sabaa-i-aa. ||14||

ਗੁਰਮਖ ਨੂੰ ਸ਼ਬਦ ਦੀ ਸੋਝੀ ਹੋਣ ਨਾਲ ਸ਼ਬਦ ਮਨ ਵਿੱਚ ਘਰ ਕਰ ਜਾਂਦਾ ਹੈ । ਉਹ ਖੰਡਾਂ, ਬ੍ਰਹਮੰਡਾਂ, ਸ੍ਰਿਸ਼ਟੀਆਂ ਦੇ ਮਾਲਕ ਨੂੰ ਜਾਣ ਜਾਂਦਾ ਹੈ । ਪ੍ਰਭ ਪਲ, ਪਲ ਹਰਇਕ ਜੀਵ ਦੇ ਅੰਦਰ ਵਾਪਰਦਾ, ਦੇਖਦਾ, ਪਾਲਣਾ ਕਰਦਾ ਹੈ । ਫਿਰ ਵੀ ਉਸ ਦੇ ਮੋਹ ਤੋਂ ਰਹਿਤ ਅਡੋਲ ਰਹਿੰਦਾ ਹੈ ।

Whosoever may be enlightened with the essence of His Word; with His mercy and grace, he may be drenched with the essence of His Word. He may recognize The True Master of all universes. The True Master remains embedded within each soul and monitors, prevails, nourishes, and protects His Creation. However, He remains beyond the emotional attachment of His Creation.

ਗੁਰਮਤਿ ਬੋਲਹੁ ਹਰਿ ਜਸੁ ਸੂਚਾ॥ gurmat bolhu har jas soochaa.
ਗੁਰਮਤਿ ਆਖੀ ਦੇਖਹੁ ਊਚਾ॥ gurmat aakhee daykhhu oochaa.
ਸ੍ਰਵਣੀ ਨਾਮੁ ਸੁਣੈ ਹਰਿ ਬਾਣੀ, sarvanee naam sunai har banee
ਨਾਨਕ ਹਰਿ ਰੰਗਿ ਰੰਗਾਇਆ॥੧੫॥੩॥੨੦॥ naanak har rang rangaa-i-aa. ||15||3||20||

ਜੀਵ ਸ਼ਬਦ ਨਾਲ ਜੀਵਨ ਢਾਲੋ! ਪਵਿੱਤਰ ਮਨ ਨਾਲ ਸ਼ਬਦ ਦੇ ਗੁਣ ਗਾਵੋ! ਪ੍ਰਭ ਦੀ ਰਹਿਮਤ ਦਾ ਧੰਨਵਾਦ ਕਰੋ । ਜਿਹੜਾ ਪ੍ਰਭ ਦੇ ਸ਼ਬਦ ਦੀ ਪਾਲਣਾ ਕਰਦਾ ਹੈ, ਪ੍ਰਭ ਦੀ ਰਹਿਮਤ ਨਾਲ ਉਹ ਆਪਣੇ ਮਨ ਦੀਆਂ ਅੱਖਾਂ ਨਾਲ ਪ੍ਰਭ ਦੀ ਹੋਂਦ ਅਨੁਭਵ ਕਰ ਸਕਦਾ ਹੈ । ਜਿਹੜਾ ਵੀ ਪ੍ਰਭ ਦਾ ਸ਼ਬਦ ਸੁਣਦਾ, ਜੀਵਨ ਢਾਲਦਾ ਹੈ । ਉਸ ਤੇ ਰਹਿਮਤ ਦਾ ਨੂਰ ਚਮਕਦਾ, ਸਿਮਰਨ ਵਿੱਚ ਲੀਨ ਹੋ ਜਾਂਦਾ ਹੈ ।

You should sing the glory and adopt the teachings of His Word with steady and stable belief; you should always remain gratitude for His Blessings. Whosoever may adopt the teachings of His Word with steady and stable belief in his day-to-day life; with His mercy and grace, he may realize and witness His Existence with the eyes of his mind. He may be blessed with the right path of acceptance in His Court. He may remain intoxicated in meditation in the void of His Word; His spiritual glow may shine on His forehead.

Key Message of Raag Maaroo, page 1040-13
'ਅਹੰਕਾਰ ਤਿਆਗਣਾ ਹੀ ਦਸਵੇਂ ਦਰ ਦਾ ਰਸਤਾ ਹੈ!
ਜਿਹੜਾ ਮਨ ਵਿਚੋਂ ਅਹੰਕਾਰ ਅਤੇ ਲਾਲਚ ਤਿਆਗ ਦੇਂਦਾ ਹੈ । ਉਹ ਦਸਵੇਂ ਘਰ ਵਿੱਚ ਦਾਖਿਲ ਹੋ ਜਾਂਦਾ ਹੈ । ਉਹ ਕਿਵੇਂ ਮੌਤ ਤੋਂ ਡਰ ਸਕਦਾ ਹੈ? ਮੂਲ ਮੰਤ੍ਰ ਦੇ ਸਿਮਰਨ ਨਾਲ ਜੀਵ ਨੂੰ ਅੰਮ੍ਰਿਤ ਦਾ ਸੋਮਾ, ਸ਼ਬਦ ਦੀ ਸੋਝੀ ਬਖਸ਼ਿਸ਼ ਹੋ ਜਾਂਦੀ ਹੈ । ਜਿਹੜਾ ਸ਼ਬਦ ਨਾਲ ਜੀਵਨ ਢਾਲਦਾ, ਸੰਸਾਰਕ ਇਛਾਂ, ਮੋਹ ਤੋਂ ਰਹਿਤ ਰਹਿੰਦਾ ਹੈ । ਉਸ ਦੇ ਮਨ ਅੰਦਰੋਂ ਇਛਾਂ ਦੀ ਅੱਗ ਬੁਝ ਜਾਂਦੀ ਹੈ । ਉਸ ਨੂੰ ਵਿਸ਼ੇਸ਼ ਅਵਸਥਾ ਬਖਸ਼ਿਸ਼ ਹੋ ਸਕਦੀ ਹੈ । ਜਿਹੜਾ ਆਪਣੇ ਆਪ ਨੂੰ ਪਛਾਣ ਜਾਂਦਾ, ਉਸ ਦੇ ਮਨ ਵਿੱਚ ਸ਼ਬਦ ਘਰ ਕਰ ਜਾਂਦਾ ਹੈ । ਉਹ ਖੰਡਾਂ, ਬ੍ਰਹਮੰਡਾਂ, ਸ੍ਰਿਸ਼ਟੀਆਂ ਦੇ ਮਾਲਕ ਨੂੰ ਜਾਣ ਜਾਂਦਾ ਹੈ । ਉਸ ਸ਼ਬਦ ਦੇ ਸਿਮਰਨ ਵਿੱਚ ਲੀਨ ਰਹਿੰਦਾ, ਰਹਿਮਤ ਦਾ ਨੂਰ ਚਮਕਦਾ ਹੈ । ਅਹੰਕਾਰ ਨੂੰ ਤਿਆਗ ਕੇ ਸ਼ਬਦ ਨਾਲ ਜੀਵਨ ਢਾਲਣਾ ਹੀ ਪ੍ਰਵਾਨਗੀ ਦਾ ਰਸਤਾ ਹੈ ।
Conquering ego is the key of 10th door!
Whosoever may renounce, his greed and ego of his worldly status; he may enter 10th cave, His Royal Castle. How may he be afraid from the devil of death? Whosoever may be drenched with the key message of The Mool Mantra; he may be blessed with the fountain of nectar of the essence of His Word. He may conquer the lava of his worldly desires. He may be blessed with a unique state of mind. Whosoever may recognize the real purpose of his human life; He may remain drenched with the essence of His Word. He may remain intoxicated in the void of His Word; His spiritual glow may shine on His forehead. To conquer own ego and adopt the teachings of His Word may be the right path of acceptance in His Court.

44. ਮਾਰੂ ਮਹਲਾ ੧॥ 1041 -14

ਕਾਮੁ ਕ੍ਰੋਧੁ ਪਰਹਰੁ ਪਰ ਨਿੰਦਾ॥ — kaam kroDh parhar par nindaa.
ਲਬੁ ਲੋਭੁ ਤਜਿ ਹੋਹੁ ਨਿਚਿੰਦਾ॥ — lab lobh taj hohu nichindaa.
ਭ੍ਰਮ ਕਾ ਸੰਗਲੁ ਤੋੜਿ ਨਿਰਾਲਾ, — bharam kaa sangal torh niraalaa
ਹਰਿ ਅੰਤਰਿ ਹਰਿ ਰਸੁ ਪਾਇਆ॥੧॥ — har antar har ras paa-i-aa. ||1||

ਜਿਹੜਾ ਕਾਮ ਵਾਸ਼ਨਾ, ਕਰੋਧ, ਨਿੰਦਿਆਂ, ਲਾਲਚ, ਹੈਸੀਅਤ ਨੂੰ ਤਿਆਗ ਦੇਂਦਾ ਹੈ । ਉਸ ਦੇ ਮਨ ਵਿਚੋਂ ਸਾਰੇ ਸੰਸਾਰਕ ਫਿਕਰ ਖਤਮ ਹੋ ਜਾਂਦੇ ਹਨ । ਉਸ ਨੂੰ ਮਨ ਅੰਦਰੋਂ ਹੀ ਪ੍ਰਭ ਦੀ ਹੋਂਦ ਅਨੁਭਵ ਹੋ ਜਾਂਦੀ ਹੈ । ਭਰਮਾਂ ਅਤੇ ਮੋਹ ਦੇ ਸਾਰੇ ਜਾਲ ਖਤਮ ਹੋ ਜਾਂਦੇ ਹਨ ।

Whosoever may renounce and conquers the five demons of worldly desires, sexual urge for strange woman, anger, greed, slandering others, and ego of worldly status; with His mercy and grace, all his frustrations of worldly worries may be eliminated. He may be enlightened from within and realizes His Holy Spirit prevailing everywhere. All his worldly religious suspicions may be eliminated.

ਨਿਸਿ ਦਾਮਨਿ ਜਿਉ ਚਮਕਿ ਚੰਦਾਇਣੁ ਦੇਖੈ॥ — nis daaman ji-o chamak chandaa-in daykhai.
ਅਹਿਨਿਸਿ ਜੋਤਿ ਨਿਰੰਤਰਿ ਪੇਖੈ॥ — ahinis jot nirantar paykhai.
ਆਨੰਦ ਰੂਪੁ ਅਨੂਪੁ ਸਰੂਪਾ, ਗੁਰਿ ਪੂਰੈ ਦੇਖਾਇਆ॥੨॥ — aanand roop anoop saroopaa gur poorai daykhaa-i-aa. ||2||

ਜਿਵੇਂ ਜੀਵ ਬਿਜਲੀ ਦੀ ਚਮਕ, ਅਕਾਸ਼ ਵਿੱਚ ਦੇਖਦਾ ਹੈ । ਇਸਤਰ੍ਹਾਂ ਦੀ ਪ੍ਰਭ ਦੀ ਜੋਤ ਦੀ ਰੋਸ਼ਨੀ, ਜੀਵ ਆਪਣੇ ਅੰਦਰ ਅਨੁਭਵ ਕਰਦਾ ਹੈ । ਪ੍ਰਭ ਆਪ ਰਹਿਮਤ ਬਖਸ਼ਕੇ ਸ਼ਬਦ ਦੀ ਪਾਲਣਾ ਵਿੱਚ ਅਡੋਲ ਰਖਦਾ ਹੈ । ਜੀਵ ਨੂੰ ਆਪਣੇ ਅੰਦਰੋਂ ਹੀ ਸ਼ਬਦ ਦੀ ਸੋਝੀ, ਜਾਗਰਤੀ ਬਖਸ਼ਦਾ ਹੈ ।

As one may witness the lightening in the sky; same way, His true devotee may realize the enlightenment of the essence of His Word, His Holy Spirit from within. He may obey the teachings of His Word with steady and stable; with His mercy and grace, he may be enlightened from within.

ਸਤਿਗੁਰ ਮਿਲਹੁ ਆਪੇ ਪ੍ਰਭੁ ਤਾਰੇ॥ — satgur milhu aapay parabh taaray.
ਸਸਿ ਘਰਿ ਸੂਰੁ ਦੀਪਕੁ ਗੈਣਾਰੇ॥ — sas ghar soor deepak gainaaray.
ਦੇਖਿ ਅਦਿਸਟੁ ਰਹਹੁ ਲਿਵ ਲਾਗੀ, — daykh adisat rahhu liv laagee
ਸਭੁ ਤ੍ਰਿਭਵਣਿ ਬ੍ਰਹਮੁ ਸਬਾਇਆ॥੩॥ — sabh taribhavan barahm sabaa-i-aa. ||3||

ਜਿਸ ਨੂੰ ਪ੍ਰਭ ਸ਼ਬਦ ਦੀ ਸੋਝੀ ਬਖਸ਼ਦਾ ਹੈ । ਉਹ ਪ੍ਰਭ ਦੀ ਸ਼ਰਣ ਵਿੱਚ ਆ ਜਾਂਦਾ ਹੈ, ਆਪ ਹੀ ਉਸ ਦਾ ਰਖਵਾਲਾ ਬਣ ਜਾਂਦਾ ਹੈ । ਜਿਵੇਂ ਪ੍ਰਭ ਨੇ ਸੂਰਜ ਅਤੇ ਚੰਦ ਦੋਂ ਦੀਵੇ ਸ੍ਰਿਸ਼ਟੀ ਨੂੰ ਚਾਨਣ ਦੇਣ ਲਈ ਥਾਪੇ ਹਨ । ਇਸਤਰ੍ਹਾਂ ਆਪਣੀ ਜੋਤ ਤਿੰਨਾਂ ਸ੍ਰਿਸ਼ਟੀ ਨੂੰ ਚਾਨਣ ਦੇਣ ਲਈ ਜੀਵ ਦੇ ਅੰਦਰ ਰਖੀ ਹੈ ।

Whosoever may be blessed with the enlightenment of the essence of His Word; he may surrender his self-entity at His Sanctuary. He may be accepted in His Sanctuary. He has established, 2 pillars of light for the universe; same way, He has embedded His Word, His Holy Spirit within every soul.

ਅੰਮ੍ਰਿਤ ਰਸੁ ਪਾਏ ਤ੍ਰਿਸਨਾ ਭਉ ਜਾਏ॥ — amrit ras paa-ay tarisnaa bha-o jaa-ay.
ਅਨਭਉ ਪਦੁ ਪਾਵੈ ਆਪੁ ਗਵਾਏ॥ — anbha-o pad paavai aap gavaa-ay.
ਊਚੀ ਪਦਵੀ ਊਚੋ ਊਚਾ, ਨਿਰਮਲ ਸਬਦੁ ਕਮਾਇਆ॥੪॥ — oochee padvee oocho oochaa nirmal sabad kamaa-i-aa. ||4||

ਸ਼ਬਦ ਦੀ ਪਾਲਣਾ ਕਰਨ ਨਾਲ ਇਛਾਂ ਤੇ ਕਾਬੂ ਅਤੇ ਮੌਤ ਦਾ ਡਰ ਖਤਮ ਹੋ ਜਾਂਦਾ ਹੈ । ਇਸਤਰ੍ਹਾਂ ਸ਼ਬਦ ਦੀ ਸੋਝੀ ਪਾਉਣ, ਘਰ ਵਸਾਉਣ ਨਾਲ ਆਪਾ ਖਤਮ ਹੋ ਜਾਂਦਾ ਹੈ । ਜਿਹੜਾ ਸ਼ਬਦ ਨਾਲ ਜੀਵਨ ਢਾਲਦਾ ਹੈ, ਉਸ ਨੂੰ ਵਿਸ਼ੇਸ਼ ਅਵਸਥਾ, ਦਰਬਾਰ ਵਿੱਚ ਪ੍ਰਵਾਨਗੀ ਬਖਸ਼ਿਸ਼ ਹੋ ਜਾਂਦੀ ਹੈ ।

Whosoever may obey the teachings of His Word with steady and stable belief in his day-to-day life; with His mercy and grace, he may conquer his worldly desires along with the fear of his death. Whosoever may remain drenched with the essence of His Word, he may surrender his self-entity at His Sanctuary. Whosoever may adopt the teachings of His Word with steady and stable belief; with His mercy and grace, he may be blessed with special resting place in His Royal Castle.

ਅਦ੍ਰਿਸਟ ਅਗੋਚਰੁ ਨਾਮੁ ਅਪਾਰਾ॥ ਅਤਿ ਰਸੁ ਮੀਠਾ ਨਾਮੁ ਪਿਆਰਾ॥ — adrist agochar naam apaaraa. at ras meethaa naam pi-aaraa.
ਨਾਨਕ ਕਉ ਜੁਗਿ ਜੁਗਿ ਹਰਿ ਜਸੁ ਦੀਜੈ, — naanak ka-o jug jug har jas deejai
ਹਰਿ ਜਪੀਐ ਅੰਤੁ ਨ ਪਾਇਆ॥੫॥ — har japee-ai ant na paa-i-aa. ||5||

ਗੁਰੂ ਨਾਨਕ ਦੇਵ ਜੀ! – Guru Nanak Dev Ji! Guru Granth Sahib

ਪ੍ਰਭ ਦਾ ਸ਼ਬਦ ਬਹੁਤ ਹੀ ਅਨੋਖਾ, ਜੀਵ ਦੀ ਸਮਝ ਤੋਂ ਉਪਰ ਹੈ । ਜਿਹੜਾ ਸ਼ਬਦ ਦੀ ਪਾਲਣਾ ਕਰਦਾ ਹੈ, ਉਸ ਨੂੰ ਸ਼ਬਦ ਦੀ ਸੋਝੀ, ਅਨੰਦ ਬਖਸ਼ਿਸ਼ ਹੁੰਦਾ ਹੈ । ਯੁੱਗਾਂ ਯੁੱਗਾਂ ਤੋਂ ਜੀਵ, ਪ੍ਰਭ ਦੇ ਸ਼ਬਦ ਦਾ ਸਿਮਰਨ ਕਰਦੇ ਹਨ । ਪ੍ਰਭ ਦੇ ਸ਼ਬਦ ਦੀ ਪਾਲਣਾ ਕਰੋ! ਉਸ ਦੇ ਕਿਸੇ ਕਰਤਬ ਦਾ ਅੰਤ, ਜੀਵ ਦੀ ਸੋਝੀ ਤੋਂ ਉਪਰ ਹੈ, ਜਾਣਨ ਦੀ ਕੋਸ਼ਿਸ਼ ਨਾ ਕਰੋ । ਜਿਤਨਾਂ ਵੀ ਸ਼ਬਦ ਦੀ ਪਾਲਣਾ ਕਰਦਾ, ਉਤਨਾਂ ਹੀ ਹੋਰ ਰਸ, ਸੋਝੀ ਬਖਸ਼ਿਸ਼ ਹੁੰਦੀ ਹੈ । ਉਸ ਦੀ ਰਹਿਮਤ ਦੀ ਅਰਦਾਸ ਕਰੋ ।

The virtues of the teachings of His Word may be beyond the comprehension of His Creation. Whosoever may obey the teachings of His Word with steady and stable belief; with His mercy and grace, he may be enlightened and blessed with pleasures in his life. From Ancient Ages, His true devotees have been meditating on the essence of His Word. His Nature, His miracles remain beyond the complete comprehension of His Creation. Whosoever may establish his devotion, dedication, belief on His Blessings, he may comprehend deeper essence of His Nature. You should always pray for His Forgiveness and His Refuge.

ਅੰਤਰਿ ਨਾਮੁ ਪਰਾਪਤਿ ਹੀਰਾ॥ ਹਰਿ ਜਪਤੇ ਮਨੁ ਮਨ ਤੇ ਧੀਰਾ॥ antar naam paraapat heeraa. har japtay man man tay Dheeraa.
ਦੁਘਟ ਘਟ ਭਉ ਭੰਜਨੁ ਪਾਈਐ, dughat ghat bha-o bhanjan paa-ee-ai
ਬਾਹੁੜਿ ਜਨਮਿ ਨ ਜਾਇਆ॥੬॥ baahurh janam na jaa-i-aa. ||6||

ਪ੍ਰਭ ਦਾ ਸ਼ਬਦ ਇਕ ਅਮੋਲਕ ਹੀਰਾ, ਰਤਨ, ਜੀਵ ਦੀ ਆਤਮਾ ਦੇ ਅੰਦਰ ਹੀ, ਕੇਂਦਰ ਵਿੱਚ ਹੀ ਵਸਦਾ ਹੈ । ਜਿਹੜਾ ਸ਼ਬਦ ਨਾਲ ਜੀਵਨ ਢਾਲਦਾ ਹੈ, ਉਸ ਦੇ ਮਨ ਨੂੰ ਧੀਰਜ, ਸ਼ਬਦ ਦੀ ਸੋਝੀ ਰੂਪੀ ਰਤਨ ਬਖਸ਼ਿਸ਼ ਹੁੰਦਾ ਹੈ । ਬਹੁਤ ਕਠਨ ਰਸਤੇ ਤੇ ਚਲਕੇ, ਦੁਖਾਂ ਦੇ ਨਾਸ ਕਰਨ ਵਾਲੇ ਦੀ ਰਹਿਮਤ ਬਖਸ਼ਿਸ਼ ਹੁੰਦੀ ਹੈ । ਉਸ ਤੋਂ ਪਿਛੋਂ ਜੀਵ ਜਨਮ ਮਰਨ ਦੇ ਚੱਕਰ ਵਿੱਚ ਨਹੀਂ ਜਾਂਦਾ ।

The ambrosial jewel, His Word remains embedded within his soul and dwells in the center, 10th cave within his soul. Whosoever may adopt the teachings of His Word with steady and stable belief; with His mercy and grace, he may be blessed with patience, and ambrosial jewel, the essence of His Word. The path of acceptance in His Sanctuary may be very tedious. Whosoever may remain steady and stable on the right path, he may never remain in the cycle of birth and death.

ਭਗਤਿ ਹੇਤਿ ਗੁਰ ਸਬਦਿ ਤਰੰਗਾ॥ ਹਰਿ ਜਸੁ ਨਾਮੁ ਪਦਾਰਥੁ ਮੰਗਾ॥ bhagat hayt gur sabad tarangaa. har jas naam padaarath mangaa.
ਹਰਿ ਭਾਵੈ ਗੁਰ ਮੇਲਿ ਮਿਲਾਏ, ਹਰਿ ਤਾਰੇ ਜਗਤੁ ਸਬਾਇਆ॥੭॥ har bhaavai gur mayl milaa-ay har taaray jagat sabaa-i-aa. ||7||

ਪ੍ਰਭ ਦੇ ਸ਼ਬਦ ਦੀ ਸਿਖਿਆਂ ਨਾਲ ਜੀਵਨ ਢਾਲਣਾ ਬੰਦਗੀ ਦਾ ਅਧਾਰ ਹੈ । ਇਹ ਹੀ ਪਦਾਰਥ ਪ੍ਰਭ ਤੋਂ ਮੰਗੋ! ਉਹ ਸ਼ਬਦ ਦੇ ਲੜ ਲਾਵੇ, ਅਡੋਲ ਭਰੋਸਾ ਬਖਸ਼ੇ । ਜਿਸ ਦੀ ਬੰਦਗੀ ਪ੍ਰਵਾਨ ਹੋ ਜਾਂਦੀ ਹੈ । ਪ੍ਰਭ ਦੀ ਰਹਿਮਤ ਨਾਲ ਉਸ ਦਾ ਜਨਮ ਮਰਨ ਦਾ ਚੱਕਰ ਖਤਮ ਹੋ ਜਾਂਦਾ ਹੈ ।

The basic guidelines, foundation of meditation is to adopt the teachings of His Word with steady and stable belief in day-to-day life. You should always pray for devotion to obey the teachings of His Word. Whose meditation may be accepted in His Court; his cycle of birth and death may be eliminated.

ਜਿਨਿ ਜਪੁ ਜਪਿਓ, ਸਤਿਗੁਰ ਮਤਿ ਵਾ ਕੇ॥ jin jap japi-o satgur mat vaa kay.
ਜਮਕੰਕਰੁ ਕਾਲੁ ਸੇਵਕ ਪਗ ਤਾ ਕੇ॥ jamkankar kaal sayvak pag taa kay.
ਊਤਮ ਸੰਗਤਿ ਗਤਿ ਮਿਤਿ ਊਤਮ, ਜਗੁ ਭਉਜਲੁ ਪਾਰਿ ਤਰਾਇਆ॥੮॥ ootam sangat gat mit ootam jag bha-ojal paar taraa-i-aa. ||8||

ਜਿਹੜਾ ਆਪ ਸ਼ਬਦ ਦੀ ਪਾਲਣਾ ਕਰਦਾ, ਬਾਕੀ ਜੀਵਾਂ ਨੂੰ ਇਸ ਪਾਸੇ ਲਾਉਂਦਾ ਹੈ । ਉਸ ਨੂੰ ਸ਼ਬਦ ਦੀ ਸੋਝੀ ਬਖਸ਼ਿਸ਼ ਹੋ ਜਾਂਦੀ ਹੈ । ਮੌਤ ਦਾ ਜਮਦੂਤ ਉਸ ਦਾ ਸੇਵਕ ਬਣ ਜਾਂਦਾ ਹੈ, ਘੇਰਾ ਛਡ ਦੇਂਦਾ ਹੈ । ਸੰਤ ਸਰੂਪ ਦੀ ਸੰਗਤ ਵਿੱਚ ਜੀਵਨ ਦਾ ਢੰਗ ਸ਼ਬਦ ਅਨੁਸਾਰ, ਉਤਮ ਹੋ ਜਾਂਦਾ ਹੈ । ਉਹ ਇਸ ਤੇ ਚਲਕੇ ਆਪਣਾ ਜੀਵਨ ਸਫਲ ਕਰ ਜਾਂਦਾ ਹੈ ।

Whosoever may obey the teachings of His Word and inspires others to obey the teachings of His Word; with His mercy and grace, he may be blessed with the enlightenment of the essence of His Word. The devil of death may become his slave and remains away from him. Whosoever may adopt the life experience teachings of His Holy saint in his day-to-day life. His human life journey may become rewarding.

ਇਹੁ ਭਵਜਲੁ ਜਗਤੁ ਸਬਦਿ ਗੁਰ ਤਰੀਐ॥ ih bhavjal jagat sabad gur taree-ai.
ਅੰਤਰ ਕੀ ਦੁਬਿਧਾ ਅੰਤਰਿ ਜਰੀਐ॥ antar kee dubiDhaa antar jaree-ai.
ਪੰਚ ਬਾਣ ਲੇ ਜਮ ਕਉ ਮਾਰੈ, panch baan lay jam ka-o maarai
ਗਗਨੰਤਰਿ ਧਣਖੁ ਚੜਾਇਆ॥੯॥ gagnantar Dhanakh charhaa-i-aa. ||9||

ਜਿਹੜਾ ਸ਼ਬਦ ਨਾਲ ਆਪਣਾ ਜੀਵਨ ਢਾਲਦਾ ਹੈ, ਉਹ ਸੰਸਾਰਕ ਸਾਗਰ ਪਾਰ ਕਰ ਜਾਂਦਾ ਹੈ । ਮਨ ਦੀ ਅਵਸਥਾ ਭਾਣੇ ਅੰਦਰ ਆ ਜਾਂਦੀ ਹੈ, ਸਭ ਭਰਮ ਦੂਰ ਹੋ ਜਾਂਦੇ ਹਨ । ਸੰਸਾਰਕ ਇਛਾਂ ਦੇ ਪੰਜੇਂ ਤੀਰ ਉਸ ਦੇ ਵੱਸ ਵਿੱਚ ਆ ਜਾਂਦੇ ਹਨ । ਉਸ ਦਾ ਮੌਤ ਦਾ ਡਰ ਖਤਮ ਕਰ ਜਾਂਦਾ ਹੈ । ਉਹ ਮਨ ਦੇ ਅਕਾਸ਼ ਵਿੱਚ ਦਸਵੇਂ ਘਰ ਵਿੱਚ ਦਾਖਿਲ ਹੋ ਜਾਂਦਾ ਹੈ ।

Whosoever may adopt the teachings of His Word with steady and stable belief; with His mercy and grace, he may cross the worldly ocean of desires. His state of mind may remain within the teachings of His Word; all his suspicions may be eliminated. He may conquer all the demons of his worldly desires. His fear of death may be eliminated; with His mercy and grace, he may enter the 10th cave, His Royal Castle, within His mind.

ਸਾਕਤ ਨਰਿ ਸ਼ਬਦ, ਸੁਰਤਿ ਕਿਉ ਪਾਈਐ॥ saakat nar sabad surat ki-o paa-ee-ai.
ਸਬਦੁ ਸੁਰਤਿ ਬਿਨੁ ਆਈਐ ਜਾਈਐ॥ sabad surat bin aa-ee-ai jaa-ee-ai.
ਨਾਨਕ ਗੁਰਮੁਖਿ ਮੁਕਤਿ ਪਰਾਇਣੁ, naanak gurmukh mukat paraa-in
ਹਰਿ ਪੂਰੈ ਭਾਗਿ ਮਿਲਾਇਆ॥੧੦॥ har poorai bhaag milaa-i-aa. ||10||

ਜਿਹੜਾ ਸਾਕਤ ਸ਼ਬਦ ਦੀ ਪਾਲਣਾ ਨਹੀਂ ਕਰਦਾ, ਉਹ ਸ਼ਬਦ ਦੀ ਸੋਝੀ ਕਿਵੇਂ ਪਾ ਸਕਦਾ ਹੈ? ਸ਼ਬਦ ਦੀ ਪਾਲਣਾ ਤੋਂ ਬਿਨਾਂ ਜੀਵ ਜਨਮ ਮਰਨ ਦੇ ਚੱਕਰ ਵਿੱਚ ਹੀ ਰਹਿੰਦਾ ਹੈ । ਗੁਰਮਖ ਜੀਵ ਦੇ ਭਾਗ ਵੱਡੇ ਹੋ ਜਾਂਦੇ, ਪ੍ਰਭ ਦੀ ਰਹਿਮਤ ਨਾਲ ਪ੍ਰਵਾਨਗੀ ਬਖਸ਼ਿਸ਼ ਹੋ ਜਾਂਦੀ ਹੈ । ਉਹ ਸ਼ਬਦ ਨਾਲ ਜੀਵਨ ਢਾਲਕੇ, ਮੁਕਤੀ ਦੇ ਰਸਤੇ ਤੇ ਚਲਦਾ ਹੈ ।

ਗੁਰੂ ਨਾਨਕ ਦੇਵ ਜੀ! – Guru Nanak Dev Ji! Guru Granth Sahib

Self-minded may not obey the teachings of His Word in his day-to-day life. How may he be blessed with the enlightenment of the essence of His Word? Without obeying the teachings of His Word; he may remain in the cycle of birth and death. His true devotee may be very fortunate; he may be accepted in His Court. He may adopt the teachings of His Word and he remains on the right path of acceptance in His Court.

ਨਿਰਭਉ ਸਤਿਗੁਰੁ ਹੈ ਰਖਵਾਲਾ॥ ਭਗਤਿ ਪਰਾਪਤਿ ਗੁਰ ਗੋਪਾਲਾ॥ nirbha-o satgur hai rakhvaalaa. bhagat paraapat gur gopaalaa.
ਧੁਨਿ ਅਨੰਦ ਅਨਾਹਦੁ ਵਾਜੈ, ਗੁਰ ਸਬਦਿ ਨਿਰੰਜਨੁ ਪਾਇਆ॥੧੧॥ Dhun anand anaahad vaajai gur sabad niranjan paa-i-aa. ||11||

ਨਿਰਭਉ, ਨਿਡਰ, ਪ੍ਰਭ ਜੀਵ ਦਾ ਰਖਵਾਲਾ ਹੈ । ਸ਼ਬਦ ਨਾਲ ਜੀਵਨ ਢਾਲਣ ਨਾਲ ਹੀ ਪ੍ਰਭ ਦੀ ਸ਼ਰਣ ਵਿੱਚ ਪ੍ਰਵਾਨਗੀ ਬਖਸ਼ਿਸ਼ ਹੋ ਸਕਦੀ ਹੈ । ਉਸ ਦੇ ਮਨ ਵਿੱਚ ਸ਼ਬਦ ਦੀ ਸਦਾ ਰਹਿਣ ਵਾਲੀ ਧੁਨ ਚਲ ਪੈਂਦੀ ਹੈ । ਉਸ ਨੂੰ ਪ੍ਰਭ ਦੀ ਜੋਤ ਅਨੁਭਵ ਹੋ ਜਾਂਦੀ ਹੈ ।

The fearless, beyond any jealousy True Master remains the protector of His Creation. Whosoever may adopt the teachings of His Word; with His mercy and grace, he may be accepted in His Sanctuary. The everlasting echo of His Word may resonate within his heart; with His mercy and grace, he may realize His Holy Spirit prevailing everywhere.

ਨਿਰਭਉ ਸੋ ਸਿਰਿ ਨਾਹੀ ਲੇਖਾ॥ ਆਪਿ ਅਲੇਖੁ ਕੁਦਰਤਿ ਹੈ ਦੇਖਾ॥ nirbha-o so sir naahee laykhaa. aap alaykh kudrat hai daykhaa.
ਆਪਿ ਅਤੀਤੁ ਅਜੋਨੀ ਸੰਭਉ, ਨਾਨਕ ਗੁਰਮਤਿ ਸੋ ਪਾਇਆ॥੧੨॥ aap ateet ajonee sambha-o naanak gurmat so paa-i-aa. ||12||

ਪ੍ਰਭ ਦੇ ਮੱਥੇ ਤੇ ਕੋਈ ਕੰਮਾਂ ਦਾ ਲੇਖਾ ਨਹੀਂ ਹੁੰਦਾ । ਉਹ ਜੀਵ ਦੇ ਦੇਖਣ ਵਿੱਚ ਨਹੀਂ ਆਉਂਦਾ । ਉਹ ਆਪਣੇ ਆਪ ਨੂੰ ਸ਼ਬਦ ਦੀ ਪਾਲਣਾ ਵਿਚੋਂ ਹੀ ਪ੍ਰਗਟ ਕਰਦਾ ਹੈ । ਆਪਣੇ ਚਮਤਕਾਰ ਨਾਲ ਹੀ ਪ੍ਰਗਟ ਕਰਦਾ ਹੈ । ਜਨਮ, ਮਰਨ ਤੋਂ ਰਹਿਤ, ਪੂਰਨ ਪੁਰਖ, ਆਪਣੇ ਆਪ ਵਿਚੋਂ ਹੀ ਪੈਦਾ ਹੁੰਦਾ ਹੈ । ਸ਼ਬਦ ਨਾਲ ਜੀਵਨ ਢਾਲਣ ਨਾਲ ਹੀ ਮੋਹ ਰਹਿਤ ਪ੍ਰਭ ਦੀ ਰਹਿਮਤ ਬਖਸ਼ਿਸ਼ ਹੋ ਸਕਦੀ ਹੈ ।

The True Master remains beyond any prewritten destiny of His worldly deeds. He remains beyond any visibility of His Creation. His miracles may appear by obeying the teachings of His Word. He may appear with His Own Holy Spirit. Whosoever may adopt the teachings of His Word with steady and stable belief; he may become beyond attachment and worldly bonds.

ਅੰਤਰ ਕੀ ਗਤਿ ਸਤਿਗੁਰੁ ਜਾਣੈ॥ ਸੋ ਨਿਰਭਉ ਗੁਰ ਸਬਦਿ ਪਛਾਣੈ॥ antar kee gat satgur jaanai. so nirbha-o gur sabad pachhaanai.
ਅੰਤਰੁ ਦੇਖਿ ਨਿਰੰਤਰਿ ਬੂਝੈ, ਅਨਤ ਨ ਮਨੁ ਡੋਲਾਇਆ॥੧੩॥ antar daykh nirantar boojhai anat na man dolaa-i-aa. ||13||

ਅੰਤਰਜਾਮੀ ਪ੍ਰਭ, ਜੀਵ ਦੇ ਮਨ ਦੀ ਅਵਸਥਾ ਜਾਣਦਾ ਹੈ । ਜਿਸ ਨੂੰ ਸ਼ਬਦ ਦੀ ਸੋਝੀ ਬਖਸ਼ਦਾ ਹੈ । ਕੇਵਲ ਉਹ ਹੀ ਨਿਡਰ ਹੋ ਜਾਂਦਾ ਹੈ । ਉਹ ਆਪਣੇ ਅੰਦਰ ਹੀ ਝਾਤੀ ਮਾਰਦਾ, ਖੋਜ ਕਰਦਾ ਹੈ । ਉਸ ਦੀ ਹੋਂਦ ਅਨੁਭਵ ਹੋ ਜਾਂਦੀ, ਉਹ ਭਰਮਾਂ, ਭੁਲੇਖਿਆਂ, ਧਰਮਾਂ ਦੇ ਚੱਕਰ ਵਿੱਚ ਨਹੀਂ ਜਾਂਦਾ ।

The Omniscient True Master remains aware about the worldly condition, state of mind of His Creation. Whosoever may be enlightened with the essence of His Word; with His mercy and grace, he may become fearless from the devil of death. He may search within his own mind; he may realize His Existence from within and he may conquer religious suspicions.

ਨਿਰਭਉ ਸੋ ਅਭ ਅੰਤਰਿ ਵਸਿਆ॥ ਅਹਿਨਿਸਿ ਨਾਮਿ ਨਿਰੰਜਨ ਰਸਿਆ॥ nirbha-o so abh antar vasi-aa. ahinis naam niranjan rasi-aa.
ਨਾਨਕ ਹਰਿ ਜਸੁ ਸੰਗਤਿ ਪਾਈਐ, ਹਰਿ ਸਹਜੇ ਸਹਜਿ ਮਿਲਾਇਆ॥੧੪॥ naanak har jas sangat paa-ee-ai har sehjay sahj milaa-i-aa. ||14||

ਜਿਸ ਦੇ ਮਨ ਅੰਦਰ ਪ੍ਰਭ ਦੀ ਜੋਤ, ਸ਼ਬਦ ਦੀ ਸੋਝੀ ਬਖਸ਼ਿਸ਼ ਹੋ ਜਾਂਦੀ ਹੈ । ਕੇਵਲ ਉਹ ਹੀ ਨਿਡਰ ਹੋ ਜਾਂਦਾ ਹੈ । ਉਹ ਦਿਨ ਰਾਤ ਸ਼ਬਦ ਦੇ ਸਿਮਰਨ ਵਿੱਚ ਅਨੰਦ ਮਾਨਦਾ, ਮਸਤ ਰਹਿੰਦਾ ਹੈ । ਸੰਤ ਸਰੂਪ ਜੀਵਾਂ ਦੀ ਸੰਗਤ ਵਿੱਚ ਸ਼ਬਦ ਦੀ ਉਸਤਤ ਗਾਉਣ ਦਾ ਢੰਗ ਲੱਭਦਾ ਹੈ । ਉਸ ਨੂੰ ਅਸਾਨੀ ਨਾਲ ਹੀ ਸ਼ਬਦ ਦੀ ਸੋਝੀ ਬਖਸ਼ਿਸ਼ ਹੋ ਜਾਂਦੀ ਹੈ, ਜੋਤ ਜਾਗਰਤ ਹੋ ਜਾਂਦੀ ਹੈ ।

Whosoever may be blessed with the enlightenment of the essence of His Word within; he may be become fearless from the devil of death. He may remain intoxicated in meditation in the void of His Word. He may remain in the conjugation of His Holy saint in meditation and learns the technique to sing the glory of His Word. He may be accepted in His Court with ease and remains awake and alert.

ਅੰਤਰਿ ਬਾਹਰਿ ਸੋ ਪ੍ਰਭੁ ਜਾਣੈ॥ ਰਹੈ ਅਲਿਪਤੁ ਚਲਤੇ ਘਰਿ ਆਣੈ॥ antar baahar so parabh jaanai. rahai alipat chaltay ghar aanai.
ਊਪਰਿ ਆਦਿ ਸਰਬ ਤਿਹੁ ਲੋਈ, oopar aad sarab tihu lo-ee
ਸਚੁ ਨਾਨਕ ਅੰਮ੍ਰਿਤ ਰਸੁ ਪਾਇਆ॥੧੫॥੪॥੨੧॥ sach naanak amrit ras paa-i-aa. ||15||4||21||

ਜਿਸ ਜੀਵ ਨੂੰ ਪ੍ਰਭ ਦੇ ਸ਼ਬਦ ਦੀ ਸੋਝੀ ਹੋ ਜਾਂਦੀ ਹੈ । ਉਹ ਪ੍ਰਭ ਨੂੰ ਆਪਣੇ ਅੰਦਰ ਅਤੇ ਸ੍ਰਿਸ਼ਟੀ ਵਿੱਚ ਇਕੋ ਇਕ ਹੀ ਜਾਣਦਾ ਹੈ । ਥੋੜ੍ਹਾ ਸਮਾਂ ਰਹਿਣ ਵਾਲੇ ਪਦਾਰਥਾਂ ਨਾਲੋ ਮੋਹ ਤੋੜਕੇ ਆਪਣੇ ਆਪ ਨੂੰ ਪਰਖਦਾ ਹੈ, ਉਸ ਵਿੱਚ ਹੀ ਮਸਤ ਰਹਿੰਦਾ ਹੈ । ਜਿਹੜਾ ਪ੍ਰਭ ਤਿੰਨਾਂ ਸ੍ਰਿਸ਼ਟੀਆਂ ਵਿੱਚ ਹੀ ਵਾਪਰਦਾ ਹੈ । ਉਸ ਦੇ ਅਮੋਲਕ ਸ਼ਬਦ ਦਾ ਰਸ ਜੀਵ ਨੂੰ ਬਖਸ਼ਿਸ਼ ਹੋ ਜਾਂਦਾ ਹੈ ।

Whosoever may be enlightened with the essence of His Word. He may realize His Holy Spirit prevails within each creature and in the universe. He may renounce his attachments, bonds with worldly materials, possessions and evaluates his earnings of His Word. He may be blessed with nectar of the essence of His Word; The True Master of three universe.

Key Message of Raag Maaroo, page 1041-14
'ਸੁਚੇਤ ਮਨ, ਅਚੇਤ ਮਨ ਦਾ ਗੁਲਾਮ ਹਣ ਨਾਲ ਆਤਮਾ ਪੂਜਣ ਯੋਗ ਹੋ ਜਾਂਦੀ ਹੈ !
ਜਿਹੜਾ ਕਾਮ ਵਾਸ਼ਨਾ, ਕਰੋਧ, ਨਿੰਦਿਆਂ, ਲਾਲਚ, ਹੈਸੀਅਤ ਨੂੰ ਤਿਆਗ ਦੇਂਦਾ ਹੈ । ਉਹ ਬਿਜਲੀ ਦੀ ਚਮਕ ਦੀ ਤਰ੍ਹਾਂ ਪ੍ਰਭ ਦੀ ਜੋਤ ਦੀ ਰੋਸ਼ਨੀ ਮਨ ਅੰਦਰ ਅਨੁਭਵ ਕਰਦਾ ਹੈ । ਜਿਵੇਂ ਪ੍ਰਭ ਨੇ ਸੂਰਜ ਅਤੇ ਚੰਦ ਦੋਂ ਦੀਵੇ ਸ੍ਰਿਸ਼ਟੀ ਨੂੰ ਚਾਨਣ ਦੇਣ ਲਈ ਥਾਪੇ ਹਨ । ਇਸਤਰ੍ਹਾਂ ਪ੍ਰਭ ਨੇ ਆਪਣੀ ਜੋਤ ਤਿੰਨਾਂ ਸ੍ਰਿਸ਼ਟੀ ਨੂੰ ਚਾਨਣ ਦੇਣ ਲਈ ਜੀਵ ਦੇ ਅੰਦਰ ਰਖੀ ਹੈ । ਸ਼ਬਦ ਦੀ ਸੋਝੀ ਘਰ ਵਸਾਉਣ ਨਾਲ ਆਪਾ ਖਤਮ ਹੋ ਜਾਂਦਾ ਹੈ । ਮੌਤ ਦਾ ਜਮਦੂਤ ਉਸ ਦਾ ਸੇਵਕ ਬਣ ਜਾਂਦਾ ਹੈ, ਘੇਰਾ ਛੱਡ ਦੇਂਦਾ ਹੈ । ਜਿਹੜਾ ਸ਼ਬਦ ਨਾਲ ਜੀਵਨ ਢਾਲਦਾ ਹੈ, ਉਸ ਦੇ ਮਨ ਨੂੰ ਧੀਰਜ, ਸ਼ਬਦ ਦੀ ਸੋਝੀ ਰੂਪੀ ਰਤਨ ਬਖਸ਼ਿਸ਼ ਹੁੰਦਾ ਹੈ । ਉਸ ਦੇ ਮਨ ਦੀ ਅਵਸਥਾ ਭਾਣੇ ਅੰਦਰ ਆ ਜਾਂਦੀ ਹੈ, । ਸੰਸਾਰਕ ਇਛਾਂ ਦੇ ਪੰਜੇਂ ਤੀਰ ਉਸ ਦੇ ਵੱਸ ਵਿੱਚ ਆ ਜਾਂਦੇ ਹਨ । ਉਸ ਨੂੰ ਪ੍ਰਭ ਦੀ ਸ਼ਰਣ ਵਿੱਚ ਪ੍ਰਵਾਨਗੀ ਬਖਸ਼ਿਸ਼ ਹੋ ਸਕਦੀ ਹੈ । ਮਨ ਵਿੱਚ ਸ਼ਬਦ ਦੀ ਸਦਾ ਰਹਿਣ ਵਾਲੀ ਧੁਨ ਸੁਣਾਈ ਦੇਂਦੀ ਹੈ । ਪ੍ਰਭ ਦੇ ਮੱਥੇ ਤੇ ਕੋਈ ਕੰਮਾਂ ਦਾ ਲੇਖਾ ਨਹੀਂ ਰਹਿੰਦਾ । ਜਨਮ, ਮਰਨ ਤੋਂ ਰਹਿਤ, ਪੂਰਨ ਪੁਰਖ, ਆਪਣੇ ਆਪ ਵਿਚੋਂ ਹੀ ਪੈਦਾ ਹੁੰਦਾ ਹੈ । ਜਿਹੜਾ ਆਪਣੇ ਅੰਦਰ ਹੀ ਝਾਤੀ ਮਾਰਦਾ, ਖੋਜਦਾ ਹੈ । ਪ੍ਰਭ ਨੂੰ ਆਪਣੇ ਅੰਦਰ ਅਤੇ ਸ੍ਰਿਸ਼ਟੀ ਵਿੱਚ ਇਕੋ ਇਕ ਹੀ ਜਾਣਦਾ ਹੈ ।
Alert mind becomes slave of Subconscious mind; Soul become worthy of worship!

Whosoever may renounce and conquers the five demons of worldly desires; he may realize, His Holy Spirit shining within like a lightening in the sky. The True Master has established, 2 pillars of light Sun, and Moon for the universe. Same way, His Holy Spirit remains embedded within soul to guide on the right path. Whosoever may surrender his self-entity at His Sanctuary; he may remain drenched with the essence of His Word; the devil of death may become his slave. He may be blessed with patience, and ambrosial jewel, the essence of His Word. **His canscious mind dominated with worldly desires may become a slave of sub-conscious mind**. He may conquer all the demons of his worldly desires. He may hear the everlasting echo of His Word, resonating within his heart. The True Master remains beyond any judgement of His actions and perfect in all respects. He may appear from His Own Holy Spirit within any structure. Whosoever may search within; he may realize His Holy Spirit prevails within and in the universe.

45. **ਮਾਰੂ ਮਹਲਾ ੧॥** 1042-15

ਕੁਦਰਤਿ ਕਰਨੈਹਾਰ ਅਪਾਰਾ॥ ਕੀਤੇ ਕਾ ਨਾਹੀ ਕਿਹੁ ਚਾਰਾ॥ kudrat karnaihaar apaaraa. keetay kaa naahee kihu chaaraa.
ਜੀਅ ਉਪਾਇ ਰਿਜਕੁ ਦੇ ਆਪੇ, ਸਿਰਿ ਸਿਰਿ ਹੁਕਮੁ ਚਲਾਇਆ॥੧॥ jee-a upaa-ay rijak day aapay sir sir hukam chalaa-i-aa. ||1||

ਪ੍ਰਭ ਹੀ ਸ੍ਰਿਸ਼ਟੀ ਦੀ ਸਥਾਪਣਾ ਕਰਨ ਵਾਲਾ, ਅਨੋਖੇ ਕਰਮਾਤਾਂ ਵਾਲਾ ਅਸਲੀ ਮਾਲਕ ਹੈ । ਸ੍ਰਿਸ਼ਟੀ ਦੇ ਜੀਵ ਦਾ ਉਸ ਤੇ ਕੋਈ ਜ਼ੋਰ, ਚਾਰਾ ਨਹੀਂ । ਜੀਵ ਨੂੰ ਪੈਦਾ ਕਰਦਾ, ਪਾਲਣਾ ਕਰਦਾ, ਧੰਦੇ ਤੇ ਲਾਉਂਦਾ, ਆਪਣੇ ਹੁਕਮ ਅੰਦਰ ਰਖਦਾ ਹੈ ।

The True Master, Creator of the universe may be the treasure of fascinating astonishing miracles. His Creation may not have any comprehension nor any influence on His Nature or Blessings. He may create, nourishes, and assigns worldly task to nourish his stomach to survive in the universe. He keeps everyone, everything under His Command.

ਹੁਕਮੁ ਚਲਾਇ ਰਹਿਆ ਭਰਪੂਰੇ॥ hukam chalaa-ay rahi-aa bharpooray.
ਕਿਸੁ ਨੇੜੈ ਕਿਸੁ ਆਖਾਂ ਦੂਰੇ॥ kis nayrhai kis aakhaaN dooray.
ਗੁਪਤ ਪ੍ਰਗਟ ਹਰਿ ਘਟਿ ਘਟਿ ਦੇਖਹੁ, gupat pargat har ghat ghat daykhhu
ਵਰਤੈ ਤਾਕੁ ਸਬਾਇਆ॥੨॥ vartai taak sabaa-i-aa. ||2||

ਸ੍ਰਿਸ਼ਟੀ ਵਿੱਚ ਪ੍ਰਭ ਦਾ ਭਾਣਾ ਵਾਪਰਦਾ ਹੈ । ਉਸ ਦੇ ਭਾਣੇ ਨਾਲ ਹੀ ਕੋਈ ਜੀਵ ਉਸ ਦੇ ਨੇੜੇ ਜਾ ਦੂਰ ਹੋ ਜਾਂਦਾ ਹੈ । ਉਹ ਗੁਪਤ ਹੀ ਸਾਰੀਆਂ ਸ੍ਰਿਸ਼ਟੀਆਂ ਦੇ ਜੀਵਾਂ ਦੇ ਮਨ ਵਿੱਚ ਵਾਪਰਦਾ, ਦੇਖਦਾ ਹੈ । ਇਹ ਅਨੋਖੀ ਕੁਦਰਤ ਹੀ ਚਲਦੀ ਹੈ ।

Only His Command, Word may prevail in the universe. With His mercy and grace, some may remain close to the teachings of His Word and others may remain far away from the teachings of His Word. His Command prevails mysteriously within the heart and worldly life of His Creation. The astonishing play of the universe remains non-stop in His Nature.

ਜਿਸ ਕਉ ਮੇਲੇ ਸੁਰਤਿ ਸਮਾਏ॥ jis ka-o maylay surat samaa-ay.
ਗੁਰ ਸਬਦੀ ਹਰਿ ਨਾਮੁ ਧਿਆਏ॥ gur sabdee har naam Dhi-aa-ay.
ਆਨਦ ਰੂਪ ਅਨੂਪ ਅਗੋਚਰ, ਗੁਰ ਮਿਲਿਐ ਭਰਮੁ ਜਾਇਆ॥੩॥ aanad roop anoop agochar gur mili-ai bharam jaa-i-aa. ||3||

ਜਿਸ ਨੂੰ ਪ੍ਰਭ ਸੰਤ ਸੰਗਤ ਬਖਸ਼ਦਾ ਹੈ, ਰਹਿਮਤ ਨਾਲ ਸ਼ਬਦ ਵਿੱਚ ਸੁਰਤੀ ਬਖਸ਼ਦਾ ਹੈ । ਸ਼ਬਦ ਨਾਲ ਜੀਵਨ ਢਾਲਣ ਨਾਲ ਹੀ ਪ੍ਰਭ ਦੀ ਬਖਸ਼ਿਸ਼ ਹੁੰਦੀ ਹੈ । ਅਨੋਖੇ, ਅਚੰਭੇ ਪ੍ਰਭ ਦੀ ਰਹਿਮਤ ਨਾਲ ਸਾਰੇ ਭਰਮ ਦੂਰ ਹੋ ਜਾਂਦੇ ਹਨ ।

Whosoever may be blessed with conjugation with His true devotee; with His mercy and grace, he may be blessed with devotion and dedication to obey the teachings of His Word. Whosoever may adopt the teachings of His Word; with His mercy and grace, he may be blessed with the right path of acceptance in His Court. All his suspicions may be eliminated.

ਮਨ ਤਨ ਧਨ ਤੇ ਨਾਮੁ ਪਿਆਰਾ॥ ਅੰਤਿ ਸਖਾਈ ਚਲਣਵਾਰਾ॥ man tan Dhan tay naam pi-aaraa. ant sakhaa-ee chalanvaaraa.
ਮੋਹ ਪਸਾਰ ਨਹੀ ਸੰਗਿ ਬੇਲੀ, moh pasaar nahee sang baylee
ਬਿਨੁ ਹਰਿ ਗੁਰ ਕਿਨਿ ਸੁਖੁ ਪਾਇਆ॥੪॥ bin har gur kin sukh paa-i-aa. ||4||

ਸ਼ਬਦ ਦੀ ਕਮਾਈ ਮਨ, ਤਨ ਅਤੇ ਸੰਸਾਰਕ ਧਨ ਨਾਲੋ ਅਮੋਲਕ, ਕੀਮਤੀ ਹੈ । ਮੌਤ ਪਿਛੋਂ ਕੇਵਲ ਸ਼ਬਦ ਦੀ ਕਮਾਈ ਹੀ ਜੀਵ ਦੇ ਸਾਥ ਜਾਂਦੀ ਹੈ । ਮਾਇਆ, ਹੈਸੀਅਤ ਦੇ ਮੋਹ ਭਰੇ ਸੰਸਾਰ ਵਿੱਚ ਕੋਈ ਅਸਲੀ ਸਾਥੀ ਨਹੀਂ ਹੁੰਦਾ ਹੈ । ਸ਼ਬਦ ਦੀ ਪਾਲਣਾ, ਪ੍ਰਭ ਦੀ ਰਹਿਮਤ ਤੋਂ ਬਿਨਾਂ ਸੰਤੋਖ ਬਖਸ਼ਿਸ਼ ਨਹੀਂ ਹੁੰਦਾ ।

The earnings of His Word may be ambrosial and more significant than any other worldly wealth or possession. After death, only the earnings of His Word may remain a true companion of his soul. The worldly ocean overwhelmed with sweet poison of worldly wealth and emotional attachments; no one may be a true companion of his soul. Without obeying the teachings of His Word, no one may ever be blessed with contentment in his worldly life.

ਜਿਸ ਕਉ ਨਦਰਿ ਕਰੇ ਗੁਰੁ ਪੂਰਾ॥ jis ka-o nadar karay gur pooraa.
ਸਬਦਿ ਮਿਲਾਏ ਗੁਰਮਤਿ ਸੂਰਾ॥ sabad milaa-ay gurmat sooraa.
ਨਾਨਕ ਗੁਰ ਕੇ ਚਰਨ ਸਰੇਵਹੁ, ਜਿਨਿ ਭੂਲਾ ਮਾਰਗਿ ਪਾਇਆ॥੫॥ naanak gur kay charan sarayvhujin bhoolaa maarag paa-i-aa. ||5||

ਜਿਸ ਤੇ ਪ੍ਰਭ ਆਪ ਰਹਿਮਤ ਬਖਸ਼ਕੇ ਸ਼ਬਦ ਦੀ ਪਾਲਣਾ ਤੇ ਲਾਉਂਦਾ ਹੈ । ਉਹ ਸ਼ਬਦ ਨਾਲ ਜੀਵਨ ਢਾਲਕੇ, ਪ੍ਰਭ ਦੇ ਮਿਲਣ ਦੇ ਯੋਗ ਬਣ ਜਾਂਦਾ ਹੈ । ਜੀਵ ਸ਼ਬਦ ਦੀ ਪਾਲਣਾ ਕਰੋ, ਪ੍ਰਭ ਦੀ ਰਹਿਮਤ ਦੀ ਅਰਦਾਸ ਕਰੋ । ਅਸਲੀ ਮਾਲਕ ਹੀ, ਭੁੱਲੇ ਹੋਏ ਜੀਵ ਨੂੰ ਅਸਲੀ ਰਸਤੇ ਤੇ ਪਾ ਸਕਦਾ ਹੈ ।

Whosoever may be attached to obey the teachings of His Word; with His mercy and grace, he may sanctify his soul to become worthy of His Consideration. You should obey the teachings of His Word with steady and stable belief and pray for His Forgiveness and Refuge. Only, The True Master may guide the right path of acceptance to a drifted devotee.

ਸੰਤ ਜਨਾਂ ਹਰਿ ਧਨੁ ਜਸੁ ਪਿਆਰਾ॥ sant janaaN har Dhan jas pi-aaraa.
ਗੁਰਮਤਿ ਪਾਇਆ ਨਾਮੁ ਤੁਮਾਰਾ॥ gurmat paa-i-aa naam tumaaraa.
ਜਾਚਿਕੁ ਸੇਵ ਕਰੇ ਦਰਿ ਹਰਿ ਕੈ, ਹਰਿ ਦਰਗਹ ਜਸੁ ਗਾਇਆ॥੬॥ jaachik sayv karay dar har kai har dargeh jas gaa-i-aa. ||6||

ਸੰਤ ਨੂੰ ਪ੍ਰਭ ਦਾ ਸ਼ਬਦ ਬਹੁਤ ਪਿਆਰਾ ਲਗਦਾ ਹੈ । ਮੈਨੂੰ ਸ਼ਬਦ ਦੀ ਸਿਖਿਆਂ ਨਾਲ ਜੀਵਨ ਢਾਲਣ ਨਾਲ ਹੀ ਸ਼ਬਦ ਦੀ ਸੋਝੀ ਬਖਸ਼ਿਸ਼ ਹੋਈ ਹੈ । ਮੈਂ ਤੇਰੇ ਦਰ ਦਾ ਮੰਗਤਾ, ਸ਼ਬਦ ਦੀ ਉਸਤਤ, ਸਿਮਰਨ ਕਰਦਾ ਹੈ ।

ਗੁਰੂ ਨਾਨਕ ਦੇਵ ਜੀ! – Guru Nanak Dev Ji! Guru Granth Sahib

The teachings of Your Word may be very soothing to the mind of His true devotee. I have adopted the teachings of Your Word; with Your mercy and grace, I have been blessed with the enlightenment of the essence of Your Word. I am a beggar at Your door and I am meditating and singing the glory of Your Word.

ਸਤਿਗੁਰੁ ਮਿਲੈ ਤ ਮਹਲਿ ਬੁਲਾਏ॥ ਸਾਚੀ ਦਰਗਹ ਗਤਿ ਪਤਿ ਪਾਏ॥ satgur milai ta mahal bulaa-ay. saachee dargeh gat pat paa-ay.
ਸਾਕਤ ਠਉਰ ਨਾਹੀ ਹਰਿ ਮੰਦਰ, ਜਨਮ ਮਰੈ ਦੁਖੁ ਪਾਇਆ॥੭॥ saakat tha-ur naahee har mandar janam marai dukh paa-i-aa. ||7||

ਪ੍ਰਭ ਜਿਸ ਨੂੰ ਸ਼ਬਦ ਦੀ ਸੋਝੀ ਬਖਸ਼ਦਾ ਹੈ । ਉਹ ਸ਼ਬਦ ਦੀ ਭਰੋਸੇ ਨਾਲ ਪਾਲਣਾ ਕਰਦਾ ਹੈ । ਪ੍ਰਭ ਜੀਵ ਨੂੰ ਆਪਣੇ ਦਰਬਾਰ ਵਿੱਚ ਸੱਦਾ ਦੇਂਦਾ, ਪ੍ਰਵਾਨਗੀ ਬਖਸ਼ਦਾ ਹੈ । ਸਾਕਤ, ਮਨਮੁਖ ਨੂੰ ਦਰਬਾਰ ਵਿੱਚ ਕੋਈ ਥਾਂ ਬਖਸ਼ਿਸ਼ ਨਹੀਂ ਹੁੰਦੀ । ਉਹ ਜੂੰਨਾਂ ਦੇ ਚੱਕਰ ਵਿੱਚ ਹੀ, ਦੁਖਾਂ ਵਿੱਚ ਰਹਿੰਦਾ ਹੈ ।

Whosoever may be blessed with the enlightenment of the essence of His Word; he may obey the teachings of His Word with steady and stable belief. He may be invited in His Court and honored with acceptance in His Court. Self-minded may never be blessed with any resting place in His Court. He may endure misery in the cycle of birth and death.

ਸੇਵਹੁ ਸਤਿਗੁਰ ਸਮੁੰਦੁ ਅਥਾਹਾ॥ sayvhu satgur samund athaahaa.
ਪਾਵਹੁ ਨਾਮੁ ਰਤਨੁ ਧਨੁ ਲਾਹਾ॥ paavhu naam ratan Dhan laahaa.
ਬਿਖਿਆ ਮਲੁ ਜਾਇ ਅੰਮ੍ਰਿਤ ਸਰਿ ਨਾਵਹੁ, bikhi-aa mal jaa-ay amrit sar naavhu
ਗੁਰ ਸਰ ਸੰਤੋਖੁ ਪਾਇਆ॥੮॥ gur sar santokh paa-i-aa. ||8||

ਜੀਵ ਪ੍ਰਭ ਦੇ ਸ਼ਬਦ ਦੇ ਸਮੁੰਦਰ ਦੀ ਸੇਵਾ, ਸ਼ਬਦ ਦੀ ਪਾਲਣਾ ਕਰੋ! ਉਸ ਨਾਲ ਮਾਨਸ ਜਨਮ ਦਾ ਲਾਹਾ, ਅਮੋਲਕ ਸ਼ਬਦ ਦੀ ਸੋਝੀ ਹੋ ਜਾਂਦੀ ਹੈ । ਇਸ ਅੰਮ੍ਰਿਤ ਦੇ ਸਰੋਵਰ ਵਿੱਚ ਇਸ਼ਨਾਨ ਕਰਨ ਨਾਲ, ਮਨ ਦੀ ਮੈਲ਼ ਧੋਤੀ ਜਾਂਦੀ ਹੈ । ਪ੍ਰਭ ਦੀ ਰਹਿਮਤ ਬਖਸ਼ਿਸ਼ ਹੋ ਜਾਂਦੀ ਹੈ ।

You should obey the teachings of His Word and serve His Creation; with His mercy and grace, His true devotee may be blessed with the essence of His Word and his human life opportunity may be rewarded. Whosoever may take a soul sanctifying bath in the nectar of the essence of His Word; with His mercy and grace, his soul may be sanctified to become worthy of His Consideration. He may be accepted in His Court.

ਸਤਿਗੁਰ ਸੇਵਹੁ ਸੰਕ ਨ ਕੀਜੈ॥ ਆਸਾ ਮਾਹਿ ਨਿਰਾਸੁ ਰਹੀਜੈ॥ satgur sayvhu sank na keejai. aasaa maahi niraas raheejai.
ਸੰਸਾ ਦੂਖ ਬਿਨਾਸਨੁ ਸੇਵਹੁ, ਫਿਰਿ ਬਾਹੁੜਿ ਰੋਗੁ ਨ ਲਾਇਆ॥੯॥ sansaa dookh binaasan sayvhu fir baahurh rog na laa-i-aa. ||9||

ਪ੍ਰਭ ਦੇ ਸ਼ਬਦ ਦੀ ਸੇਵਾ, ਪਾਲਣਾ ਕਰਨ ਤੇ ਕਦੇ ਢਿਲ ਨਾ ਕਰੋ । ਇਸ ਨਾਲ ਆਸਾਂ ਵਿੱਚ ਰਹਿੰਦਾ ਹੋਇਆ ਜੀਵ, ਇਹਨਾਂ ਦੇ ਪ੍ਰਭਾਵ ਤੋਂ ਦੂਰ ਰਹਿੰਦਾ ਹੈ । ਉਸ ਭਰਮ ਦੂਰ ਕਰਨ ਵਾਲੇ ਪ੍ਰਭ ਦੀ ਸੇਵਾ ਕਰੋ! ਇਸ ਨਾਲ ਭਰਮਾਂ ਦਾ, ਅਤੇ ਜਨਮ ਮਰਨ ਦਾ ਰੋਗ ਨਾਸ ਹੋ ਜਾਂਦੇ ਹਨ ।

You should never delay or become double minded in obeying the teachings and serving His Creation. His state of mind may become beyond the reach of hopes of worldly desire; while living in a worldly ocean overwhelmed with hopes. You should always serve His Creation, the destroyer of suspicions; with His mercy and grace, all your suspicions and cycle of birth and death may be eliminated.

ਸਾਚੇ ਭਾਵੈ ਤਿਸੁ ਵਡੀਆਏ॥ ਕਉਨੁ ਸੁ ਦੂਜਾ ਤਿਸੁ ਸਮਝਾਏ॥ saachay bhaavai tis vadee-aa-ay. ka-un so doojaa tis samjhaa-ay.
ਹਰਿ ਗੁਰ ਮੂਰਤਿ ਏਕਾ ਵਰਤੈ, ਨਾਨਕ ਹਰਿ ਗੁਰ ਭਾਇਆ॥੧੦॥ har gur moorat aykaa vartai naanak har gur bhaa-i-aa. ||10||

ਜਿਸ ਦੀ ਬੰਦਗੀ ਪ੍ਰਭ ਨੂੰ ਪ੍ਰਵਾਨ ਹੋ ਜਾਂਦੀ ਹੈ । ਪ੍ਰਭ ਉਸ ਨੂੰ ਰਹਿਮਤ ਨਾਲ ਨਿਹਾਲ ਕਰਦਾ ਹੈ । ਹੋਰ ਕੌਣ, ਜੀਵ ਨੂੰ ਪ੍ਰਵਾਨਗੀ ਦੇ ਰਸਤੇ ਦੀ ਸੋਝੀ, ਸਿਖਿਆਂ ਦੇ ਸਕਦਾ ਹੈ? ਪ੍ਰਭ ਹਰਇਕ ਜੀਵ ਵਿੱਚ ਆਪ ਹੀ ਵਾਪਰਦਾ ਹੈ । ਉਸ ਦੇ ਸ਼ਬਦ ਨਾਲ ਪ੍ਰੀਤ ਅਡੋਲ ਰਖੋ ।

Whose meditation may be accepted in His Court; with His mercy and grace, he may be overwhelmed with contentment and blossom in his worldly life. Who else may guide anyone on the right path of acceptance in His Court? His Word remains embedded within each soul and you should remain steady and stable in meditating on the teachings of His Word.

ਵਾਚਹਿ ਪੁਸਤਕ ਵੇਦ ਪੁਰਾਨਾ॥ vaacheh pustak vayd puraanaaN.
ਇਕਿ ਬਹਿ ਸੁਨਹਿ ਸੁਨਾਵਹਿ ਕਾਨਾ॥ ik bahi suneh sunaaveh kaanaaN.
ਅਜਗਰ ਕਪਟੁ ਕਹਹੁ ਕਿਉ ਖੁਲ੍ਹੈ, ajgar kapat kahhu ki-o khulHai
ਬਿਨੁ ਸਤਿਗੁਰ ਤਤੁ ਨ ਪਾਇਆ॥੧੧॥ bin satgur tat na paa-i-aa. ||11||

ਕਈ ਜੀਵ ਧਰਮ ਦੇ ਗ੍ਰੰਥ ਪੜ੍ਹਦੇ ਹਨ । ਜੀਵ ਸੋਚੋ! ਰਹਿਮਤ ਤੋਂ ਬਿਨਾਂ ਉਸ ਦੇ ਦਸਵੇਂ ਦਰ ਦਾ ਭਾਰ ਦਰਵਾਜਾ ਕਿਵੇਂ ਖੁੱਲ੍ਹੇਗਾ? ਉਹ ਕੇਵਲ ਸ਼ਬਦ, ਭਾਣੇ ਨੂੰ ਮੰਨਣ ਨਾਲ ਹੀ ਖੁੱਲ੍ਹ ਸਕਦਾ ਹੈ । ** (ਵੇਦ, ਪੁਰਾਨ, ਕੁਰਾਨ, ਸ਼ਾਸਤਰ, ਬਾਇਬਿਲ)!

Many devotees may read, recite worldly Holy Scriptures. Without His mercy and grace; how may the heavy door of His Royal Castle, 10th door be opened? His 10th door may only be opened by obeying the teachings of His Word with steady and stable belief in his day-to-day -to-day life.

** **<u>Vedas, Quran, Paraan, Sasiters, Bible, Guru Granth</u> etc.**

ਕਰਹਿ ਬਿਭੂਤਿ ਲਗਾਵਹਿ ਭਸਮੈ॥ ਅੰਤਰਿ ਕ੍ਰੋਧੁ ਚੰਡਾਲੁ ਸੁ ਹਉਮੈ॥ karahi bibhoot lagaaveh bhasmai. antar kroDh chandaal so ha-umai.
ਪਾਖੰਡ ਕੀਨੇ ਜੋਗੁ ਨ ਪਾਈਐ, pakhand keenay jog na paa-ee-ai
ਬਿਨੁ ਸਤਿਗੁਰ ਅਲਖੁ ਨ ਪਾਇਆ॥੧੨॥ bin satgur alakh na paa-i-aa. ||12||

ਕਈ ਜੀਵ ਆਪਣੇ ਤਨ ਤੇ ਭਸਮ ਲਾ ਕੇ ਮੌਨ ਵਿੱਚ ਰਹਿੰਦੇ ਹਨ । ਪਰ ਉਸ ਦੇ ਮਨ ਤੇ ਕਰੋਧ ਅਤੇ ਅਹੰਕਾਰ ਦਾ ਕਾਬੂ ਰਹਿੰਦਾ ਹੈ । ਇਸਤਰ੍ਹਾਂ ਦੇ ਪਖੰਡ ਨਾਲ ਅਸਲੀ ਬੰਦਗੀ ਨਹੀਂ ਹੁੰਦੀ । ਸ਼ਬਦ ਨਾਲ ਜੀਵਨ ਢਾਲਣ ਤੋਂ ਬਿਨਾਂ, ਰਹਿਮਤ, ਬੰਦਗੀ ਪ੍ਰਵਾਨ ਬਖਸ਼ਿਸ਼ ਨਹੀਂ ਹੁੰਦੀ ।

Many devotees may rub ashes on his own body and he may remain quite in his day-to-day life. However, he may remain dominated with anger and with his ego. Such a hypocrisy, may not be the true meditation on the teachings of His Word. Without adopting the teachings of His Word in his day-to-day life; he may never be blessed with the right path of acceptance in His Court.

ਤੀਰਥ ਵਰਤ ਨੇਮ ਕਰਹਿ ਉਦਿਆਨਾ॥ tirath varat naym karahi udi-aanaa.
ਜਤੁ ਸਤੁ ਸੰਜਮੁ ਕਥਹਿ ਗਿਆਨਾ॥ jat sat sanjam katheh gi-aanaa.
ਰਾਮ ਨਾਮ ਬਿਨੁ ਕਿਉ ਸੁਖੁ ਪਾਈਐ, raam naam bin ki-o sukh paa-ee-ai
ਬਿਨੁ ਸਤਿਗੁਰ ਭਰਮੁ ਨ ਜਾਇਆ॥੧੩॥ bin satgur bharam na jaa-i-aa. ||13||

ਕਈ ਜੀਵ ਤੀਰਥ ਯਾਤਰਾ ਕਰਦੇ, ਵਰਤ ਰਖਦੇ, ਜੰਗਲਾਂ ਵਿੱਚ ਰਹਿੰਦੇ, ਜੀਵਾਂ ਤੋਂ ਦੂਰ ਰਹਿੰਦੇ ਹਨ । ਕਈ ਜਤ, ਸਤ, ਆਪਣੀ ਇਛਾਂ ਨੂੰ ਦਬਾਕੇ ਰਖਦੇ ਹਨ । ਕਈ ਕੀਰਤਨ ਕਰਦੇ, ਸ਼ਬਦ ਦਾ ਪ੍ਰਚਾਰ ਕਰਦੇ ਹਨ । ਪਰ ਸ਼ਬਦ ਨਾਲ ਜੀਵਨ ਢਾਲਣ ਤੋਂ ਬਿਨਾਂ ਕਿਵੇਂ ਕੋਈ ਸੰਤੋਖ ਪਾ ਸਕਦਾ ਹੈ? ਰਹਿਮਤ ਤੋਂ, ਸ਼ਬਦ ਨਾਲ ਜੀਵਨ ਢਾਲਣ ਤੋਂ ਬਿਨਾਂ, ਮਨ ਦੇ ਭਰਮ ਦੂਰ ਨਹੀਂ ਹੁੰਦੇ ।

Many devotees may visit and worship at Holy Shrines; others abstain from food at certain auspicious day; others remain in wild forests away from worldly comforts; others may practice chastity, charity, and self-discipline, and speak of spiritual wisdom; others may sing His glory and spread the teachings of His Word. However, without adopting the teachings of His Word; How may he be blessed with contentment in his day-to-day life? Without adopting the teachings of His Word; the suspicions of his mind may never be eliminated.

ਨਿਉਲੀ ਕਰਮ ਭੁਇਅੰਗਮ ਭਾਠੀ॥	ni-ulee karam bhu-i-angam bhaathee.
ਰੇਚਕ ਕੁੰਭਕ ਪੂਰਕ ਮਨ ਹਾਠੀ॥	raychak kumbhak poorak man haathee.
ਪਾਖੰਡ ਧਰਮੁ ਪ੍ਰੀਤਿ ਨਹੀ ਹਰਿ ਸਿਉ,	pakhand Dharam pareet nahee har sa-o
ਗੁਰ ਸ਼ਬਦ ਮਹਾ ਰਸੁ ਪਾਇਆ॥੧੪॥	gur sabad mahaa ras paa-i-aa. ||14||

ਕਈ ਜੀਵ ਆਪਣੇ ਮਨ ਨੂੰ ਪਵਿੱਤਰ ਕਰਨ ਦੇ ਢੰਗ ਵਰਤਦੇ ਹਨ । ਆਪਣੇ ਮਨ ਦੀ ਸੋਚ ਨੂੰ ਇਕ ਪਾਸੇ ਲਾ ਕੇ ਦਸਵੇਂ ਦਰ ਤੀਕ ਪਹੁੰਚਦੇ ਹਨ । ਸਵਾਸ ਉਪਰ ਰੋਕ ਕੇ ਮਨ ਦਾ ਧਿਆਨ ਸਵਾਸ ਵਿੱਚ ਲਾਉਂਦੇ ਹਨ । ਇਹ ਸਾਰੇ ਪਖੰਡ ਹੀ ਹਨ । ਇਹਨਾਂ ਨਾਲ ਪ੍ਰਭ ਦਾ ਅਮੋਲਕ ਪਿਆਰ, ਰਹਿਮਤ ਬਖਸ਼ਿਸ਼ ਨਹੀਂ ਹੁੰਦੀ । ਕੇਵਲ ਸ਼ਬਦ ਦੀ ਪਾਲਣਾ, ਜੀਵਨ ਢਾਲਣ ਨਾਲ ਹੀ ਉਹ ਅਵਸਥਾ ਬਖਸ਼ਿਸ਼ ਹੋ ਸਕਦੀ ਹੈ ।

Many worldly devotees may adopt various soul sanctifying techniques in his worldly life. Some may channel their thought in one direction to reach His 10th door, revive the memory of his separation from His Holy Spirit. Some may control his own breaths and concentrate on his breathings. **All these are false, hypocrisy to impress innocents**. No one may ever be blessed with the right path with these ways of meditations. Whosoever may adopt the teachings of His Word with steady and stable belief; with His mercy and grace, only he may be blessed with a state of mind as His true devotee.

ਕੁਦਰਤਿ ਦੇਖਿ ਰਹੇ ਮਨੁ ਮਾਨਿਆ॥	kudrat daykh rahay man maani-aa.
ਗੁਰ ਸਬਦੀ ਸਭੁ ਬ੍ਰਹਮੁ ਪਛਾਨਿਆ॥	gur sabdee sabh barahm pachhaani-aa.
ਨਾਨਕ ਆਤਮ ਰਾਮੁ ਸਬਾਇਆ,	naanak aatam raam sabaa-i-aa
ਗੁਰ ਸਤਿਗੁਰ ਅਲਖੁ ਲਖਾਇਆ॥੧੫॥ ੫॥ ੨੨॥	gur satgur alakh lakhaa-i-aa. ||15||5||22||

ਪ੍ਰਭ ਦੀ ਕੁਦਰਤ ਦੇਖਕੇ, ਮੇਰੇ ਮਨ ਦਾ ਭਰੋਸਾ ਅਡੋਲ ਹੋ ਗਿਆ ਹੈ । ਪ੍ਰਭ ਸਾਰੇ ਬ੍ਰਹਮੰਡਾਂ ਵਿੱਚ ਹੀ ਵਾਪਰਦਾ, ਵਸਦਾ ਹੈ । ਉਸ ਦੀ ਅਮੋਲਕ ਜੋਤ ਹਰਇਕ ਜੀਵ ਦੇ ਮਨ ਵਿੱਚ ਵਸਦੀ ਹੈ । ਉਹ ਆਪ ਹੀ ਜੀਵ ਦੀ ਲਗਨ ਸ਼ਬਦ ਦੀ ਪਾਲਣਾ ਵਿੱਚ ਲਾਉਂਦਾ ਹੈ । ਆਪਣੀ ਹੋਂਦ ਅਨੁਭਵ ਕਰਵਾਉਂਦਾ ਹੈ ।

By witnessing His fascinating and astonishing Nature, my belief has become steady and stable on the teachings of His Word. The Omnipresent True Master dwells and prevails in all universes. His Ambrosial Holy Spirit remains embedded within each soul. He blesses devotion to meditate on the teachings of His Word to His true devotee. He may enlighten His true devotee with the existence of His Nature, His Holy Spirit.

Key Message of Raag Maaroo, page 1042-15
'ਮਨ ਅੰਦਰ ਸ਼ਬਦ ਰੂਪੀ ਅੰਮ੍ਰਿਤ ਨਾਲ ਆਤਮਾ ਪਵਿੱਤਰ ਹੋ ਜਾਂਦੀ ਹੈ।
ਜੀਵ ਨੂੰ ਪੈਦਾ ਕਰਦਾ, ਪਾਲਣਾ ਕਰਦਾ, ਧੰਦੇ ਤੇ ਲਾਉਂਦਾ, ਆਪਣੇ ਹੁਕਮ ਅੰਦਰ ਰਖਦਾ ਹੈ । ਉਹ ਗੁਪਤ ਹੀ ਸਾਰੀਆਂ ਸ੍ਰਿਸ਼ਟੀਆਂ ਦੇ ਜੀਵਾਂ ਦੇ ਮਨ ਵਿੱਚ ਵਾਪਰਦਾ, ਦੇਖਦਾ ਹੈ । ਜਿਹੜਾ ਸ਼ਬਦ ਨਾਲ ਜੀਵਨ ਢਾਲਦਾ, ਉਸ ਨੂੰ ਸਦਾ ਸਥਾ ਰਹਿਣ ਵਾਲੀ ਸ਼ਬਦ ਦੀ ਕਮਾਈ ਬਖਸ਼ਿਸ਼ ਹੁੰਦੀ ਹੈ! ਅਸਲੀ ਮਾਲਕ ਹੀ, ਆਪਣੇ ਭੁੱਲੇ ਹੋਏ ਜੀਵ ਨੂੰ ਅਸਲੀ ਰਸਤੇ ਤੇ ਪਾ ਸਕਦਾ ਹੈ । ਸੰਤ ਨੂੰ ਪ੍ਰਭ ਦਾ ਸ਼ਬਦ ਬਹੁਤ ਪਿਆਰਾ ਲਗਦਾ ਹੈ । ਜਿਹੜਾ ਆਪਣੇ ਅੰਦਰ ਸ਼ਬਦ ਰੂਪੀ ਅੰਮ੍ਰਿਤ ਦੇ ਸਰੋਵਰ ਵਿੱਚ ਇਸ਼ਨਾਨ ਕਰਦਾ, ਮਨ ਦੀ ਮੈਲ਼ ਧੋਤੀ ਜਾਂਦੀ ਹੈ । ਉਸ ਨੂੰ ਆਪਣੇ ਦਰਬਾਰ ਵਿੱਚ ਸੱਦਾ ਦੇਂਦਾ, ਪ੍ਰਵਾਨਗੀ ਬਖਸ਼ਦਾ ਹੈ । ਉਹ ਆਸਾਂ ਵਿੱਚ ਰਹਿੰਦਾ ਹੋਇਆ, ਇਹਨਾਂ ਦੇ ਪ੍ਰਭਾਵ ਤੋਂ ਦੂਰ ਰਹਿੰਦਾ ਹੈ । ਕੇਵਲ ਪ੍ਰਭ ਹੀ ਪ੍ਰਵਾਨਗੀ ਦੇ ਰਸਤੇ ਦੀ ਸੋਝੀ, ਸਿਖਿਆਂ ਦੇ ਸਕਦਾ ਹੈ! ਉਹ ਕੇਵਲ ਸ਼ਬਦ, ਭਾਣੇ ਨੂੰ ਮੰਨਣ ਨਾਲ ਹੀ ਦਸਵਾਂ ਰ ਖੁੱਲ੍ਹ ਸਕਦਾ ਹੈ । ਜਿਸ ਦੀ ਲਗਨ ਆਪ ਹੀ ਸ਼ਬਦ ਦੀ ਪਾਲਣਾ ਵਿੱਚ ਲਾਉਂਦਾ ਹੈ । ਉਸ ਨੂੰ ਹੀ ਪ੍ਰਭ ਦੀ ਹੋਂਦ ਅਨੁਭਵ ਹੁੰਦੀ ਹੈ ।
Dipping in ocean of nectar within; soul may be sanctified.
The True Master, Creator of the universe may assign everyone, a unique worldly task and keeps under His Command. His Command prevails mysteriously within his heart and in his worldly life. Whosoever may adopt the teachings of His Word; he may be blessed with the right path; his earnings of His Word may remain a true companion of his soul. Only, The True Master may guide a drifted devotee on the right path. The teachings of Your Word may be very soothing to the mind of His true devotee. Whosoever may take a soul sanctifying bath in the nectar of the essence of His Word; his soul may be sanctified to become worthy of His Consideration. He may become beyond the reach of hopes; while living in a worldly ocean overwhelmed with hopes. Only, The True Master may guide anyone on the right path of acceptance in His Court. His 10th door may only open by obeying the teachings of His Word. He may realize His Existence prevailing everywhere.

ਗੁਰੂ ਨਾਨਕ ਦੇਵ ਜੀ! – Guru Nanak Dev Ji! Guru Granth Sahib

46. **ਮਾਰੂ ਵਾਰ ਸਲੋਕੁ ਮਃ ੧॥** 1086-18

੧ੳ ਸਤਿਗੁਰ ਪ੍ਰਸਾਦਿ॥	ik-oNkaar satgur parsaad.
ਵਿਣੁ ਗਾਹਕ ਗੁਣ ਵੇਚੀਐ, ਤਉ ਗੁਣੁ ਸਹਘੋ ਜਾਇ॥	vin gaahak gun vaychee-ai ta-o gun sahgho jaa-ay.
ਗੁਣ ਕਾ ਗਾਹਕੁ ਜੇ ਮਿਲੈ, ਤਉ ਗੁਣੁ ਲਾਖ ਵਿਕਾਇ॥	gun kaa gaahak jay milai ta-o gun laakh vikaa-ay.
ਗੁਣ ਤੇ ਗੁਣ ਮਿਲਿ ਪਾਈਐ, ਜੇ ਸਤਿਗੁਰ ਮਾਹਿ ਸਮਾਇ॥	gun tay gun mil paa-ee-ai jay satgur maahi samaa-ay.
ਮੋੁਲਿ ਅਮੋੁਲੁ ਨ ਪਾਈਐ, ਵਣਜਿ ਨ ਲੀਜੈ ਹਾਟਿ॥	mol amol na paa-ee-ai vanaj na leejai haat.
ਨਾਨਕ ਪੂਰਾ ਤੋਲੁ ਹੈ, ਕਬਹੁ ਨ ਹੋਵੈ ਘਾਟਿ॥੧॥	naanak pooraa tol hai kabahu na hovai ghaat. ||1||

ਜਿਸ ਥਾਂ ਤੇ ਚੀਜ਼ ਦਾ ਕੋਈ ਗਾਹਕ ਨਾ ਹੋਵੇ, ਤਾ ਥੋੜ੍ਹੀ ਕੀਮਤ ਪੈਂਦੀ ਹੈ । ਜਿਹੜਾ ਪ੍ਰਭ ਦੇ ਸ਼ਬਦ ਦੀ ਬੰਦਗੀ ਨਾ ਕਰਨ ਵਾਲਾ ਹੋਵੇ, ਉਸ ਨੂੰ ਪ੍ਰਭ ਦੇ ਸ਼ਬਦ ਦੇ ਉਪਦੇਸ਼ ਦੀ ਕੋਈ ਮਹੱਤਤਾ, ਸਮਝ ਨਹੀਂ ਆਉਂਦੀ । ਜਿਹੜਾ ਬੰਦਗੀ ਕਰਨ ਵਾਲਾ ਪ੍ਰਭ ਦੇ ਸ਼ਬਦ ਦੇ ਉਪਦੇਸ਼ ਨੂੰ ਪਲੇ ਬੰਨ ਲੈਂਦਾ, ਅਮੋਲਕ ਮੰਨਦਾ ਹੈ । ਬੰਦਗੀ ਕਰਨ ਵਾਲੇ ਜੀਵ ਨਾਲ ਸੰਜੋਗ ਬਣਨ ਨਾਲ ਸ਼ਬਦ ਦੀ ਸੋਝੀ ਬਖਸ਼ਿਸ਼ ਹੋ ਜਾਂਦੀ ਹੈ । ਪ੍ਰਭ ਦੇ ਸ਼ਬਦ ਦੀ ਕੀਮਤ ਜਾਣੀ ਨਹੀਂ ਜਾ ਸਕਦੀ, ਪ੍ਰਭ ਦੀ ਰਹਿਮਤ ਖਰੀਦੀ ਨਹੀਂ ਜਾ ਸਕਦਾ ਹੈ । ਇਸ ਦਾ ਪ੍ਰਭਾਵ ਘਟਦਾ ਨਹੀਂ ।

Wherever may not be any customer of any specific merchandize; the merchandize may not bring much profit. Same way, whosoever may not have any desire, passion for meditation; he may not comprehend the significance of the teachings of His Word. Whosoever may have a desire, passion for meditation; he may consider the teachings of His Word as ambrosial jewel! He may adopt with steady and stable belief in his day-to-day. Whosoever may associate with His Holy saint and adopts his life experience teachings in his own life; he may be blessed with the right path of acceptance in His Court. The significance of the essence of His Word remains beyond the comprehension of His Creation. The enlightenment of the essence of His Word cannot be bought with any worldly assets, recognition, title etc. The influence of His Blessings may never vanish or diminish over a period or with use.

ਮਃ ੪॥	mehlaa 4.
ਨਾਮ ਵਿਹੂਣੇ ਭਰਮ ਸਹਿ ਆਵਹਿ ਜਾਵਹਿ ਨੀਤ॥	naam vihoonay bharma seh aavahi jaaveh neet.
ਇਕਿ ਬਾਂਧੇ ਇਕਿ ਢੀਲਿਆ, ਇਕਿ ਸੁਖੀਏ ਹਰਿ ਪ੍ਰੀਤਿ॥	ik baaNDhay ik dheeli-aa ik sukhee-ay har pareet.
ਨਾਨਕ ਸਚਾ ਮੰਨਿ ਲੈ, ਸਚੁ ਕਰਣੀ ਸਚੁ ਰੀਤਿ॥੨॥	naanak sachaa man lai sach karnee sach reet. ||2||

ਪ੍ਰਭ ਦੇ ਹੁਕਮ ਨਾਲ ਹੀ ਜੀਵ ਸੰਸਰਕ ਬੰਧਨਾਂ ਵਿੱਚ ਰਹਿੰਦਾ ਹੈ । ਸ਼ਬਦ ਦੀ ਪਾਲਣਾ ਕਰਨ ਤੋਂ ਬਿਨਾਂ ਜੂੰਨਾਂ ਦਾ ਚੱਕਰ ਖਤਮ ਨਹੀਂ ਹੁੰਦਾ । ਕਈ ਇਹਨਾਂ ਬੰਧਨਾ ਨੂੰ ਤੋੜ ਕੇ ਪ੍ਰਭ ਦੇ ਸ਼ਬਦ ਦੀ ਪਾਲਣਾ ਵਿੱਚ ਅਡੋਲ ਰਹਿੰਦੇ ਹਨ । ਜੀਵ ਅਡੋਲ ਭਰੋਸੇ ਨਾਲ ਸ਼ਬਦ ਦੀ ਸਿਖਿਆਂ ਨਾਲ ਜੀਵਨ ਢਾਲੋ!

The True Master has created worldly bonds, relationships! Without obeying the teachings of His Word; these worldly bonds, the cycle of birth and death may never be eliminated. His true devotee may renounce all his worldly bonds; he remains intoxicated in obeying the teachings of His Word in his day-to-day life. You should adopt the teachings of His Word with steady and stable belief in your day-to-day life.

ਪਉੜੀ॥	pa-orhee.
ਗੁਰ ਤੇ ਗਿਆਨੁ ਪਾਇਆ, ਅਤਿ ਖੜਗੁ ਕਰਾਰਾ॥	gur tay gi-aan paa-i-aa at kharhag karaaraa.
ਦੂਜਾ ਭ੍ਰਮੁ ਗੜੁ ਕਟਿਆ, ਮੋਹੁ ਲੋਭੁ ਅਹੰਕਾਰਾ॥	doojaa bharam garh kati-aa moh lobh ahaNkaaraa.
ਹਰਿ ਕਾ ਨਾਮੁ ਮਨਿ ਵਸਿਆ, ਗੁਰ ਸਬਦਿ ਵੀਚਾਰਾ॥	har kaa naam man vasi-aa gur sabad veechaaraa.
ਸਚ ਸੰਜਮਿ ਮਤਿ ਊਤਮਾ, ਹਰਿ ਲਗਾ ਪਿਆਰਾ॥	sach sanjam mat ootmaa har lagaa pi-aaraa.
ਸਭੁ ਸਚੋ ਸਚੁ ਵਰਤਦਾ, ਸਚੁ ਸਿਰਜਣਹਾਰਾ॥੧॥	sabh sacho sach varatdaa sach sirjanhaaraa. ||1||

ਪ੍ਰਭ ਦੀ ਰਹਿਮਤ ਨਾਲ ਮੈਨੂੰ ਸ਼ਬਦ ਦੀ ਸੋਝੀ ਬਖਸ਼ਿਸ਼ ਹੋ ਗਈ ਹੈ । ਇਸ ਸੋਝੀ ਨੇ ਮੇਰੇ ਭਰਮ, ਲਾਲਚ, ਹੈਸੀਅਤ ਦੇ ਅਭਿਮਾਨ, ਅਹੰਕਾਰ ਦੀ ਜੜ੍ਹ ਨਾਸ ਕਰ ਦਿੱਤੀ ਹੈ । ਮੈਂ ਸ਼ਬਦ ਦੀ ਸਿਖਿਆਂ ਨਾਲ ਹੀ ਜੀਵਨ ਬਤੀਤ ਕਰਦਾ, ਮੇਰੇ ਮਨ ਵਿੱਚ ਸ਼ਬਦ ਘਰ ਕਰ ਗਿਆ ਹੈ । ਮੈਂ ਸ਼ਬਦ ਦੀ ਸੋਝੀ ਨਾਲ, ਆਪਣੇ ਆਪ ਨੂੰ ਪਰਖਦਾ ਹਾ । ਮੇਰੀ ਪ੍ਰਭ ਨਾਲ ਸ਼ਰਧਾ, ਪ੍ਰੀਤ ਵਧਦੀ ਹੈ । ਪ੍ਰਭ ਸਦਾ ਰਹਿਣ ਵਾਲਾ ਹਰ ਥਾਂ, ਹਰਇਕ ਜੀਵ ਦੇ ਅੰਦਰ ਵਸਦਾ, ਵਾਪਰਦਾ ਹੈ ।

I have been enlightened with the essence of His Word; with His mercy and grace, the root of all religious suspicions, greed, worldly status has been eliminated from my day-to-day life. I have adopted the teachings of His Word with steady and stable belief in my day-to-day life; I remain drenched with the essence of His Word. I always evaluate all my worldly deeds with the essence of His Word. My devotion and passion with essence of His Word has been enhanced. His Command remains true forever; His Holy Spirit prevails within everyone and every place.

Key Message of Raag Maaroo, page 1086-18
'ਸੰਸਾਰਕ ਬੰਧਨ!
ਜਿਹੜਾ ਬੰਦਗੀ ਕਰਨ ਵਾਲਾ, ਸ਼ਬਦ ਦੇ ਉਪਦੇਸ਼ ਨੂੰ ਅਮੋਲਕ ਮੰਨਦਾ, ਉਸ ਤੇ ਪ੍ਰਭਾਵ ਘਟਦਾ ਨਹੀਂ । ਪ੍ਰਭ ਦੇ ਹੁਕਮ ਨਾਲ ਹੀ ਜੀਵ ਸੰਸਰਕ ਬੰਧਨਾਂ ਵਿੱਚ ਰਹਿੰਦਾ ਹੈ । ਜਿਹੜਾ ਸੰਸਾਰਕ ਬੰਧਨਾ ਨੂੰ ਤੋੜਕੇ ਪ੍ਰਭ ਦੇ ਸ਼ਬਦ ਦੀ ਪਾਲਣਾ ਵਿੱਚ ਅਡੋਲ ਰਹਿੰਦਾ, ਉਸ ਦਾ ਜੂੰਨਾਂ ਦਾ ਚੱਕਰ ਖਤਮ ਹੋ ਜਾਂਦਾ ਹੈ! ਉਹ ਸਦਾ ਰਹਿਣ ਵਾਲੇ ਪ੍ਰਭ ਨੂੰ ਹਰ ਥਾਂ, ਹਰਇਕ ਜੀਵ ਦੇ ਅੰਦਰ ਵਸਦਾ, ਵਾਪਰਦਾ ਮਹਿਸੂਸ ਕਰਦਾ ਹੈ ।
Worldly Bonds!
Whosoever may associate with His Holy saint and adopts his life experience teachings in his own life; the influence of His Blessings may never vanish or diminish over a period or with use. The True Master has created worldly relationship, bonds. Whosever may renounce all his worldly bonds and remains intoxicated in the void of His Word; his cycle of birth and death may be eliminated. He may realize His Existence prevailing everywhere within everyone.

47. ਸਲੋਕੁ ਮਃ ੧॥ 1087-14

ਭੁਲੀ ਭੁਲੀ ਮੈ ਫਿਰੀ, ਪਾਧਰੁ ਕਹੈ ਨ ਕੋਇ॥	bhoolee bhoolee mai firee paaDhar kahai na ko-ay.
ਪੂਛਹੁ ਜਾਇ ਸਿਆਣਿਆ, ਦੁਖੁ ਕਾਟੈ ਮੇਰਾ ਕੋਇ॥	poochhahu jaa-ay si-aani-aa dukh kaatai mayraa ko-ay.
ਸਤਿਗੁਰੁ ਸਾਚਾ ਮਨਿ ਵਸੈ, ਸਾਜਨੁ ਉਤ ਹੀ ਠਾਇ॥	satgur saachaa man vasai saajan ut hee thaa-ay.
ਨਾਨਕ ਮਨੁ ਤ੍ਰਿਪਤਾਸੀਐ, ਸਿਫਤੀ ਸਾਚੈ ਨਾਇ॥੧॥	naanak man tariptaasee-ai siftee saachai naa-ay. ||1||

ਆਤਮਾ ਸੰਸਾਰ ਵਿੱਚ ਭੁਲੀ ਫਿਰਦੀ ਹੈ, ਅਸਲੀ ਰਸਤਾ ਨਹੀਂ ਲੱਭਦਾ । ਗਿਆਨਵਾਨ ਜੀਵਾਂ ਤੋਂ ਪੁਛਦੀ ਫਿਰਦੀ ਹੈ! ਕਿ ਕੋਈ ਜੀਵ, ਉਸ ਦਾ ਜਨਮ ਮਰਨ ਦਾ ਦੁਖ ਦੂਰ ਕਰ ਸਕਦਾ ਹੈ? ਗਿਆਨਵਾਨ ਨੇ ਸੋਝੀ ਦਿੱਤੀ! ਕਿ ਪ੍ਰਭ ਮਨ ਦੇ ਅੰਦਰ ਹੀ ਵਸਦਾ ਹੈ । ਉਹ ਹੀ ਇਸ ਬਮਾਰੀ ਦਾ ਇਲਾਜ ਕਰ ਸਕਦਾ ਹੈ । ਜਦੋਂ ਆਪਣੇ ਅੰਦਰੋਂ ਹੀ ਖੋਜ ਕੀਤੀ ਤਾ ਅੰਦਰੋਂ ਹੀ ਸੋਝੀ ਬਖਸ਼ਿਸ਼ ਹੋ ਗਈ । ਪ੍ਰਭ ਹੀ ਉਸ ਦਾ ਅਸਲੀ, ਸਦਾ ਅਟਲ ਰਹਿਣ ਵਾਲਾ ਸਾਥੀ ਬਣ ਗਿਆ । ਪ੍ਰਭ ਦੇ ਸ਼ਬਦ ਦੀ ਸਿਖਿਆਂ ਨਾਲ ਜੀਵਨ ਢਾਲਣ ਨਾਲ, ਮਨ ਵਿਚੋਂ ਹੀ ਸੰਤੋਖ ਬਖਸ਼ਿਸ਼ ਹੋ ਗਿਆ, ਮਨ ਦੀ ਪਿਆਸ ਬੁਝ ਗਈ ।

My soul was wandering in ignorance from the real purpose of human life journey. I was enquiring from enlightened saints! Who may the misery of birth and death cycle ne eliminated? Holy saint advised! The True Master remains embedded within each soul; only He may cure the disease of birth and death cycle. I searched within my own mind; with His mercy and grace, I am enlightened from within. He has become my true companion forever. I have adopted the teachings of His Word; with His mercy and grace, I have been blessed with contentment and my thirst has been quenched.

ਮਃ ੩॥	mehlaa 3.
ਆਪੇ ਕਰਣੀ ਕਾਰ ਆਪਿ, ਆਪੇ ਕਰੇ ਰਜਾਇ॥	aapay karnee kaar aap aapay karay rajaa-ay.
ਆਪੇ ਕਿਸ ਹੀ ਬਖਸਿ ਲਏ, ਆਪੇ ਕਾਰ ਕਮਾਇ॥	aapay kis hee bakhas la-ay aapay kaar kamaa-ay.
ਨਾਨਕ ਚਾਨਣੁ ਗੁਰ ਮਿਲੇ, ਦੁਖ ਬਿਖੁ ਜਾਲੀ ਨਾਇ॥੨॥	naanak chaanan gur milay dukh bikh jaalee naa-ay. ||2||

ਪ੍ਰਭ ਆਪ ਹੀ ਕੰਮ ਕਰਨ, ਕਰਵਾਉਣ ਵਾਲਾ ਅਤੇ ਹੁਕਮ ਕਰਨ ਵਾਲਾ ਹੈ । ਆਪ ਹੀ ਜੀਵ ਦੀਆਂ ਗਲਤੀਆਂ ਬਖਸ਼ਦਾ, ਆਪ ਹੀ ਕਾਰਜ ਸਫਲ ਕਰਦਾ ਹੈ । ਪ੍ਰਭ ਦੀ ਰਹਿਮਤ ਨਾਲ ਸ਼ਬਦ ਦੀ ਸੋਝੀ ਹੋ ਗਈ ਹੈ । ਜੀਵਨ ਢਾਲਣ ਨਾਲ ਮਨ ਵਿਚੋਂ, ਸੰਸਾਰਕ ਇਛਾਂ ਦੀ ਅੱਗ ਬੁਝ ਗਈ ਹੈ ।

The True Master inspires His Creation to perform any worldly deed; He prevails in every event. Only, He may forgive mistakes and sins of His true devotee. He may successfully conclude his deeds. I have adopted the teachings of His Word; with His mercy and grace, I have been enlightened with the essence of His Word. My miseries and lava of worldly desires have been extinguished.

ਪਉੜੀ॥	pa-orhee.
ਮਾਇਆ ਵੇਖਿ ਨ ਭੁਲੁ, ਤੂ ਮਨਮੁਖ ਮੂਰਖਾ॥	maa-i-aa vaykh na bhul too manmukh moorkhaa.
ਚਲਦਿਆ ਨਾਲਿ ਨ ਚਲਈ, ਸਭੁ ਝੂਠੁ ਦਰਬੁ ਲਖਾ॥	chaldi-aa naal na chal-ee sabh jhooth darab lakhaa.
ਅਗਿਆਨੀ ਅੰਧੁ ਨ ਬੂਝਈ, ਸਿਰ ਊਪਰਿ ਜਮ ਖੜਗੁ ਕਲਖਾ॥	agi-aanee anDh na boojh-ee sir oopar jam kharhag kalkhaa.
ਗੁਰ ਪਰਸਾਦੀ ਉਬਰੇ, ਜਿਨ ਹਰਿ ਰਸੁ ਚਖਾ॥	gur parsaadee ubray jin har ras chakhaa.
ਆਪਿ ਕਰਾਏ ਕਰੇ ਆਪਿ, ਆਪੇ ਹਰਿ ਰਖਾ॥੩॥	aap karaa-ay karay aap aapay har rakhaa. ||3||

ਅਣਜਾਣ ਸੰਸਾਰਕ ਮਾਇਆ ਦੇਖਕੇ ਮਨ ਨੂੰ ਭੁਲੇਖੇ ਵਿੱਚ ਨਾ ਪਾਵੋ, ਪਿਛੇ ਨਾ ਲਗੋ! ਇਹ ਮਰਨ ਤੋਂ ਪਿਛੋਂ ਸਾਥ ਨਹੀਂ ਜਾਂਦੀ, ਇਥੇ ਹੀ ਭਸਮ ਹੋ ਜਾਂਦੀ ਹੈ । ਅਗਿਆਨੀ ਜੀਵ ਨੂੰ ਸੋਝੀ ਨਹੀਂ ਕਿ ਮੌਤ ਦਾ ਫਰਿਸ਼ਤਾ ਉਸ ਦੇ ਸਿਰ ਉਪਰ ਉਡੀਕ ਕਰਦਾ ਹੈ । ਜਿਹੜਾ ਸ਼ਬਦ ਨਾਲ ਜੀਵਨ ਢਾਲਦਾ ਹੈ । ਪ੍ਰਭ ਆਪ ਹੀ ਰਹਿਮਤ ਬਖਸ਼ਕੇ ਉਸ ਨੂੰ ਬਚਾ ਲੈਂਦਾ ਹੈ ।

Ignorant! You should not become a victim of short-lived gimmicks of worldly wealth. After death, worldly wealth has no significance for real purpose for the human life opportunity. Worldly wealth, assets may be like dirt after death. Ignorant remains unaware! the devil of death may be knocking at his head to capture his soul. Whosoever may adopt the teachings of His Word; with His mercy and grace, he may be saved from the devil of death.

Key Message of Raag Maaroo, page 1087-14
'ਪ੍ਰਵਾਨਗੀ ਦਾ ਰਸਤਾ!
ਜਿਹੜਾ ਆਪਣੇ ਅੰਦਰੋਂ ਹੀ ਖੋਜ ਕਰਦਾ ਹੈ, ਪ੍ਰਭ ਹੀ ਉਸ ਦਾ ਸਦਾ ਅਟਲ ਰਹਿਣ ਵਾਲਾ ਸਾਥੀ ਬਣ ਜਾਂਦਾ, ਮਨ ਦੀਆਂ ਇਛਾਂ ਦੀ ਪਿਆਸ ਬੁਝ ਜਾਂਦੀ ਹੈ! ਆਪ ਹੀ ਜੀਵ ਦੀਆਂ ਗਲਤੀਆਂ ਬਖਸ਼ਕੇ, ਕਾਰਜ ਸਫਲ ਕਰਦਾ ਹੈ ।
The right path of acceptance!
Whosoever may search within my own mind; The True Master may become his true companion forever. He may remain contented and his thrust of worldly desires may be quenched. He may ignore his innocent mistakes and successfully conclude his deeds.

48. ਸਲੋਕੁ ਮਃ ੧॥ (1088-7)

ਮਹਲ ਕੁਚਜੀ ਮੜਵੜੀ, ਕਾਲੀ ਮਨਹੁ ਕਸੁਧ॥	mahal kuchjee marvarhee kaalee manhu kasuDh.
ਜੇ ਗੁਣ ਹੋਵਨਿ ਤਾ ਪਿਰੁ ਰਵੈ, ਨਾਨਕ ਅਵਗੁਣ ਮੁੰਧ॥੧॥	jay gun hovan taa pir ravai naanak avgun munDh. ||1||

ਜਿਸ ਨੂੰ ਹੁਨਰ, ਢੰਗ ਨਹੀਂ ਹੁੰਦਾ, ਉਹ ਆਪਣੇ ਤਨ ਦੀ ਕਬਰ ਵਿੱਚ, ਦਾਗ਼ੀ ਆਤਮਾ ਬੰਧੀ ਰਖਦਾ ਹੈ । ਜਿਸ ਨੂੰ ਸੋਝੀ ਬਖਸ਼ਿਸ਼ ਹੋ ਜਾਂਦੀ ਹੈ, ਉਹ ਸ਼ਬਦ ਨਾਲ ਜੀਵਨ ਬਤੀਤ ਕਰਦਾ ਹੈ । ਉਸ ਦੀ ਆਤਮਾ ਨੂੰ ਪ੍ਰਭ ਦੇ ਦਰਬਾਰ ਵਿਚੋਂ ਸੱਦਾ ਬਖਸ਼ਿਸ਼ ਹੋ ਜਾਂਦਾ ਹੈ ।

Whosoever may not have any enlightenment of the real purpose of his human life opportunity. His human body may be like a grave for his blemish soul. Whosoever may adopt the teachings of His Word with steady and stable belief; with His mercy and grace, he may be enlightened with the essence of His Word. His soul may be invited in His Court.

ਮਃ ੧॥	mehlaa 1.
ਸਾਚੁ ਸੀਲ ਸਚੁ ਸੰਜਮੀ ਸਾ ਪੂਰੀ ਪਰਵਾਰਿ॥	saach seel sach sanjmee saa pooree parvaar.
ਨਾਨਕ ਅਹਿਨਿਸਿ ਸਦਾ ਭਲੀ, ਪਿਰ ਕੈ ਹੇਤਿ ਪਿਆਰਿ॥੨॥	naanak ahinis sadaa bhalee pir kai hayt pi-aar. ||2||

ਗੁਰੂ ਨਾਨਕ ਦੇਵ ਜੀ! – Guru Nanak Dev Ji! Guru Granth Sahib

ਜਿਹੜਾ ਜੀਵ ਸ਼ਬਦ ਨਾਲ ਜੀਵਨ ਢਾਲਦਾ, ਧੀਰਜ ਅਤੇ ਸੰਤੋਖ ਰਖਦਾ ਹੈ, ਉਸ ਦੀ ਆਤਮਾ ਪਵਿੱਤਰ ਰਹਿੰਦੀ ਹੈ । ਉਹ ਦਿਨ ਰਾਤ ਪ੍ਰਭ ਦੇ ਵਿਛੋੜੇ ਦੇ ਵਿਰਾਗ ਵਿਚ ਹੀ ਭੁਲਾਂ ਬਖਸ਼ਾਉਂਦਾ ਰਹਿੰਦਾ ਹੈ । ਉਸ ਦੀ ਬੰਦਗੀ ਪ੍ਰਭ ਨੂੰ ਪ੍ਰਵਾਨ ਹੋ ਜਾਂਦੀ ਹੈ ।

Whosoever may adopt the teachings of His Word with steady and stable belief; he may remain in patience and contented with His Blessings. His soul may be sanctified. He may remain in renunciation in the memory of his separation from His Holy Spirit. He may always pray for His Forgiveness and Refuge. His meditation may be accepted in His Court.

ਪਉੜੀ॥	pa-orhee.
ਆਪਣਾ ਆਪੁ ਪਛਾਣਿਆ ਨਾਮੁ ਨਿਧਾਨੁ ਪਾਇਆ॥	aapnaa aap pachhaani-aa naam niDhaan paa-i-aa.
ਕਿਰਪਾ ਕਰਿ ਕੈ ਆਪਣੀ ਗੁਰ ਸਬਦਿ ਮਿਲਾਇਆ॥	kirpaa kar kai aapnee gur sabad milaa-i-aa.
ਗੁਰ ਕੀ ਬਾਣੀ ਨਿਰਮਲੀ ਹਰਿ ਰਸੁ ਪੀਆਇਆ॥	gur kee banee nirmalee har ras pee-aa-i-aa.
ਹਰਿ ਰਸੁ ਜਿਨੀ ਚਾਖਿਆ, ਅਨ ਰਸ ਠਾਕਿ ਰਹਾਇਆ॥	har ras jinee chaakhi-aa, an ras thaak rahaa-i-aa.
ਹਰਿ ਰਸੁ ਪੀ ਸਦਾ ਤ੍ਰਿਪਤਿ ਭਏ, ਫਿਰਿ ਤ੍ਰਿਸਨਾ ਭੁਖ ਗਵਾਇਆ॥੫॥	har ras pee sadaa taripat bha-ay fir tarisnaa bhukh gavaa-i-aa. ||5|

ਜਿਹੜਾ ਜੀਵ ਆਪਣੇ ਆਪ ਨੂੰ ਪਛਾਣ ਲੈਂਦਾ ਹੈ, ਪ੍ਰਭ ਦੀ ਰਹਿਮਤ ਨਾਲ ਉਸ ਨੂੰ ਸ਼ਬਦ ਦੇ ਨੌ ਖਜ਼ਾਨੇ ਬਖਸ਼ਿਸ਼ ਹੋ ਜਾਦੇ ਹਨ । ਤਰਸਵਾਨ ਪ੍ਰਭ ਆਪ ਹੀ ਉਸ ਨੂੰ ਸ਼ਬਦ ਦੀ ਸੋਝੀ ਬਖਸ਼ਦਾ ਹੈ । ਜਿਹੜਾ ਪ੍ਰਭ ਦੇ ਅਮੋਲਕ ਸ਼ਬਦ ਦੀ ਪਾਲਨਾ ਕਰਦਾ ਹੈ । ਪ੍ਰਭ ਦੀ ਰਹਿਮਤ ਨਾਲ ਉਸ ਨੂੰ ਅਸਲੀ ਰਸਤੇ ਦੀ ਸੋਝੀ ਬਖਸ਼ਿਸ਼ ਹੋ ਜਾਂਦੀ ਹੈ । ਉਹ ਪ੍ਰਵਾਨਗੀ ਦੇ ਰਸਤੇ ਤੇ ਅਡੋਲ ਹੋ ਜਾਂਦਾ ਹੈ । ਜਿਸ ਨੂੰ ਪ੍ਰਭ ਦੇ ਸ਼ਬਦ ਦੀ ਸੋਝੀ ਰੂਪੀ ਰਸ ਬਖਸ਼ਿਸ਼ ਹੋ ਜਾਂਦਾ ਹੈ, ਉਹ ਹੋਰ ਕਿਸੇ ਰਸ ਲਈ ਭਟਕਦਾ ਨਹੀਂ । ਜਿਹੜਾ ਸ਼ਬਦ ਨਾਲ ਜੀਵਨ ਢਾਲਦਾ ਹੈ, ਉਸ ਦੇ ਮਨ ਦੀਆ ਇਛਾਂ ਦੀ ਪਿਆਸ ਸਦਾ ਲਈ ਖਤਮ ਹੋ ਜਾਦੀ ਹੈ ।

Whosoever may recognize the real purpose of his human life opportunity; with His mercy and grace, he may be enlightened with nine treasure to survive in the worldly life. He may be blessed with the enlightenment of the essence of His Word. Whosoever may obey the teachings of His Word with steady and stable belief in his day-to-day life; with His mercy and grace, he may be blessed with the right path of acceptance in His Court. Whosoever may be blessed with the nectar of the essence of His Word; he may never wander from shrine to shrine searching for the awareness, enlightenment.

Key Message of Raag Maaroo, page 1088-7
'ਆਤਮਾ ਨੂੰ ਦਰਬਾਰ ਵਿਚੋਂ ਸੱਦਾ!
ਜਿਹੜਾ ਸ਼ਬਦ ਦੀ ਸਿਖਿਆਂ ਨਾਲ ਜੀਵਨ ਢਾਲਦਾ, ਬਤੀਤ ਕਰਦਾ, ਉਸ ਦੀ ਆਤਮਾ ਨੂੰ ਪ੍ਰਭ ਦੇ ਦਰਬਾਰ ਵਿਚੋਂ ਸੱਦਾ ਬਖਸ਼ਿਸ਼ ਹੋ ਜਾਂਦਾ ਹੈ । ਉਹ ਧੀਰਜ ਅਤੇ ਸੰਤੋਖ ਰਖਦਾ, ਉਸ ਦੀ ਆਤਮਾ ਪਵਿੱਤਰ ਰਹਿੰਦੀ ਹੈ । ਉਸ ਦੀ ਬੰਦਗੀ ਪ੍ਰਭ ਨੂੰ ਪ੍ਰਵਾਨ ਹੋ ਜਾਂਦੀ ਹੈ । ਜਿਹੜਾ ਜੀਵ ਆਪਣੇ ਆਪ ਨੂੰ ਪਛਾਣ ਲੈਂਦਾ ਹੈ, ਉਸ ਦੇ ਮਨ ਦੀਆ ਇਛਾਂ ਦੀ ਪਿਆਸ ਸਦਾ ਲਈ ਖਤਮ ਹੋ ਜਾਦੀ ਹੈ ।
Soul invited in His Royal Palace!
Whosoever may adopt the teachings of His Word with steady and stable belief; her soul may be invited in His Court. He may remain in patience and contented; his earnings of His Word may be accepted in His Court. Whosoever may recognize the real purpose of his human life opportunity; his soul become beyond the reach of worldly desires.

49. ਸਲੋਕੁ ਮਃ ੧॥ 1089-3

ਨਾ ਮੈਲਾ ਨਾ ਧੁੰਧਲਾ, ਨਾ ਭਗਵਾ ਨਾ ਕਚੁ॥	naa mailaa naa DhunDhlaa naa bhagvaa naa kach.
ਨਾਨਕ ਲਾਲੋ ਲਾਲੁ ਹੈ, ਸਚੈ ਰਤਾ ਸਚੁ॥੧॥	naanak laalo laal hai sachai rataa sach. ||1||

ਜਿਹੜਾ ਜੀਵ ਪ੍ਰਭ ਦੇ ਸ਼ਬਦ ਵਿੱਚ ਲੀਨ ਹੋਇਆ ਰਹਿੰਦਾ ਹੈ । ਉਸ ਦੇ ਮਨ ਵਿੱਚ ਸ਼ਬਦ ਘਰ ਕਰ ਜਾਂਦਾ ਹੈ । ਉਸ ਦਾ ਰੰਗ, ਰੂਪ, ਲਾਲੀ ਵਾਲਾ ਰਹਿੰਦਾ ਹੈ । ਉਸ ਦੀ ਆਤਮਾ ਕਦੇ ਮੈਲ਼ੀ ਨਹੀਂ ਹੁੰਦੀ, ਉਸ ਨੂੰ ਸੰਸਾਰਕ ਇਛਾਂ ਦਾ ਦਾਗ਼ ਨਹੀਂ ਲਗਦਾ ।

Whosoever may remain intoxicated in obeying the teachings of His Word; with His mercy and grace, he may remain drenched with the essence of His Word. The crimson color of His Holy Spirit may glow on his forehead. His soul may never be blemished with stigma of worldly wealth. His soul may remain sanctified and worthy of His Consideration.

ਮਃ ੩॥	mehlaa 3.
ਸਹਜਿ ਵਣਸਪਤਿ ਫੁਲੁ ਫਲੁ, ਭਵਰੁ ਵਸੈ ਭੈ ਖੰਡਿ॥	sahj vanaspat ful fal bhavar vasai bhai khand.
ਨਾਨਕ ਤਰਵਰੁ ਏਕੁ ਹੈ, ਏਕੋ ਫੁਲੁ ਭਿਰੰਗੁ॥੨॥	naanak tarvar ayk hai ayko ful bhirang. ||2||

ਜਿਵੇਂ ਮੱਖੀ, ਨਿਡਰ ਹੋ ਕੇ ਫੁੱਲਾਂ ਅਤੇ ਬਾਗ਼ ਦੇ ਫਲਾਂ ਤੇ ਬੈਠਦੀ ਹੈ । ਇਸਤਰ੍ਹਾਂ ਬੰਦਗੀ ਕਰਨ ਵਾਲਾ, ਸ਼ਹਿਦ ਦੀ ਮੱਖੀ ਦੀ ਤਰ੍ਹਾਂ ਸ਼ਬਦ ਨੂੰ ਬ੍ਰਿਛ, ਪੌਦਾ, ਫੁੱਲ, ਫਲ ਸਮਝਕੇ ਅਨੰਦ ਮਾਨਦਾ ਹੈ । ਉਹ ਨਿਡਰ ਹੋ ਕੇ ਸ਼ਬਦ ਦੀ ਪਾਲਣਾ ਵਿੱਚ ਮਸਤ ਰਹਿੰਦਾ ਹੈ ।

As a bee may remain fearless and sucks the aroma from flowers and sits on fruit; Same way, His true devotee may act like a bee and the essence of His Word may feel like flowers, fruits within his mind. He remains fearless intoxicated in obeying the teachings of His Word.

ਪਉੜੀ॥	pa-orhee.
ਜੋ ਜਨ ਲੂਝਹਿ ਮਨੈ ਸਿਉ, ਸੇ ਸੂਰੇ ਪਰਧਾਨਾ॥	jo jan loojheh manai si-o say sooray parDhaanaa.
ਹਰਿ ਸੇਤੀ ਸਦਾ ਮਿਲਿ ਰਹੇ, ਜਿਨੀ ਆਪੁ ਪਛਾਨਾ॥	har saytee sadaa mil rahay jinee aap pachhaanaa.
ਗਿਆਨੀਆ ਕਾ ਇਹੁ ਮਹਤੁ ਹੈ, ਮਨ ਮਾਹਿ ਸਮਾਨਾ॥	gi-aanee-aa kaa ih mahat hai man maahi samaanaa.
ਹਰਿ ਜੀਉ ਕਾ ਮਹਲੁ ਪਾਇਆ, ਸਚੁ ਲਾਇ ਧਿਆਨਾ॥	har jee-o kaa mahal paa-i-aa sach laa-ay Dhi-aanaa.
ਜਿਨ ਗੁਰ ਪਰਸਾਦੀ ਮਨੁ ਜੀਤਿਆ, ਜਗੁ ਤਿਨਹਿ ਜਿਤਾਨਾ॥੮॥	jin gur parsaadee man jeeti-aa jag tineh jitaanaa. ||8||

ਜਿਹੜਾ ਆਪਣੇ ਮਨ ਦੀ ਸੋਚ ਨੂੰ ਪਰਖਦਾ ਹੈ । ਉਹ ਬਹੁਤ ਮਹਾਨ ਜੋਧਾ ਬਣ ਜਾਂਦਾ ਹੈ । ਜਿਹੜਾ ਆਪਣੇ ਆਪ ਨੂੰ ਪਛਾਣ ਜਾਂਦਾ ਹੈ । ਉਸ ਦਾ ਸਦਾ ਲਈ ਪ੍ਰਭ ਨਾਲ ਸੰਜੋਗ ਬਣਾ ਜਾਂਦਾ ਹੈ । ਉਸ ਦਾ ਧੰਦਾ ਹੀ ਸ਼ਬਦ ਦੀ ਪਾਲਣਾ, ਸੋਝੀ ਬਣ ਜਾਂਦਾ ਹੈ । ਉਹ ਸ਼ਬਦ ਵਿੱਚ ਹੀ ਲੀਨ ਰਹਿੰਦਾ ਹੈ । ਓਸ ਨੂੰ ਸ਼ਬਦ ਦਾ ਸਿਮਰਨ ਕਰਦੇ, ਪ੍ਰਭ ਦੇ ਦਰਬਾਰ ਵਿੱਚ ਥਾਂ ਬਖਸ਼ਿਸ਼ ਹੋ ਜਾਂਦੀ ਹੈ । ਉਸ ਦਾ ਧਿਆਨ ਸੰਸਾਰ ਵਿੱਚ ਅਤੇ ਮੌਤ ਤੋਂ ਪਿਛੋਂ ਵੀ ਪ੍ਰਭ ਦੀ ਸ਼ਰਣ ਵਿੱਚ ਹੀ ਰਹਿੰਦਾ ਹੈ । ਜਿਹੜਾ ਜੀਵ ਆਪਣੇ ਮਨ ਤੇ ਜਿੱਤ ਪਾ ਲੈਂਦੇ ਹਨ । ਉਹ ਸੰਸਾਰ ਤੇ, ਮਾਨਸ ਜਨਮ ਤੇ ਜਿੱਤ ਪਾ ਲੈਂਦਾ ਹੈ ।

ਗੁਰੂ ਨਾਨਕ ਦੇਵ ਜੀ! – Guru Nanak Dev Ji! Guru Granth Sahib

Whosoever may evaluate his own worldly deeds with the essence of His Word; with His mercy and grace, he may be blessed with a state of mind as a warrior. Whosoever may recognize the real purpose of his human life opportunity. He may always remain in His Sanctuary. The real purpose of his human life opportunity may become to obey the teachings of His Word. He remains intoxicated in meditation in the void of His Word; with His mercy and grace, he may be blessed with a permanent resting place in His Royal Palace. His true devotee may remain in His Sanctuary in worldly life and after death. Whosoever may conquer his worldly desires; with His mercy and grace, he may conquer his death, play of human life.

Key Message of Raag Maaroo, page 1089-3
'ਜਨਮ ਮਰਨ ਤੇ ਜਿੱਤ!
ਜਿਹੜਾ ਪ੍ਰਭ ਦੇ ਸ਼ਬਦ ਵਿੱਚ ਲੀਨ ਹੋਇਆ ਰਹਿੰਦਾ ਹੈ, ਉਸ ਦੇ ਮਨ ਵਿੱਚ ਸ਼ਬਦ ਘਰ ਕਰ ਜਾਂਦਾ ਹੈ । ਉਹ ਨਿਡਰ ਹੋ ਕੇ ਸ਼ਬਦ ਦੀ ਪਾਲਣਾ ਵਿੱਚ ਮਸਤ ਰਹਿੰਦਾ ਹੈ । ਜਿਹੜਾ ਆਪਣੇ ਆਪ ਨੂੰ ਪਛਾਣ ਜਾਂਦਾ ਹੈ । ਉਸ ਦਾ ਧੰਦਾ ਹੀ ਸ਼ਬਦ ਦੀ ਪਾਲਣਾ, ਸੋਝੀ ਬਣ ਜਾਂਦਾ ਹੈ । ਉਸ ਦਾ ਧਿਆਨ ਸੰਸਾਰ ਵਿੱਚ ਅਤੇ ਮੌਤ ਤੋਂ ਪਿਛੋਂ ਵੀ ਪ੍ਰਭ ਦੀ ਸ਼ਰਣ ਵਿੱਚ ਹੀ ਰਹਿੰਦਾ ਹੈ । ਉਸ ਨੂੰ ਆਪਣੇ ਮਨ ਤੇ, ਮਾਨਸ ਜਨਮ ਤੇ, ਮੌਤ ਤੇ ਜਿੱਤ ਬਖਸ਼ਿਸ਼ ਹੋ ਜਾਂਦੀ ਹੈ ।
Conquer death!
Whosoever may remain intoxicated in the void of His Word; he may remain drenched with the essence of His Word. He remains fearless intoxicated in obeying the teachings of His Word. Whosoever may recognize, the real purpose of human life opportunity. He may surrender his self-entity in His Sanctuary; adopts the teachings of His Word; he may remain under His Protection even after death. He may conquer his worldly desires and human life journey, devil of death.

50. **ਸਲੋਕੁ ਮਃ ੧॥** 1090-9

ਹੁਕਮਿ ਰਜਾਈ ਸਾਖਤੀ, ਦਰਗਹ ਸਚੁ ਕਬੂਲੁ॥
ਸਾਹਿਬੁ ਲੇਖਾ ਮੰਗਸੀ, ਦੁਨੀਆ ਦੇਖਿ ਨ ਭੂਲੁ॥
ਦਿਲ ਦਰਵਾਨੀ ਜੋ ਕਰੇ, ਦਰਵੇਸੀ ਦਿਲੁ ਰਾਸਿ॥
ਇਸਕ ਮੁਹਬਤਿ ਨਾਨਕਾ, ਲੇਖਾ ਕਰਤੇ ਪਾਸਿ॥੧॥

hukam rajaa-ee saakh-tee dargeh sach kabool.
saahib laykhaa mangsee dunee-aa daykh na bhool.
dil darvaanee jo karay darvaysee dil raas.
isak muhabat naankaa laykhaa kartay paas. ||1||

ਪ੍ਰਭ ਦੇ ਦਰਬਾਰ ਵਿੱਚ ਪ੍ਰਭ ਦਾ ਹੁਕਮ ਚਲਦਾ ਹੈ । ਕੇਵਲ ਸ਼ਬਦ ਦੀ ਕਮਾਈ ਦੀ ਹੀ ਪਰਖ ਕੀਤੀ ਜਾਂਦੀ ਹੈ । ਕੇਵਲ ਸ਼ਬਦ ਦੀ ਕਾਮਈ ਨਾਲ ਹੀ ਪ੍ਰਭ ਲੇਖਾ ਕਰਦਾ ਹੈ । ਸੰਸਾਰਕ ਹੈਸੀਅਤ ਦੀ ਕੋਈ ਕੀਮਤ ਨਹੀਂ ਪੈਂਦੀ । ਜਿਹੜਾ ਜੀਵ ਆਪਣੇ ਮਨ ਨੂੰ ਹਮੇਸ਼ਾਂ ਪਰਖਦਾ ਰਹਿੰਦਾ ਹੈ । ਉਹ ਆਪਣੇ ਮਨ ਨੂੰ ਸੰਸਾਰਕ ਇਛਾਂ ਤੋਂ ਰਹਿਤ ਰਖਦਾ ਹੈ, ਉਸ ਨੂੰ ਸੰਤ ਸਰੂਪ ਅਵਸਥਾ ਬਖਸ਼ਿਸ਼ ਹੋ ਜਾਂਦੀ ਹੈ । ਪ੍ਰਭ ਦੇ ਦਰਬਾਰ ਵਿੱਚ ਕੇਵਲ ਸ਼ਬਦ ਦੀ ਕਮਾਈ ਹੀ ਪ੍ਰਵਾਨ ਕੀਤੀ ਜਾਂਦੀ ਹੈ ।

Only the Command of The True Master prevails in His Court. Only the earnings of His Word may be rewarded in His Court. The counts of previous lives may only be satisfied with the wealth of His Word. Worldly status, title as saint or guru may not have any significance rather carries addition blemish of ego. Whosoever may always evaluate his worldly deeds with the essence of His Word; with His mercy and grace, he may conquer his attachment, worldly bonds. He may be blessed with the state of mind as His true devotee; a symbol of The True Master. His earnings of His Word may be accepted in His Court.

ਮਃ ੧॥
ਅਲਗਉ ਜੋਇ ਮਧੂਕੜਉ, ਸਾਰੰਗਪਾਣਿ ਸਬਾਇ॥
ਹੀਰੈ ਹੀਰਾ ਬੇਧਿਆ, ਨਾਨਕ ਕੰਠਿ ਸੁਭਾਇ॥੨॥

mehlaa 1.
alga-o jo-ay maDhookarha-o sarangpaan sabaa-ay.
heerai heeraa bayDhi-aa naanak kanth subhaa-ay. ||2||

ਜਿਹੜਾ ਸ਼ਹਿਦ ਦੀ ਮੱਖੀ ਦੀ ਤਰ੍ਹਾਂ ਫੁੱਲਾਂ ਦੇ ਮੋਹ ਤੋਂ ਰਹਿਤ ਰਹਿੰਦਾ ਹੈ । ਉਹ ਹਰ ਥਾਂ ਵਾਪਰਨ ਵਾਲੇ ਪ੍ਰਭ ਨੂੰ ਅਨੁਭਵ ਕਰ ਲੈਂਦਾ ਹੈ । ਉਸ ਦੇ ਮਨ ਦਾ ਹੀਰਾ, ਪ੍ਰਭ ਦੇ ਹੀਰੇ ਨਾਲ ਪਰੋਇਆ ਜਾਂਦਾ ਹੈ । ਉਸ ਦੀ ਆਤਮਾ ਪ੍ਰਭ ਦੀ ਜੋਤ ਵਿੱਚ ਅਭੇਦ ਹੋ ਜਾਂਦੀ ਹੈ ।

Whosoever may remain beyond the reach of emotional attachment of worldly bonds; just like a honey bee may remain beyond emotion attachment to flowers. He may realize His Holy Spirit prevailing within every soul. The jewel of his soul may be threaded with His Holy Spirit to make a rosary for meditation. His soul may be immersed within His Holy Spirit.

ਪਉੜੀ॥
ਮਨਮੁਖ ਕਾਲੁ ਵਿਆਪਦਾ, ਮੋਹਿ ਮਾਇਆ ਲਾਗੇ॥
ਖਿਨ ਮਹਿ ਮਾਰਿ ਪਛਾੜਸੀ, ਭਾਇ ਦੂਜੈ ਠਾਗੇ॥
ਫਿਰਿ ਵੇਲਾ ਹਥਿ ਨ ਆਵਈ, ਜਮ ਕਾ ਡੰਡੁ ਲਾਗੇ॥
ਤਿਨ ਜਮ ਡੰਡੁ ਨ ਲਗਈ, ਜੋ ਹਰਿ ਲਿਵ ਜਾਗੇ॥
ਸਭ ਤੇਰੀ ਤੁਧੁ ਛਡਾਵਣੀ, ਸਭ ਤੁਧੈ ਲਾਗੇ॥੧੨॥

pa-orhee.
manmukh kaal vi-aapdaa mohi maa-i-aa laagay.
khin meh maar pachhaarhsee bhaa-ay doojai thaagay.
fir vaylaa hath na aavee jam kaa dand laagay.
tin jam dand na lag-ee jo har liv jaagay.
sabh tayree tuDh chhadaavanee sabh tuDhai laagay. ||12||

ਮਨਮੁਖ ਸੰਸਾਰਕ ਮਾਇਆ ਅਤੇ ਮੋਹ ਦੇ ਜਾਲ ਵਿੱਚ ਫਸਿਆ, ਮੌਤ ਦੇ ਘੇਰੇ ਵਿੱਚ ਰਹਿੰਦਾ ਹੈ । ਉਹ ਧਰਮ ਦੇ ਭਰਮਾਂ ਵਿੱਚ, ਜੂੰਨਾਂ ਵਿੱਚ ਭਉਦਾ ਰਹਿੰਦਾ ਹੈ । ਉਹ ਆਪਣਾ ਮੌਕਾ ਗਵਾਕੇ, ਜੂੰਨਾਂ ਵਿੱਚ ਹੀ ਰਹਿੰਦਾ ਹੈ । ਮਾਨਸ ਜਨਮ ਬਾਰ ਬਾਰ ਬਖਸ਼ਿਸ਼ ਨਹੀਂ ਹੁੰਦਾ । ਜਿਹੜਾ ਸ਼ਬਦ ਦੀ ਬੰਦਗੀ ਵਿੱਚ ਜਾਗਦਾ ਅਤੇ ਸੁਚੇਤ ਰਹਿੰਦਾ ਹੈ । ਉਸ ਨੂੰ ਮੌਤ ਛੋਹ ਵੀ ਨਹੀਂ ਸਕਦੀ । ਸਾਰੇ ਜੀਵ ਪ੍ਰਭ ਦੀ ਜੋਤ ਵਿਚੋਂ ਹੀ ਪੈਦਾ ਹੋਏ ਹਨ, ਪ੍ਰਭ ਦੀ ਜੋਤ ਵਿੱਚ ਹੀ ਅਭੇਦ ਹੋਣਾ ਚਾਹੁੰਦੇ ਹਨ । ਕੇਵਲ ਪ੍ਰਭ ਦੇ ਸ਼ਬਦ ਦੀ ਕਮਾਈ ਹੀ ਮੌਤ ਤੋਂ ਛੁਟਕਾਰਾ ਦੇ ਸਕਦੀ ਹੈ ।

Self-minded remains intoxicated with the sweet poison of worldly wealth, emotional bonds. He remains in religious suspicions and in the cycle of birth and death. Human life may not be blessed too often, over, and over; He may waste his priceless opportunity of human life. Whosoever may remain awake and alert in his meditation; with His mercy and grace, he may remain beyond the reach of devil of death. Everyone may remain anxious to be accepted in His Court, to be immersed within His Holy Spirit. Only earnings of His Word may save his soul from the devil of death.

Key Message of Raag Maaroo, page 1090-9
'ਬੰਦਗੀ ਕਰਨ ਵਾਲੀ ਮਾਲ਼ਾ!
ਜਿਹੜਾ ਆਪਣੇ ਮਨ ਨੂੰ ਹਮੇਸ਼ਾਂ ਪਰਖਦਾ ਰਹਿੰਦਾ, ਆਪਣੇ ਮਨ ਨੂੰ ਸੰਸਾਰਕ ਇਛਾਂ ਤੋਂ ਰਹਿਤ ਰਖਦਾ ਹੈ! ਉਸ ਦੀ ਸ਼ਬਦ ਦੀ ਕਮਾਈ ਪ੍ਰਵਾਨ ਹੋ ਜਾਂਦੀ ਹੈ । ਉਸ ਦੇ ਮਨ ਦਾ ਹੀਰਾ, ਪ੍ਰਭ ਦੇ ਹੀਰੇ ਨਾਲ ਪਰੋਇਆ ਜਾਂਦਾ, ਆਤਮਾ ਪ੍ਰਭ ਦੀ ਜੋਤ ਵਿੱਚ ਅਭੇਦ ਹੋ ਜਾਂਦੀ ਹੈ । ਜਿਹੜਾ ਸ਼ਬਦ ਦੀ ਬੰਦਗੀ ਵਿੱਚ ਜਾਗਦਾ ਅਤੇ ਸੁਚੇਤ ਰਹਿੰਦਾ ਹੈ । ਉਸ ਨੂੰ ਮੌਤ ਛੋਹ ਵੀ ਨਹੀਂ ਸਕਦੀ ।
Real Rosary of meditation!
Whosoever may always evaluate his worldly deeds with the essence of His Word; he may conquer his worldly bonds. Only his earnings of His Word may be accepted in His Court. The jewel of his soul may be threaded with His Holy Spirit to make a rosary for meditation. He may remain awake and alert in his meditation; with His mercy and grace, he may remain beyond the reach of devil of death.

51. ਸਲੋਕੁ ਮਃ ੧॥ 1090-14

ਸਰਬੇ ਜੋਇ ਅਗਛਮੀ, ਦੂਖੁ ਘਨੇਰੋ ਆਥਿ॥ sarbay jo-ay agachhmee dookh ghanayro aath.
ਕਾਲਰੁ ਲਾਦਸਿ ਸਰੁ ਲਾਘਣਉ, ਲਾਭੁ ਨ ਪੂੰਜੀ ਸਾਥਿ॥੧॥ kaalar laadas sar laaghana-o laabh na poonjee saath. ||1||

ਪ੍ਰਭ ਹਰ ਥਾਂ ਤੇ ਸਮਰਥ ਹੈ, ਜੀਵ ਸੰਸਾਰਕ ਮਾਇਆ ਪਿਛੇ ਲਗਕੇ ਦੁਖ ਹੀ ਪਾਉਂਦਾ ਹੈ । ਉਹ ਸੰਸਾਰਕ ਪਾਪਾਂ ਦੀ ਮਿੱਟੀ ਸਾਥ ਲੈ ਕੇ ਸਾਗਰ ਪਾਰ ਕਰਨਾ ਚਾਹੁੰਦਾ ਹੈ । ਉਸ ਪਾਸ ਸ਼ਬਦ ਦੀ ਕਮਾਈ ਦਾ ਕੋਈ ਧਨ ਨਹੀਂ ਹੁੰਦਾ ।

The Omnipresent True Master prevails everywhere; however, self-minded remains intoxicated with worldly desires and endures miseries in his worldly life. He wishes to sail the worldly ocean with burden of sins, worldly wealth. He may not have any earnings of His Word to be witness in His Court.

ਮਃ ੧॥ mehlaa 1.

ਪੂੰਜੀ ਸਾਚਉ ਨਾਮੁ ਤੂ, ਅਖੁਟਉ ਦਰਬੁ ਅਪਾਰੁ॥ poonjee saacha-o naam too akhuta-o darab apaar.
ਨਾਨਕ ਵਖਰੁ ਨਿਰਮਲਉ, ਧੰਨੁ ਸਾਹੁ ਵਾਪਾਰੁ॥੨॥ naanak vakhar nirmalo Dhan saahu vaapaar. ||2||

ਮੇਰੇ ਪਾਸ ਕੇਵਲ ਸ਼ਬਦ ਦੀ ਕਮਾਈ ਹੈ । ਇਹ ਨਾਸ ਨਹੀਂ ਹੁੰਦੀ, ਵਧਦੀ ਜਾਂਦੀ ਹੈ । ਮੈਂ ਉਸ ਪ੍ਰਭ ਦਾ ਧੰਨਵਾਦ ਕਰਦਾ ਹਾ । ਪ੍ਰਭ ਨੇ ਹੀ ਮੇਰਾ ਭਰੋਸਾ ਸ਼ਬਦ ਦੀ ਕਮਾਈ ਵਿੱਚ ਅਡੋਲ ਰਖਿਆ ਹੈ!

I have only the earnings of His Word as my worldly assets. The earnings of His Word always blossom, may never be perished, destroyed, or diminished. I always remain gratitude and sing the glory of His Word; with His mercy and grace, I have a steady and stable belief on the earnings of His Word, as my true companion, witness in His Court.

ਮਃ ੧॥ mehlaa 1.

ਪੂਰਬ ਪ੍ਰੀਤਿ ਪਿਰਾਣਿ ਲੈ, ਮੋਟਉ ਠਾਕੁਰੁ ਮਾਣਿ॥ poorab pareet piraan lai mota-o thaakur maan.
ਮਾਥੈ ਊਭੈ ਜਮੁ ਮਾਰਸੀ, ਨਾਨਕ ਮੇਲਣ ਨਾਮਿ॥੩॥ maathai oobhai jam maarsee naanak maylan naam. ||3||

ਜੀਵ ਪ੍ਰਭ ਦੇ ਸ਼ਬਦ ਨਾਲ ਜੀਵਨ ਢਾਲਕੇ ਪ੍ਰਭ ਦੀ ਜਾਣਕਾਰੀ, ਰਹਿਮਤ ਦਾ ਅਨੰਦ ਮਾਣੋ । ਅਰਦਾਸ ਕਰੋ! ਉਹ ਆਪਣੀ ਸ਼ਰਣ ਵਿੱਚ ਪਨਾਹ ਬਖਸ਼ੇ, ਮੌਤ ਦਾ ਚੱਕਰ ਖਤਮ ਕਰ ਦੇਵੇ ।

You should always adopt the teachings of His Word with steady and stable in your day and night; with His mercy and grace, you may realize the pleasure of human life blessings. You should always pray for His Forgiveness and Refuge; you may be accepted in His Sanctuary and your cycle of birth and death may be eliminated.

ਪਉੜੀ॥ pa-orhee.

ਆਪੇ ਪਿੰਡੁ ਸਵਾਰਿਓਨੁ, ਵਿਚਿ ਨਵ ਨਿਧਿ ਨਾਮੁ॥ aapay pind savaari-on vich nav niDh naam.
ਇਕਿ ਆਪੇ ਭਰਮਿ ਭੁਲਾਇਅਨੁ, ਤਿਨ ਨਿਹਫਲ ਕਾਮੁ॥ ik aapay bharam bhulaa-i-an tin nihfal kaam.
ਇਕਨੀ ਗੁਰਮੁਖਿ ਬੁਝਿਆ, ਹਰਿ ਆਤਮ ਰਾਮੁ॥ iknee gurmukh bujhi-aa har aatam raam.
ਇਕਨੀ ਸੁਣਿ ਕੈ ਮੰਨਿਆ, ਹਰਿ ਊਤਮ ਕਾਮੁ॥ iknee sun kai mani-aa har ootam kaam.
ਅੰਤਰਿ ਹਰਿ ਰੰਗੁ ਉਪਜਿਆ, ਗਾਇਆ ਹਰਿ ਗੁਣ ਨਾਮੁ॥੧੩॥ antar har rang upji-aa gaa-i-aa har gun naam. ||13||

ਪ੍ਰਭ ਨੇ ਆਪ ਹੀ ਤਨ ਦੀ ਸਾਜਨਾ ਕਰਕੇ ਇਸ ਵਿੱਚ ਨੌ ਖਜ਼ਾਨੇਂ, ਭੰਡਾਰ ਬਖਸ਼ੇ ਹਨ । ਜਿਸ ਨੂੰ ਭਰਮਾਂ ਵਿੱਚ ਪਾਉਂਦਾ ਹੈ, ਉਸ ਦਾ ਕੀਤਾ ਬਿਰਥਾ ਹੀ ਜਾਂਦਾ ਹੈ । ਜਿਸ ਤੇ ਰਹਿਮਤ ਬਖਸ਼ਕੇ, ਸ਼ਬਦ ਦੇ ਲੜ ਲਾਉਂਦਾ, ਉਸ ਨੂੰ ਗੁਰਮਖ ਅਵਸਥਾ, ਸ਼ਬਦ ਦੀ ਸੋਝੀ ਬਖਸ਼ਦਾ ਹੈ । ਜਿਹੜਾ ਪ੍ਰਭ ਦਾ ਸ਼ਬਦ ਸੁਣਕੇ, ਆਪਣਾ ਜੀਵਨ ਢਾਲਦਾ ਹੈ, ਉਸ ਦੇ ਜੀਵਨ ਤੋਂ ਕੁਰਬਾਨ ਜਾਵਾ । ਪ੍ਰਭ ਦੇ ਸ਼ਬਦ ਦਾ ਸਿਮਰਨ ਕਰਨ ਨਾਲ, ਭਰੋਸਾ ਅਡੋਲ ਰਹਿੰਦਾ, ਸ਼ਰਧਾ ਵਧਦੀ ਰਹਿੰਦੀ ਹੈ ।

The True Master has blessed human body with nine treasures of awareness, enlightenments. Whosoever may remain in religious suspicions, his human life may be wasted with worldly deeds. Whosoever may be blessed with devotion to meditation, he may be blessed with a state of mind as His true devotee. He may be enlightened with the essence of His Word. Whosoever may listen and adopts the teachings of His Word in his day-to-day life; I always remain fascinated, astonished from his way of life. Whosoever may meditate on the teachings of His Word; his belief remains steady and stable and his devotion may be enhanced.

Key Message of Raag Maaroo, page 1090-14
'ਪ੍ਰਭ ਹਰ ਥਾਂ ਸਮਰਥ ਹੈ!
ਪ੍ਰਭ ਹਰ ਥਾਂ ਤੇ ਸਮਰਥ ਹੈ! ਜਿਹੜਾ ਆਪਾ ਪ੍ਰਭ ਦੀ ਸ਼ਰਣ ਵਿੱਚ ਭੇਟਾ ਕਰ ਦੇਂਦਾ ਹੈ, ਉਸ ਦਾ ਮੌਤ ਦਾ ਚੱਕਰ ਖਤਮ ਹੋ ਸਕਦਾ ਹੈ! ਪ੍ਰਭ ਨੇ ਆਪ ਹੀ ਤਨ ਦੀ ਸਾਜਨਾ ਕਰਕੇ ਇਸ ਵਿੱਚ ਨੌ ਖਜ਼ਾਨੇਂ, ਭੰਡਾਰ ਬਖਸ਼ੇ ਹਨ । ਜਿਹੜਾ ਪ੍ਰਭ ਦਾ ਸ਼ਬਦ ਸੁਣਕੇ, ਆਪਣਾ ਜੀਵਨ ਢਾਲਦਾ ਹੈ, ਉਸ ਦੀ ਸ਼ਰਧਾ ਵਧਦੀ ਰਹਿੰਦੀ ਹੈ ।
The True Master remains Omnipresent!
The Omnipresent True Master prevails everywhere. Whosoever may surrender his self-entity in His Sanctuary; his cycle of birth and death may be eliminated. The True Master has blessed human body with nine treasures of awareness. Whosoever may listen and adopts the teachings of His Word; his devotion may be enhanced.

52. ਸਲੋਕੁ ਮਃ ੧॥ 1090-19

ਭੋਲਤਣਿ ਭੈ ਮਨਿ ਵਸੈ, ਹੇਕੈ ਪਾਧਰ ਹੀਡੁ॥ bhogtan bhai man vasai haykai paaDhar heed.
ਅਤਿ ਡਾਹਪਣਿ ਦੁਖੁ ਘਣੋ, ਤੀਨੇ ਥਾਵ ਭਰੀਡੁ॥੧॥ at daahpan dukh ghano teenay thaav bhareed. ||1||

ਜਿਸ ਜੀਵ ਦੇ ਮਨ ਵਿੱਚ ਪ੍ਰਭ ਦੇ ਵਿਛੋੜੇ ਦਾ ਡਰ ਵਸਦਾ ਹੈ । ਉਹ ਹੀ ਪ੍ਰਵਾਨਗੀ ਦੇ ਰਸਤੇ ਚਲਦਾ ਹੈ । ਜਿਸ ਦੇ ਮਨ ਵਿੱਚ ਦੂਸਰੇ ਵਾਸਤੇ ਈਰਖਾ ਹੁੰਦੀ ਹੈ । ਉਹ ਤਿੰਨਾਂ ਸ੍ਰਿਸ਼ਟੀਆਂ ਵਿੱਚ ਹੀ ਦੁਖ ਵਿੱਚ ਰਹਿੰਦਾ ਹੈ ।

Whosoever may always worry about the separation from His Blessed Vision, keep his belief on His Ultimate Command, Blessings; he may always remain on the right path of acceptance in His Court. Whosoever may have a jealousy and hostility for others; he may endure miseries in 3 universes.

ਮਃ ੧॥ mehlaa 1.
ਮਾਂਦਲੁ ਬੇਦਿ ਸਿ ਬਾਜਣੋ, ਘਣੋ ਧੜੀਐ ਜੋਇ॥ maaNdal bayd se baajno ghano Dharhee-ai jo-ay.
ਨਾਨਕ ਨਾਮੁ ਸਮਾਲਿ ਤੂ, ਬੀਜਉ ਅਵਰੁ ਨ ਕੋਇ॥੨॥ naanak naam samaal too beeja-o avar na ko-ay. ||2||

ਸੰਸਾਰ ਵਿੱਚ ਜਦੋਂ ਧਰਮ ਦੇ ਵੱਖਰੇ, ਵੱਖਰੇ ਗ੍ਰੰਥ (ਚਾਰ ਵੇਦਾਂ) ਪੜ੍ਹੇ ਜਾਂਦੇ ਹਨ । ਸੰਸਾਰ ਵਿੱਚ ਝਗੜੇ ਅਤੇ ਪਾੜਾ ਪੈਂਦਾ ਹੁੰਦੇ ਹਨ । ਜਦੋਂ ਇਕੋ ਇਕ ਪ੍ਰਭ ਦੇ ਸ਼ਬਦ ਦਾ ਸਿਮਰਨ ਕਰਦਾ ਹੈ । ਤਾ ਕੇਵਲ ਇਕੋ ਇਕ ਪ੍ਰਭ ਹੀ ਹੁੰਦਾ ਹੈ । ਉਸ ਤੋਂ ਬਿਨਾਂ ਹੋਰ ਕੋਈ ਪੂਜਣ ਵਾਲਾ ਨਹੀਂ ਹੁੰਦਾ ।

When various religions enforce, preaches to read different Holy Scripture as the right path of acceptance in His Court. Difference of opinions may create dispute; which path may be supreme, best. When everyone may only obey the teachings of His Word then The One and Only One may become a savior of the universe. The One and Only One, True Master may be worthy of worship, no one else.

ਮਃ ੧॥ mehlaa 1.
ਸਾਗਰੁ ਗੁਣੀ ਅਥਾਹੁ, ਕਿਨਿ ਹਾਥਾਲਾ ਦੇਖੀਐ॥ saagar gunee athaahu kin haathaalaa daykhee-ai.
ਵਡਾ ਵੇਪਰਵਾਹੁ ਸਤਿਗੁਰੁ ਮਿਲੈ ਤ ਪਾਰਿ ਪਵਾ॥ vadaa vayparvaahu satgur milai ta paar pavaa.
ਮਝ ਭਰਿ ਦੁਖ ਬਦੁਖ॥ majh bhar dukh badukh.
ਨਾਨਕ ਸਚੇ ਨਾਮ ਬਿਨੁ, ਕਿਸੈ ਨ ਲਥੀ ਭੁਖ॥੩॥ naanak sachay naam bin kisai na lathee bhukh. ||3||

ਸੰਸਾਰਕ ਸਾਗਰ, ਮਾਇਆਂ ਦੇ ਤਿੰਨਾਂ ਗੁਣਾਂ ਨਾਲ ਭਰਿਆਂ ਅਤੇ ਬਹੁਤ ਗੰਭੀਰ ਹੈ । ਇਸ ਦਾ ਤਲਾ ਕਿਵੇਂ ਨਜ਼ਰ ਆ ਸਕਦਾ ਹੈ? ਅਗਰ ਕੋਈ ਸਦਾ ਅਟਲ ਰਹਿਣ ਵਾਲੇ ਪ੍ਰਭ ਨੂੰ ਮਿਲ ਜਾਵੇ ਤਾ ਪਾਰ ਹੋ ਜਾਂਦਾ ਹੈ । ਸੰਸਾਰਕ ਸਾਗਰ ਦੁਖਾਂ ਨਾਲ ਭਰਿਆਂ ਹੋਇਆ ਹੁੰਦਾ ਹੈ । ਸ਼ਬਦ ਦੀ ਪਾਲਣਾ ਤੋਂ ਬਿਨਾਂ ਸੰਸਾਰਕ ਇਛਾਂ ਦੀ ਭੁੱਖ ਖਤਮ ਨਹੀਂ ਹੁੰਦੀ, ਸੰਤੋਖ ਬਖਸ਼ਿਸ਼ ਨਹੀਂ ਹੁੰਦਾ ।

The worldly ocean may be very mysterious and remains dominated with Shakti, three virtues of worldly wealth. How may anyone visualize the bottom of the ocean, the real purpose of human life opportunity? Whosoever may be blessed with His mercy and grace, only he may be blessed with the right path of acceptance in His Court. Without obey the teachings of His Word; his greed, hunger of worldly desires may never be eliminated; nor any contentment may be blessed.

ਪਉੜੀ॥ pa-orhee.
ਜਿਨੀ ਅੰਦਰੁ ਭਾਲਿਆ, ਗੁਰ ਸਬਦਿ ਸੁਹਾਵੈ॥ jinee andar bhaali-aa gur sabad suhaavai.
ਜੋ ਇਛਨਿ ਸੋ ਪਾਇਦੇ, ਹਰਿ ਨਾਮੁ ਧਿਆਵੈ॥ jo ichhan so paa-iday har naam Dhi-aavai.
ਜਿਸ ਨੋ ਕ੍ਰਿਪਾ ਕਰੇ ਤਿਸੁ ਗੁਰੁ ਮਿਲੈ, ਸੋ ਹਰਿ ਗੁਣ ਗਾਵੈ॥ jis no kirpaa karay tis gur milai so har gun gaavai.
ਧਰਮ ਰਾਇ ਤਿਨ ਕਾ ਮਿਤੁ ਹੈ, ਜਮ ਮਗਿ ਨ ਪਾਵੈ॥ Dharam raa-ay tin kaa mit hai jam mag na paavai.
ਹਰਿ ਨਾਮੁ ਧਿਆਵਹਿ ਦਿਨਸੁ ਰਾਤਿ, ਹਰਿ ਨਾਮਿ ਸਮਾਵੈ॥੧੪॥ har naam Dhi-aavahi dinas raat har naam samaavai. ||14||

ਜਿਹੜਾ ਸ਼ਬਦ ਨਾਲ ਜੀਵਨ ਢਾਲਕੇ, ਆਪਣੇ ਅੰਦਰੋਂ ਹੀ ਪ੍ਰਭ ਦੀ ਖੋਜ ਕਰਦਾ ਹੈ । ਉਹ ਪ੍ਰਭ ਦੀ ਹੋਂਦ ਪਛਾਣ ਜਾਂਦਾ, ਉਸ ਦੇ ਮਨ ਦੀਆਂ ਇਛਾਂ ਪੂਰੀਆਂ ਹੋ ਜਾਂਦੀਆਂ ਹਨ । ਜਿਸ ਤੇ ਪ੍ਰਭ ਰਹਿਮਤ ਬਖਸ਼ਦਾ ਹੈ! ਉਹ ਪ੍ਰਭ ਦੇ ਸ਼ਬਦ ਤੇ ਭਰੋਸਾ ਅਡੋਲ ਰਖਦਾ, ਸ਼ਬਦ ਦੀ ਉਸਤਤ ਗਾਉਂਦਾ, ਸ਼ਬਦ ਦੀ ਪਾਲਣਾ ਕਰਦਾ ਹੈ । ਧਰਮਰਾਜ, ਪ੍ਰਭ ਉਸ ਦਾ ਸਾਥੀ ਬਣ ਜਾਂਦਾ ਹੈ । ਉਹ ਮੌਤ ਦੇ ਜਮਦੂਤ ਦੇ ਵੱਸ ਵਿੱਚ ਨਹੀਂ ਜਾਂਦਾ । ਜਿਹੜਾ ਪ੍ਰਭ ਦੇ ਸ਼ਬਦ ਦਾ ਸਿਮਰਨ ਦਿਨ ਰਾਤ ਕਰਦਾ ਹੈ । ਉਹ ਪ੍ਰਭ ਦੀ ਹੋਂਦ ਵਿੱਚ ਹੀ ਅਭੇਦ ਹੋ ਜਾਂਦਾ ਹੈ ।

Whosoever may adopt the teachings of His Word with steady and stable belief and searches within; with His mercy and grace, he may be blessed with enlightenment of the essence of His Word from within. All his spoken and unspoken desires may be fully satisfied. He may sing the glory and obeys the teachings of His Word with steady and stable belief in his day-to-day life. The True Master, Righteous Judge may become his companion. His soul may become beyond the reach of devil of death. He may be immersed with His Holy Spirit.

Key Message of Raag Maaroo, page 1090-19
'ਧਰਮ ਸੰਸਾਰਟਕ ਮਾਇਆ ਦਾ ਹੀ ਪਸਾਰਾ ਹੈ!
ਜਿਸ ਭੋਲੇ ਜੀਵ ਦੇ ਮਨ ਵਿੱਚ ਪ੍ਰਭ ਦਾ ਡਰ ਵਸਦਾ ਹੈ । ਉਹ ਹੀ ਪ੍ਰਵਾਨਗੀ ਦੇ ਰਸਤੇ ਚਲਦਾ ਹੈ । ਧਾਰਮਕ ਗ੍ਰੰਥ ਹੀ ਪ੍ਰਭ ਦੇ ਸ਼ਬਦ ਨੂੰ ਵੱਖਰੇ ਵੱਖਰੇ ਢੰਗ ਨਾਲ ਖੋਜਨ ਦੀ ਪ੍ਰੇਰਨਾ ਕਰਦੇ ਹਨ, ਸੰਸਾਰਕ ਮਾਇਆ ਦੇ ਜਾਲ ਵਿੱਚ ਫਸ ਜਾਂਦੇ, ਝਗੜੇ ਦੀ ਜੜ੍ਹ ਬਣ ਜਾਂਦੇ ਹਨ! ਜਿਹੜਾ ਇਕੋ ਇਕ ਪ੍ਰਭ ਦੇ ਸ਼ਬਦ ਨੂੰ ਢੂੰਡਦਾ ਹੈ, **ਸਾਰੇ ਗ੍ਰੰਥ ਹੀ ਇਕੋ ਇਕ ਰਸਤੇ ਦੀ ਪ੍ਰੇਰਨਾ ਕਰਦੇ,** ਮਾਇਆ ਦਾ ਜਾਲ, ਧਰਮ ਦੀ ਦੁਕਾਨ ਬੰਦ ਹੋ ਜਾਂਦੀ ਹੈ! ਸੰਸਾਰਕ ਸਾਗਰ, ਮਾਇਆਂ ਦੇ ਤਿੰਨਾਂ ਗੁਣਾਂ ਨਾਲ ਭਰਿਆਂ ਅਤੇ ਬਹੁਤ ਗੰਭੀਰ ਹੈ । ਜਿਹੜਾ ਸ਼ਬਦ ਨਾਲ ਜੀਵਨ ਢਾਲਕੇ, ਆਪਣੇ ਅੰਦਰੋਂ ਹੀ ਖੋਜ ਕਰਦਾ ਹੈ । ਉਹ ਪ੍ਰਭ ਦੀ ਹੋਂਦ ਪਛਾਣ ਜਾਂਦਾ, ਉਸ ਦੇ ਮਨ ਦੀਆਂ ਇਛਾਂ ਪੂਰੀਆਂ ਹੋ ਜਾਂਦੀਆਂ ਹਨ ।
Religion is an expansion of worldly wealth!
Whosoever may keep his belief on His Ultimate Command; he may remain on the right path of acceptance in His Court. When various religions, enforce different Holy Scripture as the right path of acceptance in His Court. Intolerance to different opinions may create dispute! When everyone may only obey the teachings of His Word embedded within his soul, then The One and Only One may become a savior of his soul. The religion, shop may crumble. The worldly ocean

may be very mysterious and remains dominated with Shakti, three virtues of worldly wealth. Whosoever may adopt the teachings of His Word and searches within; he may recognize purpose of his human life opportunity. All his spoken and unspoken desires may be fully satisfied.

ਰੂਹਾਨੀ ਸੋਝੀ!	Eternal Spiritual Message
ਜਦੋਂ ਜੀਵ ਧਰਮ ਨੂੰ ਹੀ ਇਕੋ ਇਕ, ਪ੍ਰਭ ਦੇ ਦਰਬਾਰ ਵਿੱਚ ਪ੍ਰਵਾਨਗੀ ਦਾ ਰਸਤਾ ਮੰਨ ਲੈਂਦਾ ਹੈ!	When, someone may believe that the teachings of religious Holy Scripture may be the only, right path of acceptance in His Court!
ਇਹ ਗਲ ਸਮਝਣ ਵਾਲੀ ਹੈ!	We must comprehend unique message of all Holy Scriptures.
ਨਾ ਜਾਣੇ ਜਾਣ ਵਾਲੀ ਸ਼ਕਤੀ ਤੇ ਭਰੋਸਾ ਹੀ ਧਰਮ ਹੈ!	Religion is a belief on unknown power!
ਸੰਸਾਰ ਵਿੱਚ ਅਣਗਿਣਤ ਹੀ ਧਰਮ ਹਨ, ਹਰਇਕ ਧਰਮ, ਮਾਨਸ ਗੁਰੂ, ਅਵਤਾਰ ਦੀ ਸੋਝੀ, ਵਿਚਾਰ ਧਾਰਾਂ ਤੇ ਹੀ ਸਥਾਪਣ ਕੀਤਾ ਗਿਆ ਹੈ!	The real numbers of worldly religions may never be known! Every religion has been initiated by the thought process of human guru, prophet!
ਪ੍ਰਭ ਕੋਈ ਅਵਤਾਰ ਨਵਾਂ ਧਰਮ ਸਥਾਪਣ ਕਰਨ ਲਈ ਨਹੀਂ ਭੇਜਦਾ, ਆਪਣੇ ਜੀਵਨ ਦੀ ਮਿਸਾਲ ਬਣਾ ਕੇ, ਜੀਵਾਂ ਲਈ ਆਤਮਾ ਪਵਿੱਤਰ ਕਰਨਾ ਦੀ ਸਿਖਿਆ ਦੇਣ ਲਈ ਭੇਜਦਾ ਹੈ! ਕਈ ਅਵਤਾਰ ਆਪਣਾ ਮੰਤਵ ਭਲਾ ਕੇ ਮਾਇਆ ਦੇ ਗੁਲਾਮ ਬਣ ਜਾਂਦੇ ਹਨ, ਆਪਣਾ ਧਰਮ ਸਥਾਪਣ ਕਰ ਲੈਂਦੇ ਹਨ! ਉਹ ਆਪਣਾ ਦਰਬਾਰ ਵਿੱਚ ਥਾਂ ਗਵਾ ਲੈਂਦੇ ਹਨ! ਸ਼ਰਮਿੰਦਗੀ ਹੀ ਮਿਲਦੀ ਹੈ, ਜਨਮ ਮਰਨ ਦੇ ਚੱਕਣ ਵਿੱਚ ਚਲੇ ਜਾਂਦੇ ਹਨ!	The True Master may never send any blessed soul to establish any religion; Mankind is only God approved religion. Blessed soul to adopt His Word, message in his own life to become a fountain of soul sanctification. However, the blessed soul, prophet drifted from the real purpose of human life journey becomes a victim of Shakti (worldly Wealth) initiate new religion; he loses his return, right path of acceptance; he may be rebuked in His Court!
ਭਗਤ ਬਿਆਸ ਜੀ, ਰਵੀਦਾਸ, ਦੀ ਸੋਝੀ, ਸਿਖ ਗੁਰੂ ਅਰਜਨ ਦੇਵ ਜੀ ਨੇ ਗੁਰੂ ਗ੍ਰੰਥ ਸਾਹਿਬ ਵਿੱਚ ਦਰਜ ਕੀਤੀ ਹੈ! ਕਿਸੇ ਵੀ ਸੰਸਾਰਕ, ਧਰਮ ਦੇ ਗ੍ਰੰਥ ਵਿੱਚ ਪ੍ਰਭ ਦੇ ਰਸਤੇ ਬਾਬਤ ਕੁਝ ਲਿਖਿਆ ਨਹੀਂ ਹੈ! ਪ੍ਰਭ ਦਾ ਸ਼ਬਦ ਕਾਗਜ਼ ਤੇ ਲਿਖਿਆ ਨਹੀਂ ਜਾ ਸਕਦਾ! ਪ੍ਰਭ ਦਾ ਸ਼ਬਦ ਹਰਇਕ ਆਤਮਾ ਤੇ ਪ੍ਰਭ ਦੀ ਕਲਮ ਨਾਲ ਹੀ ਉਕਾਰਿਆ ਜਾਂਦਾ ਹੈ! ਪ੍ਰਭ ਦਾ ਸ਼ਬਦ ਹਰਇਕ ਆਤਮਾ ਲਈ ਵਿਸ਼ੇਸ਼ ਹੰਦਾ ਹੈ, ਪ੍ਰਵਾਨਗੀ ਦਾ ਰਸਤਾ ਹੈ, ਉਸ ਦੇ ਤਨ ਦੇ ਸਵਾਸਾ ਨਾਲ ਹੀ ਅਟਲ ਰਹਿੰਦਾ ਹੈ! ਨਵੇਂ ਤਨ ਲਈ ਨਵਾਂ ਸ਼ਬਦ ਬਖਸ਼ਿਸ਼ ਹੁੰਦਾ ਹੈ! ਜਦੋਂ ਪਵਿੱਤਰ ਆਤਮਾ, ਪ੍ਰਭ ਦੀ ਜੋਤ ਵਿੱਚ ਅਭੇਦ ਹੋ ਜਾਂਦੀ ਹੈ, ਉਸ ਦੀ ਹੌਂਦ ਮਿਟ ਜਾਂਦੀ ਹੈ, ਪ੍ਰਭ ਦਾ ਸ਼ਬਦ ਵੀ ਜੋਤ ਵਿੱਚ ਅਭੇਦ ਹੋ ਜਾਂਦਾ ਹੈ!	The enlightenment of bhagat Vyass (Bieasa), Ravi das has been compiled by Sikh guru Arjan Dev Ji, in Sikh Guru Granth Sahib Ji! No religious Holy Scripture has any path about, of enlightenment of The True Master! His Word cannot be written on any paper; His Word may only be engraved on each soul with His inkless pen; His Word remains unique for each soul as road map and remain true for predetermined time, for his body: new life, body starts a new play with His New Word! When the soul may be immersed within His Holy Spirit; her identity may be eliminated and His Word absorbed within His Holy Spirit.
ਜਿਸ ਨੂੰ ਸੰਤ ਅਵਸਥਾ ਬਖਸ਼ਿਸ਼ ਹੋ ਸਕਦੀ ਹੈ, ਉਸ ਦੀ ਆਪਣੀ ਹੌਂਦ ਮਿਟ ਜਾਂਦੀ ਹੈ, ਉਹ ਪ੍ਰਭ ਦੇ ਸ਼ਬਦ ਦੀ ਸਮਾਧੀ ਵਿੱਚ ਲੀਨ ਹੋ ਜਾਂਦਾ ਹੈ! ਉਹ ਪ੍ਰਭ ਦੀ ਕੁਦਰਤ ਨੂੰ ਧੰਨ ਧੰਨ ਹੀ ਬੋਲਦਾ ਹੈ, ਉਹ ਕੁਦਰਤ ਤੋਂ ਅਣਜਾਣ ਹੈ!	Whosoever may be blessed with state of mind as DASS, His True devotee; He may be intoxicated in the void of His Sanctuary. He may utter only one word, His Nature is unknown, astonishing, great!
ਸਾਰੇ ਗ੍ਰੰਥ ਸੰਸਾਰਕ ਜੀਵ, ਗੁਰੂ ਦੀ ਵਿਚਾਰ ਧਾਰਾ ਅਨੁਸਾਰ ਹੀ ਲਿਖੇ ਗਏ ਹਨ! ਸੰਸਾਰਕ ਗੁਰੂ ਦਾ ਜੀਵਨ ਦਾ ਰਸਤਾ, ਹਮੇਸ਼ਾ ਪ੍ਰਭ ਦੀ ਪ੍ਰਵਾਨਗੀ ਦਾ ਰਸਤਾ ਨਹੀਂ ਬਣ ਜਾਂਦਾ! ਵੱਖਰੇ ਧਰਮ, ਵੱਖਰੇ ਸੰਸਾਰਕ ਗੁਰੂ ਦੇ ਵਿਚਾਰਾ ਨਾਲ ਹੀ ਸ੍ਰਿਸ਼ਟੀ ਵਿੱਚ ਝਗੜੇ ਅਰੰਭ ਹੁੰਦੇ ਹਨ!	All religions have been compiled with the thoughts, imagination of religious, worldly guru; who may be a victim of worldly wealth. The way of life an incarnated guru may not always be the right path of acceptance in His Court. Worldly religions are the root cause of all miseries in the universe.
ਜਿਹੜਾ ਜੀਵ ਆਪਣੇ ਅੰਦਰ ਪ੍ਰਭ ਦੇ ਸਮਾਏ ਸ਼ਬਦ ਦੀ ਸਿਖਿਆਂ ਤੇ ਜੀਵਨ ਧਾਰਨ ਕਰਦਾ ਹੈ, ਉਸ ਦਾ ਸੁਚੇਤ ਮਨ, ਆਪਣੇ ਅਚੇਤ ਮਨ, ਸ਼ਬਦ ਰੂਪ ਦਾ ਗੁਲਾਮ ਬਣ ਜਾਂਦਾ ਹੈ! ਉਸ ਨੂੰ ਪ੍ਰਭ ਦੇ ਸ਼ਬਦ ਦੀ ਸਦਾ ਚਲਣਵਾਲੀ ਗੂੰਜ ਸੁਣਾਈ ਦੇਂਦੀ ਹੈ, ਉਹ ਸਦਾ ਚਲਣਵਾਲੀ ਗੂੰਜ ਵਿੱਚ ਹੀ ਸਮਾ ਜਾਂਦਾ ਹੈ! ਉਸ ਦੀ ਆਤਮਾ, ਪ੍ਰਭ ਦੀ ਜੋਤ ਵਿੱਚ ਅਭੇਦ ਹੋ ਜਾਂਦਾ ਹੈ, ਉਸ ਦੀ ਆਤਮਾ ਦੀ ਆਪਣੀ ਹੌਂਦ ਖਤਮ ਹੋ ਜਾਂਦੀ ਹੈ!	Whosoever may adopt the teachings of His Word, embedded within His Soul; his conscious mind may become a slave of his sub conscious mind. He may hear the everlasting echo resonating within his heart. He may be absorbed in the echo of His Word! His soul may be immersed within His Holy Spirit and her identity may be eliminated.

53. ਸਲੋਕੁ ਮ: ੧॥ 1091-7

ਸੁਣੀਐ ਏਕੁ ਵਖਾਣੀਐ, ਸੁਰਗਿ ਮਿਰਤਿ ਪਇਆਲਿ॥
ਹੁਕਮੁ ਨ ਜਾਈ ਮੇਟਿਆ, ਜੋ ਲਿਖਿਆ ਸੋ ਨਾਲਿ॥
ਕਉਣੁ ਮੂਆ ਕਉਣੁ ਮਾਰਸੀ, ਕਉਣੁ ਆਵੈ ਕਉਣੁ ਜਾਇ॥
ਕਉਣੁ ਰਹਸੀ ਨਾਨਕਾ, ਕਿਸ ਕੀ ਸੁਰਤਿ ਸਮਾਇ॥੧॥

sunee-ai ayk vakhaanee-ai surag mirat pa-i-aal.
hukam na jaa-ee mayti-aa jo likhi-aa so naal.
ka-un moo-aa ka-un maarsee ka-un aavai ka-un jaa-ay.
ka-un rahsee naankaa kis kee surat samaa-ay. ||1||

ਗੁਰੂ ਨਾਨਕ ਦੇਵ ਜੀ! – Guru Nanak Dev Ji! Guru Granth Sahib

ਤਿੰਨਾਂ ਸ੍ਰਿਸ਼ਟੀਆਂ ਵਿੱਚ ਹੀ ਵਾਪਰਨ ਵਾਲੇ, ਸਵਰਗ ਦੇ ਮਾਲਕ ਦੇ ਸ਼ਬਦ ਨੂੰ ਸੁਣੋ! ਸਭ ਕੁਝ ਪ੍ਰਭ ਦੇ ਹੁਕਮ ਨਾਲ ਹੀ ਹੁੰਦਾ ਹੈ । ਪ੍ਰਭ ਦਾ ਹੁਕਮ ਬਦਲਿਆ ਨਹੀਂ ਜਾ ਸਕਦਾ । ਕੌਣ ਕਿਸੇ ਨੂੰ ਮਾਰ ਸਕਦਾ, ਕੌਣ ਮਰਦਾ ਹੈ? ਕਿਸ ਦੀ ਲਿਵ ਸ਼ਬਦ ਵਿੱਚ ਲਗਦੀ, ਜਾ ਟੁੱਟਦੀ ਹੈ? ਕਿਹੜਾ ਜੂੰਨਾਂ ਵਿੱਚ ਭਉਦਾ ਹੈ? ਕਿਹੜਾ ਪ੍ਰਵਾਨ, ਉਸ ਵਿੱਚ ਅਲੋਪ ਹੋ ਜਾਂਦਾ ਹੈ?

You should always obey the teachings of The True Master of heaven, three universes. His Command may never be avoided and always prevails in every event in the universe. Who may kill anyone or who may be killed? Who may be intoxicated in meditation in the void of His Word; who may wander from shrine to shrine? Who may remain in the cycle of birth and death? Who may be accepted, immersed within His Holy Spirit?

ਮਃ ੧॥ mehlaa 1.
ਹਉ ਮੁਆ ਮੈ ਮਾਰਿਆ, ਪਉਣੁ ਵਹੈ ਦਰੀਆਉ॥ ha-o mu-aa mai maari-aa pa-un vahai daree-aa-o.
ਤ੍ਰਿਸਨਾ ਥਕੀ ਨਾਨਕਾ, ਜਾ ਮਨੁ ਰਤਾ ਨਾਇ॥ tarisnaa thakee naankaa jaa man rataa naa-ay.
ਲੋਇਣ ਰਤੇ ਲੋਇਣੀ, ਕੰਨੀ ਸੁਰਤਿ ਸਮਾਇ॥ lo-in ratay lo-inee kannee surat samaa-ay.
ਜੀਭ ਰਸਾਇਣਿ ਚੂਨੜੀ, ਰਤੀ ਲਾਲ ਲਵਾਇ॥ jeebh rasaa-in choonrhee ratee laal lavaa-ay.
ਅੰਦਰੁ ਮੁਸਕਿ ਝਕੋਲਿਆ, ਕੀਮਤਿ ਕਹੀ ਨ ਜਾਇ॥੨॥ andar musak jhakoli-aa keemat kahee na jaa-ay. ||2||

ਜੀਵ ਆਪਣੇ ਅਹੰਕਾਰ ਨਾਲ ਮਰਦਾ ਹੈ । ਹੈਸੀਅਤ ਦਾ ਅਭਿਮਾਨ ਉਸ ਨੂੰ ਮਾਰਦਾ ਹੈ । ਉਸ ਦੇ ਸਵਾਸ ਵਗਦੇ ਦਰਿਆ ਤਰ੍ਹਾਂ ਹੀ ਚਲਦੇ ਹਨ । ਜਿਹੜਾ ਸ਼ਬਦ ਵਿੱਚ ਲੀਨ ਹੋ ਜਾਂਦਾ ਹੈ । ਉਸ ਦੀਆਂ ਤ੍ਰਿਸ਼ਨਾਂ ਰੁਕ ਜਾਂਦੀਆਂ ਹਨ । ਉਸ ਦੀਆਂ ਅੱਖਾਂ ਪ੍ਰਭ ਦੀ ਹੋਂਦ ਮਹਿਸੂਸ ਕਰਦੀਆਂ, ਕੰਨਾਂ ਵਿੱਚ ਸਦਾ ਚਲਣ ਵਾਲੀ ਸ਼ਬਦ ਦੀ ਧੁਨ ਸੁਣਦੀ ਹੈ । ਉਸ ਦੀ ਜੀਭ ਵਿੱਚ ਮਿੱਠਾ ਰਸ, ਮਨ ਵਿੱਚ ਸ਼ਬਦ ਦਾ ਰੰਗ ਚੜ੍ਹਿਆ ਰਹਿੰਦਾ ਹੈ । ਉਸ ਦੇ ਮਨ ਅੰਦਰ ਸ਼ਬਦ ਦੀ ਸੁਗੰਧ ਭਰਪੂਰ ਰਹਿੰਦੀ । ਉਸ ਦੀ ਕੀਮਤ ਪਾਈ, ਜਾਣੀ ਨਹੀਂ ਜਾ ਸਕਦੀ ।

The ego of worldly status may kill human, drifts from the right path. His breathes may be like a running river. Whosoever may remain intoxicated in meditation in the void of His Word; with His mercy and grace, all his worldly desires may be controlled, eliminated. He may witness His Holy Spirit prevailing everywhere with the eyes of his mind; his ears may hear the everlasting echo of His Word resonating within his heart. His tongue may sing the melodious song of His Glory. He may remain drenched with the crimson color of the essence of His Word. His mind remains overwhelmed with the aroma of the essence of His Word. The significance of His Blessings may remain beyond the comprehension of His Creation.

ਪਉੜੀ॥ pa-orhee.
ਇਸੁ ਜੁਗ ਮਹਿ ਨਾਮੁ ਨਿਧਾਨੁ ਹੈ, ਨਾਮੋ ਨਾਲਿ ਚਲੈ॥ is jug meh naam niDhaan hai naamo naal chalai.
ਏਹੁ ਅਖੁਟੁ ਕਦੇ ਨ ਨਿਖੁਟਈ, ਖਾਇ ਖਰਚਿਉ ਪਲੈ॥ ayhu akhut kaday na nikhuta-ee khaa-ay kharchi-o palai.
ਹਰਿ ਜਨ ਨੇੜਿ ਨ ਆਵਈ, ਜਮਕੰਕਰ ਜਮਕਲੈ॥ har jan nayrh na aavee jamkankar jamkalai.
ਸੇ ਸਾਹ ਸਚੇ ਵਣਜਾਰਿਆ, ਜਿਨ ਹਰਿ ਧਨੁ ਪਲੈ॥ say saah sachay vanjaari-aa jin har Dhan palai.
ਹਰਿ ਕਿਰਪਾ ਤੇ ਹਰਿ ਪਾਈਐ, ਜਾ ਆਪਿ ਹਰਿ ਘਲੈ॥੧੫॥ har kirpaa tay har paa-ee-ai jaa aap har ghalai. ||15||

ਇਸ ਯੁੱਗ ਵਿੱਚ ਪ੍ਰਭ ਦੇ ਸ਼ਬਦ ਦੀ ਕਮਾਈ ਹੀ ਅਮੋਲਕ ਖਜ਼ਾਨਾ ਹੈ । ਮੌਤ ਤੋਂ ਪਿਛੋਂ ਵੀ ਜੀਵ ਦੇ ਸਾਥ ਰਹਿੰਦਾ ਹੈ । ਇਸ ਖਜ਼ਾਨੇਂ ਵਿੱਚ ਕਦੀ ਕਮੀ ਨਹੀਂ ਆਉਂਦੀ । ਭਾਵੇਂ ਕਿਤਨੀ ਵੀ ਇਸ ਦੀ ਵਰਤੋਂ ਕੀਤੀ ਜਾਵੇ, ਇਹ ਵਧਦਾ ਹੀ ਜਾਂਦਾ ਹੈ । ਜਿਹੜਾ ਪ੍ਰਭ ਦੀ ਸ਼ਰਣ ਵਿੱਚ ਆਪਾ ਭੇਟਾ ਕਰ ਦੇਂਦਾ ਹੈ । ਮੌਤ ਦਾ ਫਰਿਸ਼ਤਾ ਉਸ ਨੂੰ ਛੋਹ ਵੀ ਨਹੀਂ ਸਕਦਾ । ਜਿਸ ਦੇ ਪਲੇ ਸ਼ਬਦ ਦਾ ਧਨ ਹੁੰਦਾ ਹੈ । ਕੇਵਲ ਉਹ ਹੀ ਪ੍ਰਭ ਦਾ ਅਸਲੀ ਦਾਸ, ਵਪਾਰੀ, ਖਜ਼ਾਨੇਂ ਦੇ ਮਾਲਕ, ਹੁੰਦਾ ਹੈ । ਜਿਸ ਤੇ ਪ੍ਰਭ ਆਪ ਹੀ ਰਹਿਮਤ ਬਖਸ਼ਦਾ ਹੈ । ਕੇਵਲ ਉਹ ਜੀਵ ਹੀ ਰਹਿਮਤ ਪਾ ਸਕਦਾ ਹੈ ।

In this Age! The earnings of His Word, an ambrosial treasure remains companion of his soul even after death. His treasure may never have any deficiency or shortage; no matter, how much may be used. Whosoever may be accepted in His Sanctuary, his soul may become beyond the reach of devil of death. Whosoever may earn the wealth of His Word, only he may become His true devotee, only he may become true trader, the owner of the treasure. Only with His mercy and grace, His true devotee may be blessed with such a state of mind.

Key Message of Raag Maaroo, page 1091-7
'ਪ੍ਰਭ ਦਾ ਦਾਸ!
ਤਿੰਨਾਂ ਸ੍ਰਿਸ਼ਟੀਆਂ ਵਿੱਚ ਸਭ ਕੁਝ ਸਵਰਗ ਦੇ ਮਾਲਕ ਦੇ ਹੁਕਮ ਨਾਲ ਹੀ ਹੁੰਦਾ ਹੈ । ਜਿਹੜਾ ਸ਼ਬਦ ਵਿੱਚ ਲੀਨ ਹੋ ਜਾਂਦਾ ਹੈ । ਉਸ ਦੀਆਂ ਅੱਖਾਂ ਪ੍ਰਭ ਦੀ ਹੋਂਦ ਮਹਿਸੂਸ ਕਰਦੀਆਂ, ਕੰਨਾਂ ਵਿੱਚ ਸਦਾ ਚਲਣ ਵਾਲੀ ਸ਼ਬਦ ਦੀ ਧੁਨ ਸੁਣਦੀ ਹੈ । ਉਸ ਦੀ ਜੀਭ ਵਿੱਚ ਸ਼ਬਦ ਦਾ ਰੰਗ ਚੜ੍ਹਿਆ ਰਹਿੰਦਾ ਹੈ । ਜਿਹੜਾ ਪ੍ਰਭ ਦੀ ਸ਼ਰਣ ਵਿੱਚ ਆਪਾ ਭੇਟਾ ਕਰ ਦੇਂਦਾ ਹੈ । ਕੇਵਲ ਉਹ ਹੀ ਪ੍ਰਭ ਦਾ ਅਸਲੀ ਦਾਸ, ਵਪਾਰੀ, ਖਜ਼ਾਨੇਂ ਦੇ ਮਾਲਕ, ਹੁੰਦਾ ਹੈ ।
His true devotee!
In three universes, only the Command of The True Master, Trustee of His Creation prevails. Whosoever may remain intoxicated in meditation in the void of His Word; he may witness His Holy Spirit prevailing; his ears may hear the everlasting echo of His Word resonating within and his tongue remains drenched with the crimson color of the essence of His Word. Whosoever may surrender his self-entity at His Sanctuary, his soul may become beyond the reach of devil of death; only he may become true trader, the owner of the treasure.

54. **ਸਲੋਕ ਮਃ ੧॥** 1092-19

ਹਉ ਮੈ ਕਰੀ, ਤਾਂ ਤੂ ਨਾਹੀ, ਤੂ ਹੋਵਹਿ ਹਉ ਨਾਹਿ॥ ha-o mai karee taaN too naahee too hoveh ha-o naahi.
ਬੂਝਹੁ ਗਿਆਨੀ ਬੂਝਣਾ, ਏਹ ਅਕਥ ਕਥਾ ਮਨ ਮਾਹਿ॥ boojhhu gi-aanee boojh-naa ayh akath kathaa man maahi.
ਬਿਨੁ ਗੁਰ ਤਤੁ ਨ ਪਾਈਐ, ਅਲਖੁ ਵਸੈ ਸਭ ਮਾਹਿ॥ bin gur tat na paa-ee-ai alakh vasai sabh maahi.
ਸਤਿਗੁਰੁ ਮਿਲੈ ਤ ਜਾਣੀਐ, ਜਾਂ ਸਬਦੁ ਵਸੈ ਮਨ ਮਾਹਿ॥ satgur milai ta jaanee-ai, jaaN sabad vasai man maahi.
ਆਪੁ ਗਇਆ ਭ੍ਰਮੁ ਭਉ ਗਇਆ, ਜਨਮ ਮਰਨ ਦੁਖ ਜਾਹਿ॥ aap ga-i-aa bharam bha-o ga-i-aa janam maran dukh jaahi.
ਗੁਰਮਤਿ ਅਲਖੁ ਲਖਾਈਐ, ਊਤਮ ਮਤਿ ਤਰਾਹਿ॥ gurmat alakh lakhaa-ee-ai ootam mat taraahi.
ਨਾਨਕ ਸੋਹੰ ਹੰਸਾ ਜਪੁ ਜਾਪਹੁ, ਤ੍ਰਿਭਵਣ ਤਿਸੈ ਸਮਾਹਿ॥੧॥ naanak sohaN hansaa jap jaapahu taribhavan tisai samaahi. ||1||

ਗੁਰੂ ਨਾਨਕ ਦੇਵ ਜੀ! – Guru Nanak Dev Ji! Guru Granth Sahib

ਜਿਹੜਾ ਜੀਵ ਅਹੰਕਾਰ ਵਿੱਚ, ਹੈਸੀਅਤ ਦੇ ਅਭਿਮਾਨ ਨਾਲ ਅਰਦਾਸ ਕਰਦਾ ਹੈ । ਉਸ ਦੀ ਅਰਦਾਸ ਬਿਰਥੀ ਹੀ ਜਾਂਦੀ ਹੈ । ਜਿਹੜਾ ਜੀਵ ਨਾ ਕਥੇ ਜਾਣ ਵਾਲੀ ਕਥਾ ਦੀ ਸੋਝੀ ਪਾਉਣੀ ਚਾਹੁੰਦਾ ਹੈ । ਉਹ ਮਨ ਵਿਚੋਂ ਅਹੰਕਾਰ ਖਤਮ ਕਰਕੇ, ਨਿਮ੍ਰਤਾ ਨਾਲ ਰਹਿਮਤ ਦੀ ਅਰਦਾਸ ਕਰਦਾ ਹੈ । ਅੰਤਰਜਾਮੀ ਉਸ ਦੇ ਮਨ ਦੀਆਂ ਅਣਬੋਲੀਆਂ ਆਸਾਂ ਵੀ ਪੂਰੀਆ ਕਰ ਦੇਂਦਾ ਹੈ । ਸ਼ਬਦ ਨਾਲ ਜੀਵਨ ਢਾਲਣ ਤੋਂ ਬਿਨਾਂ ਸ਼ਬਦ ਦੀ ਸੋਝੀ ਬਖਸ਼ਿਸ਼ ਨਹੀਂ ਹੁੰਦੀ । ਅੰਤਰਜਾਮੀ, ਸਰਬ ਵਿਆਪਕ ਪ੍ਰਭ, ਨਾ ਦੇਖੇ ਜਾਣਵਾਲਾ, ਹਰ ਥਾਂ ਤੇ ਹੀ ਵਸਦਾ ਹੈ । ਜਿਹੜਾ ਜੀਵ ਸ਼ਬਦ ਨਾਲ ਜੀਵਨ ਢਾਲਦਾ ਹੈ, ਉਸ ਦੇ ਮਨ ਵਿੱਚ ਸ਼ਬਦ ਘਰ ਕਰ ਜਾਂਦਾ ਹੈ । ਉਸ ਨੂੰ ਸ਼ਬਦ ਦੀ ਸੋਝੀ ਬਖਸ਼ਿਸ਼ ਹੋ ਜਾਂਦੀ, ਮਨ ਵਿੱਚ ਪ੍ਰਭ ਦੀ ਜੋਤ ਜਾਗਰਤ ਹੋ ਜਾਂਦੀ ਹੈ । ਉਸ ਦੇ ਭਰਮ ਦੂਰ ਹੋ ਜਾਂਦੇ, ਆਪਾ ਖਤਮ ਹੋ ਜਾਂਦਾ ਹੈ । ਉਸ ਦਾ ਜਨਮ ਮਰਨ ਦਾ ਚੱਕਰ ਖਤਮ ਹੋ ਜਾਂਦਾ ਹੈ । ਪ੍ਰਭ ਆਪ ਹੀ ਰਖਵਾਲਾ ਬਣ ਜਾਂਦਾ ਹੈ । ਉਹ ਦੇ ਮਨ ਵਿੱਚ "ਸੋਹੰ ਹੰਸਾ" ਦੀ ਧੁਨ ਚਲ ਪੈਂਦੀ ਹੈ! ਪ੍ਰਭ ਦੀ ਜੋਤ ਮੇਰੀ ਆਤਮਾ ਵਿੱਚ ਹੈ, ਮੇਰੀ ਆਤਮਾ ਪ੍ਰਭ ਦੀ ਜੋਤ ਵਿੱਚ ਹੈ । ਉਹ ਤਿੰਨਾਂ ਸ੍ਰਿਸ਼ਟੀਆਂ ਵਿੱਚ ਹੀ ਸਮਾ ਜਾਂਦਾ ਹੈ ।

Whosoever may pray with the ego of his worldly status; his prayer may never be rewarded. Whosoever may eliminate his own ego and humbly pray for His Forgiveness and Refuge; with His mercy and grace; even his spoken and unspoken desires, hopes of his mind may be satisfied. The True Master beyond visibility of His Creation, remains embedded everywhere in His Nature and prevails in every event. Whosoever may adopt the teachings of His Word, he may remain drenched with the essence of His Word; with His mercy and grace, he may be enlightened from within and His Holy Spirit glow within his heart and shines on his forehead. All his suspicions and his selfishness may be eliminated; with His mercy and grace, his cycle of birth and death may be eliminated. The True Master become his savior, protector. He may hear the everlasting echo of **"Soha Hansaa"** resonating within his heart. My soul is within Your Holy Spirit and Your Holy Spirit is within my soul! His identity has been eliminated and only His Holy Spirit speaks within. His soul has been immersed within three universes; he has been enlightened with essence of three universes.

ਮਃ ੩॥	mehlaa 3.
ਮਨੁ ਮਾਣਕੁ ਜਿਨਿ ਪਰਖਿਆ, ਗੁਰ ਸਬਦੀ ਵੀਚਾਰਿ॥	man maanak jin parkhi-aa gur sabdee veechaar.
ਸੇ ਜਨ ਵਿਰਲੇ ਜਾਣੀਅਹਿ, ਕਲਜੁਗ ਵਿਚਿ ਸੰਸਾਰਿ॥	say jan virlay jaanee-ahi kaljug vich sansaar.
ਆਪੈ ਨੋ ਆਪੁ ਮਿਲਿ ਰਹਿਆ, ਹਉਮੈ ਦੁਬਿਧਾ ਮਾਰਿ॥	aapai no aap mil rahi-aa ha-umai dubiDhaa maar.
ਨਾਨਕ ਨਾਮਿ ਰਤੇ, ਦੁਤਰੁ ਤਰੇ, ਭਉਜਲੁ ਬਿਖਮੁ ਸੰਸਾਰੁ॥੨॥	naanak naam ratay dutar taray bha-ojal bikham sansaar. ||2||

ਕਲਯੁਗ ਵਿੱਚ ਕੋਈ ਵਿਰਲਾ ਹੀ ਜੀਵ ਆਪਣਾ ਜੀਵਨ ਸ਼ਬਦ ਨਾਲ ਢਾਲਦਾ, ਸ਼ਬਦ ਦੀ ਸਿਖਿਆਂ ਨਾਲ ਆਪਣੇ ਕੰਮਾਂ ਦੀ ਪਰਖ ਕਰਦਾ ਹੈ । ਜਿਹੜਾ ਜੀਵ ਅਹੰਕਾਰ ਅਤੇ ਹੈਸੀਅਤ ਦੇ ਅਭਿਮਾਨ ਤੇ ਕਾਬੂ ਪਾ ਲੈਂਦਾ, ਉਸ ਨੂੰ ਭਰਮਾਂ ਤੇ ਜਿੱਤ ਬਖਸ਼ਿਸ਼ ਹੋ ਜਾਂਦੀ ਹੈ । ਓਸ ਜੀਵ ਦਾ ਆਪਾ, ਪ੍ਰਭ ਦੀ ਜੋਤ ਵਿੱਚ ਅਭੇਦ ਹੋ ਜਾਂਦਾ ਹੈ । ਜਿਹੜਾ ਪ੍ਰਭ ਦੇ ਸ਼ਬਦ ਦਾ ਆਸਰਾ ਲੈਂਦਾ ਹੈ । ਉਹ ਸ਼ਬਦ ਦੇ ਸਿਮਰਨ ਵਿੱਚ ਲੀਨ ਹੋ ਜਾਂਦਾ ਹੈ । ਉਹ ਭਿਆਨਕ ਸੰਸਾਰਕ ਸਾਗਰ ਪਾਰ ਕਰ ਜਾਂਦਾ, ਪ੍ਰਵਾਨ ਹੋ ਜਾਂਦਾ ਹੈ ।

In the Age of Kul-Jug, very rare devotee may adopt the teachings of His Word in his day-to-day life; he may evaluate his worldly deeds with the essence of His Word. Whosoever may recognize his ego of worldly status; he may control his ego; with His mercy and grace, all his suspicions may be eliminated. He may surrender his selfishness, worldly identity at His Sanctuary. Whosoever may adopt the teachings of His Word with steady and stable belief in his day-to-day life; with His mercy and grace, he may remain intoxicated in the void of His Word. He may be blessed with the right path of acceptance in His Court, he may be immersed within His Holy Spirit.

ਪਉੜੀ॥	pa-orhee.
ਮਨਮੁਖ ਅੰਦਰੁ ਨ ਭਾਲਨੀ, ਮੁਠੇ ਅਹੰਮਤੇ॥	manmukh andar na bhaalnee muthay ahamtay.
ਚਾਰੇ ਕੁੰਡਾਂ ਭਵਿ ਥਕੇ, ਅੰਦਰਿ ਤਿਖ ਤਤੇ॥	chaaray kundaaN bhav thakay andar tikh tatay.
ਸਿੰਮ੍ਰਿਤਿ ਸਾਸਤ ਨ ਸੋਧਨੀ, ਮਨਮੁਖ ਵਿਗੁਤੇ॥	simrit saasat na soDhnee manmukh vigutay.
ਬਿਨੁ ਗੁਰ ਕਿਨੈ ਨ ਪਾਇਓ, ਹਰਿ ਨਾਮੁ ਹਰਿ ਸਤੇ॥	bin gur kinai na paa-i-o har naam har satay.
ਤਤੁ ਗਿਆਨੁ ਵੀਚਾਰਿਆ, ਹਰਿ ਜਪਿ ਹਰਿ ਗਤੇ॥੧੯॥	tat gi-aan veechaari-aa har jap har gatay. ||19||

ਪ੍ਰਭ ਆਪ ਹੀ ਕੰਮ ਕਰਨ, ਕਰਵਾਉਣ ਵਾਲਾ ਅਤੇ ਆਪ ਹੀ ਹੁਕਮ ਕਰਨ ਵਾਲਾ ਹੈ । ਆਪ ਹੀ ਜੀਵ ਦੀਆਂ ਗਲਤੀਆਂ ਬਖਸ਼ਦਾ, ਆਪ ਹੀ ਸਾਰੇ ਕਾਰਜ ਸਫਲ ਕਰਦਾ ਹੈ । ਪ੍ਰਭ ਦੀ ਰਹਿਮਤ ਨਾਲ ਹੀ ਸ਼ਬਦ ਦੀ ਸੋਝੀ ਬਖਸ਼ਿਸ਼ ਹੁੰਦੀ ਹੈ । ਉਸ ਨਾਲ ਜੀਵਨ ਢਾਲਣ ਨਾਲ ਮਨ ਵਿਚੋਂ, ਸੰਸਾਰਕ ਇਛਾਂ ਦੀ ਅੱਗ ਬੁਝ ਗਈ ।

The True Master creates all the purposes of all events in the universe; He inspires His Creation to obey the teachings of His Word. His Command prevails in every event in the universe. He may forgive innocent mistakes of His true devotee and all his chores of human life may be completed successfully; with His mercy and grace, His true devotee may be enlightened with the essence of His Word. Whosoever may adopt the teachings of His Word with steady and stable belief; with His mercy and grace, the lava of his worldly desires may be extinguished.

Key Message of Raag Maaroo, page 1092-19
'ਸੋਹੰ ਹੰਸਾ ਦੀ ਧੁਨ! ਪ੍ਰਵਾਨਗੀ ਦੀ ਨਿਸ਼ਾਨੀ!
ਜਿਹੜਾ ਜੀਵ ਸ਼ਬਦ ਨਾਲ ਜੀਵਨ ਢਾਲਦਾ ਹੈ, ਉਸ ਦੇ ਮਨ ਵਿੱਚ ਸ਼ਬਦ ਘਰ ਕਰ ਜਾਂਦਾ ਹੈ । ਅੰਤਰਜਾਮੀ ਉਸ ਦੇ ਮਨ ਦੀਆਂ ਅਣਬੋਲੀਆਂ ਆਸਾਂ ਵੀ ਪੂਰੀਆ ਕਰ ਦੇਂਦਾ ਹੈ । ਉਹ ਦੇ ਮਨ ਵਿੱਚ "ਸੋਹੰ ਹੰਸਾ" ਦੀ ਧੁਨ ਚਲ ਪੈਂਦੀ ਹੈ! ਉਸ ਦੀ ਆਤਮਾ ਤਿੰਨਾਂ ਸ੍ਰਿਸ਼ਟੀਆਂ ਵਿੱਚ ਹੀ ਸਮਾ ਜਾਂਦੀ ਹੈ । ਕਲਯੁਗ ਵਿੱਚ ਕੋਈ ਵਿਰਲਾ ਹੀ ਆਪਣਾ ਜੀਵਨ ਸ਼ਬਦ ਨਾਲ ਢਾਲਦਾ, ਸ਼ਬਦ ਦੀ ਸਿਖਿਆਂ ਨਾਲ ਆਪਣੇ ਕੰਮਾਂ ਦੀ ਪਰਖ ਕਰਦਾ ਹੈ ।
The echo of Soha Hansaa! Symbol of acceptance in His Court!
Whosoever may adopt the teachings of His Word, he may remain drenched with the essence of His Word. The True Master, Omniscient may satisfy his spoken and unspoken desires, hopes. He may hear the everlasting echo of "Soha Hansaa" resonating within his heart. His soul may be immersed within three universes. In the Age of Kul-Jug, very rare devotee may adopt the teachings of His Word and evaluates his worldly deeds with the essence of His Word.

ਗੁਰੂ ਨਾਨਕ ਦੇਵ ਜੀ! – Guru Nanak Dev Ji! Guru Granth Sahib

55. **ਸਲੋਕ ਮਃ ੨॥** 1093-8

ਆਪੇ ਜਾਣੈ ਕਰੇ ਆਪਿ, ਆਪੇ ਆਣੈ ਰਾਸਿ॥	aapay jaanai karay aap aapay aanai raas.
ਤਿਸੈ ਅਗੈ ਨਾਨਕਾ, ਖਲਿਇ ਕੀਚੈ ਅਰਦਾਸਿ॥੧॥	tisai agai naankaa khali-ay keechai ardaas. ||1||

ਪ੍ਰਭ ਆਪ ਹੀ ਜਾਣਦਾ, ਸਭ ਕੁਝ ਕਰਦਾ, ਆਪ ਹੀ ਕਾਰਜ ਸਫਲ ਕਰਦਾ ਹੈ । ਜੀਵ ਉਸ ਅੱਗੇ ਨਿਮਾਣਾ ਬਣਕੇ ਅਰਦਾਸ ਕਰੋ ।

The Omniscient True Master always remains aware about the hopes, desires and feeling of all creatures. He prevails in all events in his life; with His mercy and grace, all his worldly tasks may be concluded successfully. You should always humbly pray for His Forgiveness and Refuge.

ਮਃ ੧॥	mehlaa 1.
ਜਿਨਿ ਕੀਆ ਤਿਨਿ ਦੇਖਿਆ, ਆਪੇ ਜਾਣੈ ਸੋਇ॥	jin kee-aa tin daykhi-aa aapay jaanai so-ay.
ਕਿਸ ਨੋ ਕਹੀਐ ਨਾਨਕਾ, ਜਾ ਘਰਿ ਵਰਤੈ ਸਭੁ ਕੋਇ॥੨॥	kis no kahee-ai naankaa jaa ghar vartai sabh ko-ay. ||2||

ਪ੍ਰਭ ਨੇ ਸ੍ਰਿਸ਼ਟੀ ਸਾਜੀ ਹੈ, ਉਹ ਦੇਖਦਾ ਹੈ ਅਤੇ ਆਪ ਹੀ ਸਭ ਕੁਝ ਜਾਣਦਾ ਹੈ । ਪ੍ਰਭ ਕਿਸ ਨੂੰ ਕੀ, ਕੁਝ ਕਿਹਾ ਜਾਵੇ? ਸਭ ਜੀਵਾਂ ਦੇ ਮਨ ਵਿੱਚ ਪ੍ਰਭ ਆਪ ਹੀ ਵਾਪਰਦਾ ਹੈ ।

The True Master has created all creatures, nourishes, monitors, and prevails in his activities of worldly life. His destiny has been prewritten as a reward of his previous lives deed. Whom may anyone blame for any mistakes? Only, The True Master remains embedded within each soul and only His Command may prevail within each event in His Nature.

ਪਉੜੀ॥	pa-orhee.
ਸਭੇ ਤੋਕ ਵਿਸਾਰਿ, ਇਕੋ ਮਿਤੁ ਕਰਿ॥	sabhay thok visaar iko mit kar.
ਮਨੁ ਤਨੁ ਹੋਇ ਨਿਹਾਲੁ, ਪਾਪਾ ਦਹੈ ਹਰਿ॥	man tan ho-ay nihaal paapaa dahai har.
ਆਵਣ ਜਾਣਾ ਚੁਕੈ, ਜਨਮਿ ਨ ਜਾਹਿ ਮਰਿ॥	aavan jaanaa chukai janam na jaahi mar.
ਸਚੁ ਨਾਮੁ ਆਧਾਰੁ, ਸੋਗਿ ਨ ਮੋਹਿ ਜਰਿ॥	sach naam aaDhaar sog na mohi jar.
ਨਾਨਕ ਨਾਮੁ ਨਿਧਾਨੁ, ਮਨ ਮਹਿ ਸੰਜਿ ਧਰਿ॥੨੦॥	naanak naam niDhaan man meh sanj Dhar. ||20||

ਜੀਵ ਸੰਸਾਰ ਦੇ ਸਬੰਧ ਬਦਲੋ! ਕੇਵਲ ਇਕੋ ਇਕ ਪ੍ਰਭ ਨੂੰ ਹੀ ਆਪਣਾ ਸਾਥੀ ਬਣਾਵੋ । ਪ੍ਰਭ ਪਾਪ ਬਖਸ਼ਕੇ ਮਨ, ਤਨ ਵਿੱਚ ਖੇੜਾ ਬਖਸ਼ਦਾ ਹੈ । ਪ੍ਰਭ ਦਾ ਸ਼ਬਦ ਹੀ ਜੀਵਨ ਦਾ ਆਸਰਾ ਬਣ ਜਾਂਦਾ ਹੈ । ਪ੍ਰਭ ਦੀ ਰਹਿਮਤ ਨਾਲ ਜਨਮ ਮਰਨ ਦਾ ਚੱਕਰ ਖਤਮ ਹੋ ਜਾਂਦਾ ਹੈ । ਫਿਰ ਦੂਜੀ ਵਾਰ ਮੌਤ ਨਹੀਂ ਆਉਂਦੀ । ਜੀਵ ਨੂੰ ਸੰਸਾਰਕ ਇਛਾਂ, ਮੋਹ ਦੇ ਦੁਖ ਭੋਗਣੇ ਨਹੀਂ ਪੈਂਦੇ । ਆਪਣੇ ਮਨ ਵਿੱਚ ਸ਼ਬਦ ਦੀ ਪਾਲਣਾ ਕਰਕੇ ਸ਼ਬਦ ਦੀ ਕਮਾਈ ਇਕੱਠੀ ਕਰੋ ।

You should renounce your worldly bonds and reaffirm your bond with The True Master as your only true companion. All your sins may be forgiven; with His mercy and grace, your mind and body may be blessed with everlasting blossom. The essence of His Word may become a supporting pillar of human life journey; your cycle of birth and death may be eliminated. You may never endure the misery in the womb of mother, nor face devil of death. You may never endure the frustration, miseries of worldly desires. You should always obey the teachings of His Word and earns the wealth of His Word.

Key Message of Raag Maaroo, page 1093-8
'ਮੌਤ ਤੇ ਜਿੱਤ!
ਪ੍ਰਭ ਨੇ ਸ੍ਰਿਸ਼ਟੀ ਸਾਜਦਾ, ਸਭ ਕੁਝ ਦੇਖਦਾ, ਜਾਣਦਾ, ਕੇਵਲ ਆਪ ਹੀ ਵਾਪਰਦਾ ਹੈ । ਜਿਹੜਾ ਕੇਵਲ ਪ੍ਰਭ ਦੇ ਸ਼ਬਦ ਨੂੰ ਹੀ ਜੀਵਨ ਦਾ ਆਸਰਾ ਬਣਾਉਂਦਾ, ਉਸ ਨੂੰ ਦੂਜੀ ਵਾਰ ਮੌਤ ਨਹੀਂ ਆਉਂਦੀ । ਉਹ ਕੇਵਲ ਸ਼ਬਦ ਦੀ ਕਮਾਈ ਇਕੱਠੀ ਕਰਦਾ ਹੈ!
Conquer own death!
The True Master creates, nourishes, monitors, and prevails in his activities of worldly life. Whosoever may adopt the teachings of His Word and prays for His Forgiveness and Refuge! He may never endure the misery in the womb of mother, nor face devil of death again. He only earns the wealth of His Word.

Chapter 22

ਰਾਗੁ ਤੁਖਾਰੀ

1. ਤੁਖਾਰੀ ਛੰਤ ਮਹਲਾ ੧॥ 1107-1

ੴ ਸਤਿਗੁਰ ਪ੍ਰਸਾਦਿ॥ ik-oNkaar, satgur parsaad.
ਤੂ ਸੁਣਿ ਕਿਰਤ ਕਰੰਮਾ ਪੁਰਬਿ ਕਮਾਇਆ॥ too sun kirat karammaa purab kamaa-i-aa.
ਸਿਰਿ ਸਿਰਿ ਸੁਖ ਸਹੰਮਾ ਦੇਹਿ ਸੁ ਤੂ ਭਲਾ॥ sir sir sukh sahammaa deh so too bhalaa.
ਹਰਿ ਰਚਨਾ ਤੇਰੀ ਕਿਆ ਗਤਿ ਮੇਰੀ, ਹਰਿ ਬਿਨੁ ਘੜੀ ਨ ਜੀਵਾ॥ har rachnaa tayree ki-aa gat mayree har bin gharhee na jeevaa.
ਪ੍ਰਿਅ ਬਾਝੁ ਦੁਹੇਲੀ ਕੋਇ ਨ ਬੇਲੀ, ਗੁਰਮੁਖਿ ਅੰਮ੍ਰਿਤੁ ਪੀਵਾਂ॥ pari-a baajh duhaylee ko-ay na baylee gurmukh amrit peevaaN.
ਰਚਨਾ ਰਾਚਿ ਰਹੇ ਨਿਰੰਕਾਰੀ, ਪ੍ਰਭ ਮਨਿ ਕਰਮ ਸੁਕਰਮਾ॥ rachnaa raach rahay nirankaaree parabh man karam sukarmaa.
ਨਾਨਕ ਪੰਥੁ ਨਿਹਾਲੇ ਸਾ ਧਨ, ਤੂ ਸੁਣਿ ਆਤਮ ਰਾਮਾ॥੧॥ naanak panth nihaalay saa Dhan too sun aatam raamaa. ||1||

ਜੀਵ ਨੂੰ ਆਪਣੇ ਪਿਛਲੇ ਕੀਤੇ ਕੰਮਾਂ ਨਾਲ ਹੀ ਦੁਖ, ਸੁਖ ਬਖਸ਼ਿਸ਼ ਹੁੰਦੇ ਹਨ । ਪ੍ਰਭ ਸਦਾ ਹੀ ਸਭ ਕੁਝ, ਜੀਵ ਦੀ ਭਲਾਈ ਲਈ ਹੀ ਬਖਸ਼ਦਾ ਹੈ । ਪ੍ਰਭ ਹੀ ਸ੍ਰਿਸ਼ਟੀ ਪੈਦਾ ਕਰਦਾ, ਪ੍ਰਭ ਦੇ ਹੁਕਮ ਅੰਦਰ ਹੀ ਸਭ ਕੰਮ ਕਰ ਸਕਦੀ ਹੈ । ਜੀਵ ਦਾ ਕੋਈ ਜ਼ੋਰ ਨਹੀ, ਪ੍ਰਭ ਦੇ ਬਖਸ਼ੇ ਸਵਾਸਾਂ ਤੋਂ ਬਿਨਾਂ ਜੀਵ ਪਲ ਵੀ ਜਿਉਂਦਾ ਨਹੀਂ ਰਹੇ ਸਕਦਾ । ਗੁਰਮਖ ਸ਼ਬਦ ਦੀ ਪਾਲਣਾ ਤੋਂ ਬਿਨਾਂ ਆਪਣਾ ਜੀਵਨ ਬਿਰਥਾ ਹੀ ਮਹਿਸੂਸ ਕਰਦਾ ਹੈ । ਪ੍ਰਭ ਆਪਣੀ ਸਾਜੀ ਸ੍ਰਿਸ਼ਟੀ ਵਿੱਚ ਹੀ ਵਸਦਾ ਹੈ । ਪ੍ਰਭ ਦੇ ਸ਼ਬਦ ਦੀ ਪਾਲਣਾ ਕਰਨਾ ਹੀ ਸਭ ਤੋਂ ਉਤਮ ਕੰਮ ਹੈ । ਮੇਰੀ ਅਰਦਾਸ ਸੁਣੋ! ਮੈਂ ਸ਼ਬਦ ਦੀ ਸਿਖਿਆਂ ਦੇ ਰਸਤੇ ਤੇ ਚਲਦਾ ਜੀਵਨ ਬਤੀਤ ਕਰਦਾ ਹਾ ।

The worldly pleasures and miseries have been blessed as a judgement of his previous live good or evil deeds. The True Master always blesses His Creation, pleasures, and miseries as a lesson for the benefit for his human life opportunity. No one may have any control or power to alter his own prewritten destiny nor may survive without His blessed breathes. His true devotee, may realizes, his human life opportunity be worthless without obeying the teachings of His Word. The True Master remains embedded within each soul and dwells within his body. To obey the teachings of His Word may be the most supreme, beneficial task for human life journey. My True Master blesses devotion to adopt the teachings of Your Word with steady and stable belief in my day-to-day life.

ਬਾਬੀਹਾ ਪ੍ਰਿਉ ਬੋਲੇ, ਕੋਕਿਲ ਬਾਣੀਆ॥ baabeehaa pari-o bolay kokil baanee-aa.
ਸਾਧਨ ਸਭਿ ਰਸ ਚੋਲੈ ਅੰਕਿ ਸਮਾਣੀਆ॥ saa Dhan sabh ras cholai ank samaanee-aa.
ਹਰਿ ਅੰਕਿ ਸਮਾਣੀ ਜਾ ਪ੍ਰਭ ਭਾਣੀ, ਸਾ ਸੋਹਾਗਣਿ ਨਾਰੇ॥ har ank samaanee jaa parabh bhaanee saa sohagan naaray.
ਨਵ ਘਰ ਥਾਪਿ ਮਹਲ ਘਰੁ ਊਚਉ, ਨਿਜ ਘਰਿ ਵਾਸੁ ਮੁਰਾਰੇ॥ nav ghar thaap mahal ghar oocha-o nij ghar vaas muraaray.
ਸਭ ਤੇਰੀ ਤੂ ਮੇਰਾ ਪ੍ਰੀਤਮੁ, ਨਿਸਿ ਬਾਸੁਰ ਰੰਗਿ ਰਾਵੈ॥ sabh tayree too mayraa pareetam nis baasur rang raavai.
ਨਾਨਕ ਪ੍ਰਿਉ ਪ੍ਰਿਉ ਚਵੈ ਬਬੀਹਾ, ਕੋਕਿਲ ਸਬਦਿ ਸੁਹਾਵੈ॥੨॥ naanak pari-o pari-o chavai babeehaa kokil sabad suhaavai. ||2||

ਮੈਂ ਸ਼ਬਦ ਦੇ ਮਿੱਠੇ ਬੋਲ ਬੋਲਦਾ, ਸ਼ਬਦ ਦੀ ਪਾਲਣਾ ਕਰਦਾ ਹੈ । ਮੈਂ ਸ਼ਬਦ ਦਾ ਧਨ ਇਕੱਠਾ ਕਰਦਾ, ਮੇਰੀ ਆਤਮਾ ਤੇਰੇ ਵਿੱਚ ਮਿਲਣ ਦੀ ਉਡੀਕ ਕਰਦੀ ਹੈ । ਜਿਸ ਦੀ ਆਤਮਾ ਪਵਿੱਤਰ, ਮਿਲਣ ਦੇ ਯੋਗ ਹੋ ਜਾਂਦੀ ਹੈ । ਪ੍ਰਭ ਆਪਣੀ ਰਹਿਮਤ ਨਾਲ ਸੰਜੋਗ ਬਖਸ਼ਦਾ ਹੈ । ਮਨ ਵਿੱਚ ਸੰਤੋਖ ਘਰ ਕਰ ਜਾਂਦਾ, ਬਖਸ਼ਿਸ਼ ਹੋ ਜਾਂਦਾ ਹੈ । ਪ੍ਰਭ ਨੇ ਆਤਮਾ ਦੇ ਵਿੱਚ 10 ਘਰ ਬਣਾਏ, ਨੌਂ ਘਰ ਵਿੱਚ ਆਤਮਾ ਘੁੰਮ ਸਕਦੀ ਹੈ । ਆਤਮਾ ਦੇ ਕੇਦਰ ਵਿੱਚ ਦਸਵੇਂ ਘਰ ਵਿੱਚ ਪ੍ਰਭ ਦਾ ਸ਼ਬਦ ਅਡੋਲ ਵਸਦਾ ਹੈ । ਜੀਵ ਦਾ ਤਨ, ਮਨ, ਹੈਸੀਅਤ ਸਭ ਪ੍ਰਭ ਦੀ ਇਮਾਨਤ ਹੈ । ਮੈਂ ਦਿਨ ਰਾਤ ਪ੍ਰਭ ਦੇ ਸ਼ਬਦ ਦੀ ਪਾਲਣਾ ਵਿੱਚ ਹੀ ਲੀਨ ਰਹਿੰਦਾ ਹਾ । ਮੈਂ ਸ਼ਬਦ ਦੀ ਉਸਤਤ ਗਾਉਂਦਾ, ਰਹਿਮਤ ਦੀ ਉਡੀਕ ਹੀ ਕਰਦਾ ਰਹਿੰਦਾ ਹਾ ।

I remain intoxicated in singing the melodious songs of His Glory and obeying the teachings of His Word with steady and stable belief in my day-to-day life. I earn the wealth of His Word and remain anxiously waiting for His Invitation. Whose soul may be sanctified to become worthy of His Consideration; with His mercy and grace, he may be blessed with the right path of acceptance in His Court. He may remain drenched with the enlightenment with the essence of His Word. The True Master has designed a cave with 10 layers within his body. Our soul may remain roaming in nine layers and His Holy Spirit, as His Word remains in blossom behind the 10th door. The True Master has blessed body, mind and worldly status to His Creation and remains only His Trust. I remain intoxicated in singing the glory and obeying the teachings of His Word; I remain in patience for His Blessed Vision, for His Consideration.

ਤੂ ਸੁਣਿ ਹਰਿ ਰਸ ਭਿੰਨੇ ਪ੍ਰੀਤਮ ਆਪਣੇ॥ too sun har ras bhinnay pareetam aapnay.
ਮਨਿ ਤਨਿ ਰਵਤ ਰਵੰਨੇ ਘੜੀ ਨ ਬੀਸਰੈ॥ man tan ravat ravannay gharhee na beesrai.
ਕਿਉ ਘੜੀ ਬਿਸਾਰੀ ਹਉ ਬਲਿਹਾਰੀ, ਹਉ ਜੀਵਾ ਗੁਣ ਗਾਏ॥ ki-o gharhee bisaaree ha-o balihaaree ha-o jeevaa gun gaa-ay.
ਨਾ ਕੋਈ ਮੇਰਾ ਹਉ ਕਿਸੁ ਕੇਰਾ, ਹਰਿ ਬਿਨੁ ਰਹਣੁ ਨ ਜਾਏ॥ naa ko-ee mayraa ha-o kis kayraa har bin rahan na jaa-ay.
ਓਟ ਗਹੀ ਹਰਿ ਚਰਣ ਨਿਵਾਸੇ, ਭਏ ਪਵਿੱਤਰ ਸਰੀਰਾ॥ ot gahee har charan nivaasay bha-ay pavitar sareeraa.
ਨਾਨਕ ਦ੍ਰਿਸਟਿ ਦੀਰਘ ਸੁਖੁ ਪਾਵੈ, ਗੁਰ ਸ਼ਬਦੀ ਮਨੁ ਧੀਰਾ॥੩॥ naanak darisat deeragh sukh paavai gur sabdee man Dheeraa. ||3||

ਮੇਰਾ ਮਨ, ਤਨ ਪ੍ਰਭ ਦੇ ਵਿਛੋੜੇ ਦੇ ਵਿਰਾਗ, ਸ਼ਬਦ ਦੀ ਪਾਲਣਾ ਵਿੱਚ ਮਸਤ ਹੋਇਆ ਹੈ । ਮੇਰਾ ਮਨ ਸ਼ਬਦ ਦੇ ਪਿਆਰ ਵਿੱਚ ਰੰਗਿਆ ਹੋਇਆ ਹੈ । ਪ੍ਰਭ ਦਾ ਸ਼ਬਦ ਇਕ ਪਲ ਵੀ ਮਨ ਵਿਚੋਂ ਵਿਸਰ ਨਾ ਜਾਵੇ! ਮੇਰਾ ਮਨ ਤਨ, ਪ੍ਰਭ ਦੇ ਲੇਖੇ ਵਿੱਚ ਹੀ ਲਗਾ ਹੈ । ਮੈਂ ਪ੍ਰਭ ਦੇ ਸ਼ਬਦ ਦੀ ਉਸਤਤ ਗਾਉਂਦਾ, ਪ੍ਰਭ ਦੀ ਸ਼ਰਣ ਵਿੱਚ ਹੀ ਪਨਾਹ ਲਈ ਹੈ । ਮੇਰਾ ਤਨ, ਮਨ ਸ਼ਬਦ ਦੀ ਪਾਲਣਾ ਕਰਦਾ ਪਵਿੱਤਰ ਹੋ ਗਿਆ ਹੈ । ਪ੍ਰਭ ਦੀ ਰਹਿਮਤ ਨਾਲ ਸ਼ਬਦ ਮੇਰੇ ਮਨ ਵਿੱਚ ਘਰ ਕਰ ਗਿਆ, ਮਨ ਸ਼ਬਦ ਨਾਲ ਸੀਤਲ ਹੋ ਗਿਆ ਹੈ ।

I remain in renunciation in the memory of my separation from His Holy Spirit. I remain intoxicated obeying the teachings of His Word. I remain drenched with the crimson color of my devotion to meditate on the teachings of His Word. I have surrendered my self-entity at His Sanctuary; I am singing the glory of His Word. I may never forget, ignore, abandon the teachings of His Word. I remain drenched with the essence of His Word; with His mercy and grace, my soul, mind, and body has been sanctified. I have been blessed with peace of mind and contentment in my worldly life.

ਗੁਰੂ ਨਾਨਕ ਦੇਵ ਜੀ! – Guru Nanak Dev Ji! Guru Granth Sahib

ਬਰਸੈ ਅੰਮ੍ਰਿਤ ਧਾਰ ਬੂੰਦ ਸੁਹਾਵਣੀ॥ barsai amrit Dhaar boond suhaavanee.
ਸਾਜਨ ਮਿਲੇ ਸਹਜਿ ਸੁਭਾਇ, ਹਰਿ ਸਿਉ ਪ੍ਰੀਤਿ ਬਣੀ॥ saajan milay sahj subhaa-ay har si-o pareet banee.
ਹਰਿ ਮੰਦਰਿ ਆਵੈ ਜਾ ਪ੍ਰਭ ਭਾਵੈ, ਧਨ ਊਭੀ ਗੁਣ ਸਾਰੀ॥ har mandar aavai jaa parabh bhaavai Dhan oobhee gun saaree.
ਘਰਿ ਘਰਿ ਕੰਤੁ ਰਵੈ ਸੋਹਾਗਣਿ, ਹਉ ਕਿਉ ਕੰਤਿ ਵਿਸਾਰੀ॥ ghar ghar kant ravai sohagan ha-o ki-o kant visaaree.
ਉਨਵਿ ਘਨ ਛਾਏ ਬਰਸੁ ਸੁਭਾਏ, ਮਨਿ ਤਨਿ ਪ੍ਰੇਮੁ ਸੁਖਾਵੈ॥ unav ghan chhaa-ay baras subhaa-ay man tan paraym sukhaavai.
ਨਾਨਕ ਵਰਸੈ ਅੰਮ੍ਰਿਤ ਬਾਣੀ, ਕਰਿ ਕਿਰਪਾ ਘਰਿ ਆਵੈ॥੪॥ naanak varsai amrit banee kar kirpaa ghar aavai. ||4||

ਸ਼ਬਦ ਦੀ ਮਨ ਨੂੰ ਮੋਹਣ ਵਾਲੀ ਧੁਨ ਦੀ ਵਰਖਾ ਹੋ ਰਹੀ ਹੈ । ਜਿਸ ਤੇ ਰਹਿਮਤ ਬਖਸ਼ਦਾ ਹੈ, ਉਸ ਦਾ ਮਨ ਸ਼ਬਦ ਦੀ ਪ੍ਰੀਤ ਵਿੱਚ ਲੀਨ ਹੋ ਜਾਂਦਾ ਹੈ । ਉਸ ਨੂੰ ਪ੍ਰਭ ਦੀ ਜੋਤ ਅਨੁਭਵ ਹੋ ਜਾਂਦੀ ਹੈ । ਉਹ ਸ਼ਬਦ ਦਾ ਸਿਮਰਨ ਕਰਦਾ ਖੇੜੇ ਵਿੱਚ ਰਹਿੰਦਾ ਹੈ । ਉਸ ਦੇ ਮਨ ਅੰਦਰ ਪ੍ਰਭ ਦੀ ਜੋਤ ਜਾਗਰਤ ਰਹਿੰਦੀ, ਆਤਮਾ ਅਨੰਦ ਮਾਨਦੀ ਹੈ । ਪ੍ਰਭ, ਮੇਰੇ ਤੇ ਰਹਿਮਤ ਕਿਉਂ ਨਹੀਂ ਬਖਸ਼ੀ? ਮੈਂ ਕਿਉਂ ਅਜੇ ਵੀ ਵਿਛੋੜੇ ਦੇ ਵਿਰਾਗ ਵਿੱਚ ਉਦਾਸ ਹਾ? ਮੇਰੇ ਮਨ ਦੇ ਅਕਾਸ਼ ਵਿੱਚ ਸ਼ਬਦ ਦੀ ਸੋਝੀ ਦੀ ਬਹੁਤ ਗੂੜੇ ਬੱਦਲ ਨਾਲ ਵਰਖਾ ਮਨ ਨੂੰ ਭਾਉਂਦੀ ਹੈ । ਜਿਸ ਨੂੰ ਸ਼ਬਦ ਦੀ ਸੋਝੀ ਬਖਸ਼ਦਾ ਹੈ । ਉਸ ਦੇ ਤਨ, ਮਨ ਵਿੱਚ ਖੇੜਾ ਬਖਸ਼ਿਸ਼ ਹੋ ਜਾਂਦਾ ਹੈ ।

I remain intoxicated with the essence of His Word raining within. The everlasting echo of His Word is very soothing to my mind. Whosoever may remain intoxicated in meditating on the teachings of His Word; with His mercy and grace, he may realize His Holy Spirit prevailing everywhere. He may remain awake and alert hearing the everlasting echo of His Word resonating within. Why am I still in renunciation in the memory of my separation from His Holy Spirit? The sky of my mind has been covered with very dense clouds of the essence of His Word; the rain of enlightenment of the essence of His Word has become very soothing to my mind. Whosoever may be enlightened with the essence of His Word; with His mercy and grace. He may remain overwhelmed with blossom within his mind and body.

Key Message of Raag Tukhaari, page 1107-1
'ਕਿਹੜੀ ਜੂੰਨ ਜਨਮ ਹੁੰਦਾ ਹੈ?
ਜੀਵ ਨੂੰ ਆਪਣੇ ਪਿਛਲੇ ਕੀਤੇ ਕੰਮਾਂ ਨਾਲ ਹੀ ਦੁਖ, ਸੁਖ ਬਖਸ਼ਿਸ਼ ਹੁੰਦੇ ਹਨ । ਗੁਰਮਖ ਸ਼ਬਦ ਦੀ ਹੀ ਪਾਲਣਾ ਤੋਂ ਬਿਨਾਂ ਆਪਣਾ ਜੀਵਨ ਬਿਰਥਾ ਹੀ ਮਹਿਸੂਸ ਕਰਦਾ ਹੈ । ਉਹ ਸ਼ਬਦ ਦੀ ਪਾਲਣਾ ਕਰਦਾ, ਸ਼ਬਦ ਦਾ ਧਨ ਇਕੱਠਾ ਕਰਦਾ, ਸੰਤੋਖ ਨਾਲ ਉਡੀਕ ਕਰਦਾ ਹੈ! ਉਹ ਪ੍ਰਭ ਦੇ ਵਿਛੋੜੇ ਦੇ ਵਿਰਾਗ, ਸ਼ਬਦ ਦੀ ਪਾਲਣਾ ਵਿੱਚ ਮਸਤ ਹੋਇਆ, ਸ਼ਬਦ ਦੇ ਪਿਆਰ ਵਿੱਚ ਰੰਗਿਆ, ਆਪਾ ਪ੍ਰਭ ਦੇ ਭੇਟਾ ਕਰ ਦੇਂਦਾ ਹੈ!
What cycle of life may be blessed?
The worldly pleasures and miseries are the rewards of previous lives good or evil deeds. His true devotee adopts the teachings of His Word as the real purpose of his human life opportunity. The True Master remains embedded within each soul and prevails in every action. He remains intoxicated in obeying the teachings of His Word, earns the wealth of His Word and waiting anxiously with patience for His Invitation. He remains intoxicated obeying the teachings of His Word, in renunciation in the memory of his separation from His Holy Spirit; he remains drenched with the crimson color of essence of His Word. He surrenders his mind, body, and self-entity at His Sanctuary.

2. ਤੁਖਾਰੀ ਮਹਲਾ ੧॥ ਚੇਤ॥ 1107-15 - ਬਾਰਾਂ ਮਾਹ

<u>ਚੇਤੁ</u> ਬਸੰਤੁ ਭਲਾ ਭਵਰ ਸੁਹਾਵੜੇ॥ chayt basant bhalaa bhavar suhaavrhay.
ਬਨ ਫੂਲੇ ਮੰਝ ਬਾਰਿ ਮੈ, ਪਿਰੁ ਘਰਿ ਬਾਹੁੜੈ॥ ban foolay manjh baar mai pir ghar baahurhai.
ਪਿਰੁ ਘਰਿ ਨਹੀਂ ਆਵੈ ਧਨ ਕਿਉ ਸੁਖੁ ਪਾਵੈ, pir ghar nahee aavai Dhan ki-o sukh paavai
ਬਿਰਹਿ ਬਿਰੋਧ ਤਨੁ ਛੀਜੈ॥ bireh biroDh tan chheejai.
ਕੋਕਿਲ ਅੰਬਿ ਸੁਹਾਵੀ ਬੋਲੈ, ਕਿਉ ਦੁਖੁ ਅੰਕਿ ਸਹੀਜੈ॥ kokil amb suhaavee bolai ki-o dukh ank saheejai.
ਭਵਰੁ ਭਵੰਤਾ ਫੂਲੀ ਡਾਲੀ, ਕਿਉ ਜੀਵਾ ਮਰੁ ਮਾਏ॥ bhavar bhavantaa foolee daalee ki-o jeevaa mar maa-ay.
ਨਾਨਕ ਚੇਤਿ ਸਹਜਿ ਸੁਖੁ ਪਾਵੈ, ਜੇ ਹਰਿ ਵਰੁ ਘਰਿ ਧਨ ਪਾਏ॥੫॥ naanak chayt sahj sukh paavai jay har var ghar Dhan paa-ay. ||5||

<u>ਚੇਤ ਦੇ ਮਹਿਨੇ</u> ਵਿੱਚ ਬਸੰਤ ਦੀ ਰੁੱਤ ਹੁੰਦੀ ਹੈ! ਚਾਰ ਪਾਸੇ ਬ੍ਰਿਛਾਂ ਤੇ ਫੁੱਲ ਲਗਦੇ ਹਨ । ਜਿਸ ਤੇ ਪ੍ਰਭ ਰਹਿਮਤ ਬਖਸ਼ਦਾ ਹੈ, ਉਸ ਦੇ ਮਨ ਵਿੱਚ ਵੀ ਬਸੰਤ ਆ ਜਾਂਦੀ ਹੈ । ਜਿਸ ਤੋਂ ਪ੍ਰਭ ਦੀ ਰਹਿਮਤ ਦੂਰ ਹੋ ਜਾਂਦੀ ਹੈ, ਉਸ ਦੇ ਮਨ ਨੂੰ ਇਹ ਬਸੰਤ, ਫੁੱਲ ਚੰਗੇ ਨਹੀਂ ਲਗਦੇ, ਖੁਸ਼ੀ ਨਹੀਂ ਦੇਂਦੇ, ਉਦਾਸੀ ਹੀ ਰਹਿੰਦੀ ਹੈ । ਬਸੰਤ ਵਿੱਚ ਕੋਕਿਲ ਬ੍ਰਿਛ ਤੇ ਬੈਠੀ ਮਿੱਠੇ ਬੋਲ ਬੋਲਦੀ ਹੈ । ਪਰ ਮੇਰਾ ਮਨ ਉਸ ਦਾ ਅਨੰਦ ਨਹੀਂ ਮਾਨ ਸਕਦਾ, ਤੇਰ ਵਿਛੋੜੇ ਦਾ ਦਰਦ ਡੂੰਘਾ ਹੈ । ਸ਼ਹਿਦ ਦੀ ਮੱਖੀ, ਬੱਬਲ ਬੀ ਫੁੱਲਾ ਦੀ ਸੁਗੰਧ ਲੈਂਦੀ, ਇਕ ਫੁੱਲ ਤੋਂ ਦੂਸਰੇ ਤੇ ਬੈਠਦੀ ਹੈ । ਪਰ ਮੇਰੇ ਮਨ ਵਿੱਚ ਕਿਵੇਂ ਸੰਤੋਖ ਆਵੇ? ਮੇਰਾ ਪ੍ਰੀਤਮ ਵਾਪਸ ਨਹੀਂ ਆਇਆ । ਪ੍ਰਭ ਦੀ ਰਹਿਮਤ ਨਾਲ ਜਿਸ ਦਾ ਪ੍ਰੀਤਮ ਉਸ ਦੇ ਪਾਸ ਹੁੰਦਾ ਹੈ, ਉਸ ਦੀ ਆਤਮਾ ਹੀ ਸੰਤੋਖ, ਅਨੰਦ ਮਾਨ ਸਕਦੀ ਹੈ ।

The month of **<u>Chyat</u>** is a spring season and all trees remain blossom with flowers. Whosoever may be bestowed with His Blessings, he may enjoy blossom like spring within his heart; without His mercy and grace, his mind may not enjoy comforts and excitements with the spring season. I remain miserable and gloomy in my worldly life. Even though singing bird, **KOKAL** may sing melodious songs sitting in tree branches; however, my mind remains in deep renunciation in the memory of my separation from His Holy Spirit. The honey bee may enjoy the aroma siting on one flower to another flower. How may I be blessed with contentment and realize His Existence within my mind? Whosoever may be blessed with a union with his beloved, The True Master, only he may remain in blossom and contented.

Key Message of Raag Tukhaari, page 1107-15
'<u>ਚੇਤ</u>!
<u>ਚੇਤ</u> ਬਸੰਤ ਦੀ ਰੁੱਤ ਹੁੰਦੀ ਹੈ! ਚਾਰ ਪਾਸੇ ਬ੍ਰਿਛਾਂ ਤੇ ਫੁੱਲ ਲਗਦੇ ਹਨ । ਜਿਹੜਾ ਪ੍ਰਭ ਦੇ ਸ਼ਬਦ ਦੀ ਪਾਲਣਾ ਕਰਦਾ, ਬਖਸ਼ੇ ਵਿੱਚ ਸੰਤੋਖ ਰਖਦਾ, ਉਸ ਦੇ ਮਨ ਵਿੱਚ ਵੀ ਬਸੰਤ ਆ ਜਾਂਦੀ ਹੈ । ਜਿਸ ਦੇ ਮਨ ਵਿੱਚ ਪ੍ਰਭ ਦੇ ਵਿਛੋੜੇ ਦਾ ਦਰਦ ਡੂੰਘਾ ਹੁੰਦਾ ਹੈ, ਕੇਵਲ ਉਸ ਨੂੰ ਹੀ, ਪ੍ਰਭ ਦੇ ਸ਼ਬਦ ਵਿੱਚ ਲੀਨ ਹੋਣ ਨਾਲ ਮਨ ਵਿੱਚ ਸੰਤੋਖ ਰਹਿੰਦਾ ਹੈ!
Chyat!

Chyat is a spring season! All trees remain blossom with flowers. Whosoever may remain intoxicated in the void of His Word; he may enjoy blossom like spring within his heart. Whosoever may remain in deep renunciation in the memory of his separation from His Holy Spirit. He may realize contentment, only by realizing His Existence within.

3. ਤੁਖਾਰੀ ਮਹਲਾ ੧॥ ਵੈਸਾਖ॥ 1108-3

ਵੈਸਾਖੁ ਭਲਾ ਸਾਚਾ ਵੇਸ ਕਰੇ॥	vaisaakh bhalaa saakhaa vays karay.
ਧਨ ਦੇਖੈ ਹਰਿ ਦੁਆਰਿ ਆਵਹੁ, ਦਇਆ ਕਰੇ॥	Dhan daykhai har du-aar aavhu da-i-aa karay.
ਘਰਿ ਆਉ ਪਿਆਰੇ ਦੁਤਰ ਤਾਰੇ, ਤੁਧੁ ਬਿਨੁ ਅਢੁ ਨ ਮੋਲੋ॥	ghar aa-o pi-aaray dutar taaray tuDh bin adh na molo.
ਕੀਮਤਿ ਕਉਣ ਕਰੇ ਤੁਧੁ ਭਾਵਾਂ, ਦੇਖਿ ਦਿਖਾਵੈ ਢੋਲੋ॥	keemat ka-un karay tuDh bhaavaaN daykh dikhaavai dholo.
ਦੂਰਿ ਨ ਜਾਨਾ ਅੰਤਰਿ ਮਾਨਾ, ਹਰਿ ਕਾ ਮਹਲੁ ਪਛਾਨਾ॥	door na jaanaa antar maanaa har kaa mahal pachhaanaa.
ਨਾਨਕ ਵੈਸਾਖੀਂ ਪ੍ਰਭੁ ਪਾਵੈ, ਸੁਰਤਿ ਸਬਦਿ ਮਨੁ ਮਾਨਾ॥੬॥	naanak vaisaakheeN parabh paavai surat sabad man maanaa. ||6||

ਵੈਸਾਖ ਬਹੁਤ ਸੁੰਦਰ ਲਗਦਾ ਹੈ, ਇਸ ਸਮੇਂ ਬ੍ਰਿਛਾ ਤੇ ਨਵੇਂ ਪੱਤੇ ਨਿਕਲਦੇ ਹਨ । ਜਿਸ ਦੇ ਮਨ ਵਿੱਚ ਪ੍ਰਭ ਦੀ ਜੋਤ ਜਾਗਰਤ ਹੋ ਜਾਂਦੀ ਹੈ, ਉਸ ਦੀ ਆਤਮਾ ਅਰਾਮ ਮਹਿਸੂਸ ਕਰਦੀ ਹੈ । ਜੀਵ, ਇਸ ਸਮੇਂ ਪੱਕੀ ਫਸਲ ਕੱਟਕੇ ਸੰਸਾਰਕ ਲੋੜਾ ਪੂਰੀਆਂ ਕਰਦਾ, ਅਨੰਦ ਮਾਨਦਾ ਹੈ । ਪ੍ਰਭ ਆਪਣੀ ਰਹਿਮਤ ਨਾਲ ਬੰਦਗੀ ਦਾ ਰਸਤਾ ਬਖਸ਼ੋ । ਤੇਰੀ ਰਹਿਮਤ ਤੋਂ ਬਿਨਾਂ ਸੰਸਾਰਕ ਧਨ ਕਿਸੇ ਕੰਮ ਨਹੀਂ ਆਉਂਦਾ । ਜਿਸ ਦੀ ਬੰਦਗੀ ਪ੍ਰਭ ਦੇ ਪ੍ਰਵਾਨ ਹੋ ਜਾਂਦੀ ਹੈ, ਉਸ ਦੀ ਕੀਮਤ ਕੌਣ ਜਾਣ ਸਕਦਾ ਹੈ? ਉਹ ਬਾਕੀਆਂ ਨੂੰ ਉਸ ਰਸਤੇ ਤੇ ਚਲਣ ਦੀ ਪ੍ਰੇਰਨਾ ਕਰਦਾ ਹੈ । ਪ੍ਰਭ ਤੂੰ ਦੂਰ ਨਹੀਂ, ਮੇਰੇ ਅੰਦਰ ਹੀ ਆਤਮਾ ਵਿੱਚ ਵਸਦਾ ਹੈ । ਮੈਂ ਪ੍ਰਭ ਦੀ ਹੋਂਦ ਮਹਿਸੂਸ ਕਰਦਾ ਹਾ । ਜਿਸ ਦੇ ਮਨ ਵਿੱਚ ਸ਼ਬਦ ਦੀ ਸਿਖਿਆਂ ਘਰ ਕਰ ਜਾਂਦੀ ਹੈ, ਉਸ ਨੂੰ ਹੀ ਵੈਸਾਖੀ ਸੁਹਾਵਨੀ ਲਗਦੀ ਹੈ । ਜਿਸ ਦੀ ਸੁਰਤੀ ਸ਼ਬਦ ਵਿੱਚ ਲਗ ਜਾਂਦੀ ਹੈ, ਉਸ ਦੇ ਮਨ ਵਿੱਚ ਸ਼ਬਦ ਦੀ ਗੂੰਜ ਨਾਲ ਭਰ ਜਾਂਦੀ ਹੈ ।

The month of **Vasiaakh** is very splendors; all trees blossom with new leaves, new greenery. Whosoever may be enlightened with the essence of His Word within; with His mercy and grace, his soul realizes peace and blossom. This month is to reap crops and fulfill the necessities of worldly life and to enjoy His Blessings. My Merciful True Master blesses me with the right path of acceptance in Your Court. All worldly wealth may be useless for the real purpose of human life. Whosoever may comprehend his own state of mind; he may become worth of His Consideration. He may inspire others to adopt the teachings of His Word in day-to-day life. He may realize His Existence very near within his soul. Whosoever may be drenched with the essence of His Word in his day-to-day life; he may remain intoxicated with the everlasting echo of His Word resonating within his heart; only he may cherish the pleasure of Vasiaakh.

Key Message of Raag Tukhaari, page 1108-3
'ਵੈਸਾਖ!
ਵੈਸਾਖ ਵਿੱਚ ਬ੍ਰਿਛਾਂ ਤੇ ਨਵੇਂ ਪੱਤੇ ਨਿਕਲਦੇ ਹਨ । ਜਿਹੜਾ ਪ੍ਰਭ ਦੇ ਸ਼ਬਦ ਦੀ ਪਾਲਣਾ ਵਿੱਚ ਲੀਨ ਰਹਿੰਦਾ ਹੈ, ਉਸ ਦੀ ਆਤਮਾ ਅਰਾਮ ਮਹਿਸੂਸ ਕਰਦੀ ਹੈ । ਪ੍ਰਭ, ਆਤਮਾ ਅੰਦਰ ਹੀ ਵਸਦਾ ਹੈ! ਜਿਸ ਦੇ ਮਨ ਵਿੱਚ ਸ਼ਬਦ ਦੀ ਸਿਖਿਆਂ ਘਰ ਕਰ ਜਾਂਦੀ ਹੈ, ਉਸ ਨੂੰ ਹੀ ਵੈਸਾਖੀ ਸੁਹਾਵਨੀ ਲਗਦੀ ਹੈ । ਜਿਸ ਦੀ ਸੁਰਤੀ ਸ਼ਬਦ ਵਿੱਚ ਲਗ ਜਾਂਦੀ ਹੈ, ਉਸ ਦੇ ਮਨ ਵਿੱਚ ਸ਼ਬਦ ਦੀ ਗੂੰਜ ਭਰ ਜਾਂਦੀ ਹੈ ।
Vasiaakh!
Vasiaakh, all trees blossom with new leaves, new greenery. Whosoever may be enlightened with the essence of His Word within; his soul realizes peace and blossom. His Holy Spirit remains embedded within every soul. Whosoever may be drenched with the essence of His Word; he may hear the everlasting echo of His Word resonating within; only he may cherish the pleasure of Vasiaakh.

4. ਤੁਖਾਰੀ ਮਹਲਾ ੧॥ ਜੇਠੁ॥ 1108-6

ਮਾਹੁ ਜੇਠੁ ਭਲਾ ਪ੍ਰੀਤਮੁ ਕਿਉ ਬਿਸਰੈ॥	maahu jayth bhalaa pareetam ki-o bisrai.
ਥਲ ਤਾਪਹਿ ਸਰ ਭਾਰ ਸਾ ਧਨ ਬਿਨਉ ਕਰੈ॥	thal taapeh sar bhaar saa Dhan bin-o karai.
ਧਨ ਬਿਨਉ ਕਰੇਦੀ ਗੁਣ ਸਾਰੇਦੀ, ਗੁਣ ਸਾਰੀ ਪ੍ਰਭ ਭਾਵਾ॥	Dhan bin-o karaydee gun saaraydee gun saaree parabh bhaavaa.
ਸਾਚੈ ਮਹਲਿ ਰਹੈ ਬੈਰਾਗੀ, ਆਵਣ ਦੇਹਿ ਤ ਆਵਾ॥	saachai mahal rahai bairaagee aavan deh ta aavaa.
ਨਿਮਾਣੀ ਨਿਤਾਣੀ ਹਰਿ ਬਿਨੁ, ਕਿਉ ਪਾਵੈ ਸੁਖ ਮਹਲੀ॥	nimaanee nitaanee har bin ki-o paavai sukh mahlee.
ਨਾਨਕ ਜੇਠਿ ਜਾਣੈ ਤਿਸੁ ਜੈਸੀ, ਕਰਮਿ ਮਿਲੈ ਗੁਣ ਗਹਿਲੀ॥੭॥	naanak jayth jaanai tis jaisee karam milai gun gahilee. ||7||

ਜੇਠ ਵਿੱਚ ਬਹੁਤ ਗਰਮੀ ਪੈਂਦੀ ਹੈ, ਧਰਤੀ ਤਪਦੀ ਹੈ, ਪੌਦੇ ਮੁਰਝਾ ਜਾਂਦੇ ਹਨ । ਜਿਸ ਦਾ ਸਾਥੀ ਨਾਲ ਨਹੀਂ ਹੁੰਦਾ, ਉਸ ਦਾ ਮਨ ਵੀ ਮੁਰਝਾ ਜਾਂਦਾ ਹੈ । ਬੰਦਗੀ ਕਰਨ ਵਾਲਾ ਪ੍ਰਭ ਅੱਗੇ ਰਹਿਮਤ ਦੀ ਅਰਦਾਸ ਕਰਦਾ, ਪ੍ਰਭ ਦੇ ਸ਼ਬਦ ਦੀ ਉਸਤਤ ਗਾਉਂਦਾ ਹੈ । ਪ੍ਰਭ ਮੇਰੀ ਆਤਮਾ ਦੇ ਦਸਵੇਂ ਘਰ ਵਸਦਾ ਰਹਿੰਦਾ ਹੈ । ਪ੍ਰਭ ਦੀ ਰਹਿਮਤ ਨਾਲ ਹੀ ਸ਼ਬਦ ਦੀ ਸੋਝੀ ਬਖਸ਼ਿਸ਼ ਹੋ ਸਕਦੀ ਹੈ । ਨਿਮਾਣੀ ਆਤਮਾ ਦਾ ਕੋਈ ਜ਼ੋਰ ਨਹੀਂ ਹੁੰਦਾ ਹੈ । ਮੈਂ ਕਿਸਤਰ੍ਹਾਂ ਰਹਿਮਤ ਦੇ ਯੋਗ ਬਣ ਸਕਦਾ ਹਾ? ਜਿਹੜਾ ਪ੍ਰਭ ਦੇ ਸ਼ਬਦ ਦੀ ਬੰਦਗੀ ਕਰਕੇ, ਆਪਣੀ ਆਤਮਾ ਨੂੰ ਪ੍ਰਭ ਵਰਗਾ ਪਵਿੱਤਰ ਕਰ ਲੈਂਦਾ ਹੈ, ਉਸ ਨੂੰ ਹੀ ਪ੍ਰਵਾਨਗੀ ਦਾ ਰਸਤਾ ਬਖਸ਼ਿਸ਼ ਹੋ ਸਕਦਾ ਹੈ ।

Jayth is a hot summer month; earth may become scorching hot and plants may become dry. His true devotee may sing the glory to please His True Master. He prays for His Forgiveness and Refuge. The True Master remains embedded within each soul; only with His mercy and grace, His true devotee may be enlightened with the essence of His Word. Humble soul may not have any control to become worthy of His Consideration. Whosoever may obey the teachings of His Word; with His mercy and grace, his soul may be sanctified to become worthy of His Consideration. He may be blessed with the right path of acceptance in His Court.

Key Message of Raag Tukhaari page 1108-6
'ਜੇਠ!
ਜੇਠ ਦੀ ਗਰਮੀ ਵਿੱਚ ਪੌਦੇ ਮੁਰਝਾ ਜਾਂਦੇ ਹਨ । ਜਿਸ ਦਾ ਸਾਥੀ ਨਾਲ ਨਹੀਂ ਹੁੰਦਾ, ਉਸ ਦਾ ਮਨ ਵੀ ਮੁਰਝਾ ਜਾਂਦਾ ਹੈ । ਜਿਹੜਾ ਸ਼ਬਦ ਦੀ ਪਾਲਣਾ ਕਰਦਾ, ਆਪਣੀ ਆਤਮਾ ਨੂੰ ਪ੍ਰਭ ਵਰਗਾ ਪਵਿੱਤਰ ਕਰ ਲੈਂਦਾ ਹੈ, ਉਸ ਨੂੰ ਪ੍ਰਵਾਨਗੀ ਦਾ ਰਸਤਾ ਬਖਸ਼ਿਸ਼ ਹੋ ਸਕਦਾ ਹੈ । ਉਸ ਦਾ ਮਨ ਕਦੇਂ ਡੋਲਦਾ ਨਹੀਂ!
Jayth!

Hot summer of **Jayth**, plants may become dry. Whosoever may abandon the path of His Word; he may feel miserable! Whosoever may sanctify his soul to become worthy of His Consideration; he may be blessed with the right path of acceptance in His Court. He may never realize any difference, misery with scorching hot season.

5. ਤੁਖਾਰੀ ਮਹਲਾ ੧॥ ਆਸਾੜੁ॥ 1108-9

ਆਸਾੜੁ ਭਲਾ ਸੂਰਜੁ ਗਗਨਿ ਤਪੈ॥	aasaarh bhalaa sooraj gagan tapai.
ਧਰਤੀ ਦੂਖ ਸਹੈ ਸੋਖੈ ਅਗਨਿ ਭਖੈ॥	Dhartee dookh sahai sokhai agan bhakhai.
ਅਗਨਿ ਰਸੁ ਸੋਖੈ ਮਰੀਐ ਧੋਖੈ, ਭੀ ਸੋ ਕਿਰਤੁ ਨ ਹਾਰੇ॥	agan ras sokhai maree-ai Dhokhai bhee so kirat na haaray.
ਰਥੁ ਫਿਰੈ ਛਾਇਆ ਧਨ ਤਾਕੈ, ਟੀਡੁ ਲਵੈ ਮੰਝਿ ਬਾਰੇ॥	rath firai chhaa-i-aa Dhan taakai teed lavai manjh baaray.
ਅਵਗਣ ਬਾਧਿ ਚਲੀ ਦੁਖੁ ਆਗੈ, ਸੁਖੁ ਤਿਸੁ ਸਾਚੁ ਸਮਾਲੇ॥	avgan baaDh chalee dukh aagai sukh tis saach samaalay.
ਨਾਨਕ ਜਿਸ ਨੋ ਇਹੁ ਮਨੁ ਦੀਆਂ, ਮਰਣੁ ਜੀਵਣੁ ਪ੍ਰਭ ਨਾਲੇ॥੮॥	naanak jis no ih man dee-aa maran jeevan parabh naalay. ||8||

ਆਸਾੜ (ਹਾੜ) ਦੇ ਮਹਿਨੇ ਵਿੱਚ ਬਹੁਤ ਗਰਮੀ ਹੁੰਦੀ ਹੈ । ਸੂਰਜ ਦੀ ਗਰਮੀ ਅਕਾਸ਼ ਵਿੱਚ ਚਮਕਦੀ ਹੈ । ਧਰਤੀ ਵੀ ਤਪ ਜਾਂਦੀ ਹੈ, ਬੂਟੇ, ਬ੍ਰਿਛ ਸੁੱਕ ਕੇ ਬਾਲਣ ਬਣ ਜਾਂਦੇ ਹਨ । ਇਕ ਅੱਗ ਦੀ ਚੰਗਿਆੜੀ ਨਾਲ ਚਾਰੇ ਪਾਸੇ ਅੱਗ ਚਲ ਸਕਦੀ ਹੈ । ਇਤਨੀ ਸੋਕ ਪੈਣ ਨਾਲ ਵੀ ਸੂਰਜ ਦੀ ਤਪਤ ਘਟਦੀ ਨਹੀਂ । ਪ੍ਰਭ ਦੀ ਕੁਦਰਤ ਵਾਪਰਦੀ ਹੀ ਰਹਿੰਦੀ ਹੈ, ਜੀਵ ਛਾਂ ਲਭਦੇ ਰਹਿੰਦੇ ਹਨ । ਪੰਛੀ ਵੀ ਜੰਗਲਾਂ ਵਿੱਚ ਬ੍ਰਿਛਾ ਦੀ ਛਾਂ ਵਿੱਚ ਲੁਕ ਜਾਂਦੇ ਹਨ । ਇਸਤਰ੍ਹਾਂ ਆਤਮ ਅਉਗੁਣਾਂ ਦੀ ਗੰਠੜੀ ਲੈ ਕੇ ਸੰਸਾਰ ਵਿੱਚ ਦੁਖ ਭੋਗਦੀ ਹੈ । ਜਿਸ ਦਾ ਭਰੋਸਾ ਪ੍ਰਭ ਤੇ ਅਡੋਲ ਰਹਿੰਦਾ ਹੈ । ਉਸ ਨੂੰ ਅਰਾਮ, ਸੰਤੋਖ ਬਖਸ਼ਿਸ਼ ਹੋ ਜਾਂਦਾ ਹੈ । ਜਿਹੜਾ ਆਪਣਾ ਤਨ, ਮਨ ਪ੍ਰਭ ਦੇ ਲੇਖੇ ਲਾ ਦੇਂਦਾ ਹੈ । ਉਸ ਨੂੰ ਮਰਨ, ਜੀਵਨ, ਧੁੱਪ ਛਾਂ ਵਿੱਚ ਕੋਈ ਅੰਤਰ ਮਹਿਸੂਸ ਨਹੀਂ ਹੁੰਦਾ ।

Aasaarh is a month of hot weather. The scorching heat of Sun shines in the sky. Earth becomes scorching hot and all trees and plants becomes bone dry like fuel, wood. A small spark may spread fire all over. Even with such a dryness on earth; the scorching heat of Sun may not diminish. His Nature prevails in the universe! All worldly creatures, human, birds, animals searching for shade, shelter to hide to find protection from Sun heat. Same way the soul with burden of sins may endure miseries. Whosoever may remain intoxicated in obeying the teachings of His Word with steady and stable belief; with His mercy and grace, he may be blessed with comforts and contentment in worldly life. Whosoever may surrender his mind, body, and worldly status at His Sanctuary; he may never realize any difference in heat of sun or cool shade of tree.

Key Message of Raag Tukhaari page 1108-9

ਆਸਾੜ (ਹਾੜ)!

ਆਸਾੜ (ਹਾੜ) ਦੇ ਵਿੱਚ ਸੂਰਜ ਦੀ ਗਰਮੀ ਨਾਲ ਬ੍ਰਿਛ ਸੁੱਕ ਕੇ ਬਾਲਣ ਬਣ ਜਾਂਦੇ ਹਨ । ਇਕ ਅੱਗ ਦੀ ਚੰਗਿਆੜੀ ਨਾਲ ਚਾਰੇ ਪਾਸੇ ਅੱਗ ਚਲ ਸਕਦੀ ਹੈ । ਜੀਵ, ਪੰਛੀ ਛਾਂ ਲਭਦੇ ਰਹਿੰਦੇ ਹਨ । ਇਸਤਰ੍ਹਾਂ ਆਤਮ ਅਉਗੁਣਾਂ ਦੀ ਗੰਠੜੀ ਲੈ ਕੇ ਸੰਸਾਰ ਵਿੱਚ ਦੁਖ ਭੋਗਦੀ ਹੈ । ਜਿਹੜਾ ਆਪਾ ਪ੍ਰਭ ਦੇ ਲੇਖੇ ਲਾ ਦੇਂਦਾ ਹੈ, ਉਸ ਨੂੰ ਅਰਾਮ, ਸੰਤੋਖ ਬਖਸ਼ਿਸ਼ ਹੋ ਜਾਂਦਾ ਹੈ ।

Aasaarh!

Aasaarh, scorching heat of Sun shines in the sky. All trees and plants become bone dry like fuel, wood. A small spark may spread fire all over. All worldly creatures, remain searching for shade, shelter to be protected from Sun heat. Same way the soul with burden of sins may be enduring miseries. Whosoever may surrender his self-entity at His Sanctuary; he may never realize any difference in heat of Sun or cool shade of tree.

6. ਤੁਖਾਰੀ ਮਹਲਾ ੧॥ ਸਾਵਣਿ॥ 1108- 12

ਸਾਵਣਿ ਸਰਸ ਮਨਾ ਘਣ ਵਰਸਹਿ ਰੁਤਿ ਆਏ॥	saavan saras manaa ghan varseh rut aa-ay.
ਮੈ ਮਨਿ ਤਨਿ ਸਹੁ ਭਾਵੈ, ਪਿਰ ਪਰਦੇਸਿ ਸਿਧਾਏ॥	mai man tan saho bhaavai pir pardays siDhaa-ay.
ਪਿਰੁ ਘਰਿ ਨਹੀਂ ਆਵੈ ਮਰੀਐ ਹਾਵੈ, ਦਾਮਨਿ ਚਮਕਿ ਡਰਾਏ॥	pir ghar nahee aavai maree-ai haavai daaman chamak daraa-ay.
ਸੇਜ ਇਕੇਲੀ ਖਰੀ ਦੁਹੇਲੀ, ਮਰਣੁ ਭਇਆ ਦੁਖੁ ਮਾਏ॥	sayj ikaylee kharee duhaylee maran bha-i-aa dukh maa-ay.
ਹਰਿ ਬਿਨੁ ਨੀਦ ਭੂਖ ਕਹੁ ਕੈਸੀ, ਕਾਪੜੁ ਤਨਿ ਨ ਸੁਖਾਵਏ॥	har bin need bhookh kaho kaisee kaaparh tan na sukhaava-ay.
ਨਾਨਕ ਸਾ ਸੋਹਾਗਣਿ ਕੰਤੀ, ਪਿਰ ਕੈ ਅੰਕਿ ਸਮਾਵਏ॥੯॥	naanak saa sohagan kantee pir kai ank samaav-ay. ||9||

ਸਵਾਨ ਦਾ ਮਹਿਨੇ ਵਿੱਚ ਵਰਖਾ ਹੁੰਦੀ, ਮੌਸਮ ਮਨ ਨੂੰ ਬੁਹਤ ਸੁਹਾਵਨਾ ਲਗਦਾ ਹੈ । ਪ੍ਰਭ ਦੀ ਰਹਿਮਤ ਨਾਲ ਤਨ ਅਤੇ ਮਨ ਨੂੰ ਅਰਾਮ ਮਿਲਦਾ ਹੈ । ਇਸ ਨਾਲ ਹੀ ਪ੍ਰਭ ਦਾ ਸ਼ਬਦ, ਪ੍ਰਭ ਦੇ ਵਿਛੋੜੇ ਦੀ ਯਾਦ ਮਨ ਵਿਚੋਂ ਵਿਸਰ ਜਾਂਦੀ ਹੈ । ਪ੍ਰਭ ਦਾ ਸ਼ਬਦ ਮਨ ਵਿਚੋਂ ਵਿਸਰ ਜਾਣ ਨਾਲ, ਮਨ ਪ੍ਰਭ ਦੇ ਵਿਛੋੜੇ ਵਿੱਚ ਉਦਾਸ ਰਹਿੰਦਾ ਹੈ, ਅਕਾਸ਼ ਵਿੱਚ ਬਿਜਲੀ ਚਮਕਦੀ ਹੈ, ਮਨ ਨੂੰ ਵਿਛੋੜੇ ਦਾ ਡਰ ਲਗਦਾ ਹੈ । ਜਿਸ ਦੇ ਪਾਸ ਆਪਣਾ ਜੀਵਨ ਸਾਥੀ (ਪ੍ਰਭ) ਨਹੀਂ ਹੁੰਦਾ, ਉਹ ਇਸ ਸੁਹਾਵਨੇ (ਠੰਡੇ) ਮੌਸਮ ਵਿੱਚ ਵੀ ਉਦਾਸ ਹੀ ਰਹਿੰਦਾ ਹੈ । ਉਸ ਨੂੰ ਵਿਰਾਗ ਵਿੱਚ ਨੀਂਦ ਨਹੀਂ ਆਉਂਦੀ, ਮਨ ਵਿੱਚ ਦੁਖ ਹੁੰਦਾ ਹੈ । ਇਸਤਰ੍ਹਾਂ ਗੁਰਮਖ ਦੇ ਮਨ ਵਿੱਚ, ਪ੍ਰਭ ਦੇ ਸ਼ਬਦ ਦੀ ਪਾਲਣਾ ਤੋਂ ਬਿਨਾਂ ਸੰਤੋਖ ਮਹਿਸੂਸ ਨਹੀਂ ਹੁੰਦਾ । ਸ਼ਾਨਦਾਰ ਬਿਸਤਰ, ਕਪੜੇ, ਤਨ, ਮਨ ਨੂੰ ਕੋਈ ਅਰਾਮ ਨਹੀਂ ਦੇਂਦੇ । ਜਿਹੜਾ ਪ੍ਰਭ ਦੀ ਪ੍ਰੀਤ, ਸ਼ਬਦ ਦੀ ਪਾਲਣਾ ਵਿੱਚ ਲੀਨ ਰਹਿੰਦਾ ਹੈ, ਕੇਵਲ ਉਸ ਦੀ ਆਤਮਾ ਨੂੰ ਹੀ ਅਨੰਦ ਬਖਸ਼ਿਸ਼ ਹੁੰਦਾ ਹੈ ।

The month of **Saavan** is a rainy season and the weather becomes very soothing to mind; with His mercy and grace, both mind and body may cherish comforts. Self-minded may ignore to meditate and forgets to pay gratitude to The True Master of all blessings. Whosoever may abandon the teachings of His Word; he may become miserable with the memory of his separation from His Holy Spirit. Whosoever may not have his or her loved-one with him; in the cool wealth of winter, he may feel miserable. He may remain in renunciation of his loved-one, he may not sleep with comforts and endure miseries. Same way, His true devotee may remain miserable, without the enlightenment of the essence of His Word. No royal throne or spectacular robe may provide any comforts or peace of mind. Whosoever may remain intoxicated in obeying the teachings of His Word; with His mercy and grace, his soul may be blessed with pleasures in worldly life.

Key Message of Raag Tukhaari page 1108-12

'ਸਵਾਨ!

ਸਵਾਨ ਵਰਖਾ ਦਾ ਮੌਸਮ, ਮਨ ਨੂੰ ਬੁਹਤ ਸੁਹਾਵਨਾ ਲਗਦਾ ਹੈ । ਜਿਸ ਦੇ ਮਨ ਵਿਚੋਂ ਪ੍ਰਭ ਦੇ ਵਿਛੋੜੇ ਦੀ ਯਾਦ ਵਿਸਰ ਜਾਂਦੀ ਹੈ । ਸੁਹਾਵਨੇ (ਠੰਡੇ) ਮੌਸਮ ਵਿੱਚ ਵੀ ਉਦਾਸ ਹੀ ਰਹਿੰਦਾ ਹੈ । ਜਿਹੜਾ ਪ੍ਰਭ ਦੇ ਸ਼ਬਦ ਦੀ ਪਾਲਣਾ ਵਿੱਚ ਲੀਨ ਰਹਿੰਦਾ ਹੈ, ਕੇਵਲ ਉਸ ਦੀ ਆਤਮਾ ਨੂੰ ਹੀ ਅਨੰਦ ਬਖਸ਼ਿਸ਼ ਹੁੰਦਾ ਹੈ ।

Saavan!

Saavan is a rainy season and the weather becomes very soothing to mind. Whosoever may abandon the teachings of His Word; he may become miserable in pleasant whether! Whosoever may remain intoxicated in obeying the teachings of His Word; his soul may be blessed with pleasures in worldly life.

7. **ਤੁਖਾਰੀ ਮਹਲਾ ੧॥ ਭਾਦਉ॥ 1108- 15**

ਭਾਦਉ ਭਰਮਿ ਭੁਲੀ ਭਰਿ ਜੋਬਨਿ ਪਛੁਤਾਣੀ॥	bhaada-o bharam bhulee bhar joban pachhutaanee.
ਜਲ ਥਲ ਨੀਰਿ ਭਰੇ, ਬਰਸ ਰੁਤੇ ਰੰਗੁ ਮਾਣੀ॥	jal thal neer bharay baras rutay rang maanee.
ਬਰਸੈ ਨਿਸਿ ਕਾਲੀ ਕਿਉ ਸੁਖੁ ਬਾਲੀ, ਦਾਦਰ ਮੋਰ ਲਵੰਤੇ॥	barsai nis kaalee ki-o sukh baalee daadar mor lavantay.
ਪ੍ਰਿਉ ਪ੍ਰਿਉ ਚਵੈ ਬਬੀਹਾ ਬੋਲੇ, ਭੁਇਅੰਗਮ ਫਿਰਹਿ ਡਸੰਤੇ॥	pari-o pari-o chavai babeehaa bolay bhu-i-angam fireh dasantay.
ਮਛਰ ਡੰਗ ਸਾਇਰ ਭਰ ਸੁਭਰ, ਬਿਨੁ ਹਰਿ ਕਿਉ ਸੁਖੁ ਪਾਈਐ॥	machhar dang saa-ir bhar subhar bin har ki-o sukh paa-ee-ai.
ਨਾਨਕ ਪੂਛਿ ਚਲਉ ਗੁਰ ਅਪੁਨੇ,	naanak poochh chala-o gur apunay
ਜਹ ਪ੍ਰਭੁ ਤਹ ਹੀ ਜਾਈਐ॥੧੦॥	jah parabh tah hee jaa-ee-ai. ||10||

ਭਾਦਰੋ ਦੇ ਮਹਿਨੇ ਵਿੱਚ ਜਵਾਨ ਆਤਮਾ ਧਰਮ ਦੇ ਭਰਮ ਭੁਲੇਖੇ ਵਿੱਚ ਪੈ ਜਾਂਦੀ ਹੈ । ਮੌਤ ਪਿਛੋਂ ਮਹਿਸੂਸ ਕਰਦੀ, ਪਛਤਾਵਾਂ ਕਰਦੀ ਹੈ । ਧਰਤੀ ਤੇ ਚਾਰੇ ਪਾਸੇ ਪਾਣੀ ਹੀ ਹੁੰਦਾ ਹੈ, ਉਸ ਦੀ ਭਟਕਣ ਬੁਝ ਜਾਂਦੀ ਹੈ, ਖੁਸ਼ੀ ਮਨਾਉਣ ਦਾ ਮੌਸਮ ਬਣ ਜਾਂਦਾ ਹੈ । ਇਹਨਾਂ ਵਰਖਾ ਦੀਆਂ ਕਾਲੀਆਂ ਰਾਤਾਂ ਵਿੱਚ ਜਵਾਨ ਆਤਮਾ ਨੂੰ ਕਿਵੇਂ ਨੀਂਦ, ਸੰਤੋਖ ਮਿਲ ਸਕਦਾ ਹੈ । ਡੱਡੂ ਅਤੇ ਮੋਰ ਆਪਣੀਆਂ ਅਵਾਜ਼ਾਂ ਨਾਲ ਬੋਲਦੇ ਹਨ । ਬਬੀਹਾ ਆਪਣੀ ਅਵਾਜ਼ ਨਾਲ ਪ੍ਰਭ ਦਾ ਧੰਨਵਾਦ ਕਰਦਾ ਹੈ । ਸੱਪ ਜੀਵਾਂ ਨੂੰ ਡੰਗ ਮਾਰਦੇ ਹਨ । ਪਾਣੀ ਨਾਲ ਭਰੇ ਟੋਏ, ਮੱਛਰ ਅਤੇ ਮੱਖੀਆਂ ਨਾਲ ਭਰੇ ਹੁੰਦੇ ਹਨ । ਪ੍ਰਭ ਦੀ ਰਹਿਮਤ ਤੋਂ ਬਿਨਾਂ ਇਸ ਆਤਮਾ ਨੂੰ ਕੋਈ ਅਰਾਮ ਬਖਸ਼ਿਸ਼ ਨਹੀਂ ਹੁੰਦਾ । ਜੀਵ ਸ਼ਬਦ ਦੀ ਪਾਲਣਾ ਕਰਨ ਨਾਲ ਹੀ ਸੋਝੀ ਬਖਸ਼ਿਸ਼ ਹੋ ਸਕਦੀ ਹੈ । ਪ੍ਰਭ ਦੀ ਰਹਿਮਤ ਕਿਵੇਂ ਬਖਸ਼ਿਸ਼ ਹੋ ਸਕਦੀ ਹੈ? ਉਸ ਰਸਤੇ ਤੇ ਚਲਕੇ ਆਪਣਾ ਜੀਵਨ ਬਤੀਤ ਕਰੋ ।

The month **of Bhaadao**, young soul may fall into religious suspicions and rituals; however, she may regret and repents after death. Earth may be overflowing with water; all her thirst, frustrations may be extinguished. It may feel like a season of celebration. In these dark and soothing nights! How a young soul may sleep with contentment? Frogs and peacocks may sing within their voice and singing bird may sing the glory of His Word. Snakes may come out on dry ground and bite anyone on their way. All ditches or lower ground may remain overwhelmed with water, mosquitos, and flies. Young soul may not enjoy any comfort. Whosoever may obey the teachings of His Word! He may be enlightened. How may my soul become worthy of His Considerations? You should adopt the teachings of His Word in your day-to-day life.

Key Message of Raag Tukhaari, page 1108-15

'ਭਾਦਰੋ!

ਭਾਦਰੋ ਧਰਤੀ ਤੇ ਚਾਰੇ ਪਾਸੇ ਪਾਣੀ ਨਾਲ ਤਪਤ, ਭਟਕਣ ਬੁਝ ਜਾਂਦੀ ਹੈ, ਖੁਸ਼ੀ ਮਨਾਉਣ ਦਾ ਮੌਸਮ ਬਣ ਜਾਂਦਾ ਹੈ । ਜਿਹੜਾ ਧਰਮ ਦੇ ਭਰਮ ਭੁਲੇਖੇ ਵਿੱਚ ਮਾਇਆ ਦਾ ਗੁਲਾਮ ਬਣ ਜਾਂਦਾ ਹੈ, ਉਸ ਨੂੰ ਵਰਖਾ ਦੀਆਂ ਕਾਲੀਆਂ ਰਾਤਾਂ ਵਿੱਚ ਨੀਂਦ, ਸੰਤੋਖ ਨਹੀਂ ਮਿਲਦਾ ਹੈ । ਬੰਦਗੀ ਕਰਨ ਵਾਲਾ, ਸ਼ਬਦ ਦੀ ਪਾਲਣਾ ਕਰਦਾ, ਸ਼ਬਦ ਦੀ ਸਮਾਧੀ ਵਿੱਚ ਲੀਨ ਰਹਿੰਦਾ, ਅਨੰਦ ਮਾਣਦਾ ਹੈ!

Bhaadao!

Bhaadao, earth may be overflowing with water; all her thirst, frustrations may be extinguished; feel like a season of celebration. Whosoever may remain in religious suspicions and rituals; he may remain frustrated in these dark and soothing nights. His true devotee remains intoxicated in meditation in the void of His Word; he remains contented.

8. **ਤੁਖਾਰੀ ਮਹਲਾ ੧॥ ਅਸੁਨਿ॥ 1108- 19**

ਅਸੁਨਿ ਆਉ ਪਿਰਾ ਸਾ ਧਨ ਝੂਰਿ ਮੁਈ॥	asun aa-o piraa saa Dhan jhoor mu-ee.
ਤਾ ਮਿਲੀਐ ਪ੍ਰਭ ਮੇਲੇ ਦੂਜੈ ਭਾਇ ਖੁਈ॥	taa milee-ai parabh maylay doojai bhaa-ay khu-ee.
ਝੂਠਿ ਵਿਗੁਤੀ ਤਾ ਪਿਰ ਮੁਤੀ, ਕੁਕਹ ਕਾਹ ਸਿ ਫੁਲੇ॥	jhooth vigutee taa pir mutee kukah kaah se fulay.
ਆਗੈ ਘਾਮ ਪਿਛੈ ਰੁਤਿ ਜਾਡਾ, ਦੇਖਿ ਚਲਤ ਮਨੁ ਡੋਲੇ॥	aagai ghaam pichhai rut jaadaa daykh chalat man dolay.
ਦਹ ਦਿਸਿ ਸਾਖ ਹਰੀ ਹਰੀਆਵਲ, ਸਹਜਿ ਪਕੈ ਸੋ ਮੀਠਾ॥	dah dis saakh haree haree-aaval sahj pakai so meethaa.
ਨਾਨਕ ਅਸੁਨਿ ਮਿਲਹੁ ਪਿਆਰੇ, ਸਤਿਗੁਰ ਭਏ ਬਸੀਠਾ॥੧੧॥	naanak asun milhu pi-aaray satgur bha-ay baseethaa. ||11||

ਅਸਨਿ ਦੇ ਮਹਿਨੇ ਵਿੱਚ ਆਤਮਾ ਪ੍ਰਭ ਦੇ ਵਿਛੋੜੇ ਦੇ ਵਿਰਾਗ ਵਿੱਚ ਉਦਾਸ ਹੁੰਦੀ ਹੈ । ਕਿਸਤਰ੍ਹਾਂ ਪ੍ਰਭ ਦੀ ਰਹਿਮਤ ਨਾਲ, ਉਸ ਦਾ ਮਨ ਭਰਮਾਂ ਵਿੱਚ ਭਟਕਦਾ, ਪ੍ਰਭ ਦੇ ਸ਼ਬਦ, ਬਖਸ਼ੇ ਤੇ ਅਡੋਲ ਹੋ ਜਾਵੇਗਾ । ਸੰਸਾਰਕ ਜਾਲ ਵਿੱਚ ਫਸੀ ਆਤਮਾ, ਫਰੇਬ ਨਾਲ ਜੀਵਨ ਬਤੀਤ ਕਰਦੀ ਹੈ । ਪ੍ਰਭ ਦੀ ਰਹਿਮਤ ਵੀ ਦੂਰ ਹੋ ਜਾਂਦੀ ਹੈ । ਉਸ ਦੇ ਵਾਲ ਚਿੱਟੇ ਹੋ ਜਾਂਦੇ, ਅੱਗਾ ਨੇੜੇ ਦਿੱਸਦਾ ਹੈ । ਜਵਾਨੀ ਦਾ ਸਮਾਂ ਬੀਤ ਗਿਆ, ਬੁਢੇਪਾ ਆ ਗਿਆ, ਥੋੜ੍ਹਾ ਸਮਾਂ ਹੀ ਬਚਿਆ ਹੈ, ਮਨ ਡੋਲਦਾ ਹੈ । ਜਿਹੜਾ ਸ਼ਬਦ ਦੀ ਪਾਲਣਾ ਵਿੱਚ ਅਡੋਲ ਰਹਿੰਦਾ ਹੈ । ਉਹ ਹੀ ਅੰਤ ਵਿੱਚ ਚਾਰੇ ਪਾਸੇ ਹਰਿਆਵਲੀ ਦਾ ਮਿੱਠਾ ਰਸ ਮਾਨਦਾ ਹੈ । ਜਿਹੜਾ ਅਸਨਿ ਵਿੱਚ ਮਨ ਨੂੰ ਅਡੋਲ ਰਖਕੇ ਪ੍ਰਭ ਦੇ ਸ਼ਬਦ ਦੀ ਪਾਲਣਾ ਕਰਦਾ ਹੈ । ਉਸ ਤੇ ਪ੍ਰਭ ਦੀ ਰਹਿਮਤ ਬਖਸ਼ਿਸ਼ ਹੋ ਜਾਂਦੀ ਹੈ, ਪ੍ਰਭ ਫਿਰ ਸਾਥੀ, ਸਲਾਹਕਾਰ ਬਣ ਜਾਂਦਾ ਹੈ ।

The month of **Assun-aa, soul** may remain miserable in the memory of her separation. How may I conquer suspicions, frustrations to obey the teachings of His Word, with steady and stable in my day-to-day life? Whose soul may remain intoxicated in religious suspicions, rituals, and hypocrisy in his way of life. He may be deprived from His Blessed Vision. His hairs may turn grey from black; he may feel his time on the earth may be diminishing. He has wasted his youth; his old age may be approaching fast; he may feel frustrated and uneasy. Whosoever may obey the teachings of His Word with steady and stable belief; with His mercy and grace, he may realize blossom, greenery everywhere. He may enjoy sweet nectar of the essence of His Word. Whosoever may obey the teachings of His Word with steady and stable belief; with His mercy and grace, The True Master may become his companion and counselor.

Key Message of Raag Tukhaari, page 1108-19
'ਅਸਨਿ!
ਅਸਨਿ ਵਿੱਚ ਰਾਤ ਨੂੰ ਠੰਡ ਵਿੱਚ ਸਾਥੀ ਦੇ ਵਿਛੋੜੇ ਦੇ ਵਿਰਾਗ ਵਿੱਚ ਉਦਾਸ ਹੁੰਦੀ ਹੈ । ਜਿਹੜਾ ਸ਼ਬਦ ਦੀ ਪਾਲਣਾ ਵਿੱਚ ਅਡੋਲ ਰਹਿੰਦਾ ਹੈ । ਉਸ ਨੂੰ ਚਾਰੇ ਪਾਸੇ ਹਰਿਆਵਲੀ ਨਾਲ ਮਿੱਠਾ ਰਸ ਮਾਨਦਾ ਹੈ । ਉਹ ਪ੍ਰਭ ਨੂੰ ਸਾਥੀ, ਸਲਾਹਕਾਰ ਮਹਿਸੂਸ ਕਰਦਾ ਹੈ ।
Assun-aa!
Assun-aa! Cold nights! One may feel miserable without companionship! Whosoever may remain intoxicated obeying the teachings of His Word; he may realize blossom, greenery everywhere. He may realize the companionship and counselling of The True Master!

9. **ਤੁਖਾਰੀ ਮਹਲਾ ੧॥ ਕਤਕਿ॥ 1109- 2**

ਕਤਕਿ ਕਿਰਤੁ ਪਇਆ ਜੋ ਪ੍ਰਭ ਭਾਇਆ॥ katak kirat pa-i-aa jo parabh bhaa-i-aa.
ਦੀਪਕੁ ਸਹਜਿ ਬਲੈ ਤਤਿ ਜਲਾਇਆ॥ deepak sahj balai tat jalaa-i-aa.
ਦੀਪਕ ਰਸ ਤੇਲੋ ਧਨ ਪਿਰ ਮੇਲੋ, ਧਨ ਓਮਾਹੈ ਸਰਸੀ॥ deepak ras taylo Dhan pir maylo Dhan omaahai sarsee.
ਅਵਗਣ ਮਾਰੀ ਮਰੈ ਨ ਸੀਝੈ, ਗੁਣਿ ਮਾਰੀ ਤਾ ਮਰਸੀ॥ avgan maaree marai na seejhai gun maaree taa marsee.
ਨਾਮੁ ਭਗਤਿ ਦੇ ਨਿਜ ਘਰਿ ਬੈਠੇ, ਅਜਹੁ ਤਿਨਾੜੀ ਆਸਾ॥ naam bhagat day nij ghar baithay ajahu tinaarhee aasaa.
ਨਾਨਕ ਮਿਲਹੁ ਕਪਟ ਦਰ ਖੋਲਹੁ, ਏਕ ਘੜੀ ਖਟੁ ਮਾਸਾ॥੧੨॥ naanak milhu kapat dar kholahu ayk gharhee khat maasaa. ||12||

ਕਤਕਿ ਦਾ ਮਹਿਨਾ ਉਸ ਵਾਸਤੇ ਸੁਹਵਨਾ ਹੁੰਦਾ ਹੈ! ਜਿਸ ਦੀ ਬੰਦਗੀ ਪ੍ਰਭ ਨੂੰ ਭਾਉਂਦੀ ਹੈ । ਉਸ ਨੂੰ ਪ੍ਰਭ ਦੀ ਜੋਤ ਮਹਿਸੂਸ ਹੁੰਦੀ ਹੈ । ਉਸ ਨੂੰ ਮਾਨਸ ਜੀਵਨ ਦੀ ਅਸਲੀਅਤ ਦੀ ਸੋਝੀ ਬਖਸ਼ਿਸ਼ ਹੋ ਜਾਂਦੀ ਹੈ । ਸ਼ਬਦ ਦੀ ਬੰਦਗੀ, ਪਾਲਣਾ ਕਰਨਾ ਹੀ ਆਤਮਾ ਦੇ ਦੀਵੇ ਦਾ ਤੇਲ ਹੈ । ਮਨ ਵਿੱਚ ਪ੍ਰਭ ਦੀ ਜੋਤ ਨੂੰ ਜਾਗਰਤ ਕਰਦਾ ਹੈ । ਜਿਹੜਾ ਅਉਗੁਣਾਂ ਦਾ ਬੋਝ ਲੈ ਕੇ ਮਰ ਜਾਂਦਾ ਹੈ । ਉਸ ਦਾ ਮਰਨਾ ਬਿਰਥਾ ਹੀ ਹੁੰਦਾ ਹੈ । ਜਿਹੜਾ ਸ਼ਬਦ ਦਾ ਸਿਮਰਨ, ਪਾਲਣਾ ਕਰਦਾ ਮਰਦਾ ਹੈ । ਉਸ ਦਾ ਮਰਨਾ ਸਫਲ ਹੋ ਜਾਂਦਾ ਹੈ । ਜਿਹੜਾ ਪ੍ਰਭ ਦੇ ਸ਼ਬਦ ਦੀ ਅਡੋਲ ਭਰੋਸੇ ਨਾਲ ਪਾਲਣਾ ਕਰਦਾ ਹੈ । ਉਹ ਆਪਣੇ ਅੰਦਰ ਹੀ ਪ੍ਰਭ ਦੇ ਦਰ ਵਿੱਚ ਦਾਖਲ ਹੋ ਜਾਂਦਾ ਹੈ । ਉਹ ਆਪਣੀ ਡੋਰੀ ਪ੍ਰਭ ਤੇ ਛਡ ਦੇਂਦਾ ਹੈ । ਬੰਦਗੀ ਕਰਨ ਵਾਲਾ ਇਕੋ ਇਕ ਹੀ ਅਰਦਾਸ ਕਰਦਾ ਹੈ! ਰਹਿਮਤਾਂ ਦੇ ਮਾਲਕ, ਆਪਣੇ ਘਰ ਦਾ ਦਰਵਾਜਾ ਖੋਲ੍ਹੋ, ਇਕ ਪਲ ਦਰਸ਼ਨ ਹੀ ਅਨੇਕਾਂ ਜਨਮਾਂ ਦੇ ਬਰਾਬਰ ਹੈ ।

The month of **Katak**, may be comfortable for His true devotee; whose meditation may be accepted in His Court. He may realize His Holy Spirit prevailing everywhere; with His mercy and grace, he may be enlightened with the real purpose of his human life opportunity. His meditation and obeying the teachings of His Word may become oil in the lamp of enlightenment to keep His Holy Spiritual glowing, shining within his heart and on forehead forever. Whosoever may carry the burden of sins of evil deeds; his death may be useless, just wastage of priceless opportunity of human life. Whosoever may meditate and obeys the teachings of His Word; his death may be worthy for the real purpose of his human life. His soul may enter His Royal Castle; he may surrender to the Command of His Word at His Sanctuary. My Merciful True Master, bestows Your Blessed Vision to open Your 10th door. The glimpse of Your Blessed Vision may be more significant than the blessings of many births as human.

Key Message of Raag Tukhaari page 1109-2
'ਕਤਕਿ!
ਕਤਕਿ ਦੇ ਸੁਹਵਨਾ ਮੌਸਮ ਵਿੱਚ ਬੰਦਗੀ ਕਰਨ ਵਾਲੇ ਨੂੰ ਮਾਨਸ ਜੀਵਨ ਦੀ ਅਸਲੀਅਤ ਦੀ ਸੋਝੀ ਬਖਸ਼ਿਸ਼ ਹੋ ਜਾਂਦੀ ਹੈ । ਜਿਹੜਾ ਸ਼ਬਦ ਦਾ ਸਿਮਰਨ, ਪਾਲਣਾ ਕਰਦਾ ਮਰ ਜਾਂਦਾ, ਉਸ ਦਾ ਮਰਨਾ ਸਫਲ ਹੋ ਜਾਂਦਾ ਹੈ । ਉਹ ਆਪਣੀ ਡੋਰੀ ਪ੍ਰਭ ਤੇ ਛਡ ਦੇਂਦਾ ਹੈ । ਪ੍ਰਭ ਆਪਣੇ ਘਰ ਦਾ ਦਰਵਾਜਾ ਖੋਲ੍ਹੋ ਕੇ ਦਰਸ਼ਨ ਦੇਂਦਾ, ਅਨੇਕਾਂ ਜਨਮਾਂ ਦੀ ਬੰਦਗੀ ਦੇ ਬਰਾਬਰ ਹੈ ।
Katak!
Katak, may be very comfortable for His true devotee; he may be enlightened with the real purpose of his human life opportunity. Whosoever may remain intoxicated in meditation in the void of His Word; his death may be worthy for the real purpose of his human life. He may surrender his self-entity at His Sanctuary; he may realize His Blessed Vision, glimpse of His 10th door, be more significant than the blessings of many births as human.

10. **ਤੁਖਾਰੀ ਮਹਲਾ ੧॥ ਮੰਘਰ॥ 1109- 5**

ਮੰਘਰ ਮਾਹੁ ਭਲਾ ਹਰਿ ਗੁਣ ਅੰਕਿ ਸਮਾਵਏ॥ manghar maahu bhalaa har gun ank samaav-ay.
ਗੁਣਵੰਤੀ ਗੁਣ ਰਵੈ, ਮੈ ਪਿਰੁ ਨਿਹਚਲੁ ਭਾਵਏ॥ gunvantee gun ravai mai pir nihchal bhaav-ay.
ਨਿਹਚਲੁ ਚਤੁਰੁ ਸੁਜਾਣੁ ਬਿਧਾਤਾ, ਚੰਚਲੁ ਜਗਤੁ ਸਬਾਇਆ॥ nihchal chatur sujaan biDhaataa chanchal jagat sabaa-i-aa.
ਗਿਆਨੁ ਧਿਆਨੁ ਗੁਣ ਅੰਕਿ ਸਮਾਣੇ, ਪ੍ਰਭ ਭਾਣੇ ਤਾ ਭਾਇਆ॥ gi-aan Dhi-aan gun ank samaanay parabh bhaanay taa bhaa-i-aa.
ਗੀਤ ਨਾਦ ਕਵਿਤ ਕਵੇ, ਸੁਣਿ ਰਾਮ ਨਾਮਿ ਦੁਖੁ ਭਾਗੈ॥ geet naad kavit kavay sun raam naam dukh bhaagai.
ਨਾਨਕ ਸਾ ਧਨ ਨਾਹ ਪਿਆਰੀ, ਅਭ ਭਗਤੀ ਪਿਰ ਆਗੈ॥੧੩॥ naanak saa Dhan naah pi-aaree abh bhagtee pir aagai. ||13||

ਜਿਹੜਾ ਪ੍ਰਭ ਦੇ ਸ਼ਬਦ ਦੇ ਸਿਮਰਨ ਵਿੱਚ ਹੀ ਲੀਨ ਹੋਇਆ, ਉਸ ਵਿੱਚ ਅਭੇਦ ਹੋ ਜਾਂਦਾ ਹੈ । **ਮੰਘਰ ਦਾ ਮਹਿਨਾ,** ਉਸ ਵਾਸਤੇ ਬੁਹਤ ਸੁਹਾਵਨਾ ਹੁੰਦਾ ਹੈ । ਉਸ ਦੇ ਕੰਮ ਪ੍ਰਭ ਦੇ ਸ਼ਬਦ ਅਨੁਸਾਰ ਹੀ ਬਣ ਜਾਂਦੇ ਹਨ । ਅਟਲ, ਨਾ ਬਦਲਣ ਵਾਲਾ ਪ੍ਰਭ, ਸਿਆਣਾ ਅਤੇ ਸੂਝਵਾਨ ਹੈ । ਸ੍ਰਿਸ਼ਟੀ ਦੇ ਜੀਵ ਆਪਣਾ ਮਨ ਇਕੋ ਇਕ ਤੇ ਅਡੋਲ ਨਹੀਂ ਰਖਦੇ । ਜਿਹੜਾ ਆਪਣੇ ਮਨ ਦੀ ਸੁਰਤੀ, ਸ਼ਬਦ ਦੀ ਸੋਝੀ ਨਾਲ ਸ਼ਬਦ ਦੀ ਸਿਖਿਆਂ ਤੇ ਅਡੋਲ ਰਖਦਾ ਹੈ । ਉਸ ਦੀ ਬੰਦਗੀ ਪ੍ਰਭ ਨੂੰ ਭਾਉਂਦੀ ਹੈ । ਉਸ ਨੂੰ ਪ੍ਰਭ ਦੀ ਰਹਿਮਤ ਬਖਸ਼ਿਸ਼ ਹੋ ਜਾਂਦੀ ਹੈ । ਕੋਈ ਜੀਵ ਸੰਸਾਰ ਵਿੱਚ ਸੰਗੀਤ, ਕਵਿਤਾ ਸੁਣਦਾ ਹੈ । ਕੇਵਲ ਪ੍ਰਭ ਦੇ ਸ਼ਬਦ ਦੇ ਸਿਮਰਨ ਨਾਲ ਹੀ ਮਨ ਨੂੰ ਸੰਤੋਖ ਬਖਸ਼ਿਸ਼ ਹੁੰਦਾ ਹੈ । ਜਿਹੜੀ ਆਤਮਾ ਪ੍ਰਭ ਦੇ ਸ਼ਬਦ ਨਾਲ ਜੀਵਨ ਢਾਲਦੀ ਹੈ । ਉਹ ਹੀ ਪ੍ਰਭ ਨੂੰ ਭਾਉਂਦੀ ਹੈ ।

Whosoever may remain intoxicated in meditation on the teachings of His Word; with His mercy and grace, he may immerse within His Holy Spirit. The month of **Manghar** may become very blessing and comforting for him. He remains intoxicated in obeying the teachings of His Word and all his worldly deeds may become acceptable in His Court. The True Master and His Command remain true forever and unavoidable. He is the wisest and enlightened of All. However, self-minded may not remain sincere nor have steady and stable belief in His Ultimate Command, Power. Whosoever may remain concentrated, focused on the enlightenment of the essence of His Word; he may obey the teachings of His Word with steady and stable belief. His earnings of His Word may be accepted in His Court. Worldly creature may listen to the songs, stories for entertainment in his worldly life. However, only with meditation on the teachings of His Word; he may be blessed with contentment in his worldly life. Whosoever may adopt the teachings of His Word with steady and stable belief in his day-to-day life; with His mercy and grace, his soul may be accepted in His Court.

Key Message of Raag Tukhaari, page 1109-5
'ਮੰਘਿਰ!
ਮੰਘਿਰ, ਉਸ ਵਾਸਤੇ ਬੁਹਤ ਸੁਹਾਵਨਾ ਹੁੰਦਾ ਹੈ । ਜਿਹੜਾ ਪ੍ਰਭ ਦੇ ਸ਼ਬਦ ਦੇ ਸਿਮਰਨ ਵਿੱਚ ਹੀ ਲੀਨ ਰਹਿੰਦਾ ਹੈ! ਉਸ ਦੇ ਕੰਮ ਪ੍ਰਭ ਦੇ ਸ਼ਬਦ ਅਨੁਸਾਰ ਹੀ ਬਣ ਜਾਂਦੇ ਹਨ । ਜਿਹੜਾ ਆਪਣੇ ਮਨ ਦੀ ਸੁਰਤੀ, ਸ਼ਬਦ ਦੀ ਸੋਝੀ ਨਾਲ ਸ਼ਬਦ ਦੀ ਸਿਖਿਆਂ ਤੇ ਅਡੋਲ ਰਖਦਾ ਹੈ । ਉਸ ਦੀ ਸ਼ਬਦ ਦੀ ਕਮਾਈ ਪ੍ਰਭ ਦੇ ਦਰਬਾਰ ਵਿੱਚ ਪ੍ਰਵਾਨ ਹੋ ਜਾਂਦੀ ਹੈ! ਕੇਵਲ ਪ੍ਰਭ ਦੇ ਸ਼ਬਦ ਦੇ ਸਿਮਰਨ ਨਾਲ ਹੀ ਮਨ ਨੂੰ ਸੰਤੋਖ ਬਖਸ਼ਿਸ਼ ਹੁੰਦਾ ਹੈ ।
Manghar!
Whosoever may remain intoxicated in meditation on the teachings of His Word; **Manghar** may become very blessing and comforting for him. He remains intoxicated in obeying the teachings of His Word and all his worldly deeds may become acceptable in His Court. Whosoever may remain focused on the essence of His Word; his earnings of His Word may become acceptable in His Court. Whosoever may surrender his self-entity to serve His Word. only he may be blessed with contentment.

11. ਤੁਖਾਰੀ ਮਹਲਾ ੧॥ ਪੋਖਿ॥ 1109- 8

ਪੋਖਿ ਖਾਰੁ ਪੜੈ ਵਣੁ ਤ੍ਰਿਣੁ ਰਸੁ ਸੋਖੈ॥	pokh tukhaar parhai van tarin ras sokhai.
ਆਵਤ ਕੀ ਨਾਹੀ ਮਨਿ ਤਨਿ ਵਸਹਿ ਮੁਖੇ॥	aavat kee naahee man tan vaseh mukhay.
ਮਨਿ ਤਨਿ ਰਵਿ ਰਹਿਆ ਜਗਜੀਵਨੁ, ਗੁਰ ਸਬਦੀ ਰੰਗੁ ਮਾਣੀ॥	man tan rav rahi-aa jagjeevan gur sabdee rang maanee.
ਅੰਡਜ ਜੇਰਜ ਸੇਤਜ ਉਤਭੁਜ ਘਟਿ ਘਟਿ ਜੋਤਿ ਸਮਾਣੀ॥	andaj jayraj saytaj ut-bhuj ghat ghat jot samaanee.
ਦਰਸਨੁ ਦੇਹੁ ਦਇਆਪਤਿ ਦਾਤੇ, ਗਤਿ ਪਾਵਉ ਮਤਿ ਦੇਹੋ॥	darsan dayh da-i-aapat daatay gat paava-o mat dayho.
ਨਾਨਕ ਰੰਗਿ ਰਵੈ ਰਸਿ ਰਸੀਆ, ਹਰਿ ਸਿਉ ਪ੍ਰੀਤਿ ਸਨੇਹੋ॥੧੪॥	naanak rang ravai ras rasee-aa har si-o pareet sanayho. ||14||

ਪ੍ਰਭ ਪੋਹੁ ਵਿੱਚ ਠੰਡ ਪੈਂਦੀ ਹੈ, ਬਰਫ ਪੈਂਦੀ ਹੈ । ਮੈਂ ਸ਼ਬਦ ਦੀ ਸਿਖਿਆਂ ਮਨ ਵਿੱਚ ਰਖਕੇ ਆਪਣੀ ਜੀਭ ਨਾਲ ਸ਼ਬਦ ਦੇ ਗੁਣ ਗਾਉਂਦਾ ਰਹਿੰਦਾ ਹਾ । ਅਜੇ ਵੀ ਮੇਰੇ ਘਰ, ਮਨ ਵਿੱਚ ਪ੍ਰਭ ਦੀ ਜੋਤ ਮਹਿਸੂਸ ਨਹੀਂ ਹੋਈ । ਪ੍ਰਭ ਹਰਇਕ ਥਾਂ ਤੇ ਦੇਖਦਾ, ਵਾਪਰਦਾ ਹੈ । ਉਹ ਹੀ ਮੇਰੇ ਜੀਵਨ ਦਾ ਆਸਰਾ, ਸਵਾਸ ਬਖਸ਼ਦਾ ਹੈ । ਉਸ ਦੇ ਸ਼ਬਦ ਦੀ ਸੋਝੀ ਨਾਲ ਹੀ ਮਨ ਨੂੰ ਅਰਾਮ ਬਖਸ਼ਿਸ਼ ਹੁੰਦਾ ਹੈ । ਰਹਿਮਤਾਂ ਦੇ ਮਾਲਕ, ਆਪਣੇ ਦਰਸ਼ਨ, ਸ਼ਬਦ ਦੀ ਸੋਝੀ ਬਖਸ਼ੋ । ਉਸ ਰਸਤੇ ਤੇ ਜੀਵਨ ਬਤੀਤ ਕਰਕੇ ਤੇਰੇ ਦਰਬਾਰ ਵਿੱਚ ਪ੍ਰਵਾਨ ਹੋ ਜਾਵਾ । ਜਿਹੜਾ ਸ਼ਬਦ ਨਾਲ ਜੀਵਨ ਢਾਲਦਾ ਹੈ । ਪ੍ਰਭ ਉਸ ਦੀ ਆਤਮਾ ਤੇ ਰਹਿਮਤ ਬਖਸ਼ਦਾ ਹੈ ।

The month of **POKH** is very cold and snow season. I keep the teachings of His Word within my mind, in my deeds and sing the glory of His Word with my tongue. However, still I have not been blessed with the right path of acceptance in His Court; I have not realized His Holy Spirit prevailing within my heart. The Omnipresent True Master prevails everywhere. He blesses capital of breaths and remains supporting pillar of His Creation. Whosoever may be enlightened with the essence of His Word, he may be blessed with comforts. He may adopt the teachings of His Word to become worthy of His Considerations. Whosoever may adopt the teachings of His Word with steady and stable belief; his soul may be accepted in His Court.

Key Message of Raag Tukhaari, page 1109-9
'ਪੋਹ!
ਪੋਹੁ ਵਿੱਚ ਠੰਡ ਪੈਂਦੀ ਹੈ, ਬਰਫ ਪੈਂਦੀ ਹੈ । ਜਿਹੜਾ ਹਰਇਕ ਥਾਂ ਤੇ ਦੇਖਦੇ, ਵਾਪਰਦੇ, ਪ੍ਰਭ ਨੂੰ ਜੀਵਨ ਦਾ ਸਵਾਸਾਂ ਦਾ ਆਸਰਾ ਮੰਨਦਾ ਹੈ! ਉਸ ਨੂੰ ਸ਼ਬਦ ਦੀ ਸੋਝੀ ਨਾਲ ਅਰਾਮ ਬਖਸ਼ਿਸ਼ ਹੁੰਦਾ ਹੈ । ਉਹ ਅਸਲੀ, ਬੰਦਗੀ ਦੇ ਰਸਤੇ ਤੇ ਜੀਵਨ ਬਤੀਤ ਕਰਦਾ, ਦਰਬਾਰ ਵਿੱਚ ਪ੍ਰਵਾਨ ਹੋ ਜਾਂਦਾ ਹੈ!
POKH!
POKH is very cold and snow season. Whosoever may surrender his self-entity at His Sanctuary, The Omnipresent True Master. He may be comforted with the enlightenment of the essence of His Word. His soul may be sanctified to become worthy of His Considerations.

12. ਤੁਖਾਰੀ ਮਹਲਾ ੧॥ ਮਾਘਿ॥ 1109- 11

ਮਾਘਿ ਪੁਨੀਤ ਭਈ ਤੀਰਥੁ ਅੰਤਰਿ ਜਾਨਿਆ॥	maagh puneet bha-ee tirath antar jaani-aa.
ਸਾਜਨ ਸਹਜਿ ਮਿਲੇ ਗੁਣ ਗਹਿ ਅੰਕਿ ਸਮਾਨਿਆ॥	saajan sahj milay gun geh ank samaani-aa.
ਪ੍ਰੀਤਮ ਗੁਣ ਅੰਕੇ ਸੁਣਿ ਪ੍ਰਭ ਬੰਕੇ, ਤੁਧੁ ਭਾਵਾ ਸਰਿ ਨਾਵਾ॥	pareetam gun ankay sun parabh bankay tuDh bhaavaa sar naavaa.
ਗੰਗ ਜਮੁਨ ਤਹ ਬੇਣੀ ਸੰਗਮ, ਸਾਤ ਸਮੁੰਦ ਸਮਾਵਾ॥	gang jamun tah baynee sangam saat samund samaavaa.
ਪੁੰਨ ਦਾਨ ਪੂਜਾ ਪਰਮੇਸੁਰ, ਜੁਗਿ ਜੁਗਿ ਏਕੋ ਜਾਤਾ॥	punn daan poojaa parmaysur jug jug ayko jaataa.
ਨਾਨਕ ਮਾਘਿ ਮਹਾ ਰਸੁ ਹਰਿ ਜਪਿ, ਅਠਸਠਿ ਤੀਰਥ ਨਾਤਾ॥੧੫॥	naanak maagh mahaa ras har jap athsath tirath naataa. ||15||

ਮਾਘ ਦੇ ਮਹਿਨੇ ਵਿੱਚ ਮਨ ਪਵਿੱਤਰ ਹੋ ਜਾਂਦਾ ਹੈ, ਉਸ ਨੂੰ ਮਨ ਵਿੱਚ ਵਸਣ ਵਾਲੇ ਪ੍ਰਭ ਦੇ ਪਵਿੱਤਰ ਤੀਰਥ ਦੀ ਹੋਂਦ ਮਹਿਸੂਸ ਹੋ ਜਾਂਦਾ ਹੈ । ਉਥੇ ਹੀ ਖੋਜ ਕਰਕੇ ਉਸ ਵਿੱਚ ਲੀਨ ਹੋ ਜਾਂਦਾ, ਅਭੇਦ ਹੋ ਜਾਂਦਾ ਹੈ । ਤੇਰੇ ਸ਼ਬਦ ਨਾਲ ਜੀਵਨ ਬਤੀਤ ਕਰਦਾ, ਸ਼ਬਦ ਦੀ ਉਸਤਤ ਕਰਦਾ ਹੈ । ਜਿਸ ਦੀ ਸ਼ਬਦ ਦੀ ਕਮਾਈ ਪ੍ਰਵਾਨ ਹੋ ਜਾਂਦੀ ਹੈ, ਉਸ ਦਾ, ਮਨ ਦੇ ਪਵਿੱਤਰ ਸਰੋਵਰ ਵਿੱਚ ਇਸ਼ਨਾਨ ਹੋ ਜਾਂਦਾ ਹੈ । ਸਾਰੇ ਪਵਿੱਤਰ ਤੀਰਥ, ਗੰਗਾ, ਜਮਨਾ, ਤ੍ਰਿਵਤੀ, ਸੱਤ ਸਮੰਦਰਾਂ ਦੇ ਸੰਜੋਗ ਵਾਲੇ ਤੀਰਥ, ਪੁੰਨ ਦਾਨ ਸਭ, ਪ੍ਰਭ ਦੇ ਸ਼ਬਦ ਦੀ ਬੰਦਗੀ ਵਿੱਚ ਹੀ ਸਮਾਏ ਹੋਏ ਹਨ । ਜਿਹੜਾ ਮਾਘ ਵਿੱਚ ਪ੍ਰਭ ਦੇ ਸ਼ਬਦ ਦੀ ਪਾਲਣਾ ਵਿੱਚ ਅਡੋਲ ਹੋ ਜਾਂਦਾ ਹੈ । ਉਹ ਸ਼ਬਦ ਦੇ ਤੀਰਥ ਵਿੱਚ ਇਸ਼ਨਾਨ ਕਰਦਾ, 68 ਤੀਰਥਾਂ ਦੇ ਇਸ਼ਨਾਨ ਦਾ ਫਲ ਬਖਸ਼ਿਸ਼ ਹੋ ਜਾਂਦਾ ਹੈ ।

ਗੁਰੂ ਨਾਨਕ ਦੇਵ ਜੀ! – Guru Nanak Dev Ji! Guru Granth Sahib

The month of **Maagh,** the soul of His true devotee may be sanctified; he may realize His Existence prevailing everywhere. The True Master has established His Holy Shrine within every soul. Whosoever may search within his own mind; with His mercy and grace, he may remain intoxicated in the void of His Word, he may immerse within His Holy Spirit. Whose earnings of His Word may be accepted in His Court; with His mercy and grace, he may take a sanctify bath in the pond of the nectar of the essence of His Word within his own soul. He may be blessed with the reward of pilgrimage at all Holy Shrines. In the month of **Maagh;** you should remain intoxicated in meditating in the void of His Word. Whosoever may take a soul sanctifying bath in the Holy Pond of the nectar of His Word; with His mercy and grace, he may be blessed with reward of pilgrimage at 68 Holy Shrines.

Key Message of Raag Tukhaari, page 1109-11
'ਮਾਘ!
ਮਾਘ ਦੇ ਮਹਿਨੇ ਵਿੱਚ ਬੰਦਗੀ ਕਰਨ ਵਾਲਾ ਆਪਣੇ ਅੰਦਰ ਸ਼ਬਦ ਦੀ ਖੋਜ ਕਰਦਾ, ਉਸ ਵਿੱਚ ਲੀਨ, ਅਭੇਦ ਹੋ ਜਾਂਦਾ ਹੈ । ਉਸ ਨੂੰ ਮਨ ਵਿੱਚ ਵਸਣ ਵਾਲੇ ਪ੍ਰਭ ਦੇ ਪਵਿੱਤਰ ਤੀਰਥ ਦੀ ਹੋਂਦ ਮਹਿਸੂਸ ਹੋ ਜਾਂਦਾ ਹੈ । ਉਸ ਦੇ ਸ਼ਬਦ ਦੀ ਕਮਾਈ ਪ੍ਰਵਾਨ ਹੋ ਜਾਂਦੀ ਹੈ । ਸਾਰੇ ਪਵਿੱਤਰ ਤੀਰਥ, ਗੰਗਾ, ਜਮਨਾ, ਤ੍ਰਿਵਤੀ, ਸੱਤ ਸਮੰਦਰਾਂ ਦੇ ਸੰਜੋਗ ਵਾਲੇ ਤੀਰਥ, ਪੁੰਨ ਦਾਨ ਸਭ, ਪ੍ਰਭ ਦੇ ਸ਼ਬਦ ਦੀ ਬੰਦਗੀ ਵਿੱਚ ਹੀ ਸਮਾਏ ਹੋਏ ਹਨ ।
Maagh!
Maagh, whosoever may search within; he may remain intoxicated and immerses within the void of His Word. His soul may be sanctified to realize His Existence prevailing everywhere. The pilgrimage of all worldly Holy Shrines remains embedded within the sanctifying bath in the pond of the nectar of the essence of His Word within his mind.

13. ਤੁਖਾਰੀ ਮਹਲਾ ੧॥ ਫਲਗੁਨਿ॥ 1109- 14

ਫਲਗੁਨਿ ਮਨਿ ਰਹਸੀ ਪ੍ਰੇਮੁ ਸੁਭਾਇਆ॥	falgun man rahsee paraym subhaa-i-aa.
ਅਨਦਿਨੁ ਰਹਸੁ ਭਇਆ ਆਪੁ ਗਵਾਇਆ॥	an-din rahas bha-i-aa aap gavaa-i-aa.
ਮਨ ਮੋਹੁ ਚੁਕਾਇਆ ਜਾ ਤਿਸੁ ਭਾਇਆ, ਕਰਿ ਕਿਰਪਾ ਘਰਿ ਆਓ॥	man moh chukaa-i-aa jaa tis bhaa-i-aa kar kirpaa ghar aa-o.
ਬਹੁਤੇ ਵੇਸ ਕਰੀ ਪਿਰ ਬਾਝਹੁ, ਮਹਲੀ ਲਹਾ ਨ ਥਾਓ॥	bahutay vays karee pir baajhahu mahlee lahaa na thaa-o.
ਹਾਰ ਡੋਰ ਰਸ ਪਾਟ ਪਟੰਬਰ, ਪਿਰਿ ਲੋੜੀ ਸੀਗਾਰੀ॥	haar dor ras paat patambar pir lorhee seegaaree.
ਨਾਨਕ ਮੇਲਿ ਲਈ ਗੁਰਿ ਅਪਣੈ, ਘਰਿ ਵਰੁ ਪਾਇਆ ਨਾਰੀ॥੧੬॥	naanak mayl la-ee gur apnai ghar var paa-i-aa naaree. ||16||

ਜਿਹੜਾ ਫਗਗੁਨਿ ਦੇ ਮਹੀਨੇ ਵਿੱਚ ਸ਼ਬਦ ਦੀ ਪਾਲਣਾ ਵਿੱਚ ਅਡੋਲ ਹੋ ਜਾਂਦਾ ਹੈ । ਦਿਨ ਰਾਤ, ਸ਼ਬਦ ਦੀ ਬੰਦਗੀ ਨਾਲ ਮਨ ਵਿਚੋਂ ਆਪਾ ਖਤਮ ਹੋ ਜਾਂਦਾ ਹੈ । ਉਸ ਦੇ ਮਨ ਵਿਚੋਂ ਸੰਸਾਰਕ ਮੋਹ ਖਤਮ ਹੋ ਜਾਂਦਾ ਹੈ । ਉਸ ਨੂੰ ਪ੍ਰਭ ਦੀ ਜੋਤ ਅਨੁਭਵ ਹੋ ਜਾਂਦੀ ਹੈ । ਵੱਖਰੇ ਵੱਖਰੇ ਬਾਣੇ ਪਾਉਣ ਨਾਲ, ਰਹਿਮਤ ਤੋਂ ਬਿਨਾਂ ਪ੍ਰਭ ਦਾ ਬਲਾਵਾ, ਸੱਦਾ ਨਹੀਂ ਆਉਂਦਾ । ਜੀਵ ਭਾਵੇਂ ਆਪਣੇ ਆਪ ਨੂੰ ਹਾਰ, ਰਤਨਾਂ ਨਾਲ ਸ਼ਿੰਗਾਰ ਲਵੇ । ਪ੍ਰਭ ਦੀ ਰਹਿਮਤ ਤੋਂ ਬਿਨਾਂ, ਉਸ ਨੂੰ ਆਪਣੇ ਅੰਦਰ ਪ੍ਰਭ ਦੀ ਜੋਤ ਮਹਿਸੂਸ ਨਹੀਂ ਹੁੰਦੀ । ਪ੍ਰਭ ਦਾ ਦਰਬਾਰ ਮਨ ਦੇ ਅੰਦਰ ਹੀ ਹੈ । ਕੇਵਲ ਪ੍ਰਭ ਦੀ ਰਹਿਮਤ ਨਾਲ ਹੀ ਪ੍ਰਭ ਦੀ ਜੋਤ ਮਨ ਵਿੱਚ ਨਜ਼ਰ ਆਉਂਦੀ ਹੈ ।

Whosoever may remain steady and stable in obeying the teachings of His Word in the month of Palgun; with His mercy and grace, he may conquer his own ego and selfishness from within. He may become beyond the reach of worldly bonds. He may realize His Holy Spirit prevailing everywhere. Whosoever may baptize and adopts religious robe as the right path of acceptance in His Court; he may never be blessed with the right path of acceptance in His Court. Self-minded may embellish with garland or glamorous jewels; he may never realize His Existence within his heart. The True Master has established His Court within each soul; however, only His true devotee may realize His Existence prevailing everywhere.

Key Message of Raag Tukhaari, page 1109-14
'ਫਗਗੁਨਿ!
ਜਿਹੜਾ ਫਗਗੁਨਿ ਦੇ ਮਹੀਨੇ ਵਿੱਚ ਸ਼ਬਦ ਦੀ ਪਾਲਣਾ ਵਿੱਚ ਅਡੋਲ ਹੋ ਜਾਂਦਾ ਹੈ । ਸ਼ਬਦ ਦੀ ਬੰਦਗੀ ਨਾਲ ਮਨ ਵਿਚੋਂ ਆਪਾ ਖਤਮ ਹੋ ਜਾਂਦਾ ਹੈ । ਉਸ ਦੇ ਮਨ ਵਿਚੋਂ ਸੰਸਾਰਕ ਮੋਹ ਖਤਮ ਹੋ ਜਾਂਦਾ, ਪ੍ਰਭ ਦੀ ਜੋਤ ਅਨੁਭਵ ਹੋ ਜਾਂਦੀ ਹੈ । ਉਹ ਆਪਣੇ ਅੰਦਰ ਪ੍ਰਭ ਦੀ ਜੋਤ ਮਹਿਸੂਸ ਕਰਦਾ ਹੈ!
Palgun!
Whosoever may remain intoxicated in obeying the teachings of His Word in the month of Palgun; he may conquer his own ego and selfishness from within. He may become beyond the reach of worldly bonds. He may realize His Holy Spirit prevailing everywhere. The True Master has established His Court within each soul; only His true devotee may realize His Existence everywhere.

14. ਤੁਖਾਰੀ ਮਹਲਾ ੧॥ ਬਾਰਾਂ ਮਹਿਨੇ- ਸਾਰੇ ਮੌਸਮ॥ 1109- 17

ਬੇ ਦਸ ਮਾਹ ਰੁਤੀ ਥਿਤੀ ਵਾਰ ਭਲੇ॥	bay das maah rutee thitee vaar bhalay.
ਘੜੀ ਮੂਰਤ ਪਲ ਸਾਚੇ ਆਏ ਸਹਜਿ ਮਿਲੇ॥	gharhee moorat pal saachay aa-ay sahj milay.
ਪ੍ਰਭ ਮਿਲੇ ਪਿਆਰੇ ਕਾਰਜ ਸਾਰੇ, ਕਰਤਾ ਸਭ ਬਿਧਿ ਜਾਣੈ॥	parabh milay pi-aaray kaaraj saaray kartaa sabh biDh jaanai.
ਜਿਨਿ ਸੀਗਾਰੀ ਤਿਸਹਿ ਪਿਆਰੀ, ਮੇਲੁ ਭਇਆ ਰੰਗੁ ਮਾਣੈ॥	jin seegaaree tiseh pi-aaree mayl bha-i-aa rang maanai.
ਘਰਿ ਸੇਜ ਸੁਹਾਵੀ ਜਾ ਪਿਰਿ ਰਾਵੀ, ਗੁਰਮੁਖਿ ਮਸਤਕਿ ਭਾਗੋ॥	ghar sayj suhaavee jaa pir raavee gurmukh mastak bhaago.
ਨਾਨਕ ਅਹਿਨਿਸਿ ਰਾਵੈ ਪ੍ਰੀਤਮੁ, ਹਰਿ ਵਰੁ ਥਿਰੁ ਸੋਹਾਗੋ॥੧੭॥੧॥	naanak ahinis raavai pareetam har var thir sohaago. ||17||1||

ਜਿਸ ਤੇ ਪ੍ਰਭ ਰਹਿਮਤ ਬਖਸ਼ਦਾ ਹੈ । ਉਸ ਨੂੰ, ਰੱਤਾਂ ਦੇ 12 ਮਹਿਨੇ, ਦਿਨ ਰਾਤ, ਘੜੀ ਪਲ ਸਾਰੇ ਹੀ ਸੁਹਾਵਨੇ ਲਗਦੇ ਹਨ । ਉਹ ਆਪਣੇ ਮਨ ਵਿਚੋਂ ਹੀ ਪ੍ਰਭ ਦੀ ਜੋਤ ਜਾਗਰਤ ਕਰ ਲੈਂਦਾ ਹੈ । ਪ੍ਰਭ ਦੀ ਰਹਿਮਤ ਨਾਲ, ਸਾਰੇ ਕਾਰਜ ਹੀ ਸਫਲ ਹੋ ਜਾਂਦੇ ਹਨ । ਪ੍ਰਭ ਆਪ ਹੀ ਸਭ ਕੁਝ ਕਰਨ ਕਰਾਉਣ ਵਾਲਾ ਮਾਲਕ ਹੈ । ਮੈਂ ਪ੍ਰਭ ਤੋਂ ਕੁਰਬਾਣ ਜਾਵਾ, ਉਸ ਨੇ ਹੀ ਪ੍ਰਵਾਨਗੀ ਦੇ ਰਸਤੇ ਤੇ ਪਾਇਆ । ਪ੍ਰਭ ਦੇ ਸ਼ਬਦ ਦੀ ਪਾਲਣਾ ਨਾਲ ਸ਼ਬਦ ਦੀ ਸੋਝੀ ਬਖਸ਼ਿਸ਼ ਹੋ ਗਈ ਹੈ । ਮੇਰੇ ਮਨ ਦਾ ਮੰਦਰ ਬੁਹਤ ਸੰਦਰ ਅਤੇ ਸਜਾਵਟ ਵਾਲਾ ਬਣ ਗਿਆ । ਮਨ ਵਿੱਚ ਪ੍ਰਭ ਦੀ ਜੋਤ ਦਾ ਪ੍ਰਵੇਸ਼ ਹੋਣ ਨਾਲ, ਮੇਰੇ ਭਾਗ ਖੱਲ੍ਹ ਗਏ, ਮੈਂ ਸੁਚੇਤ ਹੋ ਗਿਆ ਹਾ । ਜਿਸ ਦੇ ਮਨ ਵਿੱਚ ਪ੍ਰਭ ਦਾ ਸ਼ਬਦ ਘਰ ਕਰ ਜਾਂਦਾ ਹੈ । ਉਸ ਨੂੰ ਪ੍ਰਭ ਦੀ ਰਹਿਮਤ ਹਰਇਕ ਪਾਸੇ ਨਜ਼ਰ ਆਉਂਦੀ, ਮਨ ਖੇੜਾ ਵਿੱਚ, ਸ਼ਬਦ ਵਿੱਚ ਹੀ ਲੀਨ ਹੋ ਜਾਂਦਾ ਹੈ ।

ਗੁਰੂ ਨਾਨਕ ਦੇਵ ਜੀ! – Guru Nanak Dev Ji! Guru Granth Sahib

Whosoever may be bestowed with His Blessed Vision; 12 months of all seasons, moments, day, and night may become pleasant and comforting to his mind; he may be enlightened from within. All his worldly chores may be concluded successfully. I remain fascinated and gratitude from His Blessings, I have been blessed with the right path of acceptance in His Court. I have been blessed with the enlightenment of the essence of His Word and His Temple within my soul has become glamorous. With the enlightenment of the essence of His Word within, my prewritten destiny has been rewarded; I am awake and alert. Whosoever may remain drenched with the essence of His Word within, he may realize His Holy Spirit prevailing everywhere. He may remain intoxicated within the void of His Word.

Key Message of Raag Tukhaari, page 1109-17
'ਰੁੱਤਾਂ ਦੇ 12 ਮਹਿਨੇ!
ਰੱਤਾਂ ਦੇ 12 ਮਹਿਨੇ, ਦਿਨ ਰਾਤ, ਘੜੀ ਪਲ ਸਾਰੇ ਹੀ ਸੁਹਾਵਨੇ ਹਨ । ਜਿਹੜਾ ਆਪਣੇ ਮਨ ਵਿਚੋਂ ਹੀ ਪ੍ਰਭ ਦੀ ਜੋਤ ਜਾਗਰਤ ਕਰ ਲੈਂਦਾ ਹੈ । ਉਸ ਦੇ ਸਾਰੇ ਕਾਰਜ ਹੀ ਸਫਲ ਹੋ ਜਾਂਦੇ ਹਨ । ਪ੍ਰਭ ਦੇ ਸ਼ਬਦ ਦੀ ਪਾਲਣਾ ਨਾਲ ਸ਼ਬਦ ਦੀ ਸੋਝੀ ਬਖਸ਼ਿਸ਼ ਹੋ ਗਈ ਹੈ । ਮਨ ਹੀ ਪ੍ਰਭ ਦਾ ਬੁਹਤ ਸੁੰਦਰ ਮੰਦਰ ਹੈ, ਉਹ ਸੁਚੇਤ ਰਹਿੰਦਾ ਹੈ! ਮਨ ਵਿੱਚ ਪ੍ਰਭ ਦਾ ਸ਼ਬਦ ਘਰ ਕਰ ਜਾਂਦਾ ਹੈ, ਮਨ ਦੇ ਖੇੜਾ ਵਿੱਚ, ਸ਼ਬਦ ਵਿੱਚ ਹੀ ਲੀਨ ਹੋ ਜਾਂਦਾ ਹੈ ।
12 months of all seasons!
12 months of all seasons, moments, day, and night is auspicious for meditation! Whosoever may be enlightened from within. All his worldly chores may be concluded successfully. Whosoever may be enlightened with the essence of His Word; his soul may become His Holy Shrine! He may remain awake and alert! He may remain drenched with the essence of His Word within; he may remain intoxicated within the void of His Word.

15. ਤੁਖਾਰੀ ਮਹਲਾ ੧॥ 1110-1

ਪਹਿਲੈ ਪਹਰੈ ਨੈਣ ਸਲੋਨੜੀਏ ਰੈਣਿ ਅੰਧਿਆਰੀ ਰਾਮ॥	pahilai pahrai nain salonrhee-ay rain anDhi-aaree raam.
ਵਖਰੁ ਰਾਖੁ ਮੁਈਏ ਆਵੈ ਵਾਰੀ ਰਾਮ॥	vakhar raakh mu-ee-ay aavai vaaree raam.
ਵਾਰੀ ਆਵੈ ਕਵਣੁ ਜਗਾਵੈ, ਸੂਤੀ ਜਮ ਰਸੁ ਚੂਸਏ॥	vaaree aavai kavan jagaavai sootee jam ras choos-ay.
ਰੈਣਿ ਅੰਧੇਰੀ ਕਿਆ ਪਤਿ ਤੇਰੀ, ਚੋਰੁ ਪੜੈ ਘਰੁ ਮੂਸਏ॥	rain anDhayree ki-aa pat tayree chor parhai ghar moos-ay.
ਰਾਖਣਹਾਰਾ ਅਗਮ ਅਪਾਰਾ, ਸੁਣਿ ਬੇਨੰਤੀ ਮੇਰੀਆ॥	raakhanhaaraa agam apaaraa sun baynantee mayree-aa.
ਨਾਨਕ ਮੂਰਖੁ ਕਬਹਿ ਨ ਚੇਤੈ, ਕਿਆ ਸੂਝੈ ਰੈਣਿ ਅੰਧੇਰੀਆ॥੧॥	naanak moorakh kabeh na chaytai ki-aa soojhai rain anDhayree-aa. ||1||

ਬੰਦਗੀ ਦੇ ਪਹਿਲੇ ਪਹਿਰੇ, ਮਨ ਜਾਣਕਾਰੀ ਲਈ ਬਹੁਤ ਉਤਾਵਲਾ ਹੁੰਦਾ ਹੈ । ਜੀਵ, ਸ਼ਬਦ ਦਾ ਧਨ ਇਕੱਠਾ ਕਰੋ । ਤੇਰੀ ਬੰਦਗੀ, ਸ਼ਬਦ ਦੀ ਕਮਾਈ ਦੀ ਪਰਖ ਹੋਣ ਤੇ ਤੇਰੀ ਵਾਰੀ ਵੀ ਆਵੇਗੀ । ਜਿਹੜਾ ਉਸ ਵੇਲੇ ਸੁੱਤਾ, ਸੁਚੇਤ ਨਾ ਹੋਵੇ, ਉਸ ਨੂੰ ਕੌਣ ਜਗਾ ਸਕਦਾ ਹੈ? ਜਿਹੜਾ ਸੰਸਾਰਕ ਇਛਾਂ ਦੇ ਜਾਲ ਵਿੱਚ ਫਸ ਜਾਂਦਾ ਹੈ । ਉਹ ਮੌਤ ਦੇ ਫਰਿਸ਼ਤੇ ਦੇ ਘੇਰੇ ਵਿੱਚ ਹੀ ਆ ਜਾਂਦਾ ਹੈ । ਸੰਸਾਰਕ ਇਛਾਂ ਵਾਲੀ ਰਾਤ ਬੁਹਤ ਅੰਧੇਰੇ ਵਾਲੀ ਹੈ । ਉਸ ਨੂੰ ਇਛਾਂ ਦੇ ਚੋਰ ਜ਼ੋਰ ਕਰਕੇ ਲੁੱਟ ਲੈਂਦੇ ਹਨ । ਨਾ ਦੇਖੇ ਜਾਣਵਾਲੇ, ਪਹੁੰਚ ਤੋਂ ਉਪਰ, ਪ੍ਰਭ ਅੱਗੇ ਅਰਦਾਸ ਕਰੋ । ਪ੍ਰਭ ਆਪਣੀ ਰਹਿਮਤ ਨਾਲ ਹੀ ਬੰਦਗੀ ਕਰਨ ਵਾਲਾ ਨੂੰ ਪ੍ਰਵਾਨਗੀ ਦੇ ਅਸਲੀ ਦੇ ਰਸਤੇ ਤੇ ਅਡੋਲ ਰਖਦਾ ਹੈ । ਅਣਜਾਣ, ਮੁਰਖ ਪ੍ਰਭ ਦੀ ਰਹਿਮਤ ਕਦੇ ਯਾਦ ਨਹੀਂ ਰਖਦਾ । ਉਹ ਨੂੰ ਸੰਸਾਰਕ ਅੰਧੇਰੇ ਵਿੱਚ ਕੋਈ ਸੋਝੀ ਬਖਸ਼ਿਸ਼ ਨਹੀਂ ਹੁੰਦੀ ।

In the first stage of meditation! Everyone may remain very eager and anxious to be enlightened with essence of His Word. You should earn the wealth of His Word. The True Master will evaluate your earnings of His Word; with His mercy and grace, you may be blessed with the right path of acceptance in His Court. Whosoever may awake and alert a sleeping soul? Self-minded remains intoxicated with sweet poison of worldly wealth; he may remain in dense darkness with ignorance from the real purpose of human life opportunity. He may be captured by the devil of death. The demons of worldly desires may invade, rob his priceless human life opportunity. You should humbly pray and beg from the beyond visibility and comprehension True Master. His true devotee may remain on the right path of acceptance in His Court. Self-minded may never remain gratitude for any of His Blessings. He may never be blessed with the right path of acceptance in His Court.

ਦੂਜਾ ਪਹਰੁ ਭਇਆ ਜਾਗੁ ਅਚੇਤੀ ਰਾਮ॥	doojaa pahar bha-i-aa jaag achaytee raam.
ਵਖਰੁ ਰਾਖੁ ਮੁਈਏ ਖਾਜੈ ਖੇਤੀ ਰਾਮ॥	vakhar raakh mu-ee-ay khaajai khaytee raam.
ਰਾਖਹੁ ਖੇਤੀ ਹਰਿ ਗੁਰ ਹੇਤੀ, ਜਾਗਤ ਚੋਰੁ ਨ ਲਾਗੈ॥	raakho khaytee har gur haytee jaagat chor na laagai.
ਜਮ ਮਗਿ ਨ ਜਾਵਹੁ, ਨਾ ਦੁਖੁ ਪਾਵਹੁ, ਜਮ ਕਾ ਡਰੁ ਭਉ ਭਾਗੈ॥	jam mag na jaavhu naa dukh paavhu jam kaa dar bha-o bhaagai.
ਰਵਿ ਸਸਿ ਦੀਪਕ ਗੁਰਮਤਿ ਦੁਆਰੈ, ਮਨਿ ਸਾਚਾ ਮੁਖਿ ਧਿਆਵਏ॥	rav sas deepak gurmat du-aarai man saachaa mukh Dhi-aav-ay.
ਨਾਨਕ ਮੂਰਖੁ ਅਜਹੁ ਨ ਚੇਤੈ, ਕਿਵ ਦੂਜੈ ਸੁਖੁ ਪਾਵਏ॥੨॥	naanak moorakh ajahu na chaytai kiv doojai sukh paav-ay. ||2||

ਬੰਦਗੀ ਦੇ ਦੂਜੇ ਪਹਿਰਾ ਆਪਣੀ ਸੁਰਤੀ ਅਡੋਲ ਰਖੋ । ਆਪਣੀ ਸ਼ਬਦ ਦੀ ਕਮਾਈ ਨੂੰ ਸੰਭਾਲੋ! ਜਿਹੜਾ ਇਛਾਂ ਮਗਰ ਲਗਦਾ, ਸੋਚਦਾ ਹੈ, ਉਸ ਦੀ ਕਮਾਈ ਸੰਸਾਰਕ ਇਛਾਂ ਦੇ ਚੋਰ ਲੁਟ ਲੈਂਦੇ ਹਨ । ਜਿਹੜਾ ਪ੍ਰਭ ਦੇ ਸ਼ਬਦ ਦੀ ਪਾਲਣਾ ਵਿੱਚ ਜਾਗਰਤ ਅਤੇ ਸੁਚੇਤ ਹੋ ਜਾਂਦਾ ਹੈ, ਉਸ ਦੀ ਸ਼ਬਦ ਦੀ ਕਮਾਈ ਸੰਸਾਰਕ ਇਛਾਂ ਦੇ ਚੋਰ ਲੁਟ ਨਹੀਂ ਕਰ ਸਕਦੇ । ਉਹ ਮੌਤ ਦੇ ਫਰਿਸ਼ਤੇ ਦੇ ਘੇਰੇ ਵਿੱਚ ਨਹੀਂ ਜਾਂਦਾ, ਜਨਮ ਮਰਨ ਦਾ ਦੁਖ ਨਹੀਂ ਭੋਗਣਾ ਪੈਂਦਾ । ਸ਼ਬਦ ਨਾਲ ਜੀਵਨ ਢਾਲਣ ਨਾਲ ਮਨ ਦਾ ਸੂਰਜ, ਚੰਦ ਦੋਵੇਂ ਹੀ ਚਮਕਦੇ ਹਨ । ਆਪਣੇ ਮਨ ਵਿੱਚ ਦਸਵੇਂ ਦਰ ਤੇ, ਜੀਭ ਨਾਲ ਉਸ ਦਾ ਸਿਮਰਨ ਕਰੋ । ਮੂਰਖ ਜੀਵ, ਦੂਜੇ ਪਹਿਰੇ, ਜਵਾਨੀ ਵਿੱਚ ਵੀ ਪ੍ਰਭ ਨੂੰ ਚੇਤੇ ਨਹੀਂ ਰਖਦਾ । ਉਸ ਨੂੰ ਭਰਮਾਂ ਵਿੱਚ ਭਟਕਦੇ ਨੂੰ ਸੰਤੋਖ ਕਿਵੇਂ ਬਖਸ਼ਿਸ਼ ਹੋ ਸਕਦਾ ਹੈ?

In the second stage of human life journey! You should remain awake and alert to protect your earnings of His Word. Whosoever may remain intoxicated with the sweet poison of worldly wealth; the demons of worldly desires may rob his earnings of His Word. Whosoever may remain awake and alert in obeying the teachings of His Word; his earnings of His Word remain beyond the reach of demons of worldly desires. He may never endure the misery of the cycle of birth and death. Whosoever may adopt the teachings of His Word; the eternal glow of Sun and Moon, both shines within his heart and on his forehead. He may sing the glory of His Word with his tongue; with His mercy and grace, he may enter the 10th castle within his soul. Self-minded may remain intoxication with the sweet poison of worldly wealth; he may never remember the misery of his separation from His Holy Spirit. He may remain frustrated with religious suspicions and rituals! How may he be blessed with the right path of acceptance in His Court?

ਗੁਰੂ ਨਾਨਕ ਦੇਵ ਜੀ! – Guru Nanak Dev Ji! Guru Granth Sahib

ਤੀਜਾ ਪਹਰੁ ਭਇਆ ਨੀਂਦ ਵਿਆਪੀ ਰਾਮ॥
ਮਾਇਆ ਸੁਤ ਦਾਰਾ ਦੂਖਿ ਸੰਤਾਪੀ ਰਾਮ॥
ਮਾਇਆ ਸੁਤ ਦਾਰਾ ਜਗਤ ਪਿਆਰਾ, ਚੋਗ ਚੁਗੈ ਨਿਤ ਫਾਸੈ॥
ਨਾਮੁ ਧਿਆਵੈ ਤਾ ਸੁਖੁ ਪਾਵੈ, ਗੁਰਮਤਿ ਕਾਲੁ ਨ ਗ੍ਰਾਸੈ॥
ਜੰਮਣੁ ਮਰਣੁ ਕਾਲੁ ਨਹੀਂ ਛੋਡੈ, ਵਿਣੁ ਨਾਵੈ ਸੰਤਾਪੀ॥
ਨਾਨਕ ਤੀਜੈ ਤ੍ਰਿਬਿਧਿ ਲੋਕਾ, ਮਾਇਆ ਮੋਹਿ ਵਿਆਪੀ॥੩॥

teejaa pahar bha-i-aa need vi-aapee raam.
maa-i-aa sut daaraa dookh santaapee raam.
maa-i-aa sut daaraa jagat pi-aaraa chog chugai nit faasai.
naam Dhi-aavai taa sukh paavai gurmat kaal na garaasai.
jaman maran kaal nahee chhodai vin naavai santaapee.
naanak teejai taribaDh lokaa maa-i-aa mohi vi-aapee. ||3||

ਜੀਵਨ ਦੇ ਤੀਜੇ ਪਹਿਰੇ ! ਮਨ ਬੰਦਗੀ ਵੇਲੇ ਪਾਸੇ ਨਹੀਂ ਜਾਂਦਾ, ਸੌਂ ਜਾਂਦਾ ਹੈ । ਸੰਸਾਰਕ ਮਾਇਆ ਅਤੇ ਸੰਸਾਰਕ ਸਬੰਧਾਂ ਦਾ ਮੋਹ ਜ਼ਿਆਦਾ ਪਿਆਰਾ ਲਗਦਾ ਹੈ । ਬਚਿਆਂ, ਪਤਨੀ ਦਾ ਪਿਆਰ, ਅਤੇ ਸੰਸਾਰਕ ਧਨ ਦਾ ਜ਼ੋਰ ਹੋ ਜਾਂਦਾ ਹੈ । ਉਹ ਸੰਸਾਰਕ ਮਾਇਆ ਦੇ ਜਾਲ ਵਿੱਚ ਫਸ ਜਾਂਦਾ ਹੈ । ਜਿਹੜਾ ਸ਼ਬਦ ਦੀ ਪਾਲਣਾ, ਸਿਮਰਨ ਕਰਦਾ, ਜੀਵਨ ਢਾਲਦਾ ਹੈ । ਉਹ ਸੰਸਾਰਕ ਮਾਇਆ ਦੇ ਜਾਲ ਵਿੱਚ ਨਹੀਂ ਫਸਦਾ, ਮੌਤ ਉਸ ਨੂੰ ਤੰਗ ਨਹੀਂ ਕਰ ਸਕਦੀ । ਪ੍ਰਭ ਦੇ ਸ਼ਬਦ ਦੀ ਪਾਲਣਾ ਤੋਂ ਬਿਨਾਂ ਜੂੰਨਾਂ ਦੇ ਚੱਕਰ ਤੋਂ ਬਚਾ ਨਹੀਂ ਹੋ ਸਕਦਾ, ਦੁਖ ਹੀ ਸਹਿਣੇ ਪੈਂਦੇ ਹਨ । ਜੀਵਨ ਦੇ ਤੀਜੇ ਪਹਿਰੇ! ਮਾਇਆ ਦਾ ਤੀਜਾ ਰੂਪ ਦਿਖਾਈ ਦੇਂਦਾ, ਸੰਸਾਰਕ ਜੀਵ ਇਸ ਵਿੱਚ ਫਸ ਜਾਂਦਾ ਹੈ ।

In third stage of his life! He may not pay attention to meditate and remains sleeping, unaware from the real purpose of his human life journey. Worldly wealth, possessions, worldly bonds, attachment to family, spouse and children remain the key focus of his life. He remains intoxicated with sweet poison of worldly wealth. Whosoever may meditate, obeys, and adopts the teachings of His Word with steady and stable belief in his day-to-day life; with His mercy and grace, he may never be intoxicated with sweet poison of worldly wealth nor devil of death may frustrate him. Without obeying the teachings of His Word; no one may ever escape the devil of death. He may endure the miseries of cycle of birth and death. In the third stage of life; the third virtue of worldly wealth dominate his life. He remains intoxicated with the sweet poison of worldly wealth.

ਚਉਥਾ ਪਹਰੁ ਭਇਆ ਦਉਤੁ ਬਿਹਾਗੈ ਰਾਮ॥
ਤਿਨ ਘਰੁ ਰਾਖਿਅੜਾ ਜੁੋ ਅਨਦਿਨੁ ਜਾਗੈ ਰਾਮ॥
ਗੁਰ ਪੂਛਿ ਜਾਗੇ ਨਾਮਿ ਲਾਗੇ, ਤਿਨਾ ਰੈਣਿ ਸੁਹੇਲੀਆ॥
ਗੁਰ ਸਬਦੁ ਕਮਾਵਹਿ ਜਨਮਿ ਨ ਆਵਹਿ, ਤਿਨਾ ਹਰਿ ਪ੍ਰਭੁ ਬੇਲੀਆ॥
ਕਰ ਕੰਪਿ ਚਰਣ ਸਰੀਰੁ ਕੰਪੈ, ਨੈਣ ਅੰਧੁਲੇ ਤਨੁ ਭਸਮ ਸੇ॥
ਨਾਨਕ ਦੁਖੀਆ ਜੁਗ ਚਾਰੇ, ਬਿਨੁ ਨਾਮ ਹਰਿ ਕੇ ਮਨਿ ਵਸੇ॥੪॥

cha-uthaa pahar bha-i-aa da-ut bihaagai raam.
tin ghar raakhi-arhaa jo an-din jaagai raam.
gur poochh jaagay naam laagay tinaa rain suhaylee-aa.
gur sabad kamaaveh janam na aavahi tinaa har parabh baylee-aa.
kar kaNp charan sareer kampai nain anDhulay tan bhasam say.
naanak dukhee-aa jug chaaray bin naam har kay man vasay. ||4||

ਜੀਵਨ ਦੇ ਚੋਥੇਂ ਪਹਿਰੇ, ਬੁਢੇਪੇ ਵਿੱਚ ਅਗਲਾ ਪਾਸਾ, ਨੇੜੇ ਆ ਜਾਂਦਾ ਹੈ । ਜਿਹੜਾ ਜਾਗਦਾ, ਸੁਚੇਤ ਰਹਿੰਦਾ ਹੈ, ਉਹ ਆਪਣੀ ਕਮਾਈ ਬਚਾਕੇ ਰਖਦਾ, ਮਾਇਆ ਦੇ ਜਾਲ ਵਿੱਚ ਨਹੀਂ ਫਸਦਾ । ਉਸ ਦਾ ਇਹ ਸਮਾਂ, ਬੁਹਤ ਸੁਹਾਵਨਾ ਹੁੰਦਾ ਹੈ । ਜਿਹੜਾ ਸ਼ਬਦ ਦੀ ਸਿਖਿਆਂ ਵਿੱਚ ਧਿਆਨ ਰਖਦਾ, ਸ਼ਬਦ ਦੀ ਪਾਲਣਾ ਕਰਦਾ, ਜੀਵਨ ਢਾਲਦਾ ਹੈ, ਪ੍ਰਭ ਆਪ ਹੀ ਉਸ ਦਾ ਰਖਵਾਲਾ ਬਣ ਜਾਂਦਾ ਹੈ । ਉਸ ਨੂੰ ਜੂੰਨਾਂ ਦੇ ਚੱਕਰ ਵਿੱਚ ਨਹੀਂ ਜਾਣਾ ਪੈਂਦਾ । । ਇਸ ਸਮੇਂ, ਜੀਵ ਦਾ ਸਰੀਰ ਕਮਜ਼ੋਰ ਹੋ ਜਾਂਦਾ ਹੈ । ਹੱਥ, ਪੈਰ ਸਥਿਤ ਨਹੀਂ ਰਹਿੰਦੇ, ਅੱਖਾਂ ਬੰਦ ਹੋ ਜਾਂਦੀਆਂ, ਤਨ ਭਸਮ ਹੋ ਜਾਂਦਾ ਹੈ । ਜਿਹੜਾ ਸ਼ਬਦ ਨਾਲ ਜੀਵਨ ਨਹੀਂ ਢਾਲਦਾ, ਪ੍ਰਭ ਦੀਆਂ ਰਹਿਮਤਾਂ ਦਾ ਧੰਨਵਾਦ ਨਹੀਂ ਕਰਦਾ । ਉਹ ਜੀਵਨ ਦੇ ਚਾਰੇ ਪਹਿਰ ਵੀ ਦੁਖ ਭੋਗਦਾ ਹੈ, ਕਿਸੇ ਸਮੇਂ ਵੀ ਸੰਤੋਖ ਬਖ਼ਸ਼ਿਸ ਨਹੀਂ ਹੁੰਦਾ ।

In the fourth stage of his life! He may realize old age and his time on earth approaching to finish line, near end. Whosoever may remain awake and alert and protects his earnings of His Word; he may never be captured by the sweet poison of worldly wealth. His life may become very comforting and overwhelmed with His Bliss. Whosoever may remain intoxicated in obeying and adopting the teachings of His Word with steady and stable belief in his day-to-day life; with His mercy and grace, he may become beyond the reach of devil of death. His cycle of birth and death may be eliminated. The True Master may become his companion, savior, protector. His worldly perishable body may become feeble, his hands shake, feet tumble, eye sight compromised; his body may become a part of dust. Whosoever may not adopt the teachings of His Word nor gratitude for His Blessings; all his four stages remain miserable without any contentment.

ਖੂਲੀ ਗੰਠਿ ਉਠੋ ਲਿਖਿਆ ਆਇਆ ਰਾਮ॥
ਰਸ ਕਸ ਸੁਖ ਠਾਕੇ ਬੰਧਿ ਚਲਾਇਆ ਰਾਮ॥
ਬੰਧਿ ਚਲਾਇਆ ਜਾ ਪ੍ਰਭ ਭਾਇਆ, ਨਾ ਦੀਸੈ ਨਾ ਸੁਣੀਐ॥
ਆਪਣ ਵਾਰੀ ਸਭਸੈ ਆਵੈ, ਪਕੀ ਖੇਤੀ ਲੁਣੀਐ॥
ਘੜੀ ਚਸੇ ਕਾ ਲੇਖਾ ਲੀਜੈ, ਬੁਰਾ ਭਲਾ ਸਹੁ ਜੀਆ॥
ਨਾਨਕ ਸੁਰਿ ਨਰ ਸਬਦਿ ਮਿਲਾਏ, ਤਿਨਿ ਪ੍ਰਭਿ ਕਾਰਣੁ ਕੀਆ॥੫॥੨॥

khoolee ganth utho likhi-aa aa-i-aa raam.
ras kas sukh thaakay banDh chalaa-i-aa raam.
banDh chalaa-i-aa jaa parabh bhaa-i-aa naa deesai naa sunee-ai.
aapan vaaree sabhsai aavai pakee khaytee lunee-ai.
gharhee chasay kaa laykhaa leejai buraa bhalaa saho jee-aa.
naanak sur nar sabad milaa-ay tin parabh kaaran kee-aa. ||5||2||

ਜਿਸ ਨੂੰ ਮੌਤ ਦਾ ਸੱਦਾ ਆ ਜਾਂਦਾ ਹੈ । ਉਸ ਦੇ ਸੰਸਾਰ ਦੇ ਸਾਰੇ ਅਰਾਮ ਖਤਮ ਹੋ ਜਾਂਦੇ ਹਨ । ਉਸ ਨੂੰ ਮੌਤ ਬੰਧੀ ਬਣਾ ਲੈਂਦੀ ਹੈ । ਪ੍ਰਭ ਦੇ ਭਾਣੇ ਨਾਲ ਹੀ ਮੌਤ ਆਉਂਦੀ, ਸਵਾਸ ਖਤਮ ਹੋ ਜਾਂਦੇ ਹਨ । ਜੀਵ ਨੂੰ ਮੌਤ ਦੇ ਸਮੇਂ ਦੀ ਕੋਈ ਖਬਰ, ਚੇਤਾਵਨੀ ਨਹੀਂ ਮਿਲਦੀ । ਹਰਇਕ ਜੀਵ ਆਪਣੀ ਵਾਰੀ ਨਾਲ ਹੀ ਵਾਪਸ ਜਾਂਦਾ ਹੈ । ਜਿਵੇਂ ਪੱਕੀ ਫਸਲ ਨੂੰ ਮਾਲਕ ਕੱਟ ਲੈਂਦਾ ਹੈ । ਜੀਵਨ ਦੇ ਹਰ ਪਲ ਦਾ ਲੇਖਾ ਲਿਖਿਆ ਜਾਂਦਾ ਹੈ । ਆਤਮਾ ਨੂੰ ਜਵਾਬ ਦੇਣਾ ਪੈਂਦਾ, ਆਪਣੇ ਕੀਤੇ ਕੰਮਾਂ ਦੀ ਸਜ਼ਾ ਭੋਗਣੀ ਪੈਂਦੀ ਹੈ । ਬੰਦਗੀ ਕਰਨ ਵਾਲਾ, ਸ਼ਬਦ ਦੀ ਪਾਲਣਾ ਕਰਦਾ ਹੀ ਸ਼ਬਦ ਦੀ ਸਮਾਧੀ ਵਿੱਚ ਅਭੇਦ ਹੋ ਜਾਂਦਾ ਹੈ । ਇਸਤਰ੍ਹਾਂ ਹੀ ਪ੍ਰਭ ਦੀ ਕੁਦਰਤ ਵਾਪਰਦੀ ਹੈ ।

The devil of death knocks at his door at predetermined time to reap his soul; all his worldly comforts may end. His soul must endure the judgement of his worldly deeds. No one may ever be aware of the exact time of his last breath. Everyone may face death at predetermined time. As the farmer may harvest his matured crops at the right time. All the worldly deeds, moments of his life are monitored and engraved on his soul. His true devotee remains intoxicated in obeying the teachings of His Word; with His mercy and grace, his soul may be immersed with His Holy Spirit. His Nature, prevails and remains unchanged, true forever in the universe.

Key Message of Raag Tukhaari, page 1110-1

'ਬੰਦਗੀ, ਜੀਵਨ ਦੇ ਪੜਾਂ!

ਬੰਦਗੀ ਦੇ ਪਹਿਲੇ ਪਹਿਰੇ, ਮਨ ਬਹੁਤ ਉਤਾਵਲਾ ਹੁੰਦਾ ਹੈ । ਜਿਹੜਾ ਉਸ ਵੇਲੇ ਸੁੱਤਾ, ਸੁਚੇਤ ਨਾ ਹੋਵੇ, ਉਹ ਸੰਸਾਰਕ ਇਛਾਂ ਦੇ ਜਾਲ ਵਿੱਚ ਫਸ ਜਾਂਦਾ ਹੈ । ਦੂਜੇ ਪਹਿਰਾ! ਜਿਹੜਾ ਪ੍ਰਭ ਦੇ ਸ਼ਬਦ ਦੀ ਪਾਲਣਾ ਵਿੱਚ ਜਾਗਰਤ ਅਤੇ ਸੁਚੇਤ ਹੋ ਜਾਂਦਾ ਹੈ, ਉਸ ਦੀ ਕਮਾਈ ਸੰਸਾਰਕ ਇਛਾਂ ਦੇ ਚੋਰ ਲੁਟ ਨਹੀਂ ਸਕਦੇ । ਤੀਜੇ ਪਹਿਰੇ! ਜਿਸ ਨੂੰ ਸੰਸਾਰਕ ਮਾਇਆ ਅਤੇ ਸੰਸਾਰਕ ਸਬੰਧਾਂ ਦਾ ਮੋਹ ਜ਼ਿਆਦਾ ਪਿਆਰਾ ਲਗਦਾ ਹੈ । ਉਹ ਮਾਇਆ ਦੇ ਤੀਜਾ ਰੂਪ ਵਿੱਚ ਫਸ ਜਾਂਦਾ ਹੈ । ਚੋਥੇਂ ਪਹਿਰੇ, ਬੁਢੇਪੇ ਵਿੱਚ ਅਗਲਾ ਪਾਸਾ, ਨੇੜੇ ਆ ਜਾਂਦਾ ਹੈ । ਜਿਹੜਾ ਜਾਗਦਾ, ਸੁਚੇਤ ਰਹਿੰਦਾ, ਉਹ ਆਪਣੀ ਕਮਾਈ ਬਚਾ ਕੇ ਰਖਦਾ ਹੈ! ਪ੍ਰਭ ਆਪ ਹੀ ਉਸ ਦਾ ਰਖਵਾਲਾ ਬਣ ਜਾਂਦਾ ਹੈ । ਪ੍ਰਭ ਦੇ ਭਾਣੇ ਨਾਲ ਹੀ ਮੌਤ ਆਉਂਦੀ, ਸਵਾਸ ਖਤਮ ਹੋ ਜਾਂਦੇ ਹਨ । ਜੀਵਨ ਦੇ ਹਰ ਪਲ ਦਾ ਲੇਖਾ ਲਿਖਿਆ ਜਾਂਦਾ ਹੈ । ਬੰਦਗੀ ਕਰਨ ਵਾਲਾ, ਸ਼ਬਦ ਦੀ ਪਾਲਣਾ ਕਰਦਾ ਹੀ ਸ਼ਬਦ ਦੀ ਸਮਾਧੀ ਵਿੱਚ ਅਭੇਦ ਹੋ ਜਾਂਦਾ ਹੈ । ਇਸਤਰ੍ਹਾਂ ਹੀ ਪ੍ਰਭ ਦੀ ਕੁਦਰਤ ਵਾਪਰਦੀ ਹੈ ।

Stage of meditation- stages of life!

In the first stage of meditation! Everyone may remain very eager and anxious to be enlightened with essence of His Word. Whosoever may remain sleeping; he may become a victim of worldly wealth. **In the second**! Whosoever may remain awake and alert in obeying the teachings of His Word; his earnings of His Word remain beyond the reach of demons of worldly desires. **In third stage**! Worldly wealth, possessions, worldly bonds, attachment to family, spouse and children remain the key focus of his life. The third virtue of worldly, attachment dominates his worldly life. **In the fourth stage**! Whosoever may remain awake, alert and protects his earnings of His Word; The True Master may become his companion, savior, protector. Everyone may face death at predetermined time! His soul must endure the judgement of his worldly deeds. Whosoever may remain intoxicated in the void of His Word; his soul may immerse within His Holy Spirit. His Nature, prevails and remains unchanged, true forever in the universe.

16. ਤੁਖਾਰੀ ਮਹਲਾ ੧॥ 1110-17

ਤਾਰਾ ਚੜਿਆ ਲੰਮਾ, ਕਿਉ ਨਦਰਿ ਨਿਹਾਲਿਆ ਰਾਮ॥	taaraa charhi-aa lammaa ki-o nadar nihaali-aa raam.
ਸੇਵਕ ਪੂਰ ਕਰੰਮਾ, ਸਤਿਗੁਰਿ ਸਬਦਿ ਦਿਖਾਲਿਆ ਰਾਮ॥	sayvak poor karammaa satgur sabad dikhaali-aa raam.
ਗੁਰ ਸਬਦਿ ਦਿਖਾਲਿਆ ਸਚੁ ਸਮਾਲਿਆ, ਅਹਿਨਿਸਿ ਦੇਖਿ ਬੀਚਾਰਿਆ॥	gur sabad dikhaali-aa sach samaali-aa ahinis daykh beechaari-aa.
ਧਾਵਤ ਪੰਚ ਰਹੇ ਘਰੁ ਜਾਣਿਆ, ਕਾਮੁ ਕ੍ਰੋਧੁ ਬਿਖੁ ਮਾਰਿਆ॥	Dhaavat panch rahay ghar jaani-aa kaam kroDh bikh maari-aa.
ਅੰਤਰਿ ਜੋਤਿ ਭਈ ਗੁਰ ਸਾਖੀ, ਚੀਨੇ ਰਾਮ ਕਰੰਮਾ॥	antar jot bha-ee gur saakhee cheenay raam karammaa.
ਨਾਨਕ ਹਉਮੈ ਮਾਰਿ ਪਤੀਣੇ, ਤਾਰਾ ਚੜਿਆ ਲੰਮਾ॥੧॥	naanak ha-umai maar pateenay taaraa charhi-aa lammaa. ||1||

ਜਿਵੇਂ ਅਕਾਸ਼ ਵਿੱਚ ਚਲਦਾ ਤਾਰਾ ਟੁੱਟ ਜਾਂਦਾ ਹੈ, ਉਸ ਨੂੰ ਜੀਵ ਆਪਣੀ ਨੰਗੀ ਅੱਖ ਨਾਲ ਨਹੀਂ ਦੇਖ ਸਕਦਾ । ਜੀਵ ਦੇ ਪਿਛਲੇ ਜਨਮ ਦੇ ਚੰਗੇ ਕੰਮਾਂ ਨਾਲ ਹੀ ਸ਼ਬਦ ਦੀ ਸੋਝੀ ਬਖਸ਼ਿਸ਼ ਹੁੰਦੀ ਹੈ । ਜਿਹੜਾ ਆਪਣਾ ਜੀਵਨ ਸ਼ਬਦ ਦੀ ਸਿਖਿਆਂ ਨਾਲ ਢਾਲਦਾ ਹੈ, ਉਸ ਨੂੰ ਪ੍ਰਭ ਦੀ ਹੋਂਦ ਦੀ ਸੋਝੀ ਬਖਸ਼ਿਸ਼ ਹੋ ਜਾਂਦੀ ਹੈ । ਉਹ ਆਪਣੇ ਅੰਦਰੋਂ ਹੀ ਪ੍ਰਭ ਦੇ ਸ਼ਬਦ ਦੀ ਸੋਝੀ ਖੋਜ ਲੈਂਦਾ ਹੈ । ਉਸ ਨੂੰ ਮਨ ਦੀਆਂ ਪੰਜਾਂ ਇਛਾਂ, ਕਾਮ ਵਾਸ਼ਨਾ, ਕਰੋਧ, ਧੋਖੇ, ਲਾਲਚ ਤੇ ਜਿੱਤ ਬਖਸ਼ਿਸ਼ ਹੋ ਜਾਂਦੀ ਹੈ । ਉਸ ਦੇ ਅੰਦਰ ਪ੍ਰਭ ਦੀ ਜੋਤ ਜਾਗਰਤ ਹੋ ਜਾਂਦੀ ਹੈ । ਉਸ ਦੇ ਸਾਰੇ ਕੰਮ ਹੀ ਸ਼ਬਦ ਦੇ ਅਨੁਸਾਰ ਹੋ ਜਾਂਦੇ ਹਨ । ਉਸ ਦੇ ਮਨ ਦੀ ਅਹੰਕਾਰ ਅਤੇ ਹੈਸੀਅਤ ਦਾ ਅਭਿਮਾਨ ਖਤਮ ਹੋ ਜਾਂਦਾ ਹੈ । ਮਨ ਦੇ ਅਕਾਸ਼ ਤੇ ਚਾਰੇ ਪਾਸੇ, ਸ਼ਬਦ ਦੀ ਸੋਝੀ ਦਾ ਜਾਦੂ ਘਰ ਕਰ ਜਾਂਦਾ ਹੈ ।

As a star moves and breaks in sky, no one may be able to see, witness with his naked eyes. Same way, whosoever may earn the wealth of His Word, good deeds of his previous lives; he may be blessed with the enlightenment of the essence of His Word. Whosoever may adopt the teachings of His Word with steady and stable belief; with His mercy and grace, he may realize His Holy Spirit prevailing everywhere. He may search, discovers His 10th Royal Castle within his own mind and body. He may control, conquers his five demons of his worldly desires, sexual urge, anger, evil thoughts, and his greed. He may be enlightened from within and all his deeds may become acceptable in His Court. He may surrender his self-entity at His Sanctuary. The sky of his mind may remain overwhelmed with the magic of enlightenment of the essence of His Word.

ਗੁਰਮੁਖਿ ਜਾਗਿ ਰਹੇ, ਚੂਕੀ ਅਭਿਮਾਨੀ ਰਾਮ॥	gurmukh jaag rahay chookee abhimaanee raam.
ਅਨਦਿਨੁ ਭੋਰੁ ਭਇਆ, ਸਾਚਿ ਸਮਾਨੀ ਰਾਮ॥	an-din bhor bha-i-aa saach samaanee raam.
ਸਾਚਿ ਸਮਾਨੀ ਗੁਰਮੁਖਿ ਮਨਿ ਭਾਨੀ, ਗੁਰਮੁਖਿ ਸਾਬਤੁ ਜਾਗੇ॥	saach samaanee gurmukh man bhaanee gurmukh saabat jaagay.
ਸਾਚੁ ਨਾਮੁ ਅੰਮ੍ਰਿਤੁ ਗੁਰਿ ਦੀਆਂ, ਹਰਿ ਚਰਨੀ ਲਿਵ ਲਾਗੇ॥	saach naam amrit gur dee-aa har charnee liv laagay.
ਪ੍ਰਗਟੀ ਜੋਤਿ ਜੋਤਿ ਮਹਿ ਜਾਤਾ, ਮਨਮੁਖਿ ਭਰਮਿ ਭੁਲਾਣੀ॥	pargatee jot jot meh jaataa manmukh bharam bhulaanee.
ਨਾਨਕ ਭੋਰੁ ਭਇਆ ਮਨੁ ਮਾਨਿਆ, ਜਾਗਤ ਰੈਣਿ ਵਿਹਾਣੀ॥੨॥	naanak bhor bha-i-aa man maani-aa jaagat rain vihaanee. ||2||

ਜਿਹੜਾ ਗੁਰਮਖ ਸ਼ਬਦ ਵਿੱਚ ਜਾਗਦਾ ਅਤੇ ਸੁਚੇਤ ਰਹਿੰਦਾ ਹੈ । ਉਸ ਦੇ ਮਨ ਵਿਚੋਂ ਅਹੰਕਾਰ ਖਤਮ ਹੋ ਜਾਂਦਾ ਹੈ । ਉਸ ਵਾਸਤੇ ਦਿਨ, ਰਾਤ ਇਕ ਹੀ ਹੁੰਦੀ ਹੈ, ਪ੍ਰਭ ਦੀ ਜੋਤ ਵਿੱਚ ਹੀ ਲੀਨ ਰਹਿੰਦਾ, ਇਸ ਵਿੱਚ ਹੀ ਮਨ ਦਾ ਅਨੰਦ ਹੈ । ਉਹ ਹਰ ਵੇਲੇ ਸੰਸਾਰਕ ਇਛਾਂ, ਭਟਕਣਾਂ ਤੋਂ ਸੁਚੇਤ, ਰਹਿਤ ਰਹਿੰਦਾ ਹੈ । ਪ੍ਰਭ ਦੀ ਰਹਿਮਤ ਨਾਲ ਉਸ ਨੂੰ ਸ਼ਬਦ ਦੀ ਸੋਝੀ ਬਖਸ਼ਿਸ਼ ਹੋ ਜਾਂਦੀ ਹੈ । ਉਹ ਹਰ ਪਲ ਹੀ ਉਸ ਦੀ ਸ਼ਰਣ ਵਿੱਚ ਪਨਾਹ ਲਈ ਰਖਦਾ ਹੈ । ਉਸ ਨੂੰ ਪ੍ਰਭ ਦੀ ਜੋਤ ਅਨੁਭਵ ਹੋ ਜਾਂਦੀ ਹੈ, ਆਪਣੇ ਆਪ ਦੀ ਪਛਾਣ ਆ ਜਾਂਦੀ ਹੈ । ਮਨਮੁਖ ਹਰ ਵੇਲੇ ਭਰਮਾਂ ਭੁਲੇਖਿਆਂ ਵਿੱਚ ਹੀ ਭਟਕਦਾ ਰਹਿੰਦਾ ਹੈ । ਗੁਰਮਖ ਨੂੰ ਸਵੇਰਾ ਹੁੰਦਾ ਹੀ ਮਨ ਵਿੱਚ ਸੰਤੋਖ ਮਹਿਸੂਸ ਕਰਦਾ ਹੈ । ਆਪਣੇ ਜੀਵਨ ਦੀ ਰਾਤ, ਸ਼ਬਦ ਦੀ ਪਾਲਣਾ ਵਿੱਚ ਅਤੇ ਸੰਸਾਰਕ ਇਛਾਂ ਤੋਂ ਸੁਚੇਤ ਹੀ ਰਹਿੰਦਾ ਹੈ ।

Whosoever may remain awake and alert in meditating, obeying the teachings of His Word; with His mercy and grace, he may conquer own ego of his mind. He remains intoxicated meditating in the void of His Word Day and night; with His mercy and grace, he may cherish the eternal spiritual bliss. He always remains aware and alert from the worldly temptations and frustrations; with His mercy and grace, he may be enlightened with the essence of His Word. He may pray for His Forgiveness and Refuge, every moment in his life. He may recognize the real purpose of his human life opportunity; he may realize His Existence prevailing everywhere. He remains contented, obeying the teachings of His Word; he remains awake and alert from worldly temptations in his worldly life. Self-minded remains frustrated in religious suspicions.

ਗੁਰੂ ਨਾਨਕ ਦੇਵ ਜੀ! – Guru Nanak Dev Ji! Guru Granth Sahib

ਅਉਗਣ ਵੀਸਰਿਆ ਗੁਣੀ ਘਰੁ ਕੀਆ ਰਾਮ॥ a-ugan veesri-aa gunee ghar kee-aa raam.
ਏਕੋ ਰਵਿ ਰਹਿਆ ਅਵਰੁ ਨ ਬੀਆ ਰਾਮ॥ ayko rav rahi-aa avar na bee-aa raam.
ਰਵਿ ਰਹਿਆ ਸੋਈ ਅਵਰੁ ਨ ਕੋਈ, ਮਨ ਹੀ ਤੇ ਮਨੁ ਮਾਨਿਆ॥ rav rahi-aa so-ee avar na ko-ee man hee tay man maani-aa.
ਜਿਨਿ ਜਲ ਥਲ ਤ੍ਰਿਭਵਣ ਘਟੁ ਘਟੁ ਥਾਪਿਆ, jin jal thal taribhavan ghat ghat thaapi-aa
ਸੋ ਪ੍ਰਭੁ ਗੁਰਮੁਖਿ ਜਾਨਿਆ॥ so parabh gurmukh jaani-aa.
ਕਰਣ ਕਾਰਣ ਸਮਰਥ ਅਪਾਰਾ, ਤ੍ਰਿਬਿਧਿ ਮੇਟਿ ਸਮਾਈ॥ karan kaaran samrath apaaraa taribaDh mayt samaa-ee.
ਨਾਨਕ ਅਵਗਣ ਗੁਣਹ ਸਮਾਣੇ, ਐਸੀ ਗੁਰਮਤਿ ਪਾਈ॥ ੩॥ naanak avgan gunah samaanay aisee gurmat paa-ee. ||3||

ਪ੍ਰਭ ਗੁਰਮਖ ਦੇ ਗੁਣ, ਅਉਗੁਣ ਨਹੀਂ ਚਿਤਾਰਦਾ, ਉਹ ਦਰਬਾਰ ਵਿੱਚ ਦਾਖਲ ਹੋ ਜਾਂਦਾ ਹੈ । ਪ੍ਰਭ ਹੀ ਹਰਇਕ ਥਾਂ ਤੇ ਵਾਪਰਦਾ ਹੈ, ਹੋਰ ਕੋਈ ਦੂਜਾ ਨਹੀਂ ਹੈ । ਪ੍ਰਭ ਗੁਰਮਖ ਨੂੰ ਆਪਣੇ ਮਨ ਅੰਦਰੋਂ ਇਸ ਤੱਤ ਦੀ ਸੋਝੀ ਬਖਸ਼ਦਾ ਹੈ । ਇਕੋ ਇਕ ਪ੍ਰਭ ਹੀ ਸਦਾ ਅਟਲ ਰਹਿਣ ਵਾਲਾ ਮਾਲਕ ਹੈ, ਹੋਰ ਦੂਸਰਾ ਕੋਈ ਨਹੀਂ ਹੈ । ਪ੍ਰਭ ਨੇ ਤਿੰਨੇ ਸ੍ਰਿਸ਼ਟੀਆਂ, ਪਾਣੀ, ਧਰਤੀ ਅਤੇ ਸਾਰੇ ਜੀਵਾਂ ਦੀ ਆਤਮਾ ਸਥਾਪਤ ਕੀਤੀ ਹੈ । ਬੇਅੰਤ, ਅੰਤਰਜਾਮੀ ਪ੍ਰਭ ਹੀ ਸ੍ਰਿਸ਼ਟੀ ਪੈਦਾ ਕਰਨ ਵਾਲਾ ਕਰਤਾ, ਸਾਰੇ ਕਾਰਨਾਂ ਦਾ ਕਾਰਨ ਹੈ । ਉਹ ਗੁਰਮਖ ਦਾ ਤਿੰਨਾਂ ਕਿਸਮਾਂ ਦੀ ਮਾਇਆ ਦਾ ਜਾਲ ਖਤਮ ਕਰ ਦੇਂਦਾ ਹੈ । ਉਹ ਪ੍ਰਭ ਦੀ ਜੋਤ ਵਿੱਚ ਅਭੇਦ ਹੋ ਜਾਂਦਾ ਹੈ । ਪ੍ਰਭ ਦੀ ਇਸਤਰ੍ਹਾਂ ਦੀ ਅਨੋਖੀ ਹੀ ਰਹਿਮਤ ਹੈ! ਆਪਣੇ ਦਾਸ ਦੇ ਗੁਣ, ਅਉਗੁਣ ਨੂੰ ਨਹੀਂ ਚਿਤਾਰਦਾ ।

The True Master may ignore the short-coming, sins of His true devotee; with His mercy and grace, he may enter the 10th Royal Castle within his own heart. The One and Only One, Omnipresent True Master prevails everywhere; no one else may exist without His Command. His true devotee may be enlightened from within and recognizes His Word as an ultimate Command. The One and Only One True Master remains unchanged and true forever. He has created all three universes as an expansion of His Holy Spirit; No one else may exist in the universe without His Command. He has established earth to transform blemish soul from one body to another body. The Omniscient True Master, Creator of the universe, creates all the causes of all events of His Nature. He may eliminate the trap of sweet poison of worldly wealth of His true devotee; his soul may become worthy of His Consideration. The True Master has such an astonishing Nature. Whose meditation may be accepted in His Court; all his short-comings and deficiencies may be ignored.

ਆਵਣ ਜਾਣ ਰਹੇ, ਚੂਕਾ ਭੋਲਾ ਰਾਮ॥ aavan jaan rahay chookaa bholaa raam.
ਹਉਮੈ ਮਾਰਿ ਮਿਲੇ ਸਾਚਾ ਚੋਲਾ ਰਾਮ॥ ha-umai maar milay saachaa cholaa raam.
ਹਉਮੈ ਗੁਰਿ ਖੋਈ ਪਰਗਟੁ ਹੋਈ, ਚੂਕੇ ਸੋਗ ਸੰਤਾਪੈ॥ ha-umai gur kho-ee pargat ho-ee chookay sog santaapai.
ਜੋਤੀ ਅੰਦਰਿ ਜੋਤਿ ਸਮਾਣੀ, ਆਪੁ ਪਛਾਤਾ ਆਪੈ॥ jotee andar jot samaanee aap pachhaataa aapai.
ਪੇਈਅੜੈ ਘਰਿ ਸਬਦਿ ਪਤੀਣੀ, ਸਾਹੁਰੜੈ ਪਿਰ ਭਾਣੀ॥ pay-ee-arhai ghar sabad pateenee saahurrhai pir bhaanee.
ਨਾਨਕ ਸਤਿਗੁਰਿ ਮੇਲਿ ਮਿਲਾਈ, ਚੂਕੀ ਕਾਣਿ ਲੋਕਾਣੀ॥ ੪॥ ੩॥ naanak satgur mayl milaa-ee chookee kaan lokaanee. ||4||3||

ਜਿਸ ਜੀਵਨ ਦੇ ਢੰਗ ਨਾਲ ਅਹੰਕਾਰ ਤੇ ਜਿੱਤ ਬਖਸ਼ਿਸ਼ ਹੋ ਜਾਂਦੀ ਹੈ, ਉਹ ਹੀ ਸ਼ਬਦ, ਪ੍ਰਭ ਦਾ ਭਾਣਾ ਬਣ ਜਾਂਦਾ ਹੈ । ਉਸ ਦੇ ਭਰਮ, ਅਤੇ ਜੂੰਨਾਂ ਦਾ ਚੱਕਰ ਖਤਮ ਹੋ ਜਾਂਦਾ ਹੈ । ਪ੍ਰਭ ਆਪ ਹੀ ਉਸ ਦੀ ਹੈਸੀਅਤ ਦੀ ਆਕੜ, ਸੰਸਾਰਕ ਇਛਾਂ ਦੀ ਭਟਕਣ ਅਤੇ ਦੁਖ ਖਤਮ ਕਰ ਦੇਂਦਾ ਹੈ । ਉਸ ਨੂੰ ਆਪਣੇ ਆਪ ਦੀ ਪਛਾਣ, ਮਾਨਸ ਜੀਵਨ ਦੇ ਮੰਤਵ ਦੀ ਸੋਝੀ ਬਖਸ਼ਿਸ਼ ਹੋ ਜਾਂਦੀ ਹੈ । ਸੰਸਾਰਕ ਜੀਵਨ ਵਿੱਚ, ਸ਼ਬਦ ਦੀ ਪਾਲਣਾ ਨਾਲ ਸੰਤੋਖ ਬਖਸ਼ਿਸ਼ ਹੋਇਆ ਹੈ । ਮੇਰੀ ਆਤਮਾ ਦੀ ਜੋਤ ਪ੍ਰਭ ਦੀ ਜੋਤ ਵਿੱਚ ਅਭੇਦ ਹੋ ਗਈ ਹੈ । ਮੌਤ ਤੋਂ ਪਿਛੋਂ ਦਰਬਾਰ ਵਿੱਚ ਪ੍ਰਭ ਦੇ ਭਾਣੇ ਨਾਲ ਸੰਤੋਖ ਵਿੱਚ ਹੀ ਅਡੋਲ ਹੋ ਜਾਵਾ ਗਾ । ਪ੍ਰਭ ਨੇ ਆਪਣੀ ਸ਼ਰਣ ਵਿੱਚ ਪਨਾਹ ਬਖਸ਼ੀ ਹੈ । ਹੁਣ ਮੇਰਾ ਸੰਸਾਰਕ ਜੀਵਾਂ ਤੇ ਨਿਰਭਰ ਹੋਣਾ ਖਤਮ ਹੋ ਗਿਆ ਹੈ ।

His true devotee may be blessed to conquer his ego of worldly status; his way of life may become his eternal robe. The True Master may eliminate, all his suspicions along with his cycle of life. He may conquer his worldly status, frustration, and miseries of worldly desires; with His mercy and grace, he may recognize the real purpose of his human life opportunity. I am obeying the teachings of His Word with steady and stable belief; with His mercy and grace, my soul has been accepted in His Court and immersed within His Holy Spirit. After death, I may remain contented with the teachings of His Word. I have been accepted in His Sanctuary; my dependence on worldly gurus have been eliminated.

Key Message of Raag Tukhaari, page 1110-17
'ਸੰਸਾਰਕ ਇਛਾਂ ਤੇ ਜਿੱਤ!
ਜਿਹੜਾ ਆਪਣਾ ਜੀਵਨ ਸ਼ਬਦ ਦੀ ਸਿਖਿਆਂ ਨਾਲ ਢਾਲਦਾ ਹੈ, ਉਹ ਆਪਣੇ ਅੰਦਰੋਂ ਹੀ ਪ੍ਰਭ ਦੇ ਸ਼ਬਦ ਦੀ ਸੋਝੀ ਖੋਜ ਲੈਂਦਾ ਹੈ । ਉਸ ਨੂੰ ਮਨ ਦੀਆਂ ਪੰਜਾਂ ਇਛਾਂ, ਕਾਮ ਵਾਸ਼ਨਾ, ਕਰੋਧ, ਧੋਖੇ, ਲਾਲਚ ਤੇ ਜਿੱਤ ਬਖਸ਼ਿਸ਼ ਹੋ ਜਾਂਦੀ ਹੈ । ਜਿਹੜਾ ਸ਼ਬਦ ਦੀ ਪਾਲਣਾ ਕਰਦਾ, ਜਾਗਦਾ ਅਤੇ ਸੁਚੇਤ ਰਹਿੰਦਾ ਹੈ । ਉਸ ਦੇ ਮਨ ਵਿਚੋਂ ਅਹੰਕਾਰ ਖਤਮ ਹੋ ਜਾਂਦਾ ਹੈ । ਆਪਣੇ ਆਪ ਦੀ ਪਛਾਣ ਆ ਜਾਂਦੀ ਹੈ । ਉਸ ਨੂੰ ਪ੍ਰਭ ਦੀ ਜੋਤ ਅਨੁਭਵ ਹੋ ਜਾਂਦੀ ਹੈ । ਪ੍ਰਭ ਹੀ ਹਰਇਕ ਥਾਂ ਤੇ ਵਾਪਰਦਾ ਹੈ, ਹੋਰ ਕੋਈ ਦੂਜਾ ਨਹੀਂ ਹੈ । ਪ੍ਰਭ ਗੁਰਮਖ ਨੂੰ ਆਪਣੇ ਮਨ ਅੰਦਰੋਂ ਇਸ ਤੱਤ ਦੀ ਸੋਝੀ ਬਖਸ਼ਦਾ ਹੈ । ਉਸ ਗੁਰਮਖ ਦਾ ਤਿੰਨਾਂ ਕਿਸਮਾਂ ਦੀ ਮਾਇਆ ਦਾ ਜਾਲ ਖਤਮ ਕਰ ਦੇਂਦਾ ਹੈ । ਉਹ ਪ੍ਰਭ ਦੀ ਜੋਤ ਵਿੱਚ ਅਭੇਦ ਹੋ ਜਾਂਦਾ ਹੈ । ਜਿਸ ਜੀਵਨ ਦੇ ਢੰਗ ਨਾਲ ਅਹੰਕਾਰ ਤੇ ਜਿੱਤ ਬਖਸ਼ਿਸ਼ ਹੋ ਜਾਂਦੀ ਹੈ, ਉਹ ਹੀ ਸ਼ਬਦ, ਪ੍ਰਭ ਦਾ ਭਾਣਾ ਬਣ ਜਾਂਦਾ ਹੈ । ਉਸ ਨੂੰ ਆਪਣੇ ਆਪ ਦੀ ਪਛਾਣ, ਮਾਨਸ ਜੀਵਨ ਦੇ ਮੰਤਵ ਦੀ ਸੋਝੀ ਬਖਸ਼ਿਸ਼ ਹੋ ਜਾਂਦੀ ਹੈ । ਉਸ ਆਤਮਾ ਦੀ ਜੋਤ ਪ੍ਰਭ ਦੀ ਜੋਤ ਵਿੱਚ ਅਭੇਦ ਹੋ ਜਾਂਦੀ ਹੈ ।
Conquer worldly wealth!
Whosoever may adopt the teachings of His Word; he may be enlightened with the essence of His Word from within! He may conquer his five demons of his worldly desires, sexual urge, anger, evil thoughts, and his greed. Whosoever may remain awake and alert in meditating; he may conquer ego of his mind. He may recognize the real purpose of his human life opportunity; he may realize the existence of His Holy Spirit prevailing everywhere. The True Master may ignore the short-coming, sins of His true devotee; with His mercy and grace, he may enter the 10th Royal Castle within his own heart. The One and Only One, Omnipresent True Master prevails everywhere; no one else exists without His Command. His true devotee may be enlightened from within and recognizes His Word as an ultimate Command. His true devotee may remain beyond the reach of three virtues of worldly wealth; his soul may immerse within His Holy Spirit.

17. ਤੁਖਾਰੀ ਮਹਲਾ ੧॥ 1111-10

ਭੋਲਾਵੜੈ ਭੁਲੀ ਭੁਲਿ ਭੁਲਿ ਪਛੋਤਾਣੀ॥ — bholaavarhai bhulee bhul bhul pachhotaanee.
ਪਿਰਿ ਛੋਡਿਅੜੀ ਸੁਤੀ ਪਿਰ ਕੀ ਸਾਰ ਨ ਜਾਣੀ॥ — pir chhodi-arhee sutee pir kee saar na jaanee.
ਪਿਰਿ ਛੋਡੀ ਸੁਤੀ ਅਵਗਣਿ ਮੁਤੀ, ਤਿਸੁ ਧਨ ਵਿਧਣ ਰਾਤੇ॥ — pir chhodee sutee avgan mutee tis Dhan viDhan raatay.
ਕਾਮਿ ਕ੍ਰੋਧਿ ਅਹੰਕਾਰਿ ਵਿਗੁਤੀ, ਹਉਮੈ ਲਗੀ ਤਾਤੇ॥ — kaam kroDh ahaNkaar vigutee ha-umai lagee taatay.
ਉਡਰਿ ਹੰਸੁ ਚਲਿਆ ਫੁਰਮਾਇਆ, ਭਸਮੈ ਭਸਮ ਸਮਾਣੀ॥ — udar hans chali-aa furmaa-i-aa bhasmai bhasam samaanee.
ਨਾਨਕ ਸਚੇ ਨਾਮ ਵਿਹੂਣੀ, ਭੁਲਿ ਭੁਲਿ ਪਛੋਤਾਣੀ॥੧॥ — naanak sachay naam vihoonee bhul bhul pachhotaanee. ||1||

ਭਰਮਾਂ ਵਿੱਚ ਭੁੱਲੀ ਹੋਈ ਆਤਮਾ ਭਟਕਦੀ ਫਿਰਦੀ, ਕੁਝ ਸਮਝ ਨਹੀਂ ਆਉਂਦਾ । ਇਹ ਅਫਸੋਸ ਕਰਦੀ ਅਤੇ ਪਛਤਾਵਾਂ ਕਰਦੀ ਹੈ । ਅਸਲੀ ਮਾਲਕ ਦੇ ਸ਼ਬਦ ਦੀ ਪਾਲਣਾ ਨਹੀਂ ਕਰਦੀ, ਹੋਰ ਦੂਸਰਿਆਂ ਪਿਛੇ ਲਗੀ ਫਿਰਦੀ ਹੈ । ਉਸ ਨੂੰ ਮਾਲਕ ਦੇ ਸ਼ਬਦ ਦੀ ਕੀਮਤ ਦੀ ਜਾਣਕਾਰੀ ਨਹੀਂ ਹੁੰਦੀ । ਉਹ ਹੋਰ ਰਸਤਿਆਂ ਤੇ ਚਲਕੇ ਆਪਣੀ ਆਤਮਾ ਨੂੰ ਦਾਗ਼ੀ ਕਰ ਲੈਂਦਾ ਹੈ । ਉਸ ਦਾ ਸਮਾਂ ਦੁਖਾਂ ਨਾਲ ਹੀ ਬਤੀਤ ਹੁੰਦਾ ਹੈ । ਉਹ ਕਾਮ, ਕਰੋਧ, ਲਾਲਚ ਅਤੇ ਹੈਸੀਅਤ ਦੇ ਅਭਿਮਾਨ ਵਿੱਚ ਹੀ ਮਾਨਸ ਜੀਵਨ ਬਰਬਾਦ ਕਰ ਲੈਂਦਾ ਹੈ । ਅਹੰਕਾਰ ਦੀ ਅੱਗ ਵਿੱਚ ਜਲਦੇ ਦੇ ਸਵਾਸ ਖਤਮ ਹੋ ਜਾਂਦੇ, ਉਸ ਦਾ ਮਿੱਟੀ ਦਾ ਤਨ ਮਿੱਟੀ ਵਿੱਚ ਹੀ ਰਲ ਜਾਂਦਾ ਹੈ । ਮਾਲਕ ਦੇ ਸ਼ਬਦ ਦੀ ਪਾਲਣਾ ਤੋਂ ਬਿਨਾਂ ਭਰਮਾਂ ਵਿੱਚ ਹੀ ਉਦਾਸ ਰਹਿੰਦਾ, ਪਛਤਾਵਾ ਹੀ ਕਰਦਾ ਹੈ ।

Ignorant self-minded, intoxicated in religious rituals may not recognize the real purpose of human life opportunity. His soul may regret and repents at the time of his last breath. He may not obey the teachings of His Word, rather follows worldly, gurus intoxicated in worldly greed. He may never comprehend the real significance of His Word; rather blemishes his soul by following religious paths. His worldly life remains miserable. He may waste his human life opportunity intoxicated with his sexual urge, anger, greed, and ego of his worldly status. He may remain burning in the ego of his worldly status. When his capital of breathes may be exhausted, his perishable body may become a part of dust. Without obeying the teachings of His Word; he remains regretting and repenting in worldly miseries.

ਸੁਣਿ ਨਾਹ ਪਿਆਰੇ ਇਕ ਬੇਨੰਤੀ ਮੇਰੀ॥ — sun naah pi-aaray ik baynantee mayree.
ਤੂ ਨਿਜ ਘਰਿ ਵਸਿਅੜਾ, ਹਉ ਰੁਲਿ ਭਸਮੈ ਢੇਰੀ॥ — too nij ghar vasi-arhaa ha-o rul bhasmai dhayree.
ਬਿਨੁ ਅਪਨੇ ਨਾਹੈ, ਕੋਇ ਨ ਚਾਹੈ, ਕਿਆ ਕਹੀਐ ਕਿਆ ਕੀਜੈ॥ — bin apnay naahai ko-ay na chaahai ki-aa kahee-ai ki-aa keejai.
ਅੰਮ੍ਰਿਤ ਨਾਮੁ ਰਸਨ ਰਸੁ ਰਸਨਾ, ਗੁਰ ਸਬਦੀ ਰਸੁ ਪੀਜੈ॥ — amrit naam rasan ras rasnaa gur sabdee ras peejai.
ਵਿਣੁ ਨਾਵੈ ਕੋ ਸੰਗਿ ਨ ਸਾਥੀ, ਆਵੈ ਜਾਇ ਘਨੇਰੀ॥ — vin naavai ko sang na saathee aavai jaa-ay ghanayree.
ਨਾਨਕ ਲਾਹਾ ਲੈ ਘਰਿ ਜਾਈਐ, ਸਾਚੀ ਸਚੁ ਮਤਿ ਤੇਰੀ॥੨॥ — naanak laahaa lai ghar jaa-ee-ai saachee sach mat tayree. ||2||

ਪ੍ਰਭ ਮੇਰੇ ਅੰਦਰ ਹੀ ਵਸਦਾ ਹੈ, ਮੈਂ ਦਰ ਦਰ ਧਕੇ ਖਾਂਦਾ ਫਿਰਦਾ ਹਾ । ਪ੍ਰਭ ਤੋਂ ਬਿਨਾਂ ਕੋਈ ਸਿੱਧੇ ਰਸਤੇ ਤੇ ਨਹੀਂ ਪਾ ਸਕਦਾ । ਪ੍ਰਭ ਮੇਰੀ ਨਿਮਾਣੇ ਦੀ ਅਰਦਾਸ ਸੁਣੋ । ਮੈਂ ਕੀ ਕਰਾ, ਕਿੱਥੇ ਜਾਵਾ? ਪ੍ਰਭ ਦਾ ਸ਼ਬਦ ਬੁਹਤ ਅਨੰਦ ਵਾਲਾ ਹੈ । ਮੈਂ ਆਪਣੀ ਜੀਭ ਨਾਲ ਉਸਤਤ ਗਾਉਂਦਾ, ਸ਼ਬਦ ਦੀ ਸਿਖਿਆ ਨਾਲ ਜੀਵਨ ਬਤੀਤ ਕਰਦਾ ਹਾ । ਅਸਲੀ ਮਾਲਕ ਦੀ ਰਹਿਮਤ ਤੋਂ ਬਿਨਾਂ ਹੋਰ ਕੋਈ ਅਸਲੀ ਮਿੱਤਰ ਨਹੀਂ ਹੁੰਦਾ । ਅਨੇਕਾਂ ਹੀ ਜੀਵ ਜਨਮ, ਮਰਨ, ਜੂੰਨਾਂ ਵਿੱਚ ਚੱਕਰ ਵਿੱਚ ਰਹਿੰਦੇ ਹਨ । ਜਿਹੜਾ ਪ੍ਰਭ ਦੇ ਅਟਲ ਸ਼ਬਦ ਨਾਲ ਜੀਵਨ ਬਤੀਤ ਕਰਦਾ ਹੈ । ਉਹ ਮਾਨਸ ਜਨਮ ਦਾ ਲਾਹਾ ਖੱਟ ਜਾਂਦਾ ਹੈ ।

The True Master remains embedded within my soul; however, I am wandering in religious rituals, shrine to shrine to realize the essence of His Word. What may I adopt in my day-to-day life? No one may be enlightened with the real path of human life, acceptance in His Court without adopting the teachings of His Word in his day-to-day life. The teachings of His Word are very soothing; I am singing the glory and have adopted the teachings of His Word. Self-minded may waste his human life opportunity and he may remain in the cycle of birth and death. Whosoever may adopt the teachings of His Word with steady and stable belief; he may profit from the priceless human life opportunity.

ਸਾਜਨ ਦੇਸਿ ਵਿਦੇਸੀਅੜੇ, ਸਾਨੇਹੜੇ ਦੇਂਦੀ॥ — saajan days vidaysee-arhay saanayhrhay daydee.
ਸਾਰਿ ਸਮਾਲੇ ਤਿਨ ਸਜਣਾ, ਮੁੰਧ ਨੈਣ ਭਰੇਦੀ॥ — saar samaalay tin sajnaa munDh nain bharaydee.
ਮੁੰਧ ਨੈਣ ਭਰੇਦੀ ਗੁਣ ਸਾਰੇਦੀ, ਕਿਉ ਪ੍ਰਭ ਮਿਲਾ ਪਿਆਰੇ॥ — munDh nain bharaydee gun saaraydee ki-o parabh milaa pi-aaray.
ਮਾਰਗੁ ਪੰਥੁ ਨ ਜਾਣਉ ਵਿਖੜਾ, ਕਿਉ ਪਾਈਐ ਪਿਰੁ ਪਾਰੇ॥ — maarag panth na jaana-o vikh-rhaa ki-o paa-ee-ai pir paaray.
ਸਤਿਗੁਰ ਸਬਦੀ ਮਿਲੈ ਵਿਛੁੰਨੀ, ਤਨੁ ਮਨੁ ਆਗੈ ਰਾਖੈ॥ — satgur sabdee milai vichhunnee tan man aagai raakhai.
ਨਾਨਕ ਅੰਮ੍ਰਿਤ ਬਿਰਖੁ ਮਹਾ ਰਸ ਫਲਿਆ, — naanak amrit birakh mahaa ras fali-aa
ਮਿਲਿ ਪ੍ਰੀਤਮ ਰਸੁ ਚਾਖੈ॥੩॥ — mil pareetam ras chaakhai. ||3||

ਪ੍ਰਭ ਨੇ ਮੈਨੂੰ ਦੂਰ ਸਫਰ ਤੇ ਭੇਜਿਆ ਹੈ, ਮੈਂ ਆਪਣੇ ਪਿਆਰੇ ਨੂੰ ਸਨੇਹਾ ਭੇਜਦਾ ਹਾ । ਤੇਰੇ ਦਰਸ਼ਨ ਕਰਨ ਲਈ ਅੱਖਾਂ ਤਰਸਦੀਆਂ, ਅੱਥਰੂਾਂ ਨਾਲ ਭਰੀਆਂ ਹਨ, ਤੇਰੀ ਰਹਿਮਤ ਦੇ ਸਦਕੇ ਜਿਉਂਦਾ ਸੀ । ਹੁਣ ਕਦੋਂ ਰਹਿਮਤ ਨਾਲ ਮਿਲਾਪ ਹੋਵੇਗਾ? ਤੇਰੇ ਦਰ ਦਾ ਰਸਤਾ ਬਹੁਤ ਔਖਾ ਹੈ, ਕੋਈ ਜਾਣਕਾਰੀ ਨਹੀਂ । ਕਿਵੇਂ ਇਹ ਸੰਸਾਰਕ ਸਾਗਰ ਪਾਰ ਕਰਕੇ ਤੇਰੇ ਦਰ ਆਵਾਗਾ? ਸ਼ਬਦ ਦੀ ਪਾਲਣਾ, ਬੰਦਗੀ ਨਾਲ ਸਾਗਰ ਪਾਰ ਕੀਤਾ ਜਾ ਸਕਦਾ ਹੈ । ਪ੍ਰਭ ਦੇ ਸ਼ਬਦ ਦਾ ਬ੍ਰਿਛ ਬਹੁਤ ਮਿੱਠੇ ਫਲ ਵਾਲਾ ਹੈ । ਪ੍ਰਭ ਦੀ ਰਹਿਮਤ ਨਾਲ ਸ਼ਬਦ ਬਖਸ਼ਿਸ਼ ਹੁੰਦਾ, ਸੋਝੀ ਬਖਸ਼ਿਸ਼ ਹੁੰਦੀ ਹੈ ।

The True Master, has sent my soul in a strange world. dominated with worldly wealth. My eyes are overwhelmed with tears and anxious for His Blessed Vision. I am surviving in the universe with hope for His Forgiveness and Refuge. How may I be blessed with the right path of acceptance in His Court? The right path of His Court may be uncharted and treacherous. How may I cross the worldly ocean, dominated with worldly wealth to reach His Court? Whosoever may obey and adopts the teachings of His Word with steady and stable belief in day-to-day life; with His mercy and grace, he may cross the worldly ocean to reach His Court. His Word may be a fruit tree with very delicious fruit; with His mercy and grace, only, His true devotee may be blessed.

ਮਹਲਿ ਬੁਲਾਇੜੀਏ ਬਿਲਮੁ ਨ ਕੀਜੈ॥ — mahal bulaa-irhee-ay bilam na keejai.
ਅਨਦਿਨੁ ਰਤੜੀਏ ਸਹਜਿ ਮਿਲੀਜੈ॥ — an-din rat-rhee-ay sahj mileejai.
ਸੁਖਿ ਸਹਜਿ ਮਿਲੀਜੈ ਰੋਸੁ ਨ ਕੀਜੈ, ਗਰਬੁ ਨਿਵਾਰਿ ਸਮਾਣੀ॥ — sukh sahj mileejai ros na keejai garab nivaar samaanee.
ਸਾਚੈ ਰਾਤੀ ਮਿਲੈ ਮਿਲਾਈ, ਮਨਮੁਖਿ ਆਵਣ ਜਾਣੀ॥ — saachai raatee milai milaa-ee manmukh aavan jaanee.

ਜਬ ਨਾਚੀ ਤਬ ਘੂਘਟੁ ਕੈਸਾ, ਮਟੁਕੀ ਫੋੜਿ ਨਿਰਾਰੀ॥ jab naachee tab ghooghat kaisaa matukee forh niraaree.
ਨਾਨਕ ਆਪੈ ਆਪੁ ਪਛਾਣੈ, ਗੁਰਮੁਖਿ ਤਤੁ ਬੀਚਾਰੀ॥੪॥੪॥ naanak aapai aap pachhaanai gurmukh tat beechaaree. ||4||4||

ਸ਼ਬਦ ਦਾ ਸੱਦਾ ਆਇਆ ਹੈ, ਉਸ ਨੂੰ ਪਾਲਣਾ ਕਰਨ ਵਿੱਚ ਢਿੱਲ ਨਾ ਕਰੋ । ਜਿਹੜਾ ਸ਼ਬਦ ਦਾ ਸਿਮਰਨ ਦਿਨ ਰਾਤ ਕਰਦਾ ਹੈ, ਪ੍ਰਭ ਦੀ ਰਹਿਮਤ ਨਾਲ ਪ੍ਰਭ ਦੀ ਜੋਤ ਵਿੱਚ ਹੀ ਅਭੇਦ ਹੋ ਜਾਂਦਾ ਹੈ । ਉਸ ਦੇ ਸਾਰੇ ਦੁਖ ਦੂਰ ਹੋ ਜਾਂਦੇ ਹਨ । ਪ੍ਰਭ ਦੀ ਬਖਸ਼ਿਸ਼ ਤੇ ਰੋਸ ਨਾ ਕਰਨ, ਧੀਰਜ ਰਖਣ ਨਾਲ ਹੀ ਸੰਤੋਖ ਬਖਸ਼ਿਸ਼ ਹੋ ਸਕਦਾ ਹੈ । ਆਪਣੀ ਆਕੜ ਛਡਕੇ ਨਿਮਾਣਾ ਬਣਕੇ ਸ਼ਬਦ ਦੀ ਪਾਲਣਾ ਕਰਨ ਨਾਲ ਹੀ ਰਹਿਮਤ ਬਖਸ਼ਿਸ਼ ਹੁੰਦੀ ਹੈ । ਮਨਮੁਖ ਜੂੰਨਾਂ ਦੇ ਚੱਕਰ ਵਿੱਚ ਹੀ ਭਉਦਾ ਰਹਿੰਦਾ ਹੈ । ਜਿਹੜਾ ਬੰਦਗੀ ਦੇ ਰਸਤੇ ਤੇ ਚਲ ਪੈਂਦਾ ਹੈ, ਉਹ ਨਿਮਾਣਾ ਬਣ ਜਾਂਦਾ ਹੈ । ਆਪਣੇ ਮਨ ਦਾ ਅਹੰਕਾਰ ਤਿਆਗਣ ਨਾਲ ਹੀ ਰਹਿਮਤ, ਗੁਰਮਖ ਅਵਸਥਾ ਬਖਸ਼ਿਸ਼ ਹੋ ਜਾਂਦੀ ਹੈ । ਉਹ ਆਪਣੇ ਆਪ ਨੂੰ ਪਛਾਣ ਜਾਂਦਾ ਹੈ! ਪ੍ਰਭ ਦੀ ਰਹਿਮਤ ਨਾਲ, ਸ਼ਬਦ ਦੀ ਪਾਲਣਾ ਕਰਨ ਨਾਲ ਸੋਝੀ ਬਖਸ਼ਿਸ਼ ਹੋ ਜਾਂਦੀ ਹੈ ।

The True Master has sent a message of His Word; you may not ignore, delay in obeying the teachings of His Word. Whosoever may meditate on the teachings of His Word; with His mercy and grace, he may immerse within His Holy Spirit. All his miseries of worldly desires may be eliminated. Whosoever may not grievance on His Blessings, rather obeys the teachings of His Word with patience; with His mercy and grace, he may be blessed with contentment. Whosoever may renounce his ego, stubbornness and humbly obeys the teachings of His Word; he may be blessed with the right path of acceptance in His Court. He may be blessed with a state of mind as His true devotee. He may recognize his own mind, the real purpose of human life opportunity. He may be enlightened with the essence of His Word, the right path of acceptance in His Court. Self-minded remains in the cycle of birth and death.

Key Message of Raag Tukhaari, The right path of acceptance, page 1111-10

'ਪ੍ਰਵਾਨਗੀ ਦਾ ਰਸਤਾ!

ਜੀਵ ਸ਼ਬਦ ਦੀ ਪਾਲਣਾ ਤੋਂ ਬਿਨਾਂ ਭਰਮਾਂ ਵਿੱਚ ਹੀ ਉਦਾਸ ਰਹਿੰਦਾ, ਪਛਤਾਵਾ ਹੀ ਕਰਦਾ ਹੈ । ਜਿਹੜਾ ਆਪਣੀ ਜੀਭ ਨਾਲ ਉਸਤਤ ਗਾਉਂਦਾ, ਸ਼ਬਦ ਦੀ ਸਿਖਿਆਂ ਨਾਲ ਜੀਵਨ ਬਤੀਤ ਕਰਦਾ ਹਾ । ਉਹ ਮਾਨਸ ਜਨਮ ਦਾ ਲਾਹਾ ਖੱਟ ਜਾਂਦਾ ਹੈ । ਜਿਹੜਾ ਸ਼ਬਦ ਦੀ ਪਾਲਣਾ ਕਰਦਾ, ਉਹ ਸਾਗਰ ਪਾਰ ਕਰ ਜਾਂਦਾ ਹੈ, ਪ੍ਰਭ ਦੇ ਸ਼ਬਦ ਦਾ ਬ੍ਰਿਛ ਬਹੁਤ ਮਿੱਠੇ ਫਲ ਵਾਲਾ ਹੈ । ਕੇਵਲ ਗੁਰਮਖ ਨੂੰ ਹੀ ਬਖਸ਼ਿਸ਼ ਹੁੰਦਾ, ਸੋਝੀ ਬਖਸ਼ਿਸ਼ ਹੁੰਦੀ ਹੈ । ਪ੍ਰਭ ਦੀ ਬਖਸ਼ਿਸ਼ ਤੇ ਧੀਰਜ ਰਖਣ ਨਾਲ ਹੀ ਸੰਤੋਖ ਬਖਸ਼ਿਸ਼ ਹੋ ਸਕਦਾ ਹੈ । ਜਿਹੜਾ ਬੰਦਗੀ ਦੇ ਰਸਤੇ ਤੇ ਚਲ ਪੈਂਦਾ ਹੈ, ਉਹ ਨਿਮਾਣਾ ਬਣ ਜਾਂਦਾ ਹੈ । ਆਪਣੇ ਮਨ ਦਾ ਅਹੰਕਾਰ ਤਿਆਗ ਦੇਂਦਾ ਹੈ! ਉਹ ਆਪਣੇ ਆਪ ਨੂੰ ਪਛਾਣ ਜਾਂਦਾ ਹੈ!

The right path of acceptance!

Without obeying the teachings of His Word; he remains regretting and repenting in worldly miseries. Whosoever may sing the glory and adopts the teachings of Your Word; he may profit from the priceless human life opportunity. Whosoever may obey and adopts the teachings of His Word with steady and stable belief; he may cross the worldly ocean to reach His Court. His Word may be a fruit tree with very delicious fruit; only His true devotee may be blessed. Whosoever may remain patience for His Blessings; he may be blessed with contentment. He may renounce his ego, stubbornness and humbly obeys the teachings of His Word. He may recognize the real purpose of human life Blessings.

18. ਤੁਖਾਰੀ ਮਹਲਾ ੧॥ 1112-3

ਮੇਰੇ ਲਾਲ ਰੰਗੀਲੇ, ਹਮ ਲਾਲਨ ਕੇ ਲਾਲੇ॥ mayray laal rangeelay ham laalan kay laalay.
ਗੁਰਿ ਅਲਖੁ ਲਖਾਇਆ, ਅਵਰੁ ਨ ਦੂਜਾ ਭਾਲੇ॥ gur alakh lakhaa-i-aa avar na doojaa bhaalay.
ਗੁਰਿ ਅਲਖੁ ਲਖਾਇਆ ਜਾ ਤਿਸੁ ਭਾਇਆ, ਜਾ ਪ੍ਰਭਿ ਕਿਰਪਾ ਧਾਰੀ॥ gur alakh lakhaa-i-aa jaa tis bhaa-i-aa jaa parabh kirpaa Dhaaree.
ਜਗਜੀਵਨੁ ਦਾਤਾ ਪੁਰਖੁ ਬਿਧਾਤਾ, ਸਹਜਿ ਮਿਲੇ ਬਨਵਾਰੀ॥ jagjeevan daataa purakh biDhaataa sahj milay banvaaree.
ਨਦਰਿ ਕਰਹਿ ਤੂ ਤਾਰਹਿ ਤਰੀਐ, ਸਚੁ ਦੇਵਹੁ ਦੀਨ ਦਇਆਲਾ॥ nadar karahi too taareh taree-ai sach dayvhu deen da-i-aalaa.
ਪ੍ਰਣਵਤਿ ਨਾਨਕ ਦਾਸਨਿ ਦਾਸਾ, ਤੂ ਸਰਬ ਜੀਆ ਪ੍ਰਤਿਪਾਲਾ॥੧॥ paranvat naanak daasan daasaa too sarab jee-aa partipaalaa. ||1||

ਪ੍ਰਭ ਤੇਰੀ ਰਹਿਮਤ ਨਾਲ ਹੀ ਮੈਨੂੰ ਸ਼ਬਦ ਦੀ ਸੋਝੀ ਬਖਸ਼ਿਸ਼ ਹੋਈ ਹੈ । ਮੈਂ ਤੇਰੇ ਦਾਸਾਂ ਦਾ ਦਾਸ ਹਾ, ਸ਼ਬਦ ਦੀ ਸੋਝੀ ਨਾਲ ਤੇਰੀ ਹੋਂਦ ਅਨੁਭਵ ਹੋ ਗਈ ਹੈ । ਹੁਣ ਮੈਂ ਹੋਰ ਕਿਸੇ ਪਾਸੇ ਭਰਮਾਂ ਵਿੱਚ ਨਹੀਂ ਫਿਰਦਾ । ਪ੍ਰਭ ਦਾਤਾਂ, ਸਵਾਸਾਂ ਦਾ ਮਾਲਕ, ਆਪਣੀ ਰਹਿਮਤ ਦੀ ਨਜ਼ਰ ਨਾਲ ਅਸਾਨੀ ਨਾਲ ਹੀ ਮਿਲ ਗਿਆ ਹੈ । ਤਰਸਵਾਨ ਮਾਲਕ, ਰਹਿਮਤ ਦਾ ਰਸਤਾ ਬਖਸ਼ੋ! ਮੈਂ ਸ਼ਬਦ ਦੇ ਰਸਤੇ ਤੇ ਚਲਕੇ ਦਰਬਾਰ ਵਿੱਚ ਪ੍ਰਵਾਨ ਹੋ ਜਾਵਾ । ਤੂੰ ਹੀ ਮੇਰੀ ਆਤਮਾ ਦੀ ਹਰ ਸਮੇਂ ਰਖਿਆ ਕਰਦਾ ਹੈ ।

My True Master, with Your Blessed Vision, I have been enlightened with the essence of Your Word. I am a slave of Your slaves; I have realized, Your Holy Spirit prevailing everywhere. I am not wandering in suspicions, and in religious rituals. I have been enlightened with the right path of acceptance in Your Court with ease. I am steady and stable on the right path, of acceptance; with Your mercy and grace, my soul may be sanctified to become worthy of Your Consideration. I am a humble slave of Your slaves; You always protects the soul of Your humble true devotee.

ਭਰਿਪੁਰਿ ਧਾਰਿ ਰਹੇ ਅਤਿ ਪਿਆਰੇ॥ bharipur Dhaar rahay at pi-aaray.
ਸਬਦੇ ਰਵਿ ਰਹਿਆ, ਗੁਰ ਰੂਪਿ ਮੁਰਾਰੇ॥ sabday rav rahi-aa gur roop muraaray.
ਗੁਰ ਰੂਪ ਮੁਰਾਰੇ ਤ੍ਰਿਭਵਣ ਧਾਰੇ, ਤਾ ਕਾ ਅੰਤੁ ਨ ਪਾਇਆ॥ gur roop muraaray taribhavan Dhaaray taa kaa ant na paa-i-aa.
ਰੰਗੀ ਜਿਨਸੀ ਜੰਤ ਉਪਾਏ, ਨਿਤ ਦੇਵੈ ਚੜੈ ਸਵਾਇਆ॥ rangee jinsee jant upaa-ay nit dayvai charhai savaa-i-aa.
ਅਪਰੰਪਰੁ ਆਪੇ ਥਾਪਿ ਉਥਾਪੇ, ਤਿਸੁ ਭਾਵੈ ਸੋ ਹੋਵੈ॥ aprampar aapay thaap uthaapay tis bhaavai so hovai.
ਨਾਨਕ ਹੀਰਾ ਹੀਰੈ ਬੇਧਿਆ, ਗੁਣ ਕੈ ਹਾਰਿ ਪਰੋਵੈ॥੨॥ naanak heeraa heerai bayDhi-aa gun kai haar parovai. ||2||

ਪ੍ਰਭ ਤੂੰ ਹੀ ਸਾਰੀਆਂ ਸ੍ਰਿਸ਼ਟੀਆਂ ਵਿੱਚ ਭਰਪੂਰ ਵਾਪਰਦਾ ਹੈ । ਤੇਰੇ ਸ਼ਬਦ ਦੀ ਪਾਲਣਾ ਵਿੱਚ ਹੀ ਸ਼ਬਦ ਦੀ ਸੋਝੀ ਹੈ, ਸੋਝੀ ਵਿੱਚ ਹੀ ਤੂੰ ਅਨੁਭਵ ਹੁੰਦਾ ਹੈ । ਤੂੰ ਤਿੰਨਾਂ ਸ੍ਰਿਸ਼ਟੀਆਂ ਵਿੱਚ ਹੀ ਵਸਦਾ, ਵਾਪਰਦਾ ਹੈ । ਤੇਰੇ ਕਿਸੇ ਕਰਤਬ ਦਾ ਅੰਤ ਨਹੀਂ, ਨਾ ਹੀ ਜਾਣਿਆ ਜਾ ਸਕਦਾ ਹੈ । ਪ੍ਰਭ ਤੂੰ ਵੱਖਰੇ ਵੱਖਰੇ ਕਿਸਮਾਂ ਦੇ, ਰੰਗਾਂ ਦੇ ਜੀਵ ਪੈਦਾ ਕੀਤੇ ਹਨ । ਤੇਰੀ ਰਹਿਮਤ ਦਿਨ ਰਾਤ ਵਧਦੀ ਰਹਿੰਦੀ ਹੈ । ਤੂੰ ਹੀ ਕਿਸੇ ਜੀਵ ਨੂੰ ਜਾ ਪਦਾਰਥ ਨੂੰ ਬਣਾਉਂਦਾ ਜਾ ਖਤਮ ਕਰਦਾ ਹੈ । ਤੇਰੇ ਭਾਣੇ ਅਨੁਸਾਰ ਹੀ ਸਭ ਕੁਝ ਹੁੰਦਾ ਹੈ । ਮੇਰੇ ਮਨ ਦਾ ਰਤਨ, ਪ੍ਰਭ ਦੇ ਸ਼ਬਦ ਦੇ ਰਤਨ ਨਾਲ ਪਰੋਇਆ ਗਿਆ ਹੈ । ਇਹ ਅਟਲ ਸ਼ਬਦ ਦਾ ਹਾਰ ਬਣ ਗਿਆ ਹੈ ।

ਗੁਰੂ ਨਾਨਕ ਦੇਵ ਜੀ! – Guru Nanak Dev Ji! Guru Granth Sahib

The True Master! Your Existence and Command remain overwhelmed in all universes. Your Existence, the enlightenment of the essence of Your Word remains embedded within obeying the teachings of Your Word with steady and stable belief in day-to-day life. The Omnipresent True Master prevails in all three universes. Your Nature, miracles remain beyond any limits and comprehension of Your Creation. You have created many different kinds and colors of creatures. The Creation and destruction of anyone, anything may only happen under Your Command. Everything in the universe may only happen under Your Command. The jewel of my soul has been threaded in the rosary of Your Holy Spirit. The essence of Your Word has become may rosary of meditation and remains unchanged and true forever.

ਗੁਣ ਗੁਣਹਿ ਸਮਾਣੇ, ਮਸਤਕਿ ਨਾਮ ਨੀਸਾਣੋ॥	gun guneh samaanay mastak naam neesaano.
ਸਚੁ ਸਾਚਿ ਸਮਾਇਆ, ਚੂਕਾ ਆਵਣ ਜਾਣੋ॥	sach saach samaa-i-aa chookaa aavan jaano.
ਸਚੁ ਸਾਚਿ ਪਛਾਤਾ ਸਾਚੈ ਰਾਤਾ, ਸਾਚੁ ਮਿਲੈ ਮਨਿ ਭਾਵੈ॥	sach saach pachhaataa saachai raataa saach milai man bhaavai.
ਸਾਚੇ ਊਪਰਿ ਅਵਰੁ ਨ ਦੀਸੈ, ਸਾਚੇ ਸਾਚਿ ਸਮਾਵੈ॥	saachay oopar avar na deesai saachay saach samaavai.
ਮੋਹਨਿ ਮੋਹਿ ਲੀਆ ਮਨੁ ਮੇਰਾ, ਬੰਧਨ ਖੋਲਿ ਨਿਰਾਰੇ॥	mohan mohi lee-aa man mayraa banDhan khol niraaray.
ਨਾਨਕ ਜੋਤੀ ਜੋਤਿ ਸਮਾਣੀ, ਜਾ ਮਿਲਿਆ ਅਤਿ ਪਿਆਰੇ॥੩॥	naanak jotee jot samaanee jaa mili-aa at pi-aaray. ||3||

ਜਿਹੜਾ ਸ਼ਬਦ ਨਾਲ ਜੀਵਨ ਬਤੀਤ ਕਰਦਾ ਹੈ, ਉਸ ਦੀ ਆਤਮਾ, ਪਵਿੱਤਰ ਪ੍ਰਭ ਦੀ ਜੋਤ ਵਿੱਚ ਅਲੋਪ ਹੋ ਜਾਂਦੀ ਹੈ । ਉਸ ਦਾ ਜੂਨਾਂ ਦਾ ਚੱਕਰ ਖਤਮ ਹੋ ਜਾਂਦਾ ਹੈ । ਉਸ ਨੂੰ ਸ਼ਬਦ ਦੀ ਸੋਝੀ ਬਖਸ਼ਿਸ਼ ਹੋ ਜਾਂਦੀ ਹੈ । ਜਿਹੜਾ ਸ਼ਬਦ ਦੀ ਪਾਲਣਾ ਤੇ ਅਡੋਲ ਰਹਿੰਦਾ ਹੈ, ਉਸ ਦੀ ਬੰਦਗੀ ਪ੍ਰਭ ਦੇ ਦਰਬਾਰ ਵਿੱਚ ਪ੍ਰਵਾਨ ਹੋ ਜਾਂਦੀ ਹੈ । ਅਟਲ ਪ੍ਰਭ ਨਾਲੋ ਵੱਡਾ ਹੋਰ ਕੋਈ ਨਹੀਂ ਹੈ । ਸ਼ਬਦ ਦੀ ਪਾਲਣਾ ਕਰਨ ਵਾਲੀ ਆਤਮਾ ਪਵਿੱਤਰ ਹੋ ਜਾਂਦੀ, ਪ੍ਰਭ ਵਿੱਚ ਹੀ ਅਭੇਦ ਹੋ ਜਾਂਦੀ ਹੈ । ਪ੍ਰਭ ਦੇ ਸ਼ਬਦ ਦੀ ਧੁਨ ਨੇ ਮੇਰੇ ਮਨ ਤੇ ਜਾਦੂ ਕਰ ਦਿਤਾ ਹੈ । ਉਸ ਨੇ ਮੇਰਾ ਜਨਮ ਮਰਨ ਦਾ ਚੱਕਰ ਖਤਮ ਕਰਕੇ, ਅਮਰ ਅਵਸਥਾ ਬਖਸ਼ਿਸ਼ ਕੀਤੀ ਹੈ । ਪ੍ਰਭ ਦੀ ਰਹਿਮਤ ਨਾਲ ਮੇਰੀ ਆਤਮਾ ਦੀ ਜੋਤ, ਪ੍ਰਭ ਦੀ ਜੋਤ ਵਿੱਚ ਹੀ ਅਲੋਪ ਹੋ ਗਈ ਹੈ ।

Whosoever may adopt the teachings of His Word with steady and stable belief in his day-to-day life; with His mercy and grace, his sanctified soul may immerse within His Holy Spirit. He may be enlightened with the essence of His Word; with His mercy and grace, his cycle of birth and death may be eliminated. Whosoever may obey the teachings of His Word with steady and stable belief in his day-to-day life; with His mercy and grace, his earnings of His Word may be accepted in His Court. The True Master, the greatest of All! The universe is an expansion of His Holy Spirit. His sanctified soul may immerse within His Holy Spirit. He may remain intoxicated hearing the everlasting echo of His Word resonating within his heart. The True Master has eliminated my cycle of birth and death. He has blessed the immortal state of mind; with His mercy and grace, my soul has been immersed within His Holy Spirit.

ਸਚ ਘਰੁ ਖੋਜਿ ਲਹੇ ਸਾਚਾ, ਗੁਰ ਥਾਨੋ॥	sach ghar khoj lahay saachaa gur thaano.
ਮਨਮੁਖਿ ਨਹ ਪਾਈਐ, ਗੁਰਮੁਖਿ ਗਿਆਨੋ॥	manmukh nah paa-ee-ai gurmukh gi-aano.
ਦੇਵੈ ਸਚੁ ਦਾਨੋ ਸੋ ਪਰਵਾਨੋ, ਸਦਾ ਦਾਤਾ ਵਡ ਦਾਣਾ॥	dayvai sach daano so parvaano sad daataa vad daanaa.
ਅਮਰੁ ਅਜੋਨੀ ਅਸਥਿਰੁ ਜਾਪੈ, ਸਾਚਾ ਮਹਲੁ ਚਿਰਾਣਾ॥	amar ajonee asthir jaapai saachaa mahal chiraanaa.
ਦੋਤਿ ਉਚਾਪਤਿ ਲੇਖੁ ਨ ਲਿਖੀਐ, ਪ੍ਰਗਟੀ ਜੋਤਿ ਮੁਰਾਰੀ॥	dot uchaapat laykh na likee-ai pargatee jot muraaree.
ਨਾਨਕ ਸਾਚਾ ਸਾਚੈ ਰਾਚਾ, ਗੁਰਮੁਖਿ ਤਰੀਐ ਤਾਰੀ॥੪॥੫॥	naanak saachaa saachai raachaa gurmukh taree-ai taaree. ||4||5||

ਜਿਹੜਾ ਆਪਣੇ ਮਨ ਅੰਦਰ ਹੀ ਖੋਜ ਕਰਦਾ ਹੈ, ਉਸ ਦੀ ਆਤਮਾ ਪਵਿੱਤਰ ਹੋ ਜਾਂਦੀ ਹੈ । ਪ੍ਰਭ ਦੀ ਰਹਿਮਤ ਨਾਲ, ਉਸ ਨੂੰ ਮਨ ਅੰਦਰੋਂ ਹੀ ਸ਼ਬਦ ਦੀ ਸੋਝੀ ਬਖਸ਼ਿਸ਼ ਹੋ ਜਾਂਦੀ ਹੈ । ਗੁਰਮਖ ਦੀ ਸ਼ਬਦ ਦੀ ਪਾਲਣਾ ਕਰਦੇ ਦੀ ਸ਼ਰਧਾ ਪ੍ਰਵਾਨ ਹੋ ਜਾਂਦੀ, ਸ਼ਬਦ ਦੀ ਸੋਝੀ ਬਖਸ਼ਿਸ਼ ਜੋ ਜਾਂਦੀ ਹੈ । ਮਨਮੁਖ ਜੀਵ ਨੂੰ ਸ਼ਬਦ ਦੀ ਸੋਝੀ ਬਖਸ਼ਿਸ਼ ਨਹੀਂ ਹੁੰਦੀ । ਦਾਤਾਂ ਦਾ ਮਾਲਕ ਸਦਾ ਦਾਤਾਂ ਬਖਸ਼ਦਾ ਰਹਿੰਦਾ ਹੈ । ਜਿਸ ਤੇ ਰਹਿਮਤ ਬਖਸ਼ਦਾ ਹੈ, ਉਹ ਦਰਬਾਰ ਵਿੱਚ ਪ੍ਰਵਾਨ ਹੋ ਜਾਂਦਾ ਹੈ । ਪ੍ਰਭ ਜਨਮ ਮਰਨ ਤੋਂ ਰਹਿਤ, ਅਟਲ, ਸਦਾ ਰਹਿਣ ਵਾਲਾ ਜਾਣਿਆ ਗਿਆ ਹੈ । ਉਹ ਹਰਇਕ ਥਾਂ ਸਦਾ ਹਾਜਰਾ ਹਜ਼ੂਰ ਵਾਪਰਦਾ ਹੈ । ਜਿਸ ਤੇ ਰਹਿਮਤ ਬਖਸ਼ਦਾ ਹੈ, ਉਸ ਦੇ ਕੰਮਾਂ ਦਾ ਲੇਖਾ ਖਤਮ ਹੋ ਜਾਂਦਾ ਹੈ । ਗੁਰਮਖ ਸ਼ਬਦ ਵਿੱਚ ਲੀਨ ਹੋਇਆ, ਸੰਸਾਰਕ ਸਾਗਰ ਪਾਰ ਕਰ ਜਾਂਦਾ ਹੈ, ਪ੍ਰਭ ਦੀ ਜੋਤ ਵਿੱਚ ਅਭੇਦ ਹੋ ਜਾਂਦਾ ਹੈ ।

Whosoever may search within his own mind; his soul may be sanctified; with His mercy and grace, he may be enlightened with the essence of His Word from within. His true devotee may be accepted in His Court with his devotion and earnings of His Word; with His mercy and grace, he may be enlightened with the essence of His Word. Self-minded may never stay on any path with steady and stable belief; he may never be enlightened with the essence of His Word. The One and Only One, True Treasure of all virtues may accept, sanctified soul in His Court. The Omnipresent True Master remains beyond the cycle of birth and death, His Command remains true forever and prevails in the universe. Whose meditation may be accepted in His Court, his account of previous deeds may be cleared. His worldly deeds may never be subjected to any scrutiny anymore. His true devotee remains intoxicated in the void of His Word, he may be accepted in His Court and immersed within His Holy Spirit.

Key Message of Raag Tukhaari, His Existence, page 1112-3
'ਪ੍ਰਭ ਦੀ ਹੋਂਦ!
ਸ਼ਬਦ ਦੀ ਸੋਝੀ ਨਾਲ ਪ੍ਰਭ ਦੀ ਹੋਂਦ ਅਨੁਭਵ ਹੋ ਜਾਂਦੀ ਹੈ! ਸ਼ਬਦ ਦੇ ਰਸਤੇ ਤੇ ਚਲਕੇ, ਦਾਸ ਦਰਬਾਰ ਵਿੱਚ ਪ੍ਰਵਾਨ ਹੋ ਜਾਂਦਾ, ਪ੍ਰਭ ਆਤਮਾ ਦੀ ਹਰ ਸਮੇਂ ਰਖਿਆ ਕਰਦਾ ਹੈ । ਪ੍ਰਭ ਹੀ ਤਿੰਨਾਂ ਸ੍ਰਿਸ਼ਟੀਆਂ ਵਿੱਚ ਹੀ ਵਸਦਾ, ਵਾਪਰਦਾ ਹੈ । ਸ਼ਬਦ ਦੀ ਪਾਲਣਾ, ਸ਼ਬਦ ਦੀ ਸੋਝੀ ਵਿੱਚ ਹੀ ਪ੍ਰਭ ਦੀ ਹੋਂਦ ਅਨੁਭਵ ਹੋ ਜਾਂਦੀ ਹੈ । ਗੁਰਮਖ ਦੀ ਆਤਮਾ ਦਾ ਰਤਨ, ਪ੍ਰਭ ਦੇ ਸ਼ਬਦ ਦੇ ਰਤਨ ਨਾਲ ਪਰੋਇਆ ਜਾਂਦਾ, ਅਟਲ ਸ਼ਬਦ ਦਾ ਹਾਰ ਬਣ ਜਾਂਦਾ ਹੈ । ਉਸ ਦੀ ਆਤਮਾ, ਪਵਿੱਤਰ ਪ੍ਰਭ ਦੀ ਜੋਤ ਵਿੱਚ ਅਲੋਪ ਹੋ ਜਾਂਦੀ ਹੈ । ਉਸ ਦਾ ਜੂਨਾਂ ਦਾ ਚੱਕਰ ਖਤਮ ਹੋ ਜਾਂਦਾ ਹੈ । ਪ੍ਰਭ ਦੇ ਸ਼ਬਦ ਦੀ ਧੁਨ ਵਿੱਚ ਅਨੋਖਾ ਚਮਤਕਾਰ ਹੈ, ਜਨਮ ਮਰਨ ਦਾ ਚੱਕਰ ਖਤਮ ਹੋ ਜਾਂਦਾ, ਅਮਰ ਅਵਸਥਾ ਬਖਸ਼ਿਸ਼ ਹੋ ਜਾਂਦੀ ਹੈ! ਆਤਮਾ ਦੀ ਜੋਤ, ਪ੍ਰਭ ਦੀ ਜੋਤ ਵਿੱਚ ਹੀ ਅਲੋਪ ਹੋ ਗਈ ਹੈ । ਜਿਹੜਾ ਆਪਣੇ ਮਨ ਅੰਦਰ ਹੀ ਖੋਜ ਕਰਦਾ ਹੈ, ਉਸ ਨੂੰ ਮਨ ਅੰਦਰੋਂ ਹੀ ਸ਼ਬਦ ਦੀ ਸੋਝੀ ਬਖਸ਼ਿਸ਼ ਹੋ ਜਾਂਦੀ ਹੈ । ਉਹ ਦਰਬਾਰ ਵਿੱਚ ਪ੍ਰਵਾਨ ਹੋ ਜਾਂਦਾ ਹੈ । ਪ੍ਰਭ ਜਨਮ ਮਰਨ ਤੋਂ ਰਹਿਤ, ਅਟਲ, ਸਦਾ ਰਹਿਣ ਵਾਲਾ, ਹਰਇਕ ਥਾਂ ਸਦਾ ਹਾਜਰਾ ਹਜ਼ੂਰ ਵਾਪਰਦਾ ਹੈ ।
His Existence!

Whosoever may be enlightened with the essence of His Word; he may realize His Holy Spirit prevailing everywhere. His true devotee may remain on the right path of acceptance in His Court. The True Master always protects the soul of His humble true devotee. Whosoever may obey the teachings of Your Word with steady and stable belief; he may realize His Existence remains embedded within the essence of His Word. Whose sanctified soul may immerse within His Holy Spirit; his cycle of birth and death may be eliminated. The everlasting echo of His Word resonating within; he may be blessed with immortal state of mind; his soul may immerse within His Holy Spirit. Whosoever may search within his own mind; he may be enlightened with the essence of His Word from within. His true devotee remains intoxicated in the void of His Word, he may be accepted and immersed within His Holy Spirit. The True Master remains beyond the cycle of birth and death, His Command, true forever prevails in the universe.

19. ਤੁਖਾਰੀ ਮਹਲਾ ੧॥ 1112-16

ਏ ਮਨ ਮੇਰਿਆ ਤੂ ਸਮਝੁ, ਅਚੇਤ ਇਆਣਿਆ ਰਾਮ॥
ਏ ਮਨ ਮੇਰਿਆ ਛਡਿ ਅਵਗਣ, ਗੁਣੀ ਸਮਾਣਿਆ ਰਾਮ॥
ਬਹੁ ਸਾਦ ਲੁਭਾਣੇ ਕਿਰਤ ਕਮਾਣੇ, ਵਿਛੁੜਿਆ ਨਹੀਂ ਮੇਲਾ॥
ਕਿਉ ਦੁਤਰੁ ਤਰੀਐ ਜਮ ਡਰਿ ਮਰੀਐ, ਜਮ ਕਾ ਪੰਥੁ ਦੁਹੇਲਾ॥
ਮਨਿ ਰਾਮੁ ਨਹੀ ਜਾਤਾ ਸਾਝ ਪ੍ਰਭਾਤਾ, ਅਵਘਟਿ ਰੁਧਾ ਕਿਆ ਕਰੇ॥
ਬੰਧਨਿ ਬਾਧਿਆ ਇਨ ਬਿਧਿ ਛੂਟੈ, ਗੁਰਮੁਖਿ ਸੇਵੈ ਨਰਹਰੇ॥੧॥

ay man mayri-aa too samajh achayt i-aani-aa raam.
ay man mayri-aa chhad avgan gunee samaani-aa raam.
baho saad lubhaanay kirat kamaanay vichhurhi-aa nahee maylaa.
ki-o dutar taree-ai jam dar maree-ai jam kaa panth duhaylaa.
man raam nahee jaataa saajh parbhataa avghat ruDhaa ki-aa karay.
banDhan baaDhi-aa in biDh chhootai gurmukh sayvai narharay. ||1||

ਆਪਣੇ ਜੀਵਨ ਦਾ ਢੰਗ ਬਦਲ ਕੇ ਸੁਚੇਤ ਰਹੋ! ਆਪਣੇ ਮੰਦੇ ਕੰਮਾਂ ਦਾ ਪਛਤਾਵਾ ਕਰਕੇ, ਬੁਰੇ ਖਿਆਲ ਤਿਆਗਕੇ, ਸ਼ਬਦ ਦੀ ਪਾਲਣਾ, ਸ਼ਬਦ ਦੀ ਸਿਖਿਆਂ ਨਾਲ ਜੀਵ ਢਾਲੋ! ਤੂੰ ਸੰਸਾਰ ਵਿੱਚ ਹੋਰ ਰੰਗ ਤੁਮਾਸ਼ੇ, ਮਨੋਰੰਜਨ ਦੇ ਕੰਮ ਕਰਦਾ ਆਪਣਾ ਅਸਲੀ ਰਸਤਾ ਭੁੱਲ ਗਿਆ ਹੈ । ਤੇਰਾ ਜੂੰਨਾਂ ਦਾ ਚੱਕਰ ਖਤਮ ਨਹੀਂ ਹੋ ਸਕਦਾ, ਪ੍ਰਭ ਦੇ ਦਰਬਾਰ ਵਿੱਚ ਪ੍ਰਵਾਨਗੀ ਬਖਸ਼ਿਸ਼ ਨਹੀਂ ਹੋ ਸਕਦੀ । ਇਹ ਗੰਭੀਰ ਸੰਸਾਰਕ ਸਾਗਰ ਕਿਵੇਂ ਪਾਰ ਕੀਤਾ ਜਾਵੇਗਾ? ਮੌਤ ਦਾ ਡਰ ਬਹੁਤ ਤੰਗ ਕਰਦਾ, ਬਹੁਤ ਦਰਦਨਾਕ ਹੈ । ਜਿਹੜਾ ਜੀਵ ਰਾਤ ਨੂੰ ਸੌਣ ਤੇ, ਸਵੇਰੇ ਉਠਕੇ ਸ਼ਬਦ ਨੂੰ ਯਾਦ ਨਹੀਂ ਕਰਦਾ, ਰਹਿਮਤ ਦਾ ਧੰਨਵਾਦ ਨਹੀਂ ਕਰਦਾ । ਉਹ ਸੰਸਾਰਕ ਇਛਾਂ ਦੇ ਡੂੰਘੇ ਜਾਲ ਵਿੱਚ ਫਸਿਆ ਕੀ ਕਰੇਗਾ? ਗੁਰਮਖ ਦੀ ਤਰ੍ਹਾਂ ਸ਼ਬਦ ਦੀ ਪਾਲਣਾ ਕਰਨ ਨਾਲ ਹੀ ਸੰਸਾਰਕ ਮੋਹ ਦੇ ਜਾਲ ਵਿਚੋਂ ਬਚਾ ਹੋ ਸਕਦਾ ਹੈ ।

You should understand the real purpose of human life opportunity and transforms your way of day-to-day life. You should regret, repent, and renounce your evil thoughts, sinful deeds and adopt the teachings of His Word with steady and stable belief in day-to-day life. Self-minded remains intoxicated with short-lived pleasures and entertainment in worldly life. He forgets the real purpose of your human life opportunity. He may never be blessed with the right path of acceptance in His Court nor his cycle of birth and death may ever be eliminated. How may he cross the mysterious worldly ocean dominated with the poison of worldly wealth? The fear of death may be very frustrating and miserable in worldly life. Whosoever may not remember the misery of his separation from His Holy Spirit nor remains gratitude for His Blessing. He may never remember the teachings of His Word. He may remain intoxicated in deep sweet poison of worldly wealth. What may he accomplish at his own? Whosoever may adopt the teachings of His Word with steady and stable belief like His true devotee; only he may be saved from the sweet poison of worldly wealth.

ਏ ਮਨ ਮੇਰਿਆ ਤੂ ਛੋਡਿ ਆਲ ਜੰਜਾਲਾ ਰਾਮ॥
ਏ ਮਨ ਮੇਰਿਆ ਹਰਿ ਸੇਵਹੁ ਪੁਰਖੁ ਨਿਰਾਲਾ ਰਾਮ॥
ਹਰਿ ਸਿਮਰਿ ਏਕੰਕਾਰੁ ਸਾਚਾ, ਸਭੁ ਜਗਤੁ ਜਿੰਨਿ ਉਪਾਇਆ॥
ਪਉਣੁ ਪਾਣੀ ਅਗਨਿ ਬਾਧੇ, ਗੁਰਿ ਖੇਲੁ ਜਗਤਿ ਦਿਖਾਇਆ॥
ਆਚਾਰਿ ਤੂ ਵੀਚਾਰਿ ਆਪੇ, ਹਰਿ ਨਾਮੁ ਸੰਜਮ ਜਪ ਤਪੋ॥
ਸਖਾ ਸੈਨੁ ਪਿਆਰੁ ਪ੍ਰੀਤਮੁ, ਨਾਮੁ ਹਰਿ ਕਾ ਜਪੁ ਜਪੋ॥੨॥

ay man mayri-aa too chhod aal janjaalaa raam.
ay man mayri-aa har sayvhu purakh niraalaa raam.
har simar aykankaar saachaa sabh jagat jinn upaa-i-aa.
pa-un paanee agan baaDhay gur khayl jagat dikhaa-i-aa.
aachaar too veechaar aapay har naam sanjam jap tapo.
sakhaa sain pi-aar pareetam naam har kaa jap japo. ||2||

ਮੇਰੇ ਮਨ ਸੰਸਾਰਕ ਧੰਦੇ, ਮਾਇਆ ਅਤੇ ਮੋਹ ਦੇ ਚੱਕਰ ਵਿੱਚ ਨਾ ਫਸੋ । ਉਸ ਪ੍ਰਭ ਦੇ ਸ਼ਬਦ ਲੜ ਲਗਕੇ, ਸ਼ਬਦ ਦੀ ਸਿਖਿਆਂ ਨਾਲ ਜੀਵਨ ਢਾਲੋ! ਪ੍ਰਭ ਹੀ ਸਾਰੀਆਂ ਸ੍ਰਿਸ਼ਟੀਆਂ ਪੈਦਾ ਕਰਦਾ ਹੈ । ਹਵਾ, ਪਾਣੀ, ਅਤੇ ਅੱਗ ਦਾ ਸੰਜੋਗ ਬਣਾਕੇ ਇਹ ਸ੍ਰਿਸ਼ਟੀ ਦਾ ਖੇਲ ਰਚਿਆ ਹੈ । ਜੀਵ ਆਪਣੇ ਜੀਵਨ ਤੇ ਝਾਤੀ ਮਾਰਕੇ ਚੰਗੇ ਕੰਮ ਕਰੋ! ਆਪਣੇ ਮਨ ਦੀਆਂ ਇਛਾਂ ਤੇ ਕਾਬੂ ਪਾ ਕੇ ਸ਼ਬਦ ਦੀ ਪਾਲਣਾ, ਸਿਮਰਨ ਜੀਵਨ ਬਤੀਤ ਕਰੋ । ਪ੍ਰਭ ਦਾ ਸ਼ਬਦ ਹੀ ਤੇਰਾ ਅਸਲੀ ਸਾਥੀ ਹੈ ।

You should not become a victim of sweet poison of worldly wealth and worldly bonds. You should adopt the teachings of His Word with steady and stable belief in your day-to-day life. The True Master has created all universes. He has created the body of creature with the union of Air, Water and Fire, infused with His Holy Spirit, His Word to establish the play of the universe. You should search within and review the purpose of your worldly deeds; only perform good deeds. You should meditate and adopt the teachings of His Word with steady and stable belief in your day-to-day life. You should control your worldly desires and expectations. Earnings of His Word may be the only true companion of your soul.

ਏ ਮਨ ਮੇਰਿਆ ਤੂ ਥਿਰੁ ਰਹੁ, ਚੋਟ ਨ ਖਾਵਹੀ ਰਾਮ॥
ਏ ਮਨ ਮੇਰਿਆ ਗੁਣ ਗਾਵਹਿ, ਸਹਜਿ ਸਮਾਵਹੀ ਰਾਮ॥
ਗੁਣ ਗਾਇ ਰਾਮ ਰਸਾਇ ਰਸੀਅਹਿ, ਗੁਰ ਗਿਆਨ ਅੰਜਨੁ ਸਾਰਹੇ॥
ਤ੍ਰੈ ਲੋਕ ਦੀਪਕੁ ਸਬਦਿ ਚਾਨਣੁ, ਪੰਚ ਦੂਤ ਸੰਘਾਰਹੇ॥
ਭੈ ਕਾਟਿ ਨਿਰਭਉ ਤਰਹਿ, ਦੁਤਰੁ ਗੁਰਿ ਮਿਲਿਐ ਕਾਰਜ ਸਾਰਏ॥
ਰੂਪੁ ਰੰਗੁ ਪਿਆਰੁ ਹਰਿ ਸਿਉ, ਹਰਿ ਆਪਿ ਕਿਰਪਾ ਧਾਰਏ॥੩॥

ay man mayri-aa too thir rahu chot na khaavhee raam.
ay man mayri-aa gun gaavahi sahj samaavahee raam.
gun gaa-ay raam rasaa-ay rasee-ah gur gi-aan anjan saarhay.
tarai lok deepak sabad chaanan panch doot sanghaarahay.
bhai kaat nirbha-o tareh dutar gur mili-ai kaaraj saar-ay.
roop rang pi-aar har si-o har aap kirpaa Dhaar-ay. ||3||

ਮੇਰੇ ਮਨ ਸ਼ਬਦ ਦੀ ਸਿਖਿਆਂ ਨੂੰ ਅਡੋਲ ਭਰੋਸੇ ਨਾਲ ਆਪਣੇ ਜੀਵਨ ਦਾ ਅਧਾਰ, ਜੀਵਨ ਵਿੱਚ ਢਾਲੋ! ਇਸ ਨਾਲ ਜਮਦੂਤਾਂ ਦੀ ਮਾਰ ਤੋਂ ਬਚਾ ਹੋ ਸਕਦਾ ਹੈ । ਪ੍ਰਭ ਦੇ ਸ਼ਬਦ ਦੀ ਉਸਤਤ ਗਾਉਣ ਨਾਲ, ਦਰਬਾਰ ਵਿੱਚ ਪ੍ਰਵਾਨਗੀ ਬਖਸ਼ਿਸ਼ ਹੋ ਸਕਦੀ ਹੈ, ਮਨ ਵਿੱਚ ਸੰਤੋਖ, ਖੇੜਾ ਬਖਸ਼ਿਸ਼ ਹੋ ਸਕਦਾ ਹੈ । ਸ਼ਬਦ ਦੀ ਸੋਝੀ ਦੀ ਬਾਮ ਆਪਣੀਆਂ ਅੱਖਾਂ ਤੇ ਲਾਉਣ ਨਾਲ ਸ਼ਬਦ ਦੀ ਸੋਝੀ ਬਖਸ਼ਿਸ਼ ਹੋ ਸਕਦੀ ਹੈ । ਪ੍ਰਭ ਦੇ ਸ਼ਬਦ ਦੀ ਸਿਖਿਆਂ ਹੀ ਰੋਸ਼ਨੀ ਦਾ ਮੁਨਾਰਾ ਹੈ, ਜਿਸ ਨਾਲ ਤਿੰਨਾਂ ਸ੍ਰਿਸ਼ਟੀਆਂ ਵਿੱਚ ਹੀ ਰੋਸ਼ਨੀ ਹੁੰਦੀ ਹੈ । ਜਿਸ ਨਾਲ ਭੂਤ, ਪੰਜੇਂ ਜਮਦੂਤ ਖਤਮ ਹੋ ਜਾਂਦੇ, ਜਿੱਤ ਬਖਸ਼ਿਸ਼ ਹੋ ਜਾਂਦੀ ਹੈ । ਗੁਰਮਖ ਆਪਣੇ ਮੌਤ ਦੇ ਡਰ ਤੇ ਜਿੱਤ ਪਾ ਕੇ ਨਿਡਰ ਹੋ

ਜਾਂਦਾ ਹੈ, ਸੰਸਾਰਕ ਸਾਗਰ ਪਾਰ ਕਰ ਜਾਂਦਾ ਹੈ । ਉਸ ਨੂੰ ਪ੍ਰਵਾਨਗੀ ਬਖਸ਼ਿਸ਼ ਹੋ ਜਾਂਦੀ, ਸਾਰੇ ਕਾਰਜ ਹੀ ਸਫਲ ਹੋ ਜਾਂਦੇ ਹਨ । ਪ੍ਰਭ ਦੀ ਰਹਿਮਤ, ਸ਼ਬਦ ਦੀ ਸ਼ਰਧਾ ਦੀ ਮਹੱਤਤਾ ਦੀ ਸੋਝੀ ਹੋ ਜਾਂਦੀ, ਖੇੜਾ ਬਖਸ਼ਿਸ਼ ਹੋ ਜਾਂਦਾ ਹੈ । ਪ੍ਰਭ ਆਪ ਹੀ ਰਹਿਮਤਾਂ ਨਾਲ ਨਿਹਾਲ ਕਰੇਗਾ ।

You should adopt the teachings of His Word with steady and stable belief in your day-to-day life; with His mercy and grace, you may be saved from the miseries of devil of death. Whosoever may wholeheartedly sing the glory of His Word; with His mercy and grace, he may be blessed with blossom in his worldly life. He may rub the bam of the enlightenment of the essence of His Word on his eyes. He may be blessed with the enlightenment of the essence of His Word. The teachings of His Word are the pillar of enlightenment to eliminate the ignorance from three universes. His true devotee may conquer his ego and devil of death; he may be blessed with the right path of acceptance in His Court. Whosoever may stay steady and stable on the right path of acceptance in His Court; with His mercy and grace, he may benefit from human life journey. He may realize the significance of devotion to His Word and His Blessings; with His mercy and grace, he may be overwhelmed with contentment and blossom in his worldly life.

ਏ ਮਨ ਮੇਰਿਆ ਤੂ ਕਿਆ ਲੈ ਆਇਆ, ਕਿਆ ਲੈ ਜਾਇਸੀ ਰਾਮ॥	ay man mayri-aa too ki-aa lai aa-i-aa ki-aa lai jaa-isee raam.
ਏ ਮਨ ਮੇਰਿਆ ਤਾ ਛੂਟਸੀ, ਜਾ ਭਰਮੁ ਚੁਕਾਇਸੀ ਰਾਮ॥	ay man mayri-aa taa chhutsee jaa bharam chukaa-isee raam.
ਧਨੁ ਸੰਚਿ ਹਰਿ ਹਰਿ ਨਾਮ ਵਖਰੁ, ਗੁਰ ਸਬਦਿ ਭਾਉ ਪਛਾਣਹੇ॥	Dhan sanch har har naam vakhar gur sabad bhaa-o pachhaanahay.
ਮੈਲੁ ਪਰਹਰਿ ਸਬਦਿ ਨਿਰਮਲੁ, ਮਹਲੁ ਘਰੁ ਸਚੁ ਜਾਣਹੇ॥	mail parhar sabad nirmal mahal ghar sach jaanhay.
ਪਤਿ ਨਾਮੁ ਪਾਵਹਿ ਘਰਿ ਸਿਧਾਵਹਿ, ਝੋਲਿ ਅੰਮ੍ਰਿਤ ਪੀ ਰਸੋ॥	pat naam paavahi ghar siDhaaveh jhol amrit pee raso.
ਹਰਿ ਨਾਮੁ ਧਿਆਈਐ ਸਬਦਿ ਰਸੁ ਪਾਈਐ,	har naam Dhi-aa-ee-ai sabad ras paa-ee-ai
ਵਡਭਾਗਿ ਜਪੀਐ ਹਰਿ ਜਸੋ॥੪॥	vadbhaag japee-ai har jaso. ‖4‖

ਜੀਵ ਤੂੰ ਸੰਸਾਰ ਵਿੱਚ ਕੀ ਲੈਣ ਆਇਆ ਹੈ, ਕੀ ਲੈ ਕੇ ਜਾਵੇਗਾ? ਜਿਸ ਦੇ ਮਨ ਦੇ ਭਰਮ ਖਤਮ ਹੋ ਜਾਂਦੇ ਹਨ, ਉਸ ਨੂੰ ਸ਼ਬਦ ਦੀ ਸੋਝੀ ਬਖਸ਼ਿਸ਼ ਹੋ ਜਾਂਦੀ ਹੈ । ਜਿਹੜਾ ਸ਼ਬਦ ਨਾਲ ਜੀਵਨ ਢਾਲਦਾ, ਸ਼ਬਦ ਦਾ ਧਨ ਇਕੱਠਾ ਕਰਦਾ ਹੈ । ਉਸ ਨੂੰ ਸ਼ਬਦ ਦੀ ਸੋਝੀ ਦੀ ਮਹੱਤਤਾ ਦੀ ਸਮਝ ਆ ਜਾਂਦੀ ਹੈ । ਉਸ ਦੇ ਮਨ ਦੀ ਮੈਲ ਧੋਤੀ ਜਾਵੇਗੀ । ਓਸ ਨੂੰ ਸਦਾ ਰਹਿਣ ਵਾਲਾ ਘਰ, ਪ੍ਰਭ ਦੇ ਦਰਬਾਰ ਵਿੱਚ ਥਾਂ ਬਖਸ਼ਿਸ਼ ਹੋ ਸਕਦੀ ਹੈ । ਪ੍ਰਭ ਦੇ ਸ਼ਬਦ ਦੀ ਪਾਲਣਾ ਕਰਨ ਨਾਲ ਹੀ ਅਸਲੀ ਪ੍ਰਵਾਨਗੀ ਦਾ ਰਸਤਾ ਬਖਸ਼ਿਸ਼ ਹੋ ਸਕਦਾ ਹੈ । ਪ੍ਰਭ ਦੇ ਦਰਬਾਰ ਵਿੱਚ ਪ੍ਰਵਨਗੀ, ਮਾਣ ਬਖਸ਼ਿਸ਼ ਹੋ ਸਕਦਾ ਹੈ । ਉਹ ਸ਼ਬਦ ਦੇ ਸਿਖਿਆਂ ਰੂਪੀ ਅੰਮ੍ਰਿਤ ਬਹੁਤ ਉਤਸਾਹ ਨਾਲ ਪੀਂਦਾ ਹੈ । ਉਸ ਦੇ ਵੱਡੇ ਭਾਗ ਹੋ ਜਾਂਦੇ, ਪ੍ਰਭ ਦੇ ਦਰਬਾਰ ਵਿੱਚ ਸ਼ਬਦ ਦੀ ਉਸਤਤ ਗਾਉਣ ਦਾ ਮੌਕਾ ਬਖਸ਼ਿਸ਼ ਹੋ ਸਕਦਾ ਹੈ ।

Why have you been blessed with another human life opportunity? What may you earn to carry with after death in His Court? Whosoever may conquer his suspicions of worldly rituals; he may be enlightened with real purpose of his human life opportunity. Whosoever may adopt the teachings of His Word with steady and stable belief; with His mercy and grace, he may be enlightened with the significance of the teachings, essence of His Word. The blemish of his soul, mind may be eliminated. He may be accepted in His Court and blessed with a permanent resting place in His Royal Castle. Only by obeying the teachings of His Word; with His mercy and grace, His true devotee may be blessed with the enlightenment of the essence of His Word. He may be accepted in His Court and honored with salvation. He may cherish the nectar of the essence of His Word. He may become very fortune; with His mercy and grace, he may be rewarded with an opportunity to sing the glory of His Word in His Royal Court.

ਏ ਮਨੁ ਮੇਰਿਆ ਬਿਨੁ ਪਉੜੀਆ, ਮੰਦਰਿ ਕਿਉ ਚੜੈ ਰਾਮ॥	ay man mayri-aa bin pa-urhee-aa mandar ki-o charhai raam.
ਏ ਮਨ ਮੇਰਿਆ ਬਿਨੁ ਬੇੜੀ, ਪਾਰਿ ਨ ਅੰਬੜੈ ਰਾਮ॥	ay man mayri-aa bin bayrhee paar na ambrhai raam.
ਪਾਰਿ ਸਾਜਨੁ ਅਪਾਰੁ ਪ੍ਰੀਤਮੁ, ਗੁਰ ਸ਼ਬਦ ਸੁਰਤਿ ਲੰਘਾਵਏ॥	paar saajan apaar pareetam gur sabad surat langhaava-ay.
ਮਿਲਿ ਸਾਧਸੰਗਤਿ ਕਰਹਿ ਰਲੀਆ, ਫਿਰਿ ਨ ਪਛੋਤਾਵਏ॥	mil saaDhsangat karahi ralee-aa fir na pachhotaava-ay.
ਕਰਿ ਦਇਆ ਦਾਨੁ ਦਇਆਲ ਸਾਚਾ, ਹਰਿ ਨਾਮ ਸੰਗਤਿ ਪਾਵਓ॥	kar da-i-aa daan da-i-aal saachaa har naam sangat paava-o.
ਨਾਨਕੁ ਪਇਅੰਪੈ ਸੁਣਹੁ ਪ੍ਰੀਤਮ, ਗੁਰ ਸਬਦਿ ਮਨੁ ਸਮਝਾਵਓ॥੫॥੬॥	naanak pa-i-ampai sunhu pareetam gur sabad man sanjhaava-o. ‖5‖6‖

ਜੀਵ ਸ਼ਬਦ ਦੀ ਪੌੜੀ ਤੋਂ ਬਿਨਾਂ ਪ੍ਰਭ ਦੇ ਮੰਦਰ, ਦਸਵੇਂ ਘਰ ਕਿਵੇਂ ਚੜ੍ਹੇਗਾ? ਸ਼ਬਦ ਦੀ ਬੇੜੀ ਤੋਂ ਬਿਨਾਂ ਸੰਸਾਰ ਸਾਗਰ ਕਿਵੇਂ ਪਾਰ ਕਰੇਗਾ? ਸਦਾ ਰਹਿਣ ਵਾਲਾ ਸਾਥੀ, ਪ੍ਰਭ ਮਨ ਦੇ ਇਛਾਂ ਭਰੇ ਸੰਸਾਰ ਦੇ ਪਾਰ ਰਹਿੰਦਾ ਹੈ, ਸ਼ਬਦ ਦੀ ਸੋਝੀ ਨਾਲ ਹੀ ਸਾਗਰ ਪਾਰ ਕੀਤਾ ਜਾ ਸਕਦਾ ਹੈ । ਸੰਤ ਸਰੂਪ ਜੀਵ ਦੀ ਸੰਗਤ ਕਰਕੇ ਉਸ ਦੇ ਸ਼ਬਦ ਦੀ ਪਾਲਣਾ ਕਰੋ, ਗੀਤ ਗਾਵੋ । ਤੈਨੂੰ ਕੋਈ ਪਛਤਾਵਾਂ ਨਹੀਂ ਕਰਨਾ ਪਵੇਗਾ । ਰਹਿਮਤਾਂ ਦੇ ਅਸਲੀ ਮਾਲਕ, ਸ਼ਬਦ ਨਾਲ ਲਗਨ, ਸੋਝੀ ਅਤੇ ਸੰਤ ਸਰੂਪ ਜੀਵ ਦੀ ਸੰਗਤ ਬਖਸ਼ੋ, ਮਨ ਨੂੰ ਸ਼ਬਦ ਦੀ ਪਾਲਣ ਵਿੱਚ ਅਡੋਲ ਰਖੋ!

How may you climb to the 10th house, without the stairs of the essence of His Word? How may you sail the worldly ocean overwhelmed sweet poison of worldly wealth, without the rescue boat of the essence of His Word? The Royal place of The True Master, your permanent resting place is on the other shore of the ocean of worldly desires. You may only cross the worldly ocean of desires with the enlightenment of the essence of His Word. You should remain in the conjugation of His Holy saint, singing, and obeying the teachings of His Word. You may never have to regret nor repent again. My Merciful True Master, blesses a devotion to meditate, enlightenment of the essence of Your Word and conjugation of Your Holy saint. I pray for Your Forgiveness and Refuge.

Key Message of Raag Tukhaari, His Royal Palace, page 1112-3
‘ਪ੍ਰਭ ਦਾ ਦਰਬਾਰ!
ਜਿਹੜਾ ਆਪਣੇ ਜੀਵਨ ਦਾ ਢੰਗ ਬਦਲ ਕੇ ਸੁਚੇਤ ਰਹਿੰਦਾ ਹੈ, ਉਹ ਆਪਣੇ ਮੰਦੇ ਕੰਮਾਂ ਦਾ ਪਛਤਾਵਾ ਕਰਕੇ, ਬੁਰੇ ਖਿਆਲ ਤਿਆਗਕੇ, ਸ਼ਬਦ ਦੀ ਸਿਖਿਆਂ ਨਾਲ ਜੀਵਨ ਢਾਲਦਾ ਹੈ! ਉਹ ਸੰਸਾਰਕ ਮੋਹ ਦੇ ਜਾਲ ਵਿਚੋਂ ਬਚ ਸਕਦਾ ਹੈ । ਉਹ ਆਪਣੇ ਮਨ ਦੀਆਂ ਇਛਾਂ ਤੇ ਕਾਬੂ ਪਾ ਕੇ ਸ਼ਬਦ ਦੀ ਪਾਲਣਾ, ਸਿਮਰਨ ਜੀਵਨ ਬਤੀਤ ਕਰਦਾ ਹੈ । ਪ੍ਰਭ ਦਾ ਸ਼ਬਦ ਹੀ ਉਸ ਦਾ ਅਸਲੀ ਸਾਥੀ ਬਣ ਜਾਂਦਾ ਹੈ । ਪ੍ਰਭ ਦੇ ਸ਼ਬਦ ਦੀ ਸਿਖਿਆਂ ਹੀ ਰੋਸ਼ਨੀ ਦੇ ਮੁਨਾਰੇ, ਨਾਲ ਹੀ ਤਿੰਨਾਂ ਸ੍ਰਿਸ਼ਟੀਆਂ ਵਿੱਚ ਰੋਸ਼ਨੀ ਹੁੰਦੀ ਹੈ । ਜਿਹੜਾ ਪੰਜੇਂ ਜਮਦੂਤਾਂ ਤੇ ਜਿੱਤ ਪਾ ਲੈਂਦਾ ਹੈ! ਉਸ ਨੂੰ ਪ੍ਰਵਾਨਗੀ ਬਖਸ਼ਿਸ਼ ਹੋ ਜਾਂਦੀ, ਸਾਰੇ ਕਾਰਜ ਹੀ ਸਫਲ ਹੋ ਜਾਂਦੇ ਹਨ । ਜਿਹੜਾ ਸ਼ਬਦ ਨਾਲ ਜੀਵਨ ਢਾਲਦਾ, ਸ਼ਬਦ ਦਾ ਧਨ ਇਕੱਠਾ ਕਰਦਾ ਹੈ । ਉਸ ਨੂੰ ਮਾਨਸ ਜਨਮ ਦੀ ਮਹੱਤਤਾ ਦੀ ਸਮਝ ਆ ਜਾਂਦੀ ਹੈ । ਪ੍ਰਭ ਦੇ ਦਰਬਾਰ ਵਿੱਚ ਮਾਣ ਬਖਸ਼ਿਸ਼ ਹੋ ਸਕਦਾ ਹੈ । ਸਦਾ ਰਹਿਣ ਵਾਲਾ ਸਾਥੀ, ਇਛਾਂ ਭਰੇ ਸੰਸਾਰ ਦੇ ਪਾਰ ਰਹਿੰਦਾ ਹੈ, ਸ਼ਬਦ ਦੀ ਸੋਝੀ ਨਾਲ ਹੀ ਸਾਗਰ ਪਾਰ ਕੀਤਾ ਜਾ ਸਕਦਾ ਹੈ ।

ਗੁਰੂ ਨਾਨਕ ਦੇਵ ਜੀ ! – Guru Nanak Dev Ji! Guru Granth Sahib

His Royal Palace!

Whosoever may regret, repents, and renounces his evil thoughts, sinful deeds and adopt the teachings of His Word; only he may be saved from the sweet poison of worldly wealth. He may conquer his worldly desires and remains intoxicated in obeying the teachings of His Word. The earnings of His Word may become true companion of his soul. The teachings of His Word are the pillar of enlightenment to eliminate the ignorance from three universes. Whosoever may conquer five demons of worldly desires; he may benefit from his human life opportunity. Whosoever may adopt the teachings of His Word with steady and stable belief; he may earn the wealth of His Word. He may be enlightened with real purpose of his human life opportunity. How may you climb to the 10th house, without the stairs of the essence of His Word? How may you cross the worldly ocean overwhelmed sweet poison of worldly wealth, without the rescue boat of the essence of His Word? His Royal place, your permanent resting place is on the other shore of the ocean of worldly desires. You may only cross the worldly ocean of desires with the enlightenment of the essence of His Word.

☬ Chapter 23 ☬
☬ ਰਾਗੁ ਕੇਦਾਰਾ ☬

Chapter 24

ਰਾਗੁ ਭੈਰਉ

1. **ਭੈਰਉ ਮਹਲਾ 1 ਘਰੁ 1 ਚਉਪਦੇ॥** 1125-1

ੴ ਸਤਿ ਨਾਮੁ ਕਰਤਾ ਪੁਰਖੁ, ਨਿਰਭਉ ਨਿਰਵੈਰੁ ਅਕਾਲ ਮੂਰਤਿ ਅਜੂਨੀ ਸੈਭੰ ਗੁਰ ਪ੍ਰਸਾਦਿ॥

ik-oNkaar, sat naam, kartaa, purakh, nirbha-o, nirvair, akaal, moorat, ajoonee, saibhaN, gur parsaad.

ਤੁਝ ਤੇ ਬਾਹਰਿ ਕਿਛੂ ਨ ਹੋਇ॥ tujh tay baahar kichhoo na ho-ay.

ਤੂ ਕਰਿ ਕਰਿ ਦੇਖਹਿ ਜਾਣਹਿ ਸੋਇ॥੧॥ too kar kar daykheh jaaneh so-ay. ||1||

ਪ੍ਰਭ ਤੇਰੇ ਕੀਤੇ ਤੋਂ ਬਿਨਾਂ ਹੋਰ ਕੁਝ ਨਹੀਂ ਹੁੰਦਾ । ਤੂੰ ਆਪ ਹੀ ਸ੍ਰਿਸ਼ਟੀ ਪੈਦਾ ਕਰਦਾ, ਇਸ ਦੀ ਦੇਖ ਭਾਲ ਕਰਦਾ ਹੈ । ਤੂੰ ਆਪ ਹੀ ਇਸ ਨੂੰ ਜਾਣਦਾ ਹੈ ।

The True Master, nothing may happen in the universe without Your Command. You may create, nourish, protect and omniscient of the state of mind of Your Creation.

ਕਿਆ ਕਹੀਐ ਕਿਛੁ ਕਹੀ ਨ ਜਾਇ॥ ki-aa kahee-ai kichh kahee na jaa-ay.

ਜੋ ਕਿਛੁ ਅਹੈ ਸਭ ਤੇਰੀ ਰਜਾਇ॥੧॥ ਰਹਾਉ॥ jo kichh ahai sabh tayree rajaa-ay. ||1|| rahaa-o.

ਸ੍ਰਿਸ਼ਟੀ ਵਿੱਚ ਸਭ ਕੁਝ ਤੇਰੀ ਰਜ਼ਾ ਨਾਲ ਹੀ ਹੁੰਦਾ ਹੈ । ਕੁਝ ਹੋਰ ਵਖਿਆਣ ਨਹੀਂ ਕਰ ਸਕਦਾ ।

Everything in the universe may only happen with Your Command. I may not be able to explain anything more.

ਜੋ ਕਿਛੁ ਕਰਣਾ ਸੁ ਤੇਰੈ ਪਾਸਿ॥ ਕਿਸੁ ਆਗੈ ਕੀਚੈ ਅਰਦਾਸਿ॥੨॥ jo kichh karnaa so tayrai paas. kis aagai keechai ardaas. ||2||

ਸ੍ਰਿਸ਼ਟੀ ਵਿੱਚ ਸਭ ਤੇਰੇ ਹੁਕਮ ਅੰਦਰ ਹੀ ਵਾਪਰਦਾ ਹੈ । ਮੈਂ ਹੋਰ ਕਿਸੇ ਅੱਗੇ ਅਰਦਾਸ ਕਰਾ?

Everything may only happen under Your Command. Whom else may I pray for Forgiveness and Refuge?

ਆਖਣੁ ਸੁਨਣਾ ਤੇਰੀ ਬਾਣੀ॥ aakhan sunnaa tayree banee.

ਤੂ ਆਪੇ ਜਾਣਹਿ ਸਰਬ ਵਿਡਾਣੀ॥੩॥ too aapay jaaneh sarab vidaanee. ||3||

ਮੈਂ ਤੇਰੇ ਬਖਸ਼ੇ ਹੋਏ, ਸ਼ਬਦ ਸੁਣਦਾ, ਬੋਲਦਾ ਹਾ! ਇਹ ਤੇਰਾ ਰਚਿਆ ਹੋਇਆ ਹੀ ਖੇਲ ਹੈ । ਆਪ ਹੀ ਸਭ ਕੁਝ ਜਾਣਦਾ ਹੈ ।

My True Master, I may only speak and hear Your blessed words. The play of the universe has been designed, created with Your Imagination. Only You are omniscient of all events of Your Nature.

ਕਰੇ ਕਰਾਏ ਜਾਣੈ ਆਪਿ॥ karay karaa-ay jaanai aap.

ਨਾਨਕ ਦੇਖੈ ਥਾਪਿ ਉਥਾਪਿ॥੪॥੧॥ naanak daykhai thaap uthaap. ||4||1||

ਪ੍ਰਭ ਆਪ ਹੀ ਸਭ ਕੁਝ ਕਰਦਾ ਹੈ । ਆਪ ਹੀ ਕਿਸੇ ਨੂੰ ਸ਼ਬਦ ਦੀ ਬੰਦਗੀ ਤੇ ਲਾਉਂਦਾ ਹੈ । ਆਪ ਹੀ ਜੀਵ ਨੂੰ ਜਨਮ ਅਤੇ ਮੌਤ ਦੇਂਦਾ ਹੈ ।

Only, The True Master, prevails in all events in His Nature, life events of His Creation. Only He may inspire His true devotee with devotion to meditate on the teachings of His Word. The cycle of birth and death may only happen under His Command.

Key Message of Raag Bhairao, page 1125-1
'ਸ੍ਰਿਸ਼ਟੀ ਦਾ ਪਸਾਰਾ!
ਪ੍ਰਭ ਆਪ ਹੀ ਸ੍ਰਿਸ਼ਟੀ ਪੈਦਾ ਕਰਦਾ, ਦੇਖ ਭਾਲ ਕਰਦਾ, ਜਾਣਦਾ ਹੈ । ਪ੍ਰਭ ਦਾ ਰਚਿਆ ਹੋਇਆ ਹੀ ਖੇਲ ਹੈ । ਆਪ ਹੀ ਸਭ ਕੁਝ ਜਾਣਦਾ ਹੈ! ਸਭ ਕੁਝ ਪ੍ਰਭ ਦੇ ਹੁਕਮ ਅੰਦਰ ਹੀ ਵਾਪਰਦਾ ਹੈ । ਪ੍ਰਭ ਦੇ ਹੁਕਮ ਨਾਲ ਹੀ ਹੋ ਸਕਦਾ ਹੈ!
Expansion of The Universe!
The True Master creates, nourishes, protects and omniscient of state of mind of His Creation. He has designed, created the play of the universe with His Imagination. Only He remains omniscient of all events of His Nature. Everything may only happen in the universe under His Command. The cycle of birth and death remains only under His Command.

2. **ਰਾਗੁ ਭੈਰਉ ਮਹਲਾ 1 ਘਰੁ 2॥ 1125-8**

ੴ ਸਤਿਗੁਰ ਪ੍ਰਸਾਦਿ॥ ik-oNkaar satgur parsaad.

ਗੁਰ ਕੈ ਸਬਦਿ ਤਰੇ ਮੁਨਿ ਕੇਤੇ, ਇੰਦ੍ਰਾਦਿਕ ਬ੍ਰਹਮਾਦਿ ਤਰੇ॥ gur kai sabad taray mun kaytay indraadik barahmaad taray.

ਸਨਕ ਸਨੰਦਨ ਤਪਸੀ ਜਨ ਕੇਤੇ, ਗੁਰ ਪਰਸਾਦੀ ਪਾਰਿ ਪਰੇ॥੧॥ sanak sanandan tapsee jan kaytay gur parsaadee paar paray. ||1||

ਪ੍ਰਭ ਤੇਰੇ ਸ਼ਬਦ ਦੀ ਪਾਲਣਾ ਕਰਦੇ, ਅਨੇਕਾਂ ਸੰਤ, ਨਿਮਾਣੇ ਭਗਤ ਤਰ ਗਏ ਹਨ । ਬ੍ਰਹਮਾ, ਇੰਦ੍ਰ ਵੀ ਸ਼ਬਦ ਦੀ ਪਾਲਣਾ ਨਾਲ ਹੀ ਪਾਰ ਹੋਏ । ਅਨੇਕਾਂ ਹੀ ਜੀਵ, ਤੇਰੇ ਸ਼ਬਦ ਨਾਲ ਜੀਵਨ ਬਤੀਤ ਕਰਦੇ, ਉਹ ਸੰਸਾਰਕ ਸਾਗਰ ਪਾਰ ਕਰ ਗਏ ਹਨ ।

My True Master, many humble saints, devotees have been blessed with right path of acceptance in Your Court, obeying the teachings of Your Word. Prophets like, Brahama, Inder were accepted in Your Court by obeying the teachings of Your Word. Many other devotees were blessed with the right path of acceptance by adopting the teachings of Your Word.

ਭਵਜਲੁ ਬਿਨੁ ਸਬਦੈ ਕਿਉ ਤਰੀਐ॥ bhavjal bin sabdai ki-o taree-ai.

ਨਾਮ ਬਿਨਾ ਜਗੁ ਰੋਗਿ ਬਿਆਪਿਆ, naam binaa jag rog bi-aapi-aa

ਦੁਬਿਧਾ ਡੁਬਿ ਡੁਬਿ ਮਰੀਐ॥੧॥ ਰਹਾਉ॥ dubiDhaa dub dub maree-ai. ||1|| rahaa-o.

ਸ਼ਬਦ ਨਾਲ ਜੀਵਨ ਢਾਲਣ ਤੋਂ ਬਿਨਾਂ ਕਿਵੇਂ ਕੋਈ ਪ੍ਰਵਾਨ ਹੋ ਸਕਦਾ ਹੈ? ਸ਼ਬਦ ਦੀ ਪਾਲਣਾ ਤੋਂ ਬਿਨਾਂ ਭਰਮਾਂ, ਮਾਇਆ ਮੋਹ ਵਿੱਚ ਫਸਿਆ ਜੀਵ ਡੁੱਬ ਜਾਂਦਾ ਹੈ । ਇਸ ਰੋਗ ਨਾਲ ਹੀ ਮਰ ਜਾਂਦਾ ਹੈ ।

How may anyone be accepted in His Court without adopting the teachings of His Word in his day-to-day life? Self-minded may drown in the deep ocean of suspicions and worldly bond, without obeying the teachings of His Word. He may be captured by devil of death with worldly bonds, disease.

ਗੁਰੂ ਨਾਨਕ ਦੇਵ ਜੀ! – Guru Nanak Dev Ji! Guru Granth Sahib

ਗੁਰੁ ਦੇਵਾ ਗੁਰੁ ਅਲਖ ਅਭੇਵਾ, ਤ੍ਰਿਭਵਣ ਸੋਝੀ ਗੁਰ ਕੀ ਸੇਵਾ॥ gur dayvaa gur alakh abhayvaa taribhavan sojhee gur kee sayvaa.
ਆਪੇ ਦਾਤਿ ਕਰੀ ਗੁਰਿ ਦਾਤੈ, ਪਾਇਆ ਅਲਖ ਅਭੇਵਾ॥੨॥ aapay daat karee gur daatai paa-i-aa alakh abhayvaa. ||2||

ਪ੍ਰਭ ਅਤੇ ਉਸ ਦਾ ਸ਼ਬਦ ਪਵਿੱਤਰ, ਜਾਣਕਾਰੀ ਤੋਂ ਉਪਰ ਹੈ । ਉਸ ਦੀ ਕੁਦਰਤ ਇਕ ਡੂੰਘੇ ਭੇਦ ਵਾਲੀ ਹੈ । ਸ਼ਬਦ ਦੀ ਪਾਲਣਾ ਕਰਨ ਨਾਲ ਤਿੰਨਾਂ ਸ੍ਰਿਸ਼ਟੀਆਂ ਦੀ ਸੋਝੀ ਬਖਸ਼ਿਸ਼ ਹੋ ਜਾਂਦੀ ਹੈ । ਆਪ ਹੀ ਰਹਿਮਤ ਬਖਸ਼ਕੇ ਮਨ ਵਿੱਚ ਸ਼ਬਦ ਦੀ ਪਾਲਣਾ ਦੀ ਲਗਨ ਲਾਉਂਦਾ ਹੈ । ਸ਼ਬਦ ਦੀ ਪਾਲਣਾ ਨਾਲ ਹੀ ਇਸ ਭੇਦ ਤੀ ਸੋਝੀ ਬਖਸ਼ਿਸ਼ ਹੋਈ ਹੈ ।

The True Master and the essence of Your Word remain beyond the comprehension of His Creation; His Nature remains a mystery. Whosoever may obey the teachings of His Word with steady and stable in his day-to-day life; with His mercy and grace, he may be blessed with the enlightenment of the nature of three universes. His true devotee may be blessed with the devotion to obey the teachings of His Word. Whosoever may obey the teachings of His Word with steady and stable belief; with His mercy and grace, he may be enlightened with the mystery of His Nature.

ਮਨੁ ਰਾਜਾ ਮਨੁ ਮਨ ਤੇ ਮਾਨਿਆ, ਮਨਸਾ ਮਨਹਿ ਸਮਾਈ॥ man raajaa man man tay maani-aa mansaa maneh samaa-ee.
ਮਨੁ ਜੋਗੀ ਮਨੁ ਬਿਨਸਿ ਬਿਓਗੀ, ਮਨੁ ਸਮਝੈ ਗੁਣ ਗਾਈ॥੩॥ man jogee man binas bi-ogee man samjhai gun gaa-ee. ||3||

ਤਨ ਦਾ ਰਾਜਾ ਮਨ ਆਪਣੇ ਕੰਮਾਂ ਨਾਲ ਆਪ ਹੀ ਸੰਤੁਸ਼ਟ ਹੁੰਦਾ ਹੈ । ਫਿਰ ਵੀ ਉਸ ਦੀ ਇਛਾਂ ਦੀ ਅੱਗ ਨਹੀਂ ਬੁਝਦੀ, ਖਤਮ ਨਹੀਂ ਹੁੰਦੀ । ਉਸ ਦਾ ਮਨ ਬੰਦਗੀ ਦੇ ਰਸਤੇ ਤੇ ਚਲਣ ਦੀ ਕੋਸ਼ਿਸ਼ ਕਰਦਾ ਹੈ । ਪਰ, ਪ੍ਰਭ ਦੇ ਵਿਛੋੜੇ ਵਿੱਚ ਹੀ ਉਲਝਿਆ ਰਹਿੰਦਾ ਹੈ । ਪ੍ਰਭ ਦੇ ਸ਼ਬਦ ਦੀ ਉਸਤਤ ਗਾਉਣ ਨਾਲ, ਆਪ ਹੀ ਰਹਿਮਤ ਬਖਸ਼ਦਾ, ਮਨ ਨੂੰ ਅਸਲੀ ਰਸਤੇ ਤੇ ਅਡੋਲ ਰਖਦਾ ਹੈ ।

His mind has been designated as the king of his soul. He may remain satisfied with his own accomplishments, directions of his life; however, his thirst of worldly desires may never be quenched from within. He may try to adopt the path of His Word. He may remain in deep renunciation in his memory of his separation from His Holy Spirit. Whosoever may sing the glory of His Word with steady and stable; he may remain intoxicated on the right path of acceptance in His Court.

ਗੁਰ ਤੇ ਮਨੁ ਮਾਰਿਆ ਸਬਦੁ ਵੀਚਾਰਿਆ, ਤੇ ਵਿਰਲੇ ਸੰਸਾਰਾ॥ gur tay man maari-aa sabad veechaari-aa tay virlay sansaaraa.
ਨਾਨਕ ਸਾਹਿਬੁ ਭਰਿਪੁਰਿ ਲੀਣਾ, ਸਾਚ ਸਬਦਿ ਨਿਸਤਾਰਾ॥੪॥੧॥੨॥ naanak saahib bharipur leenaa saach sabad nistaaraa. ||4||1||2||

ਕਿਸੇ ਵਿਰਲੇ ਹੀ ਜੀਵ ਨੂੰ ਸ਼ਬਦ ਦੀ ਪਾਲਣਾ ਕਰਨ ਨਾਲ, ਮਨ ਤੇ ਜਿੱਤ, ਸ਼ਬਦ ਦੀ ਸੋਝੀ ਬਖਸ਼ਿਸ਼ ਹੋ ਜਾਂਦੀ ਹੈ । ਪ੍ਰਭ ਆਪ ਹੀ ਹਰਇਕ ਥਾਂ ਵਾਪਰਦਾ ਅਤੇ ਦੇਖਦਾ ਹੈ । ਸ਼ਬਦ ਨਾਲ ਜੀਵਨ ਢਾਲਣ ਨਾਲ ਪ੍ਰਭ ਦੇ ਸ਼ਬਦ ਦੀ ਸੋਝੀ ਹੋ ਜਾਂਦੀ ਹੈ ।

In the universe! Very rare devotee may obey the teachings of His Word; with His mercy and grace, he may conquer his own mind. He may be blessed with the enlightenment of the essence of His Word by. The True Master prevails everywhere and monitor all worldly events. Whosoever may adopt the teachings of His Word with steady and stable belief; with His mercy and grace, he may be blessed with the enlightenment of the essence of His Word.

Key Message of Raag Bhairao, page 1125-8
‘ਮਨ ਹੀ ਤਨ ਵਿੱਚ ਆਤਮਾ ਦਾ ਰਾਜਾ ਹੈ!
ਜਿਹੜਾ ਸ਼ਬਦ ਨਾਲ ਜੀਵਨ ਬਤੀਤ ਕਰਦਾ ਹੈ, ਉਸ ਨੂੰ ਪ੍ਰਵਾਨਗੀ ਦਾ ਅਸਲੀ ਰਸਤਾ ਬਖਸ਼ਿਸ਼ ਹੋ ਜਾਂਦਾ ਹੈ! ਸ਼ਬਦ ਦੀ ਪਾਲਣਾ ਕਰਨ ਨਾਲ ਤਿੰਨਾਂ ਸ੍ਰਿਸ਼ਟੀਆਂ ਦੀ ਸੋਝੀ ਬਖਸ਼ਿਸ਼ ਹੋ ਜਾਂਦੀ ਹੈ । ਪ੍ਰਭ ਦਾ ਸ਼ਬਦ ਜੀਵ ਦੀ ਜਾਣਕਾਰੀ ਤੋਂ ਉਪਰ ਹੈ । ਮਨ ਹੀ ਆਤਮਾ ਦਾ ਰਾਜਾ ਹੈ, ਉਸ ਦੀ ਇਛਾਂ ਦੀ ਅੱਗ ਨਹੀਂ ਬੁਝਦੀ, ਖਤਮ ਨਹੀਂ ਹੁੰਦੀ । ਜਿਹੜਾ ਪ੍ਰਭ ਦੇ ਵਿਛੋੜੇ ਦੇ ਵਿਰਾਗ ਵਿੱਚ ਰਹਿੰਦਾ ਹੈ । ਉਸ ਦੇ ਮਨ ਨੂੰ ਅਸਲੀ ਰਸਤੇ ਤੇ ਅਡੋਲ ਰਖਦਾ ਹੈ ।
Mind remains Commander of body!
Whosoever may adopt the teachings of His Word; he may be blessed with the right path of acceptance in His Court. In three universes! Whosoever may adopt the teachings of His Word; he may be enlightened with the mystery of His Nature. The essence of His Word remains beyond the comprehension of His Creation. His mind has been designated as the king of his body; however, his thirst of worldly desires may never be quenched from within. Whosoever may remain in deep renunciation in the memory of his separation from His Holy Spirit; he may remain intoxicated on the right path of acceptance in His Court.

3. **ਭੈਰਉ ਮਹਲਾ ੧॥ 1125-15**

ਨੈਨੀ ਦ੍ਰਿਸਟਿ ਨਹੀ ਤਨੁ ਹੀਨਾ, ਜਰਿ ਜੀਤਿਆ ਸਿਰਿ ਕਾਲੋ॥੧॥ nainee darisat nahee tan heenaa jar jeeti-aa sir kaalo.
ਰੂਪੁ ਰੰਗੁ ਰਹਸੁ ਨਹੀ ਸਾਚਾ, ਕਿਉ ਛੋਡੈ ਜਮ ਜਾਲੋ॥੧॥ roop rang rahas nahee saachaa ki-o chhodai jam jaalo. ||1||

ਜਵਾਨੀ, ਸੰਸਾਰਕ ਹੈਸੀਅਤ, ਅਨੰਦ ਸਦਾ ਰਹਿਣ ਵਾਲਾ ਨਹੀਂ ਹੈ । ਜੀਵ ਦਾ ਸਰੀਰ ਬੁਢੇਪੇ ਨਾਲ ਕਮਜ਼ੋਰ ਹੋ ਜਾਂਦਾ, ਅੱਖਾਂ ਦੀ ਨਿਗਾਹ ਘਟ ਜਾਂਦੀ ਹੈ । ਮੌਤ ਦੇ ਜਮ ਤੋਂ ਕਿਵੇਂ ਛੁਟਕਾਰਾ ਹੋ ਸਕਦਾ ਹੈ?

Youth, worldly status, and worldly pleasures, glamours may not remain forever. Human body may become feeble with old age; his eyesight may be compromised. How may death be escape; he may become beyond the reach of devil of death?

ਪ੍ਰਾਣੀ ਹਰਿ ਜਪਿ ਜਨਮੁ ਗਇਓ॥ paraanee har jap janam ga-i-o.
ਸਾਚ ਸ਼ਬਦ ਬਿਨੁ ਕਬਹੁ ਨ ਛੂਟਸਿ, saach sabad bin kabahu na chhootas
ਬਿਰਥਾ ਜਨਮੁ ਭਇਓ॥੧॥ ਰਹਾਉ॥ birthaa janam bha-i-o. ||1|| rahaa-o.

ਜੀਵ ਤੇਰੀ ਉਮਰ ਬੀਤ ਦੀ ਜਾਂਦੀ ਹੈ, ਸ਼ਬਦ ਦਾ ਸਿਮਰਨ ਕਰੋ । ਸ਼ਬਦ ਦੀ ਪਾਲਣਾ ਕਰਨ ਤੋਂ ਬਿਨਾਂ ਜੂੰਨਾਂ ਦਾ ਚੱਕਰ ਕਦੇ ਖਤਮ ਨਹੀਂ ਹੁੰਦਾ । ਇਹ ਮਾਨਸ ਜਨਮ ਬਿਰਥਾ ਹੀ ਬੀਤ ਜਾਂਦਾ ਹੈ ।

Your predetermined time of human life opportunity is being wasted uselessly! You should meditate on the teachings of His Word. Without obeying the teachings of His Word, your cycle of birth and death may never be eliminated. You may waste your priceless human life opportunity uselessly.

ਤਨ ਮਹਿ ਕਾਮੁ ਕ੍ਰੋਧੁ ਹਉ ਮਮਤਾ, ਕਠਿਨ ਪੀਰ ਅਤਿ ਭਾਰੀ॥ tan meh kaam kroDh ha-o mamtaa kathin peer at bhaaree.
ਗੁਰਮੁਖਿ ਰਾਮ ਜਪਹੁ ਰਸੁ ਰਸਨਾ, ਇਨ ਬਿਧਿ ਤਰੁ ਤੂ ਤਾਰੀ॥੨॥ gurmukh raam japahu ras rasnaa in biDh tar too taaree. ||2||

ਕਾਮ, ਕਰੋਧ, ਅਹੰਕਾਰ, ਮੋਹ, ਹੈਸੀਅਤ ਨੂੰ ਤਿਆਗਣਾ ਬਹੁਤ ਕਠਨ ਹੈ । ਇਸ ਦਾ ਦੁਖ ਬਹੁਤ ਹੁੰਦਾ ਹੈ । ਗੁਰਮਖ ਆਪਣੀ ਜੀਭ ਨਾਲ ਸ਼ਬਦ ਦੀ ਉਸਤਤ ਗਾਉਂਦਾ ਹੈ । ਪ੍ਰਭ ਦੀ ਸ਼ਰਣ ਵਿੱਚ ਆਪਾ ਢਾਲਦਾ, ਪਨਾਹ ਲੈ ਲੈਂਦਾ, ਪ੍ਰਵਾਨ ਹੋ ਜਾਂਦਾ ਹੈ ।

To renounce demons of worldly desires of mind, like sexual urge, anger, ego, worldly bonds, and worldly status may be very tedious, difficult undertaking; he may remain miserable in his life. However, His true devotee may always sing the glory of His Virtues, Word. He may surrender his mind, body, and worldly status at His Sanctuary; with His mercy and grace, he may be blessed with the right path of acceptance in His Court.

ਬਹਰੇ ਕਰਨ ਅਕਲਿ ਭਈ ਹੋਛੀ, ਸ਼ਬਦ ਸਹਜੁ ਨਹੀ ਬੂਝਿਆ॥	bahray karan akal bha-ee hochhee sabad sahj nahee boojhi-aa.
ਜਨਮੁ ਪਦਾਰਥੁ ਮਨਮੁਖਿ ਹਾਰਿਆ, ਬਿਨੁ ਗੁਰ ਅੰਧੁ ਨ ਸੂਝਿਆ॥੩॥	janam padaarath manmukh haari-aa bin gur anDh na soojhi-aa. ||3||

ਤੇਰੇ ਕੰਨ ਤੋਂ ਘਟ ਸੁਣਦਾ, ਬੋਲੇ ਹੋ ਗਏ ਹਨ । ਤੇਰੀ ਮੱਤ, ਸੁਰਤੀ, ਯਾਦਦਾਸ਼ਤ ਵੀ ਘਟ ਗਈ ਹੈ । ਅਜੇ ਤੀਕ ਤੈਨੂੰ ਸ਼ਬਦ ਦੀ ਸੋਝੀ ਬਖਸ਼ਿਸ਼ ਨਹੀਂ ਹੋਈ । ਮਨਮੁਖ ਜੀਵ ਅਮੋਲਕ ਮਾਨਸ ਜਨਮ ਬਿਰਥਾ ਹੀ ਬਤੀਤ ਕਰ ਜਾਂਦਾ ਹੈ । ਸ਼ਬਦ ਦੀ ਪਾਲਣਾ ਤੋਂ ਬਿਨਾਂ ਸ਼ਬਦ ਦੀ ਸੋਝੀ ਬਖਸ਼ਿਸ਼ ਨਹੀਂ ਹੁੰਦੀ ।

Your hearings may be compromised and your ears have become deaf. Your memory, concentration and decision making have been compromised. Without obeying the teachings of His Word; the enlightenment of the essence of His Word may never be blessed. Self-minded may waste his ambrosial human life opportunity uselessly with such a way of life.

ਰਹੈ ਉਦਾਸੁ ਆਸ ਨਿਰਾਸਾ, ਸਹਜ ਧਿਆਨਿ ਬੈਰਾਗੀ॥	rahai udaas aas niraasaa sahj Dhi-aan bairaagee.
ਪ੍ਰਣਵਤਿ ਨਾਨਕ ਗੁਰਮੁਖਿ ਛੂਟਸਿ,	paranvat naanak gurmukh chhootas
ਰਾਮ ਨਾਮਿ ਲਿਵ ਲਾਗੀ॥੪॥੨॥੩॥	raam naam liv laagee. ||4||2||3||

ਜਿਹੜਾ ਆਸਾਂ ਵਿੱਚ ਰਹਿੰਦਾ ਹੋਇਆ ਵੀ ਇਹਨਾਂ ਦੇ ਪ੍ਰਭਾਵ ਤੋਂ ਰਹਿਤ ਰਹਿੰਦਾ ਹੈ । ਉਹ ਪ੍ਰਭ ਦੇ ਸ਼ਬਦ ਵਿੱਚ ਧਿਆਨ ਲਾ ਕੇ ਬੰਦਗੀ ਕਰਦਾ ਹੈ । ਉਸ ਗੁਰਮਖ, ਪ੍ਰਭ ਦੇ ਸ਼ਬਦ ਦੀ ਪਾਲਣਾ, ਸਿਮਰਨ ਵਿੱਚ ਲੀਨ ਹੋ ਜਾਂਦਾ ਹੈ । ਉਹ ਜਨਮ ਮਰਨ ਦੇ ਚੱਕਰ ਵਿਚੋਂ ਛੁਟ ਜਾਂਦਾ ਹੈ ।

Whosoever may remain beyond the reach of worldly desires within the ocean of hopes. He may always remain focused on meditating and adopting the teachings of His Word. He may remain intoxicated with devotion to obey the teachings of His Word; with His mercy and grace, his cycle of birth and death may be eliminated.

Key Message of Raag Bhairao, page 1125-15
'ਆਪਾ ਭੇਟਾ ਕਰਨਾ ਹੀ ਪ੍ਰਵਾਨਗੀ ਦਾ ਰਸਤਾ ਹੈ!
ਜਵਾਨੀ, ਸੰਸਾਰਕ ਹੈਸੀਅਤ, ਅਨੰਦ ਸਦਾ ਰਹਿਣ ਵਾਲਾ ਨਹੀਂ ਹੈ । ਗੁਰਮਖ ਆਪਣੀ ਜੀਭ ਨਾਲ ਸ਼ਬਦ ਦੀ ਉਸਤਤ ਗਾਉਂਦਾ ਹੈ । ਪ੍ਰਭ ਦੀ ਸ਼ਰਣ ਵਿੱਚ ਆਪਾ ਢਾਲਦਾ, ਪਨਾਹ ਲੈ ਲੈਂਦਾ, ਪ੍ਰਵਾਨ ਹੋ ਜਾਂਦਾ ਹੈ । ਜਿਹੜਾ ਆਸਾਂ ਵਿੱਚ ਰਹਿੰਦਾ ਹੋਇਆ ਵੀ ਇਹਨਾਂ ਦੇ ਪ੍ਰਭਾਵ ਤੋਂ ਰਹਿਤ ਰਹਿੰਦਾ ਹੈ । ਉਹ ਜਨਮ ਮਰਨ ਦੇ ਚੱਕਰ ਵਿਚੋਂ ਛੁਟ ਜਾਂਦਾ ਹੈ ।
Surrendering self-entity, His Sanctuary!
Youth, worldly status, worldly pleasures, and glamours may not remain true forever. His true devotee may always sing the glory of His Virtues; he surrenders his self-entity at His Sanctuary; with His mercy and grace, he may be blessed with the right path of acceptance in His Court. Whosoever may remain beyond the reach of worldly desires within the ocean of hopes; his cycle of birth and death may be eliminated.

4. ਭੈਰਉ ਮਹਲਾ ੧॥ 1126-5

ਭੂੰਡੀ ਚਾਲ ਚਰਣ ਕਰ ਖਿਸਰੇ, ਤੁਚਾ ਦੇਹ ਕੁਮਲਾਨੀ॥	bhooNdee chaal charan kar khisray tuchaa dayh kumlaanee.
ਨੇਤ੍ਰੀ ਧੁੰਧਿ ਕਰਨ ਭਏ ਬਹਰੇ, ਮਨਮੁਖਿ ਨਾਮੁ ਨ ਜਾਨੀ॥੧॥	naytree DhunDh karan bha-ay bahray manmukh naam na jaanee. ||1||

ਜੀਵ ਦੀ ਚਾਲ ਮੱਧਮ ਹੋ ਜਾਂਦੀ, ਹੱਥ, ਪੈਰ ਡੋਲਦੇ, ਮਾਸ ਢਿੱਲਕ ਜਾਂਦਾ ਹੈ । ਸਾਰਾ ਸਰੀਰ ਹੀ ਇਕ ਮਿੱਟੀ ਦੀ ਢੇਰੀ ਬਣ ਗਿਆ ਹੈ । ਉਸ ਦੀਆਂ ਅੱਖਾਂ ਵਿੱਚ ਘਟ ਦਿੱਸਦਾ, ਕੰਨਾਂ ਵਿੱਚ ਘਟ ਸੁਣਦਾ ਹੈ । ਮਨਮੁਖ ਮਨਮਰਜ਼ੀ ਕਰਨ ਤੋਂ ਰੁਕਦਾ ਨਹੀਂ, ਉਸ ਨੂੰ ਸ਼ਬਦ ਦੀ ਸੋਝੀ ਬਖਸ਼ਿਸ਼ ਨਹੀਂ ਹੁੰਦੀ ।

In old age, his walking around may slow down, his hands and feet may shake and unstable; his skin may be wrinkled and loose. His ears and eyes may be compromised. However, self-minded may never stop following his worldly desires. He may never be blessed with the enlightenment of the essence of His Word.

ਅੰਧੁਲੇ ਕਿਆ ਪਾਇਆ ਜਗਿ ਆਇ॥	anDhulay ki-aa paa-i-aa jag aa-ay.
ਰਾਮੁ ਰਿਦੈ ਨਹੀ ਗੁਰ ਕੀ ਸੇਵਾ,	raam ridai nahee gur kee sayvaa
ਚਾਲੇ ਮੂਲੁ ਗਵਾਇ॥੧॥ ਰਹਾਉ॥	chaalay mool gavaa-ay. ||1|| rahaa-o.

ਅਣਜਾਣ ਮਨਮੁਖ! ਮਾਨਸ ਜਨਮ ਵਿੱਚ ਕੀ ਖਟਿਆ ਹੈ? ਤੂੰ ਸ਼ਬਦ ਦੀ ਪਾਲਣਾ ਨਹੀਂ ਕਰਦਾ, ਪ੍ਰਭ ਦੇ ਸ਼ਬਦ ਦੀ ਸਿਖਿਆਂ ਦਾ ਤੇਰੇ ਜੀਵਨ ਵਿੱਚ ਕੋਈ ਪ੍ਰਭਾਵ ਨਹੀਂ ਹੈ । ਆਪਣਾ ਅਮੋਲਕ ਮੌਕਾ ਗਵਾ ਕੇ ਮਰ ਜਾਂਦਾ ਹੈ ।

Ignorant self-minded! What have you earned for the real purpose of your human life opportunity? You have never obeyed the teachings of His Word nor you have any enlightenment of the essence of His Word. You may die wasting your priceless human life opportunity.

ਜਿਹਵਾ ਰੰਗਿ ਨਹੀ ਹਰਿ ਰਾਤੀ, ਜਬ ਬੋਲੈ ਤਬ ਫੀਕੇ॥	jihvaa rang nahee har raatee jab bolai tab feekay.
ਸੰਤ ਜਨਾ ਕੀ ਨਿੰਦਾ ਵਿਆਪਸਿ,	sant janaa kee nindaa vi-aapas
ਪਸੂ ਭਏ ਕਦੇ ਹੋਹਿ ਨ ਨੀਕੇ॥੨॥	pasoo bha-ay kaday hohi na neekay. ||2||

ਜਿਹੜਾ ਕਰੋਧ ਨਾਲ ਕੌੜਾ ਬੋਲਦਾ ਹੈ । ਉਸ ਦੀ ਜੀਭ ਤੇ ਪ੍ਰਭ ਦਾ ਸ਼ਬਦ ਬਖਸ਼ਿਸ਼ ਨਹੀਂ ਹੋ ਸਕਦਾ । ਉਹ ਸੰਤਾਂ ਦੀ ਨਿੰਦਿਆਂ ਕਰਦਾ, ਜਾਨਵਰਾਂ ਦੀ ਤਰ੍ਹਾਂ ਜੀਵਨ ਬਤੀਤ ਕਰਦਾ ਹੈ । ਉਹ ਪ੍ਰਵਾਨਗੀ ਦੇ ਰਸਤੇ ਤੇ ਨਹੀਂ ਚਲ ਸਕਦਾ ।

Whosoever may speak rude with anger; he may never be blessed with the praise of His Word on his tongue. He may waste his human life opportunity like wild animals by criticizing His true devotees, His Holy saints. He may never be blessed with the right path of acceptance in His Court.

ਅੰਮ੍ਰਿਤ ਕਾ ਰਸੁ ਵਿਰਲੀ ਪਾਇਆ, ਸਤਿਗੁਰ ਮੇਲਿ ਮਿਲਾਏ॥	amrit kaa ras virlee paa-i-aa satgur mayl milaa-ay.
ਜਬ ਲਗੁ ਸ਼ਬਦ ਭੇਦੁ ਨਹੀ ਆਇਆ, ਤਬ ਲਗੁ ਕਾਲੁ ਸੰਤਾਏ॥੩॥	jab lag sabad bhayd nahee aa-i-aa tab lag kaal santaa-ay. ||3||

ਵਿਰਲੇ ਹੀ ਜੀਵ ਨੂੰ ਸ਼ਬਦ ਦੀ ਸੋਝੀ, ਦਰਬਾਰ ਵਿੱਚ ਪ੍ਰਵਾਨਗੀ ਦਾ ਰਸਤਾ ਬਖਸ਼ਿਸ਼ ਹੁੰਦਾ ਹੈ । ਜਿਹੜਾ ਸ਼ਬਦ ਦੀ ਪਾਲਣਾ ਨਹੀਂ ਕਰਦਾ, ਉਸ ਨੂੰ ਸ਼ਬਦ ਦੀ ਸੋਝੀ ਬਖਸ਼ਿਸ਼ ਨਹੀਂ ਹੁੰਦੀ । ਉਸ ਦੇ ਸਿਰ ਉਪਰ ਮੌਤ ਦਾ ਡੰਡਾ ਹੀ ਰਹਿੰਦਾ ਹੈ ।

Very rare may be blessed with the enlightenment of the essence of His Word and the right path of acceptance in His Court. Whosoever may not obey the teachings of His Word, he may never be blessed with the enlightenment of the essence of His Word. The devil of death may remain knocking at his head, in every cycle of life.

ਅਨ ਕੋ ਦਰੁ ਘਰੁ ਕਬਹੂ ਨ ਜਾਨਸਿ, ਏਕੋ ਦਰੁ ਸਚਿਆਰਾ॥ an ko dar ghar kabhoo na jaanas ayko dar sachi-aaraa.
ਗੁਰ ਪਰਸਾਦਿ ਪਰਮ ਪਦੁ ਪਾਇਆ, gur parsaad param pad paa-i-aa
ਨਾਨਕੁ ਕਹੈ ਵਿਚਾਰਾ॥੪॥੩॥੪॥ naanak kahai vichaaraa. ||4||3||4||

ਜਿਹੜੇ ਜੀਵ ਨੂੰ ਪ੍ਰਭ ਦੇ ਦਰਬਾਰ ਦੀ ਸੋਝੀ ਬਖਸ਼ਿਸ਼ ਹੋ ਜਾਂਦੀ ਹੈ । ਉਹ ਹੋਰ ਕੋਈ ਦੂਸਰਾ ਘਰ ਨਹੀਂ ਢੂੰਡਦਾ । ਉਸ ਨੂੰ ਪ੍ਰਭ ਦੀ ਰਹਿਮਤ ਨਾਲ ਸ਼ਰਣ ਵਿੱਚ ਪਨਾਹ ਬਖਸ਼ਿਸ਼ ਹੋ ਜਾਂਦੀ ਹੈ ।

Whosoever may be blessed with the enlightenment of the essence of His Word; he may never wander from door to door, shrine to shrine, worldly guru to guru. He may be accepted in His Sanctuary, under His protection.

Key Message of Raag Bhairao, page 1126-5 'ਪ੍ਰਭ ਦੀ ਸ਼ਰਣ ਦਾ ਰਸਤਾ!
ਸ਼ਬਦ ਦੀ ਪਾਲਣਾ ਕਰਨ ਤੋਂ ਬਿਨਾਂ, ਸੰਤਾਂ ਦੀ ਨਿੰਦਿਆਂ ਕਰਨਾ, ਜਾਨਵਰਾਂ ਦੀ ਤਰ੍ਹਾਂ ਜੀਵਨ ਬਤੀਤ ਕਰਨਾ ਹੈ । ਉਹ ਆਪਣਾ ਅਮੋਲਕ ਮੌਕਾ ਗਵਾ ਜਾਂਦਾ ਹੈ । ਵਿਰਲੇ ਹੀ ਜੀਵ ਨੂੰ ਸ਼ਬਦ ਦੀ ਸੋਝੀ, ਦਰਬਾਰ ਵਿੱਚ ਪ੍ਰਵਾਨਗੀ ਦਾ ਰਸਤਾ ਬਖਸ਼ਿਸ਼ ਹੁੰਦਾ ਹੈ । ਜਿਹੜੇ ਜੀਵ ਨੂੰ ਸ਼ਬਦ ਦੀ ਸੋਝੀ ਬਖਸ਼ਿਸ਼ ਹੋ ਜਾਂਦੀ ਹੈ । ਉਸ ਨੂੰ ਪ੍ਰਭ ਦੀ ਸ਼ਰਣ ਵਿੱਚ ਪਨਾਹ ਬਖਸ਼ਿਸ਼ ਹੋ ਜਾਂਦੀ ਹੈ ।
The right path of His Sanctuary!
Whosoever may not adopt the teachings of His Word; slanders His Holy saints, he may waste his human life opportunity like wild animals. However, very rare may be blessed with the essence of His Word, the right path of acceptance in His Court. Whosoever may be blessed with the essence of His Word; he may be accepted in His Sanctuary.

5. **ਭੈਰਉ ਮਹਲਾ ੧॥ 1126-11**

ਸਗਲੀ ਰੈਣਿ ਸੋਵਤ ਗਲਿ ਫਾਹੀ, ਦਿਨਸੁ ਜੰਜਾਲਿ ਗਵਾਇਆ॥ saglee rain sovat gal faahee dinas janjaal gavaa-i-aa.
ਖਿਨੁ ਪਲੁ ਘੜੀ ਨਹੀ ਪ੍ਰਭੁ ਜਾਨਿਆ, khin pal gharhee nahee parabh
ਜਿਨਿ ਇਹੁ ਜਗਤੁ ਉਪਾਇਆ॥੧॥ jaani-aa jin ih jagat upaa-i-aa. ||1||

ਜੀਵ ਆਪਣੀ ਰਾਤ ਸੌਂ ਕੇ, ਦਿਨ ਸੰਸਾਰਕ ਧੰਦੇ ਵਿੱਚ ਗਵਾ ਲੈਂਦਾ ਹੈ । ਉਸ ਨੂੰ ਮੌਤ ਦਾ ਜਮ ਘੇਰਾ ਪਾਈ ਰਖਦਾ ਹੈ । ਉਹ ਸਾਰੀ ਸ੍ਰਿਸ਼ਟੀ ਨੂੰ ਪੈਦਾ ਕਰਨ ਵਾਲੇ ਪ੍ਰਭ ਦੇ ਸ਼ਬਦ ਵਿੱਚ ਧਿਆਨ ਨਹੀਂ ਲਾਉਂਦਾ ।

Self-minded may waste his night in sleeping and his day in performing worldly tasks of family responsibilities. The devil of death remains hanging on his head. He may not even think about the teachings of His Word; The Creator of the universe.

ਮਨ ਰੇ ਕਿਉ ਛੂਟਸਿ ਦੁਖੁ ਭਾਰੀ॥ man ray ki-o chhootas dukh bhaaree.
ਕਿਆ ਲੇ ਆਵਸਿ ਕਿਆ ਲੇ ਜਾਵਸਿ, ki-aa lay aavas ki-aa lay jaavas
ਰਾਮ ਜਪਹੁ ਗੁਣਕਾਰੀ॥੧॥ ਰਹਾਉ॥ raam japahu gunkaaree. ||1|| rahaa-o.

ਮੇਰਾ ਜਨਮ ਮਰਨ ਦਾ ਚੱਕਰ ਕਿਵੇਂ ਖਤਮ ਹੋਵੇਗਾ? ਤੂੰ ਕੀ ਲੈਣ ਲਈ ਇਸ ਸੰਸਾਰ ਵਿੱਚ ਆਇਆ ਸੀ? ਕੀ ਲੈ ਕੇ ਇਸ ਸੰਸਾਰ ਵਿਚੋਂ ਵਾਪਸ ਜਾਵੇਂਗਾ? ਪ੍ਰਭ ਦੇ ਅਮੋਲਕ ਸ਼ਬਦ ਦਾ ਸਿਮਰਨ, ਪਾਲਣਾ ਕਰੋ! ਉਹ ਬਹੁਤ ਹੀ ਦਿਆਲੂ ਹੈ ।

How may I eliminate my cycle of birth and death? Think! Why have I been blessed with human life opportunity? What have I earned, collected for the real purpose of my human life opportunity to be witness in His Court? You should always meditate on the teachings of His Word; The Merciful True Master may be very generous on His Creation.

ਊਂਧਉ ਕਵਲੁ ਮਨਮੁਖ ਮਤਿ ਹੋਛੀ, ਮਨਿ ਅੰਧੈ ਸਿਰਿ ਧੰਧਾ॥ ooNDha-o kaval manmukh mat hochhee man anDhai sir DhanDhaa.
ਕਾਲੁ ਬਿਕਾਲੁ ਸਦਾ ਸਿਰਿ ਤੇਰੈ, ਬਿਨੁ ਨਾਵੈ ਗਲਿ ਫੰਧਾ॥੨॥ kaal bikaal sadaa sir tayrai bin naavai gal fanDhaa. ||2||

ਮਨਮੁਖ ਜੀਵ ਦੀ ਝੋਲੀ, ਮੰਗਣ ਵਾਲਾ ਬਾਟਾ ਉਲਟਾ, ਪੁੱਠਾ ਹੁੰਦਾ ਹੈ । ਉਸ ਦੀ ਮੱਤ ਬਹੁਤ ਥੋੜ੍ਹੀ, ਦੂਰ ਦੀ ਸੋਝੀ ਨਹੀਂ ਹੁੰਦੀ । ਅਣਜਾਣ ਦੇ ਅੰਧੇ ਮਨ ਵਿੱਚ ਸ਼ਬਦ ਦੀ ਕੋਈ ਸੋਝੀ ਨਹੀਂ ਹੁੰਦੀ । ਉਸ ਦੀ ਸੁਰਤੀ, ਸੰਸਾਰਕ ਜਾਲ ਵਿੱਚ ਫਸੀ ਹੁੰਦੀ ਹੈ ।

The begging bowl of a self-minded remains tilted, upside down. His wisdom may be very narrow for short-lived worldly pleasures; he may never even think about the everlasting, permanent pleasure of life. Ignorant from the real purpose of human life opportunity! He may never be blessed with the enlightenment of the essence of His Word. He may remain intoxicated with the sweet poison of worldly desires.

ਡਗਰੀ ਚਾਲ ਨੇਤ੍ਰ ਫੁਨਿ ਅੰਧੁਲੇ, ਸ਼ਬਦ ਸੁਰਤਿ ਨਹੀ ਭਾਈ॥ dagree chaal naytar fun anDhulay sabad surat nahee bhaa-ee.
ਸਾਸਤ੍ਰ ਬੇਦ ਤ੍ਰੈ ਗੁਣ ਹੈ ਮਾਇਆ, ਅੰਧੁਲਉ ਧੰਧੁ ਕਮਾਈ॥੩॥ saastar bayd tarai gun hai maa-i-aa anDhula-o DhanDh kamaa-ee. ||3||

ਸ਼ਬਦ ਨਾਲ ਜੀਵਨ ਢਾਲਣ ਤੋਂ ਬਿਨਾਂ, ਜਨਮ ਮਰਨ ਦਾ ਚੱਕਰ ਖਤਮ ਨਹੀਂ ਹੁੰਦਾ । ਉਸ ਦੇ ਸਿਰ ਉਪਰ ਹਰ ਵੇਲੇ ਹੀ ਮੌਤ ਦਾ ਡੰਡਾ ਰਹਿੰਦਾ ਹੈ । ਉਸ ਦੀਆਂ ਅੱਖਾਂ ਬੰਦ, ਪੈਰ ਡੋਲਦੇ ਹਨ! ਉਸ ਨੂੰ ਸ਼ਬਦ ਦੀ ਕੋਈ ਸੋਝੀ ਨਹੀਂ ਹੁੰਦੀ । ਪ੍ਰਭ ਉਸ ਨੂੰ ਧਾਰਮਕ ਗ੍ਰੰਥ, ਵੇਦ, ਸਾਸਤ੍ਰ ਮਾਇਆ ਦੇ ਤਿੰਨਾਂ ਰੂਪਾਂ ਵਿੱਚ ਹੀ ਰਖਦਾ ਹੈ । ਜੀਵ ਇਹਨਾਂ ਦੀ ਸਿਖਿਆਂ ਅਨੁਸਾਰ ਹੀ ਪੁੰਨ ਦਾਨ ਕਰਦਾ ਰਹਿੰਦਾ ਹੈ ।

Without adopting the teachings of His Word with steady and stable belief; the cycle of birth and death may never be eliminated. The fear of devil of death remains haunting ove him with each breath. His eyes may be closed, his feet may be stumbling; he may not comprehend the essence of His Word. The True Master may keep him in the suspicions of worldly wealth described in various worldly Holy Scriptures. He may perform charities and remains a victim of worldly wealth. All worldly Holy Scriptures may stress the significance of worldly charities and good deeds. Ignorant may adopt the teachings of worldly Holy Scriptures and performed good deeds and charity.

ਗੁਰੂ ਨਾਨਕ ਦੇਵ ਜੀ! – Guru Nanak Dev Ji! Guru Granth Sahib

ਖੋਇਓ ਮੂਲੁ ਲਾਭੁ ਕਹ ਪਾਵਸਿ, ਦੁਰਮਤਿ ਗਿਆਨ ਵਿਹੂਣੇ॥ kho-i-o mool laabh kah paavas durmat gi-aan vihoonay.
ਸਬਦੁ ਬੀਚਾਰਿ ਰਾਮ ਰਸੁ ਚਾਖਿਆ, sabad beechaar raam ras chaakhi-aa
ਨਾਨਕ ਸਾਚਿ ਪਤੀਣੇ॥੪॥੪॥੫॥ naanak saach pateenay. ||4||4||5||

ਉਹ ਆਪਣੀ ਪੂੰਜੀ, ਮਾਨਸ ਜਨਮ ਦਾ ਮੌਕਾ ਖੋਅ ਲੈਂਦਾ ਹੈ । ਇਸ ਦਾ ਲਾਹ ਕਿਵੇਂ ਖੱਟੇਗਾ? ਮਨਮੁਖ ਜੀਵ ਕੋਲ ਸ਼ਬਦ ਦੀ ਸੋਝੀ ਕੋਈ ਨਹੀਂ ਹੁੰਦੀ । ਜਿਹੜਾ ਸ਼ਬਦ ਨਾਲ ਜੀਵਨ ਢਾਲਦਾ, ਮਾਨਸ ਜੀਵਨ ਦੀ ਅਸਲੀਅਤ ਵੱਲ ਝਾਤੀ ਮਾਰਦਾ ਹੈ । ਆਪਣੇ ਮਾਨਸ ਜਨਮ ਲੈਣ ਦਾ ਮੰਤਵ ਸਮਝਦਾ ਹੈ । ਉਸ ਦਾ ਭਰੋਸਾ ਸ਼ਬਦ ਦੀ ਪਾਲਣਾ ਵਿੱਚ ਅਡੋਲ ਹੋ ਜਾਂਦਾ ਹੈ ।

Ignorant may waste his capital, ambrosial opportunity of human life journey. What may he benefit from his human life opportunity? Self-minded may not have any enlightenment of the essence of His Word. Whosoever may adopt the teachings of His Word in his day-to-day life; he may think about the reality and the real purpose of his human life journey. He may obey the teachings of His Word with steady and stable belief as an ultimate Command, Blessings; with His mercy and grace, he may be enlightened with the real purpose of human life opportunity.

Key Message of Raag Bhairao, page 1126-11
'ਧਰਮ, ਸੰਸਾਰਕ ਮਾਇਆ ਦਾ ਪਸਾਰਾ ਹੈ!
ਜਿਸ ਜੀਵ ਦੀ ਸੁਰਤੀ, ਸੰਸਾਰਕ ਜਾਲ ਵਿੱਚ ਫਸੀ ਹੁੰਦੀ ਹੈ । ਪ੍ਰਭ ਉਸ ਨੂੰ ਧਾਰਮਕ ਗ੍ਰੰਥ, ਵੇਦ, ਸਾਸਤ੍ਰ ਮਾਇਆ ਦੇ ਤਿੰਨਾਂ ਰੂਪਾਂ ਵਿੱਚ ਹੀ ਰਖਦਾ ਹੈ । ਉਹ ਧਰਮ ਦੀ ਸਿਖਿਆਂ ਅਨੁਸਾਰ ਹੀ ਪੁੰਨ ਦਾਨ ਕਰਦਾ ਰਹਿੰਦਾ ਹੈ । ਉਹ ਆਪਣੀ ਪੂੰਜੀ, ਮਾਨਸ ਜਨਮ ਦਾ ਮੌਕਾ ਖੋਅ ਲੈਂਦਾ ਹੈ । ਜਿਹੜਾ ਸ਼ਬਦ ਨਾਲ ਜੀਵਨ ਢਾਲਦਾ, ਮਾਨਸ ਜੀਵਨ ਦੀ ਅਸਲੀਅਤ ਵੱਲ ਝਾਤੀ ਮਾਰਦਾ ਹੈ । ਆਪਣੇ ਮਾਨਸ ਜਨਮ ਲੈਣ ਦਾ ਮੰਤਵ ਸਮਝਦਾ ਹੈ ।
Religion is an extension of Worldly Wealth!
Whosoever may remain intoxicated with the sweet poison of worldly desires. He may remain in the suspicions of worldly wealth described in various worldly Holy Scriptures; he remains a victim of worldly wealth and performs good deeds and charity. He may waste his capital, ambrosial opportunity of human life journey. Whosoever may adopt the teachings of His Word; he may think about the reality and the real purpose of his human life journey. He may be enlightened with the real purpose of human life opportunity.

6. **ਭੈਰਉ ਮਹਲਾ ੧॥ 1126-17**

ਗੁਰ ਕੈ ਸੰਗਿ ਰਹੈ ਦਿਨੁ ਰਾਤੀ, ਰਾਮੁ ਰਸਨਿ ਰੰਗਿ ਰਾਤਾ॥ gur kai sang rahai din raatee raam rasan rang raataa.
ਅਵਰੁ ਨ ਜਾਣਸਿ ਸਬਦੁ ਪਛਾਣਸਿ, ਅੰਤਰਿ ਜਾਣਿ ਪਛਾਤਾ॥੧॥ avar na jaanas sabad pachhaanas antar jaan pachhaataa. ||1||

ਜਿਹੜਾ ਜੀਵ ਦਿਨ ਰਾਤ ਸ਼ਬਦ ਦੀ ਪਾਲਣਾ ਕਰਦਾ ਹੈ । ਉਸ ਦੀ ਜੀਭ ਤੇ ਸ਼ਬਦ ਦਾ ਗੂੜਾ ਰੰਗ ਚੜ੍ਹ ਜਾਂਦਾ ਹੈ । ਉਸ ਦੇ ਭਰਮ ਦੂਰ ਹੋ ਜਾਂਦੇ, ਉਸ ਨੂੰ ਸ਼ਬਦ ਦੀ ਸੋਝੀ ਬਖਸ਼ਿਸ਼ ਹੋ ਜਾਂਦੀ ਹੈ । ਉਸ ਦਾ ਮਨ ਚਾਰੇ ਪਾਸੇ ਨਹੀਂ ਘੁੰਮਦਾ । ਆਪਣੇ ਅੰਦਰੋਂ ਹੀ ਪ੍ਰਭ ਦੀ ਹੋਂਦ ਮਹਿਸੂਸ ਹੋ ਜਾਂਦੀ ਹੈ ।

Whosoever may obey the teachings of His Word with steady and stable belief day and night; with His mercy and grace, his tongue may be drenched with crimson color of the nectar of the essence of His Word. He may be blessed with the enlightenment of the essence of His World. All his suspicions of religious rituals may be eliminated. He may never wander in 10 different directions. He may realize His Holy Spirit prevailing within everyone.

ਸੋ ਜਨੁ ਐਸਾ, ਮੈ ਮਨਿ ਭਾਵੈ॥ so jan aisaa mai man bhaavai.
ਆਪੁ ਮਾਰਿ ਅਪਰੰਪਰਿ ਰਾਤਾ, ਗੁਰ ਕੀ ਕਾਰ ਕਮਾਵੈ॥੧॥ ਰਹਾਉ॥ aap maar aprampar raataa gur kee kaar kamaavai. ||1|| rahaa-o.

ਜਿਹੜਾ ਇਛਾਂ ਤੇ ਕਾਬੂ ਪਾ ਕੇ, ਸ਼ਬਦ ਦੇ ਸਿਮਰਨ ਵਿੱਚ ਅਡੋਲ ਹੋ ਜਾਂਦਾ ਹੈ । ਉਸ ਦੀ ਬੰਦਗੀ ਪ੍ਰਭ ਦੇ ਦਰਬਾਰ ਵਿੱਚ ਪ੍ਰਵਾਨ ਹੋ ਜਾਂਦੀ, ਉਸ ਨੂੰ ਪ੍ਰਭ ਦੀ ਪਨਾਹ ਬਖਸ਼ਿਸ਼ ਹੋ ਜਾਂਦੀ ਹੈ ।

Whosoever may conquer his worldly desires and meditates on the teachings of His Word with steady and stable belief; with His mercy and grace, his earnings of His Word may be accepted in His Court. He may be accepted in His Sanctuary.

ਅੰਤਰਿ ਬਾਹਰਿ ਪੁਰਖੁ ਨਿਰੰਜਨੁ, ਆਦਿ ਪੁਰਖੁ ਆਦੇਸੋ॥ antar baahar purakh niranjan aad purakh aadayso.
ਘਟ ਘਟ ਅੰਤਰਿ ਸਰਬ ਨਿਰੰਤਰਿ, ਰਵਿ ਰਹਿਆ ਸਚੁ ਵੇਸੋ॥੨॥ ghat ghat antar sarab nirantar rav rahi-aa sach vayso. ||2||

ਮੇਰੇ ਅੰਦਰ ਅਤੇ ਬਾਹਰ ਸ੍ਰਿਸ਼ਟੀ ਵਿੱਚ ਕੇਵਲ ਪ੍ਰਭ ਹੀ ਨਜ਼ਰ ਆਉਂਦਾ ਹੈ । ਉਸ ਦੇ ਅੱਗੇ ਹੀ ਸਿਰ ਝੁਕਾਉਂਦਾ ਹਾ । ਪ੍ਰਭ ਦੀ ਜੋਤ ਹਰਇਕ ਜੀਵ ਦੇ ਤਨ ਵਿੱਚ ਆਤਮਾ ਦੇ ਸਾਥ, ਦਸਵੇਂ ਘਰ ਵਸਦੀ ਹੈ । ਪ੍ਰਭ ਸਾਰੀ ਸ੍ਰਿਸ਼ਟੀ ਵਿੱਚ ਵਸਦਾ, ਦੇਖਦਾ, ਅਤੇ ਵਾਪਰਦਾ ਹੈ ।

I may visualize, realize only His Holy Spirit prevailing within my body, mind and outside in the universe. I only bow in gratitude Infront of The One and Only One, True Master. The Omnipresent remains embedded within each soul, prevails in every activity. He remains companion of each soul and dwells in His Royal Castle within his body. He creates, nourishes, protects, and prevails in every event in his body and in His Nature.

ਸਾਚਿ ਰਤੇ ਸਚੁ ਅੰਮ੍ਰਿਤੁ ਜਿਹਵਾ, ਮਿਥਿਆ ਮੈਲੁ ਨ ਰਾਈ॥ saach ratay sach amrit jihvaa mithi-aa mail na raa-ee.
ਨਿਰਮਲ ਨਾਮੁ ਅੰਮ੍ਰਿਤ ਰਸੁ ਚਾਖਿਆ, ਸਬਦਿ ਰਤੇ ਪਤਿ ਪਾਈ॥੩॥ nirmal naam amrit ras chaakhi-aa sabad ratay pat paa-ee. ||3||

ਜਿਹੜਾ ਸ਼ਬਦ ਨਾਲ ਜੀਵਨ ਢਾਲਦਾ ਹੈ! ਉਸ ਦੀ ਜੀਭ ਤੇ ਸ਼ਬਦ ਦੀ ਉਸਤਤ ਦਾ ਰੰਗ ਚੜ੍ਹ ਜਾਂਦਾ ਹੈ । ਉਸ ਦੇ ਮਨ ਵਿੱਚ, ਕੰਮਾਂ ਵਿੱਚ ਰਤਾ ਭਰ ਵੀ ਚਲਾਕੀ, ਧੋਖੇ ਦੀ ਮੈਲ ਨਹੀਂ ਹੁੰਦੀ । ਉਹ ਸਿਮਰਨ ਵਿੱਚ ਅਡੋਲ ਰਹਿੰਦਾ, ਸ਼ਬਦ ਦਾ ਰੰਗ ਮਾਨਦਾ ਹੈ । ਪ੍ਰਭ ਦੀ ਰਹਿਮਤ ਨਾਲ ਪ੍ਰਵਾਨ ਹੋ ਜਾਂਦਾ ਹੈ ।

Whosoever may adopt the teachings of His Word with steady and stable belief; with His mercy and grace, his tongue may remain drenched with the praises of His Virtues. He may not have any greed, malice in his worldly deeds within his mind. He may meditate and cherishes the nectar of the essence of His Word; he may be accepted in His Court.

ਗੁਣੀ ਗੁਣੀ ਮਿਲਿ ਲਾਹਾ ਪਾਵਸਿ, ਗੁਰਮੁਖਿ ਨਾਮਿ ਵਡਾਈ॥ gunee gunee mil laahaa paavas gurmukh naam vadaa-ee.
ਸਗਲੇ ਦੂਖ ਮਿਟਹਿ ਗੁਰ ਸੇਵਾ, ਨਾਨਕ ਨਾਮੁ ਸਖਾਈ॥੪॥੫॥੬॥ saglay dookh miteh gur sayvaa naanak naam sakhaa-ee. ||4||5||6||

ਜਿਸ ਦੀ ਆਤਮਾ, ਪ੍ਰਭ ਦੀ ਜੋਤ ਵਿੱਚ ਅਲੋਪ ਹੋ ਜਾਂਦੀ ਹੈ । ਉਹ ਮਾਨਸ ਜਨਮ ਦਾ ਲਾਹਾ ਖੱਟ ਲੈਂਦਾ ਹੈ । ਗੁਰਮਖ ਨੂੰ ਪ੍ਰਭ ਦੀ ਰਹਿਮਤ ਦੀ, ਸ਼ਬਦ ਦੀ ਪਾਲਣਾ ਦੀ ਕੀਮਤ ਦੀ ਸੋਝੀ ਬਖਸ਼ਿਸ਼ ਹੋ ਜਾਂਦੀ ਹੈ । ਸ਼ਬਦ ਨਾਲ ਜੀਵਨ ਢਾਲਣ ਨਾਲ ਦੁਖ, ਉਸ ਦੇ ਮਨ ਦੇ ਫਿਕਰ ਦੂਰ ਹੋ ਜਾਂਦੇ ਹਨ । ਸ਼ਬਦ ਹੀ ਉਸ ਦਾ ਅਸਲੀ ਸਦਾ ਰਹਿਣ ਵਾਲਾ ਸਾਥੀ, ਮਿਤ੍ਰ ਬਣ ਜਾਂਦਾ ਹੈ ।

Whose soul may be immersed within His Holy Spirit; with His mercy and grace, he may treasure the benefit of his human life opportunity. His true devotee may be blessed with the comprehension of the significance of His Blessings and the essence of His Word. Whosoever may adopt the teachings of His Word; all his miseries of worldly desires may be eliminated. The earnings of His Word may become the true companion of his soul forever, even after death in His Court.

Key Message of Raag Bhairao, page 1126-17
'ਸ਼ਬਦ ਦੀ ਕਮਾਈ ਸਦਾ ਰਹਿਣ ਵਾਲਾ ਸਾਥੀ ਹੈ!
ਜਿਸ ਦੀ ਜੀਭ ਤੇ ਸ਼ਬਦ ਦਾ ਗੂੜਾ ਰੰਗ ਚੜ੍ਹ ਜਾਂਦਾ ਹੈ । ਉਸ ਨੂੰ ਆਪਣੇ ਅੰਦਰੋਂ ਹੀ ਪ੍ਰਭ ਦੀ ਹੋਂਦ ਮਹਿਸੂਸ ਹੋ ਜਾਂਦੀ ਹੈ । ਜਿਹੜਾ ਇਛਾਂ ਤੇ ਕਾਬੂ ਪਾ ਕੇ, ਸ਼ਬਦ ਦੇ ਸਿਮਰਨ ਵਿੱਚ ਅਡੋਲ ਹੋ ਜਾਂਦਾ ਹੈ । ਉਸ ਦੀ ਸ਼ਬਦ ਦੀ ਕਮਾਈ ਪ੍ਰਭ ਦੇ ਦਰਬਾਰ ਵਿੱਚ ਪ੍ਰਵਾਨ ਹੋ ਜਾਂਦੀ ਹੈ! ਪ੍ਰਭ ਦੀ ਜੋਤ ਹਰਇਕ ਜੀਵ ਦੇ ਤਨ ਵਿੱਚ ਆਤਮਾ ਦੇ ਸਾਥ, ਦਸਵੇਂ ਘਰ ਵਸਦੀ ਹੈ । ਸ਼ਬਦ ਹੀ ਉਸ ਦਾ ਅਸਲੀ ਸਦਾ ਰਹਿਣ ਵਾਲਾ ਸਾਥੀ, ਮਿਤ੍ਰ ਬਣ ਜਾਂਦਾ ਹੈ ।
Earnings of His Word, true companion forever!
Whosoever may remain drenched with crimson color of the nectar of the essence of His Word; he may be enlightened to realize His Holy Spirit prevailing everywhere from within. Whosoever may conquer his worldly desires and meditates on the teachings of His Word; his earnings of His Word may be accepted in His Court. The Omnipresent remains embedded within each soul, dwells in His 10th Royal Castle. The earnings of His Word may become the true companion of his soul forever, even after death in His Court.

7. ਭੈਰਉ ਮਹਲਾ ੧॥ 1127-3

ਹਿਰਦੈ ਨਾਮੁ ਸਰਬ ਧਨੁ ਧਾਰਣੁ, ਗੁਰ ਪਰਸਾਦੀ ਪਾਈਐ॥ hirdai naam sarab Dhan Dhaaran gur parsaadee paa-ee-ai.
ਅਮਰ ਪਦਾਰਥ ਤੇ ਕਿਰਤਾਰਥ, ਸਹਜ ਧਿਆਨਿ ਲਿਵ ਲਾਈਐ॥੧॥ amar padaarath tay kirtaarath sahj Dhi-aan liv laa-ee-ai. ||1||

ਸਦਾ ਸਾਥ ਜਾਣ ਵਾਲਾ, ਸ਼ਬਦ ਦੀ ਕਮਾਈ ਦਾ ਧਨ, ਕੇਵਲ ਪ੍ਰਭ ਦੀ ਰਹਿਮਤ ਨਾਲ ਹੀ ਬਖਸ਼ਿਸ਼ ਹੋ ਸਕਦਾ ਹੈ । ਪ੍ਰਭ ਦੀ ਰਹਿਮਤ ਨਾਲ ਉਹ ਸਦਾ ਹੀ ਪ੍ਰਭ ਦੀ ਹੋਂਦ, ਸ਼ਬਦ ਦੀ ਸਮਾਧੀ ਵਿੱਚ ਲੀਨ ਹੋਇਆ ਰਹਿੰਦਾ ਹੈ ।

The earnings of His Word remain companion of his soul; only with His mercy and grace, His true devotee may be blessed with the wealth of His Word. Whosoever may be blessed with inexhaustible wealth of His Word; he remains intoxicated in the void of His Word forever.

ਮਨ ਰੇ ਰਾਮ ਭਗਤਿ ਚਿਤੁ ਲਾਈਐ॥ man ray raam bhagat chit laa-ee-ai.
ਗੁਰਮੁਖਿ ਰਾਮ ਨਾਮੁ ਜਪਿ ਹਿਰਦੈ, gurmukh raam naam jap hirdai
ਸਹਜ ਸੇਤੀ ਘਰਿ ਜਾਈਐ॥੧॥ ਰਹਾਉ॥ sahj saytee ghar jaa-ee-ai. ||1|| rahaa-o.

ਜੀਵ ਪ੍ਰਭ ਦੇ ਸ਼ਬਦ ਦੀ ਬੰਦਗੀ ਵਿੱਚ ਧਿਆਨ ਲਾਵੋ । ਜਿਹੜਾ ਸ਼ਬਦ ਦੀ ਪਾਲਣਾ ਆਪਣੇ ਅਡੋਲ ਭਰੋਸੇ ਨਾਲ ਕਰਦਾ ਹੈ । ਉਹ ਅਸਾਨੀ ਨਾਲ ਹੀ ਪ੍ਰਭ ਦੇ ਦਰਬਾਰ ਵਿੱਚ ਪ੍ਰਵਾਨ ਹੋ ਜਾਂਦਾ ਹੈ ।

You should focus on meditating on the teachings of His Word. Whosoever may obey the teachings of His Word with steady and stable belief; with His mercy and grace, he may easily be accepted in His Court.

ਭਰਮੁ ਭੇਦੁ ਭਉ ਕਬਹੁ ਨ ਛੂਟਸਿ, ਆਵਤ ਜਾਤ ਨ ਜਾਨੀ॥ bharam bhayd bha-o kabahu na chhootas aavat jaat na jaanee.
ਬਿਨੁ ਹਰਿ ਨਾਮ ਕੋ ਮੁਕਤਿ ਨ ਪਾਵਸਿ, ਡੂਬਿ ਮੁਏ ਬਿਨੁ ਪਾਨੀ॥੨॥ bin har naam ko mukat na paavas doob mu-ay bin paanee. ||2||

ਜਿਸ ਜੀਵ ਨੂੰ ਸ਼ਬਦ ਦੀ ਸੋਝੀ ਬਖਸ਼ਿਸ਼ ਨਹੀਂ ਹੁੰਦੀ, ਉਸ ਦੇ ਭਰਮ ਖਤਮ ਨਹੀਂ ਹੁੰਦੇ । ਉਹ ਜੂੰਨਾਂ ਦੇ ਚੱਕਰ ਵਿੱਚ ਹੀ ਰਹਿੰਦਾ ਹੈ । ਪ੍ਰਭ ਦੇ ਸ਼ਬਦ ਦੀ ਪਾਲਣਾ ਕਰਨ ਤੋਂ ਬਿਨਾਂ, ਕਿਸ ਨੂੰ ਮੁਕਤੀ, ਪ੍ਰਵਾਨਗੀ ਬਖਸ਼ਿਸ਼ ਹੋਈ ਹੈ? ਉਹ ਸੰਸਾਰਕ ਸਾਗਰ ਵਿੱਚ ਹੀ ਡੁੱਬਕੇ ਮਰ ਜਾਂਦਾ ਹੈ ।

Whosoever may not be blessed with the enlightenment of the essence of His Word; his religious suspicions may never be eliminated. He may remain in the cycle of birth and death. Who may have been accepted in His Court; salvation, without obeying, adopting the teachings of His Word? He may drown in the worldly ocean of desires.

ਧੰਧਾ ਕਰਤ ਸਗਲੀ ਪਤਿ ਖੋਵਸਿ, ਭਰਮੁ ਨ ਮਿਟਸਿ ਗਵਾਰਾ॥ DhanDhaa karat saglee pat khovas bharam na mitas gavaaraa.
ਬਿਨੁ ਗੁਰ ਸ਼ਬਦ ਮੁਕਤਿ ਨਹੀਂ, ਕਬ ਹੀ ਅਧੁੰਲੇ ਧੰਧੁ ਪਸਾਰਾ॥੩॥ bin gur sabad mukat nahee kab hee anDhulay DhanDh pasaaraa. ||3||

ਜੀਵ ਸੰਸਾਰਕ ਧੰਦੇ ਕਰਦਾ ਆਪਣਾ ਮਾਨਸ ਜਨਮ ਬਿਰਥਾ ਹੀ ਗਵਾ ਲੈਂਦਾ ਹੈ । ਪਰ ਉਸ ਦੇ ਭਰਮ ਦੂਰ ਨਹੀਂ ਹੁੰਦੇ । ਸ਼ਬਦ ਦੀ ਪਾਲਣਾ ਤੋਂ ਬਿਨਾਂ, ਮੁਕਤੀ, ਪ੍ਰਵਾਨਗੀ ਦਾ ਰਸਤਾ ਕਦੇ ਬਖਸ਼ਿਸ਼ ਨਹੀਂ ਹੁੰਦਾ । ਅੰਧ ਵਿਸ਼ਵਾਸ ਨਾਲ ਸੰਸਾਰ ਦੇ ਧਰਮਾਂ ਦੇ ਰੀਤੋਂ ਰੀਵਾਜ ਕਰਦਾ ਰਹਿੰਦਾ ਹੈ ।

Self-minded may waste his human life opportunity uselessly in worldly chores. However, his suspicions may never be eliminated. No one may ever be blessed with the right path of acceptance in His Court; without obeying the teachings of His Word. He may remain intoxicated performing religious rituals in his blind faith on religious belief.

ਅਕੁਲ ਨਿਰੰਜਨ ਸਿਉ ਮਨੁ ਮਾਨਿਆ, ਮਨ ਹੀ ਤੇ ਮਨੁ ਮੂਆ॥ akul niranjan si-o man maani-aa man hee tay man moo-aa.
ਅੰਤਰਿ ਬਾਹਰਿ ਏਕੋ ਜਾਨਿਆ, ਨਾਨਕ ਅਵਰੁ ਨ ਦੂਆ॥੪॥੬॥੭॥ antar baahar ayko jaani-aa naanak avar na doo-aa. ||4||6||7||

ਪ੍ਰਭ ਦੀ ਕੋਈ ਲੜੀ, ਗੱਦੀ ਨਹੀਂ ਚਲਦੀ । ਪ੍ਰਭ ਦੀ ਰਹਿਮਤ ਨਾਲ, ਮੇਰੀ ਸ਼ਬਦ ਦੀ ਕਮਾਈ ਤੇ ਬਹੁਤ ਪ੍ਰਸੰਨ ਹੈ । ਪ੍ਰਭ ਦੇ ਸ਼ਬਦ ਦੀ ਪਾਲਣਾ ਵਿੱਚ ਅਡੋਲ ਹੋਣ ਨਾਲ, ਮਨ ਦੀਆਂ ਇਛਾਂ ਤੇ ਜਿੱਤ ਬਖਸ਼ਿਸ਼ ਹੋ ਜਾਂਦੀ ਹੈ । ਜੀਵ ਦੇ ਅੰਦਰ ਅਤੇ ਬਾਹਰ ਸ੍ਰਿਸ਼ਟੀ ਵਿੱਚ ਇਕੋ ਇਕ ਪ੍ਰਭ ਹੀ ਵਾਪਰਦਾ, ਹੋਰ ਕੋਈ ਦੂਸਰਾ ਨਹੀਂ ਹੈ ।

The True Master has no incarnation from one master to the next master; with His mercy and grace, my earnings of His Word have been accepted in His Court. Whosoever may obey the teachings of His Word with steady and stable belief; with His mercy and grace, he may be blessed to conquer his own worldly desires. The One and Only One True Master prevails within his mind, body and in the outside world, in His Nature. No one else may exist without His Command.

Key Message of Raag Bhairao, page 1127-3
'ਸਤਿਗੁਰੂ ਗੱਦੀ ਤੇ ਥਾਪਿਆ ਨਹੀਂ ਜਾ ਸਕਦਾ!
ਜਿਹੜਾ ਅਡੋਲ ਭਰੋਸੇ ਨਾਲ ਸ਼ਬਦ ਦੀ ਪਾਲਣਾ ਕਰਦਾ ਹੈ । ਉਸ ਨੂੰ ਸਦਾ ਸਾਥ ਜਾਣ ਵਾਲੀ, ਸ਼ਬਦ ਦੀ ਕਮਾਈ ਬਖਸ਼ਿਸ਼ ਹੋ ਸਕਦੀ ਹੈ । ਜਿਹੜਾ ਮਨ ਦੀਆਂ ਇਛਾਂ ਤੇ ਜਿੱਤ ਪਾ ਲੈਂਦਾ ਹੈ, ਉਸ ਨੂੰ ਸੋਝੀ ਬਖਸ਼ਿਸ਼ ਹੋ ਜਾਂਦੀ, ਪ੍ਰਭ ਦੀ ਕੋਈ ਲੜੀ, ਗੱਦੀ ਨਹੀਂ ਚਲਦੀ । ਉਸ ਦੀ ਸ਼ਬਦ ਦੀ ਕਮਾਈ ਪ੍ਰਵਾਨ ਹੋ ਜਾਂਦੀ ਹੈ ।
The True Guru has no lineage -Genealogy!

Whosoever may obey the teachings of His Word with steady and stable belief; he may be blessed with inexhaustible earnings of His Word, true companion of his soul forever. Whosoever may conquer his own worldly desires; he may be enlightened, no one may ever have lineage to the Throne of The True Master. His Word may be accepted in His Court.

8. ਭੈਰਉ ਮਹਲਾ ੧॥ 1127-10

ਜਗਨ ਹੋਮ ਪੁੰਨ ਤਪ ਪੂਜਾ, ਦੇਹ ਦੁਖੀ ਨਿਤ ਦੂਖ ਸਹੈ॥	jagan hom punn tap poojaa dayh dukhee nit dookh sahai.
ਰਾਮ ਨਾਮ ਬਿਨੁ ਮੁਕਤਿ ਨ ਪਾਵਸਿ,	raam naam bin mukat na paavas
ਮੁਕਤਿ ਨਾਮਿ ਗੁਰਮੁਖਿ ਲਹੈ॥੧॥	mukat naam gurmukh lahai. ‖1‖

ਜੀਵ ਭਾਵੇਂ ਹੋਮ ਜਗ ਕਰਵਾਏ, ਪੁੰਨ, ਤਪ ਕਰੇ, ਬਲੀ ਦੇਵੇ, ਪਾਠ ਕਰਵਾਵੇ । ਹੋਰ ਬੰਦਗੀ ਕਰੇ, ਤਨ ਨੂੰ ਕਠਨ ਤਪਾ ਵਿਚੋਂ ਕੱਢੇ । ਪਰ ਸ਼ਬਦ ਦੀ ਪਾਲਣਾ ਕਰਨ ਤੋਂ ਬਿਨਾਂ ਕਿਸੇ ਨੂੰ ਮੁਕਤੀ ਬਖਸ਼ਿਸ਼ ਨਹੀਂ ਹੁੰਦੀ । ਜਿਹੜਾ ਗੁਰਮਖ ਸ਼ਬਦ ਨਾਲ ਜੀਵਨ ਢਾਲਦਾ ਹੈ, ਉਸ ਨੂੰ ਪ੍ਰਵਾਨਗੀ ਬਖਸ਼ਿਸ਼ ਹੋ ਜਾਦੀ ਹੈ ।

Self-minded may run a nonstop kitchen for helpless, hungry, worldly charity, hard meditation, sacrifice a living animal, or have Holy saint read the Holy Scripture for His Forgiveness and Refuge. However, without obeying the teachings of His Word with steady and stable belief; he may never be blessed with the right path of acceptance in His Court. Whosoever may adopt the teachings of His Word; with His mercy and grace, he may be accepted in His Court.

ਰਾਮ ਨਾਮ ਬਿਨੁ ਬਿਰਥੇ ਜਗਿ ਜਨਮਾ॥	raam naam bin birthay jag janmaa.
ਬਿਖੁ ਖਾਵੈ ਬਿਖੁ ਬੋਲੀ ਬੋਲੈ,	bikh khaavai bikh bolee bolai
ਬਿਨੁ ਨਾਵੈ ਨਿਹਫਲੁ ਮਰਿ ਭ੍ਰਮਨਾ॥੧॥ ਰਹਾਉ॥	bin naavai nihfal mar bharmanaa. ‖1‖ rahaa-o.

ਮਨਮੁਖ ਦਾ ਮਾਨਸ ਜੀਵਨ ਸ਼ਬਦ ਦੀ ਪਾਲਣਾ ਤੋਂ ਬਿਨਾਂ ਬਿਰਥਾ ਹੀ ਬੀਤ ਜਾਂਦਾ ਹੈ । ਉਹ ਧੋਖੇ ਦਾ ਖਾਂਦਾ, ਕੌੜਾ ਬੋਲਦਾ, ਬਿਰਥਾ ਹੀ ਮਰ ਜਾਂਦਾ ਹੈ । ਉਹ ਜੂੰਨਾਂ ਦੇ ਚੱਕਰ ਵਿੱਚ ਹੀ ਰਹਿੰਦਾ ਹੈ ।

Self-minded may waste his human life opportunity uselessly without obeying the teachings of His Word with steady and stable belief in his day-to-day life. Self-minded may remain intoxicated in evil plans, deeds, speaks rude and uncivilized; he may waste his human life opportunity. He remains in the cycle of birth and death.

ਪੁਸਤਕ ਪਾਠ ਬਿਆਕਰਣ ਵਖਾਣੈ, ਸੰਧਿਆ ਕਰਮ ਤਿਕਾਲ ਕਰੈ॥	pustak paath bi-aakaran vakhaanai sanDhi-aa karam tikaal karai.
ਬਿਨੁ ਗੁਰ ਸ਼ਬਦ ਮੁਕਤਿ ਕਹਾ ਪ੍ਰਾਣੀ,	bin gur sabad mukat kahaa paraanee
ਰਾਮ ਨਾਮ ਬਿਨੁ ਉਰਝਿ ਮਰੈ॥੨॥	raam naam bin urajh marai. ‖2‖

ਅਨੇਕਾਂ ਜੀਵ ਪਾਠ ਕਰਦੇ, ਅਰਥ ਸਮਝਣ ਦੀ ਕੋਸ਼ਿਸ਼ ਕਰਦੇ ਹਨ । ਦਿਨ ਵਿੱਚ ਕਈ ਵਾਰ (ਤਿੰਨ) ਅਰਦਾਸ ਕਰਦੇ ਹਨ । ਸ਼ਬਦ ਨਾਲ ਜੀਵਨ ਢਾਲਣ ਤੋਂ ਬਿਨਾਂ ਪ੍ਰਵਾਨਗੀ ਦਾ ਰਸਤਾ ਬਖਸ਼ਿਸ਼ ਨਹੀਂ ਹੁੰਦਾ । ਸੰਸਾਰਕ ਜਾਲ ਵਿੱਚ ਫਸਿਆ ਹੀ ਮਰ ਜਾਂਦਾ ਹੈ, ਜੂੰਨਾਂ ਦੇ ਚੱਕਰ ਵਿੱਚ ਰਹਿੰਦਾ ਹੈ ।

Many may read the worldly Holy Scripture and tries to comprehend the spiritual message of ancient Holy saints. He may pray for His Forgiveness and Refuge many times a day as religious ritual. However, without adopting the teachings of His Word, he may never be blessed with the right path of acceptance in His Court. He may remain intoxicated with sweet poison of worldly wealth. He may remain in the cycle of birth and death.

ਡੰਡ ਕਮੰਡਲ ਸਿਖਾ ਸੂਤੁ ਧੋਤੀ,	dand kamandal sikhaa soot Dhotee
ਤੀਰਥਿ ਗਵਨੁ ਅਤਿ ਭ੍ਰਮਨੁ ਕਰੈ॥	tirath gavan at bharman karai.
ਰਾਮ ਨਾਮ ਬਿਨੁ ਸਾਂਤਿ ਨ ਆਵੈ,	raam naam bin saaNt na aavai
ਜਪਿ ਹਰਿ ਹਰਿ ਨਾਮੁ ਸੁ ਪਾਰਿ ਪਰੈ॥੩॥	jap har har naam so paar parai. ‖3‖

ਜੀਵ ਭਾਵੇਂ, ਜੋਗੀਆਂ ਵਾਲਾ, ਪੰਡਿਤਾਂ ਵਾਲਾ, ਸਿਖਾਂ ਵਾਲਾ ਧਰਮ ਦਾ ਬਾਣਾ ਪਾਵੇ! ਪਵਿੱਤਰ ਤੀਰਥਾਂ ਤੇ ਇਸ਼ਨਾਨ ਕਰੇ, ਥਾਂ, ਥਾਂ ਭਉਦਾ ਫਿਰੇ । ਸ਼ਬਦ ਦੀ ਪਾਲਣਾ ਤੋਂ ਬਿਨਾਂ ਮਨ ਨੂੰ ਸ਼ਾਂਤੀ ਬਖਸ਼ਿਸ਼ ਨਹੀਂ ਹੁੰਦੀ । ਜਿਹੜਾ ਜੀਵ ਸ਼ਬਦ ਨਾਲ ਜੀਵਨ ਢਾਲਦਾ ਹੈ! ਉਹ ਪ੍ਰਭ ਦੇ ਸ਼ਬਦ ਦਾ ਸਿਮਰਨ ਕਰਦਾ, ਪ੍ਰਵਾਨ ਹੋ ਜਾਂਦਾ ਹੈ ।

Someone may adopt a religious robe, like a Yogi, Brahman, or Sikh; he may worship at various Holy Shrines, Gurdwaras. However, without adopting the teachings of His Word; he may never be blessed with a peace of mind. Whosoever may adopt the teachings of His Word with steady and stable belief; with His mercy and grace, he may be accepted in His Court.

ਜਟਾ ਮੁਕਟੁ ਤਨਿ ਭਸਮ ਲਗਾਈ,	jataa mukat tan bhasam lagaa-ee
ਬਸਤ੍ਰ ਛੋਡਿ ਤਨਿ ਨਗਨੁ ਭਇਆ॥	bastar chhod tan nagan bha-i-aa.
ਰਾਮ ਨਾਮ ਬਿਨੁ ਤ੍ਰਿਪਤਿ ਨ ਆਵੈ,	raam naam bin taripat na aavai
ਕਿਰਤ ਕੈ ਬਾਂਧੈ ਭੇਖੁ ਭਇਆ॥੪॥	kirat kai baaNDhai bhaykh bha-i-aa. ‖4‖

ਜੀਵ ਭਾਵੇਂ ਸਿਰ ਤੇ ਜੜਾਵਾ ਬਣਾ ਲਵੇਂ, ਤਨ ਨੂੰ ਭਸਮ ਲਗਾਵੇ, ਨੰਗਾ ਫਿਰੇ । ਪਰ ਸ਼ਬਦ ਦੀ ਪਾਲਣਾ ਤੋਂ ਬਿਨਾਂ ਮਨ ਵਿੱਚ ਸੰਤੋਖ ਬਖਸ਼ਿਸ਼ ਨਹੀਂ ਹੁੰਦਾ । ਉਹ ਸੰਸਾਰਕ ਧਰਮ ਦਾ ਬਾਣਾ ਹੀ ਪਾਉਂਦਾ ਹੈ । ਆਪਣੇ ਪਿਛਲੇ ਜਨਮ ਦੇ ਕੀਤੇ ਭਾਗਾਂ ਨਾਲ ਹੀ ਜੀਵਨ ਵਿੱਚ ਕੰਮ ਕਰਦਾ ਹੈ ।

Anyone may keep his hair long, tangled, pulls his hairs, rub ashes on his body or wanders around naked. However, without obeying the teachings of His Word, he may not be blessed with contentment in his worldly life. He may adopt any religious robe; however, he may perform his worldly deeds as prewritten in his destiny.

ਜੇਤੇ ਜੀਅ ਜੰਤ ਜਲਿ ਥਲਿ ਮਹੀਅਲਿ,	jaytay jee-a jant jal thal mahee-al
ਜਤ੍ਰ ਕਤ੍ਰ ਤੂ ਸਰਬ ਜੀਆ॥	jatar katar too sarab jee-aa.
ਗੁਰ ਪਰਸਾਦਿ ਰਾਖਿ ਲੇ ਜਨ ਕਉ,	gur parsaad raakh lay jan ka-o
ਹਰਿ ਰਸੁ ਨਾਨਕ ਝੋਲਿ ਪੀਆ॥੫॥੭॥੮॥	har ras naanak jhol pee-aa. ‖5‖7‖8‖

ਜਿਤਨੇ ਜੀਵ ਜਲ, ਥਲ ਅਤੇ ਅਕਾਸ਼ ਤੇ ਪੈਦਾ ਹੋਏ ਹਨ, ਹਰਇਕ ਵਿੱਚ ਹੀ ਪ੍ਰਭ ਵਸਦਾ ਹੈ । ਪ੍ਰਭ ਆਪਣੀ ਰਹਿਮਤ ਨਾਲ ਆਪਣੇ ਨਿਮਾਣੇ ਦਾਸ ਦੀ ਰਖਿਆ ਕਰੋ, ਸ਼ਬਦ ਦਾ ਅਮ੍ਰਿੰਤ ਰਸ ਬਖਸ਼ੋ ।

His Holy Spirit remains embedded within the soul of all creatures born in three universes, in water, on, in under earth and on sky and dwells within his body. The Merciful True Master, blesses the nectar of the essence of Your Word, protects and saves Your humble, helpless devotee in the universe.

Key Message of Raag Bhairao, page 1127-10
'ਆਤਮਾ ਨੂੰ ਹਰਇਕ ਤਨ ਵਿੱਚ ਨਵਾਂ ਸ਼ਬਦ, ਪ੍ਰਵਾਨਗੀ ਦਾ ਰਸਤਾ ਉਕਾਰਿਆ ਜਾਂਦਾ ਹੈ!
'ਕੇਵਲ ਸ਼ਬਦ ਨਾਲ ਜੀਵਨ ਢਾਲਣ ਨਾਲ ਹੀ ਪ੍ਰਵਾਨਗੀ ਬਖਸ਼ਿਸ਼ ਹੋ ਜਾਦੀ ਹੈ । ਉਸ ਦੇ ਮਨ ਵਿੱਚ ਸੰਤੋਖ ਬਖਸ਼ਿਸ਼ ਹੋ ਸਕਦਾ ਹੈ! ਜੀਵ ਦੇ ਆਪਣੇ ਪਿਛਲੇ ਜਨਮ ਦੇ ਕੀਤੇ ਕੰਮਾਂ ਨਾਲ, ਜੀਵਨ ਦਾ ਰਸਤਾ, ਸ਼ਬਦ ਆਤਮਾ ਤੇ ਉਕਾਰਿਆ ਜਾਂਦਾ ਹੈ! ਆਤਮਾ, ਪ੍ਰਭ ਦੀ ਜੋਤ ਦਾ ਪਸਾਰਾ ਹੈ, ਜਲ, ਥਲ ਅਤੇ ਅਕਾਸ਼ ਵਿੱਚ ਪੈਦਾ ਹੋਈ ਹਰਇਕ ਆਤਮਾ ਵਿੱਚ ਹੀ ਪ੍ਰਭ ਵਸਦਾ ਹੈ ।
New unique His Word engraved on soul in every cycle!
Only adopting the teachings of His Word; he may be accepted in His Court. He may be blessed with contentment in his worldly life. A unique His Word may be engraved on his soul as a roadmap, the right path of acceptance on his soul. Soul remains an expansion of His Holy Spirit; He remains embedded within every soul born in three universes. (Water, on, in under earth and on sky)

9. **ਭੈਰਉ ਅਸਟਪਦੀਆ ਮਹਲਾ ੧ ਘਰੁ ੨॥** 1153-7

ੴ ਸਤਿਗੁਰ ਪ੍ਰਸਾਦਿ॥ ik-oNkaar satgur parsaad.

ਆਤਮ ਮਹਿ ਰਾਮੁ, ਰਾਮ ਮਹਿ ਆਤਮੁ, ਚੀਨਸਿ ਗੁਰ ਬੀਚਾਰਾ॥ aatam meh raam raam meh aatam cheenas gur beechaaraa.

ਅੰਮ੍ਰਿਤ ਬਾਣੀ ਸਬਦਿ ਪਛਾਣੀ, ਦੁਖ ਕਾਟੈ ਹਉ ਮਾਰਾ॥੧॥ amrit banee sabad pachhaanee dukh kaatai ha-o maaraa. ||1||

ਜੀਵ ਦੀ ਆਤਮਾ ਵਿੱਚ ਪ੍ਰਭ ਦੀ ਜੋਤ ਹੈ, ਅਤੇ ਪ੍ਰਭ ਦੀ ਜੋਤ ਵਿੱਚ ਜੀਵ ਦੀ ਆਤਮਾ ਸਮਾ ਜਾਂਦੀ ਹੈ । ਸ਼ਬਦ ਦੀ ਸੋਝੀ ਬਖਸ਼ਿਸ਼ ਹੋਣ ਨਾਲ ਹੀ, ਇਸ ਤੱਤ ਦੀ ਸਮਝ ਬਖਸ਼ਿਸ਼ ਹੁੰਦੀ ਹੈ । ਭਾਣੇ, ਬਾਣੀ, ਸ਼ਬਦ ਦੀ ਪਾਲਣਾ ਕਰਨ ਨਾਲ ਹੀ ਸ਼ਬਦ ਦੀ ਸੋਝੀ ਬਖਸ਼ਿਸ਼ ਹੁੰਦੀ ਹੈ । ਇਸ ਸੋਝੀ ਨਾਲ, ਸਾਰੇ ਦੁਖ, ਭਰਮ ਦੂਰ ਹੋ ਜਾਂਦੇ, ਅਹੰਕਾਰ ਖਤਮ ਹੋ ਜਾਂਦਾ ਹੈ ।

His Holy Spirit remains embedded within each soul; each sanctified soul remains immersed within the ocean of His Holy Spirit; still aloof from the depth of complete enlightenment His Virtues. Whosoever may be blessed with enlightenment of the essence of His Word; with His mercy and grace, only he may comprehend the essence of His Mystery. Whosoever may obey the teachings of His Word with steady and stable belief; with His mercy and grace, only he may be enlightened with the essence of His Word. All his religious suspicions, worldly miseries and ego may be eliminated.

ਨਾਨਕ ਹਉਮੈ ਰੋਗ ਬੁਰੇ॥ naanak ha-umai rog buray.

ਜਹ ਦੇਖਾਂ ਤਹ ਏਕਾ ਬੇਦਨ, jah daykhaaN tah aykaa baydan

ਆਪੇ ਬਖਸੈ ਸਬਦਿ ਧੁਰੇ॥੧॥ ਰਹਾਉ॥ aapay bakhsai sabad Dhuray. ||1|| rahaa-o.

ਮਾਨਸ ਜੀਵਨ ਵਿੱਚ ਅਹੰਕਾਰ ਦਾ ਰੋਗ ਬਹੁਤ ਬੁਰਾ ਹੈ, ਹਰਇਕ ਜੀਵ ਵਿੱਚ ਹੀ ਰੋਗ ਹੈ । ਜਿਹੜਾ ਸ਼ਬਦ ਦੀ ਪਾਲਣਾ ਕਰਦਾ ਹੈ, ਉਸ ਨੂੰ ਇਸ ਰੋਗ ਤੇ ਜਿੱਤ ਬਖਸ਼ਿਸ਼ ਹੋ ਸਕਦੀ ਹੈ ।

Ego may be the most terrible, chronic disease of mind. The influence, intoxication of ego may be overwhelmed in every part of human life journey and within every creature. Whosoever may adopt the teachings of His Word with steady and stable belief in his day-to-day life; with His mercy and grace, he may conquer ego of his own mind.

ਆਪੇ ਪਰਖੇ ਪਰਖਣਹਾਰੈ ਬਹੁਰਿ ਸੂਲਾਕੁ ਨ ਹੋਈ॥ aapay parkhay parkhanhaarai bahur soolaak na ho-ee.

ਜਿਨ ਕਉ ਨਦਰਿ ਭਈ ਗੁਰਿ ਮੇਲੇ, ਪ੍ਰਭ ਭਾਣਾ ਸਚੁ ਸੋਈ॥੨॥ jin ka-o nadar bha-ee gur maylay parabh bhaanaa sach so-ee. ||2||

ਜਿਸ ਨੂੰ ਪ੍ਰਭ ਆਪ ਪਰਖਦਾ, ਪ੍ਰਵਾਨ ਕਰ ਲੈਂਦਾ, ਉਸ ਨੂੰ ਫਿਰ ਲੇਖਾ ਨਹੀਂ ਦੇਣਾ ਪੈਂਦਾ । ਜਿਹੜਾ ਪ੍ਰਭ ਦੀ ਰਹਿਮਤ ਨਾਲ ਸ਼ਬਦ ਦੀ ਪਾਲਣਾ ਕਰਦਾ ਹੈ, ਉਹ ਪ੍ਰਵਾਨ ਹੋ ਜਾਂਦਾ ਹੈ । ਉਸ ਦੀ ਆਤਮਾ ਪਵਿੱਤਰ ਹੋ ਜਾਂਦੀ ਹੈ, ਪ੍ਰਭ ਨੂੰ ਭਾਉਂਦੀ ਹੈ ।

Whosoever may become worthy of His Consideration and his earnings may be accepted in His Court; with His mercy and grace, all his account of previous deeds may be satisfied. He may never face righteous judge. Whosoever may obey the teachings of His Word; his earnings of His Word may be accepted in His Court. His soul may be sanctified to become worthy of His Consideration.

ਪਉਣੁ ਪਾਣੀ ਬੈਸੰਤਰੁ ਰੋਗੀ, ਰੋਗੀ ਧਰਤਿ ਸਭੋਗੀ॥ pa-un paanee baisantar rogee rogee Dharat sabhogee.

ਮਾਤ ਪਿਤਾ ਮਾਇਆ ਦੇਹ ਸਿ ਰੋਗੀ, ਰੋਗੀ ਕੁਟੰਬ ਸੰਜੋਗੀ॥੩॥ maat pitaa maa-i-aa dayh se rogee rogee kutamb sanjogee. ||3||

ਹਵਾ, ਪਾਣੀ, ਅੱਗੇ, ਇਹ ਤਿੰਨੇਂ ਹੀ ਰੋਗ ਹਨ । ਜਿਹੜਾ ਇਹਨਾਂ ਨਾਲ ਅਨੰਦ ਮਾਨਦਾ, ਉਹ ਵੀ ਰੋਗੀ ਬਣ ਜਾਂਦਾ ਹੈ । ਮਾਤਾ, ਪਿਤਾ, ਮਾਇਆ, ਤਨ ਇਹ ਸਾਰੇ ਹੀ ਰੋਗ ਹਨ । ਜਿਹੜਾ ਇਹਨਾਂ ਦੇ ਸਬੰਧੀਆਂ ਨੂੰ ਮਿਲਦਾ ਹੈ, ਉਹ ਵੀ ਰੋਗੀ ਹੋ ਜਾਂਦਾ ਹੈ ।

Air, water, and fire are three disease, sweet poison of worldly wealth. Whosoever may remain intoxicated with the pleasure of these three; he may be infected with chronic disease. Same way, mother, father, worldly wealth, body is also sweet poison of worldly wealth. Whosoever may remain bonded, attached to their comfort and support; he may remain far away from the real path of human life journey and miserable.

ਰੋਗੀ ਬ੍ਰਹਮਾ ਬਿਸਨੁ ਸਰੁਦ੍ਰਾ, ਰੋਗੀ ਸਗਲ ਸੰਸਾਰਾ॥ rogee barahmaa bisan sarudraa rogee sagal sansaaraa.

ਹਰਿ ਪਦੁ ਚੀਨਿ ਭਏ ਸੇ ਮੁਕਤੇ, ਗੁਰ ਕਾ ਸਬਦੁ ਵੀਚਾਰਾ॥੪॥ har pad cheen bha-ay say muktay gur kaa sabad veechaaraa. ||4||

ਬ੍ਰਹਮਾ, ਵਿਸਨੂੰ, ਸ਼ਿਵਾ ਸਾਰੇ ਹੀ ਰੋਗੀ ਬਣ ਗਏ । ਜਿਹੜਾ ਸ਼ਬਦ ਦੀ ਸ਼ਰਣ ਵਿੱਚ ਰਹਿੰਦਾ, ਸ਼ਬਦ ਦੀ ਪਾਲਣਾ ਕਰਦਾ ਹੈ । ਉਹ ਰੋਗ ਤੋਂ ਰਹਿਤ ਹੋ ਜਾਂਦੇ ਹਨ, ਮੁਕਤ ਹੋ ਜਾਂਦੇ ਹਨ ।

All worldly saints, blessed soul had become victim of sweet poison of worldly wealth. Three ancient prophets, Brahma, Vishnu, Shivji became as the symbolic of three unique colors of worldly wealth. Whosoever may surrender his mind, body and worldly status at His Sanctuary and obeys the teachings of His Word. He may conquer all chronic disease of his mind; with His mercy and grace, he may be blessed with salvation.

3 Symbol of Worldly Wealth	
Bahama	The ego of his knowledge of four Vedas; four aspects of human life journey.
Shivji	Victim to fight against human injustice, and started destroying His Creation.
Vishnu	Victim of miracle power and cursing others, who may cross his way.

Four Ages- Yuga - Four unique Principles of Meditation			
ਸਤਜੁਗ - Sat Yuga	**ਤ੍ਰੇਤਾ ਜੁਗ - Traytaa Yuga**	**ਦੁਆਪਰ ਜੁਗ - Du-aapur**	**ਕੱਲਯੁਗ – Kul Jug**
ਸੰਤ ਅਵਸਥਾ **Shiv -His Word**	**ਰਜ ਗੁਣ; Raajas** **Shakti-1; ਮਾਇਆ 1**	**ਸਤ ਗੁਣ; Satvas:** **Shakti-2; ਮਾਇਆ 2**	**ਤਮ ਗੁਣ; Taamas:** **Shakti-3; ਮਾਇਆ 3**
ਸੁਰਤੀ–ਸ਼ਬਦ ਵਿੱਚ ਧਿਆਨ! **Concentration! His Word.**	**ਮਨ ਵਿਚੋਂ ਸੁਰਤੀ – ਅਹੰਕਾਰ** **Concentration to Ego!**		
ਭਰੋਸਾ, ਸ਼ਬਦ ਦੀ ਪਾਲਣਾ! **Obey His Word -Belief**		**ਸ਼ਬਦ ਦੀ ਪਾਲਣਾ – ਗੁਰੂ, ਰੀਵਾਜ** **Obey His Word – Guru**	
ਸ਼ਬਦ ਦੀ ਸੋਝੀ! ਵਿਛੋੜੇ ਦਾ ਡਰ! **Enlightenment Renunciation**			**ਸ਼ਬਦ ਦੀ ਸੋਝੀ– ਗਿਆਨ** **Enlightenment to knowledge of Gurbani!**
ਮੁਕਤੀ ਦੀ ਆਸ! **Hope for salvation!**			
ਚਾਰੇ ਜੁਗਾਂ ਵਿੱਚ! ਜੀਵ ਨੂੰ ਸ਼ਬਦ ਦੀ ਪਾਲਣਾ ਕਰਦੇ, ਪੂਰਨ ਗੁਰੂ, ਸ਼ਬਦ ਦੀ ਸੋਝੀ ਹੋ ਜਾਂਦੀ ਹੈ! ਪ੍ਰਭ ਦੀ ਜੋਤ ਮਨ ਵਿੱਚ ਜਾਗਰਤ ਹੋ ਜਾਂਦੀ ਹੈ! **All Yuga**: Adopting His Word, Enlightenment; Salvation may be blessed.			
How to Conquer Worldly Wealth – ਸੰਸਾਰਕ ਮਾਇਆ ਤੇ ਜਿੱਤ!			
ਸੰਤ ਅਵਸਥਾ – Shiv	**ਸੰਸਾਰਕ ਮਾਇਆ – Shakti**		
ਸ਼ਬਦ –Shiv -His Word	**ਰਜ ਗੁਣ;** Raajas	**ਸਤ ਗੁਣ;** Satvas:	**ਤਮ ਗੁਣ;** Taamas:
ਸੁਰਤੀ–ਸ਼ਬਦ ਵਿੱਚ ਧਿਆਨ! Concentration! His Word.	Mind concentration	Purity, of mind!	Mind Awareness
ਭਰੋਸਾ, ਸ਼ਬਦ ਦੀ ਪਾਲਣਾ! Obey His Word -Belief	The quality of energy and activity!	The quality of purity and light!	The quality of Darkness and inertia!
ਸ਼ਬਦ ਦੀ ਸੋਝੀ! ਵਿਛੋੜੇ ਦਾ ਡਰ! Enlightenment-Renunciation	**ਧਰਮ**; Dharam:	**ਅਰਥ**; Arath	**ਕਾਮ**; Kaam:
ਮੁਕਤੀ ਦੀ ਆਸ! Hope for salvation!	Self-discipline, ethics Conquer selfishness!	Adopt His Word in life.	Conquer sexual urge for strange woman:

ਰੋਗੀ ਸਾਤ ਸਮੁੰਦ ਸਨਦੀਆ, ਖੰਡ ਪਤਾਲਿ ਸਿ ਰੋਗਿ ਭਰੇ॥ rogee saat samund sandee-aa khand pataal se rog bharay.
ਹਰਿ ਕੇ ਲੋਕ ਸਿ ਸਾਚਿ ਸੁਹੇਲੇ, ਸਰਬੀ ਥਾਈ ਨਦਰਿ ਕਰੇ॥੫॥ har kay lok se saach suhaylay sarbee thaa-ee nadar karay. ||5||

ਸੱਤ ਸਮੁੰਦਰ, ਨਦੀਆਂ, ਖੰਡ, ਮੰਡਲ, ਪਤਾਲ ਵਿੱਚ ਸਾਰੇ ਰੋਗੀ ਹੀ ਹਨ । ਜਿਹੜਾ ਪ੍ਰਭ ਦਾ ਸੇਵਕ, ਸ਼ਬਦ ਨਾਲ ਜੀਵਨ ਢਾਲਦਾ ਹੈ । ਪ੍ਰਭ ਰਹਿਮਤ ਬਖਸ਼ਕੇ, ਉਸ ਨੂੰ ਪ੍ਰਵਾਨ ਕਰ ਲੈਂਦਾ ਹੈ ।

All creatures lived in all universes, seven seas, rivers, island, continents, under the layers of earth, all remain intoxicated with the sweet poison of worldly wealth. Whosoever may adopt the teachings of His Word with steady and stable belief in his day-to-day life; with His mercy and grace, he may be accepted in His Court.

7 Seas
Arctic, North Atlantic, South Atlantic, North Pacific, South Pacific, Indian and Southern Oceans

ਰੋਗੀ ਖਟ ਦਰਸਨ ਭੇਖਧਾਰੀ, ਨਾਨਾ ਹਠੀ ਅਨੇਕਾ॥ rogee khat darsan bhaykh-Dhaaree naanaa hathee anaykaa.
ਬੇਦ ਕਤੇਬ ਕਰਹਿ ਕਹ ਬਪੁਰੇ, ਨਹ ਬੂਝਹਿ ਇਕ ਏਕਾ॥੬॥ bayd katayb karahi kah bapuray nah boojheh ik aykaa. ||6||

ਜਿਹੜਾ ਵੱਖਰੇ ਵੱਖਰੇ ਧਰਮਾਂ ਦੇ, ਛੇ ਸਾਸਤ੍ਰਾਂ ਦੇ ਨਿਯਮਾਂ ਦੀ ਪਾਲਣਾ ਕਰਦਾ ਹੈ, ਉਹ ਸਾਰੇ ਹੀ ਰੋਗੀ, ਇਹਨਾਂ ਨਿਯਮਾਂ ਦੇ ਗੁਲਾਮ ਹੀ ਬਣ ਜਾਂਦੇ ਹਨ । ਧਰਮ ਦੇ ਗ੍ਰੰਥ, ਵੇਦਾਂ, ਜਾ ਕਿਤਾਬਾਂ ਕੀ ਕਰ ਸਕਦੀਆਂ ਹਨ? ਕੋਈ ਵੀ ਇਕੋ ਇਕ ਪ੍ਰਭ ਨੂੰ, ਉਸ ਦੀ ਕੁਦਰਤ ਨੂੰ ਜਾਣ ਨਹੀਂ ਸਕਦਾ ।

Whosoever may be baptized, adopts the religious principles in his day-to-day life; he may become a prisoner of the fundaments of religious concept. The One and Only One, True Master, His Nature, mystery remains beyond the comprehension of His Creation. What may worldly Holy Scriptures, written doctrine created by human explore and enlighten His Creation? No one may fully comprehend His Nature; The One and only One True Master.

ਮਿਠ ਰਸੁ ਖਾਇ ਸੁ ਰੋਗਿ ਭਰੀਜੈ, ਕੰਦ ਮੂਲਿ ਸੁਖੁ ਨਾਹੀ॥ mith ras khaa-ay so rog bhareejai kand mool sukh naahee.
ਨਾਮੁ ਵਿਸਾਰਿ ਚਲਹਿ ਅਨ ਮਾਰਗਿ, ਅੰਤ ਕਾਲਿ ਪਛੁਤਾਹੀ॥੭॥ naam visaar chaleh an maarag ant kaal pachhutaahee. ||7||

ਜਿਹੜਾ ਸੰਸਾਰਕ ਪਦਾਰਥਾਂ ਦਾ ਅਨੰਦ ਮਾਨਦਾ ਹੈ, ਉਹ ਰੋਗਾ ਨਾਲ ਭਰ ਜਾਂਦਾ ਹੈ । ਉਸ ਨੂੰ ਸੰਤੋਖ ਬਖਸ਼ਿਸ਼ ਨਹੀਂ ਹੁੰਦਾ । ਉਹ ਸ਼ਬਦ ਦੀ ਸਿਖਿਆਂ ਨੂੰ ਵਿਸਾਰ ਕੇ ਹੋਰ, ਧਰਮ ਦੇ ਮਾਰਗਾ ਤੇ ਚਲਦਾ, ਅੰਤ ਵਿੱਚ ਸੋਗ, ਪਛਤਾਵਾ ਕਰਦਾ ਮਰ ਜਾਂਦਾ ਹੈ ।

Whosoever may enjoy the short-lived pleasures of worldly wealth; he may remain overwhelmed, intoxicated, victims of worldly pleasures. He may never be blessed with contentment in his worldly life. He may abandon the teachings of His Word and drifts on other religious paths in his human life journey. In the end, he may waste his human life opportunity grieving, repenting, and regretting.

ਗੁਰੂ ਨਾਨਕ ਦੇਵ ਜੀ! – Guru Nanak Dev Ji! Guru Granth Sahib

ਤੀਰਥਿ ਭਰਮੈ ਰੋਗੁ ਨ ਛੂਟਸਿ, ਪੜਿਆ ਬਾਦੁ ਬਿਬਾਦੁ ਭਇਆ॥	tirath bharmai rog na chhootas parhi-aa baad bibaad bha-i-aa.
ਦੁਬਿਧਾ ਰੋਗੁ ਸੁ ਅਧਿਕ ਵਡੇਰਾ,	dubiDhaa rog so aDhik vadayraa
ਮਾਇਆ ਕਾ ਮੁਹਤਾਜੁ ਭਇਆ॥੮॥	maa-i-aa kaa muhtaaj bha-i-aa. ||8||

ਤੀਰਥਾਂ ਇਸ਼ਨਾਨ, ਯਾਤਰਾ ਕਰਨ ਨਾਲ, ਗ੍ਰੰਥ ਪੜ੍ਹਨ ਨਾਲ ਜਾ ਵਖਿਆਣ ਕਰਨ ਨਾਲ ਰੋਗ ਖਤਮ ਨਹੀਂ ਹੁੰਦਾ । ਸਗੋ ਫਾਲਤੂ ਦਾ ਝਗੜਾ ਵਧਦਾ ਹੈ । ਭਰਮਾਂ ਦਾ ਰੋਗ ਬਹੁਤ ਖਤਰਨਾਕ ਹੈ । ਇਸ ਨਾਲ ਜੀਵ ਸੰਸਾਰਕ ਮਾਇਆ ਦਾ ਗੁਲਾਮ ਬਣ ਜਾਂਦਾ ਹੈ ।

By worshipping at Holy Shrine, sanctifying bath at Holy Pond, reading, preaching, and explaining, writing spiritual meanings, message; the disease of suspicions and intoxication of worldly wealth may never be eliminated. Rather unwanted quarrel, dispute may be created with difference of opinion. The worldly religious suspicions may create terrible miseries in human life journey. He may become slave, victim of worldly wealth.

ਗੁਰਮੁਖਿ ਸਾਚਾ ਸਬਦਿ ਸਲਾਹੈ, ਮਨਿ ਸਾਚਾ ਤਿਸੁ ਰੋਗੁ ਗਇਆ॥	gurmukh saachaa sabad salaahai man saachaa tis rog ga-i-aa.
ਨਾਨਕ ਹਰਿ ਜਨ ਅਨਦਿਨੁ ਨਿਰਮਲ,	naanak har jan an-din nirmal
ਜਿਨ ਕਉ ਕਰਮਿ ਨੀਸਾਣੁ ਪਇਆ॥੯॥੧॥	jin ka-o karam neesaan pa-i-aa. ||9||1||

ਜਿਸ ਜੀਵ ਨੂੰ ਗੁਰਮਖ ਅਵਸਥਾ ਬਖਸ਼ਿਸ਼ ਹੋ ਜਾਂਦੀ ਹੈ । ਉਹ ਇਕੋ ਇਕ ਪ੍ਰਭ ਦੇ ਵਿਛੋੜੇ ਦੀ ਯਾਦ, ਮਨ ਵਿੱਚ ਰਖਕੇ ਸ਼ਬਦ ਦੀ ਉਸਤਤ ਗਾਉਂਦਾ ਹੈ । ਪ੍ਰਭ ਦੀ ਰਹਿਮਤ ਨਾਲ, ਉਸ ਦਾ ਇਹ ਰੋਗ ਖਤਮ ਹੋ ਜਾਂਦਾ ਹੈ । ਜਿਹੜਾ ਨਿਮਾਣਾ ਬਣਕੇ ਦਿਨ, ਰਾਤ ਸ਼ਬਦ ਦੀ ਪਾਲਣਾ ਵਿੱਚ ਲੀਨ ਰਹਿੰਦਾ ਹੈ । ਉਸ ਨੂੰ ਪ੍ਰਭ ਦੀ ਰਹਿਮਤ, ਰੂਹਾਨੀ ਨੂਰ ਬਖਸ਼ਿਸ਼ ਹੋ ਜਾਂਦਾ ਹੈ ।

Whosoever may be blessed with a state of mind as His true devotee. He may remain in renunciation in the memory of his separation from His Holy Spirit and sings the teachings and glory of His Word; with His mercy and grace, his intoxication, disease of sweet poison of worldly wealth may be eliminated. Whosoever may humbly remain intoxicated in obeying the teachings of His Word; with His mercy and grace, he may be blessed with eternal spiritual glow of His Holy Spirit within his heart and on his forehead.

Key Message of Raag Bhairao, page 1153-7
'ਕੀ ਧਰਮ ਦਾ ਰਸਤਾ, ਪ੍ਰਵਾਨਗੀ ਦਾ ਰਸਤਾ ਹੈ?
ਜੀਵ ਦੀ ਆਤਮਾ ਵਿੱਚ ਪ੍ਰਭ ਦੀ ਜੋਤ ਹੈ, ਅਤੇ ਪ੍ਰਭ ਦੀ ਜੋਤ ਵਿੱਚ ਜੀਵ ਦੀ ਪਵਿੱਤਰ ਆਤਮਾ ਸਮਾ ਜਾਂਦੀ ਹੈ । ਹਵਾ, ਪਾਣੀ, ਅੱਗੇ, ਮਾਤਾ, ਪਿਤਾ, ਮਾਇਆ, ਤਨ, ਸੱਤ ਸਮੁੰਦਰ, ਨਦੀਆਂ, ਖੰਡ, ਮੰਡਲ, ਪਤਾਲ, ਇਹ ਸਾਰੇ ਹੀ ਰੋਗ, ਜੀਵ ਨੂੰ ਅਸਲੀ ਰਸਤੇ ਤੋਂ ਦੂਰ ਕਰਦੇ ਹਨ! ਤੀਰਥਾਂ ਇਸ਼ਨਾਨ, ਯਾਤਰਾ ਕਰਨ ਨਾਲ, ਗ੍ਰੰਥ ਪੜ੍ਹਨ, ਧਰਮ ਦੇ ਬਾਣੇ, ਅੰਮ੍ਰਿਤ ਪਾਨ ਕਰਨ, ਜਾ ਸੰਤਾਂ ਦੇ ਜੀਵਨ ਦਾ ਵਖਿਆਣ ਕਰਨ ਨਾਲ ਰੋਗ ਖਤਮ ਨਹੀਂ ਹੁੰਦੇ! ਸੰਸਾਰ ਵਿੱਚ ਝਗੜਾ ਵਧਦਾ ਹੈ, ਸੰਸਾਰਕ ਮਾਇਆ ਦਾ ਗੁਲਾਮ ਬਣ ਜਾਂਦਾ ਹੈ । ਜਿਹੜਾ ਇਕੋ ਇਕ ਪ੍ਰਭ ਦੇ ਵਿਛੋੜੇ ਦੀ ਯਾਦ ਵਿੱਚ ਲੀਨ ਰਹਿੰਦਾ ਹੈ । ਉਸ ਦਾ ਇਹ ਰੋਗ ਖਤਮ ਹੋ ਜਾਂਦਾ ਹੈ । ਉਸ ਨੂੰ ਰੂਹਾਨੀ ਨੂਰ ਬਖਸ਼ਿਸ਼ ਹੋ ਜਾਂਦਾ ਹੈ ।
Is religious path, path of salvation?
His Holy Spirit remains embedded within each soul; sanctified soul remains immersed within the ocean of His Holy Spirit; still, she may not be enlightened with in-depth mystery of His Nature, Virtues. Air, water, and fire, mother, father, worldly wealth, body, all universes, seven seas, rivers, island, continents, under the layers of earth, are chronic diseases, sweet poison of worldly wealth; these may divert his soul away from the real path of human life journey. The pilgrimage, sanctifying bath, by worshipping at Holy Shrine, sanctifying bath at Holy Pond, reading, preaching, and explaining, writing spiritual meanings, message; the suspicions and intoxication of worldly wealth may never be eliminated; rather creates unwanted quarrel, dispute. He may become a victim of worldly wealth. Whosoever may remain in renunciation in the memory of his separation from His Holy Spirit; his intoxication, disease of sweet poison of worldly wealth may be eliminated. He may be blessed with eternal spiritual glow of His Holy Spirit shining within and on his forehead.

☬ Chapter 25 ☬

☬ ਰਾਗੁ ਬਸੰਤੁ ☬

1. ਬਸੰਤ ਮਹਲਾ ੧ ਘਰੁ ੧ ਚਉਪਦੇ ਦੁਤੁਕੇ॥ 1168-1

ੴ ਸਤਿ ਨਾਮੁ ਕਰਤਾ ਪੁਰਖੁ, ਨਿਰਭਉ ਨਿਰਵੈਰੁ ਅਕਾਲ ਮੂਰਤਿ ਅਜੂਨੀ ਸੈਭੰ ਗੁਰ ਪ੍ਰਸਾਦਿ॥

ik-oNkaar, sat naam, kartaa, purakh, nirbha-o, nirvair, akaal, moorat, ajoonee, saibhaN, gur parsaad.

ਮਾਹਾ ਮਾਹ ਮੁਮਾਰਖੀ, ਚੜਿਆ ਸਦਾ ਬਸੰਤੁ॥	maahaa maah mumaarkhee charhi-aa sadaa basant.
ਪਰਫੜੁ ਚਿਤ ਸਮਾਲਿ ਸੋਇ, ਸਦਾ ਸਦਾ ਗੋਬਿੰਦੁ॥੧॥	parfarh chit samaal so-ay sadaa sadaa gobind. ||1||

ਰੁੱਤ ਦੇ ਸਾਰੇ ਮਹਿਨੀਆਂ ਵਿਚੋਂ ਬਸੰਤ ਨੂੰ ਸ਼ੁਭ ਮੰਨਿਆ ਜਾਂਦਾ ਹੈ । ਇਸ ਵਿੱਚ ਪੌਦਿਆਂ ਨੂੰ ਫੁੱਲ ਲਗਦੇ ਹਨ । ਸ੍ਰਿਸ਼ਟੀ ਤੇ ਚਾਰੇ ਪਾਸੇ ਹੀ ਸਦਾ ਅਟਲ ਪ੍ਰਭ ਦੀ ਰਹਿਮਤ, ਨਜ਼ਰ ਆਉਂਦੀ ਹੈ ।

From all seasons, spring (Basant) is considered the most auspicious. Plants are blossoming with flowers everywhere. The Blessing of The True Master seams overwhelmed everywhere in the universe.

ਭੋਲਿਆ ਹਉਮੈ ਸੁਰਤਿ ਵਿਸਾਰਿ॥	bholi-aa ha-umai surat visaar.
ਹਉਮੈ ਮਾਰਿ ਬੀਚਾਰਿ ਮਨ ਗੁਣ ਵਿਚਿ, ਗੁਣੁ ਲੈ ਸਾਰਿ॥੧॥	ha-umai maar beechaar man gun vich gun lai saar. ||1||
ਰਹਾਉ॥	rahaa-o.

ਅਣਜਾਣ ਜੀਵ ਆਪਣੇ ਅਹੰਕਾਰ ਦੀ ਆਕੜ ਤਿਆਗੋ! ਪ੍ਰਭ ਦੇ ਮਾਨਸ ਜੀਵਨ ਦੀ ਬਖਸ਼ਿਸ਼ ਦੇ ਧੰਨਵਾਦ ਦੇ ਗੁਣ ਗਾਉਂਦੇ, ਜੀਵਨ ਬਤੀਤ ਕਰੋ!

You should renounce your ego of worldly status! You should remain gratitude for the blessings of human life opportunity and sing the glory of His Word.

ਕਰਮ ਪੇਡੁ ਸਾਖਾ ਹਰੀ, ਧਰਮੁ ਫੁਲੁ ਫਲੁ ਗਿਆਨੁ॥	karam payd saakhaa haree Dharam ful fal gi-aan.
ਪਤ ਪਰਾਪਤਿ ਛਾਵ ਘਣੀ, ਚੂਕਾ ਮਨ ਅਭਿਮਾਨੁ॥੨॥	pat paraapat chhaav ghanee chookaa man abhimaan. ||2||

ਇਸ ਸੰਸਾਰਕ ਮਾਨਸ ਜੀਵਨ ਨੂੰ ਕਰਮਾਂ ਦਾ ਬ੍ਰਿਛ ਸਮਝੋ! ਪ੍ਰਭ ਦੇ ਸ਼ਬਦ ਨੂੰ ਇਸ ਦੀਆਂ ਟਹਿਣੀਆਂ ਸਮਝੋ । ਆਪਣੇ ਭਰੋਸੇ ਨੂੰ ਇਸ ਦੇ ਫੁੱਲ ਅਤੇ ਸ਼ਬਦ ਦੀ ਸੋਝੀ ਨੂੰ ਫਲ ਸਮਝੋ । ਸ਼ਬਦ ਦੀ ਪਾਲਣਾ ਨੂੰ ਪੱਤੇ, ਅਹੰਕਾਰ ਖਤਮ ਕਰਨ ਨੂੰ ਬ੍ਰਿਛ ਦੀ ਛਾਂ ਸਮਝੋ ।

You should consider human life opportunity as a tree of worldly deeds, His Blessings. You should consider the teachings of His Word as the branches of the tree of destiny. You should consider your steady and stable belief as the flowers and the enlightenment of the essence of His Word as the fruit or reward; obeying the teachings of His Word with steady and stable belief as leaves; to conquer your ego as the shade of the tree.

ਅਖੀ ਕੁਦਰਤਿ ਕੰਨੀ ਬਾਣੀ, ਮੁਖਿ ਆਖਣੁ ਸਚੁ ਨਾਮੁ॥	akhee kudrat kannee banee mukh aakhan sach naam.
ਪਤਿ ਕਾ ਧਨੁ ਪੂਰਾ ਹੋਆ, ਲਾਗਾ ਸਹਜਿ ਧਿਆਨੁ॥੩॥	pat kaa Dhan pooraa ho-aa laagaa sahj Dhi-aan. ||3||

ਜਿਹੜਾ ਪ੍ਰਭ ਦੀ ਕੁਦਰਤ ਨੂੰ ਆਪਣੀ ਅੱਖਾਂ ਨਾਲ ਦੇਖਦਾ ਹੈ । ਪ੍ਰਭ ਦੇ ਸ਼ਬਦ ਨੂੰ ਆਪਣੇ ਕੰਨਾਂ ਨਾਲ ਸੁਣਦਾ ਹੈ । ਉਸ ਦੇ ਸ਼ਬਦ ਦਾ ਧੰਨਵਾਦ, ਸਿਮਰਨ ਆਪਣੀ ਜੀਭ ਨਾਲ ਕਰਦਾ ਹੈ । ਉਸ ਨੂੰ ਸਦਾ ਰਹਿਣ ਵਾਲਾ, ਪ੍ਰਵਾਨਗੀ ਵਾਲਾ ਧਨ ਬਖਸ਼ਿਸ਼ ਹੁੰਦਾ ਹੈ । ਉਸ ਜੀਵ ਨੂੰ ਪ੍ਰਭ ਦੀ ਸ਼ਰਣ ਵਿੱਚ ਪਨਾਹ ਬਖਸ਼ਿਸ਼ ਹੋ ਜਾਂਦੀ ਹੈ ।

Whosoever may witness His Creation, Nature with his eyes; hears the sermons of His Word with his ears; meditates and sings the glory of His Word with his tongue. He may be blessed with the everlasting wealth of His Word. His earnings of His Word may be accepted in His Court. He may be accepted in His Sanctuary.

ਮਾਹਾ ਰੁਤੀ ਆਵਣਾ ਵੇਖਹੁ ਕਰਮ ਕਮਾਇ॥	maahaa rutee aavnaa vaykhhu karam kamaa-ay.
ਨਾਨਕ ਹਰੇ ਨ ਸੂਕਹੀ, ਜਿ ਗੁਰਮੁਖਿ ਰਹੇ ਸਮਾਇ॥੪॥੧॥	naanak haray na sookhee je gurmukh rahay samaa-ay. ||4||1||

ਪ੍ਰਭ ਨੇ ਇਹ ਰੁੱਤ (ਮਾਨਸ ਜਨਮ) ਬਖਸ਼ਿਆ ਹੈ । ਆਪਣੇ ਮਾਨਸ ਜੀਵਨ ਦਾ ਅਨੰਦ ਮਾਨਦੇ ਆਪਣੇ ਸੰਸਾਰਕ ਕੰਮ ਕਰੋ । ਜਿਹੜਾ ਜੀਵ ਪ੍ਰਭ ਦੇ ਸ਼ਬਦ ਦੀ ਸਿਖਿਆਂ ਨਾਲ ਆਪਣਾ ਜੀਵਨ ਢਾਲਦਾ ਹੈ । ਉਹ ਸਾਰੀਆਂ ਰੁੱਤਾਂ ਨੂੰ ਹਰਿਆਵਲੀ, ਬੰਸਤ ਹੀ ਸਮਝ ਕੇ ਅਡੋਲ ਰਹਿੰਦਾ ਹੈ ।

You should consider the blessings of human life opportunity as a spring season. You should cherish the pleasure of human life opportunity and performs your worldly chores. Whosoever may adopt the teachings of His Word with steady and stable belief in his day-to-day life; with His mercy and grace, his human life opportunity may become a spring and blossom.

Key Message of Raag Basant, page 1168-1
'ਮਾਨਸ ਦੇ ਜੀਵਨ ਵਿੱਚ ਕਿਵੇਂ ਬਸੰਤ ਮਹਿਸੂਸ ਹੁੰਦੀ ਹੈ?
ਜਿਹੜਾ ਜੀਵ ਸੰਸਾਰਕ ਮਾਨਸ ਜੀਵਨ ਨੂੰ ਕਰਮਾਂ ਦਾ ਬ੍ਰਿਛ, ਪ੍ਰਭ ਦੇ ਸ਼ਬਦ ਨੂੰ ਇਸ ਦੀਆਂ ਟਹਿਣੀਆਂ, ਸ਼ਬਦ ਦੀ ਸੋਝੀ ਨੂੰ ਫਲ, ਸ਼ਬਦ ਦੀ ਪਾਲਣਾ ਨੂੰ ਪੱਤੇ, ਅਹੰਕਾਰ ਖਤਮ ਕਰਨ ਨੂੰ ਬ੍ਰਿਛ ਦੀ ਛਾਂ ਸਮਝਕੇ ਜੀਵਨ ਬਤੀਤ ਕਰਦਾ ਹੈ! ਉਸ ਨੂੰ ਸਦਾ ਰਹਿਣ ਵਾਲਾ ਧਨ, ਸ਼ਰਣ ਵਿੱਚ ਪਨਾਹ ਬਖਸ਼ਿਸ਼ ਹੋ ਜਾਂਦੀ ਹੈ । ਜਿਹੜਾ ਪ੍ਰਭ ਦੇ ਸ਼ਬਦ ਦੀ ਸਿਖਿਆਂ ਨਾਲ ਜੀਵਨ ਢਾਲਦਾ ਹੈ । ਉਹ ਸਾਰੀਆਂ ਰੁੱਤਾਂ ਨੂੰ ਹਰਿਆਵਲੀ, ਬੰਸਤ ਹੀ ਸਮਝ ਕੇ ਅਡੋਲ ਰਹਿੰਦਾ ਹੈ ।
How to realize blossom in life?
You may consider human life opportunity as a tree of worldly deeds; teachings of His Word as the branches; essence of His Word as the fruit or reward; belief as leaves; to conquer your ego as the shade of the tree. He may earn the everlasting wealth of His Word; acceptance in His Sanctuary. Whosoever may adopt the teachings of His Word; his human opportunity may become a spring and blossom.

2. ਮਹਲਾ ੧ ਬਸੰਤੁ॥ 1168-9

ਰੁਤਿ ਆਈਲੇ ਸਰਸ ਬਸੰਤ ਮਾਹਿ॥	rut aa-eelay saras basant maahi.
ਰੰਗਿ ਰਾਤੇ ਰਵਹਿ ਸਿ ਤੇਰੈ ਚਾਇ॥	rang raatay raveh se tayrai chaa-ay.
ਕਿਸੁ ਪੂਜ ਚੜਾਵਉ ਲਗਉ ਪਾਇ॥੧॥	kis pooj charhaava-o laga-o paa-ay. ||1||

ਬਸੰਤ ਬਹੁਤ ਸੁਹਾਵਨੀ, ਅਨੰਦ ਵਾਲੀ ਰੁੱਤ ਹੈ । ਜਿਹੜਾ ਸ਼ਬਦ ਦੀ ਪਾਲਣਾ, ਸਿਮਰਨ ਕਰਦਾ, ਉਸਤਤ ਗਾਉਂਦਾ ਹੈ । ਉਹ ਸਦਾ ਹੀ ਰਹਿਮਤ ਦੀ ਅਰਦਾਸ ਕਰਦਾ ਹੈ! ਪ੍ਰਭ, ਮੈਂ ਹੋਰ ਕਿਸ ਦੀ ਪੂਜਾ ਕਰਾ, ਕਿਸ ਨੂੰ ਸਿਰ ਝੁਕਾਵਾ?

The season of spring may be very pleasant and comforting. Whosoever may meditate, sings His Glory, and obeys the teachings of His Word; with His mercy and grace, he may always pray for His Forgiveness and Refuge. Why should I worship anyone else or bow my head in front of anyone else?

ਤੇਰਾ ਦਾਸਨਿ ਦਾਸਾ ਕਹਉ ਰਾਇ॥ tayraa daasan daasaa kaha-o raa-ay.
ਜਗਜੀਵਨ ਜੁਗਤਿ ਨ ਮਿਲੈ ਕਾਇ॥੧॥ ਰਹਾਉ॥ jagjeevan jugat na milai kaa-ay. ||1|| rahaa-o.

ਮੈਂ ਪ੍ਰਭ ਦੇ ਦਾਸਾਂ ਦਾ ਦਾਸ ਹਾ! ਮੇਰਾ ਹੋਰ ਕੋਈ ਰਸਤਾ ਨਹੀਂ ਹੈ । ਜਿਸ ਨਾਲ ਤੇਰੇ ਦਰਬਾਰ ਵਿੱਚ ਪ੍ਰਵਾਨ ਹੋ ਸਕਦਾ ਹਾ ।

I am the slave of Your slaves! I do not know any other right path of acceptance in Your Court.

ਤੇਰੀ ਮੂਰਤਿ ਏਕਾ ਬਹੁਤੁ ਰੂਪ॥ tayree moorat aykaa bahut roop.
ਕਿਸੁ ਪੂਜ ਚੜਾਵਉ ਦੇਉ ਧੂਪ॥ kis pooj charhaava-o day-o Dhoop.
ਤੇਰਾ ਅੰਤੁ ਨ ਪਾਇਆ ਕਹਾ ਪਾਇ॥ tayraa ant na paa-i-aa kahaa paa-ay.
ਤੇਰਾ ਦਾਸਨਿ ਦਾਸਾ ਕਹਉ ਰਾਇ॥੨॥ tayraa daasan daasaa kaha-o raa-ay. ||2||

ਇਕੋ ਇਕ ਪ੍ਰਭ ਅਨੇਕਾਂ ਹੀ ਰੂਪਾਂ, ਅਕਾਰਾਂ ਵਿੱਚ ਪ੍ਰਗਟ ਹੋ ਸਕਦਾ ਹੈ । ਮੈਂ ਕਿਸ ਅਕਾਰ ਦੀ ਪੂਜਾ ਕਰਾ, ਕਿਸ ਨੂੰ ਧੁਪ ਜਗਾਵਾ? ਤੇਰਾ ਕਿਸੇ ਕਿਸਮ ਦਾ ਅੰਤ ਨਜ਼ਰ ਨਹੀਂ ਆਉਂਦਾ । ਕਿਵੇਂ ਤੇਰੀ ਹੌਂਦ ਜਾਣ ਸਕਦਾ, ਕਿਵੇਂ ਤੇਰੀ ਰਹਿਮਤ ਬਖਸ਼ਿਸ਼ ਹੋ ਸਕਦੀ ਹੈ? ਪ੍ਰਭ ਆਪਣੇ ਦਾਸਾਂ ਦੇ ਦਾਸ ਤੇ ਰਹਿਮਤ ਬਖਸ਼ੋ ।

The One and only One True Master may appear in many different colors, body structures, sizes etc. Which of His Structure may I worship or ignite the aroma stick? How may I comprehend His Nature? How may my soul become worthy of His Considerations? My True Master may bless the right path of acceptance in His Court to become slave of His slaves.

ਤੇਰੇ ਸਠਿ ਸੰਬਤ ਸਭਿ ਤੀਰਥਾ॥ ਤੇਰਾ ਸਚੁ ਨਾਮੁ ਪਰਮੇਸਰਾ॥ tayray sath sambat sabh teerthaa. tayraa sach naam parmaysraa.
ਤੇਰੀ ਗਤਿ ਅਵਿਗਤਿ ਨਹੀ ਜਾਣੀਐ॥ ਅਣਜਾਣਤ ਨਾਮੁ ਵਖਾਣੀਐ॥੩॥ tayree gat avigat nahee jaanee-ai. anjaanat naam vakhaanee-ai. ||3||

ਸਾਲ ਦੇ ਸਾਰੇ ਦਿਨ, ਸਾਰੇ ਪੂਜਣ ਵਾਲੇ ਮੰਦਰ ਤੇਰੇ ਹੀ ਬਣਾਏ ਹੋਏ ਹਨ । ਤੇਰਾ ਸ਼ਬਦ ਹੀ ਸਦਾ ਅਟਲ ਰਹਿਣ ਵਾਲਾ ਹੈ । ਤੇਰੀ ਅਵਸਥਾ, ਹੌਂਦ, ਦੀ ਕੋਈ ਜਾਣਕਾਰੀ ਨਹੀਂ । ਭਾਵੇਂ ਤੇਰੀ ਕਿਸੇ ਕਰਾਮਾਤ ਦਾ ਅੰਤ, ਜਾਣਕਾਰੀ ਨਹੀਂ ਵੀ ਹੈ, ਫਿਰ ਵੀ ਜੀਵ ਸ਼ਬਦ ਦੀ ਉਸਤਤ, ਰਹਿਮਤਾਂ ਦਾ ਧੰਨਵਾਦ ਹੀ ਗਾਉਂਦੇ ਹਨ ।

All worldly Holy Shrines, days and nights have been created with Your Imagination. Your Word, true forever may always prevail. Your Nature, miracles remain beyond the comprehension of Your Creation; however, everyone may sing Your Glory and remains gratitude for Your Blessings.

ਨਾਨਕੁ ਵੇਚਾਰਾ ਕਿਆ ਕਹੈ॥ ਸਭੁ ਲੋਕੁ ਸਲਾਹੇ ਏਕਸੈ॥ naanak vaychaaraa ki-aa kahai. sabh lok salaahay ayksai.
ਸਿਰੁ ਨਾਨਕ ਲੋਕਾ ਪਾਵ ਹੈ॥ sir naanak lokaa paav hai.
ਬਲਿਹਾਰੀ ਜਾਉ ਜੇਤੇ ਤੇਰੇ ਨਾਵ ਹੈ॥ ੪॥੨॥ balihaaree jaa-o jaytay tayray naav hai. ||4||2||

ਮੈਂ ਹੋਰ ਕੀ ਦੱਸ ਸਕਦਾ, ਸਾਰੇ ਹੀ ਤੇਰੀਆਂ ਰਹਿਮਤਾਂ ਦਾ ਧੰਨਵਾਦ ਗਾਉਂਦੇ ਹਨ । ਜਿਹੜਾ ਤੇਰੇ ਸ਼ਬਦ ਤੇ ਭਰੋਸਾ ਅਡੋਲ ਰਖਦਾ ਹੈ । ਮੈਂ ਉਸ ਤੋਂ ਕੁਰਬਾਨ ਜਾਂਦਾ, ਹੈਰਾਨ ਹੀ ਰਹਿੰਦਾ ਹਾ! ਮੈਂ ਤੇਰੇ ਸ਼ਬਦ ਤੇ ਭਰੋਸਾ ਅਡੋਲ ਰਖਕੇ, ਸਦਾ ਹੀ ਤੇਰਾ ਭਾਣਾ ਸਿਰ ਮੱਥੇ ਤੇ ਮੰਨਦਾ ਹਾ ।

What else may I add to describe Your Nature, Greatness? Everyone remains singing the glory of Your Word, Blessings. Whosoever may obey the teachings of Your Word with steady and stable belief; I remain fascinated and astonished from his day-to-day life. I always obey the teachings of Your Word with steady and stable belief; with Your mercy and grace, I accept Your Blessings, as an Ultimate Command and true forever.

Key Message of Raag Basant, page 1168-1
'ਪੂਜਾ ਕਰਨ ਲਈ ਕਿਹੜਾ ਸ਼ੁਭ ਦਿਨ ਹੈ?
ਸ੍ਰਿਸ਼ਟੀ ਦੇ ਸਾਰੇ ਅਕਾਰ, ਰੂਪ ਹੀ ਇਕੋ ਇਕ ਪ੍ਰਭ ਦੇ ਅਨੇਕਾਂ ਹੀ ਰੂਪ, ਅਕਾਰ ਹਨ! ਸਾਲ ਦੇ ਸਾਰੇ ਦਿਨ, ਸਾਰੇ ਪੂਜਣ ਵਾਲੇ ਮੰਦਰ, ਸਦਾ ਅਟਲ ਰਹਿਣ ਵਾਲੇ ਸ਼ਬਦ ਦੀ ਪਾਲਣਾ ਕਰਨ ਲਈ ਪਵਿੱਤਰ, ਸ਼ੁਭ ਹਨ! ਜਿਹੜਾ ਸ਼ਬਦ ਦੀ ਅਡੋਲ ਭਰੋਸੇ ਨਾਲ ਪਾਲਣਾ ਕਰਦਾ, ਉਹ ਪ੍ਰਭ ਦੀ ਕੁਦਰਤ ਤੋਂ ਹੈਰਾਨ ਹੀ ਰਹਿੰਦਾ ਹੈ!
Which may be auspicious day to worship?
All colors, body structures are the symbol of The One and only One True Master. All worldly Holy Shrines, days and nights are auspicious to meditate, obey, and adopt His Word, True Forever. Whosoever may obey the teachings of His Word with steady and stable belief; he remains fascinated and astonished from His Nature, Miracles!

3. **ਬਸੰਤੁ ਮਹਲਾ ੧॥** 1168-15

ਸੁਇਨੇ ਕਾ ਚਉਕਾ ਕੰਚਨ ਕੁਆਰ॥ su-inay kaa cha-ukaa kanchan ku-aar.
ਰੁਪੇ ਕੀਆ ਕਾਰਾ ਬਹੁਤੁ ਬਿਸਥਾਰੁ॥ rupay kee-aa kaaraa bahut bisthaar.
ਗੰਗਾ ਕਾ ਉਦਕੁ ਕਰੰਤੇ ਕੀ ਆਗਿ॥ gangaa kaa udak karantay kee aag.
ਗਰੁੜਾ ਖਾਣਾ ਦੁਧ ਸਿਉ ਗਾਡਿ॥੧॥ garurhaa khaanaa duDh si-o gaad. ||1||

ਜਿਹੜਾ ਕੀਮਤੀ (ਸੋਨੇ, ਚਾਂਦੀ) ਬਰਤਨ ਵਿੱਚ ਖਾਣਾ ਪਕਾਉਂਦਾ ਹੈ । ਪਵਿੱਤਰ ਗੰਗਾ ਦਾ ਪਾਣੀ, ਚੰਦਨ ਦੀ ਲੱਕੜ ਵਰਤਕੇ, ਖੀਰ ਪਕਾ ਕੇ, ਤੇਰੀ ਭੇਟਾ ਕਰਦਾ ਹੈ । ਇਹ ਸਭ ਪਵਿਤਰਤਾ ਦੀ ਕੋਈ ਮਹੱਤਤਾ ਨਹੀਂ, ਸਭ ਬਿਰਥਾ ਹੀ ਹੁੰਦਾ ਹੈ ।

Whosoever may prepare food, nourishment, rice pudding with water of Holy Ganges in expensive vessel, made of silver or gold for offering as a worship at Your Holy Shrine. Everything may not have any significance; all are useless for the real purpose of his human life journey.

ਰੇ ਮਨ ਲੇਖੈ ਕਬਹੂ ਨ ਪਾਇ॥ ray man laykhai kabhoo na paa-ay.
ਜਾਮਿ ਨ ਭੀਜੈ ਸਾਚ ਨਾਇ॥੧॥ ਰਹਾਉ॥ jaam na bheejai saach naa-ay. ||1|| rahaa-o.

ਜਿਸ ਮਨ ਵਿੱਚ ਪ੍ਰਭ ਦਾ ਸ਼ਬਦ ਘਰ ਨਹੀਂ ਕਰਦਾ; ਉਸ ਦੀ ਭੇਟਾ, ਅਰਦਾਸ ਬਿਰਥੀ ਹੀ ਹੁੰਦੀ ਹੈ ।

Whosoever may not remain drenched with the essence of His Word within his heart in his day-to-day life; his offering and prayers may be useless for the real purpose of his human life journey.

ਗੁਰੂ ਨਾਨਕ ਦੇਵ ਜੀ! – Guru Nanak Dev Ji! Guru Granth Sahib

ਦਸ ਆਠ ਲੀਖੇ ਹੋਵਹਿ ਪਾਸਿ॥ ਚਾਰੇ ਬੇਦ ਮੁਖਾਗਰ ਪਾਠਿ॥ das ath leekhay hoveh paas. chaaray bayd mukhaagar paath.
ਪੁਰਬੀ ਨਾਵੈ ਵਰਨਾਂ ਕੀ ਦਾਤਿ॥ ਵਰਤ ਨੇਮ ਕਰੇ ਦਿਨ ਰਾਤਿ॥੨॥ purbee naavai varnaaN kee daat. varat naym karay din raat. ||2||

ਕੋਈ 18 ਪੁਰਾਨ ਆਪਣੇ ਹੱਥ ਨਾਲ ਲਿਖੇ, ਚਾਰੇ ਵੇਦ ਜ਼ੁਬਾਨੀ ਯਾਦ ਰਖੇ । ਭਾਵੇਂ ਪਵਿੱਤਰ ਤੀਰਥ ਤੇ ਇਸ਼ਨਾਨ, ਪੁੰਨ ਦਾਨ, ਧਰਮ ਦੇ ਰੀਤੋਂ ਰੀਵਾਜ ਕਰੇ, ਰਾਤ ਦਿਨ, ਨਿੱਤਨੇਮ, ਵੱਖਰੇ ਵੱਖਰੇ ਸਮੇਂ ਅਰਦਾਸ ਕਰੇ । ਸਭ ਕੁਝ ਮਾਨਸ ਜੀਵਨ ਦੇ ਸਫਰ ਲਈ ਬਿਰਥੀ ਹੀ ਹੈ ।

Anyone may write **18 Puraans** with his hand, memorizes and recites 4 Vedas by heart without reading from Holy Scripture. He may worship and takes a sanctifying bath at Holy Shrine; performs all religious rituals; worldly charities; nit-name and prays day and night for His Forgiveness and Refuge; all may be useless for his human life opportunity.

ਕਾਜੀ ਮੁਲਾਂ ਹੋਵਹਿ ਸੇਖ॥ ਜੋਗੀ ਜੰਗਮ ਭਗਵੇ ਭੇਖ॥ kaajee mulaaN hoveh saykh. jogee jangam bhagvay bhaykh.
ਕੋ ਗਿਰਹੀ ਕਰਮਾ ਕੀ ਸੰਧਿ॥ ko girhee karmaa kee sanDh.
ਬਿਨੁ ਬੂਝੇ ਸਭ ਖੜੀਅਸਿ ਬੰਧਿ॥੩॥ bin boojhay sabh kharhee-as banDh. ||3||

ਭਾਵੇਂ ਕੋਈ ਮੁਸਲਮਾਨ ਕਾਜ਼ੀ, ਸ਼ੇਖ, ਨਾਥ ਜੋਗੀ ਹੋਵੇ! ਉਹ ਭਗਵਾ ਬਾਣਾ ਪਾਵੇ, ਘਰ ਘਰ ਮੰਗਦਾ, ਤੇਰੇ ਸ਼ਬਦ ਦਾ ਪ੍ਰਚਾਰ ਕਰਦਾ ਹੋਵੇ । ਸ਼ਬਦ ਦੀ ਪਾਲਣਾ, ਸੋਝੀ ਤੋਂ ਬਿਨਾਂ ਸਾਰੇ ਹੀ ਜਮਦੂਤ ਦੇ ਹਵਾਲੇ ਹੀ ਹੁੰਦੇ ਹਨ ।

He may be a worldly priest, or guru of any worldly religion, Kazi, Pandit, Yogi, baptized Sikh; he may adopt saintly robe; begs from door to door or preaches the teachings of His Word. However, without adopting the teachings of His Word with steady and stable belief in his day-to-day life; he may not be blessed with the enlightenment of the essence of His Word. He may be captured by the devil of death and he remains in the cycle of birth and death.

ਜੇਤੇ ਜੀਅ ਲਿਖੀ ਸਿਰਿ ਕਾਰ॥ ਕਰਣੀ ਉਪਰਿ ਹੋਵਗਿ ਸਾਰ॥ jaytay jee-a likhee sir kaar. karnee upar hovag saar.
ਹੁਕਮੁ ਕਰਹਿ ਮੂਰਖ ਗਾਵਾਰ॥ hukam karahi moorakh gaavaar.
ਨਾਨਕ ਸਾਚੇ ਕੇ ਸਿਫਤਿ ਭੰਡਾਰ॥੪॥੩॥ naanak saachay kay sifat bhandaar. ||4||3||

ਜੀਵ ਦੇ ਮੱਥੇ ਤੇ ਲਿਖੇ ਭਾਗ, ਆਪਣੇ ਕੀਤੇ ਕੰਮ ਨਾਲ ਹੀ ਪਰਖੇ ਜਾਂਦੇ ਹਨ । ਪ੍ਰਭ ਆਪਣੀ ਰਹਿਮਤ ਨਾਲ ਹੀ ਪ੍ਰਵਾਨਗੀ ਦਾ ਰਸਤਾ ਬਖਸ਼ਦਾ ਹੈ । ਕੇਵਲ ਅਣਜਾਣ, ਮੂਰਖ ਹੀ ਕਿਸੇ ਹੋਰ ਜੀਵ ਨੂੰ ਪ੍ਰਭ ਦਾ ਸ਼ਬਦ ਦੇਂਦਾ ਹੈ । ਪ੍ਰਭ ਦਾ ਸ਼ਬਦ ਕੇਵਲ ਪ੍ਰਭ ਆਪ ਹੀ ਬਖਸ਼ਦਾ ਹੈ ।

The prewritten destiny on his soul, may be judged by his worldly deeds. His true devotee may be blessed with the right path of acceptance in His Court. Only ignorant guru, self-minded, may claim to give anyone His Word. Only, The True Master may bless His Word to anyone.

Key Message of Raag Basant, page 1168-15
'ਪ੍ਰਭ ਦਾ ਸ਼ਬਦ ਕੌਣ ਬਖਸ਼ਦਾ ਹੈ?
ਜਿਹੜਾ ਆਪਣੇ ਕੀਤੇ ਕੰਮ, ਸ਼ਬਦ ਦੀ ਸਿਖਿਆਂ ਨਾਲ ਪਰਖਦਾ ਹੈ, ਉਸ ਨੂੰ ਹੀ ਪ੍ਰਵਾਨਗੀ ਦਾ ਰਸਤਾ ਬਖਸ਼ਿਸ਼ ਹੁੰਦਾ ਹੈ । ਪ੍ਰਭ ਦਾ ਸ਼ਬਦ ਕੇਵਲ ਪ੍ਰਭ ਆਪ ਹੀ ਬਖਸ਼ਦਾ ਹੈ । ਧਰਮ ਦੇ ਰੀਤ ਰੀਵਾਜ, ਪਵਿੱਤਰ ਤੀਰਥ ਤੇ ਇਸ਼ਨਾਨ, ਪੁੰਨ ਦਾਨ, ਰਾਤ ਦਿਨ ਨਿੱਤਨੇਮ, ਵੱਖਰੇ ਵੱਖਰੇ ਸਮੇਂ ਅਰਦਾਸ ਕਰੇ । ਸਭ ਕੁਝ ਮਾਨਸ ਜੀਵਨ ਦੇ ਸਫਰ ਲਈ ਬਿਰਥੀ ਹੀ ਹੈ ।
Who may bless His Word?
Whosoever may judge his worldly deeds with the essence of His Word; only he may be blessed with the right path of acceptance in His Court. Only, The True Master may bless His Word to anyone. All religious rituals to memorize and to recite 4 Vedas by heart without reading from Holy Scripture, worship, pilgrimage and sanctifying bath at Holy Shrine, worldly charities, nit-name and prays day and night for His Forgiveness and Refuge; all may be useless for his human life opportunity.

4. ਬਸੰਤੁ ਮਹਲਾ ੧॥ 1169-12

ਸਗਲ ਭਵਨ ਤੇਰੀ ਮਾਇਆ ਮੋਹ॥ ਮੈ ਅਵਰੁ ਨ ਦੀਸੈ ਸਰਬ ਤੋਹ॥ sagal bhavan tayree maa-i-aa moh. mai avar na deesai sarab toh.
ਤੂ ਸੁਰਿ ਨਾਥਾ ਦੇਵਾ ਦੇਵ॥ ਹਰਿ ਨਾਮੁ ਮਿਲੈ ਗੁਰ ਚਰਨ ਸੇਵ॥੧॥ too sur naathaa dayvaa dayv. har naam milai gur charan sayv. ||1||

ਤਿੰਨਾਂ ਸ੍ਰਿਸ਼ਟੀਆਂ ਵਿੱਚ ਹੀ ਮਾਇਆ ਦੇ ਮੋਹ ਦਾ ਜਾਲ, ਜ਼ੋਰ ਹੈ । ਹਰਇਕ ਜੀਵ, ਥਾਂ ਵਿੱਚ ਹੀ ਪ੍ਰਭ ਦੀ ਜੋਤ ਵਸਦੀ, ਵਾਪਰਦੀ ਹੈ । ਪ੍ਰਭ ਹੀ ਨਾਥਾਂ ਦਾ ਨਾਥ, ਜੋਗੀਆਂ ਦਾ ਜੋਗੀ, ਗੁਰੂਆਂ ਦਾ ਗੁਰੂ ਹੈ । ਜਿਹੜਾ ਪ੍ਰਭ ਦੀ ਸ਼ਰਣ ਵਿੱਚ ਆਪਾ ਭੇਟਾ ਕਰਦਾ, ਸ਼ਬਦ ਦੀ ਪਾਲਣਾ ਕਰਦਾ ਹੈ । ਪ੍ਰਭ ਦੀ ਰਹਿਮਤ ਨਾਲ, ਉਸ ਨੂੰ ਸ਼ਬਦ, ਸ਼ਬਦ ਦੀ ਸੋਝੀ ਬਖਸ਼ਿਸ਼ ਹੋ ਜਾਂਦੀ ਹੈ ।

The One and Only One True Master! All three universes remain dominated with the sweet poison, temptations of worldly wealth - **Shakti**. His Word, His Holy Spirit remains embedded, dwells, and prevails within each soul and everywhere in His Nature. The Omnipotent Ture Master remains the King of kings; Guru of all worldly gurus, saints, angels, and prophets. Whosoever may surrender his self-entity at His Sanctuary and obeys the teachings of His Word with steady and stable belief in his day-to-day life; with His mercy and grace, he may be blessed with devotion to obey and the enlightenment of the essence of His Word.

ਮੇਰੇ ਸੁੰਦਰ ਗਹਿਰ ਗੰਭੀਰ ਲਾਲ॥ mayray sundar gahir gambheer laal.
ਗੁਰਮੁਖਿ ਰਾਮ ਨਾਮ ਗੁਨ ਗਾਏ, gurmukh raam naam gun gaa-ay
ਤੂ ਅਪਰੰਪਰੁ ਸਰਬ ਪਾਲ॥੧॥ ਰਹਾਉ॥ too aprampar sarab paal. ||1|| rahaa-o.

ਪ੍ਰਭ, ਬਹੁਤ ਹੀ ਗੰਭੀਰ, ਡੂੰਘੀ ਸੋਝੀ ਵਾਲਾ ਅਸਲੀ ਮਾਲਕ ਹੈ । ਗੁਰਮਖ ਜੀਵ ਪ੍ਰਭ ਦੇ ਸ਼ਬਦ ਦੀ ਉਸਤਤ ਗਾਉਂਦਾ ਹੈ! ਬੇਅੰਤ ਪ੍ਰਭ ਹੀ ਸਭ ਜੀਵਾਂ ਦੀ ਦੇਖ ਭਾਲ, ਪਾਲਣਾ ਕਰਦਾ ਹੈ ।

The True Master remains mysterious with deep wisdom, enlightenment. His true devotee remains intoxicated in meditation and singing the glory of His Word. The Infinite True Master nourishes and protects His Creation.

ਬਿਨੁ ਸਾਧ ਨ ਪਾਈਐ ਹਰਿ ਕਾ ਸੰਗੁ॥ ਬਿਨੁ ਗੁਰ ਮੈਲ ਮਲੀਨ ਅੰਗੁ॥ bin saaDh na paa-ee-ai har kaa sang. bin gur mail maleen ang.
ਬਿਨੁ ਹਰਿ ਨਾਮ ਨ ਸੁਧੁ ਹੋਇ॥ ਗੁਰ ਸਬਦਿ ਸਲਾਹੇ ਸਾਚੁ ਸੋਇ॥੨॥ bin har naam na suDh ho-ay. gur sabad salaahay saach so-ay. ||2||

ਗੁਰੂ ਨਾਨਕ ਦੇਵ ਜੀ! – Guru Nanak Dev Ji! Guru Granth Sahib

ਸੰਤਾਂ ਦੇ ਜੀਵਨ ਦੀ ਸਿਖਿਆਂ ਨਾਲ ਜੀਵਨ ਢਾਲਣ ਤੋਂ ਬਿਨਾਂ ਪ੍ਰਵਾਨਗੀ ਦੇ ਰਸਤੇ ਦੀ ਸੋਝੀ ਬਖਸ਼ਿਸ਼ ਨਹੀਂ ਹੁੰਦੀ । ਸ਼ਬਦ ਦੀ ਪਾਲਣਾ ਕਰਨ ਤੋਂ ਬਿਨਾਂ ਤਨ, ਮਨ ਮੈਲ ਨਾਲ ਭਰਿਆਂ ਰਹਿੰਦਾ, ਪਵਿੱਤਰ ਨਹੀਂ ਹੁੰਦਾ । ਜੀਵ ਪ੍ਰਭ ਦੇ ਸ਼ਬਦ ਦਾ ਸਿਮਰਨ, ਉਸਤਤ ਕਰੋ ।

Without adopting the life experience teachings of His Holy saint in own day-to-day life; no one may ever be blessed with the right path of acceptance in His Court. His soul may never be sanctified to become worthy of His Consideration. You should sing the glory and meditate on the teachings of His Word with steady and stable belief in your day-to-day life.

ਜਾ ਕਉ ਤੂ ਰਾਖਹਿ ਰਖਨਹਾਰ॥ ਸਤਿਗੁਰੂ ਮਿਲਾਵਹਿ ਕਰਹਿ ਸਾਰ॥ jaa ka-o too raakhahi rakhanhaar. satguroo milaaveh karahi saar.
ਬਿਖੁ ਹਉਮੈ ਮਮਤਾ ਪਰਹਰਾਇ॥ bikh ha-umai mamtaa parahraa-ay.
ਸਭਿ ਦੂਖ ਬਿਨਾਸੇ ਰਾਮ ਰਾਇ॥੩॥ sabh dookh binaasay raam raa-ay. ||3||

ਜਿਸ ਦੀ ਪ੍ਰਭ ਆਪ ਹੀ ਰਖਿਆ ਕਰਦਾ, ਉਸ ਨੂੰ ਸ਼ਬਦ ਦੀ ਪਾਲਣਾ ਦੇ ਲੜ ਲਾਉਂਦਾ ਹੈ । ਉਹ ਸ਼ਬਦ ਦੀ ਪਾਲਣਾ ਕਰਦਾ, ਰਹਿਮਤ ਯੋਗ ਬਣ ਜਾਂਦਾ ਹੈ । ਉਸ ਦੇ ਮਨ ਦਾ ਅਹੰਕਾਰ ਅਤੇ ਹੈਸੀਅਤ ਦਾ ਅਭਿਮਾਨ, ਮੋਹ ਖਤਮ ਕਰ ਦੇਂਦਾ ਹੈ । ਉਸ ਦੇ ਸਾਰੇ ਦੁਖ ਦੂਰ ਹੋ ਜਾਂਦੇ ਹਨ ।

Whosoever may be accepted in His Sanctuary; he may be attached to obey the teachings of His Word. He may adopt the teachings of His Word with steady and stable belief in his day-to-day life; with His mercy and grace, his soul may be sanctified to become worthy of His Consideration. His ego, pride of his worldly status and worldly bonds may be eliminated; with His mercy and grace, all his miseries of worldly desires may be eliminated.

ਊਤਮ ਗਤਿ ਮਿਤਿ ਹਰਿ ਗੁਨ ਸਰੀਰ॥ ootam gat mit har gun sareer.
ਗੁਰਮਤਿ ਪ੍ਰਗਟੇ ਰਾਮ ਨਾਮ ਹੀਰ॥ gurmat pargatay raam naam heer.
ਲਿਵ ਲਾਗੀ ਨਾਮਿ ਤਜਿ ਦੂਜਾ ਭਾਉ॥ liv laagee naam taj doojaa bhaa-o.
ਜਨ ਨਾਨਕ ਹਰਿ ਗੁਰੁ ਗੁਰ ਮਿਲਾਉ॥੪॥੫॥ jan naanak har gur gur milaa-o. ||4||5||

ਉਸ ਨੂੰ ਉਤਮ ਅਵਸਥਾ ਬਖਸ਼ਿਸ਼ ਹੋ ਜਾਂਦੀ ਹੈ, ਉਸ ਦੇ ਤਨ ਵਿੱਚ ਪ੍ਰਭ ਆਪ ਹੀ ਵਾਪਰਦਾ ਹੈ । ਉਸ ਨੂੰ ਸ਼ਬਦ ਦੀ ਪਾਲਣਾ ਕਰਦੇ, ਸੋਝੀ ਨਾਲ ਮਨ ਅੰਦਰ ਹੀ ਪ੍ਰਭ ਦੀ ਜੋਤ ਜਾਗਰਤ ਹੋ ਜਾਂਦੀ ਹੈ । ਉਹ ਸ਼ਬਦ ਦੀ ਪਾਲਣਾ ਵਿੱਚ ਹੀ ਲੀਨ ਹੋ ਜਾਂਦਾ, ਹੋਰ ਭਰਮਾਂ ਦਾ ਨਾਸ ਹੋ ਜਾਂਦਾ ਹੈ । ਉਹ ਤੇਰਾ ਦਾਸ, ਸੇਵਕ ਪ੍ਰਭ ਦੇ ਦਰਬਾਰ ਵਿੱਚ ਪ੍ਰਵਾਨ ਹੋ ਜਾਂਦਾ ਹੈ ।

Whosoever may be bestowed with His Blessed Vision; only he may realize, His Holy Spirit embedded and prevails within his body and mind. His true devotee may be blessed with supreme state of mind. He may obey the teachings of His Word with steady and stable belief; with His mercy and grace, all his suspicions may be vanished. He may be blessed with a state of mind as His true devotee, he may be accepted in His Court.

Key Message of Raag Basant, page 1169-12
'ਸ਼ਿਵ– ਸ਼ਕਤੀ ਦੋਨੋਂ ਹੀ ਸ਼ਬਦ ਦੇ ਰੂਪ ਹਨ!
ਤਿੰਨਾਂ ਸ੍ਰਿਸ਼ਟੀਆਂ ਵਿੱਚ ਦੋਨੋਂ ਸ਼ਿਵ ਅਤੇ ਸ਼ਕਤੀ ਸਮਾਈ ਹੈ । ਜਿਹੜਾ ਸ਼ਬਦ ਦੀ ਪਾਲਣਾ ਕਰਦਾ, ਪ੍ਰਭ ਦੀ ਸ਼ਰਣ ਵਿੱਚ ਆਪਾ ਭੇਟਾ ਕਰ ਦੇਂਦਾ ਹੈ । ਉਸ ਨੂੰ ਸ਼ਬਦ ਦੀ ਸੋਝੀ, ਸ਼ਿਵ ਵਾਲਾ ਰਸਤਾ ਬਖਸ਼ਿਸ਼ ਹੋ ਜਾਂਦਾ ਹੈ । ਸੰਤਾਂ ਦੇ ਜੀਵਨ ਦੀ ਸਿਖਿਆਂ ਨਾਲ ਜੀਵਨ ਢਾਲਣ ਨਾਲ ਪ੍ਰਵਾਨਗੀ ਦੇ ਰਸਤੇ ਦੀ ਸੋਝੀ ਬਖਸ਼ਿਸ਼ ਹੋ ਜਾਂਦੀ ਹੈ! ਉਸ ਦੇ ਮਨ ਦਾ ਅਹੰਕਾਰ ਅਤੇ ਹੈਸੀਅਤ ਦਾ ਅਭਿਮਾਨ, ਮੋਹ ਖਤਮ ਹੋ ਜਾਂਦਾ ਹੈ । ਉਹ ਸ਼ਬਦ ਦੀ ਪਾਲਣਾ ਵਿੱਚ ਹੀ ਲੀਨ ਹੋਇਆ ਹੀ ਪ੍ਰਭ ਦੇ ਦਰਬਾਰ ਵਿੱਚ ਪ੍ਰਵਾਨ ਹੋ ਜਾਂਦਾ ਹੈ ।
Both Shiv and Shakti remain embedded within His Word.
Both **Shiv (His Word) and Shakti (worldly wealth**) remain embedded within the universe. Whosoever may surrender his self-entity at His Sanctuary and obeys the teachings of His Word; he may be enlightened with the essence of His Word; path of Shiv, the right path of acceptance. Whosoever may adopt the life experience teachings of His Holy saint; he may be blessed with the right path of acceptance in His Court. He may conquer his ego, and worldly bonds. He may remain intoxicated in the void of His Word; he may be accepted in His Court.

5. ਬਸੰਤੁ ਮਹਲਾ ੧॥ 1169-18

ਮੇਰੀ ਸਖੀ ਸਹੇਲੀ ਸੁਨਹੁ ਭਾਇ॥ mayree sakhee sahaylee sunhu bhaa-ay.
ਮੇਰਾ ਪਿਰੁ ਰੀਸਾਲੂ ਸੰਗਿ ਸਾਇ॥ mayraa pir reesaaloo sang saa-ay.
ਓਹੁ ਅਲਖੁ ਨ ਲਖੀਐ ਕਹਹੁ ਕਾਇ॥ oh alakh na lakhee-ai kahhu kaa-ay.
ਗੁਰਿ ਸੰਗਿ ਦਿਖਾਇਓ ਰਾਮ ਰਾਇ॥੧॥ gur sang dikhaa-i-o raam raa-ay. ||1||

ਮੇਰੀ ਪ੍ਰਭ ਦੇ ਸ਼ਬਦ ਨਾਲ ਲਗਨ ਲਗ ਗਈ ਹੈ । ਪ੍ਰਭ ਹਰ ਸਮੇਂ ਮੇਰੇ ਸਾਥ ਰਹਿੰਦਾ, ਪ੍ਰਵਾਨਗੀ ਦੇ ਰਸਤੇ ਤੇ ਅਡੋਲ ਰਖਦਾ ਹੈ । ਮੇਰਾ ਪ੍ਰਭ ਦੇਖਿਆ ਨਹੀਂ ਜਾ ਸਕਦਾ! ਉਸ ਦੇ ਰੂਪ ਦੀ ਵਿਆਖਿਆ ਕਿਸਤਰ੍ਹਾਂ ਕਰ ਸਕਦਾ ਹਾ? ਮੈਨੂੰ ਸ਼ਬਦ ਦੀ, ਪ੍ਰਭ ਦੀ ਹੋਂਦ ਦੀ ਸੋਝੀ ਬਖਸ਼ਿਸ਼ ਹੋਈ ਹੈ ।

I am intoxicated obeying the teachings of His Word; with His mercy and grace, I remain steady and stable on the right path of meditation. The True Master always remain my companion. The Ture Master remains beyond any comprehension and visibility of His Creation. How may I explain, His Nature, existence? I have been blessed with the enlightenment of the essence of His Word; with His mercy and grace, I have realized His Existence, His Holy Spirit overwhelmed everywhere.

ਮਿਲੁ ਸਖੀ ਸਹੇਲੀ ਹਰਿ ਗੁਨ ਬਨੇ॥ mil sakhee sahaylee har gun banay.
ਹਰਿ ਪ੍ਰਭ ਸੰਗਿ ਖੇਲਹਿ ਵਰ ਕਾਮਨਿ, har parabh sang khayleh var kaaman
ਗੁਰਮੁਖਿ ਖੋਜਤ ਮਨ ਮਨੇ॥੧॥ ਰਹਾਉ॥ gurmukh khojat man manay. ||1|| rahaa-o.

ਜਿਹੜਾ ਆਪਣੇ ਸਾਥੀਆਂ ਨਾਲ ਰਲਕੇ, ਪ੍ਰਭ ਦੇ ਸ਼ਬਦ ਦੇ ਗੁਣ ਗਾਉਂਦਾ ਹੈ । ਪ੍ਰਭ ਦੀਆਂ ਰਹਿਮਤਾਂ ਦਾ ਧੰਨਵਾਦ ਕਰਦਾ ਹੈ । ਉਸ ਦੀ ਆਤਮਾ ਪ੍ਰਭ ਦੀ ਜੋਤ ਵਿੱਚ ਮਸਤ ਹੋ ਜਾਂਦੀ ਹੈ । ਗੁਰਮਖ ਨੂੰ ਮਨ ਵਿੱਚ ਖੋਜ ਕਰਦੇ ਨੂੰ ਸੋਝੀ ਬਖਸ਼ਿਸ਼ ਹੋ ਜਾਂਦੀ ਹੈ ।

Whosoever may associate with the conjugation of His Holy saint and sings the gratitude of His Blessings. He may remain intoxicated, drenched with the essence of His Word. His true devotee may be searching within; with His mercy and grace, he may be blessed with the enlightenment of the essence of His Word from within.

ਗੁਰੂ ਨਾਨਕ ਦੇਵ ਜੀ! – Guru Nanak Dev Ji! Guru Granth Sahib

ਮਨਮੁਖੀ ਦੁਹਾਗਣਿ ਨਾਹਿ ਭੇਉ॥ manmukhee duhaagan naahi bhay-o.
ਓਹੁ ਘਟਿ ਘਟਿ ਰਾਵੈ ਸਰਬ ਪ੍ਰੇਉ॥ oh ghat ghat raavai sarab paray-o.
ਗੁਰਮੁਖਿ ਥਿਰੁ ਚੀਨੈ ਸੰਗਿ ਦੇਉ॥ gurmukh thir cheenai sang day-o.
ਗੁਰਿ ਨਾਮੁ ਦ੍ਰਿੜਾਇਆ ਜਪੁ ਜਪੇਉ॥੨॥ gur naam drirh-aa-i-aa jap japay-o. ||2||

ਮਨਮੁਖ, ਪ੍ਰਭ ਦੀ ਕੁਦਰਤ ਦਾ ਭੇਦ ਨਹੀਂ ਜਾਣਦਾ, ਸ਼ਬਦ ਦੀ ਸੋਝੀ ਬਖਸ਼ਿਸ਼ ਨਹੀਂ ਹੁੰਦੀ । ਪ੍ਰਭ, ਹਰਇਕ ਜੀਵ ਦੇ ਮਨ ਵਿੱਚ ਵਸਦਾ, ਵਾਪਰਦਾ ਹੈ । ਗੁਰਮਖ ਹਰ ਵੇਲੇ ਸੰਤੋਖ ਵਿੱਚ ਰਹਿੰਦਾ, ਪ੍ਰਭ ਨੂੰ ਸਦਾ ਹੀ ਸਾਥ, ਸਹਾਈ ਮਹਿਸੂਸ ਕਰਦਾ ਹੈ । ਪ੍ਰਭ ਨੇ ਆਪ ਹੀ ਮੇਰੇ ਮਨ ਵਿੱਚ ਸ਼ਬਦ ਦੀ ਪਾਲਣਾ ਦਾ ਬੀਜ ਬੋਇਆ ਹੈ । ਮੈਂ ਪ੍ਰਭ ਦੇ ਸ਼ਬਦ ਦਾ ਸਿਮਰਨ ਕਰਦਾ, ਉਸਤਤ ਗਾਉਂਦਾ ਹੈ ।

Self-minded may never be enlightened with the essence of His Word nor comprehend His Nature. The True Master remains embedded within each soul and prevails in all activities in His Nature. His true devotee remains contented with his own worldly environments. He may always realize, feels His Holy Spirit as his companion and supporter. The True Master has blessed the devotion to obey the teachings of His Word within my mind. I remain singing the glory and meditate on the teachings of His Word with steady and stable belief in my day-to-day life.

ਬਿਨੁ ਗੁਰ ਭਗਤਿ ਨ ਭਾਉ ਹੋਇ॥ ਬਿਨੁ ਗੁਰ ਸੰਤ ਨ ਸੰਗੁ ਦੇਇ॥ bin gur bhagat na bhaa-o ho-ay. bin gur sant na sang day-ay.
ਬਿਨੁ ਗੁਰ ਅੰਧੁਲੇ ਧੰਧੁ ਰੋਇ॥ bin gur anDhulay DhanDh ro-ay.
ਮਨੁ ਗੁਰਮੁਖਿ ਨਿਰਮਲੁ ਮਲੁ ਸਬਦਿ ਖੋਇ॥੩॥ man gurmukh nirmal mal sabad kho-ay. ||3||

ਸ਼ਬਦ ਦੀ ਅਡੋਲ ਭਰੋਸੇ ਨਾਲ ਪਾਲਣਾ ਕਰਨ ਤੋਂ ਬਿਨਾਂ, ਸ਼ਬਦ ਦੀ ਸੋਝੀ ਬਖਸ਼ਿਸ਼ ਨਹੀਂ ਹੁੰਦੀ । ਪ੍ਰਭ ਦੀ ਰਹਿਮਤ ਤੋਂ ਬਿਨਾਂ, ਸੰਤ ਸਰੂਪ ਦੀ ਸੰਗਤ ਬਖਸ਼ਿਸ਼ ਨਹੀਂ ਹੁੰਦੀ । ਸ਼ਬਦ ਨਾਲ ਜੀਵਨ ਢਾਲਣ ਤੋਂ ਬਿਨਾਂ ਜੀਵ ਗਿਆਨ ਤੋਂ ਅੰਧਾ ਰਹਿੰਦਾ ਹੈ । ਉਹ ਸੰਸਾਰਕ ਮਾਇਆ ਦੇ ਜਾਲ ਵਿੱਚ ਹੀ ਫਸਿਆ ਰਹਿੰਦਾ ਹੈ । ਜਿਸ ਜੀਵ ਨੂੰ ਗੁਰਮਖ, ਨਿਰਮਲ ਅਵਸਥਾ ਬਖਸ਼ਿਸ਼ ਹੋ ਜਾਂਦੀ ਹੈ, ਉਸ ਦੇ ਪਾਪ ਬਖਸ਼ੇ ਜਾਂਦੇ, ਮਨ ਦੀ ਮੈਲ ਧੋਤੀ ਜਾਂਦੀ ਹੈ ।

Without obeying the teachings of His Word with steady and stable belief in day-to-day life; no one may ever be enlightened with the essence of His Word. He may never be blessed with the conjugation of His Holy saint. Whosoever may not adopt the teachings of His Word with steady and stable belief in his day-to-day life; he may remain ignorant from the real purpose of his human life opportunity. He may remain intoxicated with sweet poison of worldly wealth. Whosoever may be blessed with a state of mind as His true devotee; his soul may be sanctified to become worthy of His Consideration. His blemish of evil thoughts may be eliminated, his sins may be forgiven.

ਗੁਰਿ ਮਨੁ ਮਾਰਿਓ ਕਰਿ ਸੰਜੋਗੁ॥ ਅਹਿਨਿਸਿ ਰਾਵੇ ਭਗਤਿ ਜੋਗੁ॥ gur man maari-o kar sanjog. ahinis raavay bhagat jog.
ਗੁਰ ਸੰਤ ਸਭਾ ਦੁਖ ਮਿਟੈ ਰੋਗੁ॥ gur sant sabhaa dukh mitai rog.
ਜਨ ਨਾਨਕ ਹਰਿ ਵਰੁ ਸਹਜ ਜੋਗੁ॥੪॥੬॥ jan naanak har var sahj jog. ||4||6||

ਜਿਹੜਾ ਸ਼ਬਦ ਨਾਲ ਜੀਵਨ ਢਾਲਦਾ ਹੈ, ਪ੍ਰਭ ਦੀ ਰਹਿਮਤ ਨਾਲ ਉਸ ਦੇ ਮਨ ਦੀਆ ਇਛਾਂ ਤੇ ਜਿੱਤ ਬਖਸ਼ਿਸ਼ ਹੋ ਜਾਂਦੀ ਹੈ । ਉਹ ਦਿਨ ਰਾਤ ਸ਼ਬਦ ਦੀ ਪਾਲਣਾ ਵਿੱਚ ਹੀ ਮਸਤ, ਲੀਨ ਰਹਿੰਦਾ ਹੈ । ਸੰਤਾਂ ਦੀ ਸੰਗਤ ਕਰਨ, ਜੀਵਨ ਦੀ ਸਿਖਿਆਂ ਨਾਲ ਜੀਵਨ ਢਾਲਣ ਨਾਲ ਮਨ ਦੀਆਂ ਇਛਾ ਦਾ ਰੋਗ ਖਤਮ ਹੋ ਜਾਂਦਾ ਹੈ । ਇਸਤਰ੍ਹਾਂ ਬੰਦਗੀ ਕਰਨ ਵਾਲਾ, ਪ੍ਰਵਾਨਗੀ ਦੇ ਰਸਤੇ ਤੇ ਅਡੋਲ ਰਹਿੰਦਾ ਹੈ । ਉਸ ਨੂੰ ਮੁਸ਼ਕਲ ਤੋਂ ਬਿਨਾਂ, ਅਸਾਨੀ ਨਾਲ ਹੀ ਪ੍ਰਵਾਨਗੀ ਬਖਸ਼ਿਸ਼ ਹੋ ਜਾਂਦੀ ਹੈ ।

Whosoever may adopt the teachings of His Word; with His mercy and grace, he may conquer his own worldly desires. He may remain intoxicated in obeying the teachings of His Word with steady and stable belief in day-to-day life. In the conjugation of His Holy saint, adopting his life experience teachings; with His mercy and grace, his intoxication of sweet poison the wealth may be eliminated. Such a way, His true devotee may remain steady and stable on the right path of acceptance in His Court. He may be accepted in His Court, easily without any restriction.

Key Message of Raag Basant, page 1169-18
ਸੰਤਾਂ ਦੇ ਜੀਵਨ ਦੀ ਢੰਗ ਹੀ ਪ੍ਰਵਾਨਗੀ ਦਾ ਰਸਤਾ ਬਣ ਜਾਂਦਾ ਹੈ!
ਜਿਸ ਦੀ ਲਗਨ ਪ੍ਰਭ ਦੇ ਸ਼ਬਦ ਦੀ ਪਾਲਣਾ ਵਿੱਚ ਲਗ ਜਾਂਦੀ ਹੈ, ਉਸ ਨੂੰ ਪ੍ਰਭ ਦੀ ਹੋਂਦ ਮਹਿਸੂਸ ਹੋ ਜਾਂਦੀ ਹੈ । ਉਸ ਨੂੰ ਮਨ ਅੰਦਰੋਂ ਖੋਜ ਕਰਦੇ ਸੋਝੀ ਬਖਸ਼ਿਸ਼ ਹੋ ਜਾਂਦੀ ਹੈ । ਸੰਤਾਂ ਦੇ ਜੀਵਨ ਦੀ ਸਿਖਿਆਂ ਨਾਲ ਜੀਵਨ ਢਾਲਣ ਨਾਲ ਮਨ ਦੀਆਂ ਇਛਾਂ ਦਾ ਰੋਗ ਖਤਮ ਹੋ ਸਕਦਾ ਹੈ । ਅਸਾਨੀ ਨਾਲ ਹੀ ਪ੍ਰਵਾਨਗੀ ਬਖਸ਼ਿਸ਼ ਹੋ ਜਾਂਦੀ ਹੈ ।
Life experience of His Holy saint the right path of acceptance!
Whosoever may remain intoxicated obeying the teachings of His Word; he may realize His Existence. He may be enlightened searching from within. Whosoever may adopt the life experience teachings of His Holy saint; he may conquer the intoxication of sweet poison the wealth. He may be accepted in His Court, easily without any restriction.

6. ਬਸੰਤੁ ਮਹਲਾ ੧॥ 1170-6

ਆਪੇ ਕੁਦਰਤਿ ਕਰੇ ਸਾਜਿ॥ ਸਚੁ ਆਪਿ ਨਿਬੇੜੇ ਰਾਜੁ ਰਾਜਿ॥ aapay kudrat karay saaj. sach aap nibayrhay raaj raaj.
ਗੁਰਮਤਿ ਊਤਮ ਸੰਗਿ ਸਾਥਿ॥ ਹਰਿ ਨਾਮੁ ਰਸਾਇਣੁ ਸਹਜਿ ਆਥਿ॥੧॥ gurmat ootam sang saath. har naam rasaa-in sahj aath. ||1||

ਸ਼ਹਿਨਸ਼ਾਹਾਂ ਦਾ ਸ਼ਹਿਨਸ਼ਾਹ, ਪ੍ਰਭ ਆਪਣੇ ਭਾਣੇ ਨਾਲ ਹੀ ਸ੍ਰਿਸ਼ਟੀ ਸਾਜਦਾ, ਆਪ ਹੀ ਇਨਸਾਫ ਕਰਦਾ ਹੈ । ਪ੍ਰਭ ਦੇ ਸ਼ਬਦ ਦੀ ਸੋਝੀ, ਸ਼ਬਦ ਦੀ ਕਮਾਈ ਸਦਾ ਹੀ ਜੀਵ ਦੇ ਸਾਥ ਰਹਿੰਦੀ ਹੈ । ਬੰਦਗੀ ਕਰਨ ਵਾਲੇ ਜੀਵ ਨੂੰ ਅਸਾਨੀ ਨਾਲ ਹੀ, ਸ਼ਬਦ ਦਾ ਧਨ, ਰਹਿਮਤ ਬਖਸ਼ਿਸ਼ ਹੋ ਜਾਂਦੀ ਹੈ ।

The True Master, King of kings creates His Creation with His Own Imagination and only His justice prevails in their worldly life. The earnings of His Word, the essence of His Word remains embedded within each soul as a true companion forever. His true devotee may be blessed with the earnings, wealth of His Word with ease.

ਮਤ ਬਿਸਰਸਿ ਰੇ ਮਨ ਰਾਮ ਬੋਲਿ॥ mat bisras ray man raam bol.
ਅਪਰੰਪਰੁ ਅਗਮ ਅਗੋਚਰੁ ਗੁਰਮੁਖਿ, aprampar agam agochar gurmukh
ਹਰਿ ਆਪਿ ਤੁਲਾਏ ਅਤੁਲੁ ਤੋਲਿ॥ ੧॥ ਰਹਾਉ॥ har aap tulaa-ay atul tol. ||1|| rahaa-o.

ਗੁਰੂ ਨਾਨਕ ਦੇਵ ਜੀ! – Guru Nanak Dev Ji! Guru Granth Sahib

ਜੀਵ ਪ੍ਰਭ ਦੇ ਸ਼ਬਦ ਦੀ ਉਸਤਤ ਕਰਨਾ ਨਾ ਭੁਲੋ! ਪ੍ਰਭ ਆਪ ਹੀ ਗੁਰਮਖ ਨੂੰ ਸੋਝੀ ਬਖਸ਼ਦਾ ਹੈ । ਉਹ ਸ਼ਬਦ ਦੀ ਸੋਝੀ ਦੀ ਕੀਮਤ ਜਾਣ ਜਾਂਦਾ ਹੈ । ਪ੍ਰਭ ਜਾਣਕਾਰੀ, ਪਹੁੰਚ, ਅੰਤ ਤੋਂ ਰਹਿਤ ਹੈ ।

You should never abandon, or forget to sing the glory of His Word. The True Master may bless the enlightenment of His Word. His true devotee may be enlightened with the essence of His Word; with His mercy and grace, he may comprehend the significance of the enlightenment of the essence of His Word of the beyond comprehension, The True Master.

ਗੁਰ ਚਰਨ ਸਰੇਵਹਿ ਗੁਰਸਿਖ ਤੋਰ॥ ਗੁਰ ਸੇਵ ਤਰੇ ਤਜਿ ਮੇਰ ਤੋਰ॥ gur charan sarayveh gursikh tor. gur sayv taray taj mayr tor.
ਨਰ ਨਿੰਦਕ ਲੋਭੀ ਮਨਿ ਕਠੋਰ॥ nar nindak lobhee man kathor.
ਗੁਰ ਸੇਵ ਨ ਭਾਈ ਸਿ ਚੋਰ ਚੋਰ॥੨॥ gur sayv na bhaa-ee se chor chor. ||2||

ਪ੍ਰਭ ਦਾ ਸੇਵਕ ਹਮੇਸ਼ਾਂ ਹੀ ਪ੍ਰਭ ਦੇ ਚਰਨਾਂ ਵਿੱਚ, ਸ਼ਬਦ ਅਨੁਸਾਰ ਹੀ ਜੀਵਨ ਬਤੀਤ ਕਰਦਾ ਹੈ । ਸ਼ਬਦ ਦੀ ਪਾਲਣਾ ਕਰਦਾ, ਮੇਰੀ, ਤੇਰੀ ਵਿੱਚ ਅੰਤਰ ਭੁਲ ਜਾਂਦਾ ਹੈ । ਉਸ ਦਾ ਸੰਸਾਰਕ ਪਦਾਰਥਾਂ ਨਾਲ ਮੋਹ ਖਤਮ ਹੋ ਜਾਂਦਾ ਹੈ । ਨਿੰਦਿਆਂ ਕਰਨ ਵਾਲਾ ਜੀਵ, ਲਾਲਚੀ ਅਤੇ ਮਨਮਰਜ਼ੀ ਕਰਨ ਵਾਲਾ ਬਣ ਜਾਂਦਾ ਹੈ । ਜੀਵਨ ਵਿੱਚ ਸ਼ਬਦ ਨਾਲ ਕੋਈ ਲਗਨ ਨਹੀਂ ਹੁੰਦੀ, ਚੋਰਾਂ ਦਾ ਚੋਰ ਹੁੰਦਾ ਹੈ ।

His true devotee may adopt the teachings of His Word; with His mercy and grace, he may be blessed with such a state of mind, not to distinguish the deference between mine and yours. His worldly bonds may be eliminated. Slanderer may become self-minded and non-believer. He may never have any devotion or attachment to the teachings of His Word. His state of mind may become as thug of thugs, thief of thieves.

ਗੁਰੁ ਤੁਠਾ ਬਖਸੇ ਭਗਤਿ ਭਾਉ॥ gur tuthaa bakhsay bhagat bhaa-o.
ਗੁਰਿ ਤੁਠੈ ਪਾਈਐ ਹਰਿ ਮਹਲਿ ਠਾਉ॥ gur tuthai paa-ee-ai har mahal thaa-o.
ਪਰਹਰਿ ਨਿੰਦਾ ਹਰਿ ਭਗਤਿ ਜਾਗੁ॥ parhar nindaa har bhagat jaag.
ਹਰਿ ਭਗਤਿ ਸੁਹਾਵੀ ਕਰਮਿ ਭਾਗੁ॥੩॥ har bhagat suhaavee karam bhaag. ||3||

ਜਿਹੜਾ ਅਡੋਲ ਭਰੋਸੇ ਨਾਲ ਸ਼ਬਦ ਨਾਲ ਜੀਵਨ ਢਾਲਦਾ ਹੈ, ਉਸ ਦੀ ਬੰਦਗੀ ਪ੍ਰਭ ਦੇ ਦਰਬਾਰ ਵਿੱਚ ਪ੍ਰਵਾਨ ਹੋ ਜਾਂਦੀ ਹੈ । ਉਹ ਬਾਕੀ ਜੀਵਾਂ ਦੀ ਨਿੰਦਿਆਂ, ਚੁਗਲੀ ਤਿਆਗ ਦੇਂਦਾ ਹੈ । ਪ੍ਰਭ ਦੇ ਸ਼ਬਦ ਦੀ ਪਾਲਣਾ ਵਿੱਚ ਹੀ ਮਸਤ ਰਹਿੰਦਾ ਹੈ । ਪ੍ਰਭ ਦੇ ਸ਼ਬਦ ਦੀ ਪਾਲਣਾ ਬਹੁਤ ਲਾਭਵੰਦ ਹੁੰਦੀ ਹੈ । ਚੰਗੇ ਕਰਮਾਂ, ਭਾਗਾਂ ਨਾਲ ਹੀ ਨਸੀਬ ਹੁੰਦੀ ਹੈ ।

Whosoever may adopt the teachings of His Word with steady and stable belief in his day-to-day life; with His mercy and grace, his earnings may be accepted in His Court. He may renounce slandering and back-biting others way of life. He may remain intoxicated in obeying the teachings of His Word, a very profitable for the real purpose of human life opportunity. Such a state of mind may only be blessed with a great prewritten destiny.

ਗੁਰੁ ਮੇਲਿ ਮਿਲਾਵੈ ਕਰੇ ਦਾਤਿ॥ ਗੁਰਸਿਖ ਪਿਆਰੇ ਦਿਨਸੁ ਰਾਤਿ॥ gur mayl milaavai karay daat. gursikh pi-aaray dinas raat.
ਫਲੁ ਨਾਮੁ ਪਰਾਪਤਿ ਗੁਰੁ ਤੁਸਿ ਦੇਇ॥ fal naam paraapat gur tus day-ay.
ਕਹੁ ਨਾਨਕ ਪਾਵਹਿ ਵਿਰਲੇ ਕੇਇ॥੪॥੭॥ kaho naanak paavahi virlay kay-ay. ||4||7||

ਪ੍ਰਭ ਆਪ ਹੀ ਜੀਵ ਦੀ ਲਗਨ ਸ਼ਬਦ ਵਿੱਚ ਲਾਉਂਦਾ ਹੈ । ਜਿਸ ਜੀਵ ਦਾ ਭਰੋਸਾ ਸ਼ਬਦ ਤੇ ਅਡੋਲ ਹੋ ਜਾਂਦਾ ਹੈ, ਉਸ ਨੂੰ ਆਪਣੀ ਰਹਿਮਤ ਨਾਲ ਸ਼ਬਦ ਦੀ ਸੋਝੀ ਬਖਸ਼ਦਾ ਹੈ । ਪ੍ਰਭ ਆਪਣੇ ਦਾਸਾਂ, ਸੇਵਕਾਂ ਨੂੰ ਪਿਆਰ ਕਰਦਾ ਹੈ । ਕੋਈ ਵਿਰਲੇ ਹੀ ਸ਼ਬਦ ਦੀ ਪਾਲਣਾ ਤੇ ਅਡੋਲ ਰਹਿੰਦਾ, ਉਸ ਨੂੰ ਰਹਿਮਤ ਬਖਸ਼ਿਸ਼ ਹੁੰਦੀ ਹੈ ।

The Merciful True Master may bless devotion to meditate on the teachings of His Word. Whosoever may obey the teachings of His Word with steady and stable, in his day-to-day life; with His mercy and grace, he may be enlightened with the essence of His Word. The True Master may remain anxious to immerse, His true devotee in His Holy Spirit. However, very rare may remain steady and stable on the right path to become worthy of His Consideration.

Key Message of Raag Basant, page 1170-6
'ਪ੍ਰਭ ਆਪਣੇ ਸੇਵਕਾ ਨੂੰ ਢੂੰਡਦਾ ਹੈ!
ਪ੍ਰਭ ਦੇ ਸ਼ਬਦ ਦੀ ਕਮਾਈ ਸਦਾ ਹੀ ਜੀਵ ਦੇ ਸਾਥ ਰਹਿੰਦੀ ਹੈ । ਜਿਹੜਾ ਸ਼ਬਦ ਦੀ ਪਾਲਣਾ ਕਰਦਾ, ਮੇਰੀ, ਤੇਰੀ ਵਿੱਚ ਅੰਤਰ ਭੁਲ ਜਾਂਦਾ, ਉਸ ਦਾ ਸੰਸਾਰਕ ਪਦਾਰਥਾਂ ਨਾਲ ਮੋਹ ਖਤਮ ਹੋ ਜਾਂਦਾ ਹੈ । ਉਹ ਨਿੰਦਿਆਂ, ਚੁਗਲੀ ਤਿਆਗ ਦੇਂਦਾ ਹੈ । ਪ੍ਰਭ ਦੇ ਸ਼ਬਦ ਦੀ ਪਾਲਣਾ ਵਿੱਚ ਹੀ ਮਸਤ ਰਹਿੰਦਾ ਹੈ । ਕੋਈ ਵਿਰਲਾ ਹੀ ਇਸ ਅਵਸਥਾ ਵਾਲਾ ਹੁੰਦਾ ਹੈ । ਪ੍ਰਭ ਆਪਣੇ ਦਾਸਾਂ, ਸੇਵਕਾਂ ਨੂੰ ਪਿਆਰ ਕਰਦਾ ਹੈ ।
The True Master remains anxious for His true devotee!
The earnings of His Word always remain true companion of soul forever. Whosoever may adopt the teachings of His Word and becomes beyond the distinguish of mine and yours; his worldly bonds may be eliminated. He may renounce slandering and back-biting others. He may remain intoxicated in void of His Word; however, very rare may remain on the right path to become worthy of His Consideration. The True Master remains anxious to find His true devotee.

7. **ਮਹਲਾ ੧ ਬਸੰਤੁ ਹਿੰਡੋਲ ਘਰੁ ੨॥** 1170-18

ੴ ਸਤਿਗੁਰ ਪ੍ਰਸਾਦਿ॥ ik-oNkaar satgur parsaad.
ਸਾਲ ਗ੍ਰਾਮ ਬਿਪ ਪੂਜਿ ਮਨਾਵਹੁ, ਸੁਕ੍ਰਿਤੁ ਤੁਲਸੀ ਮਾਲਾ॥ saal garaam bip pooj manaavahu sukarit tulsee maalaa.
ਰਾਮ ਨਾਮੁ ਜਪਿ ਬੇੜਾ ਬਾਂਧਹੁ, ਦਇਆ ਕਰਹੁ ਦਇਆਲਾ॥੧॥ raam naam jap bayrhaa baaNDhahu da-i-aa karahu da-i-aalaa. ||1||

'ਮਾਨਸ (ਬ੍ਰਹਮਣ, ਸੰਸਾਰਕ ਧਾਰਮਕ) ਮਰੇ ਹੋਏ ਦੇਵਤੇ ਦੀ ਮੂਰਤ ਨੂੰ, ਧਾਰਮਕ ਗੁਰੂ ਨੀ ਹੀ, ਪ੍ਰਭ ਦਾ ਰੂਪ ਮੰਨਕੇ ਪੂਜਾ ਕਰਦਾ ਹੈ! ਗਲ ਵਿੱਚ ਬੰਦਗੀ ਕਰਨ ਵਾਲੀ ਮਾਲ਼ਾ ਪਾਉਂਦਾ, ਧਰਮ ਦੀ ਰਹਿਤ ਮਰਯਾਦਾ ਅਨੁਸਾਰ ਪੂਜਾ ਕਰਦਾ ਹੈ । ਉਹ ਮੂਰਤੀ, ਧਾਰਮਕ ਗੁਰੂ ਤੇ ਭਰੋਸੇ ਨੂੰ ਹੀ ਬੇੜੀ ਬਣਾਉਂਦਾ ਹੈ! ਅਰਦਾਸ ਕਰਦਾ ਹੈ! ਰਹਿਮਤ ਬਖਸ਼ੋ! ਇਸ ਬੇੜੀ ਨੂੰ ਸਾਗਰ ਪਾਰ ਕਰੋ । ਗੁਰਮਖ, ਪ੍ਰਭ ਦੇ ਸ਼ਬਦ ਦੀ ਸਿਖਿਆਂ, ਪ੍ਰਭ ਦੇ ਵਿਛੋੜੇ ਦੀ ਯਾਦ ਵਿੱਚ ਲੀਨ ਰਹਿੰਦਾ ਹੈ! ਪ੍ਰਭ ਦੇ ਬਖਸ਼ੇ ਨੂੰ ਅਟਲ ਮੰਨ ਕੇ, ਮੰਨ ਅੰਦਰੋਂ ਪ੍ਰਭ ਦੀ ਅਵਾਜ਼ ਢੂੰਡਦਾ ਹੈ, ਉਸ ਰਸਤੇ ਤੇ ਅਡੋਲ ਰਹਿੰਦਾ ਹੈ! ਪ੍ਰਭ ਦੇ ਅੱਗੇ ਰਹਿਮਤ ਦੀ ਅਰਦਾਸ ਕਰਦਾ ਹੈ!

Human (Brahman, religious person) may worship the statue of an ancient deceased prophet, worldly guru as the symbol of God. He may wear a rosary in his neck to worship. He believes ancient decease prophet, guru as a rescue boat to be accepted in His Court. He prays for the protection, blessings of an ancient dead prophet to be saved from the ocean of worldly desires. His true devotee adopts the teachings of His Word in his day-to-day life and remain intoxicated in renunciation in the memory of his separation from His Holy Spirit. He remains contented with His Blessings; he searches the everlasting echo of His Word resonating within and he remain steady and stable on his path. He prays for His Forgiveness and Refuge!

ਕਾਹੇ ਕਲਰਾ ਸਿੰਚਹੁ ਜਨਮੁ ਗਵਾਵਹੁ॥ kaahay kalraa sinchahu janam gavaavahu.
ਕਾਚੀ ਢਹਗਿ ਦਿਵਾਲ ਕਾਹੇ ਗਚੁ ਲਾਵਹੁ॥ ੧॥ ਰਹਾਉ॥ kaachee dhahag divaal kaahay gach laavhu. ||1|| rahaa-o.

ਮਨਮੁਖ ਦਾ ਮਨ ਕਲਰੀ ਜ਼ਮੀਨ ਦੀ ਤਰ੍ਹਾਂ ਹੀ ਹੁੰਦਾ ਹੈ, ਮੰਦੇ ਕੰਮਾਂ ਵਿੱਚ ਹੀ ਲਗਾ ਰਹਿੰਦਾ ਹੈ । ਆਪਣਾ ਜੀਵਨ ਬੰਦਗੀ ਤੋਂ ਬਿਨਾਂ ਹੀ ਗਵਾ ਲੈਂਦਾ ਹੈ । ਮਨਮੁਖ ਧਰਮ ਦਾ ਬਾਣਾ ਪਾਉਣ ਨਾਲ, ਪੁੰਨ ਦਾਨ ਨਾਲ ਦਰਬਾਰ ਵਿੱਚ ਕੋਈ ਲਾਭ ਨਹੀਂ ਹੋ ਸਕਦਾ ।

Self-minded may be like a non-productive field, barn land and his mind may remain intoxicated with evil deeds. He may waste his priceless human life opportunity without meditating. Ignorant, self-minded! Religious baptism, and worldly charities may not have any significance in His Court.

ਕਰ ਹਰਿਹਟ ਮਾਲ ਟਿੰਡ ਪਰੋਵਹੁ, ਤਿਸੁ ਭੀਤਰਿ ਮਨੁ ਜੋਵਹੁ॥ kar harihat maal tind parovahu tis bheetar man jovhu.
ਅੰਮ੍ਰਿਤੁ ਸਿੰਚਹੁ ਭਰਹੁ ਕਿਆਰੇ, ਤਉ ਮਾਲੀ ਕੇ ਹੋਵਹੁ॥ ੨॥ amrit sinchahu bharahu ki-aaray ta-o maalee kay hovhu. ||2||

ਜੀਵ ਆਪਣੇ ਹੱਥਾ ਨੂੰ ਉਹ ਖੂਹ ਦੀ ਟਿੰਡ, ਮਨ ਨੂੰ ਖੂਹ ਦੀ ਗਾੜੀ ਨੂੰ ਖਿੱਚਣ ਵਾਲਾ ਬਣਾਵੇ । ਜਿਹੜਾ ਮਨ ਦੀ ਸ਼ਬਦ ਦੀ ਫੁੱਲਵਾੜੀ ਨੂੰ ਇਹ ਪਾਣੀ ਦੇਵੇ । ਉਸ ਦੀ ਆਤਮਾ ਪ੍ਰਭ ਦੇ ਬਖਸ਼ਣ ਯੋਗ ਬਣ ਜਾਂਦੀ ਹੈ ।

You should transform your hand as bucket pulling water from deep well; your mind as a bull to pull water from well. Whosoever may irrigate the garden with the essence of His Word. His soul may become worthy of His Consideration

ਕਾਮੁ ਕ੍ਰੋਧਿ ਦੁਇ ਕਰਹੁ ਬਸੋਲੇ, ਗੋਡਹੁ ਧਰਤੀ ਭਾਈ॥ kaam kroDh du-ay karahu basolay godahu Dhartee bhaa-ee.
ਜਿਉ ਗੋਡਹੁ ਤਿਉ ਤੁਮ੍ ਸੁਖ ਪਾਵਹੁ, ਕਿਰਤੁ ਨ ਮੇਟਿਆ ਜਾਈ॥ ੩॥ ji-o godahu ti-o tumH sukh paavhu kirat na mayti-aa jaa-ee. ||3||

ਕਾਮ ਵਾਸ਼ਨਾ ਅਤੇ ਕਰੋਧ ਨੂੰ, ਮਨ ਦੀ ਧਰਤੀ ਨੂੰ ਗੋਡਨ ਵਾਲੇ ਦੋਂ ਰਬੇ ਬਣਾਵੋ । ਜਿਹੜਾ ਆਪਣੇ ਮਨ ਦੀ ਧਰਤੀ ਨੂੰ ਗੋਡਦਾ ਹੈ, ਉਸ ਦੇ ਮਨ ਦੀ ਧਰਤੀ ਉਪਜਾਉ ਹੋ ਜਾਂਦੀ ਹੈ । ਉਸ ਨੂੰ ਸ਼ਬਦ ਦਾ ਧਨ ਬਖਸ਼ਿਸ਼ ਹੋ ਜਾਂਦਾ ਹੈ! ਪ੍ਰਭ ਸ਼ਬਦ ਦੀ ਕੀਤੀ ਕਮਾਈ ਬਿਰਥੀ ਨਹੀਂ ਜਾਣ ਦੇਂਦਾ, ਫਲ ਜਰੂਰ ਦੇਂਦਾ ਹੈ ।

You should transform your sexual urge for strange woman and anger as two ploughs to cultivate the land of your mind. Whosoever may cultivate the earth of his mind; his mind may be transferred as a productive field. He may be blessed with the earnings of His Word. His earnings of His Word remain as wittness in His Court and rewarded.

ਬਗੁਲੇ ਤੇ ਫੁਨਿ ਹੰਸੁਲਾ ਹੋਵੈ, ਜੇ ਤੂ ਕਰਹਿ ਦਇਆਲਾ॥ bagulay tay fun hansulaa hovai jay too karahi da-i-aalaa.
ਪ੍ਰਣਵਤਿ ਨਾਨਕੁ ਦਾਸਨਿ ਦਾਸਾ, paranvat naanak daasan daasaa
ਦਇਆ ਕਰਹੁ ਦਇਆਲਾ॥ ੪॥ ੧॥ ੯॥ da-i-aa karahu da-i-aalaa. ||4||1||9||

ਜਿਸ ਤੇ ਪ੍ਰਭ ਰਹਿਮਤ ਬਖਸ਼ਦਾ ਹੈ, ਉਸ ਜੀਵ ਦੀ ਮਨ ਦੀ ਅਵਸਥਾ, ਬਗੁਲੇ ਤੋਂ ਹੰਸ ਵਰਗੀ ਹੋ ਜਾਂਦੀ ਹੈ । ਮੰਦੇ ਕੰਮਾਂ ਵਾਲੇ ਨੂੰ ਸਿੱਧੇ ਰਸਤੇ ਤੇ ਪਾ ਕੇ ਬੰਦਗੀ ਕਰਨ ਵਾਲਾ ਬਣਾ ਦੇਂਦਾ ਹੈ । ਪ੍ਰਭ ਰਹਿਮਤ ਬਖਸ਼ੋ! ਮੈਨੂੰ ਪ੍ਰਵਾਨਗੀ ਦਾ ਰਸਤਾ ਬਖਸ਼ੋ ।

Whosoever may be blessed with a state of mind as His true devotee; with His mercy and grace, he may be transformed from flamingo to a Hunsula, a Swan. Even the evil doers, sinners may be inspired to obey the teachings of His Word; with His mercy and grace, he may be blessed with the right path of acceptance in His Court.

Key Message of Raag Basant, page 1170-18
'ਹੱਕ ਦੀ ਕਮਾਈ ਵਿੱਚ ਬਰਕਤ ਹੁੰਦੀ ਹੈ!
ਧਾਰਮਕ ਜੀਵ ਸੰਸਾਰਕ ਗੁਰੂ ਨੂੰ ਹੀ ਮੁਕਤੀ ਦਾ ਮਾਲਕ ਮੰਨ ਕੇ ਪੂਜਦਾ ਹੈ! ਜਿਹੜਾ ਜੀਵ ਆਪਣੇ ਮਨ ਦੀ ਸਦਾ ਚਲਣ ਵਾਲੀ ਅਵਾਜ਼ ਸੁਣਦਾ, ਆਪਣਾ ਜੀਵਨ ਢਾਲਦਾ ਹੈ, ਸ਼ਬਦ ਦੀ ਖੇਤੀ ਦੀ ਪਾਲਣਾ ਕਰਦਾ ਹੈ, ਉਸ ਦੀ ਆਤਮਾ ਪ੍ਰਭ ਦੇ ਬਖਸ਼ਣ ਯੋਗ ਬਣ ਜਾਂਦੀ ਹੈ । ਉਸ ਦੀ ਸ਼ਬਦ ਦੀ ਕੀਤੀ ਕਮਾਈ ਬਿਰਥੀ ਨਹੀਂ ਜਾਂਦੀ, ਫਲ ਜਰੂਰ ਬਖਸ਼ਦਾ ਹੈ । ਉਸ ਦੇ ਮਨ ਦੀ ਅਵਸਥਾ, ਬਗੁਲੇ ਤੋਂ ਹੰਸ ਵਰਗੀ ਹੋ ਜਾਂਦੀ ਹੈ ।
Honesty always honored in His Court!
Religion enforces belief to worship an ancient deceased prophet as the symbol of God, a rescue boat for salvation. Whosoever may search the everlasting echo of His Word resonating within and adopts the teachings in his own life; He may realize the purpose of human life. his soul may become worthy of His Consideration. Earnings of His Word may never be wasted; may always be rewarded. His state of mind may be transformed from flamingo to a Hunsula, a Swan.

8. ਬਸੰਤੁ ਮਹਲਾ ੧ ਹਿੰਡੋਲ॥ 1171-5

ਸਾਹੁਰੜੀ ਵਥੁ ਸਭੁ ਕਿਛੁ ਸਾਝੀ, ਪੇਵਕੜੈ ਧਨ ਵਖੇ॥ saahurarhee vath sabh kichh saajhee payvkarhai Dhan vakhay.
ਆਪਿ ਕੁਚਜੀ ਦੋਸੁ ਨ ਦੇਊ, ਜਾਣਾ ਨਾਹੀ ਰਖੇ॥ ੧॥ aap kuchjee dos na day-oo jaanaa naahee rakhay. ||1||

ਜੀਵ ਦੀ ਆਤਮਾ, ਮਨ, ਤਨ ਦੇ ਆਪਣੇ ਸੰਸਾਰ ਵਿੱਚ ਕੀਤੇ ਸਾਰੇ ਚੰਗੇ, ਮੰਦੇ ਕੰਮਾਂ ਦਾ ਲੇਖਾ ਆਪ ਹੀ ਦੇਂਦੀ ਹੈ । ਜਿਹੜੀ ਆਤਮਾ ਦਰਬਾਰ ਵਿੱਚ ਪ੍ਰਵਾਨ ਹੋ ਜਾਂਦੀ ਹੈ, ਉਥੇ ਕੀਤੇ ਕੰਮਾਂ ਦੀ ਜੰਮੇਵਾਰੀ ਸਾਰਿਆਂ ਦੀ ਹੀ ਹੁੰਦੀ ਹੈ । ਜਿਹੜਾ ਆਪਣੇ ਮਨ ਦੀਆਂ ਇਛਾਂ ਤੇ ਕਾਬੂ ਨਹੀਂ ਰਖਦਾ! ਉਹ ਕਿਵੇਂ ਹੋਰ ਕਿਸੇ ਨੂੰ ਦੋਸ਼ ਦੇ ਸਕਦਾ ਹੈ? ਉਸ ਨੂੰ ਸ਼ਬਦ ਦੀ ਸੋਝੀ ਨਹੀਂ ਹੁੰਦੀ, ਪ੍ਰਵਾਨਗੀ ਦੇ ਰਸਤੇ ਤੇ ਕਿਵੇਂ ਚਲਣਾ ਹੈ?

Every soul must be judged for his all good or evil worldly deeds; she must endure the judgement of The Righteous Judge. Whosoever may be accepted in His Court; everyone must share the **responsibilities of all deeds performed in His Court**. Whosoever may not control his demons of worldly desires! Whom may her soul blame anyone else? She may not be enlightened with the essence of His Word, nor blessed with the right path of acceptance in His Court?

ਮੇਰੇ ਸਾਹਿਬਾ ਹਉ ਆਪੇ ਭਰਮਿ ਭੁਲਾਣੀ॥ mayray saahibaa ha-o aapay bharam bhulaanee.
ਅਖਰ ਲਿਖੇ ਸੇਈ ਗਾਵਾ, ਅਵਰ ਨ ਜਾਣਾ ਬਾਣੀ॥ ੧॥ ਰਹਾਉ॥ akhar likhay say-ee gaavaa avar na jaanaa banee. ||1|| rahaa-o.

ਮੈਂ, ਬਾਣੀ ਵਿੱਚ ਲਿਖੇ ਸ਼ਬਦਾਂ ਨਾਲ ਤੇਰੀ ਦੀ ਉਸਤਤ ਗਾਉਂਦਾ, ਹੋਰ ਕਿਸੇ ਸ਼ਬਦ ਦੀ ਸੋਝੀ ਨਹੀਂ ਹੈ । ਫਿਰ ਵੀ ਮੈਂ ਕਿਵੇਂ ਭਰਮਾਂ ਵਿੱਚ ਹੀ ਪਈਆ ਹੋਇਆ ਹਾ?

My True Master, I am always singing Your Glory with the words written in worldly Holy Scripture. I do not have enlightenment of any other path in my worldly life. However, why have I remained intoxicated in religious suspicions?

ਕਢਿ ਕਸੀਦਾ ਪਹਿਰਹਿ ਚੋਲੀ, ਤਾਂ ਤੁਮ੍ ਜਾਣਹੁ ਨਾਰੀ॥ kadh kaseedaa pahirahi cholee taaN tumH jaanhu naaree.
ਜੇ ਘਰੁ ਰਾਖਹਿ ਬੁਰਾ ਨ ਚਾਖਹਿ, ਹੋਵਹਿ ਕੰਤ ਪਿਆਰੀ॥੨॥ jay ghar raakhahi buraa na chaakhahi hoveh kant pi-aaree. ||2||

ਜਿਹੜਾ ਆਪਣੇ ਮਨ ਦੀ ਸੇਜ ਸ਼ਬਦ ਦੀ ਪਾਲਣਾ ਨਾਲ ਸਜਾਉਂਦਾ ਹੈ । ਉਹ ਆਪਣੇ ਮਨ ਦੀਆਂ ਇਛਾਂ ਤੇ ਕਾਬੂ ਪਾ ਕੇ, ਆਤਮਾ ਨੂੰ ਪਵਿੱਤਰ ਰਖਦਾ ਹੈ । ਉਸ ਦੀ ਜੋਤ ਪ੍ਰਭ ਦੀ ਜੋਤ ਦੇ ਵਿੱਚ ਅਭੇਦ ਹੋਣ ਦੇ ਯੋਗ ਬਣ ਜਾਂਦੀ ਹੈ ।

Whosoever may embellish his meditation throne within his mind and body with the essence of His Word; with His mercy and grace, he may conquer his worldly desires to sanctify his soul. His soul may be sanctified to become worthy of His Consideration.

ਜੇ ਤੂੰ ਪੜਿਆ ਪੰਡਿਤੁ ਬੀਨਾ, ਦੁਇ ਅਖਰ ਦੁਇ ਨਾਵਾ॥ jay tooN parhi-aa pandit beenaa du-ay akhar du-ay naavaa.
ਪ੍ਰਣਵਤਿ ਨਾਨਕੁ ਏਕੁ ਲੰਘਾਏ, ਜੇ ਕਰਿ ਸਚਿ ਸਮਾਵਾਂ॥੩॥੨॥੧੦॥ paranvat naanak ayk langhaa-ay jay kar sach samaavaaN. ||3||2||10||

ਜਿਹੜਾ ਸੰਸਾਰਕ ਗਿਆਨੀ ਆਪਣੇ ਆਪ ਨੂੰ ਸੋਝੀਵਾਲਾ ਸਮਝਦਾ ਹੈ! ਉਸ ਨੂੰ ਅੱਖਰਾਂ ਦੇ ਜੋੜ ਨਾਲ ਬੇੜੀ ਬਣਾ ਕੇ, ਬਾਣੀ ਪੜ੍ਹਕੇ ਪ੍ਰਵਾਨਗੀ ਵਾਲਾ ਰਸਤਾ ਲੱਭ ਲੈਣਾ ਚਾਹੀਦਾ ਹੈ । ਜਿਹੜਾ ਅਡੋਲ ਭਰੋਸੇ ਨਾਲ ਸ਼ਬਦ ਦੀ ਉਸਤਤ ਗਾਉਂਦਾ ਹੈ । ਪ੍ਰਭ ਆਪ ਹੀ ਪ੍ਰਵਾਨਗੀ ਦਾ ਰਸਤਾ ਬਖਸ਼ਦਾ ਹੈ ।

Whosoever may claim to be knowledgeable, enlightened with essence of His Word. He should try to combine various words to discover His Word, rescue boat. He should invent, the right path of acceptance in His Court, by reading, reciting, singing Gurbani, religious Holy Scripture. Whosoever may sing the glory of His Word with steady and stable belief; with His mercy and grace, he may be blessed with the right path of acceptance in His Court.

Key Message of Raag Basant, page 1171-5
'ਪ੍ਰਭ ਦੇ ਦਰਬਾਰ ਵਿੱਚ ਸਭ ਆਤਮਾਂ ਹਰਇਕ ਕੰਮ ਦੀ ਜ਼ੰਮੇਵਾਰ ਹੁੰਦੀ ਹੈ!
ਸੰਸਾਰ ਵਿੱਚ ਆਤਮਾ, ਆਪਣੇ ਸਾਰੇ ਚੰਗੇ, ਮੰਦੇ ਕੰਮਾਂ ਦਾ ਲੇਖਾ ਆਪ ਹੀ ਦੇਂਦੀ ਹੈ । ਪ੍ਰਭ ਦੇ ਦਰਬਾਰ ਵਿੱਚ ਸਾਰੇ ਕੰਮਾਂ ਦੀ ਜ਼ੰਮੇਵਾਰੀ ਸਾਰਿਆਂ ਦੀ ਹੁੰਦੀ ਹੈ । ਜਿਹੜਾ ਆਪਣੇ ਮਨ ਦੀ ਸੇਜ ਸ਼ਬਦ ਦੀ ਪਾਲਣਾ ਨਾਲ ਸਜਾਉਂਦਾ ਹੈ । ਜਿਹੜਾ ਆਪਣੇ ਮਨ ਦੀਆਂ ਇਛਾਂ ਤੇ ਕਾਬੂ ਪਾ ਕੇ, ਮਨ ਦੀ ਸੇਜ ਸ਼ਬਦ ਦੀ ਪਾਲਣਾ ਨਾਲ ਸਜਾਉਂਦਾ ਹੈ, ਉਸ ਦੀ ਆਤਮਾ ਪ੍ਰਭ ਦੀ ਜੋਤ ਦੇ ਵਿੱਚ ਅਭੇਦ ਹੋਣ ਦੇ ਯੋਗ ਬਣ ਜਾਂਦੀ ਹੈ । ਪ੍ਰਭ ਆਪ ਹੀ ਪ੍ਰਵਾਨਗੀ ਦਾ ਰਸਤਾ ਬਖਸ਼ਦਾ ਹੈ ।
In His Court, all souls share responsibility!
Every soul must endure the judgement for her all-worldly deeds; however, everyone must share the responsibilities of all deeds performed in His Court. Whosoever may conquer his worldly desires and embellishes his meditation throne with the essence of His Word; his soul may be sanctified to become worthy of His Consideration. He may be blessed with the right path of acceptance in His Court.

9. ਬਸੰਤੁ ਹਿੰਡੋਲ ਮਹਲਾ ੧॥ 1171-9

ਰਾਜਾ ਬਾਲਕੁ ਨਗਰੀ ਕਾਚੀ, ਦੁਸਟਾ ਨਾਲਿ ਪਿਆਰੋ॥ raajaa baalak nagree kaachee dustaa naal pi-aaro.
ਦੁਇ ਮਾਈ ਦੁਇ ਬਾਪਾ ਪੜੀਅਹਿ, ਪੰਡਿਤ ਕਰਹੁ ਬੀਚਾਰੋ॥੧॥ du-ay maa-ee du-ay baapaa parhee-ah pandit karahu beechaaro. ||1||

ਅਣਜਾਣ ਮਨ, ਤਨ ਦਾ ਰਾਜਾ, ਸੰਸਾਰਕ ਇਛਾਂ ਨਾਲ ਹੀ ਪਿਆਰ ਕਰਦਾ ਹੈ । ਸੰਸਾਰਕ ਇਛਾਂ ਹੀ ਪ੍ਰਵਾਨਗੀ ਦੇ ਰਸਤੇ ਦੀਆਂ ਵੈਰੀ ਹਨ । ਉਹ ਭਰਮਾਂ ਵਿੱਚ ਫਸਿਆਂ ਚਾਰੇ ਪਾਸੇ ਸਲਾਹ ਲੈਂਦਾ, ਵੱਖਰੇ ਵੱਖਰੇ ਰਸਤਿਆਂ ਤੇ ਚਲਦਾ ਹੈ ।

Ignorant mind, the king of body, remains intoxicated with short-lived pleasures of worldly wealth. Worldly desires may create hurdles on the right path of acceptance in His Court. He may remain in religious suspicions and wanders in various religious paths, shrine to shrine.

ਸੁਆਮੀ ਪੰਡਿਤਾ ਤੁਮ੍ ਦੇਹੁ ਮਤੀ॥ su-aamee panditaa tumH dayh matee.
ਕਿਨ ਬਿਧਿ ਪਾਵਉ ਪ੍ਰਾਨਪਤੀ॥੧॥ ਰਹਾਉ॥ kin biDh paava-o paraanpatee. ||1|| rahaa-o.

ਸੰਸਾਰਕ ਗਿਆਨੀ ਸੋਝੀ ਪਾਵੋ! ਪ੍ਰਭ ਦੀ ਪ੍ਰਵਾਨਗੀ ਦੇ ਰਸਤੇ ਤੇ ਕਿਵੇਂ ਚਲਾ, ਕਿਵੇਂ ਲੱਭਾ?

Worldly priest, saint, scholar enlighten me! How may I find and adopt the right path of acceptance in His Court?

ਭੀਤਰਿ ਅਗਨਿ ਬਨਾਸਪਤਿ ਮਉਲੀ, ਸਾਗਰੁ ਪੰਡੈ ਪਾਇਆ॥ bheetar agan banaaspat ma-ulee saagar pandhai paa-i-aa.
ਚੰਦੁ ਸੂਰਜੁ ਦੁਇ ਘਰ ਹੀ ਭੀਤਰਿ, ਐਸਾ ਗਿਆਨੁ ਨ ਪਾਇਆ॥੨॥ chand sooraj du-ay ghar hee bheetar aisaa gi-aan na paa-i-aa. ||2||

ਮੇਰੇ ਮਨ ਦੇ ਮਹਿਲ ਵਿੱਚ ਤ੍ਰਿਸ਼ਨਾਂ ਦੀ ਅੱਗ ਬਹੁਤ ਜ਼ੋਰ ਨਾਲ ਚਲਦੀ ਹੈ । ਮੇਰੇ ਮਨ ਨੇ ਇਛਾਂ ਤੇ ਕਾਬੂ ਪਾਉਣ ਵਾਲਾ ਪਾਣੀ, ਧੀਰਜ, ਕੈਦ ਕੀਤਾ ਹੈ । ਮੈਨੂੰ ਸੋਝੀ ਨਹੀਂ ਹੈ! ਕਿਵੇਂ ਸੂਰਜ ਅਤੇ ਚੰਦ ਇਕ ਅਕਾਸ਼ ਵਿੱਚ ਇਕੱਠੇ ਹੀ ਰਹਿੰਦੇ ਹਨ? ਕੋਈ ਵੀ ਦੋਨਾਂ ਨੂੰ ਕਦੇ ਇਕੱਠੇ ਨਹੀਂ ਦੇਖ ਸਕਦਾ ।

The lava of worldly desires has been burning intensely within the castle of my mind. The water of patience to extinguished the fire has been blocked, prisoned by my mind. I may never comprehend! How may both Sun and Moon remain in the same sky; still, both may never be visible at the same time?

ਰਾਮ ਰਵੰਤਾ ਜਾਣੀਐ, ਇਕ ਮਾਈ ਭੋਗੁ ਕਰੇਇ॥ raam ravantaa jaanee-ai ik maa-ee bhog karay-i.
ਤਾ ਕੇ ਲਖਣ ਜਾਣੀਅਹਿ, ਖਿਮਾ ਧਨੁ ਸੰਗ੍ਰਹੇਇ॥੩॥ taa kay lakhan jaanee-ahi khimaa Dhan sangar-hay-ay. ||3||

ਜਿਹੜਾ ਸੰਸਾਰਕ ਮਾਇਆ ਤੇ ਆਪਣੇ ਮਨ ਦਾ ਕਾਬੂ ਪਾ ਲਵੇਂ । ਉਸ ਜੀਵ ਨੂੰ ਬੰਦਗੀ ਕਰਨ ਵਾਲਾ ਸਮਝਿਆ ਜਾਂਦਾ ਹੈ । ਉਸ ਜੀਵ ਦੀ ਕੀ ਨਿਸ਼ਾਨੀ ਹੁੰਦੀ ਹੈ? ਉਹ ਦੂਸਰੇ ਦੀਆਂ ਗਲਤੀਆ ਨਹੀਂ ਚਿਤਾਰਦਾ, ਦੂਸਰੇ ਤੇ ਤਰਸ ਕਰਦਾ ਹੈ ।

Whosoever may control his worldly desires; he may be blessed with a state of mind as His true devotee. What may be his identification? He may ignore the short-coming of others; rather he may remain sympathetic.

ਕਹਿਆ ਸੁਣਹਿ ਨ ਖਾਇਆ, ਮਾਨਹਿ ਤਿਨ੍ਾ ਹੀ ਸੇਤੀ ਵਾਸਾ॥ kahi-aa suneh na khaa-i-aa maaneh tinHaa hee saytee vaasaa.
ਪ੍ਰਣਵਤਿ ਨਾਨਕੁ ਦਾਸਨਿ ਦਾਸਾ, ਖਿਨੁ ਤੋਲਾ ਖਿਨੁ ਮਾਸਾ॥੪॥੩॥੧੧॥ paranvat naanak daasan daasaa khin tolaa khin maasaa. ||4||3||11||

ਉਸ ਜੀਵ ਦਾ ਮਨ ਸੰਗਤ ਵਿੱਚ ਹੀ ਰਹਿੰਦਾ ਹੈ, ਉਹ ਹੋਰ ਕਿਸੇ ਦੀ ਸਲਾਹ ਨਹੀਂ ਸੁਣਦਾ । ਜਿਹੜਾ ਆਪਣੇ ਮੰਦੇ ਕੰਮਾਂ, ਆਪਣੀ ਗਲਤੀ ਨਹੀਂ ਮੰਨਦਾ । ਉਹ ਹੋਰ ਕਿਸੇ ਨੂੰ ਹੀ ਦੋਸ਼ ਲਾਉਂਦਾ ਹੈ । ਰਹਿਮਤਾਂ ਦੇ ਮਾਲਕ! ਰਹਿਮਤ ਬਖਸ਼ੋ, ਭਾਵੇਂ ਛੋਟੀ ਮਾਤਰਾ ਵਿੱਚ ਵੀ ਹੋਵੇ ।

Whosoever may remain intoxicated in the conjugation of His Holy saint; he may never pay any attention to any other counsel. Whosoever may never admit his own mistake, rather blame someone else for unfortunate events in worldly life. His true devotee may always pray for His Forgiveness and Refuge for His Blessed Vision.

Key Message of Raag Basant, page 1171-9
'ਸੰਸਾਰਕ ਮਾਇਆ ਤੇ ਕਾਬੂ ਦੀ ਨਿਸ਼ਾਨੀ!
ਅਣਜਾਣ ਮਨ, ਆਤਮਾ ਦਾ ਰਾਜਾ, ਸੰਸਾਰਕ ਇਛਾਂ ਨਾਲ ਹੀ ਪਿਆਰ ਕਰਦਾ ਹੈ । ਸੰਸਾਰਕ ਇਛਾਂ ਹੀ ਪ੍ਰਵਾਨਗੀ ਦੇ ਰਸਤੇ ਦੀਆਂ ਵੈਰੀ ਹਨ । ਜਿਵੇਂ ਸੂਰਜ ਅਤੇ ਚੰਦ ਇਕ ਅਕਾਸ਼ ਵਿੱਚ ਰਹਿੰਦੇ ਹੋਏ ਵੀ ਕਦੇ ਦੋਨੋਂ ਇਕੱਠੇ ਨਜ਼ਰ ਨਹੀਂ ਆਉਂਦੇ, ਇਸਤਰ੍ਹਾਂ ਬੰਦਗੀ ਕਰਨ ਵਾਲੇ ਨੂੰ ਸੰਸਾਰਕ ਇਛਾਂ ਨਜ਼ਰ ਨਹੀਂ ਆਉਂਦੀਆਂ! ਜਿਹੜਾ ਮਾਇਆ ਤੇ ਆਪਣੇ ਮਨ ਦਾ ਕਾਬੂ ਪਾ ਲੈਂਦਾ, ਉਹ ਦੂਸਰੇ ਦੀਆਂ ਗਲਤੀਆ ਨਹੀਂ ਚਿਤਾਰਦਾ, ਦੂਸਰੇ ਤੇ ਤਰਸ ਕਰਦਾ ਹੈ ।
Sign of control of worldly desires!
Ignorant mind, the king of soul, remains intoxicated with short-lived pleasures of worldly wealth. Worldly desires create hurdles on the right path of acceptance in His Court. Both Sun and Moon remain in the sky; still, both may never be visible at the same time. Same way, whosoever may remain obeying the teachings of His Word may never have any influence of worldly desire! Whosoever may control his worldly desires; he may remain sympathetic and ignore the short-coming of others.

10. ਬਸੰਤੁ ਹਿੰਡੋਲ ਮਹਲਾ ੧॥ 1171-15

ਸਾਚਾ ਸਹੁ ਗੁਰੂ ਸੁਖਦਾਤਾ, ਹਰਿ ਮੇਲੇ ਭੁਖ ਗਵਾਏ॥ saachaa saahu guroo sukh-daata har maylay bhukh gavaa-ay.
ਕਰਿ ਕਿਰਪਾ ਹਰਿ ਭਗਤਿ ਦ੍ਰਿੜਾਏ, ਅਨਦਿਨੁ ਹਰਿ ਗੁਣ ਗਾਏ॥੧॥ kar kirpaa har bhagat drirh-aa-ay an-din har gun gaa-ay. ||1||

ਪ੍ਰਭ ਸੁਖਾਂ ਦਾ ਦਾਤਾ, ਭੰਡਾਰੀ ਹੈ! ਉਸ ਦੀ ਰਹਿਮਤ ਨਾਲ ਸ਼ਬਦ ਦੀ ਪਾਲਣਾ ਵਿੱਚ ਲਗਨ ਲਗਦੀ ਹੈ । ਜਿਹੜਾ ਸ਼ਬਦ ਦੀ ਪਾਲਣਾ ਵਿੱਚ ਦਿਨ ਰਾਤ ਲੀਨ ਹੋ ਜਾਂਦਾ ਹੈ । ਉਸ ਦੇ ਮਨ ਦੀ ਤ੍ਰਿਸ਼ਨਾ ਦੀ ਭੁੱਖ ਖਤਮ ਹੋ ਜਾਂਦੀ ਹੈ ।

The True Master is the treasure of comforts and blessings; with His mercy and grace, His true devotee may remain intoxicated in meditating on the teachings of His Word. His state of mind may become beyond the reach of his worldly desires.

ਮਤ ਭੂਲਹਿ ਰੇ ਮਨ ਚੇਤਿ ਹਰੀ॥ mat bhooleh ray man chayt haree.
ਬਿਨੁ ਗੁਰ ਮੁਕਤਿ ਨਾਹੀ ਤ੍ਰੈ ਲੋਈ, bin gur mukat naahee tarai lo-ee
ਗੁਰਮੁਖਿ ਪਾਈਐ ਨਾਮੁ ਹਰੀ॥੧॥ ਰਹਾਉ॥ gurmukh paa-ee-ai naam haree. ||1|| rahaa-o.

ਜੀਵ ਪ੍ਰਭ ਦੇ ਸ਼ਬਦ ਨੂੰ ਮਨ ਵਿਚੋਂ ਕਦੇ ਨਾ ਵਿਸਾਰੋ । ਜਿਹੜਾ ਗੁਰਮਖ ਸ਼ਬਦ ਨਾਲ ਜੀਵਨ ਢਾਲਦਾ ਹੈ, ਉਸ ਨੂੰ ਰਹਿਮਤ ਬਖਸ਼ਿਸ਼ ਹੋ ਜਾਂਦੀ ਹੈ । ਸ਼ਬਦ ਦੀ ਪਾਲਣਾ ਤੋਂ ਬਿਨਾਂ ਤਿੰਨਾਂ ਸ੍ਰਿਸ਼ਟੀਆਂ ਵਿੱਚ ਕਿਸੇ ਨੂੰ ਦਰਬਾਰ ਵਿੱਚ ਪ੍ਰਵਾਨਗੀ ਬਖਸ਼ਿਸ਼ ਨਹੀਂ ਹੁੰਦੀ ।

You should never abandon the essence of His Word from your mind and from your day-to-day to activities of life. Whosoever may adopt the teachings of His Word with steady and stable belief in his day-to-day life; with His mercy and grace, he may be blessed with the right path of accepted in His Court. No one may ever be accepted in His Court without obeying the teachings of His Word.

ਬਿਨੁ ਭਗਤੀ ਨਹੀ ਸਤਿਗੁਰੁ ਪਾਈਐ, bin bhagtee nahee satgur paa-ee-ai
ਬਿਨੁ ਭਾਗਾ ਨਹੀ ਭਗਤਿ ਹਰੀ॥ bin bhaagaa nahee bhagat haree.
ਬਿਨੁ ਭਾਗਾ ਸਤਸੰਗੁ ਨ ਪਾਈਐ, ਕਰਮਿ ਮਿਲੈ ਹਰਿ ਨਾਮੁ ਹਰੀ॥੨॥ bin bhaagaa satsang na paa-ee-ai karam milai har naam haree. ||2||

ਜੀਵ ਦੇ ਵੱਡੇ ਭਾਗਾਂ ਤੋਂ ਬਿਨਾਂ ਸ਼ਬਦ ਦੀ ਪਾਲਣਾ ਵਿੱਚ ਲਿਵ ਨਹੀਂ ਲਗਦੀ, ਸੰਤਾਂ ਦੀ ਸੰਗਤ ਬਖਸ਼ਿਸ਼ ਨਹੀਂ ਹੁੰਦੀ । ਜਿਹੜਾ ਸ਼ਬਦ ਦੀ ਪਾਲਣਾ ਨਹੀਂ ਕਰਦਾ, ਉਹ ਪ੍ਰਵਾਨਗੀ ਦੇ ਰਸਤੇ ਤੇ ਨਹੀਂ ਚਲ ਸਕਦਾ । ਆਪਣੇ ਪਿਛਲੇ ਜਨਮ ਦੇ ਕੀਤੇ ਚੰਗੇ ਕੰਮਾਂ ਨਾਲ ਹੀ ਰਹਿਮਤ ਬਖਸ਼ਿਸ਼ ਹੁੰਦੀ ਹੈ ।

Without a great prewritten destiny, no one may remain intoxicated in obeying the teachings of His Word nor blessed with the conjugation of His Holy saint. Whosoever may not obey the teachings of His Word; he may never remain steady and stable on the right path of acceptance in His Court. Only with good deeds of his previous life; he may be blessed with the right path of acceptance in His Court.

ਘਟਿ ਘਟਿ ਗੁਪਤੁ ਉਪਾਏ ਵੇਖੈ, ਪਰਗਟੁ ਗੁਰਮੁਖਿ ਸੰਤ ਜਨਾ॥ ghat ghat gupat upaa-ay vaykhai pargat gurmukh sant janaa.
ਹਰਿ ਹਰਿ ਕਰਹਿ ਸੁ ਹਰਿ ਰੰਗਿ ਭੀਨੇ, har har karahi so har rang bheenay
ਹਰਿ ਜਲੁ ਅੰਮ੍ਰਿਤ ਨਾਮੁ ਮਨਾ॥੩॥ har jal amrit naam manaa. ||3||

ਪ੍ਰਭ ਹਰਇਕ ਜੀਵ ਦੇ ਮਨ ਵਿੱਚ ਗੁਪਤ ਹੀ ਵਸਦਾ ਹੈ । ਆਪਣੀ ਪੈਦਾ ਕੀਤੀ ਸ੍ਰਿਸ਼ਟੀ ਨੂੰ ਦੇਖਦਾ, ਪਾਲਣਾ ਕਰਦਾ ਹੈ । ਪ੍ਰਭ ਆਪਣੇ ਗੁਰਮਖਾ ਨੂੰ ਆਪਣੀ ਕੁਦਰਤ ਦੀ ਸੋਝੀ ਬਖਸ਼ਦਾ ਹੈ । ਜਿਹੜਾ ਪ੍ਰਭ ਦੇ ਸ਼ਬਦ ਦੀ ਉਸਤਤ ਵਿੱਚ ਅਡੋਲ ਰਹਿੰਦਾ ਹੈ । ਉਸ ਦਾ ਮਨ ਪ੍ਰਭ ਦੇ ਪਿਆਰ, ਸ਼ਬਦ ਦੀ ਸੋਝੀ ਨਾਲ ਰੰਗਿਆ ਜਾਂਦਾ ਹੈ । ਉਸ ਦਾ ਮਨ ਸ਼ਬਦ ਦੇ ਅੰਮ੍ਰਿਤ ਨਾਲ ਭਰਪੂਰ ਰਹਿੰਦਾ ਹੈ ।

The True Master remains embedded within each soul and dwells mysteriously within his body. The True Creator always nourishes and protects His Creation; with His mercy and grace, His true devotee may be blessed with the enlightenment of the essence of His Word, Nature. Whosoever may sing the glory of His Word; he may remain drenched with the essence of His Word. His mind may remain overwhelmed with the nectar of the essence of His Word.

ਜਿਨ ਕਉ ਤਖਤਿ ਮਿਲੈ ਵਡਿਆਈ, ਗੁਰਮੁਖਿ ਸੇ ਪਰਧਾਨ ਕੀਏ॥ jin ka-o takhat milai vadi-aa-ee gurmukh say parDhaan kee-ay.
ਪਾਰਸੁ ਭੇਟਿ ਭਏ ਸੇ ਪਾਰਸ, paaras bhayt bha-ay say paaras
ਨਾਨਕ ਹਰਿ ਗੁਰ ਸੰਗਿ ਥੀਏ॥੪॥੪॥੧੨॥ naanak har gur sang thee-ay. ||4||4||12||

ਜਿਹੜੇ ਗੁਰਮਖ ਨੂੰ ਪ੍ਰਭ ਆਪ ਹੀ ਵਡਿਆਈ ਬਖਸ਼ਦਾ ਹੈ । ਉਸ ਨੂੰ ਪ੍ਰਭ ਦੇ ਦਰਬਾਰ ਵਿੱਚ ਵਿਸ਼ੇਸ਼ ਥਾਂ ਬਖਸ਼ਿਸ਼ ਹੋ ਜਾਂਦੀ ਹੈ । ਉਹ ਪਾਰਸ ਪੱਥਰ ਪ੍ਰਭ ਦੇ ਸ਼ਬਦ ਨੂੰ ਛੋਹ ਕੇ ਆਪ ਹੀ ਪਾਰਸ ਪੱਥਰ ਬਣ ਜਾਂਦਾ ਹੈ । ਪ੍ਰਭ ਉਸ ਦਾ ਹਰਇਕ ਥਾਂ ਸਾਥੀ, ਸਹਾਈ ਰਹਿੰਦਾ ਹੈ ।

Whosoever may be bestowed with greatness in his worldly life; with His mercy and grace, he may be blessed with a unique permanent resting place in His Court. His true devotee may touch the philosopher's stone, His Word and he may be transformed as philosopher's stone. The True Master remains his companion, savior everywhere.

Key Message of Raag Basant, page 1171-15
'ਪ੍ਰਭ ਦਾ ਸ਼ਬਦ ਹੀ ਪਾਰਸ ਪੱਥਰ ਹੈ!

ਜਿਹੜਾ ਸ਼ਬਦ ਦੀ ਪਾਲਣਾ ਵਿੱਚ ਦਿਨ ਰਾਤ ਲੀਨ ਹੋ ਜਾਂਦਾ ਹੈ । ਉਸ ਦੇ ਮਨ ਦੀ ਤ੍ਰਿਸ਼ਨਾ ਦੀ ਭੁੱਖ ਖਤਮ ਹੋ ਜਾਂਦੀ ਹੈ । ਪ੍ਰਭ ਹਰਇਕ ਦੇ ਮਨ ਵਿੱਚ ਗੁਪਤ ਹੀ ਵਸਦਾ, ਦੇਖਦਾ, ਪਾਲਣਾ ਕਰਦਾ ਹੈ । ਜਿਹੜਾ ਸ਼ਬਦ ਦੀ ਸੋਝੀ ਨਾਲ ਰੰਗਿਆ ਜਾਂਦਾ ਹੈ । ਉਸ ਦਾ ਮਨ ਸ਼ਬਦ ਦੇ ਅੰਮ੍ਰਿਤ ਨਾਲ ਭਰਪੂਰ ਰਹਿੰਦਾ ਹੈ । ਜਿਹੜਾ ਪਾਰਸ ਪੱਥਰ ਪ੍ਰਭ ਦੇ ਸ਼ਬਦ ਨੂੰ ਛੋਹਦਾ, ਆਪ ਹੀ ਪਾਰਸ ਪੱਥਰ ਬਣ ਜਾਂਦਾ ਹੈ । ਪ੍ਰਭ ਉਸ ਦਾ ਹਰਇਕ ਥਾਂ ਸਾਥੀ, ਸਹਾਈ ਰਹਿੰਦਾ ਹੈ ।

His Word - Philosopher's stone!

Whosoever may remain intoxicated in meditating on the teachings of His Word; his state of mind may become beyond the reach of worldly desires. The True Master, Creator remains embedded, dwells, nourishes and protects His Creation, mysteriously. Whosoever may remain drenched with the essence of His Word; he may remain overwhelmed with the nectar of the essence of His Word. Whosoever may touch the philosopher's stone, His Word; he may be transformed as philosopher's stone. The True Master remains his companion, savior everywhere.

11. ਬਸੰਤ ਮਹਲਾ ੧ ਅਸਟਪਦੀਆ ਘਰੁ ੧ ਦੁਤੁਕੀਆ॥ 1187-6

ੴ ਸਤਿਗੁਰ ਪ੍ਰਸਾਦਿ॥ — ik-oNkaar satgur parsaad.

ਜਗੁ ਕਊਆ ਨਾਮੁ ਨਹੀ ਚੀਤਿ॥ ਨਾਮੁ ਬਿਸਾਰਿ ਗਿਰੈ ਦੇਖੁ ਭੀਤਿ॥ — jag ka-oo-aa naam nahee cheet. naam bisaar girai daykh bheet.
ਮਨੂਆ ਡੋਲੈ ਚੀਤਿ ਅਨੀਤਿ॥ ਜਗ ਸਿਉ ਤੂਟੀ ਝੂਠ ਪਰੀਤਿ॥੧॥ — manoo-aa dolai cheet aneet. jag si-o tootee jhooth pareet. ||1||

ਸੰਸਾਰਕ ਜੀਵ ਦੇ ਮਨ ਦੀ ਅਵਸਥਾ ਕੁੱਤੇ ਵਰਗੀ ਹੁੰਦੀ ਹੈ! ਉਹ ਪ੍ਰਭ ਦਾ ਸ਼ਬਦ ਯਾਦ ਨਹੀਂ ਰਖਦਾ, ਰਹਿਮਤ ਦਾ ਧੰਨਵਾਦ ਨਹੀਂ ਕਰਦਾ । ਪ੍ਰਭ ਦੇ ਸ਼ਬਦ ਦੀ ਸਿਖਿਆਂ ਵਿਸਾਰ ਕੇ ਉਹ ਸੰਸਾਰਕ ਮਾਇਆ ਦੇ ਜਾਲ ਵਿੱਚ ਫਸ ਜਾਂਦਾ ਹੈ । ਉਸ ਦਾ ਮਨ ਧਰਮ ਦੇ ਭਰਮਾਂ ਅਤੇ ਚਲਾਕੀਆਂ ਨਾਲ ਡੋਲ ਜਾਂਦਾ ਹੈ । ਇਕੋ ਇਕ ਪ੍ਰਭ ਦੇ ਭਾਣੇ, ਬਖਸ਼ੇ ਤੇ ਸੰਤੋਖ ਨਹੀਂ ਰਖਦਾ । ਮਨ ਵਿਚੋਂ, ਸੰਸਾਰਕ ਨਾਸ ਹੋ ਜਾਣ ਵਾਲੀਆਂ ਚੀਜ਼ਾਂ ਨਾਲ ਮੋਹ ਨਹੀਂ ਤਿਆਗਦਾ ।

The state of mind of a self-minded may be like a dog. He may not remember the memory of his separation from His Holy Spirit nor remains gratitude for His Blessings. He may abandon the teachings of His Word from his day-to-day life, rather remain intoxicated with sweet poison of worldly desires. He may remain wandering in all directions with worldly greed and his clever plans. He may not remain contented with his worldly environments. He may never renounce his attachments to short-lived pleasures of perishable worldly wealth, worldly bonds, and attachments.

ਕਾਮੁ ਕ੍ਰੋਧੁ ਬਿਖੁ ਬਜਰੁ ਭਾਰੁ॥ — kaam kroDh bikh bajar bhaar.
ਨਾਮ ਬਿਨਾ ਕੈਸੇ ਗੁਨ ਚਾਰੁ॥੧॥ ਰਹਾਉ॥ — naam binaa kaisay gun chaar. ||1|| rahaa-o.

ਮਨ ਦੀ ਕਾਮ ਵਾਸ਼ਨਾ ਅਤੇ ਕਰੋਧ ਦਾ ਬੋਜ ਬਹੁਤ ਭਾਰੀ, ਸਹਾਰਿਆ ਨਹੀਂ ਜਾ ਸਕਦਾ । ਸੰਸਾਰਕ ਜੀਵ ਕਿਵੇਂ ਸ਼ਬਦ ਨਾਲ ਜੀਵਨ ਢਾਲ ਸਕਦਾ ਹੈ?

The burden, anxiety of sexual urge and anger of his mind may be very unbearable and intolerable. How may he adopt the teachings of His Word with steady and stable belief in his day-to-day life?

ਘਰੁ ਬਾਲੂ ਕਾ ਘੂਮਨ ਘੇਰਿ॥ ਬਰਖਸਿ ਬਾਣੀ ਬੁਦਬੁਦਾ ਹੇਰਿ॥ — ghar baaloo kaa ghooman ghayr. barkhas banee budbudaa hayr.
ਮਾਤ੍ਰ ਬੂੰਦ ਤੇ ਧਰਿ ਚਕੁ ਫੇਰਿ॥ ਸਰਬ ਜੋਤਿ ਨਾਮੈ ਕੀ ਚੇਰਿ॥੨॥ — matar boond tay Dhar chak fayr. sarab jot naamai kee chayr. ||2||

ਸੰਸਾਰ ਨੂੰ ਇਕ ਰੇਤ ਦੀ ਘੁੰਮਣ ਘੇਰੀ ਤੇ ਬਣਾਇਆ ਹੋਇਆ ਰੇਤ ਦਾ ਕਿਲ੍ਹਾ, ਮੀਂਹ ਦੇ ਪਾਣੀ ਦੇ ਛਲੇ, ਬੁਲਬਲੇ ਤੋਂ ਬਣਾਇਆ ਹੋਇਆ ਸਮਝੋ । ਇਹ ਇਕ ਬੱਦਲ ਦੀ ਤਰ੍ਹਾਂ ਹੀ ਹੈ । ਜਿਹੜਾ ਨਿਕਲਦਾ, ਅਕਾਸ ਵਿੱਚ ਘੁੰਮਦਾ ਹੈ । ਸਾਰੇ ਜੀਵਾਂ ਦੀ ਜੋਤ, ਰੋਸ਼ਨੀ ਹੀ ਪ੍ਰਭ ਦੀ ਦਾਸੀ ਹੈ ।

Just imagine! World may be as a sand castle built on a shaky ground on the shore of ocean, beach; created from the wave of ocean water! As a cloud that may disappear after a short period. All worldly creatures remain slave of His Holy Spirit.

ਸਰਬ ਉਪਾਇ ਗੁਰੂ ਸਿਰਿ ਮੋਰੁ॥ ਭਗਤਿ ਕਰਉ ਪਗ ਲਾਗਉ ਤੋਰ॥ — sarab upaa-ay guroo sir mor. bhagat kara-o pag laaga-o tor.
ਨਾਮਿ ਰਤੋਂ ਚਾਹਉ ਤੁਝ ਓਰੁ॥ ਨਾਮੁ ਦੁਰਾਇ ਚਲੈ ਸੋ ਚੋਰੁ॥੩॥ — naam rato chaaha-o tujh or. naam duraa-ay chalai so chor. ||3||

ਪ੍ਰਭ ਨੇ ਹੀ ਸਾਰੀ ਸ੍ਰਿਸ਼ਟੀ ਪੈਦਾ ਕੀਤੀ ਹੈ । ਮੇਰਾ ਮਨ, ਤਨ ਸ਼ਬਦ ਦਾ ਸਿਮਰਨ ਕਰਦਾ, ਪ੍ਰਭ ਦੇ ਸ਼ਬਦ ਰੂਪੀ ਚਰਨਾਂ ਵਿੱਚ ਹੀ ਰਹਿੰਦਾ ਹਾ । ਮੈਂ ਸ਼ਬਦ ਨਾਲ ਜੀਵਨ ਢਾਲਕੇ, ਪ੍ਰਭ ਦੀ ਸ਼ਰਨ ਵਿੱਚ ਪਨਾਹ ਦੀ ਭਿਖਿਆਂ ਮੰਗਦਾ ਹਾ । ਜਿਹੜਾ ਸ਼ਬਦ ਦੀ ਸਿਖਿਆਂ ਨਾਲ ਜੀਵਨ ਢਾਲਣ ਨੂੰ ਜੀਵਨ ਦਾ ਮੰਤਵ ਨਹੀਂ ਬਣਾਉਂਦਾ, ਉਹ ਸੰਸਾਰ ਵਿੱਚ ਚੋਰਾਂ ਦੀ ਤਰ੍ਹਾਂ ਮੌਤ ਦੇ ਵਸ ਵਿੱਚ ਰਹਿੰਦਾ ਹੈ ।

The True Master has created the whole universe; I have surrendered my mind, body, and worldly status at His Sanctuary and I dwell in His Spiritual Feet, in the void of His Word. I have adopted the teachings of His Word and pray for His Forgiveness and Refuge. Whosoever may not adopt the teachings of Your Word as the real purpose of his human life opportunity. He may waste his human life opportunity like a thief. He may remain under the control of devil of death.

ਪਤਿ ਖੋਈ ਬਿਖੁ ਅੰਚਲਿ ਪਾਇ॥ — pat kho-ee bikh anchal paa-ay.
ਸਾਚ ਨਾਮਿ ਰਤੋਂ ਪਤਿ ਸਿਉ ਘਰਿ ਜਾਇ॥ — saach naam rato pat si-o ghar jaa-ay.
ਜੋ ਕਿਛੁ ਕੀਨ੍ਹਸਿ ਪ੍ਰਭੁ ਰਜਾਇ॥ — jo kichh keenHas parabh rajaa-ay.
ਭੈ ਮਾਨੈ ਨਿਰਭਉ ਮੇਰੀ ਮਾਇ॥੪॥ — bhai maanai nirbha-o mayree maa-ay. ||4||

ਜਿਹੜਾ ਪ੍ਰਭ ਦਾ ਸ਼ਬਦ ਮਨ ਵਿਚੋਂ ਵਿਸਾਰ ਦੇਂਦਾ ਹੈ । ਉਹ ਆਪਣਾ ਮਾਣ ਗਵਾ ਲੈਂਦਾ ਹੈ । ਉਹ ਪਾਪਾਂ ਦੀ ਨਾਸ ਹੋਣ ਵਾਲੀ ਕਮਾਈ ਇਕੱਠੀ ਕਰਦਾ ਹੈ । ਜਿਹੜਾ ਸ਼ਬਦ ਨਾਲ ਜੀਵਨ ਢਾਲਦਾ ਹੈ, ਉਹ ਦਰਬਾਰ ਵਿੱਚ ਪ੍ਰਵਾਨ ਹੋ ਜਾਂਦਾ ਹੈ । ਉਹ ਪ੍ਰਭ ਦੀ ਮਰਜ਼ੀ, ਰਜ਼ਾ ਵਿੱਚ ਰਹਿੰਦਾ ਹੀ ਸਭ ਕੰਮ ਕਰਦਾ ਹੈ । ਜਿਹੜਾ ਪ੍ਰਭ ਦੇ ਭਾਣੇ ਨੂੰ ਸਤਿ ਕਰਕੇ ਮੰਨਦਾ ਹੈ, ਉਹ ਪ੍ਰਭ ਦੇ ਵਿਛੋੜੇ ਦੇ ਵਿਰਾਗ, ਡਰ ਵਿੱਚ ਹੀ ਰਹਿੰਦਾ ਹੈ । ਉਹ ਸੰਸਾਰਕ ਇਛਾਂ ਤੋਂ ਨਿਡਰ ਹੋ ਜਾਂਦਾ ਹੈ ।

Whosoever may abandon the teachings of His Word from his day-to-day life. He may lose his human life opportunity, his honor in His Court. He may only collect short-lived worldly wealth. Whosoever may adopt the teachings of His Word with steady and stable belief; with His mercy and grace, he may be accepted in His Court. He may perform all his worldly deeds as per the teachings of His Word. He accepts His Word as an ultimate Command only, the real path of human life journey. He may remain in renunciation in the memory of his separation from His Holy Spirit. He may become fearless from any worldly desires or miseries of human life journey

ਕਾਮਨਿ ਚਾਹੈ ਸੁੰਦਰਿ ਭੋਗੁ॥ ਪਾਨ ਫੂਲ ਮੀਠੇ ਰਸ ਰੋਗ॥ — kaaman chaahai sundar bhog. paan fool meethay ras rog.
ਖੀਲੈ ਬਿਗਸੈ ਤੇਤੋਂ ਸੋਗ॥ ਪ੍ਰਭ ਸਰਣਾਗਤਿ ਕੀਨ੍ਹਸਿ ਹੋਗ॥੫॥ — kheelai bigsai tayto sog. parabh sarnaagat keenHas hog. ||5||

ਜੀਵ (ਔਰਤ) ਸੁੰਦਰਤਾ ਅਤੇ ਅਨੰਦ ਵਾਲੀਆਂ ਚੀਜ਼ਾਂ ਹੀ ਪਸੰਦ ਕਰਦਾ ਹੈ । ਪਰ ਅਨੰਦ (ਨਸ਼ੇ ਵਾਲੇ ਪਾਨ ਪੱਤਾ) ਵਾਲੇ ਰਸ, ਫੁੱਲ ਅਤੇ ਮਿੱਠੇ ਰਸ, ਰੋਗ ਦੀ ਤਰ੍ਹਾਂ ਆਦਤ ਬਣ ਜਾਂਦੇ ਹਨ । ਸੰਸਾਰਕ ਅਨੰਦ ਨਾਲ ਦੁਖ ਹੀ ਸਹਿਣਾ ਪੈਂਦਾ ਹੈ । ਜਿਹੜਾ ਸ਼ਬਦ ਨਾਲ ਜੀਵਨ ਢਾਲਦਾ ਹੈ । ਉਸ ਦੇ ਮਨ ਦੀਅ ਇਛਾਂ, ਮੁਰਦਾਂ ਪੂਰੀਆਂ ਹੋ ਜਾਂਦੀਆਂ ਹਨ ।

Self-minded may always remain eager, anxious to be attached to the beauty of His Nature, beautiful creatures. All worldly pleasures may become like intoxication, addiction in his worldly life journey. Whosoever may enjoy short-lived pleasures; he may only endure miseries in his worldly life. Whosoever may adopt the teachings of His Word in his day-to-day life; with His mercy and grace, all his spoken and unspoken desires may be fully satisfied.

ਕਾਪੜੁ ਪਹਿਰਸਿ ਅਧਿਕੁ ਸੀਗਾਰੁ॥ ਮਾਟੀ ਫੂਲੀ ਰੂਪੁ ਬਿਕਾਰੁ॥ kaaparh pahiras aDhik seegaar. maatee foolee roop bikaar.
ਆਸਾ ਮਨਸਾ ਬਾਂਧੋ ਬਾਰੁ॥ ਨਾਮ ਬਿਨਾ ਸੂਨਾ ਘਰੁ ਬਾਰੁ॥੬॥ aasaa mansaa baaNDho baar. naam binaa soonaa ghar baar. ||6||

ਮਨਮੁਖ ਸੁੰਦਰ ਬਸਤਰ ਅਤੇ ਸ਼ਿਗਾਰ ਦਾ ਅਨੰਦ ਮਾਨਦਾ ਹੈ । ਉਹ ਮਨ ਦੀਆ ਇਛਾਂ ਪੂਰੀਆਂ ਕਰਨ ਲਈ ਪਾਪਾਂ ਵਾਲੇ ਕੰਮ ਕਰਦਾ ਹੈ । ਉਸ ਦੇ ਮਨ ਦਾ ਫੁੱਲ ਮਰਝਾ ਜਾਂਦਾ, ਮਰ ਜਾਂਦਾ ਹੈ । ਸੰਸਾਰਕ ਇਛਾਂ, ਆਸਾਂ ਦਰਬਾਰ ਵਿੱਚ ਜਾਣ ਦੀਆਂ ਰੁਕਾਵਟਾ ਹੀ ਬਣ ਜਾਂਦੀਆਂ ਹਨ । ਸ਼ਬਦ ਦੀ ਪਾਲਣਾ ਤੋਂ ਬਿਨਾਂ ਉਸ ਦਾ ਮਨ ਸੱਨੇ ਘਰ ਵਰਗਾ ਹੀ ਹੁੰਦਾ ਹੈ ।

Self-minded may enjoy the glamor of expensive clothes and embellishment. He may commit sins to maintain his worldly status. The lotus flower of his mind, conscious may die. His worldly desires, hopes may become barriers on his right path of acceptance in His Court. His mind may remain as vandalized house, void; without obeying the teachings of His Word.

ਗਾਛਹੁ ਪੁਤ੍ਰੀ ਰਾਜ ਕੁਆਰਿ॥ ਨਾਮੁ ਭਣਹੁ ਸਚੁ ਦੋਤੁ ਸਵਾਰਿ॥ gaachhahu putree raaj ku-aar. naam bhanahu sach dot savaar.
ਪ੍ਰਿਉ ਸੇਵਹੁ ਪ੍ਰਭ ਪ੍ਰੇਮ ਅਧਾਰਿ॥ pari-o sayvhu parabh paraym aDhaar.
ਗੁਰ ਸਬਦੀ ਬਿਖੁ ਤਿਆਸ ਨਿਵਾਰਿ॥੭॥ gur sabdee bikh ti-aas nivaar. ||7||

ਜੀਵ ਆਪਣਾ ਜੀਵਨ ਸ਼ਬਦ ਨਾਲ ਢਾਲਕੇ ਸੰਸਾਰਕ ਇਛਾਂ ਵਾਲੇ ਸੰਸਾਰ ਵਿਚੋਂ ਭਾਗ ਜਾਵੇ! ਜਿਹੜਾ ਆਪਣਾ ਜੀਵਨ ਅਡੋਲ ਭਰੋਸੇ ਨਾਲ ਪ੍ਰਭ ਦੇ ਸ਼ਬਦ ਦੀ ਸਿਖਿਆਂ ਨਾਲ ਢਾਲਦਾ ਹੈ । ਪ੍ਰਭ ਦੀ ਰਹਿਮਤ ਨਾਲ ਮਨ ਦੇ ਪਾਪਾਂ ਦੇ ਖਿਆਲਾਂ ਅਤੇ ਕੰਮਾਂ ਤੇ ਜਿੱਤ ਬਖਸ਼ਿਸ਼ ਹੋ ਜਾਂਦੀ ਹੈ ।

You should adopt the teachings of His Word with steady and stable and remain far away from the intoxication, temptations of short-lived glamor of worldly wealth. Whosoever may adopt the teachings of His Word with steady and stable belief in his day-to-day life; with His mercy and grace, he may conquer his evil thoughts and sinful desires.

ਮੋਹਨਿ ਮੋਹਿ ਲੀਆ ਮਨੁ ਮੋਹਿ॥ ਗੁਰ ਕੈ ਸਬਦਿ ਪਛਾਨਾ ਤੋਹਿ॥ mohan mohi lee-aa man mohi. gur kai sabad pachhaanaa tohi.
ਨਾਨਕ ਠਾਢੇ ਚਾਹਹਿ ਪ੍ਰਭੂ ਦੁਆਰਿ॥ naanak thaadhay chaaheh parabhoo du-aar.
ਤੇਰੇ ਨਾਮਿ ਸੰਤੋਖੇ ਕਿਰਪਾ ਧਾਰਿ॥ ੮॥ ੧॥ tayray naam santokhay kirpaa Dhaar. ||8||1||

ਪ੍ਰਭ ਦੇ ਸ਼ਬਦ ਦੀ ਸਿਖਿਆਂ ਨੇ ਮੇਰਾ ਮਨ ਮੋਹ ਲਿਆ ਹੈ । ਸ਼ਬਦ ਦੀ ਪਾਲਣਾ ਕਰਨ ਨਾਲ ਸ਼ਬਦ ਦੀ ਸੋਝੀ ਬਖਸ਼ਿਸ਼ ਹੋ ਗਈ ਹੈ । ਮੈਂ ਬਹੁਤ ਧੀਰਜ, ਸੰਤੋਖ ਨਾਲ ਪ੍ਰਭ ਦੇ ਦਰ ਤੇ ਖੜ੍ਹਾ, ਰਹਿਮਤ ਦੀ ਭਿਖਿਆ ਮੰਗਦਾ ਹਾ ।

The True Master, the teachings of His Word have intoxicated my mind. I am obeying the teachings of His Word with steady and stable belief; with His mercy and grace, I have been enlightened with the essence of His Word. I may remain waiting with patience and contentment at His door for His Forgiveness and Refuge.

Key Message of Raag Basant, page 1187-6
'ਦਾਸ ਦੇ ਮਨ ਦੀ ਅਵਸਥਾ!
ਸੰਸਾਰ ਇਕ ਰੇਤ ਦੀ ਘੁੰਮਣ ਘੇਰੀ ਤੇ ਬਣਾਇਆ ਹੋਇਆ ਰੇਤ ਦਾ ਕਿਲ੍ਹਾ ਹੈ । ਸਾਰੇ ਜੀਵਾਂ ਦੀ ਜੋਤ, ਰੋਸ਼ਨੀ ਹੀ ਪ੍ਰਭ ਦੀ ਦਾਸੀ ਹੈ । ਜਿਹੜਾ ਸ਼ਬਦ ਨਾਲ ਜੀਵਨ ਢਾਲਦਾ ਹੈ, ਉਹ ਪ੍ਰਭ ਦੇ ਵਿਛੋੜੇ ਦੇ ਵਿਰਾਗ, ਡਰ ਵਿੱਚ ਹੀ ਸੰਸਾਰਕ ਇਛਾਂ ਤੋਂ ਨਿਡਰ ਹੋ ਜਾਂਦਾ ਹੈ । ਉਸ ਦੇ ਮਨ ਦੀਅ ਇਛਾਂ, ਮੁਰਦਾਂ ਪੂਰੀਆਂ ਹੋ ਜਾਂਦੀਆਂ ਹਨ । ਉਸ ਨੂੰ ਮਨ ਦੇ ਪਾਪਾਂ ਦੇ ਖਿਆਲਾਂ ਅਤੇ ਕੰਮਾਂ ਤੇ ਜਿੱਤ ਬਖਸ਼ਿਸ਼ ਹੋ ਜਾਂਦੀ ਹੈ । ਉਹ ਬਹੁਤ ਧੀਰਜ, ਸੰਤੋਖ ਨਾਲ ਪ੍ਰਭ ਦੇ ਦਰ ਤੇ ਖੜ੍ਹਾ, ਰਹਿਮਤ ਦੀ ਭਿਖਿਆ ਮੰਗਦਾ ਹਾ ।
State of mind of His true devotee!
World may be considered as sand castle built on a shaky ground on the shore of ocean. All worldly creatures remain slave of His Holy Spirit. Whosoever may adopt the teachings of His Word with steady and stable belief; he may remain in renunciation in the memory of his separation from His Holy Spirit. He may become fearless from worldly desires. All his spoken and unspoken desires may be fully satisfied. He may conquer his evil thoughts and sinful desires. He may remain waiting with patience and contentment for His Forgiveness and Refuge.

12. ਬਸੰਤੁ ਮਹਲਾ ੧॥ 1187-17

ਮਨੁ ਭੂਲਉ ਭਰਮਸਿ ਆਇ ਜਾਇ॥ man bhoola-o bharmas aa-ay jaa-ay.
ਅਤਿ ਲੁਬਧ ਲੁਭਾਨਉ ਬਿਖਮ ਮਾਇ॥ at lubaDh lubhaana-o bikham maa-ay.
ਨਹ ਅਸਥਿਰੁ ਦੀਸੈ ਏਕ ਭਾਇ॥ nah asthir deesai ayk bhaa-ay.
ਜਿਉ ਮੀਨ ਕੁੰਡਲੀਆ ਕੰਠਿ ਪਾਇ॥੧॥ ji-o meen kundlee-aa kanth paa-ay. ||1||

ਜਿਹੜਾ ਜੀਵ ਭਰਮਾਂ ਵਿੱਚ ਭਟਕਦਾ ਰਹਿੰਦਾ ਹੈ, ਉਹ ਜੂੰਨਾਂ ਦੇ ਚੱਕਰ ਵਿੱਚ ਹੀ ਰਹਿੰਦਾ ਹੈ । ਉਹ ਸੰਸਾਰਕ ਮਾਇਆ ਦੇ ਜਾਲ ਵਿੱਚ ਹੀ ਫਸ ਜਾਂਦਾ ਹੈ । ਉਸ ਦਾ ਮਨ ਪ੍ਰਭ ਦੇ ਸ਼ਬਦ ਤੋਂ ਡੋਲ ਜਾਂਦਾ, ਟਿਕਦਾ ਨਹੀਂ । ਉਹ ਸੰਸਾਰ ਵਿੱਚ ਮੱਛੀ ਦੀ ਤਰ੍ਹਾਂ ਹੁੰਦਾ, ਜਿਸ ਦੇ ਗਲ ਵਿੱਚ ਕੁੰਡੀ ਪਈ ਹੋਵੇ ।

Whosoever may remain frustrated in religious suspicions; he may remain in the cycle of birth and death. He remains intoxicated with the sweet poison of worldly wealth. He may never obey the teachings of His Word with steady and stable in his day-to-day life. His worldly condition may be like a fish captured by the hook of fisherman.

ਮਨੁ ਭੂਲਉ ਸਮਝਸਿ ਸਾਚਿ ਨਾਇ॥ man bhoola-o samjhas saach naa-ay.
ਗੁਰ ਸਬਦੁ ਬੀਚਾਰੇ ਸਹਜ ਭਾਇ॥੧॥ ਰਹਾਉ॥ gur sabad beechaaray sahj bhaa-ay. ||1|| rahaa-o.

ਭਰਮਾਂ ਵਿੱਚ ਪਏ ਜੀਵ ਨੂੰ ਮਨ ਨੂੰ ਅੰਦਰੋਂ ਚੇਤਵਨੀ ਆਉਂਦੀ ਹੈ । ਜਿਹੜਾ ਸ਼ਬਦ ਨਾਲ ਜੀਵਨ ਢਾਲਦਾ ਹੈ, ਉਸ ਦੇ ਮਨ ਦਾ ਭਰੋਸਾ ਅਡੋਲ ਹੋ ਜਾਂਦਾ ਹੈ ।

Whosoever may remain intoxicated in religious suspicions and rituals; he may also hear the warning from within his mind. Whosoever may adopt the teachings of His Word; with His mercy and grace, he may become steady and stable on the right path of acceptance in His Court.

ਮਨੁ ਭੂਲਉ ਭਰਮਸਿ ਭਵਰ ਤਾਰ॥	man bhoola-o bharmas bhavar taar.
ਬਿਲ ਬਿਰਥੇ ਚਾਹੈ ਬਹੁ ਬਿਕਾਰ॥	bil birthay chaahai baho bikaar.
ਮੈਗਲ ਜਿਉ ਫਾਸਸਿ ਕਾਮਹਾਰ॥	maigal ji-o faasas kaamhaar.
ਕੜਿ ਬੰਧਨਿ ਬਾਧਿਓ ਸੀਸ ਮਾਰ॥੨॥	karh banDhan baaDhi-o sees maar. ||2||

ਜੀਵ ਦਾ ਮਨ ਭਰਮਾਂ ਵਿੱਚ ਪਾਇਆ, ਸ਼ਹਿਦ ਦੀ ਮੱਖੀ ਵਰਗਾ ਹੈ, ਜਿਹੜੀ ਇਕ ਫੁੱਲ ਤੇ ਟਿਕਦੀ ਨਹੀਂ । ਉਸ ਦੇ ਕੰਨਾਂ ਵਿੱਚ ਜੋਗੀਆਂ ਵਾਲੀਆਂ ਮੁੰਦ੍ਰਾਂ, ਧਰਮ ਦੇ ਬਾਣੇ ਦਾ ਕੋਈ ਲਾਭ ਨਹੀਂ ਹੁੰਦਾ । ਉਸ ਦਾ ਮਨ ਸੰਸਾਰਕ ਇਛਾਂ, ਲਾਲਚ ਵਿੱਚ ਹੀ ਰਹਿੰਦਾ ਹੈ । ਉਸ ਹਾਥੀ ਵਰਗਾ ਹੁੰਦਾ ਹੈ! ਜਿਹੜਾ ਆਪਣੇ ਮਨ ਦੀ ਕਾਮ ਵਾਸ਼ਨਾ ਦੇ ਘੇਰੇ ਵਿੱਚ ਹੀ ਫਸਿਆ ਹੁੰਦਾ ਹੈ । ਉਸ ਨੂੰ ਸੰਗਲ ਨਾਲ ਬੰਨ ਕੇ ਸਿਰ ਤੇ ਚੋਟਾ ਮਾਰੀਆਂ ਜਾਂਦੀਆਂ ਹਨ ।

Whosoever may remain intoxicated with religious suspicions; his state of mind may be like a honey bee, who may never stay on one flower. Wearing ear rings of contentment like Yogis may not benefit. He may remain intoxicated with sweet poison of worldly desires. His state of mind may remain like an elephant; who may remain a slave of sexual urge. He may be tied with a chain and becomes a slave.

ਮਨੁ ਮੁਗਧੌ ਦਾਦਰੁ ਭਗਤਿਹੀਨੁ॥	man mugDhou daadar bhagtiheen.
ਦਰਿ ਭ੍ਰਸਟ ਸਰਾਪੀ ਨਾਮ ਬੀਨੁ॥	dar bharsat saraapee naam been.
ਤਾ ਕੈ ਜਾਤਿ ਨ ਪਾਤੀ ਨਾਮ ਲੀਨ॥	taa kai jaat na paatee naam leen.
ਸਭਿ ਦੂਖ ਸਖਾਈ ਗੁਣਹ ਬੀਨ॥੩॥	sabh dookh sakhaa-ee gunah been. ||3||

ਜਿਹੜਾ ਸ਼ਬਦ ਦੀ ਬੰਦਗੀ ਤੋਂ ਬਿਨਾਂ ਹੁੰਦਾ ਹੈ । ਉਸ ਦਾ ਮਨ ਮੂਰਖ ਡੱਡੂ ਵਰਗਾ ਹੈ! ਸ਼ਬਦ ਦੀ ਪਾਲਣਾ ਤੋਂ ਬਿਨਾਂ, ਉਸ ਨੂੰ ਦਰਬਾਰ ਵਿੱਚ ਸਜ਼ਾ ਦਿੱਤੀ ਜਾਂਦੀ ਹੈ । ਉਸ ਦੀ ਕੋਈ ਹੈਸੀਅਤ ਨਹੀਂ, ਕੋਈ ਨਾਮ ਵੀ ਨਹੀਂ ਜਾਣਦਾ । ਜਿਹੜਾ ਜੀਵ ਸ਼ਬਦ ਨਾਲ ਜੀਵਨ ਨਹੀਂ ਢਾਲਦਾ । ਉਸ ਦੇ ਜੀਵਨ ਦੇ ਸਾਰੇ ਬੁਰੇ ਕੰਮ, ਪਾਪ ਉਸ ਦੇ ਸਾਥ ਜਾਂਦੇ ਹਨ ।

Whosoever may not meditate, obeys the teachings of His Word in his human life journey; his state of mind may be like silly frog. He may endure miseries in His Court. He may not have any honor or recognition in his worldly life nor in His Court. Whosoever may not adopt the teachings of His Word; his burden of sins of his worldly deeds, remains as witness in His Court, to haunt after death.

ਮਨੁ ਚਲੈ ਨ ਜਾਈ ਠਾਕਿ ਰਾਖੁ॥	man chalai na jaa-ee thaak raakh.
ਬਿਨੁ ਹਰਿ ਰਸ ਰਾਤੇ ਪਤਿ ਨ ਸਾਖੁ॥	bin har ras raatay pat na saakh.
ਤੂ ਆਪੇ ਸੁਰਤਾ ਆਪਿ ਰਾਖੁ॥ ਧਰਿ ਧਾਰਣ ਦੇਖੈ ਜਾਣੈ ਆਪਿ॥੪॥	too aapay surtaa aap raakh. Dhar Dhaaran daykhai jaanai aap. ||4||

ਜਿਹੜਾ ਮਨ ਭਰਮਾਂ ਵਿੱਚ ਭਟਕਦਾ ਰਹਿੰਦਾ ਹੈ । ਉਸ ਦੇ ਭਰਮ ਦੂਰ ਕਰਨੇ ਬਹੁਤ ਔਖੇ ਹੁੰਦੇ ਹਨ, ਉਹ ਪ੍ਰਭ ਦੇ ਸ਼ਬਦ ਦੀ ਪਾਲਣਾ ਤੇ ਟਿਕ ਨਹੀਂ ਸਕਦਾ । ਸ਼ਬਦ ਦੀ ਪਾਲਣਾ ਕਰਨ ਤੋਂ ਬਿਨਾਂ, ਪ੍ਰਭ ਦੀ ਪ੍ਰਵਾਨਗੀ ਦਾ ਰਸਤਾ ਬਖਸ਼ਿਸ਼ ਨਹੀਂ ਹੁੰਦਾ । ਪ੍ਰਭ ਆਪ ਹੀ ਜੀਵ ਦੀ ਪੁਕਾਰ ਸੁਣਨ, ਰਖਿਆ ਕਰਨ ਵਾਲਾ ਹੈ । ਪ੍ਰਭ ਹੀ ਧਰਤੀ ਨੂੰ ਸਥਿਤ ਰਖਣ ਵਾਲਾ ਆਸਰਾ, ਸ਼ਬਦ ਦੀ ਸੋਝੀ ਦਾ ਮਾਲਕ, ਖਜ਼ਾਨਾਂ ਹੈ ।

Whosoever may remain intoxicated with religious suspicions; his state of mind may be very confused and his suspicions may never be eliminated. He may never stay on the right path of meditation for long. Without obeying the teachings of His Word; no one may ever be blessed with the right path of acceptance in His Court. The True Master hears prayer for Forgiveness and Refuge of His Creation. The True Master may be the supporting pillar of earth and the treasure of enlightenments of all virtues.

ਆਪਿ ਭੁਲਾਏ ਕਿਸੁ ਕਹਉ ਜਾਇ॥	aap bhulaa-ay kis kaha-o jaa-ay.
ਗੁਰੁ ਮੇਲੇ ਬਿਰਥਾ ਕਹਉ ਮਾਇ॥	gur maylay birthaa kaha-o maa-ay.
ਅਵਗਣ ਛੋਡਉ ਗੁਣ ਕਮਾਇ॥	avgan chhoda-o gun kamaa-ay.
ਗੁਰ ਸਬਦੀ ਰਾਤਾ ਸਚਿ ਸਮਾਇ॥੫॥	gur sabdee raataa sach samaa-ay. ||5||

ਪ੍ਰਭ ਆਪ ਹੀ ਜੀਵ ਨੂੰ ਭਰਮਾਂ ਵਿੱਚ ਪਾਉਂਦਾ ਹੈ, ਮੈਂ ਕਿਸ ਨੂੰ ਦੋਸ਼ ਦੇਵਾ? ਮੈਂ ਸ਼ਬਦ ਦੀ ਸੋਝੀ ਦੀ, ਆਪਣੇ ਦੁਖਾਂ ਦੀ ਪੁਕਾਰ ਕਰਦਾ ਹਾ । ਮੈਂ ਪਾਪਾਂ ਵਾਲੇ ਖਿਆਲ, ਕੰਮ ਤਿਆਗਕੇ ਸ਼ਬਦ ਦੀ ਪਾਲਣਾ ਵਾਲੇ ਕੰਮ ਕਰਦਾ ਹਾ । ਮੈਂ ਸ਼ਬਦ ਨਾਲ ਜੀਵਨ ਢਾਲਕੇ, ਸਿਮਰਨ ਵਿੱਚ ਹੀ ਲੀਨ ਰਹਿੰਦਾ ਹਾ ।

The True Master may create suspicions within mind; whom may I blame? With enlightenment of the essence of His Word, I may pray for His Forgiveness and Refuge to stay away from worldly miseries of worldly desires. I have renounced all my evil thoughts and I have adopted the teachings of His Word with steady and stable belief. I remain intoxicated in meditation in the void of His Word.

ਸਤਿਗੁਰ ਮਿਲਿਐ ਮਤਿ ਊਤਮ ਹੋਇ॥	satgur mili-ai mat ootam ho-ay.
ਮਨੁ ਨਿਰਮਲੁ ਹਉਮੈ ਕਢੈ ਧੋਇ॥	man nirmal ha-umai kadhai Dho-ay.
ਸਦਾ ਮੁਕਤੁ ਬੰਧਿ ਨ ਸਕੈ ਕੋਇ॥	sadaa mukat banDh na sakai ko-ay.
ਸਦਾ ਨਾਮੁ ਵਖਾਣੈ ਅਉਰੁ ਨ ਕੋਇ॥੬॥	sadaa naam vakhaanai a-or na ko-ay. ||6||

ਸ਼ਬਦ ਦੀ ਸੋਝੀ ਹੋਣ ਨਾਲ ਮਨ ਦੀ ਜਾਗਰਤੀ, ਗਿਆਨ ਵਧਦਾ, ਮਨ ਨਿਰਮਲ, ਪਵਿੱਤਰ ਹੋ ਜਾਂਦਾ ਹੈ । ਅਹੰਕਾਰ, ਹੈਸੀਅਤ ਦਾ ਅਭਿਮਾਨ ਖਤਮ ਹੋ ਜਾਂਦਾ ਹੈ । ਉਸ ਨੂੰ ਸਦਾ ਲਈ ਪ੍ਰਭ ਦੀ ਸ਼ਰਣ ਵਿੱਚ ਪਨਾਹ ਬਖਸ਼ਿਸ਼ ਹੋ ਜਾਂਦੀ ਹੈ । ਕੋਈ ਸੰਸਾਰਕ ਇਛਾਂ ਵੀ ਮਨ ਤੇ ਕੋਈ ਪ੍ਰਭਾਵ ਨਹੀਂ ਪਾ ਸਕਦੀ । ਉਹ ਹਰ ਵੇਲੇ, ਸਵਾਸ ਗਰਾਸ, ਪ੍ਰਭ ਦੇ ਸ਼ਬਦ ਦਾ ਸਿਮਰਨ ਕਰਦਾ ਹੈ । ਉਸ ਦੇ ਜੀਵਨ ਦਾ ਹੋਰ ਕੋਈ ਧੰਦਾ ਨਹੀਂ ਰਹਿੰਦਾ ।

Whosoever may be enlightened with the essence of His Word; his knowledge, awareness may be enhanced. His soul may be sanctified, his ego and pride of worldly status may be eliminated. He may surrender his mind, body, and worldly status at His Sanctuary. His state of mind may become beyond the influence of worldly desires. His true devotee may meditate on the teachings of His Word with each breath. He may not have any other real purpose of his human life journey.

ਮਨੁ ਹਰਿ ਕੈ ਭਾਣੈ ਆਵੈ ਜਾਇ॥ man har kai bhaanai aavai jaa-ay.
ਸਭ ਮਹਿ ਏਕੋ ਕਿਛੁ ਕਹਣੁ ਨ ਜਾਇ॥ sabh meh ayko kichh kahan na jaa-ay.
ਸਭੁ ਹੁਕਮੋ ਵਰਤੈ ਹੁਕਮਿ ਸਮਾਇ॥ sabh hukmo vartai hukam samaa-ay.
ਦੂਖ ਸੂਖ ਸਭ ਤਿਸੁ ਰਜਾਇ॥੭॥ dookh sookh sabh tis rajaa-ay. ||7||

ਆਤਮਾ ਪ੍ਰਭ ਦੇ ਭਾਣੇ ਨਾਲ ਜਨਮ ਲੈਂਦੀ ਅਤੇ ਮਰਦੀ ਹੈ । ਪ੍ਰਭ ਹੀ ਹਰਇਕ ਜੀਵ ਦੇ ਅੰਦਰ ਵਸਦਾ ਹੈ, ਇਸ ਬਾਬਤ ਹੋਰ ਕੋਈ ਜਾਣਕਾਰੀ ਨਹੀਂ ਹੈ । ਸਾਰੇ ਜੀਵ ਹੀ ਪ੍ਰਭ ਦੀ ਜੋਤ ਵਿਚੋਂ ਪੈਦਾ ਹੁੰਦੇ, ਉਸ ਵਿੱਚ ਹੀ ਸਮਾ ਜਾਂਦੇ, ਅਲੋਪ ਹੋ ਜਾਂਦੇ ਹਨ । ਉਸ ਦਾ ਹੁਕਮ ਹੀ ਸਭ ਥਾਂ, ਸਭ ਜੀਵਾਂ ਵਿੱਚ ਵਾਪਰਦਾ ਹੈ । ਜੀਵ ਨੂੰ ਸੰਸਾਰ ਵਿੱਚ ਦੁਖ, ਸੁਖ ਵੀ, ਭਾਣੇ ਨਾਲ ਹੀ ਬਖਸ਼ਿਸ਼ ਹੁੰਦੇ ਹਨ ।

The cycle birth and death remain under His Command. The True Master, His Word remains embedded within each soul and nothing more may be explained about His Nature. All souls have been separated from His Holy Spirit; with His mercy and grace, sanctified soul may immerse within His Holy Spirit. Only His Command may prevail everywhere all times. All worldly pleasures and miseries may only be rewarded for deeds of his previous lives with His Command.

ਤੂ ਅਭੁਲੁ ਨ ਭੂਲੌ ਕਦੇ ਨਾਹਿ॥ too abhul na bhoolou kaday naahi.
ਗੁਰ ਸਬਦੁ ਸੁਣਾਏ ਮਤਿ ਅਗਾਹਿ॥ gur sabad sunaa-ay mat agaahi.
ਤੂ ਮੋਟਉ ਠਾਕੁਰੁ ਸ਼ਬਦ ਮਾਹਿ॥ too mota-o thaakur sabad maahi.
ਮਨੁ ਨਾਨਕ ਮਾਨਿਆ ਸਚੁ ਸਲਾਹਿ॥੮॥੨॥ man naanak maani-aa sach salaahi. ||8||2||

ਪ੍ਰਭ ਕਦੇ ਸ਼ਬਦ ਦੀ ਕਮਾਈ ਨੂੰ ਭੁਲਦਾ ਨਹੀ, ਕਦੇ ਗਲਤੀ ਨਹੀਂ ਕਰਦਾ । ਜਿਸ ਨੂੰ ਸ਼ਬਦ ਦੀ ਸੋਝੀ ਬਖਸ਼ਿਸ਼ ਹੋ ਜਾਂਦੀ, ਉਸ ਨੂੰ ਇਸ ਦਾ ਡੂੰਘਾ ਗਿਆਨ ਹੋ ਜਾਂਦਾ ਹੈ । ਪ੍ਰਭ ਤੇਰੀ ਹੋਂਦ ਦੀ ਸੋਝੀ ਵੀ ਤੇਰੇ ਸ਼ਬਦ ਦੀ ਪਾਲਣਾ ਵਿੱਚ ਹੀ ਹੈ । ਮੇਰਾ ਮਨ ਸ਼ਬਦ ਦੀ ਪਾਲਣਾ, ਉਸਤਤ ਗਾਉਣ ਵਿੱਚ ਹੀ ਮਸਤ ਰਹਿੰਦਾ ਹੈ ।

The True Master may never forget or ignore the earnings of His Word of any worldly creature nor makes any mistake. Whosoever may be blessed with the essence of His Word; he may remain drenched with eternal spiritual enlightenments of His Nature. The realization, awareness of His Existence may remain embedded within obeying the teachings of His Word. I may remain intoxicated singing the glory and obeying the teachings of His Word with steady and stable belief in my day-to-day life.

Key Message of Raag Basant, page 1187-17

'ਸ਼ਬਦ ਦੀ ਸੋਝੀ, ਸ਼ਬਦ ਦੀ ਪਾਲਣਾ ਵਿੱਚ ਸਮਾਈ ਰਹਿੰਦੀ ਹੈ!

ਜਿਹੜਾ ਸ਼ਬਦ ਨਾਲ ਜੀਵਨ ਢਾਲਦਾ ਹੈ, ਉਸ ਦੇ ਮਨ ਦਾ ਭਰੋਸਾ ਅਡੋਲ ਹੋ ਜਾਂਦਾ ਹੈ । ਪ੍ਰਭ ਹੀ ਧਰਤੀ ਨੂੰ ਸਥਿਤ ਰਖਣ ਵਾਲਾ ਆਸਰਾ, ਸ਼ਬਦ ਦੀ ਸੋਝੀ ਦਾ ਮਾਲਕ, ਖਜ਼ਾਨਾਂ ਹੈ । ਪ੍ਰਭ ਆਪ ਹੀ ਜੀਵ ਦੀ ਪੁਕਾਰ ਸੁਣਨ, ਰਖਿਆ ਕਰਨ ਵਾਲਾ ਹੈ । ਜਿਹੜਾ ਆਪਾ ਪ੍ਰਭ ਦੀ ਸ਼ਰਣ ਵਿੱਚ ਭੇਟਾ ਕਰ ਦੇਂਦਾ ਹੈ, ਉਸ ਦੇ ਮਨ ਤੇ ਕੋਈ ਸੰਸਾਰਕ ਇਛਾਂ ਪ੍ਰਭਾਵ ਨਹੀਂ ਪਾ ਸਕਦੀ । ਸੰਸਾਰ ਵਿੱਚ ਦੁਖ, ਸੁਖ ਵੀ, ਭਾਣੇ ਨਾਲ ਹੀ ਬਖਸ਼ਿਸ਼ ਹੁੰਦਾ ਹੈ । ਪ੍ਰਭ ਦੀ ਹੋਂਦ ਦੀ ਸੋਝੀ ਵੀ ਸ਼ਬਦ ਦੀ ਪਾਲਣਾ ਵਿੱਚ ਹੀ ਸਮਾਈ ਰਹਿੰਦੀ ਹੈ ।

Enlightenment of His Word remains embedded within obeying the teachings of His Word!

Whosoever may adopt the teachings of His Word; he may accept His Word as an ultimate Command. The True Master remains the supporting pillar of earth and the treasure of enlightenments of all virtues. He heeds the prayer of His Creation. He may surrender his self-entity at His Sanctuary; he remains beyond the influence of worldly desires. All worldly pleasures and miseries may only be rewarded for deeds of his previous lives with His Command. The enlightenment of His Existence remains embedded within obeying the teachings of His Word.

13. ਬਸੰਤੁ ਮਹਲਾ ੧॥ 1188-10

ਦਰਸਨ ਕੀ ਪਿਆਸ ਜਿਸੁ ਨਰ ਹੋਇ॥ ਏਕਤੁ ਰਾਚੈ ਪਰਹਰਿ ਦੋਇ॥ darsan kee pi-aas jis nar ho-ay. aykat raachai parhar do-ay.
ਦੂਰਿ ਦਰਦੁ ਮਥਿ ਅੰਮ੍ਰਿਤੁ ਖਾਇ॥ door darad math amrit khaa-ay.
ਗੁਰਮੁਖਿ ਬੂਝੈ ਏਕ ਸਮਾਇ॥੧॥ gurmukh boojhai ayk samaa-ay. ||1||

ਜਿਸ ਜੀਵ ਦੇ ਮਨ ਵਿੱਚ ਪ੍ਰਭ ਦੀ ਰਹਿਮਤ, ਦਰਸ਼ਨ ਦੀ ਪਿਆਸ ਹੋਵੇ । ਉਹ ਜੀਵ ਆਪਣੇ ਭਰਮ ਤਿਆਗ ਦੇਂਦਾ ਹੈ । ਉਸ ਦੇ ਸ਼ਬਦ ਦੀ ਪਾਲਣਾ ਵਿੱਚ, ਸਿਮਰਨ ਵਿੱਚ ਲੀਨ ਰਹਿੰਦਾ ਹੈ । ਉਸ ਦੀਆਂ ਸੰਸਾਰਕ ਇਛਾਂ ਦਾ ਦੁਖ, ਸ਼ਬਦ ਦੀ ਪਾਲਣ ਨਾਲ ਹੀ ਦੂਰ ਹੋ ਜਾਂਦਾ, ਮਨ ਵਿੱਚ ਧੀਰਜ ਬਖਸ਼ਿਸ਼ ਹੋ ਸਕਦਾ ਹੈ । ਗੁਰਮਖ ਨੂੰ ਇਸ ਦੀ ਸੋਝੀ ਬਖਸ਼ਿਸ਼ ਹੋ ਜਾਂਦੀ ਹੈ । ਉਹ ਦਰਬਾਰ ਵਿੱਚ ਪ੍ਰਵਾਨ ਹੋ ਜਾਂਦਾ ਹੈ ।

Whosoever may have anxiety, desire to be enlightened with the essence of His Word. He may renounce his religious suspicions. He may remain intoxicated in meditation and obeying the teachings of His Word. All his miseries of worldly desires may be eliminated and he may be blessed with patience. His true devotee may be enlightened with the essence of His Word and he may be accepted in His Court.

ਤੇਰੇ ਦਰਸਨ ਕਉ ਕੇਤੀ ਬਿਲਲਾਇ॥ tayray darsan ka-o kaytee billaa-ay.
ਵਿਰਲਾ ਕੋ ਚੀਨਸਿ, ਗੁਰ ਸਬਦਿ ਮਿਲਾਇ॥੧॥ ਰਹਾਉ॥ virlaa ko cheenas gur sabad milaa-ay. ||1|| rahaa-o.

ਪ੍ਰਭ ਦੇ ਦਰਸ਼ਨ, ਰਹਿਮਤ ਨੂੰ ਅਨੇਕਾਂ ਹੀ ਤਰਸਦੇ ਰਹਿੰਦੇ ਹਨ । ਪਰ ਕੋਈ ਵਿਰਲਾ ਹੀ ਆਪਣਾ ਭਰੋਸਾ ਸ਼ਬਦ ਤੇ ਅਡੋਲ ਰਖਕੇ ਪ੍ਰਵਾਨ ਹੋ ਸਕਦਾ ਹੈ ।

Many devotees may remain anxious to be blessed with His Blessed Vision; however, very rare may obey the teachings of His Word with steady and stable belief. He may remain steady and stable on the right path of acceptance in His Court.

ਬੇਦ ਵਖਾਣਿ ਕਹਹਿ ਇਕੁ ਕਹੀਐ॥ ਓਹੁ ਬੇਅੰਤੁ ਅੰਤੁ ਕਿਨਿ ਲਹੀਐ॥ bayd vakhaan kaheh ik kahee-ai. oh bay-ant ant kin lahee-ai.
ਏਕੋ ਕਰਤਾ ਜਿਨਿ ਜਗੁ ਕੀਆ॥ ayko kartaa jin jag kee-aa.
ਬਾਝੁ ਕਲਾ ਧਰਿ ਗਗਨੁ ਧਰੀਆ॥੨॥ baajh kalaa Dhar gagan Dharee-aa. ||2||

ਗੁਰੂ ਨਾਨਕ ਦੇਵ ਜੀ! – Guru Nanak Dev Ji! Guru Granth Sahib

ਵੇਦਾਂ, ਧਰਮਾਂ ਦੇ ਗ੍ਰੰਥ ਪੁਕਾਰਦੇ ਹਨ! ਇਕੋ ਇਕ ਪ੍ਰਭ ਦੇ ਸ਼ਬਦ ਦਾ ਸਿਮਰਨ ਕਰਨਾ ਚਾਹੀਦਾ ਹੈ । ਬੇਅੰਤ ਪ੍ਰਭ ਦਾ ਅੰਤ ਕੌਣ ਜਾਣ ਸਕਦਾ ਹੈ? ਇਕੋ ਇਕ ਪ੍ਰਭ ਨੇ ਹੀ ਸਾਰੀਆਂ ਸ੍ਰਿਸ਼ਟੀਆਂ ਪੈਦਾ ਕੀਤੀਆ ਹਨ । ਉਹ ਧਰਤੀ, ਅਕਾਸ਼ ਨੂੰ ਬਿਨਾਂ ਕਿਸੇ ਆਸਰੇ ਤੋਂ ਸਥਿਤ ਰਖਦਾ ਹੈ ।

All Holy Scriptures claims! You should meditate on the teachings of His Word, The One and Only One True Master. Who may comprehend limits of virtues of the infinite The True Master? All the universes have been created as an expansion of His Holy Spirit; with His mercy and grace, Earth, Sky, and all solar systems remains stable with His attraction.

ਏਕੋ ਗਿਆਨੁ ਧਿਆਨੁ ਧੁਨਿ ਬਾਣੀ॥ ਏਕੁ ਨਿਰਾਲਮੁ ਅਕਥ ਕਹਾਣੀ॥ ayko gi-aan Dhi-aan Dhun banee. ayk niraalam akath kahaanee.
ਏਕੋ ਸਬਦੁ ਸਚਾ ਨੀਸਾਣੁ॥ ਪੂਰੇ ਗੁਰ ਤੇ ਜਾਣੈ ਜਾਣੁ॥੩॥ ayko sabad sachaa neesaan. pooray gur tay jaanai jaan. ||3||

ਪ੍ਰਭ ਦੇ ਸ਼ਬਦ ਦੀ ਪਾਲਣਾ ਵਿੱਚ ਹੀ ਸਭ ਗਿਆਨ, ਧਿਆਨ, ਸੋਝੀ ਸਮਾਈ ਰਹਿੰਦੀ ਹੈ । ਨਿਰਮਲ, ਪਵਿੱਤਰ ਪ੍ਰਭ ਮੌਤ ਤੋਂ ਰਹਿਤ ਰਹਿੰਦਾ ਹੈ । ਇਕੋ ਇਕ ਪ੍ਰਭ ਹੀ ਸਦਾ ਅਟਲ ਰਹਿਣ ਵਾਲਾ ਹੈ । ਪ੍ਰਭ ਦੀ ਪੂਰਨ ਕਥਾ, ਵਖਿਆਣ ਨਹੀਂ ਕੀਤਾ ਜਾ ਸਕਦੀ । ਇਸ ਦੀ ਜਾਣਕਾਰੀ ਕੇਵਲ ਪੂਰਨ ਗੁਰੂ, ਪ੍ਰਭ ਹੀ ਜਾਣਦਾ ਹੈ ।

All knowledge, concentration, enlightenment of His Word, Nature remains embedded within obeying the teachings of His Word. The True Master remains unblemished, unstained, Holy and beyond the cycle of birth and death. Only The True Guru may completely comprehend His Nature; the essence of His Word; only He may be worthy to be called True Guru.

ਏਕੋ ਧਰਮੁ ਦ੍ਰਿੜੈ ਸਚੁ ਕੋਈ॥ ਗੁਰਮਤਿ ਪੂਰਾ ਜੁਗਿ ਜੁਗਿ ਸੋਈ॥ ayko Dharam darirhai sach ko-ee. gurmat pooraa jug jug so-ee.
ਅਨਹਦਿ ਰਾਤਾ ਏਕ ਲਿਵ ਤਾਰ॥ ਓਹੁ ਗੁਰਮੁਖਿ ਪਾਵੈ ਅਲਖ ਅਪਾਰ॥੪॥ anhad raataa ayk liv taar. oh gurmukh paavai alakh apaar. ||4||

ਸੰਸਾਰ ਵਿੱਚ ਇਕੋ ਇਕ ਧਰਮ, ਪ੍ਰਭ ਦੇ ਸ਼ਬਦ ਦੀ ਪਾਲਣਾ ਹੀ ਹੈ । ਜਿਹੜਾ ਸ਼ਬਦ ਨਾਲ ਜੀਵਨ ਢਾਲਦਾ ਹੈ, ਉਸ ਦਾ ਜੀਵਨ ਪੂਰਨ, ਪਵਿੱਤਰ ਹੋ ਜਾਂਦਾ ਹੈ । ਇਹ ਜੁੱਗਾਂ, ਜੁੱਗਾਂ ਤੋਂ ਹੀ ਹੁੰਦਾ ਆਇਆ ਹੈ । ਜਿਹੜਾ ਸਦਾ ਅਟਲ ਰਹਿਣ ਵਾਲੇ ਪ੍ਰਭ ਦੇ ਸ਼ਬਦ ਦੇ ਸਿਮਰਨ ਵਿੱਚ ਅਡੋਲ ਰਹਿੰਦਾ ਹੈ, ਉਸ ਨੂੰ ਗੁਰਮਖ ਅਵਸਥਾਂ ਬਖਸ਼ਿਸ਼ ਹੋ ਜਾਂਦੀ, ਪ੍ਰਭ ਦੀ ਜੋਤ ਵਿੱਚ ਹੀ ਅਲੋਪ ਹੋ ਜਾਂਦਾ ਹੈ ।

The One and Only One religion established with His Imagination may be "Mankind"; only guiding principles, Rahat-nama may be to adopt the teachings of His Word. His Nature has been prevailing from Ancient Ages same way. Whosoever may adopt the teachings of His Word with steady and stable belief; with His mercy and grace, his soul may be sanctified to become worthy of His Consideration. He may be blessed with a state of mind as His true devotee. He may immerse within His Holy Spirit.

ਏਕੋ ਤਖਤੁ ਏਕੋ ਪਾਤਿਸਾਹੁ॥ ਸਰਬੀ ਥਾਈ ਵੇਪਰਵਾਹੁ॥ ayko takhat ayko paatisaahu. sarbee thaa-ee vayparvaahu.
ਤਿਸ ਕਾ ਕੀਆ ਤ੍ਰਿਭਵਣ ਸਾਰੁ॥ ਓਹੁ ਅਗਮੁ ਅਗੋਚਰੁ ਏਕੰਕਾਰੁ॥੫॥ tis kaa kee-aa taribhavan saar. oh agam agochar aykankaar. ||5||

ਇਕੋ ਇਕ ਪ੍ਰਭ ਹੀ ਤਖਤ ਤੇ ਬੈਠਨ ਦੇ ਯੋਗ ਹੈ, ਇਕੋ ਇਕ ਹੀ ਅਟਲ ਤਖਤ ਹੈ । ਪੂਰਨ ਅਜ਼ਾਦ, ਪ੍ਰਭ ਹਰਇਕ ਜੀਵ, ਥਾਂ ਵਿੱਚ ਸਮਾਇਆ, ਵਾਪਰਦਾ ਹੈ । ਪ੍ਰਭ ਨੇ ਹੀ ਤਿੰਨੇਂ ਸ੍ਰਿਸ਼ਟੀਆਂ ਪੈਦਾ ਕੀਤੀਆ ਹਨ । ਪ੍ਰਭ, ਜੀਵ ਦੀ ਪਹੁੰਚ, ਦੇਖਣ, ਵਖਿਆਣ, ਪੂਰਨ ਸੋਝੀ ਤੋਂ ਉਪਰ ਹੈ ।

The One and only One, True Master has supreme Axiom Royal Throne and only He may be worthy to be crowned on His Royal Throne. The True Master, completely independent remains embedded within each soul and prevails within each body of everything breathing and non-breathing in the universe. All three universes have been an expansion of His Holy Spirit. His Nature remains beyond any comprehension, visibility, explanation, and complete enlightenment of His Creation.

ਏਕਾ ਮੂਰਤਿ ਸਾਚਾ ਨਾਉ॥ ਤਿਥੈ ਨਿਬੜੈ ਸਾਚੁ ਨਿਆਉ॥ aykaa moorat saachaa naa-o. tithai nibrhai saach ni-aa-o.
ਸਾਚੀ ਕਰਣੀ ਪਤਿ ਪਰਵਾਣੁ॥ ਸਾਚੀ ਦਰਗਹ ਪਾਵੈ ਮਾਣੁ॥੬॥ saachee karnee pat parvaan. saachee dargeh paavai maan. ||6||

ਇਕੋ ਇਕ ਪ੍ਰਭ ਦਾ ਸ਼ਬਦ ਸਦਾ ਹੀ ਅਟਲ ਰਹਿੰਦਾ ਹੈ । ਉਸ ਦੇ ਦਰਬਾਰ ਵਿੱਚ ਕੇਵਲ ਇਨਸਾਫ ਹੀ ਹੁੰਦਾ ਹੈ । ਜਿਹੜਾ ਸ਼ਬਦ ਦੀ ਕਮਾਈ ਕਰਦਾ ਹੈ, ਉਸ ਦੀ ਆਤਮਾ ਪ੍ਰਵਾਨ ਹੋਣ ਦੇ ਯੋਗ ਬਣ ਜਾਂਦੀ ਹੈ । ਜਿਹੜਾ ਪ੍ਰਵਾਨ ਹੋ ਜਾਂਦਾ ਹੈ, ਕੇਵਲ ਉਹ ਹੀ ਪਵਿੱਤਰ ਹੋ ਜਾਂਦਾ ਹੈ । ਉਸ ਦੀ ਆਤਮਾ ਹੀ **ਖਾਲਸਾ** ਹੁੰਦੀ ਹੈ!

His Word remains Axiom, true forever, unavoidable, and unchanged; The One and Only One True Master may remain an ultimate Commander, true forever. Only justice prevails in His Court, without any witness nor any discrimination of any kind. Whosoever may earn the wealth of His Word; his soul may be sanctified to become worthy of His Consideration. Whose earnings may be accepted in His Court; only he may be worthy to be called sanctified, blessed soul, **Khalsa.**

ਏਕਾ ਭਗਤਿ ਏਕੋ ਹੈ ਭਾਉ॥ ਬਿਨੁ ਭੈ ਭਗਤੀ ਆਵਉ ਜਾਉ॥ aykaa bhagat ayko hai bhaa-o. bin bhai bhagtee aava-o jaa-o.
ਗੁਰ ਤੇ ਸਮਝਿ ਰਹੈ ਮਿਹਮਾਣੁ॥ ਹਰਿ ਰਸਿ ਰਾਤਾ ਜਨੁ ਪਰਵਾਣੁ॥੭॥ gur tay samajh rahai mihmaan. har ras raataa jan parvaan. ||7||

ਜੀਵ ਨੂੰ ਇਕੋ ਇਕ ਪ੍ਰਭ ਦੇ ਸ਼ਬਦ ਦਾ ਸਿਮਰਨ, ਬਖਸ਼ੇ ਤੇ ਭਰੋਸਾ ਕਰਨਾ ਚਾਹੀਦਾ ਹੈ । ਆਪਣੀ ਡੋਰੀ ਪ੍ਰਭ ਦੀ ਰਹਿਮਤ ਤੇ ਅਡੋਲ ਰਖਣੀ ਚਾਹੀਦੀ ਹੈ । ਜੀਵ ਦੀ ਆਤਮਾ, ਪ੍ਰਭ ਦੇ ਸ਼ਬਦ ਦੀ ਬੰਦਗੀ ਤੋਂ ਬਿਨਾਂ ਜੂੰਨਾਂ ਦੇ ਚੱਕਰ ਵਿੱਚ ਹੀ ਰਹਿੰਦਾ ਹੈ । ਜਿਹੜਾ ਪ੍ਰਭ ਦੇ ਸ਼ਬਦ ਨਾਲ ਜੀਵਨ ਢਾਲਦਾ ਹੈ, ਉਸ ਨੂੰ ਪ੍ਰਭ ਦੀ ਰਹਿਮਤ ਨਾਲ ਸ਼ਬਦ ਦੀ ਸੋਝੀ ਬਖਸ਼ਿਸ਼ ਹੋ ਜਾਂਦੀ ਹੈ । ਉਹ ਸੰਸਾਰ ਵਿੱਚ ਵੀ ਸਤਿਕਾਰ ਯੋਗ ਬਣ ਜਾਂਦਾ ਹੈ । ਜਿਹੜਾ ਸ਼ਬਦ ਦੀ ਪਾਲਣਾ ਵਿੱਚ ਲੀਨ ਹੋ ਜਾਂਦਾ ਹੈ, ਪ੍ਰਭ ਦੀ ਰਹਿਮਤ ਨਾਲ ਪ੍ਰਵਾਨ ਹੋ ਜਾਂਦਾ ਹੈ ।

You should always have a steady and stable belief on His Blessings. You should surrender your mind, body, and worldly status at His Sanctuary. Without obeying the teachings of His Word in his day-to-day life; his soul may remain in the cycle of birth and death. Whosoever may adopt the teachings of His Word with steady and stable belief; with His mercy and grace, he may be blessed with the enlightenment of the essence of His Word. He may be honored in his worldly life. He may be accepted in His Court.

ਇਤ ਉਤ ਦੇਖਉ ਸਹਜੇ ਰਾਵਉ॥ it ut daykh-a-u sehjay raava-o.
ਤੁਝ ਬਿਨੁ ਠਾਕੁਰ ਕਿਸੈ ਨ ਭਾਵਉ॥ tujh bin thaakur kisai na bhaava-o.
ਨਾਨਕ ਹਉਮੈ ਸਬਦਿ ਜਲਾਇਆ॥ naanak ha-umai sabad jalaa-i-aa.
ਸਤਿਗੁਰਿ ਸਾਚਾ ਦਰਸੁ ਦਿਖਾਇਆ॥੮॥੩॥ satgur saachaa daras dikhaa-i-aa. ||8||3||

ਮੈਂ, ਪ੍ਰਭ ਦੀ ਹੋਂਦ ਹਰਇਕ ਥਾਂ ਹੀ ਮਹਿਸੂਸ ਕਰਦਾ, ਪ੍ਰਭ ਦੀ ਸ਼ਰਣ ਵਿੱਚ ਹੀ ਰਹਿੰਦਾ ਹਾ । ਮੇਰੀ ਲਗਨ, ਭਰੋਸਾ ਕੇਵਲ ਪ੍ਰਭ ਦੇ ਸ਼ਬਦ ਦੀ ਪਾਲਣਾ ਵਿੱਚ ਹੀ ਅਡੋਲ ਰਹਿੰਦਾ ਹੈ । ਜਿਹੜਾ ਪ੍ਰਭ ਦੇ ਸ਼ਬਦ ਦੀ ਸਿਖਿਆਂ ਨਾਲ ਜੀਵਨ ਢਾਲਦਾ ਹੈ, ਉਸ ਦੇ ਮਨ ਦਾ ਅਹੰਕਾਰ, ਹੈਸੀਅਤ, ਖਤਮ ਹੋ ਜਾਂਦੀ ਹੈ । ਪ੍ਰਭ ਦੀ ਰਹਿਮਤ ਨਾਲ ਸ਼ਬਦ ਦੀ ਸੋਝੀ ਬਖਸ਼ਿਸ਼ ਹੋਈ ਹੈ, ਪ੍ਰਭ ਦੀ ਜੋਤ ਆਪਣੇ ਅੰਦਰੋਂ ਹੀ ਜਾਗਰਤ ਹੋ ਗਈ ਹੈ ।

I have surrendered my mind, body, and worldly status; with His mercy and grace, I have realized His Holy Spirit prevailing everywhere. I may remain intoxicated in obeying the teachings of His Word with steady and stable belief in His Blessings. Whosoever may adopt the teachings of His Word with steady and stable belief in his day-to-day life; his ego and pride of his worldly status may be eliminated. I have been enlightened with the essence of His Word; with His mercy and grace, His Holy Spirit may be shining within my heart and on my forehead.

Key Message of Raag Basant, page 1188-10
'ਮਾਨਸ ਜੀਵਨ ਦਾ ਇਕੋ ਇਕ ਮੰਤਵ!
ਜਿਹੜਾ ਧੀਰਜ ਨਾਲ ਸ਼ਬਦ ਨਾਲ ਜੀਵਨ ਢਾਲਦਾ ਹੈ, ਉਸ ਦੀ ਮਨ ਵਿੱਚ ਸੰਸਾਰਕ ਇਛਾਂ ਦੇ ਦੁਖ ਦਾ ਪ੍ਰਭਾਵ ਨਹੀਂ ਰਹਿੰਦਾ! ਮਾਨਸ ਜੀਵਨ ਦਾ ਇਕੋ ਇਕ ਮੰਤਵ ਹੀ ਸ਼ਬਦ ਦੀ ਪਾਲਣਾ ਕਰਨਾ ਹੁੰਦਾ ਹੈ! ਜਿਹੜਾ ਇਸ ਰਸਤੇ ਤੇ ਅਡੋਲ ਰਹਿੰਦਾ, ਉਹ ਪ੍ਰਭ ਦੀ ਜੋਤ ਵਿੱਚ ਹੀ ਅਲੋਪ ਹੋ ਜਾਂਦਾ ਹੈ । ਇਕੋ ਇਕ ਪ੍ਰਭ ਨੇ ਹੀ ਤਿੰਨੋਂ ਸ੍ਰਿਸ਼ਟੀਆਂ ਪੈਦਾ ਕੀਤੀਆ, ਹਰਇਕ ਜੀਵ ਵਿੱਚ, ਹਰ ਥਾਂ ਵਿੱਚ ਸਮਾਇਆ, ਵਾਪਰਦਾ ਹੈ । ਜਿਹੜਾ ਸ਼ਬਦ ਦੀ ਕਮਾਈ ਕਰਦਾ ਹੈ, ਉਸ ਦੀ ਆਤਮਾ ਪ੍ਰਵਾਨ ਹੋਣ ਦੇ ਯੋਗ ਬਣ ਜਾਂਦੀ ਹੈ । ਉਸ ਦੇ ਮਨ ਦਾ ਅਹੰਕਾਰ, ਹੈਸੀਅਤ, ਖਤਮ ਹੋ ਜਾਂਦੀ ਹੈ । ਪ੍ਰਭ ਦੀ ਜੋਤ ਆਪਣੇ ਅੰਦਰੋਂ ਹੀ ਜਾਗਰਤ ਹੋ ਗਈ ਹੈ ।
The One and Only One purpose of human life opportunity!
Whosoever may remain intoxicated in meditation and obeying the teachings of His Word; his state of mind remains beyond the reach the influence of miseries of worldly desires. The One and Only One religion established by The True Master may be Mankind; only guiding principles, Rahat-nama, purpose of human life opportunity. All three universes have been an expansion of His Holy Spirit. The One and Only One, supreme Axiom Royal Throne and The One and Only One True Master may be worthy to be crowned on His Royal Throne. Whosoever may earn the wealth of His Word; his soul may be sanctified to become worthy of His Consideration. His ego and pride of his worldly status may be eliminated; His Holy Spirit may be shining within my heart and on my forehead.

14. ਬਸੰਤੁ ਮਹਲਾ ੧॥ 1189 -2

ਚੰਚਲੁ ਚੀਤੁ ਨ ਪਾਵੈ ਪਾਰਾ॥ ਆਵਤ ਜਾਤ ਨ ਲਾਗੈ ਬਾਰਾ॥ — chanchal cheet na paavai paaraa. aavat jaat na laagai baaraa.
ਦੂਖੁ ਘਣੋ ਮਰੀਐ ਕਰਤਾਰਾ॥ ਬਿਨੁ ਪ੍ਰੀਤਮ ਕੋ ਕਰੈ ਨ ਸਾਰਾ॥੧॥ — dookh ghano maree-ai kartaaraa. bin pareetam ko karai na saaraa. ||1||

ਜਿਹੜਾ ਮਨ ਇਕੋ ਇਕ ਪ੍ਰਭ ਦੇ ਸ਼ਬਦ ਦੀ ਸਿਖਿਆਂ ਤੇ ਅਡੋਲ ਨਹੀਂ ਰਹਿੰਦਾ । ਉਹ ਪ੍ਰਭ ਦੀ ਹੋਂਦ, ਕਰਤਬਾਂ ਦਾ ਅੰਤ ਖੋਜਣ ਨੂੰ ਹੀ ਬੰਦਗੀ ਸਮਝਦਾ ਹੈ । ਉਹ ਜੂੰਨਾਂ ਦੇ ਚੱਕਰ ਵਿੱਚ ਹੀ ਭਟਕਦਾ ਰਹਿੰਦਾ ਹੈ । ਮੈਂ ਸੰਸਾਰਕ ਇਛਾਂ ਦੇ ਦੁਖਾਂ ਨਾਲ ਹੀ ਜੀਵਨ ਬਤੀਤ ਕਰਦਾ ਹਾ । ਪ੍ਰਭ ਤੋਂ ਬਿਨਾਂ ਹੋਰ ਕੋਈ ਅਸਲੀ ਰਸਤੇ ਦੀ ਸੋਝੀ ਬਖਸ਼ਣ ਵਾਲਾ ਨਹੀਂ ਹੈ ।

Whosoever may not obey the teachings of His Word with steady and stable belief; he may remain obsessed to find the limits of His events, miracles of His Nature. He may remain frustrated in the cycle of birth and death. He may remain miserable with worldly desires in his life. Only, The True Master may bless the right path of acceptance in His Court.

ਸਭ ਊਤਮ ਕਿਸੁ ਆਖਉ ਹੀਨਾ॥ — sabh ootam kis aakha-o heenaa.
ਹਰਿ ਭਗਤੀ ਸਚਿ ਨਾਮਿ ਪਤੀਨਾ॥੧॥ ਰਹਾਉ॥ — har bhagtee sach naam pateenaa. ||1|| rahaa-o.

ਸੰਸਾਰ ਵਿੱਚ ਸਾਰੇ ਜੀਵ ਹੀ ਮੇਰੇ ਨਾਲੋ ਸਿਆਣੇ, ਵੱਡੇ ਭਾਗਾਂ ਵਾਲੇ ਜਾਪਦੇ ਹਨ । ਕਿਵੇਂ ਕਿਸ ਨੂੰ ਨੀਵਾਂ, ਮੰਦੇ ਭਾਗਾਂ ਵਾਲਾ ਸਮਝ ਸਕਦਾ ਹਾ? ਜਿਹੜਾ ਸ਼ਬਦ ਦੀ ਪਾਲਣਾ ਵਿੱਚ ਅਡੋਲ ਰਹਿੰਦਾ ਹੈ, ਉਸ ਦੇ ਮਨ ਵਿੱਚ ਪ੍ਰਭ ਦੇ ਬਖਸ਼ੇ ਤੇ ਸੰਤੋਖ ਰਹਿੰਦਾ ਹੈ ।

Everyone else may be wiser and more fortunate than me. How may I say anyone lower, mean, and unfortunate in the universe? Whosoever may remain steady and stable in obeying the teachings of His Word; with His mercy and grace, he may remain contented with his worldly environments and with His Blessings.

ਅਉਖਧ ਕਰਿ ਥਾਕੀ ਬਹੁਤੇਰੇ॥ — a-ukhaDh kar thaakee bahutayray.
ਕਿਉ ਦੁਖੁ ਚੂਕੈ ਬਿਨੁ ਗੁਰ ਮੇਰੇ॥ — ki-o dukh chookai bin gur mayray.
ਬਿਨੁ ਹਰਿ ਭਗਤੀ ਦੂਖ ਘਣੇਰੇ॥ — bin har bhagtee dookh ghanayray.
ਦੁਖ ਸੁਖ ਦਾਤੇ ਠਾਕੁਰ ਮੇਰੇ॥੨॥ — dukh sukh daatay thaakur mayray. ||2||

ਸਾਰੇ ਧਰਮਾਂ ਦੇ ਨਿਯਮ ਪਰਖ ਕੇ ਬੇਚੈਨ ਹੋ ਗਿਆ ਹਾ! ਸ਼ਬਦ ਦੀ ਬੰਦਗੀ ਤੋਂ ਬਿਨਾਂ ਮਨ ਦੀਆਂ ਇਛਾਂ ਦਾ ਰੋਗ ਕਿਵੇਂ ਖਤਮ ਹੋ ਸਕਦਾ ਹੈ? ਜਿਹੜਾ ਸ਼ਬਦ ਦੀ ਪਾਲਣਾ ਨਹੀਂ ਕਰਦਾ, ਉਸ ਦਾ ਜੀਵਨ ਦੁਖਾਂ ਦੇ ਘੇਰੇ ਵਿੱਚ ਹੀ ਰਹਿੰਦਾ ਹੈ । ਕੇਵਲ ਪ੍ਰਭ ਹੀ ਸੁਖਾਂ ਦੀਆਂ ਦਾਤਾਂ ਬਖਸ਼ਣ ਵਾਲਾ ਮਾਲਕ ਹੈ । ਪ੍ਰਭ ਦੀ ਰਹਿਮਤ ਨਾਲ ਹੀ ਮਨ ਵਿਚੋਂ ਸੰਸਾਰਕ ਇਛਾਂ ਖਤਮ ਹੋ ਸਕਦੀਆਂ ਹਨ । ਮਨ ਨੂੰ ਸੰਤੋਖ ਅਨੰਦ ਬਖਸ਼ਿਸ਼ ਹੋ ਸਕਦਾ ਹੈ ।

By reviewing all the teachings of many religious Holy Scripture, one may become more confused, frustrated. How may the frustration of worldly desires be eliminated without obeying the teachings of His Word? Whosoever may not obey the teachings of His Word; his human life journey may remain in deep frustration and miseries. The One and Only One True Master may be the treasure of all comforts and blessings. Whosoever may remain intoxicated in meditation on the teachings of His Word with steady and stable belief; with His mercy and grace, all his frustrations of worldly desires may be eliminated. He may remain contented with his own worldly desires.

ਰੋਗੁ ਵਡੋ ਕਿਉ ਬਾਂਧਉ ਧੀਰਾ॥ — rog vado ki-o baaNDha-o Dheeraa.
ਰੋਗੁ ਬੁਝੈ ਸੋ ਕਾਟੈ ਪੀਰਾ॥ — rog bujhai so kaatai peeraa.
ਮੈ ਅਵਗਣ ਮਨ ਮਾਹਿ ਸਰੀਰਾ॥ — mai avgan man maahi sareeraa.
ਢੂਢਤ ਖੋਜਤ ਗੁਰਿ ਮੇਲੇ ਬੀਰਾ॥੩॥ — dhoodhat khojat gur maylay beeraa. ||3||

ਸੰਸਾਰਕ ਇਛਾਂ ਦਾ ਰੋਗ ਬਹੁਤ ਵੱਡਾ ਹੈ, ਜੀਵ ਨੂੰ ਬਰਬਾਦ ਕਰਨ ਵਾਲਾ ਹੈ । ਮੇਰਾ ਹੌਸਲਾ ਨਹੀਂ ਪੈਂਦਾ, ਕਿਥੋਂ ਅਰੰਭ ਕੀਤਾ ਜਾਵੇ? ਕੇਵਲ ਅੰਤਰਜਾਮੀ ਪ੍ਰਭ ਹੀ ਸਾਰੇ ਇਛਾਂ ਦੇ ਰੋਗਾਂ ਦੇ ਦੁਖਾਂ ਦਾ ਦਰਦ ਖਤਮ ਕਰ ਸਕਦਾ ਹੈ । ਮੇਰਾ ਤਨ, ਮਨ ਪਾਪਾਂ ਨਾਲ ਭਰਿਆ ਹੈ । ਮੈਂ ਆਪਣੇ ਅੰਦਰੋਂ ਖੋਜ ਕਰਕੇ ਉਸ ਸ਼ਬਦ ਨੂੰ ਲਭ ਲਿਆ ਹੈ ।

The intoxication of worldly desires may be terrible to destroy human life opportunity. Where may I start, to comprehend my worldly desires? Only, The Omniscient True Master may acknowledge and cures my miseries of worldly desires. I may remain overwhelmed with burden of sins of my worldly desires; with His mercy and grace, I have been enlightened with the essence of His Word.

ਗੁਰ ਕਾ ਸਬਦੁ ਦਾਰੂ ਹਰਿ ਨਾਉ॥	gur kaa sabad daaroo har naa-o.
ਜਿਉ ਤੂ ਰਾਖਹਿ ਤਿਵੈ ਰਹਾਉ॥	ji-o too raakhahi tivai rahaa-o.
ਜਗੁ ਰੋਗੀ ਕਹ ਦੇਖਿ ਦਿਖਾਉ॥	jag rogee kah daykh dikhaa-o.
ਹਰਿ ਨਿਰਮਾਇਲੁ ਨਿਰਮਲੁ ਨਾਉ॥ ੪॥	har nirmaa-il nirmal naa-o. ||4||

ਪ੍ਰਭ ਦਾ ਸ਼ਬਦ ਹੀ ਮਨ ਦੇ ਸਭ ਰੋਗਾਂ ਦਾ ਇਲਾਜ ਹੈ । ਜਿਸਤਰ੍ਹਾਂ ਰਹਿਮਤ ਨਾਲ ਸ਼ਬਦ ਦੀ ਸੋਝੀ ਬਖਸ਼ੀ ਹੈ । ਇਸਤਰ੍ਹਾਂ ਹੀ ਸ਼ਬਦ ਦੀ ਪਾਲਣਾ ਵਿੱਚ ਅਡੋਲ ਰਖੋ । ਸਾਰਾ ਸੰਸਾਰ ਹੀ ਇਛਾਂ ਦਾ ਰੋਗੀ ਹੈ, ਕਿਸ ਤੋਂ ਸੋਝੀ ਪਾਵਾ? ਪਵਿੱਤਰ ਪ੍ਰਭ ਦਾ ਸ਼ਬਦ ਵੀ ਪਵਿੱਤਰ, ਨਿਰਮਲ ਰਹਿੰਦਾ ਹੈ ।

The enlightenment of the essence of His Word may be the cure of all worldly desires. I have been blessed with the enlightenment of the essence of His Word; with His mercy and grace, I may remain steady and stable on obeying the teachings of His Word. The whole universe may have chronic disease of desires; whom may I seek counsel to overcome my anxiety and frustration? The True Master, His Word remains blemish free and soul sanctifying enlightenment.

ਘਰ ਮਹਿ ਘਰੁ ਜੋ ਦੇਖਿ ਦਿਖਾਵੈ॥	ghar meh ghar jo daykh dikhaavai.
ਗੁਰ ਮਹਲੀ ਸੋ ਮਹਲਿ ਬੁਲਾਵੈ॥	gur mahlee so mahal bulaavai.
ਮਨ ਮਹਿ ਮਨੂਆ ਚਿਤ ਮਹਿ ਚੀਤਾ॥	man meh manoo-aa chit meh cheetaa.
ਐਸੇ ਹਰਿ ਕੇ ਲੋਗ ਅਤੀਤਾ॥ ੫॥	aisay har kay log ateetaa. ||5||

ਜਿਸ ਤੇ ਰਹਿਮਤ ਬਖਸ਼ਦਾ ਹੈ! ਉਸ ਨੂੰ ਆਪਣੇ ਅੰਦਰੋਂ ਹੀ ਸ਼ਬਦ ਦੀ ਸੋਝੀ ਬਖਸ਼ਿਸ਼ ਹੋ ਜਾਂਦੀ ਹੈ, ਉਸ ਦੀ ਆਤਮਾ ਪ੍ਰਭ ਦੀ ਜੋਤ ਵਿੱਚ ਵਸਣ ਲਗ ਪੈਂਦੀ ਹੈ । ਜਿਹੜਾ ਆਪਣੇ ਮਨ ਅੰਦਰੋਂ ਹੀ ਖੋਜ ਕਰਦਾ ਹੈ । ਆਪਣੇ ਵਿਚਾਰਾਂ, ਕੰਮਾਂ, ਖਿਆਲਾਂ ਨੂੰ ਸ਼ਬਦ ਦੀ ਸਿਖਿਆਂ ਨਾਲ ਪਰਖਦਾ ਹੈ । ਉਸ ਨੂੰ ਗੁਰਮਖ ਅਵਸਥਾ ਬਖਸ਼ਿਸ਼ ਹੋ ਜਾਂਦੀ, ਪ੍ਰਭ ਦਾ ਦਾਸ ਬਣ ਜਾਂਦਾ ਹੈ । ਸੰਸਾਰਕ ਇਛਾਂ ਦੇ ਮੋਹ ਤੋਂ ਰਹਿਤ ਹੋ ਜਾਂਦਾ ਹੈ ।

Whosoever may be enlightened with the essence of His Word from within; with His mercy and grace, he may start dwelling within his own body along with His Holy Spirit. Whosoever may evaluate his own thoughts, deeds with the teachings of His Word; with His mercy and grace, he may be blessed with a state of mind as His true devotee. He may remain beyond the reach of worldly desires.

ਹਰਖ ਸੋਗ ਤੇ ਰਹਹਿ ਨਿਰਾਸਾ॥	harakh sog tay raheh niraasaa.
ਅੰਮ੍ਰਿਤੁ ਚਾਖਿ ਹਰਿ ਨਾਮਿ ਨਿਵਾਸਾ॥	amrit chaakh har naam nivaasaa.
ਆਪੁ ਪਛਾਣਿ ਰਹੈ ਲਿਵ ਲਾਗਾ॥	aap pachhaan rahai liv laagaa.
ਜਨਮੁ ਜੀਤਿ ਗੁਰਮਤਿ ਦੁਖੁ ਭਾਗਾ॥ ੬॥	janam jeet gurmat dukh bhaagaa. ||6||

ਜਿਹੜਾ ਦੁਖ, ਸੁਖ ਨੂੰ ਇਕ ਸਮਾਨ, ਪ੍ਰਭ ਦੀ ਰਹਿਮਤ ਸਮਝਕੇ ਅਨੰਦ ਮਾਨਦਾ ਹੈ । ਉਹ ਸ਼ਬਦ ਦਾ ਸਿਮਰਨ, ਪਾਲਣਾ ਕਰਦਾ, ਸ਼ਬਦ ਦੀ ਸਿਖਿਆਂ ਨਾਲ ਜੀਵਨ ਢਾਲ ਸਕਦਾ ਹੈ । ਉਹ ਆਪਣੇ ਆਪ ਨੂੰ ਪਛਾਣ ਜਾਂਦਾ ਹੈ, ਉਸ ਦਾ ਭਰੋਸਾ ਪ੍ਰਭ ਦੇ ਬਖਸ਼ੇ ਤੇ ਅਡੋਲ ਹੋ ਜਾਂਦਾ ਹੈ । ਉਸ ਦਾ ਸੰਸਾਰਕ ਇਛਾਂ ਦਾ ਦੁਖ ਖਤਮ ਹੋ ਜਾਂਦਾ ਹੈ, ਆਪਣਾ ਜੀਵਨ ਸਫਲ ਕਰ ਜਾਂਦਾ ਹੈ ।

Whosoever may remain contented, unchanged with ups and downs of worldly life; with His mercy and grace, he may remain intoxicated singing the glory of His Word. He may meditate, obeys, and adopts the teachings of His Word with steady and stable belief; with His mercy and grace, he may recognize the real purpose of his human life opportunity. He may remain steady and stable on the right path of acceptance in His Court. All his miseries of worldly desires may be eliminated; his human life opportunity may be rewarded.

ਗੁਰਿ ਦੀਆ ਸਚੁ ਅੰਮ੍ਰਿਤੁ ਪੀਵਉ॥	gur dee-aa sach amrit peeva-o.
ਸਹਜਿ ਮਰਉ ਜੀਵਤ ਹੀ ਜੀਵਉ॥	sahj mara-o jeevat hee jeeva-o.
ਅਪਨੋ ਕਰਿ ਰਾਖਹੁ ਗੁਰ ਭਾਵੈ॥	apno kar raakho gur bhaavai.
ਤੁਮਰੋ ਹੋਇ ਸੁ ਤੁਝਹਿ ਸਮਾਵੈ॥੭॥	tumro ho-ay so tujheh samaavai. ||7||

ਪ੍ਰਭ ਨੇ ਸ਼ਬਦ ਦੀ ਸੋਝੀ ਵਾਲਾ ਅਮ੍ਰਿੰਤ ਬਖਸ਼ਿਆ ਹੈ । ਸ਼ਬਦ ਦੀ ਪਾਲਣਾ ਕਰਨ ਨਾਲ ਸੰਸਾਰਕ ਇਛਾਂ ਤੇ ਜਿੱਤ ਬਖਸ਼ਿਸ਼ ਹੋ ਗਈ ਹੈ । ਸੰਸਾਰਕ ਇਛਾਂ ਰਹਿਤ ਨਵਾਂ ਜੀਵਨ ਬਖਸ਼ਿਸ਼ ਹੋਇਆ ਹੈ । ਉਸ ਦੇ ਜੀਵਨ ਵਿੱਚ ਨਵਾਂ ਜੋਸ਼ ਬਖਸ਼ਿਸ਼ ਹੋ ਜਾਂਦਾ ਹੈ । ਪ੍ਰਭ ਰਹਿਮਤ ਬਖਸ਼ਕੇ, ਡੋਲਣ ਤੋਂ ਬਚਾ ਲੈਂਦਾ, ਆਪਣੇ ਵਿੱਚ ਅਭੇਦ ਕਰ ਲੈਂਦਾ ਹੈ ।

The True Master has bestowed the nectar of the essence of His Word. Whosoever may obey the teachings of His Word with steady and stable belief in his day-to-day life; with His mercy and grace, all his worldly desires may be eliminated. His way of life may be rejuvenated. He may be saved from drifting on the wrong path; he may immerse within His Holy Spirit.

ਭੋਗੀ ਕਉ ਦੁਖੁ ਰੋਗ ਵਿਆਪੈ॥	bhogee ka-o dukh rog vi-aapai.
ਘਟਿ ਘਟਿ ਰਵਿ ਰਹਿਆ ਪ੍ਰਭੁ ਜਾਪੈ॥	ghat ghat rav rahi-aa parabh jaapai.
ਸੁਖ ਦੁਖ ਹੀ ਤੇ ਗੁਰ ਸਬਦਿ ਅਤੀਤਾ॥	sukh dukh hee tay gur sabad ateetaa.
ਨਾਨਕ ਰਾਮੁ ਰਵੈ ਹਿਤ ਚੀਤਾ॥ ੮॥ ੪॥	naanak raam ravai hit cheetaa. ||8||4||

ਜਿਹੜਾ ਕਾਮ ਵਾਸ਼ਨਾ ਦੇ ਰੋਗ ਨਾਲ ਬਿਮਾਰ ਹੁੰਦਾ ਹੈ । ਇਹ ਬਿਮਾਰੀ ਪਿਛਾ ਨਹੀਂ ਛਡਦੀ । ਪ੍ਰਭ ਹਰਇਕ ਮਨ ਵਿੱਚ ਵੇਖਦਾ, ਵਾਪਰਦਾ ਹੈ । ਜਿਹੜਾ ਸ਼ਬਦ ਨਾਲ ਜੀਵਨ ਢਾਲਕੇ, ਸੰਸਾਰਕ ਇਛਾਂ ਤੋਂ ਰਹਿਤ ਹੋ ਜਾਂਦਾ ਹੈ । ਉਸ ਦੀ ਆਤਮਾ ਨੂੰ ਪ੍ਰਭ ਦੀ ਸ਼ਰਣ ਵਿੱਚ ਪਨਾਹ ਬਖਸ਼ਿਸ਼ ਹੋ ਜਾਂਦੀ ਹੈ ।

Whosoever may be intoxicated with sexual urge, with strange partner; his disease, anxiety may never be eliminated from his worldly life. His Holy Spirit remains embedded within each soul, dwells and prevails in every event in His Nature. Whosoever may adopt the teachings of His Word with steady and stable belief; with His mercy and grace, he may become beyond the reach of worldly desires. His Soul may be accepted in His Sanctuary.

Key Message of Raag Basant, page 1189-2
'ਸੰਸਾਰਕ ਇਛਾਂ ਹੀ ਸਭ ਤੋਂ ਵੱਡਾ ਰੋਗ ਹੈ!
ਜਿਹੜਾ ਪ੍ਰਭ ਦੀ ਹੋਂਦ, ਕਰਤਬਾਂ ਦਾ ਅੰਤ ਖੋਜਣ ਨੂੰ ਹੀ ਬੰਦਗੀ ਸਮਝਦਾ ਹੈ । ਉਹ ਜੂੰਨਾਂ ਦੇ ਚੱਕਰ ਵਿੱਚ ਹੀ ਭਟਕਦਾ ਰਹਿੰਦਾ ਹੈ । ਸੰਸਾਰਕ ਇਛਾਂ ਦਾ ਰੋਗ ਬਹੁਤ ਵੱਡਾ ਹੈ, ਜੀਵ ਨੂੰ ਬਰਬਾਦ ਕਰਨ ਵਾਲਾ ਹੈ । ਜਿਹੜਾ ਆਪਣੇ ਅੰਦਰੋਂ ਖੋਜ ਕਰਦਾ, ਉਸ ਨੂੰ ਸ਼ਬਦ ਦੀ ਸੋਝੀ ਬਖਸ਼ਿਸ਼ ਹੋ ਜਾਂਦੀ ਹੈ! ਪ੍ਰਭ ਦੇ ਸ਼ਬਦ ਦੀ ਪਾਲਣਾ ਹੀ ਮਨ ਦੇ ਸਭ ਰੋਗਾਂ ਦਾ ਇਲਾਜ ਹੈ । ਉਸ ਨੂੰ ਆਪਣੇ ਅੰਦਰੋਂ ਹੀ ਸ਼ਬਦ ਦੀ ਸੋਝੀ ਬਖਸ਼ਿਸ਼ ਹੋ ਜਾਂਦੀ ਹੈ । ਉਹ ਆਪਣੇ ਆਪ ਨੂੰ ਪਛਾਣ ਜਾਂਦਾ ਹੈ । ਉਸ ਨੂੰ ਸੰਸਾਰਕ ਇਛਾਂ ਤੇ ਜਿੱਤ ਬਖਸ਼ਿਸ਼ ਹੋ ਜਾਂਦੀ ਹੈ! ਉਸ ਦੇ ਜੀਵਨ ਵਿੱਚ ਨਵਾਂ ਜੋਸ਼ ਬਖਸ਼ਿਸ਼ ਹੋ ਜਾਂਦਾ ਹੈ । ਉਸ ਦੀ ਆਤਮਾ ਨੂੰ ਪ੍ਰਭ ਦੀ ਸ਼ਰਨ ਵਿੱਚ ਪਨਾਹ ਬਖਸ਼ਿਸ਼ ਹੋ ਜਾਂਦੀ ਹੈ ।
Worldly desires are most chronic disease of human life!
Whosoever may remain obsessed to find the limits of His Nature as his meditation; he remains frustrated in the cycle of birth and death. The intoxication of worldly desires may be most terrible disease to destroy human life opportunity. Whosoever may search within; he may be enlightened with the essence of His Word. The enlightenment of the essence of His Word may be the cure of all worldly desires of mind. He may be enlightened with the essence of His Word from within. He may recognize the real purpose of his human life opportunity. He may conquer all his worldly desires; his way of life may be rejuvenated. His Soul may be accepted in His Sanctuary.

15. ਬਸੰਤੁ ਮਹਲਾ ੧ ਇਕ ਤੁਕੀਆ॥ 1189-14

ਮਤੁ ਭਸਮ ਅੰਧੂਲੇ ਗਰਬਿ ਜਾਹਿ॥ mat bhasam anDhoolay garab jaahi.
ਇਨ ਬਿਧਿ ਨਾਗੇ ਜੋਗੁ ਨਾਹਿ॥੧॥ in biDh naagay jog naahi. ||1||

ਜੀਵ ਆਪਣੇ ਤਨ ਤੇ ਭਸਮ ਲਗਾ ਕੇ ਬੰਦਗੀ ਕਰਨ ਦਾ, ਧਾਰਮਕ ਬਾਣਾ ਪਾਉਣ ਨਾਲ ਸੇਵਕ, ਦਾਸ ਬਣਨ ਦਾ ਦਿਖਾਵਾ ਨਾ ਕਰੋ । ਇਹ ਬੰਦਗੀ ਕਰਨ ਦਾ ਢੰਗ ਪ੍ਰਭ ਨੂੰ ਪ੍ਰਵਾਨ ਨਹੀਂ ਹੁੰਦਾ ।

You should not rub dust on your body, adopt religious robe to pretend to be His true devotee. No one may ever be accepted in His Court with such a meditation.

ਮੂੜ੍ਹੇ ਕਾਹੇ ਬਿਸਾਰਿਓ ਤੈ ਰਾਮ ਨਾਮ॥ moorhHay kaahay bisaari-o tai raam naam.
ਅੰਤ ਕਾਲਿ ਤੇਰੈ ਆਵੈ ਕਾਮ॥੧॥ ਰਹਾਉ ant kaal tayrai aavai kaam. ||1|| rahaa-o.

ਅਣਜਾਣ ਜੀਵ ਪ੍ਰਭ ਦੇ ਸ਼ਬਦ ਦੀ ਪਾਲਣਾ ਕਰਨਾ ਕਿਉਂ ਭੁਲ ਗਿਆ ਹੈ? ਮੌਤ ਤੋਂ ਪਿਛੋਂ ਅਖੀਰਲੇ ਸਮੇਂ ਕੇਵਲ ਸ਼ਬਦ ਦੀ ਕਮਾਈ ਹੀ ਕੰਮ ਆਉਂਦੀ ਹੈ ।

Ignorant, self-minded! Why have you ignored to obey the teachings of His Word from your day-to-day life? Only the earnings of His Word may remain with your soul to support in His Court, after death.

ਗੁਰ ਪੂਛਿ ਤੁਮ ਕਰਹੁ ਬੀਚਾਰੁ॥ gur poochh tum karahu beechaar.
ਜਹ ਦੇਖਉ ਤਹ ਸਾਰਿਗਪਾਣਿ॥੨॥ jah daykh-a-u tah saarigpaan. ||2||

ਜੀਵ ਸ਼ਬਦ ਵਿੱਚ ਧਿਆਨ ਲਾ ਕੇ ਵਿਚਾਰ ਕਰੋ! ਜਿੱਥੇ ਵੀ ਦੇਖਦਾ ਹੈ, ਸਭ ਪ੍ਰਭ ਦੀ ਕੁਦਰਤ, ਰਹਿਮਤ ਹੀ ਵਾਪਰਦੀ ਹੈ ।

You should focus on the teachings of His Word. Everywhere you may see in the universe! You may only witness His Command prevailing.

ਕਿਆ ਹਉ ਆਖਾ ਜਾਂ ਕਛੂ ਨਾਹਿ॥ ki-aa ha-o aakhaa jaaN kachhoo naahi.
ਜਾਤਿ ਪਤਿ ਸਭ ਤੇਰੈ ਨਾਇ॥੩॥ jaat pat sabh tayrai naa-ay. ||3||

ਜੀਵ ਮੈਂ ਤੈਨੂੰ ਕੀ ਸੋਝੀ ਦੇ ਸਕਦਾ ਹਾ? ਮੇਰੀ ਆਪਣੀ ਹੈਸੀਅਤ ਕੋਈ ਨਹੀਂ, ਪ੍ਰਭ ਦੇ ਸ਼ਬਦ ਦੀ ਪਾਲਣਾ ਹੀ ਮੇਰੀ ਸਾਰੀ ਹੋਂਦ ਹੈ ।

What may I enlighten you? I may not have any worldly status, or own identity. My existence and worldly possession, status remains the earnings of His Word.

ਕਾਹੇ ਮਾਲੁ ਦਰਬੁ ਦੇਖਿ ਗਰਬਿ ਜਾਹਿ॥ kaahay maal darab daykh garab jaahi.
ਚਲਤੀ ਬਾਰ ਤੇਰੋ ਕਛੂ ਨਾਹਿ॥੪॥ chaltee baar tayro kachhoo naahi. ||4||

ਕਿਉਂ ਆਪਣੀ ਮਾਲਕੀਅਤ, ਹੈਸੀਅਤ ਵੱਲ ਵੇਖਕੇ ਗਰਭ ਕਰਦਾ ਹੈ? ਮੌਤ ਤੇ ਇਹ ਸਭ ਕੁਝ ਇਥੇ ਹੀ ਛਡ ਜਾਣਾ ਹੈ ।

Why are you boasting about your worldly possessions, status? Realize! all worldly possessions remain on earth after death.

ਪੰਚ ਮਾਰਿ ਚਿਤੁ ਰਖਹੁ ਥਾਇ॥ panch maar chit rakhahu thaa-ay.
ਜੋਗ ਜੁਗਤਿ ਕੀ ਇਹੈ ਪਾਂਇ॥੫॥ jog jugat kee ihai paaN-ay. ||5||

ਆਪਣੇ ਮਨ ਦੇ ਪੰਜਾਂ ਚੋਰਾਂ ਤੇ ਕਾਬੂ ਪਾਵੋ । ਇਹ ਹੀ ਬੰਦਗੀ ਦਾ ਅਸਲੀ ਰਸਤਾ ਹੈ ।

You should conquer your 5 demons of worldly desires. This may be the right path of acceptance in His Court.

5 ਚੋਰ	ਕਾਮ, ਕਰੋਧ, ਲੋਭ, ਮੋਹ ਅਤੇ ਅਹੰਕਾਰ!
5 demons	Sexual urge, Anger, greed, worldly bonds, and ego!

ਹਉਮੈ ਪੈਖੜੁ ਤੇਰੇ ਮਨੈ ਮਾਹਿ॥ ha-umai paikharh tayray manai maahi.
ਹਰਿ ਨ ਚੇਤਹਿ ਮੂੜੇ ਮੁਕਤਿ ਜਾਹਿ॥੬॥ har na cheeteh moorhay mukat jaahi. ||6||

ਮਨ ਅਹੰਕਾਰ ਦੀ ਡੋਰੀ ਨਾਲ ਬੰਧਾ, ਕਦੇ ਪ੍ਰਭ ਦੀ ਰਹਿਮਤ ਦਾ ਸੋਚਦਾ ਵੀ ਨਹੀਂ ਸਕਦਾ । ਅਣਜਾਣ! ਕੇਵਲ ਪ੍ਰਭ ਹੀ ਦਰਬਾਰ ਵਿੱਚ ਪ੍ਰਵਾਨਗੀ ਬਖਸ਼ਦਾ, ਜੂੰਨਾਂ ਦਾ ਚੱਕਰ ਖਤਮ ਕਰ ਸਕਦਾ ਹੈ ।

You may remain intoxicated in pride of worldly status, slave of ego. You may never remember the memory of your separation from His Holy Spirit. Ignorant! Only, The True Master may bless the right path of acceptance in His Court; only He may eliminate the cycle of birth and death.

ਮਤ ਹਰਿ ਵਿਸਰਿਐ ਜਮ ਵਸਿ ਪਾਹਿ॥ mat har visri-ai jam vas paahi.
ਅੰਤ ਕਾਲਿ ਮੂੜੇ ਚੋਟ ਖਾਹਿ॥੭॥ ant kaal moorhay chot khaahi. ||7||

ਜਿਸ ਦਾ ਭਰੋਸਾ ਪ੍ਰਭ ਦੇ ਸ਼ਬਦ ਤੇ ਡੋਲ ਜਾਂਦਾ ਹੈ । ਉਹ ਜਮਦੂਤਾਂ ਦੇ ਵੱਸ, ਜੂੰਨਾਂ ਵਿੱਚ ਹੀ ਸਜ਼ਾ ਭੁਗਤਦਾ ਹੈ ।

Whosoever may not have a steady and stable belief on the teachings of His Word. He may remain in the cycle of birth and death; he may only endure punishment.

ਗੁਰ ਸਬਦੁ ਬੀਚਾਰਹਿ ਆਪੁ ਜਾਇ॥ gur sabad beechaareh aap jaa-ay.
ਸਾਚ ਜੋਗੁ ਮਨਿ ਵਸੈ ਆਇ॥੮॥ saach jog man vasai aa-ay. ||8||

ਜਿਹੜਾ ਸ਼ਬਦ ਦੀ ਪਾਲਣਾ ਕਰਦਾ ਹੈ, ਉਸ ਨੂੰ ਸ਼ਬਦ ਦੀ ਸੋਝੀ ਬਖਸ਼ਿਸ਼ ਹੋ ਸਕਦੀ, ਆਪਾ ਖਤਮ ਹੋ ਜਾਂਦਾ ਹੈ । ਉਸ ਦੇ ਮਨ ਵਿੱਚ ਸ਼ਬਦ ਘਰ ਜਾਂਦਾ ਹੈ, ਪ੍ਰਭ ਦੀ ਰਹਿਮਤ ਨਾਲ ਪ੍ਰਵਾਨਗੀ ਦਾ ਅਸਲੀ ਰਸਤਾ ਬਖਸ਼ ਹੋ ਸਕਦਾ ਹੈ ।

Whosoever may obey the teachings of His Word with steady and stable belief; with His mercy and grace, he may conquer his selfishness. He may be blessed with the right path of acceptance in His Court. He may remain drenched with the essence of His Word.

ਜਿਨਿ ਜੀਉ ਪਿੰਡੁ ਦਿਤਾ ਤਿਸੁ ਚੇਤਹਿ ਨਾਹਿ॥ jin jee-o pind ditaa tis cheeteh naahi.
ਮੜੀ ਮਸਾਣੀ ਮੂੜੇ ਜੋਗੁ ਨਾਹਿ॥੯॥ marhee masaanee moorhay jog naahi.9

ਜਿਹੜਾ ਆਪਣੇ ਮਾਨਸ ਤਨ ਨਾਲ ਸ਼ਬਦ ਦੀ ਪਾਲਣਾ ਨਹੀਂ ਕਰਦਾ । ਉਸ ਦਾ ਮੜੀ ਤੇ ਜਾ ਕੇ ਮੋਨ ਧਾਰਨਾ ਕਰਨਾ ਪ੍ਰਭ ਦੇ ਦਰਬਾਰ ਵਿੱਚ ਪ੍ਰਵਾਨ ਨਹੀਂ ਹੁੰਦਾ ।

Whosoever may not obey the teachings of His Word with his own body; his meditation to remain quite at the cremation ground of an ancient prophet may be useless. His meditation may never be accepted in His Court.

ਗੁਣ ਨਾਨਕੁ ਬੋਲੈ ਭਲੀ ਬਾਣਿ॥ gun naanak bolai bhalee baan.
ਤੁਮ ਹੋਹੁ ਸੁਜਾਖੇ ਲੇਹੁ ਪਛਾਣਿ॥੧੦॥੫॥ tum hohu sujaakhay layho pachhaan. ||10||5||

ਜੀਵ, ਪ੍ਰਭ ਦਾ ਸ਼ਬਦ ਹੀ ਉਤਮ ਬਾਣੀ ਹੈ । ਜੀਵ, ਸ਼ਬਦ ਦੀ ਸਿਖਿਆਂ ਨਾਲ ਜੀਵਨ ਢਾਲਕੇ, ਪ੍ਰਭ ਦੀਆਂ ਰਹਿਮਤਾਂ ਦਾ ਧੰਨਵਾਦ ਗਾਵੋ ।

The teachings of His Word may be the ambrosial Gurbani, the right path of acceptance in His Court. You should adopt the teachings of His Word with steady and stable belief in your day-to-day life; you should sing the glory of His Word.

Key Message of Raag Basant, page 1189-14
'ਆਪਾ ਖਤਮ ਕਰਨਾ- ਹੀ ਪ੍ਰਵਾਨਗੀ ਦਾ ਰਸਤਾ ਹੈ!
ਮਨ ਅਹੰਕਾਰ ਦੀ ਡੋਰੀ ਨਾਲ ਬੰਧਾ ਹੈ! ਆਪਣੇ ਮਨ ਦੇ ਪੰਜਾਂ ਚੋਰਾਂ ਤੇ ਕਾਬੂ ਪਾਉਣਾ ਹੀ ਬੰਦਗੀ ਦਾ ਅਸਲੀ ਰਸਤਾ ਹੈ । ਜਿਹੜਾ ਸ਼ਬਦ ਦੀ ਪਾਲਣਾ ਕਰਦਾ ਹੈ, ਉਸ ਦਾ ਆਪਾ ਖਤਮ ਹੋ ਜਾਂਦਾ ਹੈ । ਉਸ ਦੇ ਮਨ ਵਿੱਚ ਸ਼ਬਦ ਘਰ ਜਾਂਦਾ, ਪ੍ਰਵਾਨਗੀ ਦਾ ਅਸਲੀ ਰਸਤਾ ਬਖਸ਼ਿਸ਼ ਹੋ ਸਕਦਾ ਹੈ ।
To conquer own mind- The right path of acceptance!
Human mind may remain intoxicated in pride of worldly status, slave of ego. To conquer 5 demons of worldly desires may be the right path of acceptance in His Court. Whosoever may obey the teachings of His Word with steady and stable belief; with His mercy and grace, he may conquer his selfishness. He may remain drenched with the essence of His Word; he may be blessed with the right path of acceptance in His Court.

16. ਬਸੰਤੁ ਮਹਲਾ ੧॥ 1190-3

ਦੁਬਿਧਾ ਦੁਰਮਤਿ ਅਧੁਲੀ ਕਾਰ॥ dubiDhaa durmat aDhulee kaar.
ਮਨਮੁਖਿ ਭਰਮੈ ਮਝਿ ਗੁਬਾਰ॥੧॥ manmukh bharmai majh gubaar. ||1||

ਮਨਮੁਖ ਜੀਵ ਸੰਸਾਰਕ ਭਰਮਾਂ, ਧਰਮ ਦੇ ਰੀਤੋਂ ਰੀਵਾਜਾਂ ਨੂੰ ਅੰਧ ਵਿਸ਼ਵਾਸ ਨਾਲ ਮੰਨਦਾ ਹੈ । ਮਨਮੁਖ ਇਹਨਾਂ ਭਰਮਾਂ, ਅਗਿਆਨਤਾ ਵਿੱਚ ਹੀ ਜੀਵਨ ਬਤੀਤ ਕੀਤੀ ਜਾਂਦਾ ਹੈ ।

Self-minded may performs religious suspicions, rituals rigidly with blind faith as the right technique of meditation. He may waste his human life opportunity in ignorance and fantasy.

ਮਨੁ ਅੰਧੁਲਾ ਅੰਧੁਲੀ ਮਤਿ ਲਾਗੈ॥ man anDhulaa anDhulee mat laagai.
ਗੁਰ ਕਰਣੀ ਬਿਨੁ ਭਰਮੁ ਨ ਭਾਗੈ॥੧॥ ਰਹਾਉ॥ gur karnee bin bharam na bhaagai. ||1|| rahaa-o.

ਜਿਹੜਾ ਪ੍ਰਭ ਦੇ ਸ਼ਬਦ ਦੀ ਸੋਝੀ ਤੋਂ ਅਗਿਆਨੀ ਰਹਿੰਦਾ ਹੈ । ਉਹ ਅਗਿਆਨੀ ਗੁਰੂਆਂ ਦੀ ਸਿਖਿਆਂ ਪਿਛੇ ਲਗਦਾ ਹੈ । ਜਿਹੜਾ ਸ਼ਬਦ ਦੀ ਸਿਖਿਆਂ ਨੂੰ ਆਪਣੇ ਜੀਵਨ ਵਿੱਚ ਨਹੀਂ ਢਾਲਦਾ, ਉਸ ਦੇ ਭਰਮ ਦੂਰ ਨਹੀਂ ਹੁੰਦੇ ।

Self-minded may remain ignorant from the enlightenment of the essence of His Word. He may follow the religious teachings of ignorant religious guru. Whosoever may not adopt the teachings of His Word in his day-to-day life. His suspicions may never be eliminated.

ਮਨਮੁਖਿ ਅੰਧੁਲੇ ਗੁਰਮਤਿ ਨ ਭਾਈ॥ manmukh anDhulay gurmat na bhaa-ee.
ਪਸੂ ਭਏ ਅਭਿਮਾਨੁ ਨ ਜਾਈ॥੨॥ pasoo bha-ay abhimaan na jaa-ee. ||2||

ਮਨਮੁਖ ਸ਼ਬਦ ਤੋਂ ਅਗਿਆਨੀ, ਸ਼ਬਦ ਦੀ ਪਾਲਣਾ ਨਹੀਂ ਕਰਦਾ, ਨਿਯਮ ਨਹੀਂ ਮੰਨਦਾ । ਉਹ ਜ਼ਾਲਮ ਬਣ ਜਾਂਦਾ ਹੈ, ਉਸ ਦੇ ਮਨ ਵਿਚੋਂ ਅਹੰਕਾਰ ਦੀ ਜੜ੍ਹ ਪੁੱਟੀ ਨਹੀਂ ਜਾ ਸਕਦੀ ।

Self-minded may remain ignorant from the teachings of His Word; he may not obey the teachings of His Word with steady and stable belief in His day-to-day life. He may become terrorist. His ego may never be eliminated from his day-to-day life.

ਲਖ ਚਉਰਾਸੀਹ ਜੰਤ ਉਪਾਏ॥ lakh cha-oraaseeh jant upaa-ay.
ਮੇਰੇ ਠਾਕੁਰ ਭਾਣੇ ਸਿਰਜਿ ਸਮਾਏ॥੩॥ mayray thaakur bhaanay siraj samaa-ay. ||3||

ਪ੍ਰਭ ਨੇ ਆਪਣੀ ਮਰਜੀ ਨਾਲ 84 ਲਖ ਕਿਸਮਾਂ ਦੇ ਜੀਵ ਪੈਦਾ ਕੀਤੇ ਹਨ । ਆਪਣੀ ਰਜ਼ਾ, ਭਾਣੇ ਨਾਲ ਹੀ ਮੌਤ ਦੇਂਦਾ ਹੈ ।

The True Master has created 84 lakhs of various kinds of creatures. Cycle of birth and death remain under His Command.

ਸਗਲੀ ਭੂਲੈ ਨਹੀ ਸਬਦੁ ਅਚਾਰੁ॥ ਸੋ ਸਮਝੈ ਜਿਸੁ ਗੁਰੁ ਕਰਤਾਰੁ॥੪॥ saglee bhoolai nahee sabad achaar. so samjhai jis gur kartaar. ||4||

ਸਾਰੀ ਸ੍ਰਿਸ਼ਟੀ ਹੀ ਭਰਮਾਂ ਅਤੇ ਗਲਤ ਕੰਮਾਂ ਵਿੱਚ ਹੀ ਫਸੀ ਹੋਈ ਹੈ । ਕੇਵਲ ਪ੍ਰਭ ਹੀ ਜੀਵ ਨੂੰ ਸਿੱਧਾ ਰਸਤਾ ਬਖਸ਼ ਸਕਦਾ ਹੈ । ਪ੍ਰਭ ਦੀ ਰਹਿਮਤ ਨਾਲ ਹੀ ਅਸਲੀ ਰਸਤੇ ਚਲ ਸਕਦਾ ਹੈ ।

The whole universe remains in religious suspicions and adopts wrong path. Only, The True Master may bless the right path of acceptance in His Court. Whosoever may be blessed with devotion to obey the teachings of His Word; with His mercy and grace, he may remain on the right path of acceptance in His Court.

ਗੁਰ ਕੇ ਚਾਕਰ ਠਾਕੁਰ ਭਾਣੇ॥ gur kay chaakar thaakur bhaanay.
ਬਖਸਿ ਲੀਏ ਨਾਹੀ ਜਮ ਕਾਣੇ॥੫॥ bakhas lee-ay naahee jam kaanay. ||5||

ਜਿਹੜਾ ਸ਼ਬਦ ਦੀ ਪਾਲਣਾ ਕਰਦਾ ਹੈ, ਪ੍ਰਭ ਰਹਿਮਤ ਨਾਲ ਉਸ ਦੀਆਂ ਭੁੱਲਾਂ ਬਖਸ਼ਦਾ ਹੈ । ਉਸ ਨੂੰ ਜੂੰਨਾਂ ਦੇ ਚੱਕਰ ਵਿੱਚ ਨਹੀਂ ਜਾਣਾ ਪੈਂਦਾ ।

Whosoever may obey the teachings of His Word with steady and stable belief; with His mercy and grace, The True Master may forgive his sins, mistakes. His cycle of birth and death may be eliminated.

ਜਿਨ ਕੈ ਹਿਰਦੈ ਏਕੋ ਭਾਇਆ॥ jin kai hirdai ayko bhaa-i-aa.
ਆਪੇ ਮੇਲੇ ਭਰਮੁ ਚੁਕਾਇਆ॥੬॥ aapay maylay bharam chukaa-i-aa. ||6||

ਜਿਸ ਦੇ ਮਨ ਵਿੱਚ ਪ੍ਰਭ ਦਾ ਸ਼ਬਦ ਘਰ ਕਰ ਜਾਂਦਾ ਹੈ । ਪ੍ਰਭ ਆਪ ਹੀ ਭਰਮ ਦੂਰ ਕਰਕੇ, ਅਸਲੀ ਰਸਤਾ ਬਖਸ਼ਦਾ ਹੈ ।

Whosoever may remain drenched with the essence of His Word; with His mercy and grace, The True Master may eliminate all his suspicions. He may be blessed with the right path of acceptance in His Court.

ਬੇਮੁਹਤਾਜੁ ਬੇਅੰਤੁ ਅਪਾਰਾ॥ baymuhtaaj bay-ant apaaraa.
ਸਚਿ ਪਤੀਜੈ ਕਰਣੈਹਾਰਾ॥੭॥ sach pateejai karnaihaaraa. ||7||

ਬੇਅੰਤ ਪ੍ਰਭ ਮਰਜ਼ੀ ਦਾ ਮਾਲਕ, ਅੰਤ ਤੋਂ ਰਹਿਤ ਹੈ । ਜਿਹੜਾ ਸ਼ਬਦ ਨਾਲ ਜੀਵਨ ਢਾਲਦਾ ਹੈ, ਉਸ ਨੂੰ ਪ੍ਰਵਾਨਗੀ ਦਾ ਅਸਲੀ ਰਸਤਾ ਬਖਸ਼ਦਾ ਹੈ ।

The infinite, True Master remains beyond any limit or boundary and comprehension of His Creation. Whosoever may adopt the teachings of His Word; with His mercy and grace, he may be blessed with the right path of acceptance in His Court.

ਨਾਨਕ ਭੂਲੇ ਗੁਰੁ ਸਮਝਾਵੈ॥ naanak bhoolay gur samjhaavai.
ਏਕੁ ਦਿਖਾਵੈ ਸਾਚਿ ਟਿਕਾਵੈ॥੮॥੬॥ ayk dikhaavai saach tikaavai. ||8||6||

ਪ੍ਰਭ ਆਪਣੇ ਭੁਲੇ ਹੋਏ ਸੇਵਕ ਨੂੰ ਅਸਲੀ ਰਸਤੇ ਤੇ ਪਾਉਂਦਾ ਹੈ । ਉਸ ਦੇ ਮਨ ਵਿੱਚ ਭਰੋਸਾ ਅਡੋਲ ਰਖਦਾ, ਸ਼ਬਦ ਦੀ ਸੋਝੀ ਬਖਸ਼ਦਾ ਹੈ ।

The True Master may inspire and guides His drifted true devotee from the right path. He may bless the right path of acceptance and keeps His true devotee steady and stable on the right path in his worldly life.

Key Message of Raag Basant, page 1190-3
'ਪ੍ਰਭ ਭੁਲੇ –ਸੇਵਕ ਨੂੰ ਅਸਲੀ ਰਸਤੇ ਦੀ ਪ੍ਰੇਰਨਾ ਕਰਦਾ ਹੈ!
ਕੇਵਲ ਪ੍ਰਭ ਹੀ ਜੀਵ ਨੂੰ ਸਿੱਧਾ ਰਸਤਾ ਬਖਸ਼ ਸਕਦਾ ਹੈ । ਜਿਹੜਾ ਸ਼ਬਦ ਦੀ ਪਾਲਣਾ ਕਰਦਾ ਹੈ! ਉਸ ਦੇ ਮਨ ਵਿੱਚ ਪ੍ਰਭ ਦਾ ਸ਼ਬਦ ਘਰ ਕਰ ਜਾਂਦਾ, ਅਸਲੀ ਰਸਤਾ ਬਖਸ਼ਦਾ ਹੈ । ਪ੍ਰਭ ਆਪਣੇ ਭੁਲੇ ਹੋਏ ਸੇਵਕ ਨੂੰ ਅਸਲੀ ਰਸਤੇ ਤੇ ਪਾਉਂਦਾ ਹੈ ।
The True Master inspires His drifted devotee!
Only, The True Master may bless the right path of acceptance in His Court. Whosoever may obey the teachings of His Word with steady and stable belief; he may remain drenched with the essence of His Word. He may be blessed with the right path of acceptance in His Court. The True Master may inspire His drifted devotee from the right path.

17. ਬਸੰਤੁ ਮਹਲਾ ੧॥ 1190-9

ਆਪੇ ਭਵਰਾ ਫੂਲ ਬੇਲਿ॥ aapay bhavraa fool bayl.
ਆਪੇ ਸੰਗਤਿ ਮੀਤ ਮੇਲਿ॥੧॥ aapay sangat meet mayl. ||1||

ਪ੍ਰਭ ਆਪ ਹੀ ਸ਼ਹਿਦ ਦੀ ਮੱਖੀ, ਆਪ ਹੀ ਫੁੱਲ, ਆਪ ਹੀ ਪੌਦਾ ਹੈ । ਉਹ ਆਪ ਹੀ ਬੰਦਗੀ ਕਰਨ ਵਾਲਾ ਦਾਸ, ਆਪ ਹੀ ਬੰਦਗੀ, ਸ਼ਬਦ, ਆਪ ਹੀ ਪ੍ਰਵਾਨ ਕਰਨ ਵਾਲਾ ਮਾਲਕ ਹੈ । ਉਹ ਆਪ ਹੀ ਜੀਵ ਨੂੰ ਬੰਦਗੀ ਕਰਨ ਵਾਲਿਆਂ ਸੰਤਾਂ ਦੀ ਸੰਗਤ ਬਖਸ਼ਦਾ ਹੈ ।

The True Master remains embedded within honey bee, plant, and flower. He remains embedded within the soul of His true devotee to meditate, sings the glory of His Word; with His mercy and grace, He prevails in all his events, his meditation. He may be blessed with the conjugation of His Holy saint.

ਐਸੀ ਭਵਰਾ ਬਾਸੁ ਲੇ॥ aisee bhavraa baas lay.
ਤਰਵਰ ਫੂਲੇ ਬਨ ਹਰੇ॥੧॥ ਰਹਾਉ॥ tarvar foolay ban haray. ||1|| rahaa-o.

ਸ਼ਹਿਦ ਦੀ ਮੱਖੀ ਦੇ ਫੁੱਲ ਵਿਚੋਂ ਸ਼ਹਿਦ ਚੂਸਣ ਨਾਲ ਬ੍ਰਿਛ ਦੇ ਫੁੱਲ ਖੇੜੇ ਵਿੱਚ ਆਉਂਦੇ, ਉਹ ਬੂਟਾ ਵਧਦਾ ਹੈ । ਇਸਤਰ੍ਹਾਂ ਹੀ ਪ੍ਰਭ ਜੀਵ ਦੀ ਬੰਦਗੀ ਪ੍ਰਵਾਨ ਕਰਦਾ, ਰਹਿਮਤ ਬਖਸ਼ਦਾ ਹੈ । ਉਸ ਦਾ ਭਰੋਸਾ ਹੋਰ ਅਡੋਲ ਹੋ ਜਾਂਦਾ ਹੈ ।

As honey bee may suck the aroma from the flower; the plant grows and flowers blossom. Same way, The True Master accepts the earnings of His Word, meditation; with His mercy and grace, His true devotee remains steady and stable on the right path of acceptance in His Court.

ਆਪੇ ਕਵਲਾ ਕੰਤੁ ਆਪਿ॥ aapay kavlaa kant aap.
ਆਪੇ ਰਾਵੇ ਸਬਦਿ ਥਾਪਿ॥੨॥ aapay raavay sabad thaap. ||2||

ਪ੍ਰਭ ਆਪ ਹੀ ਜਵਾਨ ਔਰਤ ਦੀ ਆਤਮਾ, ਆਪ ਹੀ ਉਸ ਦੇ ਪਤੀ ਦੀ ਆਤਮਾ ਵਿੱਚ ਸਮਾਇਆ ਰਹਿੰਦਾ ਹੈ । ਪ੍ਰਭ ਆਪਣੇ ਸ਼ਬਦ, ਹੁਕਮ ਨਾਲ ਸ੍ਰਿਸ਼ਟੀ ਸਾਜਦਾ, ਆਪ ਹੀ ਸ੍ਰਿਸ਼ਟੀ ਵਿੱਚ ਵਾਪਰਦਾ, ਵਸਦਾ ਹੈ ।

The True Master remains embedded within the soul of young bride and in the soul of her loving husband. The Master has created the universe with His Command and prevails in all events of His Nature.

ਆਪੇ ਬਛਰੂ ਗਊ ਖੀਰੁ॥ aapay bachhroo ga-oo kheer.
ਆਪੇ ਮੰਦਰੁ ਥੰਮ੍ਹੁ ਸਰੀਰੁ॥੩॥ aapay mandar thamh sareer. ||3||

ਪ੍ਰਭ ਆਪ ਹੀ ਛੋਟਾ ਬੱਚਾ, ਆਪ ਹੀ ਦੁੱਧ ਦੇਣ ਵਾਲੀ ਮਾਂ ਅਤੇ ਆਪ ਹੀ ਦੁੱਧ ਹੈ । ਆਪ ਹੀ ਤਨ ਬਣਾਉਂਦਾ ਅਤੇ ਆਪ ਹੀ ਇਸ ਦਾ ਆਸਰਾ ਹੈ ।

The True Master remains embedded within the soul of a child, his mother and Himself becomes her milk. He creates, nourishes, protects, and supports the body of worldly creature.

ਆਪੇ ਕਰਣੀ ਕਰਣਹਾਰੁ॥ — aapay karnee karanhaar.
ਆਪੇ ਗੁਰਮੁਖਿ ਕਰਿ ਬੀਚਾਰੁ॥੪॥ — aapay gurmukh kar beechaar. ||4||

ਆਪ ਹੀ ਉਹ ਚੰਗਾ ਕੰਮ, ਸ਼ਬਦ ਦਾ ਧਨ ਅਤੇ ਆਪ ਹੀ ਬੰਦਗੀ ਕਰਨ ਵਾਲਾ ਹੈ । ਉਹ ਆਪ ਹੀ ਗੁਰਮਖ ਹੈ ਅਤੇ ਆਪ ਹੀ ਸ਼ਬਦ ਦੀ ਸੋਝੀ ਵਾਲਾ ਵਿਚਾਰ ਹੈ ।

The True Master remains embedded within the soul of His true devotee; He prevails in his all deeds and bestows the earnings of His Word. He remains embedded within his soul and Himself may be the enlightenment of the essence of His Word,

ਤੂ ਕਰਿ ਕਰਿ ਦੇਖਹਿ ਕਰਣਹਾਰੁ॥ — too kar kar daykheh karanhaar.
ਜੋਤਿ ਜੀਅ ਅਸੰਖ ਦੇਇ ਅਧਾਰੁ॥੫॥ — jot jee-a asaNkh day-ay aDhaar. ||5||

ਪ੍ਰਭ ਹੀ ਆਪਣੀ ਸ੍ਰਿਸ਼ਟੀ ਪੈਦਾ ਕਰਦਾ, ਵੇਖਦਾ, ਪਾਲਣਾ ਕਰਦਾ ਹੈ । ਆਪ ਹੀ ਅਨੇਕਾਂ ਜੀਵਾਂ ਨੂੰ ਆਪਣਾ ਆਸਰਾ, ਰਹਿਮਤਾਂ ਬਖਸ਼ਦਾ ਹੈ ।

The True Master creates, monitors, and nourishes His Creation. He remains as a pillar of support of His Creation and bestows His Blessings.

ਤੂ ਸਰੁ ਸਾਗਰੁ ਗੁਣ ਗਹੀਰੁ॥ — too sar saagar gun gaheer.
ਤੂ ਅਕੁਲ ਨਿਰੰਜਨੁ ਪਰਮ ਹੀਰੁ॥੬॥ — too akul niranjan param heer. ||6||

ਪ੍ਰਭ ਆਪ ਹੀ ਸ਼ਬਦ ਦੀ ਸੋਝੀ ਦਾ ਭਰਿਆਂ ਸਾਗਰ ਹੈ । ਆਪ ਹੀ, ਨਾ ਜਾਣੇ, ਨਾ ਦੇਖੇ ਜਾਣ ਵਾਲਾ, ਅਮੋਲਕ ਰਤਨ, ਪ੍ਰਭ ਹੈ ।

The True Master may be the overwhelmed ocean of the virtues of His Word. He may be beyond visibility, reach and comprehension, ambrosial jewel, His Word of His Creation.

ਤੂ ਆਪੇ ਕਰਤਾ ਕਰਣ ਜੋਗੁ॥ — too aapay kartaa karan jog.
ਨਿਹਕੇਵਲੁ ਰਾਜਨ ਸੁਖੀ ਲੋਗੁ॥੭॥ — nihkayval raajan sukhee log. ||7||

ਪ੍ਰਭ ਹੀ ਸਭ ਸਮਰਥਾ ਵਾਲਾ, ਸ੍ਰਿਸ਼ਟੀ ਨੂੰ ਪੈਦਾ ਕਰਨ ਵਾਲਾ ਅਸਲੀ ਮਾਲਕ ਹੈ । ਆਪ ਹੀ ਸ਼ਹਿਨਸ਼ਾਹ, ਆਪ ਹੀ ਜੀਵ ਨੂੰ ਸੰਤੋਖ ਬਖਸ਼ਦਾ ਹੈ ।

The Omnipotent True Master, Creator of the universe, king of kings may bestow overwhelming contentment to His Creation.

ਨਾਨਕ ਧ੍ਰਾਪੇ ਹਰਿ ਨਾਮ ਸੁਆਦਿ॥ — naanak Dharaapay har naam su-aad.
ਬਿਨੁ ਹਰਿ ਗੁਰ ਪ੍ਰੀਤਮ ਜਨਮੁ ਬਾਦਿ॥ ੮॥੭॥ — bin har gur pareetam janam baad. ||8||7|

ਮੈਂ, ਪ੍ਰਭ ਦੀ ਰਹਿਮਤ ਨਾਲ ਸ਼ਬਦ ਦੀ ਪਾਲਣਾ ਨਾਲ ਖੇੜੇ ਵਿੱਚ ਵਸਦਾ ਹਾ । ਸ਼ਬਦ ਦੀ ਪਾਲਣਾ ਤੋਂ ਬਿਨਾਂ ਜੀਵਨ ਬਤੀਤ ਕਰਨਾ ਬਿਰਥਾ ਹੀ ਹੈ ।

I may obey the teachings of His Word with steady and stable belief and dwell in blossom. Without obeying the teachings of His Word, human life opportunity may be wasted uselessly.

Key Message of Raag Basant, page 1190-9
'ਪ੍ਰਭ ਦਾ ਸ਼ਬਦ ਹੀ ਸੰਤੋਖ ਦਾ ਸਾਗਰ ਹੈ!
ਉਹ ਆਪ ਹੀ ਬੰਦਗੀ ਕਰਨ ਵਾਲੇ ਦਾਸ ਵਿਚ ਵਸਦਾ, ਆਪ ਹੀ ਬੰਦਗੀ, ਸ਼ਬਦ, ਆਪ ਹੀ ਪ੍ਰਵਾਨ ਕਰਨ ਵਾਲਾ ਮਾਲਕ ਹੈ । ਪ੍ਰਭ ਆਪ ਹੀ ਜਵਾਨ ਔਰਤ, ਪਤੀ ਦੀ ਆਤਮਾ ਵਿੱਚ ਸਮਾਇਆ ਰਹਿੰਦਾ, ਆਪ ਹੀ ਸ੍ਰਿਸ਼ਟੀ ਵਿੱਚ ਵਾਪਰਦਾ, ਵਸਦਾ ਹੈ । ਪ੍ਰਭ ਦਾ ਸ਼ਬਦ ਹੀ ਸੋਝੀ ਦਾ ਭਰਿਆਂ ਸਾਗਰ, ਨਾ ਜਾਣੇ, ਨਾ ਦੇਖੇ ਜਾਣ ਵਾਲਾ, ਅਮੋਲਕ ਰਤਨ ਹੈ । ਆਪ ਹੀ ਜੀਵ ਨੂੰ ਸੰਤੋਖ ਬਖਸ਼ਦਾ ਹੈ । ਸ਼ਬਦ ਦੀ ਪਾਲਣਾ ਤੋਂ ਬਿਨਾਂ ਜੀਵਨ ਬਤੀਤ ਕਰਨਾ ਬਿਰਥਾ ਹੀ ਹੈ ।
His Word remains overwhelming ocean of contentment!
The True Master remains embedded within the soul of His true devotee, meditating; His Word is the conjugation of His Holy saint and The Righteous Judge to accept his earnings. His Holy Spirit remains embedded within the soul of young bride and her loving husband, and prevails in all events of His Nature. The True Master may be the overwhelmed ocean of the virtues of His Word; beyond visibility, reach and comprehension, ambrosial jewel, His Word. He may bestow overwhelming contentment to His Creation. Human life opportunity may be wasted without obeying the teachings of His Word.

18. ਬਸੰਤੁ ਹਿੰਡੋਲੁ ਮਹਲਾ ੧ ਘਰੁ ੨॥ 1190-16

ੴ ਸਤਿਗੁਰ ਪ੍ਰਸਾਦਿ — ik-oNkaar satgur parsaad.
ਨਉ ਸਤ ਚਉਦਹ ਤੀਨਿ ਚਾਰਿ ਕਰਿ, ਮਹਲਤਿ ਚਾਰਿ ਬਹਾਲੀ॥ — na-o sat cha-odah teen chaar kar mahlat chaar bahaalee.
ਚਾਰੇ ਦੀਵੇ ਚਹੁ ਹਥਿ ਦੀਏ, ਏਕਾ ਏਕਾ ਵਾਰੀ॥੧॥ — chaaray deevay chahu hath dee-ay aykaa aykaa vaaree. ||1||

ਪ੍ਰਭ ਨੇ 9 ਖੰਡ, 7 ਦੀਪ, 14 ਸ੍ਰਿਸ਼ਟੀਆਂ, ਤਿੰਨੇਂ ਗੁਣ, ਚਾਰੇ ਜੁਗ, ਚਾਰਾਂ ਤਰੀਕਿਆਂ ਨਾਲ ਜੀਵ ਪੈਦਾ ਕੀਤੇ ਹਨ । ਸਾਰਿਆਂ ਜੀਵ ਵਿੱਚ ਹੀ ਆਪਣਾ ਤਖਤ, ਸਥਾਪਤ ਕੀਤਾ ਹੈ । ਚਾਰੇ ਜੁੱਗਾਂ ਵਿੱਚ ਇਕ ਇਕ ਕਰਕੇ ਚਾਰ ਦੀਵੇ, ਜੀਵ ਨੂੰ ਸੋਧ ਦੇਣ ਵਾਲੇ ਬਣਾਏ, ਭੇਜੇ ਹਨ ।

The True Master has created 9 Region, planet, 7 continents, 14 worlds, three virtues of worldly wealth; four Ages, 4 sources of reproduction of the universe. He remains embedded within all creature. He has established His Throne within the center of his body structure. He has sent 4 pillar of enlightenment, one by one in all four Ages to enlighten His Creation.

9 Region smaller than four abdominopelvic quadrants;	Right hypochondriac, right lumbar, right illiac, epigastric, umbilical, hypogastric (public), left hypochondriac, left lumbar, left illiac.
14 universes; as per Puranas and Atharvaveda:	7 higher one (Vyahrtis): Bhu, Bhuvas, svar, mahas, janas, tapas and satya. 7 lower (Patalas): Atala, Vitala, sutala, rasatala, talatala, mahatala, patala -naraka.
7 Continents:	Asia, Affica, Europe, Australia, North America, South America and antarctica
4 sources of enlightenment:	pursuit of happiness, sovereignty of reason, evidence of sense as the primary source, advance idea; (liberty, progress, tolerance, fraternity.)

ਮਿਹਰਵਾਨ ਮਧੁਸੂਦਨ ਮਾਧੌ, ਐਸੀ ਸਕਤਿ ਤੁਮ੍ਹਾਰੀ॥੧॥ ਰਹਾਉ॥	miharvaan maDhusoodan maaDhou aisee sakat tumHaaree. ||1|| rahaa-o.

ਮੇਰੇ ਤਰਸਵਾਨ ਦਿਆਲੂ, ਜਮਦੂਤਾਂ ਦੇ ਨਾਸ ਕਰਨ ਵਾਲੇ ਅਸਲੀ ਮਾਲਕ ਦੀ ਇਸਤਰ੍ਹਾਂ ਦੀ ਕੁਦਰਤ, ਹੁੰਦੀ ਹੈ ।

Such a marvelous may be the nature of my merciful, generous, destroyer of evils, The True Master of the universe.

ਘਰਿ ਘਰਿ ਲਸਕਰੁ ਪਾਵਕੁ ਤੇਰਾ, ਧਰਮੁ ਕਰੇ ਸਿਕਦਾਰੀ॥	ghar ghar laskar paavak tayraa Dharam karay sikdaaree.
ਧਰਤੀ ਦੇਗ ਮਿਲੈ ਇਕ ਵੇਰਾ, ਭਾਗੁ ਤੇਰਾ ਭੰਡਾਰੀ॥੨॥	Dhartee dayg milai ik vayraa bhaag tayraa bhandaaree. ||2||

ਹਰਇਕ ਜੀਵ ਦੇ ਅੰਦਰ ਪ੍ਰਭ ਦੇ ਸ਼ਬਦ ਦੀ ਗਰਮਾਈ, ਪ੍ਰਭ ਦੀ ਜੋਤ ਵਸਦੀ ਹੈ । ਹਰਇਕ ਜੀਵ ਦੇ ਮਨ ਅੰਦਰ, ਘਰ ਵਿੱਚ, ਪ੍ਰਭ ਦਾ ਸ਼ਬਦ, ਹੀ ਇਨਸਾਫ ਕਰਨ ਵਾਲਾ ਰਾਜਾ ਹੈ । ਧਰਤੀ ਪ੍ਰਭ ਦੇ ਭੋਜਨ ਦੇ ਭੰਡਾਰ, ਖਜ਼ਾਨਾ ਹੈ । ਪ੍ਰਭ ਜੀਵ ਨੂੰ ਸਾਰੀ ਉਮਰ ਦੀ ਰੋਜ਼ੀ ਇਕ ਵਾਰ ਹੀ ਬਖਸ਼ ਦੇਂਦਾ ਹੈ । ਜੀਵ ਦੇ ਪਹਿਲੇ ਲਿਖੇ ਭਾਗ ਹੀ ਇਸ ਭੰਡਾਰ ਦੀ ਵੰਡ ਕਰਦੇ ਹਨ ।

His Holy Spirit, His energy remains embedded within each soul. His Word remains as The Righteous Judge, king within each heart and body. He has established earth as a nourishing treasurer for His Creation. The True Master blesses all the nourishment for worldly life once, at the time of his birth in the universe. His prewritten destiny may be the controller, to distribute virtues at predetermined time.

ਨਾ ਸਾਬੂਰੁ ਹੋਵੈ ਫਿਰਿ ਮੰਗੈ, ਨਾਰਦੁ ਕਰੇ ਖੁਆਰੀ॥	naa saaboor hovai fir mangai naarad karay khu-aaree.
ਲਬੁ ਅਧੇਰਾ ਬੰਦੀਖਾਨਾ, ਅਉਗਣ ਪੈਰਿ ਲੁਹਾਰੀ॥੩॥	lab aDhayraa bandeekhaanaa a-ugan pair luhaaree. ||3||

ਜਿਹੜਾ ਹਰ ਸਮੇਂ ਅਰਦਾਸ ਕਰਦਾ, ਸੰਸਾਰਕ ਪਦਾਰਥ ਹੀ ਮੰਗਦਾ ਰਹਿੰਦਾ ਹੈ, ਉਸ ਨੂੰ ਪ੍ਰਭ ਦੇ ਬਖਸ਼ੇ ਤੇ ਕਦੇ ਸੰਤੋਖ ਨਹੀਂ ਰਹਿੰਦਾ । ਉਹ ਪ੍ਰਵਾਨਗੀ ਦੇ ਰਸਤੇ ਤੋਂ ਉਲਝ ਜਾਂਦਾ ਹੈ, ਮੌਤ ਪਿਛੋਂ ਦਰਬਾਰ ਵਿੱਚ ਸ਼ਰਮਿੰਦਗੀ ਹੀ ਮਿਲਦੀ ਹੈ । ਮਨ ਦਾ ਲਾਲਚ ਹੀ ਉਹ ਜਮਦੂਤ, ਅਤੇ ਸੰਸਾਰ ਬੰਧਨ, ਉਸ ਦੇ ਸੰਗਲ ਬਣ ਜਾਂਦੇ ਹਨ ।

Whosoever may always pray for more worldly prosperities, material; he may never remain contented with His Blessings. He may drift from the real path of human life opportunity; he may be rebuked in His Court after death. His worldly greed may become the devil and his worldly bonds, attachment may become the chain in his nick.

ਪੂੰਜੀ ਮਾਰ ਪਵੈ ਨਿਤ ਮੁਦਗਰ, ਪਾਪੁ ਕਰੇ ਕੋੁਟਵਾਰੀ॥	poonjee maar pavai nit mudgar paap karay kotvaaree.
ਭਾਵੈ ਚੰਗਾ ਭਾਵੈ ਮੰਦਾ, ਜੈਸੀ ਨਦਰਿ ਤੁਮ੍ਹਾਰੀ॥੪॥	bhaavai changa bhaavai mandaa jaisee nadar tumHaaree. ||4||

ਉਸ ਦੇ ਮਨ ਵਿੱਚ ਸੰਸਾਰਕ ਧਨ ਦੀ ਹੀ ਭਟਕਣ ਸਤਾਉਂਦੀ ਰਹਿੰਦੀ ਹੈ । ਉਹ ਪਾਪਾਂ ਦਾ ਗੁਲਾਮ ਬਣ ਜਾਂਦਾ, ਪਾਪਾਂ ਨੂੰ ਹੀ ਆਪਣਾ ਰਖਵਾਲਾ ਸਮਝਦਾ ਹੈ । ਪ੍ਰਭ ਦੀ ਰਹਿਮਤ ਨਾਲ ਹੀ ਚੰਗੇ, ਮੰਦੇ ਕੰਮ ਕਰਦਾ ਹੈ । ਆਪ ਕੀ ਕਰ ਸਕਦਾ ਹੈ?

Self-minded may remain frustrated with greed of worldly wealth. He may commit sin in his worldly life; he may consider the earnings of worldly sinful deeds as his savior and protector in his worldly life. Only His Command prevails! he may perform good or evil deeds in the universe. What may he have under his own control?

ਆਦਿ ਪੁਰਖ ਕਉ ਅਲਹੁ ਕਹੀਐ, ਸੇਖਾਂ ਆਈ ਵਾਰੀ॥	aad purakh ka-o alhu kahee-ai saykhaaN aa-ee vaaree.
ਦੇਵਲ ਦੇਵਤਿਆ ਕਰੁ ਲਾਗਾ, ਐਸੀ ਕੀਰਤਿ ਚਾਲੀ॥੫॥	dayval dayviti-aa kar laagaa aisee keerat chaalee. ||5||

ਪ੍ਰਭ ਦਾ ਨਾਮ ਅੱਲਾ ਹੋ ਗਿਆ ਹੈ, ਸੰਸਾਰ ਵਿੱਚ ਕਾਜੀ, ਸ਼ੇਖ, ਪਹਿਰੇਦਾਰ ਰਖਵਾਲੇ ਬਣ ਗਏ ਹਨ । ਪ੍ਰਭ ਦੇ ਨਾਮ ਤੇ ਚੰਦਾ ਇਕੱਠਾ ਕਰਦੇ ਹਨ । ਇਹ ਕੁਝ ਸੰਸਾਰ ਵਿੱਚ ਹੋਣ ਲਗ ਪਿਆ ਹੈ ।

Worldly Creation has been controlled by devils and worldly religious priests are enforcing His Name as "Allah". (Each religion defines unique different name). Religions may nominate worldly priest as the guardian and protector of His Name and Creation. Worldly priests, gurus may be considered as middle counsellor between His Creation and His Acceptance. They may collect bounty as donation, charity. Such a greed has been dominating in the universe.

ਕੂਜਾ ਬਾਂਗ ਨਿਵਾਜ ਮੁਸਲਾ, ਨੀਲ ਰੂਪ ਬਨਵਾਰੀ॥	koojaa baaNg nivaaj muslaa neel roop banvaaree.
ਘਰਿ ਘਰਿ ਮੀਆ ਸਭਨਾਂ ਜੀਆਂ, ਬੋਲੀ ਅਵਰ ਤੁਮਾਰੀ॥੬॥	ghar ghar mee-aa sabhnaaN jee-aaN bolee avar tumaaree. ||6||

ਮੁਸਲਮਾਨ ਧਰਮ ਜ਼ੋਰ ਵਿੱਚ ਹੈ, ਬੰਦਗੀ ਦੀ ਅਰਦਾਸ ਦੇ ਸਮੇਂ ਮਿੱਥ ਦਿੱਤੇ ਹਨ । ਉਸ ਸਮੇਂ ਤੇ ਜੀਵ ਤੇਰੇ ਅੱਗੇ ਅਰਦਾਸ ਕਰਦੇ ਹਨ । ਸਾਰੇ ਨੀਲੇ ਬਸਤਰ ਦਾ ਬਾਣਾ ਪਾਉਂਦੇ ਹਨ । ਹਰਇਕ ਦੀ ਜੀਭ ਤੇ ਸਲਾਮ ਹੀ ਤੇਰੀ ਰਹਿਮਤ ਦਾ ਉਪਦੇਸ਼ ਬਣ ਗਿਆ ਹੈ ।

Muslim religion has become a dominating in this part of the universe. They have fixed specific times to meditate and pray for Your Forgiveness and Refuge. The blue color robe has become the saintly robe for Your Creation. The word "Salam" has become a symbol of Your Blessing.

ਜੇ ਤੂ ਮੀਰ ਮਹੀਪਤਿ ਸਾਹਿਬੁ, ਕੁਦਰਤਿ ਕਉਣ ਹਮਾਰੀ॥	jay too meer maheepat saahib kudrat ka-un hamaaree.
ਚਾਰੇ ਕੁੰਟ ਸਲਾਮੁ ਕਰਹਿਗੇ, ਘਰਿ ਘਰਿ ਸਿਫਤਿ ਤੁਮ੍ਹਾਰੀ॥੭॥	chaaray kunt salaam karhigay ghar ghar sifat tumHaaree. ||7||

ਪ੍ਰਭ ਹੀ ਸ੍ਰਿਸ਼ਟੀ ਦਾ ਸ਼ਹਿਨਸ਼ਾਹ ਹੈ! ਤੇਰੇ ਭਾਣੇ, ਹੁਕਮ ਨੂੰ ਬਦਲਣ ਦੀ ਜੀਵ ਦੀ ਕੀ ਹੈਸੀਅਤ ਹੋ ਸਕਦੀ ਹੈ? ਚਾਰੇ ਪਾਸੇ ਹੀ ਤੇਰੇ ਦਾਸ ਨਿਮ੍ਰਤਾ ਨਾਲ ਤੇਰੇ ਸ਼ਬਦ ਦੀ ਉਸਤਤ ਗਾਉਂਦੇ ਹਨ । ਹਰਇਕ ਦੇ ਮਨ ਵਿੱਚ ਤੇਰਾ ਸ਼ਬਦ ਵਸਦਾ ਹੈ ।

My True Master, King of worldly kings! What power may have any worldly creature to alter any of Your Command? All are ignorant and intoxicated with the sweet poison of worldly wealth. Your humble true devotee may remain singing the glory of Your Word; he may remain intoxicated, drenched with the teachings of Your Word.

ਤੀਰਥ ਸਿੰਮ੍ਰਿਤਿ ਪੁੰਨ ਦਾਨ, ਕਿਛੁ ਲਾਹਾ ਮਿਲੈ ਦਿਹਾੜੀ॥	tirath simrit punn daan kichh laahaa milai dihaarhee.
ਨਾਨਕ ਨਾਮੁ ਮਿਲੈ ਵਡਿਆਈ, ਮੇਕਾ ਘੜੀ ਸਮ੍ਹਾਲੀ॥੮॥੧॥੮॥	naanak naam milai vadi-aa-ee maykaa gharhee samHaalee. ||8||1||8||

ਤੀਰਥਾਂ ਦੇ ਇਸ਼ਨਾਨ, ਧਰਮ ਦੇ ਨਿਯਮ ਯਾਦ ਰਖਣ ਨਾਲ, ਲੋੜਵੰਦ ਨੂੰ ਦਾਨ ਦੇਣ ਨਾਲ ਕੁਝ ਲਾਭ ਜਰੂਰ ਹੁੰਦਾ ਹੈ । ਪਰ ਸ਼ਬਦ ਨਾਲ ਜੀਵਨ ਢਾਲਣ ਨਾਲ ਇਕ ਪਲ ਵਿੱਚ ਤੇਰੀ ਰਹਿਮਤ ਦੀ ਨਜ਼ਰ ਬਖਸ਼ਿਸ਼ ਹੋ ਜਾਂਦੀ ਹੈ ।

ਗੁਰੂ ਨਾਨਕ ਦੇਵ ਜੀ! – Guru Nanak Dev Ji! Guru Granth Sahib

With worldly religious rituals, like soul sanctifying bath at Holy Shrine, adopting religious principles, charity to helpless and needy may provide short-lived comforts; however, may enhance his ego, pride, a sweet poison of worldly wealth. Whosoever may adopt the teachings of Your Word; with Your mercy and grace, he may be blessed with the right path of acceptance in Your Court within a twinkle of eyes.

Key Message of Raag Basant, page 1190-16
'ਧਰਮ, ਦੇ ਨਾਮ ਤੇ ਦਾਨ ਕਰਨਾ ਬਿਰਥਾ ਹੀ ਹੈ!
ਪ੍ਰਭ ਨੇ 9 ਖੰਡ, 7 ਦੀਪ, 14 ਸ੍ਰਿਸ਼ਟੀਆਂ, ਤਿੰਨੋਂ ਗੁਣ, ਚਾਰੇ ਜੁਗ, ਚਾਰਾਂ ਤਰੀਕਿਆਂ ਨਾਲ ਜੀਵ ਪੈਦਾ ਕੀਤੇ ਹਨ । ਹਰਇਕ ਜੀਵ ਦੇ ਅੰਦਰ ਪ੍ਰਭ ਦੇ ਸ਼ਬਦ ਦੀ ਗਰਮਾਈ, ਪ੍ਰਭ ਦੀ ਜੋਤ ਵਸਦੀ ਹੈ । ਹਰਇਕ ਜੀਵ ਦੇ ਮਨ ਅੰਦਰ, ਘਰ ਵਿੱਚ, ਪ੍ਰਭ ਦਾ ਸ਼ਬਦ, ਹੀ ਇਨਸਾਫ ਕਰਨ ਵਾਲਾ ਰਾਜਾ ਹੈ । ਧਰਮ ਦੇ ਪੁਜਾਰੀ, ਪ੍ਰਭ ਦੇ ਪਹਿਰੇਦਾਰ ਰਖਵਾਲੇ ਬਣ ਕੇ ਚੰਦਾ ਇਕੱਠਾ ਕਰਦੇ ਹਨ! ਪ੍ਰਭ ਨੂੰ ਅਨੇਕਾ ਨਾਮਾ ਨਾਲ ਪੁਕਾਰਦੇ ਹਨ! ਤੀਰਥਾਂ ਦੇ ਇਸ਼ਨਾਨ, ਧਰਮ ਦੇ ਨਿਯਮ ਯਾਦ ਰਖਣ ਨਾਲ, ਲੋੜਵੰਦ ਨੂੰ ਦਾਨ ਦੇਣ ਨਾਲ ਕੁਝ ਲਾਭ ਜਰੂਰ ਹੁੰਦਾ ਹੈ । ਇਸ ਨਾਲ ਅਹੰਕਾਰ ਦੀ ਜੜ੍ਹ ਵੀ ਮਜਬੂਤ ਹੋ ਜਾਂਦੀ ਹੈ!
Donation in the name of religion- is spraying gas on fire!
The True Master has created 9 Region, planet, 7 continents, 14 worlds, three virtues of worldly wealth; four Ages, 4 sources of reproduction of the universe. His Holy Spirit, His energy remains embedded within each soul. His Word remains as The Righteous Judge, king within each soul. He has established earth as a nourishing treasurer for His Creation. Worldly priests, gurus may be considered as middle counsellor between Your Creation and Your acceptance and collect bounty as donation, charity; worship with various names. With worldly religious rituals, like soul sanctifying bath at Holy Shrine, adopting religious principles, charity to helpless, needy may provide short-lived comforts; however, may enhance his ego, pride, a sweet poison of worldly wealth.

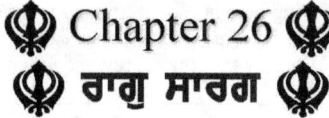

☬ Chapter 26 ☬

☬ ਰਾਗੁ ਸਾਰਗ ☬

1. ਸਾਰਗ ਚਉਪਦੇ ਮਹਲਾ ੧ ਘਰੁ ੧॥ 1197-1

ੴ ਸਤਿ ਨਾਮੁ ਕਰਤਾ ਪੁਰਖੁ, ਨਿਰਭਉ ਨਿਰਵੈਰੁ ਅਕਾਲ ਮੂਰਤਿ ਅਜੂਨੀ ਸੈਭੰ ਗੁਰ ਪ੍ਰਸਾਦਿ॥

ik-oNkaar, sat naam, kartaa, purakh, nirbha-o, nirvair, akaal, moorat, ajoonee, saibhaN, gur parsaad.

ਅਪੁਨੇ ਠਾਕੁਰ ਕੀ ਹਉ ਚੇਰੀ॥ apunay thaakur kee ha-o chayree.
ਚਰਨ ਗਹੇ ਜਗਜੀਵਨ ਪ੍ਰਭ ਕੇ, ਹਉਮੈ ਮਾਰਿ ਨਿਬੇਰੀ॥੧॥ charan gahay jagjeevan parabh kay ha-umai maar nibayree. ||1||
ਰਹਾਉ॥ rahaa-o.

ਮੈਂ, ਪ੍ਰਭ ਦਾ ਦਾਸ, ਗੁਲਾਮ, ਉਸ ਦੀ ਸ਼ਰਣ, ਪਨਾਹ ਵਿੱਚ ਆਪਾ ਭੇਟਾ ਕੀਤਾ ਹੈ । ਪ੍ਰਭ ਨੇ ਰਹਿਮਤ ਬਖਸ਼ਕੇ, ਮੈਨੂੰ ਮਨ ਦੇ ਅਹੰਕਾਰ ਤੇ ਜਿੱਤ ਬਖਸ਼ੀ ਹੈ ।

I am a slave, servant of My True Master! I have surrendered my mind, body, and worldly status at His Sanctuary; with His mercy and grace, I have conquered the ego of my mind.

ਪੂਰਨ ਪਰਮ ਜੋਤਿ ਪਰਮੇਸਰ, ਪ੍ਰੀਤਮ ਪ੍ਰਾਨ ਹਮਾਰੇ॥ pooran param jot parmaysar pareetam paraan hamaaray.
ਮੋਹਨ ਮੋਹਿ ਲੀਆ ਮਨੁ ਮੇਰਾ, ਸਮਝਸਿ ਸਬਦੁ ਬੀਚਾਰੇ॥੧॥ mohan mohi lee-aa man mayraa samjhas sabad beechaaray. ||1||

ਪੂਰਨ ਪ੍ਰਭ ਦੀ ਹੋਂਦ ਵੀ ਅਟਲ ਅਤੇ ਉਤਮ ਹੈ । ਉਹ ਹੀ ਜੀਵ ਦੇ ਸਵਾਸਾਂ ਦਾ ਅਸਲੀ ਮਾਲਕ ਹੈ । ਪ੍ਰਭ ਨੇ ਸ਼ਬਦ ਦੀ ਸੋਝੀ ਬਖਸ਼ਕੇ ਮਨ ਤੇ ਜਾਦੂ ਕਰ ਦਿੱਤਾ ਹੈ, ਮਨ ਨੂੰ ਮੋਹ ਲਿਆ ਹੈ ।

The Perfect True Master, the owner and treasure of our breaths. His Existence, His Word remains true forever, supreme, and unchanged. With the enlightenment of the essence of His Word, an astonishing miracle happened, I have been intoxicated in singing the glory of His Word

ਮਨਮੁਖ ਹੀਨ ਹੋਛੀ ਮਤਿ ਝੂਠੀ, ਮਨਿ ਤਨਿ ਪੀਰ ਸਰੀਰੇ॥ manmukh heen hochhee mat jhoothee man tan peer sareeray.
ਜਬ ਕੀ ਰਾਮ ਰੰਗੀਲੈ ਰਾਤੀ, ਰਾਮ ਜਪਤ ਮਨ ਧੀਰੇ॥੨॥ jab kee raam rangeelai raatee raam japat man Dheeray. ||2||

ਮਨਮੁਖ ਦੀ ਮਤ ਥੋੜ੍ਹੀ ਹੁੰਦੀ ਹੈ । ਉਹ ਨਾਸ ਹੋ ਜਾਣ ਵਾਲੀਆਂ ਚੀਜ਼ਾਂ ਪ੍ਰਾਪਤ ਕਰਨ ਵਿੱਚ ਹੀ ਲਗਾ ਰਹਿੰਦਾ ਹੈ । ਉਹ ਇਛਾਂ ਦੀ ਭਟਕਣ ਵਿੱਚ ਹੀ ਦੁਖ ਪਾਉਂਦਾ ਹੈ । ਜਿਹੜਾ ਪ੍ਰਭ ਦੀ ਰਹਿਮਤ ਨਾਲ ਸ਼ਬਦ ਦਾ ਸਿਮਰਨ ਕਰਦਾ, ਉਸ ਦੇ ਮਨ ਵਿੱਚ ਪ੍ਰਭ ਦੇ ਸ਼ਬਦ, ਪ੍ਰਭ ਦੇ ਬਖਸ਼ੇ ਤੇ ਭਰੋਸਾ ਅਡੋਲ, ਧੀਰਜ ਬਖਸ਼ਿਸ਼ ਹੋ ਜਾਂਦਾ ਹੈ ।

Self-minded may be short-sighted, narrow thinker; he may remain intoxicated in collecting short-lived pleasures, glamor of worldly wealth. He may always remain frustrated in worldly life. Whosoever may meditate on the teachings of His Word with steady and stable belief; with His mercy and grace, he may be blessed with patience and contentment with His Blessings.

ਹਉਮੈ ਛੋਡਿ ਭਈ ਬੈਰਾਗਨਿ, ਤਬ ਸਾਚੀ ਸੁਰਤਿ ਸਮਾਨੀ॥ ha-umai chhod bha-ee bairaagan tab saachee surat samaanee.
ਅਕੁਲ ਨਿਰੰਜਨ ਸਿਉ ਮਨੁ ਮਾਨਿਆ, ਬਿਸਰੀ ਲਾਜ ਲੁੋਕਾਨੀ॥੩॥ akul niranjan si-o man maani-aa bisree laaj lokaanee. ||3||

ਜਿਸ ਦੇ ਮਨ ਵਿਚੋਂ ਅਹੰਕਾਰ ਖਤਮ ਹੋ ਜਾਂਦਾ ਹੈ । ਉਸ ਦਾ ਮਨ ਸ਼ਬਦ ਦੇ ਸਿਮਰਨ ਵਿੱਚ ਅਡੋਲ ਹੋ ਜਾਂਦਾ ਹੈ । ਉਸ ਦੀ ਆਤਮਾ ਪਵਿੱਤਰ ਹੋ ਜਾਂਦੀ, ਪ੍ਰਭ ਦੇ ਪਰਖਣ ਯੋਗ ਹੋ ਜਾਂਦੀ ਹੈ । ਸੰਸਾਰਕ ਜੀਵਾਂ ਦੇ ਵਿਚਾਰਾਂ ਦਾ ਉਸ ਦੇ ਮਨ ਤੇ ਕੋਈ ਪ੍ਰਭਾਵ ਨਹੀਂ ਪੈਂਦਾ ।

Whosoever may conquer his ego of worldly status; with His mercy and grace, he may remain intoxicated in meditation in the void of His Word. His soul may be sanctified to become worthy of His Consideration. He may become beyond the reach of worldly opinion, criticism, slandering or praises.

ਭੂਤ ਭਵਿਖ ਨਾਹੀ ਤੁਮ ਜੈਸੇ, ਮੇਰੇ ਪ੍ਰੀਤਮ ਪ੍ਰਾਨ ਅਧਾਰਾ॥ bhoor bhavikh naahee tum jaisay mayray pareetam paraan aDhaaraa.
ਹਰਿ ਕੈ ਨਾਮਿ ਰਤੀ ਸੋਹਾਗਨਿ, ਨਾਨਕ ਰਾਮ ਭਤਾਰਾ॥੪॥੧॥ har kai naam ratee sohaagan naanak raam bhataaraa. ||4||1||

ਪਿਛਲੇ ਜੁਗ ਵਿੱਚ, ਅਗਲੇ ਆਉਣ ਵਾਲੇ ਜੁਗ ਵਿੱਚ ਪ੍ਰਭ ਵਰਗਾ ਹੋਰ ਕੋਈ ਨਹੀਂ ਹੈ । ਪ੍ਰਭ ਹੀ ਜੀਵਨ ਦੇ ਸਵਾਸਾਂ ਦਾ ਅਸਲੀ ਮਾਲਕ ਹੈ । ਜਿਹੜੀ ਆਤਮਾ ਸ਼ਬਦ ਦੇ ਰੰਗ ਵਿੱਚ ਰੰਗੀ ਜਾਂਦੀ ਹੈ, ਉਸ ਨੂੰ ਅਸਲੀ ਦਾਸੀ ਅਵਸਥਾ ਬਖਸ਼ਿਸ਼ ਹੋ ਜਾਂਦੀ ਹੈ ।

From the beginning, ancient Age and in future, no one may ever walk on earth with greatness equal or greater than The True Master. The One and Only One True Trustee of breathes of His Creation. Whosoever may remain drenched with the crimson color of the essence of His Word; with His mercy and grace, he may be blessed with a state of mind as His true devotee.

Key Message of Raag Saarang, page 1197-1
'ਆਪਾ ਭੇਟਾ ਕਰਨਾ ਹੀ ਅਹੰਕਾਰ ਤੇ ਜਿੱਤ ਹੈ!
ਜਿਹੜਾ ਆਪਾ ਪ੍ਰਭ ਦੀ ਸ਼ਰਣ ਵਿੱਚ ਭੇਟਾ ਕਰਦਾ ਹੈ, ਉਸ ਨੂੰ ਅਹੰਕਾਰ ਤੇ ਜਿੱਤ ਬਖਸ਼ਿਸ਼ ਹੋ ਜਾਂਦੀ ਹੈ । ਸ਼ਬਦ ਦੀ ਪਾਲਣਾ ਨਾਲ ਭਰੋਸਾ ਅਡੋਲ, ਧੀਰਜ ਬਖਸ਼ਿਸ਼ ਹੋ ਜਾਂਦਾ ਹੈ! ਉਸ ਦੀ ਆਤਮਾ ਪਵਿੱਤਰ, ਪ੍ਰਭ ਦੇ ਪਰਖਣ ਯੋਗ ਹੋ ਜਾਂਦੀ ਹੈ । ਉਸ ਦੀ ਆਤਮਾ ਸ਼ਬਦ ਦੀ ਸੋਝੀ ਨਾਲ ਰੰਗੀ ਜਾਂਦੀ ਹੈ, ਉਸ ਨੂੰ ਅਸਲੀ ਦਾਸੀ ਅਵਸਥਾ ਬਖਸ਼ਿਸ਼ ਹੋ ਜਾਂਦੀ ਹੈ ।
Surrendering self-entity is conquering ego!
Whosoever may surrender his self-entity at His Sanctuary; he may conquer his own ego. By adopting the teachings of His Word, he may enhance his patience and contentment with His Blessings. His soul may be sanctified to become worthy of His Consideration. His soul may remain drenched with the crimson color of the essence of His Word; he may be blessed with a state of mind as His true devotee.

2. ਸਾਰਗ ਮਹਲਾ ੧॥ 1197-9

ਹਰਿ ਬਿਨੁ ਕਿਉ ਰਹੀਐ ਦੁਖੁ ਬਿਆਪੈ॥ har bin ki-o rahee-ai dukh bi-aapai.
ਜਿਹਵਾ ਸਾਦੁ ਨ ਫੀਕੀ ਰਸ ਬਿਨੁ, ਬਿਨੁ ਪ੍ਰਭ ਕਾਲੁ ਸੰਤਾਪੈ॥੧॥ jihvaa saad na feekee ras bin bin parabh kaal santaapai. ||1||
ਰਹਾਉ॥ rahaa-o.

ਸ਼ਬਦ ਦੇ ਸਿਮਰਨ, ਪਾਲਣਾ ਤੋਂ ਬਿਨਾਂ ਕਿਵੇਂ ਜੀਵਨ ਬਤੀਤ ਕੀਤਾ ਜਾ ਸਕਦਾ ਹੈ? ਮਨ ਨੂੰ ਸੰਸਾਰਕ ਇਛਾਂ ਦਾ ਰੋਗ ਹੀ ਦੁਖ ਦੇਂਦੇ ਹਨ । ਸ਼ਬਦ ਦੇ ਅੰਮ੍ਰਿਤ ਦੇ ਰਸ ਤੋਂ ਬਿਨਾਂ ਬਾਕੀ ਸਾਰੇ ਰਸ ਹੀ ਜੀਭ ਨੂੰ ਫਿੱਕੇ ਲਗਦੇ ਹਨ । ਰਹਿਮਤ ਤੋਂ ਬਿਨਾਂ ਜੀਵ ਮੌਤ ਦੇ ਜਮਦੂਤ ਦੇ ਵੱਸ ਹੀ ਪੈਂਦਾ ਹੈ ।

Without meditating and obeying teachings of His Word! How may I discover and remain on the right path of human life opportunity? I may endure only miseries of worldly frustrations, desires. Except the nectar of the essence of His Word, all other flavors, tastes of worldly delicacies may be tasteless for the real purpose of human life opportunity. My soul may remain under the control of devil of death and in the cycle of birth and death.

ਜਬ ਲਗੁ ਦਰਸੁ ਨ ਪਰਸੈ ਪ੍ਰੀਤਮ, ਤਬ ਲਗੁ ਭੂਖ ਪਿਆਸੀ॥ jab lag daras na parsai pareetam tab lag bhookh pi-aasee.
ਦਰਸਨੁ ਦੇਖਤ ਹੀ ਮਨੁ ਮਾਨਿਆ, ਜਲ ਰਸਿ ਕਮਲ ਬਿਗਾਸੀ॥੧॥ darsan daykhat hee man maani-aa jal ras kamal bigaasee. ||1||

ਜਿਤਨਾ ਚਿਰ ਪ੍ਰਭ ਦੇ ਦਰਸ਼ਨ, ਪ੍ਰਭ ਦੀ ਰਹਿਮਤ ਨਾਲ ਸ਼ਬਦ ਦੀ ਸੋਝੀ ਬਖਸ਼ਿਸ਼ ਨਹੀਂ ਹੁੰਦੀ । ਆਤਮਾ ਦੀ ਪਿਆਸ ਬੁਝਦੀ ਨਹੀਂ । ਪ੍ਰਭ ਦੇ ਸ਼ਬਦ ਦੇ ਸਿਮਰਨ ਕਰਨ ਨਾਲ, ਮਨ ਵਿੱਚ ਅਨੰਦ ਮਹਿਸੂਸ ਹੋ ਜਾਂਦਾ ਹੈ, ਆਤਮਾ ਦਾ ਕਮਲ ਦਾ ਫੁੱਲ ਖੇੜੇ ਵਿੱਚ ਆ ਜਾਂਦਾ ਹੈ ।

How long, I may not be blessed His Blessed Vision, the enlightenment of the essence of His Word; my anxiety, frustrations of mind may never be controlled, eliminated. My thirst may never be quenched. Whosoever may remain intoxicated in meditation on the teachings of His Word; with His mercy and grace, he may realize pleasures and contentment in his worldly life. The lotus flower of his soul may be blessed with blossom.

ਊਨਵਿ ਘਨਹਰੁ ਗਰਜੈ ਬਰਸੈ, ਕੋਕਿਲ ਮੋਰ ਬੈਰਾਗੈ॥ oonav ghanhar garjai barsai kokil mor bairaagai.
ਤਰਵਰ ਬਿਰਖ ਬਿਹੰਗ ਭੁਇਅੰਗਮ, ਘਰਿ ਪਿਰ ਧਨ ਸੋਹਾਗੈ॥੨॥ tarvar birakh bihang bhu-i-angam ghar pir Dhan sohaagai. ||2||

ਬੱਦਲ ਦੀ ਗੂਜਣ, ਬਿਜਲੀ ਚਮਕਣ ਨਾਲ ਪੰਛੀ ਖੁਸ਼ੀ ਦੇ ਬੋਲ ਬੋਲਦੇ ਹਨ । ਇਸ ਨਾਲ ਬ੍ਰਿਛ, ਪਸੂ (ਬੈਲ) ਸੱਪ ਵੀ ਅਨੰਦ ਮਾਨਦੇ ਹਨ । ਪ੍ਰਭ ਰਹਿਮਤ ਨਾਲ ਦਾਸ ਦੇ ਮਨ ਵਿੱਚ ਸ਼ਬਦ ਦੀ ਸੋਝੀ, ਜਾਗਰਤੀ ਬਖਸ਼ਿਸ਼ ਹੋ ਜਾਂਦੀ ਹੈ । ਉਸ ਦੀ ਆਤਮਾ ਅਨੰਦ ਮਹਿਸੂਸ ਕਰਦੀ ਹੈ ।

With the thundering of clouds, lightening in the sky, all the birds may sing melodious songs. All trees, birds, animals, even snake may feel comfort and enjoyment. Whosoever may be blessed with the enlightenment of the essence of His Word; with His mercy and grace, his soul may realize comforts and pleasures.

ਕੁਚਿਲ ਕਰੂਪਿ ਕੁਨਾਰਿ ਕੁਲਖਨੀ, ਪਿਰ ਕਾ ਸਹਜੁ ਨ ਜਾਨਿਆ॥ kuchil kuroop kunaar kulakhnee pir kaa sahj na jaani-aa.
ਹਰਿ ਰਸ ਰੰਗਿ ਰਸਨ ਨਹੀ ਤ੍ਰਿਪਤੀ, ਦੁਰਮਤਿ ਦੂਖ ਸਮਾਨਿਆ॥੩॥ har ras rang rasan nahee tariptee durmat dookh samaani-aa. ||3||

ਜਿਹੜਾ ਸੰਸਾਰਕ ਇਛਾਂ ਮਗਰ ਲਗਕੇ ਆਪਣੇ ਮਨ ਨੂੰ ਮੈਲਾ ਕਰ ਲੈਂਦੇ ਹੈ । ਪ੍ਰਭ ਦੇ ਸ਼ਬਦ ਦਾ ਸਿਮਰਨ ਨਹੀਂ ਕਰਦਾ, ਉਸ ਦੀ ਆਤਮਾ ਪ੍ਰਭ ਦੀ ਰਹਿਮਤ ਤੋਂ ਵਾਂਝੀ ਰਹਿੰਦੀ ਹੈ । ਉਸ ਦੇ ਮਨ ਵਿੱਚ ਸੰਤੋਖ ਨਹੀਂ ਹੁੰਦਾ! ਇਛਾਂ ਦੀਆਂ ਭਟਕਣਾਂ ਵਿੱਚ ਹੀ ਦੁਖਾ ਮਹਿਸੂਸ ਕਰਦਾ ਹੈ ।

Whosoever may remain intoxicated with sweet poison of worldly wealth; his soul may remain blemished. He may never meditate on the teachings of His Word with steady and stable belief in his day-to-day life. His soul may be deprived from the right path of human life opportunity. He may never be contented with His Blessings. He may only endure miseries and frustrations with his worldly desires, expectations.

ਆਇ ਨ ਜਾਵੈ ਨਾ ਦੁਖੁ ਪਾਵੈ, ਨਾ ਦੁਖ ਦਰਦੁ ਸਰੀਰੇ॥ aa-ay na jaavai naa dukh paavai naa dukh darad sareeray.
ਨਾਨਕ ਪ੍ਰਭ ਤੇ ਸਹਜ ਸੁਹੇਲੀ, naanak parabh tay sahj suhaylee
ਪ੍ਰਭ ਦੇਖਤ ਹੀ ਮਨੁ ਧੀਰੇ॥੪॥੨॥ parabh daykhat hee man Dheeray. ||4||2||

ਜਿਹੜਾ ਸ਼ਬਦ ਨਾਲ ਜੀਵਨ ਢਾਲ ਲੈਂਦਾ ਹੈ, ਉਸ ਦੇ ਮਨ ਵਿੱਚ ਸ਼ਬਦ ਘਰ ਕਰ ਜਾਂਦਾ ਹੈ, ਉਸ ਦੀ ਆਤਮਾ ਜਨਮ ਮਰਨ ਦਾ ਦੁਖ, ਜੂੰਨਾਂ ਵਿੱਚ ਨਹੀਂ ਜਾਂਦੀ ।

Whosoever may adopt the teachings of His Word with steady and stable belief in his day-to-day life; with His mercy and grace, he may remain drenched with the essence of His Word. His soul may never endure the misery of birth and death cycle.

Key Message of Raag Saarang, page 1197-9
'ਸ਼ਬਦ ਵਿੱਚ ਲੀਨ ਹੋਣਾ ਨਾਲ ਜਨਮ ਮਰਨ ਦਾ ਚੱਕਰ ਖਤਮ ਹੋ ਜਾਂਦਾ ਹੈ!
ਪ੍ਰਭ ਦੇ ਸ਼ਬਦ ਦੇ ਸਿਮਰਨ ਕਰਨ ਨਾਲ, ਮਨ ਵਿੱਚ ਅਨੰਦ ਮਹਿਸੂਸ ਹੋ ਜਾਂਦਾ ਹੈ, ਆਤਮਾ ਦਾ ਕਮਲ ਦਾ ਫੁੱਲ ਖੇੜੇ ਵਿੱਚ ਆ ਜਾਂਦਾ ਹੈ । ਜਿਹੜਾ ਸ਼ਬਦ ਨਾਲ ਜੀਵਨ ਢਾਲ ਲੈਂਦਾ ਹੈ, ਉਸ ਦੇ ਮਨ ਵਿੱਚ ਸ਼ਬਦ ਘਰ ਕਰ ਜਾਂਦਾ ਹੈ, ਉਸ ਦੀ ਆਤਮਾ ਜਨਮ ਮਰਨ ਦਾ ਦੁਖ ਖਤਮ ਹੋ ਜਾਂਦਾ ਹੈ!
Intoxication in the void of His Word, to conquer death!
Whosoever may remain intoxicated in meditation on the teachings of His Word; he may realize pleasures and contentment in his worldly life. The lotus flower of his soul may be blessed with blossom. Whosoever may adopt the teachings of His Word with steady and stable belief; he may remain drenched with the essence of His Word. His soul may never endure the misery of birth and death.

3. **ਸਾਰਗ ਮਹਲਾ ੧॥** 1197-15

ਦੂਰਿ ਨਾਹੀ ਮੇਰੋ ਪ੍ਰਭੁ ਪਿਆਰਾ॥ door naahee mayro parabh pi-aaraa.
ਸਤਿਗੁਰ ਬਚਨਿ ਮੇਰੋ ਮਨੁ ਮਾਨਿਆ, ਹਰਿ ਪਾਏ ਪ੍ਰਾਨ ਅਧਾਰਾ॥੧॥ ਰਹਾਉ॥ satgur bachan mayro man maani-aa har paa-ay paraan aDhaaraa. ||1|| rahaa-o.

ਪ੍ਰਭ ਮੇਰੇ ਮਨ, ਤਨ ਵਿੱਚ ਹੀ ਵਸਦਾ, ਦੂਰ ਨਹੀਂ ਹੈ । ਜਿਹੜਾ ਸ਼ਬਦ ਦੀ ਸਿਖਿਆਂ ਨਾਲ ਜੀਵਨ ਢਾਲ ਲੈਂਦਾ ਹੈ, ਪ੍ਰਭ ਦੀ ਰਹਿਮਤ ਨਾਲ ਉਸ ਨੂੰ ਆਪਣੇ ਮਨ ਅੰਦਰੋਂ ਹੀ ਸ਼ਬਦ ਦੀ ਸੋਝੀ ਬਖਸ਼ਿਸ਼ ਹੋ ਜਾਂਦੀ ਹੈ ।

His Holy Spirit, His Word remains embedded within each soul and dwells within his body. Whosoever may adopt the teachings of His Word with steady and stable belief; with His mercy and grace, he may be enlightened from within his own mind with the essence of His Word.

ਇਨ ਬਿਧਿ ਹਰਿ ਮਿਲੀਐ ਵਰ ਕਾਮਨਿ, ਧਨ ਸੋਹਾਗੁ ਪਿਆਰੀ॥ in biDh har milee-ai var kaaman Dhan sohaag pi-aaree.
ਜਾਤਿ ਬਰਨ ਕੁਲ ਸਹਸਾ ਚੂਕਾ, ਗੁਰਮਤਿ ਸਬਦਿ ਬੀਚਾਰੀ॥੧॥ jaat baran kul sahsaa chookaa gurmat sabad beechaaree. ||1||

ਜਿਹੜਾ ਸ਼ਬਦ ਦੀ ਪਾਲਣਾ ਅਡੋਲ ਭਰੋਸੇ ਨਾਲ ਕਰਦਾ ਹੈ, ਪ੍ਰਭ ਦੀ ਰਹਿਮਤ ਨਾਲ, ਉਸ ਨੂੰ ਸ਼ਬਦ ਦੀ ਸੋਝੀ ਬਖਸ਼ਿਸ਼ ਹੋ ਜਾਂਦੀ ਹੈ । ਉਸ ਦੇ ਮਨ ਦੇ ਜਾਤ, ਪਾਤ, ਹੈਸੀਅਤ ਦੇ ਸਾਰੇ ਭਰਮ ਦੂਰ ਹੋ ਜਾਂਦੇ ਹਨ ।

ਗੁਰੂ ਨਾਨਕ ਦੇਵ ਜੀ! – Guru Nanak Dev Ji! Guru Granth Sahib

Whosoever may obey the teachings of His Word with steady and stable belief; with His mercy and grace, he may be blessed with the enlightenment of the essence of His Word. All his religious suspicions, the distinction of worldly social class and worldly status may be eliminated.

ਜਿਸੁ ਮਨੁ ਮਾਨੈ ਅਭਿਮਾਨੁ ਨ, ਤਾ ਕਉ ਹਿੰਸਾ ਲੋਭੁ ਵਿਸਾਰੇ॥ jis man maanai abhimaan na taa ka-o hinsaa lobh visaaray.
ਸਹਜਿ ਰਵੈ ਵਰੁ ਕਾਮਣਿ ਪਿਰ ਕੀ, ਗੁਰਮੁਖਿ ਰੰਗਿ ਸਵਾਰੇ॥੨॥ sahj ravai var kaaman pir kee gurmukh rang savaaray. ||2||

ਜਿਸ ਦੇ ਮਨ ਵਿੱਚ ਸ਼ਬਦ ਘਰ ਕਰ ਜਾਂਦਾ ਹੈ । ਉਸ ਦੇ ਮਨ ਵਿੱਚ ਅਹੰਕਾਰ, ਕਰੋਧ, ਲਾਲਚ ਦੀ ਕੋਈ ਥਾਂ ਨਹੀਂ ਰਹਿੰਦੀ । ਉਹ ਪ੍ਰਭ ਦੇ ਸ਼ਬਦ ਵਿੱਚ ਲੀਨ, ਮਸਤ, ਖੇੜੇ ਵਿੱਚ ਰਹਿੰਦਾ ਹੈ ।

Whosoever may be drenched with the enlightenment of the essence of His Word; with His mercy and grace, he may not have any ego, anger, and greed for worldly desires. He may remain intoxicated in meditating in the void of His Word; with His mercy and grace, blossom my prevail within his heart.

ਜਾਰਉ ਐਸੀ ਪ੍ਰੀਤਿ ਕੁਟੰਬ ਸਨਬੰਧੀ, ਮਾਇਆ ਮੋਹ ਪਸਾਰੀ॥ jaara-o aisee pareet kutamb sanbanDhee maa-i-aa moh pasaaree.
ਜਿਸੁ ਅੰਤਰਿ ਪ੍ਰੀਤਿ ਰਾਮ ਰਸੁ ਨਾਹੀ, ਦੁਬਿਧਾ ਕਰਮ ਬਿਕਾਰੀ॥੩॥ jis antar pareet raam ras naahee dubiDhaa karam bikaaree. ||3||

ਜੀਵ ਸੰਸਾਰਕ ਪਰਿਵਾਰ ਦਾ ਅਭਿਮਾਨ, ਮੋਹ ਤਿਆਗੋ, ਇਹ ਹੀ ਮਾਇਆ ਦਾ ਜਾਲ ਹੈ । ਜਿਹੜਾ ਸ਼ਬਦ ਦੀ ਪਾਲਣਾ ਨਹੀਂ ਕਰਦਾ, ਉਸ ਦੇ ਮਨ ਅੰਦਰ ਭਰਮ ਅਤੇ ਧੋਖਾ, ਫਰੇਬ ਹੀ ਹੁੰਦਾ ਹੈ ।

You should renounce your ego and attachment to worldly bonds; the ego of worldly status and worldly bonds of family and possessions may be a sweet poison of worldly wealth. Whosoever may not obey the teachings of His Word; he may remain intoxicated with religious suspicions, deception, and hypocrisy in his worldly life.

ਅੰਤਰਿ ਰਤਨ ਪਦਾਰਥ ਹਿਤ ਕੌ, ਦੁਰੈ ਨ ਲਾਲ ਪਿਆਰੀ॥ antar ratan padaarath hit kou durai na laal pi-aaree.
ਨਾਨਕ ਗੁਰਮੁਖਿ ਨਾਮੁ ਅਮੋਲਕੁ, ਜੁਗਿ ਜੁਗਿ ਅੰਤਰਿ ਧਾਰੀ॥੪॥੩॥ naanak gurmukh naam amolak jug jug antar Dhaaree. ||4||3||

ਜਿਸ ਦੇ ਮਨ ਅੰਦਰ ਪ੍ਰਭ ਦੇ ਅਮੋਲਕ ਸ਼ਬਦ ਨਾਲ ਸ਼ਰਧਾ ਹੁੰਦੀ ਹੈ, ਉਹ ਪ੍ਰਭ ਦੀ ਜੋਤ, ਰਹਿਮਤ ਆਪਣੇ ਮਨ ਅੰਦਰ ਲੁਕਾ ਨਹੀਂ ਸਕਦਾ । ਉਹ ਅਮੋਲਕ ਰਤਨ, ਪ੍ਰਭ ਦੇ ਸ਼ਬਦ ਦੇ ਸਿਮਰਨ ਵਿੱਚ ਹੀ ਲੀਨ ਰਹਿੰਦਾ ਹੈ । ਇਹ ਜੁੱਗਾਂ ਜੁੱਗਾਂ ਤੋਂ ਹੀ ਹੁੰਦਾ ਆਇਆ ਹੈ ।

Whosoever may have a devotion, dedication to obey the teachings of His Word; with His mercy and grace, he may never be able to hide His Blessings and the glow of His Holy Spirit from within. He may remain intoxicated in the void of His Ambrosial Word. Such a nature has been prevailing from ancient Ages.

Key Message of Raag Saarang, page 1197-15
'ਰੂਹਾਨੀ ਦਾਸ ਦੇ ਜੀਵਨ ਵਿੱਚ ਪ੍ਰਗਟ ਹੋ ਜਾਂਦਾ ਹੈ!
ਜਿਹੜਾ ਸ਼ਬਦ ਦੀ ਸਿਖਿਆਂ ਨਾਲ ਜੀਵਨ ਢਾਲ ਲੈਂਦਾ ਹੈ, ਉਸ ਨੂੰ ਆਪਣੇ ਅੰਦਰੋਂ ਹੀ ਸ਼ਬਦ ਦੀ ਸੋਝੀ ਬਖਸ਼ਿਸ਼ ਹੋ ਜਾਂਦੀ ਹੈ । ਉਸ ਦੇ ਧਰਮ, ਜਾਤ, ਪਾਤ, ਹੈਸੀਅਤ ਦੇ ਸਾਰੇ ਭਰਮ ਦੂਰ ਹੋ ਜਾਂਦੇ ਹਨ । ਉਹ ਪ੍ਰਭ ਦੇ ਅਮੋਲਕ ਸ਼ਬਦ ਨਾਲ ਸ਼ਰਧਾ, ਆਪਣੇ ਮਨ ਅੰਦਰ ਲੁਕਾ ਨਹੀਂ ਸਕਦਾ । ਇਹ ਜੁੱਗਾਂ ਜੁੱਗਾਂ ਤੋਂ ਹੀ ਹੁੰਦਾ ਆਇਆ ਹੈ ।
Eternal glow cannot be contained within!
Whosoever may adopt the teachings of His Word with steady and stable belief; he may be enlightened from within. All his religious suspicions, the distinction of worldly social class and worldly status may be eliminated. He may never be able to contain, hide His Blessings, eternal glow within. His Nature has been prevailing from Ancient Ages.

4. ਰਾਗੁ ਸਾਰਗ ਅਸਟਪਦੀਆ ਮਹਲਾ ੧ ਘਰੁ ੧॥ 1232-5

ੴ ਸਤਿਗੁਰ ਪ੍ਰਸਾਦਿ॥ ik-oNkaar satgur parsaad.
ਹਰਿ ਬਿਨੁ ਕਿਉ ਜੀਵਾ ਮੇਰੀ ਮਾਈ॥ har bin ki-o jeevaa mayree maa-ee.
ਜੈ ਜਗਦੀਸ ਤੇਰਾ ਜਸੁ ਜਾਚਉ, ਮੈ ਹਰਿ ਬਿਨੁ ਰਹਨੁ ਨ ਜਾਈ॥੧॥ jai jagdees tayraa jas jaacha-o mai har bin rahan na jaa-ee. ||1||
ਰਹਾਉ॥ rahaa-o.

ਮੈਂ ਤੇਰੇ ਸ਼ਬਦ ਦੀ ਜੈਕਾਰ ਕਰਦਾ, ਧੰਨਵਾਦ ਗਾਉਂਦਾ ਹਾ । ਤੇਰੇ ਸ਼ਬਦ ਦੀ ਪਾਲਣਾ ਤੋਂ ਬਿਨਾਂ ਮੇਰੇ ਜੀਵਨ ਦਾ ਹੋਰ ਕੋਈ ਮੰਤਵ ਨਹੀਂ ।

I am always singing the glory of Your Word and Your gratitude. Without obeying the teachings of Your Word; my human life may not have any other purpose.

ਹਰਿ ਕੀ ਪਿਆਸ ਪਿਆਸੀ ਕਾਮਨਿ, ਦੇਖਉ ਰੈਨਿ ਸਬਾਈ॥ har kee pi-aas pi-aasee kaaman daykh-a-u rain sabaa-ee.
ਸ੍ਰੀਧਰ ਨਾਥ ਮੇਰਾ ਮਨੁ ਲੀਨਾ, ਪ੍ਰਭੁ ਜਾਨੈ ਪੀਰ ਪਰਾਈ॥੧॥ sareeDhar naath mayraa man leenaa parabh jaanai peer paraa-ee. ||1||

ਮਨ ਵਿੱਚ ਪ੍ਰਭ ਨੂੰ ਮਿਲਣ ਦੀ ਪਿਆਸ ਚਮਕਦੀ ਹੈ । ਮੇਰੀ ਆਤਮਾ ਦਿਨ, ਰਾਤ ਪ੍ਰਭ ਦੇ ਹੀ ਸੁਪਨੇ ਲੈਂਦੀ ਰਹਿੰਦੀ ਹੈ । ਮੇਰਾ ਮਨ ਸ਼ਬਦ ਦੇ ਸਿਮਰਨ ਵਿੱਚ ਹੀ ਲੀਨ ਹੋਇਆ ਰਹਿੰਦਾ ਹੈ । ਕੇਵਲ ਪ੍ਰਭ ਹੀ ਸਭ ਜੀਵਾਂ ਦਾ ਦਰਦ ਜਾਣਦਾ ਹੈ ।

I have a deep anxiety to be blessed with the enlightenment of the essence of Your Word, Blessed Vision. My soul has been dreaming to witness Your Blessed Vision, the enlightenment of the essence of Your Word Day and night. I remain intoxicated in the void of Your Word. Only, The True Master may know the misery or worldly condition of His Creation.

ਗਣਤ ਸਰੀਰਿ ਪੀਰ ਹੈ ਹਰਿ ਬਿਨੁ, ਗੁਰ ਸਬਦੀ ਹਰਿ ਪਾਂਈ॥ ganat sareer peer hai har bin gur sabdee har paaN-ee.
ਹੋਹੁ ਦਇਆਲ ਕ੍ਰਿਪਾ ਕਰਿ ਹਰਿ ਜੀਉ, ਹਰਿ ਸਿਉ ਰਹਾਂ ਸਮਾਈ॥੨॥ hohu da-i-aal kirpaa kar har jee-o har si-o rahaaN samaa-ee. ||2||

ਮੈਂ ਪ੍ਰਭ ਦੇ ਵਿਛੋੜੇ ਦੇ ਵਿਰਾਗ ਵਿੱਚ ਹੀ ਰਹਿੰਦਾ ਹੈ । ਸ਼ਬਦ ਨਾਲ ਜੀਵਨ ਢਾਲਣ ਨਾਲ ਸ਼ਬਦ ਦੀ ਸੋਝੀ ਬਖਸ਼ਿਸ਼ ਹੋਈ ਹੈ । ਪ੍ਰਭ ਰਹਿਮਤ ਬਖਸ਼ੋ! ਮੈਂ ਸ਼ਬਦ ਵਿੱਚ ਲਿਵ ਲਾਈ ਰਖਾ ।

I remain in renunciation in the memory of my separation from His Holy Spirit. I have adopted the teachings of His Word with steady and stable belief; with His mercy and grace, I have been enlightened with the essence of His Word. My True Master, keeps me steady and stable in meditation.

ਐਸੀ ਰਵਤ ਰਵਹੁ ਮਨ ਮੇਰੇ, ਹਰਿ ਚਰਣੀ ਚਿਤੁ ਲਾਈ॥ aisee ravat ravhu man mayray har charnee chit laa-ee.
ਬਿਸਮ ਭਏ ਗੁਣ ਗਾਇ ਮਨੋਹਰ, ਨਿਰਭਉ ਸਹਜਿ ਸਮਾਈ॥੩॥ bisam bha-ay gun gaa-ay manohar nirbha-o sahj samaa-ee. ||3||

ਗੁਰੂ ਨਾਨਕ ਦੇਵ ਜੀ! – Guru Nanak Dev Ji! Guru Granth Sahib

ਜੀਵ ਪ੍ਰਭ ਦੇ ਸ਼ਬਦ ਦੀ ਪਾਲਣਾ ਵਿੱਚ ਅਡੋਲ, ਪ੍ਰਭ ਦੀ ਸ਼ਰਣ ਵਿੱਚ ਮਸਤ ਰਹੋ! ਜਿਹੜਾ ਸ਼ਬਦ ਦੀ ਉਸਤਤ ਗਾਉਂਦਾ ਹੈ, ਉਸ ਨੂੰ ਕਈ ਚਮਤਕਾਰ ਮਹਿਸੂਸ ਹੁੰਦੇ ਹਨ । ਮੈਂ, ਨਿਡਰ ਪ੍ਰਭ ਦੇ ਸ਼ਬਦ ਵਿੱਚ ਹੀ ਲੀਨ ਰਹਿੰਦਾ ਹਾ ।

You should obey the teachings of His Word and remain intoxicated in the void of His Word. Whosoever may sing the glory of His Word with steady and stable belief; with His mercy and grace, he may realize many miracles of His Nature. I remain intoxicated in meditation in the void of His Word, The Fearless True Master.

ਹਿਰਦੈ ਨਾਮੁ ਸਦਾ ਧੁਨਿ ਨਿਹਚਲ, ਘਟੈ ਨ ਕੀਮਤਿ ਪਾਈ॥ hirdai naam sadaa Dhun nihchal ghatai na keemat paa-ee.
ਬਿਨੁ ਨਾਵੈ ਸਭੁ ਕੋਈ ਨਿਰਧਨੁ, ਸਤਿਗੁਰਿ ਬੂਝ ਬੁਝਾਈ॥੪॥ bin naavai sabh ko-ee nirDhan satgur boojh bujhaa-ee. ||4||

ਜਿਸ ਦੇ ਮਨ ਅੰਦਰ ਪ੍ਰਭ ਦੇ ਸ਼ਬਦ ਦੀ ਸਦਾ ਚਲਣ ਵਾਲੀ ਧੁਨ ਸੁਣਾਈ ਦੇਂਦੀ ਹੈ । ਉਹ ਕਦੇ ਮੱਧਮ ਨਹੀਂ ਹੁੰਦੀ, ਉਸ ਦੀ ਕੀਮਤ ਜਾਣੀ ਨਹੀਂ ਜਾ ਸਕਦੀ । ਸ਼ਬਦ ਦੀ ਕਮਾਈ ਤੋਂ ਬਿਨਾਂ ਦਰਬਾਰ ਵਿੱਚ, ਕੋਈ ਧੰਨਾਢ ਨਹੀਂ, ਸਾਰੇ ਹੀ ਗਰੀਬ ਹਨ । ਪ੍ਰਭ ਸ਼ਬਦ ਦੀ ਪਾਲਣਾ ਵਿੱਚ ਹੀ ਇਸ ਤੱਤ ਦੀ ਸੋਝੀ ਬਖਸ਼ਦਾ ਹੈ ।

Whosoever may hear the everlasting echo of His Word resonating within his heart. His devotion and intoxication with the essence of His Word may never be diminished nor the essence of His Word may be comprehended by His Creation. No one may be rich; everyone may be poor; in His Court, without earnings of His Word. The enlightenment of the essence of His Word, remains embedded in obeying the teachings of His Word with steady and stable belief in day-to-day life.

ਪ੍ਰੀਤਮ ਪ੍ਰਾਨ ਭਏ ਸੁਨਿ ਸਜਨੀ, ਦੂਤ ਮੁਏ ਬਿਖੁ ਖਾਈ॥ pareetam paraan bha-ay sun sajnee doot mu-ay bikh khaa-ee.
ਜਬ ਕੀ ਉਪਜੀ ਤਬ ਕੀ, ਤੈਸੀ ਰੰਗੁਲ ਭਈ ਮਨਿ ਭਾਈ॥੫॥ jab kee upjee tab kee taisee rangul bha-ee man bhaa-ee. ||5|

ਪ੍ਰਭ ਮੇਰੇ ਸਵਾਸਾਂ ਦਾ ਰਖਵਾਲਾ ਬਣ ਗਿਆ ਹੈ । ਜਿਸ ਨਾਲ ਜਮਦੂਤ ਜ਼ਹਿਰ ਖਾ ਕੇ ਮਰ ਗਏ, ਦੂਰ ਹੋ ਗਏ ਹਨ । ਮੇਰੇ ਮਨ ਵਿੱਚ ਪ੍ਰਭ ਦੇ ਸ਼ਬਦ ਦਾ ਰੰਗ ਭਰ ਗਿਆ, ਮੈਂ ਪ੍ਰਭ ਦੇ ਪਿਆਰ ਵਿੱਚ ਲੀਨ ਹੋ ਗਿਆ ਹਾ । ਮਨ ਪ੍ਰਭ ਦਾ ਹੀ ਰੂਪ ਬਣ ਗਿਆ ਹੈ ।

The True Master has become my protector and savior. All my demons of worldly desires have been eliminated. I remain drenched with the essence of His Word; I am intoxicated in meditation in the void of His Word. My state of mind has become a symbol of The True Master.

ਸਹਜ ਸਮਾਧਿ ਸਦਾ ਲਿਵ ਹਰਿ ਸਿਉ, ਜੀਵਾਂ ਹਰਿ ਗੁਨ ਗਾਈ॥ sahj samaaDh sadaa liv har si-o jeevaaN har gun gaa-ee.
ਗੁਰ ਕੈ ਸਬਦਿ ਰਤਾ ਬੈਰਾਗੀ, ਨਿਜ ਘਰਿ ਤਾੜੀ ਲਾਈ॥੬॥ gur kai sabad rataa bairaagee nij ghar taarhee laa-ee. ||6||

ਮੈਂ ਪ੍ਰਭ ਦੇ ਸ਼ਬਦ ਦੇ ਗੁਣ ਗਾਉਂਦਾ, ਪ੍ਰਭ ਦੇ ਚਰਨਾਂ ਵਿੱਚ ਹੀ ਸਮਾਧੀ ਲਾਈ ਹੈ । ਉਸ ਦੇ ਸ਼ਬਦ ਗਾਉਂਦਾ, ਮਨ ਵਿਚੋਂ ਸੰਸਾਰਕ ਇਛਾਂ ਦੂਰ ਹੋ ਗਈਆ ਹਨ । ਮੈਂ ਆਪਣੇ ਤਨ ਅੰਦਰ, ਦਸਵੇਂ ਘਰ ਵਿੱਚ ਵਸਦਾ, ਸਮਾਧੀ ਲਾਈ ਹੈ ।

I remain singing the glory of His Word and remain intoxicated in the void of His Word; with His mercy and grace, my mind has become beyond the reach of worldly desires. I remain intoxicated in the void of His Word, in the 10th cave within my own body.

ਸੁਧ ਰਸ ਨਾਮੁ ਮਹਾ ਰਸੁ ਮੀਠਾ, ਨਿਜ ਘਰਿ ਤਤੁ ਗੁਸਾਂਈਂ॥ suDh ras naam mahaa ras meethaa nij ghar tat gusaaN-eeN.
ਤਹ ਹੀ ਮਨੁ ਜਹ ਹੀ ਤੈ ਰਾਖਿਆ, ਐਸੀ ਗੁਰਮਤਿ ਪਾਈ॥੭॥ tah hee man jah hee tai raakhi-aa aisee gurmat paa-ee. ||7||

ਪ੍ਰਭ ਦਾ ਸ਼ਬਦ ਬਹੁਤ ਮਿੱਠਾ ਹੈ । ਮੈਂ ਪ੍ਰਭ ਦੇ ਸ਼ਬਦ ਦੇ ਸਿਮਰਨ ਵਿੱਚ ਹੀ ਆਪਣੇ ਅੰਦਰ ਲੀਨ ਹੋਇਆ ਹਾ । ਪ੍ਰਭ ਦੀ ਰਹਿਮਤ ਨਾਲ ਸ਼ਬਦ ਦੀ ਸੋਝੀ ਬਖਸ਼ਿਸ਼ ਹੋ ਗਈ ਹੈ । ਜਿੱਥੇ ਵੀ ਪ੍ਰਭ ਮਨ ਨੂੰ ਲਾਉਂਦਾ ਹੈ, ਮਨ ਉਥੇ ਹੀ ਟਿਕ ਜਾਂਦਾ ਹੈ । ਮੈਨੂੰ ਸ਼ਬਦ ਦੀ ਪਾਲਣਾ ਨਾਲ ਹੀ ਇਹ ਹੀ ਸੋਝੀ ਬਖਸ਼ਿਸ਼ ਹੋਈ ਹੈ ।

The essence of His Word may be very comforting and intoxicating to my mind. I remain intoxicated in meditation in the void of His Word; with His mercy and grace, I have been enlightened with the essence of His Word from within. I remain contented with my worldly environments. I have been enlightened with a unique essence of His Nature by obeying the teachings of His Word.

ਸਨਕ ਸਨਾਦਿ ਬ੍ਰਹਮਾਦਿ ਇੰਦ੍ਰਾਦਿਕ, ਭਗਤਿ ਰਤੇ ਬਨਿ ਆਈ॥ sanak sanaad barahmaad indraadik bhagat ratay ban aa-ee.
ਨਾਨਕ ਹਰਿ ਬਿਨੁ ਘਰੀ ਨ ਜੀਵਾਂ, ਹਰਿ ਕਾ ਨਾਮੁ ਵਡਾਈ॥੮॥੧॥ naanak har bin gharee na jeevaaN har kaa naam vadaa-ee. ||8||1||

ਸਨਕ, ਸਨਦਿ, ਬ੍ਰਹਮਾ, ਇੰਦ੍ਰ ਸਾਰੇ ਹੀ ਤੇਰੇ ਸ਼ਬਦ ਦੀ ਬੰਦਗੀ ਵਿੱਚ ਲੀਨ ਹਨ, ਤੇਰੇ ਸ਼ਬਦ ਦੀ ਸਿਖਿਆਂ ਤੇ ਚਲਦੇ ਹਨ । ਤੇਰੇ ਸ਼ਬਦ ਦੀ ਪਾਲਣਾ ਤੋਂ ਬਿਨਾਂ ਇਕ ਪਲ ਵੀ ਮਨ ਵਿੱਚ ਸੰਤੋਖ ਬਖਸ਼ਿਸ਼ ਨਹੀਂ ਹੁੰਦਾ । ਤੇਰੇ ਸ਼ਬਦ ਦੀ ਪਾਲਣਾ ਬਹੁਤ ਮਹੱਤਵ ਪੂਰਕ, ਸਭ ਤੋਂ ਉਤਮ ਹੈ ।

All renowned prophets like **Sanak, Sanaad, Brahma**, Inder all remain intoxicated in meditation in the void of Your Word. I may never realize any comfort, peace, and contentment without obeying the teachings of Your Word. The teachings of Your Word may be very significant and superb task in human life journey.

Key Message of Raag Saarang, page 1232-5
'ਸ਼ਬਦ ਦੀ ਪਾਲਣਾ ਸਭ ਤੋਂ ਉਤਮ ਹੈ!
ਕੇਵਲ ਪ੍ਰਭ ਹੀ ਸਭ ਜੀਵਾਂ ਦਾ ਦਰਦ ਜਾਣਦਾ ਹੈ । ਪ੍ਰਭ ਦੇ ਵਿਛੋੜੇ ਦੇ ਵਿਰਾਗ ਵਿੱਚ ਸ਼ਬਦ ਨਾਲ ਜੀਵਨ ਢਾਲਣ ਨਾਲ ਸ਼ਬਦ ਦੀ ਸੋਝੀ ਬਖਸ਼ਿਸ਼ ਹੋਈ ਹੈ । ਉਸ ਦੇ ਮਨ ਅੰਦਰ ਪ੍ਰਭ ਦੇ ਸ਼ਬਦ ਦੀ ਸਦਾ ਚਲਣ ਵਾਲੀ ਧੁਨ ਸੁਣਾਈ ਦੇਂਦੀ ਹੈ । ਉਹ ਪ੍ਰਭ ਦਾ ਹੀ ਰੂਪ ਬਣ ਜਾਂਦਾ ਹੈ । ਸਨਕ, ਸਨਦਿ, ਬ੍ਰਹਮਾ, ਇੰਦ੍ਰ ਸਾਰੇ ਹੀ ਸ਼ਬਦ ਦੀ ਬੰਦਗੀ ਵਿੱਚ ਲੀਨ ਰਹਿੰਦੇ, ਸ਼ਬਦ ਦੀ ਪਾਲਣਾ ਨੂੰ ਬਹੁਤ ਮਹੱਤਵ ਪੂਰਕ, ਸਭ ਤੋਂ ਉਤਮ ਮੰਨਦੇ ਹਨ ।
Obeying the teachings of His Word Superb task!
Only, The True Master may know the misery or worldly condition of His Creation. Whosoever may adopt the teachings of His Word in renunciation in the memory of his separation from His Holy Spirit; he may be enlightened with the essence of His Word. He may hear the everlasting echo of His Word resonating within his heart. His state of mind may become a symbol of The True Master. All renowned prophets like **Sanak, Sanaad, Brahma, Inder** remain intoxicated in meditation in the void of His Word. Everyone recognizes obeying the teachings of His Word, significant and superb task in human life journey.

5. **ਸਾਰਗ ਮਹਲਾ ੧॥** 1232-16

ਹਰਿ ਬਿਨੁ ਕਿਉ ਧੀਰੈ ਮਨੁ ਮੇਰਾ॥ har bin ki-o Dheerai man mayraa.
ਕੋਟਿ ਕਲਪ ਕੇ ਦੂਖ ਬਿਨਾਸਨ, ਸਾਚੁ ਦ੍ਰਿੜਾਇ ਨਿਬੇਰਾ॥੧॥ kot kalap kay dookh binaasan saach drirh-aa-ay nibayraa. ||1||
ਰਹਾਉ॥ rahaa-o.

ਜਿਸ ਦੇ ਮਨ ਵਿੱਚ ਸ਼ਬਦ ਦੀ ਸਿਖਿਆਂ ਘਰ ਕਰ ਜਾਂਦੀ ਹੈ । ਉਸ ਦੇ ਅਨੇਕਾਂ ਜਨਮਾਂ ਦੇ ਪਾਪ ਧੋਤੇ ਜਾਂਦੇ, ਜੂੰਨਾਂ ਦਾ ਚੱਕਰ ਖਤਮ ਹੋ ਜਾਂਦਾ ਹੈ । ਸ਼ਬਦ ਦੀ ਪਾਲਣਾ ਤੋਂ ਬਿਨਾਂ ਮਨ ਨੂੰ ਸੰਤੋਖ ਕਿਵੇਂ ਆ ਸਕਦਾ ਹੈ?

Whosoever may remain drenched with the essence of His Word; with His mercy and grace, all his sins of previous lives may be forgiven. His cycle of birth and death may be eliminated. How may anyone remain contented without obeying the teachings of His Word?

ਕ੍ਰੋਧੁ ਨਿਵਾਰਿ ਜਲੇ ਹਉ ਮਮਤਾ, ਪ੍ਰੇਮੁ ਸਦਾ ਨਉ ਰੰਗੀ॥ kroDh nivaar jalay ha-o mamtaa paraym sadaa na-o rangee.
ਅਨਭਉ ਬਿਸਰਿ ਗਏ ਪ੍ਰਭੁ ਜਾਚਿਆ, ਹਰਿ ਨਿਰਮਾਇਲੁ ਸੰਗੀ॥੧॥ anbha-o bisar ga-ay parabh jaachi-aa har nirmaa-il sangee. ||1||

ਮੇਰੇ ਮਨ ਵਿਚੋਂ ਮਾਲਕੀਅਤ ਦਾ ਅਭਿਮਾਨ ਖਤਮ ਹੋ ਗਿਆ ਹੈ । ਮੇਰੇ ਮਨ ਵਿੱਚ ਸਦਾ ਤਾਜ਼ਾ ਰਹਿਣ ਵਾਲੇ ਪ੍ਰਭ ਦੇ ਸ਼ਬਦ ਨਾਲ ਲਗਨ ਲਗੀ ਹੈ । ਆਪਾ ਪ੍ਰਭ ਦੀ ਸ਼ਰਣ ਵਿੱਚ ਭੇਟਾ ਕਰਨ ਨਾਲ ਮਨ ਵਿਚੋਂ ਸੰਸਾਰਕ ਇਛਾਂ ਦਾ ਡਰ ਦੂਰ ਹੋ ਗਿਆ । ਉਹ ਪਵਿੱਤਰ, ਨਿਰਮਲ ਪ੍ਰਭ ਮੇਰਾ ਸੰਗੀ ਬਣ ਗਿਆ ਹੈ ।

I have conquered my ego of worldly possessions and pride of my worldly status. I remain intoxicated in mediation in the void of forever rejuvenating The True Master. I have surrendered my self-entity at His Sanctuary; with His mercy and grace, my state of mind has become beyond the reach of worldly desires. The True Master has become my companion.

ਚੰਚਲ ਮਤਿ ਤਿਆਗਿ ਭਉ ਭੰਜਨੁ, ਪਾਇਆ ਏਕ ਸਬਦਿ ਲਿਵ ਲਾਗੀ॥ chanchal mat ti-aag bha-o bhanjan paa-i-aa ayk sabad liv laagee.
ਹਰਿ ਰਸੁ ਚਾਖਿ ਤ੍ਰਿਖਾ ਨਿਵਾਰੀ, ਹਰਿ ਮੇਲਿ ਲਏ ਬਡਭਾਗੀ॥੨॥ har ras chaakh tarikhaa nivaaree har mayl la-ay badbhaagee. ||2||

ਪ੍ਰਭ ਦੀ ਰਹਿਮਤ ਨਾਲ, ਮੈਂ ਇਕੋ ਇਕ ਪ੍ਰਭ ਦੇ ਸ਼ਬਦ ਦੀ ਪਾਲਣਾ ਵਿੱਚ ਮਸਤ, ਅਡੋਲ ਹੋ ਗਿਆ ਹਾ । ਮੇਰੇ ਸ਼ਬਦ ਦੀ ਉਸਤਤ ਗਾਉਂਦੇ, ਮਨ ਦੀ ਸੰਸਾਰਕ ਤ੍ਰਿਸ਼ਨਾ ਦੀ ਪਿਆਸ ਬੁਝ ਗਈ ਹੈ । ਮੇਰੇ ਵੱਡੇਭਾਗ ਹੋ ਗਏ, ਦਰਬਾਰ ਵਿੱਚ ਪ੍ਰਵਾਨਗੀ ਬਖਸ਼ਿਸ਼ ਹੋ ਗਈ ਹੈ ।

I remain intoxicated in obeying the teachings of His Word with steady and stable belief in my day-to-day life. By singing the glory of His Word; with His mercy and grace, my thirst of worldly desires has been quenched. I have become very fortunate and I have been accepted in His Court.

ਅਭਰਤ ਸਿੰਚਿ ਭਏ ਸੁਭਰ ਸਰ, ਗੁਰਮਤਿ ਸਾਚੁ ਨਿਹਾਲਾ॥ abhrat sinch bha-ay subhar sar gurmat saach nihaalaa.
ਮਨ ਰਤਿ ਨਾਮਿ ਰਤੇ ਨਿਹਕੇਵਲ, ਆਦਿ ਜੁਗਾਦਿ ਦਇਆਲਾ॥੩॥ man rat naam ratay nihkayval aad jugaad da-i-aalaa. ||3||

ਮੇਰਾ, ਸ਼ਬਦ ਦੀ ਪਾਲਣਾ ਤੋਂ ਵਾਂਝਾ ਮਨ, ਸ਼ਬਦ ਦੀ ਉਸਤਤ ਨਾਲ ਭਰ ਗਿਆ, ਉਛਲਦਾ ਹੈ । ਸ਼ਬਦ ਦੀ ਪਾਲਣਾ ਕਰਨ ਨਾਲ ਪ੍ਰਭ ਦੀ ਸ਼ਰਣ ਵਿੱਚ ਪਨਾਹ ਬਖਸ਼ਿਸ਼ ਹੋ ਗਈ ਹੈ । ਮੇਰਾ ਮਨ ਜੁੱਗਾਂ ਜੁੱਗਾਂ ਤੋਂ ਤਰਸਵਾਨ, ਅਟਲ ਪ੍ਰਭ ਦੇ ਸ਼ਬਦ ਵਿੱਚ ਲੀਨ ਹੋ ਗਿਆ ਹੈ ।

My mind was deprived from obeying the teachings of His Word; with His mercy and grace, my mind has been overwhelmed with praises of the glory of His Word. I remain intoxicated in meditation in the void of His Word; with His mercy and grace, I have been accepted in His Sanctuary. I have been intoxicating in meditation in the void of His Word, The Merciful True Master from ancient Ages.

ਮੋਹਨਿ ਮੋਹਿ ਲੀਆ ਮਨੁ ਮੋਰਾ, ਬਡੈ ਭਾਗ ਲਿਵ ਲਾਗੀ॥ mohan mohi lee-aa man moraa badai bhaag liv laagee.
ਸਾਚੁ ਬੀਚਾਰਿ ਕਿਲਵਿਖ ਦੁਖ ਕਾਟੇ, ਮਨੁ ਨਿਰਮਲੁ ਅਨਰਾਗੀ॥੪॥ saach beechaar kilvikh dukh kaatay man nirmal anraagee. ||4||

ਮੇਰੇ ਮਨ ਨੂੰ ਪ੍ਰਭ ਦੀ ਕੁਦਰਤ ਨੇ ਕੀਲ ਲਿਆ ਹੈ । ਵੱਡੇਭਾਗਾਂ ਨਾਲ ਮੇਰਾ ਮਨ ਵਿੱਚ ਪ੍ਰਭ ਦਾ ਭਰੋਸਾ ਅਡੋਲ ਹੋ ਗਿਆ, ਬੰਦਗੀ ਵਿੱਚ ਲੀਨ ਹੋ ਗਿਆ ਹਾ ।

I have been intoxicated with the teachings of His Word. With a great prewritten destiny, my belief on His Blessings has become steady and stable. I remain intoxicated in meditation in the void of His Word.

ਗਹਿਰ ਗੰਭੀਰ ਸਾਗਰ ਰਤਨਾਗਰ, ਅਵਰ ਨਹੀ ਅਨ ਪੂਜਾ॥ gahir gambheer saagar ratnaagar avar nahee an poojaa.
ਸਬਦੁ ਬੀਚਾਰਿ ਭਰਮ ਭਉ ਭੰਜਨੁ, ਅਵਰੁ ਨ ਜਾਨਿਆ ਦੂਜਾ॥੫॥ sabad beechaar bharam bha-o bhanjan avar na jaani-aa doojaa. ||5||

ਪ੍ਰਭ ਅਮੋਲਕ ਰਤਨਾਂ, ਸ਼ਬਦ ਨਾਲ ਭਰਿਆ ਹੋਇਆ ਡੂੰਘਾ ਸਾਗਰ ਹੈ । ਪ੍ਰਭ ਹੀ ਸਾਰੀਆਂ ਦਾਤਾਂ ਦਾ ਮਾਲਕ, ਹੋਰ ਕੋਈ ਪੂਜਣ ਦੇ ਯੋਗ ਨਹੀਂ ਹੈ । ਜਿਹੜਾ ਸ਼ਬਦ ਨਾਲ ਜੀਵਨ ਢਾਲਦਾ ਹੈ, ਉਸ ਦੇ ਸਾਰੇ ਭਰਮ ਦੂਰ ਹੋ ਜਾਂਦੇ ਹਨ । ਮੈਨੂੰ ਦਰਬਾਰ ਵਿੱਚ ਪ੍ਰਵਾਨਗੀ ਦੇ ਹੋਰ ਕਿਸੇ ਰਸਤੇ ਦੀ ਸੋਝੀ ਨਹੀਂ ਹੈ ।

His Word, ambrosial jewel, is an overwhelming ocean of enlightenment of the essence of His Word. The One and Only One, True Treasure of all virtues may only be worthy to be worshipped. Whosoever may adopt the teachings of His Word; with His mercy and grace, all his suspicions may be eliminated. I have no other enlightenment of the right path of acceptance in His Court.

ਮਨੂਆ ਮਾਰਿ ਨਿਰਮਲ ਪਦੁ ਚੀਨਿਆ, ਹਰਿ ਰਸ ਰਤੇ ਅਧਿਕਾਈ॥ manoo-aa maar nirmal pad cheeni-aa har ras ratay aDhikaa-ee.
ਏਕਸ ਬਿਨੁ ਮੈ ਅਵਰੁ ਨ ਜਾਨਾਂ, ਸਤਿਗੁਰਿ ਬੂਝ ਬੁਝਾਈ॥੬॥ aykas bin mai avar na jaanaaN satgur boojh bujhaa-ee. ||6||

ਮੈਨੂੰ ਆਪਣੇ ਮਨ ਤੇ ਕਾਬੂ ਪਾਉਣ ਨਾਲ ਪਵਿੱਤਰ ਅਵਸਥਾ ਬਖਸ਼ਿਸ਼ ਹੋਈ ਹੈ । ਮੇਰਾ ਮਨ ਸ਼ਬਦ ਦੀ ਪਾਲਣਾ ਵਿੱਚ ਅਡੋਲ ਹੋ ਗਿਆ ਹੈ । ਪ੍ਰਭ ਦੀ ਰਹਿਮਤ ਨਾਲ ਮੈਨੂੰ ਸ਼ਬਦ ਦੀ ਸੋਝੀ ਬਖਸ਼ਿਸ਼ ਹੋ ਗਈ ਹੈ! ਇਕੋ ਇਕ ਪ੍ਰਭ ਤੋਂ ਬਿਨਾਂ ਹੋਰ ਕੋਈ ਅਸਲੀ ਮਾਲਕ ਨਹੀਂ ਹੈ ।

I have controlled my worldly desires of mind; with His mercy and grace, I have been blessed with immortal state of mind. I am obeying the teachings of His Word with steady and stable belief in my day-to-day life; with His mercy and grace, I am blessed with the enlightenment of the essence of His Word. The One and Only One, True Master, Creator, may be the only protector, savior of His Creation.

ਅਗਮ ਅਗੋਚਰੁ ਅਨਾਥੁ ਅਜੋਨੀ, ਗੁਰਮਤਿ ਏਕੋ ਜਾਨਿਆ॥ agam agochar anaath ajonee gurmat ayko jaani-aa.
ਸੁਭਰ ਭਰੇ ਨਾਹੀ ਚਿਤੁ ਡੋਲੈ, ਮਨ ਹੀ ਤੇ ਮਨੁ ਮਾਨਿਆ॥੭॥ subhar bharay naahee chit dolai man hee tay man maani-aa. ||7||

ਮੈਨੂੰ ਸ਼ਬਦ ਨਾਲ ਜੀਵਨ ਢਾਲਣ ਨਾਲ, ਸ਼ਬਦ ਦੀ ਸੋਝੀ ਬਖਸ਼ਿਸ਼ ਹੋਈ ਹੈ । ਪ੍ਰਭ ਦੇਖੇ ਜਾਣ, ਅਕਾਰ, ਜਨਮ ਮਰਨ, ਤੋਂ, ਜਾਣਕਾਰੀ ਅਤੇ ਪਹੁੰਚ ਤੋਂ ਉਪਰ ਹੈ । ਜਿਸ ਦੇ ਮਨ ਵਿੱਚ ਸ਼ਬਦ ਦੀ ਸੋਝੀ ਨਾਲ ਪ੍ਰਭ ਦੇ ਬਖਸ਼ੇ ਤੇ ਭਰੋਸਾ ਅਡੋਲ ਰਹਿੰਦਾ, ਉਹ ਕਦੇ ਵੀ ਭਰਮਾਂ ਵਿੱਚ ਨਹੀਂ ਪੈਂਦਾ । ਮੈਂ ਆਪਣੇ ਮਨ, ਤਨ ਅੰਦਰ ਹੀ ਖੇੜੇ ਵਿੱਚ, ਅਨੰਦ ਵਿੱਚ ਰਹਿੰਦਾ ਹੈ ।

I have adopted the teachings of His Word with steady and stable belief; with His mercy and grace, I have been enlightened with the essence of His Word. The True Master remains beyond visibility, structureless, cycle of birth and death, reach and comprehension of His Creation. Whosoever may remain drenched with the enlightenment of the essence of His Word, he may remain contented with His Blessings; with His mercy and grace, he may never become a victim of worldly suspicions. My mind and body, remain contented, in pleasure and blossom in my worldly life.

ਗੁਰ ਪਰਸਾਦੀ ਅਕਥਉ ਕਥੀਐ, ਕਹਉ ਕਹਾਵੈ ਸੋਈ॥	gur parsaadee aktha-o kathee-ai kaha-o kahaavai so-ee.
ਨਾਨਕ ਦੀਨ ਦਇਆਲ ਹਮਾਰੇ, ਅਵਰੁ ਨ ਜਾਨਿਆ ਕੋਈ॥੮॥੨॥	naanak deen da-i-aal hamaaray avar na jaani-aa ko-ee. ||8||2||

ਪ੍ਰਭ ਦੀ ਰਹਿਮਤ ਨਾਲ ਮੈਂ ਅਕਥ ਕਰਤਬਾਂ ਦਾ ਵਖਿਆਣ ਕਰਦਾ ਹਾ । ਉਹ ਹੀ ਬੋਲਦਾ, ਜੋ ਪ੍ਰਭ ਮੇਰੇ ਕੋਲੋ ਬਲਾਉਂਦਾ ਹੈ । ਪ੍ਰਭ ਨਿਮਾਣਿਆ ਦਾ ਮਾਣ ਰਖਣ ਵਾਲਾ, ਰਖਿਆ ਕਰਨ ਵਾਲ ਅਸਲੀ ਮਾਲਕ ਹੈ । ਮੈਂ ਹੋਰ ਕੋਈ ਉਸ ਵਰਗਾ ਮਾਲਕ ਨਹੀਂ ਜਾਣਦਾ ।

I have been blessed to comprehend and explain unexplainable events of His Nature. Whatsoever words may be blessed on my tongue; I may only speak His Blessed Word. The True Master, remains the protector of His humble, helpless true devotee. No one may be equal or greater than His Greatness.

Key Message of Raag Saarang, page 1232-16
'ਦਾਸ ਦਾ ਮਾਣ ਰਖਣ ਵਾਲਾ ਮਾਲਕ!
ਜਿਸ ਦੇ ਮਨ ਵਿੱਚ ਸ਼ਬਦ ਦੀ ਸਿਖਿਆਂ ਘਰ ਕਰ ਜਾਂਦੀ ਹੈ । ਪ੍ਰਭ ਦੀ ਸ਼ਰਣ ਵਿੱਚ ਆਪਾ ਭੇਟਾ ਕਰਨ ਨਾਲ ਸੰਸਾਰਕ ਇਛਾਂ ਦਾ ਡਰ ਦੂਰ ਹੋ ਜਾਂਦਾ ਹੈ । ਪ੍ਰਭ ਅਮੋਲਕ ਰਤਨਾਂ, ਸ਼ਬਦ ਦੀ ਸੋਝੀ ਨਾਲ ਭਰਿਆ ਹੋਇਆ ਡੂੰਘਾ ਸਾਗਰ ਹੈ । ਆਪਣੇ ਮਨ ਤੇ ਕਾਬੂ ਪਾਉਣ ਨਾਲ ਪਵਿੱਤਰ ਅਵਸਥਾ ਬਖਸ਼ਿਸ਼ ਹੋ ਜਾਂਦੀ ਹੈ । ਪ੍ਰਭ ਹੀ ਨਿਮਾਣਿਆਂ ਦਾ ਮਾਣ ਰਖਣ ਵਾਲਾ, ਰਖਿਆ ਕਰਨ ਵਾਲ ਅਸਲੀ ਮਾਲਕ ਹੈ ।
Upholding the honor of humble!
Whosoever may remain drenched with the essence of His Word; he may surrender his self-entity; his fear of worldly desires may be eliminated. The True Master, ambrosial jewel, is an overwhelming ocean of enlightenment of the essence of His Word. By controlling worldly desires, immortal state of mind may be blessed. The True Master remains the protector of His humble, helpless true devotee.

6. ਸਲੋਕ ਮਹਲਾ ੨॥ 1237-11

੧ੳ ਸਤਿਗੁਰ ਪ੍ਰਸਾਦਿ॥	ik-oNkaar satgur parsaad.
ਗੁਰੁ ਕੁੰਜੀ ਪਾਹੂ ਨਿਵਲੁ, ਮਨੁ ਕੋਠਾ ਤਨੁ ਛਤਿ॥	gur kunjee paahoo nival man kothaa tan chhat.
ਨਾਨਕ ਗੁਰ ਬਿਨੁ ਮਨ ਕਾ ਤਾਕੁ ਨ ਉਘੜੈ, ਅਵਰ ਨ ਕੁੰਜੀ ਹਥਿ॥੧॥	naanak gur bin man kaa taak na ugh-rhai avar na kunjee hath. ||1||

ਪ੍ਰਭ ਦੇ ਸ਼ਬਦ ਦੀ ਪਾਲਣਾ ਹੀ ਉਹ ਕੁੰਜੀ ਹੈ! ਜਿਸ ਨਾਲ ਮਨ ਦਾ ਦਸਵਾਂ ਦਰਵਾਜਾ ਖੋਲ੍ਹਿਆ ਜਾ ਸਕਦਾ ਹੈ । ਜਿਸ ਨਾਲ ਮਨ ਦੀਆਂ ਇਛਾਂ ਤੇ ਕਾਬੂ ਪਾਉਣ ਦੀ ਸੋਝੀ ਬਖਸ਼ਿਸ਼ ਹੋ ਸਕਦੀ ਹੈ । ਸ਼ਬਦ ਦੀ ਪਾਲਣਾ ਤੋਂ ਬਿਨਾਂ ਮਨ ਨੂੰ ਸੋਝੀ ਬਖੀਸ਼ਸ਼ ਨਹੀਂ ਹੁੰਦੀ, ਰਸਤੇ ਤੇ ਚਲ ਨਹੀਂ ਸਕਦਾ । ਹੋਰ ਬੰਦਗੀ ਨਾਲ ਮਨ ਦੀਆਂ ਇਛਾਂ ਤੇ ਕਾਬੂ ਪਾਉਣ ਦਾ ਰਸਤਾ ਜਾਣਿਆ ਨਹੀਂ ਜਾ ਸਕਦਾ ।

The teachings of His Word may be the master key to open the 10th door, The Royal Court of The True Master. His true devotee may be enlightened to conquer his worldly desires. Without obeying the teachings of His Word; he may never be blessed with the right path of acceptance nor he may remain on the right path of acceptance in His Court. There may not be any other technique to conquer worldly desires.

ਮਹਲਾ ੧॥	mehlaa 1.
ਨ ਭੀਜੈ ਰਾਗੀ ਨਾਦੀ ਬੇਦਿ॥ ਨ ਭੀਜੈ ਸੁਰਤੀ ਗਿਆਨੀ ਜੋਗਿ॥	na bheejai raagee naadee bayd. na bheejai surtee gi-aanee jog.
ਨ ਭੀਜੈ ਸੋਗੀ ਕੀਤੈ ਰੋਜਿ॥ ਨ ਭੀਜੈ ਰੂਪਂੀ ਮਾਲਂੀ ਰੰਗਿ॥	na bheejai sogee keetai roj. na bheejai roopeeN maaleeN rang.
ਨ ਭੀਜੈ ਤੀਰਥਿ ਭਵਿਐ ਨੰਗਿ॥ ਨ ਭੀਜੈ ਦਾਤਂੀ ਕੀਤੈ ਪੁੰਨਿ॥	na bheejai tirath bhavi-ai nang. na bheejai daateeN keetai punn.
ਨ ਭੀਜੈ ਬਾਹਰਿ ਬੈਠਿਆ ਸੁੰਨਿ॥ ਨ ਭੀਜੈ ਭੇੜਿ ਮਰਹਿ ਭਿੜਿ ਸੂਰ॥	na bheejai baahar baithi-aa sunn. na bheejai bhayrh mareh bhirh soor.
ਨ ਭੀਜੈ ਕੇਤੇ ਹੋਵਹਿ ਧੂੜ॥ ਲੇਖਾ ਲਿਖੀਐ ਮਨ ਕੈ ਭਾਇ॥	na bheejai kaytay hoveh Dhoorh. laykhaa likee-ai man kai bhaa-ay.
ਨਾਨਕ ਭੀਜੈ ਸਾਚੈ ਨਾਇ॥੨॥	naanak bheejai saachai naa-ay. ||2||

ਵੇਦਾਂ, ਬਾਣੀ ਦੇ ਕੀਰਤਨ, ਧਿਆਨ ਲਾਉਣ, ਸਮਾਧੀ ਨਾਲ ਮਨ ਤੇ ਕਾਬੂ ਬਖਸ਼ਿਸ਼ ਨਹੀਂ ਹੁੰਦਾ । ਸੰਸਾਰ ਤੋਂ ਦੂਰ ਰਹਿਣ, ਉਦਾਸ ਹੋਣ, ਜਵਾਨੀ, ਸੁੰਦਰਤਾ, ਸੰਸਾਰਕ ਧਨ ਨਾਲ ਮਨ ਤੇ ਜਿੱਤ ਬਖਸ਼ਿਸ਼ ਨਹੀਂ ਹੋ ਸਕਦੀ । ਮੌਜ ਮੇਲੇ, ਅਨੰਦ ਮਾਨਣ, ਨੰਗੇ ਤਨ, ਤੀਰਥ ਤੇ ਇਸ਼ਨਾਨ ਨਾਲ ਮਨ ਤੇ ਜਿੱਤ ਬਖਸ਼ਿਸ਼ ਨਹੀਂ ਹੁੰਦੀ । ਪੁੰਨ ਦਾਨ ਕਰਨ ਨਾਲ, ਜੰਗਲਾਂ ਵਿੱਚ ਸੰਸਾਰਕ ਜੀਵਾਂ ਤੋਂ ਦੂਰ ਰਹਿਣ ਨਾਲ ਵੀ ਪ੍ਰਭ ਦੀ ਰਹਿਮਤ ਬਖਸ਼ਿਸ਼ ਨਹੀਂ ਹੁੰਦੀ । ਜੁਧ ਵਿੱਚ ਜੋਧੇ ਦੀ ਤਰ੍ਹਾਂ ਕਰਬਾਨੀ ਦੇਣ ਨਾਲ ਵੀ ਬਖਸ਼ਿਸ਼ ਨਹੀਂ ਹੁੰਦੀ । ਕੇਵਲ ਨਿਮਾਣਾ ਬਣਕੇ ਸਾਦਾ ਜੀਵਨ ਬਤੀਤ ਕਰਨ ਨਾਲ ਹੀ ਪ੍ਰਵਾਨਗੀ ਦਾ ਰਸਤਾ ਬਖਸ਼ਿਸ਼ ਹੁੰਦਾ ਹੈ । ਪ੍ਰਭ ਦੇ ਸ਼ਬਦ ਦੀ ਪਾਲਣਾ ਦਾ ਲੇਖਾ ਮਨ ਵਿੱਚ ਲਿਖਿਆ ਜਾਂਦਾ ਹੈ ।

No one may be able to control his worldly desires by reciting Vedas, singing rhymes from Holy Scripture, concentrating in the void, quiet place. No one may ever be blessed with contentment, peace of mind by keeping worldly pleasures beyond his reach, becoming renunciatory, with youth and beauty nor with worldly wealth. No one may be able to conquer his own mind with worldly pleasures, sanctifying bath at Holy Shrine, worldly charities, living in inhabitant places nor even sacrificing his human life for religious or loyalty to human guru. Whosoever may adopt humility and the teachings of His Word with steady and stable belief in his day-to-day life; with His mercy and grace, his accounts of his previous live deeds may be forgiven!

ਮਹਲਾ ੧॥	mehlaa 1.
ਨਵ ਛਿਅ ਖਟ ਕਾ ਕਰੇ ਬੀਚਾਰੁ॥ ਨਿਸਿ ਦਿਨ ਉਚਰੈ ਭਾਰ ਅਠਾਰ॥	nav chhi-a khat kaa karay beechaar. nis din uchrai bhaar athaar.
ਤਿਨਿ ਭੀ ਅੰਤੁ ਨ ਪਾਇਆ ਤੋਹਿ॥ ਨਾਮ ਬਿਹੂਣ ਮੁਕਤਿ ਕਿਉ ਹੋਇ॥	tin bhee ant na paa-i-aa tohi. naam bihoon mukat ki-o ho-ay.
ਨਾਭਿ ਵਸਤ ਬ੍ਰਹਮੈ ਅੰਤੁ ਨ ਜਾਣਿਆ॥	naabh vasat barahmai ant na jaani-aa.
ਗੁਰਮੁਖਿ ਨਾਨਕ ਨਾਮੁ ਪਛਾਣਿਆ॥੩॥	gurmukh naanak naam pachhaani-aa. ||3||

ਗੁਰੂ ਨਾਨਕ ਦੇਵ ਜੀ! – Guru Nanak Dev Ji! Guru Granth Sahib

ਜੀਵ ਭਾਵੇਂ, ਅਨੇਕਾਂ ਬਾਰ, ਛੇ ਸਾਸਤਰ, ਜਾ ਚਾਰੇ ਵੇਦਾਂ ਪੜ੍ਹ ਲਵੇ । ਉਹ ਹਰ ਦਿਨ, ਮਹਾ–ਭਾਰਤ ਦਾ ਪਾਠ ਕਰੇ, ਵਖਿਆਣ ਕਰੇ, ਜਾ ਪ੍ਰਭ ਦੇ ਕਰਤਬਾਂ ਦੇ ਅੰਤ ਦੀ ਖੋਜ ਕਰੇ । ਕਿਵੇਂ ਕੋਈ ਸ਼ਬਦ ਨਾਲ ਜੀਵਨ ਢਾਲਣ ਤੋਂ ਬਿਨਾਂ ਦਰਬਾਰ ਵਿੱਚ ਪ੍ਰਵਾਨ ਹੋ ਸਕਦਾ ਹੈ? ਬ੍ਰਹਮਾ ਨੇ, ਆਪਣੇ ਸ਼ਬਦ ਦਾ ਗਿਆਨ ਹੋਣ ਤੇ ਵੀ ਪ੍ਰਭ ਦਾ ਅੰਤ ਨਹੀਂ ਜਾਣਿਆ । ਪ੍ਰਭ, ਆਪ ਹੀ ਗੁਰਮਖ ਨੂੰ ਸ਼ਬਦ ਦੀ ਸੋਝੀ ਬਖਸ਼ਦਾ ਹੈ ।

Someone may read, recites, worldly Holy Scriptures many times every day; he may perform a ceremonial reading of renowned Holy Scripture like, **Mahabharat, Guru Granth Sahib, Praaun, Quran** etc. or explain the essence of teachings or researching the end of worldly events of His Nature; however, without adopting the teachings of His Word with steady and stable belief; he may never be blessed with the right path of acceptance in His Court. Brahma, even with the knowledge of Vedas, was not able to discover the limit of any event of His Nature. The True Master may bestow His Blessed Vision on His true devotee; he may be enlightened with few secretes of His Nature.

ਪਉੜੀ॥	pa-orhee.
ਆਪੇ ਆਪਿ ਨਿਰੰਜਨਾ, ਜਿਨਿ ਆਪੁ ਉਪਾਇਆ॥	aapay aap niranjanaa jin aap upaa-i-aa.
ਆਪੇ ਖੇਲੁ ਰਚਾਇਓਨੁ, ਸਭੁ ਜਗਤੁ ਸਬਾਇਆ॥	aapay khayl rachaa-i-on sabh jagat sabaa-i-aa.
ਤ੍ਰੈ ਗੁਣ ਆਪਿ ਸਿਰਜਿਅਨੁ, ਮਾਇਆ ਮੋਹੁ ਵਧਾਇਆ॥	tarai gun aap sirji-an maa-i-aa moh vaDhaa-i-aa.
ਗੁਰ ਪਰਸਾਦੀ ਉਬਰੇ ਜਿਨ ਭਾਣਾ ਭਾਇਆ॥	gur parsaadee ubray jin bhaanaa bhaa-i-aa.
ਨਾਨਕ ਸਚੁ ਵਰਤਦਾ, ਸਭ ਸਚਿ ਸਮਾਇਆ॥੧॥	naanak sach varatdaa sabh sach samaa-i-aa. ||1||

ਪ੍ਰਭ ਨੇ ਆਪਣੇ ਆਪ ਵਿਚੋਂ ਹੀ ਸ੍ਰਿਸ਼ਟੀ ਪੈਦਾ ਕੀਤੀ ਹੈ । ਆਪਣੇ ਭਾਣੇ ਨਾਲ ਹੀ ਸਾਰੀਆਂ ਸ੍ਰਿਸ਼ਟੀਆਂ ਦਾ ਖੇਲ ਰਚਿਆ ਹੈ । ਆਪ ਹੀ ਮਾਇਆ ਦੇ ਤਿੰਨੇਂ ਗੁਣ ਬਣਾਏ, ਜੀਵਾਂ ਦਾ ਸੰਸਾਰਕ ਮਾਇਆ ਨਾਲ ਮੋਹ ਜੋੜੀਆ ਹੈ । ਜਿਹੜਾ ਸ਼ਬਦ ਨੂੰ ਸਤਿ ਕਰਕੇ ਕਬੂਲ ਕਰਦਾ ਹੈ, ਪ੍ਰਭ ਦੀ ਰਹਿਮਤ ਨਾਲ ਬਚ ਜਾਂਦਾ ਹੈ । ਪ੍ਰਭ ਸਭ ਵਿੱਚ ਆਪ ਹੀ ਵਾਪਰਦਾ ਹੈ! ਸਾਰੇ ਉਸ ਦੀ ਰਹਿਮਤ, ਰਖਵਾਲੀ ਵਿੱਚ ਹੀ ਹੁੰਦੇ ਹਨ ।

The True Master has created all creatures of the universe as an expansion of His Holy Spirit. He has designed the paly of the universe with His Own Imagination. He has infused three virtues of worldly wealth in the universe and entice the glamor of sweet poison of worldly wealth in His Creation. Whosoever may adopt the teachings of His Word with steady and stable belief; with His mercy and grace, he may remain beyond the reach of sweet poison of worldly wealth. The True Master remains embedded within each soul and prevails everywhere. Everyone remains under His watch and protection.

Key Message of Raag Saarang, page 1237-11
'ਦਸਵੇਂ' ਦਰ ਦੀ ਕੁੰਜੀ!
ਪ੍ਰਭ ਦੇ ਸ਼ਬਦ ਦੀ ਪਾਲਣਾ ਹੀ ਮਨ ਦੇ ਦਸਵੇਂ ਦਰਵਾਜੇ ਖੋਲ੍ਹਣ ਦੀ ਕੁੰਜੀ ਹੈ! ਕੇਵਲ ਨਿਮਾਣਾ ਬਣਕੇ ਸਾਦਾ ਜੀਵਨ ਬਤੀਤ ਕਰਨ ਨਾਲ ਹੀ ਪ੍ਰਵਾਨਗੀ ਦਾ ਰਸਤਾ ਬਖਸ਼ਿਸ਼ ਹੁੰਦਾ ਹੈ । ਵੇਦਾਂ, ਬਾਣੀ ਦੇ ਕੀਰਤਨ, ਧਿਆਨ ਲਾਉਣ, ਸਮਾਧੀ ਨਾਲ ਮਨ ਤੇ ਕਾਬੂ ਬਖਸ਼ਿਸ਼ ਨਹੀਂ ਹੁੰਦਾ । ਪ੍ਰਭ ਨੇ ਆਪ ਹੀ ਮਾਇਆ ਦੇ ਤਿੰਨੇਂ ਗੁਣ ਬਣਾਏ, ਜੀਵਾਂ ਦਾ ਸੰਸਾਰਕ ਮਾਇਆ ਨਾਲ ਮੋਹ ਜੋੜੀਆ ਹੈ । ਸਾਰੇ ਉਸ ਦੀ ਰਹਿਮਤ, ਰਖਵਾਲੀ ਵਿੱਚ ਹੀ ਹੁੰਦੇ ਹਨ ।
Master key of 10th door of Royal Palace.
Obeying the teachings of His Word may be the master key to open the 10th door, The Royal Court of The True Master. Whosoever may adopt humility in life; he may be blessed with the right path of human life journey. No one may be able to control his worldly desires by reciting Vedas, singing rhymes from Holy Scripture, concentrating in the void, quiet place. He has infused three virtues of worldly wealth in the universe and He has enticed the glamor of sweet poison of worldly wealth in His Creation. Everyone remains under His watch and protection.

7. **ਸਲੋਕ ਮਹਲਾ ੨॥ 1238-1**

ਆਪਿ ਉਪਾਏ ਨਾਨਕਾ ਆਪੇ ਰਖੈ ਵੇਕ॥	aap upaa-ay naankaa aapay rakhai vayk.
ਮੰਦਾ ਕਿਸ ਨੋ ਆਖੀਐ, ਜਾਂ ਸਭਨਾ ਸਾਹਿਬੁ ਏਕੁ॥	mandaa kis no aakhee-ai jaaN sabhnaa saahib ayk.
ਸਭਨਾ ਸਾਹਿਬੁ ਏਕੁ ਹੈ, ਵੇਖੈ ਧੰਧੈ ਲਾਇ॥	sabhnaa saahib ayk hai vaykhai DhanDhai laa-ay.
ਕਿਸੈ ਥੋੜਾ ਕਿਸੈ ਅਗਲਾ, ਖਾਲੀ ਕੋਈ ਨਾਹਿ॥	kisai thorhaa kisai aglaa khaalee ko-ee naahi.
ਆਵਹਿ ਨੰਗੇ ਜਾਹਿ ਨੰਗੇ, ਵਿਚੇ ਕਰਹਿ ਵਿਥਾਰ॥	aavahi nangay jaahi nangay vichay karahi vithaar.
ਨਾਨਕ ਹੁਕਮੁ ਨ ਜਾਣੀਐ, ਅਗੈ ਕਾਈ ਕਾਰ॥੧॥	naanak hukam na jaanee-ai agai kaa-ee kaar. ||1||

ਇਕੋ ਇਕ ਪ੍ਰਭ ਨੇ ਹੀ ਵੱਖਰੇ ਵੱਖਰੇ ਕਿਸਮਾਂ ਦੇ ਜੀਵ ਪੈਦਾ ਕਰਦਾ, ਆਪ ਹੀ ਰਖਵਾਲਾ ਹੈ । ਕਿਵੇਂ ਕਿਸ ਨੂੰ ਮੰਦਾ ਕਿਹਾ ਜਾ ਸਕਦਾ ਹੈ? ਆਪ ਹੀ ਸਭ ਕੁਝ ਦੇਖਦਾ, ਵੱਖਰੇ ਵੱਖਰੇ ਕੰਮਾਂ ਤੇ ਲਾਉਂਦਾ ਹੈ । ਕੋਈ ਵੀ ਪ੍ਰਭ ਦੀ ਰਹਿਮਤ ਤੋਂ ਖਾਲੀ ਨਹੀਂ, ਸਾਰੇ ਜੀਵਾਂ ਤੇ ਪ੍ਰਭ ਦੀ ਰਹਿਮਤ ਰਹਿੰਦੀ ਹੈ, ਕਿਸੇ ਤੇ ਥੋੜ੍ਹੀ, ਕਿਸੇ ਤੇ ਜ਼ਿਆਦਾ ਹੈ । ਜੀਵ ਸੰਸਾਰ ਵਿੱਚ ਨੰਗਾ ਹੀ ਜਨਮ ਲੈਂਦਾ, ਨੰਗਾ ਹੀ ਮਰ ਜਾਂਦਾ ਹੈ । ਸੰਸਾਰ ਵਿੱਚ ਪ੍ਰਭ ਦੇ ਹੁਕਮ ਨਾਲ ਖੇਲ ਕਰਦਾ ਹੈ । ਜਿਹੜਾ ਆਪਣਾ ਜੀਵਨ ਪ੍ਰਭ ਦੇ ਸ਼ਬਦ ਨਾਲ ਨਹੀਂ ਢਾਲਦਾ! ਉਸ ਦਾ ਅਗਲੇ ਜਨਮ ਵਿੱਚ ਕੀ ਹੋਣਾ ਹੈ?

The One and only One True Master is the creator and protector of all, various kinds of worldly creatures in the universe. Who may be called good or evil doer? He assigns unique task to everyone and monitors worldly performance of each creature. No one may be without His Blessings nor beyond His reach. Some may have little less and others may have more blessings. All creatures are born and die naked, wrapped his bone structure with flesh and skin. The whole play of the universe only functions under His Command. Whosoever may not adopt the teachings of His Word! What may happen to his soul in his next life cycle remains beyond imagination of His Creation?

ਮਹਲਾ ੧॥	mehlaa 1.
ਜਿਨਸਿ ਥਾਪਿ ਜੀਆਂ ਕਉ, ਭੇਜੈ ਜਿਨਸਿ ਥਾਪਿ ਲੈ ਜਾਵੈ॥	jinas thaap jee-aaN ka-o bhayjai jinas thaap lai jaavai.
ਆਪੇ ਥਾਪਿ ਉਥਾਪੈ ਆਪੇ, ਏਤੇ ਵੇਸ ਕਰਾਵੈ॥	aapay thaap uthaapai aapay aytay vays karaavai.
ਜੇਤੇ ਜੀਅ ਫਿਰਹਿ ਅਉਧੂਤੀ, ਆਪੇ ਭਿਖਿਆ ਪਾਵੈ॥	jaytay jee-a fireh a-uDhootee aapay bhikhi-aa paavai.
ਲੇਖੈ ਬੋਲਣੁ ਲੇਖੈ ਚਲਣੁ, ਕਾਇਤੁ ਕੀਚਹਿ ਦਾਵੇ॥	laykhai bolan laykhai chalan kaa-it keecheh daavay.
ਮੂਲੁ ਮਤਿ ਪਰਵਾਣਾ ਏਹੋ, ਨਾਨਕੁ ਆਖਿ ਸੁਣਾਏ॥	mool mat parvaanaa ayho naanak aakh sunaa-ay.

ਕਰਣੀ ਉਪਰਿ ਹੋਇ ਤਪਾਵਸੁ, ਜੇ ਕੋ ਕਹੈ ਕਹਾਏ॥੨॥ karnee upar ho-ay tapaavas jay ko kahai kahaa-ay. ||2||

ਪ੍ਰਭ ਆਪ ਹੀ ਵੱਖਰੇ ਕਿਸਮਾਂ ਦੇ ਜੀਵ ਪੈਦਾ ਕਰਦਾ, ਵੱਖਰੇ ਅਕਾਰਾ ਬਖਸ਼ਦਾ ਹੈ । ਆਪ ਹੀ ਆਤਮਾ ਨੂੰ ਵਾਪਸ ਲੈ ਜਾਂਦਾ, ਮੌਤ ਦੇਂਦਾ ਹੈ । ਉਸ ਦੇ ਪੈਦਾ ਕੀਤੇ ਜੀਵ ਸਾਰੇ ਹੀ ਪ੍ਰਭ ਦੇ ਦਰ ਦੇ ਮੰਗਤੇ ਹਨ, ਸਰਿਆਂ ਨੂੰ ਭਿੱਖਿਆਂ ਪਾਉਂਦਾ ਹੈ । ਜਿਸਤਰ੍ਹਾਂ ਦਾ ਬੋਲ ਬਖਸ਼ਦਾ ਹੈ, ਉਸ ਤਰ੍ਹਾਂ ਦਾ ਹੀ ਬੋਲਦਾ, ਚਲਦਾ ਹੈ । ਸਾਰੇ ਪ੍ਰਭ ਦਾ ਬਖਸ਼ਿਆ ਹੀ ਖੇਲ ਕਰਦੇ ਹਨ । ਪ੍ਰਭ ਹੀ ਸ੍ਰਿਸ਼ਟੀ ਦਾ ਮੂਲ, ਮੁੱਢ ਹੈ! ਸਾਰੇ ਪ੍ਰਭ ਦੇ ਰਚੇ ਖੇਲ ਦੇ ਕਲਾਕਾਰ ਹੀ ਹੁੰਦੇ, ਆਪਣੀ ਕੋਈ ਹੈਸੀਅਤ ਨਹੀਂ ਹੁੰਦੀ । ਜਿਹੜਾ ਕੰਮ ਕਰਵਾਉਂਦਾ, ਉਹ ਹੀ ਕਰ ਸਕਦੇ ਹਨ । ਉਸ ਦੇ ਜੀਵਨ ਦਾ ਲੇਖਾ, ਕੀਤੇ ਕੰਮਾਂ ਨਾਲ ਹੀ ਹੁੰਦਾ ਹੈ । ਇਸ ਬਾਬਤ ਹੋਰ ਕੀ ਕਿਹਾ ਜਾ ਸਕਦਾ ਹੈ?

The True Master has created various kinds of creature with different body structures. After a predetermined time, his soul may be captured to face judgement for his worldly deeds. All worldly creatures are beggars, praying for His Forgiveness and Refuge. He bestows alms to every creature. Everyone may be a poppet to play assigned role and speaks words blessed. His Creation is an expansion of His Holy Spirit; He is the origin, pillar, fountain of creation of the universe. No one has any own identity. Everyone may only perform assigned role. His worldly deeds dictate the reward in His Court. What else may be explained about the universe?

ਪਉੜੀ॥ pa-orhee.
ਗੁਰਮੁਖਿ ਚਲਤੁ ਰਚਾਇਓਨੁ, ਗੁਣ ਪਰਗਟੀ ਆਇਆ॥ gurmukh chalat rachaa-i-on gun pargatee aa-i-aa.
ਗੁਰਬਾਣੀ ਸਦ ਉਚਰੈ, ਹਰਿ ਮੰਨਿ ਵਸਾਇਆ॥ gurbaanee sad uchrai har man vasaa-i-aa.
ਸਕਤਿ ਗਈ ਭ੍ਰਮੁ ਕਟਿਆ, ਸਿਵ ਜੋਤਿ ਜਗਾਇਆ॥ sakat ga-ee bharam kati-aa siv jot jagaa-i-aa.
ਜਿਨ ਕੈ ਪੋਤੈ ਪੁੰਨੁ ਹੈ, ਗੁਰੁ ਪੁਰਖੁ ਮਿਲਾਇਆ॥ jin kai potai punn hai gur purakh milaa-i-aa.
ਨਾਨਕ ਸਹਜੇ ਮਿਲਿ ਰਹੇ, ਹਰਿ ਨਾਮਿ ਸਮਾਇਆ॥੨॥ naanak sehjay mil rahay har naam samaa-i-aa. ||2||

ਪ੍ਰਭ ਦੇ ਸ਼ਬਦ ਨਾਲ ਇਹ ਸ੍ਰਿਸ਼ਟੀ ਦਾ ਖੇਲ ਚਲਦਾ ਰਹਿੰਦਾ ਹੈ । ਸ਼ਬਦ ਦੀ ਪਾਲਣਾ ਕਰਨ ਨਾਲ ਪ੍ਰਭ ਦੀ ਹੌਂਦ ਮਹਿਸੂਸ ਹੋ ਜਾਂਦੀ ਹੈ । ਜਿਹੜਾ ਸ਼ਬਦ ਦੀ ਉਸਤਤ ਗਾਉਂਦਾ, ਉਸ ਦੇ ਮਨ ਵਿੱਚ ਸ਼ਬਦ ਜਾਗਰਤ ਹੋ ਜਾਂਦਾ ਹੈ । ਮਨ ਵਿਚੋਂ ਮਾਇਆ ਦਾ ਜਾਲ ਟੁੱਟ ਜਾਂਦਾ, ਭਰਮ ਭੁਲੇਖਾ ਦੂਰ ਹੋ ਜਾਂਦਾ ਹੈ । ਜਿਸ ਦਾ ਭਰੋਸਾ ਸ਼ਬਦ ਤੇ ਅਡੋਲ ਰਹਿੰਦਾ ਹੈ । ਪ੍ਰਭ ਦੀ ਰਹਿਮਤ ਨਾਲ, ਉਸ ਨੂੰ ਦਰਬਾਰ ਵਿਚ ਪ੍ਰਵਾਨਗੀ ਦਾ ਰਸਤਾ ਬਖਸ਼ਿਸ਼ ਹੋ ਜਾਂਦਾ ਹੈ । ਉਹ ਸ਼ਬਦ ਦੀ ਪਾਲਣਾ, ਸਮਾਧੀ ਵਿੱਚ ਲੀਨ ਰਹਿੰਦਾ, ਪ੍ਰਭ ਦੀ ਜੋਤ ਵਿੱਚ ਹੀ ਅਲੋਪ ਹੋ ਜਾਂਦਾ ਹੈ । ਉਸ ਦੇ ਸ਼ਬਦ ਦੀ ਸੋਝੀ ਬਖਸ਼ਿਸ਼ ਹੋ ਜਾਂਦੀ ਹੈ ।

The play of the universe functions under His Command. Whosoever may obey the teachings of His Word with steady and stable belief; with His mercy and grace, he may realize His Holy Spirit prevailing everywhere. Whosoever may sing the glory of His Word; he may be enlightened with the essence of His Word. All his worldly bonds and suspicions may be eliminated. Whosoever may remain steady and stable on the path of meditation; with His mercy and grace, he may be blessed with the right path of acceptance in His Court. He may remain drenched with the essence of His Word and intoxicated in the void of His Word; with His mercy and grace, he may immerse within His Holy Spirit.

Key Message of Raag Saarang, page 1238-1
'ਪ੍ਰਭ ਦੀ ਰਹਿਮਤ ਤੋਂ ਕੋਈ ਖਾਲੀ ਨਹੀਂ!
ਸਭ ਤੇ ਹੀ ਪ੍ਰਭ ਦੀ ਰਹਿਮਤ ਹੈ, ਆਪਣੇ ਪਿਛਲੇ ਜੀਵਨ ਦੇ ਕੰਮਾਂ ਅਨੁਸਾਰ, ਕਿਸੇ ਤੇ ਥੋੜ੍ਹੀ, ਕਿਸੇ ਤੇ ਜ਼ਿਆਦਾ ਹੈ । ਸਾਰੇ ਜੀਵ ਹੀ ਪ੍ਰਭ ਦੇ ਦਰ ਦੇ ਮੰਗਤੇ, ਸਰਿਆਂ ਨੂੰ ਭਿੱਖਿਆਂ ਪਾਉਂਦਾ ਹੈ । ਪ੍ਰਭ ਹੀ ਸ੍ਰਿਸ਼ਟੀ ਦਾ ਮੂਲ, ਮੁੱਢ ਹੈ! ਉਸ ਦੇ ਜੀਵਨ ਦਾ ਲੇਖਾ, ਉਸ ਦੇ ਕੀਤੇ ਕੰਮਾਂ ਨਾਲ ਹੀ ਹੁੰਦਾ ਹੈ । ਜਿਹੜਾ ਸ਼ਬਦ ਦੀ ਪਾਲਣਾ, ਸਮਾਧੀ ਵਿੱਚ ਲੀਨ ਰਹਿੰਦਾ, ਪ੍ਰਭ ਦੀ ਜੋਤ ਵਿੱਚ ਹੀ ਅਲੋਪ ਹੋ ਜਾਂਦਾ ਹੈ । ਉਸ ਨੂੰ ਸ਼ਬਦ ਦੀ ਸੋਝੀ ਬਖਸ਼ਿਸ਼ ਹੋ ਜਾਂਦੀ ਹੈ ।
No one may be without His Blessings!
His Blessed Vision remains on everyone; as per previous life the deeds, some may have less and others more. All His Creations are beggars and praying for His Forgiveness and Refuge. He is the origin, pillar, fountain of creation in the universe. Everyone may only perform assigned role and only his worldly deeds are rewarded in His Court. Whosoever may remain drenched with the essence and intoxicated in the void of His Word; he may immerse within His Holy Spirit.

8. **ਸਲੋਕ** ਮਹਲਾ ੨॥ 1238-9

ਸਾਹ ਚਲੇ ਵਣਜਾਰਿਆ, ਲਿਖਿਆ ਦੇਵੈ ਨਾਲਿ॥ saah chalay vanjaari-aa likhi-aa dayvai naal.
ਲਿਖੇ ਉਪਰਿ ਹੁਕਮੁ ਹੋਇ, ਲਈਐ ਵਸਤੁ ਸਮ੍ਾਲਿ॥ likhay upar hukam ho-ay la-ee-ai vasat samHaal.
ਵਸਤੁ ਲਈ ਵਣਜਾਰਈ, ਵਖਰੁ ਬਧਾ ਪਾਇ॥ vasat la-ee vanjaara-ee vakhar baDhaa paa-ay.
ਕੇਈ ਲਾਹਾ ਲੈ ਚਲੇ, ਇਕਿ ਚਲੇ ਮੂਲੁ ਗਵਾਇ॥ kay-ee laahaa lai chalay ik chalay mool gavaa-ay.
ਥੋੜਾ ਕਿਨੈ ਨ ਮੰਗਿਓ, ਕਿਸੁ ਕਹੀਐ ਸਾਬਾਸਿ॥ thorhaa kinai na mangi-o kis kahee-ai saabaas.
ਨਦਰਿ ਤਿਨਾ ਕਉ ਨਾਨਕਾ, ਜਿ ਸਾਬਤੁ ਲਾਏ ਰਾਸਿ॥੧॥ nadar tinaa ka-o naankaa je saabat laa-ay raas. ||1||

ਜੀਵ ਦੇ ਭਾਗ, ਜਨਮ ਤੇ ਹੀ ਉਸ ਦੇ ਮੱਥੇ ਤੇ ਉਕਰੇ ਹੁੰਦੇ ਹਨ । ਜਿਹੜਾ ਲਿਖੇ ਭਾਗਾਂ ਅਨੁਸਾਰ ਕੰਮ ਕਰਦਾ, ਸ਼ਬਦ ਦੇ ਰਸਤੇ ਤੇ ਚਲਦਾ ਹੈ, ਪ੍ਰਭ ਦਾ ਹੁਕਮ, ਭਾਣਾ ਲਿਖੇ ਅਨੁਸਾਰ ਹੀ ਵਾਪਰਦਾ ਹੈ । ਉਸ ਨੂੰ ਸ਼ਬਦ ਦਾ ਧਨ ਬਖਸ਼ਿਸ਼ ਹੁੰਦਾ ਹੈ । ਉਸ ਦੇ ਚੰਗੇ, ਮੰਦੇ ਕੰਮਾਂ ਦਾ ਲੇਖਾ ਮੌਤ ਤੇ ਕੀਤਾ ਜਾਂਦਾ ਹੈ । ਕੇਵਲ ਸ਼ਬਦ ਦੀ ਕਮਾਈ ਦਾ ਧਨ ਹੀ ਦਰਬਾਰ ਵਿੱਚ ਪ੍ਰਵਾਨ ਹੋ ਸਕਦਾ ਹੈ । ਕੋਈ ਜੀਵ ਵੀ ਆਪਣੇ ਵਾਸਤੇ ਥੋੜ੍ਹਾ ਨਹੀਂ ਮੰਗਦਾ । ਸਾਰੇ ਹੀ ਸ਼ਬਦ ਦੀ ਕਮਾਈ ਦਾ ਧਨ ਸਾਥ ਨਾਲ ਲੈ ਕੇ ਜੀਵਨ ਸਫਲ ਕਰਨਾ ਚਾਹੁੰਦੇ ਹਨ । ਕਈ ਆਪਣੀ ਪੂੰਜੀ, ਮਾਨਸ ਜੀਵਨ ਬਿਰਥਾ ਹੀ ਗਵਾ ਕੇ ਖਾਲੀ ਹੱਥੀ ਵਾਪਸ ਚਲੇ ਜਾਂਦੇ ਹਨ । ਜਿਹੜਾ ਸ਼ਬਦ ਦੀ ਕਮਾਈ ਨੂੰ ਵਧਾਉਂਦਾ ਹੈ, ਪ੍ਰਭ ਦੀ ਰਹਿਮਤ ਨਾਲ ਦਰਬਾਰ ਵਿੱਚ ਪ੍ਰਵਾਨ ਹੋ ਜਾਂਦਾ ਹੈ । ਪ੍ਰਭ ਦਾ ਸ਼ਬਦ ਦੋਂ ਪਾਸੇ ਦੇ ਸਿੱਕੇ ਦੀ ਤਰ੍ਹਾਂ, ਸ਼ਿਵ ਅਤੇ ਸ਼ਕਤੀ!

The True Master prewrites and engraves the destiny on soul before blessing new body, birth. The right path of acceptance remains embedded within his soul. Whosoever may adopt the path of His Word (Shiv); His Command pervades in every event; he may be blessed with the earnings of His Word. After death, his worldly deeds may be judged; only his earnings of His Word may be rewarded in His Court. Every one wish to collect the wealth of His Word and to be accepted in His Court; no one may ever pray for less for himself. Some may waste his human life opportunity and return with additional burden of sins. Whose earnings of His Word may be accepted in His Court; with His mercy and grace, he may be honored with salvation. Remember! His Word is like a two-side Coin (Shiv and Shakti).

ਮਹਲਾ ੧॥	mehlaa 1.
ਜੁੜਿ ਜੁੜਿ ਵਿਛੁੜੇ ਵਿਛੁੜਿ ਜੁੜੇ॥	jurh jurh vichhurhay vichhurh jurhay.
ਜੀਵਿ ਜੀਵਿ ਮੁਏ ਮੁਏ ਜੀਵੇ॥	jeev jeev mu-ay mu-ay jeevay.
ਕੇਤਿਆ ਕੇ ਬਾਪ ਕੇਤਿਆ ਕੇ ਬੇਟੇ, ਕੇਤੇ ਗੁਰ ਚੇਲੇ ਹੂਏ॥	kayti-aa kay baap kayti-aa kay baytay kaytay gur chaylay hoo-ay.
ਆਗੈ ਪਾਛੈ ਗਣਤ ਨ ਆਵੈ, ਕਿਆ ਜਾਤੀ ਕਿਆ ਹੁਣਿ ਹੂਏ॥	aagai paachhai ganat na aavai ki-aa jaatee ki-aa hun hoo-ay.
ਸਭੁ ਕਰਣਾ ਕਿਰਤੁ ਕਰਿ ਲਿਖੀਐ, ਕਰਿ ਕਰਿ ਕਰਤਾ ਕਰੇ ਕਰੇ॥	sabh karnaa kirat kar likee-ai kar kar kartaa karay karay.
ਮਨਮੁਖਿ ਮਰੀਐ ਗੁਰਮੁਖਿ ਤਰੀਐ,	manmukh maree-ai gurmukh taree-ai
ਨਾਨਕ ਨਦਰੀ ਨਦਰਿ ਕਰੇ॥੨॥	naanak nadree nadar karay. ||2||

ਪ੍ਰਭ ਕਈਆਂ, ਆਪਣੇ ਨਾਲੋ ਵਿਛੜੇ ਨੂੰ ਆਪਣੇ ਨਾਲ ਮਿਲਾਪ ਬਖਸ਼ਦਾ ਹੈ । ਕਈ ਪਹਿਲੇ ਮਿਲੇ ਨੂੰ ਵਿਛੋੜ ਦੇਂਦਾ ਹੈ । ਸੰਸਾਰ ਵਿੱਚ ਜੀਵ ਕਦੇ ਕਿਸੇ ਦਾ ਬਾਪ, ਮਾਂ, ਕਦੇ ਬੇਟਾ ਬਣਦਾ ਹੈ । ਕਦੇ ਕਿਸੇ ਦਾ ਗੁਰੂ, ਕਦੇ ਸੇਵਕ ਬਣਦਾ ਹੈ । ਜੀਵ ਨੂੰ ਆਪਣੇ ਪਿਛਲੇ ਜਾ ਅਗਲੇ ਜੀਵਨ ਦੀ ਕੋਈ ਸੋਝੀ ਨਹੀਂ ਹੁੰਦੀ । ਜੀਵਨ ਦੇ ਸਾਰੇ ਕੰਮਾਂ ਦਾ ਲੇਖਾ, ਤਨ ਵਿੱਚ ਬੈਠਾ ਧਰਮਰਾਜ, ਪ੍ਰਭ ਮੌਤ ਤੇ ਹੀ ਕਰ ਦੇਂਦਾ ਹੈ । ਮਨਮੁਖ ਜੂੰਨਾਂ ਦੇ ਚੱਕਰ ਵਿੱਚ ਹੀ ਰਹਿੰਦਾ, ਗੁਰਮਖ ਪ੍ਰਵਾਨ ਹੋ ਜਾਂਦਾ ਹੈ ।

The True Master may bless a **union to his separated soul** from many lives; even some **blessed soul may be separated** and cycled through reincarnation, cycle of birth and death. The worldly relationships have been blessed as a reward of his deeds of previous lives; his soul may become a mother, father, or son of another soul. No soul may be aware of her next life cycle? Her soul may be shown the relay of his worldly deeds and she writes her next life cycle. Blemished soul may remain in the cycle of birth and death; with His mercy and grace, blessed soul may be immersed within His Holy Spirit.

ਪਉੜੀ॥	pa-orhee.
ਮਨਮੁਖਿ ਦੂਜਾ ਭਰਮੁ ਹੈ ਦੂਜੈ ਲੋਭਾਇਆ॥	manmukh doojaa bharam hai doojai lobhaa-i-aa.
ਕੂੜੁ ਕਪਟੁ ਕਮਾਵਦੇ ਕੂੜੋ ਆਲਾਇਆ॥	koorh kapat kamaavday koorho aalaa-i-aa.
ਪੁਤ੍ਰ ਕਲਤ੍ਰੁ ਮੋਹੁ ਹੇਤੁ ਹੈ, ਸਭੁ ਦੁਖੁ ਸਬਾਇਆ॥	putar kalatar moh hayt hai sabh dukh sabaa-i-aa.
ਜਮ ਦਰਿ ਬਧੇ ਮਾਰੀਅਹਿ, ਭਰਮਹਿ ਭਰਮਾਇਆ॥	jam dar baDhay maaree-ah bharmeh bharmaa-i-aa.
ਮਨਮੁਖਿ ਜਨਮੁ ਗਵਾਇਆ, ਨਾਨਕ ਹਰਿ ਭਾਇਆ॥੩॥	manmukh janam gavaa-i-aa naanak har bhaa-i-aa. ||3||

ਮਨਮੁਖ ਦੇ ਮਨ ਦੇ ਭਰਮ ਹੀ ਉਸ ਨੂੰ ਜੂੰਨਾਂ ਦੇ ਚੱਕਰ ਵਿੱਚ ਪਾਉਂਦੇ ਹਨ । ਉਹ ਦਿਖਾਵੇ, ਧੋਖੇ, ਫਰੇਬ, ਝੂਠ ਹੀ ਬੋਲਦਾ, ਜੀਵਨ ਬਤੀਤ ਕਰਦਾ ਹੈ । ਉਹ ਪੁਤਰ ਅਤੇ ਪਤਨੀ ਦੇ ਮੋਹ ਵਿੱਚ ਹੀ ਬੰਧਾ ਰਹਿੰਦਾ ਹੈ । ਸੰਸਾਰਕ ਮੋਹ ਹੀ ਉਸ ਦਾ ਜੀਵਨ ਦੁਖਾ ਨਾਲ ਭਰ ਦੇਂਦਾ ਹੈ । ਉਸ ਨੂੰ ਮੌਤ ਦਾ ਜਮਦੂਤ ਆਪਣੇ ਘੇਰੇ ਵਿੱਚ, ਜੂੰਨਾਂ ਦੇ ਚੱਕਰ ਵਿੱਚ ਹੀ ਰਖਦਾ ਹੈ । ਮਨਮੁਖ ਜੀਵ ਆਪਣਾ ਮਾਨਸ ਜਨਮ ਬਿਰਥਾ ਹੀ ਗਵਾ ਜਾਂਦਾ ਹੈ । ਇਹ ਹੀ ਪ੍ਰਭ ਦੀ ਰਜ਼ਾ ਹੁੰਦੀ ਹੈ ।

The religious suspicions of a self-minded may become his prison of the cycle of birth and death. His way of life may be hypocrisy, full of deception, and falsehood. He may remain bonded with family attachment. His worldly bonds may create overwhelming miseries in his worldly life. His soul remains in reincarnation, in the cycle of birth and death. Blemished soul may waste her human life opportunity. This may become His Command, His Word, his destiny.

Key Message of Raag Saarang, page 1238-9
'ਕਈ ਅਵਤਾਰ, ਗੁਰੂ, ਜਨਮ ਮਰਨ ਦੇ ਚੱਕਰ ਵਿੱਚ ਚਲੇ ਜਾਂਦੇ ਹਨ!
'ਜਨਮ ਤੋਂ ਪਹਿਲੇ ਹੀ ਜੀਵ ਦੀ ਆਤਮਾ ਤੇ, ਉਸ ਦੇ ਵਾਪਸ ਜਾਣ ਦਾ ਰਸਤਾ, ਸ਼ਬਦ ਰੂਪ ਵਿੱਚ ਉਕਾਰਿਆ ਹੁੰਦਾ ਹੈ । ਕੋਈ ਜੀਵ ਵੀ ਆਪਣੇ ਵਾਸਤੇ ਥੋੜ੍ਹਾ ਨਹੀਂ ਮੰਗਦਾ । ਕੇਵਲ ਸ਼ਬਦ ਦੀ ਕਮਾਈ ਦਾ ਧਨ ਹੀ ਦਰਬਾਰ ਵਿੱਚ ਪ੍ਰਵਾਨ ਹੋ ਸਕਦਾ ਹੈ । ਆਤਮਾ ਦੀ ਜੀਵਨ ਹਣ ਯਾਤਰਾ, ਨਵਾਂ ਖੇਲ ਹੁੰਦਾ ਹੈ । ਕਈ ਪ੍ਰਭ ਨਾਲੋ ਵਿਛੜੇ ਦਾ ਮਿਲਾਪ, ਕਈ ਪਹਿਲੇ ਮਿਲੇ (ਅਵਤਾਰ) ਨੂੰ ਵਿਛੋੜ ਦੇਂਦਾ ਹੈ । ਸਭ ਪ੍ਰਭ ਦੀ ਰਜ਼ਾ ਵਿੱਚ ਹੀ ਹੁੰਦਾ ਹੈ ।
Some prophet, puhed into reincarnation cycle!
The roadmap to return has been predetermined and engraved on his soul as His Word. No one may ever pray for less for himself; however, only earnings of His Word may be rewarded in His Court. Every life cycle of soul is a new play; some separated soul from many lives may become worthy of union with His Holy Spirit; some blessed soul sent to guide others on the right path may become a victim of worldly wealth and recycled through reincarnation, cycle of birth and death. Everything in the universes happens as a reward of his worldly deeds and under His Command.

9. ਸਲੋਕ ਮਹਲਾ ੨॥ 1238-18

ਜਿਨ ਵਡਿਆਈ ਤੇਰੇ ਨਾਮ ਕੀ, ਤੇ ਰਤੇ ਮਨ ਮਾਹਿ॥	jin vadi-aa-ee tayray naam kee tay ratay man maahi.
ਨਾਨਕ ਅੰਮ੍ਰਿਤੁ ਏਕੁ ਹੈ, ਦੂਜਾ ਅੰਮ੍ਰਿਤੁ ਨਾਹਿ॥	naanak amrit ayk hai doojaa amrit naahi.
ਨਾਨਕ ਅੰਮ੍ਰਿਤੁ ਮਨੈ ਮਾਹਿ, ਪਾਈਐ ਗੁਰ ਪਰਸਾਦਿ॥	naanak amrit manai maahi paa-ee-ai gur parsaad.
ਤਿਨ੍ਹੀ ਪੀਤਾ ਰੰਗ ਸਿਉ, ਜਿਨ੍ ਕਉ ਲਿਖਿਆ ਆਦਿ॥੧॥	tinHee peetaa rang si-o jinH ka-o likhi-aa aad. ||1||

ਜਿਸ ਤੇ ਰਹਿਮਤ ਬਖਸ਼ਦਾ ਹੈ । ਉਹ ਸ਼ਬਦ ਦੀ ਪਾਲਣਾ ਵਿੱਚ ਲੀਨ ਰਹਿੰਦਾ ਹੈ । ਸ਼ਬਦ ਦੀ ਸੋਝੀ ਹੀ ਇਕ ਅਮੋਲਕ ਅੰਮ੍ਰਿਤ, ਮੁਕਤੀ ਦਾ ਰਸਤਾ ਹੈ । ਪ੍ਰਭ ਦੇ ਸ਼ਬਦ ਦੀ ਸੋਝੀ, ਕੇਵਲ ਪ੍ਰਭ ਦੀ ਰਹਿਮਤ ਨਾਲ ਹੀ ਬਖਸ਼ਿਸ਼ ਹੁੰਦੀ ਹੈ । ਜਿਸ ਦੇ ਭਾਗਾਂ ਵਿੱਚ ਪਹਿਲੇ ਹੀ ਲਿਖਿਆ ਹੁੰਦਾ ਹੈ । ਕੇਵਲ ਉਸ ਨੂੰ ਹੀ ਸ਼ਬਦ ਦੀ ਸੋਝੀ ਦਾ ਰਸ ਬਖਸ਼ਿਸ਼ ਹੋ ਸਕਦਾ ਹੈ ।

Whosoever may be blessed with devotion, only he may remain intoxicated in obeying the teachings of His Word. The enlightenment of the essence of His Word may be the right path of acceptance in His Court. The enlightenment of the essence of His Word may be blessed with His Blessed Vision. Whosoever may have a great prewritten destiny, only he may be blessed with the nectar of the essence of His Word.

ਮਹਲਾ ੨॥	mehlaa 2.
ਕੀਤਾ ਕਿਆ ਸਾਲਾਹੀਐ, ਕਰੇ ਸੋਇ ਸਾਲਾਹਿ॥	keetaa ki-aa salaahee-ai karay so-ay saalaahi.
ਨਾਨਕ ਏਕੀ ਬਾਹਰਾ, ਦੂਜਾ ਦਾਤਾ ਨਾਹਿ॥	naanak aykee baahraa doojaa daataa naahi.
ਕਰਤਾ ਸੋ ਸਾਲਾਹੀਐ, ਜਿਨਿ ਕੀਤਾ ਆਕਾਰੁ॥	kartaa so salaahee-ai jin keetaa aakaar.
ਦਾਤਾ ਸੋ ਸਾਲਾਹੀਐ, ਜਿ ਸਭਸੈ ਦੇ ਆਧਾਰੁ॥	daataa so salaahee-ai je sabhsai day aaDhaar.

ਨਾਨਕ ਆਪਿ ਸਦੀਵ ਹੈ, ਪੂਰਾ ਜਿਸੁ ਭੰਡਾਰੁ॥ naanak aap sadeev hai pooraa jis bhandaar.
ਵਡਾ ਕਰਿ ਸਾਲਾਹੀਐ, ਅੰਤੁ ਨ ਪਾਰਾਵਾਰੁ॥੨॥ vadaa kar salaahee-ai ant na paaraavaar. ||2||

ਕਿਸੇ ਦੇ ਕੀਤੇ ਕੰਮਾਂ ਦੀ ਸ਼ਲਾਘਾ ਕਰਨ ਦਾ ਕੀ ਲਾਭ ਹੈ? ਕੇਵਲ ਇਕੋ ਇਕ ਪ੍ਰਭ ਹੀ, ਸਭ ਕੁਝ ਕਰਦਾ, ਸ਼ਲਾਘਾ ਕਰਨ ਦੇ ਯੋਗ, ਦਾਤਾਂ ਬਖਸ਼ਣ ਵਾਲਾ ਮਾਲਕ ਹੈ, ਹੋਰ ਕੋਈ ਦੂਸਰਾ ਨਹੀਂ ਹੈ । ਸਾਰੀ ਸ੍ਰਿਸ਼ਟੀ ਨੂੰ ਪੈਦਾ ਕਰਨ ਵਾਲਾ ਮਾਲਕ, ਪ੍ਰਭ ਹੀ ਉਸਤਤ ਕਰਨ ਦੇ ਯੋਗ ਹੈ । ਜਿਹੜਾ ਸਾਰਿਆਂ ਨੂੰ ਦਾਤਾਂ ਬਖਸ਼ਦਾ, ਰਖਿਆ ਕਰਦਾ, ਜੀਵਨ ਦਾ ਅਧਾਰ ਹੈ । ਸਦਾ ਹੀ ਅਟਲ ਰਹਿਣ ਵਾਲੇ ਮਾਲਕ, ਪ੍ਰਭ ਦੇ ਦਾਤਾਂ ਦੇ ਖਜ਼ਾਨੇਂ, ਭੰਡਾਰ ਵੀ ਪੂਰਨ, ਕਦੇ ਤੋਟ ਨਹੀਂ ਆ ਸਕਦੀ । ਪ੍ਰਭ ਦੀ ਵਡਿਆਈ ਦੀ ਉਸਤਤ ਕਰੋ! ਉਸ ਦੇ ਕਿਸੇ ਕਰਤਬ ਦਾ ਕੋਈ ਅੰਤ ਨਹੀਂ ਹੈ ।

What may be the benefit or purpose of singing the glory of any human, guru for great job done in the universe? You should only sing the glory of The True Master; who has prevailed within everyone, every event in the universe. The One and only One True Master blesses virtues to everyone; no one else may even exist without His Command. You should only sing the glory of The Creator of the universe. He blesses virtues to everyone and protects His Creation. He is the origin of the Creation. His treasure of virtues remains beyond any limit and may never exhaust. You should sing the glory of His Word forever; his miracles remain beyond any limitation.

ਪਉੜੀ॥ pa-orhee.
ਹਰਿ ਕਾ ਨਾਮੁ ਨਿਧਾਨੁ ਹੈ, ਸੇਵਿਐ ਸੁਖੁ ਪਾਈ॥ har kaa naam niDhaan hai sayvi-ai sukh paa-ee.
ਨਾਮੁ ਨਿਰੰਜਨੁ ਉਚਰਾਂ, ਪਤਿ ਸਿਉ ਘਰਿ ਜਾਂਈ॥ naam niranjan uchraaN pat si-o ghar jaaN-ee.
ਗੁਰਮੁਖਿ ਬਾਣੀ ਨਾਮੁ ਹੈ, ਨਾਮੁ ਰਿਦੈ ਵਸਾਈ॥ gurmukh banee naam hai naam ridai vasaa-ee.
ਮਤਿ ਪੰਖੇਰੂ ਵਸਿ ਹੋਇ, ਸਤਿਗੁਰੂ ਧਿਆਈਂ॥ mat pankhayroo vas ho-ay satguroo Dhi-aa-eeN.
ਨਾਨਕ ਆਪਿ ਦਇਆਲੁ ਹੋਇ ਨਾਮੇ ਲਿਵ ਲਾਈ॥੪॥ naanak aap da-i-aal ho-ay naamay liv laa-ee. ||4||

ਪ੍ਰਭ ਦਾ ਸ਼ਬਦ ਇਕ ਅਮੋਲਕ ਖਜ਼ਾਨਾ ਹੈ । ਉਸ ਦੇ ਸ਼ਬਦ ਦੇ ਸਿਮਰਨ, ਉਸਤਤ ਗਾਉਣ, ਜੀਵਨ ਢਾਲਣ ਨਾਲ ਮਨ ਨੂੰ ਸੰਤੋਖ ਬਖਸ਼ਿਸ਼ ਹੋ ਸਕਦਾ ਹੈ । ਪ੍ਰਭ ਦੇ ਦਰਬਾਰ ਵਿੱਚ ਮਾਣ ਬਖਸ਼ਿਸ਼ ਹੋ ਸਕਦਾ ਹੈ । ਗੁਰਮਖ ਲਈ ਪ੍ਰਭ ਦੇ ਸ਼ਬਦ ਦੀ ਪਾਲਣਾ ਹੀ ਉਹ ਅਮੋਲਕ ਬਾਣੀ ਹੈ । ਸ਼ਬਦ ਹੀ ਉਸ ਦੇ ਮਨ ਵਿੱਚ ਘਰ ਕਰ ਜਾਂਦਾ, ਰੋਮ ਰੋਮ ਵਿੱਚ ਵਸਦਾ ਹੈ । ਜਿਹੜਾ ਸ਼ਬਦ ਦੀ ਪਾਲਣਾ, ਸਿਮਰਨ ਕਰਦਾ ਹੈ, ਉਸ ਨੂੰ ਆਪਣੇ ਮਨ ਦੀਆ ਇਛਾਂ ਤੇ ਜਿੱਤ ਬਖਸ਼ਿਸ਼ ਹੋ ਸਕਦੀ ਹੈ । ਜਿਸ ਨੂੰ ਆਪ ਹੀ ਸ਼ਬਦ ਦੀ ਪਾਲਣਾ ਵਿੱਚ ਲਿਵ ਲਾਉਂਦਾ ਹੈ । ਉਸ ਨੂੰ ਸ਼ਬਦ ਦੀ ਸੋਝੀ ਬਖਸ਼ਿਸ਼ ਹੋ ਜਾਂਦੀ ਹੈ ।

The teachings of His Word may be ambrosial treasure. Whosoever may meditate, sings the glory, and adopts the teachings of His Word with steady and stable belief; with His mercy and grace, he may be blessed with contentment and honor in His Court. His true devotee considers, believes obeying the teachings of His Word may be His Ambrosial Word, Gurbani. He may remain drenched with the essence of His Word within each fiber of his body. He may remain intoxicated obeying and meditating in the void of His Word; with His mercy and grace, he may conquer his own worldly desires. Whosoever may be blessed with devotion to obey the teachings of His Word; with His mercy and grace, he may be blessed with the enlightenment of the essence of His Word.

Key Message of Raag Saarang, page 1238-18
'ਕੇਵਲ ਪ੍ਰਭ ਹੀ ਉਸਤਤ ਕਰਨ ਦੇ ਯੋਗ ਹੈ!
ਸ਼ਬਦ ਦੀ ਪਾਲਣਾ, ਸੋਝੀ ਹੀ, ਇਕ ਅਮੋਲਕ ਅਮ੍ਰਿੰਤ, ਮੁਕਤੀ ਦਾ ਰਸਤਾ ਹੈ । ਕਿਸੇ ਗੁਰੂ, ਸੰਤ, ਮਾਨਸ ਦੇ ਕੀਤੇ ਕੰਮ ਦੀ ਸ਼ਲਾਘਾ ਕਰਨਾ ਬਿਰਥਾ ਹੀ ਹੈ! ਕੇਵਲ ਇਕੋ ਇਕ ਪ੍ਰਭ ਹੀ, ਸਭ ਕੁਝ ਕਰਦਾ, ਸ਼ਲਾਘਾ ਕਰਨ ਦੇ ਯੋਗ, ਦਾਤਾਂ ਬਖਸ਼ਣ ਵਾਲਾ ਮਾਲਕ ਹੈ । ਪ੍ਰਭ ਦੇ ਸ਼ਬਦ ਦੇ ਸਿਮਰਨ, ਉਸਤਤ ਗਾਉਣ, ਜੀਵਨ ਢਾਲਣ ਨਾਲ ਮਨ ਨੂੰ ਸੰਤੋਖ, ਰੋਮ ਰੋਮ ਵਿੱਚ ਸ਼ਬਦ ਰਚ ਜਾਂਦਾ, ਇਛਾਂ ਤੇ ਜਿੱਤ, ਦਰਬਾਰ ਵਿੱਚ ਮਾਣ ਬਖਸ਼ਿਸ਼ ਹੋ ਸਕਦਾ ਹੈ ।
Only, The True Master, worthy of singing glory!
Obeying the teachings of His Word may be the right path, ambrosial nectar of enlightenment of the essence of His Word and the right path of acceptance in His Court, salvation. To sing the glory of any human for his worldly deeds, may be useless. Only The One and Only One True Master prevails in every event in the universe, worthy of praise. Whosoever may meditate, sings the glory, and adopts the teachings of His Word; he may be contented, drenched with essence of His Word. He may conquer his worldly desires and honor in His Court

10. ਸਲੋਕ ਮਹਲਾ ੨॥ 1239-6

ਤਿਸੁ ਸਿਉ ਕੈਸਾ ਬੋਲਣਾ, ਜਿ ਆਪੇ ਜਾਣੈ ਜਾਣੁ॥ tis si-o kaisaa bolnaa je aapay jaanai jaan.
ਚੀਰੀ ਜਾ ਕੀ ਨਾ ਫਿਰੈ, ਸਾਹਿਬੁ ਸੋ ਪਰਵਾਣੁ॥ cheeree jaa kee naa firai saahib so parvaan.
ਚੀਰੀ ਜਿਸ ਕੀ ਚਲਣਾ, ਮੀਰ ਮਲਕ ਸਲਾਰ॥ cheeree jis kee chalnaa meer malak salaar.
ਜੋ ਤਿਸੁ ਭਾਵੈ ਨਾਨਕਾ, ਸਾਈ ਭਲੀ ਕਾਰ॥ jo tis bhaavai naankaa saa-ee bhalee kaar.
ਜਿਨ੍ਹਾ ਚੀਰੀ ਚਲਣਾ, ਹਥਿ ਤਿਨ੍ਹਾ ਕਿਛੁ ਨਾਹਿ॥ jinHaa cheeree chalnaa hath tinHaa kichh naahi.
ਸਾਹਿਬ ਕਾ ਫੁਰਮਾਣੁ ਹੋਇ, ਉਠੀ ਕਰਲੈ ਪਾਹਿ॥ saahib kaa furmaan ho-ay uthee karlai paahi.
ਜੇਹਾ ਚੀਰੀ ਲਿਖਿਆ, ਤੇਹਾ ਹੁਕਮੁ ਕਮਾਹਿ॥ jayhaa cheeree likhi-aa tayhaa hukam kamaahi.
ਘਲੇ ਆਵਹਿ ਨਾਨਕਾ, ਸਦੇ ਉਠੀ ਜਾਹਿ॥੧॥ ghalay aavahi naankaa saday uthee jaahi. ||1||

ਪ੍ਰਭ ਦਾ ਕੀ ਵਖਿਆਣ ਕੀਤਾ ਜਾ ਸਕਦਾ ਹੈ? ਕੇਵਲ ਪ੍ਰਭ ਹੀ ਆਪਣੇ ਆਪ ਨੂੰ ਪੂਰਨ ਜਾਣਦਾ ਹੈ । ਸਭ ਤੋਂ ਵੱਡੇ ਮਾਲਕ ਦੇ ਭਾਣੇ ਨੂੰ ਟਾਲਿਆ ਨਹੀਂ ਜਾ ਸਕਦਾ । ਪ੍ਰਭ ਦੇ ਹੁਕਮ ਨਾਲ ਹੀ ਸੰਸਾਰਕ ਰਾਜੇ, ਫੌਜਾਂ ਦੇ ਮਾਲਕ ਗੱਦੀ ਤੋਂ ਉਤਾਰ ਦਿੱਤੇ ਜਾਂਦੇ ਹਨ । ਪ੍ਰਭ ਦੇ ਸ਼ਬਦ ਦੀ ਕਮਾਈ ਹੀ, ਚੰਗਾ ਕੰਮ ਹੈ । ਮੈਂ ਪ੍ਰਭ ਦੇ ਭਾਣੇ ਨਾਲ ਹੀ ਜੀਵਨ ਬਤੀਤ ਕਰਦਾ ਹਾ, ਆਪਣੇ ਵੱਸ ਵਿੱਚ ਕੁਝ ਨਹੀਂ ਹੈ । ਅਸਲੀ ਮਾਲਕ, ਦੇ ਹੁਕਮ ਨਾਲ ਹੀ ਮਾਨਸ ਉਠਕੇ ਚਲ ਪੈਂਦਾ, ਕੋਈ ਕੰਮ ਕਰ ਸਕਦਾ ਹੈ । ਆਪਣੇ ਹੁਕਮ ਨਾਲ ਹੀ ਆਤਮਾ ਨੂੰ ਸੰਸਾਰ ਵਿੱਚ ਭੇਜਦਾ, ਮੌਤ ਦੇਂਦਾ, ਖਤਮ ਕਰ ਦੇਂਦਾ ਹੈ ।

What may anyone comprehend or explain about His Nature? Only The True Master may fully comprehend His Nature. The Command of the greatest True Master may never be avoided. With His Command, any worldly king and greatest army may be defeated and overthrown. Earnings of His Word may be the only worthy cause of human life journey. I may not have anything within my own power, capability; I may only obey and adopt the teachings of His Word in my day-to-day life. I may wake up and perform any worldly deeds, only with His Command. The True Master, Creator may create a new life or destroy anything.

ਮਹਲਾ ੨॥	mehlaa 2.
ਸਿਫਤਿ ਜਿਨਾ ਕਉ ਬਖਸੀਐ, ਸੇਈ ਪੋਤੇਦਾਰ॥	sifat jinaa ka-o bakhsee-ai say-ee potaydaar.
ਕੁੰਜੀ ਜਿਨ ਕਉ ਦਿਤੀਆ, ਤਿਨ੍ਹਾ ਮਿਲੇ ਭੰਡਾਰ॥	kunjee jin ka-o ditee-aa tinHaa milay bhandaar.
ਜਹ ਭੰਡਾਰੀ ਹੂ ਗੁਣ ਨਿਕਲਹਿ, ਤੇ ਕੀਅਹਿ ਪਰਵਾਣੁ॥	jah bhandaaree hoo gun niklahi tay kee-ah parvaan.
ਨਦਰਿ ਤਿਨ੍ਹਾ ਕਉ ਨਾਨਕਾ, ਨਾਮੁ ਜਿਨ੍ਹਾ ਨੀਸਾਣੁ॥੨॥	nadar tinHaa ka-o naankaa naam jinHaa neesaan. ||2||

ਜਿਸ ਨੂੰ ਪ੍ਰਭ ਆਪ ਹੀ ਸ਼ਬਦ ਦੇ ਲੜ ਲਾਉਂਦਾ, ਸ਼ਬਦ ਦੀ ਸੋਝੀ ਬਖਸ਼ਦਾ ਹੈ । ਉਸ ਨੂੰ ਹੀ ਸੋਝੀ ਦੇ ਖਜ਼ਾਨੇਂ ਦੀ ਕੁੰਜੀ ਬਖਸ਼ਦਾ, ਰਖਵਾਲਾ ਬਣ ਜਾਂਦਾ ਹੈ । ਜਿਸ ਦੇ ਮਨ ਵਿੱਚ ਸ਼ਬਦ ਦੇ ਗੁਣ ਘਰ ਕਰ ਜਾਂਦੇ ਹਨ । ਕੇਵਲ ਉਸ ਨੂੰ ਹੀ ਸ਼ਬਦ ਦੀ ਸੋਝੀ ਬਖਸ਼ਿਸ਼ ਹੋ ਸਕਦੀ ਹੈ । ਉਸ ਦੀ ਕਮਾਈ ਪ੍ਰਭ ਨੂੰ ਪ੍ਰਵਾਨ ਹੋ ਜਾਂਦੀ ਹੈ । ਉਸ ਤੇ ਰੱਬੀ ਨੂਰ ਬਖਸ਼ਿਸ਼ ਹੋ ਜਾਂਦਾ ਹੈ ।

Whosoever may be blessed with devotion to obey the teachings of His Word; with His mercy and grace, he may be enlightened with the essence of His Word. Only he may be blessed with the key of the treasure of the essence of His Word; he may become the protector of His Treasure. Whosoever may remain drenched with the essence of His Word; his earnings of His Word may be accepted in His Court. He may be blessed with eternal spiritual glow on his forehead.

ਪਉੜੀ॥	pa-orhee.
ਨਾਮੁ ਨਿਰੰਜਨੁ ਨਿਰਮਲਾ, ਸੁਣਿਐ ਸੁਖੁ ਹੋਈ॥	naam niranjan nirmalaa suni-ai sukh ho-ee.
ਸੁਣਿ ਸੁਣਿ ਮੰਨਿ ਵਸਾਈਐ, ਬੂਝੈ ਜਨੁ ਕੋਈ॥	sun sun man vasaa-ee-ai boojhai jan ko-ee.
ਬਹਦਿਆ ਉਠਦਿਆ ਨ ਵਿਸਰੈ, ਸਾਚਾ ਸਚੁ ਸੋਈ॥	bahdi-aa uth-di-aa na visrai saachaa sach so-ee.
ਭਗਤਾ ਕਉ ਨਾਮ ਅਧਾਰੁ ਹੈ, ਨਾਮੇ ਸੁਖੁ ਹੋਈ॥	bhagtaa ka-o naam aDhaar hai naamay sukh ho-ee.
ਨਾਨਕ ਮਨਿ ਤਨਿ ਰਵਿ ਰਹਿਆ, ਗੁਰਮੁਖਿ ਹਰਿ ਸੋਈ॥੫॥	naanak man tan rav rahi-aa gurmukh har so-ee. ||5||

ਪ੍ਰਭ ਦੇ ਪਵਿੱਤਰ ਸ਼ਬਦ, ਸੁਣਨ ਨਾਲ ਮਨ ਵਿੱਚ ਸੰਤੋਖ ਬਖਸ਼ਿਸ਼ ਹੋ ਜਾਂਦਾ ਹੈ । ਕੋਈ ਵਿਰਲਾ ਹੀ ਸ਼ਬਦ ਨੂੰ ਸੁਣਦਾ, ਵਿਚਾਰਦਾ, ਜੀਵਨ ਢਾਲਦਾ, ਮਨ ਅੰਦਰ ਵਸਾਉਂਦਾ ਹੈ । ਸ਼ਬਦ ਨੂੰ ਸਵਾਸ ਗਰਾਸ ਯਾਦ ਰਖੋ, ਕਦੇ ਮਨੋ ਨਾ ਵਿਸਾਰੋ! ਭਗਤਾਂ ਨੂੰ ਹਰ ਵੇਲੇ ਸ਼ਬਦ ਦਾ ਹੀ ਅਧਾਰ ਹੁੰਦਾ ਹੈ! ਸ਼ਬਦ ਵਿਚੋਂ ਹੀ ਸੰਤੋਖ ਬਖਸ਼ਿਸ਼ ਹੁੰਦਾ ਹੈ । ਜਿਸ ਦੇ ਤਨ, ਮਨ ਵਿੱਚ ਪ੍ਰਭ, ਪਲ ਪਲ ਜਾਗਰਤ ਰਹਿੰਦਾ ਹੈ! ਉਸ ਨੂੰ ਗੁਰਮਖ ਅਵਸਥਾ ਬਖਸ਼ਿਸ਼ ਹੋ ਜਾਂਦੀ, ਉਹ ਹਰਇਕ ਮਨ ਵਿੱਚ ਪ੍ਰਭ ਨੂੰ ਵਾਪਰਦਾ ਵੇਖਦਾ ਹੈ ।

Whosoever may hear the everlasting echo of His Eternal, Holy Word resonating within; with His mercy and grace, he may be blessed with contentment in his worldly life. However, very rare may hear the sermons, comprehends, and adopts the teachings of His Word in his day-to-day life. You should remember the essence of His Word with each breath. You should never abandon the teachings from your day-to-day life. His true devotee makes the teachings of His Word as guiding principle of his human life journey; with His mercy and grace, he may be blessed with contentment in his day-to-day life. Whosoever may remain drenched with the essence of His Word with each breath; with His mercy and grace, he may be blessed with a state of mind as His true devotee. He may witness, realizes His Holy Spirit prevailing within every soul.

Key Message of Raag Saarang, page 1239-6
'ਕੇਵਲ ਸ਼ਬਦ ਦੀ ਕਮਾਈ ਹੀ ਚੰਗਾ ਕੰਮ ਹੈ!
ਕੇਵਲ ਪ੍ਰਭ ਹੀ ਆਪਣੇ ਆਪ ਨੂੰ ਪੂਰਨ ਜਾਣਦਾ ਹੈ । ਪ੍ਰਭ ਦੇ ਸ਼ਬਦ ਦੀ ਕਮਾਈ ਹੀ, ਚੰਗਾ ਕੰਮ ਹੈ । ਜਿਸ ਦੇ ਮਨ ਵਿੱਚ ਸ਼ਬਦ ਦੇ ਗੁਣ ਘਰ ਕਰ ਜਾਂਦੇ ਹਨ । ਉਸ ਦੀ ਕਮਾਈ ਪ੍ਰਭ ਨੂੰ ਪ੍ਰਵਾਨ ਹੋ ਜਾਂਦੀ ਹੈ । ਉਸ ਤੇ ਰੱਬੀ ਨੂਰ ਬਖਸ਼ਿਸ਼ ਹੋ ਜਾਂਦਾ ਹੈ । ਕੋਈ ਵਿਰਲਾ ਹੀ ਸ਼ਬਦ ਨੂੰ ਸੁਣਦਾ, ਵਿਚਾਰਦਾ, ਜੀਵਨ ਢਾਲਦਾ, ਮਨ ਅੰਦਰ ਵਸਾਉਂਦਾ ਹੈ ।
Only, Earning od His Word may be worthy cause!
Only The True Master may fully comprehend His Nature. Earnings of His Word may be the only worthy cause of human life journey. Whosoever may remain drenched with the essence of His Word; his earnings of His Word may be accepted in His Court. He may be blessed with eternal spiritual glow on his forehead; however, very rare may hear the sermons, comprehends, and adopts in his day-to-day life.

11. ਸਲੋਕ ਮਹਲਾ ੧॥ 1239-14

ਨਾਨਕ ਤੁਲੀਅਹਿ ਤੋਲ, ਜੇ ਜੀਉ ਪਿਛੈ ਪਾਈਐ॥	naanak tulee-ah tol jay jee-o pichhai paa-ee-ai.
ਇਕਸੁ ਨ ਪੁਜਹਿ ਬੋਲ, ਜੇ ਪੂਰੇ ਪੂਰਾ ਕਰਿ ਮਿਲੈ॥	ikas na pujeh bol jay pooray pooraa kar milai.
ਵਡਾ ਆਖਣੁ ਭਾਰਾ ਤੋਲੁ॥ ਹੋਰ ਹਉਲੀ ਮਤੀ ਹਉਲੇ ਬੋਲ॥	vadaa aakhan bhaaraa tol. hor ha-ulee matee ha-ulay bol.
ਧਰਤੀ ਪਾਣੀ ਪਰਬਤ ਭਾਰੁ॥ ਕਿਉ ਕੰਡੈ ਤੋਲੈ ਸੁਨਿਆਰੁ॥	Dhartee paanee parbat bhaar. ki-o kandai tolai suni-aar.
ਤੋਲਾ ਮਾਸਾ ਰਤਕ ਪਾਇ॥ ਨਾਨਕ ਪੁਛਿਆ ਦੇਇ ਪੁਜਾਇ॥	tolaa maasaa ratak paa-ay. naanak puchhi-aa day-ay pujaa-ay.
ਮੂਰਖ ਅੰਧਿਆ ਅੰਧੀ ਧਾਤੁ॥	moorakh anDhi-aa anDhee Dhaat.
ਕਹਿ ਕਹਿ ਕਹਣੁ ਕਹਾਇਨਿ ਆਪੁ॥੧॥	kahi kahi kahan kahaa-in aap. ||1||

ਜੀਵ ਆਪਣੀ ਆਤਮਾ ਨੂੰ ਇਤਨਾ ਪਵਿੱਤਰ ਕਰਕੇ, ਸ਼ਬਦ ਦੀ ਕਮਾਈ ਇਤਨੀ ਕਰੋ! ਕਿ ਪ੍ਰਭ ਦੇ ਪਰਖਣ ਤੇ ਪੂਰੀ ਹੋ ਜਾਵੇ । ਜਿਹੜਾ ਪ੍ਰਭ ਦੇ ਪ੍ਰਵਾਨਗੀ ਦੇ ਰਸਤੇ ਦੀ ਸੋਝੀ ਦੇਂਦਾ ਹੈ । ਉਸ ਦੀ ਸੇਵਾ ਕਰਨਾ ਹੀ ਉਤਮ, ਬੰਦਗੀ ਹੁੰਦੀ ਹੈ । ਹੋਰ ਕਿਸੇ ਨੂੰ ਵੱਡਾ ਆਖਣਾ ਵੱਡੀ ਛਾਲ ਮਾਰਨੀ, ਬਹੁਤ ਭਾਰੀ ਵਡਿਆਈ ਕਰਨੀ ਹੀ ਹੈ । ਉਸ ਦੀ ਮੱਤ, ਸੋਝੀ ਥੋੜ੍ਹੀ ਹੀ ਮਹੱਤਤਾ ਰਖਦੀ ਹੈ । ਜਿਵੇਂ ਧਰਤੀ, ਪਾਣੀ, ਪਰਬਤ ਦਾ ਬਹੁਤ ਜ਼ਿਆਦਾ ਭਾਰ ਹੰਦਾ ਹੈ । ਇਸ ਨੂੰ ਸੁਨਿਆਰਾ ਆਪਣੇ ਛੋਟੇ ਕੰਡੇ ਨਾਲ ਕਿਵੇਂ ਤੋਲ ਸਕਦਾ ਹੈ? ਉਸ ਦਾ ਕੰਡਾ ਤਾ ਛੋਟਾ ਭਾਰ, ਤੋਲਾ, ਮਾਸਾ ਹੀ ਤੋਲ ਸਕਦਾ ਹੈ । ਜਿਹੜਾ ਸੰਸਾਰਕ ਜੀਵ ਆਪ ਗਿਆਨ ਤੋਂ ਅੰਧਾ ਹੁੰਦਾ ਹੈ, ਉਹ ਦੂਸਰੇ ਅੰਧਿਆਂ ਨੂੰ ਸੋਝੀ ਦੇਂਦਾ ਹੈ! ਉਹ ਆਪਣੀ ਮੱਤ ਨਾਲ ਸੋਝੀ ਦੇਂਦਾ ਹੈ । ਜਿਤਨਾ ਬੋਲਦਾ ਹੈ, ਆਪਣੀ ਅਗਿਆਨਤਾ ਦਾ ਹੀ ਪਰਦਾ ਖੋਲ੍ਹਦਾ ਹੈ ।

You should sanctify your soul and earns an ambrosial wealth of His Word; your earnings may be accepted in His Court. Whosoever may inspire to adopt the right path of acceptance in His Court; only his service may be worthy for the real purpose of human life opportunity. To call anyone saint or sat-guru may be just ignorance. His wisdom, meditation may have very little significance. As the earth, water may have an unimaginable weight; how may a gold-smith weigh with his small scale to weigh jewelry? Whosoever may be ignorant from the essence of His Word! What may he advise, enlighten others about the right path of acceptance? He may express his own understanding, comprehension. More he may preach; more he may expose his ignorance from the right path.

ਮਹਲਾ ੧॥	mehlaa 1.
ਆਖਣਿ ਅਉਖਾ ਸੁਨਣਿ ਅਉਖਾ, ਆਖਿ ਨ ਜਾਪੀ ਆਖਿ॥	aakhan a-ukhaa sunan a-ukhaa aakh na jaapee aakh.
ਇਕਿ ਆਖਿ ਆਖਹਿ ਸਬਦੁ ਭਾਖਹਿ, ਅਰਧ ਉਰਧ ਦਿਨੁ ਰਾਤਿ॥	ik aakh aakhahi sabad bhaakhahi araDh uraDh din raat.
ਜੇ ਕਿਹੁ ਹੋਇ ਤ ਕਿਹੁ ਦਿਸੈ, ਜਾਪੈ ਰੂਪੁ ਨ ਜਾਤਿ॥	jay kihu ho-ay ta kihu disai jaapai roop na jaat.
ਸਭਿ ਕਾਰਣ ਕਰਤਾ ਕਰੇ, ਘਟ ਅਉਘਟ ਘਟ ਥਾਪਿ॥	sabh kaaran kartaa karay ghat a-ughat ghat thaap.
ਆਖਣਿ ਅਉਖਾ ਨਾਨਕਾ, ਆਖਿ ਨ ਜਾਪੈ ਆਖਿ॥ ੨॥	aakhan a-ukhaa naankaa aakh na jaapai aakh. ||2||

ਪ੍ਰਭ ਦਾ ਸ਼ਬਦ ਬੋਲਣਾ, ਸੁਣਨਾ ਬਹੁਤ ਔਖਾ ਹੈ! ਧਿਆਨ ਨਹੀਂ ਟਿਕਦਾ, ਜੀਭ ਨਾਲ ਗਾਉਣਾ ਵੀ ਬਹੁਤ ਔਖਾ ਹੈ । ਕਈ ਦਿਨ ਰਾਤ ਸ਼ਬਦ ਦੀ ਉਸਤਤ ਗਾਉਂਦੇ, ਕਦੇ ਉੱਚੀ ਅਤੇ ਕਦੇ ਹੌਲੀ ਗਾਉਂਦੇ ਹਨ । ਅਗਰ ਪ੍ਰਭ ਦਾ ਇਕ ਸਿਥਤ ਅਕਾਰ ਹੋਵੇ, ਉਸ ਨੂੰ ਦੇਖਿਆ ਜਾ ਸਕਦਾ ਹੈ । ਉਸ ਦੇ ਅਕਾਰ ਦੀ, ਰੂਪ ਦੀ ਕੋਈ ਜਾਣਕਾਰੀ, ਸੋਝੀ ਨਹੀਂ ਹੈ । ਸੰਸਾਰ ਵਿੱਚ ਸਾਰੇ ਕੰਮ ਪ੍ਰਭ ਆਪ ਹੀ ਕਰਦਾ ਹੈ । ਆਪ ਹੀ ਜੀਵ ਦੇ ਮਨ ਵਿੱਚ ਸ਼ਬਦ ਦੀ ਗੂੰਜ, ਕਦੇ ਉੱਚੀ ਅਤੇ ਕਦੇ ਹੌਲੀ ਚਲਾਉਂਦਾ ਹੈ । ਉਸ ਦਾ ਸ਼ਬਦ ਬੋਲਣਾ, ਵਖਿਆਣ ਕਰਨਾ ਬਹੁਤ ਮੁਸ਼ਕਲ ਹੈ । ਜੀਭ ਨਾਲ ਬੋਲਿਆਂ ਪੂਰਨ ਵਖਿਆਣ ਨਹੀਂ ਕੀਤਾ ਜਾ ਸਕਦਾ ।

To speak, hear, concentrate, and sing the glory of His Word may be very difficult. So many devotees may sing the glory of His Word Day and night; sometimes with low tone and other times with loud tone. If The True Master may have any unique body structure; His Creation may recognize Him. His identity, color, structure, size remain beyond comprehension and imagination of His Creation. Everything happens in the universe under His Command. His everlasting echo may resonate within each heart, sometimes low and some loud. The essences of His Word may be difficult to explain, express. His Greatness may never be fully explained by speaking with own tongue.

ਪਉੜੀ॥	pa-orhee.
ਨਾਇ ਸੁਣਿਐ ਮਨੁ ਰਹਸੀਐ, ਨਾਮੇ ਸਾਂਤਿ ਆਈ॥	naa-ay suni-ai man rehsee-ai naamay saaNt aa-ee.
ਨਾਇ ਸੁਣਿਐ ਮਨੁ ਤ੍ਰਿਪਤੀਐ, ਸਭ ਦੁਖ ਗਵਾਈ॥	naa-ay suni-ai man taripat-ee-ai sabh dukh gavaa-ee.
ਨਾਇ ਸੁਣਿਐ ਨਾਉ ਊਪਜੈ, ਨਾਮੇ ਵਡਿਆਈ॥	naa-ay suni-ai naa-o oopjai naamay vadi-aa-ee.
ਨਾਮੇ ਹੀ ਸਭ ਜਾਤਿ ਪਤਿ, ਨਾਮੇ ਗਤਿ ਪਾਈ॥	naamay hee sabh jaat pat naamay gat paa-ee.
ਗੁਰਮੁਖਿ ਨਾਮੁ ਧਿਆਈਐ, ਨਾਨਕ ਲਿਵ ਲਾਈ॥੬॥	gurmukh naam Dhi-aa-ee-ai naanak liv laa-ee. ||6||

ਪ੍ਰਭ ਦੇ ਸ਼ਬਦ ਨੂੰ ਸੁਣਨ ਨਾਲ ਮਨ ਨੂੰ ਅਨੰਦ ਮਹਿਸੂਸ ਹੁੰਦਾ ਹੈ । ਮਨ ਵਿੱਚ ਜਾਗਰਤ ਹੋਣ ਨਾਲ ਮਨ ਨੂੰ ਧੀਰਜ ਅਤੇ ਸੰਤੋਖ ਬਖਸ਼ਿਸ਼ ਹੋ ਜਾਂਦਾ ਹੈ । ਸ਼ਬਦ ਨੂੰ ਸੁਣਨ ਨਾਲ ਮਨ ਦੀਆਂ ਇਛਾਂ ਦੀ ਪਿਆਸ ਬੁਝ, ਦੁਖ ਦੂਰ ਹੋ ਜਾਂਦੇ ਹਨ । ਸ਼ਬਦ ਸੁਣਨ ਨਾਲ ਮਨ ਵਿੱਚ ਹੀ ਸ਼ਬਦ ਦੀ ਧੁਨ ਚਲਦੀ ਸੁਣਾਈ ਦੇਣ ਲਗ ਪੈਂਦੀ ਹੈ । ਪ੍ਰਭ ਦੀ ਰਹਿਮਤ ਦੀ ਨਜ਼ਰ, ਵਡਿਆਈ, ਸੋਭਾ ਬਖਸ਼ਿਸ਼ ਹੁੰਦੀ ਹੈ । ਸ਼ਬਦ ਦੀ ਪਾਲਣਾ ਕਰਨ ਨਾਲ ਹੀ ਜੀਵ ਦੀ ਹੈਸੀਅਤ ਬਣ ਜਾਂਦੀ ਹੈ, ਜੀਵ ਨੂੰ ਪ੍ਰਵਾਨਗੀ ਬਖਸ਼ਿਸ਼ ਹੋ ਜਾਂਦੀ ਹੈ । ਗੁਰਮਖ ਸ਼ਬਦ ਦੀ ਪਾਲਣਾ, ਸਿਮਰਨ ਕਰਦਾ, ਸਮਾਧੀ ਲਾਈ ਰਖਦਾ ਹੈ ।

Whosoever may hear the sremons of His Word; he may realize pleasure, comforts in his worldly life. Whosoever may be enlightened with the essence of His Word, he may be blessed with patience and contentment. His thirst of worldly desires may be quenched and his miseries of worldly desires may be eliminated. Whosoever may hear the sermons of His Word, he may start hearing the everlasting echo of His Word resonating within his heart. He may be blessed with the right path of acceptance in His Court and honored in worldly life. His passion to obey the teachings of His Word may define his worldly status. He may remain intoxicated in the void of His Word; with His mercy and grace, he may be accepted in His Court.

Key Message of Raag Saarang, page 1239-14
'ਕਿਹੜਾ ਮਾਨਸ ਸੇਵਾ ਕਰਨ ਦੇ ਯੋਗ ਹੈ?
ਜਿਹੜਾ ਪ੍ਰਭ ਦੇ ਪ੍ਰਵਾਨਗੀ ਦੇ ਰਸਤੇ ਦੀ ਸੋਝੀ ਦੇਂਦਾ ਹੈ । ਉਸ ਦੀ ਸੇਵਾ ਕਰਨਾ ਹੀ ਉਤਮ, ਬੰਦਗੀ ਹੁੰਦੀ ਹੈ । ਪ੍ਰਭ ਦਾ ਸ਼ਬਦ ਬੋਲਣਾ, ਸੁਣਨਾ, ਜੀਭ ਨਾਲ ਗਾਉਣਾ, ਵਖਿਆਣ ਕਰਨਾ ਬਹੁਤ ਮੁਸ਼ਕਲ ਹੈ । ਪ੍ਰਭ ਦੇ ਸ਼ਬਦ ਨੂੰ ਸੁਣਨ, ਮਨ ਵਿੱਚ ਜਾਗਰਤ ਹੋਣ ਨਾਲ ਮਨ ਨੂੰ ਧੀਰਜ ਅਤੇ ਸੰਤੋਖ ਬਖਸ਼ਿਸ਼ ਹੁੰਦਾ, ਮਨ ਦੀਆਂ ਇਛਾਂ ਦੀ ਪਿਆਸ ਬੁਝ ਜਾਂਦੀ, ਮਨ ਵਿੱਚ ਹੀ ਸ਼ਬਦ ਦੀ ਧੁਨ ਚਲ ਪੈਂਦੀ ਹੈ । ਗੁਰਮਖ ਸ਼ਬਦ ਦੀ ਪਾਲਣਾ ਕਰਦਾ, ਸਮਾਧੀ ਵਿੱਚ ਲੀਨ ਰਹਿੰਦਾ ਹੈ ।
Who may worthy to be served?
Whosoever may inspire to adopt the right path of acceptance in His Court; only his service may be worthy for the real purpose of human life opportunity. To speak, hear, concentrate, and sing the glory, explain the essences of His Word may be very difficult. Whosoever may hear, enlightened with the essence of His Word; he may be blessed with patience, contentment, conquers, quench the miseries of worldly desires. He may hear the everlasting echo of His Word resonating within his heart. His true devotee may remain intoxicated in the void of His Word.

12. ਸਲੋਕ ਮਹਲਾ ੧॥ 1240-4

ਜੂਠਿ ਨ ਰਾਗੀ ਜੂਠਿ ਨ ਵੇਦੀ॥	jooth na raageeN jooth na vaydeeN.
ਜੂਠਿ ਨ ਚੰਦ ਸੂਰਜ ਕੀ ਭੇਦੀ॥	jooth na chand sooraj kee bhaydee.
ਜੂਠਿ ਨ ਅੰਨੀ ਜੂਠਿ ਨ ਨਾਈ॥	jooth na annee jooth na naa-ee.
ਜੂਠਿ ਨ ਮੀਹੁ ਵਰ੍ਹਿਐ ਸਭ ਥਾਈ॥	jooth na meehu varHi-ai sabh thaa-ee.
ਜੂਠਿ ਨ ਧਰਤੀ ਜੂਠਿ ਨ ਪਾਣੀ॥	jooth na Dhartee jooth na paanee.
ਜੂਠਿ ਨ ਪਉਣੈ ਮਾਹਿ ਸਮਾਣੀ॥	jooth na pa-unai maahi samaanee.
ਨਾਨਕ ਨਿਗੁਰਿਆ ਗੁਣੁ ਨਾਹੀ ਕੋਇ॥	naanak niguri-aa gun naahee ko-ay.
ਮੁਹਿ ਫੇਰਿਐ ਮੁਹੁ ਜੂਠਾ ਹੋਇ॥੧॥	muhi fayri-ai muhu joothaa ho-ay. ||1||

ਮਨ ਨੂੰ ਮੈਲ, ਨਾ ਤਾਂ ਸੰਗੀਤ ਸੁਨਣ, ਧਰਮ ਦੇ ਗ੍ਰੰਥ ਪੜ੍ਹਨ ਨਾਲ ਲਗਦੀ ਹੈ, ਨਾ ਹੀ ਸੂਰਜ, ਚੰਦ ਦੇ ਬਦਲਣ, ਭੋਜਨ, ਪਵਿੱਤਰ ਇਸ਼ਨਾਨ ਨਾਲ ਲਗਦੀ ਹੈ । ਨਾ ਹੀ ਮੀਂਹ, ਵਰਖਾ ਨਾਲ ਜਿਹੜੀ ਹਰਇਕ ਥਾਂ ਪੈਂਦੀ ਹੈ । ਨਾ ਹੀ ਇਹ ਧਰਤੀ ਜਾ ਪਾਣੀ ਤੋਂ, ਨਾ ਹੀ ਹਵਾ ਵਿਚੋਂ ਜੋ ਹਰਇਕ ਥਾਂ ਚਲਦੀ ਹੈ । ਜਿਹੜਾ ਸ਼ਬਦ ਦੀ ਪਾਲਣਾ ਨਹੀਂ ਕਰਦਾ, ਉਸ ਦਾ ਕੋਈ ਗੁਰੂ ਨਹੀਂ ਹੁੰਦਾ, ਉਸ ਦੀ ਕੋਈ ਸ਼ਬਦ ਦੀ ਕਮਾਈ ਨਹੀਂ ਹੁੰਦੀ । ਜੀਵ ਦੀ ਆਤਮਾ ਨੂੰ ਮੈਲ, ਕੇਵਲ ਸ਼ਬਦ ਦੀ ਪਾਲਣਾ ਤੋਂ ਮੂੰਹ ਫੇਰਨ ਨਾਲ ਹੀ ਲਗਦੀ ਹੈ ।

Mind may not be blemished by listening to music of any kind; reading any religious Holy Scripture; by Sun and Moon rising or setting; with any food or sanctifying bath; with rain that may be pouring everywhere; any part of earth, water or Air that remain present everywhere. Whosoever may not obey the teachings of His Word; he may remain ignorant from the real purpose of human life opportunity. He may not have any guiding principle in life (guru) nor any earnings of His Word. His soul may remain blemish with the sweet poison of worldly wealth.

ਮਹਲਾ ੧॥	mehlaa 1.
ਨਾਨਕ ਚੁਲੀਆ ਸੁਚੀਆ, ਜੇ ਭਰਿ ਜਾਨੈ ਕੋਇ॥	naanak chulee-aa suchee-aa jay bhar jaanai ko-ay.
ਸੁਰਤੇ ਚੁਲੀ ਗਿਆਨ ਕੀ, ਜੋਗੀ ਕਾ ਜਤੁ ਹੋਇ॥	surtay chulee gi-aan kee jogee kaa jat ho-ay.
ਬ੍ਰਹਮਣ ਚੁਲੀ ਸੰਤੋਖ ਕੀ, ਗਿਰਹੀ ਕਾ ਸਤੁ ਦਾਨੁ॥	barahman chulee santokh kee girhee kaa sat daan.
ਰਾਜੇ ਚੁਲੀ ਨਿਆਵ ਕੀ, ਪੜਿਆ ਸਚੁ ਧਿਆਨੁ॥	raajay chulee ni-aav kee parhi-aa sach Dhi-aan.
ਪਾਣੀ ਚਿਤੁ ਨ ਧੋਪਈ, ਮੁਖਿ ਪੀਤੈ ਤਿਖ ਜਾਇ॥	paanee chit na Dhop-ee mukh peetai tikh jaa-ay.
ਪਾਣੀ ਪਿਤਾ ਜਗਤ ਕਾ, ਫਿਰਿ ਪਾਣੀ ਸਭੁ ਖਾਇ॥੨॥	paanee pitaa jagat kaa fir paanee sabh khaa-ay. ||2||

ਜਿਹੜਾ ਮਨ ਦੀ ਪਵਿੱਤਰ ਕਰਨ ਦਾ ਅਸਲੀ ਇਸ਼ਨਾਨ ਕਰਨਾ ਜਾਨਦਾ ਹੈ । ਉਹ ਧਰਮ ਦੇ ਪਵਿਤਰਤਾ ਦੇ ਤਰੀਕੇ ਨਾਲ ਪਵਿੱਤਰ ਹੋ ਸਕਦਾ ਹੈ । ਜੋਗੀ ਵਾਸਤੇ ਪ੍ਰਭ ਦੇ ਸ਼ਬਦ ਵਿਚ ਸੁਚੇਤ ਹੋ ਕੇ ਆਪਣੇ ਮਨ ਤੇ ਕਾਬੂ ਪਾਉਣਾ ਹੈ । ਬ੍ਰਹਮਣ ਵਾਸਤੇ ਪਵਿੱਤਰ ਕਰਨ ਵਾਲੀ ਚੁਲੀ! ਆਪਣੇ ਮਨ ਨੂੰ ਧੀਰਜ ਕਰਨਾ ਅਤੇ ਦਿੱਤੇ ਦਾਨ ਨਾਲ ਸੰਤੋਖ ਰਖਣਾ ਹੈ । ਰਾਜੇ ਵਾਸਤੇ ਪਵਿਤਰਤਾ ਦੀ ਚੁਲੀ! ਸਭ ਨੂੰ ਇਕ ਅੱਖ ਨਾਲ ਵੇਖਣਾ, ਇਨਸਾਫ ਕਰਨਾ ਹੈ । ਮਨ ਨੂੰ ਪਾਣੀ ਨਾਲ ਪਵਿੱਤਰ ਨਹੀਂ ਕੀਤਾ ਜਾ ਸਕਦਾ । ਪਾਣੀ ਤਾ ਪਿਆਸ ਬੁਝਾਉਣ ਲਈ ਹੀ ਵਰਤਿਆ ਜਾ ਸਕਦਾ ਹੈ । ਪਾਣੀ ਜੀਵਨ ਦਾ ਅਧਾਰ, ਪਿਤਾ ਦਾ ਰੂਪ ਹੈ । ਅਖੀਰ ਵਿੱਚ ਇਹ ਪਾਣੀ ਹੀ ਜੀਵ ਨੂੰ ਖਤਮ ਕਰ ਦੇਂਦਾ ਹੈ ।

Whosoever may recognize the right technique to sanctify his soul; with His mercy and grace, he may sanctify his soul by following the teachings of religious Holy Scripture. Each religious may define unique technique, Yogi: Concentrate on Holy Scripture to control the temptation of mind. Brahman! Patience for His Blessings and remain contented on His Blessing; Worldly King! Treat all citizen with indiscrimination, justice for All. Soul may never be sanctified with bath at Holy Shrine. Water may always be needed to quenched thirst. Water is the key indigent of worldly life survival as father; in the end, excessive water may destroy him.

Religious Unique Technique of Soul Sanctification	
Yogi:	Concentrate on Holy Scripture to control the temptation.
Brahman!	Patience and Contented with His Blessings and Charity.
Worldly King	Treat all citizen with indiscrimination, justice for All.

ਪਉੜੀ॥	pa-orhee.
ਨਾਇ ਸੁਣਿਐ ਸਭ ਸਿਧਿ ਹੈ, ਰਿਧਿ ਪਿਛੈ ਆਵੈ॥	naa-ay suni-ai sabh siDh hai riDh pichhai aavai.
ਨਾਇ ਸੁਣਿਐ ਨਉ ਨਿਧਿ ਮਿਲੈ, ਮਨ ਚਿੰਦਿਆ ਪਾਵੈ॥	naa-ay suni-ai na-o niDh milai man chindi-aa paavai.
ਨਾਇ ਸੁਣਿਐ ਸੰਤੋਖੁ ਹੋਇ, ਕਵਲਾ ਚਰਨ ਧਿਆਵੈ॥	naa-ay suni-ai santokh ho-ay kavlaa charan Dhi-aavai.
ਨਾਇ ਸੁਣਿਐ ਸਹਜੁ ਉਪਜੈ, ਸਹਜੇ ਸੁਖੁ ਪਾਵੈ॥	naa-ay suni-ai sahj oopjai sehjay sukh paavai.
ਗੁਰਮਤੀ ਨਾਉ ਪਾਈਐ, ਨਾਨਕ ਗੁਣ ਗਾਵੈ॥੭॥	gurmatee naa-o paa-ee-ai naanak gun gaavai. ||7||

ਜੀਵ ਪ੍ਰਭ ਦੇ ਸ਼ਬਦ ਦੀ ਉਸਤਤ ਗਾਉਣ, ਸਿਮਰਨ ਕਰਨ, ਸ਼ਬਦ ਸੁਨਣ ਨਾਲ ਚਮਤਕਾਰ ਕਰਨ ਦੀਆਂ ਸਾਰੀ ਸ਼ਕਤੀਆ ਹੀ ਬਖਸ਼ਿਸ਼ ਹੋ ਜਾਂਦੀਆਂ ਹਨ! ਇਸ ਨਾਲ ਸੰਸਾਰਕ ਮਾਇਆ ਦਾ ਜਾਲ ਵੀ ਆਉਂਦਾ ਹੈ । ਪ੍ਰਭ ਦੇ ਸ਼ਬਦ ਸੁਨਣ ਨਾਲ ਸੋਝੀ ਦੇ ਨੌ ਖਜ਼ਾਨੇ ਬਖਸ਼ਿਸ਼ ਹੋ ਜਾਂਦੇ ਹਨ । ਮਨ ਦੀਆਂ ਮੁਰਾਦਾਂ ਪੂਰੀਆਂ ਹੋ ਜਾਂਦੀਆਂ ਹਨ । ਜਿਸ ਨੂੰ ਪ੍ਰਭ ਦੇ ਸ਼ਬਦ ਨੂੰ ਸੁਨਣ ਨਾਲ ਮਨ ਨੂੰ ਸੰਤੋਖ ਹੋ ਜਾਂਦਾ ਹੈ । ਸੰਸਾਰਕ ਮਾਇਆ ਉਸ ਦੇ ਪਿਛੇ ਪਿਛੇ ਲਗ ਪੈਂਦੀ ਹੈ । ਸ਼ਬਦ ਸੁਨਣ, ਪਾਲਣਾ ਕਰਨ ਨਾਲ ਸ਼ਬਦ ਦੀ ਸੋਝੀ, ਧੀਰਜ, ਅਨੰਦ, ਖੇੜਾ ਬਖਸ਼ਿਸ਼ ਹੋ ਜਾਂਦਾ ਹੈ ।

You should meditate and sing the glory of His Word. Whosoever may listen to the sermons of His Word, hears the everlasting echo resonating within his heart; he may be blessed with enlightenment of power of miracles. He may be tested with illusion of sweet poison of worldly wealth. Whosoever may listen the sermons of His Word; with His mercy and grace, he may be blessed with nine treasures of enlightenment. His spoken and unspoken desires may be satisfied. He may realize peace of mind and contentment with the everlasting echo of His Word resonating within his heart; worldly wealth may follow his Command; becomes his slave. Whosoever may listen to sermons and obeys the teachings of His Word; with His mercy and grace, he may be blessed with the enlightenment of the essence of His Word, patience, peace, and blossom.

Key Message of Raag Saarang, page 1240-4
'ਆਤਮਾ ਕਿਵੇਂ ਮੈਲੀ ਹੁੰਦੀ ਹੈ?
ਜੀਵ ਦੀ ਆਤਮਾ ਨੂੰ ਮੈਲ, ਕਿਸੇ ਧਰਮ ਦੇ ਰੀਤ ਰੀਵਾਜ ਨਾਲ ਨਹੀਂ ਲਗਦੀ, ਕੇਵਲ ਸ਼ਬਦ ਦੀ ਪਾਲਣਾ ਤੋਂ ਮੂੰਹ ਫੇਰਨ ਨਾਲ ਹੀ ਲਗਦੀ ਹੈ । ਜਿਹੜਾ ਮਨ ਦੀ ਪਵਿੱਤਰ ਕਰਨ ਦਾ ਅਸਲੀ ਇਸ਼ਨਾਨ ਸ਼ਬਦ ਦੀ ਸੋਝੀ ਨਾਲ ਕਰਨਾ ਜਾਨਦਾ ਹੈ । ਉਹ ਧਰਮ ਦੇ ਪਵਿਤਰਤਾ ਦੇ ਤਰੀਕੇ ਨਾਲ ਪਵਿੱਤਰ ਹੋ ਸਕਦਾ ਹੈ । ਪ੍ਰਭ ਦੇ ਸ਼ਬਦ ਸੁਨਣ ਨਾਲ ਸੋਝੀ ਦੇ ਨੌ ਖਜ਼ਾਨੇ ਬਖਸ਼ਿਸ਼ ਹੋ ਜਾਂਦੇ ਹਨ । ਸੰਸਾਰਕ ਮਾਇਆ ਉਸ ਦੇ ਪਿਛੇ ਪਿਛੇ ਲਗ ਪੈਂਦੀ ਹੈ ।
Who may soul become blemished?

Soul may not be blemished with any religious rituals, only by ignorant from the real purpose of human life opportunity. Whosoever may recognize the right technique to sanctify his soul; his soul may be sanctified by following the teachings of religious Holy Scripture.

13. **ਸਲੋਕ** ਮਹਲਾ ੧॥ 1240-12

ਦੁਖ ਵਿਚਿ ਜੰਮਣੁ ਦੁਖਿ ਮਰਣੁ, ਦੁਖਿ ਵਰਤਣੁ ਸੰਸਾਰਿ॥	dukh vich jaman dukh maran dukh vartan sansaar.
ਦੁਖੁ ਦੁਖੁ ਅਗੈ ਆਖੀਐ, ਪੜ੍ਹਿ ਪੜ੍ਹਿ ਕਰਹਿ ਪੁਕਾਰ॥	dukh dukh agai aakhee-ai parhH parhH karahi pukaar.
ਦੁਖ ਕੀਆ ਪੰਡਾ ਖੁਲ੍ਹੀਆ, ਸੁਖੁ ਨ ਨਿਕਲਿਓ ਕੋਇ॥	dukh kee-aa pandaa khulHee-aa sukh na nikli-o ko-ay.
ਦੁਖ ਵਿਚਿ ਜੀਉ ਜਲਾਇਆ, ਦੁਖੀਆ ਚਲਿਆ ਰੋਇ॥	dukh vich jee-o jalaa-i-aa dukhee-aa chali-aa ro-ay.
ਨਾਨਕ ਸਿਫਤੀ ਰਤਿਆ, ਮਨੁ ਤਨੁ ਹਰਿਆ ਹੋਇ॥	naanak siftee rati-aa man tan hari-aa ho-ay.
ਦੁਖ ਕੀਆ ਅਗੀ ਮਾਰੀਅਹਿ, ਭੀ ਦੁਖੁ ਦਾਰੂ ਹੋਇ॥੧॥	dukh kee-aa agee maaree-ah bhee dukh daaroo ho-ay. ||1||

ਜੀਵ ਦੁਖ ਵਿੱਚ ਜਨਮ ਲੈਂਦਾ, ਦੁਖ ਵਿੱਚ ਹੀ ਸੰਸਾਰਕ ਧੰਦੇ ਕਰਦਾ, ਦੁਖ ਵਿੱਚ ਹੀ ਮਰ ਜਾਂਦਾ ਹੈ । ਮੌਤ ਤੋਂ ਪਿਛੋਂ ਵੀ ਜੀਵ ਦੁਖ ਵਿੱਚ ਹੀ ਰਹਿੰਦਾ ਹੈ । ਜੀਵ ਧਰਮ ਦੇ ਗ੍ਰੰਥ ਪੜ੍ਹਕੇ ਬਾਕੀ ਜੀਵਾਂ ਨੂੰ ਸਿਖਿਆਂ ਦੇਂਦਾ ਹੈ! ਜਿਸ ਜੀਵ ਨੂੰ ਪੁੱਛ ਕੇ ਦੇਖੋ! ਉਹ ਆਪਣੇ ਦੁਖ ਹੀ ਦੱਸਦਾ, ਕੋਈ ਸੁਖ ਦੀ ਗੱਲ ਨਹੀਂ ਕਰਦਾ ਹੈ । ਆਤਮਾ ਸੰਸਾਰਕ ਇਛਾਂ ਦੇ ਦੁਖ ਵਿੱਚ ਹੀ ਰੋਂਦੀ ਮਰ ਜਾਂਦੀ ਹੈ । ਜਿਹੜਾ ਸ਼ਬਦ ਦੀ ਪਾਲਣਾ ਵਿੱਚ ਅਡੋਲ ਰਹਿੰਦਾ, ਉਸਤਤ ਗਾਉਣ ਵਿੱਚ ਲੀਨ ਰਹਿੰਦਾ ਹੈ । ਉਸ ਦਾ ਮਨ ਸੰਸਾਰਕ ਇਛਾਂ ਤੋਂ ਰਹਿਤ, ਸਦਾ ਹੀ ਖੇੜੇ ਵਿੱਚ ਰਹਿੰਦਾ ਹੈ । ਜਿਹੜਾ ਸੰਸਾਰਕ ਇਛਾਂ ਦੀ ਅੱਗ ਵਿੱਚ ਮਰ ਜਾਂਦਾ ਹੈ । ਮੌਤ ਦੇ ਨਾਲ, ਸਾਰੇ ਸੰਸਾਰਕ ਦੁਖ ਵੀ ਖਤਮ ਹੋ ਜਾਂਦੇ ਹਨ ।

Human may take birth, performs his worldly necessities of life, and dies in miseries. After death he endures miseries for his worldly deeds. He may read religious Holy Scripture and preaches others the real purpose of human life journey. However, everyone may only talk about disappointments in his life; no one may remain gratitude for priceless human life Blessings. His soul remains miserable with his worldly disappointment of his life. Whosoever may remain intoxicated in singing the glory and obeying the teachings of His Word with steady and stable belief; with His mercy and grace, his state of mind may remain in blossom and beyond the reach of worldly desires. Whosoever may remain intoxicated in worldly desires and dies in worries; all his worldly frustrations may only be vanished with his death.

ਮਹਲਾ ੧॥	mehlaa 1.
ਨਾਨਕ ਦੁਨੀਆ ਭਸੁ ਰੰਗੁ, ਭਸੂ ਹੂ ਭਸੁ ਖੇਹ॥	naanak dunee-aa bhas rang bhasoo hoo bhas khayh.
ਭਸੋ ਭਸੁ ਕਮਾਵਣੀ, ਭੀ ਭਸੁ ਭਰੀਐ ਦੇਹ॥	bhaso bhas kamaavnee bhee bhas bharee-ai dayh.
ਜਾ ਜੀਉ ਵਿਚਹੁ ਕਢੀਐ, ਭਸੂ ਭਰਿਆ ਜਾਇ॥	jaa jee-o vichahu kadhee-ai bhasoo bhari-aa jaa-ay.
ਅਗੈ ਲੇਖੈ ਮੰਗਿਐ, ਹੋਰ ਦਸੂਣੀ ਪਾਇ॥੨॥	agai laykhai mangi-ai hor dasoonee paa-ay. ||2||

ਪ੍ਰਭ ਦੇ ਦਰਬਾਰ ਵਿੱਚ ਸੰਸਾਰਕ ਪਦਾਰਥਾਂ ਦੇ ਅਨੰਦ ਦੀ ਕੀਮਤ ਭਸਮ ਜਿਤਨੀ ਹੀ ਹੁੰਦੀ ਹੈ । ਉਸ ਦਾ ਤਨ ਦੁਖਾਂ ਨਾਲ ਭਰਿਆਂ ਹੁੰਦਾ ਹੈ । ਤਨ ਵਿਚੋਂ ਆਤਮਾ ਦੇ ਨਿਕਲਣ ਨਾਲ ਤਨ ਵੀ ਭਸਮ ਹੋ ਜਾਂਦਾ ਹੈ । ਮੌਤ ਪਿਛੋਂ ਸੰਸਾਰਕ ਕੰਮਾਂ, ਪਾਪਾਂ ਦੀ ਕਮਾਈ ਨਾਲੋ ਦਸ ਗੁਣਾਂ ਦੁਖ ਪਾਉਂਦਾ ਹੈ ।

The significance of worldly achievements, pleasures may be worthless like dust in His Court. His body remains overwhelmed with miseries. The devil of death may capture his soul at predetermined time; his body may become a part of dust. After death, he may endure 10 time miseries for his sins.

ਪਉੜੀ॥	pa-orhee.
ਨਾਇ ਸੁਣਿਐ ਸੁਚਿ ਸੰਜਮੋ, ਜਮੁ ਨੇੜਿ ਨ ਆਵੈ॥	naa-ay suni-ai such sanjamo jam nayrh na aavai.
ਨਾਇ ਸੁਣਿਐ ਘਟਿ ਚਾਨਣਾ, ਆਨ੍ਹੇਰੁ ਗਵਾਵੈ॥	naa-ay suni-ai ghat chaannaa aanHayr gavaavai.
ਨਾਇ ਸੁਣਿਐ ਆਪੁ ਬੁਝੀਐ, ਲਾਹਾ ਨਾਉ ਪਾਵੈ॥	naa-ay suni-ai aap bujhee-ai laahaa naa-o paavai.
ਨਾਇ ਸੁਣਿਐ ਪਾਪ ਕਟੀਅਹਿ, ਨਿਰਮਲ ਸਚੁ ਪਾਵੈ॥	naa-ay suni-ai paap katee-ah nirmal sach paavai.
ਨਾਨਕ ਨਾਇ ਸੁਣਿਐ ਮੁਖ ਉਜਲੇ, ਨਾਉ ਗੁਰਮੁਖਿ ਧਿਆਵੈ॥੮॥	naanak naa-ay suni-ai mukh ujlay naa-o gurmukh Dhi-aavai. ||8||

ਜਿਹੜਾ ਪ੍ਰਭ ਦਾ ਸ਼ਬਦ ਸੁਣਦਾ, ਉਸ ਨੂੰ ਪ੍ਰਭ ਰਹਿਮਤ ਬਖਸ਼ਦਾ ਹੈ । ਆਤਮਾ ਨੂੰ ਪਵਿੱਤਰ ਕਰਨ ਦੇ ਰਸਤੇ ਤੇ ਪਾਉਂਦਾ ਹੈ । ਉਸ ਨੂੰ ਆਪਣੇ ਮਨ ਤੇ ਜਿੱਤ ਬਖਸ਼ਦਾ ਹੈ । ਉਸ ਨੂੰ ਮੌਤ ਦਾ ਜਮਦੂਤ ਛੋਹ ਵੀ ਨਹੀਂ ਸਕਦਾ । ਉਸ ਦੇ ਮਨ ਵਿਚੋਂ ਭਰਮ, ਅਗਿਆਨਤਾ ਦੂਰ ਹੋ ਜਾਂਦੀ, ਸ਼ਬਦ ਦੀ ਸੋਝੀ ਬਖਸ਼ਿਸ਼ ਹੋ ਜਾਂਦੀ ਹੈ । ਉਹ ਆਪਣੇ ਆਪ ਨੂੰ ਪਛਾਣ ਕੇ, ਮਾਨਸ ਜਨਮ ਦਾ ਲਾਹਾ ਖੱਟਦਾ, ਪਾਪ ਬਖਸ਼ੇ ਜਾਂਦੇ ਹਨ । ਪ੍ਰਭ ਦੇ ਦਰਬਾਰ ਵਿੱਚ ਪ੍ਰਵਾਨਗੀ ਦਾ ਅਸਲੀ ਰਸਤਾ ਬਖਸ਼ਿਸ਼ ਹੋ ਜਾਂਦਾ ਹੈ । ਉਸ ਤੇ ਰੱਬੀ ਨੂਰ ਚਮਕਦਾ ਹੈ । ਗੁਰਮਖ, ਸ਼ਬਦ ਦੇ ਸਿਮਰਨ ਵਿੱਚ ਲੀਨ ਰਹਿੰਦਾ ਹੈ ।

Whosoever may listen to the sermons and adopts the teachings of His Word with steady and stable belief in his day-to-day life; with His mercy and grace, he may be blessed with the right path of acceptance in His Court. He may conquer the demons of his worldly desires. His soul may become beyond the reach of the devil of death. All his suspicions and ignorance from the real purpose of human life opportunity may be eliminated. He may be blessed with the enlightenment of the essence of His Word. All his sins of previous lives may be forgiven; he may be blessed with the right path of acceptance in His Court. The eternal spiritual glow may shine within his heart and on his forehead. His true devotee may remain intoxicated in meditation in the void of His Word.

Key Message of Raag Saarang, page 1240-12
'ਮੌਤ ਤੇ ਸਾਰੇ ਸੰਸਾਰਕ ਦੁਖ ਖਤਮ ਹੋ ਜਾਂਦੇ!
ਜਿਹੜਾ ਸ਼ਬਦ ਦੀ ਪਾਲਣਾ ਵਿੱਚ ਲੀਨ ਰਹਿੰਦਾ ਹੈ । ਉਹ ਸੰਸਾਰਕ ਇਛਾਂ ਤੋਂ ਰਹਿਤ, ਸਦਾ ਹੀ ਖੇੜੇ ਵਿੱਚ ਰਹਿੰਦਾ ਹੈ । ਮੌਤ ਦੇ ਨਾਲ, ਸਾਰੇ ਸੰਸਾਰਕ ਦੁਖ ਵੀ ਖਤਮ ਹੋ ਜਾਂਦੇ ਹਨ । ਮੌਤ ਪਿਛੋਂ ਸੰਸਾਰਕ ਕੰਮਾਂ, ਪਾਪਾਂ ਦੀ ਕਮਾਈ ਨਾਲੋ ਦਸ ਗੁਣਾਂ ਦੁਖ ਭੋਗਦਾ ਹੈ । ਜਿਹੜਾ ਪ੍ਰਭ ਦੇ ਸ਼ਬਦ ਦੀ ਪਾਲਣਾ ਵਿੱਚ ਲੀਨ ਰਹਿੰਦਾ ਹੈ, ਉਹ ਆਪਣੇ ਆਪ ਨੂੰ ਪਛਾਣ ਜਾਂਦਾ, ਆਪਣੇ ਮਨ ਤੇ ਜਿੱਤ ਬਖਸ਼ਿਸ਼ ਹੋ ਜਾਂਦੀ ਹੈ! ਉਸ ਨੂੰ ਪ੍ਰਭ ਦੇ ਦਰਬਾਰ ਵਿੱਚ ਪ੍ਰਵਾਨਗੀ ਦਾ ਅਸਲੀ ਰਸਤਾ ਬਖਸ਼ਿਸ਼ ਹੋ ਜਾਂਦਾ ਹੈ । ਉਸ ਤੇ ਰੱਬੀ ਨੂਰ ਚਮਕਦਾ ਹੈ ।
Death may eliminate all worldly miseries of body!

Whosoever may remain intoxicated in obeying the teachings of His Word; he may remain beyond the reach of worldly desires. Death may eliminate all worldly frustrations and miseries of body. After death, he may endure 10-time miseries for his sins. Whosoever may remain intoxicated in meditation in the void of His Word; he may recognize the real purpose of human life opportunity; he may conquer the demons of his worldly desires. He may be blessed with the right path of acceptance in His Court. The eternal spiritual glow may shine on his forehead.

14. **ਸਲੋਕ** ਮਹਲਾ ੧॥ 1240-19

ਘਰਿ ਨਾਰਾਇਣੁ ਸਭਾ ਨਾਲਿ॥ ਪੂਜ ਕਰੇ ਰਖੈ ਨਾਵਾਲਿ॥	ghar naaraa-in sabhaa naal. pooj karay rakhai naavaal.
ਕੁੰਗੂ ਚੰਨਣੁ ਫੁਲ ਚੜਾਏ॥ ਪੈਰੀ ਪੈ ਪੈ ਬਹੁਤੁ ਮਨਾਏ॥	kungoo channan ful charhaa-ay. pairee pai pai bahut manaa-ay.
ਮਾਣੂਆ ਮੰਗਿ ਮੰਗਿ ਪੈਨ੍ਹੈ ਖਾਇ॥	maanoo-aa mang mang painHai khaa-ay.
ਅੰਧੀ ਕੰਮੀ ਅੰਧ ਸਜਾਇ॥	anDhee kammee anDh sajaa-ay.
ਭੁਖਿਆ ਦੇਇ ਨ ਮਰਦਿਆ ਰਖੈ॥ ਅੰਧਾ ਝਗੜਾ ਅੰਧੀ ਸਥੈ॥੧॥	bhukhi-aa day-ay na mardi-aa rakhai. anDhaa jhagrhaa anDhee sathai. ||1|

ਜਿਹੜੇ ਦੇਵੀ, ਦੇਵਤੇ ਪ੍ਰਭ ਦੀ ਜੋਤ ਵਿੱਚ ਸਮਾਏ ਹੋਏ ਹਨ, ਸਾਰੇ ਹੀ ਜੀਵ ਦੀ ਆਤਮਾ ਵਿੱਚ ਪ੍ਰਭ ਨਾਲ ਵਸਦੇ ਹਨ । ਜਿਹੜਾ ਪੱਥਰ ਦੀ ਮੂਰਤੀ, ਤਨ ਨੂੰ ਇਸ਼ਨਾਨ ਕਰਾਉਂਦਾ ਹੈ, ਉਹ ਮਨ ਵਿੱਚ ਆਪਣੇ ਦੇਵੀ ਦੇਵਤੇ ਦੀ ਸੇਵਾ ਕਰਦਾ ਹੈ । ਉਸ ਨੂੰ ਕੀਮਤੀ ਸ਼ਿੰਗਾਰ, ਸੰਧੂਰ, ਚੰਦਨ ਦੀ ਲੱਕੜੀ, ਫੁੱਲ ਭੇਟਾ ਕਰਦਾ ਹੈ । ਉਸ ਦੀ ਉਸਤਤ ਗਾਉਂਦਾ, ਖੁਸ਼ ਕਰਨ ਦੀ ਕੋਸ਼ਿਸ਼ ਕਰਦਾ ਹੈ, ਉਸ ਦੇ ਚਰਨਾਂ ਵਿੱਚ ਅਰਦਾਸ ਕਰਦਾ ਹੈ । ਬਾਕੀ ਜੀਵਾਂ ਤੋਂ ਮੰਗਣ ਨਾਲ ਖਾਣ ਅਤੇ ਪਹਿਣਨ ਲਈ ਕਪੜੇ ਹੀ ਮਿਲਦੇ ਹਨ । ਕੀ ਇਹ ਪੱਥਰ ਦੀ ਮੂਰਤ ਕਿਸੇ ਭੁੱਖੇ ਨੂੰ ਭੋਜਨ ਦੇ ਸਕਦੀ ਹੈ? ਕਿਸੇ ਮਰਦੇ ਜੀਵ ਨੂੰ ਬਚਾ ਸਕਦੀ ਹੈ? ਅੰਧੇ ਜੀਵਾਂ ਦੀ ਸੰਗਤ ਵਿੱਚ ਮਨ ਅੰਧੇ ਖਿਆਲੇ ਤੇ ਹੀ ਵਿਚਾਰ ਕਰਦਾ ਹੈ । ਆਪਣੀ ਮਨ ਦੀ ਅਗਿਆਨਤਾ ਨੂੰ ਠੋਸ, ਸਾਬਤ ਕਰਨ ਦਾ ਕੋਸ਼ਿਸ਼ ਕਰਦਾ ਹੈ । ਉਹ ਨੂੰ ਅੰਧ ਵਿਸ਼ਵਾਸ ਦੇ ਕੰਮਾਂ ਦਾ ਹੀ ਫਲ ਬਖਸ਼ਿਸ਼ ਹੁੰਦਾ ਹੈ ।

All blessed souls absorbed within His Holy Spirit remain embedded within each soul and dwell within his worldly body. Whosoever may sanctify stone carved statute of ancient prophet; he may be worshipping ancient saint, symbol of God. He may embellish, offer sandalwood, flowers, prays for His Blessings. He sings the glory of ancient prophet to please The True Master. Keep in mind! Even begging from anyone, you may get food and clothes. Can the stone carved statue of the ancient prophet, written doctrine, incarnated as Guru may feed any hungry or save any dying creature? Whosoever may associate with ignorant guru with blind faith; he may enforce his own ignorance. What may be rewarded for his ignorance?

ਮਹਲਾ ੧॥	mehlaa 1.
ਸਭੇ ਸੁਰਤੀ ਜੋਗ ਸਭਿ, ਸਭੇ ਬੇਦ ਪੁਰਾਣ॥	sabhay surtee jog sabh sabhay bayd puraan.
ਸਭੇ ਕਰਣੇ ਤਪ ਸਭਿ, ਸਭੇ ਗੀਤ ਗਿਆਨ॥	sabhay karnay tap sabh sabhay geet gi-aan.
ਸਭੇ ਬੁਧੀ ਸੁਧਿ ਸਭਿ, ਸਭਿ ਤੀਰਥ ਸਭਿ ਥਾਨ॥	sabhay buDhee suDh sabh sabh tirath sabh thaan.
ਸਭਿ ਪਾਤਿਸਾਹੀਆ ਅਮਰ ਸਭਿ, ਸਭਿ ਖੁਸੀਆ ਸਭਿ ਖਾਨ॥	sabh paatisaahee-aa amar sabh sabh khusee-aa sabh khaan.
ਸਭੇ ਮਾਣਸ ਦੇਵ ਸਭਿ, ਸਭੇ ਜੋਗ ਧਿਆਨ॥	sabhay maanas dayv sabh sabhay jog Dhi-aan.
ਸਭੇ ਪੁਰੀਆ ਖੰਡ ਸਭਿ, ਸਭੇ ਜੀਅ ਜਹਾਨ॥	sabhay puree-aa khand sabh sabhay jee-a jahaan.
ਹੁਕਮਿ ਚਲਾਏ ਆਪਣੈ, ਕਰਮੀ ਵਹੈ ਕਲਾਮ॥	hukam chalaa-ay aapnai karmee vahai kalaam.
ਨਾਨਕ ਸਚਾ ਸਚਿ ਨਾਇ, ਸਚੁ ਸਭਾ ਦੀਬਾਨੁ॥੨॥	naanak sachaa sach naa-ay sach sabhaa deebaan. ||2||

ਸੰਸਾਰ ਵਿੱਚ ਸਾਰੇ ਸੁਰਤੀ ਦੇ ਨਿਯਮ, ਧਰਮ ਦੇ ਤਰੀਕੇ, ਗ੍ਰੰਥ (ਵੇਦਾਂ, ਪੁਰਾਨ) ਹਨ । ਜੀਵ ਦੇ ਤਪ, ਬੰਦਗੀ ਦੇ ਗੀਤ, ਗਿਆਨ, ਸਭ ਗਿਆਨ ਦਾ ਪ੍ਰਚਾਰ ਹੈ । ਪਵਿੱਤਰ ਤੀਰਥ ਯਾਤਰਾ, ਸਾਰੇ ਰਾਜੇ ਮਹਾਰਾਜੇ ਅਤੇ ਆਲਾ ਸ਼ਾਹੀ ਮਹਿਲ, ਖਾਣੇ, ਸਾਰੇ ਸੰਸਾਰ ਦੇ ਦੇਵਤੇ, ਬੰਦਗੀ ਕਰਨ ਦੇ ਨਿਯਮ, ਸੰਸਾਰ ਦੇ ਸਾਰੇ ਖੰਡ, ਬ੍ਰਹਮੰਡ, ਸਾਰੀਆਂ ਸ੍ਰਿਸ਼ਟੀਆਂ ਹੀ ਪ੍ਰਭ ਦੇ ਹੁਕਮ, ਸ਼ਬਦ, ਭਾਣੇ ਨਾਲ ਹੀ ਚਲਦੇ ਹਨ । ਸਭ ਦੇ ਕੀਤੇ ਕੰਮਾਂ ਦਾ ਲੇਖਾ ਲਿਖਿਆ ਜਾਂਦਾ ਹੈ । ਕੇਵਲ ਪ੍ਰਭ ਦਾ ਭਾਣਾ ਹੀ ਸਦਾ ਅਟਲ ਰਹਿਣ ਵਾਲਾ ਹੈ! ਪ੍ਰਭ ਦੇ ਸ਼ਬਦ ਦੀ ਬੰਦਗੀ ਹੀ ਨਾਲ ਜਾਣਵਾਲੀ ਕਮਾਈ ਹੈ । ਸਦਾ ਅਟਲ ਰਹਿਣ ਵਾਲੇ ਪ੍ਰਭ ਦੀ ਰਹਿਮਤ ਬਖਸ਼ਿਸ਼ ਹੋ ਸਕਦੀ ਹੈ ।

World is an ocean overwhelmed with **Shiv** and **Shakti**; with all techniques of meditation, religious disciplines, Holy Scriptures, meditation, singing the glory, sermons of life of ancient prophets are preaching the right path of acceptance in His Court. All worldly saints, prophets, meditation techniques, continents, solar systems, all universes remain under His Command. All his worldly deeds may be monitored and engraved on his soul. Only the teachings of His Word for his soul remain true forever. The earnings of His Word may remain as a companion of soul even in His Court. He may be blessed with the right path of acceptance and honored in His Court.

ਪਉੜੀ॥	pa-orhee.
ਨਾਇ ਮੰਨਿਐ ਸੁਖੁ ਊਪਜੈ, ਨਾਮੇ ਗਤਿ ਹੋਈ॥	naa-ay mani-ai sukh oopjai naamay gat ho-ee.
ਨਾਇ ਮੰਨਿਐ ਪਤਿ ਪਾਈਐ, ਹਿਰਦੈ ਹਰਿ ਸੋਈ॥	naa-ay mani-ai pat paa-ee-ai hirdai har so-ee.
ਨਾਇ ਮੰਨਿਐ ਭਵਜਲੁ ਲੰਘੀਐ, ਫਿਰਿ ਬਿਘਨੁ ਨ ਹੋਈ॥	naa-ay mani-ai bhavjal langhee-ai fir bighan na ho-ee.
ਨਾਇ ਮੰਨਿਐ ਪੰਥੁ ਪਰਗਟਾ, ਨਾਮੇ ਸਭ ਲੋਈ॥	naa-ay mani-ai panth pargataa naamay sabh lo-ee.
ਨਾਨਕ ਸਤਿਗੁਰਿ ਮਿਲਿਐ, ਨਾਉ ਮੰਨੀਐ ਜਿਨ ਦੇਵੈ ਸੋਈ॥੯॥	naanak satgur mili-ai naa-o mannee-ai jin dayvai so-ee. ||9||

ਜਿਹੜਾ ਸ਼ਬਦ ਦੀ ਪਾਲਣਾ ਅਡੋਲ ਭਰੋਸੇ ਨਾਲ ਕਰਦਾ ਹੈ, ਉਸ ਨੂੰ ਸੰਤੋਖ, ਦਰਬਾਰ ਵਿੱਚ ਪ੍ਰਵਾਨਗੀ ਬਖਸ਼ਿਸ਼ ਹੋ ਜਾਂਦੀ ਹੈ । ਉਸ ਦੇ ਮਨ ਵਿੱਚ ਸ਼ਬਦ ਘਰ ਕਰ ਜਾਂਦਾ, ਸ਼ਰਣ ਵਿੱਚ ਪਨਾਹ ਬਖਸ਼ਿਸ਼ ਹੋ ਜਾਂਦੀ ਹੈ । ਸ਼ਬਦ ਨਾਲ ਜੀਵਨ ਢਾਲਣ ਨਾਲ ਹੀ ਜੀਵ ਸੰਸਾਰਕ ਸਾਗਰ ਪਾਰ ਕਰ ਜਾਂਦਾ ਹੈ । ਉਸ ਨੂੰ ਕੋਈ ਰੁਕਾਵਟ ਨਹੀਂ ਆਉਂਦੀ, ਪ੍ਰਵਾਨਗੀ ਦਾ ਰਸਤਾ ਅਨੁਭਵ, ਬਖਸ਼ਿਸ਼ ਹੋ ਜਾਂਦਾ ਹੈ । ਜਿਸ ਤੇ ਪ੍ਰਭ ਆਪ ਰਹਿਮਤ ਬਖਸ਼ਕੇ ਸ਼ਬਦ ਦੇ ਲੜ ਲਾਉਂਦਾ ਹੈ । ਕੇਵਲ ਸ਼ਬਦ ਨਾਲ ਜੀਵਨ ਢਾਲਣ ਨਾਲ ਹੀ ਉਸ ਦੇ ਮਨ ਵਿੱਚ ਸ਼ਬਦ ਜਾਗਰਤ ਹੁੰਦਾ ਹੈ ।

Whosoever may obey the teachings of His Word with steady and stable belief; with His mercy and grace, he may be blessed with contentment and acceptance in His Court. He may remain drenched with essence of His Word. Whosoever may adopt the teachings of His Word with steady and stable belief; with His mercy and grace, he may be saved from worldly ocean overwhelmed with sweet poison of worldly wealth. He may be blessed with the right path of acceptance in

His Court; all his restrictions may be removed. Whosoever may be blessed with devotion to obey the teachings of His Word; only he may adopt the teachings of His Word. He may remain enlightened with the essence of His Word.

Key Message of Raag Saarang, page 1240-19
'ਪ੍ਰਭ ਦੀ ਜੋਤ ਵਿੱਚ ਸਮਾਈਆ ਰੂਹਾਂ ਆਤਮਾ ਦੇ ਨਾਲ ਤਨ ਵਿੱਚ ਰਹਿੰਦੀਆਂ ਹਨ!
ਜਿਹੜੇ ਦੇਵੀ, ਦੇਵਤੇ ਪ੍ਰਭ ਦੀ ਜੋਤ ਵਿੱਚ ਸਮਾਏ ਹੋਏ ਹਨ, ਸਾਰੇ ਹੀ ਜੀਵ ਦੀ ਆਤਮਾ ਵਿੱਚ ਪ੍ਰਭ ਨਾਲ ਵਸਦੇ ਹਨ । ਅੰਧੇ ਜੀਵਾਂ ਦੀ ਸੰਗਤ ਵਿੱਚ ਮਨ ਅੰਧੇ ਖਿਆਲੇ ਤੇ ਹੀ ਵਿਚਾਰ ਕਰਦਾ, ਆਪਣੀ ਮਨ ਦੀ ਅਗਿਆਨਤਾ ਨੂੰ ਠੋਸ, ਸਾਬਤ ਕਰਨ ਦਾ ਕੋਸ਼ਿਸ਼ ਕਰਦਾ ਹੈ । ਉਹ ਨੂੰ ਅੰਧ ਵਿਸ਼ਵਾਸ ਦੇ ਕੰਮਾਂ ਦਾ ਹੀ ਫਲ ਬਖਸ਼ਿਸ਼ ਹੁੰਦਾ ਹੈ । ਸੰਸਾਰ ਵਿੱਚ ਸਾਰੇ ਸੁਰਤੀ ਦੇ ਨਿਯਮ, ਧਰਮ ਦੇ ਤਰੀਕੇ, ਗ੍ਰੰਥ (ਵੇਦਾਂ, ਪੁਰਾਨ) ਹਨ । ਸਭ ਦੇ ਕੀਤੇ ਕੰਮਾਂ ਦਾ ਲੇਖਾ ਲਿਖਿਆ ਜਾਂਦਾ ਹੈ । ਕੇਵਲ ਪ੍ਰਭ ਦੇ ਸ਼ਬਦ ਦੀ ਕਮਾਈ ਹੀ ਸਦਾ ਅਟਲ ਰਹਿਣ ਵਾਲੀ ਨਾਲ ਜਾਣ ਵਾਲੀ ਕਮਾਈ ਹੈ । ਸ਼ਬਦ ਦੀ ਪਾਲਣਾ ਅਡੋਲ ਭਰੋਸੇ ਨਾਲ ਕਰਨ ਨਾਲ ਮਨ ਵਿੱਚ ਸੰਤੋਖ, ਸ਼ਬਦ ਘਰ ਕਰ ਜਾਂਦਾ, ਸ਼ਰਣ ਵਿੱਚ ਪਨਾਹ ਬਖਸ਼ਿਸ਼ ਹੋ ਜਾਂਦੀ, ਜੀਵ ਸੰਸਾਰਕ ਸਾਗਰ ਪਾਰ ਕਰ ਜਾਂਦਾ ਹੈ
All soul immersed within His Holy Spirit remains embedded within soul and dwell in his body!
All blessed souls absorbed within His Holy Spirit remain embedded within each soul and dwell within his worldly body. Whosoever may associate with ignorant guru or saint with blind faith; he may enforce his own ignorance. He may be rewarded for the deeds of his ignorance. World is an ocean overwhelmed with **Shiv** and **Shakti**; with all techniques of meditation, religious disciplines, Holy Scriptures, meditation, singing the glory, sermons of life of ancient prophets, are preaching the right path of acceptance in His Court. All his worldly deeds may be engraved on his soul; however, only the earnings of His Word may remain as a true companion forever with soul even in His Court. Whosoever may obey the teachings of His Word with steady and stable belief; he may be blessed with contentment, drenched with the essence of His Word, and accepted in His Sanctuary. He may be blessed with the right path of acceptance in His Court.

15. ਸਲੋਕ ਮਃ ੧॥ 1241-9

ਪੁਰੀਆ ਖੰਡਾ ਸਿਰਿ ਕਰੇ, ਇਕ ਪੈਰਿ ਧਿਆਏ॥ puree-aa khanda sir karay ik pair Dhi-aa-ay.
ਪਉਣੁ ਮਾਰਿ ਮਨਿ ਜਪੁ ਕਰੇ, ਸਿਰੁ ਮੁੰਡੀ ਤਲੈ ਦੇਇ॥ pa-un maar man jap karay sir mundee talai day-ay.
ਕਿਸੁ ਉਪਰਿ ਓਹੁ ਟਿਕ ਟਿਕੈ, ਕਿਸ ਨੋ ਜੋਰੁ ਕਰੇਇ॥ kis upar oh tik tikai kis no jor karay-i.
ਕਿਸ ਨੋ ਕਹੀਐ ਨਾਨਕਾ, ਕਿਸ ਨੋ ਕਰਤਾ ਦੇਇ॥ kis no kahee-ai naankaa kis no kartaa day-ay.
ਹੁਕਮਿ ਰਹਾਏ ਆਪਣੈ, ਮੂਰਖੁ ਆਪੁ ਗਣੇਇ॥੧॥ hukam rahaa-ay aapnai moorakh aap ganay-ay. ||1||

ਜੀਵ ਸੰਸਾਰ ਵਿੱਚ ਜਨਮ ਲੈਣ ਸਮੇਂ, ਸਿਰ ਹੀ ਪਹਿਲੇ ਸੰਸਾਰ ਵਿੱਚ ਆਉਂਦਾ ਹੈ । ਪਰ ਉਹ ਇਸ ਸੰਸਾਰ ਵਿੱਚ ਪੈਰਾਂ ਨੂੰ ਜ਼ਿਆਦਾ ਮਹੱਤਤਾ ਦੇਂਦਾ ਹੈ । ਇਹਨਾਂ ਤੇ ਖੜ੍ਹਾ ਹੁੰਦਾ ਹੈ, ਇਸ ਤੇ ਭਾਰ ਪਾ ਕੇ ਬੰਦਗੀ ਕਰਦਾ ਹੈ । ਆਪਣੇ ਸਵਾਸਾਂ ਤੇ ਕਾਬੂ ਪਾ ਕੇ, ਸਿਰ ਨੀਵਾਂ ਕਰਕੇ ਮਨ ਵਿੱਚ ਬੰਦਗੀ ਕਰਦਾ ਹੈ । ਉਹ ਇਸਤਰ੍ਹਾਂ ਕਰਨ ਨਾਲ ਕਿਸ ਤੇ ਆਸਰਾ, ਅਧਾਰ ਰਖਦਾ ਹੈ? ਕਿਸ ਤੋਂ ਬੰਦਗੀ ਕਰਨ ਦੀ ਤਾਕਤ ਪਾਉਂਦਾ ਹੈ? ਜਾਣਿਆ ਨਹੀਂ ਜਾ ਸਕਦਾ! ਕਿਸ ਜੀਵ ਤੇ ਪ੍ਰਭ ਦੀ ਰਹਿਮਤ ਹੁੰਦੀ ਹੈ? ਸਭ ਕੁਝ ਪ੍ਰਭ ਆਪਣੇ ਹੁਕਮ ਅੰਦਰ ਹੀ ਰਖਦਾ ਹੈ । ਮੂਰਖ ਸੰਸਾਰਕ ਜੀਵ ਆਪਣੇ ਆਪ ਤੇ ਅਭਿਮਾਨ ਕਰਦਾ ਹੈ ।

At birth, head of a new born enters, the universe first and his feet enter the universe last. However, he may give more significance to his feet. He may stand with all his weight on his feet. He may control his breathes, keeps his head bow down, meditates, and prays for His Forgiveness and Refuge. Such a way his feet remains his pillar of support in universe. Whom may he pray for strength, devotion to meditate? Who may be blessed with enlightenment? he may realize, everything only happens under His Command. Ignorant may boast about his worldly accomplishments and worldly status.

ਮਃ ੧॥ mehlaa 1.
ਹੈ ਹੈ ਆਖਾਂ ਕੋਟਿ ਕੋਟਿ, ਕੋਟੀ ਹੂ ਕੋਟਿ ਕੋਟਿ॥ hai hai aakhaaN kot kot kotee hoo kot kot.
ਆਖੂੰ ਆਖਾਂ ਸਦਾ ਸਦਾ, ਕਹਣਿ ਨ ਆਵੈ ਤੋਟਿ॥ aakhooN aakhaaN sadaa sadaa kahan na aavai tot.
ਨਾ ਹਉ ਥਕਾਂ ਨ ਠਾਕੀਆ, ਏਵਡ ਰਖਹਿ ਜੋਤਿ॥ naa ha-o thakaaN na thaakee-aa ayvad rakheh jot.
ਨਾਨਕ ਚਸਿਅਹੁ ਚੁਖ, ਬਿੰਦ ਉਪਰਿ ਆਖਣੁ ਦੋਸੁ॥੨॥ naanak chasi-ahu chukh bind upar aakhan dos. ||2||

ਮੈਂ ਲਖਾਂ ਵਾਰ ਹੀ ਉਸ ਦੇ ਸ਼ਬਦ ਦਾ ਸਿਮਰਨ ਕਰਦਾ ਹਾ । ਸ਼ਬਦ ਗਾਉਣ ਨਾਲ ਸ਼ਬਦ ਦੀ ਤੋਟ ਨਹੀਂ ਆਉਂਦੀ, ਹੋਰ ਵਧਦਾ ਜਾਂਦਾ ਹੈ । ਮੈਰਾ ਭਰੋਸਾ ਇਤਨਾਂ ਅਡੋਲ ਹੈ, ਮੈਂ ਪ੍ਰਭ ਦੇ ਸ਼ਬਦ ਬੋਲਣ ਤੋਂ ਰੁਕਦਾ ਨਹੀਂ, ਨਾ ਹੀ ਰੁਕਨਾ ਹੈ । ਇਤਨਾ ਕਹਿਣਾ ਬਹੁਤ ਥੋੜ੍ਹਾ ਅਤੇ ਕੋਈ ਮਹੱਤਵ ਪੂਰਕ ਬੰਦਗੀ ਨਹੀਂ ਹੈ । ਇਸ ਤੇ ਜ਼ਿਆਦਾ ਕਹਿਣਾ ਗਲਤ ਹੈ ।

I may meditate over and over, lakhs times on the teachings of His Word. His glory and virtues may never be exhausted nor completely comprehend by His Creation; rather become more glorified. I have such a deep devotion; I may never stop singing the glory of His Word nor I may ever stop meditating. To say such may have very little significance and not a meditation; saying anything more may be ignorance.

ਪਉੜੀ॥ pa-orhee.
ਨਾਇ ਮੰਨਿਐ ਕੁਲੁ ਉਧਰੈ, ਸਭੁ ਕੁਟੰਬੁ ਸਬਾਇਆ॥ naa-ay mani-ai kul uDhrai sabh kutamb sabaa-i-aa.
ਨਾਇ ਮੰਨਿਐ ਸੰਗਤਿ ਉਧਰੈ, ਜਿਨ ਰਿਦੈ ਵਸਾਇਆ॥ naa-ay mani-ai sangat uDhrai jin ridai vasaa-i-aa.
ਨਾਇ ਮੰਨਿਐ ਸੁਣਿ ਉਧਰੇ, ਜਿਨ ਰਸਨ ਰਸਾਇਆ॥ naa-ay mani-ai sun uDhray jin rasan rasaa-i-aa.
ਨਾਇ ਮੰਨਿਐ ਦੁਖ ਭੁਖ ਗਈ, ਜਿਨ ਨਾਮਿ ਚਿਤੁ ਲਾਇਆ॥ naa-ay mani-ai dukh bhukh ga-ee jin naam chit laa-i-aa.
ਨਾਨਕ ਨਾਮੁ ਤਿਨੀ ਸਾਲਾਹਿਆ, ਜਿਨ ਗੁਰੂ ਮਿਲਾਇਆ॥੧੦॥ naanak naam tinee salaahi-aa jin guroo milaa-i-aa. ||10||

ਪ੍ਰਭ ਦੇ ਸ਼ਬਦ ਤੇ ਭਰੋਸਾ ਅਡੋਲ ਕਰਨ ਨਾਲ ਜੀਵ ਦੇ ਸਾਥੀ ਤਰ ਜਾਂਦੇ, ਸ਼ਬਦ ਦੀ ਸਿਖਿਆਂ ਮਨ ਵਿੱਚ ਘਰ ਕਰ ਜਾਂਦੀ ਹੈ । ਜਿਹੜਾ ਅਡੋਲ ਭਰੋਸੇ ਨਾਲ ਸ਼ਬਦ ਨੂੰ ਸੁਣਦਾ, ਉਸ ਦੇ ਮਨ ਨੂੰ ਅਨੰਦ ਮਹਿਸੂਸ ਹੁੰਦਾ ਹੈ । ਜੀਵ, ਆਪਣੇ ਮਨ ਵਿੱਚ ਅਡੋਲ ਭਰੋਸੇ ਨਾਲ ਸ਼ਬਦ ਦੀ ਪਾਲਣਾ ਕਰਨ ਨਾਲ, ਸੰਸਾਰਕ ਇਛਾਂ ਦੀ ਭੁੱਖ ਖਤਮ ਹੋ ਜਾਂਦੀ ਹੈ । ਜਿਸ ਨੂੰ ਪ੍ਰਭ ਸ਼ਬਦ ਦੀ ਪਾਲਣਾ ਦੀ ਸ਼ਰਧਾ ਬਖਸ਼ਦਾ ਹੈ, ਕੇਵਲ ਉਹ ਹੀ ਪ੍ਰਭ ਦੇ ਸ਼ਬਦ ਦਾ ਸਿਮਰਨ ਕਰ ਸਕਦਾ ਹੈ ।

Whosoever may obey the teachings of His Word with steady and stable belief; his associates and family may remain steady and stable on the right path of acceptance. He may remain drenched with the essence of His Word. He may realize pleasure and comforts in his worldly life. Whosoever may obey the teachings of His Word with steady and stable belief; with His mercy and grace, his hunger for worldly desires may be satisfied. Whosoever may be blessed with devotion to obey the teachings; only he may meditate.

Key Message of Raag Saarang, page 1241-9
'ਜਨਮ ਤੇ ਸਿਰ ਪਹਿਲੇ ਸ੍ਰਿਸ਼ਟੀ ਵਿੱਚ ਪ੍ਰਵੇਸ ਕਰਦਾ, ਪੈਰਾਂ ਹੀ ਸਿਰ ਦੀ ਸ਼ਾਨ ਵਧਾਉਂਦੇ ਹਨ!
ਸੰਸਾਰ ਵਿੱਚ ਜਨਮ ਲੈਣ ਸਮੇਂ, ਸਿਰ ਹੀ ਪਹਿਲੇ ਆਉਂਦਾ, ਪਰ ਉਹ ਇਸ ਸੰਸਾਰ ਵਿੱਚ ਪੈਰਾਂ ਨੂੰ ਜ਼ਿਆਦਾ ਮਹੱਤਤਾ ਦੇਂਦਾ ਹੈ । ਇਹਨਾਂ ਤੇ ਖੜ੍ਹਾ ਹੁੰਦਾ ਹੈ । ਸ਼ਬਦ ਗਾਉਣ ਨਾਲ ਸ਼ਬਦ ਦੀ ਸੋਝੀ ਦੀ ਤੋਟ ਨਹੀਂ ਆਉਂਦੀ, ਹੋਰ ਵਧਦੀ ਜਾਂਦੀ ਹੈ । ਪ੍ਰਭ ਦੇ ਸ਼ਬਦ ਤੇ ਭਰੋਸਾ ਅਡੋਲ ਕਰਨ ਨਾਲ ਸ਼ਬਦ ਦੀ ਸਿਖਿਆਂ ਮਨ ਵਿੱਚ ਘਰ ਕਰ ਜਾਂਦੀ, ਸੰਸਾਰਕ ਇਛਾਂ ਦੀ ਭੁੱਖ ਖਤਮ ਹੋ ਜਾਂਦੀ ਹੈ ।
Head enters first in universe; however, feet enhance glory of head!
At birth head enters, the universe first and feet last; however, he may give more significance to his feet. He may stand with all his weight on his feet. By singing the glory of His Virtues; The Treasure of His Virtues may never be exhausted; deeper comprehension may be blessed. Whosoever may obey the teachings of His Word with steady and stable belief; he may remain drenched with the essence of His Word; on the right path of acceptance. His hunger for worldly desires may be satisfied.

16. **ਸਲੋਕ ਮਃ ੧॥** 1241-16

ਸਭੇ ਰਾਤੀ ਸਭਿ ਦਿਹ, ਸਭਿ ਥਿਤੀ ਸਭਿ ਵਾਰ॥	sabhay raatee sabh dih sabh thitee sabh vaar.
ਸਭੇ ਰੁਤੀ ਮਾਹ ਸਭਿ, ਸਭਿ ਧਰਤੀ ਸਭਿ ਭਾਰ॥	sabhay rutee maah sabh sabh DharteeN sabh bhaar.
ਸਭੇ ਪਾਣੀ ਪਉਣ ਸਭਿ, ਸਭਿ ਅਗਨੀ ਪਾਤਾਲ॥	sabhay paanee pa-un sabh sabh agnee paataal.
ਸਭੇ ਪੁਰੀਆ ਖੰਡ ਸਭਿ, ਸਭਿ ਲੋਅ ਲੋਅ ਆਕਾਰ॥	sabhay puree-aa khand sabh sabh lo-a lo-a aakaar.
ਹੁਕਮੁ ਨ ਜਾਪੀ ਕੇਤੜਾ, ਕਹਿ ਨ ਸਕੀਜੈ ਕਾਰ॥	hukam na jaapee kayt-rhaa kahi na sakeejai kaar.
ਆਖਹਿ ਥਕਹਿ ਆਖਿ ਆਖਿ, ਕਰਿ ਸਿਫਤੀ ਵੀਚਾਰ॥	aakhahi thakeh aakh aakh kar sifteeN veechaar.
ਤ੍ਰਿਣੁ ਨ ਪਾਇਓ ਬਪੁੜੀ, ਨਾਨਕੁ ਕਹੈ ਗਵਾਰ॥੧॥	tarin na paa-i-o bapurhee naanak kahai gavaar. ||1||

ਸੰਸਾਰ ਵਿੱਚ ਸਭ ਦਿਨ, ਰਾਤ, ਰੁੱਤਾ, ਹਫਤੇ, ਮਹੀਨੇ ਹਨ । ਧਰਤੀ ਅਤੇ ਇਸ ਤੇ ਸਭ ਕੁਝ, ਪਾਣੀ, ਹਵਾ, ਅੱਗ ਹੈ । ਪੁਤਾਲ ਵਿੱਚ, ਖੰਡ, ਬ੍ਰਹਮੰਡ ਵਿੱਚ ਅਤੇ ਸਾਰੀਆਂ ਸ੍ਰਿਸ਼ਟੀਆਂ ਹਨ । ਇਹਨਾਂ ਵਿੱਚ ਵੱਖਰੇ, ਵੱਖਰੇ ਪ੍ਰਕਾਰ ਦੇ ਜੀਵ ਵਸਦੇ ਹਨ । ਕੋਈ ਵੀ ਪ੍ਰਭ ਦੇ ਹੁਕਮ ਦੀ ਮਹੱਤਤਾ ਨਹੀਂ ਜਾਣ ਸਕਦਾ । ਉਸ ਦੇ ਹੁਕਮ ਦਾ ਪੂਰਨ ਵਖਿਆਣ ਨਹੀਂ ਕਰ ਸਕਦਾ ਹੈ । ਸੰਸਾਰਕ ਜੀਵ ਭਾਵੇਂ ਸ਼ਬਦ ਦੇ ਗੁਣ ਗਾਉਂਦੇ ਥੱਕ ਜਾਣ । ਸ਼ਬਦ ਦਾ ਥੋੜ੍ਹੀ ਮਾਤਰਾ ਦੇ ਗਿਆਨ ਦੀ ਸੋਝੀ ਵੀ ਬਖਸ਼ਿਸ਼ ਨਹੀਂ ਹੋ ਸਕਦੀ ।

The world has earth, water, fire, under-earth world, continents, and all universes, day, nights months, weeks, and seasons have been established. Different kinds of creature may dwell in these universes. However, no one may ever fully comprehend His Greatness nor be able to explain His Nature. All worldly saints, blessed souls may sing the glory of His Word with each breath many times; however, a very insignificant enlightenment of His Nature may be explored.

ਮਃ ੧॥	mehlaa 1.
ਅਖੀ ਪਰਣੈ ਜੇ ਫਿਰਾਂ, ਦੇਖਾਂ ਸਭੁ ਆਕਾਰੁ॥	akheeN parnai jay firaaN daykhaaN sabh aakaar.
ਪੁਛਾ ਗਿਆਨੀ ਪੰਡਿਤਾਂ, ਪੁਛਾ ਬੇਦ ਬੀਚਾਰ॥	puchhaa gi-aanee pandhitaaN puchhaa bayd beechaar.
ਪੁਛਾ ਦੇਵਾਂ ਮਾਣਸਾਂ, ਜੋਧ ਕਰਹਿ ਅਵਤਾਰ॥	puchhaa dayvaaN maansaaN joDh karahi avtaar.
ਸਿਧ ਸਮਾਧੀ ਸਭਿ ਸੁਣੀ, ਜਾਇ ਦੇਖਾਂ ਦਰਬਾਰੁ॥	siDh samaaDhee sabh sunee jaa-ay daykhaaN darbaar.
ਅਗੈ ਸਚਾ ਸਚਿ ਨਾਇ, ਨਿਰਭਉ ਭੈ ਵਿਣੁ ਸਾਰੁ॥	agai sachaa sach naa-ay nirbha-o bhai vin saar.
ਹੋਰ ਕਚੀ ਮਤੀ ਕਚੁ ਪਿਚੁ, ਅੰਧਿਆ ਅੰਧੁ ਬੀਚਾਰੁ॥	hor kachee matee kach pich anDhi-aa anDh beechaar.
ਨਾਨਕ ਕਰਮੀ ਬੰਦਗੀ, ਨਦਰਿ ਲੰਘਾਏ ਪਾਰਿ॥੨॥	naanak karmee bandagee nadar langhaa-ay paar. ||2||

ਮੈਂ ਆਪਣੀਆਂ ਅੱਖਾਂ ਖੋਲ੍ਹਕੇ ਸੰਸਾਰ ਵਿੱਚ ਵੇਦਾਂ ਦੇ ਅਭਿਆਸ ਕਰਨ ਵਾਲੇ ਗਿਆਨਵਾਨਾਂ, ਦੇਵੀ ਦੇਵਤਿਆਂ, ਜੋਧਿਆਂ, ਸੰਤਾਂ, ਅਵਤਾਰਾਂ, ਸ਼ਬਦ ਦੀ ਸਮਾਧੀ ਵਿੱਚ ਲੀਨ ਹੋਏ, ਫਕੀਰਾ ਨੂੰ ਪੁੱਛਾ! ਕੇਵਲ ਪ੍ਰਭ ਹੀ ਸਦਾ ਅਟਲ ਰਹਿਣ ਵਾਲਾ, ਨਿਰਡ, ਕੋਈ ਡਰ ਨਹੀਂ ਹੈ । ਸੰਸਾਰਕ ਜੀਵ ਦੀ ਮੱਤ, ਸਿਆਣਪ, ਗਿਆਨ ਥੋੜ੍ਹਾ ਹੀ ਹੁੰਦਾ ਹੈ । ਪ੍ਰਭ ਦੇ ਗੁਣਾਂ ਦੀ ਜਾਣਕਾਰੀ ਤੋਂ ਅਗਿਆਨੀ, ਅੰਧਾ ਹੀ ਹੁੰਦਾ ਹੈ । ਜਿਸ ਨੂੰ ਆਪਣੇ ਚੰਗੇ ਕੰਮਾਂ ਦੇ ਕਾਰਨ ਨਾਲ ਪ੍ਰਭ ਦੀ ਬੰਦਗੀ ਵਿੱਚ ਲਗਨ ਬਖਸ਼ਿਸ਼ ਹੁੰਦੀ ਹੈ । ਉਹ ਸੰਸਾਰਕ ਸਾਗਰ ਪਾਰ ਕਰ ਜਾਂਦਾ ਹੈ ।

I may enquire from all worldly saints, prophets, devotees, blessed souls, selfishness warriors; renunciatory! Only one enlightenment may be blessed! Only The One and Only One True Master, remains fearless and true forever, unchanged; only His Command prevails in all universes. All worldly creatures may have very little wisdom and remains ignorant from comprehension of His Nature. Whosoever may perform good deeds in his previous lives; with His mercy and grace, he may be blessed with devotion to meditate on the teachings of His Word. He may be blessed with the right path of acceptance in His Court.

ਪਉੜੀ॥	pa-orhee.
ਨਾਇ ਮੰਨਿਐ ਦੁਰਮਤਿ ਗਈ, ਮਤਿ ਪਰਗਟੀ ਆਇਆ॥	naa-ay mani-ai durmat ga-ee mat pargatee aa-i-aa.
ਨਾਉ ਮੰਨਿਐ ਹਉਮੈ ਗਈ, ਸਭਿ ਰੋਗ ਗਵਾਇਆ॥	naa-o mani-ai ha-umai ga-ee sabh rog gavaa-i-aa.
ਨਾਇ ਮੰਨਿਐ ਨਾਮੁ ਊਪਜੈ, ਸਹਜੇ ਸੁਖੁ ਪਾਇਆ॥	naa-ay mani-ai naam oopjai sehjay sukh paa-i-aa.
ਨਾਇ ਮੰਨਿਐ ਸਾਂਤਿ ਊਪਜੈ, ਹਰਿ ਮੰਨਿ ਵਸਾਇਆ॥	naa-ay mani-ai saaNt oopjai har man vasaa-i-aa.
ਨਾਨਕ ਨਾਮੁ ਰਤੰਨੁ ਹੈ, ਗੁਰਮੁਖਿ ਹਰਿ ਧਿਆਇਆ॥੧੧॥	naanak naam ratann hai gurmukh har Dhi-aa-i-aa. ||11||

ਸ਼ਬਦ ਤੇ ਭਰੋਸਾ ਰਖਣ ਨਾਲ ਬੁਰੇ ਖਿਆਲ, ਅਹੰਕਾਰ ਦੀ ਜੜ੍ਹ ਖਤਮ ਹੋ ਜਾਂਦੀ ਹੈ । ਮਨ ਵਿੱਚ ਸ਼ਬਦ ਦੀ ਸੋਝੀ ਬਖਸ਼ਿਸ਼ ਹੋ ਜਾਂਦੀ, ਸੰਸਾਰਕ ਇਛਾਂ ਦਾ ਰੋਗ ਖਤਮ ਹੋ ਜਾਂਦਾ ਹੈ । ਜਿਹੜਾ ਸ਼ਬਦ ਦੀ ਪਾਲਣਾ ਅਡੋਲ ਭਰੋਸੇ ਨਾਲ ਕਰਦਾ ਹੈ, ਉਸ ਦੇ ਮਨ ਵਿੱਚ ਸ਼ਬਦ ਘਰ ਕਰ ਜਾਂਦਾ ਹੈ । ਪ੍ਰਭ ਦੇ ਬਖਸ਼ੇ ਤੇ ਸੰਤੋਖ, ਸ਼ਾਂਤੀ, ਧੀਰਜ ਰਖਣ ਨਾਲ, ਮਨ ਵਿੱਚ ਪ੍ਰਭ ਦੀ ਜੋਤ ਅਨੁਭਵ ਹੋ ਜਾਂਦੀ ਹੈ । ਗੁਰਮਖ ਪ੍ਰਭ ਦੇ ਅਮੋਲਕ ਰਤਨ ਸ਼ਬਦ ਦੀ ਬੰਦਗੀ ਕਰਦਾ ਹੈ ।

Whosoever may obey the teachings of His Word with steady and stable belief; with His mercy and grace, all his evil thoughts, roots of ego, his worldly desires may be eliminated. Whosoever may obey the teachings of His Word with steady and stable belief; he may be drenched with the essence of His Word. Whosoever may remain in peace, patience and contented with His Blessings; with His mercy and grace, he may realize His Holy Spirit prevailing within. His true devotee may meditate on the teachings of ambrosial jewel, the teachings of His Word.

Key Message of Raag Saarang, page 1241-16
'ਬਖਸ਼ੇ ਤੇ ਸੰਤੋਖ, ਸ਼ਾਂਤੀ, ਧੀਰਜ ਦਾ ਫਲ!
ਕੋਈ ਵੀ ਪ੍ਰਭ ਦੇ ਹੁਕਮ ਦੀ ਮਹੱਤਤਾ ਨਹੀਂ ਜਾਣਦਾ, ਪੂਰਨ ਵਖਿਆਣ ਨਹੀਂ ਕਰ ਸਕਦਾ ਹੈ । ਜਿਸ ਨੂੰ ਆਪਣੇ ਚੰਗੇ ਕੰਮਾਂ ਦੇ ਕਾਰਨ ਨਾਲ ਪ੍ਰਭ ਦੀ ਬੰਦਗੀ ਵਿੱਚ ਲਗਨ ਬਖਸ਼ਿਸ਼ ਹੁੰਦੀ ਹੈ । ਉਹ ਸੰਸਾਰਕ ਸਾਗਰ ਪਾਰ ਕਰ ਜਾਂਦਾ ਹੈ । ਪ੍ਰਭ ਦੇ ਬਖਸ਼ੇ ਤੇ ਸੰਤੋਖ, ਸ਼ਾਂਤੀ, ਧੀਰਜ ਰਖਣ ਨਾਲ, ਅਹੰਕਾਰ ਦੀ ਜੜ੍ਹ ਖਤਮ ਹੋ ਜਾਂਦੀ, ਸੰਸਾਰਕ ਇਛਾਂ ਦਾ ਰੋਗ ਖਤਮ ਹੋ ਜਾਂਦਾ, ਮਨ ਵਿੱਚ ਸ਼ਬਦ ਘਰ ਕਰ ਜਾਂਦਾ, ਪ੍ਰਭ ਦੀ ਜੋਤ ਅਨੁਭਵ ਹੋ ਜਾਂਦੀ ਹੈ ।
Having patience, Peace, and Contentment may be rewarded with unique Blessings!
No one may ever fully comprehend His Greatness nor be able to explain His Nature. Whosoever may perform good deeds in his previous lives; he may be blessed with devotion to meditate on the teachings of His Word. He may be blessed with the right path of acceptance in His Court. Whosoever may remain in peace, patience and contented with His Blessings; conquers roots of ego, his worldly desires, drenched with the essence of His Word; he may realize His Holy Spirit prevailing within.

17. **ਸਲੋਕ ਮਃ ੧॥** 1242 -6

ਹੋਰੁ ਸਰੀਕੁ ਹੋਵੈ ਕੋਈ ਤੇਰਾ, ਤਿਸੁ ਅਗੈ ਤੁਧੁ ਆਖਾਂ॥ hor sareek hovai ko-ee tayraa tis agai tuDh aakhaaN.
ਤੁਧੁ ਅਗੈ ਤੁਧੈ ਸਾਲਾਹੀ, ਮੈ ਅੰਧੇ ਨਾਉ ਸੁਜਾਖਾ॥ tuDh agai tuDhai saalaahee mai anDhay naa-o sujaakhaa.
ਜੇਤਾ ਆਖਣੁ ਸਾਹੀ ਸਬਦੀ, ਭਾਖਿਆ ਭਾਇ ਸੁਭਾਈ॥ jaytaa aakhan saahee sabdee bhaakhi-aa bhaa-ay subhaa-ee.
ਨਾਨਕ ਬਹੁਤਾ ਏਹੋ ਆਖਣੁ ਸਭ ਤੇਰੀ ਵਡਿਆਈ॥੧॥ naanak bahutaa ayho aakhan sabh tayree vadi-aa-ee. ||1||

ਅਗਰ ਕੋਈ ਹੋਰ ਤੇਰੇ ਬਰਾਬਰ ਦਾ ਜਾ ਵੱਡਾ ਹੋਵੇ, ਮੈਂ ਉਸ ਅੱਗੇ ਅਰਦਾਸ ਕਰਾ । ਮੈਂ ਅਗਿਆਨੀ, ਸ਼ਬਦ ਦਾ ਸਿਮਰਨ, ਉਸਤਤ ਕਰਦਾ ਹਾ । ਮੈਂ ਸਭ ਕੁਝ ਦੇਖ ਸਕਦਾ, ਅਨੁਭਵ ਹੁੰਦਾ ਹੈ । ਜੀਵ, ਸ਼ਬਦ ਵਿੱਚ ਲਿਖੇ ਦੀ ਪਾਲਣਾ ਕਰੋ! ਪ੍ਰਭ ਦੀ ਇਹ ਹੀ ਸਭ ਤੋਂ ਵੱਡੀ ਵਡਿਆਈ ਹੈ! ਸੰਸਾਰ ਵਿੱਚ ਸਭ ਮਾਣ, ਵਡਿਆਈ ਪ੍ਰਭ ਦੀ ਰਹਿਮਤ ਨਾਲ ਹੀ ਬਖਸ਼ਿਸ਼ ਹੋ ਸਕਦੀ ਹੈ ।

The True Master, have no equal or greater compare to His Greatness! I may pray for His Forgiveness and Refuge. I am ignorant! I only meditate and sing the glory of Your Word. I may witness or realize everything with His Blessed Vision. You should obey the teachings of His Word. All honors and greatness may be bestowed with His Blessed Vision. This may be the unique greatness of The True Master.

ਮਃ ੧॥ mehlaa 1.

ਜਾਂ ਨ ਸਿਆ ਕਿਆ ਚਾਕਰੀ, ਜਾਂ ਜੰਮੇ ਕਿਆ ਕਾਰ॥ jaaN na si-aa ki-aa chaakree jaaN jammay ki-aa kaar.
ਸਭਿ ਕਾਰਣ ਕਰਤਾ ਕਰੇ, ਦੇਖੈ ਵਾਰੋ ਵਾਰ॥ sabh kaaran kartaa karay daykhai vaaro vaar.
ਜੇ ਚੁਪੈ ਜੇ ਮੰਗਿਐ, ਦਾਤਿ ਕਰੇ ਦਾਤਾਰੁ॥ jay chupai jay mangi-ai daat karay daataar.
ਇਕੁ ਦਾਤਾ ਸਭਿ ਮੰਗਤੇ, ਫਿਰਿ ਦੇਖਹਿ ਆਕਾਰੁ॥ ik daataa sabh mangtay fir daykheh aakaar.
ਨਾਨਕ ਏਵੈ ਜਾਣੀਐ, ਜੀਵੈ ਦੇਵਣਹਾਰੁ॥੨॥ naanak ayvai jaanee-ai jeevai dayvanhaar. ||2||

ਜੀਵ ਦੇ ਅਰੰਭ ਤੋਂ ਪਹਿਲੇ, ਸ੍ਰਿਸ਼ਟੀ ਵਿੱਚ ਕੀ ਹੁੰਦਾ ਸੀ? ਪਹਿਲਾ ਜੀਵ ਪੈਦਾ ਹੋਣ ਤੋਂ ਪਿਛੋਂ, ਸ੍ਰਿਸ਼ਟੀ ਵਿੱਚ ਕੀ ਹੋਇਆ? ਪ੍ਰਭ ਆਪ ਹੀ ਸਭ ਕੁਝ ਕਰਦਾ ਹੈ! ਆਪ ਹੀ ਜੀਵ ਨੂੰ ਪੈਦਾ ਕਰਦਾ, ਦੇਖ ਭਾਲ ਕਰਦਾ, ਇਹ ਬਾਰ ਬਾਰ ਹੁੰਦਾ ਹੈ । ਜੀਵ ਭਾਵੇਂ, ਕੁਝ ਨਾ ਮੰਗੇ, ਜਾ ਉੱਚੀ ਉੱਚੀ ਪੁਕਾਰ ਕਰੇ । ਪ੍ਰਭ ਹਰਇਕ ਨੂੰ ਦਾਤਾਂ ਬਖਸ਼ਦਾ ਰਹਿੰਦਾ ਹੈ । ਕੇਵਲ ਇਕੋ ਇਕ ਪ੍ਰਭ ਹੀ ਦਾਤਾਂ ਬਖਸ਼ਣ ਵਾਲਾ ਮਾਲਕ ਹੈ! ਬਾਕੀ ਸਾਰੀ ਸ੍ਰਿਸ਼ਟੀ ਹੀ ਉਸ ਦੇ ਦਰ ਤੇ ਮੰਗਤੇ ਹੀ ਹਨ । ਉਹ ਹੀ ਸਾਰੀਆਂ ਸ੍ਰਿਸ਼ਟੀਆਂ ਵਿੱਚ ਦੇਖਣ ਨੂੰ ਨਜ਼ਰ ਆਉਂਦਾ ਹੈ । ਅਟਲ ਪ੍ਰਭ, ਦਾਤਾਂ ਦਾ ਮਾਲਕ ਸਦਾ ਹੀ ਦਾਤਾਂ ਬਖਸ਼ਦਾ ਰਹਿੰਦਾ ਹੈ ।

What may be in the universe, before the birth of a breathing creature? What might have happened after the creation of first breathing creature? The True Master, Creator creates, nourishes, monitors, and protects His Creation and prevails in every event in His Nature. He repeats the process of reproduction over and over. His Creation may pray loud or even may not pray for anything; He always blesses, provides the necessity of life for His Creation. The One and Only One Master can bless any virtues to His Creation, everyone else are beggar at His door, praying for Forgiveness and Refuge. Only, He may be visible, exists in the universe, nothing else may exist in the universe. Forever True Master always protects and bestows His Virtues on His Creation.

ਪਉੜੀ॥ pa-orhee.

ਨਾਇ ਮੰਨਿਐ ਸੁਰਤਿ ਉਪਜੈ, ਨਾਮੇ ਮਤਿ ਹੋਈ॥ naa-ay mani-ai surat oopjai naamay mat ho-ee.
ਨਾਇ ਮੰਨਿਐ ਗੁਣ ਉਚਰੈ, ਨਾਮੇ ਸੁਖਿ ਸੋਈ॥ naa-ay mani-ai gun uchrai naamay sukh so-ee.
ਨਾਇ ਮੰਨਿਐ ਭ੍ਰਮੁ ਕਟੀਐ, ਫਿਰਿ ਦੁਖੁ ਨ ਹੋਈ॥ naa-ay mani-ai bharam katee-ai fir dukh na ho-ee.
ਨਾਇ ਮੰਨਿਐ ਸਾਲਾਹੀਐ, ਪਾਪਾਂ ਮਤਿ ਧੋਈ॥ naa-ay mani-ai salaahee-ai paapaaN mat Dho-ee.
ਨਾਨਕ ਪੂਰੇ ਗੁਰ ਤੇ ਨਾਉ ਮੰਨੀਐ, ਜਿਨ ਦੇਵੈ ਸੋਈ॥੧੨॥ naanak pooray gur tay naa-o mannee-ai jin dayvai so-ee. ||12||

ਜਿਹੜਾ ਸ਼ਬਦ ਦੀ ਪਾਲਣਾ ਅਡੋਲ ਭਰੋਸਾ ਨਾਲ ਕਰਦਾ ਹੈ, ਉਸ ਦੇ ਮਨ ਵਿੱਚ ਸੁਰਤੀ ਬਖਸ਼ਿਸ਼ ਹੁੰਦੀ, ਉਹ ਸੁਚੇਤ ਅਤੇ ਜਾਗਰਤ ਰਹਿੰਦਾ ਹੈ । ਜਿਹੜਾ ਅਡੋਲ ਭਰੋਸੇ ਨਾਲ ਸ਼ਬਦ ਦੀ ਉਸਤਤ ਗਾਉਂਦਾ ਹੈ, ਉਸ ਨੂੰ ਸੰਤੋਖ ਬਖਸ਼ਿਸ਼ ਹੁੰਦਾ, ਉਸ ਦੇ ਮਨ ਦੇ ਭਰਮ ਦੂਰ ਹੋ ਜਾਂਦੇ, ਪਾਪ ਬਖਸ਼ੇ ਜਾਂਦੇ ਹਨ । ਉਸ ਨੂੰ ਸੰਸਾਰਕ ਇਛਾਂ ਦੇ ਕਦੇ ਦੁਖ ਮਹਿਸੂਸ ਨਹੀਂ ਹੁੰਦੇ । ਪੂਰਨ ਗੁਰੂ ਦੇ ਸ਼ਬਦ ਵਿੱਚ ਲੀਨ ਹੋਣ ਨਾਲ ਮਨ ਵਿੱਚ ਭਰੋਸਾ ਅਡੋਲ ਹੋ ਜਾਂਦਾ ਹੈ । ਕੇਵਲ ਸਭ ਕੁਝ ਪ੍ਰਭ ਦੀ ਰਹਿਮਤ ਨਾਲ ਹੀ ਬਖਸ਼ਿਸ਼ ਹੁੰਦਾ ਹੈ ।

ਗੁਰੂ ਨਾਨਕ ਦੇਵ ਜੀ! – Guru Nanak Dev Ji! Guru Granth Sahib

Whosoever may obey the teachings of His Word with steady and stable belief; with His mercy and grace, he may be enlightened with the essence of His Word from within. He may remain awake and alert in his meditation. Whosoever may sing the glory of His Word with steady and stable belief; all his sins of previous lives may be forgiven. All his suspicions of religious rituals may be eliminated and he may never realize the miseries of worldly desires. Whosoever may remain intoxicated in meditation in the void of His Word; his belief may remain unchanged and overwhelmed with contentment with his own worldly environments. Whosoever may have a great prewritten destiny, only he may be blessed with such a state of mind.

Key Message of Raag Saarang, page 1242-6
'ਪ੍ਰਭ ਦੀ ਸਭ ਤੋਂ ਵੱਡੀ ਵਡਿਆਈ!
ਸੰਸਾਰ ਵਿੱਚ ਸਭ ਮਾਣ, ਵਡਿਆਈ ਪ੍ਰਭ ਦੀ ਰਹਿਮਤ ਨਾਲ ਹੀ ਬਖਸ਼ਿਸ਼ ਹੋ ਸਕਦੀ ਹੈ । ਪ੍ਰਭ ਦੀ ਸਭ ਤੋਂ ਵੱਡੀ ਵਡਿਆਈ ਹੈ! ਕੇਵਲ ਇਕੋ ਇਕ ਪ੍ਰਭ ਹੀ ਦਾਤਾਂ ਬਖਸ਼ਣ ਵਾਲਾ ਮਾਲਕ ਹੈ! ਬਾਕੀ ਸਾਰੀ ਸ੍ਰਿਸ਼ਟੀ ਹੀ ਉਸ ਦੇ ਦਰ ਤੇ ਮੰਗਤੇ ਹੀ ਹਨ । ਪੂਰਨ ਗੁਰੂ ਦੇ ਸ਼ਬਦ ਵਿੱਚ ਲੀਨ ਹੋਣ ਨਾਲ ਮਨ ਵਿੱਚ ਭਰੋਸਾ ਅਡੋਲ ਹੋ ਜਾਂਦਾ ਹੈ! ਮਨ ਵਿੱਚ ਸੁਰਤੀ ਬਖਸ਼ਿਸ਼ ਹੁੰਦੀ, ਉਹ ਸੁਚੇਤ ਅਤੇ ਜਾਗਰਤ ਰਹਿੰਦਾ ਹੈ । ਉਸ ਨੂੰ ਸੰਸਾਰਕ ਇਛਾਂ ਦੇ ਕਦੇ ਦੁਖ ਮਹਿਸੂਸ ਨਹੀਂ ਹੁੰਦੇ ।
Most Ambrosial Greatness of The True Master!
All honors and greatness may be bestowed with His Blessed Vision. This may be the unique greatness of The True Master. The One and Only One Master may bless any virtues to His Creation; everyone else are beggar at His door praying for His Forgiveness and Refuge. Whosoever may remain intoxicated in meditation in the void of His Word; his belief on His Blessings may remain unchanged and overwhelmed with contentment. He may remain awake and alert in his meditation. He may never realize any misery of worldly desires.

18. **ਸਲੋਕ ਮਃ ੧॥ 1242-12**

ਸਾਸਤ੍ਰ ਬੇਦ ਪੁਰਾਣ ਪੜ੍ਹੰਤਾ॥ ਪੂਕਾਰੰਤਾ ਅਜਾਣੰਤਾ॥ saastar bayd puraan parhHaNtaa. pookaarantaa ajaanantaa.
ਜਾਂ ਬੂਝੈ ਤਾਂ ਸੂਝੈ ਸੋਈ॥ ਨਾਨਕੁ ਆਖੈ ਕੂਕ ਨ ਹੋਈ॥੧॥ jaaN boojhai taaN soojhai so-ee. naanak aakhai kook na ho-ee. ||1||

ਕਈ ਜੀਵ ਧਰਮ ਦੇ ਗ੍ਰੰਥ (ਸਾਸਤਰ, ਵੇਦ, ਪੁਰਾਨ) ਪੜ੍ਹਦੇ ਹਨ । ਉਹ ਅਗਿਆਨਤਾ ਵਿੱਚ ਹੀ ਉੱਚੀ ਉੱਚੀ ਗਾਉਂਦੇ ਹਨ । ਜਿਸ ਨੂੰ ਸ਼ਬਦ ਦੀ ਸੋਝੀ ਬਖਸ਼ਿਸ਼ ਹੋ ਜਾਂਦੀ ਹੈ, ਪ੍ਰਭ ਦੇ ਸ਼ਬਦ ਨੂੰ, ਬਾਣੀ ਨੂੰ ਉੱਚੀ ਉੱਚੀ ਬੋਲਣ ਦੀ ਕੋਈ ਮਹੱਤਤਾ ਨਹੀਂ ਹੁੰਦੀ ।

Many ignorant devotees may sing His Glory and recites the religious Holy Scripture very loud. Whosoever may be blessed with enlightenment of the essence of His Word; he may realize, singing loud, have no significance for the real purpose of human life blessings.

ਮਃ ੧॥ mehlaa 1.
ਜਾਂ ਹਉ ਤੇਰਾ ਤਾਂ ਸਭੁ ਕਿਛੁ ਮੇਰਾ, ਹਉ ਨਾਹੀ ਤੂ ਹੋਵਹਿ॥ jaaN ha-o tayraa taaN sabh kichh mayraa ha-o naahee too hoveh.
ਆਪੇ ਸਕਤਾ ਆਪੇ ਸੁਰਤਾ, ਸਕਤੀ ਜਗਤੁ ਪਰੋਵਹਿ॥ aapay saktaa aapay surtaa saktee jagat paroveh.
ਆਪੇ ਭੇਜੇ ਆਪੇ ਸਦੇ, ਰਚਨਾ ਰਚਿ ਰਚਿ ਵੇਖੈ॥ aapay bhayjay aapay saday rachnaa rach rach vaykhai.
ਨਾਨਕ ਸਚਾ ਸਚੀ ਨਾਂਈ, ਸਚੁ ਪਵੈ ਧੁਰਿ ਲੇਖੈ॥੨॥ naanak sachaa sachee naaN-ee sach pavai Dhur laykhai. ||2||

ਜਿਸ ਦੀ ਸ਼ਬਦ ਦੀ ਕਮਾਈ ਪ੍ਰਵਾਨ ਹੋ ਜਾਂਦੀ ਹੈ, ਉਸ ਨੂੰ ਸਭ ਕੁਝ ਹੀ ਬਖਸ਼ਿਸ਼ ਹੋ ਜਾਂਦਾ ਹੈ । ਜਿਸ ਦੇ ਮਨ ਵਿਚੋਂ ਆਪਾ ਖਤਮ ਹੋ ਜਾਂਦਾ ਹੈ, ਉਸ ਦੇ ਮਨ, ਤਨ ਵਿੱਚ ਪ੍ਰਭ ਦੀ ਜੋਤ ਜਾਗਰਤ ਰਹਿੰਦੀ ਹੈ । ਅੰਤਰਜਾਮੀ ਪ੍ਰਭ ਦਾ ਜ਼ੋਰ, ਹੁਕਮ ਹੀ ਵਾਪਰਦਾ ਹੈ । ਸਾਰੀ ਸ੍ਰਿਸ਼ਟੀ ਹੀ ਪ੍ਰਭ ਦੀ ਅਵਸਥਾ, ਸ਼ਕਤੀ ਤੋਂ ਅਚੰਭਾ, ਹੈਰਾਨ ਹੀ ਰਹਿੰਦੀ ਹੈ, ਕੋਈ ਇਸ ਦਾ ਅੰਦਾਜ਼ਾ ਨਹੀਂ ਲਾ ਸਕਦਾ । ਪ੍ਰਭ ਦੀ ਰਹਿਮਤ ਨਾਲ ਹੀ ਜਨਮ, ਮੌਤ ਹੁੰਦੀ, ਆਪ ਹੀ ਦੇਖ ਭਾਲ ਕਰਦਾ ਹੈ । ਪ੍ਰਭ ਦੇ ਸ਼ਬਦ ਦੀ ਕਮਾਈ ਅਟਲ, ਸਦਾ ਸਾਥ ਰਹਿੰਦੀ, ਪ੍ਰਵਾਨਗੀ ਦਾ ਰਸਤਾ ਬਖਸ਼ਿਸ਼ ਹੋ ਸਕਦਾ ਹੈ ।

Whose earnings of His Word may be accepted in His Court, he may be blessed everything in the universe. Whosoever may conquer, eliminates his own identity, only His Holy Spirit, His Word remains enlightened within his heart, only He speaks, prevail within his mind and body. Only the Command of The Omniscient, Omnipotent prevails in the universe. His Creation may remain fascinated, astonished from His Greatness. His Nature, Greatness of His Word remains beyond comprehension, imagination of His Creation. He creates nourishes, monitors, and protects His Creation. The cycle of birth and death remains under His Command. The earnings of His Word remain true friend of his soul forever; he may be blessed with the right path of acceptance in His Court.

ਪਉੜੀ॥ pa-orhee.
ਨਾਮੁ ਨਿਰੰਜਨ ਅਲਖੁ ਹੈ, ਕਿਉ ਲਖਿਆ ਜਾਈ॥ naam niranjan alakh hai ki-o lakhi-aa jaa-ee.
ਨਾਮੁ ਨਿਰੰਜਨ ਨਾਲਿ ਹੈ, ਕਿਉ ਪਾਈਐ ਭਾਈ॥ naam niranjan naal hai ki-o paa-ee-ai bhaa-ee.
ਨਾਮੁ ਨਿਰੰਜਨ ਵਰਤਦਾ, ਰਵਿਆ ਸਭ ਠਾਂਈ॥ naam niranjan varatdaa ravi-aa sabh thaaN-ee.
ਗੁਰ ਪੂਰੇ ਤੇ ਪਾਈਐ, ਹਿਰਦੈ ਦੇਇ ਦਿਖਾਈ॥ gur pooray tay paa-ee-ai hirdai day-ay dikhaa-ee.
ਨਾਨਕ ਨਦਰੀ ਕਰਮੁ ਹੋਇ, ਗੁਰ ਮਿਲੀਐ ਭਾਈ॥੧੩॥ naanak nadree karam ho-ay gur milee-ai bhaa-ee. ||13||

ਪ੍ਰਭ ਦਾ ਸ਼ਬਦ ਜੀਵ ਦੀ ਜਾਣਕਾਰੀ ਤੋਂ ਉਪਰ ਹੈ । ਇਹ ਕਿਵੇਂ ਜਾਣਿਆ ਜਾ ਸਕਦਾ ਹੈ? ਜੀਵ ਦੇ ਮਨ ਵਿੱਚ ਸ਼ਬਦ ਕਿਵੇਂ ਜਾਗਰਤ ਹੋ ਸਕਦਾ ਹੈ? ਪ੍ਰਭ ਦਾ ਸ਼ਬਦ ਹਰਇਕ ਜੀਵ ਵਿੱਚ, ਹਰਇਕ ਥਾਂ ਵਾਪਰਦਾ ਹੈ । ਜਿਹੜਾ ਸ਼ਬਦ ਨਾਲ ਜੀਵਨ ਢਾਲਦਾ ਹੈ, ਉਸ ਨੂੰ ਪੂਰਨ ਗੁਰੂ ਦੀ ਸੰਗਤ, ਸਿਖਿਆਂ ਬਖਸ਼ਿਸ਼ ਹੋ ਸਕਦੀ ਹੈ । ਪ੍ਰਭ ਦੀ ਰਹਿਮਤ ਨਾਲ ਹੀ ਜੀਵ ਨੂੰ ਸ਼ਬਦ ਦੀ ਸੋਝੀ ਬਖਸ਼ਿਸ਼ ਹੁੰਦੀ ਹੈ । ਪ੍ਰਭ ਦੀ ਜੋਤ ਮਨ ਅੰਦਰੋਂ ਹੀ, ਜਾਗਰਤ, ਪ੍ਰਗਟ ਹੋ ਜਾਂਦਾ ਹੈ ।

The mystery, greatness of His Word remains beyond the comprehension of His Creation. How may His true devotee comprehend His Nature? How may he be enlightened with the essence of His Word? His Word remains embedded within each soul, dwells within his body and prevails within his mind, body and in the universe, in His Nature. Whosoever may adopt the teachings of His Word with steady and stable belief in his day-to-day life; with His mercy and grace, he may be blessed with the conjugation of His Holy saint. He may be blessed with the enlightenment of the essence of His Word from within his own mind and body, in his day-to-day life.

Key Message of Raag Saarang, page 1242-12
'ਸੰਤ ਦੀ ਸੰਗਤ ਅੰਦਰੋਂ ਹੀ ਬਖਸ਼ਿਸ਼ ਹੋ ਜਾਂਦੀ ਹੈ!
ਜਿਸ ਨੂੰ ਸ਼ਬਦ ਦੀ ਸੋਝੀ ਬਖਸ਼ਿਸ਼ ਹੋ ਜਾਂਦੀ ਹੈ, ਪ੍ਰਭ ਦੇ ਸ਼ਬਦ ਨੂੰ ਉੱਚੀ ਉੱਚੀ ਬੋਲਣ ਦੀ ਕੋਈ ਮਹੱਤਤਾ ਨਹੀਂ ਹੁੰਦੀ । ਜਿਸ ਦੇ ਮਨ ਵਿਚੋਂ ਆਪਾ ਖਤਮ ਹੋ ਜਾਂਦਾ ਹੈ, ਉਸ ਦੇ ਮਨ, ਤਨ ਵਿੱਚ ਪ੍ਰਭ ਦੀ ਜੋਤ ਜਾਗਰਤ ਰਹਿੰਦੀ ਹੈ । ਉਸ ਦੀ ਸ਼ਬਦ ਦੀ ਕਮਾਈ ਸਦਾ ਸਾਥ ਰਹਿੰਦੀ, ਪ੍ਰਵਾਨਗੀ ਦਾ ਰਸਤਾ ਬਖਸ਼ਿਸ਼ ਹੋ ਸਕਦਾ ਹੈ । ਉਸ ਨੂੰ ਪੂਰਨ ਗੁਰੂ ਦੀ ਸੰਗਤ, ਸਿਖਿਆਂ ਬਖਸ਼ਿਸ਼ ਹੋ ਸਕਦੀ ਹੈ । ਪ੍ਰਭ ਦੀ ਜੋਤ ਮਨ ਅੰਦਰੋਂ ਹੀ, ਜਾਗਰਤ, ਪ੍ਰਗਟ ਹੋ ਜਾਂਦਾ ਹੈ ।
Conjugation of His Holy saint blessed from within
Whosoever may be enlightened; he may realize, singing the glory of His Word loud, have no significance for the real purpose of human life blessings. Whosoever may conquer, eliminates his own identity, only His Holy Spirit, His Word remains enlightened within his heart, only He speaks, prevail within. His earnings of His Word remain as a true friend of his soul forever; he may be blessed with the right path of acceptance in His Court. He may remain in the conjugation of His Holy saint from within; he may be enlightened from within.

19. **ਸਲੋਕ ਮਃ ੧॥** 1242-18

ਕਲਿ ਹੋਈ ਕੁਤੇ ਮੁਹੀ, ਖਾਜੁ ਹੋਆ ਮੁਰਦਾਰੁ॥ — kal ho-ee kutay muhee khaaj ho-aa murdaar.
ਕੂੜੁ ਬੋਲਿ ਬੋਲਿ ਭਉਕਣਾ, ਚੂਕਾ ਧਰਮੁ ਬੀਚਾਰੁ॥ — koorh bol bol bha-ukanaa chookaa Dharam beechaar.
ਜਿਨ ਜੀਵੰਦਿਆ ਪਤਿ ਨਹੀ, ਮੁਇਆ ਮੰਦੀ ਸੋਇ॥ — jin jeevandi-aa pat nahee mu-i-aa mandee so-ay.
ਲਿਖਿਆ ਹੋਵੈ ਨਾਨਕਾ, ਕਰਤਾ ਕਰੇ ਸੁ ਹੋਇ॥੧॥ — likhi-aa hovai naankaa kartaa karay so ho-ay. ||1||

ਕੱਲਯੁਗ ਵਿੱਚ ਜੀਵ ਦਾ ਇਮਾਨ ਖਤਮ ਹੋ ਗਿਆ ਹੈ । ਕੁੱਤੇ ਵਰਗੀ ਨੀਅਤ ਹੋ ਗਈ ਹੈ, ਹੁਰਾਮ ਦੀ ਕਮਾਈ ਹੀ ਖਾਣੀ ਚਾਹੁੰਦਾ ਹੈ । ਉਹ ਧੋਖੇ ਦੇ ਕੰਮ ਕਰਦਾ, ਝੂਠ ਹੀ ਬੋਲਦਾ ਹੈ । ਉਸ ਦੇ ਮਨ, ਜੀਵਨ ਵਿਚੋਂ ਸ਼ਬਦ, ਧਰਮ ਦੇ ਖਿਆਲ ਖਤਮ ਹੋ ਗਏ ਹਨ । ਕੋਈ ਉਸ ਦੀ ਗੱਲ ਤੇ ਯਕੀਨ ਨਹੀਂ ਕਰਦਾ । ਉਸ ਦਾ ਮੌਤ ਪਿਛੋਂ ਕੀ ਮਾਣ ਹੋਣਾ ਹੈ? ਉਸ ਦੇ ਪਹਿਲੇ ਲਿਖੇ ਭਾਗਾਂ ਨਾਲ ਹੀ ਉਸ ਨੂੰ ਸਭ ਕੁਝ ਬਖਸ਼ਿਸ਼ ਹੁੰਦਾ ਹੈ । ਪ੍ਰਭ ਦੀ ਅਟਲ ਕੁਦਰਤ ਹੀ ਵਾਪਰਦੀ ਰਹਿੰਦੀ ਹੈ ।

In Kul-jug Age! Human has lost integrity, purpose of his human life opportunity. His state of mind, intention may have become greedy, worse than dog. He may always remain anxious to rob the honest, earnest living of others. He may manipulate lies, miseries in his life to deceive others to rob their honest earnings. He may not have any regard for any principles of religion or the teachings of His Word in his mind, worldly life. No one may believe or trust his intention in his worldly life! What honor may he be bestowed in His Court after death? Whatsoever may have been prewritten in his destiny, only that may be blessed to everyone in his worldly life; only His Command, Nature prevails everywhere.

ਮਃ ੧॥ — mehlaa 1.

ਰੰਨਾ ਹੋਈਆ ਬੋਧੀਆ, ਪੁਰਸ ਹੋਏ ਸਈਆਦ॥ — rannaa ho-ee-aa boDhee-aa puras ho-ay sa-ee-aad.
ਸੀਲੁ ਸੰਜਮੁ ਸੁਚ ਭੰਨੀ, ਖਾਣਾ ਖਾਜੁ ਅਹਾਜੁ॥ — seel sanjam such bhannee khaanaa khaaj ahaaj.
ਸਰਮੁ ਗਇਆ ਘਰਿ ਆਪਣੈ, ਪਤਿ ਉਠਿ ਚਲੀ ਨਾਲਿ॥ — saram ga-i-aa ghar aapnai pat uth chalee naal.
ਨਾਨਕ ਸਚਾ ਏਕੁ ਹੈ, ਅਉਰੁ ਨ ਸਚਾ ਭਾਲਿ॥੨॥ — naanak sachaa ayk hai a-or na sachaa bhaal. ||2||

ਹੁਣ ਔਰਤਾਂ ਹੀ ਕੋਈ ਸੋਝੀ ਦੀ ਗੱਲ ਕਰਦੀਆਂ ਹਨ । ਪਿਛਲੇ ਸਮੇਂ ਮਰਦ, ਔਰਤ ਦਾ ਮਾਣ ਵਧਾਉਂਦੇ ਸਨ । ਹੁਣ, ਉਹ ਮਾਰ ਧਾੜ ਤੇ ਧੋਖੇ ਬਾਜੀ ਦੀ ਕਮਾਈ ਕਰਦੇ ਹਨ । ਔਰਤ ਦਾ ਨਿਮ੍ਰਤਾ, ਮਾਣ ਵਾਲਾ ਰੂਪ, ਇਜਤ ਮਾਣ ਵੀ ਖਤਮ ਹੋ ਗਿਆ ਹੈ । ਇਕੋ ਇਕ ਪ੍ਰਭ ਹੀ ਸਦਾ ਅਟਲ ਰਹਿਣ ਵਾਲਾ ਹੈ । ਹੋਰ ਕਿਸੇ ਪਾਸੇ ਸੋਚਣ ਦੀ ਕੋਈ ਲੋੜ ਨਹੀਂ ਹੈ ।

Now, only woman may think about the teachings of His Word, the real purpose of human life blessings. In ancient Ages, men may preserve and enhance the honor of a woman; however, now men may only think about the sweet poison of worldly wealth and want to achieve short-lived pleasures, anyway possible, honest, or deceptive. Woman has lost her politeness, humble nature, loyalty, and respect in her worldly life. The One and Only One, True Master remains true forever and prevails in every event in His Nature; no one may wander and think about any other thing.

ਪਉੜੀ॥ — pa-orhee.

ਬਾਹਰਿ ਭਸਮ ਲੇਪਨ ਕਰੇ, ਅੰਤਰਿ ਗੁਬਾਰੀ॥ — baahar bhasam laypan karay antar gubaaree.
ਖਿੰਥਾ ਝੋਲੀ ਬਹੁ ਭੇਖ ਕਰੇ, ਦੁਰਮਤਿ ਅਹੰਕਾਰੀ॥ — khinthaa jholee baho bhaykh karay durmat ahaNkaaree.
ਸਾਹਿਬ ਸਬਦੁ ਨ ਊਚਰੈ, ਮਾਇਆ ਮੋਹ ਪਸਾਰੀ॥ — saahib sabad na oochrai maa-i-aa moh pasaaree.
ਅੰਤਰਿ ਲਾਲਚੁ ਭਰਮੁ ਹੈ, ਭਰਮੈ ਗਾਵਾਰੀ॥ — antar laalach bharam hai bharmai gaavaaree.
ਨਾਨਕ ਨਾਮੁ ਨ ਚੇਤਈ, ਜੂਐ ਬਾਜੀ ਹਾਰੀ॥੧੪॥ — naanak naam na chayt-ee joo-ai baajee haaree. ||14||

ਜੀਵ ਆਪਣੇ ਤਨ ਤੇ ਭਸਮ ਲਗਾ ਕੇ ਫਕੀਰ ਬਣਦਾ ਹੈ । ਪਰ ਉਸ ਦਾ ਮਨ ਅਗਿਆਨਤਾ, ਅੰਧੇਰੇ ਨਾਲ ਭਰਿਆ ਹੋਇਆ ਹੈ । ਉਸ ਦਾ ਬਾਣਾ ਭਗਤਾ ਵਾਲਾ ਹੈ, ਪਰ ਮਨ ਅੰਦਰ ਅਹੰਕਾਰ ਦੀ ਅੱਗ ਜਲਦੀ ਹੈ । ਉਹ ਸੰਸਾਰਕ ਮਾਇਆ ਦੇ ਜਾਲ ਵਿੱਚ ਲਾਲਚ ਅਤੇ ਭਰਮਾਂ ਵਿੱਚ ਫਸਿਆ ਰਹਿੰਦਾ ਹੈ! ਉਹ ਪ੍ਰਭ ਦੇ ਸ਼ਬਦ ਦਾ ਸਿਮਰਨ, ਪਾਲਣਾ ਨਹੀਂ ਕਰਦਾ, ਪਾਗਲਾ ਦੀ ਤਰ੍ਹਾਂ ਘੁੰਮਦਾ ਫਿਰਦਾ ਹੈ! ਉਹ ਮਾਨਸ ਜਨਮ ਦੀ ਬਾਜੀ ਹਾਰ ਗਿਆ, ਬਿਰਥਾ ਹੀ ਗਵਾ ਲਿਆ ਹੈ ।

Worldly saint may rub ashes on his body to become a renunciatory; however, he may remain overwhelmed with ignorance from the teachings of His Word. His robe may be religious; however, he may remain burning in his ego. He may remain intoxicated with sweet poison of worldly wealth and religious suspicions. He may wander shrine to shrine seeking peace of mind; however, he may never meditate, obeys the teachings of His Word. He has lost his priceless human life opportunity uselessly.

Key Message of Raag Saarang, page 1242-18
'ਪ੍ਰਭ ਦਾ ਭਾਣਾ ਸਦਾ ਅਟਲ ਹੈ!
ਪ੍ਰਭ ਦੀ ਅਟਲ ਕੁਦਰਤ ਹੀ ਵਾਪਰਦੀ ਰਹਿੰਦੀ ਹੈ । ਇਕੋ ਇਕ ਪ੍ਰਭ ਹੀ ਸਦਾ ਅਟਲ ਰਹਿਣ ਵਾਲਾ ਹੈ । ਜਿਹੜਾ ਪ੍ਰਭ ਦੇ ਸ਼ਬਦ ਦਾ ਸਿਮਰਨ, ਪਾਲਣਾ ਨਹੀਂ ਕਰਦਾ, ਉਹ ਮਾਨਸ ਜਨਮ ਦੀ ਬਾਜੀ ਹਾਰ ਗਿਆ ਹੈ, ਬਿਰਥਾ ਹੀ ਗਵਾ ਲਿਆ ਹੈ ।
His Command remains True Forever!

The One and Only One, Axiom True Master prevails in every event in His Nature. Whosoever may never meditate, obeys the teachings of His Word. He has lost his priceless human life opportunity uselessly.

20. **ਸਲੋਕ ਮਃ ੧॥** 1243-5

ਲਖ ਸਿਉ ਪ੍ਰੀਤਿ ਹੋਵੈ ਲਖ ਜੀਵਣੁ, ਕਿਆ ਖੁਸੀਆ ਕਿਆ ਚਾਉ॥	lakh si-o pareet hovai lakh jeevan ki-aa khusee-aa ki-aa chaa-o.
ਵਿਛੁੜਿਆ ਵਿਸੁ ਹੋਇ ਵਿਛੋੜਾ, ਏਕ ਘੜੀ ਮਹਿ ਜਾਇ॥	vichhurhi-aa vis ho-ay vichhorhaa ayk gharhee meh jaa-ay.
ਜੇ ਸਉ ਵਰ੍ਹਿਆ ਮਿਠਾ ਖਾਜੈ, ਭੀ ਫਿਰਿ ਕਉੜਾ ਖਾਇ॥	jay sa-o varHi-aa mithaa khaajai bhee fir ka-urhaa khaa-ay.
ਮਿਠਾ ਖਾਧਾ ਚਿਤਿ ਨ ਆਵੈ, ਕਉੜਤਣੁ ਧਾਇ ਜਾਇ॥	mithaa khaaDhaa chit na aavai ka-urh-tan Dhaa-ay jaa-ay.
ਮਿਠਾ ਕਉੜਾ ਦੋਵੈ ਰੋਗ॥ ਨਾਨਕ ਅੰਤਿ ਵਿਗੁਤੇ ਭੋਗ॥	mithaa ka-urhaa dovai rog. naanak ant vigutay bhog.
ਝਖਿ ਝਖਿ ਝਖਣਾ ਝਗੜਾ ਝਾਖ॥	jhakh jhakh jhakh-naa jhagrhaa jhaakh.
ਝਖਿ ਝਖਿ ਜਾਹਿ ਝਖਹਿ ਤਿਨ੍ ਪਾਸਿ॥੧॥	jhakh jhakh jaahi jhakheh tinH paas. ||1||

ਜੀਵ ਅਗਰ ਸੰਸਾਰ ਵਿੱਚ ਤੇਰੇ ਅਨੇਕਾਂ ਹੀ ਪ੍ਰੀਤਮ ਹੋਣ, ਬਹੁਤ ਪ੍ਰਭਾਵਸ਼ਾਲੀ ਕੰਮ, ਅਨੇਕਾਂ ਸਾਲ ਹੀ ਖੁਸ਼ੀ ਨਾਲ ਜੀਵਨ ਬਤੀਤ ਕਰੇ । ਉਸ ਦੇ ਸਵਾਸ ਖਤਮ ਹੋਣ, ਆਤਮਾ ਵਿੱਛੜ ਜਾਣ ਤੇ ਇਕ ਪਲ ਵਿੱਚ ਹੀ ਸਭ ਕੁਝ ਖਤਮ ਹੋ ਜਾਂਦਾ ਹੈ । ਜੀਵ ਸੰਸਾਰ ਵਿੱਚ ਅਨੇਕਾਂ ਹੀ ਮਿੱਠੇ ਭੋਜਨ ਖਾਵੇ, ਅਨੇਕਾਂ ਹੀ ਖੁਸ਼ੀਆ ਮਾਨਵੇ! ਜਿਸ ਤੇ ਇਕ ਵੀ ਮੁਸ਼ਕਲ ਆਉਂਦੀ ਹੈ, ਉਸ ਨੂੰ ਸਾਰੇ ਖੁਸ਼ੀਆ ਦੇ ਮੌਕੇ ਭੁਲ ਜਾਂਦੇ ਹਨ । ਇਕ ਦੁਖ ਵਾਲਾ ਮੌਕਾ ਹਮੇਸ਼ਾਂ ਯਾਦ ਰਹਿੰਦਾ, ਮਨ ਤੇ ਦਾਗ਼ ਲਗ ਜਾਂਦਾ ਹੈ । ਇਹ **ਮਿੱਠੇ ਅਤੇ ਕੌੜੇ ਦੋਨੋਂ ਹੀ ਰੋਗ**, ਅੰਤ ਵਿੱਚ ਜੀਵ ਬਰਬਾਦ ਕਰ ਦੇਂਦੇ ਹਨ । ਚਿੰਤਾ ਜਾ ਮੌਤ ਤੋਂ ਬਚਨ ਦੀ ਕੋਸ਼ਿਸ਼ ਕਰਨਾ ਬਿਰਥਾ ਹੀ ਹੈ । ਜੀਵ ਚਿੰਤਾਂ ਅਤੇ ਕੋਸ਼ਿਸ਼ਾਂ ਵਿੱਚ ਹੀ ਬੇਵਸ ਹੋ ਜਾਂਦਾ ਹੈ । ਦੋਨਾਂ ਨੂੰ ਰਹਿਮਤ ਸਮਝਣਾ ਹੀ ਜੀਵਨ ਦਾ ਅਸਲੀ ਰਸਤਾ ਹੈ!

Someone may be very powerful with many followers; he may have many years of happy and prosper worldly life. However, he may lose his charm, honor; all his happy moments may be forgotten within his mind. He may enjoy worldly delicacies, pleasures in worldly life; however, with slight hardship in his worldly life, he may not even remember those blessed moments in his life. One misery in his life may tarnish his soul, his mind, hopes and expectations. **Both sweet and sour memory of life** are chronic disease of human life journey. In the end, he may ruin his priceless human life trying to escape from death or worldly worries uselessly. He may remain frustrated with worries and his efforts to escape unpleasant moments; to accept both may be part of human life journey.

ਮਃ ੧॥	mehlaa 1.
ਕਾਪੜੁ ਕਾਠੁ ਰੰਗਾਇਆ ਰਾਂਗਿ॥ ਘਰ ਗਚ ਕੀਤੇ ਬਾਗੇ ਬਾਗ॥	kaaparh kaath rangaa-i-aa raaNg. ghar gach keetay baagay baag.
ਸਾਦ ਸਹਜ ਕਰਿ ਮਨੁ ਖੇਲਾਇਆ॥ ਤੈ ਸਹ ਪਾਸਹੁ ਕਹਣੁ ਕਹਾਇਆ॥	saad sahj kar man khaylaa-i-aa. tai sah paashu kahan kahaa-i-aa.
ਮਿਠਾ ਕਰਿ ਕੈ ਕਉੜਾ ਖਾਇਆ॥ ਤਿਨਿ ਕਉੜੈ ਤਨਿ ਰੋਗੁ ਜਮਾਇਆ॥	mithaa kar kai ka-urhaa khaa-i-aa. tin ka-urhai tan rog jamaa-i-aa.
ਜੇ ਫਿਰਿ ਮਿਠਾ ਪੇੜੈ ਪਾਇ॥ ਤਉ ਕਉੜਤਣੁ ਚੂਕਸਿ ਮਾਇ॥	jay fir mithaa payrhai paa-ay. ta-o ka-urh-tan chookas maa-ay.
ਨਾਨਕ ਗੁਰਮੁਖਿ ਪਾਵੈ ਸੋਇ॥ ਜਿਸ ਨੋ ਪ੍ਰਾਪਤਿ ਲਿਖਿਆ ਹੋਇ॥੨॥	naanak gurmukh paavai so-ay.jis no paraapat likhi-aa ho-ay. ||2||

ਜਿਹੜਾ ਸ਼ਾਨਦਾਰ ਕਪੜਾ, ਬਸਤਰ ਪਹਿਨਦਾ, ਘਰ ਵਿੱਚ ਸ਼ਾਨਦਾਰ ਸਮਾਨ, ਸ਼ਿੰਗਾਰ ਰਖਦਾ ਹੈ । ਉਹ ਆਪਣੇ ਮਨ ਨੂੰ ਅਨੰਦ ਦੇਣ ਵਾਲਾ ਖੇਲ ਖੇਲਦਾ ਹੈ । ਜਿਹੜਾ ਸਭ ਕੁਝ ਮਿੱਠਾ, ਚੰਗਾ ਸਮਝਕੇ ਕਰਦਾ ਹੈ । ਉਹ ਅਣਜਾਣਤਾ ਵਿੱਚ ਹੀ ਮੰਦੇ ਕੰਮ ਕਰਦਾ, ਮਨ ਨੂੰ ਇਹ ਰੋਗ ਲਗ ਜਾਂਦਾ ਹੈ । ਜਿਸ ਨੂੰ ਸ਼ਬਦ ਦੀ ਸੋਝੀ ਬਖਸ਼ਿਸ਼ ਹੋ ਜਾਂਦੀ, ਉਹ ਚੰਗੇ ਕੰਮ ਕਰਦਾ, ਉਸ ਦੇ ਪਾਪ ਬਖਸ਼ੇ ਜਾਂਦੇ ਹਨ । ਉਸ ਦੇ ਮਨ ਵਿੱਚ ਮੰਦੇ ਕੰਮ ਕਰਨ ਦੀ ਕੋਈ ਇਛਾਂ ਨਹੀਂ ਰਹਿੰਦੀ । ਜੀਵ ਦੀ ਆਪਣੇ ਭਾਗਾਂ ਨਾਲ ਹੀ ਸ਼ਬਦ ਵਿੱਚ ਲਿਵ ਲਗਦੀ ਹੈ । ਗੁਰਮਖ ਜੀਵ ਤੇ ਪ੍ਰਭ ਦੀ ਰਹਿਮਤ ਭਰਪੂਰ ਰਹਿੰਦੀ ਹੈ!

Whosoever may embellish himself with glamorous clothes and luxurious life; he may be enjoying the pleasures of worldly life. He may remain intoxicated with sweet poison of worldly wealth; he may only enjoy the pleasures of worldly life. He may perform sinful deeds in his ignorance from the reality of worldly life. Whosoever may be enlightened with the essence of His Word; he may adopt the teachings of His Word and performs service to His Creation. His sins of previous lives may be forgiven; he may be blessed with the right path of acceptance in His Court. He may never have any evil thoughts and worldly desires in his mind. Whosoever may have a great prewritten destiny, only he may remain intoxicated in meditation in the void of His Word. His true devotee may remain overwhelmed with His Gratitude.

ਪਉੜੀ॥	pa-orhee.
ਜਿਨ ਕੈ ਹਿਰਦੈ ਮੈਲੁ ਕਪਟੁ ਹੈ, ਬਾਹਰੁ ਧੋਵਾਇਆ॥	jin kai hirdai mail kapat hai baahar Dhovaa-i-aa.
ਕੂੜੁ ਕਪਟੁ ਕਮਾਵਦੇ, ਕੂੜੁ ਪਰਗਟੀ ਆਇਆ॥	koorh kapat kamaavday koorh pargatee aa-i-aa.
ਅੰਦਰਿ ਹੋਇ ਸੁ ਨਿਕਲੈ, ਨਹ ਛਪੈ ਛਪਾਇਆ॥	andar ho-ay so niklai nah chhapai chhapaa-i-aa.
ਕੂੜੈ ਲਾਲਚਿ ਲਗਿਆ, ਫਿਰਿ ਜੂਨੀ ਪਾਇਆ॥	koorhai laalach lagi-aa fir joonee paa-i-aa.
ਨਾਨਕ ਜੋ ਬੀਜੈ ਸੋ ਖਾਵਣਾ, ਕਰਤੈ ਲਿਖਿ ਪਾਇਆ॥੧੫॥	naanak jo beejai so khaavnaa kartai likh paa-i-aa. ||15||

ਜਿਸ ਦੇ ਹਿਰਦੇ ਵਿੱਚ ਮੈਲ ਹੁੰਦੀ ਹੈ, ਆਪਣੇ ਤਨ ਦਾ ਇਸ਼ਨਾਨ ਕਰਨ ਨਾਲ ਧੋਤੇ ਨਹੀਂ ਜਾਂਦੇ! ਪਰ ਮਨ ਦੀ ਮੈਲ ਨਾਲ, ਫਰੇਬ, ਧੋਖੇ ਦੀਆਂ ਚਾਲਾਂ ਪ੍ਰਗਟ ਹੋ ਜਾਂਦੀਆਂ ਹਨ । ਉਸ ਦੇ ਮਨ ਦੀਆਂ ਭਵਾਨਾਂ, ਜੀਵਨ ਦੇ ਕੰਮਾਂ ਵਿਚੋਂ ਹੀ ਪ੍ਰਗਟ ਹੋ ਜਾਂਦੀਆਂ ਹਨ । ਉਹ ਬਹੁਤਾ ਚਿਰ ਛਿਪਾਇਆ ਨਹੀਂ ਜਾ ਸਕਦਾ । ਜੀਵ ਲਾਲਚ ਅਤੇ ਫਰੇਬ ਨਾਲ ਜੂੰਨਾਂ ਦੇ ਚੱਕਰ ਵਿੱਚ ਹੀ ਰਹਿੰਦਾ ਹੈ । ਆਪਣੇ ਕੀਤੇ ਦਾ ਫਲ ਹੀ ਬਖਸ਼ਿਸ਼ ਹੁੰਦਾ ਹੈ । ਪ੍ਰਭ ਨੇ ਆਪ ਹੀ ਉਸ ਦੇ ਭਾਗਾਂ ਵਿੱਚ ਲਿਖਿਆ ਹੋਇਆ ਹੈ ।

Whosoever may have greed, blemish of worldly desires within his mind; he may take a sanctifying bath at Holy Shrine. The dirt and sweat of body may be washed, cleaned; however, the blemish of greed, hypocrisy, devious plans may appear in his worldly deeds. He may not be able to hide his intentions and greed for long. He may remain in the cycle of birth and death, with his worldly greed, intoxication of sweet poison of worldly wealth. He may only be rewarded for his worldly deeds. His destiny has been prewritten with His inkless pen.

Key Message of Raag Saarang, page 1243-5
'ਮਨ ਦੀ ਭਾਵਨਾਂ, ਕੰਮਾਂ ਵਿੱਚ ਪ੍ਰਗਟ ਹੋ ਜਾਂਦੀਆਂ ਹਨ!

ਸੰਸਾਰਕ ਸੁਖ, ਦੁਖ; ਮਿੱਠੇ ਅਤੇ ਕੌੜੇ ਦੋਨੋਂ ਹੀ ਰੋਗ, ਅੰਤ ਵਿੱਚ ਜੀਵਨ ਬਰਬਾਦ ਕਰ ਦੇਂਦੇ ਹਨ । ਮੌਤ ਦੀ ਚਿੰਤਾ, ਬਚਨ ਦੀ ਕੋਸ਼ਿਸ਼ ਕਰਨਾ ਬਿਰਥਾ ਹੀ ਹੈ । ਜੀਵ ਦੇ ਮਨ ਦੀਆਂ ਭਵਾਨਾਂ, ਉਸ ਦੇ ਕੰਮਾਂ ਵਿਚੋਂ ਹੀ ਪ੍ਰਗਟ ਹੋ ਜਾਂਦੀਆਂ ਹਨ । ਉਹ ਬਹੁਤਾ ਚਿਰ ਛਿਪਾਇਆ ਨਹੀਂ ਜਾ ਸਕਦਾ! ਜਿਸ ਨੂੰ ਸ਼ਬਦ ਦੀ ਸੋਝੀ ਬਖਸ਼ਿਸ਼ ਹੋ ਜਾਂਦੀ, ਉਹ ਚੰਗੇ ਕੰਮ ਕਰਦਾ, ਮਨ ਵਿੱਚ ਮੰਦੇ ਕੰਮ ਕਰਨ ਦੀ ਕੋਈ ਇਛਾਂ ਨਹੀਂ ਰਹਿੰਦੀ ।

Intentions, hypocrisy appears in worldly deeds!

Both sweet and sour memory of life are chronic disease of human life journey. In the end, he may ruin his priceless human life opportunity. Trying to escape from death or worldly worries may be useless. All his intensions of mind may appear in his behavior, deeds; he may not be able to hide hypocrisy for long. Whosoever may be enlightened with the essence of His Word; he may adopt the teachings of His Word and performs good deeds; he may never have any evil thoughts and worldly desires in his mind.

21. **ਸਲੋਕ** ਮਃ ੨॥ 1243-14

ਕਥਾ ਕਹਾਣੀ ਬੇਦੀਂ ਆਣੀ, ਪਾਪੁ ਪੁੰਨੁ ਬੀਚਾਰੁ॥	kathaa kahaanee baydeeN aanee paap punn beechaar.
ਦੇ ਦੇ ਲੈਣਾ ਲੈ ਲੈ ਦੇਣਾ, ਨਰਕਿ ਸੁਰਗਿ ਅਵਤਾਰ॥	day day lainaa lai lai daynaa narak surag avtaar.
ਉਤਮ ਮਧਿਮ ਜਾਤੀਂ ਜਿਨਸੀ, ਭਰਮਿ ਭਵੈ ਸੰਸਾਰੁ॥	utam maDhim jaateeN jinsee bharam bhavai sansaar.
ਅੰਮ੍ਰਿਤ ਬਾਣੀ ਤਤੁ ਵਖਾਣੀ, ਗਿਆਨ ਧਿਆਨ ਵਿਚਿ ਆਈ॥	amrit banee tat vakhaanee gi-aan Dhi-aan vich aa-ee.
ਗੁਰਮੁਖਿ ਆਖੀ ਗੁਰਮੁਖਿ ਜਾਤੀ, ਸੁਰਤੀਂ ਕਰਮਿ ਧਿਆਈ॥	gurmukh aakhee gurmukh jaatee surteeN karam Dhi-aa-ee.
ਹੁਕਮੁ ਸਾਜਿ ਹੁਕਮੈ ਵਿਚਿ ਰਖੈ, ਹੁਕਮੈ ਅੰਦਰਿ ਵੇਖੈ॥	hukam saaj hukmai vich rakhai hukmai andar vaykhai.
ਨਾਨਕ ਅਗਹੁ ਹਉਮੈ ਤੁਟੈ, ਤਾਂ ਕੋ ਲਿਖੀਐ ਲੇਖੈ॥੧॥	naanak agahu ha-umai tutai taaN ko likee-ai laykhai. ||1||

ਵੇਦਾਂ ਵਿੱਚ ਪੁੰਨ ਅਤੇ ਪਾਪ ਦੀਆਂ ਕਥਾਂ ਅਤੇ ਕਹਾਣੀਆਂ ਦੱਸੀਆ ਗਈਆਂ ਹਨ । ਧਰਮ ਦੇ ਗ੍ਰੰਥਾਂ ਵਿੱਚ ਦਾਨ ਦੇਣ ਦੀ ਮਹੱਤਤਾ, ਸਵਰਗ, ਨਰਕ, ਜੂੰਨਾਂ ਦੇ ਚੱਕਰ ਦਾ ਹੀ ਵਖਿਆਣ ਕਰਦੇ ਹਨ । **ਇਸ ਜਨਮ ਵਿੱਚ ਦਾਨ ਦਿੱਤਾ ਹੀ, ਉਸ ਨੂੰ ਅਗਲੇ ਜਨਮ ਵਿੱਚ** ਮਿਲਦਾ ਹੈ । ਉਹ ਜੀਵ ਉੱਚੀ, ਨੀਵੀਂ ਜਾਤ, ਹੈਸੀਅਤ ਦੇ ਚੱਕਰ, ਭਰਮਾਂ ਵਿੱਚ ਹੀ ਘੁੰਮਦਾ ਰਹਿੰਦਾ ਹੈ । ਕੇਵਲ ਪ੍ਰਭ ਦੇ ਸ਼ਬਦ ਵਿੱਚ ਹੀ ਅਸਲੀਅਤ ਦਾ ਨਿਰਨਾ, ਵਖਿਆਣ ਕੀਤਾ ਗਿਆ ਹੈ । ਜਿਹੜਾ ਸ਼ਬਦ ਦੇ ਗੁਣ ਗਾਉਂਦਾ, ਜੀਵਨ ਬਤੀਤ ਕਰਦਾ, ਉਸ ਨੂੰ ਸ਼ਬਦ ਦੀ ਸੋਝੀ ਬਖਸ਼ਿਸ਼ ਹੋ ਸਕਦੀ ਹੈ, ਉਹ ਸਿਮਰਨ ਵਿੱਚ ਸੁਚੇਤ ਰਹਿੰਦਾ ਹੈ । ਪ੍ਰਭ ਆਪ ਹੀ ਸ੍ਰਿਸ਼ਟੀ ਪੈਦਾ ਕਰਦਾ, ਪਾਲਣਾ, ਦੇਖ ਭਾਲ, ਹਰਇਕ ਕੰਮ ਵਿੱਚ ਆਪ ਹੀ ਵਾਪਰਦਾ ਹੈ । ਜਿਹੜਾ ਆਪਣੇ ਅਹੰਕਾਰ, ਇਛਾਂ ਨੂੰ ਖਤਮ ਕਰ ਲੈਂਦਾ, ਜਿੱਤ ਬਖਸ਼ਿਸ਼ ਹੋ ਜਾਂਦੀ ਹੈ, ਉਸ ਦੀ ਸ਼ਬਦ ਦੀ ਕਮਾਈ ਪ੍ਰਵਾਨ ਹੋ ਜਾਂਦੀ ਹੈ ।

Worldly religion has become the extension of sweet poison of worldly wealth. Religion describes the significance of charity and creates hope of heaven or fear of hell, the cycle of birth and death. Self-minded remains in suspicions of high and low social class, worldly status. Religion has created false hope that any charity in worldly life may be rewarded in next life. Only The teachings of His Word may explore the reality of human life journey. Whosoever may sing the glory and adopts the teachings of His Word with steady and stable belief; he may remain awake and alert in his meditation. The True Master creates, nourishes, monitors, and protects His Creation. Whosoever may conquer his ego of worldly status and worldly desires; with His mercy and grace, his meditation, earnings of His Word may be accepted in His Court.

ਮਃ ੧॥	mehlaa 1.
ਬੇਦੁ ਪੁਕਾਰੇ ਪੁੰਨੁ ਪਾਪੁ, ਸੁਰਗ ਨਰਕ ਕਾ ਬੀਉ॥	bayd pukaaray punn paap surag narak kaa bee-o.
ਜੋ ਬੀਜੈ ਸੋ ਉਗਵੈ, ਖਾਂਦਾ ਜਾਣੈ ਜੀਉ॥	jo beejai so ugvai khaaNdaa jaanai jee-o.
ਗਿਆਨੁ ਸਲਾਹੇ ਵਡਾ, ਕਰਿ ਸਚੋ ਸਚਾ ਨਾਉ॥	gi-aan salaahay vadaa kar sacho sachaa naa-o.
ਸਚੁ ਬੀਜੈ ਸਚੁ ਉਗਵੈ, ਦਰਗਹ ਪਾਈਐ ਥਾਉ॥	sach beejai sach ugvai dargeh paa-ee-ai thaa-o.
ਬੇਦੁ ਵਪਾਰੀ ਗਿਆਨੁ ਰਾਸਿ ਕਰਮੀ ਪਲੈ ਹੋਇ॥	bayd vapaaree gi-aan raas karmee palai ho-ay.
ਨਾਨਕ ਰਾਸੀ ਬਾਹਰਾ, ਲਦਿ ਨ ਚਲਿਆ ਕੋਇ॥੨॥	naanak raasee baahraa lad na chali-aa ko-ay. ||2||

ਵੇਦ ਦਾਵਾ ਕਰਦੇ ਹਨ! ਪੁੰਨ, ਪਾਪ ਹੀ ਸਵਰਗ, ਨਰਕ ਦੀ ਕੁੰਜੀ ਹੈ । ਜਿਸਤਰ੍ਹਾਂ ਦਾ ਕੋਈ ਬੂਟਾ ਲਾਉਂਦਾ ਹੈ, ਉਸ ਦਾ ਫਲ ਹੀ ਖਾਂਦਾ ਹੈ । ਉਸ ਨੂੰ ਆਪਣੇ ਕੀਤੇ ਕੰਮਾਂ ਦਾ ਹੀ ਫਲ ਬਖਸ਼ਿਸ਼ ਹੁੰਦਾ ਹੈ । ਜਿਹੜਾ ਪ੍ਰਭ ਦੇ ਸ਼ਬਦ ਨੂੰ ਸਭ ਤੋਂ ਉਤਮ ਮੰਨਕੇ, ਸਿਮਰਨ ਕਰਦਾ, ਗੁਣ ਗਾਉਂਦਾ ਹੈ । ਉਸ ਦਾ ਭਰੋਸਾ, ਪ੍ਰਭ ਦੇ ਬਖਸ਼ੇ ਤੇ ਅਡੋਲ ਹੋ ਜਾਂਦਾ ਹੈ । ਜਿਹੜਾ ਪ੍ਰਭ ਦੇ ਸ਼ਬਦ ਦੀ ਪਾਲਣਾ ਦਾ ਬੀਜ ਬੀਜਦਾ ਹੈ, ਉਸ ਨੂੰ ਸ਼ਬਦ ਦੀ ਸੋਝੀ ਬਖਸ਼ਿਸ਼ ਹੋ ਸਕਦੀ ਹੈ । ਉਸ ਨੂੰ ਪ੍ਰਭ ਦੇ ਦਰਬਾਰ ਵਿੱਚ ਪ੍ਰਵਾਨਗੀ ਦਾ ਰਸਤਾ ਬਖਸ਼ਿਸ਼ ਹੋ ਜਾਂਦਾ ਹੈ । ਸ਼ਬਦ ਦੀ ਸਿਖਿਆਂ ਦੀ ਪਾਲਣਾ ਹੀ ਇਕ ਵਪਾਰ ਹੈ, ਜਿਸ ਨਾਲ ਸ਼ਬਦ ਦੀ ਸੋਝੀ, ਸ਼ਬਦ ਦੀ ਕਮਾਈ ਬਖਸ਼ਿਸ਼ ਹੋ ਸਕਦੀ ਹੈ । ਸ਼ਬਦ ਦੇ ਸਿਮਰਨ ਦੀ ਪੂੰਜੀ ਤੋਂ ਬਿਨਾਂ ਕੋਈ ਵਪਾਰੀ ਲਾਭ ਨਹੀਂ ਪਾ ਸਕਦਾ । ਬਿਨਾਂ ਸ਼ਬਦ ਦੀ ਪਾਲਣਾ ਤੋਂ ਕੋਈ ਦਰਬਾਰ ਵਿੱਚ ਪ੍ਰਵਾਨ ਨਹੀਂ ਹੋ ਸਕਦਾ ।

Worldly religious scripture claims, worldly charities and sins open the door for heaven or hell. Whatsoever the deeds may be performed in worldly life, he may be rewarded for his worldly deeds in next life cycle. Whosoever may believe His Word, as an ultimate Command; he may sing the glory and obeys the teachings of His Word with steady and stable belief in his day-to-day life. Whosoever may sow the seed of obeying the teachings of His Word, he may be blessed with the enlightenment of the essence of His Word. He may be blessed with right path of acceptance in His Court. Whosoever may adopt the teachings of His Word; he may be blessed with the earnings of His Word. Without the earnings of His Word, no one may ever profit from his human life opportunity nor anyone may ever be accepted in His Court.

ਪਉੜੀ॥	pa-orhee.
ਨਿੰਮੁ ਬਿਰਖੁ ਬਹੁ ਸੰਚੀਐ, ਅੰਮ੍ਰਿਤ ਰਸੁ ਪਾਇਆ॥	nimm birakh baho sanchee-ai amrit ras paa-i-aa.
ਬਿਸੀਅਰੁ ਮੰਤ੍ਰਿ ਵਿਸਾਹੀਐ, ਬਹੁ ਦੂਧੁ ਪੀਆਇਆ॥	bisee-ar mantar visaahee-ai baho dooDh pee-aa-i-aa.
ਮਨਮੁਖੁ ਅਭਿੰਨੁ ਨ ਭਿਜਈ, ਪਥਰੁ ਨਾਵਾਇਆ॥	manmukh abhinn na bhij-ee pathar navaa-i-aa.
ਬਿਖੁ ਮਹਿ ਅੰਮ੍ਰਿਤੁ ਸਿੰਚੀਐ, ਬਿਖੁ ਕਾ ਫਲੁ ਪਾਇਆ॥	bikh meh amrit sinchee-ai bikh kaa fal paa-i-aa.
ਨਾਨਕ ਸੰਗਤਿ ਮੇਲਿ ਹਰਿ, ਸਭ ਬਿਖੁ ਲਹਿ ਜਾਇਆ॥੧੬॥	naanak sangat mayl har sabh bikh leh jaa-i-aa. ||16||

ਜਿਵੇਂ ਕੋਈ ਨਿਮ ਦੇ ਬ੍ਰਿਛ ਨੂੰ ਅੰਮ੍ਰਿਤ (ਦੁੱਧ) ਦਾ ਪਾਣੀ ਦੇਵੇ, ਜਾ ਜ਼ਹਿਰੀਲੇ ਸੱਪ ਨੂੰ ਬਹੁਤ ਦੁੱਧ ਦੇਵੇ! ਇਸਤਰ੍ਹਾਂ ਮਨਮੁਖ ਜੀਵ ਦਾ ਮਨ ਬਹੁਤ ਕਠੋਰ ਹੁੰਦਾ ਹੈ । ਉਹ ਸ਼ਬਦ ਦੀ ਪਾਲਣਾ ਵਿੱਚ ਅਡੋਲ ਨਹੀਂ ਹੁੰਦਾ, ਉਸ ਦੇ ਮਨ ਤੇ ਤਰਸ ਨਹੀਂ ਆਉਂਦਾ । ਉਸ ਦੀ ਅਵਸਥਾ ਇਸਤਰ੍ਹਾਂ ਦੀ ਰਹਿੰਦੀ ਹੈ, ਜਿਵੇਂ ਪੱਥਰ ਨੂੰ ਪਾਣੀ ਵਿੱਚ ਰਖਣ ਨਾਲ ਵੀ ਪੱਥਰ ਵਿੱਚ ਪਾਣੀ ਨਹੀਂ ਰਚਦਾ । ਜ਼ਹਿਰੀਲੇ ਪੌਦੇ ਨੂੰ ਅੰਮ੍ਰਿਤ ਦਾ ਪਾਣੀ ਦੇਣ ਨਾਲ ਵੀ ਫਲ ਜ਼ਹਿਰੀਲਾ ਹੀ ਰਹਿੰਦਾ ਹੈ । ਜਿਸ ਨੂੰ ਪ੍ਰਭ ਦੀ ਰਹਿਮਤ ਨਾਲ, ਸੰਤ ਸੰਗਤ ਬਖਸ਼ਿਸ਼ ਹੋ ਜਾਂਦੀ ਹੈ, ਉਸ ਦੇ ਮਨ ਵਿਚੋਂ ਜ਼ਹਿਰ ਖਤਮ ਹੋ ਸਕਦਾ ਹੈ ।

Someone may irrigate **Nimm**o tree with nectar or a snake may be fed with milk, their bitterness, poison may never be reduced or eliminated. Same way, self-minded may remain very stubborn and never show any compassion nor tolerance for other opinions. He may never obey the teachings of His Word. As water may not penetrate within stone even soaking for long period. Snake may never lose **his venomous, poison.** Whosoever may be blessed with the conjugation of His Holy saint; by adopting his life experience teachings in own day-to-day life; he may be blessed with the right path of acceptance.

Key Message of Raag Saarang, page 1243-14
'ਸੰਤਾ ਦੇ ਜੀਵਨ ਦੀ ਸਿਖਿਆਂ ਹੀ ਪ੍ਰਵਾਨਗੀ ਦਾ ਰਸਤਾ ਹੈ!
ਸ਼ਬਦ ਦੇ ਗੁਣ ਗਾਉਣ, ਜੀਵਨ ਬਤੀਤ ਕਰਨ ਨਾਲ ਸ਼ਬਦ ਦੀ ਸੋਝੀ ਬਖਸ਼ਿਸ਼ ਹੋ ਜਾਂਦੀ, ਮਨ ਜਾਗਰਤ ਅਤੇ ਸੁਚੇਤ ਰਹਿੰਦਾ ਹੈ । ਉਸ ਨੂੰ ਆਪਣੇ ਅਹੰਕਾਰ, ਇਛਾਂ ਤੇ ਜਿੱਤ ਬਖਸ਼ਿਸ਼ ਹੋ ਜਾਂਦੀ ਹੈ, ਉਸ ਦੀ ਸ਼ਬਦ ਦੀ ਕਮਾਈ ਪ੍ਰਵਾਨ ਹੋ ਜਾਂਦੀ ਹੈ । ਜਿਹੜਾ ਪ੍ਰਭ ਦੇ ਸ਼ਬਦ ਦੀ ਪਾਲਣਾ ਦਾ ਬੀਜ ਬੀਜਦਾ ਹੈ, ਉਸ ਨੂੰ ਸ਼ਬਦ ਦੀ ਸੋਝੀ ਬਖਸ਼ਿਸ਼ ਹੋ ਸਕਦੀ ਹੈ । ਉਸ ਨੂੰ ਦਰਬਾਰ ਵਿੱਚ ਪ੍ਰਵਾਨਗੀ ਦਾ ਰਸਤਾ ਬਖਸ਼ਿਸ਼ ਹੋ ਜਾਂਦਾ ਹੈ । ਜਿਹੜਾ ਸੰਤਾਂ ਦੀ ਸੰਗਤ ਕਰਦਾ, ਜੀਵਨ ਦੀ ਸਿਖਿਆਂ ਨਾਲ ਜੀਵਨ ਢਾਲਦਾ ਹੈ, ਉਸ ਦੇ ਮਨ ਵਿਚੋਂ ਮਾਇਆ ਰੂਪੀ ਜ਼ਹਿਰ ਖਤਮ ਹੋ ਸਕਦਾ ਹੈ ।
Life Experience teachings is the right path of acceptance in His Court!
Whosoever may sing the glory and adopts the teachings of His Word; he may remain awake and alert in his meditation. He may conquer his ego and worldly desires; his earnings of His Word may be accepted in His Court. Whosoever may sow the seed of obeying the teachings of His Word, he may be blessed with the enlightenment of the essence of His Word. Whosoever may adopt life experience teachings of His Holy saint in his own life; he may conquer the sweet poison of worldly wealth; he may be blessed with the right path of acceptance.

22. ਸਲੋਕ ਮਃ ੧॥ 1244-4

ਮਰਣਿ ਨ ਮੂਰਤੁ ਪੁਛਿਆ, ਪੁਛੀ ਥਿਤਿ ਨ ਵਾਰੁ॥ — maran na moorat puchhi-aa puchhee thit na vaar.
ਇਕਨ੍ਹੀ ਲਦਿਆ ਇਕਿ ਲਦਿ ਚਲੇ, ਇਕਨ੍ਹੀ ਬਧੇ ਭਾਰ॥ — iknHee ladi-aa ik lad chalay iknHee baDhay bhaar.
ਇਕਨ੍ਹਾ ਹੋਈ ਸਾਖਤੀ, ਇਕਨ੍ਹਾ ਹੋਈ ਸਾਰ॥ — iknHaa ho-ee saakh-tee iknHaa ho-ee saar.
ਲਸਕਰ ਸਣੈ ਦਮਾਮਿਆ, ਛੁਟੇ ਬੰਕ ਦੁਆਰ॥ — laskar sanai damaami-aa chhutay bank du-aar.
ਨਾਨਕ ਢੇਰੀ ਛਾਰੁ ਕੀ, ਭੀ ਫਿਰਿ ਹੋਈ ਛਾਰ॥੧॥ — naanak dhayree chhaar kee bhee fir ho-ee chhaar. ||1||

ਜੀਵ ਮੌਤ ਕਦੇ ਸਮਾਂ, ਦਿਨ ਦੀ ਉਡੀਕ ਨਹੀਂ ਕਰਦੀ । ਕਈ ਜੀਵ ਮਰ ਗਏ ਹਨ, ਅਤੇ ਕਈ ਆਪਣੀ ਵਾਰੀ ਉਡੀਕਦੇ ਹਨ । ਕਈ ਜੀਵਾਂ ਨੂੰ ਮੌਤ ਤੇ ਜਮਦੂਤ ਸਜ਼ਾ ਅਤੇ ਕਈ ਜੀਵਾ ਨੂੰ ਪ੍ਰਭ ਦੇ ਦਰਬਾਰ ਵਿੱਚ ਪ੍ਰਵਾਨਗੀ ਬਖਸ਼ਿਸ਼ ਹੋ ਜਾਂਦੀ ਹੈ । ਮੌਤ ਦੇ ਸਦੇ ਤੇ ਇਕ ਪਲ ਹੀ ਸਭ ਕੁਝ ਛਡ ਜਾਂਦਾ ਹੈ! ਘਰ, ਤਖਤ, ਫੌਜ ਸਭ ਕੁਝ ਛਡ ਜਾਂਦਾ ਹੈ । ਜੀਵ ਦਾ ਤਨ ਨਾਸ ਹੋ ਕੇ ਮਿੱਟੀ ਵਿੱਚ ਹੀ ਰਲ ਜਾਂਦਾ ਹੈ ।

Unpredictable, predetermined time of death, may never wait for any time nor day. Everyone may be waiting for his own turn, predetermined time. Some may endure punishment after death and remains in the cycle of birth and death, others may be accepted in His Court. The devil of death may never give any choice; his soul must depart leaving everything behind to endure the judgement for his worldly deeds. She may never return to the **<u>same perishable</u>** body made of dust.

ਮਃ ੧॥ — mehlaa 1

ਨਾਨਕ ਢੇਰੀ ਢਹਿ ਪਈ, ਮਿਟੀ ਸੰਦਾ ਕੋਟੁ॥ — naanak dhayree dheh pa-ee mitee sandaa kot.
ਭੀਤਰਿ ਚੋਰੁ ਬਹਾਲਿਆ, ਖੋਟੁ ਵੇ ਜੀਆ ਖੋਟੁ॥੨॥ — bheetar chor bahaali-aa khot vay jee-aa khot. ||2||

ਤਨ ਮਿੱਟੀ ਦੇ ਕਿਲ੍ਹੇ ਦੀ ਤਰ੍ਹਾਂ, ਢਹਿਕੇ ਮਿੱਟੀ ਹੋ ਜਾਂਦਾ ਹੈ । ਮਨ ਤੇ ਕਾਬੂ ਰਖਣ ਵਾਲੇ ਸੰਸਰਕ ਇਛਾਂ ਦੇ ਚੋਰ, ਤਨ ਦੇ ਨਾਲ ਹੀ ਨਾਸ ਹੋ ਜਾਂਦੇ ਹਨ ।

The body of a creature is like a clay castle, becomes clay after predetermined time. Demons of worldly desires, dominating his life may be vanished along with his body.

ਪਉੜੀ॥ — pa-orhee.

ਜਿਨ ਅੰਦਰਿ ਨਿੰਦਾ ਦੁਸਟੁ ਹੈ, ਨਕ ਵਢੇ ਨਕ ਵਢਾਇਆ॥ — jin andar nindaa dusat hai nak vadhay nak vaDhaa-i-aa.
ਮਹਾ ਕਰੂਪ ਦੁਖੀਏ, ਸਦਾ ਕਾਲੇ ਮੁਹ ਮਾਇਆ॥ — mahaa karoop dukhee-ay sadaa kaalay muh maa-i-aa.
ਭਲਕੇ ਉਠਿ ਨਿਤ ਪਰ ਦਰਬੁ, ਹਿਰਹਿ ਹਰਿ ਨਾਮੁ ਚੁਰਾਇਆ॥ — bhalkay uth nit par darab hireh har naam churaa-i-aa.
ਹਰਿ ਜੀਉ ਤਿਨ ਕੀ ਸੰਗਤਿ ਮਤ ਕਰਹੁ, ਰਖਿ ਲੇਹੁ ਹਰਿ ਰਾਇਆ॥ — har jee-o tin kee sangat mat karahu rakh layho har raa-i-aa.
ਨਾਨਕ ਪਇਐ ਕਿਰਤਿ ਕਮਾਵਦੇ, ਮਨਮੁਖਿ ਦੁਖੁ ਪਾਇਆ॥੧੭॥ — naanak pa-i-ai kirat kamaavday manmukh dukh paa-i-aa. ||17||

ਜਿਹੜਾ ਚੁਗਲੀ ਨਿੰਦਿਆਂ ਨਾਲ ਭਰਿਆਂ ਹੁੰਦਾ ਹੈ । ਉਹ ਆਪਣੀ ਪਤ ਆਪ ਗਵਾ ਲੈਂਦਾ, ਉਸ ਨੂੰ ਸ਼ਰਮਿੰਦਗੀ ਹੀ ਮਿਲਦੀ ਹੈ । ਸਦਾ ਹੀ ਦੁਖ ਵਿੱਚ ਰਹਿੰਦਾ, ਸੂਰਤ ਡਰਾਉਣੀ ਬਣ ਜਾਂਦੀ ਹੈ । ਉਸ ਦੀ ਆਤਮਾ ਤੇ ਮਾਇਆ ਦਾ ਦਾਗ਼ ਲਗਾ ਜਾਂਦਾ ਹੈ । ਉਹ ਆਪਣਾ ਜੀਵਨ, ਧੋਖੇ, ਪਾਪ ਦੇ ਕੰਮ, ਕਰਦਾ, ਮੌਤ ਤੋਂ ਲੁਕਦਾ ਫਿਰਦਾ ਹੈ । ਪ੍ਰਭ ਸਾਕਤ ਦੀ ਸੰਗਤ ਤੋਂ ਦੂਰ ਰਖੋ । ਮਨਮੁਖ ਆਪਣੇ ਪਿਛਲੇ ਜਨਮ ਦੇ ਲਿਖੇ ਕਰਮਾਂ ਅਨੁਸਾਰ ਹੀ ਜੀਵਨ ਬਤੀਤ ਕਰਦਾ ਹੈ । ਉਹ ਸ਼ਬਦ ਦੀ ਕਮਾਈ ਨਹੀਂ ਕਰਦਾ, ਕੇਵਲ ਦੁਖ, ਪਾਪ ਹੀ ਇਕੱਠੇ ਕਰਦਾ ਹੈ ।

Whose worldly life may remain overwhelmed with back-biting and slandering others; he may lose his honor and rebuked after death in His Court. He remains in miseries of worldly desires and he may look horrified. His soul may be blemished with the sweet poison of worldly desires. He may perform deceptive and sinful deeds. He remains hiding from the unpredictable devil of death. His true devotee may pray to stay away from non-believer. Self-minded may perform his worldly deeds as per his prewritten destiny. He may never earn any wealth of His Word, only collects the burden of sins.

Key Message of Raag Saarang, page 1244-4
'ਨਿੰਦਿਆਂ ਨਾਲ ਸ਼ਰਮਿੰਦਗੀ ਹੀ ਮਿਲਦੀ ਹੈ!
ਜੀਵ ਮੌਤ ਕਦੇ ਸਮਾਂ, ਦਿਨ ਦੀ ਉਡੀਕ ਨਹੀਂ ਕਰਦੀ । ਮਨ ਤੇ ਕਾਬੂ ਰਖਣ ਵਾਲੇ ਸੰਸਰਕ ਇਛਾਂ ਦੇ ਚੋਰ, ਸਭ ਤਨ ਦੇ ਨਾਲ ਹੀ ਨਾਸ ਹੋ ਜਾਂਦੇ ਹਨ । ਚੁਗਲੀ ਨਿੰਦਿਆਂ ਨਾਲ ਸ਼ਰਮਿੰਦਗੀ ਹੀ ਮਿਲਦੀ ਹੈ ।
Slanderer may only be rebuked after death!
Unpredictable, predetermined time of death, may never wait for any time nor day. All demons of worldly desires dominating in his life, may be vanished along with his body. Whosoever may slander others; he may lose his honor and rebuked after death in His Court.

23. ਸਲੋਕ ਮਃ ੪॥ 1244-10

ਸਭੁ ਕੋਈ ਹੈ ਖਸਮ ਕਾ, ਖਸਮਹੁ ਸਭੁ ਕੋ ਹੋਇ॥ sabh ko-ee hai khasam kaa khasmahu sabh ko ho-ay.
ਹੁਕਮੁ ਪਛਾਣੈ ਖਸਮ ਕਾ, ਤਾ ਸਚੁ ਪਾਵੈ ਕੋਇ॥ hukam pachhaanai khasam kaa taa sach paavai ko-ay.
ਗੁਰਮੁਖਿ ਆਪੁ ਪਛਾਣੀਐ, ਬੁਰਾ ਨ ਦੀਸੈ ਕੋਇ॥ gurmukh aap pachhaanee-ai buraa na deesai ko-ay.
ਨਾਨਕ ਗੁਰਮੁਖਿ ਨਾਮੁ ਧਿਆਈਐ, ਸਹਿਲਾ ਆਇਆ ਸੋਇ॥੧॥ naanak gurmukh naam Dhi-aa-ee-ai sahilaa aa-i-aa so-ay. ||1||

ਸ੍ਰਿਸ਼ਟੀ ਵਿੱਚ ਸਭ ਕੁਝ ਪ੍ਰਭ ਦੀ ਜੋਤ ਵਿਚੋਂ ਹੀ ਉਤਪਤ ਹੁੰਦਾ ਹੈ, ਕੇਵਲ ਪ੍ਰਭ ਦੀ ਹੀ ਅਮਾਨਤ ਹੈ! ਪ੍ਰਭ ਹੀ ਸਭ ਨੂੰ ਦਾਤਾਂ ਬਖਸ਼ਦਾ ਹੈ । ਜਿਹੜਾ ਪ੍ਰਭ ਦਾ ਹੁਕਮ, ਆਪਣੇ ਜੀਵਨ ਦਾ ਮੰਤਵ ਪਛਾਣ ਜਾਂਦਾ ਹੈ । ਉਸ ਨੂੰ ਸ਼ਬਦ ਦੀ ਸੋਝੀ, ਗੁਰਮਖ ਅਵਸਥਾ ਬਖਸ਼ਿਸ਼ ਹੋ ਜਾਂਦੀ ਹੈ । ਉਸ ਨੂੰ ਕੋਈ ਵੀ ਬੁਰੇ ਕੰਮ ਕਰਨ ਵਾਲਾ ਮਹਿਸੂਸ ਨਹੀਂ ਹੁੰਦਾ । ਗੁਰਮਖ ਪ੍ਰਭ ਦੇ ਸ਼ਬਦ ਦਾ ਸਿਮਰਨ ਕਰਦਾ, ਉਸ ਨੂੰ ਸ਼ਬਦ ਦੀ ਕਮਾਈ ਦਾ ਫਲ ਬਖਸ਼ਿਸ਼ ਹੋ ਜਾਂਦਾ ਹੈ ।

Everything in the universe has an expansion of His Holy Spirit; evolves out of His Holy Spirit and remains only His Trust. He always bestows virtues indiscriminately on His Creation. Whosoever may realize the real purpose of his human life opportunity; he may be enlightened with the essence of His Word; with His mercy and grace, he may be blessed with a state of mind as His true devotee. He may never believe anyone an evil doer. His true devotee may remain intoxicated in meditation and he may be rewarded with wealth of His Word.

ਮਃ ੪॥ mehlaa 4.
ਸਭਨਾ ਦਾਤਾ ਆਪਿ ਹੈ, ਆਪੇ ਮੇਲਣਹਾਰੁ॥ sabhnaa daataa aap hai aapay maylanhaar.
ਨਾਨਕ ਸਬਦਿ ਮਿਲੇ ਨ ਵਿਛੁੜਹਿ, naanak sabad milay na vichhurheh
ਜਿਨਾ ਸੇਵਿਆ ਹਰਿ ਦਾਤਾਰੁ॥੨॥ jinaa sayvi-aa har daataar. ||2||

ਸਭ ਦਾਤਾਂ ਦਾ ਮਾਲਕ, ਆਪ ਹੀ ਸ਼ਬਦ ਦੀ ਪਾਲਣਾ ਦੇ ਰਸਤੇ ਤੇ ਪਾਉਂਦਾ ਹੈ । ਆਪ ਹੀ ਸ਼ਬਦ ਦੀ ਕਮਾਈ ਪ੍ਰਵਾਨ ਕਰਕੇ ਮਿਲਾਪ ਕਰਦਾ ਹੈ । ਜਿਹੜਾ ਜੀਵ ਸ੍ਰਿਸ਼ਟੀ ਵਿੱਚ ਸ਼ਬਦ ਦੀ ਪਾਲਣਾ, ਸਿਖਿਆਂ ਨਾਲ ਜੀਵਨ ਢਾਲਦਾ ਹੈ । ਉਸ ਨੂੰ ਫਿਰ ਕਦੇ ਵੀ ਵਿਛੋੜਾ ਨਹੀਂ ਹੁੰਦਾ ।

The True Treasure of all virtues may bless devotion to obey the teachings of His Word; He may accept the earnings of His true devotee in His Court. Whosoever may obey and adopts the teachings of His Word; with His mercy and grace, he may never be separated from His Holy Spirit.

ਪਉੜੀ॥ pa-orhee.
ਗੁਰਮੁਖਿ ਹਿਰਦੈ ਸਾਂਤਿ ਹੈ, ਨਾਉ ਉਗਵਿ ਆਇਆ॥ gurmukh hirdai saaNt hai naa-o ugav aa-i-aa.
ਜਪ ਤਪ ਤੀਰਥ ਸੰਜਮ ਕਰੇ, ਮੇਰੇ ਪ੍ਰਭ ਭਾਇਆ॥ jap tap tirath sanjam karay mayray parabh bhaa-i-aa.
ਹਿਰਦਾ ਸੁਧੁ ਹਰਿ ਸੇਵਦੇ, ਸੋਹਹਿ ਗੁਣ ਗਾਇਆ॥ hirdaa suDh har sayvday soheh gun gaa-i-aa.
ਮੇਰੇ ਹਰਿ ਜੀਉ ਏਵੈ ਭਾਵਦਾ, ਗੁਰਮੁਖਿ ਤਰਾਇਆ॥ mayray har jee-o ayvai bhaavdaa gurmukh taraa-i-aa.
ਨਾਨਕ ਗੁਰਮੁਖਿ ਮੇਲਿਅਨੁ, ਹਰਿ ਦਰਿ ਸੋਹਾਇਆ॥੧੮॥ naanak gurmukh mayli-an har dar sohaa-i-aa. ||18||

ਗੁਰਮਖ ਦੇ ਮਨ ਵਿੱਚ ਸ਼ਬਦ ਜਾਗਰਤ ਰਹਿੰਦਾ, ਪੂਰਨ ਸੰਤੋਖ ਬਖਸ਼ਿਸ਼ ਹੋ ਜਾਂਦਾ ਹੈ । ਉਹ ਆਪਣੇ ਮਨ ਦੀ ਖੁਦਗਰਜ਼ੀ, ਆਪਣੀਆਂ ਇਛਾਂ ਤੇ ਕਾਬੂ ਰਖਦਾ, ਆਪਣੇ ਤਨ ਅੰਦਰ ਹੀ ਤੀਰਥ ਇਸ਼ਨਾਨ ਕਰਦਾ ਹੈ । ਉਹ ਪ੍ਰਭ ਦੇ ਸ਼ਬਦ ਦੀ ਪਾਲਣਾ ਕਰਦਾ, ਸ਼ਬਦ ਦੇ ਗੁਣ ਗਾਉਂਦਾ ਹੈ । ਉਸ ਨੂੰ ਸ਼ਬਦ ਦੀ ਕਮਾਈ ਦਾ ਫਲ ਬਖਸ਼ਿਸ਼ ਹੋ ਜਾਂਦਾ ਹੈ । ਜਿਹੜਾ ਮਨ ਵਿੱਚ ਸੰਤੋਖ ਰਖਕੇ ਅਡੋਲ ਭਰੋਸਾ ਨਾਲ ਸ਼ਬਦ ਦਾ ਸਿਮਰਨ, ਪਾਲਣਾ ਕਰਦਾ ਹੈ । ਉਹ ਪ੍ਰਵਾਨਗੀ ਦੇ ਰਸਤੇ ਤੇ ਅਡੋਲ ਹੋ ਜਾਂਦਾ, ਮੁਕਤ ਅਵਸਥਾ ਬਖਸ਼ਿਸ਼ ਹੋ ਜਾਂਦੀ ਹੈ । ਉਸ ਦਾ ਜੀਵਨ ਦਾ ਢੰਗ ਹੀ ਪ੍ਰਭ ਨੂੰ ਪ੍ਰਵਾਨ ਹੋ ਜਾਂਦਾ ਹੈ । ਉਸ ਗੁਰਮਖ ਨੂੰ ਸ਼ਰਣ ਵਿੱਚ ਪਨਾਹ ਬਖਸ਼ਿਸ਼ ਹੋ ਜਾਂਦੀ ਹੈ । ਗੁਰਮਖ ਸ਼ਬਦ ਦੀ ਸਮਾਧੀ ਵਿੱਚ ਵਸਦਾ, ਪ੍ਰਭ ਦੀ ਜੋਤ ਵਿੱਚ ਹੀ ਅਲੋਪ ਹੋ ਜਾਂਦਾ ਹੈ ।

His true devotee may remain enlightened, drenched with the essence of His Word; with His mercy and grace, he may be blessed with complete contentment in his worldly life. He may conquer his ego and demons of worldly desires; he may take a soul sanctifying bath within his own mind and body. He may sing the glory and obeys the teachings of His Word with steady and stable belief in his day-to-day life; with His mercy and grace, he may be blessed with the earnings of His Word, the right path of acceptance in His Court. He may be blessed with a state of salvation. His way of worldly life may be accepted in His Court, he may be accepted in His Court. He remains intoxicated meditating in the void of His Word; with His mercy and grace, he may immerse within His Holy Spirit.

Key Message of Raag Saarang, page 1244-10
'ਸ੍ਰਿਸ਼ਟੀ ਪ੍ਰਭ ਦੀ ਜੋਤ ਦਾ ਹੀ ਪਸਾਰਾ ਹੈ!
ਸ੍ਰਿਸ਼ਟੀ ਵਿੱਚ ਸਭ ਕੁਝ ਪ੍ਰਭ ਦੀ ਜੋਤ ਵਿਚੋਂ ਹੀ ਉਤਪਤ ਹੁੰਦਾ ਹੈ, ਕੇਵਲ ਪ੍ਰਭ ਦੀ ਹੀ ਅਮਾਨਤ ਹੈ! ਜਿਹੜਾ ਆਪਣੇ ਜੀਵਨ ਦਾ ਮੰਤਵ ਪਛਾਣ ਜਾਂਦਾ ਹੈ । ਉਸ ਨੂੰ ਸ਼ਬਦ ਦੀ ਸੋਝੀ, ਗੁਰਮਖ ਅਵਸਥਾ ਬਖਸ਼ਿਸ਼ ਹੋ ਜਾਂਦੀ ਹੈ । ਆਪ ਹੀ ਸ਼ਬਦ ਦੀ ਕਮਾਈ ਪ੍ਰਵਾਨ ਕਰਕੇ ਮਿਲਾਪ ਕਰਦਾ ਹੈ । ਉਸ ਨੂੰ ਫਿਰ ਕਦੇ ਵੀ ਵਿਛੋੜਾ ਨਹੀਂ ਹੁੰਦਾ! । ਜਿਹੜਾ ਆਪਣੇ ਮਨ ਦੀ ਖੁਦਗਰਜ਼ੀ, ਆਪਣੀਆਂ ਇਛਾਂ ਤੇ ਕਾਬੂ ਰਖਦਾ, ਆਪਣੇ ਤਨ ਅੰਦਰ ਹੀ ਤੀਰਥ ਇਸ਼ਨਾਨ ਕਰਦਾ ਹੈ । ਉਸ ਦੇ ਮਨ ਅੰਦਰ ਸੰਤੋਖ, ਮੁਕਤ ਅਵਸਥਾ ਬਖਸ਼ਿਸ਼ ਹੋ ਜਾਂਦੀ ਹੈ । ਉਹ ਸ਼ਬਦ ਦੀ ਸਮਾਧੀ ਵਿੱਚ ਵਸਦਾ, ਪ੍ਰਭ ਦੀ ਜੋਤ ਵਿੱਚ ਹੀ ਅਲੋਪ ਹੋ ਜਾਂਦਾ ਹੈ ।
The universe is an expansion of His Holy Spirit!

Everything in the universe is an expansion of His Holy Spirit; evolves out of His Holy Spirit; only His Trust. Whosoever may realize the real purpose of his human life opportunity, he may be enlightened and blessed with a state of mind as His true devotee. His earnings of His Word may be accepted in His Court; he may never be separated from His Holy Spirit. Whosoever may conquer his ego; he may take a soul sanctifying bath within his own mind and body. He may be blessed with contentment and state of salvation. He remains intoxicated meditating in the void of His Word; he may immerse within His Holy Spirit.

24. ਸਲੋਕ ਮਃ ੧॥ 1244-16

ਧਨਵੰਤਾ ਇਵ ਹੀ ਕਹੈ, ਅਵਰੀ ਧਨ ਕਉ ਜਾਉ॥ — Dhanvantaa iv hee kahai avree Dhan ka-o jaa-o.
ਨਾਨਕੁ ਨਿਰਧਨੁ ਤਿਤੁ ਦਿਨਿ, ਜਿਤੁ ਦਿਨਿ ਵਿਸਰੈ ਨਾਉ॥੧॥ — naanak nirDhan tit din jit din visrai naa-o. ||1||

ਮਨਮੁਖ ਹਮੇਸ਼ਾ ਹੀ ਸੰਸਾਰਕ ਧਨ ਇਕੱਠਾ ਕਰਨ ਵਿੱਚ ਹੀ ਮਗਨ ਰਹਿੰਦਾ ਹੈ । ਜਿਸ ਪਲ ਗੁਰਮਖ ਦੀ ਜੀਭ ਵਿਚੋਂ ਪ੍ਰਭ ਦਾ ਸ਼ਬਦ ਨਹੀਂ ਨਿਕਲਦਾ, ਉਹ ਆਪਣੇ ਆਪ ਨੂੰ ਨਿਰਧਨ ਸਮਝਦਾ ਹੈ!

Self-minded, worldly rich may remain intoxicated in collecting worldly wealth. However, His true devotee may feel very poor and miserable, any moment, he may forget the teachings of His Word.

ਮਃ ੧॥ — mehlaa 1.
ਸੂਰਜੁ ਚੜੈ ਵਿਜੋਗਿ, ਸਭਸੈ ਘਟੈ ਆਰਜਾ॥ — sooraj charhai vijog sabhsai ghatai aarjaa.
ਤਨੁ ਮਨੁ ਰਤਾ ਭੋਗਿ, ਕੋਈ ਹਾਰੈ ਕੋ ਜਿਣੈ॥ — tan man rataa bhog ko-ee haarai ko jinai.
ਸਭੁ ਕੋ ਭਰਿਆ ਫੂਕਿ, ਆਖਣਿ ਕਹਣਿ ਨ ਥੰਮ੍ਹੀਐ॥ — sabh ko bhari-aa fook aakhan kahan na thamH-ee-ai.
ਨਾਨਕ ਵੇਖੈ ਆਪਿ, ਫੂਕ ਕਢਾਏ ਢਹਿ ਪਵੈ॥੨॥ — naanak vaykhai aap fook kadhaa-ay dheh pavai. ||2||

ਸੂਰਜ ਚੜ੍ਹਦਾ, ਤੇ ਡੁੱਬ ਜਾਂਦਾ ਹੈ, ਜੀਵ ਦਿਨ ਵਿੱਚ ਆਪਣੇ ਧੰਦੇ ਕਰਦਾ ਅਨੰਦ ਮਾਨਦਾ ਹੈ । ਦਿਨ ਵਿੱਚ ਕੋਈ ਜੀਵ ਜਿੱਤ ਦਾ, ਕੋਈ ਹਾਰ ਦਾ ਹੈ । ਹਰ ਕੋਈ ਆਪਣੀ ਕੀਤੇ ਕੰਮ ਦਾ ਬਹੁਤ ਅਭਿਮਾਨ ਕਰਦਾ ਹੈ । ਉਸ ਤੇ ਗੱਲ ਕਰਨਾ ਬੰਦ ਨਹੀਂ ਕਰਦਾ । ਪ੍ਰਭ ਸਭ ਕੁਝ ਦੇਖਦਾ ਹੈ! ਜਿਸ ਦੇ ਸਵਾਸ ਪੂਰੇ ਹੋ ਜਾਂਦੇ, ਮਰ ਜਾਂਦਾ, ਉਸ ਦਾ ਤਨ ਲਾਸ਼ ਬਣ ਜਾਂਦਾ ਹੈ ।

As sun may rise and sets; everyone may perform his worldly deeds and enjoy the pleasures of his worldly life. However, everyone may boast his accomplishment against all odds. The True Master monitors all his deeds. Whose breathes may be exhausted; his body may become a corpse.

ਪਉੜੀ॥ — pa-orhee.
ਸਤਸੰਗਤਿ ਨਾਮੁ ਨਿਧਾਨੁ ਹੈ, ਜਿਥਹੁ ਹਰਿ ਪਾਇਆ॥ — satsangat naam niDhaan hai jithahu har paa-i-aa.
ਗੁਰ ਪਰਸਾਦੀ ਘਟਿ ਚਾਨਣਾ, ਆਨ੍ਹੇਰੁ ਗਵਾਇਆ॥ — gur parsaadee ghat chaannaa aanHayr gavaa-i-aa.
ਲੋਹਾ ਪਾਰਸਿ ਭੇਟੀਐ, ਕੰਚਨੁ ਹੋਇ ਆਇਆ॥ — lohaa paaras bhaytee-ai kanchan ho-ay aa-i-aa.
ਨਾਨਕ ਸਤਿਗੁਰਿ ਮਿਲਿਐ, ਨਾਉ ਪਾਈਐ ਮਿਲਿ ਨਾਮੁ ਧਿਆਇਆ॥ — naanak satgur mili-ai naa-o paa-ee-ai mil naam Dhi-aa-i-aa.
ਜਿਨ੍ ਕੈ ਪੋਤੈ ਪੁੰਨੁ ਹੈ, ਤਿਨ੍ਹੀ ਦਰਸਨੁ ਪਾਇਆ॥੧੯॥ — jinH kai potai punn hai tinHee darsan paa-i-aa. ||19||

ਪ੍ਰਭ ਦੇ ਸ਼ਬਦ ਦਾ ਖਜ਼ਾਨਾ, ਸ਼ਬਦ ਦੀ ਪਾਲਣਾ ਵਿੱਚ ਹੀ ਸਮਾਇਆ ਹੈ, ਸ਼ਬਦ ਦੀ ਗੂੰਜ ਅਸਲੀ ਬੰਦਗੀ ਕਰਨ ਵਾਲਿਆਂ ਦੀ ਸੰਗਤ ਵਿੱਚ ਹੀ ਸੁਣਾਈ ਦੇਂਦੀ ਹੈ । ਪ੍ਰਭ ਦੀ ਰਹਿਮਤ ਨਾਲ ਅਗਿਆਨਤਾ ਦੂਰ, ਸ਼ਬਦ ਦੀ ਸੋਝੀ ਬਖਸ਼ਿਸ਼ ਹੋ ਜਾਂਦੀ ਹੈ । ਜਿਹੜਾ ਜੀਵ ਸ਼ਬਦ ਦੀ ਪਾਲਣਾ ਕਰਦਾ, ਬੰਦਗੀ ਦੇ ਰਸਤੇ ਤੇ ਚਲਦਾ ਹੈ, ਉਹ ਪਾਰਸ ਪੱਥਰ ਨੂੰ ਛੋਹ ਲੈਂਦਾ, ਸ਼ਬਦ ਮਨ ਵਿੱਚ ਜਾਗਰਤ ਹੋ ਜਾਂਦਾ ਹੈ । ਜਿਹੜਾ ਆਪਾ ਬੰਦਗੀ ਕਰਨ ਵਾਲੇ ਦੀ ਸੰਗਤ ਵਿੱਚ ਭੇਟਾ ਕਰਦਾ ਹੈ । ਉਸ ਨੂੰ ਪ੍ਰਭ ਦੇ ਦਰਬਾਰ ਵਿੱਚ ਪਨਾਹ ਬਖਸ਼ਿਸ਼ ਹੋ ਜਾਂਦੀ ਹੈ । ਗੁਰੂ, ਸ਼ਬਦ ਦੀ ਸੋਝੀ ਹੋਣ ਨਾਲ ਹੀ ਸ਼ਬਦ ਦੀ ਪਾਲਣਾ ਦਾ ਰਸਤਾ ਬਖਸ਼ਿਸ਼ ਹੋ ਸਕਦਾ ਹੈ । ਜਿਸ ਦੇ ਭਾਗਾਂ ਵਿੱਚ ਪਹਿਲੇ ਹੀ ਲਿਖਿਆ ਹੁੰਦਾ ਹੈ! ਕੇਵਲ ਉਹ ਹੀ ਸ਼ਬਦ ਦੀ ਸਿਖਿਆਂ ਨਾਲ ਜੀਵਨ ਢਾਲਦਾ ਹੈ ।

The treasure of virtues of His Word remains embedded within obeying the teachings of His Word. His true devotee may hear the everlasting echo resonating within the conjugation of His Holy saint. His ignorance from the real purpose of human life opportunity may be eliminated; with His mercy and grace, he may be enlightened with the essence of His Word. Whosoever may surrender his self-entity in the conjugation of His true devotee; with His mercy and grace, he may be blessed with the right path of acceptance in His Court. Whosoever may have a great prewritten destiny, only he may adopt the teachings of His Word in his day-to-day life.

Key Message of Raag Saaran, page 1244-16
'ਸਦਾ ਚਲਣ ਵਾਲੀ ਧੁਨ ਸੰਤਾਂ ਦੀ ਸੰਗਤ ਵਿੱਚ ਸੁਣਾਈ ਦੇਂਦੀ ਹੈ!
ਜਿਸ ਪਲ ਗੁਰਮਖ ਦੀ ਜੀਭ ਵਿਚੋਂ ਪ੍ਰਭ ਦਾ ਸ਼ਬਦ ਨਹੀਂ ਨਿਕਲਦਾ, ਉਹ ਆਪਣੇ ਆਪ ਨੂੰ ਨਿਰਧਨ ਸਮਝਦਾ ਹੈ! ਜਿਸ ਦੇ ਸਵਾਸ ਪੂਰੇ ਹੋ ਜਾਂਦੇ, ਉਸ ਦਾ ਤਨ ਲਾਸ਼ ਬਣ ਜਾਂਦਾ ਹੈ । ਪ੍ਰਭ ਦੇ ਸ਼ਬਦ ਦਾ ਖਜ਼ਾਨਾ, ਸ਼ਬਦ ਦੀ ਪਾਲਣਾ ਵਿੱਚ ਹੀ ਸਮਾਇਆ ਹੈ, ਸ਼ਬਦ ਦੀ ਗੂੰਜ ਅਸਲੀ ਬੰਦਗੀ ਕਰਨ ਵਾਲਿਆਂ ਦੀ ਸੰਗਤ ਵਿੱਚ ਹੀ ਸੁਣਾਈ ਦੇਂਦੀ ਹੈ । ਜਿਹੜਾ ਜੀਵ ਸ਼ਬਦ ਦੀ ਪਾਲਣਾ ਕਰਦਾ, ਉਹ ਪਾਰਸ ਪੱਥਰ ਨੂੰ ਛੋਹ ਲੈਂਦਾ, ਸ਼ਬਦ ਮਨ ਵਿੱਚ ਜਾਗਰਤ ਹੋ ਜਾਂਦਾ ਹੈ । ਉਹ ਆਪਾ ਭੇਟਾ ਕਰ ਦੇਂਦਾ ਹੈ, ਉਸ ਨੂੰ ਪ੍ਰਭ ਦੇ ਦਰਬਾਰ ਵਿੱਚ ਪਨਾਹ ਬਖਸ਼ਿਸ਼ ਹੋ ਜਾਂਦੀ ਹੈ ।
The everlasting echo of His Word may be heard resonating in the conjugation of His Holy Saint!
His true devotee may feel very miserable, any moment, he may forget the teachings of His Word. Whose breathes may be exhausted; his body may become a corpse. The treasure of virtues of His Word remains embedded within obeying the teachings of His Word. The everlasting echo of His Word may be heard resonating within the conjugation of His Holy saint. Whosoever may adopt the teachings of His Word; he touches, the philosopher stone; he may surrender his self-entity in the conjugation of His true devotee; He may be accepted in His Sanctuary.

gurū nānak dev jī! – Guru Nanak Dev Ji! Guru Granth Sahib

25. ਸਲੋਕ ਮਃ ੧॥1245-3

ਧ੍ਰਿਗੁ ਤਿਨਾ ਕਾ ਜੀਵਿਆ, ਜਿ ਲਿਖਿ ਲਿਖਿ ਵੇਚਹਿ ਨਾਉ॥
ਖੇਤੀ ਜਿਨ ਕੀ ਉਜੜੈ, ਖਲਵਾੜੇ ਕਿਆ ਥਾਉ॥
ਸਚੈ ਸਰਮੈ ਬਾਹਰੇ, ਅਗੈ ਲਹਹਿ ਨ ਦਾਦਿ॥
ਅਕਲਿ ਏਹ ਨ ਆਖੀਐ, ਅਕਲਿ ਗਵਾਈਐ ਬਾਦਿ॥
ਅਕਲੀ ਸਾਹਿਬੁ ਸੇਵੀਐ, ਅਕਲੀ ਪਾਈਐ ਮਾਨੁ॥
ਅਕਲੀ ਪੜ੍ਹਿ ਕੈ ਬੁਝੀਐ, ਅਕਲੀ ਕੀਚੈ ਦਾਨੁ॥
ਨਾਨਕੁ ਆਖੈ ਰਾਹੁ ਏਹੁ, ਹੋਰਿ ਗਲਾਂ ਸੈਤਾਨੁ॥੧॥

Dharig tinaa kaa jeevi-aa je likh likh vaycheh naa-o.
khaytee jin kee ujrhai khalvaarhay ki-aa thaa-o.
sachai sarmai baahray agai laheh na daad.
akal ayh na aakhee-ai akal gavaa-ee-ai baad.
aklee saahib sayvee-ai aklee paa-ee-ai maan.
aklee parhH kai bujhee-ai aklee keechai daan.
naanak aakhai raahu ayhu hor galaaN saitaan. ||1||

ਜਿਹੜਾ ਸ਼ਬਦ ਨੂੰ ਵੇਚਦਾ, ਸ਼ਬਦ ਦੇ ਅਰਥ ਲਿਖਣਾ ਆਪਣੇ ਜੀਵਨ ਦਾ ਧੰਦਾ ਬਣਾਉਂਦਾ ਹੈ । ਉਸ ਦੀ ਬੰਦਗੀ ਬਿਰਥਾ ਹੀ ਜਾਂਦੀ ਹੈ । ਉਹ ਆਪਣੀ ਕੀਤੀ ਬੰਦਗੀ, ਗਵਾ ਲੈਂਦਾ ਹੈ! ਉਸ ਨੂੰ ਸਦਾ ਸਾਥ ਰਹਿਣ ਵਾਲਾ, ਸ਼ਬਦ ਦਾ ਧਨ ਬਖਸ਼ਿਸ਼ ਨਹੀਂ ਹੁੰਦਾ, ਆਤਮਾ ਮੈਲੀ ਹੀ ਰਹਿੰਦੀ ਹੈ । ਉਸ ਨੂੰ ਮੌਤ ਪਿਛੋਂ ਕੀ ਲਾਭ ਹੋ ਸਕਦਾ ਹੈ? ਉਹ ਬੰਦਗੀ ਦਾ ਮੂਲ ਵਾਲਾ ਬੀਜ, ਨਿਮ੍ਰਤਾ, ਪ੍ਰਭ ਤੇ ਭਰੋਸਾ ਗਵਾ ਲੈਂਦਾ ਹੈ । ਉਸ ਦੀ ਕਮਾਈ ਪ੍ਰਭ ਨੂੰ ਪ੍ਰਵਾਨ ਨਹੀਂ ਹੁੰਦੀ । ਜਿਹੜਾ ਬੰਦਗੀ ਕਰਨ ਨਾਲ ਕੋਈ ਝਗੜਾ ਖੜਾ ਕਰ ਲੈਂਦਾ ਹੈ । ਉਸ ਨੂੰ ਗਿਆਨਵਾਨ, ਸਿਆਣਪ ਵਾਲਾ, ਸੋਝੀਵਾਨ ਨਹੀਂ ਕਿਹਾ ਜਾ ਸਕਦਾ । ਧਾਰਮਕ ਗ੍ਰੰਥ ਪੜ੍ਹਨ ਨਾਲ ਸ਼ਬਦ ਦੀ ਸੋਝੀ ਬਖਸ਼ਿਸ਼ ਨਹੀਂ ਹੁੰਦੀ । ਸ਼ਬਦ ਦੀ ਸੋਝੀ **ਨਿਮਾਣੇ ਦੀ ਸੇਵਾ ਕਰਨ ਨਾਲ ਬਖਸ਼ਿਸ਼** ਹੋ ਸਕਦੀ ਹੈ । ਇਹ ਹੀ ਪ੍ਰਭ ਦੀ ਪ੍ਰਵਾਨਗੀ ਦਾ ਰਸਤਾ ਹੈ, ਬਾਕੀ ਜਮਦੂਤਾਂ ਦੇ ਬਣਾਏ ਰਸਤੇ ਹਨ ।

Whosoever may sell the teachings of His Word by writing spiritual meanings of Gurbani, preaches or sings the glory to make living to get rich; his meditation, devotion may not be rewarded in His Court. His earning may be blemished with greed, he may not be blessed with everlasting wealth of His Word. What may he benefit with his meditation in His Court? He may have lost the real purpose of his human life opportunity. He may never obey the teachings of His Word with steady and stable belief on His Blessings, humility in his worldly life. His meditation may never be accepted in His Court, nor he may ever be blessed with the right path of acceptance in His Court. Whosoever may create a controversy or dispute with his belief of meditation; he may not be considered wise, enlightened soul. No one may ever be blessed with the enlightenment of the essence of His Word by only reciting, singing the glory of His Word. Whosoever may remain humble, serves the helpless, only he may be blessed with the right path of acceptance in His Court. All others path of meditation may be sweet poison of worldly wealth.

ਮਃ ੨॥   mehlaa 2.

ਜੈਸਾ ਕਰੈ ਕਹਾਵੈ ਤੈਸਾ, ਐਸੀ ਬਨੀ ਜਰੂਰਤਿ॥
ਹੋਵਹਿ ਲਿੰਙ ਝਿੰਙ ਨਹ ਹੋਵਹਿ, ਐਸੀ ਕਹੀਐ ਸੂਰਤਿ॥
ਜੋ ਓਸੁ ਇਛੈ ਸੋ ਫਲੁ ਪਾਏ, ਤਾਂ ਨਾਨਕ ਕਹੀਐ ਮੂਰਤਿ॥੨॥

jaisaa karai kahaavai taisaa aisee banee jaroorat.
hoveh liny jhiny nah hoveh aisee kahee-ai soorat.
jo os ichhay so fal paa-ay taaN naanak kahee-ai moorat. ||2||

ਜਿਸਤਰ੍ਹਾਂ ਦੇ ਕੰਮ ਜੀਵ ਕਰਦਾ ਹੈ, ਉਸ ਤਰ੍ਹਾਂ ਦਾ ਜਾਣਿਆ ਜਾਂਦਾ ਹੈ । ਇਹ ਹੀ ਸੰਸਾਰ ਦਾ ਅਸੂਲ ਹੈ । ਜਿਹੜਾ ਨਿਮਾਣੇ ਦੀ ਸੇਵਾ ਕਰਦਾ, ਆਪਣੇ ਕੰਮਾਂ ਸ਼ਬਦ ਦੇ ਉਲਟ ਨਹੀਂ ਕਰਦਾ! ਉਸ ਨੂੰ ਮਹਾਨ ਕਿਹਾ ਜਾ ਸਕਦਾ ਹੈ । ਉਸ ਦੇ ਮਨ ਦੀਆਂ ਇਛਾਂ ਪੂਰੀਆਂ ਹੋ ਜਾਂਦੀਆਂ, ਉਹ ਪ੍ਰਭ ਦਾ ਰੂਪ ਹੀ ਬਣ ਜਾਂਦਾ ਹੈ ।

Whatsoever profession may anyone adopt in his worldly life; he may be recognized with his professional identity. This may be the norm of worldly life. Whosoever may serve helpless and adopts the teachings of His Word; he may be honored as noble, great person. His spoken and unspoken desires may be satisfied; with His mercy and grace, he may become a symbol of The True Master.

ਪਉੜੀ॥   pa-orhee.

ਸਤਿਗੁਰ ਅੰਮ੍ਰਿਤ ਬਿਰਖੁ ਹੈ, ਅੰਮ੍ਰਿਤ ਰਸਿ ਫਲਿਆ॥
ਜਿਸੁ ਪਰਾਪਤਿ ਸੋ ਲਹੈ, ਗੁਰ ਸਬਦੀ ਮਿਲਿਆ॥
ਸਤਿਗੁਰ ਕੈ ਭਾਣੈ ਜੋ ਚਲੈ, ਹਰਿ ਸੇਤੀ ਰਲਿਆ॥
ਜਮਕਾਲੁ ਜੋਹਿ ਨ ਸਕਈ, ਘਟਿ ਚਾਨਣੁ ਬਲਿਆ॥
ਨਾਨਕ ਬਖਸਿ ਮਿਲਾਇਅਨੁ, ਫਿਰਿ ਗਰਭਿ ਨ ਗਲਿਆ॥੨੦॥

satgur amrit birakh hai amrit ras fali-aa.
jis paraapat so lahai gur sabdee mili-aa.
satgur kai bhaanai jo chalai har saytee rali-aa.
jamkaal johi na sak-ee ghat chaanan bali-aa.
naanak bakhas milaa-i-an fir garabh na gali-aa. ||20||

ਅਸਲੀ ਗੁਰੂ, ਪ੍ਰਭ ਦਾ ਸ਼ਬਦ ਹੀ ਉਹ ਅਮੋਲਕ ਅੰਮ੍ਰਿਤ ਦੇ ਫਲ ਵਾਲਾ ਬ੍ਰਿਛ ਹੈ । ਇਸ ਦਾ ਫਲ ਮਿੱਠਾ ਅੰਮ੍ਰਿਤ ਹੁੰਦਾ ਹੈ । ਜਿਸ ਦੇ ਭਾਗ ਵਿੱਚ ਇਹ ਪਹਿਲੇ ਹੀ ਲਿਖਿਆ ਹੁੰਦਾ ਹੈ । ਕੇਵਲ ਉਸ ਨੂੰ ਹੀ ਬਖਸ਼ਿਸ਼ ਹੁੰਦਾ ਹੈ । ਜਿਹੜਾ ਸ਼ਬਦ ਨਾਲ ਜੀਵਨ ਵਾਲਦਾ ਹੈ, ਉਹ ਪ੍ਰਭ ਦੀ ਜੋਤ ਵਿੱਚ ਹੀ ਅਭੇਦ ਹੋ ਜਾਂਦਾ ਹੈ । ਉਹ ਪ੍ਰਭ ਦੇ ਸ਼ਬਦ ਦੀ ਸੋਝੀ ਨਾਲ ਜਾਗਰਤ ਅਤੇ ਸੁਚੇਤ ਰਹਿੰਦਾ ਹੈ । ਉਸ ਦੇ ਪਾਪ ਬਖਸ਼ੇ ਜਾਂਦੇ, ਲੇਖਾ ਪੂਰਾ ਹੋ ਜਾਂਦਾ ਹੈ । ਮੌਤ ਦਾ ਜਮਦੂਤ ਉਸ ਨੂੰ ਦੇਖ ਵੀ ਨਹੀਂ ਸਕਦਾ । ਉਸ ਨੂੰ ਫਿਰ ਜਨਮ ਨਹੀਂ ਲੈਣਾ ਪੈਂਦਾ ।

The teachings of His Word, True Guru may be the Elysian Tree to satisfy even unspoken desires of his mind. The taste of the nectar of the essence of His Word may be very comforting. Whosoever may have a great prewritten destiny, only he may be blessed with the nectar of the essence of His Word. Whosoever may adopt the teachings of His Word with steady and stable belief in his day-to-day life; with His mercy and grace, he may be blessed with the right path of acceptance in His Court. He may be immersed within His Holy Spirit. He may remain drenched with the essence of His Word, awake and alert in his meditation. His sins of previous lives may be forgiven. His soul may become beyond the reach of devil of death; he may never endure the misery in the womb of a mother.

Key Message of Raag Saarang, page 1245-3
'ਸ਼ਬਦ ਨੂੰ ਵੇਚਣ ਨਾਲ, ਸ਼ਬਦ ਦੀ ਕਮਾਈ ਬਖਸ਼ਿਸ਼ ਨਹੀਂ ਹੁੰਦੀ !
ਜਿਹੜਾ ਸ਼ਬਦ ਨੂੰ ਵੇਚਦਾ, ਸ਼ਬਦ ਦੇ ਅਰਥ ਲਿਖਣਾ ਆਪਣੇ ਜੀਵਨ ਦਾ ਧੰਦਾ ਬਣਾਉਂਦਾ ਹੈ । ਉਸ ਦੀ ਬੰਦਗੀ ਬਿਰਥਾ ਹੀ ਜਾਂਦੀ ਹੈ । ਸ਼ਬਦ ਦੀ ਸੋਝੀ **ਨਿਮਾਣੇ ਦੀ ਸੇਵਾ ਕਰਨ ਨਾਲ ਬਖਸ਼ਿਸ਼** ਹੋ ਸਕਦੀ ਹੈ । ਇਹ ਹੀ ਪ੍ਰਭ ਦੀ ਪ੍ਰਵਾਨਗੀ ਦਾ ਰਸਤਾ ਹੈ । ਜਿਹੜਾ ਨਿਮਾਣੇ ਦੀ ਸੇਵਾ ਕਰਦਾ, ਉਸ ਨੂੰ ਮਹਾਨ ਕਿਹਾ ਜਾ ਸਕਦਾ ਹੈ । ਮਨ ਦੀਆਂ ਇਛਾਂ ਪੂਰੀਆਂ ਕਰ ਜਾਂਦਾ, ਪ੍ਰਭ ਦਾ ਰੂਪ ਹੀ ਬਣ ਜਾਂਦਾ ਹੈ । ਅਸਲੀ ਗੁਰੂ, ਪ੍ਰਭ ਦਾ ਸ਼ਬਦ ਹੀ ਉਹ ਅਮੋਲਕ ਅੰਮ੍ਰਿਤ

ਦੇ ਫਲ ਵਾਲਾ ਬ੍ਰਿਛ ਹੈ । ਜਿਹੜਾ ਸ਼ਬਦ ਨਾਲ ਜੀਵਨ ਢਾਲਦਾ ਹੈ, ਉਹ ਸ਼ਬਦ ਦੀ ਸੋਝੀ ਨਾਲ ਜਾਗਰਤ ਅਤੇ ਸੁਚੇਤ ਰਹਿੰਦਾ, ਉਹ ਪ੍ਰਭ ਦੀ ਜੋਤ ਵਿੱਚ ਹੀ ਅਭੇਦ ਹੋ ਜਾਂਦਾ ਹੈ ।
Selling His Word; meditation may not be rewarded!
Whosoever may sell the teachings of His Word by writing spiritual meanings of Gurbani, preaches or sings the glory to make living to get rich; his meditation, devotion may not be rewarded in His Court. Whosoever may remain humble, serves the helpless, only he may be blessed with the right path of acceptance in His Court. Whosoever may serve helpless and adopts the teachings of His Word; he may be honored as noble, great person. His spoken and unspoken desires may be satisfied; he may become a symbol of The True Master. The teachings of His Word, True Guru may be the Elysian Tree to satisfy even unspoken desires of his mind. Whosoever may adopt the teachings of His Word; he may be drenched with the essence of His Word, awake and alert in his meditation. He may be immersed within His Holy Spirit.

26. **ਸਲੋਕ** ਮਃ ੧॥ 1245-10

ਸਚੁ ਵਰਤੁ, ਸੰਤੋਖੁ ਤੀਰਥੁ, ਗਿਆਨੁ ਧਿਆਨੁ ਇਸਨਾਨੁ॥
ਦਇਆ ਦੇਵਤਾ ਖਿਮਾ ਜਪਮਾਲੀ, ਤੇ ਮਾਣਸ ਪਰਧਾਨ॥
ਜੁਗਤਿ ਧੋਤੀ ਸੁਰਤਿ ਚਉਕਾ, ਤਿਲਕੁ ਕਰਣੀ ਹੋਇ॥
ਭਾਉ ਭੋਜਨੁ ਨਾਨਕਾ, ਵਿਰਲਾ ਤ ਕੋਈ ਕੋਇ॥੧॥

sach varat santokh tirath gi-aan Dhi-aan isnaan.
da-i-aa dayvtaa khimaa japmaalee tay maanas parDhaan.
jugat Dhotee surat cha-ukaa tilak karnee ho-ay.
bhaa-o bhojan naankaa virlaa ta ko-ee ko-ay. ||1||

ਜਿਸ ਦੇ ਮਨ ਵਿੱਚ ਪ੍ਰਭ ਦੇ ਸ਼ਬਦ ਦੀ ਸਿਖਿਆਂ ਰਚ ਜਾਂਦੀ ਹੈ । ਉਹ ਝੂਠ, ਮੰਦੇ ਕੰਮ ਕਰਨ ਦਾ ਵਰਤ ਰਖਦਾ ਹੈ । ਪ੍ਰਭ ਦੇ ਬਖਸ਼ੇ ਤੇ ਸੰਤੋਖ ਹੀ ਉਸ ਦਾ ਤੀਰਥ, ਸ਼ਬਦ ਦੀ ਸੋਝੀ, ਧਿਆਨ, ਸੁਰਤ ਮਨ ਨੂੰ ਪਵਿੱਤਰ ਕਰਨ ਵਾਲਾ ਇਸ਼ਨਾਨ ਬਣ ਜਾਂਦਾ ਹੈ । ਤਰਸ, ਦਇਆ ਕਰਨਾ, ਉਸ ਦੇ ਦੇਵੀ ਦੇਵਤੇ ਬਣ ਜਾਂਦੇ ਹਨ । ਦੂਸਰੇ ਦੀ ਗਲਤੀ ਭੁਲਾਉਣਾ, ਉਸ ਦੀ ਬੰਦਗੀ ਕਰਨ ਵਾਲੀ ਮਾਲਾ ਬਣ ਜਾਂਦੀ ਹੈ । ਉਹ ਜੀਵ ਪ੍ਰਭ ਦਾ ਅਸਲੀ ਸੇਵਕ, ਮਹਾਨ ਬਣ ਜਾਂਦਾ ਹੈ । ਜਿਹੜਾ ਇਸਤਰ੍ਹਾਂ ਦੇ ਜੀਵਨ ਨੂੰ ਆਪਣੀ ਧੋਤੀ, ਧਰਮ ਦਾ ਬਾਣਾ ਬਣਾਉਂਦਾ ਹੈ । ਉਹ ਮਨ ਦੀ ਸੁਰਤੀ, ਚੰਗੇ ਕੰਮਾਂ ਨੂੰ ਆਪਣੇ ਮੱਥੇ ਦਾ ਤਿਲਕ ਬਣਾਉਂਦਾ ਹੈ । ਪ੍ਰਭ ਦੇ ਸ਼ਬਦ ਦੀ ਪ੍ਰੀਤ, ਸ਼ਰਧਾ ਦੇ ਭੋਜਨ ਦਾ ਅਨੰਦ ਮਾਣਦਾ ਹੈ । ਸੰਸਾਰ ਵਿੱਚ ਇਸਤਰ੍ਹਾਂ ਜੀਵਨ ਬਤੀਤ ਕਰਨ ਵਾਲਾ ਕੋਈ ਵਿਰਲਾ ਹੀ ਹੁੰਦਾ ਹੈ ।

ਅਸਲੀ ਸੇਵਕ – His true devotee	
ਵਰਤ – Abstain food	ਝੂਠ, ਮੰਦੇ ਕੰਮ ਦਾ ਤਿਆਗ! Conqure lies, evil deed,
ਤੀਰਥ – Shrine	ਪ੍ਰਭ ਦੇ ਬਖਸ਼ੇ ਤੇ ਸੰਤੋਖ! Contentement on His Blessings
ਆਤਮਾ ਦਾ ਇਸ਼ਨਾਨ Santifying bath	ਸ਼ਬਦ ਦੀ ਸੋਝੀ, ਧਿਆਨ, ਸੁਰਤੀ! Enlightenment, focus, devotion
ਦੇਵੀ ਦੇਵਤੇ! Prophet	ਦੂਸਰੇ ਤੇ ਤਰਸ, ਦਇਆ ਕਰਨਾ! Mercy and pity on less fortunate!
ਬੰਦਗੀ ਵਾਲੀ ਮਾਲਾ Meditation Rosary!	ਦੂਸਰੇ ਦੀ ਗਲਤੀ ਭੁਲਾਉਣਾ! Ignore, Forgive, mistake; tolerance other opinion

Whosoever may remain drenched with the essence of His Word. He may abstain from hypocrisy, evil deeds. His contentment on His Blessings may become His Holy Shrine; his enlightenment of the essence of His Word, devotion, dedication may become his soul sanctifying bath. To forgive and ignore mistakes, short-comings of others may become as his rosary of meditation. He may become as His true devote, noble person in the universe. His way of life may become his religious robe. His devotion may become a vermillion on his forehead as a symbol of purity; nourishment for his soul. However, very rare may have such a way of life.

ਮਹਲਾ ੩॥
ਨਉਮੀ ਨੇਮੁ ਸਚੁ ਜੇ ਕਰੈ॥ ਕਾਮ ਕ੍ਰੋਧੁ ਤ੍ਰਿਸਨਾ ਉਚਰੈ॥
ਦਸਮੀ ਦਸੇ ਦੁਆਰ ਜੇ ਠਾਕੈ, ਏਕਾਦਸੀ ਏਕੁ ਕਰਿ ਜਾਣੈ॥
ਦੁਆਦਸੀ ਪੰਚ ਵਸਗਤਿ ਕਰਿ ਰਾਖੈ, ਤਉ ਨਾਨਕ ਮਨੁ ਮਾਨੈ॥
ਐਸਾ ਵਰਤੁ ਰਹੀਜੈ ਪਾਡੇ, ਹੋਰ ਬਹੁਤੁ ਸਿਖ ਕਿਆ ਦੀਜੈ॥੨॥

mehlaa 3.
na-umee naym sach jay karai. kaam kroDh tarisnaa uchrai.
dasmee dasay du-aar jay thaakai aykaadasee ayk kar jaanai.
du-aadasee panch vasgat kar raakhai ta-o naanak man maanai.
aisaa varat raheejai paaday hor bahut sikh ki-aa deejai. ||2||

ਜਿਹੜਾ ਮਹੀਨੇ ਦੇ ਨੌ ਦਿਨ ਸੱਚ ਬੋਲਣ, ਸ਼ਬਦ ਦੀ ਪਾਲਣਾ ਦਾ ਪ੍ਰਨ ਕਰਦਾ, ਕਾਮ ਵਾਸ਼ਨਾ, ਕਰੋਧ, ਸੰਸਾਰਕ ਇਛਾਂ ਨੂੰ ਖਤਮ ਕਰ ਦੇਂਦਾ ਹੈ । ਦਸਵੇਂ ਦਿਨ ਮਨ ਦੇ ਦਸਵੇਂ ਘਰ ਦੀ ਯਾਦ ਰਖਦਾ, ਅੰਦਰੋਂ ਖੋਜ ਕਰਦਾ ਹੈ । ਗਿਆਰਵੇਂ ਦਿਨ ਉਸ ਦਾ ਮਨ ਪ੍ਰਭ ਨੂੰ ਇਕੋ ਇਕ ਮਾਲਕ ਮੰਨ ਲੈਂਦਾ ਹੈ । ਬਾਰਵੇਂ ਦਿਨ ਉਸ ਨੂੰ ਮਨ ਦੇ ਪੰਜਾਂ ਚੋਰਾਂ ਤੇ ਜਿੱਤ ਬਖਸ਼ਿਸ਼ ਹੋ ਜਾਂਦੀ ਹੈ, ਮਨ ਵਿੱਚ ਖੇੜਾ ਬਖਸ਼ਿਸ਼ ਹੋ ਜਾਂਦਾ ਹੈ । ਸੰਸਾਰਕ ਗਿਆਨੀ ਇਸਤਰ੍ਹਾਂ ਦਾ ਵਰਤ ਰਖੋ! ਬਾਕੀ ਸਾਰੀਆਂ ਸਿਖਿਆਂ ਬਿਰਥੀਆ ਹੀ ਹਨ ।

Whosoever may become steady and stable on obeying the teachings of His Word and abides by the reality of human life journey, nine days in month; with His mercy and grace, he may conquer his worldly desires. On 10th day, he may concentrate within to be enlightened with 10th door. On 11th day he may believe The One and only One, True Master of the universe. On 12th day, he may conquer 5 demons of worldly desires; he may be blessed with blossom within. Worldly saint, you should adopt such a discipline in your worldly life. All other meditations may be useless.

Path of meditation	
Nine Days	Obey His Word; Conquer his own worldly desires
10th day	concentrate within; Enlightened with 10th door!
11th day	Accept One and Only One True Master
12th day	conquer 5 demons

ਪਉੜੀ॥ pa-orhee.

ਭੂਪਤਿ ਰਾਜੇ ਰੰਗ ਰਾਇ, ਸੰਚਹਿ ਬਿਖੁ ਮਾਇਆ॥ bhoopat raajay rang raa-ay saNcheh bikh maa-i-aa.

ਕਰਿ ਕਰਿ ਹੇਤੁ ਵਧਾਇਦੇ, ਪਰ ਦਰਬੁ ਚੁਰਾਇਆ॥ kar kar hayt vaDhaa-iday par darab churaa-i-aa.

ਪੁਤ੍ਰ ਕਲਤ੍ਰ ਨ ਵਿਸਹਹਿ, ਬਹੁ ਪ੍ਰੀਤਿ ਲਗਾਇਆ॥ putar kaltar na vishahi baho pareet lagaa-i-aa.

ਵੇਖਦਿਆ ਹੀ ਮਾਇਆ ਧੁਹਿ ਗਈ, ਪਛੁਤਹਿ ਪਛੁਤਾਇਆ॥ vaykh-di-aa hee maa-i-aa Dhuhi ga-ee pachhuteh pachhutaa-i-aa.

ਜਮ ਦਰਿ ਬਧੇ ਮਾਰੀਅਹਿ, ਨਾਨਕ ਹਰਿ ਭਾਇਆ॥੨੧॥ jam dar baDhay maaree-ah naanak har bhaa-i-aa. ||21||

ਸੰਸਾਰ ਦੇ ਰਾਜਾ, ਸੰਸਾਰਕ ਮਾਇਆ ਦੇ ਪਿਆਰ, ਜਾਲ ਵਿੱਚ ਹੀ ਫਸੇ ਰਹਿੰਦਾ ਹੈ । ਉਸ ਦਾ ਮਾਇਆ ਨਾਲ ਇਸਤਰ੍ਹਾਂ ਦਾ ਪਿਆਰ ਹੋ ਜਾਂਦਾ ਹੈ । ਉਹ ਦੂਸਰਿਆਂ ਤੋਂ ਖੌਂਅ (ਖੋਹ) ਕੇ ਆਪਣੀ ਬਣਾਉਂਦਾ ਹੈ । ਉਹ ਆਪਣੇ ਪਰਿਵਾਰ, ਬਚਿਆ ਤੇ ਵੀ ਵਿਸ਼ਵਾਸ ਨਹੀਂ ਕਰਦਾ । ਉਸ ਦੀ ਪ੍ਰੀਤ ਕੇਵਲ ਸੰਸਾਰਕ ਧਨ ਨਾਲ ਹੀ ਹੁੰਦੀ ਹੈ । ਉਸ ਨੂੰ ਇਕੱਠੀ ਕੀਤਾ ਸੰਸਾਰਕ ਮਾਇਆ ਵੀ ਧੋਖਾ ਦੇ ਜਾਂਦੀ ਹੈ, ਫਿਰ ਅਪਸੋਸ, ਪਛਤਾਵਾ ਹੀ ਕਰਦਾ ਹੈ । ਆਪਣੇ ਕੀਤੇ ਕੰਮਾਂ ਨਾਲ ਹੀ ਮੌਤ ਦੇ ਜਮਦੂਤ ਦੇ ਹਵਾਲੇ ਹੋ ਜਾਂਦਾ, ਸਜ਼ਾ ਭੁਗਤਦਾ ਹੈ । ਇਹ ਹੀ ਪ੍ਰਭ ਦਾ ਭਾਣਾ ਹੁੰਦਾ ਹੈ ।

Worldly king may be so much obsessed with worldly wealth and remains intoxicated with his worldly possession. He may try to rob, invade others to capture his wealth. He may not trust anyone, even his family or children. His dedication and focus remain on worldly wealth alone. His collected wealth may deceive him; he may regret and repent after the loss. He may be captured by the devil of death; this may become His Command.

Key Message of Raag Saarang, page 1245-10
'ਅਸਲੀ ਬੰਦਗ ਕੀ ਹੈ?
ਜਿਸ ਦੇ ਮਨ ਵਿੱਚ ਪ੍ਰਭ ਦੇ ਸ਼ਬਦ ਦੀ ਸਿਖਿਆਂ ਰਚ ਜਾਂਦੀ ਹੈ । ਉਹ ਝੂਠ, ਮੰਦੇ ਕੰਮ ਕਰਨ ਦਾ ਵਰਤ ਰਖਦਾ ਹੈ । ਪ੍ਰਭ ਦੇ ਬਖਸ਼ੇ ਤੇ ਸੰਤੋਖ ਹੀ ਉਸ ਦਾ ਤੀਰਥ, ਸ਼ਬਦ ਦੀ ਸੋਝੀ, ਧਿਆਨ, ਸੁਰਤ ਮਨ ਨੂੰ ਪਵਿੱਤਰ ਕਰਨ ਵਾਲਾ ਇਸ਼ਨਾਨ ਬਣ ਜਾਂਦਾ ਹੈ । ਤਰਸ, ਦਇਆ ਕਰਨਾ, ਉਸ ਦੇ ਦੇਵੀ ਦੇਵਤੇ ਬਣ ਜਾਂਦੇ ਹਨ । ਦੂਸਰੇ ਦੀ ਗਲਤੀ ਭੁਲਾਉਣਾ, ਉਸ ਦੀ ਬੰਦਗੀ ਕਰਨ ਵਾਲੀ ਮਾਲ਼ਾ ਬਣ ਜਾਂਦੀ ਹੈ । ਜਿਹੜਾ ਮਹੀਨੇ ਦੇ ਨੌ ਦਿਨ ਸੱਚ ਬੋਲਣ, ਸ਼ਬਦ ਦੀ ਪਾਲਣਾ ਦਾ ਪ੍ਰਨ ਕਰਦਾ, ਕਾਮ ਵਾਸ਼ਨਾ, ਕਰੋਧ, ਸੰਸਾਰਕ ਇਛਾਂ ਨੂੰ ਖਤਮ ਕਰ ਦੇਂਦਾ ਹੈ । ਦਸਵੇਂ ਦਿਨ ਮਨ ਦੇ ਦਸਵੇਂ ਘਰ ਦੀ ਯਾਦ ਰਖਦਾ, ਅੰਦਰੋਂ ਖੋਜ ਕਰਦਾ ਹੈ । ਗਿਆਰਵੇਂ ਦਿਨ ਉਸ ਦਾ ਮਨ ਪ੍ਰਭ ਨੂੰ ਇਕੋ ਇਕ ਮਾਲਕ ਮੰਨ ਲੈਂਦਾ ਹੈ । ਬਾਰਵੇਂ ਦਿਨ ਉਸ ਨੂੰ ਮਨ ਦੇ ਪੰਜਾਂ ਚੋਰਾਂ ਤੇ ਜਿੱਤ ਬਖਸ਼ਿਸ਼ ਹੋ ਜਾਂਦੀ ਹੈ ।
What may be true Meditation.
Whosoever may remain drenched with the essence of His Word. He may abstain from hypocrisy, evil deeds. His contentment on His Blessings may become His Holy Shrine; his enlightenment of the essence of His Word, devotion, dedication may become his soul sanctifying bath. To forgive and ignore mistakes, short-comings of others may become as his rosary of meditation. Whosoever may become steady and stable on obeying the teachings of His Word and abides by the reality of human life journey, nine days in month; with His mercy and grace, he may conquer his worldly desires. On 10th day, he may concentrate within to be enlightened with 10th door. On 11th day he may believe The One and only One, True Master of the universe. On 12th day, he may conquer 5 demons of worldly desires

27. ਸਲੋਕ ਮਃ ੧॥ 1245-17

ਗਿਆਨ ਵਿਹੂਣਾ ਗਾਵੈ ਗੀਤ॥ ਭੁਖੇ ਮੁਲਾਂ ਘਰੇ ਮਸੀਤਿ॥ gi-aan vihoonaa gaavai geet. bhukhay mulaaN gharay maseet.

ਮਖਟੂ ਹੋਇ ਕੈ ਕੰਨ ਪੜਾਏ॥ ਫਕਰੁ ਕਰੇ ਹੋਰੁ ਜਾਤਿ ਗਵਾਏ॥ makhtoo ho-ay kai kann parhaa-ay. fakar karay hor jaat gavaa-ay.

ਗੁਰੁ ਪੀਰੁ ਸਦਾਏ ਮੰਗਣ ਜਾਇ॥ ਤਾ ਕੈ ਮੂਲਿ ਨ ਲਗੀਐ ਪਾਇ॥ gur peer sadaa-ay mangan jaa-ay. taa kai mool na lagee-ai paa-ay.

ਘਾਲਿ ਖਾਇ ਕਿਛੁ ਹਥਹੁ ਦੇਇ॥ ghaal khaa-ay kichh hathahu day-ay.

ਨਾਨਕ ਰਾਹੁ ਪਛਾਣਹਿ ਸੇਇ॥੧॥ naanak raahu pachhaaneh say-ay. ||1||

ਜਿਸ ਨੂੰ ਸ਼ਬਦ ਦੀ ਸੋਝੀ ਨਹੀਂ ਹੁੰਦੀ, ਉਹ ਸ਼ਬਦ, ਧਾਰਮਕ ਗੀਤ ਗਾਉਂਦਾ ਹੈ । ਸੰਸਾਰਕ ਮਾਇਆ ਇਕੱਠੀ ਕਰਨ ਲਈ ਘਰ ਨੂੰ ਪੂਜਣ ਵਾਲਾ ਮੰਦਰ ਬਣਾ ਲੈਂਦਾ ਹੈ । ਜਿਹੜਾ ਜੀਵ ਕੰਮ ਚੋਰ ਹੁੰਦਾ, ਕੰਨਾਂ ਵਿੱਚ ਮੁੰਦ੍ਰਾਂ ਪਾ ਲੈਂਦੇ, ਧਰਮ ਦਾ ਬਾਣਾ ਪਾਉਂਦਾ, ਮੰਗਣ ਲਗ ਪੈਂਦਾ ਹੈ । ਇਸਤਰ੍ਹਾਂ ਜੀਵਨ ਢਾਲਕੇ, ਸੰਸਾਰ ਵਿੱਚ ਵੀ ਆਪਣਾ ਮਾਣ ਗਵਾ ਲੈਂਦਾ ਹੈ । ਜਿਹੜਾ ਆਪਣੇ ਆਪ ਨੂੰ ਗੁਰੂ, ਪੀਰ ਸਦਾਉਂਦਾ, ਮੰਗਣ ਜਾਂਦਾ ਹੈ । ਉਸ ਦੇ ਨੇੜੇ ਨਾ ਜਾਵੋ! ਜਿਹੜਾ ਆਪ ਕੰਮ ਕਰਕੇ ਖਾਂਦਾ, ਕੁਝ ਬਚਾ ਕੇ ਲੋੜਵੰਦ ਦੀ ਮਦਦ ਕਰਦਾ ਹੈ । ਉਹ ਹੀ ਪ੍ਰਭ ਦੀ ਪ੍ਰਵਾਨਗੀ ਦੇ ਰਸਤੇ ਤੇ ਚਲਦਾ ਹੈ ।

Whosoever may not be enlightened with the essence of His Word; he may sing the glory of His Word; he may make his own house as a Holy Shrine for other to worship. Whosoever may be insane, lazy! He may not want to work to earn his living honestly; he may adopt religion robe, baptized, and begs from others in the name of God. Whosoever may adopt such a religious path; he may lose his honor in worldly life also. Whosoever may claim to be Holy saint and begs from others; you should never associate with him. Whosoever may work honestly and save to help less fortunate; he may be blessed with the right path of acceptance.

ਮਃ ੧॥ mehlaa 1.

ਮਨਹੁ ਜਿ ਅੰਧੇ ਕੂਪ ਕਹਿਆ, ਬਿਰਦੁ ਨ ਜਾਣਨੀ॥ manhu je anDhay koop kahi-aa birad na jaananHee.

ਮਨਿ ਅੰਧੈ ਊਂਧੈ ਕਵਲਿ, ਦਿਸਨ੍ਹਿ ਖਰੇ ਕਰੂਪ॥ man anDhai ooNDhai kaval disniH kharay karoop.

ਇਕਿ ਕਹਿ ਜਾਣਹਿ ਕਹਿਆ ਬੁਝਹਿ, ਤੇ ਨਰ ਸੁਘੜ ਸਰੂਪ॥ ik kahi jaaneh kahi-aa bujheh tay nar sugharh saroop.

ਇਕਨਾ ਨਾਦ ਨ ਬੇਦ ਨ ਗੀਅ, ਰਸੁ ਰਸ ਕਸ ਨ ਜਾਣੰਤਿ॥ iknaa naad na bayd na gee-a ras ras kas na jaanant.

ਇਕਨਾ ਸੁਧਿ ਨ ਬੁਧਿ ਨ ਅਕਲਿ, ਸਰ ਅਖਰ ਕਾ ਭੇਉ ਨ ਲਹੰਤਿ॥ iknaa suDh na buDh na akal sar akhar kaa bhay-o na laahant.

ਨਾਨਕ ਸੇ ਨਰ ਅਸਲਿ ਖਰ, ਜਿ ਬਿਨੁ ਗੁਣ ਗਰਬੁ ਕਰੰਤਿ॥੨॥ naanak say nar asal khar je bin gun garab karant. ||2||

ਜਿਸ ਦੇ ਮਨ ਵਿੱਚ ਅਗਿਆਨਤਾ ਦਾ ਡੂੰਘਾ ਅੰਧੇਰ ਹੋਵੇ! ਉਸ ਨੂੰ ਮਾਨਸ ਜੀਵਨ ਦਾ ਮੰਤਵ ਸਮਝ ਨਹੀਂ ਆਉਂਦਾ । ਭਾਵੇਂ ਉਸ ਨੂੰ ਕਿਤਨੀ ਵੀ ਸਿਖਿਆਂ ਦੀਤੀ ਜਾਵੇ । ਉਸ ਦਾ ਮਨ ਪੂਰਨ ਬੰਦ ਹੁੰਦਾ ਹੈ, ਕੋਈ ਸੋਝੀ ਨਹੀਂ ਹੁੰਦੀ । ਉਹ ਸੰਸਾਰ ਵਿੱਚ ਬੁਰੀ ਸੂਰਤ ਵਾਲਾ ਹੁੰਦਾ ਹੈ । ਕਈ ਜੀਵ ਕਿਸੇ ਦਾ ਬੋਲਿਆ ਜਾਣ ਜਾਂਦੇ, ਕੁਝ ਬੋਲ ਸਕਦੇ ਹਨ । ਉਹ ਸਿਆਣੇ, ਸੋਝੀਵਾਲੇ ਅਤੇ ਸੁਹਣੇ ਲਗਦੇ ਹਨ । ਕਈ ਵੇਦਾਂ, ਸ਼ਬਦ ਦੀ ਅਵਾਜ਼, ਸੰਗੀਤ ਨਹੀਂ ਜਾਣਦੇ, ਨਾ ਹੀ ਪੰਸਦ ਕਰਦੇ ਹਨ । ਉਸ ਤੇ

ਪ੍ਰਭ ਦੀ ਰਹਿਮਤ ਨਹੀਂ ਹੁੰਦੀ, ਸ਼ਬਦ ਵਿੱਚ ਲਗਨ, ਸੋਝੀ ਨਹੀਂ ਹੁੰਦੀ । ਉਹ ਪ੍ਰਭ ਦੀ ਕੁਦਰਤ ਨਹੀਂ ਜਾਣ ਸਕਦਾ, ਉਸ ਦੀ ਮੱਤ ਖੋਤੇ ਵਰਗੀ ਹੁੰਦੀ ਹੈ । ਉਸ ਨੂੰ ਸ਼ਬਦ ਦੀ ਕੋਈ ਸੋਝੀ ਨਹੀਂ ਹੁੰਦੀ । ਪਰ ਉਹ ਆਪਣੇ ਕੀਤੇ ਤੇ ਬਹੁਤ ਅਭਿਮਾਨ, ਅਹੰਕਾਰ ਕਰਦਾ ਹੈ । ਉਸ ਦੀ ਕੋਈ ਸ਼ਬਦ ਦੀ ਕਮਾਈ ਨਹੀਂ ਹੁੰਦੀ । ਮਾਨਸ ਜਨਮ ਬਿਰਥਾ ਹੀ ਗਵਾ ਜਾਂਦਾ ਹੈ ।

Whosoever may remain ignorant from the teachings of His Word; he may not realize the real purpose of his human life opportunity. He may be counselled many times; however, he may never learn the right path of meditation. His worldly life may be horrified. Some may follow the teachings of wise, enlightened saint; he may become wise, enlightened, and honored in His Court. Others may not hear the teachings of His Word, sermons nor singing the glory of His Word. He may never be enlightened with the essence of His Word; his intelligence, wisdom may be like donkey. He may never be enlightened with the essence of His Word. He may boast about his meditation and charities. However, he may not earn any wealth of His Word. He may waste his human life opportunity.

ਪਉੜੀ॥	pa-orhee.
ਗੁਰਮੁਖਿ ਸਭ ਪਵਿੱਤੁ ਹੈ, ਧਨੁ ਸੰਪੈ ਮਾਇਆ॥	gurmukh sabh pavit hai Dhan sampai maa-i-aa.
ਹਰਿ ਅਰਥਿ ਜੋ ਖਰਚਦੇ, ਦੇਂਦੇ ਸੁਖੁ ਪਾਇਆ॥	har arath jo kharchaday dayNday sukh paa-i-aa.
ਜੋ ਹਰਿ ਨਾਮੁ ਧਿਆਇਦੇ, ਤਿਨ ਤੋਟਿ ਨ ਆਇਆ॥	jo har naam Dhi-aa-iday tin tot na aa-i-aa.
ਗੁਰਮੁਖਾਂ ਨਦਰੀ ਆਵਦਾ, ਮਾਇਆ ਸੁਟਿ ਪਾਇਆ॥	gurmukhaaN nadree aavdaa maa-i-aa sut paa-i-aa.
ਨਾਨਕ ਭਗਤਾਂ ਹੋਰ ਚਿਤਿ ਨ ਆਵਈ, ਹਰਿ ਨਾਮਿ ਸਮਾਇਆ॥੨੨॥	naanak bhagtaaN hor chit na aavee har naam samaa-i-aa. ||22||

ਗੁਰਮੁਖ ਜੀਵ ਵਾਸਤੇ ਸੰਸਾਰਕ ਧਨ, ਦੌਲਤ, ਮਾਲਕੀਅਤ ਸਭ ਪਵਿੱਤਰ ਹੁੰਦੀ ਹੈ । ਜਿਹੜਾ ਜੀਵ ਪ੍ਰਭ ਦੇ ਬਖਸੇ ਵਿਚੋਂ ਕਿਸੇ ਲੋੜ ਵੰਦ ਦੀ ਮਦਦ ਕਰਦਾ ਹੈ, ਉਸ ਨੂੰ ਸੰਤੋਖ ਬਖਸ਼ਿਸ ਹੁੰਦਾ ਹੈ । ਜਿਹੜਾ ਪ੍ਰਭ ਦੇ ਸ਼ਬਦ ਦੀ ਪਾਲਨਾ, ਸਿਮਰਨ ਕਰਦਾ ਹੈ । ਪ੍ਰਭ ਕਦੇ ਕਿਸੇ ਚੀਜ਼ ਦੀ ਘਾਟ ਨਹੀਂ ਹੋਣ ਦੇਂਦਾ । ਗੁਰਮੁਖ ਜੀਵ ਪ੍ਰਭ ਦੇ ਸ਼ਬਦ ਨਾਲ ਜੀਵਨ ਬਤੀਤ ਕਰਦਾ ਹੈ । ਸੰਸਾਰਕ ਮਾਇਆ ਦੀਆਂ ਇੱਛਾਂ ਨੂੰ ਪਿੱਛੇ ਛੱਡ ਜਾਂਦਾ ਹੈ । ਬੰਦਗੀ ਕਰਨ ਵਾਲਾ, ਕੇਵਲ ਪ੍ਰਭ ਦੇ ਸ਼ਬਦ ਵਿੱਚ ਹੀ ਖਿਆਲ ਰਖਦਾ ਹੈ । ਉਸ ਨੂੰ ਹੋਰ ਕੋਈ ਕਿਸੇ ਕਿਸਮ ਦੀ ਸੋਝੀ ਨਹੀਂ ਹੁੰਦੀ ।

Worldly wealth may remain sanctified in the possession of His true devotee. Whosoever may save from his earnest living and help needy, helpless; he may be blessed with contentment in his worldly life. Whosoever may meditate and obeys the teachings of His Word; with His mercy and grace, he may never realize any deficiency of anything in his worldly life. His true devotee renounces all his worldly desires and adopts the teachings of His Word. His true devotee may only remain intoxicated in the teachings of His Word; he may not care nor understand any other things on his worldly life.

Key Message of Raag Saarang, page 1245-17
'ਗੁਰਮੁਖ ਦਾ ਕਿਹੜਾ ਧਨ ਹੁੰਦਾ ਹੈ?'
ਜਿਹੜਾ ਆਪ ਕੰਮ ਕਰਕੇ ਖਾਂਦਾ, ਕੁਝ ਬਚਾ ਕੇ ਲੋੜਵੰਦ ਦੀ ਮਦਦ ਕਰਦਾ ਹੈ । ਉਹ ਹੀ ਪ੍ਰਭ ਦੀ ਪ੍ਰਵਾਨਗੀ ਦੇ ਰਸਤੇ ਤੇ ਚਲਦਾ ਹੈ । ਕਈ ਜੀਵ ਕਿਸੇ ਦਾ ਬੋਲਿਆ ਜਾਣ ਜਾਂਦੇ, ਕੁਝ ਬੋਲ ਸਕਦੇ ਹਨ । ਉਹ ਸਿਆਣੇ, ਸੋਝੀਵਾਲੇ ਅਤੇ ਸੁਹਣੇ ਲਗਦੇ ਹਨ । ਦਰਬਾਰ ਵਿੱਚ ਪ੍ਰਵਾਨ ਹੋ ਜਾਂਦੇ ਹਨ! ਗੁਰਮੁਖ ਜੀਵ ਵਾਸਤੇ ਸੰਸਾਰਕ ਧਨ, ਦੌਲਤ, ਮਾਲਕੀਅਤ ਸਭ ਪਵਿੱਤਰ ਹੁੰਦੀ ਹੈ । ਜਿਹੜਾ ਜੀਵ ਪ੍ਰਭ ਦੇ ਬਖਸੇ ਵਿਚੋਂ ਕਿਸੇ ਲੋੜਵੰਦ ਦੀ ਮਦਦ ਕਰਦਾ ਹੈ, ਉਸ ਨੂੰ ਸੰਤੋਖ ਬਖਸ਼ਿਸ ਹੁੰਦਾ ਹੈ । ਪ੍ਰਭ ਕਦੇ ਕਿਸੇ ਚੀਜ਼ ਦੀ ਘਾਟ ਨਹੀਂ ਹੋਣ ਦੇਂਦਾ । ਗੁਰਮੁਖ ਜੀਵ ਪ੍ਰਭ ਦੇ ਸ਼ਬਦ ਨਾਲ ਜੀਵਨ ਬਤੀਤ ਕਰਦਾ ਹੈ ।
What may be worthy earnings of His true devotee?
Whosoever may work honestly and save to help less fortunate; he may be blessed with the right path of acceptance. Some may follow the teachings of wise, enlightened saint; he may become wise, enlightened, and honored in His Court. Worldly wealth may remain sanctified in the possession of His true devotee. Whosoever may save from his earnest living and help needy, helpless; he may be blessed with contentment in his worldly life. He may never realize any deficiency of anything in his worldly life. His

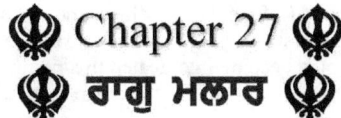

Chapter 27

ਰਾਗੁ ਮਲਾਰ

1. ਰਾਗੁ ਮਲਾਰ ਚਉਪਦੇ ਮਹਲਾ ੧ ਘਰੁ ੧॥ 1254-1

ੴ ਸਤਿ ਨਾਮੁ ਕਰਤਾ ਪੁਰਖੁ, ਨਿਰਭਉ ਨਿਰਵੈਰੁ ਅਕਾਲ ਮੂਰਤਿ ਅਜੂਨੀ ਸੈਭੰ ਗੁਰ ਪ੍ਰਸਾਦਿ॥

ik-oNkaar, sat naam, kartaa, purakh, nirbha-o, nirvair, akaal, moorat, ajoonee, saibhaN, gur parsaad.

ਖਾਣਾ ਪੀਣਾ ਹਸਣਾ ਸਉਣਾ, ਵਿਸਰਿ ਗਇਆ ਹੈ ਮਰਣਾ॥ khaanaa peenaa hasnaa sa-unaa visar ga-i-aa hai marnaa.
ਖਸਮੁ ਵਿਸਾਰਿ ਖੁਆਰੀ ਕੀਨੀ, ਧ੍ਰਿਗੁ ਜੀਵਣੁ ਨਹੀਂ ਰਹਣਾ॥੧॥ khasam visaar khu-aaree keenee Dharig jeevan nahee rahnaa. ||1||

ਜੀਵ ਨੂੰ ਸੰਸਾਰ ਵਿੱਚ ਭੋਜਨ ਖਾਣ, ਪੀਣ, ਹੱਸਣ ਖੇਲਣ, ਸੌਣ ਦੀ ਹੀ ਸੋਚ ਰਹਿੰਦੀ ਹੈ । ਇਕ ਪਲ ਵੀ ਧਿਆਨ ਵਿੱਚ ਅਟਲ ਮੌਤ ਦੀ ਸੋਚ ਨਹੀਂ ਆਉਂਦੀ । ਉਹ ਮੌਤ ਦੇ ਮਾਲਕ ਨੂੰ ਮਨੋ ਵਿਸਾਰਕੇ, ਮਾਨਸ ਜਨਮ ਦਾ ਅਮੋਲਕ ਮੌਕਾ ਗਵਾ ਜਾਂਦਾ ਹੈ । ਮਾਨਸ ਜਨਮ ਸਦਾ ਨਹੀਂ ਰਹਿੰਦਾ, ਬਾਰ ਬਾਰ ਬਖਸ਼ਿਸ਼ ਨਹੀਂ ਹੁੰਦਾ ।

Human may only think about sleeping, eating, drinking, and short-lived pleasure of worldly wealth. He may not even think about the unpredictable, unavoidable death. He may abandon the teachings of His Word from his day-to-day life. He may waste his priceless human life opportunity. Human life may not be blessed too often nor anyone may live forever.

ਪ੍ਰਾਣੀ ਏਕੋ ਨਾਮੁ ਧਿਆਵਹੁ॥ paraanee ayko naam Dhi-aavahu.
ਅਪਨੀ ਪਤਿ ਸੇਤੀ ਘਰਿ ਜਾਵਹੁ॥੧॥ ਰਹਾਉ॥ apnee pat saytee ghar jaavhu. ||1|| rahaa-o.

ਜਿਹੜਾ ਮਾਨਸ ਜਨਮ ਵਿੱਚ ਪ੍ਰਭ ਦੇ ਸ਼ਬਦ ਦਾ ਸਿਮਰਨ ਕਰਦਾ ਹੈ । ਪ੍ਰਭ ਦੀ ਰਹਿਮਤ ਨਾਲ, ਉਸ ਨੂੰ ਮੌਤ ਪਿਛੋਂ ਪ੍ਰਭ ਦੇ ਦਰਬਾਰ ਵਿੱਚ ਪ੍ਰਵਾਨਗੀ ਬਖਸ਼ਿਸ਼ ਹੋ ਸਕਦੀ ਹੈ ।

Whosoever may meditate on the teachings of His Word with steady and stable belief; with His mercy and grace, he may be accepted in His Court, after death.

ਤੁਧਨੋ ਸੇਵਹਿ ਤੁਝੁ ਕਿਆ ਦੇਵਹਿ, ਮਾਂਗਹਿ ਲੇਵਹਿ ਰਹਹਿ ਨਹੀ॥ tuDhno sayveh tujh ki-aa dayveh maaNgeh layveh raheh nahee.
ਤੂ ਦਾਤਾ ਜੀਆ ਸਭਨਾ ਕਾ, ਜੀਆ ਅੰਦਰਿ ਜੀਉ ਤੁਹੀ॥੨॥ too daataa jee-aa sabhnaa kaa jee-aa andar jee-o tuhee. ||2||

ਜਿਹੜਾ ਤੇਰੀ ਸੇਵਾ ਕਰਦਾ ਹੈ, ਉਹ ਤੈਨੂੰ ਕੀ ਦੇ ਸਕਦੇ ਹਨ? ਜਿਹੜੀਆਂ ਦਾਤਾਂ ਵੀ ਜੀਵ ਮੰਗਦਾ ਹੈ, ਉਹ ਸਦਾ ਆਪਣੇ ਸਾਥ ਨਹੀਂ ਰਖ ਸਕਦਾ । ਤੂੰ ਹੀ ਸਾਰੇ ਜੀਵਾਂ ਨੂੰ ਦਾਤਾਂ ਦੇਣ ਵਾਲਾ ਮਾਲਕ ਹੈ । ਤੇਰੇ ਹੀ ਬਖਸ਼ੇ ਹੋਏ ਸਵਾਸ ਜੀਵ ਦੇ ਅੰਦਰ ਚਲਦੇ ਹਨ ।

Whosoever may even serve Your Creation! What may he offer You? He may not keep any worldly possessions with him forever. You always bestow virtues, blessings to Your Creation. Everyone remains alive with Your blessed breathes.

ਗੁਰਮਖ ਧਿਆਵਹਿ ਸਿ ਅੰਮ੍ਰਿਤੁ ਪਾਵਹਿ, ਸੇਈ ਸੂਚੇ ਹੋਹੀ॥ gurmukh Dhi-aavahi se amrit paavahi say-ee soochay hohee.
ਅਹਿਨਿਸਿ ਨਾਮੁ ਜਪਹੁ ਰੇ ਪ੍ਰਾਣੀ, ਮੈਲੇ ਹਛੇ ਹੋਹੀ॥੩॥ ahinis naam japahu ray paraanee mailay hachhay hohee. ||3||

ਜਿਹੜਾ ਦਿਨ ਰਾਤ ਪ੍ਰਭ ਦੇ ਸ਼ਬਦ ਦਾ ਸਿਮਰਨ ਕਰਦਾ ਹੈ, ਉਸ ਨੂੰ ਗੁਰਮਖ ਅਵਸਥਾ ਬਖਸ਼ਿਸ਼ ਹੋ ਸਕਦੀ ਹੈ । ਕੇਵਲ ਉਸ ਨੂੰ ਹੀ ਸ਼ਬਦ ਦੀ ਸੋਝੀ ਬਖਸ਼ਿਸ਼ ਹੋ ਸਕਦੀ ਹੈ । ਉਸ ਦੀ ਆਤਮਾ ਪਵਿੱਤਰ ਹੋ ਜਾਂਦੀ, ਪਾਪ ਬਖਸ਼ੇ ਜਾਂਦੇ ਹਨ ।

Whosoever may meditate on the teachings of His Word with steady and stable belief in his day-to-day life; with His mercy and grace, he may be blessed with a state of mind as His true devotee. His sins of previous lives may be forgiven. His soul may be sanctified to become worthy of His Consideration.

ਜੇਹੀ ਰੁਤਿ, ਕਾਇਆ ਸੁਖੁ ਤੇਹਾ, ਤੇਹੋ ਜੇਹੀ ਦੇਹੀ॥ jayhee rut kaa-i-aa sukh tayhaa tayho jayhee dayhee.
ਨਾਨਕ ਰੁਤਿ ਸੁਹਾਵੀ ਸਾਈ, ਬਿਨੁ ਨਾਵੈ ਰੁਤਿ ਕੇਹੀ॥੪॥੧ naanak rut suhaavee saa-ee bin naavai rut kayhee. ||4||1||

ਜਿਸਤਰ੍ਹਾਂ ਦੀ ਰੁੱਤ, ਮੌਸਮ ਹੁੰਦਾ ਹੈ, ਉਸ ਤਰ੍ਹਾਂ ਦਾ ਹੀ ਤਨ ਅੰਨਦ ਮਾਨਦਾ ਹੈ । ਜਿਸ ਮੌਸਮ ਵਿੱਚ ਤਨ ਨੂੰ ਅਨੰਦ ਮਿਲਦਾ, ਉਹ ਹੀ ਮੌਸਮ ਸੁਹਾਵਨਾ ਹੁੰਦਾ ਹੈ । ਸ਼ਬਦ ਦੀ ਪਾਲਣਾ ਤੋਂ ਬਿਨਾਂ ਕਿਹੜਾ ਮੌਸਮ ਹੁੰਦਾ ਹੈ?

Whatsoever may be the season, His Nature, environment; his body may enjoy comforts or hardships. Any environment, may provide comforts to his body; that season may be pleasing to his mind. What season may be pleasant without obeying the teachings of His Word?

Key Message of Raag Malaar, page 1254-1 'ਸ਼ਬਦ ਦੀ ਸੋਝੀ ਨਾਲ ਆਤਮਾ ਪਵਿੱਤਰ ਹੋ ਜਾਂਦੀ ਹੈ!
ਜੀਵ, ਮੌਤ ਦੇ ਮਾਲਕ ਨੂੰ ਮਨੋ ਵਿਸਾਰਕੇ, ਮਾਨਸ ਜਨਮ ਦਾ ਅਮੋਲਕ ਮੌਕਾ ਗਵਾ ਜਾਂਦਾ ਹੈ । ਮਾਨਸ ਜਨਮ ਵਿੱਚ ਪ੍ਰਭ ਦੇ ਸ਼ਬਦ ਦੇ ਸਿਮਰਨ ਨਾਲ ਮੌਤ ਪਿਛੋਂ ਪ੍ਰਭ ਦੇ ਦਰਬਾਰ ਵਿੱਚ ਪ੍ਰਵਾਨਗੀ ਬਖਸ਼ਿਸ਼ ਹੋ ਸਕਦੀ ਹੈ । ਉਸ ਨੂੰ ਗੁਰਮਖ ਅਵਸਥਾ, ਸ਼ਬਦ ਦੀ ਸੋਝੀ ਬਖਸ਼ਿਸ਼ ਹੋ ਸਕਦੀ, ਆਤਮਾ ਪਵਿੱਤਰ ਹੋ ਸਕਦੀ ਹੈ!
Enlightenment of the essence of His Word may sanctify soul!
Whosoever may ignore the teachings of His Word from his day-to-day life; he wastes his priceless human life opportunity. Whosoever may meditate on the teachings of His Word; he may be accepted in His Court, after death. He may be enlightened and blessed with a state of mind as His true devotee; his soul may be sanctified to become worthy of His Consideration.

2. ਮਲਾਰ ਮਹਲਾ ੧॥1254-9

ਕਰਉ ਬਿਨਉ ਗੁਰ ਅਪਨੇ ਪ੍ਰੀਤਮ, ਹਰਿ ਵਰੁ ਆਣਿ ਮਿਲਾਵੈ॥ kara-o bin-o gur apnay pareetam har var aan milaavai.
ਸੁਣਿ ਘਨ ਘੋਰ ਸੀਤਲੁ ਮਨੁ ਮੋਰਾ, ਲਾਲ ਰਤੀ ਗੁਣ ਗਾਵੈ॥੧॥ sun ghan ghor seetal man moraa laal ratee gun gaavai. ||1||

ਪ੍ਰਭ ਆਗੇ ਅਰਦਾਸ ਕਰੋ! ਕਿ ਉਹ ਪ੍ਰਵਾਨਗੀ ਦਾ ਰਸਤੇ ਬਖਸ਼ੇ । ਪ੍ਰਭ ਦੀ ਰਹਿਮਤ ਨਾਲ ਮਨ ਦੇ ਅਕਾਸ਼ ਵਿੱਚ ਬੱਦਲ ਗੁਜਦੇ ਹਨ, ਮਨ ਵਿੱਚ ਸ਼ਬਦ ਦੀ ਸਿਖਿਆਂ ਨਾਲ ਸ਼ਰਧਾ ਵਧਦੀ ਹੈ । ਮਨ ਪਿਆਰ ਨਾਲ ਉਸ ਦੇ ਸ਼ਬਦ ਦੀ ਉਸਤਤ ਗਾਉਂਦਾ ਹੈ ।

ਗੁਰੂ ਨਾਨਕ ਦੇਵ ਜੀ! – Guru Nanak Dev Ji! Guru Granth Sahib

You should always pray for His Forgiveness and Refuge; He may bless the right path of acceptance in His Court. The clouds of His Blessings may be thundering in the sky of your mind; with His mercy and grace, your devotion with the essence of His Word may be enhanced. You may become intoxicated in singing the glory of His Word.

ਬਰਸੁ ਘਨਾ ਮੇਰਾ ਮਨੁ ਭੀਨਾ॥ baras ghanaa mayraa man bheenaa.
ਅੰਮ੍ਰਿਤ ਬੂੰਦ ਸੁਹਾਨੀ ਹੀਅਰੈ, amrit boond suhaanee hee-arai
ਗੁਰਿ ਮੋਹੀ ਮਨੁ ਹਰਿ ਰਸਿ ਲੀਨਾ॥੧॥ ਰਹਾਉ॥ gur mohee man har ras leenaa. ||1|| rahaa-o.

ਜਿਸ ਦੇ ਮਨ ਦੇ ਅਕਾਸ਼ ਤੇ ਪ੍ਰਭ ਜ਼ੋਰ ਨਾਲ ਸ਼ਬਦ ਦੀ ਵਰਖਾ ਕਰਦਾ ਹੈ । ਉਹ ਸ਼ਬਦ ਦੀ ਅਮੋਲਕ ਸਦਾ ਚਲਣ ਵਾਲੀ ਧੁਨ ਵਿੱਚ ਹੀ ਮਸਤ ਹੋ ਜਾਂਦਾ ਹੈ । ਉਸ ਦੇ ਮਨ ਵਿੱਚ ਸ਼ਬਦ ਦੀ ਸੋਝੀ ਘਰ ਕਰ ਜਾਂਦੀ, ਰਚ ਜਾਂਦੀ ਹੈ ।

Whosoever may be blessed with heavy rain of the enlightenment of the essence of His Word in the sky of his mind; with His mercy and grace, he may remain intoxicated in the everlasting echo of His Ambrosial Word. He may remain drenched with the enlightenment of the essence of His Word.

ਸਹਜਿ ਸੁਖੀ ਵਰ ਕਾਮਣਿ ਪਿਆਰੀ, ਜਿਸੁ ਗੁਰ ਬਚਨੀ ਮਨੁ ਮਾਨਿਆ॥ sahj sukhee var kaaman pi-aaree jis gur bachnee man maani-aa.
ਹਰਿ ਵਰਿ ਨਾਰਿ ਭਈ ਸੋਹਾਗਣਿ, ਮਨਿ ਤਨਿ ਪ੍ਰੇਮੁ ਸੁਖਾਨਿਆ॥੨॥ har var naar bha-ee sohagan man tan paraym sukhaani-aa. ||2||

ਮੇਰਾ ਮਨ ਸ਼ਬਦ ਦੀ ਪਾਲਣਾ, ਲਗਨ ਵਿੱਚ ਲੀਨ ਹੋ ਗਿਆ ਹੈ । ਪ੍ਰਭ, ਮੇਰੀ ਸ਼ਬਦ ਦੀ ਪਾਲਣਾ ਤੇ ਖੁਸ਼ ਹੋ ਗਿਆ ਹੈ । ਪ੍ਰਭ ਦੀ ਰਹਿਮਤ ਨਾਲ ਮਨ ਵਿੱਚ ਸੰਤੋਖ ਅਨੰਦ ਬਖਸ਼ਿਸ਼ ਹੋ ਗਿਆ ਹੈ ।

My mind remains intoxicated in obeying the teachings of His Word. The Merciful True Master has bestowed His Blessed Vision. I am overwhelmed with pleasures and contentment in my worldly life.

ਅਵਗਣ ਤਿਆਗਿ ਭਈ ਬੈਰਾਗਨਿ, ਅਸਥਿਰੁ ਵਰੁ ਸੋਹਾਗੁ ਹਰੀ॥ avgan ti-aag bha-ee bairaagan asthir var sohaag haree.
ਸੋਗੁ ਵਿਜੋਗੁ ਤਿਸੁ ਕਦੇ ਨ ਵਿਆਪੈ, sog vijog tis kaday na vi-aapai
ਹਰਿ ਪ੍ਰਭਿ ਅਪਣੀ ਕਿਰਪਾ ਕਰੀ॥੩॥ har parabh apnee kirpaa karee. ||3||

ਪ੍ਰਭ ਆਤਮਾ ਦੇ ਸਾਰੇ ਅਉਗੁਣ ਭੁਲਾ ਕੇ ਦਰਬਾਰ ਵਿੱਚ ਪ੍ਰਵਾਨਗੀ ਬਖਸ਼ਦਾ ਹੈ । ਆਤਮਾ ਨੂੰ ਪ੍ਰਭ ਦੀਆਂ ਰਹਿਮਤਾਂ ਨਾਲੋਂ ਕਦੇ ਵਿਛੋੜਾ ਨਹੀਂ ਹੋ ਸਕਦਾ ।

The Merciful True Master has forgiven all my sins and ignored my short-comings. I have been accepted in His Court; with His mercy and grace, my soul may never be separated from His Holy Spirit.

ਆਵਣ ਜਾਣੁ ਨਹੀ ਮਨੁ ਨਿਹਚਲੁ, ਪੂਰੇ ਗੁਰ ਕੀ ਓਟ ਗਹੀ॥ aavan jaan nahee man nihchal pooray gur kee ot gahee.
ਨਾਨਕ ਰਾਮ ਨਾਮੁ ਜਪਿ ਗੁਰਮੁਖਿ, ਧਨੁ ਸੋਹਾਗਣਿ ਸਚੁ ਸਹੀ॥੪॥੨॥ naanak raam naam jap gurmukh Dhan sohagan sach sahee. ||4||2||

ਮੇਰੀ ਆਤਮਾ ਨੂੰ ਪ੍ਰਭ ਦੀ ਸ਼ਰਣ ਵਿੱਚ ਪਨਾਹ ਬਖਸ਼ਿਸ਼ ਹੋ ਗਈ, ਮੇਰਾ ਜੂੰਨਾਂ ਦਾ ਚੱਕਰ ਖਤਮ ਹੋ ਗਿਆ ਹੈ । ਸ਼ਬਦ ਨਾਲ ਜੀਵਨ ਢਾਲਣ ਨਾਲ ਗੁਰਮਖ ਅਵਸਥਾ ਬਖਸ਼ਿਸ਼ ਹੋ ਗਈ ਹੈ । ਉਹ ਦਰਬਾਰ ਵਿੱਚ ਪ੍ਰਵਾਨ ਹੋ ਗਈ ਹੈ ।

My soul has been accepted at His Sanctuary; with His mercy and grace, my cycle of birth and death has been eliminated. I have been blessed with a state of mind as His true devotee. My soul has been accepted in His Court.

Key Message of Raag Malaar, page 1254-9
'ਸ਼ਬਦ ਦੀ ਸਦਾ ਚਲਣ ਵਾਲੀ ਧੁਨ ਹੀ ਪ੍ਰਵਾਨਗੀ ਦਾ ਰਸਤਾ ਹੈ!
ਜਿਹੜਾ ਸ਼ਬਦ ਦੀ ਅਮੋਲਕ ਸਦਾ ਚਲਣ ਵਾਲੀ ਧੁਨ ਵਿੱਚ ਹੀ ਮਸਤ ਹੋ ਜਾਂਦਾ ਹੈ । ਉਸ ਦੇ ਮਨ ਵਿੱਚ ਸ਼ਬਦ ਦੀ ਸੋਝੀ ਰਚ, ਘਰ ਕਰ ਜਾਂਦੀ ਹੈ । ਉਸ ਦੇ ਮਨ ਵਿੱਚ ਸੰਤੋਖ, ਅਨੰਦ ਘਰ ਜਾਂਦਾ ਹੈ । ਉਸ ਨੂੰ ਪ੍ਰਭ ਦੀ ਸ਼ਰਣ ਵਿੱਚ ਪਨਾਹ ਬਖਸ਼ਿਸ਼ ਹੋ ਜਾਂਦੀ, ਦਰਬਾਰ ਵਿੱਚ ਪ੍ਰਵਾਨ ਬਖਸ਼ਿਸ਼ ਹੋ ਜਾਂਦੀ ਹੈ ।
The everlasting echo of His Word may be the right path of acceptance!
Whosoever may remain intoxicated in the everlasting echo of His Ambrosial Word; he may remain drenched with the enlightenment of the essence of His Word. He may remain overwhelmed with pleasures and contentment in his life. His soul may be accepted at His Sanctuary, in His Court.

3. **ਮਲਾਰ ਮਹਲਾ ੧॥ 1254-15**

ਸਾਚੀ ਸੁਰਤਿ ਨਾਮਿ ਨਹੀ ਤ੍ਰਿਪਤੇ, ਹਉਮੈ ਕਰਤ ਗਵਾਇਆ॥ saachee surat naam nahee tariptai ha-umai karat gavaa-i-aa.
ਪਰ ਧਨ ਪਰ ਨਾਰੀ ਰਤੁ ਨਿੰਦਾ, ਬਿਖੁ ਖਾਈ ਦੁਖੁ ਪਾਇਆ॥ par Dhan par naaree rat nindaa bikh khaa-ee dukh paa-i-aa.
ਸਬਦੁ ਚੀਨਿ ਭੈ ਕਪਟ ਨ ਛੂਟੇ, sabad cheen bhai kapat na chhootay
ਮਨਿ ਮੁਖਿ ਮਾਇਆ ਮਾਇਆ॥ man mukh maa-i-aa maa-i-aa.
ਅਜਗਰਿ ਭਾਰਿ ਲਦੇ ਅਤਿ ਭਾਰੀ, ਮਰਿ ਜਨਮੇ ਜਨਮੁ ਗਵਾਇਆ॥੧॥ ajgar bhaar laday at bhaaree mar janmay janam gavaa-i-aa. ||1||

ਜਿਹੜਾ ਜੀਵ ਸੋਚਦਾ, ਉਸ ਨੂੰ ਸ਼ਬਦ ਦੀ ਪੂਰਨ ਸੋਝੀ ਹੋ ਗਈ ਹੈ । ਉਹ ਆਪਣਾ ਜੀਵਨ ਅਹੰਕਾਰ ਵਿੱਚ ਹੀ ਗਵਾ ਜਾਂਦਾ ਹੈ, ਉਸ ਦੇ ਮਨ ਵਿੱਚ ਸੰਤੋਖ ਬਖਸ਼ਿਸ਼ ਨਹੀਂ ਹੁੰਦਾ । ਉਹ ਪਰਾਈ ਔਰਤ ਦੀ ਕਾਮ ਵਾਸ਼ਨਾ, ਨਿੰਦਿਆਂ, ਹੈਸੀਅਤ ਦੇ ਅਭਿਮਾਨ ਵਿੱਚ ਹੀ ਰਹਿੰਦਾ ਹੈ । ਉਹ ਜੀਭ ਨਾਲ ਗੁਰਬਾਣੀ ਦੇ ਸ਼ਬਦ ਬੋਲਦਾ, ਪਰ ਮਨ ਵਿਚੋਂ ਕਰੋਧ, ਫਰੇਬ ਦੂਰ ਨਹੀਂ ਹੁੰਦਾ । ਉਸ ਦਾ ਧਿਆਨ ਹਰ ਵੇਲੇ ਧਨ ਇਕੱਠਾ ਕਰਨ ਵਿੱਚ ਹੀ ਰਹਿੰਦਾ ਹੈ । ਉਸ ਦਾ ਸੰਸਾਰਕ ਇਛਾਂ, ਪਾਪਾਂ ਦੀ ਕਮਾਈ ਦਾ ਬੋਜ ਬਹੁਤ ਭਾਰੀ ਹੁੰਦਾ ਹੈ । ਉਹ ਜਨਮ ਮਰਨ ਦੇ ਚੱਕਰ ਵਿੱਚ ਹੀ ਰਹਿੰਦਾ ਹੈ ।

Whosoever may believe to be enlightened with the complete essence of His Word; he may waste his priceless human life opportunity in his ego. He may never be blessed with a peace of mind or contentment in his worldly life. He may remain intoxicated in sexual urge for strange partner, slandering others, ego of his worldly status. He may speak frequently some suitable lines of Holy Scripture; however, his focus remains on worldly wealth, to satisfy his worldly desires. The burden of sins remains with his soul after death, he may endure the judgement of righteous judge. He may remain in the cycle of birth and death.

ਮਨਿ ਭਾਵੈ ਸਬਦੁ ਸੁਹਾਇਆ॥ man bhaavai sabad suhaa-i-aa.
ਭ੍ਰਮਿ ਭਰਮਿ ਜੋਨਿ ਭੇਖ ਬਹੁ ਕੀਨ੍ੇ, bharam bharam jon bhaykh baho keenHay
ਗੁਰਿ ਰਾਖੇ ਸਚੁ ਪਾਇਆ॥੧॥ ਰਹਾਉ॥ gur raakhay sach paa-i-aa. ||1|| rahaa-o.

ਪ੍ਰਭ ਦਾ ਸ਼ਬਦ, ਮਨ ਨੂੰ ਬਹੁਤ ਚੰਗਾ ਲੱਗਣ ਵਾਲਾ ਹੁੰਦਾ ਹੈ । ਜੀਵ ਜੂਨਾਂ ਦੇ ਚੱਕਰ ਵਿੱਚ ਵੱਖਰੇ ਵੱਖਰੇ ਅਕਾਰਾਂ ਵਿੱਚ ਜਨਮ ਲੈਂਦਾ ਹੈ । ਜਿਹੜਾ ਮਾਨਸ ਜਨਮ ਦਾ ਅਸਲੀ ਮੰਤਵ ਪਛਾਣ ਜਾਂਦਾ ਹੈ । ਉਸ ਨੂੰ ਪ੍ਰਭ ਦੀ ਸ਼ਰਨ ਵਿੱਚ ਪਨਾਹ ਬਖਸ਼ਿਸ਼ ਹੋ ਜਾਂਦੀ, ਜੂਨਾਂ ਦਾ ਚੱਕਰ ਖਤਮ ਹੋ ਜਾਂਦਾ ਹੈ ।

The teachings of His Word remain true forever and very soothing and comforting to the soul of every creature. His soul may take a birth in various body structure in the cycle of birth and death. Whosoever may recognize the real purpose of his human life opportunity; with His mercy and grace, he may be accepted in His Sanctuary; only his cycle of birth and death may be eliminated.

ਤੀਰਥਿ ਤੇਜੁ ਨਿਵਾਰਿ ਨ ਨ੍ਹਾਤੇ, ਹਰਿ ਕਾ ਨਾਮੁ ਨ ਭਾਇਆ॥
ਰਤਨ ਪਦਾਰਥੁ ਪਰਹਰਿ ਤਿਆਗਿਆ, ਜਤ ਕੋ ਤਤ ਹੀ ਆਇਆ॥
ਬਿਸਟਾ ਕੀਟ ਭਏ ਉਠ ਹੀ ਤੇ, ਉਠ ਹੀ ਮਾਹਿ ਸਮਾਇਆ॥
ਅਧਿਕ ਸੁਆਦ ਰੋਗ ਅਧਿਕਾਈ, ਬਿਨੁ ਗੁਰ ਸਹਜੁ ਨ ਪਾਇਆ॥੨॥

tirath tayj nivaar na nHaatay har kaa naam na bhaa-i-aa.
ratan padaarath parhar ti-aagi-aa jat ko tat hee aa-i-aa.
bistaa keet bha-ay ut hee tay ut hee maahi samaa-i-aa.
aDhik su-aad rog aDhikaa-ee bin gur sahj na paa-i-aa. ||2||

ਪਵਿਤਰ ਸਰੋਵਰ ਵਿੱਚ ਇਸ਼ਨਾਨ ਕਰਨ ਨਾਲ, ਮਨ ਦੇ ਅੰਦਰੋਂ ਕਰੋਧ ਦੀ ਅੱਗ ਨਹੀਂ ਬੁਝਦੀ । ਉਸ ਦਾ ਮਨ ਸ਼ਬਦ ਵਿੱਚ ਲਗਨ ਨਹੀਂ ਲਾਉਂਦਾ, ਅਮੋਲਕ ਰਤਨ ਸ਼ਬਦ ਨੂੰ ਪ੍ਰਾਪਤ ਕਰਨ ਦੀ ਕੋਸ਼ਿਸ਼ ਨਹੀਂ ਕਰਦਾ । ਉਸ ਜੀਵ ਦੀ ਹਾਲਤ, ਰੂੜੀ ਦੇ ਕੀੜੇ ਵਾਲੀ ਹੁੰਦੀ ਹੈ । ਉਹ ਸੰਸਾਰਕ ਮਾਇਆ ਰੂਪੀ ਰੂੜੀ ਵਿੱਚ ਹੀ ਜਨਮ ਲੈਂਦਾ, ਰਲ ਜਾਂਦਾ ਹੈ । ਜਿਤਨਾ ਸੰਸਾਰਕ ਧਨ ਕਮਾਉਂਦਾ, ਉਤਨਾਂ ਹੀ ਰੋਗ ਹੋਰ ਵਧਦਾ ਹੈ । ਪ੍ਰਭ ਦੇ ਸ਼ਬਦ ਦੀ ਪਾਲਣਾ ਤੋਂ ਬਿਨਾਂ ਮਨ ਨੂੰ ਸੰਤੋਖ ਬਖਸ਼ਿਸ਼ ਨਹੀਂ ਹੁੰਦਾ ।

Sanctifying bath has become a religious ritual, a social gathering, a sweet poison of worldly wealth; his soul may never be sanctified nor the lava of anger of his mind may be extinguished. He may never remain focused on obeying the teachings of His Word to be become worthy of His Consideration. His state of mind remains like a worm of manure; he may take birth in manure (intoxication of worldly wealth) and consumed in the same manure. More he may collect the worldly wealth, possessions, more his greed, intoxication may be enhanced. Without obeying and adopting the teachings of His Word; he may never be blessed with contentment in his worldly life.

ਸੇਵਾ ਸੁਰਤਿ ਰਹਸਿ ਗੁਣ ਗਾਵਾ, ਗੁਰਮੁਖਿ ਗਿਆਨੁ ਬੀਚਾਰਾ॥
ਖੋਜੀ ਉਪਜੈ ਬਾਦੀ ਬਿਨਸੈ, ਹਉ ਬਲਿ ਬਲਿ ਗੁਰ ਕਰਤਾਰਾ॥
ਹਮ ਨੀਚ ਹੋੁਤੇ ਹੀਨਮਤਿ ਝੂਠੇ, ਤੂ ਸਬਦਿ ਸਵਾਰਣਹਾਰਾ॥
ਆਤਮ ਚੀਨਿ ਤਹਾ ਤੂ ਤਾਰਣ, ਸਚੁ ਤਾਰੇ ਤਾਰਣਹਾਰਾ॥੩॥

sayvaa surat rahas gun gaavaa gurmukh gi-aan beechaaraa.
khojee upjai baadee binsai ha-o bal bal gur kartaaraa.
ham neech hotay heenmat jhoothay too sabad savaaranhaaraa.
aatam cheen tahaa too taaran sach taaray taaranhaaraa. ||3||

ਬੰਦਗੀ ਕਰਨ ਵਾਲਾ ਆਪਣਾ ਧਿਆਨ ਆਪਣੇ ਕੀਤੇ ਕੰਮਾਂ ਦੀ ਪਰਖ ਤੇ ਲਾਉਂਦਾ, ਪ੍ਰਭ ਦੇ ਸ਼ਬਦ ਦੀ ਪਾਲਣਾ ਕਰਦਾ, ਉਸਤਤ ਗਾਉਂਦਾ ਹਾ । ਜਿਹੜਾ ਮਨ ਅੰਦਰੋਂ ਪ੍ਰਭ ਦੇ ਸ਼ਬਦ ਦੀ ਖੋਜ ਕਰਦਾ ਹੈ, ਉਸ ਨੂੰ ਸੋਝੀ ਬਖਸ਼ਿਸ਼ ਹੋ ਜਾਂਦੀ ਹੈ । ਜਿਹੜਾ ਕੇਵਲ ਸ਼ਬਦ ਦਾ ਵਿਚਾਰ, ਗੁਣ ਗਾਉਣ, ਪ੍ਰਚਾਰ ਕਰਨ ਨੂੰ ਹੀ ਬੰਦਗੀ ਸਮਝਦਾ ਹੈ, ਉਸ ਦੀ ਹਾਲਤ ਰੂੜੀ ਦੇ ਕੀੜੇ ਵਾਲੀ ਹੁੰਦੀ, ਵਿਚਾਰ ਕਰਦਾ ਹੀ ਅਮੋਲਕ ਜਨਮ ਬਿਰਥਾ ਗਵਾ ਜਾਂਦਾ ਹੈ । ਪ੍ਰਭ ਦੇ ਖੇਲ, ਸ਼ਬਦ ਦੇ ਗੁਣਾਂ ਤੋਂ ਕੁਰਬਾਨ ਜਾਵਾਂ! ਪ੍ਰਭ, ਮੇਰੇ ਨੀਚ ਕੰਮਾਂ ਵਾਲੇ ਜੀਵ ਦੀ ਮੱਤ ਬੋੜੀ ਹੈ । ਆਪਣੀ ਰਹਿਮਤ ਨਾਲ ਸ਼ਬਦ ਦੀ ਲਗਨ, ਸ਼ਬਦ ਦੀ ਸੋਝੀ ਬਖਸ਼ੋ । ਜਿਹੜਾ ਮਾਨਸ ਜਨਮ ਦਾ ਮੰਤਵ ਸਮਝ ਜਾਂਦਾ ਹੈ, ਉਸ ਨੂੰ ਪ੍ਰਭ ਦੀ ਸਦਾ ਚਲਣ ਵਾਲੀ ਧੁਨ ਸੁਣਾਈ ਦੇਂਦੀ ਹੈ । ਉਸ ਨੂੰ ਦਰਬਾਰ ਵਿੱਚ ਪ੍ਰਵਾਨਗੀ ਬਖਸ਼ਿਸ਼ ਹੋ ਜਾਂਦੀ ਹੈ ।

His true devotee may remain intoxicated in evaluating his worldly deeds with the teachings of His Word, singing the glory, and obeying the teachings of His Word with steady and stable belief in his day-to-day life. Whosoever may wholeheartedly search within his own mind; with His mercy and grace, he may be enlightened with the essence of His Word. Whosoever may not adopt the teachings of His Word in his day-to-day life; however, he may consider **singing the glory or preaching the teachings of His Word** to others to earn worldly wealth, to earn living, as his meditation; his state of mind and worldly condition may remain like a worm of manure. He may waste his priceless human life opportunity uselessly. I remain fascinated, astonished from His Nature, His Virtues. The Merciful True Master, blesses devotion and enlightenment of the essence of His Word. Whosoever may recognize the real purpose of his human life opportunity; with His mercy and grace, he may realize His Holy Spirit prevailing everywhere. He may hear the everlasting echo of His Word resonating within his heart; with His mercy and grace, he may be accepted in His Court.

ਬੈਸਿ ਸੁਥਾਨਿ ਕਹਾਂ ਗੁਣ ਤੇਰੇ, ਕਿਆ ਕਿਆ ਕਥਉ ਅਪਾਰਾ॥
ਅਲਖੁ ਨ ਲਖੀਐ ਅਗਮੁ ਅਜੋਨੀ, ਤੂੰ ਨਾਥਾਂ ਨਾਥਣਹਾਰਾ॥
ਕਿਸੁ ਪਹਿ ਦੇਖਿ ਕਹਉ ਤੂ ਕੈਸਾ, ਸਭਿ ਜਾਚਕ ਤੂ ਦਾਤਾਰਾ॥
ਭਗਤਿਹੀਨੁ ਨਾਨਕ ਦਰਿ ਦੇਖਹੁ, ਇਕੁ ਨਾਮੁ ਮਿਲੈ ਉਰਿ ਧਾਰਾ॥੪॥੩॥

bais suthaan kahaaN gun tayray ki-aa ki-aa katha-o apaaraa.
alakh na lakhee-ai agam ajonee tooN naathaaN naathanhaaraa.
kis peh daykh kaha-o too kaisaa sabh jaachak too daataaraa.
bhagtiheen naanak dar daykhhu ik naam milai ur Dhaaraa. ||4||3||

ਮੈਂ ਕਿਥੇ ਆਸਣ ਲਾ ਕੇ, ਸ਼ਬਦ ਦਾ ਸਿਮਰਨ ਕਰਾਂ? ਕਿਹੜੇ ਸ਼ਬਦ ਦੀ ਉਸਤਤ ਗਵਾ? ਨਾਥਾਂ ਦਾ ਨਾਥ, ਜਨਮ ਮਰਨ ਤੋਂ ਰਹਿਤ, ਜੀਵ ਦੀ ਜਾਣਕਾਰੀ ਵਿੱਚ ਨਹੀਂ ਹੈ । ਉਸ ਦੀ ਹੋਰ ਕਿਸੇ ਸੰਸਾਰਕ ਗੁਰੂ, ਪੁਰਾਤਨ ਸੰਤ ਨਾਲ ਕਿਵੇਂ ਤੁਲਨਾ ਕਰ ਸਕਦਾ ਹਾਂ? ਸਾਰੇ ਜੀਵ ਹੀ ਪ੍ਰਭ ਦੇ ਦਰ ਦੇ ਮੰਗਤ ਹਨ, ਕੇਵਲ ਪ੍ਰਭ ਹੀ ਦਾਤਾਂ ਦਾ ਮਾਲਕ, ਬਖਸ਼ਣਹਾਰਾ ਹੈ । ਮੇਰੀ ਬੰਦਗੀ ਵਿੱਚ ਕੋਈ ਸਤ, ਜ਼ੋਰ ਨਹੀਂ ਹੈ! ਰਹਿਮਤ ਬਖਸ਼ਕੇ, ਸ਼ਬਦ ਦੀ ਪਾਲਣਾ ਵਿੱਚ ਲਗਨ ਬਖਸ਼ੋ!

Where should I establish my meditation throne? Which of Holy Scripture may I sing as His Glory? The Guru of worldly gurus, remains beyond the cycle of birth and death and comprehension of His Creation. How may I compare His Greatness with any present or ancient saint or worldly guru? All worldly creatures are beggar at His door; only The True Master remains trustee of all blessings; only He may bestow any virtue to any creature. My own meditation, dedication may not have any significance in His Court; with His mercy and grace, He may bless devotion to obey the teachings of His Word.

Key Message of Raag Malaar, page 1254-15
'ਮਾਨਸ ਪ੍ਰਭ ਦਾ ਰੂਪ ਨਹੀਂ ਬਣ ਸਕਦਾ!
ਜਿਹੜਾ ਸੋਚਦਾ, ਉਸ ਨੂੰ ਸ਼ਬਦ ਦੀ ਪੂਰਨ ਸੋਝੀ ਹੋ ਗਈ ਹੈ । ਉਹ ਅਹੰਕਾਰ ਵਿੱਚ ਜੀਭ ਨਾਲ ਗੁਰਬਾਣੀ ਦੇ ਸ਼ਬਦ ਬੋਲਦਾ, ਪਰ ਧਿਆਨ, ਹਰ ਵੇਲੇ ਧਨ ਇਕੱਠਾ ਕਰਨ ਵਿੱਚ ਹੀ ਰਹਿੰਦਾ ਹੈ । ਜਿਹੜਾ ਮਾਨਸ ਜਨਮ ਦਾ ਅਸਲੀ ਮੰਤਵ ਪਛਾਣ ਜਾਂਦਾ ਹੈ । ਉਸ ਨੂੰ ਪ੍ਰਭ ਦੀ ਸ਼ਰਨ ਵਿੱਚ ਪਨਾਹ ਬਖਸ਼ਿਸ਼ ਹੋ ਜਾਂਦੀ ਹੈ । ਉਹ ਆਪਣੇ ਕੀਤੇ ਕੰਮਾਂ ਨੂੰ ਪਰਖਦਾ, ਮਨ ਅੰਦਰੋਂ ਪ੍ਰਭ ਦੇ ਸ਼ਬਦ ਦੀ ਖੋਜ ਕਰਦਾ ਹੈ, ਉਸ ਨੂੰ ਪ੍ਰਭ ਦੀ ਸਦਾ ਚਲਣ ਵਾਲੀ ਧੁਨ ਸੁਣਾਈ ਦੇਂਦੀ ਹੈ । ਉਸ ਨੂੰ

ਦਰਬਾਰ ਵਿੱਚ ਪ੍ਰਵਾਨਗੀ ਬਖਸ਼ਿਸ਼ ਹੋ ਜਾਂਦੀ ਹੈ । ਪ੍ਰਭ, ਜਨਮ ਮਰਨ ਤੋਂ ਰਹਿਤ, ਮਾਨਸ ਦੀ ਜਾਣਕਾਰੀ, ਪਹੁੰਚ ਵਿੱਚ ਨਹੀਂ ਹੈ, ਉਸ ਦੀ ਹੋਰ ਕਿਸੇ ਮਾਨਸ ਗੁਰੂ, ਪਰਾਤਨ ਸੰਤ ਨਾਲ ਤੁਲਨਾ ਨਹੀਂ ਕੀਤੀ ਜਾ ਸਕਦੀ!

Never claim any human as The True Guru!

Whosoever may believe to be enlightened with the complete essence of His Word. He may frequently recite suitable lines of Holy Scripture in his ego; however, his focus remains on worldly wealth, to satisfy his worldly desires. Whosoever may recognize the real purpose of his human life opportunity; he may be accepted in His Sanctuary. He may remain intoxicated in evaluating his worldly deeds with the teachings of His Word; he may wholeheartedly search within his own mind. He may hear the everlasting echo of His Word resonating within his heart; he may be accepted in His Court. The One and only One, True Guru remains beyond the cycle of birth and death and comprehension of His Creation; no worldly guru, saint, prophet may ever be compared with His Greatness; all are His slave, puppets.

4. ਮਲਾਰ ਮਹਲਾ ੧॥ 1255-10

ਜਿਨਿ ਧਨ ਪਿਰ ਕਾ ਸਾਦੁ ਨ ਜਾਨਿਆ, ਸਾ ਬਿਲਖ ਬਦਨ ਕੁਮਲਾਨੀ॥ jin Dhan pir kaa saad na jaani-aa saa bilakh badan kumlaanee.
ਭਈ ਨਿਰਾਸੀ ਕਰਮ ਕੀ ਫਾਸੀ, ਬਿਨੁ ਗੁਰ ਭਰਮਿ ਭੁਲਾਨੀ॥੧॥ bha-ee niraasee karam kee faasee bin gur bharam bhulaanee. ||1||

ਜਿਹੜਾ ਸ਼ਬਦ ਦੀ ਪਾਲਣਾ ਨਹੀਂ ਕਰਦਾ, ਉਸ ਦੇ ਮਨ ਦਾ ਭਰੋਸਾ ਇਕੋ ਇਕ ਪ੍ਰਭ ਦੇ ਬਖਸ਼ੇ ਤੇ ਅਡੋਲ ਨਹੀਂ ਹੁੰਦਾ, ਉਹ ਰੋਂਦਾ ਹੀ ਮਰ ਜਾਂਦਾ ਹੈ । ਉਹ ਸ਼ਬਦ ਦੀ ਪਾਲਣਾ ਤੋਂ ਬਿਨਾਂ ਭਰਮਾਂ ਵਿੱਚ ਹੀ ਭਟਕਦਾ ਰਹਿੰਦਾ ਹੈ । ਉਸ ਨੂੰ ਆਪਣੇ ਕੀਤੇ ਦਾ ਫਲ ਹੀ ਬਖਸ਼ਿਸ਼ ਹੁੰਦਾ ਹੈ, ਜੂੰਨਾਂ ਦੇ ਚੱਕਰ ਵਿੱਚ ਹੀ ਰਹਿੰਦਾ ਹੈ ।

Whosoever may not obey the teachings of His Word; he may never establish a steady and stable belief on His Blessings. He may remain frustrated in worldly desires, disappointments and intoxicated in religious rituals, suspicions. His worldly deeds may not be rewarded; he may remain in the cycle of birth and death.

ਬਰਸੁ ਘਨਾ ਮੇਰਾ ਪਿਰੁ ਘਰਿ ਆਇਆ॥ baras ghanaa mayraa pir ghar aa-i-aa.
ਬਲਿ ਜਾਵਾ ਗੁਰ ਅਪਨੇ ਪ੍ਰੀਤਮ, bal jaavaaN gur apnay pareetam
ਜਿਨਿ ਹਰਿ ਪ੍ਰਭੁ ਆਣਿ ਮਿਲਾਇਆ॥੧॥ ਰਹਾਉ॥ jin har parabh aan milaa-i-aa. ||1|| rahaa-o.

ਜਿਸ ਤੇ ਪ੍ਰਭ ਦੀ ਰਹਿਮਤ ਨਾਲ ਸ਼ਬਦ ਦੀ ਵਰਖਾ ਹੋ ਜਾਂਦੀ ਹੈ, ਉਸ ਦੇ ਮਨ ਵਿੱਚ ਸ਼ਬਦ ਦੀ ਜੋਤ ਜਗਰਤ ਹੋ ਜਾਂਦੀ ਹੈ । ਪ੍ਰਭ, ਮੇਰੇ ਤੇ ਜ਼ੋਰ ਨਾਲ ਵਰਖਾ ਕਰੋ! ਮੈਂ ਦਰਬਾਰ ਵਿੱਚ ਪ੍ਰਵਾਨ ਹੋ ਜਾਵਾ ।

Whosoever may be drenched with rain of enlightenment of His Word; with His mercy and grace, he may be blessed with the right path of human life opportunity. The Merciful True Master bestows the heavy rain of devotion and enlightenment on my soul; I am become worthy of Your Consideration.

ਨਉਤਨ ਪ੍ਰੀਤਿ ਸਦਾ ਠਾਕੁਰ ਸਿਉ, ਅਨਦਿਨੁ ਭਗਤਿ ਸੁਹਾਵੀ॥ na-utan pareet sadaa thaakur si-o an-din bhagat suhaavee.
ਮੁਕਤਿ ਭਏ ਗੁਰ ਦਰਸੁ ਦਿਖਾਇਆ, ਜੁਗਿ ਜੁਗਿ ਭਗਤਿ ਸੁਭਾਵੀ॥੨॥ mukat bha-ay gur daras dikhaa-i-aa jug jug bhagat subhaavee. ||2||

ਮੈਂ ਦਿਨ ਰਾਤ ਸ਼ਬਦ ਦੀ ਉਸਤਤ ਗਾਉਂਦਾ ਹਾ । ਮੇਰੀ ਲਗਨ ਪ੍ਰਭ ਦੇ ਸ਼ਬਦ ਨਾਲ ਸਦਾ ਤਾਜ਼ਾ ਰਹਿਣ ਵਾਲੀ ਹੈ । ਪ੍ਰਭ ਦੀ ਰਹਿਮਤ ਨਾਲ ਮੇਰੀ ਸ਼ਬਦ ਦੀ ਕਮਾਈ ਪ੍ਰਭ ਦੇ ਦਰਬਾਰ ਵਿੱਚ ਪ੍ਰਵਾਨ ਹੋ ਗਈ ਹੈ । ਮੈਂ ਸ਼ਬਦ ਦੀ ਲਗਨ, ਪਾਲਣਾ ਨਾਲ, ਜੁੱਗਾਂ, ਜੁੱਗਾਂ ਵਿੱਚ ਮਿਸਾਲ ਬਣ ਗਿਆ ਹਾ ।

I remain intoxicated in singing the glory of His Word, Day, and night. My devotion, dedication remains rejuvenated, fresh, and true forever; with His mercy and grace, my earnings of His Word have been accepted in His Court. My devotion, dedication and my way of life have become a pillar of enlightenment in the universe.

ਹਮ ਥਾਰੇ ਤ੍ਰਿਭਵਣ ਜਗੁ ਤੁਮਰਾ, ਤੂ ਮੇਰਾ ਹਉ ਤੇਰਾ॥ ham thaaray taribhavan jag tumraa too mayraa ha-o tayraa.
ਸਤਿਗੁਰਿ ਮਿਲਿਐ ਨਿਰੰਜਨੁ ਪਾਇਆ, ਬਹੁਰਿ ਨ ਭਵਜਲਿ ਫੇਰਾ॥੩॥ satgur mili-ai niranjan paa-i-aa bahur na bhavjal fayraa. ||3||

ਤਿੰਨਾਂ ਸ੍ਰਿਸ਼ਟੀਆਂ ਦੇ ਮਾਲਕ ਨੇ, ਰਹਿਮਤ ਨਾਲ ਆਪਣਾ ਦਾਸ ਬਣਾ ਲਿਆ ਹੈ । ਸ਼ਬਦ ਨਾਲ ਜੀਵਨ ਢਾਲਣ ਨਾਲ ਹੀ ਪ੍ਰਭ ਦੀ ਰਹਿਮਤ ਬਖਸ਼ਿਸ਼ ਹੋਈ ਹੈ, ਜਨਮ ਮਰਨ ਦਾ ਚੱਕਰ ਖਤਮ ਹੋ ਗਿਆ ਹੈ ।

The True Master of three universes has blessed me with a state of mind as His true devotee. I have adopted the teachings of His Word with steady and stable belief in my day-to-day life; with His mercy and grace, my cycle of birth and death has been eliminated.

ਅਪੁਨੇ ਪਿਰ ਹਰਿ ਦੇਖਿ ਵਿਗਾਸੀ, ਤਉ ਧਨ ਸਾਚੁ ਸੀਗਾਰੋ॥ apunay pir har daykh vigaasee ta-o Dhan saach seegaaro.
ਅਕੁਲ ਨਿਰੰਜਨ ਸਿਉ ਸਚਿ ਸਾਚੀ, ਗੁਰਮਤਿ ਨਾਮੁ ਅਧਾਰੋ॥੪॥ akul niranjan si-o sach saachee gurmat naam aDhaaro. ||4||

ਜਿਸ ਜੀਵ ਦੀ ਬੰਦਗੀ, ਸ਼ਬਦ ਦੀ ਕਮਾਈ ਪ੍ਰਭ ਨੂੰ ਪ੍ਰਵਾਨ ਹੋ ਜਾਂਦੀ ਹੈ । ਉਸ ਦਾ ਬੰਦਗੀ ਕਰਨ ਦਾ ਰਸਤਾ, ਉਸ ਵਾਸਤੇ ਅਸਲੀ ਬਣ ਜਾਂਦਾ ਹੈ । ਜਿਸ ਸ਼ਬਦ ਦੀ ਪਾਲਣਾ, ਬਾਣੀ ਦੀ ਸਿਖਿਆਂ ਨਾਲ ਜੀਵਨ ਢਾਲਣ ਨਾਲ ਰਹਿਮਤ ਬਖਸ਼ਿਸ਼ ਹੋ ਜਾਂਦੀ ਹੈ । ਉਹ ਹੀ ਸ਼ਬਦ ਪਵਿੱਤਰ ਹੈ, ਉਸ ਦੇ ਜੀਵਨ ਦਾ ਪ੍ਰਵਾਨਗੀ ਦਾ ਅਸਲੀ ਰਸਤਾ, ਅਧਾਰ ਬਣ ਜਾਂਦਾ ਹੈ ।

Whose earnings of His Word may be accepted in His Court; with His mercy and grace, his way of life may become the right path of meditation, acceptance in His Court. By obeying the teachings of any Holy Scripture; he may remain contented and beyond the reach of worldly desires; with His mercy and grace, the teaching of that Holy Scripture may become the right path of his human life opportunity.

ਮੁਕਤਿ ਭਈ ਬੰਧਨ ਗੁਰਿ ਖੋਲੇ, ਹਏ ਸਬਦਿ ਸੁਰਤਿ ਪਤਿ ਪਾਈ॥ mukat bha-ee banDhan gur khol Hay sabad surat pat paa-ee.
ਨਾਨਕ ਰਾਮ ਨਾਮੁ ਰਿਦ ਅੰਤਰਿ, ਗੁਰਮੁਖਿ ਮੇਲਿ ਮਿਲਾਈ॥੫॥੪॥ naanak raam naam rid antar gurmukh mayl milaa-ee. ||5||4||

ਜਿਹੜਾ ਸੁਰਤੀ, ਧਿਆਨ ਲਾ ਕੇ ਸ਼ਬਦ ਦੀ ਪਾਲਣਾ ਕਰਦਾ ਹੈ । ਆਪ ਹੀ ਰਹਿਮਤ ਬਖਸ਼ਕੇ, ਉਸ ਜੀਵ ਦੇ ਸੰਸਾਰਕ ਇਛਾਂ ਦੇ ਬੰਧਨ ਤੋੜ ਦੇਂਦਾ ਹੈ । ਉਹ ਹੀ ਮੁਕਤੀ ਦੇ ਰਸਤੇ ਤੇ ਚਲ ਸਕਦਾ ਹੈ, ਉਸ ਦੇ ਮਨ ਵਿੱਚ ਸ਼ਬਦ ਘਰ ਕਰ ਜਾਂਦਾ ਹੈ । ਇਸਤਰ੍ਹਾਂ ਜੀਵਨ ਬਤੀਤ ਕਰਨ ਵਾਲਾ ਗੁਰਮਖ ਪ੍ਰਭ ਨੂੰ ਪ੍ਰਵਾਨ ਹੋ ਜਾਂਦਾ ਹੈ ।

Whosoever may remain intoxicated in obeying the teachings of His Word; with His mercy and grace, all his worldly bonds may be eliminated. Only, he may be on the right path of salvation; with His mercy and grace, he may be drenched with the essence of His Word. Whosoever may adopt such a way of life; he may be accepted in His Court.

Key Message of Raag Malaar, page 1255-10
'ਸ਼ਬਦ ਦੀ ਸਿਖਿਆਂ ਮਨ ਵਿੱਚ ਤਾਜ਼ਾ ਰਖਣਾ, ਪ੍ਰਵਾਨਗੁ ਦਾ ਰਸਤਾ ਬਣ ਜਾਂਦਾ ਹੈ!
ਜਿਹੜਾ ਪ੍ਰਭ ਦੇ ਸ਼ਬਦ ਨੂੰ, ਵਿਛੋੜੇ ਦੀ ਯਾਦ ਨੂੰ ਮਨ ਵਿੱਚ ਸਦਾ ਤਾਜ਼ਾ ਰਖਦਾ ਹੈ । ਉਸ ਦੀ ਸ਼ਬਦ ਦੀ ਕਮਾਈ ਪ੍ਰਭ ਦੇ ਦਰਬਾਰ ਵਿੱਚ ਪ੍ਰਵਾਨ ਹੋ ਜਾਂਦੀ ਹੈ । ਉਸ ਦਾ ਬੰਦਗੀ ਦਾ ਰਸਤਾ, ਪ੍ਰਵਾਨਗੀ ਦਾ ਅਸਲੀ ਰਸਤਾ, ਅਧਾਰ ਬਣ ਜਾਂਦਾ ਹੈ । ਜਿਹੜਾ ਸੁਰਤੀ, ਧਿਆਨ ਸ਼ਬਦ ਦੀ ਪਾਲਣਾ ਵਿੱਚ ਰਖਦਾ ਹੈ, ਉਸ ਦੇ ਸੰਸਾਰਕ ਇਛਾਂ ਦੇ ਬੰਧਨ ਖਤਮ ਹੋ ਜਾਂਦੇ, ਮਨ ਵਿੱਚ ਸ਼ਬਦ ਘਰ ਕਰ ਜਾਂਦਾ ਹੈ । ਉਸ ਦੀ ਸ਼ਬਦ ਦੀ ਕਮਾਈ ਪ੍ਰਭ ਨੂੰ ਪ੍ਰਵਾਨ ਹੋ ਜਾਂਦੀ ਹੈ ।
Keeping essences of His Word fresh may become the right path of acceptance in His Court!
Whosoever may remain intoxicated in singing His Glory; his devotion, dedication remains rejuvenating, fresh and true forever. His earnings of His Word may be accepted in His Court. His way of life may become the right path of meditation, acceptance in His Court. Whosoever may remain intoxicated in obeying the teachings of His Word; all his worldly bonds may be eliminated; he remains drenched with the essence of His Word. His earnings of His Word may be accepted in His Court.

5. **ਮਹਲਾ ੧ ਮਲਾਰ॥ 1255-18**

ਪਰ ਦਾਰਾ ਪਰ ਧਨੁ ਪਰ ਲੋਭਾ, ਹਉਮੈ ਬਿਖੈ ਬਿਕਾਰ॥ par daaraa par Dhan par lobhaa ha-umai bikhai bikaar.
ਦੁਸਟ ਭਾਉ ਤਜਿ ਨਿੰਦ ਪਰਾਈ, ਕਾਮੁ ਕ੍ਰੋਧੁ ਚੰਡਾਰ॥੧॥ dusat bhaa-o taj nind paraa-ee kaam kroDh chandaar. ||1||

ਜੀਵ, ਮਨ ਵਿਚੋਂ ਦੂਸਰੇ ਦੀ ਔਰਤ ਦਾ ਖਿਆਲ, ਸੰਸਾਰਕ ਧਨ, ਲੋਭ, ਲਾਲਚ, ਧੋਖਾ, ਅਹੰਕਾਰ, ਬੁਰੇ ਖਿਆਲ, ਫਰੇਬ, ਕਾਮ ਵਾਸ਼ਨਾ ਕਰੋਧ ਤਿਆਗ ਦੇਵੋ!

You should renounce your sexual urge for strange woman, deception, ego, evil thoughts, anger, hypocrisy, and intoxication of worldly wealth.

ਮਹਲ ਮਹਿ ਬੈਠੇ ਅਗਮ ਅਪਾਰ॥ mahal meh baithay agam apaar.
ਭੀਤਰਿ ਅੰਮ੍ਰਿਤੁ ਸੋਈ ਜਨੁ ਪਾਵੈ, bheetar amrit so-ee jan paavai
ਜਿਸੁ ਗੁਰ ਕਾ ਸਬਦੁ ਰਤਨੁ ਆਚਾਰ॥੧॥ ਰਹਾਉ॥ jis gur kaa sabad ratan aachaar. ||1|| rahaa-o.

ਪ੍ਰਭ ਜੀਵ ਦੀ ਜਾਣਕਾਰੀ, ਦੇਖਣ, ਅੰਤ ਤੋਂ ਰਹਿਤ, ਮਨ ਦੇ ਤਖਤ ਤੇ ਬੈਠਾ ਹੈ । ਜਿਹੜਾ ਪ੍ਰਭ ਦੇ ਸ਼ਬਦ ਨਾਲ ਜੀਵਨ ਢਾਲ ਲੈਂਦਾ ਹੈ, ਉਸ ਨੂੰ ਮਨ ਦੀਆਂ ਤ੍ਰਿਸ਼ਨਾਂ ਤੇ ਜਿੱਤ ਬਖਸ਼ਿਸ਼ ਹੋ ਜਾਂਦੀ ਹੈ । ਉਸ ਨੂੰ ਸ਼ਬਦ ਦੀ ਸੋਝੀ, ਪ੍ਰਵਾਨਗੀ ਦਾ ਰਸਤਾ ਬਖਸ਼ਿਸ਼ ਹੋ ਜਾਂਦਾ ਹੈ ।

The True Master beyond visibility, and comprehension remains embedded within each soul and dwells within his body. Whosoever may adopt the teachings of His Word; with His mercy and grace, he may be enlightened and blessed with the right path of acceptance in His Court.

ਦੁਖ ਸੁਖ ਦੋਊ ਸਮ ਕਰਿ ਜਾਨੈ, ਬੁਰਾ ਭਲਾ ਸੰਸਾਰ॥ dukh sukh do-oo sam kar jaanai buraa bhalaa sansaar.
ਸੁਧਿ ਬੁਧਿ ਸੁਰਤਿ ਨਾਮਿ ਹਰਿ ਪਾਈਐ, ਸਤਸੰਗਤਿ ਗੁਰ ਪਿਆਰ॥੨॥ suDh buDh surat naam har paa-ee-ai satsangat gur pi-aar. ||2||

ਜਿਹੜਾ ਸੰਸਾਰ ਵਿੱਚ ਦੁਖ, ਸੁਖ, ਬੁਰੇ ਭੱਲੇ ਨੂੰ ਇਕ ਸਮਾਨ ਹੀ ਸਮਝਦਾ ਹੈ । ਉਸ ਨੂੰ ਸ਼ਬਦ ਦੀ ਪਾਲਣਾ ਨਾਲ ਹੀ ਜੀਵਨ ਦੀ ਅਸਲੀਅਤ ਦੀ ਸੋਝੀ ਬਖਸ਼ਿਸ਼ ਹੋ ਜਾਂਦੀ ਹੈ । ਸੰਤ ਦੀ ਸੰਗਤ ਵਿੱਚ ਸ਼ਬਦ ਦੀ ਸਿਖਿਆਂ ਨੂੰ ਜੀਵਨ ਵਿੱਚ ਢਾਲਣ ਦਾ ਅਭਿਆਸ ਕੀਤਾ ਜਾਂਦਾ ਹੈ ।

Whose may accept all worldly pleasures and miseries of worldly life as His Worthy Blessings. He may remain intoxicated in obeying the teachings of His Word; with His mercy and grace, he may be enlightened with the reality of his human life. He may remain in the conjugation of His Holy saint and practices to adopt his life experience in his day-to-day life.

ਅਹਿਨਿਸਿ ਲਾਹਾ ਹਰਿ ਨਾਮੁ ਪਰਾਪਤਿ, ਗੁਰੁ ਦਾਤਾ ਦੇਵਣਹਾਰੁ॥ ahinis laahaa har naam paraapat gur daataa dayvanhaar.
ਗੁਰਮੁਖਿ ਸਿਖ ਸੋਈ ਜਨੁ ਪਾਏ, ਜਿਸ ਨੋ ਨਦਰਿ ਕਰੇ ਕਰਤਾਰੁ॥੩॥ gurmukh sikh so-ee jan paa-ay jis no nadar karay kartaar. ||3||

ਜਿਹੜਾ ਦਿਨ ਰਾਤ ਸ਼ਬਦ ਦੀ ਪਾਲਣਾ ਕਰਦਾ ਹੈ, ਉਹ ਮਾਨਸ ਜੀਵਨ ਦਾ ਲਾਹਾ ਖੱਟ ਜਾਂਦਾ ਹੈ । ਅਸਲੀ ਮਾਲਕ ਦਾਤਾਂ ਬਖਸ਼ਦਾ ਹੈ । ਪ੍ਰਭ ਆਪਣੇ ਦਾਸ ਨੂੰ ਸ਼ਬਦ ਦੀ ਸੋਝੀ ਬਖਸ਼ਦਾ ਹੈ ।

Whosoever may obey the teachings of His Word Day and night; with His mercy and grace, he may benefit from his human life opportunity. The True Master always bestows virtues on His Creation; with His mercy and grace, His true devotee may be enlightened with the essence of His Word.

ਕਾਇਆ ਮਹਲੁ ਮੰਦਰੁ ਘਰੁ ਹਰਿ ਕਾ, kaa-i-aa mahal mandar ghar har kaa
ਤਿਸੁ ਮਹਿ ਰਾਖੀ ਜੋਤਿ ਅਪਾਰ॥ tis meh raakhee jot apaar.
ਨਾਨਕ ਗੁਰਮੁਖਿ ਮਹਲਿ ਬੁਲਾਈਐ, naanak gurmukh mahal bulaa-ee-ai
ਹਰਿ ਮੇਲੇ ਮੇਲਣਹਾਰ॥੪॥੫॥ har maylay maylanhaar. ||4||5||

ਜੀਵ ਦਾ ਤਨ ਹੀ ਪ੍ਰਭ ਦਾ ਤਖਤ, ਮੰਦਰ, ਵਸਣ ਵਾਲਾ ਮਹਿਲ ਹੈ । ਜਿਸ ਨੂੰ ਗੁਰਮਖ ਅਵਸਥਾ ਬਖਸ਼ਿਸ਼ ਹੋ ਜਾਂਦੀ ਹੈ । ਉਸ ਨੂੰ ਦਸਵੇਂ ਦਰ ਤੋਂ ਸੱਦਾ ਭੇਜਦਾ, ਆਪਣੇ ਵਿੱਚ ਅਭੇਦ ਕਰ ਲੈਂਦਾ ਹੈ ।

The body of a worldly creature is the temple, throne, dwelling castle of The True Master. Whosoever may be blessed with a state of mind as His true devotee; with His mercy and grace, he may be honored and immersed within His Holy Spirit.

Key Message of Raag Malaar, page 1255-18
'ਮਾਨਸ ਜੀਵਨ ਦੀ ਅਸਲੀਅਤ ਪ੍ਰਵਾਨਗੀ ਦਾ ਰਸਤਾ ਬਣ ਜਾਂਦਾ ਹੈ!
ਪ੍ਰਭ ਜੀਵ ਦੀ ਜਾਣਕਾਰੀ, ਦੇਖਣ, ਅੰਤ ਤੋਂ ਰਹਿਤ, ਮਨ ਦੇ ਤਖਤ ਤੇ ਬੈਠਾ ਹੈ । ਪ੍ਰਭ ਦੇ ਸ਼ਬਦ ਨਾਲ ਜੀਵਨ ਢਾਲਣ ਨਾਲ, ਮਨ ਦੀਆਂ ਤ੍ਰਿਸ਼ਨਾਂ ਤੇ ਜਿੱਤ, ਸ਼ਬਦ ਦੀ ਸੋਝੀ, ਪ੍ਰਵਾਨਗੀ ਦਾ ਰਸਤਾ ਬਖਸ਼ਿਸ਼ ਹੋ ਜਾਂਦਾ ਹੈ । ਉਸ ਨੂੰ ਮਾਨਸ ਜੀਵਨ ਦੀ ਅਸਲੀਅਤ ਦੀ ਸੋਝੀ ਬਖਸ਼ਿਸ਼ ਹੋ ਜਾਂਦੀ ਹੈ । ਉਹ ਮਾਨਸ ਜੀਵਨ ਦਾ ਲਾਹਾ ਖੱਟ ਜਾਂਦਾ ਹੈ ।
The reality of human life becomes the right path of acceptance in His Court!
The True Master beyond visibility, end and comprehension remains embedded within each soul. Whosoever may adopt the teachings of His Word; he may conquer his worldly desires; enlightened with the essence of His Word. He may be blessed with the right path of acceptance in His Court. He may be enlightened with the reality of his human life journey. He may benefit from his human life opportunity.

6. ਮਲਾਰ ਮਹਲਾ ੧ ਘਰੁ ੨॥ 1256-6

ਕੁ ਸਤਿਗੁਰ ਪ੍ਰਸਾਦਿ॥ — ik-oNkaar satgur parsaad.
ਪਵਣੈ ਪਾਣੀ ਜਾਣੈ ਜਾਤਿ॥ ਕਾਇਆਂ ਅਗਨਿ ਕਰੇ ਨਿਭਰਾਂਤਿ॥ — pavnai paanee jaanai jaat. kaa-i-aaN agan karay nibhraaNt.
ਜੰਮਹਿ ਜੀਅ ਜਾਣੈ ਜੇ ਥਾਉ॥ ਸੁਰਤਾ ਪੰਡਿਤੁ ਤਾ ਕਾ ਨਾਉ॥੧॥ — jameh jee-a jaanai jay thaa-o. surtaa pandit taa kaa naa-o. ||1||

ਹਵਾ ਅਤੇ ਪਾਣੀ ਤੋਂ ਸ੍ਰਿਸ਼ਟੀ ਪੈਦਾ ਹੁੰਦੀ ਹੈ, ਜੀਵ ਦੇ ਤਨ ਨੂੰ ਮਾਤਾ ਦੇ ਗਰਬ ਦੀ ਅੱਗ ਵਿੱਚ ਤਿਆਰ ਕੀਤਾ ਗਿਆ ਹੈ । ਆਤਮਾ ਕਿਥੋਂ ਆਈ ਹੈ? ਜਿਸ ਨੂੰ ਇਸ ਦੀ ਸੋਝੀ ਬਖਸ਼ਿਸ਼ ਹੋ ਜਾਂਦੀ ਹੈ, ਉਸ ਨੂੰ ਪ੍ਰਭ ਦੀ ਹੋਂਦ ਦਾ ਗਿਆਨ ਬਖਸ਼ਿਸ਼ ਹੋ ਜਾਂਦਾ ਹੈ ।

The universe has been created from air and water. The body of a creature has been matured, nurtured in the womb of a mother. From where and how has soul appeared in his body? Whosoever may be enlightened with the process of His Nature. He may also realize His Holy Spirit prevailing everywhere.

ਗੁਣ ਗੋਬਿੰਦ ਨ ਜਾਣੀਅਹਿ ਮਾਇ॥ — gun gobind na jaanee-ahi maa-ay.
ਅਣਡੀਠਾ ਕਿਛੁ ਕਹਣੁ ਨ ਜਾਇ॥ — andeethaa kichh kahan na jaa-ay.
ਕਿਆ ਕਰਿ ਆਖਿ ਵਖਾਣੀਐ ਮਾਇ॥੧॥ ਰਹਾਉ॥ — ki-aa kar aakh vakhaanee-ai maa-ay. ||1|| rahaa-o.

ਪ੍ਰਭ ਦੇ ਪੂਰਨ ਗੁਣ ਕੌਣ ਜਾਣ ਸਕਦਾ, ਵਿਆਖਿਆ ਕਰ ਸਕਦਾ ਹੈ? ਪ੍ਰਭ ਦੀ ਹੋਂਦ, ਜੀਵ ਦੇ ਦੇਖਣ, ਜਾਣਨ ਤੋਂ ਉਪਰ ਹੈ ।

Who may comprehend, knows the nature, virtues of beyond visibility and comprehension, The True Master? His Existence and Nature remain beyond any visibility or comprehension of His Creation.

ਊਪਰਿ ਦਰਿ ਅਸਮਾਨਿ ਪਇਆਲਿ॥ ਕਿਉ ਕਰਿ ਕਹੀਐ ਦੇਹੁ ਵੀਚਾਰਿ॥ — oopar dar asmaan pa-i-aal. ki-o kar kahee-ai dayh veechaar.
ਬਿਨੁ ਜਿਹਵਾ ਜੋ ਜਪੈ ਹਿਆਇ॥ ਕੋਈ ਜਾਣੈ ਕੈਸਾ ਨਾਉ॥੨॥ — bin jihvaa jo japai hi-aa-ay. ko-ee jaanai kaisaa naa-o. ||2||

ਉਹ ਅਕਾਸ਼ ਦੇ ਉਪਰ ਅਤੇ ਪਤਾਲ ਦੇ ਥੱਲੇ ਵੀ ਹੈ । ਹੋਰ ਕੀ ਕਿਹਾ ਜਾ ਸਕਦਾ ਹੈ? ਕੌਣ ਜਾਣ ਸਕਦਾ ਹੈ? ਕਿਹੜਾ ਸ਼ਬਦ ਮਨ ਵਿੱਚ ਜੀਭ ਤੋਂ ਬਿਨਾਂ ਹੀ ਬੋਲਿਆਂ ਜਾਂਦਾ ਹੈ?

The Omnipresent True Master prevails everywhere on earth, in sky and underground? What else may be explained about His Nature? Who may comprehend His Nature, Existence? What word may be resonating within heart without moving tongue, The everlasting echo of His Word?

ਕਥਨੀ ਬਦਨੀ ਰਹੈ ਨਿਭਰਾਂਤਿ॥ ਸੋ ਬੂਝੈ ਹੋਵੈ ਜਿਸੁ ਦਾਤਿ॥ — kathnee badnee rahai nibhraaNt. so boojhai hovai jis daat.
ਅਹਿਨਿਸਿ ਅੰਤਰਿ ਰਹੈ ਲਿਵ ਲਾਇ॥ ਸੋਈ ਪੁਰਖੁ ਜਿ ਸਚਿ ਸਮਾਇ॥੩॥ — ahinis antar rahai liv laa-ay. so-ee purakh je sach samaa-ay. ||3||

ਜਿਸ ਨੂੰ ਪ੍ਰਭ ਆਪ ਹੀ ਸੋਝੀ ਬਖਸ਼ਦਾ ਹੈ । ਕੇਵਲ ਉਹ ਹੀ ਸਭ ਕੁਝ ਜਾਣ ਸਕਦਾ ਹੈ । ਜਿਹੜਾ ਦਿਨ ਰਾਤ ਪ੍ਰਭ ਦੇ ਸ਼ਬਦ ਦੀ ਸਮਾਧੀ ਵਿੱਚ ਅਡੋਲ ਰਹਿੰਦਾ, ਉਹ ਪ੍ਰਭ ਦੀ ਜੋਤ ਵਿੱਚ ਹੀ ਸਮਾ ਜਾਂਦਾ ਹੈ । ਇਹ ਹੀ ਅਸਲੀ ਸੇਵਕ ਦੀ ਪਰਖ ਹੁੰਦੀ ਹੈ!

Whosoever may be blessed with the enlightenment of His Word, Nature; only he may be blessed to explain His Nature. Whosoever may remain intoxicated in the void of His Word Day and night; with His mercy and grace, he may immerse within His Holy Spirit. This may be the unique sign of His Blessings; His true devotee.

ਜਾਤਿ ਕੁਲੀਨੁ ਸੇਵਕੁ ਜੇ ਹੋਇ॥ ਤਾ ਕਾ ਕਹਣਾ ਕਹਹੁ ਨ ਕੋਇ॥ — jaat kuleen sayvak jay ho-ay. taa kaa kahnaa kahhu na ko-ay.
ਵਿਚਿ ਸਨਾਤੀ ਸੇਵਕੁ ਹੋਇ॥ — vich sanaateeN sayvak ho-ay.
ਨਾਨਕ ਪਣ੍ਹੀਆ ਪਹਿਰੈ ਸੋਇ॥੪॥੧॥੬॥ — naanak panHee-aa pahirai so-ay. ||4||1||6||

ਜਿਹੜਾ ਉੱਚੀ ਜਾ ਨੀਵੀਂ ਜਾਤ ਦਾ ਸੇਵਕ ਨਿਮਾਣੇ, ਲੋੜਵੰਦ ਦੀ ਮਦਦ ਕਰਦਾ ਹੈ, ਉਸ ਦੇ ਮਨ ਦੀ ਅਵਸਥਾ ਦਾ ਪੂਰਨ ਵਿਖਆਣ ਨਹੀਂ ਕੀਤਾ ਜਾ ਸਕਦਾ । ਉਸ ਦੇ ਮਨ ਦੀ ਅਵਸਥਾ ਸਤਿਕਾਰ ਯੋਗ, ਬਣ ਜਾਂਦੀ ਹੈ । ਉਸ ਨੂੰ ਸ਼ਬਦ ਦੀ ਸੋਝੀ ਬਖਸ਼ਿਸ਼ ਹੋ ਜਾਂਦੀ ਹੈ ।

Whosoever may help the needy irrespective of worldly social class; with His mercy and grace, his state of mind may become beyond comprehension of His Creation. He may be blessed with a state of mind worthy of worship in the universe. He may be enlightened with the essence of His Word.

Key Message of Raag Malaar, page 1256-6
'ਮਾਨਸ ਜੀਵਨ ਦੀ ਅਸਲੀਅਤ ਪ੍ਰਵਾਨਗੀ ਦਾ ਰਸਤਾ ਬਣ ਜਾਂਦਾ ਹੈ!
ਪ੍ਰਭ ਜੀਵ ਦੀ ਜਾਣਕਾਰੀ, ਦੇਖਣ, ਅੰਤ ਤੋਂ ਰਹਿਤ, ਮਨ ਦੇ ਤਖਤ ਤੇ ਬੈਠਾ ਹੈ । ਪ੍ਰਭ ਦੇ ਸ਼ਬਦ ਨਾਲ ਜੀਵਨ ਢਾਲਣ ਨਾਲ, ਮਨ ਦੀਆਂ ਤ੍ਰਿਸ਼ਨਾਂ ਤੇ ਜਿੱਤ, ਸ਼ਬਦ ਦੀ ਸੋਝੀ, ਪ੍ਰਵਾਨਗੀ ਦਾ ਰਸਤਾ ਬਖਸ਼ਿਸ਼ ਹੋ ਜਾਂਦਾ ਹੈ । ਉਸ ਨੂੰ ਮਾਨਸ ਜੀਵਨ ਦੀ ਅਸਲੀਅਤ ਦੀ ਸੋਝੀ ਬਖਸ਼ਿਸ਼ ਹੋ ਜਾਂਦੀ ਹੈ । ਉਹ ਮਾਨਸ ਜੀਵਨ ਦਾ ਲਾਹਾ ਖੱਟ ਜਾਂਦਾ ਹੈ ।
The reality of human life becomes the right path of acceptance in His Court!
The True Master beyond visibility, end and comprehension remains embedded within each soul. Whosoever may adopt the teachings of His Word; he may conquer his worldly desires; enlightened with the essence of His Word. He may be enlightened with the right path of acceptance in His Court; the reality of his human life journey. He may benefit from his human life opportunity.

7. ਮਲਾਰ ਮਹਲਾ ੧॥ 1256-13

ਦੁਖੁ ਵੇਛੋੜਾ ਇਕੁ ਦੁਖੁ ਭੂਖ॥ ਇਕੁ ਦੁਖੁ ਸਕਤਵਾਰ ਜਮਦੂਤ॥ — dukh vaychhorhaa ik dukh bhookh. ik dukh sakatvaar jamdoot.
ਇਕੁ ਦੁਖੁ ਰੋਗੁ ਲਗੈ ਤਨਿ ਧਾਇ॥ ਵੈਦ ਨ ਭੋਲੇ ਦਾਰੂ ਲਾਇ॥੧॥ — ik dukh rog lagai tan Dhaa-ay. vaid na bholay daaroo laa-ay. ||1||

ਪ੍ਰਭ ਦੇ ਵਿਛੋੜਾ ਦਾ ਦੁਖ ਬਹੁਤ ਭਾਰੀ ਹੈ, ਦੂਸਰਾ ਦੁਖ ਮੌਤ ਦੀ ਚਿੰਤਾ ਦਾ ਹੁੰਦਾ ਹੈ । ਇਹ ਦੋਵੇਂ ਰੋਗ ਹੀ ਤਨ ਨੂੰ ਖਾਈ ਜਾਂਦੇ ਹਨ । ਸੰਸਾਰਕ ਵੈਦ ਮਨ ਦੇ ਰੋਗ ਤੋਂ ਅਣਜਾਣ ਹੈ! ਉਹ ਮੈਨੂੰ ਇਸ ਰੋਗ ਦੀ ਦਵਾਈ ਨਹੀਂ ਦੇ ਸਕਦਾ ।

The memory of separation of his soul from His Holy Spirit may be most terrible misery. The second misery may be the fear of death. Both worries may continuously deteriorate his body. Worldly doctor may be ignorant from the misery of state of mind. He may not be able to provide any remedy, cure for the misery of mind.

ਵੈਦ ਨ ਭੋਲੇ ਦਾਰੂ ਲਾਇ॥ ਦਰਦੁ ਹੋਵੈ ਦੁਖੁ ਰਹੈ ਸਰੀਰ॥ vaid na bholay daaroo laa-ay. darad hovai dukh rahai sareer.
ਐਸਾ ਦਾਰੂ ਲਗੈ ਨ ਬੀਰ॥੧॥ ਰਹਾਉ॥ aisaa daaroo lagai na beer. ||1|| rahaa-o.

ਸੰਸਾਰਕ ਵੈਦ ਮੇਰੇ ਮਨ ਦੀ ਅਵਸਥਾ, ਬਿਮਾਰੀ ਦੀ ਪਛਾਣ ਤੋਂ ਅਣਜਾਣ ਹੈ । ਮੇਰਾ ਮਨ ਪਰੇਸ਼ਾਨ, ਦੁਖ ਵਿੱਚ ਹੀ ਰਹਿੰਦਾ ਹਾ । ਸੰਸਾਰਕ ਵੈਦ ਕੋਲ ਮਨ ਦੀ ਬਿਮਾਰੀ ਦਾ ਕੋਈ ਇਲਾਜ ਨਹੀਂ ਹੈ ।

Worldly doctor may not diagnose my illness, misery of my mind. My misery remains uncured and my suffering may prolong. Worldly doctor may not have any cure of my illness.

ਖਸਮੁ ਵਿਸਾਰਿ ਕੀਏ ਰਸ ਭੋਗ॥ ਤਾਂ ਤਨਿ ਉਠਿ ਖਲੋਏ ਰੋਗ॥ khasam visaar kee-ay ras bhog. taaN tan uth khalo-ay rog.
ਮਨ ਅੰਧੇ ਕਉ ਮਿਲੈ ਸਜਾਇ॥ ਵੈਦ ਨ ਭੋਲੇ ਦਾਰੂ ਲਾਇ॥੨॥ man anDhay ka-o milai sajaa-ay. vaid na bholay daaroo laa-ay. ||2||

ਜਿਹੜਾ ਪ੍ਰਭ ਦਾ ਸ਼ਬਦ ਮਨ ਵਿਚੋਂ ਵਿਸਾਰ ਦੇਂਦਾ ਹੈ, ਉਹ ਕਾਮ ਵਾਸ਼ਨਾ ਦਾ ਗੁਲਾਮ ਬਣ ਜਾਂਦਾ, ਉਸ ਦੇ ਤਨ ਦਾ ਰੋਗ ਵਧਦਾ ਜਾਂਦਾ ਹੈ । ਅਗਿਆਨੀ ਜੀਵ ਇਸ ਦੀ ਸਜ਼ਾ ਭੁਗਤਦਾ ਹੈ । ਸੰਸਾਰਕ ਵੈਦ ਇਸ ਦਾ ਇਲਾਜ ਨਹੀਂ ਜਾਣਦਾ ।

Whosoever may abandon the teachings of His Word from his day-to-day life; he may become a slave of sexual urge with strange woman. The misery of his body may be enhanced. Self-minded, ignorant from the real purpose of human life may endure the judgement of his worldly deeds. Worldly doctor may not know the cure for my illness.

ਚੰਦਨ ਕਾ ਫਲੁ ਚੰਦਨ ਵਾਸੁ॥ ਮਾਣਸੁ ਕਾ ਫਲੁ ਘਟ ਮਹਿ ਸਾਸੁ॥ chandan kaa fal chandan vaas. maanas kaa fal ghat meh saas.
ਸਾਸਿ ਗਇਐ ਕਾਇਆ ਢਲਿ ਪਾਇ॥ saas ga-i-ai kaa-i-aa dhal paa-ay.
ਤਾ ਕੈ ਪਾਛੈ ਕੋਇ ਨ ਖਾਇ॥ ੩॥ taa kai paachhai ko-ay na khaa-ay. ||3||

ਜਿਵੇਂ ਚੰਦਨ ਦੀ ਕੀਮਤ ਉਸ ਦੀ ਸੁਗੰਧਤ ਵਿੱਚ ਹੀ ਹੁੰਦੀ ਹੈ । ਇਸਤਰ੍ਹਾਂ ਤਨ ਦੀ ਕੀਮਤ, ਉਸ ਦੇ ਸਵਾਸਾਂ ਨਾਲ ਹੀ ਹੁੰਦੀ ਹੈ । ਜਿਸ ਦੇ ਸਵਾਸ ਖਤਮ ਹੋ ਜਾਂਦੇ ਹਨ, ਉਸ ਦਾ ਤਨ ਭਸਮ ਦੀ ਢੇਰੀ ਬਣ ਜਾਂਦਾ ਹੈ । ਉਸ ਦਾ ਤਨ ਨਾਸ ਹੋ ਜਾਂਦਾ, ਕੋਈ ਭੋਜਨ ਦੀ ਲੋੜ ਨਹੀਂ ਰਹਿੰਦੀ ।

As the worth, significance of sandal wood remains embedded within the aroma. Same way the significance of the body remains with breathes. Whose breathes may be exhausted, his body may become worthless corpse, part of dirt. His body, corpse may not need any nourishment.

ਕੰਚਨ ਕਾਇਆ ਨਿਰਮਲ ਹੰਸੁ॥ ਜਿਸੁ ਮਹਿ ਨਾਮੁ ਨਿਰੰਜਨ ਅੰਸੁ॥ kanchan kaa-i-aa nirmal hans. jis meh naam niranjan aNs.
ਦੂਖ ਰੋਗ ਸਭਿ ਗਇਆ ਗਵਾਇ॥ dookh rog sabh ga-i-aa gavaa-ay.
ਨਾਨਕ ਛੂਟਸਿ ਸਾਚੈ ਨਾਇ॥੪॥੨॥੭॥ naanak chhootas saachai naa-ay. ||4||2||7||

ਜਿਸ ਦੇ ਮਨ ਵਿੱਚ ਤਿਲ ਭਰ ਵੀ ਪ੍ਰਭ ਦੇ ਸ਼ਬਦ ਨਾਲ ਲਗਨ ਹੋਵੇ, ਉਸ ਦੇ ਤਨ ਦੀ ਕੀਮਤ ਸੋਨੇ ਵਰਗੀ ਹੁੰਦੀ ਹੈ, ਉਸ ਵਿੱਚ ਪਵਿੱਤਰ ਆਤਮਾ ਵਸਦੀ ਹੈ । ਉਸ ਦੇ ਸਾਰੇ ਸੰਸਰਕ ਇਛਾਂ ਦੇ ਰੋਗ ਖਤਮ ਹੋ ਜਾਂਦੇ ਹਨ । ਓਹ ਸ਼ਬਦ ਦੀ ਸ਼ਰਣ ਵਿੱਚ ਆਪ ਭੇਟਾ ਕਰਕੇ, ਪ੍ਰਵਾਨ ਹੋ ਜਾਂਦਾ ਹੈ ।

Whosoever may have a slight devotion to the teachings of His Word; his body may become priceless like gold. His Holy Spirit, His Word remains embedded within his heart and dwells within his body. All his miseries of demons of worldly desires may be eliminated. He may surrender his mind, body, and worldly status at His Sanctuary; with His mercy and grace, he may be accepted in His Court.

Key Message of Raag Malaar, page 1256-13
'ਪ੍ਰਭ ਦਾ ਵਿਛੋੜਾ, ਮੌਤ ਦੀ ਚਿੰਤਾ ਦੋਨੋਂ ਹੀ ਭਿਆਨਕ ਰੋਗ ਹਨ!
ਪ੍ਰਭ ਦੇ ਵਿਛੋੜਾ ਦਾ ਦੁਖ, ਮੌਤ ਦੀ ਚਿੰਤਾ ਦੋਵੇਂ ਰੋਗ ਹੀ ਤਨ ਨੂੰ ਖਾਈ ਜਾਂਦੇ ਹਨ । ਸੰਸਾਰਕ ਵੈਦ ਮਨ ਦੇ ਰੋਗ ਤੋਂ ਅਣਜਾਣ ਹੈ! ਜਿਵੇਂ ਚੰਦਨ ਦੀ ਕੀਮਤ ਉਸ ਦੀ ਸੁਗੰਧਤ ਵਿੱਚ ਹੀ ਹੁੰਦੀ ਹੈ । ਇਸਤਰ੍ਹਾਂ ਤਨ ਦੀ ਕੀਮਤ, ਸਵਾਸਾਂ ਨਾਲ ਹੀ ਹੁੰਦੀ ਹੈ । ਜਿਹੜਾ ਸ਼ਬਦ ਦੀ ਪਾਲਣਾ ਵਿੱਚ ਅਡੋਲ ਰਹਿੰਦਾ, ਉਸ ਦਾ ਤਨ, ਆਤਮਾ ਪਵਿੱਤਰ ਹੋ ਜਾਂਦੀ, ਸੰਸਰਕ ਇਛਾਂ ਦੇ ਰੋਗ ਖਤਮ ਹੋ ਜਾਂਦੇ, ਉਸ ਦਾ ਆਪਾ ਸ਼ਬਦ ਦੀ ਸ਼ਰਣ ਵਿੱਚ ਪ੍ਰਵਾਨ ਹੋ ਜਾਂਦਾ ਹੈ ।
Renunciation of separation and fear of death both are terrible!
Both, the memory of separation of his soul from His Holy Spirit, and worries about death are terrible misery and continuously deteriorate body. Worldly doctor remains ignorant from both miseries. As the worth of sandal wood remains embedded within the aroma; same way the significance of body remains with breathes. Whosoever may remain intoxicated in meditation; his soul sanctified and body priceless. He may surrender his self-entity at His Sanctuary; he may be accepted in His Court.

8. ਮਲਾਰ ਮਹਲਾ ੧॥ 1256-19

ਦੁਖ ਮਹੁਰਾ ਮਾਰਣ ਹਰਿ ਨਾਮੁ॥ ਸਿਲਾ ਸੰਤੋਖ ਪੀਸਣੁ ਹਥਿ ਦਾਨੁ॥ dukh mahuraa maaran har naam. silaa santokh peesan hath daan.
ਨਿਤ ਨਿਤ ਲੇਹੁ ਨ ਛੀਜੈ ਦੇਹ॥ ਅੰਤ ਕਾਲਿ ਜਮੁ ਮਾਰੈ ਠੇਹ॥੧॥ nit nit layho na chheejai dayh. ant kaal jam maarai thayh. ||1||

ਸੰਸਾਰਕ ਇਛਾਂ ਦਾ ਦੁਖ ਜ਼ਹਿਰ ਦੀ ਤਰ੍ਹਾਂ ਹੁੰਦਾ ਹੈ । ਸ਼ਬਦ ਦੀ ਪਾਲਣਾ ਕਰਨਾ ਹੀ ਇਸ ਰੋਗ ਦਾ ਇਲਾਜ ਹੈ । ਪ੍ਰਭ ਦੇ ਬਖਸ਼ੇ ਤੇ ਸੰਤੋਖ ਕਰਨਾ ਹੀ ਬੰਦਗੀ ਹੈ, ਲੋੜਵੰਦ ਦੀ ਮਦਦ ਕਰਨਾ ਹੀ ਪੂਜਾ, ਦਾਨ ਹੈ । ਇਹ ਹਰ ਰੋਜ਼ ਕਰਨਾ, ਜੀਵਨ ਦਾ ਮੰਤਵ, ਢੰਗ ਬਣਾਉਣਾ ਚਾਹੀਦਾ ਹੈ! ਜਿਹੜਾ ਮਾਨਸ ਜੀਵਨ ਦਾ ਇਕ ਪਲ ਵੀ ਬਿਰਥਾ ਨਹੀਂ ਗਵਾਉਂਦਾ, ਅੰਤ ਸਮੇਂ, ਉਸ ਨੂੰ ਮੌਤ ਤੇ ਜਿੱਤ ਬਖਸ਼ਿਸ਼ ਹੋ ਜਾਂਦੀ ਹੈ ।

Worldly desires, disappointments of his expectations may be like a poison. The cure, anti-dose may be embedded within obeying the teachings of His Word. To remain contented with His Blessings may be true meditation; to help needy may be true worship and offering. One should adopt such a way of life as the right path of human life opportunity. Whosoever may not waste even a moment of his worldly life; with His mercy and grace, he may be blessed to conquer devil of his death.

ਐਸਾ ਦਾਰੂ ਖਾਹਿ ਗਵਾਰ॥ aisaa daaroo khaahi gavaar.
ਜਿਤੁ ਖਾਧੈ ਤੇਰੇ ਜਾਹਿ ਵਿਕਾਰ॥੧॥ ਰਹਾਉ॥ jit khaaDhai tayray jaahi vikaar. ||1|| rahaa-o.

ਜੀਵ ਇਸਤਰ੍ਹਾਂ ਦੀ ਦਵਾਈ ਲਵੋ! ਜਿਸ ਨਾਲ ਮਨ ਵਿਚੋਂ ਧੋਖੇ ਦੀ ਕਮਾਈ ਦੀ ਜੜ੍ਹ ਪੁੱਟੀ ਜਾਵੇ, ਖਤਮ ਹੋ ਜਾਵੇ ।

You should adopt such a way of life; your root of deception, evil thoughts may be eliminated from your human life journey.

ਰਾਜੁ ਮਾਲੁ ਜੋਬਨੁ ਸਭੁ ਛਾਂਵ॥ ਰਥਿ ਫਿਰੰਦੈ ਦੀਸਹਿ ਥਾਵ॥ raaj maal joban sabh chhaaNv. rath firandai deeseh thaav.
ਦੇਹ ਨ ਨਾਉ ਨ ਹੋਵੈ ਜਾਤਿ॥ ਓਥੈ ਦਿਹੁ ਐਥੈ ਸਭ ਰਾਤਿ॥੨॥ dayh na naa-o na hovai jaat. othai dihu aithai sabh raat. ||2||

ਤਾਕਤ, ਸੰਸਾਰਕ ਧਨ, ਜਵਾਨੀ ਸਾਰੀਆਂ ਹੀ ਪਰਛਾਵੇਂ ਦੀ ਤਰ੍ਹਾਂ ਹਨ । ਇਸਤਰ੍ਹਾਂ ਸੰਸਾਰ ਵਿੱਚ ਮੰਗਣ ਵਾਲੇ ਪਦਾਰਥ ਪਰਛਾਵੇਂ ਦੀ ਤਰ੍ਹਾਂ ਹੀ ਹਨ । ਜੀਵ ਦਾ ਤਨ, ਸੰਸਾਰਕ ਹੈਸੀਅਤ ਕੋਈ ਸੰਸਾਰਕ ਧਨ ਮੌਤ ਪਿਛੋਂ ਸਾਥ ਨਹੀਂ ਜਾਂਦਾ । ਸੰਸਾਰਕ ਜੀਵਨ ਇਕ ਰਾਤ ਦੀ ਤਰ੍ਹਾਂ ਹੁੰਦਾ, ਮੌਤ ਪਿਛੋਂ ਨਵਾਂ ਦਿਨ ਚੜ੍ਹਦਾ, ਜੀਵਨ ਅਰੰਭ ਹੁੰਦਾ ਹੈ ।

Youth, worldly wealth, worldly power all are like the shadow. Same way all worldly wealth, pleasures may be like a shadow. His worldly body, worldly wealth and worldly status may not stay permanent nor support after death in His Court. Worldly life may be like a night dream, fantasy and new journey begins after death.

ਸਾਦ ਕਰਿ ਸਮਧਾਂ ਤ੍ਰਿਸਨਾ ਘਿਉ ਤੇਲੁ॥ saad kar samDhaaN tarisnaa ghi-o tayl.
ਕਾਮੁ ਕ੍ਰੋਧੁ ਅਗਨੀ ਸਿਉ ਮੇਲੁ॥ kaam kroDh agnee si-o mayl.
ਹੋਮ ਜਗ ਅਰੁ ਪਾਠ ਪੁਰਾਣ॥ ਜੋ ਤਿਸੁ ਭਾਵੈ ਸੋ ਪਰਵਾਣ॥੩॥ hom jag ar paath puraan. jo tis bhaavai so parvaan. ||3||

ਜੀਵ ਆਪਣੇ ਮਨ ਵਿੱਚ ਅੱਗ ਨੂੰ, ਖੁਸ਼ੀ ਵਾਲੇ ਕਰਤਬ ਸਮਝੋ । ਲਾਲਚ, ਕਾਮ ਵਾਸ਼ਨਾ ਅਤੇ ਕਰੋਧ ਨੂੰ ਅੱਗ ਜਲਾਉਣ ਵਾਲਾ ਬਾਲਣ ਸਮਝਕੇ, ਜਲਾ ਦੇਵੋ । ਇਸਤਰ੍ਹਾਂ ਦਾ ਪਵਿੱਤਰ ਜੱਗ, ਲੰਗਰ ਲਾ ਕੇ ਪਵਿੱਤਰ ਗ੍ਰੰਥ ਦੇ ਸ਼ਬਦ ਪੜ੍ਹੋ । ਪ੍ਰਭ ਦੇ ਬਖਸ਼ੇ ਨੂੰ ਸੰਤੋਖ ਨਾਲ ਪ੍ਰਵਾਨ ਕਰੋ ।

You should consider the excitement of mind, all events of happiness as fire. You should consider, greed, sexual urge, anger as the fuel; you should burn, eliminate from your worldly life. You should nourish your mind, soul with sanctified nourishments, read, comprehend, and adopt the teachings of Holy Scripture in your day-to-day life. You must remain contented with His Blessings.

ਤਪੁ ਕਾਗਦੁ ਤੇਰਾ ਨਾਮੁ ਨੀਸਾਨੁ॥ tap kaagad tayraa naam neesaan.
ਜਿਨ ਕਉ ਲਿਖਿਆ ਇਹੁ ਨਿਧਾਨੁ॥ jin ka-o likhi-aa ayhu niDhaan.
ਸੇ ਧਨਵੰਤ ਦਿਸਹਿ ਘਰਿ ਜਾਇ॥ say Dhanvant diseh ghar jaa-ay.
ਨਾਨਕ ਜਨਨੀ ਧੰਨੀ ਮਾਇ॥੪॥੩॥੮॥ naanak jannee Dhannee maa-ay. ||4||3||8||

ਜੀਵ ਆਪਣੀ ਸ਼ਬਦ ਦੀ ਪਾਲਣਾ, ਬੰਦਗੀ ਨੂੰ ਮਨ, ਆਤਮਾ ਰੂਪ ਕਾਗਜ਼ ਤੇ ਲਿਖੋ । ਜਿਸ ਦੇ ਭਾਗਾਂ ਵਿੱਚ ਇਹ ਲਿਖਿਆ ਹੁੰਦਾ ਹੈ, ਇਹ ਉਸ ਨੂੰ ਹੀ ਨਸੀਬ ਹੁੰਦਾ ਹੈ । ਜਿਹੜਾ ਮੌਤ ਤੋਂ ਪਿਛੋਂ ਪ੍ਰਭ ਦੇ ਦਰਬਾਰ ਵਿੱਚ ਪ੍ਰਵਾਨ ਹੋ ਜਾਂਦਾ ਹੈ, ਉਹ ਜੀਵ ਧੰਨਾਢ ਬਣ ਜਾਂਦਾ ਹੈ । ਉਸ ਨੂੰ ਜਨਮ ਦੇਣ ਵਾਲੀ ਮਾਤਾ ਧੰਨ ਹੀ ਹੁੰਦੀ ਹੈ ।

You should obey and adopt the teachings of His Word and engrave your path, on your soul. Whosoever may have a great prewritten destiny, only he may be blessed with such a state of mind. Whosoever may be accepted in His Court after death; with His mercy and grace, he may become most wealthy in His Court. His mother may be very fortunate and she may become worthy of worship in the universe.

Key Message of Raag Malaar, page 1256-19
'ਮੌਤ ਪਿਛੋਂ ਨਵਾਂ ਜੀਵਨ ਅਰੰਭ ਹੁੰਦਾ ਹੈ!
ਸੰਸਾਰਕ ਇਛਾਂ ਦਾ ਦੁਖ ਜ਼ਹਿਰ ਦੀ ਤਰ੍ਹਾਂ ਹੁੰਦਾ ਹੈ । ਸ਼ਬਦ ਦੀ ਪਾਲਣਾ ਕਰਨਾ, ਇਸ ਦਾ ਇਲਾਜ, ਬਖਸ਼ੇ ਤੇ ਸੰਤੋਖ ਕਰਨਾ ਹੀ ਬੰਦਗੀ, ਲੋੜਵੰਦ ਦੀ ਮਦਦ ਕਰਨਾ ਹੀ ਪੂਜਾ, ਦਾਨ ਹੈ । ਉਸ ਨੂੰ ਮੌਤ ਤੇ ਜਿੱਤ ਬਖਸ਼ਿਸ਼ ਹੋ ਜਾਂਦੀ ਹੈ । ਮੌਤ ਪਿਛੋਂ ਨਵਾਂ ਜੀਵਨ ਅਰੰਭ ਹੁੰਦਾ ਹੈ । ਜੀਵ ਆਪਣੇ ਮਨ ਦੀਆਂ ਇਛਾਂ (ਲਾਲਚ, ਕਾਮ ਵਾਸ਼ਨਾ ਅਤੇ ਕਰੋਧ) ਨੂੰ ਅੱਗ ਜਲਾਉਣ ਵਾਲਾ ਬਾਲਣ ਕੇ ਪਵਿੱਤਰ ਲੰਗਰ ਲਾ ਕੇ, ਪਵਿੱਤਰ ਗ੍ਰੰਥ ਦੇ ਸ਼ਬਦ ਪੜ੍ਹਨ, ਬਖਸ਼ੇ ਤੇ ਸੰਤੋਖ, ਪ੍ਰਵਾਨ ਹੋ ਜਾਂਦਾ ਹੈ! ਜਿਹੜਾ ਸ਼ਬਦ ਦੀ ਪਾਲਣਾ ਦੀ ਕਮਾਈ ਆਤਮਾ ਰੂਪੀ ਕਾਗਜ਼ ਤੇ ਲਿਖਦਾ ਹੈ, ਉਹ ਮੌਤ ਤੋਂ ਪਿਛੋਂ ਪ੍ਰਭ ਦੇ ਦਰਬਾਰ ਵਿੱਚ ਪ੍ਰਵਾਨ ਹੋ ਜਾਂਦਾ ਹੈ ।
After death, new life begins!
Worldly desires may be like a poison; obeying His Word, may be anti-dose; contentment may be real meditation; compasanate with helpless as true worship and offering. He may conquer devil of his death. After death new journey begins for his soul. Whosoever may consider his worldly desires (greed, sexual urge, anger) as the fuel to cook nourishment to feed helpless; his soul may be sanctified by comprehending, adopting the teachings of Holy Scripture in his life. He may remain contented with His Blessings. Whosoever may engrave his earnings of His Word on his soul; he may be accepted in His Court after death.

9. ਮਲਾਰ ਮਹਲਾ ੧॥ 1257-6

ਬਾਗੇ ਕਾਪੜ ਬੋਲੈ ਬੈਣ॥ ਲੰਮਾ ਨਕੁ ਕਾਲੇ ਤੇਰੇ ਨੈਣ॥ baagay kaaparh bolai bain. lammaa nak kaalay tayray nain.
ਕਬਹੂੰ ਸਾਹਿਬੁ ਦੇਖਿਆ ਭੈਣ॥੧॥ abahooN saahib daykhi-aa bhain. ||1||

ਜੀਵ ਤੂੰ ਚਿੱਟਾ ਬਾਣਾ ਪਹਿਨਦਾ ਹੈ, ਤੇਰੇ ਬੋਲ ਬਹੁਤ ਮਿੱਠੇ ਹਨ । ਤੇਰਾ ਨੱਕ ਤਿਖਾ ਹੈ, ਤੇਰੀਆਂ ਅੱਖਾਂ ਕਾਲੀਆਂ ਹਨ । ਕੀ ਤੂੰ ਪ੍ਰਭ ਦੇ ਦਰਸ਼ਨ ਕੀਤੇ ਹਨ, ਸ਼ਬਦ ਦਾ ਸਿਮਰਨ ਕੀਤਾ ਹੈ?

You wear white robe, speak politely; you have pointed, sharp nose and brown eyes. Have you meditated on the teachings of His Word? Are you enlightened with the essence of His Word?

ਊਡਾਂ ਊਡਿ ਚੜਾਂ ਅਸਮਾਨਿ॥ ਸਾਹਿਬ ਸੰਮ੍ਰਿਥ ਤੇਰੈ ਤਾਣਿ॥ oodaaN ood charhaaN asmaan. saahib sammrith tayrai taan.
ਜਲਿ ਥਲਿ ਡੂੰਗਰਿ ਦੇਖਾਂ ਤੀਰ॥ ਥਾਨ ਥਨੰਤਰਿ ਸਾਹਿਬੁ ਬੀਰ॥੨॥ jal thal doongar daykhaaN teer. thaan thanantar saahib beer. ||2||

ਪ੍ਰਭ ਅਗਰ ਸਮਰਥ ਬਖਸ਼ੇ, ਮੈਂ ਅਕਾਸ਼ ਵਿੱਚ ਉਡਾ ਅਤੇ ਕੀ ਵੇਖਦਾ ਹਾ! ਤੂੰ ਪਾਣੀ, ਪ੍ਰਬਤ, ਦਰਿਆ ਦੇ ਕੰਢਿਆਂ ਤੇ ਵੀ, ਹਰਇਕ ਥਾਂ ਹੀ ਪ੍ਰਭ ਵਸਦਾ ਹੈ ।

Imagine! I may be blessed to fly with His Blessed Vision. What may I witness? The Omnipresent True Master prevails everywhere, within water, on mountain, on the shore of rivers in the universe.

ਜਿਨਿ ਤਨੁ ਸਾਜਿ ਦੀਏ ਨਾਲਿ ਖੰਭ॥ ਅਤਿ ਤ੍ਰਿਸਨਾ ਉਡਣੈ ਕੀ ਡੰਝ॥ jin tan saaj dee-ay naal khanbh. at tarisnaa udnai kee danjh.
ਨਦਰਿ ਕਰੇ ਤਾਂ ਬੰਧਾਂ ਧੀਰ॥ nadar karay taaN banDhaaN Dheer.
ਜਿਉ ਵੇਖਾਲੇ ਤਿਉ ਵੇਖਾਂ ਬੀਰ॥੩॥ ji-o vaykhaalay ti-o vaykhaaN beer. ||3||

ਜਿਹੜਾ ਪ੍ਰਭ ਆਤਮਾ ਨੂੰ ਤਨ ਬਖਸ਼ਦਾ ਹੈ । ਉਹ ਹੀ ਖੰਭ ਵੀ ਦੇਂਦਾ ਹੈ, ਮਨ ਵਿੱਚ ਉਡਣ ਦੀ ਖਾਹਿਸ਼ ਅਤੇ ਤ੍ਰਿਸ਼ਨਾ ਬਖਸ਼ਦਾ ਹੈ । ਪ੍ਰਭ ਦੀ ਰਹਿਮਤ ਨਾਲ, ਉਹ ਸਭ ਕਝ ਦੇਖਦਾ, ਮਹਿਸੂਸ ਕਰਦਾ ਹੈ । ਜਿਸਤਰ੍ਹਾਂ ਪ੍ਰਭ ਦਿਖਾਉਂਦਾ ਹੈ, ਉਹ ਹੀ ਦੇਖ ਸਕਦਾ ਹਾ ।

Who has blessed and embellished his human body; he may bless wings, desires, and anxiety to fly? I may witness His Nature and realize His Existence; with His mercy and grace, I may only witness; whatsoever may He let me witness.

ਗੁਰੂ ਨਾਨਕ ਦੇਵ ਜੀ! – Guru Nanak Dev Ji! Guru Granth Sahib

ਨ ਇਹੁ ਤਨੁ ਜਾਇਗਾ ਨ ਜਾਹਿਗੇ ਖੰਭ॥ — na ih tan jaa-igaa na jaahigay khanbh.
ਪਉਣੈ ਪਾਣੀ ਅਗਨੀ ਕਾ ਸਨਬੰਧ॥ — pa-unai paanee agnee kaa san-banDh.
ਨਾਨਕ ਕਰਮੁ ਹੋਵੈ ਜਪੀਐ ਕਰਿ ਗੁਰੁ ਪੀਰੁ॥ — naanak karam hovai japee-ai kar gur peer.
ਸਚਿ ਸਮਾਵੈ ਏਹੁ ਸਰੀਰੁ॥੪॥੪॥੯॥ — sach samaavai ayhu sareer. ||4||4||9

ਜੀਵ ਦਾ ਤਨ, ਉਸ ਦੇ ਖੰਭ ਵੀ ਮੌਤ ਤੋਂ ਪਿਛੋਂ ਉਸ ਦੇ ਸਾਥ ਨਹੀਂ ਜਾਂਦੇ । ਉਸ ਦਾ ਤਨ ਹਵਾ, ਪਾਣੀ ਅਤੇ ਅੱਗ ਦੇ ਸੰਜੋਗ ਨਾਲ ਹੀ ਬਣਦਾ ਹੈ । ਜਿਸ ਦੇ ਭਾਗਾਂ ਵਿੱਚ ਪਹਿਲੇ ਹੀ ਲਿਖਿਆ ਹੁੰਦਾ ਹੈ! ਉਹ ਹੀ ਸ਼ਬਦ ਨਾਲ ਜੀਵਨ ਢਾਲਦਾ ਹੈ, ਉਸ ਨੂੰ ਸ਼ਬਦ ਦੀ ਸੋਝੀ ਬਖਸ਼ਿਸ਼ ਹੋ ਜਾਂਦੀ ਹੈ । ਉਸ ਦਾ ਤਨ ਪ੍ਰਭ ਦੇ ਸ਼ਬਦ ਦੀ ਸਮਾਧੀ ਵਿੱਚ ਹੀ ਲੀਨ ਹੋਇਆ ਰਹਿੰਦਾ ਹੈ ।

Even His blessed body, wings may not remain with his soul after death of his worldly body. His body has been created with the union of water, air, fire, and matured in the heat in the womb of mother. Whosoever may have a great prewritten destiny, only he may adopt the teachings of His Word. He may be enlightened with the essence of His Word. He may remain intoxicated in the void of His Word.

Key Message of Raag Malaar, page 1257-6
'ਤਨ ਹਵਾ, ਪਾਣੀ ਅਤੇ ਅੱਗ ਦੇ ਸੰਜੋਗ ਨਾਲ ਬਣਦਾ ਹੈ!
ਪ੍ਰਭ ਹੀ ਆਤਮਾ ਨੂੰ ਤਨ, ਤ੍ਰਿਸ਼ਨਾ ਬਖਸ਼ਦਾ ਹੈ! ਜੀਵ ਦਾ ਤਨ ਹਵਾ, ਪਾਣੀ ਅਤੇ ਅੱਗ ਦੇ ਸੰਜੋਗ ਨਾਲ ਹੀ ਬਣਦਾ ਹੈ । ਮੌਤ ਤੋਂ ਪਿਛੋਂ ਉਸ ਦੇ ਸਾਥ ਨਹੀਂ ਜਾਂਦਾ । ਜਿਹੜਾ ਸ਼ਬਦ ਨਾਲ ਜੀਵਨ ਢਾਲਦਾ ਹੈ, ਉਸ ਨੂੰ ਸ਼ਬਦ ਦੀ ਸੋਝੀ ਬਖਸ਼ਿਸ਼ ਹੋ ਜਾਂਦੀ ਹੈ । ਉਸ ਦਾ ਤਨ ਪ੍ਰਭ ਦੇ ਸ਼ਬਦ ਵਿੱਚ ਹੀ ਸਮਾਧੀ ਵਿੱਚ ਹੀ ਲੀਨ ਹੋਇਆ ਰਹਿੰਦਾ ਹੈ ।
Body created with the union of Air, Water and Fire!
Soul has been blessed with body and worldly desires. Body of a creature has been created with the union of water, air, fire, and matured in the heat in the womb of mother. His soul dwells in the body; after death, nothing may goes along with soul. Whosoever may adopt the teachings of His Word; he may be enlightened with the essence of His Word. He may remain intoxicated in the void of His Word.

10. ਮਲਾਰ ਮਹਲਾ ੧ ਅਸਟਪਦੀਆ ਘਰੁ ੧॥ 1273-4

ੴ ਸਤਿਗੁਰ ਪ੍ਰਸਾਦਿ॥ — ik-oNkaar satgur parsaad.
ਚਕਵੀ ਨੈਨ ਨੀਦ ਨਹਿ ਚਾਹੈ, ਬਿਨੁ ਪਿਰ ਨੀਦ ਨ ਪਾਈ॥ — chakvee nain neeNd neh chaahai bin pir neeNd na paa-ee.
ਸੂਰੁ ਚਰ੍ਹੈ ਪ੍ਰਿਉ ਦੇਖੈ ਨੈਨੀ, ਨਿਵਿ ਨਿਵਿ ਲਾਗੈ ਪਾਂਈ॥੧॥ — soor charHai pari-o daykhai nainee niv niv laagai paaN-ee. ||1||

ਚਕਵੀ ਸੂਰਜ ਨੂੰ ਆਪਣੀਆਂ ਅੱਖਾਂ ਨਾਲ ਦੇਖਣ ਤੋਂ ਬਿਨਾਂ ਸੌਣਾ ਨਹੀਂ ਚਾਹੁੰਦੀ । ਸਾਰੀ ਰਾਤ ਸੂਰਜ ਚੜ੍ਹਣ ਦੀ ਉਡੀਕ ਕਰਦੀ ਰਹਿੰਦੀ ਹੈ । ਉਹ ਚੜ੍ਹਦੇ ਸੂਰਜ ਨੂੰ ਆਪਣਾ ਸਿਰ ਝੁਕਾਉਂਦੀ, ਆਪਣੇ ਸਿਰ ਨਾਲ ਆਪਣੇ ਪੈਰ ਛੋਹਦੀ ਹੈ ।

Chakvee may not feel comfortable to sleep without seeing the first ray of Sun. She remains anxiously waiting for Sun rise. She glances the first ray; she bows her head and touch her feet as a gratitude to The True Master.

ਪਿਰ ਭਾਵੈ ਪ੍ਰੇਮੁ ਸਖਾਈ॥ — pir bhaavai paraym sakhaa-ee.
ਤਿਸੁ ਬਿਨੁ ਘੜੀ ਨਹੀ ਜਗਿ ਜੀਵਾ, ਐਸੀ ਪਿਆਸ ਤਿਸਾਈ॥੧॥ — tis bin gharhee nahee jag jeevaa aisee pi-aas tisaa-ee. ||1||
ਰਹਾਉ॥ — rahaa-o.

ਜੀਵ ਦੀ ਲਗਨ ਪ੍ਰਭ ਦੇ ਸ਼ਬਦ ਨਾਲ ਇਸਤਰ੍ਹਾਂ ਦੀ ਹੋਣੀ ਚਾਹੀਦੀ ਹੈ । ਇਕ ਪਲ ਵੀ ਸਿਮਰਨ ਨੂੰ ਮਨ ਵਿਚੋਂ ਵਿਸਾਰ ਕੇ ਬਿਰਥਾ ਨਹੀਂ ਗਵਾਉਣਾ ਚਾਹੀਦਾ । ਜਿਸ ਦੀ ਲਗਨ ਇਸਤਰ੍ਹਾਂ ਅਡੋਲ ਹੋ ਜਾਂਦੀ ਹੈ, ਉਸ ਨੂੰ ਪ੍ਰਭ ਦੀ ਸ਼ਰਣ ਵਿੱਚ ਪਨਾਹ ਬਖਸ਼ਿਸ਼ ਹੋ ਸਕਦੀ ਹੈ ।

You should not waste a moment of your human life predetermined time without meditating on the teachings of His Word. Whosoever may have such a devotion to obey the teachings of His Word; with His mercy and grace, he may be accepted in His Sanctuary.

ਸਰਵਰਿ ਕਮਲੁ ਕਿਰਣਿ ਆਕਾਸੀ, ਬਿਗਸੈ ਸਹਜਿ ਸੁਭਾਈ॥ — sarvar kamal kiran aakaasee bigsai sahj subhaa-ee.
ਪ੍ਰੀਤਮ ਪ੍ਰੀਤਿ ਬਨੀ ਅਬ ਐਸੀ, ਜੋਤੀ ਜੋਤਿ ਮਿਲਾਈ॥੨॥ — pareetam pareet banee abh aisee jotee jot milaa-ee. ||2||

ਜਿਵੇਂ ਕਮਲ ਦਾ ਫੁੱਲ, ਇਕ ਪਲ ਵਿੱਚ ਸੂਰਜ ਦੀ ਰੋਸ਼ਨੀ ਨਾਲ ਖੇੜ ਜਾਂਦਾ ਹੈ । ਮੇਰੀ ਪ੍ਰੀਤ ਵੀ ਪ੍ਰਭ ਦੇ ਸ਼ਬਦ ਨਾਲ ਇਸਤਰ੍ਹਾਂ ਹੀ ਅਡੋਲ ਹੈ । ਮੈਂ ਪ੍ਰਭ ਦੇ ਸ਼ਬਦ ਸਮਾਧੀ ਵਿੱਚ ਲੀਨ ਰਹਿੰਦਾ ਹਾ ।

As a lotus flower may blossom in a twinkle of eyes with the ray of Sun. I have such a deep devotion to obey the teachings of His Word. I remain intoxicated in the void of His Word.

ਚਾਤ੍ਰਿਕੁ ਜਲ ਬਿਨੁ ਪ੍ਰਿਉ ਪ੍ਰਿਉ ਟੇਰੈ, ਬਿਲਪ ਕਰੈ ਬਿਲਲਾਈ॥ — chaatrik jal bin pari-o pari-o tayrai bilap karai billaa-ee.
ਘਨਹਰ ਘੋਰ ਦਸੌ ਦਿਸਿ ਬਰਸੈ, ਬਿਨੁ ਜਲ ਪਿਆਸ ਨ ਜਾਈ॥੩॥ — ghanhar ghor dasou dis barsai bin jal pi-aas na jaa-ee. ||3||

ਜਿਵੇਂ ਚਾਤ੍ਰਿਕ ਵਰਖਾ ਦੀ ਬੂੰਦ ਲਈ ਕਰਲਾਉਂਦਾ, ਪਿਆਸ ਵਿੱਚ ਦੁਖ ਸਹਿੰਦਾ ਹੈ । ਵਰਖਾ ਦੀ ਬੂੰਦ ਮੂੰਹ ਵਿੱਚ ਪੈਣ ਨਾਲ ਉਸ ਦੀ ਪਿਆਸ ਬੁਝ ਜਾਂਦੀ ਹੈ ।

As a **rain-bird, Chaatrik** may be crying, thirsty for a drop of rain falling in his mouth. With a drop of rain falling into his mouth; his thirst may be quenched.

ਮੀਨ ਨਿਵਾਸ ਉਪਜੈ ਜਲ ਹੀ ਤੇ, ਸੁਖ ਦੁਖ ਪੁਰਬਿ ਕਮਾਈ॥ — meen nivaas upjai jal hee tay sukh dukh purab kamaa-ee.
ਖਿਨੁ ਤਿਲੁ ਰਹਿ ਨ ਸਕੈ ਪਲੁ, — khin til reh na sakai pal
ਜਲ ਬਿਨੁ ਮਰਨੁ ਜੀਵਨੁ ਤਿਸੁ ਤਾਂਈ॥੪॥ — jal bin maran jeevan tis taaN-ee. ||4||

ਜਿਵੇਂ ਮੱਛਲੀ ਪਾਣੀ ਵਿੱਚ ਹੀ ਪੈਦਾ ਹੁੰਦੀ, ਪਲਦੀ ਰਹਿੰਦੀ ਹੈ । ਆਪਣੇ ਪਿਛਲੇ ਜਨਮ ਦੇ ਕੀਤੇ ਨਾਲ ਦੁਖ, ਸੁਖ ਭੋਗਦੀ ਹੈ । ਉਹ ਇਕ ਪਲ ਵੀ ਪਾਣੀ ਤੋਂ ਬਿਨਾਂ ਬਚ ਨਹੀਂ ਸਕਦੀ । ਪਾਣੀ ਹੀ ਉਸ ਦੇ ਜੀਵਨ ਦਾ ਅਧਾਰ, ਆਸਰਾ ਹੁੰਦਾ ਹੈ ।

As a fish may take a birth in water, nourishes and dwells within water. She may endure miseries and pleasures as a judgement of her deeds of previous lives. She may not survive without water even for a moment. The water may be the source for her survival.

ਗੁਰੂ ਨਾਨਕ ਦੇਵ ਜੀ! – Guru Nanak Dev Ji! Guru Granth Sahib

ਧਨ ਵਾਂਢੀ ਪਿਰੁ ਦੇਸ ਨਿਵਾਸੀ, ਸਚੇ ਗੁਰ ਪਹਿ ਸਬਦੁ ਪਠਾਈ॥ Dhan vaaNdhee pir days nivaasee sachay gur peh sabad pathaa-eeN.
ਗੁਣ ਸੰਗ੍ਰਹਿ ਪ੍ਰਭੁ ਰਿਦੈ ਨਿਵਾਸੀ, ਭਗਤਿ ਰਤੀ ਹਰਖਾਈ॥੫॥ gun sangrahi parabh ridai nivaasee bhagat ratee harkhaa-ee. ||5||

ਇਸਤਰ੍ਹਾਂ ਹੀ ਜੀਵ ਦੀ ਆਤਮਾ ਆਪਣੇ ਅਸਲੀ ਮਾਲਕ ਤੋਂ ਵਿਛੜ ਜਾਂਦੀ ਹੈ । ਪ੍ਰਭ ਆਪ ਹੀ ਉਸ ਨੂੰ ਸ਼ਬਦ ਦਾ ਸੁਨੇਹਾ ਭੇਜਦਾ ਹੈ । ਜਿਹੜਾ ਸ਼ਬਦ ਨਾਲ ਜੀਵਨ ਢਾਲਦਾ, ਸਿਮਰਨ ਵਿੱਚ ਹੀ ਲੀਨ ਰਹਿੰਦਾ ਹੈ । ਪ੍ਰਭ ਦੀ ਰਹਿਮਤ ਨਾਲ ਆਪਣੇ ਮਨ ਵਿੱਚ ਹੀ ਅਨੰਦ ਮਾਨਦਾ ਹੈ ।

Such a way, our soul may be separated from His Holy Spirit. The True Master inspires, blesses devotion to meditate on the teachings of His Word. Whosoever may adopt the teachings of His Word with steady and stable belief; with His mercy and grace, he may remain intoxicated in the void of His Word. He may enjoy pleasure and contentment in his life.

ਪ੍ਰਿਉ ਪ੍ਰਿਉ ਕਰੈ ਸਭੈ ਹੈ ਜੇਤੀ, ਗੁਰ ਭਾਵੈ ਪ੍ਰਿਉ ਪਾਈ॥ pari-o pari-o karai sabhai hai jaytee gur bhaavai pari-o paa-eeN.
ਪ੍ਰਿਉ ਨਾਲੇ ਸਦ ਹੀ ਸਚਿ ਸੰਗੇ, ਨਦਰੀ ਮੇਲਿ ਮਿਲਾਈ॥੬॥ pari-o naalay sad hee sach sangay nadree mayl milaa-ee. ||6||

ਹਰਇਕ ਜੀਵ ਪ੍ਰਭ ਦੀ ਰਹਿਮਤ ਹੀ ਮੰਗਦਾ, ਅਰਦਾਸ ਕਰਦਾ ਹੈ । ਜਿਸ ਦੀ ਬੰਦਗੀ ਪ੍ਰਭ ਨੂੰ ਪ੍ਰਵਾਨ ਹੋ ਜਾਂਦੀ ਹੈ, ਕੇਵਲ ਉਸ ਨੂੰ ਹੀ ਸ਼ਬਦ ਦੀ ਸੋਝੀ ਬਖਸ਼ਿਸ਼ ਹੁੰਦੀ ਹੈ । ਪ੍ਰਭ, ਹਰਇਕ ਜੀਵ ਦੇ ਹਿਰਦੇ ਵਿੱਚ ਹੀ ਵਸਦਾ ਹੈ । ਜਿਸ ਦਾ ਭਰੋਸਾ ਸ਼ਬਦ ਤੇ ਅਡੋਲ ਰਹਿੰਦਾ, ਕੇਵਲ ਉਸ ਨੂੰ ਪ੍ਰਭ ਦੀ ਹੋਂਦ ਅਨੁਭਵ ਹੋ ਸਕਦੀ ਹੈ ।

Everyone may pray for His Forgiveness and Refuge. Whose earnings of His Word may be accepted in His Court, only he may be blessed with the enlightenment of the essence of His Word. The True Master remains embedded within each soul and dwells within his body. Whosoever may obey the teachings of His Word with steady and stable belief; with His mercy and grace, he may realize His Holy Spirit prevailing everywhere.

ਸਭ ਮਹਿ ਜੀਉ ਜੀਉ ਹੈ ਸੋਈ, ਘਟਿ ਘਟਿ ਰਹਿਆ ਸਮਾਈ॥ sabh meh jee-o jee-o hai so-ee ghat ghat rahi-aa samaa-ee.
ਗੁਰ ਪਰਸਾਦਿ ਘਰ ਹੀ ਪਰਗਾਸਿਆ, ਸਹਜੇ ਸਹਜਿ ਸਮਾਈ॥੭॥ gur parsaad ghar hee pargaasi-aa sehjay sahj samaa-ee. ||7||

ਪ੍ਰਭ ਦੇ ਬਖਸ਼ੇ ਸਵਾਸ ਹਰਇਕ ਜੀਵ ਦੇ ਅੰਦਰ ਚਲਦੇ ਹਨ । ਉਹ ਹਰਇਕ ਜੀਵ ਦੇ ਮਨ ਵਿੱਚ ਵੇਖਦਾ ਅਤੇ ਵਾਪਰਦਾ ਹੈ । ਜਿਸ ਤੇ ਆਪ ਹੀ ਰਹਿਮਤ ਬਖਸ਼ਦਾ ਹੈ, ਕੇਵਲ ਉਸ ਨੂੰ ਹੀ ਸ਼ਬਦ ਦੀ ਸੋਝੀ ਬਖਸ਼ਿਸ਼ ਹੁੰਦੀ ਹੈ । ਉਹ ਅਡੋਲ ਭਰੋਸੇ ਨਾਲ ਸਿਮਰਨ ਵਿੱਚ ਲੀਨ ਹੋ ਜਾਂਦਾ, ਸ਼ਬਦ ਦੀ ਸਮਾਧੀ ਵਿੱਚ ਹੀ ਸਮਾ ਜਾਂਦਾ ਹੈ ।

Every one may be inhaling His blessed breathes. He monitors and prevails within his body. He may only bless His true devotee enlightenment of the essence of His Word. His true devotee may remain intoxicated in the void of His Word; with His mercy and grace, he may immerse within His Holy Spirit.

ਅਪਨਾ ਕਾਜੁ ਸਵਾਰਹੁ ਆਪੇ, ਸੁਖਦਾਤੇ ਗੋਸਾਂਈ॥ apnaa kaaj savaarahu aapay sukh-daatay gosaaN-eeN.
ਗੁਰ ਪਰਸਾਦਿ ਘਰ ਹੀ ਪਿਰੁ ਪਾਇਆ, gur parsaad ghar hee pir paa-i-aa
ਤਉ ਨਾਨਕ ਤਪਤਿ ਬੁਝਾਈ॥੮॥੧॥ ta-o naanak tapat bujhaa-ee. ||8||1||

ਜਿਸ ਤੇ ਪ੍ਰਭ ਆਪ ਹੀ ਰਹਿਮਤ ਬਖਸ਼ਦਾ ਹੈ । ਉਸ ਦੇ ਸਾਰੇ ਕਾਰਜ ਆਪਣੇ ਆਪ ਹੀ ਸਫਲ ਹੋ ਜਾਂਦੇ, ਪ੍ਰਵਾਨਗੀ ਦਾ ਰਸਤਾ ਬਖਸ਼ਿਸ਼ ਹੋ ਜਾਂਦਾ ਹੈ । ਆਪਣੀ ਰਹਿਮਤ ਨਾਲ ਜੀਵ ਦੇ ਅੰਦਰੋਂ ਹੀ ਸ਼ਬਦ ਦੀ ਸੋਝੀ ਬਖਸ਼ਿਸ਼ ਹੋ ਜਾਂਦੀ, ਤ੍ਰਿਸ਼ਨਾ ਬੁਝ ਜਾਂਦੀ ਹੈ ।

Whosoever may be bestowed with His Blessed Vision; he may be enlightened with the right path from within. All his chores of human life opportunity may be successful. He may be enlightened from within and his thirst may be quenched.

Key Message of Raag Malaar, page 1273-4
'ਸ਼ਬਦ ਦੀ ਸਮਾਧੀ ਵਿੱਚ ਲੀਨ ਹੋਣ ਨਾਲ ਮਾਨਸ ਜਨਮ ਸਫਲ ਹੋ ਜਾਂਦਾ!
ਕਮਲ ਦਾ ਫੁੱਲ, ਇਕ ਪਲ ਵਿੱਚ ਸੂਰਜ ਦੀ ਰੋਸ਼ਨੀ ਨਾਲ ਖੇੜ ਜਾਂਦਾ ਹੈ । ਇਸਤਰ੍ਹਾਂ ਜਿਹੜਾ ਸ਼ਬਦ ਸਮਾਧੀ ਵਿੱਚ ਲੀਨ ਰਹਿੰਦਾ ਹੈ । ਸ਼ਬਦ ਦੀ ਸੋਝੀ ਨਾਲ ਮਨ ਤੇ ਖੇੜਾ ਰਹਿੰਦਾ ਹੈ! ਪ੍ਰਭ ਆਪ ਹੀ ਵਿਛੜੀ ਆਤਮਾ ਨੂੰ ਸ਼ਬਦ ਦਾ ਸੁਨੇਹਾ ਭੇਜਦਾ ਹੈ । ਜਿਸ ਦੀ ਬੰਦਗੀ ਪ੍ਰਭ ਨੂੰ ਪ੍ਰਵਾਨ ਹੋ ਜਾਂਦੀ ਹੈ, ਕੇਵਲ ਉਸ ਨੂੰ ਹੀ ਸ਼ਬਦ ਦੀ ਸੋਝੀ ਬਖਸ਼ਿਸ਼ ਹੁੰਦੀ ਹੈ । ਉਹ ਸ਼ਬਦ ਦੀ ਸਮਾਧੀ ਵਿੱਚ ਹੀ ਸਮਾ ਜਾਂਦਾ ਹੈ । ਉਸ ਦੇ ਸਾਰੇ ਕਾਰਜ ਆਪਣੇ ਆਪ ਹੀ ਸਫਲ ਹੋ ਜਾਂਦੇ ਹਨ । ਆਪਣੇ ਅੰਦਰੋਂ ਹੀ ਸ਼ਬਦ ਦੀ ਸੋਝੀ ਨਾਲ ਤ੍ਰਿਸ਼ਨਾ ਬੁਝ ਜਾਂਦੀ ਹੈ ।
Intoxication in the void of His Word may conclude human life journey!
Lotus flower may blossom in a twinkle of eyes with the ray of Sun. Whosoever may remain intoxicated in the void of His Word; same way, he may remain overwhelmed with blossom! The True Master inspires, separated soul to meditate of the teachings of His Word. Whose earnings of His Word may be accepted in His Court, only he may be blessed with the enlightenment of the essence of His Word. He may be absorbed within the void of His Word. His human life opportunity may be successful. He may be enlightened from within and his thirst may be quenched.

11. ਮਲਾਰ ਮਹਲਾ ੧॥ 1273-15

ਜਾਗਤੁ ਜਾਗਿ ਰਹੈ ਗੁਰ ਸੇਵਾ, ਬਿਨੁ ਹਰਿ ਮੈ ਕੋ ਨਾਹੀ॥ jaagat jaag rahai gur sayvaa bin har mai ko naahee.
ਅਨਿਕ ਜਤਨ ਕਰਿ ਰਹਣੁ ਨ ਪਾਵੈ, ਆਚੁ ਕਾਚੁ ਢਰਿ ਪਾਂਹੀ॥੧॥ anik jatan kar rahan na paavai aach kaach dhar paaNhee. ||1||

ਜੀਵ ਪ੍ਰਭ ਦੇ ਸ਼ਬਦ ਦੇ ਸਿਮਰਨ ਵਿੱਚ ਜਾਗਦੇ ਅਤੇ ਸੁਚੇਤ ਰਹੋ । ਪ੍ਰਭ ਤੋਂ ਬਿਨਾਂ ਜੀਵ ਦਾ ਹੋਰ ਕੋਈ ਅਸਲੀ ਸਾਥੀ ਨਹੀਂ ਹੁੰਦਾ । ਜੀਵ ਭਾਵੇਂ ਕਿਤਨੇ ਵੀ ਯਤਨ ਕਰੇ, ਸੰਸਾਰ ਵਿੱਚ ਸਦਾ ਨਹੀਂ ਰਹਿੰਦਾ । ਉਸ ਨੂੰ ਮਿੱਥੇ ਸਮੇਂ ਮੌਤ ਆਉਂਦੀ ਹੈ । ਉਸ ਨੇ ਇਸਤਰ੍ਹਾਂ ਖਤਮ ਹੋ ਜਾਣਾ ਹੈ, ਜਿਵੇਂ ਕੱਚ ਅੱਗ ਵਿੱਚ ਪਿਘਲ ਜਾਂਦਾ ਹੈ ।

You should always remain awake and alert in your meditation. Without the earnings of His Word, nothing remains as his true companion forever. Worldly creature may adopt any techniques; no one can avoid death or live forever on earth. In the end, his body may melt like a glass in fire.

ਇਸੁ ਤਨ ਧਨ ਕਾ ਕਹਹੁ ਗਰਬੁ ਕੈਸਾ॥ is tan Dhan kaa kahhu garab kaisaa.
ਬਿਨਸਤ ਬਾਰ ਨ ਲਾਗੈ ਬਵਰੇ, ਹਉਮੈ ਗਰਬਿ ਖਪੈ ਜਗੁ ਐਸਾ॥੧॥ binsat baar na laagai bavray ha-umai garab khapai jag aisaa. ||1||
ਰਹਾਉ॥ rahaa-o.

ਜੀਵ ਜਵਾਨੀ, ਸੰਸਾਰਕ ਧਨ, ਹੈਸੀਅਤ ਦਾ ਇਤਨਾ ਅਭਿਮਾਨ ਕਿਉਂ ਕਰਦਾ ਹੈ? ਮੌਤ ਤੇ ਸਭ ਕੁਝ ਇਕ ਪਲ ਵਿੱਚ ਹੀ ਪਰਾਇਆ ਹੋ ਜਾਣਾ, ਸਾਥ ਨਹੀਂ ਜਾਣਾ । ਸਾਰਾ ਸੰਸਾਰ ਹੀ ਇਸਤਰ੍ਹਾਂ ਮਾਨਸ ਜਨਮ ਬਿਰਥਾ ਹੀ ਗਵਾ ਲੈਂਦਾ ਹੈ । ਆਪਣੇ ਅਹੰਕਾਰ, ਹੈਸੀਅਤ ਦੇ ਅਭਿਮਾਨ ਵਿੱਚ ਮਰ ਜਾਂਦਾ ਹੈ ।

Why are you boasting in false pride of your worldly possessions, status? At death, everything may become strange and belong to someone else; nothing may remain your companion. Such a way, self-minded may waste his human life opportunity. He may remain regretting and repenting over and over.

ਜੈ ਜਗਦੀਸ ਪ੍ਰਭੂ ਰਖਵਾਰੇ, ਰਾਖੈ ਪਰਖੈ ਸੋਈ॥ jai jagdees parabhoo rakhvaaray raakhai parkhai so-ee.
ਜੇਤੀ ਹੈ ਤੇਤੀ ਤੁਝ ਹੀ ਤੇ, ਤੁਮ੍ ਸਰਿ ਅਵਰੁ ਨ ਕੋਈ॥੨॥ jaytee hai taytee tujh hee tay tumH sar avar na ko-ee. ||2||

ਪ੍ਰਭ ਹੀ ਜੀਵ ਦੇ ਕੀਤੇ ਕੰਮਾਂ ਦੀ ਪਰਖਦਾ, ਰਖਿਆ ਕਰਦਾ ਹੈ । ਹਰਇਕ ਜੀਵ ਆਪਣੇ ਆਪ ਵਰਗਾ ਹੈ, ਉਸ ਦੇ ਬਰਾਬਰ ਦਾ ਹੋਰ ਕੋਈ ਨਹੀਂ ਹੁੰਦਾ ਹੈ ।

The True Master protects, monitors, and judges the worldly deeds of His Creation. Everyone has been created with a unique DNA and no two may be with similar virtues.

ਜੀਅ ਉਪਾਇ ਜੁਗਤਿ ਵਸਿ ਕੀਨੀ, ਆਪੇ ਗੁਰਮੁਖਿ ਅੰਜਨੁ॥ jee-a upaa-ay jugat vas keenee aapay gurmukh anjan.
ਅਮਰੁ ਅਨਾਥ ਸਰਬ ਸਿਰਿ ਮੋਰਾ, ਕਾਲ ਬਿਕਾਲ ਭਰਮ ਭੈ ਖੰਜਨੁ॥੩॥ amar anaath sarab sir moraa kaal bikaal bharam bhai khanjan. ||3||

ਪ੍ਰਭ ਤੂੰ ਆਪ ਹੀ ਸਾਰੇ ਜੀਵ ਪੈਦਾ ਕਰਦਾ, ਜੀਵਨ ਦੇ ਸਾਧਨ ਆਪਣੇ ਵੱਸ ਵਿੱਚ ਹੀ ਰਖਦਾ ਹੈ । ਆਪ ਹੀ ਗੁਰਮਖ ਨੂੰ ਸੋਝੀ ਵਾਲੀ ਬਾਮ ਬਖਸ਼ਦਾ ਹੈ । ਪ੍ਰਭ ਤੋਂ ਉਪਰ, ਉਸ ਦਾ ਹੋਰ ਕੋਈ ਮਾਲਕ ਨਹੀਂ ਹੈ । ਉਹ ਹੀ ਮੌਤ ਅਤੇ ਜੂੰਨਾਂ ਵਿੱਚ ਪਾਉਣ ਵਾਲਾ ਅਤੇ ਭਰਮਾਂ ਦਾ ਨਾਸ ਕਰਨ ਵਾਲਾ ਹੈ ।

The True Master has created all creatures and kept all wisdom, capability to perform worldly deeds within His Own Command. He may bless the bam of enlightenment to His true devotee. The True Master may not be subjected to any judgement for his deeds. He may keep any soul in the cycle of birth and death or eliminate all her suspicions.

ਕਾਗਦ ਕੋਟੁ ਇਹੁ ਜਗੁ ਹੈ ਬਪੁਰੋ, ਰੰਗਨਿ ਚਿਹਨ ਚਤੁਰਾਈ॥ kaagad kot ih jag hai bapuro rangan chihan chaturaa-ee.
ਨਾਨ੍ਹੀ ਸੀ ਬੂੰਦ ਪਵਨੁ ਪਤਿ ਖੋਵੈ, ਜਨਮਿ ਮਰੈ ਖਿਨੁ ਤਾਈ॥੪॥ naanHee see boond pavan pat khovai janam marai khin taa-eeN. ||4||

ਤਨ ਕਾਗਜ਼ ਦਾ ਜੰਗਲ, ਰੰਗ, ਅਕਾਰ ਅਤੇ ਚਲਾਕੀ ਨਾਲ ਭਰਿਆਂ ਹੈ । ਇਕ ਪਾਣੀ ਦੀ ਬੂੰਦ ਜਾ ਹਵਾ ਦਾ ਬੁਲਾ ਇਸ ਨੂੰ ਖਤਮ ਕਰ ਸਕਦਾ ਹੈ । ਇਸ ਦੀ ਮਹਾਨਤਾ ਨਾਸ ਕਰ ਦੇਂਦਾ ਹੈ ।

Human body may be like a jungle of papers, overwhelmed with different colors, structures and clever tricks. A drop of water, a bubble of air may destroy his body and all his significance.

ਨਦੀ ਉਪਕੰਠਿ ਜੈਸੇ ਘਰੁ ਤਰਵਰੁ, ਸਰਪਨਿ ਘਰੁ ਘਰ ਮਾਹੀ॥ nadee upkhanth jaisay ghar tarvar sarpan ghar ghar maahee.
ਉਲਟੀ ਨਦੀ ਕਹਾਂ ਘਰੁ ਤਰਵਰੁ, ultee nadee kahaaN ghar tarvar
ਸਰਪਨਿ ਡਸੈ ਦੂਜਾ ਮਨ ਮਾਂਹੀ॥੫॥ sarpan dasai doojaa man maaNhee. ||5||

ਇਹ ਮਾਨਸ ਜਨਮ ਇਕ ਨਦੀ ਦੇ ਕਿਨਾਰੇ ਬ੍ਰਿਛ ਦੇ ਵਰਗਾ ਹੈ । ਜਦੋਂ ਨਦੀ ਵਿੱਚ ਹੜ੍ਹ ਆ ਜਾਂਦਾ ਹੈ ਤਾ ਉਸ ਬ੍ਰਿਛ ਤੇ ਸੱਪ ਚੜ੍ਹ ਜਾਂਦੇ ਹਨ । ਆਪਣਾ ਡੰਗ ਮਾਰ ਕੇ ਜੀਵ ਨੂੰ ਖਤਮ ਕਰ ਦੇਂਦੇ ਹਨ । ਇਸਤਰ੍ਹਾਂ ਸੰਸਾਰਕ ਮਾਇਆ ਆਪਣੇ ਜਾਲ ਵਿੱਚ ਫਸਾ ਲੈਂਦੀ, ਭਰਮਾਂ ਵਿੱਚ ਪਾਈ ਰਖਦੀ ਹੈ ।

Human life may be like a tree planted on the shore of a river. With flood many snakes may climb on the tree, sting, bite to end his life. Same way, sweet poison of worldly wealth may intoxicate and keeps His Creation in suspicions.

ਗਾਰੁੜ ਗੁਰ ਗਿਆਨੁ ਧਿਆਨੁ ਗੁਰ ਬਚਨੀ, ਬਿਖਿਆ ਗੁਰਮਤਿ ਜਾਰੀ॥ gaarurh gur gi-aan Dhi-aan gur bachnee bikhi-aa gurmat jaaree.
ਮਨ ਤਨ ਹੇਂਵ ਭਏ ਸਚੁ ਪਾਇਆ, ਹਰਿ ਕੀ ਭਗਤਿ ਨਿਰਾਰੀ॥੬॥ man tan hayNv bha-ay sach paa-i-aa har kee bhagat niraaree. ||6||

ਪ੍ਰਭ ਦਾ ਸ਼ਬਦ ਇਕ ਜਾਦੂ ਵਰਗਾ ਹੈ । ਸ਼ਬਦ ਦੀ ਸੋਝੀ ਨਾਲ ਮਨ ਦੇ ਲਾਲਚ, ਫਰੇਬ ਸਾਰੇ ਖਤਮ ਹੋ ਜਾਂਦੇ ਹਨ । ਮਨ ਅਤੇ ਤਨ ਵਿੱਚ ਸ਼ਾਂਤੀ, ਸੰਤੋਖ ਬਖਸ਼ਿਸ਼ ਹੋ ਜਾਂਦਾ ਹੈ । ਮਨ ਦੀ ਲਗਨ ਸ਼ਬਦ ਦੀ ਪਾਲਣਾ ਵਿੱਚ ਅਡੋਲ ਹੋ ਜਾਂਦੀ ਹੈ ।

The teachings of His Word may be like a miracle. Whosoever may be enlightened; all his deception, greed, falsehood, and hypocrisy may be eliminated. He may be blessed with peace and contentment; with His mercy and grace, he may remain intoxicated in obeying the teachings of His Word.

ਜੇਤੀ ਹੈ ਤੇਤੀ ਤੁਧੁ ਜਾਚੈ, ਤੂ ਸਰਬ ਜੀਆਂ ਦਇਆਲਾ॥ jaytee hai taytee tuDh jaachai too sarab jee-aaN da-i-aalaa.
ਤੁਮ੍ਰੀ ਸਰਣਿ ਪਰੇ ਪਤਿ ਰਾਖਹੁ, ਸਾਚੁ ਮਿਲੈ ਗੋਪਾਲਾ॥੭॥ tumHree saran paray pat raakho saach milai gopaalaa. ||7||

ਸ੍ਰਿਸ਼ਟੀ ਦੇ ਸਾਰੇ ਜੀਵ ਹੀ ਪ੍ਰਭ ਦੇ ਪੈਦਾ ਕੀਤੇ ਹਨ । ਸਾਰੇ ਤੇਰੇ ਦਰ ਦੇ ਮੰਗਤੇ ਹਨ, ਕੇਵਲ ਪ੍ਰਭ ਹੀ ਦਾਤਾਂ ਬਖਸ਼ਣ ਵਾਲਾ ਮਾਲਕ ਹੈ । ਮੈਂ ਆਪਾ ਤੇਰੀ ਸ਼ਰਣ ਵਿੱਚ ਭੇਟਾ ਕਰਦਾ ਹਾ! ਰਹਿਮਤ ਬਖਸ਼ਕੇ, ਸ਼ਬਦ ਦੇ ਲੜ ਲਾ ਕੇ ਸ਼ਬਦ ਦੀ ਸੋਝੀ ਬਖਸ਼ੋ ।

The True Master has created all creatures in the universe. Everyone may be praying for His Forgiveness and Refuge; only The True Master may bless any virtues to His Creation. I have surrendered my self-entity at His Sanctuary; with His mercy and grace, I may be blessed with devotion and enlightenment of His Word.

ਬਾਧੀ ਧੰਧਿ ਅੰਧ ਨਹੀ ਸੂਝੈ, ਬਧਿਕ ਕਰਮ ਕਮਾਵੈ॥ baaDhee DhanDh anDh nahee soojhai baDhik karam kamaavai.
ਸਤਿਗੁਰ ਮਿਲੈ ਤ ਸੂਝਸਿ ਬੂਝਸਿ, ਸਚ ਮਨਿ ਗਿਆਨੁ ਸਮਾਵੈ॥੮॥ satgur milai ta soojhas boojhas sach man gi-aan samaavai. ||8||

ਜੀਵ ਅਗਿਆਨਤਾ ਵਿੱਚ ਬੰਧਾ, ਪਾਪ ਵਾਲੇ ਕੰਮ ਕਰਦਾ ਰਹਿੰਦਾ ਹੈ । ਜਿਹੜਾ ਸ਼ਬਦ ਦੇ ਲੜ ਲਗਦਾ ਹੈ, ਉਸ ਨੂੰ ਸੋਝੀ ਬਖਸ਼ਿਸ਼ ਹੋ ਜਾਂਦੀ ਹੈ । ਉਹ ਸ਼ਬਦ ਨਾਲ ਜੀਵਨ ਢਾਲਦਾ, ਬੰਦਗੀ ਵਿੱਚ ਲੀਨ ਹੋ ਜਾਂਦਾ ਹੈ ।

Self-minded in his ignorance may remain tied with worldly bonds, belongings and commits sins in worldly life. Whosoever may remain attached to the teachings of His Word; with His mercy and grace, he may be enlightened. He remains intoxicated obeying the teachings of His Word in the void of His Word.

ਨਿਰਗੁਣ ਦੇਹ ਸਾਚ ਬਿਨੁ ਕਾਚੀ, ਮੈ ਪੂਛਉ ਗੁਰੁ ਅਪਨਾ॥ nirgun dayh saach bin kaachee mai poochha-o gur apnaa.
ਨਾਨਕ ਸੋ ਪ੍ਰਭੁ ਪ੍ਰਭੂ ਦਿਖਾਵੈ, ਬਿਨੁ ਸਾਚੇ ਜਗੁ ਸੁਪਨਾ॥੯॥੨॥ naanak so parabh parabhoo dikhaavai bin saachay jag supnaa. ||9||2||

ਮੈਨੂੰ ਸ਼ਬਦ ਦੀ ਪਾਲਣਾ ਕਰਨ ਨਾਲ ਇਹ ਸੋਝੀ ਬਖਸ਼ਿਸ਼ ਹੋਈ ਹੈ । ਸ਼ਬਦ ਨਾਲ ਜੀਵਨ ਢਾਲਣ ਤੋਂ ਬਿਨਾਂ ਤਨ ਦੀ ਕੋਈ ਕੀਮਤ ਨਹੀਂ ਹੁੰਦੀ । ਪ੍ਰਭ ਨੇ ਮੇਰੇ ਅੰਦਰੋਂ ਹੀ ਗਿਆਨ ਬਖਸ਼ਿਆ ਹੈ । ਸ਼ਬਦ ਦੀ ਪਾਲਣਾ ਤੋਂ ਬਿਨਾਂ ਜੀਵਨ ਬਤੀਤ ਕਰਨਾ ਇਕ ਸੁਪਨੇ ਵਰਗਾ ਹੈ । ਜੀਵਨ ਦਾ ਕੋਈ ਲਾਭ ਨਹੀਂ ਖਟਿਆ ਜਾ ਸਕਦਾ ।

I have been enlightened with the essence of His Word, Nature. Whosoever may not obey the teachings of His Word with steady and stable belief; his human life may not have any significance. I have been enlightened from within; without adopting the teachings of His Word; human life may be a fantasy; no one may benefit from his human life opportunity.

Key Message of Raag Malaar, page 1273-15
'ਹਰਇਕ ਜੀਵ ਵਿਸ਼ੇਸ਼ ਹੀ ਹੁੰਦਾ ਹੈ!

ਪ੍ਰਭ ਦੇ ਸ਼ਬਦ ਦੇ ਸਿਮਰਨ ਵਿੱਚ ਜਾਗਦੇ ਅਤੇ ਸੁਚੇਤ ਰਹਿਣ ਨਾਲ ਅਸਲੀ ਸਾਥੀ ਨਾਲ ਸੰਜੋਗ ਹੋ ਜਾਂਦਾ ਹੈ! ਹਰਇਕ ਜੀਵ ਆਪਣੇ ਆਪ ਵਰਗਾ ਹੀ ਹੈ, ਉਸ ਦੇ ਬਰਾਬਰ ਦਾ ਹੋਰ ਕੋਈ ਨਹੀਂ ਹੁੰਦਾ ਹੈ । ਪ੍ਰਭ ਦਾ ਸ਼ਬਦ ਅਨੋਖਾ ਹੀ ਹੈ, ਸ਼ਬਦ ਦੀ ਸੋਝੀ ਨਾਲ ਲਾਲਚ, ਫਰੇਬ ਸਾਰੇ ਖਤਮ ਹੋ ਜਾਂਦੇ, ਸ਼ਾਂਤੀ, ਸੰਤੋਖ ਬਖਸ਼ਿਸ਼ ਹੋ ਜਾਂਦਾ ਹੈ । ਉਸ ਨੂੰ ਸੋਝੀ ਬਖਸ਼ਿਸ਼ ਹੋ ਜਾਂਦੀ, ਸ਼ਬਦ ਦੀ ਪਾਲਣਾ ਤੋਂ ਬਿਨਾਂ ਜੀਵਨ ਬਤੀਤ ਕਰਨਾ ਇਕ ਸੁਪਨੇ ਵਰਗਾ ਹੈ ।

Everyone has unique DNA!

Whosoever may remain awake and alert in meditation; he may be blessed union with true companion forever. Everyone has been created with a unique DNA and no two may be with similar virtues. His Word may be astonishing! with enlightenment of the essence His Word, deception, greed, falsehood, and hypocrisy may be eliminated. He may be blessed with peace and contentment. He may be enlightened; without obeying the teachings of His Word; human life journey may be like a dream, illusion.

12. ਮਲਾਰ ਮਹਲਾ ੧॥ 1274-8

ਚਾਤ੍ਰਿਕ ਮੀਨ, ਜਲ ਹੀ ਤੇ ਸੁਖੁ ਪਾਵਹਿ, ਸਾਰਿੰਗ ਸਬਦਿ ਸੁਹਾਈ॥੧॥ chaatrik meen jal hee tay sukh paavahi saaring sabad suhaa-ee. ||1||

ਚਾਤ੍ਰਿਕ ਅਤੇ ਮੱਛਲੀ ਪਾਣੀ ਹੀ ਮਿਲਣ ਤੇ ਅਨੰਦ ਮਾਨਦੇ ਹਨ । ਇਸਤਰ੍ਹਾਂ ਹਿਰਨ ਟੱਲੀ ਦੀ ਆਵਾਜ ਨਾਲ ਖੁਸ਼ੀ ਮਾਨਦਾ ਹੈ ।

Chaatrik-rain bird, and fish may enjoy with rain water; same way, deer may remain astonished, amazed with the sound of ringing bell.

ਰੈਨਿ ਬਬੀਹਾ ਬੋਲਿਓ ਮੇਰੀ ਮਾਈ॥੧॥ ਰਹਾਉ॥ rain babeehaa boli-o mayree maa-ee. ||1|| rahaa-o.

ਬਬੀਹਾ ਰਾਤ ਨੂੰ ਮਿੱਠੇ ਬੋਲ ਬੋਲਦਾ ਹੈ । ਪ੍ਰਭ ਦੇ ਵਿਛੋੜੇ ਵਿੱਚ ਹੀ ਗਾਉਂਦਾ ਰਹਿੰਦਾ ਹੈ ।

Babeeha may sing the melodious songs in renunciation in the memory of his separation from His Holy Spirit.

ਪ੍ਰਿਅ ਸਿਉ ਪ੍ਰੀਤਿ ਨ ਉਲਟੈ ਕਬਹੂ, ਜੋ ਤੈ ਭਾਵੈ ਸਾਈ॥੨॥ pari-a si-o pareet na ultai kabhoo jo tai bhaavai saa-ee. ||2||

ਰਹਿਮਤ ਬਖਸ਼ੋ! ਇਸਤਰ੍ਹਾਂ ਮੇਰੀ ਲਗਨ ਸ਼ਬਦ ਵਿੱਚ ਅਡੋਲ ਰਖੋ! ਇਹ ਹੀ ਤੇਰਾ ਭਾਣਾ ਬਣ ਜਾਵੇ ।

My True Master blesses me with such a devotion that I may never abandon the teachings of Your Word from my day-to-day life. Obeying the teachings of Your Word may become a real purpose of human life opportunity.

ਨੀਦ ਗਈ ਹਉਮੈ ਤਨਿ ਥਾਕੀ, ਸਚ ਮਤਿ ਰਿਦੈ ਸਮਾਈ॥੩॥ need ga-ee ha-umai tan thaakee sach mat ridai samaa-ee. ||3||

ਪ੍ਰਭ ਦਾ ਸ਼ਬਦ ਹੀ ਮਨ ਵਿੱਚ ਘਰ ਕਰ ਗਿਆ ਹੈ । ਮੇਰੀਆ ਅੱਖਾਂ ਵਿਚੋਂ ਨੀਂਦ ਦੂਰ ਚਲੀ ਗਈ ਹੈ, ਮਨ ਵਿਚੋਂ ਅਹੰਕਾਰ ਖਤਮ ਹੋ ਗਿਆ ਹੈ ।

I am drenched with the essence of His Word within my mind. My eyes have been deprived from sleep; with His mercy and grace, I have conquered my own ego of worldly status.

ਰੂਖੀ ਬਿਰਖੀ ਊਡਉ ਭੂਖਾ, ਪੀਵਾ ਨਾਮੁ ਸੁਭਾਈ॥੪॥ rookheeN birkheeN ooda-o bhookhaa peevaa naam subhaa-ee. ||4||

ਮੈਂ ਪਿਆਸਾ, ਬ੍ਰਿਛਾਂ, ਪੌਦਿਆਂ ਵਿੱਚ ਘੁੰਮਦਾ ਰਹਿੰਦਾ ਹਾਂ । ਮਨ ਵਿੱਚ ਸ਼ਬਦ ਦੀ ਸਦਾ ਚਲਣ ਵਾਲੀ ਧੁਨ ਸੁਣਾਈ ਦੇਣ ਨਾਲ ਸੰਤੋਖ ਬਖਸ਼ਿਸ਼ ਹੋ ਜਾਂਦਾ ਹੈ ।

I am remaining anxious, thirsty wandering in plants and trees. Whosoever may hear the everlasting echo of His Word resonating within my heart; he may remain intoxicated and contented in the void of the everlasting echo of His Word.

ਲੋਚਨ ਤਾਰ ਲਲਤਾ ਬਿਲਲਾਤੀ, ਦਰਸਨ ਪਿਆਸ ਰਜਾਈ॥੫॥ lochan taar laltaa billaatee darsan pi-aas rajaa-ee. ||5||

ਮੇਰੀਆ ਅੱਖਾਂ ਪ੍ਰਭ ਵੱਲ ਤੱਕਦੀਆਂ, ਅਤੇ ਜੀਭ ਸਿਮਰਨ ਕਰਦੀ ਰਹਿੰਦੀ ਹੈ । ਕੇਵਲ ਤੇਰੇ ਦਰਸ਼ਨ, ਰਹਿਮਤ ਦੀ ਹੀ ਪਿਆਸੀ ਰਹਿੰਦੀ ਹੈ ।

My eyes remain wonder stuck, waiting and my tongue meditates of the teachings of His Word. I remain anxious for the enlightenment of His Word; His Blessed Vision.

ਪ੍ਰਿਅ ਬਿਨੁ ਸੀਗਾਰੁ ਕਰੀ, ਤੇਤਾ ਤਨੁ ਤਾਪੈ,
ਕਾਪਰੁ ਅੰਗਿ ਨ ਸੁਹਾਈ॥੬॥

pari-a bin seegaar karee taytaa tan taapai
kaapar ang na suhaa-ee. ||6||

ਪ੍ਰਭ ਦੀ ਰਹਿਮਤ ਤੋਂ ਬਿਨਾਂ ਜਿਤਨਾਂ ਹੀ ਆਪਣੇ ਤਨ ਨੂੰ ਸੰਵਾਰਦਾ ਹਾ । ਮੇਰਾ ਮਨ ਡੂੰਘਾ ਵਿਛੋੜੇ ਦੇ ਵਿਰਾਗ ਵਿੱਚ ਜਲਦਾ ਹੈ । ਮੇਰੇ ਮਨ, ਤਨ ਨੂੰ ਕਪੜੇ, ਸ਼ਿੰਗਾਰ ਸੋਹਣੇ, ਚੰਗਾ ਨਹੀਂ ਲਗਦਾ ।

Without His Blessed Vision; more I may embellish my body; I may go deeper into renunciation in the memory of my separation from His Holy Spirit. The glamorous clothes and embellishment may not comfort my mind.

ਅਪਨੇ ਪਿਆਰੇ ਬਿਨੁ ਇਕੁ ਖਿਨੁ ਰਹਿ ਨ ਸਕੰਉ,
ਬਿਨ ਮਿਲੇ ਨੀਦ ਨ ਪਾਈ॥੭॥

apnay pi-aaray bin ik khin reh na sakNa-u
bin milay neeNd na paa-ee. ||7||

ਪ੍ਰਭ ਦੇ ਦਰਸ਼ਨ, ਸ਼ਬਦ ਦੀ ਸੋਝੀ ਤੋਂ ਬਿਨਾਂ ਮਨ ਵਿੱਚ ਇਕ ਪਲ ਵੀ ਅਰਾਮ ਬਖਸ਼ਿਸ਼ ਨਹੀਂ ਹੁੰਦਾ । ਪ੍ਰਭ ਦੀ ਰਹਿਮਤ ਦੀ ਨਜ਼ਰ ਤੋਂ ਬਿਨਾਂ ਨੀਂਦ ਨਹੀਂ ਆਉਂਦੀ ।

Without His Blessed Vision, the enlightenment of the essence of His Word; I may never feel comfortable in day-to-day life. I may not be able to sleep.

ਪਿਰੁ ਨਜੀਕਿ ਨ ਬੂਝੈ ਬਪੁੜੀ, ਸਤਿਗੁਰਿ ਦੀਆ ਦਿਖਾਈ॥੮॥ pir najeek na boojhai bapurhee satgur dee-aa dikhaa-ee. ||8||

ਮੇਰੀ ਅਣਜਾਣ ਆਤਮਾ ਨਹੀਂ ਜਾਣਦੀ, ਪ੍ਰਭ ਤਾ ਉਸ ਦੇ ਕੋਲ, ਅੰਦਰ ਵੀ ਵਸਦਾ ਹੈ । ਜਿਹੜਾ ਸ਼ਬਦ ਵਿੱਚ ਲਗਨ ਲਾਉਂਦਾ ਹੈ, ਉਸ ਨੂੰ ਹੀ ਇਸ ਤੱਤ, ਪ੍ਰਭ ਦੀ ਸ੍ਰਿਸ਼ਟੀ ਦੀ ਸੋਝੀ ਬਖਸ਼ਿਸ਼ ਹੋ ਸਕਦੀ ਹੈ ।

My ignorant soul may not realize that His Holy Spirit remains embedded within my soul and dwells within my body. Whosoever may remain intoxicated in meditation on the teachings of His Word; with His mercy and grace, he may be enlightened with the essence of His Nature.

ਸਹਜਿ ਮਿਲਿਆ ਤਬ ਹੀ ਸੁਖੁ ਪਾਇਆ, ਤ੍ਰਿਸਨਾ ਸਬਦਿ ਬੁਝਾਈ॥੯॥ sahj mili-aa tab hee sukh paa-i-aa tarisnaa sabad bujhaa-ee. ||9||

ਜਿਸ ਤੇ ਪ੍ਰਭ ਰਹਿਮਤ ਬਖਸ਼ਦਾ ਹੈ, ਉਸ ਨੂੰ ਸ਼ਾਂਤੀ ਬਖਸ਼ਿਸ਼ ਹੋ ਜਾਂਦੀ ਹੈ । ਸ਼ਬਦ ਦੀ ਸੋਝੀ ਨਾਲ ਹੀ ਮਨ ਦੀ ਪਿਆਸ ਬੁਝਦੀ ਹੈ ।

Whosoever may be bestowed with His Blessed Vision, he may be blessed with peace of mind. With the enlightenment of the essence of His Word; with His mercy and grace, his thirst may be quenched.

ਕਹੁ ਨਾਨਕ ਤੁਝ ਤੇ ਮਨੁ ਮਾਨਿਆ, ਕੀਮਤਿ ਕਹਨੁ ਨ ਜਾਈ॥੧੦॥੩॥ kaho naanak tujh tay man maani-aa keemat kahan na jaa-ee. ||10||3||

ਪ੍ਰਭ, ਮੇਰੇ ਮਨ ਤੇ ਤੇਰੇ ਸ਼ਬਦ ਦਾ ਇਤਨਾ ਰੰਗ ਚੜ੍ਹਿਆ ਹੈ । ਮੈਂ ਇਸ ਦੀ ਕੀਮਤ ਦਾ ਵਖਿਆਨ ਨਹੀਂ ਕਰ ਸਕਦਾ ।

My True Master! I have been drenched with such a deep crimson color of the essence of His Word; I may not be able to explain the intensity and significance of the enlightenment of the essence of His Word.

Key Message of Raag Malaar, page 1274-8
'ਸਦਾ ਚਲਣਵਾਲੀ ਧੁਨ ਹੀ ਸੰਤੋਖ ਦਾ ਸਾਗਰ ਹੈ!
ਜਿਸ ਦੇ ਮਨ ਵਿੱਚ ਸ਼ਬਦ ਦੀ ਸਦਾ ਚਲਣ ਵਾਲੀ ਧੁਨ, ਸੁਣਾਈ ਦੇਂਦੀ ਹੈ, ਉਸ ਦੇ ਮਨ ਨੂੰ ਸੰਤੋਖ ਬਖਸ਼ਿਸ਼ ਹੋ ਜਾਂਦਾ ਹੈ । ਪ੍ਰਭ, ਪ੍ਰਭ ਦਾ ਸ਼ਬਦ ਤਨ ਅੰਦਰ ਹੀ ਵਸਦਾ ਹੈ, ਸ਼ਬਦ ਵਿੱਚ ਲੀਨ ਹੋਣ ਨਾਲ ਇਸ ਤੱਤ ਦੀ, ਪ੍ਰਭ ਦੀ ਸ੍ਰਿਸ਼ਟੀ ਦੀ ਸੋਝੀ ਬਖਸ਼ਿਸ਼ ਹੋ ਸਕਦੀ ਹੈ । ਉਸ ਦੇ ਮਨ ਦੀ ਪਿਆਸ ਬੁਝਦੀ ਜਾਂਦੀ ਹੈ ।
The everlasting echo of His Word, ocean of contentment!
Whosoever may hear the everlasting echo of His Word resonating within his heart; he may remain contented. His Holy Spirit, His Word always remains embedded within his soul and dwells within his body. Whosoever may remain intoxicated in meditation; he may be enlightened with the essence of His Nature. His thirst of worldly desires may be quenched.

13. ਮਲਾਰ ਮਹਲਾ ੧ ਅਸਟਪਦੀਆ ਘਰੁ ੨॥ 1274-16

ੴ ਸਤਿਗੁਰ ਪ੍ਰਸਾਦਿ॥ ik-oNkaar satgur parsaad.
ਅਖਲੀ ਊਂਡੀ ਜਲੁ ਭਰ ਨਾਲਿ॥ akhlee ooNdee jal bhar naal.
ਡੂਗਰੁ ਊਚਉ ਗੜੁ ਪਾਤਾਲਿ॥ doogar oocha-o garh paataal.
ਸਾਗਰੁ ਸੀਤਲੁ ਗੁਰ ਸ਼ਬਦ ਵੀਚਾਰਿ॥ saagar seetal gur sabad veechaar.
ਮਾਰਗੁ ਮੁਕਤਾ ਹਉਮੈ ਮਾਰਿ॥੧॥ maarag muktaa ha-umai maar. ||1||

ਧਰਤੀ ਪਾਣੀ, ਪ੍ਰਬਤਾਂ ਦੇ ਭਾਰ ਨਾਲ ਦੱਬੀ ਹੋਈ ਹੈ । ਧਰਤੀ ਦਾ ਭਾਰ ਪਤਾਲ ਤੇ ਹੈ । ਜਿਹੜਾ ਸ਼ਬਦ ਦੀ ਪਾਲਣਾ ਕਰਦਾ, ਉਸ ਦੇ ਮਨ ਦਾ ਸੰਸਾਰਕ ਸਾਗਰ ਸ਼ਾਂਤ ਹੋ ਜਾਂਦਾ ਹੈ । ਆਪਣੇ ਅਹੰਕਾਰ ਤੇ ਕਾਬੂ ਪਾਉਣਾ ਹੀ ਦਰਬਾਰ ਵਿੱਚ ਪ੍ਰਵਾਨਗੀ ਦਾ ਰਸਤਾ ਹੈ ।

Earth may remain under the weight of water and mountains; all the weight of earth remains on the under-ground sphere. Whosoever may obey the teachings of His Word with steady and stable belief; with His mercy and grace, his worldly ocean of desires may remain contented. To conquer the worldly desires may be the right path of acceptance in His Court.

ਮੈ ਅੰਧੁਲੇ ਨਾਵੈ ਕੀ ਜੋਤਿ॥ mai anDhulay naavai kee jot.
ਨਾਮ ਅਧਾਰਿ ਚਲਾ, ਗੁਰ ਕੈ ਭੈ ਭੇਤਿ॥੧॥ ਰਹਾਉ॥ naam aDhaar chalaa gur kai bhai bhayt. ||1|| rahaa-o.

ਮੈਨੂੰ ਕੇਵਲ ਪ੍ਰਭ ਦੇ ਸ਼ਬਦ ਦੀ ਕਮਾਈ ਦਾ ਹੀ ਆਸਰਾ ਹੈ । ਮੈਂ ਪ੍ਰਭ ਦੇ ਸ਼ਬਦ ਦੀ ਸਿਖਿਆਂ ਨਾਲ ਜੀਵਨ ਢਾਲਕੇ, ਪ੍ਰਭ ਦੇ ਵਿਛੋੜੇ ਦੇ ਵਿਰਾਗ ਵਿੱਚ ਹੀ ਜੀਵਨ ਬਤੀਤ ਕਰਦਾ ਹਾ ।

The earnings of His Word remain my true companion and only supporting pillar for forever. I have adopted the teachings of His Word; I remain in renunciation in the memory of my separation from His Holy Spirit.

ਸਤਿਗੁਰ ਸਬਦੀ ਪਾਧਰੁ ਜਾਣਿ॥ ਗੁਰ ਕੈ ਤਕੀਐ ਸਾਚੈ ਤਾਣਿ॥ satgur sabdee paaDhar jaan. gur kai takee-ai saachai taan.
ਨਾਮੁ ਸਮ੍ਹਾਲਸਿ ਰੂੜ੍ਹੀ ਬਾਣਿ॥ naam samHaalas roorhHee baan.
ਥੈਂ ਭਾਵੈ ਦਰੁ ਲਹਸਿ ਪਿਰਾਣਿ॥੨॥ thaiN bhaavai dar lahas piraan. ||2||

ਜਿਹੜਾ ਸ਼ਬਦ ਦੀ ਪਾਲਣਾ ਕਰਦਾ ਹੈ, ਪ੍ਰਭ ਦੀ ਰਹਿਮਤ ਨਾਲ, ਉਸ ਨੂੰ ਸ਼ਬਦ ਦੀ ਸੋਝੀ, ਪ੍ਰਭ ਦਾ ਆਸਰਾ ਬਖਸ਼ਿਸ਼ ਹੋ ਜਾਂਦਾ ਹੈ । ਉਸ ਦਾ ਮਨ ਇਕੋ ਇਕ ਪ੍ਰਭ ਦੇ ਬਖਸ਼ੇ ਤੇ ਅਡੋਲ ਹੋ ਜਾਂਦਾ, ਸੋਝੀ ਦੀ ਮਹੱਤਤਾ ਸਮਝ ਜਾਂਦਾ ਹੈ । ਪ੍ਰਭ ਦੇ ਸ਼ਬਦ ਦੀ ਸੋਝੀ ਹੀ ਪ੍ਰਵਾਨਗੀ ਦਾ ਰਸਤਾ ਬਣ ਜਾਂਦੀ ਹੈ ।

Whosoever may obey the teachings of His Word with steady and stable belief; with His mercy and grace, he may be blessed with enlightenment of the essence of His Word, His Word may become his true companion forever. He may remain contented with His Blessings and realizes the significance of enlightenment of the essence of His Word. His enlightenment may become the right path of acceptance of His Court.

ਊਡਾਂ ਬੈਸਾ ਏਕ ਲਿਵ ਤਾਰ॥ ਗੁਰ ਕੈ ਸਬਦਿ ਨਾਮ ਆਧਾਰ॥ oodaaN baisaa ayk liv taar. gur kai sabad naam aaDhaar.
ਨਾ ਜਲੁ ਡੂੰਗਰੁ ਨ ਊਚੀ ਧਾਰ॥ naa jal doongar na oochee Dhaar.
ਨਿਜ ਘਰਿ ਵਾਸਾ ਤਹ ਮਗੁ ਨ ਚਾਲਣਹਾਰ॥੩॥ nij ghar vaasaa tah mag na chaalanhaar. ||3||

ਮੈਂ ਬੈਠਾ, ਚਲਦਾ ਫਿਰਦਾ ਮਨ ਵਿੱਚ ਪ੍ਰਭ ਦੇ ਸ਼ਬਦ ਤੇ ਲਿਵ ਲਾਈ ਰਖਦਾ ਹਾ । ਮੈਨੂੰ ਸ਼ਬਦ ਦੀ ਪਾਲਣਾ ਕਰਨ ਨਾਲ ਹੀ ਸ਼ਬਦ ਦਾ ਆਸਰਾ ਬਖਸ਼ਿਸ਼ ਹੋਇਆ ਹੈ । ਮੇਰੇ ਮਨ ਵਿੱਚ ਕੋਈ ਸਮੁੰਦਰ ਉਛਲਦਾ ਨਹੀਂ, ਨਾ ਹੀ ਕੋਈ ਉੱਚੇ ਪਰਬਤ ਹੀ ਹਨ । ਮੈਂ ਆਪਣੇ ਮਨ ਅੰਦਰ ਹੀ ਪ੍ਰਭ ਦੇ ਘਰ ਵਿੱਚ ਵਸਦਾ ਹਾ । ਉਥੇ ਜਾਣ ਲਈ ਰਸਤਾ ਲਭਣ, ਯਾਤਰਾ ਕਰਨ ਦੀ ਕੋਈ ਲੋੜ ਨਹੀਂ ਰਹਿੰਦੀ ।

I may remain intoxicated in obeying the teachings of His Word, in my day-to-day activities, sitting, standing, and moving around; I have been blessed with, earnings of His Word, a supporting pillar. I may not realize any overflowing ocean of worldly desires, nor high mountain of worldly disappointments. I dwell in His Royal Castle within my own body, mind. I do not need to search any unique path or meditation.

ਜਿਤੁ ਘਰਿ ਵਸਹਿ ਤੂਹੈ ਬਿਧਿ ਜਾਣਹਿ, ਬੀਜਉ ਮਹਲੁ ਨ ਜਾਪੈ॥ jit ghar vaseh toohai biDh jaaneh beeja-o mahal na jaapai.
ਸਤਿਗੁਰ ਬਾਝਹੁ ਸਮਝ ਨ ਹੋਵੀ, ਸਭੁ ਜਗੁ ਦਬਿਆ ਛਾਪੈ॥ satgur baajhahu samajh na hovee sabh jag dabi-aa chhaapai.
ਕਰਣ ਪਲਾਵ ਕਰੈ ਬਿਲਲਾਤਉ, ਬਿਨੁ ਗੁਰ ਨਾਮੁ ਨ ਜਾਪੈ॥ karan palaav karai billata-o bin gur naam na jaapai.
ਪਲ ਪੰਕਜ ਮਹਿ ਨਾਮੁ ਛਡਾਏ, ਜੇ ਗੁਰ ਸਬਦੁ ਸਿਞਾਪੈ॥੪॥ pal pankaj meh naam chhadaa-ay jay gur sabad sinjaapai. ||4||

ਜਿਹੜਾ ਪ੍ਰਭ ਦੇ ਘਰ ਵਿੱਚ ਵਸਦਾ ਹੈ, ਉਸ ਨੂੰ ਸ਼ਬਦ ਦੀ ਸੋਝੀ ਬਖਸ਼ਿਸ਼ ਹੋ ਜਾਂਦੀ ਹੈ । ਜਿਹੜਾ ਸ਼ਬਦ ਦੀ ਪਾਲਣਾ ਨਹੀਂ ਕਰਦਾ, ਉਸ ਦਾ ਮਾਨਸ ਜੀਵਨ ਇਕ ਸੁਪਨੇ ਦੀ ਤਰ੍ਹਾਂ ਖਤਮ ਹੋ ਜਾਂਦਾ ਹੈ । ਜੀਵ ਆਪਣੇ ਜੀਵਨ ਵਿੱਚ ਬਹੁਤ ਧਰਮ ਦੇ ਤਰੀਕੇ ਵਰਤਦਾ, ਤਪ ਕਰਨ ਦੀ ਕੋਸ਼ਿਸ਼ ਕਰਦਾ ਹੈ । ਪਰ ਸ਼ਬਦ ਨਾਲ ਜੀਵਨ ਢਾਲਣ ਤੋਂ ਬਿਨਾਂ ਸ਼ਬਦ ਦੀ ਸੋਝੀ ਬਖਸ਼ਿਸ਼ ਨਹੀਂ ਹੁੰਦੀ । ਜਿਹੜਾ ਅਡੋਲ ਭਰੋਸੇ ਨਾਲ ਸ਼ਬਦ ਦੀ ਪਾਲਣਾ ਕਰਦਾ ਹੈ, ਉਸ ਨੂੰ ਇਕ ਪਲ ਵਿੱਚ ਹੀ ਪ੍ਰਭ ਦੇ ਦਰਬਾਰ ਵਿੱਚ ਪ੍ਰਵਾਨਗੀ ਦਾ ਰਸਤਾ ਬਖਸ਼ਿਸ਼ ਹੋ ਜਾਂਦਾ ਹੈ ।

Whosoever may remain intoxicated in the void of His Word; he may be blessed with the enlightenment of the essence of His Word. Whosoever may not obey the teachings of His Word; his human life opportunity may be wasted as a fantasy, dream, illusion. Self-minded may try various religious techniques of meditation, disciplines in his worldly life; however, without adopt the teachings of His Word, he may never be blessed with the right path of acceptance in His Court. Whosoever may obey the teachings of His Word with steady and stable belief; with His mercy and grace, he may be blessed with the right path of acceptance in His Court.

ਇਕਿ ਮੂਰਖ ਅੰਧੇ ਮੁਗਧ ਗਵਾਰ॥	ik moorakh anDhay mugaDh gavaar.
ਇਕਿ ਸਤਿਗੁਰ ਕੈ ਭੈ ਨਾਮ ਅਧਾਰ॥	ik satgur kai bhai naam aDhaar.
ਸਾਚੀ ਬਾਣੀ ਮੀਠੀ ਅਮ੍ਰਿਤ ਧਾਰ॥	saachee banee meethee amrit Dhaar.
ਜਿਨਿ ਪੀਤੀ ਤਿਸੁ ਮੋਖ ਦੁਆਰ॥੫॥	jin peetee tis mokh du-aar. ‖5‖

ਕਈ ਅਣਜਾਣ, ਮੂਰਖ, ਗਿਆਨ ਤੋਂ ਅੰਧੇ, ਮਨਮਰਜ਼ੀ ਵਾਲੇ ਹੁੰਦੇ ਹਨ । ਕਈ ਸ਼ਬਦ ਦੀ ਪਾਲਣਾ ਕਰਕੇ, ਸ਼ਬਦ ਨੂੰ ਜੀਵਨ ਦਾ ਆਸਰਾ ਬਣਾ ਲੈਂਦੇ ਹਨ । ਪ੍ਰਭ ਦੇ ਸ਼ਬਦ ਦੀ ਸਿਖਿਆਂ, ਮਨ ਨੂੰ ਸ਼ਾਤ ਕਰਨ ਵਾਲੀ ਹੁੰਦੀ ਹੈ । ਜਿਹੜਾ ਸ਼ਬਦ ਨਾਲ ਜੀਵਨ ਢਾਲਦਾ, ਉਸ ਨੂੰ ਮੁਕਤੀ ਦਾ ਰਸਤਾ ਬਖਸ਼ਿਸ਼ ਹੋ ਜਾਂਦਾ ਹੈ ।

Self-minded may remain ignorant from the real purpose of human life, essence of His Word. His true devotee may adopt the teachings of His Word as the guiding principle of his human life opportunity. The teachings of His Word may be very soothing to his mind. Whosoever may adopt the teachings of His Word; with His mercy and grace, he may be blessed with the right path of acceptance in His Court.

ਨਾਮੁ ਭੈ ਭਾਇ ਰਿਦੈ ਵਸਾਹੀ, ਗੁਰ ਕਰਣੀ ਸਚੁ ਬਾਣੀ॥	naam bhai bhaa-ay ridai vasaahee gur karnee sach banee.
ਇੰਦੁ ਵਰਸੈ ਧਰਤਿ ਸੁਹਾਵੀ, ਘਟਿ ਘਟਿ ਜੋਤਿ ਸਮਾਣੀ॥	ind varsai Dharat suhaavee ghat ghat jot samaanee.
ਕਾਲਰਿ ਬੀਜਸਿ ਦੁਰਮਤਿ, ਐਸੀ ਨਿਗੁਰੇ ਕੀ ਨਿਸਾਣੀ॥	kaalar beejas durmat aisee niguray kee neesaanee.
ਸਤਿਗੁਰ ਬਾਝਹੁ ਘੋਰ ਅੰਧਾਰਾ, ਡੂਬਿ ਮੁਏ ਬਿਨੁ ਪਾਣੀ॥੬॥	satgur baajhahu ghor anDhaaraa doob mu-ay bin paanee. ‖6‖

ਜਿਹੜਾ ਪ੍ਰਭ ਦੇ ਵਿਛੋੜੇ ਦੇ ਵਿਰਾਗ ਵਿੱਚ ਸ਼ਬਦ ਦੀ ਸਿਖਿਆਂ ਨੂੰ ਆਪਣੇ ਮਨ ਵਿੱਚ ਵਸਾ ਲੈਂਦਾ ਹੈ । ਉਸ ਨੂੰ ਸ਼ਬਦ ਦੀ ਸੋਝੀ ਦੀ ਕੀਮਤ ਦੀ ਜਾਣਕਾਰੀ ਹੋ ਜਾਂਦੀ ਹੈ । ਜਿਵੇਂ ਵਰਖਾ ਨਾਲ ਸਾਰੀ ਧਰਤੀ ਤੇ ਖੇੜੇ ਬਖਸ਼ਿਸ਼ ਹੋ ਜਾਂਦਾ ਹੈ । ਇਸਤਰ੍ਹਾਂ ਪ੍ਰਭ ਦੇ ਸ਼ਬਦ ਦੀ ਵਰਖਾ ਹਰਇਕ ਦੇ ਹਿਰਦੇ ਵਿੱਚ ਹੀ ਵਰਸਦੀ ਹੈ । ਮਨਮੁਖ ਆਪਣੇ ਮਨ ਵਿੱਚ ਬੁਰੇ ਖਿਆਲਾਂ ਦਾ ਹੀ ਬੀਜ ਬੀਜਦਾ, ਇਹ ਹੀ ਉਸ ਦੀ ਨਿਸ਼ਾਨੀ ਬਣ ਜਾਂਦੀ ਹੈ । ਪ੍ਰਭ ਦੇ ਸ਼ਬਦ ਦੀ ਪਾਲਣਾ ਤੋਂ ਬਿਨਾਂ ਸੰਸਾਰ ਵਿੱਚ ਅਗਿਆਨਤਾ ਹੀ ਰਹਿੰਦੀ ਹੈ, ਉਹ ਮਾਨਸ ਜੀਵਨ ਬਿਰਥਾ ਹੀ ਗਵਾ ਲੈਂਦਾ ਹੈ ।

Whosoever may remain in renunciation in the memory of his separation from His Holy Spirit; with His mercy and grace, he may realize the significance of the enlightenment of the essence of His Word. As with rain, blossom may be everywhere on earth. Same way the rain of the enlightenment of the essence of His Word may be pouring within every heart. Self-minded may sow the seed of evil thoughts within his mind, that may become his identification. Without obeying the teachings of His Word, ignorance may dominate the whole universe. Self-minded may waste his human life opportunity uselessly.

ਜੋ ਕਿਛੁ ਕੀਨੋ ਸੁ ਪ੍ਰਭੂ ਰਜਾਇ॥	jo kichh keeno so parabhoo rajaa-ay.
ਜੋ ਧੁਰਿ ਲਿਖਿਆ ਸੁ ਮੇਟਣਾ ਨ ਜਾਇ॥	jo Dhur likhi-aa so maytnaa na jaa-ay.
ਹੁਕਮੇ ਬਾਧਾ ਕਾਰ ਕਮਾਇ॥	hukmay baaDhaa kaar kamaa-ay.
ਏਕ ਸਬਦਿ ਰਾਚੈ ਸਚਿ ਸਮਾਇ॥੭॥	ayk sabad raachai sach samaa-ay. ‖7‖

ਪ੍ਰਭ ਦਾ ਭਾਣਾ ਹੀ ਹਰਇਕ ਥਾਂ ਤੇ ਹੀ ਵਾਪਰਦਾ ਹੈ । ਜੀਵ ਦੇ ਪਿਛਲੇ ਜਨਮ ਦੇ ਲਿਖੇ ਭਾਗ ਮਿਟਾਏ ਨਹੀਂ ਜਾ ਸਕਦੇ । ਉਹ ਪ੍ਰਭ ਦੇ ਹੁਕਮ ਵਿੱਚ ਬੰਧਾ, ਸੰਸਾਰਕ ਧੰਦੇ ਕਰਦਾ ਰਹਿੰਦਾ ਹੈ । ਜਿਸ ਨੂੰ ਆਪ ਹੀ ਸ਼ਬਦ ਦੇ ਲੜ ਲਾਉਂਦਾ ਹੈ । ਉਸ ਦੀ ਆਤਮਾ ਪ੍ਰਭ ਦੀ ਜੋਤ ਵਿੱਚ ਅਭੇਦ ਹੋਣ ਯੋਗ ਬਣ ਜਾਂਦੀ ਹੈ ।

His Command may prevail everywhere in the universe. His prewritten destiny may never be altered, avoided by own efforts or meditation. He may perform all worldly chores under His Command. Whosoever may be blessed with devotion to obey the teachings of His Word; with His mercy and grace, his soul may be sanctified to become worthy of His Consideration.

ਚਹੁ ਦਿਸਿ ਹੁਕਮੁ ਵਰਤੈ ਪ੍ਰਭ ਤੇਰਾ, ਚਹੁ ਦਿਸਿ ਨਾਮ ਪਤਾਲੰ॥	chahu dis hukam vartai parabh tayraa chahu dis naam pataalaN.
ਸਭ ਮਹਿ ਸਬਦੁ ਵਰਤੈ ਪ੍ਰਭ ਸਾਚਾ, ਕਰਮਿ ਮਿਲੈ ਬੈਆਲੰ॥	sabh meh sabad vartai parabh saachaa karam milai bay-aalaN.
ਜਾਂਮਣੁ ਮਰਣਾ ਦੀਸੈ ਸਿਰਿ ਊਭੌ, ਖੁਧਿਆ ਨਿਦ੍ਰਾ ਕਾਲੰ॥	jaaNman marnaa deesai sir oobhou khuDhi-aa nidraa kaalaN.
ਨਾਨਕ ਨਾਮੁ ਮਿਲੈ ਮਨਿ ਭਾਵੈ, ਸਾਚੀ ਨਦਰਿ ਰਸਾਲੰ॥੮॥੧॥੪॥	naanak naam milai man bhaavai saachee nadar rasaalaN. ‖8‖1‖4‖

ਪ੍ਰਭ ਦਾ ਹੁਕਮ ਹੀ ਚਾਰੇ ਪਾਸੇ, ਹਰਇਕ ਜੀਵ ਦੇ ਮਨ ਵਿੱਚ ਵਾਪਰਦਾ ਹੈ । ਆਪ ਹੀ ਸ੍ਰਿਸ਼ਟੀ ਦੇ ਚਾਰੇ ਕੋਨਿਆਂ ਵਿੱਚ ਵਾਪਰਦਾ ਹੈ । ਜਿਹੜਾ ਸ਼ਬਦ ਦੀ ਪਾਲਣ ਵਿੱਚ ਅਡੋਲ ਰਹਿੰਦਾ ਹੈ, ਪ੍ਰਭ ਦੀ ਰਹਿਮਤ ਨਾਲ ਉਹ ਪ੍ਰਵਾਨ ਹੋ ਜਾਂਦਾ ਹੈ । ਹਰਇਕ ਜੀਵ ਦੇ ਮਨ ਵਿੱਚ ਜੂੰਨਾਂ, ਇਛਾਂ ਦੀ ਭੁੱਖ, ਅਤੇ ਮੌਤ ਦਾ ਡਰ ਰਹਿੰਦਾ ਹੈ । ਜਿਹੜਾ ਸ਼ਬਦ ਨਾਲ ਜੀਵਨ ਢਾਲਦਾ ਹੈ, ਪ੍ਰਭ ਆਪ ਹੀ ਉਸ ਨੂੰ ਸ਼ਰਣ ਵਿੱਚ ਪਨਾਹ ਬਖਸ਼ਦਾ ਹੈ ।

His Word, Command remains embedded, dwells, and prevails within each soul and prevails in all the corners of the universe. Whosoever may obey the teachings of His Word with steady and stable belief; with His mercy and grace, he may be blessed with the right path of acceptance in His Court. Worldly desires and fear of death dominate within every heart. Whosoever may adopt the teachings of His Word within his day-to-day life; with His mercy and grace, he may be accepted in His Sanctuary.

Key Message of Raag Malaar, page 1274-16
'ਮਨ ਜੀਤੈ ਜੱਗ ਜੀਤ!
ਆਪਣੇ ਅਹੰਕਾਰ ਤੇ ਕਾਬੂ ਪਾਉਣਾ ਹੀ ਦਰਬਾਰ ਵਿੱਚ ਪ੍ਰਵਾਨਗੀ ਦਾ ਰਸਤਾ ਹੈ । ਉਹ ਪ੍ਰਭ ਦੇ ਵਿਛੋੜੇ ਦੇ ਵਿਰਾਗ ਵਿੱਚ ਹੀ ਜੀਵਨ ਬਤੀਤ ਕਰਦਾ ਹੈ । ਜਿਹੜਾ ਅਡੋਲ ਭਰੋਸੇ ਨਾਲ ਸ਼ਬਦ ਦੀ ਪਾਲਣਾ ਕਰਦਾ ਹੈ, ਉਸ ਨੂੰ ਇਕ ਪਲ ਵਿੱਚ ਹੀ ਪ੍ਰਵਾਨਗੀ ਦਾ ਰਸਤਾ ਬਖਸ਼ਿਸ਼ ਹੋ ਜਾਂਦਾ ਹੈ । ਉਸ ਦੀ ਆਤਮਾ ਪ੍ਰਭ ਦੀ ਜੋਤ ਵਿੱਚ ਅਭੇਦ ਹੋਣ ਯੋਗ ਬਣ ਜਾਂਦੀ ਹੈ ।
Conquering mind, the right path of acceptance in His Court!
To conquer the worldly desires may be the right path of acceptance in His Court. He may remain in renunciation in the memory of his separation from His Holy Spirit. Whosoever may obey the teachings of His Word with steady and stable

belief; he may be blessed with the right path of acceptance in His Court in one moment. His soul may be sanctified to become worthy of His Consideration.

14. ਮਲਾਰ ਮਹਲਾ ੧॥ 1275-13

ਮਰਣ ਮੁਕਤਿ ਗਤਿ ਸਾਰ ਨ ਜਾਨੈ॥ maran mukat gat saar na jaanai.
ਕੰਠੇ ਬੈਠੀ ਗੁਰ ਸਬਦਿ ਪਛਾਨੈ॥੧॥ kanthay baithee gur sabad pachhaanai. ||1||

ਜੀਵ, ਮੌਤ ਅਤੇ ਮੁਕਤੀ ਦੀ ਕੀਮਤ ਨਹੀਂ ਜਾਣਦਾ । ਜਿਹੜਾ ਸੰਸਾਰਕ ਜੀਵਨ ਵਿੱਚ ਸ਼ਬਦ ਦੀ ਪਾਲਣਾ ਕਰਦਾ, ਉਸ ਨੂੰ ਸੋਝੀ ਬਖਸ਼ਿਸ਼ ਹੋ ਜਾਂਦੀ ਹੈ ।

Self-minded may not comprehend the significance of death nor salvation. Whosoever may obey the teachings of His Word; with His mercy and grace, he may be blessed with the enlightenment of the essence of His Word.

ਤੂ ਕੈਸੇ ਆੜਿ ਫਾਥੀ ਜਾਲਿ॥ too kaisay aarh faathee jaal.
ਅਲਖੁ ਨ ਜਾਚਹਿ ਰਿਦੈ ਸਮ੍ਾਲਿ॥੧॥ ਰਹਾਉ॥ alakh na jaacheh ridai samHaal. ||1|| rahaa-o.

ਮਨਮੁਖ ਸੰਸਾਰਕ ਮਾਇਆ ਦੇ ਜਾਲ ਵਿੱਚ ਕਿਵੇਂ ਫਸ ਜਾਂਦਾ ਹੈ? ਉਹ ਸ਼ਬਦ ਵਿੱਚ ਧਿਆਨ ਨਹੀਂ ਲਾਉਂਦਾ ।

How may self-minded become a victim of the sweet poison of worldly wealth? He may not pay attention to the teachings of His Word in his day-to-day life.

ਏਕ ਜੀਅ ਕੈ ਜੀਆ ਖਾਹੀ॥ ਜਲਿ ਤਰਤੀ ਬੂਡੀ ਜਲ ਮਾਹੀ॥੨॥ ayk jee-a kai jee-aa khaahee. jal tartee boodee jal maahee. ||2||

ਮਨਮੁਖ ਆਪਣੀ ਜਾਨ ਬਚਾਉਣ ਲਈ ਕਿਤਨੀਆ ਹੀ ਜਾਨਾਂ ਬਰਬਾਦ ਕਰਦਾ ਹੈ । ਪ੍ਰਭ ਨੇ ਜੀਵ ਨੂੰ ਸੰਸਰ ਦੇ ਸਾਗਰ ਵਿੱਚ ਤਰਨ ਲਈ ਭੇਜਿਆ ਸੀ । ਉਹ ਇਸ ਵਿੱਚ ਕਿਉਂ ਡੁੱਬ ਜਾਂਦਾ ਹਾ?

Self-minded may waste many lives to save his own life. The True Master has blessed human life to sanctify his soul to become worthy of His Consideration. How may he drown in the ocean of worldly desires?

ਸਰਬ ਜੀਅ ਕੀਏ ਪ੍ਰਤਪਾਨੀ॥ sarab jee-a kee-ay paratpaanee.
ਜਬ ਪਕੜੀ ਤਬ ਹੀ ਪਛੁਤਾਨੀ॥੩॥ jab pakrhee tab hee pachhutaanee. ||3||

ਜਿਹੜਾ ਆਪਣੇ ਜੀਵਨ ਵਿੱਚ ਜੀਵ ਹੱਤਿਆ ਕਰਦਾ ਹੈ, ਉਸ ਨੂੰ ਮੌਤ ਤੇ ਲੇਖਾ ਦੇਣਾ ਪੈਂਦਾ ਹੈ । ਉਹ ਬਿਰਥਾ ਹੀ ਅਫਸੋਸ ਅਤੇ ਪਛਤਾਵਾਂ ਕਰਦਾ ਹੈ ।

Whosoever may destroy the life of any breathing creature; he may endure the judgement and held responsible; **<u>no killing may be accepted in His Court as sacrifice</u>**. He may regret and repent uselessly at his death.

ਜਬ ਗਲਿ ਫਾਸ ਪੜੀ ਅਤਿ ਭਾਰੀ॥ ਊਡਿ ਨ ਸਾਕੈ ਪੰਖ ਪਸਾਰੀ॥੪॥	jab gal faas parhee at bhaaree. ood na saakai pankh pasaaree. ||4||

ਜਿਸ ਦੇ ਗਲ ਮੌਤ ਦਾ ਫੰਧਾ ਪੈਂਦਾ ਹੈ । ਉਹ ਭਾਵੇਂ ਬਚਨ ਦੀ ਬਹੁਤ ਕੋਸ਼ਿਸ਼ ਕਰਦਾ ਹੈ, ਪਰ, ਪ੍ਰਭ ਦਾ ਭਾਣਾ ਟਾਲਿਆ ਨਹੀਂ ਜਾ ਸਕਦਾ, ਬਚ ਨਹੀਂ ਸਕਦਾ ।

Whosoever may face The Righteous Judge, The True Master to be crucified; he may never avoid or be saved with any religious baptism. His Command may never be avoided nor he may ever be saved.

ਰਸਿ ਚੂਗਹਿ ਮਨਮੁਖਿ ਗਾਵਾਰਿ॥ ras choogeh manmukh gaavaar.
ਫਾਥੀ ਛੂਟਹਿ ਗੁਣ ਗਿਆਨ ਬੀਚਾਰਿ॥੫॥ faathee chhooteh gun gi-aan beechaar. ||5||

ਮਨਮੁਖ, ਅਣਜਾਣ, ਅਗਿਆਨੀ ਸੰਸਾਰਕ ਅਨੰਦ ਵਿੱਚ ਹੀ ਮਸਤ ਰਹਿੰਦਾ ਹੈ । ਸੰਸਾਰਕ ਮਾਇਆ ਦੇ ਜਾਲ ਵਿੱਚ ਫਸ ਜਾਂਦਾ ਹੈ । ਕੇਵਲ ਸ਼ਬਦ ਦੀ ਸੋਝੀ, ਚੰਗੇ ਕੰਮਾਂ ਨਾਲ ਹੀ ਬਚਾ ਹੋ ਸਕਦਾ ਹੈ ।

Self-minded, ignorant may remain intoxicated in short-lived worldly pleasures. He may remain intoxicated with the sweet poison of worldly wealth. Whosoever may be blessed with the enlightenment of the essence of His Word; with His mercy and grace, he may be saved with his good deeds.

ਸਤਿਗੁਰੁ ਸੇਵਿ ਤੂਟੈ ਜਮਕਾਲੁ॥ ਹਿਰਦੈ ਸਾਚਾ ਸਬਦੁ ਸਮ੍ਾਲੁ॥੬॥ satgur sayv tootai jamkaal. hirdai saachaa sabad samHaal. ||6||

ਜੀਵ ਤੇਰੇ ਹਿਰਦੇ ਵਿੱਚ ਹੀ ਪ੍ਰਭ ਵਸਦਾ ਹੈ । ਜਿਹੜਾ ਸ਼ਬਦ ਨਾਲ ਜੀਵਨ ਢਾਲਦਾ ਹੈ । ਉਸ ਦਾ ਮੌਤ ਦੇ ਜਮਦੂਤ ਤੋਂ ਬਚਾ ਹੋ ਸਕਦਾ ਹੈ ।

The True Master, His Word remains embedded within each soul and dwells within his body. Whosoever may adopt the teachings of His Word with steady and stable belief; with His mercy and grace, he may be saved from the devil of death.

ਗੁਰਮਤਿ ਸਾਚੀ ਸਬਦੁ ਹੈ ਸਾਰੁ॥ ਹਰਿ ਕਾ ਨਾਮੁ ਰਖੈ ਉਰਿ ਧਾਰਿ॥੭॥ gurmat saachee sabad hai saar. har kaa naam rakhai ur Dhaar. ||7||

ਸ਼ਬਦ ਦੀ ਸੋਝੀ ਹੀ ਪ੍ਰਭ ਦੇ ਦਰਬਾਰ ਨੂੰ ਜਾਣ ਵਾਲਾ ਰਸਤਾ ਹੈ । ਪ੍ਰਭ ਦਾ ਸ਼ਬਦ ਆਪਣੇ ਮਨ ਵਿੱਚ ਜਾਗਰਤ ਰਖੋ!

The enlightenment of the essence of His Word may be the right path of acceptance in His Court. You should remain drenched with the essence of His Word within and in your day-to-day life.

ਸੇ ਦੁਖ ਆਗੈ ਜਿ ਭੋਗ ਬਿਲਾਸੇ॥ say dukh aagai je bhog bilaasay.
ਨਾਨਕ ਮੁਕਤਿ ਨਹੀਂ ਬਿਨੁ ਨਾਵੈ ਸਾਚੇ॥ ੮॥੨॥੫॥ naanak mukat nahee bin naavai saachay. ||8||2||5||

ਜਿਹੜਾ ਸੰਸਾਰ ਵਿੱਚ ਕੇਵਲ ਮਨ ਨੂੰ ਅਰਾਮ ਦੇਣ ਵਾਲਾ ਜੀਵਨ ਹੀ ਬਤੀਤ ਕਰਦਾ ਹੈ । ਉਹ ਅਗਲੇ ਜੀਵਨ ਵਿੱਚ ਦੁਖ ਪਾਉਂਦਾ ਹੈ । ਸ਼ਬਦ ਨਾਲ ਜੀਵਨ ਢਾਲਣ ਤੋਂ ਬਿਨਾਂ ਦਰਬਾਰ ਵਿੱਚ ਪ੍ਰਵਾਨਗੀ ਬਖਸ਼ਿਸ਼ ਨਹੀਂ ਹੁੰਦੀ ।

Whosoever may always remain intoxicated in short-lived pleasures of worldly wealth; he may remain in miseries in his next life cycle. Without adopting the teachings of His Word; the right path of acceptance may never be blessed.

Key Message of Raag Malaar, page 1275-13
ਕਿਵੇਂ ਮੁਕਤੀ ਦੀ ਮਹੱਤਤਾ ਦੀ ਸੋਝੀ ਹੋ ਸਕਦੀ ਹੈ?
ਜਿਹੜਾ ਸ਼ਬਦ ਦੀ ਪਾਲਣਾ ਕਰਦਾ ਹੈ, ਉਸ ਨੂੰ ਮੌਤ ਅਤੇ ਮੁਕਤੀ ਦੀ ਕੀਮਤ ਦੀ ਸੋਝੀ ਬਖਸ਼ਿਸ਼ ਹੋ ਜਾਂਦੀ ਹੈ । ਪ੍ਰਭ ਨੇ ਜੀਵ ਨੂੰ ਸੰਸਰ ਦੇ ਸਾਗਰ ਵਿੱਚ ਤਰਨ ਲਈ ਭੇਜਿਆ ਸੀ । ਸ਼ਬਦ ਦੀ ਸੋਝੀ ਹੀ ਪ੍ਰਭ ਦੇ ਦਰਬਾਰ ਨੂੰ ਜਾਣ ਵਾਲਾ ਰਸਤਾ ਹੈ । ਜੀਵ ਹੱਤਿਆ ਕਰਨ ਦਾ ਲੇਖਾ ਮੌਤ ਤੇ ਦੇਣਾ ਪੈਂਦਾ ਹੈ
How to recognize the significance of salvation?
Whosoever may obey the teachings of His Word; he may comprehend the significance of both death and salvation. The True Master has blessed human life to sanctify our soul to become worthy of His Consideration. The enlightenment of the essence of His Word may be the right path of acceptance in His Court. Destroying of any breathing creature must be held responsible; **<u>no killing may be accepted in His Court as sacrifice</u>**.

15. ਸਲੋਕ ਮਹਲਾ ੩॥ 1278-15

ੴ ਸਤਿਗੁਰ ਪ੍ਰਸਾਦਿ॥ ik-oNkaar satgur parsaad.
ਗੁਰਿ ਮਿਲਿਐ ਮਨੁ ਰਹਸੀਐ, ਜਿਉ ਵੁਠੈ ਧਰਣਿ ਸੀਗਾਰੁ॥ gur mili-ai man rehsee-ai ji-o vuthai Dharan seegaar.
ਸਭ ਦਿਸੈ ਹਰੀਆਵਲੀ, ਸਰ ਭਰੇ ਸੁਭਰ ਤਾਲ॥ sabh disai haree-aavalee sar bharay subhar taal.
ਅੰਦਰੁ ਰਚੈ ਸਚ ਰੰਗਿ, ਜਿਉ ਮੰਜੀਠੈ ਲਾਲੁ॥ andar rachai sach rang ji-o manjeethai laal.
ਕਮਲੁ ਵਿਗਸੈ ਸਚੁ ਮਨਿ, ਗੁਰ ਕੈ ਸਬਦਿ ਨਿਹਾਲੁ॥ kamal vigsai sach man gur kai sabad nihaal.
ਮਨਮੁਖ ਦੂਜੀ ਤਰਫ ਹੈ, ਵੇਖਹੁ ਨਦਰਿ ਨਿਹਾਲਿ॥ manmukh doojee taraf hai vaykhhu nadar nihaal.
ਫਾਹੀ ਫਾਥੇ ਮਿਰਗ ਜਿਉ, ਸਿਰਿ ਦੀਸੈ ਜਮਕਾਲੁ॥ faahee faathay mirag ji-o sir deesai jamkaal.
ਖੁਧਿਆ ਤ੍ਰਿਸਨਾ ਨਿੰਦਾ ਬੁਰੀ, ਕਾਮੁ ਕ੍ਰੋਧੁ ਵਿਕਰਾਲੁ॥ khuDhi-aa tarisnaa nindaa buree kaam kroDh vikraal.
ਏਨੀ ਅਖੀ ਨਦਰਿ ਨ ਆਵਈ, ਜਿਚਰੁ ਸਬਦਿ ਨ ਕਰੇ ਬੀਚਾਰੁ॥ aynee akhee nadar na aavee jichar sabad na karay beechaar.
ਤੁਧੁ ਭਾਵੈ ਸੰਤੋਖੀਆਂ, ਚੂਕੈ ਆਲ ਜੰਜਾਲੁ॥ tuDh bhaavai santokhee-aaN chookai aal janjaal.
ਮੂਲੁ ਰਹੈ ਗੁਰੁ ਸੇਵਿਐ, ਗੁਰ ਪਉੜੀ ਬੋਹਿਥੁ॥ mool rahai gur sayvi-ai gur pa-orhee bohith.
ਨਾਨਕ ਲਗੀ ਤਤੁ ਲੈ, ਤੂੰ ਸਚਾ ਮਨਿ ਸਚੁ॥੧॥ naanak lagee tat lai tooN sachaa man sach. ||1||

ਜਿਸ ਨੂੰ ਸ਼ਬਦ ਦੀ ਸੋਝੀ (ਗੁਰੂ ਨਾਲ ਮਿਲਾਪ) ਹੋ ਜਾਂਦੀ, ਉਹ ਮਨ ਵਿੱਚ ਖੇੜਾ, ਅਨੰਦ ਮਾਨਦਾ ਹੈ । ਜਿਵੇਂ ਵਰਖਾ ਨਾਲ ਧਰਤੀ ਵਿੱਚ ਹਰਿਆਵਲੀ ਆ ਜਾਂਦੀ, ਟੋਏ ਟਿੱਬੇ ਪਾਣੀ ਨਾਲ ਭਰ ਜਾਂਦੇ ਹਨ । ਇਸਤਰ੍ਹਾਂ ਹੀ ਜਿਸ ਦੇ ਮਨ ਵਿੱਚ ਸ਼ਬਦ ਰਚ ਜਾਂਦਾ, ਉਸ ਦੇ ਮਨ ਵਿੱਚ ਖੇੜਾ ਬਖਸ਼ਿਸ਼ ਹੋ ਜਾਂਦਾ ਹੈ । ਉਸ ਦੇ ਅੰਦਰ ਵਾਲਾ ਕਮਲ ਦਾ ਫੁੱਲ ਖੜਦਾ, ਮਨ ਅਨੰਦ ਮਾਨਦਾ ਹੈ । ਮਨਮੁਖ ਜੀਵ ਕਦੇ ਲੰਮਾ ਸਮਾਂ ਅਨੰਦ ਨਹੀਂ ਮਾਨਦਾ, ਆਪਣੀਆਂ ਅੱਖਾਂ ਨਾਲ ਦੇਖ ਸਕਦੇ ਹੋ । ਉਸ ਦੇ ਮਨ ਵਿੱਚ ਮੌਤ ਦੀ ਚਿੰਤਾ, ਭਟਕਣ ਰਹਿੰਦੀ ਹੈ । ਭੁੱਖ, ਪਿਆਸ, ਨਿੰਦਿਆਂ ਬਹੁਤ ਬੁਰੀ ਹੈ, ਕਾਮ ਵਾਸ਼ਨਾ, ਕਰੋਧ ਇਸ ਤੋਂ ਵੀ ਬੁਰਾ ਹੁੰਦਾ ਹੈ । ਜਿਸ ਨੂੰ ਸ਼ਬਦ ਦੀ ਸੋਝੀ ਬਖਸ਼ਿਸ਼ ਨਹੀਂ ਹੁੰਦੀ, ਇਹ ਬੁਰੇ ਕੰਮ ਉਸ ਨੂੰ ਆਪਣੀ ਅੱਖਾਂ ਨਾਲ ਸਮਝ ਨਹੀਂ ਆਉਂਦੇ । ਜਿਸ ਦੀ ਸ਼ਬਦ ਦੀ ਕਮਾਈ ਪ੍ਰਭ ਨੂੰ ਪ੍ਰਵਾਨ ਹੋ ਜਾਂਦੀ ਹੈ । ਉਸ ਦੇ ਮਨ ਵਿੱਚ ਸੰਤੋਖ ਬਖਸ਼ਿਸ਼ ਹੋ ਜਾਂਦਾ, ਸੰਸਾਰਕ ਬੰਧਨ ਖਤਮ ਹੋ ਜਾਂਦੇ ਹਨ । ਪ੍ਰਭ ਦੇ ਸ਼ਬਦ ਦੀ ਬੰਦਗੀ ਕਰਨ ਨਾਲ ਮਾਨਸ ਜਨਮ ਸਫਲ ਹੋ ਜਾਂਦਾ ਹੈ । ਪ੍ਰਭ ਦਾ ਸ਼ਬਦ ਹੀ ਇਕੋ ਇਕ ਪੌੜੀ, ਬੇੜੀ ਹੈ । ਜਿਸ ਦਾ ਭਰੋਸਾ ਪ੍ਰਭ ਦੇ ਸ਼ਬਦ ਤੇ ਅਡੋਲ ਹੋ ਜਾਂਦਾ, ਪ੍ਰਭ ਦੀ ਰਹਿਮਤ ਨਾਲ ਉਸ ਦੀ ਆਤਮਾ ਪਵਿੱਤਰ ਹੋ ਜਾਂਦੀ ਹੈ, ਸ਼ਬਦ ਦੀ ਸੋਝੀ ਬਖਸ਼ਿਸ਼ ਹੋ ਜਾਂਦੀ ਹੈ ।

Whosoever may be blessed with the enlightenment of the essence of His Word; with His mercy and grace, he may be blessed with pleasure and blossom in his worldly life. As with rain, greenery may be all over the earth and all ditches may be overflowing with water everywhere. Whosoever may remain drenched with the essence of His Word; same way, his mind may be blessed with blossom within. The lotus flower of his mind may remain overwhelmed with blossom. Self-minded may never enjoy worldly short-lived pleasures for a long time. He may remain worried and frustrated with the fear of death. Hunger, thirst, slandering others may be very terrible, intolerable; however, sexual urge with strange partner and anger of disappointments may be even worse. Whosoever may not be enlightened with the essence of His Word, the reality of life, he may not realize his own blunders in his life. Whose earnings of His Word may be accepted in His Court; with His mercy and grace, all his worldly bonds may be eliminated. He may remain overwhelmed with contentment with his worldly environments; with His mercy and grace, his human life opportunity may be rewarded. This may be a unique rescue boat and only, step-ladder to climb to the 10th castle within his own mind. Whosoever may obey the teachings of His Word with steady and stable belief; with His mercy and grace, his soul may be sanctified to become worthy of His Consideration. He may be blessed with the enlightenment of the essence of His Word.

ਮਹਲਾ ੧॥ mehlaa 1.
ਹੇਕੋ ਪਾਧਰੁ ਹੇਕੁ ਦਰੁ, ਗੁਰ ਪਉੜੀ ਨਿਜ ਥਾਨੁ॥ hayko paaDhar hayk dar gur pa-orhee nij thaan.
ਰੂੜਉ ਠਾਕੁਰੁ ਨਾਨਕਾ, ਸਭਿ ਸੁਖ ਸਾਚਉ ਨਾਮੁ॥੨॥ roorha-o thaakur naankaa sabh sukh saacha-o naam. ||2||

ਇਹ ਹੀ ਇਕੋ ਇਕ ਰਸਤਾ ਹੈ ਅਤੇ ਇਹ ਹੀ ਇਕੋ ਇਕ ਪੌੜੀ ਹੈ! ਜਿਸ ਨਾਲ ਜੀਵ ਆਪਣੇ ਮਨ ਦੇ ਅੰਦਰ ਦੇ ਦਸਵੇਂ ਘਰ ਚੜ੍ਹ ਸਕਦਾ ਹੈ । ਪ੍ਰਭ ਅਸਲੀ ਮਾਲਕ ਬਹੁਤ ਸੰਦਰ ਹੈ । ਸਾਰੇ ਸੰਤੋਖ ਅਤੇ ਖੁਸ਼ੀਆਂ ਉਸ ਦੇ ਸ਼ਬਦ ਦੀ ਪਾਲਣਾ ਵਿੱਚ ਹੀ ਸਮੇ ਰਹਿੰਦੇ ਹਨ ।

The earnings of His Word may be the only right path and step-ladder to climb to His 10th Castle within your own mind. The glory of The True Master remains astonishing. All comforts, pleasures, contentment, and pleasures may remain embedded within obeying the teachings of His Word in day-to-day life.

ਪਉੜੀ॥ pa-orhee.
ਆਪੀਨੈ੍ ਆਪੁ ਸਾਜਿ ਆਪੁ ਪਛਾਣਿਆ॥ aapeenHai aap saaj aap pachhaani-aa.
ਅੰਬਰੁ ਧਰਤਿ ਵਿਛੋੜਿ ਚੰਦੋਆ ਤਾਣਿਆ॥ ambar Dharat vichhorh chando-aa taani-aa.
ਵਿਣੁ ਥੰਮ੍ਾ ਗਗਨੁ ਰਹਾਇ ਸਬਦੁ ਨੀਸਾਣਿਆ॥ vin thamHaa gagan rahaa-ay sabad neesaani-aa.
ਸੂਰਜੁ ਚੰਦੁ ਉਪਾਇ ਜੋਤਿ ਸਮਾਣਿਆ॥ sooraj chand upaa-ay jot samaani-aa.
ਕੀਏ ਰਾਤਿ ਦਿਨੰਤੁ ਚੋਜ ਵਿਡਾਣਿਆ॥ kee-ay raat dinant choj vidaani-aa.
ਤੀਰਥ ਧਰਮ ਵੀਚਾਰ ਨਾਵਣ ਪੁਰਬਾਣਿਆ॥ tirath Dharam veechaar naavan purbaani-aa.
ਤੁਧੁ ਸਰਿ ਅਵਰੁ ਨ ਕੋਇ ਕਿ ਆਖਿ ਵਖਾਣਿਆ॥ tuDh sar avar na ko-ay ke aakh vakhaani-aa.
ਸਚੈ ਤਖਤਿ ਨਿਵਾਸੁ ਹੋਰ ਆਵਣ ਜਾਣਿਆ॥੧॥ sachai takhat nivaas hor aavan jaani-aa. ||1||

ਪ੍ਰਭ ਨੇ ਸੂਰਜ ਅਤੇ ਚੰਦ ਪੈਦਾ ਕਰਕੇ ਆਪਣੀ ਜੋਤ, ਰੋਸ਼ਨੀ ਦਾ ਪਸਾਰਾ ਕੀਤਾ ਹੈ । ਉਸ ਨੇ ਰਾਤ ਦਿਨ, ਬਣਾ ਕੇ ਸੰਸਾਰ ਦਾ ਖੇਲ ਰਚਿਆ, ਪਵਿੱਤਰ ਤੀਰਥ ਬਣਾ ਕੇ ਆਪਣੀ ਹੋਂਦ ਦਾ, ਗਿਆਨ ਦਾ ਪਸਾਰਾ ਹੀ ਕੀਤਾ ਹੈ । ਜਿਹੜਾ ਸ੍ਰਿਸ਼ਟੀ ਦੀ ਭਲਾਈ ਦੇ ਕੰਮ ਕਰਦਾ, ਉਸ ਦੀ ਆਤਮਾ ਦਾ ਤਨ, ਮਨ ਵਿੱਚ ਹੀ ਪਵਿਤਰਾ ਦਾ ਇਸ਼ਨਾਨ ਹੋ ਜਾਂਦਾ ਹੈ । ਪ੍ਰਭ ਵਰਗਾ ਹੋਰ ਕੋਈ ਨਹੀਂ ਹੈ, ਜੀਵ ਤੇਰੀ ਵਿਆਖਿਆ ਕਿਵੇਂ ਕਰ ਸਕਦਾ ਹੈ? ਕੇਵਲ ਪ੍ਰਭ ਹੀ ਸਦਾ ਅਟਲ ਰਹਿਣ ਵਾਲਾ ਹੈ, ਬਾਕੀ ਸਾਰੇ ਜਨਮ ਮਰਨ ਦੇ ਚੱਕਰ ਵਿੱਚ ਹੀ ਰਹਿੰਦੇ ਹਨ ।

ਗੁਰੂ ਨਾਨਕ ਦੇਵ ਜੀ! – Guru Nanak Dev Ji! Guru Granth Sahib

The True Master has created Sun, Moon, and stars to expand His Holy Spirit in all universes. He has created day and night to create the play of the universe. He has created Holy Shrines to spread the enlightenment His Word. Whosoever may serve His Creation; with His mercy and grace, he may be blessed with soul sanctifying bath within his own mind and body. No one may ever be born as equal or greater than His Greatness! How may His Creation comprehend His Nature? Only, The True Master remains true forever, everyone else may remain in the cycle of birth and death.

Key Message of Raag Malaar, page 1278-15
'ਦਸਵੇਂ ਘਰ ਚੜ੍ਹਨ ਵਾਲੀ ਪੌੜੀ!
ਜਿਸ ਦੀ ਸ਼ਬਦ ਦੀ ਕਮਾਈ ਪ੍ਰਭ ਨੂੰ ਪ੍ਰਵਾਨ ਹੋ ਜਾਂਦੀ ਹੈ । ਉਸ ਦੇ ਸੰਸਾਰਕ ਬੰਧਨ ਖਤਮ ਹੋ ਜਾਂਦੇ, ਮਾਨਸ ਜਨਮ ਸਫਲ ਹੋ ਜਾਂਦਾ ਹੈ । ਇਹ ਹੀ ਇਕੋ ਇਕ ਰਸਤਾ, ਮਨ ਦੇ ਅੰਦਰ ਦੇ ਦਸਵੇਂ ਘਰ ਚੜ੍ਹਨ ਵਾਲੀ ਇਕੋ ਇਕ ਪੌੜੀ ਹੈ!
Ladder to climb His 10th door within!
Whose earnings of His Word may be accepted in His Court; all his worldly bonds may be eliminated; his human life opportunity may be rewarded. The earnings of His Word may be the only right path and step-ladder to climb to His 10th Castle within.

16. ਸਲੋਕ ਮਃ ੧॥ 1279-9

ਨਾਨਕ ਸਾਵਣਿ ਜੇ ਵਸੈ, ਚਹੁ ਓਮਾਹਾ ਹੋਇ॥ — naanak saavan jay vasai chahu omaahaa ho-ay.
ਨਾਗਾਂ ਮਿਰਗਾਂ ਮਛੀਆਂ, ਰਸੀਆਂ ਘਰਿ ਧਨੁ ਹੋਇ॥੧॥ — naagaaN mirgaaN machhee-aaN rasee-aaN ghar Dhan ho-ay. ||1||

ਸਾਵਨ ਦੀ ਵਰਖਾ ਹੋਣ ਨਾਲ ਚਾਰ ਕਿਸਮਾਂ ਦੇ ਜੀਵ ਅਨੰਦ ਮਾਨਦੇ ਹਨ । ਸੱਪ, ਹਰਨ (ਜੰਗਲ ਦੇ ਜਾਨਵਰ) ਮੱਛੀ ਅਤੇ ਅਮੀਰ! ਅਮੀਰ ਅਨੰਦ, ਮਨੋਰੰਜਨ ਵਿੱਚ ਹੀ ਜੀਵਨ ਬਤੀਤ ਕਰਦੇ ਹਨ ।

With rain, four kinds of creature may enjoy pleasure of worldly life. Snake, fish, deer (wildly animals and bird) and rich. Rich may spend his life in entertainment and worldly pleasures.

ਮਃ ੧॥ — mehlaa 1.
ਨਾਨਕ ਸਾਵਣਿ ਜੇ ਵਸੈ, ਚਹੁ ਵੇਛੋੜਾ ਹੋਇ॥ — naanak saavan jay vasai chahu vaychhorhaa ho-ay.
ਗਾਈ ਪੁਤਾ ਨਿਰਧਨਾ, ਪੰਥੀ ਚਾਕਰੁ ਹੋਇ॥੨॥ — gaa-ee putaa nirDhanaa panthee chaakar ho-ay. ||2||

ਸਾਵਨ ਦੀ ਵਰਖਾ ਨਾਲ, ਚਾਰ ਕਿਸਮ ਦੇ ਜੀਵ, ਸਭ ਤੋਂ ਜ਼ਿਆਦਾ ਵਿਛੋੜੇ ਦਾ ਦੁਖ ਸਹਾਰਦੇ ਹਨ । ਜਾਨਵਰਾਂ ਦੇ ਬੱਚੇ, ਗਰੀਬ, ਯਾਤਰੀ, ਮਜ਼ਦੂਰੀ ਕਰਨ ਵਾਲੇ ।

With rain, four kinds of creature may feel the misery of separation. Baby animals, bird, poor to worry about shelter, traveler, and workers to make living to feed their family.

ਪਉੜੀ॥ — pa-orhee.
ਤੂ ਸਚਾ ਸਚਿਆਰੁ, ਜਿਨਿ ਸਚੁ ਵਰਤਾਇਆ॥ — too sachaa sachiaar jin sach vartaa-i-aa.
ਬੈਠਾ ਤਾੜੀ ਲਾਇ, ਕਵਲੁ ਛਪਾਇਆ॥ — baithaa taarhee laa-ay kaval chhapaa-i-aa.
ਬ੍ਰਹਮੈ ਵਡਾ ਕਹਾਇ, ਅੰਤੁ ਨ ਪਾਇਆ॥ — barahmai vadaa kahaa-ay ant na paa-i-aa.
ਨਾ ਤਿਸੁ ਬਾਪੁ ਨ ਮਾਇ, ਕਿਨਿ ਤੂ ਜਾਇਆ॥ — naa tis baap na maa-ay kin too jaa-i-aa.
ਨਾ ਤਿਸੁ ਰੂਪੁ ਨ ਰੇਖ, ਵਰਨ ਸਬਾਇਆ॥ — naa tis roop na raykh varan sabaa-i-aa.
ਨਾ ਤਿਸੁ ਭੁਖ ਪਿਆਸ, ਰਜਾ ਧਾਇਆ॥ — naa tis bhukh pi-aas rajaa Dhaa-i-aa.
ਗੁਰ ਮਹਿ ਆਪੁ ਸਮੋਇ, ਸਬਦੁ ਵਰਤਾਇਆ॥ — gur meh aap samo-ay sabad vartaa-i-aa.
ਸਚੇ ਹੀ ਪਤੀਆਇ, ਸਚਿ ਸਮਾਇਆ॥੨॥ — sachay hee patee-aa-ay sach samaa-i-aa. ||2||

ਪ੍ਰਭ ਦਾ ਭਾਣਾ ਸਦਾ ਅਟਲ ਅਤੇ ਸਦਾ ਹੀ ਇਨਸਾਫ ਹੀ ਹੁੰਦਾ ਹੈ । ਪ੍ਰਭ ਕਮਲ ਫੁੱਲ ਦੀ ਤਰ੍ਹਾਂ ਖੇੜੇ ਵਿੱਚ ਆਪਣੀ ਸਮਾਧੀ ਵਿੱਚ ਹੀ ਮਸਤ ਰਹਿੰਦਾ ਹੈ । ਪ੍ਰਭ ਨੂੰ ਕੋਈ ਦੇਖ ਨਹੀਂ ਸਕਦਾ । ਸੰਸਾਰ ਵਿੱਚ ਬ੍ਰਹਮਾ ਨੂੰ ਸਭ ਤੋਂ ਵੱਡਾ ਆਖਦੇ, ਮੰਨਦੇ ਹਨ । ਪਰ ਉਸ ਨੇ ਵੀ ਪ੍ਰਭ ਦੇ ਕਿਸੇ ਕਰਤਬ ਦਾ ਅੰਤ ਨਹੀਂ ਪਾਇਆ । ਪ੍ਰਭ ਦਾ ਕੋਈ ਮਾਂ, ਬਾਪ ਨਹੀਂ ਹੈ, ਕਿਸਤਰ੍ਹਾਂ ਪੈਦਾ ਹੋਇਆ ਹੈ? ਪ੍ਰਭ ਦਾ ਕੋਈ ਰੂਪ, ਰੰਗ ਕੋਈ ਹੈਸੀਅਤ ਵੀ ਨਹੀਂ ਹੈ । ਕੋਈ ਭੁੱਖ, ਪਿਆਸ ਨਹੀਂ, ਹਰ ਵੇਲੇ ਸੰਤੋਖ, ਧੀਰਜ ਵਿੱਚ ਹੀ ਰਹਿੰਦਾ ਹੈ । ਪ੍ਰਭ ਨੇ ਆਪਣੇ ਆਪ ਨੂੰ ਆਪਣੇ ਸ਼ਬਦ ਵਿੱਚ ਹੀ ਸਮਾਇਆ ਹੈ, ਅਭੇਦ ਰਖਦਾ ਹੈ । ਸ਼ਬਦ ਨਾਲ ਹੀ ਹਰਇਕ ਥਾਂ, ਹਰਇਕ ਵਿੱਚ ਵਾਪਰਦਾ ਹੈ । ਜਿਸ ਦੀ ਬੰਦਗੀ ਪ੍ਰਵਾਨ ਹੋ ਜਾਂਦੀ ਹੈ, ਉਹ ਪ੍ਰਭ ਵਿੱਚ ਅਲੋਪ ਹੋ ਜਾਂਦਾ ਹੈ ।

The True Master and His Word remains true forever and His justice prevails for His Creation. He remains blossom like a lotus flower, intoxicated in His Void. He remains beyond any visibility of His Creation. His Creation believes that Brahma was the most enlightened, prophet of all times; even he could not find any limit of any event, of His Nature. The True Master has no mother, father, color, physical body, any worldly status, no hunger, or thirst! How has He created Himself? The True Master always remain with patience and contented. He remains omnipresent, embedded within His Word, and prevails within everyone and everywhere. Whose earnings of His Word may be accepted in His Court; he may be immersed within His Holy Spirit.

Key Message of Raag Malaar, page 1279-9
'ਵਰਖਾ ਨਾਲ ਚਾਰ ਜੀਵ ਅਨੰਦ, ਚਾਰ ਮਯੂਸ ਹੋ ਜਾਂਦੇ ਹਨ!
ਸਾਵਨ ਦੀ ਵਰਖਾ ਹੋਣ ਨਾਲ ਚਾਰ ਕਿਸਮਾਂ ਦੇ ਜੀਵ ਅਨੰਦ ਮਾਨਦੇ, ਚਾਰ ਮਯੂਸ ਹੁੰਦੇ ਹਨ! ਪ੍ਰਭ ਕਮਲ ਫੁੱਲ ਦੀ ਤਰ੍ਹਾਂ ਖੇੜੇ ਵਿੱਚ ਆਪਣੀ ਸਮਾਧੀ ਵਿੱਚ ਹੀ ਮਸਤ ਰਹਿੰਦਾ, ਭਾਣਾ ਅਟਲ ਅਤੇ ਸਦਾ ਹੀ ਇਨਸਾਫ ਹੀ ਹੁੰਦਾ ਹੈ । ਆਪਣੇ ਆਪ ਨੂੰ ਆਪਣੇ ਸ਼ਬਦ ਵਿੱਚ ਹੀ ਸਮਾਇਆ ਹੈ । ਜਿਸ ਦੀ ਬੰਦਗੀ ਪ੍ਰਵਾਨ ਹੋ ਜਾਂਦੀ, ਉਹ ਪ੍ਰਭ ਵਿੱਚ ਅਲੋਪ ਹੋ ਜਾਂਦਾ ਹੈ । *ਅਨੰਦ ਮਾਨਦੇ ਜੀਵ–ਸੱਪ, ਹਰਨ (ਜੰਗਲ ਦੇ ਜਾਨਵਰ) ਮੱਛੀ ਅਤੇ ਅਮੀਰ! *ਮਯੂਸੀ ਵਿੱਚ ਰਹਿੰਦੇ ਜੀਵ–ਜਾਨਵਰਾਂ ਦੇ ਬੱਚੇ, ਗਰੀਬ, ਯਾਤਰੀ ਅਤੇ ਮਜ਼ਦੂਰੀ ਕਰਨ ਵਾਲੇ ।
Four Creatures cherish and four become miserable!

With rain, four kinds of creature may enjoy and four kinds become miserable! The True Master remains blossom like a lotus flower, intoxicated in His Void; only justice prevails in His Court. He remains embedded within His Word. Whose earnings of His Word may be accepted in His Court; he may be immersed within His Holy Spirit.

***4 creatures Cherish**- Snake, fish, deer (wildly animals and bird) and rich.

*4 creatures remain miserable-Baby animals, bird, poor to worry about shelter, traveler, and workers to feed their family.

17. ਸਲੋਕ ਮਃ ੧॥ 1279-14

ਵੈਦੁ ਬੁਲਾਇਆ ਵੈਦਗੀ, ਪਕੜਿ ਢੰਢੋਲੇ ਬਾਂਹ॥ — vaid bulaa-i-aa vaidgee pakarh dhandholay baaNh.
ਭੋਲਾ ਵੈਦੁ ਨ ਜਾਣਈ, ਕਰਕ ਕਲੇਜੇ ਮਾਹਿ॥੧॥ — bholaa vaid na jaan-ee karak kalayjay maahi. ||1||

ਮੈਂ ਸੰਸਾਰਕ ਵੈਦ ਨੂੰ ਮਿਲਿਆ, ਉਸ ਨੇ ਮੇਰੀ ਬਾਂਹ ਪਕੜ ਕੇ ਨਬਜ਼ ਦੇਖੀ । ਉਹ ਨੂੰ ਸੋਝੀ ਨਹੀਂ, ਮੇਰੀ ਬਿਮਾਰੀ ਤਾ ਮੇਰੇ ਮਨ ਵਿੱਚ ਹੈ ।

I visited worldly doctor for treatment for my illness; he checked my pulse. He may not realize! My sickness may not be of body rather of my mind.

ਮਃ ੨॥ — mehlaa 2.
ਵੈਦਾ ਵੈਦੁ ਸੁਵੈਦੁ ਤੂ, ਪਹਿਲਾਂ ਰੋਗੁ ਪਛਾਣੁ॥ — vaidaa vaid suvaid too pahilaaN rog pachhaan.
ਐਸਾ ਦਾਰੂ ਲੋੜਿ ਲਹੁ, ਜਿਤੁ ਵੰਞੈ ਰੋਗਾ ਘਾਣਿ॥ — aisaa daaroo lorh lahu jit vanjai rogaa ghaan.
ਜਿਤੁ ਦਾਰੂ ਰੋਗ ਉਠਿਅਹਿ, ਤਨਿ ਸੁਖੁ ਵਸੈ ਆਇ॥ — jit daaroo rog uthi-ah tan sukh vasai aa-ay.
ਰੋਗੁ ਗਵਾਇਹਿ ਆਪਣਾ, ਤ ਨਾਨਕ ਵੈਦੁ ਸਦਾਇ॥੨॥ — rog gavaa-ihi aapnaa ta naanak vaid sadaa-ay. ||2||

ਜਿਹੜਾ ਪਹਿਲੇ ਰੋਗ ਦੀ ਜਾਣਕਾਰੀ ਕਰੇ, ਫਿਰ ਉਹ ਦਵਾਈ ਦੇਵੇ, ਜਿਸ ਨਾਲ ਤਨ, ਮਨ ਦੇ ਸਾਰੇ ਰੋਗ ਖਤਮ ਹੋ ਜਾਣ । ਮਨ ਦੀਆਂ ਭਟਕਣਾਂ ਦੂਰ ਹੋ ਜਾਣ, ਮਨ ਨੂੰ ਸੰਤੋਖ ਬਖਸ਼ਿਸ਼ ਹੋ ਜਾਵੇ । ਉਹ ਹੀ ਅਸਲੀ ਵੈਦ, ਡਕਟਰ ਹੁੰਦਾ ਹੈ ।

Whosoever may diagnosis the illness, root cause of sickness and then he may cure all miseries of mind and body. All frustrations of his mind may be eliminated; his balance, contentment, and peace of his mind may be restored. He may be worthy to be called a real doctor.

ਪਉੜੀ॥ — pa-orhee.
ਬ੍ਰਹਮਾ ਬਿਸਨੁ ਮਹੇਸੁ, ਦੇਵ ਉਪਾਇਆ॥ — barahmaa bisan mahays dayv upaa-i-aa.
ਬ੍ਰਹਮੇ ਦਿਤੇ ਬੇਦ, ਪੂਜਾ ਲਾਇਆ॥ — barahmay ditay bayd poojaa laa-i-aa.
ਦਸ ਅਵਤਾਰੀ ਰਾਮੁ, ਰਾਜਾ ਆਇਆ॥ — das avtaaree raam raajaa aa-i-aa.
ਦੈਤਾ ਮਾਰੇ ਧਾਇ, ਹੁਕਮਿ ਸਬਾਇਆ॥ — daitaa maaray Dhaa-ay hukam sabaa-i-aa.
ਈਸ ਮਹੇਸੁਰੁ ਸੇਵ, ਤਿਨ੍ਹੀ ਅੰਤੁ ਨ ਪਾਇਆ॥ — ees mahaysur sayv tinHee ant na paa-i-aa.
ਸਚੀ ਕੀਮਤਿ ਪਾਇ, ਤਖਤੁ ਰਚਾਇਆ॥ — sachee keemat paa-ay takhat rachaa-i-aa.
ਦੁਨੀਆ ਧੰਧੈ ਲਾਇ ਆਪੁ ਛਪਾਇਆ॥ — dunee-aa DhanDhai laa-ay aap chhapaa-i-aa.
ਧਰਮੁ ਕਰਾਏ ਕਰਮ, ਧੁਰਹੁ ਫੁਰਮਾਇਆ॥੩॥ — Dharam karaa-ay karam Dharahu furmaa-i-aa. ||3||

ਪ੍ਰਭ ਨੇ ਬ੍ਰਹਮਾ, ਵਿਸ਼ਨੂੰ, ਸ਼ਿਵਜੀ ਵਰਗੇ ਦੇਵਤੇ ਪੈਦਾ ਕੀਤੇ । ਬ੍ਰਹਮਾ ਨੂੰ ਚਾਰ ਵੇਦਾਂ ਦੀ ਸੋਝੀ ਬਖਸ਼ੀ, ਉਸ ਨੇ ਜੀਵ ਨੂੰ ਪ੍ਰਭ ਦੀ ਬੰਦਗੀ ਤੇ ਲਾਇਆ । ਵਿਸ਼ਨੂੰ ਜੀ ਦੇ ਦਸ ਭਗਤ (ਅਵਤਾਰ) ਪੈਦਾ ਕਰਕੇ, ਜਮਦੂਤਾਂ ਦਾ ਨਾਸ ਕੀਤਾ ਅਤੇ ਪ੍ਰਭ ਦੇ ਸ਼ਬਦ ਦਾ ਰਾਜ ਸਥਾਪਤ ਕੀਤਾ । ਬ੍ਰਹਮਾ, ਮਹੇਸ ਅਤੇ ਸ਼ਿਵਾਂ ਦੇਵਤੇ ਪੈਦਾ ਕੀਤੇ, ਕਿਸੇ ਨੂੰ ਵੀ ਪ੍ਰਭ ਦੇ ਕਿਸੇ ਕਰਤਬਾਂ ਦੀ ਪੂਰਨ ਸੋਝੀ ਬਖਸ਼ਿਸ਼ ਨਹੀਂ ਹੋਈ । ਪ੍ਰਭ ਜੀਵ ਦੇ ਮਨ ਵਿੱਚ ਆਪਣਾ ਤਖਤ ਸਥਾਪਤ ਕਰਕੇ ਇਨਸਾਫ ਕਰਦਾ ਹੈ । ਸਾਰੇ ਸੰਸਾਰਕ ਜੀਵਾਂ ਨੂੰ ਧੰਦੇ ਤੇ ਲਾ ਕੇ, ਆਪ ਗੁਪਤ ਹੀ ਹਰਇਕ ਜੀਵ ਵਿੱਚ ਵਾਪਰਦਾ ਹੈ । ਬਾਕੀ ਜੀਵਾਂ ਦੀ ਭਲਾਈ ਦੇ ਕੰਮ ਕਰਨਾ ਹੀ ਤੇਰਾ ਭਾਣਾ ਮੰਨਣਾ ਹੈ ।

The True Master has created, three blessed souls in the universe over a period, like Brahma, Shivji, and Vishnu! He has created 10 true devotees (prophets) of Vishnu to destroy all devils and established the kingdom, of His Word. His blessed souls Brahma, Shivji and Vishnu were not blessed to completely comprehend His Nature. The True Master has established His Royal throne within, soul of each creature to deliver justice in the universe. He has assigned worldly chores to all creatures and mysteriously prevails in all events. To perform welfare of His Creation may be the essence of obeying the teachings of His Word.

Name of 10 prophets of Vishnu
Matsya; Kurma; Varaha; Narasimha; Vamana; Parashurama; Rama; Balarama; Buddha or Krishna; and Kalki.

Key Message of Raag Malaar, page 1279-14
'ਪ੍ਰਭ ਨੇ ਬ੍ਰਹਮਾ, ਸ਼ਿਵਜੀ, ਮਹੇਸ਼, ਮਾਇਆ ਦੇ ਤਿੰਨ ਰੂਪ ਬਣਾ ਕੇ ਭੇਜੇ!
ਜਿਹੜਾ ਤਨ, ਮਨ ਦੇ ਸਾਰੇ ਰੋਗ ਦੀ ਦਿਵਾਈ ਜਾਣਦਾ ਹੈ, ਉਹ ਹੀ ਅਸਲੀ ਵੈਦ, ਡਕਟਰ ਹੁੰਦਾ ਹੈ । ਪ੍ਰਭ ਨੇ ਜਮਦੂਤਾਂ ਦਾ ਨਾਸ ਕਰਨ ਲਈ, ਸ਼ਬਦ ਦਾ ਰਾਜ ਸਥਾਪਤ ਕੀਤਾ । ਪ੍ਰਭ ਨੇ ਸੰਸਾਰ ਵਿੱਚ ਬ੍ਰਹਮਾ, ਮਹੇਸ ਅਤੇ ਸ਼ਿਵਾਂ ਵਰਗੇ ਕਰੀ ਦੇਵਤੇ ਪੈਦਾ ਕੀਤੇ! ਜੀਵ ਨੂੰ ਸਿਖਿਆਂ ਦੇਣ ਲਈ ਤਿੰਨਾਂ ਨੂੰ ਮਾਇਆ ਦੇ ਤਿੰਨਾਂ ਰੂਪਾਂ ਦੇ ਗੁਲਾਮ ਬਣਾਇਆ!
Created 3 Blessed souls (Brahma, Shivji, Vishnu) as symbol of 3 Virtues of worldly wealth!
Whosoever may cure all miseries of mind and body; only he may be worthy to be called a real doctor. The True Master has established the kingdom, of His Word to destroy the demons of Shakti, devils. He has created three blessed souls like Brahma, Shivji, and Vishnu! He made these three as victim of worldly wealth to enlighten His Creation!

18. ਸਲੋਕ ਮਃ ੨॥ 1280-1

ਸਾਵਣੁ ਆਇਆ ਹੇ ਸਖੀ, ਕੰਤੈ ਚਿਤਿ ਕਰੇਹੁ॥ — saavan aa-i-aa hay sakhee kantai chit karayhu.
ਨਾਨਕ ਝੂਰਿ ਮਰਹਿ ਦੋਹਾਗਣੀ, ਜਿਨ੍ ਅਵਰੀ ਲਾਗਾ ਨੇਹੁ॥੧॥ — naanak jhoor mareh duhaaganee jinH avree laagaa nayhu. ||1||

ਸਾਵਨ ਦੀ ਵਰਖਾ ਦਾ ਮੌਸਮ ਆਇਆ ਹੈ, ਮਨ ਲਾ ਕੇ ਸ਼ਬਦ ਦਾ ਸਿਮਰਨ ਕਰੋ । ਜਿਹੜਾ ਸ਼ਬਦ ਦੀ ਪਾਲਣਾ ਨਹੀਂ ਕਰਦਾ, ਉਸ ਦਾ ਸ਼ਬਦ ਤੇ, ਪ੍ਰਭ ਦੇ ਬਖਸ਼ੇ ਤੇ ਭਰੋਸਾ ਡੋਲ ਜਾਂਦਾ ਹੈ । ਉਸ ਤੋਂ ਪ੍ਰਭ ਦੀ ਰਹਿਮਤ ਦੂਰ ਹੋ ਜਾਂਦੀ ਹੈ ।

In the rainy season, you should meditate on the teachings of His Word. Whosoever may not obey the teachings of His Word; his belief may not remain steady and stable on the teachings of His Word nor on His Blessings. He may be deprived from His Blessed Vision, from the right path of acceptance in His Court.

ਮਃ ੨॥	mehlaa 2.
ਸਾਵਣੁ ਆਇਆ ਹੇ ਸਖੀ, ਜਲਹਰੁ ਬਰਸਨਹਾਰੁ॥	saavan aa-i-aa hay sakheejalhar barsanhaar.
ਨਾਨਕ ਸੁਖਿ ਸਵਨੁ ਸੋਹਾਗਣੀ, ਜਿਨ੍ ਸਹ ਨਾਲਿ ਪਿਆਰੁ॥੨॥	naanak sukh savan sohaaganee jinH sah naal pi-aar. ‖2‖

ਸਾਵਨ ਦੀ ਵਰਖਾ ਮੋਲੇ ਧਾਰ ਹੁੰਦੀ ਹੈ । ਜਿਹੜਾ ਪ੍ਰਭ ਦੇ ਸ਼ਬਦ ਦੀ ਪਾਲਣਾ ਕਰਨ ਵਿੱਚ ਅਡੋਲ ਰਹਿੰਦਾ ਹੈ । ਉਹ ਸੰਤੋਖ ਨਾਲ ਉਸ ਦੀ ਸ਼ਰਣ ਵਿੱਚ, ਪਨਾਹ ਵਿੱਚ ਅਨੰਦ ਮਾਨਦਾ ਹੈ ।

In month of Saavan, a heavy rain may be pouring and creates havoc. Whosoever may remain intoxicated in obeying the teachings of His Word; with His mercy and grace, he may remain contented in the void of His Word in His Sanctuary.

ਪਉੜੀ॥	pa-orhee.
ਆਪੇ ਛਿੰਝ ਪਵਾਇ, ਮਲਾਖਾੜਾ ਰਚਿਆ॥	aapay chhinjh pavaa-ay malaakhaarhaa rachi-aa.
ਲਥੇ ਭੜਥੂ ਪਾਇ, ਗੁਰਮੁਖਿ ਮਚਿਆ॥	lathay bharhthoo paa-ay gurmukh machi-aa.
ਮਨਮੁਖ ਮਾਰੇ ਪਛਾੜਿ, ਮੂਰਖ ਕਚਿਆ॥	manmukh maaray pachhaarh moorakh kachi-aa.
ਆਪਿ ਭਿੜੈ ਮਾਰੇ ਆਪਿ, ਆਪਿ ਕਾਰਜੁ ਰਚਿਆ॥	aap bhirhai maaray aap aap kaaraj rachi-aa.
ਸਭਨਾ ਖਸਮੁ ਏਕੁ ਹੈ, ਗੁਰਮੁਖਿ ਜਾਣੀਐ॥	sabhnaa khasam ayk hai gurmukh jaanee-ai.
ਹੁਕਮੀ ਲਿਖੈ ਸਿਰਿ ਲੇਖੁ, ਵਿਣੁ ਕਲਮ ਮਸਵਾਣੀਐ॥	hukmee likhai sir laykh vin kalam masvaanee-ai.
ਸਤਸੰਗਤਿ ਮੇਲਾਪੁ, ਜਿਥੈ ਹਰਿ ਗੁਣ ਸਦਾ ਵਖਾਣੀਐ॥	satsangat maylaap jithai har gun sadaa vakhaanee-ai.
ਨਾਨਕ ਸਚਾ ਸਬਦੁ ਸਲਾਹਿ ਸਚੁ ਪਛਾਣੀਐ॥੪॥	naanak sachaa sabad salaahi sach pachhaanee-ai. ‖4‖

ਪ੍ਰਭ ਨੇ ਆਪ ਹੀ ਸੰਸਾਰਕ ਧੰਦਿਆਂ ਦਾ ਖੇਲ ਰਚਿਆ ਹੈ । ਸਾਰੇ ਆਪਣੇ ਆਪਣੇ ਢੰਗ ਨਾਲ ਧੰਦੇ ਕਰਦੇ ਹਨ । ਗੁਰਮਖ ਦਾ ਧੰਦਾ ਸ਼ਬਦ ਦੀ ਪਾਲਣਾ ਬਣ ਜਾਂਦਾ ਹੈ, ਉਹ ਸ਼ਬਦ ਦੀ ਸਮਾਧੀ ਵਿੱਚ ਹੀ ਲੀਨ ਰਹਿੰਦਾ ਹੈ । ਮਨਮੁਖ ਜੀਵ ਮਾਨਸ ਜਨਮ ਦਾ ਖੇਲ ਹਾਰ ਜਾਂਦਾ ਹੈ । ਪ੍ਰਭ ਸ੍ਰਿਸ਼ਟੀ ਦਾ ਖੇਲ ਕਰਦਾ, ਕਰਾਉਂਦਾ, ਜੀਵ ਦੀ ਬੰਦਗੀ ਪਰਖਦਾ ਹੈ । ਗੁਰਮਖ ਨੂੰ ਸ਼ਬਦ ਦੀ ਪਾਲਣਾ ਕਰਦੇ, ਸ਼ਬਦ ਦੀ ਸੋਝੀ ਬਖਸ਼ਿਸ਼ ਹੋ ਜਾਂਦੀ ਹੈ । ਉਸ ਦਾ ਭਰੋਸਾ ਇਕੋ ਇਕ ਪ੍ਰਭ, ਅਸਲੀ ਮਾਲਕ ਦੇ ਬਖਸ਼ੇ ਤੇ ਅਡੋਲ ਰਹਿੰਦਾ ਹੈ । ਪ੍ਰਭ ਹਰਇਕ ਜੀਵ ਦੇ ਮੱਥੇ ਤੇ ਬਿਨਾਂ ਕਿਸੇ ਕਲਮ ਤੋਂ ਭਾਗ ਉਕਰਦਾ ਹੈ । ਸੰਤ ਸੰਗਤ ਵਿੱਚ (ਪ੍ਰਭ ਦਾ ਮਿਲਾਪ) ਸ਼ਬਦ ਦੀ ਸੋਝੀ ਬਖਸ਼ਿਸ਼ ਹੁੰਦੀ ਹੈ । ਉਥੇ ਹਰ ਵੇਲੇ ਹੀ ਸ਼ਬਦ ਤੇ ਵਿਚਾਰ ਕੀਤਾ ਜਾਂਦਾ ਹੈ । ਜਿਹੜਾ ਸ਼ਬਦ ਨਾਲ ਜੀਵਨ ਢਾਲਦਾ, ਉਸਤਤ ਗਾਉਂਦਾ ਹੈ, ਪ੍ਰਭ ਦੀ ਰਹਿਮਤ ਨਾਲ, ਉਸ ਨੂੰ ਪ੍ਰਭ ਦੀ ਹੋਂਦ ਅਨੁਭਵ ਹੋ ਜਾਂਦੀ ਹੈ ।

The True Master has created the play of various worldly chores in the universe. Everyone performs worldly chores in different ways and with differ technique. His true devotee may obey the teachings of His Word as the purpose of human life opportunity; with His mercy and grace, he may remain intoxicated in meditation in the void of His Word. Self-minded may waste his human life opportunity. The True Master inspires His Creation to perform worldly chores. He prevails within his chores to make these successful and rewards his efforts, intention. His true devotee obeys the teachings of His Word with steady and stable belief; with His mercy and grace, he may be blessed with the enlightenment of the essence of His Word. His belief remains steady and stable on His Blessings, His Nature. The True Master prewrites, engraves the destiny of each soul before birth with His inkless pen. In the conjugation of His Holy saint, His true devotee may be blessed with the enlightenment of the essence of His Word. Whosoever may sing the glory and adopts the teachings of His Word in his day-to-day life; with His mercy and grace, he may realize His Holy Spirit prevailing everywhere.

Key Message of Raag Malaar, page 1280-1
'ਪ੍ਰਭ ਜੀਵ ਨੂੰ ਧੰਦੇ ਤੇ ਲਾਉਂਦਾ ਹੈ!
ਜਿਹੜਾ ਪ੍ਰਭ ਦੇ ਸ਼ਬਦ ਦੀ ਪਾਲਣਾ ਕਰਨ ਵਿੱਚ ਅਡੋਲ ਰਹਿੰਦਾ ਹੈ । ਉਹ ਸੰਤੋਖ ਨਾਲ ਉਸ ਦੀ ਸ਼ਰਣ ਵਿੱਚ, ਪਨਾਹ ਵਿੱਚ ਅਨੰਦ ਮਾਨਦਾ ਹੈ । ਪ੍ਰਭ ਨੇ ਆਪ ਹੀ ਸੰਸਾਰਕ ਧੰਦਿਆਂ ਦਾ ਖੇਲ ਰਚਿਆ ਹੈ । ਗੁਰਮਖ ਦਾ ਧੰਦਾ ਹੀ ਸ਼ਬਦ ਦੀ ਪਾਲਣਾ ਬਣ ਜਾਂਦਾ ਹੈ, ਉਹ ਸ਼ਬਦ ਦੀ ਸਮਾਧੀ ਵਿੱਚ ਹੀ ਲੀਨ ਰਹਿੰਦਾ ਹੈ । ਉਸ ਨੂੰ ਸ਼ਬਦ ਦੀ ਪਾਲਣਾ ਕਰਦੇ, ਸ਼ਬਦ ਦੀ ਸੋਝੀ ਬਖਸ਼ਿਸ਼ ਹੋ ਜਾਂਦੀ ਹੈ । ਉਸ ਨੂੰ ਪ੍ਰਭ ਦੀ ਹੋਂਦ ਅਨੁਭਵ ਹੋ ਜਾਂਦੀ ਹੈ ।
The True Master assigns unique chore to everyone!
Whosoever may remain intoxicated in obeying the teachings of His Word; he may remain contented in the void of His Word in His Sanctuary. The True Master has created the play of various worldly chores in the universe. His true devotee has assigned the chore to obey the teachings of His Word as the purpose of human life opportunity; he may remain intoxicated in meditation in the void of His Word. He may be enlightened with the essence of His Word; he may realize His Holy Spirit prevailing everywhere.

19. ਸਲੋਕ ਮਃ ੧॥ 1286-5

ਕੁਲਹਾਂ ਦੇਂਦੇ ਬਾਵਲੇ, ਲੈਂਦੇ ਵਡੇ ਨਿਲਜ॥	kulhaaN dayNday baavlay laiNday vaday nilaj.
ਚੂਹਾ ਖਡ ਨ ਮਾਵਈ, ਤਿਕਲਿ ਬੰਨ੍ਹੈ ਛਜ॥	choohaa khad na maav-ee tikal banHai chhaj.
ਦੇਨ੍ਹਿ ਦੁਆਈ ਸੇ ਮਰਹਿ, ਜਿਨ ਕਉ ਦੇਨਿ ਸਿ ਜਾਹਿ॥	dayniH du-aa-ee say mareh jin ka-o dayn se jaahi.
ਨਾਨਕ ਹੁਕਮੁ ਨ ਜਾਪਈ, ਕਿਥੈ ਜਾਇ ਸਮਾਹਿ॥	naanak hukam na jaap-ee kithai jaa-ay samaahi.
ਫਸਲਿ ਅਹਾੜੀ ਏਕੁ ਨਾਮੁ, ਸਾਵਣੀ ਸਚੁ ਨਾਉ॥	fasal ahaarhee ayk naam saavnee sach naa-o.
ਮੈ ਮਹਦੂਦੁ ਲਿਖਾਇਆ, ਖਸਮੈ ਕੈ ਦਰਿ ਜਾਇ॥	mai mehdood likhaa-i-aa khasmai kai dar jaa-ay.
ਦੁਨੀਆ ਕੇ ਦਰ ਕੇਤੜੇ, ਕੇਤੇ ਆਵਹਿ ਜਾਂਹਿ॥	dunee-aa kay dar kayt-rhay kaytay aavahi jaaNhi.
ਕੇਤੇ ਮੰਗਹਿ ਮੰਗਤੇ, ਕੇਤੇ ਮੰਗਿ ਮੰਗਿ ਜਾਹਿ॥੧॥	kaytay mangeh mangtay kaytay mang mang jaahi. ‖1‖

ਗੁਰੂ ਨਾਨਕ ਦੇਵ ਜੀ! – Guru Nanak Dev Ji! Guru Granth Sahib

ਜਿਹੜੇ ਪ੍ਰਭ ਦੇ ਨਾਮ ਤੇ ਕਿਸੇ ਨੂੰ **ਸਤਿਕਾਰ ਦਾ ਸਰੋਪਾ** ਦੇਂਦਾ ਹੈ । ਉਹ ਅਣਜਾਣ, ਅਗਿਆਨੀ, ਮੂਰਖ ਹੀ ਹੁੰਦਾ ਹੈ । ਜਿਹੜੇ ਸਰੋਪਾ ਲੈਂਦਾ ਹੈ, ਉਸ ਨੂੰ ਦਰਬਾਰ ਵਿੱਚ ਸ਼ਰਮਿੰਦਗੀ ਹੀ ਹੁੰਦੀ ਹੈ । ਦੋਨੋਂ ਹੀ ਮੌਤ ਦੇ ਜਮਦੂਤ ਦੇ ਹਵਾਲੇ ਹੀ ਹੋ ਜਾਂਦੇ ਹਨ । ਜਿਹੜੇ **ਚੂਹੇ ਦੇ ਗਲ ਵਿੱਚ ਭੋਜਨ** ਦੀ ਟੋਕਰੀ ਬੰਧੀ ਹੋਵੇ, ਉਹ ਚੂਹਾ ਖੁਡ ਵਿੱਚ **ਕਿਵੇਂ ਵੜ ਸਕਦਾ** ਹੈ? ਕੋਈ ਵੀ ਪ੍ਰਭ ਦੇ ਭਾਣੇ ਨੂੰ ਨਹੀਂ ਜਾਣਦਾ! ਕਿਸੇ ਜੀਵ ਨੂੰ ਕਿਸਤਰ੍ਹਾਂ ਦੀ ਮੌਤ ਆਉਣੀ ਹੈ । ਪ੍ਰਭ ਦੇ ਸ਼ਬਦ ਦੀ ਕਮਾਈ ਹੀ ਅਸਲੀ ਫਸਲ, ਸਦਾ ਸਾਥ ਜਾਣਵਾਲੀ ਕਮਾਈ ਹੈ । ਪ੍ਰਭ ਦੀ ਰਹਿਮਤ ਨਾਲ, ਉਸ ਦੀਆਂ ਭੁਲਾਂ ਬਖਸ਼ੀਆ ਜਾਂਦੀਆਂ, ਲੇਖਾ ਖਤਮ ਹੋ ਜਾਂਦਾ ਹੈ । ਸੰਸਾਰ ਵਿੱਚ ਅਨੇਕਾਂ ਹੀ ਦਰਬਾਰ ਹਨ ਅਤੇ ਅਨੇਕਾਂ ਹੀ ਜੀਵ ਜੰਮਦੇ, ਮਰਦੇ ਹਨ । ਸੰਸਾਰ ਵਿੱਚ ਅਨੇਕਾਂ ਹੀ ਮੰਗਤੇ, ਜਿਹੜੇ ਮੰਗਦੇ ਹੀ ਮਰ ਜਾਂਦੇ ਹਨ ।

Whosoever may honor anyone in the name of The True Master with a ceremonial blessing, garland, saroopa or who may accept that saroopa; both remain ignorant from the teachings of His Word. Whosoever may bestow honor, His Blessings and who may receive the ceremonial blessings; both may endure embarrassment in the Court of The Righteous Judge. Both may be captured by the devil of death. Any mouse may have basket of food hanging in his neck; how may he enter his hole? Same way, anyone spread his sheet or basket for worldly wealth, while singing the glory of His Word; his meditation may have no significance in His Court. No one may comprehend His Command! How may anyone suffer in the end and after death? The earnings of His Word may be the only true wealth, a companion of his soul in His Court. All his sins may be forgiven and his accounts of his worldly deeds may be satisfied. There may be many courts; many new lives may be created and many may die in the universe. Many may be born as beggars and may die begging.

ਮਃ ੧॥
ਸਉ ਮਣੁ ਹਸਤੀ ਘਿਉ ਗੁੜੁ ਖਾਵੈ, ਪੰਜਿ ਸੈ ਦਾਣਾ ਖਾਇ॥
ਡਕੈ ਫੂਕੈ ਖੇਹ ਉਡਾਵੈ, ਸਾਹਿ ਗਇਐ ਪਛੁਤਾਇ॥
ਅੰਧੀ ਫੂਕਿ ਮੁਈ ਦੇਵਾਨੀ॥ ਖਸਮਿ ਮਿਟੀ ਫਿਰਿ ਭਾਨੀ॥
ਅਧੁ ਗੁਲ੍ਹਾ ਚਿੜੀ ਕਾ, ਚੁਗਣੁ ਗੈਣਿ ਚੜੀ ਬਿਲਲਾਇ॥
ਖਸਮੈ ਭਾਵੈ ਓਹਾ ਚੰਗੀ, ਜਿ ਕਰੇ ਖੁਦਾਇ ਖੁਦਾਇ॥
ਸਕਤਾ ਸੀਹੁ ਮਾਰੇ ਸੈ ਮਿਰਿਆ, ਸਭ ਪਿਛੈ ਪੈ ਖਾਇ॥
ਹੋਇ ਸਤਾਣਾ ਘੁਰੈ ਨ ਮਾਵੈ, ਸਾਹਿ ਗਇਐ ਪਛੁਤਾਇ॥
ਅੰਧਾ ਕਿਸ ਨੋ ਬੁਕਿ ਸੁਣਾਵੈ॥ ਖਸਮੈ ਮੂਲਿ ਨ ਭਾਵੈ॥
ਅਕ ਸਿਉ ਪ੍ਰੀਤਿ ਕਰੇ, ਅਕ ਤਿਡਾ, ਅਕ ਡਾਲੀ ਬਹਿ ਖਾਇ॥
ਖਸਮੈ ਭਾਵੈ ਓਹੋ ਚੰਗਾ, ਜਿ ਕਰੇ ਖੁਦਾਇ ਖੁਦਾਇ॥
ਨਾਨਕ ਦੁਨੀਆ ਚਾਰਿ ਦਿਹਾੜੇ, ਸੁਖਿ ਕੀਤੈ ਦੁਖੁ ਹੋਈ॥
ਗਲਾ ਵਾਲੇ ਹੈਨਿ ਘਣੇਰੇ, ਛਡਿ ਨ ਸਕੈ ਕੋਈ॥
ਮਖੀ ਮਿਠੈ ਮਰਣਾ॥
ਜਿਨ ਤੂ ਰਖਹਿ ਤਿਨ ਨੇੜਿ ਨ ਆਵੈ, ਤਿਨ ਭਉ ਸਾਗਰੁ ਤਰਣਾ॥੨॥

mehlaa 1.
sa-o man hastee ghi-o gurh khaavai panj sai daanaa khaa-ay.
dakai fookai khayh udaavai saahi ga-i-ai pachhutaa-ay.
anDhee fook mu-ee dayvaanee. khasam mitee fir bhaanee.
aDh gulHaa chirhee kaa chugan gain charhee billaa-ay.
khasmai bhaavai ohaa changee je karay khudaa-ay khudaa-ay.
saktaa seehu maaray sai miri-aa sabh pichhai pai khaa-ay.
ho-ay sataanaa ghurai na maavai saahi ga-i-ai pachhutaa-ay.
anDhaa kis no buk sunaavai. khasmai mool na bhaavai.
ak si-o pareet karay ak tidaa ak daalee bahi khaa-ay.
khasmai bhaavai oho changa je karay khudaa-ay khudaa-ay.
naanak dunee-aa chaar dihaarhay sukh keetai dukh ho-ee.
galaa vaalay hain ghanayray chhad na sakai ko-ee.
makheeN mithai marnaa.
jin too rakheh tin nayrh na aavai tin bha-o saagar tarnaa. ||2||

ਜਿਵੇਂ ਹਾਥੀ ਦਿਨ ਵਿੱਚ ਕਿਤਨਾ ਖਾਂਦਾ ਹੈ, ਉਹ ਘੱਟੇ ਵਿੱਚ ਲੈਟਦਾ ਹੈ । ਸਵਾਸ ਖਤਮ ਹੋ ਜਾਣ ਤੇ ਕੇਵਲ ਪਛਤਾਵਾਂ ਹੀ ਕਰਦਾ ਹੈ । ਇਸਤਰ੍ਹਾਂ ਅਗਿਆਨੀ ਅਣਜਾਣਤਾ ਵਿੱਚ ਮਾਨਸ ਜਨਮ ਬਿਰਥਾ ਹੀ ਗਵਾ ਜਾਂਦਾ ਹੈ । ਆਪਣੇ ਆਪ ਨੂੰ ਪ੍ਰਭ ਦੀ ਸ਼ਰਣ ਵਿੱਚ ਭੇਟਾ ਕਰਨ ਨਾਲ ਹੀ ਰਹਿਮਤ ਬਖਸ਼ਿਸ਼ ਹੁੰਦੀ ਹੈ । ਜਿਵੇਂ ਚਿੱੜੀ ਥੋੜ੍ਹਾ ਖਾਂਦੀ ਹੈ! ਅਕਾਸ਼ ਵਿੱਚ ਅੱਡਾਰੀਆਂ ਮਾਰਦੀ, ਮਿੱਠਾ ਬੋਲਦੀ, ਖੁਸ਼ ਰਹਿੰਦੀ ਹੈ । ਉਸ ਦੇ ਮਿੱਠੇ ਬੋਲ ਪ੍ਰਭ ਨੂੰ ਭਾਉਂਦੇ ਹਨ, ਉਸ ਨੂੰ ਪ੍ਰਭ ਦੀ ਰਹਿਮਤ ਬਖਸ਼ਿਸ਼ ਹੋ ਜਾਂਦੀ ਹੈ । ਇਸਤਰ੍ਹਾਂ, ਜਿਹੜਾ ਜੀਵ ਸਾਦਾ ਖਾਂਦਾ, ਪਹਿਣਦਾ, ਪ੍ਰਭ ਦੀ ਉਸਤਤ ਗਾਉਂਦਾ ਹੈ । ਉਸ ਨੂੰ ਪ੍ਰਭ ਦੀ ਰਹਿਮਤ ਬਖਸ਼ਿਸ਼ ਹੋ ਜਾਂਦੀ ਹੈ । ਸ਼ੇਰ ਅਨੇਕਾਂ ਜਨਵਰ ਮਾਰਦਾ ਹੈ । ਜਿਹੜਾ ਸ਼ਿਕਾਰ ਉਹ ਛਡ ਜਾਂਦਾ ਹੈ, ਅਨੇਕਾਂ ਜਾਨਵਰ ਵੀ ਉਹ ਖਾਂਦੇ ਹਨ । ਉਹ ਬਹੁਤ ਤਾਕਤ ਵਾਲਾ ਹੁੰਦਾ ਹੈ ਉਸ ਤੇ ਕਾਬੂ ਪਾਉਣਾ ਬਹੁਤ ਮੁਸ਼ਕਲ ਹੁੰਦਾ ਹੈ । ਸਵਾਸ ਖਤਮ ਹੋਣ ਤੇ ਉਹ ਪਛਤਾਵਾਂ ਹੀ ਕਰਦਾ ਹੈ । ਉਸ ਜਮਦੂਤ ਦੀ ਉੱਚੀ ਗਰਜ ਨਾਲ ਕੌਣ ਪ੍ਰਭਾਵਤ ਹੁੰਦਾ ਹੈ? ਉਸ ਦੇ ਇਹ ਕੰਮ ਪ੍ਰਭ ਨੂੰ ਭਾਉਂਦੇ ਨਹੀਂ । ਕਈ ਜੀਵ (ਕੀੜੇ) ਅੱਕ ਤੇ ਬੈਠਦੇ, ਅਤੇ ਅੱਕ ਨੂੰ ਖਾਂਦੇ ਹਨ । ਜਿਹੜਾ ਪ੍ਰਭ ਦੇ ਸ਼ਬਦ ਦਾ ਸਿਮਰਨ ਕਰਦਾ, ਗੁਣ ਗਾਉਂਦਾ ਹੈ, ਉਹ ਪ੍ਰਭ ਨੂੰ ਭਾਉਂਦਾ ਹੈ । ਜੀਵ ਇਹ ਮਾਨਸ ਜਨਮ ਥੋੜ੍ਹੇ ਸਮੇਂ ਲਈ ਹੀ ਬਖਸ਼ਿਸ਼ ਹੁੰਦਾ ਹੈ । ਜਿਹੜਾ ਮਨੋਰੰਜਨ ਵਿੱਚ ਹੀ ਖਤਮ ਕਰਦਾ, ਉਸ ਨੂੰ ਅੱਗੇ ਦੁਖ ਹੀ ਨਸੀਬ ਹੁੰਦੇ ਹਨ । ਗੱਲਾਂ ਨਾਲ ਬੰਦਗੀ ਕਰਨ ਵਾਲੇ ਅਨੇਕਾਂ ਹੀ ਹੁੰਦੇ ਹਨ । ਕੋਈ ਵਿਰਲਾ ਹੀ ਸੰਸਾਰਕ ਮੋਹ, ਮਾਇਆ ਨੂੰ ਤਿਆਗਦਾ ਹੈ । ਜਿਵੇਂ ਮੱਖੀ ਫੁੱਲਾ ਤੋਂ ਸ਼ਹਿਦ ਚੁਸਦੀ ਮਰ ਜਾਂਦੀ ਹੈ । ਜਿਸ ਦਾ ਰਖਵਾਲ ਪ੍ਰਭ ਆਪ ਹੀ ਬਣ ਜਾਂਦਾ ਹੈ । ਉਸ ਨੂੰ ਮੌਤ ਛੋਹ ਵੀ ਨਹੀਂ ਸਕਦੀ, ਪਾਰ ਹੋ ਜਾਂਦਾ ਹੈ ।

As an elephant may eat whole day and roll in dirt; when his breathes may be exhausted, he may only regret and repents. Same way ignorant, self-minded may waste his human life opportunity. Whosoever may surrender his self-entity at His Sanctuary to sever His Creation; with His mercy and grace, he may be blessed with the right path of acceptance in His Court. As a sparrow may eat very little and flies in the sky, singing with melodious tone; with her carefree, contented state of mind, she may be accepted in His Court. Whosoever may eat simple food, wears simple clothes, sings His Gratitude; with His mercy and grace, he may feel contented with His Blessings, with his own worldly environments. He may be blessed with the right path of acceptance in His Court. As a tiger may hunt various beasts, animals, suck their blood and eat some of the flesh; many other beasts may feast on his prey. He may be very powerful and uncontrollable. When his breathes may be exhausted, he may only regret and repents. Who may be impressed with his loud thunder? His way of worldly life may not be acceptable in His Court. Many insects may sit and eat poisons **oak, (aauck).** Whosoever may meditate and sings the glory of His Word with steady and stable belief, with devotion; with His mercy and grace, his way of life may become acceptable to The True Master. Human life opportunity may be blessed for a predetermined short period. Whosoever may waste his life in entertainment and pleasures; he may only endure miseries in his next life cycle. With his own fabricated, self- invented stories, many may pretend to follow the right path in life like His true devotee; however, very rare may renounce his attachment to worldly bonds and worldly wealth. As honey bee may die sucking aroma from flowers. Whosoever may be accepted in His Sanctuary; same way, he may become beyond the reach of devil of death.

ਗੁਰੂ ਨਾਨਕ ਦੇਵ ਜੀ! – Guru Nanak Dev Ji! Guru Granth Sahib

ਪਉੜੀ॥	pa-orhee.
ਅਗਮ ਅਗੋਚਰੁ ਤੂ ਧਣੀ, ਸਚਾ ਅਲਖ ਅਪਾਰੁ॥	agam agochar too Dhanee sachaa alakh apaar.
ਤੂ ਦਾਤਾ ਸਭਿ ਮੰਗਤੇ, ਇਕੋ ਦੇਵਣਹਾਰੁ॥	too daataa sabh mangtay iko dayvanhaar.
ਜਿਨੀ ਸੇਵਿਆ ਤਿਨੀ ਸੁਖੁ ਪਾਇਆ, ਗੁਰਮਤੀ ਵੀਚਾਰੁ॥	jinee sayvi-aa tinee sukh paa-i-aa gurmatee veechaar.
ਇਕਨਾ ਨੋ ਤੁਧੁ ਏਵੈ ਭਾਵਦਾ, ਮਾਇਆ ਨਾਲਿ ਪਿਆਰੁ॥	iknaa no tuDh ayvai bhaavdaa maa-i-aa naal pi-aar.
ਗੁਰ ਕੈ ਸਬਦਿ ਸਲਾਹੀਐ, ਅੰਤਰਿ ਪ੍ਰੇਮ ਪਿਆਰੁ॥	gur kai sabad salaahee-ai antar paraym pi-aar.
ਵਿਣੁ ਪ੍ਰੀਤੀ ਭਗਤਿ ਨ ਹੋਵਈ, ਵਿਣੁ ਸਤਿਗੁਰ ਨ ਲਗੈ ਪਿਆਰੁ॥	vin pareetee bhagat na hova-ee vin satgur na lagai pi-aar.
ਤੂ ਪ੍ਰਭੁ ਸਭਿ ਤੁਧੁ ਸੇਵਦੇ, ਇਕ ਢਾਢੀ ਕਰੇ ਪੁਕਾਰ॥	too parabh sabh tuDh sayvday ik dhaadhee karay pukaar.
ਦੇਹਿ ਦਾਨੁ ਸੰਤੋਖੀਆ, ਸਚਾ ਨਾਮੁ ਮਿਲੈ ਆਧਾਰੁ॥੧੯॥	deh daan santokhee-aa sachaa naam milai aaDhaar. ||19||

ਪ੍ਰਭ ਜੀਵ ਦੇ ਦੇਖਣ, ਜਾਣਕਾਰੀ ਪਹੁੰਚ ਤੋਂ ਉਪਰ ਹੈ । ਕੇਵਲ ਪ੍ਰਭ ਹੀ ਰਹਿਮਤਾਂ ਬਖਸ਼ਣ ਵਾਲਾ ਮਾਲਕ ਹੈ, ਬਾਕੀ ਸਾਰੇ ਪ੍ਰਭ ਦੇ ਦਰ ਤੇ ਮੰਗਤੇ ਹੀ ਹਨ । ਜਿਹੜਾ ਸਿਮਰਨ ਕਰਦਾ, ਸ਼ਬਦ ਦੀ ਪਾਲਣਾ ਕਰਦਾ ਹੈ । ਉਸ ਨੂੰ ਸੰਤੋਖ ਬਖਸ਼ਿਸ ਹੋ ਜਾਂਦਾ ਹੈ । ਕਈ ਮਾਇਆ ਦੇ ਮੋਹ ਵਿੱਚ ਹੀ ਰਹਿੰਦੇ ਹਨ । ਜੀਵ ਸ਼ਬਦ ਦੀ ਪਾਲਣਾ, ਉਸਤਤ ਗਾਵੋ! ਆਪਣਾ ਮਨ, ਤਨ ਨਾਲ ਸ਼ਬਦ ਦੀ ਪਾਲਣਾ ਕਰਨ, ਜੀਵਨ ਸ਼ਬਦ ਦੀ ਸਿਖਿਆਂ ਨਾਲ ਢਾਲਣ ਤੋਂ ਬਿਨਾਂ ਬੰਦਗੀ ਨਹੀਂ ਹੁੰਦੀ । ਸ਼ਬਦ ਮਨ ਵਿੱਚ ਘਰ ਨਹੀਂ ਕਰਦਾ । ਹਰਇਕ ਜੀਵ ਹੀ ਪ੍ਰਭ ਦਾ ਗੁਲਾਮ ਹੈ । ਨਿਮਾਣੇ ਦਾਸ ਨੂੰ ਸ਼ਬਦ ਵਿੱਚ ਲਗਨ ਬਖਸ਼ੋ! ਸ਼ਬਦ ਦੀ ਪਾਲਣਾ ਮੇਰੇ ਜੀਵਨ ਦਾ ਅਧਾਰ ਬਣਾ ਜਾਵੇ!

The True Master remains beyond reach, visibility, and comprehension of His Creation. The One and only One, True Master may be a giver; all others are beggars at His Door. Whosoever may meditate and obeys the teachings of His Word with steady and stable belief in his day-to-day life; with His mercy and grace, he may be blessed with contentment in his life. Self-minded may remain intoxicated with sweet poison of short-lived worldly pleasures. You should wholeheartedly sing the glory and obey the teachings of His Word! Without wholeheartedly obeying the teachings of His Word, no one may earn the wealth of His Word. He may never remain drenched with the essence of His Word. Everyone may be beggar hope to be blessed with a state of mind as His true devotee. My Merciful True Master blesses devotion to meditate. To obey the teachings of Your Word may become a real purpose, right path of my human life opportunity.

Key Message of Raag Malaar, page 1286-5

'ਸਰੋਪਾ ਦੇਣ ਅਤੇ ਲੈਣ ਵਾਲੇ ਦੋਨੋਂ ਹੀ ਜਮਦੂਤ ਦੇ ਹਵਾਲੇ ਹੁੰਦੇ ਹਨ!

ਜਿਹੜੇ ਪ੍ਰਭ ਦੇ ਨਾਮ ਤੇ ਸਤਿਕਾਰ ਦਾ ਸਰੋਪਾ ਦੇਣ ਅਤੇ ਲੈਣ ਵਾਲਾ ਦੋਨੋਂ ਹੀ ਮੌਤ ਦੇ ਜਮਦੂਤ ਦੇ ਹਵਾਲੇ ਹੀ ਹੋ ਜਾਂਦੇ ਹਨ । ਪ੍ਰਭ ਦੇ ਸ਼ਬਦ ਦੀ ਕਮਾਈ ਹੀ ਅਸਲੀ ਫਸਲ, ਸਦਾ ਸਾਥ ਜਾਣਵਾਲੀ ਕਮਾਈ ਹੈ । ਜਿਹੜਾ ਆਪਣੇ ਆਪ ਨੂੰ ਪ੍ਰਭ ਦੀ ਸ਼ਰਣ ਵਿੱਚ ਭੇਟਾ ਕਰ ਦੇਂਦਾ, ਸਾਦਾ ਖਾਂਦਾ, ਪਹਿਣਦਾ, ਸ਼ਬਦ ਦੀ ਉਸਤਤ ਗਾਉਂਦਾ ਹੈ । ਪ੍ਰਭ ਆਪ ਹੀ ਉਸ ਦਾ ਰਖਵਾਲਾ ਬਣ ਜਾਂਦਾ ਹੈ । ਉਸ ਨੂੰ ਮੌਤ ਛੋਹ ਵੀ ਨਹੀਂ ਸਕਦੀ, ਪਾਰ ਹੋ ਜਾਂਦਾ ਹੈ । ਪ੍ਰਭ ਜੀਵ ਦੇ ਦੇਖਣ, ਜਾਣਕਾਰੀ ਪਹੁੰਚ ਤੋਂ ਉਪਰ ਹੈ । ਕੇਵਲ ਪ੍ਰਭ ਹੀ ਰਹਿਮਤਾਂ ਬਖਸ਼ਣ ਵਾਲਾ ਮਾਲਕ ਹੈ, ਬਾਕੀ ਸਾਰੇ ਪ੍ਰਭ ਦੇ ਦਰ ਦੇ ਮੰਗਤੇ ਹੀ ਹਨ ।

ਜਿਹੜੇ ਚੂਹੇ ਦੇ ਗਲ ਵਿੱਚ ਭੋਜਨ ਦੀ ਟੋਕਰੀ ਬੰਧੀ ਹੋਵੇ, ਉਹ ਚੂਹਾ ਖੁਡ ਵਿੱਚ ਕਿਵੇਂ ਵੜ ਸਕਦਾ ਹੈ?

Both Receiving and accepting honor in the name of God, Captured by Devil of Death.

Whosoever may honor anyone in the name of The True Master with a ceremonial garland, saroopa or accepts that saroopa; both endure embarrassment in the Court of The Righteous Judge. Both may be captured by the devil of death. Whosoever may surrender his self-entity at His Sanctuary to sever His Creation; he eats simple food, wears simple clothes, sings His Gratitude. The True Master may become His Savior, accepted in His Sanctuary; he may become beyond the reach of devil of death. The True Master remains beyond reach, visibility, and comprehension of His Creation. The One and only One, True Master may be a giver; all others are beggars at His door.

***Any mouse may have basket of food hanging in his neck; how may he enter his hole?**

20. ਸਲੋਕ ਮਃ ੧॥ 1287-1

ਰਾਤੀ ਕਾਲੁ ਘਟੈ ਦਿਨਿ ਕਾਲੁ॥ ਛਿਜੈ ਕਾਇਆ ਹੋਇ ਪਰਾਲੁ॥	raatee kaal ghatai din kaal. chhijai kaa-i-aa ho-ay paraal.
ਵਰਤਣਿ ਵਰਤਿਆ ਸਰਬ ਜੰਜਾਲੁ॥ ਭੁਲਿਆ ਚੁਕਿ ਗਇਆ ਤਪ ਤਾਲੁ॥	vartan varti-aa sarab janjaal. bhuli-aa chuk ga-i-aa tap taal.
ਅੰਧਾ ਝਖਿ ਝਖਿ ਪਇਆ ਝੇਰਿ॥	anDhaa jhakh jhakh pa-i-aa jhayr.
ਪਿਛੈ ਰੋਵਹਿ ਲਿਆਵਹਿ ਫੇਰਿ॥	pichhai roveh li-aaveh fayr.
ਬਿਨੁ ਬੂਝੇ ਕਿਛੁ ਸੂਝੈ ਨਾਹੀ॥	bin boojhay kichh soojhai naahee.
ਮੋਇਆ ਰੋਂਹਿ ਰੋਂਦੇ ਮਰਿ ਜਾਂਹੀਂ॥	mo-i-aa roNhi roNday mar jaaNheeN.
ਨਾਨਕ ਖਸਮੈ ਏਵੈ ਭਾਵੈ॥	naanak khasmai ayvai bhaavai.
ਸੇਈ ਮੁਏ ਜਿਨਿ ਚਿਤਿ ਨ ਆਵੈ॥੧॥	say-ee mu-ay jin chit na aavai. ||1||

ਜੀਵ ਦਾ ਤਨ ਥੱਕ ਕੇ ਬੇਵੱਸ ਹੋ ਜਾਂਦਾ, ਦਿਨ, ਰਾਤ ਬੀਤ ਜਾਂਦੀ ਹੈ । ਜੀਵ ਸੰਸਾਰਕ ਧੰਦਿਆਂ ਵਿੱਚ ਹੀ ਲਗਾ ਰਹਿੰਦਾ ਹੈ । ਮਨ ਵਿੱਚ ਸ਼ਬਦ ਦੀ ਪਾਲਣਾ, ਸੇਵਾ ਦਾ ਸਵਾਲ ਵੀ ਨਹੀਂ ਉਠਦਾ । ਇਸਤਰ੍ਹਾਂ ਅਗਿਆਨੀ ਇਸ ਚੱਕਰ ਵਿੱਚ ਹੀ ਉਲਝਿਆ ਰਹਿੰਦਾ ਹੈ । ਜਿਹੜਾ ਹੋਰ ਜੀਵ ਦੀ ਮੌਤ ਤੇ ਰੋਂਦਾ ਹੈ! ਕੀ ਉਸ ਨੂੰ ਵਾਪਸ ਲਿਆ ਸਕਦਾ ਹੈ? ਸ਼ਬਦ ਦੀ ਪਾਲਣਾ ਕਰਨ ਤੋਂ, ਸੋਝੀ ਤੋਂ ਬਿਨਾਂ ਕੁਝ ਸਮਝਿਆ ਨਹੀਂ ਜਾ ਸਕਦਾ । ਜਿਹੜਾ ਮੋਏ ਜੀਵ ਤੇ ਰੋਂਦਾ, ਉਸ ਨੇ ਵੀ ਇਕ ਦਿਨ ਮਰ ਜਾਣਾ ਹੈ । ਪ੍ਰਭ ਦਾ ਭਾਣਾ ਇਸਤਰ੍ਹਾਂ ਹੀ ਵਾਪਰਦਾ ਹੈ । ਜਿਹੜਾ ਸ਼ਬਦ ਦੀ ਪਾਲਣਾ ਨਹੀਂ ਕਰਦਾ, ਉਹ ਮਾਨਸ ਜੀਵਨ ਦੇ ਮੰਤਵ ਲਈ ਮੋਇਆ ਹੀ ਹੁੰਦਾ ਹੈ ।

Self-minded may become desperate with his own efforts; he may remain intoxicated in worldly affairs. He may not even think about meditating, obeying the teachings of His Word, nor serving His Creation. Such a way, self-minded, ignorant may remain entangled, intoxicated with sweet poison of worldly wealth. Whosoever may grieve on the death anyone else! Can he bring him back from dead body? Without obeying the teachings of His Word with steady and stable belief; no one may ever be enlightened with the essence of His Word, His Nature. Whosoever may be crying or grieving on death of his family; he is going to die after his predetermined time. His Command, the cycle of birth and death may prevail such a way in the universe. Whosoever may not obey the teachings of His Word or serve His Creation; consider him dead for the real purpose of human life opportunity.

ਮਃ ੧॥
ਮੁਆ ਪਿਆਰੁ ਪ੍ਰੀਤਿ ਮੁਈ, ਮੁਆ ਵੈਰੁ ਵਾਦੀ॥
ਵੰਨੁ ਗਇਆ ਰੂਪੁ ਵਿਣਸਿਆ, ਦੁਖੀ ਦੇਹ ਰੁਲੀ॥
ਕਿਥਹੁ ਆਇਆ ਕਹ ਗਇਆ, ਕਿਹੁ ਨ ਸੀਓ ਕਿਹੁ ਸੀ॥
ਮਨਿ ਮੁਖਿ ਗਲਾ ਗੋਈਆ, ਕੀਤਾ ਚਾਉ ਰਲੀ॥
ਨਾਨਕ ਸਚੇ ਨਾਮ ਬਿਨੁ, ਸਿਰ ਖੁਰ ਪਤਿ ਪਾਟੀ॥੨॥

mehlaa 1.
mu-aa pi-aar pareet mu-ee mu-aa vair vaadee.
vann ga-i-aa roop vinsi-aa dukhee dayh rulee.
kithhu aa-i-aa kah ga-i-aa kihu na see-o kihu see.
man mukh galaa go-ee-aa keetaa chaa-o ralee.
naanak sachay naam bin sir khur pat paatee. ||2||

ਪ੍ਰੀਤ, ਵੈਰ, ਵਿਰੋਧ, ਭਾਈ ਚਾਰਾ, ਰੂਪ, ਰੰਗ, ਸਰੀਰ ਸਾਰੇ ਖਤਮ ਹੋ ਜਾਂਦੇ ਹਨ । ਇਹ ਜੀਵ ਕਿਥੋਂ ਆਉਂਦਾ, ਕਿਥੇ ਚਲੇ ਜਾਂਦਾ ਹੈ? ਕੀ ਉਹ ਇਥੋਂ ਜਾਂਦਾ ਵੀ ਹੈ ਕਿ ਨਹੀਂ? ਮਨਮੁਖ ਬਿਰਥਾ ਹੀ ਦਾਵਾ ਕਰਦਾ, ਪਾਰਟੀ ਕਰਦਾ ਅਤੇ ਖੁਸ਼ੀ ਮਨਾਉਂਦਾ ਰਹਿੰਦਾ ਹੈ । ਸ਼ਬਦ ਦੀ ਪਾਲਣਾ ਤੋਂ ਬਿਨਾਂ ਜੀਵ ਦਾ ਮਾਣ ਸਿਰ ਤੋਂ ਪੈਰਾਂ ਤੀਕ ਤਬਾਹ ਹੋ ਜਾਂਦਾ ਹੈ ।

All worldly affairs like jealousy, enmity, relationships, associations, youth, beauty, and body may be vanished. Where may worldly creature come from or disappear? Does his soul even go away form the universe or not? Self-minded may claim, imagines, and celebrates in his ignorance. Whosoever may not obey the teachings of His Word; his honor may be ruined from head to toe.

ਪਉੜੀ॥
ਅੰਮ੍ਰਿਤ ਨਾਮੁ ਸਦਾ ਸੁਖਦਾਤਾ, ਅੰਤੇ ਹੋਇ ਸਖਾਈ॥
ਬਾਝੁ ਗੁਰੂ ਜਗਤੁ ਬਉਰਾਨਾ, ਨਾਵੈ ਸਾਰ ਨ ਪਾਈ॥
ਸਤਿਗੁਰੁ ਸੇਵਹਿ ਸੇ ਪਰਵਾਣੁ, ਜਿਨ੍ ਜੋਤੀ ਜੋਤਿ ਮਿਲਾਈ॥
ਸੋ ਸਾਹਿਬੁ ਸੋ ਸੇਵਕੁ ਤੇਹਾ, ਜਿਸੁ ਭਾਣਾ ਮੰਨਿ ਵਸਾਈ॥
ਆਪਣੈ ਭਾਣੈ ਕਹੁ ਕਿਨਿ ਸੁਖੁ ਪਾਇਆ, ਅੰਧਾ ਅੰਧੁ ਕਮਾਈ॥
ਬਿਖਿਆ ਕਦੇ ਹੀ ਰਜੈ ਨਾਹੀ, ਮੂਰਖ ਭੁਖ ਨ ਜਾਈ॥
ਦੂਜੈ ਸਭੁ ਕੋ ਲਗਿ ਵਿਗੁਤਾ, ਬਿਨੁ ਸਤਿਗੁਰ ਬੂਝ ਨ ਪਾਈ॥
ਸਤਿਗੁਰੁ ਸੇਵੇ ਸੋ ਸੁਖੁ ਪਾਏ, ਜਿਸ ਨੋ ਕਿਰਪਾ ਕਰੇ ਰਜਾਈ॥੨੦॥

pa-orhee.
amrit naam sadaa sukh-daata antay ho-ay sakhaa-ee.
baajh guroo jagat ba-uraanaa naavai saar na paa-ee.
satgur sayveh say parvaan jinH jotee jot milaa-ee.
so saahib so sayvak tayhaa jis bhaanaa man vasaa-ee.
aapnai bhaanai kaho kin sukh paa-i-aa anDhaa anDh kamaa-ee.
bikhi-aa kaday hee rajai naahee moorakh bhukh na jaa-ee.
doojai sabh ko lag vigutaa bin satgur boojh na paa-ee.
satgur sayvay so sukh paa-ay jis no kirpaa karay rajaa-ee. ||20||

ਪ੍ਰਭ ਦਾ ਅਮੋਲਕ ਸ਼ਬਦ ਸਦਾ ਸਾਥ ਰਹਿਣ ਵਾਲਾ, ਸੁਖ ਦੇਣ ਵਾਲਾ, ਅੰਤ ਵਿੱਚ ਇਹ ਹੀ ਅਸਲੀ ਸਾਥੀ ਹੁੰਦਾ ਹੈ । ਸ਼ਬਦ ਦੀ ਪਾਲਣਾ ਤੋਂ ਬਿਨਾਂ ਸਾਰਾ ਸੰਸਾਰ ਹੀ ਦਿਵਾਨਾ, ਪਾਗਲ ਹੋਇਆ ਰਹਿੰਦਾ, ਸ਼ਬਦ ਦੀ ਕੀਮਤ ਨਹੀਂ ਜਾਣਦਾ । ਜਿਹੜਾ ਸ਼ਬਦ ਦੀ ਪਾਲਣਾ, ਸੇਵਾ ਕਰਦਾ, ਉਸ ਦੀ ਸ਼ਬਦ ਦੀ ਕਮਾਈ ਪ੍ਰਵਾਨ ਹੋ ਜਾਂਦੀ ਹੈ, ਉਹ ਪ੍ਰਭ ਦੀ ਜੋਤ ਵਿੱਚ ਸਮਾ ਜਾਂਦਾ ਹੈ । ਜਿਸ ਦੇ ਮਨ ਵਿੱਚ ਸ਼ਬਦ ਘਰ ਕਰ ਜਾਂਦਾ, ਉਹ ਮਾਲਕ ਦਾ ਰੂਪ ਹੀ ਬਣ ਜਾਂਦਾ ਹੈ । ਕੋਈ ਇਸਤਰ੍ਹਾਂ ਦਾ ਜੀਵ ਪੈਦਾ ਨਹੀਂ ਹੋਇਆ, ਜਿਹੜਾ ਆਪਣੀ ਮਨਮਰਜ਼ੀ ਕਰਕੇ, ਦਰਬਾਰ ਵਿੱਚ ਪ੍ਰਵਾਨ ਹੋ ਸਕਦਾ ਹੈ । ਸੰਸਾਰ ਵਿੱਚ ਇਸਤਰ੍ਹਾਂ ਦੇ ਅੰਧੇ, ਅਗਿਆਨੀ, ਸੰਸਾਰਕ ਗੁਰੂ ਬਾਕੀਆਂ ਨੂੰ ਪਿਛੇ ਲਾਈ ਰਖਦੇ ਹਨ । ਉਹਨਾਂ ਦੀ ਧੋਖੇ ਅਤੇ ਲਾਲਚ ਦੀ ਭੁੱਖ ਕਦੇ ਖਤਮ ਨਹੀਂ ਹੁੰਦੀ, ਵਧਦੀ ਹੀ ਜਾਂਦੀ ਹੈ । ਜੀਵ ਭਰਮਾਂ ਵਿੱਚ ਹੀ ਧਰਮ ਦੇ ਰੀਤੋਂ ਰੀਵਾਜ ਕਰਦਾ ਰਹਿੰਦਾ ਹੈ । ਸ਼ਬਦ ਦੀ ਪਾਲਣਾ ਤੋਂ ਬਿਨਾਂ ਪ੍ਰਭ ਦੀ ਰਹਿਮਤ, ਸ਼ਬਦ ਦੀ ਸੋਝੀ ਬਖਸ਼ਿਸ਼ ਨਹੀਂ ਹੁੰਦੀ । ਜਿਹੜਾ ਪ੍ਰਭ ਦੇ ਸ਼ਬਦ ਦੀ ਪਾਲਣਾ ਕਰਦਾ, ਪ੍ਰਭ ਦੀ ਰਹਿਮਤ ਨਾਲ ਕੇਵਲ ਉਸ ਨੂੰ ਸੁਖ, ਸੰਤੋਖ ਬਖਸ਼ਿਸ਼ ਹੋ ਸਕਦਾ ਹੈ ।

The teachings of His Ambrosial Word remain true and comforting forever. In the end, earnings of His Word remain true companion to support in His Court. Without obeying the teachings of His Word; he may remain insane and ignorant from the significance of the essence of His Word. Whosoever may obey the teachings of His Word and serves His Creation; with His mercy and grace, his earnings of His Word may be accepted in His Court. His soul may immerse within His Holy Spirit. He may remain drenched with the essence of His Word; he may become a symbol of The True Master. You may not imagine anyone born in the universe, from ancient history; who might have been accepted in His Court with his own meditation or determination. In the universe! so many ignorant gurus, saints from the teachings of His Word may brain-wash innocents to follow the path to adopt religious baptism. His thoughts of deception and greed for worldly wealth may never be satisfied rather be enhanced. Ignorant may remain intoxicated in religious suspicions and religious rituals. No one may ever be enlightened with the essence of His Word, without obeying the teachings of His Word. Whosoever may obey the teachings of His Word; he may be blessed with contentment, and the right path of acceptance in His Court.

Key Message of Raag Malaar, page 1287-1
'ਸ਼ਬਦ ਦੀ ਪਾਲਣਾ ਤੋਂ ਬਿਨਾਂ, ਜੀਨ ਮੋਇਆ ਹੀ ਹੁੰਦਾ ਹੈ!
ਜਿਹੜੇ ਪ੍ਰਭ ਦੇ ਸ਼ਬਦ ਦੀ ਪਾਲਣਾ ਕਰਦਾ, ਉਹ ਮਾਨਸ ਜੀਵਨ ਦੇ ਮੰਤਵ ਲਈ ਮੋਇਆ ਹੀ ਹੁੰਦਾ ਹੈ । ਉਸ ਦਾ ਮਾਣ ਸਿਰ ਤੋਂ ਪੈਰਾਂ ਤੀਕ ਤਬਾਹ ਹੋ ਜਾਂਦਾ ਹੈ । ਪ੍ਰਭ ਦਾ ਅਮੋਲਕ ਸ਼ਬਦ ਸਦਾ ਸਾਥ ਰਹਿਣ ਵਾਲਾ ਸੁਖ ਦੇਣ ਵਾਲਾ, ਅਸਲੀ ਸਾਥੀ ਹੁੰਦਾ ਹੈ । ਜਿਸ ਦੀ ਸ਼ਬਦ ਦੀ ਕਮਾਈ ਪ੍ਰਵਾਨ ਹੋ ਜਾਂਦੀ ਹੈ, ਉਹ ਪ੍ਰਭ ਦੀ ਜੋਤ ਵਿੱਚ ਸਮਾ ਜਾਂਦਾ ਹੈ । ਕੇਵਲ ਉਸ ਨੂੰ ਸੁਖ, ਸੰਤੋਖ ਬਖਸ਼ਿਸ਼ ਹੋ ਸਕਦਾ ਹੈ । ਉਹ ਮਾਲਕ ਦਾ ਰੂਪ ਹੀ ਬਣ ਜਾਂਦਾ ਹੈ ।
Without obey the teachings of His Word; remains dead for human life!
Whosoever may not obey the teachings of His Word; he may be dead for the real purpose of human life opportunity. His honor may be ruined from head to toe. The teachings of His Ambrosial Word remain true forever as true companion to support in His Court. Whose earnings of His Word may be accepted in His Court. His soul may immerse within His Holy Spirit. Only he may be blessed with contentment, and the right path of acceptance in His Court He may become a symbol of The True Master.

21. ਸਲੋਕ ਮਃ ੧॥ 1287-11

ਸਰਮੁ ਧਰਮੁ ਦੁਇ ਨਾਨਕਾ, ਜੇ ਧਨੁ ਪਲੈ ਪਾਇ॥
ਸੋ ਧਨੁ ਮਿਤ੍ਰੁ ਨ ਕਾਂਢੀਐ, ਜਿਤੁ ਸਿਰਿ ਚੋਟਾਂ ਖਾਇ॥
ਜਿਨ ਕੈ ਪਲੈ ਧਨੁ ਵਸੈ, ਤਿਨ ਕਾ ਨਾਉ ਫਕੀਰੁ॥
ਜਿਨ੍ ਕੈ ਹਿਰਦੈ ਤੂ ਵਸਹਿ, ਤੇ ਨਰ ਗੁਣੀ ਗਹੀਰ॥੧॥

saram Dharam du-ay naankaa jay Dhan palai paa-ay.
so Dhan mitar na kaaNdhee-ai jit sir chotaaN khaa-ay.
jin kai palai Dhan vasai tin kaa naa-o fakeer.
jinH kai hirdai too vaseh tay nar gunee gaheer. ||1||

ਗੁਰੂ ਨਾਨਕ ਦੇਵ ਜੀ! – Guru Nanak Dev Ji! Guru Granth Sahib

ਜਿਸ ਦੇ ਜੀਵਨ ਵਿੱਚ ਸਾਦਗੀ ਅਤੇ ਸ੍ਰਿਸ਼ਟੀ ਦੇ ਭਲਾਈ ਦੇ ਕੰਮ, ਦੋਂ ਗੁਣ ਹੁੰਦੇ ਹਨ । ਉਸ ਨੂੰ ਪ੍ਰਭ ਦੀ ਰਹਿਮਤ ਨਾਲ ਪ੍ਰਵਾਨਗੀ ਦਾ ਰਸਤਾ ਬਖਸ਼ਿਸ਼ ਹੋ ਜਾਂਦਾ ਹੈ । ਧੋਖੇ ਨਾਲ ਇਕੱਠਾ ਕੀਤੇ ਸੰਸਾਰਕ ਧਨ ਨਾਲ ਮੌਤ ਤੋਂ ਪਿਛੋਂ ਸਜ਼ਾ ਹੀ ਮਿਲਦੀ ਹੈ । ਸੰਸਾਰਕ ਧਨ ਸਾਥ ਜਾਣਵਾਲਾ ਧਨ ਨਹੀਂ ਹੈ । ਜਿਹੜਾ ਸੰਸਾਰਕ ਧਨ ਨਾਲ ਆਪਣੇ ਆਪ ਨੂੰ ਅਮੀਰ ਸਮਝਦਾ ਹੈ, ਉਹ ਪ੍ਰਭ ਦੇ ਦਰ ਵਿੱਚ ਮੰਗਤਾ ਹੀ ਹੁੰਦਾ ਹੈ । ਜਿਸ ਦੇ ਮਨ ਅੰਦਰ ਪ੍ਰਭ ਦਾ ਸ਼ਬਦ ਘਰ ਕਰ ਜਾਂਦਾ ਹੈ । ਉਹ ਹੀ ਅਸਲੀ ਅਮੀਰ ਹੁੰਦਾ, ਸੰਸਾਰਕ ਸਾਗਰ ਪਾਰ ਕਰ ਜਾਂਦਾ ਹੈ ।

Whosoever may be drenched with two unique virtues, **simple living** and to **serve His Creation**; with His mercy and grace, he may be blessed with the right path of acceptance in His Court. Whosoever may collect sweet poison of worldly wealth, by deceiving others, his soul may endure miseries after death. His worldly wealth remains in world and have no significance for the real purpose of his human life opportunity. Whosoever may have only worldly wealth as his human life earnings; he may be only a beggar in His Court. Whosoever may remain drenched with the essence of His Word within; He may be very wealthy in His Court and honored with salvation.

ਮਃ ੧॥	mehlaa 1.
ਦੁਖੀ ਦੁਨੀ ਸਹੇੜੀਐ, ਜਾਇ ਤ ਲਗਹਿ ਦੁਖ॥	dukhee dunee sahayrhee-ai jaa-ay ta lageh dukh.
ਨਾਨਕ ਸਚੇ ਨਾਮ ਬਿਨੁ, ਕਿਸੈ ਨ ਲਥੀ ਭੁਖ॥	naanak sachay naam bin kisai na lathee bhukh.
ਰੂਪੀ ਭੁਖ ਨ ਉਤਰੈ, ਜਾਂ ਦੇਖਾਂ ਤਾਂ ਭੁਖ॥	roopee bhukh na utrai jaaN daykhaaN taaN bhukh.
ਜੇਤੇ ਰਸ ਸਰੀਰ ਕੇ, ਤੇਤੇ ਲਗਹਿ ਦੁਖ॥੨॥	jaytay ras sareer kay taytay lageh dukh. ||2||

ਸੰਸਾਰਕ ਧਨ ਬਹੁਤ ਮੁਸ਼ਕਲਾਂ ਅਤੇ ਦੁਖ ਨਾਲ ਹੀ ਇਕੱਠਾ ਕੀਤਾ ਜਾਂਦਾ ਹੈ । ਸੰਸਾਰਕ ਧਨ ਤਬਾਹ ਹੋਣ ਨਾਲ ਵੀ ਮਨ, ਤਨ ਨੂੰ ਦੁਖ ਹੀ ਮਹਿਸੂਸ ਹੁੰਦਾ ਹੈ । ਪ੍ਰਭ ਦੇ ਸ਼ਬਦ ਨੂੰ ਘਰ ਵਸਾਉਣ ਤੋਂ ਬਿਨਾਂ ਮਨ ਨੂੰ ਸੰਤੋਖ ਬਖਸ਼ਿਸ਼ ਨਹੀਂ ਹੁੰਦਾ । ਸੰਸਾਰਕ ਸੁੰਦਰਤਾ ਨੂੰ ਦੇਖਕੇ ਮਨ ਦੀ ਭੁੱਖ ਖਤਮ ਨਹੀਂ ਹੁੰਦੀ, ਸਗੋ ਹੋਰ ਚਮਕਦੀ, ਵਧਦੀ ਹੈ । ਜਿਸ ਸੰਸਾਰਕ ਪਦਾਰਥ ਨਾਲ ਤਨ, ਸੁਖ ਮਹਿਸੂਸ ਕਰਦਾ ਹੈ, ਉਸ ਪਦਾਰਥ ਨਾਲ ਮੌਤ ਪਿਛੋਂ ਦੁਖ, ਪਛਤਾਵਾ ਹੀ ਹੁੰਦਾ ਹੈ ।

Worldly wealth may be accumulated, collected, saved with very hardships and sincere hard discipline, sacrifices. Whenever worldly wealth may be lost, still may create many miseries for mind and body. Without drenching with the essence of His Word; no one may ever be blessed with contentment in his worldly life. To watch, enjoy worldly beauty and glamor, no one may ever be satisfied, contented rather his curiosity may be enhanced. Any worldly pleasures may be very comforting to body; all pleasures may create repentance after death.

ਮਃ ੧॥	mehlaa 1.
ਅੰਧੀ ਕੰਮੀ ਅੰਧੁ ਮਨੁ, ਮਨਿ ਅੰਧੈ ਤਨੁ ਅੰਧੁ॥	anDhee kammee anDh man man anDhai tan anDh.
ਲਾਇਐ ਕਿਆ ਥੀਐ, ਜਾਂ ਤੁਟੈ ਪਥਰ ਬੰਧੁ॥	chikarh laa-i-ai ki-aa thee-ai jaaN tutai pathar banDh.
ਬੰਧੁ ਤੁਟਾ ਬੇੜੀ ਨਹੀਂ, ਨਾ ਤੁਲਹਾ ਨਾ ਹਾਥ॥	banDh tutaa bayrhee nahee naa tulhaa naa haath.
ਨਾਨਕ ਸਚੇ ਨਾਮ ਵਿਣੁ, ਕੇਤੇ ਡੁਬੇ ਸਾਥ॥੩॥	naanak sachay naam vin kaytay dubay saath. ||3||

ਜਿਸ ਦੇ ਮਨ ਵਿੱਚ ਅਗਿਆਨਤਾ, ਸ਼ਬਦ ਦੀ ਸੋਝੀ ਨਹੀਂ ਹੁੰਦੀ, ਉਹ ਅਗਿਆਨਤਾ ਵਾਲੇ ਕੰਮ ਹੀ ਕਰਦਾ ਹੈ । ਉਸ ਨੂੰ ਬੁਰੇ ਭਲੇ ਦੀ ਪਛਾਣ ਨਹੀਂ ਰਹਿੰਦੀ । ਉਹ ਆਪਣੇ ਮਨ, ਤਨ ਨੂੰ ਅਗਿਆਨਤਾ ਵਾਲੇ ਕੰਮ ਕਰਨ ਵਾਲਾ ਬਣਾ ਦੇਂਦਾ ਹੈ । ਜਿਥੇ ਪੱਥਰ ਨਾਲ ਬਣਿਆ ਬੰਨ, ਸਿਥਤ ਨਹੀਂ ਰਹਿੰਦਾ, ਉਥੇ ਮਿੱਟੀ ਦੇ ਬੰਨ ਬਣਾਉਣ ਦਾ ਕੀ ਲਾਭ ਹੋ ਸਕਦਾ ਹੈ? ਜਦੋਂ ਬੰਨ ਤੁੱਟ ਜਾਂਦਾ, ਉਸ ਵੇਲੇ ਨਦੀ ਨੂੰ ਪਾਰ ਕਰਨ ਲਈ ਕੋਈ ਬੇੜੀ ਵੀ ਨਹੀਂ ਹੁੰਦੀ । ਅਥਾਹ ਪਾਣੀ ਦੀ ਡੂੰਘਾਈ ਦਾ ਵੀ ਅੰਦਾਜ਼ਾ ਨਹੀਂ ਹੁੰਦਾ । ਸ਼ਬਦ ਦੀ ਪਾਲਣਾ, ਸੋਝੀ ਤੋਂ ਬਿਨਾਂ ਅਨੇਕਾਂ ਹੀ ਮਾਨਸ ਜਨਮ ਬਿਰਥਾ ਹੀ ਗਵਾ ਜਾਂਦੇ ਹਨ । ਕਈ ਉਸ ਦਾ ਸਾਥ ਦੇਣ ਵਾਲੇ ਵੀ ਡੁੱਬ ਜਾਂਦੇ ਹਨ ।

Whosoever may be ignorant from the essence of His Word; he may remain intoxicated with worldly deeds in his ignorance. He may not distinguish between good or evil deeds. He may perform all his deeds in ignorance from the real purpose of his human life opportunity. Imagine! Anywhere a concrete bridge may not hold the current or flow of river water! What may be the benefit to construct, build or replace with a dirt bridge? When the bridge may collapse; there may not be any rescue boat to cross the river. The depth of water may be beyond imagination. Without obeying the teachings and enlightenment of the essence of His Word; self-minded may waste his human life opportunity uselessly. Many of his followers, associates may also drown in their ignorance.

ਮਃ ੧॥	mehlaa 1.
ਲਖ ਮਣ ਸੁਇਨਾ, ਲਖ ਮਣ ਰੁਪਾ, ਲਖ ਸਾਹਾ ਸਿਰਿ ਸਾਹ॥	lakh man su-inaa lakh man rupaa lakh saahaa sir saah.
ਲਖ ਲਸਕਰ ਲਖ ਵਾਜੇ ਨੇਜੇ, ਲਖੀ ਘੋੜੀ ਪਾਤਿਸਾਹ॥	lakh laskar lakh vaajay nayjay lakhee ghorhee paatisaah.
ਜਿਥੈ ਸਾਇਰੁ ਲੰਘਣਾ, ਅਗਨਿ ਪਾਣੀ ਅਸਗਾਹ॥	jithai saa-ir langh-naa agan paanee asgaah.
ਕੰਧੀ ਦਿਸਿ ਨ ਆਵਈ, ਧਾਹੀ ਪਵੈ ਕਹਾਹ॥	kanDhee dis na aavee Dhaahee pavai kahaah.
ਨਾਨਕ ਓਥੈ ਜਾਣੀਅਹਿ, ਸਾਹ ਕੇਈ ਪਾਤਿਸਾਹ॥੪॥	naanak othai jaanee-ahi saah kay-ee paatisaah. ||4||

ਜਿਹੜੇ ਸੰਸਾਰਕ ਧਨੀ, ਰਾਜੇ ਕੋਲ ਬਹੁਤ ਧਨ, ਕੀਮਤੀ ਧਾਤਾਂ, ਵੱਡੀ ਫੌਜ ਹੁੰਦੀ ਹੈ । ਮੌਤ ਤੇ ਸਭ ਕੁਝ ਸਾਥ ਛਡ ਜਾਂਦਾ, ਮੌਤ ਪਿਛੋ ਉਸ ਦੇ ਸਾਥ ਕੁਝ ਵੀ ਦਰਬਾਰ ਵਿੱਚ ਨਹੀਂ ਜਾਂਦਾ । ਅੰਤ ਵਿੱਚ ਪਾਣੀ ਅਤੇ ਅੱਗ ਦਾ ਸਾਗਰ, ਛਡਕੇ ਜਾਣਾ ਹੈ, ਇਹ ਸੰਸਾਰ ਸਦਾ ਰਹਿਣਾ ਵਾਲਾ ਘਰ ਨਹੀਂ ਹੈ । ਦੂਸਰੇ ਪਾਸੇ ਤੋਂ ਕੇਵਲ ਰੋਂਣ ਦੀ ਪੁਕਾਰ ਹੀ ਸੁਣਦੀ, ਕੁਝ ਦਿੱਸਦਾ ਨਹੀਂ । ਕੋਈ ਫਰਕ ਨਹੀਂ ਪੈਂਦਾ, ਭਾਵੇਂ ਕੋਈ ਰਾਜਾ, ਗਰੀਬ ਜਾ ਸ਼ਹਿਨਸ਼ਾਹਾਂ ਦਾ ਸ਼ਹਿਨਸ਼ਾਹ ਵੀ ਹੋਵੇ ।

Any worldly king may have a great possessions and strong army to protect him; however, after death, everything may stay in the universe and becomes strange, have no significance to support in His Court. In the end, he must depart to face righteous judge; he may not delay or stay on earth any longer. On the other side, he may only hear, crying and screaming; nothing may be visible. Does not mater, he may be rich, poor, or king of kings, Guru of worldly gurus; everyone must endure the judgement of his worldly deeds.

ਪਉੜੀ॥	pa-orhee.
ਇਕਨਾ ਗਲੀਂ ਜੰਜੀਰ ਬੰਦਿ ਰਬਾਣੀਐ॥	iknaa galeeN janjeer band rabaanee-ai.
ਬਧੇ ਛੁਟਹਿ ਸਚਿ ਸਚੁ ਪਛਾਣੀਐ॥	baDhay chhuteh sach sach pachhaanee-ai.
ਲਿਖਿਆ ਪਲੈ ਪਾਇ ਸੋ ਸਚੁ ਜਾਣੀਐ॥	likhi-aa palai paa-ay so sach jaanee-ai.
ਹੁਕਮੀ ਹੋਇ ਨਿਬੇੜੁ ਗਇਆ ਜਾਣੀਐ॥	hukmee ho-ay nibayrh ga-i-aa jaanee-ai.

ਗੁਰੂ ਨਾਨਕ ਦੇਵ ਜੀ! – Guru Nanak Dev Ji! Guru Granth Sahib

ਭਉਜਲ ਤਾਰਣਹਾਰੁ ਸਬਦਿ ਪਛਾਣੀਐ॥	bha-ojal taaranhaar sabad pachhaanee-ai.
ਚੋਰ ਜਾਰ ਜੂਆਰ ਪੀੜੇ ਘਾਣੀਐ॥	chor jaar joo-aar peerhay ghaanee-ai.
ਨਿੰਦਕ ਲਾਇਤਬਾਰ ਮਿਲੇ ਹੜ੍ਵਾਣੀਐ॥	nindak laa-itbaar milay harhHvaanee-ai.
ਗੁਰਮੁਖਿ ਸਚਿ ਸਮਾਇ ਸੁ ਦਰਗਹ ਜਾਣੀਐ॥੨੧॥	gurmukh sach samaa-ay so dargeh jaanee-ai. ||21||

ਕਈਆ ਜੀਵਾਂ ਦੇ ਗਲ ਸੰਸਾਰਕ ਬੰਧਨਾ ਦੇ ਸੰਗਲ ਹੁੰਦੇ ਹਨ । ਕਈ ਪ੍ਰਭ ਦੇ ਸ਼ਬਦ ਵਿੱਚ ਬੰਧੇ ਹੁੰਦੇ ਹਨ । ਜਿਹੜਾ ਪ੍ਰਭ ਦੇ ਸ਼ਬਦ ਦੇ ਬੰਧਨ ਵਿੱਚ ਬੰਧਾ ਹੁੰਦਾ ਹੈ । ਉਹ ਸੰਸਾਰਕ ਬੰਧਨਾ ਤੋਂ ਮੁਕਤ ਹੋ ਜਾਂਦੇ ਹਨ । ਜੀਵ ਦੇ ਪਿਛਲੇ ਜਨਮ ਦੇ ਭਾਗਾਂ ਨਾਲ ਸ਼ਬਦ ਵਿੱਚ ਲਗਨ ਬਖਸ਼ਿਸ਼ ਹੁੰਦੀ ਹੈ । ਉਹ ਪ੍ਰਭ ਦੇ ਸ਼ਬਦ ਨਾਲ ਜੀਵਨ ਢਾਲਕੇ ਪ੍ਰਵਾਨ ਹੋ ਜਾਂਦਾ ਹੈ । ਉਹ ਸ਼ਬਦ ਦੀ ਪਾਲਣਾ ਵਿੱਚ ਲੀਨ ਹੋਇਆ, ਸੰਸਾਰਕ ਸਾਗਰ ਪਾਰ ਕਰ ਜਾਂਦਾ ਹੈ । ਚੋਰ, ਧੋਖੇ ਬਾਜ, ਅਨਾਜ ਦੀ ਤਰ੍ਹਾਂ ਹੀ ਪੀਸੇ ਜਾਂਦੇ ਹਨ । ਉਹਨਾਂ ਨੂੰ ਸੰਗਲਾਂ ਨਾਲ ਬੰਨਕੇ ਪੇਛ ਕੀਤਾ ਜਾਂਦਾ ਹੈ । ਗੁਰਮਖ ਪ੍ਰਭ ਦੇ ਸ਼ਬਦ ਵਿੱਚ ਲੀਨ ਹੋਇਆ ਦਰਬਾਰ ਵਿੱਚ ਪ੍ਰਵਾਨ ਹੋ ਜਾਂਦਾ ਹੈ ।

In the universe! many may remain tied with worldly bonds and others may remain intoxicated in meditation in the void of His Word. Whosoever may remain attached to the center post, bonds of His Word; with His mercy and grace, he may be blessed with the right path of acceptance in His Court. Whosoever may have a great prewritten destiny, only he may remain intoxicated in obeying the teachings of His Word and he may be saved, accepted. His true devotee may remain intoxicated in the void of His Word and accepted in His Court. The deceit, robbers, thieves may be grinded like a grain. He may be brought to the Court of The Righteous Judge tied in chains. His true devotee may remain intoxicated in the void of His Word and accepted in His Court.

Key Message of Raag Malaar, page 1287-11
'ਸ਼ਬਦ ਦੇ ਬੰਧਨ ਨਾਲ, ਸੰਸਾਰਕ ਬੰਧਨ ਮੁਕਤ ਹੋ ਜਾਂਦੇ ਹਨ!
ਜਿਸ ਦੇ ਜੀਵਨ ਵਿੱਚ ਦੋਂ ਗੁਣ, ਸਾਦਗੀ ਅਤੇ ਸ੍ਰਿਸ਼ਟੀ ਦੇ ਭਲਾਈ ਦੇ ਕੰਮ ਹੁੰਦੇ ਹਨ । ਉਸ ਨੂੰ ਪ੍ਰਵਾਨਗੀ ਦਾ ਰਸਤਾ ਬਖਸ਼ਿਸ਼ ਹੋ ਜਾਂਦਾ ਹੈ । ਉਸ ਦੇ ਮਨ ਅੰਦਰ ਪ੍ਰਭ ਦਾ ਸ਼ਬਦ ਰਚ ਜਾਂਦਾ ਹੈ । ਉਹ ਹੀ ਅਸਲੀ ਅਮੀਰ ਹੁੰਦਾ, ਸੰਸਾਰਕ ਸਾਗਰ ਪਾਰ ਕਰ ਜਾਂਦਾ ਹੈ । ਜਿਸ ਸੰਸਾਰਕ ਪਦਾਰਥ ਨਾਲ ਤਨ, ਸੁਖ ਮਹਿਸੂਸ ਕਰਦਾ ਹੈ, ਉਸ ਨੂੰ ਮੌਤ ਪਿਛੋਂ ਦੁਖ ਪਛਤਾਵਾ ਹੀ ਹੁੰਦਾ ਹੈ । ਸ਼ਬਦ ਦੀ ਸੋਝੀ ਤੋਂ ਬਿਨਾਂ ਅਨੇਕਾਂ ਹੀ ਆਪਣਾ ਮਾਨਸ ਜਨਮ ਬਿਰਥਾ ਹੀ ਗਵਾ ਜਾਂਦੇ ਹਨ । ਸੰਸਾਰਕ ਹੈਸੀਅਤ ਦਾ ਦਰਬਾਰ ਵਿੱਚ ਕੋਈ ਫਰਕ ਨਹੀਂ ਪੈਂਦਾ! ਜਿਹੜਾ ਪ੍ਰਭ ਦੇ ਸ਼ਬਦ ਦੇ ਬੰਧਨ ਵਿੱਚ ਬੰਧਾ ਹੁੰਦਾ ਹੈ । ਉਹ ਸੰਸਾਰਕ ਬੰਧਨਾ ਤੋਂ ਮੁਕਤ ਹੋ ਜਾਂਦੇ ਹਨ ।
Bonds of His Word destroys worldly bonds!
Whosoever may be drenched with two unique virtues, simple living and to serve His Creation. He may be blessed with the right path of acceptance in His Court. He may remain drenched with the essence of His Word within; he may be very wealthy in His Court and honored with salvation. Whosoever may be only pleased with worldly comforts; he may be miserable and repentance after death. Without obeying the teachings and enlightenment of the essence of His Word; many have wasted their human life opportunity. Whosoever may remain attached to the center post, bonds of His Word; all his worldly bonds would be eliminated.

22. ਸਲੋਕ ਮਃ ੨॥ 1288-3

ਨਾਉ ਫਕੀਰੈ ਪਾਤਿਸਾਹੁ, ਮੂਰਖ ਪੰਡਿਤੁ ਨਾਉ॥	naa-o fakeerai paatisaahu moorakh pandit naa-o.
ਅੰਧੇ ਕਾ ਨਾਉ ਪਾਰਖੂ, ਏਵੈ ਕਰੇ ਗੁਆਉ॥	anDhay kaa naa-o paarkhoo ayvai karay gu-aa-o.
ਇਲਤਿ ਕਾ ਨਾਉ ਚਉਧਰੀ, ਕੂੜੀ ਪੂਰੇ ਥਾਉ॥	ilat kaa naa-o cha-uDhree koorhee pooray thaa-o.
ਨਾਨਕ ਗੁਰਮੁਖਿ ਜਾਣੀਐ, ਕਲਿ ਕਾ ਏਹੁ ਨਿਆਉ॥੧॥	naanak gurmukh jaanee-ai kal kaa ayhu ni-aa-o. ||1||

ਕੱਲਯੁਗ ਵਿੱਚ ਗਰੀਬ ਨੂੰ ਬਾਦਸ਼ਾਹ ਦੇ ਨਾਮ ਨਾਲ ਸੱਦਕੇ ਲੋਕ ਮਜ਼ਾਕ ਕਰਦੇ ਹਨ । ਅਗਿਆਨੀ, ਮੂਰਖ ਨੂੰ ਲੋਕ ਸੋਝੀਵਾਨ, ਪੰਡਿਤ ਸੱਦਦੇ ਹਨ । ਅਗਿਆਨੀ ਨੂੰ ਲੋਕ ਸਚ ਨੂੰ ਪਰਖਣ ਵਾਲਾ ਸਮਝਦੇ, ਸੱਦਦੇ ਹਨ । ਗਲਤ ਕੰਮ ਕਰਨ ਵਾਲੇ ਜੀਵ ਨੂੰ ਬਾਕੀ ਨੂੰ ਸਿੱਧੇ ਰਸਤੇ ਤੇ ਪਾਉਣ ਵਾਲਾ ਥਾਪਕੇ ਮਾਣ ਦੇਂਦੇ ਹਨ । ਇਸਤਰ੍ਹਾਂ ਦਾ ਇਨਸਾਫ ਹੀ ਕੱਲਯੁਗ ਵਿੱਚ ਕੀਤਾ ਜਾਂਦਾ ਹੈ ।

In the Age of Kul Jug! Many may make a mockery of a poor by call him a king. Ignorant from the teachings of His Word, reality of life may be called enlightened, wiseman. Ignorant and greedy may be appointed judge to deliver justice to innocent. Whosoever may be on the wrong path in his own life; he may be appointed a priest, counsellor to guide others in real life. Such a terrible justice has been prevailing in the universe.

ਮਃ ੧॥	mehlaa 1.
ਹਰਣਾਂ ਬਾਜਾਂ ਤੈ ਸਿਕਦਾਰਾਂ, ਏਨ੍ਹਾ ਪੜ੍ਹਿਆ ਨਾਉ॥	harnaaN baajaaN tai sikdaaraaN aynHaa parhH-aa naa-o.
ਫਾਂਧੀ ਲਗੀ ਜਾਤਿ ਫਹਾਇਨਿ, ਅਗੈ ਨਾਹੀ ਥਾਉ॥	faaNDhee lagee jaat fahaa-in agai naahee thaa-o.
ਸੋ ਪੜਿਆ ਸੋ ਪੰਡਿਤੁ ਬੀਨਾ, ਜਿਨ੍ਹੀ ਕਮਾਣਾ ਨਾਉ॥	so parhi-aa so pandit beenaa jinHee kamaanaa naa-o.
ਪਹਿਲੋ ਦੇ ਜੜ ਅੰਦਰਿ ਜੰਮੈ, ਤਾ ਉਪਰਿ ਹੋਵੈ ਛਾਂਉ॥	pahilo day jarh andar jammai taa upar hovai chhaaN-o.
ਰਾਜੇ ਸੀਹ ਮੁਕਦਮ ਕੁਤੇ॥ ਜਾਇ ਜਗਾਇਨ੍ਹਿ ਬੈਠੇ ਸੁਤੇ॥	raajay seeh mukdam kutay. jaa-ay jagaa-iniH baithay sutay.
ਚਾਕਰ ਨਹਦਾ ਪਾਇਨ੍ਹਿ ਘਾਉ॥ ਰਤੁ ਪਿਤੁ ਕੁਤਿਹੋ ਚਟਿ ਜਾਹੁ॥	chaakar nahdaa paa-iniH ghaa-o. rat pit kutiho chat jaahu.
ਜਿਥੈ ਜੀਆਂ ਹੋਸੀ ਸਾਰ॥ ਨਕੀ ਵਢੀ ਲਾਇਤਬਾਰ॥੨॥	jithai jee-aaN hosee saar. nakeeN vadheeN laa-itbaar. ||2||

ਜਿਹੜੇ ਧੋਖੇ ਬਾਜ ਅਤੇ ਚਲਾਕ, ਸੰਸਾਰ ਦੇ ਜੀਵਾਂ ਨੂੰ ਧੰਦੇ ਤੇ ਲਾਉਣ ਵਾਲਾ ਆਗੂ ਬਣਾਉਂਦੇ ਹਨ । ਉਹ ਆਪਣੇ ਵਰਗੇ ਗੁਣਾਂ ਵਾਲੇ ਨੂੰ ਹੀ ਆਪਣਾ ਹੁਕਮ ਚਲਾਉਣ ਵਾਲਾ ਥਾਪਦਾ ਹੈ । ਇਸਤਰ੍ਹਾਂ ਦੇ ਜੀਵਾਂ ਨੂੰ ਮੌਤ ਤੋਂ ਪਿਛੋਂ ਕੋਈ ਅਰਾਮ ਜਾ ਸੁਖ ਚੈਨ ਨਹੀਂ ਮਿਲਦਾ । ਜਿਹੜਾ ਸ਼ਬਦ ਦੀ ਪਾਲਣਾ ਕਰਦਾ ਹੈ, ਕੇਵਲ ਉਹ ਹੀ ਸਿਆਣਾ, ਸੋਝੀ ਵਾਲਾ ਹੁੰਦਾ ਹੈ । ਉਹ ਪਹਿਲਾ ਆਪਣੇ ਜੀਵਨ ਨੂੰ ਸੁਧਾਰਦਾ, ਸ਼ਬਦ ਨਾਲ ਜੀਵਨ ਢਾਲਦਾ ਹੈ । ਆਪਣੇ ਜੀਵਨ ਦੀ ਮਿਸਾਲ ਬਣਾ ਕੇ ਪ੍ਰੇਰਨਾ ਕਰ ਸਕਦਾ, ਸਿੱਧੇ ਰਸਤੇ ਤੇ ਪਾ ਸਕਦਾ ਹੈ । ਸੰਸਾਰਕ ਰਜੇ, ਹਾਕਮ ਆਪਣੇ ਆਪ ਨੂੰ ਜੰਗਲ ਦਾ ਸ਼ੇਰ ਸਮਝਦੇ ਹਨ । ਉਹਨਾਂ ਦੇ ਕੰਮ ਕਰਨ ਵਾਲੇ ਕੁੱਤਿਆਂ ਵਾਲਾ ਸਲੂਕ ਕਰਦੇ ਹਨ । ਉਹ ਭੋਲੇ ਜੀਵਾਂ ਨੂੰ ਤੰਗ ਕਰਦੇ ਹਨ । ਹਕੂਮਤ ਦੇ ਕਰਮਚਾਰੀ, ਆਪਣੀਆਂ ਕਰਤੂਤਾਂ ਨਾਲ ਜੀਵਾਂ ਨੂੰ ਜ਼ਖਮੀ ਕਰਦੇ ਹਨ, ਉਹਨਾਂ ਦੇ ਕੁੱਤੇ ਖੂਨ ਨੂੰ ਚੱਟਦੇ ਹਨ । ਪ੍ਰਭ ਦੇ ਦਰਬਾਰ ਵਿੱਚ ਸਾਰੇ ਹੀ ਆਪਣੇ ਕੀਤੇ ਦੀ ਸਜ਼ਾ ਭੋਗਦੇ ਹਨ । ਜਿਹੜਾ ਸੰਸਾਰ ਵਿੱਚ ਜ਼ੁਲਮ ਕਰਦਾ ਹੈ । ਉਸ ਦਾ ਅਪਮਾਨ ਹੁੰਦਾ, ਨੀਚ ਜੂੰਨਾਂ ਵਿੱਚ ਜਾਂਦਾ ਹੈ ।

Worldly corrupt, clever robbers may become worldly leaders to guide others on the worldly tasks. He may appoint a similar character to implement his clever command. A creep, with such a state of mind may never be blessed with a peace of mind or comfort after his death. Whosoever may obey the teachings of His Word, only he may be wise, enlightened. He may transform his way of life by adopting the teachings of His Word in his day-to-day life; his way of life may become an inspiring pillar of enlightenments for others. Worldly kings, rulers may consider themselves powerful tiger. His mangers may behave like hungry dogs and humiliate innocent and helpless. Their workers, employees may hurt the innocents and suck their blood earned money. In His Court, everyone may endure miseries, punishment of his own worldly deeds. Any tyrant may be rebuked and cycled through mean and miserable creature life?

ਪਉੜੀ॥	pa-orhee.
ਆਪਿ ਉਪਾਏ ਮੇਦਨੀ, ਆਪੇ ਕਰਦਾ ਸਾਰ॥	aap upaa-ay maydnee aapay kardaa saar.
ਭੈ ਬਿਨੁ ਭਰਮੁ ਨ ਕਟੀਐ, ਨਾਮਿ ਨ ਲਗੈ ਪਿਆਰੁ॥	bhai bin bharam na katee-ai naam na lagai pi-aar.
ਸਤਿਗੁਰ ਤੇ ਭਉ ਊਪਜੈ, ਪਾਈਐ ਮੋਖ ਦੁਆਰ॥	satgur tay bha-o oopjai paa-ee-ai mokh du-aar.
ਭੈ ਤੇ ਸਹਜੁ ਪਾਈਐ, ਮਿਲਿ ਜੋਤੀ ਜੋਤਿ ਅਪਾਰ॥	bhai tay sahj paa-ee-ai mil jotee jot apaar.
ਭੈ ਤੇ ਭੈਜਲੁ ਲੰਘੀਐ, ਗੁਰਮਤੀ ਵੀਚਾਰੁ॥	bhai tay bhaijal langhee-ai gurmatee veechaar.
ਭੈ ਤੇ ਨਿਰਭਉ ਪਾਈਐ, ਜਿਸ ਦਾ ਅੰਤੁ ਨ ਪਾਰਾਵਾਰੁ॥	bhai tay nirbha-o paa-ee-ai jis daa ant na paaraavaar.
ਮਨਮੁਖ ਭੈ ਕੀ ਸਾਰ ਨ ਜਾਣਨੀ,	manmukh bhai kee saar na jaannee
ਤ੍ਰਿਸਨਾ ਜਲਤੇ ਕਰਹਿ ਪੁਕਾਰ॥	tarisnaa jaltay karahi pukaar.
ਨਾਨਕ ਨਾਵੈ ਹੀ ਤੇ ਸੁਖੁ ਪਾਇਆ,	naanak naavai hee tay sukh paa-i-aa
ਗੁਰਮਤੀ ਉਰਿ ਧਾਰ॥੨੨॥	gurmatee ur Dhaar. ||22||

ਪ੍ਰਭ ਆਪ ਹੀ ਸ੍ਰਿਸ਼ਟੀ ਪੈਦਾ ਕਰਦਾ, ਰਖਿਆ ਕਰਦਾ ਹੈ । ਪ੍ਰਭ ਦੇ ਵਿਛੋੜੇ ਦੇ ਡਰ ਤੋਂ ਬਿਨਾਂ, ਸੰਸਾਰਕ ਭਰਮ ਦੂਰ ਨਹੀਂ ਹੁੰਦੇ, ਸ਼ਬਦ ਵਿੱਚ ਭਰੋਸਾ ਅਡੋਲ ਨਹੀਂ ਹੁੰਦਾ । ਸ਼ਬਦ ਦੀ ਪਾਲਣਾ ਕਰਨ ਨਾਲ ਸ਼ਬਦ ਦੀ ਸੋਝੀ ਬਖਸ਼ਿਸ਼ ਹੋ ਜਾਂਦੀ, ਸ਼ਬਦ ਮਨ ਵਿੱਚ ਘਰ ਕਰਦਾ ਹੈ । ਜੀਵ ਨੂੰ ਦਰਬਾਰ ਵਿੱਚ ਪ੍ਰਵਾਨਗੀ ਦਾ ਰਸਤਾ ਬਖਸ਼ਿਸ਼ ਹੋ ਜਾਂਦਾ ਹੈ । ਉਹ ਆਪਣੇ ਅੰਦਰੋਂ ਪ੍ਰਭ ਦੀ ਜੋਤ ਢੂੰਡ ਲੈਂਦਾ ਹੈ, ਉਸ ਦੀ ਆਤਮਾ ਪ੍ਰਭ ਦੀ ਜੋਤ ਵਿੱਚ ਅਭੇਦ ਹੋ ਜਾਂਦੀ ਹੈ । ਪ੍ਰਭ ਦੇ ਵਿਛੋੜੇ ਦੇ ਡਰ ਵਿੱਚ ਹੀ ਜੀਵ ਸ਼ਬਦ ਦੀ ਪਾਲਣਾ ਅਡੋਲ ਭਰੋਸੇ ਨਾਲ ਕਰ ਸਕਦਾ ਹੈ । ਉਸ ਨੂੰ ਪ੍ਰਭ ਦੀ ਹੋਂਦ ਅਨੁਭਵ ਹੋ ਜਾਂਦੀ, ਸੰਸਾਰਕ ਸਾਗਰ ਪਾਰ ਕਰ ਜਾਂਦਾ ਹੈ । ਸ਼ਬਦ ਦੀ ਪਾਲਣਾ, ਵਿਛੋੜੇ ਦੇ ਡਰ ਨਾਲ, ਹੀ ਪ੍ਰਭ ਦੀ ਹੋਂਦ ਅਨੁਭਵ ਹੁੰਦੀ ਹੈ । ਪਵਿੱਤਰ ਪ੍ਰਭ ਦੀ ਜੋਤ ਵਿੱਚ ਕੋਈ ਦਾਗ਼, ਮੈਲ ਨਹੀਂ ਹੁੰਦੀ । ਮਨਮੁਖ ਜੀਵ ਨੂੰ ਪ੍ਰਭ ਦੇ ਵਿਛੋੜੇ ਦੇ ਡਰ ਦੀ ਕੀਮਤ, ਮਹੱਤਤਾ ਦੀ ਕੋਈ ਸੋਝੀ ਨਹੀਂ ਹੁੰਦੀ । ਉਹ ਆਪਣੇ ਮਨ ਦੀਆਂ ਇਛਾਂ ਦੀਆਂ ਭਟਕਣਾਂ ਵਿੱਚ ਹੀ ਰੋਂਦਾ ਹੈ । ਪ੍ਰਭ ਦੇ ਸ਼ਬਦ ਨੂੰ ਮਨ ਵਿੱਚ ਵਸਾਉਣ ਨਾਲ ਹੀ ਮਨ ਨੂੰ ਸੰਤੋਖ ਬਖਸ਼ਿਸ਼ ਹੋ ਸਕਦਾ ਹੈ ।

The True Master, Creator of the universe, creates, nourishes, and protects His Creation. Without the renunciation of the memory of his separation from His Holy Spirit, his suspicions may never be eliminated nor he may obey the teachings of His Word with steady and stable belief in his day-to-day life. Whosoever may obey the teachings of His Word; with His mercy and grace, he may be enlightened with the essence of His Word. He may remain drenched with the essence of His Word. He may be blessed with the right path of acceptance in His Court. He may search the enlightenment of the essence of His Word from within; he may immerse within His Holy Spirit. Whosoever may remain in renunciation in the memory of his separation from His Holy Spirit; with His mercy and grace, his belief may remain steady and stable on His Blessings. He may realize His Holy Spirit prevailing everywhere. He may be accepted in His Court. His Sanctified, Holy Spirit may never have any blemish, jealousy nor boundary and limits of His Miracles. Self-minded may never comprehend the signification of renunciation of the memory of his separation from His Holy Spirit. He may always remain frustrated with disappointments of his worldly desires, expectation. Whosoever may remain drenched with the essence of His Word; with His mercy and grace, he may be blessed with contentment in his worldly life.

Key Message of Raag Malaar, page 1288-3
'ਕੱਲਯੁਗ ਦੀ ਨਿਸ਼ਾਨੀ !
'ਕੱਲ ਜੁਗ ਵਿੱਚ ਅਗਿਆਨੀ, ਮੂਰਖ ਨੂੰ ਲੋਕ ਸੋਝੀਵਾਨ, ਪੰਡਿਤ ਸੱਦਦੇ ਹਨ । ਜਿਹੜਾ ਸ਼ਬਦ ਦੀ ਪਾਲਣਾ ਕਰਦਾ ਹੈ, ਕੇਵਲ ਉਹ ਹੀ ਸਿਆਣਾ, ਸੋਝੀ ਵਾਲਾ ਹੁੰਦਾ ਹੈ । ਉਹ ਪਹਿਲਾ ਆਪਣੇ ਜੀਵਨ ਨੂੰ ਸੁਧਾਰਦਾ, ਸ਼ਬਦ ਨਾਲ ਜੀਵਨ ਢਾਲਦਾ ਹੈ । ਆਪਣੇ ਜੀਵਨ ਦੀ ਮਿਸਾਲ ਬਣਾ ਕੇ ਪ੍ਰੇਰਨਾ ਕਰ ਸਕਦਾ, ਸਿੱਧੇ ਰਸਤੇ ਤੇ ਪਾ ਸਕਦਾ ਹੈ । ਉਸ ਨੂੰ ਪ੍ਰਭ ਦੀ ਹੋਂਦ ਅਨੁਭਵ ਹੋ ਜਾਂਦੀ, ਸੰਸਾਰਕ ਸਾਗਰ ਪਾਰ ਕਰ ਜਾਂਦਾ ਹੈ । ਉਸ ਮਨ ਨੂੰ ਸੰਤੋਖ ਬਖਸ਼ਿਸ਼ ਹੋ ਸਕਦਾ ਹੈ ।
Sign of Kul-Jug!
Ignorant from the teachings of His Word, reality of life may be called enlightened, wiseman in Kul-Jug. Whosoever may obey the teachings of His Word, only he may be wise, enlightened. He may transform his way of life by adopting the teachings of His Word; his way of life may become an inspiring pillar of enlightenments for others. He may realize His Holy Spirit prevailing everywhere. He may be accepted in His Court. He may be blessed with contentment in his life.

23. ਸਲੋਕ ਮਃ ੧॥ 1288-12

ਰੂਪੈ ਕਾਮੈ ਦੋਸਤੀ, ਭੁਖੈ ਸਾਦੈ ਗੰਢੁ॥	roopai kaamai dostee bhukhai saadai gandh.
ਲਬੈ ਮਾਲੈ ਘੁਲਿ ਮਿਲਿ ਮਿਚਲਿ, ਊਂਘੈ ਸਉੜਿ ਪਲੰਘੁ॥	labai maalai ghul mil michal ooNghai sa-urh palangh.
ਭੰਉਕੈ ਕੋਪੁ ਖੁਆਰੁ ਹੋਇ, ਫਕੜੁ ਪਿਟੇ ਅੰਧੁ॥	bhaNukai kop khu-aar ho-ay fakarh pitay anDh.
ਚੁਪੈ ਚੰਗਾ ਨਾਨਕਾ, ਵਿਣੁ ਨਾਵੈ ਮੁਹਿ ਗੰਧੁ॥੧॥	chupai changa naankaa vin naavai muhi ganDh. ||1||

ਜਿਵੇਂ ਸੁੰਦਰਤਾ ਅਤੇ ਕਾਮ ਵਾਸ਼ਨਾ ਦਾ ਸਬੰਧ, ਜੋੜ ਹੁੰਦਾ ਹੈ । ਇਸਤਰ੍ਹਾਂ ਭੋਜਨ ਦਾ ਸਵਾਦ ਨਾਲ ਸੰਬਧ ਹੁੰਦਾ ਹੈ । ਲਾਲਚੀ ਹਰ ਵੇਲੇ ਸੰਸਾਰਕ ਧਨ ਦੀ ਭਾਲ ਵਿੱਚ ਹੀ ਰਹਿੰਦਾ ਹੈ । ਨੀਂਦ, ਥੋੜ੍ਹੀ ਥਾਂ ਲੇਟਣ ਲਈ ਹੀ ਲਭਦੀ ਹੈ । ਕਰੋਧ ਜੀਵ ਦੇ ਮਨ ਨੂੰ ਤਬਾਹ ਕਰਦਾ, ਬਿਨਾਂ ਕਿਸੇ ਕਾਰਨ ਤੋਂ ਝਗੜਾ ਖੜ੍ਹਾ ਕਰ ਦੇਂਦਾ ਹੈ । ਜੀਵ ਨੂੰ ਪ੍ਰਭ ਦੇ ਸ਼ਬਦ ਬੋਲਣ ਤੋਂ ਬਿਨਾਂ ਚੁਪ ਹੀ ਰਹਿਣਾ ਚਾਹੀਦਾ ਹੈ । ਨਹੀਂ ਤਾ ਉਹ ਗੰਦਗੀ ਹੀ ਅੰਦਰੋਂ ਕੱਢਦਾ ਹੈ ।

As a beauty and sexual urge may have close bond, anxiety; same way food and taste of food may have close relationship. A greedy person may always remain anxious to collect worldly wealth. Anxiety to sleep may always search for a small place to lay down. Same way anger may ruin the peace of mind and harmony in worldly life. He may initiate some argument without any reason. Noble essence of Gurbani! Without speaking His Word, one should remain quiet; any spoken word may only spread filth of his mind in the universe.

ਮਃ ੧॥	mehlaa 1.
ਰਾਜੁ ਮਾਲੁ ਰੂਪੁ ਜਾਤਿ, ਜੋਬਨੁ ਪੰਜੇ ਠਗ॥	raaj maal roop jaat joban panjay thag.
ਏਨੀ ਠਗੀਂ ਜਗੁ ਠਗਿਆ, ਕਿਨੈ ਨ ਰਖੀ ਲਜ॥	aynee thageeN jag thagi-aa kinai na rakhee laj.
ਏਨਾ ਠਗਨ੍ਹਿ ਠਗ ਸੇ, ਜਿ ਗੁਰ ਕੀ ਪੈਰੀ ਪਾਹਿ॥	aynaa thagniH thag say je gur kee pairee paahi.
ਨਾਨਕ ਕਰਮਾ ਬਾਹਰੇ, ਹੋਰਿ ਕੇਤੇ ਮੁਠੇ ਜਾਹਿ॥੨॥	naanak karmaa baahray hor kaytay muthay jaahi. ||2||

ਤਾਕਤ, ਧਨ, ਸੁੰਦਰਤਾ, ਹੈਸੀਅਤ, ਜਵਾਨੀ ਇਹ ਪੰਜੇਂ ਹੀ ਮਨ ਵਿੱਚ ਚੋਰ ਹਨ । ਸੰਸਾਰ ਵਿੱਚ ਪੰਜਾਂ ਚੋਰਾ ਤੋਂ ਬਚਨਾ ਬਹੁਤ ਮੁਸ਼ਕਲ ਹੈ । ਜਿਹੜਾ ਆਪਾ ਪ੍ਰਭ ਦੇ ਭੇਟਾ ਕਰਕੇ, ਸ਼ਬਦ ਦੀ ਸਿਖਿਆਂ ਨਾਲ ਜੀਵਨ ਢਾਲਦਾ ਹੈ । ਉਸ ਨੂੰ ਇਹਨਾਂ ਠੱਗਾਂ ਤੇ ਜਿੱਤ ਬਖਸ਼ਿਸ਼ ਹੋ ਜਾਂਦੀ ਹੈ । ਜਿਸ ਦੇ ਚੰਗੇ ਭਾਗ ਨਹੀਂ ਹੁੰਦੇ, ਉਹ ਜਾਲ ਵਿੱਚ ਫਸ ਜਾਂਦਾ ਹੈ ।

Youth, power, worldly wealth, beauty, and worldly status are 5 mighty robbers of mind. In human life journey to be saved from these demons may be very difficult. Whosoever may adopt the teachings of His Word with steady and stable belief in his day-to-day life, he may surrender his self-entity at His Sanctuary; with His mercy and grace, he may be blessed to conquer these robbers. Unfortunate soul may remain intoxicated with the sweet poison of worldly wealth.

5 ਮਨ ਦੇ ਚੋਰ	5 Robbers of mind
ਤਾਕਤ, ਧਨ, ਸੁੰਦਰਤਾ, ਹੈਸੀਅਤ, ਜਵਾਨੀ	Power, Worldly wealth, Beauty, Worldly status. and Youth.

ਪਉੜੀ॥	pa-orhee.
ਪੜਿਆ ਲੇਖੇਦਾਰੁ, ਲੇਖਾ ਮੰਗੀਐ॥	parhi-aa laykhaydaar laykhaa mangee-ai.
ਵਿਣੁ ਨਾਵੈ ਕੂੜਿਆਰੁ, ਅਉਖਾ ਤੰਗੀਐ॥	vin naavai koorhi-aar a-ukhaa tangee-ai.
ਅਉਘਟ ਰੁਧੇ ਰਾਹ, ਗਲੀਆਂ ਰੋਕੀਆਂ॥	a-ughat ruDhay raah galee-aaN rokee-aaN.
ਸਚਾ ਵੇਪਰਵਾਹੁ, ਸਬਦਿ ਸੰਤੋਖੀਆਂ॥	sachaa vayparvaahu sabad santokhee-aaN.
ਗਹਿਰ ਗਭੀਰ ਅਥਾਹੁ, ਹਾਥ ਨ ਲਭਈ॥	gahir gabheer athaahu haath na labh-ee.
ਮੁਹੇ ਮੁਹਿ ਚੋਟਾ ਖਾਹੁ, ਵਿਣੁ ਗੁਰ ਕੋਇ ਨ ਛੁਟਸੀ॥	muhay muhi chotaa khaahu vin gur ko-ay na chhutsee.
ਪਤਿ ਸੇਤੀ ਘਰਿ ਜਾਹੁ, ਨਾਮੁ ਵਖਾਣੀਐ॥	pat saytee ghar jaahu naam vakhaanee-ai.
ਹੁਕਮੀ ਸਾਹ ਗਿਰਾਹ, ਦੇਂਦਾ ਜਾਣੀਐ॥੨੩॥	hukmee saah giraah dayNdaa jaanee-ai. ||23||

ਜਿਹੜਾ ਸੰਸਾਰ ਵਿੱਚ ਆਪਣੇ ਆਪ ਨੂੰ ਸੋਝੀਵਾਨ, ਸਿਆਣਾ, ਬੰਦਗੀ ਵਾਲਾ ਸਮਝਦਾ ਹੈ । ਉਸ ਦਾ ਲੇਖਾ ਵੀ ਦਰਬਾਰ ਵਿੱਚ ਹੁੰਦਾ ਹੈ । ਜਿਸ ਦਾ ਜੀਵਨ ਸ਼ਬਦ ਅਨੁਸਾਰ ਨਹੀਂ ਹੁੰਦਾ, ਉਸ ਨੂੰ ਬਹੁਤ ਸਜ਼ਾ ਮਿਲਦੀ ਹੈ । ਉਸ ਨੂੰ ਜ਼ਿਆਦਾ ਮੁਸ਼ਕਲਾਂ ਆਉਂਦੀਆਂ ਹਨ । ਉਸ ਤੇ, ਪ੍ਰਭ ਦੇ ਦਰਬਾਰ ਵਿੱਚ ਜਾਣ ਦੇ ਰਸਤੇ ਤੇ ਪਾਬੰਦੀ ਲਾਈ ਜਾਂਦੀ ਹੈ । ਪ੍ਰਭ ਦੇ ਸ਼ਬਦ ਦੀ ਪਾਲਣਾ ਕਰਨ, ਮਨ ਵਿੱਚ ਵਸਾਉਣ ਨਾਲ ਹੀ ਸੰਤੋਖ ਬਖਸ਼ਿਸ਼ ਹੁੰਦਾ ਹੈ । ਪ੍ਰਭ ਦੇ ਕਰਤਬਾਂ ਦਾ ਬਹੁਤ ਡੂੰਘਾ ਮੰਤਵ ਹੁੰਦਾ, ਸੋਝੀ, ਅਥਾਹ ਹੁੰਦੀ, ਕੀਮਤ ਜਾਣੀ ਨਹੀਂ ਜਾ ਸਕਦੀ । ਸ਼ਬਦ ਨੂੰ ਮਨ ਵਿੱਚ ਵਸਾਉਣ ਤੋਂ ਬਿਨਾਂ ਜੀਵ ਨੂੰ ਬਾਰ ਬਾਰ ਚੋਟਾ, ਸਜ਼ਾ ਤੋਂ ਛੁਟਕਾਰਾ ਨਹੀਂ ਮਿਲਦਾ । ਸ਼ਬਦ ਨਾਲ ਜੀਵਨ ਢਾਲਣ, ਗੁਣ ਗਾਉਣ ਨਾਲ ਹੀ ਜੀਵ ਨੂੰ ਅਸਲੀ ਰਸਤਾ ਬਖਸ਼ਿਸ਼ ਹੋ ਜਾਂਦਾ ਹੈ । ਯਾਦ ਰਖੋ! ਪ੍ਰਭ ਕੇਵਲ ਸਵਾਸ ਹੀ ਨਹੀਂ ਬਖਸ਼ਦਾ! ਸਗੋ ਕੀਤੇ ਕੰਮਾਂ ਨੂੰ ਪਰਖਦਾ, ਸਜ਼ਾ ਵੀ ਦੇਂਦਾ ਹੈ ।

Whosoever may be called a saint, guru, enlightened one; he may also be subjected to judgement of The Righteous Judge. Whosoever may not adopt the teachings of His Word in his worldly life; he may have to endure much severe judgement; he may be restricted from the right path of acceptance in His Court for a long time. Whosoever may adopt the teachings of His Word in his day-to-day life; with His mercy and grace, he may be enlightened with the essence of His Word. He may be blessed with contentment in his day-to-day life. The real purpose of His Events, Miracles may have much deeper motive and beyond imagination, comprehension of His Creation. Without adopting the teachings of His Word; no one may escape the 5 demons of worldly desires and judgement of The Righteous Judge. Whosoever may sing the glory, adopts the teachings of His Word with steady and stable belief; with His mercy and grace, he may be blessed with the right path of acceptance in His Court.

Key Message of Raag Malaar, page 1288-12
'ਮਨ ਦੇ 5 ਚੋਰ!
ਜੀਵ ਨੂੰ ਪ੍ਰਭ ਦੇ ਸ਼ਬਦ ਬੋਲਣ ਤੋਂ ਬਿਨਾਂ ਚੁਪ ਹੀ ਰਹਿਣਾ ਚਾਹੀਦਾ ਹੈ । ਜਿਹੜਾ ਆਪਾ ਪ੍ਰਭ ਦੇ ਭੇਟਾ ਕਰਕੇ, ਸ਼ਬਦ ਦੀ ਸਿਖਿਆਂ ਨਾਲ ਜੀਵਨ ਢਾਲਦਾ ਹੈ । ਉਹ (ਤਾਕਤ, ਧਨ, ਸੁੰਦਰਤਾ, ਹੈਸੀਅਤ, ਜਵਾਨੀ) ਮਨ ਦੇ ਪੰਜੇਂ ਹੀ ਚੋਰਾਂ ਤੋਂ ਬਚ ਜਾਂਦਾ ਹੈ! ਸ਼ਬਦ ਨਾਲ ਜੀਵਨ ਢਾਲਣ, ਗੁਣ ਗਾਉਣ ਨਾਲ ਹੀ ਜੀਵ ਨੂੰ ਅਸਲੀ ਰਸਤਾ ਬਖਸ਼ਿਸ਼ ਹੋ ਜਾਂਦਾ ਹੈ ।
5 Robbers of mind!
One should remain quiet, without speaking His Word. Whosoever may surrender his mind, body, self-entity at His Sanctuary; he may be saved from youth, power, worldly wealth, beauty, and worldly status: five mighty robbers of mind. Whosoever may adopt the teachings of His Word with steady and stable belief; he may be blessed with the right path of acceptance in His Court.

24. **ਸਲੋਕ ਮਃ ੧॥** 1289-1

ਪਉਣੈ ਪਾਣੀ ਅਗਨਿ ਜੀਉ, ਤਿਨ ਕਿਆ ਖੁਸੀਆ ਕਿਆ ਪੀੜ॥
ਧਰਤੀ ਪਾਤਾਲੀ ਆਕਾਸੀ, ਇਕਿ ਦਰਿ ਰਹਨਿ ਵਜੀਰ॥
ਇਕਨਾ ਵਡੀ ਆਰਜਾ, ਇਕਿ ਮਰਿ ਹੋਹਿ ਜਹੀਰ॥
ਇਕਿ ਦੇ ਖਾਹਿ ਨਿਖੁਟੈ ਨਾਹੀ, ਇਕਿ ਸਦਾ ਫਿਰਹਿ ਫਕੀਰ॥
ਹੁਕਮੀ ਸਾਜੇ ਹੁਕਮੀ ਢਾਹੇ, ਏਕ ਚਸੇ ਮਹਿ ਲਖ॥
ਸਭੁ ਕੋ ਨਥੈ ਨਥਿਆ, ਬਖਸੇ ਤੋੜੇ ਨਥ॥
ਵਰਨਾ ਚਿਹਨਾ ਬਾਹਰਾ, ਲੇਖੇ ਬਾਝੁ ਅਲਖੁ॥
ਕਿਉ ਕਥੀਐ ਕਿਉ ਆਖੀਐ, ਜਾਪੈ ਸਚੋ ਸਚੁ॥
ਕਰਣਾ ਕਥਨਾ ਕਾਰ ਸਭ, ਨਾਨਕ ਆਪਿ ਅਕਥੁ॥
ਅਕਥ ਕੀ ਕਥਾ ਸੁਣੇਇ॥
ਰਿਧਿ ਬੁਧਿ ਸਿਧਿ ਗਿਆਨੁ, ਸਦਾ ਸੁਖੁ ਹੋਇ॥੧॥

pa-unai paanee agnee jee-o tin ki-aa khusee-aa ki-aa peerh.
Dhartee paataalee aakaasee ik dar rahan vajeer.
iknaa vadee aarjaa ik mar hohi jaheer.
ik day khaahi nikhutai naahee ik sadaa fireh fakeer.
hukmee saajay hukmee dhaahay ayk chasay meh lakh.
sabh ko nathai nathi-aa bakhsay torhay nath.
varnaa chihnaa baahraa laykhay baajh alakh.
ki-o kathee-ai ki-o aakhee-ai jaapai sacho sach.
karnaa kathnaa kaar sabh naanak aap akath.
akath kee kathaa sunay-ay.
riDh buDh siDh gi-aan sadaa sukh ho-ay. ||1||

ਜੀਵ ਦਾ ਸਰੀਰ ਹਵਾ, ਪਾਣੀ ਅਤੇ ਅੱਗ ਦੇ ਸੰਜੋਗ ਨਾਲ ਬਾਣਿਆ ਹੈ । ਦੁਖ, ਸੁਖ ਤਨ ਦੇ ਨਾਲ ਆਉਂਦੇ ਹਨ । ਕਈ ਜੀਵ ਅਕਾਸ਼, ਪਤਾਲ, ਧਰਤੀ ਤੇ ਪ੍ਰਭ ਦੇ ਦਾਸ ਹੀ ਬਣੇ ਰਹਿੰਦੇ ਹਨ । ਕਈ ਲੰਮੀ ਉਮਰ ਬਤੀਤ ਕਰਦੇ ਹਨ । ਕਈ ਸੰਸਾਰ ਵਿੱਚ ਦੁਖਾ ਵਿੱਚ ਹੀ ਰਹਿੰਦੇ, ਮਰ ਜਾਂਦੇ ਹਨ । ਕਈ ਆਪਣਾ ਧਨ ਵੰਡਦੇ ਰਹਿੰਦੇ ਹਨ, ਪ੍ਰਭ ਉਹਨਾਂ ਨੂੰ ਘਾਟ ਨਹੀਂ ਹੋਣ ਦੇਂਦਾ । ਕਈ ਸਦਾ ਗਰੀਬ, ਧਨ ਤੋਂ ਵਾਂਝੇ ਹੀ ਰਹਿੰਦੇ ਹਨ । ਪ੍ਰਭ ਆਪਣੇ ਭਾਣੇ ਨਾਲ, ਇਕ ਪਲ ਵਿੱਚ ਅਨੇਕਾਂ ਹੀ ਜੀਵ ਪੈਦਾ ਕਰਦਾ, ਖਤਮ ਕਰ, ਸਕਦਾ ਹੈ । ਉਸ ਨੇ ਸਾਰਿਆਂ ਨੂੰ ਸੰਸਾਰਕ ਬੰਧਨ ਦੇ ਸੰਗਲ ਨਾਲ ਬੰਧਾ ਹੋਇਆ ਹੈ । ਜਿਹੜਾ ਸ਼ਰਣ ਵਿੱਚ ਆਪਾ ਭੇਟਾ ਕਰ ਦੇਂਦਾ ਹੈ, ਉਸ ਦੇ ਬੰਧਨ ਖਤਮ ਕਰਦਾ ਹੈ । ਪ੍ਰਭ ਦਾ ਕੋਈ ਰੂਪ, ਅਕਾਰ ਨਹੀਂ ਹੁੰਦਾ, ਉਸ ਦੀ ਹੋਂਦ ਦਾ ਅੰਦਾਜ਼ਾ ਨਹੀਂ ਲਾਇਆ ਜਾ ਸਕਦਾ । ਉਸ ਦਾ ਵਖਿਆਣ ਕਿਵੇਂ ਕੀਤਾ ਜਾ ਸਕਦਾ ਹੈ? ਉਸ ਨੂੰ **ਇਕੋ ਇਕ ਅਟਲ ਹੀ ਕਹਿਆ** ਜਾ ਸਕਦਾ ਹੈ । ਸ੍ਰਿਸ਼ਟੀ ਵਿੱਚ ਸਭ ਕੰਮ ਵਿੱਚ ਆਪ ਹੀ ਵਾਪਰਦਾ, ਹੋਰ ਕੋਈ ਨਹੀਂ ਹੈ । ਪ੍ਰਭ ਦੇ ਸ਼ਬਦ ਦਾ ਵਖਿਆਣ ਸੁਣਦਾ ਨਾਲ ਸੋਝੀ ਬਖਸ਼ਿਸ਼ ਹੁੰਦੀ ਹੈ । ਉਸ ਤੇ ਪ੍ਰਭ ਦੀ ਰਹਿਮਤ ਨਾਲ, ਸੋਝੀ ਦਾ ਧਨ, ਸਿਆਣਪ, ਰਖਿਆ, ਹੁੰਦੀ ਹੈ । ਪ੍ਰਭ ਦੀ ਹੋਂਦਾ ਦੀ ਸੋਝੀ ਨਾਲ ਮਨ ਨੂੰ ਸ਼ਾਂਤੀ, ਸੰਤੋਖ ਬਖਸ਼ਿਸ਼ ਹੁੰਦਾ ਹੈ ।

The body of worldly creature has been created with the union of air, water (semen of male, and eggs of female) and fire, heat of the womb of female. Pleasure and miseries come along with his body. Many creatures may dwell in sky, under water and on earth as His slave devotee. Many may live long life; many may die in sufferings and in miseries. Many may donate, distribute their worldly wealth to helpless, His Creation; with His mercy and grace, he may never realize any disappointment, any shortage. Many may remain poor, deprived from the necessities of human life. The True Master may bring many new lives or destroy many lives in a twinkle of eyes. All worldly creatures remain intoxicated in various worldly bonds. Whosoever may surrender his self-entity at His Sanctuary to serve His Creation; with His mercy and grace, all his worldly bonds may be eliminated. The True Master remains beyond the three known recognition of color, body structure limitation on size and shape. His Existence may remain beyond imagination of His Creation. He may be only known as **The One and Only One, Omnipotent, Omniscient, Omnipresent, Axiom, True Master**. He prevails in every event in the universe and no one else may exist in the universe without His Command. Whosoever may listen the sermons of His Word, about His Existence; with His mercy and grace, he may be enlightened. He may be blessed with earnings of His Word, enlightenment of His Existence, peace of mind and contentment in his day-to-day life.

ਮਃ ੧॥

ਅਜਰੁ ਜਰੈ ਤ ਨਉ ਕੁਲ ਬੰਧੁ॥ ਪੂਜੈ ਪ੍ਰਾਣ ਹੋਵੈ ਥਿਰੁ ਕੰਧੁ॥
ਕਹਾਂ ਤੇ ਆਇਆ ਕਹਾਂ ਏਹੁ ਜਾਣੁ॥ ਜੀਵਤ ਮਰਤ ਰਹੈ ਪਰਵਾਣੁ॥
ਹੁਕਮੈ ਬੂਝੈ ਤਤੁ ਪਛਾਣੈ॥ ਇਹੁ ਪਰਸਾਦੁ ਗੁਰੂ ਤੇ ਜਾਣੈ॥
ਹੋਂਦਾ ਫੜੀਅਗੁ ਨਾਨਕ ਜਾਣੁ॥ ਨਾ ਹਉ ਨਾ ਮੈ ਜੂਨੀ ਪਾਣੁ॥੨॥

mehlaa 1.

ajar jarai ta na-o kul banDh. poojai paraan hovai thir kanDh.
kahaaN tay aa-i-aa kahaaN ayhu jaan. jeevat marat rahai parvaan.
hukmai boojhai tat pachhaanai. ih parsaad guroo tay jaanai.
hoNdaa farhee-ag naanak jaan. naa ha-o naa mai joonee paan. ||2||

ਜਿਹੜਾ ਮਨ, ਤਨ ਦੀਆਂ ਨੌ ਖਿੜਕੀਆ ਤੇ ਕਾਬੂ ਪਾ ਲੈਂਦਾ ਹੈ । ਸਵਾਸ, ਗਰਾਸ ਪ੍ਰਭ ਦੇ ਸ਼ਬਦ ਦੀ ਪਾਲਣਾ ਕਰਦਾ ਹੈ । ਉਸ ਨੂੰ ਤਨ ਦੇ ਕਿਲ੍ਹੇ ਵਿੱਚ ਧੀਰਜ, ਸੰਤੋਖ ਬਖਸ਼ਿਸ਼ ਹੋ ਜਾਂਦਾ ਹੈ । ਇਹ ਆਤਮਾ ਕਿਥੋਂ ਆਈ ਹੈ, ਮੌਤ ਤੋਂ ਪਿਛੋਂ ਕਿਥੇ ਜਾਵੇਗੀ? ਜਿਹੜਾ ਮਾਨਸ ਜੀਵਨ ਵਿੱਚ ਹੀ ਆਪਣੀ ਹੈਸੀਅਤ ਨੂੰ ਨਿਮਾਣਾ ਬਣਾ ਲੈਂਦਾ ਹੈ । ਉਹ ਪ੍ਰਭ ਦੇ ਦਰਬਾਰ ਵਿੱਚ ਪ੍ਰਵਾਨ ਹੋ ਜਾਂਦਾ ਹੈ । ਜਿਸ ਨੂੰ ਪ੍ਰਭ ਦੇ ਸ਼ਬਦ ਦੀ ਸੋਝੀ ਬਖਸ਼ਿਸ਼ ਹੋ ਜਾਂਦੀ ਹੈ, ਉਸ ਨੂੰ ਪ੍ਰਭ ਦੀ ਹੋਂਦ ਅਨੁਭਵ ਹੋ ਜਾਂਦੀ ਹੈ । ਜੀਵ ਨੂੰ ਅਹੰਕਾਰ ਹੀ ਸੰਸਾਰਕ ਬੰਧਨਾ ਦੇ ਜਾਲ ਵਿੱਚ ਫਸਾ ਦੇਂਦਾ ਹੈ । ਜਿਸ ਜੀਵ ਦੇ ਮਨ ਵਿੱਚ ਕੋਈ ਅਹੰਕਾਰ ਨਹੀਂ ਰਹਿੰਦਾ । ਉਸ ਵਿੱਚ ਆਪਾ ਨਹੀਂ ਰਹਿੰਦਾ, ਉਸ ਦੀ ਆਤਮਾ ਜੂੰਨਾਂ ਦੇ ਚੱਕਰ ਵਿੱਚ ਨਹੀਂ ਜਾਂਦੀ ।

Whosoever may control nine senses, windows of his mind, body and obey the teachings of His Word. He may dwell in the castle of his body with patience and contentment. Where has our soul come from and where my soul goes after the destruction of body? Whosoever may transform his state of mind as humble like a dead person; with His mercy and grace, he may be accepted in His Court. Whosoever may be blessed with the enlightenment of the essence of His Word; he may realize His Holy Spirit prevailing everywhere. Self-minded may become a slave of worldly bonds with his own ego of worldly status. Whosoever may conquer, eliminate ego from within; with His mercy and grace, he may not have any own self-entity nor cycle of birth and death.

ਪਉੜੀ॥

ਪੜੀਐ ਨਾਮੁ ਸਾਲਾਹ, ਹੋਰਿ ਬੁਧੀ ਮਿਥਿਆ॥
ਬਿਨੁ ਸਚੇ ਵਾਪਾਰ, ਜਨਮੁ ਬਿਰਥਿਆ॥
ਅੰਤੁ ਨ ਪਾਰਾਵਾਰੁ, ਨ ਕਿਨ ਹੀ ਪਾਇਆ॥
ਸਭੁ ਜਗੁ ਗਰਬਿ ਗੁਬਾਰੁ, ਤਿਨ ਸਚੁ ਨ ਭਾਇਆ॥
ਚਲੇ ਨਾਮੁ ਵਿਸਾਰਿ, ਤਾਵਣਿ ਤਤਿਆ॥
ਬਲਦੀ ਅੰਦਰਿ ਤੇਲੁ, ਦੁਬਿਧਾ ਘਤਿਆ॥

pa-orhee.

parhHee-ai naam saalaah hor buDheeN mithi-aa.
bin sachay vaapaar janam birthi-aa.
ant na paaraavaar na kin hee paa-i-aa.
sabh jag garab gubaar tin sach na bhaa-i-aa.
chalay naam visaar taavan tati-aa.
baldee andar tayl dubiDhaa ghati-aa.

ਆਇਆ ਉਠੀ ਖੇਲੁ, ਫਿਰੈ ਉਵਤਿਆ॥ aa-i-aa uthee khayl firai uvti-aa.
ਨਾਨਕ ਸਚੈ ਮੇਲੁ ਸਚੈ ਰਤਿਆ॥੨੪ naanak sachai mayl sachai rati-aa. ||24||

ਜੀਵ ਸ਼ਬਦ ਪੜ੍ਹੋ ਅਤੇ ਉਸਤਤ ਕਰੋ । ਹੋਰ ਬੰਦਗੀ ਪ੍ਰਭ ਨੂੰ ਪ੍ਰਵਾਨ ਨਹੀਂ ਹੁੰਦੀ ਹੈ । ਸ਼ਬਦ ਨਾਲ ਜੀਵਨ ਢਾਲਣ ਤੋਂ ਬਿਨਾਂ ਮਾਨਸ ਜੀਵਨ ਬਿਰਥਾ ਹੀ ਹੈ । ਪ੍ਰਭ ਦੇ ਕਿਸੇ ਕਰਤਬ ਦਾ ਅੰਤ ਨਹੀਂ ਪਾਇਆ ਨਹੀਂ ਜਾ ਸਕਦਾ । ਸਾਰਾ ਸੰਸਾਰ ਹੀ ਅਹੰਕਾਰ ਅਤੇ ਹੈਸੀਅਤ ਦੇ ਵਿੱਚ ਫਸਿਆ ਰਹਿੰਦਾ ਹੈ । ਸ਼ਬਦ ਦੀ ਪਾਲਣਾ ਵਿੱਚ ਲਗਨ ਨਹੀਂ ਲਾਉਂਦਾ, ਅਡੋਲ ਨਹੀਂ ਰਹਿੰਦਾ । ਜਿਹੜਾ ਸੰਸਾਰਕ ਵਿੱਚ ਸ਼ਬਦ ਦੀ ਪਾਲਣਾ ਤੋਂ ਬਿਨਾਂ ਜੀਵਨ ਬਤੀਤ ਕਰਦਾ ਹੈ । ਉਸ ਨੂੰ ਮੌਤ ਤੋਂ ਪਿਛੋਂ, ਕਠਨ ਮਸੀਬਤਾਂ ਪੈਂਦੀਆਂ ਹਨ । ਉਹ ਆਪਣੇ ਅੰਦਰ ਭਰਮਾਂ ਦੀ ਅੱਗ ਤੇ ਤੇਲ ਪਾਉਂਦਾ, ਜਲ ਜਾਂਦਾ ਹੈ । ਉਹ ਸੰਸਾਰਕ ਭਟਕਣਾਂ ਵਿੱਚ ਹੀ ਜਨਮ ਮਰਨ ਦੇ ਚੱਕਰ ਵਿੱਚ ਸੁਖ, ਦੁਖ ਭੋਗਦਾ ਹੈ । ਜਿਹੜਾ ਸ਼ਬਦ ਦੀ ਪਾਲਣਾ ਵਿੱਚ ਲੀਨ ਰਹਿੰਦਾ ਹੈ । ਉਹ ਪ੍ਰਭ ਦੇ ਦਰਬਾਰ ਵਿੱਚ ਪ੍ਰਵਾਨ ਹੋ ਜਾਂਦਾ ਹੈ ।

You should obey the teachings of His Word and sing His Gratitude; no other meditation may be accepted in His Court. Without adopting the teachings of His Word, all other worship, meditation may be useless for the real purpose of human life journey. His events, miracles remain beyond comprehension of His Creation. His Whole Creation remains intoxicated in ego and pride of worldly status. Whosoever may not obey the teachings of His Word with steady and stable belief in his human life journey. He may only endure miseries after death. He may be spraying gas, oil on the lava of his religious greed, suspicions within his mind. He may remain frustrated in the cycle of birth and death. Whosoever may remain intoxicated in obeying the teachings of His Word; with His mercy and grace, he may be accepted in His Court.

Key Message of Raag Malaar, page 1289-1
'ਸੰਸਾਰਕ ਬੰਧਨ, ਆਪਾ ਭੇਟਾ ਕਰਨ ਨਾਲ ਖਤਮ ਹੋ ਜਾਂਦੇ ਹਨ!
ਜੀਵ ਦਾ ਸਰੀਰ ਹਵਾ, ਪਾਣੀ ਅਤੇ ਅੱਗ ਦੇ ਸੰਜੋਗ ਨਾਲ ਬਾਣਿਆ ਹੈ । ਦੁਖ, ਸੁਖ ਤਨ ਦੇ ਨਾਲ ਆਉਂਦੇ ਹਨ । ਪ੍ਰਭ ਨੇ ਸਾਰਿਆਂ ਨੂੰ ਸੰਸਾਰਕ ਬੰਧਨ ਦੇ ਸੰਗਲ ਨਾਲ ਬੰਧਾ ਹੋਇਆ ਹੈ । ਜਿਹੜਾ ਸ਼ਰਣ ਵਿੱਚ ਆਪਾ ਭੇਟਾ ਕਰ ਦੇਂਦਾ ਹੈ, ਉਸ ਦੇ ਬੰਧਨ ਖਤਮ ਕਰਦਾ ਹੈ । ਪ੍ਰਭ ਦੇ ਸ਼ਬਦ ਦਾ ਵਖਿਆਣ ਸੁਣਦਾ ਨਾਲ ਸ਼ਬਦ ਦੀ ਸੋਝੀ ਬਖਸ਼ਿਸ਼ ਹੁੰਦੀ ਹੈ । ਪ੍ਰਭ ਦੀ ਹੋਂਦਾ ਦੇ ਗਿਆਨ ਨਾਲ ਮਨ ਨੂੰ ਸ਼ਾਂਤੀ, ਸੰਤੋਖ ਬਖਸ਼ਿਸ਼ ਹੁੰਦਾ ਹੈ । ਜਿਹੜਾ ਮਨ, ਤਨ ਦੀਆਂ ਨੌ ਖਿੜਕੀਆ ਤੇ ਕਾਬੂ ਪਾ ਲੈਂਦਾ ਹੈ । ਉਸ ਨੂੰ ਤਨ ਦੇ ਕਿਲ੍ਹੇ ਵਿੱਚ ਧੀਰਜ, ਸੰਤੋਖ ਬਖਸ਼ਿਸ਼ ਹੋ ਜਾਂਦਾ ਹੈ । ਉਹ ਮਾਨਸ ਜੀਵਨ ਵਿੱਚ ਹੀ ਆਪਣੀ ਹੈਸੀਅਤ ਨੂੰ ਨਿਮਾਣਾ ਬਣਾ ਲੈਂਦਾ ਹੈ । ਉਹ ਪ੍ਰਭ ਦੇ ਦਰਬਾਰ ਵਿੱਚ ਪ੍ਰਵਾਨ ਹੋ ਜਾਂਦਾ ਹੈ । ਜਿਹੜਾ ਸ਼ਬਦ ਦੀ ਪਾਲਣਾ ਵਿੱਚ ਲੀਨ ਰਹਿੰਦਾ ਹੈ । ਉਹ ਪ੍ਰਭ ਦੇ ਦਰਬਾਰ ਵਿੱਚ ਪ੍ਰਵਾਨ ਹੋ ਜਾਂਦਾ ਹੈ ।
Worldly bonds may be vanished by surrendering!
The body of worldly creature has been created with the union of air, water (semen of male, and eggs of female) and fire, heat of the womb of female. Pleasure and miseries come along with his body. All worldly creatures remain bonded with various worldly bonds. Whosoever may surrender his mind, body, self-entity at His Sanctuary to serve His Creation; all his worldly bonds may be eliminated. Whosoever may listen the sermons of His Word, about His Existence; he may be enlightened. He may be blessed with earnings of His Word, enlightenment of His Existence, peace, and contentment in his day-to-day life. Whosoever may control nine senses, windows of his mind, body and obeys the teachings of His Word. He may dwell in the castle of his body with patience and contentment. His state of mind may be transformed like a dead person; He may conquer, eliminate ego from within; he may be accepted in His Court. Whosoever may remain intoxicated in obeying the teachings of His Word; he may be accepted in His Court.

25. ਸਲੋਕ ਮਃ ੧॥ 1289-11

ਪਹਿਲਾਂ ਮਾਸਹੁ ਨਿੰਮਿਆ, ਮਾਸੈ ਅੰਦਰਿ ਵਾਸੁ॥ pahilaaN maasahu nimmi-aa maasai andar vaas.
ਜੀਉ ਪਾਇ ਮਾਸੁ ਮੁਹਿ ਮਿਲਿਆ, ਹਡੁ ਚੰਮੁ ਤਨੁ ਮਾਸੁ॥ jee-o paa-ay maas muhi mili-aa had chamm tan maas.
ਮਾਸਹੁ ਬਾਹਰਿ ਕਢਿਆ, ਮੰਮਾ ਮਾਸੁ ਗਿਰਾਸੁ॥ maasahu baahar kadhi-aa mammaa maas giraas.
ਮੁਹੁ ਮਾਸੈ ਕਾ ਜੀਭ, ਮਾਸੈ ਕੀ ਮਾਸੈ ਅੰਦਰਿ ਸਾਸੁ॥ muhu maasai kaa jeebh maasai kee maasai andar saas.
ਵਡਾ ਹੋਆ ਵੀਆਹਿਆ, ਘਰਿ ਲੈ ਆਇਆ ਮਾਸੁ॥ vadaa ho-aa vee-aahi-aa ghar lai aa-i-aa maas.
ਮਾਸਹੁ ਹੀ ਮਾਸੁ ਊਪਜੈ, ਮਾਸਹੁ ਸਭੋ ਸਾਕੁ॥ maasahu hee maas oopjai maasahu sabho saak.
ਸਤਿਗੁਰਿ ਮਿਲਿਐ ਹੁਕਮੁ ਬੁਝੀਐ, ਤਾਂ ਕੋ ਆਵੈ ਰਾਸਿ॥ satgur mili-ai hukam bujhee-ai taaN ko aavai raas.
ਆਪਿ ਛੁਟੇ ਨਹ ਛੂਟੀਐ, ਨਾਨਕ ਬਚਨਿ ਬਿਨਾਸੁ॥੧॥ aap chhutay nah chhootee-ai naanak bachan binaas. ||1||

ਜੀਵ ਮਾਤ ਦੇ ਗਰਭ ਵਿੱਚ ਮਾਸ ਵਿੱਚ ਹੀ ਪੈਦਾ ਹੁੰਦਾ, ਵਧਦਾ ਹੈ । ਸੰਸਰ ਵਿੱਚ ਆਉਂਦਾ ਵੀ ਮੂੰਹ ਵਿੱਚ ਹੀ ਮਾਸ ਹੁੰਦਾ ਹੈ । ਉਸ ਦੀ ਹੱਢ, ਚਮੜੀ ਅਤੇ ਤਨ ਮਾਸ ਦਾ ਬਾਣਿਆ ਹੈ । ਉਹ ਮਾਤਾ ਦੀ ਮਾਸ ਦੀ ਕੁੱਖ ਵਿਚੋਂ ਹੀ ਪੈਦਾ ਹੁੰਦਾ ਹੈ । ਮਾਤਾ ਦੇ ਮਾਸ ਦਾ ਮੰਮਾ ਹੀ ਮੂੰਹ ਵਿੱਚ ਪਾਉਂਦਾ ਹੈ । ਵੱਡਾ ਹੋ ਕੇ ਵੀ ਮਾਸ ਦੀ ਬਣੀ ਔਰਤ ਨਾਲ ਵਿਆਹ, ਸੰਜੋਗ ਬਣਾਉਂਦਾ, ਪ੍ਰਵਾਰ ਵਧਾਉਂਦਾ ਹੈ । ਇਸਤਰ੍ਹਾਂ ਮਾਸ ਵਿਚੋਂ ਹੀ ਹੋਰ ਮਾਸ ਪੈਦਾ ਹੁੰਦਾ ਹੈ । ਸੰਸਾਰ ਵਿੱਚ ਸਾਰੇ ਰਿਸ਼ਤੇ ਵੀ ਮਾਸ ਤੋਂ ਹੀ ਬਣਦੇ ਹਨ । ਜਿਹੜਾ ਪ੍ਰਭ ਦਾ ਸ਼ਬਦ ਸੁਣਦਾ, ਉਸ ਨੂੰ ਪ੍ਰਭ ਦੇ ਭਾਣੇ ਦੀ ਸੋਝੀ ਬਖਸ਼ਿਸ਼ ਹੋ ਜਾਂਦੀ ਹੈ । ਉਹ ਆਪਣੇ ਜੀਵਨ ਦਾ ਢੰਗ ਬਦਲਦਾ ਹੈ । ਕੇਵਲ ਸ਼ਬਦ ਸਮਝਣ ਨਾਲ ਕੋਈ ਲਾਭ ਨਹੀਂ ਹੁੰਦਾ । ਉਹ ਗੱਲਾਂ ਵਿੱਚ ਹੀ ਜੀਵਨ ਬਰਬਾਦ ਕਰ ਜਾਂਦਾ ਹੈ ।

Human has been created and nourished in the womb of mother. His first worldly nourishment may also be with milk, by sucking nipples of her flesh. His bones, skin and body created out of the flesh of mother. He comes out of the womb of mother and nourished with the milk from the nipples of mother. He may marry a girl with flesh and reproduce to grow his family legacy. All worldly relationships may be developed from flesh. Whosoever may hear His Word, the everlasting echo of His Word resonating within his heart; he may be **enlightened with the creation of flesh**. He may transform his way of life. Only by **understanding the teachings of His Word may not benefit for** the real purpose of human life opportunity. Many have wasted their human life opportunity in preaching, talking, and singing His Glory, these words.

ਮਃ ੧॥ mehlaa 1.

ਮਾਸੁ ਮਾਸੁ ਕਰਿ ਮੂਰਖੁ ਝਗੜੇ, ਗਿਆਨੁ ਧਿਆਨੁ ਨਹੀ ਜਾਣੈ॥ maas maas kar moorakh jhagrhay gi-aan Dhi-aan nahee jaanai.
ਕਉਣੁ ਮਾਸੁ ਕਉਣੁ ਸਾਗੁ ਕਹਾਵੈ, ਕਿਸੁ ਮਹਿ ਪਾਪ ਸਮਾਣੇ॥ ka-un maas ka-un saag kahaavai kis meh paap samaanay.

ਮਨਮੁਖ ਤਨ ਦੇ ਮਾਸ ਅਤੇ ਖਾਣ ਵਾਲੇ ਮਾਸ ਦੇ ਝਗੜੇ ਵਿੱਚ ਹੀ ਪਇਆ ਰਹਿੰਦਾ ਹੈ । ਜਿਹੜਾ ਪ੍ਰਭ ਦੇ ਸ਼ਬਦ ਦੀ ਪਾਲਣਾ, ਸਿਮਰਨ ਨਹੀਂ ਕਰਦਾ, ਉਸ ਨੂੰ ਸੋਝੀ ਬਖਸ਼ਿਸ਼ ਨਹੀਂ ਹੁੰਦੀ । ਮਾਸ ਕੀ ਹੈ ਅਤੇ ਸਬਜੀ ਕੀ ਹੈ?

ਗੁਰੂ ਨਾਨਕ ਦੇਵ ਜੀ! – Guru Nanak Dev Ji! Guru Granth Sahib

1. Self-minded, religious critics may remain in debate about the flesh of human body and flesh to eat. He may never stress to meditate, obeys the teachings of His Word. He may never be blessed with the enlightenment of the distinction between two fleshes. What may be the flesh to eat and any vegetable?

ਗੈਂਡਾ ਮਾਰਿ ਹੋਮ ਜਗ ਕੀਏ, ਦੇਵਤਿਆ ਕੀ ਬਾਣੇ॥ gaiNdaa maar hom jag kee-ay dayviti-aa kee baanay.
ਮਾਸੁ ਛੋਡਿ ਬੈਸਿ ਨਕੁ ਪਕੜਹਿ, ਰਾਤੀ ਮਾਣਸ ਖਾਣੇ॥ maas chhod bais nak pakrheh raatee maanas khaanay.
ਫੜੁ ਕਰਿ ਲੋਕਾਂ ਨੋ ਦਿਖਲਾਵਹਿ, ਗਿਆਨੁ ਧਿਆਨੁ ਨਹੀਂ ਸੂਝੈ॥ farh kar lokaaN no dikhlaavahi gi-aan Dhi-aan nahee soojhai.

ਅਗਿਆਣਤਾ ਵਿੱਚ ਹੀ ਜੀਵ ਪਾਪਾਂ ਦਾ ਜੀਵਨ ਬਤੀਤ ਕਰਦਾ ਹੈ । ਸੰਸਾਰਕ ਦੇਵਤਿਆ ਨੇ ਸ਼ਬਦ ਦੀ ਅਗਿਆਣਤਾ ਕਾਰਨ ਹੀ ਇਹ ਰੀਤ ਬਣਾਈ ਸੀ । ਜਾਨਵਰ ਦੀ ਬਲੀ ਦੇ ਕੇ, ਅੱਗ ਵਿੱਚ ਭੁੰਨ ਕੇ ਪ੍ਰਭ ਨੂੰ ਭੇਟਾ ਕੀਤਾ ਜਾਂਦਾ ਸੀ । ਜਿਹੜਾ ਲੋਕਾ ਦੇ ਸਾਮ੍ਹਣੇ ਮਾਸ ਨਹੀਂ ਖਾਂਦਾ, ਦੇਖਦਾ ਰਹਿੰਦਾ ਹੈ । ਉਹ ਛਿਪਾ ਕੇ, ਰਾਤ ਨੂੰ ਮਾਸ ਖਾਂਦਾ, ਉਸ ਦੇ ਮਨ ਵਿੱਚ ਇਛਾਂ ਰਹਿੰਦੀ ਹੈ । ਉਹ ਲੋਕ ਦਿਖਾਵਾ ਕਰਦਾ! ਉਸ ਨੂੰ ਸ਼ਬਦ ਦੀ ਕੋਈ ਸੋਝੀ ਨਹੀਂ ਹੁੰਦੀ । ਉਹ ਬੰਦਗੀ ਦੇ ਰਸਤੇ ਤੇ ਨਹੀਂ ਚਲ ਸਕਦਾ ।

2. Self-minded in his ignorance, may commit sins and lives a sinful life. Worldly prophets, intoxicated with sweet poison of worldly wealth, ignorant from, the essence of His Word, the right path of acceptance in His Court, have initiated religious rituals. With their greed, slave of the urge, taste of their tongue, they have initiated a ritual to kill Creation, innocent animal and consider as worship, offering to please The True Master. All those are sons and daughters of Satan. Whosoever may avoid eating meet in-front of others, he may eat secretly. All of them may not have any enlightenment of the essence of His Word, His Nature; they have lost the right path of acceptance on His Court.

ਨਾਨਕ ਅੰਧੇ ਸਿਉ ਕਿਆ ਕਹੀਐ, ਕਹੈ ਨ ਕਹਿਆ ਬੂਝੈ॥ naanak anDhay si-o ki-aa kahee-ai kahai na kahi-aa boojhai.
ਅੰਧਾ ਸੋਇ ਜਿ ਅੰਧੁ ਕਮਾਵੈ, ਤਿਸੁ ਰਿਦੈ ਸਿ ਲੋਚਨ ਨਾਹੀ॥ anDhaa so-ay je anDh kamaavai tis ridai se lochan naahee.
ਮਾਤ ਪਿਤਾ ਕੀ ਰਕਤੁ ਨਿਪੰਨੇ, ਮਛੀ ਮਾਸੁ ਨ ਖਾਂਹੀ॥ maat pitaa kee rakat nipannay machhee maas na khaaNhee.
ਇਸਤ੍ਰੀ ਪੁਰਖੈ ਜਾਂ ਨਿਸਿ ਮੇਲਾ, ਓਥੈ ਮੰਧੁ ਕਮਾਹੀ॥ istaree purkhai jaaN nis maylaa othai manDh kamaahee.
ਮਾਸਹੁ ਨਿੰਮੇ ਮਾਸਹੁ ਜੰਮੇ ਹਮ ਮਾਸੈ ਕੇ ਭਾਂਡੇ॥ ੧ maasahu nimmay maasahu jammay ham maasai kay bhaaNday.

ਅਗਿਅਨੀ ਨੂੰ ਕੀ ਕਿਹਾ ਜਾ ਸਕਦਾ ਹੈ? ਉਹ ਤਾ ਸਿਖਿਆਂ ਦੇਣ ਨਾਲ ਵੀ ਨਹੀਂ ਸਮਝਦਾ ਸਕਦਾ । ਜਿਹੜਾ ਅੰਧੇ ਕੰਮ ਕਰਦਾ ਹੈ, ਕੇਵਲ ਉਹ ਹੀ ਅੰਧਾ ਹੁੰਦਾ ਹੈ, । ਉਸ ਦੇ ਮਨ ਵਿੱਚ ਕੋਈ ਦੇਖਣ, ਸਮਝਣ ਵਾਲੀਆਂ ਅੱਖਾਂ ਨਹੀਂ ਹੁੰਦੀਆਂ । ਉਹ ਵੀ ਮਾਤਾ, ਪਿਤ ਦੇ ਖੂਨ ਵਿਚੋਂ ਹੀ ਪੈਦਾ ਹੁੰਦਾ ਹੈ । ਉਸ ਤੇ ਮਾਸ ਜਾ ਮੱਛੀ ਖਾਣ ਦਾ ਕੋਈ ਪ੍ਰਭਾਵ ਨਹੀਂ ਹੁੰਦਾ ।

3.What may be said about the state of mind of an ignorant from the real purpose of human life opportunity? He may never comprehend the teachings of His Word, even by explaining, teaching the right path of human life journey. Whosoever may act like a blind, commits sinful acts, only he may deserve to be called blind. He may not have any sense or eyes of mind to distinguish between good or evil. He has also taken birth with a physical union of mother and father. He may not have any influence of eating flesh or fish.

ਗਿਆਨੁ ਧਿਆਨੁ ਕਛੁ ਸੂਝੈ ਨਾਹੀ, ਚਤੁਰੁ ਕਹਾਵੈ ਪਾਂਡੇ॥
ਬਾਹਰ ਕਾ ਮਾਸੁ ਮੰਦਾ ਸੁਆਮੀ, ਘਰ ਕਾ ਮਾਸੁ ਚੰਗੇਰਾ॥
ਜੀਅ ਜੰਤ ਸਭਿ ਮਾਸਹੁ ਹੋਏ, ਜੀਇ ਲਇਆ ਵਾਸੇਰਾ॥੨॥

ਗਿਆਨੁ ਧਿਆਨੁ ਕਛੁ ਸੂਝੈ ਨਾਹੀ, ਚਤੁਰੁ ਕਹਾਵੈ ਪਾਂਡੇ॥
ਬਾਹਰ ਕਾ ਮਾਸੁ ਮੰਦਾ ਸੁਆਮੀ, ਘਰ ਕਾ ਮਾਸੁ ਚੰਗੇਰਾ॥
ਜੀਅ ਜੰਤ ਸਭਿ ਮਾਸਹੁ ਹੋਏ, ਜੀਇ ਲਇਆ ਵਾਸੇਰਾ॥੨॥

ਜਦੋਂ ਔਰਤ ਅਤੇ ਮਰਦ ਦਾ ਸੰਜੋਗ ਹੁੰਦਾ ਹੈ! ਦੋਨਾਂ ਦੇ ਮਾਸ ਦਾ ਮੇਲ ਹੁੰਦਾ ਹੈ । ਮਾਸ ਵਿੱਚ ਹੀ ਜੀਵ ਪੈਦਾ ਹੁੰਦਾ, ਮਾਸ ਵਿੱਚ ਹੀ ਜੀਵ ਜਨਮ ਲੈਂਦਾ ਹੈ । ਜੀਵ ਦਾ ਤਨ, ਮਾਸ ਦਾ ਹੀ ਭਾਂਡਾ ਹੈ ।

4.With the physical intimacy of male and female; with flesh of both male and female, a new flesh, growth may be developed. His body is a vessel of flesh.

ਅਭਖੁ ਭਖਹਿ ਭਖੁ ਤਜਿ ਛੋਡਹਿ, ਅੰਧੁ ਗੁਰੂ ਜਿਨ ਕੇਰਾ॥ abhakh bhakheh bhakh taj chhodeh anDh guroo jin kayraa.
ਮਾਸਹੁ ਨਿੰਮੇ ਮਾਸਹੁ ਜੰਮੇ, ਹਮ ਮਾਸੈ ਕੇ ਭਾਂਡੇ॥ maasahu nimmay maasahu jammay ham maasai kay bhaaNday.
ਗਿਆਨੁ ਧਿਆਨੁ ਕਛੁ ਸੂਝੈ ਨਾਹੀ, ਚਤੁਰੁ ਕਹਾਵੈ ਪਾਂਡੇ॥ gi-aan Dhi-aan kachh soojhai naahee chatur kahaavai paaNday.

ਸੰਸਾਰਕ ਗਿਆਨੀ ਆਪਣੇ ਆਪ ਨੂੰ ਭਾਵੇਂ ਕਿਤਨਾ ਵੀ ਸਿਆਣਾ, ਚਲਾਕ ਸਮਝੇ । ਉਸ ਨੂੰ ਸ਼ਬਦ ਦੀ ਕੋਈ ਸੋਝੀ ਨਹੀਂ ਹੁੰਦੀ, ਬੰਦਗੀ ਦੇ ਰਸਤੇ ਦੀ ਕੋਈ ਜਾਣਕਾਰੀ ਨਹੀਂ ਹੁੰਦੀ । ਜੀਵ ਆਪਣੇ ਸਰੀਰ ਦੇ ਮਾਸ ਨੂੰ ਚੰਗਾ, ਸੰਭਾਲ ਕਰਨ ਵਾਲਾ ਸਮਝਦਾ ਹੈ । ਬਾਕੀ ਜੀਵਾਂ ਦੇ ਮਾਸ ਨੂੰ ਖਾਣ ਵਾਲਾ ਹੀ ਸਮਝਦਾ, ਸੰਭਾਲ ਕਰਨ ਵਾਲਾ ਨਹੀਂ ਸਮਝਦਾ । ਸਾਰੇ ਜੀਵ ਹੀ ਮਾਸ ਵਿਚੋਂ ਪੈਦਾ ਹੁੰਦੇ ਹਨ । ਆਤਮਾ ਮਾਸ ਵਿੱਚ ਹੀ ਆਪਣਾ ਘਰ ਵਸਾਉਂਦੀ ਹੈ । ਸੰਸਾਰਕ ਜੀਵ ਜੋ ਆਪ ਮਾਸ ਖਾਂਦਾ ਹੈ । ਦੂਸਰੇ ਨੂੰ ਮਾਸ ਖਾਣਾ ਨੂੰ ਮਨ੍ਹਾ ਕਰਦਾ ਹੈ । ਉਹ ਸਿਖਿਆਂ ਦੇਣ ਵਾਲਾ ਅਸਲੀ ਅੰਧਾ ਹੁੰਦਾ ਹੈ ।

5.Worldly scholar, priest may claim to be very wise and clever; however, he may not have any enlightenment of the essence of His Word, nor the right path of meditation. He may consider his flesh (same-kind flesh) better, sanctified and protects; however, the flesh of others as eatable, source of protein; he may not care about His Creation. All creatures have been created with His Command from flesh. Soul, part of His Holy Spirit dwells and establishes Her Throne in flesh. Whosoever may eat meat; even he may suggest others to avoid meat. Such a teacher, guru may be a real blind, devil.

ਮਾਸੁ ਪੁਰਾਣੀ ਮਾਸੁ ਕਤੇਬੀ, ਚਹੁ ਜੁਗਿ ਮਾਸੁ ਕਮਾਣਾ॥ maas puraanee maas kaytaabeeN chahu jug maas kamaanaa.
ਜਜਿ ਕਾਜਿ ਵੀਆਹਿ ਸੁਹਾਵੈ, ਓਥੈ ਮਾਸੁ ਸਮਾਣਾ॥ jaj kaaj vee-aahi suhaavai othai maas samaanaa.
ਇਸਤ੍ਰੀ ਪੁਰਖ ਨਿਪਜਹਿ, ਮਾਸਹੁ ਪਾਤਿਸਾਹ ਸੁਲਤਾਨਾਂ॥ istaree purakh nipjahi maasahu paatisaah sultaanaaN.

ਮਾਸ ਖਾਣਾ ਪੁਰਾਨ, ਜੋਗੀਆ ਦੀ ਕਤੇਬ, ਕੁਰਾਨ ਵਿੱਚ ਠੀਕ ਦੱਸਿਆ ਗਿਆ ਹੈ । ਇਹ ਚਾਰੇ ਜੁੱਗਾਂ ਵਿੱਚ ਹੀ ਹੁੰਦਾ ਆਇਆ ਹੈ । ਇਹ ਪਵਿੱਤਰ ਮੌਕੇ ਤੇ ਧਰਮ ਦੇ ਲੰਗਰ, ਅਤੇ ਵਿਆਹ ਦੇ ਮੌਕੇ ਤੇ ਵਰਤਿਆ ਗਿਆ ਹੈ । ਔਰਤ, ਮਰਦ, ਰਾਜੇ ਮਹਾਂਰਾਜੇ ਮਾਸ ਵਿਚੋਂ ਹੀ ਪੈਦਾ ਹੋਏ ਹਨ ।

6.To eat flesh, meat has been considered acceptable in various religion; **Puraan, Quran, Bible, and Yogi- Katabs**. In all Ancient, 4 Ages this has been the practice. All Holy serving of food, in the marriage ceremonies, meat has been serves as a delicacy. All male, female, kings, queens have been born out of flesh of mother.

ਗੁਰੂ ਨਾਨਕ ਦੇਵ ਜੀ! – Guru Nanak Dev Ji! Guru Granth Sahib

ਜੇ ਓਇ ਦਿਸਹਿ ਨਰਕਿ ਜਾਂਦੇ, ਤਾਂ ਉਨ੍ ਕਾ ਦਾਨੁ ਨ ਲੈਣਾ॥ jay o-ay diseh narak jaaNday taaN unH kaa daan na lainaa.
ਦੇਂਦਾ ਨਰਕਿ ਸੁਰਗਿ ਲੈਦੇ ਦੇਖਹੁ ਏਹੁ ਧਿਙਾਣਾ॥ dayNdaa narak surag laiday daykhhu ayhu Dhinyaanaa.

ਜਿਸ ਨੂੰ ਸ਼ਬਦ ਦੀ ਸੋਝੀ ਹੋਵੇ, ਪਾਪਾਂ ਦੀ ਕਮਾਈ ਦਾ ਧਨ ਇਕੱਠਾ ਕਰਨ ਵਾਲੇ ਤੋਂ ਦਾਨ ਨਹੀਂ ਲੈਣਾ ਚਾਹੀਦਾ ।

7.Whosoever may be blessed with the enlightenment of the essence of His Word; he should never accept any charity, donation from anyone, who may collect his living with evil sinful deeds

ਆਪਿ ਨ ਬੂਝੈ ਲੋਕ ਬੁਝਾਏ, ਪਾਂਡੇ ਖਰਾ ਸਿਆਣਾ॥ aap na boojhai lok bujhaa-ay paaNday kharaa si-aanaa.
ਪਾਂਡੇ ਤੂ ਜਾਣੈ ਹੀ ਨਾਹੀ, ਕਿਥਹੁ ਮਾਸੁ ਉਪੰਨਾ॥ paaNday too jaanai hee naahee kithhu maas upannaa.

ਪ੍ਰਭ ਦਾ ਇਨਸਾਫ ਇਸਤਰ੍ਹਾਂ ਦਾ ਨਹੀਂ ਹੁੰਦਾ । ਜਦੋਂ ਦਾਨ ਦੇਣ ਵਾਲਾ ਆਪਣੇ ਪਾਪਾਂ ਕਰਕੇ ਨਰਕ ਵਿੱਚ ਜਾਂਦਾ ਹੈ, ਪਾਪ ਦੀ ਕਮਾਈ ਦਾ ਦਾਨ ਪਾ ਕੇ ਦਾਨ ਲੈਣ ਵਾਲਾ ਸਵਰਗ ਵਿੱਚ ਜਾਵੇਂਗਾ । ਜਿਹੜਾ ਆਪਣੀ ਸਿਖਿਆਂ ਤੇ ਆਪ ਤਾ ਅਮਲ ਨਹੀਂ ਕਰਦਾ । ਪਰ ਉਸ ਦੀ ਪ੍ਰੇਰਨਾ ਦੂਸਰਿਆ ਨੂੰ ਕਰਦਾ ਰਹਿੰਦਾ ਹੈ । ਉਸ ਨੂੰ ਕੌਣ ਸੋਝੀਵਾਲਾ ਸਿਆਣਾ, ਬੰਦਗੀ ਕਰਨ ਵਾਲ ਸਮਝ ਸਕਦਾ ਹੈ ।

8.The justice of the True Master may not be delivered such a way! As a sinner, who collects worldly wealth with sinful deeds; he may be cycled in hell. Whosoever may accept any donation from a sinner should also go to hell. Whosoever may not adopt his own teachings in his own life and preach others. Who may consider him wise, enlightened, or obeying the teachings of His Word?

ਤੋਇਅਹੁ ਅੰਨੁ ਕਮਾਦੁ ਕਪਾਹਾਂ, ਤੋਇਅਹੁ ਤ੍ਰਿਭਵਣੁ ਗੰਨਾ॥ to-i-ahu ann kamaad kapaahaaN to-i-ahu taribhavan gannaa.
ਤੋਆ ਆਖੈ ਹਉ ਬਹੁ ਬਿਧਿ ਹਛਾ, ਤੋਐ ਬਹੁਤੁ ਬਿਕਾਰਾ॥ to-aa aakhai ha-o baho biDh hachhaa toai bahut bikaaraa.
ਏਤੇ ਰਸ ਛੋਡਿ ਹੋਵੈ ਸੰਨਿਆਸੀ, ਨਾਨਕੁ ਕਹੈ ਵਿਚਾਰਾ॥੨॥ aytay ras chhod hovai sani-aasee naanak kahai vichaaraa. ||2||

ਸੰਸਾਰ ਦੇ ਗਿਆਨੀ ਨੂੰ ਸੋਝੀ ਨਹੀਂ ਮਾਸ ਕਿਥੋਂ ਆਉਂਦਾ, ਪੈਦਾ ਹੁੰਦਾ ਹੈ? ਤਿੰਨੇ ਸ੍ਰਿਸ਼ਟੀਆਂ ਹੀ ਪਾਣੀ ਤੋਂ ਪੈਦਾ ਹੁੰਦੀਆਂ ਹਨ । ਮੱਕੀ, ਕਪਾਹ, ਗੰਨੇ ਸਾਰੇ ਪਾਣੀ ਤੋਂ ਪੈਦਾ ਹੁੰਦੇ ਹਨ । ਪਾਣੀ ਨੂੰ ਸਭ ਕੋਈ ਚੰਗਾ ਹੀ ਕਹਿੰਦਾ ਹੈ, ਪਰ ਪਾਣੀ ਦੇ ਕਈ ਰੂਪ ਹਨ । ਜਿਹੜਾ ਇਹ ਸਾਰੇ ਮਾਸ ਦੇ ਸਵਾਦਾ ਦਾ ਰਸ (ਝਗੜੇ) ਛਡ ਦੇਂਦਾ ਹੈ । ਪ੍ਰਭ ਦੇ ਵਿਛੋੜੇ ਦਾ ਵਿਰਾਗੀ ਬਣ ਜਾਵੇ । ਉਹ ਸੰਸਾਰਕ ਬੰਧਨੋ ਤੋਂ ਰਹਿਤ ਹੋ ਜਾਂਦਾ ਹੈ । ਇਹ ਹੀ ਪ੍ਰਭ ਦੇ ਸ਼ਬਦ ਦੀ ਸੋਝੀ ਹੈ ।

9.Worldly scholar, saint, you may not have any enlightenment of His Nature! How the flesh has been created? All three universes have been created from water. Even corn, cotton, sugar-cane all have been produced, created out of water. Every one may enjoy, comforts with water and claims water to be good; however, water may have many kinds. Whosoever may renounce all the debate of the taste, urge of goodness and sin of eating flesh; with His mercy and grace, he may become a true renunciatory of the memory of his separation from His Holy Spirit. He may become beyond any worldly bonds. This may be the unique enlightenment of the essence of His Word.

ਪਉੜੀ॥ pa-orhee.
ਹਉ ਕਿਆ ਆਖਾ ਇਕ ਜੀਭ, ਤੇਰਾ ਅੰਤੁ ਨ ਕਿਨ ਹੀ ਪਾਇਆ॥ ha-o ki-aa aakhaa ik jeebh tayraa ant na kin hee paa-i-aa.
ਸਚਾ ਸਬਦੁ ਵੀਚਾਰਿ ਸੇ, ਤੁਝ ਹੀ ਮਾਹਿ ਸਮਾਇਆ॥ sachaa sabad veechaar say tujh hee maahi samaa-i-aa.
ਇਕਿ ਭਗਵਾ ਵੇਸੁ ਕਰਿ ਭਰਮਦੇ, ਵਿਣੁ ਸਤਿਗੁਰ ਕਿਨੈ ਨ ਪਾਇਆ॥ ik bhagvaa vays kar bharamday vin satgur kinai na paa-i-aa.
ਦੇਸ ਦਿਸੰਤਰ ਭਵਿ ਥਕੇ, ਤੁਧੁ ਅੰਦਰਿ ਆਪੁ ਲੁਕਾਇਆ॥ days disantar bhav thakay tuDh andar aap lukaa-i-aa.
ਗੁਰ ਕਾ ਸਬਦੁ ਰਤੰਨੁ ਹੈ, ਕਰਿ ਚਾਨਣੁ ਆਪਿ ਦਿਖਾਇਆ॥ gur kaa sabad ratann hai kar chaanan aap dikhaa-i-aa.
ਆਪਣਾ ਆਪੁ ਪਛਾਣਿਆ, ਗੁਰਮਤੀ ਸਚਿ ਸਮਾਇਆ॥ aapnaa aap pachhaani-aa gurmatee sach samaa-i-aa.
ਆਵਾ ਗਉਣੁ ਬਜਾਰੀਆ, ਬਾਜਾਰੁ, ਜਿਨੀ ਰਚਾਇਆ॥ aavaa ga-on bajaaree-aa baajaar jinee rachaa-i-aa.
ਇਕੁ ਥਿਰੁ ਸਚਾ ਸਾਲਾਹਣਾ, ਜਿਨ ਮਨਿ ਸਚਾ ਭਾਇਆ॥੨੫॥ ik thir sachaa salaahnaa jin man sachaa bhaa-i-aa. ||25||

ਮੈਂ ਇਕ ਜੀਭ ਨਾਲ ਪ੍ਰਭ ਦੀ ਕਿਹੜੀ ਕਿਹੜੀ ਵਡਿਆਈ ਗਾ ਸਕਦਾ ਹਾ? ਪ੍ਰਭ ਦੇ ਕਿਸੇ ਕਰਤਬ ਦਾ ਅੰਤ ਨਹੀਂ ਜਾਣ ਸਕਦਾ । ਜਿਹੜਾ ਤੇਰੇ ਸ਼ਬਦ ਨਾਲ ਜੀਵਨ ਢਾਲਦਾ ਹੈ, ਉਹ ਸ਼ਬਦ ਦੀ ਸਮਾਧੀ ਵਿੱਚ ਹੀ ਲੀਨ ਰਹਿੰਦਾ ਹੈ । ਕਈ ਫਕੀਰਾਂ ਵਾਲਾ ਭਗਵਾ ਬਾਣਾ ਪਾਉਂਦੇ ਹਨ । ਪਰ ਸ਼ਬਦ ਨਾਲ ਜੀਵਨ ਢਾਲਣ ਤੋਂ ਬਿਨਾਂ ਰਹਿਮਤ ਬਖਸ਼ਿਸ਼ ਨਹੀਂ ਹੋ ਸਕਦੀ । ਕਈ ਵੱਖਰੇ ਵੱਖਰੇ ਦੇਸਾਂ, ਜੰਗਲਾਂ ਵਿੱਚ ਪ੍ਰਭ ਦੀ ਖੋਜ ਕਰਦੇ ਰਹਿੰਦੇ ਹਨ । ਉਹ ਪ੍ਰਭ ਨੂੰ ਢੂੰਡ ਨਹੀਂ ਸਕਦੇ, ਪ੍ਰਭ ਛਿਪਆ ਹੀ ਰਹਿੰਦਾ ਹੈ । ਅਮੋਲਕ ਸ਼ਬਦ ਦੀ ਸਿਖਿਆਂ ਨਾਲ ਜੀਵਨ ਢਾਲਣ ਨਾਲ ਪ੍ਰਭ ਆਪ ਹੀ ਮਨ ਵਿੱਚ ਪ੍ਰਗਟ ਹੋ ਜਾਂਦਾ ਹੈ । ਜਿਹੜਾ ਸ਼ਬਦ ਦੀ ਪਾਲਣਾ ਕਰਦਾ ਹੈ, ਆਪਣੇ ਆਪ ਨੂੰ ਪਛਾਣ ਜਾਂਦਾ ਹੈ । ਉਹ ਆਪਣੇ ਅੰਦਰ ਹੀ ਸ਼ਬਦ ਦੀ ਸਮਾਧੀ ਵਿੱਚ ਲੀਨ ਹੋ ਜਾਂਦਾ ਹੈ । ਬਾਜੀਗਰ ਦੇ ਚਮਤਕਾਰਾਂ ਦੇ ਖੇਲ ਦੀ ਤਰ੍ਹਾਂ ਹੀ ਜੂੰਨਾਂ ਦਾ ਖੇਲ ਹੁੰਦਾ ਹੈ । ਜਿਸ ਦਾ ਮਨ ਸ਼ਬਦ ਦੀ ਸਿਖਿਆ ਨਾਲ ਪ੍ਰਭਾਵਤ ਹੋ ਜਾਂਦਾ ਹੈ । ਉਹ ਸ਼ਬਦ ਦੀ ਉਸਤਤ ਗਾਉਂਦਾ, ਭਰੋਸਾ ਅਡੋਲ ਰਖਦਾ, ਸਦਾ ਰਹਿਣ ਵਾਲਾ ਸੰਤੋਖ ਬਖਸ਼ਿਸ਼ ਹੋ ਜਾਂਦਾ ਹੈ ।

The greatness and limits of His Miracles remains infinite and beyond the comprehension of His Creation. Which of His Greatness may I sing the glory? Whosoever may adopt the teachings of His Word with steady and stable belief in his day-to-day life; he may remain intoxicated in the void of His Word. Many may adopt religious saintly robe; however, without adopting the teachings of His Word in his day-to-day life, he may not be blessed with the right path of acceptance in His Court. He may remain wandering, in various places, in inhabitant jungles, in quiet wilderness; however, he may never realize peace of mind, the right path of acceptance in His Court. Whosoever may obey the teachings of His Word; with His mercy and grace, he may recognize the real purpose of his human life opportunity; recognizes himself. He may remain intoxicated in the void of His Word. The cycle of re-incarnation, birth and death may be like a juggler play. Whosoever may be drenched with the essence of His Word, he may sing the glory of His Word with steady and stable belief; with His mercy and grace, he may be blessed with an everlasting peace and contentment in his life.

Key Message of Raag Malaar, page 1289-11
'ਮਾਸ ਕੀ ਹੈ?
ਜੀਵ, ਮਾਤਾ ਦੇ ਗਰਭ ਵਿੱਚ ਮਾਸ ਵਿੱਚ ਹੀ ਪੈਦਾ ਹੰਦਾ, ਵਧਦਾ ਹੈ । ਸੰਸਾਰ ਵਿੱਚ ਸਾਰੇ ਰਿਸ਼ਤੇ ਵੀ ਮਾਸ ਤੋਂ ਹੀ ਬਣਦੇ ਹਨ । ਜਿਹੜਾ ਪ੍ਰਭ ਦਾ ਸ਼ਬਦ ਸੁਣਦਾ, ਉਸ ਨੂੰ ਪ੍ਰਭ ਦੇ ਭਾਣੇ ਦੀ ਸੋਝੀ ਬਖਸ਼ਿਸ਼ ਹੋ ਜਾਂਦੀ ਹੈ । ਜਦੋਂ ਔਰਤ ਅਤੇ ਮਰਦ ਦਾ ਸੰਜੋਗ ਹੁੰਦਾ ਹੈ! ਦੋਨਾਂ ਦੇ ਮਾਸ ਦਾ ਮੇਲ ਹੁੰਦਾ ਹੈ । ਮਾਸ ਵਿੱਚ ਹੀ ਜੀਵ ਪੈਦਾ ਹੁੰਦਾ, ਮਾਸ ਵਿੱਚ ਹੀ ਜੀਵ ਜਨਮ ਲੈਂਦਾ ਹੈ । ਜੀਵ ਦਾ ਤਨ, ਮਾਸ ਦਾ ਹੀ ਭਾਂਡਾ ਹੈ । ਤਿੰਨੇ ਸ੍ਰਿਸ਼ਟੀਆਂ ਵੀ ਪਾਣੀ ਤੋਂ ਹੀ ਪੈਦਾ ਹੁੰਦੀਆਂ ਹਨ । ਜਿਹੜਾ

ਪ੍ਰਭ ਦੇ ਵਿਛੋੜੇ ਦਾ ਵਿਰਾਗੀ ਬਣ ਜਾਂਦਾ ਹੈ, ਉਹ ਸੰਸਾਰਕ ਬੰਧਨੋ ਤੋਂ ਰਹਿਤ ਹੋ ਜਾਂਦਾ ਹੈ । ਇਹ ਹੀ ਪ੍ਰਭ ਦੇ ਸ਼ਬਦ ਦੀ ਸੋਝੀ ਹੈ । ਜਿਹੜਾ ਤੇਰੇ ਸ਼ਬਦ ਨਾਲ ਜੀਵਨ ਢਾਲਦਾ ਹੈ, ਉਹ ਸ਼ਬਦ ਦੀ ਸਮਾਧੀ ਵਿੱਚ ਹੀ ਲੀਨ ਰਹਿੰਦਾ ਹੈ । ਪ੍ਰਭ ਆਪ ਹੀ ਮਨ ਵਿੱਚ ਪ੍ਰਗਟ ਹੋ ਜਾਂਦਾ ਹੈ । ਉਹ ਆਪਣੇ ਆਪ ਨੂੰ ਪਛਾਣ ਜਾਂਦਾ ਹੈ! ਉਸ ਨੂੰ ਸਦਾ ਰਹਿਣ ਵਾਲਾ ਸੰਤੋਖ ਬਖਸ਼ਿਸ਼ ਹੋ ਜਾਂਦਾ ਹੈ ।

What may be flesh?

Human has been created and nourished in the womb of mother, flesh. All worldly relationships may be developed from flesh. Whosoever may hear His Word, the everlasting echo of His Word resonating within his heart; he may be enlightened with the creation of flesh. With the physical intimacy of male and female; with the flesh of both male and female, a new flesh, growth may be developed. His body is a vessel of flesh. All three universes have been created from water. Whosoever may become a true renunciatory of the memory of his separation from His Holy Spirit. He may become beyond any worldly bonds. This may be the unique enlightenment of the essence of His Word. Whosoever may adopt the teachings of His Word with steady and stable belief; he may remain intoxicated in the void of His Word. He may recognize the real purpose of his human life opportunity; recognizes himself. He may be blessed with an everlasting peace and contentment in his life.

26. ਸਲੋਕ ਮਃ ੧॥ 1290-14

ਨਾਨਕ ਮਾਇਆ ਕਰਮ ਬਿਰਖੁ, ਫਲ ਅੰਮ੍ਰਿਤ ਫਲ ਵਿਸੁ॥
ਸਭ ਕਾਰਣ ਕਰਤਾ ਕਰੇ ਜਿਸੁ ਖਵਾਲੇ ਤਿਸੁ॥੧॥

naanak maa-i-aa karam birakh fal amrit fal vis.
sabh kaaran kartaa karay jis khavaalay tis. ||1||

ਸੰਸਾਰਕ ਕਰਮਾਂ ਦੇ ਬ੍ਰਿਛ ਵਿਚੋਂ ਦੋਂ ਫਲ ਬਖਸ਼ਿਸ਼ ਹੁੰਦੇ ਹਨ, (ਸ਼ਿਵ–ਸ਼ਕਤੀ) । ਅਮੋਲਕ ਅੰਮ੍ਰਿਤ, ਪ੍ਰਭ ਦੇ ਸ਼ਬਦ ਦੀ ਸੋਝੀ, ਦੂਸਰਾ ਅਹੰਕਾਰ ਦਾ ਜ਼ਹਿਰੀਲਾ ਫਲ ਹੁੰਦਾ ਹੈ । ਪ੍ਰਭ ਆਪ ਹੀ ਸਭ ਕੰਮ ਕਰਦਾ, ਕਰਾਉਂਦਾ ਹੈ । ਜੀਵ ਆਪਣੇ ਭਾਗਾਂ ਵਿੱਚ ਲਿਖਿਆ ਫਲ ਹੀ ਖਾਂਦਾ ਹੈ ।

The tree of worldly deeds may render two unique fruits, rewards (Shiv and Shakti). One may be the ambrosial nectar of the essence of His Word (Shiv) and second may be sweet poison of worldly wealth (Shakti). The Merciful True Master inspires and prevails in all his actions. Whatsoever may be prewritten in his destiny, he may only adopt the path of Shiv or Shakti. The True Master prevails in both to make his path successful.

ਮਃ ੨॥
ਨਾਨਕ ਦੁਨੀਆ ਕੀਆਂ ਵਡਿਆਈਆਂ, ਅਗੀ ਸੇਤੀ ਜਾਲਿ॥
ਏਨੀ ਜਲੀਈਂ ਨਾਮੁ ਵਿਸਾਰਿਆ, ਇਕ ਨ ਚਲੀਆ ਨਾਲਿ॥੨॥

mehlaa 2.
naanak dunee-aa kee-aaN vadi-aa-ee-aaN agee saytee jaal.
aynee jalee-eeN naam visaari-aa ik na chalee-aa naal. ||2||

ਜੀਵ ਆਪਣੇ ਮਨ ਨੂੰ ਸੰਸਾਰਕ ਵਡਿਆਈਆਂ, ਸੋਭਾ ਦੇ ਪ੍ਰਭਾਵ ਤੋਂ ਰਹਿਤ ਰਖੋ! ਇਹਨਾਂ ਇਛਾਂ ਨੂੰ ਅੱਗ ਵਿੱਚ ਜਲਾ ਦੇਵੋ! ਸੰਸਾਰਕ ਸੋਭਾ, ਵਡਿਆਈ ਹੀ ਮਨ ਨੂੰ ਸ਼ਬਦ ਵਿੱਚ ਲਗਨ, ਪਾਲਣਾ ਵਿੱਚ ਅਡੋਲ ਨਹੀਂ ਹੋਣ ਦੇਂਦੀ । ਮੌਤ ਪਿਛੋਂ, ਸੰਸਾਰਕ ਸੋਭਾ ਨਾਲ ਪ੍ਰਭ ਦੇ ਦਰਬਾਰ ਵਿੱਚ ਕੁਝ ਬਖਸ਼ਿਸ਼ ਨਹੀਂ ਹੁੰਦਾ ।

You should keep your mind beyond the reach of sweet poison of worldly wealth, worldly honor. You should burn the ego of your worldly honor, recognition. Worldly honor and recognition may be the root cause to drift your mind in different path. You may never remain focused on obeying the teachings of His Word with steady and stable belief in your day-to-day life. After death, worldly honor, recognition as a guru may not have any significance, he may not be accepted in His Court.

ਪਉੜੀ॥
ਸਿਰਿ ਸਿਰਿ ਹੋਇ ਨਿਬੇੜੁ, ਹੁਕਮਿ ਚਲਾਇਆ॥
ਤੇਰੈ ਹਥਿ ਨਿਬੇੜੁ, ਤੂਹੈ ਮਨਿ ਭਾਇਆ॥
ਕਾਲੁ ਚਲਾਏ ਬੰਨਿ, ਕੋਇ ਨ ਰਖਸੀ॥
ਜਰੁ ਜਰਵਾਣਾ ਕੰਨ੍ਹਿ, ਚੜਿਆ ਨਚਸੀ॥
ਸਤਿਗੁਰੁ ਬੋਹਿਥੁ ਬੇੜੁ, ਸਚਾ ਰਖਸੀ॥
ਅਗਨਿ ਭਖੈ ਭੜਹਾੜੁ, ਅਨਦਿਨੁ ਭਖਸੀ॥
ਫਾਥਾ ਚੁਗੈ ਚੋਗ ਹੁਕਮੀ ਛੁਟਸੀ॥
ਕਰਤਾ ਕਰੇ ਸੁ ਹੋਗੁ ਕੂੜੁ ਨਿਖੁਟਸੀ॥੨੬॥

pa-orhee.
sir sir ho-ay nibayrh hukam chalaa-i-aa.
tayrai hath nibayrh toohai man bhaa-i-aa.
kaal chalaa-ay bann ko-ay na rakhsee.
jar jarvaanaa kaNniH charhi-aa nachsee.
satgur bohith bayrh sachaa rakhsee.
agan bhakhai bharhhaarh an-din bhakhsee.
faathaa chugai chog hukmee chhutsee.
kartaa karay so hog koorh nikhutsee. ||26||

ਹਰਇਕ ਨੂੰ ਮੌਤ ਪਿਛੋਂ ਦਰਬਾਰ ਵਿੱਚ ਆਪਣੇ ਕੀਤੇ ਕੰਮਾਂ ਦਾ ਲੇਖਾ ਦੇਣਾ ਪੈਂਦਾ ਹੈ । ਜਿਸ ਕਰਕੇ ਜੀਵ ਨੂੰ ਮਾਨਸ ਜਨਮ ਬਖਸ਼ਕੇ ਸੰਸਾਰ ਵਿੱਚ ਭੇਜਿਆ ਗਿਆ ਹੈ । ਮੈਂ ਸ਼ਬਦ ਦੀ ਸਿਖਿਆਂ ਨਾਲ ਜੀਵਨ ਬਤੀਤ ਕਰਦਾ, ਪ੍ਰਭ ਦੇ ਸ਼ਬਦ ਦੀ ਪਾਲਣਾ ਨਾਲ ਮਨ ਵਿੱਚ ਸੰਤੋਖ ਮਹਿਸੂਸ ਹੁੰਦਾ ਹੈ । ਕੇਵਲ ਪ੍ਰਭ ਦੇ ਹੁਕਮ ਅੰਦਰ ਹੀ ਸਭ ਇਨਸਾਫ, ਬਖਸ਼ਿਸ਼ ਹੁੰਦਾ ਹੈ! ਮੌਤ ਦੇ ਸਮੇਂ ਨੂੰ ਕੋਈ ਬਦਲ, ਟਾਲ ਨਹੀਂ ਸਕਦਾ । ਜੀਵ ਦਾ ਬੁਢੇਪਾ ਅਤੇ ਜ਼ਾਲਮ ਮੌਤ ਉਸ ਦੇ ਸਿਰ ਤੇ ਉਡੀਕ ਕਰਦੀ ਰਹਿੰਦੀ ਹੈ । ਅਜੇ ਵੀ ਮੌਕਾ ਹੈ, ਸ਼ਬਦ ਦੀ ਪਾਲਣਾ ਦੀ ਬੇੜੀ ਤੇ ਮਨ, ਤਨ ਨਾਲ ਸਵਾਰ ਹੋ ਜਾਵੋ! ਪ੍ਰਭ ਆਪ ਹੀ ਰਖਿਆ ਕਰਦਾ ਹੈ । ਮਨ ਦੀਆਂ ਇਛਾਂ, ਅੱਗ ਦੇ ਤੰਦੂਰ ਦੀ ਤਰ੍ਹਾਂ, ਦਿਨ ਰਾਤ ਸਤਾਉਂਦੀ ਰਹਿੰਦੀਆ ਹਨ । ਜਿਵੇਂ ਪਿੰਜਰੇ ਵਿੱਚ ਬੰਦ ਪੰਛੀ ਦਾਨਾ, ਭੋਜਨ ਲਭਦਾ ਰਹਿੰਦਾ ਹੈ । ਕੇਵਲ ਸ਼ਬਦ ਦੇ ਲੜ ਲਗਣ, ਪਾਲਣਾ ਨਾਲ ਹੀ ਅਸਲੀ ਰਸਤਾ ਬਖਸ਼ਿਸ਼ ਹੋ ਸਕਦਾ, ਬਚਾ ਹੋ ਸਕਦਾ ਹੈ । ਹਰਇਕ ਕੰਮ ਵਿੱਚ, ਪ੍ਰਭ ਦਾ ਭਾਣਾ ਹੀ ਵਾਪਰਦਾ, ਬੀਤ ਜਾਂਦਾ ਹੈ । ਜਿਹੜਾ ਧੋਖਾ ਅਤੇ ਫਰੇਬ ਨਾਲ ਜੀਵਨ ਬਤੀਤ ਕਰਦਾ ਹੈ, ਅੰਤ ਵਿੱਚ ਹਾਰ ਜਾਂਦਾ ਹੈ ।

Everyone must endure the judgement of The Righteous Judge for his own worldly deeds to satisfy the real purpose of human life opportunity. The True Master, the teaching of Your Word may be comforting to my mind. I have adopted the teachings of Your Word with steady and stable belief in my day-to-day life. All blessings, justice remain at Your mercy and grace. No one can avoid or alter the call of devil of death. My old age and the fear of unpredictable death remains hanging on my head constantly. My desires, expectation may be burning like oven and frustrate me day and night. I am searching, peace of mind, contentment, the right path; as a caged bird may be hoping to find food to nourish his stomach. Whosoever may remain devoted to obey the teachings of His Word with steady and stable belief; with His mercy and grace, only he may be blessed with the right path of acceptance in His Court. His Command may prevail in every event in life and passes on. Whosoever may adopt deception, fraud, falsehood as guiding principle in his life; in the end, he may waste his priceless human life opportunity.

Key Message of Raag Malaar, page 1290-14

' ਸੰਸਾਰਕ ਜੀਵਨ ਦੇ ਬ੍ਰਿਛ ਨੂੰ ਦੋ ਫਲ ਲਗਦੇ ਹਨ- ਸ਼ਿਵ, ਸ਼ਕਤੀ !

ਸੰਸਾਰਕ ਕਰਮਾਂ ਦੇ ਬ੍ਰਿਛ ਵਿਚੋਂ ਦੋਂ ਫਲ ਬਖਸ਼ਿਸ਼ ਹੁੰਦੇ ਹਨ, (ਸ਼ਿਵ-ਸ਼ਕਤੀ) । ਅਮੋਲਕ ਅਮ੍ਰਿਤ, ਪ੍ਰਭ ਦੇ ਸ਼ਬਦ ਦੀ ਸੋਝੀ, ਦੂਸਰਾ ਅਹੰਕਾਰ ਦਾ ਜ਼ਹਿਰੀਲਾ ਫਲ ਹੁੰਦਾ ਹੈ । ਮੌਤ ਪਿਛੋਂ, ਸੰਸਾਰਕ ਸੋਭਾ ਨਾਲ ਪ੍ਰਭ ਦੇ ਦਰਬਾਰ ਵਿੱਚ ਕੁਝ ਬਖਸ਼ਿਸ਼ ਨਹੀਂ ਹੁੰਦਾ । ਮੌਤ ਪਿਛੋਂ ਦਰਬਾਰ ਵਿੱਚ ਆਪਣੇ ਕੀਤੇ ਕੰਮਾਂ ਦਾ ਲੇਖਾ ਦੇਣਾ ਪੈਂਦਾ ਹੈ । ਜਿਸ ਕਰਕੇ ਜੀਵ ਨੂੰ ਮਾਨਸ ਜਨਮ ਬਖਸ਼ਕੇ ਸੰਸਾਰ ਵਿੱਚ ਭੇਜਿਆ ਗਿਆ ਹੈ । ਕੇਵਲ ਸ਼ਬਦ ਦੇ ਲੜ ਲਗਣ, ਪਾਲਣਾ ਨਾਲ ਹੀ ਅਸਲੀ ਰਸਤਾ ਬਖਸ਼ਿਸ਼ ਹੋ ਸਕਦਾ, ਬਚਾ ਹੋ ਸਕਦਾ ਹੈ ।

Worldly life as a tree, renders two unique fruits- Shiv and Shakti!

The tree of worldly deeds may render two unique fruits, rewards (Shiv and Shakti). One may be the ambrosial nectar of the essence of His Word (Shiv) and second may be the sweet poison of worldly wealth (Shakti). After death, worldly honor, recognition as a guru, saint may not have any significance. Everyone must endure the judgement of The Righteous Judge for his own worldly deeds to satisfy the real purpose of human life opportunity. Whosoever may remain devoted to obey the teachings of His Word with steady and stable belief; with His mercy and grace, only he may be blessed with the right path of acceptance in His Court.

27. ਸਲੋਕ ਮਃ ੧॥ 1291-1

ਘਰ ਮਹਿ ਘਰੁ ਦੇਖਾਇ ਦੇਇ, ਸੋ ਸਤਿਗੁਰੁ ਪੁਰਖੁ ਸੁਜਾਣੁ॥	ghar meh ghar daykhaa-ay day-ay so satgur purakh sujaan.
ਪੰਚ ਸ਼ਬਦ ਧੁਨਿਕਾਰ ਧੁਨਿ, ਤਹ ਬਾਜੈ ਸਬਦੁ ਨੀਸਾਣੁ॥	panch sabad Dhunikaar Dhun tah baajai sabad neesaan.
ਦੀਪ ਲੋਅ ਪਾਤਾਲ, ਤਹ ਖੰਡ ਮੰਡਲ ਹੈਰਾਨੁ॥	deep lo-a paataal tah khand mandal hairaan.
ਤਾਰ ਘੋਰ ਬਾਜਿੰਤ੍ਰ ਤਹ ਸਾਚਿ ਤਖਤਿ ਸੁਲਤਾਨੁ॥	taar ghor baajintar tah saach takhat sultaan.
ਸੁਖਮਨ ਕੈ ਘਰਿ ਰਾਗੁ ਸੁਨਿ, ਸੁੰਨਿ ਮੰਡਲਿ ਲਿਵ ਲਾਇ॥	sukhman kai ghar raag sun sunn mandal liv laa-ay.
ਅਕਥ ਕਥਾ ਬੀਚਾਰੀਐ, ਮਨਸਾ ਮਨਹਿ ਸਮਾਇ॥	akath kathaa beechaaree-ai mansaa maneh samaa-ay.
ਉਲਟਿ ਕਮਲੁ ਅੰਮ੍ਰਿਤਿ ਭਰਿਆ, ਇਹੁ ਮਨੁ ਕਤਹੁ ਨ ਜਾਇ॥	ulat kamal amrit bhari-aa ih man katahu na jaa-ay.
ਅਜਪਾ ਜਾਪੁ ਨ ਵੀਸਰੈ, ਆਦਿ ਜੁਗਾਦਿ ਸਮਾਇ॥	ajpaa jaap na veesrai aad jugaad samaa-ay.
ਸਭਿ ਸਖੀਆ ਪੰਚੇ ਮਿਲੇ, ਗੁਰਮੁਖਿ ਨਿਜ ਘਰਿ ਵਾਸੁ॥	sabh sakhee-aa panchay milay gurmukh nij ghar vaas.
ਸਬਦੁ ਖੋਜਿ ਇਹੁ ਘਰੁ ਲਹੈ, ਨਾਨਕੁ ਤਾ ਕਾ ਦਾਸੁ॥੧॥	sabad khoj ih ghar lahai naanak taa kaa daas. ‖1‖

ਅੰਤਰਜਾਮੀ ਪ੍ਰਭ ਸਦਾ ਅਟਲ ਰਹਿਣ ਵਾਲਾ ਹੈ । ਜੀਵ ਨੂੰ ਸ਼ਬਦ ਦੀ ਪਾਲਣਾ ਕਰਨ ਨਾਲ ਆਪਣੇ ਅੰਦਰੋਂ ਹੀ ਪ੍ਰਭ ਦੇ ਦਰਬਾਰ, ਘਰ ਦੀ ਸੋਝੀ ਬਖਸ਼ਿਸ਼ ਹੋ ਜਾਂਦੀ ਹੈ । **ਪੰਜੇਂ ਸ਼ਬਦ ਅਤੇ ਪੰਜੇਂ ਸੰਗੀਤ** ਹੀ ਮਨ ਅੰਦਰ ਚਲਦੇ ਸੁਣਾਈ ਦੇਂਦੇ ਹਨ । ਜੀਵ ਦੇ ਮਨ ਅੰਦਰ ਸਦਾ ਅਟਲ ਰਹਿਣ ਵਾਲੀ ਧੁਨ ਚਲਦੀ ਸੁਣਾਈ ਦੇਂਦੀ ਹੈ । ਉਸ ਨੂੰ ਸਾਰੇ ਖੰਡਾਂ, ਬ੍ਰਹਮੰਡਾਂ, ਸੂਰਜਾਂ ਦੀ ਰੋਸ਼ਨੀ, ਪਤਾਲਾ ਦੀ ਸੋਝੀ ਬਖਸ਼ਿਸ਼ ਹੋ ਜਾਂਦੀ ਹੈ । ਉਸ ਨੂੰ ਦਰਬਾਰ ਵਿੱਚ ਸਦਾ ਚਲਣ ਵਾਲਾ ਸੰਗੀਤ ਸੁਨਣ ਲਗ ਪੈਂਦਾ ਹੈ । ਉਹ ਮਨ ਅੰਦਰ ਸ਼ਬਦ ਦੀ ਧੁਨ ਵਿੱਚ ਸ਼ਾਂਤੀ ਨਾਲ ਲੀਨ ਹੋ ਜਾਂਦਾ, ਸ਼ਬਦ ਦੀ ਸਮਾਧੀ ਵਿੱਚ ਵਸਦਾ ਹੈ । ਉਹ ਪ੍ਰਭ ਦੀਆਂ ਅਕਥ ਕਰਤਬਾਂ ਦਾ ਵਖਿਆਣ ਕਰਦਾ ਹੈ । ਉਸ ਦੇ ਮਨ ਦੇ ਸਾਰੇ ਭਰਮ ਖਤਮ ਹੋ ਜਾਂਦੇ, ਮਨ ਦਾ ਕਮਲ ਦਾ ਫੁੱਲ, ਮਨ ਦੀ ਝੋਲੀ ਅੰਮ੍ਰਿਤ ਨਾਲ ਭਰਪੂਰ ਹੋ ਜਾਂਦੀ ਹੈ । ਉਸ ਨੂੰ ਸ਼ਬਦ ਦੀ ਸਮਾਧੀ ਵਿੱਚ ਸੰਸਰ ਦੀ ਕੋਈ ਘਟਨਾ ਹੀ ਧਿਆਨ ਵਿੱਚ ਨਹੀਂ ਰਹਿੰਦੀ । ਸ਼ਬਦ ਦੀ ਧੁਨ, ਬਿਨਾਂ ਬੋਲੇ ਹੀ ਚਲਦੀ, ਸੁਣਾਈ ਦੇਂਦੀ ਹੈ । ਉਹ ਜੁਗ ਜੁਗ, ਪ੍ਰਭ ਦੀ ਜੋਤ ਵਿੱਚ ਹੀ ਅਲੋਪ ਰਹਿੰਦਾ ਹੈ । ਪ੍ਰਭ ਦੀ ਰਹਿਮਤ ਨਾਲ ਉਸ ਦੇ ਸਾਥੀਆਂ ਨੂੰ ਵੀ ਪੰਜੇਂ ਗੁਣ ਬਖਸ਼ਿਸ਼ ਹੋ ਜਾਂਦੇ ਹਨ । ਇਸਤਰ੍ਹਾਂ ਗੁਰਮਖ ਜੀਵ ਆਪਣੇ ਮਨ ਵਿੱਚ ਹੀ ਵਸਣ ਲਗ ਪੈਂਦਾ ਹੈ । ਜਿਹੜਾ ਆਪਣੇ ਮਨ ਵਿਚੋਂ ਹੀ ਪ੍ਰਭ ਦੇ ਸ਼ਬਦ ਦੀ ਸੋਝੀ ਖੋਜ ਲੈਂਦਾ ਹੈ । ਉਹ ਪੂਜਣ ਯੋਗ ਹੋ ਜਾਂਦਾ ਹੈ ।

ਪੰਜੇਂ ਸ਼ਬਦ ਅਤੇ ਪੰਜੇਂ ਸੰਗੀਤ

Guru Granth Sahib Darpan by Prof. Sahib Singh.		Page
ਪੰਜ ਸ਼ਬਦ	ਸੁੰਨ ਸਮਾਧਿ, ਦਰਿਮਤਿ, ਨਾਮੁ ਰਾਤਨ, ਅਨਾਹਤ, ਜਾਗਿ ਰਹੇ ਪੰਚ ਤਸਕਰ	282
ਪੰਜ ਸਾਜ	ਤਾਰ, ਚੰਮ, ਧਾਤ, ਘੜੇ, ਫੂਕ ਵਾਲੇ ਵਜੇ	332

The Omniscient True Master remain Axiom, true forever. Whosoever may obey the teachings of His Word; with His mercy and grace, he may be enlightened with the essence of His Word, the real path of acceptance in His Court from within. He may hear the 5 Words, and 5 Raags (music tones); the everlasting echo of His Word resonating within his heart non-stop. He may remain intoxicated in meditation in the void of His Word. He may be blessed, enlightened to explain unexplainable events of His Nature. All his suspicions may be eliminated and his lotus flower of mind may remain overwhelmed with blossom. He may remain in the void of His Word, detached from surrounding environments. He may hear the everlasting echo of His Word resonating within, without moving his own tongue. His soul may remain immersed within His Holy Spirit; with His mercy and grace, all his associates may also be blessed with 5 ambrosial virtues. Such a way, His true devotee may dwell and remains intoxicated within the void, His Sanctuary of His embedded Word. Whosoever may be blessed with the enlightenment of the essence of His Word from within; with His mercy and grace, he may become worthy of worship in the universe.

ਮਃ ੧॥	mehlaa 1.
ਚਿਲਿਮਿਲਿ ਬਿਸੀਆਰ ਦੁਨੀਆ ਫਾਨੀ॥	chilimil bisee-aar dunee-aa faanee.
ਕਾਲੂਬਿ ਅਕਲ ਮਨ ਗੋਰ ਨ ਮਾਨੀ॥	kaaloob akal man gor na maanee.
ਮਨ ਕਮੀਨ ਕਮਤਰੀਨ ਤੂ ਦਰੀਆਉ ਖੁਦਾਇਆ॥	man kameen kamatreen too daree-aa-o khudaa-i-aa.
ਏਕੁ ਚੀਜੁ ਮੁਝੈ ਦੇਹਿ, ਅਵਰ ਜਹਰ ਚੀਜ ਨ ਭਾਇਆ॥	ayk cheej mujhai deh avar jahar cheej na bhaa-i-aa.
ਪੁਰਾਬ ਖਾਮ ਕੂਜੈ, ਹਿਕਮਤਿ ਖੁਦਾਇਆ॥	puraab khaam koojai hikmat khudaa-i-aa.
ਮਨ ਤੁਆਨਾ, ਤੂ ਕੁਦਰਤੀ ਆਇਆ॥	man tu-aanaa too kudratee aa-i-aa.
ਸਗ ਨਾਨਕ ਦੀਬਾਨ ਮਸਤਾਨਾ, ਨਿਤ ਚੜੈ ਸਵਾਇਆ॥	sag naanak deebaan mastaanaa nit charhai savaa-i-aa.
ਆਤਸ ਦੁਨੀਆ ਖੁਨਕ ਨਾਮੁ ਖੁਦਾਇਆ॥੨॥	aatas dunee-aa khunak naam khudaa-i-aa. ‖2‖

ਸੰਸਾਰ ਦਾ ਛੋਰ ਛਰਾਬਾ, ਇਕ ਥੋੜ੍ਹਾ ਚਿਰ ਚਲਣ ਵਾਲਾ, ਬੀਤ ਜਾਣ ਵਾਲਾ ਖੇਲ ਹੈ । ਜਿਸ ਦੇ ਮਨ ਵਿੱਚ ਸ਼ਬਦ ਦੀ ਲਗਨ ਨਹੀਂ ਹੁੰਦੀ । ਉਹ ਨਹੀਂ ਜਾਣਦਾ, ਇਹ ਖੇਲ ਬੀਤ ਜਾਂਦਾ, ਉਸ ਨੂੰ ਮੌਤ ਆ ਜਾਵੇਗੀ । ਮੈਂ ਗਰੀਬ ਨਿਮਾਣਾ ਜੀਵ! ਪ੍ਰਭ ਆਪ ਹੀ ਦਾਤਾਂ ਦੇਣ ਵਾਲਾ ਮਾਲਕ ਹੈ । ਮੈਨੂੰ ਸਾਥ ਜਾਣ ਵਾਲੀ ਕਮਾਈ, ਸ਼ਬਦ ਦੀ ਸੋਝੀ ਬਖਸ਼ੋ! ਬਾਕੀ ਸਾਰੀਆਂ ਸੰਸਾਰਕ ਇਛਾਂ ਥੋੜ੍ਹੇ ਸਮੇਂ ਵਿੱਚ ਹੀ ਨਾਸ ਹੋਣ ਵਾਲੀਆਂ ਹੀ ਹਨ, ਮਨ ਭਟਕਣਾਂ ਵਿੱਚ ਹੀ ਰਹਿੰਦਾ ਹੈ । ਸਰਬ ਕਲਾਂ ਸਮਰਥ ਪ੍ਰਭ, ਨੇ ਜੀਵ ਦੇ ਤਨ ਨੂੰ ਪਾਣੀ ਅਤੇ ਸਵਾਸਾਂ (ਹਵਾ) ਨਾਲ ਭਰਿਆ ਹੈ । ਪ੍ਰਭ ਦੀ ਬਖਸ਼ਿਸ਼ ਨਾਲ ਮੈਂ ਤਾਕਤ ਵਾਲਾ ਬਣ ਗਿਆ ਹਾ । ਮੈਂ ਤੇਰੇ ਦਰ ਦਾ ਕੁੱਤਾ, ਤੇਰੀ ਰਹਿਮਤ ਦੇ ਨਸ਼ੇ ਵਿੱਚ ਹੀ ਮਸਤ ਹਾ । ਇਹ ਨਸ਼ਾ ਹਰ ਪਲ ਵਧਦਾ ਜਾਂਦਾ ਹੈ । ਸੰਸਾਰ ਵਿੱਚ ਅੱਗ ਜਲਦੀ ਹੈ । ਪ੍ਰਭ ਦਾ ਸ਼ਬਦ ਹੀ ਠੰਡ ਪਾਉਣ ਵਾਲੀ ਬਾਮ ਹੈ ।

Worldly glamor, excitements may be a short-lived play and pass on. Whosoever may not have a devotion to obey the teachings of His Word; he may not comprehend His Nature; his play of human life journey may end and he faces devil of death. The True Master, Treasure of all virtues, blessings! I am humble helpless worldly creature; with Your mercy and grace, I may be blessed with an everlasting enlightenment of Your Word that may remain my companion forever. All other blessings, virtues are short-lived pleasures, comforts and mind remains in worldly frustrations. The Omnipotent True Master has overwhelmed body of all creatures with water and air. I have become very powerful in the universe with His Blessings; however, I may remain intoxicated in the void of His Word like a faithful dog. The intoxication of the essence of His Word is booming, enhancing every moment. World remains overwhelmed with fire of sweet poison of worldly wealth; only the teachings of His Word may be the cooling, comforting bam.

ਪਉੜੀ ਨੋਵੀ ਮਃ ੫॥	pa-orhee navee mehlaa 5.
ਸਭੋ ਵਰਤੈ ਚਲਤੁ ਚਲਤੁ ਵਖਾਣਿਆ॥	sabho vartai chalat chalat vakhaani-aa.
ਪਾਰਬ੍ਰਹਮੁ ਪਰਮੇਸਰੁ ਗੁਰਮੁਖਿ ਜਾਣਿਆ॥	paarbarahm parmaysar gurmukh jaani-aa.
ਲਥੇ ਸਭਿ ਵਿਕਾਰ ਸਬਦਿ ਨੀਸਾਣਿਆ॥	lathay sabh vikaar sabad neesaani-aa.
ਸਾਧੂ ਸੰਗਿ ਉਧਾਰੁ ਭਏ ਨਿਮਾਣਿਆ॥	saaDhoo sang uDhaar bha-ay nikaani-aa.
ਸਿਮਰਿ ਸਿਮਰਿ ਦਾਤਾਰੁ ਸਭਿ ਰੰਗ ਮਾਣਿਆ॥	simar simar daataar sabh rang maani-aa.
ਪਰਗਟੁ ਭਇਆ ਸੰਸਾਰਿ ਮਿਹਰ ਛਾਵਾਣਿਆ॥	pargat bha-i-aa sansaar mihar chhaavaani-aa.
ਆਪੇ ਬਖਸਿ ਮਿਲਾਏ ਸਦ ਕੁਰਬਾਣਿਆ॥	aapay bakhas milaa-ay sad kurbaani-aa.
ਨਾਨਕ ਲਏ ਮਿਲਾਇ ਖਸਮੈ ਭਾਣਿਆ॥੨੭॥	naanak la-ay milaa-ay khasmai bhaani-aa. ||27||

ਸਭ ਤੇ ਪ੍ਰਭ ਦਾ ਭਾਣਾ ਹੀ ਵਾਪਰਦਾ ਹੈ । ਉਸ ਦੀ ਕੁਦਰਤ ਦਾ ਖੇਲ ਮਨ ਨੂੰ ਖੁਸ਼ ਕਰਨ ਅਤੇ ਹੈਰਾਨ ਕਰਨ ਵਾਲਾ ਹੈ । ਗੁਰਮਖ ਜੀਵ ਨੂੰ ਪ੍ਰਭ ਦੀ ਰਹਿਮਤ ਨਾਲ ਮਾਨਸ ਜੀਵਨ ਦੇ ਮੰਤਵ ਦੀ ਸੋਝੀ ਬਖਸ਼ਿਸ਼ ਹੋ ਜਾਂਦੀ ਹੈ । ਸ਼ਬਦ ਦੀ ਪਾਲਣਾ ਕਰਨ ਨਾਲ ਉਸ ਦੀਆਂ ਇਛਾਂ ਦੀਆਂ ਭਟਕਣਾਂ ਖਤਮ ਹੋ ਜਾਂਦੀਆਂ, ਪਾਪ ਬਖਸ਼ੇ ਜਾਂਦੇ ਹਨ । ਸੰਤ ਦੀ ਸੰਗਤ ਕਰਨ, ਜੀਵਨ ਦੀ ਸਿਖਿਆਂ ਨਾਲ ਜੀਵਨ ਢਾਲਣ ਨਾਲ, ਪ੍ਰਵਾਨਗੀ ਦਾ ਅਸਲੀ ਰਸਤਾ ਬਖਸ਼ਿਸ਼ ਹੋ ਜਾਂਦਾ ਹੈ । ਮੈਂ ਪ੍ਰਭ ਦੇ ਸ਼ਬਦ ਦੀ ਪਾਲਣਾ ਵਿੱਚ ਅਨੰਦ, ਸੰਤੋਖ ਮਾਨਦਾ ਹਾ । ਪ੍ਰਭ ਨੇ ਮੇਰੇ ਪਾਪ ਬਖਸ਼ਕੇ, ਸੰਸਾਰ ਵਿੱਚ ਸੋਭਾ, ਪ੍ਰਵਾਨਗੀ ਦੇ ਰਸਤੇ ਦੀ ਸੋਝੀ ਬਖਸ਼ੀ ਹੈ । ਮੈਂ ਸਦਾ ਲਈ ਪ੍ਰਭ ਦੀ ਰਹਿਮਤ ਦਾ ਧੰਨਵਾਦੀ ਹਾ। ਪ੍ਰਭ ਨੇ ਆਪਣੀ ਜੋਤ ਵਿੱਚ ਅਲੋਪ ਕਰ ਲਿਆ ਹੈ ।

His Command, His Word, prevails everywhere in every event in worldly life. The astonishing play of the universe remains comforting to the mind of His true devotee. He may be enlightened with the play of His Nature, human life journey. Whosoever may obey the teachings of His Word with steady and stable belief; with His mercy and grace, all his frustration of worldly desires may be eliminated and his sins may be forgiven. He may be blessed with the conjugation of His Holy saint. Whosoever may adopt his life experience teachings in his own day-to-day life; with His mercy and grace, he may be blessed with the right path of acceptance in His Court. I may remain intoxicated in obeying the teachings of His Word; with His mercy and grace, I may remain in peace and contented in my worldly environments. The True Master has forgiven my sins and blessed me with honor and the right path of acceptance in His Court. I may remain gratitude for His Blessings forever and sing the glory of His Word; with His mercy and grace, I have been immersed within His Holy Spirit.

Key Message of Raag Malaar, page 1291-1
'ਪੰਜੇਂ ਸ਼ਬਦ ਅਤੇ ਪੰਜੇਂ ਸੰਗੀਤ
ਜੀਵ ਨੂੰ ਸ਼ਬਦ ਦੀ ਪਾਲਣਾ ਕਰਨ ਨਾਲ ਆਪਣੇ ਅੰਦਰੋਂ ਹੀ ਪ੍ਰਭ ਦੇ ਦਰਬਾਰ, ਘਰ ਦੀ ਸੋਝੀ ਬਖਸ਼ਿਸ਼ ਹੋ ਜਾਂਦੀ ਹੈ । **ਪੰਜੇਂ ਸ਼ਬਦ ਅਤੇ ਪੰਜੇਂ ਸੰਗੀਤ** ਹੀ ਮਨ ਅੰਦਰ ਚਲਦੇ ਸੁਣਾਈ ਦੇਂਦੇ ਹਨ । ਮਨ ਅੰਦਰ ਸਦਾ ਅਟਲ ਰਹਿਣ ਵਾਲੀ ਧੁਨ ਚਲਦੀ ਸੁਣਾਈ ਦੇਂਦੀ ਹੈ । ਉਹ ਜੁਗ ਜੁਗ, ਪ੍ਰਭ ਦੀ ਜੋਤ ਵਿੱਚ ਹੀ ਅਲੋਪ ਰਹਿੰਦਾ ਹੈ । ਜਿਹੜਾ ਆਪਣੇ ਮਨ ਵਿਚੋਂ ਹੀ ਪ੍ਰਭ ਦੇ ਸ਼ਬਦ ਦੀ ਸੋਝੀ ਖੋਜ ਲੈਂਦਾ ਹੈ । ਉਹ ਪੂਜਣ ਜੋਗ ਹੋ ਜਾਂਦਾ ਹੈ । ਮਾਲਕ, ਸਰਬ ਕਲਾਂ ਸਮਰਥ, ਨੇ ਜੀਵ ਦੇ ਤਨ ਨੂੰ ਪਾਣੀ ਅਤੇ ਸਵਾਸਾਂ (ਹਵਾ) ਨਾਲ ਭਰਿਆ ਹੈ । ਸੰਸਾਰ ਵਿੱਚ ਅੱਗ ਜਲਦੀ ਹੈ । ਪ੍ਰਭ ਦਾ ਸ਼ਬਦ ਹੀ ਠੰਡ ਪਾਉਣ ਵਾਲੀ ਬਾਮ ਹੈ । ਸੰਤ ਦੀ ਸੰਗਤ ਵਿੱਚ, ਜੀਵਨ ਦੀ ਸਿਖਿਆਂ ਨਾਲ ਜੀਵਨ ਢਾਲਣ ਨਾਲ, ਪ੍ਰਵਾਨਗੀ ਦਾ ਅਸਲੀ ਰਸਤਾ ਬਖਸ਼ਿਸ਼ ਹੋ ਜਾਂਦਾ ਹੈ । ਪ੍ਰਭ ਆਪਣੀ ਜੋਤ ਵਿੱਚ ਅਲੋਪ ਕਰ ਲੈਂਦਾ ਹੈ ।
5 unique Words and echos!
Whosoever may obey the teachings of His Word; he may be enlightened with the essence of His Word, the real path of acceptance in His Court from within. He may hear the **5 Words, and 5 Raags** (music tones); the everlasting echo of His Word resonating within his heart non-stop. He may remain intoxicated within the void, His Sanctuary of His Embedded Word. He may remain in the void of His Word and remains detached from surrounding environments. The Omnipotent True Master has overwhelmed body of all creatures with water and air. World remains overwhelmed with fire of sweet poison of worldly wealth; only the teachings of His Word may be the cooling, comforting bam. He may be blessed with the conjugation of His Holy saint and adopts his life experience teachings in his own day-to-day life; he may be immersed within His Holy Spirit.

28. ਸਲੋਕ ਮਃ ੧॥ 1291-13

ਧੰਨੁ ਸੁ ਕਾਗਦੁ ਕਲਮ ਧੰਨੁ ਧਨੁ ਭਾਂਡਾ ਧਨੁ ਮਸੁ॥	Dhan so kaagad kalam Dhan Dhan bhaaNdaa Dhan mas.
ਧਨੁ ਲੇਖਾਰੀ ਨਾਨਕਾ ਜਿਨਿ ਨਾਮੁ ਲਿਖਾਇਆ ਸਚੁ॥੧॥	Dhan laykhaaree naankaa jin naam likhaa-i-aa sach. ||1||

ਜਿਹਨਾਂ ਨੇ ਪ੍ਰਭ ਦੀ ਉਸਤਤ ਦੇ ਸ਼ਬਦ ਲਿਖੇ ਹਨ । ਪ੍ਰਭ ਦੀ ਰਹਿਮਤ ਨਾਲ, ਉਹ ਕਾਗਜ, ਕਲਮ, ਸਿਆਰੀ, ਲਿਖਾਰੀ ਧਨ, ਵੱਡੇ ਭਾਗਾਂ ਹੋ ਜਾਂਦਾ ਹੈ ।

ਗੁਰੂ ਨਾਨਕ ਦੇਵ ਜੀ! – Guru Nanak Dev Ji! Guru Granth Sahib

Whosoever may write the spiritual message, praises of His Word **without any worldly greed**; with His mercy and grace, the paper, pen, ink, and the scriber of the spiritual message may become very fortunate.

ਮਃ ੧॥	mehlaa 1.
ਆਪੇ ਪਟੀ ਕਲਮ, ਆਪਿ ਉਪਰਿ ਲੇਖੁ ਭਿ ਤੂੰ॥	aapay patee kalam aap upar laykh bhe tooN.
ਏਕੋ ਕਹੀਐ ਨਾਨਕਾ, ਦੂਜਾ ਕਾਹੇ ਕੂ॥੨॥	ayko kahee-ai naankaa doojaa kaahay koo. ||2||

ਪ੍ਰਭ ਆਪ ਹੀ ਲਿਖਣ ਵਾਲੀ ਪੱਟੀ, ਕਲਮ, ਆਪ ਹੀ ਉਹ ਲਿਖਿਆ ਸ਼ਬਦ ਹੈ । ਅਸੀ, ਇਕੋ ਇਕ ਪ੍ਰਭ ਦੀ ਗਲ ਕਰਦੇ ਹਾ, ਜਾ ਕੋਈ ਹੋਰ ਵੀ ਰੱਬ ਹੈ?

The True Master may be the writing paper, pen and the His Engraved Word on each soul. Are we referring, to The One and only One True Master or there may be any other master exist in the universe?

ਪਉੜੀ॥	pa-orhee.
ਤੂੰ ਆਪੇ ਆਪਿ ਵਰਤਦਾ ਆਪਿ ਬਣਤ ਬਣਾਈ॥	tooN aapay aap varatdaa aap banat banaa-ee.
ਤੁਧੁ ਬਿਨੁ ਦੂਜਾ ਕੋ ਨਹੀਂ ਤੂ ਰਹਿਆ ਸਮਾਈ॥	tuDh bin doojaa ko nahee too rahi-aa samaa-ee.
ਤੇਰੀ ਗਤਿ ਮਿਤਿ ਤੂਹੈ ਜਾਣਦਾ, ਤੁਧੁ ਕੀਮਤਿ ਪਾਈ॥	tayree gat mit toohai jaandaa tuDh keemat paa-ee.
ਤੂ ਅਲਖ ਅਗੋਚਰੁ ਅਗਮੁ ਹੈ, ਗੁਰਮਤਿ ਦਿਖਾਈ॥	too alakh agochar agam hai gurmat dikhaa-ee.
ਅੰਤਰਿ ਅਗਿਆਨੁ ਦੁਖੁ ਭਰਮੁ ਹੈ, ਗੁਰ ਗਿਆਨਿ ਗਵਾਈ॥	antar agi-aan dukh bharam hai gur gi-aan gavaa-ee.
ਜਿਸੁ ਕ੍ਰਿਪਾ ਕਰਹਿ ਤਿਸੁ ਮੇਲਿ ਲੈਹਿ, ਸੋ ਨਾਮੁ ਧਿਆਈ॥	jis kirpaa karahi tis mayl laihi so naam Dhi-aa-ee.
ਤੂ ਕਰਤਾ ਪੁਰਖੁ ਅਗੰਮੁ ਹੈ, ਰਵਿਆ ਸਭ ਠਾਈ॥	too kartaa purakh agamm hai ravi-aa sabh thaa-ee.
ਜਿਤੁ ਤੂ ਲਾਇਹਿ ਸਚਿਆ, ਤਿਤੁ ਕੋ ਲਗੈ	it too laa-ihi sachi-aa tit ko lagai
ਨਾਨਕ ਗੁਣ ਗਾਈ॥੨੮॥੧॥ ਸੁਧੁ॥	naanak gun gaa-ee. ||28||1|| suDh.

ਪ੍ਰਭ ਤੂੰ ਆਪ ਹੀ ਸ੍ਰਿਸ਼ਟੀ ਦਾ ਖੇਲ ਬਣਾਇਆ ਹੈ, ਆਪ ਹੀ ਜੀਵਾਂ ਵਿੱਚ ਵਾਪਰਦਾ ਹੈ । ਪ੍ਰਭ ਤੋਂ ਬਿਨਾਂ ਹੋਰ ਕੌਣ ਹਰਇਕ ਥਾਂ, ਹਰਇਕ ਜੀਵ ਵਿੱਚ ਵਸਦਾ, ਵਾਪਰ ਸਕਦਾ ਹੈ । ਆਪਣੀ ਅਵਸਥਾ, ਹੈਸੀਅਤ, ਆਪਣੀ ਰਹਿਮਤ ਦੀ ਕੀਮਤ ਆਪ ਹੀ ਜਾਣਦਾ ਹੈ । ਪ੍ਰਭ ਦੇਖੇ ਜਾਣ, ਅੰਦਾਜ਼ਾ ਲਾਉਣ, ਪਹੁੰਚ ਤੋਂ ਉਪਰ ਹੈ । ਪ੍ਰਭ ਦੇ ਸ਼ਬਦ ਦੀ ਸੋਝੀ, ਸ਼ਬਦ ਦੀ ਪਾਲਣਾ ਕਰਨ ਨਾਲ ਹੀ ਬਖਸ਼ਿਸ਼ ਹੋ ਸਕਦੀ ਹੈ । ਜੀਵ ਦੇ ਮਨ ਅੰਦਰ ਅਗਿਆਨਤਾ, ਭਰਮਾਂ, ਸੰਸਾਰਕ ਇਛਾਂ ਦੀਆਂ ਚਿੰਤਾਂ ਰਹਿੰਦੀਆਂ ਹਨ । ਜਿਹੜਾ ਸ਼ਬਦ ਨਾਲ ਜੀਵਨ ਢਾਲਦਾ ਹੈ, ਉਸ ਦੇ ਸਾਰੇ ਭਰਮ ਦੂਰ ਹੋ ਜਾਂਦੇ ਹਨ । ਪ੍ਰਭ ਹਰਇਕ ਥਾਂ, ਹਰਇਕ ਕਰਤਬ ਵਿੱਚ ਮਜੋਦ, ਜੀਵ ਦੀ ਪਹੁੰਚ ਤੋਂ ਉਪਰ ਹੈ । ਜਿਸ ਨੂੰ ਆਪ ਹੀ ਸ਼ਬਦ ਦੀ ਲਗਨ ਬਖਸ਼ਦਾ, ਉਹ ਹੀ ਸ਼ਬਦ ਦੀ ਪਾਲਣਾ ਕਰਦਾ ਹੈ । ਉਸ ਨੂੰ ਪ੍ਰਵਾਨਗੀ ਦਾ ਰਸਤਾ ਬਖਸ਼ਕੇ, ਪ੍ਰਵਾਨ ਕਰ ਲੈਂਦਾ ਹੈ । ਜਿਹੜੇ ਜੀਵ ਨੂੰ ਸ਼ਬਦ ਦੇ ਲੜ ਲਾਉਂਦਾ ਹੈ, ਉਹ ਹੀ ਸ਼ਬਦ ਦੇ ਲੜ ਲਗ ਸਕਦਾ, ਸਿਮਰਨ ਕਰਦਾ, ਸ਼ਬਦ ਦੀ ਉਸਤਤ ਗਾਉਂਦਾ ਹੈ ।

The True Master has created the play of the universe and remains embedded within each soul and prevails in his every event in his life. Only, The True Master may comprehend His Nature, miracles and significance of His Blessings, events of His Nature. He remains beyond visibility and imagination of His Creation. Whosoever may obey the teachings of His Word with steady and stable belief; with His mercy and grace, only he may be blessed with enlightenment of the essence of His Word. All his ignorant from the real path of his human life opportunity, all his worries of worldly desires may be eliminated. Whosoever may adopt the teachings of His Word with steady and stable belief, all his suspicions may be eliminated. The Omnipresent True Master remain beyond the reach and comprehension of His Creation and prevails in every event. Whosoever may be blessed with devotion, only he may obey the teachings of His Word with steady and stable belief; with His mercy and grace, only he may be blessed with the right path of acceptance in His Court. He may remain intoxicated in meditating and singing the glory of His Word.

Key Message of Raag Malaar, page 1291-13
'ਸ਼ਬਦ ਦੀ ਉਸਤਤ ਲਿਖਣ ਵਾਲਾ ਲਿਖਾਰੀ ਕਿਤਨਾ ਵੱਡਭਾਗੀ ਹੁੰਦਾ ਹੈ?
ਜਿਹੜਾ ਸ਼ਰਧਾ ਨਾਲ ਪ੍ਰਭ ਦੀ ਉਸਤਤ ਦੇ ਸ਼ਬਦ ਲਿਖਦਾ ਹੈ, ਉਹ ਕਾਗਜ਼, ਕਲਮ, ਸਿਆਰੀ, ਲਿਖਾਰੀ ਧਨ, ਵੱਡੇ ਭਾਗਾਂ ਵਾਲਾ ਹੋ ਜਾਂਦਾ ਹੈ । ਪ੍ਰਭ ਆਪ ਹੀ ਸ੍ਰਿਸ਼ਟੀ ਦਾ ਖੇਲ ਰਚਾਉਂਦਾ, ਵਾਪਰਦਾ ਹੈ । ਆਪਣੀ ਅਵਸਥਾ, ਹੈਸੀਅਤ, ਆਪਣੀ ਰਹਿਮਤ ਦੀ ਕੀਮਤ ਆਪ ਹੀ ਜਾਣਦਾ ਹੈ । ਜਿਹੜਾ ਸ਼ਬਦ ਨਾਲ ਜੀਵਨ ਢਾਲਦਾ ਹੈ, ਉਸ ਨੂੰ ਹਰਇਕ ਕਰਤਬ ਵਿੱਚ ਮਜੋਦ ਮਹਿਸੂਸ ਹੁੰਦਾ ਹੈ । ਉਸ ਨੂੰ ਅਸਲੀ ਰਸਤਾ ਬਖਸ਼ਿਸ਼ ਹੋ ਜਾਂਦਾ, ਪ੍ਰਵਾਨ ਹੋ ਜਾਂਦਾ ਹੈ ।
How great scriber of the praises of His Word?
Whosoever may write the spiritual message, praises of His Word with dedication, devotion; that paper, pen, ink, and the scriber may be very fortunate. The True Master has created the play of the universe; He remains embedded within each soul and prevails in his every event in his life. Only, The True Master may comprehend His Nature, miracles and significance of His Blessings, events of His Nature. Whosoever may obey the teachings of His Word; only he may be blessed with the right path of acceptance in His Court.

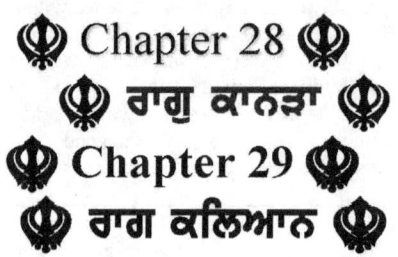

☬ Chapter 28 ☬

☬ ਰਾਗੁ ਕਾਨੜਾ ☬

☬ Chapter 29 ☬

☬ ਰਾਗ ਕਲਿਆਨ ☬

ਗੁਰੂ ਨਾਨਕ ਦੇਵ ਜੀ! – Guru Nanak Dev Ji! Guru Granth Sahib

☬ Chapter 30 ☬

☬ ਰਾਗ ਪਰਭਾਤੀ ☬

1. **ਪਰਭਾਤੀ ਬਿਭਾਸ ਮਹਲਾ ੧ ਚਉਪਦੇ ਘਰੁ ੧॥** 1327-1

ੴ ਸਤਿ ਨਾਮੁ ਕਰਤਾ ਪੁਰਖੁ, ਨਿਰਭਉ ਨਿਰਵੈਰ ਅਕਾਲ ਮੂਰਤਿ ਅਜੂਨੀ ਸੈਭੰ ਗੁਰ ਪ੍ਰਸਾਦਿ॥

ik-oNkaar, sat naam, kartaa, purakh, nirbha-o, nirvair, akaal, moorat, ajoonee, saibhaN, gur parsaad.

ਨਾਇ ਤੇਰੈ ਤਰਣਾ, ਨਾਇ ਪਤਿ ਪੂਜ॥	naa-ay tayrai tarnaa naa-ay pat pooj.
ਨਾਉ ਤੇਰਾ ਗਹਣਾ, ਮਤਿ ਮਕਸੂਦੁ॥	naa-o tayraa gahnaa mat maksood.
ਨਾਇ ਤੇਰੈ ਨਾਉ, ਮੰਨੇ ਸਭ ਕੋਇ॥	naa-ay tayrai naa-o mannay sabh ko-ay.
ਵਿਣੁ ਨਾਵੈ, ਪਤਿ ਕਬਹੁ ਨ ਹੋਇ॥੧॥	vin naavai pat kabahu na ho-ay. ||1||

ਪ੍ਰਭ ਮੇਰੇ ਤੇ ਰਹਿਮਤ ਬਖਸ਼ਕੇ, ਮੇਰਾ ਭਰੋਸਾ ਆਪਣੇ ਸ਼ਬਦ ਦੀ ਸਿਖਿਆਂ ਤੇ ਅਡੋਲ ਰਖੋ! ਮੈਂ ਕੇਵਲ ਸ਼ਬਦ ਦੀ ਪਾਲਣਾ ਨੂੰ ਹੀ ਮੁਕਤੀ ਦਾ ਰਸਤਾ ਸਮਝਾ । ਤੇਰੇ ਸ਼ਬਦ ਦੀ ਸੋਝੀ ਹੀ ਮਨ ਨੂੰ ਪਵਿੱਤਰ ਕਰਨ ਵਾਲਾ, ਸ਼ਿੰਗਾਰ ਬਣ ਜਾਵੇ । ਸਾਰੀ ਸ੍ਰਿਸ਼ਟੀ ਹੀ ਤੇਰੇ ਸ਼ਬਦ ਦਾ ਸਿਮਰਨ, ਪੂਜਾ ਕਰਦੀ ਹੈ । ਸ਼ਬਦ ਦੀ ਪਾਲਣਾ ਤੋਂ ਬਿਨਾਂ ਪ੍ਰਵਾਨਗੀ ਦਾ ਅਸਲੀ ਰਸਤਾ ਬਖਸ਼ਿਸ਼ ਨਹੀਂ ਹੋ ਸਕਦਾ ।

My True Master bestows Your Blessed Vision; I may obey the teachings of Your Word with steady and stable belief in my day-to-day life. I believe! adopting the teachings of Your Word as the right path of acceptance in Your Court. The enlightenment of the essence of Your Word may become my soul sanctifying embellishment. The whole universe may be worshipping and meditating on the teachings of Your Word. Without obeying the teachings of Your Word, the right path of acceptance in Your Court may never be blessed to any creature.

ਅਵਰ ਸਿਆਣਪ, ਸਗਲੀ ਪਾਜੁ॥	avar si-aanap saglee paaj.
ਜੈ ਬਖਸੇ, ਤੈ ਪੂਰਾ ਕਾਜੁ॥ ੧॥ ਰਹਾਉ॥	jai bakhsay tai pooraa kaaj. ||1|| rahaa-o.

ਮੈਂ ਬਾਕੀ ਸਾਰੀਆਂ ਸਿਆਣਪਾਂ, ਚਲਾਕੀਆਂ ਪਰਖ ਲਈਆ ਹਨ । ਜਿਸ ਤੇ ਪ੍ਰਭ ਰਹਿਮਤ ਦੀ ਨਜ਼ਰ ਬਖਸ਼ਦਾ ਹੈ । ਉਸ ਦੇ ਸਾਰੇ ਮਨੋਰਥ ਪੂਰੇ ਹੋ ਜਾਂਦੇ ਹਨ ।

I have evaluated all other clever plans and my own wisdom! Whosoever may be bestowed with His Blessed Vision, only his purpose of human life opportunity may be fully satisfied.

ਨਾਉ ਤੇਰਾ ਤਾਣੁ, ਨਾਉ ਦੀਬਾਣੁ॥	naa-o tayraa taan naa-o deebaan.
ਨਾਉ ਤੇਰਾ ਲਸਕਰੁ, ਨਾਉ ਸੁਲਤਾਨੁ॥	naa-o tayraa laskar naa-o sultaan.
ਨਾਇ ਤੇਰੈ ਮਾਣੁ, ਮਹਤ ਪਰਵਾਣੁ॥	naa-ay tayrai maan mahat parvaan.
ਤੇਰੀ ਨਦਰੀ, ਕਰਮਿ ਪਵੈ ਨੀਸਾਣੁ॥ ੨॥	tayree nadree karam pavai neesaan. ||2||

ਤੇਰੇ ਸ਼ਬਦ ਦੀ ਪਾਲਣਾ ਹੀ ਮੇਰੀ ਤਾਕਤ, ਬਲ, ਆਸਰਾ ਹੈ । ਸ਼ਬਦ ਦੀ ਸੋਝੀ ਹੀ ਮੇਰੀ ਫੌਜ, ਮੇਰਾ ਸ਼ੈਨਸ਼ਾਹ ਹੈ । ਸ਼ਬਦ ਦੀ ਪਾਲਣਾ ਹੀ ਮੇਰਾ ਮਾਣ, ਸ਼ਾਨ ਹੈ । ਸ਼ਬਦ ਦੀ ਕਮਾਈ ਨਾਲ ਹੀ ਦਰਬਾਰ ਵਿੱਚ ਪ੍ਰਵਾਨਗੀ ਦਾ ਰਸਤਾ ਬਖਸ਼ਿਸ਼ ਹੋ ਸਕਦਾ ਹੈ । ਤੇਰੀ ਰਹਿਮਤ ਨਾਲ ਹੀ ਮੇਰੀ ਬੰਦਗੀ ਪ੍ਰਵਾਨ ਹੋ ਸਕਦੀ ਹੈ ।

To obey the teachings of Your Word remains my strength, wisdom and supporting pillar of my human life journey. The enlightenment of the essence of Your Word may be my army, my kingdom. To obey the teachings of Your Word may be my honor and glory in the worldly life. Whosoever may be blessed with the earnings of Your Word; only, he may be blessed with the right path of acceptance in Your Court.

ਨਾਇ ਤੇਰੈ ਸਹਜੁ, ਨਾਇ ਸਾਲਾਹ॥	naa-ay tayrai sahj naa-ay saalaah.
ਨਾਉ ਤੇਰਾ ਅੰਮ੍ਰਿਤੁ, ਬਿਖੁ ਉਠਿ ਜਾਇ॥	naa-o tayraa amrit bikh uth jaa-ay.
ਨਾਇ ਤੇਰੈ ਸਭਿ ਸੁਖ, ਵਸਹਿ ਮਨਿ ਆਇ॥	naa-ay tayrai sabh sukh vaseh man aa-ay.
ਬਿਨੁ ਨਾਵੈ, ਬਾਧੀ ਜਮ ਪੁਰਿ ਜਾਇ॥ ੩॥	bin naavai baaDhee jam pur jaa-ay. ||3||

ਪ੍ਰਭ, ਤੇਰੇ ਸ਼ਬਦ ਦੀ ਸੋਝੀ ਹੀ ਮਨ ਨੂੰ ਸ਼ਾਤੀ ਦੇਣ ਵਾਲਾ ਸੋਮਾ ਹੈ । ਸ਼ਬਦ ਦੀ ਪਾਲਣਾ ਨਾਲ ਹੀ ਪ੍ਰਭ ਦੀ ਦਰਗਾਹ ਵਿੱਚ ਪ੍ਰਵਾਨਗੀ ਬਖਸ਼ਿਸ਼ ਹੋ ਸਕਦੀ ਹੈ । ਪ੍ਰਭ ਹੀ ਸ਼ਬਦ ਦੀ ਸੋਝੀ ਰੂਪੀ ਅੰਮ੍ਰਿਤ ਬਖਸ਼ਦਾ ਹੈ! ਜਿਸ ਨਾਲ ਆਤਮਾ ਦਾ ਜ਼ਹਿਰ ਖਤਮ ਹੋ ਜਾਂਦਾ, ਮਨ ਦੀ ਅਹੰਕਾਰ ਦੀ ਜੜ੍ਹ ਖਤਮ ਹੋ ਜਾਂਦੀ ਹੈ । ਸ਼ਬਦ ਦੀ ਪਾਲਣਾ ਨਾਲ ਹੀ ਜੀਵ ਨੂੰ ਸਭ ਸੁਖ ਬਖਸ਼ਿਸ਼ ਹੋ ਸਕਦੇ ਹਨ । ਸ਼ਬਦ ਦੀ ਕਮਾਈ ਤੋਂ ਬਿਨਾਂ ਆਤਮਾ ਜਮਦੂਤਾਂ ਦੇ ਵੱਸ ਵਿੱਚ ਹੀ ਰਹਿੰਦੀ ਹੈ ।

The enlightenment of the essence of His Word may be the fountain of peace and contentment in the mind of His true devotee. Whosoever may obey the teachings of His Word; with His mercy and grace, he may be blessed with the right path of acceptance in His Court. He may be blessed with the nectar of the essence of His Word; the sweet poison of worldly wealth may be neutralized and the root of illusion of mind may be eliminated, destroyed. He may be blessed with all pleasures and comforts in his worldly life. Without the earnings of His Word, his soul remains under the control of devil of death and in the cycle of birth and death.

ਨਾਰੀ, ਬੇਰੀ, ਘਰ, ਦਰ, ਦੇਸ॥	naaree bayree ghar dar days.
ਮਨ ਕੀਆ ਖੁਸੀਆ, ਕੀਚਹਿ ਵੇਸ॥	man kee-aa khusee-aa keecheh vays.
ਜਾਂ ਸਦੇ ਤਾਂ, ਢਿਲ ਨ ਪਾਇ॥	jaaN saday taaN dhil na paa-ay.
ਨਾਨਕ ਕੂੜੁ ਕੂੜੋ ਹੋਇ ਜਾਇ॥੪॥੧॥	naanak koorh koorho ho-ay jaa-ay. ||4||1||

ਜੀਵ ਸਾਰੀ ਉਮਰ ਨਾਰੀ, ਮਨ ਦੀ ਮਰਜ਼ੀ, ਘਰ, ਜ਼ਮੀਨ, ਦੇਸ ਨਾਲ ਪਿਆਰ ਕਰਦਾ ਹੈ । ਮਨ ਦੀਆਂ ਖੁਸ਼ੀਆਂ, ਸੁੰਦਰ ਪਹਿਰਾਵਾ ਹੀ ਹੁੰਦਾ । ਉਹ ਲੋਕ ਦਿਖਾਵੇ ਦੀਆਂ ਖਾਹਿਸ਼ਾਂ, ਚੀਜਾਂ ਦੇ ਮਗਰ ਲਗਾ ਰਹਿੰਦਾ ਹੈ । ਮੌਤ ਦੇ ਸੱਦਾ ਨੂੰ ਇਕ ਪਲ ਵੀ ਰੋਕਿਆ ਨਹੀਂ ਜਾ ਸਕਦਾ । ਇਹ ਸਾਰੀਆਂ ਹੀ ਮਿੱਟ ਜਾਣ ਵਾਲੀਆਂ ਚੀਜਾਂ, ਇਥੇ ਹੀ ਛਡ ਜਾਂਦਾ ਹੈ । ਉਹ ਇਸ ਸੰਸਾਰ ਵਿਚੋਂ ਚਲੇ ਜਾਂਦਾ ਹੈ ।

ਗੁਰੂ ਨਾਨਕ ਦੇਵ ਜੀ! – Guru Nanak Dev Ji! Guru Granth Sahib

Self-minded may remain intoxicated with emotional attachment to beauty of opposite sex, his ego, his worldly possessions and devotion to his country. His glamorous robe and worldly status remain his worldly pleasures. He remains intoxicated with worldly desires, possessions, and family attachments. When the devil of death knocks on his head, he may not delay even a moment. He must relinquish all worldly short-lived pleasures on earth and move on to next journey of his soul.

Key Message of Raag Parbhaatee, page 1327-1
'ਸ਼ਬਦ ਦੀ ਸੋਝੀ ਹੀ ਗੁਰਮਖ ਦਾ ਸ਼ਿਗਾਰ ਬਣ ਜਾਂਦਾ ਹੈ!
ਗੁਰਮਖ ਦੀ ਸ਼ਬਦ ਦੀ ਸੋਝੀ ਹੀ ਮਨ ਦੀ ਪਵਿੱਤਰ ਕਰਨ ਵਾਲਾ ਸ਼ਿਗਾਰ ਬਣ ਜਾਂਦਾ ਹੈ । ਸ਼ਬਦ ਦੀ ਪਾਲਣਾ ਹੀ ਗੁਰਮਖ ਦੀ ਤਾਕਤ, ਬਲ, ਆਸਰਾ ਹੁੰਦਾ ਹੈ । ਸ਼ਬਦ ਦੀ ਸੋਝੀ ਹੀ ਮਨ ਨੂੰ ਸ਼ਾਤੀ ਦੇਣ ਵਾਲਾ, ਮਨ ਦੀ ਅਹੰਕਾਰ ਦੀ ਜੜ੍ਹ ਨੂੰ ਖਤਮ ਕਰਨ ਵਾਲਾ ਸੋਮਾ ਹੈ । ਜੀਵ ਸਾਰੀ ਉਮਰ ਨਾਰੀ, ਦਿਲ ਦੀ ਮਰਜ਼ੀ, ਘਰ, ਜ਼ਮੀਨ, ਥੋੜ੍ਹਾ ਸਮਾਂ ਅਨੰਦ ਵਿੱਚ ਮਸਤ, ਮੌਕਾ ਗਵਾ ਲੈਂਦਾ ਹੈ ।
Enlightenment of His Word becomes the embellishment of His true devotee!
The enlightenment of the essence of His Word may become my soul sanctification embellishment. To obey the teachings of His Word remains strength, wisdom and supporting pillar of His true devotee. The enlightenment of the essence of His Word may be fountain of peace and contentment to conquer the ego of his mind. Self-minded may remain intoxicated with emotional attachment to beauty of opposite sex, ego, short-lived pleasures! He ruins his priceless human life opportunity.

2. **(1-2) ਪ੍ਰਭਾਤੀ ਮਹਲਾ ੧॥ (1327-10)**

ਤੇਰਾ ਨਾਮੁ ਰਤਨੁ, ਕਰਮੁ ਚਾਨਣੁ, ਸੁਰਤਿ ਤਿਥੈ ਲੋਇ॥ tayraa naam ratan karam chaanan surat tithai lo-ay.
ਅੰਧੇਰੁ ਅੰਧੀ ਵਾਪਰੈ, ਸਗਲ ਲੀਜੈ ਖੋਇ॥ ੧॥ anDhayr anDhee vaaprai sagal leejai kho-ay. ||1||

ਪ੍ਰਭ ਦੇ ਸ਼ਬਦ ਦੀ ਸਿਖਿਆਂ, ਅਮੋਲਕ ਹੀਰਾ, ਰਤਨ ਹੈ । ਪ੍ਰਭ ਦੇ ਸ਼ਬਦ ਦੀ ਸੋਝੀ ਹੀ ਗਿਆਨ ਦਾ ਸੋਮਾ, ਮੁਕਤੀ ਦਾ ਅਸਲੀ ਰਸਤਾ ਹੈ । ਬਾਕੀ ਸਾਰੇ ਉਲਝੇ ਹੀ ਰਸਤੇ ਹਨ । ਸਾਰੀ ਸ੍ਰਿਸ਼ਟੀ ਹੀ ਸੰਸਾਰਕ ਮਾਇਆ ਦੀਆਂ ਉਲਝਣਾਂ ਵਿੱਚ ਹੀ ਫਸੀ ਰਹਿੰਦੀ ਹੈ ।

The teachings of His Word may be the ambrosial jewel, fountain of enlightenment of the essence of His Word. Whosoever may earn the wealth of His Word; with His mercy and grace, he may be blessed with the right path of acceptance in His Court, salvations. All other path of meditations may be religious rituals and sweet poison of worldly wealth. The whole universe remains intoxicated with the sweet poison of worldly wealth, short-lived worldly pleasures.

ਇਹੁ ਸੰਸਾਰੁ ਸਗਲ ਬਿਕਾਰੁ॥ ih sansaar sagal bikaar.
ਤੇਰਾ ਨਾਮੁ ਦਾਰੂ, ਅਵਰੁ ਨਾਸਤਿ, ਕਰਨਹਾਰੁ ਅਪਾਰੁ॥ ੧॥ ਰਹਾਉ॥ tayraa naam daaroo avar naasat karanhaar apaar. ||1|| rahaa-o.

ਸਾਰਾ ਸੰਸਾਰ ਹੀ ਲਾਲਚ ਦੇ ਜੰਜਾਲ ਵਿੱਚ ਫਸਿਆ ਹੋਇਆ ਹੈ । ਤੇਰੇ ਸ਼ਬਦ ਦੀ ਪਾਲਣਾ, ਸਿਮਰਨ ਹੀ ਇਸ ਸਾਰੀ ਬਮਾਰੀ ਦਾ ਇਲਾਜ ਹੈ । ਪ੍ਰਭ, ਜੀਵ ਦੀ ਪਹੁੰਚ ਤੋਂ ਉਪਰ, ਸਾਰੀ ਸ੍ਰਿਸ਼ਟੀ ਦੇ ਕਾਰਨਾਂ ਦਾ ਕਰਨਹਾਰਾ ਹੈ ।

The whole universe remains intoxicated with greed, sweet poison of worldly wealth. To meditate and obey the teachings of His Word with steady and stable belief, may be the cure of these intoxication. The True Master remains beyond the reach and comprehension of His Creation. He creates all the causes of all worldly events in His Nature.

ਪਾਤਾਲ ਪੁਰੀਆ ਏਕ ਭਾਰ, ਹੋਵਹਿ ਲਾਖ ਕਰੋੜਿ॥ paataal puree-aa ayk bhaar hoveh laakh karorh.
ਤੇਰੇ ਲਾਲ ਕੀਮਤਿ ਤਾ ਪਵੈ, ਜਾ ਸਿਰੈ ਹੋਵਹਿ ਹੋਰਿ॥ ੨॥ tayray laal keemat taa pavai jaaN sirai hoveh hor. ||2||

ਤਿੰਨਾਂ ਸ੍ਰਿਸ਼ਟੀਆਂ, ਅਕਾਸ਼, ਪੁਤਾਲ, ਧਰਤੀ ਦਾ ਸਾਰਾ ਧਨ ਵੀ ਸ਼ਬਦ ਦੀ ਸੋਝੀ ਦੀ ਕੀਮਤ ਦੇ ਬਰਾਬਰ, ਤੁਲਦਾ ਨਹੀਂ ।

Whosoever may collect all the possession, wealth all three universes; however, his possesses may not be significant as compared to the enlightenment of the essence of His Word.

ਦੂਖਾ ਤੇ ਸੁਖ ਊਪਜਹਿ, ਸੂਖੀ ਹੋਵਹਿ ਦੂਖ॥ dookhaa tay sukh oopjahi sookhee hoveh dookh.
ਜਿਤੁ ਮੁਖਿ ਤੂ ਸਾਲਾਹੀਅਹਿ, ਤਿਤੁ ਮੁਖਿ ਕੈਸੀ ਭੂਖ॥ ੩॥ jit mukh too salaahee-ah tit mukh kaisee bhookh. ||3||

ਜਿਹੜਾ ਆਪਣੇ ਜੀਵਨ ਵਿੱਚ ਬੰਦਗੀ ਦਾ ਰਸਤਾ ਅਪਣਾਉਂਦਾ ਹੈ । ਸੰਸਾਰਕ ਪਦਾਰਥਾਂ ਦੇ ਮੋਹ ਤੋਂ ਵਾਂਝਾ ਰਹਿੰਦਾ ਹੈ! ਉਸ ਨੂੰ ਅੰਤ ਵਿੱਚ ਪ੍ਰਭ ਦੀ ਦਰਗਾਹ ਵਿੱਚ ਖੁਸ਼ੀਆਂ ਬਖਸ਼ਿਸ਼ ਹੁੰਦੀਆਂ ਹਨ । ਜਿਹੜਾ ਸੰਸਾਰਕ ਚੀਜਾਂ ਦੀ ਪ੍ਰਾਪਤੀ ਨਾਲ, ਅਰਾਮ ਦਾ ਜੀਵਨ ਬਤੀਤ ਕਰਦਾ ਹੈ । ਅੰਤ ਉਹ ਦਰਗਾਹ ਵਿੱਚ ਸ਼ਰਮਿੰਦਗੀ ਹੀ ਪਾਉਂਦਾ ਹੈ । ਜਿਸ ਦੀ ਜੀਭ ਤੇ, ਹਿਰਦੇ ਵਿੱਚ ਸਦਾ ਸ਼ਬਦ ਦਾ ਹੀ ਧੰਨਵਾਦ ਹੁੰਦਾ ਹੈ । ਉਸ ਨੂੰ ਕਿਸੇ ਕਿਸਮ ਦੀ ਤੋਟ ਨਹੀਂ ਆਉਂਦੀ ।

Whosoever may adopt the teachings of His Word with steady and stable belief in his day-to-day life; his state of mind may remain beyond the reach of worldly desires; with His mercy and grace, he may be blessed with all pleasures and honor in His Court. Whosoever may remain intoxicated with short-lived pleasure and comforts of worldly wealth. He may only be rebuked and embarrassed in His Court after death. Whose tongue may remain drenched with gratitude for His Blessings, essence of His Word; with His mercy and grace, he may never experience any deficiency in his human life journey.

ਨਾਨਕ ਮੂਰਖੁ ਏਕੁ ਤੂ, ਅਵਰੁ ਭਲਾ ਸੈਸਾਰੁ॥ naanak moorakh ayk too avar bhalaa saisaar.
ਜਿਤੁ ਤਨਿ ਨਾਮੁ ਨ ਊਪਜੈ, ਸੇ ਤਨ ਹੋਹਿ ਖੁਆਰ॥ ੪॥੨॥ jit tan naam na oopjai say tan hohi khu-aar. ||4||2||

ਬਾਕੀ ਜੀਵ ਨੂੰ ਆਪਣੇ ਆਪ ਨਾਲੋ ਸਿਆਣਾ ਸਮਝੋ! ਆਪਣੇ ਆਪ ਨੂੰ ਸ੍ਰਿਸ਼ਟੀ ਦਾ ਦਾਸ, ਨਿਮਾਣਾ ਸਮਝੋ । ਜਿਸ ਦੇ ਮਨ ਵਿੱਚ ਸਦਾ ਹੀ ਸ਼ਬਦ ਦੀ ਸੋਝੀ ਰਚੀ ਰਹਿੰਦੀ ਹੈ, ਉਹ ਸਦਾ ਹੀ ਖੇੜੇ ਵਿੱਚ ਰਹਿੰਦਾ ਹੈ । ਇਹ ਹੀ ਸਦਾ ਰਹਿਣ ਵਾਲੀ, ਸਫਲ ਕਮਾਈ ਹੁੰਦੀ ਹੈ! ਬਾਕੀ ਸਾਰੀਆਂ ਕਮਾਈਆਂ ਹੀ ਥੋੜ੍ਹਾ ਸਮਾਂ ਰਹਿਣ ਵਾਲੀਆਂ ਹੀ ਹਨ ।

You should always remain humble and consider others wiser than yourself. You should consider yourself as the servant of His Creation. Whosoever may remain drenched with the essence of His Word; with His mercy and grace, he may always remain contented and in blossom in his worldly life. His earnings may be accepted in His Court. All other earnings, paths of meditation may provide short-lived comforts in worldly life; all are useless for the real purpose of human life opportunity.

Key Message of Raag Parbhaatee, page 1327-10
'ਸ਼ਬਦ ਦੀ ਸੋਝੀ ਦਾ ਸੋਮਾ, ਮੁਕਤੀ ਦਾ ਅਸਲੀ ਰਸਤਾ!
ਪ੍ਰਭ ਦੇ ਸ਼ਬਦ ਦੀ ਸਿਖਿਆਂ, ਹੀ ਸੋਝੀ ਦਾ ਸੋਮਾ, ਮੁਕਤੀ ਦਾ ਅਸਲੀ ਰਸਤਾ ਹੈ । ਪ੍ਰਭ, ਜੀਵ ਦੀ ਪਹੁੰਚ ਤੋਂ ਉਪਰ, ਸਾਰੀ ਸ੍ਰਿਸ਼ਟੀ ਦੇ ਕਾਰਨਾਂ ਦਾ ਕਰਨ ਹਾਰਾ ਹੈ । ਤਿੰਨਾਂ ਸ੍ਰਿਸ਼ਟੀਆਂ ਦਾ ਸਾਰਾ ਧਨ, ਸ਼ਬਦ ਦੀ ਸੋਝੀ ਦੀ ਕੀਮਤ ਦੇ ਬਰਾਬਰ ਤੁਲਦਾ ਨਹੀਂ । ਜਿਹੜੀ ਜੀਭ ਤੇ ਸਦਾ ਸ਼ਬਦ ਦਾ ਧੰਨਵਾਦ ਹੁੰਦਾ ਹੈ । ਉਸ ਨੂੰ ਕਦੇ ਤੋਟ ਨਹੀਂ ਆਉਂਦੀ । ਜਿਸ ਦੇ ਮਨ ਵਿੱਚ ਸਦਾ ਹੀ ਸ਼ਬਦ ਦੀ ਸੋਝੀ ਰਚੀ ਰਹਿੰਦੀ ਹੈ, ਉਸ ਦੀ ਸ਼ਬਦ ਦੀ ਕਮਾਈ ਪ੍ਰਵਾਨ ਹੋ ਜਾਂਦੀ ਹੈ ।
Enlightenment; and the right path of acceptance in His Court!
The teachings of His Word may be the fountain of enlightenment; the right path of acceptance in His Court. The True Master remains beyond the reach and comprehension of His Creation. He creates all causes of all worldly events in His Nature. All the possession, wealth of three universes; may not be comparable with the enlightenment of the essence of His Word. Whose tongue may remain drenched with the gratitude of His Blessings; he may never experience any deficiency. Whosoever may remain drenched with the essence of His Word; His earnings may be accepted in His Court.

3. (1-3) ਪ੍ਰਭਾਤੀ ਮਹਲਾ ੧॥ (1328-3)

ਜੈ ਕਾਰਣਿ, ਬੇਦ ਬ੍ਰਹਮੈ ਉਚਰੇ, ਸੰਕਰਿ ਛੋਡੀ ਮਾਇਆ॥ jai kaaran bayd barahmai uchray sankar chhodee maa-i-aa.
ਜੈ ਕਾਰਣਿ, ਸਿਧ ਭਏ ਉਦਾਸੀ, ਦੇਵੀ ਮਰਮੁ ਨ ਪਾਇਆ॥ ੧॥ jai kaaran siDh bha-ay udaasee dayvee maram na paa-i-aa. ||1||

ਜਿਸ ਕਾਰਨ, ਪ੍ਰਭ ਨੇ ਰਹਿਮਤ ਨਾਲ ਬ੍ਰਹਮਾ ਦੀ ਜੀਭ ਤੇ ਸ਼ਬਦ, ਬਾਣੀ ਬਖਸ਼ੀ ਹੈ! ਬੰਦਗੀ ਦੇ ਸ਼ਬਦ (ਵੇਦਾਂ) ਜੀਵ ਨੂੰ ਬਖਸ਼ੇ ਹਨ । ਸ਼ੰਕਰ ਨੇ ਸੰਸਾਰਕ ਮਾਇਆ ਤਿਆਗੀ! ਸਿਧਾਂ ਨੇ ਤੇਰੇ ਵਿਛੋੜੇ ਦੇ ਵਿਰਾਗ ਵਿੱਚ ਉਦਾਸੀ ਧਾਰਨ ਕੀਤੀ ਹੈ । ਦੇਵੀਆਂ, ਦੇਵਤਿਆਂ ਨੂੰ ਵੀ ਪ੍ਰਭ ਦੀਆਂ ਸਾਰੀਆਂ ਕਰਾਮਾਤਾਂ ਦੀ ਜਾਣਕਾਰੀ, ਗਿਆਨ ਬਖਸ਼ਿਸ਼ ਨਹੀਂ ਹੁੰਦਾ ।

The real purpose, The True Master has blessed His Word, Holy Scripture of Vedas to His Holy saint, **Brahma**; prophet **Sankar** renounced all worldly possession, wealth; Sadhs remain in renunciation in the memory of separation from His Holy Spirit. No worldly prophet may ever comprehend any reason, the extent, limits of His Miracles.

ਬਾਬਾ ਮਨਿ ਸਾਚਾ, ਮੁਖਿ ਸਾਚਾ ਕਹੀਐ, baabaa man saachaa, mukh saachaa kahee-ai
ਤਰੀਐ ਸਾਚਾ ਹੋਈ॥ taree-ai saachaa ho-ee.
ਦੁਸਮਨੁ ਦੂਖੁ ਨ ਆਵੈ ਨੇੜੈ, ਹਰਿ ਮਤਿ ਪਾਵੈ ਕੋਈ॥ ੧॥ ਰਹਾਉ॥ dusman dookh na aavai nayrhai har mat paavai ko-ee. ||1|| rahaa-o.

ਜਿਸ ਜੀਵ ਦਾ ਮਨ ਪਵਿੱਤਰ ਹੁੰਦਾ ਹੈ! ਉਹ ਹੀ ਪ੍ਰਭ ਦੀ ਉਸਤਤ ਦੇ ਗੁਣ ਗਾਉਂਦਾ ਹੈ । ਪ੍ਰਭ ਦੀ ਰਹਿਮਤ ਨਾਲ ਹੀ ਉਸ ਦੀ ਮਾਨਸ ਯਾਤਰਾ ਸਫਲ ਹੋ ਜਾਂਦੀ, ਮੁਕਤੀ ਦਾ ਰਸਤਾ ਬਖਸ਼ਿਸ਼ ਹੋ ਜਾਂਦਾ ਹੈ । ਉਸ ਦੇ ਮਨ ਦੀ ਅਵਸਥਾ ਬਦਲ ਜਾਂਦੀ ਹੈ । ਉਸ ਨੂੰ ਜੀਵਨ ਵਿੱਚ ਕੋਈ ਮੁਸ਼ਕਲ ਮਹਿਸੂਸ ਨਹੀਂ ਹੁੰਦੀ । ਉਸ ਨੂੰ ਕਿਸੇ ਪਾਏ ਜਾ ਖੋਏ ਜਾਣ ਦਾ ਕੋਈ ਫਰਕ ਮਹਿਸੂਸ ਨਹੀਂ ਹੁੰਦਾ । ਵਿਰਲੇ ਹੀ ਜੀਵ ਨੂੰ ਇਹ ਅਵਸਥਾ ਬਖਸ਼ਿਸ਼ ਹੁੰਦੀ ਹੈ ।

Whose mind and soul may be sanctified, he may sing the glory of His Virtues with his tongue. He may be blessed with the right path of acceptance in His Court; with His mercy and grace, his human life opportunity may be rewarded. His state of mind may be transformed; with His mercy and grace, he may never realize any hardship or restriction in his path of obeying the teachings of His Word. His state of mind may remain beyond the influence of any loss or gain of worldly wealth; however, very rare may be blessed with such a state of mind.

ਅਗਨਿ ਬਿੰਬ ਪਵਣੈ ਕੀ ਬਾਣੀ, ਤੀਨਿ ਨਾਮ ਕੇ ਦਾਸਾ॥ agan bimb pavnai kee banee teen naam kay daasaa.
ਤੇ ਤਸਕਰ, ਜੋ ਨਾਮੁ ਨ ਲੇਵਹਿ, ਵਾਸਹਿ ਕੋਟ ਪੰਚਾਸਾ॥ ੨॥ tay taskar jo naam na layveh vaaseh kot panchaasaa. ||2||

ਸੰਸਾਰਕ ਵਿੱਚ ਰਹਿਣ ਲਈ ਪਾਣੀ, ਅਗਨੀ ਅਤੇ ਹਵਾ ਦੀ ਜਰੂਰਤ ਹੁੰਦੀ ਹੈ । ਇਹ ਤਿੰਨੇਂ ਹੀ ਪ੍ਰਭ ਦੇ ਹੁਕਮ ਅੰਦਰ ਚਲ ਸਕਦੀਆਂ ਹਨ । ਜਿਹੜਾ ਪ੍ਰਭ ਦਾ ਸ਼ਬਦ ਮਨੋ ਵਿਸਾਰ ਲੈਂਦਾ ਹੈ! ਉਹ ਚੋਰਾਂ ਦੀ ਮੰਡਲੀ ਵਿੱਚ ਰਹਿੰਦਾ ਹੈ ।

To survive in worldly life, worldly creature has a necessity of three ingredient, air, water, and fire; all three may remain only under His Control, Command. Whosoever may abandon the teachings of His Word; he may remain in the association of robbers and thieves.

ਜੇ ਕੋ ਏਕ ਕਰੈ ਚੰਗਿਆਈ, ਮਨਿ ਚਿਤਿ ਬਹੁਤੁ ਬਫਾਵੈ॥ jay ko ayk karai changi-aa-ee man, chit bahut bafaavai.
ਏਤੇ ਗੁਣ ਏਤੀਆ ਚੰਗਿਆਈਆ, ਦੇਇ ਨ ਪਛੋਤਾਵੈ॥ ੩॥ aytay gun aytee-aa chang-aa-ee-aa day-ay na pachhotaavai. ||3||

ਜਿਹੜਾ ਮਾਨਸ ਕੋਈ ਭਲਾਈ ਦਾ ਕੰਮ ਕਰਦਾ, ਬਹੁਤ ਘਮੰਡ ਕਰਦਾ ਹੈ । ਆਪਣੇ ਆਪ ਨੂੰ ਬਹੁਤ ਅਨੇਕਾਂ ਕੰਮ ਕਰਨ ਵਾਲਾ ਸਮਝਦਾ ਹੈ । ਹਰਇਕ ਕੰਮ ਨੂੰ ਵਧਾ ਕੇ ਦੱਸਦਾ ਹੈ । ਪ੍ਰਭ ਤੇਰੇ ਵਿੱਚ ਇਤਨੀਆਂ ਚੰਗਿਆਈ, ਅਨੇਕਾਂ ਦਾਤਾਂ ਬਖਸ਼ਦਾ ਹੈ । ਪਰ ਦਾਤਾਂ ਬਖਸ਼ਕੇ, ਕਦੇ ਵੀ ਪਛਤਾਵਾਂ ਨਹੀਂ ਕਰਦਾ ।

Whosoever may perform charity, good deeds for mankind; he may feel proud of his service for the welfare of His Creation. He may claim to be on the right path with many good virtues. He may highlight, glorify even his smallest contribution. The True Master has unlimited virtues, greatness and blesses unlimited blessings to His Creation; however, He may never regret and repents after blessing and rewarding anyone.

ਤੁਧੁ ਸਾਲਾਹਨਿ ਤਿਨ ਧਨੁ ਪਲੈ, ਨਾਨਕ ਕਾ ਧਨੁ ਸੋਈ॥ tuDh saalaahan tin Dhan palai naanak kaa Dhan so-ee.
ਜੇ ਕੋ ਜੀਉ ਕਹੈ, ਓਨਾ ਕਉ, ਜਮ ਕੀ ਤਲਬ ਨ ਹੋਈ॥ ੪॥੩॥ jay ko jee-o kahai onaa ka-o jam kee talab na ho-ee. ||4||3||

ਜਿਹੜਾ ਪ੍ਰਭ ਦੇ ਸ਼ਬਦ ਦੀ ਪਾਲਣਾ, ਸਿਮਰਨ ਕਰਦਾ ਹੈ, ਕੇਵਲ ਉਸ ਨੂੰ ਹੀ ਸ਼ਬਦ ਦਾ ਧਨ ਬਖਸ਼ਿਸ਼ ਹੁੰਦਾ ਹੈ । ਰਹਿਮਤ ਬਖਸ਼ੋ! ਇਹ ਹੀ ਮੇਰਾ ਧਨ ਬਣ ਜਾਵੇ । ਜਿਹੜਾ ਸ਼ਬਦ ਦੀ ਪਾਲਣਾ ਵਿੱਚ ਲੀਨ ਹੋ ਜਾਂਦਾ ਹੈ! ਉਸ ਨੂੰ ਪ੍ਰਵਾਨਗੀ ਦਾ ਅਸਲੀ ਰਸਤਾ, ਮੁਕਤ ਅਵਸਥਾ ਬਖਸ਼ਿਸ਼ ਹੋ ਜਾਂਦੀ, ਜਮਦੂਤ ਦੇ ਵੱਸ ਨਹੀਂ ਰਹਿੰਦਾ ।

Whosoever may meditate and obeys the teachings of His Word with steady and stable belief in his day-to-day life; with His mercy and grace, he may be blessed with the earnings of His Word. I have a passionate desire! I may be blessed with the earnings, wealth of His Word. Whosoever may remain intoxicated in obeying the teachings of His Word; with His mercy and grace, he may be blessed with the right path of acceptance in His Court. He may be blessed with a state of salvation; he may never remain under the control of devil of death and his cycle of birth and death may be eliminated.

Key Message of Raag Parbhaatee, page 1328-3
ਪਾਣੀ, ਅਗਨੀ ਅਤੇ ਹਵਾ ਪ੍ਰਭ ਦੇ ਹੁਕਮ ਅੰਦਰ ਹਨ!
ਪ੍ਰਭ ਨੇ ਕਿਉਂ ਬ੍ਰਹਮਾ ਦੀ ਜੀਭ ਤੇ ਸ਼ਬਦ, ਬਾਣੀ ਬਖਸ਼ੀ ਹੈ? ਜਿਸ ਦਾ ਮਨ ਪਵਿੱਤਰ ਹੋ ਜਾਂਦਾ, ਉਸ ਦੀ ਮਾਨਸ ਜਨਮ ਦੀ ਯਾਤਰਾ ਸਫਲ ਹੋ ਜਾਂਦੀ, ਮੁਕਤੀ ਦਾ ਰਸਤਾ ਬਖਸ਼ਿਸ਼ ਹੋ ਜਾਂਦਾ ਹੈ । ਸੰਸਾਰਕ ਵਿੱਚ ਰਹਿਣ ਲਈ ਪਾਣੀ, ਅਗਨੀ ਅਤੇ ਹਵਾ ਦੀ ਜਰੂਰਤ ਹੁੰਦੀ ਹੈ । ਇਹ ਤਿੰਨੇ ਹੀ ਪ੍ਰਭ ਦੇ ਹੁਕਮ ਅੰਦਰ ਚਲ ਸਕਦੀਆਂ ਹਨ । ਪ੍ਰਭ ਕਦੇ ਦਾਤ ਬਖਸ਼ਕੇ, ਪਛਤਾਵਾਂ ਨਹੀਂ ਕਰਦਾ । ਜਿਹੜਾ ਸ਼ਬਦ ਦੀ ਪਾਲਣਾ ਵਿੱਚ ਲੀਨ ਹੋ ਜਾਂਦਾ ਹੈ! ਉਸ ਨੂੰ ਪ੍ਰਵਾਨਗੀ ਦਾ ਅਸਲੀ ਰਸਤਾ, ਮੁਕਤ ਅਵਸਥਾ ਬਖਸ਼ਿਸ਼ ਹੋ ਜਾਂਦੀ ਹੈ ।
Air, Water, and Fire remain under His Copmmand!
Why has The True Master blessed Holy Scripture of Vedas to His true devotee Brahma? Whose mind and soul may be sanctified! his human life opportunity may be rewarded, blessed with salvation. Three ingredient, air, water, and fire remain a necessity of survive in worldly life of His Creation; all three remain only under His Control, Command. The True Master may never regret after blessing anyone. Whosoever may remain intoxicated in obeying the teachings of His Word; he may be blessed with the right path of acceptance in His Court.

4. (1-4) ਪ੍ਰਭਾਤੀ ਮਹਲਾ ੧॥ (1328-8)

ਜਾ ਕੈ ਰੂਪੁ ਨਾਹੀ, ਜਾਤਿ ਨਾਹੀ, ਨਾਹੀ ਮੁਖੁ ਮਾਸਾ॥ jaa kai roop naahee jaat naahee naahee mukh maasaa.
ਸਤਿਗੁਰਿ ਮਿਲੇ ਨਿਰੰਜਨੁ ਪਾਇਆ, ਤੇਰੈ ਨਾਮਿ ਹੈ ਨਿਵਾਸਾ॥੧॥ satgur milay niranjan paa-i-aa tayrai naam hai nivaasaa. ||1||

ਜਿਹੜੇ ਜੀਵ ਦੀ ਕੋਈ ਸੁੰਦਰਤਾ, ਸੰਸਾਰ ਵਿੱਚ ਕੋਈ ਹੈਸੀਅਤ ਵੀ ਨਾ ਹੋਵੇ । ਉਸ ਦੇ ਮੁੱਖ ਤੋਂ ਨਿਕਲੀ ਗੱਲ ਨੂੰ ਕੋਈ ਮਹੱਤਤਾ ਵੀ ਨਾ ਦੇਵੇ । ਅਗਰ ਉਸ ਜੀਵ ਤੇ ਪ੍ਰਭ ਦੀ ਰਹਿਮਤ ਦੀ ਨਜ਼ਰ ਬਖਸ਼ਿਸ਼ ਹੋ ਜਾਵੇ! ਉਸ ਦੀ ਬੰਦਗੀ, ਕਮਾਈ ਪ੍ਰਵਾਨ ਹੋ ਜਾਂਦੀ ਹੈ । ਉਸ ਨੂੰ ਪ੍ਰਭ ਦੀ ਦਰਗਾਹ ਵਿੱਚ ਥਾਂ ਬਖਸ਼ਿਸ਼ ਹੋ ਜਾਂਦੀ ਹੈ ।

Whosoever may not have any beauty, honor, worldly status nor any signification of his way of life. However, he may be bestowed with His Blessed Vision; his meditation may be accepted in His Court. He may be honored with a permanent resting place in His Court.

ਅਉਧੂ ਸਹਜੇ ਤਤੁ ਬੀਚਾਰਿ॥ a-oDhoo sehjay tat beechaar.
ਜਾ ਤੇ ਫਿਰਿ, ਨ ਆਵਹੁ ਸੈਸਾਰਿ॥੧॥ ਰਹਾਉ॥ jaa tay fir na aavhu saisaar. ||1|| rahaa-o.

ਸੰਨਿਆਸੀ, ਬੰਦਗੀ ਕਰਨ ਵਾਲੇ ਭਾਈ, ਪ੍ਰਭ ਦੀ ਹੋਂਦ ਦਾ ਖਿਆਲ ਕਰੋ! ਤੇਰਾ ਸੰਸਾਰ ਵਿੱਚ ਜਨਮ ਮਰਨ ਦਾ ਚੱਕਰ ਖਤਮ ਹੋ ਸਕਦਾ ਹੈ ।

Renunciatory, detached Yogi! You should contemplate the essence of reality, existence of His Holy Spirit; with His mercy and grace, your cycle of birth and death may be eliminated.

ਜਾ ਕੈ ਕਰਮੁ ਨਾਹੀ, ਧਰਮੁ ਨਾਹੀ, ਨਾਹੀ ਸੁਚਿ ਮਾਲਾ॥ jaa kai karam naahee Dharam naahee naahee such maalaa.
ਸਿਵ ਜੋਤਿ ਕੰਨਹੁ ਬੁਧਿ ਪਾਈ, ਸਤਿਗੁਰੂ ਰਖਵਾਲਾ॥ ੨॥ siv jot kannahu buDh paa-ee satguroo rakhvaalaa. ||2||

ਜਿਹੜਾ ਜੀਵ ਕੋਈ ਚੰਗਾ ਕੰਮ ਨਹੀਂ ਕਰਦਾ, ਜੀਵਨ ਦਾ ਕੋਈ ਨਿਯਮ ਵੀ ਨਹੀਂ ਹੁੰਦਾ, ਉਸ ਕਿਸੇ ਪਵਿੱਤਰ ਬੰਦਗੀ ਕਰਨ ਵਾਲੀ ਮਾਲ਼ਾ, ਸਿਮਰਨ ਨਹੀਂ ਕਰਦਾ! ਜਿਸ ਤੇ ਪ੍ਰਭ ਰਹਿਮਤ ਦੀ ਨਜ਼ਰ ਬਖਸ਼ਦਾ ਹੈ! ਉਸ ਨੂੰ ਸਾਰੀਆਂ ਸਿਆਣਪਾਂ ਬਖਸ਼ਿਸ਼ ਹੋ ਜਾਂਦੀਆਂ ਹਨ । ਪ੍ਰਭ ਆਪ ਹੀ ਉਸ ਦਾ ਰਖਵਾਲਾ ਬਣ ਜਾਂਦਾ ਹੈ ।

Whosoever may not perform any good deeds for His Creation, nor he may have any ethics, or good principles in his life, any meditation routine, rosary. Whosoever may be bestowed with His Blessed Vision; he may be blessed with all wisdoms, enlightenments of the essence of His Word. The True Master may become his savior, protector.

ਜਾ ਕੈ ਬਰਤੁ ਨਾਹੀ, ਨੇਮੁ ਨਾਹੀ, ਨਾਹੀ ਬਕਬਾਈ॥ jaa kai barat naahee naym naahee naahee bakbaa-ee.
ਗਤਿ ਅਵਗਤਿ ਕੀ ਚਿੰਤ ਨਾਹੀ, ਸਤਿਗੁਰੂ ਫੁਰਮਾਈ॥ ੩॥ gat avgat kee chint naahee satguroo furmaa-ee. ||3||

ਜਿਸ ਜੀਵ ਦਾ ਕੋਈ ਆਪਣੇ ਕੰਮਾਂ ਤੇ ਕਾਬੂ, ਬੰਦਗੀ ਕਰਨ ਦਾ ਨਿਯਮ ਨਾ ਹੋਵੇ । ਕੋਈ ਧਾਰਮਕ ਬੰਦਗੀ ਦੀ ਬਾਣੀ ਵੀ ਹੱਥ ਨਾ ਹੋਵੇ । ਅਗਰ ਉਹ ਪ੍ਰਭ ਦੇ ਭਾਣੇ ਨੂੰ ਅਟਲ ਸਮਝਕੇ ਆਪਾ ਭੇਟਾ ਕਰ ਦੇਂਦਾ ਹੈ । ਫਿਰ ਉਸ ਨੂੰ ਚੰਗੇ, ਮੰਦੇ ਭਾਗਾਂ ਦਾ ਕੋਈ ਫਰਕ ਮਹਿਸੂਸ ਨਹੀਂ ਹੁੰਦਾ ।

Whosoever may not have any control or disciplines of actions, deeds nor any meditation routine in his worldly life. Whosoever may surrender his self-entity at His Sanctuary and accepts His Word as an ultimate Command. He may never realize any influence of good or bad fortune, destiny.

ਜਾ ਕੈ ਆਸ ਨਾਹੀ, ਨਿਰਾਸ ਨਾਹੀ, ਚਿਤਿ ਸੁਰਤਿ ਸਮਝਾਈ॥ jaa kai aas naahee niraas naahee chit surat samjhaa-ee.
ਤੰਤ ਕਉ ਪਰਮ ਤੰਤੁ ਮਿਲਿਆ, ਨਾਨਕਾ ਬੁਧਿ ਪਾਈ॥ ੪॥੪॥ tant ka-o param tant mili-aa naankaa buDh paa-ee. ||4||4||

ਜਿਹੜਾ ਆਪਣੀ ਆਤਮਾ ਨੂੰ ਪਵਿੱਤਰ ਕਰਕੇ ਪ੍ਰਭ ਦੀ ਹੋਂਦ ਨੂੰ ਕਬੂਲ ਕਰ ਲੈਂਦਾ ਹੈ । ਉਸ ਦਾ ਭਰੋਸਾ ਅਡੋਲ ਹੋ ਜਾਂਦਾ, ਸ਼ਬਦ ਦੀ ਸੋਝੀ, ਪ੍ਰਭ ਦੀ ਹੋਂਦ ਅਨੁਭਵ ਹੋ ਜਾਂਦੀ ਹੈ । ਉਸ ਦੀ ਆਤਮਾ, ਪ੍ਰਭ ਦੀ ਰੂਹਾਨੀ ਹੋਂਦ ਵਿੱਚ ਅਭੇਦ ਹੋ ਜਾਂਦੀ ਹੈ ।

Whosoever may sanctify his soul, remains beyond the reach of worldly desires, and accepts His Word as an ultimate Command. He may obey the teachings of His Word with steady and stable belief; with His mercy and grace, he may be blessed with the enlightenment of essence of His Word, realizes His Existence. His soul may be sanctified to become worthy of His Consideration.

Key Message of Raag Parbhaatee, page 1328-8
'ਸ਼ਬਦ ਦੀ ਕਮਾਈ ਪ੍ਰਵਾਨਗੀ ਦਾ ਰਸਤਾ!
ਜਿਸ ਦੀ ਸ਼ਬਦ ਦੀ ਕਮਾਈ ਪ੍ਰਵਾਨ ਹੋ ਜਾਂਦੀ ਹੈ । ਉਸ ਨੂੰ ਪ੍ਰਭ ਦੀ ਦਰਗਾਹ ਵਿੱਚ ਥਾਂ ਬਖਸ਼ਿਸ਼ ਹੋ ਜਾਂਦਾ ਹੈ । ਉਸ ਦਾ ਜਨਮ ਮਰਨ ਦਾ ਚੱਕਰ ਖਤਮ ਹੋ ਸਕਦਾ ਹੈ । ਉਸ ਨੂੰ ਸਾਰੀਆਂ ਸਿਆਣਪਾਂ ਬਖਸ਼ਿਸ਼ ਹੋ ਜਾਂਦੀਆਂ ਹਨ । ਪ੍ਰਭ ਆਪ ਹੀ ਉਸ ਦਾ ਰਖਵਾਲਾ ਬਣ ਜਾਂਦਾ ਹੈ । ਜਿਹੜਾ ਪਾਪੀ ਵੀ ਭਾਣੇ ਨੂੰ ਸਤਿ ਕਰਕੇ ਪ੍ਰਵਾਨ ਕਰ ਲਵੇਂ । ਫਿਰ ਉਸ ਨੂੰ ਚੰਗੇ, ਮੰਦੇ ਭਾਗਾਂ ਦਾ ਕੋਈ ਫਰਕ ਮਹਿਸੂਸ ਨਹੀਂ ਹੁੰਦਾ । ਉਸ ਦੀ ਆਤਮਾ, ਪ੍ਰਭ ਦੀ ਰੂਹਾਨੀ ਹੋਂਦ ਵਿੱਚ ਅਭੇਦ ਹੋ ਜਾਂਦੀ ਹੈ ।
Earnings of His Word, the right path of Acceptance!

Whose earnings of His Word may be accepted in His Court. He may be blessed with honor and a permanent resting place in His Court. His cycle of birth and death may be eliminated. He may be blessed with all wisdom, and the enlightenment; He may become his savior, protector. Even a sinner may adopt the teachings of His Word with steady and stable belief; his good or bad fortune, destiny may be ignored. He may realize His Eternal Existence.

5. (1-5) ਪ੍ਰਭਾਤੀ ਮਹਲਾ ੧॥ (1328-14)

ਤਾ ਕਾ ਕਹਿਆ ਦਰਿ ਪਰਵਾਣੁ॥ taa kaa kahi-aa dar parvaan.
ਬਿਖੁ ਅੰਮ੍ਰਿਤੁ ਦੁਇ ਸਮ ਕਰਿ ਜਾਣੁ॥੧॥ bikh amrit du-ay sam kar jaan. ||1||

ਜਿਹੜਾ ਜੀਵ ਪ੍ਰਭ ਦੇ ਭਾਣੇ ਨੂੰ ਸਤਿ ਕਰਕੇ ਮੰਨਦਾ ਹੈ । ਉਹ ਸੁਖ, ਦੁਖ ਨੂੰ ਪ੍ਰਭ ਦਾ ਭਾਣਾ, ਬਖਸ਼ਿਸ਼ ਸਮਝਕੇ ਧੰਨਵਾਦ ਹੀ ਗਾਉਂਦਾ ਹੈ । ਉਹ "ਜਾ ਪਹਿਰਾ ਧੀਰਜ ਸੁਨਿਆਰ" ਬਣ ਜਾਂਦਾ ਹੈ । ਉਸ ਦਾ ਬੋਲਿਆ, ਦਰਗਾਹ ਵਿੱਚ ਪ੍ਰਵਾਨ ਹੁੰਦਾ ਹੈ ।

Whosoever may accept the teachings of His Word as the right path of acceptance in His Court. He may realize all his worldly sorrows and pleasures as His Worthy Blessings; he remains intoxicated in singing the glory of His Word. His state of mind may be transformed as liquid and molds in the shape of any container. His own identity may be immersed within His Holy Spirit. All his spoken words may be acceptable in His Court; transformed as His Word true forever.

ਕਿਆ ਕਹੀਐ ਸਰਬੇ ਰਹਿਆ ਸਮਾਇ॥ ki-aa kahee-ai sarbay rahi-aa samaa-ay.
ਜੋ ਕਿਛੁ ਵਰਤੈ ਸਭ ਤੇਰੀ ਰਜਾਇ॥੧॥ ਰਹਾਉ॥ jo kichh vartai sabh tayree rajaa-ay. ||1|| rahaa-o.

ਉਸ ਦੀ ਅਵਸਥਾ ਦਾ ਪੂਰਨ ਵਖਿਆਣ ਨਹੀਂ ਕੀਤਾ ਜਾ ਸਕਦਾ । ਉਹ ਸਵਾਸ, ਸਵਾਸ ਪ੍ਰਭ ਦੀ ਹੋਂਦ, ਸ਼ਬਦ ਦੇ ਸਿਮਰਨ ਵਿੱਚ ਹੀ ਲੀਨ ਹੋਇਆ ਰਹਿੰਦਾ ਹੈ । ਉਹ ਪ੍ਰਭ ਨੂੰ ਹੀ ਸਭ ਕੁਝ ਕਰਨ, ਕਰਵਾਉਣ ਵਾਲਾ ਮਾਲਕ ਸਮਝਦਾ ਹੈ । ਉਹ ਆਪਾ ਹੀ ਪ੍ਰਭ ਦੇ ਭੇਟਾ ਕਰ ਦੇਂਦਾ ਹੈ ।

State of mind of His true devotee may never be fully comprehended by His Creation. He remains intoxicated in meditation in the void of His Word with each breath. He may surrender his self-entity at His Sanctuary. He believes only His Command may prevail in the universe. Only, He may create all causes of worldly events and only His Command prevails.

ਪ੍ਰਗਟੀ ਜੋਤਿ ਚੂਕਾ ਅਭਿਮਾਨੁ॥ pargatee jot chookaa abhimaan.
ਸਤਿਗੁਰਿ ਦੀਆ ਅੰਮ੍ਰਿਤ ਨਾਮੁ॥੨॥ satgur dee-aa amrit naam. ||2||

ਜਿਸ ਤੇ ਪ੍ਰਭ ਦੀ ਰਹਿਮਤ ਦੀ ਨਜ਼ਰ ਬਖਸ਼ਿਸ਼ ਹੋ ਜਾਂਦੀ ਹੈ । ਉਸ ਦੇ ਮਨ ਵਿਚੋਂ ਅਹੰਕਾਰ ਦੀ ਜੜ੍ਹ ਖਤਮ ਹੋ ਜਾਂਦੀ ਹੈ । ਅਮੋਲਕ ਸ਼ਬਦ ਦੀ ਦਾਤ ਨਸੀਬ ਹੋ ਜਾਂਦੀ ਹੈ, ਸ਼ਬਦ ਦੀ ਪਾਲਣਾ ਵਿੱਚ ਲਿਵ ਲਗ ਜਾਂਦੀ ਹੈ ।

Whosoever may be bestowed with His Blessed Vision; the root of ego of his worldly status may be eliminated. He may be blessed with the essence of His Word and he remains intoxicated in the void of His Word.

ਕਲਿ ਮਹਿ ਆਇਆ ਸੋ ਜਨੁ ਜਾਣੁ॥ kal meh aa-i-aa so jan jaan.
ਸਾਚੀ ਦਰਗਹ ਪਾਵੈ ਮਾਣੁ॥ ੩॥ saachee dargeh paavai maan. ||3||

ਜਿਹੜਾ ਜੀਵ ਮਾਨਸ ਜਨਮ ਵਿੱਚ ਪ੍ਰਭ ਦੀ ਹੋਂਦ ਨਹੀਂ ਭੁਲਾਉਂਦਾ । ਪ੍ਰਭ ਨੂੰ ਹੀ ਅਸਲੀ ਮਾਲਕ ਸਮਝਦਾ ਹੈ । ਉਸ ਦੀ ਮਾਨਸ ਯਾਤਰਾ ਸਫਲ ਹੋ ਜਾਂਦੀ, ਮੁਕਤੀ ਬਖਸ਼ਿਸ਼ ਹੋ ਜਾਂਦੀ ਹੈ ।

Whosoever may not forget the real purpose of his human life, opportunity; the existence of His Holy Spirit, His Word as an ultimate Command. He may be blessed with the right path of acceptance in His Court. His human life opportunity may be rewarded; he may be blessed with a state of salvation.

ਕਹਣਾ ਸੁਨਣਾ ਅਕਥ ਘਰਿ ਜਾਇ॥ kahnaa sunnaa akath ghar jaa-ay.
ਕਥਨੀ ਬਦਨੀ ਨਾਨਕ ਜਲਿ ਜਾਇ॥ ੪॥੫॥ kathnee badnee naanak jal jaa-ay. ||4||5||

ਜਿਹੜਾ ਕੇਵਲ ਸ਼ਬਦ ਸੁਣਦਾ, ਕਥਾ, ਪ੍ਰਚਾਰ ਕਰਦਾ, ਧਾਰਮਕ ਅਸਥਾਨਾਂ ਤੇ ਜਾਂਦਾ ਹੈ । ਉਸ ਨੂੰ ਕੋਈ ਲਾਭ ਨਹੀਂ ਹੁੰਦਾ । ਜਿਹੜਾ ਸ਼ਬਦ ਦੇ ਗੁਣਾਂ ਨੂੰ ਆਪਣੇ ਜੀਵਨ ਵਿੱਚ ਨਹੀਂ ਢਾਲਦਾ, ਹਿਰਦੇ ਵਿੱਚ ਨਹੀਂ ਵਸਾਉਂਦਾ । ਉਸ ਦਾ ਸੁਣਨਾ, ਬੋਲਨਾ ਬੇਕਾਰ ਹੀ ਜਾਂਦਾ ਹੈ ।

Whosoever may only listen to the sermons of His Word, listen to singing His Glory, preaches the sermons and spiritual message of His Word or worship at Holy Shrines; all his efforts and devotion may be useless for the real purpose of human life journey. Whosoever may not adopt the teachings of His Word with steady and stable belief nor remains drenched with the essence of His Word. All his meditation, preaching, speaking may be wastage of priceless human life opportunity.

Key Message of Raag Parbhaatee, page 1328-14
'ਗੁਰਮਖ ਦੁਖ, ਸੁਖ ਵਿੱਚ ਨਿਰਾਰਾ ਰਹਿੰਦਾ ਹੈ!
ਜਿਹੜਾ ਸੁਖ, ਦੁਖ ਨੂੰ ਪ੍ਰਭ ਦਾ ਭਾਣਾ, ਬਖਸ਼ਿਸ਼ ਸਮਝਦਾ ਹੈ, ਉਸ ਨੂੰ ਦਰਗਾਹ ਵਿੱਚ ਪ੍ਰਵਾਨਗੀ ਬਖਸ਼ਿਸ਼ ਹੋ ਜਾਂਦੀ ਹੈ । ਉਸ ਦੀ ਅਵਸਥਾ ਦਾ ਪੂਰਨ ਵਖਿਆਣ ਨਹੀਂ ਕੀਤਾ ਜਾ ਸਕਦਾ । ਉਸ ਦੇ ਮਨ ਵਿਚੋਂ ਅਹੰਕਾਰ ਦੀ ਜੜ੍ਹ ਖਤਮ ਹੋ ਜਾਂਦੀ ਹੈ । ਜਿਹੜਾ ਪ੍ਰਭ ਨੂੰ ਅਸਲੀ ਮਾਲਕ ਸਮਝਦਾ ਹੈ । ਉਸ ਨੂੰ ਮੁਕਤੀ ਬਖਸ਼ਿਸ਼ ਹੋ ਜਾਂਦੀ ਹੈ । ਜਿਹੜਾ ਕੇਵਲ ਸ਼ਬਦ ਸੁਣਦਾ, ਕਥਾ, ਪ੍ਰਚਾਰ ਕਰਦਾ, ਧਾਰਮਕ ਅਸਥਾਨਾਂ ਤੇ ਜਾਂਦਾ ਹੈ । ਉਸ ਨੂੰ ਕੋਈ ਲਾਭ ਨਹੀਂ ਹੁੰਦਾ ।
His true devotee remains above the influence worldly miseries and pleasures.
He may realize all his worldly sorrows and pleasures as His Worthy Blessings; his own entity may be immersed with His Holy Spirit. His state of mind may never be fully comprehended by His Creation. His root of ego of his worldly status may be eliminated. Whosoever may consider His Word as an ultimate Command; he may be blessed with a state of salvation. Whosoever may only listen to the sermons, preaches of His Word or worships at Holy Shrines; his meditation may not be reward.

6. (1-6) ਪ੍ਰਭਾਤੀ ਮਹਲਾ ੧॥ (1328-18)

ਅੰਮ੍ਰਿਤੁ ਨੀਰੁ ਗਿਆਨਿ ਮਨ ਮਜਨੁ, ਅਠਸਠਿ ਤੀਰਥ ਸੰਗਿ ਗਹੇ॥ amrit neer gi-aan man majan athsath tirath sang gahay.
ਗੁਰ ਉਪਦੇਸਿ ਜਵਾਹਰ ਮਾਣਕ, ਸੇਵੇ ਸਿਖੁ, ਸੁ ਖੋਜਿ ਲਹੈ॥ ੧॥ gur updays javaahar maanak sayvay sikh so khoj lahai. ||1||

ਗੁਰੂ ਨਾਨਕ ਦੇਵ ਜੀ! – Guru Nanak Dev Ji! Guru Granth Sahib

ਜਿਹੜਾ ਜੀਵ ਪ੍ਰਭ ਦੀ ਅੰਮ੍ਰਿਤ ਭਰੀ ਬਾਣੀ ਵਿੱਚ ਮਨ ਲਾ ਲੈਂਦਾ ਹੈ । ਓਹ ਅਠਾਠ (68) ਤੀਰਥਾਂ ਤੇ ਇਸ਼ਨਾਨ ਦੀ ਪਵਿਤਰਤਾ ਅਨੁਭਵ ਕਰਦਾ ਹੈ । ਜਿਹੜਾ ਪ੍ਰਭ ਦੇ ਸ਼ਬਦ ਦਾ ਸਿਮਰਨ ਕਰਦਾ ਹੈ । ਉਸ ਨੂੰ ਅਮੋਲਕ ਜਵਾਹਰ, ਪ੍ਰਭ ਦੇ ਸ਼ਬਦ ਦੀ ਪਾਲਣਾ ਕਰਨ ਦੀ ਲਗਨ ਬਖਸ਼ਿਸ਼ ਹੋ ਜਾਂਦਾ ਹੈ ।

Whosoever may remain devoted to sing the glory of His Word with steady and stable belief; with His mercy and grace, he may realize the reward of pilgrimage at 68 Holy Shrines. Whosoever may meditate on the teachings of His Word; with His mercy and grace, he may be blessed with devotion to obey the teachings of His Word and the enlightenment of the essence of His Word.

ਗੁਰ ਸਮਾਨਿ ਤੀਰਥੁ ਨਹੀ ਕੋਇ॥ gur samaan tirath nahee ko-ay.
ਸਰੁ ਸੰਤੋਖੁ, ਤਾਸੁ ਗੁਰੁ ਹੋਇ॥੧॥ ਰਹਾਉ॥ sar santokh taas gur ho-ay. ||1|| rahaa-o.

ਪ੍ਰਭ ਦੇ ਭਾਣੇ ਨਾਲ ਜੀਵਨ ਢਾਲਣ ਨਾਲੋਂ ਕੋਈ ਵੱਡਾ ਤੀਰਥ ਨਹੀਂ ਹੈ । ਪ੍ਰਭ ਦੇ ਸ਼ਬਦ ਦੀ ਸਿਖਿਆਂ ਸੰਤੋਖ ਭਰਿਆਂ ਸਮੁੰਦਰ ਹੈ ।

There may not be any other more significant Holy Shrine than adopting the teachings of His Word. The teachings of His Word remain an ocean overwhelmed with virtues of contentment in human life journey.

ਗੁਰੁ ਦਰੀਆਉ ਸਦਾ ਜਲੁ ਨਿਰਮਲੁ, ਮਿਲਿਆ ਦੁਰਮਤਿ ਮੈਲੁ ਹਰੈ॥ gur daree-aa-o sadaa jal nirmal mili-aa durmat mail harai.
ਸਤਿਗੁਰਿ ਪਾਇਐ ਪੂਰਾ ਨਾਵਣੁ, ਪਸੂ ਪਰੇਤਹੁ ਦੇਵ ਕਰੈ॥੨॥ satgur paa-i-ai pooraa naavan pasoo paraytahu dayv karai. ||2||

ਪ੍ਰਭ ਦੇ ਸ਼ਬਦ ਦੀ ਸੋਝੀ, ਆਤਮਾ ਨੂੰ ਪਵਿੱਤਰ ਕਰਨ ਵਾਲਾ ਜਲ, ਪਾਣੀ ਹੈ । ਜਿਹੜੇ ਜੀਵ ਦੇ ਮਨ ਵਿੱਚ ਸ਼ਬਦ ਦੀ ਸੋਝੀ ਰਚ ਜਾਂਦੀ ਹੈ । ਉਸ ਦੇ ਮਨ ਦੀ ਮੈਲ ਦੂਰ ਹੋ ਜਾਂਦੀ, ਆਤਮਾ ਪਵਿੱਤਰ ਹੋ ਜਾਂਦੀ ਹੈ । ਜਿਹੜਾ ਸ਼ਬਦ ਦੀ ਸਿਖਿਆਂ ਨਾਲ ਜੀਵਨ ਢਾਲਦਾ ਹੈ । ਉਸ ਦੀ ਆਤਮਾ ਪਵਿੱਤਰ ਹੋ ਜਾਂਦੀ, ਮਨ ਦੀ ਅਵਸਥਾ ਬਦਲ ਜਾਂਦੀ ਹੈ । ਜਾਨਵਰਾਂ ਵਾਲੇ ਕੰਮ (ਮੰਦੇ) ਕਰਨ ਵਾਲਾ ਵੀ ਦੇਵਤਿਆ ਵਾਲੇ ਕੰਮ ਕਰਨ ਲਗ ਪੈਂਦਾ ਹੈ ।

The enlightenment of the essence of His Word may be a soul sanctifying nectar. Whosoever may remain drenched with the essence of His Word; with His mercy and grace, the blemish of his soul may be eliminated and his soul may be sanctified. Whosoever may adopt the teachings of His Word in his day-to-day life; with His mercy and grace, his state of mind may be transformed, and his soul may be sanctified. Even the evil doer may adopt the deeds for the welfare for His Creation like His true devotee.

ਰਤਾ ਸਚਿ ਨਾਮਿ ਤਲ ਹੀਅਲੁ, ਸੋ ਗੁਰੁ ਪਰਮਲੁ ਕਹੀਐ॥ rataa sach naam tal hee-al so gur parmal kahee-ai.
ਜਾ ਕੀ ਵਾਸੁ ਬਨਾਸਪਤਿ ਸਉਰੈ, ਤਾਸੁ ਚਰਣ ਲਿਵ ਰਹੀਐ॥੩॥ jaa kee vaas banaaspat sa-urai taas charan liv rahee-ai. ||3||

ਜਿਸ ਦੀ ਆਤਮਾ ਵਿੱਚ ਪ੍ਰਭ ਦੇ ਸ਼ਬਦ ਦੇ ਗੁਣ ਰਚੇ ਰਹਿੰਦੇ ਹਨ । ਉਸ ਨੂੰ ਪ੍ਰਭ ਦੇ ਅਸਲੀ ਸੇਵਕ ਵਾਲੀ ਅਵਸਥਾ ਬਖਸ਼ਿਸ਼ ਹੋ ਜਾਂਦੀ ਹੈ । ਜਿਹੜਾ ਆਪਣੀ ਜੀਭ ਨਾਲ ਸ਼ਬਦ ਦੇ ਗੁਣ ਗਾਉਂਦਾ ਹੈ । ਉਸ ਦੇ ਜੀਵਨ ਦੀ ਸਿਖਿਆਂ ਨਾਲ ਜੀਵਨ ਢਾਲਣ ਨਾਲ ਅਸਲੀ ਰਸਤਾ ਬਖਸ਼ਿਸ਼ ਹੋ ਜਾਂਦਾ ਹੈ ।

Whosoever may remain drenched with the essence of His Word in his day-to-day life; with His mercy and grace, he may be blessed with a state of mind as His true devotee. Whosoever may sing the glory of His Word, by adopting his life experience teachings; he may be blessed with the right path of acceptance in His Court.

ਗੁਰਮੁਖਿ ਜੀਅ ਪ੍ਰਾਨ ਉਪਜਹਿ, ਗੁਰਮੁਖਿ ਸਿਵ ਘਰਿ ਜਾਈਐ॥ gurmukh jee-a paraan upjahi gurmukh siv ghar jaa-ee-ai.
ਗੁਰਮੁਖਿ ਨਾਨਕ ਸਚਿ ਸਮਾਈਐ, gurmukh naanak sach samaa-ee-ai
ਗੁਰਮੁਖਿ ਨਿਜ ਪਦੁ ਪਾਈਐ॥ ੪॥੬॥ gurmukh nij pad paa-ee-ai. ||4||6||

ਗੁਰਮਖ ਜੀਵ ਹਰ ਵੇਲੇ ਪ੍ਰਭ ਦੇ ਸ਼ਬਦ ਦਾ ਹੀ ਸਿਮਰਨ ਕਰਦਾ ਹੈ । ਉਸ ਦੀ ਲਿਵ ਹਮੇਸ਼ਾਂ ਹੀ ਪ੍ਰਭ ਦੇ ਸ਼ਬਦ ਵਿੱਚ ਲਗੀ ਰਹਿੰਦੀ ਹੈ । ਗੁਰਮਖ ਅਟਲ ਪ੍ਰਭ ਦੀ ਰਜ਼ਾ ਵਿੱਚ ਲੀਨ, ਮੁਕਤੀ ਦੇ ਰਸਤੇ ਤੇ ਚਲਦਾ ਹੈ ।

His true devotee may always meditate on the teachings of His Word. He may remain intoxicated in the void of His Word. His true devotee may remain steady and stable on the right path of acceptance in His Court.

Key Message of Raag Parbhaatee, page 1328-18
'ਸ਼ਬਦ ਦੀ ਸਿਖਿਆ ਸੰਤੋਖ ਦਾ ਸਾਗਰ ਹੈ !
ਗੁਰਮਖ ਪ੍ਰਭ ਦੀ ਅੰਮ੍ਰਿਤ ਭਰੀ ਬਾਣੀ ਵਿਚੋਂ ਹੀ (68) ਤੀਰਥਾਂ ਦੀ ਪਵਿਤਰਤਾ ਤੇ ਇਸ਼ਨਾਨ ਅਨੁਭਵ ਕਰਦਾ ਹੈ । ਪ੍ਰਭ ਦੇ ਸ਼ਬਦ ਦੀ ਸਿਖਿਆਂ ਸੰਤੋਖ ਭਰਿਆਂ ਸਮੁੰਦਰ ਹੈ । ਜਿਹੜਾ ਸ਼ਬਦ ਦੀ ਸਿਖਿਆਂ ਨਾਲ ਜੀਵਨ ਢਾਲਦਾ ਹੈ । ਉਸ ਦੀ ਆਤਮਾ ਪਵਿੱਤਰ ਹੋ ਜਾਂਦੀ ਹੈ । ਜਿਹੜਾ ਆਪਣੀ ਜੀਭ ਨਾਲ ਸ਼ਬਦ ਦੇ ਗੁਣ ਗਾਉਂਦਾ ਹੈ । ਉਸ ਨੂੰ ਪ੍ਰਭ ਦੇ ਅਸਲੀ ਸੇਵਕ ਵਾਲੀ ਅਵਸਥਾ ਬਖਸ਼ਿਸ਼ ਹੋ ਜਾਂਦੀ ਹੈ । ਗੁਰਮਖ ਅਟਲ ਪ੍ਰਭ ਦੀ ਰਜ਼ਾ ਵਿੱਚ ਲੀਨ, ਮੁਕਤੀ ਦੇ ਰਸਤੇ ਤੇ ਚਲਦਾ ਹੈ ।
How great scriber of the praises of His Word?
His true devotee may realize the pilgrimage at 68 Holy Shrines from meditating on the teachings of His Word. The teachings of His Word are an ocean overwhelmed with contentment. Whosoever may adopt the teachings of His Word in his day-to-day life; his soul may be sanctified. Whosoever may sing the glory of His Word with his tongue; he may be blessed with state of mind as His true devotee. His true devotee may remain steady and stable on the right path of acceptance in His Court.

7. (1-7) ਪ੍ਰਭਾਤੀ ਮਹਲਾ ੧॥ (1329-4)

ਗੁਰ ਪਰਸਾਦੀ ਵਿਦਿਆ ਵੀਚਾਰੈ, ਪੜਿ ਪੜਿ ਪਾਵੈ ਮਾਨੁ॥ gur parsaadee vidi-aa veechaarai parh parh paavai maan.
ਆਪਾ ਮਧੇ ਆਪੁ ਪਰਗਾਸਿਆ, ਪਾਇਆ ਅੰਮ੍ਰਿਤੁ ਨਾਮੁ॥ ੧॥ aapaa maDhay aap pargaasi-aa paa-i-aa amrit naam. ||1||

ਪ੍ਰਭ ਦੀ ਰਹਿਮਤ ਨਾਲ ਹੀ ਜੀਵ ਨੂੰ ਧਾਰਮਕ ਗ੍ਰੰਥ, ਕਿਤਾਬਾਂ (ਕਰਾਨ, ਪਰਾਨ, ਵੇਦਾਂ) ਪੜ੍ਹਨ ਅਤੇ ਵਿਚਾਰ ਕਰਨ ਦੀ ਸੋਝੀ ਬਖਸ਼ਿਸ਼ ਹੁੰਦੀ ਹੈ । ਉਸ ਦੀ ਸ਼ਬਦ ਦੀ ਕਮਾਈ ਦਰਗਾਹ ਵਿੱਚ ਪ੍ਰਵਾਨ ਹੋ ਜਾਂਦੀ ਹੈ । ਉਸ ਜੀਵਾਂ ਦੇ ਅੰਦਰੋਂ ਹੀ, ਪ੍ਰਭ ਦੀ ਹੋਂਦ ਪ੍ਰਗਟ ਹੁੰਦੀ ਹੈ । ਮੁੱਖ ਤੋਂ ਪ੍ਰਭ ਦੀ ਉਸਤਤ ਦੇ ਸ਼ਬਦ ਹੀ ਨਿਕਲਦੇ ਹਨ ।

Whosoever may be bestowed with His Blessed Vision, he may adopt the teachings of His Word in his day-to-day life; with His mercy and grace, he may be enlightened to read His Holy Scriptures. His earnings of His Word may be accepted in His Court. He may be enlightened with the essence of His Word from within. He may realize His Existence, His Holy Spirit, prevailing everywhere. He may remain intoxicated in singing the glory of His Word.

ਕਰਤਾ ਤੂ ਮੇਰਾ ਜਜਮਾਨੁ॥ kartaa too mayraa jajmaan.
ਇਕ ਦਖਿਣਾ ਹਉ ਤੈ ਪਹਿ, ਮਾਗਉ ਦੇਹਿ ਆਪਣਾ ਨਾਮੁ॥੧॥ ਰਹਾਉ॥ ik dakhinaa ha-o tai peh maaga-o deh aapnaa naam. ||1|| rahaa-o.

ਪ੍ਰਭ ਤੂੰ ਹੀ ਮੇਰਾ ਸਭ ਤੋਂ ਵੱਡਾ ਮਹਿਮਾਨ, ਦਾਤਾਂ ਦੇਣ ਵਾਲਾ ਮਾਲਕ ਹੈ । ਇਕੋ ਇਕ ਹੀ ਅਰਦਾਸ ਕਰਦਾ ਹਾ! ਸ਼ਬਦ ਦੇ ਲੜ ਲਾਵੋ! ਸ਼ਬਦ ਦੀ ਪਾਲਣਾ ਵਿੱਚ ਅਡੋਲ ਰਖੋ!

The True Master! You are my most esteem guest in my life; Only You bless all virtues to Your Creation. I have one and only one desire to be blessed with devotion to obey the teachings of Your Word

ਪੰਚ ਤਸਕਰ ਧਾਵਤ ਰਾਖੇ, ਚੂਕਾ ਮਨਿ ਅਭਿਮਾਨੁ॥ panch taskar Dhaavat raakhay chookaa man abhimaan.
ਦਿਸਟਿ ਬਿਕਾਰੀ ਦੁਰਮਤਿ ਭਾਗੀ, ਐਸਾ ਬ੍ਰਹਮ ਗਿਆਨੁ॥ ੨॥ disat bikaaree durmat bhaagee aisaa barahm gi-aan. ||2||

ਪ੍ਰਭ ਦੀ ਰਹਿਮਤ ਨਾਲ ਪੰਜਾਂ ਜਮਦੂਤਾਂ ਤੇ ਜਿੱਤ ਬਖਸ਼ਿਸ਼ ਹੋਈ ਹੈ । ਮੇਰਾ ਘਮੰਡ ਦੂਰ ਹੋ ਗਇਆ ਹੈ । ਬ੍ਰਹਮ ਗਿਆਨ ਨਾਲ ਮਨ ਦੀ ਲਾਲਚ ਅਤੇ ਬੁਰੇ ਕੰਮ ਕਰਨ ਦੀ ਇਛਾਂ ਦੂਰ ਹੋ ਗਈ ।

With Your Blessed Vision, I have conquered my 5 demons of worldly desires. I have conquered the false pride of my mind. With the enlightenment of the essence of His Word, my greed and evil thoughts have been eliminated.

5 ਜਮਦੂਤ - Demons of worldly Wealth
ਕਾਮ, ਕਰੋਧ, ਲੋਭ, ਮੋਹ, ਅਹੰਕਾਰ
sexual urge with strange partner, anger, greed, attachments, and ego

ਜਤੁ ਸਤੁ ਚਾਵਲ, ਦਇਆ ਕਣਕ, ਕਰਿ ਪ੍ਰਾਪਤਿ ਪਾਤੀ ਧਾਨੁ॥ jat sat chaaval da-i-aa kanak kar paraapat paatee Dhaan.
ਦੂਧੁ ਕਰਮੁ, ਸੰਤੋਖੁ ਘੀਉ, ਕਰਿ ਐਸਾ ਮਾਂਗਉ ਦਾਨੁ॥੩॥ dooDh karam santokh ghee-o kar aisaa maaNga-o daan. ||3||

ਜੀਵ ਆਪਣੀ ਕਾਮ ਵਾਸ਼ਨਾ ਤੇ ਕਾਬੂ, ਸੰਤੋਖ, ਧੀਰਜ ਰਖੋ! ਦੂਸਰਿਆਂ ਤੇ ਤਰਸ ਨੂੰ ਆਪਣੀ ਆਤਮਾ ਦਾ ਭੋਜਨ ਬਣਾਵੋ! ਕੰਮਾਂ ਨੂੰ ਦੁੱਧ, ਸੰਤੋਖ ਨੂੰ ਘਿਉ ਸਮਝੋ! ਇਸਤਰ੍ਹਾਂ ਦੀ ਰਹਿਮਤ ਪ੍ਰਭ ਤੋਂ ਮੰਗੋ ।

You should control your sexual urge with strange partner, patience, and contentment on His Blessings. You should adopt forgiveness and pity on others less fortunate as the nourishment, food for your soul, your deeds for the welfare of His Creation as nourishing milk and contentment with your worldly environment as ghee! You should pray for such a state of mind, His Blessings.

ਖਿਮਾ ਧੀਰਜੁ ਕਰਿ ਗਊ ਲਵੇਰੀ, ਸਹਜੇ ਬਛਰਾ ਖੀਰੁ ਪੀਐ॥ khimaa Dheeraj kar ga-oo lavayree sehjay bachhraa kheer pee-ai.
ਸਿਫਤਿ ਸਰਮ ਕਾ ਕਪੜਾ ਮਾਂਗਉ, sifat saram kaa kaprhaa maaNga-o
ਹਰਿ ਗੁਣ ਨਾਨਕ ਰਵਤੁ ਰਹੈ॥ ੪॥੭॥ har gun naanak ravat rahai. ||4||7||

ਉਹ ਦੂਸਰਿਆਂ ਦੇ ਅਉਗੁਣਾਂ ਨੂੰ ਭੁਲਾਉਣਾ, ਧੀਰਜ ਰਖਕੇ ਆਤਮਾ ਨੂੰ ਪਵਿੱਤਰ ਕਰਨਾ, ਸਾਦਗੀ, ਨਿਮ੍ਰਤਾ ਨਾਲ ਰਹਿਣਾ, ਪ੍ਰਭ ਦੇ ਸ਼ਬਦ ਦੀ ਉਸਤਤ ਗਾਉਣ ਦੀ ਬਖਸ਼ਿਸ਼ ਮੰਗਦਾ ਹੈ ।

He may pray for simple living, humility, patience, and forgiveness, ignore the mistakes of others to sanctify his soul and to sing the glory of His Word with steady and stable belief in his day-to-day life.

Key Message of Raag Parbhaatee, page 1329-4
'ਸ਼ਬਦ ਦੀ ਕਮਾਈ ਨਾਲ ਅੰਦਰੋਂ ਪ੍ਰਭ ਦੀ ਹੋਂਦ ਪ੍ਰਗਟ ਜੇ ਜਾਂਦੀ!
ਜਿਸ ਦੀ ਸ਼ਬਦ ਦੀ ਕਮਾਈ ਦਰਗਾਹ ਵਿੱਚ ਪ੍ਰਵਾਨ ਹੋ ਜਾਂਦੀ ਹੈ । ਉਸ ਜੀਵਾਂ ਦੇ ਅੰਦਰੋਂ ਹੀ, ਪ੍ਰਭ ਦੀ ਹੋਂਦ ਪ੍ਰਗਟ ਹੁੰਦੀ ਹੈ । ਪ੍ਰਭ ਦੀ ਰਹਿਮਤ ਨਾਲ ਪੰਜਾਂ ਜਮਦੂਤਾਂ ਤੇ ਜਿੱਤ ਬਖਸ਼ਿਸ਼ ਹੋ ਜਾਂਦੀ ਹੈ । ਉਹ ਦੂਸਰਿਆਂ ਤੇ ਤਰਸ ਨੂੰ ਆਪਣੀ ਆਤਮਾ ਦਾ ਭੋਜਨ; ਕੰਮਾਂ ਨੂੰ ਦੁੱਧ; ਸੰਤੋਖ ਨੂੰ ਘਿਉ ਸਮਝਦਾ ਹੈ! ਉਹ ਦੂਸਰਿਆਂ ਦੇ ਅਉਗੁਣਾਂ ਨੂੰ ਭੁਲਾਉਂਦਾ, ਧੀਰਜ ਨਾਲ ਆਤਮਾ ਪਵਿੱਤਰ ਰਖਦਾ, ਸਾਦਗੀ, ਨਿਮ੍ਰਤਾ ਨਾਲ ਰਹਿੰਦਾ ਹੈ ।
His Existance realized with earnings of His Word!
His earnings of His Word may be accepted in His Court. He may realize the existence of His Holy Spirit, prevailing everywhere. With His Blessed Vision, he may conquer 5 demons of worldly desires. He may consider forgiveness as the nourishment, food for his soul, his deeds as nourishing milk; contentment as ghee! He may adopt humility, patience, forgiveness to sanctify his soul and simple living.

8. (1-8) ਪ੍ਰਭਾਤੀ ਮਹਲਾ ੧॥ (1329-10)

ਆਵਤੁ ਕਿਨੈ ਨ ਰਾਖਿਆ, ਜਾਵਤੁ ਕਿਉ ਰਾਖਿਆ ਜਾਇ॥ aavat kinai na raakhi-aa jaavat ki-o raakhi-aa jaa-ay.
ਜਿਸ ਤੇ ਹੋਆ ਸੋਈ ਪਰੁ ਜਾਣੈ, ਜਾ ਉਸ ਹੀ ਮਾਹਿ ਸਮਾਇ॥ ੧॥ jis tay ho-aa so-ee par jaanai jaaN us hee maahi samaa-ay. ||1||

ਪ੍ਰਭ ਹੀ ਹਰਇਕ ਕਰਤਬ ਦਾ ਕਰਨ ਵਾਲਾ ਹੈ, ਉਹ ਸਭ ਕੁਝ ਜਾਣਦਾ ਹੈ । ਕਿਸੇ ਜੀਵ ਦੇ ਜਨਮ ਨੂੰ ਰੋਕਿਆ, ਮੌਤ ਨੂੰ ਵੀ ਟਾਲਿਆ ਨਹੀਂ ਜਾ ਸਕਦਾ ਹੈ । ਉਸ ਦੇ ਭਾਣੇ ਨੂੰ ਵਾਪਰਨ ਤੋਂ ਕੋਈ ਰੋਕ ਨਹੀਂ ਸਕਦਾ, ਘਟਨਾ ਤੋਂ ਕੋਈ ਬਚ ਨਹੀਂ ਸਕਦਾ । ਹੁਕਮ ਨਾਲ ਹੀ ਆਤਮਾ ਨੂੰ ਪ੍ਰਭ ਦੀ ਜੋਤ ਵਿਚੋਂ ਵਿਛੋੜਾ ਹੁੰਦਾ ਹੈ । ਪ੍ਰਭ ਦੇ ਹੁਕਮ ਨਾਲ ਹੀ ਉਸ ਵਿੱਚ ਅਲੋਪ ਹੋ ਜਾਂਦੀ ਹੈ ।

The Omniscient True Master creates and knows the cause, purpose of every event in the universe. No one may hold the time of birth of new life, nor hold the time of death. His Command must prevail and no one can avoid any event of His Nature or miseries in his own life. Soul may be separated or re-immerged within His Holy Spirit, only with His Command.

ਤੂਹੈ ਹੈ ਵਾਹੁ ਤੇਰੀ ਰਜਾਇ॥ toohai hai vaahu tayree rajaa-ay.
ਜੋ ਕਿਛੁ ਕਰਹਿ ਸੋਈ ਪਰੁ ਹੋਇਬਾ, ਅਵਰੁ ਨ ਕਰਣਾ ਜਾਇ॥ ੧॥ ਰਹਾਉ॥ jo kichh karahi so-ee par ho-ibaa avar na karnaa jaa-ay. ||1|| rahaa-o.

ਪ੍ਰਭ ਦੇ ਕਰਤਬ ਅਜੀਬ ਹਨ, ਸਭ ਕੁਝ ਪ੍ਰਭ ਦੀ ਰਜ਼ਾ ਵਿੱਚ ਹੀ ਹੁੰਦਾ ਹੈ । ਪ੍ਰਭ ਦਾ ਕੀਤਾ ਹੀ ਸਭ ਕੁਝ ਹੁੰਦਾ ਹੈ, ਹੋਰ ਕੁਝ ਕੀਤਾ ਨਹੀਂ ਜਾ ਸਕਦਾ ।

All miracles of His Nature are astonishing; every event may only happen under His Command. Only His Command prevails in the universe, nothing else may happen in the universe.

ਗੁਰੂ ਨਾਨਕ ਦੇਵ ਜੀ! – Guru Nanak Dev Ji! Guru Granth Sahib

ਜੈਸੇ ਹਰਹਟ ਕੀ ਮਾਲਾ ਟਿੰਡ ਲਗਤ ਹੈ, jaisay harhat kee maalaa tind lagat hai
ਇਕ ਸਖਨੀ ਹੋਰ ਫੇਰ ਭਰੀਅਤ ਹੈ॥ ik sakhnee hor fay bharee-at hai.
ਤੈਸੋ ਹੀ ਇਹੁ ਖੇਲੁ ਖਸਮ ਕਾ, ਜਿਉ ਉਸ ਕੀ ਵਡਿਆਈ॥ ੨॥ taiso hee ih khayl khasam kaa ji-o us kee vadi-aa-ee. ||2||

ਸ੍ਰਿਸ਼ਟੀ ਖੂਹ ਦੀ ਟਿੰਡ ਵਰਗੀ ਹੈ! ਜਿਵੇਂ ਹੀ ਇਕ ਖਾਲੀ ਹੁੰਦੀ ਹੈ, ਆਪਣੀ ਵਾਰੀ ਆਉਣ ਤੇ ਭਰ ਜਾਂਦੀ ਹੈ । ਇਸਤਰ੍ਹਾਂ ਪ੍ਰਭ ਨੇ ਆਤਮਾ ਦਾ ਖੇਲ ਰਚਿਆ ਹੈ । ਇਹ ਉਸ ਦੀ ਹੀ ਵਡਿਆਈ ਹੈ, ਇਸ ਦੀ ਵਿਆਖੀਆ ਨਹੀਂ ਕਤੀ ਜਾ ਸਕਦੀ ।

The play of the universe may be like a rolling bucket chain. As one may be empty and other being filled. Such a play of the universe, one may die and other soul may be blessed with new life. The astonishing play of His Nature remains beyond the comprehension of His Creation.

ਸੁਰਤੀ ਕੈ ਮਾਰਗਿ ਚਲਿ ਕੈ, ਉਲਟੀ ਨਦਰਿ ਪ੍ਰਗਾਸੀ॥ surtee kai maarag chal kai ultee nadar pargaasee.
ਮਨਿ ਵੀਚਾਰਿ ਦੇਖੁ ਬ੍ਰਹਮ ਗਿਆਨੀ, man, veechaar daykh barahm gi-aanee
ਕਉਨੁ ਗਿਰਹੀ ਕਉਨੁ ਉਦਾਸੀ॥ ੩॥ ka-un girhee ka-un udaasee. ||3||

ਜਿਸ ਤੇ ਪ੍ਰਭ ਦੀ ਰਹਿਮਤ ਦੀ ਨਜ਼ਰ ਬਖਸ਼ਿਸ਼ ਹੋ ਜਾਂਦੀ ਹੈ । ਉਸ ਦੇ ਮਨ ਦੀ ਦ੍ਰਿਸ਼ਟੀ ਬੁਰੇ ਕੰਮਾਂ ਤੋਂ ਹੱਟ ਕੇ ਸ਼ਬਦ ਦੀ ਸਿਖਿਆ ਦੇ ਰਸਤੇ ਤੇ ਚਲਦੀ ਹੈ । ਆਪਣੇ ਮਨ ਵਿੱਚ ਵੀਚਾਰ ਕੇ ਦੇਖੋ! ਪ੍ਰਭ ਦੇ ਘਰ ਕੋਈ ਓਦਾਸੀ, ਕਿਸੇ ਕਿਸਮ ਦੀ ਕਮੀ, ਘਾਟ ਨਹੀਂ ਹੁੰਦੀ ।

Whosoever may be bestowed with His Blessed Vision! He may renounce his evil thoughts and adopts the teachings of His Word, the right path of human life journey. Imagine! His Treasure may never have any deficiency nor exhausted.

ਜਿਸ ਕੀ ਆਸਾ ਤਿਸ ਹੀ ਸਉਪਿ ਕੈ, ਏਹੁ ਰਹਿਆ ਨਿਰਬਾਣੁ॥ jis kee aasaa tis hee sa-up kai ayhu rahi-aa nirbaan.
ਜਿਸ ਤੇ ਹੋਆ ਸੋਈ ਕਰਿ ਮਾਨਿਆ, jis tay ho-aa so-ee kar maani-aa
ਨਾਨਕ ਗਿਰਹੀ ਉਦਾਸੀ ਸੋ ਪਰਵਾਣੁ॥ ੪॥੮॥ naanak girhee udaasee so parvaan. ||4||8||

ਕੇਵਲ ਪ੍ਰਭ ਤੋਂ ਹੀ ਹਰਇਕ ਰਹਿਮਤ ਦੀ ਆਸ ਰਖੋ! ਭਾਣੇ ਨੂੰ ਸਤਿ ਕਰਕੇ ਮੰਨੋ! ਆਪਾ ਪ੍ਰਭ ਦੀ ਸ਼ਰਣ ਵਿੱਚ ਭੇਟਾ ਕਰਕੇ, ਪ੍ਰਭ ਦੇ ਬਖਸ਼ੇ ਨੂੰ ਪ੍ਰਵਾਨ ਕਰਕੇ ਸ਼ਬਦ ਦੀ ਸਮਾਧੀ ਵਿੱਚ ਮਸਤ ਰਹੋ! ਜੀਵਨ ਦੇ ਸੁਖ, ਦੁਖ ਨੂੰ ਪ੍ਰਭ ਦੀ ਬਖਸ਼ਿਸ਼ ਸਮਝਕੇ ਕਬੂਲ ਕਰੋ ।

You should only hope and accept all blessings from The True Master. You should accept His Word as an ultimate unavoidable Command. You should surrender your self-entity at His Sanctuary. You should always accept His Blessings as an ultimate Command and remain contented with worldly sorrows and pleasure of life as His Worthy Blessings.

Key Message of Raag Parbhaatee, page 1329-10
'ਮੌਤ ਦਾ ਸਮਾਂ ਅਟਲ ਹੈ!
ਜੀਵ ਦੇ ਜਨਮ ਦਾ, ਮੌਤ ਦਾ ਸਮਾਂ ਟਾਲਿਆ ਨਹੀਂ ਜਾ ਸਕਦਾ ਹੈ । ਸ੍ਰਿਸ਼ਟੀ ਦੇ ਅਨੋਖੇ ਖੇਲ ਦੀ ਵਿਆਖੀਆ ਨਹੀਂ ਕਤੀ ਜਾ ਸਕਦੀ । ਪ੍ਰਭ ਦੇ ਘਰ ਕੋਈ ਓਦਾਸੀ, ਕਿਸੇ ਕਿਸਮ ਦੀ ਕਮੀ, ਘਾਟ ਨਹੀਂ ਹੁੰਦੀ । ਜੀਵਨ ਦੇ ਸੁਖ, ਦੁਖ ਨੂੰ ਪ੍ਰਭ ਦੀ ਬਖਸ਼ਿਸ਼ ਸਮਝਕੇ ਕਬੂਲ ਕਰੋ
Death time Predetermined!
The time of birth, nor death can be avoided, changed. The play of His Nature remains beyond the comprehension of His Creation. The Treasure of True Master may not have any deficiency or shortage of blessings. You should remain contented with worldly sorrows and pleasure of life as His Worthy Blessings.

9. **(1-9) ਪ੍ਰਭਾਤੀ ਮਹਲਾ ੧॥ (1329-16)**

ਦਿਸਟਿ ਬਿਕਾਰੀ ਬੰਧਨਿ ਬਾਂਧੈ, ਹਉ ਤਿਸ ਕੈ ਬਲਿ ਜਾਈ॥ disat bikaaree banDhan baaNDhai ha-o tis kai bal jaa-ee.
ਪਾਪ ਪੁੰਨ ਕੀ ਸਾਰ ਨ ਜਾਣੈ, ਭੂਲਾ ਫਿਰੈ ਅਜਾਈ॥ ੧॥ paap punn kee saar na jaanai bhoolaa firai ajaa-ee. ||1||

ਜੀਵ ਕਿਉਂ ਪਾਪਾਂ, ਪੁੰਨਾ ਦੇ ਭਰਮਾਂ ਵਿੱਚ ਭਟਕਦਾ ਫਿਰਦਾ ਹੈ । ਇਹ ਲਾਲਚ ਅਤੇ ਮੋਹ ਦੇ ਬੰਧਨ ਪ੍ਰਭ ਨੇ ਆਪ ਹੀ ਬਣਾਏ ਹਨ । ਪ੍ਰਭ ਦੇ ਸ਼ਬਦ ਤੋਂ ਕੁਰਬਾਨਾ ਜਾਵਾ! ਉਸ ਦੀ ਰਜ਼ਾ, ਭਾਣੇ ਨੂੰ ਸਤਿ ਕਰਕੇ ਪ੍ਰਵਾਨ ਕਰਨ ਨਾਲ ਮਨ ਵਿਚੋਂ ਸਾਰੇ ਭਰਮ ਨਾਸ ਹੋ ਜਾਂਦੇ ਹਨ!

Why are you frustrated with suspicions of sinful deeds or charity? All worldly religious suspicious, greed and bonds of attachments have been created by The True Master. I remain fascinated and astonished from His Nature. You should accept His Word as an ultimate Command. His Word, Command remains above and beyond any religious suspicions.

ਬੋਲਹੁ ਸਚੁ ਨਾਮੁ ਕਰਤਾਰ॥ bolhu sach naam kartaar.
ਫੁਨਿ ਬਹੁੜਿ ਨ ਆਵਣ ਵਾਰ॥ ੧॥ ਰਹਾਉ॥ fun bahurh na aavan vaar. ||1|| rahaa-o.

ਜਿਵੇਂ ਜਿਵੇਂ ਭਰੋਸਾ ਅਡੋਲ ਹੁੰਦਾ ਜਾਂਦਾ ਹੈ! ਜੀਵ ਮੁਕਤੀ ਦੇ ਰਸਤੇ ਤੇ ਚਲ ਪੈਂਦਾ ਹੈ । ਜਿਸ ਦਾ ਭਰੋਸਾ ਸਮਾਂ ਪਾ ਕੇ ਅਡੋਲ ਹੋ ਜਾਂਦਾ ਹੈ । ਉਸ ਨੂੰ ਜਨਮ ਮਰਨ ਤੋਂ ਮੁਕਤੀ ਬਖਸ਼ਿਸ਼ ਹੋ ਜਾਂਦੀ ਹੈ ।

Slowly and slowly the belief of a devotee may become steady and stable on the teachings of His Word; with His mercy and grace, he may be blessed with the right path of acceptance in His Court. Over time, he may be blessed with salvation and his cycle of birth and death may be eliminated.

ਊਚਾ ਤੇ ਫੁਨਿ ਨੀਚੁ ਕਰਤੁ ਹੈ, ਨੀਚ ਕਰੈ ਸੁਲਤਾਨੁ॥ oochaa tay fun neech karat hai neech karai sultaan.
ਜਿਨੀ ਜਾਣੁ ਸੁਜਾਣਿਆ, ਜਗਿ ਤੇ ਪੂਰੇ ਪਰਵਾਣੁ॥ ੨॥ jinee jaan sujaani-aa jag tay pooray parvaan. ||2||

ਪ੍ਰਭ ਆਪ ਹੀ ਅਹੰਕਾਰੀ ਦਾ ਘਮੰਡ ਤੋੜਦਾ ਹੈ । ਆਪ ਹੀ ਨਿਮਾਣਿਆ ਨੂੰ ਰਹਿਮਤਾਂ, ਦਾਤਾਂ ਨਾਲ ਭਰਪੂਰ ਕਰ ਦੇਂਦਾ ਹੈ । ਗ਼ਰੀਬ ਤੋਂ ਰਾਜ ਭਾਗਾਂਵਾਲਾ ਅਤੇ ਰਾਜੇ ਤੋਂ ਭਿੰਖਾਰੀ ਬਣਾ ਸਕਦਾ ਹੈ । ਜਿਹੜਾ ਪ੍ਰਭ ਨੂੰ ਅਸਲੀ ਮਾਲਕ ਸਮਝਕੇ, ਭਾਣਾ ਕਬੂਲ ਕਰਦਾ ਹੈ, ਉਸ ਦਾ ਮਾਨਸ ਜਨਮ ਸਫਲ ਹੋ ਜਾਂਦਾ ਹੈ ।

The True Master may show self-minded, arrogant his own feet, the reality and breaks his false pride. He may bless His humble, helpless devotee with overwhelming blessings. The True Master may honor a poor, humble devotee with royal kingdom, worldly honor; He may render a king as a beggar. Whosoever may consider His Word as an ultimate Command; his human life opportunity may be rewarded.

ਤਾ ਕਉ ਸਮਝਾਵਣ ਜਾਈਐ, ਜੇ ਕੋ ਭੂਲਾ ਹੋਈ॥ taa ka-o samjhaavan jaa-ee-ai jay ko bhoolaa ho-ee.
ਆਪੇ ਖੇਲ ਕਰੇ ਸਭ ਕਰਤਾ, ਐਸਾ ਬੂਝੈ ਕੋਈ॥ ੩॥ aapay khayl karay sabh kartaa aisaa boojhai ko-ee. ||3||

ਪ੍ਰਭ ਦੀ ਰਜ਼ਾ ਨੂੰ ਸਤਿ ਕਰਕੇ ਮੰਨੋ, ਹਿਰਖ ਨਾ ਕਰੋ! ਉਹ ਕੋਈ ਗਲਤੀ ਨਹੀਂ ਕਰਦਾ । ਅਣਜਾਣ ਜੀਵ ਨੂੰ ਕੋਈ ਸੋਝੀਵਾਲਾ ਕਥਨ ਕਰ ਸਕਦਾ ਹੈ । ਇਹ ਸਾਰਾ ਖੇਲ ਪ੍ਰਭ ਆਪਣੀ ਮਰਜ਼ੀ ਨਾਲ ਹੀ ਕਰਦਾ ਹੈ । ਇਸ ਦੀ ਸੋਝੀ ਕਿਸੇ ਵਿਰਲੇ ਨੂੰ ਹੀ ਬਖਸ਼ਿਸ਼ ਹੁੰਦੀ ਹੈ ।

You should obey the teachings of His Word as an Ultimate Command; as a worthy blessing and never grievance on His Blessings. He may never make any mistake! An ignorant making mistakes! he may be counseled by a wise person. The True Master has created the play of the universe with His Own Imagination. However, very rare may be enlightened with the mystery of His Nature.

ਨਾਉ ਪ੍ਰਭਾਤੈ ਸਬਦਿ ਧਿਆਈਐ, ਛੋਡਹੁ ਦੁਨੀ ਪਰੀਤਾ॥ naa-o parbhaatai sabad Dhi-aa-ee-ai chhodahu dunee pareetaa.
ਪ੍ਰਣਵਤਿ ਨਾਨਕ ਦਾਸਨਿ ਦਾਸਾ, ਜਗਿ ਹਾਰਿਆ ਤਿਨਿ ਜੀਤਾ॥ ੪॥੯॥ paranvat naanak daasan daasaa jag haari-aa tin jeetaa. ||4||9||

ਜੀਵ ਜਾਗ ਖੁੱਲ੍ਹਣ ਤੇ ਪ੍ਰਭ ਦੀਆਂ ਰਹਿਮਤਾਂ ਦਾ ਧੰਨਵਾਦ ਹੀ ਗਾਵੋ! ਸੰਸਾਰਕ ਮੋਹ, ਹੈਸੀਅਤ ਨੂੰ ਪ੍ਰਭ ਦੀ ਸ਼ਰਣ ਵਿੱਚ ਭੇਟਾ ਕਰ ਦਵੋ! ਇਸਤਰ੍ਹਾਂ ਦਾ ਦਾਸ, ਬਣਨ ਨਾਲ, ਮਨ ਦੇ ਪੰਜਾਂ ਜਮਦੂਤਾਂ ਤੇ ਕਾਬੂ, ਜਿੱਤ ਬਖਸ਼ਿਸ਼ ਹੋ ਜਾਂਦਾ ਹੈ । ਉਸ ਦੀ ਮਾਨਸ ਯਾਤਰਾ ਸਫਲ ਹੋ ਜਾਂਦੀ ਹੈ ।

Ignorant! wake up from your sleep; you should sing the gratitude for His Blessings. You should surrender your attachment, worldly bonds, worldly status at His Sanctuary. Whosoever may adopt such a humble way of life; he may conquer the five demons of worldly desires; with His mercy and grace, his human life journey may be rewarded.

Key Message of Raag Parbhaatee, page 1329-16

'ਪ੍ਰਭ ਹੀ ਮਾਇਆ ਦਾ ਜਾਲ ਬਣਾਉਂਦਾ ਹੈ!

ਪ੍ਰਭ ਨੇ ਆਪ ਹੀ ਲਾਲਚ ਅਤੇ ਮੋਹ ਦੇ ਬੰਧਨ ਬਣਾਏ ਹਨ । ਜਿਹੜਾ ਅਡੋਲ ਭਰੋਸੇ ਨਾਲ ਸ਼ਬਦ ਦੀ ਪਾਲਣਾ ਕਰਦਾ ਹੈ, ਉਸ ਨੂੰ ਪ੍ਰਵਾਨਗੀ ਦਾ ਰਸਤਾ ਬਖਸ਼ਿਸ਼ ਹੋ ਜਾਂਦਾ ਹੈ । ਪ੍ਰਭ ਆਪ ਹੀ ਅਹੰਕਾਰ ਤੋੜਦਾ ਹੈ, ਗਰੀਬ ਤੋਂ ਰਾਜਾ, ਅਤੇ ਰਾਜੇ ਤੋਂ ਭਿੱਖਾਰੀ ਬਣਾ ਸਕਦਾ ਹੈ । ਉਹ ਕੋਈ ਗਲਤੀ ਨਹੀਂ ਕਰਦਾ, ਪ੍ਰਭ ਦੀ ਰਜ਼ਾ ਨੂੰ ਸਤਿ ਕਰਕੇ ਮੰਨੋ, ਹਿਰਖ ਨਾ ਕਰੋ! ਜਿਹੜਾ ਸੰਸਾਰਕ ਮੋਹ, ਹੈਸੀਅਤ, ਆਪਾ ਪ੍ਰਭ ਦੇ ਭੇਟਾ ਕਰ ਦੇਂਦਾ ਹੈ । ਉਸ ਨੂੰ ਪੰਜਾਂ ਜਮਦੂਤਾਂ ਤੇ ਜਿੱਤ ਬਖਸ਼ਿਸ਼ ਹੋ ਜਾਂਦੀ ਹੈ ।

God created trap of worldly wealth!

The True Master has created bonds of greed and worldly attachments. Whosoever may obey the teachings of His Word with steady and stable belief; he may be blessed with the right path of acceptance in His Court. The True Master may honor a poor, humble devotee with kingdom, worldly honor; a king may be rendered as a beggar. He may never make any mistake. You should always obey His Command as a worthy blessing and never grievance. Whosoever may surrender his self-entity at His Sanctuary; he may conquer the five demons of worldly desires.

10. (1-10) ਪ੍ਰਭਾਤੀ ਮਹਲਾ ੧॥ 1330-2

ਮਨੁ ਮਾਇਆ ਮਨੁ ਧਾਇਆ, ਮਨੁ ਪੰਖੀ ਆਕਾਸਿ॥ man maa-i-aa man Dhaa-i-aa man, pankhee aakaas.
ਤਸਕਰ ਸਬਦਿ ਨਿਵਾਰਿਆ, ਨਗਰੁ ਵੁਠਾ ਸਾਬਾਸਿ॥ taskar sabad nivaari-aa nagar vuthaa saabaas.
ਜਾ ਤੂ ਰਾਖਹਿ ਰਾਖਿ ਲੈਹਿ, ਸਾਬਤੁ ਹੋਵੈ ਰਾਸਿ॥ ੧॥ jaa too raakhahi raakh laihi saabat hovai raas. ||1||

ਪ੍ਰਭ ਮੇਰਾ ਮਨ ਪੰਛੀ ਦੀ ਤਰ੍ਹਾਂ ਸੰਸਾਰਕ ਲਾਲਚ, ਮੋਹ ਦੇ ਪਿਛੇ ਭਟਕਦਾ ਰਹਿੰਦਾ ਹੈ । ਜਿਸ ਤੇ ਤੇਰੀ ਰਹਿਮਤ ਬਖਸ਼ਿਸ਼ ਹੋ ਜਾਂਦੀ ਹੈ, ਉਸ ਤੇ ਸ਼ਬਦ ਦੀ ਸਿਖਿਆਂ ਦਾ ਅਸਰ ਹੋ ਜਾਂਦਾ ਹੈ । ਉਸ ਨੂੰ ਪੰਜਾਂ ਜਮਦੂਤਾਂ ਤੇ ਜਿੱਤ ਬਖਸ਼ਿਸ਼ ਹੋ ਜਾਂਦੀ ਹੈ । ਉਸ ਨੂੰ ਅਸਲੀ ਰਸਤਾ ਬਖਸ਼ਿਸ਼ ਹੋ ਜਾਂਦਾ, ਚਲਣ ਲਗ ਪੈਂਦਾ ਹੈ । ਪ੍ਰਭ ਦੀ ਰਹਿਮਤ ਨਾਲ ਉਸ ਦੀ ਬੰਦਗੀ ਪ੍ਰਵਾਨ ਹੋ ਜਾਂਦੀ ਹੈ ।

My True Master, my mind remains wandering like a bird and remains intoxicated with greed and worldly attachments. Whosoever may be blessed with His Blessed Vision, he may remain drenched with the essence of His Word. He may conquer the demons of his worldly desire. He may be blessed with the right path of acceptance in His Court; he may remain steady and stable on the right path. His earnings of His Word may be accepted in His Court.

ਐਸਾ ਨਾਮੁ ਰਤਨੁ ਨਿਧਿ ਮੇਰੈ॥ aisaa naam ratan niDh mayrai.
ਗੁਰਮਤਿ ਦੇਹਿ ਲਗਉ ਪਗਿ ਤੇਰੈ॥ ੧॥ ਰਹਾਉ॥ gurmat deh laga-o pag tayrai. ||1|| rahaa-o.

ਪ੍ਰਭ ਸ਼ਬਦ ਦੀ ਸੋਝੀ ਬਖਸੋ! ਮੈਂ ਤੇਰੇ ਚਰਨਾਂ ਵਿੱਚ ਅਡੋਲ ਹੋ ਜਾਵਾ, ਸ਼ਬਦ ਦੀ ਕਮਾਈ ਹੀ ਮੇਰਾ ਅਮੋਲਕ ਖਜ਼ਾਨਾਂ ਬਣ ਜਾਵੇ ।

The True Master blesses the treasure of enlightenment of the essence of Your Word. I may remain intoxicated in obeying the teachings of Your Word. The earnings of Your Word may become my everlasting true companion forever.

ਮਨੁ ਜੋਗੀ ਮਨੁ ਭੋਗੀਆ, ਮਨੁ ਮੂਰਖੁ ਗਾਵਾਰੁ॥ man, jogee man bhogee-aa man, moorakh gaavaar.
ਮਨੁ ਦਾਤਾ ਮਨੁ ਮੰਗਤਾ, ਮਨ ਸਿਰਿ ਗੁਰੁ ਕਰਤਾਰੁ॥ man, daataa man mangtaa man, sir gur kartaar.
ਪੰਚ ਮਾਰਿ ਸੁਖੁ ਪਾਇਆ, ਐਸਾ ਬ੍ਰਹਮੁ ਵੀਚਾਰੁ॥ ੨॥ panch maar sukh paa-i-aa aisaa barahm veechaar. ||2||

ਮਨ ਹੀ ਜੀਵ ਨੂੰ ਬੰਦਗੀ ਤੇ ਲਾਉਂਦਾ ਹੈ । ਮਨ ਹੀ ਖੁਸ਼ੀਆਂ ਦੀਆਂ ਭਟਕਣਾਂ ਤੇ ਪਾਉਂਦਾ ਹੈ । ਮਨ ਹੀ ਅਣਜਾਣ, ਮੂਰਖਾਂ ਵਾਲੇ ਕੰਮਾਂ ਵਿੱਚ ਲਾਉਂਦਾ ਹੈ । ਮਨ ਹੀ ਜੀਵ ਨੂੰ ਦਾਤਾਂ ਦੇਣ ਵਾਲਾ, ਦਾਤਾਂ ਲੈਣ ਵਾਲਾ ਬਣਾਓਂਦਾ ਹੈ । ਜਿਸ ਦੇ ਮਨ ਵਿੱਚ ਸ਼ਬਦ ਨਾਲ ਲਗਨ ਹੁੰਦੀ ਹੈ । ਉਹ ਜੀਵ ਆਪਣੇ ਮਨ ਦੀਆਂ ਸੰਸਾਰਕ ਇਛਾਂ ਤੇ ਕਾਬੂ, ਜਿੱਤ ਪਾ ਲੈਂਦਾ ਹੈ । ਉਸ ਨੂੰ ਪ੍ਰਭ ਦੇ ਸ਼ਬਦ ਦੀ ਸੋਝੀ ਵਾਲਾ ਰਸਤਾ ਬਖਸ਼ਿਸ਼ ਹੋ ਜਾਂਦਾ ਹੈ ।

His mind may inspire His true devotee on the path of meditation. His mind may create excitements, pleasures, or frustration. His mind may inspire to do sinful deeds like ignorant fool. His mind may inspire to perform charitable deeds or begs for alms. Whosoever may remain attached to the teachings of His Word; he may control his worldly desires; his conscious, alert mind becomes a slave of his subconscious mind, His Word. He may be blessed with the right path of acceptance in His Court.

ਘਟਿ ਘਟਿ ਏਕੁ ਵਖਾਣੀਐ, ਕਹਉ ਨ ਦੇਖਿਆ ਜਾਇ॥ ghat ghat ayk vakhaanee-ai kaha-o na daykhi-aa jaa-ay.
ਖੋਟੋ ਪੂਠੋ ਰਾਲੀਐ, ਬਿਨੁ ਨਾਵੈ ਪਤਿ ਜਾਇ॥ khoto pootho raalee-ai bin naavai pat jaa-ay.
ਜਾ ਤੂ ਮੇਲਹਿ ਤਾ ਮਿਲਿ ਰਹਾ, ਜਾ ਤੇਰੀ ਹੋਇ ਰਜਾਇ॥ ੩॥ jaa too mayleh taa mil rahaaN jaaN tayree ho-ay rajaa-ay. ||3||

ਗੁਰੂ ਨਾਨਕ ਦੇਵ ਜੀ! – Guru Nanak Dev Ji! Guru Granth Sahib

ਸੋਝੀਵਾਨਾ ਦੇ ਕਥਨ ਹਨ! ਪ੍ਰਭ ਹਰਇਕ ਆਤਮਾ ਵਿੱਚ ਗੁਪਤ ਵਸਦਾ, ਵਾਪਰਦਾ ਹੈ । ਕਿਸੇ ਦੇ ਕਹਿਣ ਤੇ ਉਸ ਨੂੰ ਅਨੁਭਵ ਨਹੀਂ ਕੀਤਾ ਜਾ ਸਕਦਾ । ਜਿਹੜਾ ਪ੍ਰਭ ਦੇ ਭਾਣੇ ਅਨੁਸਾਰ ਨਹੀਂ ਚਲਦਾ ਹੈ । ਉਸ ਦੀ ਕਮਾਈ ਦਰਗਾਹ ਵਿੱਚ ਪ੍ਰਵਾਨ ਨਹੀਂ ਹੁੰਦੀ । ਜਿਸ ਤੇ ਆਪ ਹੀ ਰਹਿਮਤ ਦੀ ਨਜ਼ਰ ਬਖਸ਼ਦਾ ਹੈ । ਕੇਵਲ ਉਸ ਨੂੰ ਪ੍ਰਵਾਨਗੀ ਦਾ ਅਸਲੀ ਰਸਤਾ ਬਖਸ਼ਦਾ ਹੈ । ਹੋਰ ਕੋਈ ਵਿਧੀ ਨਹੀਂ, ਬੰਦਗੀ ਨਾਲ ਪ੍ਰਵਾਨਗੀ ਦਾ ਅਸਲੀ ਰਸਤਾ ਬਖਸ਼ਿਸ਼ ਨਹੀਂ ਹੁੰਦਾ ਹੈ ।

Worldly enlightened, wiseman, saint emphasis! The True Master remains embedded within each soul, dwells and prevails in his body and in His Nature. His Existence may never be realized with any prayer of worldly guru. Whosoever may adopt the teachings of His Word with steady and stable belief; with His mercy and grace, his earnings of His Word may be accepted in His Court.

ਜਾਤਿ ਜਨਮੁ ਨਹ ਪੂਛੀਐ, ਸਚ ਘਰੁ ਲੇਹੁ ਬਤਾਇ॥ jaat janam nah poochhee-ai sach ghar layho bataa-ay.
ਸਾ ਜਾਤਿ ਸਾ ਪਤਿ ਹੈ, ਜੇਹੇ ਕਰਮ ਕਮਾਇ॥ saa jaat saa pat hai jayhay karam kamaa-ay.
ਜਨਮ ਮਰਨ ਦੁਖੁ ਕਾਟੀਐ, ਨਾਨਕ ਛੂਟਸਿ ਨਾਇ॥ ੪॥੧੦॥ janam maran dukh kaatee-ai naanak chhootas naa-ay. ||4||10||

ਪ੍ਰਭ ਦੀ ਦਰਗਾਹ ਵਿੱਚ ਸੰਸਾਰਕ ਹੈਸੀਅਤ ਦਾ ਕੋਈ ਫਰਕ ਨਹੀਂ ਪੈਂਦਾ । ਦਰਬਾਰ ਵਿੱਚ ਜੀਵ ਦੇ ਕੀਤੇ ਹੋਏ ਕੰਮ ਹੀ ਹੈਸੀਅਤ ਬਣ ਜਾਂਦੀ ਹੈ । ਸ਼ਬਦ ਦੀ ਕਮਾਈ ਨਾਲ, ਜਨਮ ਮਰਨ ਦੇ ਚੱਕਰ ਦਾ ਛੁਟਕਾਰਾ ਬਖਸ਼ਿਸ਼ ਹੋ ਜਾਂਦਾ ਹੈ ।

Worldly status or honor may have no significance in His Court for the real purpose of human life journey. In His Court, all his worldly deeds may become his worldly identity, status. Only with the earnings of His Word, his cycle of birth and death may be eliminated.

Key Message of Raag Parbhaatee, page 1330-2
'ਸ਼ਬਦ ਦੀ ਸਿਖਿਆ ਨਾਲ ਮਾਇਆ ਤੇ ਜਿੱਤ!
ਜਿਸ ਨੂੰ ਸ਼ਬਦ ਦੀ ਸਿਖਿਆਂ ਦਾ ਅਸਰ ਹੋ ਜਾਂਦਾ ਹੈ । ਉਸ ਨੂੰ ਪੰਜਾਂ ਜਮਦੂਤਾਂ ਤੇ ਜਿੱਤ ਬਖਸ਼ਿਸ਼ ਹੋ ਜਾਂਦੀ ਹੈ । ਸ਼ਬਦ ਦੀ ਕਮਾਈ ਹੀ ਉਸ ਦਾ ਅਮੋਲਕ ਖਜ਼ਾਨਾਂ ਬਣ ਜਾਂਦਾ ਹੈ । ਉਸ ਨੂੰ ਪ੍ਰਭ ਦੇ ਸ਼ਬਦ ਦੀ ਸੋਝੀ ਵਾਲਾ ਰਸਤਾ ਬਖਸ਼ਿਸ਼ ਹੋ ਜਾਂਦਾ ਹੈ । ਪ੍ਰਭ ਹਰਇਕ ਆਤਮਾ ਵਿੱਚ ਵਸਦਾ, ਵਾਪਰਦਾ ਹੈ । ਕਿਸੇ ਗੁਰੂ ਦੇ ਕਹਿਣ ਤੇ ਉਸ ਨੂੰ ਅਨੁਭਵ ਨਹੀਂ ਕੀਤਾ ਜਾ ਸਕਦਾ । ਦਰਬਾਰ ਵਿੱਚ ਜੀਵ ਦੇ ਕੀਤੇ ਹੋਏ ਕੰਮ ਹੀ ਹੈਸੀਅਤ ਬਣ ਜਾਂਦੀ ਹੈ ।
Essence of His Word conquers Worldly Wealth!
Whosoever may be drenched with the essence of His Word. He may conquer the demons of worldly desire. The earnings of Your Word may become his ambrosial treasure. He may be blessed with the right path of acceptance in His Court. The True Master remains embedded within each soul, dwells and prevails in his body; however, His Existence may never by be realized with any prayer of worldly guru. All his worldly deeds may become his worldly identity in His Court.

11. (1-11) ਪ੍ਰਭਾਤੀ ਮਹਲਾ ੧॥ (1330-9)

ਜਾਗਤੁ ਬਿਗਸੈ ਮੂਠੋ ਅੰਧਾ॥ ਗਲਿ ਫਾਹੀ ਸਿਰਿ ਮਾਰੇ ਧੰਧਾ॥ jaagat bigsai mootho anDhaa. gal faahee sir maaray DhanDhaa.
ਆਸਾ ਆਵੈ ਮਨਸਾ ਜਾਇ॥ ਉਰਝੀ ਤਾਣੀ ਕਿਛੁ ਨ ਬਸਾਇ॥ ੧॥ aasaa aavai mansaa jaa-ay. urjhee taanee kichh na basaa-ay. ||1||

ਜੀਵ ਸਮਝਦਾ ਹੈ! ਉਹ ਗਿਆਨ, ਸ੍ਰਿਸ਼ਟੀ ਦੀ ਭਲਾਈ ਦੇ ਕੰਮ ਕਰਦਾ ਹੈ । ਪਰ ਉਹ ਗਿਆਨ ਤੋਂ ਰਹਿਤ, ਅਗਿਆਨੀਆਂ ਵਾਲੇ ਅੰਧੇ ਕੰਮ ਕਰਦਾ ਹੈ । ਮੌਤ ਦਾ ਜਮਦੂਤ ਉਸ ਨੂੰ ਚਾਰੇ ਪਾਸੇ ਹੀ ਘੇਰਾ ਪਾਈ ਰਖਦਾ ਹੈ । ਉਹ ਸੰਸਾਰਕ ਕੰਮਾਂ ਵਿੱਚ ਬਹੁਤ ਮਗਨ ਹੋਇਆ ਹੈ । ਉਹ ਬਹੁਤ ਆਸ ਲੈ ਕੇ ਮਾਨਸ ਜਨਮ ਵਿੱਚ ਆਇਆ ਸੀ । ਪਰ ਮਨ ਵਿੱਚ ਹੋਰ ਹੀ ਖਾਹਿਸ਼ਾਂ ਲੈ ਕੇ ਵਾਪਸ ਜਾਂਦਾ, ਮੌਤ ਆ ਜਾਂਦੀ ਹੈ । ਉਸ ਦਾ ਜੀਵਨ ਉਲਝੀ ਹੋਈ ਤਾਣੀ, ਡੋਰੀ ਦੀ ਤਰ੍ਹਾਂ ਬਣ ਜਾਂਦਾ ਹੈ । ਇਸ ਵਿਚੋਂ ਅਸਲੀ ਰਸਤਾ ਲਭਨਾ ਬਹੁਤ ਮੁਸ਼ਕਲ ਹੁੰਦਾ ਹੈ, ਜੀਵ ਦੇ ਵੱਸ, ਕਾਬੂ ਵਿੱਚ ਕੁਝ ਨਹੀਂ ਹੁੰਦਾ ਹੈ ।

Self-minded may believe to be knowledgeable! He thinks, all his deeds are for the welfare of His Creation. However, he may remain ignorant from the real purpose his human life opportunity. The devil of death may be surrounding him from everywhere. He may remain intoxicated with the necessity of worldly life. He has come to the universe with many hopes; however, he may return empty handed. His human life remains like an entangled thread. He may have a terrible time to find the right path of acceptance.

ਜਾਗਸਿ ਜੀਵਣ ਜਾਗਣਹਾਰਾ॥ jaagas jeevan jaaganhaaraa.
ਸੁਖ ਸਾਗਰ ਅੰਮ੍ਰਿਤ ਭੰਡਾਰਾ॥ ੧॥ ਰਹਾਉ॥ sukh saagar amrit bhandaaraa. ||1|| rahaa-o.

ਜੀਵ ਜਾਗੋ! ਪ੍ਰਭ ਹਰ ਵੇਲੇ ਤੇਰੀ ਪੁਕਾਰ ਸੁਣਦਾ ਹੈ । ਪ੍ਰਭ ਸੁਖਾਂ ਦਾ ਸਾਗਰ, ਦਾਤਾਂ ਦਾ ਅੱਤੁਟ, ਨਾ ਖਤਮ ਹੋਣ ਵਾਲਾ ਭੰਡਾਰ ਹੈ ।

Wake up! You may still have an opportunity! The True Master may always heed merciful prayer of His true devotee. The True Master remains an ocean of comforts and treasure of unlimited, inexhaustible virtues

ਕਹਿਓ ਨ ਬੂਝੈ ਅੰਧੁ ਨ ਸੂਝੈ, ਭੋਂਡੀ ਕਾਰ ਕਮਾਈ॥ kahi-o na boojhai anDh na soojhai bhoNdee kaar kamaa-ee.
ਆਪੇ ਪ੍ਰੀਤਿ ਪ੍ਰੇਮ ਪਰਮੇਸੁਰੁ, ਕਰਮੀ ਮਿਲੈ ਵਡਾਈ॥ ੨॥ aapay pareet paraym parmaysur karmee milai vadaa-ee. ||2||

ਤੈਨੂੰ ਕਿਸ ਦੇ ਕਹਿਣ, ਵਖਿਆਣ ਕਰਨ ਨਾਲ ਕੋਈ ਸਮਝ ਨਹੀਂ ਆਉਂਦੀ । ਤੂੰ ਗਿਆਨ ਤੋਂ ਅੰਧਾ, ਰਹਿਤ ਅਤੇ ਮੰਦੇ ਕੰਮ ਹੀ ਕਰਦਾ ਰਹਿੰਦਾ ਹੈ । ਪ੍ਰਭ ਆਪ ਹੀ ਜੀਵ ਨੂੰ ਰਹਿਮਤ ਬਖਸ਼ਦਾ ਹੈ! ਚੰਗੇ ਕੰਮ ਕਰਨ ਨਾਲ ਹੀ ਉਸ ਦੀ ਦਰਗਾਹ ਵਿੱਚ ਸੁਣਾਈ ਹੁੰਦੀ ਹੈ ।

Self-minded may not comprehend the essence of His Word, the right path of human life opportunity, even with any counselling by enlightened devotee. He may remain ignorant and performs sinful deeds. Whosoever may be bestowed with His Blessed Vision; he may adopt the right path, performs good deeds for His Creation; his prayers may be rewarded.

ਦਿਨੁ ਦਿਨੁ ਆਵੈ ਤਿਲੁ ਤਿਲੁ ਛੀਜੈ, ਮਾਇਆ ਮੋਹੁ ਘਟਾਈ॥ din din aavai til til chheejai maa-i-aa moh ghataa-ee.
ਬਿਨੁ ਗੁਰ ਬੂਡੋ ਠਉਰ ਨ ਪਾਵੈ, ਜਬ ਲਗ ਦੂਜੀ ਰਾਈ॥ ੩॥ bin gur boodo tha-ur na paavai jab lag doojee raa-ee. ||3||

ਦਿਨ ਬੀਤਦੇ ਜਾਂਦੇ ਹਨ, ਹੌਲੀ ਹੌਲੀ ਜੀਵਨ ਖਤਮ ਹੁੰਦਾ ਜਾਂਦਾ ਹੈ । ਪਰ ਮਨ ਦਾ ਸੰਸਾਰਕ ਪਦਾਰਥਾਂ ਨਾਲੋ ਮੋਹ ਨਹੀਂ ਘਟਦਾ । ਪ੍ਰਭ ਦੀ ਰਹਿਮਤ ਤੋਂ ਬਿਨਾਂ ਮਨ ਨੂੰ ਸ਼ਾਤੀ, ਸੰਤੋਖ ਬਖਸ਼ਿਸ਼ ਨਹੀਂ ਹੁੰਦਾ । ਮਨ ਦੋਂ ਮਾਲਕਾਂ, (ਪ੍ਰਭ ਦੇ ਸ਼ਬਦ, ਸੰਸਾਰਕ ਗੁਰੂ) ਦੀ ਸਿਖਿਆਂ ਦੇ ਚੱਕਰ ਵਿੱਚ ਹੀ ਪਾਇਆ ਰਹਿੰਦਾ ਹੈ ।

ਗੁਰੂ ਨਾਨਕ ਦੇਵ ਜੀ! – Guru Nanak Dev Ji! Guru Granth Sahib

Human life may be decreasing slowly and slowly; however, his attachment and intoxication with worldly possessions may never be diminish. He may not be blessed with peace and contentment with his own worldly environments. He may remain with duality, following various worldly gurus, religious paths and away from His Word, the right path.

ਅਹਿਨਿਸਿ ਜੀਆ ਦੇਖਿ ਸਮ੍ਾਲੈ, ਸੁਖੁ ਦੁਖੁ ਪੁਰਬਿ ਕਮਾਈ॥ ahinis jee-aa daykh samHaalai sukh dukh purab kamaa-ee.
ਕਰਮਹੀਣੁ ਸਚੁ ਭੀਖਿਆ ਮਾਂਗੈ, ਨਾਨਕ ਮਿਲੈ ਵਡਾਈ॥ ੪॥੧੧॥ karamheen sach bheekhi-aa maaNgai naanak milai vadaa-ee. ||4||11||

ਪ੍ਰਭ ਆਪਣੀ ਬਣਾਈ ਸ੍ਰਿਸ਼ਟੀ ਦੀ ਹਰ ਵੇਲੇ ਦੇਖ ਭਾਲ ਕਰਦਾ ਹੈ । ਜੀਵ ਆਪਣੇ ਕੀਤੇ ਹੋਏ ਕੰਮਾਂ ਅਨੁਸਾਰ ਸੰਸਾਰ ਵਿੱਚ ਦੁਖ, ਸੁਖ ਭੁਗਤਦਾ ਹੈ । ਜੀਵ ਆਪਣੇ ਆਪ ਗੁਣਾਂ ਤੋਂ ਰਹਿਤ ਹੈ! ਅਸਲੀ ਮਾਲਕ ਤੋਂ ਰਹਿਮਤ, ਅਸਲੀ ਰਸਤੇ ਦੀ ਬਖਸ਼ਿਸ਼, ਮੰਗੋ! ਬਖਸ਼ਣ ਹਾਰਾ ਪ੍ਰਭ ਆਪ ਹੀ ਜੀਵਾਂ ਨੂੰ ਸਿਧੇ ਰਸਤੇ ਤੇ ਪਾਉਂਦਾ ਹੈ ।

The True Master creates and nourishes His Creation. Everyone may endure miseries and comforts as a reward of his previous lives deed. He may deprive anyone from good deeds, virtues. You should always pray for the right path of acceptance in His Court. The True Master, may forgive the sins of His Creation and blesses the right path of human life journey.

Key Message of Raag Parbhaatee, page 1330-9
'ਸ਼ਬਦ ਦੀ ਕਮਾਈ ਸਾਥ ਰਹਿੰਦੀ ਹੈ!
ਜੀਵ ਬਹੁਤ ਆਸ ਲੈ ਕੇ ਮਾਨਸ ਜਨਮ ਵਿੱਚ ਆਇਆ ਸੀ । ਪਰ ਖਾਲੀ ਹੱਥ ਵਾਪਸ ਜਾਂਦਾ, ਮੌਤ ਆ ਜਾਂਦੀ ਹੈ । ਪ੍ਰਭ ਸੁਖਾਂ ਦਾ ਸਾਗਰ, ਦਾਤਾਂ ਦਾ ਅੱਟੁਟ, ਨਾ ਖਤਮ ਹੋਣ ਵਾਲਾ ਭੰਡਾਰ ਹੈ । ਚੰਗੇ ਕੰਮਾਂ ਨਾਲ ਹੀ ਉਸ ਦੀ ਦਰਗਾਹ ਵਿੱਚ ਸੁਣਵਾਈ ਹੁੰਦੀ ਹੈ । ਮਨ ਦੇਂ ਮਾਲਕਾਂ, ਗੁਰੂਾਂ ਦੇ ਚੱਕਰ ਵਿੱਚ ਹੀ ਪਾਇਆ ਰਹਿੰਦਾ ਹੈ । ਜੀਵ ਆਪਣੇ ਕੀਤੇ ਹੋਏ ਕੰਮਾਂ ਅਨੁਸਾਰ ਸੰਸਾਰ ਵਿੱਚ ਦੁਖ, ਸੁਖ ਭੁਗਤਦਾ ਹੈ ।
Earnings His Companion true friend!
He has come to the universe with many hopes; however, he may return empty handed. The True Master is an ocean of comforts and treasure of unlimited, inexhaustible virtues. By performing good deeds for His Creation; his prayers may be rewarded. He may remain with duality, following various worldly gurus, religious paths. Everyone may endure miseries and comforts as a reward of his previous life's deeds.

12. (1-12) ਪ੍ਰਭਾਤੀ ਮਹਲਾ ੧॥ (1330-15)

ਮਸਟਿ ਕਰਉ, ਮੂਰਖੁ ਜਗਿ ਕਹੀਆ॥ masat kara-o moorakh jag kahee-aa.
ਅਧਿਕ ਬਕਉ, ਤੇਰੀ ਲਿਵ ਰਹੀਆ॥ aDhik baka-o tayree liv rahee-aa.
ਭੂਲ ਚੂਕ ਤੇਰੈ ਦਰਬਾਰਿ॥ ਨਾਮ ਬਿਨਾ ਕੈਸੇ ਆਚਾਰ॥ ੧॥ bhool chook tayrai darbaar. naam binaa kaisay aachaar. ||1||

ਅਗਰ ਮੈਂ ਚੁੱਪ ਰਹਿੰਦਾ, ਸਾਰਾ ਸੰਸਾਰ ਹੀ ਮੈਨੂੰ ਮੂਰਖ ਸਮਝਦਾ ਹੈ । ਅਗਰ ਮੈਂ ਬਹੁਤਾ ਬੋਲਦਾ, ਵਿਚਾਰ ਕਰਦਾ ਹਾ । ਤੇਰੇ ਵਿਚੋਂ ਲਿਵ ਟੁੱਟ ਜਾਂਦੀ ਹੈ, ਤੇਰੇ ਪਿਆਰ ਤੋਂ ਵਾਂਝਾ ਰਹਿੰਦਾ ਹਾ । ਮੇਰੀਆਂ ਗਲਤੀਆਂ ਦਾ ਲੇਖਾ ਤੇਰੇ ਦਰਬਾਰ ਵਿੱਚ ਹੀ ਹੋਣਾ ਹੈ । ਤੇਰੇ ਸ਼ਬਦ ਦੀ ਕਮਾਈ ਤੋਂ ਬਿਨਾਂ, ਕਿਸਤਰ੍ਹਾਂ ਆਤਮਾ ਨੂੰ ਪਵਿੱਤਰ ਕਰ ਸਕਦਾ ਹਾ?

I may keep quiet, not participate in gossip; everyone may think, I am ignorant, fool, do not understand the reality of life. I may speak, participate in worldly gossip; I may lose my concentration from the teachings of Your Word; I may not remain in renunciation in the memory of my separation from Your Holy Spirit. All my worldly deeds are going to be judged in the Court of The Righteous Judge, Your Court. Without the earnings of Your Word! How may my soul be sanctified to become worthy of Your Consideration?

ਐਸੇ ਝੂਠਿ ਮੁਠੇ ਸੰਸਾਰਾ॥ aisay jhooth muthay sansaaraa.
ਨਿੰਦਕੁ ਨਿੰਦੈ, ਮੁਝੈ ਪਿਆਰਾ॥ ੧॥ ਰਹਾਉ॥ nindak nindai mujhai pi-aaraa. ||1|| rahaa-o.

ਸਾਰਾ ਸੰਸਾਰ ਹੀ, ਨਾਸ ਹੋ ਜਾਣ ਵਾਲੀ ਨੀਂਹ ਤੇ ਬਣਿਆ ਹੈ । ਮਨਮੁਖ ਮੇਰੀ ਨਿੰਦਿਆਂ ਕਰਦਾ ਰਹਿੰਦਾ ਹੈ! ਪਰ, ਮੈਂ ਫਿਰ ਵੀ ਉਸ ਨੂੰ ਪਿਆਰ, ਸਤਿਕਾਰ ਹੀ ਕਰਦਾ ਰਹਿੰਦਾ ਹਾ ।

The whole universe has been created on perishable, short-lived foundation. Self-minded may be rebuking, slandering my way of life as a hypocrisy: However, I ignore his ignorance and still respect his opinion.

ਜਿਸੁ ਨਿੰਦਹਿ, ਸੋਈ ਬਿਧਿ ਜਾਣੈ॥ ਗੁਰ ਕੈ ਸਬਦੇ, ਦਰਿ ਨੀਸਾਣੈ॥ jis nindeh so-ee biDh jaanai. gur kai sabday dar neesaanai.
ਕਾਰਣ ਨਾਮੁ, ਅੰਤਰਗਤਿ ਜਾਣੈ॥ kaaran naam antargat jaanai.
ਜਿਸ ਨੋ ਨਦਰਿ ਕਰੇ, ਸੋਈ ਬਿਧਿ ਜਾਣੈ॥ ੨॥ jis no nadar karay so-ee biDh jaanai. ||2||

ਕਿਸੇ ਦੀ ਨਿੰਦਿਆਂ ਕਰਨ ਨਾਲ ਜਿਸ ਦੇ ਮਨ ਨੂੰ ਠੇਸ ਪਹੁੰਚ ਦੀ ਹੈ, ਇਹ ਉਹ ਹੀ ਜਾਣਦਾ ਹੈ । ਜਿਹੜਾ ਸ਼ਬਦ ਦਾ ਸਿਮਰਨ, ਪਾਲਣਾ ਕਰਦਾ ਹੈ, ਪ੍ਰਭ ਉਸ ਦੀ ਕਮਾਈ ਤੇ ਪ੍ਰਵਾਨਗੀ ਦੀ ਮੋਹਰ ਲਾਉਂਦਾ ਹੈ । ਅੰਤਰਜਾਮੀ ਪ੍ਰਭ ਹੀ ਸਭ ਕਾਰਨਾਂ ਦਾ ਕਰਨ ਵਾਲਾ ਹੈ । ਜਿਸ ਤੇ ਰਹਿਮਤ ਬਖਸ਼ਦਾ ਹੈ, ਉਸ ਨੂੰ ਇਹ ਸਾਰੀ ਸੋਝੀ ਬਖਸ਼ਿਸ਼ ਹੋ ਜਾਂਦੀ ਹੈ ।

Whosoever may slander or rebuke anyone; he may be hurting his pride and engaging him in worldly gossip. Only he may comprehend the extent of pain. Whosoever may meditate and obeys the teachings of His Word with steady and stable belief; with His mercy and grace, his earnings may receive a stamp of approval. The Omniscient True Master creates all causes of His Nature. Whosoever may be bestowed with His Blessed Vision; he may be enlightened to comprehend the mystery of His Nature.

ਮੈ ਮੈਲੌ ਊਜਲੁ ਸਚੁ ਸੋਇ॥ ਊਤਮੁ ਆਖਿ ਨ ਊਚਾ ਹੋਇ॥ mai mailou oojal sach so-ay. ootam aakh na oochaa ho-ay.
ਮਨਮੁਖੁ ਖੂਲਿ੍ ਮਹਾ ਬਿਖੁ ਖਾਇ॥ manmukh khooliH mahaa bikh khaa-ay.
ਗੁਰਮੁਖਿ ਹੋਇ ਸੁ ਰਾਚੈ ਨਾਇ॥ ੩॥ gurmukh ho-ay so raachai naa-ay. ||3||

ਮੇਰੀ ਮੈਲੀ ਆਤਮਾ, ਕੇਵਲ ਪ੍ਰਭ ਦੇ ਸ਼ਬਦ ਵਿੱਚ ਹੀ ਲੀਨ ਹੋਇਆ ਹੀ ਪਵਿੱਤਰ ਹੋ ਸਕਦੀ ਹੈ । ਕਿਸੇ ਜੀਵ ਨੂੰ ਸੰਤ ਜਾ ਗੁਰੂ ਦੇ ਨਾਮ ਨਾਲ ਸਤਿਕਾਰ ਕੀਤਾ ਜਾਵੇ! ਉਸ ਨੂੰ ਸੰਤ ਅਵਸਥਾ ਬਖਸ਼ਿਸ਼ ਨਹੀਂ ਹੋ ਜਾਂਦੀ । ਉਸ ਦੇ ਜੀਵਨ ਦਾ ਢੰਗ, ਪ੍ਰਵਾਨਗੀ ਦਾ ਅਸਲੀ ਰਸਤਾ ਨਹੀਂ ਬਣ ਜਾਂਦਾ । ਮਨਮੁਖ ਜੀਵ, ਸੰਸਾਰਕ ਸੰਤ,

ਗੁਰੂ ਨਾਨਕ ਦੇਵ ਜੀ! – Guru Nanak Dev Ji! Guru Granth Sahib

ਗੁਰੂ, ਸੰਸਾਰਕ ਮਾਇਆ ਦੇ ਗੁਲਾਮ, ਇਹ ਜ਼ਹਿਰ ਦਾ ਪਿਆਲਾ ਪੀਂਦੇ ਹਨ! ਸੰਸਾਰਕ ਹੈਸੀਅਤ ਦੀ ਡੀਗ ਵਜਾਉਂਦੇ ਹਨ । ਗੁਰਮਖ ਜੀਵ ਇਸ ਚੱਕਰ ਤੋਂ ਦੂਰ ਰਹਿੰਦਾ, ਸਿਮਰਨ ਵਿੱਚ ਹੀ ਲੀਨ ਰਹਿੰਦਾ ਹੈ ।

My True Master, my blemished soul may only be sanctified by adopting the teachings of Your Word. By honoring anyone with a title of saint, incarnated as a religious guru; his way of life may not become the real path of acceptance in His Court. Self-minded worldly saints, incarnated gurus remain intoxicated with sweet poison of worldly wealth; he may enforce his own ego, thoughts on the innocent masses and creates worldly religion and baptism. His true devotee remains intoxicated in meditation in the void of His Word; he remains beyond the reach of sweet poison of worldly wealth.

ਅੰਧੌ ਬੋਲੌ ਮੁਗਧੁ ਗਵਾਰੁ॥ ਹੀਣੌ ਨੀਚੁ ਬੁਰੌ ਬੁਰਿਆਰੁ॥ anDhou bolou mugaDh gavaar. heenou neech burou buri-aar.
ਨੀਧਨ ਕੌ ਧਨੁ ਨਾਮੁ ਪਿਆਰੁ॥ neeDhan kou Dhan naam pi-aar.
ਇਹੁ ਧਨੁ ਸਾਰੁ ਹੋਰੁ ਬਿਖਿਆ ਛਾਰੁ॥੪॥ ih Dhan saar hor bikhi-aa chhaar. ||4||

ਮੈਂ ਅੰਧਾ, ਬੋਲਾ, ਅਣਜਾਣ, ਮੂਰਖ, ਨੀਚ ਤੋਂ ਨੀਚ ਕੰਮ ਕਰਨ ਵਾਲਾ ਹਾ । ਮੇਰੇ ਗ਼ਰੀਬ ਕੋਲ ਸੰਸਾਰਕ ਧਨ ਨਹੀਂ, ਮੇਰੀ ਸਾਰੀ ਦੌਲਤ ਹੀ ਤੇਰੇ ਸ਼ਬਦ ਦੀ ਕਮਾਈ ਹੈ । ਰਹਿਮਤ ਬਖਸ਼ਕੇ, ਕੇਵਲ ਸ਼ਬਦ ਦੀ ਕਮਾਈ, ਦੌਲਤ ਪਾਉਣ ਦੀ ਇਛਾ ਬਣਾਈ ਰਖੋ । ਬਾਕੀ ਸਾਰੀਆਂ ਹੀ ਇਛਾਂ ਖਤਮ ਹੋ ਜਾਣ ।

My True Master, I am stubborn, foolish, ignorant from the real purpose of human life opportunity and perform mean deeds. I am poor, have no worldly wealth; only the earnings of Your Word may be my worldly possessions. With Your mercy and grace, I remain eager, intoxicated with a desire to earn the wealth of Your Word. All my other desires may be eliminated from within my mind in my human life journey.

ਉਸਤਤਿ ਨਿੰਦਾ ਸਬਦੁ ਵੀਚਾਰੁ॥ ਜੋ ਦੇਵੈ ਤਿਸ ਕਉ ਜੈਕਾਰੁ॥ ustat nindaa sabad veechaar. jo dayvai tis ka-o jaikaar.
ਤੂ ਬਖਸਹਿ ਜਾਤਿ ਪਤਿ ਹੋਇ॥ ਨਾਨਕੁ ਕਹੈ ਕਹਾਵੈ ਸੋਇ॥੫॥੧੨॥ too bakhsahi jaat pat ho-ay. naanak kahai kahaavai so-ay. ||5||12||

ਮੈਂ ਸੰਸਾਰਕ ਉਸਤਤ ਜਾ ਨਿੰਦਿਆਂ ਨੂੰ ਕੋਈ ਮਹੱਤਤਾ ਨਹੀਂ ਦੇਂਦਾ । ਮੈਂ ਸ਼ਬਦ ਦੀ ਪਾਲਣਾ, ਸਿਮਰਨ ਵਿੱਚ ਹੀ ਲੀਨ ਰਹਿੰਦਾ ਹਾ । ਮੈਂ ਕੇਵਲ ਸਭ ਦਾਤਾਂ ਬਖਸ਼ਣ ਵਾਲੇ ਮਾਲਕ ਦਾ ਹੀ ਧੰਨਵਾਦ ਕਰਦਾ ਹਾ । ਪ੍ਰਭ ਦੀ ਬਖਸ਼ਿਸ਼ ਹੀ ਮੇਰੀ ਹੈਸੀਅਤ ਹੈ । ਮੈਂ ਕੇਵਲ ਪ੍ਰਭ ਦੇ ਬਖਸ਼ੇ, ਸ਼ਬਦ ਹੀ ਆਪਣੀ ਜੀਭ ਤੋਂ ਬੋਲ ਸਕਦਾ ਹਾ ।

My True Master, I may not pay any attention or significance to worldly honor or slandering. I remain intoxicated in meditating and obeying the teachings of Your Word in my day-to-day life. I may only sing the glory and gratitude of The True Treasure, Trustee of all Blessings. My earnings of His Word may become my worldly status. I may only speak His Blessed words and sings the glory of His Word with my tongue.

Key Message of Raag Parbhaatee, page 1330-15
'ਮਾਨਸ ਨੂੰ ਗੁਰੂ ਜੀਵਨ ਦਾ ਰਸਤਾ, ਪ੍ਰਵਾਨਗੀ ਦਾ ਰਸਤਾ ਨਹੀਂ ਬਣ ਜਾਂਦਾ!
ਪ੍ਰਭ ਬੋਲਣ, ਵਿਚਾਰ, ਅਰਦਾਸ ਕਰਨ ਨਾਲ ਮੇਰੀ ਲਗਨ ਟੁੱਟ ਜਾਂਦੀ, ਤੇਰੇ ਪਿਆਰ ਤੋਂ ਵਾਂਝਾ ਰਹਿੰਦਾ ਹਾ । ਸਾਰਾ ਸੰਸਾਰ ਹੀ ਨਾਸ ਹੋ ਜਾਣ ਵਾਲੀ ਨੀਂਹ ਤੇ ਬਣਾਇਆ ਹੈ । ਜਿਹੜਾ ਸ਼ਬਦ ਦਾ ਸਿਮਰਨ, ਪਾਲਣਾ ਕਰਦਾ ਹੈ, ਉਸ ਦੀ ਕਮਾਈ ਪ੍ਰਵਾਨ ਹੋ ਜਾਂਦੀ ਹੈ । ਜੀਵ ਨੂੰ ਸੰਤ ਜਾ ਗੁਰੂ ਦੇ ਨਾਮ ਨਾਲ ਸਤਿਕਾਰ ਕਰਨ ਨਾਲ ਉਸ ਦੇ ਜੀਵਨ ਦਾ ਢੰਗ ਪ੍ਰਵਾਨਗੀ ਦਾ ਅਸਲੀ ਰਸਤਾ ਨਹੀਂ ਬਣ ਜਾਂਦਾ । ਗੁਰਮਖ ਨੂੰ ਕੇਵਲ ਸ਼ਬਦ ਦੀ ਕਮਾਈ ਦੀ ਬਖਸ਼ਿਸ਼ ਦੀ ਇਛਾ ਰਹਿੰਦੀ ਹੈ । ਗੁਰਮਖ ਕੇਵਲ ਸਭ ਦਾਤਾਂ ਬਖਸ਼ਣ ਵਾਲੇ ਮਾਲਕ ਦਾ ਹੀ ਧੰਨਵਾਦ ਗਾਉਂਦਾ ਹੈ ।
Way of life of human guru may not be the right path of acceptance!
By speaking, praying, my concentration may be disrupted, I am deprived from Your love. The whole universe has been created on perishable short-lived foundation. Whosoever may meditate and obeys the teachings of His Word; his earnings may be accepted. By honoring, incarnation anyone as a saint, religious guru; his way of life may not become the right path of acceptance in His Court. His true devotee may remain eager to earn the wealth of His Word. He may only sing the glory and gratitude of The True Treasure, Trustee of all Blessings.

13. (1-13) **ਪ੍ਰਭਾਤੀ ਮਹਲਾ ੧॥ (1331-3)**

ਖਾਇਆ ਮੈਲੁ ਵਧਾਇਆ, ਪੈਧੈ ਘਰ ਕੀ ਹਾਣਿ॥ khaa-i-aa mail vaDhaa-i-aa paiDhai ghar kee haan.
ਬਕਿ ਬਕਿ ਵਾਦੁ ਚਲਾਇਆ, ਬਿਨੁ ਨਾਵੈ ਬਿਖੁ ਜਾਣਿ॥੧॥ bak bak vaad chalaa-i-aa bin naavai bikh jaan. ||1||

ਮਨ ਤੇ ਕਾਬੂ ਨਾ ਪਾਉਣ ਨਾਲ ਲਾਲਚ ਹੋਰ ਵਧਦਾ ਹੈ । ਬਹੁਤਾ ਖਾਣ ਨਾਲ ਵੀ ਮਨ ਦੀ ਮੈਲ (ਲਾਲਚ) ਹੀ ਵਧਦੀ ਹੈ । ਕੀਮਤੀ ਪਹਿਰਾਵਾ ਪਹਿਨਣ ਨਾਲ ਅਹੰਕਾਰ ਵਧਦਾ ਹੈ । ਬਹੁਤਾ ਬੋਲਨ ਨਾਲ ਫਾਲਤੂ ਦਾ ਝਗੜਾ ਖੜ੍ਹਾ ਹੋ ਜਾਂਦਾ ਹੈ । ਸ਼ਬਦ ਦੇ ਵਿਚਾਰ ਤੋਂ ਬਿਨਾਂ ਹੋਰ ਸਭ ਵਿਚਾਰ ਬਿਰਥੇ ਹੀ ਹਨ ।

Whosoever may not control his worldly desires; his greed may be enhanced. He may remain intoxicated in tasting various delicacy of food to fuel his greed. Same way by wearing expensive robes may also fuel his ego of false worldly status. By speaking too much or enforcing his opinion on others; he may also fuel undue conflict with others. Whosoever may not listen, nor tries to comprehend the teachings of His Word; everything else may be useless.

ਬਾਬਾ ਐਸਾ ਬਿਖਮ ਜਾਲਿ, ਮਨੁ ਵਾਸਿਆ॥ baabaa aisaa bikham jaal man vaasi-aa.
ਬਿਬਲੁ ਝਾਗਿ ਸਹਜਿ ਪਰਗਾਸਿਆ॥੧॥ ਰਹਾਉ॥ bibal jhaag sahj pargaasi-aa. ||1|| rahaa-o.

ਪ੍ਰਭ ਨੇ ਇਸਤਰ੍ਹਾਂ ਦੇ ਜਾਲ ਵਿੱਚ ਜੀਵ ਦਾ ਮਨ ਫਸਿਆ ਹੋਇਆ ਹੈ । ਜਿਹੜਾ ਸੰਸਾਰਕ ਮਾਇਆ ਦੇ ਪ੍ਰਭਾਵ ਤੋਂ ਉਪਰ ਉਠਦਾ, ਉਸ ਨੂੰ ਸ਼ਬਦ ਦੀ ਸੋਝੀ ਬਖਸ਼ਿਸ਼ ਹੋ ਜਾਂਦੀ ਹੈ ।

The True Master has created domination of Shakti, sweet poison of world wealth to entice all worldly creature. Whosoever may remain beyond the influence of sweet poison of worldly wealth; with His mercy and grace, he may be blessed with the enlightenment of the essence of His Word.

ਬਿਖੁ ਖਾਣਾ ਬਿਖੁ ਬੋਲਣਾ, ਬਿਖੁ ਕੀ ਕਾਰ ਕਮਾਇ॥ bikh khaanaa bikh bolnaa bikh kee kaar kamaa-ay.
ਜਮ ਦਰਿ ਬਾਧੇ ਮਾਰੀਅਹਿ, ਛੂਟਸਿ ਸਾਚੈ ਨਾਇ॥੨॥ jam dar baaDhay maaree-ah chhootas saachai naa-ay. ||2||

ਜੀਵ ਹਰ ਵੇਲੇ ਹੀ ਮਨ ਨੂੰ ਬੁਰੇ ਖਿਆਲਾਂ ਦਾ ਭੋਜਨ ਦੇਂਦਾ ਹੈ । ਬੇਕਾਰ ਦੇ ਵਿਚਾਰ, ਬੋਲ, ਬੁਰੇ ਕੰਮ ਹੀ ਕਰਦਾ ਰਹਿੰਦਾ ਹੈ । ਅੰਤ ਵੇਲੇ ਜਮਦੂਤਾਂ ਦੇ ਹਵਾਲੇ ਹੀ ਜਾਣਾ ਪੈਂਦਾ ਹੈ । ਜਿਹੜਾ ਅਸਲੀ ਮਾਲਕ ਦੇ ਸ਼ਬਦ ਦਾ ਸਿਮਰਨ, ਪਾਲਣਾ ਨਹੀਂ ਕਰਦਾ, ਉਸ ਨੂੰ ਜੀਵਨ ਵਿੱਚ ਮੁਕਤੀ ਦਾ ਰਸਤਾ ਬਖਸ਼ਿਸ਼ ਨਹੀਂ ਹੋ ਸਕਦਾ ।

Self-minded may always nourishes his mind with evil thoughts, sinful deeds. He may remain in useless discussions, evil thoughts. He remains under the control of devil of death and in the cycle of birth and death. Whosoever may not adopt the teachings of His Word with steady and stable belief in his day-to-day life; he may never be blessed with the right path of acceptance in His Court.

ਜਿਵ ਆਇਆ ਤਿਵ ਜਾਇਸੀ, ਕੀਆ ਲਿਖਿ ਲੈ ਜਾਇ॥ jiv aa-i-aa tiv jaa-isee kee-aa likh lai jaa-ay.
ਮਨਮੁਖਿ ਮੂਲੁ ਗਵਾਇਆ, ਦਰਗਹ ਮਿਲੈ ਸਜਾਇ॥੩॥ manmukh mool gavaa-i-aa dargeh milai sajaa-ay. ||3||

ਜਿਸਤਰ੍ਹਾਂ ਜੀਵ ਸੰਸਾਰ ਵਿੱਚ ਚੰਗੇ ਕੰਮਾਂ ਤੋਂ ਰਹਿਤ ਆਉਂਦਾ ਹੈ । ਇਸਤਰ੍ਹਾਂ ਹੀ ਬੁਰੇ ਕੰਮਾਂ ਦਾ ਭਾਰ ਵਧਾਕੇ ਵਾਪਸ ਜਾਂਦਾ ਹੈ । ਸੰਸਾਰ ਵਿੱਚ ਕੁਝ ਪ੍ਰਾਪਤ ਕਰਨ ਤੋਂ ਬਿਨਾਂ ਹੀ ਮੌਤ ਦੇ ਹਵਾਲੇ ਹੋ ਜਾਂਦਾ ਹੈ । ਮਨਮੁਖ ਆਪਣਾ ਮਾਨਸ ਜਨਮ ਗਵਾ ਜਾਂਦਾ ਹੈ । ਉਸ ਨੂੰ ਦਰਗਾਹ ਵਿੱਚ ਢੋਈ ਨਹੀਂ ਮਿਲਦੀ ।

Self-minded may take birth in the universe without the capital of good virtues; he may return with enhanced burden of sins. Without earnings of His Word, he may be captured by the devil of death. Self-minded may waste his priceless human life opportunity. He may never be blessed with the right path of acceptance in His Court.

ਜਗੁ ਖੋਟੌ ਸਚੁ ਨਿਰਮਲੌ, ਗੁਰ ਸਬਦੀਂ ਵੀਚਾਰਿ॥ jag khotou sach nirmalou gur sabdeeN veechaar.
ਤੇ ਨਰ ਵਿਰਲੇ ਜਾਣੀਅਹਿ, ਜਿਨ ਅੰਤਰਿ ਗਿਆਨੁ ਮੁਰਾਰਿ॥੪॥ tay nar virlay jaanee-ahi in antar gi-aan muraar. ||4||

ਸੰਸਾਰ ਖੋਟੇ ਕੰਮਾਂ ਨਾਲ, ਵਿਚਾਰਾ ਨਾਲ ਭਰਿਆਂ ਹੈ । ਕੇਵਲ ਪ੍ਰਭ ਦਾ ਸ਼ਬਦ ਹੀ ਆਤਮਾ ਨੂੰ ਪਵਿੱਤਰ ਕਰਨ ਵਾਲਾ ਅੰਮ੍ਰਿਤ ਹੈ । ਸੰਸਾਰ ਵਿੱਚ ਵਿਰਲੇ ਹੀ ਜੀਵ ਨੂੰ ਸ਼ਬਦ ਦੀ ਸੋਝੀ ਬਖਸ਼ਿਸ਼ ਹੁੰਦੀ ਹੈ ।

The worldly ocean remains overflowing, overwhelmed with evil thoughts, sweet poison of worldly wealth. Only adopting the teachings of His Word with steady and stable belief in his own day-to-day life; with His mercy and grace, his soul may be sanctified to become worthy of His Consideration. However, very rare may be blessed with the essence of His Word, the right path of acceptance in His Court.

ਅਜਰੁ ਜਰੈ ਨੀਝਰੁ ਝਰੈ, ਅਮਰ ਅਨੰਦ ਸਰੂਪ॥ ajar jarai neejhar jharai amar anand saroop.
ਨਾਨਕੁ ਜਲ ਕੌ ਮੀਨੁ ਸੈ, ਥੇ ਭਾਵੈ ਰਾਖਹੁ ਪ੍ਰੀਤਿ॥੫॥੧੩॥ naanak jal kou meen sai thay bhaavai raakho pareet. ||5||13||

ਜਿਸ ਦਾ ਪ੍ਰਭ ਦੇ ਭਾਣੇ, ਸ਼ਬਦ ਦੀ ਸਿਖਿਆਂ ਤੇ ਭਰੋਸਾ ਅਡੋਲ ਹੋ ਜਾਂਦਾ ਹੈ । ਉਸ ਦੀ ਆਤਮਾ ਵਿੱਚ ਪ੍ਰਭ ਦਾ ਨੂਰ ਭਰਪੂਰ ਹੋ ਜਾਂਦਾ ਹੈ । ਉਸ ਦੀ ਲਗਨ, ਪ੍ਰੀਤ, ਭਰੋਸਾ ਪ੍ਰਭ ਦੇ ਸ਼ਬਦ ਦੀ ਸਿਖਿਆਂ ਤੇ ਅਡੋਲ ਰਹਿੰਦਾ ਹੈ । ਜਿਵੇਂ ਪਾਣੀ ਮਛਲੀ ਦੇ ਜੀਵਨ ਦਾ ਆਸਰਾ ਬਣ ਜਾਂਦਾ ਹੈ ।

Whosoever may adopt the teachings of His Word with steady and stable belief in his day-to-day life; with His mercy and grace, he may remain overwhelmed with the eternal glow of His Holy Spirit within his heart and on his forehead. His devotion and dedication may become steady and stable on the essence of His Word; as water may become the supporting pillar of survival for a fish.

Key Message of Raag Parbhaatee, page 1331-3
‘ਸੰਸਾਰਕ ਮਾਇਆ ਤੇ ਜਿੱਤ ਹੀ ਮੁਕਤੀ ਦਾ ਰਸਤਾ ਹੈ!
ਸ਼ਬਦ ਦੇ ਵਿਚਾਰ ਤੋਂ ਬਿਨਾਂ ਹੋਰ ਸਭ ਵਿਚਾਰ ਬਿਰਥੇ ਹੀ ਹਨ । ਜਿਹੜਾ ਸੰਸਾਰਕ ਮਾਇਆ ਤੇ ਜਿੱਤ ਪਾ ਲੈਂਦਾ ਹੈ, ਉਸ ਨੂੰ ਸ਼ਬਦ ਦੀ ਸੋਝੀ ਬਖਸ਼ਿਸ਼ ਹੋ ਜਾਂਦੀ ਹੈ । ਸ਼ਬਦ ਦੇ ਸਿਮਰਨ ਤੋਂ ਬਿਨਾਂ ਮੁਕਤੀ ਦਾ ਰਸਤਾ ਬਖਸ਼ਿਸ਼ ਨਹੀਂ ਹੁੰਦਾ । ਜਿਸ ਦਾ ਭਰੋਸਾ ਸ਼ਬਦ ਤੇ ਅਡੋਲ ਹੋ ਜਾਂਦਾ ਹੈ । ਉਸ ਦੀ ਆਤਮਾ ਤੇ ਪ੍ਰਭ ਦਾ ਨੂਰ ਭਰਪੂਰ ਹੋ ਜਾਂਦਾ ਹੈ ।
Conquering worldly wealth is path of salvation!
Without comprehending His Word; all other thoughts may be useless. Whosoever may conquer his desire of worldly wealth, he may be blessed with the enlightenment of the essence of His Word. No one may be blessed with the right path of acceptance in His Court, without meditating. Whosoever may have steady and stable belief on His Word; the eternal glow of His Holy Spirit may be shining on his forehead.

14. (1-14) ਪ੍ਰਭਾਤੀ ਮਹਲਾ ੧॥ (1331-9)

ਗੀਤ, ਨਾਦ, ਹਰਖ, ਚਤੁਰਾਈ॥ ਰਹਸ, ਰੰਗ, ਫੁਰਮਾਇਸਿ ਕਾਈ॥ geet naad harakh chaturaa-ee. rahas rang furmaa-is kaa-ee.
ਪੈਨ੍ਹਣੁ ਖਾਣਾ ਚੀਤਿ ਨ ਪਾਈ॥ painHan khaanaa cheet na paa-ee.
ਸਾਚੁ ਸਹਜੁ ਸੁਖੁ ਨਾਮਿ ਵਸਾਈ॥੧॥ saach sahj sukh naam vasaa-ee. ||1||

ਪ੍ਰਭ ਦੀ ਬੰਦਗੀ ਦੇ ਰਸਤੇ ਤੇ ਗੀਤ, ਰਾਗ, ਰੰਗ ਰਲੀਆਂ ਮਾਨਣ ਦੀ, ਚਤਰਾਈ, ਸੰਸਾਰਕ ਮੋਹ ਜਾ ਹੈਸੀਅਤ ਦੀ ਕੋਈ ਮਹੱਤਤਾ ਨਹੀਂ ਹੁੰਦੀ । ਦੂਸਰਿਆਂ ਤੋਂ ਹੁਕਮ ਮਨਾਉਣਾ, ਖਾਣਾ, ਕੀਮਤੀ ਬਸਤਰ ਪਹਿਣਨ ਦੀ ਕੋਈ ਮਹੱਤਤਾ ਨਹੀਂ । ਕੇਵਲ ਪ੍ਰਭ ਦੇ ਬਖਸ਼ੇ ਤੇ ਸੰਤੋਖ ਕਰਨ ਨਾਲ ਹੀ ਦਰਗਾਹ ਵਿੱਚ ਪ੍ਰਵਾਨਗੀ ਦਾ ਰਸਤਾ ਬਖਸ਼ਿਸ਼ ਹੁੰਦਾ ਹੈ ।

Whosoever may be blessed with the right path of meditation, acceptance in His Court; his state of mind may remain beyond the significance of listening, singing the glory of His Word or the pleasure of worldly life; worldly clever ideas, worldly bonds, attachments, or worldly status nor any significance to enforce his own thoughts, opinion on others, enjoying worldly delicacies, or glamorous, expensive robe. Whosoever may adopt the teachings of His Word and remains contented with His Blessings; with His mercy and grace, only he may be blessed with the right path of acceptance in His Court.

ਕਿਆ ਜਾਨਾਂ, ਕਿਆ ਕਰੈ, ਕਰਾਵੈ॥ ki-aa jaanaaN ki-aa karai karaavai.
ਨਾਮ ਬਿਨਾ, ਤਨਿ ਕਿਛੁ ਨ ਸੁਖਾਵੈ॥੧॥ ਰਹਾਉ॥ naam binaa tan kichh na sukhaavai. ||1|| rahaa-o.

ਜੀਵ ਨੂੰ ਸੋਝੀ ਨਹੀਂ, ਉਹ ਕੀ ਕਰਦਾ, ਅਤੇ ਕਿਉਂ ਕਰਦਾ ਹੈ? ਕੇਵਲ ਸ਼ਬਦ ਦੀ ਕਮਾਈ ਤੋਂ ਬਿਨਾਂ ਹੋਰ ਕੁਝ ਮਾਨਸ ਜੀਵਨ ਵਿੱਚ ਮਦਦ ਨਹੀਂ ਕਰ ਸਕਦਾ । ਉਸ ਦੀ ਦਰਗਾਹ ਵਿੱਚ ਪ੍ਰਵਾਨਗੀ ਬਖਸ਼ਿਸ਼ ਨਹੀਂ ਹੋ ਸਕਦੀ ।

Self-minded may not be knowledgeable; why may he do any deed or perform any task? Without earnings of His Word, every other mediation, sacrifice may be useless for the real purpose of human life journey. He may never be blessed with the right path of human life journey.

ਗੁਰੂ ਨਾਨਕ ਦੇਵ ਜੀ! – Guru Nanak Dev Ji! Guru Granth Sahib

ਜੋਗ ਬਿਨੋਦ ਸ੍ਵਾਦ ਆਨੰਦਾ॥ ਮਤਿ ਸਤ ਭਾਇ ਭਗਤਿ ਗੋਬਿੰਦਾ॥ jog binod savaad aanandaa. mat sat bhaa-ay bhagat gobindaa.
ਕੀਰਤਿ ਕਰਮ ਕਾਰ ਨਿਜ ਸੰਦਾ॥ ਅੰਤਰਿ ਰਵਤੌ ਰਾਜ ਰਵਿੰਦਾ॥੨॥ keerat karam kaar nij sandaa. antar ravtou raaj ravindaa. ||2|

ਪ੍ਰਭ ਦੇ ਸ਼ਬਦ ਦੇ ਪਾਲਣ, ਸਿਮਰਨ ਵਿੱਚ ਹੀ ਮੂੰਹ ਦੇ ਸਵਾਦ, ਰਹਿਣ ਦਾ ਅਨੰਦ, ਖੇੜਾ, ਸਭ ਸਿਆਣਪਾਂ, ਸੰਤੋਖ ਸਮਾਇਆ ਰਹਿੰਦਾ, ਬਖਸ਼ਿਸ਼ ਹੋ ਜਾਂਦਾ ਹੈ । ਆਪਣਾ ਜੀਵਨ ਪ੍ਰਭ ਦੇ ਸਿਮਰਨ, ਉਸਤਤ ਗਾਉਣ ਵਿੱਚ ਅਡੋਲ ਰਖੋ! ਸ੍ਰਿਸ਼ਟੀ ਦੇ ਮਾਲਕ ਦੇ ਭਾਣੇ ਨੂੰ ਸਤਿ ਮੰਨਕੇ, ਆਪਣਾ ਜੀਵਨ ਸ਼ਬਦ ਦੀ ਸਿਖਿਆਂ ਨਾਲ ਢਾਲੋ!

The reward of meditation, pleasure, blossom, taste of your tongue, everlasting peace, all wisdoms, and contentment may remain embedded within adopting the teachings of His Word with steady and stable belief in day-to-day life. You should remain intoxicated in mediating and singing the glory of His Word. You should accept His Word as an unavoidable Command and adopt in your day-to-day life.

ਪ੍ਰਿਉ ਪ੍ਰਿਉ ਪ੍ਰੀਤਿ ਪ੍ਰੇਮਿ ਉਰ ਧਾਰੀ॥ pari-o pari-o pareet paraym ur Dhaaree.
ਦੀਨਾ ਨਾਥੁ ਪੀਉ ਬਨਵਾਰੀ॥ deenaa naath pee-o banvaaree.
ਅਨਦਿਨੁ ਨਾਮੁ ਦਾਨੁ ਬ੍ਰਤਕਾਰੀ॥ ਤ੍ਰਿਪਤਿ ਤਰੰਗ ਤਤੁ ਬੀਚਾਰੀ॥੩॥ an-din naam daan baratkaaree. taripat tarang tat beechaaree. ||3||

ਜਿਵੇਂ ਜਿਵੇਂ ਪ੍ਰਭ ਦੇ ਸ਼ਬਦ ਦੀ ਪਾਲਣਾ ਵਿੱਚ ਲਗਨ ਅਡੋਲ ਹੋ ਜਾਂਦੀ ਹੈ, ਪ੍ਰਭ ਦੀ ਰਹਿਮਤ ਨਾਲ ਅਸਲੀ ਮਾਲਕ ਦੀ ਹੋਂਦ ਅਨੁਭਵ ਹੋ ਜਾਂਦੀ ਹੈ । ਦਿਨ ਰਾਤ ਪ੍ਰਭ ਦੇ ਸ਼ਬਦ ਦਾ ਸਿਮਰਨ, ਪਾਲਣਾ ਕਰਨਾ ਹੀ ਅਸਲੀ ਦਾਨ, ਪੂਜਾ ਹੈ । ਗੁਰਮਖ ਨੂੰ ਪ੍ਰਵਾਨਗੀ ਦੇ ਅਸਲੀ ਰਸਤੇ ਦੀ ਸੋਝੀ ਬਖਸ਼ਿਸ਼ ਹੋ ਸਕਦੀ ਹੈ ।

Whose devotion may become steady and stable; with His mercy and grace, he may be enlightened with the essence of His Word. You should meditate and adopt the teachings of His Word; this may be true charity and worship. His true devotee may be blessed with the right path of acceptance in His Court.

ਅਕਥੌ ਕਥਉ ਕਿਆ ਮੈ ਜੋਰੁ॥ ਭਗਤਿ ਕਰੀ ਕਰਾਇਹਿ ਮੋਰ॥ akthou katha-o ki-aa mai jor. bhagat karee karaa-ihi mor.
ਅੰਤਰਿ ਵਸੈ ਚੂਕੈ ਮੈ ਮੋਰ॥ ਕਿਸੁ ਸੇਵੀ ਦੂਜਾ ਨਹੀ ਹੋਰੁ॥੪॥ antar vasai chookai mai mor. kis sayvee doojaa nahee hor. ||4||

ਪ੍ਰਭ ਮੇਰੇ ਵਿੱਚ ਕਿਹੜੀ ਸੋਝੀ ਹੈ, ਸ਼ਬਦ ਦਾ ਕੀ ਵਖਿਆਣ ਕਰ ਸਕਦਾ ਹਾ? ਜਿਤਨੀ ਸੋਝੀ ਪ੍ਰਭ ਬਖਸ਼ਦਾ, ਉਤਨਾ ਹੀ ਵਖਿਆਣ, ਬੰਦਗੀ ਕਰਦਾ ਹਾ । ਜਿਸ ਅੰਦਰ ਪ੍ਰਭ ਦੇ ਸ਼ਬਦ ਦੀ ਸਿਖਿਆਂ ਘਰ ਕਰ ਜਾਂਦੀ ਹੈ, ਉਸ ਦੇ ਮਨ ਵਿਚੋਂ ਅਹੰਕਾਰ ਦੂਰ ਹੋ ਜਾਂਦਾ ਹੈ । ਮੈਂ ਹੋਰ ਕਿਸ ਦੀ ਪੂਜਾ ਕਰਾ, ਪ੍ਰਭ ਦੇ ਬਰਾਬਰ ਹੋਰ ਕੋਈ ਨਜ਼ਰ ਨਹੀਂ ਆਉਂਦਾ ।

What may I have enlightenment to explain the essence of His Word? Whatsoever the enlightenment may be bestowed with His Blessed Vision, I may only be able to explain about His Nature. I have conquered my ego of worldly status with His Blessed Vision. Whom else may I worship? I may never witness anyone equal, greater, or comparable with His greatness.

ਗੁਰ ਕਾ ਸਬਦੁ ਮਹਾ ਰਸੁ ਮੀਠਾ॥ ਐਸਾ ਅੰਮ੍ਰਿਤੁ ਅੰਤਰਿ ਡੀਠਾ॥ gur kaa sabad mahaa ras meethaa. aisaa amrit antar deethaa.
ਜਿਨਿ ਚਾਖਿਆ ਪੂਰਾ ਪਦੁ ਹੋਇ॥ jin chaakhi-aa pooraa pad ho-ay.
ਨਾਨਕ ਧ੍ਰਾਪਿਓ ਤਨਿ ਸੁਖੁ ਹੋਇ॥੫॥੧੪ naanak Dharaapi-o tan sukh ho-ay. ||5||14

ਪ੍ਰਭ ਦੇ ਸ਼ਬਦ ਦਾ ਰਸ ਬਹੁਤ ਹੀ ਉਤਮ, ਮਿੱਠਾ ਹੈ । ਜਿਸ ਤੇ ਰਹਿਮਤ ਬਖਸ਼ਦਾ ਹੈ, ਕੇਵਲ ਉਸ ਨੂੰ ਹੀ ਇਹ ਮਿਠਾਸ ਅਨੁਭਵ ਹੁੰਦੀ ਹੈ । ਜਿਸ ਦਾ ਭਰੋਸਾ ਸ਼ਬਦ ਦੀ ਪਾਲਣਾ ਤੇ ਅਡੋਲ ਹੋ ਜਾਂਦਾ ਹੈ, ਉਸ ਨੂੰ ਹੀ ਇਹ ਸਵਾਦ ਅਨੁਭਵ ਹੁੰਦਾ ਹੈ । ਉਸ ਦੇ ਮਨ ਦੀ ਅਵਸਥਾ ਬਦਲ ਜਾਂਦੀ, ਮਨ ਵਿੱਚ ਸ਼ਾਤੀ, ਸੰਤੋਖ ਬਖਸ਼ਿਸ਼ ਹੋ ਜਾਂਦਾ ਹੈ ।

The teachings, nectar of the essence of His Word may be very supreme, ambrosial, soothing to mind. Whosoever may be bestowed with His Blessed Vision; only he may realize, His Existence and the nectar of the essence of His Word. His state of mind may be transformed and remains with overwhelming peace of mind and contentment from within.

Key Message of Raag Parbhaatee, page 1331-9
'ਬਖਸ਼ੇ ਤੇ ਸੰਤੋਖ ਹੀ ਪ੍ਰਵਾਨਗੀ ਦਾ ਰਸਤਾ ਹੈ!
ਜਿਹੜਾ ਸੰਤੋਖ ਨਾਲ ਬਖਸ਼ਿਸ਼ ਦਾ ਧੰਨਵਾਦ ਕਰਦਾ, ਉਸ ਨੂੰ ਦਰਗਾਹ ਵਿੱਚ ਪ੍ਰਵਾਨਗੀ ਬਖਸ਼ਿਸ਼ ਹੋ ਜਾਂਦੀ ਹੈ । ਕੇਵਲ ਸ਼ਬਦ ਦੀ ਕਮਾਈ ਨਾਲ ਹੀ ਦਰਗਾਹ ਵਿੱਚ ਪ੍ਰਵਾਨਗੀ ਬਖਸ਼ਿਸ਼ ਹੋ ਸਕਦੀ । ਪ੍ਰਭ ਦੀ ਬੰਦਗੀ ਵਿੱਚ ਹੀ ਮੂੰਹ ਦਾ ਸਵਾਦ, ਰਹਿਣ ਦਾ ਅਨੰਦ, ਸਭ ਸਿਆਣਪਾਂ, ਸੰਤੋਖ, ਸਭ ਭਗਤੀ, ਖੇੜਾ, ਅਨੰਦ ਹੈ । ਪ੍ਰਭ ਦੇ ਸ਼ਬਦ ਦੀ ਪਾਲਣਾ ਵਿੱਚ ਅਡੋਲ ਹੋਣ ਨਾਲ ਹੀ ਅਸਲੀ ਮਾਲਕ ਦੀ ਹੋਂਦ ਅਨੁਭਵ ਹੋ ਜਾਂਦੀ ਹੈ । ਮਨ ਵਿੱਚ ਸ਼ਾਤੀ, ਸੰਤੋਖ ਬਖਸ਼ਿਸ਼ ਹੋ ਜਾਂਦਾ ਹੈ । ਜਿਸ ਦੇ ਮਨ ਵਿੱਚ ਸ਼ਬਦ ਵਸ ਜਾਂਦਾ ਹੈ, ਮਨ ਦਾ ਅਹੰਕਾਰ ਦੂਰ ਹੋ ਜਾਂਦਾ ਹੈ ।
Contentment may be the right path of acceptance!
Whosoever may sing the gratitude of His Blessings; he may be blessed with the right path of acceptance in His Court. Only with the earnings of His Word, He may be blessed with the right path of human life opportunity. The reward of meditation, pleasure, blossom, taste of your tongue, everlasting peace, all wisdoms, and contentment may remain embedded within adopting the teachings of His Word. Whosoever may meditate and adopts the teachings of His Word with steady and stable belief; he may realize His Existence. He may be blessed with overwhelming peace of mind and contentment within. Whosoever may be drenched with essence of His Word; he may conquer his ego of my mind.

15. (1-15) ਪ੍ਰਭਾਤੀ ਮਹਲਾ ੧॥ (1331-17)

ਅੰਤਰਿ ਦੇਖਿ ਸਬਦਿ ਮਨੁ ਮਾਨਿਆ, ਅਵਰੁ ਨ ਰਾਂਗਨਹਾਰਾ॥ antar daykh sabad man maani-aa avar na raaNganhaaraa.
ਅਹਿਨਿਸਿ ਜੀਆ ਦੇਖਿ ਸਮਾਲੇ, ਤਿਸ ਹੀ ਕੀ ਸਰਕਾਰਾ॥੧॥ ahinis jee-aa daykh samaalay tis hee kee sarkaaraa. ||1||

ਜੀਵ ਆਪਣੇ ਅੰਦਰ ਝਾਤੀ ਮਾਰੋ! ਜਿਸ ਦੇ ਮਨ ਵਿੱਚ ਪ੍ਰਭ ਦਾ ਭਰੋਸਾ ਅਡੋਲ ਹੋ ਜਾਂਦਾ ਹੈ, ਉਸ ਦੀ ਆਤਮਾ ਤੇ ਰੂਹਾਨੀ ਸੋਝੀ ਦਾ ਰੰਗ ਚੜ੍ਹ ਜਾਂਦਾ ਹੈ । ਉਸ ਦੀ ਆਤਮਾ ਤੇ ਹੋਰ ਰੰਗ ਨਹੀਂ ਚੜ੍ਹ ਸਕਦਾ, ਇਹ ਰੰਗ ਕਦੇ ਫਿਕਾ ਨਹੀਂ ਹੁੰਦਾ । ਪ੍ਰਭ ਆਪਣੀ ਪੈਦਾ ਕੀਤੀ ਸ੍ਰਿਸ਼ਟੀ ਦੀ ਆਪ ਹੀ ਦੇਖ ਭਾਲ ਕਰਦਾ ਹੈ ।

You should divert your concentration within your heart. Whose may obey the teachings of His Word with steady and stable belief; with His mercy and grace, he may be drenched with the crimson eternal color of His Holy Spirt. No other color may ever stick on his soul nor his crimson color may ever be diminished. The True Master creates, nourishes, and protects His Creation.

ਗੁਰੂ ਨਾਨਕ ਦੇਵ ਜੀ! – Guru Nanak Dev Ji! Guru Granth Sahib

ਮੇਰਾ ਪ੍ਰਭੁ ਰਾਂਗਿ, ਘਣੌ ਅਤਿ ਰੂੜੌ॥ mayraa parabh raaNg ghanou at roorhou.
ਦੀਨ ਦਇਆਲੁ ਪ੍ਰੀਤਮ ਮਨਮੋਹਨੁ, ਅਤਿ ਰਸ ਲਾਲ ਸਗੂੜੌ॥੧॥ deen da-i-aal pareetam manmohan at ras laal sagoorhou. ||1||
ਰਹਾਉ॥ rahaa-o.

ਪ੍ਰਭ ਦੇ ਸ਼ਬਦ ਦਾ ਅਸਰ, ਪ੍ਰਭਾਵ, ਰੰਗ ਬਹੁਤ ਹੀ ਅਜੀਬ, ਅਚੰਭਾ ਹੈ । ਉਹ ਗ਼ਰੀਬ, ਅਮੀਰ ਤੇ ਇਕ ਬਰਾਬਰ ਵਰਸਦਾ ਹੈ । ਪ੍ਰਭ ਦੀ ਸੋਝੀ ਦੀ ਖਿੱਚ ਇਤਨੀ ਗੰਭੀਰ ਹੈ! ਕਿ ਜੀਵ ਦੇ ਮਨ ਤੇ ਕੋਈ ਹੋਰ ਕਰਾਮਾਤ ਅਸਰ ਨਹੀਂ ਕਰ ਸਕਦੀ ।

The essence, influence of the teachings of His Word remains very strange and astonishing. The rain of His Blessings remains pouring on His Creation indiscriminately, irrespective of worldly status, rich or poor. The attraction of the essence of His Word may remain dominating in his mind, life; no other miracle power may have any influence; no curse of any worldly guru may reduce, eliminates His Blessings.

ਊਪਰਿ ਕੂਪੁ ਗਗਨ ਪਨਿਹਾਰੀ, ਅੰਮ੍ਰਿਤੁ ਪੀਵਣਹਾਰਾ॥ oopar koop gagan panihaaree amrit peevanhaaraa.
ਜਿਸ ਕੀ ਰਚਨਾ ਸੋ ਬਿਧਿ ਜਾਣੈ, ਗੁਰਮੁਖਿ ਗਿਆਨੁ ਵੀਚਾਰਾ॥੨॥ jis kee rachnaa so biDh jaanai gurmukh gi-aan veechaaraa. ||2||

ਪ੍ਰਭ ਦੇ ਸ਼ਬਦ ਰੂਪੀ ਅੰਮ੍ਰਿਤ ਦਾ ਸਾਗਰ ਬਹੁਤ ਹੀ ਡੂੰਘਾਂ, ਅਮੋਲਕ ਹੈ । ਪ੍ਰਭ ਆਪ ਹੀ ਰਹਿਮਤ ਨਾਲ ਗੁਰਮਖ ਨੂੰ ਬਖਸ਼ਦਾ ਹੈ । ਉਹ ਪ੍ਰਭ ਦੇ ਸ਼ਬਦ ਦੀ ਪਾਲਣਾ ਵਿੱਚ ਹੀ ਲੀਨ ਹੋ ਜਾਂਦਾ ਹੈ । ਉਸ ਦੇ ਮਨ ਵਿੱਚ ਕੇਵਲ ਸ਼ਬਦ ਦੀ ਸਿਖਿਆਂ ਹੀ ਗੂੰਜਦੀ ਸੁਣਾਈ ਦੇਂਦੀ ਹੈ ।

The ocean of the nectar of the essence of His Word may be very deep and ambrosial; with His mercy and grace, His true devotee may be blessed. He may remain intoxicated in the obeying the teachings of His Word. He may hear the everlasting echo of His Word resonating within his heart.

ਪਸਰੀ ਕਿਰਣਿ ਰਸਿ ਕਮਲ ਬਿਗਾਸੇ, ਸਸਿ ਘਰਿ ਸੂਰੁ ਸਮਾਇਆ॥ pasree kiran ras kamal bigaasay sas ghar soor samaa-i-aa.
ਕਾਲੁ ਬਿਧੁੰਸਿ ਮਨਸਾ ਮਨਿ ਮਾਰੀ, kaal biDhuns mansaa man maaree
ਗੁਰ ਪ੍ਰਸਾਦਿ ਪ੍ਰਭੁ ਪਾਇਆ॥੩॥ gur parsaad parabh paa-i-aa. ||3||

ਜਿਹੜਾ ਪ੍ਰਭ ਰਹਿਮਤ ਨਾਲ ਸ਼ਬਦ ਦੀ ਪਾਲਣਾ ਵਿੱਚ ਲਗਨ ਲਾਉਂਦਾ ਹੈ, ਉਸ ਦੇ ਮਨ ਵਿੱਚ ਖੇੜਾ ਭਰਪੂਰ ਹੋ ਜਾਂਦਾ ਹੈ । ਉਸ ਦੇ ਮਨ ਵਿੱਚ ਹੋਰ ਕੋਈ ਖਾਹਿਸ਼ ਨਹੀਂ ਰਹਿੰਦੀ । ਕੇਵਲ ਪ੍ਰਭ ਦੇ ਸ਼ਬਦ ਦੀ ਸੋਝੀ, ਪ੍ਰਵਾਨਗੀ ਦੇ ਰਸਤੇ ਦੀ ਹੀ ਖਾਹਿਸ਼ ਰਹਿੰਦੀ ਹੈ । ਉਹ ਸ਼ਬਦ ਵਿੱਚ ਲੀਨ ਹੋਇਆ, ਉਸ ਦੀ ਆਤਮਾ ਪ੍ਰਭ ਦੀ ਜੋਤ ਵਿੱਚ ਅਭੇਦ ਹੋ ਜਾਂਦੀ ਹੈ ।

Whosoever may be blessed with devotion to obey the teachings of His Word; with His mercy and grace, he may remain overwhelmed with blossom in his worldly life. He may have only one desire, anxiety to be blessed with the right path of acceptance in His Court; he may not have any other desire exist within his mind. He may remain intoxicated in meditation in the void of His Word; with His mercy and grace, his soul may be immersed within His Holy Spirit.

ਅਤਿ ਰਸਿ ਰੰਗਿ ਚਲੂਲੈ ਰਾਤੀ, ਦੂਜਾ ਰੰਗੁ ਨ ਕੋਈ॥ at ras rang chaloolai raatee doojaa rang na ko-ee.
ਨਾਨਕ ਰਸਨਿ ਰਸਾਏ ਰਾਤੇ, ਰਵਿ ਰਹਿਆ ਪ੍ਰਭੁ ਸੋਈ॥੪॥੧੫॥ naanak rasan rasaa-ay raatay rav rahi-aa parabh so-ee. ||4||15||

ਜਿਸ ਜੀਵ ਦੇ ਹਿਰਦੇ ਤੇ ਪ੍ਰਭ ਦਾ ਰੰਗ ਚੜ੍ਹ ਜਾਂਦਾ ਹੈ । ਫਿਰ ਹੋਰ ਕੋਈ ਰੰਗ ਉਸ ਤੇ ਅਸਰ ਨਹੀਂ ਕਰਦਾ । ਉਸ ਦੀ ਜੀਭ ਤੇ ਕੇਵਲ ਪ੍ਰਭ ਦੇ ਸ਼ਬਦ ਦੀ ਹੀ ਉਸਤਤ ਰਹਿੰਦੀ ਹੈ । ਉਹ ਸਵਾਸ ਗਰਾਸ ਪ੍ਰਭ ਦੀ ਉਸਤਤ ਹੀ ਗਾਉਂਦਾ ਰਹਿੰਦਾ ਹੈ ।

Whosoever may remain drenched with crimson color of the eternal enlightenment of the essence of His Word; no other color, teachings of worldly guru may stick to his heart. His tongue may remain overwhelmed, intoxicated in singing the glory of His Word. He may sing the glory of His Word with each breath.

Key Message of Raag Parbhaatee, page 1331-17
'ਸ਼ਬਦ ਦਾ ਰੰਗ ਅਚੰਭਾ ਹੈ!
ਜਿਹੜਾ ਪ੍ਰਭ ਦੇ ਬਖਸ਼ੇ ਤੇ ਭਰੋਸਾ ਅਡੋਲ ਰਖਦਾ ਹੈ, ਉਸ ਦੀ ਆਤਮਾ ਤੇ ਰੂਹਾਨੀ ਸੋਝੀ ਦਾ ਰੰਗ ਚੜ੍ਹ ਜਾਂਦਾ ਹੈ । ਪ੍ਰਭ ਦੇ ਸ਼ਬਦ ਦਾ ਅਸਰ, ਪ੍ਰਭਾਵ, ਰੰਗ ਬਹੁਤ ਹੀ ਅਜੀਬ, ਅਚੰਭਾ ਹੈ । ਉਸ ਤੇ ਕੋਈ ਹੋਰ ਕਰਾਮਾਤ ਅਸਰ ਨਹੀਂ ਕਰ ਸਕਦੀ । ਪ੍ਰਭ ਦੇ ਸ਼ਬਦ ਰੂਪੀ ਅੰਮ੍ਰਿਤ ਦਾ ਸਾਗਰ ਬਹੁਤ ਹੀ ਅਮੋਲਕ ਹੈ । ਗੁਰਮਖ ਪ੍ਰਭ ਦੇ ਸ਼ਬਦ ਦੀ ਪਾਲਣਾ ਵਿੱਚ ਹੀ ਲੀਨ ਹੋ ਜਾਂਦਾ ਹੈ । ਆਤਮਾ ਪ੍ਰਭ ਦੀ ਜੋਤ ਵਿੱਚ ਅਭੇਦ ਹੋ ਜਾਂਦੀ ਹੈ । ਜਿਸ ਜੀਵ ਦੇ ਹਿਰਦੇ ਤੇ ਪ੍ਰਭ ਦਾ ਰੰਗ ਚੜ੍ਹ ਜਾਂਦਾ ਹੈ । ਫਿਰ ਹੋਰ ਕੋਈ ਰੰਗ ਉਸ ਤੇ ਅਸਰ ਨਹੀਂ ਕਰਦਾ ।
Crimson Color of His Word is astonishing!
Whose may have steady and stable on the teachings of His Word; he may be drenched with the crimson eternal color of His Holy Spirt. The essence, of His Word, influence remains very strange and astonishing. No other miracle power has any influence on him. The ocean of the nectar of the essence of His Word may be deep and ambrosial; His true devotee may remain intoxicated in the obeying the teachings of His Word. His soul may be immersed within His Holy Spirit. Whosoever may remain drenched with crimson color of His Word; no other color, may stick to his heart.

16. (1-16) ਪ੍ਰਭਾਤੀ ਮਹਲਾ ੧॥ 1332-4

ਬਾਰਹ ਮਹਿ, ਰਾਵਲ ਖਪਿ ਜਾਵਹਿ, ਚਹੁ ਛਿਅ ਮਹਿ ਸੰਨਿਆਸੀ॥ baarah meh raaval khap jaaveh chahu chhi-a meh sani-aasee.
ਜੋਗੀ ਕਾਪੜੀਆ ਸਿਰਖੂਥੇ, ਬਿਨੁ ਸਬਦੈ ਗਲਿ ਫਾਸੀ॥੧॥ jogee kaaprhee-aa sirkhoothay bin sabdai gal faasee. ||1||

ਜੋਗੀ ਮਤ ਦੇ ਜੀਵ, 12 ਮਤਾਂ ਵਿੱਚ ਵੰਡੇ ਅਤੇ ਸੰਨਿਆਸੀ ਮਤ ਦੇ ਜੀਵ 4, 6 ਮਤਾਂ ਵਿੱਚ ਵੰਡੇ ਹਨ । ਜੋਗੀ ਧਰਮਾਂ ਦਾ ਬਾਣਾ, ਪਾਉਂਦੇ ਹਨ । ਜੈਨ ਆਪਣੇ ਸਿਰ ਦੇ ਵਾਲ ਪੁੱਟਦੇ ਹਨ । ਪਰ ਪ੍ਰਭ ਦੇ ਸ਼ਬਦ ਦੀ ਕਮਾਈ ਤੋਂ ਬਿਨਾਂ ਮੁਕਤੀ ਦਾ ਰਸਤਾ ਬਖਸ਼ਿਸ਼ ਨਹੀਂ ਹੋ ਸਕਦਾ । ਮੌਤ ਦੇ ਜਮਦੂਤ ਦੇ ਹਵਾਲੇ ਹੀ ਰਹਿੰਦਾ ਹੈ ।

Worldly religious concept of various religions may differ, everyone claims their method may the only right path of acceptance in His Court. Yogis may have 12 different factions, groups slightly different from each other. Sanyasis remains divided into 4 to 6 different groups. Yogis adopt religious robe of unique color; Jains pull, shave their hairs, Sikhs adopt 5 K's and so on. However, without the earnings of His Word, no one may ever be blessed with the right path of acceptance in His Court. All remains under the control of the devil of death.

ਸਬਦਿ ਰਤੇ ਪੂਰੇ ਬੈਰਾਗੀ॥ sabad ratay pooray bairaagee.
ਅਉਹਠਿ ਹਸਤ ਮਹਿ ਭੀਖਿਆ ਜਾਚੀ, ਏਕ ਭਾਇ ਲਿਵ ਲਾਗੀ॥੧॥ a-uhath hasat meh bheekhi-aa jaachee ayk bhaa-ay liv laagee. ||1||
ਰਹਾਉ॥ rahaa-o.

ਜਿਹੜੇ ਜੀਵ ਦੇ ਮਨ ਵਿੱਚ ਸ਼ਬਦ ਦੀ ਸਿਖਿਆਂ ਘਰ ਕਰ ਜਾਂਦੀ ਹੈ, ਉਹ ਕੇਵਲ ਇਕੋ ਇਕ ਪ੍ਰਭ ਤੋਂ ਹੀ ਰਹਿਮਤ ਦੀ ਭਿੱਖਿਆ ਮੰਗਦਾ ਹੈ । ਉਸ ਨੂੰ ਹੀ ਗੁਰਮਖ, ਵਿਰਾਗੀ ਅਵਸਥਾ ਬਖਸ਼ਿਸ਼ ਹੋ ਸਕਦੀ ਹੈ ।

Whosoever may remain drenched with the essence of His Word; he may only pray for His Forgiveness and Refuge. Only he may be blessed with a state of mind as His true devotee.

ਬ੍ਰਹਮਣ ਵਾਦੁ ਪੜਹਿ ਕਰਿ ਕਿਰਿਆ, ਕਰਣੀ ਕਰਮ ਕਰਾਏ॥ barahman vaad parheh kar kiri-aa karnee karam karaa-ay.
ਬਿਨੁ ਬੂਝੇ ਕਿਛੁ ਸੂਝੈ ਨਾਹੀ, bin boojhay kichh soojhai naahee
ਮਨਮੁਖੁ ਵਿਛੁੜਿ ਦੂਖੁ ਪਾਏ॥੨॥ manmukh vichhurh dukh paa-ay. ||2||

ਬ੍ਰਹਮਣ ਵੇਦਾਂ ਪੜ੍ਹਦੇ, ਵਿਚਾਰਦੇ ਹਨ, ਕਈ ਰੀਤੋਂ ਰੀਵਾਜ ਕਰਦੇ ਹਨ । ਬਾਕੀ ਅਣਜਾਣ ਜੀਵਾਂ ਨੂੰ ਆਪਣੇ ਨਾਲ ਰਲਾਕੇ, ਬੁਤ ਪੂਜਾ ਕਰਦੇ ਹਨ । ਅੰਤ ਵਿੱਚ ਅਸਲੀ ਰਸਤੇ ਦੀ ਬਖਸ਼ਿਸ਼ ਤੋਂ ਬਿਨਾਂ ਹੀ ਮਰ ਜਾਂਦੇ ਹਨ । ਦਰਗਾਹ ਵਿੱਚ ਸ਼ਰਮਿੰਦਗੀ ਹੀ ਮਿਲਦੀ ਹੈ ।

Brahmin may read the Holy Scripture of Vedas, preaches the teachings, and perform religious rituals as worship. They may influence, ignorant followers to indulged in idol worship. Whosoever may not adopt the right path of acceptance in His Court; he may be captured by the devil of death. He may only endure embarrassment in His Court.

ਸਬਦਿ ਮਿਲੇ ਸੇ ਸੂਚਾਚਾਰੀ, ਸਾਚੀ ਦਰਗਹ ਮਾਨੇ॥ sabad milay say soochaachaaree saachee dargeh maanay.
ਅਨਦਿਨੁ ਨਾਮਿ ਰਤਨਿ ਲਿਵ ਲਾਗੇ, ਜੁਗਿ ਜੁਗਿ ਸਾਚਿ ਸਮਾਨੇ॥੩॥ an-din naam ratan liv laagay jug jug saach samaanay. ||3||

ਜਿਸ ਨੂੰ ਪ੍ਰਭ ਸ਼ਬਦ ਦੀ ਪਾਲਣਾ ਦੀ ਲਗਨ ਬਖਸ਼ਦਾ ਹੈ । ਉਹ ਪ੍ਰਭ ਦੇ ਸ਼ਬਦ ਦੀ ਸਮਾਧੀ ਵਿੱਚ ਲੀਨ ਹੋ ਜਾਂਦਾ ਹੈ । ਉਹ ਸਵਾਸ ਗਰਾਸ ਪ੍ਰਭ ਦੇ ਸ਼ਬਦ ਦੀ ਪਾਲਣਾ ਵਿੱਚ ਅਡੋਲ ਰਹਿੰਦਾ ਹੈ । ਉਸ ਨੂੰ ਦਰਗਾਹ ਵਿੱਚ ਪ੍ਰਵਾਨਗੀ ਦਾ ਅਸਲੀ ਰਸਤਾ ਬਖਸ਼ਿਸ਼ ਹੋ ਜਾਂਦਾ ਹੈ ।

Whosoever may be blessed with devotion to obey the teachings of His Word; with His mercy and grace, he may remain intoxicated in the void of His Word. He may remain obeying the teachings of His Word with steady and stable belief; with His mercy and grace, he may be blessed with the right path of acceptance in His Court.

ਸਗਲੇ ਕਰਮ ਧਰਮ ਸੁਚਿ ਸੰਜਮ, saglay karam Dharam such sanjam
ਜਪ ਤਪ ਤੀਰਥ ਸਬਦਿ ਵਸੇ॥ jap tap tirath sabad vasay.
ਨਾਨਕ ਸਤਿਗੁਰ ਮਿਲੈ ਮਿਲਾਇਆ, naanak satgur milai milaa-i-aa
ਦੂਖ ਪਰਾਛਤ ਕਾਲ ਨਸੇ॥੪॥੧੬॥ dookh paraachhat kaal nasay. ||4||16||

ਚੰਗੇ ਕਰਮਾਂ, ਧਾਰਮਕ ਰੀਤੋਂ ਰੀਵਾਜ, ਜਪ, ਤਪ, ਤੀਰਥਾਂ ਦਾ ਇਸ਼ਨਾਨ ਸਭ ਸ਼ਬਦ ਦੀ ਪਾਲਣਾ ਕਰਨ ਵਿੱਚ ਹੀ ਆ ਜਾਂਦੇ ਹਨ । ਜਿਸ ਦੇ ਮਨ ਵਿੱਚ ਪ੍ਰਭ ਦਾ ਸ਼ਬਦ ਜਾਗਰਤ ਹੋ ਜਾਂਦਾ ਹੈ । ਉਸ ਦਾ ਮੌਤ ਦਾ ਡਰ ਖਤਮ ਹੋ ਜਾਂਦਾ ਹੈ । ਉਸ ਦਾ ਮੌਤ ਦਾ ਸਮਾਂ ਪ੍ਰਭ ਨੂੰ ਮਿਲਣ ਦਾ ਮੌਕਾ ਬਣ ਜਾਂਦਾ ਹੈ ।

Performing good deeds, charities, religious rituals, meditation, hard discipline, sanctifying bath at Holy Shrines, all remain embedded within obeying the teachings of His Word. Whosoever may be enlightened with the essence of His Word; his fear of death may be eliminated. His death may become an auspicious time of union with The True Creator. His human life opportunity may be rewarded.

Key Message of Raag Parbhaatee, page 1332-4
'ਸ਼ਬਦ ਦੀ ਸਿਖਿਆਂ ਨਾਲ ਹੀ ਵਿਰਾਗ ਮਨ ਵਿੱਚ ਘਰ ਕਰਦਾ ਹੈ!
ਸਾਰੇ ਧਰਮ, ਵੱਖਰੇ ਵੱਖਰੇ ਰਸਤੇ ਦੀ ਪ੍ਰੇਰਨਾ ਕਰਦੇ ਹਨ । ਮੁਕਤੀ ਕੇਵਲ ਸ਼ਬਦ ਦੀ ਕਮਾਈ ਨਾਲ ਹੀ ਬਖਸ਼ਿਸ਼ ਹੁੰਦੀ ਹੈ । ਜਿਸ ਦੇ ਮਨ ਵਿੱਚ ਸ਼ਬਦ ਦੀ ਸਿਖਿਆਂ ਘਰ ਕਰ ਜਾਂਦੀ ਹੈ, ਉਸ ਨੂੰ ਵਿਰਾਗੀ ਅਵਸਥਾ ਬਖਸ਼ਿਸ਼ ਹੋ ਜਾਂਦੀ ਹੈ । ਅਸਲੀ ਰਸਤਾ ਧਾਰਨ ਕਰਨ ਤੋਂ ਬਿਨਾਂ, ਦਰਗਾਹ ਵਿੱਚ ਸ਼ਰਮਿੰਦਗੀ ਹੀ ਮਿਲਦੀ ਹੈ । ਜਿਹੜਾ ਸ਼ਬਦ ਦੀ ਸਮਾਧੀ ਵਿੱਚ ਲੀਨ ਹੋ ਜਾਂਦਾ ਹੈ । ਉਸ ਨੂੰ ਦਰਗਾਹ ਵਿੱਚ ਪ੍ਰਵਾਨਗੀ ਦਾ ਅਸਲੀ ਰਸਤਾ ਬਖਸ਼ਿਸ਼ ਹੋ ਜਾਂਦਾ ਹੈ । ਮੌਤ ਦਾ ਸਮਾਂ ਪ੍ਰਭ ਨੂੰ ਮਿਲਣ ਦਾ ਮੌਕਾ ਬਣ ਜਾਂਦਾ ਹੈ ।
Essence of His Word leads to Renunciation!
Worldly religions may preach different concept; however, salvation may only be blessed with the earnings of His Word. Whosoever may remain drenched with the essence of His Word; he may be blessed with a state of mind as His true devotee. Without adopting the right path of acceptance in His Court; he may only endure embarrassment in His Court. Who may remain intoxicated in the void of His Word; he may be blessed with the right path of acceptance in His Court? He may realize that death may be an opportunity of a union with His Holy Spirit.

17. (1-17) ਪ੍ਰਭਾਤੀ ਮਹਲਾ ੧॥ (1332-10)

ਸੰਤਾ ਕੀ ਰੇਣੁ ਸਾਧ ਜਨ ਸੰਗਤਿ, ਹਰਿ ਕੀਰਤਿ ਤਰੁ ਤਾਰੀ॥ santaa kee rayn saaDh jan sangat har keerat tar taaree.
ਕਹਾ ਕਰੈ ਬਪੁਰਾ ਜਮੁ ਡਰਪੈ, ਗੁਰਮੁਖਿ ਰਿਦੈ ਮੁਰਾਰੀ॥੧॥ kahaa karai bapuraa jam darpai gurmukh ridai muraaree. ||1||

ਸੰਤ ਦੀ ਸੰਗਤ ਕਰਨ, ਸਿਖਿਆਂ ਨਾਲ ਜੀਵਨ ਢਾਲਣ ਨਾਲ ਮਾਨਸ ਜਨਮ ਸਫਲ ਹੋ ਜਾਂਦਾ ਹੈ । ਗੁਰਮਖ ਜੀਵ ਦੇ ਹਿਰਦੇ ਵਿੱਚ ਪ੍ਰਭ ਦੇ ਸ਼ਬਦ ਦੇ ਗੁਣ ਰਚ ਜਾਂਦੇ ਹਨ । ਉਸ ਨੂੰ ਮੌਤ ਦਾ ਜਮਦੂਤ ਕੁਝ ਨਹੀਂ ਕਰ ਸਕਦਾ ।

Whosoever may join the conjugation of His Holy saint and adopts his life experience teachings in his day-to-day life; with His mercy and grace, his human life opportunity may be rewarded. Whosoever may remain drenched with the essence of His Word; with His mercy and grace, his soul may remain beyond the reach of devil of death.

ਜਲਿ ਜਾਉ ਜੀਵਨੁ ਨਾਮ ਬਿਨਾ॥ jal jaa-o jeevan naam binaa.
ਹਰਿ ਜਪਿ ਜਾਪੁ ਜਪਉ ਜਪਮਾਲੀ, ਗੁਰਮੁਖਿ ਆਵੈ ਸਾਦੁ ਮਨਾ॥੧॥ har jap jaap japa-o japmaalee gurmukh aavai saad manaa. ||1||
ਰਹਾਉ॥ rahaa-o.

ਗੁਰੂ ਨਾਨਕ ਦੇਵ ਜੀ! – Guru Nanak Dev Ji! Guru Granth Sahib

ਗੁਰਮਖ ਜੀਵ ਆਪ ਵੀ ਸ਼ਬਦ ਦਾ ਸਿਮਰਨ, ਪਾਲਣਾ ਕਰਦਾ ਹੈ । ਆਪਣੇ ਸੰਜੋਗੀਆਂ ਨੂੰ ਵੀ ਪ੍ਰਭ ਦੇ ਸ਼ਬਦ ਦੀ ਪਾਲਣਾ ਕਰਨ ਦੀ ਪ੍ਰੇਰਨਾ ਕਰਦਾ ਹੈ । ਉਸ ਦੇ ਮਨ ਦੀ ਅਵਸਥਾ ਬਦਲ ਜਾਂਦੀ ਹੈ । ਜਿਹੜਾ ਸਵਾਸ ਸ਼ਬਦ ਤੋਂ ਬਿਨਾਂ ਨਿਕਲਦਾ, ਉਹ ਬਿਰਥਾ ਹੀ, ਮੌਤ ਦੇ ਬਰਾਬਰ ਸਮਝਦਾ ਹੈ ।

His true devotee may meditate and obeys the teachings of His Word with steady and stable belief in his day-to-day life. He may inspire his followers to obey the teachings of His Word. His state of mind may be transformed. He may realize any breath without meditating on the teachings of His Word; his breaths may be a wastage opportunity in human life journey.

ਗੁਰ ਉਪਦੇਸ ਸਾਚੁ ਸੁਖੁ ਜਾ ਕਉ, ਕਿਆ ਤਿਸੁ ਉਪਮਾ ਕਹੀਐ॥ gur updays saach sukh jaa ka-o ki-aa tis upmaa kahee-ai.
ਲਾਲ ਜਵੇਹਰ ਰਤਨ ਪਦਾਰਥ, ਖੋਜਤ ਗੁਰਮੁਖਿ ਲਹੀਐ॥੨॥ laal javayhar ratan padaarath khojat gurmukh lahee-ai. ||2||

ਗੁਰਮੁਖ ਜੀਵ ਪ੍ਰਭ ਦੇ ਸਿਮਰਨ ਵਿੱਚ ਇਤਨਾ ਲੀਨ ਹੋ ਜਾਂਦਾ ਹੈ । ਉਸ ਨੂੰ ਮਨ ਦੀਆਂ ਸਾਰੀਆਂ ਖੁਸ਼ੀਆਂ ਹੀ ਸ਼ਬਦ ਦੀ ਪਾਲਣਾ ਵਿਚੋਂ ਅਨੁਭਵ ਹੋ ਜਾਂਦੀਆਂ ਹਨ । ਉਹ ਪ੍ਰਭ ਦੇ ਸ਼ਬਦ, ਭਾਣੇ ਨੂੰ ਸਤਿ ਕਰਕੇ ਮੰਨਦਾ, ਸ਼ਾਤੀ, ਸੰਤੋਖ, ਧੀਰਜ ਵਿੱਚ ਰਹਿੰਦਾ ਹੈ ।

His true devotee may remain in such an intoxication; he may realize all worldly pleasures by obeying the teachings of His Word. He may obey the teachings of His Word with steady and a stable belief as an ultimate Command. He may remain overwhelmed with patience, contentment, and blossom in his worldly life

ਚੀਨੈ ਗਿਆਨੁ ਧਿਆਨੁ ਧਨੁ ਸਾਚੌ, ਏਕ ਸਬਦਿ ਲਿਵ ਲਾਵੈ॥ cheenai gi-aan Dhi-aan Dhan saachou ayk sabad liv laavai.
ਨਿਰਾਲਬੁ ਨਿਰਹਾਰੁ ਨਿਹਕੇਵਲੁ, ਨਿਰਭਉ ਤਾੜੀ ਲਾਵੈ॥੩॥ niraalamb nirhaar nihkayval nirbha-o taarhee laavai. ||3||

ਜੀਵ ਸ਼ਬਦ ਦੇ ਸਿਮਰਨ, ਭਾਣੇ ਵਿੱਚ ਆਪਣੇ ਆਪ ਨੂੰ ਲੀਨ ਰਖੋ! ਪ੍ਰਭ ਦੇ ਸ਼ਬਦ ਦੀ ਪਾਲਣਾ ਵਿੱਚ ਹੀ ਸਾਰੇ ਗਿਆਨ, ਸਿਆਣਪਾਂ, ਬੰਦਗੀ, ਆਪਣੇ ਆਪ ਵਿੱਚ ਭਰਪੂਰ ਹਨ । ਗੁਰਮਖ ਪ੍ਰਭ ਦੇ ਸ਼ਬਦ ਦੀ ਸਮਾਧੀ, ਆਪਣੇ ਵਿੱਚ ਪੂਰਨ ਪ੍ਰਭ ਦੀ ਨਿਡਰ ਅਵਸਥਾ ਵਿੱਚ ਮਸਤ ਰਹਿੰਦਾ ਹੈ ।

You should remain intoxicated in obeying the teachings of His Word. The Omnipotent True Master remains a perfect overwhelming treasure of all virtues, blessings. His true devotee may remain in the void of the Primal State of the Fearlessness, Immaculate, Independent, Omnipotent, True Master.

ਸਾਇਰ ਸਪਤ ਭਰੇ ਜਲ ਨਿਰਮਲਿ, ਉਲਟੀ ਨਾਵ ਤਰਾਵੈ॥ saa-ir sapat bharay jal nirmal ultee naav taraavai.
ਬਾਹਰਿ ਜਾਤੌ ਠਾਕਿ ਰਹਾਵੈ, ਗੁਰਮੁਖਿ ਸਹਜਿ ਸਮਾਵੈ॥੪॥ baahar jaatou thaak rahaavai gurmukh sahj samaavai. ||4||

ਪਾਣੀ ਨਾਲ ਭਰੇ ਸਾਰੇ (ਸੱਤੇ) ਦਰਿਆ ਉਸ ਦੇ ਭਾਣੇ ਅੰਦਰ ਹੀ ਚਲਦੇ ਹਨ । ਅਗਰ ਕ੍ਰਿਪਾ ਹੋ ਜਾਵੇ ਤਾ ਉਲਟੀ ਬੇੜੀ ਵੀ ਸਾਗਰ ਪਾਰ ਕਰ ਜਾਂਦੀ ਹੈ । ਜਿਹੜਾ ਜੀਵ ਚਾਰ ਦਿਸ਼ਾ ਵਿੱਚ ਭਟਕਦਾ ਰਹਿੰਦਾ ਹੈ । ਪ੍ਰਭ ਉਸ ਨੂੰ ਵੀ ਸਿਧੇ ਰਸਤੇ ਤੇ ਪਾਉਂਦਾ ਹੈ । ਗੁਰਮਖ ਹਰ ਵੇਲੇ ਪ੍ਰਭ ਦੇ ਭਾਣੇ ਵਿੱਚ ਹੀ ਮਸਤ ਰਹਿੰਦਾ ਹੈ ।

Seven rivers are flowing under His Command. With His Blessed Vision, even the upside-down boat may sail the river to the other side. Whosoever may be wandering in all direction; with His mercy and grace, he may be brought back on the right path of acceptance in His Court. His true devotee may remain intoxicated in meditating in the void of His Word.

ਸੋ ਗਿਰਹੀ ਸੋ ਦਾਸੁ ਉਦਾਸੀ, ਜਿਨਿ ਗੁਰਮੁਖਿ ਆਪੁ ਪਛਾਨਿਆ॥ so girhee so daas udaasee jin gurmukh aap pachhaani-aa.
ਨਾਨਕੁ ਕਹੈ ਅਵਰੁ ਨਹੀਂ ਦੂਜਾ, naanak kahai avar nahee doojaa
ਸਾਚ ਸਬਦਿ ਮਨੁ ਮਾਨਿਆ॥੫॥੧੭॥ saach sabad man maani-aa. ||5||17||

ਜਿਹੜਾ ਆਪਣੇ ਆਪ ਨੂੰ ਪਛਾਣ ਲੈਂਦਾ ਹੈ, ਉਸ ਨੂੰ ਗੁਰਮਖ ਅਵਸਥਾ ਬਖਸ਼ਿਸ਼ ਹੁੰਦੀ ਹੈ । ਉਹ ਪ੍ਰਭ ਦਾ ਅਸਲੀ ਦਾਸ ਬਣ ਜਾਂਦਾ ਹੈ । ਉਹ ਪ੍ਰਭ ਦੀ ਰਜ਼ਾ, ਸ਼ਬਦ ਦੀ ਪਾਲਣਾ ਵਿੱਚ ਅਨੰਦ, ਖੇੜੇ ਵਿੱਚ ਵਸਦਾ ਹੈ ।

Whosoever may recognize the real purpose of his human life opportunity; with His mercy and grace, he may be blessed with a state of mind as His true devotee. He may consider His Word as an ultimate Command; he may remain overwhelmed with pleasure and blossom in his day-to-day life.

Key Message of Raag Parbhaatee, page 1332-10
'ਆਪਣੇ ਆਪ ਨੂੰ ਪਛਾਣਨਾ ਹੀ ਮਨ ਤੇ ਜਿੱਤ ਹੈ!
ਜਿਹੜਾ ਸੰਤਾ ਦੇ ਜੀਵਨ ਦੀ ਸਿਖਿਆਂ ਨਾਲ ਜੀਵਨ ਢਾਲਦਾ ਹੈ, ਉਸ ਦਾ ਮਾਨਸ ਜਨਮ ਸਫਲ ਹੋ ਜਾਂਦਾ ਹੈ । ਉਸ ਦੇ ਮਨ ਦੀ ਅਵਸਥਾ ਬਦਲ ਜਾਂਦੀ ਹੈ । ਆਪਣੇ ਸੰਜੋਗੀਆਂ ਨੂੰ ਵੀ ਪ੍ਰਭ ਦੇ ਸ਼ਬਦ ਦੀ ਪਾਲਣਾ ਕਰਨ ਦੀ ਪ੍ਰੇਰਨਾ ਕਰਦਾ ਹੈ । ਉਹ ਪ੍ਰਭ ਦੇ ਸ਼ਬਦ, ਭਾਣੇ ਨੂੰ ਸਤਿ ਕਰਕੇ ਮੰਨਦਾ, ਸ਼ਾਤੀ, ਸੰਤੋਖ ਧੀਰਜ ਵਿੱਚ ਰਹਿੰਦਾ ਹੈ । ਗੁਰਮਖ ਪ੍ਰਭ ਦੇ ਸ਼ਬਦ ਦੀ ਸਮਾਧੀ ਵਿੱਚ, ਨਿਡਰ ਅਵਸਥਾ ਵਿੱਚ ਮਸਤ ਰਹਿੰਦਾ ਹੈ । ਉਹ ਆਪਣੇ ਆਪ ਨੂੰ ਪਛਾਣ ਲੈਂਦਾ ਹੈ, ਮਨ ਤੇ ਜਿੱਤ ਬਖਸ਼ਿਸ਼ ਹੋ ਜਾਂਦੀ ਹੈ । ਪ੍ਰਭ ਦੀ ਰਹਿਮਤ ਨਾਲ ਉਲਟੀ ਬੇੜੀ ਵੀ ਸਾਗਰ ਪਾਰ ਕਰ ਜਾਂਦੀ ਹੈ ।
Recognizing himself is to conquer mind!
Whosoever may adopt his life experience teachings in his day-to-day life; his human life opportunity may be rewarded. His state of mind may be transformed. He may inspire his followers to obey the teachings of His Word. He may accept His Word as an ultimate Command; he remains overwhelmed with patience, contentment, and blossom in his worldly life. His true devotee may remain in the void of the Primal State of the Fearless, Immaculate, Independent, Omnipotent True Master. Whosoever may recognize the real purpose of his human life opportunity; he may conquer his own mind. With His Blessed Vision, the upside-down boat may sail the river to the other side.

- ਜੁਪ- ਸਿਮਰਨ -- ਸ਼ਬਦ ਨੂੰ ਅਪਣਾਉਣਾ, ਮਨ ਦੇ ਖਿਆਲਾਂ ਨੂੰ ਪ੍ਰਭ ਦੇ ਭਾਣੇ ਨਾਲਾ ਪਰਖਕੇ, ਕੰਮ ਕਰਨਾ!
- **Meditation:** Adopt the teachings of His Word in own life; test your deeds with the teachings of His Word.

Guru Nanak Dev Ji! key Message of Parbhaatee, (1-17)
ਜਿਹੜਾ ਆਪਣੇ ਪੰਜਾਂ ਜਮਦੂਤਾਂ ਤੇ ਕਾਬੂ ਪਾ ਕੇ ਪ੍ਰਭ ਦੀ ਰਹਿਮਤ ਪਾ ਲੈਂਦਾ ਹੈ ਅਗਰ ਇਸ ਤੇ ਪੱਕਾ ਨਾ ਹੋਵੇ ਤਾ ਉਹ ਪ੍ਰਭ ਦੇ ਦਰ ਤੋਂ ਫਿੜਕਿਆ ਜਾਂਦਾ ਹੈ, ਉਸ ਨੂੰ ਪ੍ਰਭ ਦੀ ਰਹਿਮਤ ਹਾਸਿਲ ਕਰਨ ਲਈ ਆਪਣੀ ਗਲਤੀ ਦਾ ਪਛਤਾਵਾਂ ਕਰਨਾ ਪੈਂਦਾ ਹੈ ।

ਆਪ ਹੀ ਭਗਤਾਂ ਦਾ ਭਰੋਸਾ ਪਰਖਦਾ, ਕਿਤਨਾ ਕੋ ਪੱਕਾ ਹੈ । ਆਪ ਹੀ ਜੀਵ ਤੋਂ ਗਲਤੀ ਕਰਾਉਂਦਾ ਹੈ । ਜਿਸ ਨੂੰ ਪ੍ਰਭ ਸੋਝੀ ਬਖਸ਼ਦਾ ਹੈ! ਉਹ ਹੀ ਘਟਨਾ ਦਾ ਕਾਰਨ ਸਮਝਦਾ ਹੈ । ਜਿਹੜਾ ਭਗਤ ਵੀ ਦਿਖਾਵਾ, ਅਹੰਕਾਰ ਕਰਦਾ ਹੈ, ਉਸ ਨੂੰ ਪਛਤਾਵਾਂ ਕਰਨਾ ਪੈਦਾ ਹੈ । ਕੋਈ ਅਖੰਡ ਲੰਗਰ, (ਅਖੰਡ ਪਾਠ) ਕਰਨਾ, ਜਾ ਬਲੀ ਦੇਣ ਨਾਲ ਪਿਛਲੇ ਜਨਮ ਦੇ ਪਾਪ ਬਖਸ਼ੇ ਨਹੀਂ ਜਾਂਦੇ । ਜਿਸ ਨੂੰ ਗੁਰਮਖ ਅਵਸਥਾ ਬਖਸ਼ਿਸ਼ ਹੋ ਜਾਂਦੀ ਹੈ, ਉਹ ਕਦੇ ਪੰਜਾਂ ਜਮਦੂਤਾਂ ਦੇ ਚੱਕਰ ਵਿੱਚ ਨਹੀਂ ਫਸਦਾ । ਅਹੰਕਾਰ ਦੀ ਜੜ੍ਹ ਨਾਸ ਕਰਨ ਤੋਂ ਬਿਨਾਂ, ਮਨ ਨੂੰ ਸ਼ਾਂਤੀ ਬਖਸ਼ਿਸ਼ ਨਹੀਂ ਹੁੰਦੀ । ਕੇਵਲ ਸ਼ਬਦ ਨੂੰ ਮਨ ਵਿੱਚ ਵਸਾਉਣ ਨਾਲ ਹੀ ਮੁਕਤੀ ਦਾ ਰਸਤਾ ਬਖਸ਼ਿਸ਼ ਹੋ ਸਕਦਾ ਹੈ ।

The True Master monitors the faith, belief of His true devotee; He may never ignore or forgive the sins of any creature not even His true devotee, worldly prophet! Worldly wealth, Shakti entices His Creation to become a victim of sweet poison of worldly wealth. Whosoever may be enlightened; only he may comprehend the real purpose of His Command. Even a prophet may become a victim of ego; he must regret and repents for his mistake. Religious ritual to do a charity of free unlimited kitchen, or offering any sacrifice; **sins of previous lives may never be forgiven.** Whosoever may be blessed with state of mind as His true devotee; he may never become a victim of demons of worldly desires. Without conquering own ego, surrendering self-entity at His Sanctuary, no one may ever be blessed with peace of mind. Whosoever may remain intoxicated, drenched with the essence of His Word, only he may be blessed with the right path of acceptance in His Court, salvation. With His Blessed Vision, the upside-down boat may sail the river to the other side.

18. ਪ੍ਰਭਾਤੀ ਅਸਟਪਦੀਆ॥ (1-1A) ਮਹਲਾ ੧ ਬਿਭਾਸ (1342-1)

ੴ ਸਤਿਗੁਰ ਪ੍ਰਸਾਦਿ॥	ik-oNkaar satgur parsaad.
ਦੁਬਿਧਾ ਬਉਰੀ ਮਨੁ ਬਉਰਾਇਆ॥	dubiDhaa ba-uree man ba-uraa-i-aa.
ਝੂਠੈ ਲਾਲਚਿ ਜਨਮੁ ਗਵਾਇਆ॥	jhoothai laalach janam gavaa-i-aa.
ਲਪਟਿ ਰਹੀ ਫੁਨਿ ਬੰਧੁ ਨ ਪਾਇਆ॥	lapat rahee fun banDh na paa-i-aa.
ਸਤਿਗੁਰਿ ਰਾਖੇ ਨਾਮੁ ਦ੍ਰਿੜਾਇਆ॥੧॥	satgur raakhay naam drirh-aa-i-aa. ‖1‖

ਜਿਸ ਦਾ ਪ੍ਰਭ ਦੇ ਬਖਸ਼ੇ ਤੇ ਭਰੋਸਾ ਅਡੋਲ ਨਹੀਂ ਹੁੰਦਾ । ਉਹ ਵੱਖਰੀਆਂ ਦਿ੍ਸ਼ਾਂ ਵਿੱਚ ਭਉਦਾ ਰਹਿੰਦਾ ਹੈ । ਜੀਵ ਨੂੰ ਮਨ ਦੀਆਂ ਭਟਕਣਾਂ ਗਵਾਰ, ਪਾਗਲ ਬਣਾ ਦੇਂਦੀਆਂ ਹਨ । ਉਹ ਝੂਠੇ ਲਾਲਚ ਵਿੱਚ ਜੀਵਨ ਬਿਰਥਾ ਹੀ ਬਤੀਤ ਕਰ ਜਾਂਦਾ ਹੈ । ਉਹ ਭਰਮ ਭੁਲੇਖੇ ਵਿੱਚ ਹੀ ਰਹਿੰਦਾ, ਆਪਣੇ ਮਨ ਤੇ ਕੋਈ ਕਾਬੂ ਨਹੀਂ ਹੁੰਦਾ । ਜਿਸ ਨੂੰ ਪ੍ਰਭ ਆਪ ਹੀ ਸ਼ਬਦ ਦੀ ਪਾਲਣਾ ਵਿੱਚ ਲਗਨ ਲਾਉਂਦਾ ਹੈ । ਉਹ ਸ਼ਬਦ ਦੀ ਪਾਲਣਾ ਵਿੱਚ ਅਡੋਲ ਰਹਿੰਦਾ ਹੈ । ਪ੍ਰਭ ਦੀ ਰਹਿਮਤ ਨਾਲ ਉਸ ਦੇ ਮਨ ਵਿੱਚ ਸ਼ਬਦ ਦੀ ਸੋਝੀ ਬਖਸ਼ਿਸ਼ ਹੋ ਜਾਂਦੀ ਹੈ ।

Whosoever may remain contented with His Blessings, on his own worldly environments. He may remain wandering in many directions, shrine to shrine searching for peace of mind. His frustrations may make him insane. He may waste his human life opportunity in false hopes, fantasy, illusion of sweet poison of worldly wealth. He may remain intoxicated in worldly suspicions. He may not have any control on his worldly desires. Whosoever may remain intoxicated in obeying the teachings of His Word with steady and stable belief in his day-to-day life; with His mercy and grace, he may be blessed with the enlightenment of the essence of His Word.

ਨਾ ਮਨੁ ਮਰੈ ਨ ਮਾਇਆ ਮਰੈ॥	naa man marai na maa-i-aa marai.
ਜਿਨਿ ਕਿਛੁ ਕੀਆ ਸੋਈ ਜਾਣੈ,	jin kichh kee-aa so-ee jaanai
ਸਬਦੁ ਵੀਚਾਰਿ ਭਉ ਸਾਗਰੁ ਤਰੈ॥੧॥ ਰਹਾਉ॥	sabad veechaar bha-o saagar tarai. ‖1‖ rahaa-o.

ਜਿਹੜਾ ਮਨ ਦੀਆਂ ਸੰਸਾਰਕ ਇਛਾਂ ਨੂੰ ਮਾਰ ਨਹੀਂ ਸਕਦਾ, ਉਸ ਨੂੰ ਆਪਣੇ ਮਾਨਸ ਜੀਵਨ ਦੇ ਮੰਤਵ ਦੀ ਸੋਝੀ ਬਖਸ਼ਿਸ਼ ਨਹੀਂ ਹੁੰਦੀ, ਮਨ ਤੇ ਜਿੱਤ ਬਖਸ਼ਿਸ਼ ਨਹੀਂ ਹੋ ਸਕਦੀ । ਸ੍ਰਿਸ਼ਟੀ ਦਾ ਖੇਲ ਰਚਾਉਣ ਵਾਲਾ ਪ੍ਰਭ ਹੀ ਸਭ ਕੁਝ ਜਾਣਦਾ ਹੈ । ਜਿਹੜਾ ਪ੍ਰਭ ਦੇ ਸ਼ਬਦ ਦੀ ਸਿਖਿਆਂ ਨੂੰ ਆਪਣੇ ਜੀਵਨ ਵਿੱਚ ਢਾਲਦਾ ਹੈ, ਉਸ ਦਾ ਮਾਨਸ ਜਨਮ ਸਫਲ ਹੋ ਜਾਂਦਾ ਹੈ ।

Whosoever may not conquer his worldly expectation, desires; he may never comprehend the real purpose of his human life opportunity. He may never be able to conquer his own mind. The True Master, Creator may only know the real purpose of His Creation. Whosoever may adopt the teachings of His Word in his day-to-day life; with His mercy and grace, his human life opportunity may be rewarded.

ਮਾਇਆ ਸੰਚਿ ਰਾਜੇ ਅਹੰਕਾਰੀ॥	maa-i-aa sanch raajay ahaNkaaree.
ਮਾਇਆ ਸਾਥਿ ਨ ਚਲੈ ਪਿਆਰੀ॥	maa-i-aa saath na chalai pi-aaree.
ਮਾਇਆ ਮਮਤਾ ਹੈ ਬਹੁ ਰੰਗੀ॥	maa-i-aa mamtaa hai baho rangee.
ਬਿਨੁ ਨਾਵੈ ਕੋ ਸਾਥਿ ਨ ਸੰਗੀ॥੨॥	bin naavai ko saath na sangee. ‖2‖

ਸੰਸਾਰਕ ਧਨ, ਦੌਲਤ ਇਕੱਠੀ ਕਰਕੇ ਰਾਜੇ, ਅਮੀਰ ਲੋਕ ਅਹੰਕਾਰੀ ਬਣ ਜਾਂਦੇ ਹਨ । ਪਰ ਸੰਸਾਰਕ ਧਨ ਮੌਤ ਪਿਛੋਂ, ਦਰਗਾਹ ਵਿੱਚ ਸਾਥ ਨਹੀਂ ਜਾਂਦਾ । ਕਿਸੇ ਕੰਮ ਨਹੀਂ ਆਉਂਦਾ । ਸੰਸਾਰਕ ਮਾਇਆ ਦੇ, ਮੋਹ ਦੇ ਬਹੁਤ ਹੀ ਰੰਗ, ਕਿਸਮਾਂ ਹਨ । ਪ੍ਰਭ ਦੇ ਸ਼ਬਦ ਦੀ ਸਿਖਿਆਂ ਨੂੰ ਜੀਵਨ ਵਿੱਚ ਅਪਣਾਉਣ ਤੋਂ ਬਿਨਾਂ ਹੋਰ ਕੋਈ ਕੀਤਾ ਕੰਮ, ਪ੍ਰਭ ਦੀ ਦਰਗਾਹ ਵਿੱਚ ਸਹਾਈ ਨਹੀਂ ਹੁੰਦਾ ।

Whosoever may collect worldly wealth, enjoys short lived pleasure and glamor of worldly life; he may remain intoxicated in ego of his worldly possessions. His worldly wealth, possessions, status may not stay with his soul after death nor have any significance in His Court. The attachment of worldly wealth may appear in many different, unique colors. Without adopting the teachings of His Word with steady and stable belief in day-to-day life; any other meditation, worldly possessions may not support his soul in His Court.

ਗੁਰੂ ਨਾਨਕ ਦੇਵ ਜੀ! – Guru Nanak Dev Ji! Guru Granth Sahib

ਜਿਉ ਮਨੁ ਦੇਖਹਿ, ਪਰ ਮਨੁ ਤੈਸਾ॥ ji-o man daykheh par man taisaa.
ਜੈਸੀ ਮਨਸਾ ਤੈਸੀ ਦਸਾ॥ jaisee mansaa taisee dasaa.
ਜੈਸਾ ਕਰਮੁ ਤੈਸੀ ਲਿਵ ਲਾਵੈ॥ jaisaa karam taisee liv laavai.
ਸਤਿਗੁਰੁ ਪੂਛਿ ਸਹਜ ਘਰੁ ਪਾਵੈ॥੩॥ satgur poochh sahj ghar paavai. ||3||

ਜਿਸਤਰ੍ਹਾਂ ਦੀ ਮਨ ਦੀ ਦਿਸ਼ਾ, ਸੋਚ ਹੁੰਦੀ ਹੈ, ਉਹ ਬਾਕੀ ਜੀਵਾਂ ਨੂੰ ਆਪਣੇ ਮਨ ਦੀ ਸੋਚ ਨਾਲ ਹੀ ਪਰਖਦਾ ਹੈ । ਉਸ ਦੇ ਮਨ ਦੀ ਖਾਹਿਸ਼ ਵੀ ਮਨ ਦੀ ਦਿਸ਼ਾ ਨਾਲ ਹੀ ਬਣਦੀ ਹੈ । ਉਹ ਮਨ ਦੀ ਸੋਚ ਅਨੁਸਾਰ ਹੀ ਕੰਮ ਕਰਦਾ, ਜੀਵਨ ਬਤੀਤ ਕਰਦਾ ਹੈ । ਜਿਹੜਾ ਸ਼ਬਦ ਦੀ ਸਿਖਿਆਂ ਨੂੰ ਮਨ ਵਿੱਚ ਵਸਾਉਂਦਾ ਹੈ, ਉਸ ਦੇ ਮਨ ਵਿੱਚ ਧੀਰਜ, ਸੰਤੋਖ, ਸ਼ਾਂਤੀ ਬਖਸ਼ਿਸ਼ ਹੋ ਜਾਂਦੀ ਹੈ ।

The thoughts, directions, desires of his mind remain dominating in his worldly life. He may judge, everyone with his own state of mind; compares with his own direction in life. All his worldly desires may remain dominating in his way of life, imagination of his mind. Whosoever may adopt the teachings of His Word with steady and stable belief; with His mercy and grace, he may be blessed with patience, peace of mind and contentment in his worldly life.

ਰਾਗਿ ਨਾਦਿ ਮਨੁ ਦੂਜੈ ਭਾਇ॥ ਅੰਤਰਿ ਕਪਟੁ ਮਹਾ ਦੁਖੁ ਪਾਇ॥ raag naad man doojai bhaa-ay. antar kapat mahaa dukh paa-ay.
ਸਤਿਗੁਰੁ ਭੇਟੈ ਸੋਝੀ ਪਾਇ॥ ਸਚੈ ਨਾਮਿ ਰਹੈ ਲਿਵ ਲਾਇ॥੪॥ satgur bhaytai sojhee paa-ay. sachai naam rahai liv laa-ay. ||4||

ਰਾਗ, ਸੰਗੀਤ, ਕੀਰਤਨ ਨਾਲ ਮਨ ਵੱਖਰੀਆਂ ਦ੍ਰਿਸ਼ਾਂ ਵਿੱਚ ਭਉਦਾ ਰਹਿੰਦਾ ਹੈ । ਉਸ ਦੇ ਮਨ ਵਿੱਚ ਵੱਖਰੀਆਂ ਦ੍ਰਿਸ਼ਾ ਦਾ ਬਹੁਤ ਡੂੰਘਾਂ ਪ੍ਰਭਾਵ ਹੁੰਦਾ ਹੈ । ਇਸ ਨਾਲ ਹੀ ਮਨ ਦੁਖ ਮਹਿਸੂਸ ਕਰਦਾ ਹੈ । ਜਿਹੜਾ ਆਪਾ ਪ੍ਰਭ ਦੀ ਸ਼ਰਣ ਵਿੱਚ ਭੇਟਾ ਕਰ ਦੇਂਦਾ ਹੈ, ਉਸ ਨੂੰ ਮਾਨਸ ਜੀਵਨ ਦੇ ਮੰਤਵ ਦੀ ਸੋਝੀ ਬਖਸ਼ਿਸ਼ ਹੋ ਜਾਂਦੀ ਹੈ । ਪ੍ਰਭ ਦੀ ਰਹਿਮਤ ਨਾਲ, ਉਸ ਦਾ ਮਨ ਸ਼ਬਦ ਦੀ ਪਾਲਣਾ ਵਿੱਚ ਅਡੋਲ ਹੋ ਜਾਂਦਾ ਹੈ ।

Mind may wander in many different imaginations with worldly raag, music, songs and singing the glory of His Word. He may remain intoxicated with various fantasies, illusions, and imagination. He may endure various disappointments, miseries, in his worldly life. Whosoever may surrender his self-entity at His Sanctuary; with His mercy and grace, he may be blessed with the enlightenment of the real purpose of human life. He may remain intoxicated in obeying the teachings of His Word in his day-to-day life.

ਸਚੈ ਸਬਦਿ ਸਚੁ ਕਮਾਵੈ॥ ਸਚੀ ਬਾਣੀ ਹਰਿ ਗੁਣ ਗਾਵੈ॥ sachai sabad sach kamaavai. sachee banee har gun gaavai.
ਨਿਜ ਘਰਿ ਵਾਸੁ ਅਮਰ ਪਦੁ ਪਾਵੈ॥ ਤਾ ਦਰਿ ਸਾਚੈ ਸੋਭਾ ਪਾਵੈ॥੫॥ nij ghar vaas amar pad paavai. taa dar saachai sobhaa paavai. ||5||

ਜਿਹੜਾ ਪ੍ਰਭ ਦੇ ਨਾ ਮਿਟਨਵਾਲੇ ਸ਼ਬਦ ਦੀ ਸਿਖਿਆ ਵਿੱਚ ਲਿਵ ਲਾਉਂਦਾ, ਸਵਾਸ ਸਵਾਸ ਗੁਣ ਗਾਉਂਦਾ ਹੈ । ਉਸ ਦੇ ਮਨ ਵਿੱਚ ਪ੍ਰਭ ਦਾ ਸ਼ਬਦ ਘਰ ਕਰ ਜਾਂਦਾ, ਰਚ ਜਾਂਦਾ ਹੈ । ਉਹ ਜਨਮ ਮਰਨ ਦੇ ਚੱਕਰ ਵਿਚੋਂ ਨਿਕਲ ਜਾਂਦਾ ਹੈ । ਉਸ ਦੀ ਬੰਦਗੀ ਪ੍ਰਭ ਦੇ ਦਰਬਾਰ ਵਿੱਚ ਪ੍ਰਵਾਨ ਹੋ ਜਾਂਦੀ ਹੈ ।

Whosoever may remain intoxicated in singing the glory, obeying the teachings of His Word, imperishable, unavoidable The True Master, with steady and stable belief; with His mercy and grace, he may remain drenched with the enlightenment of, the essence of His Word. His earnings of His Word may be accepted in His Court; his cycle of birth and death may be eliminated.

ਗੁਰ ਸੇਵਾ ਬਿਨੁ ਭਗਤਿ ਨ ਹੋਈ॥ ਅਨੇਕ ਜਤਨ ਕਰੈ ਜੇ ਕੋਈ॥ gur sayvaa bin bhagat na ho-ee. anayk jatan karai jay ko-ee.
ਹਉਮੈ ਮੇਰਾ ਸਬਦੇ ਖੋਈ॥ ਨਿਰਮਲ ਨਾਮੁ ਵਸੈ ਮਨਿ ਸੋਈ॥੬॥ ha-umai mayraa sabday kho-ee. nirmal naam vasai man so-ee. ||6||

ਸ਼ਬਦ ਤੇ ਭਰੋਸਾ ਅਡੋਲ ਕਰਨ ਤੋਂ ਬਿਨਾਂ, ਪ੍ਰਭ ਦੀ ਬੰਦਗੀ ਨਹੀਂ ਕੀਤੀ ਜਾ ਸਕਦੀ । ਜੀਵ ਭਾਵੇਂ ਕਿਤਨੇ ਹੀ ਹੋਰ ਯਤਨ ਕਿਉਂ ਨਾ ਕਰ ਲਵੇਂ । ਸ਼ਬਦ ਮਨ ਵਿੱਚ ਜਾਗਰਤ ਹੋਣ ਨਾਲ ਹੀ ਅਹੰਕਾਰ, ਖੁਦਗਰਜ਼ੀ ਖਤਮ ਹੁੰਦੀ ਹੈ । ਉਹ ਪ੍ਰਭ ਦੀ ਸ਼ਰਣ ਵਿੱਚ ਆਪਾ ਭੇਟਾ ਕਰਕੇ ਅਡੋਲ ਹੋ ਜਾਂਦਾ ਹੈ ।

Without accepting the teachings of His Word as an ultimate Command; no one may ever adopt the teachings of His Word with steady and stable belief in his day-to-day life. No matter, he may adopt any teachings, techniques preached by worldly gurus or religious meditation techniques. Whosoever may be enlightened with the essence of His Word; with His mercy and grace, he may conquer his own ego and selfishness. He may surrender his self-entity at His Sanctuary.

ਇਸੁ ਜਗ ਮਹਿ ਸਬਦੁ ਕਰਣੀ ਹੈ ਸਾਰੁ॥ ਬਿਨੁ ਸਬਦੈ ਹੋਰੁ ਮੋਹੁ ਗੁਬਾਰੁ॥ is jag meh sabad karnee hai saar. bin sabdai hor moh gubaar.
ਸਬਦੇ ਨਾਮੁ ਰਖੈ ਉਰਿ ਧਾਰਿ॥ ਸਬਦੇ ਗਤਿ ਮਤਿ ਮੋਖ ਦੁਆਰੁ॥੭॥ sabday naam rakhai ur Dhaar. sabday gat mat mokh du-aar. ||7||

ਮਾਨਸ ਜੀਵਨ ਵਿੱਚ ਸ਼ਬਦ ਦੀ ਕਮਾਈ ਤੋਂ ਬਿਨਾਂ ਬਾਕੀ ਸਾਰੇ ਰਸਤੇ, ਅਣਜਾਣ, ਸੰਸਾਰਕ ਮੋਹ, ਲਾਲਚ ਦੇ ਹੀ ਹਨ । ਪ੍ਰਭ ਦੇ ਸ਼ਬਦ ਦੀ ਪਾਲਣਾ ਨਾਲ ਹੀ ਸ਼ਬਦ ਦੀ ਸੋਝੀ, ਸਿਖਿਆਂ ਮਨ ਵਿੱਚ ਜਾਗਰਤ ਹੋ ਜਾਂਦੀ ਹੈ । ਸ਼ਬਦ ਅਨੁਸਾਰ ਜੀਵਨ ਢਾਲਣ ਨਾਲ ਹੀ ਸ਼ਬਦ ਦੀ ਸੋਝੀ, ਮੁਕਤੀ ਦਾ ਰਸਤਾ ਬਖਸ਼ਿਸ਼ ਹੋ ਜਾਂਦਾ ਹੈ ।

Without the earnings of His Word all other meditation techniques, routines are path of ignorance; sweet poison of worldly wealth, attachments, greed. Whosoever may obey the teachings of His Word with steady and stable belief; with His mercy and grace, he may be enlightened with the essence of His Word. Whosoever may adopt the teachings of His Word with steady and stable belief; he may be blessed with enlightenment and the right path of acceptance in His Court.

ਅਵਰੁ ਨਾਹੀ ਕਰਿ ਦੇਖਣਹਾਰੋ॥ ਸਾਚਾ ਆਪਿ ਅਨੂਪੁ ਅਪਾਰੋ॥ avar naahee kar daykhanhaaro. saachaa aap anoop apaaro.
ਰਾਮ ਨਾਮ ਊਤਮ ਗਤਿ ਹੋਈ॥ ਨਾਨਕ ਖੋਜਿ ਲਹੈ ਜਨੁ ਕੋਈ॥੮॥੧॥ raam naam ootam gat ho-ee. naanak khoj lahai jan ko-ee. ||8||1||

ਪ੍ਰਭ ਬਹੁਤ ਅਨੋਖੀ ਹੋਂਦ ਵਾਲਾ ਮਾਲਕ, ਜੀਵ ਦੀ ਪਹੁੰਚ ਤੋਂ ਉਪਰ ਹੈ । ਇਕੋ ਇਕ ਪ੍ਰਭ ਹੀ, ਸਾਰੀ ਸ੍ਰਿਸ਼ਟੀ ਨੂੰ ਦੇਖਦਾ, ਦੇਖ ਭਾਲ ਕਰਦਾ ਹੈ । ਪ੍ਰਭ ਦੇ ਸ਼ਬਦ ਦੀ ਪਾਲਣਾ ਨਾਲ ਹੀ ਉਤਮ, ਅਮੋਲਕ ਅਵਸਥਾ ਬਖਸ਼ਿਸ਼ ਹੋ ਸਕਦੀ ਹੈ । ਜਿਸ ਨਾਲ ਆਤਮਾ ਦੀ ਗਤੀ ਹੁੰਦੀ ਹੈ । ਵਿਰਲੇ ਹੀ ਨਿਮ੍ਰਤਾ ਵਾਲੇ ਸੇਵਕ ਨੂੰ ਗਤੀ ਦੀ ਅਵਸਥਾ ਬਖਸ਼ਿਸ਼ ਹੋ ਸਕਦੀ ਹੈ ।

The True Master remains inaccessible, beyond the reach of His Creation; His Existence remains astonishing. The One and Only One True Creator monitors, nourishes and protects His Creation. His Word may be the most supreme, ambrosial, and soul sanctifying source, fountain of nectar; the right path of salvation. However, very rare may be blessed with such a humility and immortal state of mind.

Key Message of Raag Parbhaatee, page 1342-1

'ਆਪਾ ਭੇਟਾ ਕਰਨਾ ਹੀ ਮੁਕਤੀ ਦਾ ਰਸਤਾ ਹੈ!

ਜਿਹੜਾ ਸ਼ਬਦ ਦੀ ਸਿਖਿਆਂ ਨੂੰ ਆਪਣੇ ਜੀਵਨ ਵਿੱਚ ਢਾਲਦਾ ਹੈ । ਉਸ ਨੂੰ ਸ਼ਬਦ ਦੀ ਸੋਝੀ ਬਖਸ਼ਿਸ਼ ਹੋ ਜਾਂਦੀ ਹੈ । ਉਹ ਆਪਾ ਪ੍ਰਭ ਦੀ ਸ਼ਰਣ ਵਿੱਚ ਭੇਟਾ ਕਰ ਦੇਂਦਾ ਹੈ, ਉਸ ਨੂੰ ਮਾਨਸ ਜੀਵਨ ਦੇ ਮੰਤਵ ਦੀ ਸੋਝੀ ਬਖਸ਼ਿਸ਼ ਹੋ ਜਾਂਦੀ ਹੈ । ਉਸ ਦੇ ਮਨ ਵਿਚੋਂ ਅਹੰਕਾਰ, ਖੁਦਗਰਜ਼ੀ ਖਤਮ ਹੋ ਜਾਂਦੀ, ਅਮੋਲਕ ਅਵਸਥਾ ਬਖਸ਼ਿਸ਼ ਹੋ ਸਕਦੀ, ਮੁਕਤੀ ਦਾ ਰਸਤਾ ਬਖਸ਼ਿਸ਼ ਹੋ ਜਾਂਦਾ ਹੈ । ਵਿਰਲੇ ਹੀ ਨਿਮ੍ਰਤਾ ਵਾਲੇ ਸੇਵਕ ਨੂੰ ਗਤੀ ਦੀ ਅਵਸਥਾ ਬਖਸ਼ਿਸ਼ ਹੋ ਸਕਦੀ ਹੈ ।

Surrendering self-entity may be path of salvation.

Whosoever may remain intoxicated in obeying, adopting the teachings of His Word; he may be enlightened with the essence of His Word. He may surrender his self-entity at His Sanctuary; he may be blessed with the enlightenment of the real purpose of human life. He may conquer his own ego and selfishness. He may be blessed with the right path of salvation; however, very rare of His true devotee may be blessed with such a humility and immortal state of mind.

19. (1-2A) ਪ੍ਰਭਾਤੀ ਮਹਲਾ ੧॥ (1342-13)

ਮਾਇਆ ਮੋਹਿ ਸਗਲ ਜਗੁ ਛਾਇਆ॥ — maa-i-aa mohi sagal jag chhaa-i-aa.
ਕਾਮਣਿ ਦੇਖਿ ਕਾਮਿ ਲੋਭਾਇਆ॥ — kaaman daykh kaam lobhaa-i-aa.
ਸੁਤ ਕੰਚਨ ਸਿਉ ਹੇਤੁ ਵਧਾਇਆ॥ — sut kanchan si-o hayt vaDhaa-i-aa.
ਸਭੁ ਕਿਛੁ ਅਪਨਾ ਇਕੁ ਰਾਮੁ ਪਰਾਇਆ॥੧॥ — sabh kichh apnaa ik raam paraa-i-aa.1

ਸਾਰਾ ਸੰਸਾਰ ਹੀ ਧਨ, ਦੌਲਤ ਨਾਲ ਮੋਹ, ਲਗਨ ਦੇ ਜਾਲ ਵਿੱਚ ਫਸਿਆ ਹੈ । ਜਿਹੜਾ ਮਰਦ ਸੁੰਦਰ ਨਾਰੀ ਨੂੰ ਦੇਖਦਾ ਹੈ । ਉਸ ਦੀ ਕਾਮ ਵਾਸ਼ਨਾ ਤੇ ਕਾਬੂ ਨਹੀਂ ਰਹਿੰਦਾ, ਮਨ ਭਟਕਦਾ ਰਹਿੰਦਾ ਹੈ । ਉਸ ਦਾ ਮੋਹ ਬੱਚਿਆ, ਦੌਲਤ ਨਾਲ ਵਧਦਾ ਜਾਂਦਾ ਹੈ । ਸਾਰੀ ਸੰਸਾਰਕ ਮਾਲਕੀਅਤ ਹੀ ਆਪਣੀ ਨਜ਼ਰ ਆਉਂਦੀ ਹੈ । ਪਰ ਪ੍ਰਭ ਨੂੰ ਆਪਣਾ ਨਹੀਂ ਬਣਾਉਂਦਾ, ਸਮਝਦਾ ।

The whole universe remains intoxicated in attachments to worldly wealth and his family. Whosoever may see any beautiful, gorgeous girl; he may remain frustrated to control his sexual urge. His attachment to his family and worldly wealth may remain dominating within his mind. He considers all the wealth of the universe should belong to him; however, he may never consider, The True Master as his own friend, family.

ਐਸਾ ਜਾਪੁ ਜਪਉ ਜਪਮਾਲੀ॥ — aisaa jaap japa-o japmaalee.
ਦੁਖ ਸੁਖ ਪਰਹਰਿ ਭਗਤਿ ਨਿਰਾਲੀ॥੧॥ ਰਹਾਉ॥ — dukh sukh parhar bhagat niraalee. ||1|| rahaa-o.

ਪ੍ਰਭ ਦੇ ਸ਼ਬਦ ਦਾ ਇਸਤਰ੍ਹਾਂ ਸਿਮਰਨ ਕਰੋ! ਜਿਸ ਨਾਲ ਮਨ ਦੁਖ, ਸੁਖ, ਕੁਝ ਪਾਉਣ, ਗਵਾਉਣ ਤੋਂ ਉਪਰ ਹੋ ਜਾਵੇ ।

You should remain intoxicated in meditation on the teachings of His Word in such a way; your mind may become beyond the influence of any worldly profit or loss, comforts, or miseries of worldly life.

ਗੁਣ ਨਿਧਾਨ ਤੇਰਾ ਅੰਤੁ ਨ ਪਾਇਆ॥ — gun niDhaan tayraa ant na paa-i-aa.
ਸਾਚ ਸਬਦਿ ਤੁਝ ਮਾਹਿ ਸਮਾਇਆ॥ — saach sabad tujh maahi samaa-i-aa.
ਆਵਾ ਗਉਣੁ ਤੁਧੁ ਆਪਿ ਰਚਾਇਆ॥ — aavaa ga-on tuDh aap rachaa-i-aa.
ਸੇਈ ਭਗਤ ਜਿਨ ਸਚਿ ਚਿਤੁ ਲਾਇਆ॥੨॥ — say-ee bhagat jin sach chit laa-i-aa. ||2||

ਦਾਤਾਂ ਦੇ ਭੰਡਾਰੀ, ਪ੍ਰਭ ਦਾ ਅੰਤ ਨਹੀਂ ਜਾਣਿਆ ਜਾ ਸਕਦਾ । ਪ੍ਰਭ ਤੇਰੇ ਦਰ ਦਾ ਰਸਤਾ, ਸ਼ਬਦ ਦੀ ਸਿਖਿਆ ਵਿੱਚ ਹੀ ਸਮਾਇਆ ਹੈ! ਪ੍ਰਭ ਨੇ ਆਪ ਹੀ ਜਨਮ ਮਰਨ ਦਾ ਚੱਕਰ ਬਣਾਇਆ ਹੈ । ਜਿਹੜਾ ਅਟਲ ਸ਼ਬਦ ਦੇ ਲੜ ਲਗ ਜਾਂਦਾ ਹੈ, ਉਸ ਨੂੰ ਹੀ ਪ੍ਰਵਾਨਗੀ ਦਾ ਅਸਲੀ ਰਸਤਾ ਬਖਸ਼ਿਸ਼ ਹੋ ਜਾਂਦਾ ਹੈ । ਪ੍ਰਭ ਆਪ ਹੀ ਬੰਦਗੀ ਕਰਨ ਵਾਲੇ ਨੂੰ ਪ੍ਰਵਾਨਗੀ ਦੇ ਅਸਲੀ ਰਸਤੇ ਦੀ ਸੋਝੀ ਬਖਸ਼ਦਾ ਹੈ ।

The limits and boundary of The True Master of all treasures remain beyond the comprehension of His Creation. The right path of acceptance remains embedded within the essence of His Word. The True Master has created the cycle of birth and death. Whosoever may remain intoxicated in obeying the teachings of His Word with steady and stable belief; with His mercy and grace, he may be blessed with the right path of acceptance in His Court.

ਗਿਆਨੁ ਧਿਆਨੁ ਨਰਹਰਿ ਨਿਰਬਾਣੀ॥ — gi-aan Dhi-aan narhar nirbaanee.
ਬਿਨੁ ਸਤਿਗੁਰ ਭੇਟੇ ਕੋਇ ਨ ਜਾਣੀ॥ — bin satgur bhaytay ko-ay na jaanee.
ਸਗਲ ਸਰੋਵਰ ਜੋਤਿ ਸਮਾਣੀ॥ ਆਨਦ ਰੂਪ ਵਿਟਹੁ ਕੁਰਬਾਣੀ॥੩॥ — sagal sarovar jot samaanee. aanad roop vitahu kurbaanee. ||3||

ਪ੍ਰਭ ਦੀ ਰਹਿਮਤ ਤੋਂ ਬਿਨਾਂ ਕੋਈ ਆਪਣੀ ਸੋਝੀ ਨਾਲ ਬੰਦਗੀ ਨਹੀਂ ਕਰ ਸਕਦਾ । ਅਸਲੀ ਰਸਤਾ ਨਹੀਂ ਢੂੰਡ ਸਕਦਾ, ਆਪਣੀ ਸਿਆਣਪ, ਲਗਨ ਕੰਮ ਨਹੀਂ ਆਉਂਦੀ । ਸਾਰੀ ਸ੍ਰਿਸ਼ਟੀ ਵਿੱਚ ਹੀ ਪ੍ਰਭ ਵਸਦਾ, ਵਾਪਰਦਾ ਹੈ । ਪ੍ਰਭ ਦਾ ਦਾਸ, ਉਸ ਦੀ ਅਮੋਲਕ ਹੋਂਦ ਤੋਂ ਸਦਾ ਅਚੰਭਾ ਹੀ ਰਹਿੰਦਾ ਹੈ ।

Without His Blessed Vision! No one may meditate on the teachings of His Word with his own wisdom, own determination. He may not be able to search the right path of His Acceptance; his devotion, wisdom may not provide any real guidance. His Holy Spirit remains embedded within each soul, dwells in his body and prevails everywhere. His Existence remains fascinating and astonishing.

ਭਾਉ ਭਗਤਿ ਗੁਰਮਤੀ ਪਾਏ॥ ਹਉਮੈ ਵਿਚਹੁ ਸਬਦਿ ਜਲਾਏ॥ — bhaa-o bhagat gurmatee paa-ay. ha-umai vichahu sabad jalaa-ay.
ਧਾਵਤੁ ਰਾਖੈ ਠਾਕਿ ਰਹਾਏ॥ ਸਚਾ ਨਾਮੁ ਮੰਨਿ ਵਸਾਏ॥੪॥ — Dhaavat raakhai thaak rahaa-ay. sachaa naam man vasaa-ay. ||4||

ਜਿਹੜਾ ਪ੍ਰਭ ਦੇ ਸ਼ਬਦ ਦਾ ਸਿਮਰਨ ਅਡੋਲ ਭਰੋਸਾ ਨਾਲ ਕਰਦਾ ਹੈ, ਉਸ ਦੇ ਮਨ ਵਿਚੋਂ ਅਹੰਕਾਰ ਦੀ ਜੜ੍ਹ ਨਾਸ ਹੋ ਜਾਂਦੀ ਹੈ । ਉਸ ਦੀ ਆਤਮਾ ਪਵਿੱਤਰ ਹੋ ਜਾਂਦੀ ਹੈ । ਉਸ ਦੇ ਮਨ ਵਿੱਚ ਸ਼ਬਦ ਦੀ ਸਿਖਿਆਂ ਰਚ ਜਾਂਦੀ ਹੈ । ਜਿਸ ਦਾ ਭਰੋਸਾ ਪ੍ਰਭ ਦੇ ਬਖਸ਼ੇ ਤੇ ਅਡੋਲ ਹੋ ਜਾਂਦਾ ਹੈ । ਉਸ ਦੇ ਮਨ ਦੀਆਂ ਖਾਹਿਸ਼ਾਂ ਤੇ ਜਿੱਤ ਬਖਸ਼ਿਸ਼ ਹੋ ਜਾਂਦੀ ਹੈ ।

Whosoever may meditate on the teachings of His Word with steady and stable belief; with His mercy and grace, his ego of worldly status may be eliminated. He may remain drenched with the essence of His Word within his day-to-day life; his soul may be sanctified to become worthy of His Consideration. He may remain contented with his worldly environment, as an ultimate, worthy blessings. He may conquer his mind and becomes beyond the reach of worldly desires.

ਗੁਰੂ ਨਾਨਕ ਦੇਵ ਜੀ! – Guru Nanak Dev Ji! Guru Granth Sahib

ਬਿਸਮ ਬਿਨੋਦ ਰਹੇ ਪਰਮਾਦੀ॥ ਗੁਰਮਤਿ ਮਾਨਿਆ ਏਕ ਲਿਵ ਲਾਗੀ॥ bisam binod rahay parmaadee. gurmat maani-aa ayk liv laagee.
ਦੇਖਿ ਨਿਵਾਰਿਆ ਜਲ ਮਹਿ ਆਗੀ॥ ਸੋ ਬੂਝੈ ਹੋਵੈ ਵਡਭਾਗੀ॥੫॥ daykh nivaari-aa jal meh aagee. so boojhai hovai vadbhaagee. ||5||

ਜਿਹੜਾ ਜੀਵ ਆਪਣੇ ਜੀਵਨ ਦੀ ਡੋਰੀ, ਆਪਾ ਪ੍ਰਭ ਦੇ ਭੇਟਾ ਕਰ ਦੇਂਦਾ ਹੈ, ਭਾਣੇ ਨੂੰ ਸਤਿ ਕਰਕੇ ਕਬੂਲ ਕਰਦਾ ਹੈ । ਉਸ ਦੇ ਮਨ ਦੀਆਂ ਸੰਸਾਰਕ ਖਾਹਿਸ਼ਾਂ ਦੀ ਇਛਾ ਖਤਮ ਹੋ ਜਾਂਦੀ ਹੈ । ਉਸ ਦੇ ਮਨ ਦੀਆਂ ਇਛਾਂ ਦੀ ਅੱਗ, ਸ਼ਬਦ ਦੀ ਸਿਖਿਆਂ ਰੁਪੀ ਅੰਮ੍ਰਿਤ ਨਾਲ ਸਦਾ ਲਈ ਬੁਝ ਜਾਂਦੀ ਹੈ । ਇਹ ਅਵਸਥਾ ਵਿਰਲੇ ਨੂੰ ਹੀ ਬਖਸ਼ਿਸ਼ ਹੁੰਦੀ ਹੈ ।

Whosoever may surrender his mind, body and self-entity at His Sanctuary and accepts His Word, as an ultimate Command; with His mercy and grace, he may be blessed to conquer worldly desires of his own mind. The lava of his worldly desires may be extinguished with the nectar of the essence of His Word. However, very rare devotee may be blessed with such an immortal state of mind.

ਸਤਿਗੁਰੁ ਸੇਵੇ ਭਰਮੁ ਚੁਕਾਏ॥ ਅਨਦਿਨੁ ਜਾਗੈ ਸਚਿ ਲਿਵ ਲਾਏ॥ satgur sayvay bharam chukaa-ay. an-din jaagai sach liv laa-ay.
ਏਕੋ ਜਾਣੈ ਅਵਰੁ ਨ ਕੋਇ॥ ਸੁਖਦਾਤਾ ਸੇਵੇ ਨਿਰਮਲੁ ਹੋਇ॥੬॥ ayko jaanai avar na ko-ay. sukh-daata sayvay nirmal ho-ay. ||6||

ਜਿਹੜਾ ਪ੍ਰਭ ਦੇ ਸ਼ਬਦ ਦੀ ਸਿਖਿਆਂ ਤੇ ਭਰੋਸਾ ਅਡੋਲ ਰਖਕੇ ਪਾਲਣਾ ਕਰਦਾ ਹੈ । ਉਸ ਨੂੰ ਅਸਲੀ ਸੇਵਕ ਅਵਸਥਾ ਬਖਸ਼ਿਸ਼ ਹੋ ਜਾਂਦੀ ਹੈ । ਪ੍ਰਭ ਆਪ ਹੀ ਮਨ ਦੇ ਸਾਰੇ ਭਰਮ ਦੂਰ ਕਰ ਦੇਂਦਾ ਹੈ । ਉਹ ਸਵਾਸ, ਸਵਾਸ, ਦਿਨ ਰਾਤ ਹੀ ਸ਼ਬਦ ਦੇ ਸਿਮਰਨ ਵਿੱਚ ਲੀਨ ਰਹਿੰਦਾ ਹੈ । ਉਹ ਇਕੋ ਇਕ ਪ੍ਰਭ ਨੂੰ ਹੀ ਅਸਲੀ ਮਾਲਕ ਸਮਝਦਾ ਹੈ । ਉਸ ਨੂੰ ਆਪਣੇ ਮਨ ਅੰਦਰੋਂ ਹੀ ਪ੍ਰਭ ਦੇ ਸ਼ਬਦ ਦੀ ਸੋਝੀ ਬਖਸ਼ਿਸ਼ ਹੋ ਜਾਂਦੀ ਹੈ । ਉਹ ਸ਼ਬਦ ਦੀ ਸਮਾਧੀ ਵਿੱਚ ਹੀ ਪ੍ਰਭ ਦੀ ਜੋਤ ਵਿੱਚ ਅਭੇਦ ਹੋ ਜਾਂਦਾ ਹੈ ।

Whosoever may adopt the teachings of His Word with steady and stable belief in his day-to-day life; with His mercy and grace, he may be blessed with a state of mind as His true devotee. The True Master may eliminate his religious suspicions. He may remain intoxicated in meditation in the void of His Word with each breath day and night. He may believe, The One and Only One True Master, Creator of the universe; with His mercy and grace, he may be enlightened from within. He may remain intoxicated in meditation in the void of His Word; his soul may immerse within His Holy Spirit.

ਸੇਵਾ ਸੁਰਤਿ ਸਬਦਿ ਵੀਚਾਰਿ॥ ਜਪੁ ਤਪੁ ਸੰਜਮੁ ਹਉਮੈ ਮਾਰਿ॥ sayvaa surat sabad veechaar. jap tap sanjam ha-umai maar.
ਜੀਵਨ ਮੁਕਤੁ ਜਾ ਸਬਦੁ ਸੁਣਾਏ॥ jeevan mukat jaa sabad sunaa-ay.
ਸਚੀ ਰਹਤ ਸਚਾ ਸੁਖੁ ਪਾਏ॥੭॥ sachee rahat sachaa sukh paa-ay. ||7||

ਜਿਹੜਾ ਖੁਦਗਰਜ਼ੀ, ਇਛਾਂ ਤੋਂ ਬਿਨਾਂ, ਸ਼ਬਦ ਦੀ ਸਿਖਿਆਂ ਨੂੰ ਆਪਣੇ ਜੀਵਨ ਦਾ ਅਧਾਰ ਬਣਾਉਂਦਾ ਹੈ । ਉਸ ਨੂੰ ਮਨ ਦੀਆਂ ਭਟਕਣਾਂ ਤੇ, ਖਾਹਿਸ਼ਾਂ ਤੇ ਕਾਬੂ ਬਖਸ਼ਿਸ਼ ਹੋ ਜਾਂਦਾ ਹੈ । ਉਸ ਦੀ ਅਹੰਕਾਰ ਦੀ ਜੜ੍ਹ ਖਤਮ ਹੋ ਜਾਂਦੀ ਹੈ । ਜਿਸ ਨੂੰ ਇਹ ਅਵਸਥਾ, ਜੀਵਨ ਦਾ ਅਦਰਸ਼ ਬਖਸ਼ਿਸ਼ ਹੋ ਜਾਂਦਾ ਹੈ । ਉਹ ਇਸ ਜੀਵਨ ਵਿੱਚ ਰਹਿੰਦਾ ਹੀ ਅਮਰ ਹੋ ਜਾਂਦਾ ਹੈ ।

Whosoever may adopt the teachings of His Word without any selfishness, worldly desires in his day-to-day life; with His mercy and grace, He may conquer his worldly desires and frustrations; the root of his ego may be eliminated. Whosoever may adopt such a way of life, blessed with such a state of mind; with His mercy and grace, he may be blessed with immortal state of mind in his human life journey.

ਸੁਖਦਾਤਾ ਦੁਖੁ ਮੇਟਣਹਾਰਾ॥ ਅਵਰੁ ਨ ਸੂਝਸਿ ਬੀਜੀ ਕਾਰਾ॥ sukh-daata dukh maytanhaaraa. avar na soojhas beejee kaaraa.
ਤਨੁ ਮਨੁ ਧਨੁ ਹਰਿ ਆਗੈ ਰਾਖਿਆ॥ tan man Dhan har aagai raakhi-aa.
ਨਾਨਕੁ ਕਹੈ ਮਹਾ ਰਸੁ ਚਾਖਿਆ॥੮॥੨॥ naanak kahai mahaa ras chaakhi-aa. ||8||2||

ਪ੍ਰਭ ਆਪ ਹੀ ਸੁਖਾਂ ਦੀਆਂ ਦਾਤਾਂ ਦਾ ਭੰਡਾਰੀ, ਦੁਖ ਨਾਸ ਕਰਨ ਵਾਲਾ ਹੈ । ਪ੍ਰਭ ਤੋਂ ਬਿਨਾਂ ਮੈਂ ਹੋਰ ਸੰਸਾਰਕ ਗੁਰੂ ਦੀ ਪੂਜਾ ਨਹੀਂ ਕਰਦਾ । ਮੈਂ ਮਨ, ਤਨ, ਹੈਸੀਅਤ, ਆਪਾ ਪ੍ਰਭ ਦੇ ਭੇਟਾ ਕਰਦਾ ਹਾ । ਪ੍ਰਭ ਦੇ ਸ਼ਬਦ ਦੀ ਸਿਖਿਆਂ ਨੂੰ ਹੀ ਜੀਵਨ ਦਾ ਅਧਾਰ ਬਣਾਇਆ ਹੈ ।

The True Master, Treasure of all blessings, destroyer of all miseries of worldly desires! I may only obey the teachings of His Word; I may never worship nor follow any worldly guru. I have surrendered my mind, body, worldly status, self-entity at His Sanctuary; with His Blessed Vision, I have adopted the teachings of His Word as the guiding principle of my life.

Key Message of Raag Parbhaatee, page 1342-13
'ਅਹੰਕਾਰ ਤੇ ਜਿੱਤ ਨਾਲ ਹੀ ਆਤਮਾ ਪਵਿੱਤਰ ਹੋ ਜਾਂਦੀ ਹੈ!
ਪ੍ਰਭ ਨੇ ਹੀ ਜਨਮ ਮਰਨ ਦਾ ਚੱਕਰ ਬਣਾਇਆ ਹੈ! ਜਿਹੜਾ ਅਟਲ ਸ਼ਬਦ ਦੇ ਲੜ ਲਗ ਜਾਂਦਾ ਹੈ, ਉਸ ਨੂੰ ਹੀ ਪ੍ਰਵਾਨਗੀ ਦਾ ਅਸਲੀ ਰਸਤਾ ਬਖਸ਼ਿਸ਼ ਹੋ ਜਾਂਦਾ ਹੈ । ਉਸ ਦੇ ਮਨ ਵਿਚੋਂ ਅਹੰਕਾਰ ਦੀ ਜੜ੍ਹ ਨਾਸ ਹੋ ਜਾਂਦੀ ਹੈ । ਉਸ ਦੀ ਆਤਮਾ ਪਵਿੱਤਰ ਹੋ ਜਾਂਦੀ ਹੈ । ਉਹ ਆਪਾ ਪ੍ਰਭ ਦੇ ਭੇਟਾ ਕਰ ਦੇਂਦਾ ਹੈ । ਉਸ ਦੇ ਮਨ ਦੀਆਂ ਇਛਾਂ ਦੀ ਅੱਗ, ਸ਼ਬਦ ਦੀ ਸਿਖਿਆਂ ਰੁਪੀ ਅੰਮ੍ਰਿਤ ਨਾਲ ਸਦਾ ਲਈ ਬੁਝ ਜਾਂਦੀ ਹੈ । ਇਹ ਅਵਸਥਾ ਵਿਰਲੇ ਨੂੰ ਹੀ ਬਖਸ਼ਿਸ਼ ਹੁੰਦੀ ਹੈ । ਉਹ ਸ਼ਬਦ ਦੀ ਸਮਾਧੀ ਵਿੱਚ ਹੀ ਪ੍ਰਭ ਦੀ ਜੋਤ ਵਿੱਚ ਅਭੇਦ ਹੋ ਜਾਂਦਾ ਹੈ । ਉਸ ਦੀ ਅਹੰਕਾਰ ਦੀ ਜੜ੍ਹ ਖਤਮ ਹੋ ਜਾਂਦੀ ਹੈ । ਉਹ ਇਸ ਜੀਵਨ ਵਿੱਚ ਰਹਿੰਦਾ ਹੀ ਅਮਰ ਹੋ ਜਾਂਦਾ ਹੈ ।
Conquering ego may sanctify soul!
The True Master has created the cycle of birth and death. Whosoever may remain intoxicated in obeying the teachings of His Word; he may be blessed with the right path of acceptance in His Court. He may conquer his ego of worldly status; his soul may be sanctified to become worthy of His Consideration. He may surrender his self-entity at His Sanctuary; the lava of his worldly desires may be extinguished with the nectar of the essence of His Word. He may remain intoxicated in meditation in the void of His Word; his soul may immerse within His Holy Spirit. He may conquer his ego; he may be blessed with immortal state of mind in his human life journey.

20. (1-3A) ਪ੍ਰਭਾਤੀ ਮਹਲਾ ੧॥ (1343-6)

ਨਿਵਲੀ ਕਰਮ ਭੁਅੰਗਮ ਭਾਠੀ, ਰੇਚਕ ਪੂਰਕ ਕੁੰਭ ਕਰੈ॥ nivlee karam bhu-angam bhaathee raychak poorak kumbh karai.
ਬਿਨੁ ਸਤਿਗੁਰ ਕਿਛੁ ਸੋਝੀ ਨਾਹੀ, ਭਰਮੇ ਭੂਲਾ ਬੂਡਿ ਮਰੈ॥ bin satgur kichh sojhee naahee bharmay bhoolaa bood marai.
ਅੰਧਾ ਭਰਿਆ ਭਰਿ ਭਰਿ ਧੋਵੈ, ਅੰਤਰ ਕੀ ਮਲੁ ਕਦੇ ਨ ਲਹੈ॥ anDhaa bhari-aa bhar bhar Dhovai antar kee mal kaday na lahai.
ਨਾਮ ਬਿਨਾ ਫੋਕਟ ਸਭਿ ਕਰਮਾ, ਜਿਉ ਬਾਜੀਗਰੁ ਭਰਮਿ ਭੁਲੈ॥ ੧॥ naam binaa fokat sabh karmaa ji-o baajeegar bharam bhulai. ||1||

ਗੁਰੂ ਨਾਨਕ ਦੇਵ ਜੀ! – Guru Nanak Dev Ji! Guru Granth Sahib

ਪ੍ਰਭ ਦੀ ਰਹਿਮਤ ਤੋਂ ਬਿਨਾਂ ਮਨ ਦੇ ਭਰਮ ਦੂਰ ਨਹੀਂ ਹੁੰਦੇ । ਆਪਣੀ ਆਤਮਾ ਨੂੰ ਪਵਿੱਤਰ ਕਰਨ ਦੇ ਧਰਮ ਦੇ ਤਰੀਕੇ, ਧੂਨੀ ਲਾ ਕੇ ਤਪਦੀ ਅੱਗ ਨੇੜੇ ਬੈਠਨ ਨਾਲ ਆਤਮਾ ਦੀ ਮੈਲ, ਮਨ ਦੀਆਂ ਭਟਕਣਾਂ ਦੂਰ ਨਹੀਂ ਹੁੰਦੀਆ । ਮਨਮੁਖ ਗਿਆਨ ਤੋਂ ਅੰਧਾ, ਅਣਜਾਣਾ, ਆਤਮਾ ਨੂੰ ਪਵਿੱਤਰ ਕਰਨ ਦੇ ਯਤਨ ਕਰਦਾ ਹੈ । ਉਹ ਬਾਜੀਗਰ ਵਾਲਾ ਖੇਲਾ ਤਮਾਸ਼ਾ ਕਰਦਾ ਹੈ । ਜਿਸ ਦਾ ਮਨ ਬੰਦਗੀ ਵਿੱਚ ਨਹੀਂ ਟਿਕਦਾ, ਭਉਦਾ ਰਹਿੰਦਾ ਹੈ । ਉਸ ਦੇ ਮਨ ਨੂੰ ਸ਼ਾਂਤੀ ਬਖਸ਼ਿਸ਼ ਨਹੀਂ ਹੁੰਦੀ ।

Without His Blessed Vision, the religious suspicions may not be eliminated from within his mind. With worldly religious techniques of meditation, the blemish of soul may not be sanctified; his frustrations may not be eliminated. Ignorant from the essence of His Word, self-minded may try various religious techniques to sanctify his soul; however, he may not realize any peace of mind. His worldly life may be like a juggler's play. His mind may wander in various directions. He may never stay steady and stable on any one path of meditation.

ਖਟੁ ਕਰਮ ਨਾਮੁ ਨਿਰੰਜਨੁ ਸੋਈ॥	khat karam naam niranjan so-ee.
ਤੂ ਗੁਣ ਸਾਗਰੁ ਅਵਗੁਣ ਮੋਹੀ॥੧॥ ਰਹਾਉ॥	too gun saagar avgun mohee. ||1|| rahaa-o.

ਪ੍ਰਭ ਹੀ ਗੁਣਾਂ ਦਾ ਸਾਗਰ ਹੈ! ਪ੍ਰਭ ਦੀ ਰਹਿਮਤ ਤੋਂ ਬਿਨਾਂ ਧਰਮ ਦੇ ਰੀਤ ਰੀਵਾਜ ਨਾਲ, ਪ੍ਰਵਾਨਗੀ ਦਾ ਅਸਲੀ ਰਸਤਾ ਬਖਸ਼ਿਸ਼ ਨਹੀਂ ਹੋ ਸਕਦਾ ।

The True Master remains an overwhelming ocean of Virtues, soul sanctifying nectar. Without His Blessed Vision, with religious rituals, the right path of acceptance may not be blessed to anyone.

ਮਾਇਆ ਧੰਧਾ ਧਾਵਣੀ, ਦੁਰਮਤਿ ਕਾਰ ਬਿਕਾਰ॥	maa-i-aa DhanDhaa Dhaavnee durmat kaar bikaar.
ਮੂਰਖੁ ਆਪੁ ਗਣਾਇਦਾ, ਬੂਝਿ ਨ ਸਕੈ ਕਾਰ॥	moorakh aap ganaa-idaa boojh na sakai kaar.
ਮਨਸਾ ਮਾਇਆ ਮੋਹਣੀ, ਮਨਮੁਖ ਬੋਲ ਖੁਆਰ॥	mansaa maa-i-aa mohnee manmukh bol khu-aar.
ਮਜਨੁ ਝੂਠਾ ਚੰਡਾਲ ਕਾ, ਫੋਕਟ ਚਾਰ ਸੀਂਗਾਰ॥੨॥	majan jhoothaa chandaal kaa fokat chaar seeNgaar. ||2||

ਸੰਸਾਰਕ ਮਾਇਆ ਦਾ ਅਨੋਖਾ ਹੀ ਜਾਲ ਹੈ । ਜਿਹੜਾ ਮਾਇਆ ਦੇ ਜਾਲ ਵਿੱਚ ਫਸ ਜਾਂਦਾ ਹੈ । ਉਸ ਦੇ ਮਨ ਅੰਦਰ ਲਾਲਚ ਮਜ਼ਬੂਤ ਹੋ ਜਾਂਦਾ ਹੈ । ਜੀਵ, ਆਪਣੀ ਚਤਰਾਈ ਨਾਲ ਵੀ ਬਾਹਰ ਨਹੀਂ ਨਿਕਲ ਸਕਦਾ । ਜਿਹੜਾ ਮਾਨਸ ਜੀਵ ਮਾਇਆ ਦੇ ਮੋਹ ਵਿੱਚ ਡੂੰਘਾਂ ਫਸ ਜਾਂਦਾ ਹੈ । ਉਸ ਦੀ ਬੋਲੀ ਹੋਈ ਕਥਾ ਬੇਕਾਰ ਦੀ ਹੈ । ਉਹ ਸਭ (ਅਣਜਾਣਤਾਂ) ਝੂਠ ਦਾ ਹੀ ਕਥਨ, ਅਪਰਾਲਾ ਕਰਦਾ ਹੈ । ਉਸ ਦੀ ਬੰਦਗੀ, ਪੂਜਾ ਨਾਲ ਪ੍ਰਵਾਨਗੀ ਦਾ ਅਸਲੀ ਰਸਤਾ ਬਖਸ਼ਿਸ਼ ਨਹੀਂ ਹੁੰਦਾ ।

Shakti, the sweet poison of worldly wealth may be very mysterious! Whosoever may remain intoxicated with the sweet poison of worldly wealth; his greed may be enhanced, remains dominating in his worldly life. He may not even get out of the trap of worldly wealth, even with his sincere, clever tricks. Whosoever may remain intoxicated deep with the sweet poison of worldly wealth; all his preaching, sermons of His Word may not have any enlightenment of the essence of His Word. He may spread ignorance from the right path. His meditation, charity and even good deeds may not be rewarded in His Court.

ਝੂਠੀ ਮਨ ਕੀ ਮਤਿ ਹੈ, ਕਰਣੀ ਬਾਦਿ ਬਿਬਾਦੁ॥	jhoothee man kee mat hai karnee baad bibaad.
ਝੂਠੇ ਵਿਚਿ ਅਹੰਕਰਣੁ ਹੈ, ਖਸਮ ਨ ਪਾਵੈ ਸਾਦੁ॥	jhoothay vich ahankaran hai khasam na paavai saad.
ਬਿਨੁ ਨਾਵੈ ਹੋਰੁ ਕਮਾਵਣਾ, ਫਿਕਾ ਆਵੈ ਸਾਦੁ॥	bin naavai hor kamaavanaa fikaa aavai saad.
ਦੁਸਟੀ ਸਭਾ ਵਿਗੁਚੀਐ, ਬਿਖੁ ਵਾਤੀ ਜੀਵਣ ਬਾਦਿ॥੩॥	dustee sabhaa viguchee-ai bikh vaatee jeevan baad. ||3||

ਜਿਹੜਾ ਆਪਣੀ ਮੱਤ ਦੇ ਜ਼ੋਰ ਤੇ ਚਲਦਾ ਹੈ । ਉਹ ਪ੍ਰਭ ਦੀ ਪ੍ਰਵਾਨਗੀ ਦੇ ਅਸਲੀ ਰਸਤੇ ਤੋਂ ਅਣਜਾਣ, ਅੰਧਾ ਹੀ ਰਹਿੰਦਾ ਹੈ । ਉਸ ਦੇ ਜੀਵਨ ਦਾ ਢੰਗ ਪ੍ਰਭ ਨੂੰ ਭਾਉਂਦਾ ਨਹੀਂ । ਉਹ ਆਪਣੇ ਮਨ ਦੇ ਅਹੰਕਾਰ ਵਿੱਚ ਹੀ ਫਸਿਆ ਰਹਿੰਦਾ ਹੈ । ਜਿਹੜਾ ਸ਼ਬਦ ਦੇ ਸਿਮਰਨ ਤੋਂ ਬਿਨਾਂ ਬੰਦਗੀ ਕਰਦਾ ਹੈ, ਉਸ ਬੰਦਗੀ ਨਾਲ ਮੁਕਤੀ ਦਾ ਰਸਤਾ ਬਖਸ਼ਿਸ਼ ਨਹੀਂ ਹੁੰਦਾ । ਉਹ ਸੰਸਾਰਕ ਮਾਇਆ ਦੇ ਇਸ਼ਾਰੇ ਤੇ ਚਲਦਾ ਹੈ । ਅੰਤ ਵਿੱਚ ਜਮਦੂਤਾਂ ਦੇ ਹਵਾਲੇ ਹੀ ਹੁੰਦਾ ਹੈ ।

Whosoever may follow his own wisdom, worldly desires; he may remain ignorant from the right path of human life journey. He may remain intoxicated in his ego; his meditation, way of life may not be acceptable in His Court. Whosoever may adopt other path of mediation, other than the teachings of His Word; he may never be blessed with the right path of acceptance in His Court. He may remain a victim of sweet poison of worldly wealth. In the end, he may be captured by the devil of death.

ਏ ਭ੍ਰਮਿ ਭੂਲੇ ਮਰਹੁ ਨ ਕੋਈ॥	ay bharam bhoolay marahu na ko-ee.
ਸਤਿਗੁਰੁ ਸੇਵਿ ਸਦਾ ਸੁਖੁ ਹੋਈ॥	satgur sayv sadaa sukh ho-ee.
ਬਿਨੁ ਸਤਿਗੁਰ ਮੁਕਤਿ ਕਿਨੈ ਨ ਪਾਈ॥	bin satgur mukat kinai na paa-ee.
ਆਵਹਿ ਜਾਂਹਿ ਮਰਹਿ ਮਰਿ ਜਾਈ॥੪॥	aavahi jaaNhi mareh mar jaa-ee. ||4||

ਜੀਵ ਭੁਲੇਖਿਆਂ ਵਿੱਚ ਹੀ ਆਪਣਾ ਮਾਨਸ ਜਨਮ ਬਤੀਤ ਨਾ ਕਰੋ! ਆਪਣੀ ਬਰਬਾਦੀ, ਮੌਤ ਨੂੰ ਆਪ ਨਾ ਸੱਦਾ ਦੇਵੋ । ਪ੍ਰਭ ਦੇ ਸ਼ਬਦ ਦੀ ਸਿਖਿਆਂ ਦੀ ਪਾਲਣਾ ਅਡੋਲ ਭਰੋਸਾ ਨਾਲ ਕਰਨ ਨਾਲ ਸਾਰੇ ਸੁਖ ਬਖਸ਼ਿਸ਼ ਹੋ ਜਾਂਦੇ ਹਨ । ਪ੍ਰਭ ਦੇ ਸ਼ਬਦ ਦੀ ਪਾਲਣਾ ਤੋਂ ਬਿਨਾਂ ਮੁਕਤੀ, ਗਤੀ ਦਾ ਰਸਤਾ ਬਖਸ਼ਿਸ਼ ਨਹੀਂ ਹੋ ਸਕਦਾ । ਉਹ ਜਨਮ ਮਰਨ ਦੇ ਚੱਕਰ ਵਿੱਚ ਹੀ ਰਹਿੰਦਾ ਹੈ ।

You should not waste your priceless human life opportunity by intoxicating in religious suspicions. You should not ruin your opportunity, invite the devil of death. Whosoever may adopt the teachings of His Word with steady and stable belief; with His mercy and grace, he may be blessed with all comforts of human life. Without obeying the teachings of His Word with steady and stable belief; the right path of salvation may not be blessed. He may remain in the cycle of birth and death.

ਏਹੁ ਸਰੀਰੁ ਹੈ, ਤ੍ਰੈ ਗੁਣ ਧਾਤੁ॥ ਇਸ ਨੋ ਵਿਆਪੈ ਸੋਗ ਸੰਤਾਪੁ॥	ayhu sareer hai tarai gun Dhaat. is no vi-aapai sog santaap.
ਸੋ ਸੇਵਹੁ ਜਿਸੁ ਮਾਈ ਨ ਬਾਪੁ॥ ਵਿਚਹੁ ਚੂਕੈ ਤਿਸਨਾ ਅਰੁ ਆਪੁ॥੫॥	so sayvhu jis maa-ee na baap. vichahu chookai tisnaa ar aap. ||5||

ਜੀਵ ਦਾ ਸਰੀਰ ਸੰਸਾਰਕ ਤਿੰਨਾਂ ਪਦਾਰਥਾਂ ਦੀ ਇਛਾਂ ਨਾਲ ਭਰਿਆਂ, ਸੰਸਾਰਕ ਮਾਇਆ ਦਾ ਗੁਲਾਮ ਰਹਿੰਦਾ ਹੈ । ਸੰਸਾਰਕ ਜੀਵਨ ਵਿੱਚ ਦੁਖ ਅਤੇ ਸੁਖ ਭੋਗਦਾ ਹੈ । ਜਿਹੜਾ ਉਸ ਅਸਲੀ ਮਾਲਕ ਦੇ ਸ਼ਬਦ ਦਾ ਸਿਮਰਨ ਕਰਦਾ ਹੈ, ਜਿਸ ਦਾ ਕੋਈ ਮਾਂ, ਬਾਪ ਨਹੀਂ, ਆਪਣੇ ਆਪ ਵਿਚੋਂ ਹੀ ਉਤਪਤ ਹੁੰਦਾ ਹੈ । ਉਸ ਦੇ ਮਨ ਵਿਚੋਂ ਖੁਦਗਰਜ਼ੀ ਦੀ ਜੜ੍ਹ ਖਤਮ ਹੋ ਜਾਂਦੀ ਹੈ ।

Human body remains depending, slave, victim of three worldly wealth. He may endure the miseries and pleasures of worldly wealth. Whosoever may meditate on the teachings of His Word, The True Master, without any mother or father, evolves from His Own Holy Spirit; with His mercy and grace, his root of selfishness may be eliminated.

ਗੁਰੂ ਨਾਨਕ ਦੇਵ ਜੀ! – Guru Nanak Dev Ji! Guru Granth Sahib

ਜਹ ਜਹ ਦੇਖਾ ਤਹ ਤਹ ਸੋਈ॥ jah jah daykhaa tah tah so-ee.
ਬਿਨੁ ਸਤਿਗੁਰ ਭੇਟੇ ਮੁਕਤਿ ਨ ਹੋਈ॥ bin satgur bhaytay mukat na ho-ee.
ਹਿਰਦੈ ਸਚੁ ਏਹ ਕਰਣੀ ਸਾਰੁ॥ ਸਭੁ ਪਾਖੰਡੁ ਪੂਜ ਖੁਆਰੁ॥੬॥ hirdai sach ayh karnee saar. hor sabh pakhand pooj khu-aar. ||6||

ਪ੍ਰਭ ਜਿਸ ਪਾਸੇ ਹੀ ਮੈਂ ਦੇਖਦਾ ਹਾ, ਕੇਵਲ ਤੇਰਾ ਰੂਪ ਹੀ ਨਜ਼ਰ ਆਉਂਦਾ ਹੈ । ਸ਼ਬਦ ਤੇ ਅਡੋਲ ਭਰੋਸ ਨਾਲ ਸਿਮਰਨ ਤੋਂ ਬਿਨਾਂ ਦਰਬਾਰ ਵਿੱਚ ਪ੍ਰਵਾਨਗੀ ਬਖਸ਼ਿਸ਼ ਨਹੀਂ ਹੁੰਦੀ । ਮਨ ਨੂੰ ਪਵਿੱਤਰ, ਸੰਸਾਰਕ ਇਛਾਂ ਰਹਿਤ ਰਖਕੇ, ਸ਼ਬਦ ਦੀ ਪਾਲਣਾ ਕਰਨਾ ਹੀ ਸਭ ਤੋਂ ਉਤਮ ਬੰਦਗੀ ਹੈ । ਬਾਕੀ ਸਾਰੇ ਤਰੀਕੇ, ਧਰਮ ਧਾਰਨ ਕਰਨਾ, ਪਾਖੰਡ ਹੀ ਹਨ ।

My True Master, I may visualize everywhere, only Your Holy Spirit prevailing. Without obeying the teachings of Your Word with steady and stable belief; no one may ever be blessed with the right path of acceptance in Your Court. Whosoever may sanctify his soul and obeys the teachings of His Word; his meditation may be the most significant and accepted in His Court. All other meditation, religious baptism may be only religious ritual or ignorance from the right path of acceptance in His Court.

ਦੁਬਿਧਾ ਚੂਕੈ ਤਾਂ ਸਬਦੁ ਪਛਾਣੁ॥ dubiDhaa chookai taaN sabad pachhaan.
ਘਰਿ ਬਾਹਰਿ ਏਕੋ ਕਰਿ ਜਾਣੁ॥ ghar baahar ayko kar jaan.
ਏਹਾ ਮਤਿ ਸਬਦੁ ਹੈ ਸਾਰੁ॥ ਵਿਚਿ ਦੁਬਿਧਾ ਮਾਥੈ ਪਵੈ ਛਾਰੁ॥੭॥ ayhaa mat sabad hai saar. vich dubiDhaa maathai pavai chhaar. ||7||

ਜਿਸ ਦੇ ਮਨ ਵਿਚੋਂ ਦੋਨਾਂ ਪਾਸੇ ਦੀ ਭਟਕਣ ਦੂਰ ਹੋ ਜਾਂਦੀ ਹੈ । ਉਸ ਨੂੰ ਪ੍ਰਭ ਦੇ ਸ਼ਬਦ ਦੀ ਸੋਝੀ ਬਖਸ਼ਿਸ਼ ਹੋ ਜਾਂਦੀ ਹੈ । ਉਸ ਨੂੰ ਹਰਇਕ ਥਾਂ ਹੀ, ਪ੍ਰਭ ਦੀ ਹੋਂਦ ਨਜ਼ਰ ਆਉਂਦੀ ਹੈ । ਪ੍ਰਭ ਦੇ ਸ਼ਬਦ ਦੀ ਇਹ ਹੀ ਸਭ ਤੋਂ ਵੱਡੀ ਮਹੱਤਤਾ ਹੈ । ਜਿਹੜਾ ਹੋਰ ਗੁਰੂਆਂ ਪੀਰਾਂ ਦੇ ਪਿਛੇ ਭਟਕਦਾ ਰਹਿੰਦਾ ਹੈ । ਉਸ ਨੂੰ ਅੰਤ ਵਿੱਚ ਸ਼ਰਮਿੰਦਗੀ ਹੀ ਮਿਲਦੀ ਹੈ ।

Whosoever may conquer his mind wandering from all directions; with His mercy and grace, he may be enlightened with the essence of His Word. He may realize, His Holy Spirit prevailing everywhere. This may be the unique significance of the enlightenment of essence of His Word. Whosoever may remain following the teachings of religious gurus and worships shrine to shrine; he may only be embarrassed after death in His Court.

ਕਰਣੀ ਕੀਰਤਿ ਗੁਰਮਤਿ ਸਾਰੁ॥ ਸੰਤ ਸਭਾ ਗੁਣ ਗਿਆਨੁ ਬੀਚਾਰੁ॥ karnee keerat gurmat saar. sant sabhaa gun gi-aan beechaar.
ਮਨੁ ਮਾਰੇ ਜੀਵਤ ਮਰਿ ਜਾਣੁ॥ man, maaray jeevat mar jaan.
ਨਾਨਕ ਨਦਰੀ ਨਦਰਿ ਪਛਾਣੁ॥੮॥੩॥ naanak nadree nadar pachhaan. ||8||3||

ਜੀਵ ਆਪਣੀ ਕਮਾਈ ਪ੍ਰਭ ਦੇ ਸ਼ਬਦ ਅਨੁਸਾਰ, ਜੀਵਾਂ ਦੀ ਭਲਾਈ ਲਈ ਕਰੋ! ਬਾਕੀ ਜੀਵਾਂ ਵਿੱਚ ਰਲਕੇ ਸ਼ਬਦ ਦਾ ਸਿਮਰਨ, ਵਿਚਾਰ ਕਰੋ । ਆਪਣੇ ਮਨ ਤੇ ਇਸਤਰ੍ਹਾਂ ਦੀ ਨਿਮ੍ਰਤਾ ਧਾਰਨ ਕਰੋ! ਕਿ ਤੇਰੀ ਹੋਂਦ ਦੀ ਵੀ ਕੋਈ ਪਛਾਣ ਨਾ ਹੋਵੇ । ਜਿਹੜਾ ਆਪਣੇ ਜੀਵਨ ਵਿੱਚ ਕਿਸੇ ਦੀ ਆਤਮਾ ਨੂੰ ਦਰਦ ਨਹੀਂ ਦੇਂਦਾ, ਕੇਵਲ ਉਸ ਨੂੰ ਹੀ ਇਸਤਰ੍ਹਾਂ ਦੀ ਅਵਸਥਾ ਬਖਸ਼ਿਸ਼ ਹੋ ਸਕਦੀ ਹੈ! ਪ੍ਰਭ ਦੀ ਹੋਂਦ ਹੀ ਹਰਇਕ ਪਸੇ ਨਜ਼ਰ ਆਉਂਦੀ ਹੈ ।

You should earn the wealth of His Word and serve His Creation. You should join the conjugation of His Holy saint and meditate on the teachings of His Word. You should adopt such a humility in your life that your own identity may not be distinguished. Whosoever may not hurt any other soul; with His mercy and grace, he may be blessed with such a state of mind. He may realize His Holy Spirit prevailing everywhere.

Key Message of Raag Parbhaatee, page 1343-6
'ਜੀਵ ਦਾ ਤਨ ਤਿੰਨਾਂ ਪਦਾਰਥਾ ਦਾ ਗੁਲਾਮ ਹੈ!
ਸੰਸਾਰਕ ਮਾਇਆ ਦਾ ਅਨੋਖਾ ਹੀ ਜਾਲ ਹੈ । ਜੀਵ, ਆਪਣੀ ਚਤਰਾਈ ਨਾਲ ਵੀ ਬਾਹਰ ਨਹੀਂ ਨਿਕਲ ਸਕਦਾ । ਪ੍ਰਭ ਦੇ ਸ਼ਬਦ ਦੀ ਸਿਖਿਆਂ ਦੀ ਪਾਲਣਾ ਕਰਨ ਨਾਲ ਸਾਰੇ ਸੁਖ ਬਖਸ਼ਿਸ਼ ਹੋ ਜਾਂਦੇ ਹਨ । ਜੀਵ ਦਾ ਸਰੀਰ ਸੰਸਾਰਕ ਤਿੰਨਾਂ ਪਦਾਰਥਾ ਦੀ ਇਛਾਂ ਨਾਲ ਭਰਿਆਂ, ਸੰਸਾਰਕ ਮਾਇਆ ਦਾ ਗੁਲਾਮ ਰਹਿੰਦਾ ਹੈ । ਮਨ ਨੂੰ ਪਵਿੱਤਰ, ਸੰਸਾਰਕ ਇਛਾਂ ਰਹਿਤ ਰਖਕੇ, ਸ਼ਬਦ ਦੀ ਪਾਲਣਾ ਕਰਨਾ ਹੀ ਸਭ ਤੋਂ ਉਤਮ ਬੰਦਗੀ ਹੈ । ਉਸ ਨੂੰ ਹਰਇਕ ਥਾਂ ਹੀ, ਪ੍ਰਭ ਦੀ ਹੋਂਦ ਨਜ਼ਰ ਆਉਂਦੀ ਹੈ । ਪ੍ਰਭ ਦੇ ਸ਼ਬਦ ਦੀ ਇਹ ਹੀ ਸਭ ਤੋਂ ਵੱਡੀ ਮਹੱਤਤਾ ਹੈ ।
Human body remains a victim of three worldly wealth!
Shakti, the sweet poison of worldly wealth may be very mysterious! Victim may not be saved even with his sincere, clever tricks. Whosoever may adopt the teachings of His Word; he may be blessed with all the comforts of human life. Human body remains slave, victim of three worldly wealth. Whosoever may obey the teachings of His Word without any greed, hope; his meditation may be the most significant and accepted in His Court. He may realize, His Holy Spirit prevailing everywhere. This may be the unique significance of the enlightenment of essence of His Word.

21. (1-4A) ਪ੍ਰਭਾਤੀ ਮਹਲਾ ੧ ਦਖਣੀ॥ (1344-1)

ਗੋਤਮੁ ਤਪਾ ਅਹਿਲਿਆ ਇਸਤ੍ਰੀ, ਤਿਸੁ ਦੇਖਿ ਇੰਦ੍ਰੁ ਲੁਭਾਇਆ॥ gotam tapaa ahili-aa istaree tis daykh indar lubhaa-i-aa.
ਸਹਸ ਸਰੀਰ ਚਿਹਨ ਭਗ ਹੂਏ, ਤਾ ਮਨਿ ਪਛੋਤਾਇਆ॥੧॥ sahas sareer chihan bhag hoo-ay taa man pachhotaa-i-aa. ||1||

ਇਸ ਪ੍ਰਭਾਤੀ ਦੇ ਸਲੋਕ ਵਿੱਚ ਜੀਵ ਨੂੰ ਇਹ ਉਪਦੇਸ਼ ਮਿਲਦਾ ਹੈ!
ਜਦੋਂ ਜੀਵ ਆਪਣੇ ਪੰਜਾਂ ਜਮਦੂਤਾਂ ਤੇ ਕਾਬੂ ਪਾ ਕੇ ਪ੍ਰਭ ਦੀ ਰਹਿਮਤ ਪਾ ਲੈਂਦਾ ਹੈ!
ਅਗਰ ਇਸ ਤੇ ਪੱਕਾ ਨਾ ਹੋਵੇ ਤਾ ਉਹ ਪ੍ਰਭ ਦੇ ਦਰ ਤੋਂ ਛਿੜਕਿਆ ਜਾਂਦਾ ਹੈ!
ਉਸ ਨੂੰ ਪ੍ਰਭ ਦੀ ਰਹਿਮਤ ਹਾਸਿਲ ਕਰਨ ਲਈ ਆਪਣੀ ਗਲਤੀ ਦਾ ਪਛਤਾਵਾਂ ਕਰਨਾ ਪੈਂਦਾ ਹੈ ।

ਇੰਦ੍ਰ ਦੇਵਤੇ ਦੇ ਮਨ ਤੇ ਕਾਮ ਵਾਸ਼ਨਾ ਨੇ ਕਾਬੂ ਪਾ ਲਿਆ । ਉਸ ਨੇ ਗੋਤਮ ਰਸ਼ੀ ਦੀ ਪਤਨੀ ਨਾਲ ਭੋਗ ਬਿਲਾਸ ਕੀਤਾ । ਉਸ ਦਾ ਪ੍ਰਭ ਤੇ ਭਰੋਸਾ ਡੋਲ ਗਿਆ, ਪ੍ਰਭ ਦੇ ਦਰ ਤੋਂ ਛਿੜਕਿਆ ਗਿਆ । ਗੋਤਮ ਰਸ਼ੀ ਦੀ ਤਪਸਿਆ ਵੀ ਭੰਗ ਹੋ ਗਈ । ਪ੍ਰਭ ਦੇ ਕੀਤੇ ਨੂੰ ਪ੍ਰਵਾਨ ਨਹੀਂ ਕੀਤਾ, ਕਰੋਧ ਨੇ ਮਨ ਤੇ ਕਾਬੂ ਪਾ ਲਿਆ । ਇੰਦ੍ਰ ਨੂੰ ਸਰਾਪ ਦਿੱਤਾ, ਉਸ ਦੇ ਸਰੀਰ ਤੇ ਛਾਲੇ ਪੇ ਗਏ, ਕੋੜ੍ਹ ਹੋ ਗਿਆ । ਉਸ ਨੂੰ ਸੋਝੀ ਹੋਈ ਤੇ ਸ਼ਰਮਿੰਦਗੀ, ਪਛਤਾਵਾਂ ਕੀਤਾ । ਇਸਤਰ੍ਹਾਂ ਇਹ ਸ਼ਬਦ ਵਿਚੋਂ ਇਹ ਸਿਖਿਆਂ ਮਿਲਦੀ ਹੈ । ਪ੍ਰਭ ਆਪ ਹੀ ਭਗਤਾਂ ਦਾ ਭਰੋਸਾ ਪਰਖਦਾ ਹੈ ।

Prophet Inder was intoxicated with sexual urge for the wife of prophet Gotham; he deceived her to engage in sexual intimacy with her; he was rebuked from the right path of acceptance in His Court. Same way prophet Gotham was also lost his faith from His Command; he did not accept His Command and cursed his wife. Inder was blister, boils, all over his skin, infected with leprosy with his curse. He realized his foolishness; he had to regret and repent.

**** Message: The True Master monitors the faith, belief of His true devotee every moment and never ignore or forgive his sin. He must endure more severe punishment.**

ਕੋਈ ਜਾਣਿ ਨ ਭੂਲੈ ਭਾਈ॥ ko-ee jaan na bhoolai bhaa-ee.
ਸੋ ਭੂਲੈ ਜਿਸੁ ਆਪਿ ਭੁਲਾਏ, ਬੂਝੈ ਜਿਸੈ ਬੁਝਾਈ॥੧॥ ਰਹਾਉ॥ so bhoolai jis aap bhulaa-ay boojhai jisai bujhaa-ee. ||1|| rahaa-o.

ਕੋਈ ਜੀਵ ਵੀ ਜਾਣ ਬੁਝਕੇ ਕੋਈ ਗਲਤੀ ਨਹੀਂ ਕਰਦਾ । ਜਿਸ ਜੀਵ ਤੋਂ ਪ੍ਰਭ ਆਪ ਹੀ ਗਲਤੀ ਕਰਾਉਂਦਾ ਹੈ । ਉਹ ਹੀ ਜੀਵ ਗਲਤੀ ਕਰਦਾ ਹੈ । ਜਿਸ ਨੂੰ ਪ੍ਰਭ ਸੋਝੀ ਬਖਸ਼ਦਾ ਹੈ! ਉਹ ਹੀ ਘਟਨਾ ਦਾ ਕਾਰਨ ਸਮਝਦਾ ਹੈ ।

No one may ever perform sinful acts or intentionally makes mistakes. The True Master inspires His Creation to make mistake, falls into the trap of worldly wealth. Whosoever may be enlightened with the essence of His Word, only he may comprehend the real purpose of His Command.

ਤਿਨਿ ਹਰੀ ਚੰਦਿ ਪ੍ਰਿਥਮੀ ਪਤਿ ਰਾਜੈ, ਕਾਗਦਿ ਕੀਮ ਨ ਪਾਈ॥ tin haree chand parithmee pat raajai kaagad keem na paa-ee.
ਅਉਗਣੁ ਜਾਣੈ ਤ ਪੁੰਨ ਕਰੇ, ਕਿਉ ਕਿਉ ਨੇਖਾਸਿ ਬਿਕਾਈ॥੨॥ a-ugan jaanai ta punn karay ki-o ki-o naykhaas bikaa-ee. ||2||

ਰਾਜੇ ਹਰੀਚੰਦ ਵਰਗੇ ਭਗਤ ਦਾ ਭਰੋਸਾ ਵੀ ਕਈ ਵਾਰ ਪ੍ਰਭ ਤੋਂ ਡੋਲ ਜਾਂਦਾ ਹੈ । ਉਹ ਪ੍ਰਭ ਦੇ ਲਿਖੇ ਤੇ ਸੰਤੁਸ਼ਟ ਨਹੀਂ ਹੁੰਦਾ । ਉਹ ਦਾਨ ਕਰਨ ਦਾ ਅਹੰਕਾਰ ਕਰਦਾ, ਦਿਖਾਵਾ ਕਰਦਾ ਹੈ । ਅਖੀਰ ਵਿੱਚ ਉਸ ਦੀ ਇਹ ਹਾਲਤ ਹੋਈ! ਕੀ ਆਪਣੇ ਅਹੰਕਾਰ ਨੂੰ ਪੱਕਾ ਰਖਣ ਲਈ ਆਪਣੇ ਆਪ ਨੂੰ ਵੇਚਣਾ ਪਿਆ । ਅਗਰ ਦਿਖਾਵਾ, ਅਹੰਕਾਰ ਨਾ ਕਰਦਾ ਤਾ ਆਪਣੇ ਆਪ ਨੂੰ ਵੇਚਣਾ ਨਾ ਪੈਂਦਾ । ਫਿਰ ਪਛਤਾਵਾਂ ਕਰਕੇ ਪ੍ਰਭ ਤੋਂ ਰਹਿਮਤ ਪਾਈ ।

Even a prophet like king Hari-Chand may become a victim of ego, sweet poison of worldly wealth. Even he was not able to maintain his belief on His Word, contented with His Command. His pride for his charity becomes his false glory in the world. In the end, to maintain his false pride; he had to sell himself to become a slave. Had he not become a victim of ego? He would not have to sell himself or become a slave. He had to regret and repents for his mistake; he was blessed with the right path of acceptance in His Court.

ਕਰਉ ਅਢਾਈ ਧਰਤੀ ਮਾਂਗੀ, ਬਾਵਨ ਰੂਪਿ ਬਹਾਨੈ॥ kara-o adhaa-ee Dhartee maaNgee baavan roop bahaanai.
ਕਿਉ ਪਇਆਲਿ ਜਾਇ ਕਿਉ ਛਲੀਐ, ਜੇ ਬਲਿ ਰੂਪੁ ਪਛਾਨੈ॥੩॥ ki-o pa-i-aal jaa-ay ki-o chhalee-ai jay bal roop pachhaanai. ||3||

ਰਾਜੇ ਬਲਿ ਨੂੰ ਆਪਣੀ ਬੰਦਗੀ ਤੇ ਇਤਨਾ ਅਹੰਕਾਰ ਹੋ ਗਿਆ । ਕਿ ਪ੍ਰਭ ਨੇ ਉਸ ਨੂੰ ਬਾਵਨ ਦੇ ਰੂਪ ਵਿੱਚ ਆ ਕੇ ਛਲਿਆ । ਉਸ ਨੂੰ ਪਛਤਾਵਾਂ ਕਰਨ ਲਈ ਪਤਾਲ ਵਿੱਚ ਜਾਣਾ ਪਿਆ ।

King Ball was become a victim of his ego, pride of his land holding. The True Master appeared as **dwarf** structure to capture his whole kingdom. He must be born under earth to regret and repents for his mistake.

ਰਾਜਾ ਜਨਮੇਜਾ ਦੇ ਮਤੀ, ਬਰਜਿ ਬਿਆਸਿ ਪੜ੍ਹਾਇਆ॥ raajaa janmayjaa day mateeN baraj bi-aas parhHaa-i-aa.
ਤਿਨ੍ਹਿ ਕਰਿ ਜਗ ਅਠਾਰਹ ਘਾਏ, ਕਿਰਤੁ ਨ ਚਲੈ ਚਲਾਇਆ॥੪॥ tiniH kar jag athaarah ghaa-ay kirat na chalai chalaa-i-aa. ||4||

ਭਗਤ ਬਿਆਸ ਜੀ ਨੇ ਧਾਰਮਕ ਗ੍ਰੰਥ ਵਿਚੋਂ ਰਾਜੇ ਜਨਮੇਜੇ ਨੂੰ ਸਿਖਿਆਂ ਦਿੱਤੀ! ਕੋਈ ਅਖੰਡ ਲੰਗਰ (ਅਖੰਡ ਪਾਠ) ਕਰਨਾ, ਜਾ ਬਲੀ ਦੇਣਾ ਬਿਰਥੀ ਹੀ ਹੈ । ਇਸ ਨਾਲ ਪਿੱਛਲੇ ਜਨਮ ਦੇ ਕੀਤੇ ਪਾਪ ਧੋਤੇ, ਬਖਸ਼ੇ ਨਹੀਂ ਜਾਂਦੇ । ਤੂੰ ਪਵਿੱਤਰ ਜੀਵਾਂ (18 ਬ੍ਰਹਮਣਾਂ) ਦੀ ਬਲੀ ਨਾ ਦੇਵੋ! ਇਸ ਨਾਲ ਪ੍ਰਭ ਦੀ ਰਹਿਮਤ, ਪ੍ਰਵਾਨਗੀ ਦਾ ਰਸਤਾ ਬਖਸ਼ਿਸ਼ ਨਹੀਂ ਹੁੰਦਾ ।

Prophet Vyaas enlightened, warned, king Jamaiza from the teachings of Holy Scripture Vedas. Religious ritual to do a charity of free unlimited kitchen, serving food to everyone or offering any sacrifice of any living creature; To kill Holy, sanctified soul, Brahman's as offering may be useless for the purpose of human life opportunity to be blessed with salvation. His sins of previous lives may never be forgiven nor he may be blessed with the right path of acceptance in His Court. He should not kill 18 Brahmans as Holy offer to the idol of God. He may never be blessed with the right path of acceptance in His Court; nor eliminate his cycle of birth and death.

ਗਣਤ ਨ ਗਣੀ ਹੁਕਮੁ ਪਛਾਣਾ, ਬੋਲੀ ਭਾਇ ਸੁਭਾਈ॥ ganat na ganeeN hukam pachhaanaa bolee bhaa-ay subhaa-ee.
ਜੋ ਕਿਛੁ ਵਰਤੈ ਤੁਧੈ ਸਲਾਹੀ, ਸਭ ਤੇਰੀ ਵਡਿਆਈ॥੫॥ jo kichh vartai tuDhai salaaheeN sabh tayree vadi-aa-ee. ||5||

ਪ੍ਰਭ, ਮੇਰੇ ਵਿੱਚ ਇਤਨੀ ਸਿਆਣਪ ਨਹੀਂ ਹੈ । ਮੈਂ ਆਪਣਾ ਕੰਮਾਂ ਦਾ ਹਿਸਾਬ ਨਹੀਂ ਕਰ ਸਕਦਾ । ਤੇਰਾ ਕੀਤਾ, ਭਾਣਾ ਸਤਿ ਕਰਕੇ ਪ੍ਰਵਾਨ ਕਰਦਾ ਹਾ । ਜੋ ਕੁਝ ਵੀ ਤੂੰ ਬਖਸ਼ਦਾ ਹੈ, ਇਹ ਤੇਰੀ ਵਡਿਆਈ ਹੈ । ਸਾਰੀ ਸ੍ਰਿਸ਼ਟੀ ਤੇ ਤੇਰਾ ਹੀ ਭਾਣਾ ਵਾਪਰਦਾ ਹੈ ।

My True Master! I am not enlightened enough to count my good or evil deeds. I may only accept Your Word, Command as an ultimate, Worthy Blessings in my human life journey. Whatsoever may happen in the universe, only be Your Greatness. Only Your Command must prevail in the universe.

ਗੁਰਮੁਖਿ ਅਲਿਪਤੁ ਲੇਪੁ ਕਦੇ ਨ ਲਾਗੈ, ਸਦਾ ਰਹੈ ਸਰਣਾਈ॥ gurmukh alipat layp kaday na laagai sadaa rahai sarnaa-ee.
ਮਨਮੁਖੁ ਮੁਗਧੁ ਆਗੈ ਚੇਤੈ ਨਾਹੀ, ਦੁਖਿ ਲਾਗੈ ਪਛੁਤਾਈ॥੬॥ manmukh mugaDh aagai chaytai naahee dukh laagai pachhutaa-ee. ||6||

ਜਿਸ ਨੂੰ ਗੁਰਮਖ ਅਵਸਥਾ ਬਖਸ਼ਿਸ਼ ਹੋ ਜਾਂਦੀ ਹੈ, ਉਹ ਕਦੇ ਪੰਜਾਂ ਜਮਦੂਤਾਂ ਦੇ ਚੱਕਰ ਵਿੱਚ ਨਹੀਂ ਫਸਦਾ । ਆਪਣੇ ਮਨ ਤੇ ਕਾਬੂ ਰਖਦਾ, ਪ੍ਰਭ ਦੇ ਭਾਣੇ ਵਿੱਚ ਹੀ ਮਸਤ ਰਹਿੰਦਾ ਹੈ । ਮਨਮੁਖ, ਮਨਮਰਜ਼ੀ ਵਿੱਚ ਹੀ ਲਗਾ ਰਹਿੰਦਾ ਹੈ । ਉਹ ਦੁਖ ਹੀ ਭੋਗਦਾ ਹੈ ।

Whosoever may be blessed with a state of mind as His true devotee; with His mercy and grace, he may never remain intoxicated with sweet poison of demons of worldly desires. He may remain contented with his own worldly environments, accepts His Command as an ultimate Command. Self-minded remains victim, slave of his demons of sweet poison of worldly wealth. He always endures miseries in his human life journey.

ਆਪੇ ਕਰੇ ਕਰਾਏ ਕਰਤਾ, ਜਿਨਿ ਏਹ ਰਚਨਾ ਰਚੀਐ॥ aapay karay karaa-ay kartaa jin ayh rachnaa rachee-ai.
ਹਰਿ ਅਭਿਮਾਨੁ ਨ ਜਾਈ ਜੀਅਹੁ, ਅਭਿਮਾਨੇ ਪੈ ਪਚੀਐ॥੭॥ har abhimaan na jaa-ee jee-ahu abhimaanay pai pachee-ai. ||7||

ਪ੍ਰਭ ਆਪ ਹੀ ਸਾਰੇ ਕਾਰਨਾਂ ਦਾ ਕਾਰਨ ਹੈ । ਜਿਤਨਾ ਚਿਰ ਜੀਵ ਦੇ ਮਨ ਵਿਚੋਂ ਅਹੰਕਾਰ ਦੀ ਜੜ੍ਹ ਨਾਸ ਨਹੀਂ ਹੁੰਦੀ । ਉਹ ਭਟਕਣਾਂ ਵਿੱਚ ਹੀ ਰਹਿੰਦਾ ਹੈ, ਮਨ ਨੂੰ ਸ਼ਾਂਤੀ ਬਖਸ਼ਿਸ਼ ਨਹੀਂ ਹੁੰਦੀ ।

The True Master, Creator of the universe, creates causes of all events in His Nature, in the life of His Creation. Whosoever may not conquer his own ego, nor surrenders his self-entity at His Sanctuary; he may never be blessed with peace of mind, contentment in his life. He remains frustrated with disappointments of his worldly desires.

ਭੁਲਣ ਵਿਚਿ ਕੀਆ ਸਭੁ ਕੋਈ, ਕਰਤਾ ਆਪਿ ਨ ਭੁਲੈ॥	bhulan vich kee-aa sabh ko-ee kartaa aap na bhulai.
ਨਾਨਕ ਸਚਿ ਨਾਮਿ ਨਿਸਤਾਰਾ, ਕੋ ਗੁਰ ਪਰਸਾਦਿ ਅਘੁਲੈ॥੮॥੪॥	naanak sach naam nistaaraa ko gur parsaad aghulai. ||8||4||

ਹਰਇਕ ਜੀਵ ਗਲਤੀਆਂ ਕਰਦਾ ਰਹਿੰਦਾ ਹੈ । ਕੇਵਲ ਇਕੋ ਇਕ ਪ੍ਰਭ ਹੀ, ਕੋਈ ਗਲਤੀ ਨਹੀਂ ਕਰਦਾ, ਗਲਤੀਆਂ ਤੋਂ ਰਹਿਤ, ਉਸ ਦਾ ਭਾਣਾ ਅਟਲ ਹੈ । ਕੇਵਲ ਸ਼ਬਦ ਨੂੰ ਮਨ ਵਿੱਚ ਵਸਾਉਣ ਨਾਲ ਹੀ ਮੁਕਤੀ ਦਾ ਰਸਤਾ ਬਖਸ਼ਿਸ਼ ਹੋ ਸਕਦਾ ਹੈ ।

His Whole Creation remains making mistakes, some knowingly and others in ignorance. Only, The True Master may never make any mistake; His Command must prevail and considered as the right path of human life journey. Whosoever may adopt the teachings of His Word with steady and stable belief in his day-to-day life; with His mercy and grace, only he may be blessed with the right path of acceptance in His Court, salvation.

Key Message of Raag Parbhaatee, page 1344-1
‘ਮੁਕਤੀ ਦਾ ਰਸਤਾ ਕਿਹੜਾ ਹੈ?
ਪ੍ਰਭ ਆਪ ਹੀ ਭਗਤਾਂ ਦਾ ਭਰੋਸਾ ਪਰਖਦਾ ਹੈ! ਭਗਤ ਬਿਆਸ ਜੀ! ਕੋਈ ਅਖੰਡ ਲੰਗਰ (ਅਖੰਡ ਪਾਠ) ਕਰਨਾ, ਜਾ ਬਲੀ ਦੇਣ ਬਿਰਥੀ ਹੀ ਹੈ । ਇਸ ਨਾਲ ਪ੍ਰਵਾਨਗੀ ਦਾ ਰਸਤਾ ਬਖਸ਼ਿਸ਼ ਨਹੀਂ ਹੁੰਦਾ । ਮਨ ਵਿਚੋਂ ਅਹੰਕਾਰ ਦੀ ਜੜ੍ਹ ਨਾਸ ਕਰਨ ਨਾਲ ਹੀ ਮਨ ਨੂੰ ਸ਼ਾਂਤੀ ਬਖਸ਼ਿਸ਼ ਹੋ ਸਕਦੀ ਹੈ! ਇਕੋ ਇਕ ਪ੍ਰਭ ਹੀ, ਗਲਤੀਆਂ ਤੋਂ ਰਹਿਤ, ਭਾਣਾ ਅਟਲ ਹੈ । ਕੇਵਲ ਸ਼ਬਦ ਨਾਲ ਜੀਵਨ ਢਾਲਣ ਨਾਲ ਹੀ ਮੁਕਤੀ ਦਾ ਰਸਤਾ ਬਖਸ਼ਿਸ਼ ਹੋ ਸਕਦਾ ਹੈ ।
What may be the right path of salvation.
The True Master monitors the faith, belief of His true devotee every moment and never ignore or forgive his sin. Prophet Vyaas enlightened! religious rituals like a charity of free unlimited kitchen, serving food to everyone or offering any sacrifice of any living creature may not be accepted in His Court nor the right path of acceptance in His Court may ever be blessed. Whosoever may conquer his own ego, surrenders his self-entity at His Sanctuary; he may be blessed with peace of mind, contentment in his life. The True Master may never make any mistake; His Command is the only right path of human life journey; path of acceptance in His Court, salvation.

22. (1-5A) **ਪ੍ਰਭਾਤੀ ਮਹਲਾ ੧॥ (1344-11)**

ਆਖਣਾ ਸੁਨਣਾ ਨਾਮੁ ਅਧਾਰੁ॥	aakh-naa sunnaa naam aDhaar.
ਧੰਧਾ ਛੁਟਕਿ ਗਇਆ ਵੇਕਾਰੁ॥	DhanDhaa chhutak ga-i-aa vaykaar.
ਜਿਉ ਮਨਮੁਖਿ ਦੂਜੈ ਪਤਿ ਖੋਈ॥	ji-o manmukh doojai pat kho-ee.
ਬਿਨੁ ਨਾਵੈ ਮੈਂ ਅਵਰੁ ਨ ਕੋਈ॥੧॥	bin naavai mai avar na ko-ee. ||1||

ਸ਼ਬਦ ਦੀ ਸਿਖਿਆਂ ਨੂੰ ਸੁਣਨਾ, ਮਨ ਵਿੱਚ ਅਪਣਾਉਣ ਨੂੰ ਆਪਣੇ ਜੀਵਨ ਦਾ ਅਧਾਰ ਬਣਾਵੋ । ਸੰਸਾਰਕ ਧੰਦੇ ਚਲਦੇ ਰਹਿੰਦੇ ਹਨ, ਮਰਨ ਤੇ ਸਾਰੇ ਧੰਦੇ ਵੀ ਖਤਮ ਹੋ ਜਾਂਦੇ ਹਨ । ਮਨਮੁਖ ਜੀਵ ਵੱਖਰੇ ਵੱਖਰੇ ਗੁਰੂਆਂ ਪੀਰਾਂ ਦੀ ਸਿਖਿਆਂ ਤੇ ਵੱਖਰੀਆਂ ਵਿਧੀਆਂ ਵਿੱਚ ਭਉਦਾ ਰਹਿੰਦਾ ਹੈ । ਜੀਵ ਪ੍ਰਭ ਦੇ ਸ਼ਬਦ ਦੀ ਸਿਖਿਆਂ ਨੂੰ ਹੀ ਆਪਣੇ ਜੀਵਨ ਦਾ ਅਧਾਰ ਬਣਾਵੋ! ਸ਼ਬਦ ਦੀ ਪਾਲਣਾ ਤੋਂ ਬਿਨਾਂ ਪ੍ਰਭ ਦੇ ਦਰਬਾਰ ਵਿੱਚ ਪ੍ਰਵਾਨਗੀ ਦਾ ਹੋਰ ਕੋਈ ਅਸਲੀ ਰਸਤਾ ਨਹੀਂ ਹੈ ।

You should listen to the sermons of the essence of His Word and adopt the teachings of His Word in your day-to-day life. His Nature prevails as His Command. Whosoever may exhaust his capital of breathes, all his worldly chores may also end; he may not have to worry anymore. Self-minded may adopt various meditation routine following the teachings of various religious gurus; he may wander from shrine to shrine. You should adopt the teachings of His Word with steady and stable belief in your day-to-day life. Without obeying and adopting the teachings of His Word, the right path of acceptance may never be blessed.

ਸੁਣਿ ਮਨ ਅੰਧੇ ਮੂਰਖ ਗਵਾਰ॥	sun man anDhay moorakh gavaar.
ਆਵਤ ਜਾਤ ਲਾਜ ਨਹੀ ਲਾਗੈ, ਬਿਨੁ ਗੁਰ ਬੂਡੈ ਬਾਰੋ ਬਾਰ॥੧॥	aavat jaat laaj nahee laagai bin gur boodai baaro baar. ||1||
ਰਹਾਉ॥	rahaa-o.

ਅਣਜਾਣ ਜੀਵ, ਵਿਚਾਰਕੇ ਦੇਖੋ! ਪ੍ਰਭ ਦੀ ਬੰਦਗੀ ਤੋਂ ਬਿਨਾਂ ਜੀਵ ਜਨਮ ਮਰਨ ਦੇ ਚੱਕਰ ਵਿੱਚ ਹੀ ਭਉਦਾ ਰਹਿੰਦਾ ਹੈ । ਉਸ ਨੂੰ ਮੁਕਤੀ ਦਾ ਅਸਲੀ ਰਸਤਾ ਬਖਸ਼ਿਸ਼ ਨਹੀਂ ਹੋ ਸਕਦਾ ।

Ignorant self-minded listens very carefully, pay attention to the teachings of His Word. Whosoever may not obey the teachings of His Word; he may remain in the cycle of birth and death. He may never be blessed with the right path of acceptance in His Court.

ਇਸੁ ਮਨ ਮਾਇਆ ਮੋਹਿ ਬਿਨਾਸੁ॥	is man maa-i-aa mohi binaas.
ਧੁਰਿ ਹੁਕਮੁ ਲਿਖਿਆ ਤਾਂ ਕਹੀਐ ਕਾਸੁ॥	Dhur hukam likhi-aa taaN kahee-ai kaas.
ਗੁਰਮੁਖਿ ਵਿਰਲਾ ਚੀਨ੍ਹੈ ਕੋਈ॥	gurmukh virlaa cheenHai ko-ee.
ਨਾਮ ਬਿਹੂਨਾ ਮੁਕਤਿ ਨ ਹੋਈ॥੨॥	naam bihoonaa mukat na ho-ee. ||2||

ਜਿਹੜਾ ਸੰਸਾਰਕ ਧਨ ਨਾਲ ਲਗਨ ਲਾਉਂਦਾ ਹੈ, ਉਸ ਦਾ ਮਾਨਸ ਜੀਵਨ ਬਿਰਥਾ ਹੀ ਬੀਤ ਜਾਂਦਾ ਹੈ । ਇਹ ਸਭ ਕੁਝ ਪ੍ਰਭ ਦੇ ਹੁਕਮ ਅੰਦਰ ਹੀ ਹੁੰਦਾ ਹੈ । ਰਹਿਮਤ ਦੀ ਅਰਾਦਾਸ ਕਰੋ! ਪ੍ਰਭ ਆਪ ਹੀ ਸਿਧਾ ਰਸਤਾ ਬਖਸ਼ਦਾ ਹੈ । ਕੋਈ ਵਿਰਲਾ ਗੁਰਮਖ ਹੀ ਸਮਝਦਾ ਹੈ! ਪ੍ਰਭ ਦੀ ਬੰਦਗੀ ਤੋਂ ਬਿਨਾਂ ਪ੍ਰਵਾਨਗੀ, ਮੁਕਤੀ ਦਾ ਰਸਤਾ ਬਖਸ਼ਿਸ਼ ਨਹੀਂ ਹੋ ਸਕਦਾ ।

ਗੁਰੂ ਨਾਨਕ ਦੇਵ ਜੀ! - Guru Nanak Dev Ji! Guru Granth Sahib

Whosoever may remain intoxicated with sweet poison of worldly wealth; he may waste his human life opportunity. Everything may only happen under His Command. You should always pray for His Forgiveness and Refuge! He may guide His true devotee on the right path of human life journey. However, very rare His true devotee may realize! Without the earnings of His Word, obeying the teachings of His Word, the right path of acceptance may never be blessed.

ਭ੍ਰਮਿ ਭ੍ਰਮਿ ਡੋਲੈ ਲਖ ਚਉਰਾਸੀ॥ bharam bharam dolai lakh cha-uraasee.
ਬਿਨੁ ਗੁਰ ਬੂਝੇ ਜਮ ਕੀ ਫਾਸੀ॥ bin gur boojhay jam kee faasee.
ਇਹੁ ਮਨੂਆ ਖਿਨੁ ਖਿਨੁ ਊਭਿ ਪਇਆਲਿ॥ ih manoo-aa khin khin oobh pa-i-aal.
ਗੁਰਮੁਖਿ ਛੂਟੈ ਨਾਮੁ ਸਮ੍ਹ੍ਹਾਲਿ॥੩॥ gurmukh chhootai naam samHaal. ||3||

ਜੀਵ ਭਰਮਾਂ ਪਿਛੇ ਲਗਾ, ਵੱਖਰੀਆਂ ਵੱਖਰੀਆਂ ਜੂੰਨਾਂ ਵਿੱਚ ਭਉਦਾ ਰਹਿੰਦਾ ਹੈ । ਪ੍ਰਭ ਦੀ ਬੰਦਗੀ ਤੋਂ ਬਿਨਾਂ ਜੀਵ ਦਾ ਜਨਮ ਮਰਨ ਤੋਂ ਛੁਟਕਾਰਾ ਨਹੀਂ ਹੁੰਦਾ । ਮਨ ਪਲ, ਪਲ ਸਵਰਗ ਤੇ ਨਰਕ ਦੇ ਸੁਪਨੇ ਲੈਂਦਾ ਰਹਿੰਦਾ ਹੈ । ਗੁਰਮਖ ਜੀਵ ਕੇਵਲ ਪ੍ਰਭ ਦੇ ਸ਼ਬਦ ਦੀ ਸਿਖਿਆਂ ਨੂੰ ਹੀ ਆਪਣਾ ਆਸਰਾ ਬਣਾਉਂਦਾ ਹੈ । ਪ੍ਰਭ ਦੀ ਰਹਿਮਤ ਬਖਸ਼ਿਸ਼ ਹੋ ਜਾਂਦੀ ਹੈ ।

Self-minded remains intoxicated in religious rituals, suspicions in the cycle of birth and death, reincarnation of 84 life cycle of creature. Without obeying the teachings of His Word with steady and stable belief in his day-to-day life; his cycle of birth and death may never be eliminated. Every moment in his life, he may fantasize heaven or hell in his dreams. His true devotee may only, adopt the teachings of His Word with steady and stable belief as the supporting pillar of his human life journey. He may be blessed with the right path of acceptance in His Court.

ਆਪੇ ਸਦੇ ਢਿਲ ਨ ਹੋਇ॥ ਸਬਦਿ ਮਰੈ ਸਹਿਲਾ ਜੀਵੈ ਸੋਇ॥ aapay saday dhil na ho-ay. sabad marai sahilaa jeevai so-ay.
ਬਿਨੁ ਗੁਰ ਸੋਝੀ ਕਿਸੈ ਨ ਹੋਇ॥ ਆਪੇ ਕਰੈ ਕਰਾਵੈ ਸੋਇ॥੪॥ bin gur sojhee kisai na ho-ay. aapay karai karaavai so-ay. ||4||

ਪ੍ਰਭ ਦੇ ਹੁਕਮ ਨਾਲ ਮੌਤ ਦਾ ਸੱਦਾ ਆਉਣ ਤੇ ਕੋਈ ਦੇਰੀ ਨਹੀਂ ਕਰ ਸਕਦਾ । ਜਿਹੜਾ ਸ਼ਬਦ ਦੀ ਕਮਾਈ ਕਰਦਾ ਹੈ, ਉਸ ਦਾ ਮੌਤ ਦਾ ਸਮਾਂ ਖੁਸ਼ੀ ਦਾ ਬਣ ਜਾਂਦਾ ਹੈ । ਪ੍ਰਭ ਦੀ ਰਹਿਮਤ ਤੋਂ ਬਿਨਾਂ ਕਿਸੇ ਨੂੰ ਕੋਈ ਸੋਝੀ ਬਖਸ਼ਿਸ਼ ਨਹੀਂ ਹੁੰਦੀ । ਸਭ ਕੁਝ ਪ੍ਰਭ ਹੀ ਕਰਦਾ, ਕਾਰਨ ਬਣਾਉਂਦਾ ਹੈ ।

When the devil of death knocks at his head to capture his soul, no one may avoid or delay anymore. Whosoever may earn the wealth of His Word; his time of death may become an opportunity of acceptance in His Court. The True Master creates the causes of all events in His Nature; without His mercy and grace, no one may ever realize His Nature.

ਝਗੜੁ ਚੁਕਾਵੈ ਹਰਿ ਗੁਣ ਗਾਵੈ॥ ਪੂਰਾ ਸਤਿਗੁਰੁ ਸਹਜਿ ਸਮਾਵੈ॥ jhagarh chukhaavai har gun gaavai. pooraa satgur sahj samaavai.
ਇਹੁ ਮਨੁ ਡੋਲਤ ਤਉ ਠਹਰਾਵੈ॥ ਸਚੁ ਕਰਣੀ ਕਰਿ ਕਾਰ ਕਮਾਵੈ॥੫॥ ih man dolat ta-o thehraavai. sach karnee kar kaar kamaavai. ||5||

ਜਿਸ ਦੇ ਮਨ ਵਿੱਚ ਪ੍ਰਭ ਦੇ ਸ਼ਬਦ ਦੀ ਸਿਖਿਆਂ ਘਰ ਕਰ ਜਾਂਦੀ ਹੈ, ਪ੍ਰਭ ਦੀ ਰਹਿਮਤ ਨਾਲ ਉਸ ਦੇ ਮਨ ਦੀਆਂ ਭਟਕਣਾਂ ਖਤਮ ਹੋ ਜਾਂਦੀਆਂ ਹਨ । ਪ੍ਰਭ ਦੇ ਸ਼ਬਦ ਦੀ ਪਾਲਣਾ ਵਿੱਚ ਅਡੋਲ, ਸ਼ਾਂਤ ਰਹਿੰਦਾ ਹੈ । ਪ੍ਰਭ ਦੇ ਭਾਣੇ ਨੂੰ ਪ੍ਰਵਾਨ ਕਰ ਲੈਂਦਾ ਹੈ । ਉਸ ਦਾ ਮਨ ਡੋਲਣ ਤੋਂ ਰੁਕ ਜਾਂਦਾ ਹੈ । ਸੰਸਾਰਕ ਮਾਇਆ ਦੇ ਲਾਲਚ ਨਾਲ ਆਪਣੀ ਸੋਚ, ਨਹੀਂ ਬਦਲਦਾ । ਉਸ ਦਾ ਮਨ ਪ੍ਰਭ ਦੇ ਅਦੇਸ਼ ਅਨੁਸਾਰ ਜੀਵਨ ਢਾਲਦਾ ਹੈ ।

Whosoever may remain drenched with the essence of His Word; with His mercy and grace, all his frustrations of worldly desires may be eliminated. Whosoever may obey the teachings of His Word with steady a stable belief; with His mercy and grace, he may accept His Word as an ultimate Command. His mind may stop wandering in different directions. He may never become a victim of sweet poison of worldly wealth nor change his path of meditation. His way of life always remains as per the teachings of His Word.

ਅੰਤਰਿ ਜੂਠਾ ਕਿਉ ਸੁਚਿ ਹੋਇ॥ ਸਬਦੀ ਧੋਵੈ ਵਿਰਲਾ ਕੋਇ॥ antar joothaa ki-o such ho-ay. sabdee Dhovai virlaa ko-ay.
ਗੁਰਮੁਖਿ ਕੋਈ ਸਚੁ ਕਮਾਵੈ॥ ਆਵਣੁ ਜਾਣਾ ਠਾਕਿ ਰਹਾਵੈ॥੬॥ gurmukh ko-ee sach kamaavai. aavan jaanaa thaak rahaavai. ||6||

ਜਿਸ ਦੇ ਮਨ ਵਿੱਚ ਖੋਟ, ਆਤਮਾ ਮੈਲੀ ਹੁੰਦੀ ਹੈ । ਉਹ ਪੰਜਾਂ ਜਮਦੂਤਾਂ ਦੇ ਕਾਬੂ ਵਿੱਚ ਰਹਿੰਦਾ ਹੈ । ਕੋਈ ਵਿਰਲਾ ਹੀ ਜੀਵ, ਸ਼ਬਦ ਨਾਲ ਜੀਵਨ ਢਾਲਕੇ ਮਨ ਨੂੰ ਪਵਿੱਤਰ ਕਰਦਾ ਹੈ । ਜਿਹੜਾ ਅਟਲ ਸ਼ਬਦ ਦੀ ਕਮਾਈ ਕਰਦਾ, ਉਸ ਨੂੰ ਗੁਰਮਖ ਅਵਸਥਾ ਬਖਸ਼ਿਸ਼ ਹੋ ਜਾਂਦੀ ਹੈ । ਪ੍ਰਭ ਦੀ ਰਹਿਮਤ ਨਾਲ, ਉਸ ਦਾ ਆਪਣਾ ਜੂੰਨਾਂ, ਜਨਮ ਮਰਨ ਦਾ ਚੱਕਰ ਖਤਮ ਹੋ ਜਾਂਦਾ ਹੈ ।

Whosoever may remain overwhelmed with deception, hypocrisy in his life; his soul may remain blemished and under the control of devil of death. However, very rare may adopt the teachings of His Word and sanctifies his soul. Whosoever may earn the wealth of His Word; he may be blessed with a state of mind as His true devotee; with His Blessed Vision, his cycle of birth and death may be eliminated.

ਭਉ ਖਾਣਾ ਪੀਣਾ ਸੁਖੁ ਸਾਰੁ॥ ਹਰਿ ਜਨ ਸੰਗਤਿ ਪਾਵੈ ਪਾਰੁ॥ bha-o khaanaa peenaa sukh saar. har jan sangat paavai paar.
ਸਚੁ ਬੋਲੈ ਬੋਲਾਵੈ ਪਿਆਰੁ॥ ਗੁਰ ਕਾ ਸਬਦੁ ਕਰਣੀ ਹੈ ਸਾਰੁ॥੭॥ sach bolai bolaavai pi-aar. gur kaa sabad karnee hai saar. ||7||

ਜਿਹੜਾ ਸਵਾਸ ਗਰਾਸ ਪ੍ਰਭ ਦੇ ਸ਼ਬਦ ਦੀ ਸਿਖਿਆਂ ਵਿੱਚ ਧਿਆਨ ਰਖਦਾ, ਪ੍ਰਭ ਦੇ ਵਿਛੋੜੇ ਦਾ ਹੀ ਸੋਚਦਾ ਹੈ । ਉਸ ਨੂੰ ਸੰਤ ਸਰੂਪ, ਹਰਜਨ ਜੀਵ ਦੀ ਸੰਗਤ ਬਖਸ਼ਿਸ਼ ਹੋ ਜਾਂਦੀ ਹੈ । ਉਹ ਪ੍ਰਭ ਦੇ ਸ਼ਬਦ ਦੀ ਹੀ ਕਥਾ ਕਰਦਾ ਹੈ । ਉਸ ਦੀ ਸੰਸਾਰਕ ਕਮਾਈ, ਬੰਦਗੀ, ਸਿਮਰਨ ਦੀ ਹੀ ਹੁੰਦੀ ਹੈ ।

Whosoever may remain intoxicated in meditating in the void of His Word, in renunciation in the memory of his separation from His Holy Spirit; with His mercy and grace, he may be blessed with conjugation of His Holy saint. He may only recite the glory of His Word. All his worldly possessions may be the wealth of His Word, earnings of his meditation.

ਹਰਿ ਜਸੁ ਕਰਮੁ ਧਰਮੁ ਪਤਿ ਪੂਜਾ॥ har jas karam Dharam pat poojaa.
ਕਾਮ ਕ੍ਰੋਧ ਅਗਨੀ ਮਹਿ ਭੂੰਜਾ॥ kaam kroDh agnee meh bhooNjaa.
ਹਰਿ ਰਸੁ ਚਾਖਿਆ ਤਉ ਮਨੁ ਭੀਜਾ॥ har ras chaakhi-aa ta-o man bheejaa.
ਪ੍ਰਣਵਤਿ ਨਾਨਕੁ ਅਵਰੁ ਨ ਦੂਜਾ॥੮॥੫॥ paranvat naanak avar na doojaa. ||8||5||

ਜਿਹੜਾ ਸ਼ਬਦ ਦੇ ਸਿਮਰਨ ਨੂੰ ਹੀ ਆਪਣਾ ਕਰਮ, ਧਰਮ, ਦਾਨ, ਪੂਜਾ ਸਮਝਦਾ ਹੈ । ਉਸ ਦੇ ਮਨ ਦੀ ਕਾਮ ਵਾਸ਼ਨਾ, ਕਰੋਧ ਨਾਸ ਹੋ ਜਾਂਦਾ ਹੈ । ਉਸ ਦਾ ਮਨ ਖੇੜੇ, ਸ਼ਾਂਤੀ ਵਿੱਚ ਲੀਨ ਰਹਿੰਦਾ ਹੈ । ਉਸ ਨੂੰ ਪ੍ਰਭ ਦੀ ਹੌਂਦ ਤੋਂ ਬਿਨਾਂ ਕੋਈ ਹੋਰ ਨਜ਼ਰ ਨਹੀਂ ਆਉਂਦਾ । ਉਸ ਨੂੰ ਹਰਇਕ ਵਿੱਚ ਪ੍ਰਭ ਹੀ ਨਜ਼ਰ ਆਉਂਦਾ ਹੈ ।

Whosoever may remain intoxicated in meditation and considers his meditation as his charity, religion, worship; with His mercy and grace, he may conquer his sexual urge, anger of worldly disappointments. He remains in peace of mind and blossom in his worldly life. He may realize only His Holy Spirit prevailing everywhere and nothing else may exist.

Key Message of Raag Parbhaatee, page 1344-11
'ਸ਼ਬਦ ਦੀ ਕਮਾਈ ਨਾਲ ਮੌਤ ਦਾ ਸਮਾਂ ਮੁਕਤੀ ਦਾ ਸਮਾਂ ਬਣ ਜਾਂਦਾ ਹੈ!
ਜਿਹੜਾ ਸ਼ਬਦ ਦੀ ਸਿਖਿਆਂ ਨੂੰ ਸੁਣਦਾ, ਜੀਵਨ ਵਿੱਚ ਧਾਰਨ ਕਰਦਾ ਹੈ, ਉਸ ਨੂੰ ਪ੍ਰਭ ਦੇ ਦਰਬਾਰ ਵਿੱਚ ਪ੍ਰਵਾਨਗੀ ਦਾ ਅਸਲੀ ਰਸਤਾ ਬਖਸ਼ਿਸ਼ ਹੋ ਸਕਦਾ ਹੈ । ਜਿਹੜਾ ਸ਼ਬਦ ਦੀ ਕਮਾਈ ਕਰਦਾ ਹੈ, ਉਸ ਦਾ ਮੌਤ ਦਾ ਸਮਾਂ ਖੁਸ਼ੀ ਦਾ ਬਣ ਜਾਂਦਾ ਹੈ । ਜਿਸ ਦੇ ਮਨ ਵਿੱਚ ਪ੍ਰਭ ਦੇ ਸ਼ਬਦ ਦੀ ਸਿਖਿਆਂ ਘਰ ਕਰ ਜਾਂਦੀ ਹੈ, ਉਹ ਸ਼ਬਦ ਦੀ ਪਾਲਣਾ ਵਿੱਚ ਅਡੋਲ, ਸ਼ਾਂਤ ਰਹਿੰਦਾ ਹੈ । ਕੋਈ ਵਿਰਲਾ ਹੀ ਜੀਵ, ਸ਼ਬਦ ਨਾਲ ਜੀਵਨ ਢਾਲਕੇ ਮਨ ਨੂੰ ਪਵਿੱਤਰ ਕਰਦਾ ਹੈ । ਜਿਹੜਾ ਅਟਲ ਸ਼ਬਦ ਦੀ ਕਮਾਈ ਕਰਦਾ, ਪ੍ਰਭ ਦੇ ਵਿਛੋੜੇ ਦਾ ਹੀ ਸੋਚਦਾ ਹੈ । ਉਹ ਸ਼ਬਦ ਦੇ ਸਿਮਰਨ ਨੂੰ ਹੀ ਆਪਣਾ ਕਰਮ, ਧਰਮ, ਦਾਨ, ਪੂਜਾ ਸਮਝਦਾ ਹੈ । ਉਸ ਨੂੰ ਹਰਇਕ ਵਿੱਚ ਪ੍ਰਭ ਹੀ ਨਜ਼ਰ ਆਉਂਦਾ ਹੈ ।
Earnings of His Word; transform death as a salvation!
Whosoever may listen the sermons of the essence of His Word and adopts the teachings in own life; with His mercy and grace, he may be blessed with the right path of acceptance in His Court. Whosoever may earn the wealth of His Word; his time of death may become a rewarding, acceptance in His Court. Whosoever may remain drenched with the essence of His Word; he may obey the teachings of His Word with steady a stable belief; he may accept His Word as an ultimate Command. However, very rare may adopt the teachings of His Word to sanctify his soul. Whosoever may earn the wealth of His Word; he may remain in renunciation in the memory of his separation from His Holy Spirit. Whosoever may remain intoxicated in meditation and considers his meditation as his charity, religion, worship; he may realize only His Holy Spirit prevailing everywhere and nothing else may exist

23. (1-6A) ਪ੍ਰਭਾਤੀ ਮਹਲਾ ੧॥ (1345-3)

ਰਾਮ ਨਾਮੁ ਜਪਿ ਅੰਤਰਿ ਪੂਜਾ॥ — raam naam jap antar poojaa.
ਗੁਰ ਸਬਦੁ ਵੀਚਾਰਿ ਅਵਰੁ ਨਹੀ ਦੂਜਾ॥੧॥ — gur sabad veechaar avar nahee doojaa.1

ਜਿਹੜਾ ਆਪਣੇ ਮਨ ਵਿੱਚ, ਅਡੋਲ ਭਰੋਸੇ ਨਾਲ ਪ੍ਰਭ ਦੇ ਸ਼ਬਦ ਦਾ ਸਿਮਰਨ ਕਰਦਾ ਹੈ । ਉਸ ਦੀ ਹੀ ਅਸਲੀ ਪੂਜਾ ਹੈ, ਉਸ ਦੇ ਮਨ ਵਿੱਚ ਕੇਵਲ ਪ੍ਰਭ ਦੇ ਸ਼ਬਦ ਦੀ ਸਿਖਿਆਂ ਘਰ ਕਰ ਜਾਂਦੀ ਹੈ ।

Whosoever may meditate on the teachings of His Word with steady and stable belief in his day-to-day life. His mediation, way of life may be the real worship. He may remain drenched with the essence of His Word.

ਏਕੋ ਰਵਿ ਰਹਿਆ ਸਭ ਠਾਈ॥ — ayko rav rahi-aa sabh thaa-ee.
ਅਵਰੁ ਨ ਦੀਸੈ ਕਿਸੁ ਪੂਜ ਚੜਾਈ॥੧॥ ਰਹਾਉ॥ — avar na deesai kis pooj charhaa-ee. ||1|| rahaa-o.

ਗੁਰਮਖ ਨੂੰ ਹਰਇਕ ਥਾਂ, ਹਰਇਕ ਜੀਵ ਵਿੱਚ ਕੇਵਲ ਪ੍ਰਭ ਹੀ ਨਜ਼ਰ ਆਉਂਦਾ ਹੈ । ਪ੍ਰਭ ਤੋਂ ਬਿਨਾਂ ਹੋਰ ਕੋਈ ਪੂਜਣ ਯੋਗ ਨਜ਼ਰ ਨਹੀਂ ਆਉਂਦਾ ।

His true devotee may only visualize, realizes His Holy Spirit prevailing everywhere and within each soul. He may never think anyone else to be worthy of worship.

ਮਨੁ ਤਨੁ ਆਗੈ ਜੀਅੜਾ ਤੁਝ ਪਾਸਿ॥ — man, tan aagai jee-arhaa tujh paas.
ਜਿਉ ਭਾਵੈ ਤਿਉ ਰਖਹੁ ਅਰਦਾਸਿ॥੨॥ — ji-o bhaavai ti-o rakhahu ardaas. ||2||

ਮੈਨੂੰ ਆਪਣੇ ਭਾਣੇ ਵਿੱਚ ਹੀ ਰਖੋ! ਮੈਂ ਤੇਰੇ ਭਾਣੇ ਨੂੰ ਸਤਿ ਕਰਕੇ ਕਬੂਲ ਕਰਾ । ਮੈਂ ਆਪਣਾ ਮਨ, ਤਨ, ਆਤਮਾ ਤੇਰੀ ਸ਼ਰਣ ਵਿੱਚ ਭੇਟਾ ਕਰ ਦੇਵਾ ।

My True Master bestows Your Blessed Vision; I may accept Your Word as an ultimate Command and adopts the teachings in my day-to-day life. I may surrender, my mind, body, soul, self-entity at Your Sanctuary.

ਸਚੁ ਜਿਹਵਾ ਹਰਿ ਰਸਨ ਰਸਾਈ॥ — sach jihvaa har rasan rasaa-ee.
ਗੁਰਮਤਿ ਛੂਟਸਿ ਪ੍ਰਭ ਸਰਣਾਈ॥੩॥ — gurmat chhootas parabh sarnaa-ee. ||3||

ਓਹ ਜੀਭ ਧਨ, ਵੱਡੇਭਾਗਾਂ ਵਾਲੀ ਹੁੰਦੀ ਹੈ । ਜਿਸ ਤੇ ਪ੍ਰਭ ਦੇ ਸ਼ਬਦ ਦੀ ਉਸਤਤ ਰਚ ਜਾਂਦੀ ਹੈ । ਗੁਰਮਖ ਸਦਾ ਹੀ ਪ੍ਰਭ ਦੀ ਸ਼ਰਣ ਵਿੱਚ ਮਸਤ ਰਹਿੰਦਾ ਹੈ ।

Whosoever may be very fortunate! His tongue may remain drenched with the nectar of the essence of His Word; with His mercy and grace, he may remain overwhelmed with singing the glory of His Word. His true devotee may remain intoxicated meditating in the void of His Word; His Sanctuary.

ਕਰਮ ਧਰਮ ਪ੍ਰਭਿ ਮੇਰੈ ਕੀਏ॥ — karam Dharam parabh mayrai kee-ay.
ਨਾਮੁ ਵਡਾਈ ਸਿਰਿ ਕਰਮਾਂ ਕੀਏ॥੪॥ — naam vadaa-ee sir karmaaN kee-ay. ||4||

ਪ੍ਰਭ ਨੇ ਹੀ, ਧਾਰਮਕ ਰੀਤੋਂ ਰੀਵਾਜ, ਭਰਮ ਭੁਲੇਖੇ ਪੈਦਾ ਕੀਤੇ ਹਨ । ਆਪ ਹੀ ਅਡੋਲ ਭਰੋਸੇ ਨਾਲ ਸਿਮਰਨ ਕਰਨ ਨੂੰ ਕੰਮਾਂ ਤੋਂ ਬਹੁਤੀ ਮਹੱਤਤਾ ਦੇਂਦਾ ਹੈ ।

The True Master has created all religious rituals and suspicions in worldly life. The True Master may reward meditation on the teachings of His Word with steady and stable belief, much more significance than even good deeds for His Creation.

ਸਤਿਗੁਰ ਕੈ ਵਸਿ ਚਾਰਿ ਪਦਾਰਥ॥ — satgur kai vas chaar padaarath.
ਤੀਨਿ ਸਮਾਏ ਏਕ ਕ੍ਰਿਤਾਰਥ॥੫॥ — teen samaa-ay ayk kirtaarath. ||5||

ਜੀਵ ਨੂੰ ਆਪਣੀ ਆਤਮਾ ਨੂੰ ਪਵਿੱਤਰ ਕਰਨ ਲਈ ਚਾਰ ਪਦਾਰਥਾਂ ਦੀ ਲੋੜ ਹੁੰਦੀ ਹੈ । ਪ੍ਰਭ ਦੇ ਵੱਸ ਵਿੱਚ ਹੀ ਆਤਮਾ ਨੂੰ ਪਵਿੱਤਰ ਕਰਨ ਵਾਲੇ ਚਾਰੇ ਹੀ ਪਦਾਰਥ ਹਨ । ਜਿਹੜਾ ਜੀਵ ਆਪਣੇ ਨਿਸ਼ਚੇ ਨਾਲ ਪਹਿਲੇ ਤਿੰਨਾਂ ਤੇ ਕਾਬੂ ਪੱਕਾ ਕਰ ਲੈਂਦਾ ਹੈ । ਪ੍ਰਭ ਆਪ ਹੀ ਰਹਿਮਤ ਬਖਸ਼ਦਾ, ਮੁਕਤੀ ਦਾ ਰਸਤਾ ਬਖਸ਼ਦਾ ਹੈ । ਜਿਸ ਨਾਲ ਉਹ ਮੁਕਤੀ ਦੇ ਰਸਤੇ ਤੇ ਚਲ ਪੈਂਦਾ ਹੈ ।

His soul must acquire four unique virtues, to be sanctified to become worthy of His Blessings; for the real purpose of human life opportunity. All four virtues remain under His Command. Whosoever may conquer three virtues of wealth, **Raajas, Tamaas, Sataas**; with His mercy and grace, he may be blessed with fourth Virtue, salvation. He may remain steady and stable on the right path of acceptance in His Court.

ਚਾਰ ਪਦਾਰਥ	4 Virtues
(ਧਰਮ, ਅਰਥ, ਕਾਮ, ਮੋਖ)	Raajas, Tamaas, Sataas, Salvation

ਸਤਿਗੁਰਿ ਦੀਏ ਮੁਕਤਿ ਧਿਆਨਾਂ॥ satgur dee-ay mukat Dhi-aanaaN.
ਹਰਿ ਪਦੁ ਚੀਨਿ੍ ਭਏ ਪਰਧਾਨਾ॥੬॥ har pad cheeneh bha-ay parDhaanaa. ||6||

ਜਿਸ ਨੂੰ ਪ੍ਰਭ ਆਪਣੀ ਰਹਿਮਤ ਨਾਲ ਮੁਕਤੀ ਦਾ ਰਸਤਾ ਬਖਸ਼ਦਾ ਹੈ । ਉਸ ਦਾ ਧਿਆਨ, ਭਰੋਸਾ ਸ਼ਬਦ ਦੀ ਸਿਖਿਆਂ ਤੇ ਅਡੋਲ ਹੋ ਜਾਂਦਾ ਹੈ । ਉਸ ਦੇ ਮਨ ਤੇ ਸ਼ਬਦ ਦੀ ਸਿਖਿਆਂ ਦਾ ਰੰਗ ਚੜ੍ਹਾ ਜਾਂਦਾ ਹੈ ।

Whosoever may be blessed with the right path of acceptance in His Court; he may remain steady and stable in obeying the teachings of His Word. He may remain drenched with the crimson color of the essence of His Word.

ਮਨੁ ਤਨੁ ਸੀਤਲੁ ਗੁਰਿ ਬੂਝ ਬੁਝਾਈ॥ man, tan seetal gur boojh bujhaa-ee.
ਪ੍ਰਭੁ ਨਿਵਾਜੇ ਕਿਨਿ ਕੀਮਤਿ ਪਾਈ॥੭॥ parabh nivaajay kin keemat paa-ee. ||7||

ਜਿਸ ਦੇ ਮਨ ਵਿੱਚ ਪ੍ਰਭ ਦੀ ਹੋਂਦ ਮਹਿਸੂਸ ਹੋ ਜਾਂਦੀ ਹੈ । ਉਸ ਦੇ ਮਨ ਵਿੱਚ ਖੇੜਾ ਬਖਸ਼ਿਸ਼ ਹੋ ਜਾਂਦਾ ਹੈ । ਉਸ ਦਾ ਮਨ ਸ਼ਾਂਤੀ, ਸੰਤੋਖ, ਧੀਰਜ ਨਾਲ ਠੰਡਾ ਸੀਤਲ ਹੋ ਜਾਂਦਾ ਹੈ । ਜਿਸ ਤੇ ਪ੍ਰਭ ਦੀ ਰਹਿਮਤ ਬਖਸ਼ਿਸ਼ ਹੋ ਜਾਂਦੀ ਹੈ । ਉਸ ਦੀ ਅਵਸਥਾ ਦਾ ਪੂਰਨ ਵਖਿਆਣ ਨਹੀਂ ਕੀਤਾ ਜਾ ਸਕਦਾ ।

Whosoever may realize His Holy Spirit prevailing everywhere; with His mercy and grace, he may be blessed with blossom in his day-to-day life. His mind may remain overwhelmed with patience, peace, and contentment in his day-to-day life. His state of mind may remain beyond comprehension of His Creation.

ਕਹੁ ਨਾਨਕ ਗੁਰਿ ਬੂਝ ਬੁਝਾਈ॥ kaho naanak gur boojh bujhaa-ee.
ਨਾਮ ਬਿਨਾ ਗਤਿ ਕਿਨੈ ਨ ਪਾਈ॥੮॥੬॥ naam binaa gat kinai na paa-ee. ||8||6||

ਪ੍ਰਭ ਦੀ ਰਹਿਮਤ ਤੋਂ ਬਿਨਾਂ ਮਾਨਸ ਜੀਵਨ ਦੇ ਮੰਤਵ ਦੀ ਸੋਝੀ ਬਖਸ਼ਿਸ਼ ਨਹੀਂ ਹੁੰਦੀ । ਪ੍ਰਭ ਦੇ ਸ਼ਬਦ ਦੀ ਪਾਲਣਾ ਅਡੋਲ ਭਰੋਸੇ ਤੋਂ ਬਿਨਾਂ ਅਸਲੀ ਪ੍ਰਵਾਨਗੀ, ਗਤੀ ਦਾ ਰਸਤਾ ਬਖਸ਼ਿਸ਼ ਨਹੀਂ ਹੁੰਦਾ । ਉਸ ਦੀ ਬੰਦਗੀ ਪ੍ਰਭ ਦੀ ਦਰਗਾਹ ਵਿੱਚ ਪ੍ਰਵਾਨ ਨਹੀਂ ਹੁੰਦੀ ।

Without His Blessed Vision, no one may be enlightened with the real purpose of human life opportunity. Without obeying the teachings of His Word; no one may ever be blessed with the right path of acceptance in His Court. His meditation may not be accepted in His Court.

Key Message of Raag Parbhaatee, page 1345-3
'ਸਿਮਰਨ ਦੀ ਕੰਮਾਂ ਨਾਲੋ ਬਹੁਤੀ ਮਹੱਤਤਾਂ ਹੁੰਦੀ ਹੈ!
ਜਿਸ ਜੀਭ ਤੇ ਪ੍ਰਭ ਦੇ ਸ਼ਬਦ ਦੀ ਉਸਤਤ ਰਚ ਜਾਂਦੀ ਹੈ । ਓਹ ਜੀਭ ਭਾਗਾਂ ਵਾਲੀ ਹੁੰਦੀ ਹੈ । ਪ੍ਰਭ ਅਡੋਲ ਭਰੋਸੇ ਨਾਲ ਸਿਮਰਨ ਕਰਨ ਨੂੰ ਕੰਮਾਂ ਤੋਂ ਬਹੁਤੀ ਮਹੱਤਤਾ ਦੇਂਦਾ ਹੈ । ਪ੍ਰਭ ਦੇ ਵੱਸ ਵਿੱਚ ਹੀ ਆਤਮਾ ਨੂੰ ਪਵਿੱਤਰ ਕਰਨ ਵਾਲੇ ਚਾਰੇ ਪਦਾਰਥ ਹੀ ਹਨ । ਜਿਹੜਾ ਜੀਵ ਆਪਣਾ ਨਿਸ਼ਚੇ ਨਾਲ ਪਹਿਲੇ ਤਿੰਨਾਂ ਤੇ ਕਾਬੂ ਪੱਕਾ ਕਰ ਲੈਂਦਾ ਹੈ । ਪ੍ਰਭ ਆਪ ਹੀ ਰਹਿਮਤ ਬਖਸ਼ਦਾ, ਮੁਕਤੀ ਦਾ ਰਸਤਾ ਬਖਸ਼ਦਾ ਹੈ । ਮਨ ਤੇ ਸ਼ਬਦ ਦੀ ਸਿਖਿਆਂ ਦਾ ਰੰਗ ਚੜ੍ਹਾ ਜਾਂਦਾ ਹੈ ।
Meditation may be more significant than good deeds!
Whose tongue may remain drenched with the nectar of the essence of His Word; he may be very fortunate! The True Master may reward his meditation on the teachings of His Word with steady and stable belief, much more significance than even good deeds for His Creation. All four virtues remain under His Command. Whosoever may conquer three virtues of wealth, **Raajas, Tamaas, Sataas**; with His mercy and grace, he may be blessed with fourth virtue, salvation. He may remain drenched with the crimson color of the essence of His Word.

24. (1-7A) ਪ੍ਰਭਾਤੀ ਮਹਲਾ ੧॥ (1345-10)

ਇਕਿ ਧੁਰਿ ਬਖਸਿ ਲਏ ਗੁਰਿ ਪੂਰੈ, ਸਚੀ ਬਣਤ ਬਣਾਈ॥ ik Dhur bakhas la-ay gur poorai sachee banat banaa-ee.
ਹਰਿ ਰੰਗ ਰਾਤੇ ਸਦਾ ਰੰਗੁ ਸਾਚਾ, ਦੁਖ ਬਿਸਰੇ ਪਤਿ ਪਾਈ॥੧॥ har rang raatay sadaa rang saachaa dukh bisray pat paa-ee. ||1||

ਪ੍ਰਭ ਨੇ ਜੀਵ ਦੀ ਬੰਦਗੀ ਪ੍ਰਵਾਨ ਕਰਨ ਦੀ ਪੂਰਨ ਵਿਧੀ ਬਣਾਈ ਹੈ । ਜਿਸ ਨੂੰ ਪ੍ਰਭ ਪ੍ਰਵਾਨਗੀ ਦਾ ਅਸਲੀ ਰਸਤਾ ਬਖਸ਼ਦਾ ਹੈ! ਉਹ ਸਦਾ ਹੀ ਪ੍ਰਭ ਦੇ ਸ਼ਬਦ ਵਿੱਚ ਲੀਨ ਰਹਿੰਦਾ ਹੈ । ਉਸ ਦੀਆਂ ਚਿੰਤਾਂ, ਭਟਕਣਾਂ ਖਤਮ ਹੋ ਜਾਂਦੀਆਂ ਹਨ ।

The True Master has established a perfect technique to be blessed with the right path of acceptance in His Court and to immerse his soul within His Holy Spirit. Whosoever may be blessed with the right path of acceptance in His Court; with His mercy and grace, he may remain intoxicated in the void of His Word. All his frustrations, worries may be eliminated.

ਝੂਠੀ ਦੁਰਮਤਿ ਕੀ ਚਤੁਰਾਈ॥ jhoothee durmat kee chaturaa-ee.
ਬਿਨਸਤ ਬਾਰ ਨ ਲਾਗੈ ਕਾਈ॥੧॥ ਰਹਾਉ॥ binsat baar na laagai kaa-ee. ||1|| rahaa-o.

ਬੁਰੇ ਕੰਮਾਂ ਦੀਆਂ ਵਿਧੀਆਂ, ਚਤਰਾਈਆਂ ਕਿਸੇ ਕੰਮ ਨਹੀਂ ਆਉਂਦੀਆਂ । ਉਹ ਦਿਖਾਵੇ ਦੀਆਂ ਪ੍ਰਾਪਤੀਆਂ ਇਕ ਪਲ ਵਿੱਚ ਹੀ ਖਤਮ ਹੋ ਜਾਂਦੀਆਂ ਹਨ ।

All the clever tricks of mind and evil planning may not have any real purpose for the human life journey. All his worldly accomplishments, possessions, honor may vanish after death, in a twinkle of eyes.

ਮਨਮੁਖ ਕਉ ਦੁਖੁ ਦਰਦੁ ਵਿਆਪਸਿ, ਮਨਮੁਖਿ ਦੁਖੁ ਨ ਜਾਈ॥ manmukh ka-o dukh darad vi-aapas manmukh dukh na jaa-ee.
ਸੁਖ ਦੁਖ ਦਾਤਾ ਗੁਰਮੁਖਿ ਜਾਤਾ, ਮੇਲਿ ਲਏ ਸਰਣਾਈ॥੨॥ sukh dukh daataa gurmukh jaataa mayl la-ay sarnaa-ee. ||2||

ਮਨਮੁਖ ਜੀਵ ਨੂੰ ਸੰਸਾਰਕ ਇਛਾਂ ਦੀ ਭਟਕਣ, ਚਿੱਤਾ ਵਿੱਚ ਦੁਖੀ ਹੀ ਰਹਿੰਦਾ ਹੈ । ਜਿਸ ਨੂੰ ਗੁਰਮਖ ਅਵਸਥਾ ਬਖਸ਼ਿਸ਼ ਹੋ ਜਾਂਦੀ ਹੈ । ਉਹ ਸੁਖ, ਦੁਖ ਇਕ ਸਮਾਨ, ਪ੍ਰਭ ਦੀ ਬਖਸ਼ਿਸ਼ ਹੀ ਸਮਝਦਾ ਹੈ! ਪ੍ਰਭ ਦੇ ਬਖਸ਼ੇ ਤੇ ਭਰੋਸਾ ਅਡੋਲ ਰਖਕੇ ਸ਼ਰਣ, ਵਿੱਚ ਹੀ ਰਹਿੰਦਾ ਹੈ ।

Self-minded may remain in worldly frustrations and worries and endures miseries in his life. Whosoever may be blessed with a state of mind as His true devotee; with His mercy and grace, he may remain beyond the influenced of worldly miseries and pleasures. He may remain contented and surrenders his self-entity at His Sanctuary.

ਮਨਮੁਖ ਤੇ ਅਭ ਭਗਤਿ ਨ ਹੋਵਸਿ, ਹਉਮੈ ਪਚਹਿ ਦਿਵਾਨੇ॥ manmukh tay abh bhagat na hovas ha-umai pacheh divaanay.
ਇਹੁ ਮਨੂਆ ਖਿਨੁ ਊਭਿ ਪਇਆਲੀ, ਜਬ ਲਗਿ ਸ਼ਬਦ ਨ ਜਾਨੈ॥੩॥ ih manoo-aa khin oobh paa-i-aalee jab lag sabad na jaanay. ||3||

ਮਨਮੁਖ ਜੀਵ ਆਪਣੀ ਅਹੰਕਾਰ ਦੀ ਅਵਸਥਾ ਵਿਚੋਂ ਹੀ ਉਪਰ ਨਹੀਂ ਉਠਦਾ । ਉਸ ਦਾ ਮਨ ਵੱਖਰੀਆਂ ਵੱਖਰੀਆਂ ਦਿਸ਼ਾਂ ਵਿੱਚ ਭਟਕਦਾ ਰਹਿੰਦਾ ਹੈ । ਉਹ ਸ਼ਬਦ ਦੀ ਸਿਖਿਆ ਨਹੀਂ ਸਮਝਦਾ, ਨਾ ਹੀ ਸ਼ਬਦ ਦੀ ਪਾਲਣਾ ਵਿੱਚ ਲਗਨ ਲਾ ਸਕਦਾ ਹੈ । ਮਨ ਇਕੋ ਇਕ ਪ੍ਰਭ ਦੇ ਬਖਸ਼ੇ ਤੇ ਅਡੋਲ ਨਹੀਂ ਰਹਿੰਦਾ ।

ਗੁਰੂ ਨਾਨਕ ਦੇਵ ਜੀ! – Guru Nanak Dev Ji! Guru Granth Sahib

Self-minded may not wake up from his intoxication of his ego. His mind may wander in frustrations in many directions. He may not understand the teachings of His Word nor remain steady and stable in meditation. He may not remain on any path for long time.

ਭੂਖ ਪਿਆਸਾ ਜਗੁ ਭਇਆ, ਤਿਪਤਿ ਨਹੀ ਬਿਨੁ ਸਤਿਗੁਰ ਪਾਏ॥ bhookh pi-aasaa jag bha-i-aa tipat nahee bin satgur paa-ay.
ਸਹਜੈ ਸਹਜੁ ਮਿਲੈ ਸੁਖੁ ਪਾਈਐ, ਦਰਗਹ ਪੈਧਾ ਜਾਏ॥੪॥ sahjai sahj milai sukh paa-ee-ai dargeh paiDhaa jaa-ay. ||4||

ਉਸ ਜੀਵ ਦੀਆਂ ਤ੍ਰਿਸ਼ਨਾਂ ਦੀ ਖਾਹਿਸ਼ ਚਮਕਦੀ ਹੈ । ਮਨ ਬੇਚਾਰ ਰਹਿੰਦਾ ਹੈ । ਪ੍ਰਭ ਦੇ ਸ਼ਬਦ ਤੇ ਭਰੋਸਾ ਕਰਨ ਤੋਂ ਬਿਨਾਂ ਤ੍ਰਿਸ਼ਨਾਂ, ਪਿਆਸ ਨਹੀਂ ਜਾਂਦੀ । ਜਿਸ ਦਾ ਮਨ ਸ਼ਬਦ ਵਿੱਚ ਲਗਦਾ ਹੈ । ਜਿਵੇਂ ਜਿਵੇਂ ਭਰੋਸਾ ਪੱਕਾ ਹੁੰਦਾ ਹੈ! ਉਸ ਨੂੰ ਆਤਮਾ ਪਵਿੱਤਰ ਕਰਨ ਦਾ ਰਸਤਾ ਬਖਸ਼ਿਸ਼ ਹੋ ਜਾਂਦਾ ਹੈ । ਸ਼ਬਦ ਵਿੱਚ ਲੀਨ ਹੋਇਆ, ਪ੍ਰਭ ਦੀ ਦਰਗਾਹ ਵਿੱਚ ਪ੍ਰਵਾਨ ਹੋ ਜਾਂਦਾ ਹੈ ।

Self-minded may remain intoxicated and frustrated in his worldly desires. Without adopting the teachings of His Word with steady and stable belief; his frustration of worldly desires may never be eliminated. Whosoever may remain steady and stable on the path of obeying the teachings of His Word; he may remain on the path of soul sanctification. He remains intoxicated in the void of His Word and he may be accepted in His Court.

ਦਰਗਹ ਦਾਨਾ ਬੀਨਾ, ਇਕੁ ਆਪੇ, ਨਿਰਮਲ ਗੁਰ ਕੀ ਬਾਣੀ॥ dargeh daanaa beenaa ik aapay nirmal gur kee banee.
ਆਪੇ ਸੁਰਤਾ ਸਚੁ ਵੀਚਾਰਸਿ, ਆਪੇ ਬੂਝੈ ਪਦੁ ਨਿਰਬਾਣੀ॥੫॥ aapay surtaa sach veechaaras aapay boojhai pad nirbaanee. ||5||

ਪ੍ਰਭ ਆਪ ਹੀ ਸਭ ਕੁਝ ਜਾਣਦਾ ਹੈ, ਦਾਤਾਂ ਦਾ ਭੰਡਾਰੀ ਹੈ । ਆਪ ਹੀ ਆਪਣੀ ਅਮੋਲਕ ਬਾਣੀ ਦੀ ਲਗਨ ਲਾਉਂਦਾ ਹੈ । ਆਪੇ ਹੀ ਜੀਵ ਦੀ ਕੀਤੀ ਬੰਦਗੀ ਨੂੰ ਪ੍ਰਵਾਨ ਕਰਦਾ ਹੈ ।

The Omniscient True Master, Treasure of all wisdoms, enlightenments. He may inspire His true devotee with devotion to obey the teachings of His Word. He may accept the meditation of His true devotee.

ਜਲੁ ਤਰੰਗ ਅਗਨੀ ਪਵਨੈ, ਫੁਨਿ ਤ੍ਰੈ ਮਿਲਿ ਜਗਤੁ ਉਪਾਇਆ॥ jal tarang agnee pavnai fun tarai mil jagat upaa-i-aa.
ਐਸਾ ਬਲੁ ਛਲੁ ਤਿਨ ਕਉ ਦੀਆ, ਹੁਕਮੀ ਠਾਕਿ ਰਹਾਇਆ॥੬॥ aisaa bal chhal tin ka-o dee-aa hukmee thaak rahaa-i-aa. ||6||

ਪ੍ਰਭ ਨੇ ਪਾਣੀ, ਅੱਗ, ਹਵਾ ਬਣਾਈ ਹੈ । ਤਿਨਾਂ ਨੂੰ ਹੀ ਜੀਵ ਦੀ ਜੀਵਨ ਦੀ ਜਰੂਰਤ ਬਣਾਇਆ ਹੈ । ਇਹਨਾਂ ਤਿੰਨਾਂ ਵਿੱਚ ਵੱਖਰੀਆਂ ਤਾਕਤਾਂ, ਗੁਣ ਪਾਏ ਹਨ । ਸਾਰੀਆਂ ਹੀ ਪ੍ਰਭ ਦੇ ਹੁਕਮ ਅੰਦਰ ਹੀ ਚਲਦੀਆਂ ਹਨ ।

The True Master has created Water, Fire, and Air. Worldly creatures need three for survival. The True Master has infused various unique virtues within these. All remain under His Command.

ਐਸੇ ਜਨ ਵਿਰਲੇ ਜਗ ਅੰਦਰਿ, ਪਰਖਿ ਖਜਾਨੈ ਪਾਇਆ॥ aisay jan virlay jag andar parakh khajaanai paa-i-aa.
ਜਾਤਿ ਵਰਨ ਤੇ ਭਏ ਅਤੀਤਾ, ਮਮਤਾ ਲੋਭੁ ਚੁਕਾਇਆ॥੭॥ jaat varan tay bha-ay ateetaa mamtaa lobh chukaa-i-aa. ||7||

ਵਿਰਲਾ ਹੀ ਜੀਵ ਪ੍ਰਭ ਦੇ ਪਰਖਣ ਯੋਗ ਬਣਦਾ ਹੈ । ਉਹੁ ਵੱਡਭਾਗੀ ਹੁੰਦਾ ਹੈ, ਜਿਹੜਾ ਪ੍ਰਵਾਨ ਹੋ ਜਾਂਦਾ ਹੈ । ਪ੍ਰਭ ਉਸ ਦੀ ਜਾਤ, ਪਾਤ, ਦਾ ਕੋਈ ਵਿਤਕਰਾ ਨਹੀਂ ਕਰਦਾ । ਉਸ ਨੂੰ ਮੋਹ ਤੇ ਜਿੱਤ ਬਖਸ਼ਦਾ, ਲਾਲਚ ਦੂਰ ਕਰਦਾ ਹੈ ।

Very rare may be blessed with such a state of mind, worthy of His Consideration. Only the fortunate may be accepted in His Court. The True Master may not discriminate or distinction of his worldly social class. He may be blessed to conquer his worldly bonds and eliminate his greed.

ਨਾਮਿ ਰਤੇ ਤੀਰਥ ਸੇ ਨਿਰਮਲ, ਦੁਖੁ ਹਉਮੈ ਮੈਲੁ ਚੁਕਾਇਆ॥ naam ratay tirath say nirmal dukh ha-umai mail chukaa-i-aa.
ਨਾਨਕੁ ਤਿਨ ਕੇ ਚਰਨ ਪਖਾਲੈ, naanak tin kay charan pakhaalai
ਜਿਨਾ ਗੁਰਮੁਖਿ ਸਾਚਾ ਭਾਇਆ॥੮॥੭॥ jinaa gurmukh saachaa bhaa-i-aa. ||8||7||

ਜਿਹੜੇ ਜੀਵ ਦੇ ਮਨ ਵਿੱਚ ਪ੍ਰਭ ਦੇ ਸ਼ਬਦ ਦੀ ਸਿਖਿਆਂ ਘਰ ਕਰ ਜਾਂਦੀ ਹੈ । ਉਸ ਨੂੰ ਮਨ ਅੰਦਰ ਹੀ ਤੀਰਥ ਦੇ ਇਸ਼ਨਾਨ ਦੀ ਪਵਿਤਰਤਾ ਅਨੁਭਵ ਹੁੰਦੀ ਹੈ । ਮਨ ਦੇ ਪੰਜਾਂ ਜਮਦੂਤਾਂ ਦੀ ਮੈਲ ਧੋਤੀ ਜਾਂਦੀ ਹੈ । ਅਹੰਕਾਰ ਦੀ ਜੜ੍ਹ ਖਤਮ ਹੋ ਜਾਂਦੀ ਹੈ । ਉਸ ਨੂੰ ਪੂਜਣ ਯੋਗ ਅਵਸਥਾ ਬਖਸ਼ਿਸ਼ ਹੋ ਜਾਂਦੀ ਹੈ । ਉਸ ਦੇ ਜੀਵਨ ਦੀ ਸਿਖਿਆਂ ਨੂੰ ਆਪਣੇ ਜੀਵਨ ਦਾ ਅਧਾਰ ਬਣਾਉਣ ਨਾਲ ਪ੍ਰਵਾਨਗੀ ਦਾ ਰਸਤਾ ਬਖਸ਼ਿਸ਼ ਹੋ ਜਾਂਦਾ ਹੈ ।

Whosoever may remain drenched with the essence of His Word; with His mercy and grace, he may be blessed with soul sanctifying bath of Holy Shrine within his own mind. He ego may be eliminated and the blemish of demons of worldly desires may be eliminated. He may be blessed with a state of mind worthy of His Blessings. Whosoever may adopt the teachings of His Word as the supporting pillar of his human life journey; with His mercy and grace, he may be blessed with the right path of acceptance in His Court.

Key Message of Raag Parbhaatee, page 1345-10
'ਪ੍ਰਵਾਨਗੀ ਦਾ ਰਸਤਾ, ਸ਼ਬਦ ਰੂਪ ਵਿੱਚ ਆਤਮਾ ਵਿੱਚ ਸਮਾਇਆ ਰਹਿੰਦਾ ਹੈ!
ਜੀਵ ਦੀ ਬੰਦਗੀ ਪ੍ਰਵਾਨ ਕਰਨ ਦੀ ਪੂਰਨ ਵਿਧੀ, ਸ਼ਬਦ ਰੂਪ ਵਿੱਚ ਆਤਮਾ ਵਿੱਚ ਸਮਾਈ ਰਹਿੰਦੀ ਹੈ! ਜਿਹੜਾ ਪ੍ਰਭ ਦੇ ਬਖਸ਼ੇ ਤੇ ਭਰੋਸਾ ਅਡੋਲ ਰਖਕੇ ਸ਼ਰਣ ਵਿੱਚ ਹੀ ਰਹਿੰਦਾ ਹੈ । ਉਹ ਸੁਖ, ਦੁਖ ਇਕ ਸਮਾਨ, ਪ੍ਰਭ ਦੀ ਬਖਸ਼ਿਸ਼ ਹੀ ਸਮਝਦਾ ਹੈ! ਪ੍ਰਭ ਨੇ ਜੀਵ ਦੀ ਜੀਵਨ ਦੀ ਜਰੂਰਤ ਲਈ ਪ੍ਰਭ ਨੇ ਪਾਣੀ, ਅੱਗ, ਹਵਾ ਬਣਾਈ ਹੈ । ਤਿੰਨਾਂ ਵਿੱਚ ਵੱਖਰੀਆਂ ਤਾਕਤਾਂ, ਗੁਣ ਪਾ ਕੇ ਆਪਣੇ ਹੁਕਮ ਅੰਦਰ ਹੀ ਰਖਿਆ ਹੈ! ਜਿਸ ਦੇ ਮਨ ਵਿੱਚ ਪ੍ਰਭ ਦੇ ਸ਼ਬਦ ਦੀ ਸਿਖਿਆਂ ਘਰ ਕਰ ਜਾਂਦੀ ਹੈ । ਉਸ ਨੂੰ ਮਨ ਅੰਦਰ ਹੀ ਤੀਰਥ ਦੇ ਇਸ਼ਨਾਨ ਦੀ ਪਵਿਤਰਤਾ ਅਨੁਭਵ ਹੁੰਦੀ ਹੈ । ਉਸ ਨੂੰ ਪੂਜਣ ਯੋਗ ਅਵਸਥਾ ਬਖਸ਼ਿਸ਼ ਹੋ ਜਾਂਦੀ, ਪ੍ਰਵਾਨਗੀ ਦਾ ਰਸਤਾ ਬਖਸ਼ਿਸ਼ ਹੋ ਜਾਂਦਾ ਹੈ ।
The right path of acceptance remains embedded within soul as His Word!
The perfect technique, the right path of acceptance in His Court, remains embedded within his soul as His Word. Whosoever may remain contented and surrenders his self-entity at His Sanctuary; he may remain beyond the influenced of worldly miseries and pleasures. The True Master has created Water, Fire, and Air for survival of His Creation; all remains under His Command. Whosoever may remain drenched with the essence of His Word; he may take a soul sanctifying bath of Holy shrine within his own mind. His state of mind may become worthy of worship; he may be blessed with the right path of acceptance in His Court.

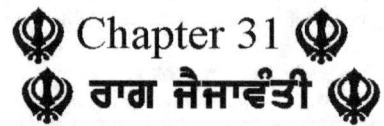

☬ Chapter 31 ☬
☬ ਰਾਗ ਜੈਜਾਵੰਤੀ ☬

☬ ਸਲੋਕ ਸਹਸਕ੍ਰਿਤੀ (1353 –1360) ☬

1. **ਸਲੋਕ ਸਹਸਕ੍ਰਿਤੀ ਮਹਲਾ ੧॥** 1353- 4

ੴ ਸਤਿ ਨਾਮੁ ਕਰਤਾ ਪੁਰਖੁ, ਨਿਰਭਉ ਨਿਰਵੈਰ ਅਕਾਲ ਮੂਰਤਿ ਅਜੂਨੀ ਸੈਭੰ ਗੁਰ ਪ੍ਰਸਾਦਿ॥

ik-oNkaar, sat naam, kartaa, purakh, nirbha-o, nirvair, akaal, moorat, ajoonee, saibhaN, gur parsaad.

ਪੜ੍ਹਿ ਪੁਸੋਤਕ ਸੰਧਿਆ ਬਾਦੰ॥ ਸਿਲ ਪੂਜਸਿ ਬਗੁਲ ਸਮਾਧੰ॥ parhH pustak sanDhi-aa baadaN. sil poojas bagul samaaDhaN.
ਮੁਖਿ ਝੂਠੁ ਬਿਭੂਖਨ ਸਾਰੰ॥ ਤ੍ਰੈਪਾਲ ਤਿਹਾਲ ਬਿਚਾਰੰ॥ mukh jhooth bibhookhan saaraN. taraipaal tihaal bichaaraN.
ਗਲਿ ਮਾਲਾ ਤਿਲਕ ਲਿਲਾਟੰ॥ ਦੁਇ ਧੋਤੀ ਬਸਤ੍ਰ ਕਪਾਟੰ॥ gal maalaa tilak lilaataN. du-ay Dhotee bastar kapaataN.
ਜੋ ਜਾਨਸਿ ਬ੍ਰਹਮੰ ਕਰਮੰ॥ ਸਭ ਫੋਕਟ ਨਿਸਚੈ ਕਰਮੰ॥ jo jaanas barahmaN karmaN. sabh fokat nischai karmaN.
ਕਹੁ ਨਾਨਕ ਨਿਸਚੌ ਧ੍ਯਾਵੈ॥ ਬਿਨੁ ਸਤਿਗੁਰ ਬਾਟ ਨ ਪਾਵੈ॥੧॥ kaho naanak nischou Dhi-yaavai. bin satgur baat na paavai. ||1||

ਮਨਮੁਖ ਜੀਵ ਪਾਠ ਕਰਦਾ, ਬਾਣੀ ਪੜ੍ਹਦਾ, ਵਿਚਾਰ ਕਰਦਾ ਅਤੇ ਅਰਦਾਸ ਕਰਦਾ ਹੈ । ਜਿਸ ਅੱਗੇ ਅਰਦਾਸ ਕਰਦਾ, ਉਹ ਚੁੱਪ ਕਰੀ ਰਖਦਾ ਹੈ, ਜਿਵੇਂ ਸੰਮਾਧੀ ਵਿੱਚ ਹੋਵੇ । ਬਹੁਤ ਮਿੱਠੇ ਬੋਲਾਂ ਨਾਲ ਝੂਠ ਬੋਲਦਾ ਹੈ! ਇਹ ਦਿਨ ਵਿੱਚ ਤਿੰਨ ਵਾਰੀ ਕਰਦਾ ਹੈ । ਉਹ ਧਰਮ ਦੇ ਬਾਣੇ, ਰਹਿਤਨਾਮੇ ਵਿੱਚ ਪੂਰਾ ਰਹਿੰਦਾ ਹੈ! ਜਿਸ ਨੂੰ ਥੋੜ੍ਹੀ ਵੀ ਸ਼ਬਦ ਦੀ ਸੋਝੀ ਜਾ ਜੀਵਨ ਦੇ ਮੰਤਵ ਦੀ ਸੋਝੀ ਹੋਵੇ! ਉਹ ਜਾਣਦਾ ਹੈ! ਧਰਮ ਦੇ ਰੀਤੋ ਰੀਵਾਜ ਬਿਰਥੇ ਹੀ ਹਨ । ਜੀਵ ਪ੍ਰਭ ਅੱਗੇ ਅਡੋਲ ਭਰੋਸੇ ਨਾਲ ਅਰਦਾਸ ਕਰੋ! ਪ੍ਰਭ ਦੇ ਸ਼ਬਦ ਨਾਲ ਜੀਵਨ ਢਾਲਣ ਤੋਂ ਬਿਨਾਂ ਕੋਈ ਪ੍ਰਵਾਨਗੀ ਦੇ ਰਸਤੇ ਤੇ ਨਹੀਂ ਚਲ ਸਕਦਾ ।

Self-minded may recite routine Gurbani, read ceremonial reading religious Holy Scripture, thinks about teachings of Holy Scripture and prays for forgiveness from a presumed symbol of The True Master. The presumed True Master may be a statue of ancient prophet or written doctrine incarnated as guru; however, presumed God may remain quiet as in void. Self-minded may tell lies with sweet words, few times a day. He may adopt religious robe and conforms to religious outlook. Whosoever may be enlightened with the essence of His Word and comprehends the purpose of human life opportunity; he may realize, religious robe, rituals may be useless for the real purpose of human life opportunity. You should whole heartedly obey the teachings of His Word with steady and stable belief as an ultimate Command. Remember! Without adopting the teachings of His Word with steady and stable belief in day-to-day life; no one may ever be blessed with the right path of acceptance in His Court nor remains on the right path of acceptance in His Court.

ਨਿਹਫਲੰ ਤਸ੍ਯ ਜਨਮਸ੍ਯ ਜਾਵਦ ਬ੍ਰਹਮ ਨ ਬਿੰਦਤੇ॥ nihfalaN tas-y janmas-y jaavad barahm na bindtay.
ਸਾਗਰੰ ਸੰਸਾਰਸ੍ਯ ਗੁਰ ਪਰਸਾਦੀ ਤਰਹਿ ਕੇ॥ saagraN sansaarsa-y gur parsaadee tareh kay.
ਕਰਣ ਕਾਰਣ ਸਮਰਥੁ ਹੈ, ਕਹੁ ਨਾਨਕ ਬੀਚਾਰਿ॥ karan kaaran samrath hai kaho naanak beechaar.
ਕਾਰਣੁ ਕਰਤੇ ਵਸਿ ਹੈ, ਜਿਨਿ ਕਲ ਰਖੀ ਧਾਰਿ॥੨॥ kaaran kartay vas hai jin kal rakhee Dhaar. ||2||

ਜਿਸ ਨੂੰ ਸ਼ਬਦ ਦੀ ਪਾਲਣਾ ਕਰਨ ਨਾਲ, ਸ਼ਬਦ ਦੀ ਸੋਝੀ ਬਖਸ਼ਿਸ਼ ਨਹੀਂ ਹੁੰਦੀ! ਉਸ ਨੂੰ ਪ੍ਰਵਾਨਗੀ ਦਾ ਰਸਤਾ ਬਖਸ਼ਿਸ਼ ਨਹੀਂ ਹੁੰਦਾ, ਉਸ ਦਾ ਮਾਨਸ ਜੀਵਨ ਬਿਰਥਾ ਹੀ ਬਤੀਤ ਜਾਂਦਾ ਹੈ । ਕੇਵਲ ਵਿਰਲਾ ਹੀ ਜੀਵ ਇਹ ਰਸਤਾ ਧਾਰਨ ਕਰਕੇ ਸੰਸਾਰਕ ਸਾਗਰ ਪਾਰ ਕਰ ਸਕਦਾ ਹੈ । ਪ੍ਰਭ ਸਭ ਕੰਮਾਂ ਦਾ ਕਾਰਨ ਬਣਾਉਣ, ਕਰਨ ਵਾਲਾ, ਉਹ ਹੀ ਸਾਰੀਆਂ ਦਾਤਾਂ ਦਾ ਮਾਲਕ ਹੈ । ਪ੍ਰਭ ਨੇ ਇਹ ਹੀ ਸੋਝੀ ਬਖਸ਼ੀ ਹੈ । ਜਿਹੜਾ ਪ੍ਰਭ ਦੇ ਸ਼ਬਦ ਨਾਲ ਜੀਵਨ ਢਾਲਦਾ ਹੈ । ਸਭ ਕੁਝ ਪ੍ਰਭ ਦੇ ਵੱਸ ਵਿੱਚ ਹੈ, ਆਪ ਹੀ ਉਸ ਜੀਵ ਦੀ ਰਖਿਆ ਕਰਦਾ ਹੈ ।

Whosoever may not be enlightened by obeying the teachings of His Word; he may never be blessed with the right path of acceptance in His Court. He may waste his priceless human life opportunity uselessly. However, very rare devotee may adopt the right path of acceptance with steady and stable belief in his day-to-day life. The True Master, Treasure of all virtues creates all the causes of worldly events and prevails in all events in His Nature. Whosoever may adopt the teachings of His Word; The True Master may become his savior; everything remains under His Command.

ਜੋਗ ਸਬਦੰ ਗਿਆਨ ਸਬਦੰ, ਬੇਦ ਸਬਦੰ ਤ ਬ੍ਰਾਹਮਣਹ॥ jog sabdaN gi-aan sabdaN bayd sabdaN ta barahmaneh.
ਖ੍ਯਤ੍ਰੀ ਸਬਦੰ ਸੂਰ ਸਬਦੰ, ਸੂਦ੍ਰ ਸਬਦੰ ਪਰਾ ਕ੍ਰਿਤਹ॥ kha-ytaree sabdaN soor sabdaN soodar sabdaN paraa kirteh.
ਸਰਬ ਸਬਦੰ ਤ ਏਕ ਸਬਦੰ, ਜੇ ਕੋ ਜਾਨਸਿ ਭੇਉ॥ sarab sabdaN ta ayk sabdaN jay ko jaanas bhay-o.
ਨਾਨਕ ਤਾ ਕੋ ਦਾਸੁ ਹੈ, ਸੋਈ ਨਿਰੰਜਨ ਦੇਉ॥੩॥ naanak taa ko daas hai so-ee niranjan day-o. ||3||

ਪ੍ਰਭ ਦਾ ਸ਼ਬਦ ਹੀ ਜੋਗਾ ਦਾ ਮੰਤ੍ਰ ਹੈ, ਸ਼ਬਦ ਹੀ ਗਿਆਨ ਦਾ ਭੰਡਾਰ ਹੈ । ਸ਼ਬਦ ਹੀ ਬ੍ਰਹਮਾ ਦੇ ਉਚਰੇ ਵੇਦਾਂ ਹਨ । ਸ਼ਬਦ ਹੀ ਜੋਧੀਆਂ ਦੀ ਬਹਾਦਰੀ, ਸਿਧਾਂ ਦੀ ਸੇਵਾ ਹੈ । ਇਸ ਸ਼ਬਦ ਦੀ ਪਾਲਣਾ ਵਿਚੋਂ ਹੀ ਪ੍ਰਭ ਦੇ ਸ਼ਬਦ ਦੀ ਸੋਝੀ ਬਖਸ਼ਿਸ਼ ਹੁੰਦੀ ਹੈ । ਪ੍ਰਭ ਦਾ ਇਕੋ ਇਕ ਸ਼ਬਦ ਹੀ ਜੀਵ ਨੂੰ ਪਾਰ ਕਰ ਸਕਦਾ ਹੈ । ਪ੍ਰਭ ਦਾ ਸ਼ਬਦ ਹੀ ਪ੍ਰਭ ਦੀ ਰਹਿਮਤ ਦਾ ਭੇਦ, ਮੰਤਰ ਹੈ । ਜੀਵ ਪ੍ਰਭ ਦੇ ਸ਼ਬਦ ਦਾ ਦਾਸ ਬਣੋ, ਸਿਮਰਨ ਕਰੋ ।

The teachings of His Word may be the real mantra, the right path of acceptance in His Court and the real treasure of the enlightenment of essence of His Word. His Word may be the words of Vedas, blessed on the tongue of prophet **Brahma**. His Word remains embedded within the bravery, sacrifices of warriors; in the meditation, service of enlightened Sidhs. Whosoever may obey and adopts the teachings of His Word with steady and stable belief; he may be blessed with the enlightenment of the essence of His Word. The earnings of His Word may be a rescue boat to sail the worldly ocean of desire. The secret of the right path of His Blessings; acceptance in His Court remains embedded within the teachings of His Word. You should remain humble as, His true devotee, meditate on the teachings of His Word.

ਏਕ ਕ੍ਰਿਸ੍ਨੰ ਤ ਸਰਬ ਦੇਵਾ, ਦੇਵ ਦੇਵਾ ਤ ਆਤਮਹ॥ ayk krisanN ta sarab dayvaa dayv dayvaa ta aatmah.
ਆਤਮੰ ਸ੍ਰੀ ਬਾਸ੍ਵਦੇਵਸ੍ਯ, ਜੇ ਕੋਈ ਜਾਨਸਿ ਭੇਵ॥ aatmaN saree baasavdaivas-y jay ko-ee jaanas bhayv.
ਨਾਨਕ ਤਾ ਕੋ ਦਾਸੁ ਹੈ ਸੋਈ ਨਿਰੰਜਨ ਦੇਵ॥੪॥ naanak taa ko daas hai so-ee niranjan dayv. ||4||

ਪ੍ਰਭ ਹੀ ਸਾਰੇ ਦੇਵਤਿਆ ਦਾ ਦੇਵਤਾ, ਅਸਲੀ ਮਾਲਕ ਹੈ । ਉਹ ਹੀ ਆਤਮਾ ਦਾ ਭੇਦ, ਮਾਨਸ ਜੀਵਨ ਦਾ ਮੰਤਵ ਜਾਣਦਾ ਹੈ । ਪ੍ਰਭ ਦਾ ਦਾਸ ਬਣਕੇ ਅਰਦਾਸ ਕਰੋ! ਜਿਹੜਾ ਸਾਰੀਆਂ ਆਤਮਾਂ ਦਾ ਭੇਦ ਜਾਣਦਾ ਹੈ ।

The True Master is The Prophets of all worldly prophets, Guru of all worldly gurus; The One and Only One True Master of the universe knows the mystery of soul and the real purpose of human life opportunity. You should humbly, pray for His Forgiveness and Refuge. Only, He knows the secret of all souls of His Creation.

Key Message of Raag Parbhaatee, page 1353-4
'ਸ਼ਬਦ ਦੀ ਸਿਖਿਆਂ ਹੀ ਸੋਝੀ ਦਾ ਖਜ਼ਾਨਾ ਹੈ!
ਜਿਸ ਨੂੰ ਥੋੜ੍ਹੀ ਵੀ ਸ਼ਬਦ ਦੀ ਸੋਜ਼ੀ ਜਾ ਕੰਮਾਂ ਦੀ ਸੋਝੀ ਹੋਵੇ! ਉਹ ਜਾਣਦਾ ਹੈ, ਧਰਮ ਦੇ ਰੀਤੋ ਰੀਵਾਜ ਬਿਰਥੇ ਹੀ ਹਨ । ਜਿਹੜਾ ਪ੍ਰਭ ਦੇ ਸ਼ਬਦ ਨਾਲ ਜੀਵਨ ਢਾਲਦਾ ਹੈ । ਪ੍ਰਭ ਆਪ ਹੀ ਰਖਵਾਲਾ ਬਣ ਜਾਂਦਾ ਹੈ! ਪ੍ਰਭ ਦਾ ਸ਼ਬਦ ਹੀ ਜੋਗਾ ਦਾ ਮੰਤ੍ਰ ਹੈ, ਸ਼ਬਦ ਹੀ ਗਿਆਨ ਦਾ ਭੰਡਾਰ ਹੈ ।
The essence of His Word; treasure of enlightenment!
Whosoever may comprehend the essence of His Word or his own worldly deeds; he may realize, religious robe, rituals may be useless for the real purpose of human life opportunity. Whosoever may adopt the teachings of His Word; The True Master may become his savior. The teachings of His Word may be the real mantra, the right path of acceptance in His Court and the real treasure of the enlightenment of essence of His Word.

☬ ਸਲੋਕ ☬
☬ ਸਲੋਕ ਗਾਥਾ (1360–1361) ☬
☬ ਸਲੋਕ ਫੁਨਹੇ (1361–1363) ☬
☬ ਸਲੋਕ ਚਉਬੋਲੇ (1363–1364) ☬

☬ ਸਲੋਕ ਗੁਰੂ ਨਾਨਕ ਦੇਵ ਜੀ # 33 ☬

1. ਸਲੋਕ ਮਹਲਾ ੧॥ 1410-1

ੴ ਸਤਿ ਨਾਮੁ ਕਰਤਾ ਪੁਰਖੁ, ਨਿਰਭਉ ਨਿਰਵੈਰ ਅਕਾਲ ਮੂਰਤਿ ਅਜੂਨੀ ਸੈਭੰ ਗੁਰ ਪ੍ਰਸਾਦਿ॥
ik-oNkaar, sat naam, kartaa, purakh, nirbha-o, nirvair, akaal, moorat, ajoonee, saibhaN, gur parsaad.

ਉਤੰਗੀ ਪੈਓਹਰੀ ਗਹਿਰੀ ਗੰਭੀਰੀ॥ utangee pai-ohree gahiree gambheeree.
ਸਸੁੜਿ ਸੁਹੀਆ ਕਿਵ ਕਰੀ ਨਿਵਣੁ ਨ ਜਾਇ ਥਣੀ॥ sasurh suhee-aa kiv karee nivan na jaa-ay thanee.
ਗਚੁ ਜਿ ਲਗਾ ਗਿੜਵੜੀ ਸਖੀਏ ਧਉਲਹਰੀ॥ gach je lagaa girvarhee sakhee-ay Dha-ulharee.
ਸੇ ਭੀ ਢਹਦੇ ਡਿਠੁ ਮੈ ਮੁੰਧ ਨ ਗਰਬੁ ਥਣੀ॥੧॥ say bhee dhahday dith mai munDh na garab thanee. ||1||

ਜੀਵ ਆਪਣੀ ਜਵਾਨੀ ਦੇ ਅਭਿਮਾਨ, ਅਹੰਕਾਰ ਵਿੱਚ ਮਸਤ ਰਹਿੰਦਾ ਹੈ । ਉਹ ਆਪਣੇ ਬਜ਼ੁਰਗਾਂ ਦੇ ਕਥਨਾਂ ਨੂੰ ਕੋਈ ਮਹੱਤਤਾ ਨਹੀਂ ਦੇਂਦਾ । ਉਸ ਨੂੰ ਜਵਾਨੀ ਮਹਿਲ ਦੀ ਤਰ੍ਹਾਂ ਮਜ਼ਬੂਤ, ਪਹਾੜ ਦੀ ਤਰ੍ਹਾਂ ਤਾਕਤਵਾਰ, ਉੱਚੀ ਜਾਪਦੀ ਹੈ । ਮੈਂ ਜਵਾਨੀ ਢਲਦੀ ਦੇਖੀ ਹੈ! ਇਸ ਦਾ ਅਹੰਕਾਰ ਨਾ ਕਰੋ, ਸਦਾ ਨਹੀਂ ਰਹਿੰਦੀ ।

Self-minded may be pride of his youth and remains intoxicated in the ego of his worldly status. He may not pay any attention to the advice of old family member. He thinks his youth is strong like high mountain. Ignorant, arrogant! I have seen youth melting away! You should not boast; youth may not remain forever.

2. ਸਲੋਕ ਮਹਲਾ ੧॥ 1410-5

ਸੁਣਿ ਮੁੰਧੇ ਹਰਣਾਖੀਏ, ਗੂੜਾ ਵੈਣੁ ਅਪਾਰੁ॥ sun munDhay harnaakhee-ay goorhaa vain apaar.
ਪਹਿਲਾ ਵਸਤੁ ਸਿਞਾਣਿ ਕੈ, ਤਾਂ ਕੀਚੈ ਵਾਪਾਰੁ॥ pahilaa vasat sinjaan kai taaN keechai vaapaar.
ਦੋਹੀ ਦਿਚੈ ਦੁਰਜਨਾ, ਮਿਤ੍ਰਾਂ ਕੂੰ ਜੈਕਾਰੁ॥ dohee dichai durjanaa mitraaN kooN jaikaar.
ਜਿਤੁ ਦੋਹੀ ਸਜਣ ਮਿਲਨਿ ਲਹੁ, ਮੁੰਧੇ ਵੀਚਾਰੁ॥ jit dohee sajan milan lahu munDhay veechaar.
ਤਨੁ ਮਨੁ ਦੀਜੈ ਸਜਣਾ, ਐਸਾ ਹਸਣੁ ਸਾਰੁ॥ tan man deejai sajnaa aisaa hasan saar.
ਤਿਸ ਸਉ ਨੇਹੁ ਨ ਕੀਚਈ, ਜਿ ਦਿਸੈ ਚਲਣਹਾਰੁ॥ tis sa-o nayhu na keech-ee je disai chalanhaar.
ਨਾਨਕ ਜਿਨ੍ਹੀ ਇਵ ਕਰਿ ਬੁਝਿਆ, ਤਿਨ੍ਹਾ ਵਿਟਹੁ ਕੁਰਬਾਣੁ॥੨॥ naanak jinHee iv kar bujhi-aa tinHaa vitahu kurbaan. ||2||

ਨੂਰ ਨਾਲ ਭਰੇ ਨੇਣਾ ਵਾਲੇ ਜੀਵ! ਡੂੰਗੀ ਸਿਆਣਪ ਵਾਲੀ ਸਲਾਹ ਸੁਣੋ । ਚੀਜ ਖਰੀਦਣ ਤੋਂ ਪਹਿਲੇ ਉਸ ਨੂੰ ਪਰਖਕੇ ਦੇਖ ਲੈਣਾ ਚਾਹੁੰਦਾ ਹੈ । ਆਪਣੇ ਮਿੱਤਰਾ ਨਾਲ ਵਿਚਾਰ ਕਰੋ! ਆਪਣੇ ਮਨ, ਦਿਲ ਵਿਚੋਂ ਬੁਰੇ ਖਿਆਲ ਦੂਰ, ਖਤਮ ਕਰੋ । ਆਪਣੀ ਆਤਮਾ ਨੂੰ ਪਵਿੱਤਰ ਕਰਕੇ ਪ੍ਰਭ ਨੂੰ ਮਿਲਣਾ ਦੇ ਯੋਗ ਬਣਾਵੋ! ਆਪਣੇ ਤਨ, ਜਵਾਨੀ ਨਾਲ ਬਹੁਤਾ ਮੋਹ ਨਾ ਲਗਾਵੋ! ਇਹ ਇਕ ਦਿਨ ਖਤਮ ਹੋ ਜਾਣਾ ਹੈ । ਜਿਹੜਾ ਸ਼ਬਦ ਦੀ ਸਿਖਿਆਂ ਸਮਝ ਲੈਂਦਾ ਹੈ, ਉਹ ਪੂਜਣ ਯੋਗ ਹੋ ਜਾਂਦਾ ਹੈ ।

Ignorant, young, tender aged and beautiful self-minded! You may pay attention to deep wisdom, and valuable advice of wiseman. Before buying anything! it may be advisable to test; knows the pros and cons of your path in life. You should consult your friends or expert in that field. You should renounce your evil thoughts to sanctify your soul to become worthy of His Consideration. You should not boast of your beauty and strength. Youth melt away over a predetermined time. Whosoever may realize the reality of human life; with His mercy and grace, he may become worthy of worship in his human life journey.

3. ਸਲੋਕ ਮਹਲਾ ੧॥ 1410-9

ਜੇ ਤੂੰ ਤਾਰੂ ਪਾਣਿ, ਤਾਹੂ ਪੁਛੁ ਤਿੜੰਨ੍ਹ ਕਲ॥ jay tooN taaroo paan taahoo puchh tirhHaN-nH kal.
ਤਾਹੂ ਖਰੇ ਸੁਜਾਣ ਵੰਞਾ ਏਨ੍ਹੀ ਕਪਰੀ॥੩॥ taahoo kharay sujaan vanjaa aynHee kapree. ||3||

ਅਗਰ ਤੂੰ ਪਾਣੀ ਪਾਰ ਕਰਨਾ ਹੈ! ਤਾ ਉਸ ਦੀ ਸਲਾਹ ਲੈ, ਜਿਸ ਨੂੰ ਤਰਨਾ ਆਉਂਦਾ ਹੈ । ਜਿਹੜਾ ਮਸ਼ਕੁਲ ਪਾਣੀ ਵਿਚੋਂ ਲੰਘਿਆ ਹੋਵੇ, ਉਹ ਮੁਸ਼ਕਲਾਂ ਜਾਣਦਾ, ਕੁਝ ਸਿਆਣਾ ਹੋ ਜਾਂਦਾ ਹੈ । ਇਸਤਰ੍ਹਾਂ ਬੰਦਗੀ ਤੇ ਰਸਤੇ ਤੇ ਚਲਣ ਲਈ, ਬੰਦਗੀ ਦੇ ਰਸਤੇ ਤੇ ਚਲਣ ਵਾਲੇ ਦੀ ਸਲਾਹ ਲਵੋ! ਉਸ ਨੂੰ ਆਉਣ ਵਾਲੀਆਂ ਮੁਸ਼ਕਲਾਂ ਦੀ ਜਾਣਕਾਰੀ ਹੁੰਦੀ ਹੈ, ਡੋਲਣ ਤੋਂ ਬਚਣ ਦੇ ਢੰਗ ਜਾਣਦਾ ਹੈ ।

Whosoever may wish to cross the water, river; he should consult, gets guidance from a swimmer; Who might have crossed similar water; he may know the difficulties, with his experience. He might have become wise to handle the tough situation. Same way! Whosoever may have desire to adopt the path of meditation; he should counsel someone who already have adopted the path of meditation for a while. He may be prepared to tackle hardships in real-life miseries in the path of meditation. He may advise, coaches, or prepares for the path of meditation.

4. ਸਲੋਕ ਮਹਲਾ ੧॥ 1410-9

ਝੜ ਝਖੜ ਓਹਾੜ ਲਹਰੀ ਵਹਨਿ ਲਖੇਸਰੀ॥ jharh jhakharh ohaarh lahree vahan lakhaysaree.
ਸਤਿਗੁਰ ਸਿਉ ਆਲਾਇ, ਬੇੜੇ ਡੁਬਣਿ ਨਾਹਿ ਭਉ॥੪॥ satgur si-o aalaa-ay bayrhay duban naahi bha-o. ||4||

ਸੰਸਾਰ ਵਿੱਚ ਬਹੁਤ ਤੁਫਾਨ, ਮੁਸ਼ਕਲਾਂ ਆਉਂਦੀਆਂ ਹਨ । ਜਿਸ ਨੂੰ ਅਸਲੀ ਮਾਲਕ, ਪ੍ਰਭ ਦੇ ਸ਼ਬਦ ਦੀ ਸੋਝੀ ਦੀ ਇਛਾ ਹੁੰਦੀ ਹੈ, ਉਹ ਸ਼ਬਦ ਦੀ ਸਿਖਿਆਂ ਦੀ ਪਾਲਣ ਕਰਦਾ ਹੈ । ਉਸ ਦੀਆਂ ਸਾਰੀਆਂ ਹੀ ਮੁਸ਼ਕਲਾਂ ਦੂਰ ਹੋ ਜਾਂਦੀਆ ਹਨ । ਉਸ ਦੇ ਜੀਵਨ ਤੋਂ ਸਿਖਿਆਂ ਲੈਣ ਨਾਲ, ਮਾਨਸ ਜਨਮ ਦੀ ਬੇੜੀ ਡੁਬਣ ਦਾ ਡਰ ਦੂਰ ਹੋ ਜਾਂਦਾ ਹੈ ।

Human life journey remains overwhelmed with many hardships and tornado created by worldly wealth. Whosoever may be anxious to be enlightened with the essence of His Word; he may obey the teachings of His Word. All his hurdles on his path may be eliminated. Whosoever may adopt his life experience teachings. His fear of sinking in the reality of human life journey may be eliminated.

ਗੁਰੂ ਨਾਨਕ ਦੇਵ ਜੀ! – Guru Nanak Dev Ji! Guru Granth Sahib

5. ਸਲੋਕ ਮਹਲਾ ੧॥ 1410-10

ਨਾਨਕ ਦੁਨੀਆ ਕੈਸੀ ਹੋਈ॥ ਸਾਲਕੁ ਮਿਤੁ ਨ ਰਹਿਓ ਕੋਈ॥ — naanak dunee-aa kaisee ho-ee. saalak mit na rahi-o ko-ee.
ਭਾਈ ਬੰਧੀ ਹੇਤੁ ਚੁਕਾਇਆ॥ — bhaa-ee banDhee hayt chukaa-i-aa.
ਦੁਨੀਆ ਕਾਰਣਿ ਦੀਨੁ ਗਵਾਇਆ॥੫॥ — dunee-aa kaaran deen gavaa-i-aa. ||5||

ਸੰਸਾਰ ਵਿੱਚ ਕੀ ਭਾਣਾ ਵਰਤ ਗਿਆ ਹੈ? ਇਸ ਵਿੱਚ ਭਲਾਈ ਕਰਨ, ਸਿੱਧਾ ਰਸਤਾ ਦੱਸਣ ਵਾਲਾ, ਕੋਈ ਸਾਥੀ ਨਹੀਂ ਲੱਭਦਾ । ਭਾਈ, ਭਾਈ ਵਿੱਚ ਵੀ ਕੋਈ ਹਮਦਰਦੀ, ਪਿਆਰ ਨਹੀਂ ਰਿਹਾ । ਸੰਸਾਰਕ ਸੁਖ ਨੂੰ ਮੁੱਖ ਰਖਕੇ ਭਲੇ ਕੰਮਾਂ ਤੋਂ ਆਪਣਾ ਵਿਸ਼ਵਾਸ ਖੋਅ ਲਿਆ ਹੈ ।

What had happened in the universe? It has become very difficult to find a true guide, helper, companion to find the right path, to guide His Creation. Brother may not have any concern or sympathy with brother in misery. Everyone may remain focused on his own comfort in life. Everyone has lost faith in good deeds for His Creation.

6. ਸਲੋਕ ਮਹਲਾ ੧॥ 1410-12

ਹੈ ਹੈ ਕਰਿ ਕੈ ਓਹਿ ਕਰੇਨਿ॥ ਗਲ੍ਹਾ ਪਿਟਨਿ ਸਿਰੁ ਖੋਹੇਨਿ॥ — hai hai kar kai ohi karayn. galHaa pitan sir khohayn.
ਨਾਉ ਲੈਨਿ ਅਰੁ ਕਰਨਿ ਸਮਾਇ॥ ਨਾਨਕ ਤਿਨ ਬਲਿਹਾਰੈ ਜਾਇ॥੬॥ — naa-o lain ar karan samaa-ay. naanak tin balihaarai jaa-ay. ||6||

ਸੰਸਾਰਕ ਜੀਵ ਪੰਜਾਂ ਇੰਦ੍ਰੀਆਂ ਦੇ ਚੱਕਰ ਵਿੱਚ ਹੀ ਬੇਵਸ ਰਹਿੰਦਾ ਹੈ । ਜਿਹੜਾ ਸੋਗ ਦੀ ਥਾਂ ਤੇ ਪ੍ਰਭ ਦੇ ਸ਼ਬਦ ਦੀ ਪਾਲਣਾ, ਸਿਮਰਨ ਕਰਦਾ ਹੈ । ਉਹ ਦੁਖ ਦੂਰ ਕਰਨ ਵਾਲੇ ਪ੍ਰਭ ਦੇ ਸ਼ਬਦ ਦੀ ਸਿਖਿਆਂ ਵਿੱਚ ਹੀ ਮਸਤ ਹੋ ਜਾਂਦਾ ਹੈ । ਉਸ ਨੂੰ ਮੁਸ਼ਕਲ ਸਹਿਣ ਦਾ ਧੀਰਜ ਬਖਸ਼ਿਸ਼ ਹੋ ਜਾਂਦਾ, ਉਹ ਪੂਜਣ ਯੋਗ ਬਣ ਜਾਂਦਾ ਹੈ ।

Self-minded may remain intoxicated with the sweet poison of worldly wealth. Whosoever may meditate and obeys the teachings of His Word; his grievances may stop. He may remain intoxicated with the essence of His Word; The True destroyer of miseries. He may be blessed with tolerance to face reality of life. He may become worthy of worship.

7. ਸਲੋਕ ਮਹਲਾ ੧॥ 1410-13

ਰੇ ਮਨ ਡੀਗਿ ਨ ਡੋਲੀਐ, ਸੀਧੈ ਮਾਰਗਿ ਧਾਉ॥ — ray man deeg na dolee-ai seeDhai maarag Dhaa-o.
ਪਾਛੈ ਬਾਘੁ ਡਰਾਵਣੋ, ਆਗੈ ਅਗਨਿ ਤਲਾਉ॥ — paachhai baagh daraavno aagai agan talaa-o.
ਸਹਸੈ ਜੀਅਰਾ ਪਰਿ ਰਹਿਓ, ਮਾ ਕਉ ਅਵਰੁ ਨ ਢੰਗੁ॥ — sahsai jee-araa par rahi-o maa ka-o avar na dhang.
ਨਾਨਕ ਗੁਰਮੁਖਿ ਛੁਟੀਐ, ਹਰਿ ਪ੍ਰੀਤਮ ਸਿਉ ਸੰਗੁ॥੭॥ — naanak gurmukh chhutee-ai har pareetam si-o sang. ||7||

ਆਪਣੇ ਮਨ ਨੂੰ ਡੋਲਣ ਤੋਂ ਬਚਾਕੇ, ਪ੍ਰਭ ਦੀ ਬੰਦਗੀ ਦੇ ਸਿੱਧੇ ਰਸਤੇ ਤੇ ਚਲੋ । ਇਹ ਰਸਤਾ ਅਸਾਨ ਨਹੀਂ ਹੈ, ਦੋਨੋਂ ਪਾਸੇ ਹੀ ਭਾਰੀ ਮੁਸ਼ਕਲਾਂ ਹਨ । ਜਿਸ ਦਾ ਭਰੋਸਾ ਨਹੀ ਹੁੰਦਾ, ਉਸ ਦਾ ਮਨ ਡੋਲ ਜਾਂਦਾ ਹੈ । ਪਰ ਹੋਰ ਕੋਈ ਚਾਰਾ ਵੀ ਨਹੀਂ ਹੈ । ਜਿਹੜਾ ਅਡੋਲ ਭਰੋਸੇ ਨਾਲ, ਆਪਣੀ ਆਤਮਾ ਨੂੰ ਪਵਿੱਤਰ ਕਰਦਾ ਹੈ । ਉਹ ਪ੍ਰਭ ਦੇ ਸ਼ਬਦ ਦੇ ਸਿਮਰਨ ਵਿੱਚ ਲੀਨ ਰਹਿੰਦਾ ਹੈ । ਉਸ ਦੀਆਂ ਮੁਸ਼ਕਲਾਂ ਅਸਾਨ ਹੋ ਜਾਂਦੀਆਂ ਹਨ, ਉਹ ਪਾਰ ਲੰਘ ਜਾਂਦਾ ਹੈ ।

You should control your expectations and adopt the right path of meditation. The path of meditation may be overwhelmed with hardships and not easy. Whosoever may not have a steady and stable belief on His Ultimate Command; he may not stay on the right path. However, there may not be any other alternative, right path of acceptance in His Court. Whosoever may sanctify his soul with steady and stable belief on His Blessings, Command. He may remain intoxicated in meditation in the void of His Word; with His mercy and grace, he may overcome hurdles and accepted in His Court.

8. ਸਲੋਕ ਮਹਲਾ ੧॥ 1410-15

ਬਾਘੁ ਮਰੈ ਮਨੁ ਮਾਰੀਐ, ਜਿਸੁ ਸਤਿਗੁਰ ਦੀਖਿਆ ਹੋਇ॥ — baagh marai man maaree-ai jis satgur deekhi-aa ho-ay.
ਆਪੁ ਪਛਾਣੈ ਹਰਿ ਮਿਲੈ, ਬਹੁੜਿ ਨ ਮਰਣਾ ਹੋਇ॥ — aap pachhaanai har milai bahurh na marnaa ho-ay.
ਕੀਚੜਿ ਹਾਥੁ ਨ ਬੂਡਈ, ਏਕਾ ਨਦਰਿ ਨਿਹਾਲਿ॥ — keecharh haath na bood-ee aykaa nadar nihaal.
ਨਾਨਕ ਗੁਰਮੁਖਿ ਉਬਰੇ, ਗੁਰੁ ਸਰਵਰੁ ਸਚੀ ਪਾਲਿ॥੮॥ — naanak gurmukh ubray gur sarvar sachee paal. ||8||

ਜਿਹੜਾ ਪ੍ਰਭ ਦੇ ਸ਼ਬਦ ਨੂੰ ਅਟਲ ਮਨ ਕੇ ਸਿਖਿਆਂ ਨਾਲ ਜੀਵਨ ਢਾਲ ਲੈਂਦਾ ਹੈ, ਉਸ ਦੇ ਮਨ ਦੇ ਜਮਦੂਤ ਵੀ ਖਤਮ ਹੋ ਜਾਂਦੇ, ਮਨ ਵੀ ਡੋਲਣ ਤੋਂ ਰੁਕ ਜਾਂਦਾ ਹੈ । ਪ੍ਰਭ ਦੀ ਰਹਿਮਤ ਨਾਲ ਉਸ ਨੂੰ ਮਾਨਸ ਜੀਵਨ ਦੇ ਅਸਲੀ ਮੰਤਵ ਦੀ ਸੋਝੀ ਬਖਸ਼ਿਸ਼ ਹੋ ਜਾਂਦੀ ਹੈ! ਉਸ ਦਾ ਜਨਮ ਮਰਨ ਦਾ ਚੱਕਰ ਖਤਮ ਹੋ ਜਾਂਦਾ ਹੈ । ਜਿਹੜਾ ਇਕੋ ਇਕ ਪ੍ਰਭ ਦੇ ਬਖਸ਼ੇ ਤੇ ਭਰੋਸ ਅਡੋਲ ਰਖਦਾ ਹੈ । ਉਹ ਸੰਸਾਰਕ ਗੁਰੂਆਂ, ਪੀਰਾਂ ਪਿਛੇ ਨਹੀਂ ਲਗਦਾ । ਉਸ ਦੀ ਆਤਮਾ ਮੈਲੀ ਨਹੀਂ ਹੁੰਦੀ, ਜਮਦੂਤਾਂ ਦੇ ਵੱਸ ਵਿੱਚ ਨਹੀਂ ਰਹਿੰਦੀ । ਉਸ ਨੂੰ ਗੁਰਮਖ ਅਵਸਥਾ ਬਖਸ਼ਿਸ਼ ਹੋ ਜਾਂਦੀ ਹੈ । ਉਹ ਪ੍ਰਭ ਦੇ ਅੰਮ੍ਰਿਤ ਦੇ ਸਰੋਵਰ ਦਾ ਅਨੰਦ ਮਾਨਣ ਲਗ ਪੈਂਦਾ ਹੈ! ਉਸ ਦੀ ਲਿਵ ਅਟਲ ਸ਼ਬਦ ਵਿੱਚ ਲਗ ਜਾਂਦੀ ਹੈ ।

Whosoever may accept the teachings of His Word as an ultimate Command and adopts the teachings of His Word; with His mercy and grace, his demons of worldly desires may be eliminated. His wandering mind may remain steady and stable on the right path of acceptance in His Court. He may realize the real purpose of his human life opportunity. His cycle of birth and death may be eliminated. Whosoever may accept the teachings of His Word as an ultimate Command; he may never follow the teachings of worldly guru nor baptizes with any religious rituals. His soul may never be blemished; his soul remains beyond the reach of devil of death. He may be blessed with a state of mind as His true devotee. He enjoys the nectar of the essence of His Word and he remains intoxicated in the void of His Word.

9. ਸਲੋਕ ਮਹਲਾ ੧॥ 1411-2

ਅਗਨਿ ਮਰੈ ਜਲੁ ਲੋੜਿ ਲਹੁ, ਵਿਣੁ ਗੁਰ ਨਿਧਿ ਜਲੁ ਨਾਹਿ॥ — agan marai jal lorh lahu vin gur niDh jal naahi.
ਜਨਮਿ ਮਰੈ ਭਰਮਾਈਐ, ਜੇ ਲਖ ਕਰਮ ਕਮਾਹਿ॥ — janam marai bharmaa-ee-ai jay lakh karam kamaahi.
ਜਮੁ ਜਾਗਾਤਿ ਨ ਲਗਈ, ਜੇ ਚਲੈ ਸਤਿਗੁਰ ਭਾਇ॥ — jam jaagaat na lag-ee jay chalai satgur bhaa-ay.
ਨਾਨਕ ਨਿਰਮਲੁ ਅਮਰ ਪਦੁ, ਗੁਰੁ ਹਰਿ ਮੇਲੈ ਮੇਲਾਇ॥੯॥ — naanak nirmal amar pad gur har maylai maylaa-ay. ||9||

ਜਿਹੜਾ ਜਮਦੂਤਾਂ ਦੀਆਂ ਪਾਈਆਂ ਤ੍ਰਿਸਨਾਂ ਦੀ ਅੱਗ ਨੂੰ ਬੁਝਾਉਣਾ ਚਾਹੁੰਦਾ ਹੈ । ਕੇਵਲ ਸ਼ਬਦ ਦਾ ਸਿਮਰਨ ਰੂਪੀ ਸਾਗਰ ਹੀ ਮਨ ਦੀਆਂ ਇਛਾਂ ਦੀ ਅੱਗ ਖਤਮ ਕਰ ਸਕਦਾ ਹੈ । ਅਨੇਕਾਂ ਹੀ ਚੰਗੇ ਕੰਮ ਕਰਨ ਨਾਲ ਵੀ ਜਨਮ, ਮਰਨ ਦੇ ਚੱਕਰ ਵਿੱਚ ਹੀ ਰਹਿੰਦਾ ਹੈ । ਜਿਹੜਾ ਭਾਣੇ ਨੂੰ ਸਤਿ ਕਰਕੇ ਮੰਨਦਾ ਹੈ, ਮੌਤ ਦਾ ਜਮਦੂਤ ਉਸ ਨੂੰ ਛੋਹ ਨਹੀਂ ਸਕਦਾ । ਉਹ ਸਿਮਰਨ ਵਿੱਚ ਲੀਨ ਹੋਇਆ ਹੀ ਪ੍ਰਭ ਦੀ ਜੋਤ ਵਿੱਚ ਅਭੇਦ ਹੋ ਜਾਂਦਾ ਹੈ ।

ਗੁਰੂ ਨਾਨਕ ਦੇਵ ਜੀ! – Guru Nanak Dev Ji! Guru Granth Sahib

Whosoever may remain anxious to extinguish the fire of worldly desires? The earnings of His Word may the ocean of nectar to extinguish the fire of worldly desires. Whosoever may believe performing good deeds as the right path of acceptance in His Court; he may remain in the cycle of birth and death. Whosoever may adopt the teachings of His Word with steady and stable belief; with His mercy and grace, he may become beyond the reach of devil of death. He may remain intoxicated in meditation in the void of His Word; with His mercy and grace, he may be accepted and immersed within His Holy Spirit.

10. ਸਲੋਕ ਮਹਲਾ ੧॥ 1411-4

ਕਲਰ ਕੇਰੀ ਛਪੜੀ, ਕਊਆ ਮਲਿ ਮਲਿ ਨਾਇ॥ — kalar kayree chhaprhee ka-oo-aa mal mal naa-ay.
ਮਨੁ ਤਨੁ ਮੈਲਾ ਅਵਗੁਣੀ, ਚਿੰਜੁ ਭਰੀ ਗੰਧੀ ਆਇ॥ — man tan mailaa avgunee binn bharee ganDhee aa-ay.
ਸਰਵਰੁ ਹੰਸਿ ਨ ਜਾਣਿਆ, ਕਾਗ ਕੁਪੰਖੀ ਸੰਗਿ॥ — sarvar hans na jaani-aa kaag kupankhee sang.
ਸਾਕਤ ਸਿਉ ਐਸੀ ਪ੍ਰੀਤਿ ਹੈ, ਬੂਝਹੁ ਗਿਆਨੀ ਰੰਗਿ॥ — saakat si-o aisee pareet hai boojhhu gi-aanee rang.
ਸੰਤ ਸਭਾ ਜੈਕਾਰੁ ਕਰਿ, ਗੁਰਮੁਖਿ ਕਰਮ ਕਮਾਉ॥ — sant sabhaa jaikaar kar gurmukh karam kamaa-o.
ਨਿਰਮਲੁ ਨ੍ਹ੍ਹਾਵਣੁ ਨਾਨਕਾ, ਗੁਰੁ ਤੀਰਥੁ ਦਰੀਆਉ॥੧੦॥ — nirmal nHaavan naankaa gur tirath daree-aa-o. ||10||

ਸੰਸਾਰ ਪਾਖੰਡੀ ਸੰਤਾਂ ਨਾਲ ਭਰਿਆਂ ਹੈ! ਅਣਜਾਣਾ ਜੀਵ ਸੰਸਾਰਕ ਸੰਤਾ ਦੇ ਅਦੇਸ਼ ਨੂੰ ਪ੍ਰਭ ਦਾ ਅਦੇਸ਼ ਸਮਝ ਲੈਂਦਾ ਹੈ । ਦਿਨ ਰਾਤ ਉਸ ਦੀ ਬੰਦਗੀ, ਪੂਜਾ ਕਰਦਾ ਹੈ । ਪਰ ਉਸ ਦਾ ਮਨ ਅਤੇ ਤਨ ਕਰੋਧ, ਅਹੰਕਾਰ ਨਾਲ ਭਰਿਆ ਰਹਿੰਦਾ ਹੈ । ਉਹ ਹੋਰ ਜੀਵਾਂ ਨੂੰ ਵੀ ਇਹ ਹੀ ਅਦੇਸ਼ ਦੇਂਦਾ, ਗ਼ੰਦਗੀ ਵਧਾਉਂਦਾ ਹੈ । ਕਈ ਅਣਜਾਣ ਬੰਦਗੀ ਕਰਨ ਵਾਲੇ ਵੀ ਪ੍ਰਚਾਰ ਤੇ ਪ੍ਰਭਾਵਤ ਹੋ ਜਾਂਦੇ ਹਨ । ਉਸ ਦਾ ਸਾਥ ਦੇਂਦੇ ਹਨ, ਉਹਨਾਂ ਨੂੰ ਸੋਝੀ ਨਹੀਂ ਹੁੰਦੀ ਕਿ ਉਹ ਬੁਰਾ ਪ੍ਰਚਾਰ ਕਰਦਾ ਹੈ । ਕੇਵਲ ਸੋਝੀਵਾਨ, ਸੰਤ ਸਰੂਪ ਹੀ ਜਾਣਦਾ ਹੈ! ਕਿ ਸਾਕਤ ਨਾਲ ਪ੍ਰੀਤ ਕਰਨੀ ਇਸਤਰ੍ਹਾਂ ਦੀ ਹੀ ਹੁੰਦੀ ਹੈ । ਗੁਰਮਖ, ਸੰਤ ਸਰੂਪ ਦੀ ਸੰਗਤ ਕਰਕੇ ਪ੍ਰਭ ਦੇ ਸ਼ਬਦ ਦਾ ਸਿਮਰਨ ਕਰਦਾ ਹੈ । ਆਪਣਾ ਜੀਵਨ ਪ੍ਰਭ ਦੇ ਸ਼ਬਦ ਦੇ ਅਧਾਰ ਤੇ ਬਤੀਤ ਕਰਦਾ ਹੈ । ਪਵਿੱਤਰ ਤੀਰਥ, ਸ਼ਬਦ ਦੇ ਸਿਮਰਨ ਨਾਲ ਹੀ ਆਤਮਾ ਪਵਿੱਤਰ, ਅਸਲੀ ਰਸਤਾ ਬਖਸ਼ਣ ਦੇ ਯੋਗ ਹੋ ਸਕਦੀ ਹੈ ।

World remains overwhelmed with false prophets, victim of worldly wealth. Ignorant may believe, their message as The Eternal Spiritual Message. He may worship false prophet as massager of God; however, he remains overwhelmed with anger and ego of his worldly status. He may inspire others on the same message and spreads the false notion, sweet poison of worldly wealth. Sometime ignorant devotees of His Word may also be impressed with his polite and humble preaching. He may follow his cult, group, gang. He may preach the same message of ignorance. Only His true devotee, His Holy saint may realize; whosoever may follow evil doer, false prophet, self-minded; he may endure misery in his human life journey. His true devotee may remain in the conjugation of His Holy saint and meditates on the teachings of His Word; he may adopt the life experience teachings of His Holy saint in his own day to day life. The nectar of the essence of His Word remains a soul sanctifying pond; his soul may become worthy of His Consideration.

11. ਸਲੋਕ ਮਹਲਾ ੧॥ 1411-7

ਜਨ ਮੈਂ ਕਾ ਫਲੁ ਕਿਆ ਗਣੀ, ਜਾ ਹਰਿ ਭਗਤਿ ਨ ਭਾਉ॥ — janmay kaa fal ki-aa ganee jaaN har bhagat na bhaa-o.
ਪੈਧਾ ਖਾਧਾ ਬਾਦਿ ਹੈ, ਜਾ ਮਨਿ ਦੂਜਾ ਭਾਉ॥ — paiDhaa khaaDhaa baad hai jaaN man doojaa bhaa-o.
ਵੇਖਣੁ ਸੁਨਣਾ ਝੂਠੁ ਹੈ, ਮੁਖਿ ਝੂਠਾ ਆਲਾਉ॥ — vaykhan sunnaa jhooth hai mukh jhoothaa aalaa-o.
ਨਾਨਕ ਨਾਮੁ ਸਲਾਹਿ ਤੂ, ਹੋਰੁ ਹਉਮੈ ਆਵਉ ਜਾਉ॥੧੧॥ — naanak naam salaahi too hor ha-umai aava-o jaa-o. ||11||

ਜਿਸ ਦੇ ਮਨ ਵਿੱਚ ਪ੍ਰਭ ਦੇ ਸ਼ਬਦ ਨਾਲ ਲਗਨ ਨਹੀਂ ਹੁੰਦੀ, ਉਸ ਦੇ ਮਾਨਸ ਜਨਮ ਦਾ ਕੋਈ ਲਾਭ ਨਹੀਂ ਹੁੰਦਾ । ਜਿਹੜਾ ਜੀਵ ਵੱਖਰੇ, ਵੱਖਰੇ ਗੁਰੂਾਂ ਪਿਛੇ ਘੁੰਮਦਾ ਰਹਿੰਦਾ ਹੈ । ਉਸ ਦੇ ਧਾਰਮਕ ਬਾਣਾ ਪਹਿਣਨ, ਖਾਣ ਦਾ ਕੋਈ ਲਾਭ ਨਹੀਂ ਹੁੰਦਾ । ਜਿਹੜਾ ਜੀਵ ਜਾਣ ਬੁਝਕੇ ਝੂਠ ਬੋਲਦਾ, ਪ੍ਰਚਾਰ ਕਰਦਾ ਹੈ । ਉਸ ਦਾ ਬਾਣੀ ਦੀ ਕਥਾ ਸੁਣਨਾ ਸਭ ਬਿਰਥਾ ਹੀ ਹੈ । ਪ੍ਰਭ ਦੇ ਸ਼ਬਦ ਦੀ ਪਾਲਣਾ ਕਰਨਾ ਹੀ ਪ੍ਰਵਾਨਗੀ ਦਾ ਅਸਲੀ ਰਸਤਾ ਹੈ, ਬਾਕੀ ਸਾਰਾ ਕੁਝ ਹੀ ਅਹੰਕਾਰ ਵਧਾਉਂਦਾ ਹੈ ।

Whosoever may not have any devotion to obey the teachings of His Word; he may never benefit from his priceless human life opportunity. Whosoever may follow the teachings of worldly guru, agent of worldly wealth; his religious robe and worldly discipline may be useless. Whosoever may intentionally mislead and spreads the wrong message; his meditation, singing the glory of His Word may not be accepted in His Court. Remember! Whosoever may adopt the teachings of His Word; only he may be blessed with the right path; all other paths may enhance his ego.

12. ਸਲੋਕ ਮਹਲਾ ੧॥ 1411-9

ਹੈਨਿ ਵਿਰਲੇ ਨਾਹੀ ਘਣੇ, ਫੈਲ ਫਕੜੁ ਸੰਸਾਰੁ॥੧੨॥ — hain virlay naahee ghanay fail fakarh sansaar. ||12||

ਸੰਸਾਰ ਵਿੱਚ ਕੋਈ ਵਿਰਲਾ ਹੀ ਬੰਦਗੀ ਕਰਨ ਵਾਲਾ ਸੰਤ ਹੈ, ਬਾਕੀ ਪਾਖੰਡੀ, ਫਰੇਬੀ ਹੀ ਹਨ ।

Most of the preachers, worldly gurus, saints may be false prophet; however, very rare may adopt the teachings of His Word; with His mercy and grace, he may be blessed with a state of mind as His true devotee, His Holy saint.

13. ਸਲੋਕ ਮਹਲਾ ੧॥ 1411-9

ਨਾਨਕ ਲਗੀ ਤੁਰਿ ਮਰੈ, ਜੀਵਣ ਨਾਹੀ ਤਾਣੁ॥ — naanak lagee tur marai jeevan naahee taan.
ਚੋਟੈ ਸੇਤੀ ਜੋ ਮਰੈ, ਲਗੀ ਸਾ ਪਰਵਾਣੁ॥ — chotai saytee jo marai lagee saa parvaan.
ਜਿਸ ਨੋ ਲਾਏ ਤਿਸੁ ਲਗੈ, ਲਗੀ ਤਾ ਪਰਵਾਣੁ॥ — jis no laa-ay tis lagai lagee taa parvaan.
ਪਿਰਮ ਪੈਕਾਮੁ ਨ ਨਿਕਲੈ, ਲਾਇਆ ਤਿਨਿ ਸੁਜਾਣਿ॥੧੩॥ — piram paikaam na niklai laa-i-aa tin sujaan. ||13||

ਜਿਸ ਨੂੰ ਪ੍ਰਭ ਰਹਿਮਤ ਦੀ ਨਜ਼ਰ ਬਖਸ਼ਦਾ ਹੈ, ਉਸ ਦੀ ਲਿਵ ਲਗ ਜਾਂਦੀ ਹੈ । ਉਸ ਦੀਆਂ ਸੰਸਾਰਕ ਤ੍ਰਿਸ਼ਨਾਂ ਖਤਮ ਹੋ ਜਾਂਦੀਆਂ ਹਨ, ਇਕ ਨਜ਼ਰ ਨਾਲ ਹੀ ਉਸ ਦੀ ਬੰਦਗੀ, ਕੰਮ ਪ੍ਰਵਾਨ ਹੋ ਜਾਂਦੇ ਹਨ । ਫਿਰ ਉਸ ਦੀ ਲਿਵ ਕੋਈ ਹੱਟਾ ਨਹੀਂ ਸਕਦਾ, ਭੰਗ ਨਹੀਂ ਕਰ ਸਕਦਾ ।

Whosoever may be bestowed with His Blessed Vision, he may remain intoxicated in meditation in the void of His Word. All his worldly desires may be eliminated. His meditation, his worldly deeds may be accepted in His Court in a twinkle of eyes. His devotion, concentration from the right path may never be disturbed?

14. ਸਲੋਕ ਮਹਲਾ ੧॥ 1411-11

ਭਾਂਡਾ ਧੋਵੈ ਕਉਣੁ, ਜਿ ਕਚਾ ਸਾਜਿਆ॥	bhaaNdaa Dhovai ka-un je kachaa saaji-aa.
ਧਾਤੂ ਪੰਜਿ ਰਲਾਇ, ਕੂੜਾ ਪਾਜਿਆ॥	Dhaatoo panj ralaa-ay koorhaa paaji-aa.
ਭਾਂਡਾ ਆਣਗੁ ਰਾਸਿ, ਜਾ ਤਿਸੁ ਭਾਵਸੀ॥	bhaaNdaa aanag raas jaaN tis bhaavsee.
ਪਰਮ ਜੋਤਿ ਜਾਗਾਇ, ਵਾਜਾ ਵਾਵਸੀ॥ ੧੪	param jot jaagaa-ay vaajaa vaavsee. ||14||

ਪ੍ਰਭ ਨੇ, ਪੰਜ ਤੱਤ ਇਕੱਠੇ ਕਰਕੇ ਮਾਨਸ ਜੀਵ ਦਾ ਨਾਸ ਹੋ ਜਾਣ ਵਾਲਾ ਤਨ ਬਣਾਇਆ ਹੈ ! ਇਹ ਕੱਚਾ ਭਾਂਡਾ, ਟੁੱਟ ਜਾਣ ਵਾਲਾ, ਧੋਤਾ ਨਹੀਂ ਜਾ ਸਕਦਾ । ਜਿਸ ਤੇ ਰਹਿਮਤ ਦੀ ਨਜ਼ਰ ਬਖਸ਼ਦਾ ਹੈ, ਉਸ ਨੂੰ ਠੀਕ ਬਣਾ ਦੇਂਦਾ ਹੈ । ਉਸ ਦੀ ਹੀ ਸ਼ਬਦ ਦੀ ਪਾਲਣਾ ਵਿੱਚ ਲਗਨ ਲਾਉਂਦਾ ਹੈ ।

The True Master has combined 5 unique elements to create a perishable body of creature as a raw clay vessel. No one may ever wash a clay vessel. Whosoever may be bestowed with His Blessed Vision; his body may be created right, blemish-free. He may remain intoxicated in meditation in the void of His Word.

15. ਸਲੋਕ ਮਹਲਾ ੧॥ 1411-13

ਮਨਹੁ ਜਿ ਅੰਧੇ ਘੂਪ, ਕਹਿਆ ਬਿਰਦੁ ਨ ਜਾਣਨੀ॥	manhu je anDhay ghoop kahi-aa birad na jaannee.
ਮਨਿ ਅੰਧੈ ਊਂਧੈ ਕਵਲ, ਦਿਸਨਿ ਖਰੇ ਕਰੂਪ॥	man, anDhai ooNDhai kaval disan kharay karoop.
ਇਕਿ ਕਹਿ ਜਾਣਨਿ ਕਹਿਆ, ਬੁਝਨਿ ਤੇ ਨਰ ਸੁਘੜ ਸਰੂਪ॥	ik kahi jaanan kahi-aa bujhan tay nar sugharh saroop.
ਇਕਨਾ ਨਾਦੁ ਨ ਬੇਦੁ, ਨ ਗੀਅ ਰਸੁ, ਰਸੁ ਕਸੁ ਨ ਜਾਣੰਤਿ॥	iknaa naad na bayd na gee-a ras ras kas na jaanant.
ਇਕਨਾ ਸਿਧਿ ਨ ਬੁਧਿ ਨ ਅਕਲਿ ਸਰ, ਅਖਰ ਕਾ ਭੇਉ ਨ ਲਹੰਤਿ॥	iknaa siDh na buDh na akal sar akhar kaa bhay-o na laahant.
ਨਾਨਕ ਤੇ ਨਰ ਅਸਲਿ ਖਰ, ਜਿ ਬਿਨੁ ਗੁਣ ਗਰਬੁ ਕਰੰਤ॥੧੫॥	naanak tay nar asal khar je bin gun garab karant. ||15||

ਜਿਹੜਾ ਆਪਣਾ ਕੀਤੇ ਕਰਾਰ (ਵਹਿਦੇ) ਤੇ ਟਿਕਦਾ ਨਹੀਂ, ਉਹ ਮਨੋ ਅੰਧਾ ਹੁੰਦਾ ਹੈ । ਉਸ ਦਾ ਮਨ ਇਕ ਥਾਂ ਤੇ ਨਹੀਂ ਟਿਕਦਾ, ਪ੍ਰਭ ਨੂੰ ਪ੍ਰਵਾਨ ਨਹੀਂ ਹੁੰਦਾ । ਜਿਹੜਾ ਕੁਝ ਦੱਸਣ ਨਾਲ ਸਮਝ ਜਾਂਦਾ ਹੈ, ਉਹ ਸਿਆਣਾ ਬਣ ਜਾਂਦਾ ਹੈ, ਦਰਬਾਰ ਵਿੱਚ ਸੋਭਦਾ ਹੈ । ਜਿਹੜਾ ਸ਼ਬਦ, ਕੀਰਤਨ ਦੀ ਧੁਨ ਨਹੀਂ ਜਾਣਦਾ, ਸਮਝਦਾ! ਉਸ ਨੂੰ ਬੁਰੇ ਅਤੇ ਭਲੇ ਕੰਮ ਵਿੱਚ ਕੋਈ ਫਰਕ ਨਹੀਂ ਜਾਪਦਾ । ਕਈ ਮਨਮੁਖ ਹੀ ਰਹਿੰਦੇ ਹਨ, ਜਿਹਨਾਂ ਨੂੰ ਕੋਈ ਸੋਝੀ ਜਾ ਸਿਆਨਪ ਨਹੀਂ ਹੁੰਦੀ । ਉਸ ਨੂੰ ਸ਼ਬਦ ਦੀ ਵੀ ਕੋਈ ਸੋਝੀ ਹੁੰਦੀ ਹੈ । ਉਸ ਅਹੰਕਾਰੀ ਦੀ ਮੱਤ ਖੋਤੇ ਵਰਗੀ ਹੁੰਦੀ ਹੈ ।

Whosoever may not conform to his promise, commitment; he may remain blind, ignorant from the real purpose of human life journey. He may never remain steady and stable on one path of meditation in his worldly life. Whosoever may learn by teachings; he may become wise; his earnings may be accepted in His Court. Self-minded may not recognize the echo of His Word nor understand the essence of His Word. He may not recognize the difference between good or evil deed nor comprehend the real purpose of human life opportunity even by counselling. He may never realize the significance of the teachings of His Word. His state of mind may remain like a donkey, very arrogant of his worldly status.

16. ਸਲੋਕ ਮਹਲਾ ੧॥ 1411-16

ਸੋ ਬ੍ਰਹਮਣੁ ਜੋ ਬਿੰਦੈ ਬ੍ਰਹਮੁ॥ ਜਪੁ ਤਪੁ ਸੰਜਮੁ ਕਮਾਵੈ ਕਰਮੁ॥	so barahman jo bindai barahm. jap tap sanjam kamaavai karam.
ਸੀਲ ਸੰਤੋਖ ਕਾ ਰਖੈ ਧਰਮੁ॥ ਬੰਧਨ ਤੋੜੈ ਹੋਵੈ ਮੁਕਤੁ॥	seel santokh kaa rakhai Dharam. banDhan torhai hovai mukat.
ਸੋਈ ਬ੍ਰਹਮਣੁ ਪੂਜਣ ਜੁਗਤੁ॥੧੬॥	so-ee barahman poojan jugat. ||16||

ਜਿਹੜਾ ਪ੍ਰਭ ਦੇ ਸ਼ਬਦ ਦਾ ਸਿਮਰਨ, ਚੰਗੇ ਕੰਮ ਕਰਦਾ, ਪ੍ਰਭ ਦੇ ਭਾਣੇ ਨੂੰ ਸਵੀਕਾਰ ਕਰਦਾ ਹੈ । ਉਸ ਨੂੰ ਹੀ ਅਸਲੀ ਬ੍ਰਹਮਣ ਅਵਸਥਾ ਬਖਸ਼ਿਸ਼ ਹੁੰਦੀ ਹੈ । ਉਹ ਧੀਰਜ, ਸੰਤੋਖ ਨੂੰ ਜੀਵਨ ਦਾ ਅਧਾਰ ਬਣਾਉਂਦਾ, ਪੰਜਾਂ ਇੰਦ੍ਰੀਆਂ ਦੇ ਮੋਹ ਨੂੰ ਤਿਆਗਕੇ ਮੁਕਤ ਹੋ ਜਾਂਦਾ ਹੈ । ਉਹ ਜੀਵ (ਬ੍ਰਹਮਣ) ਪੂਜਣ ਯੋਗ ਬਣ ਜਾਂਦਾ ਹੈ ।

Whosoever may meditate on the teachings of His Word, performs good deeds for His Creation; he may accept His Word as an Ultimate Command. He may be blessed with a state of mind as His true devotee, Brahman. He may adopt patience and contentment as the purpose of his human life. He may renounce his worldly bonds and remains on the right path of acceptance in His Court. He may become worthy of worship in his human life journey.

17. ਸਲੋਕ ਮਹਲਾ ੧॥ 1411-17

ਖਤ੍ਰੀ ਸੋ ਜੁ ਕਰਮਾ ਕਾ ਸੂਰੁ॥ ਪੁੰਨ ਦਾਨ ਕਾ ਕਰੈ ਸਰੀਰੁ॥	khatree so jo karmaa kaa soor. punn daan kaa karai sareer.
ਖੇਤੁ ਪਛਾਣੈ ਬੀਜੈ ਦਾਨੁ॥ ਸੋ ਖਤ੍ਰੀ ਦਰਗਹ ਪਰਵਾਣੁ॥	khayt pachhaanai beejai daan. so khatree dargeh parvaan.
ਲਬੁ ਲੋਭੁ ਜੇ ਕੂੜੁ ਕਮਾਵੈ॥ ਅਪਣਾ ਕੀਤਾ ਆਪੇ ਪਾਵੈ॥੧੭॥	lab lobh jay koorh kamaavai. apnaa keetaa aapay paavai. ||17||

ਜਿਹੜਾ ਚੰਗੇ ਕੰਮ ਕਰਦਾ, ਨਿਮਾਣੇ ਦੀ ਰਖਿਆ, ਕੁਰਬਾਨੀ ਲਈ ਤਿਆਰ ਰਹਿੰਦਾ ਹੈ, ਉਹ ਅਸਲੀ ਸੂਰਮਾ, ਖਤ੍ਰੀ ਹੁੰਦਾ ਹੈ । ਉਹ ਆਪਣੇ ਕੰਮ ਨੂੰ ਸਮਝਦਾ, ਦਰਦ ਵੰਡਣ ਵਾਲਾ ਹੁੰਦਾ ਹੈ । ਉਸ ਦੀ ਕਮਾਈ, ਬੰਦਗੀ ਪ੍ਰਭ ਨੂੰ ਪ੍ਰਵਾਨ ਹੋ ਜਾਂਦੀ ਹੈ । ਜਿਹੜਾ ਲੋਭ, ਸੰਸਾਰਕ ਧਨ ਨਾਲ ਮੋਹ, ਝੂਠ ਫਰੇਬ ਨਾਲ ਜੀਵਨ ਬਤੀਤ ਕਰਦਾ ਹੈ । ਉਹ ਦਰਗਾਹ ਵਿੱਚ ਆਪਣੇ ਕੀਤੇ ਦਾ ਹੀ ਫਲ ਪਾਉਂਦਾ ਹੈ ।

Whosoever may perform good deeds for His Creation; he remains ready to help, protect innocent, helpless. He may be the real warrior. He realizes the real purpose of his human life opportunity and relieves the miseries of helpless. Such a warrior may be accepted in His Court. Self-minded, hypocrite may remain intoxicated with sweet poison of worldly wealth; he may waste his human life opportunity with deception. He may endure the miseries of his deeds in the universe.

18. ਸਲੋਕ ਮਹਲਾ ੧॥ 1411-19

ਤਨੁ ਨ ਤਪਾਇ ਤਨੂਰ ਜਿਉ, ਬਾਲਣੁ ਹਡ ਨ ਬਾਲਿ॥	tan na tapaa-ay tanoor ji-o baalan had na baal.
ਸਿਰਿ ਪੈਰੀ ਕਿਆ ਫੇੜਿਆ, ਅੰਦਰਿ ਪਿਰੀ ਸਮ੍ਹਾਲਿ॥੧੮॥	sir pairee ki-aa fayrhi-aa andar piree samHaal. ||18||

ਜਿਹੜਾ ਜੀਵ ਆਪਣੇ ਸਰੀਰ ਨੂੰ ਤਸੀਏ ਦੇਂਦਾ, ਵਰਤ ਰਖਦਾ, ਆਪਣੇ ਧੀਰਜ, ਸੰਤੋਖ ਨੂੰ ਅਡੋਲ ਰਖਣ ਦੀ ਕੋਸ਼ਿਸ਼ ਕਰਦਾ ਹੈ । ਉਹ ਸਿਰ ਤੇ ਖੜ੍ਹਾ ਹੋ ਕੇ ਧਿਆਨ ਲਾਉਣ ਦੀ ਕੋਸ਼ਿਸ਼ ਕਰਦਾ ਹੈ । ਉਹ ਅਨਜਾਣ ਗਲਤ ਰਸਤੇ ਤੇ ਹੀ ਰਹਿੰਦਾ ਹੈ । ਇਹਨਾਂ ਵਿਧੀਆਂ ਦੀ ਕੋਈ ਮਹੱਤਤਾ ਨਹੀਂ, ਆਤਮਾ ਸਾਫ ਨਹੀਂ ਹੁੰਦੀ । ਪ੍ਰਭ ਜੀਵ ਦੇ ਅੰਦਰ ਹੀ ਵਸਦਾ ਹੈ, ਅੰਦਰੋਂ ਢੂੰਡਣ ਦਾ ਯਤਨ ਕਰੋ ।

Whosoever may rigorously stress his body by abstaining food, eat less to develop patience and contentment in his life. He may stand on his head to funnel his concentration; he may remain ignorant from the real purpose of human life opportunity. His meditation may not have any significance to sanctify his soul. The True Master remains embedded within each soul as His Word! You should search within your own body and mind.

19. ਸਲੋਕ ਮਹਲਾ ੧॥ 1412-1

ਸਭਨੀ ਘਟੀ ਸਹੁ ਵਸੈ, ਸਹ ਬਿਨੁ ਘਟੁ ਨ ਕੋਇ॥ sabhnee ghatee saho vasai sah bin ghat na ko-ay.
ਨਾਨਕ ਤੇ ਸੋਹਾਗਣੀ, ਜਿਨ੍ਹਾ ਗੁਰਮੁਖਿ ਪਰਗਟੁ ਹੋਇ॥੧੯॥ naanak tay sohaaganee jinHaa gurmukh pargat ho-ay. ||19||

ਹਰਇਕ ਜੀਵ ਦੇ ਹਿਰਦੇ ਵਿੱਚ ਪ੍ਰਭ ਦੀ ਜੋਤ ਵਸਦੀ ਹੈ । ਕੋਈ ਜੀਵ ਵੀ ਪ੍ਰਭ ਦੀ ਜੋਤ ਤੋਂ ਬਿਨਾਂ ਪੈਦਾ ਨਹੀਂ ਹੋ ਸਕਦਾ । ਜਿਹੜਾ ਪ੍ਰਭ ਨੂੰ ਆਪਣੇ ਅੰਦਰੋਂ ਢੂੰਡਦਾ, ਜਾਗਰਤ ਕਰ ਲੈਂਦਾ ਹੈ, ਉਸ ਨੂੰ ਪ੍ਰਭ ਦੀ ਹੋਂਦ ਹਰ ਥਾਂ ਵਾਪਰਦੀ ਮਹਿਸੂਸ ਹੁੰਦੀ ਹੈ । ਉਸ ਵੱਡਭਾਗੀ ਨੂੰ ਗੁਰਮਖ ਅਵਸਥਾ ਬਖਸ਼ਿਸ਼ ਹੋ ਜਾਂਦੀ ਹੈ ।

His Holy Spirit remains embedded within each soul and dwells within his body. Our soul is an expansion of His Holy Spirit. No one may ever be alive, born without, soul, His Holy Spirit. Whosoever may search within his own mind and body; with His mercy and grace, he may be enlightened and realizes His Holy Spirit prevailing everywhere in the universe. He may become very fortunate, blessed with a state of mind as His true devotee.

20. ਸਲੋਕ ਮਹਲਾ ੧॥ 1412-2

ਜਉ ਤਉ ਪ੍ਰੇਮ ਖੇਲਣ ਕਾ ਚਾਉ॥ ja-o ta-o paraym khaylan kaa chaa-o.
ਸਿਰੁ ਧਰਿ ਤਲੀ ਗਲੀ ਮੇਰੀ ਆਉ॥ sir Dhar talee galee mayree aa-o.
ਇਤੁ ਮਾਰਗਿ ਪੈਰੁ ਧਰੀਜੈ॥ ਸਿਰੁ ਦੀਜੈ ਕਾਣਿ ਨ ਕੀਜੈ॥੨੦॥ it maarag pair Dhareejai. sir deejai kaan na keejai. ||20||

ਜਿਸ ਦੇ ਮਨ ਵਿੱਚ ਪ੍ਰਭ ਦੀ ਹੋਂਦ ਮਹਿਸੂਸ ਕਰਨ ਦੀ, ਸ਼ਬਦ ਦੀ ਸੋਝੀ, ਮਾਨਸ ਜੀਵਨ ਦੇ ਮੰਤਵ ਦੀ ਸੋਝੀ ਪਾਉਣ ਦੀ ਖਾਹਿਸ਼ ਹੁੰਦੀ ਹੈ । ਉਹ ਪ੍ਰਭ ਦੇ ਸ਼ਬਦ ਦੀ ਸਿਖਿਆਂ ਨੂੰ ਪੂਰਨ ਭਰੋਸੇ ਨਾਲ ਆਪਣੇ ਜੀਵਨ ਵਿੱਚ ਢਾਲਦਾ, ਸਿਮਰਨ ਦੇ ਮਾਰਗ ਤੇ ਚਲਦਾ ਹੈ । ਉਸ ਸੰਸਾਰਕ ਧਰਮਾਂ, ਗੁਰੂਾਂ ਦੀ ਸਿਖਿਆਂ ਪਿਛੇ ਲਗਕੇ ਮਾਨਸ ਜੀਵਨ ਦਾ ਅਮੋਲਕ ਮੌਕਾ ਬਰਬਾਦ ਨਹੀਂ ਕਰਦਾ । ਸ਼ਬਦ ਦੀ ਸਿਖਿਆਂ ਦਾ ਮਾਰਗ ਬਹੁਤ ਕਠਨ ਹੈ । ਪ੍ਰਭ ਦੇ ਭਾਣੇ, ਸ਼ਬਦ ਨੂੰ ਸਤਿ ਮੰਨ ਕੇ, ਬਿਨਾਂ ਕਿਸੇ ਦੀ ਨਿੰਦਿਆਂ ਦੀ ਪ੍ਰਵਾਹ ਕਰਦੇ, ਆਪਣੇ ਜੀਵਨ ਦਾ ਅਧਾਰ ਬਣਾਵੋ ।

Whosoever may have a burning desire, anxiety to realize His Holy Spirit prevailing everywhere; to be enlightened with the essence of His Word; the real purpose of ambrosial human life opportunity. He may meditate, adopts the teachings of His Word with steady and stable belief in his day-to-day life. To adopt the teachings of His Word in own day-to-day life, may be very tedious, overwhelmed with sweet poison, temptations of worldly wealth. He must adopt the teachings of His Word with steady and stable belief as an ultimate Command; he must remain beyond the reach of influence of worldly criticism, rebuking, slandering as the purpose, path of his human life journey.

21. ਸਲੋਕ ਮਹਲਾ ੧॥ 1412-3

ਨਾਲਿ ਕਿਰਾੜਾ, ਦੋਸਤੀ ਕੂੜੈ ਕੂੜੀ ਪਾਇ॥ naal kiraarhaa dostee koorhai koorhee paa-ay.
ਮਰਣੁ ਨ ਜਾਪੈ ਮੂਲਿਆ, ਆਵੈ ਕਿਤੈ ਥਾਇ॥੨੧॥ maran na jaapai mooli-aa aavai kitai thaa-ay. ||21||

ਸੰਸਾਰਕ ਮਾਇਆ ਦੇ ਗੁਲਾਮ, ਲਾਲਚੀ ਨਾਲ ਦੋਸਤੀ ਕਦੀ ਮੁਸ਼ਕਲ ਸਮੇਂ ਸਾਥ ਨਹੀ ਦੇਂਦੀ । ਜਿਵੇਂ ਸੰਸਾਰਕ ਮਾਇਆ ਕਿਸੇ ਦੀ ਗੁਲਾਮ ਨਹੀਂ ਰਹਿੰਦੀ, ਇਕ ਪਲ ਵਿੱਚ ਹੀ ਇਕ ਜੀਵ ਤੋਂ ਦੂਸਰੇ ਦੇ ਪਾਸ ਚਲੇ ਜਾਂਦੀ ਹੈ । ਮੌਤ ਦੇ ਸਮੇਂ ਦੀ ਕਿਸੇ ਜੀਵ ਨੂੰ ਸੋਝੀ ਨਹੀਂ ਹੁੰਦੀ, ਕਿਸੇ ਸਮੇਂ ਵੀ ਆ ਸਕਦੀ ਹੈ । ਜੀਵ ਨੂੰ ਸੰਸਾਰਕ ਮਾਇਆ ਦੇ ਨਸ਼ੇ, ਭਰੋਸੇ ਨੂੰ ਆਪਣੇ ਮਾਨਸ ਜੀਵਨ ਦਾ ਅਧਾਰ ਬਣਾਕੇ, ਮਾਨਸ ਜੀਵਨ ਦਾ ਅਮੋਲਕ ਮੌਕਾ ਬਰਬਾਦ ਨਹੀਂ ਕਰਨਾ ਚਾਹੀਦਾ ।

Whosoever may associate a victim, slave of sweet poison of worldly wealth; he may only regret and repents. He may never standby to help in the time of worldly miseries. As worldly wealth (**wealth, cat, women**) may never be slaved; same way, worldly wealth remains moving, in circulation from one to other. Unpredictable death may knock at head anytime. Whosoever may remain intoxicated with sweet poison of worldly wealth as the purpose of his life; he may waste his ambrosial human life opportunity uselessly.

22. ਸਲੋਕ ਮਹਲਾ ੧॥ 1412-4

ਗਿਆਨ ਹੀਣੰ ਅਗਿਆਨ ਪੂਜਾ॥ gi-aan heenaN agi-aan poojaa.
ਅੰਧ ਵਰਤਾਵਾ ਭਾਉ ਦੂਜਾ॥੨੨॥ anDh vartaavaa bhaa-o doojaa. ||22||

ਰੂਹਾਨੀ ਸੋਝੀ ਤੋਂ ਬਿਨਾਂ ਮਾਨਸ, ਅੰਧ ਵਿਸ਼ਵਾਸ, ਮਾਇਆ ਦੇ ਗੁਲਾਮ, ਅਗਿਆਨੀ ਸੰਤਾਂ ਦੇ ਪਿਛੇ ਲਗਾ, ਧਰਮ ਦੇ ਨਿਯਮਾਂ ਦਾ ਗੁਲਾਮ ਬਣ ਜਾਂਦਾ ਹੈ । ਉਹ ਸ਼ਬਦ ਦੀ ਪਾਲਣਾ ਤੇ ਅਡੋਲ ਨਹੀਂ ਰਹਿੰਦਾ । ਆਪਣੇ ਧਾਰਮਕ ਨਿਯਮਾਂ ਦਾ, ਗੁਰੂ ਦੀ ਸਿਖਿਆਂ ਦਾ ਗੁਲਾਮ ਬਣਾਉਂਦਾ ਹੈ । ਕੇਵਲ ਸ਼ਬਦ ਦੀ ਸਿਖਿਆਂ, ਜਨਮ, ਮਰਨ ਦੇ ਮਾਲਕ ਦਾ ਗੁਲਾਮ ਬਣਾਉਂਦੀ ਹੈ । ਕੋਈ ਵੀ ਦੋਨਾਂ ਰਸਤਿਆਂ ਤੇ ਅਡੋਲ ਭਰੋਸੇ ਨਾਲ ਨਹੀਂ ਚਲ ਸਕਦਾ ।

Ignorant, self-minded, without eternal spiritual enlightenment, may follow the teachings of ignorant, worldly guru, a slave of sweet poison of wealth. He may become a loyal to worldly guru, a prisoner of religious principles, fundamentals. He may never remain steady and stable on the path of teachings of His Word. Religious fundamentals may enforce the teachings of religious, worldly guru as the right path of salvation from the cycle of birth and death. Ignorant may believe, worldly guru as a gate-keeper between his soul and His Holy Spirit. Teachings of His Word may enforce the path of The True Guru, Master of birth and death. Whosoever may put his feet on two boats; he may never be able to cross the worldly ocean overwhelmed with Shiv (His Word teachings) and Shakti (sweet poison of worldly wealth).

23. ਸਲੋਕ ਮਹਲਾ ੧॥ 1412-5

ਗੁਰ ਬਿਨੁ ਗਿਆਨੁ, ਧਰਮ ਬਿਨੁ ਧਿਆਨੁ॥ gur bin gi-aan Dharam bin Dhi-aan.
ਸਚ ਬਿਨੁ ਸਾਖੀ, ਮੂਲੋ ਨ ਬਾਕੀ॥੨੩॥ sach bin saakhee moolo na baakee. ||23||

ਜਿਹੜਾ ਸ਼ਬਦ ਦੀ ਸਿਖਿਆਂ ਨਾਲ ਆਪਣਾ ਜੀਵਨ ਨਹੀਂ ਢਾਲਦਾ, ਉਸ ਨੂੰ ਪ੍ਰਭ ਦੇ ਸ਼ਬਦ ਦੀ ਸੋਝੀ ਬਖਸ਼ਿਸ਼ ਨਹੀਂ ਹੁੰਦੀ । ਮਨ ਵਿਚੋਂ ਸੰਸਾਰਕ ਇਛਾਂ ਨੂੰ ਤਿਆਗਣ, ਕਾਬੂ ਰਖਣ ਤੋਂ ਬਿਨਾਂ, ਕੋਈ ਜੀਵ ਸ਼ਬਦ ਦੀ ਪਾਲਣਾ ਵਿੱਚ ਅਡੋਲ ਨਹੀਂ ਹੋ ਸਕਦਾ । ਜਿਹੜਾ ਸ਼ਬਦ ਨੂੰ ਅਡੋਲ ਭਰੋਸੇ ਨਾਲ ਆਪਣੇ ਜੀਵਨ ਦਾ ਅਧਾਰ ਨਹੀਂ ਬਣਾਉਂਦਾ, ਉਸ ਨੂੰ ਪ੍ਰਭ ਦੇ ਦਰਬਾਰ ਵਿੱਚ ਪ੍ਰਵਾਨਗੀ ਦਾ ਅਸਲੀ ਰਸਤਾ ਬਖਸ਼ਿਸ਼ ਨਹੀਂ ਹੁੰਦਾ । ਧਰਮ– ਮਨ ਸਾ ਇਖਲਾਕ

Whosoever may not adopt the teachings of His Word with steady and stable belief in his day-to-day life; he may never be enlightened with the essence of His Word, the real purpose of human life opportunity. Whosoever may not renounce his worldly desires nor conquers his own mind. He may never remain steady and stable on the path, of obeying the teachings of His Word. He may never be blessed with the right path of acceptance in His Court.

24. ਸਲੋਕ ਮਹਲਾ ੧॥ 1412-6

ਮਾਨੂ ਘਲੈ ਉਠੀ ਚਲੈ॥ maanoo ghalai uthee chalai.
ਸਾਦੁ ਨਾਹੀ ਇਵੇਹੀ ਗਲੈ॥੨੪॥ saad naahee ivayhee galai. ||24||

ਮਾਨਸ ਜੀਵਨ ਦਾ ਮੰਤਵ ਹੀ ਆਤਮਾ ਨੂੰ ਪਵਿੱਤਰ ਕਰਕੇ, ਪ੍ਰਭ ਦੇ ਪਰਖਣ ਯੋਗ ਬਣਾਉਣਾ ਹੁੰਦਾ ਹੈ । ਜਿਹੜਾ ਸ਼ਬਦ ਦੀ ਕਮਾਈ, ਸ਼ਬਦ ਦੀ ਸਿਖਿਆਂ ਨਾਲ ਜੀਵਨ ਢਾਲਣ ਤੋਂ ਬਿਨਾਂ ਜੀਵਨ ਬਤੀਤ ਕਰਦਾ ਹੈ । ਉਸ ਨੂੰ ਮਾਨਸ ਜਨਮ ਦਾ ਕੋਈ ਲਾਭ, ਅਨੰਦ ਬਖਸ਼ਿਸ਼ ਨਹੀਂ ਹੁੰਦਾ ।

The real purpose of human life opportunity may be to sanctify his soul to become worthy of His Consideration. Whosoever may not adopt the teachings of His Word, nor earns the wealth of His Word; he may waste his life uselessly, without any benefit.

25. ਸਲੋਕ ਮਹਲਾ ੧॥ 1412-6

ਰਾਮੁ ਝੁਰੈ ਦਲ ਮੇਲਵੈ, ਅੰਤਰਿ ਬਲੁ ਅਧਿਕਾਰ॥ raam jhurai dal maylvai antar bal aDhikaar.
ਬੰਤਰ ਕੀ ਸੈਨਾ ਸੇਵੀਐ, ਮਨਿ ਤਨਿ ਜੁਝੁ ਅਪਾਰੁ॥ bantar kee sainaa sayvee-ai man, tan jujh apaar.
ਸੀਤਾ ਲੈ ਗਇਆ ਦਹਸਿਰੋ, ਲਛਮਣੁ ਮੂਓ ਸਰਾਪਿ॥ seetaa lai ga-i-aa dehsiro lachhman moo-o saraap.
ਨਾਨਕ ਕਰਤਾ ਕਰਣਹਾਰੁ, ਕਰਿ ਵੇਖੈ ਥਾਪਿ ਉਥਾਪਿ॥੨੫॥ naanak kartaa karanhaar kar vaykhai thaap uthaap. ||25||

ਰਾਮ ਚੰਦਰ ਦੇ ਮਨ ਅੰਦਰ, ਆਪਣੀ ਸੰਸਾਰਕ ਤਾਕਤ, ਹੈਸੀਅਤ, ਬਲ ਦਾ ਬਹੁਤ ਅਹੰਕਾਰ ਹੁੰਦਾ ਹੈ । ਸੀਤਾ ਦੇ ਵਿਛੋੜੇ ਨਾਲ ਮਨ ਵਿੱਚ ਬਹੁਤ ਉਦਾਸੀ ਹੁੰਦੀ ਹੈ । ਆਪਣੇ ਆਪ ਨੂੰ ਮਜਬੂਰ ਸਮਝਦਾ ਹੈ । ਉਹ ਆਪਣੇ ਸੇਵਕ, ਬੰਦਰਾਂ ਦੇ ਪੀਰ ਹਨੂਮਾਨ ਦੀ ਆਰਧਨਾ ਕਰਦਾ ਹੈ । ਉਸ ਦੀ ਪੁਕਾਰ ਸੁਣਕੇ, ਹਨੂਮਾਨ, ਬੰਦਰਾਂ ਦੀ ਫੌਜ ਲੈ ਕੇ ਹਾਜ਼ਰ ਹੋ ਜਾਂਦਾ ਹੈ । ਰਾਵਨ ਨੇ ਸੀਤਾ ਨੂੰ, ਲਛਮਨ ਨੂੰ ਸਰਾਪ ਦੇ ਕੇ ਮਾਰ ਦੇਣ ਦਾ ਡਰ ਪਾ ਦਿੱਤਾ! ਉਸ ਨੇ ਸੀਤਾ ਨੂੰ ਗੁਲਾਮ ਬਣਾ ਲਿਆ । ਪ੍ਰਭ ਆਪ ਹੀ ਸਭ ਕਰਤਵ ਰਚਾਉਂਦਾ, ਆਪਣਾ ਕੀਤਾ ਆਪ ਹੀ ਦੇਖਦਾ ਹੈ । ਭਗਤ ਵੀ, ਪ੍ਰਭ **ਦੇ ਭਾਣੇ ਨੂੰ ਭੁਲ ਜਾਂਦਾ ਹੈ, ਆਪਣੇ ਰਸਤੇ ਤੋਂ ਡੋਲ** ਜਾਂਦਾ ਹੈ । ਉਹ ਆਪਣੇ ਉਪਰ ਆਉਣ ਵਾਲੀ ਮੁਸ਼ੀਬਤ ਨੂੰ ਬਦਲ ਨਹੀਂ ਸਕਦਾ ਵਾਪਰਕੇ ਹੀ ਰਹਿੰਦੀ ਹੈ । ਜੀਵ, ਪ੍ਰਭ ਦੇ ਕਰਤਬ ਨੂੰ ਸਤਿ ਕਰਕੇ ਹੀ ਮੰਨ ਲਵੇ ।

Ram Chander was proud of his worldly status, power and his own youth and strength. He became very depressed with abduction of **Sita**. He felt helpless and begged for the help of **Hanmaan,** the king of monkeys. King **Raaven** captured Sita as a prisoner, by creating a fear of cursing **Lachhman**. The True Master creates the play of universe to check the sincerity, belief of His true devotee and monitors all events in his life. Sometimes, His true devotee (like Rama) may drift from the right path and becomes a slave of worldly wealth, ego. No one may ever be able to avoid the events of His Nature; His Command must be endured. His true devotee remains steady and stable on the right path under any worldly environments.

26. ਸਲੋਕ ਮਹਲਾ ੧॥ 1412-8

ਮਨ ਮਹਿ ਝੂਰੈ ਰਾਮਚੰਦੁ, ਸੀਤਾ ਲਛਮਣ ਜੋਗੁ॥ man, meh jhoorai raamchand seetaa lachhman jog.
ਹਣਵੰਤਰੁ ਆਰਾਧਿਆ, ਆਇਆ ਕਰਿ ਸੰਜੋਗੁ॥ hanvantar aaraaDhi-aa aa-i-aa kar sanjog.
ਭੂਲਾ ਦੈਤੁ ਨ ਸਮਝਈ, ਤਿਨਿ ਪ੍ਰਭ ਕੀਏ ਕਾਮ॥ bhoolaa dait na samjha-ee tin parabh kee-ay kaam.
ਨਾਨਕ ਵੇਪਰਵਾਹੁ ਸੋ, ਕਿਰਤੁ ਨ ਮਿਟਈ ਰਾਮ॥੨੬॥ naanak vayparvaahu so kirat na mit-ee raam. ||26||1

ਭਗਤ ਰਾਮ ਚੰਦਰ ਆਪਣੇ ਦਿਲ ਵਿੱਚ ਬਹੁਤ ਉਦਾਸ ਹੈ । ਉਹ ਲਛਮਨ, ਸੀਤਾ ਦੀ ਰਖਿਆ ਨਹੀਂ ਕਰ ਸਕਿਆ । ਉਹ ਪ੍ਰਭ ਦੀ ਭਾਣੇ ਤੋਂ ਡੋਲ ਜਾਂਦਾ ਹੈ! ਬੰਦਰਾਂ ਦੇ ਦੇਵਤੇ ਹਨੂਮਾਨ ਦੀ ਮਦਦ ਲੈਂਦਾ ਹੈ । ਹਨੂਮਾਨ ਦੀ ਮੱਤ ਵੀ ਮਾਰੀ ਜਾਂਦੀ ਹੈ, ਉਹ ਭੁਲ ਜਾਂਦਾ ਹੈ, ਸਭ ਕੁਝ ਪ੍ਰਭ ਆਪ ਹੀ ਕਰਦਾ ਹੈ, ਭਗਤਾ ਦਾ ਭਰੋਸਾ ਪਰਖਦਾ ਰਹਿੰਦਾ ਹੈ । ਉਸ ਦਾ ਭਾਣਾ ਟਾਲਿਆ ਨਹੀਂ ਜਾ ਸਕਦਾ । ਪ੍ਰਭ ਦੇ ਭਾਣੇ ਨੂੰ ਸਤਿ ਕਰਕੇ ਮੰਨਣਾ ਹੀ ਪ੍ਰਭ ਦੀ ਰਜ਼ਾ ਵਿੱਚ ਰਹਿਣਾ ਹੈ ।

Prophet, **Ram Chander** becomes very depressed and helpless; he could not protect Sita and Lachman. He drifted from the right path of acceptance in His Court. He begged for the help of **Hunmaan**. Even though **Hunmaan** was His true devotee; he also abandoned the right path, His Command. He ignored, forgot; The True Master creates unique events time to time to monitor the sincerity of His true devotee. His Command may never be avoided, altered. To obey His Command under all worldly environments may be the right path of acceptance in His Court.

27. ਸਲੋਕ ਮਹਲਾ ੧॥ 1412-10

ਲਾਹੌਰ ਸਹਰੁ, ਜਹਰੁ ਕਹਰੁ, ਸਵਾ ਪਹਰੁ॥੨੭॥ laahour sahar jahar kahar savaa pahar. ||27||

ਲਾਹੌਰ ਤੇ ਵੀ ਸਵਾ ਪਹਰੋ ਕਰੋਪੀ ਆਉਣੀ ਹੈ । ਕਿਸੇ ਬੰਦਗੀ ਕਰਨ ਵਾਲੇ ਦੀ ਕੁਰਬਾਨੀ ਹੋਣੀ ਹੈ ।

Nanak Ji was blessed with prediction of His Nature! The Holy City of Lahore may face a terrible disaster; His true devotee, Holy soul may be sacrificed to uphold the teachings of His Word, Command

28. ਸਲੋਕ ਮਹਲਾ ੩॥ 1412-11

ਲਾਹੌਰ ਸਹਰੁ ਅੰਮ੍ਰਿਤ ਸਰੁ, ਸਿਫਤੀ ਦਾ ਘਰੁ॥੨੮॥ laahour sahar amrit sar siftee daa ghar. ||28||

ਅਮਰਦਾਸ ਜੀ ਅਰਾਧਨਾ ਕਰਦਾ ਹੈ! ਲਾਹੌਰ, ਪ੍ਰਭ ਦੇ ਸ਼ਬਦ ਦੇ ਅੰਮ੍ਰਿਤ ਦਾ ਸਾਗਰ ਬਣ ਜਾਵੇਗਾ । ਉਥੇ ਥਾਂ ਥਾਂ ਤੇ ਪ੍ਰਭ ਦੇ ਸ਼ਬਦ ਦੀ ਪੂਜਾ ਹੋਵੇਗੀ ।

His true devotee Amar Das prayed! The Holy City of Lahore may become a Holy Shrine, the ocean of nectar of the teachings of His Word. Everywhere in the city, the teachings of His Word may be worshipped.

29. ਸਲੋਕ ਮਹਲਾ ੧॥ 1412-12

ਮਹਲਾ ੧॥ mehlaa 1.
ਉਦੋਸਾਹੈ ਕਿਆ ਨੀਸਾਨੀ, ਤੋਟਿ ਨ ਆਵੈ ਅੰਨੀ॥ udosaahai ki-aa neesaanee tot na aavai annee.
ਉਦੋਸੀਅ ਘਰੇ ਹੀ ਵੁਠੀ, ਕੁੜਿਈ ਰੰਨੀ ਧੰਮੀ॥ udosee-a gharay hee vuthee kurhi-eeN rannee Dhammee.
ਸਤੀ ਰੰਨੀ ਘਰੇ ਸਿਆਪਾ, ਰੋਵਨਿ ਕੂੜੀ ਕੰਮੀ॥ satee rannee gharay si-aapaa rovan koorhee kammee.
ਜੋ ਲੇਵੈ ਸੋ ਦੇਵੈ ਨਾਹੀ, ਖਟੇ ਦੰਮ ਸਹੰਮੀ॥੨੯॥ jo layvai so dayvai naahee khatay damm sahamee. ||29||

ਜਿਹੜੇ ਘਰ ਵਿੱਚ ਔਰਤ, ਨਾਰੀ ਹਮੇਸ਼ਾਂ ਹੀ ਕਲੇਸ਼ ਪਾਈ ਰਖਦੀ ਹੈ । ਉਸ ਘਰ ਦੀ ਬਰਕਤ ਉਠ ਜਾਂਦੀ ਹੈ । ਜਿਸ ਘਰ ਵਿੱਚ ਨਾਰੀ ਦੀਆਂ ਝਾਂਜ਼ਰਾਂ ਦੀ ਅਵਾਜ਼ ਆਉਂਦੀ, ਨਾਰੀ ਦਾ ਸਤਿਕਾਰ ਹੁੰਦਾ ਹੈ । ਉਹ ਘਰ ਵਿੱਚ ਸਦਾ ਹੀ ਖੇੜਾ ਰਹਿੰਦਾ ਹੈ । ਜਿਸ ਘਰ ਵਿੱਚ ਔਰਤ ਦਾ ਸਤਿਕਾਰ ਹੁੰਦਾ, ਔਰਤ ਸਦਾ ਕਲੇਸ਼ ਨਹੀਂ ਪਾਈ ਰਖਦੀ । ਉਸ ਘਰ ਵਿੱਚ ਬਰਕਤ ਰਹਿੰਦੀ ਹੈ, ਕਦੇ ਕਿਸੇ ਚੀਜ ਦੀ ਕਮੀ ਨਹੀਂ ਹੁੰਦੀ ।

In any family, a woman of the house may always create uncomfortable environments in family life; peace of mind, contentment may evaporate from her house. Wherever woman of the house may be respected, treated as queen, the sound of jiggling may be heard; her house may remain with peace, contentment, and blossom forever. Wherever woman of the house may be respected and woman may not create unhealthy environment with every small event; her house may have an abundant of everything. He may never realize any shortage, disappointment in worldly life.

30. ਸਲੋਕ ਮਹਲਾ ੧॥ 1412-14

ਪਬਰ ਤੂੰ ਹਰੀਆਵਲਾ, ਕਵਲਾ ਕੰਚਨ ਵੰਨਿ॥	pabar tooN haree-aavlaa kavlaa kanchan vann.
ਕੈ ਦੋਖੜੈ ਸੜਿਓਹਿ, ਕਾਲੀ ਹੋਈਆ ਦੇਹੁਰੀ,	kai dokh-rhai sarhi-ohi kaalee ho-ee-aa dayhuree
ਨਾਨਕ ਮੈ ਤਨਿ ਭੰਗੁ॥	naanak mai tan bhang.
ਜਾਣਾ ਪਾਣੀ ਨਾ ਲਹਾ, ਜੈ ਸੇਤੀ ਮੇਰਾ ਸੰਗੁ॥	jaanaa paanee naa lahaaN jai saytee mayraa sang.
ਜਿਤੁ ਡਿਠੈ ਤਨੁ ਪਰਫੁੜੈ, ਚੜੈ ਚਵਗਣਿ ਵੰਨੁ॥੩੦॥	jit dithai tan parfurhai charhai chavgan vann. ||30||

ਜੀਵ, ਕਿਸ ਗੱਲ ਦੀ ਪਰੇਸ਼ਾਨੀ ਹੈ, ਕਿ ਤੂੰ ਜਲ ਕੇ ਸਵਾਹ ਹੋਇਆ, ਤਨ, ਸਰੀਰ ਮੁਰਝਾਇਆ ਹੈ? ਦੇਖ ਪਹਾੜੀ ਤੇ ਹਰਿਆਵਲੀ ਹੈ, ਫੁੱਲ ਖੜੇ ਹਨ । ਮੈਨੂੰ ਪ੍ਰਭ ਦੇ ਪਾਣੀ, ਸ਼ਬਦ ਦੀ ਸੋਝੀ ਦੀ ਸ਼ਰਧਾ ਹੈ, ਮੈਨੂੰ ਸ਼ਬਦ ਦੀ ਸੋਝੀ ਬਖੀਸ਼ਸ਼ ਨਹੀਂ ਹੋਈ । ਜਿਸ ਦੇ ਮਨ ਵਿੱਚ ਪ੍ਰਭ ਦੇ ਸ਼ਬਦ ਦੀ ਸੋਝੀ ਘਰ ਕਰ ਜਾਂਦੀ, ਗੂੜਾ ਰੂਪ ਚੜ੍ਹ ਜਾਂਦਾ, ਸ਼ਬਦ ਦੀ ਸੋਝੀ ਰੂਪੀ ਅੰਮ੍ਰਿਤ ਬਖਸ਼ਿਸ਼ ਹੋ ਜਾਂਦਾ ਹੈ, ਉਸ ਦੇ ਮਨ ਵਿੱਚ ਖੇੜਾ ਬਖਸ਼ਿਸ਼ ਹੋ ਜਾਂਦਾ ਹੈ ।

Why are you frustrated? Why have your body burned and looks like ashes, charcoal? Imagine, all mountains are blossoming with greenery and flowers!

I have a deep devotion with the nectar of the essence of His Word; I have not been blessed with the essence of His Word. Whosoever may remain drenched with a deep crimson color of essence of His Word; with His mercy and grace, he may be blessed with the nectar of the essence of His Word, he may be overwhelmed with blossom in his day-to-day life.

31. ਸਲੋਕ ਮਹਲਾ ੧॥ 1412-16

ਰਜਿ ਨ ਕੋਈ ਜੀਵਿਆ, ਪਹੁਚਿ ਨ ਚਲਿਆ ਕੋਇ॥	raj na ko-ee jeevi-aa pahuch na chali-aa ko-ay.
ਗਿਆਨੀ ਜੀਵੈ ਸਦਾ ਸਦਾ, ਸੁਰਤੀ ਹੀ ਪਤਿ ਹੋਇ॥	gi-aanee jeevai sadaa sadaa surtee hee pat ho-ay.
ਸਰਫੈ ਸਰਫੈ ਸਦਾ, ਸਦਾ, ਏਵੈ ਗਈ ਵਿਹਾਇ॥	sarfai sarfai sadaa sadaa ayvai ga-ee vihaa-ay.
ਨਾਨਕ ਕਿਸ ਨੋ ਆਖੀਐ, ਵਿਣੁ ਪੁਛਿਆ ਹੀ ਲੈ ਜਾਇ॥੩੧॥	naanak kis no aakhee-ai vin puchhi-aa hee lai jaa-ay. ||31||

ਕੋਈ ਵੀ ਜੀਵ ਮਨ ਦੀਆਂ ਸਾਰੀਆਂ ਹੀ ਸੰਸਾਰਕ ਇਛਾਂ ਪੂਰੀਆਂ ਕਰਨ ਲਈ ਇਤਨਾ ਚਿਰ ਜੀਉਂਦਾ ਨਹੀਂ ਰਹੇ ਸਕਦਾ । ਮਨ ਦੀਆਂ ਇਛਾਂ ਵਧਦੀਆਂ ਜਾਂਦੀਆਂ ਹਨ । ਰਾਤੀ ਇਛਾਂ ਪੂਰੀਆਂ ਕਰੋ! ਅਗਰ ਦਿਨ ਚੜ੍ਹੇ, ਹੋਰ ਇਛਾਂ ਆ ਜਾਂਦੀਆਂ ਹਨ । ਜਿਹੜੇ ਜੀਵਾਂ ਨੂੰ ਸ਼ਬਦ ਦੀ ਸੋਝੀ ਬਖਸ਼ਿਸ਼ ਹੋ ਜਾਂਦੀ ਹੈ । ਉਹ ਆਪਣੇ ਭਲਾਈ ਦੇ ਕੰਮਾਂ ਦੀ ਯਾਦ ਨਾਲ ਹਮੇਸ਼ਾਂ ਲਈ ਅਮਰ ਹੋ ਜਾਂਦੇ ਹਨ । ਜੀਵਨ ਪਲ ਪਲ ਕਰਕੇ ਖਤਮ ਹੁੰਦਾ ਜਾਂਦਾ ਹੈ । ਮਾਨਸ ਇਸ ਨੂੰ ਪਕੜ ਰਖਣ ਦੀ ਬਹੁਤ ਕੋਸ਼ਿਸ਼ ਕਰਦਾ ਹੈ । ਪ੍ਰਭ ਬਿਨਾਂ ਦੱਸੇ, ਮਿਥੇ ਸਮੇਂ ਨਾਲ ਹੀ ਮੌਤ ਦੇ ਕੇ ਵਾਪਸ ਲੈ ਜਾਂਦਾ ਹੈ ।

No one ever live long enough to satisfy all his worldly desires, expectations. He may satisfy one desire, a new and more aggressive desire become dominating in his heart. Whosoever may be enlightened with the essence of His Word; he may surrender his self-entity to serve His Creation; with His mercy and grace, he may be blessed with immortal state of mind forever. The predetermined time of human life opportunity may be wasted every moment; however, everyone may try to hold his youth, prosperity. However, the devil of death knocks at his head unannounced and captures his soul to endure the judgement of his worldly deeds.

32. ਸਲੋਕ ਮਹਲਾ ੧॥ 1412-17

ਦੋਸੁ ਨ ਦੇਅਹੁ ਰਾਇ ਨੋ, ਮਤਿ ਚਲੈ ਜਾ ਬੁਢਾ ਹੋਵੈ॥	dos na day-ahu raa-ay no mat chalai jaaN budhaa hovai.
ਗਲਾਂ ਕਰੇ ਘਣੇਰੀਆ, ਤਾਂ ਅੰਨ੍ਹੇ, ਪਵਣਾ ਖਾਤੀ ਟੋਵੈ॥੩੨॥	galaaN karay ghanayree-aa taaN annHay pavnaa khaatee tovai. ||32||

ਨਾਸ ਹੋਣ ਵਾਲੇ ਤਨ ਦੇ ਬੁੱਢੇ ਹੋਣ ਤੇ ਪ੍ਰਭ ਨੂੰ ਕੋਈ ਦੋਸ਼ ਨਾ ਦੇਵੋ । ਜਿਸ ਦੀ ਮੱਤ ਭੁਲਣ ਲਗ ਪਵੇ, ਹੌਲੀ ਹੌਲੀ ਮੱਤ ਤੋਂ ਖੋਖਲਾ, ਅੰਧਾ ਹੋ ਜਾਂਦਾ ਹੈ । ਉਹ ਗੱਲ ਵੀ ਪੂਰੀ ਨਹੀਂ ਕਰ ਸਕਦਾ । ਅਖੀਰ ਵਿੱਚ ਮੌਤ ਦੇ ਟੋਏ ਵਿੱਚ ਡਿੱਗ ਪੈਂਦਾ ਹੈ ।

You should not blame, The True Master for your old age! When the perishable body may become feeble, old with predetermined time; you should not blame your destiny; face the reality of human life. You may lose your memory and concentration. You may not even speak clearly. In the end, perishable body may give up, your breaths may be exhausted.

33. ਸਲੋਕ ਮਹਲਾ ੧॥ 1412-18

ਪੂਰੇ ਕਾ ਕੀਆ ਸਭ ਕਿਛੁ ਪੂਰਾ, ਘਟਿ ਵਧਿ ਕਿਛੁ ਨਾਹੀ॥	pooray kaa kee-aa sabh kichh pooraa ghat vaDh kichh naahee.
ਨਾਨਕ ਗੁਰਮੁਖਿ ਐਸਾ ਜਾਣੈ, ਪੂਰੇ ਮਾਂਹਿ ਸਮਾਂਹੀ॥੩੩॥	naanak gurmukh aisaa jaanai pooray maaNhi samaaNhee. ||33||

ਪ੍ਰਭ ਸਭ ਕੁਝ ਠੀਕ ਹੀ ਕਰਦਾ ਹੈ, ਕੋਈ ਘਟ ਵਧ ਨਹੀਂ ਕਰਦਾ । ਜਿਹੜਾ ਭਲਾਈ, ਸ਼ਬਦ ਦੀ ਕਮਾਈ ਕਰਦਾ ਹੈ । ਪ੍ਰਭ ਦੀ ਰਹਿਮਤ ਨਾਲ ਉਸ ਨੂੰ ਗੁਰਮਖ ਅਵਸਥਾ ਬਖਸ਼ਿਸ਼ ਹੋ ਜਾਂਦੀ ਹੈ! ਉਸ ਦੀ ਆਤਮਾ, ਪ੍ਰਭ ਦੀ ਜੋਤ ਵਿੱਚ ਅਭੇਦ ਹੋ ਜਾਂਦੀ ਹੈ ।

Justice may always prevail in His Court; The True Master may never make mistake. Whosoever may earn the wealth of His Word; with His mercy and grace, he may be blessed with a state of mind as His true devotee. His soul may be immersed within His Holy Spirit.

☬ ਗੁਰੂ ਗ੍ਰੰਥ ਸਾਹਿਬ ਦੀ ਸਿਖਿਆ ਦਾ ਤੱਤ ☬

☬ ਮੁੰਦਾਵਣੀ (1429- 1429) ☬

1. **ਮੁੰਦਾਵਣੀ ਮਹਲਾ ੫॥ 1429-11** -W

ਥਾਲ ਵਿਚਿ ਤਿੰਨਿ ਵਸਤੂ ਪਈਓ, ਸਤੁ ਸੰਤੋਖੁ ਵੀਚਾਰੋ॥	thaal vich tinn vastoo pa-ee-o sat santokh veechaaro.
ਅੰਮ੍ਰਿਤ ਨਾਮੁ ਠਾਕੁਰ ਕਾ ਪਇਓ, ਜਿਸ ਕਾ ਸਭਸੁ ਅਧਾਰੋ॥	amrit naam thaakur kaa pa-i-o jis kaa sabhas aDhaaro.
ਜੇ ਕੋ ਖਾਵੈ, ਜੇ ਕੋ ਭੁੰਚੈ, ਤਿਸ ਕਾ ਹੋਇ ਉਧਾਰੋ॥	jay ko khaavai jay ko bhunchai tis kaa ho-ay uDhaaro.
ਏਹ ਵਸਤੁ ਤਜੀ ਨਹ ਜਾਈ, ਨਿਤ ਨਿਤ ਰਖੁ ਉਰਿ ਧਾਰੋ॥	ayh vasat tajee nah jaa-ee nit nit rakh ur Dhaaro.
ਤਮ ਸੰਸਾਰੁ ਚਰਨ ਲਗਿ ਤਰੀਐ, ਸਭੁ ਨਾਨਕ ਬ੍ਰਹਮ ਪਸਾਰੋ॥੧॥	tam sansaar charan lag taree-ai sabh naanak barahm pasaaro. ||1||

ਪ੍ਰਭ ਨੇ ਸ੍ਰਿਸ਼ਟੀ ਵਿੱਚ ਤਿੰਨ ਪਦਾਰਥ ਜੀਵਾਂ ਦੇ ਵਿਚਾਰ ਕਰਨ ਲਈ ਰਖੇ ਹਨ । **ਸਤੁ, ਸੰਤੋਖ** ਅਤੇ ਪ੍ਰਭ ਦੇ **ਸ਼ਬਦ ਵੱਲ ਧਿਆਨ** ਰਖਿਆ ਹੈ । ਇਸ ਸਭ ਕੁਝ ਦਾ ਅਧਾਰ, ਪ੍ਰਭ ਦੇ ਸ਼ਬਦ ਦੀ ਸਿਖਿਆਂ ਹੈ । ਜਿਹੜਾ ਪ੍ਰਭ ਦੇ ਸ਼ਬਦ ਦੀ ਸਿਖਿਆਂ ਆਪਣੇ ਜੀਵਨ ਵਿੱਚ ਢਾਲਦਾ ਹੈ । ਉਸ ਦੇ ਮਾਨਸ ਜੀਵਨ ਦਾ ਅਸਲੀ ਮਨੋਰਥ ਪੂਰਾ ਹੋ ਜਾਂਦਾ ਹੈ, ਉਸ ਨੂੰ ਮੁਕਤੀ ਦਾ ਰਸਤਾ ਬਖਸ਼ਿਸ਼ ਹੋ ਜਾਂਦਾ ਸਕਦਾ ਹੈ । ਪ੍ਰਭ ਦੀ ਬਖਸ਼ਿਸ਼, ਸ਼ਬਦ ਦੀ ਸੋਝੀ ਕੋਈ ਚੋਰੀ ਨਹੀਂ ਕਰ ਸਕਦਾ । ਜਿਹੜਾ ਪ੍ਰਭ ਦੇ ਸ਼ਬਦ ਦਾ ਸਿਮਰਨ, ਪਾਲਣਾ ਅਡੋਲ ਭਰੋਸੇ ਨਾਲ ਕਰਦਾ ਹੈ । ਪ੍ਰਭ ਆਪ ਹੀ ਉਸ ਨੂੰ ਪ੍ਰਵਾਨਗੀ ਦੇ ਰਸਤੇ ਤੇ ਅਡੋਲ ਰਖਦਾ ਹੈ ।

The True Master has embedded three unique ambrosial virtues in the universe at the disposal of His Creation. Whosoever may comprehend these three virtues, accepts His Word as an Ultimate Command.

Patiently wait for His Blessings;
Remain contented with His Blessings;
Concentrate on the real purpose of human life;

The teachings of His Word may be the foundation, pillar of all three unique virtues. Whosoever may adopt the teachings of His Word with steady and stable belief in his day-to-day life; with His mercy and grace, he may be blessed with the right path of acceptance in His Court. The purpose of his human life opportunity may be rewarded, successfully. No one may ever deprive, robs His Blessed Vision, enlightenment of His Word, the right path of acceptance in His Court from His true devotee. Whosoever may surrender his self-entity at His Sanctuary and meditates, obeys the teachings of His Word with steady and sable belief; with His mercy and grace, The True Master may keep His true devotee steady and stable on the right path of acceptance in His Court.

2. **ਸਲੋਕ ਮਹਲਾ ੫॥ (1429-14)**

ਤੇਰਾ ਕੀਤਾ ਜਾਤੋਂ ਨਾਹੀ, ਮੈਨੋ ਜੋਗੁ ਕੀਤੋਈ॥	tayraa keetaa jaato naahee maino jog keeto-ee.
ਮੈ ਨਿਰਗੁਣਿਆਰੇ ਕੋ ਗੁਣੁ ਨਾਹੀ, ਆਪੇ ਤਰਸੁ ਪਇਓਈ॥	mai nirguni-aaray ko gun naahee aapay taras pa-i-o-ee.
ਤਰਸੁ ਪਇਆ ਮਿਹਰਾਮਤਿ ਹੋਈ, ਸਤਿਗੁਰੁ ਸਜਣੁ ਮਿਲਿਆ॥	taras pa-i-aa mihraamat ho-ee satgur sajan mili-aa.
ਨਾਨਕ ਨਾਮੁ ਮਿਲੈ ਤਾਂ ਜੀਵਾਂ, ਤਨੁ ਮਨੁ ਥੀਵੈ ਹਰਿਆ॥੧॥	naanak naam milai taaN jeevaaN tan man theevai hari-aa. ||1||

ਪ੍ਰਭ, ਤੇਰੇ ਬਖਸ਼ੇ, ਕਿਸੇ ਕਰਤਬ ਦੇ ਕਾਰਨ ਦੀ ਸੋਝੀ, ਮਾਨਸ ਦੀ ਸਮਝ ਵਿੱਚ ਨਹੀਂ ਹੁੰਦੀ । ਅਣਜਾਣ ਮਾਨਸ ਵਿੱਚ ਕੋਈ ਸਿਆਣਪ, ਕੋਈ ਗੁਣ ਨਹੀਂ ਹੈ! ਪ੍ਰਭ ਨੇ ਆਪਣੀ ਰਹਿਮਤ ਨਾਲ ਹੀ ਮੈਨੂੰ ਸਿਮਰਨ ਦੇ ਯੋਗ ਸਮਝਿਆ, ਬਣਾਇਆ ਹੈ । ਆਪ ਹੀ ਅਸਲੀ ਰਸਤੇ ਤੇ ਪਾਉਣ ਵਾਲੇ ਸੰਤ ਦੀ ਸੰਗਤ ਬਖਸ਼ੀ ਹੈ । ਮੇਰੇ ਸਵਾਸਾਂ ਦਾ, ਮਾਨਸ ਜੀਵਨ ਦਾ ਮੰਤਵ, ਧੰਦਾ ਹੀ, ਪ੍ਰਭ ਦੇ ਸ਼ਬਦ ਦਾ ਸਿਮਰਨ, ਸ਼ਬਦ ਦੀ ਪਾਲਣਾ ਬਣ ਗਿਆ ਹੈ । ਜਿਹੜਾ ਪ੍ਰਭ ਦੇ ਸ਼ਬਦ ਦੇ ਸਿਮਰਨ ਵਿੱਚ, ਸ਼ਬਦ ਦੀ ਸਮਾਧੀ ਵਿੱਚ ਲੀਨ ਹੋ ਜਾਂਦਾ, ਰਹਿੰਦਾ ਹੈ । ਪ੍ਰਭ ਦੀ ਰਹਿਮਤ ਨਾਲ ਉਸ ਦਾ ਮਨ ਸ਼ੀਤਲ, ਠੰਡਾ, ਸੰਤੋਖ ਨਾਲ ਭਰਪੂਰ ਹੋ ਜਾਂਦਾ ਹੈ ।

My True Master, His Blessings, purpose of events in the universe, remain beyond the imagination, comprehension of His Creation. I am ignorant, have no wisdom, own virtues to accomplish or comprehend any happening in the universe. The Merciful True Master has bestowed His Blessed Vision to transform my state of mind to become worthy to meditate, adopt the teachings of His Word. The True Master has blessed the conjugation of His Holy saint to guide on the right path of acceptance in His Court. The purpose of my breathes, human life opportunity has become to meditate, obey the teachings of His Word with steady and stable belief in my day-to-day life. Whosoever may remain intoxicated in meditation in the void of His Word; he may remain calm, peaceful, and overwhelmed with contentment in his human life journey.

ਗੁਰੂ ਨਾਨਕ ਦੇਵ ਜੀ! – Guru Nanak Dev Ji! Guru Granth Sahib

☬ ਸਲੋਕ ਰਾਗ ਮਾਲ਼ਾ ☬

Gurbani Page: 1429–1430

ੴ ਸਤਿਗੁਰ ਪ੍ਰਸਾਦਿ॥ ik-oNkaar satgur parsaad.

ਇਕੋ ਇਕ ਪ੍ਰਭ ਸ੍ਰਿਸ਼ਟੀ ਨੂੰ ਪੈਦਾ ਕਰਨ ਵਾਲਾ, ਤਿੰਨਾਂ ਗੁਣਾਂ (ਰੂਪ, ਰੰਗ, ਅਕਾਰ) ਤੋਂ ਰਹਿਤ ਹੈ । ਉਸ ਦੀ ਹੋਂਦ, ਸ਼ਬਦ, ਹੁਕਮ, ਭਾਣਾ ਅਟਲ ਹੈ । ਸ੍ਰਿਸ਼ਟੀ ਨੂੰ ਗਿਆਨ, ਚਾਨਣ ਬਖਸ਼ਣ ਵਾਲਾ ਅਟਲ ਮਾਲਕ ਹੈ । ਕੇਵਲ ਪ੍ਰਭ ਦੀ ਰਹਿਮਤ ਨਾਲ ਹੀ ਪ੍ਰਭ ਦੇ ਦਰਬਾਰ ਵਿੱਚ ਪ੍ਰਵਾਨਗੀ ਬਖਸ਼ਿਸ਼ ਹੋ ਸਕਦੀ ਹੈ । ਕਿਸੇ ਸੰਸਾਰਕ ਗੁਰੂ ਦੀ ਅਸੀਸ ਨਾਲ ਜਾ ਕੋਈ ਇਸਤਰ੍ਹਾਂ ਦੀ ਬੰਦਗੀ ਨਹੀਂ, ਕੋਈ ਵੀ ਪ੍ਰਭਾਵ, ਦੁਬਿਆ ਨਹੀਂ ਪਾਇਆ ਜਾ ਸਕਦਾ ।

The One and only One True Master, Creator of the universe remains beyond three limitations of recognitions known to mankind; color, body structure- size, and beauty. His Word, His Existence, Command remains true forever and only His Command prevails in the universe; nothing else may exist without His Command. His Word remains the fountain of enlightenment in the universe. Whosoever may be bestowed with His Blessed Vision; only he may be blessed with the right path of acceptance in His Court; his earnings of His Word may be accepted in His Court. No recommendation of any saint, prophet, worldly guru may influence His Blessings.

1. ਰਾਗ ਭੈਰਉ॥ Raag –bhairo॥ 1429-1

ਰਾਗ ਏਕ ਸੰਗਿ ਪੰਚ ਬਰੰਗਨ॥ ਸੰਗਿ ਅਲਾਪਹਿ ਆਠਉ ਨੰਦਨ॥ raag ayk sang panch barangan. sang alaapeh aath-o nandan.
ਪ੍ਰਥਮ ਰਾਗ ਭੈਰਉ ਵੈ ਕਰਹੀ॥ ਪੰਚ ਰਾਗਨੀ ਸੰਗਿ ਉਚਰਹੀ॥ paratham raag bhairo vai karhee. panch raagnee sang uchrahee.
ਪ੍ਰਥਮ ਭੈਰਵੀ ਬਿਲਾਵਲੀ॥ ਪੁੰਨਿਆਕੀ ਗਾਵਹਿ ਬੰਗਲੀ॥ paratham bhairvee bilaavalee. punni-aakee gaavahi banglee.
ਪੁਨਿ ਅਸਲੇਖੀ ਕੀ ਭਈ ਬਾਰੀ॥ ਏ ਭੈਰਉ ਕੀ ਪਾਚਉ ਨਾਰੀ॥ pun aslaykhee kee bha-ee baaree. ay bhairo kee paacha-o naaree.
ਪੰਚਮ ਹਰਖ ਦਿਸਾਖ ਸੁਨਾਵਹਿ॥ pancham harakh disaakh sunaaveh.
ਬੰਗਾਲਮ ਮਧੁ ਮਾਧਵ ਗਾਵਹਿ॥੧॥ bangaalam maDh maaDhav gaavahi. ||1||
ਲਲਤ ਬਿਲਾਵਲ ਗਾਵਹੀ, ਅਪੁਨੀ ਅਪੁਨੀ ਭਾਂਤਿ॥ lalat bilaaval gaavhee apunee apunee bhaaNt.
ਅਸਟ ਪੁਤ੍ਰ ਭੈਰਵ ਕੇ ਗਾਵਹਿ ਗਾਇਨ ਪਾਤ੍ਰ॥੧॥ asat putar bhairav kay gaavahi gaa-in paatar. ||1||

ਗੁਰੂ ਗ੍ਰੰਥ ਸਾਹਿਬ ਵਿੱਚ ਹਰਇਕ ਰਾਗ ਦੇ 5 ਪੰਜ ਮੁਖ ਭਾਗ ਅਤੇ 8 ਭਾਗ ਹਨ । ਬਾਣੀ ਨੂੰ ਪੂਰਨ ਤਰ੍ਹਾਂ ਪੰਜ ਸੁਰਾਂ, ਅਵਾਜ਼ਾਂ ਨਾਲ ਗਾਇਆ ਜਾਂਦਾ ਹੈ ।

Each raag of Guru Granth Sahib has 5 main parts of Raag and 8 sub parts. The right melody of Gurbani may be sung with 5 music instruments and with 5 voices of these prime raag.

ਮੁਖ ਭਾਗ – Prime Raag	ਭਾਗ – Sub- Raag – ਰਾਗਣੀਆਂ
ਭੈਰਵੀ, ਬਿਲਾਵਲੀ, ਪੁੰਨਿਆਕੀ, ਬੰਗਲੀ, ਅਸਲੇਖੀ!	ਪੰਚਮ, ਹਰਖ, ਦਿਸਾਖ, ਬੰਗਾਲਮ, ਮਧੁ, ਮਾਧਵ, ਲਲਤ, ਬਿਲਾਵਲ!
bhairvee, bilaavalee, punni-aakee, banglee, aslaykhee	pancham, harakh, disaakh, sunaaveh, maDh, maaDhav, lalat bilaaval

ਰਾਗ ਦੇ 8 ਭਾਗਾਂ ਨੂੰ ਗਾਉਣ ਨਾਲ ਵੱਖਰੀ ਵੱਖਰੀ ਸੁਰ ਨਿਕਲਦੀ ਹੈ, ਇਹਨਾਂ 8 ਭਾਗਾਂ ਦੀ ਅਵਾਜ਼ ਨੂੰ ਇਕੱਠਾ ਕਰਨ ਨਾਲ ਅਮੋਲਕ ਸੰਗੀਤ ਬਣ ਜਾਂਦਾ ਹੈ ।

Singing these eight sub-parts of Bhairao make a unique ambrosial, intoxicating music.

2. ਰਾਗ ਮਾਲਕਉਸਕ॥ Raag – maalka-usak॥ 1430-4

ਦੁਤੀਆ ਮਾਲਕਉਸਕ ਆਲਾਪਹਿ॥ ਸੰਗਿ ਰਾਗਨੀ ਪਾਚਉ ਥਾਪਹਿ॥ dutee-aa maalka-usak aalaapeh. sang raagnee paacha-o thaapeh.
ਗੋਂਡਕਰੀ ਅਰੁ ਦੇਵਗੰਧਾਰੀ॥ ਗੰਧਾਰੀ ਸੀਹੁਤੀ ਉਚਾਰੀ॥ goNdkaree ar dayvganDhaaree. ganDhaaree seehutee uchaaree.
ਧਨਾਸਰੀ ਏ ਪਾਚਉ ਗਾਈ॥ ਮਾਲ ਰਾਗ ਕਉਸਕ ਸੰਗਿ ਲਾਈ॥ Dhanaasree ay paacha-o gaa-ee. maal raag ka-usak sang laa-ee.
ਮਾਰੂ ਮਸਤਅੰਗ ਮੇਵਾਰਾ॥ ਪ੍ਰਬਲਚੰਡ ਕਉਸਕ ਉਭਾਰਾ॥ maaroo masatang mayvaaraa. parabalchand ka-usak ubhaaraa.
ਖਉਖਟ ਅਉ ਭਉਰਾਨਦ ਗਾਏ॥ kha-ukhat a-o bha-uraanad gaa-ay.
ਅਸਟ ਮਾਲਕਉਸਕ ਸੰਗਿ ਲਾਏ॥੧ asat maalka-usak sang laa-ay. ||1||
ਪੁਨਿ ਆਇਅਉ ਹਿੰਡੋਲੁ ਪੰਚ ਨਾਰਿ ਸੰਗਿ ਅਸਟ ਸੁਤ॥ pun aa-i-a-o hindol panch naar sang asat sut.
ਉਠਹਿ ਤਾਨ ਕਲੋਲ, ਗਾਇਨ ਤਾਰ ਮਿਲਾਵਹੀ॥੧॥ utheh taan kalol gaa-in taar milaavahee. ||1||

ਮੁਖ ਭਾਗ – Prime Raag	ਭਾਗ – Sub- Raag – ਰਾਗਣੀਆਂ
ਗੋਂਡਕਰੀ, ਦੇਵਗੰਧਾਰੀ, ਗੰਧਾਰੀ, ਸੀਹੁਤੀ ਅਤੇ ਧਨਾਸਰੀ!	ਮਾਰੂ, ਮਸਤਅੰਗ, ਮੇਵਾਰਾ, ਪ੍ਰਬਲ, ਚੰਡ, ਕਉ, ਸਕ, ਅਤੇ ਉਭਾਰਾ!
goNdkaree, dayvganDhaaree, ganDhaaree, seehutee, uchaaree.	pancham, harakh, disaakh, sunaaveh, maDh, maaDhav, lalat bilaaval

3. ਰਾਗ ਹਿੰਡੋਲ॥ Raag – hoadol॥ 1430-8

ਤੇਲੰਗੀ ਦੇਵਕਰੀ ਆਈ॥ ਬਸੰਤੀ ਸੰਦੂਰ ਸੁਹਾਈ॥ taylangee dayvkaree aa-ee. basantee sandoor suhaa-ee.
ਸਰਸ ਅਹੀਰੀ ਲੈ ਭਾਰਜਾ॥ ਸੰਗਿ ਲਾਈ ਪਾਂਚਉ ਆਰਜਾ॥ saras aheeree lai bhaarjaa. sang laa-ee paaNcha-o aarjaa.
ਸੁਰਮਾਨੰਦ ਭਾਸਕਰ ਆਏ॥ ਚੰਦ੍ਰਬਿੰਬ ਮੰਗਲਨ ਸੁਹਾਏ॥ surmaanand bhaaskar aa-ay. chandarbimb manglan suhaa-ay.
ਸਰਸਬਾਨ ਅਉ ਆਹਿ ਬਿਨੋਦਾ॥ ਗਾਵਹਿ ਸਰਸ ਬਸੰਤ ਕਮੋਦਾ॥ sarasbaan a-o aahi binodaa. gaavahi saras basant kamodaa.
ਅਸਟ ਪੁਤ੍ਰ ਮੈ ਕਹੇ ਸਵਾਰੀ॥ ਪੁਨਿ ਆਈ ਦੀਪਕ ਕੀ ਬਾਰੀ॥੧॥ asat putar mai kahay savaaree. pun aa-ee deepak kee baaree. ||1||

ਮੁਖ ਭਾਗ – Prime Raag	ਭਾਗ – Sub- Raag – ਰਾਗਣੀਆਂ
ਤੇਲਗੀ, ਦੇਵਕਰੀ, ਬਸੰਤੀ, ਸੰਦੂਰ ਅਤੇ ਅਹੀਰੀ	ਸੁਰਮਾਨੰਦ, ਭਾਸਕਰ, ਚੰਦ੍ਰਬਿੰਬ, ਮੰਗਲਨ, ਸਰਸਬਾਨ, ਬਿਨੋਦਾ, ਬਸੰਤ ਅਤੇ ਕਮੋਦ
taylangee, dayvkaree aa-ee, basantee, sandoor, aheeree	surmaanand, bhaaskar, chandarbimb, manglan, sarasbaan, binodaa, basant, kamodaa.

ਇਸ ਦੇ 5 ਮੁਖ ਭਾਗ ਅਤੇ 8 ਭਾਗ ਹਨ । ਇਹਨਾਂ ਨਾਲ ਅਵਾਜ਼ ਉਚੀ ਹੁੰਦੀ ਹੈ । ਨਿਮ੍ਰਤਾ ਅਤੇ ਮਿੱਠਾਸ ਵਾਲੀ ਧੁਨ ਬਣਦੀ ਹੈ ।

ਗੁਰੂ ਨਾਨਕ ਦੇਵ ਜੀ! – Guru Nanak Dev Ji! Guru Granth Sahib

4. ਰਾਗ ਦੀਪਕ॥ Raag – Deepak॥ 1430-11

ਕਛੇਲੀ ਪਟਮੰਜਰੀ ਟੋਡੀ ਕਹੀ ਅਲਾਪਿ॥ — kachhaylee patmanjree todee kahee alaap.
ਕਾਮੋਦੀ ਅਉ ਗੂਜਰੀ ਸੰਗਿ ਦੀਪਕ ਕੇ ਥਾਪਿ॥੧॥ — kaamodee a-o goojree sang deepak kay thaap. ||1||
ਕਾਲੰਕਾ ਕੁੰਤਲ ਅਉ ਰਾਮਾ॥ ਕਮਲ ਕੁਸਮ ਚੰਪਕ ਕੇ ਨਾਮਾ॥ — kaalankaa kuntal a-o raamaa. kamalkusam champak kay naamaa.
ਗਉਰਾ ਅਉ ਕਾਨਰਾ ਕਲ੍ਯਾਨਾ॥ ਅਸਟ ਪੁਤ੍ਰ ਦੀਪਕ ਕੇ ਜਾਨਾ॥੧॥ — ga-uraa a-o kaanraa kal-yaanaa. asat putar deepak kay jaanaa. ||1||

ਮੁਖ ਭਾਗ – Prime Raag	ਭਾਗ – Sub- Raag – ਰਾਗਣੀਆਂ
ਕਛੇਲੀ, ਪਟਮੰਝਿਲੀ, ਟੋਡੀ, ਕਾਮੋਦੀ, ਗੂਜਰੀ	ਕਾਲਕਾ, ਕੁੰਤਲ, ਰਾਮਾ, ਕਮਲਕੁਸਮ, ਚੰਪਕ, ਗਉਰਾ, ਕਾਨਾਰ ਅਤੇ ਕਲਾਨਾ
taylangee, dayvkaree aa-ee, basantee, sandoor, aheeree	kaalankaa, kuntal, raamaa, kamalkusam, champak, ga-uraa, kaanraa, kal-yaanaa.

5. ਰਾਗ ਸਿਰੀਰਾਗ॥ Raag – siree - raag॥ 1430-13

ਸਭ ਮਿਲਿ ਸਿਰੀਰਾਗ ਵੈ ਗਾਵਹਿ॥ ਪਾਂਚਉ ਸੰਗਿ ਬਰੰਗਨ ਲਾਵਹਿ॥ — sabh mil sireeraag vai gaavahi. paaNcha-o sang barangan laaveh.
ਬੈਰਾਰੀ ਕਰਨਾਟੀ ਧਰੀ॥ ਗਵਰੀ ਗਾਵਹਿ ਆਸਾਵਰੀ॥ — bairaaree karnaatee Dharee. gavree gaaveh aasaavaree.
ਤਿਹ ਪਾਛੈ ਸਿੰਧਵੀ ਅਲਾਪੀ॥ — tih paachhai sinDhvee alaapee.
ਸਿਰੀਰਾਗ ਸਿਉ ਪਾਂਚਉ ਥਾਪੀ॥੧॥ — sireeraag si-o paaNcha-o thaapee. ||1||
ਸਾਲੂ ਸਾਰਗ ਸਾਗਰਾ ਅਉਰ ਗੋਂਡ ਗੰਭੀਰ॥ — saaloo saarag saagraa a-or gond gambheer.
ਅਸਟ ਪੁਤ੍ਰ ਸ੍ਰੀਰਾਗ ਕੇ ਗੁੰਡ ਕੁੰਭ ਹਮੀਰ॥੧॥ — asat putar sareeraag kay gund kumbh hameer. ||1||

ਮੁਖ ਭਾਗ – Prime Raag	ਭਾਗ – Sub- Raag – ਰਾਗਣੀਆਂ
ਬੈਰਾਰੀ, ਕਰਨਾਟੀ, ਗਵਰੀ, ਆਸਾਵਰੀ ਅਤੇ ਸਿੰਧਵੀ	ਸਾਲੂ, ਸਾਰਗ, ਸਾਗਰਾ, ਗੋਂਡ, ਗੰਭੀਰ, ਗੁੰਡ, ਕੁੰਭ ਅਤੇ ਹਮੀਰ
taylangee, dayvkaree aa-ee, basantee, sandoor, aheeree	saaloo, saarag, gond, gambheer, sareeraag, gund, kumbh, hameer

6. ਰਾਗ ਮੇਘ॥ Raag – Maygh॥ 1430-15

ਖਸਟਮ ਮੇਘ ਰਾਗ ਵੈ ਗਾਵਹਿ॥ ਪਾਂਚਉ ਸੰਗਿ ਬਰੰਗਨ ਲਾਵਹਿ॥ — khastam maygh raag vai gaavahi. paaNcha-o sang barangan laaveh.
ਸੋਰਠਿ ਗੋਂਡ ਮਲਾਰੀ ਧੁਨੀ॥ ਪੁਨਿ ਗਾਵਹਿ ਆਸਾ ਗੁਨ ਗੁਨੀ॥ — sorath gond malaaree Dhunee. pun gaavahi aasaa gun gunee.
ਊਚੈ ਸੁਰਿ ਸੂਹਉ ਪੁਨਿ ਕੀਨੀ॥ — oochai sur sooha-o pun keenee.
ਮੇਘ ਰਾਗ ਸਿਉ ਪਾਂਚਉ ਚੀਨੀ॥੧॥ — maygh raag si-o paaNcha-o cheenee. ||1||
ਬੈਰਾਧਰ ਗਜਧਰ ਕੇਦਾਰਾ॥ ਜਬਲੀਧਰ ਨਟ ਅਉ ਜਲਧਾਰਾ॥ — bairaaDhar gajDhar kaydaaraa. jableeDhar nat a-o jalDhaaraa.
ਪੁਨਿ ਗਾਵਹਿ ਸੰਕਰ ਅਉ ਸਿਆਮਾ॥ ਮੇਘ ਰਾਗ ਪੁਤ੍ਰਨ ਕੇ ਨਾਮਾ॥੧॥ — pun gaavahi sankar a-o si-aamaa. maygh raag putran kay naamaa. ||1||

ਮੁਖ ਭਾਗ – Prime Raag	ਭਾਗ – Sub- Raag – ਰਾਗਣੀਆਂ
ਸੋਰਠਿ, ਗੋਂਡ, ਮਲਾਰੀ, ਆਸਾ ਅਤੇ ਸੂਹਉ	ਬੈਰਾਧਰ, ਗਜਧਰ, ਕੇਦਾਰਾ, ਜਬਲੀਧਰ, ਨਟ, ਜਲਧਾਰਾ, ਸੰਕਰ ਅਤੇ ਸਿਆਮਾ
taylangee, dayvkaree aa-ee, basantee, sandoor, aheeree	kaalankaa, kuntal, raamaa, kamalkusam, champak, ga-uraa, kaanraa, kal-yaanaa.

7. ਰਾਗ ਮਾਲਾ॥ 1430-19

ਖਸਟ ਰਾਗ ਉਨਿ ਗਾਏ ਸੰਗਿ ਰਾਗਨੀ ਤੀਸ॥ — khasat raag un gaa-ay sang raagnee tees.
ਸਭੈ ਪੁਤ੍ਰ ਰਾਗੰਨ ਕੇ ਅਠਾਰਹ, ਦਸ, ਬੀਸ॥੧॥੧॥ — sabhai putar raagann kay athaarah das bees. ||1||1||

ਬਾਣੀ ਵਿੱਚ ਸਾਰੇ 6 ਰਾਗ ਹਨ । ਇਹਨਾਂ ਦੇ 30 ਮੁਖ ਭਾਗ ਹਨ ਅਤੇ 48 ਭਾਗ ਹਨ ।

The Guru Granth sahib has been compiled with Total 6 Raags and 30 prime parts of Raag and 48 sub-raags.

ਅਰਦਾਸ

ੴ ਸਤਿ ਨਾਮੁ॥ ਵਾਹਿਗੁਰੂ ਜੀ ਕੀ ਫਤਹਿ॥ ਸ੍ਰੀ ਭਗੌਤੀ ਜੀ ਸਹਾਇ॥
ਤੂ ਠਾਕੁਰੁ, ਤੁਮ ਪਹਿ ਅਰਦਾਸਿ॥ ਜੀਉ ਪਿੰਡੁ, ਸਭੁ ਤੇਰੀ ਰਾਸਿ॥
ਤੁਮ, ਮਾਤ, ਪਿਤਾ, ਹਮ ਬਾਰਿਕ ਤੇਰੇ॥ ਤੁਮਰੀ ਕ੍ਰਿਪਾ, ਮਹਿ ਸੂਖ ਘਨੇਰੇ॥
ਕੋਇ ਨ ਜਾਨੈ, ਤੁਮਰਾ ਅੰਤੁ॥ ਊਚੇ ਤੇ, ਊਚਾ ਭਗਵੰਤ॥
ਸਗਲ ਸਮਗ੍ਰੀ, ਤੁਮਰੈ ਸੂਤ੍ਰਿ ਧਾਰੀ॥ ਤੁਮ ਤੇ ਹੋਇ, ਸੁ ਆਗਿਆਕਾਰੀ॥
ਤੁਮਰੀ ਗਤਿ ਮਿਤਿ, ਤੁਮ ਹੀ ਜਾਨੀ॥ ਨਾਨਕ ਦਾਸ, ਸਦਾ ਕੁਰਬਾਨੀ॥੮॥੪॥

ਦਹੋਰਾ

ਸਗਲ ਦੁਆਰ ਕਉ ਛਾਡਿ ਕੈ ਗਹਿਓ ਤੁਹਾਰੋ ਦੁਆਰ॥
ਬਾਂਹਿ ਗਹੇ ਕੀ ਲਾਜ ਅਸ ਗੋਬਿੰਦ ਦਾਸ ਤੁਹਾਰ॥
ਨਾਨਕ ਨਾਮ ਚੜ੍ਹਦੀ ਕਲਾ । ਤੇਰੇ ਭਾਣੇ ਸਰਬੱਤ ਦਾ ਭਲਾ ।
ੴ ਬੋਲੇ ਸੋ ਨਿਹਾਲ, ਸਤਿ ਸ੍ਰੀ ਅਕਾਲ ।
ਵਾਹਿਗੁਰੂ ਜੀ ਕਾ ਖਾਲਸਾ, ਵਾਹਿਗੁਰੂ ਜੀ ਕੀ ਫਤਹਿ॥

1. SIKH GURU JI and FAMILY HISTORY

1. Guru Nanak Dev Ji – Apr15th,1469 - Sept 22nd 1539			
F- Metha Kalu, M- Tripta	*B- Nanakana Sahib, D- Kartarpur*	*W- Salakhani*	*S-Shri Chand, Laxshmi Chand*
2. Guru Angand Dev Ji – Mar 31st, 1504 –Mar 29th 1552			
F - Pharu Mal M - Pam Kaur	*B- Mata De Saran D-Khadur Sahib*	*W- Khevi*	*S- Dutu, Dasu D-Anakhi, Amaru*
3. Guru Amar Das Ji – May 15th, 1479 – Sept 1st 1574			
F-Taj Bhan M- Salakhani	*B- Baserkay D- Goindwal*	*W- Mansa Devi*	*S- Mohani, Mohari D- Dhani, Bhani*
4. Guru Ram Das Ji – Asu 26, 1534 – Asu 2, 1581			
F-Har Das Sodhi M- Daeja Kaur	*B- Lahore, D- Goindwal*	*W- Bhani*	*S- Prithi Chand, Mah Dev, Aurjan Dev*
5. Guru Aurjan Dev Ji – Apr 15th, 1562 - May 30th, 1606			
F- Ram Das M- Bhani	*B – Goindwal D- Lohore*	*W- Ganga*	*S - Hergobind*
6. Guru Hergobind Ji – Jun 14th, 1594 - Mar 3rd, 1644			
F- Aurjan Dev M- Ganga	*B – Guru Ki Wadali D- Kirtpur*	*W – Damodri, Maha Devi Nanaki,*	*Son of Damodri- Gurdita, Ani Rai D- Viru (Dem) Mah devi- Suraj Mal, Atal Rai Nanki - Tegh Bahadur (Nan).*
7. Guru Her Rai Ji – Feb 26th, 1630 - Oct 6th, 1661			
F - Gurdita M- Nahal Kaur	*B- Kirtpur D- Kirtpur*	*W- Kotkaljani Kishen Kaur*	*Son of Kotkaljani - Ram Rai Son of Kisgen Kaur - Her Krishn*
8. Guru Her Krishen Ji – July 7th, 1656 - Mar 30th, 1664			
F- Her Rai M- Kishen Kaur	*B- Kirtpur D- Dehli*		
9. Guru Tegh Bahadur Ji – Apr 1st, 1621 - Nov 11th, 1674			
F- Hergobind M- Nanaki	*B - Guru Ka Mahal D- Delhi*	*W - Gujari*	*S - Gobind Rai*
10. Guru Gobind Singh Ji – Dec 22nd, 1666 - Oct 7th, 1708			
F - Tegh Bahadur M- Gujari	*B – Patna D- Nadar (Hazoor-sahib)*	*W- Jito Sunderi Sahib Kaur*	*Son of Sunderi - Ajit Singh Jito – Zora Singh, Fathia Singh, Zujjar Singh*
• *11. Guru Granth Sahib - Oct 7th, 1708 – Forever lives!* • *Baba Mani Singh First Sawadar @ Amritsar - died Jun 14th 1738*			
Baba Budha ji- First Granthi (1506 – 1630) of Aad Granth- compiled by Guru Aurjan Dev ji			

Note: ਲਹਿਣਾ ਜੀ – ਗੁਰੂ ਅੰਗਦ ਬਣ ਗਏ!
ਕਰਮਾ (ਜੈਠਾ) ਜੀ – ਗੁਰੂ ਰਾਮ ਦਾਸ ਬਣ ਗਏ!
ਗਿਆਤ ਮੱਲ ਜੀ – ਗੁਰੂ ਤੇਗ ਬਹਾਦਰ ਬਣ ਗਏ!
ਬੂੜਾ (Bura) – ਬਾਬਾ ਬੁੱਡਾ ਜੀ!

ਗੁਰੂ ਨਾਨਕ ਦੇਵ ਜੀ! – Guru Nanak Dev Ji! Guru Granth Sahib

2. ☬ ਪੰਜ ਪਿਆਰੇ:

☬ ਸਿੰਘ ਦੇ ਚਿਨ੍ਹ: ਕ੍ਰਿਪਾਨ, ਕੰਘਾ, ਕੱੜਾ, ਕਛਹਿਰਾ, ਕੇਸ ।☬

☬ ਲੱਖੀ ਸ਼ਾਹ ਵਨਜਾਰਾ, ਨਕਾਈਆ ਬਾਬੇ ਨੇ ਆਪਣੇ ਘਰ ਨੂੰ ਅੱਗ ਭੇਟਾ ਕਰਕੇ – ਤੇਗ ਬਹਾਦਰ ਜੀ ਨੂੰ ਅੰਤਮ ਸਲਾਮੀ ਦਿੱਤੀ ।☬

1. ਭਾਈ ਦਯਾ ਸਿੰਘ:	
ਜਨਮ	1725 ਬਿਕ੍ਰਮੀ ਫਗਨ ਦੀ ਸੰਗ੍ਰਾਂਦਿ, ਐਤਵਾਰ ।
ਥਾਪਣਾ:	13 ਸਾਲ ਦੀ ਉਮਰ ਵਿਚ ਅਨੰਦਪੁਰ ਸਾਹਿਬ ਗੁਰੂ ਦੀ ਸ਼ਰਣ ਆਏ ।
ਜੋਤੀ ਜੋਤ ਸਮਾਏ	1765 ਬਿਕ੍ਰਮੀ ਨੂੰ ਅੱਸੂ, ਸ੍ਰੀ ਅਬਿਚਲ ਨਗਰ, ਹਜੂਰ ਸਾਹਿਬ ।
ਭਗਤ	
2. ਭਾਈ ਧਰਮ ਸਿੰਘ	ਪਿਤਾ – ਪਰਮ ਸੁਖ, ਮਾਤਾ– ਅਨੰਤੀ, ਦਿੱਲੀ – ਜੱਟ ।
ਜਨਮ	1727 ਬਿਕ੍ਰਮੀ ਵੈਸਾਖ ੧੩ ਸੋਮਵਾਰ, ਪਹਿਲੀ ਰਾਤ,
ਥਾਪਣਾ:	25 ਸਾਲ ਦੀ ਉਮਰ ਵਿਚ ਅਨੰਦਪੁਰ ਸਾਹਿਬ ਗੁਰੂ ਦੀ ਸ਼ਰਣ ਆਏ ।
ਜੋਤੀ ਜੋਤ ਸਮਾਏ	1768 ਬਿਕ੍ਰਮੀ, ਸ੍ਰੀ ਅਬਿਚਲ ਨਗਰ, ਹਜੂਰ ਸਾਹਿਬ ।
ਭਗਤ	ਭਗਤ ਧੰਨੇ ਜੀ ਦੇ ਅਵਤਾਰ ਸਨ
3. ਭਾਈ ਹਿੰਮਤ ਸਿੰਘ	ਪਿਤਾ– ਮਾਲ ਦੇਉ, ਮਾਤਾ–ਲਾਲ ਦੇਈ– ਜਗਨ ਨਾਥ ਪੁਰੀ ਦੇ ਝੀਵਰ
ਜਨਮ	1721 ਬਿਕ੍ਰਮੀ ਜੇਠ ੧੫, ਗੁਰੂ ਤੇਗ ਬਹਾਦਰ ਦੇ ਡੇਰੇ – ਬਾਬੇ ਬਕਾਲੇ ।
ਥਾਪਣਾ:	xx ਸਾਲ ਦੀ ਉਮਰ ਵਿਚ ਅਨੰਦਪੁਰ ਸਾਹਿਬ ਗੁਰੂ ਦੀ ਸ਼ਰਣ ਆਏ ।
ਜੋਤੀ ਜੋਤ ਸਮਾਏ	1761 ਬਿਕ੍ਰਮੀ ਨੂੰ ਸਾਹਿਬਜਾਦਿਆ ਨਾਲ, ਸ੍ਰੀ ਚਮਕੌਰ ਸਾਹਿਬ ।
ਭਗਤ	ਚੱਤ੍ਰ ਭੁਜੀ ਨੂੰ ਪਕੜਨ ਵਾਲੇ ਪੰਧਕ ਦਾ ਅਵਤਾਰ ਸਨ
4. ਭਾਈ ਮੁਹਕਮ ਸਿੰਘ	ਪਿਤਾ– ਜਗਜੀਵਨ ਰਾਇ, ਮਾਤਾ – ਸੰਭਲੀ ਜੀ ।
ਜਨਮ	1736 ਬਿਕ੍ਰਮੀ 5 ਚੇਤ ਦਵਾਰਕਾ ਵਾਸੀ, ਨਾਮਾ ਵਾਸੀ ਸਨ ।
ਥਾਪਣਾ:	15 ਸਾਲ ਦੀ ਉਮਰ ਵਿਚ ਮਾਤਾ ਪਿਤਾ ਨਾਲ ਗੁਰੂ ਗੋਬਿੰਦ ਜੀ ਦੇ ਸ਼ਰਣ ।
ਜੋਤੀ ਜੋਤ ਸਮਾਏ	1761 ਬਿਕ੍ਰਮੀ ਨੂੰ ਸਾਹਿਬਜਾਦਿਆ ਨਾਲ, ਸ੍ਰੀ ਚਮਕੌਰ ਸਾਹਿਬ ।
ਭਗਤ	ਭਗਤ: – ਭਗਤ ਨਾਮਦੇਵ ਜੀ ਦੇ ਅਵਤਾਰ ਸਨ ।
5. ਭਾਈ ਸਾਹਿਬ ਸਿੰਘ	ਪਿਤਾ – ਗੁਰ ਨਾਰੈਣ, ਮਾਤਾ – ਅਨੰਕਪਾ ਜੀ ।
ਜਨਮ	1732 ਬਿਕ੍ਰਮੀ ੫ ਮੱਘਰ, ਬਿਦਰਪੁਰੀ ਦੇ ਵਾਸੀ ਸਨ
ਥਾਪਣਾ:	11 ਸਾਲ ਦੀ ਉਮਰ ਵਿਚ ਗੁਰੂ ਗੋਬਿੰਦ ਸਿੰਘ ਜੀ ਦੇ ਸ਼ਰਣ ਭੇਟਾ ਕੀਤੇ ।
ਜੋਤੀ ਜੋਤ ਸਮਾਏ	1761 ਬਿਕ੍ਰਮੀ ਨੂੰ ਸਾਹਿਬਜਾਦਿਆ ਨਾਲ, ਸ੍ਰੀ ਚਮਕੌਰ ਸਾਹਿਬ ।
ਭਗਤ	ਭਗਤ: – ਸੈਨ ਭਗਤ ਦੇ ਅਵਤਾਰ ਸਨ।

3. ਸਾਹਿਬਜਾਦੇ:

4 ਸਾਹਿਬਜਾਦੇ:	ਪਿਤਾ – ਗੁਰੂ ਗੋਬਿੰਦ ਸਿੰਘ ਜੀ
	ਅਜੀਤ ਸਿੰਘ– ਮਾਤਾ ਸੰਦਰੀ ਜੀ, ਜੋਜਾਰ ਸਿੰਘ; ਜੋਰਾਵਰ ਸਿੰਘ; ਫਤੇਹ ਸਿੰਘ – ਮਾਤਾ – ਜੀਤੋ ਜੀ ।

4. ਬੰਦਾ ਸਿੰਘ (ਮਾਧੋ) ਨੂੰ ਪੰਜਾਂ ਸਿੰਘਾਂ ਦੇ ਮਤਾਹਿਤ ਜੰਗੀ ਕੰਮ ਕਰਨਵਾਲਾ ਥਾਪੀਆ ।

ਬਾਬਾ ਬਾਜ ਸਿੰਘ	ਬਾਬਾ ਬਿਨੋਦ ਸਿੰਘ	ਬਾਬਾ ਕਾਹਨ ਸਿੰਘ	ਬਾਬਾ ਬਿਜੈ ਸਿੰਘ	ਬਾਬਾ ਰਾਮ ਸਿੰਘ
ਭੰਗੂ ਜੀ ਨੇ ਮਾਝੇ ਦੇ ਸਿੰਘ ਦੱਸਿਆ ਹੈ				
ਬਾਬਾ ਬਾਜ ਸਿੰਘ	ਬਾਬਾ ਬਿਨੋਦ ਸਿੰਘ	ਬਾਬਾ ਕਾਹਨ ਸਿੰਘ	ਬਾਬਾ ਦਾਇਆ ਸਿੰਘ	ਬਾਬਾ ਰਣ ਸਿੰਘ

5. ਜੋਗ – 7 ਪ੍ਰਕਾਰ ਦੇ ਜੋਗ ਦੱਸੇ ਗਏ ਹਨ ।

ਮੰਤ੍ਰ ਜੋਗ	ਹਠ ਜੋਗ	ਗਿਆਨ ਜੋਗ	ਰਾਜ ਜੋਗ:
ਭਗਤ ਜੋਗ	ਅਗਰਭਤ ਜੋਗ	ਸ਼ਗਰਭਤ ਜੋਗ	

6. ਵਿਰਾਗ:

ਕਾਰਨ ਵੈਰਾਗ	ਮੰਦਾ ਵੈਰਾਗ	ਵਸੀਕਾਰ ਵੈਰਾਗ	ਯਤਮਾਨ ਵੈਰਾਗ	ਵਿਤ੍ਰੇਕ ਵੈਰਾਗ	ਏਕ ਇੰਦ੍ਰੇ ਵੈਰਾਗ
ਤੀਬਰ ਵੈਰਾਗ	ਘੋੜਾ ਵੈਰਾਗ	ਤਰ ਤਮ ਵੈਰਾਗ	ਗਧਾ ਵੈਰਾਗ	ਤਰ ਤੀਬਰ ਵੈਰਾਗ	ਸ਼ੇਰ ਵੈਰਾਗ

7. ਨੌ ਮੂੰਨੀ:

ਅਤ੍ਰਿ–ਅਨਸੂਆ	ਅੰਗਰਾ–ਸਰਧਾ	ਪੁਲਹ–ਗਤਿ	ਕ੍ਰਤੂ–ਕ੍ਰਿਆ	ਮਰੀਚ–ਕਲਾ
ਪੁਲਸਤਯ–ਹਵਿਭੁਗ	ਭ੍ਰਿਗੂ–ਖਿਆਤਿ	ਅਤਵਣ–ਸ਼ਾਤਿ	ਵਸ਼ਿਸ਼ਟ–ਅਰੁੰਧਤੀ	

8. 14 ਰਤਨ:

ਸ੍ਰੀ	ਮਣ	ਰੰਭਾ	ਧਨੰਤਰ	ਧਨੁਖ	ਗਜਰਾਜ	ਬਾਜ
ਧੇਨ	ਬਿਖ– ਨਿੰਦਾ–ਜ਼ਹਿਰ	ਸਸਿ	ਕਲਪਤਰ	ਸੰਖ	ਅਮੀ	ਬਾਰਨੀ–ਨਾਮ ਦੀ ਮਸਤੀ

9. 4 ਜੁਗ **ਇਕ ਚੋਕੜੀ = 432000 ਸਾਲ:**

ਸਤ ਜੁਗ – 4 ਚੋਕੜੀ	ਤ੍ਰੇਤੇ ਜੁਗ – 3 ਚੋਕੜੀ	ਦੁਅਪਰ ਜੁਗ – 2 ਚੋਕੜੀ	ਕਲ ਜੁਗ – 1 ਚੋਕੜੀ

10. 9 ਖੰਡ:

ਕੁਰੂ ਖੰਡ	ਹਿਰਨਮਯ ਖੰਡ	ਇਲਾਬ੍ਰਤ ਖੰਡ	ਕੇਤਮਾਲ ਖੰਡ	ਹਰੀ ਵਰਖ ਖੰਡ
ਰੰਮਯਕ ਖੰਡ	ਕਿੰਪੁਰਸ਼ ਖੰਡ	ਭੱਦਰ ਖੰਡ	ਭਾਰਤ ਖੰਡ	

11. 4 ਵੇਦ: **ਪ੍ਰਭ ਨੇ ਬ੍ਰਹਮਾ ਜੀ ਨੂੰ ਬਖਸ਼ੇ ।**

ਸ਼ਾਮ ਵੇਦ	ਰਿਗ ਵੇਦ	ਯੁਜਰ ਵੇਦ	ਅਬਰਬਣ ਵੇਦ

12. 9 ਨਾਥ:

ਪ੍ਰਾਨ ਨਾਥ	ਗੋਪੀ ਨਾਥ	ਸੂਰਤ ਨਾਥ	ਗੌਰਖ ਨਾਥ	ਮਛੰਦਰ ਨਾਥ

ਆਦਿ ਨਾਥ – ਸ਼ਿਵ ਦਾ ਅਵਤਾਰ	ਮਛੰਦਰ ਨਾਥ – ਮਾਇਆ ਦਾ ਅਵਤਾਰ	ਉਦੇ ਨਾਥ – ਪਾਰਬਤੀ ਦਾ ਅਵਤਾਰ
ਸੰਤੋਖ ਨਾਥ – ਵਿਸ਼ਨੂੰ ਦਾ ਅਵਤਾਰ	ਕੰਥੜ ਨਾਥ – ਗਣੇਸ਼ ਦਾ ਅਵਤਾਰ	ਸਤਿ ਨਾਥ – ਬ੍ਰਹਮਾ ਦਾ ਅਵਤਾਰ
ਅਚੰਭ ਨਾਥ – ਚੰਬੇ ਦਾ ਰਾਜਾ, ਪਰਬਤ ਦਾ ਅਵਤਾਰ	ਚੌਰੰਜੀ ਨਾਥ – ਪੂਰਨ ਭਗਤ ਸਾਲਬਾਹਨ ਦਾ ਪੁਤਰ	ਗੋਰਖ ਨਾਥ – ਮਹਾਦੇਵ ਦਾ ਅਵਤਾਰ

13. ਭਗਤ 4 ਪ੍ਰਕਾਰ ਦੇ ਹਨ॥

ਅਰਥਾ ਅਰਥੀ – ਕਾਮਨਾ ਨੂੰ ਲੈ ਕੇ ਭਗਤੀ ਕਰਨੀ (ਧ੍ਰੂ),
ਆਰਤ ਭਗਤ – ਦੁਖ ਵੇਲੇ ਪ੍ਰਮੇਸ਼ਰ ਨੂੰ ਚੇਤੇ ਕਰਨਾ – ਪ੍ਰਹਲਾਦ
ਅਨੰਨਿ ਭਗਤ– ਪਿੰਡ ਪਰੈ ਤਉ ਪ੍ਰੀਤ ਨ ਤੋਰਉ – ਨਾਮ ਦੇਵ ਜੀ
ਗਿਆਨੀ ਭਗਤ – ਬਾਬਾ ਬੁੱਢਾ ਜੀ, ਭਾਈ ਮਨੀ ਸਿੰਘ, ਬਾਬਾ ਦੀਪ ਸਿੰਘ

14. ਮਨ ਦੀ ਸੱਤਾ:

ਵਿਵਹਾਰਕ ਸੱਤਾ	ਪ੍ਰਮਾਰਥਕ ਸੱਤਾ	ਪ੍ਰਾਤੀਭਾਸਕ ਸੱਤਾ

15. ਮਨ ਦੀ ਇਛਾ

ਸ਼ੁਭ ਇਛਾ	ਸੁਵਿਚਾਰਨਾ	ਤਨੂੰਮਾਨਸਾ	ਸਤੁਆਪਤ
ਅਸੰਸਕਤ	ਪਦਾਰਥਾਭਾਵਨੀ	ਤੁਰੀਆਪਦ	

16. 40 ਮੁਕਤੇ– ਮਾਤਾ ਭਾਗੋ ਦੇ ਲਾਡਲੇ । ਮੁਕਤੱਸਰ ।

ਗੁਰੂ ਗੋਬਿੰਦ ਸਿੰਘ ਜੀ ਅੱਗੇ ਲੋਹੇ ਦੀ ਚਾਦਰ ਬਣ ਗਏ ।

ਮਹਾਂ ਸਿੰਘ ਜਥੇਦਾਰ ਨੇ ਗੁਰੂ ਗੋਬਿੰਦ ਸਿੰਘ ਜੀ ਦੀ ਗੋਦ ਵਿਚ ਪਰਾਨ ਤਿਆਗੇ ।

ਸਮੀਰ ਸਿੰਘ	ਸਰਜਾ ਸਿੰਘ	ਸਾਧੂ ਸਿੰਘ	ਸ਼ੁਹੇਲ ਸਿੰਘ	ਸ਼ੁਲਤਾਨ ਸਿੰਘ
ਸੋਭਾ ਸਿੰਘ	ਸੰਤ ਸਿੰਘ	ਹਰਸਾ ਸਿੰਘ	ਹਰੀ ਸਿੰਘ	ਕਰਨ ਸਿੰਘ
ਕਰਮ ਸਿੰਘ	ਕਾਲਾ ਸਿੰਘ	ਕੀਰਤਿ ਸਿੰਘ	ਕਿਰਪਾਲ ਸਿੰਘ	ਖੁਸ਼ਾਲ ਸਿੰਘ
ਗੁਲਾਬ ਸਿੰਘ	ਗੰਗਾ ਸਿੰਘ	ਗੰਡਾ ਸਿੰਘ	ਘਰਬਾਰਾ ਸਿੰਘ	ਚੰਬਾ ਸਿੰਘ
ਜਾਦੋ ਸਿੰਘ	ਜੋਗਾ ਸਿੰਘ	ਜੰਗ ਸਿੰਘ	ਦਯਾਲ ਸਿੰਘ	ਦਰਬਾਰਾ ਸਿੰਘ
ਦਿਲਬਾਗ ਸਿੰਘ	ਧਰਮ ਸਿੰਘ	ਧੰਨਾ ਸਿੰਘ	ਨਿਹਾਲ ਸਿੰਘ	ਨਿਧਾਨ ਸਿੰਘ
ਬੂੜ ਸਿੰਘ	ਭਾਗ ਸਿੰਘ	ਭੋਲਾ ਸਿੰਘ	ਭੰਗਾ ਸਿੰਘ	**ਮਹਾਂ ਸਿੰਘ**
ਮੱਜਾ ਸਿੰਘ	ਮਾਨ ਸਿੰਘ	ਮੈਯਾ ਸਿੰਘ	ਰਾਇ ਸਿੰਘ	ਲਛਮਣ ਸਿੰਘ

17. ਹਿੰਦੂ ਧਰਮ ਦੇ 24 ਅਵਤਾਰ – ਦਸਮ ਗ੍ਰੰਥ – ਬਚਿਤ੍ਰ ਨਾਟਕ ।

ਅਵਤਾਰ					
1. ਮੱਛ	2. ਕੱਛ	3. ਛਰਿ ਸਮੁੰਦ੍ਰ ਰਤਨ	4. ਨਾਰਾਇਣ ਚਤੁਰਥ	5. ਮੋਹਨੀ	6. ਬੈਰਾਹ
7. ਨਰਸਿੰਘ	8. ਪਰਸਰਾਮ	9. ਬਾਵਨ	10. ਬ੍ਰਹਮਾ	11. ਰੁਦ੍ਰ	12. ਜਲੰਧਰ
13. ਬਿਸਨ	14. ਮਧੁ ਕੈਟਭ ਬਧ	15. ਅਰਹੰਤ ਵੇਦ	16. ਮਨੁ ਰਾਜਾ	17. ਧੰਨਤਰ ਬੈਦ	18. ਸੂਰਜ
19. ਚੰਦ੍ਰ	20. ਰਾਮ ਚੰਦਰ	21. ਕ੍ਰਿਸ਼ਨਾ	22. ਨਰ	23. ਬੁਧ	24. ਨਿਹਕਲੰਕੀ

10. ਅਵਤਾਰ ਬ੍ਰਹਮਾ ਜੀ – 7 ਭਗਤ						
1. ਬਾਲਮੀਕ	2. ਕੱਸ਼ਪ	3. ਸ਼ੁਕ੍ਰ	4. ਬਚੇਸ	5. ਬਿਆਸ	6. ਖਟ ਰਿਖੀ	7. ਕਾਲ ਦਾਸ ਰਿਖੀ
11. ਅਵਤਾਰ ਰੁਦ੍ਰ ਜੀ						
		ਭਗਤ – ਪਾਰਸ ਨਾਥ				

18. ਅਵਤਾਰ ਰੁਦ੍ਰ ਜੀ ਦੇ 24 ਗੁਰੂ – ਦਸਮ ਗ੍ਰੰਥ ।

1	ਦੱਤ ਗੁਰੂ	9	ਭਨਜਾਰਾ ਨਵਮੋ ਗੁਰੂ	17	ਦੁਧੀਰਾ ਸਤਾਰਵੇਂ ਗੁਰੂ
2	ਮਨ ਗੁਰੂ	10	ਕਾਛਨ ਦਸਮੋ ਗੁਰੂ	18	ਮ੍ਰਿਗਹਾ ਅਠਾਰਸਵੇਂ ਗੁਰੂ
3	ਤ੍ਰਿਤੀ ਮਕਰਕਾ ਗੁਰੂ	11	ਸੁਰੱਥ ਯਾਰਮੋ ਗੁਰੂ	19	ਨਲਨੀ ਸੁਕ ਉਨੀਵੇਂ ਗੁਰੂ
4	ਚਤਰਥ ਗੁਰੂ	12	ਬਾਲੀ ਦੁਅ ਦਸਮੋ ਗੁਰੂ	20	ਸ਼ਾਹ ਬੀਸਵੇਂ ਗੁਰੂ
5	ਪੰਚਮ ਨਾਮ ਗੁਰੂ	13	ਬ੍ਰਿਤ ਤ੍ਰੈ ਦਸਮੋ ਗੁਰੂ	21	ਸੁਕ ਪੜਾਵਤ ਨਰ ਗੁਰੂ
6	ਧੁਨੀਆ ਗੁਰੂ	14	ਛਤਰ ਦਸਮੋ ਗੁਰੂ	22	ਹਰ ਬਾਹਤ ਬਾਈਸਵੇਂ ਗੁਰੂ
7	ਮਾਛੀ ਸਪਤਮੋ ਗੁਰੂ	15	ਬਾਨਗਨ ਪੰਦਰਵੇਂ ਗੁਰੂ	23	ਤ੍ਰਿਆ ਜੱਛਣੀ ਤੇਈਸਮੋ ਗੁਰੂ
8	ਚੇਰੀ ਅਸਟਮੋ ਗੁਰੂ	16	ਚਾਂਵਡ ਸੋਰਵੇਂ ਗੁਰੂ	24	Carnation Guru

19. 52 Poets of Sri Guru Gobind Singh jI – by Bhai Kahan Singh Nabha

#	Name	#	Name	#	Name		
1	Uday Rai	14	Heer	27	Dharm Singh	40	Brikh
2	Ani Rai	15	Hussain Ali	28	Dhanna Singh	41	Brij Lal
3	Amrit Rai	16	Hans Ram	29	Dhayan Singh	42	Mathura
4	Allu	17	Kallu	30	Nannoo	43	Madan Singh
5	Asa Singh	18	Kuveresh	31	Nishchal Dass	44	Madan Giri
6	Alim	19	Khan Chand	32	Nihal Chand	45	Malloo
7	Ishavar Das	20	Gunia	33	Nand Singh	46	Maan Dass
8	Sukh Dev	21	Gurdas	34	Nand Lal	47	Mala Singh
9	Sukha Singh	22	Gopal	35	Pindi Dass	48	Mangal
10	Sukhia	23	Chandan	36	Ballabh	49	Ram
11	Sudama	24	Chanda	37	Balloo	50	Rawal
12	Sainpat	25	Jamaal	38	Bidhi Chand	51	Roshan Singh
13	Shyam	26	Tehkin	39	Bulland	52	Lakha

20. 52 Hukams of Guru Gobind Singh ji!

	52 Hukams of Guru Gobind Singh ji!	
1	ਸੱਚ ਦੀ ਕਮਾਈ ਕਰੋ!	-Earn by honest means.
2	ਦਸਵੰਦ ਲੋੜਵੰਦ ਲਈ ਕਢੋ!	Give one tenth of your salary.
3	ਗੁਰਬਾਣੀ ਯਾਦ ਕਰੋ!	Memorize Gurbani.
4	ਅੰਮ੍ਰਿਤ ਵੇਲੇ ਉਠੋ!	Wake up Amrit Vela (before dawn).
5	ਸੰਤ ਦੀ ਸ਼ਰਧਾ ਨਾਲ ਸੇਵਾ ਕਰੋ!	Serve a Sikh Servant with devotion.
6	ਗੁਰਬਾਣੀ ਦਾ ਭਾਵ ਅਰਥ ਸਿਖੋ!	Learn the meanings of Gurbani from Sikh Scholars
7	5 'ਕ' ਦਾ ਰਹਿਤ ਰਖੋ!	Follow the discipline of the 5 K's
8	ਸ਼ਬਦ ਦੀ ਸਿਖਿਆ ਨਾਲ ਜੀਵਨ ਢਾਲੋ!	Practice Shabad Gurbani in life.
9	ਧਿਆਨ ਪ੍ਰਭ ਦੇ ਚਰਨਾਂ ਵਿੱਚ ਰਖੋ!	Concentrate on the True Guru (God).
10	ਸ਼ਬਦ ਦੀ ਸਿਖਿਆ ਨੂੰ ਜੀਵਨ ਵਿੱਚ ਸੇਧ ਦੇਣ ਵਾਲਾ ਗੁਰੂ ਮੰਨੋ!	Accept Guru Granth Sahib Ji as Guru.
11	ਕੰਮ ਅਰੰਭ ਕਰਨ ਤੋਂ ਪਹਿਲੇ, ਰਹਿਮਤ ਦੀ ਅਰਦਾਸ ਕਰੋ!	At the beginning of a task, perform ardaas
12	ਜਨਮ, ਮੌਤ, ਵਿਆਹ, ਤੇ ਜਪਜੀ ਦਾ ਪਾਠ ਕਰੋ!	At birth, death, or marriage ceremonies, do Japji Sahib!
13	ਪ੍ਰਸ਼ਾਦ ਵੰਡਣ ਵੇਲੇ ਧਰਿਜ ਨਾਲ ਬਠੋ!	Until Karaah Parshaad is completely
14	ਸ਼ਾਦੀ ਤੋਂ ਬਿਨਾਂ ਗ੍ਰਸਤੀ ਜੀਵਨ ਨਾ ਅਰੰਭ ਕਰੋ!	Do not start married life without Anand Karaj (marriage).
15	ਪਰਾਈ ਔਰਤ ਨੂੰ ਮਾਂ, ਭੇਣ ਸਮਝੋ!	Recognize strange women, mothers, and sisters.
16	ਪਤਨੀ ਨੂੰ ਬੂਰਾ ਨਹੀਂ ਬੋਲਨਾ	Do not silence your wife?
17	ਨਸ਼ਾ ਨਹੀਂ ਕਰਨਾ	Abandon worldly falsehoods and tobacco-poison.
18	ਧਾਰਮਕ ਦਾ ਸਾਥ ਕਰੋ!	Keep the company of Sikhs, devotee.
19	ਕੰਮ ਵਿੱਚ ਆਲਸ ਨਾ ਕਰੋ!	Don't be lazy while doing work.
20	ਗੁਰਬਾਣੀ ਸਣੋ, ਵਿਚਾਰ ਕਰੋ!!	Listen Gurbani discourses daily.
21	ਨਿੰਦਿਆਂ ਨਾ ਕਰੋ!	Do not engage in slander, gossip!
22	ਜਾਤ-ਪਾਤ ਦਾ ਵਿਚਾਰ ਨਾ ਕਰੋ!	Do not take pride in wealth, youth, and caste.
23	ਆਪਣਾ ਇਖਲਾਕ ਪਵਿੱਤਰ ਰਖੋ!	Keep the religious discipline high and pure.
24	ਚੰਗੇ ਕਰਮ ਵਿੱਚ ਢਿਲ ਨਾ ਕਰੋ!	Do not refrain from doing Righteous deeds.
25	ਪ੍ਰਭ ਨੂੰ ਬਖਸ਼ਣ ਹਾਰਾ ਮਮਨੋ!	Recognize God as the giver of intellect and strength.
26	ਕਸਮ ਖਾਨ ਵਾਲੇ ਦੀ ਸੰਗਤ ਨਾ ਕਰੋ!	Do not believe a person who swears
27	ਅਜਾਦੀ ਨਾਲ ਰਾਜ ਕਰੋ! ਕਿਸੇ ਧਰਮ ਦੇ ਗੁਲਾਮ ਨਾ ਰਹੋ!	Rule Independently. do not be slave of other religions!
28	ਰਾਜਨਤੀ ਸਮਝੋ! ਇਨਸਾਫ ਕਰੋ!	Study politics
29	ਦੁਸ਼ਮਣ ਨਾਲ ਸਾਵਧਾਨੀ ਰਖੋ!	With the enemy, practice/deploy
30	ਸ਼ਾਸਤ੍ਰ ਵਿਦਿਆ, ਘੋੜ ਸਵਾਰੀ ਸਿਖੋ!	Practice the knowledge of weaponry and horse riding
31	ਬਾਕੀ ਧਰਮਾ ਦਾ ਗਿਆਨ, ਗੁਰਬਾਣੀ, ਪ੍ਰਭ ਦੇ ਬਖਸ਼ੇ ਤੇ ਭਰੋਸਾ ਰਖੋ!	Study the books and knowledge of other faiths. But keep trust in Gurbani and Akal Purukh.
32	ਗੁਰਬਾਣੀ ਦੀ ਸਿਖਿਆਂ ਨਾਲ ਜੀਵੋ!	Follow the teachings of the Guru.
33	ਨਿਮ੍ਰਤਾ ਨਾਲ ਸਿਰ ਝੁਕਾ ਕੇ ਅਰਦਾਸ ਕਰੋ!	After Rehras Paatth, do Ardaas standing up.
34	ਸੌਣ ਸਮੇਂ, ਪਵਨ ਗੁਰੂ, ਪਾਣੀ ਪਿਤਾ, ਧਰਤੀ ਮਾਂ ਦੀ ਅਰਦਾਸ ਕਰੋ!	Recite Sohila and 'paun guru pani pita.' before going to sleep.
35	ਸਿਰ ਦੇ ਵਾਲ ਤੇ ਦਮਾਲਾ ਰਖੋ!	Always wear a turban
36	ਸਿੰਘ ਨੂੰ ਪੂਰੇ ਨਾਲ ਨਾਲ ਬਲਾਵੋ!	Do not call a Singh by half of their name (nickname).
37	ਨਸ਼ਾ ਨਾ ਕਰੋ!	Do not drink, partake of alcoholic
38	ਧੀ ਦਾ ਵਿਆਹ, ਹੋਰ ਧਰਮ ਵਿੱਚ ਨਾ ਕਰੋ!	Do not marry daughter to other religion.
39	ਸਾਰੇ ਕੰਮ, ਗੁਰਬਾਣੀ ਦੀ ਸਿਖਿਆ ਨਾਲ ਕਰੋ!	Do all work in accordance with Gurbani.

40	ਨਿੰਦਿਆਂ ਕਰਕੇ, ਕੰਮ ਨਾ ਵਗਾਢੇ !	Do not ruin someone's work by gossip.
41	ਕੌੜਾ ਨਾ ਬੋਲੋ !	Do not utter bitter statements.
42	ਕੇਵਲ ਗੁਰੂਦਵਾਰੇ ਦੀ ਦਰਸ਼ਨ ਯਾਤਰਾ ਕਰੋ !	Make pilgrimages to Gurdwaras only.
43	ਆਪਣੇ ਬਚਨ ਤੇ ਪੂਰੇ ਰਕੋ !	Fulfill all promises that you make
44	ਪਰਦੇਸੀ, ਲੋੜਵੰਸ, ਨਿਮਾਣੇ ਦੀ ਸੇਵਾ ਕਰੋ !	Do as much help foreigners, the needy and the troubled.
45	ਧੀ ਦਾ ਧਨ ਨਾ ਮਾਰੋ ! ਖਾਵੋ !	Recognize the property of a daughter as poison?
46	ਧਰਮ ਦਾ ਪਾਖੰਡ, ਦਿਖਾਵਾ ਨਾ ਕਰੋ !	Do not be outward show-off Sikh.
47	ਪ੍ਰਭ ਦੇ ਬਖਸ਼ੇ ਵਾਲਾਂ ਨਾਲ ਮਰੋ !	Live and die a Kesha-dhaari Sikh
48	ਚੋਰੀ, ਠੱਗੀ, ਧੋਖਾਬਾਜੀ ਨਾ ਕਰੋ !	Refrain from engaging in theft, adultery / embezzlement.
49	ਸਿਖਿ ਦੇ ਬੋਲੇ ਦਾ ਭਰੋਸਾ ਕਰੋ !	Believe a Sikh
50	ਝੂਠੀ ਗਵਾਈ ਨਾ ਦੇਵੋ !	Do not give false testimony.
51	ਬੇਈਮਾਨੀ ਨਾ ਕਰੋ !	Do not cheat.
52	ਲੰਗਰ ਬਿਨਾਂ ਵਿਤਕਰੇ ਵਰਤਾਵੋ !	Distribute Langar and Karaah- Parshaad with equality.

21. ਮਾਹਰਾਜਾ ਰਣਜੀਤ ਸਿੰਘ ਦੀ ਵੰਸ਼ਵਲੀ by Bhai Kahan Singh Nabha

<table>
<tr><td colspan="5">ਬੁਧ ਸਿੰਘ Death 1716</td></tr>
<tr><td colspan="2" rowspan="3">ਨੋਧ ਸਿੰਘ Death 1752</td><td colspan="3">ਚੰਦਾ ਸਿੰਘ – ਸੰਧਾਵਾਲੀਆ</td></tr>
<tr><td colspan="3">ਚੜ੍ਹਤ ਸਿੰਘ 1721 -1774</td></tr>
<tr><td colspan="3">ਮਹਾ ਸਿੰਘ 1760 -1792</td></tr>
<tr><td colspan="5">ਮਹਰਾਜਾ ਰਣਜੀਤ ਸਿੰਘ 1780 -1839 ਪਿਤਾ - ਚੜ੍ਹਤ ਸਿੰਘ</td></tr>
<tr><td>ਖੜਕ ਸਿੰਘ 1802 -1840</td><td colspan="2">ਸ਼ੇਰ ਸਿੰਘ 1807 -1843</td><td colspan="2">ਦਲੀਪ ਸਿੰਘ 1837 -1893</td></tr>
<tr><td>ਨੌਨਿਹਾਲ ਸਿੰਘ 1821 -1940</td><td colspan="4"></td></tr>
<tr><td colspan="5">ਮਹਰਾਜਾ ਰਣਜੀਤ ਸਿੰਘ ਦੇ ਹੋਰ 4 ਪੁਤਰ – ਇਤਹਾਸ ਵਿਚ ਪ੍ਰਸਿੱਧ ਨਹੀਂ ਹਨ ।</td></tr>
<tr><td>ਤਾਰਾ ਸਿੰਘ</td><td>ਮਲਤਾਨ ਸਿੰਘ</td><td>ਕਸ਼ਮੀਰ ਸਿੰਘ</td><td colspan="2">ਪਸ਼ੋਰਾ ਸਿੰਘ</td></tr>
<tr><td colspan="5">ਮਹਰਾਜਾ ਰਣਜੀਤ ਸਿੰਘ ਦੇ ਸੈਨਾਪਤੀ</td></tr>
<tr><td>ਸਰਦਾਰ ਸ਼ਾਮ ਸਿੰਘ ਅਟਾਰੀ ਵਾਲਾ</td><td>ਸਰਦਾਰ ਹਰੀ ਸਿੰਘ ਨਲਵਾ</td><td>ਸਰਦਾਰ ਗ਼ੌਸ ਖਾਨ</td><td>ਅਕਾਲੀ ਫੂਲਾ ਸਿੰਘ</td><td>ਦੀਵਾਨ ਮੋਹਕਮ ਚੰਦ</td></tr>
</table>

22. Fundamentals of Human behavior:

Fundamentals of Human behavior:	
Our beliefs determine our thoughts and attitudes about life, which in turn direct our actions. By our actions, we create our destiny. Our Beliefs about sacred matters–God, soul, and cosmos–are essential to one's approach to life	
Summary of 9 Fundamentals of Hindu spirituality:	
1	Hindus believe in a one, all-pervasive Supreme Being who is both immanent and transcendent, both Creator and Unmanifest Reality.
2	Hindus believe in the divinity of the four Vedas, the world's most ancient scripture, and venerate the Agamas as equally revealed. These primordial hymns are God's word and the bedrock of Santayana, Dharma, the eternal religion.
3	Hindus believe that the universe undergoes endless cycles of creation, preservation, and dissolution.
4	Hindus believe in karma, the law of cause and effect. Everyone creates his own destiny by thoughts, words, and deeds.
5	Hindus believe that the soul reincarnates, evolving through many births until all karmas have been resolved, and moksha, liberation from the cycle of rebirth. Not a single soul will be deprived of this destiny.
6	Hindus believe that divine beings exist in unseen worlds. Temple worship, rituals, sacraments, and personal devotionals create a communion with these devas and gods. -middle guide.
7	Hindus believe that an enlightened master, or sat guru, is essential to know the Transcendent Absolute, as are personal discipline, good conduct, purification, pilgrimage, self-inquiry, meditation, and surrender.
8	Hindus believe that all life is sacred, to be loved and revered, and therefore practice ahimsa, noninjury, in thought, word and deed.
9	Hindus believe that no religion teaches the only way to salvation above all others, but that all genuine paths are facets of God's Light, deserving tolerance and understanding.

23. The 14 Mindfulness Trainings – Conquer own mind

The 14 Mindfulness Trainings – Conquer own mind! Thich Nhat Hanh		
1	Openness:	Aware of the suffering created by fanaticism and intolerance!
• Remain determined not to be idolatrous about or bound to any doctrine, theory, or ideology, even Buddhist (Guru Granth Sahib). (Buddhist teachings are guiding means to help me learn to look deeply and to develop my understanding and compassion. They are not doctrines to fight, kill or die for.)		
2	Non-attachment to Views	Aware of suffering created by attachment to views and wrong perceptions!
• Determined to avoid being narrow-minded and bound to present views. Learn and practice non-attachment from views to be open to others' insights and experiences. Be aware that the knowledge I presently possess is not changeless, absolute truth. (Truth is found in life and I will observe life within and around me in every moment, ready to learn throughout my life.)		
3	Freedom of Thought:	Aware of the suffering brought about when I impose my views on others!
• Committed not to force others, even my children, by any means. whatsoever – such as authority, threat, money, propaganda, or indoctrination – to adopt my views. (Respect the right of others to be different and to choose what to believe and how to decide. However, help others renounce fanaticism and narrowness through compassionate dialogue.)		
4	Awareness of Suffering:	Aware that looking deeply at the nature of suffering can help me develop compassion and find ways out of suffering!
• Determined not to avoid or close my eyes before suffering. • Committed to finding ways, including personal contact, images, and sounds, to be with those who suffer; • Understand their situation deeply and help them transform their suffering into compassion, peace, and joy.		
5	Simple, Healthy Living	Aware that true happiness is rooted in peace, solidity, freedom, and compassion, and not in wealth or fame!
• Determined not to take as the aim of my life fame, profit, wealth, or sensual pleasure, nor to accumulate wealth while millions are hungry and dying. • Committed to living simply and sharing my time, energy, and material resources with those in real need. • Practice mindful consuming, not using alcohol, drugs or any other products that bring toxins into my own and the collective body and consciousness.		
6	Dealing with Anger:	Aware that anger blocks communication and creates suffering!
• Determined to take care of the energy of anger when it arises and to recognize and transform the seeds of anger that lie deep in my consciousness. • Determined, when anger comes up, not to do or say anything, but to practice mindful breathing or mindful walking and acknowledge, embrace, and look deeply into my anger. • Learn to look with the eyes of compassion on those are the cause of anger.		
7	Dwelling in Present Moment	Aware! life is only in the present; possible to live happily in the here and now!
• Committed to training myself to live deeply each moment of life. • Not to lose myself in dispersion or be carried away by regrets about the past, worries about the future, or craving, anger, or jealousy in the present. • Practice mindful breathing to come back to what is happening in the present moment. • Determined to learn the art of mindful living by touching the wondrous, refreshing and healing elements that are inside and around me. (Nourishing seeds of joy, peace, love and understanding in myself, thus facilitating the work of transformation and healing in my consciousness.)		
8	Community, Communication	Aware that lack of communication always brings separation and suffering!
• Committed to training myself in the practice of compassionate listening and loving speech. • Learn to listen without judging or reacting and refrain from uttering words that may create discord or cause the community to break. (Make every effort to keep communications open, to reconcile and resolve all conflicts, however small may be.)		
9	Truthful and Loving Speech:	Aware that words can create suffering or happiness!
• Committed to learnings to speak truthfully and constructively, using only words that inspire hope and confidence. • Determined not to say untruthful things for the sake of personal interest or to impress people, nor to utter words that might cause division or hatred. • Do not spread rumor, may not know to be certain nor criticize or condemn things of which not sure. • Do best to speak out about situations of injustice, even when doing so may threaten my safety.		
10	Protecting the (Congregation)	Aware! the essence of a Sangha is the practice of understanding, compassion!

	• Determined not to use Holy Conjugation for personal gain or profit or transform our community into a political instrument. A spiritual community should, however, take a clear stand against oppression and injustice; should strive to change the situation without engaging in partisan conflicts.	
11	Right Livelihood	Aware! Violence and injustice have been done to the environment and society!
	• Committed not to live with a vocation that is harmful to humans and nature. • Do best to select a livelihood that helps realize my ideal of understanding and compassion. • Aware of global economic, political, and social realities; • Behave responsibly as a consumer and a citizen, not investing in companies that deprive others of their chance to live.	
12	Reverence for Life	Aware that much suffering is caused by war and conflict!

- Determined to cultivate non-violence, understanding and compassion in daily life,
- To promote peace education, mindful mediation, and reconciliation, within families, communities, nations and in the world.
- Determined not to kill and not to let others kill.
- Diligently practice deep looking with my Sangha to discover better ways to protect life and prevent war.

13	Generosity:	Aware of the suffering caused by exploitation, social injustice, stealing and oppression!

- Committed to cultivating loving kindness and learnings ways to work for the well-being of people, animals, plants, and minerals.
- Practice generosity by sharing time, energy, and material resources with those who are in need.
- Determined not to steal nor possess anything, belong to others.
- Respect the property of others, try to prevent others from profiting from human suffering or the suffering of other beings.

14	Right Conduct	Aware that sexual relations motivated by urges! cannot dissipate the feeling of loneliness, but will create more suffering, frustrations, and isolation!

- Determined not to engage in sexual relations without mutual understanding, love, and a long-term commitment.
- Sexual relations, must be aware of future suffering that may be caused.
- To preserve the happiness of myself and others!
- Must respect the rights and commitments of myself and others.
- Do everything in power to protect children from sexual abuse.
- protect couples and families from being broken by sexual misconduct.
- Treat my body with respect and preserve my vital energies (sexual, breath, spirit) for the realization of my bodhisattva ideal.
- Be fully aware of the responsibility for bringing new lives in the world.
- Meditate on the world into which we are bringing new beings.

24. Hinduism

It is a mystical religion, leading the devotee to personally experience the Truth within, finally reaching the pinnacle of consciousness where soul and His Holy Spirit may become only one.	
Hinduism has four main denominations–Saivism, Shaktism, Vaishnavism and Smartism.	
Dharmasastras.	The epic Mahabharata has 18 Parvans (chapters) so are the Bhagavad Gita, Song Celestial.
Dharmasastra	Sutras, Smritis, and Nibandhas.
Purana treats five subjects	: primary creation of universe, secondary creation after periodical annihilation, genealogy of gods and saints and history of the royal dynasties
18 Puranas exalt Vishnu, Shivji, Brahma.	i). the Vishnu, Narada, Bhagavata, Garuda, Padma, and Varaha; ii). the Matsya, Kurma, Linga, Shiva, Skanda and Agni; and iii). the Brahmanda, Brahmavaivarta, Markandeya, Bhavisya, Vamana, and Brahma Puranas.
Upa-Puranas specified in Devi Bhagavata	Sanatkumara, Narasimha, Naradiya, Siva, Durvasav, Kapila, Manava, Ausanasa, Varuna, Kalika, Samba, Nandi, Saura, Parasara, Aditya, Maheswara, Bhargava and Vasishta.

What is the significance of number '7' in Hindu mythology?	
7 Rishis - 7 days in a week; 7 Horses of SUN God; 7 colors in the Sun-beam; 7 Seas, 7 Continents; 7 Vayu Mandalas, 7 Dhatus/minerals in Body; 7 Swaras in Music;	7 Chakras (mystic centers) including Sahasrara in Upasana; 7 States of Consciousness; 7 steps during Marriage; 7 Rounds of Agnigunda by couple; 7 Homas they perform; 7 upper Lokas; 7 Lower Lokas; 7 Meters in Sanskrit grammar.

☬ **Guru Granth Sahib Ji** ☬
Knowledge Vs Enlightenment.
Knowledge of Holy Scripture leads to **Religion.**
Enlightenment of the essence of His Word leads to **Spirituality.**
Mankind is not human beings, going through a spiritual experience.
Mankind is a spiritual being, going through a human experience.

☬ Human life Journey ☬

The One and Only One, God – His Holy Spirit, True Master, Creator.
Ocean – union of unlimited sacntified and blemished souls.
Universe- like air embedded with impurities

Soul
Blemished portion of His Holy Spirit.

Universes	**Worldly Ocean** 2 powerful forces; rescue boats. Shiv boat. Shakti boat.	**Shiv Path** **Path of His Word.** Permanent resting place. Tedious, hardship path	**Shakti path** **Path of worldly wealth.** Short term pleasures. Easy path.
	Worldly Ocean is Soul sancification plateform- workshop The True Master bestows **all virtues to soul once at birth**! Technique to be rewarded remains embedded within Shiv Path; His Word! Technique to monitor the sincerity, remains embedded within Shakti path.		

Shiv: Devine Enlightenment: Eternal principle- Godhead, His Word; road map to His Court. Nectar of the essence of His Word. (14th Jewel)	**Shakti: Worldly Wealth:** Temporal principle- Divine Mother- wealth- material world. Arath, Dharam, Kaam : Raajas, Taamas, Satvas

13 ਰਤਨ– Jewel – from ocean of The Universe. – Shakti; Worldly Wealth:					
1.	ਹਲਾਹਲ (ਵਿਸ਼, ਜ਼ਹਿਰ)	ਸਿਵ ਜੀ (ਨੀਲਕੰਠ)	7.	ਕਾਮਧੇਨ ਗਊ	ਰਿਸ਼ੀਆਂ ਨੂੰ ਦੇ ਦਿਤੀਆਂ
2.	ਚੰਦਰਮਾ	ਸਿਵ ਜੀ	8.	ਧੰਨਤਰੀ ਵੈਦ	ਰਿਸ਼ੀਆਂ ਨੂੰ ਆਸਰਵੇਦ ਦਾ ਗਿਆਨ
3.	ਸਫੇਦ ਘੋੜਾ	ਬਲ ਰਾਖਜਾ ਦਾ ਰਾਜਾ	9	ਐਰਵਤ ਹਾਥੀ	ਇੰਦਰ
4.	ਕੌਤਸ਼ੁਭ ਮਣੀ	ਵਿਸਨੂ ਜੀ	10.	ਕਲਪ ਬ੍ਰਿਛ	ਇੰਦਰ
5.	ਲਖਸ਼ਮੀ ਦੇਵੀ	ਵਿਸ਼ਨੂੰ ਜੀ	11.	ਰੰਭਾ ਅਪੰਸਰਾ	ਇੰਦਰ
6.	ਸੰਖ	ਵਿਸਨੂੰ ਜੀ	12.	ਪਰਿਜਾਤ ਬ੍ਰਿਛ	
13.	ਵਾਰੁਣੀ (ਮਦਿਰਾ, ਸਰਾਬ)	ਕਾਦੰਬ ਦੇ ਫੁੱਲਾਂ ਤੋਂ ਤਿਆਰ – ਅਸੁਰਾਂ ਨੂੰ ਦੇ ਦਿੱਤੀ			
	Shiv: Devine Enlightenment:		14	ਅੰਮ੍ਰਿਤ	ਪ੍ਰਭ ਦੇ ਦਾਸਾਂ – Nectar - Shiv

New Life – of Soul

Blemished soul, His Word, Mind
His Holy Spirit as His Word remains embedded within his soul. The True Master remains Omnipotent, Omnipresent, Omniscient, witness and The Righteous Judge, Devil of Death.

Soul.	His Word	Mind – Commander	Mind
	A road map to sanctify soul designed from judgement of his previous live deeds. Destiny; prewritten rewards based on his path adopted in new life	His mind selects his path.	**Two-sided coin.** Conscious mind. Sub-Conscious mind.

Who selects path	Shiv Path Path of His Word.	Shakti path Path of worldly wealth.
Mind selects path; Path of Shiv or Shakti. His body performs deeds.	Permanent resting place. Tedious path with hardships.	Short term worldly pleasures. Easy path.

- His soul endures the judgement for all deeds performed by her body under the Command of his mind.
- His Holy Spirit play no roll in selecting path.
- His Holy Spirit embedded within his soul prevails in every deed to succeed.

Shiv Path of His Word	Shakti path Path of worldly wealth.
Soul must accomplish 4 Virtues. 4 virtues remain embedded within his subconscious mind. **Concentration** to His Word; **Renunciation**, separation from His Holy Spirit. **Enlightenment** of the essence of His Word; **Salvation** - Hope for salvation.	Raajas: Taamas: Satvas: **5 demons of worldly desires.** **Sexual, Anger, Greed, Attachments, Ego**
3 Virtues – intimidation of Worldly Wealth **Raajas**: Mind concentration! The quality of energy and activity! **Taamas**: Mind Awareness! The quality of Darkness and inertia! **Satvas**: Purity, of mind! The quality of purity and light!	**5 demons of worldly desires.** **Sexual** urge with strange partner. **Anger** of disappointments in life. **Greed** to rob others possession. **Attachments** to worldly relation, assets. **Ego** of self-entity, worldly status.

Path of Shiv- His Word			
	4 Virtues	**4 Virtues**	
Arath	Adopt His Word in life.	Obey His Word	Devotion and concentration of His Word.
Dharam	Self- ethics; Surrender self-entity!	Renunciation	Renunciation, separation from His Holy Spirit.
Kaam	Conquer sexual urge for stranger!	Enlightenment	Enlightenment of the essence of His Word;
Salvation	Hope for Salvation!	Salvation	Soul entity eliminated- Khalsa

Transition from Shakti (Worhly Wealth) to Shiv (path of His Word) to become His true devote!			
	Virtue of Worldly Wealth.	Worldly Wealth Conquered	Path of Shiv- His Word
Raajas	The quality of energy and activity!	Mind concentration!	Devotion and concentration of His Word.
Taamas	The quality of Darkness and inertia!	Mind Awareness	Renunciation, separation from His Holy Spirit.
Satvas	The quality of purity and light!	Purity, of mind!	Enlightenment of the essence of His Word;
Salvation	No	Hope for Salvation; Heaven; beyond cycle of birth and Death	Soul entity eliminated- Khalsa

- **Blemished soul** separated from His Holy Spirit with own entity.
- **Khalsa Soul** – immersed within His Holy Spirit- entity of soul eliminated.
- **Heaven** is a buffer zone, soul remain in bodyless existence and wait for next His Word/ Command.

- **Prophets (Blessed soul) - Ghost, Angels, Devils** are created from buffer zone to convey His Message.
- **Prophet (Blessed soul)** – Who may drift from His Message, initial new religion, become judge and jury or claim to be a savior, True Guru must face The Righteous Judge, in cycle of birth and death.

Over-Ages! Ignorance from the purpose of Human life enhanced!
Worldly religion has spread the ignorance and boasted the power of Shakti (Worldly Wealth)!
His true devotee always remains intoxicated in the void of His Word (path of Shiv)!

	Sat-jug	Tryata Jug	Du-aapur Jug	Kul Jug
1	Obey and concentration to His Word!	Obey and concentration to of His Word!	Obey and concentration to of His Word!	Obey and concentration to of His Word!
2	Renunciation, separation from His Holy Spirit!	influence of worldly status, for greed – **Shakti.**	influence of worldly status, for greed – **Shakti.**	influence of worldly status, for greed – **Shakti.**
3	Enlightenment of the essence of His Word!	Enlightenment of the essence of His Word!	Religion and sacrifices for worldly guru-**Shakti.**	Religion, sacrifices for worldly guru- **Shakti.**
4	Hope for salvation!	Hope for salvation!	Hope for salvation!	Gurbani-Paath- **Shakti.**
	Abandoned and replaced by Shakti (Worldly Wealth)			
		Renunciation, separation from His Holy Spirit.	Renunciation, separation from His Holy Spirit.	Renunciation, separation from His Holy Spirit.
			Enlightenment of the essence of His Word;	Enlightenment of the essence of His Word;
				Hope for salvation.

- Sat-Jug! Everybody was obeying four disciplines in his life; however, very rare may adopt and stay the path.
- In four Ages: Whosoever may remain steady and stable on the path of Shiv principles; he may be enlightened and blessed with the right path salvation.
- Renunciation of separation from His Holy Spirit leads to His Sanctuary!

Creation of Universe.

The One and Only One, God – His Holy Spirit, True Master, Creator.
Remains in many Jugs (36) in void; nothing else exist, only darkness.
Created 3 Universes - Earth, Water, Sky.
Are populated with His Creation of various kinds.

7 - Higher ones (Vyahrtis) in Sky	7 - Lower ones (Patalas) in Water
Bhu, bhuvas, svar, mahas, janas, tapes and satyya	Atala, vitala, sutala, rasatala, talatala, mahatala, and naraka

10 Trick- Traps of Satan:
Satan is a snake. He is a liar and the Father of Lies.

ਸਾਪੇਖ-ਵਾਦ – Relativism! ਉਦਾਸੀਨਤਾ – Indifferentism! ਅੁਦਾਰਚਿੰਤ – ਸਰਬਵਿਆਪਕ – Eclecticism!
ਭਾਵਨਾਤਮਕ – Sentimentalism! ਉਪਯੋਗਤਾਵਾਦ – Utilitarianism! ਵਾਧਾ–ਵਾਦ – Incrementalism! ਪਦਾਰਥ–ਵਾਦ – Materialism!
ਵਿਗਿਆਨ – Scientism! ਸਬਿਥੀ ਸੰਬੰਧੀ – Situational Ethics! ਸਰਵ–ਵਿਆਪਕ – Universalism!

ਗੁਰੂ ਨਾਨਕ ਦੇਵ ਜੀ! – Guru Nanak Dev Ji! Guru Granth Sahib

☬ ਸਾਰੇ ਧਰਮ ਹੀ ਜਮਦੂਤ ਦੇ ਰਸਤੇ ਤੇ ਚਲਦੇ ਹਨ! ਪ੍ਰਭ ਦੇ ਨਾਮ ਨੂੰ ਧੰਦਾ ਬਣਾਇਆ ਹੈ!

☬ All religions have adopted path of devil in practice; Begs for Charity in the name of God. Witness yoursef, no exception!

10 Trick- Traps of Satan:
Satan is a snake. He is a liar and the Father of Lies.

Satan 1. ਸਾਪੇਖ-ਵਾਦ – Relativism!

ਸਾਪੇਖ–ਵਾਦ: ਸੰਸਾਰ ਵਿੱਚ ਹਰ ਪਧਰ ਤੇ ਹੀ ਹੁੰਦਾ ਹੈ!
ਸਾਪੇਖ ਵਾਦ: ਸਚ ਜਾ ਝੂਠ ਨਹੀਂ ਹੈ! ਜੀਵਨ ਵਿੱਚ ਕੋਈ ਕੰਮ, ਠੀਕ, ਗਲਤ, ਪਾਪ ਨਹੀਂ! ਸਭ ਕੁਝ ਪ੍ਰਭ ਹੀ ਕਰਵਾਉਂਦਾ ਹੈ! ਇਸ ਨਾਲ ਹੀ ਸੰਸਾਰਕ ਗੁਰੂ, ਧਰਮ ਦੇ ਨਾਮ ਤੇ, ਅਣਜਾਣ ਜੀਵਾਂ ਨੂੰ ਧਰਮ ਦੇ ਨਾਮ ਤੇ ਜਾਨ ਵਾਰਨ ਦੀ ਪ੍ਰੇਰਨਾ ਕਰਦੇ ਹਨ!

Relativism is everywhere in our society.
Relativism is the idea: no such thing as truth; no right and wrong. Just your belief. The True Master inspires and prevails in every task.

Guru Granth Sahib Ji!

ਸੰਸਾਰ ਵਿੱਚ ਕੇਵਲ ਪ੍ਰਭ ਹੀ ਸਦਾ ਰਹਿਣ ਵਾਲਾ (ਸਚ) ਹੈ! ਸ੍ਰਿਸ਼ਟੀ ਨਾਸ਼ (ਝੂਠ) ਹੋ ਜਾਣ ਵਾਲੀ ਹੈ! ਜਿਹੜੀ ਕਮਾਈ ਪ੍ਰਵਾਨ ਹੋ ਜਾਂਦੀ ਹੈ, ਕੇਵਲ ਉਹ ਹੀ ਠੀਕ ਹੈ! ਜਿਸ ਹਲਾਤ ਵਿੱਚ ਪਾਲਣਾ ਪੋਸਨਾ, ਮਾਤਾ ਪਿਤਾ ਦੀ ਸਿਖਿਆ, ਇਖਲਾਕ, ਵਿਚਾਰਧਾਰਾ ਨਾਲ ਜੀਵ ਆਪਣੇ ਜੀਵਨ ਦਾ ਰਸਤਾ ਆਪ ਧਾਰਨ ਕਰਦਾ ਹੈ! ਪ੍ਰਭ ਜੀਵ ਦੇ ਜੀਵਨ ਦੇ ਰਸਤੇ ਧਾਰਨ ਕੀਤੇ ਵਿੱਚ ਆਪ ਵਾਪਰਦਾ ਹੈ!

The One and Only One True Master lives forever (Truth); everyone else vanish over period. Whatsoever may be accepted in His Court is right path, everything else is wrong path. Human life is another opportunity to become worthy of 4 Virtues; to sanctify soul. Only to adopt the teachings of His Word is the right paths; to sanctify soul to become worthy of His Consideration. The everlasting echo of His Word remains embedded with two paths, Shiv and Shakti resonating within every heart. His early grown, environment, ethics of family, teachings of mother influence his path. The True Master previls in his task; however, He never paticiple in adopting his path in his life. Everyone endures the judgements of his own deed.

Satan 2 - ਉਦਾਸੀਨਤਾ – Indifferentism!

ਸਾਰੇ ਧਰਮ ਦਾ ਮੰਤਵ ਇਕ ਹੀ ਹੁੰਦਾ ਹੈ! ਕੋਈ ਵੀ ਧਾਰਨ ਕਰੋ! ਪ੍ਰਭ ਤੇ ਵਿਸ਼ਵਸ ਕਰਦੇ ਹੋ!
ਸਾਰੇ ਹੀ ਆਪਣੇ ਗੁਰੂ ਇਕੋ ਇਕ ਪ੍ਰਭ ਦੇ ਦਰਬਾਰ ਵਿੱਚ ਜਾਣਦਾ, ਰਸਤਾ ਢੂੰਡਦੇ ਹਨ! ਰਸਤੇ ਵਖਰੇ ਹਨ!

No care, concern in attitude or action! Indifferentism extends to multi culturalism. The One and Only One, True Master. All religions are pretty much the same. All climbing the same mountain but by different paths.

Guru Granth Sahib Ji!

'ਹਰਇਕ ਧਰਮ ਆਪਣੇ ਨਿਯਮ, ਰਹਿਤਨਾਮੇ ਦੀ ਜੇਲ੍ਹ ਹੀ ਹਨ! ਸੇਵਕ, ਸੰਸਾਰਕ ਗੁਰੂ ਨੂੰ ਮੁਕਤੀ ਦਾ ਦਾਤਾ ਮੰਨਦਾ ਹੈ!
ਸੰਸਾਰਕ ਗੁਰੂ ਕੁਝ ਬਖਸ਼ ਨਹੀਂ ਸਕਦਾ ਨਾ ਹੀ ਕੁਝ ਖੋਹ ਸਕਦਾ ਹੈ, ਸਭ ਕੁਝ ਪ੍ਰਭ ਦੂ ਵੱਸ ਵਿੱਚ ਹੀ ਹੈ!
ਇਕੋ ਇਕ ਪ੍ਰਭ ਹੀ ਜਨਮ, ਮੌਤ, ਮੁਕਤੀ ਬਖਸ਼ਣ ਵਾਲਾ ਹੈ!

All religions create duality, own prison, barrier; loyalty to worldly guru, fundamentals of religion. Follower believes his worldly guru may bless him path of salvation. Birth, death, and salvation may only be blessed with His Command only! Earnings of His Word; renunciation in the memory of separation from His Holy Spirit is the path of salvation. Ignorance from the essence of His Word leads to demons of worldly wealth.

Satan 3. ਅੁਦਾਰਚਿੱਤ – ਸਰਬਵਿਆਪਕ – Eclecticism!

ਪ੍ਰਭ ਹਰਇਕ ਥਾਂ ਵਸਦਾ, ਵਾਪਰਦਾ ਹੈ! ਵੱਖਰੇ ਵੱਖਰੇ ਧਰਮ, ਨਿਯਮ ਧਾਰਨ ਕਰ ਸਕਦੇ ਹੋ, ਚੰਗੇ ਕੰਮ ਕਰੋ!

Eclecticism; This is a close cousin of Indifferentism.
You may mix and match different religions and spiritualities all together.

Guru Granth Sahib Ji!

ਪ੍ਰਭ ਦੇ ਦਰਬਾਰ ਵਿੱਚ ਪ੍ਰਵਾਨਗੀ, ਮੁਕਤੀ ਦਾ ਰਸਤਾ, ਕੇਵਲ ਪ੍ਰਭ ਦੇ ਸ਼ਬਦ ਦੀ ਕਮਾਈ, ਵਿਛੋੜੇ ਦਾ ਵਿਰਾਗ ਹੀ ਹੈ!
ਪ੍ਰਭ ਹਰਇਕ ਥਾਂ ਤੇ ਸ਼ਿਵ, ਸ਼ਕਤੀ ਦੇ ਰੂਪ ਵਿੱਚ ਵਸਦਾ, ਵਾਪਰਦਾ ਹੈ! ਪ੍ਰਭ ਦੇ ਸ਼ਬਦ ਤੋਂ ਅਣਜਾਣ, ਦੋਨਾਂ ਵਿੱਚ ਅੰਤਰ ਨਹੀਂ ਜਾਣ ਸਕਦਾ!
ਪ੍ਰਭ ਆਪਣੇ ਦਾਸ, ਸ੍ਰਿਸ਼ਟੀ ਨੂੰ ਮਾਨਸ ਜਨਮ ਦਾ ਮੰਤਵ ਦੀ ਸੋਝੀ ਦੇਣ ਲਈ ਭੇਜਦਾ ਹੈ! ਕੋਈ ਨਵਾਂ ਧਰਮ ਅਰੰਭ ਕਰਨ ਲਈ ਨਹੀਂ ਭੇਜਦਾ!
ਸੰਸਾਰਕ ਧਰਮ, ਸ਼ਕਤੀ, ਸੰਸਾਰਕ ਮਾਇਆ ਦਾ ਹੀ ਰਸਤਾ ਹੈ! ਕੇਵਲ ਮਨੁੱਖਤਾ ਹੀ ਇਕੋ ਇਕ ਧਰਮ ਹੈ!

Salvation, the right path of human life opportunity, may only be bestowed with earnings of His Word; Renunciation in the memory of his separation from His Holy Spirit.
The True Master dwells and prevails as unique energies, Shiv, and Shakti both opposite forcess. Self-minded, ignorant from the essence of His Word may never comprehend the difference between Shiv and Shakti!
Blessed soul may be sent to enlighten the right path of human life opportunity; never sent to establish new religion.

All religions are an expansion, extenion of Worldly Wealth. Each religion, creates own boundary, fundamentals, replaces the teachings of The True Master, with own ancient saint.
Mankind is the only one religion created by The True Master, all others are extension of Worldly Wealth.

Satan 4. ਭਾਵਨਾਤਮਕ – Sentimentalism!

ਇਹ ਮਨ ਦਾ ਭਰੋਸਾ, ਜੀਵਨ ਦਾ ਰਸਤਾ, ਮਨ ਦੀਆਂ ਭਾਵਨਾ ਤੇ, ਰੂਹਾਨੀ ਸੋਝੀ ਤੇ ਨਹੀਂ! ਇਸ ਨਾਲ ਜੀਵ ਆਪਣੇ ਇਖਲਾਕੀ, ਭਰੋਸਾ ਨੂੰ ਮਨ ਦੇ ਗੁਸੇ, ਨਿਰਜ਼ਗੀ ਨਾਲ ਕਰਦਾ ਹੈ!

This is basing moral choices and belief choices based on emotion rather than eternal truths. Moral or faith decision on disappointment in life, anger.

Guru Granth Sahib Ji!

ਪ੍ਰਭ ਦੇ ਸ਼ਬਦ ਦੀ ਸਿਖਿਆਂ ਹੀ ਕੇਵਲ ਇਕੋ ਇਕ ਮੁਕਤੀ ਦਾ ਰਸਤਾ ਹੈ! ਪ੍ਰਭ ਦਾ ਦਾਸ ਦੁਖ ਸੁਖ ਵਿੱਚ ਨਿਰਾਰਾ, ਗੁਸੇ ਤੋਂ ਰਹਿਤ ਰਹਿੰਦਾ ਹੈ!

The teachings of His Word id the only right path of acceptance in His Court! He true devotee remains above the reach of worldly miseries and pleasure, anger of disappointments; he remains contented in his worldly environments.

Satan 5. ਉਪਯੋਗਤਾਵਾਦ – Utilitarianism!

ਇਖਲਾਕੀ ਫੇਸਲਾ ਮਨ ਦੀ ਭਾਵਨਾ ਨਾਲ, ਆਰਥਕ ਹਾਲਤ, ਹਸਪਤਾਲ ਦੀ ਪ੍ਰੇਰਨਾ, ਨਾਲ ਕੀਤੇ ਜਾਂਦੇ ਹਨ!
ਇਸ ਕਰਕੇ, ਹਜ਼ਾਰਾ ਹੀ ਬੱਚੇ ਜਨਮ ਤੋਂ ਪਹਿਲੇ ਹੀ ਮਾਰ ਦਿੱਤੇ ਜਾਂਦੇ ਹਨ!

Even the ethicial, moral and belief choices are made based on effective, efficient, and economical.
Utilitarianism is why we kill millions of babies through abortion.
Hospital convince family to discontune life support from loved one.

Guru Granth Sahib Ji!

ਜੀਵ ਦਾ ਜਨਮ, ਮੌਤ ਕੇਵਲ ਪ੍ਰਭ ਦੇ ਹੁਕਮ ਨਾਲ ਹੀ ਬਖਸ਼ਿਸ਼ ਹੁੰਦਾ ਹੈ!

Both birth and death are only blessed with His Command; The One and only One True Master.

Satan 6. ਵਾਧਾ-ਵਾਦ – Incrementalism!

ਹੌਲੀ ਹੌਲੀ ਕੁਝ ਸੱਚ ਦੱਸਣਾ, ਫਿਰ ਝੂਠ ਨੂੰ ਸੱਚ ਦੱਸਣਾ, ਕੁਝ ਸਮੇ ਪਿਛੋਂ ਅਣਜਾਣ ਸਭ ਕੁਝ ਹੀ ਸੱਚ ਮੰਨ ਲੈਂਦਾ ਹੈ! ਜਮਦੂਤ, ਧਰਮ ਦਾ ਪ੍ਰਚਾਰਕ ਪਿਛਾ ਨਹੀਂ ਛੱਡਦਾ!

This is just a long word for "drip, drip, drip." one little lie, then one little half-truth, then one more little lie, then one more little half-truth. He only preachs the positive expectation and emotions; ignore risk, till too late to avoid.

Guru Granth Sahib Ji!

'ਮਾਨਸ ਜਨਮ ਦਾ ਇਕੋ ਇਕ ਮੰਤਵ ਹੈ! ਮਾਇਆ ਦੀਆ ਤਿੰਨਾਂ ਪਦਾਰਥਾ ਤੇ ਜਿੱਤ ਪਾ ਕੇ ਆਤਮਾ ਨੂੰ ਪਵਿੱਤਰ, ਚੌਥੀ ਅਵਸਥਾ ਦੇ ਯੋਗ ਬਣਾਉਣਾ!

The only real purpose of human life opportunity to conquer three worldly wealth and become worthy of 4th Virtue!

Satan 7. ਪਦਾਰਥ-ਵਾਦ – Materialism!

ਰੂਹਾਨੀ ਜੋਤ, ਨਾ ਦਿੱਸਣ ਵਾਲੀ ਕੋਈ ਸ਼ਕਤੀ ਨਹੀਂ, ਕੇਵਲ ਭਰੋਸਾ ਹੈ! ਕੋਈ ਨਰਕ, ਸਵਰਗ ਨਹੀਂ!
ਸ਼ਾਦੀ, ਵਿਆਹ ਕੇਵਲ ਵਹਿਦਾ ਹੈ, ਅੰਮ੍ਰਿਤ ਪਾਨ, ਗੁਮਰਾਹ ਕਰਨਾ ਹੈ!
ਸੰਸਾਰਕ ਮਾਇਆ, ਹੈਸੀਅਤ ਹੀ ਸਭ ਕੁਝ ਹੈ!

No supernatural realm. God, the angels, demons, heaven, and hell, exist; just a myth, belief, no invisible world.
Marriage is just a piece of paper; baptism, confession is no more than therapy!
Worldly wealth, honor and status is everything that matter.

Guru Granth Sahib Ji!

ਸੰਸਾਰਕ ਰਿਸ਼ਤੇ, ਪਿਛਲੇ ਜਨਮ ਦੇ ਕੰਮ ਦਾ ਫਲ ਹੀ ਬਖਸ਼ਿਸ਼ ਹੁੰਦਾ ਹੈ! ਕੋਈ ਰੋਕ ਨਹੀਂ ਸਕਦਾ! ਸੰਸਾਰਕ ਧਨ, ਮੌਤ ਪਿਛੋਂ ਸੰਸਾਰ ਵਿੱਚ ਹੀ ਰਹਿੰਦਾ ਹੈ! ਮਾਨਸ ਜਨਮ ਦੇ ਮੰਤਵ ਲਈ ਬਿਰਥਾ ਹੀ ਹੈ!

His Word enlightens, all worldly relation ships are blessed as the judgement of his previous lives deed. No worldly possession may ever go with soul after death to support in His Court.

Satan 8 - ਵਿਗਿਆਨ – Scientism!

ਅਸਲੀਅਤ ਕੇਵਲ ਪਰਖੀ ਜਾਣ ਵਾਲੀ ਹੈ! ਪ੍ਰਭ ਦੀ, ਧਾਰਮ ਦੀ ਕੋਈ ਵੀ ਸਿਧਾਂਤ ਪਰਖੇ ਨਹੀਂ ਜਾ ਸਕਦੇ!
ਸੰਸਾਰ ਵਿਗਿਆਨ ਦੇ ਅਧਾਰ ਤੇ ਚਲਦਾ ਹੈ, ਬਾਕੀ ਸਭ ਮਨਘੜਤ ਹੈ!

What may be verified and repeated is the only truth; others are illusion; only scientific is truth.
The universe function based on the principles of science.
Scientism is an off-shoot of assumed atheism. "There isn't a God.

Guru Granth Sahib Ji!

ਵਿਗਿਆਨ ਨੇ ਕਈ ਦੇਖੇ ਜਾਣ ਵਾਲੇ ਕਰਤਬ ਪਰਖੇ ਹਨ! ਪ੍ਰਭ ਦੀ ਕੁਦਰਤ ਦੀ ਪੂਰਨ ਜਾਣਕਾਰੀ ਸ੍ਰਿਸ਼ਟੀ ਦੀ ਸੋਝੀ ਵਿੱਚ ਨਹੀ ਹੈ! ਪ੍ਰਭ ਸਵਾਸ ਤੋ ਬਿਨਾਂ ਵੀ ਜੀਵ ਨੂੰ ਰਖ ਸਕਦਾ ਹੈ!

Science has explored many virtues of His Nature; however, Science may never fully explore comprehend of His Nature, His Virtues.

Satan 9. ਸਥਿਥੀ ਸੰਬੰਧੀ – Situational Ethics!

ਕੁਝ ਵੀ ਠੀਕ ਜਾ ਗਲਤ ਨਹੀਂ! ਸਮੇਂ ਸਮੇਂ ਦੇ ਹਲਾਤ ਨਾਲ ਹੀ ਜੀਵਨ ਢਾਲਣਾ ਚਾਹੀਦਾ ਹੈ!

ਗੁਰੂ ਨਾਨਕ ਦੇਵ ਜੀ! – Guru Nanak Dev Ji! Guru Granth Sahib

This is another name for moral relativism. The idea is that nothing is right or wrong; except for the intentions and circumstances of the moral choice.
Circumstances justify chosen in worldly life!

Guru Granth Sahib Ji!

ਪ੍ਰਭ ਦੀ ਕੁਦਰਤ ਅਟਲ ਹੈ! ਮਾਨਸ ਜੀਵਨ ਦਾ ਅਸਲੀ ਰਸਤਾ, ਕੇਵਲ ਸ਼ਬਦ ਦੀ ਪਾਲਣਾ ਕਰਨਾ ਹੈ! ਕਿਸੇ ਜੀਵ ਦੀ ਬਲੀ, ਪ੍ਰਭ ਦੇ ਦਰਬਾਰ ਵਿੱਚ ਪ੍ਰਵਾਨ ਨਹੀਂ ਹੁੰਦੀ! ਧਰਮ ਦੀ ਖਾਤਰ, ਜਾ ਸੰਸਾਰਕ ਗੁਰੂ ਦੀ ਖਾਤਰ ਜਾਨ ਦੇਣੀ, ਮਾਨਸ ਜੀਵਨ ਦੇ ਮੰਤਵ ਲਈ ਬਿਰਥੀ ਹੀ ਹੈ! ਸਮਾਂ ਬਦਲਦਾ ਰਹਿੰਦਾ ਹੈ!

The True Master lives forever and His Word, Nature remains unchanged. To oadopt the teachings of His Word may be the only right path of human life opportunity. Scrifice any life in the name of religion or worldly guru has no significance for the real purpose of human life opportunity. Worldly enviroments may never remain same; everything may pass, vanish over period.

Satan 10. ਸਰਵ-ਵਿਆਪਕ – Universalism!

ਪ੍ਰਭ ਬਹੁਤ ਤਰਸਵਾਨ ਹੈ, ਕੋਈ ਨਰਕ ਵਿੱਚ ਨਹੀਂ ਜਾਦਾ, ਸਾਰੇ ਹੀ ਪ੍ਰਭ ਦੀ ਰਖਿਆ ਵਿੱਚ ਹਨ!

Merciful God won't send anyone to hell; Everyoney will be saved. The best way to repudiate this lie is to fear hell. This poison straight from hell!

Guru Granth Sahib Ji!

ਮਿਹਰਬਾਨ ਪ੍ਰਭ ਸਦਾ ਇਨਸਾਫ ਕਰਦਾ ਹੈ! ਸੰਸਾਰ ਵਿੱਚ ਕੀਤੇ ਕੰਮਾ ਦਾ ਫਲ ਬਖਸ਼ਦਾ ਹੈ! ਅੰਤਰਜਾਮੀ ਸਭ ਕੁਝ ਜਾਣਦਾ, ਦੇਖਦਾ, ਜਨਮ ਤੇ ਹੀ ਸਭ ਕੁਝ ਇਕ ਵਾਰ ਹੀ ਬਖਸ਼ ਦੇਂਦਾ ਹੈ! ਕਿਸੇ ਦੀ ਸਲਾਹ ਨਹੀਂ ਲੈਂਦਾ! ਆਤਮਾ, ਪ੍ਰਭ ਦੀ ਜੋਤ ਦਾ ਭਾਗ ਹੀ ਹੈ!

The Merciful True Master, only justice prevails purely bassed on the earnings of His Word. The Omniscient blesses all virtues only once at the time of birth and engrace on his soul, as His Word, as a road map and remains true for predetermined life of his body. New worldly body will have new His Word. No one may ever be accepted in His Court with any trickes, self-control, unique meditation. Without earnings of His Word, renunciation in the memory of separation from His Holy Spirit.

Four unique Principles of Meditation - Sat-Yuga!			
ਸੁਰਤੀ-ਸ਼ਬਦ ਵਿੱਚ ਧਿਆਨ! Concentration! His Word.	ਭਰੋਸਾ, ਸ਼ਬਦ ਦੀ ਪਾਲਣਾ! Obey His Word -Belief	ਸ਼ਬਦ ਦੀ ਸੋਝੀ! ਵਿਛੋੜੇ ਦਾ ਡਰ! Enlightenment-Renunciation	ਮੁਕਤੀ ਦੀ ਆਸ! Hope for salvation!

Four Ages- Yuga - Four unique Principles of Meditation			
ਸਤਜੁਗ - Sat Yuga	**ਤ੍ਰੇਤਾ ਜੁਗ - Traytaa Yuga**	**ਦੁਆਪਰ ਜੁਗ - Du-aapur**	**ਕੱਲਯੁਗ – Kul Jug**
ਸੰਤ ਅਵਸਥਾ Shiv -His Word	**ਰਜ ਗੁਣ; Raajas Shakti-1; ਮਾਇਆ 1**	**ਸਤ ਗੁਣ; Satvas: Shakti-2; ਮਾਇਆ 2**	**ਤਮ ਗੁਣ; Taamas: Shakti-3; ਮਾਇਆ 3**
ਸੁਰਤੀ-ਸ਼ਬਦ ਵਿੱਚ ਧਿਆਨ! Concentration! His Word.	**ਮਨ ਵਿਚੋਂ ਸੁਰਤੀ – ਅਹੰਕਾਰ Concentration to Ego!**		
ਭਰੋਸਾ, ਸ਼ਬਦ ਦੀ ਪਾਲਣਾ! Obey His Word -Belief		**ਸ਼ਬਦ ਦੀ ਪਾਲਣਾ – ਗੁਰੂ, ਰੀਵਾਜ Obey His Word – Guru**	
ਸ਼ਬਦ ਦੀ ਸੋਝੀ! ਵਿਛੋੜੇ ਦਾ ਡਰ! Enlightenment Renunciation			**ਸ਼ਬਦ ਦੀ ਸੋਝੀ- ਗਿਆਨ Enlightenment to knowledge of Gurbani!**
ਮੁਕਤੀ ਦੀ ਆਸ! Hope for salvation!			
ਚਾਰੇ ਜੁਗਾਂ ਵਿੱਚ! ਜੀਵ ਨੂੰ ਸ਼ਬਦ ਦੀ ਪਾਲਣਾ ਕਰਦੇ, ਪੂਰਨ ਗੁਰੂ, ਸ਼ਬਦ ਦੀ ਸੋਝੀ ਹੋ ਜਾਂਦੀ ਹੈ! ਪ੍ਰਭ ਦੀ ਜੋਤ ਮਨ ਵਿੱਚ ਜਾਗਰਤ ਹੋ ਜਾਂਦੀ ਹੈ! **All Yuga**: Adopting His Word, Enlightenment; Salvation may be blessed.			
How to Conquer Worldly Wealth – ਸੰਸਾਰਕ ਮਾਇਆ ਤੇ ਜਿੱਤ!			
ਸੰਤ ਅਵਸਥਾ – Shiv	**ਸੰਸਾਰਕ ਮਾਇਆ – Shakti**		
ਸ਼ਬਦ –Shiv -His Word	**ਰਜ ਗੁਣ**; Raajas	**ਸਤ ਗੁਣ**; Satvas:	**ਤਮ ਗੁਣ**; Taamas:
ਸੁਰਤੀ-ਸ਼ਬਦ ਵਿੱਚ ਧਿਆਨ! Concentration! His Word.	Mind concentration	Purity, of mind!	Mind Awareness
ਭਰੋਸਾ, ਸ਼ਬਦ ਦੀ ਪਾਲਣਾ! Obey His Word -Belief	The quality of energy and activity!	The quality of purity and light!	The quality of Darkness and inertia!
ਸ਼ਬਦ ਦੀ ਸੋਝੀ! ਵਿਛੋੜੇ ਦਾ ਡਰ! Enlightenment-Renunciation	**ਧਰਮ**; Dharam:	**ਅਰਥ**; Arath	**ਕਾਮ**; Kaam:
ਮੁਕਤੀ ਦੀ ਆਸ! Hope for salvation!	Self-discipline, ethics Conquer selfishness!	Adopt His Word in life.	Conquer sexual urge for strange woman:

ਗੁਰੂ ਨਾਨਕ ਦੇਵ ਜੀ! – Guru Nanak Dev Ji! Guru Granth Sahib

Moral Prefection! (Franklin) **To Counteract unwanted Behavior – Control Mind (Practice 13 to hear the 14th, echo of His Word)**
Temperance, Silence, Order, Resolution, Frugality, Industry, Sincerity, Justice, Moderation, Cleanliness, Tranquality, Chastity, Humility! Echo of His Word!

Guru Granth Sahib Darpan by Prof. Sahib Singh.		**Page**
ਪੰਜ ਸਬਦ	ਸੁੰਨ ਸਮਾਧਿ, ਦਰਿਮਤਿ, ਨਾਮੁ ਰਾਤਨ, ਅਨਾਹਤ, ਜਾਗਿ ਰਹੇ ਪੰਚ ਤਸਕਰ	282
ਪੰਜ ਸਾਜ	ਤਾਰ, ਚੰਮ, ਧਾਤ, ਘੜੇ, ਫੂਕ ਵਾਲੇ ਵਾਜੇ	332

Virtue of Worldly Wealth.
ਕਲ-ਸੱਤਿਆ; ਛਾਇਆ, ਆਸਰਾ; ਸਇਆ; ਨਾਦੁ- ਰਾਗ; ਧੁਨ – ਰੌ; ਪ੍ਰਭ ਦਾ ਵਿਰਾਗ. Page 614 sahib

Vedas	**ਸਾਮ ਵੇਦ; ਰਿਗ ਵੇਦ; ਜੁਜਰ ਵੇਦ; ਅਥਰਬਣ ਵੇਦ!** **Sham Vedas, Rigg Vedas; Jujur Vedas; Arthban Vedas**
Worldly Wealth	**ਕਲ-ਸੱਤਿਆ; ਛਾਇਆ, ਆਸਰਾ; ਸਇਆ. ---- ਨਾਦੁ- ਰਾਗ; ਧੁਨ – ਰੌ; ਪ੍ਰਭ ਦਾ ਵਿਰਾਗ. Page 614 sahib** **Raag; Echo-sound; Renunciation**
5 Elements	**Male sperm, female eggs, Air, Water, fire in womb (earth)**
10 Prophets	**Matsya; Kurma; Varaha; Narasimha; Vamana;** **Parashurama; Rama; Balarama; Buddha or Krishna; and Kalki.**
7 Patala	**Rasatal, Sutala, Vitala, Gabhasta, Mahatala, Sritala and Patala**

7 Seas
Arctic, North Atlantic, South Atlantic, North Pacific, South Pacific, Indian and Southern Oceans

7 Paatalas – Underworld.						
Rasatala	Sutala	Vitala	Gabhastala	Mahatala	Sritala	Patala
7 Paatalas – Underworld.						
Rasatala	Sutala	Vitala	Gabhastala	Mahatala	Sritala	Patala

9 Region smaller than four abdominopelvic quadrants;	Right hypochondriac, right lumbar, right illiac, epigastric, umbilical, hypogastric (public), left hypochondriac, left lumbar, left illiac.
14 universes; Puranas and Atharvaveda:	7 higher one (Vyahrtis): Bhu, Bhuvas, svar, mahas, janas, tapas and satya. 7 lower (Patalas): Atala, Vitala, sutala, rasatala, talatala, mahatala, patala -naraka.
7 Continents:	Asia, Affica, Europe, Australia, North America, South America and antarctica
4 sources of enlightenment:	pursuit of happiness, sovereignty of reason, evidence of sense as the primary source, advance idea; liberty, progress, tolerance, fraternity.

3 Symbol of Worldly Wealth	
Bahama	the ego of his knowledge of four Vedas; four aspects of human life journey.
Shivji	victim to fight against human injustice and started destroying His Creation.
Vishnu	a victim of miracle power and cursing others, who may cross his way?

6 Virtues of a Holy Saint					
1	ਨਿਰਲੇਪ	clean, desire-free	4	ਸ਼ਬਦ ਦੀ ਪਾਲਣਾ	To adopt teachings of His Word.
2	ਸ਼ਰਧਾ	Devotion- dedication	5	ਲੀਨ- ਸ਼ਬਦ ਦੀ ਸਮਾਧੀ	intoxicated in the void of His Word
3	ਚਰਨ-ਧੂੜ -ਨਿਮ੍ਰਤਾ	Humility	6	ਆਪਾ ਤਿਆਗਣਾ	Surrender self-entity

****Note: soul enter the Court of The Righteous Judge within his own 10th cave to endure the judgement; soul never need any robe; only burden of his worldly deeds!**

ਸੁਣਨਾ, ਦੇਖਣਾ, ਸੁੰਘਣਾ, ਸਵਾਦ, ਅਚੇਤ-ਮਨ	Ear to Hearing; Eyes to see; Nose to smell; Tough to taste; Mind (Sub-conscious) to focus

Note: Jupji Sahib Ji – Essence of Teachings!

ਸੰਤ ਅਵਸਥਾ ਦੀਆਂ ਮੰਜ਼ਲਾ –Stages of Sainthood			
	ਖੰਡ – Stage	ਜੀਵਨ ਦਾ ਢੰਗ– Description	Pa-orhee
1	'ਧਰਮ Eternal Dharma!	ਸ਼ਬਦ ਦੀ ਸਿਖਿਆਂ ਨਾਲ ਜੀਵਨ ਬਤੀਤ ਕਰਨ! His way of life, as per the teachings of His Word.	35
2	'ਗਿਆਨ Enlightenment!	ਰੂਹਾਨੀ ਸੋਝੀ ਦੀ ਅਵਸਥਾ ਦਾ ਨਾਮ ਹੈ! Eternal enlightenment of the essence of His Word!	36
3	'ਸ਼ਰਮ– ਅਚੇਤ ਮਨ ਬੋਲਦਾ! Speak Subconscious!	ਨਿਮ੍ਰਤਾ, ਦਾਇਆ, ਤਰਸ, ਅਵਸਥਾ ਦਾ ਨਾਮ ਹੈ! Mind (worldly desires) become a slave of Subconscious! Surrender self-entity at His Word!	36
4	'ਕਰਮ Earnings of His Word!	ਭਗਤੀ ਦੀ ਕਮਾਈ ਦਾ ਨਾਮ ਹੈ! Earns the wealth of His Word! Companion forever!	37
	'ਤਨ ਰਹਿਤ ਅਵਸਥਾ– ਸਵਰਗ–ਨਰਕ–ਖਾਲਸ Bodyless state!	ਆਤਮਾ ਦੀ ਪਵਿਤਰਾ ਦੀ ਪਰਖਣ, ਖਾਲਸ ਕਰਨ ਦੀ ਵਿਧੀ! Sanctification of soul tested, rated and final sanctification to become **"Khalsa"** worthy to become part of His Holy Spirit or moved to buffer Zone for new mission. Prophets, Angels, devils, ghosts all remain in Heaven or Hell!	38

Bhai Vir Singh – ਭਾਈ ਵੀਰ ਸਿੰਘ ਜੀ!

4 ਵੇਦ	ਰਿਗ, ਸ਼ਾਮ, ਯੁਜਰ, ਅਥਰਬਨ
6 ਸ਼ਾਸਤ੍ਰ	ਸਾਂਖ, ਯੋਗ, ਨਯਾਯ, ਵੈਸ਼ੇਸ਼ਿਕ, ਮੀਮਾਂਸਾ, ਵੇਦਾਂਤ
18 **ਪੁਰਾਣ**	ਵਿਸ਼ਨ, ਸਿਵ, ਵਾਮਨ, ਮਤਸਜ, ਬੈਰਾਹ, ਕੂਕਮ, ਬ੍ਰਹਮ, ਭਾਗਵਤ, ਅਗਨੀ, ਗਰੁੜ, ਨਾਰਦ, ਲਿੰਗ, ਪਦਮ, ਬ੍ਰਹਮ ਵੈਵਰਤ, ਮਾਰਕੰਡੇਯ, ਬ੍ਰਹਮਾਂਡ, ਸਕੰਦ, ਭਵਿਖਜਤ

Name of Charity, donation, day of month! ਹਰਇਕ ਦਿਨ ਦਾਨ ਦਾ ਨਾਮ, ਮਹੱਤਤਾ!					
1	ਅਸ਼੍ਵਨੀ		15	ਵਿਸ਼ਾਖਾ	ਵਿੱਚ ਧੇਨੁ
2	ਭਰਣੀ		16	ਅਨੁਰਾਧਾ	ਵਿੱਚ ਉਤਰੀਯ ਸਹਿਤ ਵਸਤ੍ਰ
3	ਕ੍ਰਿਤਿਕਾ	ਵਿੱਚ ਖੀਰ	17	ਜਜੇਸ਼ਾ	
4	ਰੋਹਿਣੀ	ਵਿੱਚ ਰਤਨ, ਮਾਖੋਂ, ਘੀ ਤੇ ਦੁੱਧ	18	ਮੂਲ	ਵਿੱਚ ਮੂਲਕ
5	ਆਰ੍ਰਦ੍ਰਾ	ਵਿੱਚ ਖਿਚੜੀ	19	ਉੱਤਰਾ ਖਾੜਾ	
6	ਪੁਨਰਵਸੁ	ਵਿੱਚ ਅਪੂਧ= ਆਟੇ ਦੀ ਲਿਟੀ	20	ਸ਼੍ਰਵਣ	ਵਿੱਚ ਕੰਬਲ
7	ਪੁਖਜ	ਵਿੱਚ ਸੁਵਰਣ = ਸੋਨਾ	21	ਧਨਿਸ਼ਠਾ	ਵਿੱਚ ਵਸਤ੍ਰ ਤੇ ਧਨੁ
8	ਅਸ਼ਲੇਖਾ	ਵਿੱਚ ਰੋਪਜ	22	ਸ਼ਤਭਿਖਾ	ਵਿੱਚ ਗੰਧ ਦ੍ਰਵੱਗ
9	ਮਘਾ		23	ਪੂਰਵਾ ਭਾਦ੍ਰਪਦਾ	ਵਿੱਚ ਰਾਜ ਮੀਹ
10	ਪੂਰਵਾ ਫਾਲਗੁਨੀ		24	ਉੱਤਰਾ ਭਾਦ੍ਰਪਦਾ	ਵਿੱਚ ਮਾਸ
11	ਉੱਤਰਾ ਫਾਲਗੁਨੀ		25	ਰੇਵਤੀ	ਵਿੱਚ ਕਾਂਸਾ ਤੇ ਬਛੜੇ ਸਮੇਤ ਗਊ ਆਦਿ, ਆਦਿਕ
12	ਹਸੁ	ਵਿੱਚ ਹਸਤੀ ਔਰ ਰਥ	26	ਪੂਰਵਾ ਖਾੜਾ	ਵਿੱਚ ਬਰਤਨ ਸਮੇਤ ਦਹੀ ਤੇ ਸਾਨਾ ਹੋਇਆ ਸਤੂ
13	ਚਿਤ੍ਰਾ	ਵਿੱਚ ਉਤਮਾ ਧੇਨੁ	27	ਮ੍ਰਿਗ ਸ਼ਿਰਾ	ਵਿੱਚ ਸਵਤਸ਼ ਧੇਨੂ– ਅਰਥਾਤ ਵੱਛੇ ਸਮੇਤ ਗਾਂ
14	ਸ੍ਵਾਂਤੀ				

All religious Holy Scriptures claims!
The Creator, True Master prewrites the destiny of everyone before birth!
We may only perform worldly activities as prewritten!
What may be the necessity to do any work for living?

ਗੁਰੂ ਨਾਨਕ ਦੇਵ ਜੀ! – Guru Nanak Dev Ji! Guru Granth Sahib

5 Prayers - ਮੁਸਲਮ, 5 ਨਮਾਜ਼; ਸਿਖ 5 Banis				
Five Prayers, Namaz of Muslim Religion				
ਨਮਾਜ਼ –Prayer 1	Sunrise	Salat al-fajr	ਸੱਚ	Truth
ਨਮਾਜ਼ –Prayer 2	Noon	Salat al-zuhr	ਹੱਕ ਦੀ ਕਮਾਈ	Earnest living
ਨਮਾਜ਼ –Prayer 3	Afternoon	Salat al-'asr	ਸ੍ਰਿਸ਼ਟੀ ਦੇ ਭਲਾਈ	Good deeds for helpless
ਨਮਾਜ਼ –Prayer 4	Sunset	Salat al maghrib	ਨਿਮਾਣੇ ਦੀ ਰਖਿਆ	Selfless protection to helpless
ਨਮਾਜ਼ –Prayer 5	Night	Salat al-'isha	ਸੰਤੋਖ, ਰਜ਼ਾ ਤੇ ਭਰੋਸਾ	Contentment with His Blessings
Indeed, the good deeds drive away the evil deeds. This is a reminder to those! who are mindful of Allah."				

ਇਛਾਂ ਦੀਆਂ 4 ਅੱਗਾਂ	**4 Fires of Desires**
ਜ਼ੁਲਮ ਕਰੋਧ	terrors; anger
ਲਾਲਚ	greed
ਸਬੰਧ	attachment; worldly bond
ਹੈਸੀਅਤ	worldly status; self-entity

5 ਇਛਾਂ ਦੇ ਜਮਦੂਤ		5 Demons of mind.		
ਕਾਮ Sexual urge	ਕਰੋਧ Anger	ਲੋਭ Greed	ਮੋਹ Worldly bonds	ਅਹੰਕਾਰ Ego of his status

3 Unique essence of Meditation.	
ਨਾਦ	**Hear the everlasting echo of His Word resonaing within.**
ਬਿੰਦ	**beyond the reach of sexual urge with strange partner.**
ਸੁਰਾ	**Concentration of purpose of human life opportunity.**

ਜੀਵ ਦੇ ਪੈਦਾ ਹੋਣ ਦੇ ਵਸੀਲੇ	**Methods of Creation**
ਜੀਵ, ਮਾਂ ਦੀ ਕੁੱਖ ਵਿਚੋਂ ਪੈਦਾ ਹੋਣਾ,	from the womb of mother,
ਅੰਡੇ ਤੋਂ ਪੈਦਾ ਹੋਣਾ,	from egg,
ਧਰਤੀ ਤੇ ਬੀਜ ਨਾਲ,	from the seed in the ground
ਪਸੀਨੇ ਤੋਂ ਪੈਦਾ ਹੋਣਾ ।	and from the sweat of a creature.

The Ten Avatars of Vishnu			
1	Matsya - the Fish.	6	Parasurama - the Angry Man.
2	Kurma - the Tortoise.	7	Lord Rama - the Perfect Man.
3	Varaha - the Boar.	8	Lord Krishna - the Divine Statesman.
4	Narasimha - the Man-Lion.	9	Buddha
5	Vamana - the Dwarf.	10	Mohammed
** Kalki, also called Kalkin, to end the Kali Yuga.			

5 ਚੋਰ	ਕਾਮ, ਕਰੋਧ, ਲੋਭ, ਮੋਹ ਅਤੇ ਅਹੰਕਾਰ!
5 demons	Sexual urge, Anger, greed, worldly bonds, and ego!

Kama (sexual urge); krodha(anger); lobha(greed); Mada (arrogance); moha(inflatuation); matsarya(jealousy)

ਗੁਰੂ ਨਾਨਕ ਦੇਵ ਜੀ! – Guru Nanak Dev Ji! Guru Granth Sahib

Sikh Religious Robe: 5 Kakka "5 ਕ"

ਕੇਸ	ਪ੍ਰਭ ਦੀ ਬਖਸ਼ਿਸ਼, ਸੁਰਤ ਨੂੰ ਸਤਿ ਕਰਕੇ ਪ੍ਰਵਾਨ ਕਰ ਲੈਣਾ ।
Natural Hair; outlook;	Accepts His Blessings without reservation. Accept worldly environment, outlook as a unique blessing.
ਕੰਘਾ	ਸੰਸਾਰਕ ਗਿਰਸਤੀ ਜੀਵਨ ਦੀ ਜਿਮੇਵਾਰੀ ਨੂੰ ਕਾਬੂਲ ਕਰਨਾ
Comb	Take the responsibility to help family to survive, earn honest living. As comb may maintain his blessed look.
ਕੜਾ	ਪ੍ਰਭ ਦੇ ਬਖਸ਼ੇ ਤੇ ਸੰਤੋਖ ਰਖਣਾ
Iron Bangle	Control your expectation; ego; simplicity in living.
ਕਿਰਪਾਨ	ਬਲ ਹੁੰਦੇ ਵੀ ਧੀਰਜ ਕਰਨਾ, ਤਰਸ ਕਰਨਾ
Kirpan	To show restrain, patience to control your anger, to be humble even with power.
ਕਛਿਅਰਾ	ਇਹ ਕਾਮ ਵਾਸ਼ਨਾ ਦੀ ਇਛਾ ਤੇ ਕਾਬੂ ਪਾਉਣ ਲਈ ਹੈ ।
Long under pant	Conquer Sexual urge with strange women; maintain high character.

ਜੋਗ ਦਾ ਮਾਰਗ		**Path of Yogi life, religion**	
ਕੰਨਾਂ ਦੀਆ ਮੰਦ੍ਹਾਂ	ਮਨ ਦਾ ਸੰਤੋਖ ਅਡੋਲ ਰਹਿੰਦਾ ਹੈ ।	Ear Rings	Mind remains contented with worldly environments.
ਭੀਖ ਮੰਗਨਾ	ਮਨ ਵਿੱਚ ਨਿਮ੍ਰਤਾ, ਅਹੰਕਾਰ ਨਾਸ ਹੁੰਦਾ ਹੈ	Begging	Brings humility and destroy the root of ego.

ਜੋਗ ਦਾ ਮਾਰਗ		**Path of Yogi life, religion**	
ਸ਼ਬਦ ਦੀ ਸੋਝੀ, ਪ੍ਰਭ ਦੀ ਜੋਤ ਦੀਆ ਮੰਦ੍ਹਾਂ	ਅਹੰਕਾਰ, ਮੋਹ, ਸੰਸਾਰਕ ਬੰਧਨਾ ਖਤਮ ਹੋ ਜਾਂਦ, ਸੰਤੋਖ ਬਖਸ਼ਿਸ਼ ਹੋ ਜਾਂਦਾ!	Ear Rings of Holy Spirit	Conquer your ego, worldly bond, and mind. contented with worldly environments.
ਸ਼ਬਦ ਦੀ ਲਗਨ, ਧੁਨ	ਸ਼ਬਦ ਦੀ ਸੋਝੀ, ਆਪਾ ਮਿਟ ਜਾਂਦਾ ਹੈ!	eecho of His Word	Self-entity eliminated.

ਮਨ ਵਿੱਚ – 4 ਅੱਗ ਦੀਆਂ ਨਦੀਆਂ	ਹਿੰਸਾ (ਜ਼ਬਰਦਸਤੀ), ਮੋਹ, ਲੋਭ, ਕ੍ਰੋਧ

7 ਸਮੁੰਦਰ	**ਪੰਜ ਗਿਆਨ ਇੰਦ੍ਰੀਆ; ਮਨ ਅਤੇ ਬੁਧੀ**
7 Ocean	**(Eyes, ears, tongue, smell, and taste); mind, intelligence.**

The ten avatars of Vishnu	
6. Matsya - the Fish.	**6. Parasurama - the Angry Man.**
7. Kurma - the Tortoise.	**7. Lord Rama - the Perfect Man.**
8. Varaha - the Boar.	**8. Lord Krishna - the Divine Statesman.**
9. Narasimha - the Man-Lion.	**9. Buddha**
10. Vamana - the Dwarf.	**10. Mohammed**
**** Kalki, also called Kalkin, to end the Kali Yuga**	

7 ਸਮੁੰਦਰ	**ਪੰਜ ਗਿਆਨ ਇੰਦ੍ਰੀਆ; ਮਨ ਅਤੇ ਬੁਧੀ**
7 Ocean	**(Eyes, ears, tongue, smell, and taste); mind, intelligence.**
His Sanctuary	**control on sexual urges; worldly desires, contentment**

ਗੁਰੂ ਨਾਨਕ ਦੇਵ ਜੀ! – Guru Nanak Dev Ji! Guru Granth Sahib

Vedas	**ਸਾਮ ਵੇਦ; ਰਿਗ ਵੇਦ; ਜੁਜਰ ਵੇਦ; ਅਥਰਬਣ ਵੇਦ!** **Sham Vedas, Rigg Vedas; Jujur Vedas; Arthban Vedas**
Worldly Wealth	**ਕਲ–ਸੌਤਿਆ; ਛਾਇਆ, ਆਸਰਾ; ਸਇਆ. ---- ਨਾਦੁ– ਰਾਗ; ਧੁਨ – ਰੌ; ਪ੍ਰਭ ਦਾ ਵਿਰਾਗ.** **<u>Page 614 sahib</u>** **Raag; Echo-sound; Renunciation**
5 Elements	**Male sperm, female eggs, Air, Water, fire in womb (earth)**
10 Prophets	**Matsya; Kurma; Varaha; Narasimha; Vamana;** **Parashurama; Rama; Balarama; Buddha or Krishna; and Kalki.**

<u>9 Region</u> smaller than four abdominopelvic quadrants;	Right hypochondriac, right lumbar, right illiac, epigastric, umbilical, hypogastric (public), left hypochondriac, left lumbar, left illiac.
<u>14 universes</u>; as per Puranas and Atharvaveda:	7 higher one (Vyahrtis): Bhu, Bhuvas, svar, mahas, janas, tapas and satya. 7 lower (Patalas): Atala, Vitala, sutala, rasatala, talatala, mahatala, patala -naraka.
<u>7 Continents:</u>	Asia, Affica, Europe, Australia, North America, South America and antarctica
<u>4 sources of enlightenment</u>:	pursuit of happiness, sovereignty of reason, evidence of sense as the primary source, advance idea; (liberty, progress, tolerance, fraternity.)

Religious Unique Technique of Soul Sanctification	
Yogi:	Concentrate on Holy Scripture to control the temptation.
Brahman!	Patience and Contented with His Blessings and Charity.
Worldly King	Treat all citizen with indiscrimination, justice for All.

ਅਸਲੀ ਸੇਵਕ – His true devotee	
ਵਰਤ – Abstain food	ਝੂਠ, ਮੰਦੇ ਕੰਮ ਦਾ ਤਿਆਗ! Conqure lies, evil deed,
ਤੀਰਥ – Shrine	ਪ੍ਰਭ ਦੇ ਬਖਸ਼ੇ ਤੇ ਸੰਤੋਖ! Contentement on His Blessings
ਆਤਮਾ ਦਾ ਇਸ਼ਨਾਨ Santifying bath	ਸ਼ਬਦ ਦੀ ਸੋਝੀ, ਧਿਆਨ, ਸੁਰਤੀ! Enlightenment, focus, devotion
ਦੇਵੀ ਦੇਵਤੇ! Prophet	ਦੂਸਰੇ ਤੇ ਤਰਸ, ਦਇਆ ਕਰਨਾ! Mercy and pity on less fortunate!
ਬੰਦਗੀ ਵਾਲੀ ਮਾਲਾ Meditation Rosary!	ਦੂਸਰੇ ਦੀ ਗਲਤੀ ਭੁਲਾਉਣਾ! Ignore, Forgive, mistake; tolerance other opinion

5 ਮਨ ਦੇ ਚੋਰ	5 Robbers of mind
ਤਾਕਤ, ਧਨ, ਸੁੰਦਰਤਾ, ਹੈਸੀਅਤ, ਜਵਾਨੀ	Power, Worldly wealth, Beauty, Worldly status. and Youth.

Guru Granth Sahib Darpan by Prof. Sahib Singh.		**Page**
ਪੰਜ ਸ਼ਬਦ	ਸੁੰਨ ਸਮਾਧਿ, ਦਰਿਮਤਿ, ਨਾਮੁ ਰਾਤਨ, ਅਨਾਹਤ, ਜਾਗਿ ਰਹੇ ਪੰਚ ਤਸਕਰ	282
ਪੰਜ ਸਾਜ	ਤਾਰ, ਚੰਮ, ਧਾਤ, ਘੜੇ, ਫੂਕ ਵਾਲੇ ਵਾਜੇ	332

- **<u>ਜੁਪ– ਸਿਮਰਨ</u>** -- ਸ਼ਬਦ ਨੂੰ ਅਪਣਾਉਣਾ, ਮਨ ਦੇ ਖਿਆਲਾਂ ਨੂੰ ਪ੍ਰਭ ਦੇ ਭਾਣੇ ਨਾਲਾ ਪਰਖਕੇ, ਕੰਮ ਕਰਨਾ!
- **Meditation:** Adopt the teachings of His Word in own life; test your deeds with the teachings of His Word

ਚਾਰ ਪਦਾਰਥ	4 Virtues
(ਧਰਮ, ਅਰਥ, ਕਾਮ, ਮੋਖ)	Raajas, Tamaas, Sataas, Salvation

ਗੁਰੂ ਨਾਨਕ ਦੇਵ ਜੀ! – Guru Nanak Dev Ji! Guru Granth Sahib

☬ Guru Granth Sahib ☬

☬ Forgiveness is the foundation of the right path of Salvation ☬

which may lead to

☬ **Compassion**, **T**olerance, **P**atience, and **C**ontentment on His Word ☬

Ref: Japji Sahib -1

ਅਵਲਿ ਅਲਹ ਨੂਰੁ ਉਪਾਇਆ ਕੁਦਰਤਿ ਕੇ ਸਭ ਬੰਦੇ॥

ਏਕ ਨੂਰ ਤੇ ਸਭੁ ਜਗੁ ਉਪਜਿਆ ਕਉਨ ਭਲੇ ਕੋ ਮੰਦੇ॥੧॥

aval alah noor upaa-i-aa kudrat kay sabh banday.

ayk noor tay sabh jag upji-aa ka-un bhalay ko manday. ||1|

☬ Soul is an expansion of indestructible His Holy Spirit. ☬

Ref: Mool Mantra and Kabeer Page 1349

☬ Whoever **l**ives by the **S**word will **d**ie by the **S**word. ☬

Ref: Guru Gobind Singh Ji, Juses

The Holy Bible: Elect Your Path Wisely

If a blind man leads a blind man, both will fall into a pit.

Steady and stable **Belief** is foundation of the right path of **E**nlightenment.

which may lead to

Faith – **G**oodness- **K**nowledge- **S**elf-control- **P**erseverance.

Perseverance – **G**odliness- **B**rotherly **k**indness- **L**ove. **To Christ**!

Ref: 2Peter 1-5/6/7/10.

☬ Prayer to The One and Only One - God ☬

ਸਗਲ ਦੁਆਰ ਕਉ ਛਾਂਡਿ ਕੈ, ਗਹਿਓ ਤੁਹਾਰੋ ਦੁਆਰ॥

ਬਾਂਹਿ ਗਹੇ ਕੀ ਲਾਜ, ਅਸ ਗੋਬਿੰਦ ਦਾਸ ਤੁਹਾਰ॥

ਨਾਨਕ ਨਾਮ ਚੜ੍ਹਦੀ ਕਲਾ । ਤੇਰੇ ਭਾਣੇ ਸਰਬੱਤ ਦਾ ਭਲਾ ।

ੴ ਬੋਲੇ ਸੋ ਨਿਹਾਲ, ਸਤਿ ਸ੍ਰੀ ਅਕਾਲ ।

ਵਾਹਿਗੁਰੂ ਜੀ ਕਾ ਖਾਲਸਾ, ਵਾਹਿਗੁਰੂ ਜੀ ਕੀ ਫਤਹਿ॥

Ref: Sikh Religious Concept.

www.ingramcontent.com/pod-product-compliance
Lightning Source LLC
Chambersburg PA
CBHW080941120626
46546CB00010B/2807
9781961507876